พจนานุกรมอังกฤษ-ไทย

SE-ED'S MODERN ENGLISH-THAI DICTIONARY

(COMPLETE & UPDATED)

DESK REFERENCE EDITION

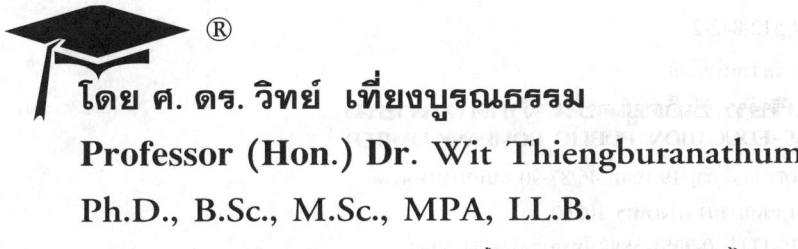

โดย ศ. ดร. วิทย์ เที่ยงบูรณธรรม
Professor (Hon.) Dr. Wit Thiengburanathum
Ph.D., B.Sc., M.Sc., MPA, LL.B.

นักวิชาการเจ้าของผลงาน Dictionary ที่ได้รับการยอมรับและนำไปบรรจุ
ใน Microsoft Windows และ Microsoft Office จนถึงฉบับล่าสุด
อย่างเป็นทางการทุกชุด

- หนังสือเล่มนี้ได้รับการเข้าเล่มอย่างดีด้วยการใช้*วิธีเย็บกี่* (เย็บด้วยเชือก) เพื่อให้ท่านใช้งานได้ยาวนานโดยกระดาษไม่หลุดออกจากตัวเล่ม ซึ่งแตกต่างจากหนังสือทั่วไปที่เข้าเล่มด้วยกาว
- ในกรณีที่ต้องการซื้อเป็นจำนวนมาก เพื่อใช้ในการสอน การฝึกอบรม การส่งเสริมการขาย หรือเป็นของขวัญพิเศษ เป็นต้น กรุณาติดต่อสอบถามราคาพิเศษได้ที่ *แผนกการตลาดพิเศษ* บริษัท ซีเอ็ดยูเคชั่น จำกัด (มหาชน) โทร. 0-2751-5885 หรือ โทรสาร 0-2751-5051-4

พจนานุกรมอังกฤษ-ไทย
SE-ED'S MODERN ENGLISH-THAI DICTIONARY (COMPLETE & UPDATED) DESK REFERENCE EDITION
โดย ศ. ดร. วิทย์ เที่ยงบูรณธรรม

ราคา 390 บาท

สงวนลิขสิทธิ์ในประเทศไทยตาม พ.ร.บ. ลิขสิทธิ์
โดย ศ. ดร. วิทย์ เที่ยงบูรณธรรม © พ.ศ. 2541
ห้ามการลอกเลียนไม่ว่าส่วนหนึ่งส่วนใดของหนังสือเล่มนี้ นอกจากจะได้รับอนุญาต

A 1 1 2 - 9 0 6 - 6 6 1
2 1 4 4 9 8 7 6 5 4

ข้อมูลทางบรรณานุกรมของหอสมุดแห่งชาติ
วิทย์ เที่ยงบูรณธรรม.
พจนานุกรมอังกฤษ-ไทย (SE-ED'S MODERN ENGLISH-THAI DICTIONARY (COMPLETE & UPDATED) DESK REFERENCE EDITION. -- กรุงเทพฯ : ซีเอ็ดยูเคชั่น, 2541.
1,056 หน้า.
   1. ภาษาอังกฤษ--พจนานุกรม--ภาษาไทย.   I. ชื่อเรื่อง.
   423.95911

ISBN 974-512-842-2

จัดพิมพ์และจัดจำหน่ายโดย

บริษัท ซีเอ็ดยูเคชั่น จำกัด (มหาชน)
SE-EDUCATION PUBLIC COMPANY LIMITED
อาคารเนชั่นทาวเวอร์ ชั้น 19 เลขที่ 46/87-90 ถนนบางนา-ตราด
แขวงบางนา เขตบางนา กรุงเทพฯ 10260
โทร. 0-2325-1111, 0-2751-5888 โทรสาร 0-2751-5999

พิมพ์ที่ บริษัท เอ็ม. เอ. เอช. พริ้นติ้ง จำกัด
นายสุเมธ อัศวนิลศรี ผู้พิมพ์ผู้โฆษณา พ.ศ. 2546

หากมีคำแนะนำติชม ติดต่อได้ที่ comment@se-ed.com

คำนำ

เป็นที่ประจักษ์กันแล้วว่ามีศัพท์ภาษาอังกฤษอีกจำนวนมากที่ยังไม่มีการถอดความหมายออกมาเป็นภาษาไทยไว้ในพจนานุกรม โดยเฉพาะจากต้นฉบับที่เป็นภาษาอังกฤษโดยตรง นับเป็นปัญหาที่ตระหนักกันดีในวงการวิชาการ ผู้เขียนมีความตั้งใจอย่างแน่วแน่มานานที่จะแก้ปัญหาดังกล่าว จึงได้เพียรพยายามมาเป็นเวลาหลายปีเพื่อจัดทำพจนานุกรมอังกฤษ-ไทยฉบับที่จุคำศัพท์มากที่สุด จุความหมายสำคัญมากที่สุด จุภาพอธิบายมากที่สุด และมีอักษรและเครื่องหมายช่วยการออกเสียงให้ถูกต้องที่สุดเท่าที่จะทำได้ พจนานุกรมอังกฤษ-ไทยฉบับ SE-ED'S MODERN ENGLISH-THAI DICTIONARY (COMPLETE AND UPDATED) DESK REFERENCE EDITION ฉบับนี้ไม่เพียงแต่เป็นการถอดความและนำมาสร้างเป็นเอกลักษณ์ของผู้เขียนจากต้นฉบับที่ได้มาตรฐานหลายๆ เล่ม แต่ยังเป็นการรวบรวมข้อเท็จจริงจากหนังสือนับร้อยเล่มที่ทันสมัยเท่าที่จะทำได้ อีกทั้งมีการตรวจสอบกับผู้ชำนาญในสาขาวิชาต่างๆ ให้มากที่สุดเท่าที่โอกาสจะอำนวยให้

พจนานุกรมฉบับนี้ได้เลือกเอาคำที่มีโอกาสใช้มากที่สุดจากการสำรวจหลายแห่ง พร้อมทั้งมีการรวบรวมศัพท์ที่ทันสมัยเข้ามาอีกเป็นจำนวนมาก รวมทั้งคำที่มีความหมายเหมือนกัน (synonym) และคำที่มีความหมายตรงกันข้าม (antonym) ที่สำคัญ เพื่อให้มีความหมายแตกฉานและมีการเลือกใช้คำที่หลากหลายยิ่งขึ้น นอกจากนี้ยังมีคำอุปสรรค (prefix) และคำปัจจัย (suffix) ซึ่งจะช่วยในการสร้างคำที่ไม่มีอยู่ในพจนานุกรมนี้

อย่างไรก็ตาม หากพจนานุกรมฉบับนี้มีที่ผิดพลาดหลงเหลืออยู่ ผู้เขียนใคร่ขอน้อมรับคำติและคำแนะนำที่สร้างสรรค์เพื่อให้ได้พจนานุกรมที่สมบูรณ์ยิ่งขึ้นอีก ซึ่งจะเป็นประโยชน์ต่อการศึกษาในหลายสาขาวิชาของชาติไม่มากก็น้อย

ศ. ดร. วิทย์ เที่ยงบูรณธรรม
146 ถ. ราชวงศ์ อ. เมือง
จ. เชียงใหม่ 50300
(หนังสือนี้ต้องมีลายเซ็นของผู้เขียน)

วิธีการใช้ พจนานุกรม

การออกเสียง
ได้ถอดเสียงตามหลักสัทศาสตร์ (phonetics) ซึ่งบางคำสามารถออกเสียงได้มากกว่าหนึ่งแบบ

คำศัพท์หลัก
จะเป็นตัวใหญ่หนาซึ่งพิมพ์ขึ้นต้นเป็นตัวแรก

abacus (แอบ' บะเคิส, อะแบค' เคิส) *n., pl.* **-cuses/-ci** ลูกคิด (**-S.** counting board)

หน้าที่คำ

รูปพหูพจน์

ability (อะบิล' ลิที) *n., pl.*-ties ความสามารถ *-Ex. musical ability, ability to learn*

ความหมาย

ในกรณีที่เป็นคำกริยา จะมีการแจกแจงลงไปว่าเป็นอกรรมกริยา(intransitive verb ตัวย่อ vi) หรือสกรรมกริยา(transitive verb ตัวย่อ vt.) รวมทั้งมีการผันกริยาช่อง 2 (past tense) และ 3 (past participle) และรูป -ing (present participle)

abide (อะไบดฺ') *vi.,vt.* abode/abided, abiding รักษาหรือปฏิบัติตาม, อาศัย, ทน, ยึดถือ, รอคอย, ยอมตาม **-abidance** *n.* **-abider** *n. -Ex. to always abides by the rules, He cannot abide being treated like a child., You may abide with us over night.*

คำศัพท์รอง
จะพิมพ์เป็นตัวพื้นหนาต่อจากความหมายของคำศัพท์หลัก

คำเหมือน (Synonym) และคำตรงกันข้าม (Antonym)
จัดอยู่ในวงเล็บตอนท้ายของคำศัพท์หลักโดยใช้สัญลักษณ์ S. และ A. แทน

ในกรณีที่เป็นคำคุณศัพท์จะมีการผันคำเพื่อเปรียบเทียบขั้นกว่าและขั้นสูงสุด

big (บิก) *adj.* bigger, biggest ใหญ่, ร่างใหญ่, มาก, เติบโตแล้ว, เต็มไปด้วย, มีชื่อเสียง, ใหญ่ยิ่ง, ใจกว้าง, อย่างกว้างขวาง,แข็งแรงมาก, ขี้คุย *-adv.* ช่างโอ้อวด, (ความคิด) กว้างไกล **-biggish** *adj.* **-bigness** *n.* (**-S.** enormous, sizable, massive, great **-A.** small, tiny, trival, little, young, immature) *-Ex How big is it.?, No bigger than a pin.*

ตัวอย่างประโยคการใช้

คำศัพท์หลักที่สะกดได้มากกว่า 1 แบบ จะใช้เครื่องหมายจุลภาค (,) คั่นไว้

aigrette, aigret (เอ' เกรท, เอเกรท') n. ขนนกประดับ, นกกระสา, ขนนกกระสาที่ใช้ในการประดับ, ขนบนหัวนก, พู่, ส่วนที่คล้ายพู่

humour, humor (ฮิว' เมอะ) n. ความตลกขบขัน, อารมณ์ขัน, เรื่องขบขัน, อารมณ์ชั่วคราว -vt. ทำให้พึงพอใจ, ยอมตาม, ปรับตัวเข้ากับ **-out of humour** ไม่พอใจ, เคือง, ฉุน **-humourless, humorless** adj. (-S. pleasantry, wit, comedy, temper, whim) -Ex. The comedian amused us with his humour., Father was in a bad humour because he was late for work., a humour magazine, in a good humour

สำนวนและวลีต่างๆ จะเป็นตัวพื้นหนาอยู่ต่อจากความหมาย (ซึ่งอยู่ก่อนคำศัพท์รอง)

bonehead (โบน' เฮด) n. (คำสแลง) คนโง่ คนเบาปัญญา (-S. blockhead)

คำแปลใดที่เป็นคำสแลง ภาษาพูด ศัพท์เฉพาะทาง หรือศัพท์ต่างประเทศ จะมีการวงเล็บบอกไว้ที่หน้าคำแปลนั้น

babe (เบบ) n. ทารก, เด็กเล็กๆ, ผู้ไร้เดียงสา, (คำสแลง) หญิงมีเสน่ห์
Babel (เบ' เบิล, แบบ' เบิล) n. หอสูงสู่สวรรค์ที่สร้างไม่สำเร็จ (ตามพระคัมภีร์ไบเบิล), เสียงสับสน, ความสับสน
babirusa, babiroussa, babirussa (แบบบะรู' ซะ) n. หมูป่าจำพวก *Babyroussa babyrussa*

babirusa

baboo (บา' บู) n. ดู babu
baboon (บาบูน') n. ลิงขนาดใหญ่ชนิดหนึ่ง มีปากคล้ายสุนัข กระพุ้งแก้มใหญ่ หางสั้น, คนที่หยาบคาย **-baboonish** adj. **-baboonery** n.
babu (บา' บู) n. คำทักทายยกย่อง (คุณ, ท่าน) ของชาวฮินดู, สุภาพบุรุษชาวฮินดู, ชาวอินเดียที่รู้ภาษาอังกฤษเล็กน้อย (-S. baboo)
babushka (บะบูช คะ) n. ผ้าโพกศีรษะของสตรี

ภาพประกอบความเข้าใจ พร้อมศัพท์อธิบายใต้ภาพ

แถบแสดงตัวอักษร A-Z เพื่อแยกหมวดศัพท์

คำเริ่มต้นของหน้า

เลขหน้า

คำสุดท้ายของห

axon, axone 58 **bachelor**

A

จำพวก *Ambystoma* อยู่ในทะเลทรายและบึงของอเมริกา

axon, axone (แอค' ซอน) *n.* แกนของเซลล์ประสาท เป็นที่นำส่งกระแสประสาท **-axonal** *adj.* (-S. neurite)

ay^1, aye (เอ) *adv.* ตลอดไป, เสมอไป

ay^2 (เอ) *interj.* คำอุทานแสดงความเจ็บปวด ความทุกข์ หรือความแค้น

ay^3 (เอ) ครับ, ใช่

ayah (อา' ยะ) *n.* คนใช้

aye^1 ดู ay^1

aye^2 ใช่, ครับ, เสมอไป

aye-aye

aye-aye (อาย' อาย) *n.* สัตว์หากินกลางคืนจำพวก *Daubentonia madagascariensis* กินแมลงและผลไม้เป็นอาหาร

azalea

azalea (อะแซ' เลีย) *n.* พืชไม้ดอกจำพวกหนึ่งคล้ายต้นดอกขนแขกเต้า

Azerbaijan (อาเซอะไบแจน') *n.* ชื่อสาธารณรัฐที่แยกตัวมาจากสหภาพโซเวียต เมื่อ ค.ศ. 1991 อยู่ทางตอนเหนือของอิหร่าน หญิงมีเสน่ห์

Babel (เบ' เบิล, แบบ' เบิล) *n.* หอสูงสู่สวรรค์ที่สร้างไม่สำเร็จ (ตามพระคัมภีร์คริสเตียน), เสียงสับสน, ความสับสน

babirusa

babirusa, babiroussa, babirussa (แบบบะรู' ซะ) *n.* หมูป่าจำพวก *Babyroussa babyrussa*

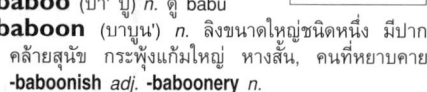

baboo (บา' บู) *n.* ดู babu

baboon (บาบูน') *n.* ลิงขนาดใหญ่ชนิดหนึ่ง มีปากคล้ายสุนัข กระพุ้งแก้มใหญ่ หางสั้น, คนที่หยาบคาย **-baboonish** *adj.* **-baboonery** *n.*

babu (บา' บู) n. คำทักทายยกย่อง (คุณ, ท่าน) ของชาวฮินดู, สุภาพบุรุษชาวฮินดู, ชาวอินเดียที่รู้ภาษาอังกฤษเล็กน้อย (-S. baboo)

babushka (บะบูช คะ) *n.* ผ้าโพกศีรษะของสตรี

แถบสีดำแสดงอักษร A-Z ช่วยในการค้นหาศัพท์ที่ต้องการได้รวดเร็วขึ้น

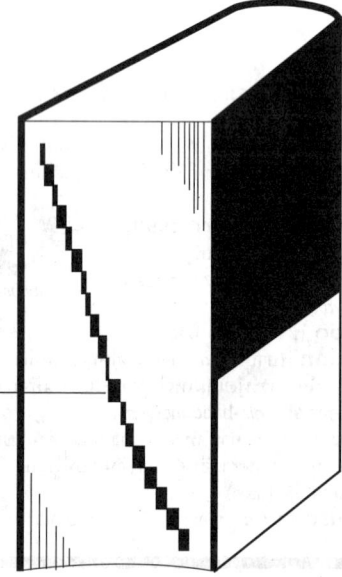

การ ออกเสียง

ศัพท์เกือบทุกคำในพจนานุกรมนี้มีคำไขการออกเสียง (phonetics) เป็นอักษรไทยและเครื่องหมายบางชนิด คำไขนี้ปรากฏอยู่ในวงเล็บ การเน้นการออกเสียงหนักที่พยางค์ของแต่ละคำนั้นใช้เครื่องหมาย (') ส่วนคำที่มีพยางค์เดียวจะไม่มีเครื่องหมายการเน้นเสียง การเน้นออกเสียงที่พยางค์ที่ถูกต้องนั้น นับว่ามีความจำเป็นไม่น้อยที่จะทำให้คู่สนทนาหรือผู้ฟังที่ใช้ภาษาอังกฤษเป็นภาษาหลักสามารถเข้าใจได้ดีและเร็วขึ้น

อักษรและเครื่องหมายที่ใช้ในการออกเสียง

ก	=	g (เช่นคำว่า gallstone, agree)
ค	=	k, ch (เช่นคำว่า kidney, chemical)
กซฺ, คซฺ	=	x (เช่นคำว่า sex, x-ray)
จ	=	j (เช่นคำว่า juice, enjoy)
จฺ	=	ge, j (เช่นคำว่า age, joint)
ชฺ	=	ch (เช่นคำว่า chest, touch)
<u>ช</u>	=	sh (เช่นคำว่า shoulder, rush)
ซ, ส	=	s (เช่นคำว่า sleep, stimulus)
<u>ซ</u>	=	z (เช่นคำว่า zinc, enzyme, xanthoma)
ธ	=	th (ไม่มีการสั่นสะเทือนในลำคอเมื่อออกเสียงเบา เช่นคำว่า pathology, thickness)
ธฺ	=	th (มีการสั่นสะเทือนในลำคอ เมื่อออกเสียงหนัก เช่นคำว่า smooth, lathyrism)
พ	=	p (เช่นคำว่า pulse, sprue)
ฟ	=	f (เช่นคำว่า filament, food)
ว	=	w (เช่นคำว่า woman, wound)
<u>ว</u>	=	v (เช่นคำว่า vomiting, save)
ฮ	=	h (เช่นคำว่า hormone, dehydrogenase)

คำย่อ

A.	=	*Antonym (คำที่มีความหมายตรงกันข้าม)*
adj.	=	*adjective (คุณศัพท์)*
adv.	=	*adverb (กริยาวิเศษณ์)*
conj.	=	*conjunction (สันธาน)*
Ex.	=	*Example (ตัวอย่าง)*
fem.	=	*feminine (เพศหญิง)*
interj.	=	*interjection (คำอุทาน)*
n.	=	*noun (นาม)*
pp.	=	*past participle (กริยาช่องที่ 3)*
prep.	=	*preposition (บุพบท)*
pron.	=	*pronoun (สรรพนาม)*
S.	=	*Synonym (คำที่มีความหมายเหมือนกัน)*
v.	=	*verb (กริยา)*
vi.	=	*intransitive verb (อกรรมกริยา)*
vt.	=	*transitive verb (สกรรมกริยา)*

A

A

A, a (เอ) *n., pl.* **A's, a's** พยัญชนะและสระตัวแรกในภาษาอังกฤษ, รูปตัว A, ชั้นหนึ่ง, อันดับหนึ่ง, (โบราณ) สัญลักษณ์ธาตุ argon, กลุ่มเลือดชนิดหนึ่งของมนุษย์

a (เอ, อะ), **an** (แอน) *adj.* คนหนึ่ง, ตัวหนึ่ง, อันหนึ่ง, อย่างหนึ่ง, อันละ, ตัวละ **-a** ใช้นำหน้าคำที่ขึ้นต้นด้วยพยัญชนะ **-an** ใช้นำหน้าคำที่ออกเสียงสระ (-S. one, each) *-Ex. a book, An insect has six legs., many a-, such a-, so large a, a hundred, a dozen, a good many, once a day, six pence an hour*

aardvark (อาร์ด' วาร์ค) *n.* สัตว์เลี้ยงลูกด้วยนมขนาดใหญ่ชนิดหนึ่งที่หากินเวลากลางคืน กินมดและปลวกเป็นอาหาร มีลิ้นยาวมาก อุ้งเท้าแข็งแรงและหูยาว

aardwolf (อาร์ด' วูลฟ) *n., pl.* **-wolves** สัตว์เลี้ยงลูกด้วยนมในแอฟริกาคล้ายหมาป่า กินแมลงเป็นอาหาร

AB ชื่อกลุ่มเลือดของมนุษย์ในกรณีของการถ่ายเลือด

A.B., AB ย่อจาก Artium Baccalaureus (Bachelor of Arts) อักษรศาสตรบัณฑิต

aback (อะแบค') *adv.* ถอยหลัง, งงงวย, ตกตะลึง, (แล่นเรือ) ทวนลม **-taken aback** ประหลาดใจและยุ่งใจ (-S. backwards) *-Ex. I was taken aback by his vulgarity.*

abacus (แอบ' บะคิส, อะแบค' คิส) *n., pl.* **-cuses/-ci** ลูกคิด (-S. counting board)

abacus

abaft (อะแบฟทฺ', อะบาฟทฺ') *prep.* ข้างหลัง, ไปทางข้างหลัง, ไปทางท้าย, ไปทางท้ายเรือ *-adv.* ข้างหลัง (-S. astern, behind, -A. forward)

abandon (อะแบน' เดิน) *vt.* ละทิ้ง, ปล่อย, พลัดพรากจาก, ไม่เกรงครหา, ปล่อยตามอารมณ์ **-abandoned** *pp., adj.* **-abandonment** *n.* (-S. desert, unrestrain -A. adhere) *-Ex. Somchai abandoned himself to despair.*

abase (อะเบส') *vt.* **abased, abasing** น้อม, ทำให้ลดตำแหน่ง, ถ่อมตัวลง, ระงับ, อ่อน, เบา **-abasement** *n.* (-S.debase, disgrace -A. elevate, raise)

abash (อะแบช') *vt.* ทำให้อาย, ทำให้ขวยเขิน **-abashed** *adj.* **-abashedly** *adv.* **-abashment** *n.* (-S. shame, confuse) *-Ex. Somsri was abashed when her lie was discovered.*

abate (อะเบท') *vt., -vi.* **abated, abating** ลดน้อยลง, บรรเทา, เลิกล้ม, เลิก, ระงับ **-abater, abator** *n.* (-S. lessen, moderate) *-Ex. After the storm the wind abated., The price was abated.*

abatis, abattis (แอบ' บะทิส, อะแบท' ทิส) *n.* แนวต้นไม้ที่ถูกโค่นสำหรับเป็นแนวป้องกัน

abattoir (แอบ' บะทวา) *n.* โรงฆ่าสัตว์

abbacy (แอบ' บะซี) *n., pl.* **-cies** ตำแหน่ง สิทธิ หรืออำนาจของอธิการในวัดวาอาราม

abbé (แอเบ', แอบ' เบ) *n.* บาทหลวง, อธิการ, ตำแหน่งพระ

abbess (แอบ' บิส) *n.* บาทหลวงหญิง, หัวหน้าสำนักแม่ชี

abbey (แอบ' บี) *n., pl.* **-beys** วัด, โบสถ์ใหญ่, เจ้าวัด, สำนักสงฆ์, พระทั้งหมดของวัด *-Ex. Westminister Abbey*

abbot (แอบ' เบิท) *n.* อธิการวัด, เจ้าอาวาส (-S. monastery head)

abbreviate (อะบรี' วิเอท) *vt.* **-ated, -ating** ย่อ, เขียนย่อ **-abbreviator** *n.* (-S. curtail -A. expand) *-Ex. The word 'inch' is abbreviated 'in'.*

abbreviated (อะบรี' วิเอเทด) *adj.* สั้น, หายาก, ไม่พอเพียง (-S. shortened -A. enlarged, expanded)

abbreviation (อะบรี' วิเอชั่น) *n.* คำย่อ, การย่อ *-Ex. The accepted abbreviation for 'foot' is 'ft'.*

abdicate (แอบ' ดิเคท) *vt., vi.* **-cated, -cating** สละราชสมบัติ, ตำแหน่ง, อำนาจ **-abdicator** *n.* **-abdication** *n.* (-S. give up -A. retain) *-Ex. The King abdicated his throne.*

abdomen (แอบ' ดะเมิน, แอบโด' เมิน) *n.* ช่องท้อง, ส่วนท้อง (-S. stomach, belly)

abdominal (แอบดอม' มิเนิล) *adj.* ซึ่งเกี่ยวกับช่องท้อง *-Ex. an abdominal pain, an abdominal operation*

abducent (แอบดู' เซนทฺ) *adj.* ซึ่งดึงออก, ซึ่งลักพา

abduct (แอบดัคทฺ') *vt.* ลักพา, ล่อลวง, ดึงห่างออกจากแกน **-abduction** *n.* **-abductor** *n.* (-S. kidnap, carry off)

abeam (อะบีม') *adv.* ซึ่งเป็นมุมฉากกับแนวหน้าและหลัง, ตามขวางและข้างเรือ

abed (อะเบด') *adv.* บนเตียง

Aberdeen Angus พันธุ์วัวชนิดหนึ่งที่ไร้เขา

aberrant (อะเบอ' รันทฺ) *adj.* ซึ่งเบี่ยงเบนจากปกติ, ผิดปกติ **-aberrance, aberrancy** *n.* (-S. abnormal)

aberration (แอบเบอเร' ชั่น) *n.* การเบี่ยงเบนจากปกติ, ความผิดปกติ

abet (อะเบท') *vt.* **abetted, abetting** ให้กำลังใจ, สนับสนุน **-abetment** *n.* **-abettor** *n.* (-S. assist)

abeyance (อะเบ' เอินซฺ) *n.* การหยุด, การยั้ง, การระงับชั่วคราว, ความไม่แน่นอน **-abeyant** *adj.*

abhor (แอบฮอร์') *vt.* **-horred, -horring** เกลียดชัง, รังเกียจ, ชิงชัง **-abhorrer** *n.* (-S. loathe, hate) *-Ex. A gentleman abhors rudeness.*

abhorrence (แอบฮอ' เรินซฺ) *n.* ความเกลียดชัง, ความรังเกียจ (-S. aversion)

abhorrent (แอบฮอ' เรินทฺ) *adj.* ซึ่งรู้สึกเกลียดชัง, ซึ่งต่อต้านหรือไม่เห็นด้วยมาก, ซึ่งทำให้เกิดการเกลียดชัง, ไม่สอดคล้อง, ไม่ตรง, ตรงข้าม **-abhorrently** *adv.* (-S. horrible, detestable, hateful)

abide (อะไบดฺ') *vi., -vt.* **abode/abided, abiding** รักษาหรือปฏิบัติตาม, อาศัยอยู่, ทน, ยึดถือ, รอคอย, ยอมตาม **-abidance** *n.* **-abider** *n.* *-Ex. to always abides by the rules, He cannot abide being treated like a child., You may abide with us overnight.*

abiding (อะไบ' ดิง) *adj.* ตลอดไป, ยึดถือ, ไม่รู้จบ, ทน **-abidingly** *adv.* (-S. enduring) *-Ex. an abiding devotion*

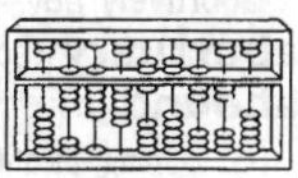

ability 2 **abrasion**

A

to her country, abiding confidence

ability (อะบิล' ลิที) *n., pl.* **-ties** ความสามารถ *-Ex. musical ability, ability to learn*

abiogenesis (อะไบโอเจน' นิซิส) *n.* ทฤษฎีการกำเนิดขึ้นเองจากสิ่งไม่มีชีวิต **-abiogenetic** *adj.* **-abiogenetically** *adv.*

abject (แอบ' เจคทฺ, แอบเจคทฺ') *adj.* น่าสังเวชใจ, น่าสงสาร, ต่ำช้า, เลวทราม **-abjectly** *adv.* **-abjectness** *n.* (-S. base, mean -A. noble)

abjure (แอบจัวร์') *vt.* **-jured, -juring** สละ, บอกเลิก, สาบานว่าจะตัดขาด, เลิก **-abjuration** *n.* (-S. deny, discard -A. maintain)

ablate (แอบ' เลท) *vt.* **-lated, -lating** ระเหยไป, ละลายหายไป, ขจัดออก **-ablation** *n.*

ablative (แอบ' เลทิฟว) *adj.* เกี่ยวกับคำนามในภาษาละติน *-n.* คำนามในภาษาละติน

ablaut (อาบ' เลาทฺ) *n.* รากศัพท์สระของบางคำ

ablaze (อะเบลซ') *adj.* ไหม้, กำลังไหม้, สว่าง, เจิดจ้า, ตื่นเต้น, กระหาย, ต้องการมาก, อยาก *-Ex. logs ablaze in the fireplace, a house ablaze with lights, a face ablaze with anger*

able (เอ' เบิล) *adj.* **abler, ablest** สามารถ, เก่ง, หลักแหลม, มีคุณสมบัติ, ตามกฎเกณฑ์, สมบูรณ์ *-Ex. able to take care of, an able man, The King is able to declare war., an able speech, be able to..., able-bodied, able-minded*

-able คำปัจจัย มีความหมายว่า ได้, สามารถ.....ได้

able-bodied แข็งแรง, มีสุขภาพดี

ableism (เอ' บลิอิซึม) *n.* การแบ่งแยกทางด้านร่างกายระหว่างคนพิการกับคนปกติ ทำให้เกิดการกีดกันในเรื่องความสามารถ

abloom (อะบลูม') *adj.* บาน

ablution (แอบลู' ชัน) *n.* การชำระล้าง, การลงสรง **-ablutionary** *adj.* (-S. bathing, bath, washing)

ably (เอ' บลี) *adv.* อย่างสามารถ (-S. competently)

ABM ย่อจาก anti-ballistic missile ขีปนาวุธต่อต้านขีปนาวุธ

abnegate (แอบ' นิเกท) *vt.* **-gated, gating** ละทิ้ง, ทอดทิ้ง, ขว้าง, เลิกล้ม, บังคับ, ควบคุม **-abnegator** *n.* **-abnegation** *n.*

abnormal (แอบนอร์' เมิล) *adj.* ผิดปกติ **-abnormally** *adv.* **-abnormality** *n.* (-S. unusual -A. normal) *-Ex. It is abnormal to have the heart on the right side.*

aboard (อะบอร์ด') *adv., prep.* บนเรือ, บนเครื่องบิน, บนรถ, ไปทางข้าง

abode[1] (อะโบด') *n.* ที่พักอาศัย *-Ex. a pleasant abode*

abode[2] (อะโบด') *vi., vt.* กริยาช่อง 2 และ 3 ของ abide *-Ex. Three days and four nights Somchai abode there.*

abolish (อะบอล' ลิช) *vt.* เลิกล้ม, ลบล้าง, ยกเลิก, ทำลาย **-abolishment** *n.* (-S. destroy, eradicate) *Ex. How can we abolish war?*

abolition (แอบะลิช' ชัน) *n.* การเลิกล้ม **-abolitionary** *adj.* **-abolitionism** *n.* (-A. establishment) *-Ex. the abolition of slavery*

A-bomb (เอ' บอม) *n.* ลูกระเบิดปรมาณู

abominable (อะบอม' มินะเบิล) *adj.* น่ารังเกียจมาก, น่ารำคาญ, เลวมาก **-abominably** *adv.* (-S. odious, loathsome, de testable) *-Ex. the abominable cruelties of Nero, an abominable food*

abominate (อะบอม' มิเนท) *vt.* **-nated, -nating** เกลียดชัง, ไม่ชอบ **-abomination** *n.* **-abominator** *n.* (-A. love, like)

aboriginal (แอบบอริจ' จิเนิล) *adj.* ดั้งเดิม, ซึ่งเกี่ยวกับคนถิ่นเดิมหรือคนป่า *-n.* พืชหรือสัตว์พื้นเมือง, คนพื้นเมือง (-S. native)

aborigines (แอบบอริจ' จิเนส) *n. pl.* พืชหรือสัตว์พื้นเมือง, คนพื้นเมืองในออสเตรเลีย

abort (อะบอร์ท') *vi., vt.* แท้ง, คลอดก่อนกำหนด, ล้มเหลว, เจริญไม่สมบูรณ์, ต้านการแพร่พันธุ์ของโรค (-S. miscarry, go wrong)

aborticide (อะบอร์' ทิไซด) *n.* การทำแท้ง, สารที่ทำให้เกิดการแท้ง (-S. feticide)

abortifacient (อะบอร์ทิเฟ' ชันทฺ) *adj.* ที่ทำให้ล้มเหลว

abortion (อะบอร์' ชัน) *n.* การทำแท้ง, การคลอดก่อนกำหนด (-S. miscarriage)

abortionist (อะบอร์' ชันนิสทฺ) ผู้ทำแท้งอย่างผิดกฎหมาย

abortive (อะบอร์' ทิฟว) *adj.* ไร้ผล, ไม่สำเร็จ, แท้ง, ที่คลอดก่อนกำหนด, ซึ่งทำให้แท้ง, ซึ่งมีอาการไม่รุนแรง **-abortively** *adv.*

abortuary (อะบอร์' ชุอะรี) *n.* คลินิกรับทำแท้ง

abound (อะเบานฺดฺ') *vt.* อุดมสมบูรณ์, ดาษดื่น, มีมาก (-S. teeming, plentiful -A. lack) *-Ex. In these lakes fish abound.*

about (อะเบาทฺ') *adv., adj., prep.* อ้อม, เวียน รอบ, ราว, ประมาณ, ติดตัว, ข้างตัว, ในที่ต่างๆ, เกี่ยวกับ, แพร่หลาย, ทั่ว, ใกล้, ในราว, หันกลับ, หมุนกลับ, หมุนเวียน, เคลื่อนไหว (-S. regarding, concerning, around) *-Ex. lie about, Is the manager anywhere about? move things about, knock about, bring about, come about, about right*

above (อะบัฟว') *adj., adv., prep.* เหนือ, เบื้องต้น, เกิน, พ้น, กว่า (-S. overhead, aloft) *-Ex. in heaven above, the above facts, above the trees, Chainart is above Bangkok on the river., His voice could be heard above the noise., above my station, above dishonesty, above 500, above all*

aboveboard (อะบัฟว' บอร์ด) *adv., adj.* เปิดเผย, ตรงไปตรงมา

abracadabra (แอบราคะแดบ' บระ) *n.* คาถา, การพูดที่ไร้ความหมาย

abrade (อะเบรด') *vt.* **abraded, abrading** ขัด, ถู, ซะ, ครูด **-abrader** *n.*

Abraham (เอ' บราแฮม,-ฮัม) *n.* ผู้ก่อตั้งยิวโบราณเป็นบิดาของ Isaac

abrasion (อะเบร' ชัน) *n.* บริเวณถลอก, รอยถลอก,

abrasive 3 absurd

A

รอยขัด, รอยสึก, การถลอก

abrasive (อะเบร' ซิฟว) *n.* สารหรือสิ่งที่ใช้ขัดหรือถูหรือกัดกร่อน *-adj.* ซึ่งกัดกร่อน

abreast (อะเบรสท') *adj., adv.* เคียงข้าง, พร้อมกัน, เป็นแนวเดียวกัน, เสมอกัน, ทัน

abridge (อะบริดจ') *vt.* **abridged, abridging** ย่อ, ตัดทอน, ทำให้สั้น, ตัดสิทธิ์ **-abridgment, abridgement** *n.* (-S. abbreviate, diminish, shorten -A. expand) *-Ex. to abridge a long book for journal publication, to abridge the translation*

abroad (อะบรอด') *adj., adv.* ข้างนอก, ต่างประเทศ, แพร่หลาย, ไปทั่ว, พิศวง, ไม่หนักแน่น, ไม่ตรงประเด็น (-S. circulating, outdoors, overseas) *-Ex. to go abroad, to travel abroad, spread the good news abroad, to be abroad soon*

abrogate (แอบ' ระเกท) *vt.* **-gated, -gating** ยกเลิก, เพิกถอน **-abrogation** *n.* **-abrogator** *n.*

abrupt (อะบรัพท') *adj.* ทันใด, ทันที, ปัจจุบันทันด่วน, ฉุกเฉิน, คับขัน, ฉับพลัน, หยาบ, หยาบคาย, ไม่ติดต่อกัน, ขาดตอนกัน **-abruptly** *adv.* **-abruptness** *n.* (-S. sudden, hasty -A. expected, smooth) *-Ex. an abrupt run, an abrupt stop, an abrupt incline, an abrupt manner, abrupt turns, abrupt departure, abrupt slope*

ABS ย่อจาก anti-lock braking system ระบบเบรกที่มีการป้องกันการล็อกล้อเวลาเกิดเหยียบเบรกอย่างแรง หรือเรียกว่า safty brake

abscess (แอบ' เซส) *n.* ฝีหนอง **-abscessed** *adj. -Ex. an abscess on a tooth*

abscission (แอบซิส' ชั่น) *n.* การตัดออก, การหยุดทันที

abscond (แอบสคอนด') *vi.* หลบหนี **-absconder** *n.*

absence (แอบ' เซินซฺ) *n.* การไม่อยู่, ระยะเวลาที่ไม่อยู่, การไม่ปรากฏตัว, การไม่มีตัวตน, การขาด, การขาดแคลน (-S. inexistence, nonexistence -A. presence, adequacy) *-Ex. absence of self-respect, total absence of hair, No one noticed his absence.*

absent (แอบ' เซินท) *adj.* ไม่อยู่, ขาด, ลาหยุด, ไม่ได้มาร่วมด้วย, ไม่สนใจ, ใจลอย, ขาดแคลน *-vt.* ทำให้ขาด **-absently** *adv.* (-S. missing -A. present) *-Ex. absent from the meeting*

absentee (แอบ' เซนที) *n.* ผู้ที่ไม่มา, ผู้ละเว้นหน้าที่, ผู้สละทรัพย์สมบัติ *-Ex. an absentee voter, an absentee from work*

absent-minded (แอบ' เซนไม' เดด) *adj.* สติลอย, ใจลอย **-absent-mindedness** *n.*

absinthe, absinth (แอบ' ซินธ) ต้นไม้สีเขียวชนิดหนึ่งที่มีรสขม, เหล้าที่ใส่กลิ่นไม้นี้

absolute (แอบ' โซลูท) *adj.* สมบูรณ์, เด็ดขาด, เผด็จการ, อย่างแท้จริง, ล้วน, สุทธิ,จริง (-A. partial, incomplete) *-Ex. the absolute truth, Very few rulers nowadays have absolute command., absolutely nothing*

absolutely (แอบ' โซลูทลี) *adv.* ทั้งหมด, โดยสมบูรณ์, ล้วน, โดยเด็ดขาด

absolution (แอบโซลู' ชั่น) *n.* การอภัยโทษ, การยกเว้น, การชำระบาป, การให้อภัยบาป (-S. remission)

absolutism (แอบ' โซลูทิส' ซึม) *n.* ลัทธิเบ็ดเสร็จหรือเผด็จการ **-absolutist** *n., adj.* **-absolutistic** *adj.*

absolve (แอบ' ซอลฟว', -ซอลฟว') *vt.* **-solved, -solving** ปลดเปลื้อง, ล้างบาป, อภัยโทษ, ยกโทษ, หลุดออกจาก **-absolvent** *adj.* **-absolver** *n. -Ex. The jury absolved her of all the charges., absolve him from sin, absolve her from an obligation*

absorb (แอบซอร์บ', -ซอร์บ') *vt.* ดูด, รับเอา, ซึม **-absorbability** *n.* **-absorbable** *adj.* **-absorber** *n.* (-S. swallow, drown -A. eliminate, repel)

absorbed (แอบซอร์บดฺ', -ซอร์บดฺ') *adj.* ที่หมกมุ่น, ที่ตั้งอกตั้งใจ

absorbent (แอบซอร์' เบินท, -ซอร์' เบินท) *adj.* ซึ่งสามารถดูดซึม *-n.* ตัวดูดซึม (-S. absorbency) *-Ex. an absorbent cotton, Cotton is an absorbent.*

absorbing (แอบซอร์' บิง) *adj.* ดึงดูดความสนใจทั้งหมด, น่าสนใจมาก **-absorbingly** *adv. -Ex. to tell an absorbing story*

absorption (แอบซอร์พ' ชั่น) *n.* การดูดซึม, การรับ, การหมกมุ่น **-absorptive** *adj.* (-S. assimilation) *-Ex. the absorption of ink by a cotton, His absorption in his thoughts was such that Somchai didn't hear me.*

abstain (แอบสเทน') ละเว้น, ไม่ลงคะแนนเสียง, ไม่ฟุ่มเฟือยในการกินและดื่ม, อดเหล้า, สละสิทธิ์ **-abstainer** *n.* (-S. forbear, desist) *-Ex. abstain from alcohol, abstain from voting*

abstemious (แอบสที' เมียส) *adj.* ตามอัตภาพ, พอประมาณ (อาหารการกิน) (-S. moderate, temperate, abstinent, continent, sparing -A. sensual, greedy)

abstention (แอบสเทน' ชั่น) *n.* การงด, การละเว้น, การสละสิทธิ์ **-abstentious** *adj.*

abstinence (แอบ' สทิเนินซฺ) *n.* ความพอประมาณ, ความพอเหมาะ, การบังคับใจตัวเอง *-adj.* พอประมาณ, พอเหมาะ, ซึ่งบังคับใจตัวเอง (-S. sobriety, moderation -A. indulgence)

abstract (แอบ' สแทรคท, แอบสแทรคท') *n.* นามธรรม, รายการย่อ *-vt.* ถอน, ถอด, ควัก, สรุป *-adj.* ไม่มีตัวตน, ลอย, เฉย **-abstracter** *n.* **-abstractly** *adv.* **-abstractness** *n.* (-S. profound -A. specific) *-Ex. The word "charm" is an abstract word., make an abstract of, abstract metal from ore, abstract a textbook*

abstracted (แอบสแทรค' เทด) *adj.* ใจลอย **-abstractedly** *adv.* **-abstractedness** *n.* (-S. preoccupied)

abstraction (แอบสแทรค' ชั่น) *n.* นามธรรม (รูป, ผล, ปฏิกิริยา, มโนคติ), การเอาหรือแยกออก, ภาวะใจลอย **-abstractionist** *n.*

abstruse (แอบสทรูส') *adj.* ยากที่จะเข้าใจ, เร้นลับ, ซ่อนเร้น **-abstrusely** *adv.* **-abstrusity** *n.* **-abstruseness** *n.* (-S. obscure, complicated)

absurd (แอบเซิร์ด') *adj.* เหลวไหล, น่าหัวเราะ, โง่เขลา, ไร้สาระ **-absurdness** *n.* **-absurdly** *adv. -Ex. It is absurd to expect so small a child to read well.,*

absurdity 4 **accession**

A

Sawai said a number of absurdities.

absurdity (แอบเซิร์ด' ดิที) *n.* ความโง่, ความเขลา, ความเหลวไหล

abundance (อะบัน' เดินซฺ) *n.* ความอุดมสมบูรณ์, ภาวะล้นเหลือ (-S. plenty, ampleness -A. scarcity) *-Ex. an abundance of food*

abundant (อะบัน' เดินทฺ) *adj.* อุดมสมบูรณ์, ล้นเหลือ *-Ex. The hunters found abundant game in the forest.*

abuse (อะบิวซ') *vt.* **abused, abusing** ใช้ในทางผิด, ใช้มากเกินไป, ใช้เป็นโทษ, หลอกลวง, ข่มขืนกระทำชำเรา, กล่าวร้าย *-n.* การใช้ในทางที่ผิด **-abusive** *adj.* **-abusable** *adj.* **-abuser** *n.* *-Ex. to abuse the privilege of a morning break, Do not abuse your dog., I heard the angry man abuse the boy., abuse one's authority*

abut (อะบัท') *vt., vi.* **abutted, abutting** จด, ชิด, ติดกัน, ยัน, ค้ำ

abutilon (อะบู' ทิลอน) *n.* ปอเขียว

abutment (อะบัท' เมินทฺ) *n.* ที่ค้ำ, แรงค้ำ, ส่วนที่จดกัน

abyss (อะบิส') *n.* ห้วงเหว, ปลัก, นรก, อเวจี, ความลึกซึ้ง, ทะเลลึก *-adj.* ลึกไม่มีที่สิ้นสุด **-abyssal** *adj.*

AC, ac ย่อจาก alternating current ไฟฟ้ากระแสสลับ

A.C. ย่อจาก ante Christum ก่อนคริสต์ศักราช (-S. before Christ)

A/C, a/c ย่อจาก account current บัญชีกระแสรายวัน, การฝากเงินกระแสรายวัน

acacia (อะเค' เซีย) *n.* พืชจำพวกยางอาหรับ, ต้นยางอาหรับ

acacia

academic (แอค' คะเดม' มิค) *adj.* เกี่ยวกับสถาบันการศึกษา, เกี่ยวกับวิชาการ, เป็นทฤษฎี, เป็นปราชญ์ *-n.* นักวิชาการ, นักศึกษา, บุคคล *-Ex. an academic degree, academic studies, Whether to have a monarchy or a democracy in that country is now a purely academic subject.*

academical (แอคคะเด็ม' มิเคิล) ดู academic

academician (อะแคดดิมิช' เชียน) *n.* สมาชิกสถาบันการศึกษาหรือวิชาการ, วิทยากร

academy (อะแคด' ดิมี) *n., pl.* **-mies** โรงเรียน, สำนัก, สภา, สถาบันการศึกษา, กลุ่มผู้ทรงคุณวุฒิ, วิทยาสถาน **-the Academy** สำนักปัญญา ปรัชญาของ Plato (-S. school) *-Ex. a military academy*

acanthus (อะแคน' ธัส) *n., pl.* **-thuses/-thi** ชื่อพืชใบเป็นหนามชนิดหนึ่ง

accede (แอคซีด') *vi.* **-ceded, -ceding** เห็นด้วย, รับคำ, ยอมตาม, เสด็จขึ้นเสวยราชสมบัติ, ยินยอม, กำลังจะมาถึง, กำลังครอบงำ, เข้าร่วม **-acceder** *n.*, **-accedence** *n.* (-S. consent -A. disagree)

accelerando (แอคเซล' เลอแรนโด) *adv., adj.* เกี่ยวกับการชี้แนะให้เร่งจังหวะดนตรีให้เร็วขึ้น

accelerant (แอคเซล' เลอเรินทฺ) *n.* ตัวเร่ง *-adj.* เร่ง

accelerate (แอคเซล' เลอเรท) *vt., vi.* **-ated, -ating** เร่ง, ก่อให้เกิด, เร่งให้เกิดขึ้น, เพิ่มขึ้น (-S. hasten, urge, expedite -A. delay, clog) *-Ex. accelerated motion, to accelerate the engine by stepping on the pedal, The autocrat's harsh measures accelerated his failure.*

acceleration (แอคเซลเลอเร' ชัน) *n.* การเร่ง, การเพิ่มความเร็ว *-Ex. an acceleration in the pulse rate of a runner*

accelerator (แอคเซลเลอเร' เทอะ) *n.* ตัวเร่ง, ตัวเพิ่มความเร็ว *-Ex. to step on the accelerator*

accent (แอค' เซินทฺ) *n.* เสียงหนัก, เสียงเน้น, เครื่องหมายเสียงหนัก, การเน้นเสียงหนักตรงพยางค์หนึ่งพยางค์ใด, สำเนียงเปล่ง, ลักษณะจำพวก, ความเน้นหนัก *-vt.* อ่านซ้ำ, ทำให้เด่น (-S. stress, emphasis -A. smoothness, monotony) *-Ex. We accent a syllable of a word., We accent a certain part of a picture., with a Thai accent*

accent mark เครื่องหมายเน้น

accentuate (แอคเซน' ชูเอท) *vt.* **-ated, -ating** อ่านเน้น, ทำให้เด่น, อ่านซ้ำ, ใส่เครื่องหมายเสียงเน้นหนัก, เน้น, ย้ำ **-accentuation** *n.* (-S. emphasize)

accept (แอคเซพทฺ') *vt., vi.* รับ, ยอมรับ, ตกลง, สนอง, เห็นด้วย **-accepter** *n.* (-S. agree, receive, take -A. refuse, ignore) *-Ex. to accept criticism, to accept a statement, to accept a gift, to accept an invitation, to accept a proposal, The jury accepted his story., The students immediately accepted their new classmate.*

acceptable (แอคเซพ' ทะเบิล) *adj.* ซึ่งยอมรับได้, เห็นด้วย, ถูกใจ, ยินดีต้อนรับ **-acceptableness, acceptability** *n.* **-acceptably** *adv.* (-S. admissible, grateful, pleasant -A. unwelcome) *-Ex. The plan was acceptable to everyone., quite acceptable manner*

acceptance (แอคเซพ' เทินซฺ) *n.* การยอมรับ, การรับ, การตรวจรับ, การตกลงด้วย *-Ex. the acceptance of responsibilities, the acceptance of a gift, The invention found extensive acceptance.*

acceptant (แอคเซพ' เทินทฺ) *adj.* เต็มใจรับ, ซึ่งยอมรับ

acceptation (แอคเซพเท' ชัน) *n.* การเห็นด้วย, ความเชื่อ, ความหมายที่ยอมรับกันของศัพท์หรือวลีหรืออื่นๆ

accepted (แอคเซพ' ทิด) *adj.* ซึ่งยอมรับกันโดยทั่วไป

acceptee (แอคเซพ' ที) *n.* ผู้ที่ได้รับการยอมรับ

acceptor (แอคเซพ' เทอะ) *n.* ผู้ยอมรับใบเสร็จ (เพื่อจ่ายเมื่อถึงกำหนด)

access (แอค' เซส) *n.* ทางเข้า, การเข้าไปได้, วิธีเข้า *-Ex. Somchai had access to the records., The avalanche cut off the access to the mountain village.*

accessary (แอคเซส' ซารี) *n., pl.* **-ries** การสมคบ, ผู้สมคบ, ผู้ร่วมมือ, สิ่งประกอบ, *adj.* ซึ่งสมคบ, ซึ่งประกอบด้วย (-S. accessory)

accessible (แอคเซส' ซิเบิล) *adj.* เข้าไปได้ง่าย, เข้าหาได้ง่าย, ใช้ง่าย, ได้ง่าย **-accessibly** *adv.* **-accessibility** *n.* (-S. obtainable) *-Ex. Only the books on the upper shelves are accessible.*

accession (แอคเซส' ชัน) *n.* การเข้าครอบครอง, การเพิ่มขึ้น, สิ่งที่เพิ่มหรือใส่เข้า, การเพิ่มขึ้นของทรัพย์สิน

accessory 5 **account**

A

-accessional *adj.* (-S. succession)
accessory (แอคเซส' โซรี) *n., pl.* **-ries** ผู้สมรู้ร่วมคิด, ส่วนประกอบ, อุปกรณ์, ของเพิ่มเติม, ของประกอบ *-adj.* ผนวก, สังกัด, สมคบ, ร่วมมือ **-accessoriness** *n.* (-S. supplement, assistant, additive -A. inherent, rival) *-Ex. to buy automobile accessories, gloves, handbags, and other accessories, an accessory item*
accidence (แอค' ซิเดินซฺ) *n.* อักขรวิธี, การศึกษาเกี่ยวกับการเปลี่ยนแปลงของรูปคำ (-S. rudiment)
accident (แอค' ซิเดินทฺ) *n.* บังเอิญ, อุบัติเหตุ, ส่วนประกอบ, พื้นที่ไม่เรียบ *-Ex. accident on the railway, It was a mere accident that we met., by accident*
accidental (แอคซิเดน' เทิล) *adj.* บังเอิญ *-n.* ส่วนประกอบ, ส่วนที่ไม่เรียบ, เครื่องหมาย (ดนตรี) ชั่วคราว **-accidentally** *adv. -Ex. an accidental of wealth*
acclaim (อะเคลม') *vt.* เปล่งเสียงด้วยความยินดี, โห่ร้องต้อนรับ, สนับสนุนด้วยการโห่ร้อง *-n.* เสียงไชโยโห่ร้อง **-acclaimer** *n.* (-S. praise, welcome) *-Ex. All the newspapers acclaimed the soldiers for their bravery., They greeted the winner with loud acclaim.*
acclamation (แอคคละเม' ชั่น) *n.* การเปล่งเสียงด้วยความยินดีหรือสนับสนุน **-acclamatory** *adj. -Ex. elected by acclamation*
acclimate (อะไคล' เมท) *vt., vi.* **-mated, -mating** ปรับตัว, ปรับตัวให้ชินกับอากาศ **-acclimation** *n.*
acclimatise, acclimatize (อะไคล' มะไทซ) *vt., vi.* **-tised, -tising/ -tized, -tizing** ปรับตัวให้ชินกับอากาศ, ปรับตัว **-acclimatisation, acclimatization** *n.* (-S. adjust, adapt, acclimate)
acclivity (อะคลิฟ' วิ ที) *n., pl.* **-ties** ที่ชันขึ้น, ทางชัน
accolade (แอค' โคเลด) *n.* รางวัล, การใช้ดาบแตะที่ไหล่เพื่อมอบตำแหน่งอัศวิน
accommodate (อะคอม' โมเดท) *vt.* **-dated, -dating** ทำให้เหมาะ, จัดที่ให้อยู่, ทำให้เคย, ปรองดอง, จัดให้, ไกล่เกลี่ย, ให้ยืมเงิน **-accommodative** *adj.* **-accommodator** *n.* (-S. adapt, contain) *-Ex. The hotel room will accommodate six guests., Sawai will accommodate me with the use of his car., The pupil of the eye accommodates itself to light., Udom accommodated himself to his circumstances.*
accommodating (อะคอม' โมเดททิง) *adj.* โอนอ่อนผ่อนตาม, ซึ่งยินดีช่วย, ใจดี (-S. kind, polite, considerate -A. uncooperative, selfish) *-Ex. An accommodating host sees to the needs of his quests.*
accommodation (อะคอมโมเด' ชั่น) *n.* การปรับตัว, การต้อนรับ, การปรองดอง, สิ่งที่อำนวยความต้องการหรือความสะดวก (-S. adaptation, convenience, help -A. rigidity, hindrance) *-Ex. The hotel has a cafeteria for the accommodation of its guests., the accommodation of the eye to light, the accommodation of one's plans to those of another, That $1,000 loan was in accommodation., They finally found accommodations at a hotel.*
accompaniment (อะคอม' พะนิเมินทฺ) *n.* สิ่งเสริม, สิ่งที่ตามมา, สิ่งประกอบ
accompanist (อะคัม' พะนิสทฺ) *n.* ผู้ร้องร่วม, ผู้ร้องตาม (-S. accompanyist)
accompany (อะคัม' พะนี) *v.* **-nied, -nying** *vt.* มากับ, ไปกับ, ติดตาม, เป็นเพื่อน, ประกอบ, คลอเสียง *-vi.* เล่นดนตรีคลอเสียง (-S. go along with) *-Ex. Mother will accompany us to the concert., Wind accompanied the snow.*
accompanyist (อะคัม' พะนิอิสทฺ) *n.* ดู accompanist
accomplice (อะคลอม' พลิซฺ) *n.* ผู้สมคบ (-S. helper, accessory, co-conspirator)
accomplish (อะคอม' พลิช) *vt.* ทำสำเร็จ, บรรลุผล **-accomplishable** *adj.* (-S. execute, perfect -A. fail, spoil) *-Ex. to accomplish a task*
accomplished (อะคอม' พลิชทฺ) *adj.* สมบูรณ์, ซึ่งบรรลุผล (-S. proficient, skilled, gifted -A. amateurish, unskilled) *-Ex. an accomplished task, Sawai is an accomplished musician.*
accomplishment (อะคอม' พลิช' เมินทฺ) *n.* การทำให้สำเร็จ, ความเชี่ยวชาญ, ความสำเร็จ, สิ่งที่บรรลุผล *-Ex. the accomplishment of a target, Singing and dancing were among the many accomplishments of the actress., Building a model craft is an accomplishment for a young boy.*
accord (อะคอร์ด') *vt., vi.* สอดคล้อง, ยอมตกลง *-n.* ความสอดคล้อง, ข้อตกลง, เสียงดนตรีที่ประสานกัน (-S. agree, consent -A. discord) *-Ex. We accord praise to those who deserve it., Her account of the matter is not in accord with the facts., The costumes in the play were in accord with the setting.*
accordance (อะคอร์' เดินซฺ) *n.* ความตกลง, ความสอดคล้อง, การทำให้สอดคล้อง (-S. accord) *-Ex. carried out in accordance of instruction*
accordant (อะคอร์' เดินทฺ) *adj.* ซึ่งสอดคล้อง, ซึ่งตกลง (-S. agreeing, conformable)
according (อะคอร์' ดิง) *adj.* ซึ่งเห็นด้วย, ขึ้นอยู่กับ *-Ex. Somchai is an excellent mechanic, according to his teacher.*
accordingly (อะคอร์' ดิงลี) *adv.* ตาม, สอดคล้อง, ดังนั้น (-S. consequently) *-Ex. Sawai is a thief and ought to be treated accordingly., Dum gave us his reasons and we acted accordingly.*
accordion (อะคอร์' เดียน) *n.* หีบเพลง *-adj.* ซึ่งมีรอยพับคล้ายหีบเพลง **-accordionist** *n.*

accordion

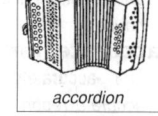

accost (อะคอสทฺ', อะโคสทฺ') *vt.* เผชิญหน้าอย่างกล้าหาญ, เข้าไปทัก, ชักชวนลูกค้า, ต้อนรับ
accouchement (อะคูชเมินทฺ, -มาน') *n.* ระยะเก็บตัวในวัยเด็ก, การคลอด
account (อะเคานทฺ') *n.* บัญชี, หนี้, รายงาน, สาเหตุ,

A

คำอธิบาย, เรื่องราว, ลูกค้า *-vt.* พิจารณา, ถือเหตุ *-vi.* ทำบัญชี, ชี้แจงรายการ, อธิบาย, จับ, สังหาร, ทำให้เกิด, นับ, ถือสา (-S. description, narrative, consider, regard, rate) *-Ex. Daeng gave us his account of the accident., the accounts of a business, bank account, charge account, Einstein is often accounted the greatest of modern science., The students who kept on misbehaving were finally called to account by the principal., What Somsuk says is of no account., You must account for every baht spent., How do you account our laziness?, A dry spell accounted for the poor crops.*

accountable (อะเคา' ทะเบิล) *adj.* ซึ่งต้องรายงานหรืออธิบาย, ซึ่งรับผิดชอบ, สามารถอธิบายได้ **-accountableness, accountability** *n.* **-accountably** *adv.*

accountancy (อะเคา' เทินซี) *n.* การทำบัญชี, ศิลปะการทำบัญชี

accountant (อะเคา' เทินทฺ) *n.* นักบัญชี, สมุห์บัญชี

accounting (อะเคา' ทิง) *n.* ทฤษฎีระบบการทำบัญชี, วิชาการทำบัญชี

accouter, accoutre (อะคู' เทอะ) *vt.* **-tered, -tering/-tred, -tring** สวมหรือแต่งเครื่องแบบ โดยเฉพาะเครื่องแบบทหาร

accouterment, accoutrement (อะคู' เทอเมนทฺ) *n.* อุปกรณ์, เครื่องมือ, สัมภาระของทหาร (ไม่รวมเสื้อผ้าและอาวุธ)

accredit (อะเครด' ดิท) *vt.* เพิ่มบัญชี, เชื่อถือ, อนุญาต, แต่งตั้ง, ถือว่า, รับรอง, รับรองวิทยฐานะ **-accreditation** *n.*

accrete (อะครีท') *vt., vi.* **-creted, -creting** เกิดร่วมกัน, เพิ่มทวี, เพิ่ม, พอก, งอกร่วมกัน **-accretion** *n.*

accrual (อะครู' เอิล) *n.* กระบวนการเพิ่มหรืองอก, สิ่งที่เพิ่ม

accrue (อะครู') *vi.* **-crued, -cruing** เพิ่ม, บังเกิดมากขึ้น, พอก

accumulate (อะคิว' มิวเลท) *vt., vi.* **-lated, -lating** สะสม, เพิ่มพูน, กอง **-accumulator** *n.* **-accumulative** *adj.* *-Ex. Boys accumulate many stones in their pockets., Dust accumulated in every corner., The interest on Sawai' s investment steadily accumulated.*

accumulation (อะคิว' มิวเลท' ชั่น) *n.* สิ่งสะสม, สิ่งที่เพิ่มพูน

accuracy (แอค' คิวราซี) *n.* ความแม่นยำ, ความถูกต้อง, ความเที่ยง, ความแน่นอน *-Ex. the steady accumulation of interest, an accumulation of odds and ends in the house*

accurate (แอค' คิวเรท) *adj.* แม่นยำ, แน่นอน, ถูกต้อง **-accurately** *adv.* **-accurateness** *n.* *-Ex. an accurate report*

accursed (อะเคอร์ซฺทฺ') *adj.* ถูกสาปแช่ง, เคราะห์ร้าย, น่าชิงชัง, อัปรีย์ **-accursedly** *adv.* **-accursedness** *n.* (-S. cursed, doomed, condemned)

accusation (แอคคิวเซ' ชั่น) *n.* การกล่าวหา, คำประณาม, การตำหนิ, การกล่าวโทษ, การใส่ความ (-S. allegation) *-Ex. Father denied the accusation that Somchai was a thief.*

accusative (อะคู' ซะทิฟว) *adj.* ซึ่งกล่าวหา *-n.* การกล่าวหา **-accusatively** *adv.*

accusatorial (อะคูซะทอ' เรียล) *adj.* เกี่ยวกับผู้กล่าวหา

accusatory (อะคิว' ซะโทรี) *adj.* ซึ่งกล่าวหา, ซึ่งฟ้องร้อง

accuse (อะคิวซ') *vt.* **-cused, -cusing** กล่าวหา, ต่อว่า, ใส่ความ

accused (อะคิวซฺดฺ') *adj.* ซึ่งถูกกล่าวหาหรือฟ้องร้อง **-the accused** ผู้ถูกกล่าวหาหรือฟ้องร้อง

accustom (อะคัส' เทิม) *vt.* ทำให้ชินหรือคุ้นเคย *-Ex. accustom our eyes to*

accustomed (อะคัส' เทิมดฺ) *adj.* ชิน, คุ้นเคย *-Ex. People prefer to keep to their accustomed ways., We are accustomed three meals a day.*

AC/DC ย่อจาก alternating current/direct current ไฟฟ้ากระแสสลับหรือกระแสตรง, (คำสแลง) ซึ่งมีลักษณะเป็นสองเพศ (-S. ac/dc)

ace (เอส) *n.* หนึ่งแต้ม, แต้มเดี่ยว, ตัวเอ้, ตัวยง, การเสิร์ฟลูกได้คะแนน *-adj.* เอก, ชั้นหนึ่ง (-S. first-rate, star, top, winner, head)

acerbate (แอส' เซอเบท) *vt.* **-bate, -bating** ทำให้ขม, ทำให้เปรี้ยว, ทำให้รุนแรง, รบกวน

acerbity (อะเซอ' บิที) *n., pl.* **-ties** รสเปรี้ยวและฝาด, ความรุนแรง

acetic (อะซี' ทิค, อะเซทฺ' ทิค) *adj.* ซึ่งเกี่ยวกับน้ำส้มสายชู **-acetic acid** กรดน้ำส้ม

aceto- คำอุปสรรคเพื่อแสดงว่าในสารนั้นมี acetic acid หรือ acetyl group ผสมอยู่

acetone (แอส' ซิโทน) *n.* ของเหลวระเหยและติดไฟชนิดหนึ่ง ใช้ในการทำสีและน้ำยาชักเงา

acetylene (อะเซทฺ' ทะลีน) *n.* ก๊าซไฮโดรคาร์บอนไร้สีชนิดหนึ่ง ใช้เป็นเชื้อเพลิง

ache (เอค) *n.* ความปวด *-vi.* **ached, aching** รู้สึกปวด, สงสาร, เวทนา, อยาก **-achingly** *adv.* *Ex. My arms ache., an aching tooth, aches and pains, toothache, headache*

achieve (อะชีฟว') *vt., vi.* **achieved, achieving** บรรลุผล, ได้รับ (-S. accomplish, do, gain -A. fail, miscarry) *-Ex. to achieve success*

achievement (อะชีฟว' เมินทฺ) *n.* การบรรลุผล, ความสำเร็จ, ความสัมฤทธิ์, ผลสัมฤทธิ์, สัมฤทธิ์ภาพ (-S. accomplishment, performance, feat -A. failure, miscarriage) *-Ex. The Sirikit Dam is an engineering achievement., The achievement of skill takes practice.*

Achilles (อะคิล' ลีซ) *n.* ชื่อเทพเจ้าของกรีกที่อยู่ยงคงกระพัน แต่มีจุดอ่อนที่ส้นเท้า

Achilles' heel จุดอ่อน, จุดเป็นจุดตาย

achromatic (แอคโครแม็ท' ทิค) *adj.* ซึ่งไม่แยกสี,

ซึ่งไม่ถอดสี **-achromatism** *n.*

acid (แอส' ซิด) *adj.* เปรี้ยว, รุนแรง, ฉุนเฉียว *-n.* กรด, สิ่งที่เปรี้ยว **-acidly** *adv.* **-acidness** *n. -Ex. the acid taste of green oranges, Somsri made acid remakes about the nonprofessional production.*

acid rain ฝนกรด เป็นฝนที่ประกอบด้วยมลพิษทางเคมีที่มาจากการเผาผลาญพลังงานจากโรงงานอุตสาหกรรม ท่อไอเสียรถยนต์ การเผาไร่หรือป่า

acidic (อะซิด' ดิค) *adj.* เปรี้ยว, เกี่ยวกับกรด, ซึ่งสามารถสร้างกรด

acidify (อะซิด' ดิฟาย) *vt., vi.* **-fied, -fying** ทำให้หรือเปลี่ยนเป็นกรด **-acidification** *n.* **-acidifier** *n.* **-acidifiable** *adj.*

acidity (อะซิด' ดิที) *n., pl.* **-ties** ภาวะเป็นกรด, ความเปรี้ยว, ความเป็นกรดมากเกินไป

acknowledge (แอคนอล' เลจฺ) *vt.* **-edged, -edging** ยอมรับ, เป็นความจริง, รับรอง, แจ้งว่าได้รับ, เห็นคุณค่า **-acknowledgeable** *adj.* **-acknowledgment, acknowledgement** *n.* (**-S.** avow, admit **-A.** disavow)

acme (แอค' มี) *n.* จุดสูงสุด, จุดสุดยอด (**-S.** peak, summit **-A.** base, foot, root)

acne (แอค' นี) *n.* สิว **-acned** *adj.*

acolyte (แอค' คะไลทฺ) *n.* ผู้ช่วยพระ, ผู้ช่วย, ผู้บวชใหม่

aconite (แอค' โคไนทฺ) *n.* พืชมีพิษชนิดหนึ่ง จำพวก *Aconitum*, ยาที่ทำจากพืชนั้น

aconite

acorn (เอ' คอร์น) *n.* ผลต้นโอ๊ก

acorn

acoustic (อะคูส' ทิค) *adj.* เกี่ยวกับการฟัง, เกี่ยวกับการควบคุมเสียง, ซึ่งใช้บันทึกคลื่นเสียง **-acoustical** *adj.* **-acoustically** *adv.*

acoustics (อะคู' สทิคซ) *n. pl.* วิชาที่ว่าด้วยเสียง, โสตศาสตร์, ประสิทธิภาพของห้องที่มีต่อเสียง

acquaint (อะเควนทฺ') *vt.* ทำให้คุ้นเคย, ปรับตัว, คุ้นเคย, แนะนำ (**-S.** notify)

acquainted (อะเควน' ทิด) *adj.* คุ้นเคย, ที่รู้จักก่อน

acquaintance (อะเควน' เทินซฺ) *n.* คนที่คุ้นเคย, ความรู้จากประสบการณ์ *-Ex. Daeng is only an acquaintance, not a close friend., The jurist had a close acquaintance with the facts of the case.*

acquiesce (แอค' ควิเอส) *vi.* **-esced, -escing** ยอมรับในใจ, ยินยอม, นิ่งเฉย **-acquiescence** *n.* **-acquiescent** *adj.* (**-S.** assent, concur, agree **-A.** dissent, object) *-Ex. Somchai acquiesced in our plans.*

acquire (อะไคว' เออร์) *vt.* **-quired, -quiring** ได้มา, เข้าถือสิทธิ์, เข้ายึด, ได้เรียนรู้ (**-S.** obtain, get, gain **-A.** lose, forfeit)

acquired (อะไคว' เออร์ด) *adj.* กลายเป็นนิสัย, ในภายหลังที่ได้มา (**-S.** gained, procured)

acquisition (แอคคิวซิช' ชัน) *n.* การได้มาซึ่งการเข้าถือสิทธิ์, สิ่งที่ได้มา (**-S.** procurement) *-Ex. to acquisition of knowledge, Her newest acquisition was a toy ship.*

acquisitive (อะควิซ' ซิทิฟวฺ) *adj.* อยากได้, สามารถได้มาซึ่ง, สามารถได้รับ **-acquisitively** *adv.* **-acquisitiveness** *n.* (**-S.** greedy)

acquit (อะควิท') *vt.* **-quitted, -quitting** ทำให้พ้นไป, ชำระ, ตัดสินให้พ้นโทษ, ปฏิบัติ, ดำเนินการได้ผล **-acquitter** *n.* (**-S.** absolve, behave **-A.** accuse, compel) *-Ex. The jury acquitted the men., The new player acquitted himself well in the badminton game.*

acquittal (อะควิท' เทิล) *n.* การตัดสินให้พ้นโทษ, การปฏิบัติ, การชำระหนี้ (**-S.** discharge)

acquittance (อะควิท' เทินซฺ) *n.* การชำระหนี้

acre (เอ' เคอะ) *n.* หน่วยวัดเนื้อที่ที่เท่ากับ 2.5 ไร่, ที่ดิน, พื้นที่เท่ากับ 43,560 ตารางฟุต

acreage (เอ' เคอะริจ) *n.* จำนวนเนื้อที่เป็นเอเคอร์

acrid (แอค' ริด) *adj.* (กลิ่นหรือรส)รุนแรง, ฉุน, เผ็ด, ซึ่งกัดกร่อน, เหี้ยม, แสบตาหรือจมูก **-acridly** *adv.* **-acridity, acridness** *n. -Ex. the acrid fume of gasoline, acrid temper*

acrimonious (แอคริดโม' เนียส) *adj.* รุนแรง, เผ็ดร้อน, ดุเดือด **-acrimoniousness** *n.* **-acrimoniously** *adv.* (**-A.** kind, soft, gentle)

acrimony (แอค' ริโมนี) *n., pl.* **-nies** ความรุนแรง, ความดุเดือด, ความเหี้ยม (**-S.** acerbity)

acro- คำอุปสรรค มีความหมายว่า สุดยอดหรือสุดขีด

acrobat (แอค' โรแบท) *n.* นักกายกรรม, ผู้ที่โลเลในความคิดหรือความสัมพันธ์และอื่นๆ **-acrobatic** *adj.* **-acrobatically** *adv.*

acrobatics (แอคโรแบท' ทิคซ) *n. pl.* กายกรรม, ศิลปกายกรรม, การกระทำที่โลดโผน (**-S.** gymnastics)

acronym (แอค' โรนิม) คำย่อจากพยัญชนะตัวแรกของหลายคำมารวมกัน เช่น NATO **-acronymic** *adj.*

acrophobia (แอคโรโฟ' เบีย) *n.* โรคกลัวความสูง

acropolis (อะครอพ' โพลิส) เมืองบริวาร, เมืองป้อมปราการ

across (อะครอส') *prep., adv., adj.* จากข้างหนึ่งไปยังอีกข้างหนึ่ง, ข้าม, ขวาง, ตามขวาง, ผ่าทะลุ, อยู่อีกข้างหนึ่ง, ประสานกัน, พาด, ไขว้, สะพายแล่ง, ก่ายกัน, ตัดผ่านกัน (**-S.** athwart, against, transversely **-A.** along)

across-the-board ทั่วทั้งหมด, ทั่วไปตลอดแนว, ทั่วทุกส่วน

acrostic (อะครอส' ทิค) *n.* โคลงกระทู้, โคลงที่แยกรวมได้, ปริศนารูปโคลงที่แยกรวมได้ **-acrostically** *adv.*

act (แอคทฺ) *n.* การกระทำ, พฤติการณ์, ฉาก, องค์ (ละคร), การเล่นละคร, ฤทธิ์, อำนาจ, การดำเนินคดี, การปฏิบัติหน้าที่, การบังเกิดผล, การแกล้งทำ, เหตุการณ์ในละครหรือหนังสือ, เครื่องจักร, การเคลื่อนไหว, การรบ *-vt., vi.* กระทำ, แสดง, ดำเนิน, ประพฤติ *-Ex. a noble act of a madman, The bill became an act., the third act of Hamlet, Men are judged not by what they say but how they act., act for the headmaster, acting headmaster, My advice is not always acted upon., The brake doesn't act., This acid acts on zinc., A well*

acted play, act the part of, to act as commentator, they acted on my suggestion.

actin (แอค' ทิน) *n.* โปรตีนที่เกี่ยวกับการหดตัวของกล้ามเนื้อ

acting (แอค' ทิง) *adj.* รักษาการ, ว่าที่, สำหรับการแสดง, เหมาะแก่การแสดง *-n.* อาชีพการแสดง, ศิลปะการแสดง

actinia, actinian (แอคทิน' เนีย, -เนียน) *n., pl.* **-iae/ians** สัตว์ทะเลชนิดหนึ่งมีหนวดรอบปาก

actinide series อนุกรมของธาตุกัมมันตรังสีที่เริ่มจากธาตุ actinium จนถึงธาตุ lawrencium

actinism (แอค' ทินิสซึ่ม) *n.* ปฏิกิริยาของรังสีแสงอาทิตย์

actinium (แอคทิน' เนียม) *n.* ธาตุกัมมันตรังสีที่มีสัญลักษณ์ Ac

actinology (แอคทินโน' โลจี) *n.* วิทยาศาสตร์สาขาเกี่ยวกับรังสีของแสงและปฏิกิริยาเคมีของแสง

action (แอค' ชัน) *n.* การกระทำ, การปฏิบัติ, การดำเนินการ, ท่าทาง, ขั้นตอน, การฟ้องร้อง, ฤทธิ์, อำนาจ, เหตุการณ์, การใช้กำลัง, การเดิน, การเคลื่อนไหว, การรบ, การพนัน, การกระทำที่ตื่นเต้น *-Ex. What we need is not talk, but action., The organization is now in action., out of action, the action of sulphuric acid on zinc, the action of the heart, a kind action*

actionable (แอค' ชันนะเบิล) *adj.* ซึ่งฟ้องร้องได้

action replay การเปิดเทปให้ดูใหม่อีกครั้ง เช่น ภาพการแข่งขันกีฬา โดยมากมักจะเป็นภาพเคลื่อนไหวช้าๆ ให้ดูกันใหม่

activate (แอค' ทิเวท) *vt.* **-vated, -vating** กระตุ้น, ทำให้เกิดภาวะกัมมันตภาพรังสี **-activation** *n.* **-activator** *n.* (-S. mobilize, energize, animate)

active (แอค' ทิฟว) *adj.* คล่องแคล่ว, กระตือรือร้น, สามารถเคลื่อนไหวเองได้, มีลักษณะเป็นกัมมันตภาพรังสี, มีประสิทธิภาพ, เป็นผลเร็ว **-actively** *adv.* **-activeness** *n.* (-S. quick, lively -A. slow) *-Ex. Surin is the active person in the business., an active demand, The market is very active., active volcano, active list*

active duty ประจำการ

activism (แอค' ทิฟวิซึ่ม) *n.* ทฤษฎีที่ว่าความจริงคือการดำเนินการที่บริสุทธิ์ โดยเฉพาะทางจิต, ทฤษฎีที่ว่าความสัมพันธ์ระหว่างจิตและวัตถุขึ้นอยู่กับการดำเนินหรือกระบวนการของจิต, ลัทธิดำเนินการเพื่อวัตถุประสงค์ทางการเมือง

activist (แอค' ทิ วิสท) *n.* ผู้ดำเนินการที่มีความกระตือรือร้น, ผู้ยึดถือทฤษฎี activism (-S. doer, militant, advocate)

activity (แอคทีฟ' วิที) *n., pl.* **-ties** กิจกรรม, การเคลื่อนไหว, ลักษณะการดำเนินการ, ลักษณะการเคลื่อนไหว, ระดับความมีชีวิตชีวา, เรื่องราวที่ดำเนินการ, กิจกรรม (-S. action, pursuit) *-Ex. physical activity, mental activity, Udom has many activities besides his work, such as music, gardening, and tennis.*

actor (แอค' เทอะ) *n.* นักแสดงชาย, ผู้กระทำ, ผู้ดำเนินการ (-S. agent, doer, participator)

actress (แอค' เทรส) *n.* นักแสดงหญิง

Acts of the Apostles หนังสือหรือบทหนึ่งของพระคัมภีร์ New Testament ของศาสนาคริสต์

actual (แอค' ชวล) *adj.* ตามความเป็นจริง, ซึ่งเป็นอยู่ปัจจุบัน, จริง, ในสภาพปัจจุบัน (-S. real, certain -A. unreal) *-Ex. The sad difference between our high aims and our actual deeds, The actual party at present is Mr. Z.*

actualise, actualize (แอค' ชวลไลซ') *vt.* **-ised, -ising/-ized, -izing** ทำให้เป็นจริง, ดำเนินการ **-actualisation, actualization** *n.*

actualism (แอค' ชวลลิสซึ่ม) *n.* ความเชื่อที่ว่าความจริงทั้งหมดนั้นเป็นสิ่งมีตัวตน

actually (แอค' ชวลลี) *adv.* ตามความเป็นจริง

actuary (แอค' ชูเออรี) *n., pl.* **-ries** พนักงานหาค่าสถิติ ประกันภัย, พนักงาน, เสมียน **-actuarial** *adj.*

actuate (แอค' ชูเอท) *vt.* **-ated, -ating** กระตุ้นให้กระทำ, ดำเนินการ **-actuator** *n.* **-actuation** *n.* (-A. deter, discourage, block)

acuity (อะคิว' อิที) *n.* ความหลักแหลม, ความคม, ความรุนแรง, ความคมกริบ, ความชัดเจน

acumen (อะคู' เมน) *n.* ความมีไหวพริบเฉียบแหลม

acuminate (อะคู' มิเนท) *adj.* ซึ่งมีปลายแหลมเรียว *-vt.* **-nated, -nating** ทำให้คม, ทำให้มีไหวพริบ

acupressure (แอค' คิวเพรสเชอะ) *n.* ดู shiatsu, เป็นคำรวมที่มาจากคำว่า acupuncture และ pressure เป็นเทคนิคใช้การนวดด้วยมือแทนการฝังเข็ม

acupuncture (แอค' คูพังเชอะ) *n.* การใช้เข็มแทงเนื้อเยื่อ, ฝังเข็มเพื่อการบำบัดโรค **-acupuncturist** *n.*

acutance (อะคู' เทินซฺ) *n.* การวัดความชัดของฟิล์ม, ความคมของภาพในฟิล์ม

acute (อะคิวทฺ') *adj.* แหลม, คม, รุนแรง, เข้มข้น, เหี้ยม, เฉียบแหลม, มีไหวพริบดี, ไว, มีมุมแหลม, ตาคมกริบ, ร้ายแรง, (เสียง) สูง **-acuteness** *n.* **-acutely** *adv.* (-S. sharp, keen -A. dull, mild) *-Ex. Dogs have an acute of hearing., being an acute observer, The chief of police found several clues the detective had missed., an acute attack of appendicitis.*

ad (แอด) *n.* การโฆษณา (-S. advertising)

-ad คำปัจจัย มีความหมายว่า ได้จากหรือเกี่ยวกับ

A.D. ย่อจาก Anno Domini ในปีคริสต์ศักราช *-Ex. in A.D. 2000*

adage (แอด' ดิจฺ) *n.* คติพจน์, สุภาษิต

adagio (อะดา' โจ) *adj., adv.* อย่างช้าๆ *-n., pl.* **-gios** ดนตรีที่บรรเลงช้าๆ

Adam (แอด' ดัม) *n.* ชื่อบุคคลแรกของโลกตามศาสนาคริสต์, คน

adamant (แอด' ดะแมน, แอดดะแมน') *n.* สิ่งที่แข็งแกร่งเหมือนเพชร, ใจแข็ง *-adj.* ที่ใจแข็ง, ที่แข็งแกร่ง *-Ex. Once Udom had made his decision, he was adamant and would not change his mind.*

adamantine (แอดดะแมน' เทน) *adj.* ใจแข็ง, ยืนกราน, แกร่งเหมือนเพชร, วาวเหมือนเพชร

Adam's apple ลูกกระเดือก

adapt (อะแดพทฺ') *vt., vi.* ปรับตัว, ปรับให้เหมาะ, ดัดแปลง (-S. conform, suit -A. misconform) *-Ex. to adapt himself to new circumstances, to adapt a novel for the movies, to adapt a garage for use as a workshop*

adaptable (อะแดพ' ทะเบิล) *adj.* ที่ปรับตัวได้, ที่ปรับให้เหมาะได้ **-adaptability** *n.* (-A. rigid, inflexible) *-Ex. an adaptable schedule, an adaptable person*

adaptation (แอดแดพเท' ชั่น) *n.* การปรับตัว, การปรับให้เหมาะ, สิ่งที่ได้จากการปรับให้เหมาะ, ภาวะที่เหมาะสม, ฉบับแก้ไขปรับปรุง, สิ่งที่แก้ไขปรับปรุง, การปรับตัวให้เข้ากับสิ่งแวดล้อม, การปรับตัวของรูม่านตา **-adaptational** *adj.* (-S. version, adjustment -A. rigidity, inflexibility) *-Ex. Somchai found adaptation to the hot climate difficult., The change of an arctic fox's fur from brown in summer to white in winter is a good example of adaptation in nature., The play was a successful adaptation of the novel.*

adapter, adaptor (อะแดพ' เทอะ) *n.* บุคคลหรือสิ่งที่ปรับตัว, เครื่องมือหรืออุปกรณ์ที่เชื่อมส่วนที่มีขนาดหรือแบบแตกต่างกันให้เข้ากันได้, อุปกรณ์

adaptive (อะแดพ' ทิฟวฺ) *adj.* ซึ่งปรับตัวได้

add (แอด) *vt., vi.* เติม, บวก, เพิ่ม, เสริม, พูดเติม **-addable, addible** *adj.* (-S. join, combine -A. reduce) *-Ex. This adds to my labours., Sawai added I haven't the money., add 2+2, to add sugar to coffee, to add to our joy*

addend (แอด' เดนดฺ) *n.* เลขหรือจำนวนที่บวกเข้าด้วยกัน

addendum (อะเดน' เดิม) *n., pl.* **-da** สิ่งที่เพิ่มเข้า, การเพิ่มหรือบวกเข้า, ภาคผนวก (-S. plus, addition -A. deduction)

adder[1] (แอด' เดอะ) *n.* งูพิษชนิดหนึ่งในยุโรป

adder[2] (แอด' เดอะ) *n.* ผู้บวก, ตัวบวก

addict (แอด' ดิคทฺ) *n.* ผู้ติดยาเสพย์ติด *-vt.* ทำให้ติดยาเสพย์ติด (-S. devotee, junkie)

addicted (อะดิค' ทิด) *adj.* ซึ่งติดยาเสพย์ติด, ซึ่งติดนิสัยบางอย่าง (-S. devoted, involved)

addiction (อะดิค' ชั่น) *n.* การติดยาเสพย์ติด, ภาวะติดยาเสพย์ติด (-S. devotion, dependence -A. freedom)

addictive (อะดิค' ทิฟวฺ) *adj.* ซึ่งทำให้ติดยาได้

adding machine เครื่องบวกเลข

Addis Ababa (แอด' ดิส แอบ' บะบา) *n.* ชื่อเมืองหลวงของเอธิโอเปีย

Addison's disease โรคที่เกิดจากการขาด adrenocortical hormones

addition (อะดิช' ชั่น) *n.* การเพิ่ม, การบวก, สิ่งที่เพิ่มเข้าไป, ชื่อที่เพิ่มต่อท้ายชื่อและนามสกุล **-additional** *adj.* **-additionally** *adv.* (-S. accession, increase -A. reduction, decrease) *-Ex. 8+7 = 15 is an example of addition., Can you do addition quickly?, an addition to a park, the addition of a gymnasium to the school, Sawai works in addition to going to school., Udom took a job on weekends because he needed additional income.*

additive (แอด' ดิทิฟวฺ) *adj.* ซึ่งมีลักษณะหรือเกิดจากการเพิ่มหรือบวก, ซึ่งเพิ่มหรือบวก *-n.* สิ่งที่เพิ่มเข้าไป (-S. cumulative)

addle (แอด' เดิล) *vt., vi.* **-dled, -dling** ทำให้ยุ่ง, ทำให้เสีย, ทำให้สับสน *-adj.* เสีย, เน่า, สับสน, ยุ่ง

address (แอด' เดรส, อะเดรส') *n.* การปราศรัยกับ, การพูดกับ, การเตรียม, คำปราศรัย, คำถวายพระพรชัยมงคล, คำจ่าหน้าซอง, กิริยาวาจา, บุคลิกลักษณะ, การพูดจา, ความแคล่วคล่อง, ความสนใจ, การเกี้ยวพาราสี *-vi.* ปราศรัย, พูดกับ, เตรียมถวายพระพร, จ่าหน้าซอง, พูดจา **-addressable** *adj.* **-addressability** *n.* **-addresser, addressor** *n.* **-addressee** *n.* *-Ex. Yupa addressed the stranger politely., address a letter, address a person, address the King, address a meeting, the address of an experienced diplomat, Sawai addressed himself to other tasks.*

adduce (อะดูส') *vt.* **-duced, -ducing** อ้างอิง, อ้าง **-adduceable, adducible** *adj.* **-adducer** *n.* (-S. cite, refer)

adduct (อะดัคทฺ') *vt.* เคลื่อนหรือดึงเข้าสู่แกนร่างกาย **-adductive** *adj.* **-adduction** *n.*

adductor (อะดัค' เทอะ) *n.* กล้ามเนื้อที่ดึง

Aden (อาด' เดน, แอด' เดน) *n.* ชื่อเมืองหลวงของเยเมน

aden- ดู adeno-

adeno- คำอุปสรรค มีความหมายว่า เกี่ยวกับต่อม, ลักษณะเป็นต่อม

adenoids (แอด' ดินอยดฺซฺ') *n. pl.* ต่อมอะดีนอยด์

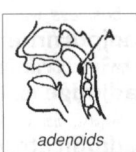

adenoids

adept (*adj.* อะเดพทฺ', *n.* แอด' เดพทฺ, อะเดพทฺ') *adj.* ชำนาญ, มีประสิทธิภาพ, เชี่ยวชาญ *-n.* ผู้ชำนาญ **-adeptly** *adv.* **-adeptness** *n.* (-S. able, expert -A. unskilled, inept) *-Ex. Daeng is adept at repairing things about the house.*

adequate (แอด' ดิเควท) *adj.* เพียงพอ, เหมาะสม, สามารถพอที่จะทำได้, สามารถถึงขีด **-adequately** *adv.* **-adequateness** *n.* (-S. sufficient, enough -A. insufficient) *-Ex. Her skill was adequate for the job., adequate preacher*

adequacy (แอด' ดิเควซี) *n.* ความเพียงพอ (-S. sufficiency -A. insufficiency)

adhere (แอดเฮียร์') *vi.* **-hered, -hering** ติด, เกาะติด, ยึดมั่น, ถือทิฐิ, ร่วมเป็นภาคี (-S. cling, stick, join, unite -A. separate, split)

adherence (แอดเฮีย' เรินซฺ) *n.* การยึดมั่น, ความเลื่อมใส, การถือทิฐิ (-S. devotion -A. separation)

adherent (แอดเฮีย' เรินทฺ,-เฮอ' เรินทฺ) *n.* ผู้สนับสนุน, ผู้ยึดมั่น, สาวก, ผู้ติดตาม *-adj.* ติดแน่น, ติดกันได้

adhesion (แอดฮี' ชั่น) *n.* ภาวะการเกาะติด, ความศรัทธา, การติดตาม, การร่วมเป็นภาคี (-S. assent, coherence -A. separation)

adhesive (แอดฮี' ซิฟวฺ) *adj.* ซึ่งยึดติด, ซึ่งมีแรงเกาะติด *-n.* สิ่งหรือสารที่เกาะติด, สารยึดติด, แสตมป์ที่ติดได้

A

-adhesively *adv.* **-adhesiveness** *n.-Ex. An adhesive tape, paste, gum and sealing wax are adhesives.*
adhibit (แอดฮิบ' บิท) *vt.* ใช้, ยึด **-adhibition** *n.*
ad hoc สำหรับสิ่งนี้สิ่งนั้นโดยเฉพาะ, เกี่ยวกับสิ่งนี้โดยเฉพาะ
adieu (อะดู') *interj.* ลาก่อน *n., pl.* **adieus/adieux** การจากลา
ad infinitum ไม่มีที่สิ้นสุด, ไม่มีขอบเขต
adipose (แอด' ดิโพส) *adj.* ซึ่งคล้ายหรือประกอบด้วยไขมัน *-n.* ไขสัตว์ **-adiposity** *n.*
adit (แอด' ดิท) *n.* ทางเป็นแนวนอนหรือลาดเข้าไปในเหมือง
adj. ย่อจาก adjective คำคุณศัพท์, adjourned เลื่อนไป, หยุด, adjustment การปรับตัว
Adj. ย่อจาก Adjutant นายทหาร, เสนาธิการฝ่ายธุรการ
adjacency (อะเจ' เซินซี) *n., pl.* **-cies** ภาวะที่อยู่ชิดกัน, ภาวะประชิดกัน, การอยู่ติดต่อกัน, ของที่ติดต่อกัน (-S. juxtaposition)
adjacent (อะเจ' เซินท) *adj.* ใกล้, ชิด, ติดต่อกัน, ซึ่งมียอดและด้านเดียวกัน *-Ex. a house adjacent to the park.*
adjective (แอด' เจคทิฟว) *n.* คำคุณศัพท์, ศัพท์ที่ขยายคำนามหรือสรรพนาม, เครื่องประกอบ
adjoin (อะจอยน') *vt., vi.* ประชิดกับ, ติดกับ, ข้างเคียงกับ *-Ex. Mexico adjoins the United States.*
adjourn (อะเจอร์น') *vt., vi.* เลื่อนไป, บอกเลื่อน, หยุด, เลิก *-Ex. The judge adjourned the court until the following day., Congress adjourned when all business was finished.*
adjournment (อะเจอร์น' เมินท) *n.* การเลื่อน, ภาวะหรือระยะเวลาที่เลื่อน (-S. postponement)
adjudge (อะจัดจฺ') *vt.* **-judged, -judging** (ศาล) สั่ง, ตัดสิน, ชี้ขาด, ตัดสินใจ
adjudicate (อะจู' ดิเคท) *vt., vi.* **-cated, -cating** (ศาล) สั่ง, ตัดสินให้, พิจารณาลงโทษ, ชี้ขาด (-S. adjudge)
adjunct (แอด' จังค) *adj.* รวม, เพิ่มเติม *-n.* สิ่งเสริม, สิ่งเพิ่มเติม, ผู้ช่วย, ส่วนประกอบ, บทเพิ่ม **-adjunctly** *adv.*
adjunction (อะจังค' ชัน) *n.* การอยู่ติดกัน, การอยู่ข้างเคียง
adjunctive (อะจังค' ทิฟว) *adj.* เป็นสิ่งประกอบหรือส่งเสริม *n.* คำเสริม, ส่วนสังกัด **-adjunctively** *adv.*
adjure (อะจัวร์') *vt.* **-jured, -juring** ให้สาบาน, ขอร้อง, อ้อนวอน **-adjuratory** *adj.* **-adjurer, adjuror** *n.* (-S. urge, charge)
adjust (อะจัสทฺ') *vt.* ปรับ, ปรับตัว,จัด, ปรองดอง (-S. adapt, regulate, harmonize -A. dislocate, disarrange) *-Ex. The mechanic adjusted the fuel pump in the engine., to adjust the length of a shirt, to adjust oneself to new circumstances, to adjust differences in a quarrel, to adjust a claim*
adjustment (อะจัสทฺ' เมินท) *n.* การปรับตัว, การจัด, การปรองดอง, การแก้ไข, ตัวปรับ *-Ex. the adjustment of my insurance claim*
adjutant (แอด' จูเทินท) *n.* ผู้ช่วย, ยาเสริม, สิ่งช่วย, เสนาธิการฝ่ายกำลังพล, นายทหารคนสนิท, เสนาธิการฝ่ายบริหาร, นกตะกรุม
adjuvant (แอด' จูวันท) *n.* ผู้ช่วย, ยาเสริม, สิ่งช่วย *-adj.* ซึ่งช่วย
ad-lib (แอดลิบ') *vt., vi.* **-libbed, -libbing** แสดงหรือพูดอย่างไม่ได้เตรียมมาก่อน *-adj., adv.* อย่างที่ไม่ได้เตรียมมาก่อน
adman (แอด' แมน) *n., pl.* **-men** ผู้โฆษณา
administer (แอดมิน' นิสเทอะ) *vt., vi.* จัดการ, ดำเนินการ, บริหาร, ส่งเสริม, บำรุง, เสนอ **-administrable** *adj.* **-administrant** *n., adj. -Ex. The premier administers the affair of the country., to administer the laws, The bailiff administered the oath to the witness.*
administrate (แอดมิน' นิสเทรท) *vt.* **-trated, -trating** จัดการ, อำนวยการ
administration (แอดมินนิสเทร' ชัน) *n.* การบริหาร, ฝ่ายบริหาร *-Ex. His administration of the government was upright.*
administrative (แอดมิน' นิสเทรทิฟว) *adj.* ซึ่งเกี่ยวกับการจัดการหรือบริหาร
administrator (แอดมินนิสเทร' เทอะ) *n.* ผู้บริหาร, ผู้จัดการ, ผู้ให้ยา (-S. boss, executive)
administratrix (แอดมินนิสเทร' ทริคซ) *n., pl.* **-tratrices/-tratrixes** ผู้บริหารหญิง
admirable (แอด' มิระเบิล) *adj.* น่าเลื่อมใส, น่าศรัทธา, ดียิ่ง, น่าชมเชย **-admirability** *n.* **-admirably** *adv.* (-S. attractive) *-Ex. That soldier showed admirable courage in combat., to show admirable responsibility*
admiral (แอด' มีเริล) *n.* นายพลเรือ, พลเรือเอก, หัวหน้าหน่วยเรือประมงหรือเรือสินค้า **-admiralship** *n.*
admiralty (แอด' มิแรลที) *n., pl.* **-ties** กระทรวงกองทัพเรืออังกฤษ, ศาลทางทะเล (-S. marine court)
admiration (แอดมิเร' ชัน) *n.* การชื่นชม, ศรัทธา, ความเลื่อมใส, บุคคลหรือสิ่งที่ทำให้คนเลื่อมใส (-S. appreciation, wonder, esteem, adulation) *-Ex. We noticed the boy's admiration of the troupe performers., The team was the admiration of all the people.*
admire (แอดไม' เออะ) *vi., vt.* **-mired, -miring** ชมเชย, เลื่อมใส, นับถือ, นิยม **-admirer** *n.* **-admiringly** *adv. -Ex. We admired the beautiful picture., Miss Daeng admired Yupa's handling of the younger children., Kasorn has many admirers.*
admissible (แอดมิส' ซิเบิล) *adj.* พอจะรับไว้ได้, ยอมได้ **-admissibly** *adv.*
admission (แอดมิช' ชัน) *n.* การรับเข้า, การยอมรับรอง, การรับสารภาพ, สิทธิหรือวิธีการเข้าไป, ราคาสำหรับเข้าไป, การยอมรับข้อกล่าวหาหรือความจริง **-admissive** *adj. -Ex. Admissions to the college will be made in January., His silence is an admission of guilt.*
admit (แอดมิท') *vt., vi.* **-mitted, -mitting** ให้เข้า, รับเข้า, ให้สิทธิเข้าได้, ยอมให้, ยอมรับรอง, ยอมรับ, รับสารภาพ, รับ, รับรอง (-S. receive, pass, accept -A. reject, deny)

A

-Ex. This ticket will admit you to the concert., admitted to the gallery to the third performance, I admit the truth of the story., I admit it to be true.

admittance (แอดมิท' เทินซฺ) *n.* การอนุญาตให้เข้า, การรับเข้า, การสารภาพ

admittedly (แอดมิท' ทิดลี) *adv.* เป็นที่ยอมรับกัน

admix (แอดมิคซฺ') *vt., vi.* คลุกเคล้ากับ, ผสมกับ, เติม

admixture (แอดมิคซฺ' เชอะ) *n.* การผสมกัน, สิ่งที่เติมเข้า, สารประกอบที่มีสิ่งที่เติมเข้าไป

admonish (แอดมอน' นิช) *vt.* ตักเตือน, ให้สติ, ว่ากล่าว, ห้าม **-admonishingly** *adv.* **-admonishment** *n.* (-S. remind, advise, warn -A. admire) *-Ex. The boys were admonished for their misconduct., Daeng admonished us not to drive a car.*

admonition (แอดมอนนิช' ชัน) *n.* การตักเตือน

admonitor (แอดมอน' นิเทอะ) *n.* ผู้ตักเตือน

admonitory (แอดมอน' นิโทรี) *adj.* ซึ่งตักเตือน

adnate (แอด' เนท) *adj.* ติดกับบางอย่าง **-adnation** *n.*

ad nauseam น่าคลื่นไส้, น่าชัง, น่ารังเกียจ

ado (อะดู') *n.* ความวุ่นวาย, ความมีธุรกิจมาก *-Ex. There was much ado over the new job.*

adobe (อะโด' บี) *n.* อิฐที่ตากแห้ง, สิ่งปลูกสร้างที่ก่อด้วยอิฐ, ผนังดิน *-Ex. an adobe construction*

adolescence (แอดโดเลส' เซินซฺ) *n.* วัยหนุ่มสาว (-S. youth -A. aging)

adolescent (แอดโดเลส' เซินทฺ) *adj.* วัยหนุ่มสาว *-n.* หนุ่มสาว, วัยรุ่น (-S. youthful, juvenile)

Adonis (อะโด' นีส) *n.* หนุ่มรูปงาม, ชื่อเทพบุตรของกรีก **-Adonic** *adj.*

adopt (อะดอพทฺ') *vt.* นำมาใช้, รับเอา, เลี้ยงเป็นลูก **-adoptee** *n.* **-adopter** *n.* **-adoptable** *adj.* **-adoptive** *adj.* *-Ex. the right course to adopt, Adopt the habits and customs of the country, my adoption of a law*

adoption (อะดอพ' ชัน) *n.* การรับ, การนำมาใช้, การเลี้ยงเป็นลูก, การยอมรับ, การเห็นด้วย

adorable (อะดอ' ระเบิล) *adj.* การบูชา, การเคารพ, ความคลั่งรัก *-Ex. an adorable girl*

adoration (แอเดะเร' ชัน) *n.* การบูชา, การเคารพ, ความคลั่งรัก

adore (อะดอร์') *vt., vi.* **adored, adoring** นิยม, เคารพ, บูชารัก **-adorer** *n.* **-adoringly** *adv.* (-S. venerate, love -A. curse) *-Ex. Sunee adored her father., I adore swimming.*

adorn (อะดอร์น') *vt.* ประดับ, ตกแต่ง, ทำให้น่าสนใจหรือสวยขึ้น **-adorner** *n.* (-S. decorate, ornament -A. strip, bare) *-Ex. The pot was adorned with roses.*

adornment (อะดอร์น' เมินทฺ) *n.* การประดับ, การตกแต่ง, เครื่องตกแต่ง *-Ex. A jeweled pin was the only adornment on the dress., to be busy with the adornment of the room the day before the party*

adrenal (อะเดรน' เนิล) *adj.* อยู่ใกล้หรือบนไต, เกิดจากต่อมหมวกไต

adrenal gland ต่อมหมวกไตซึ่งเป็นต่อมไร้ท่อที่อยู่เหนือไต หลั่งฮอร์โมนชื่ออดรีนาลิน

Adrenalin (อะเดรน' นาลิน) *n.* ฮอร์โมนจากต่อมหมวกไต

adrift (อะดริฟทฺ') *adj., adv.* ล่องลอย(ไม่ได้วางสมอเรือ), ตุหรัดตุเหร่ไป, ล่องลอยไป (-S. afloat, aimless) *-Ex. The boat was set adrift by the storm.*

adroit (อะดรอยทฺ') *adj.* คล่องแคล่ว, มีความชำนาญ **-adroitly** *adv.* **-adroitness** *n.* (-S. skillful, clever -A. clumsy) *-Ex. We admired the judge's adroit questioning of the witness.*

adsorb (แอดซอร์บ', -ซอร์บ') *vt.* ดูดซับ, ดูดเข้าที่ผิวหนัง **-adsorbable** *adj.* **-adsorbent** *adj., n.* **-adsorption** *n.*

adsorbate (แอดซอร์' เบท, -ซอร์'-) *n.* สารที่ถูกดูดเข้าไป เช่น ก๊าซ, ของเหลว

adulate (แอด' ดิวเลท) *vt.* **-lated, -lating** ประจบ, สอพลอ **-adulator** *n.* **-adulation** *n.* **-adulatory** *adj.*

adult (อะดัลทฺ', แอด' ดัลทฺ) *adj.* ผู้ใหญ่, โตแล้ว, เป็นรูปเป็นร่าง *-n.* คนที่เป็นผู้ใหญ่แล้ว, สัตว์หรือพืชที่โตเต็มที่ **-adulthood** *n.* **-adultness** *n.* *-Ex. Children are looked after by adults.*

adulterant (อะดัล' เทอเรินทฺ) *n.* สิ่งเจือปน *-adj.* ซึ่งเจือปน

adulterate (อะดัล' เทอเรทฺ) *vt.* **-rated, -rating** เจือปน *-adj.* ซึ่งเจือปน, เป็นชู้กัน **-adulterator** *n.*, **-adulteration** *n.* *-Ex. Milk adulterated with water is not as good as whole milk.*

adulterer (อะดัล' เทอเรอะ) *n.* ชายชู้

adulteress (อะดัล' เทอเรส) *n.* หญิงชู้

adulterous (อะดัล' เทอเริส) *adj.* ซึ่งเจือปน, ผิดกฎหมาย, เป็นชู้ **-adulterously** *adv.*

adultery (อะดัล' เทอรี) *n., pl.* **-teries** การเป็นชู้

adumbral (แอดอัม' บรัล) *adj.* เป็นเงา, บังแดด, ร่ม

adumbrate (แอดอัม' เบรท) *vt.* **-brated, -brating** แลเงา, วาดโครงร่าง, วาดย่อ, พรรณนาย่อๆ, พูดเป็นนัย, ทอดเป็นเงาบัง **-adumbration** *n.* **-adumbrative** *adj.*

adv. ย่อจาก adverb กริยาวิเศษณ์, adverbial เกี่ยวกับหรือทำหน้าที่เป็นกริยาวิเศษณ์, advertisement การโฆษณา

advance (แอดวานซฺ') *vt., vi.* **-vanced, -vancing** นำหรือส่งไปข้างหน้า, ก้าวหน้า, เสนอความเห็น, เจริญ, เลื่อน (ตำแหน่ง), เพิ่ม (อัตรา), เร่ง, จัดให้, ยก (ธง), ล่วงหน้า, อ้าง, ทาบทาม, เกี่ยว *-n.* ความก้าวหน้า, ความเจริญ, การเลื่อนตำแหน่ง **-advancer** *n.* (-S. proceed, go forward -A. retreat, obstruct) *-Ex. advance him money on his wages, advance a suggestion, The army has made an advance., This invention is a great advance., an advance of prices, an advance on royalties, payment in advance, H.G. Wells was in advance of his times., There has been another advance in gasoline taxes., to pay rent in advance*

advanced (แอดวานซฺทฺ') *adj.* อยู่ข้างหน้า, ข้างหน้า (-S. liberal)

advance directive การมีชีวิตความเป็นอยู่ที่ดี

A

advancement (แอดวานซฺ' เมินทฺ) การก้าวไปข้างหน้า, ความก้าวหน้า, ความเจริญ, การเลื่อนตำแหน่ง *-Ex. to have hopes of advancement*

advantage (แอดวาน' ทิจฺ) *n.* ผลประโยชน์, ความได้เปรียบ, คุณ, โอกาส, จุดดี, จุดเด่น *-vt.* **-taged, -taging** ได้เปรียบ, ได้ประโยชน์จากผู้อื่น **-take advantage of** ได้เปรียบ, เอาเปรียบ **-to advantage** มีประโยชน์หรือกำไร (-S. profit, benefit, help -A. hindrance, handicap) *-Ex. gain an advantage, Sawai has the advantage of good education.*

advantageous (แอดแวนเท' เจียส) *adj.* ได้ประโยชน์, ได้กำไร, มีประโยชน์

advent (แอด' เวนทฺ) *n.* การมาถึง, การปรากฏ, การกำเนิด **-Advent** การจุติของพระเยซูคริสต์ *-Ex. the advent of winter*

Adventist (แอด' เวนทิสทฺ) *n.* สมาชิกของศาสนาคริสต์ที่เชื่อถือว่าพระเยซูคริสต์จะมาจุติในโลกอีกครั้งที่สอง **-Adventism** *n.* (-S. Second Adventist)

adventitious (แอดเวนทิช' เชียส) *adj.* บังเอิญ, ไม่สำคัญ, (ตำแหน่งหรือท่า) ผิดปกติ **-adventitiously** *adv.* **-adventitiousness** *n.* (-S. accidental -A. inherent, intrinsic, basic)

Advent Sunday วันอาทิตย์แรกของการจุติของพระเยซูในโลก

adventure (แอดเวน' เชอะ) *n.* การเสี่ยงภัย, อันตรายที่คาดไม่ถึง, ความตื่นเต้น, ประสบการณ์ที่ตื่นเต้น, การร่วมในกิจกรรมหรือเหตุการณ์ที่ตื่นเต้น, การเสี่ยง (เรื่องการเงิน), อันตราย, โอกาส *-vt., vi.* **-tured, -turing** เสี่ยง, ถือโอกาส, เสี่ยงพูด (-S. happening, incident) *-Ex. The climbing of Mt. Everest is one of the boldest adventures of mankind.*

adventurer (แอดเวน' เชอเรอะ) *n.* ผู้เสี่ยงภัย, ผู้เสี่ยงโชค, นักฉวยโอกาส, นักผจญภัย (-S. hero, heroine, opportunist -A. stay-at-home) *-Ex. The adventurer swindled the old man out of the savings.*

adventuresome (แอดเวน' เชอเซิม) *adj.* กล้า, ชอบผจญภัย, ชอบเสี่ยงภัย **-adventuresomely** *adv.* **adventuresomeness** *n.* (-S. adventurous)

adventurous (แอดเวน' เชอเริส) *adj.* ชอบผจญภัย, ชอบเสี่ยงภัย, ค่อนข้างเสี่ยง **-adventurousness** *n.* (-S. daring, venturesome -A. cautious, conservative) *-Ex. an adventurous undertaking*

adverb (แอด' เวอบ) *n.* กริยาวิเศษณ์

adverbial (แอดเวอ' เบียล) *adj.* เกี่ยวกับหรือทำหน้าที่เป็นกริยาวิเศษณ์

adversary (แอด' เวอซารี) *n., pl.* **-saries** ปรปักษ์, คู่ต่อสู้ **-the Adversary** ซาตาน (-S. opponent, foe -A. ally, collaborator) *-Ex. Sawai shook hands with his adversary before the match.*

adversative (แอดเวอ' ซะทิฟว) *adj.* ซึ่งมีความหมายตรงกันข้าม *-n.* คำที่มีความหมายตรงกันข้าม

adverse (แอดเวอส', แอด' เวอส) *adj.* ตรงกันข้าม, เป็นปฏิปักษ์, เป็นผลร้าย, เสียเปรียบ, หันไปทางแกน, ในทิศทางตรงข้าม **-adversely** *adv.* **-adverseness** *n.* (-S. trouble, distress -A. fortune, benefit) *-Ex. The judge gave an adverse decision., Somchai struggled against adverse circumstances., An adverse wind delayed the ship., There were adverse forces at work to performance.*

adversity (แอดเวอ' ซีที) *n., pl.* **-ties** ความเคราะห์ร้าย, ภัยพิบัติ *-Ex. Sombut knew many days of adversity.*

advert (แอดเวอท') *vi.* ให้ความเห็น, หันเหความสนใจ, กล่าวถึง, พูดถึง

advertent (แอดเวอ' เทินทฺ) *adj.* สนใจ, เอาใจใส่ **-advertence** *n.*

advertise (แอด' เวอไทซ') *vt., vi.* **-tised, -tising** แจ้งความ, โฆษณา, ประกาศ **-advertiser** *n.* (-S. proclaim, publish, broadcast) *-Ex. It pays to advertise., advertise a house for sale, The store manager advertised a sale of hats.*

advertisement (แอดเวอ' ทิซเมินทฺ, แอดเวอไทซ' เมินทฺ) *n.* การโฆษณา, การแจ้งความ, คำโฆษณา, คำแจ้งความ

advertising (แอด' เวอไทซิง) *n.* การโฆษณา, สิ่งที่ใช้ในการโฆษณา, คำโฆษณา, อาชีพหรือธุรกิจการโฆษณา

advertising agency หน่วยงานโฆษณา, บริษัทโฆษณา

advice (แอดไวสฺ') *n.* คำแนะนำ, ข้อคิดเห็น, ความเห็น, ความประพฤติ, การบอกข่าว, ข่าว, รายงาน (-S. counsel, guidance)

advisable (แอดไว' ซะเบิล) *adj.* ซึ่งแนะนำได้เหมาะ, สมควร **-advisably** *adv.* **-advisability** *n.* **-advisableness** *n.* (-S. suggested) *-Ex. It is advisable to cross a river by a bridge.*

advise (แอดไวซ') *vt., vi.* **-vised, -vising** แนะนำ, เตือน,ให้ความเห็น, บอกข่าว, ให้คำปรึกษา (-S. counsel, recommend) *-Ex. I would advise you to save your money., The campers were advised about the danger of touching the plants.*

advised (แอดไวซดฺ') *adj.* ซึ่งพิจารณามาแล้ว, ทราบแล้ว

advisedly (แอดไว' ซิดลี) *adv.* หลังจากการพิจารณาแล้ว, อย่างตั้งใจ

advisee (แอดไว' ซี) *n.* ผู้ที่ได้รับการปรึกษา, นักเรียนที่อยู่ภายใต้การควบคุมของอาจารย์

advisement (แอดไวซ' เมินทฺ) *n.* การพิจารณาอย่างละเอียด

adviser, advisor (แอดไว' เซอะ) *n.* ที่ปรึกษา, อาจารย์ที่ปรึกษา

advisory (แอดไว' ซรี) *adj.* ซึ่งแนะนำ, มีอำนาจหรือหน้าที่แนะนำ *-n., pl.* **-ries** รายงาน

advocacy (แอด' โว คะซี) *n.* การเป็นทนาย, ทนาย, การสนับสนุน, ผู้สนับสนุน, การแก้ต่าง

advocate (แอด' โวเคท, -เคท') *n.* ทนาย, ผู้แก้ต่าง, ผู้สนับสนุน, ผู้ถือทิฐิ *-vt.* **-cated, -cating** เป็นทนาย, สนับสนุน, โฆษณาชวนเชื่อ **-advocatory** *adj.* (-S. support, recommend -A. oppose) *Ex. Our teacher is an advocate*

advocation   13   **aetiology**

of reforms in tax laws.
advocation (แอดโวเค' ชัน) n. การเรียกให้ปรากฏ
adz, adze (แอดซ') n. ขวานสำหรับแต่งไม้, ขวานถากไม้
ae (เอ) adj. หนึ่ง
aedile (อี' ไดลฺ) n. ผู้พิพากษาในสมัยโรมัน
aegis (อี' จิส) n. โล่, การป้องกัน, การช่วยเหลือ, การคุ้มครอง
Aeolian (อีโอ' เลียน) adj. เกี่ยวกับชาวกรีกที่มีชื่อตั้งตาม Aeolus, เกี่ยวกับลม, ที่ลมทำให้เกิดขึ้น
aeon (อีออน, อี' อัน) n. ระยะเวลาที่ยาวนานไม่สิ้นสุด, ชั่วนิรันดร
aerate (แอ' เรท) vt. -ated, -ating เผยให้ปรากฏในอากาศ, ทำให้โล่ง, อัดอากาศเข้า, ให้ออกซิเจน -aeration n.
aerator (แอ' ระเทอะ) n. เครื่องมืออัดอากาศเข้าไปในน้ำหรือของเหลวอื่นๆ, เครื่องอัดลม
aerial (แอ' เรียล) adj. เกี่ยวกับอากาศ, อยู่ในอากาศ, อยู่สูงในอากาศ, ไม่มีรูปร่าง, เพ้อฝัน, สวยงาม, เจริญได้ดีในที่ที่มีอากาศ, เกี่ยวกับเครื่องบิน -n. สายอากาศ -aerially adv. -Ex. an aerial stunt, aerial ladder

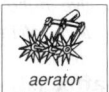
adz

aerator

aerialist (แอ' เรียลลิสทฺ) n. นักกายกรรมกลางหาว
aerial ladder บันไดยาวที่ยืดออกได้ (มักติดกับรถดับเพลิง)
aerie (แอร์' รี) n. รังของนกขนาดใหญ่ เช่น เหยี่ยว นกอินทรี, ที่พักบนที่สูง, ลูกนกอินทรี (-S. aery, eyrie, eyry)
aeriferous (แอริฟ' เฟอรัส) adj. ซึ่งนำพาอากาศ
aerification (แอริฟิเค' ชัน) n. การรวมกับอากาศ, ภาวะที่รวมกับอากาศ
aeriform (อา' ริฟอร์ม, เอเออ' ริฟอร์ม) adj. ซึ่งมีรูปแบบหรือลักษณะของอากาศ, ไม่มีรูปร่าง, ไม่เป็นจริง
aerify (แอ' ริไฟ) vt. -fied, -fying อัดอากาศเข้า, เปลี่ยนเป็นลักษณะอากาศธาตุ
aero. ย่อจาก aeronautics วิทยาศาสตร์หรือศิลปะการบิน
aero- คำอุปสรรค มีความหมายว่า เกี่ยวกับอากาศ
aerobe (แอ' โรบ) n. สิ่งมีชีวิต (โดยเฉพาะแบคทีเรีย) ที่ต้องอาศัยออกซิเจนในการดำรงชีพ
aerobic (แอโร' บิค) adj. ซึ่งต้องการอากาศหรือออกซิเจนในการดำรงชีพ
aerobics (แอ' โรบิคซฺ) n. แบบแผนการออกกำลังอย่างเหมาะสมที่ช่วยให้หายใจเอาออกซิเจนเข้าสู่ร่างกายได้มากขึ้นเพื่อกระตุ้นการทำงานของปอดและหัวใจ
aerocraft (แอ' โรคราฟทฺ) n. เครื่องบิน (-S. plane)
aerodrome (แอ' โรโดรม) n. สนามบิน (-S. airdrome, airport)
aerodynamics (แอโรไดแนม' มิคซฺ) n. pl. กลศาสตร์ที่เกี่ยวกับการเคลื่อนไหวของอากาศและก๊าซ และผลของมัน -aerodynamic adj. -aerodynamicist n.
aerodyne (แอ' โรไดนฺ) n. เครื่องบินที่หนักกว่าอากาศ, เครื่องบิน
aerogramme, aerogram (แอ' โรแกรม) n.

จดหมายทางอากาศ, โทรเลขทางอากาศ
aerography (แอรอก' กระฟี) n. การเขียนบรรยายเกี่ยวกับอากาศหรือบรรยากาศ -aerographer n.
aerolite (แอ' โรไลทฺ) n. อุกกาบาตที่ส่วนใหญ่ประกอบด้วยหิน -aerolitic adj.
aeromechanic (แอโรมิแคน' นิค) adj. ซึ่งเกี่ยวกับช่างเครื่องของเครื่องบิน
aeromechanics (แอโรมิแคน' นิคซฺ) n. pl. กลศาสตร์ที่เกี่ยวกับอากาศหรือก๊าซ
aeromedicine (แอโรเมด' ดิซิน) n. วิชาแพทย์ทางอากาศ -aeromedical adj.
aerometer (แอรอม' มิเทอะ) n. เครื่องมือวัดน้ำหนักความเข้มข้นและอื่นๆ ของอากาศหรือก๊าซ
aeronaut (แอ' โรนอท) n. นักขับขี่บอลลูนหรือเรือบิน (เบากว่าอากาศ), ผู้โดยสารบอลลูนหรือเรือบิน
aeronautics (แอโรนอท' ทิคซฺ) n. pl. วิทยาศาสตร์หรือศิลปะการบิน -aeronautic, aeronautical adj. -Ex. The man found aeronautics fascinating because he wanted to be a pilot.
aeroneurosis (แอโรนิวโร' ซิส) n. โรคประสาทที่เป็นกับนักขับเครื่องบินเนื่องจากจิตเคร่งเครียดเกินไป
aeroplane (แอ' โรเพลน) n. เครื่องบิน (-S. airplane)
aerosol (แอ' โรซอล) n. ละอองของเหลว, หมอก, ควัน, ของเหลวที่ถูกอัดในภาชนะกับก๊าซเฉื่อย แล้วสามารถปล่อยออกเป็นละอองของเหลว (สเปรย์) (-S. smoke, fog)
aerospace (แอ' โรสเพส) n. บรรยากาศและอากาศทั้งหมด -adj. เกี่ยวกับบรรยากาศหรือยานอวกาศ
aerosphere (แอ' โรสเฟียร์) n. บริเวณเหนือชั้นบรรยากาศของโลก
aerostat (แอ' โรสแทท) n. ยานที่ลอยในอากาศได้, บอลลูน, เรือบิน
aerostatics (แอโรสแทท' ทิคซฺ) n. pl. สถิตยศาสตร์ที่เกี่ยวกับก๊าซหรืออากาศธาตุ, วิทยาศาสตร์เกี่ยวกับยานที่เบากว่าอากาศ
aerostation (แอโรสเท' ชัน) n. วิทยาศาสตร์หรือศิลปะที่เกี่ยวกับบอลลูนหรือเรือบินที่เบากว่าอากาศ
aery (แอ' รี) n., pl. ries ดู aerie
aesthesia (เอสธี' เซีย) n. ดู esthesia
aesthete (เอส' ธีท) n. ผู้ที่ชอบความงาม (โดยเฉพาะของศิลปะ ดนตรี กวีและอื่นๆ) (-S. esthete, connoisseur)
aesthetic, aesthetical (เอสเธท' ทิค, เอสเธท' ทิเคิล) adj. เกี่ยวกับความรู้สึกต่อความงาม, เกี่ยวกับสุนทรียศาสตร์, เกี่ยวกับอารมณ์และความรู้สึกที่บริสุทธิ์, ทฤษฎีหรือความคิดเห็นที่ถือความงามเป็นใหญ่ -aesthetician n. (-S. esthetic, esthetical)
aesthetics (เอสเธท' ทิคซฺ) n. pl. สุนทรียศาสตร์, สุนทรียภาพ (-S. esthetics)
aestival (เอส' ทิเวิล) adj. แห่งฤดูร้อน (-S. estival)
aestivate (เอส' ทิเวท) vi. -vated, -vating ผ่านฤดูร้อน, นอนในฤดูร้อน -aestivation n. -aestivator n.
aether (อี' เธอะ) n. ดู ether -aethereal adj. -aetheric adj.
aetiology (อีทิออล' โลจี) n. การศึกษาเกี่ยวกับสาเหตุ

A

(โดยเฉพาะของโรค)

afar (อะฟาร์') *adv.* จาก, ไกลจาก, ห่างกันไกล, ไกลมาก, แต่ไกล (-S. far away)

affable (แอฟ' ฟะเบิล) *adj.* เป็นมิตร, ง่าย, กรุณา (-S. amiable, friendly -A. forbidding) **-affably** *adv. -Ex. Grandfather is a pleasant and affable gentleman.*

affair (อะแฟร์ร') *n.* ธุรกิจ, เรื่อง, ราชการ, เหตุการณ์, เรื่องรักใคร่, เรื่องส่วนตัว, เรื่องรักที่ไม่ถูกทำนองคลองธรรม, งานชุมนุม *-Ex. one's private affairs, affairs of state, That's my affair., a love affair, an affair of state, to mind one's own affairs*

affaire d'honneur (อาแฟร์' โดเนอ) (ภาษาฝรั่งเศส) การต่อสู้กันแบบตัวต่อตัว

affect (*n.* เอฟ' เฟคทฺ, อะเฟคทฺ' *-v.* อะเฟคท') *n.* ความรู้สึก, อารมณ์ *-vt., vi.* มีผลต่อ, ส่งผลต่อ, กระทบกระเทือน, ทำให้เสียใจ, ทำให้สงสาร, เป็น (โรค), เสแสร้ง, ชอบ, โน้มเอียงไปทาง **-affectable** *adj.* (-S. counterfeit, imitate, sham) *-Ex. Horror movies affected his dreams., Your story affects me deeply., Udom affected a sorrow he did not feel., Daeng affects red neckties.*

affectation (แอฟเฟคเท' ชัน) *n.* การเสแสร้ง, การทำท่าทาง (-S. artificiality, pretension)

affected (อะเฟค' ทิด) *adj.* ได้รับผล, ได้รับอิทธิพล, กระทบกระเทือน(จิตใจ), เสียใจ, สงสาร, แกล้ง, เสแสร้ง, โน้มเอียงไปทาง **-affectedly** *adv.* (-S. supurious, -A. spontaneous, real, moved)

affecting (อะเฟค' ทิง) *adj.* กระทบกระเทือนใจ, เร้าอารมณ์ **-affectation** *n.* **-affectional** *adj.*

affection (อะเฟค' ชัน) *n.* ความชอบ, ความรัก, ความเมตตา, อารมณ์, โรค **-affectional** *adj.* (-S. fondness, attachment -A. dislike) *-Ex. a great affection for one's sister, an affection of the right lung*

affectionate (อะเฟค' ชันเนท) *adj.* เมตตา, ชอบ, รัก, โน้มเอียงไปทาง **-affectionately** *adv.* **-affectionateness** *n.* (-S. caring, loving, devoted -A. cold, unfeeling) *-Ex. Yupa is gentle and affectionate toward her younger sister.*

affective (อะเฟค' ทิฟว) *adj.* เกี่ยวกับอารมณ์, ทำให้เกิดอารมณ์หรือความรู้สึก **-affectively** *adj.* **-affectivity** *n.* (-S. emotional)

afferent (แอฟ' เฟอเรนทฺ) *adj.* ไปทางอวัยวะ, ส่งเข้า

affiance (อะไฟ' เอินซฺ) *vt.* **-anced, -ancing** สัญญา, รับหมั้น, หมั้น *-n.* การหมั้น, ความเชื่อถือ, ศรัทธา, ความไว้วางใจ

affiant (อะไฟ' เอินทฺ) *n.* คู่หมั้น, ผู้ให้คำมั่น

affidavit (แอฟฟิเด' วิท) *n.* คำให้การเป็นลายลักษณ์อักษร

affiliate (อะฟิล' ลิเอท) *n.* สาขา (กิจการธุรกิจ), ผู้ที่เป็นสมาชิกหรือผูกพัน *-vt., vi.* **-ated, -ating** ผูกพัน, เข้าร่วม, รับเป็นสมาชิก, สืบสาวเรื่องราว, เป็นพี่น้องกัน, ยกให้เป็นพี่น้อง, รับเป็นบุตร **-affiliation** *n.* (-S. branch, associate)

affined (อะไฟนดฺ') *adj.* เลียนแบบ, มีความสัมพันธ์กันในด้านใดด้านหนึ่ง

affinity (อะฟิน' นิที) *n., pl.* **-ties** ความสัมพันธ์อย่างสนิทสนม, ความดึงดูด, การดึงดูดความสนใจ, การมีอารมณ์ร่วม, ความชอบพอกัน, ความพอใจในการร่วม (-S. inclination -A. antipathy)

affirm (อะเฟิร์ม') *vt.* ยืนยัน, เห็นพ้อง, อนุมัติ, พิสูจน์เป็นความจริง, รับรอง **-affirmable** *adj.* **-affirmer** *n.* (-S. state, assert) *-Ex. Sombut affirmed his innocence.*

affirmant (อะเฟอ' เมินทฺ) *n.* ผู้ที่ยืนยัน

affirmation (แอฟเฟอเม' ชัน) *n.* การยืนยัน, การรับรอง (-S. affirmance)

affirmative (อะเฟอ' มาทิฟว) *n.* การยืนยัน *-adj.* ซึ่งยืนยัน **-affirmatively** *adj.* (-S. affirming) *-Ex. Some affirmative expressions are "O.K", "all right", and "certainly"., Somchai was a member of the affirmative in the debate., The majority of the class voted in the affirmative when asked if they wanted to study music.*

affix (อะฟิคซฺ') *vi.* ติด, ติดกับ, ประทับ, ใส่เพิ่ม, ใส่ (ความ) *-n.* สิ่งที่ติด, ส่วนผนวก, คำต่อท้าย **-affixal** *adj.* **-affixer** *n.* (-S. fasten, attach -A. split)

affixture (อะฟิคซฺ' เชอะ) *n.* การใส่, การเพิ่มเติม, ภาวะที่ถูกติดพัน (-S. attachment)

afflatus (อะเฟล' ทัส) *n.* การดลใจ, การดลใจจากสวรรค์

afflict (อะฟลิคทฺ') *vt.* ทำให้เจ็บปวด, ลำบาก, เสียใจ รำคาญ, ทรมาน, ถ่อมตัว **-afflictive** *adj.* (-S. trouble, plague) *-Ex. A swarm of locusts afflicted the farmyard.*

affliction (อะฟลิค' ชัน) *n.* ความยากลำบาก, ความลำเค็ญ, ความทุกข์ทรมาน, ความเจ็บปวด (-S. trouble, grief -A. comfort) *-Ex. Friends sympathized with Yupa in her affliction., Heart disease remains one of man's worst affliction.*

affluence (แอฟ' ฟลูเอินซฺ) *n.* ความมั่นคง, ความร่ำรวย, ความหลากหลาย (ความคิด, คำพูดและอื่นๆ)

affluenza (แอฟ' ฟลูเอนซะ) *n.* ภาวะสำลักความสุข, ความรู้สึกเบื่อหน่ายและขาดสิ่งดลใจของคนรวยบางคน

affluent (แอฟ' ฟลูเอินทฺ) *adj.* มั่งคั่ง, ร่ำรวย, มากมาย *-n.* สายน้ำแยก **-affluently** *adv.* (-S. rich, wealthy, well-off -A. poor, needy, insolvent) *-Ex. an affluent nation or man*

afflux (แอฟ' ฟลัคซฺ) *n.* สิ่งที่ไหลไปยังจุดๆ หนึ่ง, การไหลไปทางจุดๆ หนึ่ง เช่น เลือดไหลเข้าสู่อวัยวะหนึ่งๆ ของร่างกาย

afford (อะฟอร์ด') *vt.* มี, ให้, จัดให้มี, สามารถให้ได้, สามารถมีได้ **-affordability** *n.* **-affordable** *adj. -Ex. I can't afford to have a holiday., I can't afford a car., Can you afford the time?*

afforest (อะฟอ' เรสทฺ) *vt.* เปลี่ยนให้เป็นป่า, ทำให้เป็นป่า **-afforestation** *n.* **-afforestable** *adj.*

affranchise (อะแฟรน' ไชซ) *vt.* **-chised, -chising** คืนเสรีภาพให้, ปล่อยพันธะ, ปล่อยทาส, ปล่อยให้เป็นอิสระ

affray (อะเฟร') *n.* ทำให้กลัว *-vt.* การทะเลาะวิวาท, การต่อสู้ของคนในที่สาธารณะ (-S. battle, fight, fracas -A. peace)

affricate (แอฟ' ริเคท) *n.* เสียงกระทบของลิ้นกับไรฟันบน **-affricative** *adj., n.*

affright (อะไฟร์ทฺ') *n.* ความตกใจ, ความตื่นตระหนก *-vt.* ทำให้ตกใจ (-S. frighten, fright)

affront (อะเฟรินทฺ') *vt.* ทำให้โกรธ, สบประมาท, เผชิญหน้า *-n.* การสบประมาท, การดูถูก (-S. offend -A. pacify, calm)

Afghan (แอฟ' เกิน, -แกน) *n.* ชาวอัฟกานิสถาน, ภาษาอัฟกัน, พรมชนิดหนึ่งที่ถักด้วยมือ *-adj.* เกี่ยวกับอัฟกานิสถาน, เกี่ยวกับชาวอัฟกานิสถาน

Afghanistan (แอฟแกน' นิสแทน) *n.* ประเทศอัฟกานิสถาน

aficionado (อะฟิชซิโอนา' โด) *n., pl.* **-dos** (ภาษาสเปน) ผู้ที่คลั่งไคล้ในเรื่องใดเรื่องหนึ่ง **-aficionada** *n. fem.*

afield (อะฟีลดฺ') *adv.* จากบ้าน, ไปนอก, นอกลู่นอกทาง, จากสิ่งที่คุ้นเคย, ไปบ้านนอก, ไปทุ่งไปนา

afire (อะไฟ' เออะ) *adj., adv.* ลุกเป็นไฟ,ไหม้, ร้อนรุ่ม

aflame (อะเฟลม') *adj., adv.* ลุกเป็นไฟ, กระตือรือร้น

AFL-CIO ย่อจาก American Federation of Labor and Congress of Industrial Organization สหภาพแรงงานและองค์การสภาอุตสาหกรรมแห่งอเมริกา

afloat (อะโฟลท') *adv., adj.* ลอย(บนน้ำ), ลอยตัว, ไม่ล่ม, บนเรือ, บนแพ, น้ำท่วม, ชุ่มน้ำ, ล่องลอย, แพร่หลาย, (การเงิน) ไม่ล้ม *-Ex. The old sailor had spent forty years afloat., The ship's deck was afloat the storm., There were many rumours afloat.*

aflutter (อะฟลัท' เทอะ) *adv., adj.* สะบัดพลิ้ว, ฮือ, ตื่นเต้น

afoot (อะฟุท') *adv.* เดินเท้าเปล่า, ดำเนินการ, เคลื่อนไหว *-Ex. The guard heard the prisoners whispering, and he knew trouble was afoot.*

afore (อะฟอร์') *adv., prep., conj.* อยู่หน้า, แต่ก่อน, ข้างต้น, มาแล้ว *-Ex. A spark set the forest afore.*

aforementioned (อะฟอร์' เมนชันดฺ) *adj.* ดังที่กล่าวมาก่อนแล้ว

aforesaid (อะฟอร์' เซด) *adj.* ดังที่กล่าวมาก่อน

aforethought (อะฟอรฺ' ธอท) *adj.* ซึ่งคิดมาล่วงหน้าแล้ว, จงใจ

afoul (อะเฟาลฺ') *adv., adj.* ในภาวะที่ปะทะกัน, พัวพัน, ซึ่งปะทะกัน

afraid (อะเฟรด') *adj.* กลัว, เกรง (-S. frightened, fearful -A. bold) *-Ex. troubled and afraid, Come on! Who's afraid?, afraid of the truth*

afresh (อะเฟรชฺ') *adv.* ใหม่, อีก (-S. again) *-Ex. Daeng had to start afresh because of his mistakes.*

Africa (แอฟ' ริกา) *n.* ทวีปแอฟริกา

African (แอฟ' ริเคิน) *adj.* เกี่ยวกับแอฟริกา *-n.* ชาวแอฟริกา

African violet ไม้ประดับชนิดหนึ่งที่มีดอกสีม่วงชมพูหรือขาว, ต้นหรือดอกแอฟริกันไวโอเลต

African American คนผิวดำที่อาศัยอยู่ในประเทศสหรัฐอเมริกา

Afrikaans (แอฟริคานซฺ') *n.* ชื่อภาษาหนึ่งของแอฟริกาใต้ที่ประดิษฐ์ขึ้นโดยชาวฮอลันดา (-S. taal)

Afrikander[1] (แอฟริแคน' เดอะ) *n.* ชื่อพันธุ์วัวขนาดใหญ่ชนิดหนึ่ง

Afrikander[2]**, Afrikaner** (แอฟริคาน' เดอะ, -เนอะ) *n.* ชาวแอฟริกาที่พูดภาษา Afrikaans

Afro-American (แอฟโรอะเม' ริเคิน) *adj.* เกี่ยวกับชาวอเมริกันที่มีบรรพบุรุษจากแอฟริกา, เกี่ยวกับชาวอเมริกันผิวดำ *-n.* ชาวอเมริกันที่เป็นนิโกร

Afro-Asiatic languages กลุ่มของภาษาที่ใช้กันแพร่หลายในแอฟริกาเหนือ และเอเชียตะวันตกเฉียงใต้ ประกอบด้วย Semitic, Egyptian, Berber, Cushitic, Chad

aft (แอฟทฺ, อาฟทฺ) *adv.* ไปด้านหลัง, ทางท้ายเรือ, ไปทางท้ายเรือ, อยู่ทางท้ายเรือ

after (อาฟ' เทอะ, แอฟ' เทอะ) *prep., adj., adv., conj.* หลัง, ทีหลัง, ข้างหลัง, หลังจาก, ภายหลัง *-vt.* ติดตาม, แสวงหา, ตามหา, เอาอย่าง (-A. before, prior to) *-Ex. Jill came tumbling after., Udom came soon after., send after him, named after his father, Yupa has lots of men after her., look after, see after, after a meal, after hours, months after that, I can't say anything after that., after all, Nobody trusts him after that deceit., Sompong takes after his grandmother.*

afterbirth (อาฟ' เทอะเบิร์ธ) *n.* รกและเยื่อหุ้มที่ออกมากับทารกแรกเกิด

afterburner (อาฟ' เทอะเบิน' เนอะ) *n.* อุปกรณ์ช่วยในการเผาไหม้ที่ต่อกับท่อปลายเครื่องยนต์เจ็ตสำหรับฉีดเชื้อเพลิง

aftercare (อาฟ' เทอะแคร์, แอฟ-') *n.* การดูแลรักษาคนไข้พักฟื้น

afterdeck (อาฟ' เทอะเดคฺ, แอฟ-') *n.* ส่วนท้ายของดาดฟ้าเรือ

aftereffect (อาฟ' เทอะอิเฟคทฺ', แอฟ-') *n.* ผลหลังจากการกระตุ้น, ผลภายหลัง (-S. side-effect)

afterglow (อาฟ' เทอะโกล') *n.* แสงสายัณห์, ความสุขที่ได้รำลึกถึงอดีตที่สวยงาม

afterlife (อาฟ' เทอะไลฟฺ) *n.* สิ่งที่ตามหลังเหตุการณ์, ชีวิตหลังความตาย (-S. consequence)

aftermath (อาฟ' เทอะแมธ, แอฟ'-) *n.* ผลที่ตามมา

aftermost (อาฟ' เทอะโมสทฺ, แอฟ-') *adj.* ท้ายสุด, หลังสุด

afternoon (อาฟเทอะนูน, แอฟ-') *n.* หลังเที่ยง, บ่าย

afterpains (อาฟ' เทอะเพนซฺ, แอฟ'-) *n. pl.* ความปวดหลังคลอด

aftertaste (อาฟ' เทอะเทสทฺ, แอฟ'-) *n.* รสที่ยังกรุ่นอยู่ในปาก, ความรู้สึกที่กรุ่นอยู่หลังเหตุการณ์ที่พอใจผ่านไป

afterthought (อาฟ' เทอะธอท, แอฟ-') *n.* ความคิดหรือการพิจารณาภายหลัง, ความคิดที่ล่าช้า, สิ่งเพิ่มเติมที่ไม่ได้คิดมาก่อน (-S. addendum)

aftertime (อาฟ' เทอะไทมฺ, แอฟ'-) *n.* อนาคต

A

afterward, afterwards (อาฟ' เทอะเวิร์ด, -เวิร์ดซ) *adv.* ภายหลัง
Ag. สัญลักษณ์ทางเคมีของธาตุเงิน
again (อะเกน') *adv.* อีก,ใหม่, อีกที, อนึ่ง *-Ex. Do it again., come to life again*
again and again ครั้งแล้วครั้งเล่า
against (อะเกนสฺทฺ') *prep.* ต่อต้าน, ต้าน, สู้, ทวนน้ำ, ย้อน, ผิดกฎหมาย, แนบเนื้อ,ประชิดกับ, อยู่ข้างหน้า, เทียบกับ, ป้องกัน, ไม่เห็นด้วย, ตรงกันข้าม (-S. opposed to, versus) *-Ex. ran against him in the street, lean against a post, The yellow stands out against the black., against the lie of the hairs, against my conscience, fight against, vote against, warn against*
agape (อะเกพ') *adv., adj.* อ้าปากค้างด้วยความตกใจ
agar (อา' การ์, แอก' การ์) *n.* ผลผลิตคล้ายวุ้นทำจากสาหร่ายทะเล, อาหารเพาะเลี้ยงเชื้อที่ผสมวุ้น (-S. agar-agar)
agate (แอก' กิท) *n.* หินโมรา, ตัวพิมพ์หล่อ 5.5 พอยต์
agave (อะเกฟวฺ, อะกา' วี) *n.* ต้นหางจระเข้, ต้นดอกโคม, พืชประเภทดอกโคม

agave

agaze (อะเกซ') *adv., adj.* ที่จ้องเขม็ง
Agcy ย่อจาก agency สำนักงานตัวแทน
age (เอจฺ) *n.* อายุ, วัยชรา, ยุค,สมัย, นิติภาวะ *-vi., vt.* **aged, aging/ageing** แก่เข้า, เก่า, ทำให้เก่า, ทำให้สุกงอม *-Ex. What is your age?, under age, age of discretion, middle age, bronze age, After the shock, Udom aged overnight., Fear and worry aged him.*
aged (เอจดฺ) *adj.* แก่, มีอายุ, เก่าแก่ **-the aged** คนแก่ **-agedly** *adv.* (-A. young, new, green) *-Ex. A boy aged five., an aged tree*
ageless (เอจฺ' เลส) *adj.* ไม่ยอมแก่, ไม่ยอมล้าสมัย, ชั่วกาลปาวสาน, ตลอดไป **-agelessly** *adv.*
agelong (เอจฺ' ลอง) *adj.* ยาวนาน, นานยิ่ง
agency (เอ' เจินซี) *n., pl.* **-cies** หน่วยงานบริการ, สำนักงานของตัวแทน, บริษัทตัวแทน,หน่วยงานราชการ, หน้าที่หรือการปฏิบัติงานของตัวแทน, กำลัง, พลัง *-Ex. employment agency, Through the agency of spies the detective learned the enemy's plans.*
agenda (อะเจน' ดะ) *n., pl.* **-das** ระเบียบวาระการประชุม, หนังสือบันทึกเรื่องราว (-S. schedule, programme, timetable)
agendum (อะเจน' เดิม) *n., pl.* **-da/-dums** ดู agenda
agent (เอ' เจินทฺ) *n.* ตัวแทน, ผู้แทนจำหน่าย, แรงหรือสิ่งตามธรรมชาติที่ใช้เพื่อผลเฉพาะอย่าง, ยา, น้ำยา, พนักงานเจ้าหน้าที่, สายลับ, สารที่ทำให้เกิดปฏิกิริยาทางเคมี (-S. performer, representative, delegate, operator)
age-old (เอจฺ' โอลดฺ) *adj.* เก่าแก่, โบราณ
Age of Reason ยุคที่มนุษย์มีเหตุผล
agglomerate (อะกลอม' เมอเรท) *vi.* **-ated, -ating** จับเป็นกลุ่มเป็นก้อน, เกาะกัน *-adj.* เป็นกลุ่มก้อน *-n.* การเกาะตัว, ก้อนใหญ่ **-agglomerative** *adj.* **-agglomerator** *n.*
agglomeration (อะกลอมเมอเร' ชั่น) *n.* การจับเป็นกลุ่มเป็นก้อน, ก้อนที่เกิดจากการเกาะตัวกัน
agglutinant (อะกลู' ทิเนินทฺ) *adj.* ซึ่งเกาะตัว, ซึ่งรวมตัว, ซึ่งทำให้ติดกัน *-n.* สารที่ทำให้ติดกัน
agglutinate (อะกลู' ทิเนท) *vt., vi.* **-nated, -nating** ทำให้เกาะติด, ทำให้รวมกัน *-adj.* ซึ่งติดกัน, ซึ่งรวมกัน, ที่เกาะติดกัน
agglutination (อะกลูทิเน' ชั่น) *n.* การเกาะติดกัน, ก้อนที่เกาะติดกัน, การจับเป็นก้อนของแบคทีเรียหรือเม็ดเลือด **-agglutinative** *adj.*
aggrandize (อะแกรน' ไดซ', แอก' กระไดซ') *vt.* **-dized, -dizing** เพิ่ม, ขยาย, คุยโว **-aggradizement** *n.*
aggravate (แอก' ระเวท) *vt.* **-vated, -vating** ทำให้เลวขึ้นหรือรุนแรงขึ้น, รบกวน, ทำให้ระคายเคือง, ทำให้โมโห **-aggravatingly** *adv.* **-aggravative** *adj.* **-aggravator** *n.* **-aggravation** *n.* (-A. relax, pacify) *-Ex. Scratching a mosquito bite aggravates it., Somchai aggravated his mother by staying out late at night.*
aggregate (แอก' กริเกท) *vt., vi.* **-gated, -gating** ไหลไปรวมกัน, สรุป, รวมตัว *-n.* สิ่งที่รวมตัวกัน *-adj.* ซึ่งรวมกัน *-Ex. Last year's costs aggregated $100,000., The aggregate of all his income was $100,000.*
aggregation (แอกริเก' ชั่น) *n.* กลุ่มรวม, ภาวะที่รวมเป็นกลุ่ม
aggress (อะเกรส') *vi.* รุกราน, ก้าวร้าว
aggression (อะเกรส' ชั่น) *n.* การรุกราน, การบุกรุก, การล่วงละเมิด (-S. assaul, attack, offense)
aggressive (อะเกรส'ซิฟวฺ) *adj.* รุกราน, ก้าวร้าว **-aggressively** *adj.* **-aggressiveness** *n.* **-aggressivity** *n. -Ex. an aggressive man, an aggressive salesgirl*
aggressor (อะเกรส' เซอะ) *n.* ผู้รุกราน (-S. attacker, invader, belligerent, assilant, raider)
aggrieve (อะกรีฟวฺ') *vt.* **-grieved, -grieving** ทำให้เศร้า, ทำให้ได้รับทุกข์, ทำให้เจ็บปวด
aggrieved (อะกรีฟวดฺ') *adj.* ซึ่งเสียใจ, ที่ได้รับอันตราย, ที่ได้รับบาดเจ็บ, ที่ถูกรุกราน **-aggrievedly** *adv.* **-aggrievedness** *n.*
aghast (อะกาสทฺ', อะแกสทฺ') *adj.* ตกตะลึง, อกสั่นขวัญหนี *-Ex. We stood aghast as we watched the boat strike the reef.*
agile (แอจ' ไจล, แอจ' จิล) *adj.* คล่องแคล่ว, ว่องไว, กระฉับกระเฉง, ปราดเปรียว **-agilely** *adv.* **-agileness** *n.* (-S. active, nimble -A. clumsy) *-Ex. Dancers must be agile., An agile mind solves problems quickly.*
agility (อะจิล' ลิที) *n.* ความว่องไว, ความปราดเปรียว, ความกระฉับกระเฉง, ความเฉลียวฉลาด (-S. celerity, dexterity, speed, ease)
agitate (แอจ' จิเทท) *vt., vi.* **-tated, -tating** เขย่า, ทำให้ปั่นป่วน, ทำให้ไม่สงบ, ปลุกเร้า, ปลุกปั่น, ก่อกวน **-agitative** *adj.* **-agitatedly** *adv.* (-A. allay, pacify)
agitation (แอจจิเท' ชั่น) *n.* การทำให้ปั่นป่วน, การปลุกปั่น, การเขย่า **-agitational** *adj. -Ex. to show agita-*

agitator 17 **aiguille**

A

tion over a friend's safety, There was general agitation for lower taxes., an agitation of the current

agitator (แอจ' จิเทเทอะ) *n.* ผู้ยุแหย่, ผู้ปลุกปั่น, เครื่องเขย่าและผสม

agitprop (แอจ' จิพรอพ) *adj.* เกี่ยวกับการยุยงและโฆษณาชวนเชื่อ

agleam (อะกลีม') *adv., adj.* ที่ส่องแสง

agley (อะกลี', อะไกล') *adv.* บิด, เบี้ยว

aglitter (อะกลิท' เทอะ) *adv., adj.* ที่ส่องแสงวูบวาบ, วาววับ

aglow (อะโกล') *adj.* สว่าง, วาววับ, เปล่งปลั่ง

agnate (แอก' เนท) *n.* ญาติฝ่ายพ่อ **-agnation** *n.* **-acnatic** *adj.*

agnomen (แอกโน' เมิน) *n., pl.* **agnomina** ชื่อเสริม

agnostic (แอกนอส' ทิค) *n.* ผู้ไม่เชื่อว่ามีพระเจ้า เพราะไม่มีใครที่รู้จริง, ผู้ไม่เชื่อว่านรกสวรรค์มีจริง, ผู้ไม่นับถือพระเจ้า *-adj.* เกี่ยวกับความเชื่อดังกล่าว **-agnostically** *adv.* (-S. atheist)

ago (อะโก') *adj., adv.* แต่ก่อน, มาแล้ว *-Ex. ten years ago, a long time ago*

agog (อะกอก') *adv., adj.* ตื่นเต้นมาก (ด้วยความกระตือรือร้นหรือความอยากรู้อยากเห็นหรืออื่นๆ)

a gogo (อาโก' โก) *adj.* มากเท่าที่ต้องการ, ไม่มีขอบเขต, เดินเพ่นพ่าน *-n.* จังหวะเต้นรำอะโกโก้, เวทีเต้นรำจังหวะอะโกโก้ (-S. a go-go)

agonic (เอกอน' นิค) *adj.* ไม่ทำมุม

agonize (แอก' โกไนซ) *vi., vt.* **-nized, -nizing** ทนทุกข์ทรมานด้วยความเจ็บปวดอย่างที่สุด, ทรมาน, ทำให้เจ็บปวด, ต่อสู้ดิ้นรนอย่างสุดขีด

agonizing (แอก' โกไนซฺ' ซิง) *adj.* ซึ่งสร้างความเจ็บปวดทางใจและกายอย่างมาก **-agonizingly** *adv. -Ex. The day without water in the desert was an agonizing experience.*

agony (แอก' โกนี) *n., pl.* **-nies** การทนทุกข์ทรมาน, ความเจ็บปวดยิ่ง, ความปวดร้าวทรมาน, อาการดิ้นรนก่อนตาย, การต่อสู้ที่รุนแรง (-S. distress)

agora (แอก' โกระ) *n., pl.* **-rae/-ras** เวที, ที่สาธารณะ, การชุมนุมทางการเมืองที่มีชื่อเสียง

agrarian (อะแกร' เรียน) *adj.* เกี่ยวกับไร่นาและที่ดิน, เกี่ยวกับชาวนา, เกี่ยวกับชนบท *-n.* ผู้นิยมการทำเกษตรกรรม **-agrarianly** *adv.*

agree (อะกรี') *vt., vi.* **-greed, -greeing** ตกลง, เห็นพ้อง, ยอมรับ, เห็นด้วย, ยินยอม, สนับสนุน, ตกลงกำหนด, เข้ากันได้,ลงรอย, เหมือน, เหมาะสมกับ(-S. settle, harmonize, unite -A. negate, deny, reject) *-Ex. Udom agreed to give it a trial., Sawai was asked to do it, and he agreed., Somsuk agreed that it should be given a trial., Birds in their nests agree., The figures don't agree.*

agreeable (อะกรี' อะเบิล) *adj.* น่าคบ, น่าพอใจ, เต็มใจหรือพร้อมที่จะตกลง, เห็นด้วย, สอดคล้อง **-agreeableness, agreeability** *n.* **-agreeably** *adv.* (-S. pleasant) *-Ex. A good dinner and agreeable talk go together., Are you agreeable to this plan?*

agreed (อะกรีดฺ') *adj.* ซึ่งตกลงกันแล้ว

agreement (อะกรี' เมินทฺ) *n.* การตกลง, การยินยอม, การเห็นด้วย, ข้อตกลง, สัญญา, ความเห็นตรงกัน *Ex. come to an agreement, make an agreement, an agreement between A and B, We cannot hope for perfect agreement among so many people., an agreement to purchase*

agriculture (แอก' กริคัลเชอะ) *n.* การเกษตร, เกษตรกรรม, กสิกรรม, เกษตรศาสตร์, กสิกรรม **-agricultural** *adj.* **-agriculturally** *adv.* (-S. tillage, agronomy)

agriculturist (แอกกริคัล' เชอะริสทฺ) *n.* ชาวนา, เกษตรกร (-S. agriculturalist)

agrology (อะกรอล' โลจี) *n.* วิทยาศาสตร์ที่ศึกษาเกี่ยวกับผลผลิตทางการเกษตร **-agrologist** *n.*

agronomics (แอกโรนอม' มิคซฺ) *n. pl.* ปฐพีวิทยา, วิทยาศาสตร์เกี่ยวกับพื้นดินเพาะปลูกสำหรับเกษตรกรรม

agronomy (อะกรอน' โนมี) *n.* ปฐพีศาสตร์ **-agronomic, agronomical** *adj.* **-agronomist** *n.*

aground (อะเกราน์ดฺ') *adv., adj.* บนพื้นดิน, เกยตื้น *-Ex. The boat ran aground.*

ague (เอ' กิว) *n.* ไข้มาลาเรียที่มีอาการหนาวๆ ร้อนๆ ไข้จับสั่น **-aguish** *adj.*

ah (อา) *interj.* โอย, อะฮ้า! (แสดงความเจ็บปวด ความประหลาดใจ ความเห็นด้วย ความสงสาร การบ่น ความยินดี ฯลฯ)

aha (อาฮา') *interj.* คำอุทานแสดงความพอใจ ยินดี

ahead (อะเฮด') *adv., adj.* อย่างข้างหน้า, ข้างหน้า, ภายหน้า, ล่วงหน้า, นำหน้า, ก่อน, เดินต่อไปข้างหน้า, เกิน, ล้ำหน้า *-Ex. danger ahead, ahead of us, look ahead, go ahead, full speed ahead, Tim was ahead of the others in chemistry., I am four dollars ahead.*

ahem (อะเฮม') *interj.* แฮะแฮ้ม (เพื่อเรียกความสนใจและอื่นๆ)

ahoy (อะฮอย') *interj.* เสียงร้องเรียกเรือ

AI ย่อจาก Artificial Intelligence ปัญญาประดิษฐ์

aid (เอด) *vi., vt., n.* ช่วยเหลือ, สงเคราะห์, อนุเคราะห์, ช่วยฉุกเฉิน *-n.* ผู้ช่วย, ผู้อุปถัมภ์, การอาศัย, แรงช่วย, สิ่งที่ช่วย **-aider** *n.* (-S. help, assist -A. impede, obstacle) *-Ex. Books are an aid to learning., with the aid of a doctor*

aide (เอด) *n.* ผู้ช่วย, นายทหารผู้ช่วย, องครักษ์, ราชองครักษ์, นายทหารคนสนิท *-Ex. a nurse's aide, General Pahol's aides*

aide-de-camp, aid-de-camp (เอด' ดะแคมพฺ) *n., pl.* **aides-de-camp** นายทหารผู้ช่วย, องครักษ์, ราชองครักษ์, นายทหารคนสนิท

AIDS ย่อจาก Acquired Immune Deficiency Syndrome โรคเอดส์, โรคภูมิคุ้มกันบกพร่อง, โรคภูมิคุ้มกันเสื่อม

aigrette, aigret (เอ' เกรทฺ, เอเกรท') *n.* ขนนกประดับ, นกกระสา, ขนนกกระสาที่ใช้ในการประดับ, ขนบนหัวนก, พู่, ส่วนที่คล้ายพู่

aiguille (เอกวิล', เอ' กวิล) *n.* ก้อนหินคล้ายจะงอย,

A

ยอดภูเขาที่มีลักษณะเป็นจะงอย

aiguillette (เอก' วิลเลท') *n.* สายสะพายไหล่

aikido (ไอ' คีโด, ไอคี' โด) *n.* ศิลปะการป้องกันตัวแบบหนึ่งของญี่ปุ่นมีการจับข้อมือ ข้อต่อและข้อศอก ทำให้คู่ต่อสู้เคลื่อนไหวไม่ได้หรือเพื่อทุ่มคู่ต่อสู้

ail (เอล) *vt.* ทำให้ปวด, ทำให้ทุกข์ทรมาน, ทำให้กลัดกลุ้ม, *-vi.* ปวด,ไม่สบาย, ทุกข์ *-Ex. What ails the boy?*

ailanthus (เอแลน'ธัส) *n., pl.* **-thuses** ชื่อต้นไม้จำพวก *Ailanthus*

aileron (เอ' ละรอน) *n.* ผิวหน้าที่เคลื่อนไหวได้, ปีกเสริม, ปีกประกอบ

aileron

ailing (เอล' ลิง) *adj.* ไม่สบาย, ทุกข์ทรมาน (-S. sick -A. healthy)

ailment (เอล' เมินทฺ) *n.* ความไม่สบายกาย, ความเจ็บป่วย (-S. disturbance, discomfort, disease)

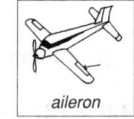

aim (เอม) *vt., vi.* เล็ง, เข้าหา, มุ่งหมาย *-n.* จุดประสงค์, ความมุ่งหมาย, การเล็งเป้า (-S. mark, goal, aspiration) *-Ex. aim at being perfect, aim at perfection, take aim at, take good aim., my aim in life*

aimless (เอมเลซ') *adj.* ไร้จุดหมาย **-aimlessness** *n.* (-S. purposeless, adrift)

ain (เอน) *adj.* เอง, ด้วยตัวเอง

ain't (เอนทฺ) ไม่ใช่

air (แอร์) *n.* การหายใจ, ลมที่พัดเบา, อากาศ, ลักษณะท่าทาง, อาการกลีนอากาศ, เพลง, อาการ *-vt., vi.* เผย, กินลม, ผึ่งอากาศ, ทำให้ลมเข้าออกได้สะดวก, ออกความคิดเห็น, ออกอากาศ, ออกโทรทัศน์ **-airless** *adj. -Ex.The air was full of birds., Sawai sang many airs his grandfather taught him., Let us open the window and air the room., the air we breathe, travel by air, the upper air, an air of dignity, her city airs annoy her friends at home., Reports of defeat are in the air., Our plans are still in the air.*

air bag ถุงลมนิรภัยที่พองออกอย่างรวดเร็วโดยอัตโนมัติเมื่อรถเกิดการปะทะขึ้น (-S. air cushion)

air base ฐานทัพอากาศ, ฐานบิน

air bladder ถุงลม, กระเพาะปลา

airborne (แอร์' บอร์น) *adj.* ที่ลอยในอากาศ, ที่ลงมาจากอากาศ, ที่ขนมาทางอากาศ

airbrake (แอร์' เบรค) *n.* ระบบเบรกด้วยอากาศที่อัดอยู่, เครื่องมือลดความเร็วเครื่องบิน

airbrush (แอร์' บรัช) *n.* เครื่องพ่นสี *-vt.* พ่นสีด้วยอุปกรณ์ดังกล่าว

airbus (แอร์' บัส) *n.* เครื่องบินโดยสารขนาดใหญ่

air castle วิมานในอากาศ

air command กองบัญชาการกองทัพอากาศ

air-condition ปรับอากาศ, ติดตั้งเครื่องปรับอากาศ

air conditioner เครื่องปรับอากาศ

air conditioning การปรับอากาศ, ระบบการปรับอากาศ

air-cool ทำให้อากาศเย็นถ่ายเท **-air-cooled** *adj.* (-S. air-condition)

aircraft (แอร์' คราฟทฺ) *n., pl.* **-craft** เครื่องบิน (-S. airplane, aeroplane, plane)

aircraft carrier เรือบรรทุกเครื่องบิน

aircrew (แอร์' ครู) *n.* ลูกเรือบนเครื่องบิน

air cylinder ท่อที่อัดอากาศไว้

air division หน่วยหนึ่งของกองทัพอากาศสหรัฐอเมริกา

airdrome (แอร์' โดรม) *n.* สนามบิน (-S. aerodrome)

airdrop (แอร์' ดรอพ) *n.* การกระโดดร่มชูชีพจากเครื่องบิน, การทิ้งของจากเครื่องบินด้วยร่มชูชีพ *-vt.* กระโดดร่ม, ทิ้งของจากเครื่องบิน

Airedale (แอร์' เดล) *n.* ชื่อพันธุ์สุนัขชนิดหนึ่ง มีขายาว ขนแข็งเหมือนเส้นลวดมีสีแทนคาดดำ

airfield (แอร์' ฟีลดฺ) *n.* สนามบิน

airflow (แอร์' โฟล) *n.* กระแสลมที่เกิดจากเครื่องบินหรือรถยนต์ที่วิ่งผ่าน *-adj.* ที่ปล่อยให้ลมผ่าน

air force กองทัพอากาศ

air gun ปืนลม

airhead (แอร์' เฮด) *n.* คนโง่

air hole ช่องอากาศ

airily (แอร์' ริลี) *adv.* คล่องแคล่ว, สบายใจ

airing (แอ' ริง) *n.* การตากลม, การสนทนาโต้แย้ง (ข้อคิดเห็น, ข้อเสนอ), การเดินหรือขับรถในที่โล่งแจ้ง

air lane เส้นทางการบิน, สายการบิน

air letter ไปรษณีย์อากาศ, จดหมายอากาศ

airlift (แอร์' ลิฟทฺ) *n.* ระบบการโดยสารหรือขนส่งด้วยเครื่องบิน (โดยเฉพาะในเวลาฉุกเฉิน) *-vt.* ขนส่ง (คนหรือสินค้า) ทางเครื่องบิน

airline (แอร์' ไลน) *n.* สายการบิน *-adj.* โดยเครื่องบิน

airliner (แอร์' ไล' เนอะ) *n.* สายการบิน (-S. airroute)

air lock ภาวะอากาศอุดตัน, ห้องที่อากาศอุดตัน

air mail ระบบเมล์อากาศ, การไปรษณีย์อากาศ

airmail (แอร์' เมล) *n.* การขนส่งทางอากาศ *-adj.* เกี่ยวกับไปรษณีย์อากาศ, จดหมายทางอากาศ, แสตมป์จดหมายอากาศ *-vt.* ส่งทางอากาศ *-adv.* โดยทางอากาศ (-S. air mail, air-mail letter, by air mail)

airman (แอร์' เมิน) *n., pl.* **-men** นักขับเครื่องบิน, ทหารอากาศ (-S. aviator)

air mass กลุ่มก้อนอากาศที่กินบริเวณเนื้อที่กว้างขวาง

air-minded ซึ่งสนใจการบิน

airplane (แอร์' เพลน) *n.* เครื่องบิน (-S. aeroplane)

air pocket หลุมอากาศ (-S. air hole)

airport (แอร์' พอร์ท) *n.* ท่าอากาศยาน

air pressure ความดันอากาศ, ความกดดันของบรรยากาศ *-Ex. the air pressure in an automobile tire*

air raid การโจมตีโดยเครื่องบิน (โดยเฉพาะการทิ้งลูกระเบิด)

air-raid shelter ที่หลบภัยอากาศ

air rifle ปืนลมไรเฟิล

air rights สิทธิเหนือพื้นดินของบุคคล

A

airscrew (แอร์ส' ครู) *n.* ใบพัดเครื่องบิน
air shaft ปล่องที่มีอากาศเข้า
air ship เรือบิน
airsick (แอร์' ซิค) *adj.* เมาเครื่องบิน **-airsickness** *n.*
airside (แอร์' ไซด) *n.* บริเวณหนึ่งของสนามบินซึ่งจำกัดให้เฉพาะผู้โดยสารและพนักงานเข้าไปได้เท่านั้น
air space น่านฟ้า, ปริมาณอากาศในห้องหรือช่องว่างใดช่องว่างหนึ่ง
airspeed (แอร์' สพีด) *n.* ความเร็วของเครื่องบิน, ความเร็วในการบิน
airstrip (แอร์' สทริพ) *n.* ทางวิ่งของเครื่องบิน
airtight (แอร์' ไทท) *adj.* ผนึกแน่นไม่ให้อากาศเข้า
air-to-air ซึ่งปล่อยจากเครื่องบินไปสู่เป้าหมายที่อยู่กลางอากาศ
air-to-ground จากเครื่องบินสู่พื้นดิน
air-to-surface จากเครื่องบินสู่พื้นดิน
airwaves (แอร์' เวฟวซ) *n. pl.* สื่ออากาศของการกระจายเสียงวิทยุและของโทรทัศน์
airway (แอร์' เว) *n.* สายการบินของเครื่องบิน
airworthy (แอร์' เวอธธี) *adj.* ได้มาตรฐานความปลอดภัยสำหรับการบิน **-airworthiness** *n.*
airy (แอร์' รี) *adj.* **airier, airiest** ซึ่งมีอากาศถ่ายเทได้สะดวก, โปร่ง, คล่องแคล่ว, เบา, สบายใจ, เพ้อฝัน, จินตนาการ, บนอากาศ, สูง **-airiness** *n. -Ex. an airy room, an airy manner, airy laughter*
aisle (ไอล) *n.* ทางเดินระหว่างที่นั่ง (ในรถ, โรงภาพยนตร์, เครื่องบิน, โบสถ์), ที่นั่งฟังธรรมที่แบ่งเป็นตอนในโบสถ์ **-aisled** *adj.*
ait (เอท) *n.* เกาะขนาดเล็กในแม่น้ำ
aitchbone (เอค' โบน) *n.* กระดูกตะโพก, เนื้อสัตว์ส่วนตะโพกที่ตัดให้มีกระดูกตะโพกรวมอยู่ด้วย
ajar[1] (อะจาร์') *adj., adv.* เปิดแง้มอยู่ *-Ex. Udom leaves the door ajar so the dog can come in.*
ajar[2] (อะจาร์') *adj., adv.* ไม่สอดคล้องกัน, ไม่ลงรอยกัน
akimbo (อะคิม' โบ) *adj. adv.* ที่เท้าสะเอว
akin (อะคิน') *adj.* เกี่ยวดองกัน, เป็นพี่น้องกัน, เป็นตระกูลเดียวกัน, คล้ายกัน, มีคุณสมบัติบางอย่างเหมือนกัน
Ala. ย่อจาก Alabama ชื่อรัฐหนึ่งในสหรัฐอเมริกา
Alabama (แอล' ลาแบม' มะ) รัฐอลาบามาอยู่ทางตอนใต้ของสหรัฐอเมริกา
alabaster (แอล' ละเบสเทอะ) *n.* หินปูนชนิดหนึ่งที่เป็นยิปซัมลื่นและขาวสะอาด **-alabastrine** *adj.*
a la carte (อา' ลาคาร์ท') (ภาษาฝรั่งเศส) ซึ่งมีราคาติดไว้ที่ตัวอย่างอาหารแต่ละจาน (-S. à la carte)
alack (อะแลค') *interj.* อนิจจา, อนิจจัง (-S. alackaday)
alacrity (อะแลค' ริที) *n.* ความกระตือรือร้น, ความฮึกเหิม, ความคล่องแคล่ว, ความเต็มใจ
Aladdin (อะแลด' ดิน) อาละดินเป็นตัวละครในนวนิยายอาหรับราตรีผู้เป็นเจ้าของตะเกียงวิเศษที่สามารถเนรมิตทุกสิ่งทุกอย่างได้
alameda (แอลละมี' ดะ) *n.* ทางเดินสาธารณะที่มีร่มเงาของต้นไม้, ทางเดินเล่น
a la mode (อาลาโมด') (ภาษาฝรั่งเศส) ตามแฟชั่น, ทำขึ้นหรือบริการในรูปแบบเฉพาะ เช่น พายหรือขนมเค้กที่เสิร์ฟพร้อมไอศกรีม (-S. à la mode)
alar (เอ' ลาร์) *adj.* เกี่ยวกับหรือมีปีก, คล้ายปีก
alarm (อะลาร์ม') *n.* ความตกใจ, ความหวาดกลัว, สัญญาณบอกเหตุ, อุปกรณ์ส่งสัญญาณบอกเหตุ, เสียงปลุก, เสียงเอะอะโวยวาย *-vt.* ทำให้ตื่นตกใจ **-alarming** *adj.* -S. fear, alert -A. allay) *-Ex. As the enemy came near, alarm spread among the people., The country was alarmed at the threat of war., The priests gave the alarm to the people of Thailand., a burglar alarm, a fire alarm*
alarm clock นาฬิกาปลุก
alarmist (อะลาร์ม' มิสท) *n.* พวกกระต่ายตื่นตูม, ผู้ชอบทำให้ตกใจกลัวด้วยเรื่องเล็กน้อย *-adj.* ที่ตื่นตูม **-alarmism** *n.*
alarum (อะลา' รัม) *n.* ความตกใจ
alas (อะลาส', อะแลส') *interj.* อนิจจา, โถ (แสดงความเสียใจ, ความสงสาร, ความเป็นห่วง)
Alaska (อะแลส' คะ) รัฐอลาสกาอยู่ทางตะวันตกเฉียงเหนือของสหรัฐอเมริกา
alate (เอ' เลท) *adj.* ซึ่งมีปีก, มีลักษณะเป็นปีก (-S. alated)
alb (แอลบ) *n.* เสื้อคลุมแขนยาวของบาทหลวง

alb

albacore (แอล' บะคอร์) *n., pl.* **-cores/-core** ปลาทูน่าชนิดหนึ่งจำพวก *Thunnus alalunga*
albatross (แอล' บะทรอส, -ทรส) *n., pl.* **-trosses/-tross** นกทะเลขนาดใหญ่ที่สุดตระกูล Diomedeidae
albeit (ออลบี' อิท) *conj.* แม้ว่า, อย่างไรก็ตาม
albinism (แอล' บะนิ' ซึม) *n.* ภาวะผิวเผือก, โรคผิวเผือก **-albinistic** *adj.*
albino (แอลไบ'โน, -บี' โน) *n., pl.* **-nos** คนหรือสัตว์หรือพืชที่มีผิวเผือก
album (แอล' บัม) *n.* สมุดหน้าเปล่าสำหรับเก็บภาพแสตมป์หรืออื่นๆ, แผ่นเสียงขนาดใหญ่, ชุดแผ่นเสียง, สมุดลงนามของผู้มาเยี่ยม
albumen (แอลบู' เมน) *n.* ไข่ขาว, โภชนาหารรอบ embryo ในเมล็ดพืช
albumin (แอลบู' มิน) *n.* โปรตีนชนิดหนึ่งพบในไข่ นม เนื้อสัตว์ เลือด ซึ่งจำเป็นต่อการเจริญเติบโตของร่างกาย
alchemy (แอล' คะมี) *n.* การเล่นแร่แปรธาตุในยุคสมัยกลางเพื่อหากรรมวิธีเปลี่ยนโลหะให้เป็นทองและการหาน้ำอมฤต **-alchemic, alchemical** *adj.* **-alchemistic, alchemistical** *adj.* **-alchemically** *adv.* **-alchemist** *n.* (-S. magical power)
alcohol (แอล' กะฮอล) *n.* แอลกอฮอล์, เครื่องดื่มที่ผสมแอลกอฮอล์, สารประกอบเคมีที่มีสูตร -ROH (-S. spirit)
alcoholic (แอลกะฮอล' ลิค) *adj.* ซึ่งเกี่ยวกับหรือเกิดจากแอลกอฮอล์, เป็นพิษสุราเรื้อรัง *-n.* ผู้ติดสุราเรื้อรัง, คนติดเหล้า **-alcoholically** *adv.* (-S. vinous, spiritous) *-Ex. Whiskey is an alcoholic drink., an alcoholic odour*

A

alcoholism (แอลคะฮอล' ลิสซึม) *n.* โรคพิษสุราเรื้อรัง
alcove (แอล' โคฟว) *n.* เวิ้งที่ติดกับห้องสำหรับตั้งเตียง ตู้หรือเฟอร์นิเจอร์อื่นๆ, ส่วนที่เป็นเวิ้ง, ซุ้มไม้
aldehyde (แอล' ดีไฮด) *n.* อินทรียสารที่ประกอบด้วยกลุ่มธาตุ -CHO **-aldehydic** *adj.*
alder (ออล' เดอะ) *n.* ไม้ชนิดหนึ่งจำพวก *Alnus* ใช้ทำเครื่องเรือน เปลือกใช้ย้อมผ้า

alder

alderman (ออล' เดอเมิน) *n., pl.* **-men** เทศมนตรี, สมาชิกสภาเทศบาล, ข้าหลวงใหญ่ **-aldermancy** *n.* **-aldermanic** *adj.*
ale (เอล) *n.* เครื่องดื่มที่ทำจากข้าว มีแอลกอฮอล์ 6% โดยปริมาตร **-alehouse** *n.* ร้านเหล้า
alembic (อะเลม' บิค) *n.* ภาชนะ แก้วหรือโลหะที่ใช้ในการกลั่น, สิ่งที่ใช้กลั่นหรือทำให้บริสุทธิ์

alembic

aleph (อา' ลิฟ) *n.* อักษรตัวแรกของพยัญชนะภาษาฮีบรู
alert (อะเลิร์ท') *adj.* ว่องไว, เตรียมพร้อม, ระมัดระวัง *-n.* การเตรียมพร้อม *-vt.* เตือนภัย **-alertness** *n.* **-alertly** *adv.* (-S. aware, watchful) *-Ex. an alert mind, an alert soldier, The troops were alerted before the enemy attack., on the alert*
alexandrine (แอคลิคซาน' ดริน) *n.* โคลงกลอนที่มี 6 พยางค์
alexia (อะเลค' เซีย) *n.* ความไม่สามารถเขียนภาษาได้
alfalfa (แอลแฟล' ฟา) *n.* พืชตระกูลถั่วประเภทมีฝักในยุโรปใช้เลี้ยงสัตว์
alfresco (แอลเฟรส' โค) *adv., adj.* นอกบ้าน, กลางแจ้ง (-S. outdoor)
alg. ย่อจาก algebra พีชคณิต
alga (แอล'กะ) *n., pl.* **-gae** สาหร่ายทะเล
algebra (แอล' จิบรา) *n.* พีชคณิต
algebraic (แอลจิเบร' อิค) *adj.* เกี่ยวกับพีชคณิต **-algebraist** *n.* (-S. algebraical)
Algeria (แอลจี' เรีย) *n.* ประเทศแอลจีเรียในตะวันตกเฉียงเหนือของแอฟริกา **-Algerian** *n., adj.*
ALGOL, Algol ย่อจาก ALGOrithmic Language (คอมพิวเตอร์) ภาษาโปรแกรมระดับสูง, ภาษาอัลกอล
algorithm (อัลกอริธึม) *n.* ลำดับขั้นตอนที่แน่นอนซึ่งใช้ในการแก้ปัญหา, ขั้นตอนวิธี, ชุดของคำสั่งที่กำหนดไว้อย่างมีขั้นตอนเพื่อใช้แก้ปัญหาใดปัญหาหนึ่ง
alias (เอ' ลิแอส) *n., pl.* **aliases** นามแฝง, สมญานาม *-adv.* อีกชื่อหนึ่ง (-S. pseudonym)
alibi (แอล' ละไบ) *n., pl.* **-bis** คำแก้ตัวของจำเลยที่ว่าเขาไม่อยู่ในที่เกิดเหตุ, คำแก้ตัว *-vt., vi.* **-bied, -bing** แก้ตัว, อ้างที่อยู่เพื่อเป็นข้อแก้ตัวให้คนอื่น *-Ex. The alibi of the accused was that he was making a public speech in another town at the time of the crime., Daeng has a ready alibi for everything.*
alien (แอล' เยิน, เอ' เลียน) *n.* คนต่างด้าว, ความแตกต่างกับตน, คนแปลกหน้า *-adj.* ต่างด้าว, ต่างประเทศ, แตกต่างกับตัวเอง (-S. outlander, stranger, foreigner) *-Ex. an alien language, an alien enemy, Dishonesty is alien to her.*
alienable (เอ' เลียนนะเบิล, แอล' เยินนะเบิล) *adj.* ซึ่งขายได้, ซึ่งย้ายหรือโอนได้ **-alienability** *n.* (-S. transferable, transferrable)
alienate (เอ' ลิเนท, แอล' เยินเนท) *vt.* **-nated, -nating** ทำให้เหินห่าง, ทำให้บาดหมาง, โอน (เงิน,ที่ดิน), ทำให้วิกลจริต, ขับออก **-alienator** *n.* (-S. separate, estrange -A. close)
alienation (เอเลียนเน' ชัน) *n.* การทำให้เหินห่าง, การทำให้บาดหมาง, การโอน(เงิน,ที่ดิน), ภาวะวิกลจริต, การยุแหย่ (-S. separation)
alienee (เอ' เลียนนี, แอล' เยินนี) *n.* ผู้รับโอนกรรมสิทธิ์
alienor, aliener (เอ' เลียนเนอะ, แอล' เยินเนอะ) *n.* ผู้โอนกรรมสิทธิ์
alight (อะไลท') *vi.* **alighted/alit, alighting** ลงจากพาหนะ, ลงเกาะ, พบ (โดยบังเอิญ) *-adj.* มีแสงสว่าง, สว่างไปด้วย, (ไฟ) ลุก *-Ex. The fire is alight on the hearth., The bride's face was alight with jubilance., to alight from a train, The bird alighted on the lower branch.*
align (อะไลน') *vt., vi.* จัดให้เป็นเส้นเดียวกัน, ทำให้เป็นเส้นเดียวกัน, ทำให้เป็นแถวเดียวกัน, ปรับ, กลายเป็นเส้นเดียวกันหรือเส้นตรง, เข้าร่วม **-alignment** *n.* **-aligner** *n.* (-S. line up)
alike (อะไลค') *adj., adv.* เหมือนกัน, คล้ายกัน, อย่างเดียวกัน **-alikeness** *n.* *-Ex. These things are alike, are both alike, They (both) behaved alike.*
aliment (*n.* แอล' ละเมินท, *v.* แอล' ละเมินท') *n.* อาหาร, สิ่งบำรุงเลี้ยง, สิ่งค้ำจุน *-vt.* สนับสนุนค้ำจุน **-alimental** *adj.*
alimentary (แอลละเมน' ทะรี) *adj.* เกี่ยวกับการบำรุงเลี้ยง, เกี่ยวกับโภชนาการ, ซึ่งบำรุง, ซึ่งค้ำชู (-S. nutritional)
alimentary canal ทางเดินอาหาร
alimentation (แอลลิเมนเท' ชัน) *n.* โภชนาการ, การบำรุงเลี้ยง, การค้ำชู, การผดุงไว้ **-alimentative** *adj.*
alimony (แอลลิโม' นี) *n., pl.* **-nies** ค่าเลี้ยงดูภรรยาที่หย่าร้างกับสามี, ค่าครองชีพ
aline (อะไลน') *vt., vi.* **alined, alining** ดู align **-alinement** *n.*
aliquant (แอล' ลิควอนท) *adj.* บ้าง, ปานกลาง, (ตัวเลข) ที่หารตัวเลขอื่นได้ไม่ลงตัว
aliquot (แอล' ลิควอท) *adj.* เป็นตัวหารได้พอดี, ซึ่งประกอบด้วยส่วนที่แน่นอนของทั้งหมด, ซึ่งประกอบด้วยส่วนที่หารลงตัว *-n.* ส่วนที่หารลงตัว
alive (อะไลฟว') *adj.* มีชีวิตอยู่, คงอยู่, กระปรี้กระเปร่า, ร่าเริง, ครึกครื้น, เต็มไปด้วยชีวิตชีวา (-S. existing, lively -A. dead, inactive) *-Ex. It's a wonder I'm still alive to tell the tale., Freedom is still alive in men's hearts., a stream alive with fish, a river alive with fish*
alkali (แอล' คะไล) *n., pl.* **-lis/-lies** ด่าง
alkali metals กลุ่มของโลหะที่มีวาเลนซีเดียว ได้แก่

A

potassium, sodium, lithium, rubidium, cesium, francium

alkaline (แอล' คะไลนฺ, -ลิน) *adj.* ซึ่งประกอบด้วยหรือมีลักษณะเป็นด่าง

alkaline earth ออกไซด์ของ barium, strontium, calcium, baryllium, radium หรือ magnesium

alkalinity (แอลคะลิน' นิที) *n.* ภาวะเป็นด่าง, ความเป็นด่าง

alkalinize (แอล' คะนิไนซฺ) *vt.* **-lized, -lizing** ทำให้เป็นด่าง, เปลี่ยนให้เป็นด่าง

all (ออล) *n.* จำนวนทั้งหมด *-adj., adv.* ทั้งหมด, ทั้งมวล, ทั่วทุก, ตลอด, เท่าที่มีทั้งหมด, ล้วน, แท้, สูงสุด, ที่สุด **-above all** ก่อนอื่น **-after all** อย่างไรก็ตาม, ในที่สุด **-once and for all** ในที่สุด **-all but** ทั้งหมดยกเว้นแต่ เกือบจะ, จวนเจียน *-Ex. all England, all day, with all my heart, all this, all men, all those, we all, all that I own, That's all! none at all, best of all, dressed all in white, all painted up with rouge, Udom all but collapsed., His singing is not at all bad., Do you mind helping me? Not at all!, That's four in all.*

all- คำอุปสรรค มีความหมายว่า ทั้งหมด

alla breve (อา' ลิเบรเว) (ดนตรี) ใช้เครื่องเสียงต่อหน่วยเวลา, ⅔ หรือ ½ time (-S. cut time)

Allah (แอล' ละ, อา' ละ) *n.* พระอัลลาห์

all-American (ออลอะเมฺ' ริเคิน) *adj.* ซึ่งเป็นตัวแทนของสหรัฐอเมริกา, ประกอบด้วยสมาชิกอเมริกันโดยเฉพาะ, เป็นลักษณะเฉพาะของอเมริกัน *-n.* นักกีฬาตัวอย่างของอเมริกา, เยาวชนตัวอย่างของอเมริกา

all-around (ออล' อะราวนฺด) *adj.* ได้ทุกอย่าง, คล่องตัว, กว้างขวาง, หยั่งรู้, เข้าใจ

allay (อะเล') *vt.* **-layed, -laying** ทำให้สงบ, บรรเทา, ทำให้น้อยลง **-allayer** *n.* (-S. relieve, soothe -A. intensify, aggravate, exacerbate) *-Ex. The priest allayed his fears.*

all-clear (ออล' เคลียร์') สัญญาณที่แจ้งว่าการโจมตีทางอากาศได้ผ่านพ้นไปแล้ว

allegation (แอลลิเก' ชัน) *n.* การกล่าวหา, การยืนยัน, การอ้าง, ข้อกล่าวหา,ข้ออ้าง, ข้อยืนยัน, กล่าวหา

allege (อะเลจฺ') *vt. vi.* **-leged, -leging** กล่าวหา, อ้าง, ยืนยัน, แถลง **-allegeable** *adj.* (-S. declare, affirm -A. deny, contradict)

alleged (อะเลดจฺด') *adj.* ซึ่งกล่าวหา, ซึ่งยืนยัน, น่าสงสัย, ซึ่งกล่าวถึง **-alledgedly** *adv. -Ex. Dusit alleged that the money had been stolen., to allege illness as a reason for being absent*

allegiance (อะลี' เจินซฺ) *n.* ความจงรักภักดี, ความสวามิภักดิ์, การอุทิศต่อ **-allegiant** *adj.* (-S. obedience, loyalty -A. disroyalty, treachery) *-Ex. his allegiance to his family and government*

allegoric, allegorical (แอลลิกอ' ริค, -เคิล) *adj.* แฝงความหมาย, เปรียบเทียบ (-S. comparative)

allegorize (แอล' ลิกะไรซ) *vt., vi.* **-rized, -rizing** เปรียบเทียบ, สมมติ, เป็นสัญลักษณ์ **-allegorizer** *n.* **-allegorization** *n.*

allegory (แอล' ลิโกรี) *n., pl.* **-ries** การเปรียบเทียบ, การแฝงคติ, การสมมติ, นิทานเปรียบเทียบ, เครื่องหมาย (-S. parable, representation)

allegretto (แอลลิเกรท' โท) *adj., adv.* (ดนตรี) ซึ่งมีจังหวะค่อนข้างเร็ว *-n., pl.* **-tos** ดนตรีที่มีจังหวะค่อนข้างเร็ว

allegro (อะเล' โกร) *adj., adv.* (ดนตรี) ซึ่งมีจังหวะที่สั้นและเร็ว

alleluia (แอลละลู' อะ) *n.* เพลงสรรเสริญพระเจ้า

allergen (แอล' เลอเจน) *n.* สารที่ทำให้เกิดโรคภูมิแพ้ได้

allergic (อะเลอ' จิค) *adj.* แพ้, เป็นโรคภูมิแพ้ *-Ex. Mae is allergic to pork.*

allergist (แอล' เลอจิสท) *n.* แพทย์ผู้เชี่ยวชาญด้านโรคภูมิแพ้

allergy (แอล' เลอจี) *n., pl.* **-gies** โรคภูมิแพ้ (เช่น ไข้ละอองฟาง, หอบ, หืด, ภาวะผิวหนังเป็นผื่น), ความไม่พอใจ (-S. hypersensitivity) *-Ex. an allergy to penicillin*

alleviate (อะลี' วิเอท) *vt.* **-ated, -ating** บรรเทา, ทำให้น้อยลง **-alleviator** *n.* (-S. relieve -A. aggravate)

alleviation (อะลีวิ เอ' ชัน) *n.* การบรรเทา, การทำให้น้อยลง, สิ่งที่บรรเทาหรือทำให้น้อยลง (-S. relief -A. aggravation, exacerbation)

alleviative, alleviatory (อะลี' วิอะทิฟว, อะลี' วิอะโทรี) *adj.* ซึ่งทำให้ลดน้อยลง, ซึ่งบรรเทา

alley (แอล' ลี) *n., pl.* **-leys** ตรอก, ซอย, ทางเดินที่แคบ, ทางวิ่งที่แคบ (-S. passageway, passage, aisle, lane)

alleyway (แอล' ลีเว) *n.* ดู alley

all-fired สุดขีด, มากเกิน, เหลือเกิน

all fours การเรียงไพ่ที่มีคะแนนเรียงกันทั้ง 4 ตัว, แขนขาทั้ง 4 (ในคนหรือสัตว์)

alliance (อะไล' เอินซฺ) *n.* พันธมิตร, สันนิบาต, การแต่งงาน, ความสัมพันธ์ที่เกิดจากการแต่งงาน, สหพันธ์, ข้อตกลงระหว่างประเทศ (-S. fusion, union -A. difference, disparity)

allied (อะไลดฺ', แอล' ไลด) *adj.* เป็นพันธมิตรกันโดยสนธิสัญญา, ซึ่งมีความสัมพันธ์กัน, มาจากที่เดียวกัน, มีแหล่งกำเนิดเดียวกัน (-S. united) *-Ex. the allied nations, Reading and writing are closely allied subjects*

allies (แอล' ไลซ, อะไลซ') *n.* พหูพจน์ของ ally พันธมิตร **-Allies** ชาติพันธมิตร,สมาชิกสนธิสัญญานาโต้ (NATO)

alligator (แอล' ลิเกเทอะ) *n., pl.* **-tors/-tor** จระเข้, รถสะเทินน้ำสะเทินบก

alligator

alliterate (อะลิท' เทอเรท) *vt., vi.* **-rated, -rating** สัมผัสอักษรพยางค์, ทำให้คำแรกสัมผัสอักษรกัน

alliteration (อะลิทเทอเร' ชัน) ท. การสัมผัสอักษร, วิธีสัมผัสอักษรพยางค์

allocate (แอล' โลเคท) *vt.* **-cated, -cating** จัดสรร, แบ่งสรร, หาตำแหน่ง, กำหนด, บรรจุ, ลงบัญชี **-allocation** *n.* (-S. earmark, designate)

allopath (แอล' โลพาธ) *n.* ผู้ที่เชื่อหรือปฏิบัติตามหลัก allopathy (-S. allopathist)

allopathy (อะลอพ' พะธี) *n.* วิธีการรักษาโรคโดยใช้

allot 22 **almost**

A

สารที่ออกฤทธิ์ตรงข้ามหรือเข้ากันไม่ได้กับภาวะของโรคที่กำลังรักษา **-allopathic** *adj.*

allot (อะลอท') *vt.* **-lotted, -lotting** แจก, แบ่งส่วน, จัดแบ่ง, จัดสรร, จัดให้เพื่อจุดประสงค์อย่างใดอย่างหนึ่ง *-n.* การแจก, การจัดสรร **-alloter** *n.* **-allotee** *n.* (-S. divide, appropriate) *-Ex. The prize money was allotted to the various winners., Narong allots two hours of the day for homework.*

allotment (อะลอท' เมินทฺ) *n.* การจัดแบ่ง, การจัดสรร, ส่วนที่จัดแบ่ง, ส่วนแบ่งที่ได้รับ, ที่ดินที่ให้คนสวนเช่า (-S. share, deal, part, fraction, allowance, piece)

allotrope (แอล' โลโทรพ) *n.* รูปแบบที่ต่างกันของธาตุหนึ่งๆ

allotropy (อะโล' โทรพี) *n.* คุณสมบัติทางเคมีของธาตุบางชนิดที่มีหลายรูปแบบ (-S. allotropism)

all-out สมบูรณ์, อย่างเต็มที่, ไม่มีเหลือไว้เลย (-S. total, maximum, supreme, optimum)

allow (อะเลา') *vt., vi.* ยอมให้, อนุญาตให้, จ่ายให้, ยกให้, พิจารณา, คิด, ให้อภัย,เพื่อให้ (-S. permit, confess -A. refuse, deny, withhold) *-Ex. Smoking is not allowed here., You are not allowed to come here., I don't allow myself to get lazy., allow 10% off for cash, allow for future development*

allowable (อะเลา' อะเบิล) *adj.* ซึ่งยอมได้, ซึ่งยินยอมได้ **-allowably** *adv.* (-A. forbidden) *-Ex. Two mistakes are allowable in this game.*

allowance (อะเลา' เอินซฺ) *n.* การยินยอม, การอนุญาตให้, สิ่งที่ได้รับส่วนแบ่ง, เงินส่วนแบ่ง, เงินช่วยเหลือ, เงินค่าใช้จ่าย, ส่วนเสริม, การอดทน, การยอมรับ, การพิจารณา, การให้อภัย *-vt.* **-anced, -ancing** เพื่อให้, จัดให้, จัดสรร (-S. share, allotment) *-Ex. my wife's dress allowance, allowance of food for the prisoners, make allowance for future developments, I must make allowance for you.*

allowedly (อะเลา' อิดลี) *adv.* ซึ่งยินยอมได้

alloy (อะลอย') *n.* โลหะผสม, ส่วนผสม, สิ่งที่ใช้ลดคุณภาพหรือความบริสุทธิ์ *-vt.* ผสมให้เป็นโลหะผสม, เจือปน

alloy steel เหล็กกล้าผสมคาร์บอนและธาตุอื่นๆ เช่น โครเมียม, โคบอลต์, ทองแดง, แมงกานีส, นิกเกิล, ทังสเตน

all right ปลอดภัย, ใช่, สบายดี, ซึ่งพอใจ, แน่นอน (-S. adequate, unobjectionable, intact) *-Ex. If your work is quite all right, start something new., I had mumps last month, but I'm all right now., Oh, all right, you may go.*

all-round ทุกรูปแบบ, ทั้งหมด

All Saints' Day วันทางศาสนาที่ระลึกถึงนักบุญทั้งหมด คือวันที่ 1 พฤศจิกายน

All Souls' Day วันสวดมนต์สำหรับคนตายทั้งหมด มักเป็นวันที่ 2 พฤศจิกายน

all system go ทุกสิ่งทุกอย่างพร้อมที่จะลงมือปฏิบัติการ

allspice (ออล' สไพซ) *n.* ต้นไม้จำพวก *Pimenta diorca* เป็นต้นไม้ที่มีกลิ่นน่าดม

all-star (ออล' สทาร์) *adj.* ประกอบด้วยดาราแสดงทั้งหมด *-n.* คนเล่นที่เลือกให้เป็นตัวแทนของดาราทั้งหมด

allude (อะลูด') *vt.* **-luded, -luding** พูดถึง, พูดเป็นนัย, พาดพิงถึง, แย้ม, หมายถึง *-Ex. In his book the general alluded to his earlier essay on the subject.*

allure (อะเลียว') *vt.* **-lured, -luring** ล่อ, ชักชวน, จูงใจ, ทำให้หลงเสน่ห์ *-n.* เสน่ห์ (-S. seduce, charm, sex appeal) *-Ex. to allure by the promise of pleasure, the allure of adventure*

allurement (อะเลียว' เมินทฺ) *n.* เสน่ห์, อำนาจดึงดูดใจ, สิ่งหรือวิธีหรือกระบวนการดึงดูดใจ (-S. charm, temptation)

alluring (อะเลียว' ริง) *adj.* ซึ่งล่อใจ, ซึ่งดึงดูดใจ, มีเสน่ห์ **-alluringly** *adv.*

allusion (อะลู' ชัน) *n.* การพาดพิงถึง, การหมายถึง, คำอุปมา

allusive (อะลู' ซิฟว) *adj.* ซึ่งพาดพิงถึงบางอย่าง, ซึ่งอ้างอิง, ซึ่งพูดเป็นนัย, อุปมาอุปไมย **-allusiveness** *n.* **-allusively** *adv.*

alluvial (อะลู' เวียล) *adj.* เกี่ยวกับชั้นของดินทรายหรือโคลนที่น้ำพัดพามา, ดินที่มีทองซึ่งถูกน้ำพัดพามา

alluvion (อะลู' เวียน) *n.* ผืนดินที่เกิดจากสิ่งที่น้ำพัดพามาทับถม

alluvium (อะลู' เวียม) *n., pl.* **-viums/-via** ชั้นของดินโคลนและอื่นๆ ที่น้ำพัดพามา, สิ่งต่างๆ ที่นอนก้นทับถมอยู่เมื่อไม่นานมานี้ (-S. alluvion)

ally (*v.* อะไล', *n.* แอล' ไล, อะไล') *vt., vi.* **-lied, -lying** ผูกพัน, เข้าข้าง, เป็นพันธมิตร *-n.* พันธมิตร, ประเทศพันธมิตร, พรรคพวก, ผู้ช่วย, สิ่งที่เกี่ยวดองกัน (-S. confederate, partner)

all-year ตลอดทั้งปี, เปิดตลอดปี, มีประโยชน์หรือให้ผลิตผลตลอดทั้งปี

alma mater โรงเรียนเดิมที่เคยศึกษามาก่อน, เพลงประจำโรงเรียน

almanac (ออล' มะแนค) *n.* ปฏิทินประจำปีชนิดพิเศษที่มีเหตุการณ์ต่างๆ ระบุไว้ด้วย รวมทั้งสถิติข้อมูลต่างๆ ที่น่าสนใจ, ปฏิทินประจำปี, ปฏิทินดาราศาสตร์ประจำปี (-S. calendar)

almighty (ออลไม' ที) *adj.* ซึ่งมีอำนาจทุกอย่าง, ซึ่งมีความสามารถทุกอย่าง,ซึ่งมีอำนาจหรืออิทธิพลมาก, น่ากลัว, สุดขีด **-almightily** *adv.* **-almightiness** *n.*

almond (อา' เมินดฺ, แอม' เมินดฺ) *n.* เมล็ดพืชคล้ายถั่วลิสง, เมล็ดอัลมอนด์, เมล็ดเฮ่งยิ้งซึ่งเป็นเมล็ดของพืชชนิดหนึ่งในประเทศจีน

almond

almond-eyed มีนัยน์ตาเรียวยาว

almoner (แอล' มะเนอะ, อา' เมินเนอะ) *n.* เจ้าหน้าที่แจกของสงเคราะห์, นักสังคมสงเคราะห์ในโรงพยาบาล

almonry (แอล' เมินรี, อา' เมินรี) *n.* สำนักงานสงเคราะห์, สำนักงานแจกของสงเคราะห์

almost (แอล' โมสทฺ) *adv.* เกือบจะ, แทบจะ, จวนจะ, จวนเจียน

alms (อามฺซฺ) *n., pl.* **alms** ความเมตตา, ทาน, ของบริจาค, เงินบริจาค **-almsgiver** *n. -Ex. to give alms to a beggar*

almshouse (อามซฺ' เฮาซฺ) *n.* บ้านสงเคราะห์คนจน, โรงทานสำหรับคนจน

aloe (แอล' โล) *n., pl.* **aloes** พืชพวกหางจระเข้และต้นยาดำ **-aloes** ยาดำซึ่งเป็นยาระบายที่มีรสขม **-aloetic** *adj.*

aloft (อะลอฟทฺ) *adv.* สูงขึ้นไป, เบื้องบน, ขึ้นไปในอากาศ, บนเสากระโดงเรือ, บนสวรรค์ *-Ex. The planes were aloft at the time of the air raid., The sailor nimbly climbed aloft.*

aloha (อะโล' ฮะ) *n., interj.* คำที่ใช้ทักทายหรือต้อนรับหรืออำลาในฮาวาย, การต้อนรับ, การอำลา

Aloha State (อะโล' ฮะ สเททฺ) *n.* ชื่อเล่นของรัฐฮาวายประเทศสหรัฐอเมริกา

aloin (แอล' โลอิน) *n.* ผงยาดำจากต้นพืชจำพวกหางจระเข้ใช้เป็นยาระบาย

alone (อะโลน') *adj., adv.* คนเดียว, ลำพังตนเอง, โดดเดี่ยว, เปล่าเปลี่ยว, เอกเทศ **-aloneness** *n.* (-S. isolated, solo -A. befriended, together) *-Ex. Udom lives alone.*

along (อะลอง') *prep.* ตาม (ถนน, ทาง), ระหว่าง *-adj.* ร่วมด้วย, ด้วยกัน, (เวลา) สาย, เป็นเพื่อนมาด้วยกัน **-all along** ตลอดเวลา **-along with** ด้วยกันกับ (-S. through) *-Ex. We picked up shells along the beach., There were flowers planted along the garden walk., trees along the road, hurry along, run along the road, along-side, go along with him*

alongside (อะลองไซดฺ', อะลอง' ไซดฺ) *adv., prep.* อยู่ข้าง, อยู่ติดกับ, เทียบ (เท่า), เคียง *-Ex. The pirates brought their small boat alongside and then boarded the ship., Udom parked his car alongside the building.*

aloof (อะลูฟ') *adj., adv.* ห่าง, ห่างเหิน, ต่างหาก, ออกห่าง, โดดเดี่ยว, เย็นชา, ไม่สนใจ **-aloofly** *adv.* **-aloofness** *n.* (-S. forbidding, distant, cool -A. warm, cordial) *-Ex. The man stood aloof and did not join the crowd.*

alopecia (แอลละพี' เซีย) *n.* โรคหัวล้าน

aloud (อะเลาดฺ') *adv.* ดัง, ออกเสียง (-S. audibly, out loud -A. silently, inaudibly) *-Ex. Noi read the story aloud to the class.*

alow (อะโล') *adv.* ไปทางข้างล่าง, อยู่ใต้ **-alow and aloft** ทุกหนทุกแห่ง

alp (แอลพ) *n.* ภูเขาสูง

alpaca (แอลแพค' คะ) *n., pl.* **-pacas/-paca** สัตว์คล้ายแกะในอเมริกาใต้ จำพวก *Lama glama pacos,* ขนของสัตว์ดังกล่าว, สิ่งทอที่ทำด้วยขนสัตว์ดังกล่าว, สิ่งทอที่ทำคล้ายหรือเลียนแบบขนสัตว์ดังกล่าว

alpaca

alpenhorn, alphorn (แอล' เพนฮอร์น) *n.* ด้ามไม้ยาวคล้ายเขาสัตว์ของคนเลี้ยงวัวหรือคนภูเขาในสวิตเซอร์แลนด์

alpenglow (แอล' เพนโกล) *n.* แสงเรืองสีแดงที่มักเห็นบนยอดเขาในเวลาก่อนพระอาทิตย์ตก หรือหลังพระอาทิตย์ตกเล็กน้อย

alpenstock (แอล' เพนสตอค) *n.* ไม้ด้ามยาวมีปลายเป็นเหล็กใช้ในการปีนเขา

alpestrine (แอลเพส' ทริน) *adj.* ซึ่งเกี่ยวกับบริเวณเชิงเทือกเขาแอลป์

alpha (แอล' ฟะ) *n.* พยัญชนะตัวแรกของภาษากรีก, จุดเริ่ม, สิ่งแรก, ดาวที่สว่างที่สุดในกลุ่มดาว, ตำแหน่งหนึ่งของอะตอมหรือกลุ่มของอะตอมในสารประกอบ, isomer แบบหนึ่งของสารประกอบ

alpha and omega ตอนต้นและตอนจบ, ตั้งแต่ต้นจนจบ, ชื่ออักษรตัวแรกและตัวสุดท้ายของกรีก

alphabet (แอล' ฟาเบท) *n.* อักษรพยัญชนะ, อักษร, อักขระ, ระบบตัวอักษร, ความรู้พื้นฐาน, ขั้นมูลฐาน

alphabetical (แอลฟาเบท' ทิเคิล) *adj.* เรียงตามอักขรานุกรม, เรียงตามอักษร, เกี่ยวกับอักษรหรืออักขระ **-alphabetically** *adv.* (-S. alphatic) *-Ex. The names were arranged in alphabetical order.*

alphabetize (แอล' ฟาบิไทซฺ) *vt.* **-ized, -izing** จัดตามลำดับอักษร, แสดงหรือจัดเป็นอักษร **-alphabetization** *n.* **-alphabetizer** *n. -Ex. Please alphabetize this list of names for me.*

Alpha Centauri ชื่อดาวขนาดใหญ่และสว่างที่สุดในกลุ่มดาว Centaurus เป็นดาวที่ใกล้ดวงอาทิตย์มากที่สุด

alpha particle อนุภาคที่มีประจุบวกที่ประกอบด้วยสองโปรตอนและสองนิวตรอน, นิวเคลียสของอะตอมของธาตุฮีเลียม

alpha ray ลำรังสีของกลุ่มอนุภาคแอลฟา, รังสีแอลฟา

alpha test การทดสอบเบื้องต้นของผลิตภัณฑ์ใหม่หรือผลิตภัณฑ์ที่มีการเปลี่ยนแปลงรูปลักษณ์หรือคุณภาพ

alpine (แอล' ไพน, -พิน) *adj.* ซึ่งเกี่ยวกับเทือกเขาที่สูง, สูงมาก, ซึ่งยกขึ้นสูง, เกี่ยวกับเทือกเขาแอลป์, ซึ่งเจริญเติบโตบนภูเขาสูง, มีลักษณะคล้ายเทือกเขาแอลป์ *-n.* ชาวคอเคซอยด์ที่พบในยุโรปตอนกลาง **-alpinist** *n.*

Alps (แอลพฺซ) *n.* เทือกเขาแอลป์ในยุโรปตอนใต้

already (ออลเรด' ดี) *adv.* อยู่แล้ว, เสียแล้ว, แล้ว, เรียบร้อยแล้ว *-Ex. I've seen it already., Have you done it already?*

alright (ออลไรทฺ') *adv.* ดีแล้ว (-S. all right, yes, very well, okay)

Alsatian (แอลเซ' เชียน) *adj.* เกี่ยวกับ Alsace และคนที่อยู่บริเวณนั้น *-n.* ชื่อพันธุ์สุนัข

also (ออล' โซ) *adv., conj.* ด้วย, อีกด้วย, เช่นเดียวกัน, เหมือนกัน, โดยเฉพาะ *-Ex. I saw him and his sister also.*

also-ran (ออล' โซแรน') *n.* นักวิ่งที่ไม่ติดอันดับที่หนึ่งถึงที่สาม, นักวิ่งหรือม้าที่ไม่ค่อยชนะการแข่งขัน, บุคคลที่ไม่ประสบผลสำเร็จหรือประสบผลสำเร็จเล็กน้อย

altar (ออล' เทอ) *n.* ที่บูชา, แท่นบูชา

altarpiece (ออล' เทอพิส') *n.* ฉากหลังแท่นบูชาในโบสถ์ชาวคริสต์

alter (ออล' เทอะ) *vt., vi.* เปลี่ยนแปลง, แก้ไข, ดัดแปลง, ผันแปร **-alterable** *adj.* (-S. change, modify -A. keep, maintain)

alteration 24 **amateur**

A

-Ex. The tailor altered the suit to fit the girl., My opinion altered when I learned all the facts.

alteration (ออลเทอเร' ชัน) *n.* การเปลี่ยนแปลง *-Ex. Simple alterations improved the construction.*

alter boy เด็กผู้ช่วยพระทำพิธีในโบสถ์

alterative (ออลเทอเร' ทิฟว) *adj.* ซึ่งเปลี่ยนแปลง *-n.* ทางเลือก

altercate (ออล' เทอะเคท) *vi.* **-cated, -cating** ทะเลาะกัน, วิวาทกัน

alternate (ออล' เทอเนท) *vt., vi.* **-nated, -nating** สลับกัน, ผลัดกัน, หมุนเวียนกัน *-adj.* หนึ่งเว้นหนึ่ง, คนละครั้ง *-n.* ตัวแทน, แผนเปรียบเทียบ **-alternateness** *n.* **-alternately** *adv.* (-S. rotate, substitute)*-Ex. The boys and girls used the gymnasium on alternate days of the week., The cake had alternate layers of vanilla and chocolate., When the juror fell ill, an alternate took his place., My sister and I alternate in cleaning our room., White tiles alternated with green., We alternated the colours as we laid the tiles.*

alternating current กระแสไฟฟ้าสลับ ย่อว่า AC

alternation (ออลเทอเน' ชัน) *n.* วิธีการสลับ, ภาวะที่ถูกสลับ, การต่อเนื่องที่สลับกัน, ครึ่งหนึ่งของวงจรสลับ (-S. interchange, variation)

alternative (ออลเทอเน' ทิฟว) *n.* ทางเลือก, ของที่จะเลือก, วิธีการที่พอจะเลือกได้, อีกทางหนึ่ง, อีกวิธีหนึ่ง *-adj.* ซึ่งให้เลือกได้ระหว่างสองสิ่งหรือสองวิธี **-alternatively** *adv. -Ex. Since it was raining, we had no alternative but to play indoors., Planes are alternatives for trains., an alternative goal*

alternator (ออล' เทอะเนเทอะ, แอล' เทอะเนเทอะ) *n.* ตัวกำเนิดไฟฟ้าสลับ

althorn (แอลทฺ' ฮอร์น) *n.* แตรดนตรีชนิดหนึ่ง

althorn

although, altho (ออล' โธ) *conj.* ถึงแม้ว่า, อย่างไรก็ตาม

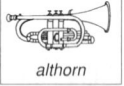

alti- คำอุปสรรค มีความหมายเกี่ยวกับความสูง

altimeter (แอลทิม' มิเทอะ) *n.* เครื่องมือวัดความสูง

altimetry (แอลทิม' มิทรี) *n.* วิทยาศาสตร์เกี่ยวกับการวัดความสูง **-altimetric** *adj.*

altitude (แอล' ทิทูด) *n.* ความสูงเหนือระดับน้ำทะเล, ความสูง, ระยะทาง(เป็นมุม)ของดวงดาวบนท้องฟ้า, ยอด, ที่สูง, เส้นดิ่ง, เบื้องบน **-altitudinal** *adj.* (-S. height) *-Ex. the altitude of an airplane, the altitude of a city or mountain, In high altitudes people find it hard to breathe.*

alto (แอล' โท) *n., pl.* **-tos** เสียงร้องเพลงระดับต่ำที่สุดของผู้หญิง, เสียงสูงสุดของชาย, นักร้องหญิงเสียงต่ำ, ส่วนของเสียงทุ้ม, ไวโอลินเสียงทุ้ม *-adj.* มีเสียงทุ้ม, เกี่ยวกับเสียงดนตรีที่มีเสียงสูงสุดเป็นลำดับที่สอง

alto clef ดนตรีตัว C บนเส้นเสียงที่สามของเครื่องดนตรี (-S. viola clef)

altogether (ออลทูเกธ' เธอะ) *adv.* ทั้งหมด, พร้อมกัน, ด้วยประการทั้งปวง, โดยสิ้นเชิง, ทั้งสิ้น, โดยสรุป, รวมทั้งสิ้นเป็น *-Ex. The boys took careful aim but they missed the target altogether., His composition was not altogether bad.*

alto horn ดู althorn

altruism (แอล' ทรูอิส' ซึม) *n.* หลักการปฏิบัติที่เห็นแก่ประโยชน์ของผู้อื่นเป็นที่ตั้ง (-S. philanthropy) **-altruist** *n.*

altruist (แอล' ทรูอิสทฺ) *n.* ผู้ปฏิบัติหรือยึดการปฏิบัติที่เห็นแก่ประโยชน์ของผู้อื่นเป็นที่ตั้ง **-altruistic** *adj.*

alum (แอล' เลิม) *n.* สารส้ม (-S. common alum)

alumina (อะลู' มินะ) *n.* ออกไซด์ของอะลูมิเนียมที่เกิดขึ้นเองตามธรรมชาติ เช่น corundum (-S. aluminum oxide)

aluminium, aluminum (อะลู' มิเนียม, อะลู' มินัม) *n.* ธาตุอะลูมิเนียม สัญลักษณ์ Al *-adj.* เกี่ยวกับหรือประกอบด้วยอะลูมิเนียม

alumna (อะลัม' นะ) *n., pl.* **-nae** ศิษย์เก่าสตรีของโรงเรียน วิทยาลัยหรือมหาวิทยาลัย

alumnus (อะลัม' เนิส) *n., pl.* **-ni** ศิษย์เก่าชายของโรงเรียน วิทยาลัย หรือมหาวิทยาลัย

alveolar (แอลวี' โอละ) *adj.* เกี่ยวกับ alveolus

alveolate (แอลวี' เลท, -เลท') *adj.* ซึ่งเป็นแอ่งหรือหลุม **-alveolation** *n.*

alveolus (แอลวี' โอเลิส) *n., pl.* **-li** แอ่ง, หลุม, ห้องเล็ก, เซลล์เนื้อเยื่อปอด, เบ้าฟัน

alway (ออล' เวย์) *adv.* ดู always

always (ออล' เวย์ซ) *adv.* ตลอดเวลา, ตลอดไป, เป็นประจำ, โดยไม่มีการยกเว้น, โดยไม่มีเงื่อนไข, ตายตัว, เด็ดขาด *-Ex. Udom is always kind., Dum is always working.*

alyssum (อะลิส' ซัม) *n.* พืชจำพวก *Allyssum* มีดอกเล็กๆ สีขาวหรือเหลือง ใบสีเทา

am (แอม) *vi.* กริยาช่วยรูปหนึ่งของ verb to be

AM ย่อจาก amplitude modulation ชื่อระบบคลื่นวิทยุ

A.M., a.m., am ย่อจาก ante meridium ระยะเวลาตั้งแต่เที่ยงคืนถึงเที่ยงวัน

amalgam (อะแมล' เกิม) *n.* โลหะผสมของปรอทกับโลหะอื่น, แร่หายากชนิดหนึ่งที่เป็นโลหะผสมของเงินและปรอท (-S. mixture, combination -A. separation)

amalgamate (อะแมล' กะเมท) *vt., vi.* **-mated, -mating** ทำให้รวมกัน, ผสม, ผสมกับปรอท **-amalgamation** *n.*

amanuensis (อะแมนนูเอน' ซิส) *n., pl.* **-ses** เลขานุการ, ผู้เขียนตามคำบอก

amaranth (แอม' มะแรนธฺ) *n.* ต้นบานไม่รู้โรย, สีย้อมสีม่วงแดง

amaryllis (แอมมะริล' ลิส) *n.* พืชไม้ดอกจำพวกว่าน

amaryllis

amass (อะแมส') *vt., vi.* รวบรวม, สะสม, เข้าด้วยกัน **-amassable** *adj.* **-amasser** *n.* **-amassment** *n. -Ex. to amass a fortune*

amateur (แอม' มะเทอะ) *n.* มือสมัครเล่น *-adj.* สมัครเล่น, ไม่จริงจัง *-Ex. The players on a school team are amateurs., The rough edges on the carving* *showed that an amateur tennis player., an amateur performance*

amateurish (แอม' มะทู' ริฺช) *adj.* เกี่ยวกับหรือมีลักษณะของนักสมัครเล่น **-admateurishly** *adv.* **-amateurishness** *n.*

amative (แอม' มะทิฟฺว) *adj.* เกี่ยวกับความรักใคร่ **-amatively** *adv.* **-amativeness** *n.*

amatol (แอม' มะทอล) *n.* ระเบิดชนิดหนึ่ง

amatory (แอม' มะโทรี) *adj.* เกี่ยวกับคนรักหรือความรักหรือการแสดงความรักใคร่

amaze (อะเมซฺ') *vt.* **amazed, amazing** ทำให้ประหลาดใจมาก, ทำให้งงงวย *-n.* ความประหลาดใจมาก **-amazedly** *adv.* **-amazing** *adj.* **-amazingly** *adv.* (-S. surprise)

amazed (อะเมซฺดฺ') *adj.* ประหลาดใจ *-Ex. They were so amazed by the magician's tricks that they forgot to applaud.*

amazement (อะเมซฺ' เมินทฺ) *n.* ความประหลาดใจ *-Ex. The savages were filled with amazement at the eclipse of the sun.*

Amazon (แอม' มะซอน) *n.* แม่น้ำแอมะซอนในภาคเหนือของอเมริกาใต้, ชื่อหญิงเผ่านักรบที่อาศัยอยู่ใกล้ทะเลดำ, (นิทาน) เผ่านักรบหญิงในอเมริกาใต้, หญิงที่ร่างกายสูงใหญ่และดุร้าย

ambages (แอมเบ' เจซฺ) *n. pl.* การพูดอ้อมค้อม

ambassador (แอมแบส' ซะดอร์) *n.* เอกอัครราชทูต, ทูต (-S. diplomat, legate, agent, deputy, envoy, factor)

ambassadress (แอมแบส' ซะดริส) *n.* เอกอัครราชทูตหญิง, ภรรยาเอกอัครราชทูต

amber (แอม' เบอะ) *n.* อำพัน, สีน้ำตาลเหลือง, สีอำพัน *-adj.* ที่มีสีอำพัน, ที่ทำจากอำพัน

ambergris (แอม' เบอกริส) *n.* ไขจากลำไส้ปลาวาฬนำมาใช้ทำเครื่องสำอางพวกน้ำหอม

ambi- คำอุปสรรค มีความหมายว่า ทั้งสอง

ambiance (แอม' บิเอินซฺ) *n.* สิ่งแวดล้อม, สภาพแวดล้อม (S. ambience, atmosphere)

ambidextrous (แอมบิเดคซฺ' ทรัส) *adj.* ใช้มือได้ดีทั้งสองข้าง, คล่องแคล่ว, ชำนาญมาก, ตีสองหน้า, หลอกลวง **-ambidextrously** *adv.* (-S. skillful)

ambidexterity (แอมบิเดคสเทอ' ริที) *n.* ความชำนาญในการใช้มือทั้งสองข้างได้ดีเท่ากัน, ความฉลาดอย่างผิดปกติ, ความแคล่วคล่อง, ความชำนาญมาก, ความหลอกลวง

ambient (แอม' บิเอนทฺ) *adj.* ซึ่งล้อมรอบ, ที่อยู่ล้อมรอบ

ambiguity (แอมบิกิว' อิที) *n., pl.* **-ties** ความมีสองนัย, ความหมายที่คลุมเครือ, คำพูดที่คลุมเครือ, ภาวะกำกวม

ambiguous (แอมบิก' กิวอัส) *adj.* คลุมเครือ, กำกวม, มีหลายความหมาย, ยากที่จะเข้าใจ **-ambiguously** *adv.* **-ambiguousness** *n.* (-S. equivocal, unclear, uncertain, doubtful)

ambit (แอม' บิท) *n.* วง, แวดวง, ขอบเขต, ขอบข่าย

ambition (แอมบิช' ชัน) *n.* ความทะเยอทะยาน, ความมักใหญ่ใฝ่สูง, ความปรารถนาอันแรงกล้า, เป้าหมายของความปรารถนาดังกล่าว *-Ex. A seat in Parliament is his ambition., It is his ambition to have a seat in Parliament.*

ambitious (แอมบิช' เชิส) *adj.* ทะเยอทะยาน, ปรารถนาอย่างแรงกล้า, มักใหญ่ใฝ่สูง **-ambitiously** *adv.* **-ambitiousness** *n.* (-S. purposeful, aspiring, determined) *-Ex. to be ambitious for knowledge, Daeng has an ambitious plan to walk across the country.*

ambivalence, ambivalency (แอมบิเวฺ' เลินซฺ, -ซี) *n.* ความไม่แน่ใจ (โดยเฉพาะในการเลือกของสองสิ่งที่ตรงกันข้าม), ความรู้สึกรวมที่มีทั้งเชิงบวกและลบต่อบุคคลอื่นหรือสิ่งของ **-ambivalent** *adj.* **-ambivalently** *adv.*

amble (แอม' เบิล) *n.* การเดินช้าๆ สบายๆ, เดินทอดน่อง, การวิ่งเหยาะๆ (ของม้า) *-vi.* **-bled, -bling** เดินช้าๆ

ambrosia (แอมโบร' เซีย) *n.* อาหารทิพย์ที่อร่อย, อาหารของพระเจ้า **-ambrosial** *adj.*

ambulance (แอม' บิวเลินซฺ) *n.* รถพยาบาล, เรือหรือเครื่องบินที่บรรทุกคนป่วย, โรงพยาบาลเคลื่อนที่

ambulant (แอม' บิวเลินทฺ) *adj.* ที่เคลื่อนจากที่หนึ่งไปยังอีกที่หนึ่ง

ambulate (แอม' บิวเลท) *vi.* **-lated, -lating** เดินไปเดินมา, เคลื่อนที่, เคลื่อนย้าย

ambulatory (แอมบิวละโท' รี) *adj.* เกี่ยวกับการเดิน, เหมาะสำหรับเดิน, ที่เดินไปมา, แข็งแรงพอที่จะเดินได้แล้ว (ลงจากเตียง), ที่เปลี่ยนแปลงได้ *-n., pl.* **-ries** ระเบียง, ที่เดินเล่นซึ่งมีหลังคาคลุม, เปล

ambuscade (แอมบัสเคด') *n.* การซุ่มโจมตี, การคอยดักทำร้าย *-vt., vi.* **-caded, -cading** โจมตี, ดักทำร้าย **-ambuscader** *n.* (-S. ambush)

ambush (แอม' บุช) *n.* การซุ่มโจมตี, การคอยดักทำร้าย, ที่คอยดักทำร้าย, ที่ซุ่มโจมตี, ผู้ซุ่มโจมตีหรือทำร้าย *-vi., -vt.* ซุ่มโจมตีหรือทำร้าย **-ambushment** *n.* (-S. concealment, hiding, cover, blind) *-Ex. The bandits ambushed the tour-bus.*

ameba (อะมี' บะ) *n., pl.* **-bas/-bae** ดู amoeba

amebic (อะมี' บิค) *adj.* ดู amoebic

ameliorate (อะเมล' ยะเรท) *vt., vi.* **-rated, -rating** ทำให้ดีขึ้น, ปรับปรุง **-ameliorable** *adj.* **-ameliorative** *adj.* **-amelioration** *n.* (-S. improve)

amen (เอ' เมน, อา' เมน) *adv., interj.* สาธุ, ขอให้เป็นเช่นนั้น *-n.* การพูดหรือเขียนคำดังกล่าว

amenable (อะมี' นะเบิล) *adj.* อ่อนโยน, ไม่ดื้อ, ซึ่งรับผิดชอบ, ยอมรับฟัง, ยอมให้วิจารณ์หรือทดสอบได้ **-amenability** *n.* **-amenably** *adv.* (-S. agreeable, tractable)

amend (อะเมนดฺ') *vi., vt.* แก้ไข, ปรับปรุง, ทำให้ถูกต้อง, แปรหรือแก้ญัตติ **-amendable** *adj.* **-amender** *n.* *-Ex. to amend a law, to amend a law, to amend bad habits*

amendatory (อะเมน' ดะโทรี) *adj.* ซึ่งแก้ไข, ซึ่งปรับปรุง

amendment (อะเมนดฺ' เมินทฺ) *n.* การแก้ไข, การปรับปรุง, การแก้หรือแปรญัตติ, คำแก้หรือคำแปรญัตติ

(-S. improvement, bettering, revision) *-Ex. There are over twenty amendments to the Constitution of the United States., I'm hoping to see some amendments in the statement.*

amends (อะเมนซฺ') *n. pl.* การชดเชยค่าเสียหาย, การชดเชย, การฟื้นฟูสู่สภาพเดิม, การขอขมา (-S. atonement, rectification, redress) *-Ex. The boy made amends for his rudeness by writing a letter of apology.*

amenity (อะเมน' นิที, อะมี' นิที) *n., pl.* **-ties** ความสุภาพ, ความอ่อนโยน, ความเจริญหูเจริญตา

amenorrhea (อะเมนนอเรีย') *n.* ภาวะที่ไร้ประจำเดือน (-S. amenorrhoea)

Amer. ย่อจาก America ประเทศสหรัฐอเมริกา, American ชาวหรือภาษาอเมริกัน

Amerasian (แอมมิเร' เชียน) *n.* ลูกผสมระหว่างชาวอเมริกันและเอเชีย *-adj.* เกี่ยวกับพวกอเมริเซียน

amerce (อะเมิส') *vt.* **amerced, amercing** ทำโทษปรับ **-amercement** *n.*

America (อะเม' ริคา) *n.* สหรัฐอเมริกา, ทวีปอเมริกา (อาจเรียกว่า the Americas)

American (อะเม' ริเคิน) *adj.* เกี่ยวกับสหรัฐอเมริกาหรือทวีปอเมริกา *-n.* ชาวอเมริกัน, ชาวทวีปอเมริกา, อินเดียนแดง, ภาษาอังกฤษที่ใช้ในสหรัฐอเมริกา *-Ex. American language, American Revolution, He is an American.*

Americana (อะเมริแคน' นะ, -คา' นะ) *n.* หนังสือหรือแผนที่ที่เกี่ยวกับอเมริกา, สิ่งสะสมดังกล่าว

Americanise, Americanize (อะเม' ริคะไนซฺ) *vt., vi.* **-ised, -ising/-ized, -izing** ทำให้หรือกลายเป็นลักษณะของอเมริกา, ปรับตัวกับสิ่งแวดล้อมหรือประเพณีของอเมริกา

Americanism (อะเม' ริคันนิส' ซึม) *n.* ความเลื่อมใสอเมริกา, ภาษาหรือคำศัพท์ที่ใช้ในสหรัฐอเมริกา,ประเพณีอเมริกัน, แบบอเมริกัน

America Online ศูนย์บริการออนไลน์ผ่านทางโมเด็มที่มีชื่อเสียงแห่งหนึ่งในอเมริกา มีขอบเขตการให้บริการที่กว้างขวางมีการให้บริการจดหมายอิเล็กทรอนิกส์ บริการเชื่อมต่ออินเตอร์เนตขั้นพื้นฐาน มีข่าวสารการพยากรณ์อากาศจากสำนักข่าวรอยเตอร์และยูพีไอ

American National Standards Institute สถาบันมาตรฐานแห่งชาติของสหรัฐอเมริกา, องค์กรที่ตั้งขึ้นเพื่อวัตถุประสงค์ในการจัดทำมาตรฐาน ย่อว่า ANSI, สถาบันมาตรฐานแห่งชาติของสหรัฐอเมริกา ใช้ตัวย่อว่า ANSI (แอนซี) เป็นสถาบันเอกชนซึ่งจัดทำ ปรับปรุง และจัดพิมพ์มาตรฐานต่างๆ ของการประมวลผล เพื่อใช้ประโยชน์กันตามความสมัครใจ

American Revolution สงครามระหว่างอังกฤษกับอาณานิคมของอังกฤษในอเมริกา (ค.ศ. 1775-1783)

americium (แอมมะริซ' เซียม) *n.* ธาตุกัมมันตรังสีที่เกิดจากการยิงธาตุฮีเลียมด้วยธาตุยูเรเนียมและพลูโตเนียม

Amerind (แอม' เมอไรนดฺ) *n.* ชาวอินเดียนแดงและเอสกิโมในอเมริกาเหนือและใต้

amethyst (แอม' มิธิสทฺ) *n.* แร่ควอตซ์สีม่วงใช้เป็นเครื่องประดับ, สีย้อมสีม่วง **-amethystine** *adj.*

amiable (เอ' มีอะเบิล) *adj.* ด้วยไมตรีจิต, มีไมตรีจิต, น่ารัก, สุภาพ, อ่อนโยน **-amiability** *n.* **-amiably** *adv.* (-S. genial, warm kind, congenial) *-Ex. Somsri is jolly and amiable and never lose her temper.*

amicable (แอม' มิคะเบิล) *adj.* เป็นมิตร, ฉันมิตร, รักใคร่กัน, มีไมตรีจิต **-amicability** *n.* **-amicably** *adv.* (-S. hospitable, benign)

amid, amidst (อะมิด', อะมิดซฺทฺ) *prep.* ท่ามกลาง, กลาง, ระหว่างที่, ในระยะเวลาที่, ตลอดเวลาที่ *-Ex. Only one column stood amid the ruins.*

amidships (อะมิด' ชิพซฺ) *adv.* ไปตรงกลางลำเรือ

amine (อะมีน', แอม' มีน) *n.* สารประกอบอินทรีย์ที่มีไนโตรเจน, สารประกอบที่เกิดจากแอมโมเนียโดยการแทนที่อะตอมของแอมโมเนียด้วย organic radicals **-aminic** *adj.*

amino acid กรดอะมิโน

amiss (อะมิส') *adj.* ผิดปกติ, ผิดพลาด, ไม่ตรง, ไม่เหมาะสม, เข้าใจผิด *-adv.* ในทางที่ผิด, ซึ่งไม่เหมาะสม *-Ex. The night warder checked the building to be sure that nothing was amiss., Don't take it amiss if I criticize your work.*

amity (แอม' มิที) *n., pl.* **-ties** มิตรภาพ, สัมพันธไมตรี, ไมตรีจิต (-S. amicability, accord)

ammeter (แอม' มิเทอะ) *n.* เครื่องมือวัดกระแสไฟฟ้ามีหน่วยเป็นแอมแปร์

ammonia (อะมอน' เนีย) *n.* แอมโมเนีย

ammonium (อะโม' เนียม) *n.* แอมโมเนียม

ammunition (แอมมิวนิช' ชัน) *n.* ดินระเบิด, ปัจจัยในการระเบิด

amnesia (แอมนี' เซีย) *n.* ภาวะสูญเสียความจำทั้งหมดหรือบางส่วน **-amnestic** *adj.* **-amnesic** *adj., n.*

amnesiac (แอมนี' ซิแอค) *n.* ผู้สูญเสียความจำทั้งหมดหรือบางส่วน *-adj.* ซึ่งมีอาการของ amnesia

amnesty (แอม' เนสที) *n., pl.* **-ties** การอภัยโทษ, นิรโทษกรรม *-vt.* **-tied, -tying** เนรเทศไปยัง

amnion (แอม' เนียน) *n., pl.* **-nions/-nia** ถุงน้ำคร่ำ **-amniotic, amnionic** *adj.*

amoeba, ameba (อะมี' บะ) *n., pl.* **-bas** ตัวอะมีบาซึ่งเป็นสัตว์เซลล์เดียวชนิดหนึ่ง

amoeba

amoebic, amebic (อะมี' บิค) *adj.* เกี่ยวกับหรือคล้ายตัวอะมีบา

amoebic dysentery โรคบิดมีตัว

amoeboid, ameboid (อะมี' บอยดฺ) *adj.* คล้ายหรือเกี่ยวกับอะมีบา

amok (อะมัค', อะมอค') *n.* ภาวะจิตฟุ้งซ่านที่มีการซึมเศร้าก่อนแล้วตามด้วยอารมณ์ที่ต้องการฆ่าคน *-adv., adj.* ที่คลุ้มคลั่ง, ที่อาละวาด

among, amongst (อะมังก, อะมังสฺทฺ) *prep.* ในระหว่าง, ในหมู่, ในจำพวก, ระหว่าง *-Ex. live among friends, Among others at the party I saw Mr. X., Divide it among you., quarrel among themselves,*

A

Automobiles were unknown among the ancient Romans.

amoral (อะมอ' เริล) *adj.* ไร้ศีลธรรม, ไร้หรือไม่ยึดในกฎเกณฑ์ *-n.* คนไร้ศีลธรรม **-amorality** *n.* **-amorally** *adv.*

amorous (แอม' มะรัส) *adj.* ชอบรัก, เจ้าชู้, อยู่ในความรัก, ที่แสดงความรัก, เกี่ยวกับความรัก (-S. amatory)

amorphous (อะมอร์' ฟัส) *adj.* ซึ่งไม่มีรูปร่างที่แน่นอน, อสัณฐาน, ไร้จุดหมายหรือจุดประสงค์ที่แน่นอน **-amorphism** *n.* **-amorphously** *adv.* **-amorphousness** *n.*

amort (อะมอร์ทฺ') *adj.* ไม่มีชีวิต, ไม่มีวิญญาณ

amortise, amortize (แอม' โมร์ไทซฺ) *vt.* **-tised, -tising/-tized, -tizing** หักกลบลบล้าง (หนี้), ผ่อนชำระหนี้ **-amortisation, amortization** *n.* **-amortisement, amortizement** *n.*

amount (อะเมานทฺ') *vi.* รวมเป็น, มีค่าเท่ากับ *-n.* จำนวน, ปริมาณ, รวมทั้งหมด, คำเต็ม, จำนวนเงิน, สรุปความ *-Ex. The cost amounts to $1,000., The whole amounts to a threat., It doesn't amount to a threat., It doesn't amount too much.*

amour (อะมัวร์') *n.* เรื่องรักๆ ใคร่ๆ, ความรัก, เรื่องชู้สาว (-S. liaison, love affair, romance, dalliance)

amour-propre (อะมัวพรอ' พระ) *n.* (ภาษาฝรั่งเศส) ความรักตัวเอง, ความหยิ่งในศักดิ์ศรี

amperage (แอม' เพอเรจ, แอมแพร์' เรจ) *n.* กำลังกระแสไฟฟ้าที่วัดเป็นหน่วยแอมแปร์

ampere (แอม' แพร์') *n.* หน่วยของกำลังไฟฟ้าที่เท่ากับกระแสไฟฟ้าที่ไหลผ่านความต้านทานหนึ่งโอห์มเมื่อมีศักย์ไฟฟ้าหนึ่งโวลต์ หรือมีค่าเท่ากับหนึ่งคูลอมบ์ต่อวินาที

ampersand (แอม' เพอแซนดฺ) *n.* สัญลักษณ์หรือเครื่องหมาย & ใช้แทน and

amphetamine (แอมเฟท' ทะมีน) *n.* ยาม้า, ยากระตุ้นจิตประสาทชนิดหนึ่งซึ่งกระตุ้นระบบประสาทส่วนกลาง ใช้เป็นยาลดความอยากอาหาร

amphi- คำอุปสรรค มีความหมายว่า ทั้งสอง, สองข้าง, สอง, สองประเภท

amphibia (แอมฟิบ' เบีย) *n. pl.* สัตว์สะเทินน้ำสะเทินบก

amphibian (แอมฟิบ' เบียน) *n.* สัตว์สะเทินน้ำสะเทินบก, พืชที่อยู่ได้ทั้งในน้ำและบนบก, เครื่องบินวิ่งบนน้ำและบนบกได้ *-adj.* เกี่ยวกับสิ่งมีชีวิตดังกล่าว

amphibious (แอมฟิบ' เบียส) *adj.* ซึ่งอาศัยอยู่ได้ทั้งในน้ำและบนบก **-amphibiously** *adv.* **-amphiousness** *n.*

amphitheater (แอม' ฟิเธียเทอะ) *n.* อาคารรูปครึ่งวงกลม, โรงละครหรือโรงมหรสพรูปครึ่งวงกลม, ห้องใหญ่ที่มีที่นั่งจัดเป็นรูปครึ่งวงกลม, ที่ดินรูปเว้าโค้ง, อัฒจันทร์ที่มีเนินเขาล้อมรอบ **-amphitheatric, amphitheatrical** *adj.*

ampicillin (แอมพิซิล' ลิน) *n.* ยาปฏิชีวนะที่สังเคราะห์ได้จากยาเพนิซิลลิน มีฤทธิ์ต้านแบคทีเรียชนิดกรัมบวกและกรัมลบ

ample (แอม' เพิล) *adj.* **-pler, -plest** พอเพียง, เหลือพอเพียง, อุดมสมบูรณ์, กว้างขวาง, ถึงขนาด **-ampleness** *n.* (-S. large, full, sufficient -A. bare, narrow) *-Ex. The ample rooms held all of the furniture., Sawai has ample money to live comfortable., We have ample food for the trip and can share it with you.*

amplification (แอมพลิฟิเค' ชัน) *n.* การขยายออกให้กว้างหรือใหญ่ขึ้น, ภาวะที่ถูกขยายออก, การขยายข้อความหรือเรื่องราว, ข้อความหรือเรื่องราวที่ขยายออก, สิ่งที่ใช้ขยาย, การเพิ่มกำลังกระแสไฟฟ้าหรือการเพิ่มโวลต์

amplifier (แอม' พลิฟายเออะ) *n.* บุคคลหรือสิ่งที่ขยายใหญ่, เครื่องขยายเสียง

amplify (แอม' พลิฟาย) *v.* **-fied, -fying** *-vt.* ขยายใหญ่ขึ้น, ขยายความ, ขยายความถี่ของการสั่นสะเทือน *-vi.* ขยายความ (-S. enrich, enlarge -A. condense) *-Ex. Will you amplify that statement so that I can understand it?*

amplitude (แอม' พลิทูด) *n.* ความกว้าง, ความใหญ่, ขนาด, ความพอเพียง, ช่วงกว้างของคลื่น

amply (แอม' พลี) *adv.* พอเพียง, อุดมสมบูรณ์, มากพอ, ถึงขนาด

ampule, ampoule, ampul (แอม' พูล) *n.* หลอดแก้วหรือพลาสติกที่ใส่ยาสำหรับฉีด

ampulla (แอม' พูลละ) *n., pl.* **-pullae** ภาชนะใส่น้ำมันเพื่อทำพิธีกรรม

amputate (แอม' พิวเทท) *vt.* **-tated, -tating** ตัดออก **-amputator** *n.* **-amputation** *n.*

amputee (แอมพิวที') *n.* ผู้ที่ถูกตัดแขน ขา หรือส่วนอื่นของร่างกายออก

amuck (อะมัค') *adv.* ที่อาละวาด, บ้าคลั่ง, บ้าระห่ำ, เตลิดเปิดเปิง, ซึ่งไม่สามารถควบคุมตัวเองได้ (-S. amok)

amulet (แอม' มิวเลท) *n.* เครื่องราง

amuse (อะมิวซฺ') *vt.* **amused, amusing** ทำให้เพลิดเพลิน, ทำให้ขบขัน, ให้ความอภิรมย์แก่ **-amusable** *adj.* **-amuser** *n.* **-amusedly** *adv.*

amused (อะมิวซดฺ') *adj.* ซึ่งมีอารมณ์ขบขัน, ขบขัน *-Ex. amused ourselves by singing*

amusement (อะมิวซ' เมินทฺ) *n.* สิ่งให้ความอภิรมย์, ความขบขัน, ความอภิรมย์, เครื่องหย่อนใจ, สันทนาการ, กิจกรรมที่เป็นสันทนาการ, มหรสพ

amusing (อะมิว' ซิง) *adj.* ขบขัน, ซึ่งทำให้ขบขัน **-amusingly** *adv.*

amusive (อะมิว' ซิฟว) *adj.* ดู amusing

an- คำอุปสรรค มีความหมายว่า ไม่, ปราศจาก, ขาดแคลน

an (แอน, อัน) art. ดู a *-Ex. Give him an apple., three dollars an hour*

ana- คำอุปสรรค มีความหมายว่า ขึ้น, อีก, ตลอด, หลัง

Anabaptist (แอนนะแบพ' ทิสทฺ) n. ผู้ยึดถือนิกายโปรเตสแตนต์ที่มีการล้างบาป

anabolism (อะแนบ' โบลิซึม) *n.* การสร้างเนื้อเยื่อ **-anabolic** *adj.*

anachronism (อะแนค' โรนิสซึม) *n.* บุคคลหรือสิ่งของหรือเหตุการณ์ที่ผิดยุคสมัย, การผิดยุคสมัย **-ana-**

anaemia 28 anchor

A

chronistic, anachronous *adj.* -anachronistically *adv.*

anaemia (อะนี' เมีย) *n.* ดู anemia

anaerobe (แอนแอ' โรบ) *n.* แบคทีเรียที่ไม่ต้องการอากาศหรือออกซิเจนในการหายใจ

anaerobic (แอนแอโร' บิค) *adj.* ซึ่งดำรงชีพได้โดยปราศจากอากาศหรือออกซิเจน

anaesthesia (แอนเอสธี' เซีย) *n.* การไร้ความรู้สึก, การชา **-anaesthesiology** *n.* **-anaesthetist** *n.*

anaesthetic (แอนเอสเธท' ทิค) *adj.* ซึ่งทำให้ไร้ความรู้สึก, ซึ่งทำให้ชา *-n.* ยาชา

anaesthetize (อะเนส' ธีไทซฺ) *vt.* **-tized, -tizing** ทำให้ชา, ทำให้หมดความรู้สึก **-anaesthetization** *n.*

anagram (แอน' นะแกรม) *n.* การสับเปลี่ยนพยัญชนะของคำหรือวลีเพื่อให้ได้คำหรือวลีใหม่ **-anagrammatic, anagrammatical** *adj.* **-anagrammatically** *adv.*

anal (เอ' เนิล) *adj.* เกี่ยวกับทวารหนัก

analects (แอน' นะเลคทซฺ) *n. pl.* งานกวีนิพนธ์สั้นๆ

analepsis (แอนนะเลพ' ซิส) *n.* การฟื้นฟูสมรรถภาพ, การฟื้นฟูกำลัง

analeptic (แอนนะเลพ' ทิค) *adj.* บำรุงกำลัง, เสริมกำลัง *-n.* ยาบำรุงกำลัง

analgesia (แอนนะจี' เซีย) *n.* การไร้ความรู้สึกปวด, อาการชา

analgesic (แอนนะจี' ซิค) *n.* ยาบรรเทาปวด *-adj.* เกี่ยวกับการไร้ความรู้สึกปวด, ทำให้ไร้ความรู้สึกปวด

analog[1] (แอน' นะลอก) *n.* ดู analogue

analog[2] (แอน' นะลอก) *adj.* เกี่ยวกับค่าที่มีความต่อเนื่องกันโดยตลอด, เชิงอุปมาน หมายถึง การแทนปริมาณแสดงจำนวนโดยการวัดในลักษณะต่อเนื่อง ตัวอย่างเช่น ความเร็วของรถยนต์ ซึ่งวัดได้จากความเร็วของการหมุนของวงล้ออาจจะแทนได้ด้วยจำนวนเลข ดู digital เปรียบเทียบ

analogic, analogical (แอนนะลอ' จิค, จิเคิล) *adj.* คล้ายกัน, เหมือนกัน, อุปมา, เปรียบเหมือน

analogism (อะแนล' โลจิซึม) *n.* อนุมานหรือการอ้างอิงจากการเปรียบเทียบ

analogise, analogize (แอน' นะโลไจซฺ) *vt., vi.* **-gised, -gising/-gized, -gizing** ใช้วิธีการอุปมาเปรียบเทียบในการอธิบายหรือโต้เถียง, ทำการอุปมาในลักษณะเหมือนๆ กัน

analogous (อะแนล' โลกัส) *adj.* เหมือนกัน, คล้ายคลึงกัน, อุปมาเหมือน **-analogously** *adv.* (-S. comparable, akin, alike, similar, cognate)

analogue (แอน' นะลอก) *n.* ของที่คล้ายๆ กัน (-S. analog)

analogy (อะแนล' โลจี) *n., pl.* **-gies** ความคล้ายคลึงกัน, ความเหมือนกัน, ภาวะอุปมาเหมือน, การเปรียบเหมือน, ประสิทธิภาพเหมือนกัน (-S. relation, resemblance -A. dissimilarity)

analyse, analyze (แอน' นะไลซฺ) *vt.* **-lysed, -lysing/-lyzed, -lyzing** วิเคราะห์, แยกธาตุ, จำแนกแยกแยะ, วิภาค, วิเคราะห์ *-Ex. The chemist analyzes many alkaloids., A judge must analyze all of the evidence.*

analysis (อะแนล' ลิซิส) *n., pl.* **-ses** การวิเคราะห์, การแยกธาตุ, การจำแนกแยกแยะ, การวิภาค *-Ex. An analysis of water shows that it contains oxygen and hydrogen., An analysis of the plot proved that it would be difficult to carry out.*

analyst (แอน' นิลิสทฺ) *n.* ผู้วิเคราะห์, นักวิเคราะห์, จิตแพทย์ผู้ทำการวิเคราะห์

analytic (แอนนะลิท' ลิค) *adj.* เกี่ยวกับการวิเคราะห์, เกี่ยวกับการแยกธาตุ, เกี่ยวกับการจำแนกแยกแยะ (-S. rational, logical , discrete, atomistic)

analytics (แอนนะลิท' ทิคซฺ) *n. pl.* วิเคราะห์วิทยา

anapest, anapaest (แอน' นะเพสท) *n.* การออกเสียงในภาษาอังกฤษที่สองพยางค์แรกเน้นเสียงเบาตามด้วยหนึ่งพยางค์ที่เน้นเสียงหนัก

anarchism (แอน' นะคิซึม) *n.* ลัทธิที่เห็นว่าบ้านเมืองไม่ควรมีกฎหมายหรือรัฐบาล, ลัทธิไม่มีรัฐบาล, อนาธิปไตย

anarchy (แอน' นะคิ) *n., pl.* **-chies** ภาวะอนาธิปไตย, ภาวะไม่มีรัฐบาล, ความสับสน, ภาวะไม่มีขื่อไม่มีแป *-Ex. After the chairman lost control of the meeting there was complete anarchy in the meeting-room.*

anathema (แอนแนธ' ธีมะ) *n., pl.* **-mas** บุคคลหรือสิ่งที่คนสาปแช่งหรือเกลียด, แช่ง, การขับไล่ออกจากศาสนา, การสาปแช่ง, การประณามอย่างรุนแรง *-adj.* เป็นที่รังเกียจ

anathematize (อะแนธ' ธีมาไทซฺ) *vt., vi.* **-tized, -tizing** ประณาม, แช่งด่า, สาปแช่ง

anatomic, anatomical (แอนนะทอม' มิค, -'มิเคิล) *adj.* เกี่ยวกับกายวิภาควิทยา

anatomize (อะแนท' โทไมซฺ) *vt., vi.* **-mised, -mising/-mized, -mizing** ชำแหละร่างสิ่งมีชีวิตเพื่อศึกษาด้านกายวิภาควิทยา, ตรวจอย่างละเอียด

anatomy (อะแนท' โทมิ) *n., pl.* **-mies** กายวิภาควิทยา, แบบจำลองสิ่งมีชีวิต เพื่อใช้ศึกษาด้านกายวิภาควิทยา, โครงกระดูก, การตรวจวิเคราะห์อย่างละเอียด *-Ex. The anatomy of a snake is quite different from that of a dog.*

-ance คำปัจจัย ใช้ประกอบเป็นอาการนามที่แสดงลักษณะ อาการ หรือสภาพ ทำให้แปลว่า ความหรือการ

ancestor (แอน' เซสเทอะ) *n.* บรรพบุรุษ, ปู่ย่าตายาย, ผู้ถูกสืบทอด, รูปแบบเดิมของสิ่งมีชีวิต, ผู้ที่ทายาทได้รับมรดก

ancestral (แอนเซส' เทริล) *adj.* เกี่ยวกับบรรพบุรุษ, ที่ตกทอด **-ancestrally** *adv. -Ex. an ancestral home*

ancestress (แอน' เซสเทรส) *n.* บรรพบุรุษหญิง, เทือกเถาเหล่ากอที่เป็นหญิง

ancestry (แอน' เซสทรี) *n., pl.* **-tries** บรรพบุรุษ, เทือกเถาเหล่ากอทั้งหลาย, วงศ์ตระกูล, มูลเหตุที่มาของปรากฏการณ์ สิ่งของ ข้อคิดเห็นหรือรูปแบบ

anchor (แองฺ' เคอะ) *n.* สมอเรือ, สมอ, หลัก, ที่ยึดเหนี่ยว, ตำแหน่งสำคัญของแนวป้องกันในทางทหาร *-vi.* ทอดสมอ, ปล่อยหลัก (-S. support, prop, security, fastening, mooring) *-Ex. a balloon anchor, It was hard to anchor the ship*

anchorage 29 **angle²**

A

in the current., The ship anchored at night., Udom relied on the anchor of his faith.

anchorage (แอง' เคอะเรจ) *n.* ที่ทอดสมอ, ภาษีที่จอดเรือ, ภาวะที่ยึดเหนี่ยว, วิธีการยึดเหนี่ยว, ตัวค้ำ

anchoress (แอง' เคอริส) *n.* ผู้หญิงที่อยู่อย่างสันโดษเพื่อรักษาศีล

anchorite, anchoret (แอง' คะไรท) *n.* โยคี, ฤาษี, ผู้อยู่อย่างสันโดษเพื่อรักษาศีล **-anchoritic, anchoretic** *adj.*

anchorman (แอง' คะเมิน) *n., pl.* **-men** หัวเรี่ยวหัวแรง, หลักสำคัญ, นักกีฬาหลักคนสุดท้าย เช่น ในการวิ่งผลัด

anchovy (แอน' โชวี) *n., pl.* **-vies/-vy** ชื่อปลาในตระกูล Engraulidae คล้ายปลา herring

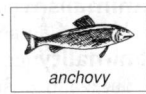

anchovy

ancient (เอน' เชิน) *adj.* โบราณ, เก่าแก่ *-n.* คนสมัยโบราณ, คนชรา **-ancientness** *n.* (-S. antique, archaic, primitive, senile, old)

anciently (เอน' เชินทฺลี) *adv.* เก่าแก่, ในสมัยโบราณ

ancillary (แอน' ซิลลารี) *adj.* ซึ่งช่วยเหลือ, ซึ่งประกอบ, ซึ่งเป็นอุปกรณ์ช่วยเสริม

-ancy คำปัจจัย มีความหมายว่า สภาพ, ภาวะ, ลักษณะ

and (แอนดฺ) *conj.* และ, แล้วก็, อีก, พร้อมทั้ง, รวมทั้ง, ต่อเนื่องกัน, บวกอีก, ถ้าเช่นนั้นก็, ขณะเดียวกัน *-Ex. Two and two make four., dogs and horses, days and days, miles and miles, nice and sweet*

andante (แอนแดน' ที) *adj., adv.* (ดนตรี) ค่อนข้างช้าและเรียบ(เสมอ), จังหวะดนตรีช้าๆ

andantino (แอนแดนที' โน) *n., pl.* **-nos** (ดนตรี) จังหวะที่ค่อนข้างเร็วกว่า andante *-adj., adv.* ค่อนข้างเร็วกว่า andante

Andes (แอน' ดีซฺ) *n.* ชื่อเทือกเขาในอเมริกาตะวันตกเฉียงใต้

andiron (แอน' ไอเอิร์น) *n.* ขาหยั่งโลหะ

and/or หมายถึง อาจมีผลต่อสิ่งใดสิ่งหนึ่งหรือทั้งหมดที่ระบุชื่อไว้

andr- คำอุปสรรค ดู andro-

andro- คำอุปสรรค มีความหมายว่า ชาย, เพศชาย,ตัวผู้

androecium (แอนดรี' เซียม) *n., pl.* **-cia** เกสรตัวผู้

androgen (แอน' โดรเจน) *n.* ฮอร์โมนเพศที่กระตุ้นให้มีหรือเพิ่มลักษณะความเป็นชาย **-androgenic** *adj.*

androgynous (แอนดรอจ' จินัส) *adj.* ซึ่งมีเกสรตัวผู้และเกสรตัวเมียในดอกเดียวกัน, กระเทย

anecdote (แอน' นิโดท) *n.* ประวัติหรือเรื่องราวเล็กๆ น้อยๆ, เกร็ดประวัติ **-anecdotal** *adj.* (-S. story)

anechoic (แอนนิโค' อิค) *adj.* ซึ่งมีเสียงก้องต่ำที่สุดเท่าที่จะเป็นไปได้, ไม่มีเสียงสะท้อนกลับ

anemia (อะนี' เมีย) *n.* ภาวะโลหิตจาง, ภาวะขาดกำลังหรือขาดการสร้างสรรค์ **-anemic** *adj.*

anemo- คำอุปสรรค มีความหมายว่า ลม

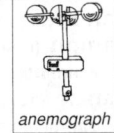

anemograph (อะเนม' โมกราฟ) *n.* เครื่องวัดที่บันทึกอัตราความเร็วของลม **-anemographic** *adj.*

anemograph

anemometer (แอนนีมอม' มิเทอะ) *n.* เครื่องวัดอัตราความเร็วของลม

anemone (อะเนม' โมนี) *n.* สัตว์ทะเลในไฟลัม Coelenterata ซึ่งมีหนวดรอบปากของมัน, ไม้ดอกชนิดหนึ่ง

anent (อะเนนทฺ') *prep.* เกี่ยวกับ

aneroid (แอน' นะรอยดฺ) *adj.* ซึ่งไม่ใช้ของเหลว

aneroid barometer เครื่องวัดความกดดันของบรรยากาศที่ไม่ใช้ปรอท

anesthesia (แอนเนสธี' เซีย) *n.* การไร้ความรู้สึกต่อความเจ็บปวด, อาการชา

anesthesiologist (แอนเนสธีซิออล' โลจิสทฺ) *n.* แพทย์ผู้ชำนาญการวางยาสลบหรือยาชา

anesthesiology (แอนเนสธีซิออล' โลจี) *n.* วิชาเกี่ยวกับการวางยาสลบหรือยาชา, วิสัญญีวิทยา

anesthetic (แอนเนสเธท' ทิค) *-adj.* เกี่ยวกับหรือสามารถทำให้เกิดการชา หรือไม่รู้สึกตัว, *-n.* ยาชา, ยาระงับความรู้สึก, ยาสลบ **-anesthetically** *adv.*

anesthetist (อะเนส' ธีทิสทฺ) *n.* ผู้วางยาชาหรือยาสลบ (-S. anaesthetist)

anesthetize (อะเนส' ธีไทซฺ) *vt.* **-tized, -tizing** ทำให้หมดความรู้สึกต่อความเจ็บปวด, ทำให้ชา **-anesthetization** *n.*

aneurism, aneurysm (แอน' นูริสซึม) *n.* ภาวะเส้นโลหิตแดงโป่งพองเป็นถุงขังโลหิตไว้ มักเกิดจากผนังโลหิตเสื่อมหรือเป็นโรค

anew (อะนู') *adv.* อีกครั้ง, ใหม่ *-Ex. Sawai decided to start the work anew.*

angel (เอน' เจล) *n.* เทวดา, ทูตสวรรค์, เทพธิดา, เทพเจ้าที่เฝ้ารักษา, ผู้ตายที่มีวิญญาณขึ้นสวรรค์, ผู้ที่น่ารัก (-S. spirit, ideal, backer -A. devil, demon)

angelfish (เอน' เจลฟิช) *n., pl.* **-fish/-fishes** ปลาผีเสื้อที่มีหนามบริเวณหัวมีหลากสีสัน

angelic (เอน' เจลลิค) *adj.* เหมือนเทพธิดา, เหมือนทูตสวรรค์ **-angelically** *adv.* (-S. saintly, ideal) *-Ex. angelic choir, angelic quality*

angelology (เอนเจลลอล' โลจี) *n.* ทูตสวรรค์วิทยา, ทฤษฎีเกี่ยวกับทูตสวรรค์

angelo- คำอุปสรรค มีความหมายเหมือน angel

anger (แอง' เกอ) *n.* ความโกรธ, โทสะ, ความฉุนเฉียว *-vt.* ทำให้โกรธ, ทำให้ฉุนเฉียว *-vi.* โกรธ (-S. wrath, ire, fury, rage) *-Ex. The nasty remark angered him.*

angina (แอนไจ' นะ) *n.* โรคอักเสบที่ลำคอ **-anginal, anginose** *adj.*

angina pectoris (แอนไจ' นะ เพค' โทริส) *n.* อาการปวดอย่างรุนแรงบริเวณหัวใจที่แผ่จากหัวใจไปยังไหล่แล้วไปที่แขนข้างซ้ายหรือจากหัวใจไปที่ท้อง

angiosperm (แอน' จิโอสเพอม) *n.* พืชที่เมล็ดอยู่ภายในผลหรือเมล็ดมีรังไข่ห่อหุ้ม

angle¹ (แอง' เกิล) *vi.* **-gled, -gling** ตกปลา, ล่อ *-n.* เบ็ดสำหรับตกปลา, ผู้ตกปลา, การตกปลา

angle² (แอง' เกิล) *n.* มุม, รูปที่เป็นมุม, จำนวนองศา

A

ของมุม, ข้อคิดเห็น, จุดประสงค์ *-Ex. an angle of 90 degrees, right angle, angle of incidence, angle of vision, at an angle with (to), the angle of the jaw, inside angle of a room, outside angle of a building, in the kitchen angle*

angled (แองʼ เกิลดฺ) *adj.* ซึ่งมีมุม, ซึ่งเป็นมุม

angler (แองʼ เกลอ) *n.* ผู้ตกปลา, ปลาใหญ่จำพวก *Lophius americanus* (-S. fisherman)

Anglican (แองʼ กลิเคิน) *adj.* เกี่ยวกับนิกาย Church of England, *-n.* ผู้นับถือนิกาย Church of England

Anglicise, Anglicize (แองʼ กลิไซซฺ) *-vt., vi.* **-cised, -cising/-cized, -cizing** ทำให้เป็นอังกฤษ (ขนบธรรมเนียม, ลักษณะ, มารยาท, ฯลฯ), ทำให้เป็นภาษาอังกฤษ **-Anglicisation, Anglicization** *n.*

angling (แองʼ กลิง) *n.* การตกปลา

Anglo- คำอุปสรรค มีความหมายเกี่ยวกับอังกฤษ

Anglophil, Anglophile (แองʼ โกลไฟลฺ, -ฟิล) *n.* คนที่นิยมชมชอบภาษาอังกฤษ

Anglophobe (แองʼ โกลโฟบ) *n.* ผู้ที่เกลียดหรือกลัวภาษาอังกฤษ

Anglo-Saxon (แองʼ โกลʼ แซคซัน) *n.* คนที่มีภาษาแม่เป็นภาษาอังกฤษ, คนอังกฤษสมัยก่อนที่ชาวนอร์มันเข้าครอบครอง, ชาวอังกฤษ, คนที่มีบรรพบุรุษเป็นชาวอังกฤษ, ภาษาอังกฤษง่ายๆ *-adj.* เกี่ยวกับ Anglo-Saxon

Angora (แองโกʼ ระ) *n.* ชื่อพันธุ์แพะ แมวหรือกระต่ายที่มีขนยาว, ขนหรือผ้าขนที่ทำจากขนดังกล่าว

angostura (แองʼ โกสทูระ) *n.* ชื่อเปลือกไม้หอมที่ใช้เป็นยาบำรุงและยาลดไข้

angry (แองʼ กรี) *adj.* **-grier, -griest** โกรธ, ฉุนเฉียว, อักเสบ **-angrily** *adv.* **-angriness** *n.* (-S. wrathful, furious, irate, mad)

angstrom, Angstrom (แองʼ สทรอม) *n.* หน่วยวัดความยาวของแสงที่เท่ากับ 10^{-10} เมตร มีอักษรย่อ A., A.U., a.u.

anguish (แองʼ กวิช) *n.* อาการปวดอย่างรุนแรง, อาการทนทุกข์ทรมาน, อาการกลัดกลุ้มอย่างมาก *-vt.* ทำให้เกิดอาการปวดอย่างรุนแรง *-vi.* รู้สึกปวดอย่างรุนแรง **-anguished** *adj.* (-S. distress)

angular (แองกิวลาร์) *adj.* ซึ่งเป็นมุม, มีมุม, เกี่ยวกับมุม, ผอมแห้ง, แข็งทื่อ, ไม่คล่องแคล่ว **-angularly** *adv.*

angularity (แองกิวลาʼ ริที) *n., pl.* **-ties** ภาวะที่เป็นมุม, มุมแหลม, ความเป็นมุม

angulation (แองกิวเลʼ ชัน) *n.* การเกิดมุม, การวัดมุมอย่างละเอียด

anhydr- คำอุปสรรค มีความหมายว่า ปราศจากน้ำ

anhydride (แอนไฮʼ ไดรดฺʼ, -ดริด) *n.* สารประกอบที่เมื่อรวมกับน้ำจะได้กรดหรือด่าง, สารประกอบที่เอาน้ำออก

anhydrous (แอนไฮʼ ดรัส) *adj.* ปราศจากน้ำ

anile (แอนʼ นิล) *adj.* เหมือนหญิงแก่ *-n.* ความแก่, โรคที่เกิดจากความแก่ **-anility** *n.*

anilin, aniline (แอนʼ นิลิน,-ไลนฺ) *n.* ชื่อของเหลวที่ใช้ในการสังเคราะห์สีและยา มีสูตรเคมีคือ $C_6H_5NH_2$

aniline dye สีย้อมที่ได้จากน้ำมันดำจากถ่านหิน

animadversion (แอนนิแมดเวอʼ ชัน) *n.* การตำหนิ, การวิจารณ์, คำตำหนิ, คำวิจารณ์

animadvert (แอนนิเมดเวอร์ท) *vt.* วิจารณ์, ติเตียน

animal (แอนʼ นิเมิล) *n.* สัตว์ *-adj.* อย่างสัตว์, ของสัตว์, เต็มไปด้วยตัณหา, เกี่ยวกับสัตว์, โหดร้าย *-Ex. animal and vegetable, The dog is an animal.*

animalcule (แอนนิแมลʼ คูล) *n.* สัตว์ขนาดเล็ก, จุลินทรีย์, สัตว์จำพวกโปรโตซัว **-animacular** *adj.*

animal-free ซึ่งไม่ใช้หรือไม่ได้บรรจุผลิตภัณฑ์ที่มีส่วนประกอบจากสัตว์

animal husbandry การเลี้ยงสัตว์, วิชาเกี่ยวกับการเลี้ยงสัตว์, สัตวบาล

animalism (แอนʼ นิเมิลลิซʼ ซึม) *n.* สัตว์, คนที่คล้ายสัตว์, สัตว์เลี้ยงลูกด้วยนม, คนที่โหดร้ายคล้ายสัตว์

animality (แอนนิแมลʼ ลิที) *n.* ความเป็นสัตว์, ลักษณะของสัตว์, อาณาจักรของสัตว์

animal kingdom อาณาจักรสัตว์, โลกของสัตว์

animal liberation การปลดปล่อยสัตว์จากการที่ถูกมนุษย์แสวงหาผลประโยชน์จากพวกมัน

animally (แอนʼ นิมะลี) *adv.* แห่งทางกาย, แห่งสัตว์

animal rights สิทธิของสัตว์ที่จะมีชีวิตอยู่อย่างอิสระปราศจากการหาประโยชน์ของมนุษย์หรือถูกมนุษย์ทารุณหรือกักขัง เป็นต้น

animate (แอนʼ นิเมท) *vt.* **-mated, -mating** ทำให้มีชีวิตชีวา, ทำให้แคล่วคล่อง, ทำให้มีกำลังวังชา, ให้กำลังใจ, กระตุ้น *-adj.* มีชีวิตชีวา, มีชีวิต, เกี่ยวกับชีวิตสัตว์, สามารถเคลื่อนไหวได้เอง **-animateness** *n.* (-S. enliven, vitalize, alive, lively) *-Ex. Udom animated his face., In all his achievements Sawai was animated by love of country.*

animated (แอนʼ นิเมทเทด) *adj.* มีชีวิตชีวา, เคลื่อนไหวได้ (-S. lively, spirited, vivacious) *-Ex. an animated cartoon*

animation (แอนʼ นิเมชัน) *n.* ความมีชีวิตชีวา, ภาวะที่มีชีวิตชีวา, กระบวนการสร้างหนังการ์ตูน, ความกระตือรือร้น, พลังงาน, ความดีใจ

animato (อานิมาʼ โท) *adj., adv.* มีชีวิตชีวา

animator (แอนʼ นิเมเทอะ) *n.* บุคคลหรือสิ่งที่ทำให้มีชีวิตชีวา, คนวาดภาพการ์ตูน (-S. animater)

animism (แอนʼ นิมิซึม) *n.* ความเชื่อที่ว่ามีวิญญาณในธรรมชาติและจักรวาล,ความเชื่อว่าวิญญาณอาจอยู่แยกต่างหากจากร่างกาย, ความเชื่อที่ว่าวิญญาณเป็นส่วนสำคัญของชีวิตและสุขภาพที่ดี, ความเชื่อในเรื่องวิญญาณ **-animist** *n.* **-animistic** *adj.*

animosity (แอนʼ นิมอสซิที) *n., pl.* **-ties** ความจงเกลียดจงชัง, ความเป็นปรปักษ์, ความเกลียด (-S. hatred, antagonism -A. friendship) *-Ex. The misdeeds of the king aroused animosity.*

animus (แอนʼ นิมัส) *n.* ความเป็นปรปักษ์, ความเกลียด

anion (แอนʼ ไอออน) *n.* ไอออนที่มีประจุลบ, อะตอมหรือกลุ่มอะตอมที่มีประจุลบ **-anionic** *adj.*

anise (แอนʼ อิส) *n.* พืชจำพวกผักชีหรือยี่หร่า โดยให้เมล็ดที่เรียกว่า aniseed, เมล็ดผักชีหรือยี่หร่า

aniseed (แอน' นิซีด) *n.* เมล็ดจำพวกผักชีหรือยี่หร่าใช้เป็นตัวแต่งกลิ่นแต่งรส

aniseed

anisette (แอนนิเซท') *n.* เหล้าเจือรสของเมล็ด anise

ankle (แอง' เคิล) *n.* ข้อเท้า, ส่วนเรียวยาวบริเวณเหนือข้อเท้า

ankle bone ตาตุ่ม

anklet (แอง' เคลท) *n.* กำไลเท้า, สิ่งประดับที่สวมรอบข้อเท้า, ถุงเท้าแบบสั้นที่เด็กๆ หรือผู้หญิงนิยมสวม

ankylose (แอง' คะโลส) *vt., vi.* **-losed, -losing** เชื่อมต่อกัน (-S. anchylose)

anna (แอน' นะ) *n.* เหรียญเงินตราในสมัยก่อนของปากีสถานและอินเดีย มีค่าเท่ากับ $\frac{1}{16}$ รูปี

annalist (แอน' เนิลลิสท) *n.* ผู้บันทึกเหตุการณ์ประจำปี

annals (แอน' เนิลซ) *n. pl.* บันทึกเหตุการณ์ประจำปี, บันทึกประวัติศาสตร์ประจำปี, หนังสือรายงานประจำปี

Annam (อะแนม') *n.* ประเทศเวียดนาม

Annamese (แอนนะมีส) *adj.* เกี่ยวกับญวนหรือเวียดนาม (ชนชาติ ภาษาและวัฒนธรรม) *-n., pl.* **-mese** ชาวญวน

anneal (อะนีล') *vt.* หลอมให้อ่อนตัวแล้วค่อยๆ ทำให้เย็นลง, หลอมหล่อจิตใจให้อดทน, ใส่สีโดยวิธีใช้ความร้อน

annex (อะเนคซ์', แอน' เนคซ) *vt.* ผนวก, เพิ่มเติม, ประกอบ, แนบเข้า, ยึด *-n.* ส่วนของอาคารเสริม, ภาคผนวก, ส่วนผนวก (-S. append, attach, affix, wing, extention) *-Ex. The company annexed two smaller stores to its national chain.*

annexation (แอนเนคเซ' ชัน) *n.* การผนวก, สิ่งที่ผนวกเข้า, ความจริงที่เพิ่มขึ้น *-Ex. The annexation of Thonburi to Bangkok took place in 1977.*

annihilate (อะไน' ฮิเลท) *vt.* **-lated, -lating** ทำลายล้าง, บดขยี้ **-annihilability** *n.* **-annihilative** *adj.* **-annihilator** *n.* (-S. demolish, wipe out -A. keep, protest)

annihilation *n.* (อะไนฮิเล' ชัน) การทำลายล้าง, ภาวะที่ถูกทำลายล้าง

anniversary (แอนนิเวอ' ซารี) *n., pl.* **-ries** การครบรอบปีของเหตุการณ์ในอดีต (โดยเฉพาะการแต่งงาน), การฉลองหรือระลึกถึง *-adj.* ครบรอบปี, ประจำปี *-Ex. a wedding anniversary, an anniversary present*

anno Domini คริสต์ศักราช มีอักษรย่อ A.D.

annotate (แอน' โนเทท) *vt.* **-ated, -ating** ทำหมายเหตุประกอบ, ให้คำจำกัดความประกอบ **-annotative** *adj.*

annotation (แอนโนเท' ชัน) *n.* การทำหมายเหตุประกอบ, การให้คำจำกัดความประกอบ

announce (อะเนานซฺ') *vt.* **-nounced, -nouncing** ประกาศ, แจ้ง, แถลง, แสดง, ทำให้รู้, ทำหน้าที่เป็นโฆษก, โฆษณา (-S. proclaim, declare, reveal)

announcement (อะเนานซฺ' เมินท) *n.* การประกาศ, การแถลง, การทำให้รู้, การโฆษณา *-Ex. the announcement of a marriage, an announcement in a newspaper*

announcer (แอนเนา' เซอะ) *n.* ผู้ประกาศ, ผู้แถลง, ผู้โฆษณา *-Ex. a train announcer, a news announcer*

annoy (อะนอย') *vt.* รบกวน **-annoyer** *n.* (-S. heckle, plague, trouble, disturb, badger -A. soothe)

annoyance (อะนอย' เอินซ) *n.* บุคคลหรือสิ่งที่รบกวน, ความน่ารำคาญ, การรบกวน, การทำให้ระคายเคือง (-S. vexation, irritation, harassment) *-Ex. to express annoyance because of noise, The buzzing of the mosquito is an annoyance.*

annoying (อะนอย' อิง) *adj.* ซึ่งรบกวน, ซึ่งทำให้รำคาญ (-S. vexatious, irritating, troubling)

annual (แอน' นวล) *adj.* ประจำปี, ทุกปี, เกี่ยวกับปี, เกิดขึ้นระหว่างปี, มีชีวิตอยู่เพียงฤดูเดียวหรือปีเดียว *-n.* พืชที่มีชีวิตอยู่เพียงฤดูเดียวหรือปีเดียว, หนังสือประจำปี, รายได้ประจำปี *-Ex. an annual pension, annual tests, an annual subscription rate of $10, an annual report*

annual ring การเกิดชั้นวงกลมในเนื้อไม้ของแต่ละปี มีอยู่ 2 ชั้นคือ ชั้นฤดูใบไม้ผลิและชั้นฤดูร้อน, วงปี

annuitant (อะนู' อิเทินท) *n.* ผู้ได้รับเงินรายได้

annuity (อะนู' อิที) *n., pl.* **-ties** เงินรายได้เป็นรายปี, สิทธิที่จะได้รับเงินดังกล่าว

annul (อะนัล') *vt.* **-nulled, -nulling** เลิกล้ม, ยกเลิก, ทำลายล้าง, ลบล้าง **-annulment** *n.* (-S. revoke, repeal, cancel)

annular (แอน' นิวละ) *adj.* ซึ่งเป็นรูปวงแหวน **-annularity** *n.* **-annularly** *adv.*

annular eclipse สุริยคราสที่เห็นเป็นวงแหวนรอบพระจันทร์

annulate, annulated (แอน' นิวเลท, -เทด) *adj.* เป็นวงแหวน, ประกอบด้วยวงแหวน **-annulation** *n.*

annum (แอน' นัม) *n.* (ภาษาละติน) ปี

annunciate (อะนัน' ซีเอท) *vt.* **-iated, -iating** แจ้งให้ทราบ, ประกาศ, ประกาศให้ทราบ **-annunciation** *n.*

annunciator (อะนัน' ซีเอเทอะ) *n.* ผู้ประกาศ, เครื่องบอกสัญญาณ

ano[1] คำอุปสรรค มีความหมายว่า ทวารหนัก

ano[2] คำอุปสรรค มีความหมายว่า ขึ้น, ข้างบน, เหนือ

anode (แอน' โนด) *n.* ขั้วบวก **-anodic, anodal** *adj.* **-anodize** *-vt.*

anodyne (แอน' นะไดน) *adj.* บรรเทาปวด *-n.* ยาบรรเทาอาการปวด, สิ่งที่บรรเทาความทุกข์ **-anodynic** *adj.*

anoint (อะนอยทฺ') *vt.* เจิมน้ำมัน, ทาด้วยของเหลว, ทาน้ำมัน **-anointer** *n.* **-anointment** *n.*

anomalous (อะนอม' มะลัส) *adj.* ผิดปกติ, ผิดหลัก, วิปริต, ไม่เป็นไปตามกฎเกณฑ์ **-anomalously** *adv.* **-anomalousness** *n.* (-S. abnormal, odd, exeptional)

anomaly (อะนอม' มะลี) *n., pl.* **-lies** ความผิดปกติ, ความผิดหลัก, ความวิปริต, สิ่งหรือบุคคลที่ผิดจากปกติ

anomie, anomy (แอน' นะมี) *n.* ภาวะผิดปกติของบุคคลหรือสังคม **-anomic** *adj.*

anon (อะนอน') *adv.* ไม่ช้า, เวลาอื่น, ทันที (-S. at once, soon) *-Ex. I will talk anon about this topic.*

anonym (แอน' โนนิม) *n.* ชื่อแฝง, ชื่อปลอม, คนที่

ไม่แจ้งชื่อ, ผู้เขียนที่แฝงนาม, สิ่งตีพิมพ์ที่ไม่ระบุชื่อผู้เขียน

anonymous (อะนอม' นิมัส) *adj.* ไม่ระบุชื่อ, ปิดบังชื่อ (-S. nameless, unsigned, unknown) *-Ex. an anonymous author, an anonymous gift, an anonymous letter*

anopheles (อะนอฟ' ฟะลีซ') *n.* ยุงก้นปล่องซึ่งเป็นพาหะนำไข้มาลาเรีย **-anopheline** *adj.*

anorak (แอน' โนแรค) *n.* เสื้อคลุมกันฝนหรือกันน้ำได้ มักจะมีหมวกติดอยู่ด้วย, (คำสแลง) คนโง่เง่า

anorexia (แอนโนเรค' เซีย) *n.* ภาวะไร้ความอยากอาหารหรือไม่สามารถรับประทานอาหารได้

another (อะนา' เธอะ) *pron., adj.* อีก, อีกหนึ่ง, อื่น, อย่างอื่น, คล้ายๆ กัน *-Ex. have another cup of tea, You're a fool! - You're another!*

anoxemia, anoxaemia (แอนนอคซี' เมีย) *n.* ภาวะไร้ออกซิเจนในเลือด

anoxia (แอนออค' เซีย, อะนอค'-) *n.* ภาวะที่มีออกซิเจนในเนื้อเยื่อร่างกายต่ำกว่าปกติ, ภาวะผิดปกติทางกายและจิตใจที่เนื่องจากภาวะดังกล่าว **-anoxic** *adj.*

answer (อาน' เซอะ) *n.* คำตอบ, ผลลัพธ์, คำแก้ตัว, คำสนอง *-vt., vi.* ตอบ, สนอง, แก้ตัว *-Ex. the answer to a question, an answer to a letter, to answer a question, to answer a note, to answer a telephone ring, This apartment answers all our needs at present., You will have to answer for your corruption., answer a question, answer a prayer*

answering machine เครื่องตอบรับโทรศัพท์ที่ตอบกลับผู้โทรเข้ามาด้วยข้อความที่เจ้าของเครื่องได้อัดเสียงเอาไว้พร้อมทั้งอัดข้อความของผู้โทรเข้าไว้ด้วย

answerphone (อาน' เซอะโฟน) *n.* เครื่องตอบรับโทรศัพท์, ดู answering machine

ant (แอนทฺ) *n.* มด, ปลวก

ant- คำอุปสรรค มีความหมายว่า ต้าน

-ant คำปัจจัย ใช้ประกอบเป็นคุณศัพท์ที่มีความหมายว่า เกี่ยวกับ, ของ และใช้ประกอบเป็นคำนามที่มีความหมายว่า ผู้

antacid (แอนแทส' อิด) *n.* ยาลดกรดในกระเพาะอาหาร, *-adj.* ซึ่งลดกรดในกระเพาะอาหาร

antagonise, antagonize (แอนแทค' โกไนซฺ) *vt.* **-nised, -nised/-nized, -nizing** ต่อต้าน, เป็นปรปักษ์ (-S. estrance, lienate) *-Ex. His sarcasm antagonized people.*

antagonism (แอนแทค' โกนิซึม) *n.* ความเป็นปรปักษ์, การต่อต้าน, ความเป็นศัตรูกัน, บทบาทของการต่อต้าน (-S. hostility, conflict, discord, strife)

antagonist (แอนแทก' โกนิสทฺ) *n.* ผู้ต่อต้าน, ผู้เป็นปรปักษ์, ศัตรู, กล้ามเนื้อที่ต้านกล้ามเนื้ออื่น, ยาต้านฤทธิ์ยาอื่น

antagonistic (แอนแทก' โกนิสทิค) *adj.* ซึ่งต่อต้าน, เป็นปรปักษ์, ไม่เป็นมิตร **-antagonistically** *adv. -Ex. an antagonistic position, friends with antagonistic views in politics*

antalkali (แอนทฺแอล' กาไล) *n., pl.* **-lis/-lies** ยาหรือสารต้านฤทธิ์ของด่าง (-S. antalkaling)

antarctic, Antarctic (แอนทาร์ค' ทิค) *adj.* เกี่ยวกับหรือใกล้ขั้วโลกใต้ *-Ex. Penguins are antarctic birds.*

Antarctica (แอนทาร์ค' ทิคะ) *n.* ทวีปที่ล้อมรอบขั้วโลกใต้

Antarctic Ocean มหาสมุทรแอนตาร์กติก

Antarctic Circle เส้นห่างจากขั้วโลกใต้ 66 ° 33'

ant bear ตัวกินมดขนาดใหญ่จำพวก *Mymecophaga jubata*

ante (แอน' ที) *n.* เงินเดิมพัน *-vt., vi.* **-ted/-teed, -teing** วางเงินเดิมพัน

ante- คำอุปสรรค มีความหมายว่า ก่อน, นอก

anteater (แอนทฺ' อีเทอะ) *n.* ตัวกินมดซึ่งเป็นสัตว์เลี้ยงลูกด้วยนม

antebellum (แอน' ทิเบลลัม) *adj.* ก่อนสงคราม

antecede (แอนทิซีด') *vt., vi.* **-ceded, -ceding** ก่อน, นำก่อน, มาก่อน

antecedence (แอนทิซี' เดินซฺ) *n.* เรื่องราวที่ต้องมาก่อน, สิ่งที่มาก่อน, ข้อเสนอ

antecedent (แอนทิซี' เดินทฺ) *adj.* มาก่อน, ก่อน, เกิดขึ้นก่อน, แต่ก่อน *-n.* ข้อเสนอแรก, เรื่องราวก่อนๆ, บรรพบุรุษ **-antecedently** *adv.* (-S. anterior, earlier, previous, former, first)

antecessor (แอนทีเซส' เซอะ) *n.* บรรพบุรุษ

antechamber (แอนทีเชม' เบอะ) *n.* ห้องนั่งคอยและเป็นห้องผ่านเข้าไปห้องที่ใหญ่กว่า, ห้องด้านนอกสำหรับนั่งคอย

ante-Christum (แอน' ทิคริสทัม) *adj.* ก่อนคริสต์ศักราช ย่อว่า A.C.

antedate (แอน' ทิเดท) *vt.* **-dated, -dating** ลงวันที่ก่อนวันจริง, มาก่อน, ทำให้เกิดก่อน, เร่ง, กระทำหรือมีล่วงหน้า

antediluvian (แอนทีดิลู' เวียน) *adj.* ก่อนสมัยน้ำท่วมโลก (ตามพระคัมภีร์ไบเบิล), โบราณ *-n.* คนหัวโบราณ, คนสมัยก่อนน้ำท่วมโลก

antelope (แอน' ทิโลพ) *n., pl.* **-lopes/-lope** ละมั่ง, หนังละมั่ง

antemeridian (แอนทีมะริด' เดียน) *adj.* ที่เกิดก่อนเที่ยง

ante meridiem (แอนทีมะริด' เดียม) ก่อนเที่ยง เขียนย่อว่า A.M., a.m., AM หรือ am

antenatal (แอนทีเน' ทัล) *adj.* ก่อนเกิด

antenna (แอนเทน' นะ) *n., pl.* **-nae/-nas** สายอากาศ, หนวดบนหัวแมลงที่ใช้เป็นประสาทสัมผัส

ante partum (แอนทีพาร์' ทัม) ก่อนคลอด

antepenult (แอนทีพี' นัลทฺ) *n.* พยางค์ที่สามจากท้ายสุดของคำ

anterior (แอนที' เรีย) *adj.* ก่อน, ข้างหน้า, ล่วงหน้า, ตำแหน่งหน้า **-anteriorly** *adv.*

antero- คำอุปสรรค มีความหมายว่า ก่อน, หน้า

anteroom (แอน' ทีรูม) *n.* ห้องเล็กที่อยู่ด้านหน้าห้องใหญ่, ห้องนั่งคอย

anthelmintic (แอเทลมิน' ทิค) *adj.* ซึ่งทำลายหรือขับพยาธิ *-n.* ยาฆ่าหรือขับพยาธิ

anthem (แอน' เธม) *n.* เพลงสดุดี, เพลงสวด,

anther 33 **antimony**

A

เพลงชาติ, เพลงสรรเสริญพระบารมี, เพลงสรรเสริญที่ร้องโดยคนหลายคน, การสดุดีด้วยเพลงดังกล่าว (-S. hymn, psalm, chorale, song, paean) *-Ex. The Star-Spangled Banner is their national anthem.*

anther (แอน' เธอะ) *n.* เกสรตัวผู้ของดอกไม้

anther

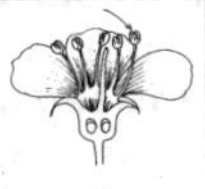

ant hill จอมปลวก

antho- คำอุปสรรค มีความหมายว่า ดอกไม้

anthology (แอนธอล' โลจี) *n., pl.* **-gies** บทเขียนรวมของหลายนักเขียน, บทเขียนรวมของนักเขียนคนเดียว, กลุ่มดอกไม้ **-anthological** *adj.*

anthracite (แอน' ธระไซทฺ) *n.* ถ่านหินแข็ง, ถ่านที่ไม่มีควันแต่ให้ความร้อนสูง **-anthracitic** *adj.*

anthrax (แอน' แธรคซฺ) *n., pl.* **-thraces** โรคติดต่อร้ายแรงในสัตว์เลี้ยง(วัว ควาย และอื่นๆ) เนื่องจากเชื้อ *Bacillus anthracis*, โรคผีฝักบัวร้ายแรงในคน, โรคกาลีในสัตว์

anthrop-, anthropo- คำอุปสรรค มีความหมายว่า คน, มนุษย์

anthropoid (แอน' โธรพอยด) *adj.* คล้ายคน *-n.*คนที่คล้ายวานร **-anthropoidal** *adj.*

anthropologist (แอนโธรพอล' โลจิสทฺ) *n.* นักมานุษยวิทยา, ผู้เชี่ยวชาญวิชามานุษยวิทยา

anthropology (แอนโธรพอล' โลจี) *n.* มานุษยวิทยา **-anthropological, anthropologic** *adj.* **-anthropologically** *adv.*

anthropometry (แอนโธรพอม' มิทรี) *n.* การวัดร่างกายมนุษย์ตามหลักวิทยาศาสตร์

anthropomorphism (แอนโธรโพมอร์' ฟิสซึม) *n.* การถือเอารูปร่างและลักษณะของคนหรือสิ่งอื่นๆ ที่ไม่มีชีวิตให้เป็นพระเจ้า **-anthropomorphist** *n.*

anthropomorphosis (แอนโธรโพมอร์โฟ' ซิส) *n.* การเปลี่ยนให้เป็นรูปร่างคน

anti (แอน' ไท, แอน' ทิ) *n., pl.* **-tis** ผู้ต่อต้าน *-prep.* ต่อต้าน

anti- คำอุปสรรค มีความหมายว่า ต่อต้าน, สะกัด. ขจัด

antiaircraft (แอนทีแอร์' คราฟทฺ) *n.* ปืนใหญ่ต่อสู้อากาศยาน *-adj.* ต่อต้านอากาศยาน *-Ex. an antiaircraft gun*

antibacterial (แอนทีแบคที' เรียล) *adj.* ซึ่งต้านฤทธิ์ของแบคทีเรีย *-n.* ยาหรือสารที่ต้านฤทธิ์ของแบคทีเรีย

anti-ballistic missile ขีปนาวุธสำหรับยิงขีปนาวุธ เขียนย่อว่า ABM

antibiotic (แอนทีไบออท' ทิค) *n.* สารหรือยาปฏิชีวนะ *-adj.* เกี่ยวกับสารหรือยาปฏิชีวนะ

antibody (แอนทิบอ' ดี) *n., pl.* **-bodies** โปรตีนในร่างกายที่เกิดจากการกระตุ้นของ antigen โดยมีฤทธิ์ต้านพิษของ antigen เฉพาะอย่าง

antic (แอน' ทิค) *adj.* วิตถาร, เหมือนตัวตลก, แปลกประหลาดน่าขัน *-n.* การเล่นตลก, พฤติกรรมตลกหรือวิตถาร, ตัวตลก (-S. odd, queer, funny) *-Ex. We laughed at the antics of the actors*

antichrist (แอน' ทีไครสทฺ) *n.* ศัตรูของพระเยซูคริสต์, ผู้ที่ไม่เชื่อในพระเจ้า

anticipant (แอนทิส' ซะเพินท) *adj.* ที่คาด, ที่ทำนาย *-n.* ผู้คาดหวัง, ผู้ทำนาย

anticipate (แอนทิส' ซะเพทฺ) *vt.* **-pated, -pating** คาด, มุ่งหวัง, ทำนาย, ลงมือกระทำการก่อน, ตัดบท, ใช้สอยล่วงหน้า, บังเกิดล่วงหน้า **-anticipant** *adj., n.* **-anticipative** *adj.* **-anticipatory** *adj.* **-anticipatorily** *adv.* **-anticipatively** *adv. -Ex. We anticipated a good time on the meeting., I anticipated his question and had an answer ready., Some people say that the Vikings anticipated Columbus in the discovery of America., The children waited with eager anticipation for Christmas.*

anticipation (แอนทิสซะ' เพชั่น) *n.* การคาดหวัง, การทำนาย

anticlerical (แอนทีเคลอ' ริเคิล) *adj.* ต่อต้านอิทธิพลและการกระทำของพระ **-anticlericalism** *n.*

anticlimax (แอนทีไคล' แมคซฺ) *n.*เหตุการณ์ (ข้อสรุป, บทความ, การพูด, เนื้อหา) ที่ลดความสำคัญจากที่คาดหมายลงอย่างกะทันหัน, การเปลี่ยนความเข้มข้นหรือความสำคัญของเรื่องราวดังกล่าวอย่างทันที

anticlinal (แอนทีไคล' เนิล) *adj.* ลาดลงทั้งสองข้างจากแกนกลาง

anticline (แอน' ทิไคลนฺ) *n.* ส่วนหลังลาด

anticoagulant (แอนทีโคแอก' กิวเลินทฺ) *n.* ยาหรือสารซึ่งต้านการจับเป็นก้อนหรือลิ่มของเลือด, สารหรือยาที่มีฤทธิ์ดังกล่าว

anticyclone (แอนทีไซ' โคลน) *n.* บริเวณที่ความกดอากาศสูงและมีลมแรงพัดออกมา **-anticyclonic** *adj.*

antidepressant (แอนทิดีเพรส' เซินทฺ) *n.* ยาต้านอาการเศร้าซึม

antidote (แอน' ทิโดท) *n.* ยาต้านพิษ, ยาแก้พิษ, สิ่งต้านพิษ **-antidotal** *adj. -Ex. Education is an antidote for ignorance.*

antifreeze (แอน' ทิฟรีซฺ) *n.* สารต้านการเยือกแข็ง

antigen (แอน' ทิเจน) *n.* สารที่กระตุ้นการสร้าง antibodies **-antigenic** *adj.*

antihistamine (แอนทีฮิส' ทะมีน) *n.* สารต้านฤทธิ์ของ histamine ในร่างกาย ใช้แก้อาการแพ้หรือโรคภูมิแพ้ (เช่น หวัด)

antiknock (แอนทินอค') *n.* สารกันการระเบิดสะเทือนของเครื่องยนต์, สารที่มีฤทธิ์ดังกล่าว

antilogarithm (แอนทิลอก' กะริธึม) *n.* ตัวเลขที่มีเลขที่กำหนดให้เป็น logarithm **-antilogarithmic** *adj.*

antilogy (แอนทิล' โลจี) *n., pl.* **-gies** ความแย้งกันของความคิดหรือข้อคิดเห็น

antimacassar (แอนทีมะแคส' ซาร์) *n.* ผ้าหรือผนังหรือพลาสติกคลุมที่พิงหลังหรือแขนเพื่อกันเปื้อนหรือให้ใช้ทน

antimony (แอน' ทิโมนี) *n.* พลวง

A

antiparticle (แอน' ทีพาทิเคิล) *n.* อนุภาคที่ทำลายกันเองเมื่อปะทะกัน เช่น อิเล็กตรอนและโปรตอน
antipasto (แอนทิพา' สโท) *n.* ชนิดของเครื่องแต่งกลิ่นปรุงรส เช่น olives, salami, celery และอื่นๆ
antipathetic, antipathetical (แอนทีพาเธท' ทิค, -เคิล) *adj.* เป็นปรปักษ์ต่อ, ไม่ชอบ, ไม่ลงรอยต่อ, เกลียด, ไม่พอใจกับ, ที่ทำให้มีความรู้สึกดังกล่าว
antipathy (แอนทิพ' พะธี) *n., pl.* **-thies** ความไม่ลงรอย, ความไม่พอใจ, ความเกลียด, สิ่งที่ไม่ลงรอย, สิ่งที่ไม่ชอบ (**-S.** antagonism, hostility, disgust, animosity)
antipersonnel (แอนทีเพอ' ซะเนล) *adj.* ใช้ต่อต้านหรือทำลายคน (แทนที่จะเป็นการต่อต้านหรือทำลายเครื่องยนต์หรืออาวุธของข้าศึก)
antiperspirant (แอนทีเพอ' สพิเรินทฺ) *n.* ยาลดการขับเหงื่อ
antiphlogistic (แอนทีโฟลจิส' ทิค) *adj.* ต้านการอักเสบ, ป้องกันการอักเสบ *-n.* ยาต้านหรือป้องกันการอักเสบ
antiphon (แอน' ทิฟอน) *n.* เพลงหรือโคลงกลอนที่ร้องตอบ, เพลงสวดหรือโคลงสรรเสริญที่ร้องตอบโต้สลับกัน, โคลงกลอนนำหรือส่งท้าย (**-S.** hym, psalm)
antiphrasis (แอนทิฟ' ฟระซิส) *n.* การใช้คำที่มีความหมายตรงข้าม
antipodal (แอนทิพ' โพเดิล) *adj.* บนด้านตรงข้ามของทรงกลม, เกี่ยวกับ antipode ตรงกันข้ามพอดี, ตรงกันข้ามกับเท้า
antipode (แอน' ทิโพด) *n.* สิ่งหรือส่วนที่ตรงกันข้ามพอดี, ขั้วตรงข้าม
antipodes (แอน' ทิโพดีซ) *n. pl.* สถานที่หรือส่วนที่ตรงข้ามกันพอดีบนทรงกลม
antipope (แอน' ทิโพพ) *n.* สันตะปาปาที่ถูกกำหนดขึ้นเพื่อค้านกับองค์ที่ถูกเลือกขึ้นตามกฎของคาทอลิก
antipyretic (แอนทีไพเรท' ทิค) *adj.* ซึ่งลดไข้ *-n.* ยาลดไข้
antiquarian (แอนทีแคว' เรียน) *adj.* เกี่ยวกับการศึกษาโบราณวัตถุ, เกี่ยวกับโบราณวัตถุ, เกี่ยวกับหนังสือเก่าๆ หรือที่หายาก *-n.* ผู้ศึกษาโบราณวัตถุ
antiquary (แอน' ทีแควรี) *n., pl.* **-quaries** ผู้ชำนาญหรือศึกษาทางโบราณวัตถุ, ผู้สะสมโบราณวัตถุ
antiquate (แอน' ทิเควท) *vt.* **-quated, -quating** ทำให้ล้าสมัยโดยการนำสิ่งใหม่หรือดีกว่าเข้ามา **-antiquation** *n.*
antiquated (แอน' ทิเควเทด) *adj.* ล้าสมัย, โบราณ, เก่าแก่, ชรา, อดีต (**-S.** old-fashioned, out-of-date) *-Ex. The practice failed because of its antiquated methods.*
antique (แอนทีค') *adj.* โบราณ, เก่าแก่ *-n.* โบราณวัตถุ, สถานที่โบราณ *-v.* **-tiqued, -tiquing** *-vt.* ทำให้ดูเก่าแก่ *-vi.* หาของเก่า (**S.** artifact, antiquity, memorabilia **-A.** new, fresh) *-Ex. There are antique statues in the museum., This old chair is an antique.*
antiquity (แอนทิค' ควิที) *n., pl.* **-ties** ความโบราณ, สมัยโบราณ, ยุคโบราณ, บรรดาความโบราณทั้งหลาย (คน, เผ่า, ขนบธรรมเนียม, ประเพณีและอื่นๆ) *-Ex. Rome has many monuments of antiquity., We enjoy studying Thai antiquities at the museum.*
antiremonstrant (แอนทีรีมอน' สเทรินทฺ) *n.* ผู้ทัดทานและแนะนำ
anti-semite (แอนทีเซม' ไมทฺ) *n.* ผู้ต่อต้านยิว **-anti-Semitic** *adj.* **-anti-Semictical** *adv.* **-anti-Semitism** *n.*
antisepsis (แอนทีเซพ' ซิส) *n.* การทำให้ปราศจากเชื้อจุลินทรีย์
antiseptic (แอนทีเซพ' ทิค) *adj.* ซึ่งป้องกันหรือทำให้ปราศจากเชื้อจุลินทรีย์ *-n.* สารหรือยาที่มีฤทธิ์ดังกล่าว **-antiseptically** *adv. -Ex. Ether and alcohol are antiseptic., Ethanol is an antiseptic.*
antiserum (แอนทีซี' รัม) *n., pl.* **-rums/-ra** ซีรัมที่มี antibody ซึ่งมีภูมิคุ้มกันโรค
antislavery (แอนทีสเล' วะรี) *adj.* ที่ต่อต้านระบบทาส
antisocial (แอนทีโซ' เชียล) *adj.* ที่ต่อต้านสังคม, ที่เบื่อหน่ายสังคม, เป็นปฏิปักษ์หรือไม่เป็นมิตรกับผู้อื่น **-antisocially** *adv.*
antitank (แอนทีแทงค') *adj.* ที่ต่อต้านหรือทำลายรถถังหรือรถหุ้มเกราะ
antitheism (แอนทีธี' อิสซึม) *n.* ลัทธิต่อต้านเทวนิยม
antithesis (แอนทีธี' ซิส) *n.* การต่อต้าน, ความตรงกันข้าม, การใช้ถ้อยคำที่มีความหมายกลับกัน (**-S.** contrary, negation, inverse)
antitoxin (แอน' ทีทอคซิน) *n.* สารหรือยาต้านพิษเฉพาะอย่าง, antibody ที่สามารถต้านพิษเฉพาะอย่าง
antitrades (แอน' ทีเทรดซฺ) *n. pl.* ลมที่พัดเหนือลมสินค้าในแถบร้อนชื้นของโลก
antitrust (แอนทีทรัสทฺ') *adj.* ที่ต่อต้านการผูกขาด
antler (แอน' ทเลอะ) *n.* กิ่งเขาของกวาง

antler

antonym (แอน' โทนิม) *n.* คำที่มีความหมายตรงกันข้าม
antrum (แอน' ทรัม) *n., pl.* **-tra/ -trums** โพรงในกระดูก
anus (เอ' นัส) *n., pl.* **anuses/ani** ทวารหนัก
anvil (แอนวิล) *n.* ทั่งตีเหล็ก **-on the anvil** ในระหว่างการพิจารณา

anvil

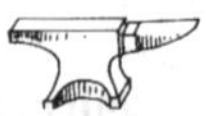

anxiety (แองไซ' อิที) *n., pl.* **-ties** ความกังวล, ความห่วงใย, ความกลุ้มใจ, ความเป็นทุกข์, ความกระตือรือร้น, เรื่องน่าห่วง (**-S.** concern, worry **-A.** ease, tranquility) *-Ex. anxiety about the future, over-anxiety to please, Her illness is none of her anxieties., an anxiety to win*
anxious (แอง' เชิส) *adj.* ห่วงใย, น่าห่วง, กังวลใจ, เป็นทุกข์ **-anxiously** *adv.* **-anxiousness** *n. -Ex. Sawai is anxious to help.*
any (เอน' นี) *adj., adv.* บ้าง, เลย, ไหน, ใดๆ, ทุก, ทั้งหมด *-pron.* คนหนึ่งคนใด, ใคร, ใครก็ได้ (**-S.** one, whatever, whichever)
anybody (เอน' นีบอดี) *pron., n.* ใครๆ, ใครก็ได้
anyhow (เอน' นีเฮา) *adv.* อย่างไรก็ตาม, กรณีใดๆ, อย่างไม่ระมัดระวัง (**-S.** notwithstanding, however, anyway)

anymore (เอน' นีมอร์) *adv.* อีก
anyone (เอน' นีวัน) *pron.* ใครก็ตาม, ใครๆ
anyplace (เอน' นีเพรซฺ) *adv.* ที่ไหนก็ตาม, ทุกหน ทุกแห่ง
anything (เอน' นีธิง) *pron., adv.* อะไรก็ตาม, ชนิดใดก็ตาม, ทุกสิ่งทุกอย่าง *-Ex. Is this anything like his?*
anytime (เอน' นีไทมฺ) *adv.* เวลาใดก็ตาม, ทุกเมื่อ
anyway (เอน' นีเว) *adv.* กรณีใดๆ, อย่างไรก็ตาม *-Ex. I know I shouldn't spend that money, but I'll do it anyway.*
anyways (เอน' นีเวซ') *adv.* ดู anyway
anywhere (เอน' นีแวร์) *adv.* ที่ไหนก็ตาม, ไหนๆ, ทุกแห่ง
anywheres (เอน' นีแวซฺ) *adv.* ดู anywhere
anywise (เอน' นีไวซฺ) *adv.* วิธีใดวิธีหนึ่ง
A/O, a/o ย่อจาก account of บัญชีของ
A-OK, A-okay ย่อจาก all (systems) OK ทุกอย่างเรียบร้อยดี
aorist (เอ' อะริสทฺ) *n.* อดีตกาลกริยาในไวยากรณ์ภาษากรีก **-aoristic** *adj.*
aorta (เอออร์' ทะ) *n., pl.* **-tas/-tae** เส้นเลือดใหญ่จากห้องล่างซ้ายของหัวใจ **-aortic, aortal** *adj.* (-S. maintrunk)
aortic valves ลิ้นหัวใจทั้งสามที่ห้องล่างซ้ายของหัวใจ
AP, A.P. ย่อจาก Associated Press ข่าวเอพี, airplane เครื่องบิน, Air Police ตำรวจอากาศ
apace (อะเพส') *adv.* เร็ว, ด้วยความเร็ว, รวดเร็ว *-Ex. Time passed, and the work went on apace.*
Apache (อะแพช' ชี) *n., pl.* **Apaches/Apache** อินเดียนแดงเผ่าอะปาเช่
apache (อะพาช', อะแพช') *n.* นักเลงหรืออันธพาลในปารีส
apart (อะพาร์ทฺ') *adv., adj.* ต่างหาก, คนละต่างหาก, เป็นชิ้นๆ **-apartness** *n. -Ex. They lived apart for many years., Take it apart and see how it works., Set apart some money for the purpose.*
apartheid (อะพาร์ท' เฮด, -ธิด) *n.* การแบ่งผิว, การแบ่งแยกชนชาติ
apartment (อะพาร์ท' เมินทฺ) *n.* ห้อง, ห้องเช่า, ห้องชุดในโรงแรม (-S. suite, lodgings, chambers, walk-up)
apartment house อาคารที่มีห้องชุดให้เช่า
apathetic (แอพพะเธท' ทิค) *adj.* มีหรือแสดงอารมณ์เล็กน้อย, ไม่มีอารมณ์, เฉยเมย (-S. unfeeling, indifferent -A. concerned, caring, moving)
apathy (แอพ' พะธี) *n., pl.* **-thies** การไร้อารมณ์, ความไม่สนใจ, ความไม่เป็นห่วง (-S. indifference, unconcern, coldness, lethargy) *-Ex. The lecture failed to rouse Daeng from his apathy.*
APC ย่อจาก aspirin, phenacetin, caffeine ยาแก้ปวดและลดไข้ (-S. analgesic, pain-killer)
ape (เอพ) *n.* ลิงไร้หางหรือมีหางสั้น, วานร, ผู้เลียนแบบ *-vt.* **aped, aping** เลียนแบบ **-apelike** *adj.* **-aper** *n.*
apeak (อะพีค') *adj., adv.* ตั้งตรงดิ่ง, ไม่มากก็น้อย
ape-man (เอพ' แมน) *n., pl.* **-men** มนุษย์วานร
aperçu (อะเพอซู') *n., pl.* **-cus** การมองแวบเดียว, ความเข้าใจลึกซึ้ง, การสรุป
aperient (อะเพอ' เรียนทฺ) *adj.* ถ่าย, ระบาย *-n.* ยาระบายหรืออาหารที่เป็นยาระบาย
aperiodic (เอเพียริออด' ดิค) *adj.* เป็นช่วงๆ, ไม่สม่ำเสมอ
aperitif (เอเพอริทีฟ') *n.* การดื่มเหล้าเล็กน้อยเพื่อช่วยเจริญอาหาร
aperture (แอพ' พะเชอะ) *n.* รู, ช่อง **-apertural** *adj.* *-Ex. The aperture in the wall was too small for the man to get through easily.*
apetalous (อะเพท' ทะลัส) *adj.* ไร้กลีบดอก
APEX, Apex ย่อจาก Advanced Purchase Excursion ระบบการจองและจำหน่ายตั๋วเครื่องบินล่วงหน้าในราคาต่ำกว่าปกติ
apex (เอ' เพคซฺ) *n., pl.* **apexes/apices** ปลาย, ยอด, สุดยอด (-S. climax, crest, crown, zenith, acme -A. bottom, depth, low)
aphaeresis, apheresis (อะเฟอ' รีซิส) *n.* การงดออกเสียงในพยางค์แรกหรือพยางค์อื่นๆ เช่น จาก untill เป็น till
aphasia (อะเฟ' เซีย) *n.* การสูญเสียความสามารถในการใช้คำพูดหรือแสดงความรู้สึกนึกคิดเนื่องจากการบาดเจ็บหรือเป็นโรคทางสมอง **-aphasic, aphasiac** *adj.*
aphelion (อะฟี' ลิเอิน) *n., pl.* **-lions/-lia** จุดไกลสุดของดาวหางหรือดาวนพเคราะห์ที่อยู่ห่างจากพระอาทิตย์
aphid (เอ' ฟิด, แอ' ฟิด) *n.* แมลงในตระกูล Aphididae ที่ดูดน้ำจากต้นหรือใบของพืช, ตัวเพลี้ย **-aphidian** *adj., n.*

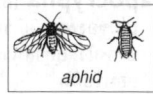

aphid

aphidlion (เอฟิดไล' เอิน) *n.* ตัวอ่อนหรือปาราสิตบนตัว aphid
aphorise, aphorize (แอฟ' ฟะไรซ) *vi.* **-rised, -rising/-rized, -rizing** เขียนหรือพูดเป็นคติพจน์คำพังเพย
aphorism (แอฟ' ฟะริสซึม) *n.* คติพจน์, คำพังเพย **-aphoristic** *adj.* (-S. saying)
aphorist (แอฟ' ฟะริสทฺ) *n.* ผู้ที่เขียนหรือพูดเป็นคติพจน์หรือคำพังเพย
aphrasia (อะเฟร' เซีย) *n.* ความต้องการทางเพศ, กำหนัด, ความสามารถใช้ภาษาที่ต่อเนื่อง
aphrodisia (แอฟระดิ' เซีย) *n.* ความต้องการทางเพศ, กำหนัด
aphrodisiac (แอฟระดิซ' ซิแอค) *adj.* ซึ่งกระตุ้นกำหนัด *-n.* ยาหรือสารกระตุ้นกำหนัด (-S. erotic, seductive, sex stimulant, sexy, carnal, pruient, titillating, amatory)
aphrodite (แอฟ' ระไดทฺ) *n.* ผีเสื้อชนิดหนึ่งในเขตอเมริกาเหนือจำพวก *Argynnis aphrodite* ซึ่งมีสีสันสวยงามมาก
Aphrodite (แอฟ' ระไดทฺ) *n.* เทพเจ้าแห่งความรักและความสวยงามของกรีก (-S. Cytherea)
aphyllous (เอฟิล' ลัส) *adj.* ไร้ใบตามธรรมชาติ
apian (เอ' เพียน) *adj.* เกี่ยวกับผึ้ง
apiarian (เอพิแอ' เรียน) *adj.* เกี่ยวกับผึ้งหรือการเลี้ยงผึ้ง
apiary (เอ' พิเออรี) *n.* **-aries** ที่เลี้ยงผึ้ง, รังผึ้ง

A

-apiarist *n.*
apical (แอพ' พิเคิล) *adj.* ยอด, ปลาย, สุด, ใช้ปลายลิ้นเปล่งเสียงออกมา
apices (แอพ' พิซีซฺ) *n. pl.* พหูพจน์ของ apex
apiculture (เอ' พิคัลเชอะ) *n.* การเลี้ยงผึ้ง **-apicultural** *adj.* **-apiculturist** *n.*
apiece (อะพีซฺ') *adv.* แต่ละ, ชิ้นละ, อันละ *-Ex. There is an apple apiece for the children., The pears are 5 bahts apiece.*
apish (เอ' พิชฺ) *adj.* คล้ายมนุษย์วานรหรือลิงไม่มีหาง, ซึ่งเลียนแบบคน, โง่เง่า **-apishness** *n.* **-apishly** *adv.*
apivorous (เอพีฟ' เวอรัส) *adj.* อาศัยผึ้งเป็นอาหารในการยังชีพ
aplenty (อะเพลน' ที) *adj., adv.* มีปริมาณที่เพียงพอ
aplomb (อะพลอม', อะพลัม') *n.* ความสุขุม, ความมั่นใจ, ความไม่ประหม่า (-S. confidence)
apnea, apnoea (แอพเนีย', แอพ' เนีย) *n.* ภาวะหยุดหายใจชั่วคราว, ภาวะหอบ
apo- คำอุปสรรค มีความหมายว่า จาก, ออกไป
apocalypse (อะพอค' คะลิพซฺ) *n.* บันทึกทางศาสนาของยิวหรือคริสเตียนระหว่างปี 200 B.C. ถึง A.D. 300, การค้นพบ, การเปิดเผย **-apocalyptic, apocalyptical** *adj.* **-apocalyptically** *adv.*
apochromatic (แอพพะโครแมท' ทิค) *adj.* ไร้การเบี่ยงเบนของภาพหรือสี, ที่ไม่ผิดเพี้ยน
apocrypha (อะพอค' ระฟะ) *n. pl.* กลุ่มหนังสือ 14 เล่มของพระคัมภีร์เก่า Old Testament ของศาสนาคริสต์, บทหนังสือศาสนาที่หาแหล่งที่มาไม่แน่ชัดและไม่เป็นที่ยอมรับกัน
apocryphal (อะพอค' ระเฟิล) *adj.* เกี่ยวกับ apocrypha, น่าสงสัย, เทียม, ปลอม
apodal (แอพ' พะเดิล) *adj.* ไม่มีเท้าที่เด่นชัด
apodeictic, apodictic (แอพพะดิค' ทิค) *adj.* ไม่เป็นที่สงสัย, ยืนยันอย่างเด็ดขาด, ไม่สามารถโต้แย้งได้
apodosis (อะพอด' ดะซิส) *n., pl.* **-ses** อนุประโยคสรุปผลที่ตามมาในประโยคเงื่อนไข
apogee (แอพ' พะจี) *n.* จุดไกลสุดของดาวนพเคราะห์หรืออื่นๆ ที่อยู่ห่างจากโลก **-apogeal, apogean** *adj.* (-S. climax, apex)
Apollo (อะพอล' โล) *n., pl.* **-los** เทพเจ้าแห่งแสงสว่าง การรักษา ดนตรี กวี การทำลาย ความสง่างาม (ของกรีกและโรมัน), ผู้ชายที่งามมาก, ยานอวกาศที่นำเอามนุษย์ไปลงบนดวงจันทร์เป็นครั้งแรก
Apollonian (แอพพะโล' เนียน) *adj.* เกี่ยวกับเรื่องของ Apollo, สุขุม, มีระเบียบ
apologetic (อะพอล' ละเจท' ทิค) *adj.* เกี่ยวกับการขออภัย, ที่ต้องการขออภัย (-S. regretful, sorry) *-Ex. The tardy man was apologetic for keeping us waiting., Somchai answered in an apologetic tone of voice.*
apologetics (อะพอล' ละเจท' ทิคซฺ) *n. pl.* สาขาของศาสนศาสตร์ที่เกี่ยวกับการป้องกันหรือพิสูจน์ความเป็นคริสเตียน
apologia (แอพพะโล' เจีย) *n.* หนังสือแก้ต่างหรือแก้ข้อกล่าวหา, การแก้ข้อกล่าวหา
apologist (อะพอล' โลจิสทฺ) *n.* ผู้ขออภัย, ผู้แก้ข้อกล่าวหา
apologise, apologize (อะพอล' โลไจซฺ) *vi.* **-gised, -gising/-gized, -gizing** ขออภัย, แก้ตัว, ออกตัว **-apologiser, apologizer** *n.* (-S. repent, beg pardon) *-Ex. I apologize for troubling you., There's no need to apologize for a strong appetite.*
apologue (แอพ' พะลอก) *n.* นิยายสอนคุณธรรม
apology (อะพอล' โลจี) *n., pl.* **-gies** การขออภัย, การขอโทษ, คำขอโทษหรือขออภัย (-S. plea, excuse) *-Ex. The noisy boy made an apology for disturbing the class., owe me an apology, offer an apology, make an apology, accept an apology*
apophthegm (แอพ' พะเธม) *n.* ดู apothegm
apoplectic (แอพพะเพลค' ทิค) *adj.* เกี่ยวกับ apoplexy **-aploplectically** *adv.* (-S. enraged, furious, frenzied)
apoplexy (แอพ' พะเพลคซี) *n.* การเป็นลมเนื่องจากเส้นโลหิตในสมองแตก, ภาวะตกโลหิตและไหลเข้าไปในเนื้อเยื่อ (โดยเฉพาะสมอง)
aport (อะพอร์ทฺ) *adv.* ไปทางหรือบนกราบเรือด้านซ้าย
aposiopesis (แอพพะไซอะพี' ซิส) *n., pl.* **-ses** การชะงักงันในขณะพูด **-aposiopetic** *adj.*
apostasy (อะพอส' ทะซี) *n., pl.* **-sies** การผละออกจากศาสนา หลักการ พรรค หรืออื่นๆ
apostate (อะพอส' เทท) *n.* บุคคลที่ผละออกจากศาสนา หลักการ พรรค หรืออื่นๆ
apostatise, apostatize (อะพอส' ทะไทซฺ) *vt.* **-tised, -tising/-tized, -tizing** กระทำการ apostasy
aposteriori (เอ' โพสเทอรีออ' ไร) *adj.* ให้เหตุผลโดยดูจากข้อเท็จจริงและหลักการต่างๆ ประกอบ, จากประสบการณ์, จากการสังเกต
apostil, apostille (อะพอส' ทิล) *n.* หมายเหตุ
apostle (อะพอส' เซิล) *n.* สาวกของพระเยซูคริสต์, มิชชันนารีในยุคแรกๆ หรือที่รู้จักกันดีที่สุดของประเทศหรือท้องถิ่นนั้น, ผู้เผยแพร่, ผู้ปฏิรูป **-apostlehood** *n.* **-apostleship** *n.* (-S. evangelist, prophet, pioneer, missionary, preacher)
apostrophe (อะพอส' ทระฟี) *n.* เครื่องหมายย่อ ('), การพูดกับผู้ที่ไม่อยู่หรือล่วงลับไปแล้ว **-apostrophic** *adj.* *-Ex. I don't know., the boy's cat, the dog's tail, There are six 0's in a million., There are two a's in appear.*
apothecaries' measure ระบบหน่วยวัดตวงที่ใช้กับการปรุงยาหรือจ่ายยา
apothecaries' weight ระบบหน่วยน้ำหนักที่ใช้กับการปรุงยาหรือจ่ายยา
apothecary (อะพอธ' ธิคารี) *n.* **-caries** เภสัชกร, ร้านขายยา
apothecary jar ขวดใส่ยาทำด้วยกระเบื้องสวยงามที่มีฝาปิด
apothecium (แอพพะธี' เซียม) *n., pl.* **-cia** อับสปอร์รูปถ้วยของเชื้อราและไลเคนส์ ภายในบรรจุสปอร์สำหรับผสมพันธุ์ **-apothecial** *adj.*

apothegm (แอพ' พะเธม) *n.* คติพจน์ **-apothegmatic, apothegmatical** *adj.*

apothem (แอพ' พะเธม) *n.* เส้นตั้งฉากจากจุดศูนย์กลางไปยังด้านใดด้านหนึ่งของรูปเหลี่ยมด้านเท่า

apotheosis (อะพอธธีโอ' ซิส) *n.* การนับถือให้เป็นพระเจ้า, การยกย่องว่าดีเลิศ, อุดมคติที่ได้รับการยกย่องบูชา **-apotheosise, apotheosize** *vt.*

apotropaic (แอพพะโทรเพ' อิค) *adj.* เพื่อขจัดความชั่วร้าย

appal, appall (อะพอล') *vt.* **-palled, -palling** ทำให้น่ากลัว, ทำให้ใจหาย, ทำให้ตกใจ **-appalling** *adj.* (-S. frighten, stun, alarm, dismay -A. pacify, calm)

apparatus (แอพพะแรท' เทิส) *n., pl.* **-ratus/-ratuses** เครื่องมือ, เครื่องไม้, อุปกรณ์, สิ่งช่วย, เครื่องจักร, เครื่องยนต์กลไก, กลไกของรัฐหรือหน่วยงาน, องค์การ, หมายเหตุ (-S. machine, tool, outfit)

apparel (อะพาร์' เรล) *n.* เครื่องนุ่งห่ม, เสื้อผ้า, เครื่องประดับ, เครื่องแต่งตัว *-vt.* **-reled, -reling/-relled, -relling** แต่งตัว, สวมเสื้อผ้า, แต่งด้วยเครื่องประดับ

apparent (อะพา' เรินท) *adj.* เด่นชัด, ชัดเจน, แจ่มแจ้ง, ภายนอก, เกี่ยวกับหลักฐานแรกเริ่ม **-apparently** *adv.* **-apparentness** *n.* (-S. plain, clear, obvious, seeming -A. doubtful, hazy) *-Ex. From the burst of laughter it was apparent that they were having a good time., His apparent anger was only a means of getting his way.*

apparition (แอพพะริช' ชัน) *n.* ผี, สิ่งที่ดูน่ากลัว, การปรากฏของจินตภาพ, การแสดงออก **-apparitional** *adj. -Ex. Sombut does not believe in apparitions., the apparition of the black vessel as the fog parted*

apparitor (อะพาร์' ริเทอะ) *n.* จ่าศาล, ผู้ช่วยผู้พิพากษาในศาล

appasionata (อะพาซีโอเน' ทะ) *adj.* มีอารมณ์รุนแรง (ทางดนตรี)

appeal (อะพีล') *n.* การขอร้อง, การขอความกรุณา *-vi.* อุทธรณ์, ร้องขอ, อ้อนวอน, เรียกร้อง, ใช้, อาศัย, ดึงดูดใจ, ซาบซึ้ง **-appealable** *adj.* **-appealing** *adj.* **-appealingly** *adv.* **-appealer** *n.* (-S. entreaty, petition, charm) *-Ex. An appeal went out from the flooded town., The picture has a wide appeal because of its soft colour., The committee appealed for funds., The idea appeals to me.*

appealing (อะพีล' ลิง) *adj.* ที่ดึงดูดความสนใจ (ความต้องการ ความอยากรู้อยากเห็น ความเห็นใจ) **-appealingness** *n.* (-A. repulsive)

appear (อะเพียร์') *vi.* ปรากฏ, ดูเหมือน, แสดงตัว, ประจักษ์, เกิดขึ้น (-S. emerge, arise, arrive, seem) *-Ex. A ship appeared far away., Surachai appeared as Hamlet., The book appeared last month., Udom appears to be very ill.*

appearance (อะเพีย' เรินซ) *n.* การปรากฏตัว, การไปศาล, สิ่งที่ปรากฏ, ลักษณะท่าทาง, โฉมภายนอก (-S. emergence, exposure, look, image, condition -A. vanishing)

appease (อะพีซ') *vt.* **-peased, -peasing** ทำให้สงบ, ปลอบใจ, ยอมตาม, สนองความอยากรู้อยากเห็น, แก้กระหาย **-appeasable** *adj.* **-appeasement** *n.* **-appeaser** *n.* (-S. soothe, relieve -A. irritate, offend) *-Ex. The angry crowd was appeased by his gentle words., to appease anger, to appease curiosity*

appel (อะเพล') *n.* การแตะเท้า(ในการฟันดาบ), การทิ่มแทง, การเขี่ยลูกเปิดเกมในกีฬาฟุตบอล

appellant (อะเพล' เลินท) *n.* ผู้อุทธรณ์, ผู้ร้องขอ, ผู้อ้อนวอน

appellate (อะเพล' ลิท) *adj.* เกี่ยวกับการอุทธรณ์, ซึ่งมีอำนาจพิจารณารับการอุทธรณ์

appellation (แอพพะเล' ชัน) *n.* ชื่อ, ยศ, ศักดิ์, นาม, การตั้งชื่อ

appellative (อะเพล' ละทิฟว) *n.* สามานยนาม, นาม, ยศศักดิ์, ฉายา *-adj.* เกี่ยวกับสามานยนาม, เกี่ยวกับนามหรือฉายา

appellee (แอพพะลี') *n.,* ผู้ถูกยื่นอุทธรณ์หรือฎีกา

appellor (อะเพล' เลอร์) *n.* ผู้ยื่นอุทธรณ์หรือฎีกา

append (อะเพนด') *vt.* ผนวก, เพิ่มใส่, ติด, ห้อยท้าย, ประทับ (-S. affix, annex, connect, adjoin -A. detach *-Ex. to append a signature, to append a name*

appendage (อะเพน' เดจ) *n.* ส่วนผนวก, ส่วนเพิ่มเติม, แขนขา, อวัยวะประกอบ, ผู้อยู่ใต้บังคับบัญชา, ผู้อยู่ในสังกัด (-S. accessory, appendix -A. separation) *-Ex. A zebra's tail is a mere appendage.*

appendant, appendent (อะเพน' เดินท) *adj.* ผนวก, ติด, เพิ่ม, ใส่, ในสังกัด, *-n.* ทรัพย์สินหรือสิทธิที่ติดตามมา

appendectomy (แอพเพนเดค' โทมี) *n., pl.* **-mies** ศัลยกรรมตัดไส้ติ่งออก

appendicitis (อะเพนดิไซ' ทิส) *n.* ภาวะไส้ติ่งอักเสบ

appendicle (อะเพน' ดิเคิล) *n.* ส่วนยื่นขนาดเล็ก **-appendicular** *adj.*

appendix (อะเพน' ดิคซ) *n., pl.* **-dixes/-dices** ภาคผนวกท้ายเล่ม, ไส้ติ่ง, ส่วนประกอบ, ส่วนยื่น, ปุ่ม

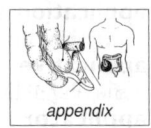

appendix

apperceive (แอพพะ ซีฟว') *vt.* **-ceived, -ceiving** รู้สึกตัว, เข้าใจ, สำนึก

apperception (แอพพะเซพ' ชัน) *n.* สติสัมปชัญญะ, ขบวนการเข้าใจ **-apperceptive** *adj.*

appertain (แอพเพอเทน') *vt.* เป็นของ, เกี่ยวกับ

appetence, appetency (แอพ' พิเทินซ, -ซี) *n., pl.* **-cies** ความต้องการตามธรรมชาติ, กำหนัด

appetite (แอพ' พิไทท) *n.* ความอยากอาหารหรือเครื่องดื่ม, ความต้องการของร่างกาย, ความปรารถนา, ความชอบ **-appetitive** *adj.* (-S. hunger, thirst, yearning, longing, taste -A. apathy, loathing) *-Ex. an appetite for reading*

appetizer (แอพ' พีไทเซอะ) *n.* สิ่งที่เจริญอาหาร, ยาเจริญอาหาร, อาหารหรือเครื่องดื่มที่เสิร์ฟก่อนอาหารจานหลัก

appetizing (แอพ' พีไทซิง) *adj.* ที่เจริญอาหาร,

applaud 38 apprehensible

A

ที่กระตุ้นความต้องการ, มีเสน่ห์ **-appetizingly** *adv.*

applaud (อะพลอด') *vt., vi.* ปรบมือให้, ปรบมือ, สรรเสริญ **-applauder** *n.* **-applaudingly** *adv.* (-S. cheer, hail, extol, eulogize, exalt) *-Ex. They applauded the song by clapping., Udom made a speech applauding the idea.*

applause (อะพลอซฺ') *n.* การปรบมือ, เสียงปรบมือ, การสรรเสริญ **-applausive** *adj.* (-S. praise, plaudit -A. contempt, blame) *-Ex. courage worthy of applause.*

apple (แอพ' เพิล) *n.* แอปเปิล, ลูกเบสบอล

apple blossom ดอกต้นแอปเปิล

applefaced (แอพ' เพิลเฟสทฺ) *adj.* แก้มยุ้ย

apple green สีเขียวอ่อน

applejack (แอพ' เพิลแจค) *n.* บรั่นดีจากน้ำแอปเปิล

apple of one's eye รูม่านตา, สิ่งที่มีค่าสำหรับคนๆ หนึ่ง

applesauce (แอพ' เพิลซอซ) *n.* น้ำซอสแอปเปิล, (คำสแลง) เหลวไหล ไร้สาระ (-S. bunk)

appliance (อะไพล' เอินซฺ) *n.* เครื่องมือ, อุปกรณ์, เครื่องกลสำหรับใช้สอยในบ้าน (-S. apparatus, device)

applicable (แอพ' พลิคะเบิล) *adj.* ใช้สอยได้, ปฏิบัติได้, เหมาะสม **-applicability** *n.* (-S. relevant, fitting, useful)

applicant (แอพ' พลิเคินทฺ) *n.* ผู้สมัคร, ผู้แจ้งความจำนง, ผู้ขอ

application (แอพพลิเค' ชั่น) *n.* การสมัคร, ความเกี่ยวข้อง, ประโยชน์, การใช้, การร้องขอ, คำร้องขอ, ใบสมัคร, ความสนใจอย่างใกล้ชิด *-Ex. a soothing application to the skin, practical application of this discovery, application of the law to this case, write an application, The application of bandages will protect his wound., This application will relieve the itching., The student's application to his studies should result in higher grades.*

application software โปรแกรมคอมพิวเตอร์ประยุกต์สำหรับรูปแบบใดรูปแบบหนึ่ง

applicative (แอพ'พลิเค' ทิฟวฺ) *adj.* ใช้ประโยชน์ได้, ใช้ได้, ที่ปฏิบัติได้

applicator (แอพ'พลิเค' เทอะ) *n.* อุปกรณ์ง่ายๆ, เครื่องมือง่ายๆ (เช่น ที่ตักหรือช้อน)

applicatory (แอพ' พลิเคโทรี) *adj.* เหมาะมือเหมาะสำหรับการใช้, ปฏิบัติได้

applied (อะไพลดฺ') *adj.* ที่ประยุกต์ได้, ใช้เป็นประโยชน์

appliqué (แอพละเค') *vt.* **-qued, -queing** เย็บประดับ, ประดับด้วยของหลายอย่าง *-n.* สิ่งประดับดังกล่าว

apply (อะไพล') *vt., vi.* **-plied, -plying** ใช้, ใช้เป็นประโยชน์, ประยุกต์, สมัคร, ขอ, ร้องเรียน, บอกกล่าว **-applier** *n.* (-S. administer, utilize, relate) *-Ex. apply a plaster, apply lotion, apply one's energies to, apply the law to this case, cannot apply the word 'free' to these people, apply a new discovery to industry, applied science, apply to the Consul for permission*

appoint (อะพอยทฺ') *vt.* แต่งตั้ง, ตั้งให้เป็น, บงการ, กำหนด, นัด, ออกคำสั่ง, จัดการ, ติดตั้ง **-appointor** *n.* (-S. select, nominate, depute, set, assign)

appointee (อะพอย' ที) *n.* ผู้ได้รับการแต่งตั้ง

appointive (อะพอย' ทิฟวฺ) *adj.* เกี่ยวกับการแต่งตั้ง

appointment (อะพอย' เมินทฺ) *n.* การแต่งตั้ง, ตำแหน่ง, การนัดพบ, เครื่องแต่งตัว, อุปกรณ์ (-S. designation, naming, position, job, post) *-Ex. The appointment of a city manager was delayed., an appointment with the dentist at 5 o' clock, make an appointment*

apportion (อะพอร์' ชั่น) *vt.* แบ่งปัน, แบ่งสรร **-apportionment** *n.* (-S. allot, parcel, ration)

appose (อะโพซฺ') *vt.* **-posed, -posing** ใส่หรือวางชิดกับ, ใส่หรือวางใกล้กับ

apposite (แอพ' พะซิท, อะพอซ' ซิท) *adj.* เหมาะ, เหมาะสม, เกิดควบคู่หรือขนานกัน **-appositely** *adv.* **-appositeness** *-n.* (-A. unsuitable)

apposition (แอพพะซิท' ชั่น) *n.* การวางเข้าด้วยกัน, การวางเคียงข้างกัน, นามสรรพนามหรืออนุประโยคที่ขยายความหมายของนามสรรพนาม, อนุประโยคอื่น

appositive (อะพอซ' ซิทิฟวฺ) *n.* คำหรือวลีที่อยู่เคียงข้างกัน *-adj.* ซึ่งวางเคียงข้างกัน, ซึ่งเคียงข้าง (ตามหลัง) นามหรือวลีที่มันขยายความ **-appositively** *adv.*

appraisal (อะเพร' เซิล) *n.* การประเมิน, การตีราคา

appraise (อะเพรซฺ') *vt.* **-praised, -praising** ประเมิน, ตีราคา **-appraiser** *n.* (-S. assess, evaluate, judge, estimate, assay, price, value, rate, figure)

appreciable (อะพรี' ชีอะเบิล) *adj.* ซึ่งประเมินค่าได้, มีจำนวนมาก *-Ex. an appreciable improvement*

appreciate (อะพรี' ชีเอท) *v.* **-ciated, -ciating** *-vt.* เห็นคุณค่า, แสดงความพอใจ, ชมเชย, ชื่นชม, ตระหนัก *-vi.* มีค่าสูงขึ้น **-appreciator** *n.* **-appreciatory** *adj.* (-S. recognize, acknowledge -A. scorn, depreciate) *-Ex. A hungry man appreciates a good dinner., We appreciate your help., to appreciate music or poetry, H-bombs have made us appreciate the full horror of war., These stocks have appreciated two fold over the last ten years.*

appreciation (อะพรี' ชีเอ' ชั่น) *n.* ความรู้คุณค่า, ความกตัญญู, การประเมินค่า, การตระหนัก, การหยั่งรู้, การเพิ่มขึ้นของราคา, การวิจารณ์, บทวิจารณ์ (-S. esteem, acknowledgment, advance -A. disregard, depreciation) *-Ex. Appreciation of art is an important part of education., a letter expressing appreciation, the amount of appreciation of this property*

appreciative (อะพรี' ชีเอทิฟวฺ) *adj.* รู้สึกขอบคุณ, เห็นคุณค่า, สามารถเห็นคุณค่าหรือขอบคุณได้ **-appreciatively** *adv.* **-appreciativeness** *n.* (-S. pleased) *-Ex. The girl was appreciative of all that was being done to help her brother.*

apprehend (แอพพริเฮนดฺ') *vt.* จับ, ขัง, เข้าใจความหมาย, คาดคะเนด้วยความกังวลใจ ความสงสัยหรือความกลัว *-vi.* เข้าใจ, ฟังเข้าใจ, กลัว, หวั่น (-S. seize, grasp, understand -A. ignore, misconceive)

apprehensible (แอพพริเฮน' ซิเบิล) *adj.* สามารถ

apprehension 39 aptitude

A

เข้าใจได้ **-apprehensibility** *n.* (-S. comprehensible)

apprehension (แอพพริเฮน' ชัน) *n.* ความสงสัย, ความกลัว, ความหวาดหวั่น, ความเข้าใจ, การหยั่งรู้, ความคิดเห็น, การจับกุม (-S. dread, alarm, capture, comprehension -A. confidence, composure) *-Ex. We had no apprehension about spending the night in the woods., a pupil of slow apprehension, The apprehension of the robbers put an end to the holdups.*

apprehensive (แอพพริเฮน' ซิฟว) *adj.* หวั่นว่าบางสิ่งบางอย่างอาจเกิดขึ้น, กลัว, สามารถเข้าใจได้เร็ว, ที่ตระหนัก **-apprehensively** *adv.* **-apprehensiveness** *n.* (-S. worried, uneasy, fearful -A. fearless)

apprentice (อะเพรน' ทิส) *n.* ผู้ฝึกงาน, เด็กฝึกงาน, ผู้เรียนรู้, ผู้กำลังได้รับการฝึกอย่างพิเศษ *-vt.* **-ticed, -ticing** ทำให้เป็นผู้ฝึกงาน **-apprenticeship** *n.* (-S. novice, beginner, neophyte, learner, tyro -A. expert, master) *-Ex. Benjamin Franklin was apprenticed to a printer.*

appressed (อะเพรสท') *adj.* กดหรือดันติดกับ

apprise (อะไพรซ') *vt.* **-prised, -prising** แจ้งข่าว แนะนำ, บอกกล่าว (-S. advise, warn, disclose)

apprize (อะไพรซ') *vt.* **-prized, -prizing** เห็นคุณค่า, ประเมินค่า

approach (อะโพรช') *vt., vi.* เข้าใกล้, ประชิด, ใกล้เข้ามาทุกที, จวน, มีความสามารถเกือบเท่ากับ, เริ่ม *-n.* การเข้าใกล้, ความใกล้, วิธีการเข้าไป (เช่น ถนน), วิธีการ, วิถีทาง *-Ex. We are approaching the city., Winter is approaching., to approach perfection, When is the best time to approach him?, They fled at our approach., We started for home at the approach of night, the approaches to the city., a new approach to the study of language*

approachable (อะโพรช' ชะเบิล) *adj.* ซึ่งเข้าใกล้ได้, คุยด้วยได้ง่าย, เข้ากันได้ง่าย **-approachability** *n.* (-S. accessible, attainable, open, outgoing, affable, cordial -A. unfriendly, hostile)

approbation (แอพระเบ' ชัน) *n.* การเห็นด้วย, การแนะนำ, การยินยอม, ความรู้สึกพอใจต่อ **-approbative** *adj.* (-S. commendation -A. disapproval)

appropriable (อะโพร' พริอะเบิล) *adj.* สามารถเห็นคุณค่าหรือขอบคุณได้

appropriate (อะโพร' พริเอท) *vt.* **-ated, -ating** ตั้งเงินไว้เป็นพิเศษ, จัดไว้เฉพาะเพื่อจุดประสงค์บางอย่าง, จัดสรรไว้ครอบครอง, ยึด *-adj.* เหมาะสม, ได้ฤกษ์ **-appropriateness** *n.* **-appropriator** *n.* **-appropriative** *adj.* (-S. proper, suitable, fit, right, confiscate, seize, usurp, take over, annex, attach -A. improper) *-Ex. That dress is not appropriate for a formal dance., The government appropriated money for road improvement., The escaped convicts appropriated the farmer's car.*

appropriation (อะโพรพริเอ' ชัน) *n.* การจัดสรรไว้, การตั้งเงินไว้เป็นพิเศษ

approval (อะพรู' เวิล) *n.* การเห็นด้วย, การอนุญาต, การแสดงความพอใจ (-S. sanction, assent -A. disapproval) *-Ex. The extra holiday was hailed with hearty approval., The governor gave his approval to the bill., We bought the machine on approval and got our money back when it proved unsatisfactory.*

approve (อะพรูฟว') *vt., vi.* **-proved, -proving** เห็นด้วย, ยืนยันด้วย, ให้สัตยาบัน, พอใจ **-approvable** *adj.* **-approvingly** *adv.* **-approver** *n.* (-S. accept, endorse, sanction, -A. disapprove) *-Ex. I approve of your choice., Do you approve?, The candidate did not approve the plans for the campaign.*

approx. ย่อจาก approximate, approximately โดยประมาณ

approximate (อะพรอค' ซิเมท) *adj.* ประมาณ, ใกล้เคียง, จำนวนใกล้เคียง *-vt., vi.* **-mated, -mating** คล้ายกันมาก, เลียนแบบ, ใกล้เคียงกับ **-approximately** *adv.* (-S. close, near, approach -A. distant, differ) *-Ex. The translation approximates the original.*

approximation (อะพรอคซิเม' ชัน) *n.* การเดา, การประมาณ, ความใกล้เคียง, ค่าประมาณ **-approximative** *adj.* (-A. divergence) *-Ex. an approximation to the true story*

appulse (อะพัลซ') *n.* การเข้าใกล้ของวัตถุในอวกาศ

appurtenance (อะเพอ' ทะเนินซ) *n.* ส่วนประกอบ, สิทธิต่อเนื่อง, การต่อเนื่อง, เครื่องมือ **-appurtenant** *adj.*

apricot (แอพ' ระคอท) *n.* ผลไม้ของต้น *Prunus armeniaca* เป็นรูปยาวรีและมีรสหวาน คล้ายลูกท้อ, สีชมพูเหลือง, ต้นไม้ดังกล่าว

Apr., Apr ย่อจาก April

April (เอ' พริล) *n.* เดือนเมษายน

April fool คนที่ถูกเล่นแกล้งหรือล้อเลียนในวัน April Fools' Day, เกมหรือการล้อเล่นกันในวันดังกล่าว

April Fools' Day วันที่ 1 เมษายน เป็นวันเทศกาลคนโง่ที่ถือว่าเป็นวันสนุกสนานล้อเลียนกันได้

a priori (เอ' ไพรโอไร') (ภาษาละติน) จากสาเหตุไปถึงผล, จากกฎทั่วไป **-a priority** *n.*

apron (เอ' พรอน) *n.* ผ้ากันเปื้อนส่วนหน้าของร่างกายโดยคาดไว้ที่เอว, กะบังโลหะ, ลานจอดเครื่องบิน, ที่กำบัง, ที่ค้ำ, หน้าเวที **-apronlike** *adj.* (-S. bib, pinafore) *-Ex. apron of hangar, apron of stage*

apropos (แอพระโพซ') *adv., adj.* เหมาะสม, ถูกจุดประสงค์, ถูกจังหวะ

apse (แอพซ) *n.* ส่วนของอาคารที่เป็นมุขยื่นออกไป **-apsidal** *adj.* (-S. projection)

apsis (แอพ' ซิส) *n., pl.* **-sides** จุดใดจุดหนึ่งในวงกลมหรือวงจรร่วม

apt (แอพท) *adj.* ซึ่งโน้มเอียง, ง่ายสำหรับ, ที่เรียนเก่ง, ฉลาด, เหมาะสม, พร้อม, เต็มใจ **-aptness** *n.* (-S. clever, fit -A. inapt, slow, inappropriate) *-Ex. The 'space age' is an apt name for the period we are living in., Udom is an apt student of arithmetic., When in a hurry, anyone is apt to be careless.*

apteryx (แอพ' เทริคซ) *n.* สัตว์พวกนกกีวี

aptitude (แอพ' ทิทิวด) *n.* ความสามารถ, สมรรถ-

Aq., aq. 40 **arcade**
A

ภาพ, ความถนัด (-S. skill, gift, capability, potential) -*Ex. an aptitude for mechanical inventions*

Aq., aq. ย่อจาก aqua น้ำ

aqua (แอค' ควา) *n., pl.* **aquae/aquas** น้ำ

aqua ammonia น้ำแอมโมเนีย

aquacade (แอค' วะเคด) *n.* การแสดงทางน้ำ (ว่ายน้ำ ดำน้ำ และมักมีดนตรีประกอบ)

aqua fortis กรดไนตริก

aquamarine (แอคควะมะรีน') *n.* พลอยเขียวน้ำเงินอ่อน -*adj.* มีสีเขียวน้ำเงินอ่อน

aquanaut (แอค' วะนอท) *n.* นักสำรวจใต้ทะเล, นักประดาน้ำ

aquaplane[1] (แอค' ควะเพลน) *n.* แผ่นกระดานโต้คลื่นที่มีเรือลาก -*vi.* **-planed, -planing** โต้คลื่นแผ่นกระดานที่มีเรือลาก **-aquaplaner** *n.*

aquaplane[2] (แอค' ควะเพลน) *v.* (ยวดยานพาหนะ) ไถลลื่นไปตามผิวถนนที่เปียกโดยไม่สามารถควบคุมรถได้

aqua pura น้ำบริสุทธิ์, น้ำกลั่น

aqua regia ของเหลวที่ประกอบด้วยกรดไนตริก 1 ส่วน และกรดไฮโดรคลอริก 3-4 ส่วน ใช้ละลายทองและพลาตินัม

aquarium (อะแคว' เรียม) *n., pl.* **-riums/-ria** ที่เก็บ (บ่อ, ถัง, อ่าง, ฯลฯ) สัตว์น้ำหรือพืชน้ำ

Aquarius (อะแคว' เรียส) *n.* ชื่อกลุ่มดาว

Aquarobics (แอค' ควะโรบิคซฺ) *n.* การออกกำลังกายแบบ aerobics ในสระว่ายน้ำ

aquatic (อะควอท' ทิค) *adj.* อาศัยหรือมีชีวิตอยู่ใต้น้ำ, ปฏิบัติการในหรือบนน้ำ **-aquatics** กีฬาบนหรือในน้ำ **-aquatically** *adv.* -*Ex. Swimming and skin diving are aquatic sports., The porpoise is an aquatic animal.*

aquatint (แอค' ควะทินทฺ) *n.* กระบวนการแกะสลักหรือทำแม่พิมพ์โดยใช้กรดกัด

aqua vitae เครื่องดื่มที่มีแอลกอฮอล์ผสมอยู่ เช่น บรั่นดี วิสกี้

aqueduct (แอค' คิวดัคทฺ) *n.* ท่อน้ำ, ท่อระบายน้ำ, สะพานท่อน้ำ, ทางระบายน้ำ

aqueduct

aqueous (เอ' เควียส) *adj.* เกี่ยวกับน้ำ, ประกอบด้วยน้ำ

aquiculture (แอค' วิคัลเชอะ) *n.* เกษตรกรรมใต้น้ำ, การเลี้ยงสัตว์หรือพืชใต้น้ำ, การหล่อเลี้ยงด้วยน้ำ **-aquicultural** *adj.*

aquiline (แอค' วิลิน) *adj.* เกี่ยวกับหรือคล้ายนกอินทรี, เป็นรูปขอ, เป็นรูปปากนกอินทรี (-S. hooked)

Arab (แอร์' รับ) *n.* คนอาหรับ, ม้าอาหรับ, คนพเนจร, ภาษาอาหรับ

arabesque (อาระเบสคฺ') *n.* เครื่องประดับที่ใช้ไม้ดอกไม้ประดับเป็นลวดลาย, ลายแบบอาหรับ, ดนตรีลีลาแบบอาหรับ -*adj.* ลวดลาย, ประณีต, พิสดาร

Arabia (อะเร' เบีย) แหลมอาระเบียของเอเชียตะวันตกเฉียงใต้ อยู่ระหว่างทะเลแดงกับอ่าวเปอร์เซีย

Arabian (อะเร' เบียน) *adj.* เกี่ยวกับ Arabia, เกี่ยวกับอาหรับ -*n.* ชาวอาหรับ (-S. Arabian Peninsula)

Arabic (อา' ราบิค) *adj.* เกี่ยวกับอาหรับหรืออาระเบีย -*n.* ภาษาอาหรับ

Arabic numerals ตัวเลขอาระบิก ได้แก่ 1, 2, 3, 4, 5, 6, 7, 8, 9, 0 (-S. Arabic figures)

Arabist (อา' ราบิสทฺ) *n.* ผู้เชี่ยวชาญภาษาหรือวัฒนธรรมของอาหรับ

arable (อา' ระเบิล) *adj.* เหมาะแก่การเพาะปลูก -*n.* ดินแดนสำหรับเพาะปลูก **-arability** *n.* -*Ex. Hilly, rocky country has little arable land.*

arachnid (อะแรค' นิด) *n.* แมลงที่มีแปดขา เช่น แมงมุม, แมงป่อง, เห็บ, หมัด **-arachnidan** *adj., n.*

arachnoid (อะแรค' นอยดฺ) *adj.* คล้ายใยแมงมุม, เกี่ยวกับเยื่อชั้นกลางที่หุ้มสมองและไขสันหลัง -*n.* แมงมุม

arbiter (อาร์' บิเทอะ) *n.* ผู้ตัดสิน, ตุลาการ, คนชี้ขาด, ผู้กำชะตาชีวิต, อนุญาโตตุลาการ (-S. judge)

arbitrage (อาร์' บิทราจฺ) *n.* การค้ากำไร -*vi.* **-traged, -traging** ค้ากำไร **-arbitrageur** *n.*

arbitral (อาร์' บิเทริล) *adj.* เกี่ยวกับผู้ตัดสินหรือการตัดสิน

arbitrament (อาร์บิท' ระเมินทฺ) *n.* การตัดสิน, การตัดสินโดยอนุญาโตตุลาการ, อำนาจในการตัดสิน

arbitrary (อาร์' บิทระรี) *adj.* ตามอำเภอใจ, ไร้เหตุผล, เอาแต่อารมณ์, โดยพลการ, ที่ตัดสินโดยผู้ตัดสิน (แทนที่จะโดยกฎหมายของรัฐ) **-arbitrarily** *adv.* **-arbitrariness** *n.* (-S. capricious, frivolous, whimsical, absolute) -*Ex. The umpire's decision seemed arbitrary until we checked the rules and found Sombut was right.*

arbitrate (อาร์' บิเทรท) *vt., vi.* **-trated, -trating** ตัดสิน (โดยอนุญาโตตุลาการ), เสนอให้ตัดสินโดยมีผู้ชี้ขาด (อนุญาโตตุลาการ) **-arbitrable** *adj.* **-arbitrator** *n.* (-S. judge, mediate, intercede) -*Ex. A three-man board is arbitrating the strike.*

arbitration (อาร์บิเทร' ชั่น) *n.* การตัดสินโดยอนุญาโตตุลาการ, การชี้ขาด, การตัดสิน **-arbitrational** *adj.* (-S. mediation, intervention, conciliation) -*Ex. The steel workers agreed to try arbitration instead of striking.*

arboreal (อาร์บอ' เรียล) *adj.* เกี่ยวกับต้นไม้, คล้ายต้นไม้

arboreous (อาร์บอ' เรียส) *adj.* ปกคลุมไปด้วยต้นไม้, คล้ายต้นไม้

arborescent (อาร์บะเรส' เซินทฺ) *adj.* มีขนาดและรูปร่างคล้ายต้นไม้ **-arborescence** *n.*

arboretum (อาร์บะรี' ทัม) *n., pl.* **-tums/-ta** สวนพฤกษชาติ, วนอุทยาน

arboriculture (อาร์บอระคัล' เชอะ) *n.* การปลูกต้นไม้และพุ่มไม้ **-arboriculturist** *n.*

arbour, arbor (อาร์' เบอะ) *n., pl.* **arboures/arbores** เพลา มีด, แกน, ด้าม, ซุ้มไม้, ต้นไม้

arbutus (อาร์บิว' ทัส) *n.* พุ่มไม้เขียวชอุ่ม

arc (อาร์ค) *n.* ส่วนโค้ง, ความโค้ง, ประกายไฟฟ้า, สิ่งที่มีรูปคล้ายคันศร (-S. curve, arch, bend)

arcade (อาร์เคด') *n.* แถวของส่วนโค้งที่มีเสาค้ำเรียง

ติดต่อกันไป, ระเบียงโค้งครึ่งวงกลม, ทางเดินที่มีหลังคาหรือที่บังแดดและสองข้างทางมีร้านขายของ, ทางเดินที่มีเสาทั้งสองข้าง (-S. archway, gallery, cloister, vault, mall, portico)

Arcadia (อาร์เค' เดีย) *n.* ดินแดนในสมัยกรีกโบราณที่ถูกนำมาเปรียบเทียบในสุภาษิตถึงความเรียบง่ายของวิถีชีวิตของผู้คนในดินแดนแห่งนี้

arcane (อาร์' เคน) *adj.* ลึกลับ, ลี้ลับ

Arc de Triomphe โค้งชัยชนะที่อยู่ในปารีส

arch[1] (อาร์ค) *n.* ส่วนโค้ง, ประตูโค้ง, โค้งชัย, ประตู, เส้นโค้ง *-vt., vi.* ทำให้โค้ง, โก่ง, ใช้ของหรือสิ่งที่โค้งคลุม *-Ex. An arch covered the church entrance., A flat-footed person has fallen arches., The cat arches his back.*

arch[2] (อาร์ค) *adj.* สำคัญที่สุด, เป็นหัวหน้า, สำคัญ, มหา. บรม, เอก **-archness** *n.* (-S. chief, eminent)

arch- คำอุปสรรค มีความหมายว่า หัวหน้า (-S. -arch, archi- -archy)

archaeology (อาร์คีออล' โลจี) *n.* โบราณคดี **-archaeological** *adj.* **-archaeologically** *adv.* **-archeologist** *n.*

archaic (อาร์เค' อิค) *adj.* โบราณ, เก่าแก่, แบบโบราณ (-S. old -A. modern)

archaism (อาร์' คีอิสซึม, อาร์เค' อิสซึม) *n.* สิ่งที่โบราณ (ศัพท์, ภาษา, ธรรมเนียม), การใช้สิ่งที่โบราณ**-archaist** *n.* **-archaistic** *adj.*

archaize (อาร์' คีไอซฺ) *vt.* **-chaized, -chaizing** ทำให้มีลักษณะโบราณ, ใช้ศัพท์หรือคำโบราณ, แสดงนิสัยที่โบราณ

archangel (อาร์ค' เอนเจิล) *n.* ทูตสวรรค์ชั้นหัวหน้า, ประมุขทูตสวรรค์, สมุนไพรชนิดหนึ่ง **-archangelic** *adj.*

archbishop (อาร์ค' บิเชิพ) *n.* หัวหน้าบิชอป, หัวหน้าบาทหลวง

archbishopric (อาร์คบิช' ชัพริค) *n.* ตำแหน่งหัวหน้าบิชอป

archdeacon (อาร์คดี' เคิน) *n.* ตำแหน่งพระคริสเตียนที่อยู่ถัดลงไปจากบิชอป, รองบาทหลวง **-archdeaconate** *n.*

archdiocese (อาร์คได' โอซีส) *n.* เขตปกครองของอาร์กบิชอป **-archdiocesan** *adj.*

archduchess (อาร์ค' ดัชชิส) *n.* ภริยาของ archduke, เจ้าหญิงแห่งออสเตรีย

archduchy (อาร์ค' ดัชชี) *n., pl.* **-ies** เขตปกครองของ archduke หรือ archduchess

archduke (อาร์ค' ดูค) *n.* ตำแหน่งเจ้าชายแห่งออสเตรีย

Archean (อาร์คี' อัน) *adj.* เกี่ยวกับสมัยก่อนประวัติศาสตร์ยุค Precambrian

arched (อาร์ทฺ) *adj.* ทำด้วยส่วนโค้ง (-S. curved)

archenemy (อาร์คเอน' นีมี) *n., pl.* **-mies** หัวหน้าศัตรู, ซาตาน, ศัตรูสำคัญ

archeo- คำอุปสรรค มีความหมายว่า แรกเริ่ม

archeology (อาร์คีออล' โลจี) *n.* ดู archaeology **-archeological** *adj.* **-archeologist** *n.*

archer (อาร์' เชอะ) *n.* ผู้ยิงธนู, มือธนู, ชื่อกลุ่มดาว

archer

archery (อาร์' ชะรี) *n.* การยิงธนู, กลุ่มพลธนู, อุปกรณ์ การยิงธนู

archetype (อาร์' คีไทพฺ) *n.* รูปแบบแรกเริ่ม **-archetypic, archetypical** *adj.* (-A. copy. imitation, replica)

archfiend (อาร์คฟีนดฺ') *n.* ปีศาจ, ซาตาน

archiepiscopal (อาร์คิอีพิส' โคเพิล) *adj.* เกี่ยวกับอาร์กบิชอป **-archiepiscopate** *n.*

archimandrite (อาร์คะแมน' ไดรทฺ) *n.* เจ้าอาวาส, ตำแหน่งพระชั้นสูง

Archimedes (อาร์คิมี' ดีส) *n.* ชื่อนักคณิตศาสตร์ นักประดิษฐ์และนักฟิสิกส์ของกรีก ผู้ค้นพบกฎแห่งความถ่วงและคาน **-Archimedean** *adj.*

arching (อาร์' คิง) *n.* สิ่งประดิษฐ์เป็นรูปโค้งงอ, ส่วนที่เป็นรูปโค้งหรืองอ

archipelago (อาร์คิเพล' ละโก) *n., pl.* **-goes/-gos** หมู่เกาะ **-archipelagic, archipelagian** *adj.*

architect (อาร์' คิเทคทฺ) *n.* นักสถาปนิก

architecture (อาร์คิเทค' เชอะ) *n.* สถาปัตยกรรม, วิชาการก่อสร้าง, รูปแบบการก่อสร้าง, สิ่งปลูกสร้าง, ผลงานทางสถาปัตยกรรม, โครงสร้าง, (คอมพิวเตอร์) การออกแบบแผนและการติดต่อซึ่งกันและกันของไมโครโปรเซสเซอร์ และระบบคอมพิวเตอร์ **-architectural** *adj.* *-Ex. colonial architecture*

architrave (อาร์' คิเทรฟวฺ) *n.* ขอบประตูหรือหน้าต่าง, ส่วนล่างสุดของคิ้วบนเสา

archive (อาร์' ไคฟวฺ) *n.* เอกสารหรือบันทึกสำคัญ, ห้องเก็บเอกสารหรือบันทึกสำคัญ **-archival** *adj.*

archivist (อาร์' คะวิสทฺ) *n.* ผู้เก็บและดูแลเอกสารหรือบันทึกสำคัญ

Archie การให้บริการค้นหาแฟ้มข้อมูลที่มีไว้เผยแพร่ต่อสาธารณะในเครื่องคอมพิวเตอร์ที่มี anonymous ftp อยู่บนเครือข่ายอินเทอร์เนต

archway (อาร์ค' เว) *n.* ทางเข้าหรือทางเดินมีส่วนโค้งบังอยู่ข้างบน, ส่วนโค้งปิด (-S. covering arch)

-archy คำอุปสรรค มีความหมายว่า กฎ, รัฐบาล

arc light, arc lamp ดวงประทีปไฟฟ้าที่ให้แสงสว่าง จากส่วนงอโค้งเมื่อผ่านกระแสไฟฟ้าไปที่ขั้วเรืองแสงที่ล้อมรอบด้วยก๊าซ

arctic (อาร์ค' ทิค) *adj.* เกี่ยวกับขั้วโลกเหนือมีภูมิอากาศคล้ายขั้วโลกเหนือ, เหมาะสำหรับใช้ที่ขั้วโลกเหนือ *-n.* บริเวณขั้วโลกเหนือ **-arctics** รองเท้ากันน้ำกันหนาว (-S. frozen, wintry)

Arctic Circle เส้นขนานกับเส้นศูนย์สูตร, c.66° 34' เหนือ

Arctic Ocean มหาสมุทรอาร์กติก

Arcturus (อาร์คทัว' รัส) *n.* ดาวที่สว่างที่สุดในกลุ่มดาว Bootes

ardency (อาร์' เดินซี) *n.* อารมณ์, ความเร่าร้อน, ความกระตือรือร้น

ardent (อาร์' เดินทฺ) *adj.* มีอารมณ์เร่าร้อน, กระตือรือร้น,

ardour, ardor 42 **Aristotelian**

A

รุนแรง **-ardently** *adv.* (-S. eager, enthusiastic, fervid, hot -A. cool, apathetic) *-Ex. As an ardent lover of music, Udom attended all the concerts.*

ardour, ardor (อาร์' เดอะ) *n.* ความเร่าร้อน, ความกระตือรือร้น, ความคลั่ง (-S. warmth, zest, devotion) *-Ex. In his ardour for knowledge, Daeng would read half the night.*

arduous (อาร์' ดิวเอิส) *adj.* ยากลำบาก, ตรากตรำอย่างมาก **-arduousness** *n.* **-arduously** *adv.*

are (อา) *vi.* กริยาช่วยรูปพหูพจน์ของ be ใช้กับประธานพหูพจน์ เช่น you, we, they *-Ex. You are very lucky., We are about to leave., Udom and Yupa are late.*

area (แอ' เรีย) *n.* พื้นที่, เนื้อที่, อาณาบริเวณ, เขตสาขาวิชา **-areal** *adj.* (-S. region, locality, part, expanse) *-Ex. ground area, floor area, the area of a country, an industrial area, a mountainous area*

area code เลขหน่วยที่หมายถึงเขตโทรศัพท์ของส่วนต่างๆ ของประเทศ

areaway (แอ' เรียเว) *n.* ที่ว่างหน้าห้องใต้ดินที่ขุดลงไปเพื่อให้แสงส่องถึง

areca (แอ' รีคะ, แอรี' คะ) *n.* พืชพวกหมาก, ผลหมาก

arena (อะรี' นะ) *n.* สนามกีฬา, สังเวียน, เวทีประลองฝีมือ, สถานที่ดำเนินกิจการ, เรื่องขัดแย้ง (-S. stadium, stage, ring, realm) *-Ex. the arena of politics*

arenaceous (อาระเน' เชียส) *adj.* คล้ายทราย, เป็นทราย, มีถิ่นที่อยู่เป็นทราย

aren't (อาร์นทฺ) ย่อจาก are not

areola (อะรี' อะละ) *n., pl.* **-las/-lae** วงแหวนเป็นสีทรงกลดรอบหัวนม, ไส้ผลไม้, ร่อง, ช่อง **-areolar** *adj.* **-areolate** *adj.* **-areolation** *n.*

arête (อะเรท') *n.* (ภาษาฝรั่งเศส) สันเขาแหลม

argali (อาร์' กะลี) *n., pl.* **-li/ -lis** แพะป่ามีเขาหนาเป็นเกลียว

argent (อาร์' เจินทฺ) *n.* ธาตุเงิน *-adj.* สิ่งที่มีลักษณะขาวเหมือนเงิน, คล้ายเงิน, มีเนื้อเงินสูง

argali

Argentina (อาร์เจนที' นา) ประเทศอาร์เจนตินา (-S. the Argentine, Argentine Republic)

argentine (อาร์' เจนทิน, -ไทนฺ) *adj.* เกี่ยวกับหรือคล้ายเงิน *-n.* เงิน

Argentine, Argentinean (อาร์' เจนทีน, -เนียน) *n.* ชาวอาร์เจนตินา *-adj.* เกี่ยวกับประเทศหรือประชาชนชาวอาร์เจนตินา

argon (อาร์' กอน) *n.* ธาตุมีสถานะก๊าซที่มีสัญลักษณ์ทางเคมี A หรือ Ar

argosy (อาร์' โกซี) *n., pl.* **-sies** เรือสินค้าขนาดใหญ่, กลุ่มเรือสินค้ามีสินค้าจำนวนมาก

argot (อาร์กอท) *n.* ศัพท์ลับ, ภาษาลับ, สแลง, สัญญาณลับ (-S. jargon, cant, dialect)

argue (อาร์' กิว) *vt., vi.* **-gued, -guing** ถกเถียง, เถียง, โต้คารม, อ้างเหตุผล, อภิปราย, พูดให้ยอม, โต้แย้งพิสูจน์ว่า, แสดงให้เห็นว่า **-arguer** *n.* (-S. debate, discuss) *-Ex. In the debate, one team argued for disarmament, the other team argued with his brother over whose turn it was to do the chores., You've argued me in go.*

argufy (อาร์' กิวไฟ) *vt., vi.* **-fied, -fying** โต้เถียง (โดยเฉพาะในสิ่งที่ไม่สำคัญ)

argument (อาร์' กิวเมินทฺ) *n.* การโต้เถียง, การโต้คารม, การอ้างเหตุผล, ขบวนการให้เหตุผล, ข้อโต้เถียง, เรื่อง, ข้อสรุป, หลักฐาน, ข้อพิสูจน์ (-S. reason, evidence, logic, dispute, debate -A. agreement) *-Ex. His argument is that it is too late., That's a strong argument for doing nothing., a well thought-out argument, engaged in a long and heated argument*

argumentation (อาร์กิวเมนเท' ชัน) *n.* ขบวนการโต้เถียงการให้เหตุผล, การอภิปราย, การถกเถียง, บทความเชิงอภิปราย, ข้อพิสูจน์, ข้อสรุป, ข้ออนุมาน

argumentative (อาร์กิวเมนเท' ทิฟว) *adj.* ชอบโต้เถียง, เกี่ยวกับโต้เถียง, ขัดแย้ง **-argumentatively** *adv.* (-A. amenable)

Argus (อาร์' กัส) *n.* ยักษ์ร้อยตาในนิยายกรีก, ผู้สังเกต, ผู้ที่ระมัดระวัง

aria (อาร์' เรีย) *n.* ท่วงทำนอง

-arian คำปัจจัย มีความหมายว่า พวกนั้นพวกนี้, บุคคลที่มีอายุ, ผู้กำหนด

arid (แอร์' ริด) *adj.* ไม่มีความชื้น, แห้งมาก, แล้ง, ไม่น่าสนใจ, ไม่มีรสชาติ, จืดชืด **-aridly** *adv.* **-aridity, aridness** *n.* (-S. dry, parched -A. moist, humid, lively, exciting)

Aries (แอร์' รีซ) *n.* ชื่อสัญลักษณ์ราศีแรกทางโหราศาสตร์เป็นรูปแกะตัวผู้

aright (อะไรทฺ') *adv.* ถูกต้อง

aril (แอร์' ริล) *n.* เปลือกหุ้มเมล็ดที่มักมีสีสันสดใส **-arilate** *adj.*

arise (อะไรซ') *vi.* **arose, arisen, arising** เกิดขึ้น, ลุกขึ้น, เป็นผลจาก (-S. stand up, sit up, get up, rise, begin, emerge, appear) *-Ex. Houses arose like mushrooms., A mist arose from the lake., Serious results may arise from this.*

arista (อะริส' ทะ) *n., pl.* **-tae** ส่วนยื่นของเมล็ดข้าว, หนวดแมลง

aristate (อะริส' เทท) *adj.* มีหนาม

aristo- คำอุปสรรค มีความหมายว่า ดีที่สุด

aristocracy (แอริสทอค' คระซี) *n., pl.* **-cies** พวกคนชั้นสูง, พวกขุนนาง, คณาธิปไตย, การปกครองที่ผูกขาดโดยหมู่คณะ, การปกครองของขุนนาง (-S. gentry, nobility -A. proletariat)

aristocrat (อะริส' โทแครท) *n.* คนชั้นสูง, ขุนนาง, ผู้นิยมและสนับสนุนระบอบการปกครองแบบคณาธิปไตย (-S. noblewoman, nobleman, peer, patrician, gentleman, blue blood -A. plebeian, commoner)

aristocratic, aristocratical (อะริสโทแครท' ทิค, -เคิล) *adj.* เกี่ยวกับการปกครองที่ผูกขาดโดยหมู่คณะ (คณาธิปไตย), มีลักษณะของคนชั้นสูง **-aristocratically** *adv.*

Aristotelian (อะริสโทเทล' เยิน) *adj.* เกี่ยวกับอริสโตเติลหรือคำสอนของเขา, ผู้ปฏิบัติตามคำสอนของ

Aristotle 43 **arpeggio**

A

อริสโตเติล **-Aristotelianism** *n.*

Aristotle (อา' ริสทอทเทิล) *n.* นักปราชญ์ชาวกรีก เป็นลูกศิษย์ของพลาโต (Plato) และเป็นอาจารย์ของพระเจ้าอเลกซานเดอร์มหาราช

arith. ย่อจาก arithmetic เลขคณิต, arithmetical เกี่ยวกับเลขคณิต

arithmancy (อา' ริธแมนซี) *n.* การทำนายด้วยตัวเลข (-S. arithmomancy)

arithmetic (อะริธ' เมททิค) *n.* เลขคณิต, หนังสือเกี่ยวกับเลขคณิต *-adj.* เกี่ยวกับเลขคณิต

arithmetician (อะริธมีทิช' เชิน) *n.* ผู้ชำนาญเลขคณิต

arithmetic mean ค่าเฉลี่ยที่ได้จากการหารผลรวมของเลขด้วยจำนวนเลขเหล่านั้น, ค่าเฉลี่ย

arithmometer (อะริธมอม' มิเทอะ) *n.* เครื่องคิดเลข, เครื่องคำนวณ

Arizona (แอร์ริโซ' นะ) *n.* รัฐแอริโซนาอยู่ทางตะวัน-ตกเฉียงใต้ในสหรัฐอเมริกา

ark (อาร์ค) *n.* เรือขนาดใหญ่ที่สร้างโดย Noah (ในพระคัมภีร์ไบเบิล), ที่หลบภัย, หีบ

arm¹ (อาร์ม) *n.* แขน, วงแขน, สิ่งที่คล้ายแขน, ที่พาดแขน, เงื้อมมือ (-S. branch, appendage, limb, shoot) *-Ex. arms of a star-fish, arm of a coat, my arms and my legs, arm in arm, with open arms, a child in arms*

arm² (อาร์ม) *n.* อาวุธ, เครื่องมือต่อสู้, ตราประจำตระกูล, ประเภทเหล่าทหาร *-vi., vt.* ติดอาวุธ, เตรียมตัวป้องกัน, คุมเชิง *-Ex. the arm of the law*

armada (อาร์มา' ดะ) *n.* กองเรือรบใหญ่ (-S. fleet, squadron, flight, flotilla, navy)

armadillo (อาร์มะดิล' โล) *n., pl.* **-los** ตัวนิ่ม, ตัวนางอาย

armadillo

Armageddon (อาร์มะเกด' ดอน) *n.* สนามรบระหว่างธรรมกับอธรรม (ตามพระคัมภีร์ไบเบิล), การสู้รบครั้งยิ่งใหญ่

armament (อาร์' มะเมินท) *n.* อาวุธยุทโธปกรณ์, กองทัพติดอาวุธ, รถหุ้มเกราะ, ยานเกราะ, กำลังทหาร, ขบวนการติดอาวุธสำหรับสงคราม *-Ex. The peace conference urged a reduction in armament., the armament against attack*

armamentarium (อาร์มะเมนแท' เรียม) *n., pl.* **-ia/iums** อุปกรณ์เครื่องมือติดตั้งชุดหนึ่ง

armature (อาร์' มะเชอะ) *n.* เกราะ, อวัยวะป้องกันภัยของสัตว์ (เช่น กระดองเต่า), เหล็กอ่อนพันลวดในไดนาโม, มัดข้าวต้มของไดนาโม, ลูกล่อแม่เหล็ก, โครงร่างเสริมความแกร่ง (-S. armor, armour)

armchair (อาร์ม' แชร์) *n.* เก้าอี้มีที่วางแขน

armed (อาร์มด) *adj.* ติดอาวุธ, มีอวัยวะป้องกันภัย (ของพืชหรือสัตว์) (-S. fortified, equipped)

armed forces กองทัพบก เรือและอากาศ (โดยเฉพาะของชาติๆ หนึ่ง), เหล่าทัพต่างๆ

Armenia (อาร์มี' เนีย) ชื่อประเทศในเอเชียตะวันตก **-Armenian** *adj., n.*

armful (อาร์ม' ฟูล) *n., pl.* **-fuls** ปริมาณเต็มกำมือ, ปริมาณที่มาก

armhole (อาร์ม' โฮล) *n.* รูเปิดที่เสื้อสำหรับสอดแขนได้

armistice (อาร์' มิทิส) *n.* การสงบศึกชั่วคราว, การพักรบ, การหยุดรบ (-S. cease-fire, peace, cessation, moratorium)

Armistice Day วันระลึกวันสงบศึกของสงครามโลกครั้งที่ 1

armlet (อาร์ม' เลท) *n.* ปลอกแขน, แบนเล็กๆ

armor (อาร์' เมอะ) *n.* อาวุธ, ชุดอาวุธ, กองทัพติดอาวุธ, อวัยวะป้องกันภัยของสัตว์ (เช่น กระดองเต่า), เกราะ *-vt.* ติดอาวุธ *-Ex. Battle armour used to be made of metal or leather., the armour of a turtle*

armorbearer (อาร์' เมอแบ' เรอะ) *n.* ผู้ถืออาวุธหรืออุปกรณ์อาวุธให้แก่นักรบ

armorial (อาร์มอ' เรียล) *adj.* เกี่ยวกับตราประจำตระกูล, หนังสือที่เกี่ยวกับวิชาว่าด้วยตราประจำตระกูล

armoury, armory (อาร์' มะรี) *n., pl.* **-ies** ที่เก็บอาวุธ, คลังแสง, โรงงานคลังแสง (-S. arsenal)

armour (อาร์' เมอะ) *n., vt., vi.* ดู armor

armoured, armored (อาร์' เมอด) *adj.* หุ้มเกราะ, ติดอาวุธ **-armoured car** รถหุ้มเกราะ *-Ex. an armoured truck, a knight armoured in three pieces*

armpit (อาร์ม' พิท) *n.* รักแร้ (-S. underarm)

armrest (อาร์ม' เรสท) *n.* ที่วางแขน

army (อาร์' มี) *n., pl.* **-mies** กองทัพบก, กองทหารบก, กองทหารฝึกและติดอาวุธเพื่อสงคราม, กลุ่มคนขนาดใหญ่ *-Ex. Somchai is in the army.*

aroma (อะโร' มะ) *n.* กลิ่นหอม, ความหอม (-S. scent, perfume)

aromatherapy (แอโรมาเธอ' ราพี) *n.* การใช้น้ำมันหอมระเหยที่มีสารสกัดจากพืชเป็นเครื่องสำอางบำรุงสุขภาพและความงาม

aromatic (แอระแมท' ทิค) *adj.* ซึ่งมีกลิ่นหอม, เกี่ยวกับสารประกอบที่มีกลิ่นหอม *-n.* พืชสมุนไพรหรือวัตถุที่มีกลิ่นหอม **-aromatically** *adv.*

aromatize (อะโร' มะไทซ) *vt.* **-tized, -tizing** ทำให้มีกลิ่นหอม **-aromatization** *n.*

arose (อะโรซ') *vi.* กริยาช่อง 2 ของ arise

around (อะเราน์ด') *adv., prep.* รอบ, อ้อม ผ่าน, อยู่รอบๆ, วกกลับ, กลับ, ผ่านในบริเวณของ, ประมาณ, ในราวๆ, ทั่วๆ ไป, อีกด้านหนึ่งของ *-Ex. The bug crawled around the rim of the plate., The police were stationed around the house., They traveled around the country., I was looking around., I'll be there around noon., No one was around, so I came home., They came around to see us., Yupa stepped around the rock., That plant works around the clock.*

arouse (อะเราซ') *vt.* **aroused, arousing** กระตุ้น, ปลุก, ดลใจ **-arousal** *n.* (-S. excite, stir -A. dampen, deaden, quench, stifle, repress) *-Ex. The singing of the birds aroused her early this morning., His troubles aroused our sympathy.*

arpeggio (อาร์เพจ' จีโอ) *n., pl.* **-gios** เสียงดนตรี

A

ชนิดมีความถี่ตามกันแทนที่จะพร้อมกัน, การบรรเลงซอชนิดหนึ่ง

arquebus (อาร์' ควิบัส) *n.* ชื่อปืนโบราณ

arrack (อาร์' แรค) *n.* น้ำตาลเมา, เหล้าในประเทศตะวันออกกลางหรือประเทศใกล้เคียง

arraign (อะเรน') *vt.* นำตัวมาขึ้นศาล, กล่าวหา, กล่าวร้าย (-S. charge, prosecute, indict, blame -A. acquit, release)

arraignment (อะเรน' เมินทฺ) *n.* การกล่าวหา, การนำตัวมาขึ้นศาล

arrange (อะเรนจฺ') *vt.* **-ranged, -ranging** จัดการ, เตรียม, เตรียมการ, ปรึกษา, ไกล่เกลี่ย, ปรับปรุง, ตกลง, กำหนด **-arranger** *n.* (-S. order, adjust, classify, organize, devise -A. disorder) *-Ex. arranged her hair, arrange the flowers, arrange his books, arranged a meeting arrange for the things to be taken away, arrange with Mr. X about having the house painted*

arrangement (อะเรนจฺ' เมินทฺ) *n.* การจัด, การจัดการ, ภาวะที่ถูกจัด, ลักษณะการจัด, การตระเตรียม, เพลงที่ได้มีการเรียบเรียงใหม่ (-S. grouping, display -A. disarrangement) *-Ex. the arrangement of the petals, an ingenious arrangement which turns on the light when..., come to an arrangement with one's creditors, a jazz arrangement of an old tune*

arrant (แอร์' เรินทฺ) *adj.* เหลือเกิน, อย่างที่สุด, โดยสิ้นเชิง, ตลอด, ร้ายกาจ **-arrantly** *adv.* (-A. proper, decent)

arras (แอร์' รัส) *n.* พรมปัก, ม่านปัก, สิ่งปักที่แขวนกับผนัง

array (อะเร') *n.* ขบวน, ลำดับ, ทิว, แถว, เสื้อผ้า *-vt.* นำมาเรียง, จัดเรียง, ตั้งแนวรบ, สวมใส่เสื้อผ้า **-arrayal** *n.* (-S. arrangement, order, decorate, set in order -A. disorder, disarray) *-Ex. The troops were arrayed in long ranks., in battle array, The dancers were arrayed in costumes from foreign lands., in bridal array, an array of armour in the museum*

arrayal (อะเร' เอิล) *n.* การจัดเรียง, การสวมใส่เสื้อผ้า, สิ่งที่จัดเรียง

arrearage (อะเรีย' เรจฺ) *n.* ภาวะที่ล่าช้า, ภาวะที่คั่งค้าง, สิ่งที่เก็บสำรอง

arrears (อะเรียร์ซฺ') *n.* เงินค้างชำระ, ภาวะที่ล่าช้า, งานที่คั่งค้าง, สิ่งที่ค้างอยู่

arrest (อะเรสทฺ') *vt.* จับ, จับกุม, ดึงดูด, ทำให้หยุด, กั้น, ยับยั้ง, เกาะตัว *-n.* การจับกุม, ภาวะที่ถูกจับกุม, การหยุดยั้ง, ภาวะที่ถูกหยุดยั้ง **-arrestee** *n.* **-arrestor, arrester** *n.* (-S. seize, capture -A. release, free) *-Ex. The police arrested the thief., an order for his arrest, The police mode several arrests.*

arresting (อะเรส' ทิง) *adj.* ซึ่งดึงดูดความสนใจ, ซึ่งจับกุม **-arrestingly** *adv.* (-A. dull, humdrum, ordinary)

arrhythmia (อะริธ' เมีย) *n.* ภาวะหัวใจเต้นไม่เป็นจังหวะ, ภาวะที่ไม่ได้จังหวะ **-arrhythmic, arrhythmical** *adj.*

arris (แอร์' ริส) *n.* สันคม, สันหรือแนวหรือมุมที่เกิดจากเส้นหรือส่วนโค้งมาบรรจบกัน

arrival (อะไร' เวิล) *n.* การมาถึง, ผู้ที่มาถึง, สิ่งที่ปรากฏ, การได้บรรลุถึง (-S. advent, coming, access, visitor -A. departure, parting)

arrive (อะไรฟว') *vi.* **-rived, -riving** มาถึง, มา, บรรลุถึง, ปรากฏ, ขึ้นฝั่ง (-S. come to, appear, reach, enter, succeed -A. depart)

arrogance (แอร' ระเกินซฺ) *n.* ความหยิ่ง, ความยโส, ความจองหอง (-S. haughtiness, pride -A. modesty)

arrogant (แอร' ระเกินทฺ) *adj.* หยิ่ง, ยโส, จองหอง **-arrogantly** *adv.* (-S. haughty, proud -A. modest, humble)

arrogate (แอร' ระเกท) *vt.* **-gated, -gating** อวดดี, แอบอ้างสิทธิ, ปัดไปให้คนอื่น, เหมาเอาว่า **-arrogation** *n.* **-arrogator** *n.*

arrow (แอร์' โร) *n.* ลูกธนู, ลูกศร, เกาทัณฑ์, สิ่งที่คล้ายลูกศร, ลูกศรชี้ (-S. dart, spear, projectile, shot, pointer)

arrowhead (แอร์' โรเฮด) *n.* หัวลูกศร, สิ่งที่คล้ายลูกศร

arrowroot (แอร์' โรรูท) *n.* พืชจำพวก *Maranta arundinaceae,* ต้นท้าวยายม่อม, ต้นสามสิบ, แป้งท้าวยายม่อม, แป้งของพืชจำพวกดังกล่าว

arroyo (อะรอย' โย) *n., pl.* **-os** ทางน้ำสายเล็กๆ, ลำน้ำที่แห้งขอด

arsenal (อาร' ซะเนิล) *n.* คลังสรรพาวุธ

arsenic (อาร์' ซะนิค) *adj., n.* เกี่ยวกับสารหนู, สารหนู **-arsenical** *adj.* **-arsenious** *adj.*

arson (อาร์' เซิน) *n.* การลอบวางเพลิง **-arsonist** *n.*

art[1] (อาร์ทฺ) *v.* กริยาปัจจุบันของ be บุรุษที่ 2 ใช้กับ thou

art[2] (อาร์ทฺ) *n.* ศิลปะ, ฝีมือ, อุบาย, เล่ห์กระเท่ห์, เล่ห์เหลี่ยม, ความสามารถ, หลักการหรือวิธีการของการเรียนรู้, ความเชี่ยวชาญในกิจกรรมของมนุษย์, สาขาวิชาที่เกี่ยวกับศิลปศาสตร์และมนุษยศาสตร์ (-S. skill, aptitude -A. artlessness) *-Ex. made not by nature but by art, useful arts, the fine arts namely painting, sculpture, etc., art school, art centre, Udom took a degree in Arts not in Science., the art of healing*

arterial (อาร์ที' เรียล) *adj.* เกี่ยวกับเส้นโลหิตแดงใหญ่, เกี่ยวกับเส้นทางหลักหรือเส้นทางสำคัญ

arterio- คำอุปสรรค มีความหมายว่า เส้นโลหิตแดงใหญ่

arteriosclerosis (อาร์เทอรีโอสคละโร' ซิส) *n.* ภาวะผนังเส้นโลหิตแดงหนาและมีความยืดหยุ่นน้อยลง

arteritis (อาร์เทอะไร' ทิส) *n.* ภาวะเส้นโลหิตแดงอักเสบ

artery (อาร์' เทอะรี) *n.* **-ies** เส้นโลหิตแดง, หลอดโลหิตแดง, เส้นทางสำคัญ

artesian well (อาร์ที' เชียน) *n.* บ่อน้ำบาดาล

artful (อาร์ท' ฟูล) *adj.* มีเล่ห์เหลี่ยม, ชำนาญ, เก่ง **-artfully** *adv.* **-artfulness** *n.* (-S. cunning, designing -A. artless, undesigning) *-Ex. an artful arrangement of flowers*

arthritis (อาร์ไธร' ทิส) *n.* ข้อต่ออักเสบ **-arthritic, arthritical** *adj.*

arthropod (อาร์' โธรพอด) *n.* สิ่งมีชีวิตที่มีขาเป็นปล้องๆ เช่น แมงมุม

artichoke (อาร์' ทิโชค) *n.* พืชมีใบเป็นหนามจำพวกหนึ่งซึ่งหัวและดอกใช้รับประทานได้

artichoke

article (อาร์' ทิเคิล) *n.* สิ่งของ, ชิ้น, สินค้า, บทความ, มาตรา, ข้อบังคับ, รายการ, คำนำหน้านาม *-vt.* **-cled, -cling** กล่าวหา, ฟ้อง, ทำให้ข้อบังคับผูกมัด (-S. item, object, piece, essay) *-Ex. article in the newspaper, the leading article*

articular (อาร์ทิค' คิวละ) *adj.* เกี่ยวกับข้อต่อ

articulate (อาร์ทิค' คิวเลท) *adj.* เป็นข้อ, เป็นปล้อง, ออกเสียงชัดเจน, สามารถพูดได้, ชัดเจน, มีความหมาย *-vt.* **-lated, -lating** ออกเสียงชัดเจน, พูดอย่างชัดเจน, ต่อกัน, ประกบ **-articulately** *adv.* **-articulateness, articulacy** *n.* (-A. indistinct, confused) *-Ex. Somsri is old enough for articulate speech., a very articulate man*

articulation (อาร์ทิคคิวเล' ชัน) *n.* การต่อกัน, การเชื่อมประกบ, กระบวนการพูดได้อย่างชัดเจน, ข้อต่อ, ปล้อง, ระดับที่ชัดเจน (-S. joint)

articulator (อาร์ทิค' คิวเลเทอะ) *n.* ผู้ที่พูดหรือออกเสียงได้ชัดเจน, สิ่งที่มีเสียงที่ชัดเจน, อวัยวะที่ใช้สำหรับพูด (เช่น ลิ้น, ริมฝีปาก) **-articulatory** *adj.*

artifact (อาร์' ทิแฟคท) *n.* สิ่งประดิษฐ์ด้วยฝีมือคน, สิ่งประดิษฐ์, ของเทียม **-artifactual** *adj.* (-S. artefact, invention, contrivance)

artifice (อาร์' ทิฟิส) *n.* อุบาย, เล่ห์, ความชำนาญ (-A. honesty)

artificial (อาร์ทิฟิช' เชิล) *adj.* เทียม, ปลอม, ไม่แท้, ประดิษฐ์ขึ้นเอง, ทำขึ้นเอง, ไม่เป็นไปตามธรรมชาติ **-artificiality** *n.* **-artificially** *adv.* (-S. synthetic, made-up -A. natural, real) *-Ex. a bouquet of artificial flowers, artificial pearls, an artificial way of speaking*

artificial insemination การฉีดน้ำอสุจิเข้าไปในช่องคลอดหรือมดลูกเพื่อให้ตั้งครรภ์โดยไม่มีการร่วมเพศ

artificial respiration การช่วยทำให้หายใจโดยเป่าอากาศเข้าและดันอากาศให้ออกจากปอด

artillery (อาร์ทิล' เลอรี) *n.* ปืนใหญ่กองทหารปืนใหญ่, วิชาเกี่ยวกับการใช้ปืนใหญ่

artilleryman (อาร์ทิล' ละรีเมิน) *n., pl.* **-men** ทหารปืนใหญ่, ผู้ยิงด้วยปืนใหญ่

artisan (อาร์' ทิเซิน) *n.* ช่างฝีมือ, ผู้เชี่ยวชาญด้านศิลปะ **-artisanship** *n.* **-artisanal** *adj.*

artist (อาร์' ทิสท) *n.* นักศิลปะ, จิตรกร, นักแสดง, ผู้เชี่ยวชาญ, ช่างฝีมือ

artiste (อาร์ทีสท') *n.* นักศิลปะ (โดยเฉพาะนักแสดง)

artistic (อาร์ทิส' ทิค) *adj.* เกี่ยวกับศิลปะ, มีรสนิยม, เกี่ยวกับวิจิตรศิลป์, ซึ่งชอบหรือรักในศิลปะ **-artistically** *adv.* (-S. artistical, tasteful -A. vulgar, crude) *-Ex. an artistic nature, an artistic design*

artistry (อาร์' ทิสทรี) *n.* ลักษณะศิลปะ, คุณภาพของศิลปะ, ผลของศิลปะ, ศิลปกรรม (-S. skill, talent, mastery, genius)

artless (อาร์ท' เลส) *adj.* ไม่มีเล่ห์, ซื่อ, ไร้มารยา, ไร้ศิลปะ, ไร้ความชำนาญ, หยาบ, เลว **-artlessly** *adv.* **-artlessness** *n.* (-S. open) *-Ex. her artless words*

arts and crafts ศิลปหัตถกรรม

art theater โรงภาพยนตร์ที่ฉายภาพยนตร์ต่างประเทศหรือภาพยนตร์ที่อยู่ระหว่างทดลองฉาย

artwork (อาร์ท' เวิร์ค) *n.* งานด้านศิลปะ

arty (อาร์' ที) *adj.* **artier, artiest** มีลักษณะโอ้อวดทางศิลปะ **-artiness** *n.*

Aryan (แอร' ระเยิน) *n.* ชาวอารยัน, ภาษาอาหรับ *-adj.* เกี่ยวกับอารยัน (-S. Arian)

as (แอซ) *pron., adv., prep., conj.* ตามที่, ตาม, ดังที่, เหมือน, เช่นเดียวกับ, อย่าง, เช่น, ในข้อนี้, ดุจดัง, ดูประหนึ่ง, ฉันใด, ในฐานะที่ *-Ex. as heavy as gold, not so heavy as gold, As we act, so we shall be punished or rewarded., As you were!, As it stands, it is good enough., Do as you like., as if, Somchai behaves as if he owned the place., It can be used as a knife., appear as, consider as, see as, treat as*

asafetida, asafoetida (แอสซะเฟท' ทิดะ) *n.* มหาหิงค์ เป็นยางพืชจำพวก Ferula

asbestos, asbestus (แอสเบส' ทอส, แอซ'-) *n.* เยื่อหินทนไฟ, สิ่งทอที่ทำด้วยเยื่อหิน **-asbestine** *adj.* (-S. asbestus)

ascariasis (แอสคะไร' อะซิส) *n., pl.* **-ses** ภาวะเป็นพยาธิตัวกลมจำพวก *Ascaris lumbricoides* เช่น พยาธิเส้นด้าย, พยาธิเข็มหมุด

ascend (อะเซนด') *vi., vt.* ขึ้น, ประสบความสำเร็จ, เฟื่องฟู, ครองตำแหน่ง, มีอำนาจ **-ascendable, ascendible** *adj.* **-ascender** *n.* (-S. rise, mount -A. decent, fall) *-Ex. They ascended a hill., Warm air ascends.*

ascendancy, ascendency (อะเซน' เดินซี) *n.* การครองตำแหน่ง, ภาวะมีอำนาจ (-S. ascendance, ascendence, dominance, supremacy -A. subjugation)

ascendant, ascendent (อะเซน' เดินท) *n.* ตำแหน่งที่ครอง, อิทธิพล, อำนาจ, บรรพบุรุษ *-adj.* รุ่งเรือง, มีอำนาจ, ฐานะได้เปรียบ, ก้าวหน้า, มีอิทธิพลเหนือ

ascension (อะเซน' ชัน) *n.* การขึ้น **-the Ascension** การขึ้นสวรรค์ของพระเยซูคริสต์ **-ascensional** *adj.* (-S. ascent, climb, mounting)

Ascension Day วันที่ 40 หลัง Easter เป็นวันขึ้นสวรรค์ของพระเยซูคริสต์, Holy Thursday

ascensive (อะเซน' ซิฟว) *adj.* ซึ่งขึ้น, เกี่ยวกับทางขึ้น (-S. ascending, rising -A. falling)

ascent (อะเซนท') *n.* การขึ้น, การขึ้นสู่ที่สูงกว่า (ตำแหน่ง, ฐานะ, ปริญญา, ฯลฯ), วิถีทางที่ขึ้น (-A. descent, fall) *-Ex. the ascent of a mountain, the ascent of a balloon*

ascertain (แอสเซอเทน') *vt.* เสาะหา, ค้นคว้า, สืบหา, ทำให้แน่ใจหรือชัดเจน **-ascertainable** *adj.* **-ascertainment** *n.* *-Ex. I want to ascentain the truth.*

ascetic (อะเซท' ทิค) *n.* ผู้ถือสันโดษ, ผู้บำเพ็ญตบะ *-adj.* ถือสันโดษ, บำเพ็ญตบะ **-ascetically** *adv.*

asceticism (อะเซท' ทิซิซึม) *n.* การบำเพ็ญตบะ, วิธีการ

ascetical 46 **asphyxiant**

A

ถือสันโดษ

ascetical (อะเซน' ทิเคิล) *adj.* เกี่ยวกับวินัยหรือหลักการ

ASCII ย่อจาก American Standard Code for Information Interchange รหัสคอมพิวเตอร์มาตรฐานของสหรัฐอเมริกาเพื่อการแลกเปลี่ยนสารสนเทศ เป็นรหัสมาตรฐานซึ่งใช้กับคอมพิวเตอร์รหัสหนึ่งที่ใช้เลขฐานสอง, รหัสแอสกี

ascorbic acid วิตามินซี

ascot (แอส' คอท) *n.* ผ้าพันคอหรือเนกไทขนาดกว้าง

ascot

ascribe (อะสไครบ') *vt.* **-cribed, -cribing** ให้เหตุผล, ลงความเห็นว่าเป็นของ, สันนิษฐาน (-S. assign) *-Ex. The forest ranger ascribed his health to exercise and food.*

ascription (อะสคริพ' ชัน) *n.* การให้เหตุผล, การลงความเห็นว่าเป็นของ

ascus (แอส' คัส) *n., pl.* **asci** ถุงเล็กๆ

asepsis (อะเซพ' ซิส) *n.* ภาวะปราศจากเชื้อโรคหรือจุลินทรีย์, วิธีการทำให้ปราศจากเชื้อโรค (-S. antisepsis -A. sepsis)

aseptic (อะเซพ' ทิค) *adj.* ปราศจากเชื้อโรคหรือจุลินทรีย์ **-aseptically** *adv.* (-S. antiseptic -A. septic)

asexual (อะเซค' ชวล) *adj.* ไร้เพศ, ไม่ใช้อวัยวะเพศ **-asexuality** *n.* **-asexually** *adv.* (-S. nonsexual)

ash (แอ) *n.* เถ้า, ขี้เถ้า, อัฐิ, ชื่อพันธุ์ไม้ *-Ex. Burning coal produces ash.*

ashamed (อะเชมดฺ') *adj.* อับอาย, กระดากใจ, ไม่เต็มใจเพราะกลัวถูกหัวเราะหรือต่อว่า (-S. embarrassed, shamefaced -A. proud) *-Ex. I play so badly, I feel quite ashamed., ashamed of myself*

ashcan (แอช' แคน) *n.* ภาชนะโลหะสำหรับใส่เถ้า, ถังขยะ

ashen (แอช' เชน) *adj.* สีเทา, สีเถ้าถ่าน, ประกอบด้วยเถ้า, ซีดมาก, ไร้สี (-S. pale)

ashlar, ashler (แอช' ลาร์) *n.* หินก่อสร้างรูปสี่เหลี่ยมสำหรับวางซ้อนกัน

ashore (อะชอร์') *adv.* เกยฝั่ง, ขึ้นบก *-Ex. to go ashore at Naples*

ashtray, ash tray (แอช' เทร) *n.* ที่ใส่ขี้บุหรี่หรือซิการ์

ashy (แอช' ชี) *adj.* **ashier, ashiest** สีเถ้าถ่าน, ซีด, คล้ายเถ้า, คลุมด้วยขี้เถ้า

Asia (เอ' ชะ, เอ' เชีย) *n.* ทวีปเอเชีย

Asia Minor คาบสมุทรในเอเชียตะวันตกอยู่ระหว่างทะเลดำกับทะเลเมดิเตอร์เรเนียน

Asian (เอ' ชัน, เอ' เชิน) *adj.* แห่งเอเชีย *-n.* ชาวเอเชีย

aside (อะไซดฺ') *adj.* ไปทางข้าง, ไปด้านหนึ่ง, เลี่ยงไป, ไปจากความนึกคิด, นอกเหนือจาก *-n.* คำพูดที่ไม่ต้องการให้คนอื่นๆ ได้ยิน, การจากไปชั่วคราว (-S. away, apart, nearby, deviation -A. including, excepting) *-Ex. step aside, Drew me aside and whispered.*

asinine (แอส' ซินิน) *adj.* โง่, ไม่ฉลาด, คล้ายลา **-asininity** *n.* (-S. thoughtless, silly)

-asis คำปัจจัย มีความหมายว่า ป่วย, โรค

ask (อาสคฺ) *vt., vi.* ถาม, ถามข่าว, ขอร้อง, ขอ, เชื้อเชิญ, ซักถาม (-S. question, inquise (of) -A. answer, reply) *-Ex. ask a question, ask about the matter, Ask him who it is., ask him a favour, ask a favour of him*

askance, askant (อัสแคนซฺ', -เคินทฺ) *adv.* สงสัย, ไม่ไว้ใจ, ไม่เห็นด้วย, ชายตามอง, ชำเลืองมอง (-S. disdainfully)

askew (อัสคิว') *adv., adj.* ไปทางข้างหนึ่ง, ออกนอกทาง, เอียง, เฉ, เฉียง, เบี่ยง *-Ex. Somsri was in such a hurry that she puts her hat on askew.*

aslant (อัสลานทฺ') *adj.* เอียง, เบี่ยง, เฉ, เฉียง *-prep.* เอียง, ทแยง, แย้ง, ขัด, ขวาง

asleep (อัสลีพ') *adj., adv.* นอนหลับ, ชา, หยุดนิ่ง, ตาย *-Ex. Udom's asleep., fall asleep*

aslope (อัสโลพ') *adv., adj.* เอียง, เทลาด, เฉียง

ASM ย่อจาก air-to-surface missile ขีปนาวุธจากอากาศสู่พื้นดิน

asocial (เอโซ' เชิล) *adj.* สันโดษ, ไม่เข้าสังคม, เก็บตัว, เห็นแก่ตัว

asp (แอสพฺ) *n.* งูพิษชนิดหนึ่ง

asparagus (อัสพา' ระเกิส) *n.* หน่อไม้ฝรั่ง

asparagus

aspect (แอส' เพคทฺ) *n.* ลักษณะ, รูปร่างหน้าตา, รูปการ, ด้าน (ปัญหา), หลักเกณฑ์, ด้านข้างหรือผิวหน้าด้านที่กำลังมอง, ทิศทาง, ที่ตั้ง (-S. expression, look, air, visage) *-Ex. Look at all aspects of the problem before you try to solve it., The fierce aspect of the stranger frightened the children., We were charmed by the pleasant aspect of the countryside., a northern aspect*

aspen (แอส' เพิน) *n.* ชื่อต้นไม้จำพวก *Populus -adj.* มากมาย

aspen

asperate (แอส'เพอเรท) *vt.* **-ated, -ating** ทำให้ขรุขระ, ทำให้หยาบ

asperity (อัสเพอ' ริที) *n., pl.* **-ties** ความหยาบ, ความไม่ละมุนละม่อม, ความรุนแรง (อากาศ), ความลำบาก (-A. smoothness)

asperse (อัสเพิร์ส') *vt.* **-persed, -persing** ใส่ร้าย, ป้ายร้าย, พรมน้ำ

aspersion (อัสเพอ' ชัน, -ชัน) *n.* ข้อกล่าวหา, การใส่ร้าย, การป้ายร้าย, การพรมน้ำมนตร์ (-A. praise)

asphalt (แอส' ฟอลทฺ, -แฟลทฺ) *n.* ยางราดถนน, ยางแอสฟัลต์, ส่วนผสมของยางแอสฟัลต์ *-vt.* ราดยาง (ถนน) **-asphaltic** *adj.* (-S. asphaltum)

asphaltum (แอสฟอลทัม) *n.* ดู esphalt

asphyxia (แอสฟิค' เซีย) *n.* ภาวะการขาดออกซิเจนและมีคาร์บอนไดออกไซด์มากเกินไปในเลือด เนื่องจากความผิดปกติของการหายใจ, ภาวะหอบหรือสลบ

asphyxiant (แอสฟิค' ซีเอินทฺ) *adj.* ที่หอบ, ที่หายใจขัด *-n.* สารที่ทำให้หายใจหอบหรือขัด, ภาวะหายใจหอบหรือขัด

asphyxiate (แอสฟิค' ซีเอท) *vt., vi.* **-ated, -ating** ทำให้หายใจขัดหรือหอบ, หายใจขัดหรือหอบ

aspic (แอส' พิค) *n.* วุ้นที่ทำจากเนื้อหรือน้ำมะเขือเทศ, หญ้ารมเสื้อ

aspirant (แอส' พิเรินทฺ) *n.* ผู้ปรารถนา, ผู้แสวงหา, ผู้อยากได้ *-adj.* อยากได้, แสวงหา *-Ex. Some students were aspirants for the honour roll.*

aspirate (แอส' พะเรท) *vt.* **-rated, -rating** ออกเสียงให้ได้ยิน, ออกเสียงตัว h, ขจัดของเหลวจากโพรงร่างกายโดยใช้เครื่องดูด, หายใจเอาของเหลวเข้าไปในปอด

aspiration (แอสพเร' ชัน) *n.* ความปรารถนา, ความอยาก, การออกเสียงเป็นเสียงลมหายใจออก, การหายใจ (-S. aim, wish, desire -A. apathy) *-Ex. Udom has aspirations to be a doctor.*

aspirator (แอส' พะเรเทอะ) *n.* เครื่องสูบอากาศ, เครื่องช่วยหายใจ, เครื่องดูดของเหลวออกจากร่างกาย

aspire (อัสไพร์' เออะ) *vi.* **-pired, -piring** ต้องการ, อยากได้, ทะเยอะทะยาน, สูงขึ้นไป **-aspirer** *n.* (-S. wish, hope, desire)

aspirin (แอส' ไพริน) *n.* แอสไพรินเป็นยาแก้ปวดและลดไข้

asquint (แอสควินทฺ') *adv., adj.* มีตาเข, มีเล่ห์เหลี่ยม

ass (แอส) *n.* ลา, คนโง่, (คำสแลง) ก้น ทวารหนัก การร่วมเพศ

assafetida, assafoetida (แอสซะเฟท' ทิดะ) *n.* ดู asafetida

assail (อะเซล') *vt.* โจมตี, ป้ายร้าย, รุกราน, กล่าวหา, ทำร้าย **-assailable** *adj.* **-assailer** *n.* **-assailment** *n.* (-S. attack, assault -A. protect, defend)

assailant (อะเซ' เลินทฺ) *n.* ผู้โจมตี, ผู้ป้ายร้าย

Assam (แอสแซม') *n.* รัฐอัสสัมในอินเดีย

Assamese (แอส' ซะมีซฺ) *adj., pl.* **-mese** *-adj.* ชาวอัสสัม, ภาษาอัสสัม, เกี่ยวกับรัฐอัสสัม (พลเมือง, ภาษาและอื่นๆ)

assassin (อะแซส' ซิน) *n.* ผู้ลอบฆ่า (โดยเฉพาะการฆ่าคนมีชื่อเสียง), ผู้ทำลาย

assassinate (อะแซส' ซิเนท) *vt.* **-nated, -nating** ลอบฆ่า **-assasinator** *n.*

assassination (อะแซส' ซิเนชัน) *n.* การลอบฆ่า

assault (อะซอลทฺ') *n.* การโจมตีอย่างรุนแรง, การจู่โจม, การข่มขืน, การทำลาย (ชื่อเสียง) *-vt.* โจมตี, จู่โจม, ทำลาย, ข่มขืน **-assaultive** *adj.* (-S. affront, insult, offense, violence, violation) *-Ex. an assault with intent to kill, a vicious assault on an opponent's character*

assay (อะเซ') *vt.* ตรวจสอบ, ทดสอบ, วิเคราะห์, ประเมินค่า, พยายาม *-n.* การหาปริมาณของโลหะ (โดยเฉพาะเงินหรือทอง) ในแร่หรือโลหะผสม, สารที่ได้รับวิเคราะห์, รายงานการวิเคราะห์, ความพยายาม **-assayer** *n.*

assegai (แอส' ซีไก) *n.* หอกยาวในแอฟริกา, ต้นไม้จำพวก *Curtisia faginea* ที่ใช้ทำหอก (-S. assagai)

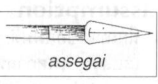

assegai

assemblage (อะเซม' เบลจฺ) *n.* กลุ่มคน, กลุ่มสิ่งของ, การรวบรวม, ภาวะที่รวมกัน

assemble (อะเซม' เบิล) *vt.* รวบรวม, ประชุม, รวมเข้า **-assembler** *n.* (-S. meet, gather -A. disperse) *-Ex. to assemble members of the party., The students assembled in the auditorium., to assemble a motor*

assembly (อะเซม' บลี) *n.* ชุมนุมชน, การชุมนุม, การมั่วสุม, ที่ประชุมสภา, สมัชชา, สัญญาณรวมพล, การเคลื่อน (รถถังหรือทหาร) เข้าสู่บริเวณหนึ่ง, การประกอบชิ้นส่วนต่างๆ ของเครื่องจักร (-S. meeting, group -A. dispersal, separation) *-Ex. a student assembly, the United Nations Assembly, assembly of a model car*

assembly line แนวประกอบชิ้นส่วนของเครื่องในโรงงาน

assemblyman (อะเซม' บลีเมิน) *n., pl.* **-men** สมาชิกสภาผู้แทนราษฎร **-assemblywoman** *n. fem., pl.* **-women**

assent (อะเซนทฺ') *vi.* ตกลง, ยินยอม, ยอมรับ *-n.* การตกลง, การยินยอม **-assentation** *n.* **-assentive** *adj.* (-S. agree, allow -A. dissent, disagree, denial) *-Ex. The governor's assent is needed before the bill becomes law.*

assentor, assenter (อะเซน' เทอะ) *n.* ผู้ตกลง, ผู้ยินยอม

assert (อะเซิร์ทฺ') *vt.* ยืนยัน, ถือ (สิทธิ์), อ้าง, แสดงสิทธิ์, วินิจฉัย, พิทักษ์, รักษา **-asserter, assertor** *n.* (-S. affirm, insist -A. deny, contradict, disclaim) *-Ex. The lawyer asserted that his client was innocent of the crime., By revolting, the colonies asserted their right to govern themselves., The tyrant asserted his authority over most of lands.*

assertion (อะเซิร์ท' ชัน) *n.* การกล่าวยืนยัน, การอ้าง, การถือสิทธิ์, การวินิจฉัย, การพิทักษ์, การรักษา, ข้อเสนอ, ข้อวินิจฉัย

assertive (อะเซอ' ทิฟวฺ) *adj.* ซึ่งยืนยัน, ซึ่งรุกราน **-assertively** *adv.* **-assertiveness** *n.*

assess (อะเซส') *vt.* ประเมิน, กำหนด **-assessable** *adj.*

assessment (อะเซส' เมินทฺ) *n.* การประเมิน, การกำหนด, ปริมาณที่ประเมิน

assessor (อะเซส' เซอะ) *n.* ผู้ประเมิน, ที่ปรึกษาหรือผู้ช่วยผู้พิพากษา, ผู้ประเมินทรัพย์สินหรืออัตราภาษี **-assessorial** *adj.*

asset (แอส' เซท) *n.* ทรัพย์สิน, บุคคล (หรือสิ่งของ) ที่มีค่า, ประโยชน์ (-S. property, advantage, treasure, qualification, resource -A. liability,handicap) *-Ex. A good reputation is an asset., A stock of goods is an asset.*

asseverate (อะเซฟ' เวอเรท) *vt.* **-ated, -ating** ยืนยัน, แถลงยืนยัน **-asseveration** *n.*

asshole (แอส' โฮล) *n.* ทวารหนัก, (คำสแลง) คนเลว สิ่งที่เลว

assibilate (อะซิบ' บิเลท) *vt.* **-lated, -lating** ออกเสียงลอดไรฟัน

assiduity (แอสซิดู' อิที) *n., pl.* **-ties** ความพยายาม, ความเพียร, ความขยัน (-S. diligence -A. laziness)

assiduous (อะซิด' ดิวอัส) *adj.* ยืนหยัด, ขยัน

assign 48 assumption

-**assiduously** *adv.* -**assiduousness** *n.*

assign (อะไซนฺ') *vt.* กำหนด, มอบหมาย, นัด, ระบุ, จัดให้, มอบหมายให้, อ้างว่า, โอนสิทธิให้แก่ *-vi.* โอนทรัพย์สิน -**assigner, assignor** *n.* (-S. appoint, designate, distribute, arrange)

assignation (แอสซิกเน' ชั่น) *n.* การนัดพบ, การมอบหมาย, ภาระหน้าที่, การบ้านจากโรงเรียน, การโอน (สิทธิ, ทรัพย์สิน, ดอกเบี้ย, ฯลฯ), การบรรยาย

assignee (อะไซนี') *n.* ผู้รับโอน (สิทธิ ทรัพย์สิน ดอกเบี้ยหรืออื่นๆ)

assignment (อะไซ' เมินทฺ) *n.* หน้าที่ที่ได้รับมอบหมาย, การบ้าน, การโอน (สิทธิ, ทรัพย์สิน, ดอกเบี้ยหรืออื่นๆ) (-S. responsibility, duty)

assimilable (อะซิม' มิละเบิล) *adj.* เอาอย่างได้, ย่อยและดูดซึมได้ -**assimilability** *n.*

assimilate (อะซิม' มิเลท) *vt., vi.* -**lated, -lating** นำเข้าดูดซึม, เปลี่ยนอาหารให้เป็นสารที่ดูดซึมได้, เอาอย่าง, ย่อย, ทำให้เหมือน, ทำให้คล้ายกัน, กลายเป็นเหมือน -**assimilator** *n.* (-S. incorporate, absorb -A. reject) *-Ex. Daeng assimilated the customs of his new country.*

assimilation (อะซิมมิเล' ชั่น) *n.* กระบวนการนำเข้าและทำให้เหมือนหรือคล้ายกัน, การย่อยและดูดซึม, การปรับเข้ากันของลักษณะของสังคม

assist (อะซิสทฺ') *vt., vi.* ช่วยเหลือ, สงเคราะห์, สนับสนุน, สงเคราะห์, เข้าร่วม -**assister** *n.* (-S. aid, support -A. hinder, hamper)

assistance (อะซิส' เทินซฺ) *n.* การช่วยเหลือ, การสงเคราะห์, การอนุเคราะห์

assistant (อะซิส' เทินทฺ) *n.* ผู้ช่วยเหลือ, ผู้ป่วย *-adj.* ซึ่งช่วยเหลือรักษาการ *-Ex. an assistant manager*

assistant professor ผู้ช่วยศาสตราจารย์

assistantship (อะซิส' เทินทฺชิพ) *n.* ทุนการศึกษาให้แก่นักศึกษาเพื่อช่วยศาสตราจารย์ทำงาน

assize (อะไซซฺ') *n.* สภานิติบัญญัติ, ศาลอังกฤษที่พิจารณาความโดยข้าหลวงพิเศษ, คำสั่งหรือคำพิพากษาของศาลชนิดนี้, การไต่สวน, การนั่งพิจารณาคดี, มาตรการกำหนดราคาสินค้า

assn., Assn. ย่อจาก association สมาคม, การรวมกัน, บริษัท

assoc. ย่อจาก associate เข้าร่วม, มีส่วนร่วม, association สมาคม, บริษัท

associable (อะโซ' เซียเบิล) *adj.* ซึ่งเกี่ยวเนื่อง, คบหาสมาคมได้ -**associability, associableness** *n.*

associate (อะโซ' ซีเอท) *vt., vi.* -**ated, -ating** เกี่ยวเนื่อง, เข้าร่วม, มีส่วนร่วม, เชื่อมสัมพันธ์กัน, คบค้าสมาคม *-n.* ผู้ร่วมงาน, เพื่อน, สมัครพรรคพวก, มิตรสหาย, สมาชิกที่ไม่เป็นทางการ, ภาคี, ภาคีสมาชิก, ผู้ช่วย, รอง, ผู้เป็นรอง (-A. dissociate, distinguish) *-Ex. associate members of the club, They associated in publishing the book., Sawai associates chiefly with people in his own profession., The associate members of the club cannot vote for officers.*

associate professor รองศาสตราจารย์

association (อะโซซีเอ' ชั่น) *n.* สมาคม, บริษัท, การร่วมกัน, ความสัมพันธ์, สันนิบาตพันธมิตร, สหภาพ, การเชื่อมติดกัน, ความคิดเห็นร่วมกัน, กลุ่มของพืชที่อยู่ร่วมกัน, เกมฟุตบอล, การสังสรรค์ -**associational** *adj.* (-S. fellowship, organization, link, affiliation, company, union, link) *-Ex. Trade Association, association with congenial people, association of ideas, Chemist Association, Football Association*

association football (ภาษาอังกฤษแบบอังกฤษ) เกมฟุตบอลสัมพันธ์

associative (อะโซ' ซิเอทิฟว) *adj.* ร่วมกันเชื่อมโยง

assoil (อะซอยลฺ') *vt.* ยกโทษให้, อภัยให้, ชดเชย, ไถ่

assonance (แอส'โซเนินซฺ) *n.* ความคล้ายคลึงกันของเสียง, ภาวะสัมผัสเพี้ยน, ความสอดคล้องกันบางส่วน -**assonant** *adj., n.*

assort (อะซอร์ทฺ') *vt., vi.* เลือกสรร,แบ่งประเภท, ไปหาสู่กัน -**assortive** *adj.* -**assorter** *n.*

assorted (อะซอร์ท' ทิด) *adj.* ประกอบด้วยชนิดที่คัดเลือกแล้ว, ประกอบด้วยชนิดต่างๆ, หลายชนิด, หลากหลาย, คละกัน, เหมาะสม, แบ่งประเภทเป็นหมู่ (-S. miscellaneous, varied, sundry -A. matching, similar) *-Ex. a box of assorted crackers, shirts assorted by size*

assortment (อะซอร์ท' เมินทฺ) *n.* การแบ่งประเภท, การเลือกสรร, การคละกัน, ความหลากหลาย (-S. miscellany, mixture, pack, heap, batch, bunch, medley) *-Ex. an assortment of candy*

asst. ย่อจาก assistant ผู้ช่วย

assuage (อะซเวจฺ') *vt.* -**sauged, -sauging** ทำให้บรรเทา, ทำให้สงบ, ผ่อนคลาย, ทำให้พอใจ, แก้หิว, แก้กระหายน้ำ -**assuagement** *n.* (-S. allay, ease, moderate -A. aggravate, irritate) *-Ex. Comforting words assuaged the child's sorrow.*

assuasive (อะซเว' ซิฟว) *adj.* ซึ่งบรรเทา (-S. relieving -A. irritating, aggravating)

assume (อะซูม') *vt., vi.* -**sumed, -suming** สันนิษฐาน, นึกเอา, สมมติ, รับ, ครอง, ยึดเอาดื้อๆ, ประจำ, เข้ารับตำแหน่ง, แสดง, ปรากฏ, เสแสร้ง -**assumable** *adj.* -**assumably** *adv.* -**assumer** *n.* (-S. embrace, adopt, don, acquire, suppose, presume -A. renounce, abjure) *-Ex. We assume that you will be home for dinner., Udom assumed the president's duties during his chief's absence., Udom assumed an air of friendship toward his rival.*

assumed (อะซูมดฺ') *adj.* เสแสร้ง, ซึ่งสันนิษฐาน

assuming (อะซูม' มิง) *adj.* หยิ่ง, โอหัง, อวดดี, ถือสิทธิ

assumpsit (อะซัมพฺ' ซิท) *n.* การดำเนินคดีให้ชดใช้สินไหมทดแทนค่าเสียหายที่เกิดจากการผิดสัญญา

assumption (อะซัมพฺ' ชั่น) *n.* การสันนิษฐาน, การนึกเอา, ข้อสมมติ, การเข้ารับตำแหน่ง, ความหยิ่ง, การเสแสร้ง, เทศกาลพระแม่มารีขึ้นสวรรค์ (-S. conjecture, supposition) *-Ex. Columbus acted on the assumption that he could reach Asia by sailing west.,*

an assumption of authority
assumptive (อะซัมพฺ' ทิฟฺว) *adj.* ซึ่งสันนิษฐาน, ซึ่งสมมติ, หยิ่ง, โอหัง
assurance (อะชัว' เรินซฺ) *n.* การรับรอง, การทำให้แน่นอน, การทำให้มั่นใจ, ความมั่นใจ, ความเชื่อถือ, ความไม่กลัวเกรง, ความบ้าบิ่น, การประกันภัย, การโอนทรัพย์สิน (-S. guarantee, warranty, confidence -A. doubt, distrust) *-Ex. We had his assurance that Noi would take care of the matter., We had every assurance our team would win., The actor played the part with complete assurance.*
assure (อะชัวร์') *vt.* **-sured, -suring** ทำให้มั่นใจ, ทำให้แน่นอน, รับรอง, ประกัน, ยืนยัน, ให้กำลังใจ **-assurer** *n.* (-S. advise, support, guarantee -A. disprove, question) *-Ex. They assured us that there would be no delay., Practice can assure a better batting average., The doctor assured me that I was out of danger.*
assured (อะ ชัวดฺ) *adj.* ประกัน, แน่นอน, ปลอดภัย, กล้า, มั่นใจ, กล้าเกิน **-assuredly** *adv.* (-A. insecure) *-Ex. The speaker had an assured manner.*
assurgent (อะเซอ' เจนทฺ) *adj.* ที่โค้งขึ้น, ที่ลอยขึ้นสู่เบื้องบน
Assyria (อะเซอ' เรีย) อาณาจักรแอสซีเรียโบราณในเอเชียตะวันตกเฉียงใต้
Assyrian (อะเซอ' เรียน) *n.* ชาวแอสซีเรีย, ภาษาแอสซีเรีย *-adj.* เกี่ยวกับชาวเมืองและภาษาแอสซีเรีย
aster (แอส' เทอะ) *n.* ต้นไม้ดอกจำพวกดอกเบญจมาศหรือดอกเก๊กฮวย, ส่วนที่มีรูปคล้ายดาว ในระหว่างการแบ่งตัวของเซลล์

aster

-aster คำปัจจัย มีความหมายว่า ดาวหรือคล้ายดาว
asteriated (แอสเทอ' ริเอทเทด) *adj.* มีลักษณะคล้ายดาว
asterisk (แอส' เทอริสคฺ) *n.* เครื่องหมายดอกจัน (*), สิ่งที่มีลักษณะคล้ายดาว *-vt.* ใส่เครื่องหมายดอกจันหรือดาว
astern (แอสเทิร์น') *adv.* ไปทางข้างหลัง, ทางท้ายเรือ, ทางด้านหลังของพาหนะ (-A. forward) *-Ex. A shark dived close astern.*
asternal (เอสะเทอ' เนิล) *adj.* ไม่ติดกับกระดูกสันนอก, ไม่ไปทางกระดูกสันนอก
asteroid (แอส' เทอรอยดฺ) *n.* หนึ่งในกลุ่มวัตถุในอวกาศที่มีเส้นผ่าศูนย์กลางประมาณ 1,000 กิโลเมตรหรือน้อยกว่าโคจรอยู่ระหว่างดาวอังคารกับดาวพฤหัส *-adj.* คล้ายดาว
asteroidean (แอสเทอรอย' เดียน) *n.* สัตว์ทะเลจำพวกปลาดาว

asteroidean

asthenia (แอสเธน' เนีย) *n.* การสูญเสียกำลัง, ภาวะอ่อนแรง
asthma (แอซฺ' มะ) *n.* โรคหืด
asthmatic, asthmatical (แอซแมท' ทิค, -เคิล) *adj.* เกี่ยวกับโรคหืด *-n.* ผู้เป็นโรคหืด **-asthmatically** *adv.*
astigmatism (แอสทิก' มะทิสซึม) *n.* ภาวะตาพร่า, ภาวะเบี้ยวของเลนส์ตาหรือแว่นตาในลักษณะเห็นวงกลมเป็นรูปเบี้ยว (-S. astigmia)
astir (แอสเทอร์') *adj., adv.* ที่เคลื่อนไหว, ที่ลุกขึ้น, ที่ไปๆ มาๆ, ที่ลุกจากเตียง *-Ex. The campers were astir before dawn.*
astomatous (เอสทอม' มะทัส) *adj.* ที่ไร้ปาก, ที่ไร้ส่วนที่เป็นปาก
astonied (แอสทอน' นิด) *adj.* งงงวย
astonish (แอสทอน' นิช) *vt.* ทำให้ประหลาดใจ, ทำให้ตกใจ **-astonishingly** *adv.* **-astonishment** *n.* (-S. surprise, amaze -A. bore, tire)
astound (แอสเทานดฺ') *vt.* ทำให้งงงวย, ทำให้ตกใจ (ด้วยความประหลาดใจ) *-adj.* ประหลาดใจ, ตกใจ, สะดุ้งเฮือก (-S. surprise, shock) *-Ex. The achievements of modern science astound us.*
astraddle (แอสแทรด' เดิล) *adv.* กางขา, เหยียดขาทั้งสองออกจากกัน, คร่อม (ม้า)
astrakhan (แอส' ทระเคิน) *n.* หนังลูกแกะ
astral (แอส' เทริล) *adj.* เกี่ยวกับดาว, คล้ายดาว
astray (แอสเทร') *adv., adj.* หลงทาง, หลงผิดในทางที่ผิด (-S. wandering, lost, amiss) *-Ex. The letter went astray.*
astride (แอสไทรดฺ') *adv., prep.* ที่คร่อม (ม้า, เก้าอี้) บนสองข้างของ, ที่เท้าทั้งสองเหยียดห่างออกจากกัน *-Ex. Noi sat astride the log.*
astringent (แอสทริน' เจินทฺ) *adj.* หดตัว, รัดแน่น, สมาน, เฉียบขาด, เข้มงวด, รุนแรง *-n.* ยาฝาดสมาน, ยาสมานแผล, ยาห้ามเลือด **-astringency** *n.* **-astringently** *adv.*
astro- คำอุปสรรค มีความหมายว่า ดาว
astrogeology (แอสโทรจีออล' โลจี) *n.* วิชาเกี่ยวกับส่วนประกอบของดาวนพเคราะห์ ดวงดาว และวัตถุอื่นในอวกาศ
astrolabe (แอส' โทรเลบ) *n.* เครื่องมือดาราศาสตร์โบราณใช้หาตำแหน่งดวงดาวในอวกาศ
astrologer (แอสทรอล' โลเจอะ) *n.* นักโหราศาสตร์
astrologic, astrological (แอสโทรลอจ' จิค, -เคิล) *adj.* เกี่ยวกับโหราศาสตร์ **-astrologically** *adv.*
astrology (แอสทรอล' โลจี) *n.* โหราศาสตร์ **-astrologer** *n.*
astrometry (แอส' โทรมิทรี) *n.* การวัดขนาดของดาวฤกษ์ **-astrometric** *adj.*
astronaut (แอส' โทรนอท) *n.* มนุษย์อวกาศ
astronautical (แอสโทรนอท' ทิเคิล) *adj.* เกี่ยวกับมนุษย์อวกาศ, เกี่ยวกับการบินในอวกาศ
astronautics (แอสโทรนอท' ทิคซฺ) *n. pl.* วิทยาศาสตร์เกี่ยวกับการบินในอวกาศ
astronavigation (แอสโทรแนฟ' วิเก' ชัน) *n.* การบินในอวกาศ **-astronavigator** *n.*
astronomer (แอสทรอน' โนเมอะ) *n.* นักดาราศาสตร์
astronomical (แอสโทรนอม' มิเคิล) *adj.* เกี่ยวกับดาราศาสตร์, มหาศาล, ใหญ่มาก, มหึมา

astronomical unit (ดาราศาสตร์) หน่วยความยาวที่เท่ากับระยะทางระหว่างดวงอาทิตย์กับโลก ยาวประมาณ 93 ล้านไมล์ ใช้อักษรย่อว่า AU

astronomy (แอสทรอน' โนมี) *n.* ดาราศาสตร์

astrophysics (แอสโทรฟิ' ซิคซฺ) *n. pl.* สาขาดาราศาสตร์ที่เกี่ยวกับคุณสมบัติทางฟิสิกส์ของดาวนพเคราะห์และดาวดวงอื่นๆ **-astrophysicist** *n.*

astrosphere (แอส' โทรสเฟียร์) *n.* ส่วนกลางของ aster ของเซลล์, aster ของเซลล์ที่ไม่นับ centrosome

astute (แอสทิวทฺ') *adj.* ฉลาด, มีเชาว์, มีเล่ห์, กระล่อน **-astutely** *adv.* **-astuteness** *n.* (**-S.** shrewd, keen **-A.** dull, slow, artless)

asunder (อะซัน' เดอร์) *adv., adj.* แยกออกเป็นชิ้นๆ, กระจายออก *-Ex. The tree was split asunder by lightning., They were driven asunder by the war.*

aswarm (แอสวอม') *adj.* เต็มไปด้วย (**-A.** scarce)

asylum (อะไซ' ลัม) *n.* สถานที่ดูแลคนตาบอด คนบ้า เด็กกำพร้า, ที่ลี้ภัย, การให้ความคุ้มครองผู้ลี้ภัยจากต่างประเทศ, ที่พ้นภัย, โรงพยาบาลคนบ้า (**-S.** refuge, shelter, haven, harbour) *-Ex. The rebel leader found asylum in a neighbouring India.*

asymmetric, asymmetrical (เอซิมเมท' ทริค, -เคิล) *adj.* ไม่เหมือนกันบนสองข้างของเส้นกลาง, ไม่สมส่วนกัน, ไม่รับกัน

asymmetry (เอซิม' มีทรี) *n.* ความไม่สมส่วนกัน, ความไม่เหมือนกันบนสองข้างของแกนกลาง

asymptomatic (เอซิมพฺทะแมท' ทิค) *adj.* ไม่มีอาการของโรค

asymptote ((แอส' ซิมโทท) *n.* เส้นตรงที่เส้นโค้งเข้าหา, ค่าไม่สิ้นสุด

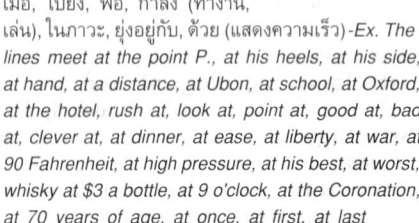

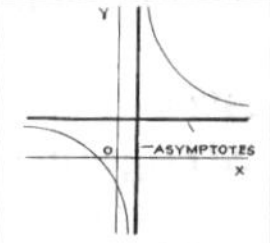

asymptote

asynchronism (อะซิงคระนิ'ซึม) *n.* ภาวะต่างเวลากัน

at (แอท) *prep.* ที่, บน, ใกล้, ณ, เมื่อ, ไปยัง, พอ, กำลัง (ทำงาน, เล่น), ในภาวะ, ยุ่งอยู่กับ, ด้วย (แสดงความเร็ว) *-Ex. The lines meet at the point P., at his heels, at his side, at hand, at a distance, at Ubon, at school, at Oxford, at the hotel, rush at, look at, point at, good at, bad at, clever at, at dinner, at ease, at liberty, at war, at 90 Fahrenheit, at high pressure, at his best, at worst, whisky at $3 a bottle, at 9 o'clock, at the Coronation, at 70 years of age, at once, at first, at last*

ataraxia, ataraxy (แอททะแรก' เซีย, -ซี) *n.* ภาวะสงบเงียบ, ภาวะไร้อารมณ์หรือความกังวล

atavism (แอท' ทะวิ' ซึม) *n.* การปรากฏลักษณะของบรรพบุรุษที่ขาดหายไปบางชั่วคน, สัตว์หรือพืชที่มีลักษณะดังกล่าว, การกลับคืนมาของลักษณะดังกล่าว **-atavistic** *adj.*

ataxia (แอทแทค' เซีย) *n.* ภาวะกล้ามเนื้อทำงานไม่ประสานกัน (โดยเฉพาะกล้ามเนื้อแขนขา) **-ataxic** *adj., n.*

ate (เอท) *v.* กริยาช่อง 2 ของ eat

-ate คำปัจจัย มีความหมายว่า ตำแหน่งที่, เกี่ยวพันกับ, เต็มไปด้วย, กลายเป็น, จัดการ, เกลือของกรด

atheism (เอ' ธีอิส' ซึม) *n.* ความเชื่อที่ว่าไม่มีพระเจ้า, ความไม่มีพระเจ้า, ความชั่วร้าย

atheist (เอ' ธีอิสทฺ) *n.* ผู้เชื่อว่าไม่มีพระเจ้า **-atheistic, atheistical** *adj.* **-atheistcally** *adv.*

Athena (อะธี' นะ) เทพเจ้ากรีกแห่งปัญญา ความอุดมสมบูรณ์และศิลปะ

athenaeum, athenenum (แอธธินี' อัม) *n.* สถาบันส่งเสริมการเรียนรู้, ห้องสมุด

Athenian (อะธี' เนียน) *adj.* เกี่ยวกับกรุงเอเธนส์ของกรีก *-n.* ชาวเอเธนส์

Athens (แอธ' เธนซฺ') กรุงเอเธนส์ซึ่งเป็นเมืองหลวงของกรีก

athlete (แอธ' ลีท) *n.* นักกีฬา, นักกรีฑา

athlete's foot โรคติดต่อชนิดหนึ่งที่เนื่องจากเชื้อราซึ่งเจริญได้ดีบนผิวหนังที่เปียกชื้น, โรคฮ่องกงฟุต

athlete's heart ภาวะหัวใจโตเนื่องจากออกกำลังมากเกินไป

athletic (แอธเลท' ทิค) *adj.* มีร่างกายที่แข็งแรง, ปราดเปรียว, เกี่ยวกับนักกีฬาหรือกรีฑา, มีร่างกายที่เหมือนนักกีฬา **-athletically** *adv.* (**-S.** strong, powerful, muscular) *-Ex. an athletic build, to buy athletic equipment*

athletics (แอธเลท' ทิคซฺ) *n. pl.* การกีฬา, การกรีฑา, เกมกรีฑา, พลศึกษา

at-home (แอทโฮม') *n.* การต้อนรับแขกที่บ้าน

athwart (อะธวอร์ท') *prep., adv.* จากข้างหนึ่งไปยังอีกข้างหนึ่ง, ทอดข้าม, ขวาง, ผิดทาง, วิปริต(**-S.** irregular **-A.** regular, right) *-Ex. The pirates fired a shot athwart the tail of the ship.*

atilt (อะทิลทฺ') *adj., adv.* เอียง, ลาด, เอียงเข้าหา (**-S.** inclined)

atingle (อะทิง' เกิล) *adj.* รู้สึกซ่า

-ation คำปัจจัย มีความหมายว่า การกระทำ, ภาวะ, สภาพ, ผล

-ative คำปัจจัย มีความหมายว่า มีคุณสมบัติเป็น, มีความเกี่ยวพันเป็น

Atlantic (แอทแลน' ทิค) *adj.* เกี่ยวกับมหาสมุทรแอตแลนติก *-n.* มหาสมุทรแอตแลนติก

Atlantic Ocean มหาสมุทรแอตแลนติก

atlas (แอท' เลิส) *n., pl.* **atlases/atlantes** สมุดแผนที่, ชุดรวมแผนภาพและตาราง, กระดูกสันหลังส่วนคอที่ค้ำศีรษะ, คนที่แบกภาระหนักมาก, ชื่อขีปนาวุธขนาดยักษ์ของอเมริกา **-Atlas** ชื่อเทพเจ้ากรีกที่ค้ำฟ้าอยู่

ATM ย่อจาก Automated Teller Machine เครื่องฝากถอนเงินอัตโนมัติ

atm. ย่อจาก atmosphere, atmospheric บรรยากาศ

at. m. ย่อจาก atomic mass มวลอะตอม

atmos- ย่อจาก atmosphere, atmospheric บรรยากาศ

atmosphere (แอท' เมิสเฟียร์) *n.* บรรยากาศ, บรรยากาศรอบโลก, อากาศ, ก๊าซรอบดาวนพเคราะห์, ความกดดันบรรยากาศ, ท่าทาง (งานศิลป์), คุณภาพที่เด่น (-S.

air, climate, mood, tone) *-Ex. the damp atmosphere of the vault, the quiet atmosphere in the library*

atmospheric (แอทมอสเฟีย' ริค) *adj.* เกี่ยวกับหรือประกอบด้วยบรรยากาศหรืออากาศ **-atmospherical** *adj.* **-atmospherically** *adv.*

atmospheric pressure ความกดดันบรรยากาศ (-S. barometric pressure)

at. no. ย่อจาก atomic number เลขอะตอม

atoll (แอท' ทอล) *n.* เกาะรูปวงแหวนที่เกิดจากหินปะการัง

atom (แอท' เทิม) *n.* อะตอม, ปรมาณู, สิ่งที่เล็กมากๆ, ปริมาณที่น้อยมาก **-atomic** *adj.* (-S. iota, bit, grain, mite, corpuscle, speck)

atom bomb ระเบิดปรมาณูซึ่งเกิดจากปฏิกิริยาลูกโซ่ของการแตกตัวของนิวเคลียสของอะตอมของธาตุยูเรเนียม U-235 ทำให้ส่วนของมวลของมันเปลี่ยนเป็นพลังงานที่มหาศาล (-A. bomb, fission bomb, atomic bomb)

atomic (อะทอม' มิค) *adj.* เล็กมากๆ, เกี่ยวกับอะตอมหรือปรมาณู **-atomically** *adv.*

atomic age ยุคปรมาณู เริ่มตั้งแต่การใช้ระเบิดปรมาณูลูกแรกในปี ค.ศ. 1942

atomic clock นาฬิกาปรมาณูที่มีความเที่ยงตรงมาก

atomic energy พลังงานปรมาณูที่เกิดจากการจัดตัวใหม่ของนิวเคลียสของอะตอม (-S. nuclear energy)

atomic mass มวลอะตอม, มวลของไอโซโทปชนิดหนึ่งของธาตุอย่างหนึ่งมีค่าเป็นหน่วยมวลอะตอม (atomic mass unit)

atomic mass unit หน่วยมวลอะตอม เป็นหน่วยสำหรับบอกค่ามวลของไอโซโทปแต่ละชนิดของธาตุโดยค่าหนึ่งหน่วยมวลอะตอมมีค่าเป็น 1/12 ของมวลของอะตอมคาร์บอน -12

atomic number จำนวนประจุบวกหรือโปรตอนในนิวเคลียสของอะตอม หรือเท่ากับจำนวนอิเล็กตรอนที่ล้อมรอบอะตอมอย่างปกติ

atomics (อะทอม' มิคซฺ) *n. pl.* สาขาวิชาฟิสิกส์ที่เกี่ยวกับอะตอม

atomic structure โครงสร้างของอะตอม

atomic volume น้ำหนักอะตอมของธาตุหารด้วยความหนาแน่นของมัน

atomic weight น้ำหนักอะตอมโดยเฉลี่ยของธาตุ

atomize (แอท' ทะไมซฺ) *vt.* **-mized, -mizing** ลดลงให้เป็นอะตอม, ทำให้เป็นอนุภาคหรือละออง, ทำลายโดยการทิ้งระเบิด **-atomization** *n.*

atomizer (แอท' ทะไมเซอร์) *n.* เครื่องมือหรืออุปกรณ์ในการฉีดหรือเปลี่ยนของเหลวเป็นละออง, เครื่องมือทำละอองของเหลว

atomizer

atom smasher เครื่องมือไฟฟ้าสถิตหรือแม่เหล็กไฟฟ้าที่ผลิตอนุภาคที่มีพลังงานสูงเพื่อยิงไปยังเป้า

atomy (แอท' ทัมมี) *n., pl.* **-mies** อะตอม, ปรมาณู, ละออง, คนแคระ, โครงกระดูก, กระดูกใต้รักแร้

atonal (เอโทน' เนิล) *adj.* ไร้ท่วงทำนองเสียง **-atonalism** *n.* **-atonalistic** *adj.* **-atonalist** *n.* **-atonally** *adv.*

atone (อะโทน') *vt., vi.* **atoned, atoning** ชดเชย, ไถ่คืน, แก้ไข, ตกลง, ทำให้ปรองดองกัน

atonement (อะโทน' เมินทฺ) *n.* การชดเชย, การไถ่คืน, การคืนดีของพระเจ้าและมนุษย์โดยพระเยซูคริสต์, การตกลง, การคืนดี

atonic (อะทอน' นิค) *adj.* ไม่เน้นเสียง, ไร้เสียง, อ่อนเพลีย (กล้ามเนื้อ) *-n.* คำหรือพยางค์หรือเสียงที่ไม่เน้น

atonicity (แอท' โทนิส' ซีที) *n.* ภาวะไร้ความตึงตัว

atony (แอท' โทนี) *n.* ดู atonicity

atop (อะทอพ') *adv., prep.* บนยอด

atrium (เอ' เทรียม) *n., pl.* **atria/atriums** ห้องในหัวใจ

atrocious (อะโทร' เชิส) *adj.* โหดร้าย, ชั่วร้าย, น่ากลัว, ดุร้าย, เลวร้าย, ข่มขืนใจสตรี **-atrociously** *adv.* **-atrociousness** *n.* (-S. heinous, fiendish, barbaric, vicious -A. good, decent, merciful) *-Ex. an atrocious misconduct*

atrocity (อะทรอส' ซิที) *n., pl.* **-ties** ความโหดร้าย, ความชั่วร้าย, ความน่ากลัว, ความดุร้าย, สิ่งชั่วร้าย, การกระทำที่ชั่วร้าย (-A. goodness, decency)

atrophy (เอ' ทระฟี) *n.* ภาวะฝ่อลีบหรือหดเหี่ยวของอวัยวะหรือส่วนของอวัยวะในร่างกาย, การเสื่อม, การลดลง *-vt., vi.* **-phied, -phying** เสื่อมถอย, ฝ่อลีบ **-atrophic** *adj.*

atropin, atropine (เอ' โทรพีน) *n.* แอลคาลอยด์พิษจากต้น belladonna ใช้ลดอาการชักเกร็ง ลดการคัดหลั่งทำให้รูม่านตาขยาย

attaboy (แอท' ทะบอย) *interj.* ย่อมาจาก that's the boy ดีทีเดียว!, แจ๋ว, เสียงความชื่นชมหรือให้กำลังใจ

attach (อะแทช') *vt.* ผูกมัด, ผูกติด, ติด, แนบ, ปิด, ประกอบ, มีพร้อม, วางอยู่ใน, ส่งไปประจำ, อายัด, จับกุม *-vi.* ผูกมัด, ติด, เป็นของ (-S. fasten, join, secure -A. detach, quit) *-Ex. The written directions are attached to the device., Corporal Daeng is attached to Company G., Udom attaches great importance to his new work., His salary was attached by his attach to this position.*

attaché (แอททะเช') *n.* ผู้ช่วยทูต (-S. assistant)

attaché case กระเป๋าถือของนักธุรกิจ

attached (อะแทชดฺ') *adj.* ติดกับ, เชื่อมกับ, มัดกับ, มีผนังติดกัน

attachment (อะแทชฺ' เมินทฺ) *n.* การติด, การผูกติด, ภาวะที่ผูกติด, ความรู้สึกผูกพัน, การอุทิศ, สิ่งยึดติด, สิ่งที่ผูกพัน, อุปกรณ์ติดตั้ง, การยึดทรัพย์ (-S. affection, regard -A. detachment, separation) *-Ex. Several attachments came with the vacuum cleaner., The two had a strong attachment for each other.*

attack (อะแทค') *vt., vi.* โจมตี, เข้าตี, ทำร้าย, เล่นงาน, ลงมือทำ, เป็น (โรค), จับ (ไข้), ลงมือทำ, เริ่มขึ้น, เริ่มต้น, ข่มขืน, พยายามข่มขืน *-n.* การโจมตี, การลงมือทำการเริ่มต้น **-attacker** *n.* (-S. assault, assail -A. defend, uphold) *-Ex. attack the enemy, attack the work, made a speech attacking the government, attacked by disease, attacked by white ants, Acid attacks metal., an attack on the enemy*

attain (อะเทน') *vt., vi.* บรรลุผล, สำเร็จ, ได้มา, ถึง,

attainder 52 **aubergine**

A

ได้ความรู้ **-attainability** *n.* **-attainable** *adj.* (-S. accomplish, gain, win -A. fail, fall) *-Ex. Udom attained his goal by hard work., Grandmother attained the age of ninety.*

attainder (อะเทน' เดอะ) *n.* การสูญเสียสิทธิเนื่องจากถูกลงโทษประหารชีวิต, การยึดทรัพย์ของผู้ที่ศาลลงโทษประหารชีวิต, การเพิกถอนสิทธิ

attainment (อะเทน' เมินทฺ) *n.* การบรรลุผล, ความสำเร็จ *-Ex. His chief goal was attainment of the prize., His attainments included skill in painting.*

attaint (อะเทนทฺ') *vt.* **-tainted, -tainting** ประกาศเพิกถอนสิทธิ, ทำให้เสื่อมเสีย (เกียรติ), กล่าวหา *-n.* ความเสื่อมเสีย (เกียรติ)

attar (แอท' ทาร์) *n.* หัวน้ำนม, หัวน้ำหอม (-S. ottar, otto)

attempt (อะเทมพฺทฺ') *vt.* พยายาม, ทดลอง *-n.* ความพยายาม *-Ex. attempt to do it, Sombut attempted too much., make a courageous attempt on, an attempt to do it*

attend (อะเทนดฺ') *vt., vi.* อยู่กับ, ไป, ไปกับ, รับใช้, ดูแล, เชื่อฟัง, คาดหมาย, ให้ความสนใจ, ตาม **-attendee** *n. -Ex. attend to the teacher, attend to one's business, The doctor attended his patients., The servant attended to the lamps.*

attendance (อะเทน' เดินซฺ) *n.* การอยู่กับ, การไป (เข้าร่วม), จำนวนหรือผู้คนที่ไปเข้าร่วม, การดูแลรักษา *-Ex. Her attendance was necessary., The attendance at the game was very small.*

attendant (อะเทน' เดินทฺ) *n.* ผู้ดูแล, ผู้รับใช้, ผู้ปรนนิบัติ, ผู้เข้าร่วมประชุม, สิ่งประกอบ *-adj.* ซึ่งอยู่ร่วมด้วย, เกี่ยวข้อง, ดูแลรักษา

attention (อะเทน' ชั่น) *n.* การเอาใจใส่, ความสนใจ, การเอาอกเอาใจ, การดูแล, การพิจารณา, คำสั่งให้ยืนตรง (แถวทหาร), การมีคำสั่งดังกล่าว (-S. heed, alertness -A. inattention) *-Ex. listen with great attention, Attention, please!, Your order will receive attention in due course.*

attentive (อะเทน' ทิฟวฺ) *adj.* ซึ่งให้ความสนใจ, สนใจ, ระมัดระวัง, เป็นห่วง, มีมารยาท, เอาอกเอาใจ **-attentively** *adv.* **-attentiveness** *n. -Ex. The attentive student learns his lessons well., A waiter is attentive to patrons.*

attenuate (อะเทน' นูเอท) *vt., vi.* **-ated, -ating** ทำให้เจือจาง, ทำให้น้อยลง, ทำให้เบาบาง *-adj.* น้อยลง, เจือจาง, อ่อน กำลัง, เบาบาง **-attenuation** *n.* **-attenuator** *n.*

attest (อะเทสทฺ') *vt., vi.* เป็นพยาน, รับรอง, พิสูจน์, ให้การ, ยืนยัน, ทำให้สาบานหรือให้คำปฏิญาณ, เป็นเครื่องพิสูจน์ **-attester, attestor** *n.* (-S. vouch, witness -A. belie, negate, deny) *-Ex. Her good conduct was attested by many witnesses.*

attestation (อะเทสเท' ชั่น) *n.* การให้การ, การเป็นพยาน, การรับรอง, หลักฐานพยาน

Att. Gen ย่อจาก Attorney General อธิบดีกรมอัยการ, รัฐมนตรีกระทรวงยุติธรรม

attic (แอท' ทิค) *n.* ห้องเพดาน, ห้องใต้หลังคา

Attic (แอท' ทิค) *adj.* เกี่ยวกับ Attica หรือกรุงเอเธนส์, เฉลียวฉลาด, สุภาพ *-n.* ชาวเมืองเอเธนส์หรือแอตติกา

attire (อะไท' เออะ) *vt.* **-tired, -tiring** แต่งตัว, ใส่เสื้อผ้า *-n.* เครื่องแต่งตัว, เสื้อผ้า, เขากวาง (-S. dress, apparel) *-Ex. The king was attired in his coronation robe., formal attire*

attitude (แอท' ทิทูด) *n.* ท่าทาง, กิริยาท่าทาง, การวางตัว, ทัศนคติ, ท่าในการบิน, ท่าที, เจตคติ **-attitudinal** *adj.* (-S. view, manner)

attitudinize (แอททิทูด' ดิไนซฺ) *vi.* **-nised, -nising/-nized, -nizing** วางท่า, ทำท่า

attorn (อะเทอร์น') *vi.* ยอมรับเจ้าของที่ดินคนใหม่ **-attornment** *n.*

attorney (อะเทอ' นี) *n., pl.* **-neys** ทนายความ, นักกฎหมาย, ตัวแทน, ผู้รับมอบอำนาจ **-attorneyship** *n.*

attorney at law ทนายความ

attorney general *pl.* **attorneys general/attorney generals** อธิบดีกรมอัยการ

attract (อะแทรคทฺ') *vt., vi.* ดึงดูด, จูงใจ, กระตุ้นความสนใจ, มีเสน่ห์, ล่อใจ **-attractable** *adj.* **-attractant** *n.* **-attracter, attractor** *n.* (-S. draw, captivate -A. repel) *-Ex. A magnet attracts iron., The side-shows attracts many people., A courteous man attracts friends easily.*

attraction (แอทแทรค' ชั่น) *n.* การดึงดูดความสนใจ, เสน่ห์, แรงดึงดูด, สิ่งหรือบุคคลที่ดึงดูดความสนใจ (-S. affinity, charm, enticement -A. repulsion, rejection) *-Ex. Among the attractions of the place is the pleasant climate., The shooting-gallery was a great attraction., the attraction of gravity*

attractive (อะแทรค' ทิฟวฺ) *adj.* ซึ่งดึงดูดความสนใจ, มีเสน่ห์, มีแรงดึงดูด **-attractively** *adv.* **-attractiveness** *n.* (-S. winning, charming -A. unattractive, repulsive, repelent, ugly, distasteful) *-Ex. an attractive woman*

attribute (อะทริบ' บิวทฺ) *vt.* **-buted, -buting** ให้เหตุผลว่า, ถือเอา, อ้างเหตุผล *-n.* คุณลักษณะ **-attributable** *n.* **-attributer, attributor** *n.* **-attribution** *n. -Ex. Udom attributes his success to hard work.*

attributive (อะทริบ' บิวทิฟวฺ) *adj.* เกี่ยวกับลักษณะของ **-attributively** *adv.*

attrition (อะทริช' ชั่น) *n.* การสึกกร่อนเนื่องจากการเสียดสี, การเสียดสี, การสึกกร่อน, การลดลงของขนาดหรือจำนวน (-A. buildup)

attune (อะทูน') *vt.* **-tuned, -tuning** ปรับ, ทำให้เข้ากับ, ทำให้เหมาะ

at. wt. ย่อจาก atomic weight น้ำหนักอะตอม

atypic, atypical (อะทิพ' พิค, -เคิล) *adj.* ผิดแบบ, ผิดพวก, ผิดปกติ **-atypically** *adv.*

Au ย่อจาก aurum ธาตุทอง, author ผู้เขียน

A.U., a.u. ย่อจาก angstrom unit หน่วงอังสตรอม

aubergine (ออ' เบอจิน) *n.* พืช

aubergine

auburn 53 **auricular**

A

จำพวกมะเขือม่วงซึ่งมีผลเป็นรูปไข่ที่กินได้, สีม่วงเข้ม

auburn (ออ' เบิน) *n.* สีน้ำตาลแดง

auction (ออค' ชั่น) *n.* การเลหลัง, การประมูลของ, การขายทอดตลาด *-vt.* ขายทอดตลาด *-Ex. The sofa was auctioned off to the highest bidder.*

auctioneer (ออคชันเนียร์') *n.* ผู้ขายทอดตลาด *-vt.* ขายทอดตลาด

auctorial (ออคโท' เรียล) *adj.* เกี่ยวกับผู้เขียนหรือผู้ประพันธ์

audacious (ออเด' เชิส) *adj.* กล้ามาก, ไม่กลัว, สร้างสรรค์มาก, กล้าได้กล้าเสีย **-audaciously** *adv.* **-audaciousness** *n.* (-S. insolent, adventurous)

audacity (ออแดส' ซิที) *n.* ความกล้า, ความไม่มีมารยาท, ความมุทะลุ (-S. boldness, rashness -A. caution) *-Ex. Sombut had the audacity to ask me to do his work for him.*

audible (ออ' ดิเบิล) *adj.* ดังพอที่จะได้ยิน, สามารถได้ยิน, ได้ยิน, ฟังได้ยิน **-audibility** *n.* **-audibly** adv. (-S. perceptible, distinct -A. inaudible) *-Ex. a barely audible whisper*

audience (ออ' เดียนซฺ) *n.* ผู้ชม, ผู้ฟัง, ผู้อ่าน, การได้ยิน, การสัมภาษณ์อย่างเป็นทางการ, การเข้าพบเป็นทางการ (-S. congregation, assembly, public, readership) *-Ex. The television audience heard his speech., an audience with the queen*

audio (ออ' ดิโอ) *adj.* เกี่ยวกับเสียง, เกี่ยวกับโสตประสาท *-n.* ส่วนที่เกี่ยวกับเสียงของโทรทัศน์, วงจรของตัวรับที่ให้เสียง (ในโทรทัศน์), ความถี่ของเสียง

audio- คำอุปสรรค มีความหมายว่า เสียง, การได้ยิน, การฟัง

audio frequency ความถี่ของเสียงซึ่งถ้าอยู่ในระหว่าง 20-20,000 เฮิร์ตซ จะทำให้ได้ยิน

audiology (ออดิออล' โลจี) *n.* โสตประสาทวิทยา **-audiological** *adj.* **-audiologist** *n.*

audiometer (ออดีออม' มิเทอะ) *n.* เครื่องมือวัดและบันทึกความสามารถในการฟัง

audiotape (ออ' ดีโอเทพ) *n.* เทปบันทึกเสียง

audiovisual (ออดีโอวิช' ชวล) *adj.* เกี่ยวกับโสตประสาทและจักษุประสาท, เกี่ยวกับเสียงและภาพ *-n.* สิ่งที่เกี่ยวกับโสตประสาทและจักษุประสาท

audit (ออ' ดิท) *n.* การตรวจสอบบัญชี, บัญชี, การไต่สวนคดี *-vt.* ตรวจสอบบัญชี, เข้าฟัง (วิชาที่ไม่เอาคะแนน)

audition (ออดิช' ชั่น) *n.* การได้ยิน, ประสาทหรืออำนาจในการฟัง, การทดลองฟัง, การทดลองแสดง

auditor (ออ' ดิเทอะ) *n.* ผู้ตรวจสอบบัญชี, ผู้ฟัง, นักศึกษาที่ลงทะเบียนเรียนวิชาที่ไม่เอาคะแนน

auditorium (ออดิโท' เรียม) *n.* ห้องบรรยาย, ห้องประชุม, อาคารห้องประชุม

auditory (ออ' ดิทอรี) *adj.* เกี่ยวกับการฟังหรือการได้ยิน, เกี่ยวกับโสตประสาท *-n., pl.* **-ries** กลุ่มคนที่ฟัง, ห้องประชุม, ห้องบรรยาย **-auditorilly** *adv.*

Aug. ย่อจาก August เดือนสิงหาคม

auger (ออ' เกอะ) *n.* สว่าน

aught (ออท) *n.* สิ่งใดๆ, ส่วนใด, ศูนย์ *-adv.* ไม่ว่าอย่างไรก็ตาม (-S. ought)

augite (ออ' ไจทฺ) *n.* แร่ซิลิเกทที่ส่วนใหญ่ประกอบด้วยแคลเซียม แมกนีเซียม เหล็ก อะลูมิเนียม **-augitic** *adj.*

augment (*v.* ออกเมินทฺ', *n.* ออก' เมินท) *vt.* เพิ่ม, ขยาย, เสริม, เพิ่มทวี *-n.* การเพิ่ม, การขยาย **-augmenter** *n.* **-augmentable** *adj.* (-S. increase, enlargement -A. deduction)

augmentation (ออกเมนเท' ชั่น) *n.* การเพิ่ม, ภาวะที่ถูกเพิ่ม, ปริมาณหรือจำนวนที่เพิ่ม, สิ่งที่เพิ่ม (-S. increase -A. decrease)

augmentative (ออกเมนเท' ทิฟว) *adj.* ซึ่งเพิ่ม, เกี่ยวกับการเพิ่ม *-n.* ส่วนที่เพิ่ม

augur (ออ' เกอะ) *n.* หมอดู, โหรหลวง, ผู้ทำนาย *-vt., vi.* ทำนาย, เป็นลางสังหรณ์

augury (ออ' เกอะรี) *n., pl.* **-ries** ศิลปะในการทำนาย, พิธีทำนาย, ลางสังหรณ์ **-augural** *adj.* (-S. prophecy, sign, omen, soothsaying, prediction, forcasting)

august (ออกัสทฺ') *adj.* น่าเคารพ, น่าชื่นชม, สง่า, สง่างาม **-augustly** *adv.* **-augustness** *n. -Ex. an august personality*

August (ออ' กัสทฺ) *n.* เดือนสิงหาคม

auk (ออค) *n.* นกตระกูล Alcidae มีขาคล้ายตีนเป็ด สามารถดำน้ำได้

auk

auld (ออลดฺ) *adj.* แก่

auld lang syne (ออลดฺ' แลง ไซน์') อดีตกาล (โดยเฉพาะที่สดชื่น), มิตรภาพที่เก่าแก่

au naturel (โอเนทิเรล') (ภาษาฝรั่งเศส) ในสภาพธรรมชาติ

aunt (อานทฺ) *n.* ป้า, น้าผู้หญิง, อาผู้หญิง **-aunthood** *n.*

auntie, aunty (อาน' ที) *n., pl.* **-ies** คำที่ใช้เรียก aunt อย่างสนิทสนมหรืออย่างเอาใจ

aura (ออ' ระ) *n., pl.* **auras/aurae** กลิ่นไอ, รัศมี, กลด, กระแสลม, ความรู้สึกสังหรณ์ (-S. air, atmosphere)

aural[1] (ออ' เริล) *adj.* เกี่ยวกับกลิ่นไอ, เกี่ยวกับรัศมี, เกี่ยวกับลางสังหรณ์

aural[2] (ออ' เริล) *adj.* เกี่ยวกับหู, เกี่ยวกับโสตประสาท

aureate (ออ' ริเอท) *adj.* มีสีทอง, เปล่งปลั่ง, คล้ายทอง, ประดับด้วยทอง

aureole, aureola (ออ' รีโอล, -ละ) *n.* กลด, รัศมีคล้ายแสงเรืองรอบศีรษะของภาพเทพเจ้า, แสงหรือสีที่มีลักษณะดังกล่าว

Aureomycin (ออ' รีโอไมซิน) *n.* ชื่อยาปฏิชีวนะ

au revoir (โอระวาร์') (ภาษาฝรั่งเศส) จนกว่าเราจะพบกันอีก, ลาก่อน

auri- คำอุปสรรค มีความหมายว่า ทอง, หู

auric (ออ' ริค) *adj.* ประกอบด้วยทอง

auricle (ออ' ริเคิล) *n.* ใบหู, หัวใจห้องบน, กระดูกคล้ายใบหู, ห้องบนหัวใจ **-auricled** *adj.*

auricular (ออริค' คิวลาร์) *adj.* เกี่ยวกับหูหรือโสตประสาท, คล้ายใบหู, เกี่ยวกับหัวใจ

auriculate (ออริค' คิวเลท) *adj.* คล้ายใบหู, มีส่วนที่คล้ายใบหู
auriferous (ออริฟ' เฟอรัส) *adj.* ที่ประกอบด้วยทอง
aurochs (ออ' รอคซ) *n., pl.* **aurochs** วัวป่าชนิดหนึ่งในยุโรปซึ่งสูญพันธุ์ไปแล้ว

aurochs

aurora (ออรอ' ระ) *n.* **-ras/rae** แสงอรุโณทัย, แสงเงินแสงทองในบรรยากาศเบื้องบน, แสงอรุณ **-Aurora** เทพธิดาแห่งอรุณของโรมันโบราณ (-S. dawn)
aurora australis แสงขั้วโลกใต้
aurora borealis แสงขั้วโลกเหนือ
auroral (ออรอ' เริล) *adj.* คล้ายแสงอรุณ, เกี่ยวกับแสงขั้วโลก
auscultate (ออส' คัลเทท) *vt., vi.* **-tated, -tating** ใช้หูฟังเพื่อตรวจโรค **-auscultator** *n.* **-auscultatory** *adj.*
auscultation (ออสสคัลเท' ชัน) *n.* การใช้หูฟังเพื่อตรวจโรค (ด้วยเครื่อง stethoscope หรือเครื่องมืออื่นๆ), การฟังเสียงเสียงเคลื่อนไหวของหัวใจและปอด
auslander (เอาสเลน' เดอะ) *n.* (ภาษาเยอรมัน) ต่างด้าว, ชาวต่างประเทศ
auspicate (ออส' พะเคท) *vt.* **-cated, -cating** ทำพิธีเปิด, เริ่มแรก
auspice (ออ' สพิส) *n., pl.* **auspices** การอุปถัมภ์, ศุภมงคลสมัย, ฤกษ์ดี, การทำนาย, นิมิต *-Ex. The ancient Romans studied the flight of birds for auspices to guide their operations.*
auspicious (ออสพิช' เชิส) *adj.* ได้ฤกษ์, เป็นมงคล, รุ่งเรือง **-auspiciously** *adv.* **-auspiciousness** *n.* (-S. propitious -A. inauspicious) *-Ex. to make an auspicious beginning by winning the first game of the season*
Aussie (ออส' ซี, -ซี) *n.* (ภาษาพูด) ชาวออสเตรเลียน *-adj.* เกี่ยวกับชาวหรือภาษาออสเตรเลียน
austere (ออสเทียร์') *adj.* เข้มงวด, มัธยัสถ์, อดออม, ขึงขัง, เคร่งครัดในวินัย, สมถะมาก **-austerely** *adv.* (-A. beneign, lavish) *-Ex. the austere look on the old woman's face, the austere life of the first pioneers, The castle hall looked dark and austere.*
austerity (ออสเทีย' ริที) *n., pl.* **-ties** ความสมถะ, ความมัธยัสถ์, ความสมถะมาก, ความเคร่งครัดในวินัย
austral (ออส' ทรัล) *adj.* ทางตอนใต้
Australasia (ออสทระเล' เชียะ, -ชะ) *n.* ประเทศออสเตรเลีย นิวซีแลนด์ นิวกินีและเกาะข้างเคียงในมหาสมุทรแปซิฟิกตอนใต้ **-Australasian** *adj.*
Australia (ออสเทร' เลีย) ประเทศออสเตรเลีย
Australian (ออสเทร' เลียน) *adj.* เกี่ยวกับออสเตรเลีย, เกี่ยวกับภาษาออสเตรเลียน *-n.* ชาวออสเตรเลียน, ชาวพื้นเมืองออสเตรเลียน, ภาษาออสเตรเลียน
Austria (ออส' เทรีย) ประเทศออสเตรีย **-Austrian** *n., adj.*
Austronesia (ออส' โทรนีเซีย) หมู่เกาะบริเวณแปซิฟิกตอนกลางและใต้
Austronesian (ออส' โทรนีเซียน) *adj.* เกี่ยวกับหมู่เกาะและภาษา Austronesia *-n.* ผู้คนที่อาศัยในบริเวณดังกล่าว, ภาษาที่ใช้ในบริเวณดังกล่าว
autarchy (ออ' ทะคี) *n.* เอกาธิปไตย, รัฐบาลที่ปกครองแบบเอกาธิปไตย **-autarchic/autarchical** *adj.*
autarky (ออ' ทาร์คี) *n.* ความสามารถพึ่งพาตัวเองได้ของชาติในทางเศรษฐกิจ, นโยบายในการพึ่งตนเองในทางเศรษฐกิจของชาติ **-autarkic, autarkical** *adj.*
authentic (ออเธน' ทิค) *adj.* แท้จริง, น่าเชื่อถือ, ไม่ใช่ของปลอม, ของแท้ **-authentically** *adv.* **-authenticity** *n.* (-S. real, genuine -A. false, fake) *-Ex. Do you think this is an authentic account of what happened?*
authenticate (ออเธน' ทิเคท) *vt.* **-cated, -cating** ทำให้น่าเชื่อถือ, รับรองเป็นของแท้, ทำให้เกิดผล **-authentication** *n.* **-authenticator** *n.* (-S. certify, validate -A. falsify)
authenticity (ออเธนทิส' ซิที) *n.* เกี่ยวกับอำนาจเบ็ดเสร็จ, เกี่ยวกับอำนาจเผด็จการ, ผู้ที่ใช้อำนาจเบ็ดเสร็จ, ผู้ใช้อำนาจเผด็จการ
author (ออ' เธอร์) *n.* ผู้ประพันธ์, นักเขียน, ผลงานประพันธ์, ผู้สร้างสรรค์ *-vt.* ประพันธ์ **-authorial** *adj.* (-S. writer, creator)
authorisation, authorization (ออเธอริเซ' ชัน) *n.* การประพันธ์, การอนุญาตหรืออำนาจที่ได้มอบหมาย (-S. sanction, approval)
authorise, authorize (ออ' เธอไรซ) *vt.* **-ised, -ising/-ized, -izing** มอบอำนาจ, แต่งตั้งมอบหมาย, ให้อำนาจให้สิทธิ์, เห็นด้วย, ทำให้ถูกต้องตามกฎหมาย **-authoriser, authorizer** *n.* (-S. empower, enable, approve)
authorised, authorized (ออ' เธอไรซด) *adj.* ซึ่งได้รับอำนาจ หรืออนุญาต, ซึ่งได้รับมอบหมาย, ซึ่งได้รับแต่งตั้ง (-S. authoritative, empowered)
authoritarian (ออธอริแท' เรียน) *adj.* เกี่ยวกับอำนาจเบ็ดเสร็จ, เกี่ยวกับอำนาจเผด็จการ *-n.* ผู้ที่ใช้อำนาจเบ็ดเสร็จ, ผู้ใช้อำนาจเผด็จการ **-authoritarianism** *n.* (-S. rigid, strict)
authoritative (ออธอ' ริเททิฟว) *adj.* ซึ่งมีอำนาจ, เชื่อถือได้, มีหลักฐานพิสูจน์ได้, เผด็จการ **-authoritatively** *adv.* (-S. valid, reliable, official, dictatorial) *-Ex. The news came from an authoritative source., The officer spoke to the crew in an authoritative tone.*
authority (ออธอ' ริที) *n., pl.* **-ties** เจ้าหน้าที่, อำนาจ (ในหน้าที่ตำแหน่ง), ผู้มีอำนาจ, ผู้เป็นต้นตำรับ, ทางราชการ, แหล่งข้อมูลหรือคำแนะนำที่เชื่อถือได้, ความเชื่อถือได้, ผู้เชี่ยวชาญเฉพาะทาง, อำนาจทางนิตินัย, อำนาจการเป็นตัวแทน, ความเชี่ยวชาญ, พยาน, การให้การ (-S. right, dominion, control, expert) *-Ex. The general had authority to start the attack., The doctor was an authority on cardiac diseases., The authorities stopped all traffic.*
authorship (ออ' เธอร์ชิพ) *n.* อาชีพการเขียนหนังสือหรือบทความ, แหล่งที่มาของผลงาน
autism (ออ' ทิสซึม) *n.* การคิดหมกมุ่นอยู่กับตัวเอง, ความคิดเพ้อฝัน **-autistic** *adj.*

A

auto (ออ' โท) *n., pl.* **autos** รถ *-vi.***-toed, -toing** เดินทางโดยรถยนต์

auto- คำอุปสรรค มีความหมายว่า ตัวเอง, รถ

autobiographic, autobiographical (ออโทไบโอกราฟ' ฟิค, -เคิล) *adj.* เกี่ยวกับประสบการณ์หรือชีวประวัติของตัวเอง, เกี่ยวกับอัตชีวประวัติ

autobiography(ออโทไบออก'กระฟี)*n., pl.* **-phies** ชีวประวัติของตัวเอง, อัตชีวประวัติ **-autobiographer** *n.*

autoboat (ออ' โทโบท) *n.* เรือยนต์

autobus (ออ' โทบัส) *n.* รถเมล์

autocade (ออ' โทเคด) *n.* ขบวนรถยนต์

autochthon (ออทอค' ธัน) *n.* **-thons/-thones** ชาวพื้นเมืองแต่เริ่มแรก, สัตว์หรือพืชของท้องถิ่นนั้น

autoclave (ออ' โทเคลฟว) *n.* เครื่องอบความร้อนสูงด้วยไอน้ำใช้ในการฆ่าเชื้อ *-vt.* **-claved, -claving** อบหรือฆ่าเชื้อด้วยไอน้ำ

autocoder (ออโทโค' เดอะ) *n.* เครื่องคิดเลขหรือเรียงเลขที่อัตโนมัติ

autocracy (ออทอค' คระซี) *n., pl.* **-cies** อัตตาธิปไตย, เอกาธิปไตย, อำนาจเด็ดขาด, การปกครองโดยผู้มีอำนาจเด็ดขาด, ราชาธิปไตยแบบกษัตริย์ที่มีอำนาจเด็ดขาด, ระบบเผด็จการ **-autocratic, autocratical** *adj.*

autocrat (ออ' โทแครท) *n.* ผู้ปกครองด้วยอำนาจเด็ดขาด, เผด็จการ

autocross (ออโทครอส) *n.* เกมการกีฬาแข่งรถในเส้นทางที่ขรุขระ

auto-de-fé (ออโทเดฟี') *n., pl.* **autos-de-fé** การลงโทษตามคำพิพากษา

auto-destructive การทำลายตัวเอง (-S. self-destroying, self-destructive)

autogenesis (ออโทเจน' นิซิส) *n.* การเกิดขึ้นเองตามธรรมชาติ,ความเชื่อที่ว่าสิ่งมีชีวิตเกิดขึ้นเองตามธรรมชาติ **-autogenetic** *adj.* **-autogenetically** *adv.*

autogenic training การพักผ่อนโดยการฝึกจิตและสะกดจิตตนเองเพื่อลดความตึงเครียด

autogenous, autogenic (ออทอจ' จินัส, -จินิค) *adj.* ที่เกิดขึ้นเอง, เกี่ยวกับสารที่เกิดขึ้นเองในร่างกาย

autogiro, autogyro (ออโทไจ' โร) *n., pl.* **-ros** เครื่องบินที่บินขึ้นลงโดยใช้ปีกที่หมุนเป็นแนวนอนขนานกับพื้นดิน

autograft (ออ' โทกราฟท) *n.* เนื้อเยื่อหรืออวัยวะที่ย้ายไปเพาะที่ส่วนอื่นของร่างกายเดียวกัน

autograph (ออ' โทกราฟ) *n.* ลายเซ็นของตัวเอง (เพื่อเก็บไว้เป็นอนุสรณ์), สิ่งที่เขียนด้วยมือตัวเอง, ต้นฉบับ *-adj.* ที่เขียนด้วยมือตัวเอง *-vt.* เซ็นชื่อตัวเองบน, เขียนด้วยมือของตัวเอง **-autographic, autographical** *adj.* **-autographically** *adv.* **-autography** *n.*

automat (ออ' โทแมท) *n.* ห้องอาหารที่ผู้ซื้อต้องบริการตัวเองไม่มีพนักงานรับใช้, ตู้อาหารหรือเครื่องดื่มแบบหยอดเหรียญ, เครื่องหยอดเหรียญอัตโนมัติ

automata (ออทอม' มาทะ) *n. pl.* พหูพจน์ของ automaton

automate (ออ' โทเมท) *vt.* **-mated, -mating** ทำให้เป็นอัตโนมัติ, ปฏิบัติการหรือควบคุมโดยขบวนการอัตโนมัติ

automatic (ออโทแมท' ทิค) *adj.* อัตโนมัติ, เกิดขึ้นอย่างอิสระ, เป็นกลไก, ไร้จิตสำนึก *-n.* เครื่องมืออัตโนมัติ **-automatically** *adv.* **-automaticity** *n.* (-S. involuntary, spontaneous, reflex) *-Ex. an automatic writing, an automatic washing machine, Breathing is automatic.*

automation (ออโทเม' ชัน) *n.* ขบวนการอัตโนมัติ, ภาวะอัตโนมัติ, อัตโนมัติ, ลักษณะอัตโนมัติ

automaton (ออทอม' มะทอน, -เทิน) *n., pl.* **-tons/-ta** เครื่องอัตโนมัติ, บุคคลหรือสิ่งที่มีการเคลื่อนไหวเหมือนกลไก **-automatous** *adj.*

automatism (ออทอม' มะทิส'ซึม) *n.* ภาวะอัตโนมัติ, ขบวนการที่เกิดขึ้นเองโดยไม่ได้บังคับ

automobile (ออโทโมบีล', ออโทโม' บีล) *n.* รถยนต์ *-adj.* เกี่ยวกับรถยนต์, อัตโนมัติ **-automobilist** *n.*

automotive (ออโทโม' ทิฟว) *adj.* เกี่ยวกับรถยนต์, อัตโนมัติ, ที่เคลื่อนไหวไปด้วยเครื่องจักร

autonomic (ออโทนอม' มิค) *adj.* อัตโนมัติ, เป็นอิสระ, เกี่ยวกับระบบประสาทส่วนกลาง **-autonomically** *adv.*

autonomous (ออทอน' โนมัส) *adj.* เป็นอิสระ, เกิดขึ้นเอง, ที่ปกครองตนเอง (-S. independent, free, self-reliant -A. dependent)

autonomy (ออทอน' โนมี) *n., pl.* **-mies** ความอิสระ, การปกครองตนเอง, เอกราช, สิทธิในการปกครองตัวเอง, ชุมชนที่ปกครองตัวเอง **-autonomist** *n.*

autopsy (ออ' ทอพซี) *n., pl.* **-sies** การชันสูตรศพ, การผ่าศพ *-vt.* **-sied, -sying** ชันสูตรศพ, ผ่าศพ **-autopsic, autopsical** *adj.* **-autopsist** *n.*

autosuggestion (ออโทซักเจส ชัน) *n.* กระบวนการทางจิตที่คล้ายการสะกดจิต แต่ใช้กับตัวเอง

autumn (ออ' ทัมน) *n.* ฤดูใบไม้ร่วง, วัยเจริญเติบโตเต็มที่, วัยกลางคน, วัยพ้นวัยหนุ่มฉกรรจ์, วัยพ้นสมัยที่เจริญรุ่งเรือง **-autumnal** *adj.* **-autumnally** *adv.* *-Ex. red autumn leaves*

aux., Aux. ย่อจาก auxilialry เป็นองค์ประกอบ, ช่วย

auxiliary (ออกซิล' เลียรี) *adj.* เป็นองค์ประกอบ, ช่วย, เพิ่ม, สนับสนุน, หนุน, สำรอง, อยู่ในสังกัด *-n., pl.* **-ries** เครื่องช่วย, เครื่องสนับสนุน, ผู้ช่วย, ผู้สนับสนุน, บุคคลในสังกัด (-A. principal) *-Ex. an auxiliary power station*

auxiliary verb กริยานุเคราะห์

Av. ย่อจาก avenue ถนน, วิถีทาง avoirdupois น้ำหนัก

avail (อะเวล') *vi.* มีประโยชน์, ได้ผล, มีส่วนช่วย *-vt.* มีประโยชน์ต่อ, มีส่วนช่วยต่อ *-n.* ประโยชน์, คุณค่า, ข้อได้เปรียบ, ผลกำไร (-S. assist, benefit, good) *-Ex. Our best efforts availed us little., Forts are of no avail against bombs., Udom availed himself of this opportunity.*

available (อะเวล' ละเบิล) *adj.* เหมาะที่ใช้, มี, หาได้, หาง่าย, ใช้ประโยชน์ได้, เท่าที่จะหาได้, กำไร**-availably** *adv.* **-availability, availableness** *n.* (-S. accessible, obtainable -A. unavailable, inaccessible) *-Ex. The car is not available tonight because mother has it., other available men for the combat*

A

available light แสงสว่างปกติหรือแสงธรรมชาติที่มากระทบ
avalanche (แอฟ' วะลานชฺ) *n.* (ภาษาฝรั่งเศส) ก้อนหิมะ (น้ำแข็ง, ดิน, หิน) ที่พังทลายลงมา, สิ่งที่พังทลายลงมา *-vi.* พังทลาย ลงมา *-vt.* **-lanched, -lanching** ทะลัก, ทะลักเข้าสู่ (-S. landslide, downpour)
avant-courier (อะวังคู' เรีย) *n.* (ภาษาฝรั่งเศส) ผู้อยู่ข้างนอก
avant-garde (อะวังการ์ด') *n.* (ภาษาฝรั่งเศส) กองหน้า, กลุ่มหน้า *-adj.* เกี่ยวกับการทดลอง (ศิลปะ, ดนตรี) **-avant-gardism** *n.* **-avant-gardist** *n.* (-S. vanguard, pioneer, spearhead)
avarice (แอฟ' วะริส) *n.* ความโลภ (-S. greed) *-Ex. Wealth beyond the dreams of avarice.*
avaricious (แอฟวะริช' เชิส) *adj.* โลภ **-avariciously** *adv.* **-avariciousness** *n.* (-S. greedy -A. generous)
avast (อะวาสทฺ') *interj.* หยุด!
avatar (แอฟวะทาร์') *n.* อวตาร, การจุติลงมาเกิด (ของเทพในศาสนาพราหมณ์), ร่างอวตาร, ร่างที่แบ่งภาค
avaunt (อะวอนทฺ') *interj.* ไป!, ไปให้พ้น!
avdp. ย่อจาก avoirdupois weight ระบบน้ำหนักในอังกฤษและสหรัฐอเมริกา
Ave. ย่อจาก Avenue ถนน, วิถีทาง
avenge (อะเวนจฺ') *vt., vi.* **avenged, avenging** แก้แค้นให้, ล้างแค้นให้ **-avenger** *n.* (-A. forgive) *-Ex. The savage avenged his brother's death by tracking down the murderer.*
avens (แอฟ' วินซฺ) *n., pl.* **avens** ต้นไม้จำพวก *Geum*
avenue (แอฟ' วะนิว) *n.* ถนนกว้างใหญ่, ถนนเอก, วิถีทาง, เส้นทาง, ลู่ทาง *-Ex. The trainer prescribed hard work as the surest avenue to success.*
aver (อะเวอร์') *vt.* **averred, averring** ยืนยันด้วยความมั่นใจ, ยืนยันข้อเท็จจริง
average (แอฟ' เวอะเรจฺ) *n.* ค่าเฉลี่ย, อัตราเฉลี่ย, จำนวนเฉลี่ย *-vt, vi.* **-aged, -aging** คิดเฉลี่ย, คิดถัว, เฉลี่ย *-adj.* เฉลี่ย, เท่าๆ กัน (-S. mean) *-Ex. 6 is the average of 1, 5, 7, 8, 9., On the average there is rain on two days out of ten., the average price, the average man, Our takings average $100 a day., an average income*
average deviation ค่าเบี่ยงเบนเฉลี่ย
averment (อะเวอ' เมินทฺ) *n.* การพิสูจน์, ข้อความหรือถ้อยแถลงที่แน่นอน
averse (อะเวิร์ส') *adj.* คัดค้าน, ไม่ชอบ, รังเกียจ, ไม่ยินยอม, ไม่สมัครใจ, หันไปด้านตรงกันข้ามกับลำต้น **-aversely** *adv.* **-averseness** *n.* (-S. hostile -A. agreeable) *-Ex. The boy was averse to hard work.*
aversion (อะเวอ' ชัน) *n.* ความรังเกียจ, ความไม่ชอบ, ความไม่พอใจ **-aversive** *adj.* (-S. antipathy, loathing -A. liking) *-Ex. Kasorn has an aversion to snakes., One of her pet aversions was mosquitoes.*
avert (อะเวิร์ท') *vt.* เบี่ยงบ่าย, บิดเบน, ปัดออก, เบือนหน้า **-avertible, avertable** *adj.* (-S. deflect, divert -A. face, confront) *-Ex. Noi averted her eyes from the sight of the accident., to avert danger by quick thinking*
avi- คำอุปสรรค มีความหมายว่า นก
avian (เอ' เวียน) *adj.* เกี่ยวกับนกหรือตาข่ายนก
aviary (เอ' วิเออรี) *n., pl.* **-ries** สถานที่เลี้ยงนก
aviate (เอ' เวียท) *vi.* **-ated, -ating** ขับเครื่องบิน, ออกบิน **-aviation** *n.*
aviator (เอ' วีเอเทอะ, แอฟ' -) *n.* ผู้ขับเครื่องบิน, นักบิน
aviatrix (เอวีเอ' ทริกซฺ) *n., pl.* **-trixes/-trices** นักขับเครื่องบินหญิง, นักบินหญิง
aviculture (เอ' วิคัลเชอะ) *n.* การเลี้ยงนก **-aviculturist** *n.*
avid (แอฟ' วิด) *adj.* ที่ต้องการ, ซึ่งอยาก, ที่หิวกระหาย, ปรารถนาอย่างมาก, ละโมบ **-avidly** *adv.* (-S. eager) *-Ex. Noi is an avid reader., to be avid for honour*
avidity (อะวิด' ดิที) *n.* ความกระหาย, ความปรารถนาอย่างมาก, ความละโมบ (-S. cupidity, greed -A. apathy)
avionics (เอวิออน' นิคซฺ) *n. pl.* วิทยาศาสตร์และเทคโนโลยีเกี่ยวกับอุปกรณ์ไฟฟ้าและอิเล็กทรอนิกส์แห่งการบิน
avitaminosis (เอไวทะมิโน' ซิส) *n., pl.* **-ses** ภาวะขาดแคลนวิตามิน, โรคขาดวิตามิน
avocado (แอฟวะคา' โด) *n., pl.* **-dos** ผลไม้ชนิดหนึ่งคล้ายผลแพร์, ผลแพร์จระเข้, ต้นของผลไม้ดังกล่าว
avocation (แอฟวะเค' ชัน) *n.* งานอดิเรก, งานประจำ, อาชีพ, งาน, การเบนความสนใจ **-avocational** *adj.* *-Ex. The lawyer's avocation was gardening.*
avocet (แอ' วะเซท) *n.* นกขายาว จำพวก *Recurvirostra* มีเท้าคล้ายตีนเป็ดและจะงอยปากที่ยาวโค้งขึ้น อยู่ตามฝั่งทะเล
avoid (อะวอยดฺ') *vt.* ออกห่างจาก, หลีกเลี่ยง, หลบหลีก, ทำให้ไม่ได้ผล, ยกเลิก, ทำให้โมฆะ **-avoidable** *adj.* **-avoidably** *adv.* (-S. escape) *-Ex. Avoid signing the document*
avoidance (อะวอย' เดินซฺ) *n.* การหลีกเลี่ยง, การหลบหลีก, การยกเลิก, การทำให้โมฆะ (-A. confrontation) *-Ex. The surest way of keeping slim is avoidance of fattening food.*
avoirdupois weight ระบบน้ำหนักในอังกฤษและสหรัฐอเมริกา
à votre santé (เอวอ' ทระ ซานเท) (ภาษาฝรั่งเศส) เพื่อสุขภาพของท่าน
avouch (อะเวาชฺ') *vt.* รับประกัน, รับรอง, รับผิดชอบ, ยอมรับ, สารภาพ **-avouchment** *n.*
avow (อะเวา') *vt.* ประกาศ, รับรอง, ยอมรับ, รับสารภาพ, สาบาน **-avower** *n.* (-A. deny, hide) *-Ex. Daeng avowed his intention to finish the job.*
avowal (อะเวา' เอิล) *n.* การรับรองอย่างเปิดเผย, การประกาศ, การยอมรับ *-Ex. The made an open ovowal of his part in the strike.*
avowed (อะเวาดฺ') *adj.* ซึ่งยอมรับ, ที่ปฏิญาณ, ที่สาบาน **-avowedly** *adv.* **-avowedness** *n.*
avulsion (อะวัล' ชัน) *n.* การฉีกขาด, การเคลื่อนย้ายไปสู่ที่อื่นอย่างฉับพลัน, การดึงออกจากกัน

avuncular (อะวัง' คิวลาร์) *adj.* เกี่ยวกับหรือมีลักษณะของลุงหรืออา
aw (ออ) *interj.* คำอุทานแสดงความรู้สึกคัดค้าน ไม่เชื่อหรือรังเกียจ
AWACS, Awacs ย่อจาก Airborne Warning and Control System ระบบเรดาร์เคลื่อนที่บนเครื่องบินเพื่อนำทิศทางขีปนาวุธหรือเตือนภัยทางอากาศ
await (อะเวท') *vt., vi.* คอย, รอคอย, เฝ้าคอย, กำลังคอยอยู่ (-S. expect) *-Ex. Children eagerly await New Year., A warm welcome awaits you.*
awake (อะเวค') *vt., vi.* **awoke/awaked, awaked/awoken, awoking** ปลุก, ทำให้ตื่นตัว, ทำให้รู้สึก, กระตุ้น, รู้สึกตัว *-adj.* ที่ตื่นอยู่, ที่ตื่นตัว (-A. asleep, inattentive) *-Ex. not sleeping but wide awake, awake to my danger, Udom awake the campers., Are you awake?*
awaken (อะเว' เคิน) *vt., vi.* ทำให้ตื่น, ทำให้ตื่นตัว, กระตุ้น, ทำให้รู้ตัว **-awakener** *n.* (-S. stir)
award (อะวอร์ด') *vt.* ให้รางวัล, มอบให้, ตัดสิน *-n.* รางวัล, คำตัดสินของอนุญาโตตุลาการ **-awardable** *adj.* **-awardee** *n.* (-S. reward) *-Ex. A medal was awarded to the best athlete., Her cat received the award of a blue ribbon.*
aware (อะแวร์') *adj.* ที่รู้ตัว, ที่รู้สึกตัว, ที่ทราบ **-awareness** *n.* (-S. concious, known -A. unaware) *-Ex. to be aware of danger*
awash (อะวอช') *adj., adv.* ที่ถูกคลื่นกระทบ, ที่จุ่มอยู่ใต้น้ำ, เสมอกับระดับน้ำ, ที่น้ำซัดถึง, ที่เปียกน้ำ, ที่ท่วมน้ำ
away (อะเว') *adj., adv.* ไปเสีย, ไป, จากไป, หมดไป *-Ex. run away, drive it away, The manager is away., several miles away, Put your work away., give away, throw away, fade away, waste away*
awe (ออ) *n.* ความน่าเกรงขาม, ความน่าสะพรึงกลัว, ความกลัว *-vt.* **awed, awing** ทำให้กลัว, ทำให้เกรงขาม, ทำให้น่าหวาดเสียว (-S. fear, dread, respect) *-Ex. Sombut was awed of the judge., Sombut was awed by the ocean's vastness.*
aweather (อะเวธ' เธอะ) *adv., adj.* ต้านลม, ทวนลม
aweigh (อะเว') *adj.* เพิ่งยกสมอเรือขึ้น, เพิ่งจะพ้นน้ำ, เพิ่งพ้นจากพื้นน้ำ
aweless (ออ' เลส) *adj.* ไม่กลัว (-S. fearless)
awesome (ออ' ซัม) *adj.* น่ากลัว, ทำให้น่ายำเกรง, ร้ายแรง, ดีเยี่ยม **-awesomely** *adv.* **-awesomeness** *n.* (-S. formidable, fearful -A. trivial, petty)
awestruck (ออ' สทรัค) *adj.* รู้สึกกลัว, ตกใจกลัว, ประหม่า **-awestrucken** *adj.*
awful (ออ' ฟูล) *adj.* น่ากลัว, น่ายำเกรง, น่าเลื่อมใสศรัทธา *-adv.* อย่างมาก, อย่างสุดซึ้ง **-awfulness** *n. -Ex. the awful power of a lightning bolt., His handwriting is awful.*
awfully (ออ' ฟูลลี) *adv.* มากๆ, มากเหลือเกิน, น่ากลัว น่ารังเกียจ, น่ายำเกรง *-Ex. It's awfully hot today.*
awhile (อะไวล') *adj.* สักประเดี๋ยว, ชั่วครู่
awhirl (อะเวิร์ล') *adj.* หมุนติ้ว, หมุนอย่างรวดเร็ว
awkward (ออค' เวิร์ด) *adj.* งุ่มง่าม, เชื่องช้า, เคอะเขิน, เก้งก้าง, ไม่รู้จะทำอย่างไรดี, อึดอัดใจ, อันตราย, ยากที่จะจัดการได้, ไม่สะดวก, ไม่เหมาะ **-awkwardly** *adv.* **-awkwardness** *n.* (-S. clownish, clumsy -S. neat, clever) *-Ex. an awkward staircase., the awkward squad, an awkward moment, This is an awkward gate to open., an awkward turn in the road*
awkward age วัยหนุ่มวัยสาวแรกเริ่ม
awl (ออล) *n.* เหล็กหมาด, เข็มเจาะรองเท้า, สว่านเจาะไม้
awless, aweless (ออ' เลส) *adj.* ไม่มีความกลัว **-awlessness** *n.*
awn (ออน) *n.* หนาม, หนวดรวงข้าว, หนามพืช **-awned** *adj.* **-awnless** *adj.*
awning (ออ' นิง) *n.* กระโจม, ผ้าใบบังแดด, ที่พัก **-awninged** *adj.* (-S. sunshade, canopy)
awoke (อะโวค') *vt., vi.* กริยาช่อง 2 ของ awake
awoken (อะโวค' เคิน) *vt., vi.* กริยาช่อง 3 ของ awake
awry (อะไร') *adj., adv.* ที่งอหรือคดหรือเฉียงไปทางข้างหนึ่ง, เฉไป, เบี้ยว, ผิดทาง, (เข้าใจ) ผิด (-S. askew, amiss -A. well, correctly) *-Ex. The wind blew her hat awry., Our plans went awry.*
ax, axe (แอคซฺ) *n., pl.* **axes** ขวาน, การตัด, การตัดให้น้อยลง *-vt.* **axed, axing** ตัดด้วยขวาน, ตัด, แยก, ทอน, ไล่ออก, ทำลายอย่างทารุณ
ax. ย่อจาก axiom ความจริงที่ไม่ต้องพิสูจน์
axes (แอค' เซซ) *n.* พหูพจน์ของ axis หรือ axe
axi- คำอุปสรรค มีความหมายว่า แกน
axial (แอค' เซียล) *adj.* เกี่ยวกับแกน, ที่อยู่บนแกน (-S. axile)
axially (แอค'เซียลลี) *adv.* ไปตามแกน, ในแนวของแกน
axial skeleton โครงกระดูกของศีรษะและลำตัว
axil (แอค' ซิล) *n.* มุมระหว่างใบกับกิ่ง
axillar (แอค' ซะลาร์) *n.* ขนนกที่งอกจากบริเวณใต้ปีกนก **-axillary** *adj.*
axiom (แอค' เซียม) *n.* ความจริงที่ไม่ต้องพิสูจน์, ความจริงในตัวของมันเอง, กฎหรือหลักการที่ยอมรับกันทั่วไป (-S. truth, aphorism -A. nonsense)
axiomatic (แอคซิแมท' ทิค) *adj.* เกี่ยวกับ axiom, ที่แน่ชัดในตัวของมันเอง, เป็นที่ยอมรับโดยทั่วไป **-axiomatical** *adj.* **-axiomatically** *adv.*
axis (แอค' ซิส) *n., pl.* **axes** แกน, เพลา, เส้นศูนย์กลาง, สัมพันธมิตร, แนวหลักในการพัฒนาหรือเคลื่อนที่, กระดูกสันหลังที่คอ (ชิ้นที่ 2), อักษะ (เยอรมัน ญี่ปุ่นและอิตาลีในสงครามโลกครั้งที่ 2), ชื่อกวางในอินเดียและเอเชียใต้
axle (แอค' เซิล) *n.* แกนล้อ, เพลารถ, แกน, เพลา, หมุด, เข็ม (-S. spindle, shaft)
axletree (แอค' เซิลทรี) *n.* แกนที่เชื่อมระหว่างล้อทั้งสองของรถลาก
axman (แอค' ซฺเมิน) *n., pl.* **-men** คนที่ใช้ขวาน
axo- คำอุปสรรค ดู axi-
axolotl (แอค'ซะลอทเทิล) *n.* สัตว์เลื้อยคลานชนิดหนึ่ง

axon, axone 58 bachelor

A

จำพวก *Ambystoma* อยู่ในทะเลทรายและบึงของอเมริกา

axon (แอค' ซอน) *n.* แกนของเซลล์ประสาท เป็นที่นำส่งกระแสประสาท **-axonal** *adj.* (-S. neurite)

ay¹, aye (เอ) *adv.* ตลอดไป, เสมอไป

ay² (เอ) *interj.* คำอุทานแสดงความเจ็บปวด ความทุกข์หรือความแค้น

ay³ (เอ) ครับ, ใช่

ayah (อา' ยะ) *n.* คนใช้

aye¹ ดู ay¹

aye² ใช่, ครับ, เสมอไป

aye-aye

aye-aye (อาย' อาย) *n.* สัตว์หากินกลางคืนจำพวก *Daubentonia madagascariensis* กินแมลงและผลไม้เป็นอาหาร

azalea

azalea (อะแซ' เลีย) *n.* พืชไม้ดอกจำพวกหนึ่งคล้ายต้นดอกขนแขกเต้า

Azerbaijan (อาเซอะไบแจน') *n.* ชื่อสาธารณรัฐที่แยกตัวมาจากสหภาพโซเวียต เมื่อ ค.ศ. 1991 อยู่ทางตอนเหนือของอิหร่าน

azure (แอซ' เชอะ) *adj.* สีน้ำเงินของท้องฟ้าที่ไม่มีเมฆ *-n.* ท้องฟ้าสีน้ำเงินที่ไร้เมฆ, ท้องฟ้าที่ไม่มีเมฆ

azygous (แอซ' ไซกัส) *adj.* เดี่ยว, ไม่มีคู่, ไร้คู่

B

B, b (บี) *n., pl.* **B's, b's** พยัญชนะตัวที่ 2 ของภาษาอังกฤษ

B สัญลักษณ์ทางเคมีของธาตุ Boron

B กลุ่มเลือดกลุ่มหนึ่งของคน

B- คำอุปสรรคของ bomber ใช้สำหรับออกแบบเครื่องบินทิ้งลูกระเบิด

Ba สัญลักษณ์ทางเคมีของธาตุ barium

B.A., BA ย่อจาก Bachelor of Arts อักษรศาสตรบัณฑิต

baa (แบ, บา) *n.* เสียงแพะร้อง *-vi.* (แพะ)ร้อง

Baal (เบ'เอิล) *n., pl.* **Baals/Baalim** ชื่อเทพเจ้าแห่งความอุดมสมบูรณ์, เทพเจ้าปลอม

babble (แบบ' เบิล) *vt., vi.* **-bled, -bling** พูดไม่ชัด, พูดพล่าม, พูดไม่เป็นสาระ, พูดจ้อ, เปิดเผยความลับ *-n.* การพูดพล่าม หรือไม่เป็นสาระ, ถ้อยคำไม่เป็นสาระ *-Ex. The silly girl babbled on and on about her boy friends., When the door opened, a loud babble of voices was heard., The babble of a stream*

babe (เบบ) *n.* ทารก, เด็กเล็กๆ, ผู้ไร้เดียงสา, (คำสแลง) หญิงมีเสน่ห์

Babel (เบ' เบิล, แบบ' เบิล) *n.* หอสูงสู่สวรรค์ที่สร้างไม่สำเร็จ (ตามพระคัมภีร์ไบเบิล), เสียงสับสน, ความสับสน

babirusa

babirusa, babiroussa, babirussa (แบบบะรู' ซะ) *n.* หมูป่าจำพวก *Babyroussa babyrussa*

baboo (บา' บู) *n.* ดู babu

baboon (บาบูน') *n.* ลิงขนาดใหญ่ชนิดหนึ่ง มีปากคล้ายสุนัข กระพุ้งแก้มใหญ่ หางสั้น, คนที่หยาบคาย **-baboonish** *adj.* **-baboonery** *n.*

babu (บา' บู) *n.* คำทักทายยกย่อง (คุณ, ท่าน) ของชาวฮินดู, สุภาพบุรุษชาวฮินดู, ชาวอินเดียที่รู้ภาษาอังกฤษเล็กน้อย (-S. baboo)

babushka (บะบูช คะ) *n.* ผ้าโพกศีรษะของสตรี

baby (เบ' บี) *n., pl.* **-bies** ทารก, เด็กเล็กๆ, สัตว์แรกเกิด, สมาชิกที่มีอายุน้อยที่สุดของครอบครัวหรือกลุ่ม, ผู้เยาว์, ผู้ที่มีลักษณะหรือนิสัยเป็นเด็กๆ, หญิงที่มีเสน่ห์, โครงการหรือสิ่งของที่ดึงดูดความสนใจ *-vt.* **-bied, -bying** ทำราวกับเป็นเด็กเล็กๆ, เอาใจ **-babyhood** *n.* **-babyish** *adj.* **-babylishly** *adv.*

baby boomer คนที่เกิดในช่วง 20 ปีก่อนสงครามโลกครั้งที่ 2

baby-blue-eyes พืชจำพวก *Nemophilia menziesii* มีดอกสีน้ำเงินเป็นจุดๆ

Babylon (แบบ' บะลอน) *n.* เมืองหลวงของ Babylonia โบราณเป็นเมืองที่มีความหรูหราฟุ่มเฟือยและชั่วร้าย

Babylonia (แบบ' บะโลเนีย) *n.*ชื่ออาณาจักรโบราณในเอเชียตะวันตกเฉียงใต้

Babylonian (แบบบะโล' เนียน) *n.* ชาวเมืองหรือภาษาบาบีลอน *-adj.* เกี่ยวกับ Babylon หรือ Babylonia, ฟุ่มเฟือย, อย่างชั่วร้าย

baby-sit (เบ' บิซิท) *v.* **-sat, -sitting** *-vi.* ทำตัวเป็นผู้ดูแลเด็ก (ขณะที่พ่อแม่ไม่อยู่) *-vt.* ช่วยดูแลเด็กให้ (ขณะที่พ่อแม่ไม่อยู่) **-baby sitter** *n.*

baby tooth ฟันน้ำนม

baccalaureate (แบคคะลอ' รีเอท) *n.* บัณฑิตปริญญาตรี, พิธีทางศาสนาสำหรับบัณฑิตจบใหม่, คำสวดมนต์ในพิธีดังกล่าว

baccarat, baccara (แบค' คะรา) *n.* การเล่นไพ่ชนิดหนึ่งที่นิยมกันในฝรั่งเศส

baccate (แบค' เคท) *adj.* คล้ายพวงผลไม้, ให้เป็นพวง

bacchanal (บาคะนาล') *n.* ผู้ชอบดื่มสุรามาก, งานดื่มสุราหาความสำราญ, การรื่นเริงฉลองเทพเจ้าเมรัย

Bacchanalia (แบคคะเน' เลีย) *n. pl.* งานรื่นเริงฉลองเทพเจ้าเมรัย, งานดื่มสุราหาความสำราญ **-bacchanalian** *adj., n.*

Bacchus (แบค' คัส) *n.* เทพเจ้าเมรัย **-Bacchic, bacchic** *adj.*

bach (แบค) *vi.* (คำสแลง) อยู่บ้านคนเดียว อยู่เป็นโสด *-n.* (คำสแลง) ชายโสด, ผู้ได้รับปริญญาตรี

bachelor (แบช' ชะเลอะ) *n.* ชายโสด, ผู้ได้รับ

ปริญญาตรี, อัศวินหนุ่ม, สัตว์ตัวผู้ที่ไม่มีคู่ **-bachelorship, bachelorhood** *n.*

bachelor-at-arms อัศวินหนุ่ม

Bachelor of Arts ปริญญาทางด้านศิลปศาสตร์ เช่น อักษรศาสตร์ มนุษยศาสตร์ ฯลฯ

bachelor's button ชื่อดอกไม้จำพวก *Centaurea* ซึ่งดอกมีลักษณะกลมสีขาว ชมพูหรือฟ้า

bacill- คำอุปสรรค มีความหมายว่า รูปท่อนยาว

bacillus (บะซิล' ลัส) *n., pl.* **-cilli** เชื้อแบคทีเรียรูปท่อนยาว

back (แบค) *n.* หลัง, ข้างหลัง, ส่วนหลัง, ด้านหลัง, กองหลัง, ที่เปลี่ยว *-vt., vi.* กลับคืน, ตรงกันข้าม, ค้างจ่าย, กลับ, ถอย, สนับสนุน, ถือหาง, วางเดิมพัน *-adj.* ข้างหลัง, ห่างไกล (-S. posterior, rear)

backache (แบค' เอค) *n.* อาการปวดหลัง

backbend (แบค' เบนดฺ) *n.* การงอตัวมาข้างหลังจนมือทั้งสองแตะพื้น

backbite (แบค' ไบทฺ) *vt., vi.* **-bit, -bitten, -biting** ลอบกัด **-backbiter** *n.*

backbone (แบค' โบน) *n.* กระดูกสันหลัง, ความกล้าหาญ, ความหนักแน่น *-Ex. It took backbone to stand up to such a big man.*

backbone network ส่วนของเครือข่ายอันกว้างใหญ่ที่เชื่อมต่อระหว่างเครือข่ายท้องถิ่น

backbreaking, back-breaking (แบค' เบรคคิง) *adj.* ต้องใช้ความพยายามมาก, ต้องออกแรงมาก, เหน็ดเหนื่อยมาก **-backbreaker** *n.*

back burner ตำแหน่งที่มีความสำคัญน้อย

backcross (แบค' ครอส) *vt.* ไขว้, ข้าม, ผสมข้ามพันธุ์ *-n.* สิ่งที่ไขว้หรือข้ามไป

backcountry (แบคคัน' ทรี) *n.* เขตทุรกันดาร, เขตที่อยู่ห่างไกล

backdoor (แบคดอร์) *n.* ประตูหลังบ้าน *-adj.* ด้วยวิถีทางที่ผิดกฎหมายหรือลึกลับ

backdrop (แบค' ดรอพ) *n.* ม่านข้างหลังของฉากเวที, การจัดม่าน หรือฉากดังกล่าว

backed (แบคทฺ) *adj.* ซึ่งมีส่วนหลัง, ซึ่งได้รับการสนับสนุน

backer (แบค' เคอะ) *n.* ผู้สนับสนุน, ผ้าใบค้ำหรือหนุนส่วนหลัง (-S. sponsor, supporter)

backfire (แบค' ไฟเออะ) *vi.* **-fired, -firing** ระเบิดถัง (เครื่องยนต์ที่มีเชื้อเพลิงเผาไหม้ไม่สมบูรณ์), เผาบริเวณหนึ่งเพื่อสกัดการลุกลามของไฟที่กำลังมา, เกิดผลที่ไม่ต้องการให้เกิด *-n.* การเผาไหม้ที่ไม่สมบูรณ์ของเชื้อเพลิงในเครื่องยนต์ ทำให้เกิดเสียงระเบิด

backgammon (แบคแกม' มัน) *n.* ชื่อเกมชนิดหนึ่ง มีผู้เล่น 2 คน โดยมีแผ่นกระดานและตัวเดินข้างละ 15 ตัว ซึ่งผู้เล่นต้องโยนลูกเต๋าเพื่อเดินช่องในกระดาน

background (แบค' กราวนดฺ) *n.* พื้น, ส่วนที่อยู่ข้างหลัง, ถิ่นที่มา, การศึกษาประสบการณ์ของบุคคล, ภูมิหลัง (-S. training, experience, culture, past, environment) *-Ex. There were mountains in the background of the picture., The stars of the flag are drawn on a blue background., The new boy had a Thai background.*

backhand (แบค' แฮนดฺ) *n.* การตีลูกบอลโดยใช้ด้านหลังมือตีลูกไปข้างหน้า, การเขียนไปทางซ้าย, แบบการเขียนที่เขียนไปทางซ้าย **-backhanded** *adj.* **-backhandedness** *n.*

backing (แบค' คิง) *n.* ความช่วยเหลือ, การสนับสนุน, ผู้สนับสนุน, สิ่งหนุน (-A. detraction, ill-will)

backlash (แบค' แลชฺ) *n.* ปฏิกิริยารุนแรงฉับพลัน, ที่นั่งแถวหลัง

back number นิตยสารหรือหนังสือพิมพ์ฉบับเก่า, สิ่งที่ล้าสมัย, คนล้าสมัย

back order รายการสั่งซื้อล่วงหน้าที่ต้องส่งของในอนาคต

back-pedal (แบค' เพดดัล) *vi.* **-pedaled, -pedaling/-pedalled, -pedalling** ทำให้ (จักรยาน) เคลื่อนช้าลงโดยถีบไปข้างหลัง, ถอย, กลับ

backrest (แบค' เรสทฺ) *n.* พนักสำหรับพักหลัง

back road ทางเล็กๆ ที่ไม่ได้ราดยาง, ถนนชนบท

back seat ที่นั่งข้างหลัง

backside (แบค' ไซดฺ) *n.* ด้านหลัง, ส่วนหลัง

backslapping (แบค' สแลพพิง) *n.* การลูบหลังแสดงความสนิทสนม

backslide (แบค' สไลด) *vt., vi.* **-slid, -slid/-slidden, -sliding** เสื่อม, ถอยหลัง

backstage (แบค' สเทจ) *adv.* หลังเวที, หลังฉาก, บนเวที, ส่วนตัว, อย่างลับๆ

backstairs, backstair (แบค' สแตร์ซฺ, แบค' สแตร์) *adj.* อ้อม, ลับๆ, สกปรก

backstroke (แบค' สโทรค) *vt.* **-stroked, -stroking** พลิกมือตบหรือตี *-n.* ว่ายน้ำท่าหงายหลัง

backswept (แบค' สเวพทฺ) *adj.* เอียงไปข้างหลัง

backswing (แบค' สวิง) *n.* การเหวี่ยงไม้ตีลูกเทนนิส (หรือแบดมินตัน) ไปด้านหลังเพื่อเตรียมตีไปข้างหน้า

back talk การพูดย้อน, การพูดแย้ง

back-to-back หลังปะกบหลัง, (เหตุการณ์) ต่อเนื่องกัน, สืบเนื่อง

backup, back-up (แบค' อัพ) *n.* ผู้สนับสนุน, สิ่งค้ำจุน, การท่วมหรือสะสมเพราะอุดตัน, ตัวสำรอง, ตัวแทน

back up (คอมพิวเตอร์) สำรองข้อมูล

backward, backwards (แบค' เวิร์ด, -ซฺ) *adv.* ไปข้างหลัง, ย้อนกลับ, กลับไปที่เดิม, สู่อดีต, ล้าหลัง **-backwardly** *adv.* **-backwardness** *n.* (-S. rearward -A. forward, quick)

backwater (แบค' วอเทอะ) *n.* น้ำไหลกลับ, กระแสที่ไหลกลับ, ห้วย, หนอง, ลำคลองที่ติดกับแม่น้ำสายใหญ่

backwoods (แบค' วูดซฺ) *n. pl.* เขตป่าที่อยู่ไกล, ไร้ชื่อเสียง *-Ex. The statesman was born in the backwoods of Chiang Mai.*

backwoodsman (แบค' วูดซฺเมิน) *n., pl.* **-men** คนอยู่ในป่า *-Ex. Dr. Somchai was a famous backwoodsman.*

backyard, back yard (แบค' เยิร์ด) *n.* สนามหลังบ้าน, ลานบ้าน *-adj.* ด้านหลัง

bacon (เบ' เคิน) *n.* ชั้นเนื้อด้านหลังและข้างของสุกร

ที่เอามารมควันและทำเค็ม, หมูเค็ม, เนื้อหมูอบ

Baconian (เบโค' เนียน) *adj.* เกี่ยวกับ Francis Bacon ซึ่งเป็นผู้เขียนผลงานเชกสเปียร์, ผลงานปรัชญาของเขา

bacteremia (แบคทะรี' เมีย) *n.* ภาวะโลหิตมีเชื้อแบคทีเรีย

bacteria (แบคที' เรีย) *n. pl.* เชื้อแบคทีเรีย **-bacterial** *adj.*

bactericide (แบคเทีย' ริไซด) *n.* สิ่งหรือยาฆ่าเชื้อแบคทีเรีย **-bactericidal** *adj.*

bacteriology (แบคเทียรีออล' ละจี) *n.* แบคทีเรียวิทยา **-bacteriologic, bacteriological** *adj.* **-bacteriologically** *adv.* **-bacteriologist** *n.*

bacterium (แบคที' เรียม) *n.* รูปเอกพจน์ของ bacteria

Bacterian camel อูฐเอเชียที่มีสองหนอก

Bacterian camel

bad (แบด) *adj.* **worse, worst** เลว, ร้าย, ไม่ดี, ผิดศีลธรรม, เป็นภัยต่อ, ไม่สบาย, ไม่เหมาะสม, ผิดพลาด, โมโห, ไร้ความสามารถ, หยาบคาย, น่าผิดหวัง **-badness** *n.* (-S. evil, sinful -A. good, upright) *-Ex. a bad worker, bad work, a bad coin, bad food, a bad smell, bad manners, a bad shot, to go bad, bad feeling, in a bad sense, I've got a bad head., bad for your eyes*

bad blood ความเป็นศัตรู, ความไม่เป็นมิตร

bade (เบด) *vt., vi.* กริยาช่อง 2 ของ bid *-Ex. The general bade the army farewell.*

badge (แบดจฺ) *n.* เหรียญเข็มเหน็บหรือกระดุมที่ประดับเป็นเครื่องหมาย *-vt.* **badged, badging** ติดด้วยสิ่งดังกล่าว (-S. shield, emblem, medallion, sign) *-Ex. a policeman's badge, a badge for perfect attendance*

badger (แบด' เจอะ) *n., pl.* **-ers/-er** สัตว์กินเนื้อชนิดหนึ่งในตระกูล Mustelidae, หนังของสัตว์ชนิดนี้, ชาวรัฐวิสคอนซินในสหรัฐอเมริกา *-vt.* รบกวนอยู่เรื่อย, ทำให้รำคาญ (-S. harass, nag) *-Ex. The child badgered his mother all day with question.*

badger

Badger State (ภาษาพูด) รัฐวิสคอนซินในสหรัฐอเมริกา

badinage (แบด' ดินาจฺ) *n.* การเย้าแหย่, การพูดล้อเลียน

badly (แบด' ลี) *adv.* **worse, worst** เลว, ร้าย, บกพร่อง, ไม่ถูกต้อง, มีอารมณ์กลัดกลุ้ม, มาก

badman (แบด' แมน) *n., pl.* **-men** โจร, คนนอกกฎหมาย

badminton (แบด' มินเทิน) *n.* กีฬาแบดมินตัน, กีฬาตีลูกขนไก่, เครื่องดื่มในฤดูร้อนชนิดหนึ่ง

bad-mouth (แบด' เมาธฺ) *vt., vi.* (คำสแลง) วิจารณ์ต่อว่า

bad-tempered (แบด' เทมเพิร์ด) *adj.* ที่อารมณ์ร้าย, ที่อารมณ์ไม่ดี

baffle (แบฟ' เฟิล) *v.* **-fled, -fling** *-vt.* ทำให้ยุ่งเหยิง, ทำให้งงงัน, หยุดยั้งหรือหันเหการเคลื่อนไหว, ทำให้ล้มเหลว, สกัดกั้น *-vi.* ดิ้นรนเหนื่อยเปล่าๆ *-n.* สิ่งที่ทำให้หยุดยั้ง, การสกัดกั้น **-bafflement** *n.* **-baffler** *n.* **-baffling** *adj.* (-S. frustrate, perplex, upset -A. aid, promote) *-Ex. The fox baffled the hounds., The problem baffles me.*

bag (แบก) *n.* ถุง, กระสอบ, ย่าม, กระเป๋าถือ, ความมั่งคั่ง, ถุงล่าเนื้อ, จำนวนเนื้อที่ล่ามาได้, สิ่งที่มีรูปร่างคล้ายถุง, หญิงที่ไร้เสน่ห์, อาชีพ, อารมณ์ *-v.* **bagged, bagging** *-vt.* บวม, พองขึ้น, โป่งขึ้น *-vi.* ใส่เข้าไปในถุง, ล่า, ฆ่า, ทำให้บวมหรือพอง **-bag and baggage** เป็นเจ้าของแต่เพียงผู้เดียวทั้งหมด **-hold the bag** ถูกบังคับให้รับผิดชอบทั้งหมด **-in the bag** แน่นอน, มั่นใจ (-S. sack, capture, swell) *-Ex. paper bag, leather bag, money-bag, post-bag, 10 bags of meal, The hunter bagged two deer.*

bagatelle (แบกกะเทล') *n.* สิ่งเล็กๆ น้อยๆ, ชื่อเกมชนิดหนึ่งคล้ายบิลเลียด

bagel (แบ' เกล) *n.* ขนมปังแท่งกลมยาวรูปโดนัต

baggage (แบก' เกจฺ) *n.* กระเป๋าเดินทาง, เครื่องมือทหารที่นำติดตัวไปไหนได้, โสเภณี, หญิงไร้คุณธรรม, หญิงก๋ากั่น (-S. luggage)

bagged (แบกด) *adj.* (คำสแลง) เมา

bagger (แบก' เกอะ) *n.* พนักงานบรรจุของลงถุง (ในร้านขายของ)

bagging (แบก' กิง) *n.* วัตถุที่ใช้ทำถุง, การบรรจุลงถุง

baggy (แบก' กี) *adj.* **-gier, -giest** คล้ายถุง, แขวนอยู่อย่างหลวมๆ **-baggily** *adv.* **-bagginess** *n.* (-S. ill-fitting)

Baghdad, Bagdad (แบก' แดด) *n.* เมืองหลวงของอิรัก

bag lady (คำสแลง) หญิงชราเร่ร่อน หญิงจรจัดที่มักแบกถุงเดินเรื่อยเปื่อยไปตามถนน

bagman (แบก' เมิน) *n., pl.* **-men** คนเร่ขายสินค้า, คนพเนจร, (คำสแลง) คนกลางในกรณีให้สินบนกัน

bagpipe (แบก' ไพพฺ) *n.* ปี่สกอต **-bagpiper** *n.*

bagpipe

bah (บา) *interj.* คำอุทานแสดงความดูถูกหรือความรำคาญ

baht (บาท) *n., pl.* **bahts/baht** เงินบาทของไทย

bail[1] (เบล) *n.* เงินประกัน, ผู้ประกันตัว, การประกันตัว *-vt.* ประกันตัวให้แก่, อนุญาตให้ประกันตัว, เอาทรัพย์สินมอบให้, ช่วยให้หลุดพ้นจากภาวะที่ลำบาก (-S. bond, security, deposit) *-Ex. His friend bailed him out of jail., Dr. Daeng gave bail for his accused friend.*

bail[2], **bale** (เบล) *vt., vi.* วิดน้ำจากเรือ **-bail out** กระโดดร่มชูชีพ

bail[3] (เบล) *n.* ที่กั้นแบ่งคอกม้า

bailable (เบ' ละเบิล) *adj.* สามารถให้ประกันตัวได้, อนุญาตให้ประกันตัวได้

bailee (เบ' ลี) *n.* ผู้ที่ได้รับทรัพย์สินในการประกันตัว

bailie (เบ' ลี) *n.* ผู้พิพากษา หรือเจ้าหน้าที่เทศบาลในสกอตแลนด์

bailey (เบ' ลี) *n., pl.* **-leys** กำแพงเมืองชั้นนอก, ศาล

bailiff (เบ' ลิฟ) *n.* ตำรวจศาล, พนักงานส่งหมายจับกุมยึดทรัพย์, ผู้ดูแลผลประโยชน์ของเจ้าของที่ดิน, ปลัดอำเภอ
bailiwick (เบ' ละวิค) *n.* ขอบเขตอำนาจของ bailiff, ความชำนาญเฉพาะทางของบุคคล
bailment (เบล' เมินทฺ) *n.* ทรัพย์ที่ใช้ประกันตัว, การส่งคืนทรัพย์สินที่ประกันตัว
bailor (เบ' เลอะ) *n.* ผู้ส่งมอบทรัพย์สินเพื่อประกันตัว
bailout, bail-out (เบล' เอาทฺ) *n.* การช่วยเหลือด้านการเงินโดยธนาคารหรือรัฐบาลเพื่อช่วยกอบกู้ธุรกิจที่ไม่ประสบความสำเร็จ, การประกันตัวออกมา
bailsman (เบลซฺ' เมิน) *n., pl.* **-men** ผู้วางหลักทรัพย์เพื่อประกันตัว
bairn *n.* (แบร์น) เด็ก, ลูกสาวหรือลูกชาย
bait (เบท) *n.* เหยื่อ, สิ่งล่อใจ *-vi.* พัก *-vt.* ล่อเหยื่อ, ใส่เหยื่อ, หลอกล่อ, รังแก, ข่มเหง, ให้อาหาร, กินเหยื่อ, รับประทานอาหารหรือเครื่องดื่ม (ระหว่างหยุดพักการเดินทาง) **-baiter** *n.* (-S. attraction, harass -A. repel) *-Ex. Udom baited his hook with earthworms.*
baize (เบซ) *n.* ผ้าสักหลาด, ผ้าขนสัตว์ (มักเป็นสีเขียว) ที่ใช้ปูโต๊ะ เช่น โต๊ะบิลเลียด
bake (เบค) *vt., vi.* **baked, baking** ผิง, ปิ้ง, อบ, เผา, ย่าง, อบให้แห้ง, เผาให้แห้ง *-n.* งานกินเลี้ยงที่มีการอบย่างหรือปิ้งอาหาร, การย่างหรืออบอาหาร *-Ex. Sunee baked her own birthday cake., The sun baked the muddy river banks.*
bakehouse (เบค' เฮาซ) *n.* โรงทำขนมปัง, ห้องทำขนมปัง, ร้านขนมปัง (-S. bakery, bakeshop)
Bakelite (เบ' คะไลท) *n.* พลาสติกทนไฟชนิดหนึ่งใช้ในเครื่องไฟฟ้าและวิทยุ
baker (เบ' เคอะ) *n.* (อาชีพ) คนทำขนมปัง
bakery (เบ' เคอะรี) *n.* **-eries** ร้านขนมปัง, โรงทำขนมปัง (-S. bakeshop, baker's shop)
baking (เบ' คิง) *n.* การปิ้งขนมปัง, การย่าง, การอบ
baking powder แป้งฟูหรือผงฟูที่ช่วยให้ขนมปังอบฟูขึ้น
baking soda โซดาทำขนมปัง
baksheesh, bakshish (แบค' ชีช) *n.* รางวัลเล็กๆ น้อยๆ, เงินทิป, ค่าใช้จ่ายเล็กๆ น้อยๆ
balalaika (แบล' ละไลคะ) *n.* ชื่อเครื่องดนตรีของรัสเซียมีลักษณะคล้ายกีตาร์

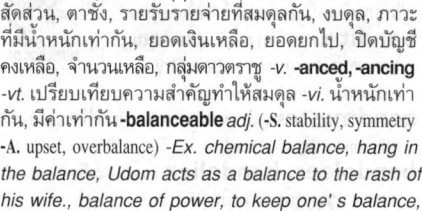

balalaika

balance (แบล' เลินซ) *n.* ความสมดุล, อาการทรงตัว, ดุลยภาพ, ความหนักแน่น, สติ, ความสุขุม, ความได้สัดส่วน, ตาชั่ง, รายรับรายจ่ายที่สมดุลกัน, งบดุล, ภาวะที่มีน้ำหนักเท่ากัน, ยอดเงินเหลือ, ยอดยกไป, ปิดบัญชีคงเหลือ, จำนวนเหลือ, กลุ่มดาวตราชู *-v.* **-anced, -ancing** *-vt.* เปรียบเทียบความสำคัญทำให้สมดุล *-vi.* น้ำหนักเท่ากัน, มีค่าเท่ากัน **-balanceable** *adj.* (-S. stability, symmetry -A. upset, overbalance) *-Ex. chemical balance, hang in the balance, Udom acts as a balance to the rash of his wife., balance of power, to keep one' s balance, balance of trade, credit (debit) balance, This $50 is mine, the balance is yours., balance in hand*
balance beam คานทรงตัวในกีฬากายกรรมทรงตัว
balanced (แบล' เลินซฺดฺ) *adj.* สมดุล, ได้สัดส่วน (-A. unproportioned)
balanced diet การกินอาหารที่พอเหมาะและได้สัดส่วน
balance of payments ดุลการชำระเงินของประเทศเมื่อเทียบกับรายรับทั้งหมดจากต่างประเทศ
balance of power ความสมดุลแห่งอำนาจการทำลายล้างของอาวุธระหว่างนานาชาติ
balance of trade ดุลการค้าของประเทศเป็นการเปรียบเทียบมูลค่าสินค้าขาเข้ากับสินค้าขาออก
balancer (แบล' เลินเซอะ) *n.* บุคคลหรือสิ่งที่ทำให้สมดุล, นักกายกรรมทรงตัว
balance sheet บัญชีงบดุล
balance wheel กงจักรดุลยภาพของนาฬิกาข้อมือหรือกล่องดนตรี
balcony (แบล' คะนี) *n., pl.* **-nies** ระเบียง, มุข **-balconied** *adj.*
bald (บอลดฺ) *adj.* ล้าน, โล่ง, เตียน, โล่งแจ้ง, โกร๋น, โจ่งแจ้ง, ปราศจากการปิดบัง, มีจุดขาวบนหัว **-baldly** *adv.* **-baldness** *n.* (-S. hairless, glabrous -A. hairy, veiled) *-Ex. a bald tree, a bald mountain, the bald truth, the bald eagle*
bald eagle นกอินทรีขนาดใหญ่ในอเมริกาเหนือจำพวก *Haliaeltus leucocephalus* มีส่วนหัวและหางที่โกร๋น
balderdash (บอล' เดอะแดช) *n.* คำพูดที่เหลวไหล, ความเหลวไหล, ความไม่ได้สาระ (-S. froth, bomloast -A. logic, sense)
baldheaded (บอลดฺ' เฮดดิด) *adj.* หัวล้าน
baldric (บอล' ดริค) *n.* เข็มขัดหรือสายสะพายดาบหรือเขาสัตว์หรือแตรสำหรับเป่าสัญญาณ
bale[1] (เบล) *n.* ห่อใหญ่, มัดใหญ่, ม้วนใหญ่ *-vt.* **baled, baling** บรรจุหีบห่อ **-baler** *n.* (-S. bundle) *-Ex. a bale of cotton, Modern farm machines bale hay.*
bale[2] (เบล) *n.* ความชั่ว, ความหายนะ, ความเคราะห์ร้าย, ความทุกข์ทรมาน, ความเสียใจ (-S. evil, disaster, sorrow)
balefire (เบล' ไฟเออะ) *n.* กองไฟขนาดใหญ่, สัญญาณไฟ, กองไฟสัญญาณ, กองไฟกลางพิธีฉลอง
baleful (เบล' ฟุล) *adj.* มุ่งร้าย, ร้ายกาจ, ชั่วร้าย **-balefully** *adv.* **-balefulness** *n.* (-S. sinister -A. good)
Bali (บา' ลี) *n.* เกาะบาหลีในอินโดนีเซีย
balk (บอค) *v.* หยุด, ชะงัก, ขัดขวาง, คัดค้าน *-n.* การหยุดยั้ง, ความพ่ายแพ้, ความผิดหวัง, ที่ดินที่ไม่ได้ไถ, ไม้ขนาดใหญ่สำหรับก่อสร้าง **-balker** *n.* (-S. stop, disappoint, frustrate -A. aid, advance)
Balkan (บอล' เคิน) *adj.* เกี่ยวกับแหลมบอลข่าน (ประชาชน, เทือกเขา, ภาษาและอื่นๆ) **-the Balkans** ประเทศต่างๆ ในแหลมบอลข่าน
balky (บอค' คี) *adj.* **-ier, -iest** ดื้อรั้น, หยุด, ตรงข้าม (-S. contrary)
ball[1] (บอล) *n.* ลูกบอล, สิ่งที่มีรูปทรงกลมคล้ายลูกบอล, ลูกเทนนิส, ลูกฟุตบอล, ก้อนหิมะ, ลูกกระสุนปืนใหญ่,

B

B

ลูกตา *-vt., vi.* ทำให้เป็นลูกบอล, (คำสแลง) สังวาส (-S. sphere, globe) *-Ex. throw a ball, The Earth is a ball., a ball of clay, a snowball*

ball² (บอล) *n.* งานรื่นเริงขนาดใหญ่ที่หรูหราและมีการเต้นรำ, สโมสรสันนิบาต, (คำสแลง) เวลาที่มีความสุข (-S. dance, social, party)

ballad (แบล' เลิด) *n.* บทกวี, เพลงชนิดหนึ่ง, เพลงที่มีใจความเป็นการบรรยายโวหาร, เพลงลูกทุ่ง, เพลงพื้นเมือง

balladeer (แบละเดียร์') *n.* คนร้องเพลง ballads

balladry (แบล' ละดรี) *n.* กวีนิพนธ์ประเภท ballads

ball and chain ลูกเหล็กและโซ่ตรวนที่ติดกับขานักโทษ

ballast (แบล' เลิสฺท) *n.* การถ่วงท้องเรือหรือเครื่องบินด้วยของหนักๆ, หินโรยทางรถไฟ, เศษหินเศษกรวดที่โรยทาง, อุปกรณ์ถ่วง, กระแสไฟฟ้า (แบลลัสต์) *-vt.* ทำให้มั่นคง, ใส่แบลลัสต์

ball bearing ตลับลูกปืนของเครื่องกล

ballerina (แบลละรี' นะ) *n. pl.* นักเต้นระบำบัลเลต์หญิง

ballet (บาเล') *n.* ระบำปลายเท้า, ระบำบัลเลต์, ละครระบำหรือดนตรีระบำบัลเลต์, คณะละครระบำบัลเลต์ **-balletic** *adj.*

ballistic missile ขีปนาวุธ

ballistics (บะลิส' ทิคซฺ) *n.* วิทยาศาสตร์หรือการศึกษาเกี่ยวกับขีปนาวุธ **-ballistician** *adj.*

balloon (บะลูน') *n.* ลูกบอลลูน, ลูกลอยในอากาศ, ลูกแก้วที่มีรูปร่างเป็นทรงกลม *-vi.* เดินทางโดยบอลลูน, ลอยขึ้นคล้ายลูกบอลลูน, โป่งออก, เพิ่มอย่างรวดเร็ว *-vt.* ทำให้โป่งออก **-balloonist** *n.* (-S. expand, swell, sphere, ball)

ballot (แบล' เลิท) *n.* บัตรเลือกตั้ง, บัตรลงคะแนน, วิธีลงคะแนนด้วยบัตรลับ, จำนวนผู้ลงคะแนน, รายชื่อคนลงคะแนน *-vi.* ลงคะแนนด้วยบัตรลับ, จับฉลาก **-balloter** *n.*

ballottement (บะลอท' เมินท) *n.* วิธีการตรวจการตั้งครรภ์โดยสังเกตจากการเด้งกลับของส่วนที่เป็นทารกในครรภ์เมื่อกดด้วยนิ้ว,วิธีการดังกล่าวที่ใช้กับการตรวจไตหรือเนื้องอก

ballpen, ballpoint pen ปากกาลูกลื่น (-S. ball point)

ballproof กันกระสุนปืน

ballroom (แบล' รูม) ห้องเต้นรำ

bally (แบล' ลี) *n.* การคุยโอ้อวด, การโฆษณาชวนเชื่อ

ballyhoo (แบล' ลีฮู) *n.* การโฆษณาชวนเชื่ออย่างมาก, การคุยโวโอ้อวด *-vt., vi.* **-hooed, -hooing** โฆษณาชวนเชื่ออย่างมาก (-S. babble, noise, hubbub)

balm (บาม) *n.* ยาหม่อง, ยาขี้ผึ้งแก้ปวด, น้ำมันพืชกลิ่นหอม, กลิ่นหอม, พืชที่ให้น้ำมันกลิ่นหอม, สิ่งที่บรรเทาหรือระงับความเจ็บปวด *-Ex. His kind words were a balm to her hurtful feelings.*

balm

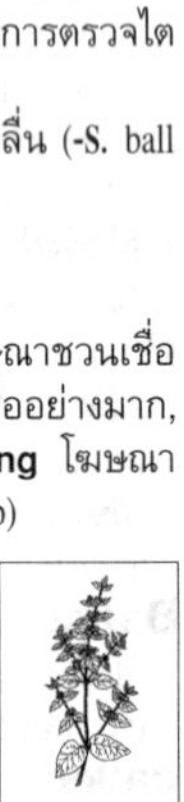

balmy (บา' มี) *adj.* **balmier, balmiest** บรรเทา, ชุ่มชื่น, นิ่ม, เย็นคล้ายยาหม่อง, มีกลิ่นหอม, (คำสแลง) โง่ **-balminess** *n.* (-S. mild, soothing, pleasant -A. irritating) *-Ex. After the storm, we welcomed the balmy weather.*

balsam (บอล'เซิม) *n.* ยางไม้หอมชนิดหนึ่งใช้บรรเทาความปวดและประโยชน์อื่นๆ, ต้นไม้ที่ให้ยางดังกล่าว, ขี้ผึ้งยา, ยาหม่อง **-balsamic** *adj.*

balsam

baltic (บอล' ทิค) *adj.* เกี่ยวกับทะเลบอลติก, เกี่ยวกับกลุ่มภาษาแลตเวียน, ลิทัวเนียน และปรัสเซียนโบราณ *-n.* กลุ่มภาษาดังกล่าว

Baltic Sea ทะเลบอลติกในยุโรปตอนเหนือ

Baltic States ประเทศแถบทะเลบอลติก ได้แก่ เอสโทเนีย, ลิทัวเนีย และแลตเวีย

baluster (แบล' ลัสเทอะ) *n.* เสา, ราวระเบียง (-S. balustrade)

bamboo (แบมบู') *n.* ไม้ไผ่

bamboo curtain ม่านไม้ไผ่, สาธารณรัฐประชาชนจีน

bamboo shoot หน่อไม้

bamboozle (แบมบู' เซิล) *vt.* **-zled, -zling** หลอกลวง, ทำให้ฉงน **-bamboozlement** *n.* **-bamboozler** *n.*

ban (แบน) *vt.* **banned, banning** ห้าม, ประกาศห้าม, สั่งห้าม, ขับออกนอกศาสนา, ประณาม, สาปแช่ง(-S. forbid, outlaw -A. permit, allow) *-Ex. Our city bans fireworks., a ban on the sale of fireworks*

banal (บะแนล') *adj.* ไร้ความสดชื่น, ซ้ำๆ ซากๆ, เก่าแก่ **-banality** *n., pl.* **-banally** *adv.*

banana (บะแนน' นะ) *n.* กล้วย, พืชจำพวกกล้วยโดยเฉพาะจำพวก *Musa sapientum*

band (แบนดฺ) *n.* สายคาด, สายรัด, แถบ, ปลอก, หมู่, พวก, คณะ, วงดนตรี, คณะดนตรี, ช่วงความถี่ของคลื่นวิทยุ, สิ่งผูกมัดคน, โซ่ตรวน, ปลอกรัด, พันธะ, ข้อผูกพัน *-vt., vi.* ใช้สายผูกรัด, รวมกลุ่ม, ประดับด้วยสายหรือแถบ **-bander** *n.* (-S. strip, belt, league, group) *-Ex. iron bands, rubber bands, band of colour, band together*

bandage (แบน' ดิจ) *n.* แถบผ้าพันแผล, ผ้าพันแผล, สิ่งผูกมัด *-vt., vi.* **-daged, -daging** พันหรือติดด้วยผ้าหรือแถบพันแผล (-S. strip)

bandanna, bandana (แบนแดน' นะ) *n.* ผ้าเช็ดหน้าขนาดใหญ่มีสีและลายดอกไม้

bandbox (แบนบอคซฺ') *n.* หีบใส่ของเล็กๆ น้อยๆ มักเป็นรูปทรงกระบอกที่ทำด้วยไม้

bandeau (แบนโด') *n., pl.* **-deaux** ผ้าพันศีรษะ, ผ้าพันผมสตรี, ผ้าปิดตา, สายแพรต่วน

bandicoot (แบน' ดะคูท) *n.* หนูขนาดใหญ่ชนิดหนึ่ง, สัตว์ที่มีกระเป๋าใส่ลูกชนิดหนึ่งในออเดอร์ Peramelina

bandicoot

bandit (แบน' ดิท) *n., pl.* **dits/-ditti** โจร, คนนอกกฎหมาย **-banditry** *n.* (-S. outlaw, thief, highwayman)

bandmaster (แบนมาส' เทอะ) *n.* ผู้นำจังหวะวงดนตรี (-S. conductor of a band)

bandoleer, bandolier (แบนดะเลียร์') *n.* สายสะพายบรรจุลูกกระสุนปืน

B

bandsman (แบนซฺ เมิน) *n., pl.* **-men** นักดนตรีที่เล่นในวงดนตรี
bandstand (แบน' สแทนดฺ) *n.* เวทีแสดงดนตรีที่ยกสูงขึ้นจากพื้น (-S. platform, band performances)
bandwagon (แบนแวก' เกิน) *n.* รถดนตรีในขบวนแห่, พรรคการเมืองในสหรัฐอเมริกาที่ได้รับความนิยมอยู่
bandy[1] (แบน' ดี) *vt.* **-died, -dying** โต้ตอบ, ตีลูกบอล, พูดกันต่อๆ มา, ผ่านจากคนหนึ่งไปยังอีกคนหนึ่ง, ส่งไปส่งมา, แพร่ข่าวไปทั่ว *-Ex. They bandied the tennis ball about the court., to bandy words*
bandy[2] (แบน' ดี) *n., pl.* **-dies** เกมชนิดหนึ่งคล้ายฮอกกี้ *-adj.* โค้ง, งอออกด้านนอก
bandy-legged (แบน' ดิเลกดฺ) *adj.* ซึ่งมีขาโก่ง
bane (เบน) *n.* บุคคลหรือสิ่งที่ทำลาย, ของที่มีพิษ, สารพิษ, ความตาย, ความหายนะ, การทำลาย (-A. good, benefit)
baneful (เบน' ฟูล) *adj.* ซึ่งทำลาย, เป็นพิษ, นำความหายนะ **-banefully** *adv.*
bang (แบง) *n.* เสียงระเบิด, การทุบอย่างแรง, การชนหรือกระทบอย่างแรง, การเคลื่อนไหวทันที, ความยินดีอย่างกะทันหัน, (คำสแลง) การร่วมเพศ *-vt., vi.* กระทบหรือตีอย่างแรงหรือดัง *-adv.* ดังตูม, ดังฉับพลัน, โดยตรง, ถูกต้อง (-S. boom, crash)
Bangkok (แบง' คอค) กรุงเทพหรือชื่อเดิมว่าบางกอก เป็นเมืองหลวงของประเทศไทย
Bangladesh (แบงละเดชฺ') ประเทศบังคลาเทศ **-Bangladeshi** *adj., n.*
bangle (แบง' เกิล) *n.* กำไลมือ, กำไลเท้า, กำไล
bangtail (แบง' เทล) *n.* (คำสแลง) ม้าแข่ง
bang-up (แบง' อัพ) *adj.* (ภาษาพูด) ดีเลิศ พิเศษ
banish (แบน' นิชฺ) *vt.* เนรเทศ, ขับไล่ไป **-banishment** *n.* **-banisher** *n.* (-S. expel, eject -A. retain, keep) *-Ex. The former dictator was banished from the country., The doctor's talk banished his fears of illness.*
banister (แบน' นิสเทอะ) *n.* ราวบันได, ราวระเบียง, ราวเฉลียง (-S. baluster)
banjo (แบน' โจ) *n., pl.* **-jos/-joes** เครื่องดนตรีประเภทเดียวกับกีตาร์ ส่วนล่างเป็นรูปกลม มีสาย 5 สาย, แบนโจ **-banjoist** *n.*
bank (แบงคฺ) *n.* ธนาคาร, ฝั่ง, มูลดิน, ตลิ่ง, ชายฝั่ง, เขื่อน, กอง, ขอบ, ที่ลาดชัน, เนินข้าง, การเอียงของเครื่องบิน, แถว, แนว, การต่อเข้ากันเป็นแถว, แถวของพายของเรือ *-vt.* เอาเงินฝากธนาคาร, ทำเป็นกอง, เอียง (เครื่องบิน), จัดเป็นแถว, ยิงลูกบิลเลียดให้กระทบขอบและเด้งออก *-vi.* สะสม, เอียงข้าง, ฝากเงินธนาคาร (-S. mass, mound) *-Ex. a bank of earth, a bank of cloud, river-bank, The Bank of England, bank-book, blood bank, eye bank, soil bank*
bank account, banking account บัญชีเงินฝากกับธนาคาร, ยอดเงินเหลือของบัญชีที่ฝากอยู่กับธนาคาร
bank annuities, bank annuity พันธบัตรเอกภาพของอังกฤษ (-S. consols)
bank balance ยอดเงินเหลือของเงินฝากธนาคาร
bank bill, banker's bill ธนบัตร, ตั๋วแลกเงินระหว่างธนาคารกับธนาคาร
bank book สมุดเงินฝากธนาคาร
bank check, bank cheque เช็คเบิกเงินธนาคาร
bank clerk เจ้าหน้าที่ธนาคารที่เกี่ยวกับการถอนและฝากเงิน
bank deposit เงินฝากธนาคาร
bank discount ส่วนลดตั๋วแลกเงินธนาคาร
bank draft, banker's draft ใบสั่งจ่ายเงินธนาคาร
banker (แบง' เคอร์) *n.* นายธนาคาร, เจ้ามือ
banking (แบง' คิง) *n.* การธนาคาร
bank house ธนาคาร
bank note ธนบัตร, ธนบัตรที่ธนาคารออกจำหน่าย (-S. promissory note)
bank paper ธนบัตร, ดราฟต์, หลักฐานหรือตั๋วแลกเงินธนาคาร (-S. bank notes, bankable notes)
bank rate อัตราส่วนลดตั๋วแลกเงินของธนาคาร
bankroll (แบงคฺ' โรล) *n.* เงินที่อยู่ในครอบครอง, แหล่งของเงิน, เงินทุน *-vt.* สนับสนุนเงินแก่ **-bankroller** *n.*
bankrupt (แบงคฺ' รัพทฺ) *n.* บุคคลล้มละลาย, บุคคลผู้สูญเสียเฉพาะสิ่ง, บุคคลผู้ไม่สามารถใช้หนี้ *-adj.* ล้มละลาย, สิ้นเนื้อประดาตัว, หมดสิ้น, (ศีลธรรม) เสื่อมเสีย, ล้ม, คว่ำ *-vt.* ทำให้ล้มละลาย *-Ex. His extravagance bankrupted him.*
bankruptcy (แบงคฺ' รัพซี) *n., pl.* **-cies** ภาวะล้มละลาย, ภาวะสิ้นเนื้อประดาตัว, ความล้มเหลว (-S. failure)
bank statement รายการเงินฝากและถอนประจำเดือน
banner (แบน' เนอะ) *n.* ธง, ร่มธง, ผืนผ้าระบุข้อความเพื่อแจ้งให้ทราบ, พาดหัวข่าวใหญ่, สิ่งที่เป็นสัญลักษณ์ *-adj.* ชั้นแนวหน้า (-S. motto) *-Ex. a banner year*
banns, bans (แบนซฺ) *n., pl.* ประกาศล่วงหน้าที่แจ้งการแต่งงานที่จะมีขึ้น
banquet (แบง' เควท) *n.* การรับประทานอาหารอย่างฟุ่มเฟือย, งานเลี้ยง *-vt.* จัดงานเลี้ยงต้อนรับ, ไปรับประทานอาหารในงานเลี้ยง **-banqueter** *n.* (-S. lavish meal, feast)
banquette (แบงเคท') *n.* เชิงที่มั่นสำหรับยิงปืนของทหาร, ทางเดินข้างถนน (เป็นส่วนที่สูงกว่าถนน), เก้าอี้นวม
banshee, banshie (แบน' ชี, แบนชี) *n.* เทพธิดาเตือนภัย
bantam (แบน' เทิม) *n.* ไก่ขนาดเล็ก, คนรูปร่างเล็กที่ชอบทะเลาะวิวาท *-adj.* เล็ก
bantamweight (แบน' เทิมเวท) *n.* นักมวยรุ่นแบนทัมเวต (อยู่ระหว่างรุ่นไฟล์เวตกับเฟทเทอร์เวต)
banter (แบน' เทอะ) *vt., vi.* ล้อเล่น, กระเซ้าหยอกเล่น *-n.* นิสัยชอบแหย่ **-banterer** *n.* **-banteringly** *adv.* (-S. badinage, jeering)
bantling (แบนทฺ' ลิง) *n.* เด็ก, อ้ายหนู, อ้ายเด็กเมื่อวานซืน

Bantu (แบน' ทู) *n.* ภาษาหนึ่งในทวีปแอฟริกา

banyan, banyan tree (แบน' เยิน) *n.* ต้นไทร (-S. banian)

banzai (แบน' ไซ) *interj.* บันไซ, เสียงร้องไชโยของชาวญี่ปุ่นเพื่อสรรเสริญบารมีพระจักรพรรดิขอให้ทรงพระเจริญ หรือร้องเวลาเข้าต่อสู้ข้าศึกในสนามรบ

baobab (เบ' อะแบบ, บา'-) *n.* ต้นไม้พื้นเมืองของเอธิโอเปีย มีขนาดใหญ่จำพวก *Adansonia digitata* เยื่อไม้ใช้ทำเชือกและกระดาษ

baptise, baptize (แบพไทซ') *vt., vi.* **-tised, -tising/-tized, -tizing** ทำพิธีล้างบาปให้, ทำให้สะอาดบริสุทธิ์, ตั้งชื่อ **-baptiser, baptizer** *n.* (-A. pollute, stain) *-Ex. The boy was baptized John.*

baptism (แบพ' ทิสซึม) *n.* วิธีจุ่มหรือพรมน้ำเพื่อล้างบาปในศาสนาคริสต์, การเริ่ม, การรุกไล่ (ในสงคราม) , การทดสอบ **-baptismal** *adj.* (-S. introduction, initiation, test) *-Ex. The recruit had his baptism of gunfire.*

baptismal name ดู Christian name

baptist (แบพ' ทิสทฺ) *n.* สมาชิกนิกายหนึ่งของศาสนาคริสต์ที่มีพิธีล้างบาปด้วยการจุ่มน้ำ

baptistery (แบพทิส' ทรี) *n., pl.* **-teries** บริเวณหรือส่วนของตัวโบสถ์สำหรับทำพิธี baptism

bar (บาร์) *n.* ท่อน, แท่ง, ไม้ขวาง, แถบ, กลอน, สลักประตู, ไม้ราว, กระบอง, ลูกกรง, เครื่องกีดขวาง, สิ่งกั้น, รั้ว, อุปสรรค, ลำ, เส้น, สาย, หน่วยวัดความกดดัน, คอก (ในศาล), การยื่นคำร้องต่อศาล, อาชีพทนายความ, ราวหน้าบัลลังก์ศาล, ราวที่ทนายความว่าความในศาล, บัลลังก์สอบสวนในศาล, ที่จำหน่ายเครื่องดื่ม, สายสะพายอิสริยาภรณ์, บาร์, โต๊ะกั้นหรือเคาน์เตอร์ในร้านอาหาร *-vt.* **barred, barring** ใส่กลอนประตู, ใส่สลักประตู, สกัดกั้น, ยกเว้น, ทำเครื่องหมายเป็นเส้นหรือสายหรือแถบ *-prep.* ยกเว้น, แต่ (-S. barrier, court, lawyers, stripe, band -A. unlock, permit, aid) *-Ex. a bar of gold, a bar across the road, harbour bar, a bar to success, prisoner at the bar, called to the bar, practise at the bar, bar the door, bar the way, barred from her home, Everyone is welcome, bar none.*

barb[1] (บาร์บ) *n.* เงี่ยง, ขวากหนาม, ลวดหนาม, ส่วนแหลม, คำพูดที่แทงใจคน, ส่วนที่คล้ายหนวดหรือเครา *-vt.* ติดตั้งส่วนที่เป็นหนาม

barb[2] (บาร์บ) *n.* ม้าพันธุ์พื้นเมืองในอเมริกาเหนือ มีชื่อในด้านความเร็ว ความแข็งแรงและนิสัยที่เชื่อง, นกพิราบชนิดหนึ่งคล้ายนกพิราบสื่อสาร

Barbados (บาร์เบ' โดซฺ) *n.* ชื่อเกาะๆ หนึ่งใน West Indies ซึ่งเคยเป็นเมืองขึ้นของอังกฤษ **-Barbadian** *adj.*

barbarian (บาร์บาร์' เรียน) *n.* คนป่า, คนเถื่อน, อนารยชน, คนในสมัยบุพกาล, คนที่โหดเหี้ยม, คนต่างถิ่น *-adj.* เถื่อน, หยาบคาย, โหดเหี้ยม, ทารุณ**-barbarianism** *n.* (-S. vandal, savage, -A. civilized)

barbaric (บาร์บาร์' ริค) *adj.* เถื่อน, อนารยะ, ป่าเถื่อน, ทารุณ, หยาบคาย **-barbarically** *adv.* (-S. barbarous) *-Ex. The music was barbaric and wild., their barbaric cruelty*

barbarity (บาร์แบร์' ริที) *n., pl.* **-ties** ความโหดร้าย, การกระทำที่โหดร้าย, ความทารุณ, การกระทำที่ทารุณ, ความหยาบคาย

barbarous (บาร์' บารัส) *adj.* อนารยะ, ป่าเถื่อน, หยาบคาย, โหดร้าย, ทารุณ, ต่างถิ่น, ต่างแดน **-barbarously** *n.* **-barbarousness** *n.*

Barbary States รัฐกึ่งอิสระของตุรกีตามชายฝั่งของแอฟริกาเหนือ ได้แก่ โมร็อกโก, แอลจีเรีย, ตูนิเซีย และทริพโพลิทาเนีย

barbecue (บาร์' บิคิว) *n.* งานรื่นเริงกลางแจ้งที่มีการย่างเนื้อกินกัน, หมูหรือวัวที่ย่างทั้งตัว, ตะแกรงย่าง, เนื้อย่าง, สถานที่ตากเมล็ดกาแฟ *-vt.* ย่าง(เนื้อ), ใช้ง่ามเหล็กเสียบย่าง (-S. barbeque)

barbed (บาร์บดฺ) *adj.* มีเงี่ยงคล้ายลวดหนาม

barbed wire ดู barbwire

barbel (บาร์' เบิล) *n.* หนวดปลา, ชื่อปลาน้ำจืดขนาดใหญ่จำพวก *Barbus* ในยุโรป มีหนวด

barbell, bar bell, bar-bell (บาร์' เบล) *n.* เครื่องยกน้ำหนักที่มีจานน้ำหนักทั้งสองข้าง

barber (บาร์' เบอร์) *n.* ช่างตัดผม, ช่างโกนหนวดเครา, กัลบก, คนที่พูดมาก *-vt.* ตัดหรือโกนหนวดเครา (-S. hairdresser, coiffeur)

barberry (บาร์' เบอรี) *n., pl.* **-ries** ชื่อต้นไม้ชนิดหนึ่งมีผลยาวสีแดง

barbershop, barber's shop (บาร์' เบอร์ชอพ) *n.* ร้านตัดผม

barbital (บาร์' บิทัล) *n.* บาร์บิทูเรตชนิดหนึ่ง ใช้เป็นยานอนหลับ

barbitone (บาร์' บิโทน) *n.* ยากดประสาทและยานอนหลับชนิดหนึ่ง

barbiturate (บาร์บิช' ชุเรท) *n.* ยากดประสาทและยานอนหลับชนิดหนึ่ง

barbiturism (บาร์บิช' ชุริซึม) *n.* อาการพิษเรื้อรังเนื่องจากการใช้บาร์บิทูเรตมากเกินไป

barbut (บาร์' บัท) *n.* หมวกเหล็กชนิดหนึ่งที่มีช่องรูปตัว "T" บนส่วนหน้า

barbut

barbwire (บาร์บ' ไวเออะ) *n.* ลวดหนาม (-S. barbed wire)

bar car ตู้รถไฟที่มีบาร์บริการเครื่องดื่ม

bar code รหัสแท่ง เป็นรหัสเส้นขนานที่มีความหนาไม่เท่ากัน พบตามหนังสือหรือสินค้าต่างๆ ในห้างร้านที่มีเครื่องตรวจอ่านรหัสเหล่านี้ได้

bard (บาร์ด) กวี **-the Bard** วิลเลียม เชกสเปียร์ **-bardic, -bardish** *adj.*

bare (แบร์) *adj.* **barer, barest** เปลือย, เปล่า, ไม่มีอะไรปกคลุม, ปราศจาก, ไร้สิ่งตกแต่ง, โกร๋น, น้อยมาก, นิดเดียว, อย่างเปิดเผย, แท้ๆ, ไม่ปิดบัง *-vt.* เปิดเผย, เปิดออก, เอาสิ่งคลุมออก *-adv.* เปลือย, ว่างเปล่า (-S. nude, uncovered, barren, scarce -A. clothed, hide, conceal) *-Ex. bare skin, bare feet, bare fields, fields bare of grass, I killed him with my bare hands., bare word*

bareback (แบร์' แบค) *adj.* บนหลังม้าที่ไม่มีอาน

B

bare bones ปริมาณหรือจำนวนที่น้อยที่สุดแล้ว, ส่วนที่สำคัญที่สุด

barefaced (แบร์' เฟสทฺ) *adj.* ซึ่งมีใบหน้าที่ไม่ได้ปกคลุม, เปิดเผย, กล้า, ไม่อาย, หน้าด้าน **-barefaceness** *n.* (-S. naked, bold -A. hidden, shy)

barefoot, barefooted (แบร์' ฟูท, -ทิด) *adj., adv.* เท้าเปล่า, ไม่ได้สวมถุงเท้ารองเท้า *-Ex. the barefoot man, to walk barefoot*

barehanded (แบร์' แฮดดิด) *adj., adv.* มือเปล่า, ไร้อาวุธ, ไม่มีสิ่งช่วยเหลือ, ไม่สวมถุงมือ

bareheaded (แบร์' เฮดดิด) *adj., adv.* ซึ่งไม่มีอะไรปกคลุมศีรษะ, เปิดศีรษะ, ไม่สวมหมวก

bareknuckle, bareknuckled (แบนัค' เคิล, -เคิลดฺ) *adj.* ไม่สวมนวม, ใช้หมัดเปล่า

barelegged (แบร์' เลกกิด) *adj., adv.* ขาเปล่า, ไม่ใส่ถุงเท้า

barely (แบร์' ลี) *adv.* แทบจะไม่, จน, ขาด (-S. scarcely, just)

bargain (บาร์' เกน) *n.* สัญญาซื้อขาย, การต่อรองราคา, สิ่งที่ได้มาด้วยการต่อรองราคา, สิ่งที่มีค่าเหมาะสมกับที่แลกมา, สินค้าราคาถูก *-vi., vt.* ต่อรองราคา, ต่อราคา, ตกลง **-bargainer** *n.* **-bargain for** คาด, หวัง, พยายามต่อรองให้ได้ราคาถูก (-S. negotiation, deal) *-Ex. Udom made a bargain to deliver the rice weekly., I bargained with the rug dealer for an hour and got him down to half his asking price., His staying all night was more than I bargained for.*

barge (บาร์จฺ) *n.* เรือท้องแบน, เรือบรรทุก, เรือขนาดใหญ่, เรือบรรทุกของในแม่น้ำลำคลอง, เรือสำราญ *-v.* **barged, barging** *-vt.* ใช้เรือบรรทุกหรือขนส่ง *-vi.* เคลื่อนไปอย่างช้าๆ, ชนกัน, ถลา, โผล่พรวดเข้าไป (-S. boat)

bargeman (บาร์จฺ' มัน) *n., pl.* **-men** ลูกเรือบรรทุก, คนเรือ

baritone (บาร์' ริโทน) *n.* เสียงทุ้มของนักร้องชาย, เสียงที่อยู่ระหว่างเสียงเทนเนอร์กับเสียงเบสนักร้องที่มีเสียงดังกล่าว,เครื่องดนตรีขนาดใหญ่รูปร่างคล้ายทรัมเปต *-adj.* เกี่ยวกับ baritone

barium (แบร์' เรียม) *n.* ธาตุแบเรียม มีสัญลักษณ์ Ba

bark[1] (บาร์ค) *vt.* เห่า, ลั่น (ปืน), ดัง, ร้อง *-n.* เสียงเห่า

bark[2] (บาร์ค) *n.* เปลือกไม้ *-vt.* ลอกเปลือกออก, ลอกหนัง, ลอกเปลือก, ลอกผิว, แช่เปลือกในสารละลายฟอกเปลือกไม้ (-S. skin)

barley (บาร์' ลีย์) *n.* ข้าวบาร์เลย์, ต้นข้าวบาร์เลย์

barley

barm (บาร์ม) *n.* ฟองจากเชื้อหมัก, ยีสต์, เชื้อหมัก **-barmy** *adj.*

barmaid (บาร์' เมด) *n.* พนักงานผสมเหล้าที่เป็นหญิง, บริกรหญิงในบาร์

barman (บาร์' เมิน) *n., pl.* **-men** พนักงานผสมเหล้าที่เป็นชาย, บริกรชายในบาร์ (-S. bartender)

barn (บาร์น) *n.* ยุ้งข้าว **-barnyard** *n.*

barnacle (บาร์' นะเคิล) *n.* สัตว์จำพวกเพรียงที่เกาะอยู่ใต้ท้องเรือและหิน, สิ่งที่เกาะติด, คนที่ยากที่จะสลัดให้หลุดหรือหนีได้ **-barnacled** *adj.*

barnacle

barometer (บะรอม' มิเทอะ) *n.* เครื่องวัดความกดดันของอากาศ, เครื่องวัดการเปลี่ยนแปลง **-barometric, barometrical** *adj.* **-barometrically** *adv.*

barometric pressure ความกดดันของบรรยากาศ

baron (บาร์' เริน) *n.* บารอน, ยศขุนนางชั้นต่ำที่สุดในสภาขุนนาง, คหบดีใหญ่, นักอุตสาหกรรม, ผู้ดี

baronage (บาร์' ระนิจ) *n.* บรรดาศักดิ์บารอน, ขุนนางจำพวกที่มียศชั้นบารอนทั้งหมด

baroness (บาร์' ระเนส) *n.* ภรรยาบารอน, ท่านบารอนที่เป็นหญิง

baronet (บาร์' ระเนท) *n.* ยศขุนนางที่ต่ำกว่าบารอนแต่เหนืออัศวิน ใช้คำว่า Sir นำหน้านามและ Bart. อยู่ข้างหลังนาม เช่น Sir John Doe, Bart.

baronetage (บาร์' ระเนททิจ) *n.* ขุนนางพวก baronets ทั้งหมด, ยศหรือบรรดาศักดิ์ของ baronet

baronetcy (บาร์' ระเนทซี) *n., pl.* **-cies** ยศหรือบรรดาศักดิ์ของ baron

barony (บาร์' ระนี) *n., pl.* **-ies** อาณาจักรของบารอน

baroque (บะโรค') *adj.* ศิลปะขอบลวดลายพิสดาร, การประดับลวดลาย, ไข่มุกรูปร่างผิดปกติ *-adj.* เกี่ยวกับศิลปะขอบลวดลายพิสดาร, แปลกประหลาด, พิสดาร, ซึ่งมีรูปร่างประหลาด

baroscope (บาร์' โรสโคพ) *n.* เครื่องมือแสดงการเปลี่ยนแปลงอย่างคร่าวๆ ของบรรยากาศ **-baroscopic** *adj.*

barrack (บาร์' แรค) *n.* ค่ายทหาร, โรงทหาร (มักเขียนเป็น barracks), อาคารที่ปลูกสร้างขึ้นง่ายๆ สำหรับให้คนอยู่อาศัยจำนวนมาก *-vt., vi.* อยู่ในค่ายทหาร

barracuda (บาร์แรคู' ดา) *n., pl.* **-da/-das** ปลาทะเลขนาดใหญ่ในตระกูล Sphyraenidae

barracuda

barrage (บะราจฺ') *n.* การระดมยิงคุ้มกัน, เครื่องกั้น, ม่านไฟ, การระดมโจมตี, การทะลัก, ปริมาณเหลือล้น, เขื่อน *-vt.* **-raged, -raging** ระดมยิง (-S. fire, artillery, attack, assault)

barred (บาร์ด) *adj.* ใส่กลอนประตู, ถูกขัดขวาง, เป็นสาย, เป็นแถบหรือลายหรือเส้น

barrel (บาร์' เริล) *n.* ถังรูปทรงกระบอก, หน่วยปริมาตรที่เท่ากับ 31½ แกลลอนหรือ 158.98 ลิตร, ปริมาณมาก, ภาชนะรูปทรงกระบอก *-Ex. The new oil well produces 900 barrels of oil a day., a gun barrel*

barrel

barrel-chested (แบ' เริลเชสทิด) *adj.* ซึ่งมีทรวงอกกว้างใหญ่

barrelhouse (แบ' เริลเฮาซฺ) *n.* ร้านขายเหล้าถูกๆ

barren (บาร์' เริน) *adj.* แห้งแล้ง, ปราศจากพืชผล, ไม่ได้ผล, ไม่มีบุตร, เป็นหมัน, ขาดแคลน, ไม่น่าสนใจ, ไร้ความคิด, จืดชืด **-barrenly** *adv.* **-barrenness** *n.* (-S. sterile, bare -A. fertile, creative) *-Ex. There is much barren land in the East., a barren horse, barren pear tree*

barrette (แบ' ริท) *n.* ที่หนีบผม

barricade (บาร์' ริเคด) *n.* สิ่งกีดขวาง, สิ่งกั้น *-vt.* **-caded, -cading** กีดขวาง, กั้น **-barricader** *n.* (-S. barrier, fence -A. free, open) *-Ex. They barricaded the road to the fort with logs.*

barrier (แบร์' รีเออะ) *n.* สิ่งกีดขวางทางผ่าน, สิ่งกีดขวาง, อุปสรรค, ด่านศุลกากร, แถบน้ำแข็งขั้วโลกใต้ที่แผ่ขยายไปถึงมหาสมุทร (-S. obstacle, barricade, fence -A. aid, assistance)

barring (แบร์' ริง) *prep.* ยกเว้น

barrister (บาร์' ริสเทอะ) *n.* ทนายความ **-barristerial** *adj.* (-S. lawyer, counsel)

barroom (บาร์' รูม) *n.* ห้องหรือสถานที่ที่มีการบริการเหล้า

barrow (แบร์' โร) *n.* รถเข็น, สาแหรก *-Ex. Indian barrows were found near the town.*

barrow

bartender (บาร์' เทนเดอะ) *n.* ผู้ทำหน้าที่รับใช้ในบาร์, ผู้ทำหน้าที่บริการเครื่องดื่มตามเคาน์เตอร์

barter (บาร์' เทอะ) *vi.* แลกเปลี่ยนสินค้า, แลกเปลี่ยน, ขาย *-n.* การแลกเปลี่ยนสินค้า, การแลกเปลี่ยนของ **-barterer** *n.* (-S. trade, exchange) *-Ex. Indians used to barter their furs for guns., Eskimos barter at the trading post every spring.*

bartizan (บาร์' ทิซัน) *n.* หอคอยหรือป้อมเล็กที่ยื่นออกนอกกำแพง

bartizan

barytone[1] (บาร์' ริโทน) *n., adj.* ดู baritone

barytone[2] (บาร์' ริโทน) *adj.* ซึ่งเน้นพยางค์สุดท้าย *-n.* คำที่เน้นพยางค์สุดท้าย

basal (เบ' เซิล) *adj.* เกี่ยวกับฐาน, เป็นรากฐาน, เป็นมูลฐาน, แรกเริ่ม **-basally** *adv.*

basalt (บะซอลท) *n.* หินภูเขาไฟสีดำชนิดหนึ่ง **-basaltic** *adj.*

bascule (แบส' คิว) *n.* เครื่องมือ อุปกรณ์หรือสิ่งปลูกสร้างที่ถ่วงกันอย่างตาเต็ง เช่น กระดานหก

base[1] (เบส) *n., pl.* **bases** พื้นฐาน, รากฐาน, หลัก, ที่มั่น, แหล่งสำหรับเริ่มต้น, ฐาน, ฐานปฏิบัติการ, ด่าง, น้ำยารักษาสีฟัน, พื้น, จุดเริ่ม, เป้า (เบสบอล) *-vt.* **based, basing** วางรากฐาน *-adj.* เป็นพื้นฐาน (-S. mean, vile, low -A. noble, high, commanding) *-Ex. base of a pillar, the base of the thumb, the base of an exploring party, a naval base, A business based on honesty., A story based on facts., Iron is a base metal.*

base[2] (เบส) *adj.* **-baser, -basiest** ต่ำช้า, เลวทราม, ชั่ว, ชั้นต่ำ, (ภาษา) วิบัติ **-baseness** *n.* **-basely** *adv.* *-Ex. Kidnapping is a base crime.*

baseball (เบส' บอล) *n.* กีฬาเบสบอล, ลูกเบสบอล

baseboard (เบส' บอร์ด) *n.* แผ่นฐานของกำแพงหน้า, แผ่นฐาน, กระดานหรือกระดาษรองข้างใต้

baseborn (เบส' บอร์น) *adj.* เกิดในตระกูลต่ำ, เกิดโดยบิดามารดาที่ไม่ได้สมรสกันโดยถูกต้องตามกฎหมาย, ต่ำช้า

base-jumping (เบส' จัมพิง) *n.* การฝึกโดดร่มจากยอดตึกหรือจากจุดที่กำหนดไว้

baseless (เบส' เลส) *adj.* ไร้ฐาน, ไม่มีมูลความจริง, ไร้เหตุผล (-S. unfounded)

baseline, base line (เบส' ไลน) *n.* เส้นฐาน, เส้นหลังของสนามเทนนิส

baseman (เบส' เมิน) *n., pl.* **-men** ผู้รักษาฐานแรก ฐานที่สองหรือที่สามของกีฬาเบสบอล

basement (เบส' เมินท) *n.* ห้องใต้ดิน, รากฐาน

bases[1] (เบส' เซซ) พหูพจน์ของ base

bases[2] (เบส' เซซ) พหูพจน์ของ basis

bash (แบช) *vt.* โจมตี, ตีแรง, ทุบบู้บี้, ทุบเสียงดัง *-n.* (ภาษาพูด) การตีอย่างแรง, (คำสแลง) การสโมสรหรือการเลี้ยงที่รื่นเริง (-S. wallop, smash, strike)

bashful (แบช' ฟูล) *adj.* อาย, เหนียมอาย, กระดาก, ประหม่า, ขวยเขิน **-bashfully** *adv.* **-bashfulness** *n.* (-S. shy, modest -A. friendly, forward)

BASIC (เบ' สิค) *n.* ภาษาโปรแกรมคอมพิวเตอร์ที่ออกแบบเพื่อผู้สนใจคอมพิวเตอร์ทั่วไป มาจากคำเต็มว่า Beginners All-purpose Symbolic Instruction Code

basic (เบ' ซิค) *adj.* เกี่ยวกับพื้นฐาน, เกี่ยวกับด่าง, ค่อนข้างจะมีซิลิกาเล็กน้อย (-S. essential, fundamental, vital -A. subordinate) *-Ex. A basic ingredient in a cake is flour., the basic training of soldiers, The house is basically sound.*

basically (เบ' ซิคเคิลลี) *adv.* โดยพื้นฐานแล้ว (-S. at basis, primarily) *Ex. Noi is basically honest.*

basil (เบ' เซิล) *n.* พืชจำพวก *Ocimum* ในตระกูลสะระแหน่

basilar (แบส' ซะลาร์) *adj.* เกี่ยวกับฐาน, อยู่ที่ฐาน (-S. basal, basilary)

basilic (บะซิล' ลิค) *adj.* เกี่ยวกับกษัตริย์, เกี่ยวกับ basilica

basilica (บะซิล' ลิคะ) *n., pl.* **-cas** สถานที่ขนาดใหญ่รูปสี่เหลี่ยมผืนผ้า, โบสถ์โบราณรูปสี่เหลี่ยมผืนผ้า

basilisk (บะซิล' ลิซค) *n.* สัตว์เลื้อยคลานคล้ายกิ้งก่าจำพวก *Basiliscus* ที่วิ่งเร็วมาก, มังกรในเทพนิยายที่พ่นพิษหรือแค่มองก็ทำให้คนตายได้

basilisk

basin (เบ' ซิน) *n.* อ่าง, อ่างน้ำ, ชามอ่าง, อ่างล้างหน้า, อู่น้ำ, สระน้ำ, อู่เรือ, ลุ่มน้ำ, ปริมาณความจุหนึ่งอ่าง, ที่จอดเรือ, อ่าวด้านใน (-S. vessel, bowl, tub) *-Ex. wash basin, kitchen basin, river-basin*

basis (เบ' ซิส) *n., pl.* **bases** พื้นฐาน, หลักฐาน, รากฐาน, หลักสำคัญ, ส่วนสำคัญ, หลักเกณฑ์, มาตรฐาน, ฐานปฏิบัติการ (-S. support, base, foundation, foot, ground) *-Ex. Common interests form a good basis for friendship., What basis do you have for that statement?, the*

basis of the argument

bask (บาสค) *vi.* ตากให้อุ่น, ตากแดด, อาบแดด, ได้รับความสุข *-vt.* สัมผัสกับความอุ่นหรือความร้อน *-Ex. to bask in the sun*

basket (บาส' คิท) *n.* ตะกร้า, กระจาด, กระเช้า, เข่ง, สิ่งที่อยู่ในตะกร้า, คะแนนของบาสเกตบอล (ที่หย่อนเข้าแต่ละครั้ง) *-Ex. carrying a basket, a basket of eggs*

basketball (บาส' คิทบอล) *n.* กีฬาบาสเกตบอล

basketry (บาส' คิททรี) *n.* กลุ่มตะกร้า, กลุ่มสิ่งจักสาน, ศิลปะหรือกระบวนการทำสิ่งจักสาน

basketwork (บาส' คิทเวอร์ค) *n.* สิ่งจักสาน, เครื่องจักสาน (-S. basketry, wickerwork)

basophil, basophile (เบ' โซฟิล) *n.* เม็ดเลือดขาวชนิดหนึ่ง, เซลล์ขนาดเล็กที่ติดสีย้อม basic dyes **-basophilic** *adj.*

basque (บาสค) *n.* เครื่องรัดเอวและตะโพกของสตรี

Basque (บาสค) *n.* ชาวบาสค์อยู่บริเวณไพรีนีสในฝรั่งเศสและสเปน, ภาษาของชาวบาสค์ *-adj.* เกี่ยวกับชนชาติ ภาษา และวัฒนธรรมบาสค์

bas-relief การแกะสลักที่นูนต่ำ (-S. low relief)

bass[1] (เบส) *n.* เสียงต่ำของผู้ชาย, ท่วงทำนองเสียงต่ำ, นักร้องเสียงต่ำ, ดนตรีเสียงต่ำ *-adj.* เกี่ยวกับเสียงต่ำ **-bassdrum** กลองใหญ่

bass[2] (เบส) *n.* ชื่อปลาชนิดหนึ่ง

bass[2]

basset (แบส' ซิท) *n.* พันธุ์สุนัขชนิดหนึ่งที่มีขาสั้น ตัวยาว หูยาว, ชั้นแร่ที่โผล่ออกมา *-vt.* โผล่ออกมา

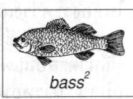

bassinet (แบส' ซิเนท) *n.* เปลเด็กที่ทำด้วยเครื่องสาน

bassist (แบส' ซิสท) *n.* คนเล่น double bass

basso (แบส' โซ) *n., pl.* **bassos/bassi** นักร้องเสียงเบส

bassoon (บาซูน') *n.* ปี่ใหญ่, ปี่บาซูน **-bassoonist** *n.*

baso viol ไวโอลินขนาดใหญ่ที่สุดชนิดหนึ่ง

bass wood ต้นบาส, ต้นไม้จำพวก *Tilia*

bastard (แบส' เทิร์ด) *n.* ลูกไม่มีพ่อ, ลูกนอกกฎหมาย, พันธุ์ทาง, สิ่งสารเลว, สิ่งปลอมแปลง, วายร้าย, อ้ายชั่ว, *-adj.* ซึ่งเกิดมาแบบไม่ถูกต้องตามกฎหมาย, ผิดปกติ, พิกล, เลว, ปลอม, เชื่อถือไม่ได้, ทำให้ผิดกฎหมาย **-bastardly** *adj.*

bastardy (แบส' เทิร์ดดิ) *n., pl.* **-ies** สภาพที่ผิดกฎหมาย, ภาวะที่เป็นลูกนอกกฎหมาย, ภาวะสารเลว

baste (เบสท) *vt.* **basted, basting** เย็บสอย, ทำให้ชื้น, เอาไขมันทา, ตีด้วยไม้, ตีอย่างแรง, ด่าอย่างรุนแรง

bastille, bastile (เบสทีล') *n.* คุก, ป้อมปราการ **-the Bastille** คุกและป้อมปราการที่ขังนักโทษการเมืองในกรุงปารีส ซึ่งถูกพวกกบฏยึดได้เมื่อวันที่ 14 กรกฎาคม ค.ศ. 1789

Bastille day วันที่ 14 กรกฎาคม ซึ่งถือเป็นวันหยุดราชการของฝรั่งเศส

bastinado (แบส' ทะเนโด) *n., pl.* **-does** การตีด้วยไม้ *-vt.* **-doed, -doing** ตีด้วยไม้

bastion (แบส' ชัน) *n.* ปราการ, หอ, ป้อมแหลม, หอรบ **-bastioned** *adj.* (-S. mainstay, stronghold, prop)

bat[1] (แบท) *n.* กระบองสั้น, ไม้ตีลูกบอล, ไม้ตีลูกปิงปองหรือลูกคริกเกต, การตี, แผ่นอิฐ, ก้อนดินเหนียว, ความเร็ว, ก้าว, การดื่มอย่างหัวราน้ำ, เงินดอลลาร์ *-v.* **batted, batting** *-vt.* ตีด้วยไม้, พิจารณาหรืออธิบายอย่างละเอียด *-vi.* ใช้ไม้ตี, ถึงตาตีลูก *-Ex. baseball bat, Who's at bat?*

bat[2] (แบท) *n.* ค้างคาว

bat[3] (แบท) *vt.* **batted, batting** ขยิบตา, กะพริบ

batch (แบทชฺ) *n.* ชุด, หมู่, พวก, ปริมาณวัตถุที่ทำขึ้นแต่ละครั้ง (-S. bunch, collection)

bate (เบท) *vt., vi.* **bated, bating** ผ่อนลง, น้อยลง, เบาลง, กลั้น, ข่ม, ลดหย่อน, เบาลง (-S. lessen, lower)

bath (บาธ) *n., pl.* **baths** การอาบน้ำ, น้ำอาบ, ที่อาบน้ำ, ถังอาบน้ำ, ห้องน้ำ, สถานที่อาบน้ำ, อุปกรณ์อาบน้ำ, น้ำยาที่ใช้เป็นส่วนผสมของเหลวชนิดอื่น *-vt., vi.* อาบน้ำ *-Ex. have a bath, get into a cold bath*

bathe (เบธ) *vt., vi.* **bathed, bathing** อาบน้ำ, จุ่มน้ำ, ชำระ, ทำให้เปียก, ว่ายน้ำ, อาบแดด **-bather** *n.* (-S. dip, immerse) *-Ex. bathed in sunshine, bathed in blood, go for a bathe*

Bathinette (บาธ' ธิเนท) *n.* ที่อาบน้ำแบบพับได้สำหรับทารก

bathhouse (บาธฺ' เฮาซฺ) *n.* ที่อาบน้ำ, โรงอาบน้ำสาธารณะ

bathing cap หมวกคลุมผมว่ายน้ำหรืออาบน้ำของสตรี

bathing suit ชุดอาบน้ำ

bathometer (บะธอม' มิเทอะ) *n.* เครื่องวัดความลึกของน้ำ

bathos (เบ' ธอส) *n.* วิธีการเปลี่ยนแนวการเขียนหรือพูดอย่างทันทีทันใด, ความไม่จริงใจ, ความเสแสร้ง, ความตรงกันข้าม, ความธรรมดาหรือจืดชืด **-bathetic** *adj.* (-S. pathos)

bathrobe (บาธ' โรบ) *n.* เสื้อคลุมสำหรับเดินไปอาบน้ำหรือใส่หลังอาบน้ำ

bathroom (บาธ' รูม) *n.* ห้องน้ำ

bath towel ผ้าเช็ดตัว

bathtub (บาธ' ทับ) *n.* อ่างอาบน้ำ

bathy- คำอุปสรรค มีความหมายว่า ความลึก

bathyal (แบธ' ธีอัล) *adj.* เกี่ยวกับส่วนลึกของมหาสมุทรบริเวณไหล่ทวีปโดยเฉพาะอย่างยิ่งระหว่าง 100-2,000 ฟาทอม

bathymetry (บะธิม' มิทริ) *n.* วิทยาศาสตร์เกี่ยวกับการวัดความลึกของทะเลหรือห้วงน้ำขนาดใหญ่ **-bathymetric, bathymetrical** *adj.*

batik (บะทีค') *n.* เทคนิคการย้อมสีสิ่งทอด้วยมือ โดยใช้ขี้ผึ้งเป็นตัวปกคลุมส่วนที่ไม่ต้องการย้อม, สิ่งทอที่ย้อมสีโดยวิธีดังกล่าว

batiste (บะทิสทฺ) *n.* สิ่งทอผ้าลินิน, ผ้าป่านบางทำด้วยเส้นใยชนิดต่างๆ กัน

batman (แบท' เมิน) *n., pl.* **-men** ทหารรับใช้นายทหารในกองทัพอังกฤษ

baton (บะ' เทิน, แบท' เทิน, บะทอน') *n.* ตะบอง, กระบอง, ไม้ของผู้นำจังหวะดนตรี, คทา, ไม้ต่อของการวิ่งผลัด

bats (แบทซฺ) *adj.* (คำสแลง) บ้า สติฟั่นเฟือน จิตไม่ปกติ

B

batsman (แบท' สเมิน) *n., pl.* **-men** คนตีลูกเบสบอลหรือคริกเกต
battalion (บะแทล' เยิน) *n.* กองพัน, หน่วยกองพัน, กองกำลังใหญ่
batten[1] (แบท' เทิน) *n.* แผ่นไม้, ไม้กระดาน, ไม้ชิ้นเล็กๆ ใช้ยึดหรือตรึงผ้าใบเรือ *-vi.* ตอก, ตรึง, ปูด้วยไม้กระดาน
batten[2] (แบท' เทิน) *vi.* อ้วนขึ้น, สมบูรณ์ขึ้น *-vt.* ให้อาหารมากเกินไป
batter[1] (แบท' เทอะ) *vt.* ทุบติดต่อกัน, ตีติดต่อกัน, โจมตีติดต่อกัน, ใช้จนเสีย, นวด, ส่วนผสมของแป้ง, นม (หรือ น้ำ) ไข่และอื่นๆ ที่ตีเข้าด้วยกัน (-S. beat, pound, hit, strike) *-Ex. The rescue squad battered down the door., The boys soon battered all the new furniture., pancake batter*
batter[2] (แบท' เทอะ) *n.* ผู้ตี, ผู้นวด, มือตีเบสบอล (หรือคริกเกต)
battering ram เครื่องกระทุ้งกำแพงหรือประตูของกองทหารในสมัยโบราณ
battery (แบท' เทอรี) *n., pl.* **-ries** แบตเตอรี่, หม้อกำเนิดไฟฟ้า, กองร้อยทหารปืนใหญ่, ชุดปืนเรือ, กลุ่มอาวุธยุทธภัณฑ์, การทุบตี, การทำโจมตี, การทำร้ายร่างกาย, ชุดที่ตั้งเรียงเป็นแถว, เครื่องมือที่ใช้ในการโจมตีหรือตี, กลุ่มคนที่ทำงานประสานกัน, ชุดเครื่องมือที่ทำงานประสานกัน (-S. troop) *-Ex. flashlight battery, automobile battery, a battery of cameras, The admiral fired the main battery.*
batting (แบท' ทิง) *n.* การตีลูกบอล, ลักษณะการตีลูกบอล, ผืนสำลีหรือขนสัตว์ที่ใช้ทำเป็นผ้าคลุม
battle (แบท' เทิล) *n.* สงคราม, ยุทธการ, การประจัญบาน, การรบ, การโต้ความ, การแข่งขัน, ความสำเร็จ, ชัยชนะ *-vi.* **-tled, tling** รบ, ต่อสู้, ผจญ **-battler** *adj.* (-S. encounter, fight -A. peace, truce) *-Ex. the battle of Waterloo, a battle between two animals, go into battle, out to battle*
battle-ax, battle-axe ขวานสงคราม
battleclad (แบท' เทิลแคลด) *adj.* ติดอาวุธเต็ม
battle fatigue โรคประสาทเนื่องจากตรากตรำจากการปฏิบัติการในสงคราม
battlefield (แบท' เทิลฟีลดฺ) *n.* สนามรบ
battle line แนวรบ
battlement (แบท' เทิลเมินทฺ) *n.* ส่วนของกำแพงที่มีลักษณะคล้ายใบเสมา มีช่องพุ่งอาวุธออกและมีที่บังอาวุธ **-battlemented** *adj.*
battle royal *n., pl.* **battles royal** การต่อสู้ที่มากกว่า 2 คนขึ้นไป, การต่อสู้หรือการทะเลาะที่รุนแรงหรือมีเสียงดัง
battle-scarred (แบท' เทิลสคาร์ดฺ) *adj.* ได้รับแผลเป็นหรือเสียหายจากสงคราม
battleship (แบท' เทิลชิพ) *n.* เรือรบที่หุ้มเกราะและมีอาวุธยุทธภัณฑ์เต็มที่
battle wagon (คำสแลง) เรือรบ
battue (บะทู') *n.* การไล่สัตว์ป่าออกจากที่ซ่อนไปยังนายพรานที่กำลังคอยอยู่, การล่าสัตว์โดยวิธีดังกล่าว, คณะล่าสัตว์โดยวิธีดังกล่าว
batty (แบท' ที) *adj.* **-tier, -tiest** (คำสแลง) บ้า สติฟั่นเฟือน วิกลจริต
bauble (บอ' เบิล) *n.* การประดับเล็กๆ น้อยๆ, ของฉาบฉวย, สิ่งที่ไม่มีค่า, ของเด็กเล่น (-S. trifle) *-Ex. Her jewels were only baubles, but glittered impressively.*
baulk (บอค) *n., vi., vt.* ดู balk
bauxite (บอก' ไซทฺ) *n.* หินที่ประกอบด้วย hydrous aluminum oxide (hydroxide), หินแร่สำคัญของอะลูมิเนียม
bawbee (บอบี', บอ' บี) *n.* สิ่งที่มีค่าเล็กน้อย
bawd (บอด) *n.* แม่เล้า, โสเภณี, คำพูดหยาบคาย, ผู้ล่อลวงหญิงมาให้ทำประเวณี
bawdry (บอ' ดรี) *n.* ความหยาบคาย, ความต่ำช้า, ความลามก, ภาษาลามก, การผิดประเวณี
bawdy (บอ' ดี) *adj.* **bawdier, bawdiest** หยาบคาย, ลามก *-n.* คำพูดหยาบคาย, คำเขียนที่หยาบคาย **-bawdily** *adv.* **-bawdiness** *n.*
bawdyhouse (บอ' ดีเฮาซฺ) *n.* ซ่องโสเภณี
bawl (บอล) *vt., vi.* ตะโกน, ตะคอก, ตวาด, ร้องเสียงดัง *-n.* เสียงตะโกน **-bawler** *n.* (-S. cry, scream) *-Ex. The child bawled in anger., The captain bawled his orders.*
bay (เบ) *n.* อ่าวเล็ก, ส่วนเว้าของเทือกเขา, มุข, เวิ้งในห้องระหว่างเสาสองต้น, ต้นอบเชยเดือน, พวงมาลัยอบเชยเดือน, ชื่อเสียง, สีน้ำตาลปนแดง, ม้าหรือสัตว์ที่มีสีน้ำตาลปนแดง, เสียงเห่า, ภาวะหมดหนทาง, ความอับจน, การหอน *-vi.* เห่า, หอน *-vt.* เห่าใส่ *-adj.* สีเทาปนแดง (-S. gulf, lagoon) *-Ex. The hunters heard the bay of the dogs that has seen the fox., The hound bayed at the moon., The bear stood at bay as the dogs attacked from all sides., The man held the thief at bay.*
bayberry (เบ' เบอรี) *n., pl.* **-ries** ชื่อพืชจำพวก *Myrica* ซึ่งมีผลเคลือบด้วยขี้ผึ้งใช้ทำเทียนไขได้, ต้นไม้ในเขตร้อนชื้นของอเมริกาจำพวก *Pimenta racemosa* ซึ่งให้น้ำมันหอมระเหย
bayonet (เบ' อะนิท) *n.* ดาบปลายปืน, มีดปลายปืน *-vt., vi.* **-neted, -neting/-netted, -netting** แทงด้วยดาบปลายปืน
bayou (เบ' โอ) *n.* ลำธาร, สาขาแม่น้ำ
bazaar, bazar (บะซาร์') *n.* ตลาด, สถานที่ขายสรรพสินค้า, การขายสิ่งของเพื่อการกุศล
bazooka (บะซู' คะ) *n.* ปืนยิงรถถัง, เครื่องยิงจรวดต่อสู้รถถัง
BB (บีบี) *n.* ขนาดของลูกปืนกรด (เส้นผ่านศูนย์กลาง .18 นิ้ว)
BBC ย่อจาก British Broadcasting Corporation สถานีวิทยุกระจายเสียงของอังกฤษ
BBS ย่อจาก Bulletin Board System เป็นระบบปฏิบัติการเครือข่ายที่ตั้งขึ้นมาโดยกลุ่มคนที่สนใจโดยเฉพาะและเปิดอนุญาตให้ผู้สนใจหมุนโทรศัพท์เข้ามาขอใช้บริการ เพื่อคัดสำเนาแฟ้มหรือฝากข้อความได้ ผู้ที่จะเปิดระบบนี้มักจะเป็นผู้ขายซอฟต์แวร์และกลุ่มผู้ใช้พีซีกลุ่มต่างๆ

B

BC, B.C. ย่อจาก before Christ ก่อนคริสต์กาล, British Columbia ชื่อจังหวัดในแคนาดา
BCG ย่อจาก Bacillus Calmette-Guérin วัคซีนฉีดป้องกันวัณโรค
B complex ย่อจาก vitamin B complex วิตามินบีรวม
BCL, B.C.L. ย่อจาก Bachelor of Civil Law นิติศาสตรบัณฑิต
B/D, b/d ย่อจาก bank draft ดราฟต์ธนาคาร, bills discounted ใบเสร็จส่วนลด
Be ย่อจาก beryllium ธาตุเบอริลเลียม
be (บี) *vi.* **was/were, been, being** เป็น, อยู่, คือ, ใช่ กริยาช่อง 1 คือ am, are, is; กริยาช่อง 2 คือ was, were; กริยาช่อง 3 คือ been *-Ex. Udom is happy., Sawai is working., What will you be doing Tomorow?, This was made by my son.*
be- คำอุปสรรค มีความหมายว่า รอบ, ทั่วทั้งหมด, เต็มที่
B/E, B.E., b.e. ย่อจาก bill of exchange ตั๋วแลกเงิน
beach (บีชฺ) *n.* หาดทราย, ชายหาด *-vi., vt.* เกยหาด, เอา (เรือ) เกยหาด (-S. coast, shore)
beachboy (บีชฺ' บอย) *n.* ผู้ดูแลหรือผู้สอนตามชายหาด
beach buggy รถเตี้ยชนิดหนึ่ง ไม่มีหลังคา ใช้สำหรับขับบนพื้นทรายตามชายหาด
beachcomber (บีชฺ' โคมเบอะ) *n.* ผู้ดำรงชีพโดยการเก็บของขายตามชายหาด, ผู้ซัดเซพเนจรตามชายหาด, คลื่นที่ซัดชายฝั่งมหาสมุทร **-beachcombing** *n.*
beachhead (บีชฺ' เฮด) *n.* หัวหาด, สถานที่ขึ้นบกทางทหาร (-S. new advance)
beacon (บี' เคิน) *n.* กระโจมไฟ, สัญญาณไฟ, ดวงประทีป, เครื่องเตือน, อุปกรณ์เรดาร์เตือนภัยหรือนำทาง, กองไฟสัญญาณ, เครื่องวิทยุที่ได้กำหนดทิศทาง *-vt.* เตือน, เป็นสัญญาณให้, นำทาง, เป็นสัญญาณไฟให้ (-S. warning, signal, light guide)
bead (บีด) *n.* ลูกปัด, ลูกประคำ, สิ่งที่เป็นลูกทรงกลมเล็กๆ, ลายนูนกลม, ลูกยางปีกนก, ปุ่มวงกลมที่เป็นศูนย์เล็งเป้าของปืน, คิ้วหรือสันวงกลมของสถาปัตยกรรม *-vt., vi.* ประดับด้วยสิ่งที่เป็นลูกทรงกลมเล็กๆ, กลายเป็นหรือสร้างสิ่งที่เป็นลูกทรงกลมเล็กๆ **-beaded** *adj.* (-S. ball, sphere) *-Ex. a bead of dew, a bead of sorrow*
beadhouse (บีด' เฮาซฺ) *n.* โรงทานสำหรับเลี้ยงคนยากจนที่มีการสวดมนต์ขอบคุณผู้ก่อตั้งสถานที่
beading (บีด' ดิง) *n.* วัตถุที่ประกอบด้วยหรือประดับด้วยสิ่งที่เป็นลูกทรงกลมเล็กๆ
beadle (บี' เดิล) *n.* ผู้นำพิธีการ, ผู้ถือคฑาพิธี, นักการ (เช่นในศาล), ผู้ช่วยพระทำพิธี
beady (บิ' ดี) *adj.* **beadier, beadiest** เป็นรูปทรงกลมเล็กๆ, ที่ประดับด้วยหรือปกคลุมด้วยลูกทรงกลมเล็กๆ
beagle (บี' เกิล) *n.* สุนัขพันธุ์หนึ่งที่มีหูยาว ขาสั้น
beak (บีค) *n.* จะงอย, ปากนก, ปากกา, ส่วนที่คล้ายจะงอยปาก, (คำสแลง) จมูก **-beaked** *adj.* **-beaklike** *adj.* (-S. nose, bill, nib, neb)
beaker (บีค' เคอะ) *n.* ถ้วยขนาดใหญ่ที่มีปากกว้าง, ถ้วยสุราขนาดใหญ่, แก้วที่มีส่วนปากเป็นรูปจะงอย
beam (บีม) *n.* คาน, ไม้ขวาง, ขื่อแป, รอด, คร่าว, คันรถ, คันชั่ง, คันไถ, แกนที่ม้วนได้, คานหาม, ลำแสง, ลำรังสีขนานกัน, สัญญาณวิทยุ, สีหน้าที่ปีติยินดี *-vi.* แผ่รังสีหรือลำแสง, ส่งสัญญาณวิทยุ, เปล่งยิ้มหรือมีสีหน้าที่ปีติยินดี (-S. girder, support)
beaming (บีม' มิง) *adj.* ปีติยินดี, ยิ้มแย้มแจ่มใส, เปล่งแสง, ฉายแสง **-beamingly** *adv.* (-S. shining, bright -A. gloomy, sullen, scowling)
beamish (บี' มิชฺ) *adj.* ยิ้มแย้มแจ่มใส, ปีติยินดี, มองในแง่ดี
beamy (บี' มี) *adj.* **beamier, beamiest** ที่เปล่งแสง, เป็นคานที่กว้างใหญ่, มีเขาเป็นกิ่งก้าน **-beaminess** *n.*
bean (บีน) *n.* ถั่ว, พืชจำพวกถั่ว, เมล็ดพืชที่คล้ายถั่ว เช่น เมล็ดกาแฟ
beanbag (บีน' แบก) *n.* ถุงผ้าเล็กๆ สำหรับใส่ถั่ว
bean-bag, beanbag (chair) ถุงเก้าอี้นวมขนาดใหญ่ใช้สำหรับนั่งบนพื้น
bean curd เต้าหู้
bean pod ฝักถั่ว
beanpole (บีน' โพล) *n.* ไม้เสียบ (นั่งร้าน) สำหรับให้ถั่วเลื้อย, (ภาษาพูด) ร่างที่ผอมสูง
beanshooter (บีน' ชูทเทอะ) *n.* หลอดเป่าเมล็ดถั่วเป็นของเด็กเล่นชนิดหนึ่ง
bean sprout ถั่วงอก
beanstalk (บีน' สทอค) *n.* ลำต้นถั่ว
bear[1] (แบร์) *vt.* **bore, borne/born, bearing** ค้ำ, รับ, พยุง, หนุน, แบก, รับภาระ, พบ, ทรงไว้, อดทน, ทาน, ทน, มี, ออกลูก, มีลูก, มีความรู้สึก, ถือ, พัด, พา, กด, ดัน, ให้, แสดง, ไปทาง, วางท่าทาง (-S. carry, tolerate -A. drop, reject)
bear[2] (แบร์) *n., pl.* **bears/bear** หมี, คนหยาบคาย, หมีซึ่งเป็นสัญลักษณ์ประจำชาติของรัสเซีย, คนงุ่มง่าม, คนขายหุ้นหรือเงินตราเพื่อเตรียมซื้อกลับในราคาถูกในอนาคตอันใกล้ **-Great Bear** ดาวจระเข้ **-Little Bear** ดาวไถ **-bearlike** *adj.*
bearable (แบร์' ระเบิล) *adj.* ออกลูกได้, สามารถให้ผล, ซึ่งทนได้ **-bearably** *adv.* (-S. tolerable -A. intolerable)
bearbaiting (แบร์' เบททิง) *n.* การปล่อยหมาให้สู้กับหมีที่ถูกขังไว้
beard (เบียร์ด) *n.* เครา, หนวด, หนวดสัตว์, ขนแหลมที่รวงข้าว, ขนใต้คางสัตว์, กลุ่มขนบนผลของพืช, ขนบนเบ็ดตกปลา *-vt.* ดึงหรือถอนเคราหรือหนวด, ต่อต้านอย่างกล้าหาญ **-bearded** *adj.*
bearer (แบ' เรอะ) *n.* ผู้แบก, ผู้รับ, เครื่องมือขนส่ง, ผู้ถือจดหมาย, ผู้ถือจดหมายสั่งของหรือรับเงิน, ผู้ประจำตำแหน่ง, คนใช้
bearing (แบ' ริง) *n.* ความอดทน, ที่รองรับ, ตำแหน่ง, ทิศทาง, การออกผล, การมีลูก, การอ้างอิง, ความสัมพันธ์, ความสามารถ, การให้ผล, ผล, ผลผลิต *-adj.* ซึ่งรองรับ, ซึ่งทนทาน (-S. carriage, posture, relation, direction)
bearish (แบ' ริชฺ) *adj.* คล้ายหมี, หยาบ, งุ่มง่าม, อารมณ์ร้าย **-bearishly** *adv.* **-bearishness** *n.*
beast (บีสทฺ) *n.* สัตว์ (ยกเว้นคน), สัตว์เดรัจฉาน, คนที่

ร้ายกาจคล้ายสัตว์เดรัจฉาน (-S. animal, monster)
beastly (บีส' ทฺลี) *adj.* **-lier, -liest** คล้ายสัตว์, ทารุณ, โหดเหี้ยม, น่าเกลียดน่าชัง *-adv.* อย่างยิ่ง **-beastliness** *n.* (-S. hateful, nasty)
beast of burden สัตว์ที่ใช้สำหรับบรรทุก
beat (บีท) *vt., vi.* **beat, beaten, beating** ตี, เคาะ, หวด, ตบ, เฆี่ยน, กระทบ, รบชนะ, พิชิต, ฟัน, ดีกว่า, เก่งกว่า, โกง, ค้นหา, สืบเสาะในป่า *-n.* จังหวะ, การเต้น, เสียงเดินติ๊กๆ ของนาฬิกา, ทางเดินประจำ, การเน้น, การรายงานข่าวก่อนคู่แข่ง *-adj.* เหนื่อยอ่อน (-S. pound, strike, hammer, defeat, pulsate, pulse) *-Ex. beat the carpet, Water beat upon the rocks., beaten copper, Give him a good beating., beat a drum, beat time, The heart beats., beat up an egg, beat the enemy*
beaten (บีท' เทิน) *adj.* ถูกโจมตี, พ่ายแพ้, เก่า, ถูกเหยียบจนเรียบ, หมดเรี่ยวแรง, เป็นผง(-S. defeated, discouraged -A. hopeful, optimistic) *-Ex. an Thai rice bowl made of beaten brass., a beaten path, Our team is not beaten yet.*
beater (บี' เทอะ) *n.* ผู้ตี, สิ่งตี, เครื่องมือหรืออุปกรณ์ในการตี, ผู้เคาะตีให้สัตว์หนีออกจากที่กำบัง
beatific (บีอะทิฟ' ฟิค) *adj.* ซึ่งให้ความสุข, ซึ่งประสาทพร **-beatifically** *adv.*
beatify (บิแอท' ทะไฟ) *vt.* **-fied, -fying** ทำให้เกิดความสุข, ประสาทพร, ทำพิธีประสาทพรแก่คนตาย **-beatification** *n.* (-S. bless)
beating (บี' ทิง) *n.* การเคาะ, การตี, การนวด, การพ่ายแพ้, การเต้น *-Ex. The team took a beating., the beating of the heart*
beatitude (บีแอท' ทิทิวดฺ) *n.* ความสุขสุดขีด, สุคติ, การประสาทพร (-S. supreme blessedness)
beatnik (บีท' นิค) *n.* ผู้หลีกเลี่ยงการปฏิบัติหรือการแต่งตัวที่นิยมตามปกติ
beat-up (บีท' อัพ) *adj.* (คำสแลง) เก่า (จากการใช้งานหนัก)
beau (โบ) *n., pl.* **beaus/beaux** พ่อพวงมาลัย, ชายคู่ควงที่มีเสน่ห์ของหญิง, คู่รัก, ชายที่คอยเอาอกเอาใจหญิง, คนเจ้าชู้ (-S. lover)
Beaufort scale หน่วยวัดกำลังแรงของลม
beaut (บิวทฺ) *n.* (คำสแลง) สิ่งที่พิเศษสุด บุคคลที่สวยงาม สิ่งที่สวยงาม
beauteous (บิว' เทียส) *adj.* สวยงาม **-beauteously** *adv.* **-beauteousness** *n.* (-S. beautiful)
beautician (บิวทิช' เชียน) *n.* ช่างเสริมสวย, ผู้จัดการร้านเสริมสวย, พนักงานร้านเสริมสวย
beautiful (บิว' ทิฟูล) *adj.* สวยงาม, ดี, เลิศ **-beautifully** *adv.* (-S. pretty, handsome, fine, nice -A. ugly, unsightly, deformed)
beautiful people, Beautiful People คำดั้งเดิมคือ Flower People, Hippies พวกบุปผาชน, ฮิปปี้
beautify (บิว' ทิไฟ) *vt., vi.* **-fied, -fying** ทำให้สวย, ทำให้งาม, สวยขึ้น **-beautification** *n.,* **-beautifier** *n.* (-S. adorn, glamorize -A. spoil, mar) *-Ex. to beautify a yard with flowers*
beauty (บิว' ที) *n., pl.* **-ties** ความสวยงาม, สิ่งที่สวยงาม, สิ่งที่ดีงาม, หญิงงาม, คนงาม, การตกแต่งให้สวยงาม, ข้อได้เปรียบ, คนเด่น, สิ่งที่ดีเด่น(-S. attractiveness, charm -A. plainness) *-Ex. What is Beauty?, the beauty of her face, Her eyes are her chief beauty., Mrs. Apasara was a famous beauty.*
beauty parlour, beauty parlor ร้านเสริมสวย, ห้องเสริมสวย (-S. beauty salon, beauty shop)
beauty spot จุดด่างพร้อยบนผิวหนัง, จุดสีดำที่แต้มบนใบหน้าเพื่อให้เก๋
beaux (โบ') *n. pl.* (ภาษาฝรั่งเศส) พหูพจน์ของ beau
beaver[1] (บี' เวอะ) *n., pl.* **-vers/ -ver** สัตว์ครึ่งบกครึ่งน้ำในตระกูล Castoridae คล้ายนาก, หนังของสัตว์จำพวกนี้, สิ่งทอที่ทำด้วยหนังสัตว์จำพวกนี้, คนที่ขยันขันแข็งเป็นพิเศษ
beaver[2] (บี' เวอะ) *n.* แผ่นเกราะคลุมส่วนล่างของใบหน้าและลำคอ
beaverboard (บี' เวอบอร์ด) *n.* แผ่นไม้ไฟเบอร์ซึ่งเบาและใช้ในการก่อสร้าง
bebop (บี' บอพ) *n.* ดนตรีแจ๊สชนิดหนึ่ง
becalm (บีคาม') *vt.* ทำให้สงบ, ทำให้ไร้ลม, บรรเทา (-S. calm, quiet, smooth, still -A. agitate, stir up, trouble, upset, disquiet)
became (บีเคม') *v.* กริยาช่อง 2 ของ become *-Ex. The weather became warmer.*
because (บิคอซฺ') *conj.* เนื่องจาก, เพราะ, เป็นเพราะ, เพราะเหตุว่า (-S. since, as, for)
beck (เบค) *n.* อากัปกริยาที่ใช้เรียก (เช่น กวักมือ, ผงกศีรษะ) *-vt., vi.* เรียก (พยักหน้า, กวักมือ, ฯลฯ) **-at his beck and call** คอยรับใช้เขา (-S. nod, signal)
becket (เบค' คิท) *n.* เชือกขนาดสั้นชนิดหนึ่งที่มีปมใช้บนเรือ
beckon (เบค' เคิน) *vt., vi.* เรียกโดยไม่ส่งเสียง (พยักหน้า, กวักมือ) ล่อ, ให้สัญญาณด้วยศีรษะหรือมือ *-n.* การให้สัญญาณด้วยมือหรือศีรษะ **-beckoner** *n.* (-S. summon, signal, gesture, call, motion, invite, ask, bid, command, wave)
becloud (บิเคลาดฺ') *vt.* ทำให้มืดมนด้วยเมฆ, ทำให้ยุ่งเหยิง, ทำให้เลอะเลือน, ปกคลุม (-S. darken)
become (บิคัม') *vi., vt.* **-came, -come, -coming** กลายเป็น, เป็น, เปลี่ยนเป็น, มาเป็น, สอดคล้องกัน, เหมาะ, สมควร, น่าดู (-S. come to be, change, happen, befit)
becoming (บิคัม' มิง) *adj.* เหมาะ, สมควร *-n.* กระบวนการเปลี่ยนแปลง **-becomingly** *adv.* (-S. proper, decent -A. unseemly, indecent)
bed (เบด) *n.* เตียง, ที่นอนสำหรับนอน, ฐาน, แท่น, การนอนหลับ, ใต้ท้องแม่น้ำ, พื้นล่าง, ชั้นหิน, กองหนึ่ง, แปลง, ร่อง, พื้นถนนรถไฟ *-v.* **bedded, bedding** *-vt.* จัดที่นอนให้, ส่งไปนอน, มีเพศสัมพันธ์, ปลูกพืชลงดิน, ปูพื้น *-vi.* พักผ่อน, นอน (-S. bedstead) *-Ex. a room with two beds, a bed for the night, a horse' s bed, lying in bed, go to bed, put him to bed, make a bed, death-*

bed and board 71 **beeves**

B

bed, bed of sickness
bed and board ที่พักพร้อมอาหาร, พันธะการสมรส
bedaub (บิดอบ') *vt.* ป้าย, ทำให้สกปรกด้วย, เปื้อน, ตกแต่งมากเกินไป (-S. daub)
bedazzle (บิแด' เซิล) *vt.* **-dazzled, -dazzling** ทำให้สับสน, ทำให้ตาลาย, ทำให้หลงเสน่ห์ **-bedazzlement** *n.*
bedbug (เบด' บัก) *n.* ตัวเรือด
bedchamber (เบด' เชมเบอะ) *n.* ห้องนอน (-S. bedroom)
bedclothes (เบดโคลซ) *n.* ผ้าปูที่นอน, ผ้าปู
bedding (เบด' ดิง) *n.* ที่นอนและผ้าปูที่นอน, หญ้าหรือฟางที่ปูคอกสัตว์
bedeck (บิเดค') *vt.* ประดับ, ตกแต่ง (-S. adorn)
bedevil (บิเดฟ' เวิล) *vt.* **-iled, -iling/-illed, -illing** ทำให้ผีเข้า, สาป, แช่ง, ทำให้หลง, ทรมาน, กวน, ทำทารุณ, ทำให้สิ้นสุด, ทำให้เสียการ **-bedevilment** *n.* (-S. worry)
bedfellow (เบด' เฟลโล) *n.* ผู้ร่วมเตียงนอน, ผู้ร่วมงาน (-S. bedmate, associate)
bedim (บีดิม') *vt.* **-dimmed, -dimming** ทำให้มัว (-S. make dim, darken)
bedizen (บิได' เซิน) *vt.* ประดับหรือตกแต่งอย่างโอ่อ่า **-bedizenment** *n.*
bedlam (เบด' เลิม) *n.* โรงพยาบาลคนบ้า, โรงพยาบาลคนวิกลจริต, สถานที่ที่มีเสียงดังและความโกลาหล, เสียงดังวุ่นวาย, เสียงสับสน (-S. madhouse, chaos, uproar) *-Ex. The auditorium was a complete bedlam when the rally got out of hand.*
bedlamite (เบด' ละไมท) *n.* คนบ้า
bedlamp (เบด' แลมพ) *n.* ดวงไฟข้างเตียง
bed linen ผ้าปูที่นอนและปลอกหมอน
bed of roses ภาวะที่สบายและหรูหรา
Bedouin, Beduin (เบด' ดูอิน) *n., pl.* **-ins/-in** อาหรับในทะเลทราย, อาหรับที่ร่อนเร่พเนจร, นักพเนจร *-adj.* พเนจร (-S. Arab, nomad)
bedpan (เบด' แพน) *n.* ภาชนะหรือกระโถนแบนสำหรับอุจจาระหรือปัสสาวะบนเตียง
bedpost (เบด' โพสท) *n.* เสาเตียง
bedraggle (เบดแรก' เกิล) *vt.* **-gled, -gling** ทำให้เปื้อนเปียกหรือเป็นโคลนเลอะเทอะ **-bedraggled** *adj.*
bedridden (เบด' ริดเดน) *adj.* ล้มหมอนนอนเสื่อ, ที่ล้มป่วย (-S. ailing, bedrid)
bedrock (เบด'รอค) *n.* ชั้นหินที่ยังไม่แตก, ชั้นล่างสุด, ฐานที่แน่น, หลักพื้นฐาน (-S. foundation)
bedroom (เบด' รูม) *n.* ห้องนอน
bedside (เบด' ไซด) *n.* พื้นที่ข้างเตียง *-adj.* ข้างเตียง
bedsore (เบด' ซอร์) *n.* แผลบนร่างกายที่เนื่องจากการนอนหลับทับเป็นเวลานานบนเตียง
bedspread (เบด' สเพรด) *n.* ผ้าคลุมเตียง
bedstand (เบด' สแทนด) *n.* โต๊ะเล็กๆ ข้างเตียง (-S. nightstand, night table)
bedstead (เบด' สเทด) *n.* โครงเตียง
bedtime (เบด' ไทม) *n.* เวลานอน
bed-wetting (เบด' เวททิง) *n.* การปัสสาวะรดที่นอน **-bed-wetter** *n.* (-S. enuresis)
bee (บี) *n.* ผึ้ง, งานสังสรรค์, กวี, ความคิดที่แปลก *-Ex. a quilting bee, a spelling bee*
beebread (บี' เบรด) *n.* สารผสมของเกสรดอกไม้กับน้ำผึ้งที่ผึ้งสะสมไว้เพื่อเลี้ยงตัวอ่อน
beech (บีช) *n.* พืชจำพวก *Fagus* มีผลเปลือกรูปสามเหลี่ยมที่กินได้ **-beechen** *adj.*

beech

beechnut (บีช' นัท) *n.* ผลของต้น beech, ผลมะเดื่อเขา
beef (บีฟ) *n., pl.* **beeves/beefs** เนื้อวัว, เนื้อควาย, วัวสำหรับฆ่าเป็นอาหาร, กำลังกล้ามเนื้อ, อำนาจ, พละกำลัง, น้ำหนัก, (คำสแลง) การบ่น *-vi.* (คำสแลง) บ่น **-beef up** (ภาษาพูด) ทำให้แข็งแรง เพิ่มกำลัง เพิ่มจำนวน
beef cattle วัวหรือควายสำหรับฆ่าเป็นอาหาร
beef eater ยาม, ทหารรักษาพระองค์ในอังกฤษสมัยก่อน, ผู้คุมหอ
beefsteak (บีฟ' สะเทค) *n.* เนื้อสเต็ก
beehive (บี' ไฮฟว) *n.* รังผึ้ง, สถานที่จอแจ
beekeeper (บี' คีพเพอะ) *n.* คนเลี้ยงผึ้ง **-beekeeping** *n.*
beeline (บี' ไลน) *n.* ทางตรง (-S. direct route)
Beelzebub (บีเอล' ซะบับ) *n.* หัวหน้าปีศาจ, ซาตาน, ปีศาจ
been (บีน) กริยาช่องที่ 3 ของ be *-Ex. It has been cold all week., Have you been to Pattaya?.*
beep (บีพ) *n.* เสียงปี๊บๆ (เช่น เสียงแตรรถยนต์) *-vi., vt.* ทำเสียงปี๊บๆ, ทำให้เกิดเสียงดังกล่าว
beeper (บี' เพอะ) *n.* อุปกรณ์ติดกับโทรศัพท์สามารถปล่อยเสียงออกมาเป็นระยะๆ เพื่อแสดงว่าการสนทนานั้นได้ถูกบันทึกเสียงไว้
beer (เบียร์) *n.* เบียร์ **-dark beer** เบียร์ดำ
beer and skittles ความรื่นรมย์, สุรา นารี พาชี กีฬาบัตร, การเอาแต่กินเหล้าและเที่ยว
beer garden สถานที่ดื่มเหล้า มักตกแต่งให้คล้ายสวน (-S. outdoor tavern)
beer hall บาร์หรือสถานรื่นรมย์ที่มีเหล้าดนตรีการเต้นรำและอื่นๆ
beerhouse (เบียร์' เฮาซ) *n.* สถานที่ดื่มเหล้าเท่านั้น
beeswax (บีซ' แวคซ) *n.* ขี้ผึ้ง
beeswing (บีซ' วิง) *n.* คราบบนผิวหน้าขวดหรือถังเหล้าองุ่น
beet (บีท) *n.* พืชจำพวก *Beta* ที่มีรากใหญ่สีแดงหรือขาว, รากที่กินได้ของพืชจำพวกนี้, ใบของพืชจำพวกนี้ซึ่งใช้ทำสลัดกินได้
beetle (บี' เทิล) *n.* แมลงปีกแข็ง
beetle-browed (บี' เทิล เบราด) *adj.* ซึ่งมีคิ้วหนาและยื่นออก, ขมวดคิ้ว, จ้องมองด้วยความโกรธ

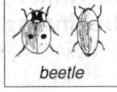

beetle

beet sugar น้ำตาลจากรากต้น sugar beet
beeves (บีฟวซ) *n. pl.* พหูพจน์ของ beef

befall (บิฟอล') *vt., vi.* **-fell, -fallen, -falling** บังเกิดขึ้น, เกิดขึ้น

befit (บิฟิท') *vt.* **-fitted, -fitting** เหมาะสมกับ, เหมาะ *-Ex. The room was decorated with roses to befit the occasion.*

befitting (บิฟิท' ทิง) *adj.* เหมาะ, เหมาะสม **-befittingly** *adv.* (-S. fitting, decent, proper)

befog (บิฟอก') *vt.* **-fogged, -fogging** ปกคลุมไปด้วยหมอก, ทำให้ไม่ชัด, ทำให้ยุ่งเหยิง (-S. obscure, cloud)

befool (บิฟูล') *vt.* หลอกลวง, ทำให้เหมือนคนโง่

before (บิฟอร์') *adv., prep., conj.* ก่อน, ก่อนหน้า, อยู่หน้า, หน้า, ตรงหน้า, ในอนาคต, คอยอยู่, ภายใต้อิทธิพลของ (-S. ahead, in front, earlier -A. after)

beforehand (บิฟอร์' แฮนดฺ) *adv., adj.* ก่อน, ไว้ก่อน, ล่วงหน้า (-S. in advance) *-Ex. All the preparations for the party were made beforehand.*

beforelong (บิฟอร์' ลอง) *adv., adj.* ไม่ช้า

before the wind ตามลม

beforetime (บิฟอร์' ไทมฺ) *adv.* เมื่อก่อน

befoul (บิเฟาลฺ') *vt.* ทำให้เปื้อน, ทำให้เสีย, ทำให้ยุ่ง **-befoulment** *n.*

befriend (บิเฟรนดฺ') *vt.* คบเป็นเพื่อนกัน, ให้ความช่วยเหลือ (-S. make friends) *-Ex. The rich old man befriended the little tramp.*

befuddle (บิฟัด' เดิล) *vt.* **-dled, -dling** ทำให้เมา, ทำให้สนเท่ห์ **-befuddlement** *n.*

beg (เบก) *vt.* **begged, begging** ขอทาน, ขอ, อ้อนวอน, ขอความกรุณา **-beg off** ขอได้โปรดยกเว้น (-S. entreat, plead -A. insist, require) *-Ex. beg for forgiveness, Do it, I beg., I beg that it may be done., beg pardon, I beg your pardon., I beg your pardon for interrupting you.*

began (บิแกน') กริยาช่อง 2 ของ begin

begat (บิแกท') กริยาช่อง 2 ของ beget

beget (บิเกท') *vt.* **begot/begat, begotten/begot, begetting** ให้กำเนิด, ทำให้เกิด **-begetter** *n.* (-S. procreate, breed)

beggar (เบก' เกอร์) *n.* คนขอทาน, คนจน, วายร้าย, (ภาษาพูด) อ้ายเสือนี่ **-beggardom** *n.* (-S. panhandler, vagrant, tramp, pauper)

beggarly (เบก' กะลี) *adj.* เหมือนขอทาน, ยากจน, ยากไร้ **-beggarliness** *n.*

beggary (เบก' เกอรี) *n.* ความยากจน, คนขอทาน, ชีวิตคนขอทาน, ความยากไร้

begin (บิกิน') *vi., vt.* **began, begun, beginning** เริ่ม, เริ่มต้น, ตั้งต้น, ลงมือ (-S. initiate -A. end, finish) *-Ex. begin at the beginning*

beginner(บิกิน' เนอร์) *n.* ผู้เริ่มต้น, ผู้ไม่มีประสบการณ์

beginning (บิกิน' นิง) *n.* การเริ่ม, ระยะตั้งต้น, การมีกำเนิดจาก (-S. origin, start, rise) *-Ex. the beginning of a race, The Nile River has its beginning in the mountains of Africa., the beginning of the story*

begird (บิเกิร์ด') *vt.* **-girt/-girded, -girt, -girting** มัด, ผูก, ล้อม, โอบ

begone (บิกอน') *vt.* จากไป, ไปจาก *-interj.* ไปให้พ้น! (-S. depart) *-Ex. The princess cried to the beggar 'Begone!'*

begonia (บิโกน' เนีย) *n.* พืชเมืองร้อนจำพวก *Begonia* มีใบและดอกที่สวยงาม

begot (บิกอท') *vt.* กริยาช่อง 2 และ 3 ของ beget

begotten (บิกอท' เทิน) *vt.* กริยาช่อง 3 ของ beget

begrime (บิไกรมฺ') *vt.* **-grimmed, -grimming** ทำให้สกปรก, ทำให้เลอะ

begrudge (บิกรัดจฺ') *vt.* **-grudged, -grudging** อิจฉา, ริษยา, เดียดฉันท์, บ่นว่า, ต่อว่า **-begrudging** *adj.*

beguile (บิไกลฺ') *vt.* **-guiled, -guiling** หลอก, หลอกลวง, ล่อลวง, ฆ่าเวลา, หาความเพลิดเพลิน, ทำให้เพลิดเพลิน **-beguilement** *n.* **-beguiler** *n.* (-S. enchant, deceive, cheat) *-Ex. They beguiled the enemy into an ambush., Sawai beguiled us with stories., to beguile the time*

beguine (บิกีน') *n.*ชื่อการเต้นรำชนิดหนึ่งในแอฟริกาใต้, จังหวะบีกิน

begum (บี' กัม) *n.* หญิงมุสลิมที่มีตำแหน่งสูงของศาสนาอิสลาม, คุณหญิง, คุณนาย, หญิงที่มีเลือดผสมอินเดียและอังกฤษ

begun (บิกัน') *vi., vt.* กริยาช่อง 3 ของ begin *-Ex. Finish the work you have begun.*

behalf (บิฮาฟ') *n.* ประโยชน์, ตัวแทน, ในนามของ (-S. profit, support, vindication) *-Ex. The lawyer spoke in behalf of his client.*

behave (บิเฮฟวฺ') *vi.* **-haved, -having** ปฏิบัติตัว, ประพฤติ, กระทำตัว (-S. conduct, perform) *-Ex. behaved with great courage, behaved badly to his wife*

behaviour, behavior (บิเฮฟ' วิเออะ) *n.* ความประพฤติ, การกระทำตัว, พฤติการณ์, พฤติกรรม, การแสดงอาการ, อาการ, ท่าที (-S. manners, deportment, operation, pattern) *-Ex. a prize for good behaviour*

behavioural, behavioral (บิเฮฟ' วิเออเริล) *adj.* เกี่ยวกับพฤติกรรม,เกี่ยวกับการทำตัวหรืออาการท่าทีของสัตว์ **-behaviourally, behaviorally** *adv.*

behead (บิเฮด') *vt.* ตัดหัว, ฆ่าหรือประหารชีวิตโดยการตัดหัวออก (-S. guillotine) *-Ex. Charles I of England was beheaded in 1649.*

beheld (บิเฮลดฺ') *vt.* กริยาช่อง 2 และ 3 ของ behold *-Ex. Udom beheld a strange sight.*

behemoth (บิฮี' มอธ) *n.* สัตว์ขนาดใหญ่มาก

behest (บิเฮสทฺ') *n.* คำสั่ง, คำขอร้อง, พระบรมราชโองการ (-S. command, order, dictate)

behind (บิไฮดฺ') *adv., prep.* ข้างหลัง, หลัง, ล้าหลังกว่า, ช้ากว่า *-n.* ผู้สนับสนุน, ท้าย (-S. aback) *-Ex. walking stay behind, leave (him) behind, fall behind, a garden behind the house, say thingsabout him behind his back, hide behind the trees, Behind the mountains there is a lake., behind the times*

behindhand (บิไฮ' แฮนดฺ) *adv., adj.* ชักช้า, ล้า

behind-the-scene 73 bellows

B

หลัง, ค้างชำระหนี้ (-S. late, backward)

behind-the-scene (บิไฮ' เธอะซีน) *adj.* ที่เป็นความลับ, ที่ปกปิด

behold (บิโฮลดฺ') *vt.* **-held, -holding** เห็น, ดู, ดูที่ *-interj.* ดูซิ! (-S. notice, look at)

beholden (บิโฮล' เดิน) *adj.* ได้รับความเมตตา, รู้สึกทราบซึ้ง (-S. obliged)

beholder (บิโฮล' เดอะ) *n.* ผู้มอง, ผู้ชม *-Ex. Beauty is in the eye of the beholder.*

behoof (บิฮูฟ') *n.* **-hooves** ข้อได้เปรียบ, ผลประโยชน์ (-S. advantage, benefit)

behove, behoove (บิโฮฟวฺ', บิฮูฟวฺ') *vt., vi.* **-hoved, -hoving/-hooved, -hooving** เป็นความจำเป็น, เป็นความเหมาะสม

beige (เบจ) *n.* สีน้ำตาลอ่อน, สีทราย, การดำรงอยู่, ชีวิต

being (บี' อิง) *n.* การเป็นอยู่, การดำรงอยู่, ชีวิต, สสาร, ธรรมชาติ, สิ่งมีชีวิต, บุคคล, พระเจ้า, ธาตุแท้, คุณสมบัติ (-S. existence, creature) *-Ex. after being there so long, has no real being, aim and end of my being, every living being, a human being*

bejewel (บิจู' เอิล) *vt.* **-weled, -weling/-welled, -welling** ประดับด้วย, ประดับด้วยเพชรพลอย **-bejeweled** *adj.* (-S. adorn)

bel (เบล) *n.* หน่วยของกำลังส่งวิทยุมีค่าเท่ากับ 10 เดซิเบล

belabour, belabor (บิเล' เบอะ) *vt.* ถกเถียง, พูดมากเกินไปเกี่ยวกับ, กล่าวหา, เหยียดหยาม, ตีแรง

belated (บิเล' ทิด) *adj.* ล่าช้า, ยังค้างอยู่ **-belatedly** *adv.* **-belateness** *n.* (-S. late, overdue)

belay (บิเล') *vt., vi.* **-layed, -laying** มัดกับหลัก, หยุด, ผูกมัด, เอาเชือกผูกกับตัว, เอาเชือกผูก

belch (เบลชฺ) *vt., vi.* เรอ, พ่นออก *-Ex. The volcano belched molten rock and ashes.*

beldam, bedame (เบล' ดัม) *n.* หญิงแก่, ยาย

beleaguer (บิลี' เกอะ) *vt.* ล้อมรอบด้วยกองทหาร, โอบล้อม, โอบตี, เต็มไปด้วยความยุ่งเหยิงหรือความลำบาก (-S. harass, annoy, vex)

belfry (เบล' ฟรี) *n., pl.* **-fries** หอระฆัง, โครงไม้สำหรับแขวนระฆัง **-belfried** *adj.* มีหอระฆัง

Belg. ย่อจาก Belgium ประเทศเบลเยียม, Belgian ชาวเบลเยียม

Belgian (เบล' เจียน) *n.* ชาวเบลเยียม, พันธุ์ม้าขนาดใหญ่และแข็งแรงชนิดหนึ่ง *-adj.* เกี่ยวกับเบลเยียม (คนและวัฒนธรรม)

Belgium (เบล' เจียม) *n.* ประเทศเบลเยียม

Belgrade (เบลเกรด') *n.* ชื่อเมืองหลวงของยูโกสลาเวีย

belie (บิไล') *vt.* **-lied, -lying** แสดงให้เห็นว่าไม่จริง, ขัดแย้ง, ไม่ตรงกับ, ใส่ความ, ทำให้คนอื่นเข้าใจผิด **-belier** *n.* (-S. misrepresent, disguise) *-Ex. His black hair and brisk walk belie his great age., Her neglect of her brother belies her claim to devotion.*

belief (บิลีฟ') *n.* ความเชื่อ, ความเชื่อมั่น, ความเชื่อถือ, ความเลื่อมใส, ศรัทธา, ข้อบัญญัติทางศาสนา (-S. faith, acceptance, reliance)

believe (บิลิฟวฺ') *vt.* **-lieved, -lieving** เชื่อ, มั่นใจใน, ศรัทธา, เชื่อว่า, เข้าใจว่า **-believability** *n.* **-believable** *adj.* **-believably** *adv.* **-believer** *n.* (-S. postulate, hold, maintain, trust -A. disbelieve, doubt, distrust) *-Ex. believe in God*

belike (บิไลคฺ') *adv.* บางที, อาจจะ (-S. probably)

belittle (บิลิท' เทิล) *vt.* **-tled, -tling** ดูถูก, ดูแคลน, เหยียดหยาม, ทำให้ความสำคัญลดน้อยลง **-belittlement** *n.* **-belittler** *n.* (-S. disparage, deride -A. promote) *-Ex. Sawai belittles our city in his book.*

bell (เบล) *n.* ระฆัง, กระดิ่ง, กระดิ่งประตู, พรวน, ลำโพง, กรวย, เสียงระฆัง, สิ่งที่มีรูปร่างคล้ายระฆัง *-vt.* ทำให้มีรูปทรงคล้ายระฆัง, ติดระฆัง *-vi.* มีรูปร่างคล้ายระฆัง

belladonna (เบลละดอน' นะ) *n.* พิษพืชจำพวก *Atropa belladonna* มีดอกสีม่วงและผลสีดำ, ยาจากใบพืชหรือรากของต้นจำพวกนี้, มะเขือพิษ

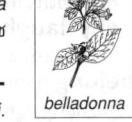

belladonna

bell-bottom, bell-bottomed (เบล' บอทเทิม, -ทฺ) *adj.* (กางเกง) ซึ่งมีขาบาน *-n.* กางเกงขาบาน

bellboy (เบล' บอย) *n.* พนักงานรับใช้ในโรงแรม, คนขนกระเป๋าและรับใช้ธุระอื่นๆ ในโรงแรมหรือคลับ (-S. bellhop)

bell buoy ทุ่นลอยที่ติดระฆังเตือนภัยในทะเล

bell captain หัวหน้าพนักงานรับใช้ในโรงแรม

belle (เบล) *n.* สาวสวย, หญิงสวย (-S. beauty)

bell button ปุ่มกดกริ่ง

belles-lettres (เบลเล' ทระ) *n. pl.* วรรณคดี, วรรณวิจิตร **-belletrist** *n.* **-belletristic** *adj.* (-S. fine literature)

bellicose (เบล' ลิโคส) *adj.* ชอบต่อสู้, ชอบทะเลาะ **-bellicosely** *adv.* **-bellicosity** *n.* (-S. belligerent -A. pacific)

belligerence (เบลลิจ' เจอเรินซฺ) *n.* ภาวะคล้ายสงคราม, ลักษณะกระหายสงคราม, ลักษณะชอบต่อสู้, การทำสงคราม (-S. war, warfare)

belligerency (บะลิจ' เจอเรินซี) *n.* ภาวะสงคราม, ภาวะเข้าสู่การทำสงคราม (-S. aggression, hostility -A. peace, conciliation)

belligerent (บะลิจ' เจอเรินทฺ) *adj.* กระหายสงคราม, ชอบสงคราม, ทำสงคราม, มุ่งร้าย, ชอบตีรันฟันแทง, ก่อสงคราม, เกี่ยวกับสงคราม *-n.* ภาวะสงคราม, ประเทศที่ทำสงคราม, ฝ่ายที่เข้าทำสงคราม **-belligerently** *adv.* (-S. pugnacious -A. pacific) *-Ex. to speak belligerent words, a belligerent attitude, The belligerent nations continued fighting., Both belligerents suffered great losses.*

bellman (เบล' เมิน) *n., pl.* **-men** คนตีระฆัง, คนยาม

bellow (เบล' โล) *vi.* คำราม, ตะโกน, แผดเสียงร้อง, ส่งเสียงดังสนั่นหวั่นไหว *-n.* เสียงคำราม **-bellower** *n.* *-Ex. The bulls bellowed when they saw each other., The director bellowed his orders over the loudspeaker.*

bellows (เบล' โลซ) *n., sing., n. pl.* ที่สูบลมแบบใช้มือ, หีบลม, ส่วนที่เป็นท่อหรือห้องที่คล้ายลูกคลื่น, ปอด, หนังหุ้มที่เป็นลูกคลื่น (เช่น ของกล้องถ่ายรูป)

B

belly (เบล' ลี) *n., pl.* **-lies** พุง, ท้อง, ส่วนท้อง, ช่องท้อง, กระเพาะ, มดลูก, ความอยากอาหาร, ส่วนภายใน, ส่วนยื่น, ส่วนที่เป็นกล้ามเนื้อ, ส่วนหน้า *-vt., vi.* **-lied, -lying** ยื่นออก, พองออก (-S. stomach, abdomen) *-Ex. The belly of the ship was damaged., The intense cold cracked the belly of the laboratory flask., The sails bellied in the wind.*
bellyache (เบล' ลี เอค) *n.* อาการปวดท้อง *-vi.* **-ached, aching** (คำสแลง) บ่น พูดงึมงำ
bellyband (เบล' ลีแบนด) *n.* สายคาดท้องของสัตว์ เช่น ม้า เพื่อช่วยยึดอานให้อยู่กับที่
bellybutton (เบล' ลีบัท' ทัน) *n.* สะดือ
belly dance ระบำหน้าท้อง **-belly dancer** *n.*
bellyful (เบล' ลีฟูล) *n.* ปริมาณเท่าที่จะทนได้ที่สุด, พอเสียยิ่งกว่าพอ, เพียงพอสำหรับบริโภค
belly laugh การหัวเราะอย่างรุนแรง, การหัวเราะท้องแข็ง (-S. deep, hearty laugh)
belong (บิลอง') *vi.* เป็นของ, เป็นส่วนหนึ่งของ, ขึ้นอยู่กับ, อยู่ใน, อยู่สังกัด, อยู่, พัก, มีภูมิลำเนาอยู่ที่, เกี่ยวกับ, ขึ้นอยู่กับ (-S. be part of, be owned by)
belonging (บิลอง' อิง) *n.* ความสัมพันธ์ระหว่างกัน, ทรัพย์สมบัติ, สิ่งของที่มีอยู่, ของประกอบ, ญาติพี่น้อง **-belongings** *n.* ทรัพย์สมบัติ (-S. relationship, possessions, assets)
beloved (บิเลิฟ' วิด) *adj.* อันเป็นที่รักยิ่ง, สุดที่รัก *-n.* ผู้เป็นที่รักยิ่ง (-S. adored, cherished)
below (บิโล') *adv., adj.* ข้างล่าง, เบื้องใต้, เบื้องล่าง, ใต้, อยู่ข้างใต้, ต่ำกว่า, ด้อยกว่า, ไม่สมดุลกับ, ไม่สมเกียรติของ, บนโลก, ในนรก *-prep.* ต่ำกว่า, ด้อยกว่า, ต่ำเกินไป, ไร้เกียรติ (-S. lower, underneath) *-Ex. here below, from below, go below, see below, below the knee, below the village, below the surface, below (the) average*
belt (เบลท) *n.* เข็มขัด, สายคาดเอว, สาย, สายพาน, สายพาดไหล่, สายหนัง, สายกระสุนปืน, ทางโค้ง, ทางรถไฟฟ้า, การดื่มอึกใหญ่, การโจมตี, แนว, เทือก *-vt.* รัดเข็มขัด, คาดสาย, ใช้สายคาด, ใช้เข็มขัดหรือสายคาดตี, ตี, ร้อง(เพลง)เสียงดัง (-S. girdle, stripe) *-Ex. belt driving a machine, White belt across the sky is called the Milky Way., yellow fever belt, The cruel guard belted the prisoner.*
belted (เบล' ทิด) *adj.* ซึ่งมีสายคาด, มีแถบสี
belting (เบล' ทิง) *n.* วัตถุที่ใช้คาด, สายคาดทั้งหลาย, (คำสแลง) การตี การหวดด้วยสายคาด (-S. beating)
beltline (เบลท' ไลน) *n.* เส้นสะเอวของเสื้อผู้หญิง, เส้นเอว (-S. waistline)
beltway (เบลท' เว) *n.* ถนนไฮเวย์เป็นแนวเส้นโค้ง
beluga (บะลู' กะ) *n., pl.* **-ga/-gas** ปลา sturgeon สีขาวชนิดหนึ่ง, ปลาวาฬขาว
bemire (บิไม' เออะ) *vt.* **-mired, -miring** ทำให้เปื้อนโคลน, ทำให้จมหรือตกอยู่ในโคลน
bemoan (บิโมน') *vt.* คร่ำครวญ, ร้องไห้สะอึกสะอื้น แสดงความสงสารต่อ *-vi.* คร่ำครวญ (-S. mourn, weep -A. rejoice, jubilate)
bemuse (บิมิวซ') *vt.* **-mused, -musing** ทำให้ยุ่งเหยิง, ทำให้งงงวย, ทำให้ตะลึง **-bemusement** *n.* (-S. stupefy, muddle, obfuscate -A. enlighten)
bemused (บิมิวซฑฺ') *adj.* งงงัน, งงงวย, ตะลึง, ครอบงำ (จิต)
ben[1] (เบน) *n.* ยอดเขา
ben[2] (เบน) *adv., prep.* ภายใน, ห้องในกระท่อม
bename (บิเนม') *vt.* เรียกชื่อ, ตั้งชื่อ
bench (เบนช) *n.* ม้านั่ง, แท่นทำงานของช่างไม้หรือช่างเครื่อง, บัลลังก์ (ตุลาการ), ผู้พิพากษา, ศาล, ม้านั่งยาวสำหรับหลายคนนั่ง, ที่นั่งของนักกีฬาที่รอคอยการแข่งขัน, นักกีฬาสำรองทั้งหมดที่นั่งรออยู่ *-vt.* วาง (ม้านั่ง) ตั้งไว้, วางแสดง, ทำให้นั่งอยู่ที่นั่ง
bench mark จุดสูง, จุดมาตรฐาน (-S. reference, standard, norm)
bench warrant หมายศาล
bend (เบนดฺ) *vt., vi.* **bent, bending** ทำให้งอ, ทำให้โค้ง, ทำให้ยอม, ก้ม, งอ, โค้ง, โน้มน้าว, ดัด, หัน, บ่าย, เบี่ยง, จ้องเขม็ง, (จิต) รวมที่จุดเดียว, เปลี่ยนทิศทาง *-n.* การงอ, การดัด, การเบี่ยง, หัวโค้ง, คุ้ง, เงื่อนเชือก **-bendable** *adj.* (-S. curve, flex, turn -A. staighten) *-Ex. bend the wire, Udom is determined, I cannot bend him., bend down, bend over, bend one' s neck, bend down before the idol, bend his mind to the task, bend all one's energies to, a bend in the road*
bene- คำอุปสรรค มีความหมายว่า ดี
beneath (บินีธ') *adv., adj., prep.* ข้างใต้, ต่ำกว่า, ภายใต้, เลวกว่า, ไม่เหมาะ, ไม่สมควร, เสื่อมเสีย, เสียศักดิ์ศรี (-S. below) *-Ex. beneath the moon, beneath the same roof, from beneath, beneath his guiding hand, beneath my clothe*
benedict (เบน' นิดิคท) *n.* ชายที่เพิ่งแต่งงานใหม่, ชายที่แต่งงานแล้ว
Benedict (เบน' นิดิคท) *n.* ชื่อผู้ชาย, ชื่อนักบุญคนหนึ่ง
Benedictine (เบนนิดิค' ทิน) *adj.* เกี่ยวกับนักบุญเบเนดิกต์หรือคำสอนของเขา *-n.* พระ
benediction (เบนนิดิค' ชั่น) *n.* การให้พร, การขอพร, การอวยพร, การขอบคุณ, พิธีอวยพร **-benedictory** *adj.* (-S. blessing -A. curse)
benefaction (เบนนะแฟค' ชั่น) *n.* การทำความดี, กุศลกรรม, การทำกุศล, กุศล, คุณความดีที่ทำ, การบริจาค (-S. benevolence, liberality, alms, gift, grant)
benefactor (เบนนะแฟค' เทอะ) *n.* ผู้ทำความดี, ผู้ทำกุศล, ผู้มีพระคุณ, ผู้บริจาค **-benefactress** *n.* หญิงที่ทำความดีหรือทำกุศล (-S. helper, patron, supporter)
benefic (เบนนิฟ' ฟิค) *adj.* เป็นการกุศล, เป็นการทำความดี, เกี่ยวกับคุณงามความดี (-S. beneficent)
benefice (เบน' นิฟิส) *n.* ตำแหน่งที่มีรายได้, ตำแหน่งบาทหลวงที่มีเงินเดือน, ตำแหน่งพระสอนศาสนา, ที่ดินที่ให้ครอบครอง
beneficence (บะเนฟ' ฟิเซินซ) *n.* การทำความดี,

beneficent 75 berry

B

การกุศล, คุณความดี, การบริจาค, สิ่งของที่บริจาค, เงินบริจาค (-S. virtue, goodness, altruism)

beneficent (บะเนฟ' ฟิเซินทฺ) *adj.* ซึ่งทำความดี, เกี่ยวกับความดี, เกี่ยวกับกุศลกรรมหรือการกุศล **-beneficently** adv.

beneficial (เบนนะฟิช' เชียล) *adj.* มีประโยชน์, เป็นประโยชน์, เป็นผลดี, ซึ่งช่วยเหลือ, มีสิทธิในการใช้สอย **-beneficially** *adv.* (-S. helpful, profitable -A. disavantageous) *-Ex. Food and sleep are beneficial to health.*

beneficiary (เบนนะฟิช' เชียรี) *n., pl.* **-ries** ผู้รับผลประโยชน์, ผู้รับเงินประกัน, ผู้รับเงินช่วยเหลือ, ผู้มีสิทธิพิเศษ *-adj.* เกี่ยวกับการรับผลประโยชน์ (-S. donee, recipient, inheritor)

benefit (เบน' นะฟิท) *n.* ผลประโยชน์, ส่วนดี, เงินช่วยเหลือ, เงินสงเคราะห์, เงินเพิ่ม, สิทธิพิเศษ, ข้อยกเว้น, การแสดงการกุศล *-vt.* **-fited, -fiting** เป็นประโยชน์ต่อ, เป็นผลดีกับ *-vi.* ได้รับผลประโยชน์, ได้รับผลดี, ได้ผลกำไรจาก (-S. advantage, favour) *-Ex. The rest benefited his health., Sombut benefited from his past experience.*

Benelux (เบน' นะลัคซฺ) สหพันธรัฐระหว่างเบลเยียม เนเธอร์แลนด์ และลักเซมเบิร์ก

benevolence (บะเนฟ' วะเลินซฺ) *n.* ความเมตตากรุณา, การกุศล, การกระทำความดี, กุศลกรรม, ของบริจาค, เงินบริจาค (-S. benignity, beneficence) *-Ex. His benevolence led him to work for a charitable organization.*

benevolent (บะเนฟ' วะเลินทฺ) *adj.* เมตตา, กรุณา, ใจบุญ, ชอบทำบุญ, กุศล **-benevolently** *adv.* (-S. charitable, kind -A. mean, cruel)

Bengal (เบนกอล') มณฑลเบงกอลระหว่างอินเดียกับบังกลาเทศ, อ่าวเบงกอลของมหาสมุทรอินเดียระหว่างอินเดียกับพม่า

Bengalese (เบน' กะลีซฺ) *n., pl.* **-lese** ชาวเบงกอล, ภาษาเบงกอล *-adj.* เกี่ยวกับเบงกอล

Bengali (เบนดา' ไล) *n.* ชาวเบงกอล, ภาษาเบงกอล *-adj.* เกี่ยวกับเบงกอล

benighted (บิไน' ทิด) *adj.* มืดค่ำ, ไม่ฉลาด, ไม่รู้อะไร **-benightedness** *n.*

benign (บิไนนฺ') *adj.* เมตตา, กรุณา, ใจดี, ปรานี, อ่อนโยน **-benignly** *adv.* (-S. kindly, genial)

benignant (บินิก' เนินทฺ) *adj.* กรุณาปรานี, มีอิทธิพลที่ดีต่อ, มีประโยชน์ต่อ, ใจดี **-benignancy** *n.* (-S. benign, kind, benevolent)

benignity (บินิก' นิที) *n., pl.* **-ties** ความกรุณา, ความปรานี, ความใจดี, กุศลกรรม, การกระทำความดี (-S. kindness, benevolence)

benison (เบน' นิเซิน, -เซิน) *n.* ดู benediction

benjamin (เบน' จะมิน) *n.* เรซินชนิดหนึ่งใช้เป็นยา

bent (เบนทฺ) *adj.* งอ, โค้ง, ที่ตกลงใจ, ที่ตั้งใจแล้ว *-n.* ทิศทาง, ความสนใจ, การเบี่ยงเบน, ความโค้ง, ต้นหญ้าที่งอ, หญ้าคา, ทุ่งหญ้า (-S. crooked, curved -A. straight) *-Ex. The hose was bent and curled like a snake., Daeng is bent on becoming a doctor., Noi has a bent for painting., Who bent the pipe?*

benumb (บินัม') *vt.* ทำให้ชา, ทำให้หมดความรู้สึก, ทำให้มึนงง, ทำให้เคลื่อนที่ไม่ได้ **-benumbedness** *n.* (-S. make numb, stupefy -A. make sensitive) *-Ex. The cold benumbed our fingers., Fear benumbed his mind.*

Benzedrine (เบน' ซิดรีน) *n.* ชื่อการค้าของยาแอมเฟตามีน

benzene (เบน' ซีน) *n.* น้ำมันติดไฟได้ง่ายชนิดหนึ่งใช้ในการสังเคราะห์ทางเคมี การผลิตสีสังเคราะห์และเป็นตัวละลาย (-S. benzol)

benzine, benzin (เบน' ซีน, -ซิน) *n.* น้ำมันเบนซินซึ่งเป็นส่วนผสมของ hydrocarbons ต่างๆ

benzo- คำอุปสรรค มีความหมายเกี่ยวกับ benzene, benzoic acid

benzoic (เบนโซ' อิค) *n.* สารกันบูดชนิดหนึ่งที่มีฤทธิ์เป็นยาฆ่าเชื้อและใช้ในการสังเคราะห์สีย้อม

benzoin (เบน' ซอยน) *n.* เรซินชนิดหนึ่งซึ่งมีกลิ่นหอมใช้ในการทำเครื่องหอมและเครื่องสำอาง, กำยาน, พืชจำพวก *Lindera*

bequeath (บิควีธ') *vt.* **-queathed, -queathing** การยกมรดกให้, การยกให้, ทำพินัยกรรมยกให้, ยกให้ *-n.* สิ่งของที่ตกทอด, มรดก **-bequeathal** *n.* (-S. bestow, give, render) *-Ex. Daeng bequeathed his money to his sons., Our forefathers bequeathed us a love of liberty.*

bequest (บิเควสทฺ') *n.* การทำพินัยกรรมยกให้, มรดก, สิ่งที่ตกทอด (-S. bequeathment, bestowal, gift, legacy, trust)

berate (บิเรท') *vt.* **-rated, -rating** ด่า, ตำหนิอย่างรุนแรง (-S. scold)

Berber (เบอ' เบอะ) *n.* ชาวมุสลิมในแอฟริกาเหนือ, ภาษามุสลิมดังกล่าว

bereave (บิรีฟว') *vt.* **-reaved/-reft, -reaving** ทำให้สูญสิ้น, ทำให้หมด, เอาไปด้วยกำลัง, ปลิดชีพ, คร่าไปเสีย **-bereavement** *n.* (-S. divest) *-Ex. to be bereaved by the death of a friend or relative.*

bereft (บิเรฟทฺ') *vt.* กริยาช่อง 2 และ 3 ของ bereave *-adj.* ถูกคร่าไป, ซึ่งสูญเสียไป (-S. deprived)

beret (บะเร') *n.* หมวกผ้าสักหลาดที่ไม่มีปีก, หมวกบาเรต์

berg (เบิร์ก) *n.* ภูเขาน้ำแข็ง

bergamot (เบอ' กามอท) *n.* ต้นมะกรูด

beriberi (เบอ' รีเบอ' รี) *n.* โรคเหน็บชาเนื่องจากขาดวิตามินบีหนึ่ง **-beriberic** *adj.*

Bering Strait ช่องแคบเบอริงอยู่ระหว่างอลาสกากับไซบีเรียเชื่อมทะเลเบอริงกับมหาสมุทรอาร์กติก

berkelium (เบอคี' เลียม) *n.* ธาตุกัมมันตรังสีชนิดหนึ่ง มีสัญลักษณ์ Bk

Berlin (เบอร์ลิน') เมืองเบอร์ลินในประเทศเยอรมนี

Bermuda (เบอมู' ดะ) ชื่อหมู่เกาะในมหาสมุทรแอตแลนติกแถบอเมริกากลาง **-Bermudan, Bermudian** *adj., n.*

Berne, Bern (เบิร์น) ชื่อเมืองหลวงของประเทศสวิตเซอร์แลนด์ **-Bernese** *adj., n., pl.* **-nesé**

berry (เบอ' รี) *n., pl.* **-ries** ลูกผลไม้เล็กๆ, เมล็ดแห้ง,

B

เม็ดไข่ (กุ้ง, ปลา, แมงดา) *-vi.* **-ried, -rying** ออกผลเป็นลูกผลไม้เล็กๆ, เก็บผลไม้เล็กๆ **-berrylike** *adj. -Ex. the coffee berry*

berserk (เบอเซอร์ค') *adj., adv.* บ้าบิ่น, บ้าระห่ำ *-n.* ผู้ที่บ้าบิ่นหรือบ้าระห่ำ (-S. violently frenzied)

berserker (เบอเซอร์' เคอะ) *n.* ผู้บ้าบิ่น, ผู้บ้าระห่ำ, นักต่อสู้อย่างบ้าเลือด (-S. maniac)

berth (เบิร์ธ) *n.* ที่นอนในรถไฟ ในเรือ ในเครื่องบินหรือยานพาหนะอื่นๆ, ห้องกัปตันเรือ, ตำแหน่งเจ้าหน้าที่ในเรือ, งาน, ตำแหน่ง, ที่ทอดสมอเรือ, ที่จอด *-vt., vi.* จอดเรือ, หาที่จอดเรือ **-give a wide berth to** หลีกห่าง (-S. space to lie)

Bertillon system (เบอ' ทะลัน) *n.* ระบบการวินิจฉัยบุคคล (โดยเฉพาะอาชญากร) จากลักษณะและสัดส่วนทางกายภาพ

beryl (เบอ' รีล) *n.* แร่ beryllium aluminum silicate

beryllium (บิริล' เลียม) *n.* ธาตุโลหะชนิดหนึ่งใช้ในการทำโลหะผสมทองแดง มีสัญลักษณ์ Be

beseech (บิซีช') *vt., vi.* **-sought/-seeched, -seeching** อ้อนวอน, ขอร้อง, ขอความกรุณา **-beseechingly** *adv.* (-S. solicit, beg, implore) *-Ex. We beseech you, O King, to hear our plea., We beseech your mercy.*

beseem (บิซีม') *vt.* เหมาะกับ, สอดคล้องกับ

beset (บิเซท') *vt.* **-set, -setting** โจมตีทุกด้าน, กลุ้มรุม, รบกวน, ห้อมล้อม **-besetment** *n.* (-S. annoy, plague, bedevil)

besetting (บิเซท' ทิง) *adj.* ซึ่งโจมตีหรือกลุ้มรุมอย่างไม่หยุดยั้ง (-S. troublesome) *-Ex. Greed is the miser's besetting sin.*

beshrew (บิชรู') *vt.* สาปแช่ง

beside (บิไซดฺ') *prep.* นอกจาก, ห่างจาก, ไม่เกี่ยวกับ, อยู่นอก, อยู่ข้าง, เทียบกับ, เคียงกับ **-beside oneself** หัวเสีย, โกรธ *-Ex. stood beside his brother, beside the sea, Beside the King, all the noblemen were there.*

besides (บิไซดฺซฺ') *adv., prep.* นอกจาก, อีกด้วย, มิหนำซ้ำ (-S. as well, in addition, too) *-Ex. There will be hunting, fishing, and hiking, and swimming besides., The book club is giving a record album besides its book dividend.*

besiege (บีซีจฺ') *vt.* **-sieged, -sieging** ล้อม, โอบล้อม, ล้อมโจมตี, กลุ้มรุมด้วย (คำถาม งาน การรบกวน) **-besieger** *n.* (-S. blockage, surround) *-Ex. For nine weeks the enemy besieged the castle., They besieged the actor for autographs.*

besmear (บิสเมียร์') *vt.* ทาไปทั่ว, ทำให้เปื้อน, ชะโลม, ป้าย

besmirch (บิสเมิร์ช') *vt.* ทำให้เปื้อน, ชะโลม, ป้าย, ทำลาย (ชื่อเสียง เกียรติยศ) (-S. corrupt, taint, stain, dishonour, smear)

besom (บี' เซิม) *n.* ไม้กวาด (-S. broom)

besot (บิซอท') *vt.* **-sotted, -sottting** ทำให้มึนงง, ทำให้งงงวย, ทำให้หลงใหล **-besoted** *adj.* (-S. stupefy)

besought (บิซอทฺ') *vt.* กริยาช่อง 2 และ 3 ของ beseech *-Ex. The prophet besought the help of heaven.*

bespangle (บิสแพง' เกิล) *vt.* **-spangled, -spangling** ปกคลุมไปด้วย, ประดับ

bespatter (บิสแพท' เทอะ) *vt.* ทำให้เปื้อน, ทำให้เปรอะ, ทำให้เป็นจุดๆ, สาด, สาดโคลน, ให้ร้าย, โปรย (-S. soil, make sparkle)

bespeak (บิสพีค') *vt.* **-spoke, -spoken/-spoke, -speaking** ถามหา, กล่าว, ว่า, แสดงให้เห็น, บอกล่วงหน้า, จองล่วงหน้า, ขอร้อง *-n.* การขอร้อง, การบอกหรือจองล่วงหน้า (-S. evidence, indicate -A. belie, negate) *-Ex. His good manners bespeak a fine upbringing.*

bespectacled (บิสเพค' ทะเคิลดฺ) *adj.* สวมแว่นตา (-S. wearing, eyeglasses)

bespoke (บิสโพค') *vt.* กริยาช่อง 2 ของ bespeak *-adj.* ทำตามที่ลูกค้าสั่ง, ทำสินค้าตามสั่ง, ทำโดยเฉพาะ, ซึ่งหมั้นไว้แล้ว (-S. custom-made)

bespoken (บิสโพ' เคิน) *vt.* กริยาช่อง 3 ของ bespeak *-adj.* ดู bespoke

bespread (บิสเพรด') *vt.* **-spread, -spreading** แผ่ออก, ปกคลุม

besprent (บิส' เพรนทฺ) *adj.* ซึ่งพรมหรือโรยไปทั่ว (-S. besprinkled, bestrewn)

besprinkle (บิสพริง' เคิล) *vt.* **-kled, -kling** พรมหรือโรยไปทั่ว

Bessemer process ชื่อกระบวนการหนึ่งในการผลิตเหล็กกล้าโดยวิธีการอัดอากาศเข้าไปในเหล็กที่หลอมเพื่อเอาวัตถุที่ไม่บริสุทธิ์ออก

best (เบสทฺ) *adj., adv.* ดีที่สุด, เหมาะสมที่สุด, ใหญ่ที่สุด, มากที่สุด *-n.* สิ่งที่ดีที่สุด, ส่วนที่ดีที่สุด, เสื้อผ้าที่ดีที่สุด, ภาวะอารมณ์ที่ดีที่สุด *-vt.* ทำให้แพ้, ชนะ, ดีกว่า (-S. finest, supreme, outdo, defeat -A. lose, be outdone, succumb) *-Ex. the best rider, the best wine, best years of our lives, do your best, try your best, Sombut was at his best., The boy who does best will get the prize., We must make the bet of a bad bargain., The book, at best, may sell 1,000 copies.*

bestead (บิสเทด') *-vt.* **-steaded/-stead, -steading** ช่วยเหลือ, เป็นประโยชน์ต่อ, เอื้ออำนวยแก่ *-adj.* อยู่ในสภาพ, อยู่ในภาวะที่ (-S. aid, assist, profit)

bestial (เบส' เชิล) *adj.* เกี่ยวกับสัตว์ป่า, เหมือนสัตว์ป่า, มีลักษณะของสัตว์ป่า, โหดร้าย, ทารุณ, ซึ่งไร้เหตุผล, ไร้ปัญญา (-S. animalistic, beastly, wild -A. human, humane)

bestiality (เบสเชล' ลิที) *n.* ลักษณะสัตว์ป่า, ความหื่นกระหายของสัตว์ป่า, การร่วมเพศระหว่างคนกับสัตว์ (-S. brutality, beastliness)

bestir (บีสเทอร์') *vt.* **-stirred, -stirring** กระตุ้น, ทำให้มุมานะ

best man เพื่อนเจ้าบ่าว

bestow (บีส' โท) *vt.* มอบของขวัญให้, มอบรางวัลให้, ให้ใช้, จ่าย, สละให้, เก็บ, วาง **-bestowal** *n.* (-S. present, grant)

bestrew (บีสทรู') *vi.* **-strewed, -strewed/-strewn,**

B

-strewing ปกคลุม, โปรย, ทำเกลื่อนกลาด **-bestrewing** *n.* (-S. strew)

bestride (บิสไทรดฺ') *vt.*-**strode, -stridden, -striding** ขี่, คร่อม, ข้าม, ยืนอยู่เหนือ, ควบคุม

best seller, best-seller, bestseller หนังสือหรือสินค้าที่ขายดีที่สุดในระยะหนึ่ง **-best-selling** *n.*

bet (เบท) *vt., vi.* **bet/betted, betting** พนัน, ขันต่อ, ต่อ, กล้าคาดคะเน, ใช้ *-n.* สิ่งของหรือเงินที่ใช้ในการพนันหรือขันต่อ, การวางเดิมพัน, เป้าที่พนันหรือขันต่อ, ทางเลือกอย่างอื่น (-S. gamble, wager, risk, chance) *-Ex. I' ll bet you $8 it will rain before morning., All right, it' s a bet!., My bet was $50., That horse was a poor bet.*

beta (เบ' ทะ) *n.* อักษรตัวที่สองของพยัญชนะกรีก, ดาวที่สว่างเป็นที่สองของกลุ่มดาว, ตำแหน่งหนึ่งของอะตอมหรือกลุ่มอะตอมในสารประกอบ, สารประกอบ isomer, อนุภาค beta

beta test การทดสอบผลิตภัณฑ์สินค้าครั้งที่สองโดยผู้เชี่ยวชาญหรือองค์กร

betake (บิเทค') *vt.* **-took, -taken, -taking** ทำให้ต้องไป, ใช้, หันไปใช้วิธี (-S. take to, take seize)

beta particle อนุภาคที่มีประจุ ได้แก่ อนุภาคอิเล็กตรอนหรือโปซีตรอนที่ยิงออกจากนิวเคลียสด้วยความเร็วสูงผ่านรังสีบีตา

beta ray ลำของกลุ่มอนุภาคบีตา

betatron (เบ' ทะทรอน) *n.* ตัวเร่งที่อิเล็กตรอนถูกเร่งไปสู่ระดับพลังงานที่สูง โดยสนามไฟฟ้าที่เกิดจากการเปลี่ยนแปลงของสนามแม่เหล็ก

betel (เบ' เทิล) *n.* ใบพลู (-S. betel pepper)

betel nut ผลหมาก

betel palm ต้นหมาก *(Areca catechu)*

bête noire (เบท' วาร์) *n., pl.* **bêtes noires** บางสิ่งหรือบางคนที่ไม่ชอบและพยายามหลีกเลี่ยง

bethel (เบธ' เธิล) *n.* สถานที่คนบูชา, สถานศักดิ์สิทธิ์

bethink (บิธิงคฺ') *vt.* **-thought, -thinking** ทำให้ต้องพิจารณา, ทำให้ระลึกถึง (-S. call to mind, recollect)

bethought (บิธอทฺ') *vt.* กริยาช่อง 2 และ 3 ของ bethink

betide (บิไทดฺ') *vt., vi.* **-tided, -tiding** เกิดขึ้น, บังเกิด, อุบัติขึ้น (-S. befall, happen, come to)

betimes (บิไทมซฺ') *adv.* แต่แรก เริ่ม, เช้า, ทันเวลา, ตรงเวลา, ไม่ช้า, ภายในเวลาอันสั้น (-S. early -A. belatedly)

betoken (บิโท' เคิน) *vt.* เป็นหลักฐาน, แสดง, แสดงถึง, เป็นลาง, เป็นนิมิต, บอกเหตุการณ์ล่วงหน้าว่า (-S. show, indicate)

betook (บิทุค') *vt.* กริยาช่อง 2 ของ betake

betony (เบท' ทะนี) *n., pl.* **-nies** ชื่อพืชจำพวก *Stachys* ในตระกูลสะระแหน่ ซึ่งใช้ทำยา

betray (บิเทร') *vt.* ทรยศ, นอกใจ, เผยความลับ, ไม่ซื่อสัตย์, ทำให้ผิดหวัง, แสดง, เผย, หลอกลวง, ล่อลวง **-betrayal** *n.* **-betrayer** *n.* (-S. disloyal, reveal -A. protect, shelter) *-Ex. A disloyal soldier betrayed the army., Would you betray a friend?, His confusion betrayed his nervousness.*

betroth (บิทรอธ') *vt.* รับหมั้นกับ, หมั้น, สัญญาว่าจะแต่งงาน (-S. affiance) *-Ex. The king betrothed his daughter to a prince.*

betrothal (บิทรอธ ' เธิล) *n.* การหมั้น, พิธีหมั้น (-S. betrothment, engagement) *-Ex. The parents announced their daughter's betrothal.*

betrothed (บิทรอธดฺ', บิทรอธทฺ') *adj.* ซึ่งหมั้นไว้แล้ว, รับหมั้น *-n.* คู่หมั้น (-S. engaged)

betted (เบท' ทิด) *vi., vt.* กิริยาช่อง 2 และ 3 ของ bet

better (เบท' เทอะ) *adj., adv.* ดีกว่า, ดีขึ้น, ส่วนใหญ่, ใหญ่กว่า, สุขภาพดีขึ้น *-vi.* ทำให้ดีขึ้น, ชนะ, ดีกว่า *-n.* สิ่งที่ดีกว่า, การเจริญขึ้น, ภาวะที่ดีขึ้น, ผู้พนัน, ผู้ขันต่อ (-S. preferable, superior -A. worse, ill) *-Ex. Udom's a better man than I am., a better wine, Aspirin is better than whisky for a cold., You had better do as you are asked., a change for the better, Somsri is better today., the sooner the better, all the better, Somchai played better than I and beat me easily., I like him better than I used to., Sombut took some courses to better of his opponent.*

better half ภรรยา, สามี, คู่สมรส

betterment (เบท' เทอะเมิ้นท) *n.* การทำให้ดีขึ้น, กระบวนการทำให้ดีขึ้น, สิ่งที่ดีขึ้น (-S. improvement)

betting shop สถานที่พนันหรือขันต่อ

bettor, better (เบท' เทอะ) *n.* ผู้พนัน, ผู้ขันต่อ

between (บิทวีน') *prep., adv.* ระหว่าง, อยู่ระหว่าง, ในระหว่าง, อยู่กลาง, ระหว่างระยะ, เชื่อม, สัมพันธ์กับ, คั่นกลาง, ระคน (-S. among, amidst) *-Ex. standing between Mr. A and Mr. b., between five and six o'clock, between five and six miles away, a railway between two cities, a line of steamships between Bangkok and Thonburi, a marriage between Mr. A and Miss B, divide it between the two children, a choice between two alternatives*

betweentimes (บีทวีน' ไทมซฺ) *adv.* ในระหว่างนั้น

betwixt (บีทวิคซฺทฺ') *prep., adv.* ระหว่าง, ไม่ทั้งสอง, ในระหว่างกลาง *-Ex. That dream came betwixt sleeping.*

bevel (เบฟ' เวิล) *n.* ส่วนลาดหรือเอียงของเส้นหรือผิวหน้าที่ไม่เป็นมุมฉากซึ่งกันและกัน, เครื่องมือวาดมุมกับส่วนลาดเอียง *-adj.* ลาด, เอียง, มุมเอียง *-v.* **-veled, -veling/-velled, -velling** *-vt.* ทำให้เป็นมุมเอียง, เอียงตัด, ลาดตัว *-vi.* เป็นมุมเอียง *-Ex. The edge of the table has been beveled.*

beverage (เบฟ' เวอเรจ) *n.* เครื่องดื่ม, ของเหลวที่ดื่มได้ **-beverage room** ห้องดื่มเบียร์

bevy (เบฟ' วี) *n., pl.* **bevies** ฝูงนก, กลุ่ม, กลุ่มสตรี (-S. flock, group)

bewail (บีเวล') *vt.* แสดงความเสียใจต่อ, คร่ำครวญ, ร้องไห้, ระทมทุกข์กับ **-bewailment** *n.* (-S. bemoan, lament -A. rejoice, smile) *-Ex. They bewailed the death of their leader.*

B

beware (บิแวร์') *vi., vt.* **-wared, -waring** ระวัง, โปรดระวัง, ระวังตัว (-S. shun, avoid, mind, watch)

bewilder (บิวิล' เดอะ) *vt.* ทำให้ยุ่งใจ, ทำให้งง, ทำให้ลำบากใจ **-bewilderinglly** *adv.* **-bewilderment** *n.* (-S. confuse, mystify -A. enlighten, inform) *-Ex. The noise and crowds of the city bewildered him.*

bewitch (บิวิทชฺ') *vt.* ทำให้หลงเสน่ห์, ทำให้เคลิบเคลิ้ม, ใช้อำนาจเวทมนตร์สะกด, ทำให้ต้องมนตร์สะกด **-bewitchery, bewitchment** *n.* (-S. charm, enchant -A. disenchant) *-Ex. The bad fairy bewitched Sleeping Beauty., Her beauty bewitched the prince.*

bey (เบ') *n.* ข้าหลวงในสมัยอาณาจักรออตโตมัน, ตำแหน่งเจ้านายตุรกี

beyond (บิยอนดฺ') *prep.* พ้น, ไกลจาก, โพ้น, อยู่ทางนั้น, ถัดไป, หลัง (เวลา), มากกว่า, เหนือกว่า, เหนือ, นอกจาก *-adv.* ไกลโพ้น, ห่างไกล, นอกนั้น *-n.* สิ่งที่อยู่ไกลมาก **-the great beyond** ชาติหน้า *-Ex. beyond the sea, go beyond the furthest mountains, beyond the agreement, beyond my powers, beyond doubt, beyond measure, beyond all others*

bezel (เบ' เซิล) *n.* ผิวหน้ามุมทแยงของวัตถุ, ด้านลาดที่เจียระไนของเพชรพลอย, ขอบร่องที่ฝังเม็ดเพชรพลอยหรือกระจก

bezique (เบ' ซีค) *n.* การเล่นไพ่ชนิดหนึ่งมีไพ่อยู่ 64 ใบ เล่นกัน 2 หรือ 4 คน

bf, b.f., bf. ย่อจาก boldface ตัวหนา, ตัวทึบ

B/F ย่อจาก Bookkeeping brought forward ยกยอดไป

B-girl (บี' เกิล) *n.* ย่อจาก bar girl หญิงบาร์, พาร์ตเนอร์

bhang, bang (แบง) *n.* ต้นกัญชาอินเดีย, กัญชา

Bhangra, bhangra (บาง' กระ) *n.* ดนตรีป๊อปชนิดหนึ่งที่ผสมผสานกันระหว่างร็อคตะวันตกกับดิสโก้ และดนตรีลูกทุ่งแห่งปันจาป

Bhutan (บูแทน') ประเทศภูฐานในเทือกเขาหิมาลัยทางทิศตะวันตกเฉียงเหนือของอินเดีย

Bhutanese (บูทะนีซฺ') *n.* ชาวภูฐาน, ภาษาภูฐาน, (ภาษาธิเบต) *-adj.*เกี่ยวกับประเทศภูฐาน

bi- คำอุปสรรค มีความหมายว่า สอง, คู่, ซ้ำ *-Ex. bi-monthly, bicycle*

Bi ย่อจาก bismuth ธาตุบิสมัทใช้เป็นโลหะผสมและทำยา

biannual (ไบแอน' นวล) *adj.* มีอยู่หรือเกิดขึ้นปีละ 2 หน, มีทุก 2 ปี **-biannually** *adv.* (-S. twice a year, semiannual)

bias (ไบ' อัส) *n., pl.* **biases** เส้นเอียง, เส้นทแยง, เส้นเฉียง, ความโน้มเอียง, อคติ, ความมีใจโน้มเอียง *-adj.* เอียง, เฉียง, ทแยง *-vt.* **-ased, -asing/-assed, -assing** ทำให้มีใจโน้มเอียง, มีอิทธิพลต่อ (-S. prejudice, tendency -A. fairness) *-Ex. Loyalty to the team biased us against the umpire., That article shows a bias against the other political party., a bias seam or joint, to cut a skirt on the bias*

biased (ไบ' อัสดฺ) *adj.* เอียง, มีใจเอนเอียง, เฉียง

biaxial (ไบแอค' เซียล) *adj.* มีสองแกน **-biaxially** *adv.*

bib (บิบ) *n.* ผ้าผูกใต้คางเด็กเพื่อกันเปื้อน, ส่วนบนของผ้ากันเปื้อน *-vt., vi.* **bibbed, bibbing** ดื่ม, ดูด, กลืน

Bibl., bibl. ย่อจาก Biblical เกี่ยวกับพระคัมภีร์ไบเบิล

Bible (ไบ'เบิล) *n.* พระคัมภีร์ไบเบิลของศาสนาคริสต์, พระคริสต์ธรรม

biblical (บิบ' บิเคิล) *adj.* เกี่ยวกับคัมภีร์ของศาสนาคริสต์ **-biblically** *adv.* (-S. biblical) *-Ex. the biblical wars, biblical scholars, biblical geography*

biblio- เกี่ยวกับหนังสือ, เกี่ยวกับพระคัมภีร์ไบเบิล

bibliographer (บิบบลิออก' กระเฟอร์) *n.* ผู้เชี่ยวชาญเกี่ยวกับบรรณานุกรม

bibliography (บิบบลิออก' กระฟี) *n., pl.* **-phies** บรรณานุกรม, รายชื่อหนังสือเฉพาะเรื่องหรือกลุ่มเรื่อง, รายชื่อผลงานเขียนของนักเขียนคนหนึ่ง, รายชื่อเอกสารอ้างอิง, วิทยาการเกี่ยวกับเรื่องราวของหนังสือ (ประวัติ, ลักษณะ, จำนวนหน้า ฯลฯ) **-bibliographic, bibliographical** *adj.* **-bibliographically** *adv.*

bibliomania (บิบลิโอเม' เนีย) *n.* ความคลั่งไคล้ในการสะสมรวบรวมกลุ่มหนังสือ **-bibliomaniac** *n., adj.*

bibliophile, bibliophil (บิบ' ลีอะฟิล,-ไฟล) *n.* ผู้ชอบหนังสือ, ผู้ชอบสะสมหนังสือ **-bibliophilism** *n.* **-bibliophilic** *adj.* (-S. book lover)

bibulous (บิบ' อะลัส) *adj.* ซึ่งติดเหล้า, ซึ่งดูดซึมได้ดี, คล้ายฟองน้ำ **-bibulously** *adv.* **-bibulousness** *n.*

bicameral (ไบแคม' เมอรัล) *adj.* มีสองกิ่งก้าน, มีสองห้อง, มีสองบ้าน **-bicameralism** *n.*

bicarbonate (ไบคาร์' โบเนท) *n.* เกลือของกรดคาร์บอนิก

bicentenary (ไบเซน' ทีนารี) *adj., n., pl.* **-ries** ดู bicentennial

bicentennial (ไบเซนเทน' เนียล) *adj.* เกี่ยวกับหรือบรรจบครบ 200 ปี, กินเวลา 200 ปี, เกิดขึ้นทุก 200 ปี *-n.* การฉลองครบ 200 ปี

biceps (ไบ' เซพซฺ) *n., pl.* **-cepses, -ceps** กล้ามเนื้อที่ส่วนหน้าของแขน มีหน้าที่งอศอก, กล้ามเนื้อลูกหนูที่โคนแขน

bichloride (ไบคลอ' ไรดฺ) *n.* สารประกอบที่มีคลอรีน 2 อะตอมร่วมอยู่

bicker (บิค' เคอะ) *vt.* ทะเลาะวิวาท, โต้เถียง, เคลื่อนที่อย่างรวดเร็ว, วิ่งอย่างรวดเร็ว, สั่น, ระยิบระยับ *-n.* การทะเลาะวิวาท, การถกเถียงอย่างโกรธเคือง, เสียงทะเลาะวิวาท **-bickerer** *n. -Ex. The girls bickered over which TV programme to turn on.*

bicolour, bicolor (ไบคัล' เลอ) *adj.* มีสองสี (-S. bicoloured)

biconcave (ไบคอน' เคฟวฺ) *adj.* เว้าสองด้าน

biconvex (ไบคอน' เวคซฺ) *adj.* นูนสองด้าน

bicuspid (ไบคัส' พิด) *adj.* มีสองปลายแหลม *-n.* ฟันที่อยู่ระหว่างเขี้ยวกับฟันกราม, ฟันกรามหน้า, ฟันแหลมคู่ (-S. bicuspidate)

bicycle (ไบ' ไซเคิล, -ซิค' เคิล) *n.* จักรยานสองล้อ *-vi., vt.* **-cled, -cling** ขี่จักรยานสองล้อ, เดินทางด้วยจักรยาน **-bicyclist, -bicycler** *n.*

B

bicycle race การแข่งจักรยานสองล้อ
bicyclic (ไบไซ' คลิค, -ซิค' ลิค) *adj.* ประกอบด้วยสองวงจร, มีสองวงจร (-S. bicyclical)
bid[1] (บิด) *v.* **bade/bid, bidden/bid, bidding** *-vt.* ออกคำสั่ง, สั่ง, กล่าว, บอก, ให้ราคา, ประมูลราคา, เชื้อเชิญ, ประกาศอย่างเปิดเผย, รับเป็นสมาชิก *-vi.* ออกคำสั่ง *-n.* การให้ราคา, การประมูลราคา, ราคาประมูล, ราคาเสนอ, การเชื้อเชิญ, ความพยายามเพื่อให้ได้มา **-bidder** *n.* (-S. order, offer, propose, proposal) *-Ex. The captain bade his company to halt., The host bade us make ourselves at home., Let' s bid them goodbye., I bid five dollars for the bicycle., The bid was five dollars., a bid for fame*
bid[2] (บิด) *vi.* กริยาช่อง 3 ของ bide
b.i.d. ย่อจาก bis in die 2 ครั้งต่อวัน, วันละสองครั้ง (-S. twice a day)
biddable (บิด' ดะเบิล) *adj.* เชื่อฟัง, พอที่จะสู้ราคาได้, พอที่จะประมูลหรือให้ราคาได้ (-S. docile)
bidden[1] (บิด' เดิน) *vt., vi* กริยาช่อง 3 ของ bid *-Ex. All the peasants were bidden to the feast.*
bidden[2] (บิด' เดิน) *vi.* กริยาช่อง 3 ของ bide
bidding (บิด' ดิง) *n.* คำสั่ง, การออกคำสั่ง, การเรียกมา, การเชื้อเชิญ, การประมูลราคา, ราคาที่ประมูล (-S. behest, command, call, direction)
biddy (บิด' ดี) *n., pl.* **-dies** ไก่, (คำสแลง) หญิงชราที่ช่างพูด
bide (ไบด) *v.* **bode/bided, bided, biding** *-vt.* อดทน, ทน, เผชิญ *-vi.* ขึ้นอยู่กับ, ยังคงอยู่, รอคอย **-bide one's time** คอยโอกาสที่ดี (-S. endure, bear, wait -A. depart, resist)
bidentate (ไบเดน' เทท) *adj.* มีฟันสองซี่, มีส่วนที่คล้ายฟันสองส่วน, มีส่วนยื่นสองส่วน
biennial (ไบเอน' เนียล) *adj.* อยู่ได้สองปี, เกิดขึ้นทุกสองปี, มีปีละสองหน *-n.* พืชที่มีอายุเพียงสองปี **-biennially** *adv.* ทุกๆ สองปี (-S. once in two years) *-Ex. a biennial election, a biennial plant, Carrots and beets are biennials.*
biennium (ไบเอน' เนียม) *n., pl.* **-niums/-nia** ระยะเวลาสองปี
bier (เบียร์) *n.* โครงโลงศพ, โครงใส่โลงศพ, ที่ตั้งศพ, เชิงตะกอน
biff (บิฟ) *n.* (คำสแลง) การชก การต่อย การโจมตี *-vt.* (คำสแลง) ชก ต่อย ตี (-S. smack, blow, punch, hit)
bifid (ไบ' ฟิด) *adj.* แยกออกเป็นสองส่วน (พู) เท่าๆ กัน **-bifidity** *n.* **-bifidly** *adv.*
bifocal (ไบโฟ' เคิล) *adj.* มีสองโฟกัส, มีสองส่วนที่ส่วนหนึ่งสำหรับมองภาพไกลอีกส่วนหนึ่งสำหรับมองภาพใกล้
bifocals (ไบโฟ' คัลซฺ) *n. pl.* แว่นตามีสองเลนส์ที่เป็น bifocal
bifoliate (ไบโฟ' ลิเอท) *adj.* มีสองใบจากจุดเดียวกัน
bifurcate (ไบเฟอ' เคท) *vt., vi.* **-cated, -cating** แบ่งออกเป็นสองกิ่งก้าน *-adj.* มีสองกิ่งก้าน, มีสองง่าม **-bifurcation** *n.*
big (บิก) *adj.* **bigger, biggest** ใหญ่, ร่างใหญ่, มาก, เติบโตแล้ว, เต็มไปด้วย, มีชื่อเสียง, ใหญ่ยิ่ง, ใจกว้าง, อย่างกว้างขวาง, แข็งแรงมาก, มีอำนาจ, ขี้คุย *-adv.* ช่างโอ้อวด, (ความคิด) กว้างไกล **-biggish** *adj.* **-bigness** *n.* (-S. enormous, sizable, massive, great -A. small, tiny, trivial,little, young, immature) *-Ex. How big is it?, No bigger than a pin.*
bigamist (บิก' กะมิสทฺ) *n.* ผู้ที่ทำผิดโทษฐานมีภรรยาหรือสามีสองคนโดยการจดทะเบียนสมรสซ้อน
bigamous (บิก' กะมัส) *adj.* มีภรรยาหรือสามีในขณะเดียวกันสองคน, เกี่ยวกับความผิดฐานมีภรรยาหรือสามีสองคนในขณะเดียวกัน **-bigamously** *adv.*
bigamy (บิก' กะมี) *n., pl.* **-mies** การมีความผิดฐานมีภรรยาหรือสามีสองคนในขณะเดียวกัน
big brother พี่ชาย, พี่ใหญ่, พี่เลี้ยง, ระบบเผด็จการ
big business วิสาหกิจขนาดใหญ่
big game สัตว์ขนาดใหญ่ที่ถูกล่าเพื่อเกมกีฬา (เช่น สิงโต, เสือ, กวาง), สิ่งที่เป็นเป้าสำคัญ
big gun (คำสแลง) บุคคลสำคัญ ผู้มีอิทธิพล
bighead (บิก' เฮด) *n.* (ภาษาพูด) การถือดี ความยโส
bigheaded (บิกเฮด' ดิด) *adj.* (ภาษาพูด) อวดดี ถือดี ยโส
bighorn (บิก' ฮอร์น) *n., pl.* **horns/horn** แกะป่าจำพวกหนึ่งที่มีเขาโค้งใหญ่ มักพบตามเทือกเขารอกกี
big house (คำสแลง) คุก
bight (ไบทฺ) *n.* ส่วนเว้า, อ่าวเล็กๆ, ห่วงเชือก *-vt.* เอาเชือกมาผูกเป็นห่วง, ใช้ห่วงเชือกผูกมัดไว้
big money (คำสแลง) เงินก้อนใหญ่ กำไรก้อนใหญ่ การจ่ายเงินก้อนใหญ่
bigmouth (บิก' เมาธฺ) *n.* (คำสแลง) คนปากมาก คนปากบอน คนพูดปากมาก **-big-mouthed** *adj.*
big-name (บิก' เนม) *adj.* มีชื่อเสียงโด่งดัง
bignonia (บิกโน' นิเออะ) *n.* ชื่อพันธุ์ไม้จำพวก *Bignonia capreolata*
bigot (บิก' เกิท) *n.* บุคคลที่ทิฐิมานะ, คนหัวดื้อ, คนดื้อรั้น (-S. fanatic, zealot)
bigoted (บิก' กะทิด) *adj.* หัวดื้อ, ดื้อรั้น, มีทิฐิ, มานะ **-bigotedly** *adv.* **-bigotedness** *n.* (-S. narrow-minded, intolerant)
bigotry (บิก' กะทรี) *n., pl.* **-ries** ความหัวดื้อ, ความมีทิฐิมานะ (-S. prejudice, intolerance)
big shot (คำสแลง) ผู้มีอิทธิพล ผู้ยิ่งใหญ่ (-S. brass hat)
big stick นโยบายอวดเบ่ง
big stiff คนหัวแข็ง (-S. stubborn person)
big-ticket (บิก ทิค' คิท) *adj.* (ภาษาพูด) แพง
big time (ภาษาพูด) ตำแหน่งสูง ระดับสูง ขั้นสูง เวลาที่เหมาะมาก **-big-time** *adj.* **-big-timer** *n.*
big toe นิ้วเท้านิ้วที่ใหญ่ที่สุด
big top กระโจมหลักของคณะละครสัตว์, ชีวิตการทำงานของคนในคณะละครสัตว์
bigwig (บิก' วิก) *n.* (คำสแลง) บุคคลสำคัญ (-S. big shot)
bijou (บี' จู, บีจู') *n., pl.* **-joux** เพชรพลอย
bike (ไบค) *n.* จักรยานสองล้อ, จักรยานยนต์ *-vt., vi.* **biked, biking** ขี่จักรยานสองล้อหรือจักรยานยนต์**-biker** *n.*
biker (ไบ' เคอะ) *n.* สมาชิกแก๊งมอเตอร์ไซค์

B

bikeway (ไบคฺ' เว) *n.* ถนนหรือทางสำหรับขี่จักรยาน
bikini (บิคี' นี) *n.* ชุดอาบน้ำบิกินี, ชุดอาบน้ำสองชิ้นของผู้หญิง
bilabial (ไบเล' เบียล) *adj.* เกิดจากการเม้มริมฝีปาก *-n.* เสียงที่เกิดจากการเม้มริมฝีปาก
bilabiate (ไบเล' บีเอท) *adj.* มีสองริมฝีปาก, มีส่วนที่คล้ายริมฝีปากสองส่วน
bilateral (ไบแลท' เทอรัล) *adj.* สองข้าง, สองด้าน, ข้างซ้ายและขวา, สองฝ่ายขวาและซ้ายพอๆ กัน, ผูกมัดทั้งสองฝ่ายเท่าๆ กัน **-bilaterally** *adv.* **-bilateralism, bilateralness** *n.*
bilberry (บิล' เบอรี) *n., pl.* **-ries** ชื่อพืชไม้ผลชนิดหนึ่งในยุโรป เป็นพืชจำพวกเดียวกับบลูเบอรี
bile (ไบลฺ) *n.* น้ำดี, อารมณ์ร้าย (-S. peevishness, anger, rancour, resentment, petulance -A. geniality, affability, pleasantness)
bilge (บิลจฺ) *n.* ส่วนที่โป่งออกของถังไม้, ก้นถัง, บริเวณโป่งออกของท้องเรือ,น้ำสกปรกใต้ท้องเรือ,คำพูดที่ไร้สาระ *-v.* **-bilged, -bilging** เจาะใต้ท้องเรือ *-vi.* (ท้องเรือ) รั่ว (-S. protuberant part, bilge water)
bilge keel, bilge piece โครงสันเรือตามยาวแต่ละข้าง (-S. keellike projection)
bilge pump ท่อสูบน้ำสกปรกใต้ท้องเรือ
bilge water น้ำสกปรกในท้องเรือ, (คำสแลง) เหลวไหลไร้สาระ (-S. bilge, nonsense, rubbish)
bilgy (บิล' จี) *adj.* มีกลิ่นเหม็นคล้ายน้ำสกปรกใต้ท้องเรือ
biliary (บิล' เลียรี) *adj.* เกี่ยวกับน้ำดี, ส่งน้ำดี
bilingual (ไบลิง' กวล) *adj.* สามารถพูดได้สองภาษา, พูดเป็นสองภาษา, เขียนเป็นสองภาษา **-bilingually** *adv.* **-bilingualism** *n.*
bilingualism (ไบลิง' กวลลิซึม) *n.* ความสามารถในการใช้สองภาษา, นโยบายการใช้สองภาษา
bilious (บิล' เยิส) *adj.* เกี่ยวกับน้ำดี, ซึ่งมีน้ำดีออกมากผิดปกติ, เป็นโรคเกี่ยวกับตับหรือน้ำดี, มีอารมณ์ร้าย **-biliously** *adv.* **-biliousness** *n. -Ex. Mrs. Somsri takes a bilious view of life.*
biliteral (ไบลิท' เทอเริล) *adj.* ประกอบด้วยหรือเกี่ยวกับสองตัวอักษร
-bility คำปัจจัย มีความหมายว่า ความสามารถ (-S. -ability, -ibility)
bilk (บิลคฺ) *vt.* หลบเลี่ยงการจ่ายเงิน, โกง, หลอกลวง, ทำให้ยุ่งยากใจ, หลีกหนี *-n.* คนที่หลอกลวง **-bilker** *n.* (-S. swindle, cheat, bamboozle)
bill[1] (บิล) *n.* ตั๋วเงิน, พันธบัตร, ธนบัตร, หลักฐานบัญชี, บิล, ใบเสร็จ, ใบแสดงรายงานซื้อขาย, พระราชบัญญัติ, ญัตติ, ร่างญัตติ, คำโฆษณา, รายการ, หนังสือยื่นฟ้อง *-vi.* ทำรายการของ, เก็บเงินด้วยบิล, ส่งใบเสร็จ, โฆษณา, จัดอยู่ในรายการแสดง **-a Bill of Oblivion** พระราชบัญญัติอภัยโทษ **-fill the bill** สนองความต้องการทั้งหมด **-billable** *adj.* **-biller** *n.* (-S. charge, debt, list, debit, statement, notice, bulletin, record) *-Ex. a dollar bill, The store will bill me for these things later., The store will bill me for these things later., The bill says that the circus come in August., The actor is billed to appear next week., There is a good bill at the theater tonight.*
bill[2] (บิล) *n.* จะงอยปาก, ปากนก (เป็ด, ไก่), สิ่งที่คล้ายจะงอยปากนก, ปลายขาสมอเรือ, แหลมในทะเล *-vi.* เอาปากจีบกัน, จีบกัน **-bill and coo** จีบกัน (-S. neb, beak, nose, proboscis, snout, rostrum)
billabong (บิล' ละบอง) *n.* สาขาแม่น้ำที่ไปเชื่อมกับแหล่งน้ำอื่น, ห้วยน้ำนิ่ง, ท้องแม่น้ำที่มีน้ำเฉพาะในฤดูฝน
billboard (บิล' บอร์ดฺ) *n.* กระดานป้าย
bill broker นายหน้าซื้อขายตั๋วเงิน
bill collector คนเก็บเงิน
billet[1] (บิล' เลท) *n.* หอพักทหาร, คำสั่งทางการเกี่ยวกับการจัดที่พักให้ทหาร, งาน, การแต่งตั้ง, จดหมายสั้นๆ, หนังสือที่มีข้อความสั้นๆ *-vt.* ส่งไปพัก, จัดที่พักให้ทหาร, ให้ตำแหน่งแก่ *-vi.* ตั้งค่ายตั้งทัพ (-S. written order, lodging)
billet[2] (บิล' เลท) *n.* ท่อนไม้เล็กๆ ท่อนฟืน, ท่อนโลหะ, เศษเหล็ก, ส่วนประดับลักษณะเป็นฟันปลา
billet-doux (บิล' เลดู) *n., pl.* **billets-doux** จดหมายรัก
billfish (บิล' ฟิช) *n., pl.* **-fish/-fishes** ปลาปากยาว
billfold (บิล' โฟลดฺ) *n.* กระเป๋าหนังใส่เงิน
billhead (บิล' เฮด) ใบเสร็จที่ส่วนบนพิมพ์ชื่อบริษัทหรือห้างร้านและที่อยู่ไว้
billhook (บิล' ฮุค) *n.* ง้าว, มีดงอง้ม
billiard (บิล' เลียด) *adj.* เกี่ยวกับหรือใช้ในการเล่นบิลเลียด
billiards (บิล' เยิร์ดซ) *n.* บิลเลียด
billing (บิล' ลิง) *n.* รายชื่อ, การโฆษณา, ปริมาณงานธุรกิจที่ทำโดยบริษัท (-S. advertising, publicity)
billingsgate (บิล' ลิงสเกท) *n.* ภาษาหยาบคาย
billion (บิล' เยิน) *n., adj.* หนึ่งพันล้าน (สหรัฐอเมริกา), หนึ่งล้านล้าน (อังกฤษ) **-billionth** *adj., n.*
billionaire (บิล' ยะแนร์) *n.* ผู้มีเงินเป็นจำนวนมาก
bill of exchange คำสั่งของผู้ซื้อให้ธนาคารจ่ายเงินแก่ผู้ขายสินค้า
bill of fare รายการสินค้า, โปรแกรม, บัญชีรายการอาหาร (-S. list of foods, menu)
bill of goods จำนวนสินค้าที่สามารถขายได้ **-sell (someone) a bill of goods** โกง, หลอกลวง
bill of health ใบตรวจโรคสำหรับเรือเดินทะเล, การวินิจฉัยว่ามีสุขภาพเหมาะสม
bill of lading ใบขนของซึ่งบริษัทขนส่งหรือบริษัทเดินเรือออกให้แก่ผู้ส่งสินค้า
Bill of rights พระราชบัญญัติสิทธิและเสรีภาพของพลเมือง
bill of sale เอกสารมอบโดยสิทธิจากผู้ขายไปยังผู้ซื้อ
bill poster, bill sticker ผู้ติดประกาศ, ผู้ติดโฆษณา, ผู้ติดใบปลิว
billon (บิล' เลิน) *n.* โลหะผสมที่ใช้ทำเหรียญเงินตราประกอบด้วยทองหรือเงินกับโลหะอื่น
billow (บิล' โล) *n.* คลื่นใหญ่, กลุ่มควันที่หมุนกลิ้งตามกันมาเหมือนลูกคลื่น *-vi.* เป็นคลื่นที่ไล่ตาม, บวมออก, มีคลื่น *-vt.* ทำให้บวมออก, ทำให้เป็นคลื่นไล่หลังติดกันมา (-S. wave) *-Ex. The sails billow in the breeze.*

billowy (บิล' โลวี) *adj.* **-lowier, -lowiest** เต็มไปด้วยลูกคลื่น **-billowiness** *n.*

billy (บิล' ลี) *n., pl.* **-lies** กระบองของตำรวจ, กระบอง, กาต้มน้ำชนิดหนึ่ง, เพื่อน, เพื่อนทหาร (-S. club, billycan)

billy goat แพะตัวผู้ (-S. male goat)

biltong (บิล' ทอง) *n.* แผ่นเนื้อตากแห้ง

B.I.M. ย่อจาก British Institute of Management สถาบันการจัดการของอังกฤษ

bimanual (ไบแมน' นวล) *adj.* ใช้สองมือ, เกี่ยวกับสองมือ **-bimanually** *adv.*

bimetalic (ไบมิแทล' ลิค) *adj.* ประกอบด้วยโลหะ

bimetallism (ไบเมท' ทัลลิสซึม) *n.* การใช้โลหะสองอย่างเป็นมาตรฐานเงินตรา **-bimetallist** *n.*

bimbo (บิม' โบ) *n.* ผู้หญิงที่โง่แต่มีเสน่ห์ยั่วยวนทางเพศ

bimester (ไบเมส' เทอะ) *n.* ระยะเวลาสองเดือน **-bimestrial** *adj.*

bimonthly (ไบมันธฺ' ลี) *adj.* เกิดขึ้นทุกสองเดือน, เดือนละสองครั้ง *-n., pl.* **-lies** หนังสือหรือสิ่งตีพิมพ์ที่ออกสองเดือนครั้ง *-adv.* ทุกสองเดือน, เดือนละสองครั้ง (-S. twice a month)

bin (บิน) *n.* ถัง, ลัง *-vt.* **binned, binning** ใส่ในถังหรือลัง *-Ex. a coal bin, a grain bin*

bin- คำอุปสรรค มีความหมายว่า สอง, ครั้งละสอง

binary (ไบ' นะรี) *adj.* เกี่ยวกับหรือมีคู่, เกี่ยวกับสอง, ซ้ำสอง *-n., pl.* **-ries** สองคู่, เลขคู่, ระบบสอง

binary system ระบบจำนวนที่เกิดจากตัวเลข 0 และ 1, ระบบที่เกี่ยวกับสองอย่างเท่านั้น

binary star ระบบดาวสองดวงที่โคจรรอบกันและกัน

binaural (ไบนอร์' รัล) *adj.* เกี่ยวกับหรือมีสองหู **-binaurally** *adv.*

bind (ไบนด) *vt., vi.* **bound, binding** ผูก, มัด, พัน, เข้าปก, เย็บเล่ม, เชื่อมผนึก, ทำให้ท้องผูก, ผูกพัน, ทำให้เคลื่อนไหวไม่สะดวก, ยับยั้ง, ยึดแน่น, แข็งตัว *-n.* การผูก, การมัด, การติด, การเข้าปก, การผูกพัน, การเย็บเล่ม, สิ่งที่ใช้ผูกมัด, ภาวะที่ผูกพัน (-S. chain, fetter, fasten, tie) *-Ex. bind his arms with ropes, bind by a mace pattern, bind up his wounds, bind a cloth round his head, bind up her hair, bind sheaves, to bind up a wound*

binder (ไบนฺ' เดอะ) *n.* สิ่งที่ผูกพัน, สิ่งที่ผูกมัด, ผู้ผูก, ผู้มัด, การเย็บปก, ยาเกาะติด, เชือก, สายมัด, แผ่นปะหน้าหนังสือ, เงินมัดจำ, เครื่องเย็บเล่ม, เครื่องเข้าปก, แฟ้ม

bindery (ไบนฺ' เดอรี) *n., pl.* **-ries** ร้านหรือโรงเย็บเล่มหนังสือ, ร้านหรือโรงเข้าปกหนังสือ

binding (ไบนฺ' ดิง) *n.* การผูก, การมัด, สิ่งผูกมัด, การเข้าปกหนังสือ, การเย็บเล่มหนังสือ, การทำให้ท้องผูก, สายมัด, สายพัน, ยาเชื่อมติด *-adj.* จำเป็น, ผูกพัน **-bindingly** *adv.* (-S. compelling, obligatory -A. loosening) *-Ex A contract is not binding if it is not signed.*

bine (ไบน) *n.* ต้นไม้เลื้อย

binge (บินจฺ) *n.* การเที่ยวดื่มกินแบบหัวราน้ำ, การดื่มกินแบบไม่ยั้ง *-vi.* **binged, binging/bingeing** กินดื่มแบบไม่ยั้ง

bingo (บิง' โก) *n.* เกมพนันชนิดหนึ่งที่มักเป็นการแข่งเอารางวัล โดยมีคนเล่นจำนวนมาก *-interj.* ดูซิ! นั่นไง!

binnacle (บิน' นะเคิล) *n.* ที่ตั้งเข็มทิศเรือ

binocular (บะนอค' คิวลาร์) *adj.* เกี่ยวกับหรือมีสองตา, สองตา *-n.* เครื่องส่องด้วยสองตา, กล้องสองตา, กล้องส่องทางไกลที่เป็นกล้องคู่ **-binocularity** *n.* **-binocularly** *adv.*

binoculars (บะนอค' คิวลาร์ซฺ) *n. pl.* กล้องสองตา, กล้องส่องทางไกลที่เป็นกล้องคู่

binomial (ไบโน' เมียล) *n.* การแสดงค่าผลบวกหรือผลต่างของสองจำนวน, ชื่อวิทยาศาสตร์ของพืชหรือสัตว์เพื่อบ่งชี้ถึง genus และ species ของมัน, ทวินาม *-adj.* ประกอบด้วยสองชื่อ **-binomially** *adv.*

binturong (บิน' เทอรอง) *n.* สัตว์เลี้ยงลูกด้วยนมขนาดเล็กในเอเชียตะวันออก มีสีดำ หูยาวและมีหางหนาและใหญ่, หมีขอ

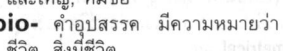

binturong

bio- คำอุปสรรค มีความหมายว่า ชีวิต, สิ่งมีชีวิต

bioassay (ไบโออะเซ') *n.* การวิเคราะห์คุณสมบัติทางชีวภาพของสาร

bioastronautics (ไบโอแอสทระนอ' ทิคซฺ) *n. pl.* วิทยาศาสตร์เกี่ยวกับผลกระทบของสภาพแวดล้อมในอวกาศที่มีต่อสิ่งมีชีวิต

biocoenosis, biocenosis (ไบโอซิโน' ซิส) *n.* ชุมชนของสิ่งมีชีวิต

biochemistry (ไบโอเคม' มิสทรี) *n.* วิทยาศาสตร์เกี่ยวกับเคมีวิทยาของสิ่งมีชีวิต **-biochemical** *adj.* **-biochemist** *n.* นักชีวเคมี

biodegradable (ไบโอดีเกร' ดะเบิล) *adj.* ซึ่งแตกตัวหรือสลายตัวได้โดยกระบวนการทางชีวภาพ **-biodegradability, biodegradation** *n.* **-biodegrade** *vt.*

biodynamics (ไบโอไดแนม' มิคซฺ) *n. pl.* วิทยาศาสตร์เกี่ยวกับพลังชีวิต

bio-diesel (ไบโอดี' เซล) *n.* น้ำมันเชื้อเพลิงที่ได้มาจากน้ำมันพืชชนิดหนึ่ง (rape oil)

bioengineering (ไบโอเอนจิเนีย' ริง) *n.* วิศวกรรมชีวภาพ **-bioengineer** *n.*

biofeedback (ไอโอฟีด' แบค) *n.* วิธีการเรียนรู้การควบคุมการทำงานของจิตและกายของตัวเองด้วยข้อมูลเกี่ยวกับคลื่นสมอง ความดันโลหิต ความตึงตัวของกล้ามเนื้อ และอื่นๆ ของตัวเอง

biogas (ไบโอก๊าซ) *n.* ก๊าซชีวภาพ, ก๊าซที่เกิดจากการทำงานของแบคทีเรียในการย่อยสลายของเสีย สามารถนำไปใช้เป็นพลังงานได้

biogenesis (ไบโอเจน' นิซิส) *n.* การสร้างสิ่งมีชีวิตจากสิ่งมีชีวิตอื่น **-biogenetic, biogenetical** *adj.* **-biogenetically** *adv.*

biographer (ไบออก' กระเฟอะ) *n.* ผู้เขียนชีวประวัติ (-S. writer of biography)

biographic, biographical (ไบโอกราฟ' ฟิค, -เคิล) *adj.* เกี่ยวกับชีวิตของบุคคล, เกี่ยวกับชีวประวัติ

biography (ไบออก' กระฟี) *n., pl.* **-phies** ชีวประวัติ,

B

ประวัติบุคคล, เรื่องเขียนเกี่ยวกับประวัติชีวิตของบุคคลอื่น, วรรณคดีที่เป็นชีวประวัติ, การเขียนประวัติเป็นอาชีพ

biol. ย่อจาก biology ชีววิทยา, biological เกี่ยวกับชีววิทยา, biologist นักชีววิทยา

biologic, biological (ไบโอลอจ' จิค, -เคิล) *adj.* เกี่ยวกับชีววิทยา, เกี่ยวกับผลิตผลของชีววิทยาประยุกต์ *-n.* ผลิตผลทางชีวเคมี (เช่น วัคซีน เซรุ่ม) **-biologically** *adv.*

biological clock นาฬิกาชีวภาพที่ควบคุมอุณหภูมิของสิ่งมีชีวิตโดยเฉพาะสัตว์เลี้ยงลูกด้วยนม การย้ายถิ่นของฝูงนก การบานและหุบของดอกไม้

biological warfare สงครามเชื้อโรคที่ใช้แบคทีเรีย ไวรัส สารพิษและอื่นๆ ในการทำลายล้างคน

biologist(ไบออล'ละจิสท)*n.* นักชีววิทยา, ผู้เชี่ยวชาญทางชีววิทยา (-S. specialist in biology)

biology (ไบออล' โลจี) *n.* ชีววิทยา

biometrics (ไบโอเมท' ทริคซ) *n. pl.* การใช้ทฤษฎีทางสถิติกับวิชาชีววิทยา, การคำนวณช่วงชีวิตของมนุษย์ **-biometric, biometrical** *adj.*

biometry (ไบออม' มิทรี) *n.* การคำนวณช่วงชีวิตของมนุษย์, ดู biometrics

bionics (ไบออน' นิคซ) *n. pl.* การศึกษาเกี่ยวกับการปฏิบัติงานและการแก้ปัญหาของมนุษย์และสัตว์ เพื่อนำไปใช้ผลิตคอมพิวเตอร์และเครื่องมืออิเล็กทรอนิกส์อื่นๆ

biophysics (ไบโอฟิส' ซิคซ) *n. pl.* การศึกษากระบวนการทางชีววิทยาโดยอาศัยหลักการและวิธีการทางฟิสิกส์ **-biophysical** *adj.* **-biophysicist** *n.*

biopsy (ไบออพ' ซี) *n., pl.* **-sies** การตัดเอาชิ้นเนื้อเยื่อออกจากร่างสิ่งมีชีวิตเพื่อศึกษาวิเคราะห์ **-bioptic, biopsic** *adj.*

biorhythm (ไบ'ออริธึม) *n.* วัฏจักรทางชีววิทยาที่มีผลต่อระดับทางกายภาพ จิตใจและสติของบุคคล

bioscopy (ไบ' โอสโคพี) *n.* การตรวจสอบทางการแพทย์เพื่อตรวจหาสิ่งมีชีวิต

biosphere (ไบโอสเฟียร์') *n.* ส่วนของพื้นผิวโลกและบรรยากาศที่สิ่งมีชีวิตสามารถอยู่ได้

biosynthesis (ไบโอซิน' ธิซิส) *n.* ชีวสังเคราะห์ **-biosynthetic** *adj.* **-biosynthetically** *adv.*

biota (ไบอะ' ทะ) *n.* ชีวิตสัตว์และพืชในบริเวณหนึ่งหรือระยะเวลาหนึ่ง

biotechnology (ไบโอเทคนอล' โลจี) *n.* เทคโนโลยีชีวภาพ, การใช้สิ่งมีชีวิตขนาดเล็ก (เช่น แบคทีเรีย) ในกระบวนการทางอุตสาหกรรมและวิทยาศาสตร์ทั้งทางเคมีทางกายภาพ รวมไปถึงเรื่องของการถนอมอาหาร

biotic, biotical (ไบออท' ทิค, -เคิล) *adj.* เกี่ยวกับสิ่งมีชีวิต, เกี่ยวกับการทำงานและคุณสมบัติของสิ่งมีชีวิต

biotin (ไบ' โอทิน) *n.* สารประกอบที่เกี่ยวกับการเจริญเติบโตที่พบในกลุ่มวิตามินบีรวม พบในตับ ไข่แดง และเชื้อยีสต์ บางทีเรียกว่าวิตามินเอช

bipartisan (ไบพาร์' ทิเซิน) *adj.* ประกอบด้วยสมาชิกของสองพรรคหรือกลุ่ม **-bipartisanism** *n.* **-bipartisanship** *n.*

bipartite (ไบพาร์' ไทท) *adj.* ประกอบด้วยหรือแบ่งออกเป็นสองส่วน, แบบเดียวกันสองฉบับ, เกี่ยวกับคู่กรณีทั้งสอง, ซึ่งร่วมกันทั้งสองฝ่าย **-bipartitely** *adv.* **-bipartition** *n.*

biped (ไบ' เพด) *n.* สัตว์สองเท้า *-adj.* มีสองเท้า (-S. bipedal)

biplane (ไบ' เพลน) *n.* เครื่องบินหรือเครื่องร่อนที่มีปีก 2 ชุด

bipod (ไบ' พอด) *n.* ขาตั้งที่มี 2 ขา

bipolar (ไบโพ' ลาร์) *adj.* มีสองขั้ว, เกี่ยวกับสองขั้ว **-bipolarity** *n.*

biracial (ไบเร' เชิล) *adj.* เกี่ยวกับสมาชิกหรือกลุ่มคนที่มาจากสองเชื้อชาติ โดยเฉพาะพวกผิวขาวกับผิวดำ

biradial (ไบเร' เดียล) *adj.* ซึ่งมีรัศมีที่สมมาตรกัน

birch (เบิร์ช) *n.* ต้นไม้จำพวก *Betula,* ไม้ของต้นไม้จำพวกนี้ **-birchen** *adj.*

bird (เบิร์ด) *n.* นก, สัตว์จำพวกมีปีก, ลูกแบดมินตันที่ทำด้วยขนไก่

birdie (เบิร์ด' ดี) *n.* นกเล็ก, คะแนนตีหลุม (กอล์ฟ), หนึ่งครั้งอันเดอร์พาร์

bird of paradise นกในตระกูล Paradisaeidae ของนิวกินี ตัวผู้มีสีสันสวยงาม, หงส์, พืชเขตร้อนชื้นชนิดหนึ่งในพวก *Strelitzia* ตระกูลเดียวกับกล้วย

bird of paradise

bird of peace นกพิราบ

bird of prey นกล่านก (เช่น เหยี่ยว, นกอินทรี)

birdseed เมล็ดพืชสำหรับเลี้ยงนก

bird's-eye (เบิร์ด' ซ อาย) *adj.* มองจากเบื้องบน, ผิวเผิน, ลวกๆ, มีจุดคล้ายตานก *-n.* พืชที่มีดอกเล็กกลมและมีสีสัน (-S. panoramic, general)

biretta (ไบเรท' ทะ) *n.* หมวกสี่เหลี่ยมที่มีส่วนตั้งขึ้น 3 ส่วนของบาทหลวงชาวโรมันคาทอลิก

biretta

birr (เบอร์) *n.* กำลัง, แรง, พลังงาน, การเน้นคำพูด ข้อความหรืออื่นๆ, เสียงลมแรง *-vi.* เคลื่อนที่อย่างรวดเร็วจนมีเสียงดังคล้ายลมแรง (-S. force)

birth (เบิร์ธ) *n.* การเกิด, การคลอด, การออกลูก, การสืบสายเลือด, การสืบทอดตระกูล, การอุบัติขึ้น **-give birth to** คลอด, ให้กำเนิด (-S. nativity, parentage) *-Ex. the birth of a child, give birth to, the birth of an idea, of noble birth, by birth*

birth certificate สูติบัตร

birth control การคุมกำเนิด

birth-control pill ยาเม็ดคุมกำเนิด

birthday (เบิร์ธ' เด) *n.* วันเกิด, วันครบรอบวันเกิด

birthday suit ความเปล่าเปลือย, ชุดวันเกิด

birthmark (เบิร์ธ' มาร์ค) *n.* ตำหนิบนผิวหนังแต่กำเนิด, ไฝ, ปาน

birthplace(เบิร์ธ'เพลส)*n.* สถานที่เกิด, แหล่งกำเนิด (-S. place of birth) *-Ex. Philadelphia was the birthplace of the Constitution of the United States.*

birth rate อัตราการเกิด มักเป็นหน่วยต่อ 1,000 ของประชากร

birthright (เบิร์ธ' ไรท) *n.* สิทธิที่มีมาแต่กำเนิด (-S. heritage) -*Ex. Daeng sold his birthright to his brother, Danai., Freedom is the birthright of every Thai.*

bis (บิส) *adv.* เป็นครั้งที่สอง, สองครั้ง -*interj.* เอาอีก!

biscuit (บิส' คิท) *n., pl.* **-cuits/-cuit** ขนมปัง, ขนมปังกรอบ, ขนมปังอ่อน, สีน้ำตาลอ่อน, เครื่องเคลือบสีเดิม

bisect (ไบเซคท', ไบ' เซคท) *vt.* แบ่งออกเป็นสองส่วน, ตัดขวาง, ตัดแบ่งออกเป็นสองส่วนเท่าๆ กัน -*vi.* แบ่งออกเป็นสองส่วน **-bisection** *n.* **-bisectional** *adj.*

bisector (ไบเซค' เทอะ) *n.* เส้นตรงที่แบ่งมุมหรือเส้นตรงอื่นออกเป็นสองส่วน

bisexual (ไบเซค' ชวล) *adj.* มีสองเพศ, เกี่ยวกับสองเพศ, มีอวัยวะเพศหญิงและชายในร่างเดียวกัน -*n.* กะเทย, คนที่มีความรู้สึกทางเพศต่อทั้งชายและเพศหญิง **-bisexualism** *n.* **-bisexuality** *n.* **-bisexually** *adv.* (-S. hermaphroditic)

bishop (บิช' เชิพ) *n.* หัวหน้าบาทหลวง, สังฆนายก, พระคริสต์ที่มียศต่ำกว่าอาร์กบิชอป, ตัวหมากรุกฝรั่งที่เทียบเท่ากับโคนของหมากรุกไทย -*vt.* แต่งตั้งยศบิชอป

bishopric (บิช เชิพริค) *n.* หน่วยงานหรือเขตของบิชอป

bismuth (มิส' มัธ) *n.* ธาตุโลหะชนิดหนึ่ง มีสัญลักษณ์ Bi

bison (ไบ' เซิน) *n., pl.* **bison** วัวกระทิง,สัตว์ที่คล้ายวัวพบในอเมริกา มีหัวใหญ่ ไหล่สูงและหลังเป็นหนอก

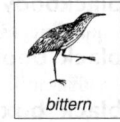

bison

bisque (บิสค) *n.* (ภาษาฝรั่งเศส) ซุปกุ้ง (หอย ปู ปลา) ชนิดหนึ่ง, ไอศกรีมผสมเมล็ดพืช เช่น ลูกนัตต่างๆ

bistort (บิส' ทอร์ท) *n.* พืชจำพวก *Polygonium bistorta* มีรากเป็นยาสมาน

bistro (บิส'โทร) *n., pl.* **bistros** ภัตตาคารหรือบาร์เล็กๆ ที่นิยมเสิร์ฟไวน์

bit[1] (บิท) *n.* เหล็กบังเหียนขวางปากม้า, ดอกสว่าน, สิ่งค้ำ, ด้ามคมของขวาน, ด้านแบนของลูกกุญแจที่ทำให้กลอนเคลื่อน, ของเล็กๆ น้อยๆ, ครู่เดียว, ประเดี๋ยวเดียว, ระยะเวลาอันสั้น, เหรียญเซนต์ (สหรัฐอเมริกา), การกระทำ, บทบาทเล็กน้อย, เหรียญเล็กๆ, เหรียญกษาปณ์เล็กๆ, แม่ชีสาว, หน่วย -*Ex. a bit of cake, blown to bits, a bit of advice*

bit[2] (บิท) *vt., vi.* กริยาช่อง 2 และ 3 ของ bite

bit[3] (บิท) *n.* บิต, ในระบบเลขฐาน 2 หมายถึงตัวเลข 0 ถึง 1, หน่วยข้อมูลที่เล็กที่สุด โดยที่หนึ่งบิตจะต้องเพียงพอต่อการบอกความแตกต่างระหว่างข้อมูลประเภท "ใช่" หรือ "ไม่ใช่" "ขาว" หรือ "ดำ" เป็นต้น ย่อมาจาก binary digit แต่เดิม หน่วยความจำจะประกอบไปด้วยวงแหวนเล็กๆ ซึ่งจะเกิดเป็นสภาพแม่เหล็ก จากการมีและไม่มีไฟฟ้าไหลผ่าน จึงมักถูกสมมติให้แทนค่าเป็นเลข 0 และ 1 ซึ่งเป็นเลขฐานสอง วงแหวนนี้เรียกว่า "บิต" เครื่องคอมพิวเตอร์จะจัดบิตนี้เป็นชุดๆ เพื่อใช้เป็นรหัสแทนค่าตัวเลข ตัวอักษร และอักขระพิเศษอื่นๆ คอมพิวเตอร์ของบางบริษัท เช่น NEAC 2200/200 จะจัดบิตเป็นชุดชุดละ 6 บิต ซึ่งจะแทนค่ารหัสต่างๆ ได้ถึง 64 รหัส และ IBM 360 จะจัดบิตเป็นชุด ชุดละ 8 บิต ซึ่งจะแทนค่ารหัสได้ถึง 256 รหัสต่างๆ กัน เรียกว่า ไบต์ (byte)

bitch (บิทช) *n.* สุนัขตัวเมีย, แม่สุนัข, หญิงร้ายที่เห็นแก่ตัว, หญิงสำส่อน, หญิงเลว, (คำสแลง) งานยาก การบ่น เรื่องไม่สบายใจ -*vi.* (คำสแลง) บ่น ตัดพ้อต่อว่า -*vt.* (คำสแลง) ทำสกปรก ทำเปื้อน

bitchy (บิท' ชี) *adj.* **-ier, -iest** เกี่ยวกับสุนัขตัวเมียหรือแม่สุนัข, อารมณ์ร้าย, ผูกพยาบาท **-bitchily** *adv.* **-bitchiness** *n.* (-S. captious, malicious, mean)

bite (ไบท) *vi.* **bit, bitten/bit, bitting** -*vt.* กัด, กิน, ตอด, แทงทะลุ, กินอาหาร, (แมลง) ต่อย, ยึดแน่น, เกาะแน่น, ทำได้ผล, โกง, เอาเปรียบ, ทำให้โกรธ, มีผลต่อ -*vi.* กัด, งับ, ติดเหยื่อ, รับคำเสนอแนะ, ยอมรับความพ่ายแพ้, ยึด, ติด, ทำได้ผล -*n.* การกัด, แผลกัด, ความคม, รสจัด, กลิ่นแรง, ชิ้นอาหาร, อาหารว่าง, การงับเหยื่อ, ความสากของผิวหน้าตะไบ, การกระทบสัมผัสของซี่ฟัน, การพยายามเอาเงินจาก (-S. chew, gnaw, nibble, nip) -*Ex. bits the bread, bite off a piece, bitten by a dog, His bark is worse than his bite., have a bite of food, a dog-bite on my arm, biting wind*

biter (ไบ' เทอะ) *n.* ผู้กัด, สิ่งที่กัด, สัตว์ที่ชอบกัดคน, คนโกง, คนหลอกลวง, การหลอกลวง (-S. fraud)

bit gauge, bit stop อุปกรณ์จำกัดความลึกของการแทงทะลุ (งานช่างไม้)

biting (ไบ' ทิง) *adj.* แสบ, ปวดแสบ, เผ็ดร้อน เสียดแทง, เหน็บแนม (-S. piercing, keen, penetrating)

bitter (บิท' เทอะ) *adj.* ขม, ขมขื่น, เผ็ดร้อน, ปวดแสบ, รุนแรง, ดุเดือด, จัด, หนาวจัด, สาหัส, อาฆาต -*n.* ความขม, สิ่งที่มีรสขม, เบียร์ขม, ยา, น้ำรากไม้หรือสมุนไพรที่มีรสขม -*vt.* ทำให้ขม -*adv.* ยิ่ง, จัด, มาก, รุนแรง **-bitterness** *n.* **-bitterly** *adv.* (-S. harsh, intense severe -A. sweet, trivial) -*Ex. Aloes are bitter., bitter pain, bitter words, very bitter against, in the bitter cold*

bitter end ผลสุดท้ายของสถานการณ์ที่ลำบาก, การสู้จนสุดขีด, เงื่อนปม, ปลายสายโซ่หรือสายเคเบิล

bittern (บิท' เทอร์น) *n., pl.* **-terns/-tern** นกกาน้ำ, นกยาง

bitters (บิท' เทอซฺ) *n. pl.* ยาขม, ยาเจริญอาหาร, ยาบำรุงรสขม, ของเหลวรสขมที่ใช้ผสมกับเครื่องดื่ม

bittern

bittersweet (บิท' เทอสวีท) *n.* พืชเถาจำพวก *Solanum dulcamara* มีผลสีแดงเข้ม, ความสุขที่ผสมความเจ็บปวดหรือความเสียใจ -*adj.* ขมขื่นปนสุข, (รสชาติ) หวานๆ ขมๆ

bitty (บิท' ที) *adj.* **-tier, -tiest** เล็กๆ, ซึ่งเป็นเศษเล็กเศษน้อย, ขาดความสามัคคี

bitumen (ไบทู' เมน) *n.* สารธรรมชาติที่ประกอบด้วยไฮโดรคาร์บอนเป็นส่วนใหญ่ เช่น asphalt, maltha **-bituminoid** *adj.*

bituminous (ไบทู' มินัส) *adj.* ประกอบด้วย bitumen

bituminous coal ถ่านหินชนิดอ่อน เวลาเผามีควันสีเหลือง (-S. soft coal)

bivalent (ไบเว' เลินท) *adj.* มี 2 วาเลนซี, เกี่ยวกับ

bivalve 84 black powder

B

สองโครโมโซมที่เหมือนกัน *-n.* คู่โครโมโซมที่เหมือนกัน

bivalve (ไบ' แวลฟว) *adj.* มีสองกลีบ, มีสองลิ้น, มีสองเปลือกนอก *-n.* หอยสองเปลือก

bivouac (บิฟ' วูแอค) *n.* การตั้งค่ายหรือพักแรมกลางแจ้ง *-vt.* **-acked, -acking** ตั้งค่ายหรือพักแรมกลางแจ้ง

biweekly (ไบวีค' ลี) *adj., adv.* ทุกสองอาทิตย์, อาทิตย์ละสองครั้ง *-n., pl.* **-lies** สิ่งตีพิมพ์ที่ออกทุกสองอาทิตย์

biyearly (ไบเยียร์' ลี) *adj., adv.* ทุกสองปี, มีปีละสองครั้ง

bizarre (บิซาร์') *adj.* แปลกประหลาด, ผิดปกติ **-bizarrely** *adv.* **-bizareness** *n.* (-S. fantastic)

B/L, b/l ย่อจาก bill of lading ใบขนของ

blab (แบลบ) *vt., vi.* **blabbed, blabbing** เปิดเผยความลับ, พูดพล่อยๆ, พูดโดยไม่คิด, พูดมาก *-n.* การพูดพล่อยๆ, ปากที่พูดพล่อยๆ **-blabber** *n.* (-S. blurt, prattle, blabbermouth)

black (แบลค) *adj.* ดำ, สีดำ, สวมเสื้อสีดำ, เกี่ยวกับนิโกร, เปื้อน, ผิวดำ, ซึ่งมองในแง่ร้าย, มุ่งร้าย, เป็นอันตราย, ไม่สามารถอภัยให้ได้, แห้งแล้ง, มลทิน, ด่างพร้อย, มืดมน, นิโกร, ที่อารมณ์เสีย, (กาแฟ) ไม่ใส่ครีม *-n.* คนผิวดำ, จุดดำ, เครื่องดำ, ชุดไว้ทุกข์, ตาฟกช้ำ, สารสีดำ, ม้าดำ, เสื้อสีดำ *-vt.* ทำให้ดำ, ขัดรองเท้าด้วยยาขัดสีดำ, ทำให้มืด, ไร้สติ, หมดสติ *-vi.* กลายเป็นสีดำ **-blackish** *adj.* **-blackness** *n.* (-S. inky, unlit, pitchdark, dirty, gloomy -A. white, clean, pure, bright) *-Ex. black clouds, black beetle, black adder, black looks*

blackamoor (แบลค' คะมัวร์) *n.* นิโกร

black-and-blue (แบลค' เอินบลู) *adj.* ฟกช้ำดำเขียว (-S. discoloured, livid, contused, bruised)

black-and-white มีเพียงสีดำและขาวเท่านั้น

black art เวทมนตร์คาถา (-S. black magic)

blackberry (แบลค' เบอรี) *n., pl.* **-ries** ผลเบอรีดำของพืชจำพวก *Rubus*, พืชดังกล่าว

blackbird (แบลคเบิร์ด) *n.* นกสีดำชนิดหนึ่งมีเสียงไพเราะ, นกในตระกูล Icteridae

blackboard (แบลค' บอร์ด) *n.* กระดานดำ

blackbody (แบลค' บอ' ดี) *n.* พื้นผิวของวัตถุในอุดมคติซึ่งดูดซึมรังสีแม่เหล็กไฟฟ้าได้ทั้งหมด

black book สมุดรายชื่อคนที่ต้องได้รับโทษ, สมุดรายชื่อคนที่มีความผิด

black box กล่องอิเล็กทรอนิกส์ของเครื่องบิน ใช้บันทึกการปฏิบัติการบินตลอดเวลา (-S. flight recorder)

black coat บาทหลวง (-S. clergyman)

blackdamp (แบลค' แดมพ) *n.* ก๊าซที่เกิดจากคาร์บอนไดออกไซด์และไนโตรเจนผสมกัน ซึ่งมักเกิดปกคลุมบริเวณเหมืองแร่

Black Death กาฬโรคร้ายแรงที่ระบาดในยุโรปและเอเชียสมัยศตวรรษที่ 14

black disease โรคเฉียบพลันร้ายแรงในแกะเนื่องจากเชื้อ *Clostridium novyi*

blacken (แบลค' เคิน) *vt.* ทำให้ดำ, พูดให้ร้าย, กล่าวร้าย, ด่า *-vi.* กลายเป็นสีดำหรือมืด **-blackener** *n.* (-S. defame, become black) *-Ex. Soot blackens kettles., The sky blackened.*

black eye ตาฟกช้ำดำเขียว, มลทิน, จุดด่างพร้อย, เรื่องอื้อฉาว (-S. shame)

black face (แบลค' เฟส) *n.* หน้าดำ, การแต่งหน้าให้ดำเพื่อแสดงละครเป็นคนนิโกร, ตัวพิมพ์หน้า (-S. make-up, heavy-faced type)

blackfellow (แบลค' เฟลโล) *n.* คนป่าพื้นเมืองของออสเตรเลีย, ชาวอะบอริจินในออสเตรเลีย

blackfoot (แบลค'ฟุท) *n., pl.* **-feet/-foot** ชาวอินเดียนแดงเผ่าหนึ่งในอเมริกา, ภาษาของคนเผ่าดังกล่าว

Black Friday วันศุกร์ในเทศกาล Easter, วันศุกร์ที่มีเรื่องอุบาทว์เกิดขึ้น

blackguard (แบลค' การ์ด) *n.* คนสารเลว, คนเลวทราม *-adj.* เลวทราม *-vt.* ทำให้เลว **-blackguardly** *adv., adj.* (-S. rascal, villian -A. gentleman)

black hole ที่ซึ่งสิ่งของหายไปไม่คืนกลับมา

blacking (แบลค' คิง) *n.* สิ่งที่ใช้เคลือบหรือขัดให้เป็นสีดำ

black ivory การค้าทาสนิโกร

blackjack (แบลค' แจค) *n.* กระบองสั้นที่มีหนังหุ้มและหัวเป็นดีบุก, ธงโจรสลัด, ที่ใส่เหล้าทำด้วยหนัง (-S. club)

blackjack

black lead กราไฟต์

blackleg (แบลค' เลก) *n.* โรคในสัตว์เลี้ยงเนื่องจากเชื้อ *Clostridium chauvoei* มีอาการปวดและบวมที่กล้ามเนื้อขา, โรคพืชเนื่องจากเชื้อราจำพวก *Phoma betae*, (ภาษาพูด) คนโกง คนหลอกลวง, (ภาษาอังกฤษแบบอังกฤษ) ผู้ที่หยุดการประท้วงหรือทำให้การประท้วงไร้ผล

black light แสงที่มองไม่เห็น ได้แก่แสงอินฟราเรดและแสงอัลตราไวโอเลต

blacklist (แบลค' ลิสท) *n.* รายชื่อคนทำผิด, รายชื่อคนทำผิดหรือต้องได้รับโทษ *-vt.* ใส่ชื่อลงในรายการคนทำผิด

blackly (แบลค' ลี) *adv.* มืด, ร้าย, โกรธ (-S. gloomily, angrily)

black magic เวทมนตร์คาถาในทางชั่วร้าย

blackmail (แบลค' เมล) *n.* การขู่เข็ญเอาเงิน, การขู่เข็ญ *-vt.* ขู่เข็ญเอาเงิน, ขู่เข็ญ **-blackmailer** *n.* (-S. bribe, extortion, coercion)

Black Maria (แบลคมะเรียร์') *n.* รถขนส่งนักโทษ, รถสายตรวจของตำรวจ

black mark ลักษณะที่เลว

black market ตลาดมืด (-S. illegal dealing)

black-market (แบลค' มาร์ค' เคท) *vt., vi.* ขายในตลาดมืด

black marketeer (แบลค' มาร์ค' เคทเทียร์) *n.* ผู้ขายของในตลาดมืด

Black Monday วันจันทร์ในเทศกาล Easter

Black Monk พระในนิกายเบนนิดิกไทน์

Black Muslim สมาชิกนิกายมุสลิมดำในอเมริกา

blackout (แบลค' เอาท) *n.* ความมืดมน, การปิดไฟทั้งหมด, ไฟดับ, ภาวะหมดสติ, การเซนเซอร์ข่าวหนังสือพิมพ์, การปิดข่าว

black pepper พริกไทยดำ

black powder ดินระเบิดที่ประกอบด้วยดินประสิว

กำมะถันและถ่าน

Black Sea ทะเลดำซึ่งอยู่ระหว่างยุโรปและเอเชีย

black sheep แกะดำ, คนผ่าเหล่า, คนนอกคอก

Black Shirt สมาชิกองค์การฟาสซิสต์ที่มีชุดเครื่องแบบสีดำ

blacksmith (แบลค' สมิธ) *n.* ช่างตีเหล็ก, คนทำเกือกม้าและใส่เกือกม้า

black spot จุดอันตราย

blackstrap (แบลค' สแทรพ) *n.* เหล้าอ้อยผสมน้ำผึ้งชนิดหนึ่ง

black tea ชาที่เหี่ยวและถูกหมักไว้ก่อนทำให้แห้งโดยความร้อน

black tie ผ้าผูกคอสีดำที่ใส่กับชุดทักซิโด, ชุดทักซิโดของผู้ชาย

blacktop (แบลค' ทอพ) *n.* สารผสม bitumen เช่นแอสฟัลต์สำหรับลาดถนน, ถนนแอสฟัลต์, ถนนยางมะตอย

black widow แมงมุมพิษสีดำจำพวก *Latrodectus mactans* ตัวเมียมักกินตัวผู้เป็นอาหาร

bladder (แบลด' เดอะ) *n.* กระเพาะปัสสาวะ, ถุงหรืออวัยวะรองของเหลวหรือก๊าซ, ถุง, ยางใน *-Ex. a football bladder, the air bladder of a fish*

bladderwort (แบลด' เดอเวิร์ท) *n.* ชื่อพืชที่เติบโตในน้ำชนิดหนึ่ง มีใบที่มีถุงเล็กๆ สำหรับจับเหยื่อ จำพวก *Utricularia*

bladder wrack ชื่อสาหร่ายทะเลชนิดหนึ่ง จำพวก *Ascophyllum* และ *Fucus*

bladder wrack

blade (เบลด) *n.* ใบมีด, คมมีด, ใบหญ้า, ใบ, ใบพาย, ใบจักร, ใบกังหัน, ใบพัดลม, กระดูกหัวไหล่, นักเลง, เด็กหนุ่มเสเพล **-bladded** *adj.* (-S. cutter)

bladesmith (เบลด' สมิธ) *n.* ช่างตีมีด (-S. sword cutler)

blah, blah-blah (บลา, บลา' บลา) *interj.* เหลวไหล!, ไร้สาระ!, น่ารำคาญ! *-n.* คำพูดที่เหลวไหล, คำพูดที่ไร้สาระ

blain (เบลน) *n.* ตุ่มแผล

blamable, blameable (เบลม' มะเบิล) *adj.* ควรรับผิด, ควรถูกตำหนิ **-blamably** *adv.* (-S. culpable)

blame (เบลม) *vt.* **blamed, blaming** กล่าวโทษ, ตำหนิ, ประณาม, นินทา, กล่าวร้าย, โยนความผิดให้ *-n.* การตำหนิ, ความรับผิดชอบ, ภาระ **-be to blame** ควรถูกตำหนิ, ควรรับผิดชอบ **-blameful** *adj.* **-blameless** *adj.* (-S. censure, criticize condemn -A. acquit, praise) *-Ex. blame him for doing it, I don' t blame you., blame it upon him, Udom is to blame for doing it., lay the blame on, bear the blame*

blamed (เบลมด) *adv., adj.* (ภาษาพูด) ที่ถูกตำหนิ

blameless (เบลม' เลส) *adj.* ไม่มีอะไรที่จะตำหนิได้, ไม่ผิด **-blamelessly** *adv.* **-blamelessness** *n.*

blameworthy (เบลม' เวอธี) *adj.* สมควรถูกตำหนิ **-blameworthiness** *n.* (-S. culpable)

blanch (บลานซ) *vt.* ทำให้ขาว, ฟอกให้ขาว, ฟอก, ทำให้หน้าซีด, ลอกเปลือกออก หรือใช้น้ำร้อนลวกเพื่อทำให้ขาว *-vi.* กลายเป็นสีขาว, ซีด **-blancher** *n.* (-S. whiten) *-Ex. to blanch almonds*

blancmange (บลามานช') *n.* ชื่อขนมหวานคล้ายวุ้นชนิดหนึ่ง ทำด้วยแป้ง น้ำ นม และอื่นๆ

bland (แบลนด) *adj.* นิ่มนวล, อ่อนโยน, บรรเทา, ไม่ระคายเคือง, ไม่กระตุ้น, ไร้อารมณ์, อุเบกขา, ขาดรสชาติ, ธรรมดาๆ **-blandness** *n.* (-S. mild, benign -A. harsh, rough) *-Ex. a bland tone of voice, a bland behaviour*

blandish (แบลน' ดิช) *vt., vi.* ประจบ, เอาใจ, ป้อยอ, ยกยอ, โอ้โลม **-blandishingly** *adv.* **-blandisher** *n.* **-blandishment** *n.* (-S. flatter)

blank (แบลงค) *adj.* ว่าง, ว่างเปล่า, ที่ปราศจากเรื่องราว, ยังไม่ได้เขียนหรือพิมพ์อะไร, จืดชืด, ไม่น่าสนใจ, โดยสิ้นเชิง, ทั้งสิ้น, ไม่ยิ้มแย้มแจ่มใส, ซีด, ไร้สี, (โคลง) ไม่สัมผัส *-n.* สถานที่ว่างเปล่า, ช่องว่างสำหรับเติม, แบบฟอร์มที่ว่างเปล่า, จุดขาวตรงกลางของเป้า, เป้า, บัตรที่ไม่ถูกรางวัล, กระสุนเปล่า, เครื่องหมาย, ไม่สำเร็จ *-vt.* เอาออก, ยกเลิก, เลิกล้ม, ทำให้ไม่ได้คะแนน, ปิดทาง **-draw a blank** ทำไม่ได้ **-blankness** *n.* (-S. bare, void, vacant -A. filled, marked, animated) *-Ex. a blank paper, Leave a blank for the question you didn't answer., an order blank, a blank look, My mind was blank and I couldn't remember a thing., a blank wall*

blank book สมุดที่ว่างเปล่า (-S. sketchbook)

blank cartridge กระสุนเปล่า, กระสุนหลอก

blank cheque เช็คที่ลงนามไว้ แต่ไม่ได้กรอกจำนวนเงินไว้, อำนาจที่ไม่ได้จำกัด

blanket (แบลง' คิท) *n.* ผ้าห่ม, ผ้าห่มขนสัตว์, ผ้าขนสัตว์, ผ้าไหมพรม, พรม, สิ่งทอที่ใช้ปกคลุม, แผ่นชั้น *-vt.* ห่ม, คลุม, ขัดขวาง, ยุ่ง, ดับไฟ, ติดลม *-adj.* ซึ่งปกคลุม (-S. coverlet, cover, robe) *-Ex. a blanket of fog, Snow blanketed the earth.*

blankly (แบลง' คลี) *adj.* ไม่ยิ้มแย้มแจ่มใส, มีใบหน้าที่เฉยเมย, ทั้งหมด, ทั้งสิ้น, ทุกแง่ทุกมุม (-S. fully)

blank verse โคลงกลอนที่ไม่มีจังหวะ, โคลงกลอนที่ไร้สัมผัส

blare (แบลร์) *vi.* **blared, blaring** ส่งเสียงดัง *-n.* เสียงประโคม (-S. roar, sound loudly, a roar)

blarney (แบร์' นี) *n.* การพูดสรรเสริญเยินยอ *-vt., vi.* **-neyed, -neying** พูดยอ, หลอกลวง

blasé (บลาเซ') *adj.* (ภาษาฝรั่งเศส) เบื่อหน่ายต่อชีวิต, เบื่อหน่ายในการเสพความสุข, เบื่อหน่ายต่อการละเล่นหรือการบันเทิงทั้งหลาย (-S. sophisticated)

blaspheme (แบลสฟีม') *v.* **-phemed, -pheming** *-vt.* ดูหมิ่น, สบประมาท, กล่าวร้าย, ด่า *-vi.* ดูหมิ่นศาสนา, พูดอัปมงคลเกี่ยวกับศาสนา **-blasphemer** *n.* (-S. slander)

blasphemous (แบลส' ฟิมัส) *adj.* ซึ่งดูหมิ่น, ซึ่งสบประมาทหรือดูหมิ่นศาสนา, หยาบคาย, อัปมงคล

blasphemy (แบลส' ฟะมี) *n., pl.* **-mies** การสบประมาท, การดูหมิ่น, การสบประมาทศาสนา **-blasphemus** *adj.* (-S. impiety)

blast (บลาสท) *n.* การระเบิด, ลมพัดกระโชก, การเป่าแตร, การเป่านกหวีด, เสียงระเบิด, เสียงอึกกระทึก, ลมแรงจัด,

ลมอัดเข้าไปในเตา, คลื่นกระทบ, ความเร็วสุดขีด, กำลังสุดขีด *-vt.* ทำให้เกิดเสียงดังมาก, เป่าแตร, ทำให้เหี่ยว, ทำลาย, ระเบิด, ส่งลมเข้าไป, โจมตี, วิจารณ์อย่างเผ็ดร้อน *-vi.* ทำให้เกิดเสียงดังมาก, ออกจากฐานปล่อย (จรวด) **-blaster** *n.* (-S. explode, blaze, destroy) *-Ex. a blast of dynamite, to blast rocks in a quarry, The cherry blossoms were blasted by fire.*

blasted (บลาส' ทิด) *adj.* เหี่ยว, ถูกทำลาย, เฮงซวย, ถูกสาปแช่ง, วายร้าย (-S. destroyed)

blast furnace เตาหลอมเหล็กขนาดใหญ่และสูงที่ใช้ลมเป่า

blast furnace

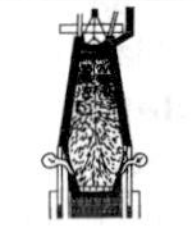

blastoff, blast-off (บลาสทฺ' ออฟ) *n.* การปล่อยขีปนาวุธหรือยานอวกาศ เป็นต้น

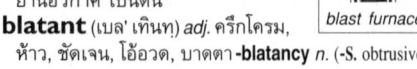

blatant (เบล' เทินทฺ) *adj.* ครึกโครม, ห้าว, ชัดเจน, โอ้อวด, บาดตา **-blatancy** *n.* (-S. obtrusive, glaring -A. subtle)

blather (แบล' เธอะ) *n.* การพูดโง่ๆ, การพูดเหลวไหล *-vi., vt.* พูดโง่ๆ, พูดเหลวไหล **-blatherer** *n.*

blaze[1] (เบลซ) *n.* ไฟที่ลุกโชติช่วง, ความสว่างโชติช่วง, เปลวไฟ, ลำแสงเจิดจ้า, ความแวววาว, การระเบิดออก *-vi., vt.* **blazed, blazing** สว่างช่วงโชติ, ลุกโพลง, ลุกไหม้เป็นเปลวไฟ, เปล่งแสงเจิดจ้า, ประทุ, ระเบิด, มีอารมณ์รุนแรง, ยิงอย่างไม่หยุดยั้ง, ยิงเป็นตับ (-S. fire, light, outburst, radiance, eruption, flash, rush, emote, anger, shine) *-Ex. The signal fires suddenly along the hills., the blaze of headlights, Lights blazed out from all the windows., a blaze of colour from the sunset, Sawai reached the finish line in a blaze of energy.*

blaze[2] (เบลซ) *n.* จุดขาวด่างบนใบหน้าสัตว์, ร่องรอยขูดขีดตามต้นไม้ *-vt.* **blazed, blazing** ทำรอย, นำทาง, ขีดรอย

blaze[3] (เบลซฺ) *vt.* **blazed, blazing** เผยแพร่, แพร่, กระจาย, ประกาศ, แถลง, เป่าแตร

blazer (เบล' เซอะ) *n.* สิ่งที่ลุกสว่างโชติช่วง, เสื้อกีฬาชนิดหนึ่งที่มีกระเป๋าเดียว, ผู้แพร่กระจาย, ผู้ประกาศ, เสื้อสามารถ (-S. a lightweight jacket)

blazon (เบล' เซิน) *n.* ตรา, เครื่องหมาย ธง *-vt.* ทำเครื่องหมาย, ทำตรา, แสดง, ประกาศ, เผยแพร่, โอ้อวด **-blazoner** *n.* **-blazonment** *n.* (-S. proclaim)

blazonry (เบล' เซินรี) *n., pl.* **-ries** การประดับประดาอย่างฉูดฉาด, วิธีการทำเครื่องหมาย, เครื่องตรา, ตรา, เครื่องหมายประจำตระกูลขุนนาง

bleach (บลีช) *vt.* ทำให้สีซีด, ฟอกจัด, ขจัดสีออก, ทำให้สีตก *-vi.* สีตก, สีซีด, กลายเป็นขาว *-n.* การฟอกให้ขาว, ยาฟอกขาว (-S. whiten, whitener -A. darken)

bleacher (บลี' เชอะ) *n. pl.* เครื่องฟอกให้ขาว, คนฟอกให้ขาว, ภาชนะที่ใช้ในการฟอกให้ขาว

bleachers (บลี' เชอะซฺ) *n. pl.* อัฒจันทร์กลางแจ้งไม่มีหลังคา

bleaching powder ผงผสม calcium chloride และ calcium hypochlorite เป็นยาฟอกสีและฆ่าเชื้อ

bleak[1] (บลีค) *adj.* ไร้ที่กำบัง, ถูกลมถูกฝน, ว่างเปล่า, โล่งเตียน, หม่นหมอง, เศร้าโศก, สิ้นหวัง (-S. bare, windswept, cheerless -A. hopeful, cheerful)

bleak[2] (บลีค) *n., pl.* **bleak, bleaks** ปลาคาร์พยุโรปชนิดหนึ่งจำพวก *Alburnus*

blear (เบลียร์) *adj.* ตาพร่ามัว, ตาฟาง, ตาบวม, พร่ามัว, ไม่ชัด *-vt.* ทำให้มัว, ทำให้ตามัว (-S. bleary)

blear-eyed (เบลียร์' อายดฺ) *adj.* ตามัว, สายตาสั้น (-S. bleary-eyed, short-sighted)

bleary (เบลีย' รี) *adj.* **-ier, -iest** พร่ามัว, ไม่ชัด, เหนื่อยอ่อน (-S. hazy, blurry)

bleat (บลีท) *n.* เสียงร้องแบะๆ (ของแพะ แกะ ลูกวัว), ร้องคร่ำครวญ, การพูดโง่ๆ *-vi.* ร้องเสียงแบะๆ *-vt.* ทำให้เกิดเสียงแบะๆ, พูดโง่ๆ **-bleater** *n.*

bled (เบล็ด) กริยาช่อง 2 และ 3 ของ bleed

bleed (บลีด) *v.* **bled, bleeding** *-vi.* เลือดออก, ตกเลือด, หลั่งเลือด, เศร้าโศก, โทมนัส, ซึมออก, แพร่กระจาย, เห็นใจ, สงสาร, ออกนอกหน้า *-vt.* ทำให้เลือดออก, เสียเลือด, ถ่ายเท (น้ำ, ไฟฟ้า และอื่นๆ) *-n.* ขอบหน้าตัด, ส่วนหน้าที่ตัดออก *-adj.* ตัดริมทิ้ง (-S. lose blood, ooze sap) *-Ex. During the late war men bled and died for their country., The tree is bleeding where the branch was cut off., My heart fairly bled for the poor man.*

bleeder (บลีด' เดอะ) *n.* คนที่เลือดออกง่าย, คนชอบรีดไถคนอื่น, ช่องที่น้ำซึมออก

bleeding (บลีด' ดิง) *n.* การหลั่งเลือด, กระบวนการเลือดออก, กระบวนการเอาเลือดออก, จิตที่เศร้าโศกการซึมของสี (การพิมพ์), น้ำปูนที่ลอยบนผิว *-adj.* เลือดออก

bleeding heart พืชตระกูลฝิ่นจำพวก *Dicentra spectabilis* ต้นเป็นพืชไม้ดอกไม้ประดับ

bleeding heart

bleep (บลีพ) *n.* สัญญาณเสียงสูงบางและสั้นมักจะเป็นเสียงของเครื่องใช้หรืออุปกรณ์อิเล็กทรอนิกส์ เช่น เสียงสัญญาณจากเครื่องคอมพิวเตอร์ เป็นต้น

blemish (เบลม' มิช) *vt.* ทำให้ด่างพร้อย, ทำให้เป็นมลทิน, ทำให้เสื่อมเสียแก่ *-n.* จุดด่างพร้อย, มลทิน, จุดอ่อน, หัวสิว **-blemisher** *n.* (-S. defect) *-Ex. One bad mistake can blemish a man's reputation.*

blench[1] (เบลนชฺ) *vi.* หดตัว, ถอยหลัง (-S. wince, flinch, shrink)

blench[2] (เบลนช) *vt, vi.* ทำให้ขาว, สีตก, ทำให้ซีด (-S. blanch)

blend (เบลนดฺ) *v.* **blended/blent, blending** *-vt.* ผสม, คลุก, กลมกลืน *-vi.* คลุกเคล้าให้เข้ากันจนแยกไม่ออก, ทำให้เหมาะกับ *-n.* การผสมผสาน, การคลุกเคล้า, คำผสม, คำสนธิ, ของผสม, ของเจือปน (-S. compound, mix, mingle) *-Ex. The colours in the sunset blend so well that there is no telling where one ends and another begins., a blend of blue and gray*

blender (เบลน' เดอะ) *n.* ผู้ผสม, ผู้เจือปน, สิ่งเจือปน, ตัวผสมเครื่องผสม, เครื่องปั่นผสม

blent (เบลนทฺ) กริยาช่อง 2 และ 3 ของ blend

B

bless (เบลส) *vt.* **blessed/blest, blessing** อวยพร, ให้ศีลให้พร, ให้เจริญ, ให้มีความสุข, สรรเสริญ, ให้ศักดิ์สิทธิ์,ขีดกากบาทบนหน้าอกตัวเอง, อธิษฐานขอพระเจ้าให้พรแก่, ประสาทพร, คุ้มครอง, ปกป้อง (-S. sanctify, consecrate)

blessed, blest (เบลส' ซิด, เบลสท) *adj.* มีโชค, มีความสุข, ศักดิ์สิทธิ์, น่าบูชา, อัปรีย์, สาปแช่ง **-blessedly** *adv.* **-blessedness** *n.* (-S. hallowed, consecrated -A. sad, wretched) *-Ex. The priest blessed the people., The father blessed his son., blessed with a good son, good health, the blessed saints, to be blessed with good health*

blessing (เบลส' ซิง) *n.* การให้พร, การประสาทพร, การทำให้ศักดิ์สิทธิ์, ผลประโยชน์, ความกรุณา, ของขวัญ, สิ่งทำให้โชคดีหรือมีความสุข, การสรรเสริญบารมี, การบูชา, การเห็นด้วย (-S. grace, benediction) *-Ex. The pastor gave the travelers his blessing., Peace of mind is a great blessing.*

blest (เบลสท) *vt.* กริยาช่อง 2 และ 3 ของ bless

blether (เบลธ' เธอะ) *n.* การพูดโง่ๆ, ผู้ที่พูดโง่ๆ

blew (บลู) กริยาช่อง 2 ของ blow *-Ex. The wind blew and the rain fell.*

blight (ไบลท) *n.* โรคเหี่ยวแห้งตายของพืช, สาเหตุของความเสื่อมโทรม, มูลเหตุของความหายนะ, มูลเหตุของความยุ่งเหยิง *-vt.* ทำให้เหี่ยวแห้ง, ทำให้เน่าเปื่อย, ทำลาย, ทำให้ยุ่งเหยิง *-vi.* ประสบอุปสรรคขัดขวาง, ประสบความหายนะ **-blighted** *adj.* (-S. affliction, decay) *-Ex. Frost blighted that garden.*

blighter (ไบล' เทอะ) *n.* คนไร้ค่า, คนน่าเหยียดหยาม, คนวายร้าย,อ้ายหมอ, เจ้าหมอนั่น

blimey (ไบล' มี) *interj.* คำอุทานที่แสดงความประหลาดใจ, โอ้โห!

blimp (บลิมพ) *n.* ที่กันเสียงสำหรับกล้องภาพยนตร์, อากาศยานขนาดเล็กชนิดหนึ่ง **-blimpish** *adj.*

blind (ไบลนด) *adj.* ตาบอด, มองไม่เห็น, ไร้ประสาทตา, ไม่สามารถเข้าใจ, ไม่เต็มใจที่จะเข้าใจ, ไร้เหตุผล, ไร้สติ, เมาเหล้า, มืด, ไม่สามารถมองเห็นได้, ไม่บังเกิดผล, ไม่ให้ผล,ซ่อนเร้น, ลึกลับ, ดูไม่ออก, เข้าใจยาก, อุดตัน, ไม่มีทางออก, ที่ทำโดยไม่เห็น, ที่ทำโดยไม่รู้มาก่อน, เกี่ยวกับคนตาบอด *-vt.* ทำให้ตาบอด, ทำให้มองไม่เห็น, ทำให้มืดมน, ทำให้ลึกลับ, ทำให้ไร้เหตุผล, บดบัง *-n.* สิ่งบดบังแสง, ที่กำบัง, สิ่งปิดบังสิ่งอื่น, ตัวล่อ, นกต่อ *-adv.* ไม่สามารถเห็นได้, อย่างตาบอด, ไม่รู้มาก่อน **-blindly** *adv.* **-blindness** *n.* (-S. sightless, mindless) *-Ex. blind form birth, pity the blind, the poor blind man, blind to the beauties of nature, blind rage, blind ditch, blind oneself, The driver was blinded by the sun and lost control of the car., Anger blinded Noi so she couldn't think straight.*

blind alley ทางตัน, ทางจนมุม

blind date การนัดพบหรือการหมั้นสำหรับหญิงและชายที่ไม่คุ้นเคยกันมาก่อน

blinder (ไบล' เดอะ) *n.* ที่ปิดตาม้า (-S. blinker)

blindfold (ไบล' โฟลด) *vt.* ปิดตา, หลอกลวง, ปิดบัง, กลบเกลื่อน *-n.* ผ้าปิดตา, สิ่งที่ใช้ปิดตา *-adj., adv.* ถูกปิดตาไว้, ใจเร็ว, บ้าระห่ำ, สุรุ่ยสุร่าย **-blindfolder** *n.*

blind gut ดู cecum

blindman's buff เกมเล่นซ่อนหาหรือปิดตาไล่จับ

blind spot จุดบอด, บริเวณเล็กๆ บนเรตินาของตาที่ประสาทตาไม่รู้สึกต่อแสง, จุดบอดบนเรตินา, เรื่องที่ไม่รู้มาก่อน, บริเวณที่สัญญาณวิทยุอ่อน, บริเวณในโรงละครหรือสนามกีฬาที่ไม่สามารถเห็นหรือฟังการแสดงได้ดีพอ

blindworm (ไบลดเวิร์ม) *n.* หนอนชนิดหนึ่ง ไร้ขาตามีขนาดเล็กมาก จำพวก *Anguis fragilis*, กิ้งก่าตาบอด

blink (บลิงค) *vi.* กะพริบตา, หยีตา, เมินเฉย, ส่องแสงเป็นระยะ, ให้สัญญาณไฟกะพริบ *-vt.* กะพริบตา, มองแวบเดียว, ชั่วพริบตาเดียว, กะพริบตาให้สิ่งแปลกปลอมในตาออกมา, ทำให้กะพริบตา *-n.* การกะพริบตา, การมองแวบเดียว, แสงริบหรี่ **-on the blink** (คำสแลง) ใช้การไม่ได้ ต้องการซ่อมแซม (-S. wink, twinkle)

blinker (บลิง' เคอะ) *n.* ผู้กะพริบตา, เครื่องปิดตาม้า, ผู้ปิดตาม้า, แว่นตา, ไฟกะพริบให้สัญญาณว่าจะเลี้ยวรถ, ตะเกียงสัญญาณ, ตา *-vt.* สวมที่ปิดตาม้า, กลบเกลื่อน

blinking (บลิง' คิง) *adj., adv.* (คำสแลง) อย่างมาก, อัปรีย์ รุนแรง ระยำ (-S. bloody)

blip (บลิพ) *n.* ตำแหน่งแสงบนจอเรดาร์ที่แสดงตำแหน่งวัตถุในรัศมีเรดาร์, เสียงสั้นที่ดังชัด, สัญลักษณ์, เสียงขาดหายไประหว่างรายการโทรทัศน์, การหยุดในระยะเวลาสั้น *-v.* **blipped, blipping** *-vt.* สับสวิตช์ออกและเข้าอย่างรวดเร็ว, ลบคำหรือข้อความหรือเสียงที่ไม่ต้องการออก *-vi.* ทำให้เสียงขาดหายไประยะเวลาอันสั้น (-S. delete)

bliss (บลิส) *n.* ความสุขอันล้นพ้น, ความสุขบนสวรรค์, สวรรค์, มูลเหตุของความสุขอันยิ่งใหญ่ (-S. rapture, delight, ecstasy -A. misery, torment)

blissful (บลิส' ฟูล) *adj.* เต็มไปด้วยความสุข, ให้ความสุข **-blissfully** *adv.* **-blissfulness** *n.*

blister (บลิส' เทอะ) *n.* เม็ดพุพองบนผิวหนัง, เม็ดพุพอง, ฟอง, ที่ครอบ *-vt.* ทำให้ผิวหนังพุพอง, ทำให้เม็ดพุพอง, ที่ครอบ *-vi.* เป็นเม็ดพุพอง, ทำให้พอง, เป็นฟอง **-blistery** *adj.* *-Ex. A burn will cause blisters., The sunburn blistered my back and arms., The paint blistered in the hot sun.*

blithe (ไบลธ) *adj.* ร่าเริง, สนุกสนาน, บันเทิงใจ, สะเพร่า, ไม่ระวัง, ไม่ไตร่ตรอง, ปราศจากสติ **-blithely** *adv.* **-blitheness** *n.* **-blithesome** *adj.* (-S. merry, gay -A. dull, heavy)

blithering (บลิธ' เธอลิง) *adj.* ซึ่งพูดอย่างไร้สาระ

blitz (บลิทซ) *n.* การรบแบบสายฟ้าแลบ, การทิ้งลูกระเบิดอย่างดุเดือด, การโจมตีอย่างรวดเร็ว *-vt.* โจมตีอย่างรวดเร็ว (-S. attack, onslaught)

biltzkrieg (บลิทซ' เครก) *n.* การโจมตีอย่างรวดเร็วและดุเดือด

blizzard (บลิซ' เซิร์ด) *n.* พายุหิมะ

bloat[1] (โบลท) *vt., vi.* (ทำให้)ขยายตัว, (ทำให้) บวม, (ทำให้) หยิ่งหรือเหลิง *-n.* โรคลำไส้ใหญ่บวมเนื่องจากก๊าซ

bloat² 88 **bloody**

B

ในสัตว์ซึ่งเกิดจากกินพืชบางชนิดเข้าไป, คนที่หยิ่ง, คนอ้วนฉุ **-bloated** *adj.* **-bloatedness** *n.*

bloat² (โบลท) *vt.* แช่หรือดองไว้ในน้ำเกลือ, รมควัน (อาหาร) เพื่อเก็บไว้ได้นานๆ

blob (บลอบ) *n.* หยด, หยดสี, รอยเปื้อน, ก้อนกลุ่ม, กอง, ความผิดพลาด *-vt.* **blobbed, blobbing** หยด, ใส่ลงหยดหนึ่ง, ทำให้เปื้อน (-S. globule, bubble, droplet)

bloc (บลอค) *n.* กลุ่มคน, หมู่คน, กลุ่มสมาชิกพรรคการเมือง (-S. association, group) *-Ex. the farm bloc*

block (บลอค) *n.* ท่อนไม้, ท่อนหิน, ก้อนใหญ่, ชิ้นใหญ่, ห่อดินระเบิด, แท่นเหล็ก, แท่นโลหะ, เขียง, เวทีประกวดการขายทอดตลาด, แม่พิมพ์ไม้และโลหะ, แม่พิมพ์, ลูกรอก, ตะแลงแกง, ตึกที่แบ่งออกเป็นส่วน, เครื่องกีดขวาง, การ แออัดยัดเยียด, ทั้งแถว, ทั้งก้อน, ทั้งปึก, ตึกใหญ่, คฤหาสน์ใหญ่, เขตบริเวณทางรถไฟ, อุปสรรค, การขัดขวาง, ภาวะที่ขัดขวาง, การกันหรือขัดขวางคู่ต่อสู้ (กีฬา), เขตหนึ่งของตัวเมือง, การพูดหรือหยุดคิดอย่างกะทันหัน, เขตห่างไกลที่ยังไม่มีการสำรวจ *-vt.* ขัดขวาง, สกัด, ต้าน, ปิด, ทำให้เป็นรูปร่าง (ด้วยหุ่น), ทำให้เป็นท่อน, จำกัดการใช้ (-S. mass, piece, chunk, lump, hunk, obstacle, stop -A. aid, assist)) *-Ex. a block of stone, a block of houses, stumbling block, The road is blocked., The stalled car blocked traffic., The police set up a road block.*

blockade (บลอค' เคด) *n.* การปิดล้อม, การขัดขวาง *-vt.* **-aded, -ading** ปิดล้อม **-blockader** *n.* (-S. obstruction)

block and tackle ลูกรอกและเชือกสำหรับยกของ

blockbuster(บลอค' บัสเทอะ) *n.* ลูกระเบิดขนาดยักษ์จากเครื่องบิน, สิ่งที่มีอิทธิพลมาก, คนหรือสิ่งที่มีประสิทธิภาพมาก

blockbusting (บลอค' บัสทิง) *adj.* มีอิทธิพลมาก, มีประสิทธิภาพมาก *-n.* การขายหรือให้เช่าบ้านแก่คนผิวดำในถิ่นที่อยู่ของพวกผิวขาว

block front แถวของตึก

blockage (บลอค' คิจ) *n.* การอุด, การปิดล้อม, การขัดขวาง, ภาวะที่ถูกปิด, ภาวะที่ถูกขัดขวาง

blockhead (บลอค' เฮด) *n.* คนโง่เง่า, หัวหุ่นไม้

blockish (บลอค' คิช) *adj.* คล้ายท่อนไม้, โง่ (-S. stupid, dull)

block letter ตัวพิมพ์ใหญ่

bloke (โบลค) *n.* คน, มนุษย์, อ้ายหมอนี่, คนโง่, ขี้เมา (-S. guy, man, fellow, chap)

blond (บลอนดฺ) *adj.* สีบลอนด์, สีอ่อน, สีเหลืองอ่อน, (ผิว) ขาว *-n.* คนผิวขาว **-blondness** *n.*

blood (บลัด) *n.* โลหิต, เลือด, ชีวิต, ส่วนสำคัญ, พลังชีวิต, กำลัง, การฆ่า, ฆาตกรรม, การหลั่งเลือด, น้ำต้นไม้, อารมณ์, ภาวะจิต, หนุ่มที่ชอบผจญภัย, สายเลือด, วงศ์ตระกูล, ชนชาติ, บรรพบุรุษ *-vt.* ใช้เลือดทา, ปล่อยเลือด, ให้ชิมเลือดสัตว์ที่ล่า **-blood and thunder** นองเลือดและสับสนวุ่นวาย **-blue blood** สายเลือดผู้ดี **-in cold blood** อย่างเลือดเย็น, อย่างอำมหิต **-make one's blood boil** ทำให้โกรธ **-make one's blood run cold** ทำให้ขนลุกด้วยความกลัว (-S. kindred, murder, ancestry) *-Ex. to shed blood, hot blood, in cold blood, Royal blood*

blood bank ธนาคารเลือด

blood bath การฆ่ากันอย่างอำมหิต, การฆาตกรรมหมู่ (-S. bloodshed)

blood brother พี่น้องร่วมสายโลหิต, เพื่อนร่วมน้ำสาบานด้วยการดื่มเลือดสาบาน **-blood brotherhood** *n.*

blood count การทดสอบทางการแพทย์เพื่อนับจำนวนเม็ดเลือดแดง เม็ดเลือดขาว และเกล็ดเลือดในเลือดปริมาตรหนึ่งหน่วย

blood cell เม็ดเลือดแดงหรือเม็ดเลือดขาว (-S. blood corpuscle)

bloodcurdling (บลัด' เคิร์ดดิง) *adj.* ขนพอง, สยองเกล้า, น่ากลัวมาก (-S. frightening, terrifying)

blooded (บลัด' ดิด) *adj.* มีเลือด, เป็นพันธุ์ที่ดี

blood group กลุ่มเลือด

bloodhound (บลัด' เฮาดฺ) *n.* สุนัขพันธุ์หนึ่งที่มีหูยาวและดมกลิ่นเก่ง

bloodiness (บลัด' ดิเนส) *n.* การนองเลือด, การเปื้อนเลือด, ความโหดเหี้ยม (-S. brutality)

bloodless (บลัด' ลิส) *adj.* ไม่มีเลือด, ไม่ต้องเสียเลือด, เป็นโรคโลหิตจาง, มีพลังงานน้อย **-bloodlessly** *adv.* **-bloodlessness** *n.*

bloodletting (บลัด' เลททิง) *n.* การผ่าเอาเลือดออก, การผ่าหลอดเลือดดำ (-S. bloodshed)

bloodline (บลัด' ไลนฺ) *n.* สายโลหิต, สายพันธุ์

blood platelet ชิ้นโปรโตปลาสซึมเล็กๆ จำนวนมากในเลือด มีคุณสมบัติช่วยในการจับตัวเป็นก้อนของเลือด

blood poisoning ภาวะโลหิตเป็นพิษ

blood pressure ความดันโลหิต, ความดันของเลือดที่มีต่อผนังภายในเส้นเลือด

blood-red (บลัดเรด') *adj.* มีสีแดงเหมือนเลือด, แดงด้วยเลือด

blood relative ผู้ที่เป็นญาติโดยสายเลือด, ญาติพี่น้องร่วมสายโลหิต (-S. blood relation)

blood serum น้ำเหลือง

bloodshed (บลัด' เชด) *n.* การนองเลือด, การฆ่ากันตาย, การทำลายชีวิต (-S. killing)

bloodshot (บลัด' ชอท) *adj.* แดงก่ำเนื่องจากเส้นเลือดฝอยขยายตัวหรือแตก เช่น ในลูกตา

bloodstain(บลัด'สเทน) *n.* รอยเลือด, จุดที่เปื้อนเลือด

bloodstream (บลัด' สทรีม) *n.* กระแสโลหิต

bloodsucker (บลัด' ซัคเคอะ) *n.* สัตว์ที่ดูดเลือด เช่น ปลิง, ผู้ขู่กรรโชก, ฟองน้ำ **-bloodsucking** *n., adj.*

blood sugar กลูโคสในเลือด, ปริมาณกลูโคสในเลือด

blood test การตรวจเลือด

bloodthirsty (บลัด' เธอสที) *adj.* กระหายเลือด, เป็นฆาตกรรม, โหดร้าย **-bloodthirstily** *adv.* **-bloodthirstiness** *n.* (-S. inhuman, cruel)

blood transfusion การถ่ายเลือด, การให้เลือด

blood type กลุ่มเลือด, หมู่เลือด

blood vessel เส้นเลือด

bloody (บลัด' ดี) *adj.* **bloodier, bloodiest** คล้ายเลือด,

bloom 89 blue blood, blueblood
B

แดงฉาน, (คำสแลง) ระยำ, อัปรีย์ *-vt.* **bloodied, bloodying** เปื้อนเลือด, หลั่งเลือด, กระหายเลือด *-Ex. The bandage has become bloody., a bloody nose, a bloody wound, a bloody war*

bloom (บลูม) *n.* ดอกไม้, ดอกไม้บาน, ภาวะที่ดอกไม้บาน, ความแดงของแก้ม, ความเปล่งปลั่ง, การแตกเนื้อสาว, การทาแป้งบนผิวผลไม้หรือใบ, การใช้น้ำยาทาเลนส์เพื่อกันแสงสะท้อน, สิ่งที่ใช้ทาหุ้มดังกล่าว *-vi.* ออกดอก, สู่วัยหนุ่มสาว, ทำให้สดสวย (-S. flowering, peak, blossom -A. wane) *-Ex. The violet has a delicate bloom., The lilac blooms every spring., the bloom of youth, the bloom on a grape*

blooming (บลูม' มิง) *adj.* ดอกไม้เบ่งบาน, กำลังบาน, ในวัยหนุ่มสาว, ในวัยแตกเนื้อสาว, เจริญรุ่งเรืองอย่างยิ่ง, (ภาษาพูด) สุดขีด ระยำ อัปรีย์ (-S. fresh, vigorous, vital -A. declining, fading)

bloomy (บลูม' มี) *adj.* เต็มไปด้วยดอกไม้ที่กำลังบาน

blooper (บลูพ' เพอะ) *n.* ความผิด, การปล่อยไก่

blossom (บลอส' เซิม) *n.* ดอกไม้, ภาวะที่ดอกกำลังบาน *-vt.* ทำให้ดอกบาน, (ดอก) บาน, พัฒนา, เจริญเติบโต **-blossomy** *adj.* (-S. flower, bloom -A. fade, decline)

blot (บลอท) *n.* จุด, ดวง, รอยเปื้อน, มลทิน, การลบออก *-v.* **blotted, blotting** *-vt.* ทำให้เป็นจุดเป็นรอย, ทำให้มืด, ทำให้แห้ง *-vi.* เปื้อนน้ำหมึก, เปื้อนสี, ทำเป็นจุดเป็นรอย, ขจัดออกหมด, ลบออกหมด, ทำลาย

blotch (บลอทช) *n.* รอยหรือจุดขนาดใหญ่, รอยเปื้อน, โรคใบด่างในพืช, โรคผิวหนังพุพอง, เม็ดพุพองบนผิวหนัง *-vt.* ทำเป็นจุด, ทำเป็นรอยเปื้อน (-S. blot)

blotchy (บลอท' ชี) *adj.* **blotchier, blotchiest** เป็นจุด, เป็นดวง, คล้ายรอยเปื้อน, เป็นตุ่มแผล **-blotchiness** *n.*

blotter (บลอท' เทอะ) *n.* กระดาษซับ, สมุดบันทึกประจำวันของตำรวจ

blotting paper กระดาษซับ

blotto (บลอท' โท) *adj.* เมามาก (-S. drunk)

blouse (เบลาซ) *n.* เสื้อครึ่งตัวของสตรี, เสื้อคลุมที่สั้น, เครื่องแบบครึ่งตัวของทหารบกอเมริกา

blow (โบล) *v.* **blew, blown, blowing** *-vi.* เป่าลม, ทำให้เกิดกระแสลม, ผิวปาก, พ่นลมหายใจ, พ่นน้ำ, คุยโต, (ยางรถ) ระเบิดออก, จากไป, วิ่งหนี, วางไข่ *-vt.* พัด, เป่าให้เคลื่อนไหว, เป่า (แก้ว), ทำให้โกรธ, ทำให้ระเบิด, ทำให้ (ม้า) เหนื่อยหอบ, ใช้จ่ายฟุ่มเฟือย, ไปจาก *-n.* ลมแรง, พายุ, การเป่าลม **-blow in** มาถึง, มาทันที **-blow over** ทำให้ระเบิด, ทำลาย (-S. cuff, box, rap, stroke, knock, emit, exhaling, gale) *-Ex. The wind is blowing from the north., The storm will soon blow over., The wind blew the tent over., blow the candle out, blow your nose, blow a whistle, blow up a bridge, The gun blew up., stride a blow, seven at one blow, exchange blow*

blow-by-blow (โบล' ไบโบล') *adj.* บอกกล่าวอย่างละเอียด

blow-dry ทำผมให้แห้งโดยใช้เครื่องเป่าผม

blower (โบล' เออะ) *n.* ผู้เป่า, สิ่งที่เป่า, เครื่องเป่า, โทรศัพท์, หีบลม, เครื่องเพิ่มความกดดัน

blowfly (โบล' ไฟล) *n., pl.* **-flies** แมลงในตระกูล Calliphoridae

blowfly

blowgun (โบล' กัน) *n.* หลอดเป่ากระสุนอาวุธ

blow-hard (โบล' ฮาร์ด) *n.* (คำสแลง) คนขี้คุย คนพูดมากเกินไป

blowhole (โบล' โฮล) *n.* ช่องหายใจ, ช่องลม, รูเปิดบนน้ำแข็งที่ที่แมวน้ำหรือปลาวาฬหายใจได้, รูอากาศในโลหะ

blown (โบลน) *vt., vi.* กริยาช่อง 3 ของ blow *-adj.* โป่งออก, เหนื่อยอ่อน, ที่หายใจหอบ (-S. out of breath) *-Ex. The wind has blown the clouds away.*

blowoff (โบล' ออฟ) *n.* กระแสน้ำที่ทะลักออกมา, ไอหรือก๊าซที่ทะลักออก, หน้าดินที่ถูกลมพัดพังทลาย

blowout (โบล' เอาท) *n.* การระเบิดออกของยางรถ, การทะลักออกของน้ำหรือก๊าซ, ฟิวส์ไฟฟ้าที่หลอมละลาย, งานเลี้ยงหรืองานรื่นเริงขนาดใหญ่

blowpipe (โบล' ไพพ) *n.* ท่ออากาศหรือก๊าซที่พุ่งเข้าสู่เปลวไฟ, หลอดเป่ากระสุนอาวุธ, เครื่องทำความสะอาดโพรง (-S. blowtube, blowgun)

blowtorch (โบล' ทอร์ช) *n.* เครื่องพ่นไฟ

blowtube (โบล' ทูบ) *n.* หลอดเป่ากระสุน, ปืนกลไฟ

blowup (โบล' อัพ) *n.* การระเบิด, การถกเถียงอย่างรุนแรง, อารมณ์ระเบิด, การขยายออก (-S. inflation, burst)

blowy (โบล' อี) *adj.* **blowier, blowiest** มีลมพัด, เบามาก, ปลิวได้ง่าย (-S. easily blown about)

blowzy (โบล' ซี) *adj.* **blowzier, blowziest** มีผิวพรรณที่หยาบ, ยุ่งเหยิง (-S. blowsy, blowzed, blowsed)

blubber[1] (บลับ' เบอะ) *n.* เปลวไขมันระหว่างผิวหนังและกล้ามเนื้อของปลาวาฬ

blubber[2] (บลับ' เบอะ) *n.* การร้องไห้สะอึกสะอื้น *-vi.* ร้องไห้สะอึกสะอื้น *-adj.* บวม, โป่งออก, เป็นมัน **-blubberer** *n.* (-S. weep, cry)

bludgeon (บลัด' เจิน) *n.* กระบอง *-vt.* ตีด้วยกระบอง, รังแก, บังคับ **-bludgeoner, -bludgeoneer** *n.* (-S. club)

blue (บลู) *n.* สีน้ำเงิน, สีท้องฟ้า, คนใส่เสื้อผ้าสีน้ำเงิน, ผู้ได้รับเสื้อสามารถ, พรรคอนุรักษ์นิยม (ในอังกฤษ), เครื่องแบบสีน้ำเงิน, ถุงเท้าสีน้ำเงิน *-adj.* มีสีน้ำเงิน, ฟกช้ำ (ผิวหนัง), โศกเศร้า, หยาบคาย *-vt., vi.* **blued, bluing** ทำให้เป็นสีน้ำเงิน, ย้อมสีน้ำเงิน **-out of the blue** อย่างกะทันหันและไม่ได้คาดคิดมาก่อน **-blue in the face** เหน็ดเหนื่อย, พูดไม่ออก **-bluish, blueish** *adj.* (-S. azure, sad, gloomy -A. happy)

blue baby ทารกแรกเกิดที่มีตัวเขียวเนื่องจากหัวใจหรือปอดบกพร่องแต่กำเนิด

blue bell พืชที่มีดอกสีฟ้าเป็นรูประฆัง, ดอกสีฟ้าของพืชชนิดนี้

blueberry (บลู' เบอรี) *n., pl.* **-ries** ผลไม้จำพวก *Vaccinium,* ต้นไม้ดังกล่าว

bluebird (บลู' เบิร์ด) *n.* นกสีน้ำเงินจำพวก *Sialia* ในอเมริกาเหนือ

blue blood, blueblood (บลู' บลัด) *n.* คนใน

bluebonnet 90 **boarding**

B

ตระกูลผู้ดี, ตระกูลผู้ดี, เชื้อสายในตระกูลสูง **-blueblooded** *adj.*

bluebonnet (บลู' บอนนิท) *n.* ต้นไม้ดอกจำพวก *Lupinus texensis* และ *L. subcarnosus,* หมวกกว้างแบนและกลมทำด้วยผ้าขนสัตว์สีน้ำเงิน สมัยก่อนนิยมสวมใส่กันในสกอตแลนด์

blue book, bluebook หนังสือของทางราชการมักมีปกสีฟ้า

blue-collar (บลู' คอลลาร์) *adj.* เกี่ยวกับคนงานในโรงงาน, เกี่ยวกับคนงานที่ใช้แรงงาน

blue-eyed boy ของโปรด, สัตว์เลี้ยง

bluefish (บลู' ฟิช) *n., pl.* **-fish/fishes** ปลาทะเลสีน้ำเงินหรือเขียวจำพวก *Pomatomus saltatrix* ในมหาสมุทรแอตแลนติก, ปลาที่มีสีน้ำเงิน

bluejack (บลู' แจค) *n.* ต้นโอ๊กขนาดเล็ก จำพวก *Quercus cincana* พบในแถบตอนใต้ของสหรัฐอเมริกา

bluejacket (บลู' แจคคิท) *n.* กะลาสีเรือ, ทหารเรือ

bluejay, blue jay (บลู' เจ) *n.* ชื่อนกชนิดหนึ่ง

bluejeans, blue jeans (บลู' จีนซ) *n.* กางเกงยีนสีน้ำเงิน

blue law กฎหมายเข้มงวดในสมัยอาณานิคมของ New England

blue moon (ภาษาพูด) เป็นระยะเวลานาน

Blue Nile ชื่อแม่น้ำในแอฟริกาเป็นสาขาของแม่น้ำไนล์

bluenose (บลูโนซ) *n.* ผู้เคร่งครัดในหลักศีลธรรม, ผู้เคร่งครัดในวินัยศาสนา

blue-pencil ใช้ดินสอสีน้ำเงินตรวจปรู๊ฟหรือแก้ไข

blueprint (บลู' พรินท) *n.* พิมพ์เขียว, แผนงานที่ละเอียด *-vt.* ทำพิมพ์เขียว, ร่างแผนอย่างละเอียด (-S. design, plan, outline)

blue ribbon รางวัลสูงสุด, เกียรติยศขั้นสูงสุด, เครื่องราชอิสริยาภรณ์

blues[1] (บลูซ) *n. pl.* ความเศร้าหมอง, เพลงบลูของคนผิวดำในอเมริกา (-S. depression)

blues[2] (บลูซ) *n.* เครื่องแบบสีน้ำเงินของทหารเรือ (ทหารอากาศและทหารบก)

bluff[1] (บลัฟ) *adj.* ตรงไปตรงมา, โผงผาง, ตรงดิ่ง *-n.* ผาชัน, ตลิ่งชัน, ศพ **-bluffly** *adv.* **-bluffness** *n.* (-S. blunt, frank, cliff) *-Ex. a bluff greeting*

bluff[2] (บลัฟ) *vt.* หลอกลวง, ขู่ขวัญให้กลัว, แสร้งทำ *-vi.* ขู่ให้คนกลัว *-n.* การขู่ให้กลัว, หลอกลวง **-bluffer** *n.* (-S. deceive, fake) *-Ex. That card player was only bluffing, but won anyway., We knew his brave words were only a bluff., to bluff one's way through a lesson*

bluing, blueing (บลู' อิง) *n.* ครามที่ใช้ย้อมผ้าให้ขาว

bluish, blueish (บลู' อิช) *adj.* ออกเป็นสีน้ำเงิน

blunder (บลัน' เดอะ) *n.* ความผิดพลาด *-vi.* ทำผิดพลาด, เดินเซ่อ, งุ่มง่าม, ซุ่มซ่าม *-vt.* พูดออกมาอย่างโง่, ทำผิดพลาด, แพร่งพรายออกมา **-blunderer** *n.* **-blunderingly** *adv.* (-S. error, stumble)

blunderbuss (บลัน' เดอบัส) *n.* ปืนสั้นโบราณที่มีปากกระบอกใหญ่, คนโง่

blunt (บลันท) *adj.* ทื่อ, ทู่ไม่คม, ไม่ว่องไว, อืดอาด, เถรตรงเกินไป, ไม่เฉียบแหลม, ขวานผ่าซาก *-vt., vi.* ทำให้ทู่, ทำให้ไม่คม, สกัด, บรรเทา, ลดลง, ทำลาย **-bluntly** *adv.* **-bluntness** *adj.* (-S. bluff, obtuse, spot, stain -A. sharp, edged, gentle) *-Ex. a blunt knife, to blunt a knife on a stone, a blunt answer*

blur (เบลอร์) *v.* **blurred, blurring** *-vt.* ทำให้พร่า, ทำให้มัว, ทำให้ฝ้าฟาง, ทำให้เปรอะเปื้อน *-vi.* พร่า, มัว, ฝ้าฟาง, เลอะ *-n.* รอยเปื้อน, รอยเปรอะ, รอยสกปรก **-blurriness** *n.* **-blurry** *adj.* (-S. smear, stain)

blurb (เบิร์บ) *n.* คำโฆษณาสั้นๆ

blurt (เบลอร์ท) *vt.* พูดโพล่งออกมา, โพล่ง (-S. exclaim, utter)

blush (บลัช) *vi.* ละอาย, ขวยเขิน *-vt.* ทำให้แดง, หน้าแดง *-n.* หน้าแดง, สีแดง, สีชมพู, การมองแวบเดียว **-blushful** *adj.* **-blusher** *n.* (-S. redden, flush) *-Ex. I blush for your mistake., the first blush of dawn*

blushing (บลัช' ชิง) *adj.* หน้าแดง, อาย, ขวยใจ, ขวยเขิน *-n.* หน้าแดง (-S. reddening)

bluster (บลัส' เทอะ) *vi., vt.* พัดอย่างแรง, โหมกระหน่ำ, คำราม, กล่าวตะคอก, พูดวางโต *-n.* เสียงคำราม, การพัดอย่างแรง, การกล่าวตะคอก **-blusterer** *n.* **-blusterous, blustery** *adj.* **-blusteringly** *adv.* (-S. storm, rage, boast) *-Ex. Sombut blustered about all the fights Sombut had won., The wind howled and blustered around the house.*

blustering (บลัส' เทอริง) *adj.* โหมกระหน่ำ, เกิดพายุ, ดังคำราม, บ้าระห่ำ, ซึ่งตะคอก, ขู่ขวัญ

BMX ย่อจาก Bicycle Motorcross การแข่งขันจักรยานผาดโผนในที่ขรุขระหรือการขับขี่จักรยานข้ามสิ่งกีดขวาง

boa (โบ' อะ) *n.* งูเหลือม

boa constrictor งูเหลือมชนิดหนึ่ง จำพวก *Boa constrictor* ลำตัวสีน้ำตาลอ่อน มีลายขวางสีดำ ตัวยาว 3-5 เมตร

boa constrictor

boar (บอร์) *n., pl.* **boars/boar** หมูตัวผู้ที่ไม่ได้ตอน, หมูป่าตัวผู้

board (บอร์ด) *n.* ไม้กระดาน, แผ่นกระดาน, แผ่นกระดาษ, แผ่นกระดาษแข็ง, กระดานหมากรุก, ข้างเรือ, ค่าอาหาร, อาหาร, ที่พัก, โต๊ะประชุม, โต๊ะอาหาร, เวที, คณะกรรมการ, สภา, กลุ่มผู้บริหารของหน่วยงาน, แป้นสวิตช์ไฟฟ้าบนฝาผนัง, ขอบ, ด้านข้าง *-vt.* ใช้กระดานปู, บริการอาหาร, บริการอาหารและที่พัก, ขึ้นเรือ, เข้าหา, ชิดลำเรือ *-vi.* กินนอน, อยู่ด้วยกัน **-across the board** ทุกอย่าง, ทั้งสิ้น **-go by the board** ถูกทำลาย, ถูกลืม **-on board** บนเรือหรือเครื่องบิน (-S. plank, wood, committee, group)

boarder (บอร์' เดอะ) *n.* นักเรียนกินนอน, ผู้มาพักและได้รับบริการอาหารด้วย

board foot *n., pl.* **board feet** หน่วยวัดท่อนซุงซึ่งเท่ากับหนึ่งตารางฟุตและหนาหนึ่งนิ้ว ใช้ในการวัดท่อนซุงหรือท่อนไม้

boarding (บอร์' ดิง) *n.* ไม้กระดานทั้งหมด, ผิวหน้าไม้กระดาน, การขึ้นเรือ เครื่องบิน รถไฟหรือยานพาหนะอื่นๆ (-S. wooden boards)

boarding card บัตรผ่านขึ้นเครื่องบิน, ใบขนส่งสินค้าขึ้นเรือหรือเครื่องบิน

boardinghouse, boarding house (บอร์' ดิงเฮาซฺ) *n.* บ้านพักหรือหอพักที่จัดอาหารให้พร้อม (-S. board and lodging)

boarding ramp บันไดเคลื่อนที่สำหรับขึ้นลงบันได

boarding school โรงเรียนกินนอน

boardwalk (บอร์ด' วอล์ค) *n.* ถนนกระดานไม้, ทางหรือกระดานไม้

board of commissioners คณะกรรมาธิการ

boast (โบสทฺ) *vt.* คุยโต, คุยโว, อวดอ้าง, โม้ *-n.* เรื่องคุยโม้, สิ่งที่คุยโม้ **-boaster** *n.* **-boastingly** *adv.* (-S. vaunt, bluster) *-Ex. boasts of his money, Somsri boasts that Somchai will win easily., his loud boasts, The new hospital was the boast of the town.*

boastful (โบสทฺ' ฟูล) *adj.* คุยโม้, อวดดี, ขี้คุย **-boastfully** *adv.*, **-boastifulness** *n.* *-Ex. Daeng was boastful about his strength.*

boat (โบท) *n.* เรือ, เรือบด, เรือลำเล็ก, สิ่งที่มีรูปร่างเหมือนเรือ, จานคล้ายเรือ *-vi.* ลงเรือ *-vt.* ขนส่งทางเรือ, เอาพายขึ้นเรือ **-in the same boat** ในภาวะหรือสถานการณ์เดียวกัน **-miss the boat** ไม่ได้ฉวยโอกาสเอาไว้, พลาดโอกาส **-boat the oars** หยุดพายแล้วเก็บพายขึ้น (-S. vessel, watercraft)

boater (โบ' เทอะ) *n.* คนแล่นเรือ, หมวกฟางชนิดหนึ่งมีลักษณะหัวแบนและตื้น

boating (โบท' ทิง) *n.* การพายเรือแล่น, การแล่นเรือ *-adj.* เกี่ยวกับเรือหรือการใช้เรือ

boatman (โบท' เมิน) *n., pl.* **boatmen** ผู้ชำนาญทางเรือ, ผู้ค้าขายเกี่ยวกับเรือ, ผู้ชำนาญทางยานพาหนะเล็ก **-boatmanship** *n.*

boat people ผู้อพยพทางเรือโดยเฉพาะจากเวียดนามสมัยก่อน

boatswain (โบ' เซิน) *n.* พันจ่าเรือที่มีหน้าที่ดูแลเรือ, หัวหน้ากะลาสีเรือ, จ่ายามเรือ

boatswain's chair นั่งร้านสำหรับทำงานบนที่สูงๆ เช่น ในงานก่อสร้างหรือแขวนไว้ข้างเรือใหญ่

boat train ขบวนรถไฟที่วิ่งเชื่อมติดกับเรือเพื่อถ่ายผู้โดยสาร

bob[1] (บอบ) *n.* การผงกศีรษะ *-vt., vi.* **bobbed, bobbing** ผงกศีรษะ, ผลุบๆ โผล่ๆ, ลอย, แกว่ง, กระโดดขึ้นกระโดดลง, ลอยขึ้นมาอีก (-S. bounce, wavers, duck)

bob[2] (บอบ) *n.* ผมบ๊อบ, ทรงผมสั้นของสตรี, ผมมวย, หางม้าที่ตัดสั้น, ทุ่นตกปลา,เหยื่อสำหรับตกปลา, ลูกตุ้ม, ลูกดิ่ง, ตุ้มนาฬิกา, พิธีคุกเข่า, การตีเบาๆ, ทหารราบ *-vt.* **bobbed, bobbing** ตัดให้สั้น, ตัดผมบ๊อบ, พยายามงับสิ่งที่แขวนอยู่, ตกปลาด้วยเหยื่อและทุ่นตกปลา, ตีเบาๆ, เคาะเบาๆ

bobbin (บอน' บิน) *n.* หลอดด้าย, กระสวย, หลอดสายไฟ, โครงสายม้วน

bobble (บอบ' เบิล) *n.* การกระโดดขึ้นลง, (ภาษาพูด) ความผิดพลาด *-v.* **-bled, -bling** *-vi.* กระโดดขึ้นลง, รับพลาด, เตะพลาด *-vt.* เสียลูกบอล

bobby (บอบ' บี) *n., pl.* **-bies** ตำรวจ

bobby pin เข็มปักผม, กิ๊ป

bobby socks, bobby sox ถุงเท้าสั้นของผู้หญิง

bobolink (บอบ' บะลิงคฺ) *n.* นกร้องเพลงจำพวก *Dolichonyx oryzivorus* ในอเมริกาเหนือ

bobolink

bobsled, bobsleigh (บอบ' เสลด, บอบ' สเล) *n.* แคร่เลื่อนหิมะ, แคร่เลื่อนยาว *-vt.* **-sleded, -sledding** ขี่บนแคร่เลื่อนหิมะ

bobtail (บอบ' เทล) *n.* หางสัตว์ที่ตัดสั้น, สัตว์ที่หางถูกตัดสั้น *-adj.* มีหางที่ถูกตัดสั้น *-vt.* ตัดหางให้สั้น

bobwhite (บอบ' ไวทฺ) *n., pl.* **-whites/-white** นกกระทาจำพวก *Colinus virginianus* ในอเมริกาเหนือ

bocaccio (โบคา' โช) *n., pl.* **-cios** ปลาขนาดใหญ่สีน้ำตาล จำพวก *Sebastes paucispinis* ในอเมริกา

bock beer เบียร์ดำชนิดหนึ่งนิยมดื่มในช่วงต้นฤดูใบไม้ผลิ

bod (เบิด) *n.* บุคคล, ร่างกายมนุษย์

bode[1] (โบด) *vt.* **boded, boding** เป็นลาง, เป็นนิมิต, ทำนาย (-S. brutal, coarse) *-Ex. His laziness boded for his future at school.*

bode[2] (โบด) *vi.* กริยาช่อง 2 ของ bide

bodice (โบ' ดิส) *n.* เสื้อรัดรูป รัดสะโพกของสตรี, เสื้อรัดหน้าอก, ส่วนของเสื้อที่พาดไหล่ รัดอกและเอว

bodice

bodily (บอ' ดิลี) *adj.* เกี่ยวกับกาย, เกี่ยวกับเนื้อหนังมังสา *-adv.* ด้วยตนเอง, เกี่ยวกับหน่วยทางกายภาพ, ร่างกาย, ทั้งหมด, ทั้งกาย, ทั้งมวล (-S. physical -A. mental, spiritual)

boding (โบ' ดิง) *n.* ลางสังหรณ์, ลางร้าย, การบอกเหตุล่วงหน้า *-adj.* เป็นลาง, เป็นลางสังหรณ์, ซึ่งบอกเหตุล่วงหน้า **-bodingly** *adv.*

bodkin (บอด' คิน) *n.* เครื่องเจาะรู, สว่าน, เข็มใหญ่, คีมหนีบ, กิ๊บผมที่ยาว, เครื่องคล้ายเข็มสำหรับสอดรู, กริชเล่มเล็ก

body (บอด' ดี) *n., pl.* **bodies** ร่างกาย, ร่าง, ตัว, ลำตัว, ลำต้น, ศพ, ซากศพ, ส่วนใหญ่, เนื้อแท้, ส่วนสำคัญ, แกนร่าง, เนื้อหาสำคัญ, กลุ่มคน, หมู่คณะ, พรรค, สมาคม, สโมสร, สภา, สถาบัน, องค์การ, คน, ภาพสามมิติ, ของแข็ง, ประชากร, ส่วนสำคัญของกองทัพ, ข้อสรุป, ดวงดาว, มวล, วัตถุ, ความรวย, สาร, ส่วนของเสื้อที่คลุมลำตัว *-vt.* **-ied, -ying** เป็นตัวแทนในรูปของกาย, ทำให้เป็นรูปร่าง (-S. physique, frame, system, trunk, horde) *-Ex. my body, distress of the body, body and soul, bury the bodies, draw a body and add head , arms and legs, the body of a car*

body bag ถุงใส่ศพหรือเหยื่อผู้เคราะห์ร้าย เพื่อทำการขนส่งหรือนำไปเก็บไว้

body check การหยุดยั้งผู้เล่นฝ่ายตรงข้ามในการเล่นฮอกกี

body clock ดู biological clock

bodyguard (บอด' ดิการ์ด) *n.* คนคุ้มกัน, มือปืนผู้

B

คอยป้องกัน

body language การแสดงท่าทาง การเคลื่อนไหวของบุคคลเพื่อสื่อถึงความรู้สึกนึกคิดให้คนอื่นรับรู้ (ภาษาท่าทาง)

body-popping การเต้นรำแบบกระตุกร่างกายรวมทั้งการเคลื่อนมือและหัวคล้ายงูส่ายไปมา

body-scanner เครื่องเอกซเรย์ที่สามารถตรวจดูภาพภายในร่างกายทั้งหมด

bodysuit (บอ' ดีซุท) *n.* เสื้อผ้ายืดที่ติดกันเป็นชุดแนบเนื้อ เมื่อสวมใส่แล้วจะแนบติดตัว คล้ายเสื้อที่ใช้เต้นแอโรบิก

Boer (โบ' เออ, บัวร์) *n.* ชาวแอฟริกันที่มีเชื้อสายดัตช์

bog (บอก) *n.* ห้วย, บึง, หนอง *-vt., vi.* **bogged, bogging** จมลงในโคลน, ติดตม, ติดปลัก, ทำให้จมอยู่ในปลัก **-bog down** ทำให้อยู่ในภาวะที่ลำบาก, ทำให้หยุดชะงัก **-boggy** *adj.* **-bogginess** *n.* (-S. mire, marsh, swamp, morass)

bogey (โบ' กี) *n., pl.* **-geys** ปีศาจ, ผี, วิญญาณ, คนที่น่ากลัว, คะแนนมาตรฐานในการตีกอล์ฟ

boggle (บอก' เกิล) *v.* **-gled, -gling** *-vi.* กลัว, สะดุ้ง, ตกใจ, ลังเลใจ, พูดกำกวม, อึดอาด, หดตัว *-vt.* ทำให้ตกใจ *-n.* การสะดุ้งตกใจ, การลังเลใจ, การบอกปัด, งานไม่ดี **-boggler** *n.*

bogie[1] (โบ' กี) *n., pl.* **-gies** ดู bogey

bogie[2] (โบ' กี) *n., pl.* **gies** ตู้โบกี้ของรถไฟ, รถบรรทุก

bogus (โบ' กัส) *adj.* ปลอม, เก๊, โกง, กำมะลอ (-S. false)

bogy[1] (โบ' กี) *n., pl.* **-gies** ผี, วิญญาณ, คนหรือสิ่งที่น่ากลัว

bogy[2] (โบ' กี) *n., pl.* **-gies** ดู bogie[2]

bogyman, bogeyman (โบ' กีมัน) *n.* สิ่งที่น่ากลัวตามความนึกคิด

Bohemia (โบ' ฮีเมีย) บริเวณหนึ่งในสาธารณรัฐเชคตะวันตก

Bohemian (โบ' ฮีเมียน) *n.* ชาวโบฮีเมีย, ชาวยิปซี, ภาษาเชค *-adj.* เกี่ยวกับโบฮีเมีย, เร่ร่อน, พเนจร **-Bohemianism** *n.*

boil[1] (บอยล) *vi.* เดือด, เป็นไอน้ำ, บรรลุถึงจุดเดือด, เดือดพล่าน, เดือดดาล *-vt.* ต้มเดือด, เคี่ยวให้เดือด, ทำให้อุณหภูมิจุดเดือด, แยกน้ำตาลหรือเกลือออกโดยการต้มให้น้ำระเหยออก *-n.* การต้มให้เดือด **-boil down** ทำให้น้อยลง, ลด **-boil over** เดือดจนล้น, ระเบิด, โกรธ (-S. fume, seethe, simmer) *-Ex The water is boiling., The milk is boiling over., boil the water, boil the potatoes, Sawai boiled with rage.*

boil[2] (บอยล) *n.* ฝี, สิว, หัวสิว (-S. furuncle, pustule, blain, swelling)

boiler (บอล' เลอะ) *n.* หม้อน้ำ, กาน้ำ, ภาชนะหุงต้ม, เตาหม้อ, เตาต้มน้ำ, ถุงต้มน้ำ

boiling point จุดเดือด, ภาวะที่ตื่นเต้นมาก, จุดที่ไม่สามารถควบคุมอารมณ์ได้

boisterous (บอย' สเทอเริส) *adj.* หยาบ, หนวกหู, อึกทึก, พล่าน, เอะอะ **-boisterously** *adv.* **-boisterousness** *n.* (-S. rowdy -A. restrained, calm)

bold (โบลดฺ) *adj.* กล้าหาญ, ใจกล้า, กล้า, หน้าด้าน, ถนัด, เด่น, ชัดเจน **-boldly** *adv.* **-boldness** *n.* (-S. brave, heroic, rude -A. timid, meek, weak) *-Ex. a bold leader, bold words, a bold young woman, a bold design, to have bold ideas*

bold-faced (โบลดฺ' เฟสดฺ) *adj.* ทะลึ่ง, มุทะลุ, อวดดี, มีตัวพิมพ์ที่หนา

boldness (โบลดฺ' เนส) *n.* ความกล้าหาญ, ความทะลึ่ง, ความหยาบคาย, พลัง, ความชัดเจน

bole (โบล) *n.* ลำต้นไม้

bolero (บะแล' โร) *n., pl.* **-ros** ระบำสเปนชนิดหนึ่ง, ดนตรีของการระบำดังกล่าว, เสื้อแจ็กเกตเปิดด้านหน้า

bolivar (บอล' ละวาร์) *n., pl.* **bolivares/bolivars** เหรียญเงินและหน่วยเงินตราของเวเนซุเอลา

Bolivia (โบลี' วีอา) ประเทศโบลิเวีย **-Bolivain** *adj., n.*

boll (โบล) *n.* ผักเมล็ดพืชที่กลม เช่น สมอฝ้ายหรือสมอป่าน

bollard (บอล'ลาร์ด) *n.* เสาเรือสำหรับเป็นที่ยึดผูกของเชือก, หลักปิดกั้นถนน

bollocks (บัล' ลอคซฺ) *n.* อัณฑะ, (คำสแลง) ไร้สาระ *-interj.* (คำสแลง) คำอุทานแสดงความโกรธหรือเหลือเชื่อ

boll weevil แมลงปีกแข็งที่กินต้นฝ้าย จำพวก *Anthonomus grandis*

bolo (โบ' โล) *n., pl.* **-los** มีดทหารขนาดใหญ่ชนิดหนึ่ง

bologna (บะโลน' ยะ) *n.* ไส้กรอกแดงรมควันขนาดใหญ่

Bolshevik, Bolsheviki (บอล' ชะ วิค, -วีคิ) *n., pl.* **-viks/-viki** พวกสังคมนิยมที่เข้าปกครองรัสเซียตั้งแต่ปี ค.ศ. 1917, สมาชิกพรรคคอมมิวนิสต์ของรัสเซีย, สมาชิกพรรคคอมมิวนิสต์, ผู้ที่มีหัวรุนแรง **-Bolshevism** *n.* **-Bolshevist** *adj., n.*

bolster (โบล' สเทอะ) *n.* หมอนรองชั้นล่าง, หมอนรอง, หมอนยาว, เหล็กคานรถ, ลูกยางแท่นเครื่อง, ที่หนุนยาว ผ้าสำลีสำหรับรองแผล *-vt.* หนุนค้ำ, รอง, ทำให้สูงขึ้น, ออกแรงหมุน, สนับสนุน, ค้ำ, ค้ำจุน, เสริม *-Ex. The song bolstered our courage.*

bolt[1] (โบลทฺ) *n.* ลูกกลอน, ลูกศร, ศร, ดาน, สลักประตู, สลักเกลียว, สลัก, ม้วน (ผ้า, กระดาษ), การหนีอย่างรวดเร็ว, ไกปืน, สลักปืน *-vt.* ใส่กลอน, ใส่สลัก, หยุดการสนับสนุน, ยิง (ลูกศร, ขีปนาวุธ), พูดโพล่งออกมา, กลืนอย่างรีบเร่ง, กินโดยไม่ได้เคี้ยว, ทำให้เป็นม้วน, วิ่งอย่างรวดเร็ว, ออกจาก (พรรค) *-adv.* ทันใดนั้นเอง, ทันใด (-S. latch, lock, clinch, catch, forsake) *-Ex. to bolt the door, to bolt metal plates together, the bolt of a horse, I'll have to bolt my lunch to catch train., a bolt of lightning*

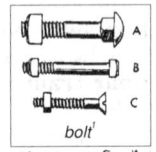

bolt[1]

bolt[2] (โบลทฺ) *vt.* ร่อน, กรอง, ตรวจอย่างละเอียด *-n.* เครื่องร่อน, เครื่องกรอง, การตรวจสอบอย่างละเอียด **-bolter** *n.* (-S. sift, examine)

bomb (บอม) *n.* ระเบิด, ลูกระเบิด, ก้อนวัตถุเหลวที่ขับออกจากภูเขาไฟ, ระเบิดภูเขาไฟ, ความล้มเหลวสิ้นเชิง, อาวุธนิวเคลียร์ *-vt.* ปล่อยลูกระเบิด, ทิ้งลูกระเบิด, ยิงลูกระเบิด *-vi.* ล้มเหลว **-like a bomb** สำเร็จดียิ่ง, อย่าง

B

รวดเร็ว (-S. missile, projectile, fail, flop)

bombard (บอมบาร์ด') *vt.* ระดมยิง, ยิงกระหน่ำ, ทิ้งระเบิด, โจมตี, ยิงอนุภาคพลังงานหรือรังสี *-n.* ปืนใหญ่โบราณ **-bombarder** *n.* **-bombardment** *n.* (-S. blitz, bomb, assail, attack) *-Ex. The city was bombarded from land and air., The boys bombarded the roof with pebbles., The scientist was bombarded with questions after his lecture.*

bombardier (บอมบาร์เดียร์') *n.* มือทิ้งระเบิดบนเครื่องบิน, พลทิ้งลูกระเบิด, ทหารปืนใหญ่

bombast (บอม' แบสท) *n.* คำพูดโว, คนโว, นุ่นยัด, เครื่องรอง (-S. boast, buster -A. truthfulness)

bombastic (บอมแบส' ทิค) *adj.* ซึ่งคุยโว, ซึ่งคุยเขื่อง **-bombastically** *adv.*

Bombay (บอม' เบ) *n.* เมืองท่าของอินเดีย

bomb carrier เครื่องบินทิ้งระเบิด

bomber (บอม' เบอะ) *n.* เครื่องบินทิ้งลูกระเบิด, คนที่ทิ้งระเบิดเพื่อก่อการร้าย

bomb hatch ประตูห้องระเบิด

bombproof (บอม' พรูฟ) *adj.* ปลอดภัยจากลูกระเบิด

bombshell (บอม' เชล) *n.* ลูกระเบิด, สิ่งที่น่าตกใจ, ผู้ที่น่าตกใจกลัว

bombshelter (บอม' เชลเทอะ) *n.* หลุมหลบภัย

bombsight (บอม' ไซทฺ) *n.* เครื่องมือยิงระเบิดเข้าเป้า, เครื่องเล็งเป้าการยิงหรือทิ้งระเบิด

bon accord ความปรองดองซึ่งกันและกัน

bona fide (โบ' นะ ไฟด, โบ' นะไฟ'ดี) *-adj.* แท้, ไม่เทียม, ด้วยน้ำใสใจจริง, แท้จริง, มีศรัทธาดี (-S. authentic)

bonanza (บะแนน' ซะ) *n.* ขุมแร่ใหญ่, ขุมแร่มีค่า, ขุมทรัพย์มหาศาล, ทรัพย์สมบัติที่ปรากฏขึ้นอย่างกะทันหัน, โชคลาภที่ยิ่งใหญ่ (-S. spectacular windfall)

Bonaparte (โบ' นะพาร์ท) *n.* นามสกุลของนโปเลียน **-Bonapartism** *n.* **-Bonapartist** *n.*

bonbon (บอน' บอน) *n.* ขนมหวานชนิดหนึ่ง

bond[1] (บอนดฺ) *n.* ข้อผูกมัด, ข้อตกลงในสัญญา, สิ่งผูกมัด, พันธนาการ, สลัก, ตรวน, โซ่, การคุมขัง, การติดคุก, พันธบัตร, ใบกู้ยืม, ใบหุ้นกู้, พันธุกรรม, พันธะระหว่างอะตอมในโมเลกุล *-vt.* ทำให้ผูกพัน, ผูกมัด, ผูกพัน, เชื่อมติด, ก่ออิฐ, เอาเก็บไว้ในคลังสินค้า, เก็บไว้โดยมีทัณฑ์บน *-vi.* ผูกมัดเข้าด้วยกัน, เชื่อมติด, ผนึกเข้าด้วยกัน **-bondable** *adj.* **-bonder** *n.* (-S. band, union, chains -A. separate, freedom) *-Ex. a bond of friendship, The firm bonds its employees to protect itself against theft.*

bond[2] (บอนด) *adj.* เกี่ยวกับความเป็นทาส, เป็นทาส *-n.* ทาส

bondage (บอน' ดิจ) *n.* ความเป็นทาส, ภาวะที่เป็นทาส, การผูกมัด (-S. subservience, servitude -A. freedom, liberty) *-Ex. The two Thais were held in bondage in foreign land.*

bonded (บอน' ดิด) *adj.* ที่กักไว้ในโกดังเพื่อรอให้ชำระภาษีให้เป็นที่เรียบร้อย, ที่เก็บไว้ในโกดัง

bonded warehouse โรงเก็บสินค้าที่มีทัณฑ์บน

bonded whiskey วิสกี้ที่เก็บไว้อย่างน้อย 4 ปี

bondholder (บอนดฺ' โฮลเดอะ) *n.* ผู้มีพันธบัตรหรือใบหุ้นกู้

bonding (บอน' ดิง) *n.* การผนึก, การเชื่อม, การบัดกรี, การเชื่อมกำบัง, ความสัมพันธ์

bondmaid (บอนดฺ' เมด) *n.* ทาสหญิง

bondman (บอนดฺ' เมิน) *n., pl.* **-men** ทาสชาย **-bondwoman** *n.*

bond paper กระดาษอย่างดีใช้พิมพ์เอกสารที่สำคัญ เช่น ธนบัตร

bondservant (บอนดฺ' เซอเวินทฺ) *n.* ทาส, คนรับใช้ที่เป็นทาส

bondsman (บอนซฺ' เมิน) *n., pl.* **-men** ทาส, ผู้ค้ำประกัน, ผู้รับรอง (-S. slave, prisoner -A. freeman)

bone (โบน) *n.* กระดูก, สิ่งที่คล้ายกระดูก, โครงกระดูก, อัฐิ, ก้าง, ซากศพ, ไม้เคาะจังหวะ, ร่างกาย *-v.* **boned, boning** *-vt.* แคะกระดูกออก, เอากระดูกออก, ขโมย *-vi.* (คำสแลง) มุ่งเรียนอย่างหนัก **-boneless** *adj.* *-Ex. a fish bone*

bone ash, bone earth เถ้ากระดูก, อัฐิ

boned (โบนด) *adj.* เป็นกระดูก, ต้มกับกระดูก, ซึ่งใส่กระดูก, ซึ่งใส่ปุ๋ยกระดูก

bone-deep มาก, เข้ากระดูกดำ

bone-dry แห้งมาก, แห้งผาก

bone dust กระดูกป่น

bonehead (โบน' เฮด) *n.* (คำสแลง) คนโง่ คนเบาปัญญา (-S. blockhead)

bone meal กระดูกป่น

boner (โบน' เนอะ) *n.* (คำสแลง) ความผิดพลาดที่โฉดเขลาและชัดเจน (-S. error)

bonfire (บอน' ไฟเออะ) *n.* กองไฟขนาดใหญ่ที่สุมอยู่กลางแจ้ง

bong (บอง) *vt.* ทำให้เกิดเสียงดัง *-n.* เสียงดังคล้ายกระดิ่งหรือระฆัง

bongo (บอง' โก) *n., pl.* **-gos** ละมั่งที่มีสีแดงน้ำตาลจำพวก *Tragelaphus* ในแอฟริกา, กลองที่ใช้นิ้วเคาะชนิดหนึ่ง

bonhomie (บอน' ฮะมี) *n.* มิตรไมตรี, ความร่าเริงชื่นบาน **-bonhomous** *adj.*

bonk (บองคฺ) *v.* มีเพศสัมพันธ์กับ *-n.* การมีเพศสัมพันธ์

bonkers (บอน' เคอะซฺ) *adj.* (คำสแลง) บ้า คลั่ง

bon mot (บอน' โม) *n., pl.* **bons mots** คำคม, คำพูดที่ฉลาด

bonnet (บอน' นิท) *n.* หมวกสตรีรูปฝาชีมักมีริบบิ้นผูกใต้คาง, หมวกเด็ก, ฝาครอบเครื่องจักร, ฝาครอบเครื่องจักร, ฝาครอบปล่องไฟ, หน้าม้าในวงพนัน, ผู้ร่วมมือ *-vt.* ใส่หมวก, ใส่ฝาครอบ, สมคบหลอกลวง (-S. hat)

bonnet

bonny, bonnie (บอน' นี่) *adj.* **-nier,-niest** สวยงาม, เจริญตา, สุขภาพแข็งแรง, ร่าเริง, เงียบสงบ, ดี, สบายใจ **-bonnily** *adv.* **-bonniness** *n.* (-S. pretty, lively -A. dull, unseemly)

bonsai (บอน' ไซ) *n., pl.* **bonsai** ต้นไม้แคระ, ศิลปะการ

ปลูกต้นไม้แคระ

bontebok (บอน' ทีบอค) *n., pl.* **-bok/-boks** สัตว์จำพวกกวาง *Damaliscus dorcas dorcas* ในแอฟริกาใต้

bontebok

bonus (โบ' นัส) *n., pl.* **bonuses** เงินแถม, เงินเพิ่ม, เงินโบนัส, เงินปันผลกำไร, เงินช่วยเหลือทหารผ่านศึก (-S. bounty, extra, dividend, tip, gratuity) *-Ex. a New Year bonus, a soldier's bonus*

bon voyage (บอน' วอยอาจ',-อิจ) (ภาษาฝรั่งเศส) ขอให้โชคดีในการเดินทาง, ขอให้มีความสุขในการเดินทาง

bony (โบ' นี) *adj.* **bonier, boniest** คล้ายกระดูก, เกี่ยวกับกระดูก, เต็มไปด้วยกระดูก, มีกระดูกใหญ่, ผอมแห้งเหลือแต่กระดูก

bonze (บอนซ) *n.* พระจีนหรือพระญี่ปุ่นในพุทธศาสนา

boo (บู) *interj.* คำอุทานแสดงการเหยียดหยามการไม่เห็นด้วย, โห่ฮิ้ว *-n., pl.* **boos** การอุทานแสดงการเหยียดหยามหรือไม่พอใจ *-v.* **booed, booing** *-vi.* ทำเสียงร้องดังกล่าว *-vt.* ร้องเสียงอุทานดังกล่าวใส่คนอื่น

boo-boo (บู' บู) *n.* (คำสแลง) ความผิดพลาดอย่างโง่ๆ ความเซ่อซ่า, บาดแผลเล็กน้อย

boob (บูบ) *n.* หน้าอกผู้หญิง

booby (บู' บี) *n., pl.* **-bies** คนโง่, คนเซ่อ, คนที่เล่นแย่ที่สุดในทีม, คนที่ได้คะแนนน้อยที่สุด, นกทะเลจำพวก *Sula* (-S. dunce)

booby hatch ฝาเปิดเข้าใต้ท้องเรือ, (คำสแลง) โรงพยาบาลโรคจิต

booby prize รางวัลสำหรับคนที่เล่นหรือแข่งขันได้แย่ที่สุด

booby trap ทุ่นระเบิด, กับดักระเบิด, กับดัก

booby-trap (บู' บีแทรพ) *vt.* **-trapped, -trapping** วางกับดักระเบิด, วางกับดัก

boodle (บู' เดิล) *n.* กลุ่มหนึ่ง, กองหนึ่ง, เงินสินบน, ธนบัตรปลอม, ของขโมย, ของโจร

boogeyman (บู' กีเมิน) *n., pl.* **-men** ผีที่เอาเด็กซุกซนไป (-S. bogeyman, bogyman, boogieman, boogyman)

boogie-woogie (บู' กีวู' กี) *n.* เพลงแจ๊สเสียงต่ำโดยเฉพาะสำหรับเปียโน

boohoo (บูฮู') *vi.* **-hooed, -hooing** ร้องสะอึกสะอื้น *-n., pl.* **-hoos** เสียงร้องสะอึกสะอื้น

book (บุค) *n.* หนังสือ, ตำรา, หนังสืออ้างอิง, คัมภีร์, ภาค, เล่ม, แบบ, สมุดบัญชี, เนื้อเพลง, บทละคร, ถ้อยคำ, สมุดเช็ค, สมุดแสตมป์, สมุดรายชื่อ, สมุดบันทึก, บัญชีบันทึก, บัญชีพนัน *-vt.* ลงบัญชี, ลงรายการ, ลงบันทึก, สำรองที่นั่ง, จอง **-by the book** ตามแบบที่ถูกต้อง **-close the books** ปิดบัญชี **-know/read like a book** รู้ดี, ทราบโดยละเอียด (-S. tome) *-Ex. account-book, note-book, book-shelf, to book an order*

bookbinder (บุค' ไบเดอะ) *n.* คนเข้าปกหนังสือ, คนทำปกหนังสือ

bookbindery (บุค' ไบเดอรี) *n., pl.* **-ries** ร้านเข้าปกหนังสือ, ร้านทำปกหนังสือ

bookbinding (บุค' ไบดิง) *n.* การเข้าปกหนังสือ, การทำปกหนังสือ

bookcase (บุค' เคส) *n.* ตู้หรือชั้นสำหรับใส่หนังสือ

book club สมาคมที่ให้ยืมหรือขายหนังสือแก่สมาชิกในราคาถูก

bookend (บุค' เอนด) *n.* ที่หนีบค้ำแถวหนังสือให้ตั้งตรง, เหล็กฉากตั้งหนังสือ

bookie (บุค' คี) *n.* (คำสแลง) เจ้ามือรับแทงม้า (-S. bookmaker)

booking (บุค' คิง) *n.* สัญญา, การตกลง, การจอง

booking clerk คนขายตั๋ว

booking hall, booking office ห้องขายตั๋ว

bookish (บุค' คิช) *adj.* ชอบอ่านหนังสือ, ชอบศึกษา, หนอนหนังสือ, เกี่ยวกับหนังสือ, เกี่ยวกับอักษรศาสตร์ **-bookishness** *n.* **-bookishly** *adv.*

book jacket ปกหุ้มหนังสือ

bookkeeper (บุค' คีพเพอะ) *n.* คนทำบัญชี

bookkeeping (บุค' คีพพิง) วิชาการทำบัญชี, การทำบัญชี

book learning ความรู้ที่ได้จากหนังสือ, การศึกษาหาความรู้จากหนังสือ, การศึกษา **-book-learned** *adj.*

booklet (บุค' ลิท) *n.* หนังสือเล่มเล็กๆ

bookmaker (บุค' เมเคอะ) *n.* คนทำหนังสือ, เจ้ามือรับแทงม้า **-bookmaking** *n.*

bookmark (บุค' มาร์ค) *n.* ที่คั่นหนังสือ, ริบบิ้นหรือกระดาษคั่นหนังสือ

bookmobile (บุค' มะบีล) *n.* ห้องสมุดเคลื่อนที่

book palm ใบลาน

bookplate (บุค' เพลท) *n.* ป้ายชื่อเจ้าของหนังสือหรือชื่อห้องสมุดที่ติดอยู่ในหนังสือ

bookshelf (บุค' เชลฟ) *n., pl.* **-shelves** หิ้งหนังสือ, ที่ตั้งหรือชั้นหนังสือ

bookstall (บุค' สทอล) *n.* ที่สำหรับตั้งหนังสือเพื่อขาย

bookstand (บุค' แสทนด) *n.* ร้านขายหนังสือเล็ก, แผงหนังสือ, หิ้งหนังสือ

bookstore (บุค' สทอร์) *n.* ร้านขายหนังสือ (-S. bookshop)

book value ราคาตามบัญชี, ค่าของทรัพย์สินที่ปรากฏอยู่ในบัญชี

bookworm (บุค' เวิร์ม) *n.* ผู้ที่ชอบอ่านหนังสือมาก, คนที่ชอบเรียนหนังสือมาก, หนอนหนังสือ, หนอนกัดกินหนังสือ, ปลวกหนังสือ

boom (บูม) *n.* เสียงดังสนั่นหวั่นไหว, เสียงดังบึ้ม, เสียงดังคำราม, เสียงร้องของนกบางชนิด, เสียงผึ้ง, เสียงแมลงปีกแข็ง, การขึ้นสูงอย่างรวดเร็วของราคาหรือการขาย, ระยะการเจริญเติบโตอย่างรวดเร็ว, ความดังอย่างรวดเร็วของชื่อเสียง *-vi.* เพิ่มขึ้นอย่างรวดเร็ว, มีเสียงดังสนั่น, (เจริญรุ่งเรืองพัฒนา) มีชื่อเสียงอย่างรวดเร็ว *-vt.* ทำให้เจริญอย่างรวดเร็ว, ทำให้มีชื่อเสียงอย่างรวดเร็ว, สรรเสริญ, ยกยอ, สนับสนุน **-boomer** *n.* (-S. pole, spar, thunder, roar, prosper -A. recession) *-Ex. the boom of a cannon, His voice boomed out in the empty room., business boomed, the business boom*

boomer (บูม' เมอะ) ดู baby boomer

boomerang (บูม' มะแรง) *n.* ไม้รูปโค้งซึ่งเมื่อเหวี่ยงออกไปแล้วกลับมาหาผู้เหวี่ยง, อาวุธลับที่กลับไปทำลายผู้ใช้, ดาบที่คืนสนอง *-vt.* ทำอันตรายอย่างไม่คาดคิดกับผู้ริเริ่ม *-Ex. His practical joke boomeranged when his trick cigar blew up in his own face.*

boomerang

Boomer State รัฐโอคลาโฮมา ในประเทศสหรัฐอเมริกา

boomkin (บูม' คิน) *n.* คานใบเรือ

boomtown (บูม' ทาวน) *n.* เมืองที่เจริญขึ้นอย่างรวดเร็ว

boon¹ (บูน) *n.* ผลประโยชน์ที่ได้รับ, บุญคุณ, คุณานุปการ, สิ่งที่เรียกร้องหรือต้องการ (-S. benefit, help) *-Ex. Grant me a boon, O king.*

boon² (บูน) *adj.* สนุกสนาน, สนุกเฮฮา, กรุณา, โอบอ้อมอารี **-boon companion** เพื่อนร่วมสนุก *-Ex. a boon companion*

boondocks (บูน' ดอคซ) *n. pl.* ห้วย, หนอง, บึง, บริเวณที่ห่างไกล, ชนบท, บ้านนอก, ป่าทึบ **-boondock** *adj.*

boondoggle (-ดอก' เกิล) *n.* งานที่ไม่ค่อยมีค่า *-vi.* **-gled, -gling** ร่วมทำงานที่ไม่ค่อยมีค่า **-boondoggler** *n.*

boor (บัวร์) *n.* คนบ้านนอก, คนหยาบคาย, ชาวนา, ตาสีตาสา (-S. lout, oaf, vulgarian)

boorish (บัว' ริช) *adj.* หยาบคาย, คล้ายคนบ้านนอก **-boorishly** *adv.* **-boorishness** *n.*(-S. lumpish)

boost (บูสท) *vt.* ยกขึ้น, เลื่อนขึ้น, ส่งเสริม, พูดจาสนับสนุน, เผยแพร่, เลื่อนตำแหน่ง, เพิ่มขึ้น *-n.* การเลื่อนขึ้น, การเพิ่มขึ้น, การยกขึ้น, การกระทำหรือคำพูดที่ส่งเสริม (-S. lift, raise, support) *-Ex. If you boost me I can climb that tree.*

booster (บูส' เทอะ) *n.* ผู้สนับสนุน, ผู้ยก, ผู้เลื่อน, สิ่งที่สนับสนุน, สิ่งกระตุ้น, ท่อนแรกของจรวดหลายท่อน, เครื่องเพิ่มกำลัง **-booster dose, -booster shot** ขนาดยาหรือสารสร้างภูมิคุ้มกัน, การผดุงไว้ซึ่งฤทธิ์เดิมของยาหรือสารดังกล่าวที่ได้รับมาก่อน, ยาหรือสารที่ทำหน้าที่เป็นตัวเสริมฤทธิ์ยาตัวอื่น, ยาเสริมกำลัง, เครื่องเสริมการขับดัน

boot¹ (บูท) *n.* รองเท้าหุ้มข้อเท้า, รองเท้าบู๊ต, เครื่องหุ้มคล้ายปลอก, ฝาครอบป้องกัน, ปลอกหุ้มเบาะ, โครงรถ, เครื่องรัดทรมานข้อเท้า, การเตะ, การถีบ, การปลดออก *-vt.* สวมรองเท้าบู๊ต, เตะ, ถีบ **-bet one's boots** แน่ใจ, เชื่อใจได้ **-die with one's boots on** ตายในการต่อสู้ *-Ex. Sawai booted the football over the goal posts.*

boot² (บูท) *n.* ข้อได้เปรียบ, ประโยชน์หรือประสิทธิภาพในการให้ความช่วยเหลือ, การบรรเทา *-vt., vi.* มีผลดี, มีประโยชน์, ได้ประโยชน์ **-to boot** อีกประการหนึ่ง, อนึ่ง

bootblack (บูท' แบลค) *n.* คนขัดรองเท้า

bootee, bootie (บู' ที) *n.* รองเท้าของทารกที่คล้ายถุงเท้า, รองเท้าบู๊ตสั้นของสตรี

booth (บูธ) *n., pl.* **booths** แผงลอย, ร้านขายของในงานรื่นเริงหรืองานเทศกาล, ห้องเล็ก, โต๊ะแยกเฉพาะส่วน, หน่วยลงบัตรเลือกตั้ง (-S. stand, stall, compartment) *-Ex. a telephone booth, a toll booth, a voting booth*

bootlace (บูท' เลส) *n.* เชือกผูกรองเท้าบู๊ต, เชือกผูกรองเท้า

bootlast (บูท' ลาสท) *n.* หุ่นรองเท้า

bootleg (บูท' เลก) *vt., vi.* **-legged, -legging** กลั่นเหล้าเถื่อนขาย หรือขนส่งเหล้าเถื่อน, ซ่อนสิ่งของไว้ในรองเท้าเพื่อแอบขายอย่างผิดกฎหมาย *-n.* ส่วนของรองเท้าบู๊ตที่หุ้มน่อง, ของผิดกฎหมาย เช่น เหล้าเถื่อน **-bootlegger** *n.*

bootless (บูท' ลิส) *adj.* ไร้ประโยชน์ **-bootlessly** *adv.* **-bootlessness** *n.* (-S. futile, useless)

bootlick (บูท' ลิค) *vt., vi.,* ประจบ, สอพลอ **-bootlicker** *n.*

bootstrap (program) (บูท' สเตรพ) *n.* (คอมพิวเตอร์) การปลุกให้เครื่องทำงาน, โปรแกรมที่สร้างขึ้นในคอมพิวเตอร์ด้วยตัวมันเอง เมื่อเปิดสวิตช์เครื่องสามารถเตรียมระบบให้พร้อมที่จะทำงานได้ทันที

boot (up) *v.* (คอมพิวเตอร์) เริ่มทำงานโดยตัวระบบการปฏิบัติงานคอมพิวเตอร์

booty (บูท' ที) *n., pl.* **-ties** ของโจร, ของที่ปล้นสะดมมา, ของขโมย (-S. loot, plunder, pillage)

booze (บูซ) *n.* (ภาษาพูด) เครื่องดื่มผสมแอลกอฮอล์, วิสกี้ *-vt., vi.* **boozed, boozing** (ภาษาพูด) ดื่มเหล้ามากเกินไป **-boozer** *n.*

boozy (บู' ซี) *adj.* **boozier, booziest** เมา, ชอบดื่มเหล้า, ติดเหล้า

bop¹ (บอพ) *n.* ดนตรีแจ๊สแบบหนึ่ง *-vi.* **bopped, bopping** (คำสแลง) เดินไปยัง

bop² (บอพ) *vt.* **bopped, boppping** (ภาษาพูด) ต่อยตี *-n.* (ภาษาพูด) การต่อย การตี

borage (บอร์' เรจ) *n.* พืชจำพวก *Borago officinalis* ทางใต้ของยุโรป มีดอกสีน้ำเงินสดใส สามารถใช้ใบประกอบอาหารพวกสลัด หรือทำเป็นเครื่องดื่มได้

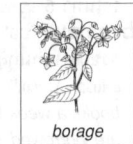

borage

borax (บอร์' แรคซ) *n.* ยากันบูด, ยาโรยแผล, สารที่ใช้ทำแก้วเครื่องเคลือบ, การฟอกหนัง, น้ำประสานทอง (-S. sodium borate)

bordel (บอร์' เดิล) *n.* โรงโสเภณี, ซ่อง

border (บอร์' เดอะ) *n.* พรมแดน, ชายแดน, บริเวณชายแดน, ขอบ, ริม, เนินดอกไม้ตามริมทาง *-vt.* มีเขตแดนติดต่อกับ, เป็นพรมแดนติดต่อกับ, เชื่อมติดกับ *-adj.* คล้ายกับ, ใกล้เคียง, เหมือน, เป็นพรมแดนกับ (-S. brink, brim) *-Ex. along the border of the field, within our borders, over the border, a coloured border on her dress, border-line, border-mark, fields bordered by woods*

borderland (บอร์'เดอแลนด) *n.* พรมแดน, ชายแดน, ภาวะที่ไม่แน่นอน, เขตแดนที่คลุมเครือ, ความก้ำกึ่ง (-S. border, frontier)

borderline (บอร์' เดอไลน) *n.* เส้นเขตแดน *-adj.*

B

ตามพรมแดนตาม ชายแดน, ก้ำกึ่ง (-S. indeterminate)

bore[1] (บอร์) *vt., vi.* **bored, boring** เจาะรู, ไช, เจาะช่อง, คว้าน, เปิดทาง, แหวกทาง *-n.* รูเจาะ, ช่อง, ส่วนกว้างของลูกสูบ, ปากกระบอกลำกล้องปืน, เครื่องเจาะรู (-S. ream, auger, penetrate) *-Ex. The oil drill bores into the ground., They plan to bore a tunnel through a mountain., His old jokes bore us., That tune is a bore when it is played over and over.*

bore[2] (บอร์) *vt.* ทำให้เบื่อหน่าย, ทำให้น่าเบื่อ *-n.* ความรำคาญ, คนน่าเบื่อ, คนพูดมาก, สิ่งที่น่าเบื่อ, สิ่งที่น่ารำคาญ **-boresome** *adj.*

bore[3] (บอร์) *n.* กระแสน้ำที่ขึ้นอย่างรวดเร็ว

bore[4] (บอร์) *vt., vi.* กริยาช่อง 2 ของ bear *-Ex. Somsri bore three children.*

boredom (บอร์' เดิม) *n.* ความน่าเบื่อหน่าย, ภาวะน่าเบื่อหน่าย

borer (บอ' เรอะ) *n.* ช่างเจาะรู, เครื่องเจาะรู, สว่าน, แมลงที่เจาะรูต้นไม้หรือผลไม้, หนอนเจาะรู

boric acid กรดบอริก (H_3BO_3) ที่เป็นยาฆ่าเชื้อ, ยาล้างแผล

boring (บอ' ริง) *n.* การเจาะรู, กระบวนการเจาะรู, รูเจาะ *-adj.* สำหรับเจาะรู, เบื่อหน่าย **-borings** ขี้ไม้หรือขี้เหล็กจากการเจาะรู **-boringly** *adv.*

born (บอร์น) *vt., vi.* กริยาช่อง 3 ของ bear *-adj.* แต่กำเนิด, โดยกำเนิด **-born yesterday** ไร้เรียงสา, ไร้ประสบการณ์ (-S. natural, brought into life)

borne (บอร์น) *vt., vi.* กริยาช่อง 3 ของ bear

Borneo (บอร์' เนียว) เกาะบอร์เนียว **-Bornean** *adj., n.*

boron (บอ' รอน, โบ' รอน) *n.* ธาตุชนิดหนึ่ง มีสัญลักษณ์ B

borough (เบอ' โร) *n.* เขตเทศบาลที่เล็กกว่าเมือง, เขต 1 ในห้า 5 เขตของเมืองนิวยอร์ก, เขตเลือกตั้ง

borrow (บอ' โร) *vt., vi.* ยืม, กู้, ขอยืม, ยืมใช้, ยืมสิ่งของ, แล่นใกล้ฝั่ง, แล่นใกล้ลม **-borrower** *n.* (-S. get as a loan -A. lend) *-Ex. You are allowed to borrow two books a week from the library., Many English words are borrowed from the French.*

borrowing (บอ' โรอิง) *n.* การยืม, กระบวนการยืม, ผลจากการยืม

Borstal (บอร์' สเทิล) *n.* โรงเรียนในอังกฤษสำหรับเด็กที่กระทำผิดกฎหมายเพื่ออบรมและฝึกอาชีพ, สถานเมตตาสำหรับเด็กที่กระทำผิดกฎหมาย

bort, bortz (บอร์ทฺ, บอร์ทซฺ) *n.* เพชรชั้นเลว, กากเพชร

borzoi (บอร์' ซอย) *n.* สุนัขพันธุ์หนึ่งตัวสูงใช้ล่าหมาป่า

bosh[1] (บอชฺ) *n.* (ภาษาพูด) คำพูดไร้สาระ, คำพูดเหลวไหล *-interj.* (ภาษาพูด) ไร้สาระ! (-S. nonsense, foolish talk)

bosh[2] (บอชฺ) *n.* ท้องเตา

bosom (บูซ' เซิม) *n.* หน้าอก, อก, อกเสื้อ, เต้านมสตรี, สันอก, สถานที่อบอุ่นใจและน่าอยู่, น้ำใจ, ส่วนภายใน *-adj.* เกี่ยวกับหน้าอก, (เพื่อน) สนิท, ลับ *-vt.* สงวนไว้ในหัวใจด้วยความรัก, ถนอมรัก (-S. breast) *-Ex. the earth's bosom a bosom triend*

bosomed (บูซ' เซิมดฺ) *adj.* มีหน้าอก, ปิดบังไว้

bosomy (บูซ' เซิมมี) *adj.* มีหน้าอกใหญ่

bosquet (บอส' คิท) *n.* พุ่มไม้, ป่าละเมาะขนาดเล็ก

boss (บอส) *n.* นายจ้าง, นาย, ผู้บังคับบัญชา, หัวหน้าคนงาน, ผู้นำ, หัวหน้ากลุ่ม (พรรคการเมือง) *-vt.* เป็นนายเหนือ, ควบคุม, บังคับบัญชา, บงการ (-S. superior, supervisor) *-Ex. Udom bosses his little sister.*

bossy[1] (บอส' ซี) *adj.* **bossier, bossiest** (ภาษาพูด) ซึ่งสั่งการ ซึ่งบงการ

bossy[2] (บอส' ซี) *adj.* ประดับด้วยลายนูนหรือลายดุน

bossy[3] (บอส' ซี) *n.* วัว, ลูกวัว **-bossiness** *n.*

Boston (บอส' ทัน) เมืองบอสตันในรัฐแมสสาชูเสตในสหรัฐอเมริกา

bosun (โบ' ซัน) *n.* ดู boatswain

botanic, botanical (บะแทน' นิค, -'นิเคิล) *adj.* เกี่ยวกับพืช, เกี่ยวกับพฤกษศาสตร์ *-n.* ยาที่ได้จากพืช, ยาสมุนไพร, สมุนไพร **-botanically** *adv. -Ex. a botanical garden*

botanical garden สวนพฤกษชาติ

botanist (บอท' ทะนิสทฺ) *n.* นักพฤกษศาสตร์

botany (บอท' ทะนี) *n.* พฤกษศาสตร์

botch[1] (บอทชฺ) *vt., vi.* ทำอย่างลวกๆ, ทำอย่างสุกเอาเผากิน, ซ่อมแซมอย่างลวกๆ *-n.* งานลวกๆ, งานหยาบ, งานปุปะ **-botcher** *n.* **-botchy** *adj.* (-S. patch, mess -A. trim, beautify) *-Ex. Somchai botched the letter and pad to write it over., Supin made a botch of her first pudding and had to throw it away.*

botch[2] (บอทชฺ) *n.* ตุ่มบนผิวหนัง, ส่วนที่บวมขึ้นบนผิวหนัง (-S. boil)

both (โบธ) *adj.* ทั้งสอง, ทั้งคู่, ทั้งสองอย่าง, ทั้งสองคน *-pron.* อีกอย่างด้วย, อีกคนด้วย *-conj., adv.* เหมือนกัน, คล้ายกัน, เท่ากัน *-Ex. Both are dead., take both, They both went., I saw them both.*

bother (บอธ' เธอะ) *vt.* รบกวน, กวน, ก่อกวน, ทำให้งง, ทำให้ยุ่งใจ *-vi.* ยุ่งกับ *-n.* สิ่งที่น่ารำคาญ, คนที่น่ารำคาญ, ความพยายาม, งาน, ความกังวลใจ, ภาวะที่น่ากังวลหรือยุ่งใจ *-interj.* คำอุทานแสดงความรำคาญ (-S. pester, annoy -A. calm, peace) *-Ex. The ringing telephone bothers the busy doctor., Don't bother to do that now., This broken zipper is a bother.*

bothersome (บอธ' เธอเซิม) *adj.* ลำบาก, ยุ่ง, น่าเบื่อ, น่ารำคาญ (-S. irritating)

bottle (บอท' เทิล) *n.* ขวด, ถุงหนัง, (ที่ใส่น้ำใส่เหล้า) ปริมาณหนึ่งขวด, น้ำนมวัวหนึ่งขวด, การดื่มเหล้า, น้ำนมในขวดนม *-vi.* ใส่ขวด, บรรจุขวดติดอยู่, ข่ม, ทำให้ติดอยู่, เก็บสุรา **-hit the bottle** (คำสแลง) ดื่มบ่อยๆ จนเป็นนิสัย เมา **-bottle up** เก็บไว้ (-S. receptacle, vessel, jar) *-Ex. wine in a bottle, half a bottle of wine*

bottle bank ภาชนะที่เตรียมไว้ สำหรับใส่ขวดเหยือก หรือกระปุกแก้วที่ไม่ใช่แล้วเพื่อนำไปหมุนเวียนกลับมาใช้ใหม่อีกครั้ง

bottleneck (บอท' เทิลเนค) *n.* คอขวด, ทางเข้าที่

bottlenose 97 bourgeois

B

แคบ, สถานที่หรือระยะเวลาที่อยู่ในภาวะลำบาก *-vt.* ขัดขวาง, อุดตัน, อยู่ในภาวะที่ลำบาก

bottlenose (บอท' เทิลโนซฺ) *n.* ปลาโลมาทะเลที่มีจมูกคล้ายรูปขวดจำพวก *Tursiops,* ปลาวาฬจำพวก *Hyperoodon* **-bottle-nosed** *adj.*

bottom (บอท' เทิม) *n.* ก้น, ส่วนที่อยู่ลึกที่สุด, พื้นฐาน, ข้างใต้, พื้นน้ำ (ทะเล, มหาสมุทร, แม่น้ำลำคลอง), ตอนท้ายสุด, ปลาย, ท้องเรือ, ปลายตรอก, ที่นั่งสุดท้าย, รายชื่อสุดท้ายในบัญชี, เรือสินค้า, พื้นของสิ่งทอ, พื้นผ้า, ภาวะหรือตำแหน่งที่ต่ำสุด *-vt.* ปูพื้นให้กับ, ค้นพบความหมายหรือหาสาเหตุของ *-vi.* บรรลุถึงพื้นล่าง, สร้างพื้นฐาน *-adj.* เกี่ยวกับพื้น, อยู่บนส่วนล่าง, ต่ำสุด, เป็นพื้นฐาน (-S. foot, base, rear, underside -A. top) *-Ex. touch bottom, have no bottom, bottom of the hill from the bottom of my heart, get to the bottom of this*

bottom land พื้นดินที่ราบลุ่มซึ่งเกิดจากดินทรายที่น้ำพัดมาทับถมกัน, ที่ราบซึ่งมีน้ำท่วมขัง

bottomless (บอท' เทิมเลส) *adj.* สุดที่หยั่งถึง, ไม่มีก้น, ลึกจนไม่อาจหยั่งได้, ลึกลับ, วัดไม่ได้, ไร้ขอบเขต *-Ex. in the bottomless pit of a volcano*

bottommost (บอท' เทิมโมสทฺ) *adj.* ซึ่งอยู่ที่พื้น, ลึกที่สุด, ต่ำที่สุด, ที่ก้นบึ้ง

botulinum, botulinus (บอททิว' ไลนัม,-นัส) *n.* เชื้อแบคทีเรีย *Clostridium botulinum* ที่ให้สารพิษ

botulism (บอท' ทะลิสซึม) *n.* โรคของระบบประสาทที่เนื่องจากสารพิษ botulin ในอาหารที่เป็นพิษเนื่องจากเชื้อ *Clostridium botolinum*

boudoir (บูด' วาร์) *n.* (ภาษาฝรั่งเศส) ห้องส่วนตัวหรือห้องนอนของหญิงสาว, ห้องนั่งเล่นของหญิงสาว

bough (เบา) *n.* กิ่งไม้ (-S. branch of a tree)

bought (บอท) *vt., vi.* กริยาช่อง 2 และ 3 ของ buy

bougie (บู' จี) *n.* ยาเหน็บ, เทียนไข, ที่แยงสำหรับสอดเข้ารูเปิดของร่างกาย เช่น ทางเดินปัสสาวะ

bouillabaisse (บูลยะเบส) *n.* สตูหรือซุปอาหารทะเล

bouillon (บูล' เยิน) *n.* (ภาษาฝรั่งเศส) น้ำซุปเนื้อ

boulder (โบล' เดอะ) *n.* ก้อนหินใหญ่ค่อนข้างกลมที่ผ่านการกัดเซาะโดยน้ำหรือลมจนหมดเหลี่ยม (-S. bowlder, worn rock)

boule[1] (บูล) *n.* สภานิติบัญญัติของกรีก

boule[2] (บูล) *n.* เกมชนิดหนึ่งของชาวฝรั่งเศส, พลอยสังเคราะห์

boulevard (บูล' ละวาร์ด') *n.* ถนนกว้างใหญ่ในเมืองมักมีต้นไม้หรือสนามหญ้าอยู่สองข้างทาง, ถนนสายสำคัญในเมือง **-boulevardier** *n.*

bounce (เบาซฺ) *v.* **bounced, bouncing** *-vi.* กระโดด, (เช็ค) เด้ง, กระโดดโลดเต้น, คุยโว *-vt.* ทำให้เด้งกลับ, ขับออก, ไล่ออก, บังคับ, บีบบังคับ *-n.* การเด้งกลับ, การกระโดด, ความสามารถในการเด้งกลับ, การคุยโว, พละกำลัง, พลังงาน, ผลของการถูกไล่ออก (-S. kick out, throw) *-Ex. How far did the ball bounce?, Sombut caught the ball on the first bounce., to bounce a ball against a wall, The ball has no bounce., Udom bounced out of the chair.*

bouncer (เบา' เซอะ) *n.* บุคคลหรือสิ่งที่เด้งกลับ, (คำสแลง) ผู้ที่ถูกจ้างให้มีหน้าที่เอาคนก่อกวนออกไปจากไนต์คลับหรือภัตตาคาร

bouncing (เบา' ซิง) *adj.* ใหญ่, แข็งแรง, เต็มที่, หนวกหู (-S. big, strong)

bouncy (เบา' ซี) *adj.* **-ier, -iest** มีลักษณะเด้ง, มีชีวิตชีวา, ร่าเริง, เด้งได้, ชอบคุยโว, ชอบยกยอตัวเอง **-bouncily** *adv.* **-bounciness** *n.*

bound[1] (เบานดฺ) *vt., vi.* กริยาช่อง 2 และ 3 ของ bind *-adj.* ถูกผูกมัด, ซึ่งเกี่ยวพันกันอย่างเหนียวแน่น, แน่นอน, จักต้อง, จำต้อง, มีพันธะทางกฎหมายหรือศีลธรรม, ตัดสินใจ, เข้าเล่ม, ท้องผูก (-S. tied, obligated, certian, ready -A. free, unfettered)

bound[2] (เบานดฺ) *vi.* กระโดด, เด้งกลับ *-n.* การกระโดด, การเด้งกลับ

bound[3] (เบานดฺ) *n.* ขอบเขต, เขตแดน, ขอบข่าย, สิ่งที่ทำให้มีขอบข่ายจำกัด, ชายแดน *-vt.* จำกัด, กลายเป็นขอบเขต, พูดถึงขอบเขต *-vt.* จดกับ, ประชิดกับ (-S. border, frontier, confine)

bound[4] (เบานดฺ) *adj.* กำลังจะ, ไปทาง, พร้อมที่จะไป

boundary (เบาน' ดะรี) *n., pl.* **-ries** เขตแดน, เส้นแบ่งเขต (-S. border, margin) *-Ex. The Mae Kong is part of the boundary of Thailand., The boundary between the Thailand and Burma was fixed by treaty.*

bounden (เบาน' เดิน) *adj.* จำต้อง, จักต้อง, มีภาระหน้าที่, มีความจำเป็น (-S. bound)

bounder (เบาน' เดอะ) *n.* (ภาษาพูด) คนเฮงซวย คนจัญไร

boundless (เบาน' เลส) *adj.* ไร้ขอบเขต, สุดขีด, มากมาย, สุดสายตา **-boundlessly** *adv.* **-boundlessness** *n.* (-S. infinite, unlimited, -A. limited)

bounteous (เบาน' เทียส) *adj.* มากมาย, ใจบุญ, ใจกว้าง, อุดมสมบูรณ์, เหลือหลาย **-bounteously** *adv.* **-bounteousness** *n.* (-S. bountiful) *-Ex. a bounteous harvest*

bountiful (เบาน' ทิฟูล) *adj.* ใจบุญ, ใจกว้าง, เอื้อเฟื้อ, อารี, อุดมสมบูรณ์, มากมาย, เหลือหลาย **-bountifully** *adv.* **-bountifulness** *n.* *-Ex. a bountiful person, a bountiful harvest*

bounty (เบาน' ที) *n., pl.* **-ties** ความใจบุญ, ความอารี, ของขวัญ, เงินสงเคราะห์, สิ่งที่มอบให้, รางวัล (-S. gifts, godsend, charity -A. stinginess) *-Ex. The library was built by the bounty of a Thai farmer.*

bounty hunter นักล่าเงินรางวัล

bouquet (โบเค') *n.* พวงดอกไม้, ช่อดอกไม้, กลิ่นเฉพาะของเหล้า, กลิ่นหอมของเหล้า, การยกย่อง, คำสรรเสริญ (-S. posy, bunch, wreath, scent) *-Ex. That perfume has a delicate bouquet.*

bourg (บัวจฺ) *n.* เมืองหรือหมู่บ้าน, ตลาดในเมืองฝรั่งเศส

bourgeois (บัวร์จวา') *n., pl.* **-geois** คนที่เป็นชั้นกลาง, พ่อค้า, นักธุรกิจ, เจ้าของร้าน, เสรีชนในสมัยโบราณ, ชนชั้นพื้นธรรมดา *-adj.* เกี่ยวกับหรือมีลักษณะของคน

B

ชั้นกลาง, พื้นธรรมดา (-S. formal)

bourgeoise (บัว' จวาซฺ) *n., pl.* **-geoises** (ภาษาฝรั่งเศส) คนที่เป็นผู้หญิงชนชั้นกลาง

bourgeoisie (บัวจวา' ซี) *n.* (ภาษาฝรั่งเศส) ชนชั้นกลาง

bourgeon (เบอ' เจิน) *n., vi., vt.* ดู burgeon

bourn[1], bourne (เบิร์น) *n.* ลำธารสายเล็ก, แม่น้ำเล็ก

bourn[2], bourne (เบิร์น) *n.* ขอบข่าย, ขอบเขต, เป้าหมาย, วัตถุประสงค์, จุดหมายปลายทาง (-S. limit, goal boundary)

bout (เบาทฺ) *n.* การแข่งขัน, ยกหนึ่ง (มวย), พักหนึ่ง, การกระทำครั้งหนึ่ง, เพลงหนึ่ง, ระยะหนึ่ง (-S. match, contest) *-Ex. a wrestling bout, a boxing bout*

boutique (บูทิค') *n.* (ภาษาฝรั่งเศส) ร้านเล็กๆ ที่ขายเสื้อผ้าราคาแพง

boutonniere, boutonnière (บูทอเนีย) *n.* (ภาษาฝรั่งเศส) ดอกไม้ที่ติดอยู่ที่รังดุมหรือปกเสื้อ

bovine (โบ' ไวนฺ) *adj.* เกี่ยวกับวัว, เหมือนวัว, เชื่องช้า, เบาปัญญา, อดทน *-n.* สัตว์จำพวกวัว

bow[1] (เบา) *vi.* โค้ง, ก้มศีรษะ, คำนับ, คำนับอำลา, น้อม, ยอม *-vi.* โค้ง, พยักหน้า, ผงกหัว, กดงอ *-n.* การโค้ง, การคำนับ, การคำนับอำลา, การยอม **-bow and scrape** สุภาพและคารวะมากเกินไป **-bow out** ถอนตัวออก, ลาออก (-S. bend, yield, kneel) *-Ex. The singer bowed in response to the applause., make a polite bow*

bow[2] (โบ) *n.* ธนู, ศร, คันธนู, คันศร, คันซอ, คันพิณ, หน้าไม้, ส่วนที่เป็นรูปคันศร, ส่วนโค้ง, โบว์, หูกระต่าย, สายรุ้ง, ปีกแว่นตา (-S. bend, arch)

bow²

bow[3] (เบา) *n.* หัวเรือ, ส่วนหัวของเครื่องบิน, มือพายข้างหน้า *-adj.* เกี่ยวกับหัวเรือ, ใกล้กับหัวเรือหรือเครื่องบิน

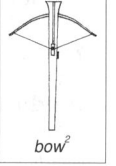

bow boy กามเทพ

bow compass วงเวียนชนิดโค้ง

bowdlerize (เบา' เดอไรซฺ) *vt.* **-ized, -izing** ตัดข้อความที่ไม่เหมาะสมออก, ตัดตอนแก้ไขให้เหมาะสม **-bowdlerization** *n.* **-bowdelerism** *n.*

bowel (เบา' เอิล) *n.* ลำไส้, ส่วนของลำไส้, ส่วนใน, ความสงสาร, ความเห็นใจ *-vt.* **-eled, -eling/-elled, -elling** ถ่ายท้อง *-Ex. the bowels of the earth*

bowel movement การถ่ายท้อง, การถ่ายอุจจาระ, อุจจาระ (-S. defecation, excrement)

bower (เบา' เออะ) *n.* ร่มไม้, ซุ้มไม้ในสวน, กระท่อม, ศาลาพักร้อน, ห้องของหญิงสาว **-bowery** *adj.*

bowery (เบา'เออรี) *n., pl.* **-ies** สถานที่เพาะปลูกของชาวดัตช์ที่มาตั้งถิ่นฐานในนิวยอร์ก **-the Bowery** ถนนแห่งหนึ่งในนิวยอร์ก สหรัฐอเมริกา มีโรงแรมและเหล้าถูกๆ

bowing (เบา' อิง) *n.* การคำนับ, การคารวะ, การยอมรับ (-S. salutation)

bowknot (โบ' นอท) *n.* การผูกปมเชือกหรือริบบิ้น

bowl[1] (โบลฺ) *n.* ชาม, ชามกลม, ชามอ่าง, กระเปาะ, กระปุก, สิ่งที่อยู่ในภาชนะดังกล่าว, สิ่งที่มีลักษณะเป็นชาม, สนาม **-bowllike** *adj.* (-S. container, dish, plate) *-Ex. sugar-bowl, a bowl of milk, the bowl of a spoon, the bowl of a pipe, The huge truck bowled down the mountain road., Udom was bowled over by a motorcycle rounding the corner., to be bowled over by bad news*

bowl[2] (โบล) *n.* ลูกโบว์ลิ่ง, การโยนโบว์ลิ่ง, การเล่นโบว์ลิ่ง *-vi.* โยนโบว์ลิ่ง, เล่นโบว์ลิ่ง *-vt.* กลิ้ง, เล่นบอล, เล่นโบว์ลิ่ง, โยนลูกโบว์ลิ่งได้, ทำคะแนนในการเล่นโบว์ลิ่ง

bowleg (โบ' เลก) *n.* ลักษณะขาโก่ง, ขาที่โก่งงอ **-bow-legged** *adj.*

bowler (โบ' เลอะ) *n.* คนโยนโบว์ลิ่ง, คนเล่นโบว์ลิ่ง, คนขว้างลูก, หมวกเดอบี้

bowling (โบ' ลิง) *n.* กีฬาโบว์ลิ่ง, การโยนลูกให้กระทบเป้า (-S. tenpins, game of bowls)

bowling alley กระดานไม้ยาวและแคบสำหรับโยนลูกโบว์ลิง

bowman (โบ' เมิน) *n., pl.* **-men** นายธนู, นายขมังธนู, สมอหัวเรือ (-S. archer, bow)

bow oar พายหน้า, มือพายหน้า

bow pen วงเวียนที่มีปากกาที่ขาข้างหนึ่ง

bow pot ช่อดอกไม้, แจกันไม้ใบใหญ่

bowsprit (เบา' สพริท) *n.* เครื่องเสาหัวเรือขนาดใหญ่

bowstring (โบ' สทริง) *n.* สายธนู *-vt.* **-stringed/-strung, -stringing** รัดด้วยสายธนู

bow tie ผ้าผูกคอชนิดหูกระต่าย, หูกระต่าย

bow window หน้าต่างโค้งออกมาเป็นมุข

box[1] (บอคซฺ) *n.* ลัง, หีบ, กล่อง, กลัก, คอก, สิ่งที่บรรจุอยู่, บ้านเล็ก, กระท่อม, ที่นั่งคนขับรถม้า, ตู้จดหมาย, ตู้โทรศัพท์, ตู้รถม้า, ตู้ไปรษณีย์, ช่องคลอด *-vt.* ใส่ในกล่อง, (หีบ, ลัง) (-S. case, trunk) *-Ex. a wooden box, boot-box, money-box, a box of matches, a box at the theatre, horse box, signal box*

box[2] (บอคซฺ) *n.* การต่อย, การตบ, การต่อยมวย *-vt., vi.* ตบ, ต่อย, ตบที่หู, ต่อยที่หู

box[3] (บอคซฺ) *n.* ต้นไม้ประดับจำพวก *Buxus,* ไม้ของต้นดังกล่าว

box car รถไฟตู้บรรทุกสัมภาระ (-S. box wagon)

box coat เสื้อคลุมหนา

boxer (บอค' เซอะ) *n.* นักมวย, สุนัขพันธุ์บอกเซอร์, คนทำกล่องหรือหีบ (-S. prizefighter)

boxing[1] (บอค' ซิง) *n.* วัตถุที่ใช้ทำกล่องหีบหรือลัง, การบรรจุกล่อง, หีบหรือลัง

boxing[2] (บอค' ซิง) *n.* การต่อยมวย, การชกมวย

Boxing Day วันหลังจากคริสต์มาสหนึ่งวัน ถ้าตรงกับวันอาทิตย์ก็เป็นวันถัดไปอีกวันหนึ่ง ถือเป็นวันให้ของขวัญคริสต์มาสแก่คนงาน บุรุษไปรษณีย์และคนอื่นๆ, วันที่ 26 ธันวาคม

boxing gloves นวมชกมวย

box office ห้องขายตั๋ว

box room ห้องเก็บของ

boy (บอย) *n.* เด็กผู้ชาย, เด็ก, น้องชาย, พ่อหนุ่ม, ลูกทหาร, คนใช้, บ๋อย, กะลาสีเรือฝึกใหม่, เด็กฝึกงาน, นักการ *-interj.* (คำสแลง) คำอุทานแสดงความประหลาดใจหรือพอใจ (-S. youngster, youth, chap) *-Ex. Dear old boy*

boycott (บอย' คอท) *vt.* รวมหัวต่อต้าน, พร้อมใจกันตัดสัมพันธ์ไมตรี ไม่ซื้อสินค้า ไม่ส่งสินค้าหรืออื่นๆ *-n.* การต่อต้านไม่ซื้อสินค้า **-boycotter** *n.* (-S. cut off, ban, exclude, reject)

boyfriend (บอย' เฟรนด) *n.* เพื่อนชาย

boyhood (บอย' ฮูด) *n.* วัยเด็ก

boyish (บอย' อิช) *adj.* เหมือนเด็ก, คล้ายเด็ก, มีนิสัยเหมือนเด็ก **-boyishly** *adv.* **-boyishness** *n.* *-Ex. a boyish trick*

Boy Scout เด็กลูกเสือ, ชายที่ไร้เดียงสา

boysenberry (บอย' เซนเบอรี) *n., pl.* **-ries** ผลไม้ชนิดหนึ่งเกิดจากการผสมพันธุ์ระหว่าง rasberry, loganberry กับ blackberry

Br ย่อจาก bromine สัญลักษณ์ของธาตุโบรมีน, branch สาขา, British เกี่ยวกับอังกฤษ, brother พี่ชาย, น้องชาย

bra (บรา) *n.* เสื้อชั้นในสตรี

brace (เบรซ) *n.* เสาค้ำ, เครื่องค้ำจุน, เครื่องเหนี่ยวรั้ง, เชือกโยงเสา, เฝือก, ที่รั้ง, ที่พาด, วงเล็บปีกกา *-vt.* **braced, bracing** หนุนไว้, ค้ำไว้, รั้งไว้, มัดแน่น, กระตุ้น, หนุน, ตัดสินใจแน่วแน่ (-S. fortify, strengthen, tie, support, prop) *-Ex. We braced the wall so that it could withstand the wind., Sit down and brace yourself for a shock., The mountain air braced our exhausted spirits., a brace of ducks*

brace and bit สว่านเดือยที่จับและหมุนได้

brace and bit

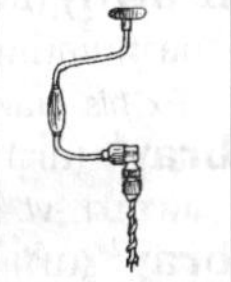

bracelet (เบรส' ลิท) *n.* กำไลมือ, กุญแจมือ **-braceleted** *adj.* (-S. armband, bangle)

bracer (เบรส' เซอะ) *n.* สิ่งค้ำ, ผู้สนับสนุน, ปลอกหนังหุ้มแขนเพื่อป้องกันเวลายิงธนู, (คำสแลง) เครื่องดื่มแอลกอฮอล์

brachiopod (เบร' คีอะพอด) *n.* สัตว์จำพวกหอยทะเลมีสองฝาอยู่ในไฟลัม Brachiopoda

brachium (เบร' เคียม) *n., pl.* **-chia** แขนท่อนบน, ส่วนที่คล้ายขน **-brachial** *adj.*

bracken (แบรค' คัน) *n.* ต้นเฟินขนาดใหญ่จำพวก *Pteridium aquilinum*, พุ่มเฟิน

bracket (แบรค' คิท) *n.* ที่ค้ำ, ที่เท้าแขน, ที่แขวนโคม, แท่นรองรับ, เครื่องหมายวงเล็บ, ระดับ, ประเภท, ชั้น *-vt.* ใส่ที่ค้ำ, ใส่วงเล็บ, แบ่งประเภท, จัดเป็นประเภท (-S. support) *-Ex. We must bracket this shelf more strongly or it will fall., to bracket a paragraph in a composition.*

brackish (แบรค' คิช) *adj.* มีรสเค็ม, กร่อย, ค่อนข้างเค็ม **-bradkishness** *n.* (-S. salty)

bract (แบรคท) *n.* กลีบฐานของดอกไม้, กลีบ **-bracteal** *adj.*

brad (แบรด) *n.* ตะปูเหลี่ยม, ตะปูไร้หัว *-vt.* **bradded, bradding** ตอกตะปูไร้หัว

bradawl (แบรด' ออล) *n.* เหล็กหมาดสำหรับเจาะรูเพื่อตอกตะปูไร้หัว

bradawl

brae (เบร) *n.* ไหล่เขา, ตลิ่งที่ลาดเอียง, เนิน, ข้างฝั่งแม่น้ำ (-S. hillside, sloping bank, hill)

brag (แบรก) *vi., vt.* **bragged, bragging** คุยโว **-bragger** *n.* (-S. boast -A. deprecate)

braggadocio (แบรกกะโด' ซีโอ) *n., pl.* **-os** การคุยโม้, การคุยโว, คำพูดที่ คุยโว, คนคุยโว

braggart (แบรก' การ์ท) *n.* คนที่คุยโว *-adj.* คุยโว, ขี้คุย, ขี้โม้

Brahma (บรา' มะ) *n.* พราหมณ์ (-S. Brahman)

Brahman (บรา' เมิน) *n., pl.* **-mans** พราหมณ์ **-Brahmanic, Brahmanical** *-adj.*

Brahmanism (บรา' มะนิสซึม) *n.* ระบบพราหมณ์, ศาสนาพราหมณ์ (-S. Brahminism) **-Brahmanist** *n.*

Brahmin (บรา' มิน) *n.* พราหมณ์, ผู้ที่มีความรู้และวัฒนธรรมสูง, ผู้มีความรู้ที่ชอบอยู่อย่างสันโดษ **-Brahminism** *n.* **-Brahminic, Brahminical** *adj.*

braid (เบรด) *vt.* ถักผม, ถักเปีย, ถักสาย, เล็ม, ขอบผ้า *-n.* สายถัก, เปีย, ดิ้นเงินดิ้นทอง **-braider, -braiding** *n.* (-S. plat, plait, interweave) *-Ex. gold braid on the captain's cap, to braid a rug*

Braille, braille (เบรล) *n.* ตัวหนังสือนูนสำหรับคนตาบอด, ชื่อผู้สร้างตัวหนังสือดังกล่าว *-vt.* **Brailled, Brailling/brailled, brailling** เขียนตัวหนังสือเบรลล์

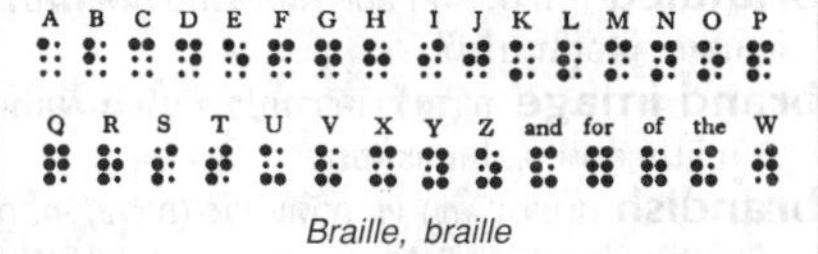

Braille, braille

brain (เบรน) *n.* สมอง, มันสมอง, สติปัญญา, หัวคิด, คนฉลาดมาก *-vt.* (คำสแลง) ตีหัวสมองของ (-S. intelligence, reason -A. dullness) *-Ex. Noi has a fine brain., use your brain*

brain-dead ซึ่งได้รับบาดเจ็บทางสมองอย่างรุนแรงจนสมองไม่ทำงาน, (ภาษาพูด) คนโง่

brain-death ภาวะสมองตายที่ไม่สามารถคืนสภาพเดิมได้ แม้ว่าลมหายใจหรือการไหลเวียนของกระแสเลือดยังสามารถทำงานได้อยู่

brain drain (ภาษาพูด) ภาวะสมองไหล, การที่คนระดับมันสมองขององค์กรหรือสถาบันใดๆ พากันลาออกไปอยู่ที่ซึ่งให้ผลตอบแทนดีกว่าที่เดิม

brain-scanner ดู body-scanner

brainstorm (เบรน' สทอร์ม) *n.* การถกเถียงอย่างเปิดเผยเพื่อแก้ปัญหา *-vi.* ระดมความคิด, ถกปัญหาร่วมกัน

brainteaser (เบรน' ทีเซอะ) *n.* ปัญหาลับสมอง

brain trust กลุ่มผู้ชำนาญเฉพาะทาง, กลุ่มมันสมอง, คณะที่ปรึกษา

brainwash (เบรน' วอช) *vt.* ล้างสมอง, เอาความคิดยัดเยียดให้ *-n.* กระบวนการล้างสมอง **-brainwashing** *n.*

brainy (เบร' นี) *adj.* **brainier, brainiest** มีปัญญา, ฉลาด **-braininess** *n.* (-S. smart, intelligent)

braise (เบรซ) *vt.* **braised, braising** ทำอาหารโดยใช้น้ำมันและน้ำเล็กน้อยบนไฟอ่อนๆ

brake[1] (เบรค) *n.* เครื่องห้ามล้อ, เบรก, สิ่งที่มีผลยับยั้ง

B

หรือทำให้ช้า -*v.* **braked, braking** -*vt.* ห้ามล้อ, ทำให้ช้า, หยุด, ใส่เบรก -*vi.* ใช้เบรก, ห้ามล้อ (-S. restraint, curb, slow down)

brake² (เบรค) *vt., vi.* กริยาช่อง 2 ของ break

brake band แผ่นเหล็กโค้งที่รัดกับจานเบรก

brake drum จานเบรก

brakeman (เบรค' มึน) *n., pl.* **-men** พนักงานห้ามล้อของรถไฟ

brake pedal คันห้ามล้อ

bran (แบรน) *n.* รำข้าว **-branny** *adj.*

branch (เบรานช) *n.* กิ่งก้าน, กิ่ง, สาขา, แขนง, วิชาย่อย, ทางแยก, สายย่อย, แคว -*vt., vi.* แตกกิ่งก้านสาขา, แยกสาขา, แตกแขนง (-S. bough, member, limb) -*Ex. branch-line, The road branches in three directions., the branch lines of a railroad, the branch offices of a business*

brand (แบรนด) *n.* ตราประทับ, เหล็กตีตรา, ตราไฟนาบ, ชนิด, ตรา, เครื่องหมายผิดกฎหมาย, มลทิน, ยี่ห้อ, เครื่องหมายการค้า, ป้าย, ดาบ -*vt.* ประทับตรา, นาบ,จารึก, ฝัง, ตราตรึง, ใส่ร้าย, ป้ายสี **-brander** *n.* (-S. trade name, trademark, stigmatize, label, signal) -*Ex. The rancher put his brand on the cattle., They branded him as a spy.*

brandied (แบรน' ดิด) *adj.* ผสมด้วยบรั่นดี, มีบรั่นดีผสมอยู่, จุ่มอยู่ในบรั่นดี

brand image การสร้างความประทับใจในตัวสินค้าให้ผู้บริโภคติดตาติดใจและนิยม

brandish (แบรน' ดิช) *vt.* กวัดแกว่ง (อาวุธ) -*n.* การกวัดแกว่งอาวุธ **-brandisher** *n.* (-S. wave, shake) -*Ex. As the mob approached, the guards brandished their weapons.*

brand-new (แบรน' นิว) *adj.* ใหม่เอี่ยม, ใหม่ถอดด้าม (-S. new)

brandy (แบรน' ดี) *n., pl.* **-dies** เหล้าบรั่นดี -*vt.* **-died, -dying** ใส่เหล้าบรั่นดี, ดองด้วยเหล้าบรั่นดี (-S. spirit)

brash (แบรช) *adj.* สะเพร่า, หุนหันพลันแล่น, ไม่ไตร่ตรอง, ทะลึ่ง, ก๋ากั่น, เปราะ (ไม้) -*n.* กองกิ่งไม้, กองขยะ, กองหิน, ภาวะกระเพาะอาหารมีกรดมากเกินปกติ, ภาวะฝนตกมาก **-brashly** *adv.* **-brashness** *n.* (-S. impetuous -A. cautious)

Brasil (บระซิล') ชื่อประเทศบราซิล

Brasilia (บระซิล' เลีย) ชื่อเมืองหลวงของประเทศบราซิล

brass (บราส) *n., pl.* **brasses** ทองเหลือง, ผลิตภัณฑ์ทองเหลือง, เครื่องดนตรีประเภททรัมเปต, ความทะลึ่ง, ความหน้าด้าน, ข้าราชการชั้นผู้ใหญ่, เงินทหารชั้นผู้ใหญ่ -*adj.* เกี่ยวกับทองเหลือง, ที่ทำด้วยทองเหลือง (-S. effrontery) -*Ex. a brass doorknob*

brass brand วงดนตรีที่ส่วนใหญ่ประกอบไปด้วยเครื่องแตรทองเหลือง

brassiere, brassière (บระเซียร์') *n.* (ภาษาฝรั่งเศส) ยกทรงสตรี

brassy (บรา' ซี) *adj.* **brassier, brasiest** ซึ่งหุ้มหรือตกแต่งด้วยเหลือง, หยาบคาย **-brassiness** *n.*

brat (แบรท) *n.* เด็กสารเลว, เด็กเหลือขอ **-bratty, brattish** *adj.* **-brattiness, brattishness** *n.*

brattle (แบรท' เทิล) *vi.* **-tled, -tling** ทำเสียงโครมคราม -*n.* เสียงโครมครามอึกทึก

bravado (บระวา' โด) *n.* การวางท่าใหญ่โตองอาจ

brave (เบรฟว) *adj.* **braver, bravest** กล้าหาญ, อดทน, ไม่เกรงกลัว น่าชมเชย, ประเสริฐ -*n.* คนที่กล้าหาญ, นักรบ -*vt.* **braved, braving** -*vt.* เสี่ยงอันตราย, ฝ่าผจญ, ท้าทาย, กล้าทำ, ทำให้ดีเด่น -*vi.* คุยโว, โม้ **-bravely** *adv.* **-braveness** *n.* **-bravery** *n.* (-S. bold, valiant -A. craven, cowardly) -*Ex. brave soldiers, the brave, to brave the storm*

bravo¹ (บรา' โว) *interj.* (ภาษาอิตาเลียน) ทำได้ดี! เก่งจริง!, ดี! -*n., pl.* **-vos** การตะโกนว่า "ทำได้ดี!", "เก่งจริง!", "ดี!"

bravo² (บรา' โว) *n., pl.* **-voes/-vos** (ภาษาอิตาเลียน) นักฆ่า, มือปืนรับจ้าง (-S. assassin, desporado)

bravura (บระวิว' ระ) *n.* (ภาษาอิตาเลียน) การแสดงดนตรีที่ต้องใช้ความสามารถและความชำนาญอย่างมาก, การแสดงที่กล้าหาญ, ความชำนาญที่ดีเด่นของนักแสดง

brawl (บรอล) *n.* การทะเลาะวิวาท, การด่ากัน, เสียงเอะอะโวยวาย -*vi.* ทะเลาะวิวาทอย่างเสียงดัง, การเอะอะโวยวาย **-brawler** *n.* (-S. quarrel, fight) -*Ex. The rowdies brawled in the street.*

brawn (บรอน) *n.* กล้ามเนื้อ, กำลังกล้ามเนื้อ, เนื้อสุกร, เนื้อหมูป่าเค็ม (-S. muscles)

brawny (บรอ' นี) *adj.* **brawnier, brawniest** แข็งแรง, กล้ามเนื้อเป็นมัด **-browniness** *n.* (-S. well-built, strong) -*Ex his brawny arms*

bray¹ (เบร) *n.* เสียงลาร้อง, เสียงคล้ายลาร้อง, เสียงแตรเป่า -*vt.* ออกเสียงคล้ายลาร้อง

bray² (เบร) *vt.* บดละเอียด, ทุบแตกละเอียด, ทาบาง

braze¹ (เบรซ) *vt.* **brazed, brazing** ทำด้วยทองเหลือง, ปกคลุมหรือประดับด้วยทองเหลือง **-brazer** *n.*

braze² (เบรซ) *vt.* **brazed, brazing** ใช้ทองเหลืองหรือสังกะสีเชื่อม **-brazer** *n.*

brazen (เบร' เซิน) *adj.* ทำด้วยทองเหลือง, คล้ายทองเหลือง,หน้าด้าน,ไร้ความอาย -*vt.* กระทำอย่างไร้ยางอาย **-brazenness** *n.* **-brazenly** *adv.* (-S. brash, bold -A. diffident, reserved) -*Ex. a brazen lie, When Yupa was caught stealing, she tried to brazen it out.*

brazen-faced (เบร' เซินเฟสท) *adj.* หน้าด้าน, ไร้ยางอาย **-brazen-facedly** *adv.*

brazier¹ (เบร' เชอะ) *n.* กระถางโลหะใส่ถ่านเผาเพื่อให้ห้องอบอุ่นหรือใช้ย่างอาหาร

brazier² (เบร' เชอะ) *n.* ช่างโลหะทองเหลือง

Brazil (บระซิล') ประเทศบราซิล **-Brazilian** *adj., n.*

Brazil nut เมล็ดของต้นจำพวก *Bertholletia excelsa* มีลักษณะเป็นรูปสามเหลี่ยมที่กินได้

Brazil nut

breach (บรีช) *n.* การทำให้แตก, การแตกแยก, การทำลาย, การฝ่าฝืน, การแตกแยกของความเป็นมิตร, การกระโดดพ้นน้ำของปลาวาฬ, การแตกออกของคลื่น, การไม่ปฏิบัติตาม, บาดแผล -*vt.* ทำให้แตกออก, ฝ่าฝืน

B

(กฎหมาย, สัญญา) *-vi.* กระโดดข้ามผิวน้ำ (-S. violation, break) *-Ex. a breach in a wall, a breach of contract, a breach of duty, a breach of friendship*

breach of promise การฝ่าฝืนคำสัญญาแต่งงาน

bread (เบรด) *n.* ขนมปัง, อาหาร, เครื่องประทังชีวิต, ชีวิต, ความเป็นอยู่, เงินทอง *-vt.* ปกคลุมด้วยเศษขนมปัง (-S. foodstuffs, food) *-Ex. a loaf of bread, bread and butter, bread and cheese, our daily bread*

bread and butter ขนมปังทาเนย, วิถีชีวิตของคนๆ หนึ่ง, งานประจำเพื่อหารายได้

breadbasket (เบรด' บาสคิท) *n.* ตะกร้าใส่ขนมปัง, ที่ดินเกษตรที่อุดมสมบูรณ์ด้วยต้นข้าว, ท้อง, กระเพาะ-อาหาร

breadboard (เบรด' บอร์ด) *n.* กระดานสำหรับหั่นขนมปัง

breadfruit (เบรด'ฟรุท) *n.* ผลไม้ทรงกลมขนาดใหญ่ของต้นจำพวก *Artocarpus altilis,* ต้นไม้ที่ให้ผลดังกล่าว

bread line แถวที่รอคอยรับแจกอาหาร

breadth (เบรดธฺ) *n.* ความกว้าง (-S. width)

breadthways, breadwise (เบรด' เวซฺ, -ไวซฺ) *adj., adv.* ตามความกว้าง

breadwinner (เบรด' วินเนอะ) *n.* ผู้หาเลี้ยงครอบครัว (-S. provider, producer)

break (เบรค) *vt., vi.* **broke, broken, breaking** ทำให้แตก, ตีแตก, ทำลาย, ทุบแตก, ทุบ, ต่อย, ต่อยแตก, ทำให้บาดเจ็บ, แบ่งออกเป็นส่วนเปิดเผย, ทำให้เชื่อง, ค้นหาความจริง, ค้นหาความหมาย, ลดตำแหน่ง, เอาชนะ, ทำลายสถิติ, แหก (คุก), ฝ่าฝืน, ตัดขาด, ฝึก, ทำให้ล้มละลาย, (โรงเรียน) หยุด, ไฟไหม้, (สงคราม) เกิดขึ้น, ละเลยหน้าที่, ระเบิด, หนี, (ฝีหนอง) แตกเองภายใน, หยุดพักทำงาน *-n.* การแตกออก, การหยุดพัก, เวลาฟ้าสาง, การหยุดชะงัก, การเปลี่ยนแปลงอย่างกะทันหัน, การลดลง (ภาษี), มิตรภาพที่แตกสลาย (-S. fracture, split, burst -A. heal, conjoin) *-Ex. break the window, The rope broke., break the skin, break one's leg, break her heart, break the attack, break the law, break one's journey, break off an engagement, His voice broke off in the middle of a sentence., break in, break away from the policeman, break through, break up the stones, The school broke up., break down a wall, The system broke down., His health broke down., day-break, break of day, The prisoner broke down and told the truth., to break down a door, to break down the enemy's resistance, The sergeant broke in the new recruits. A new car has to be broken in., The horse broke into a gallop., to break off relations with another country, Somchai broke off in the middle of his speech., to break out of prison, to break out with measles, A fire broke out during the night., to break up a fight, The crowd broke up., They had been chums, but they broke with each other.*

breakable (เบรค' คะเบิล) *adj.* ซึ่งแตกได้

breakage (เบรค' คิจฺ) *n.* การแตกออก, ภาวะที่แตกออก, ค่าชำรุด, เงินค่าเสื่อมหรือสึกหรอ

break-dancing การเต้นรำในท่าผาดโผนและใช้พละกำลังอย่างสูง

breakdown (เบรค' ดาวนฺ) *n.* ความล้มเหลว, การล้มเจ็บ, การไม่สบาย, การเลิกล้ม, การสลายตัว, การวิเคราะห์, การแบ่งออกเป็นส่วน *-Ex. A breakdown of machinery stopped production.*

breaker (เบรค' เคอะ) *n.* เครื่องบด, ผู้หัก, ผู้ทำลาย, เครื่องแยกเส้นใยผ้าจากสิ่งแปลกปลอม, ผู้บุกเบิก, ผู้ทำให้เชื่อง, ตัวแยกทางเดินไฟฟ้า, ยางในรถยนต์, คลื่นที่แตกเป็นฟองเมื่อกระทบฝั่ง

break-even (เบรค' อีเวิน) *adj.* มีรายได้เท่ากับรายจ่าย, เสมอตัว, ไม่กำไรและไม่ขาดทุน

breakfast (เบรค' ฟาสทฺ) *n.* อาหารมื้อเช้า *-vi.* กินอาหารเช้า *-vt.* ให้อาหารเช้าแก่

break-in (เบรค' อิน) *n.* การบุกรุกเข้าไปในบ้าน *-adj.* ในระยะแรกของขบวนการเตรียมสิ่งของใหม่ๆ หรือคนใหม่ๆ

breakneck (เบรค' เนค) *adj.* อันตรายมาก *-Ex. Somchai rode his bicycle at breakneck speed.*

break of day รุ่งอรุณ (-S. dawn, daybreak)

breakout (เบรค' เอาทฺ) *n.* การแหกคุก, การหนีจากที่คุมขังหรือกักกัน, การฝ่าวงล้อม, การระบาดของโรค (-S. escape, appearance)

breakpoint, break point (เบรค' พอยทฺ) *n.* หยุดชะงักงัน, จุดเปลี่ยนแปลง

breakthrough (เบรค' ธรู) *n.* การพัฒนาอย่างมากมาย, การก้าวหน้าทางวิทยาศาสตร์ครั้งสำคัญยิ่ง, การฝ่าอุปสรรค, การบุกทะลวง *-Ex. The troops made a breakthrough and attacked the enemy from the rear.* (-S advance)

breakup (เบรค' อัพ) *n.* การแตกแยก, การสลายตัว (-S. scatter, disperse, dissipate)

breakwater (เบรค' วอเทอะ) *n.* เครื่องป้องกันคลื่นเช่นที่อยู่หน้าท่าเรือ (-S. a barrier)

bream (บรีม) *n., pl.* **bream/breams** ปลาน้ำจืดจำพวก *Abramis brama* ซึ่งคล้ายปลาตะเพียน

bream

breast (เบรสทฺ) *n.* หน้าอก, เต้านม, ทรวงอก, น้ำใจ, อารมณ์, เชิงกำแพง, ส่วนที่นูนออกคล้ายเต้านม *-vt.* เผชิญ, ฝ่าไปข้างหน้า (-S. bust) *-Ex. to breast the waves, to breast a storm of abuse*

breast-bone (เบรสทฺ' โบน) *n.* กระดูกสันอก, กระดูกหน้าอก (-S. sternum)

breast-feed (เบรสทฺ' ฟีด) *vt.* **-fed/feeding** ให้นมเด็ก (จากเต้านม), ดูดนม

breastplate (เบรส'เพลทฺ) *n.* เกราะหน้าอก, กระดองท้องของเต่า, จีวรพระยิวชั้นสูงที่ประดับด้วยเพชรนิลจินดา 12 เม็ด ซึ่งหมายถึง 12 เผ่าแรกเริ่มของชนชาติอิสราเอล

breast stroke การว่ายน้ำท่าผีเสื้อ

breast wall เขื่อนกั้นน้ำริมฝั่ง, กำแพงกั้นดิน

breast wheel กังหันทดน้ำแบบหนึ่ง

B

breastwork (เบรสฺ'เวิร์ค) *n.* กำแพงเตี้ยๆ ที่ชักขึ้นได้เพื่อป้องกันข้าศึก

breath (เบรธ) *n.* ลมหายใจ, การหายใจ, ชีวิต, พลังชีวิต, ความสามารถในการหายใจอย่างปกติ, การหายใจเข้าครั้งหนึ่ง, ระยะเวลาที่ใช้ในการหายใจเข้าครั้งหนึ่ง, การกระซิบ, การแสดงข้อคิดเห็นเล็กน้อย, ร่องรอย, กระแสลมอ่อน, ความชื้นที่ออกมากับลมหายใจ, กลิ่นปาก, กลิ่น, ไอ (-S. respiration, inhalation) *-Ex. draw breath, waste one's breath, a breath of air, hold one's breath, in the same breath, out of breath*

breathalyser (เบรธ' ธอลไล' เซอะ) *n.* เครื่องมือในการวัดค่าแอลกอฮอล์ในลมหายใจเพื่อชี้ค่าแอลกอฮอล์ในเลือดมีไว้ตรวจสอบคนขับรถที่ดื่มเหล้ามากเกินไป

breathe (บรีธ) *v.* **breathed, breathing** *-vi.* หายใจเข้าออก, หายใจ, มีชีวิต, ระบายลม, เป่า, ปล่อยกลิ่นออกมา,พักหายใจ, กระซิบ *-vt.* หายใจเข้าและออก, หายใจออก, กระซิบ, ฉีดเข้า, ให้พักหายใจ **-breath one's last** ตาย **-breath easily/freely** โล่งใจ, สบายใจขึ้น (-S. exhale, inhale) *-Ex. breathe again, The quarterback breathed new life into the team by his touchdown.*

breather (บรีธ' เธอะ) *n.* การหยุดพัก, ผู้หายใจ, ผู้สูดลมหายใจ, หลอดหายใจ, หลอดระบายอากาศ, ช่องลม, ทางระบายอากาศ (-S. pause)

breathing (บรีธ' ธิง) *n.* การหายใจ, กระบวนการหายใจ, การหายใจอึดหนึ่ง, การหยุดพักหายใจ, การเอ่ยคำ, ความปรารถนา, ชั่วแวบเดียว *-adj.* ซึ่งหายใจอยู่, ซึ่งมีชีวิตอยู่

breathless (เบรธ' เลส) *adj.* ขาดลมหายใจ, ขาดใจตาย, หอบ, ไม่มีลม, ไม่เคลื่อนไหว, อยู่นิ่ง, ที่ทำให้หายใจขัด **-breathlessly** *adv.* **-breathlessness** *n.* (-S. lifeless, grasping, eager, zealous)

breathtaking (เบรธ' เทคคิง) *adj.* ทำให้ยินดีตื่นเต้นหรือน่ากลัวมาก **-breathtakingly** *adv.* (-S. breath-taking) *-Ex. a breathtaking ride on the roller coaster, a breathtaking view from a mountain peak*

breath-test ดู breathalyser

bred (เบรด) *vt., vi.* กริยาช่อง 2 และ 3 ของ breed

breech (บรีช) *n.* ก้น, ตะโพก, ท้ายปืน, ท้ายลำกล้องปืน (-S. buttocks)

breech birth, breech delivery การคลอดลูกที่เอาส่วนก้นหรือขาออกก่อน

breechblock (บรีช' บลอค) *n.* ส่วนหุ้มท้ายของกระบอกปืน (-S. breech-block)

breechcloth (บรีช' คลอธ) *n.* ผ้าคาดเอว (-S. breechclout)

breeches (บริช' เชส) *n. pl.* กางเกงขี่ม้า, กางเกงขายาวแค่เข่า, กางเกง

breeches buoy เครื่องชูชีพที่มีลักษณะคล้ายถังส่วนล่างเป็นที่สอดขาทั้งสองและเป็นผ้าใบสำหรับนั่งได้

breed (บรีด) *v.* **bred, breeding** *-vt.* ออกลูก, ทำให้เกิด, แพร่พันธุ์, เพาะ, ฟักไข่, เลี้ยง, อบรม, ทำให้ท้อง *-vi.* ออกลูก, ตั้งท้อง, แพร่พันธุ์ *-n.* พันธุ์, พันธุ์สัตว์, พืชพันธุ์, ชนิด, กลุ่ม, พันธุ์ผสม (-S. generate) *-Ex. Guinea pigs breed rapidly., The ranch owner breeds cattle and sheep for the market., Slums breed crime., The prince was bred to be a king., The Saint Bernard is a breed of large dog.*

breeder (บรีด' เดอะ) *n.* คนผสมพันธุ์พืชหรือสัตว์, สัตว์หรือพืชที่ออกลูก, คนเลี้ยง, คนอบรม, อุปกรณ์นิวเคลียร์ที่ให้กำเนิดธาตุที่แตกตัวได้ในปฏิกิริยาลูกโซ่ (-S. originator)

breeding (บรีด' ดิง) *n.* การเพาะพันธุ์, การออกลูก, การเพาะเลี้ยง, การอบรมเลี้ยงดู, การฝึกอบรม, การผลิตธาตุที่แตกตัวได้ในปฏิกิริยาลูกโซ่ (-S. raising, training) *-Ex. His manners show good breeding., A man of breeding is considerate of others., the breeding of livestock*

breeze[1] (บรีซฺ) *n.* ลมพัดเบา, งานเบา *-vi.* **breezed, breezing** พูดอย่างไร้จุดหมาย, พูดไร้สาระ (-S. gale, blast, storm, wind)

breeze[2] (บรีซฺ) *n.* กองเถ้าถ่าน, เศษถ่าน

breezy (บรี' ซี่) *adj.* **breezier, breeziest** มีลมพัดเบาๆ, สดชื่น, สบายใจ **-breeziness** *n.* **-breezily** *adv.* (-S. gusty) *-Ex. a large breezy porch, a breezy manner*

brent (เบรนทฺ) *n.* ห่านจำพวก *Branta* (-S. brant goose)

brethren (เบรธ' ริน) *n.* ดู brother

Breton (เบรท' ทัน) *n.* ชาวมณฑล Brittany, ภาษาที่พูดในบริเวณดังกล่าว *-adj.* เกี่ยวกับ Breton

breve (บรีฟวฺ) *n.* เครื่องหมายการออกเสียงสั้น, พระราชโองการแรกเริ่ม, เครื่องหมายเน้นเสียง

breviary (บรี' วิเออรี) *n., pl.* **ries** หนังสือบทสวดมนต์และอธิษฐานประจำวันของศาสนาคริสต์นิกายโรมันคาทอลิก

brevity (เบรฟ' วิที) *n.* ระยะเวลาที่สั้น, ความสั้นกะทัดรัด (-S. conciseness)

brew (บรู) *vt.* ต้มกลั่นเบียร์, ต้มกลั่นเหล้า, ชงน้ำชา, ก่อหวอด, ตั้งเค้า, ทำให้เกิด *-vi.* ทำเบียร์, ทำเหล้า, ตั้งเค้า, ทำให้เกิด *-n.* ปริมาณที่กลั่น (เหล้า, เบียร์) ได้แต่ละครั้ง, ชนิดของเหล้า เบียร์ ฯลฯ **-brewer** *n. -Ex. Beer is brewed., Will you please brew the tea?, to brew mischief, A storm is brewing in the east.*

brewery (บรู' เออรี) *n., pl.* **-ies** โรงงานต้มเหล้า, โรงงานต้มเบียร์

brewing (บรู' อิง) *n.* การต้มหรือกลั่นเหล้าหรือเบียร์, ปริมาณเบียร์ที่กลั่นได้แต่ละครั้ง

briar[1] (ไบร' อะ) *n.* ดู brier[1] **-briary** *adj.*

briar[2] (ไบร' อะ) *n.* ดู brier[2]

bribe (ไบรบฺ) *n.* สินบน, สิ่งล่อใจ *-vt., vi.* **bribed, bribing** ให้สินบน, ติดสินบน **-briber** *n.* **-bribable** *adj.* (-S. graft) *-Ex. The man tried to give the policeman a bribe to let him go.*

bribery (ไบร' บะรี) *n., pl.* **-ies** การให้สินบน

bric-a-brac สิ่งของที่สะสม, ของเก่า, ของโบราณ

brick (บริค) *n.* อิฐ, ก้อนอิฐ, สิ่งที่คล้ายอิฐ, คนดี, คนใจดี *-vt.* ก่ออิฐ *-adj.* ทำด้วยอิฐ, คล้ายอิฐ *-Ex. A house built of brick., a brick wall, a brick house bricks for building*

brickbat (บริค' แบท) *n.* เศษอิฐ, เศษอิฐที่ใช้เหวี่ยงขว้าง, คำตำหนิ
bricklaying (บริค' เลอิง) *n.* การก่ออิฐ **-bricklayer** *n.*
brickle (บริค' เคิล) *adj.* เปราะ
brick red มีสีแดงเหมือนอิฐ
brickwork (บริค' เวิร์ค) *n.* สิ่งก่อสร้างที่ทำด้วยอิฐ
brickyard (บริค' ยาร์ด) *n.* โรงก่ออิฐ
bridal (ไบร' เดิล) *adj.* เกี่ยวกับเจ้าสาว, ซึ่งเกี่ยวกับการแต่งงาน *-n.* การแต่งงาน, งานเลี้ยงแต่งงาน
bride (ไบรดฺ) *n.* เจ้าสาว
bridegroom (ไบรดฺ' กรูม) *n.* เจ้าบ่าว
bridesmaid (ไบรดฺ' ซฺเมด) *n.* เพื่อนเจ้าสาว
bridge[1] (บริดจฺ) *n.* สะพาน, หอสะพาน, สะพานเรือ, สะพานรับสายซอ, สิ่งเชื่อมประสาน, ฟันปลอม, สะพานไฟ, ดั้ง, ดั้งจมูก, ดั้งแว่นตา, เครื่องวัดความต้านไฟฟ้า, ปริมาณไฟฟ้าและการนำไฟฟ้า, หอบังคับการเรือ, ไพ่บริดจ์ *-vt.* **bridged, bridging** ทอดสะพานข้าม, ข้าม, ทอดข้าม, ผ่านพ้น (อุปสรรค), เชื่อมต่อ, ประสาน, ข้ามให้พ้น **-bridgeable** *adj.* (-S. span) *-Ex. to bridge a difficulty*
bridge[2] (บริดจฺ) ชื่อเกมไพ่ชนิดหนึ่ง
bridgeboard (บริดจฺ' บอร์ด) *n.* กระดานบันได
bridgehead (บริดจฺ' เฮด) *n.* หัวหาด, ที่มั่นริมแม่น้ำทางฝั่งข้าศึก, หัวสะพาน
bridge tower หอสะพาน
bridle (ไบร' เดิล) *n.* บังเหียนม้า, สายบังเหียน, สิ่งควบคุม, สิ่งรั้ง, สายรั้ง, สิ่งบังคับการหมุน, เชือกหรือโซ่ผูกเรือ, การเชิดหน้า (เช่นแสดงอาการหยิ่ง) *-v.* **-dled, -dling** *-vt.* บังเหียน, ควบคุม *-vi.* เชิดหน้า (เช่น แสดงอาการหยิ่ง) **-bridler** *n.* (-S. curb, check, restrain) *-Ex. saddle and bridle the horses, You must learn to bridle your temper., put a bridle on your tongue*
bridle path ทางสำหรับขี่ม้า
bridlerein (ไบร' เดิลเรน) *n.* บังเหียนม้า
brie (บรี) *n.* เนยเหลวสีขาวชนิดหนึ่ง, ชื่อบริเวณหนึ่งในฝรั่งเศส
brief (บรีฟ) *adj.* สั้น, ชั่วคราว, รวบรัด, กะทัดรัด, สรุป *-n.* ข้อสรุป, ข้อความที่สั้น, สาระสำคัญ, บทความสั้น, จดหมายของสันตะปาปา, การเป็นทนาย, สำนวนแก้ฟ้องต่อศาล *-vt.* สรุป, ย่อความ, กล่าวสรุป **-briefly** *adv.* **-briefness** *n.* (- S. little, short, quick) *-Ex. The train made a brief stop., The speech was brief and to the point., The captain briefed the officers before the battle.*
briefcase (บรีฟ' เคส) *n.* กระเป๋าเอกสาร
briefing (บรีฟ' ฟิง) *n.* ข้อสรุป, คำสั่งสั้น, คำแถลงการณ์สั้น (-S. directions)
brier[1] (ไบร' เออร์) *n.* ต้นไม้ที่มีหนามมาก, พุ่มไม้ที่มีหนาม **-briery** *adj.*
brier[2] (ไบร'เออร์) *n.* ต้นไม้จำพวก *Erica arborea* เนื้อไม้ใช้ทำกล้องยาสูบ, กล้องยาสูบที่ทำจากไม้ดังกล่าว
brig (บริก) *n.* เรือใบสองเสา, ห้องคุกในเรือ, สถานที่กักขัง

brig

brigade (บริเกด') *n.* กองพันกองพลน้อยภายใต้การบังคับบัญชาของ brigadier, กองทหารขนาดใหญ่, กลุ่มคนหรือหมู่คณะที่รวมกันเพื่อทำการอย่างใดอย่างหนึ่ง *-vt.* **-gaded, -gading** จัดเป็นกองพัน, จัดเป็นกลุ่ม (-S. group, crew)
brigadier (บริกกะเดียร์') *n.* นายพลจัตวา, นายพลจัตวากองทัพบก
brigadier general *n., pl.* **brigadier generals** นายพลจัตวากองทัพบก
brigand (บริก' เกินด) *n.* โจร, โจรผู้ร้าย **-brigandage, brigandism** *n.*
brigantine (บริก'กันทีน) *n.* เรือใบสองเสากระโดง
bright (ไบรท) *adj.* สว่าง, โชติช่วง, ใส, สดใส, แจ่มใส, ร่าเริง, ฉลาด, หลักแหลม, มีชีวิตชีวา, มีชื่อเสียงโด่งดัง *-adv.* ร่าเริง, มีชีวิตชีวา *-n., pl.* **brights** ไฟหน้ารถที่ใช้ส่องให้สว่างจ้า, ความสว่างจ้า **-brightly** *adv.* (-S. flashing) *-Ex. bright sun, brightest annals, bright red, always merry and bright, a bright boy, a bright idea, a bright student, a bright manner*
brighten (ไบร' เทิน) *vt.* ทำให้สว่าง, ทำให้ร่าเริง *-vi.* เปล่งแสง, สว่าง, ร่าเริง, เบิกบาน (-S. cheer up -A. darken)
Bright's disease โรคชนิดหนึ่งที่มีลักษณะอาการความดันโลหิตสูงและปัสสาวะมีโปรตีนอัลบูมินมากผิดปกติ
brightness (ไบรท' เนส) *n.* ภาวะที่สว่าง, ความสว่าง
brilliance (บริล' เยินซฺ) *n.* ความสุกใสมาก, ความฉลาดมาก, ความหลักแหลมมาก, ความโชติช่วง, ความแวววาว (-S. luster, radiance, genius -A. dullness) *-Ex. the brilliance of the stars, Einstein was a scientist of great brilliance.*
brilliancy (บริล' เยินซี) *n.* ดู brilliance
brilliant (บริล' เยินทฺ) *adj.* สุกใส, โชติช่วง, ฉลาดมาก, หลักแหลมมาก, แวววาว *-n.* เพชรนิลจินดา **-brilliantly** *adv.* **-brilliantness** *n.* (-S. glittering, lustrous, splendid, intelligent, gifted) *-Ex. The lake looked brilliant in the sunlight., a brilliant celebration, a brilliant scholar*
brilliantine (บริล' เยินทีน) *n.* น้ำมันใส่ผม, ผ้าทอที่ทำจากฝ้ายผสมขนแพะ **-brilliantined** *adj.*
brim (บริม) *n.* ขอบ, ริม, ปาก, ปีก *-vt., vi.* **brimmed, brimming** เติมจนเต็มเปี่ยม, เติมจนเต็มถึงขอบ **-brimless** *adj.* (-S. edge, margin) *-Ex. the brim of a cup, Her eyes brimmed with tears.*
brimstone (บริม' สโทน) *n.* กำมะถัน, หญิงที่มีอารมณ์ร้าย, หญิงที่กล้าและแข็งแรงอย่างผู้ชาย
brindle (บริน' เดิล) *n.* สัตว์ที่มีสีลาย, สีลาย *-adj.* ต่าง, ลาย **-brindled** *adj.*
brine (ไบรนฺ) *n.* น้ำเค็ม, ทะเล, มหาสมุทร, น้ำทะเล, น้ำมหาสมุทร, สารละลายเกลือ *-vt.* **brined, brining** ใส่น้ำเกลือ, ใส่ลงในน้ำเกลือ (-S. sea)
bring (บริง) *vt.* **brought, bringing** เอามาให้, นำมาให้, พามา, นำมาสู่, ทำให้เกิด, ก่อให้เกิด, เป็นเหตุให้, โน้มน้าวให้เกิด, นำออกมาแสดง, ดำเนินคดีฟ้องร้อง, นำเสนอ, ชักชวนขายได้ **-bring about** ทำให้เกิด, ประสบผล **-bring around/round** ชักชวน, โน้มน้าว **-bring forth**

B

ทำให้เกิด, นำเสนอ **-bring in** นำเข้า, ทำให้เกิด **-bring off** กระทำสำเร็จ **-bring out** เปิดเผย **-bring to** ทำให้ (เรือ) หยุด **-bring up** เลี้ยงดู, นำเสนอ, สั่งสอน, อาเจียน, หยุดโดยทันที (**-S.** fetch, carry, convey, bear, cause, induce) *-Ex. bring me the book, bring your friend to the party, bring an answer, bring to an end, bring back, bring on (the young plants), bring out (the details more clearly)*

brink (บริงคฺ) *n.* ริม, ขอบ, ปาก, ระยะใกล้, ความจวนเจียน, จุดปลาย **-brinkless** *adj.* (**-S.** edge, limit) *-Ex. the brink of a pit, the brink of disaster*

brinkmanship, brinksmanship (บริง' มันชิพ, -สมันชิพ) *n.* เทคนิคหรือนโยบายการแก้ไขสถานการณ์ที่เป็นวิกฤติการณ์จนเกือบจะหายนะ

briny (ไบร' นี) *n.* มหาสมุทร *adj.* **brinier, briniest** เค็มมาก, เกี่ยวกับน้ำเกลือ **-brininess** *n.* (**-S.** brine, salty, ocean)

brisk (บริสคฺ) *adj.* รวดเร็ว, ปราดเปรียว, ว่องไว, กระฉับกระเฉง, คล่อง, (ลม) แรง **-briskly** *adv.* **-briskness** *n.* (**-S.** quick, lively, active, sharp, keen **-A.** slow, heavy) *-Ex. a brisk walker, a brisk wind*

brisket (บริส' เคท) *n.*หน้าอกของสัตว์, เนื้อหน้าอก

bristle (บริส' เซิล) *n.* ขนแข็งของสัตว์, สิ่งที่คล้ายขน, ขนแปรง, หนวดเคราของคน *-v.* **-tled, -tling** *-vi.* ตั้งชัน, ขนลุก, โกรธ *-vt.* แข็งหรือตั้งชันเหมือนขนสัตว์, ประดับหรือปกคลุมด้วยขน, ทำให้ตั้งชัน (**-S.** rage) *-Ex. The cat's hair bristled when the dog barked., The witness bristled at the rude question., a battlefield bristling with bayonets*

bristly (บริสทฺ' ลี) *adj.* **-tlier, -tliest** มีขนแข็ง **-bristliness** *n.*

Brit. ย่อจาก Britain ประเทศอังกฤษ, British ชาวอังกฤษ

Britain (บริท' เทิน) ประเทศอังกฤษ, ชื่อรวมของอิงแลนด์ เวลส์ และสกอตแลนด์, ดู Britannia

Britannia (บริแทน' เนีย) เกาะอังกฤษที่รวมทั้งเวลส์และสกอตแลนด์, อาณาจักรอังกฤษ และเกาะไอร์แลนด์

britannia metal โลหะผสมระหว่างดีบุก พลวงและทองแดง บางทีอาจผสมสังกะสี ดีบุกและบิสมัตเล็กน้อย

Britannic (บริแทน' นิค) *adj.* เกี่ยวกับอังกฤษ, เกี่ยวกับบริเทน

British (บริท' ทิช) *adj.* เกี่ยวกับอังกฤษหรือชาวอังกฤษหรือภาษาอังกฤษ *n.* ชาวอังกฤษ, ภาษาอังกฤษ, ภาษาเซลติกของอังกฤษโบราณ

British thermal unit ปริมาณความร้อนที่ทำให้อุณหภูมิของน้ำหนึ่งปอนด์เพิ่มขึ้นหนึ่งองศาฟาเรนไฮต์ ใช้อักษรย่อว่า BTU, Btu., B.T.U.

Briton (บริท' เทิน) *n.* ชาวอังกฤษ, ชาวเครือจักรภพอังกฤษ, ชนชาติเซลติก (**-S.** Britisher)

brittle (บริท' เทิล) *adj.* เปราะ, งอไม่ได้, ปรับตัวไม่ได้ *-n.* ขนมเปราะ **-brittlely, brittly** *adv.* **-brittleness** *n.* (**-S.** fragile, weak) *-Ex. a brittle glass, an old man's brittle bones*

broach (โบรช) *n.* เครื่องคว้านรู, เครื่องเจาะเข็มกลัด, เหล็กเสียบ, โบสถ์หรือเจดีย์ยอดเหลี่ยม *-vt.* เจาะรู, คว้านรู, ทำให้ผิวน้ำแตกกระจาย

broad (บรอด) *adj.* กว้าง, กว้างขวาง, เวิ้งว้าง, โจ่งแจ้ง, ไม่เกลี้ยงเกลา, หยาบ,แสก,ไม่ถูกจำกัด, อิสระ *-adv.* เต็ม, เต็มที่ *-n.* ส่วนกว้าง, (คำสแลง) หญิงสำส่อน **-broadly** *adv.*, **-broadness** *n.* (**-S.** large, roomy, wide **-A.** constricted, detailed) *-Ex. a broad river, broad fields, broad opinions, take a broad view*

broad arrow เครื่องหมายหัวลูกศรที่แสดงว่าเป็นทรัพย์สินของอังกฤษ, หัวลูกศรที่มีขนาดกว้าง

broad bean ถั่วจำพวก *Vicia faba* ซึ่งกินได้ (**-S.** fava bean)

broadcast (บรอด' คาสทฺ) *v.* **-cast/-casted, -casting** *-vt.* กระจายเสียง, กระจายข่าว, เผยแพร่, หว่านข้าว, หว่านพืช *-vi.* กระจายเสียง **-broadcaster** *n.* (**-S.** spread, transmit, programme) *-Ex. Don't broadcast the secret I just told you., The seed was broadcast over the entire five acres., to sow broadcast*

broadcasting (บรอด' คาสทิง) *n.* การกระจายเสียง, การออกข่าว

broadcloth (บอรด' คลอธ) *n.* ผ้า (ฝ้าย, ไหม, ใยสังเคราะห์หรือใยผสม) ที่มีขนาดกว้าง

broaden (บรอด' เดิน) *vt., vi.* ทำให้กว้าง, กว้างขึ้น (**-S.** spread, widen, stretch) *-Ex. The river broadens into a bay., reading broadened his mind*

broad gauge ทางรถไฟขนาดกว้างกว่า 56.5 นิ้ว **-broad-gauge, broad-gauged** *adj.*

broadloom (บรอด' ลูม) *adj.* เกี่ยวกับพรมหรือผ้าหนาที่ทอกว้าง

broad-minded (บรอด' ไมดิด) *adj.* ใจกว้าง, ไม่มีอคติ, อดทน **-broad-mindedly** *adv.* **-broad-mindedness** *n.* (**-S.** open-minded, tolelent **-A.** bigoted, petty)

broadside (บรอด'ไซดฺ) *n.* บริเวณข้างเรือทั้งแถบ, ปืนเรือทั้งหมดของข้างหนึ่งของเรือ, การระดมยิงด้วยปืนเรือทั้งหมดพร้อมกัน, การโจมตีหรือวิจารณ์อย่างรุนแรง, กระดาษที่พิมพ์ได้หน้าเดียวต่อครั้ง *-adv.* ซึ่งเอาด้านกว้างกว่าเข้าหา (**-S.** volley) *-Ex. The barge bore down broadside upon the tug.*

broadspectrum (บรอด' สเพคทรัม) *adj.* เกี่ยวกับยาหรือสารปฏิชีวนะที่ต้านเชื้อจุลินทรีย์ได้หลายชนิด

broadspread (บรอด' สเพรด) *adj.* ซึ่งแผ่กว้างออก

broadsword (บรอด'สอด) *n.* ดาบสองคมที่กว้างตรงและแบน

broadtail (บรอด' เทล) *n.* ผ้าขนสัตว์อย่างนิ่มที่ทำจากขนลูกแกะ

Broadway (บรอด' เว) ชื่อถนนสายใหญ่ในกรุงนิวยอร์ก, ย่านโรงละครโรงภาพยนตร์ที่อยู่ในบริเวณถนนดังกล่าว

brocade (โบรเคด') *n.* ผ้าปักดอก, สิ่งทอที่ปักดอก *-vt.* **-caded, -cading** ทอเป็นลายดอกบนสิ่งทอ

broccoli (บรอค' คะลี) *n.* ต้นบรอคโคลีซึ่งคล้ายกะหล่ำปลี อยู่ในตระกูลมัสตาร์ด

B

brochette (โบรชีท') *n.* ไม้เสียบปลาหรือเนื้อ
brochure (โบชัวร์') *n.* หนังสือเล่มเล็ก
brogan (โบรกัน) *n.* รองเท้าหุ้มข้อสำหรับใส่ทำงาน มีขนาดใหญ่และหยาบ, รองเท้าท็อปบู๊ตสำหรับทำงาน
brogue[1] (โบรก) *n.* สำเนียงท้องถิ่น, สำเนียงบ้านนอก, สำเนียงพื้นบ้าน
brogue[2] (โบรก) *n.* รองเท้าทำงานที่มีรูเจาะเป็นสิ่งประดับ, รองเท้าหนังหยาบๆ
broider (บรอย' เดอะ) *vt.* เย็บปักถักร้อย **-broidery** *n.*
broil[1] (บรอล) *vt.* ย่าง, ปิ้ง, เผา, ทำให้ร้อนจัด *-vi.* ให้ถูกความร้อนจัด, เร่าร้อน, โกรธ เคืองใจ *-n.* การย่าง, การปิ้งหรือเผา, ภาวะที่ย่างหรือปิ้งหรือเผา, สิ่งที่ย่างหรือปิ้งหรือเผา (-S. cook, heat, bake, burn)
broil[2] (บรอล) *n.* การทะเลาะวิวาท *-vi.* ทะเลาะวิวาท
broiler (บรอล' เลอะ) *n.* เครื่องย่างหรือปิ้งหรือเผาเนื้อ, เครื่องอบ, คนย่างเนื้อ
broke (โบรค) *vt., vi.* กริยาช่อง 2 ของ break *-adj.* ไร้เงิน, ล้มละลาย **-go broke** (ภาษาพูด) ล้มละลาย สิ้นไร้เงินทอง (-S. impoverished)
broken (โบร' เคิน) *vt., vi.* กริยาช่อง 3 ของ break *-adj.* เป็นชิ้นเล็กชิ้นน้อย, เปลี่ยนทิศทางอย่างกะทันหัน, ไม่เรียบ, อ่อนกำลัง, ยอมเชื่อ, พูดอย่างไม่สมบูรณ์, ขรุขระ, แตกแยก, ล้มละลาย, ถังแตก **-brokenly** *adv.* **-brokenness** *n.* (-S. split, damaged, subdued) *-Ex. a broken cup, a broken bone, a broken promise, in broken health, to speak broken Thai, a broken horse, a broken set of chessmen, broken spirit, I have broken an egg.*
broken-down (โบร' เคินเดาน) *adj.* แย่มาก, มีสุขภาพทรุดโทรม, เกือบจะล้มอยู่แล้ว, ชำรุดทรุดโทรม, ไร้ค่า (-S. collapsed)
broken-hearted (โบร' เคินฮาร์ทิด) *adj.* เศร้าสลด, เศร้าระทมมาก, เสียใจมาก (-S. grief-stricken, sad, miserable)
broker (โบร' เคอะ) *n.* นายหน้าซื้อขาย, ตัวแทนซื้อขาย (-S. middleman) *-Ex. a cotton broker, a real estate broker*
brokerage (โบร' เคอริจ) *n.* กิจการนายหน้า, กิจการตัวแทน, ค่านายหน้า, ค่าธรรมเนียม (-S. commission)
brolly (บรอล' ลี) *n., pl.* **-lies** ร่ม (-S. umbrella, -A. parachute)
bromide (โบร' ไมด) *n.* สารประกอบโบรมีน, คนที่น่าเบื่อหน่าย, คำพูดซ้ำซาก (-S. cliche, platitude)
bromide paper กระดาษที่ชุบด้วยสารละลายซิลเวอร์โบรไมด์ในการอัดภาพถ่าย
bromine (โบร' มีน) *n.* ธาตุโบรมีน มีสัญลักษณ์ Br
bronchi (บรอง' ไค) *n., pl.* พหูพจน์ของ bronchus
bronchia (บรอง' เคีย) *n.* กิ่งก้านของหลอดลมใหญ่
bronchial (บรอง' เคียล) *adj.* เกี่ยวกับหลอดลม
bronchitis (บรองไค' ทิส) *n.* หลอดลมอักเสบ **-bronchitic** *adj.*
broncho (บรอง' โค) *n., pl.* **-chos** ดู bronco
broncho- คำอุปสรรค มีความหมายว่า เกี่ยวกับหลอดลม
bronchus (บรอง' คัส) *n., pl.* **-chi** หลอดลมใหญ่
bronco (บรอง' โค) *n., pl.* **-cos** ม้าป่า, ม้าที่ทำให้เชื่องยาก, ชาวอังกฤษ (-S. pony, Britisher)
brontosour (บรอน' ทะซอ) *n.* ไดโนเสาร์กินพืชชนิดหนึ่ง **-brontosourian** *adj.* (-S. brontosaurus)
bronze (บรอนซ) *n.* โลหะผสมทองแดงและดีบุก มีดีบุกไม่เกิน 11 เปอร์เซ็นต์, ทองสัมฤทธิ์, สิ่งที่ทำด้วยทองสัมฤทธิ์, สีทองสัมฤทธิ์ *-vt.* **-bronzed, -bronzing** ทาสีทองสัมฤทธิ์ **-bronzy** *adj.*
Bronze Age ยุคประวัติศาสตร์หลังยุคหินและก่อนยุคเหล็ก
brooch (โบรค) *n.* เข็มกลัด (-S. clasp, pin)
brood (บรูด) *n.* รังหนึ่ง, กลุ่มหนึ่ง, พันธุ์หนึ่ง, ชนิดหนึ่ง, ครอบครัวหนึ่ง *-vt.* กก (ไข่) ใช้ปีกโอบคุ้มกัน (ลูกสัตว์), ครุ่นคิด *-vi.* นั่งกกไข่, อยู่ในภาวะครุ่นคิด *-adj.* สำหรับไว้กกไข่ **-broodingly** *adv.* (-S. litter, offspring, ponder, meditate on) *-Ex. a brood of chickens, The farmer had a brood of ten children., A hen is brooding in the coop., to brood over one's misfortunes*
brooder (บรู' เดอะ) *n.* เครื่องฟักไข่, สัตว์ที่ฟักไข่, คนที่ครุ่นคิด
broody (บรู' ดี) *adj.* **-ier, -iest** มีอารมณ์, ครุ่นคิด, รำพึง **-broodiness** *n.* (-S. moody, gloomy)
brook[1] (บรูค) *n.* ห้วย, ลำธาร (-S. stream, creek)
brook[2] (บรูค) *vt.* ทนทุกข์, ยินยอมให้มี, ทน, ยินยอม (-S. condone, bear) *-Ex. I will brook no interference with my plans.*
brooklet (บรูค' ลิท) *n.* ลำธารเล็กๆ
broom (บรูม) *n.* ไม้กวาด, พืชจำพวก *Cytisus* *-vt.* กวาด, ปัดกวาด **-broomy** *adj.*

broom

broomstick (บรูม' สทิค) *n.* ด้ามไม้กวาด
brose (โบรซ) *n.* ข้าวต้มข้าวโอต
broth (บรอธ) *n.* น้ำซุปเนื้อ, น้ำซุป
brothel (บรอธ' เธิล) *n.* ซ่อง, โรงโสเภณี
brother (บรา' เธอะ) *n., pl.* **brothers/brotheren** พี่ชายหรือน้องชาย, พี่น้องร่วมชาติ, เพื่อนร่วมงาน, บุคคลร่วมอาชีพ, บาทหลวง (-S. sibling, fellow, kinsman)
brotherhood (บรา' เธอะฮูด) *n.* ภราดรภาพ *-Ex. the brotherhood of man*
brother-in-law (บรา' เธอะอินลอ) *n., pl.* **brothers-in-law** พี่หรือน้องเขย, พี่หรือน้องเมีย
brotherly (บรา' เธอะลี) *adj., adv.* เหมือนพี่เหมือนน้องกัน, พี่น้อง **-brotherliness** *n.* (-S. affectionate) *-Ex. There was a brotherly feeling among the boys in the class.*
brougham (บรู' ธัม) *n.* รถม้าสี่ล้อชนิดหนึ่ง, รถยนต์ที่มีที่นั่งคนขับเปิดประทุน

brougham

brought (บรอท) *vt.* กริยาช่อง 2 และ 3 ของ bring *-Ex. I brought*

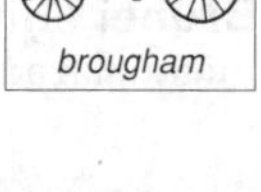

B

my lunch from home today.

brouhaha (บรูฮา'ฮะ) *n.* ความสับสนอลหม่าน, ความแตกตื่น, ความอึกทึกครึกโครมของฝูงชน

brow (เบรา) *n.* คิ้ว, ขนคิ้ว, หน้าผาก, หน้าตา, หน้าผา (-S. forehedd, face) *-Ex. the brow of a hill*

browed (เบราด) *adj.* มีขนคิ้ว

browbeat (เบรา' บีท) *vt.* **-beat, -beaten, -beating** ถมึงตา, ทำหน้าตาขู่, รังแก **-browbeater** *n.* (-S. domineer)

brown (เบราน) *n.* สีน้ำตาล, ม้าสีดำที่มีแต้มสีน้ำตาล, เหรียญทองแดง *-adj.* สีน้ำตาล, มีผิวหนังผมขนเป็นสีน้ำตาล, อาบแดด *-vt., vi.* ทำให้เป็นสีน้ำตาล **-be browned off** (คำสแลง) โกรธ รังเกียจ **-do it up brown** (คำสแลง) ทำดีที่สุด **-brownish** *adj.* **-brownness** *n.* (-S. copper, rust, bronze) *-Ex. brown shoes, Dum is very brown after his holiday., the brown in my paint box, This brown is too dark.*

brown Bess ปืนคาบศิลา

brown bread ขนมปังที่ทำจากแป้งสีดำหรือน้ำตาล, ขนมปังที่มีสีคล้ำกว่าธรรมดา

brownie (เบรา' นี) *n.* เจ้าที่ศาลพระภูมิ, เทวดาสีน้ำตาลตัวเล็กที่คอยช่วยงานบ้าน, ขนมช็อกโกแลตชิ้นเล็ก

brownout (เบราน' เอาท) *n.* การดับไฟบางส่วนของตัวเมือง, ภาวะไฟตก, ภาวะไฟสลัว, การหรี่ไฟ

brown rice ข้าวแดง, ข้าวที่ยังไม่ได้สี

brown shirt สมาชิกพรรคนาซี, สมาชิกพวกฟาสซิสต์

brown study อยู่ในภวังค์, หมกมุ่นอยู่กับการดูหนังสืออย่างมาก

brown sugar น้ำตาลทราย

browse[1] (เบราซ) *v.* **browsed, browsing** *-vt.* กินหญ้า, กิน, แทะ, เลี้ยงตามทุ่งหญ้า, มองเผิน, อ่านอย่างเผิน *-vi.* กินหญ้า, มองเผิน *-n.* หน่อไม้หรือกิ่งไม้สำหรับเป็นอาหารวัว **-browser** *n.* (-S. skim, scan, dip into) *-Ex. Deer like to browse on young willow twigs.*

browse[2] (เบราซ) *v.* (คอมพิวเตอร์) เรียกข้อมูลเฉพาะส่วนขึ้นมาดูอย่างรวดเร็ว

browser (เบรา' เซอร์) *n.* (คอมพิวเตอร์) โปรแกรมสืบค้นหาข้อมูลที่มีอยู่ในเครือข่ายอินเทอร์เนตหรือเวิลด์ไวด์เว็บในรูปแบบกราฟิก เช่น โปรแกรม Netscape Navigator ก็ถือเป็นโปรแกรมเบราเซอร์ตัวหนึ่ง

bruise (บรูซ) *v.* **bruised, bruising** *-vt.* ทำให้ฟกช้ำดำเขียว, ทำให้ถลอก, ขูด, ครูด, ขีด, ตำ (อาหาร, ยา) *-vi.* เป็นแผลถลอกแผลฟกช้ำดำเขียวหรือแผลครูดขีด *-n.* แผลถลอก, แผลฟกช้ำดำเขียว, แผลขูดขีด (-S. injure, hurt, abrasion)

bruiser (บรู' เซอะ) *n.* (ภาษาพูด) คนที่แข็งแรงสูงใหญ่, คนที่ชอบตีรันฟันแทง (-S. fighter)

bruit (บรูท) *vt.* กระจายข่าว *-n.* เสียงผิดปกติที่ได้ยินจากการตรวจฟัง, ข่าวลือ, รายงาน (-S. rumor)

brunch (บรันช) *n.* อาหารเช้าที่กินตอนสาย, อาหารที่เป็นทั้งอาหารเช้าและอาหารเที่ยง

Brunei (บรูไน') ประเทศบรูไนซึ่งอยู่ทางด้านตะวันตกเฉียงเหนือของเกาะบอร์เนียว

brunet (บรูเนท') *adj.* มีผมดำตาดำ, มีสีคล้ำ *-n.* คนที่ (โดยเฉพาะผู้ชาย) มีผมดำ ตาดำหรือผิวคล้ำ (ในหมู่คนขาว)

brunette (บรูเนท') *adj.* มีสีดำ, มีสีน้ำตาล, มีผมดำ, ตาดำหรือผิวสีคล้ำ *-n.* คน (โดยเฉพาะผู้หญิง) ที่มีผมดำ ตาดำหรือผิวคล้ำ

brunt (บรันท) *n.* แรงกดดันที่หนักที่สุด, ส่วนหนักที่สุดที่ได้รับหรือกระทบ, การโจมตีอย่างรุนแรง *-Ex. The infantry bore the brunt of the battle.*

brush[1] (บรัช) *n.* แปรง, พู่กัน, หนวดเคราร่งรัง, หางหยาบใหญ่ของสัตว์ (เช่น หางสุนัขจิ้งจอก), การเผชิญหน้ากับ, ส่วนที่เป็นพู่ *-vt.* ปัด, ทา, กวาดด้วยแปรง, สัมผัสเบา *-vi.* แปรงฟัน, แปรงผม, แปรงขน, สัมผัสเบา, ดัน **-brush aside** ไม่สนใจ, กวาดล้าง **-brush away** ปัดออก, แปรงออก **-brush up** ทำให้เรียบร้อยขึ้น, ทำความสะอาด, ฟื้นฟู (ความรู้) (-S. broom, touch, fray, paint) *-Ex. brush the coat, brush away the snow, brush away a fly, brush up the silver, brush up your Thai*

brush[2] (บรัช) *n.* พุ่มไม้หนา, บริเวณป่าโปร่ง, ป่าละเมาะ (-S. bush, shrubbery)

brush fire ไฟไหม้ป่าโปร่งหรือป่าละเมาะ

brush-off (บรัช' ออฟ) *n.* (คำสแลง) การตัดออก การไล่ออกทันที

brushwood (บรัช' วูด) *n.* กิ่งไม้ที่ถูกตัดออก, พุ่มไม้หนา, ป่าละเมาะ (-S. brush, thicket)

brushwork (บรัช' เวิร์ค) *n.* งานวาด, งานทาสี, งานกวาด, วิธีการวาด, วิธีการทาสี, วิธีการกวาด

brusque (บรัสค) *adj.* หยาบ, ห้วน, หุนหัน, รีบ, ตึงตัง **-brusquely** *adv.* **-brusqueness** *n.* (-S. abrupt, blunt) *-Ex. Bruce gave a brusque reply to the friendly question.*

brusquerie (บรัส' คะรี) *n.* ความหยาบ, ความหุนหัน

Brussels (บรัส' เซิล' ซ) *n.* ชื่อเมืองหลวงของเบลเยียม

Brussels sprout พืชคล้ายกะหล่ำปลีชนิดหนึ่ง จำพวก *Brassica oleracea* var. *gemmifera*

brut (บรุท) *adj.* แห้งมาก

brutal (บรู' เทิล) *adj.* โหดร้าย, คล้ายสัตว์, โหดเหี้ยม, ทารุณ, หยาบคาย, หยาบ, ไร้เหตุผล (-S. fierce, cruel, harsh -A. gentle, humane)

brutalise (บรู' เทิลไลซ) *vt.* ดู brutalize

brutality (บรูแทล' ลิที) *n.* ความโหดร้าย, ความทารุณ, การกระทำที่โหดร้าย, การกระทำที่ทารุณ (-S. barbarity -A. mercy)

brutalize (บรู' ทัลไลซ) *vt.* **-ized, -izing** กระทำการทารุณโหดร้าย **-brutalization** *n.*

brute (บรุท) *n.* สัตว์เดรัจฉาน, สัตว์ป่า, คนที่มีใจโหดเหี้ยมอย่างสัตว์, ลักษณะของสัตว์ *-adj.* ไม่ใช่คน, เป็นสัตว์, ไร้เหตุผล, เป็นลักษณะของสัตว์, โหดเหี้ยม, ทารุณ **-brutism** *n.* (-S. beast, monster, brutal, wild) *-Ex. his brute strength, Hurricanes and floods show the brute forces of nature.*

brutish (บรู' ทิช) *adj.* โหดร้าย, ทารุณ, คล้ายสัตว์, ไร้เหตุผล **-brutishly** *adv.* **-brutishness** *n.*

bryony (ไบร' โอนี) *n., pl.* **-nies** พืชเถาวัลย์จำพวก *Bryonia* น้ำของมันใช้เป็นยาถ่ายหรือยาทำให้อาเจียน

bryophyte (ไบร' อะไฟท) *n.* พืชพวก true mosses และ liverworts **-bryophytic** *adj.*

Brythonic (ไบรธอน' นิค) *adj.* เกี่ยวกับ Brython

B.S., B.S. ย่อจาก Bachelor of Science ปริญญาวิทยาศาสตรบัณฑิต, British Standard มาตรฐานอังกฤษ

B.Sc., BSc ย่อจาก Bachelor of Science ปริญญาวิทยาศาสตรบัณฑิต

BSE ย่อจาก Bovine Spongiform Encephalophathy โรคที่เกิดจากเชื้อไวรัสที่รุนแรงชนิดหนึ่งซึ่งทำลายสมองวัวและควาย

Btu, btu, BTU, B.T.U. ย่อจาก British thermal unit หน่วยวัดความร้อน

bubble (บับ' เบิล) *n.* ฟอง, ฟองอากาศ, ฟองน้ำ, สิ่งที่ไร้ความแน่นหรือความถาวร, การลวงตา, การเป็นฟอง, เสียงแตกเป็นฟอง, การโกง *-v.* **-bled, -bling** *-vi.* เป็นฟอง, เกิดฟอง, เดือด, พูดจ้อ, พล่านไปด้วย, โกง, หลอกลวง *-vt.* ทำให้เป็นฟอง (-A. globule, fancy, burble, drip) *-Ex. a soap bubble, The spring bubbled up out of the moss., The pot boiled and bubbled on the stove.*

bubble and squeak เนื้อทอดใส่กะหล่ำปลี บางทีใส่มะเขือเทศด้วย

bubble gum หมากฝรั่งที่เป่าให้เป็นลูกโป่งได้

bubbly (บลับ' ลี) *adj.* เป็นฟอง, เต็มไปด้วยฟอง *-n.* (คำสแลง) เหล้าแชมเปญ

bubo (บิว' โบ) *n., pl.* **-boes** ภาวะต่อมน้ำเหลืองบวมและอักเสบโดยเฉพาะที่ไข่ดันหรือรักแร้ **-bubonic** *adj.*

bubonic plague กาฬโรคที่มีอาการต่อมน้ำเหลืองบวมและอักเสบ

buccal (บัค' เคิล) *adj.* เกี่ยวกับแก้ม, เกี่ยวกับปาก, ทางปาก

buccaneer (บัค' คะเนียร์) *n.* โจรสลัด (-S. pirate)

buck¹ (บัค) *n., pl.* **bucks/buck** กวางตัวผู้, ละมั่งตัวผู้, กระต่ายตัวผู้, ม้าตัวผู้, แกะตัวผู้, แพะตัวผู้, สัตว์ตัวผู้, ชาย, ชายหนุ่ม, นิโกรชาย, อินเดียนแดงชาย, กรอบ, โครง, (คำสแลง) เหรียญ เจ้าชู้ เพื่อนยาก

buck¹

buck² (บัค) vi. กระโดดทำหลังโก่ง, ก้มหัววิ่งชน, ต่อต้าน, คัดค้าน, กระโดด *-vt.* (ม้า) กระโดดทำหลังโก่งให้คนตกม้า, ฝ่าผ่าน, เอาหัวชน, บุกเข้าไป, พนัน, บรรทุก *-adj.* ชั้นต่ำที่สุด *-n.* การกระโดดทำหลังโก่ง, การต่อต้าน, การวิ่งเอาหัวขึ้น **-buck for** พยายามหาตำแหน่งราชการ **-buck up** ทำให้ร่าเริงหรือแข็งแรงขึ้น, ทำให้ใจฮึกเหิม

bucket (บัค' คิท) *n.* ถังน้ำ, ถัง, ถังหิ้ว, ถังขุดดิน, ใบกังหัน,ใบเครื่องจักร,พลั่วขุดดิน,เรือหรือรถใหญ่ที่เก่า, ตะโพก *-vt.* เอาถังใส่, เอาถังตัก, ขี่ม้าเร็วและหักโหม **-kick the bucket** ตาย (-S. container, pail, can)

buckle (บัค' เคิล) *n.* หัวเข็มขัด, กระดุม, ห่วงที่คล้ายหัวเข็มขัด,สิ่งประดับคล้ายกระดุม *-vt.* กลัดแน่น, รัดแน่น, ติดแน่น *-vi.* รัดเข็มขัด, ติดกระดุม, งอ, โค้ง, ยอม, ยอมจำนน (-S. fasten, clasp, bend, yield) *-Ex. Your seat belt must be buckled before the plane takes off., The bridge buckled when the armoured tanks were halfway across it., to buckle down to the job*

buckler (บัค' เลอะ) n. โล่กลม, สิ่งป้องกัน, สิ่งคุ้มกัน *-vt.* เป็นโล่ป้องกัน, ค้ำจุน

buckram (บัค' เริม) *n.* ผ้าหยาบสำหรับเสริมหรือหนุน *-vt.* ใช้ผ้าแข็งเสริมหรือหนุน, หลอก

bucksaw (บัค' ซอ) *n.* เลื่อยสองมือสำหรับตัดไม้

buckshee (บัค' ชี) *n.* ของฟรี *-adj.* ฟรี, ไม่ต้องจ่ายเงิน

buckshot (บัค' ชอท) *n.* กระสุนหัวตะกั่วขนาดใหญ่สำหรับล่าสัตว์

buckskin (บัค' สคิน) *n.* หนังกวาง, หนังที่แข็งแรง (มักทำจากหนังแกะ), ผ้าฝ้ายลงแป้งแข็ง, ผ้าขนสัตว์หนาสำหรับเป็นเสื้อคลุม *-adj.* สีเหลืองปนสีเทา, สีหนังสัตว์, ทำด้วยหนังสัตว์ **-buckskins** กางเกงขี่ม้าที่ทำด้วยหนังกวาง *-Ex. a buckskin jacket*

buckthorn (บัค' ธอร์น) *n.* พืชหนามพวก *Rhamnus*, ต้นไม้พวก *Bumelia*

buckthorn

bucktooth (บัค' ทูธ) *n., pl.* **-teeth** ฟันยื่น **-bucktoothed** *adj.*

bucolic (บิวคอล' ลิค) *adj.* เกี่ยวกับคนเลี้ยงแกะ, บ้านนอก **-bucolically** *adv.*

bud (บัด) *n.* หน่อไม้, หน่อ, ช่อ, ดอกตูม, ตาต้นไม้, ส่วนยื่น, การแตกเนื้อหนุ่มสาว *-v.* **budded, budding** *-vi.* เกิดหน่อ, แตกหน่อ, แตกช่อ, เจริญ, พัฒนา *-vt.* ทำให้แตกหน่อ, ตอนหน่อ **-budder** *n.* (-S. sprout) *-Ex. The trees are beginning to bud., a rose bud*

Budapest (บู' ดะเพสท) ชื่อเมืองหลวงของฮังการี

Buddha (บูด' ดะ) พระพุทธเจ้า, ผู้ตรัสรู้, พระพุทธรูป (-S. Butsu, Gautama, Gautama Buddha)

Buddhism (บูด' ดิซึม) *n.* ศาสนาพุทธ **-Buddhist** *n., adj.* **-Buddhistic** *adj.*

buddy (บัด' ดี) *n., pl.* **-dies** เพื่อน, สหาย *-vi.* **-died, -dying** (ภาษาพูด) ช่วยเหลือ (-S. chum)

buddy system การว่ายน้ำเคียงคู่เพื่อมีโอกาสช่วยเหลือกันได้, การทำงานเป็นทีม (-S. team work)

budge (บัดจ) *v.* **budged, budging** *-vi.* เคลื่อน, เริ่มเคลื่อน, เปลี่ยนความคิดเห็น, เปลี่ยนตำแหน่ง *-vt.* ทำให้เคลื่อน (-S. move, stir)

budgerigar (บัดจะริกา') *n.* นกแก้วออสเตรเลียมีขนสีเขียวเป็นลายดำและเหลือง (-S. budgereegah, budgerygah)

budget (บัด' เจท) *n.* งบประมาณ, งบประมาณแผ่นดิน, ถุงเล็ก *-vt., vi.* ทำงบประมาณ **-budgetary** *adj.* **-budgeter** *n.*

budgeteer (บัด' เจทเทียร์) *n.* ผู้จัดทำงบประมาณ

budgie (บัด' จี) *n.* ดู budgerigar

Buenos Aires ชื่อเมืองหลวงของอาร์เจนตินา

buff (บัฟ) *n.* หนังหนาสีเหลืองอ่อน (หนังควายหรือหนังสัตว์อย่างอื่น), เครื่องแบบที่ตัดด้วยหนังดังกล่าว, หนังคน, นักเรียนที่ชอบกิจการบางอย่าง *-adj.* ทำด้วยหนังสีเหลืองอ่อน *-vt.* ใช้หนังขัดให้สะอาดหรือเป็นเงา (-S. polish)

B

buffalo (บัฟ' ฟะโล) *n., pl.* **-loes/-los/-lo** ควาย, ควายป่า (ในอเมริกา) *-vt.* **-loed, -loing** ทำให้ยุ่งเหยิงใจ, ทำให้งง, ข่ม, กดขี่

buffer¹ (บัฟ' เฟอะ) *n.* ตัวกันชน, เครื่องกันชน, เครื่องรับน้ำหนัก, เครื่องรับแรงปะทะ, แป้นปะทะ, สารที่สามารถทำให้ทั้งกรดและด่างเป็นกลาง *-vt.* ใส่ตัวทำให้กรดหรือด่างเป็นกลาง, ผ่อนคลาย, ปกป้อง, กันชน **-buffer solution** สารละลายที่ใส่สารดังกล่าว (**-S.** cushion, absorber)

buffer² (บัฟ' เฟอะ) *n.* เครื่องขัดเงา, คนงานขัดเงา (**-S.** hit, strike, beat, pound)

buffer state รัฐเล็กๆ ที่อยู่ระหว่างรัฐใหญ่ซึ่งไม่ถูกกัน, รัฐกันชน

buffet¹ (บัฟ' ฟิท) *n.* การทุบ, การตี, การต่อย, การกระทบอย่างแรง *-vt.* ทุบ, ตี, ต่อย, กระทบอยู่เรื่อย *-vi.* ต่อสู้ด้วยหมัดมือ, ต่อสู้ **-buffeter** *n.* (**-S.** blow, violent concussion, strike) *-Ex. The waves buffeted the boat.*

buffet² (บะเฟ', บัฟ' ฟิท) *n.* ตู้เก็บถ้วยชาม, ผ้าคลุมโต๊ะและเครื่องครัวอื่นๆ, ภัตตาคารที่ลูกค้าต้องบริการอาหารและเครื่องดื่มเอง, เคาน์เตอร์บริการอาหารและเครื่องดื่มเอง *-adj.* ประกอบด้วยอาหารและเครื่องดื่มที่ต้องบริการเอง *-Ex. a buffet supper*

buffoon (บะฟูน') *n.* ตัวตลก, ตัวตลกโปกฮา **-buffoonery** *n.* **-buffoonish** *adj.* (**-S.** crown, fool, dolt)

bug (บัก) *n.* แมลง, สัตว์เล็กที่คล้ายแมลง, (ภาษาพูด) เชื้อจุลินทรีย์, ความบกพร่อง, จุดด่างพร้อย, คนที่มีความทะเยอทะยานสูง, แฟน, คนคลั่ง, (ภาษาพูด) เครื่องดักฟัง, ความคลั่ง, เครื่องหมายดอกจัน, เหยื่อตกปลาที่คล้ายแมลง *-vt.* **bugged, bugging** (คำสแลง) รบกวน, (ภาษาพูด) ติดตั้งเครื่องดักฟังในที่ลับ (**-S.** fault, defect) *-Ex a water bug*

bug

bugaboo (บัก' กะบู) *n., pl.* **-boos** ดู bugbear

bugbane (บัก' เบน) *n.* พืชจำพวก *Cimicifuga*

bugbear (บัก' แบร์) *n.* สิ่งที่น่ากลัว, ผีที่กินเด็กซุกซน (**-S.** hobgoblin, spirit)

bug-eyed (บัก' อายด) *adj.* มีตาถลน, ประหลาดใจ

bugger (บัก' เกอะ) *n.* อ้ายหนุ่ม, หนู, อ้ายหนู, ผู้กระทำการสังวาสทางทวารหนัก, ผู้ร่วมเพศกับสัตว์ *-vi.* เล่นสังวาสทางทวารหนัก (**-S.** sodomite)

buggy¹ (บัก'กี) *n., pl.* **-gies** รถม้าที่นั่งเดี่ยวในอเมริกา, รถม้าสองล้อเปิดประทุนในอังกฤษ

buggy[1]

buggy² (บัก' กี) *adj.* **-gier, -giest** เต็มไปด้วยแมลง, มีแมลงยั้วเยี้ย, (คำสแลง) บ้า เป็นโรคประสาท วิกลจริต

bugle (บิว' เกิล) *n.* แตรเดี่ยว, แตรสัญญาณทหาร, เขาวัวสำหรับใช้เป่า, ลูกปัดสำหรับปักแต่งเสื้อผ้า, พืชชนิดหนึ่งจำพวก *Ajuca* อยู่ในตระกูลสะระแหน่ *-vi., vt.* **-gled, -gling** เป่าแตรสัญญาณ

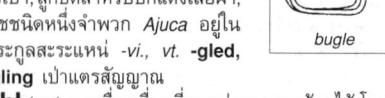

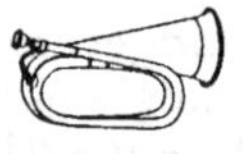

bugle

buhl (บูล) *n.* เครื่องเลื่อมที่ตกแต่งลวดลายด้วยไม้ โลหะ เปลือกหอย งาช้าง หรืออื่นๆ (**-S.** boule, boulle, boulework)

build (บิลด) *v.* **-built/-builded, -building** *-vt.* สร้าง, ก่อสร้าง, ก่อ, ปลูก, สถาปนา, สร้างสรรค์, เพิ่ม, ทำให้แข็งแรง *-vi.* ทำ, ประดิษฐ์, กระทำ *-n.* การก่อสร้าง, แบบของการก่อสร้าง, ร่างที่ดี **-build on** พึ่งพา, อาศัย **-build up** ทำให้แข็งแรงขึ้น, ทำให้ดึงดูดใจมากขึ้น. ตระเตรียม, สรรเสริญ, ยกยอ (**-S.** construct, erect, raise **-A.** demolish, wreck, destroy) *-Ex. build a house, build a broken wall, build a ship, railway, build (up) one's character, character-building, a strongly built man*

builder (บิล' เดอะ) *n.* คนก่อสร้าง, เจ้าหน้าที่ปฏิบัติงาน, ผู้สร้าง, ผู้สถาปนา, สารที่เติมในสบู่เพื่อเพิ่มประสิทธิภาพ

building (บิล' ดิง) *n.* สิ่งก่อสร้าง, การก่อสร้างอาคาร, ตึก, สำนักงาน (**-S.** construction, structure)

build-in ฝังใน, สร้างติด, ประกอบอยู่ภายใน

buildup, build-up (บิลด' อัพ) *n.* การเสริมกำลัง, การรวมพล, กระบวนการเจริญเติบโต, การพัฒนา, การสร้างเสียงสนับสนุน, การเตรียมการ, การฝึกฝน, การให้กำลังใจ, การก่ออิฐ (**-S.** gain, increase, praise **-A.** decrease)

built (บิลท) *vt., vi.* กริยาช่อง 2 และ 3 ของ build *-adj.* ซึ่งประกอบขึ้น, ประกอบเสร็จเรียบร้อย, มีรูปร่างที่ดี (**-S.** constructed, formed)

bulb (บัลบ) *n.* หัวใต้ดินของต้นไม้จำพวกหัวหอม, ต้นไม้ที่มีหัวใต้ดิน, กระเปาะ, หลอดไฟฟ้า, ส่วน medulla oblongata ของสมอง **-bulbar** *adj.* (**-S.** bulge) *-Ex. the bulb fo a thermometer, light bulb*

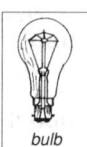

bulb

bulbous (บัล' เบิส) *adj.* เป็นรูปกระเปาะ, เป็นรูปคล้ายหัวใต้ดิน, กำเนิดจากหัวใต้ดิน (**-S.** bulbaceous)

bulbul (บูล' บูล) *n.* นกร้องจำพวกไนติงเกล, นกในตระกูล Pycnonotidae

Bulgaria (บูลแกร' เรีย) ประเทศบัลแกเรีย

Bulgarian (บูลแกร' เรียน) *n.* ชาวบัลแกเรีย, ภาษาบัลแกเรีย *-adj.* เกี่ยวกับบัลแกเรีย

bulge (บัลจ) *n.* ส่วนที่นูน, ส่วนที่โปน *-v.* **bulged, bulging** *-vi.* นูน, โปน, พอง *-vt.* ทำให้นูน **-bulgy** *adj.* (**-S.** projection, swell, rise **-A.** shrink, contract) *-Ex. What is that bulge in your pocket?, The bags are so full they bulge.*

bulk (บัลค) *n.* ขนาดสามมิติ, ความจุ, ส่วนที่ใหญ่กว่าหรือมากกว่า, ส่วนสำคัญ, สินค้าที่ไม่ได้อยู่เป็นหีบเป็นห่อ, อาหารที่จะเป็นกากอาหารส่วนใหญ่ใช้รับประทานแก้สิวและช่วยการขับถ่าย, ความหนา, กอง, ทั้งก้อน *-vi.* ขยายตัว, เพิ่มขึ้น, กลายเป็นจำนวนหรือปริมาณมาก *-vt.* ทำให้เพิ่มขึ้น, ขยายตัว, บวม *-adj.* ที่รวมๆ กัน, ทั้งหมด (**-S.** volume, mass, body) *-Ex. In spite of its bulk, the elephant can move quickly., I've paid the bulk of the debt.*

bulkhead (บัลค' เฮด) *n.* ฝากั้น, ส่วนกั้น, กำแพงกั้น (**-S.** partition)

bulky (บัล' คี) *adj.* **bulkier, bulkiest** ค่อนข้างใหญ่และเทอะทะ **-bulkily** *adv.* **-bulkiness** *n.* (**-S.** large, clumsy

-A. small)

bull (บูล) *n.* วัวตัวผู้, สัตว์ตัวผู้, คนที่รูปร่างบึกบึน, คนที่เชื่อว่าภาวะทางเศรษฐกิจโดยทั่วไปดี, คนฉวยโอกาสซื้อขายหุ้นหรือทรัพย์เพื่อหากำไรหรือปั่นราคาให้สูงขึ้น, ชื่อกลุ่มดาว, (คำสแลง) ตำรวจ, (คำสแลง) การกล่าวเกินความจริง การโกหก ความไร้สาระ *-adj.* เกี่ยวกับผู้ชาย, เกี่ยวกับราคาที่สูงขึ้น **-shoot the bull** (คำสแลง) พูดไร้สาระ คุยโม้ **-milk the bull** ทำงานที่ไม่ได้ผลประโยชน์ **-take the bull by the horns** เข้าแก้ปัญหาอย่างไม่หวั่นกลัว

bulldog (บูล' ดอก) *n.* สุนัขพันธุ์หนึ่งที่มีหน้าย่นและคอใหญ่ ตัวเตี้ย ขนสั้น บึกบึน, ปืนรีวอลเวอร์ขนาดสั้นชนิดหนึ่ง *-adj.* มีคอใหญ่และสั้น *-vt.* **-dogged, -dogging** จับวัวที่เขาและรัดเหวี่ยงให้นอนลง

bulldog edition หนังสือพิมพ์ฉบับตอนเช้า

bulldoze (บูล' โดซ) *vt.* **-dozed, -dozing** ทำให้กลัว, ขู่, ขู่เข็ญ, คุกคาม, ใช้รถแทรกเตอร์ไถพื้นที่ให้เรียบ, ปรับระดับพื้นที่ด้วยรถแทรกเตอร์, เกลี่ยดินด้วยรถแทรกเตอร์

bulldozer (บูล' โดเซอะ) *n.* รถแทรกเตอร์เกลี่ยดิน (-S. caterpillar tractor)

bullet (บูล' ลิท) *n.* กระสุนปืน, กระสุน, หัวกระสุน, ลูกตะกั่ว, ลูกกลมเล็ก (-S. shot, shell, cartridge)

bullethead (บูล' ลิทเฮด) *n.* คนหัวดื้อ, คนรั้น, คนโง่ **-bulletheaded** *adj.* (-S. stubborn)

bulletin (บูล' ละทิน) *n.* แถลงการณ์, ประกาศ, รายงานข่าว, สิ่งตีพิมพ์ที่ออกมาเป็นระยะ *-vt.* แถลงข่าว *-Ex. The doctor released a bulletin on his famous patient's condition., put a bulletin on the board*

bulletin board system ระบบการบริการเครือข่ายที่อนุญาตให้ผู้ใช้ที่มีผลประโยชน์ร่วมให้ส่งและรับข้อมูลหรือได้รับซอฟต์แวร์ เป็นต้น

bulletproof (บูล' ลิทพรูฟ) *adj.* กันกระสุน, ลูกกระสุนยิงไม่เข้า *-vt.* ทำให้กันกระสุน

bullet train รถไฟความเร็วสูงในประเทศญี่ปุ่น

bullfight (บูล' ไฟทฺ) *n.* กีฬาการต่อสู้กับวัวในสเปน **-bullfighter** *n.* **-bullfighting** *n.*

bullfinch (บูล' ฟินชฺ) *n.* นกเลี้ยงชนิดหนึ่งจำพวก *Pyrrhula pyrrhula* มีอกสีแดง มีหัวสีดำ

bullfinch

bullfrog (บูล' ฟลอก) *n.* กบขนาดใหญ่ โดยเฉพาะจำพวก *Rana catesbeiana*

bullheaded (บูล' เฮดดิด) *adj.* หัวดื้อ, รั้น **-bullheadedly** *adv.* **-bullheadedness** *n. -Ex. Sombut was bullheaded in arguing after he was proved wrong.*

bullion (บูล' เยิน) *n.* ทองแท่ง, เงินแท่ง, ขอบลายทองหรือลายเงิน

bullish (บูล' ลิช) *adj.* คล้ายวัว, ดื้อรั้น, โง่, มีความโน้มเอียงของราคาที่จะสูงขึ้นหรือภาวะเศรษฐกิจที่จะดีขึ้น **-bullishly** *adv.* **-bullishness** *n.* (-S. confident)

bull-necked (บูล' เนคทฺ) *adj.* ซึ่งมีคอสั้นใหญ่

bullock (บูล' ลอค) *n.* วัวตอน, วัวหนุ่ม

bullring (บูล' ริง) *n.* สนามกีฬาชนวัว

bull session (ภาษาพูด) การอภิปรายกลุ่ม

bull's-eye (บูลซฺ' อาย) *n.* ใจกลางเป้า, ขีปนาวุธที่ยิงถูกกลางเป้า, ช่องกระจกรับแสง, เลนส์รวมแสง, ขนมลูกอมชนิดหนึ่ง **-bull's-eyed** *adj.*

bullshit (บูล' ชิท) *n.* (คำสแลง) ความไร้สาระ การพูดความจริง *-interj.* คำอุทานแสดงความไม่เชื่อความไม่เห็นด้วย *-vi., vt.* **-shit/-shat/-shited, -shitting** พูดไร้สาระ **-bullshitter** *n.*

bull terrier สุนัขพันธุ์ผสมระหว่าง bulldog กับ terrier

bull terrier

bull tongue ไถสำหรับพรวนดินโดยเฉพาะดินที่แข็ง

bullwhip (บูล' วิพ) *n.* แส้หนังที่มีด้ามสั้น *-vt.* **-whipped, -whipping** หวดด้วยแส้หนัง

bully[1] (บูล' ลี) *n., pl.* **-lies** คนพาล, อันธพาล, นักเลง, แมงดา, คนลวง *-vt., vi.* **-lied, -lying** ขู่, ขู่เข็ญ, คุกคาม, ทำให้กลัว *-vi.* ทำตัวเป็นอันธพาล, รังแก *-adj.* ดีมาก, ดีเลิศ, ร่าเริง *-interj.* ดี, ทำได้ดี, เอาเลย (-S. rowdy, rascal)

bully[2] (บูล' ลี) *n.* เนื้อวัวกระป๋อง (-S. bully beef)

bully beef เนื้อวัวกระป๋อง

bullyrag (บูล' ลีแรก) *vt.* **-ragged, -ragging** รังแก, กระทำผิดต่อ, ล้อเลียนต่อ **-bullyragger** *n.*

bulrush (บูล' รัช) *n.* หญ้าประเภทต้นอ้อ, หญ้าหอมใบใหญ่, หญ้าจำพวก *Cyperus papyrus, Scripus Juncus*

bulwark (บูล' วาร์ค) *n.* กำแพงต้านข้าศึก, ป้อมปราการ, เครื่องป้องกัน, คนหรือสิ่งที่สนับสนุนหรือค้ำจุน *-vt.* ป้องกัน *-Ex. The Bill of Rights is a bulwark of our freedom.*

bum (บัม) *n.* คนพเนจร, คนเกียจคร้าน, คนขอทาน, ก้น, ตะโพก *-v.* **bummed, bumming** *-vt.* เอาหรือยืมโดยไม่คืน, ขอทาน อ้อนวอน *-vi.* พเนจร, ดื่มเหล้ามาก *-adj.* **bummer, bummest** เลว, มีคุณภาพเลว, เก๊, ปลอม, หลอกลวง (-S. idler, vagrant)

bumbag (บัม' แบก) *n.* กระเป๋าเงินใบเล็กๆ มีซิบรูดใช้ติดกับเข็มขัด

bumble[1] (บัม' เบิล) *n.* กระทำผิดอย่างมาก, เดินโซเซ, พูดตะกุกตะกัก *-vt., vi.* **-bled, -bling** ทำเลอะเทอะ, ทำเสียหมด **-bumbler** *n.*

bumble[2] (บัม' เบิล) *vi.* **-bled, -bling** ทำเสียงคล้ายผึ้ง **-bumbler** *n.*

bumblebee (บัม' เบิลบี) *n.* ผึ้งใหญ่ชนิดหนึ่ง

bumbling (บัม' บลิง) *adj.* หนวกหู, ซุ่มซ่าม, เงอะงะ

bummer (บัม' เมอะ) *n.* ความผิด, ความล้มเหลว

bump (บัมพฺ) *vt.* ชนกระทบ, กระทบ, กระแทก, จับชน, ทำให้ชน, ชนล้ม, ไล่ออกจากงาน, ยก *-vi.* กระทบ, สัมผัส, เอาตะโพกชน, ประสบ, วิ่งโคลงเคลง *-n.* การชน, การกระทบ, การกระแทก, หัวโหนก, รอยบวมจากการชน, ส่วนนูน, กระแสลมแรงที่พัดสูงขึ้น ทำให้เครื่องบินเชิดหน้าขึ้น, การเอากันชน, เสียงนกกระยางร้อง **-bump into** พบโดยบังเอิญ **-bump off** (คำสแลง) ฆ่า (-S. hit, displace, jolt, knock) *-Ex. The baby bumped his head when she fell., The truck bumped into a small car., We bumped our heads as we leaned over., The plane landed with a bump., The wagon bumped*

bumper 110 **bureau**

B

along the road.

bumper (บัม' เพอะ) *n.* คนหรือสิ่งที่กระทบ, เครื่องกันชน, เครื่องผ่อนคลายแรงกระทบ, แก้วหรือถ้วยที่มีเหล้าอยู่เต็ม *-adj.* อุดมสมบูรณ์ผิดปกติ, มากผิดปกติ

bumper guard ที่กันชน, แนวตั้งที่ติดบนเหล็กกันชน

bumpkin (บัมพฺ' คิน) *n.* คนบ้านนอก, คนเซ่อซ่า

bumptious (บัมพฺ' เชิส) *adj.* หยิ่งโอหัง, ทะลึ่ง **-bumptiously** *adv.* **-bumptiousness** *n.* (-S. impertinent, self-assertive -A. self-effacing)

bumpy (บัม' พี) *adj.* **bumpier, bumpiest** ขรุขระ, เป็นหลุมเป็นบ่อ,ไม่แน่นอน, เปลี่ยนแปลง **-bumpily** *adv.* **-bumpiness** *n.* (-S. rough)

bun (บัน) *n.* ขนมปังนุ่มและค่อนข้างหวาน, มวยผม (-S. roll, bread)

bunch (บันช) *n.* กลุ่ม, ช่อ, พวง, เครือ, พวก, ก้อน, ปุ่ม, รังแร่เล็ก *-vt.* รวมกันเป็นกลุ่ม,มัดเป็นกลุ่ม, ร้อยเป็นพวง, มัดเป็นช่อ,รวมเป็นกอง *-vi.* รวมกลุ่มกัน, จับกันเป็นก้อน **-bunchiness** *n.* **-bunchy** *adj.* (-S. cluster, group, pack, multitude) *-Ex. a bunch of flowers, best of the bunch*

bunco, bunko (บัง'โค) *n., pl.* **-cos/-kos** การหลอกลวง, การโกง *-vt.* **-coed, -coing/-koed, -koing** หลอกลวง, โกง (-S. cheat)

buncombe (บัง' คัม) *n.* คำพูดที่ไร้สาระ, คำพูดเหลวไหล

bund[1]**, Bund** (บันดฺ) *n., pl.* **bunds/Bünde** สัมพันธมิตรด้านการเมือง, สันนิบาติชาติ, องค์การสนับสนุนนาซีในอเมริกา **-bundist** *n.*

bund[2] (บันด) ทางเรียบคลอง, ทางริมแม่น้ำลำคลอง

bundle (บัน' เดิล) *n.* มัด, ห่อ, พวง, กลุ่ม, กอง, มัดเส้นใย, เงินจำนวนมาก *-v.* **-dled, -dling** *-vt.* มัดเข้าด้วยกัน, ส่งไปอย่างเร่งรีบ, รีบไล่ไป *-vi.* รีบจากไป, รีบไป, นอนบนเตียงเดียวกัน **-bundle off** ส่งไปอย่างรีบเร่ง **-bundle up** ใส่เสื้อผ้าให้อุ่น **-bundler** *n.* (-S. quantity, mass, bunch) *-Ex. a bundle of rags, Will you please bundle these shirts together?*

bung (บัง) *n.* จุก, รูถัง *-vt.* ปิดด้วยจุก, ปิดจุก, อุดแน่น, ขว้าง, โยน, ทำให้ขยายใหญ่ **-bung off** หนี **-bung up** ตีบาดเจ็บ, ตีจนช้ำ, ตีเสียน่วม (-S. stopper, bunghole, cork, plug)

bungalow (บัง' กะโล) *n.* บังกะโล, บ้านชั้นเดียว (-S. cottage, cabin, summer house)

bungalow

bunghole (บัง'โฮล) *n.* รูถัง, ปากถัง

bungie jumping, bungy jumping, bunji jumping การกระโดดจากที่สูง เช่น สะพานโดยมีเชือกยางมัดอยู่กับเท้าเพื่อที่จะให้ห้อยโหนอยู่ในอากาศได้โดยหัวไม่กระแทกพื้น

bungle (บัง' เกิล) *v.* **-gled, -gling** *-vi.* ทำอย่างงุ่มง่าม, ทำอย่างลวกๆ *-vi.* ทำอย่างเลว *-n.* งานเลว, งานลวก, งานหยาบ **-bunglingly** *adv.* **-bungler** *n.* (-S. botch, boggle) *-Ex. to bungle a job*

bunion (บัน' เยิน) *n.* อาการเท้าบวมเนื่องจากถุงไขข้ออักเสบ, โรคตาปลาบนนิ้วเท้า

bunk[1] (บังคฺ) *n.* ที่นอนในเรือหรือกลไฟ, เตียงนอน *-vi.* นอนบนเตียงดังกล่าว *-vt.* จัดหาที่นอนให้ (-S. bunkum)

bunk[2] (บังคฺ) *n.* (คำสแลง) ความไร้สาระ ความเหลวไหล

bunker (บัง' เคอะ) *n.* ภาชนะขนาดใหญ่สำหรับใส่ถ่านหิน, หีบหรือลังใส่ถ่านหิน, สิ่งกีดขวาง (ในสนามกอล์ฟ) ป้อมปราการใต้ดิน *-vt.* ตีลูกกอล์ฟเข้าสิ่งกีดขวาง, ป้อนเชื้อเพลิง

bunkhouse (บังคฺ' เฮาซฺ) *n.* บ้านที่สร้างหยาบๆ สำหรับให้คนงานพักอาศัย

bunkum (บัง' คัม) *n.* ความเหลวไหล

bunny (บัน' นี) *n., pl.* **-nies** กระต่าย, ลูกกระต่าย, เจ้ากระต่ายน้อย

Bunsen burner ตะเกียงบุนเสนที่ใช้ในห้องปฏิบัติการ ซึ่งให้ความร้อนสูงมาก และใช้ก๊าซเป็นเชื้อเพลิง

bunt[1] (บันทฺ) *vt.* ขวิด, ชน, ชนด้วยเขา, ตีลูกเบาๆ, ตีลูกสั้น *-vi.* เอาหัวหรือเขาชน, ตีลูกสั้น *-n.* การขวิด, การชน, การตีลูกเบาๆ, การตีลูกสั้น

bunt[2] (บันทฺ) *n.*ส่วนใบเรือที่โป่งรลม, ตัวอวน, ตัวแห

bunt[3] (บันท) *n.* โรคพืชชนิดหนึ่งมีสาเหตุเกิดจากเชื้อราที่ทำลายเมล็ดข้าวสาลีและหญ้าชนิดอื่นๆ

bunting (บัน' ทิง) *n.* สิ่งทอเนื้อหยาบ, ผ้าทำธง, ธงทิว, ตอม่อ

buoy (บอย) *n.* ทุ่น, ทุ่นลอยน้ำ, ห่วงชูชีพ *-vt.* ทำให้ลอยน้ำ, ทำให้ไม่จม, สนับสนุน, ค้ำจุน, ให้กำลังใจ **-to buoy up** ทำให้ลอยตัว *-Ex. a life buoy*

buoyage (บอย' อิจ) *n.* ระบบทุ่นลอยน้ำ, กลุ่มทุ่นลอยน้ำ, การทำให้ลอย, การติดตั้งทุ่นลอยน้ำ, ค่าธรรมเนียมการยึดเกาะทุ่น

buoyance, buoyancy (บอย' เอินซฺ, -ซี) *n.* การลอยตัวบนน้ำ, กำลังลอยตัว, ความร่าเริงใจ, การพยุงราคาให้สูง (-S. gaiety, resilience)

buoyant (บอย' เอินทฺ) *adj.* ซึ่งลอยน้ำขึ้น, สามารถทำให้วัตถุลอยน้ำ, ร่าเริง, เบิกบานใจ, (ราคา) ลดแล้วขึ้นสูง **-buoyantly** *adv.* (-S. light-hearted, jaunty) *-Ex. in buoyant spirits, a buoyant stride*

bur (เบอร์) *n.* เปลือกผลไม้ที่เป็นหนาม, พืชที่ออกผลไม้ที่มีหนามมาก, สิ่งเกาะติด, คนที่ยากจะสลัดให้หลุดไปได้, เลื่อยวงเดือน, ก้างติดคอ, ครีบหรือส่วนที่ยื่นที่เหลืออยู่เวลาหลอมโลหะ *-vt.* **burred, burring** ขจัดเอาหนามออก, เอาเสี้ยนออก

burble (เบอร์' เบิล) *vi.* **-bled, -bling** ขยอก, ทำเสียงขยอก, พูดแบบขี้เกียจ **-burbler** *n.*

burden (เบอร์' เดิน) *n.* ภาระ, น้ำหนักที่แบก, ระวาง, ขนาดความจุ, ความยากลำบาก, ภาระหน้าที่, ดินหรือหินที่ถูกระเบิดออก *-vt.* บรรจุอย่างหนัก, สัมภาระ, ทำให้ยุ่งยาก (-S. weight, load) *-Ex. a burden of grief, I will not burden you with my troubles.*

burdensome (เบอร์' เดินเซิม) *adj.* ยากลำบาก, ยุ่งยาก, เป็นภาระ **-burdensomely** *adv.* (-S. arduous, oppressive, onerous)

burdock (เบอร์' ดอค) *n.* หญ้าเจ้าชู้

bureau (บิว' โร) *n., pl.* **-reaus/-reaux** โต๊ะเขียนหนังสือ

bureaucracy 111 **burst**

ที่มีลิ้นชัก (มักติดกระจกด้วย), ตู้หรือโต๊ะเขียนหนังสือที่มีลิ้นชัก, ตู้มีลิ้นชัก (มักติดกระจกด้วย), สำนักงาน, สำนักข่าว, สำนักงานของหน่วยราชการ (-S. desk, office) *-Ex. a travel bureau, Federal Bureau of Investigation*

bureaucracy (บิวรอค'ระซี) *n., pl.* **-cies** การปกครองระบบเจ้าขุนมูลนาย, กลุ่มของข้าราชการ, กลุ่มของนักบริหาร, ระบบบริหารที่มีพิธีรีตองมากเกินไป (-S. civil service, red tape)

bureaucrat (บิว' ระแครท) *n.* เจ้าหน้าที่ในระบบเจ้าขุนมูลนาย, เจ้าหน้าที่ที่มีพิธีรีตองมากเกินไป **-bureaucratic** *adj.* **-bureaucratically** *adv.* (-S. functionary)

burette, buret (บิวเรท') *n.* หลอดแก้วมีที่ปิดเปิดสำหรับวัดปริมาณเล็กน้อยของของเหลว และมีขีดบอกปริมาตรที่ข้างหลอด ใช้ในการวิเคราะห์ทางเคมี

burg (เบิร์จ) *n.* เมือง, หัวเมือง, เมืองป้อมปราการ

burgeon (เบอร์' เจิน) *vi.* ผลิ, ผลิหน่อ, ออกหน่อ, เริ่มเจริญ, เจริญโดยฉับพลัน

burgess (เบอร์' จิส) *n.* ประชากร, พลเมือง, ผู้อยู่อาศัย

burgh (เบอร์ก) *n.* เทศบาลเมือง, เมืองที่มีอิสรภาพในการปกครองตนเองได้บางส่วน

burglar (เบอร์' กละ) *n.* ผู้ร้ายย่องเบา, ขโมยย่องเบา (-S. thief, robber housebreaker)

burglarize (เบอร์' กละไรซฺ) *vt., vi* ขโมย, ย่องเบา

burglary (เบอร์' กละรี) *n., pl.* **-ries** การขโมยย่องเบา, การปีนเข้าไปขโมยของ **-burglarious** *adj.* (-S. theft)

burgle (เบอร์' เกิล) *vt., vi.* **-gled, -gling** ขโมยย่องเบา

burgomaster (เบอร์' กะมาสเทอะ) *n.* หัวหน้าผู้พิพากษาเทศบาลเมืองในเนเธอร์แลนด์ เยอรมนีหรือออสเตรีย

Burgundy (เบอร์' กันดี) *n., pl.* **-dies** เหล้าองุ่นแดงหรือขาว, ชื่อบริเวณหนึ่งในฝรั่งเศสตอนกลาง, สีม่วงแดง **-Burgundian** *adj., n.*

burial (เบอ' เรียล) *n.* พิธีฝังศพ, การฝังศพ, สถานที่ฝังศพ (-S. funeral, interment)

burier (เบอ' ริเออะ) *n.* ผู้ฝังหรือเครื่องฝัง

burin (บิว' ริน) *n.* เหล็กแหลมปลายเอียงสำหรับแกะสลักใช้สลักหินโบราณ

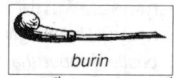

burin

burlesque (เบอร์เลสคฺ') *n.* ความเรียง (ละคร กวีนิยาย) ตลก, การล้อเลียน, ภาพล้อ *-vt., vi.* **-lesqued, -lesquing** ล้อเลียน *-adj.* เกี่ยวกับละครตลก

burly (เบอร์' ลี) *adj.* **-lier, -liest** ซึ่งมีขนาดใหญ่, กำยำ, ล่ำสัน, โผงผาง, ขวานผ่าซาก **-burliness** *n.* (-S. thickest, hefty)

Burma (เบอร์' มะ) ประเทศพม่า

Burmese (เบอร์' มีซ) *n., pl.* **-mese** ชาวพม่า, ภาษาพม่า *-adj.* เกี่ยวกับพม่า, ชาวพม่าและภาษาพม่า

burn[1] (เบิร์น) *v.* **burned/burnt, burning** *-vi.* เผาไหม้, มีไฟ, รู้สึกร้อนหรือปวดเนื่องจากไฟ, ติดไฟ, ลุก, ส่งความร้อน, เกิดความร้อน, โกรธจัด, มีอารมณ์รุนแรง, สันดาป, ตากแดด, ถูกสาปแช่ง, ถูกประหารชีวิตด้วยเก้าอี้ไฟฟ้า *-vt.* ทำให้ไหม้, เผา, ทำให้ลวก, ลวก, เอาไฟจี้, ทำให้สว่าง, ทำให้ร้อนเหมือนไฟ, ทำให้แดง, ทำให้บาดเจ็บด้วยไฟ, ทำให้ปวดแสบ, เผาหมด, ทำให้ลุกไหม้, เดือดดาล, มุ่งหวังมาก, ประสบความสูญเสียด้านการเงินอย่างหนัก *-n.* สถานที่เผาไหม้, บริเวณลุกไหม้, บาดแผลเนื่องจากการเผาไหม้, การเผาไหม้ (-S. blaze, sear, char, injury) *-Ex. The house is burning., My heart is burning with love., a light of burning in the window, burn away, This paper burns!, burn (up) the straw, burn down the house, burn the case, burn your finger, It burns my tongue. a burn on my hand, Her face burned with embarrassment., The motor burned out., We burned out the mortor.*

burn[2] (เบิร์น) *n.* ลำธาร (-S. brook)

burner (เบิร์น' เนอะ) *n.* คนที่เผา, สิ่งที่เผา, ตะเกียง, อุปกรณ์เผาไหม้, หัวตะเกียง

burning (เบิร์น' นิง) *adj.* ลุกไหม้, เผาไหม้, ร้อนจัด, สว่างมาก, ลุกโชติช่วง, เร่าร้อน, สำคัญ, รีบด่วน **-burningly** *adv.*

burning glass เลนส์รวมแสงอาทิตย์ที่ทำให้เกิดความร้อนจัดและลุกไหม้ได้

burnish (เบอร์' นิช) *vt.* ขัดเงา, ขัดให้วาว *-vi.* เป็นวาว *-n.* ความมันวาว, ความแวววาว **-burnisher** *n.* (-S. brightness, luster) *-Ex. Mother burnished the copper pots until they gleamed.*

burnous, burnoose (เบอร์' นัส, เบอร์' นูซ) *n.* เสื้อคลุมที่มีผ้าโพกหัว เช่น ของชาวอาหรับหรือแขกมัวร์

burnout (เบิร์น' เอาทฺ) *n.* เวลาที่เชื้อเพลิงจรวดถูกเผาผลาญหมด

burn-out, burnout สภาวะที่ร่างกายหรือจิตใจอ่อนเปลี้ยเพลียแรงเนื่องจากการทำงาน

burnt (เบิร์นทฺ) *vt., vi.* กริยาช่อง 2 และ 3 ของ burn *-adj.* เกี่ยวกับสีน้ำตาลเข้ม, ซึ่งไหม้เกรียม, ซึ่งถูกลวกหรือไฟไหม้บาดเจ็บ

burp (เบิร์พ) *n.* การทำให้เรอ, การตบหลังหรือลูบหลังให้เรอ, การเรอ *-vt.* ทำให้เรอ *-vi.* เรอ

burr[1] (เบอร์) *n.* การออกเสียง "r", ทรงกลด *-vi.* ออกเสียง "r", ออกเสียงไม่ชัด *-vt.* ออกเสียงห้าวในลำคอ

burr[2] (เบอร์) *n.* เสี้ยน, มีดตัด, เครื่องขูดและฟัน, เครื่องขูดแงะกระดูก, ส่วนอื่นที่หยาบ

burro (เบอร์' โร) *n., pl.* **-ros** ลาเล็ก, ลา

burrow (เบอร์' โร) *n.* โพรง, รูบนพื้นดินที่มีสัตว์หลบอยู่, ที่พำนักอาศัย, บ้านสกปรกและคับแคบ *-vi.* เจาะรู, เจาะโพรง, เจาะอุโมงค์, หลบอาศัยอยู่ในรูหรือโพรง *-vt.* ทำอุโมงค์, ทำโพรง, ทำรู, ฝ่า (-S. lair, den, hole) *-Ex. The mole burrowed under the lawn., Danai burrowed through the basket of clothes.*

bursa (เบอร์' ซะ) *n., pl.* **-sae/-sas** ถุง **-bursal** *adj.*

bursar (เบอร์' ซาร์) *n.* เหรัญญิก, เจ้าหน้าที่การเงิน, เจ้าหน้าที่การเงินของมหาวิทยาลัย, เจ้าหน้าที่ธุรการ, นักศึกษามหาวิทยาลัย, นักศึกษาที่ได้รับทุนการศึกษา (-S. treasurer, business officer)

bursary (เบอร์' ซะรี) *n., pl.* **-ries** ทุนการศึกษา, ฝ่ายคลังของโบสถ์

burst (เบอร์ซฺทฺ) *v.* **burst, bursting** *-vi.* ระเบิด, แตกออก,

B

ระเบิดแตก, ผลิ, พอง, ปริ, ปะทุขึ้นอย่างฉับพลัน, เกิดขึ้นอย่างฉับพลัน, เต็มไปด้วย *-vt.* ทำให้แตก, พังทลาย, ได้รับการแตกร้าว *-n.* การระเบิดออก, การแตกออก, การผลิ, การเกิดขึ้นอย่างฉับพลัน, การระเบิดออกของอารมณ์, การพุ่งออกของขีปนาวุธ, ผลจากการแตกออก, ช่องว่าง (**-S.** blow out, explode, rush, explosion) *-Ex. The bottle burst., The tyre burst., The buds burst open., Somchai burst a blood vessel., burst into tears, burst into rebellion, The storm burst.*

Burundi (บะรัน' ดี) ชื่อสาธารณรัฐในแอฟริกากลาง เมื่อก่อนใช้ชื่อว่า Urundi **-Burundian** *adj., n.*

bury (เบ' รี) *vt.* **buried, burying** ฝัง, ซ่อน, ปิด, กลบ, หมกมุ่น, หมก, ขจัด (ความคิด) ออก **-bury the hatchet** หยุดทะเลาะกัน **-bury one's head in the sand** ไม่สนใจต่อความจริง (**-S.** inhume, hide, cover, inter **-A.** disinter, raise) *-Ex. buried in the country, buried treasure*

bus[1] (บัส) *n., pl.* **busses/buses** รถโดยสารประจำทาง, รถเมล์, รถบัส, รถม้า, เครื่องบินโดยสาร, ตัวเชื่อมต่อวงจรไฟฟ้าหลายวงจร, สายรวม *-vt.* **bussed, bussing/bused, busing** โดยสารประจำทางไป, ขนส่งโดยทางรถโดยสารประจำทาง (**-S.** coach) *-Ex. go by bus, get a bus*

bus[2] (บัส) *n.* (คอมพิวเตอร์) สายตัวนำใช้สำหรับการส่งสัญญาณ, วงจรหนึ่งที่สร้างขึ้นเพื่อเป็นสื่อสำหรับส่งถ่ายข้อมูลจากอุปกรณ์หนึ่งไปสู่อีกอุปกรณ์หนึ่ง

busboy (บัสบอย) *n.* ผู้ช่วยบริกรในร้านอาหาร

busby (บัซ' บี) *n., pl.* **-bies** หมวกขนสัตว์ทรงกลมสูงและปักพู่ของทหารม้ารักษาพระองค์

bush (บุช) *n.* พุ่มไม้, ต้นไม้เตี้ย, สิ่งที่คล้ายพุ่มไม้, หางสุนัขจิ้งจอก, ป่าละเมาะ, ผมที่เป็นพุ่ม, ปลอกคลุมเพลา, เครื่องรองแกน, เครื่องสวมเพลา *-vi.* แพร่กระจายเป็นพุ่ม, เจริญเป็นพุ่ม *-vt.* ปกคลุมด้วยพุ่มไม้, ไม้พุ่มหรือไม้ประดับ, ใส่เครื่องรองแกน, ใส่เครื่องสวมเพลา (**-S.** scrub, shrub)

bushel (บุช' เชิล) *n.* หน่วยตวงวัดข้าว *-Ex. a bushel basket*

Bushido, bushido (บุ' ชิโด) *n.* หลักเกณฑ์หรือสิทธิของนักสู้ซามูไรที่ยืนหยัดในความจงรักภักดี และถือเกียรติศักดิ์เหนือชีวิต

bushing (บุช 'ชิง) *n.* ปลอกโลหะสำหรับลดผลจากการเสียดสีของอุปกรณ์ในเครื่องจักรหรือลดเส้นผ่านศูนย์กลางของรู

bushman (บุช' เมิน) *n., pl.* **-men** คนที่ชอบอาศัยอยู่ในป่า, คนป่า (**-S.** woodsman, bush dweller)

bushwhack (บุช' แวค) *vi.* เปิดทางในป่า, ต่อสู้เหมือนผู้บุกเบิกในป่า, ลอบโจมตี, ซุ่มโจมตีในป่า **-bushwhacker** *n.* **-bushwhacking** *n.*

bushy (บุช' ชี) *adj.* **bushier, bushiest** คล้ายพุ่มไม้, เต็มไปด้วยพุ่มไม้, เป็นป่าละเมาะ **-bushiness** *n.* **-bushily** *adv. -Ex. bushy eyebrows, a bushy vacant lot*

busily (บิซ' ซิลี) *adv.* ยุ่ง, ไม่ว่าง

business (บิซ 'ซิเนส) *n.* ธุรกิจ, การค้า, อาชีพ, การซื้อขายเพื่อเอากำไร, หน่วยงานธุรกิจการค้า, ปริมาณการขาย, หน่วยหรือแหล่งการค้า, เรื่องที่ยากลำบาก, เรื่องที่ถือว่าสำคัญและเอาจริงเอาจัง, ธุระ, สถานการณ์, ภาระหน้าที่, การงาน *-adj.* เกี่ยวกับธุรกิจการค้า **-mean business** (ภาษาพูด) เอาจริง **-S.** commerce, firm *-Ex. the grocery business, The people's quarrels are a lawyer's business. That's (not) my business.*

businesslike (บิซ' ซิเนสไลค) *adj.* เกี่ยวกับธุรกิจ, มีประสิทธิภาพ, เอาจริงเอาจัง

businessman (บิซ' ซิเนสเมิน) *n., pl.* **-men** นักธุรกิจชาย

business park พื้นที่ชานเมืองที่ได้กำหนดให้เป็นเขตอุตสาหกรรมขนาดย่อม อาคารสำนักงาน และโกดังสินค้า เป็นต้น

businesswoman (บิซซิเนสวู' เมิน) *n., pl.* **-women** นักธุรกิจหญิง

buskin (บัส'คิน) *n.* รองเท้าหนังส้นสูง, รองเท้าส้นสูงที่คนเล่นละครโบราณของกรีกและโรมันใส่, ละครเศร้าโศก, ศิลปะการแสดง, ศิลปะการแสดงละครโศกเศร้า

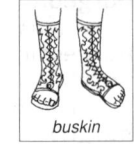

buskin

busman (บัส' มัน) *n., pl.* **-men** พนักงานเก็บเงินในรถโดยสาร

buss (บัส) จูบ, จุมพิต

bust[1] (บัสทฺ) *n.* รูปปั้นครึ่งตัว (หัวและไหล่), ทรวงอก, อก (**-S.** breast, chest, mamma)

bust[2] (บัสทฺ) *vi.* **busted/bust, busting** แตกออก, ล้มละลาย, ล้มลง *-vt.* ทำให้แตกออก, ทำให้ระเบิด, ทำให้ล้มละลาย, ทำให้ลดขั้น, ทำให้ล้มเหลว, ทำให้เชื่อง, จับกุม, ต่อย, ตี *-n.* ความล้มเหลว, การตี, การต่อย, ภาวะตกต่ำลง, ภาวะเศรษฐกิจซบเซา, การจับกุม *-adj.* ล้มละลาย, ไร้เงิน **-go bust** ล้มละลาย **-bust up** แยก **-busted** *adj.* (**-S.** downgrade)

bustard (บัส' ทิด) *n.* อีแร้ง

buster (บัส' เทอะ) *n.* เด็กหนุ่ม, เพื่อนเกลอ

bustle[1] (บัส' เซิล) *vi., vt.* **-tled, -tling** กระวีกระวาด, กุลีกุจอ, เต็มไปด้วย *-n.* ความวุ่นวาย, ความกระวีกระวาด **-bustlingly** *adv.* (**-S.** hurry, rush) *-Ex. Udom bustled about the room trying to look busy.*

bustle[2] (บัส' เซิล) *n.* โครงที่ใช้กางกระโปรงให้บานออก, การบานออก

busy (บิซ' ซี) *adj.* **busier, busiest** ยุ่ง, วุ่น, มีงานมาก, มีธุระยุ่ง, ไม่ว่าง, ใช้การอยู่ตลอดเวลา, ซับซ้อน *-vt.* **busied, busying** มีงานทำ, ทำให้ไม่ว่าง **-busyness** *n.* (**-S.** lively, active **-A.** slow, lazy) *-Ex. Udom is busy now and cannot see you., Surachai is busy writing., be busy with some important work*

busybody (บิซ' ซีบอดี) *n., pl.* **-bodies** คนที่ชอบยุ่งเรื่องคนอื่น (**-S.** intruder, kibitzer)

but[1] (บัท) *conj.* แต่, หากว่า, แต่ทว่า, ถ้าไม่ *adv.* เพียง, เพียงแต่ *-pron.* ที่ไม่ *-prep.* เว้นแต่, นอกจาก (**-S.** except, yet, still, although, beside) *-Ex. It's not cheap but it's very good., not only... but also..., last but one, none but the brave*

but² (บัท) *adj.* ข้างนอก *-n.* ห้องข้างนอกของบ้าน, ห้องครัวของบ้านชั้นเดียวที่มีสองห้อง

butane (บิว' เทน) *n.* ก๊าซติดไฟที่ไร้สีชนิดหนึ่ง ใช้ในอุตสาหกรรมผลิตยางและเป็นเชื้อเพลิง

butcher (บุช' เชอะ) *n.* คนขายเนื้อ, คนฆ่าสัตว์ขาย, คนที่ฆ่าคนตายอย่างทารุณ, คนขายเร่ (หนังสือพิมพ์, ขนม ฯลฯ) การทำลาย, การแล่เนื้อ, คนที่มีนิสัยโหดร้าย *-vt.* ฆ่าสัตว์ขาย, ฆ่าอย่างทารุณโหดเหี้ยม, ทำให้เสีย, ทำเสีย **-butcherer** *n.* **-butcherly** *adj.* *-Ex. Don't butcher out play by mumbling your lines.*

butchery (บุช'เชอรี) *n., pl.* **-ies** โรงฆ่าสัตว์, กิจการของการฆ่าสัตว์ขาย, คนฆ่าคนตายอย่างทารุณโหดร้าย, การฆาตกรรม, การทำลาย, ความยุ่งเหยิง

butler (บัท' เลอะ) *n.* หัวหน้าคนใช้, คนใช้ชายที่มีหน้าที่ดูแลและบริการเกี่ยวกับเหล้าและเครื่องดื่ม, พ่อบ้าน

butt¹ (บัท) *n.* ปลาย, ส่วนปลาย, ส่วนก้น, ตะโพก, บุหรี่, ตอไม้ (-S. end) *-Ex. A goat butts people who annoy him., The calf gave a playful butt., the butt of a rifle, a ham butt, a cigarette butt*

butt² (บัท) *n.* คนที่ถูกดูถูกหรือเหยียดหยาม, กำแพงหลังเป้ายิง, เป้ายิง, สนามยิงปืน, เป้าหมาย, ขอบเขต, ขี้ปาก *-vi., vt.* ประชิดใกล้กับ (-S. goal, target)

butt³ (บัท) *vi.* เอาหัวชน, ขวิด *-vi.* พุ่งออกชน, ขวิด *-n.* การเอาหัวชน, การขวิด **-butt in** (ภาษาพูด) เสือก ยุ่ง

butte (บูท) ภูเขาชันที่ตั้งอยู่อย่างโดดเดี่ยว

butter (บัท' เทอะ) *n.* เนยเหลว, เนย, สิ่งที่ทาบนผิวหน้าของขนมปัง, สิ่งที่คล้ายเนยเหลว, ไขมันพืช, (ภาษาพูด) คำสอพลอ *-vt.* ทาเนยบน, (ภาษาพูด) สอพลอ *-Ex. bread-and-butter*

buttercup (บัท' เทอะคัพ) *n.* พืชไม้ดอกที่เป็นรูปถ้วยมีสีเหลือง จำพวก *Ranunculus*

butterfat (บัท' เทอะแฟท) *n.* เนยเหลว, ไขมันในนม, สารผสมของกลีเซอไรด์

butterfingers (บัท' เทอะฟิง' เกอซ) *n.* คนงุ่มง่าม, คนซุ่มซ่าม, คนส่งต่อลูกบอล, คนที่ชอบทิ้งของ

butterfly (บัท' เทอะไฟล) *n., pl.* **-flies** ผีเสื้อ, คนที่มีใจคอไม่แน่นอน, การว่ายน้ำแบบผีเสื้อ *-adj.* กางออกคล้ายปีกผีเสื้อ

butternut (บัท' เทอะนัท) *n.* ผลไม้เปลือกแข็งมีน้ำมันของต้น จำพวก *Juglans cinerea*, ต้นไม้ดังกล่าว, ไม้ของต้นดังกล่าว

butterscotch (บัท' เทอะสคอทช) *n.* ขนมหวานใส่เนย, สารแต่งรสที่ประกอบด้วยน้ำตาล วานิลลาและเนย *-adj.* มีรสหวานผสมเนย

buttery¹ (บัท' เทอะรี) *adj.* คล้ายเนย, ซึ่งทำด้วยเนย, ซึ่งประจบสอพลอ

buttery² (บัท' เทอะรี) *n., pl.* **-ies** ห้องเก็บไวน์และเครื่องดื่มแอลกอฮอล์

buttock (บัท' เทิค) *n., pl.* **buttocks** ก้นหรือตะโพกข้างหนึ่ง, ส่วนท้าย, ท้ายเรือ, การพาดไหล่ทุ่ม (-S. hind end, posterior, haunches, behind, backside)

button (บัท' เทิน) *n.* กระดุม, กระดุมเสื้อ, ปุ่ม, ปุ่มกระดิ่งไฟฟ้า, สิ่งที่คล้ายกระดุม, พนักงานบริการ, หน่อไม้, หน่ออ่อน, ช่อ, เห็ดตูม, ปลายคาง *-vt., vi.* ใส่กระดุม, ติดกระดุม **-buttoner** *n.* **-buttonlike** *adj.*

buttonhole (บัท'เทินโฮล) *n.* รังดุม, รังดุมเสื้อสำหรับเสียบดอกไม้, ดอกไม้ที่เสียบอยู่บนรังดุมเสื้อ *-vt.* **-holed, -holing** เจาะรังดุม, ชวนคุย, จับตัวได้ **-buttonholer** *n.*

buttonhook (บัท' เทินฮุค) *n.* ตะขอเกี่ยวกระดุม

butt plate แผ่นโลหะคลุมท้ายปืน

buttress (บัท' ทริส) *n.* ส่วนยื่นค้ำ, กำแพงค้ำ, ฝาค้ำ, ส่วนค้ำจุน *-vt.* ยื่นค้ำ, สนับสนุน, ค้ำจุน, ให้กำลังใจ

buttstock (บัท' สทอค) *n.* ท้ายปืน

butyl (บิว' ทิล) *n.* สารไฮโดรคาร์บอนที่มีสูตร C_4H_9

buxom (บัค' เซิม) *adj.* มีหน้าอกใหญ่, อวบอัด, ท้วม **-buxomly** *adv.* **-buxomness** *n.* (-S. chesty, fleshy, ample, well-developed)

buy (บาย) *v.* **bought, buying** *-vt.* ซื้อ, ซื้อของ, ได้มา, เช่า, รับบริการ, ให้สินบน, เป็นมูลค่าเท่ากับ, เชื่อถือ, (คำสแลง) ยอมรับ ไถ่ตัว *-vi.* เป็นผู้ซื้อ, ซื้อ *-n.* การซื้อ, การรับซื้อ, สิ่งที่ซื้อ, การต่อรองราคา **-buyable** *n.* (-S. procure, obtain) *-Ex. buy a thing from a person*

buyer (บาย' เออะ) *n.* ผู้ซื้อ, ตัวแทนซื้อ

buyer's market ตลาดของผู้ซื้อซึ่งมีสินค้าและการบริการมากมายในราคาที่ต่ำ

buzz (บัซ) *n.* เสียงผึ้งร้องหึ่ง, เสียงเครื่องบิน, เสียงพึมพำ, ข่าวลือ, รายงาน, เสียงกระซิบกระซาบ, เสียงโทรศัพท์ *-vi., vt.* ทำเสียงหึ่ง, ร้องเสียงหึ่ง, กระซิบกระซาบ, พูดโทรศัพท์, บินต่ำ (-S. hum) *-Ex. the buzz of flies, a buzz of conversation, The pilot buzzed the signal tower.*

buzzard (บัซ' ซัด) *n.* อีแร้งจำพวก *Buteo*, คนระยำ, คนละโมบ

buzzard

buzzer (บัซ' เซอะ) *n.* สิ่งที่ทำเสียงหึ่ง, อุปกรณ์ไฟฟ้าที่ส่งสัญญาณได้

buzzword (บัซ' เวอร์ด) *n.* คำตามสมัยนิยม ซึ่งไม่ค่อยมีความหมายนัก

bwana (บวา' นะ) *n.* นาย, คำเรียกของชาวพื้นเมืองในแอฟริกาที่ใช้เรียกคนผิวขาว (-S. master, sir)

by (บาย) *prep.* ข้าง, อยู่ข้าง, ใกล้, ติดตัว, ไปทาง, ทาง, หันไปทาง, จาก, ผ่าน, ผ่านไป, ผ่านข้าง, ของ, ภายใต้สภาพ, เป็นไปตาม, เป็นผลเนื่องจาก, เป็นตัวแทนของ, อาศัย, ใช้, โดย, ไปยัง, ที่, ทีละ, ต่อ *-adj.* อยู่ใกล้, ใกล้ **by and by** ทันที, หลังจากนั้น ต่อมา, **by the by** ต่อมา, **by the way** โดยทั่วไป (-S. near, at, next to) *-Ex. stand by his side, I always keep some by me., pass by your window, passed him by, do it by Wednesday, by day, by night, paid by the hour, moved by inches, little by little, strawberries by the handful, six feet long by four feet wide, better by far, all done by kindness, worked by electricity, done by means of mirrors, by no means*

by-, bye- คำอุปสรรค มีความหมายว่า ใกล้, ติดต่อกัน, ข้าง, ริม (-S. close by, near)

by-and-by (บาย' เอิน บาย') *n.* อนาคตอันใกล้

by-blow (บาย' โบล) *n.* การตีอย่างบังเอิญหรือเนื่องจากอุบัติเหตุ, ทางอ้อม, ลูกนอกกฎหมาย
bye (บาย) *n.* การผ่านข้ามไปเล่นในรอบต่อไป, สิ่งที่เป็นรอง, สิ่งสำรอง **-by the bye** อย่างไรก็ตาม
bye-bye[1] (บาย' บาย) *n.* (ภาษาพูด) การนอนหลับ
bye-bye[2] (บาย' บาย) *interj.* (ภาษาพูด) ลาก่อน
by-effect (บาย' เอฟเฟคทฺ) *n.* อาการแทรกซ้อน, ปฏิกิริยาแทรกซ้อน
byelaw (บาย' ลอ) *n.* ดู bylaw
by-election (บาย' อีเลค' ชัน) *n.* การเลือกตั้งซ่อม (-S. bye-election)
by-end (บาย' เอนดฺ) *n.* วัตถุประสงค์ส่วนตัว, วัตถุประสงค์ประกอบ
Byelorussia (ไบเอลโลรัช' เชีย) แคว้นหนึ่งทางด้านตะวันตกของรัสเซีย (-S. White Russia, White Russian Soviet Socialist Republic, Byelorussian Soviet Socialist Republic)
bygone (บาย' กอน) *adj.* ในอดีต, แต่ก่อน, ล้าสมัย *-n.* สิ่งที่เป็นอดีต **-let bygones be bygones** เรื่องที่แล้วก็แล้วกันไป, ให้ประนีประนอมกัน (-A. present)
bylane (บาย' เลน) *n.* ซอยเล็ก, ตรอกเล็ก
bylaw (บาย' ลอ) *n.* กฎหมายประกอบ, กฎเทศบาล, กฎหมายท้องถิ่น, ข้อปลีกย่อย
byline (บาย' ไลนฺ) *n.* อาชีพประกอบ, อาชีพพิเศษ, ช่องบนหัวบทความหรือหนังสือพิมพ์หรือวารสารที่แสดงชื่อของผู้เขียน, ทางแยกของสาขาทางรถไฟ **-byliner** *n.*
byname (บาย' เนม) *n.* ชื่อรอง, ฉายานาม, นามสกุล, ชื่อเล่น (-S. byname, secondary name, surname, nickname)
bypass, by-pass (บาย' พาส) *n.* ทางอ้อม, ทางแยกวน, ท่อรอง, ท่อย่อยที่เชื่อมกับท่อใหญ่ *-vt.* อ้อม, ไปทางอ้อม, ทำให้ไปทางรองหรือทางย่อย, ไม่สนใจข้อคิดเห็นหรือคำตัดสิน (-S. deviate from, detour around, avoid) *-Ex. We by-passed Chiang Mai on our trip.*
by-past (บาย' พาสทฺ) *adj.* อดีต, ซึ่งผ่านพ้นไปแล้ว (-S. bygone)
bypath, by-path (บาย' พาธ) *n.* เส้นทางรอง, ทางอ้อม, ทางย่อย
byplay (บาย' เพล) *n.* การแสดงประกอบ, การพูดประกอบ, พฤติการณ์ประกอบ
byproduct, by-product (บาย' พรอด' ดัคทฺ) *n.* ผลพลอยได้, ผลิตผลพลอยได้ (-S. offshoot, spin-off, appendage, extra, result, aide effect, issue, adjunct)
byre (บาย' เออร์) *n.* คอกวัว, คอกปศุสัตว์
byroad (บาย' โรด) *n.* ทางอ้อม, ถนนอ้อม, ถนนรอง, ถนนย่อย
Byron (บาย' รัน) *n.* กวีอังกฤษที่มีชื่อเสียงชื่อ Lord George Gordon (ค.ศ. 1788-1824) **-Byronic** *adj.*
bystander (บาย' สแทน' เดอะ) *n.* คนมุง, คนยืนมอง (ไม่ได้เข้าร่วมด้วย) (-S. passerby)
byte (ไบทฺ) *n.* หน่วยของข้อมูลสำหรับป้อนให้แก่คอมพิวเตอร์เท่ากับ 1 แคแรกเตอร์หรือ 8 บิต
byway (บาย' เว) *n.* ถนนส่วนตัว, ถนนที่ลี้ลับ, ถนนสายเปลี่ยว, การวิจัยที่ปิดบัง, ความพยายามที่ปิดบัง
byword (บาย' เวิร์ด) *n.* สุภาษิต, ภาษิต, คำพูดที่พูดกันบ่อย, คำขวัญ (-S. proverb, saying)
Byzantine (บิซ' ซันทีน) *adj.* ซึ่งเกี่ยวกับอาณาจักรโรมันหรือเกี่ยวกับบิเซนไทน์ ภาษาหรือชาวเมืองบิเซนไทน์

C

C, c (ซี) *n., pl.* **C's, c's** พยัญชนะอังกฤษตัวที่ 3, ตัวซี, รูปเหมือนตัวซี, ตัวเลข 100 ของโรมัน, สัญลักษณ์ทางเคมีของธาตุคาร์บอน
C ย่อจาก candle เทียนไข, capacitance ความจุไฟฟ้า, carbon สัญลักษณ์ทางเคมีของธาตุคาร์บอน, cathode แคโทด, Celsius องศาเซลเซียส, century ศตวรรษ, chapter บท, child เด็ก, College วิทยาลัย, coulomb คูลอมบ์
CA ย่อจาก California รัฐแคลิฟอร์เนียในสหรัฐอเมริกา, Central America อเมริกากลาง
cab[1] (แคบ) *n.* รถแท็กซี่, รถม้า, รถเช่า, ห้องคนขับในรถ *-vi.* **cabbed, cabbing** ขึ้นรถแท็กซี่, ขับรถแท็กซี่
cab[2]**, kab** (แคบ) *n.* หน่วยโบราณที่เท่ากับ 2 ควอร์ตของชาวฮีบรู
cabal (คะแบล') *n.* คนกลุ่มเล็กที่วางแผนต่อต้านรัฐบาล, แผนต่อต้านรัฐบาล, แผนร้าย *-vi.* **-balled, -balling** วางแผนต่อต้าน
cabala, cabbala (แคบ' บะละ) *n.* ลัทธิลึกลับ
cabana (คะแบน' นะ) *n.* กระท่อมเล็กๆ, ห้องอาบน้ำ, โรงอาบน้ำ
cabaret (แคบ' บะเร) *n.* ภัตตาคารขนาดใหญ่ที่มีดนตรีและการแสดง, การแสดงบันเทิงอย่างหนึ่ง
cabbage[1] (แคบ' บิจ) *n.* กะหล่ำปลี, ผักคะน้า, (คำสแลง) เงิน **-cabbagy** *adj.*
cabbage[2] (แคบ' บิจ) *vt., vi.* **-baged, -baging** (คำสแลง) ขโมย *-n.* เศษผ้า
cabby (แคบ' บี) *n.* (ภาษาพูด) คนขับรถแท็กซี่ (-S. cabbie, cabdriver)
cabdriver (แคบ' ไดรเวอะ) *n.* คนขับรถแท็กซี่, คนขับรถม้า
cabin (แคบ' บิน) *n.* กระท่อม, กระต๊อบ, ห้องในเรือ, ห้องเครื่อง, หอสัญญาณของทางรถไฟ, ห้องขับเครื่องบินของนักบิน *-vt.* ขังหรือให้อยู่ในเคบิน (-S. shack, hut)
cabinet (แคบ' บิเนท) *n.* คณะรัฐมนตรี, ตู้, ตู้มีลิ้นชัก, ตู้เฟอร์นิเจอร์ที่มีชั้นวางวิทยุ โทรทัศน์ เครื่องเล่นจานเสียง, ห้องเล็ก, ห้องลับ, กล่องใส่ของมีค่า, ห้อง

เคบินเล็กๆ *-adj.* เกี่ยวกับคณะรัฐมนตรี, เกี่ยวกับห้องส่วนตัว (-S. chest, case, closet, locker, file) *-Ex. a medicine cabinet, a kitchen cabinet*

cabinetmaker (แคบ' บิเนทเมค' เคอะ) *n.* ช่างทำตู้อย่างดี **-cabinetmaking** *n.*

cable (เค' เบิล) *n.* เชือกแข็งแรงขนาดใหญ่, สายเคเบิล, สายโซ่สมอเรือ, สายโทรเลขใต้น้ำ, เชือกพวน, โทรเลข *-v.* **-bled, -bling** *-vt.* ส่งโทรเลข, มัดหรือผูกด้วยเชือกขนาดใหญ่ *-vi.* ส่งโทรเลขโดยสายเคเบิลใต้น้ำ *-Ex. Please cable your office that you will sail next week.*

cable car, cable-car ตู้รถไฟหรือตู้กระเช้าที่เคลื่อนที่โดยการดึงสายเคเบิลขนาดใหญ่เพื่อขึ้นลงที่สูง

cablegram (เค'เบิลแกรม) *n.* โทรเลขที่ส่งผ่านสายเคเบิลใต้น้ำ

cable railway รถไฟที่เคลื่อนที่โดยการดึงของสายเคเบิลขนาดใหญ่ที่อยู่ข้างใต้

cable television, cable TV เคเบิลทีวี, การบริการสัญญาณโทรทัศน์จากสายเคเบิลให้กับสมาชิก

cabman (แคบ' เมิน) *n., pl.* **-men** คนขับรถแท็กซี่

caboodle (คะบูด' เดิล) *n.* กอง, กลุ่ม, โขลง (-S. group)

caboose (คะบูส') ตู้ทำการของพนักงานรถไฟในขบวนรถไฟ, ห้องครัวบนเรือ

cabriolet (แคบริโอเล') *n.* รถม้าสองล้อขนาดเบาที่สามารถบรรทุกคนได้สองคน, รถยนต์มีประทุนเปิดปิดได้

cacao (คะเค' โอ) *n., pl.* **-os** ต้นโกโก้ จำพวก *Theobroma cacao* เมล็ดของมันใช้ทำโกโก้, ผลของต้นโกโก้ (-S. cocoa, cacao bean)

cacao

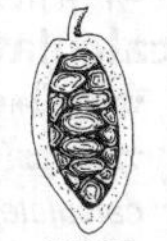

cachalot (แคช' ชะลอท) *n.* ปลาวาฬขนาดใหญ่พวก sperm whale จำพวก *Physeter catodon* ซึ่งให้ไขปลาวาฬมาก

cache (แคช) *n.* ที่ซ่อน, ที่เก็บ, สิ่งที่ซ่อนไว้, สิ่งที่เก็บไว้ *-vt.* **cached, caching** ซ่อน, เก็บ (-S. hide) *-Ex. a cache of food, Somchai cached the treasure at the back of the cave.*

cachet (เคเช่) *n.* ตราประทับ, สัญลักษณ์, สัญลักษณ์แสดงเกียรติคุณ, เกียรติคุณ, คำขวัญที่พิมพ์บนซองหรือจดหมาย (-S. mark, characteristic)

cackle (แคค' เคิล) *v.* **-led, -ling** *-vi.* ร้องเสียงกะต๊ากหรือกุ๊กๆ, หัวเราะกั๊กกั๊ก, พูดเสียงอึกทึก *-vt.* ร้องเสียงที่แสดงการไม่เห็นด้วย *-n.* การร้องเสียงที่แสดงการไม่เห็นด้วย, คำพูดเหลวไหล (-S. cluck, chuckle, prattle)

cacomistle (แคค' คะมิส' เซิล) *n.* สัตว์กินเนื้อในเม็กซิโก จำพวก *Bassariscus astutus* (-S. cacomixle, ringtail)

cacomistle

cacophonous (คะคอฟ' ฟะเนิส) *adj.* มีเสียงแหบหรือห้าว, ซึ่งออกเสียงไม่ประสานกัน **-cacophonously** *adv.* (-S. cacophonic)

cacophony (คะคอฟ' ฟะนี) *n.* เสียงแหบ, เสียงห้าว, เสียงที่ไม่ประสานกัน, เสียงผิดปกติ, ท่วงทำนองเสียงที่ไม่ประสานกัน

cactus (แคค' ทัส) *n., pl.* **-tuses/-ti** ตะบองเพชร ต้นไม้ตระกูล Cactaceae

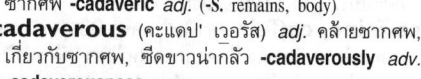

cactus

cad (แคด) *n.* ชายที่หยาบคายต่อหญิง, ชายที่ประพฤติไม่ดี

cadaver (คะแดฟ' เวอะ) *n.* ซากศพ **-cadaveric** *adj.* (-S. remains, body)

cadaverous (คะแดป' เวอรัส) *adj.* คล้ายซากศพ, เกี่ยวกับซากศพ, ซีดขาวน่ากลัว **-cadaverously** *adv.* **-cadaverousness** *n.*

CAD/CAM (แคด' แคม) ย่อมาจาก Computer-aided design/computer aided manufacturing เป็นระบบคอมพิวเตอร์ที่ทำหน้าที่ออกแบบงานทางวิศวกรรมซึ่งมีรายละเอียดที่ซับซ้อน

caddie (แคด' ดี) *n., pl.* **-dies** ผู้รับจ้างแบกถุงไม้ตีกอล์ฟ, คนรับใช้เรื่องเล็กๆ น้อยๆ ทั่วไป *-vi.* **-died, -dying** รับจ้างแบกถุงกอล์ฟ, คอยรับใช้

caddis fly แมลงปีกคู่มีขนชนิดหนึ่งในพวก Trichoptera (-S. caddice fly)

caddis fly

caddis worm ตัวอ่อนของ caddis fly

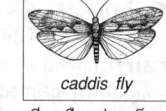

caddy (แคด' ดี) *n., pl.* **-dies** หีบหรือกล่องเล็กๆ สำหรับเก็บของเล็กๆ, ดู caddie

cadence (แคด' เดินซ) *n.* ท่วงทำนองดนตรี, จังหวะในการพูด, จังหวะ, ท่วงทำนอง **-cadenced, -cadential** *adj.* (-S. beat)

cadenza (คะเดน' ซะ) *n.* เสียงดนตรีที่แผ่วเบาก่อนจบ

cadet (คะเดท') *n.* นักเรียนนายทหาร, นักเรียนโรงเรียนนายร้อย, เด็กฝึกงาน, น้องชาย **-cadetship** *n.*

cadge (แคจ) *v.* **cadged, cadging** *-vt.* ยืมโดยไม่ตั้งใจจะคืน, ขอทาน, คว้ามาได้โดยฝืนใจคนอื่น *-vi.* ได้มาโดยคนอื่นจ่ายให้ **-cadger** *n.*

cadmium (แคด' เมียม) *n.* ธาตุโลหะขาวใช้ในการเคลือบและทำโลหะผสม มีสัญลักษณ์ Cd

cadre (คา' ดระ, แคด' รี) *n.* ฝ่ายบริหาร, นายทหารฝ่ายเสนาธิการ, โครงงาน, ขอบข่ายของงาน

caduceus (คะดู'เซียส) *n., pl.* **-cei** คทาที่เทพเจ้าเมอคิวรีถือเป็นสัญลักษณ์ของผู้สื่อข่าวของพระเจ้าทั้งหลาย, คทามีปีกและงูพันรอบเป็นสัญลักษณ์ของอาชีพแพทยศาสตร์ **-caducean** *adj.*

caduceus

Caesar (ซี' ซาร์) *n.* ชื่อตำแหน่งของจักรพรรดิโรมัน, จักรพรรดิ, เผด็จการ, เจ้าหน้าที่พลเรือน, จูเลียส ซีซาร์ (-S. tyrant, dictator)

Caesarean, Caesarian (ซิซาร์' เรียน) *adj.* เกี่ยวกับซีซาร์ (-S. Cesarean, Cesarian)

Caesarean section, caesarean section (ซิซาร์' เรียนเซค' ชัน) *n.* การผ่าผนังช่องท้องและมดลูก เพื่อเอาทารกในครรภ์ออก (-S. Caesarean operation)

caesium (ซี' เซียม) *n.* ธาตุโลหะซีเซียมใช้ในโฟโต-อีเล็กทริกเซลล์ มีสัญลักษณ์ Cs

caesura (ซิซู' ระ) *n., pl.* **-ras/-rae** การหยุดระหว่างโคลง **-caesural** *adj.*
cafe, café (คะเฟ', แคฟ' เฟ) *n.* ภัตตาคารเล็กๆ, ร้านกาแฟ, โรงอาหาร, ไนต์คลับ, โรงอาหารที่ผู้รับประทานบริการตัวเอง, กาแฟ (-S. restaurant)
cafeteria (แคฟ' ฟิเทียเรีย) *n.* ภัตตาคารหรือโรงอาหารที่ผู้รับประทานอาหารต้องบริการตัวเอง
caffeine, caffein (คาฟีน', แคฟ' ฟีอิน) *n.* แอลคาลอยด์ขมชนิดหนึ่งที่ได้จากกาแฟหรือชา มีฤทธิ์เป็นยากระตุ้นและขับปัสสาวะ **-caffeinated** *adj.*
caftan (แคฟ' ทัน) *n.* เสื้อคลุมแขนยาวที่มีสายคาดเอว
cage (เคจ) *n.* กรง, กรงนก, คุก, ที่คุมขัง, ที่กักขัง, โครง, โครงกระดูก, โครงเหล็กค้ำปืน *-vt.* **-caged, -caging** ใส่ในกรง, ขังกรง
cageling (เคจ' ลิง) *n.* นกที่อยู่ในกรง
cahoots (คะฮูทซฺ') *n. pl.* (คำสแลง) กลุ่ม, กลุ่มผลประโยชน์
caiman (เค'มัน) *n., pl.* **-mans** จระเข้ในอเมริกากลางและอเมริกาใต้
Cain (เคน) *n.* บุตรคนแรกของอาดัมและอีฟ **-raise Cain** (คำสแลง) การทำให้วุ่นวาย
cairn (แคร์น) *n.* กองหินที่เป็นสัญลักษณ์, หินที่ปักบนหลุมฝังศพ **-cairned** *adj.*
cairngorm (แคร์น' กอม) *n.* หินควอตซ์ชนิดหนึ่งมีสีเหลืองหรือน้ำตาล (-S. Cairngorm stone)
cairn terrier สุนัขเทอเรียร์ตัวเล็ก เตี้ยและมีหนังหยาบ
Cairo (ไค' โร) ชื่อเมืองหลวงของประเทศอียิปต์
caisson (เค' เซิน) *n.* หีบ กระสุน, รังกระสุน, หีบลม, ห้องใต้น้ำมีอากาศสำหรับสร้างสะพาน, กระบอกลอยอัดอากาศสำหรับยกเรือที่จม, รถใส่กระสุน

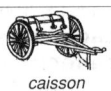

caisson

caitiff (เค' ทิฟ) *n.* คนต่ำช้า, คนหยาบ *-adj.* เลว, หยาบ, ต่ำช้า, ขี้ขลาด
cajole (คะโจล') *vt., vi.* **-joled, -joling** ล่อลวง, หลอกลวง, ล่อใจ **-cajolery, cajolement** *n.* **-cajoler** *n.* **-cajolingly** *adv.* (-S. coax, wheedle, flatter, entice)
Cajun, Cajan (เค' จัน) *n.* ชื่อภาษาท้องถิ่นของฝรั่งเศส
cake (เคค) *n.* ขนมเค้ก, ก้อน *-vt., vi.* **caked, caking** เกาะกันเป็นก้อนแข็ง (-S. pastry, loaf, sweet) *-Ex. a piece of cake, plum-cake, oat-cake*
cal. ย่อจาก calorie แคลอรี, caliber ขนาดลำกล้องลูกปืน
calabash (แคล' ละแบช) *n.* พืชพวกน้ำเต้า, น้ำเต้า, ต้นน้ำเต้า
calaboose (แคล' ละบูซฺ) *n.* (คำสแลง) คุก, การกักขัง (-S. jail, prison)
calamine (แคล' ละไมนฺ) *n.* ผงสีชมพูที่ประกอบด้วยซิงค์ออกไซด์และเฟอร์ริกออกไซด์ใช้ทาแก้โรคผิวหนัง, ซิงค์คาร์บอเนต ($ZnCo_3$)
calamitous (คะแลม' มิเทิส) *adj.* ที่ทำให้เกิดความหายนะ, เกี่ยวกับภัยพิบัติ, ที่เคราะห์ร้าย **-calamitously** *adv.* **-calamitousness** *n.* (-S. catastrophic, disastrous -A. advantageous)
calamity (คะแลม' มิที) *n., pl.* **-ties** ภัยพิบัติ, เคราะห์ร้าย, ความหายนะ (-S. disaster)
calcareous (แคลแค' เรียส) *adj.* ประกอบด้วยหรือคล้ายหินปูนขาวหรือแคลเซียมคาร์บอเนต, คล้ายหินปูน **-calcareousness** *n.*
calciferol (แคลซิฟ' เฟอรอล) *n.* วิตามินดี
calcification (แคลซิฟิเค' ชัน) *n.* การเปลี่ยนเป็นหินปูนหรือแคลเซียมคาร์บอเนต, การสะสมของเกลือของแคลเซียมและแมกนีเซียมซึ่งไม่ละลายได้ในน้ำ, การกลายเป็นกระดูก
calcify (แคล' ซิไฟ) *vt., vi.* **-fied, -fying** กลายเป็นเกลือของแคลเซียมและแมกนีเซียม, แข็งตัวโดยการสะสมของเกลือแคลเซียม, ทำให้แข็งตัว
calcimine (แคล' ซะไมนฺ) *n.* ปูนขาวทำผนังกำแพง, *-vt.* **-mined, -mining** เคลือบหรือทาด้วยปูนขาว
calcite (แคล' ไซทฺ) *n.* แคลเซียมคาร์บอเนต ($CaCO_3$), หินปูน **-calcitic** *adj.*
calcium (แคล' เซียม) *n.* ธาตุแคลเซียม มีสัญลักษณ์ Ca
calcium carbonate หินปูน, ปูน, $CaCO_3$
calculable (แคล' คิวละเบิล) *adj.* ซึ่งคำนวณได้, ไว้ใจได้ **-calculability** *n.* **-calculably** *adv.* (-S. ascertainable, computerable, predictable)
calculate (แคล' คิวเลท) *v.* **-lated, -lating** *-vt.* คำนวณ, ถือว่า, เข้าใจว่า, คาดคะเน, คิดว่า, เดา, วางแผน *-vi.* คำนวณ, ประมาณ (-S. compute, count, figure)
calculated (แคล' คิวเลททิด) *adj.* ได้จากการคำนวณทางคณิตศาสตร์, ที่คิดคำนวณหรือวางแผนไว้ด้วยความระมัดระวัง **-calculatedly** *adv.* (-S. intentional) *-Ex. We calculated on a fine day., Bridge calculated to carry heavy traffic.*
calculating (แคล' คิวเลททิง) *adj.* สามารถคำนวณได้, ฉลาด, หลักแหลม, วางแผนไว้อย่างเห็นแก่ตัว **-calculatingly** *adv.* (-S. shrewd -A. candid)
calculation (แคลคิวเล' ชัน) *n.* การคำนวณ, ผลจากการคำนวณ, การคาดคะเน, การทำนาย, การวางแผน, การมุ่งคิดแต่ประโยชน์ของตัวเอง **-calculative** *adj.* (-S. computation) *-Ex. after long calculation, The engineer's calculations show that the rocket is off its course.*
calculator (แคล' คิวเล' เทอะ) *n.* เครื่องคิดเลข, เครื่องคำนวณ, คนคำนวณ, คนที่ใช้เครื่องคิดเลข, ตารางตัวเลขที่ช่วยในการคำนวณ
calculous (แคล' คิวลัส) *adj.* มีลักษณะเป็นก้อนแข็ง, เป็นนิ่ว, เป็นหิน
calculus (แคล' คิวลัส) *v., pl.* **-li/-luses** คณิตศาสตร์สาขาแคลคูลัสซึ่งเป็นการคำนวณระบบหนึ่ง, นิ่ว, ก้อนหินปูน
Calcutta (แคลคัท' ทะ) เมืองกัลกัตตา, เป็นเมืองท่าอยู่ทางทิศตะวันออกเฉียงเหนือของอินเดีย
caldera (แคลเดอ' ระ) *n.* แอ่งตรงยอดภูเขาไฟ
caldron, cauldron (คอล' ดรอน) *n.* กาน้ำขนาดใหญ่
calendar (แคล' เลนเดอร์) *n.* ปฏิทิน, หนังสือปฏิทิน, รายการประจำวัน *-vt.* บันทึก, บันทึกประจำวัน **-calendric,**

calender 117 calorimeter

C

calendrical *adj. -Ex. a Thai calendar of festivals*

calender (แคล' เลนเดอะ) *n.* เครื่องบดให้เรียบและขึ้นเงาโดยผ่านลูกกลิ้ง *-vt.* บดหรือกดให้เรียบและขึ้นเงา **-calenderer** *n.*

calends (แคล' เลนดฺซฺ) *n. pl.* วันแรกของเดือนตามปฏิทินโรมันโบราณ

calf (คาล์ฟ) *n., pl.* **calves** ลูกวัวลูกควาย, ลูกสัตว์เลี้ยงลูกด้วยนม, เด็กเซ่อซ่า, ชายงุ่มง่าม, น้อง, เกาะเล็กๆ ในบริเวณเกาะใหญ่

caliber, calibre (แคล' ลิเบอะ) *n.* ขนาดลำกล้องปืน, ขนาดเส้นผ่าศูนย์กลาง, ขนาดของสติปัญญาความสามารถหรือความสำคัญ (-S. diameter)

calibrate (แคล' ลีเบรท) *vt.* **-brated, -brating** ตรวจตรา, วัด, หาค่าแบ่งออกเป็นขีดๆ ให้เป็นมาตราวัด, ทำให้เป็นมาตรฐาน **-calibrator** *n.* **-calibration** *n.*

calices (แคล' ลิซีซฺ) *n. pl.* พหูพจน์ของ calix

California (แคลลิฟอร์' เนีย) ชื่อรัฐทางฝั่งตะวันตกของสหรัฐอเมริกา **-Californian** *adj., n.*

caliper (แคล' ละเพอร์) *n.* อุปกรณ์มีลักษณะสองขาโค้งสำหรับวัดเส้นผ่านศูนย์กลาง, อุปกรณ์วัดความหนา, ความหนา *-vt., vi.* วัดด้วยอุปกรณ์ดังกล่าว

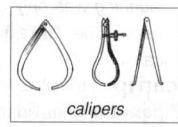

calipers

caliph (แคล' ลิฟ) *n.* กาหลิบ, ผู้นำฝ่ายปกครองและศาสนาในประเทศอิสลาม, กษัตริย์มุสลิมในกรุงแบกแดดสมัยก่อน (-S. calif, kalif, khalif)

calisthenics (แคลลิสเธน' นิคซฺ) *n. pl.* กายกรรมเพื่อสุขภาพความแข็งแรงและความได้สัดส่วนของรูปร่าง **-calisthenic, calisthenical** *adj.* (-S. callisthenics)

calix (เค' ลิคซฺ) *n., pl.* **calices** ถ้วย

calk[1] (คอค) *vt.* ดู caulk **-calker** *n.*

calk[2] (คอค) *n.* ส่วนยื่นบนเกือกม้าใช้ป้องกันการลื่นตก, หนามเหล็กที่ติดใต้รองเท้า *-vt.* ติดหนามเหล็กใต้รองเท้า

call (คอล) *vt.* เรียก, ร้องเรียก, ร้องขอ, เรียกให้ตื่น, อ่านออกเสียง, เข้าใจว่า, ถือว่า, ประมาณว่า, เห็นว่า, ให้ชื่อ, มีชื่อ, มีนามว่า, เรียกไพ่, โทรศัพท์, สั่ง, ออกคำสั่ง, ไปเยี่ยม, แวะรับ, ตำหนิ, เลียนแบบ *-vi.* ร้องเรียก, เรียก, โทรศัพท์, ไปเยี่ยม, เรียกไพ่, จอดชิด *-n.* การเรียกร้อง, การเรียก, การโทรศัพท์, การไปเยี่ยม, การเรียกไพ่, สัญญาณ **-call for** ร้องเรียก, ร้องขอ **-call off** ยกเลิก, เลื่อน (-S. exclaim, appeal, demand) *-Ex. Did you hear my call?, I called out to him, 'Stop'., Has the laundry called yet?, call the police, call to arms, call to memory, call her up on the telephone, call out the militia, call attention to, call on him to help, a bugle call, a telephone call, the call of hunger*

calla (แคล' ละ) *n.* พืชจำพวก *Zantedeschia,* พืชจำพวก *Calla palustris,* พืชพวกเผือกน้ำ

callboy (คอล' บอย) *n.* พนักงานชายบริการในโรงแรม, พนักงานชายที่คอยเรียกผู้แสดงขึ้นเวที

caller (คอล' เลอะ) *n.* คนร้องเรียก, สิ่งเรียก, สิ่งที่เรียกร้อง, ผู้ไปเยี่ยม, ผู้โทรศัพท์, ผู้เรียกประชุม (-S. visitor)

call girl นางทางโทรศัพท์, โสเภณี (-S. prostitute)

calligraphy (คะลิก' กระฟี) *n.* ลายมือดี, ลายมือสวย, การคัดลายมือ, ศิลปะการคัดลายมือ **-calligrapher, calligraphist** *n.* **-calligraphic** *adj.*

call-in (คอล' อิน) *n.* การสนทนาทางโทรศัพท์เพื่อกระจายเสียง *-adj.* เกี่ยวกับการสนทนาทางโทรศัพท์ที่กระจายเสียง

calling (คอล' ลิง) *n.* การเรียกร้อง, อาชีพ, การเยี่ยม, สิ่งดลใจ, การประชุม (-S. vocation) *-Ex. It is important to find the right calling.*

calling card นามบัตร, บัตรผู้มาเยี่ยม (-S. visiting card)

calliope (คะไล'อะพี) *n.* เครื่องดนตรีชนิดหนึ่งที่คล้ายกับออร์แกน

calliper (แคล' ละเพอะ) *n.* ดู caliper

callisthenics (แคลลิสเธน' นิคซฺ) *n. pl.* ดู calisthenics **-callisthenic, callisthenical** *adj.*

call loan การยืมที่ต้องใช้คืนเมื่อถูกเรียกให้ใช้คืน

call number หมายเลขหิ้งหนังสือ

callosity (คะลอส' ซิที) *n., pl.* **-ties** ภาวะแข็งด้าน, ส่วนที่แข็งด้านบนผิวหนัง, ความไม่รู้สึก, ความตายด้าน, ความใจแข็งที่ไม่เห็นแก่หน้าใคร

callous (แคล' ลัส) *adj.* แข็ง, ด้าน, ไม่รู้สึก, ไม่สนใจ, เมินเฉย, ตายด้าน, ไม่เห็นอกเห็นใจ *-vt., vi.* ทำให้แข็งหรือด้าน **-callously** *adv.* **-callousness** *n. -Ex. Rough work will make callous your hands., Cruel people are callous to the suffering of others.*

callow (แคล' โล) *adj.* ไร้ประสบการณ์, อ่อนหัด, ยังบินไม่ได้ (นกตัวอ่อน), ต่ำและเปียกชื้น **-callowness** *n.* (-S. youthful)

call-up การเรียกเกณฑ์ทหาร

callus (แคล' ลัส) *n., pl.* **-luses** หนังด้าน, ภาวะผิวหนังหนาด้าน, เนื้อเยื่อที่เกิดขึ้นมาปกคลุมบาดแผลพืช *-vi., vt.* กลายเป็นผิวหนังที่หนาและด้าน, สร้างหนังที่หนาด้าน

calm (คาม) *adj.* สงบ, เงียบสงบ, ไร้ลมพัด, (ใจ) สงบ *-n.* ความสงบ, ความเงียบสงบ, ภาวะนิ่งเฉย, ภาวะไร้ลมพัด, ภาวะใจสงบ *-vt.* ทำให้สงบ *-vi.* สงบ **-calmative** *adj.* **-calmness** *n.* **-calmly** *adv.*(-S. composed, quiet) *-Ex. Sawai spoke quietly and calmly., Udom calmly told me that he wouldn't pay., Sombut calmed down., Somsuk calmed (down) the excited people.*

calomel (แคล'ละเมล) *n.* ผงสีขาวที่ใช้เป็นยาถ่ายและยาฆ่าเชื้อแบคทีเรียโรคผิวหนัง, HgCl (-S. -mercurous chloride)

caloric (คะลอ' ริค) *adj.* เกี่ยวกับแคลอรี, เกี่ยวกับความร้อน *-n.* ความร้อน, ของเหลวในสสารที่เชื่อว่าเป็นตัวกำหนดภาวะอุณหภูมิของสสารนั้น **-calorically** *adv.*

calorie (แคล' ละรี) *n.* ปริมาณความร้อนที่เท่ากับ 1,000 กรัม-แคลอรี, ปริมาณความร้อนที่ทำให้น้ำ 1 กรัม มีอุณหภูมิเพิ่มขึ้น 1 องศาเซลเซียส ใช้อักษรย่อว่า cal., ปริมาณอาหารที่ให้พลังงานหนึ่งหน่วยดังกล่าว (-S. calory)

calorific (แคลละริฟ'ฟิค) *adj.* ซึ่งเกี่ยวกับหรือสร้างความร้อน

calorimeter (แคลละริม' มิเทอะ) *n.* เครื่องมือวัดปริมาณความร้อน **-calorimetry** *n.* **-calorimetric, calori-**

C

metrical *adj.* **-calorimetrically** *adv.*

calory (แคล' ละรี) *n., pl.* **-ries** ดู calorie

calumet (แคล' ยะเมท) *n.* บ้องยาสูบขนาดยาวมีลวดลายของชาวอินเดียนแดง ใช้สูบในพิธีโดยเฉพาะเพื่อเป็นสัญลักษณ์ของความสงบ (-S. peace pipe)

calumniate (คะลัม' นิเอท) *vt., vi.* **-ated, -ating** กล่าวร้าย, ให้ร้ายป้ายสี **-calumniation** *n.* **-calumniator** *n.* (-S. slander)

calumniation (คะลัมนิเอ' ชัน) *n.* การกล่าวร้าย, การป้ายสี (-S. slander, calumny)

calumnious (คะลัม' เนียส) *adj.* ซึ่งกล่าวร้าย, ซึ่งป้ายสี **-calumniously** *adv.* (-S. calumnitory, defamatory)

calumny (แคล' ลัมนี) *n., pl.* **-nies** การกล่าวร้าย, การป้ายสี, การทำให้เสื่อมเสียชื่อเสียง (-S. defamation)

calvary (แคล' วะรี) *n.* สถานที่พระเยซูคริสต์ถูกตรึงบนไม้กางเขน, การตรึงบนกางเขน, เคราะห์กรรมที่ถึงตาย

calve (คาฟว) *vi., vt.* **calved, calving** ให้กำเนิดลูกวัว, แตกออก, พังทลาย

calves (คาฟวซ) *n. pl.* พหูพจน์ของ calf

Calvinism (แคล' วะนิซซึ่ม) *n.* คำสอนของ John Calvin **-Calvinist** *n., adj.* **-Calvinistic, Calvinistical** *adj.* **-Calvinistically** *adv.*

calx (แคลซ) *n., pl.* **calxes/calces** เถ้าที่เหลือจากการเผาโลหะ, สันเท้า

calypso (คะลิพ' โซ) *n., pl.* **-sos** จังหวะคาลิพโซ, ดอกกล้วยไม้ชนิดหนึ่งจำพวก *Calypso bulbosa* **-Calypso** นางฟ้าในนวนิยาย Odyssey

calyx (เค' ลิคซ) *n., pl.* **calyxes/calyces** กลีบใบหุ้มดอก

cam (แคม) *n.* ลูกเบี้ยว, ล้อนูน, เครื่องที่เป็นจานหรือลูกทรงกระบอกที่มีรูปร่างไม่สม่ำเสมอทำให้การหมุนเวียนกลายเป็นการเคลื่อนไหวอย่างอื่น

camaraderie (คามะรา' ดะรี) *n.* มิตรภาพที่ดี

camber (แคม' เบอะ) *vt., vi.* โค้งหรืองอเล็กน้อย, โค้งขึ้นตรงกลาง *-n.* การโค้งงอเล็กน้อย, รูปโค้งนูน, อู่เรือขนาดเล็ก, โค้งวงแหวน, ส่วนลึกโค้งของแหนบรถ (-S. arch, arch slightly)

cambium (แคม'เบียม) *n.* ชิ้นเนื้อเยื่อของพืชระหว่างเปลือกในกับเนื้อไม้ **-cambial** *adj.*

Cambodia (แคมโบ' เดีย) ประเทศกัมพูชา, ประเทศเขมร (-S. Kampuchea, Khmer Republic)

Cambodian (แคมโบ' เดียน) *n.* ชาวเขมร, ภาษาเขมร *-adj.* เกี่ยวกับเขมร

Cambrian (แคม' เบรียน) *adj.* เกี่ยวกับยุค Paleozoic (500-600 ล้านปีก่อน) *-n.* ยุค Paleozoic, ชาวเวลส์ที่อาศัยอยู่แถบแคมเบรีย

cambric (เคม' บริค) *n.* ผ้าฝ้ายหรือผ้าลินินผืนบาง มักเป็นสีที่ไร้ลวดลาย

camcorder (แคม' คอร์ดเดอะ) *n.* กล้องวิดีโอที่สามารถบันทึกภาพและเสียง สามารถพกพาได้ เกิดจากคำว่า camera รวมกับ recorder

came (เคม) *vi.* กริยาช่อง 2 ของ come

camel (แคม' เมิล) *n.* อูฐ, ทุ่นกู้เรือ, ทุ่นลอยน้ำสำหรับยกของหนัก

cameleer (แคมเมิลเลียร์') *n.* คนขี่อูฐ

camellia (คะเมล' เลีย) *n.* พืชไม้จำพวก *Camellia japonica* อยู่ในตระกูลเดียวกับชา, ดอกของต้นไม้ดังกล่าว

camelopard (คะเมิล' ละพาร์ด) *n.* ยีราฟ, กวางขนยาว

camera (แคม' เมอระ) *n., pl.* **-eras** กล้องถ่ายรูป, เครื่องจับภาพของโทรทัศน์ *-pl.* **-erae** ห้องส่วนตัวของผู้พิพากษา **-in camera** โดยส่วนตัว, เป็นความลับ

cameraman (แคม' เมอระแมน) *n., pl.* **-men** ตากล้อง, นักถ่ายรูป, คนถ่ายภาพยนตร์

Cameroon, Cameroun (แคมมะรูน') ชื่อประเทศหนึ่งในแอฟริกาตะวันตก **-Cameroonian** *adj., n.*

camomile, chamomile (แคม' มะมิล) *n.* พืชจำพวก *Anthemis* ใบและดอกมีกลิ่นแรงที่ใช้ทำเป็นยา, พืชจำพวก *Matricaria recutita*

camouflage (แคม' มะฟลาจฺ) *n.* เครื่องลวงตา, เครื่องพราง, สิ่งลวงตา, การอำพราง, การหลอกลวง *-vt., vi.* **-flaged, -flaging** อำพราง, ซ่อน, ลวงตา **-camouflager** *n.* (-S. disguise, feign) *-Ex. Somchai's joking and laughing was only camouflage to cover his uneasiness., The tanks were camouflaged with painted canvas.*

camp[1] (แคมพฺ) *n.* ค่าย, ที่พัก, เต็นท์, ค่ายทหารชั่วคราว, กลุ่มคนที่ตั้งค่ายพัก, การตั้งค่ายพัก, โครงสร้างชั่วคราว, การนอนกลางแจ้ง, ชีวิตทหาร, กลุ่มคนที่เชื่อในหลักการเดียวกัน, บริเวณพักผ่อนหย่อนใจที่ไกลจากชุมชนและมีเครื่องกีฬาให้เล่นมากมาย, การธุดงค์ *-vi.* ตั้งค่าย, พักแรมในค่าย, พัก, หลับนอน, ปักหลักอยู่อย่างดื้อรั้น *-vt.* พักอยู่ในค่าย, พำนัก (-S. encampment) *-Ex. a week's camp, in the enemy's camp, divided into opposite camps. the soldiers in the camp, a camp of wandering gipsies, The Scouts' camp will be held in July.*

camp[2] (แคมพฺ) *n.* (คำสแลง) ท่าทางที่หลอกลวง, มารยา, การอ้างสิทธิ, อุบาย *-vi., vt.* แกล้งทำ, อ้างสิทธิ, ทำมารยา

campaign (แคมเพน') *n.* การปฏิบัติการทางทหาร, ยุทธการ, การรณรงค์, การแข่งขันหาเสียงเลือกตั้ง *-vi.* รณรงค์, แข่งขัน **-campaigner** *n.* (-S. movement, drive) *-Ex. a political campaign, The general planned a campaign to capture the town., Yupa campaigned or the fund.*

campanile (แคมพะนีล') *n., pl.* **-les/-li** หอระฆัง

campanile

campfire (แคมพฺ' ไฟเออะ) *n.* กองไฟกลางสนามเพื่อหุงต้มหรือเพื่อความอบอุ่น, การพบกันอีกของทหารหรือลูกเสือ

camphor (แคม' เฟอะ) *n.* การบูร, มีสูตรเคมีคือ $C_{10}H_{16}O$ **-camphoric** *adj.*

camphor

campus (แคมพฺ' พัส) *n., pl.* **-puses** บริเวณมหาวิทยาลัย, บริเวณโรงเรียนหรือวิทยาลัย

camshaft (แคม' ชาฟท) *n.* แกนลูกเบี้ยว

can[1] (แคน) *v. aux.* **could** สามารถ, อนุญาต, ยินยอม,

อยากจะ *-Ex. Can you see me?, Somchai can speak French., Can I have one of these?, It can' t be true.*
can² (แคน) *n.* กระป๋อง, ภาชนะโลหะที่ปิดมิดชิด, ถังใส่ขยะ,ภาชนะใส่ขี้เถ้า,ถัง, ถ้วยดื่ม, ห้องน้ำ, คุก, ตะโพก, ก้น *-vt.* **canned, canning** ใส่กระป๋องแล้วปิดมิดชิด, (คำสแลง) ไล่ออก หยุด *-Ex. a can of bean, canned beans*
Canada (แคน' นะดา) ประเทศแคนาดา
Canadian (คะเน' เดียน) *adj.* เกี่ยวกับแคนาดา (คน, ภาษา, วัฒนธรรมและอื่นๆ) *-n.* ชาวแคนาดา, ภาษาแคนาดา
canaille (คะแนล') *n.* กลุ่มคนที่ก่อความวุ่นวาย
canal (คะแนล') *n.* คลอง, ช่องทาง, ทางน้ำ, คู, หลอด, ท่อ, ช่อง *-vt.* **-naled, -naling/-nalled, -nalling** ทำคลองผ่าน, ทำทางน้ำผ่าน, ทำท่อผ่าน, เปลี่ยนเป็นคลอง (-S. tube)
canapé (แคน' นะพี) *n.* (ภาษาฝรั่งเศส) ขนมปังหรือขนมปังกรอบทาเนยและปรุงด้วยเนื้อหรือปลา ใช้เสิร์ฟเป็นของว่างคู่กับเครื่องดื่ม
canard (คะนาร์ด') *n.* เรื่องเท็จ, รายงานเท็จ, ข่าวเท็จ
canary (คะแน' รี) *n., pl.* **-ies** นกขมิ้นสีเหลืองอ่อน, เหล้าองุ่นหวานของหมู่เกาะแคนารี
Canary Islands ชื่อหมู่เกาะทางฝั่งตะวันตกเฉียงเหนือของแอฟริกา
canasta (คะแนส' ทะ) *n.* เกมไพ่รัมมี่ชนิดหนึ่ง
Canberra (แคน เบอรา) ชื่อเมืองหลวงของประเทศออสเตรเลีย
cancan (แคน' แคน) *n.* การเต้นระบำเตะขาขึ้นสูง
cancel (แคน' เซิล) *vt.* **-celed, -celing/-celled, -celling** ยกเลิก, บอกเลิก, เพิกถอน, ขีดฆ่า, ทำให้เป็นโมฆะ, ประทับแสตมป์, หักกลบลบหนี้ *-vi.* ชดเชย *-n.* การยกเลิก, การขีดฆ่า **-cancelable** *adj.* **-canceller, canceler** *n. -Ex. to cancel ticket, The magazine order was canceled.*
cancellate (แคน' ซะเลท) *adj.* คล้ายฟองน้ำ, พรุน, เป็นร่างแห (-S. cancellated)
cancellation, cancelation (แคนเซลเล' ชัน) *n.* การยกเลิก, การขีดฆ่า, สิ่งที่ถูกยกเลิก (-S. repeal)
cancer (แคน' เซอะ) *n.* มะเร็ง, เนื้อร้าย, สิ่งชั่วร้ายที่ทำลาย, ความหายนะ **-Cancer** กลุ่มดาวระหว่าง Gemini กับ Leo, คนที่เกิดในราศีกรกฎ **-cancerous** *adj.* (-S. blight, corruption, rot, bane, curse, plague) *-Ex. Growing crime is a cancer on society.*
candelabrum (แคนดะลา' บรัม) *n., pl.* **-bra/-brums** เชิงเทียนที่มีหลายกิ่งก้าน, ที่ปักเทียนได้หลายอัน

candelabrum

candid (แคน' ดิด) *adj.* เปิดเผย,ตรงไปตรงมา, ปราศจากอคติ, เป็นธรรม, ด้วยน้ำใสใจจริง, ซื่อตรง, ขาว, ใส, บริสุทธิ์ *-n.* ภาพที่ถ่ายขณะไม่ได้ตั้งตัว **-candidly** *adv.* (-S. truthful, sincere, ingenuous) *-Ex. a candid opinion*
candidate (แคน' ดิเดท) *n.* ผู้สมัครรับเลือกตั้ง, ผู้ได้รับการเลือกให้เข้าแข่งขัน
candied (แคน' ดิด) *adj.* ซึ่งใส่หรือเคลือบด้วยน้ำตาล, ทำด้วยน้ำตาล (-S. sweet)
candle (แคน' เดิล) *n.* เทียน, เทียนไข, หน่วยความเข้มของแสงสว่าง *-vt.* **-dled, -dling** ตรวจความสดหรือการปฏิสนธิของไข่โดยการส่องไฟดู **-burn the candle at both ends** ทำงานหรือเล่นจนทำให้สิ้นเปลืองพลังมากเกินไป **-candler** *n.*
candlelight (แคน' เดิลไลท) *n.* แสงสว่างจากเทียนไข, เวลาสายัณห์, เวลาพลบค่ำ
candlepower (แคน' เดิลเพาเออะ) *n.* กำลังส่องสว่างของแสงเทียน, หน่วยความเข้มข้นของแสงสว่างจากเทียน
candlestick (แคน' เดิลสทิค) *n.* เชิงเทียน
candlewick (แคน' เดิลวิค) *n.* ไส้เทียน
candour, candor (แคน' เดอะ) *n.* ภาวะเปิดเผย, ภาวะตรงไปตรงมา,ความยุติธรรม, สีขาว, ความบริสุทธิ์, ความใจดี (-S. openness, impartiality, honesty -A. reserve, bias) *-Ex. The boy said in candour what the others were unwilling to say.*
candy (แคน' ดี) *n., pl.* **-dies** ลูกกวาด, ขนม *-v.* **-died, -dying** *-vt.* ต้มในน้ำตาล, เคลือบน้ำตาล, เชื่อมน้ำตาล, ทำให้หวาน, ทำให้ถูกปากถูกคอ *-vi.* เคลือบด้วยน้ำตาล, ตกผลึก (-S. sweet) *-Ex. to candy fruit, Syrup was cooked until it candied.*
cane (เคน) *n.* ก้านไม้สั้น, ไม้เท้า, ไม้เรียว, ไม้จำพวกที่มีต้นยาวเป็นปล้องๆ เช่น ไม้ไผ่ อ้อย หวาย, ไม้ตะพด, ไม้หวด *-vt.* **caned, caning** ใช้หวายสาน, ใช้ไม้หวดหรือตี (-S. stick, staff, club, cudgel, alpenstock, rod, crook, crutch, prop)
cane sugar น้ำตาลอ้อย, น้ำตาลทราย
canine (เค'ไน, คะไน') *adj.* เกี่ยวกับหรือคล้ายสุนัข *-n.* สัตว์ในตระกูลสุนัข (Canidae) เช่น สุนัขจิ้งจอก สุนัขป่า เป็นต้น, สุนัข, ฟันของสุนัข, เขี้ยว **-caninity** *n.*
canine madness โรคกลัวน้ำ, โรคพิษสุนัขบ้า
canine tooth เขี้ยว, ฟันสุนัข
canister (แคน' นิสเทอะ) *n.* กล่อง (มักเป็นโลหะ) ใส่ชากาแฟและอื่นๆ, ส่วนของหน้ากากกันก๊าซพิษ, ที่ใส่สารกรองก๊าซพิษ, ม่านกระสุน, ถ้ำ
canker (แคง' เคอะ) *n.* แผลเปื่อย (โดยเฉพาะที่ปาก), ปากเปื่อย, โรคพืชชนิดหนึ่งที่เกิดแผลเน่าบริเวณเปลือกและเนื้อไม้, สิ่งกัดกร่อน, สิ่งทำลาย, สิ่งระคายเคือง, ตัวเพลี้ย, ตัวหนอนทำลายพืช *-vt.* ทำให้เน่าเปื่อย *-vi.* ค่อยๆ ทำลาย, ทำให้เลวหรือเสีย, เป็นโรคเนื้อเยื่อเน่าเปื่อย **-cankerous** *adj.* (-S. ulcer, sore)
cankerworm (แคง' เคอเวิร์ม) *n.* ตัวหนอนที่ทำลายผลไม้และใบไม้
cannabis (แคน' นะบิส) *n.* กัญชา มีชื่อวิทยาศาสตร์ *Cannabis sativa,* ส่วนที่เป็นเกสรตัวเมียของต้นกัญชา **-cannabic** *adj.* (-S. hemp, marihauna)

cannabis

canned (แคนด) *adj.* ซึ่งบรรจุกระป๋อง, ซึ่งบรรจุกระปุก, (ภาษาพูด) ซึ่งบันทึกเสียงไว้ ซึ่งบันทึกไว้ ซึ่งเตรียมไว้ล่วงหน้าแล้ว
cannel (coal) (แคน' เนล) *n.* ถ่านหินเนื้อแน่นและ

C

มีน้ำมัน ให้ความร้อนและแสงสว่างโชติช่วง

cannery (แคน' เนอรี) *n., pl.* **-ies** โรงงานอัดกระป๋อง, โรงงานเครื่องกระป๋อง, คุก, ที่คุมขัง

cannibal (แคน' นิเบิล) *n.* มนุษย์กินคน, คนกินเนื้อคน, สัตว์ที่กินสัตว์จำพวกเดียวกัน *-adj.* เกี่ยวกับมนุษย์ที่กินเนื้อคน, เกี่ยวกับสัตว์ที่กินสัตว์จำพวกเดียวกัน **-cannibalism** *n.* **-cannibalistic** *adj.*

cannibalize (แคน' นะบะไลซ) *vt., vi.* **-ized, izing** (คน) กินเนื้อคน, (สัตว์) กินสัตว์จำพวกเดียวกัน, ใช้อะไหล่จากเครื่องหนึ่งไปใส่ให้กับอีกเครื่องหนึ่ง **-cannibalization** *n.*

canning (แคน' นิง) *n.* การบรรจุลงกระป๋อง

cannon (แคน' เนิน) *n., pl.* **-nons/-non** ปืนใหญ่, ปืนครก, การแทงลูกบิลเลียดให้กระทบกันสามลูก, ปืนกล (เครื่องบิน), ปืน *-vt.* โจมตีด้วยปืนใหญ่, แทงลูกบิลเลียดให้กระทบกันสามลูก *-vi.* ยิงปืนใหญ่, ทำให้ลูกบิลเลียดกระทบกันสามลูก (-S. fieldpiece, gun)

cannonade (แคน' เนินเนด) *n.* การระดมยิงด้วยปืนใหญ่ *-v.* **-aded, -ading** *-vt.* โจมตีด้วยปืนใหญ่ *-vi.* ยิงปืนใหญ่ *-Ex. The fort was cannonaded and captured.*

cannoneer (แคนนะเนียร์') *n.* ทหารปืนใหญ่

cannon fodder ทหารที่สละชีพหรือได้รับบาดเจ็บในสงคราม

cannot (แคน' นอท) *v.* ไม่สามารถ

canny (แคน' นี) *adj.* **-nier, -niest** ระมัดระวัง, ฉลาด, หลักแหลม, คล่องแคล่ว, ประหยัด, มัธยัสถ์, อ่อนโยน, สงบเงียบ, สบาย, น่ารัก, สวยงาม **-cannily** *adv.* **-canniness** *n.* (-S. careful, fine -A. simple, slow) *-Ex. A canny man knows when to speak and when to be silent.*

canoe (คะนู') *n.* เรือบด, เรือหนัง, เรือพายเดี่ยว *-v.* **-noed, -noeing** *-vi.* พายหรือบด, ล่องไปด้วยเรือบด *-vt.* ขนส่งด้วยเรือบด **-canoeist** *n.*

canon[1] (แคน' เนิน) *n.* วินัยของศาสนาคริสต์หรือของนิกายโรมันคาทอลิก, วินัยศาสนา, ศีล, มาตรการ, หลักการ, บทหนังสือในพระคัมภีร์ไบเบิล, คัมภีร์, งานเขียนของนักเขียนที่เป็นที่ยอมรับ (-S. law, rule, standard)

canon[2] (แคน' เนิน) *n.* พระวินัยศาสนาแบบหนึ่ง (-S. clergyman)

cañon (แคน' เยิน) *n.* ดู canyon

canonic, canonical (คะนอน' นิค, -เคิล) *adj.* เกี่ยวกับวินัยศาสนา, เกี่ยวกับวินัยที่ระบุไว้ในพระคัมภีร์ไบเบิล, เป็นที่ยอมรับ, แท้จริง, เกี่ยวกับแบบที่ง่ายที่สุดหรือได้มาตรฐาน **-canonicals** เสื้อคลุมพิธีศาสนา **-canonically** *adv.* **-canonicity** *n.* (-S. recognized, accepted)

canonise, canonize (แคน' นะไนซ) *vt.* **-ised, -ising/-ized, -izing** ประกาศให้เป็นนักบุญ (saint), ยกย่องว่าประเสริฐ, ถือว่าศักดิ์สิทธิ์, ถือว่าถูกต้องแท้จริง, จัดอยู่ในบทหนังสือฉบับแท้ของพระคัมภีร์ไบเบิล **-canonisation, canonization** *n.* **-canoniser, canonizer** *n.* (-S. glorify)

canon law วินัยศาสนา (โดยเฉพาะนิกายโรมันคาทอลิก) **-canon lawyer** *n.*

canopy (แคน' นะพี) *n., pl.* **-pies** ปะรำ, สิ่งคลุม, สิ่งที่ครอบ, ดาดฟ้า, ท้องฟ้า, ส่วนที่พองออกของร่มชูชีพ *-vt.* คลุมด้วยสิ่งครอบคลุม

canst (แคนซฺทฺ) *vi., vt.* ดู can ใช้เมื่อประธานเป็น thou

cant[1] (แคนทฺ) *n.* ข้อความเท็จ, คำพูดเท็จ, คำพูดปากหวานก้นเปรี้ยว, ถ้อยคำพิเศษที่ใช้เฉพาะในหมู่ชนหนึ่งๆ, ภาษาวิชาชีพ, การพูดเป็นเพลง, ความเอียง *-vi.* พูดแบบปากหวานแต่ก้นเปรี้ยว, พูดเป็นเพลง (-S. tilt, hypocrisy, pretense)

cant[2] (แคนทฺ) *n.* มุมเอียง, ด้านเอียง, ด้านลาด, ไม้สี่มุม *-vi., vt.* เอียง, ลาด, พลิก, หมุน, เปลี่ยนทิศทาง

can't (คานทฺ, แคนทฺ) ย่อจาก can not ไม่สามารถ *-Ex. I can't go.*

cantabile (คานทา'บิเล) *adj., adv.* คล้ายเพลง, เป็นท่วงทำนอง *-n.* ดนตรีที่เหมือนการร้องเพลง

cantaloup, cantaloupe (แคน' ทะโลพ) *n.* แตงหวานจำพวก *Cucumis melo* var. *cantalupensis*

cantankerous (แคนแทง' เคอเริส) *adj.* ชอบทะเลาะ, อารมณ์ร้าย, เจ้าอารมณ์ **-cantankerously** *adv.* **-cantankerousness** *n.* (-S. quarrelsome, bad-tempered -A. serene) *-Ex. a cantankerous person*

cantata (แคนทา'ทะ) *n.* การร้องประสานเสียง

canteen (แคนทีน') *n.* กระติกน้ำ, ร้านอาหารในค่ายทหารหรือโรงเรียน, กล่องใส่มีด ช้อน ส้อม และอื่นๆ (-S. bottle, flask, jug, can)

canter (แคน'เทอะ) *n.* การวิ่งเหยาะๆ ของม้า *-vt., vi.* วิ่งเหยาะๆ, วิ่งช้าๆ *-Ex. The horse had an easy canter.*

Canterbury bells ชื่อไม้ดอกชนิดหนึ่งจำพวก *Campanula medium* มีดอกรูประฆังสีขาว ชมพู หรือฟ้า

canticle (แคน' ทิเคิล) *n.* เพลงสวดชนิดหนึ่ง, เพลงสรรเสริญพระเจ้า, เพลงสั้น, บทกวี

cantilever (แคน' ทะลีเวอะ) *n.* คานรองรับ, ไม้หรือโลหะเท้าแขน, แขนแขวน, ส่วนที่เป็นแขนยื่น *-vi.* เป็นแขนยื่น *-vt.* สร้างเป็นที่เท้าแขน

canto (แคน' โท) *n., pl.* **-tos** ส่วนที่สำคัญของโคลงฉันท์ กาพย์ กลอนที่ยาว (-S. verse)

canton (แคน' เทิน) *n.* เขตปกครองเล็กๆ (โดยเฉพาะมลรัฐของสวิตเซอร์แลนด์) *-vt.* แบ่งออกเป็นส่วนๆ, จัดแบ่งออกเป็นเขตปกครองเล็กๆ **-cantonal** *adj.*

Canton (แคน' เทิน) *n.* ชื่อเมืองท่าและเมืองหลวงของจังหวัดกวางตุ้ง, เมืองกวางโจว, ชื่อเมืองในรัฐโอไฮโอของสหรัฐอเมริกา

Cantonese (แคน' เทินนีซฺ, -นีซ) *n., pl.* **Cantonese** ชาวกวางตุ้ง, ภาษากวางตุ้ง, ชาวกวางโจว, ภาษากวางโจว **-Cantonese** *adj.*

cantonment (แคนทัน' เมินทฺ) *n.* ค่ายทหาร, ฐานทหาร, ที่พักทหาร

cantor (แคน' เทอะ) *n.* ผู้ร้องนำ **-cantorial** *adj.*

canvas (แคน' เวิส) *n.* ผ้าใบ, ภาพเขียนน้ำมันบนผ้าใบ, เต็นท์, ผ้าใบของเรือ, ใบเรือ, พื้นเวทีมวย

canvasback (แคน' เวิสแบค) *n., pl.* **-backs/-back** เป็ดป่าอเมริกาจำพวก *Aythya valisneria*

canvass, canvas (แคน' เวิส) *vt.* ตรวจสอบอย่าง

canvas shoe 121 **capitulation**

ละเอียด, หาเสียง, ออกเที่ยวชักชวน, อภิปรายอย่างละเอียด, วิจารณ์อย่างรุนแรง *-vi.* หาเสียง, เที่ยวชักชวน *-n.* การออกเที่ยวชักชวน, การหาเสียง, การตรวจสอบอย่างละเอียด **-canvasser** *n.* (-S. examine, survey) *-Ex. a canvass of television viewers, We canvassed the local papers for a house to rent., The boys canvassed the neighbourhood for magazine subscriptions.*

canvas shoe รองเท้าผ้าใบ

canyon (แคน' เยิน) *n.* หุบเขาลึก (-S. ravine)

caoutchouc

caoutchouc (เคา' ชูค) *n.* ยางพารา, ยางดิบ

cap

cap (แคพ) *n.* หมวก, หมวกเครื่องแบบ, หมวกผ้าไม่มีปีก, หมวกคนขี่ม้า, ฝาครอบ, ที่คลุม, สายฉนวน *-vt.* **capped, capping** สวมหมวก, ปกคลุม, ครอบ, ทำให้สมบูรณ์, ทำให้ดีกว่า (-S. headgear, headdress, crown, surpass, outdo) *-Ex. boy's cap, school cap, maid-servant's cap, cap and gown, ice cap on a tube of tooth paste, Can you cap this story?*

capability (เคพะบิล' ลิที) *n. pl.* **-ties** ความสามารถ, ประสิทธิภาพ, สมรรถภาพ, สมรรถนะ, ปริมาณบรรจุ

capable (เค' พะเบิล) *adj.* ซึ่งสามารถ, มีฝีมือ, มีสติปัญญา, มีวิชา **-capableness** *n.* **-capably** *adv.* (-S. able) *-Ex. Daeng' s achievement tests show that she is capable of college work., This situation is capable of improvement.*

capacious (คะเพ' เชียส) *adj.* จุมาก, ใหญ่มาก, กว้างขวาง, มีเนื้อที่มาก **-capaciously** *adv.* **-capaciousness** *n. -Ex. a capacious bag*

capacitance (คะแพซ' ซิทันซ) *n.* ความจุไฟฟ้า, ปริมาณความจุไฟฟ้า **-capacitive** *adj.*

capacitate (คะแพซ' ซิเทท) *vt.* **-tated, -tating** ทำให้สามารถให้อำนาจ **-capacitive** *n.*

capacitor (คะแพซ' ซิเทอะ) *n.* อุปกรณ์สะสมประจุไฟฟ้า, คอนเดนเซอร์ (-S. condenser)

capacity (คะแพซ' ซิที) *n., pl.* **-ties** ความสามารถที่จะรับความจุ, ปริมาณความจุ, ปริมาณ, อำนาจในการรับความรู้, สติปัญญา, ความสามารถ, สมรรถภาพ, ประสิทธิภาพ, การปฏิบัติหน้าที่, ความสัมพันธ์, คุณสมบัติทางกฎหมาย, ความจุไฟฟ้า *-adj.* จุเต็มที่, รับเต็มที่ (-S. size, power, position, scope, competence, possibility, means) *-Ex. a capacity of a million gallons, a student of great capacity, a teacher who serves in the capacity of coach*

caparison (คะแพร' ริซัน) *n.* เสื้อผ้า, เสื้อผ้าและอุปกรณ์ที่สวยงามหรูหรา *-vt.* คลุมเสื้อผ้าให้, สวมเสื้อผ้าที่สวยงามหรูหรา

cap and gown หมวกและเสื้อปริญญา

cape[1] (เคพ) *n.* เสื้อคลุมไร้แขน, ผ้าคลุม ไหล่, ผ้าคลุมไหล่ของนักสู้วัว, หนังแกะ **-caped** *adj.*

cape[2] (เคพ) *n.* แหลม, ส่วนของพื้นดินที่ยื่นออกไปในทะเล

caper[1] (เค' เพอะ) *vi.* กระโดดโลดเต้น *-n.* การกระโดดโลดเต้น, การยั่วเย้า, การล้อเล่น, อาชญากรรม **-cut a caper** การกระทำที่น่าหัวเราะ, การกระโดดโลดเต้น (-S. skip, frolic) *-Ex. Clowns capered around the circus tent.*

caper[2] (เค' เพอะ) *n.* ไม้พุ่มจำพวก *Capparis spinosa* ใช้ยอดดอกเป็นเครื่องปรุงอาหารหรือแต่งกลิ่น

Cape Town (เคพ' ทาวน) ชื่อเมืองท่าและเมืองหลวงของประเทศแอฟริกาใต้

capillary (แคพ' พะเลอรี) *n., pl.* **-ies** เส้นโลหิตฝอย, เส้นฝอย *-adj.* ที่มีขนาดเล็ก, เกี่ยวกับเส้นโลหิตฝอย

capital (แคพ' พิเทิล) *n.* เมืองหลวง, ตัวเขียนใหญ่, ทุน, พวกนายทุน, หัวเสา, ยอดเสา *-adj.* เกี่ยวกับทุน, สำคัญมาก, เป็นพื้นฐาน, เกี่ยวกับเมืองหลวง, เกี่ยวกับการสูญเสียชีวิต, มีโทษถึงตาย (-S. property, chief, prime -A. trivial, secondary, unimportant) *-Ex. a capital idea, capital letter, Bangkok (Kroongtep) is the capital of Thailand (Siam)., Paris is the capital of France.*

capital investment ทุนทั้งหมดที่ลงสำหรับกิจการหนึ่ง

capitalise, capitalize (แคพพิท' ทะไลซ) *vt.* เขียนหรือพิมพ์ด้วยอักษรตัวใหญ่, เสนอทุนให้, ให้ทุน, ประเมินค่าของหลักทรัพย์หรือหุ้น, ใช้ประโยชน์ของ **-capitalisation, capitalization** *n.* **-capitaliser, capitalizer** *n.* (-S. utilize, profit on) *-Ex. This firm has a capitalization of $80,000,000., Yupin capitalized on her good looks and became a fashion model., This company was capitalized at $1000,000.*

capitalism (แคพ' พิทัลลิส' ซึ่ม) *n.* ระบบนายทุน, ระบบทุนนิยม

capitalist (แคพ' พิทัลลิสท) *n.* นายทุน, นักทุนนิยม, เศรษฐีที่ลงทุนในกิจการ

capitalist imperialism จักรวรรดินิยมของทุนนิยม

capitalistic (แคพพิทัลลิส' ทิค) *adj.* เกี่ยวกับทุนหรือนายทุนหรือระบบทุนนิยม

capital levy ภาษีเงินทุน

capitally (แคพ' พิทัลลี) *adv.* ดีมาก, ดีเลิศ

capital punishment การลงโทษประหารชีวิต (-S. execution, killing)

capital ship เรือรบขนาดใหญ่

capital stock ค่าของหุ้น, ราคาหุ้น, เงินทุนที่ปรากฏในราคาหุ้นหมด, หุ้นทั้งหมดที่ปรากฏ

capitation (แคพพิเท' ชัน) ภาษีรายบุคคล, ภาษีรายหัว (เท่าๆ กัน) **-capitative** *adj.*

capitol (แคพ' พิทอล) *n.* อาคารนิติบัญญัติของรัฐ, ศาลากลาง **-Capitol** อาคารรัฐสภาของสหรัฐอเมริกา

capitulate (คะพิช' ชุเลท) *vi.* **-lated, -lating** ยอมแพ้, ยอมจำนน, ยินยอม, หยุดต่อต้าน **-capitulant, capitulator** *n.* (-S. surrender, give in)

capitulation (คะพิชชุเล' ชัน) *n.* การยอมแพ้, การยอมจำนน, สัญญายอมแพ้, บทสรุป **-capitulatory** *adj.*

C

capo (เค' โพ) *n., pl.* **-pos** อุปกรณ์หนีบเครื่องดนตรีประเภทกีตาร์ซึ่งทำให้เปลี่ยนเสียงได้, ที่บีบตรึงสายกีตาร์

capon (เค' พอน) *n.* ไก่ตอน

caponize (เค' พะไนซ) *vt.* **-ized, -izing** ตอนไก่

caprice (คะพรีซฺ') *n.* การเปลี่ยนแปลงที่ไม่แน่นอน, เพลงที่คิดตามอำเภอใจ (-S. impulse, fad -A. certainty) *-Ex. Her decision was based on caprice, not thought.*

capricious (คะพริช' เชียส) *adj.* ไม่แน่นอน, เอาแน่ไม่ได้, ตามอารมณ์, เปลี่ยนแปลงอย่างไม่แน่นอน **-capriciousness** *n.* (-S. inconstant, erratic) *-Ex. That girl is so capricious that you never know what she'll do next.*

Capricorn (แคพ' ริคอร์น) *n.* กลุ่มดาวแพะ อยู่ระหว่างกลุ่มดาว Sagittarius และ Aquarius, สัญลักษณ์ราศีที่สิบในจักรราศี, บุคคลที่อยู่ใต้ราศีดังกล่าว (-S. -Capricornus)

capriole (แคพ'ริโอล) *n.* การกระโดด *-vi.* **-oled, -oling** กระโดด

capsicum (แคพ' ซิคัม) *n.* พริก, พืชจำพวกพริก

capsize (แคพ' ไซซ) *vt., vi.* **-sized, -sizing** พลิก, ล่ม (-S. upset, overturn, tip over, upturn, roll, invert) *-Ex. A sudden wind capsized the little sailboat.*

capstan (แคพ' สแทน) *n.* เครื่องถอนสมอเรือ, กว้าน (-S. windlass)

capstan

capstone (แคพ'สโทน) *n.* หินชั้นยอด, หินยอดโค้งกลม, จุดสุดยอด

capsule (แคพ' ซัล) *n.* ถุงหุ้ม, ถุง, แคปซูล, ถุงกำเนิด สปอร์, ห้องคนขับเครื่องบินรบที่สามารถดีดออกได้ในเวลาฉุกเฉิน *-vt.* **-suled, -suling** ห่อหุ้มด้วยถุงหุ้มหรือแคปซูล, ย่อ, สรุป *-adj.* เล็กและแน่น, สั้นและได้ใจความ **-capsular** *adj.* **-capsulate** *adj.*

captain (แคพ' เทน) *n.* ร้อยเอก, เรือเอก, เรืออากาศเอก, นาวาเอก, หัวหน้า, ผู้นำ, กัปตันเรือ, ผู้บังคับการเรือ, หัวหน้านักบิน, ไต้ก๋ง, หัวหน้าชุดนักกีฬา *-vt.* เป็นผู้นำ, เป็นหัวหน้า, บัญชาการ **-captaincy** *n.* **-captainship** *n.* (-S. chief, leader, head, command, lead) *-Ex.the captain of football team*

caption (แคพ' ชัน) *n.* หัวข้อ, ข้อความจ่าหน้า, คำอธิบายภาพ, ข้อความจ่าหน้าในเอกสารศาลที่ระบุถึงเวลา, สถานที่และอื่นๆ *-vt.* เพิ่มหัวข้อ, จ่าหน้า (-S. heading, title, head)

captious (แคพ' ชัส) *adj.* หาเรื่อง, จับผิด, คอยจับผิด, หาเรื่อง, ขี้บ่น **-captiously** *adv.* **-captiousness** *n.* (-S. odd, crotchety, critical -A. appreciative, approving)

captivate (แคพ' ทิเวท) *vt.* **-vated, -vating** ทำให้หลงเสน่ห์, ทำให้หลงใหล, ทำให้หลงรัก, จับใจ, ประทับใจ **-captivatingly** *adv.* **-captivation** *n.* **-captivator** *n.* (-S. charm, enchant, enthral) *-Ex. Kasorn captivated her audience with her songs.*

captive (แคพ' ทิฟว) *n.* นักโทษ, เชลย, ผู้ถูกจับกุม, ผู้ถูกครอบงำ *-adj.* เป็นเชลย, ถูกคุมขัง, หลงรัก, หลงใหล (-S. prisoner, captivated, internee, bondman, thrall, convict) *-Ex. a captive lion, the captive nations*

captivity (แคพทิฟ' วิที) *n., pl.* **-ties** ภาวะที่เป็นเชลย, ภาวะที่หลงใหล, การคุมขัง, การผูกมัด (-S. restraint) *-Ex. They endured captivity all during the war.*

captor (แคพ' เทอะ) *n.* ผู้จับกุม, ผู้ยึดได้

capture (แคพ' เชอะ) *n.* การจับได้, การยึดได้, การจับกุม, สิ่งที่ถูกยึด, คนที่ถูกจับ, เชลย *-vt.* **-tured, -turing** จับได้, ยึดได้, เข้ายึดได้, ตีได้, ทำให้สนใจ, ทำให้หลงใหล, (คอมพิวเตอร์) เปลี่ยนแปลงข้อมูลในรูปแบบที่เครื่องคอมพิวเตอร์สามารถอ่านได้ ก่อนนำเข้าคอมพิวเตอร์ (-S. grasp, take) *-Ex. to capture a thief, to capture the attention of an audience, His first capture was a lion., the capture of a criminal*

capuchin (แคพ' พูชิน) *n.* ลิงในทวีปอเมริกาใต้จำพวก *Cebus* มีหางยาวและมีขนรอบศีรษะคล้ายมีหมวกคลุม, หมวกคลุมของผู้หญิง

capuchin

capybara (แคพพะบาร์' ระ) *n.* สัตว์คล้ายหนูที่ใช้ฟันแทะ จำพวก *Hydrochoerus hydrochaeris* ซึ่งไม่มีหาง ตีนคล้ายตีนเป็ด เป็นสัตว์ฟันแทะที่ใหญ่ที่สุด

capybara

car (คาร์) *n.* รถ, ตู้รถ, ส่วนของบันไดเลื่อน, กระเช้าเหล็ก หรือห้องที่ห้อยติดกับลูกบอลลูน หรือพโยมยาน, รถรบ (-S. motorcar, automobile)

carabao (คา' ระบาว) *n., pl.* **-baos/-bao** ควาย

Caracas (คะรา' คัส) *n.* ชื่อเมืองหลวงของประเทศเวเนซูเอลลา

caramel (คา' ระเมล) *n.* น้ำตาลไหม้ใช้แต่งสีหรือรสขนมหรืออาหารต่างๆ, ลูกกวาดก้อนเล็กๆ ทำจากน้ำตาลเนย นมและอื่นๆ

caramelize (คา' ระมิไลซ) *vt., vi.* **-ized, -izing** เปลี่ยนเป็นคาราเมล **-caramelization** *n.*

carapace (คา' ระเพซ) *n.* ส่วนที่หุ้มหลังของสัตว์, กระดอง, ฝา

carat (แค' รัท) *n.* กะรัต, หน่วยน้ำหนักของเพชรพลอยเท่ากับ 200 มิลลิกรัม, หน่วยวัดความบริสุทธิ์ของทองคำถือทอง 24 กะรัตเป็นทองเนื้อแท้

caravan (แค' ระแวน) *n.* ขบวนนักเดินทาง (พ่อค้าผู้แสวงบุญ ผู้อพยพ) ที่ร่วมเดินทางเป็นกลุ่ม, กองคาราวาน, ขบวนพาหนะ, ขบวนอูฐ, ขบวนรถยนต์, ขบวนรถม้า, รถขนาดใหญ่ที่มีประทุน, บ้านที่แล่นได้ **-caravaner** *n.* (-S. company, procession)

caravansary (คาระแวน' ซะรี) *n., pl.* **-ries** โรงแรมหรือที่พักขนาดใหญ่สำหรับขบวนนักเดินทาง, โรงแรมขนาดใหญ่ (-S. caravanserai)

caraway (แค' ระเว) *n.* เครื่องเทศคล้ายยี่หร่า, ต้นไม้จำพวก *Carum carvi*

carbide (คาร์' ไบด) *n.* สารประกอบคาร์บอนที่มีธาตุหรือกลุ่มธาตุที่มีประจุบวก เช่น แคลเซียมคาร์ไบด์

carbine (คาร์' ไบน) *n.* ปืนคาร์ไบน์, ปืนไรเฟิลสั้นชนิดหนึ่ง (-S. short rifle)

carbo- คำอุปสรรค มีความหมายว่า ธาตุคาร์บอน

carbohydrate (คาร์โบไฮ' เดรท) *n.* คาร์โบไฮเดรต ซึ่งเป็นสารประกอบอินทรีย์ชนิดหนึ่งพบในน้ำตาล แป้ง เซลลูโลส มีสูตรทั่วไปคือ $C_x(H_2O)_y$ เป็นสารอาหารที่ให้พลังงานแก่ร่างกาย

carbolic acid กรดพิษชนิดหนึ่งทำจากถ่านหิน ใช้ละลายในน้ำเป็นยาฆ่าเชื้อโรค

car bomb ระเบิดที่วางในรถเพื่อให้เกิดการระเบิด

carbon (คาร์' บอน) *n.* ธาตุคาร์บอน มีสัญลักษณ์ C

carbonaceous (คาร์บะเน' ชัส) *adj.* เกี่ยวกับถ่านหิน, ประกอบด้วยคาร์บอน

carbonate (คาร์' บะเนท) *n.* เกลือหรือเอสเตอร์ของคาร์บอนิกแอซิด *-vt.* **-ated, -ating** ใส่หรือเติมคาร์บอน-ไดออกไซด์, ทำให้อยู่ในรูปคาร์บอเนต **-carbonation** *n.*

carbon black คาร์บอนดำสนิทที่ใช้เป็นสีย้อม ใช้ในอุตสาหกรรมทำยาง หมึก เป็นต้น

carbon dioxide ก๊าซคาร์บอนไดออกไซด์ ซึ่งไร้สีไร้กลิ่น ได้จากการหายใจและการเผาไหม้ ใช้ดับไฟหรืออัดผสมลงในเครื่องดื่ม

carbon fibre เส้นใยที่เหนียวมีสีขาวทำจากคาร์บอนบริสุทธิ์โดยการทำให้ร้อนและผ่านการยืดเส้นใย นิยมใช้เพื่อเพิ่มความแข็งแรงทนทานให้กับพวกเรซินหรือโลหะ

carbon monoxide ก๊าซพิษไร้สีและติดไฟที่ได้จากการเผาก๊าซคาร์บอนไดออกไซด์ในที่ๆ มีอากาศไม่เพียงพอ

carbon paper กระดาษคาร์บอน, กระดาษสำเนา

carbon tetrachloride ของเหลวมีพิษชนิดหนึ่งที่ไร้สีและไม่ติดไฟ ใช้ดับไฟ เป็นตัวชำระล้าง และเป็นตัวละลาย

car-boot sale การขายของเก่าที่เจ้าของไม่ใช้แล้วบนกระบะหลังรถยนต์

carborundum (คาร์บะรัน' ดัม) *n.* สารพวกซิลิคอนคาร์ไบด์ ที่ผสมกับอะลูมิเนียมและธาตุอื่นๆ เพื่อใช้ทำกระดาษทราย

carboy (คาร์'บอย) *n.* ขวดแก้วหรือพลาสติกขนาดใหญ่ที่มีรังไม้รองรับ ใช้ใส่ของเหลวประเภทกรดหรือด่าง

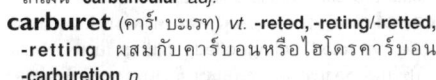

carboy

carbuncle (คาร์' บังเคิล) *n.* โรคฝีฝักบัว, สิวหัวใหญ่, พลอยแดง, โกเมน **-carbuncular** *adj.*

carburet (คาร์' บะเรท) *vt.* **-reted, -reting/-retted, -retting** ผสมกับคาร์บอนหรือไฮโดรคาร์บอน **-carburetion** *n.*

carburetor, carburettor (คาร์' บะเรเทอะ, คาร์' บูเรเทอะ) *n.* เครื่องผสมไอเชื้อเพลิงกับอากาศให้ได้สารผสมที่สันดาปหรือระเบิดได้, คาร์บูเรเตอร์

carcass, carcase (คาร์' เคิส, คาร์' เคส) *n.* ซากศพ, ซากสัตว์, ร่างกายคน, โครงสร้าง (-S. body)

carcinogen (คาร์ซิน' นะเจน) *n.* สารที่ทำให้เกิดมะเร็ง **-carcinogenic** *adj.* **-carcinogenicity, carcinogenesis** *n.*

carcinoma (คาร์ซิโน' มะ) *n., pl.* **-mas/-mata** มะเร็ง **carcinomatous** *adj.*

card[1] (คาร์ด) *n.* บัตร, นามบัตร, การ์ด, บัตรเชิญ, สูจิบัตร, บัตรผ่านประตู, โปรแกรม, ตัวตลก, ไพ่, แผนการ, การดำเนินการ *-vt.* ใส่บัตร, ให้บัตร, ติดบนบัตร, เขียนลงบนบัตร (-S. slip, record) *-Ex. a playing card, a pack of cards, a card game*

card[2] (คาร์ด) *n.* เครื่องแปรงเส้นใยฝ้าย (ขน, ปอ) *-vt.* แปรงให้เรียบ **-carder** *n.* **-carding** *n., adj.*

card[3] (คาร์ด) ย่อจาก credit card บัตรเครดิต

cardamom, cardamon (คาร' ดะมอม, -มัม, -มอน) *n.* กระวาน, พืชจำพวกกระวาน

cardboard (คาร์ด' บอร์ด) *n.* กระดาษแข็ง

cardboard city ย่านของคนไร้ที่อยู่ซึ่งอาศัยอยู่เพิงพักชั่วคราวในส่วนหนึ่งของเมือง

cardphone (คาร์ด' โฟน) *n.* โทรศัพท์สาธารณะที่ใช้บัตรโทรศัพท์

cardi- คำอุปสรรค มีความหมายว่า หัวใจ

cardiac (คาร์' ดิแอค) *adj.* เกี่ยวกับหัวใจ, เกี่ยวกับส่วนที่ติดกับหลอดอาหารของกระเพาะลำไส้ *-n.* คนเป็นโรคหัวใจ, ยาที่กระตุ้นการทำงานของหัวใจ

cardigan (คาร์'ดะเกิน) *n.* เสื้อแจ็กเกตหรือสเวตเตอร์ถัก

cardinal (คาร์' ดิเนิล) *n.* พระราชาคณะของคาทอลิก ซึ่งมีอยู่ประมาณ 80 คน มีหน้าที่เลือกสันตะปาปา, นกจำพวก *Cardinalis cardinalis* ตัวผู้มีสีแดงจัด, สีแดงเข้ม, เสื้อนอกสั้นชนิดหนึ่งของสตรี *-adj.* สำคัญยิ่ง, มีสีแดง, มูลฐาน, พื้นฐาน **-cardinalship** *n.* **-cardinally** *adv.* (-S. fundamental, principal, main) *-Ex. Honesty is the cardinal quality of his character.*

cardinal

cardinal number ตัวเลขแสดงจำนวน เช่น 1, 2, 3 (-S. cardinal numeral)

cardinal points จตุรทิศ, ทิศสำคัญทั้งสี่ของเข็มทิศ ซึ่งได้แก่ ทิศเหนือ ทิศใต้ ทิศตะวันออก และทิศตะวันตก

cardio- คำอุปสรรค มีความหมายว่า หัวใจ

cardiogram (คาร์' ดิอะแกรม) *n.* การบันทึกเป็นกราฟแสดงการทำงานของหัวใจจากเครื่อง **-cardiograph** *n.* **-cardiography** *n.*

care (แคร์) *n.* การเอาใจใส่, การระมัดระวัง, การดูแล, ความอารักขา, การควบคุม, ความเป็นห่วง *-vi., vt.* **cared, caring** เอาใจใส่, ระมัดระวัง, ดูแล, อารักขา, ควบคุม, เป็นห่วง, อยากได้, ชอบ, รัก (-S. attention) *-Ex. the cares of office, Take care or you' ll fall., take care of the baby, Take great care of it; it' s glass., in his care, Sawai cares only for his own interests., I don't much care for dancing.*

careen (คะรีน') *vt.* เอียง, ทำให้เอียง, ทำความสะอาดหรือซ่อมแซมเรือในขณะที่เอียง *-vi.* คว่ำ, เอียง, วิ่งเอียง, วิ่งโคลงเคลง *-n.* การเอียงข้างของเรือ (-S. lurch, sway, stagger)

career (คะเรียร์) *n.* อาชีพ, การดำเนินอาชีพ, ชีวิต, งานการ, งาน, ความสำเร็จของการงาน, ความเร็ว *-vi.* แล่นอย่างรวดเร็ว, วิ่งอย่างรวดเร็ว, วิ่งด้วยความเร็วเต็มอัตรา *-adj.* เป็นอาชีพ, เกี่ยวกับอาชีพ (-S. lifework, pursuit, rush) *-Ex. Many young men wish to make a career of science., The careers of Edison*

and Eistein still influence world history.

carefree (แคร์' ฟรี) *adj.* ไร้กังวล (-S. untroubled)

careful (แคร์' ฟูล) *adj.* ระมัดระวัง, ระวังรอบคอบ, ละเอียด, ถี่ถ้วน, ประณีต **-carefully** *adv.* **-carefulness** *n.* (-S. attentive cautious -A. careless, heedless) *-Ex.a careful person, careful work, Be careful not to break it., to be careful of the rights of others*

careless (แคร์' เลส) *adj.* สะเพร่า, ไม่ระมัดระวัง, หยาบ, ไม่เอาใจใส่, ไร้กังวล, ไม่วิตก, เป็นไปตามธรรมชาติ **-carelessly** *adv.* **-carelessness** *n.* (-S. untidy, sloppy, lax, slack) *-Ex. Some people are careless when they cross the street., a careless worker, careless work*

carer (แค' เรอะ) *n.* ผู้ดูแลคนแก่หรือคนเจ็บตามบ้านโดยไม่คิดเงิน

caress (คะเรส') *n.* การประเล้าประโลม, การทะนุถนอม, การลูบ, การกอดจูบ *-vt.* สัมผัส, ลูบ, กอดจูบ, ประเล้าประโลม **-caresser** *n.* **-caressingly** *adv.* **-caressive** *adj.* **-caressively** *adv.* (-S. pamper, fondle, embrace, fondling) *-Ex. The little girl caressed her kitten.*

caret (แค'ริท) *n.* เครื่องหมาย " ^ ", เครื่องหมายตกหล่น

caretaker (แคร์'เทเคอะ) *n.* คนดูแลควบคุม, ภารโรง, คนเฝ้า (-S. watchman, custodian) *-Ex. the caretaker of the factory*

careworn (แคร์' วอร์น) *adj.* มีอาการกังวล, มีสีหน้าซีดด้วยความกังวล (-S. worried, harassed, weary, toilworn, haggard)

carfare (คาร์' แฟร์) *n.* ค่าโดยสารรถ

cargo (คาร์' โก) *n., pl.* **-goes/-gos** สินค้า, สินค้าบรรทุกบนเรือ เครื่องบิน รถไฟ และอื่นๆ(-S. lading, freight, goods, consignment, payload, burden)

cargo boat, cargo liner เรือบรรทุกสินค้า

carhop (คาร์' ฮอพ) *n.* พนักงานเดินโต๊ะในภัตตาคารประเภทที่คนนั่งรับประทานอยู่ในรถของตัวเอง

Caribbean (คาระเบียน') *adj.* เกี่ยวกับชาว Caribs ภาษาและวัฒนธรรมของชาว Caribs, เกี่ยวกับทะเลคาริบเบียน *-n.* สมาชิกชาวอินเดียนแดงเผ่าหนึ่งในอเมริกาใต้, ชาวคาริบเบียน

Caribbean Sea ทะเลคาริบเบียนซึ่งเป็นส่วนหนึ่งของมหาสมุทรแอตแลนติก แถบลาตินอเมริกา

caribou (คาร์' ระบู) *n., pl.* **-bous, -bou** กวางขนาดใหญ่ชนิดหนึ่งในอเมริกาเหนือ

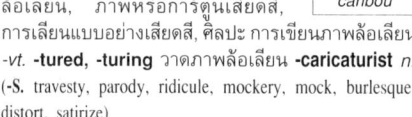

caribou

caricature (แค' ระคะเชอะ) *n.* ภาพล้อ, ภาพล้อบุคคล, การ์ตูนล้อเลียน, ภาพหรือการ์ตูนเสียดสี, การเลียนแบบอย่างเสียดสี, ศิลปะ การเขียนภาพล้อเลียน *-vt.* **-tured, -turing** วาดภาพล้อเลียน **-caricaturist** *n.* (-S. travesty, parody, ridicule, mockery, mock, burlesque, distort, satirize)

caries (แคร์' รีซ) *n.* การผุ, ภาวะผุพัง

carillon (แคร์' ระลอน) *n.* ชุดระฆังหลายใบที่ตีเป็นทำนองได้, ท่วงทำนองเพลงที่เกิดจากการตีชุดระฆังดังกล่าว

caring (แค' ริง) *adj.* มีความเห็นอกเห็นใจคนอื่น, ซึ่งให้ความดูแลเอาใจใส่ต่อผู้เจ็บป่วยหรือคนชรา

carious (แคร์' เรียส) *adj.* ผุ, กร่อน (-S. decayed)

car-jacking (คาร์' แจค' คิง) *n.* การขโมยรถยนต์ไปหลังจากทำร้ายหรือข่มขู่คนขับ

carload (คาร์' โลด) *n.* ปริมาณที่สามารถบรรทุกหรือบรรจุได้เต็มรถ

Carmelite (คาร์' มะไลท) *n.* พระโรมันคาทอลิกนิกายหนึ่งที่สวมเสื้อขาว, แม่ชีคาทอลิกของนิกายนี้ *-adj.* เกี่ยวกับพระในนิกายนี้

Carmelite

carminative (คาร์มิน' นะทิฟว) *n.* ยาขับลม, ยาขับลมหรือก๊าซออกจากกระเพาะลำไส้, ยาแก้ท้องเฟ้อ *-adj.* ซึ่งขับลมหรือก๊าซออกจากกระเพาะลำไส้, แก้ท้องเฟ้อ

carmine (คาร์' มิน, -ไมน) *n.* สีแดงเลือดนก, สารสีแดงเลือดนก *-adj.* มีสีแดงเลือดนก, มีสีแดงอมม่วง (-S. crimson-red, purplish-red)

carnage (คาร์' นิจ) *n.* การฆ่าหมู่, ฆาตกรรมหมู่, ซากศพเป็นหมู่ (-S. massacre, slaughter)

carnal (คาร์' เนิล) *adj.* เกี่ยวกับเนื้อหนังมังสา, ไม่ใช่จิตวิญญาณ, เกี่ยวกับมนุษย์, ในทางกาม, ในทางโลก **-carnality** *n.* **-carnally** *adv.* (-S. fleshly, sensual, lustful -A. spiritual, intellectual)

carnation (คาร์เน' ชัน) *n.* ดอกคาร์เนชันซึ่งคล้ายดอกยี่โถ (มักใช้ปักเสื้อผู้ชาย), ดอกไม้จำพวก *Dianthus caryophyllus*, ดอกไม้ประจำรัฐโอไฮโอ สหรัฐอเมริกา, สีชมพู

carnation

carnival (คาร์' นะเวิล) *adj.* เทศกาลนักขัตฤกษ์, เทศกาลการเล่นสนุกสนาน มีการแสดง การแห่แหน และการดื่มฉลอง, เทศกาลสนุกสนาน (-S. feasting, festivity, jubilee, feast, celebration) *-Ex. the Song Krarn carnival*

carnivore (คาร์' นะวอร์) *n.* สัตว์เลี้ยงลูกด้วยนมที่กินเนื้อเป็นอาหาร, พืชกินแมลง

carnivorous (คาร์นิฟ' วอรัส) *adj.* ซึ่งกินเนื้อ **-carnivorously** *adv.* **-carnivorousness** *n.* *-Ex. Dogs and cats are carnivorous animals.*

carol (แคร์' รอล) *n.* เพลง, เพลงคริสต์มาส, เพลงสดุดี *-vi., vt.* **-oled, -oling/-olled, -olling** ร้องเพลงอย่างปีติยินดี, ร้องเพลงอย่างเป็นสุข, ร้องเพลงสดุดี, ร้องเพลงสรรเสริญ **-caroler, caroller** *n.* (-S. sing, trill, intone, chirrup, ballad, noel, canticle) *-Ex. Christmas carols*

Carolingian (แคระลิน' เจียน) *adj.* เกี่ยวกับราชวงศ์คาโรลินเจียนของฝรั่งเศส *-n.* สมาชิกในราชวงศ์ดังกล่าว

carom (แคร์'รัม) *n.* การแทงลูกบิลเลียดไปกระทบลูกบิลเลียดสองลูก, การกระทบและกระดอนกลับ *-vi.* กระทบลูกบิลเลียดสองลูก, กระทบและกระดอนกลับ

carotene, carotin (แค' ระทีน, -ทิน) สารไฮโดรคาร์บอนสีแดง พบในพืชหลายชนิด โดยเฉพาะในพวกหัวแครอต มักถูกเปลี่ยนเป็นวิตามินเอในตับ

carotid (คะรอท' ทิด) *n.* หลอดเลือดแดงใหญ่บริเวณลำคอทำหน้าที่นำเลือดไปยังศีรษะ *-adj.* เกี่ยวกับหลอดเลือด

ดังกล่าว

carousal (คะเรา' เซิล) *n.* การดื่มฉลองกันอย่างเมามายและอึกทึก, การดื่มเหล้ากันอย่างเต็มที่

carouse (คะเราซฺ') *vi.* **-roused, -rousing** ดื่มฉลองกันอย่างเอิกเกริก, ดื่มเหล้าจัดและบ่อย *-n.* งานฉลองที่เอิกเกริก **-carouser** *n.* (-S. make merry, roister, wassail, celebrate, overindulge)

carousel (แครระเซิล') *n.* ดู carrousel

carp[1] (คาร์พ) *vi.* จับผิด, หาเรื่อง, บ่นอย่างไร้เหตุผล

carp[2] (คาร์พ) *n., pl.* **carp/carps** ปลาน้ำจืดขนาดใหญ่จำพวก *Cyprinus carpio,* ปลาลี่ฮื้อ

carpal (คาร์' พัล) *adj.* เกี่ยวกับกระดูกข้อมือ *-n.* กระดูกในกระดูกข้อมือ

carpenter (คาร์' เพนเทอะ) *n.* ช่างไม้ *-vi., vt.* ทำงานช่างไม้

carpentry (คาร์' เพนทรี) *n.* งานช่างไม้, กิจการช่างไม้

carpet (คาร์' พิท) *n.* พรม, พรมปูพื้น *-vt.* ปูพรม, ปกคลุม, ลาด **-on the carpet** อยู่ในระหว่างถูกสอบสวน (-S. mat, rug, matting) *-Ex. to carpet a room, a carpet of grass needles*

carpetbag (คาร์' พิทแบก) *n.* กระเป๋าเดินทางที่ทำด้วยพรม, กระเป๋าที่ทำด้วยพรม *-vi.* **-bagged, -bagging** ย้ายภูมิลำเนาถิ่นที่อยู่เพื่อหาเสียงเลือกตั้งในถิ่นใหม่

carpetbagger (คาร์' พิทแบกเกอะ) *n.* ย้ายภูมิลำเนาถิ่นที่อยู่เพื่อหาเสียงเลือกตั้งในถิ่นใหม่

carpeting (คาร์' พิททิง) *n.* วัสดุทำพรม, พรม

carpet sweeper เครื่องปัดกวาดพรม

carphone (คาร์' โฟน) *n.* โทรศัพท์วิทยุที่ติดตั้งในรถยนต์

car pool การนั่งรถไปครั้งหนึ่งหลายๆ คน เพื่อประหยัดน้ำมัน โดยผลัดกันใช้รถของแต่ละคน

carport (คาร์' พอร์ต) *n.* ที่กำบังสำหรับจอดรถ

carpus (คาร์' พัส) *n., pl.* **-pi** ข้อมือ, กระดูกข้อมือ

carriage (แคร์' ริอิจ) *n.* รถม้าสี่ล้อ, รถไฟตู้โดยสาร, ที่ค้ำที่มีล้อ, อากัปกิริยา, การขนส่ง, ค่าขนส่ง, การบริหาร (-S. cart, car, wagon, mien) *-Ex. the carriage of goods, pay the carriage, carriage paid, carriage forward, railway carriage*

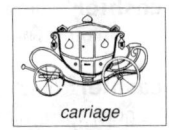

carriage

carrier (แค' ริเออะ) *n.* ผู้ขนส่ง, ผู้ส่ง, ผู้ลำเลียง, เด็กส่งหนังสือพิมพ์, บุรุษไปรษณีย์, บริษัทขนส่ง, กระบวนการขนส่ง, โครงที่รับน้ำหนัก, อุปกรณ์รับน้ำหนัก, ตัวนำเชื้อ, พาหะนำโรค, เครื่องบินขนส่ง (คนโดยสารหรือไปรษณียภัณฑ์), นกพิราบส่งข่าว (-S. transporter) *-Ex. The mail carriers were rushed with New Year deliveries.*

carrion (แค' ริเอิน) *n.* เนื้อตายและเน่า, ซากสัตว์ *-adj.* ที่กินซากสัตว์เป็นอาหาร, คล้ายซากสัตว์, เน่าเปื่อย, ผุพัง, สกปรกโสมม

carrot (แค' เริท) *n.* หัวผักกาดแดง, พืชจำพวก *Daucus carota*

carrousel (คาร์รูเซล') *n.* ม้าหมุนตามสวนสนุกหรืองานรื่นเริงต่างๆ, แท่นหมุนรองรับกระเป๋าเดินทางของผู้โดยสาร

carry (แค' รี) *v.* **-ried, -rying** *-vt.* ขนส่ง, แบก, ลำเลียง, หอบ, หาบ, อุ้ม, ยก, ถือ ติดตัว, นำติดตัว, นำไปสู่, สะพาย, บรรทุก, ส่ง, แพร่กระจาย, ออกข่าว, ประกอบด้วย, สนับสนุน, ค้ำจุน, ผลักดัน, ยืดได้, รับภาระ, วางตัว, ปฏิบัติ, ยกยอด, โอน, มีไว้ในร้าน *-vi.* ถือติดตัว, มีกำลังผลักดัน, ดัน, ถูกนำไปสู่, ได้ผ่านมติที่ประชุม **-carry away** ไปอย่างมีความสุข **-carry on** ดำเนินการต่อ, จัดการ, กระทำ **-carry out** ทำให้เสร็จ (-S. transport, hold up, maintain) *-Ex. carried the box on his head, The cart carried the luggage., The pipe carries water to the house., The police carried him off to prison., carry the mark on his face all his life, carry the line of paint right round the room*

carryout, carry-out (แค' รีเอาทฺ) *adj.* เกี่ยวกับอาหารที่จัดแยกให้นำไปกินข้างนอกได้ (-S. takeout)

carsick (คาร์' ซิค) *adj.* เมารถ **-carsickness** *n.*

cart (คาร์ท) *n.* รถสองล้อบรรทุกของหนักที่ลากโดยวัวหรือลา, รถสองล้อสำหรับบรรทุกของ, เกวียน, รถม้าสองล้อที่ใช้แข่ง, พาหนะเล็กๆ ที่ขับเคลื่อนด้วยมือ *-vi.* ขับรถม้า, ขับเกวียน *-vt.* ขนส่งโดยรถม้า เกวียน หรือรถต่างๆ **-in the cart** อยู่ในภาวะลำบาก **-put the cart before the horse** ไร้เหตุผล, ทำไม่เหมาะสม **-carter** *n.* (-S. truck, wagon, vehicle, barrow) *-Ex. farm cart, water-cart*

cartage (คาร์' ทิจ) *n.* การขับรถม้าหรือเกวียน, ค่าบรรทุกของรถสินค้า

carte blanche (คาร์ท' บลานซฺ) *n., pl.* **cartes blanches** การมอบอำนาจให้เต็มที่

cartel (คาร์' เทิล) *n.* ระบบผูกขาดทางการค้าชนิดหนึ่งที่ใช้ควบคุมราคาและผลิตผล, ข้อตกลงของคู่กรณี (โดยเฉพาะที่เกี่ยวกับการแลกเปลี่ยนเชลยศึก), กลุ่มพลังเพื่อกระทำการใดการหนึ่ง, จดหมายท้าดวล (-S. monopoly)

Cartesian (คาร์ที' ซัน) *adj.* เกี่ยวกับผลงานทางคณิตศาสตร์และปรัชญาของ Descartes *-n.* ผู้นิยมปรัชญาของ Descartes

Carthusian (คาร์ธู' ซัน) *n.* พระสำนักคาร์ธูเซียนที่ก่อตั้งโดย St. Bruno ในฝรั่งเศส *-adj.* เกี่ยวกับพระสำนักดังกล่าว

cartilage (คาร์' ทะลิจ) *n.* กระดูกอ่อน, ส่วนหรือโครงสร้างที่ประกอบด้วยกระดูกอ่อน

cartilage bone กระดูกอ่อน

cartilaginous (คาร์ทะแลจ' จินัส) *adj.* เกี่ยวกับหรือคล้ายหรือประกอบด้วยกระดูกอ่อน, มีโครงสร้างร่างกายที่ประกอบด้วยกระดูกอ่อนเกือบทั้งหมด (เช่นของปลาฉลาม)

cartload (คาร์ท' โลด) *n.* ปริมาณที่รถม้าหรือเกวียนสามารถบรรทุกได้

cartography (คาร์ทอก' กระฟี) *n.* การสร้างแผนที่, วิชาการทำแผนที่หรือแผนภาพ **-cartographer** *adj.* (-S. chartography) **-cartographic, cartographical** *adj.*

carton (คาร์' เทิน) *n.* กล่องกระดาษ, กระดาษแข็ง, สิ่งที่บรรจุในกล่องกระดาษ *-vt.* บรรจุของลงกล่อง (-S. box)

cartoon (คาร์ทูน') *n.* ภาพการ์ตูน, การ์ตูน, ภาพร่าง, ภาพการ์ตูนเคลื่อนที่ *-vt., vi.* เขียนการ์ตูน, แสดงภาพ

การ์ตูน **-cartoonist** *n.* (-S. sketch, caricature, takeoff, drawing, parody, travesty)

cartridge (คาร์' ทริจ) *n.* กระสุนปืน, ลูกกระสุน, ลำกล้องดินระเบิด, ภาชนะใส่ของเหลวหรือก๊าซ, ม้วนเทป *-Ex. Some fountain pens can be filled with cartridges of ink.*

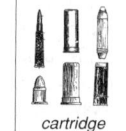

cartridge

cartulary (คาร์' ชุเลอรี) *n., pl.* **-laries** สมุดเอกสารสัญญา, หนังสือบันทึกสัญญา

cartwheel (คาร์ท' วีล) *n.* ล้อเกวียน

carve (คาร์ฟว) *v.* **carved, carving** *-vt.* ตัด, แกะ, สลัก, แกะสลัก, เฉือน, สับ, ชำแหละ, แล่, หั่น *-vi.* แกะสลักเป็นรูป, ทำงานแกะสลัก, หั่นเนื้อ **-carver** *n.* (-S. cut) *-Ex. to carve a pork or a chicken, to carve a statue from wood or marble, to carve initials on a tree, to carve a chest*

carven (คาร์' เวิน) *adj.* ซึ่งแกะสลัก

carving (คาร์' วิง) *n.* การแกะสลัก, งานแกะสลัก, รูปแบบแกะสลัก *-Ex. an ivory carving of an elephant, the carving of ship models*

car wash, carwash สถานที่บริการล้างรถ

caryatid (คาร์รีแอท' ทิด) *n., pl.* **-ids/-ides** เสาที่แกะสลักเป็นรูปผู้หญิง **-carytidal, caryatidean, caryatidic** *adj.*

Casanova (แคซ'ซะโน' วะ) *n.* นักรักและนักเขียนชาวอิตาเลียน, นักล่าผู้หญิง, ยอดนักรัก, ดอนจวน

cascade (แคส' เคด) *n.* น้ำตกสายเล็กที่ตกจากหน้าผาที่สูงชัน, น้ำตกเป็นหลั่นๆ (น้ำตกเทียมหรือน้ำตกธรรมชาติ), การต่อไฟฟ้าเป็นหลั่นๆ (ไม่ใช่ต่ออย่างขนาน), เครื่องต้มกลั่นในห้องปฏิบัติการที่มีลักษณะเป็นขั้นบันได, การเชื่อม โยง, ใบพะเนียด *-vt., vi.* **-caded, -cading** ทำให้ตกลง มาเหมือนน้ำตก, ตกลงมาเหมือนน้ำตก, ต่อเนื่องกันเป็น ขั้นบันได (-S. cataract) *-Ex. a cascade of ruffles, The rain cascaded from the eaves.*

cascara (แคส'แค'ระ) ผลหรือเปลือกของต้นจำพวก *Rhamnus purshiana* ใช้เป็นตัวยา, เปลือกต้นแคสคาระซึ่งใช้เป็นยาระบาย

case[1] (เคส) *n.* เรื่อง, กรณี, สภาพ, ข้อเท็จจริง, หลักฐานพยาน, ตัวอย่างที่เป็นจริง, รูปการ, โรค, คนไข้, ราย, ข้อสนับสนุน, การฟ้องร้อง, คดี, หนึ่งร้อยเหรียญ, การกในไวยากรณ์ *-vt.* **cased, casing** (คำสแลง) ตรวจตราอย่างละเอียดโดยเฉพาะเมื่อต้องการเข้าไปขโมยของ **-in case of** ในกรณีที่ **-in any case** ในทุกกรณี อย่างไรก็ตาม **-in case** ในกรณี, ถ้า **-in no case** ไม่อย่างเด็ดขาด, ไม่อย่างแน่นอน *-Ex.If that is the case, you will have to pay., to investigate the case of a missing person, a case of bad temper, a case of careless work, a case of mumps, The doctor saw ten cases today., Which lawyer will try that case? bring a case against, Udom has on case., argue from previous cases, a case of measles, a hospital case*

case[2] (เคส) *n.* กล่อง, ลัง, หีบ, ปลอกหุ้ม, ปลอก, ซอง, อุปกรณ์บรรจุ, ถาดซองตัวพิมพ์ *-vt.* **cased, casing** บรรจุในกล่อง (ลัง, หีบ ฯลฯ), ห่อหุ้ม, ล้อม, ตรวจสอบดู (-S. box)

casebound (เคส' เบานฺด) *adj.* หุ้มด้วยปกแข็ง

case-harden แข็งที่เปลือกนอก, ทำให้จิตใจแข็งกล้า

case history ประวัติคนไข้, ประวัติเฉพาะราย (-S. case study)

casein (เค'ซีน, เคซิอีน) *n.* ฟอสโฟโปรตีนชนิดหนึ่ง เป็นโปรตีนหลักที่พบในนมเนยมักใช้ทำกาวหรือพลาสติกเป็นต้น

case law กฎหมายที่บัญญัติขึ้นจากคำพิพากษาก่อนๆ ของศาล, กฎหมายจารีตประเพณี

casement (เคส' เมินทฺ) *n.* หน้าต่างติดบานพับที่ปิดเปิดได้คล้ายประตู **-casemented** *adj.*

caseous (เค' เซียส) *adj.* เกี่ยวกับเนย, คล้ายเนย

caseshot (เคส' ชอท) *n.* ขีปนาวุธที่ห่อหุ้มลูกโลหะกลมหลายลูกหรือเศษโลหะ, กลุ่มขีปนาวุธเล็กๆ (-S. canister, canister shot)

case study การวิเคราะห์ข้อมูลของบุคคล กลุ่มคนหรือกลุ่มตัวอย่างเพื่อศึกษาในแง่ที่สนใจ

casework (เคส' เวิร์ค) *n.* การศึกษาประวัติคนไข้ที่เกี่ยวกับรายละเอียดทางจิตวิทยาสังคมและสิ่งแวดล้อม **-caseworker** *n.*

cash (แคช) *n.* เงินสด, เหรียญเงิน, ธนบัตร *-vt.* จ่ายเงินสด, รับเงินสด, เปลี่ยนเป็นเงินสด, ขึ้นเป็นเงินสด **-cash in** ขึ้นเป็นเงินสด **-cash in on** หากำไรจาก **-cashless** *adj.* (-S. currency, money) *-Ex. to pay cash, to cash a check*

cash-and-carry (แคช' เอิน แค' รี) *adj.* จ่ายสดงดเชื่อ

cashbook (แคช' บุค) *n.* สมุดบันทึกการจ่ายเงินและการนับเงิน, บัญชีเงินสด

cash discount ส่วนลดเงินสด

cashew (แคช' ชู) *n.* ต้นมะม่วงหิมพานต์ จำพวก *Anacardium occidentale*, มะม่วงหิมพานต์

cashew

cashier[1] (แคช' เชียร์) *n.* เจ้าหน้าที่การเงิน, พนักงานรับจ่ายเงิน

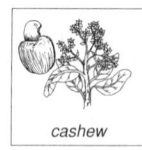

cashier[2] (แคช' เชียร์) *-vt.* ปลดออกจากตำแหน่ง, ปฏิเสธ, ละทิ้ง, เลิกล้ม (-S. discard, reject)

cashier's check เช็คสั่งจ่ายโดยธนาคารเอง

cashmere (แคช' เมียร์) *n.* ผ้าขนสัตว์เนื้อละเอียดได้จากขนแกะแคชเมียร์ในอินเดีย, เส้นใยขนแกะแคชเมียร์, สิ่งทอที่ทำด้วยเส้นใยขนแกะแคชเมียร์

cash on delivery จ่ายสดเมื่อได้รับของ ใช้อักษรย่อว่า C.O.D.

cash register เครื่องบันทึกจำนวนเงินที่ลูกค้าซื้อสินค้า

casimere, casimire (แคส' ซะเมียร์) *n.* ผ้าขนสัตว์สีพื้นหรือมีลวดลาย นิยมใช้ตัดเสื้อสูทของผู้ชาย (-S. cassimere)

casing (เค' ซิง) *n.* หีบ, กล่อง, สิ่งหุ้มห่อ, วัตถุสำหรับหุ้มห่อ, วงกบประตูหรือหน้าต่าง, ชั้นหุ้มนอกสุดของยางรถยนต์, โครง, ท่อ, ท่อเหล็ก, ไส้วัวควายที่ใช้ทำไส้กรอก (-S. wrapper, cover)

casino (คะซี' โน) *n., pl.* **-nos/-ni** บ่อนการพนัน, โรงบ่อน,

อาคารหรือห้องใหญ่สำหรับการประชุมหรือเต้นรำ, เกมไพ่ชนิดหนึ่ง

cask (คาสคฺ) *n.* ถังไม้ขนาดใหญ่ที่แข็งแรง, ปริมาณที่บรรจุได้ในหนึ่งถังดังกล่าว (-S. keg, barrel, vat) *-Ex. a cask of vinegar*

casket (คาส' คิท) *n.* โลงศพ, กล่องเล็กๆ, ตลับ *-vt.* ใส่โลงศพ, ใส่ในกล่องหรือตลับ (-S. coffin)

Caspian Sea (แคส' เพียน ซี) ทะเลสาบที่ใหญ่ที่สุดของโลก อยู่ระหว่างยุโรปและเอเชีย **-Caspian** *adj.*

cassava (คะซา' วะ) *n.* มันสำปะหลัง, แป้งมันสำปะหลัง

casserole (แคส' ซะโรล) *n.* ชามหรือหม้อสำหรับอบหรือปิ้ง, อาหารอบหรือปิ้งจากภาชนะดังกล่าว, ชามเล็กๆ ที่ใช้ในห้องปฏิบัติการ, หม้อที่มีฝาปิดสำหรับต้มและเคี่ยว

cassette (คะเซท') *n.* ตลับเทป

casette tape-recorder เครื่องบันทึกเสียงด้วยตลับเทป

cassia (แคช' ชะ, แคส' เซีย) *n.* ต้นอบเชย, เปลือกอบเชย, ฝักอบเชย

cassimere (แคส' ซะเมีย) *n.* ดู casimere, casimire

cassino (คะซี' โน) *n.* ดู casino

cassock (แคส' ซัค) *n.* เสื้อคลุมสีดำของบาทหลวง

cassowary (แคส' ซะเวอรี) *n., pl.* **-waries** นกขนาดใหญ่ที่บินไม่ได้จำพวก *Casuarius* ในออสเตรเลียและนิวกินี มีส่วนยื่นของกระดูกที่หัว

cassowary

cast (คาสทฺ) *v.* **cast, casting** *-vt.* ขว้าง, ทิ้ง, เหวี่ยง, โยน, หว่าน, เปลื้อง, ปลด, ลอก (คราบ), ทอด (แสง, เงา, สายตา), ปลด, ลง, หย่อน, ทำนาย, หล่อ, ให้กำเนิด, ปฏิเสธ, ไล่ออก, ให้, จัดการ, เลือก (คนแสดง), กำหนดบทบาทแก่ (ผู้แสดง), คำนวณ, หันหัวเรือไปตามลม, วางแผน *-vi.* ข้าง, หล่อแบบ, คำนวณ, บวก, ทำนาย, ตรวจหา, หันหัวเรือไปตามลม, วางแผน *-n.* การขว้าง, สิ่งที่ขว้างออกไป, ระยะทางที่ขว้างออกไป, ความโน้มเอียง, สี, การคำนวณ, การทำนาย **-cast about** ค้นหา, พยายามหา **-cast down** ทำให้ท้อใจ **-cast off** ออกจากฝั่ง, ปล่อยไป, ละทิ้ง *-Ex. to cast stones, The fisherman made a cast of forty feet., A snake casts its skin., to cast a glance, to cast a shadow, to cast a bronze statue, a plaster cast on the arm, the sad cast of his countenance, Let us cast him as the hero., rosy cast, Somsri was cast down after the scolding, We waited until high tide to cast off.*

castanets (แคสทะเนทซฺ') *n. pl.* เครื่องดนตรีขนาดเล็กชนิดหนึ่งมี 2 ชิ้นผูกติดกัน ทำจากไม้หรืองาช้าง มีลักษณะกลมและกลวงด้านใน ใช้สำหรับเคาะให้จังหวะเต้นระบำ โดยเฉพาะระบำสเปน

castanets

castaway (แคส' ทะเว) *n.* คนเรือแตก, คนนอกกฎหมาย *-adj.* ล่องลอย, เรือแตก, ถูกทิ้งขว้าง (-S. pariah, outcast)

caste (คาสทฺ) *n.* วรรณะ, ชั้น, วงศ์ตระกูล, เพื่อนฝูงในสังคม, กลุ่มของสังคม, ฐานะในสังคม *-adj.* เกี่ยวกับชั้นวรรณะ (-S. class, status)

caster, castor (คาส' เทอะ) *n.* คนขว้าง, สิ่งขว้าง, ล้อเล็กๆ, ขวดหรือกระปุกใส่เครื่องปรุงแต่งอาหาร, กระปุกเกลือ พริกไทยหรือน้ำตาล

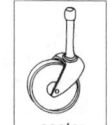

caster

castigate (แคส' ทิเกท) *vt.* **-gated, -gating** ทำโทษเพื่อดัดสันดาน, วิจารณ์อย่างรุนแรง **-castigation** *n.* **-castigator** *n.* **-castigatory** *adj.* (-S. punish, scold)

casting (แคส' ทิง) *n.* กระบวนการหล่อ, สิ่งที่ถูกหล่อออกมา, การขว้าง, การโยน, การกำหนดบท, การทอดแห, ศิลปะการทอดแห (-S. hurl, toss)

casting vote การลงคะแนนเสียงของประธานที่ประชุม เมื่อปรากฏผลคะแนนของฝ่ายเสนอและฝ่ายค้านเท่ากัน (-S. casting voice)

cast iron โลหะผสมของเหล็ก มีส่วนผสมของคาร์บอนและซิลิคอน, เหล็กหล่อที่มีความแข็งมาก

cast-iron (คาส' ทิงไอ' เอิร์น) *adj.* ทำด้วยเหล็กหล่อ, แข็งแกร่ง, ไม่ยอมแพ้, แข็งแรงสมบูรณ์

castle (คาส' เซิล) *n.* ปราสาท, คฤหาสน์, ป้อมปราการ, ตัวหมากรุกฝรั่งที่เทียบเท่ากับเรือของหมากรุกไทย, สถานที่หลบภัยที่ปลอดภัย *-v.* **-tled, -tling** *-vt.* ใส่ในป้อมปราการ, จับใส่ไว้เหมือนอยู่ในปราสาท, ใช้เรือคุ้มครองขุนในการเล่นหมากรุก *-vi.* เคลื่อนหมากรุกตัวกษัตริย์ (-S. palace,mansion, stronghold, citadel, villa, manor)

castle builder นักฝันหวาน, นักฝันกลางวัน

castle in the air, castle in Spain วิมานในอากาศ, การฝันหวาน

castor bean เมล็ดละหุ่ง, ต้นละหุ่ง

castor oil น้ำมันละหุ่ง ใช้เป็นยาถ่ายหรือสารหล่อลื่น

castrate (แคส' เทรท) *vt.* **-trated, -trating** ตอน, ตัดเอาลูกอัณฑะทั้งสองออก, ตัดเอารังไข่ทั้งสองออก, ขจัด, ตัดตอนแก้ไข **-castration** *n.* **-castrator** *n.* (-S. geld, unsex, debilitate)

casual (แคช' ชวล) *adj.* โดยบังเอิญ, ประจวบเหมาะ, ไม่แน่นอน, ตามอารมณ์, ไม่เป็นทางการ, ธรรมดาๆ (ชุดแต่งกาย) *-n.* คนทำงานที่ให้มาทำงานในเวลาที่ไม่แน่นอน, ทหารที่รอการลำเลียงไปปฏิบัติการที่อื่น **-casually** *adv.* **-casualness** *n.* (-S. contingent, haphazard, irregular -A. intentional) *-Ex. a casual meeting on the street, Somchai gave the book a casual glance but did not study it., a casual attitude in one's studies*

casualty (แคช' ชวลที) *n., pl.* **-ties** จำนวนคนตาย, คนที่ได้รับบาดเจ็บหรือตายในอุบัติเหตุ, อุบัติเหตุร้ายแรง (โดยเฉพาะที่มีคนตาย), คนหรือกลุ่มคนหรือสิ่งของที่ได้รับความเสียหายมากหรือทำลายในอุบัติเหตุ (-S. victim, loss, fatality,sufferer, martyr, fatality) *-Ex. Traffic was tied up by the casualty at the crossroads., the casualties in a battle*

casuist (แคช' ชูอิสท) *n.* เจ้าคารม, เจ้าโวหาร, ผู้ศึกษาและถือหลักธรรมจริยา, ผู้ตัดสินปัญหาในสถานการณ์เฉพาะอย่าง (-S. disingenuous reasoner)

casuistic, casuistical (แคชชูอิส' ทิค, -เคิล) *adj.*

C

เจ้าคารม, เล่นสำนวนโวหาร, เกี่ยวกับการใช้หลักธรรมจริยา, ซึ่งตัดสินปัญหาในสถานการณ์เฉพาะ **-casuistically** *adv.*

casuistry (แคซ' ซูอิสทรี) *n., pl.* **-ries** การใช้หลักศีลธรรมจรรยาในการตัดสินปัญหา, การใช้หลักศีลธรรมจรรยาที่ผิด, การเล่นสำนวนโวหาร, การเล่นลิ้น

casus belli เหตุการณ์การเมืองที่ทำให้เกิดการประกาศสงคราม

cat[1] (แคท) *n., pl.* **cats/ cat** แมว, หนังแมว, สัตว์ในตระกูล Felidae ได้แก่ เสือ สิงโต เสือดาว ฯลฯ, หญิงที่มีใจอำมหิต, หญิงที่ถูกวิจารณ์อย่างมากในแง่ร้าย, (คำสแลง) บุคคล นักดนตรีแจ๊ส, ผู้ที่ชื่นชอบดนตรีแจ๊ส, ปลาจำพวกปลาดุก, เรือที่มีเสากระโดงเดี่ยว *-vt.* **catted, catting** เอาสมอเรือขึ้นเก็บไว้ที่ชั้นเก็บสมอเรือ

cat[2] (แคท) *n.* ย่อจาก catalog แคตาลอก

catabolism (คะแทบ' บะลิซซึม) *n.* การสันดาปที่เป็นการทำลาย, การสลายตัวของสารเชิงซ้อนในสิ่งมีชีวิตให้เป็นสารที่ต่ำลง **-catabolic** *adj.* **-catabolically** *adv.* (-S. katabolism)

catabolize (แคท'ทะโบไลซ) *vi., vt.* **-lized, -lizing** เปลี่ยนโดยกระบวนการ catabolism

cataclysm (แคท' ทะคลิซ' ซึม) *n.* การเกิดน้ำท่วมฉับพลันการเปลี่ยนแปลงที่รุนแรง เช่น เกิดแผ่นดินไหว เกิดสงคราม, ความหายนะ **-cataclysmal, cataclysmic** *adj.* (-S. flood, catastrophe, disaster, calamity)

catacomb (แคท' ทะโคม) *n.* สุสานใต้ดิน (โดยเฉพาะที่มีอุโมงค์และห้องต่างๆ), ห้องสุสานใต้ดิน, อุโมงค์เก็บเหล้า (-S. underground cemetery)

catafalque (แคท' ทะฟอลค) *n.* ที่ตั้งศพ, เชิงเทินตั้งศพ, รถบรรทุกศพ

catalepsy (แคท'ทะเลพซี) *n.* ภาวะการเกร็งตัวของกล้ามเนื้อในร่างกายบางส่วนทำให้อยู่ในท่าใดท่าหนึ่งชั่วขณะ **-cataleptic** *adj., n.*

catalog, catalogue (แคท' ทะลอก) *n.* บัญชีรายชื่อ, รายชื่อ, ระบบรายชื่อหนังสือและอื่นๆในห้อง, สมุดหนังสือรายชื่อ *-vt.* **-loged, -loging/-logued, -loguing** ใส่รายชื่อในบัญชี, ทำรายการ **-cataloger, cataloguer, catalogist, cataloguist** *n.* (-S. list, roster, register) *-Ex. to catalogue books in a library*

catalpa (คะแทล' พะ) *n.* ชื่อต้นไม้จำพวกหนึ่งในอเมริกาและเอเชีย มีดอกสีขาวรูประฆัง

catalysis (คะแทล' ลิซิส) *n., pl.* **-ses** การเร่งปฏิกิริยา หรือ (บางครั้ง) ชะลอปฏิกิริยาทางเคมีโดยการเติมสารบางอย่างลงไป (-S. katalysis, stimulation)

catalyst (แคท' ทะลิสท) *n.* สารที่เป็นตัวเร่งปฏิกิริยา, ตัวกระตุ้น, ตัวเร่ง **-catalytic** *adj.* **-catalytically** *adv.* (-S. katalyst)

catalytic converter อุปกรณ์ที่เป็นระบบดูดอากาศในรถเพื่อลดมลพิษจากอากาศข้างนอก

catalyze (แคท' ทะไลซ) *vt.* **-lyzed, -lyzing** กระตุ้น, กระตุ้นการเปลี่ยนแปลงทางเคมี **-catalyzer** *n.*

catapult (แคท' ทะพัลท) *n.* เครื่องยิงขีปนาวุธสมัยโบราณ (ก้อนหิน, ลูกศร และอื่นๆ), เครื่องปล่อยเรือบินจากดาดฟ้าเรือ, หนังสติ๊ก, เครื่องยิงกระสุน *-vt.* ยิงกระสุน, ยิงขีปนาวุธ, ขว้างก้อนหิน *-vi.* กระเด็น (-S. hurtle, plunge, pitch) *-Ex. Udom catapulted downstairs.*

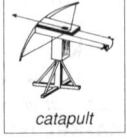

catapult

cataract (แคท' ทะแรคท) *n.* น้ำตกขนาดใหญ่, การไหลเชี่ยวของน้ำ, ฝนที่เทกระหน่ำลงมา, น้ำป่า, แก่งในแม่น้ำ, ต้อกระจก

catarrh (คะทาร์') *n.* ภาวะเยื่อบุเมือกของทางเดินหายใจอักเสบและมีน้ำเมือกออกมาก, โรคหวัดที่มีน้ำมูกไหลออกมา **-catarrhal** *adj.* **-catarrhous** *adj.*

catastrophe (คะแทส' ทระฟี) *n.* ความหายนะ, เหตุการณ์ที่ร้ายกาจ, ภัยพิบัติ, ตอนจบของละคร, จุดจบ **-catastrophic** *adj.* **-catastrophically** *adv.* (-S. disastrous end, disaster, misfortune)

catatonia (แคททะโท' เนีย) *n.* อาการโรคจิต (โดยเฉพาะจิตเภท) ที่มีอาการเกร็งของกล้ามเนื้อ, จิตง่วงงันบางครั้งมีอาการตื่นเต้นสลับกับอาการยุ่งยากใจ **-catatonic** *adj., n.*

catbird (แคท' เบิร์ด) *n.* นกร้องเพลงจำพวก *Dumetella carolinensis* มีเสียงร้องคล้ายแมว

catboat (แคท' โบท) *n.* เรือใบเสาเดี่ยวที่ตรงด้านหน้า และมีใบเรือขนาดใหญ่

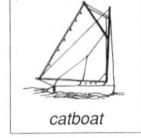

catboat

catcall (แคท'คอล) *n.* เสียงร้องคล้ายแมว *-vi.* ร้องเสียงคล้ายแมว, การส่งเสียงแสดงความไม่พอใจ *-vt.* แสดงความไม่เห็นด้วยโดยการส่งเสียงคล้ายแมว, ส่งเสียงแสดงความไม่พอใจ

catch (แคทช) *v.* **caught, catching** *-vt.* จับ, จับไว้, คว้า, ตะครุบ, เกาะ, ฉวย, คล้องไว้, รับไว้, ต้านไว้, อุ้ม, รีบไป, พบโดยบังเอิญ, พบว่า, รับเชื้อ, ติดเชื้อ, ติดไฟ, ตีถูก, ทำให้เกิด, ก่อให้เกิด, เข้าใจ *-vi.* จับไว้, คว้า, กุม, ไล่ทัน, ติดไฟ, รับโทษ (-S. take, see, contract) *-Ex. The cat caught the mouse., caught him by the arm, You'll catch him if you hurry., catch up, catch up with, catch the train, caught by the rain, catch a disease, catch a cold, catch cold, Measles is very catching., catch fire, I didn't catch what Udom said., Somchai caught me by a trick.*

catcher (แคช' เชอะ) *n.* คนรับลูกบอลที่ตีไม่ถูกในกีฬาเบสบอล

catching (แคช' ชิง) *adj.* ติดเชื้อ, ติดต่อโรค, ดึงดูดใจ

catchment (แคช' เมินท) *n.* น้ำที่เก็บกักเอาไว้โดยเฉพาะน้ำฝน, อ่างเก็บน้ำ

catchpenny (แคช'เพนนี) *adj.* ถูก, มีค่าเล็กน้อย, สำหรับขายเร็วๆ ในราคาถูก *-n., pl.* **-nies** สินค้าราคาถูก

catchup (แคท' ชัพ) *n.* ดู ketchup

catchword (แคช'วอด) *n.* คำขวัญ

catchy (แคท' ชี) *adj.* **catchier, catchiest** ดึงดูดใจ, จำได้ง่าย, เจ้าเล่ห์ **-catchiness** *n.* (-S. interesting, fetching -A. dull)

catechise, catechize (แคท' ทะไคซฺ) *vt.* **-chised, -chising/-chized, -chizing** สอนแบบถามตอบ, ซักไซ้, ไล่เลียง **-catechiser, catechizer** *n.* **-catechisation, catechization** *n.*

catechism (แคท' ทะคิสซึม) *n.* หนังสือสรุปคำสอนของศาสนาคริสต์ในรูปของคำถามคำตอบ, วิธีการสอนแบบคำถามคำตอบ, การสอนแบบถามตอบ, ปุจฉาวิสัชนา **-catechismal** *adj.* **-catchistical, catechistic** *adj.*

catechu (แคท' ทะชู) *n.* สารฝาดสมานจากพืชจำพวก *Acacia catechu* ใช้เป็นยาฝาดสมาน

catechumen (แคททะ' ชูมัน) *n.* ผู้ที่ได้รับการสอนหลักการเบื้องต้นหรือคำสอนพื้นฐาน, ผู้ที่ได้รับการสอนหลักการทางศาสนาคริสต์ขั้นพื้นฐาน, ผู้เริ่มศึกษา, สานุศิษย์ใหม่

categoric, categorical (แคททิกอริค, -เคิล) *adj.* อย่างไม่มีเงื่อนไข, สมบูรณ์ **-categorically** *adv.*

categorical imperative กฎที่ว่าการกระทำของคนนั้นควรเป็นการบริหารซึ่งเป็นพื้นฐานของกฎทั่วไป

categorise, categorize (แคท' ทะกอไรซฺ) *vt.* **-rised, -rising/-rized, -rizing** จัดเป็นหมวดหมู่, ลำดับขั้น, แบ่งออกเป็นประเภท **-categorization** *n.* (-S. classify, rank)

category (แคท' ทะกอรี) *n., pl.* **-ries** ประเภท, ลำดับขั้น (-S. heading, class, grade)

catenary (แคท' ทะเนอรี) *n.* **-naries** เส้นโค้งแขวนอิสระระหว่างจุด 2 จุด

cater (เค' เทอะ) *vi., vt.* จัดอาหารให้, จัดหาสิ่งที่ต้องการให้, เสนอรายการบันเทิง, เสนอรายการ, **-caterer** *n.* (-S. victual, feed) *-Ex. to cater for a picnic, This town caters to tourists.*

cater-cornered (แคท' ทะคอเนอดฺ) *adj.* ทแยงมุม, เป็นเส้นทแยงมุม (-S. cater-corner)

caterer (เค'เทอเรอะ) *n.* ผู้จัดหา, ผู้จัดหาอาหารและอื่นๆ

caterpillar (แคท' ทะพิลละ) *n.* หนอนผีเสื้อ, หนอนผีเสื้อราตรี, รถแทรกเตอร์

catfish (แคท' ฟิช) *n., pl.* **-fish/-fishes** ปลาประเภท *Siluriformes* ที่มีหนวดรอบปากและไร้เกล็ด, ปลาดุก

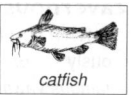

catfish

catgut (แคท'กัท) *n.* เชือกเหนียวที่ทำจากไส้แห้งของสัตว์

Cath. ย่อจาก catholic เกี่ยวกับโบสถ์คาทอลิก, cathedral โบสถ์ใหญ่

catharsis (คะธาร์' ซิส) *n., pl.* **-ses** การระบายท้อง, การถ่าย, การปล่อยอารมณ์ของผู้ชมผลงานด้านศิลปะ, จิตบำบัดที่ช่วยระบายอารมณ์ของคนไข้ (-S. katharsis)

cathartic, cathartical (คะธาร์' ทิค, -เคิล) *adj.* เกี่ยวกับการระบายท้อง (-S. purgative)

Cathay (แคเธ') *n.* ประเทศจีน (-S. China)

cathedral (คะธี' ดรัล) *n.* โบสถ์ใหญ่, โบสถ์ที่สำคัญ *-adj.* เกี่ยวกับโบสถ์ใหญ่, มีบารมี, เป็นทางการ (-S. principal church)

catheter (แคธ' ธิเทอะ) *n.* ท่อกลวงสำหรับสอดเข้าไปในร่างกายเพื่อระบายของเหลวออกมา **-catheterise, catheterize** *vt.*

cathode (แคธ' โธด) *n.* ขั้วบวก **-cathodic** *adj.* (-S. kathode)

cathode rays รังสีอิเล็กตรอนจากขั้วบวกในหลอดสุญญากาศ

Catholic (แคธ' ธะลิค) *adj.* เกี่ยวกับโบสถ์คาทอลิก, เกี่ยวกับนิกายโรมันคาทอลิก **-Catholic** *n.* ชาวคาทอลิก **-Roman Catholic** ชาวโรมันคาทอลิก

catholic (แคธ' ธอลิค) *adj.* กว้างขวาง, โดยทั่วไป, โอบอ้อมอารี, ใจกว้าง **-catholically** *adv.* (-S. general) *-Ex. Sombut has catholic tastes and reads all kinds of books.*

Catholicism (คะธอล' ลิซิสซึม) *n.* ศรัทธาระบบและการปฏิบัติการของนิกายโรมันคาทอลิก

catholicity (แคทธะลิส' ซิที) *n.* ความใจกว้าง, ความใจดี, การมีความคิดกว้างไกล

cation (แคท' ไอออน) *n.* ไอออนลบ, อะตอมหรือกลุ่มอะตอมที่มีประจุลบ **-cationic** *adj.*

catkin (แคท' คิน) *n.* พืชไม้ดอกพวก willow, birch และ oak

catmint (แคท' มินท) *n.* ชื่อพันธุ์ไม้ชนิดหนึ่ง มีดอกสีขาว มีกลิ่นแรงจำพวก *Nepeta cataria*

catnap (แคท' แนบ) *n.* การงีบหลับ, การม่อยหลับ, การเคลิ้มหลับ *-vi.* **-napped, -napping** ม่อยหลับ, เคลิ้มหลับ

catnip (แคท' นิพ) *n.* ดู catmint

cat-o'-nine-tailes (แคททะไนน' เทลซฺ) *n., pl.* **-tails** แส้ที่ประกอบด้วยเชือก 9 เส้นมัดติดกันใช้ในการเฆี่ยนหวด

cat's cradle เกมเด็กเล่นชนิดหนึ่ง ใช้นิ้วมือสองข้างกางห่วงเชือกให้เป็นรูปร่างต่างๆ

cat's-paw คนที่ถูกคนอื่นใช้ให้ทำงานที่เสี่ยงอันตราย, เครื่องมือ, ลูกมือ, อุ้งเท้าแมว, สายลมที่กระทบผิวน้ำเป็นคลื่นระลอกเล็กๆ

CAT scanner เครื่องเอกซเรย์คอมพิวเตอร์ที่สามารถสร้างภาพสามมิติในการตรวจร่างกายของคนได้

catsup (แคท' ซัพ) *n.* ดู ketchup

cattail (แคท' เทล) *n.* ชื่อพืชน้ำชนิดหนึ่ง จำพวก *Typha latifolia* และ *T. angustifolia* สามารถนำใบมาสานตะกร้าและเสื่อได้

cattail

cattle (แคท' เทิล) *n. pl.* วัวควาย, สัตว์, ฝูงปศุสัตว์, คนชั่ว

cattle lifter คนที่ขโมยวัวควาย

cattleman (แคท' เทิลเมิน) *n., pl.* **-men** คนเลี้ยงวัวควาย, คนเลี้ยงปศุสัตว์

cattlepen (แคท' เทิลเพน) *n.* คอกวัว, คอกสัตว์

cattleya (แคท' ลียะ) *n.* กล้วยไม้จำพวก *Cattleya*

catty (แคท' ที) *adj.* **-tier, -tiest** เหมือนแมว, คล้ายแมว, ปลิ้นปล้อน, กลับกลอก, โหดเหี้ยม, อำมหิต **-cattily**

C

adv. **-cattiness** *n.* (-S. spiteful, malicious)
catwalk (แคท'วอล์ค) *n.* ทางเดินแคบๆ
Caucasian, Caucasic (คอเค' เชียน, คอแคส' ซิค) *adj.* เกี่ยวกับเทือกเขา Caucasus ในยุโรป *-n.* ชาวคอเค-เซียน, ชาวผิวขาว, ภาษาคอเคเซียน **-Caucasoid** *n.*
Caucasus, Caucasus Mountains เทือกเขาใน Caucasia เป็นที่เกิดของชนผิวขาวและแขกอินเดีย
caucus (คอ' คัส) *n., pl.* **-cuses/-cusses** การประชุมพรรคการเมืองเพื่อเลือกตั้งตัวแทนเข้าแข่งขัน *-vi.* **-cused, -cusing/-cussed, -cussing** ประชุมพรรคการเมืองดังกล่าว
caudal (คอ' แดล) *adj.* เกี่ยวกับหาง **-caudally** *adv.*
caudate, caudated (คอ' เดท, -ทิด) *adj.* ซึ่งมีหาง, ซึ่งมีส่วนยื่นคล้ายหาง **-caudation** *n.*
caught (คอท) *vt., vi.* กริยาช่อง 2 และ 3 ของ catch
caul (คอล) *n.* เนื้อเยื่อชนิดหนึ่งที่ห่อหุ้มทารกในครรภ์
cauliflower (คอ' ลิเฟลาเออะ) *n.* ต้นกะหล่ำดอก
cauliflower ear หูที่ผิดรูปผิดร่างเนื่องจากได้รับบาดเจ็บหลายครั้ง เช่น หูนักมวย
caulk (คอค) *vt.* อุด, ปิด, สมานเชื่อมรู *-n.* วัสดุที่ใช้อุด **-caulker** *n.* (-S. calk)
caulking (คอค' คิง) *n.* วัสดุที่ใช้อุดรูเรือ
causable (คอส' ซะเบิล) *adj.* ซึ่งก่อให้เกิดขึ้นได้
causal (คอ' เซิล) *adj.* เกี่ยวกับสาเหตุ, เป็นมูลเหตุ **-causally** *adj.* (-S. etiological)
causality (คอแซล' ลิที) *n., pl.* **-ties** ความสัมพันธ์ระหว่างเหตุและผล, คุณสมบัติที่ทำให้เป็นสาเหตุได้, สิ่งที่เป็นสาเหตุ
causation (คอเซ' ชัน) *n.* การทำให้เกิดขึ้น, ความสัมพันธ์ระหว่างเหตุผล, สิ่งทำให้เกิดผล, สาเหตุ
causative (คอ' ซะทิฟว) *adj.* เป็นเหตุ, ทำให้เกิดผล, ที่กลายเป็นสาเหตุ, ที่ก่อให้เกิดขึ้น **-causatively** *adv.* (-S. effective)
cause (คอซ) *n.* สาเหตุ, มูลเหตุ, ต้นเหตุ, เหตุชนวน, เหตุผล, จุดประสงค์, เป้าหมาย, กิจการ, งาน, มูลฟ้อง, คดีฟ้องร้องได้, เรื่องที่อภิปราย, สวัสดิภาพทั่วไป, สิ่งจำเป็นสำหรับชีวิต *-vt.* **caused, causing** ทำให้เกิดขึ้น, ก่อให้เกิด, ทำให้ (-S. root, origin, inducement,aim, object) *-Ex. the cause of the tides, having no cause for complaint, traitors to the cause, fight in the cause of Freedom, The moon causes the tides.*
causerie (โคซะรี') *n.* การพูด, การคุย, การสนทนา, บทความสั้นๆ
cause célèbre (คอซ' ซะเลบ' ระ) *n.* ข้อถกเถียงหรือปัญหาที่เป็นที่สนใจของประชาชนมาก
causeway (คอซ' เว) *n.* ทางหรือถนนที่ผ่านที่ลุ่ม, ทางหรือถนนที่มีระดับสูงกว่าพื้นดินสองข้างทาง
caustic (คอส' ทิค) *adj.* ที่ถากถางมาก, ที่เหน็บแนมมาก, ที่กัดกร่อน, ทำให้ไหม้, ซึ่งทำลาย *-n.* สารกัดกร่อน **-caustically** *adv.* **-causticity** *n.* (-S. gnawing, corrosive -A. neutral, inactive, mild)
cauterize (คอ' เทอไรซ) *vt.* **-ized, -izing** กัดกร่อน, ทำให้ไหม้, จี้ให้ไหม้ **-cauterization** *n.*
cautery (คอ' เทอรี) *n., pl.* **-teries** สารกัดกร่อน, เหล็กร้อน, สิ่งที่ทำให้ไหม้, กระบวนการทำให้เนื้อเยื่อไหม้
caution (คอ' ชัน) *n.* ความระมัดระวัง, ความรอบคอบ, การตักเตือน, การเตือนสติ, การคาดโทษ, สิ่งที่ไม่เหมือนธรรมดา, บุคคลที่ไม่เหมือนชาวบ้าน *-vt.* เตือน, ตักเตือน (-S. advise, prudence, care, heed) *-Ex. The boys were cautioned not to be late., I heeded his caution against driving in icy weather., You should use caution before crossing busy streets.*
cautionary (คอ' ชันเนอรี) *adj.* เกี่ยวกับการเตือน, มีลักษณะของการเตือน (-S. warning)
cautious (คอ' ชัส) *adj.* ระมัดระวัง, รอบคอบ, ละเอียด **-cautiously** *adv.* **-cautiousness** *n.* (-S. watchful, careful)
cavalcade (แคฟวะเคด') *n.* ขบวน, ขบวนแห่, ขบวนคนขี่ม้า (-S. parade, procession)
cavalier (แคฟวะเลีย') *n.* ทหารม้า, คนขี่ม้า, สุภาพบุรุษที่ชอบเอาใจสตรี, คนเจ้าชู้, คนที่ชอบสนุกสนาน, ผู้เป็นสมาชิกพวกอนุรักษ์ราชบัลลังก์พระเจ้าชาร์ลส์ที่ 1 ของอังกฤษ *-adj.* เปิดเผย, มีใจอิสระ, หยิ่งยโส, จองหอง, ขี้ประจบ, มีใจนักเลง **-cavalierly** *adv.* **-cavalierness** *n.* (-S. offhand, arrogant)
cavalry (แคฟ' วาลรี) *n., pl.* **-ries** กองทหารม้า, เหล่าทหารม้า, กองทหารยานเกราะ, กลุ่มคนขี่ม้า
cavalryman (แคฟ' วัลรีเมิน) *n., pl.* **-men** ทหารม้า
cave (เคฟว) *n.* ถ้ำ, อุโมงค์ใต้ดิน, โพรง, ห้องใต้ดินสำหรับเก็บเหล้า *-vt.* **caved, caving** *-vt.* ขุดโพรง, ขุดถ้ำ, ขุดอุโมงค์ *-vi.* เข้าไปในถ้ำ, สำรวจถ้ำ *-Ex. The street caved in when the water main broke.*
caveat (เค' วีแอท) *n.* คำเตือน, การยื่นร้องต่อศาลให้หยุดการพิจารณาคดีชั่วคราว
cave-in การพังทลาย, บริเวณที่พื้นดินหรือเหมืองทรุดตัวลง (-S. collapse)
cave man *n., pl.* **-men** มนุษย์ถ้ำ, คนที่อาศัยอยู่ในถ้ำ, มนุษย์สมัยหิน, (ภาษาพูด) คนหยาบช้า(-S. cave dweller)
cavern (แคฟ' เวิร์น) *n.* ถ้ำโดยเฉพาะที่มีขนาดใหญ่และอยู่ใต้ดินส่วนใหญ่ *-vt.* ติดอยู่ในถ้ำ, ขุดหลุม
cavernous (แคฟ' เวอนัส) *adj.* มีถ้ำมาก, มีหลุมมาก, มีโพรงมาก, กลวง, เป็นโพรง, ผุมาก, มีรูมาก **-cavernously** *n.* *-Ex. a cavernous mountain, The hippopotamous yawned and showed his carvernous mouth.*
caviar, caviare (แคฟ' เวียร์) *n.* ไข่ปลา sturgeon caviar, caviare หรือปลา salmon
cavil (แคฟ' วิล) *vi.* **-iled, -iling/-illed, -illing** *-vt.* หาเรื่อง, จับผิด, ฟื้นฝอยหาตะเข็บ *-vi.* เสียดสี, ถากถาง **-caviler, caviller** *n.* (-S. peck at, quibble)
cavity (แคฟ' วิที) *n., pl.* **-ties** โพรง, หลุม, ถ้ำ, แอ่ง (-S. hole, hollow) *-Ex. a cavity in a tree*
cavort (คะวอร์ท') *vi.* กระโดด, กระโดดโลดเต้น, เต้น, เดินป้อ, กระโดดโลดเต้นอย่างยินดี, ขี่ม้าด้วยท่าผึ่งผาย (-S. skip, jump) *-Ex. The colts cavorted in the meadow.*
caw (คอ) *n.* เสียงร้องของอีกาหรือนกจำพวกอีกา *-vi.* ร้องเสียงกาๆ
cay (เค) *n.* เกาะเตี้ยเล็กๆ, สันดอน, โขดหิน

cayenne, cayenne pepper (ไคอีน', ไคอีน' เพพเพอะ) *n.* พริกป่น

cayman (เค' เมิน) *n., pl.* **-mans** ดู caiman

Cb ย่อจาก Columbium ธาตุโคลัมเบียม

cbd ย่อจาก cash before delivery การชำระเงินก่อนส่งสินค้า

cc, c.c. ย่อจาก cubic centimeter ลูกบาศก์เซนติเมตร, chapters บท, carbon copy สำเนากระดาษคาร์บอน

Cd ย่อจาก cadmium ธาตุแคดเมียม

CD ย่อจาก Compact Disc แผ่นดิสก์ที่อ่านได้โดยระบบเลเซอร์

CDI ย่อจาก Compact Disc Interaction รูปแบบของเกมคอมพิวเตอร์ที่ใช้ Compact Disc

CD-ROM แผ่นเก็บข้อมูล (Compact Disc) ที่ใช้กับเครื่องพีซีที่ใช้งานแบบหลายสื่อ (multimedia) สามารถใช้เก็บไฟล์ทั้งที่เป็น ภาพ เสียง หรือข้อความได้

CDV ย่อจาก Compact Disc Video หรือ CD-VIDEO เครื่องวิดีโอระบบ Compact Disc ที่สามารถให้ภาพและเสียงเหมือนจริง

CD-Video ดู CDV

Ce ย่อจาก Cerium ธาตุซีเรียม

cease (ซีส) *vi. vt.* **ceased, ceasing** หยุด, ยุติ, สิ้นสุด, เลิก, เว้น, ตาย *-n.* การหยุด **-without cease** ไม่หยุดหย่อน (-S. quit, stop, finish -A. begin, start) *-Ex. The rain ceased., The boys ceased quarreling.*

cease-fire การหยุดนิ่ง, การหยุดรบ (-S. suspension, truce, lull, stay, remission, suspension, pause, halt)

ceaseless (ซีส' เลส) *adj.* ไม่สิ้นสุด, ไม่ขาดสาย, ไม่หยุดนิ่ง, ไม่รู้จักจบ, ไม่หยุดหย่อน **-ceaselessly** *adv.* (-S. continuous)

cecum (ซี' คัม) *n., pl.* **-ca** กระพุ้งลำไส้ใหญ่ส่วนต้น

cedar (ซี' ดาร์) *n.* ต้นสนจำพวก *Cedrus*

cedar

cede (ซีด) *vt.* **ceded, ceding** ยกให้, ยอม, ทอดทิ้ง, สละ, ยอมยกให้ (-S. relinquish, yield) *-Ex. to cede land, to cede a point in an argument*

ceiling (ซีล' ลิง) *n.* เพดาน, ดาดฟ้า, ม่านเมฆชั้นสูงสุด, ระดับสูงสุดที่เครื่องบินจะบินได้, การกรุฝาผนัง (-S. top) *-Ex. Because of fog there is a low ceiling today.*

celebrant (เซล' ละบรันทฺ) *n.* พระผู้ทำพิธีระลึกถึงการตายของพระเยซูคริสต์, ผู้ร่วมพิธีศาสนา, ผู้ร่วมการฉลอง, ผู้สรรเสริญคนที่ตายไปแล้ว

celebrate (เซล' ละเบรท) *v.* **-brated, -brating** *-vt.* ฉลอง, ประกอบพิธี, เฉลิม, ประกาศ, สรรเสริญ, ยกย่อง, ทำพิธี *-vi.* ฉลอง, ประกอบพิธีศาสนา, จัดงานเลี้ยงฉลอง **-celebrator** *n.* **-celebration** *n.* **-celebratory** *adj.* **-cerebrative** *adj.* (-S. observe, commemorate, keep)

celebrated (เซลละเบรท' ทิด) *adj.* มีชื่อเสียงดัง, โด่งดัง (-S. famous)

celebrity (ซะเลบ' บริที) *n., pl.* **-ties** บุคคลผู้มีชื่อเสียง, ชื่อเสียง, ความโด่งดัง (-S. honour, fame) *-Ex. The author became a celebrity in his home town.*

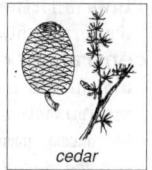

celerity (ซะเลอ' ริที) *n.* ความเร็ว, ความว่องไว

celery (เซล' เลอรี) *n.* พืชตระกูลขึ้นฉ่ายจำพวก *Apium graveolens* var. *dulce*, ผักชี, ผักขึ้นฉ่าย

celestial (ซะเลส' ชัล) *adj.* เกี่ยวกับสวรรค์, เกี่ยวกับท้องฟ้า, เกี่ยวกับฟ้า, เกี่ยวกับอาณาจักรจีนโบราณ, เกี่ยวกับคนจีน **-celestially** *adv.* (-S. unearthly, holy, heavenly, divine -A. earthly) *-Ex. The stars are called celestial bodies., Angels are celestial beings.*

Celestial Empire ประเทศจีน

celestial equator วงเส้นศูนย์สูตร (-S. equinoctial line, equator)

celestial sphere ท้องฟ้าที่ล้อมรอบโลก

celibacy (เซล' ละบะซี) *n.* ภาวะที่ยังไม่ได้แต่งงาน, ความเป็นโสด, ชีวิตโสด, การละเว้นจากการร่วมประเวณี, การสาบานว่าจะไม่แต่งงาน

celibate (เซล' ละบิท, -เบท) *n.* คนโสด, คนที่ละเว้นจากการร่วมประเวณี *-adj.* โสด, เกี่ยวกับการให้คำสาบานว่าจะไม่แต่งงาน (-S. unmarried, single, chaste -A. dissolute, wanton)

cell (เซล) *n.* เซลล์, ห้องเล็กๆ, กุฏิ, กลุ่มเล็กๆ, ห้องขังนักโทษ, ช่องหนึ่งๆในหม้อแบตเตอรี่, อุปกรณ์กำเนิดไฟฟ้า, อุปกรณ์กำเนิด electrolysis, ช่องในรังผึ้ง, กล่อง, ตลับ, ถุงอากาศ, ห้องที่สัตว์อยู่ได้ตัวเดียว (-S. niche, compartment, chamber, nook, den, stall, closet, booth, box) *-Ex. a honeycomb cell, an electric current, an electric cell*

cellar (เซล' ลาร์) *n.* ห้องใต้ดิน, ห้องเก็บของใต้ถุนตึก, หลุมใต้ดิน, ห้องเก็บเหล้าใต้ดิน, ปริมาณเหล้าที่เก็บ *-vt.* เก็บไว้ในห้องใต้ดิน (-S. vault, basement)

cellist (เซล' ลิสทฺ) *n.* ผู้เล่นเครื่องดนตรี cello

cello, cel'lo (เซล' โล) *n., pl.* **-los/-li** ไวโอลินใหญ่

cello

cellophane (เซล' ละเฟน) *n.* กระดาษแก้ว *-adj.* เกี่ยวกับหรือทำด้วยกระดาษแก้ว

cellphone (เซล' โฟน) *n.* ย่อจาก cellular telephone โทรศัพท์เคลื่อนที่ เช่น พวกวิทยุมือถือ

cellular[1] (เซล' ลูลาร์) *adj.* เกี่ยวกับเซลล์, มีลักษณะของเซลล์, ประกอบด้วยเซลล์ **-cellularity** *n.*

cellular[2] (เซล' ลูลาร์) *n.* ดู cellphone

celluloid (เซล' ลูลอยดฺ) *n.* วัตถุใสไวไฟที่ประกอบด้วยไพโรไซลินกับการบูร ใช้ทำฟิล์มภาพยนตร์ ฟิล์มเอกซเรย์ ของเด็กเล่นและอื่นๆ

cellulose (เซล' ลูโลส) *n.* คาร์โบไฮเดรตที่สำคัญชนิดหนึ่ง เป็นส่วนประกอบของผนังเซลล์พืช **-cellulosic** *adj.*

Celsius (เซล' เซียส) *adj.* เกี่ยวกับการวัดอุณหภูมิที่เป็นองศาเซลเซียส **-Anders Celsius** นักดาราศาสตร์ชาวสวีเดนผู้คิดค้นมาตราส่วนในการวัดอุณหภูมิเป็นองศาเซลเซียส

Celt (เซลทฺ) *n.* ชาวเซลต์ที่อาศัยอยู่ในหมู่เกาะอังกฤษก่อนชาวแองโกลแซกซอน ปัจจุบันอยู่กระจัดกระจายตามสกอตแลนด์ ไอร์แลนด์ และเวลส์ (-S. kelt)

-Celtic *adj., n.*

cement (ซิเมนทฺ') *n.* ซีเมนต์, ปูนซีเมนต์, น้ำยายางสำหรับเชื่อมติดสิ่งของ, พันธะเครื่องเกาะ, สิ่งยึดเหนี่ยว, พันธะ, สารยึดตรึงฟัน *-vt.* ยึดเกาะ, พอกด้วยน้ำปูนซีเมนต์, ใช้น้ำปูนซีเมนต์ฉาบ, เชื่อมติด, ผนึก **-cementation** *n.* **-cementer** *n.* (-S. strengthen, seal -A. dissolve, separate) *-Ex. to cement linoleum to the floor*

cemetery (เซม' มิเทอรี) *n., pl.* **-teries** ป่าช้า, สุสาน, หลุมฝังศพ (-S. churchyard, graveyard)

cenotaph (เซน' นะทาฟ) *n.* อนุสาวรีย์เพื่อระลึกถึงผู้ตายซึ่งฝังอยู่ที่อื่น

Cenozoic (ซีนะโซ' อิค) *adj.* เกี่ยวกับยุคโบราณประมาณ 65 ล้านปีก่อน เป็นยุคที่เริ่มมีสัตว์เลี้ยงลูกด้วยนม *-n.* ยุคโบราณดังกล่าว

censer (เซน' เซอะ) *n.* กระถางธูป, ภาชนะเผาเครื่องกำยาน *-vt.* อบด้วยกลิ่นกำยาน, จุดธูปบูชา (-S. thurible)

censer

censor (เซน'เซอะ) *n.* เจ้าหน้าที่ตรวจภาพยนตร์ ข่าวสาร หนังสือ และอื่นๆ, ผู้ควบคุมความประพฤติของคนอื่น, คนจับผิด, เจ้าหน้าที่ดูแลมหาวิทยาลัย, พลังข่มจิตภายใน *-vt.* ตรวจสอบ, เซนเซอร์, ตัดตอนแก้ไข **-censorial** *adj.*

censorious (เซนซอ' เรียส) *adj.* วิพากษ์วิจารณ์อย่างรุนแรง, จับผิด, หาเรื่อง **-censoriously** *adv.* **-censoriousness** *n.* (-S. critical, fault-finding)

censorship (เซน' เซอชิพ) *n.* การเซนเซอร์, การตรวจสอบ, อำนาจการตรวจสอบและยับยั้ง, ตำแหน่งเจ้าหน้าที่ตรวจสอบยับยั้ง, พลังข่มจิตที่ซ่อนเร้นอยู่ในใจ

censurable (เซน' เซอะระเบิล) *adj.* ควรได้รับการตำหนิ, ควรตำหนิ, น่าตำหนิ **-censurably** *adv.* (-S. disgraceful)

censure (เซน' เชอะ) *vt., vi.* **-sured, -suring** ตำหนิ, ติเตียน, ด่า, ว่า, วิจารณ์อย่างรุนแรง *-n.* การตำหนิ, การติเตียน **-censurer** *n.* (-S. reproach) *-Ex. A man in public office often receives much censure from all sides., to censure careless work*

census (เซน' ซัส) *n., pl* **-suses** การสำรวจสำมะโนครัว *-Ex. A census of the United States is made every ten years.*

cent (เซนทฺ) *n.* เหรียญบรอนซ์ของเงินตราสหรัฐอเมริกา เท่ากับ 1⁄100 ดอลลาร์, 1⁄100 ของหน่วยเงินตราของหลายประเทศ เช่น ออสเตรเลีย แคนาดา เนเธอร์แลนด์ นิวซีแลนด์ *-Ex. Mother will put three cents in the parking meter.*

centaur

centaur (เซน' ทอ) *n.* สัตว์ในนิยายที่มีหัวเป็นคนมีตัวเป็นม้า, ชื่อกลุ่มดาว

centaury

centaury (เซน' ทอรี) *n., pl.* **-ries** พืชจำพวก *Centaurium*, พืชจำพวกดอกเบญจมาศ

centenarian (เซนทะแน' เรียน) *adj.* เกี่ยวกับร้อยปี, มีอายุครบร้อยปี *-n.* คนที่มีอายุครบร้อยปี

centenary (เซน' ทะนารี) *adj.* เกี่ยวกับร้อยปี, เกิดขึ้นทุกร้อยปี *-n. pl.* **-naries** หนึ่งศตวรรษ, หนึ่งร้อยปี, การเฉลิมฉลองรำลึกครบรอบหนึ่งร้อยปี

centennial (เซนเทน' เนียล) *adj.* เกี่ยวกับการครบรอบร้อยปี, มีอายุได้ร้อยปี, อยู่ได้นานร้อยปี *-n.* หนึ่งร้อยปี, หนึ่งศตวรรษ

center (เซน' เทอะ) *n.* ดู centre

centering (เซน' เทอริง) *n.* ดู centring

centesimal (เซนเทส' ซิมัล) *adj.* หนึ่งในร้อย, ร้อยละ **-centesimally** *adv.*

centi- คำอุปสรรค มีความหมายว่า หนึ่งร้อย, มีร้อยส่วน

centigrade (เซน' ทิเกรด) *adj.* แบ่งออกเป็น 100 องศาหรือร้อยส่วนเท่าๆ กัน, เกี่ยวกับอุณหภูมิเซลเซียส ซึ่งมีจุดเยือกแข็งที่ 0 องศาเซลเซียส และมีจุดเดือดที่ 100 องศาเซลเซียส

centigramme, centigram (เซน' ทะแกรม) *n.* 1⁄100 กรัม

centilitre, centiliter (เซน' ทะลิทเทอะ) *n.* 1⁄100 ลิตร

centime (ซาน' ทีม) *n.*1⁄100 ฟรังค์ฝรั่งเศส เบลเยียม ลุกเซมเบิร์ก สวิตเซอร์แลนด์ ตาฮิติ

centimetre, centimeter (เซน' ทะมีเทอะ) 1⁄100 เมตร, หนึ่งเซนติเมตร, 0.394 นิ้ว ใช้ตัวย่อว่า cm, cm.

centimetre-gramme-second, centimeter-gram-second เกี่ยวกับระบบหน่วยความยาว มวล และเวลา ใช้อักษรย่อว่า c.g.s., cgs

centipede (เซน' ทะพีด) *n.* ตะขาบ

centipede

centner (เซนทฺ' เนอะ) *n.* หน่วยน้ำหนัก 50 กิโลกรัม (110.23 ปอนด์) ในหลายประเทศของยุโรป, หน่วยน้ำหนัก 100 กิโลกรัม

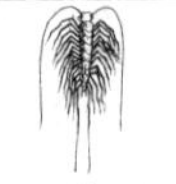

central (เซน' ทรัล) *adj.* เกี่ยวกับศูนย์กลางใจ, ใจกลาง, เกี่ยวกับระบบ ประสาทส่วนกลาง, สำคัญ *-n.* สำนักงานระบบชุมสายโทรศัพท์ **-centrality** *n.* **-centrally** *adv.* (-S. middle, interior, median, pivotal, focal -A. outer) *-Ex. the central part of the city, the central idea of the book*

centralisation, centralization (เซนทรัลไลเซ' ชัน) *n.* การรวมอำนาจมาอยู่ที่ศูนย์กลาง, การรวมอำนาจบริหาร, ภาวะรวมศูนย์อำนาจบริหาร **-centraliser, centralizer** *n.*

centralise, centralize (เซน' ทระไลซ) *vt.* **-ised, -ising/-ized, -izing** ทำให้รวมเข้าด้วยกัน, รวบรวม

centralism (เซน' ทระลิสซึม) *n.* ระบบศูนย์รวมอำนาจ, ระบบรวมอำนาจมาอยู่ที่ศูนย์กลาง **-centralistic** *adj.* **-centralist** *n., adj.*

centre (เซน' เทอะ) *n.* ศูนย์กลาง, ใจกลาง, กลาง, จุดศูนย์กลางของวงกลม, จุดสำคัญ, หัวใจ, เป้า, สถานีศูนย์กลาง, สถานีกลาง, ข้อคิดเห็นที่เป็นกลาง, พรรคที่เป็นกลาง *-v.* **-tred, -tring** *-vt.* รวมตัว, รวมอยู่รวมศูนย์, เป็นจุด, กำหนดจุดศูนย์กลางของ *-vi.* มีศูนย์กลาง, อยู่

ตรงกลาง, ถูกวางอยู่ตรงกลาง, กำหนดไว้ (-S. middle, midpoint, core, hub, axis, heart, nucleus, focus, collect, converge) *-Ex. the centre of a wheel, a shopping centre, Yupin is the centre of attention., the centre of the road, We centred the picture over the sofa., The crowd's attention was centred on the fire engine.*

centreboard, centerboard (เซน' เทอบอร์ด) *n.* กระดานทรงตัวใต้น้ำของเรือ สามารถเหวี่ยงตัวขึ้นลงได้

centrefold, centerfold (เซน' เทอโฟลด) *n.* กระดาษหน้าคู่ที่แผ่อยู่ตรงกลางของหนังสือนิตยสารหรือหนังสือพิมพ์

centre of gravity จุดศูนย์ถ่วง

centric, centrical (เซน' ทริค, -เคิล) *adj.* เกี่ยวกับตรงกลางหรือศูนย์กลาง, ตั้งอยู่ตรงกลางหรือศูนย์กลาง **-centricity** *n.* **-centrically** *adv.* (-S. central)

centrifugal force แรงเหวี่ยงจากจุดศูนย์กลาง

centrifuge (เซน' ทระฟิวจฺ) *n.* เครื่องมือแยกสารที่มีน้ำหนักต่างกันด้วยแรงเหวี่ยงจากจุดศูนย์กลาง *-vt.* **-fuged, -fuging** ใช้แรงเหวี่ยงจากจุดศูนย์กลาง

centring (เซน' ทริง) *n.* การกำหนดศูนย์กลาง, การกำหนดจุดศูนย์กลาง, กรอบชั่วคราวที่สร้างเพื่อช่วยค้ำยันโครงสร้างที่เป็นส่วนโค้ง

centripetal (เซนทริพ'พิทัล) *adj.* ซึ่งเคลื่อนที่หรือมุ่งเข้าหาศูนย์กลางหรือแกน **-centripetally** *adv.*

centrist (เซน' ทริสทฺ) *n.* สมาชิกที่เป็นกลาง, สมาชิกสภาที่เป็นกลาง, สมาชิกพรรคการเมืองที่เป็นกลาง **-centrism** *n.*

centurion (เซนทิว'เรียน) *n.* ผู้บังคับกองร้อยโดยเฉพาะกองร้อยทหารโรมันในสมัยโบราณ

century (เซน' ชิวรี) *n., pl.* **-ries** ศตวรรษ, หนึ่งร้อยปี, หนึ่งร้อยชิ้น (อัน ลูก ก้อน ฯลฯ) กลุ่มละร้อย, กองร้อยทหารโรมัน, กองร้อย **-centurial** *adj.*

century plant ต้นไม้จำพวก *Agave americana* ซึ่งเคยเชื่อกันผิดว่าร้อยปีมีดอกครั้งหนึ่ง (-S. agave)

century plant

cephalic (ซะแฟล'ลิค) *adj.* เกี่ยวกับหัว, ซึ่งตั้งอยู่ที่หัว, ไปทางหัว **-cephalically** *adv.*

cephalopod (เซฟ'ฟะละพอด) *n.* สัตว์ทะเลประเภท Cephalopoda ที่มีหนวดเช่น ปลาหมึก

cephalopod

ceramic (ซะแรม' มิค) *adj.* เกี่ยวกับเครื่องเคลือบเซรามิก, เกี่ยวกับเครื่องดินเผา *-n.* ผลิตภัณฑ์เครื่องเคลือบที่เรียกทับศัพท์ว่า "เซรามิก" เครื่องเคลือบ **-ceramist, ceramicist** *n.*

ceramics (ซะแรม' มิคซฺ) *n. pl.* ศิลปะและวิทยาการทำเครื่องเคลือบดินเผาหรือเซรามิก

cere (เซีย) *n.* เยื่อขี้ผึ้งใต้จะงอยปาก (เช่นในนกแก้ว) *-vt.* **cered, cering** ห่อ, ใช้ขี้ผึ้งห่อ

cereal (เซีย' เรียล) *adj.* เกี่ยวกับข้าวหรือเมล็ดข้าว *-n.* ธัญพืช, พืชจำพวกข้าว, เมล็ดข้าว

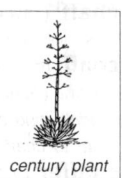

cerebellum (เซอริเบล' ลัม) *n., pl.* **-lums/-la** สมองส่วนซีรีเบลลัม, ส่วนล่างของสมอง **-cerebellar** *adj.*

cerebral (เซอ' ระบรัล) *adj.* เกี่ยวกับมันสมอง, เกี่ยวกับสมองส่วนซีรีบรัม, เกี่ยวกับการใช้ปัญญา (แทนที่จะเป็นสัญชาตญาณ) **-cerebrally** *adv.*

cerebral palsy โรคอัมพาตเนื่องจากความบกพร่องของสมองก่อนคลอดหรือเนื่องสมองได้รับบาดเจ็บระหว่างคลอด

cerebrate (เซอ' ริเบรท) *vi.* **-brated, -brating** คิด, ใช้สมอง, ใคร่ครวญ **-cerebration** *n.* (-S. think)

cerebrospinal (เซอริโบรสไพ' นัล) *adj.* เกี่ยวกับหรือมีผลต่อสมองและไขสันหลัง, เกี่ยวกับระบบประสาทส่วนกลาง

cerebrum (เซอ' ริบรัม) *n., pl.* **-brums/-bra** สมองส่วนซีรีบรัม, ส่วนหน้าและส่วนที่ใหญ่ที่สุดของมันสมอง

cerecloth (เซอ' คลอธ) *n.* ผ้าเคลือบขี้ผึ้งเพื่อกันน้ำ

cerement (เซอ' เมินทฺ) *n.* ผ้าเคลือบขี้ผึ้งเพื่อห่อศพ, ผ้ามัดตราสังศพ

ceremonial (เซอริโม ' เนียล) *adj.* เกี่ยวกับพิธีการ, เป็นทางการ, เป็นพิธีรีตอง *-n.* ระบบของพิธี, พฤติการณ์ที่เหมาะสมและถูกกาลเทศะ **-ceremonialism** *n.* **-ceremonialist** *n.* **-ceremonially** *adv.* (-S. ritual, formal -A. informal)

ceremonious (เซอริโม' เนียส) *adj.* เป็นพิธีรีตองมาก, เป็นทางการ, โอ่อ่า, มโหฬาร, เป็นพิธีใหญ่โต, คร่ำครึ **-ceremoniously** *adv.* **-ceremoniousness** *n.* (-S. polite, formal, ritual) *-Ex. a ceremonious bow, a ceremonious reception*

ceremony (เซอ' ริโมนี) *n., pl.* **-nies** พิธี, ระเบียบแบบแผน, พิธีการ, พิธีรีตอง (-S. ritual, rite) *-Ex. the wedding ceremony, an inauguration ceremony, received me with much ceremony, without ceremony*

Ceres (เซอ' เรซฺ) *n.* พระแม่โพสพ, พระแม่เกษตรกรรม, ชื่อดาวเคราะห์ดวงหนึ่ง

cereus (เซอ' รัส) *n., pl.* **-uses** พืชตะบองเพชรจำพวก *Cereus*

cerise (ซะรีซ') *adj.* แดงปานกลางจนถึงแดงสด *-n.* สีแดงปานกลางจนถึงแดงสด

cerium (เซอ' เรียม) *n.* ธาตุโลหะที่มีสัญลักษณ์ Ce

cermet (เซอ' เมท) *n.* โลหะผสมทนความร้อนที่ประกอบด้วยโลหะกับสารเคลือบดินเผา

certain (เซอ' เทิน) *adj.* แน่ใจ, แน่นอน, ประจักษ์แจ้ง, แน่ๆ, ไม่มีพลาด, เชื่อมั่น, บ้าง, บางชนิดบางอย่าง **-for certain** อย่างไม่ต้องสงสัย (-S. unquestionable, sure, true, undoubted, positive) *-Ex.a certain person, on a certain day, be certain of, feel certain, make certain, know for certain*

certainly (เซอ' เทินลี) *adv.* ไม่ต้องสงสัย, ใช่, แน่นอน, (-S. doubtless, positively) *-Ex. They will certainly come., Certainly, you may come on the trip!*

certainty (เซอ' เทินที) *n., pl.* **-ties** ภาวะที่แน่นอน, ความแน่นอน, ความแน่ใจ, สิ่งที่แน่นอน, ความจริงที่ยืนยัน (-S. certitude -A. doubt) *-Ex. a feeling of certainty, It is a certainty that the sun will rise tomorrow.*

C

certes (เซอ' ทีซ) *adv.* แน่นอน, อย่างแน่นอน, เป็นความจริง, โดยแน่แท้ (-S. certainly)

certifiable (เซอ' ทะไฟอะเบิล) *adj.* ซึ่งสามารถพิสูจน์ได้, สมควรเข้ารับการรักษาที่โรงพยาบาลโรคจิต, ซึ่งไม่สามารถควบคุมได้ **-certifiably** *adv.*

certificate (เซอทิฟ' ฟะเคท) *n.* หนังสือรับรอง, ประกาศนียบัตร, ใบรับรอง, ใบสุทธิ, เอกสารสำคัญ, หนังสือหลักฐาน, ข้อพิสูจน์ *-vt.* **-cated, -cating** รับรองด้วยออกหนังสือรับรอง, ให้หนังสือรับรอง **-certificator** *n.* **-certificatory** *adj.* (-S. document, permit, warrant) *-Ex. a birth certificate, a health certificate, a teacher's certificate*

certification (เซอทะฟะเค' ชัน) *n.* การรับรอง, ภาวะที่ถูกรับรอง, คำพูดหรือข้อความที่รับรอง, การพิสูจน์, หนังสือรับรอง

certified (เซอ' ทิไฟด) *adj.* ซึ่งได้รับการรับรอง,ซึ่งได้รับการพิสูจน์, ซึ่งได้รับการค้ำประกัน, ซึ่งศาลได้สั่งให้เป็นคนวิกลจริต, ที่ต้องได้รับรักษาที่โรงพยาบาลโรคจิต (-S. guaranteed. sanctioned, approved, confirmed, validated)

certify (เซอ' ทิไฟ) *vt.* **-fied, -fying** รับรอง, พิสูจน์, ลงนามเป็นพยาน, พิสูจน์ให้เห็น *-vi.* รับรอง, รับรองความถูกต้อง **-certifier** *n.* (-S. testify, inform, warranty -A. disapprove)

certitude (เซอ' ทิทิวด) *n.* ความเชื่อมั่น, ความมั่นใจ, การปราศจากความสงสัย (-S. certainty -A. uncertainty)

cerulean (ซะรู' ริอัน) *adj., n.* น้ำเงินเข้ม, สีฟ้า, สีฟ้าคราม (-S. sky-blue)

cerumen (ซีรู'เมน) *n.* ขี้หู **-ceruminous** *adj.* (-S. earwax)

ceruse (เซอ' รูส) *n.* ผงตะกั่วขาวใช้ในการทำสี

cervical (เซอ' วิเคิล) *adj.* เกี่ยวกับคอ, เกี่ยวกับปากมดลูก

cervices (เซอไว' ซีซ) *n.* พหูพจน์ของ cervix

cervine (เซอ' ไวน์) *adj.* คล้ายกวาง, เกี่ยวกับกวางหรือตระกูลกวาง

cervix (เซอ' วิคซ) *n., pl.* **cervixes/cervices** คอ, ส่วนที่คล้ายคอ, ปากมดลูก, ปากกระเพาะปัสสาวะ

Cesarean, Cesarian (ซิแซร์' เรียน) *adj., n.* ดู Caesarean

cesium (ซี' เซียม) *n.* ธาตุโลหะที่หายากชนิดหนึ่ง มีสัญลักษณ์ Cs

cess (เซส) *n.* ภาษี, การประเมิน

cessation (ซิเซ' ชัน) *n.* การหยุดชั่วคราวหรือหยุดถาวร, การชะงัก (-S. rest, intermission) *-Ex. a cessation of warfare*

cession (เซช' ชัน) *n.* การยกให้, สิ่งที่ยกให้

cesspit (เซส' พิท) *n.* หลุมเก็บของเสียหรือขยะเสีย, หลุมอุจจาระ

cesspool (เซส'พูล) *n.* บ่อซึมน้ำเสีย, ภาชนะใส่น้ำเสีย, สถานที่รองรับของเสีย, ที่เก็บขยะ, ถังส้วมซึม, แหล่งชั่วร้าย

cestus (เซส' ทัส) *n.* สายคาดสำหรับนักมวยในสมัยโรมันโบราณ

cesura (ซะซู' ระ) *n., pl.* **-ras/-rae** ดู caesura

cetacean (ซิเท' ชัน) *adj.* เกี่ยวกับสัตว์ทะเลเลี้ยงลูกด้วยนม (ปลาวาฬ ปลาโลมา และอื่นๆ ใน order cetacea) *-n.* สัตว์ทะเลดังกล่าว

cetane (ซี' เทน) *n.* ไฮโดรคาร์บอนเหลวที่ไร้สีชนิดหนึ่ง

cetane number ตัวเลขวัดคุณภาพการติดไฟของน้ำมันเชื้อเพลิงโดยเปรียบเทียบกับส่วนผสมต่างๆ โดยให้ alpha methylnapthaline มีค่ามาตรฐานเท่ากับ 10 และ cetane มีค่ามาตรฐานเท่ากับ 100

Ceylon (ซีลอน') ประเทศศรีลังกา **-Ceylonese** *adj., n.*

CFCs ย่อจาก Chlorofluorocarbons ซึ่งประกอบด้วยธาตุคลอรีน ฟลูโอรีนและคาร์บอน ซึ่งเป็นสารเคมีที่ทำลายชั้นโอโซนในบรรยากาศ

CFI, cfi ย่อจาก cost, freight, and insurance ราคารวมค่าขนส่งและค่าประกันภัย, ราคาบวกค่าขนส่ง

c/f ย่อจาก carried forward ยอดยกไปหน้าต่อไป

cg, cgm ย่อจาก centigramme(s), centigram(s) เซนติกรัม

CGS., C.G.S., c.g.s. ย่อจาก centrimetre-gramme-second เซนติเมตร-กรัม-วินาที

cha-cha (ชา' ชา) *n.* จังหวะเต้นรำ ชะ-ชะ-ชะ เป็นจังหวะดนตรีของลาตินอเมริกาที่คล้ายจังหวะแมมโบ *-vi.* เต้นจังหวะชะ-ชะ-ชะ (-S. cha-cha-cha)

Chad (แชด) ชื่อทะเลสาบในแอฟริกากลาง, ชื่อสาธารณรัฐในแอฟริกากลาง **-Chadian** *adj., n.*

chafe (เชฟ) *v.* **chafed, chafing** ถูจนร้อน, สีจนร้อน, ครูด, ยั่วให้โกรธ, ทำให้อารมณ์เสีย *-vi.* ถู, สี, โกรธ, โมโห, ถลอกหรือเจ็บเนื่องจากการถู *-n.* การระคายเคือง การรบกวน, ความร้อน ความเจ็บปวดหรือถลอกเนื่องจากการถู *-Ex. it chafe cold hands, The collar chafed his neck., to chafe at the slightest delay (warm by rubbing, irritate)*

chaff[1] (ชาฟ,แชฟ) *n.* แกลบ, ฟางข้าว, ของไม่มีค่า, ขยะ (-S. rubbish, refuse, debris)

chaff[2] (ชาฟ,แชฟ) *vt., vi.* ล้อ, หยอกล้อ *-n.* การหยอกล้อ, การล้อ (-S. ridicule) *-Ex. Yupin was good natured and didn't mind the chaff about her new haircut., Boys like to chaff each other about girl friends.*

chaffer (ชาฟ' เฟอะ) *vt.* คุย, ค้าขาย, แลกเปลี่ยนของ **-chafferer** *n.*

chaffinch (แชฟ' ฟินช) *n.* นกขนาดเล็กจำพวก *Fringila coelebs* มีเสียงร้องที่ไพเราะ

chagrin (ชะกริน') *n.* ความคับแค้นใจ, ความแค้น, ความโทมนัส, ความเสียใจ *-vt.* **-grined, -grining** เสียใจ, ผิดหวัง (-S. embarrassment, distress, vexation, frustration, resentment -A. contentment, satisfaction, delight) *-Ex. Sombut was chagrined when Udom lost the race.*

chain (เชน) *n.* โซ่, ลูกโซ่, สายโซ่, ห่วง, ลานนาฬิกาข้อมือ, ตรวน, โซ่ตรวน,เครื่องพันธนาการ, สายสร้อย, โซ่รังวัด (= 10.1168 เมตร), อนุกรม, สิ่งที่ต่อเนื่องกัน, เครื่องผูกมัด, เทือกเขา, ทิว, แนว, บริษัทหลายบริษัทที่เป็นเครือเดียวกัน, กระแสไฟฟ้า *-vt.* ผูกมัดด้วยโซ่, ผูกมัด, จำกัด (-S. series) *-Ex. an iron chain, a silver* *chain, the chain of our sins, in chain of events, a chain of steamers*

chain gang กลุ่มนักโทษที่ถูกตีตรวนติดกัน โดยเฉพาะเมื่อออกไปทำงานข้างนอก

chain mail เสื้อเกราะที่ทำด้วยวงแหวนขัดกันไปมา

chain reaction ปฏิกิริยาลูกโซ่ที่ทำให้นิวเคลียสของอะตอมแตกตัว, การปล่อยอนุภาคที่ทำให้นิวเคลียสของอะตอมอื่นแตกตัว,อนุกรมของเหตุการณ์ที่มีผลต่อเนื่องกัน

chain saw เลื่อยที่มีฟันเลื่อยต่อเนื่องกัน, เลื่อยลูกโซ่

chain-smoke (เชน' สโมค) *vt., vi.* **-smoked, -smoking** อัดบุหรี่มวนต่อมวน **-chain-smoker, chain smoker** *n.*

chain store กลุ่มร้านขายปลีกที่มีเจ้าของเดียวกัน

chair (แชร์) *n.* เก้าอี้, เก้าอี้ที่มีพนัก, ตำแหน่งการงาน, บุคคลที่มีตำแหน่งการงาน, ตำแหน่งศาสตราจารย์, เก้าอี้ไฟฟ้า **-take the chair** เป็นประธาน, ใช้เก้าอี้หาม (-S. seat, stool, office, apointment) *-Ex. wooden chair, arm-chair, easy-chair, Address your questions to the chair during the meeting.*

chairman (แชร์' เมิน) *n., pl.* **-men** ประธาน, คนหามเกี้ยว, คนเข็นรถเก้าอี้มีล้อสำหรับคนพิการ *-vt.* **-maned, maning/-manned, -manning** เป็นประธานที่ประชุม, เป็นประธานคณะกรรมการ (-S. speaker, moderator, chair, executive)

chairmanship (แชร์' มันชิพ) *n.* ตำแหน่งประธาน, ฐานะประธาน (-S. directorship)

chairperson (แชร์' เพอซัน) *n.* ผู้ทำหน้าที่ประธานที่ประชุม, ประธาน

chaise (เชซ) *n.* รถม้าขนาดเล็ก (โดยเฉพาะที่ใช้ม้าตัวเดียวและรถม้ามีสองล้อสำหรับบรรทุกคนสองคน, ชื่อเหรียญทองในศตวรรษที่ 14 ของฝรั่งเศส

chaise longue เก้าอี้เอนนอนมีที่วางแขนขา

chalcocite (แคล' คะไซท) *n.* แร่ทองแดงซัลไฟด์

chalcedony (แคลซีด' ดะนี) *n., pl.* **-nies** หินควอตซ์โปร่งใสชนิดหนึ่ง มีหลายสี เช่น สีเทาหรือสีขาวขุ่น

chalcopyrite (แคลคะไพ' ไรท) *n.* ซัลไฟด์ของเหล็กและทองแดง, $CuFeS_2$

chalet (เชเล') *n.* กระท่อมไม้แบบชาวสวิส

chalice (แชล'ลิส) *n.* ถ้วยดื่ม, ถ้วยดื่มเหล้าองุ่น

chalk (ชอก) *n.* ชอล์ก, ปูนขาว, เครื่องหมายที่เขียนด้วยชอล์ก, คะแนนที่เขียนด้วยชอล์ก *-vt.* ทำเครื่องหมายหรือเขียนด้วยชอล์ก, ใช้แป้งปูนขาวขัด **-chalk up** ทำคะแนน, ได้รับ (-S. score, attain, achieve) *-Ex. to chalk a line on the sidewalk, a chalk drawing*

chalkboard (ชอก' บอร์ด) *n.* กระดานดำ

challenge (แชล' ลินจฺ) *n.* การท้าทาย, คำท้าท้าย, การขอดวล, การขอประลองฝีมือ, การขอร้อง, การร้องถาม, การคัดค้าน, การเร่งเร้า, ความสะดุดตา, คำสั่งในขณะสอบถาม *-v.* **-lenged, -lenging** *-vt.* ท้า, ท้าทาย, ท้าดวล, ขอประลองฝีมือ, เรียกร้อง, กระตุ้น, ยืนยันว่า (การลงคะแนนเสียง) ไม่ถูกต้อง *-vi.* ท้าทาย, ออกคำท้าทาย, แสดงข้อคิดเห็นขัดแย้ง, เห่า (เมื่อได้กลิ่นรอยสัตว์ที่ตามล่าอยู่) **-challengeable** *adj.* **-challenger** *n.* (-S. dare, stir) *-Ex. to challenge a hasty remark, I challenge anyone to race me., The sentry challenged him at the gate.*

challenging (แชล' ลินจิง) *adj.* ท้าทาย, ท้า, ยั่วเย้า (-S. stimulating, provocative)

chalybeate (คะลิบ' บีท) *adj.* เกี่ยวกับหรือประกอบด้วยเกลือของธาตุเหล็ก *-n.* น้ำที่มีเกลือของเหล็ก, ยาที่มีเกลือของเหล็ก

chamber (เชม' เบอะ) *n.* ห้อง, ห้องพักเดี่ยว, ห้องในพระราชวัง, สภา, สำนักงานทนายความ, ห้อง, ห้องประชุม, สมาคม, ห้องประชุมคณะตุลาการ, ช่อง, กระโถนปัสสาวะ, หอการค้า, ลำกล้องกระสุน, ช่องใส่กระสุน *-vt.* ใส่ในห้อง, จัดห้องให้ **-chambered** *adj.* (-S. room, cubicle, cell, apartment) *-Ex. the chamber in a gun*

chamberlain (เชม'เบอลิน) *n.* มหาดเล็ก, กรมวัง, ผู้รับใช้กษัตริย์, พ่อบ้านขุนนาง, เจ้าหน้าที่การเงิน, ผู้ดูแลฝ่ายคลัง

chambermaid (เชม' เบอะเมด) *n.* แม่บ้านที่มีหน้าที่ทำเตียงตามโรงแรม, หญิงรับใช้ (-S. maid)

chamber music ดนตรีจากกลุ่มเครื่องดนตรีเดี่ยวขนาดเล็ก, ดนตรีที่บรรเลงในห้อง (ไม่ใช่ในที่สาธารณะ)

chameleon (คะมี' เลียน) *n.* สัตว์จำพวกกิ้งก่าในตะกูล Chamaeleontidae ซึ่งเปลี่ยนสีผิวได้ **-chameleonic** *adj.*

chameleon

chamfer (แชม' เฟอะ) *vt.* ขูด, ตัดเอียง, ตัดลาด *-n.* ด้านมุมตัด, ด้านเอียง, มุมตัด, เส้นโค้ง, มุมกลับ, มุมแหลมกลับ

chamois, chammy (แชม' วา, แชม' มี) *n., pl.* **-mois/-mies** ละมั่ง คล้ายแพะจำพวก *Rupicapra rupicapra* ที่อยู่ตามภูเขาสูงๆ ในยุโรปและรัสเซีย, หนังของสัตว์จำพวกนี้, หนังนิ่ม *-vt.* **chamoised, chamoising** ถูกหรือขัดด้วยหนังดังกล่าว

chamois

champ[1] (แชมพ) *vt., vi.* เคี้ยวเอื้อง

champ[2] (แชมพ) *n.* แชมเปี้ยน, การชนะเลิศ

champagne (แชมเพน') *n.* เหล้าองุ่นขาวชนิดหนึ่งจากบริเวณแถบหนึ่งของฝรั่งเศส

champaign (แชมเพน') *n.* ที่ราบ, ทุ่ง, สนามรบ *-adj.* ราบ, เป็นทุ่ง (-S. open level)

champion (แชม' เพียน) *n.* ผู้ชนะเลิศ, ผู้ที่เก่งที่สุด, สัตว์ที่ได้คะแนนมากที่สุดในการแข่งขัน, ผู้ต่อสู้หรือป้องกันคนอื่น, นักต่อสู้, นักรบ *-vt.* ป้องกัน, สนับสนุน, กระทำเป็นแชมเปี้ยน *-adj.* เป็นที่หนึ่งของคนแข่งขันทั้งหมด (-S. winner) *-Ex. a champion swimmer, a champion photograph, The speaker championed the right of every man to choose his own job., Sawai tried for the diving championship.*

championship (แชม' เพียนชิพ) *n.* ภาวะที่เป็นแชมเปี้ยน, ตำแหน่งผู้ชนะเลิศ, การป้องกัน, การเป็น

C

ทนาย, การสนับสนุน, การแข่งขันเพื่อได้ตัวผู้ชนะเลิศ (-S. supremacy, promotion)

chance (ชานซฺ) *n.* โอกาส, หนทาง, ลักษณะที่เป็นไปได้, หนทางสำเร็จ, ความเป็นไปได้, การเสี่ยง, ช่องทาง, ท่าทาง, โชค, วาสนา, เคราะห์, ยถากรรม, ความบังเอิญ *-v.* **chanced, chancing** *-vi.* ถือโอกาส, เสี่ยง, พบโดยบังเอิญ *-vt.* เกิดขึ้นโดยบังเอิญ (-S. destiny, happening, risk, opening, happen) *-Ex. by chance, take a chance, run the chance of, Udom hasn't a chance of winning., on the chance of, The chances are 100 to 1 against., Give me a chance., a second chance*

chancel (ชาน' เซิล) *n.* แท่นบูชา, พลับพลา, ส่วนของโบสถ์สำหรับทำพิธี (-S. platform)

chancellery, chancellory (ชาน' ชะเลอรี) *n., pl.* **-leries** ตำแหน่งเสนาบดี, สำนักงานเสนาบดี, รัฐมนตรี, ตำแหน่งอัครมหาเสนาบดีของบางประเทศ, สถานเอกอัครราชทูต, สถานกงสุลใหญ่, เจ้าหน้าที่ทั้งหมดของสถานเอกอัครราชทูต (หรือกงสุล), เลขานุการเอกอัครราชทูต (หรือกงสุล), นายกรัฐมนตรี(ของบางประเทศ), ตุลาการใหญ่ของบางประเทศ

chancellor (ชาน' ซะเลอ) *n.* เสนาบดี, อัครมหาเสนาบดี, นายกรัฐมนตรี, เอกอัครราชทูต, ตุลาการใหญ่ **-chancellorship** *n.*

Chancellor of the Exchequer รัฐมนตรีกระทรวงการคลังของอังกฤษ

chancery (ชาน' ซะรี) *n., pl.* **-ceries** ศาลฎีกา, ที่เก็บเอกสารทางราชการ, ที่ทำการของเสนาบดี, ที่ทำการสถานเอกอัครราชทูต **-in chancery** ภาวะที่กลืนไม่เข้าคายไม่ออก

chancre (แชง' เคอะ) *n.* แผลซิฟิลิส, แผลริมแข็ง **-chancrous** *adj.*

chancy (ชาน' ซี) *adj.* **chancier, chanciest** ไม่แน่นอน, เสี่ยง, โชคดี, เป็นมงคล **-chanciness** *n.* (-S. dicey, risky, speculative)

chandelier (ชานดะเลียร์') *n.* โคมระย้า, โคมช่อแขวน, โคมกิ่ง

chandler (แชนดฺ' เลอะ) *n.* พ่อค้าขายเทียนไข สบู่สี, พ่อค้าขายของชำ

chandlery (แชนดฺ' เลอรี) *n., pl.* **-ies** สินค้าของชำต่างๆ

change (เชนจฺ) *vt., vi.* **changed, changing** เปลี่ยนแปลง, เปลี่ยนปฏิรูป, ปรับปรุง, ผลัด, แลก, แก้ไข, ย้าย, กลับใจ, เปลี่ยนรถ *-n.* การเปลี่ยนแปลง, การเปลี่ยนใหม่, การเปลี่ยนเครื่องแต่งตัว, การเปลี่ยนอากาศและที่อยู่, เงินปลีก, เงินทอน, สถานที่ซื้อขาย, สิ่งที่ถูกเปลี่ยน (-S. alter, replace, shift, variety) *-Ex. change my clothes, change trains at Bangkok, change places with me, change step, change a $1 note, This has changed my ideas., change one's mind, The weather change for the better., small change, Sawai changed the five-tical bill to five one-tical bills., Five nickels are change for a quarter., His change jingled in his pocket., Dum got 25c change from a dollar bill after buying a 75c ticket.*

changeable (เชน' จะเบิล) *adj.* เปลี่ยนแปลงได้, เปลี่ยนได้ง่าย, ไม่แน่นอน **-changeability, changeableness** *n.* **-changeably** *adv.* (-S. inconstant) *-Ex. this changeable weather*

changeful (เชนจฺ' ฟูล) *adj.* ที่เปลี่ยนแปลง, แปรปรวน, เปลี่ยนได้ง่าย, ไม่แน่นอน **-changefully** *adv.* **-changefulness** *n.* (-S. variable, inconstant -A. certain, constant)

changeless (เชนจฺ' เลส) *adj.* ไม่เปลี่ยนแปลง, แน่นอน, มั่นคง **-changelessness** *n.* (-S. constant, certain -A. uncertain)

changeling (เชนจฺ' ลิง) *n.* เด็กที่ถูกสับเปลี่ยน, คนทรยศ, คนโง่, เด็กที่หลงจากพ่อแม่

change of life ภาวะหมดประจำเดือน (-S. menopause)

changeover (เชนจฺ' โอเวอะ) *n.* การเปลี่ยนแปลงอย่างสิ้นเชิง

channel (แชน' เนิล) *n.* ช่องแคบ, ช่อง, ทางน้ำไหล, ทางเดินเรือ, ใต้ท้องแม่น้ำ, รางเหล็ก, ราง, วิถีทาง, แนวทาง, ทางผ่าน, ท่อ, ทางกระแสไฟฟ้า *-vi.* **-neled, -neling/-nelled, -nelling** นำผ่านทาง, บุกเบิกทาง, ขุดทาง, ขุดทางน้ำ, นำทาง **-channeler, -channeller** *n.* *-Ex. The English channel., a news channel, to channel all the work through one office*

chant (ชานทฺ) *n.* เพลง, การร้องเพลง, การท่อง, การสวดมนต์, ท่วงทำนองการร้องเพลง *-vt.* ร้องเพลง, ร้องสวดมนต์, สรรเสริญ, ชม **-chanter** *n.* (-S. recitative, song, hymn) *-Ex. They chanted his praises.*

chanteuse (ชานทูซฺ') *n.* นักร้องหญิง

chanticleer (ชาน'ทะเคลีย) *n.* ไก่ตัวผู้

chantry (ชาน' ทรี) *n., pl.* **-tries** ปัจจัยที่ถวายพระ, โบสถ์เล็กๆ ในสังกัด (-S. endowment)

chanty (ชาน'ที) *n.* เพลงของทหารเรือที่ใช้ร้องเวลาทำงาน

chaos (เค' ออส) *n.* ความอลหม่าน, ความสับสนวุ่นวาย, ความไม่มีระเบียบ, ความคลุมเครือ (-S. disarray, tumult -A. order, concord) *-Ex. After the hurricane, the city was left in a chaotic condition.*

chaotic (เคออท' ทิค) *adj.* อลหม่าน, สับสน, วุ่นวาย, ไร้ระเบียบ, คลุมเครือ **-chaotically** *adv.* (-S. deranged)

chap[1] (แชพ) *vt., vi.* **chapped/chapt, chapping** ทำให้แตก, กะเทาะ *-n.* รอยแตก, รอยกะเทาะ (-S. roughen, split)

chap[2] (แชพ) *n.* (ภาษาพูด) อ้ายหมอนี่ เจ้าเพื่อนยาก เพื่อนผู้ชาย เด็กผู้ชาย (-S. fellow, lad)

chaparral (แชพอะแรล') *n.* พุ่มไม้หนา

chapbook (แชพ' บุค) *n.* หนังสือชุดนิทานหรือเพลงหรือบทกวีสั้นๆ, หนังสือเล่มเล็กๆ

chapel (แชพ' เพิล) *n.* โบสถ์เล็ก, โบสถ์ในสังกัด (ของโรงพยาบาล หรือของโรงเรียน), พิธีทางศาสนา, โรงสวด, ห้องสวดมนต์ในโรงเรียน, หน่วยงานของสมาคมโรงพิมพ์, โบสถ์นอกศาสนาประจำชาติของอังกฤษ *-Ex. a school chapel*

chaperone, chaperon (แชพ' พะโรน) *n.*

หญิง (มีอายุหรือแต่งงานแล้ว) ที่คอยไปเป็นเพื่อนของชายหนุ่มหรือหญิงสาวที่ยังไม่แต่งงานในงานสังคม *-vt., vi.* **-oned, -oning** ติดตาม, เป็นเพื่อน **-chaperonage** *n. -Ex. Parents chaperoned the dance.*

chapfallen (แชพ' ฟอเลิน) *adj.* สลด, ระทมทุกข์, ขากรรไกรล่างห้อยย้อยลงมา, คอตก

chaplain (แชพ' เลน) *n.* อนุศาสนาจารย์, พระคริสเตียนที่ทำงานตามโรงพยาบาล ค่ายทหาร หรือคุก เป็นต้น **-chaplaincy** *n.* **-chaplainship** *n.* (-S. clergyman, minister)

chaplet (แชพ' ลิท) *n.* มาลัยบนศีรษะ, สร้อยลูกประคำ **-chapleted** *adj.*

chapman (แชพ'มัน) *n., pl.* **-men** พ่อค้าหาบเร่, คนเร่ขายของ, พ่อค้า

chaps (แชพซฺ) *n. pl.* กางเกงหนังของโคบาล

chapter (แชพ' เทอะ) *n.* บทในหนังสือ, ตอน, ขั้นตอน, ส่วนแบ่งที่สำคัญ, คณะพระ, คณะสงฆ์, สาขา (ของสโมสรสมาคมและอื่นๆ) *-vt.* แบ่งออกเป็นบท, จัดเป็นตอนๆ (-S. part, stage) *-Ex. a Red Cross chapter*

chapter house สถานที่ประชุมของคณะพระคริสเตียน (-S. meeting place)

char[1] (ชาร์) *v.* **charred, charring** *-vi.* เผาไม้จนเกรียม, เผาไหม้จนเป็นถ่าน *-vt.* ทำให้ไหม้จนเป็นถ่าน, ทำให้ไหม้จนเกรียม *-n.* สิ่งที่ไหม้จนเกรียม, ถ่าน, ถ่านไม้ (-S. burn)

char[2] (ชาร์) *n.* หญิงปัดกวาดบ้าน, ภารโรงหญิง, งานบ้าน *-vi.* **charred, charring** ทำงานบ้าน, ทำงานเล็กๆ น้อยๆ

charabanc, char-à-banc (แชร์' ระแบง) *n.* รถโดยสารท่องเที่ยวที่เปิดด้านข้างให้ชมวิวทิวทัศน์ได้

character (แค' ริคเทอะ) *n.* ตัวอักษร, เครื่องหมายการเขียนหรือพิมพ์, อักขระ, ลักษณะ, อุปนิสัย, คุณสมบัติ, ลักษณะพิเศษ, หลักความประพฤติ, ความรักหรือหยิ่งในศักดิ์ศรี, ชื่อเสียงที่ดี, เกียรติคุณ, ฐานะตัวในเรื่อง, หนังสือรับรองคุณสมบัติหรือความประพฤติ, บทบาทในละครหรือภาพยนตร์, สัญลักษณ์ **-characterisation, characterization** *n.* (-S. disposition, quality) *-Ex. The character of the country changed as we flew south., A person's character is usually formed in childhood., The hero is the main character in a book.*

characteristic (แคริคเทอริส' ทิค) *adj.* เป็นลักษณะเฉพาะ, เป็นลักษณะพิเศษเฉพาะ, เป็นนิสัยประจำหรือสิ่งที่เคยทำประจำ, มีเฉพาะกับ *-n.* ลักษณะเฉพาะ, ลักษณะพิเศษเฉพาะ **-characteristically** *adv.* (-S. peculiar) *-Ex. the characteristic smell of burning rubber, One characteristic of a greyhound is speed.*

characterise, characterize (แค' ริคเทอไรซฺ) *v.* **-ised, -iseing/-ized, -izing** *vt.* เป็นลักษณะพิเศษเฉพาะของ, แสดงถึงคุณสมบัติหรือลักษณะเฉพาะของ, ให้รับบทเป็น *-vi.* สร้างบทของ, สร้างตัวละคร, วาดอุปนิสัยของตัวละคร

charades (ชะเรดซฺ') *n.* การเล่นทายคำปริศนาที่มีเงื่อนไขให้ไว้ทุกพยางค์

charbroil, char-broil (ชาร์' บรอล) *vi. vt.* ย่าง (ปิ้ง, เผา) อาหาร, ย่างด้วยเตาที่ใช้ถ่าน, ย่าง (ปิ้ง, เผา) เหนือเตาถ่าน

charcoal (ชาร์' โคล) *n.* ถ่าน, ถ่านไม้, ดินสอที่เป็นถ่าน, การวาดด้วยดินสอถ่าน *-vt.* ทำให้ดำ, ขีดหรือวาดด้วยดินสอถ่าน

chard (ชาร์ด) *n.* ต้นหัวบีต จำพวก *Beta vulgaris* var. *cicla*

charge (ชาร์จฺ) *n.* การอัดประจุไฟฟ้า, กระแสไฟที่อัด, ปริมาณดินระเบิด, ภาระ, ความรับผิดชอบ, การดูแล, การควบคุม, ค่าใช้จ่าย, ราคา, การลงรายการด้านลูกหนี้, การดำเนินคดี, การฟ้องร้อง, การกล่าวหา, ของบรรทุก, การเตะ, การโจมตีอย่างทันที, การบุกตะลุย, การกระตุ้น *-v.* **charged, charging** *-vt.* บรรจุ, ประจุ, อัดไฟ, ทำให้เต็ม, เต็มไปด้วย, วางเงื่อนไข, สั่ง, ตักเตือน, แนะนำ, กล่าวหา, ฟ้องร้อง, เรียกเก็บเงิน, โจมตี, เป็นภาระ, บันทึกเป็นหนี้ *-vi.* พุ่งเข้าไป, พุ่งไปข้างหน้า, โจมตี, เรียกเก็บ, หมอบลง (ตามคำสั่ง) **-chargeable** *adj. -Ex. charge a gun, charge an electric batter, charged with the responsibility of, The Company should be charged only your actual travelling expenses., How much do you charge for resoling shoes?, a charge of electricity, a criminal charge, The invaders made a charge on the fort., The cavalry charged the marching column., Who is in charge here?, Daeng is in charge of the family business.*

chargé d'affaires (ชาร์เย' ดะแฟร์) *n., pl.* **chargés d' affaires** (ภาษาฝรั่งเศส) อุปทูต, ผู้ทำการแทน, ผู้รักษาการแทน (-S. charge)

charger[1] (ชา' เจอะ) *n.* ผู้บุกตะลุย, ผู้เรียกเก็บเงิน, ผู้กล่าวหา, ม้าที่เหมาะสำหรับขี่ในสงคราม, ม้าศึก, เครื่องอัดไฟ

charger[2] (ชา' เจอะ) *n.* ชามขนาดใหญ่ (-S. platter) *-Ex. meat served on a silver charger*

charily (แช' ริลี) *adj.* ด้วยความระมัดระวัง, รอบคอบ, มัธยัสถ์, ขี้เหนียว, เหนียว (-S. cautiously)

chariness (แช' ริเนส) *n.* ความระมัดระวัง, ความรอบคอบ, ความประหยัด, ความขี้เหนียว, ความเหนียว

chariot (แช' เรียท) *n.* รถม้าศึกสองล้อมักใช้ม้าสองตัว และยืนขับ, รถม้าขนาดเบาที่มีล้อ, รถม้าที่โอ่อ่า *-vi. vt.* ขับรถม้า, นั่งหรือไปด้วยรถม้า, โดยสารรถม้า

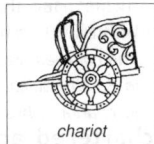

chariot

charioteer (แชริอะเทียร์) *n.* คนขับรถม้าศึกสองล้อ, ชื่อกลุ่มดาว

charisma (คะริซฺ' มะ) *n., pl.* **-mata** อำนาจสวรรค์, พรสวรรค์, ความสามารถพิเศษ, คุณสมบัติพิเศษในการดึงดูดใจคนจำนวนมาก **-charismatic** *adj.* (-S. charism)

charitable (แช' ริทะเบิล) *adj.* เอื้อเฟื้อเผื่อแผ่, ใจบุญ, ใจกว้าง, กรุณาปรานี, โอบอ้อมอารี, ใจเมตตา **-charitableness** *n.* **-charitably** *adv.* (-S. bountiful)

charity (แช' ริที) *n., pl.* **-ties** ความมีใจเอื้อเฟื้อเผื่อแผ่, ความใจบุญ, การทำทาน, การกุศล, ภราดรภาพ, ความรักของพระผู้เป็นเจ้า, เงินทำทาน, งานสงเคราะห์, มูลนิธิสงเคราะห์, สถาบันสงเคราะห์ (-S. benevolence,

C

generosity, leniency) *-Ex. with malice toward none, with charity for all*

charlady (ชาร์' เลดี) *n., pl.* **-dies** หญิงปัดกวาดบ้าน, หญิงคนใช้ (-S. char, charwoman)

charlatan (ชาร์' ละเทิน) *n.* คนร้องขายของตามตลาด, ผู้หลอกลวงว่าเป็นผู้รู้หรือผู้ชำนาญ, หมอกำมะลอ, หมอที่หลอกลวงว่าเป็นผู้รู้หรือเป็นผู้ชำนาญ, คนล่อลวง, หมอเถื่อน, นักต้มตุ๋น **-charlatanic, charlatanical** *adj.* **-charlatanism** *n.* **-charlatanry** *n.* (-S. impostor, swindler, fraud)

Charleston (ชาร์ล' สทัน) *n.* การเต้นรำลีลาศที่เร่าร้อนประเภทหนึ่งของชาวอเมริกัน

charley horse โรคกล้ามเนื้อแขนหรือขาเกร็งตัวอย่างเจ็บปวด

charlock (ชาร์' ลอค) *n.* ต้นมัสตาดป่าจำพวก *Brassica arvensis* เป็นวัชพืชชนิดหนึ่งในทุ่งข้าว

charlotte (ชาร์' ลัท) *n.* ขนมเค้กหรือขนมปังสอดไส้ผลไม้ ไส้ครีม หรือคัสตาร์ด

charm (ชาร์ม) *n.* เสน่ห์, ความจับใจ, ความดึงดูดใจคน, จุดดึงดูดใจคน, ความยั่วยวน, เครื่องราง, เวทมนตร์คาถา, เครื่องราง, เครื่องประดับกระจุ๋มกระจิ๋ม, การท่องคาถาอาคม *-vt.* ดึงดูดใจ, ใช้เวทมนตร์คาถา, ทำเสน่ห์ *-vi.* ประทับใจ, หลงเสน่ห์, ใช้เวทมนตร์คาถา **-charmer** *n.* (-S. attract, attraction) *-Ex. Paris has great charm for tourists., Her friendly manner charmed the children.,charm of manner, a woman's charms*

charming (ชาร์ม' มิง) *adj.* มีเสน่ห์, ซึ่งดึงดูดใจ, จับใจ, น่ารัก, ซึ่งทำให้หลงใหล, ซึ่งใช้อำนาจเวทมนตร์ **-charmingly** *adv.* (-S. bewitching, enchanting, lovely)

charnel (ชาร์' เนิล) *n.* ป่าช้า, โรงเก็บศพหรือกระดูกผู้ตาย

chart (ชาร์ท) *n.* ผัง, แผนภูมิ, แผ่นภาพ, แผนที่, แผนภูมิสถิติ, บัญชี *-vt.* ทำแผนภูมิ, ทำแผนภาพ, วางแผนการ (-S. map, project, plan)

charter (ชาร์' เทอะ) *n.* ตราตั้ง, กฎบัตร, กฎหมาย, สัญญาเช่าเรือ, สัญญาเช่า, สิทธิพิเศษ, สิทธิยกเว้น, หนังสือรับรอง, ประกาศนียบัตร *-vt.* อนุญาตด้วยตราตั้ง, ให้สิทธิพิเศษ, เช่ามา, เหมา **-charterer** *n.* (-S. hire) *-Ex. The colonies was given a charter to form the colony in South Pacific., the charter of the United Nations, to charter a bus*

chartered accountant ผู้สอบบัญชีที่ถูกต้องตามกฎหมาย,ผู้ที่ได้รับอนุญาตตามกฎหมายให้เป็นผู้สอบบัญชี

charter member สมาชิกแรกเริ่มขององค์กรใดๆ, สมาชิกก่อตั้ง, ผู้มีส่วนริเริ่มก่อตั้งองค์กร

Chartreuse (ชาร์ทรูซ') *n.* เหล้าชนิดหนึ่งมีกลิ่นหอมมีสีเขียวอ่อน สีขาว หรือสีเหลือง **-chartreuse** สีเขียวผสมเหลือง

charwoman (ชาร์' วูเมิน) *n., pl.* **-women** แม่บ้านทำความสะอาด, หญิงทำความสะอาดบ้าน

chary (แชร์' รี) *adj.* **charier, chariest** ระมัดระวัง, รอบคอบ, เหนียมอาย, กลัวคนแปลกหน้าหรือแปลกที่, ประหยัด, ขี้เหนียว, จู้จี้ **-charily** *adv.* **-chariness** *n.* (-S. careful, wary, cautious)

chase[1] (เชส) *v.* **chased, chasing** *-vt.* ไล่ตาม, ไล่กวด, ตามล่า, ขับไล่, ค้นหา *-vi.* ตามล่า *-n.* การไล่ตาม, การไล่กวด, สัตว์ที่ถูกไล่, การแสวงหา, สัตว์ที่ล่ามาได้, ผู้ตามล่า, ผู้ล่า, สถานที่ล่าสัตว์ (-S. hound, pursue) *-Ex. The farmer chased the boys from his watermelon patch., After a long chase, the fox escaped the hunters.*

chase[2] (เชส) *n.* ร่อง, ลายดุน, สลักลวดลาย, ดุนลวดลาย, โครงเหล็กสี่เหลี่ยมผืนผ้าสำหรับใส่ตัวเรียงพิมพ์, ลำกล้องปืนใหญ่ *-vt.* **chased, chasing** สลัก, สลักเป็นลายดุน, ฝังเพชรพลอย

chaser[1] (เชส' เซอะ) *n.* ผู้ไล่ตาม, ผู้ไล่, ผู้ไล่กวด, ผู้ตามล่า, การดื่มน้ำหรือเครื่องดื่มเบาๆ หลังจากดื่มเหล้า

chaser[2] (เชส' เซอะ) *n.* คนแกะสลักลายบนแผ่นโลหะ, เครื่องมือสำหรับทำเกลียวของสลักเกลียว

chasm (แค' ซึม) *n.* เหว, หุบเหว, รอยแตกแยก, ช่องว่าง, ปากที่แตก, ส่วนที่ขาดช่วง, ความแตกต่างกันมาก, การขาดตอน **-chasmal, chasmic** *adj.* (-S. gorge, cleft, difference, rift)

chassé (แชเซ') *n.* (ภาษาฝรั่งเศส) จังหวะลื่นเร็วของเท้าข้างหนึ่งที่เร็วกว่าอีกข้างในการเต้นรำ *-vi.* **-séd, -séing** ก้าวเท้าตามจังหวะดังกล่าว

chassis (แชส' ซิส) *n., pl.* **-sis** โครงรถยนต์ที่รวมทั้งเครื่องยนต์และล้อ, โครงช่วงล่าง, โครงลำเครื่องบิน, เครื่องวิทยุ, ร่างกาย, รูปร่าง

chaste (เชสทฺ) *adj.* บริสุทธิ์, ดีงาม, ไม่ลามก, เรียบๆ, ง่ายๆ, ยังไม่แต่งงาน, พรหมจารี **-chastely** *adv.* **-chasteness** *n.* (-S. celibate)

chasten (เช' เซิน) *vt.* ตักเตือน, สั่งสอน, ลงโทษ, สกัด, ระงับ, ทำให้บริสุทธิ์, ทำให้เบาบาง **-chastener** *n.* (-S. punish) *-Ex. to be chastened by experience*

chastise (แชสไทซฺ', แชส' ไทซฺ) *vt.* **-tised, -tising** ทำให้อยู่ในระเบียบวินัย, ลงโทษ, ดุด่าและตี, ทำให้บริสุทธิ์, สกัด, ระงับ *-n.* การลงโทษ, การดุด่า, การสกัด **-chastiser** *n.* **-chastisement** *n.*

chastity (แชซ' ทิที) *n.* ความบริสุทธิ์, ความดีงาม, ความสะอาดหมดจด, พรหมจารี, ความกะทัดรัดและเรียบง่าย (-S. continence, purity)

chasuble (แชซ' ยะเบิล) *n.* เสื้อคลุมของบาทหลวงสำหรับทำพิธีทางศาสนา

chat (แชท) *n.* การคุยกันเล่น, คุยกันสนุก, การคุยกันอย่างไม่มีพิธีรีตอง, นกตัวเล็กๆ ที่เลี้ยงไว้ฟังเสียง *-vi.* **chatted, chatting** คุยกันเล่น, คุยกันสนุก (-S. prate, converse)

chateau (ชา' โท) *n., pl.* **-teaus/-teaux** ปราสาทในประเทศที่พูดภาษาฝรั่งเศส, คฤหาสน์ใหญ่, สวนไร่องุ่นที่กว้างใหญ่ในเขต Bordeaux ของฝรั่งเศส (-S. castle)

chatelain (แชท' ทะเลน) *n.* เจ้าปราสาท, เจ้าคฤหาสน์ใหญ่, ผู้บัญชาการป้อมปราการ

chatline, chat-line (แชท' ไลน) *n.* การบริการทางโทรศัพท์ที่ทำให้ผู้ใช้สามารถพูดคุยกันได้

chat show รายการโทรทัศน์หรือรายการวิทยุที่

C

พิธีกรมีการสนทนากับผู้ชมหรือผู้ฟังอย่างเป็นกันเอง พร้อมทั้งมีแขกรับเชิญชื่อดังมาร่วมรายการด้วย

chattel (แชท' เทิล) *n.* สังหาริมทรัพย์, ทรัพย์ที่เคลื่อนย้ายได้, ทาส (-S. slave, property)

chattel mortgage การจำนองสังหาริมทรัพย์

chatter (แชท' เทอะ) *vi.* พูดจาปากจัด, พูดเร็วและไร้สาระ, พูดฉอดๆ, (นก) ร้องเสียงจอกแจก, (ฟัน) กระทบกัน, (เครื่องจักร) สั่นสะเทือน *-vt.* พูดจาฉอดๆ, ทำให้คุยกัน *-n.* การพูดเรื่อยเปื่อยที่ไร้สาระ, การคุยกันเล่น, เสียงคุยกันสนุก **-chatterer** *n.* (-S. babble, prattle) *-Ex. My teeth chattered from cold.*

chatterbox (แชท' เทอะบอคซฺ) *n.* คนปากจัด, คนพูดมากเกินไป (-S. gossip)

chatty (แชท' ที) *adj.* **chattier, chattiest** ชอบคุยเล่น, ช่างพูด, เกี่ยวกับการคุยเล่นสนุก **-chattily** *adv.* **-chattiness** *n.*

chauffeur (โช' เฟอะ, โชเฟอ') *n.* คนขับรถแท็กซี่ *-vt., vi.* ขับรถแท็กซี่, ทำงานขับรถแท็กซี่

chauvinism (โช' วะนิซซึม) *n.* การแสดงความรักชาติอย่างรุนแรง, การยึดถืออุดมการณ์อย่างมีอคติ **-chauvinist** *n., adj.* **-chauvinistic** *adj.* **-chauvinistically** *adv.* (-S. excessive devotion)

Ch.E. ย่อจาก chemical engineer วิศวกรเคมี

cheap (ชีพ) *adj.* ถูก, ราคาย่อมเยา, มีค่าน้อย, มีคุณภาพต่ำ, หยาบคาย, ไร้ศีลธรรม, ขี้เหนียว, ซึ่งได้มาง่าย *-adv.* ในราคาที่ต่ำ, ถูก *-n.* การซื้อขายลดราคา **-on the cheap** ถูก, ราคาย่อมเยา **-cheaply** *adv.* **-cheapness** *n.* (-S. inferior, inexpensive, low, low-priced, easy, effortless, stingy -A. costly, dear) *-Ex. Udom wasted his time reading cheap novels., This thing is very cheap store., It was cheap at the price.*

cheapen (ชี' เพิน) *vt.* ลดราคา, ทำให้ถูก, ดูถูก, ลดคุณภาพ, ทำให้มีค่าน้อยลง, ต่อรองราคา *-vi.* ถูกลง, ราคาตก (-S. depreciate)

cheapskate (ชีพ'สเคท) *n.* (คำสแลง) คนขี้เหนียว

cheat (ชีท) *vt.* โกง, หลอกลวง, ฉ้อฉล, เลี่ยง, หนีรอด *-vi.* โกง, ใช้เล่ห์ *-n.* คนโกง, คนหลอกลวง, คนฉ้อฉล, คนจอมปลอม **-cheater** *n.* **-cheatingly** *adv.* (-S. defraud, deceive, deception, stratagem, trick, swindle, hoax, rogue)

check (เชค) *vt.* หยุด, หยุดยั้ง, ยับยั้ง, ทำให้ชะงัก, รั้ง, ดึง, ต้านทาน, ตรึง, สกัด, ทำลาย, ตรวจสอบ, สำรวจ, ทำเครื่องหมายตรวจสอบ, ฝาก (ของ) ไว้ในความดูแล, ฝากเก็บ, รุกฆาต (หมากรุก), ทำให้เกิดรอยแตก, ปลูกพืชเป็นแนวยาว *-vi.* ตรงกัน, ตรวจสอบ, แตกเป็นช่อง, ร้าวเป็นช่อง, หยุด **-check in** ลงชื่อ (เข้าพักในโรงแรม) **-check out** จ่ายเงินและออกจากโรงแรมหรือที่พัก, (คำสแลง) ตาย, ถูกต้อง, ผ่าน (การทดสอบ), ถอนเงินจากธนาคารโดยใช้เช็ค (-S. bridle) *-Ex. Did you check your paper before you handed it in? Dum started to speak, but then he checked himself., a check on one's tongue, to check a coat, a check for coats and hats, to write a check for $10*

checkbook (เชค' บุค) *n.* สมุดเช็ค

checked (เชคทฺ) *adj.* เป็นตารางสี่เหลี่ยม, เต็มไปด้วยรูปสี่เหลี่ยม

checker[1] (เชค' เคอะ) *n.* ทำเครื่องหมายเหมือนกระดานหมากรุก,เกมหมากรุกชนิดหนึ่งซึ่งแต่ละข้างมี 12 หมาก *-vt.* ทำให้แตกแขนง, ทำให้เปลี่ยน (-S. chequer)

checker[2] (เชค' เคอะ) *n.* ผู้หยุดยั้ง, ผู้ห้าม, สิ่งที่ทำให้หยุด, สิ่งยับยั้ง, คนตรวจเสื้อผ้า กระเป๋าและอื่นๆ พนักงานเก็บเงินในห้างสรรพสินค้า ร้านอาหารและอื่นๆ

checkerboard (เชค' เคอะบอร์ด) *n.* กระดานหมากรุก

checkered (เชค' เคิด) *adj.* มีการเปลี่ยนแปลง, เป็นลายตารางหมากรุก, มีสีหลากหลาย

check list, checklist รายชื่อสิ่งของ, เรื่องราวที่ต้องตรวจหรือเปรียบเทียบ

checking account เงินฝากธนาคารที่สามารถใช้เช็คถอนได้

checkmate (เชค' เมท) *n.* การรุกจนแต้ม *-vt.* **-mated, -mating** รุกจนแต้ม, ทำให้แพ้, ทำให้หยุดอย่างสมบูรณ์

checkoff (เชค' ออฟ) *n.* การเก็บเงินค่าสมาชิกสหภาพกรรมกรหรือแรงงานโดยหักจากเงินเดือนประจำ

checkout, check-out (เชค' เอาทฺ) *n.* การออกจากที่พักหรือห้องในโรงแรม, เวลาที่ต้องออกจากห้องพักและคืนกุญแจ, การตรวจสอบความเหมาะสมของการปฏิบัติการ, การเก็บเงินสรรพสินค้าที่ซื้อในร้านสรรพสินค้า

checkpoint (เชค' พอยนฺท) *n.* จุดตรวจรถหรือตรวจผู้โดยสารรถ, ด่าน, ที่ตรวจสอบ

checkroom (เชค' รูม) *n.* ห้องฝากหมวก เสื้อคลุมและสิ่งของอื่นๆ

checkup (เชค' อัพ) *n.* การตรวจสอบ, การตรวจสุขภาพร่างกายอย่างละเอียด (-S. examination, physical examination) *-Ex. Mother makes a daily checkup on the tidiness of the girls'rooms.*

Cheddar (เชด' ดาร์) *n.* เนยแข็งชนิดหนึ่ง

cheek (ชีค) *n.* แก้ม, ผนังด้านข้างของปากระหว่างขากรรไกรล่างและบน, สิ่งที่คล้ายแก้ม, แผ่นแก้ม, ส่วนคู่ทางสองข้างของเครื่องจักรหรืออุปกรณ์, ความทะลึ่ง (-S. insolence) *-Ex. the cheek of the boys in contradicting the teacher*

cheekbone (ชีค'โบน) *n.* กระดูกโหนกแก้ม, โหนกแก้ม

cheek by jowl เคียงข้าง, ประชิดกัน, ติดกัน

cheek pouch กระพุ้งแก้ม

cheeky (ชีค' คี) *adj.* **cheekier, cheekiest** ทะลึ่ง, ไร้ยางอาย, หน้าด้าน **-cheekily** *adv.* **-cheekiness** *n.*

cheep (ชีพ) *vt., vi.* ส่งเสียงจิ๊บๆ คล้ายเสียงนก, ร้องเสียงจิ๊บๆ *-n.* เสียงร้องจิ๊บๆ **-cheeper** *n.*

cheer (เชียร์) *vt.* ร้องเสียงไชโย, ไชโย, โห่ร้อง, ยุ, ปลุกเร้าด้วยการโห่ร้อง *-vi.* ส่งเสียงไชโย, มีความรื่นเริงยินดี *-n.* การโห่ร้องสนับสนุน, การร้องเสียงไชโย, การปลุกเร้าด้วยการโห่ร้อง, สิ่งที่ให้ความปลื้มปีติยินดี, ความดีใจ, การบริการด้วยอาหารและเครื่องดื่ม, การปลอบใจ, การทำให้ใจชุ่มชื่น, การต้อนรับ *-interj.* ไชโย, คำอวยพร

cheerful 140 **chess**[1]

C

เวลามีการเฉลิมฉลอง **-be of good cheer** ดีใจ, ปลื้มปีติ, เต็มใจ (-S. joy, glee, applaud -A. derision, boo) *-Ex. Cheer up!, The crowd cheered., Cards and letters were a cheer to Naparporn when she was in the hospital., Christmas cheer*

cheerful (เชียร์' ฟูล) *adj.* เต็มไปด้วยความปลื้มปีติยินดี, ร่าเริง, ดีอกดีใจ **-cheerfully** *adv.* **-cheerfulness** *n.* (-S. joyous, merry, buoyant, spirited, sunny -A. dejected, gloomy) *-Ex. I'm glad to have a cheerful person with me on this trip., a cheerful room*

cheerio (เชีย' ริโอ) *interj., n., pl.* **-os** คำอวยพรเวลาดื่มฉลองหรืออำลาจากกัน, โชคดี, สวัสดี (-S. cheerioh, cheero, hello, goodbye)

cheerleader (เชียร์' ลีดเดอะ) *n.* ประธานเชียร์, ผู้นำกองเชียร์

cheerless (เชียร์' เลส) *adj.* ไม่ร่าเริง, ไม่มีเสียงโห่ร้องสนับสนุน, เศร้าซึม, หดหู่ใจ **-cheerlessly** *adv.* **-cheerlessness** *n.* (-S. gloomy, bleak, dismal, melancholy, joyless)

cheery (เชีย' รี) *adj.* **cheerier, cheeriest** ร่าเริง, เป็นสุข, สนุกสนาน **-cheerily** *adv.* **-cheeriness** *n. -Ex. a cheery smile, a room painted in cheery colours*

cheese[1] (ชีซฺ) *n.* เนยแข็ง, สิ่งที่คล้ายเนยแข็ง **-hard cheese** เคราะห์ร้าย, โชคไม่ดี **-say cheese** บอกให้ยิ้มเพื่อจะถ่ายภาพ

cheese[2] (ชีซฺ) *n.*(คำสแลง)บุคคลหรือสิ่งที่ดีเลิศหรือสำคัญ

cheeseburger (ชีซฺ' เบอเกอะ) *n.* แฮมเบอเกอร์ที่มีแผ่นเนยอยู่ข้างบน, ขนมปังสอดไส้แผ่นเนยแข็ง

cheesecake (ชีซฺ' เคค) *n.* ขนมเค้กเนย, (ภาษาพูด) ภาพถ่ายแสดงรูปร่างของหญิงสาวโดยเฉพาะส่วนขา พบตามหน้าหนังสือพิมพ์

cheesecloth (ชีซฺ' คลอธ) *n.* ผ้าฝ้ายที่ทออย่างหยาบ, ผ้าสำหรับห่อเนย

cheesemonger (ชีซฺ' มังเกอะ) *n.* พ่อค้าเนย

cheeseparing (ชีซฺ'แพรริง) *adj.* ขี้เหนียว, ใจแคบ

cheesy (ชี' ซี) *adj.* **cheesier, cheesiest** คล้ายเนย, เกี่ยวกับเนย, (คำสแลง) คุณภาพที่ไม่ได้มาตรฐาน ชั้นต่ำ หยาบ

cheetah (ชี' ทะ) แมวป่าจำพวก *Acinonyx jubatus* มักใช้ฝึกล่าสัตว์

cheetah

chef (เชฟ) *n.* คนครัว, หัวหน้าคนครัว *-Ex. Daeng was the chef of the hotel., Her husband is a very good chef.*

chef-d'oeuvre (เช' เดอฟวฺร์) *n., pl.* **chefs-d' oeuvre** (ภาษาฝรั่งเศส) งานชิ้นเอกโดยเฉพาะที่เกี่ยวกับศิลปะ วรรณคดี ดนตรี (-S. masterpiece)

chem. ย่อจาก chemical(s) สารเคมี, chemist นักเคมี, chemistry วิชาเคมี

chemical (เคม' มิเคิล) *n.* สารเคมี (คำสแลง) ยาเสพย์ติด ของมึนเมา *-adj.* เกี่ยวกับวิชาเคมีหรือสารเคมี **-chemically** *adv. -Ex. a chemical laboratory, a chemical experiment, Alcohol, soda, and salt are common chemicals.*

chemical engineering วิศวกรเคมี

chemical warfare สงครามที่ใช้สารพิษก๊าซพิษหรือวัตถุมีพิษอื่นๆ เป็นอาวุธ

chemin de fer (ชะแมน' ดะแฟร์') *n.* (ภาษาฝรั่งเศส) เกมไพ่ baccarat ชนิดหนึ่ง

chemise (ชะมีซฺ') *n.* เสื้อชั้นในสตรีแบบหลวมๆ ไม่มีแขนคล้ายเสื้อเชิ้ต

chemist (เคม' มิสทฺ) *n.* นักเคมี, เภสัชกร, นักเล่นแร่แปรธาตุ (-S. phamacist, druggist)

chemistry (เคม' มิสทรี) *n., pl.* **-tries** วิชาเคมี, คุณสมบัติ ปฏิกิริยา หรือปรากฏการณ์ทางเคมี

chemo- คำอุปสรรค มีความหมายว่า เคมี, เกี่ยวกับเคมี

chemotherapeutics (เคมโพเธอระพิว' ทิคซฺ) *n.* การบำบัดด้วยสารเคมี, เคมีบำบัด

chemotherapy (เคมมะเธอ' ระพี) *n.* ดู chemotherapeutics **-chemotherapist** *n.*

chemurgy (เคม' เมอจี) *n.* สาขาหนึ่งของวิชาเคมีประยุกต์ที่ใช้สารอินทรีย์ในทางอุตสาหกรรม **-chemurgic** *adj.*

chenille (ชะเนล') *n.* ด้ายไหมกำมะหยี่, สิ่งทอกำมะหยี่, สิ่งทอกำมะหยี่เทียม

cheque, check (เชค) *n.* ใบสั่งจ่ายเงิน, เช็ค

chequer (เชค' เคอะ) *n.* หมากรุก, ตาหมากรุก, ลายตาหมากรุก, แผ่นหินสี่เหลี่ยมด้านเท่าที่เรียงซ้อนกันเป็นตาหมากรุก *-vt.* ทำเป็นลายตาหมากรุก, ลงสีเป็นลวดลาย (-S. checker)

chequered (เชค' เคิร์ด) *adj.* เป็นลายตาหมากรุก, ซึ่งสลับสี, เต็มไปด้วยการเปลี่ยนแปลง, เต็มไปด้วย, อุปสรรค, ไม่แน่นอน (-S. checkered)

cherish (เชอ' ริช) *vt.* ทะนุถนอม, รัก, ยึดมั่น, สงวนไว้ด้วยความรัก (-S. care for, sustain -A. neglect) *-Ex. A mother cherishes her children., Grandmother cherished her childhood memories.*

Cherokee (เชอ' ระคี) *n., pl.* **-kees/-kee** ชื่อเผ่าชาวอินเดียนแดงในอเมริกาเหนือ, ภาษาของเผ่าดังกล่าว

Cherokee rose ดอกกุหลาบขาวจำพวก *Rosa laevigata* มีแหล่งกำเนิดจากประเทศจีน เป็นดอกไม้ประจำรัฐจอร์เจียในสหรัฐอเมริกา

cheroot (ชะรูท') *n.* บุหรี่ซิการ์ทรงสี่เหลี่ยม, บุหรี่พม่า

cherry (เชอ' รี) *n., pl.* **-ries** ต้นเชอรี, ผลเชอรี, พืชจำพวก *Prunus*, (คำสแลง) เยื่อพรหมจารี ความเป็นหญิงบริสุทธิ์ *-adj.* ซึ่งมีสีแดงอ่อน

cherrystone (เชอ' รีสโตน) *n.* เมล็ดเชอรี, หอยกินได้จำพวก *Mercenaria mercenaria* มีเปลือกค่อนข้างหนา

chert (เชิร์ท) *n.* หินควอตซ์ชนิดหนึ่ง

cherub (เชอ' รับ) *n., pl.* **-ubs/-ubim/-ubims** เทวดาเด็ก, เด็กทูตสวรรค์ที่มีปีก, คนไร้เดียงสา, เด็กที่น่ารัก, เด็กที่ไร้เดียงสา **-cherubic** *adj.* **-cherubically** *adv.*

chervil (เชอ'วิล) *n.* พืชตระกูลผักชี จำพวก *Anthriscus cerefolium* ใช้ใบปรุงอาหาร

chess[1] (เชส) *n.* เกมหมากรุก

chess[2] (เชส) *n.* วัชพืชชนิดหนึ่ง จำพวก *Bromus secalinus* พบตามทุ่งข้าวสาลีหรือทุ่งนาทั่วไป

chessboard (เชส' บอร์ด) *n.* กระดานหมากรุก

chessman (เชส' เมิน) *n., pl.* **-men** ตัวหมากรุก, เบี้ยหมากรุก

chest (เชสทฺ) *n.* หีบ, กล่องขนาดใหญ่, ลังขนาดใหญ่, ทรวงอก, หน้าอก, เต้านม, คลัง, เงินทุน, เงินแผ่นดิน, สถานที่เก็บเงินทุน, สิ่งที่เก็บอยู่ในหีบ *-Ex. a pain in one's chest, chest of drawers, a community chest*

chesterfield (เชส' เทอะฟิลด) *n.* เก้าอี้นวมสำหรับนั่งหลายคน ใช้เป็นเตียงนอนได้

chestnut (เชสทฺ' นัท) *n.* ลูกเกาลัด, ต้นเกาลัด, สีน้ำตาลแก่, ไม้ของต้นเกาลัด, ม้าสีน้ำตาลแดง, คำพูดที่ตลกโปกฮาเก่าๆ (-S. cliche)

chest of drawers ตู้ลิ้นชัก

chesty (เชส' ที) *adj.* **chestier, chestiest** (ภาษาพูด) ซึ่งมีหน้าอกใหญ่ ทะนงตัว หยิ่ง **-chestiness** *n.*

chetah (ชี' ทะ) *n.* ดู cheetah

cheval glass กระจกเงายาวที่อยู่ในกรอบที่เอียงไปมาได้

chevalier (เชฟ' วะเลีย) *n.* ทหารม้า, อัศวิน, สมาชิกที่ได้รับ, เครื่องอิสริยาภรณ์ระดับต่างๆ, สมาชิกตระกูลผู้ดีชั้นต่ำสุดของฝรั่งเศสสมัยโบราณ,คนกล้าหาญที่ไม่เห็นแก่ตัวและซื่อสัตย์

cheviot (เชฟ' เวียท) *n.* แกะอังกฤษพันธุ์หนึ่ง, สิ่งทอใยขนสัตว์ชนิดหนึ่ง

chevron (เชฟว' เริน) *n.* เครื่องหมายหรือสัญลักษณ์รูปตัว V, บั้งนายสิบหรือนายจ่า

chevrotain (เชฟว' ระเทน) *n.* สัตว์เคี้ยวเอื้องตัวเล็กมากคล้ายกวาง อยู่ในตระกูล Tragulidae, กระจง (-S. mouse deer)

chevrotain

chew (ชู) *vt.* เคี้ยว, ขยำ, ทำลาย, ทำให้บาดเจ็บ, ใคร่ครวญ, ครุ่นคิด, ไตร่ตรอง *-vi.* เคี้ยว, เคี้ยวใบยาสูบ, ครุ่นคิด *-n.* การเคี้ยว, ปริมาณเต็มปาก **-chew the cud** เคี้ยวเอื้อง, ครุ่นคิด **-chew out** ด่าว่า **-chew the fat (rag)** คุย (-S. crunch, masticate) *-Ex. It is hard to chew tough meat.*

chewing gum หมากฝรั่ง

chewy (ชู' วี) *adj.* **chewier, chewiest** ต้องเคี้ยวอย่างหนัก, เคี้ยวไม่ได้ง่ายๆ **-chewiness** *n.*

Cheyenne (ไชเอน') *n., pl.* **-ennes/-enne** ชื่อเผ่าอินเดียนแดงเผ่าหนึ่งในสหรัฐอเมริกา, ภาษาของอินเดียนแดงเผ่าดังกล่าว, ชื่อเมืองหลวงของรัฐไวโอมิง

chi (ไค) *n.* พยัญชนะตัวที่ 22 ของภาษากรีก, ตัว x

Chianti (คีอาน' ที) *n.* เหล้าองุ่นแดงชนิดหนึ่งของอิตาลี

chiaroscuro (คีอาร์ระสคิวโร) *n., pl.* **-ros** การให้แสงและเงาแก่รูป, ลักษณะแสงและเงาของรูป **-chiaroscurist** *n.*

chiasma (ไคแอซ' มะ) *n., pl.* **chiasmata** การแลกเปลี่ยนส่วนของโครโมโซม, การตัดสลับกัน

chic (ชิค) *adj.* เก๋, ทันสมัย, งาม *-n.* แบบทันสมัย, แบบที่เก๋, ความงาม **-chicly** *adv.*

Chicago (ชิคา' โก) เมืองชิคาโกในรัฐอิลลินอยส์ เป็นเมืองใหญ่ที่สองของสหรัฐอเมริกา **-Chicagoan** *n.*

chicane (ชิเคน') *n.* การหลอก, การใช้เล่ห์หลอก, การไม่มีไพ่สำคัญในมือ (เกมไพ่บริดจ์), เล่ห์ *-v.* **-caned, -caning** *-vi.* ใช้เล่ห์หลอก *-vt.* หลอกด้วยเล่ห์ **-chicaner** *n.* (-S. deception)

chicanery (ชิเค' นะรี) *n., pl.* **-eries** เล่ห์, เล่ห์กล, การใช้เล่ห์หลอก (-S. deception, trickery)

chichi, chi-chi (ชิ' ชิ) *adj.* ทันสมัย, เก๋, โอ่อ่า, เสแสร้ง *-n.* คนหรือสิ่งที่ทันสมัย

chick (ชิค) *n.* ลูกไก่, ลูกนก, เด็ก, เด็กผู้หญิง, ม่านไม้ไผ่ชนิดหนึ่ง, (คำสแลง) หญิงสาว

chickadee (ชิค' คะดี) *n.* นกขนาดเล็กที่มีขนสีดำปนเทาขาว จำพวก *Parus*

Chickasaw (ชิค' คะซอ) *n., pl.* **-saws/-saw** สมาชิกเผ่าอินเดียนแดงเผ่าหนึ่งในสหรัฐอเมริกา ปัจจุบันอาศัยในรัฐโอกลาโฮมา

chicken (ชิค' เคิน) *n.* ลูกไก่, ลูกนก, ลูกเป็ด, เด็ก, ผู้ที่อายุน้อย, ผู้ที่ด้อยประสบการณ์, เนื้อไก่, เนื้อนก, เนื้อเป็ด *-adj.* ประกอบด้วยเนื้อไก่, ที่ทำด้วยเนื้อไก่ **-count one's chickens before they are hatched** ไว้วางใจในเหตุการณ์หรือปัจจัยที่ไม่แน่นอน(-S. sissy) *-Ex. a chicken for dinner*

chicken breast หน้าอกไก่ (-S. pigeon breast)

chicken feed (คำสแลง) จำนวนเงินที่น้อยมาก เงินปลีก

chicken-hearted (ชิค' เคินฮาร์ททิด) *adj.* ขี้ขลาด, ตาขาว, กลัว **-chicken-heartedly** *adv.* (-S. cowardly, timid)

chicken-livered (ชิค' เคิน ลิฟ'เวอด) *adj.* ขี้ขลาด, ตาขาว (-S. timid, cowardly)

chicken pox, chickenpox (ชิค' เคินพอคซ) *n.* โรคอีสุกอีใส (-S. water pox, varicella)

chickweed (ชิค' วีด) *n.* วัชพืชจำพวก *Cerastium* และ *Stellaria*

chicle (ชิค' เคิล) *n.* สารเหนียวที่ได้จากยางของต้นไม้ชนิดหนึ่ง ใช้ทำหมากฝรั่ง

chicory (ชิค' คะรี) *n., pl.* **-ries** พืชจำพวก *Cichorium intybus* มีดอกสีน้ำเงิน, รากของพืชดังกล่าว

chid *vt., vi.* กริยาช่องที่ 2 ของ chide

chidden *vt., vi.* กริยาช่องที่ 3 ของ chide

chide (ไชดฺ) *vt., vi.* **chided/chid, chided/chid/chidden, chiding** ติเตียน, ตำหนิ, ดุด่า, ด่า, ดุ, ตะเพิด **-chider** *n.* **-chidingly** *adv.* (-S. rebuke, scold) *-Ex. The teacher chided him for being tardy.*

chief (ชีฟ) *n.* ผู้นำ, หัวหน้า, นาย, ผู้บังคับบัญชาส่วนสำคัญที่สุด *-adj.* สำคัญที่สุด, หลัก *-adv.* โดยเฉพาะอย่างยิ่ง, ส่วนใหญ่ **-chiefdom** *n.* (-S. leader, head, ruler -A. subordinate, underling) *-Ex. adviser in chief, chief clerk, chief supporter*

Chief Executive ประธานาธิบดีของสหรัฐอเมริกา

chief executive officer ผู้บริหารสูงสุดในองค์กร

chief inspector สารวัตรใหญ่, นายตรวจใหญ่

chief justice หัวหน้าผู้พิพากษา, อธิบดีศาล

chief of staff เสนาธิการ

C

chieftain (ชีฟ' เทิน) *n.* หัวหน้าคณะ, หัวหน้าเผ่า, หัวหน้าแก๊ง **-chieftaincy** *n.* **-chieftainship** *n.* *-Ex. a robber chieftain*

chiffchaff (ชิฟ' แชฟ) *n.* นกจำพวก *Phylloscopus collybita*

chiffon (ชิฟ' ฟอน) *n.* สิ่งทอบาง เช่น ผ้าแพร ผ้าไนลอนหรือใยสังเคราะห์อื่นๆ *-adj.* ทำด้วยหรือเกี่ยวกับสิ่งทอดังกล่าว

chiffoneir, chiffonnier (ชิฟ' ฟะเนีย) *n.* (ภาษาฝรั่งเศส) ตู้ลิ้นชักสูงที่มีกระจกอยู่ส่วนบน

chigger (ชิก' เกอะ) *n.* ตัวอ่อนของเห็บ 6 ขา ในตระกูล Trombiculidae เป็นปรสิตในคนและสัตว์อื่นๆ รวมทั้งเป็นพาหะนำโรค

chignon (เชน' ยอน) *n.* มวยผมสตรี

chigoe (ชิก'โก) *n., pl.* **-oes** หมัดจำพวก *Tunga penetrans* พบตามแถบเขตร้อนชื้นของอเมริกาและแอฟริกา ตัวเมียจะฝังตัวตามผิวหนังทำให้ปวดแสบปวดร้อนมาก

Chihuahua (ชิวา' วา) *n.* ชื่อพันธุ์สุนัขชนิดหนึ่ง, ชื่อรัฐแห่งหนึ่งทางตอนเหนือของเม็กซิโกใกล้พรมแดนสหรัฐอเมริกา

chilblain (ชิล'เบลน) *n.* ภาวะที่นิ้วมือ นิ้วเท้า และหูเกิดอักเสบเนื่องจากถูกความหนาวและความชื้น

child (ไชลดฺ) *n., pl.* **children** เด็ก, เด็กชายหรือเด็กหญิง, ลูกชายหรือลูกสาว, ทารก, ลูกหลาน, ทายาท, คนที่มีลักษณะคล้ายเด็ก, ผลิตผล, ผู้ติดตาม **-with child** ตั้งครรภ์, มีบุตร **-childless** *adj.* **-childlessness** *n.* (-S. youngster, minor, juvenile)

child abuse การกระทำทารุณกับเด็ก โดยพ่อแม่หรือผู้ใหญ่คนอื่นๆ

childbearing (ไชลดฺ' แบริง) *n.* การคลอด *-adj.* ซึ่งตั้งครรภ์, สามารถคลอดลูกได้, เกี่ยวกับการตั้งครรภ์

childbed (ไชลดฺ' เบด) *n.* ภาวะที่ผู้หญิงกำลังคลอดลูก, การคลอดลูก (-S. parturition)

childbirth (ไชลดฺ' เบิร์ธ) *n.* การคลอดลูก

childe (ไชลดฺ) *n.* ชายหนุ่มในตระกูลสูง

childhood (ไชลดฺ' ฮูด) *n.* วัยเด็ก, ความเป็นเด็ก, เวลาที่เป็นเด็ก, ระยะแรกเริ่ม, ระยะต้นของพัฒนาการ

childing (ไชล' ดิง) *adj.* ตั้งครรภ์, ท้อง

childish (ไชล' ดิช) *adj.* เหมือนเด็ก, ไม่ประสา, ราวกับทารก **-childishly** *adv.* **-childishness** *n.* (-S. childlike) *-Ex. a childish way of talking, It is childish to want your own way all the time.*

child labour, child labor การจ้างเด็กที่มีอายุต่ำกว่าที่กฎหมายอนุญาตให้ทำงานได้, แรงงานเด็ก

childlike (ไชลดฺ' ไลคฺ) *adj.* คล้ายเด็ก, ไร้เดียงสา **-childlikeness** *n.* (-S. naive)

childly (ไชลดฺ' ลี) *adj.* ดู childlike, childish

childproof (ไชดฺ' พรูฟ) *adj.* ซึ่งไม่สามารถถูกทำลายหรือทำงานได้โดยเด็ก

children (ชิล' เดรน) *n. pl.* พหูพจน์ของ child

children of Israel ชาวยิว, ชาวฮีบรู

child's play สิ่งที่ทำให้เสร็จได้ง่ายมาก, ของกล้วยๆ

Chile (ชิล' ลี) ประเทศชิลีในอเมริกาใต้ **-Chilean** *adj., n.*

chili (ชิล' ลี) *n., pl.* **chilies** พริก, ฝักของต้นพริก

chiliad (คิล' ลีแอด) *n.* กลุ่มหนึ่งพัน, ระยะเวลาหนึ่งพันปี

chill (ชิล) *n.* ความหนาว, ความเยือกเย็น, ความหนาวสะท้าน, ความรู้สึกเย็น, ความหมดสนุก, ความเฉยเมย, การต้อนรับอย่างเสียไม่ได้, เบ้าพิมพ์เย็น, ความกลัวจับใจ *-adj.* หนาว, หนาวสะท้าน, เฉยเมย, ซึ่งทำให้หมดกำลังใจ *-vi.* เปลี่ยนเป็นหนาว, เปลี่ยนเป็นเย็น, สั่นสะท้านด้วยความหนาว *-vt.* ทำให้หนาวสั่น, ทำให้หมดกำลังใจ, ทำให้หวาดกลัว, แช่เย็น **-chillingly** *adv.* **-chillness** *n.* (-S. coldness, despondency) *-Ex. An autumn chill in the air, A chill breeze blew across the lake., Please chill the fruit juice., Do you chill easily?, Sombut got a chill answer to his offer to pay a visit.*

chiller (ชิล' เลอะ) *n.* นวนิยายตื่นเต้นน่าหวาดเสียว, กรรมกรห้องเย็น, เครื่องทำความเย็น, ตู้เย็น, ช่องแช่เย็น

chilli (ชิล' ลี) *n., pl.* **-lies** ดู chili

chilly (ชิล' ลี) *adj.* **chillier, chilliest** เยือกเย็น, หนาว, หนาวสั่น *-adv.* เยือกเย็น, เย็นชา **-chillily** *n.* **-chilliness** *n.* (-S. cold) *-Ex. a chilly day, a chilly welcome*

chimaera (คิเมอ' ระ) *n.* ปลากระดูกอ่อนในตระกูล Chimaeridae ผิวหนังเรียบและลำตัวเรียวยาว

chimb (ไชมฺ) *n.* ดู chime[2]

chime[1] (ไชมฺ) *n.* อุปกรณ์ตีระฆังให้เป็นเสียงดนตรี, เสียงระฆังกังวาน, เพลงระฆัง, เสียงคล้องจอง, เสียงกลมกลืน *-v.* **chimed, chiming** *-vi.* ขับร้องประสานเสียง, ทำเสียงระฆัง, เห็นด้วย *-vt.* ตีระฆัง, ตีระฆังเรียกประชุม, พูดซ้ำซาก **-chime in** พูดสอดแทรกอย่างกะทันหัน **-chimer** *n.* (-S. sound, ring, jingle, peal) *-Ex. The bells chimed at moon.*

chime[2] (ไชมฺ) *n.* ขอบถัง

Chimera (คิเม' ระ) *n.* สัตว์ประหลาดในนวนิยายที่พ่นไฟได้ มีหัวเป็นสิงโต ร่างเป็นแพะ และหางเป็นงู, สัตว์ประหลาดน่ากลัว, ความเพ้อฝันลมๆ แล้งๆ, พันธุ์ต่อกิ่งผสม (-S. Chimaera)

chimeric, chimerical (คิเม' ริค, -ริเคิล) *adj.* ไม่จริง, เพ้อฝัน, ช่างจินตนาการ **-chimerically** *adv.*

chimney (ชิม' นี) *n., pl.* **-neys** ปล่องไฟ, ปล่อง, ฝาครอบกระจกตะเกียงน้ำมัน, หลอดตะเกียง, เตาผิง, คนติดบุหรี่, ปล่องภูเขาไฟ

chimney sweep คนทำความสะอาดปล่องไฟ

chimp (ชิมพฺ) *n.* ดู chimpanzee

chimpanzee (ชิมแพนซี) *n.* ลิงชิมแพนซี

chin (ชิน) *n.* คาง *-v.* **chinned, chinning** *-vt.* ยกลำตัวขึ้นขณะแขนโหนราวอยู่ โดยดึงลำตัวขึ้นให้คางเสมอราว *-vi.* คุย, นินทา, พูดไง่ๆ **-keep/have one's chin up** อย่าท้อใจ, ไม่ท้อ **-take it on the chin** แพ้, ล้มเหลวอย่างสิ้นเชิง

Chin (ชิน) *n.* คนจีน ประเทศจีน

china (ไช' นะ) *n.* เครื่องเคลือบดินเผา, เครื่องกระเบื้องถ้วยชาม, เครื่องลายคราม (-S. chinaware)

China (ไช' นะ) *n.* ประเทศจีน

china clay ดู Kaolin
Chinaman (ไช' นะแมน) *n., pl.* **-men** คนจีน
China Sea ทะเลจีนตอนใต้รวมกับทะเลจีนด้านตะวันออก
Chinatown (ไช' นะทาวนฺ) *n.* ย่านคนจีนในตัวเมือง
chinaware (ไช' นะแวร์) *n.* เครื่องกระเบื้องถ้วยชาม, สิ่งประดับเครื่องลายคราม
chinch (ชินชฺ) *n.* แมลงจำพวก *Blissus leucopterus* ที่กัดกินข้าวเป็นอาหาร
chinchilla (ชินชิล'ละ) *n.* สัตว์คล้ายหนูจำพวก *Chinchilla laniger* มีขนนิ่ม สีขาวเทา, ขนสัตว์จำพวกนี้, เสื้อผ้าที่ทำจากขนของสัตว์ชนิดนี้, เสื้อขนสัตว์หนาชนิดหนึ่ง (โดยเฉพาะสำหรับเด็ก), แมวเปอร์เซียนประเภทหนึ่ง
chine[1] (ไชนฺ) *n.* กระดูกสันหลัง, สันข้างเรือ, สันเขา, หุบเขาที่ลึกและแคบ, มุมตัดของด้านข้างหรือส่วนท้องเรือ *-vt.* **chinned, chinning** ตัดไปตามข้างหรือตามขวางของกระดูกสันหลัง
chine[2] (ไชนฺ) *n.* การแตกออก, การงอก
Chinese (ไช' นีซฺ) *-adj.* เกี่ยวกับประเทศประชาชน ภาษา และวัฒนธรรมของจีน *-n., pl.* **-nese** ภาษาจีน, คนจีน
chinese lantern โคมกระดาษ, โคมจีน
chinese puzzle สิ่งที่สลับซับซ้อน, ปัญหาที่ยุ่งยาก, ปัญหาน่าเวียนหัว, ไม้ก่อรูปปริศนา (ของเล่นชนิดหนึ่งของจีน)
chink[1] (ชิงคฺ) *n.* รอยร้าว, รอยแยก, ช่องโหว่, รูเปิดเล็กๆ *-vt.* อุดช่อง, จุกช่อง
chink[2] (ชิงคฺ) *n.* เสียงคล้ายเหรียญกระทบกัน, เหรียญเงิน, เงินสด *-vt.* ทำเสียงกระทบ (ของแก้วหรือโลหะ) ดังกริ๊งกร๊าง (-S. money, cash)
Chink (ชิงคฺ) *n.* (ภาษาหยาบ) เจ๊ก **-Chinky** *adj.*
chino (ชี' โน) *n., pl.* **-nos** ผ้าฝ้ายเนื้อหยาบ, เสื้อผ้าที่ทำด้วยผ้าฝ้ายเนื้อหยาบ
chinoiserie (เชนวอซซะรี) *n.* (ภาษาฝรั่งเศส) ศิลปะลวดลายจีน, เครื่องประดับแบบศิลปะจีน
Chinook (ชินูค') *n., pl.* **-nooks/-nook** ชาวอินเดียนแดงที่อยู่บนฝั่งของแม่น้ำโคลัมเบีย, ภาษาของชาวอินเดียนแดงดังกล่าว, ลมอุ่นและแห้งแล้งที่พัดสู่เทือกเขารอกกี
chinook salmon ปลาแซลมอนขนาดใหญ่ที่สุดในแถบมหาสมุทรแปซิฟิก จำพวก *Oncorhynchus tshawytscha*
chintz (ชินทฺซฺ) *n.* สิ่งทอหรือผ้าฝ้ายลายดอก
chintzy (ชินทฺซี) *adj.* **chintzier, chinziest** ประดับด้วยลายผ้าลายดอก, (ราคา) ถูก ขี้เหนียว
chip[1] (ชิพ) *n.* เศษไม้, เศษหิน, สะเก็ดหิน, ชิ้น, แผ่นตัด, เศษ, ชิ้นหั่นเป็นแผ่นบางๆ, เบี้ย, สิ่งเล็กสิ่งน้อย, เศษเล็กเศษน้อย, สิ่งที่ไร้ค่าหรือมีค่าน้อย, ไม้ตอก, ก้อนมูลแห้ง, เงิน *-v.* **chipped, chipping** *-vt.* ตัด, เลาะ, แกะ, แซะ, ขูด, สกัด, เจาะ, ทำปากแหว่ง, เฉือนเป็นแผ่นบางๆ, พูดเหน็บแนม, พูดสอด, จิกให้ไข่แตก *-vi.* แหว่ง, เป็นรอยร้าว, แตกออกเป็นชิ้นเล็กชิ้นน้อย **-chip in** (ภาษาพูด) บริจาคเงิน, ให้ความช่วยเหลือ พูดสอด (-S. piece, fragment, token, crack, break) *-Ex. to chip ice, The dish chipped when I dropped it.*
chip[2] (ชิพ) *n.* ชิปคอมพิวเตอร์ ซึ่งเป็นแผ่นซิลิคอนหรือวัสดุพวกกึ่งตัวนำอื่นๆ
chipboard (ชิพ'บอร์ด) *n.* กระดานไม้อัด, ไม้ที่ทำจากเศษเยื่อไม้
chipmunk (ชิพ' มังคฺ) *n.* กระรอกขนาดเล็กจำพวก *Tamias* และ *Eutamias*, กระแต

chipmunk

chipper (ชิพ' เพอะ) *adj.* ร่าเริง, อารมณ์ดี, เป็นสุข, คล่องแคล่ว (-S. lively, quick)
chirography (ไครอก' กระฟี) *n.* การเขียนลายมือ, การคัดลายมือ **-chirographer** *n.* **-chirographic, chirographical** *adj.*
chiromancy (ไค' ระแมนซี) *adj.* วิชาดูเส้นลายมือ, การดูดวงจากเส้นลายมือ **-chiromancer** *n.*
chiropodist (ไครอพ' พะดิสทฺ) *n.* หมอรักษาโรคเกี่ยวกับมือและเท้า
chiropody (ไครอพ ' พะดี) *n.* การรักษาโรคมือและเท้า
chiropractic (ไค' ระแพรค' ทิค) *n.* การบำบัดโรคโดยวิธีการจับกระดูกสันหลัง
chiropractor (ไค' ระแพรคเทอะ) *n.* ผู้ที่มีอาชีพเกี่ยวกับการบำบัดโรคด้วยการจับกระดูกสันหลัง
chirp (เชิร์พ) *n.* เสียงร้องของนกหรือแมลง (จ๊อกๆ, จิ๊ดๆ) *-vt., vi.* ทำเสียงร้องดังกล่าว, ทำเสียงร่าเริง **-chirper** *n.*
chirpy (เชอ' พี) *adj.* **-ier, -iest** ร่าเริง **-chirpily** *adv.* **-chirpiness** *n.*
chirrup (เชอ' รัพ) *n.* เสียงร้องแหลมของแมลงหรือนก *-vi.* ทำเสียงร้องแหลม
chisel (ชิซฺ' เซิล) *n.* สิ่ว, สลัก *-vi., vt.* **-eled, -eling/-elled, -elling** ตัดด้วยสิ่วหรือสลัก, โกง, หลอกลวง, ได้มาโดยการโกงหรือหลอกลวง, สลักด้วยสิ่ว

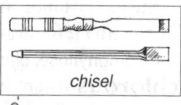

chisel

chit (ชิท) *n.* เด็ก, เด็กสาว, เด็กเล็กๆ, ใบเซ็นซื้อเชื่อ, ใบเสร็จรับรอง, ใบสำคัญหลักฐานการจ่าย, จดหมายที่มีข้อความเล็กน้อย
chitchat (ชิท' แชท) *n.* การสนทนาเรื่องสัพเพเหระ, การนินทา *-vi.* **-chatted, -chatting** คุยไปเรื่อย, สนทนาเรื่องสัพพเพเหระ, นินทา, คุยเล่น
chitin (ไค' ทิน) *n.* สารประกอบอินทรีย์ชนิดหนึ่งเป็นส่วนประกอบของเปลือกแมลงและพบในเชื้อราบางชนิด **-chitinous** *adj.*
chitterlings (ชิท' เทอลิงซฺ) *n. pl.* ส่วนของลำไส้เล็กของหมู สามารถนำมาทอดเป็นอาหารได้
chivalric (ชิฟ' วัลริค) *adj.* ดู chivalrous
chivalrous (ชิฟ' วัลรัส) *adj.* เกี่ยวกับอัศวิน, มีคุณสมบัติและลักษณะของอัศวิน (กล้าหาญ, รักเกียรติ, โอบอ้อมอารี, เอาใจสตรี, ให้เกียรติสตรี) **-chivalrously** *adv.* **-chivalrousness** *n.*
chivary (ชิฟ' วัลรี) *n.* กลุ่มอัศวิน, คุณสมบัติของอัศวิน,

C

ระบบอัศวิน, ตำแหน่งอัศวิน

chives (ไชฟว) *n. pl.* พืชคล้ายหัวหอม จำพวก *Allium schoenoprasum,* หอมเล็ก ใช้ปรุงรสอาหาร

chives

chivvy, chivy (ชิฟ' วี) *n., pl.* **chivvies/chivies** การล่า, การวิ่งไล่ *-vt., vi.* **chivvied, chivving/chived, chivving** ไล่, ล่า, กลุ้มใจ, หงุดหงิด, จู้จี้

chlamys (เคล' มิซ) *n., pl.* **chlamyses/chlamydes** เสื้อคลุมผ้าขนสัตว์ของผู้ชายกรีกสมัยโบราณ

chlamys

chloral (คลอ' เรล) *n.* ของเหลวใส ชนิดหนึ่ง มีกลิ่นฉุน สูตรเคมีคือ CCl_3CHO ใช้ในการผลิตสารดีดีที

chlorate (คลอ' เรท) *n.* เกลือของกรดคลอริก

chlordane (คลอ' เดน) *n.* ยาฆ่าแมลงชนิดหนึ่ง

chloric (คลอ' ริค) *adj.* เกี่ยวกับคลอรีนที่มี 5 วาเลนซี

chloride (คลอ' ไรด) *n.* สารประกอบที่มีคลอรีน

chlorinate (คลอ' ริเนท) *vt.* **-nated, -nating** ใส่หรือเติมคลอรีน, ฆ่าเชื้อด้วยคลอรีน *-Ex. The city chlorinated the water in the pool.*

chlorine (คลอ' รีน) *n.* ธาตุทางเคมีชนิดหนึ่ง เป็นก๊าซสีเขียวเหลือง มีพิษและมีฤทธิ์ระคายเคือง ใช้สัญลักษณ์ Cl

chloro- คำอุปสรรค มีความหมายว่า เขียว, มีสีเขียว, มีคลอรีนอยู่ในโมเลกุล

chloroform (คลอ' ระฟอร์ม) *n.* ยาสลบหรือระงับความรู้สึกชนิดหนึ่งลักษณะเป็นของเหลวไร้สี สูตรเคมีคือ $CHCl_3$ *-vt.* ทำให้สลบด้วยคลอโรฟอร์ม, ฆ่าเชื้อด้วยคลอโรฟอร์ม

chlorophyll, chlorophyl (คลอ' ระฟิล) *n.* เม็ดสีหรือรงควัตถุสีเขียว พบในคลอโรพลาสต์ในเซลล์พืช เช่น คลอโรฟิลล์เอ, คลอโรฟิลล์บี มีประโยชน์คือช่วยในการสังเคราะห์แสงของพืช ใช้ทำสี ทำยา เป็นต้น **-chlorophyllose, chlorophyllous** *adj.*

chlorous (คลอ' รัส) *adj.* ซึ่งประกอบด้วยคลอรีน 3 วาเลนซี, เกี่ยวกับกรด $HClO_2$

chock (ชอค) *n.* ไม้หรือโลหะคล้องสำหรับยึดสิ่งของ เช่น ล้อ ถังไม้ ให้อยู่กับที่, ตะขอคล้อง, คานเรือบด, ไม้หนุน, โลหะหนุน *-vt.* ใช้ไม้หรือโลหะหนุน, ตอกให้แน่นด้วย, วางไว้บนตาคล้อง *-adv.* ให้แน่นที่สุดเท่าที่จะแน่นได้

chockablock (ชอค' อะบลอค) *adj.* อัดแน่น, เบียดกันแน่น, รัดจนแน่นติ้ว *-adv.* รัดเข้าด้วยกันอย่างแน่น

chockfull (ชอค' ฟุล) *adj.* แน่น, เต็มที่, อัดกันแน่น

chocolate (ชอ' คะลิท) *n.* ช็อกโกเลตซึ่งเป็นผลิตภัณฑ์จากเมล็ดโกโก้ อยู่ในรูปครีม ผง น้ำเชื่อม หรือเป็นแท่งก็ได้, เครื่องดื่มรสช็อกโกเลต, ลูกอมรสช็อกโกเลต, สีน้ำตาลแดง *-adj.* ผสมหรือใส่ช็อกโกเลต, มีสีน้ำตาลแดง **-chocolaty, chocolatey** *adj.*

Choctaw (ชอค' ทอ) *n., pl.* **-taws/-taw** ชาวอินเดียนแดงเผ่าหนึ่งในอเมริกาเหนือ เคยพบอยู่ในแถบมิสซิสซิปปี้ตอนใต้ รัฐอัลลาบามา รัฐจอร์เจีย และรัฐหลุยเซียนา ปัจจุบันอาศัยอยู่ในรัฐโอกลาโฮมาและมิสซิสซิปปี้, ภาษาอินเดียนแดงเผ่าดังกล่าว

choice (ชอยซฺ) *n.* การเลือก, สิทธิในการเลือก, โอกาสในการเลือก, สิ่งที่ถูกเลือก, คนที่ถูกเลือก, ทางเลือก, ส่วนที่ดีที่สุด, ประเภทหรือสิ่งที่ให้เลือก *-adj.* **choicer, choicest** ดีเยี่ยม, ยอดเยี่ยม, เด่นที่สุด, ซึ่งเลือกสรรแล้ว, คัดแล้ว (-S. option, selection, alternative) *-Ex. make a choice of, take one's choice, My choice in flavour is peppermint., This one is my choice., It is hard to find choice tomatoes at this season.*

choir (ไคว' เออะ) *n.* กลุ่มนักร้องประสานเสียงในโบสถ์, คณะร้องเพลงสวดในโบสถ์, ชุดเครื่องดนตรี, บริเวณที่นั่งของคณะนักร้องเพลงดังกล่าวในโบสถ์ *-vt., vi.* ร้องเพลงประสานเสียง, ร้องเพลงหมู่

choirboy (ไคว' เออะบอย) *n.* นักร้องประสานเสียงในโบสถ์ที่เป็นเด็กผู้ชาย

choirmaster (ไคว' เออะมาซฺ' เทอะ) *n.* หัวหน้านำกลุ่มร้องเพลงประสานเสียง

choke (โชค) *vt.* **choked, choking** *-vt.* ทำให้หายใจไม่ออก, ทำให้หายใจขัด, ทำให้สำลัก, อุด, สกัด, กลั้น, จุกแน่น, ยับยั้ง *-vi.* ถูกอุด, ถูกสกัด, ถูกขัดขวางไม่ให้แสดงออกอย่างเต็มที่ *-n.* การสำลัก, การอุดตัน, เสียงสำลัก (-S. strangle, throttle) *-Ex. The smoke choked the firemen., The boy choked after taking a big swallow of water., Udom choked back his anger.*

choker (โชค' เคอะ) *n.* คนที่หอบ, คนที่สำลักหรือหายใจไม่ออก, สิ่งที่ทำให้หอบ, สร้อยคอที่ใส่พอดีคอ, เนกไทหรือปกเสื้อที่ติดคอ

choler (คอล' เลอะ) *n.* ความโกรธ, ลักษณะที่โกรธง่าย, ความฉุนเฉียว, น้ำดี

cholera (คอล' เลอระ) *n.* อหิวาตกโรค, โรคท้องร่วง **-choleraic** *adj.*

choleric (คอล' เลอริค) *adj.* ฉุนเฉียว, โกรธง่าย, เจ้าอารมณ์ (-S. irritable)

cholesterol (คะเลส' ทะรอล) *n.* สารสเตอรอลชนิดหนึ่งพบในไขมันสัตว์ เลือด เนื้อเยื่อเซลประสาทและในน้ำดี

chomp (ชอมพฺ) *vt., vi.* เคี้ยวเสียงดังและรุนแรง *-n.* การเคี้ยวลักษณะดังกล่าว **-chomper** *n.*

choo-choo รถไฟหรือรถจักร เป็นภาษาพูดของเด็กๆ ที่ใช้เรียกรถดังกล่าว

choose (ชูซ) *vt., vi.* **chose, chosen, choosing** เลือก, คัดเลือก, เลือกสรร, ตกลงใจที่จะเลือก, เลือกตามใจชอบ **-cannot choose but** จำต้อง, ก็เลยต้อง **-chooser** *n.* (-S. select, pick) *-Ex. choose one of these, I don't choose to speak to him.*

choosey, choosy (ชู' ซี) *adj.* **choosier, choosiest** เอาใจยาก, จู้จี้, ประจบยาก, ช่างเลือก

chop[1] (ชอพ) *v.* **chopped, chopping** *-vt.* ตัด, ผ่า, สับ, โค่น, ฟัน, บุกเบิกทาง, ถาง, ตัดขาด *-vi.* พูดห้วนๆ, พูดตะกุกตะกัก, สับ, หวด *-n.* การตัด, การผ่า, การสับ, ชิ้นส่วนที่ตัดออก, ผิวน้ำที่กระเพื่อมขึ้นลง (-S. cut) *-Ex. to chop down a tree, to chop vegetables, the chop of the woodman's axe*

chop[2] (ชอพ) *n.* ขากรรไกร, แก้ม

chop³ (ชอพ) *vi.* **chopped, chopping** เปลี่ยนหรือหักเหอย่างรวดเร็ว **-chop logic** โต้แย้ง, ถกเถียง
chop⁴ (ชอพ) *n.* การประทับตราอย่างเป็นทางการ, ยี่ห้อหรือเครื่องหมายการค้า, คุณภาพ
chop-chop (คำสแลง) เร็วเข้า! (-S. quickly)
chophouse (ชอพ' เฮาซฺ) *n.* ภัตตาคารที่มีสเต็กหรืออาหารพวกเนื้อสับที่ขึ้นชื่อ
chopper (ชอพ' เพอะ) *n.* คนสับ, อุปกรณ์หรือสิ่งของที่ใช้สับ, ฟันปลอม, (ภาษาพูด) เฮลิคอปเตอร์ รถจักรยานยนต์, เครื่องมือแปลงสัญญาณจากกระแสตรงเป็นกระแสสลับ
choppy (ชอพ' พี) *adj.* **-pier, -piest** ซึ่งเปลี่ยนแปลงอย่างฉับพลัน, ไม่แน่นอน, รวนเร, แปรปรวน
chops (ชอพซฺ) *n. pl.* ดู chop²
chopsticks (ชอพ' สทิคซฺ) *n. pl.* ตะเกียบ
chop suey ต้มจับฉ่าย
choral (คอ' รัล) *adj.* เกี่ยวกับคณะนักร้องประสานเสียง, ซึ่งร้องโดยนักร้องประสานเสียง **-chorally** *adv.*
chorale, choral (คะแรล') *n.* เพลงสวดสรรเสริญพระเจ้าในโบสถ์, คณะนักร้องเพลงในโบสถ์
chord (คอร์ด) *n.* สายของเครื่องดนตรี, ความรู้สึกหรืออารมณ์ขณะเล่นดนตรี, เส้นตรงที่เชื่อมจุดสองจุดที่อยู่บนเส้นรอบวง, เสียงประสาน *-vt., vi.* ประสานเสียง, คล้องจอง, สัมผัสกัน, ใส่สายหรือดีดสาย
chore (ชอร์) *n.* งานเล็กๆ น้อยๆ, งานบ้าน, งานประจำที่น่าเบื่อ เช่น งานทำความสะอาดบ้าน, งานไร่นา (-S. task)
chorea (คอ' เรีย) *n.* โรคเส้นประสาทผิดปกติที่มีอาการกระตุกของกล้ามเนื้อ
choreograph (คอ' รีอะกราฟ) *vt., vi.* ออกแบบหรือวางแผนจังหวะเต้นรำ **-choreographer** *n.*
choreography (คอริออก' กระฟี) *n.* การเต้นรำโดยเฉพาะเต้นบัลเล่ต์, การเขียนหรือออกแบบท่าเต้น, ศิลปะการเต้นรำ
chorister (คอ' ริสเทอะ) *n.* สมาชิกในคณะนักร้องประสานเสียงโดยเฉพาะนักร้องชาย, นักร้องนำในคณะนักร้องดังกล่าว
chorography (คะรอก' กระฟี) *n.* การวิเคราะห์เขตพื้นดินโดยละเอียด, วิชาภูมิศาสตร์กายภาพเฉพาะเขต
chortle (คอ' เทิล) *vi., vt.* **-tled, -tling** หัวเราะฮะฮะ *-n.* เสียงหัวเราะฮะฮะ **-chortler** *n.*
chorus (คอ' รัส) *n.* คณะนักร้องและนักเต้น, ดนตรีสำหรับร้องเพลงหมู่, บทละครหรือเพลงที่ร้องโดยคณะนักร้อง, การร้องเพลงพร้อมๆ กัน *-vt., vi.* ร้องหรือพูดออกมาพร้อมๆ กัน (-S. song, tune, melody) *-Ex. There was a chorus of "ayes" when the chairman called for a vote.*
chose (โชซฺ) *vi., vt.* กริยาช่อง 2 ของ choose *-Ex. Somsri chose the brown puppy.*
chosen (โช' ซึน) *vi., vt.* กริยาช่อง 3 ของ choose *-adj.* ซึ่งเลือกสรรแล้ว *-Ex. Somchai was chosen to be our leader.*
chough (ชัฟ) *n.* นกคล้ายอีกา พบในแถบยุโรป จำพวก *Pyrrhocorax pyrrhocorax* มีขาและปากสีแดง ขนดำเป็นมัน
chow (โช) *n.* สุนัขขนาดกลางพันธุ์หนึ่ง มีถิ่นกำเนิดจากจีน เรียกอีกชื่อหนึ่งว่า chow chow, (คำสแลง) อาหารหรือมื้ออาหาร
chowchow (โช' โช) *n.* ผักดอง
chowder (เชา' เดอะ) *n.* ซุปน้ำข้นชนิดหนึ่ง ซึ่งมีหลายสูตร แต่ส่วนใหญ่มักใส่หอมหัวใหญ่ มันฝรั่ง เนื้อหมูเค็ม บางครั้งก็เติมข้าวโพด มะเขือเทศ หรือผักอื่นๆ รวมทั้งใส่ หอย ปลา และนมด้วย
chow mien บะหมี่ผัด
chrism (คริส' ซึ่ม) *n.* น้ำมันมนตร์ที่ใช้ในโบสถ์, การเจิมหรือชโลมด้วยน้ำมันดังกล่าว
Christ (ไครสทฺ) *n.* พระเยซูคริสต์, พระคริสต์, ทูตสวรรค์ของยิวตามพระคัมภีร์ไบเบิลเล่มเก่า
christen (คริส' ซึน) *vt.* ตั้งชื่อให้ในพิธีการชำระล้าง (บาป), ทำพิธีชำระล้าง (บาป) ให้แก่, ใช้เป็นครั้งแรก
Christendom (คริส' ซึนดัม) *n.* ชาวคริสเตียนทั้งหลาย, โลกของชาวคริสเตียน, ศาสนาคริสต์
christening (คริส' ซันนิง) *n.* พิธีชำระล้างบาปของศาสนาคริสต์และการตั้งชื่อให้ทารกแรกเกิด
Christian (คริส' ชัน) *n.* ผู้ที่นับถือศาสนาคริสต์, ชาวคริสเตียน *-adj.* เกี่ยวกับพระเยซูคริสต์ **-Christianly** *adv., adj. -Ex. all christian nations*
Christianity (คริส' ชีแอน' นิที) *n.* ศาสนาคริสต์, ชาวคริสเตียน, คริสต์ศาสนิกชน, ความเชื่อและการปฏิบัติธรรมของคริสต์ศาสนิกชน, การเป็นคริสเตียน
christianize (คริส' ชะไนซฺ) *vt.* **-ized, -izing** ทำให้เป็นคริสเตียน, ทำให้เป็นศาสนาคริสต์ **-Christianization** *n.* **-Christianizer** *n.*
Christian name ชื่อที่ตั้งให้ในพิธีชำระล้าง, ชื่อบุคคลที่ตั้งให้แตกต่างจากชื่อสกุลของครอบครัว
Christian Science ศาสนาหนึ่งตามพระคัมภีร์ไบเบิลที่สอนเกี่ยวกับการรักษาโรคโดยวิธีทางจิต ก่อตั้งขึ้นโดย Mary Baker Eddy เมื่อ ค. ศ. 1866 **-Christian Scientist** *n.*
Christly (ไครสทฺ' ลี) *adj.* เกี่ยวกับพระเยซูคริสต์ **-Christliness** *n.*
Christmas (คริส' เมิส) *n.* เทศกาลคริสต์มาส, วันตรุษฝรั่ง, วันคริสต์มาส (25 ธันวาคม) อันเป็นวันคล้ายวันประสูติของพระเยซูคริสต์ **-Chrismassy, Chrismasy** *adj.*
Christmas card บัตรอวยพรในเทศกาลคริสต์มาส
Christmas Eve วันหรือคืนก่อนวันคริสต์มาส
Christmas tree ต้นคริสต์มาส
chromatic (โครแมท' ทิค) *adj.* เกี่ยวกับสี, เกี่ยวกับสารสี, เกี่ยวกับวัตถุย้อมสี, ที่พิมพ์สอดสี, เกี่ยวกับระดับเสียงผันแปร **-chromatically** *adv.* **-chromaticism** *n.*
chromatics (โครแมท' ทิคซฺ) *n. pl.* วิทยาศาสตร์ที่เกี่ยวกับสี, รงควิทยา
chromatic scale มาตราส่วนครึ่งระดับเสียง (ทางดนตรี)
chromatin (โคร' มะทิน) สารของนิวเคลียสของ

C

เซลล์ ติดสีย้อมได้ดี ประกอบด้วย DNA และ RNA แล้วกลายเป็นโครโมโซมระหว่างการแบ่งตัวของเซลล์

chromato- คำอุปสรรค มีความหมายว่า สี, สารสี, รงควัตถุ

chromatography (โครมะทอก' กระฟี) *n.* การวิเคราะห์ทางเคมีที่ส่วนผสมของสารถูกแยกออก โดยวิธีการดูดซึมมากน้อยด้วยแผ่นกระดาษกรองหรือซิลิกา

chrome (โครม) *n.* โครเมียม, แผ่นโครเมียม, แผ่นโลหะเคลือบโครเมียม *-vt.* **chromed, chroming** ชุบโครเมียม, ชุบด้วยสารประกอบโครเมียม

chromic (โคร' มิค) *adj.* เกี่ยวกับหรือประกอบด้วยโครเมียม 3 วาเลนซี

chromite (โคร' ไมท) *n.*แร่เฟอรัสโครเมท ($Fe_3Cr_2O_4$)

chromium (โคร' เมียม) *n.* ธาตุโลหะโครเมียม มีสัญลักษณ์ Cr

chromo- คำอุปสรรค มีความหมายว่า สี, สารสี

chromosome (โคร' มะโซม) *n.* โครโมโซม, ส่วนที่คล้ายเส้นด้ายในนิวเคลียสของเซลล์ เป็นส่วนที่มียีน ซึ่งเป็นตัวกำหนดลักษณะทางพันธุกรรม **-chromosomal** *adj.*

chromosphere (โคร' มะสเฟียร์) *n.* กลุ่มก๊าซสีชมพูที่หุ้มล้อมรอบดวงอาทิตย์, กลุ่มก๊าซที่หุ้มล้อมดวงดาว **-chromospheric** *adj.*

chromous (โคร' มัส) *adj.* ซึ่งประกอบด้วยโครเมียม 2 วาเลนซี เช่น โครเมียมคาร์บอเนต ($CrCO_3$)

chron- คำอุปสรรค มีความหมายว่า เวลา

chronic (ครอน' นิค) *adj.* เรื้อรัง, ยาวนาน, เป็นประจำ, เป็นนิสัย **-chronically** *adv.* **-chronicity** *n.* (-S. constant, habitual) *-Ex. Somchai has a chronic cough., Somchai is a chronic complainer.*

chronicle (ครอน' นิเคิล) *n.* บันทึกเหตุการณ์เป็นลำดับเวลา, ประวัติศาสตร์, เหตุการณ์ประจำปี, จดหมายเหตุ *-vt.* **-cled, -cling** เล่าหรือเขียนเหตุการณ์ทางประวัติศาสตร์ **-chronicler** *n.* (-S. register, record, history, report) *-Ex. a chronicle of the early kings of Thailand*

chrono- คำอุปสรรค มีความหมายว่า เวลา

chronograph (ครอน' นะกราฟ) *n.* อุปกรณ์บันทึกเวลาวัน เดือน ปี ได้อย่างละเอียดมากและแม่นยำ, นาฬิกาที่เที่ยงตรงมาก **-chronography** *n.* **-chronographic** *adj.*

chronologic, chronological (ครอนนะลอจ' จิค, -จิเคิล) *adj.* ตามลำดับเวลาวัน เดือน ปี, ตามลำดับเหตุการณ์ **-chronologically** *adv.*

chronology (คระนอล' ละจี) *n., pl.* **-gies** วิทยาศาสตร์เกี่ยวกับการลำดับเวลาหรือเหตุการณ์ก่อนและหลัง, วิชาลำดับวันเดือนปี **-chronologist, chronologer** *n.*

chronometer (คระนอม' มิเทอะ) *n.* นาฬิกาที่เที่ยงตรงมาก **-chronometric, -chronometrical** *adj.*

chronoscope (ครอน' โนสโคพ) *n.* เครื่องมือวัดเวลาได้อย่างละเอียดและแม่นยำมาก

chrysalid (คริส' ซะลิด) *n.* ตัวดักแด้, ตัวแก้ว, ด้วง, ตัวหนอน *-adj.* เกี่ยวกับตัวดักแด้

chrysalis (คริส' ซะลิส) *n., pl.* **chrysalises/chrysalides** ตัวดักแด้, ตัวแก้ว, ด้วง, ตัวหนอน (-S. obtect pupa)

chrysanthemum (คริสแซน' ธะมัม) *n.* ต้นหรือดอกเก๊กฮวย, ต้นหรือดอกเบญจมาศ

chrysarobin (คริส' ซะโร' บิน) *n.* ยาแก้กลากเกลื้อนหรือขี้เรื้อนกวางชนิดหนึ่ง มีสูตรเคมีคือ $C_{15}H_{12}O_3$

chrysoberyl (คริส' โซเบอรีล) *vi.* พลอยสีเขียวหรือเหลืองชนิดหนึ่ง ประกอบด้วย berryllium aluminate ($BeAl_2O_4$)

chrysoprase (คริส' ซะเพรซ) *n.* พลอยสีเขียวอ่อนชนิดหนึ่งเป็นพวกโมรา

chub

chub (ชับ) *n., pl.* **chubs/chub** ปลาน้ำจืดจำพวก *Coregonus*

chubby (ชับ' บี) *adj.* **-bier, -biest** อ้วนกลม **-chubbiness** *n.* **-chubbily** *adv.* *-Ex. a chubby face*

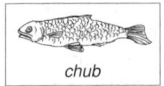

chuck[1] (ชัค) *vt.* ตบเบาๆ, แตะ, เชย, เชย (คาง), โยน, ทอย, เหวี่ยง, ทิ้ง, ไล่ออก, ลาออก, เลิกล้ม *-n.* การตบเบาๆ, การเชยคาง, การโยน, อาหาร (-S. pat, tap) *-Ex. a chuck under the chin, to chuck a baby under the chin, Udom chucked the letter into the wastebasket.*

chuck[2] (ชัค) *n.* ชิ้นเนื้อวัวที่อยู่ระหว่างคอกับกระดูกไหปลาร้า, ไม้รอง, ไม้หมอน, หัวหนีบ, ตัวหนีบ, จานหนีบ, เครื่องจับดอกสว่าน

chuck[3] (ชัค) *vt., vi.* ร้องเสียงกุ๊กๆ, ร้องเสียงกระต๊ากของไก่ตัวเมีย *-n.* เสียงร้องดังกล่าว, (ภาษาพูด) คนโง่ (-S. cluck)

chuckhole (ชัค'โฮล) *n.* หลุมหรือแอ่งบนถนน

chuckle (ชัค' เคิล) *vi.* **-led, -ling** หัวเราะหึๆ, หัวเราะเบาๆ, หัวเราะกับตัวเอง, แอบหัวเราะ *-n.* การยิ้มน้อยๆ, การอมยิ้ม, การยิ้มด้วยความขบขัน **-chuckler** *n.* (-S. laugh, giggle, titter) *-Ex. Somsri chuckled when she looked at the funny cartoon.*

chucklehead (ชัค'เคิลเฮด) *n.* (ภาษาพูด) คนโง่ คนทึ่ม **-chuckheaded** *adj.*

chuff[1] (ชัฟ) *n.* คนโง่, คนทึ่ม

chuff[2] (ชัฟ) *vi., n.* ดู chug

chug (ชัก) *n.* เสียงเครื่องจักรดังชักๆ, เสียงระเบิดเบาๆ, *-vi.* **chugged, chugging** ทำเสียงดังกล่าว, เคลื่อนที่ด้วยเสียงดังกล่าว

chukka (ชัค' คะ) *n.* รองเท้าหุ้มข้อเท้าชนิดหนึ่งมักทำด้วยหนังกลับชนิดอ่อน

chukkar, chukker (ชัค' เคอะ) *n.* ระยะเวลาในการเล่นโปโล

chum[1] (ชัม) เพื่อนสนิท, เพื่อนที่นอนในห้องเดียวกัน *-vi.* **chummed, chumming** อยู่ร่วมห้องเดียวกัน, สนิทสนม

chum[2] (ชัม) *n.* เหยื่อปลา *-vi.* **chummed, chumming** ตกปลาด้วยเหยื่อปลา

chummy (ชัม'มี) *adj.* **-mier, -miest** สนิทสนม, มีมิตรไมตรีจิต, เป็นมิตร, เป็นเพื่อนกัน

chump (ชัมพฺ) *n.* ท่อนไม้สั้นและหนา, ก้อนเนื้อหนา, หัว, คนทึ่ม, คนโง่ **-off one' s chump** คนวิกลจริต (-S. dolt, thick, head)

chunk (ชังคฺ) *n.* สิ่งของที่มีลักษณะเป็นก้อนหนาสั้น,

ม้าที่แข็งแรง, สัตว์ที่แข็งแรง *-Ex. a chunk of bread, a chunk of wood*

chunky (ชัง'คี) *adj.* **chunkier, chunkiest** มะขามข้อเดียว, อ้วนเตี้ย, แข็งแรง ล่ำสัน **-chunkiness** *n.*

church (เชิร์ช) *n.* โบสถ์, สำนักศาสนา, วัด, ศาสนจักร, กลุ่มคริสต์ศาสนิกชน, นิกายศาสนาคริสต์, ฝ่ายศาสนจักร, ศรัทธาทางศาสนา, ความเชื่อถือทางศาสนา, การสวดมนต์, การประกอบพิธีศาสนา, ตำแหน่งบาทหลวง, การไปโบสถ์, การบวชเป็นพระ *-vt.* นำเข้าประกอบพิธีศาสนาในโบสถ์. *-adj.* เกี่ยวกับโบสถ์, เกี่ยวกับศาสนาประจำชาติ (-S. temple, clergy, preachers) *-Ex. go to the church to mend the roof, the Christian church*

churchgoer (เชิร์ช' โกเออะ) *n.* คนที่ไปโบสถ์, คนไปโบสถ์เพื่อสวดมนต์หรือเข้าพิธีทางศาสนาเป็นประจำ **-churchgoing** *n., adj.*

churchly (เชิร์ช' ลี) *adj.* ทางธรรม, เกี่ยวกับศาสนา, เกี่ยวกับโบสถ์, มีความศรัทธาในศาสนามาก **-churchliness** *n.*

churchman (เชิร์ช' เมิน) *n., pl.* **-men** พระ, บาทหลวง, สมาชิกโบสถ์

Church of Christ, Scientist ดู christian Science

Church of England ศาสนาคริสต์ประจำชาติของอังกฤษ ที่ไม่นับถือพระสันตะปาปาว่าเป็นผู้นำศาสนา

churchwarden (เชิร์ช' วอเดิน) *n.* ผู้แทนคริสต์ศาสนิกชนที่ทำหน้าที่นอกโบสถ์ เช่นดูแลทรัพย์สินของโบสถ์

churchwoman (เชิร์ช'วูมัน) *n., pl.* **-women** สมาชิกหญิงของโบสถ์ (โดยเฉพาะโบสถ์ประจำชาติของอังกฤษ)

churchyard (เชิร์ช' ยาร์ด) *n.* บริเวณโบสถ์ที่ติดกับตัวโบสถ์ มักเป็นสุสาน (-S. graveyard)

churl (เชิร์ล) *n.* ชาวชนบท, ชาวไร่ชาวนา, คนบ้านนอก, คนหยาบคาย, คนอารมณ์ร้าย, คนขี้เหนียว, ชนชั้นต่ำในสมัยศักดินา

churlish (เชิล' ลิช) *adj.* คล้ายคนบ้านนอก, คล้ายชาวไร่ชาวนา, หยาบคาย, อารมณ์ร้าย, ขี้เหนียว, เอาใจยาก, จัดการยาก, ติดต่อด้วยได้ยาก **-churlishly** *adv.* **-churlishness** *n.* (-S. selfish, rustic)

churn (เชิร์น) *n.* อุปกรณ์หรือเครื่องกวนครีมหรือน้ำนมเพื่อทำเนย, เครื่องปั่น, เครื่องกวน, กระป๋องนมขนาดใหญ่ *-vt.* กวนหรือคนให้เป็นเนย, กวน, ปั่น, (คลื่น) ซัดสาด, พัดหรือสาด, สาดเป็นฟอง (-S. stir, shake, agitate, whip, shisk, beat, toss)

churn

chute[1] (ชูท) *n.* ทางลาด, ทางเอียง, ราง, รางลาด, ทางน้ำไหลที่ตกมาจากไหล่เขา, ทางหรือรางส่งน้ำ เมล็ดข้าว หรือถ่านหิน, ทางน้ำตก *-Ex. a coal chute, a laundry chute, a letter chute*

chute[2] (ชูท) *n.* ร่มชูชีพ **-chutist** *n.*

chutney (ชัท' นี) *n., pl.* **-neys** เครื่องปรุงรสชนิดหนึ่งที่ทำจากผลไม้ต่างๆ เช่น ผลองุ่นแห้งและมะม่วงผสมกับเครื่องเทศ น้ำตาล และน้ำส้มสายชูหรือน้ำมะนาว (-S. chutnee)

chutzpa, chutzpah (ฮูท' ซพะ) *n.* ความทะลึ่ง, ความกำเริบเสิบสาน, ความหน้าด้าน (-S. impudence)

chyle (ไคล) *n.* ของเหลวคล้ายนมที่ย่อยแล้วในลำไส้เล็กซึ่งจะไหลสู่เส้นเลือดดำ **-chylaceous, chylous** *adj.*

chyme (ไคม) *n.* อาหารที่ถูกย่อยแล้วในกระเพาะอาหารต่อมาจะเข้าสู่ลำไส้เล็ก **-chymous** *adj.*

CIA, C.I.A. ย่อจาก Central Intelligence Agency สำนักงานสืบราชการลับของสหรัฐอเมริกา

ciao (เชา) *interj.* (ภาษาอิตาเลียน) สวัสดี, ลาก่อน, พบกันใหม่

ciborium (ซิบอ' เรียม) *n., pl.* **-ria** ปะรำถาวรเหนือที่บูชา, ภาชนะใส่ขนมปังพิธีและน้ำมนต์พิธีในโบสถ์

ciborium

cicada (ซิเค' ดะ) *n., pl.* **-das/-dae** แมลงขนาดใหญ่ในตระกูล Cicadidae, จั๊กจั่น

cicatrise, cicatrize (ซิค' คะไทรซ) *vt., vi.* **-trised, -trising/-trized, -trizing** รักษาโดยการทำให้เกิดแผลเป็น **-cicatrisation, cicatrization** *n.*

cicatrix (ซิค' คะทริคซ) *n., pl.* **cicatrices/cicatrixes** แผลเป็นบนลำต้นบริเวณที่ใบหลุดร่วง (-S. cicatrice scar)

cicely (ซิส' ซะลี) *n., pl.* **-lies** พืชจำพวก *Myrrhis odorata* ในตระกูลผักชีฝรั่ง

cicerone (ซิสซะโร'นี) *n., pl.* **-nes/-ni** มัคคุเทศก์ที่นำชมและอธิบายเกี่ยวกับโบราณวัตถุและโบราณสถาน

C.I.D. ย่อจาก Criminal Investigation Department กรมสืบสวนสอบสวนของตำรวจสันติบาล

-cide คำปัจจัย มีความหมายว่า ผู้สังหาร, ผู้ฆ่า, ฆ่า, สังหาร

cider (ไซ' เดอะ) *n.* น้ำแอปเปิล, เหล้าแอปเปิล (-S. cyder)

CIF, C.I.F., c.i.f. ย่อจาก cost, insurance, and freight ราคาที่รวมทั้งค่าระวางและเบี้ยประกันภัย

cigar (ซิการ์') *n.* บุหรี่ซิการ์

cigarette, cigaret (ซิกะเรท') *n.* บุหรี่

cigarillo (ซิกกะริล'โล) *n., pl.* **-los** บุหรี่ซิการ์มวนเล็กและบาง

cilia (ซิล' ละ) *n. pl.* พหูพจน์ของ cilium

ciliate (ซิล' ลีเอท) *n.* โปรโตซัวที่มีขนเล็กๆ ปกคลุมผิวของร่างกาย *-adj.* มีขนตา, มีขน **-ciliation** *n.*

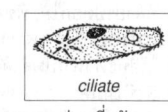

ciliate

cilium (ซิล' เลียม) *n., pl.* **-ia** ขนตา, ส่วนที่คล้ายขนบนผิวของโปรโตซัว, ส่วนที่คล้ายขน, ใยขนสัตว์

cimex (ไซ' เมคซ) *n., pl.* **-mices** ตัวเรือดจำพวกหนึ่ง

C. in C. ย่อจาก Commander in Chief ผู้บัญชาการ

cinch (ซินช) *n.* สายคาด, สายคาดท้อง, สายคาดอานม้า, ของกล้วยๆ, สิ่งที่จะเกิดขึ้นแน่นอน, ผู้ที่จะชนะแน่นอน *-vt.* คาดด้วยสายคาด, รับประกัน, รับรอง

cinchona

cinchona (ซินโค' นะ) *n.* ต้น

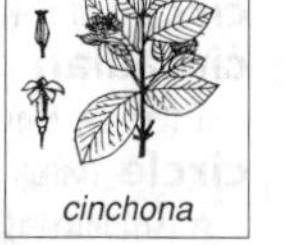

cincture 148 **circulatory**
C

ซินโคนาที่เปลือกของมันมีควินิน และอัลคาลอยด์อื่นๆ ที่ใช้ทำยาได้, เปลือกต้นซินโคนา **-cinchonic** *adj.*

cincture (ซิง' เชอะ) *n.* สายเข็มขัด, สายรัด, สายรัดเอว, การโอบรัด, สายห่วง *-vt.* **-tured, -turing** รัด (ด้วยสายรัดหรือเข็มขัด), โอบรัด

cinder (ซิน' เดอะ) *n.* ขี้เถ้า, เถ้าถ่าน, ถ่าน, ถ่านไฟ, กากแร่, กากถ่านหิน *-vt.* เผาเป็นเถ้าถ่าน, ปกคลุมไปด้วยขี้เถ้า **-cindery** *adj.* (-S. matter)

Cinderella (ซินเดอเรล' ละ) *n.* สาวงามในนิทานเด็กที่ถูกแม่เลี้ยงใช้ให้ทำงานหนักอยู่กับกากถ่านหิน ต่อมามีเทพธิดามาช่วยให้สมรสกับเจ้าชาย, ลูกเมียน้อย

cine- คำอุปสรรค มีความหมายว่า ฟิล์มภาพยนตร์

cinecamera (ซินนีแคม' เมอระ) *n.* เครื่องถ่ายภาพยนตร์

cinema (ซิน' นะมา) *n.* ภาพยนตร์, โรงภาพยนตร์, อุตสาหกรรมภาพยนตร์, วิธีการสร้างภาพยนตร์ **-cinematic** *adj.* **-cinematically** *adv.* (-S. motion picture, theater)

cinematheque (ซิน'นะมาเทค') *n.* ห้องเก็บและแสดงภาพยนตร์

cinematograph (ซินนะแมท' ทะกราฟ) *n.* เครื่องฉายภาพยนตร์, กล้องถ่ายภาพยนตร์ **-cinematographer** *n.* **-cinematography** *n.* **-cinematographic** *adj.* **-cinematographically** *adv.*

cinéma vérité (ซีนีมา' เวริเท') *n.* (ภาษาฝรั่งเศส) เทคนิคการถ่ายภาพยนตร์สารคดี, ลีลาของชีวิตคนและสิ่งมีชีวิตตามธรรมชาติที่แท้จริง

cineraria (ซินนะแร' เรีย) *n.* พืชคล้ายเบญจมาศจำพวก *Senecio cruentus* มีใบเป็นรูปหัวใจและมีดอกหลากสีสดใส

cinerarium (ซินนะแร' เรียม) *n., pl.* **-raria** ที่เก็บอัฐิของศพที่เผาแล้ว

cinnabar (ซิน' นะบาร์) *n.* แร่เมอคิวริกซัลไฟด์ (HgS) ซึ่งเป็นแร่สำคัญของปรอท, สารเมอคิวริกซัลไฟด์ ซึ่งมีสีแดงใช้ทำสีย้อม, สีแดงสดใส

cinnamon (ซิน' นะเมิน) *n.* อบเชย, เปลือกต้นอบเชย, ต้นอบเชยจำพวก *Cinnamomum*, สีเหลืองอมน้ำตาลหรือแดงน้ำตาล, สีอบเชย

cinquefoil (ซิง' คะฟอยล) *n.* การประดับหรือลายประดับที่มีลักษณะเป็นรอยหยักโค้งห้าส่วนมาประกอบกันคล้ายรูปดอกไม้, พืชจำพวก *Potentilla* ในตระกูลกุหลาบ

cipher (ไซ' เฟอะ) *n.*เลขศูนย์, ตัวเลขอาหรับ, คนที่ไร้อิทธิพลหรือไม่สำคัญ,สิ่งที่ไม่สำคัญ,การไม่มีเอกลักษณ์, สิ่งที่ไม่มีค่า, การเขียนสัญลักษณ์ลับ, รหัสลับ, เครื่องหมายลับ, สัญลักษณ์ลับ, อักษรไขว้, ตัวหนังสือไขว้ *-vt.* คำนวณเป็นตัวเลข, เขียนเป็นรหัส, คิดออกมา *-vi.* ใช้ตัวเลขหรืออักษรในการคิดคำนวณ(-S. naught, zero, nobody) *-Ex. A map in cipher showed where the treasure was buried.*

circa (เซอ' คะ) *prep.* ประมาณ, ในราว

circadian (เซอคะเดียน) *adj.* เกี่ยวกับวงจรชีวิตที่เป็นช่วงๆ ซึ่งเกิดขึ้นช่วงละประมาณ 24 ชั่วโมง

circle (เซอ' เคิล) วงกลม, วงเวียน, วงแหวน, สิ่งที่มีรูปเป็นวงแหวน, เส้นโคจร, การหมุนเวียน, วัฏจักร, วงการ, ขอบเขต, บริเวณ, ปริมณฑล, อาณาจักร, ที่นั่งเป็นรูปวงกลม, เส้นรอบวงที่แบ่งโลกออกเป็น 2 ส่วน, เส้นรุ้ง *-v.* **-cled, -cling** *-vt.* ล้อมรอบ, โคจรรอบ, หมุนรอบ *-vi.* เคลื่อนเป็นรูปวงกลม (-S. ring, cycle, encircle) *-Ex. A year is made up of a circle of twelve months., The children made a circle for their May Day folk dance., a circle of friends, a family circle, The airplane circled the landing field., Guards circled the prison., Please circle the right answers.*

circlet (เซอ'คลิท) *n.* วงกลมเล็กๆ, วงแหวน, แหวน, เครื่องประดับรูปวงแหวน

circuit (เซอ' คิท) *n.* วงจร, วงจรไฟฟ้า, การเดินรอบ, การเคลื่อนรอบ, การเดินทางรอบ, ผู้เดินทางรอบ, เส้นทางครบรอบ, กลุ่มโรงภาพยนตร์ (ไนต์คลับหรืออื่นๆ) ที่มีเจ้าของหรือผู้จัดการคนเดียวกัน, สมาคม, สมาคมกีฬา *-vi.* เดินรอบ, เคลื่อนที่รอบ, โคจรรอบ *-vt.* ทำวงกลมล้อมรอบ **-circuital** *adj.* (-S. route, league, circle) *-Ex. Every year the earth completes its circuit of the sun.*

circuit breaker อุปกรณ์ตัดวงจรไฟฟ้า

circuitous (เซอคิท' ทัส) *adj.* อ้อมค้อม, วกเวียน, วกวน, โดยอ้อม **-circuitously** *adv.* **-circuitousness** *n.* *-Ex. We took a circuitous route to town to avoid the flood waters.*

circuitry (เซอ' คิทรี) *n.* วงจรไฟฟ้า, วงจรในอุปกรณ์อิเล็กตรอน, ระบบที่เกี่ยวกับวงจรไฟฟ้า

circuity (เซอคิว'อิทิ) *n., pl.* **-ties** ความอ้อมค้อม, ภาวะที่วกเวียน, ลักษณะที่วกวน

circular (เซอ' คิวละ) *adj.* เป็นรูปวงกลมหรือวงแหวน, กลม, ซึ่งเคลื่อนเป็นวงกลม, วกเวียน, อ้อมค้อม, ให้แพร่หลายไปทั่ว, แจ้งให้ทราบทั่วไป **-circularity** *n.* **-circularly** *adv.* **-circularness** *n.* (-S. round, disc-like) *-Ex. circular field, The turning of a phonograph record is a circular motion., a circular advertising of the country fair, circular tour*

circular saw เลื่อยที่มีใบเลื่อยเป็นรูปจานกลม

circular saw

circulate (เซอ' คิวเลท) *vi.* **-lated, -lating** *-vi.* หมุนเวียน, ผ่านจากที่หนึ่งไปยังอีกที่หนึ่ง, จากคนหนึ่งไปยังอีกคนหนึ่ง, แพร่กระจาย *-vt.* ทำให้หมุนเวียน, แพร่กระจาย **-circulator** *n.* **-circulative** *adj.* (-S. revolve) *-Ex. Hot water circulates in a heating system., Blood circulates in the body., The post cards were circulated around the classroom.*

circulating library ห้องสมุดที่เวียนหนังสือให้เฉพาะสำหรับสมาชิก

circulation (เซอคิวเล' ชัน) *n.* การหมุนเวียน, การโคจร, การเดินทางหรือเคลื่อนที่รอบ, การแพร่กระจาย, การจ่ายแจก, การจำหน่าย, จำนวนพิมพ์, จำนวนขาย, ธนบัตร, เงินตรา (-S. revolution, circuit) *-Ex. the circulation of news, the circulation of the blood, a magazine to large circulation*

circulatory (เซอคิวเล' เทอรี) *adj.* เกี่ยวกับการ

หมุนเวียน *-Ex. The arteries and veins form the circulatory system of the body.*

circum- คำอุปสรรค มีความหมายว่า รอบ, เวียนรอบ

circumambient (เซอคัมแอม' เบียนทฺ) *adj.* ซึ่งโคจรล้อมรอบ, ล้อมรอบ **-circumambience, circumambiency** *n.*

circumambulate (เซอ' คัมแอม' บิวเลท) *vt., vi.* **-lated, -lating** เดินรอบ, ไปรอบ **-circumambulation** *n.* **-circumambulatory** *adj.*

circumcise (เซอ' คัมไซซ) *vt.* **-cised, -cising** ตัดหนังหุ้มลึงค์ออก, เข้าสนับ, ตัดคลิทอริสหรือหนังหุ้มลึงค์หรือแคมช่องคลอดทิ้ง, ชำระจิตวิญญาณให้บริสุทธิ์

circumcision (เซอคัมซิส' ชั่น) *n.* การขลิบหนังหุ้มลึงค์ออก, พิธีขลิบหนังหุ้มลึงค์ออก, การชำระล้างจิตวิญญาณให้สะอาด

circumference (เซอคัม' เฟอเรินซฺ) *n.* เส้นรอบวง, ความยาวของเส้นรอบวง **-circumferential** *adj.* **-circumferentially** *adv.* (-S. perimeter, circuit)

circumflex (เซอ' คัมเฟลคซฺ) *n.* เครื่องหมายกำกับเสียงรูปหมวก, รูปโค้งหรือโค้งงอ, เครื่องหมาย "^" *-vt.* ใส่เครื่องหมายกำกับเสียงดังกล่าว *-adj.* ซึ่งมีเครื่องหมายกำกับเสียง **-circumflexion** *n.*

circumlocution (เซอคัมโลคิว' ชั่น) *n.* การพูดอ้อมค้อม, การพูดวกเวียน, การพูดซ้ำซาก, การพูดอย่างน้ำท่วมทุ่ง **-circumlocutory** *adj.*

circumnavigate (เซอคัมแนฟ' วิเกท) *vt.* **-gated, -gating** แล่นไปรอบๆ, เดินเรือรอบโลก, บินไปรอบๆ **-circumnavigator** *n.* **-circumnavigation** *n.*

circumscribe (เซอคัมสไครบฺ') *vt.* **-scribed, -scribing** เขียนเส้นรอบวง, ล้อมรอบ, โอบล้อม, เขียนวงกลมรอบ, เขียนอักษรรอบ, กำหนดเขต, จำกัดวง, จำกัดเขต, จำกัด, บังคับ, ให้คำจำกัดความ, ทำเครื่องหมาย **-circumscribable** *adj.* **-circumscriber** *n.* (-S. encompass, ring, confine, limit, bind)

circumscription (เซอคัมสคริพ' ชั่น) *n.* การเขียนวงกลมรอบ, การจำกัดเขต, ขอบเขต, การจำกัด, โครงร่าง, เส้นรอบวง, บริเวณที่ถูกจำกัด, อักษรหรือเครื่องหมายบนเหรียญหรือตรา, คำนิยาม, คำจำกัดความ, ลายริม **-circumscriptive** *adj.*

circumspect (เซอ' คัมสเพคท) *adj.* รอบคอบ, ระมัดระวัง, ละเอียดรอบคอบ **-circumspection** *n.* **-circumspectly** *adv.* (-S. prudent, careful -A. daring, bold, careless)

circumstance (เซอ' คัมสเทินซฺ) *n.* สถานการณ์, กรณี, สภาวะ, เหตุการณ์, สภาพ, ฐานะ, กาลเทศะ, วิธีการ, โอกาส, สภาพแวดล้อม, กรณีแวดล้อม, รายละเอียด *-vt.* **-stanced, -stancing** ให้อยู่ในสภาวะใดสภาวะหนึ่งเฉพาะ (-S. condition, matter) *-Ex. the happy circumstance of his arrival, to know all the circumstances, poor circumstances*

circumstanced (เซอ' คัมสเทินซฺทฺ) *adj.* อยู่ในสถานการณ์หนึ่งเฉพาะ, ภายใต้สถานการณ์

circumstantial (เซอคัมสแทน' ชัล) *adj.* ตามสถานการณ์, ตามสภาพแวดล้อม,ไม่สำคัญ, บังเอิญ, เป็นรอง, ละเอียด, โดยเฉพาะ, ทุกแง่ทุกมุม **-circumstantially** *adv.* **-circumstantiality** *n.* (-S. provisional, incidental -A. definite)

circumstantiate (เซอคัมสแทน' ทิเอท) *vt.* **-ated, -ating** ยืนยัน, เสนอข้ออ้างอิงเพื่อยืนยัน, อธิบายอย่างละเอียดทุกแง่ทุกมุม **-circumstantiation** *n.*

circumvent (เซอคัม เวนทฺ') *vt.* ล้อมรอบ, โอบรอบ, เดินรอบ, ผ่าน, ใช้เล่ห์หนีรอด, ใช้เล่ห์หลบหลีก, แวดล้อมไปด้วยสิ่งเลวร้าย **-circumvention** *n.* **-circumventive** *adj.* (-S. bypass, shun) *-Ex. The colonel circumvented the plan of the enemy to blow up the bridge.*

circus (เซอ' คัส) *n.* ละครสัตว์, สนามละครสัตว์ที่เป็นรูปวงกลม, สนามกีฬารูปวงกลม, คณะละครสัตว์, การแสดงการบินผาดโผน, ลานวงเวียนที่ทางแยก, ถนนวงแหวน

cirque (เซิร์ค) *n.* ส่วนที่เป็นรูปวงกลม, หุบเหวน้ำแข็งรูปวงกลม, สนามละครรูปวงกลม, วงกลม, วงแหวน

cirrate (เซอ' เรท) *adj.* ซึ่งมีส่วนที่คล้ายหนวด, ซึ่งมีเส้นใย

cirrhosis (เซอโร' ซิส) *n., pl.* **-ses** โรคตับแข็ง **-cirrhotic** *adj.*

cirrocumulus (เซอโรคิว'มิวลัส) *n.* กลุ่มเมฆขาวที่อยู่สูงระหว่าง 20,000-40,000 ฟุต

cirrostratus (เซอโรสเทร' ทัส) *n.* ชั้นเมฆบางที่ประกอบด้วยผลึกน้ำแข็ง อยู่สูงระหว่าง 20,000-40,000 ฟุต

cirrus (เซอ' รัส) *n., pl.* **cirri** หนวดสัมผัส, หนวดงอ, ขน, ชั้นเมฆเป็นเส้นขาวบาง มีความสูงอยู่ระหว่าง 20,000-40,000 ฟุต

cirsoid (เซอ' ซอยดฺ) *adj.* (เส้นเลือด) ซึ่งโป่งพอง

CIS ย่อจาก Commonwealth of Independent States กลุ่มประเทศของอดีตสหภาพโซเวียต (USSR) ที่จัดตั้งขึ้นในปี ค.ศ. 1991

cisalpine (ซีสแอล' ไพน) *adj.* ซึ่งอยู่ทางด้านทิศใต้ของภูเขาแอลป์

cisco (ซิส' โค) *n., pl.* **-co/ -coes/ -cos** ปลาน้ำจืดจำพวก *Coregonus* ในอเมริกาเหนือ

cislunar (ซิสลู' นะ) *adj.* อยู่ระหว่างโลกกับดวงจันทร์

cist (ซิสท) *n.* กล่องหรือหีบใส่ของศักดิ์สิทธิ์, หลุมฝังศพสมัยโบราณที่ใช้ก้อนหินกองทับถมกัน

Cistercian (ซิสเทอ' ชั่น) *n.* สมาชิกพระหรือแม่ชีคาทอลิกนิกายหนึ่ง *-adj.* เกี่ยวกับพระหรือแม่ชีดังกล่าว

cistern (ซิส' เทอน) *n.* ถังน้ำ, ที่เก็บน้ำ, เครื่องเก็บน้ำ

citadel (ซิท' ทะเดิล) *n.* ป้อมปราการ, ป้อม, ที่หลบภัย, ที่มั่นสุดท้าย

citation (ไซเท' ชั่น) *n.* การอ้าง, การอ้างอิง, การนำขึ้นมากล่าว, การอ้างตัวอย่าง, การเรียกมา, ประโยคหรือสิ่งที่อ้างถึง, หมายเรียก, หมายศาล, รางวัลหรือคำชมเชย, จดหมายชมเชย, คำสดุดี **-citator** *n.* **-citatory** *adj.* (-S. summons, quoting, quotation) *-Ex. A citation from the Bible is usual in sermons.*

cite (ไซท) *vt.* **cite, citing** อ้างอิง, กล่าวอ้าง, กล่าวสนับสนุน, ออกหมายเรียกตัวมาศาล, สดุดี, ชมเชย, กระตุ้นเรียกหา **-citable, citeable** *adj.* **-citer** *n.* (-S. refer, mention)

cithara 150 **clack**

-Ex. Sombut cited a page in the science book to prove his point.

cithara (ซิธ' ธะรา) *n.* เครื่องดีดโบราณชนิดหนึ่งของกรีก

citied (ซิท' ทีด) *adj.* เป็นเมือง, มีเมือง, มีเมืองตั้งอยู่

citified (ซิท' ทิไฟดฺ) *adj.* มีลักษณะกิริยามารยาทหรือการแต่งกายเหมือนชาวเมือง

citizen (ซิท' ทิเซิน) *n.* พลเมือง, ชาวเมือง, ประชากร, ประชาชน, พลเรือน **-citizeness** *n.*

citizenry (ซิท' ทิเซินรี) *n.* ประชากรทั้งหลาย, พลเรือนทั้งหลาย

citizenship (ซิท' ทิเซินชิพ) *n.* ฐานะพลเรือน, ฐานะประชากร, สัญชาติ, สิทธิและหน้าที่ของประชากร, คุณธรรมของประชากร

citrate (ซิ'เทรท) *n.* เกลือหรือเอสเตอร์ของกรดซิตริก, เกลือมะนาว

citric (ซิท'ทริค) *adj.* เกี่ยวกับกรดซิตริก, เกี่ยวกับกรดมะนาว, เกี่ยวกับมะนาว

citric acid กรดมะนาวมีรสเปรี้ยว ละลายน้ำได้ พบในน้ำมะนาวหรือผลไม้ที่มีรสเปรี้ยว

citron (ซิ' ทรอน) *n.* ผลไม้ของต้น *Citrus media* คล้ายมะนาวแต่ผลใหญ่กว่าและเปรี้ยวน้อยกว่า, มะงั่ว, ต้นไม้ดังกล่าว

citronellal (ซิทระ' เนลลัล) *n.* หญ้าหอมจำพวก *Cymbopogon nardus* ใช้ทำน้ำหอม สบู่ และยาไล่แมลง, น้ำมันจากหญ้าพวกนี้, ตะไคร้หอม

citrus (ซิท' ทรัส) *n., pl.* **-ruses/-rus** ต้นไม้จำพวกมะนาว ส้ม และอื่นๆ *-adj.* เกี่ยวกับต้นไม้ดังกล่าว (-S. citrous)

cittern (ซิท' เทอร์น) *n.* กีตาร์แบบเก่าชนิดหนึ่ง กล่องเสียงเป็นรูปแพร์

cittern

city (ซิท' ที) *n., pl.* **-ties** กรุง, นคร, เมืองใหญ่, เมือง, หัวเมือง, นครรัฐ, เทศบาลเมือง, ประชากรทั้งเมือง, เขต **-the Holy City** กรุงเยรูซาเลม **-the City** ย่านธุรกิจการค้าและการธนาคารในกรุงลอนดอน *-Ex. All the city turned out to see the parade.*

city editor บรรณาธิการข่าวธุรกิจและการเงิน, บรรณาธิการข่าวท้องถิ่น

city hall ศาลากลางจังหวัด

city manager เทศมนตรี, ผู้ที่สภาเทศบาลเมืองแต่งตั้งให้เป็นผู้จัดการเทศบาล **-City of God** เมืองสวรรค์, สวนสวรรค์ที่อาดัมและอีฟอาศัยอยู่

cityscape (ซิท' ทีสเคพ) *n.* ทิวทัศน์ของเมือง

city-state (ซิท' ทีสเทท) *n.* นครรัฐ

civet (ซิฟ' วิท) *n.* ชะมดเป็นสัตว์กินเนื้อที่คล้ายแมว มีต่อมที่สร้างสารที่มีกลิ่นเหม็นมาก, สารเหม็นจากตัวชะมด ใช้ผสมในเครื่องแต่งกลิ่น, ขนตัวชะมด (-S. civet cat)

civet

civic (ซิฟ' วิค) *adj.* เกี่ยวกับเมือง (นคร, กรุง), เกี่ยวกับเทศบาล, เกี่ยวกับสัญชาติ, เกี่ยวกับพลเรือน (พลเมือง, ประชากร), ที่เป็นประโยชน์แก่เมือง **-civically** *adv.* *-Ex. We feel civic pride in the new museum.*

civics (ซิฟ' วิคซ) *n. pl.* สังคมวิทยาที่เกี่ยวกับเรื่องพลเมืองหรือชุมชน, วิชาหน้าที่พลเมือง

civil (ซิฟ' เวิล) *adj.* เกี่ยวกับพลเรือน (พลเมือง, ประชากร), อย่างพลเมืองที่ดี, เกี่ยวกับหน้าที่พลเมืองที่ดี, เกี่ยวกับคดีแพ่ง, มีอารยธรรม, มีมารยาท, ไม่เกี่ยวกับศาสนา (-S. respectful, urbane, public, polite, courteous) *-Ex. our civil rights, a civil marriage, to return to civil life, to show civil behaviour in company*

civil aviation การบินพลเรือน

civil disobedience การที่พลเมืองไม่เชื่อฟังคำสั่งหรือไม่ปฏิบัติหน้าที่ตามกฎหมายของรัฐ

civil engineer วิศวกรโยธา **-civil engineering** *n.*

civilian (ซิวิล' เยิน) *n.* พลเรือน, นักศึกษาหรือผู้เชี่ยวชาญเกี่ยวกับกฎหมายโรมัน หรือกฎหมายแพ่ง *-adj.* เกี่ยวกับพลเรือน

civilise, civilize (ซิฟ' วิลไลซ) *vt., vi.* **-lised, -lising/-lized, -lizing** เจริญรุ่งเรือง, หลุดพ้นจากความป่าเถื่อน, พัฒนา, อบรม (นิสัย, กิริยามารยาท), ขัดเกลาให้ดีขึ้น **-civilisable, civilizable** *adj.* **-civilizer** *n.* (-S. cultivate, refine, teach)

civility (ซิวิล' ลิที) *n., pl.* **-ties** ความสุภาพ, มารยาท, ความเอื้อเฟื้อ, อัธยาศัย, อารยธรรม, วัฒนธรรมประเพณี (-S. politeness)

civilizable (ซิฟ' วิไลซะเบิล) *adj.* พอจะอบรมให้มีอารยธรรมได้

civilization (ซิฟวิลไลเซ' ชัน) *n.* อารยธรรม, วัฒนธรรมประเพณี, ชนชาติหรือประเทศที่มีอารยธรรม, การมีการอบรมบ่มสอน, การมีวัฒนธรรมประเพณี, การมีอารยธรรม (-S. culture, society)

civil law กฎหมายแพ่ง

civil liberties สิทธิของบุคคล

civilly (ซิฟ' วิลลี) *adv.* เป็นไปตามกฎหมายแพ่ง, สุภาพ, มีอัธยาศัย, มีใจเอื้อเฟื้อ

civil marriage การสมรสที่กระทำพิธีโดยข้าราชการหรือผู้พิพากษาแทนที่จะเป็นพระ

civil rights สิทธิที่เท่ากันของพลเมือง, สิทธิทางเศรษฐกิจสังคม

civil servant ข้าราชการ

civil service ราชการพลเรือน

civil war สงครามกลางเมือง **-the Civil War** สงครามกลางเมืองของสหรัฐอเมริกาในปี ค.ศ. 1861-1865 ระหว่างฝ่ายเหนือกับฝ่ายใต้

civvies (ซิฟ' วีซ) *n. pl.* เสื้อผ้าชุดพลเรือน

Civvy Street (คำสแลง) ชีวิตของพลเรือน, ชีวิตของประชาชนธรรมดาทั่วไป

CJD ย่อจาก Creutzfeldt-Jakob Disease โรคติดต่อชนิดหนึ่งที่ไม่ค่อยพบกัน แต่ผู้ป่วยมักตายในที่สุด มีอาการสมองฝ่อและสูญเสียความจำ

Cl ย่อจาก chlorine ธาตุคลอรีน

clack (แคลค) *vi.* ทำเสียงแกร๊ก, ทำเสียงกระทบ, พูดเร็ว, พูดฉอดๆ, บ่น *-vi.* ทำให้มีเสียงกระทบกัน, ร้องเสียงกุ๊กๆ *-n.* เสียงแกร๊กๆ, เสียงกระทบกัน, สิ่งที่กระทบกันแล้วเกิดเสียงแกร๊ก, การพูดเร็ว, การพูดฉอดๆ (-S. click, cluck) *-Ex. the clack of typewriter keys*

clad¹ (แคลด) *vt.* กริยาช่อง 2 และช่อง 3 ของ clothe

clad² (แคลดฺ) *vt.* **clad, clading** หุ้มโลหะด้วยโลหะ, ปกคลุม, หุ้ม (-S. clothed, dressed)

cladding (แคลด' ดิง) *n.* ชั้นที่ห่อหุ้ม, การหุ้มด้วยโลหะ, โลหะที่หุ้มโลหะอื่น

claim (เคลม) *vt.* เรียกร้อง, อ้างสิทธิ, อ้าง, จำเป็นต้อง, ยืนยัน *-n.* การเรียกร้อง, การขอร้อง, การอ้างสิทธิ, สิทธิเรียกร้อง, สิ่งที่เรียกร้อง, เงินที่เรียกร้องให้จ่าย, เขตที่ดินที่เป็นสิทธิ **-lay claim** ใช้สิทธิเรียกร้อง **-claimable** *adj.* **-claimer** *n.* (-S. demand as due, assert) *-Ex. I claim the title., I claim that these figures are correct., put in a claim against him for $5, make a claim against, a mining claim*

claimant (เคล' เมินทฺ) *n.* ผู้เรียกร้อง, ผู้อ้างสิทธิ

clairaudience (แคลออ' เดียนซฺ) *n.* การมีหูทิพย์ *-Ex. Through a kind of clairvoyance Somsri knew of the accident before Supin heard the news.*

clairvoyance (แคลวอย' เยินซ) *n.* การมีตาทิพย์, การหยั่งรู้ที่เหนือมนุษย์, ไหวพริบ (-S. intuition, premonition)

clairvoyant (แคลวอย' เอินทฺ) *adj.* มีตาทิพย์, มีญาณทิพย์ *-n.* ผู้วิเศษ, หมอดู **-clairvoyantly** *adv.*

clam (แคลม) *n. pl.* **clams/clam** หอยกาบ, คนเงียบ, (คำสแลง) คนไม่ค่อยพูด *-vi.* เก็บหรือขุดหาหอยกาบ, (คำสแลง) ความผิดพลาด **-clam up** (ภาษาพูด) ยับยั้งตัวเองไม่ให้พูด

clamant (เคล' เมินทฺ) *adj.* อึกทึก, เสียงดัง, รีบด่วน, ฉุกเฉิน **-clamantly** *adv.*

clambake (แคลม' เบค) *n.* การชุมนุมกินหอยปิ้งริมทะเล, งานสังคมที่อึกทึก

clamber (แคลม' เบอะ) *vt., vi.* ปีนป่าย (อย่างยากลำบาก) *-n.* การปีนป่าย **-clamberer** *n. -Ex. The boy scouts clambered up a rocky slope.*

clammy (แคลม' มี) *adj.* **-mier, -miest** ชื้น, หมาด, เย็นชื้น, เหนียวเหนอะ, เย็นชืดเหมือนคนตาย **-clammily** *adv.* **-clamminess** *n.* (-S. cold and damp) *-Ex. a clammy hand*

clamorous (แคลม' เมอรัส) *adj.* อึกทึก, อลหม่าน, ส่งเสียงดัง **-clamorously** *adj.* **-clamorousness** *n.* (-S. noisy, loudly -A. quiet, calm) *-Ex. the clamorous applause*

clamuor, clamor (แคลม' เมอะ) *n.* เสียงอึกทึกครึกโครม, เสียงดังอลหม่าน, เสียงดังสนับสนุน, การแสดงออกทางอารมณ์ที่รุนแรงของความต้องการหรือไม่พอใจ *-vi.* ทำเสียงอึกทึก, ร้องเสียงดัง *-vt.* ผลักดัน, ใช้เสียงเอ็ดตะโรบีบบังคับ, ใช้เสียงดัง, รบกวนด้วยเสียงอึกทึก (-S. noise -A. quiet)

clamp (แคลมพฺ) *n.* เครื่องหนีบ, คีม, ปากกาสำหรับจับวัตถุ, ที่หนีบ *-vt.* หนีบไว้, จับไว้ **-clamp down** ควบคุม, เพิ่มการควบคุม, บีบบังคับ

clamshell (แคลม' เชล) *n.* เปลือกหอยกาบ

clan (แคลน) *n.* เผ่า, เผ่าพันธุ์, วงศ์, วงศ์ตะกูล, ชาติวงศ์, ครอบครัว, กลุ่มคน, พวกพ้อง (-S. family, set, group) *-Ex. Each Scottish clan has his own tartan.*

clandestine (แคลนเดส' ทิน) *adj.* ลับๆ, ลี้ลับ, เป็นความลับ, ส่วนตัว, ไม่เปิดเผย **-clandestinely** *adv.* **-clandestineness** *n.* (-S. hidden, confidential, illicit)

clang (แคลง) *n.* เสียงดังแกล๊งๆ *-vi.* เกิดเสียงดังแกล๊งๆ, เกิดเสียงโลหะกระทบกัน *-vt.* ทำให้เกิดเสียงดังกล่าว (-S. clank, resound, toll)

clangour, clangor (แคลง' เกอะ) *n.* เสียงดังแกล๊งๆ, เสียงดังอึกทึก *-vi.* ทำเสียงดังแกล๊งๆ **-clangourous, clangorous** *adj.* **-clangourously, clangorously** *adv.* (-S. clang)

clank (แคลงคฺ) *n.* เสียงกระทบของโลหะสองชิ้น *-vi.* มีเสียงดังกล่าว, เคลื่อนที่ด้วยเสียงดังกล่าว *-vt.* ทำให้เกิดเสียงดังกล่าว

clannish (แคลน' นิช) *adj.* เกี่ยวกับเผ่าพันธุ์, มีลักษณะเป็นวงศ์หรือเผ่าพันธุ์, เล่นพวกเล่นพ้อง **-clannishly** *adv.* **-clanishness** *n.*

clansman (แคลนซฺ' เมิน) *n., pl.* **-men** สมาชิกของเผ่าพันธุ์, พวกพ้อง

clap¹ (แคลพฺ) *v.* **clapped, clapping** *-vt.* ตบเบาๆ, ตีเสียงดังเปรี้ยง, ตีปีก, กระพือปีก, ตบมือ, ปิดดังปัง, วางลงอย่างแรงและเร็ว, รีบทำ, เอาใส่คุก *-vi.* ตบมือ, เคลื่อนเร็วด้วยเสียงดัง *-n.* เสียงดังเปรี้ยะ (-S. applaud, ehher sudden act, slap) *-Ex. The audience clapped with enthusiasm., The teacher clapped for attention., to clap one on the back, a clap of thunder*

clap² (แคลพฺ) *n.* (คำสแลง) โรคหนองใน โรคโกโนเรีย

clapboard (แคลพฺ' บอร์ด) *n.* กระดานกั้นฝา *-vt.* คลุมหรือบุด้วยกระดานดังกล่าว

clapper (แคลพฺ' เพอะ) *n.* คนตบมือ, สิ่งที่กระทบและเกิดเสียงดัง, ลิ้นกระดิ่งหรือระฆัง, ไม้ตีจังหวะ **-like the clappers** อย่างรวดเร็ว, อย่างหนัก

clapt (แคลพทฺ) *vi., vt.* กริยาช่อง 2 หรือช่อง 3 ของ clap

claptrap (แคลพฺ' แทรพ) *n.* คำพูดที่ไม่จริงใจ, คำพูดที่ต้องการคำชมเชย, คำพูดที่ต้องการเสียงตบมือ

claque (แคลค) *n.* กลุ่มคนที่ถูกจ้างให้ตบมือให้กับผู้แสดงหรือผู้พูด, หน้าม้า, คนประจบ, คนที่คอยสนับสนุน

claret (แคล' เรท) *n.* เหล้าองุ่นแดง (โดยเฉพาะจากบริเวณ Bordeaux ในฝรั่งเศส) *-adj.* สีม่วงแดง

clarify (แคล' ริไฟ) *v.* **-fied, -fying** *-vt., vi.* ทำให้ชัดเจน, ทำให้กระจ่าง, ทำให้บริสุทธิ์ ทำให้ใสสะอาด, ทำให้เข้าใจง่ายขึ้น **-clarification** *n.* **-clarifier** *n.* (-S. make clear, free, revive) *-Ex. Daeng clarified his statement by an explanation., Yupa clarified the bacon fat by straining it.*

clarinet (แคล' ริเนท) *n.* ปี่, ปี่ลิ้นเดียว **-clarinettist, clarinetist** *n.* (-S. clarionet)

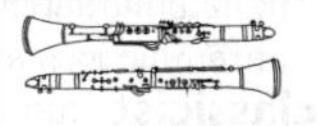

clarinet

clarion (แคล' ริเอิน) *n.* แตรโบราณรูปโค้ง, เสียงจากแตรดังกล่าว, เสียงที่คล้ายคลึงกับเสียงจากแตรดังกล่าว *-adj.* (เสียง) ดังชัดเจน, ดังโหยหวน *-Ex. The clarion call of the bugle awoke us.*

clarity (แคล' ริที) *n.* ภาวะที่ชัดเจน, ความชัดเจน, ความใส, ความแจ่มแจ้ง (-S. lucidity) *-Ex. his clarity of speech, the clarity of water in a stream*

C

clash (แคลช) *vi.* เสียงดังกระทบกัน, ปะทะโครม, ขัดแย้ง, ไม่เห็นด้วย, บาดนัยน์ตา *-vt.* ชนเสียงดัง, ทำให้เกิดเสียงปะทะกัน *-n.* เสียงดังปะทะ, ความขัดแย้ง, การต่อสู้, การต่อต้าน, สงคราม (-S. clang, crash, differ, conflict) *-Ex. The cymbals clashed., a clash of swords, to clash in a debate, a clash of swords, to clash in a debate, a clash of opinions*

clasp (คลาซพฺ) *n.* เข็มขัด, กลัด, ขอเกี่ยว, กระดุม, ที่หนีบ, การโอบกอด, การจับมือกัน, การประสานกัน, วงแขน, การพันกันแน่น *-vt.* กลัด, กลัดกระดุม, กอด, หนีบ, ยึดติด **-clasper** *n.* (-S. hook, hasp, embrace, grab, press) *-Ex. a bracelet clasp, a tie clasp, Will you please clasp these pearls for me?, The mother clasped her infant to her breast., Somchai clasped his friend's hand.*

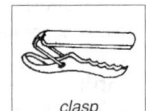

clasp

clasp knife มีดพับ

class (คลาส) *n.* ชั้น, ชนชั้น, วรรณะ, ประเภท, ชนิด, จำพวก, ระดับ, ชั้นเยี่ยม, ชั้นหนึ่ง, พวกชนชั้นสูง, ท่าทาง *-vt.* จัดแบ่งออกเป็นชั้นๆ *-vi.* อยู่ในชั้นใดชั้นหนึ่ง *-adj.* (คำสแลง) อย่างดี ยอดเยี่ยม โก้หรูมีระดับ (-S. order, degree) *-Ex. top of the class, first class carriage on the railway, a high class hotel, the class of people a class of animals, class-interest*

class conciousness ความตระหนักดีในฐานะชนชั้นของตนในสังคม **-class-concious** *adj.*

classic (แคลส' ซิค) *adj.* ยอดเยี่ยม, ดีเด่น, ชั้นหนึ่ง, ชั้นเอก, ดีถึงขนาด, อมตะ, เป็นพื้นฐาน, เป็นหลัก, มีชื่อเสียงทางประวัติศาสตร์หรือวรรณคดี, เป็นแบบอย่าง, เป็นประเพณี, เกี่ยวกับภาษากรีกและละติน, แบบกรีกและโรมัน, เกี่ยวกับเอกลักษณ์หรือลีลาโบราณ *-n.* นักเขียนชั้นหนึ่ง, นักวรรณคดีชั้นหนึ่ง, วรรณคดีสมัยกรีกหรือลาตินโบราณ, ศิลปินมาตรฐาน, งานวรรณกรรมชิ้นเอก, สิ่งดีเยี่ยมที่ควรแก่การระลึกถึง (-S. masterpiece, standard) *-Ex. a classic remark, a classic design*

classical (แคลส' ซิเคิล) *adj.* เกี่ยวกับแบบกรีกและโรมันโบราณ, ชั้นหนึ่ง, ดีเด่น, เป็นแนวหน้า, เกี่ยวกับวรรณคดีสมัยคลาสสิก, ชื่อเสียงโด่งดัง, เป็นมรดกตกทอดแต่โบราณ, เป็นแบบฉบับที่เชื่อถือได้ **-classicality, classicalness** *n.* **-classically** *adv.* *-Ex. a classical piece of early Siamese furniture*

classicism (แคลส' ซิสซึม) *n.* ความเลื่อมใสและยึดถือเอกลักษณ์ของคลาสสิก, ลัทธิคลาสสิก, กฎเกณฑ์และลักษณะของคลาสสิก (-S. classicalism)

classicist (แคลส' ซิซิสทฺ) *n.* ผู้เลื่อมใสและยึดถือเอกลักษณ์ของคลาสสิก, ผู้ชำนาญเกี่ยวกับลักษณะและกฎเกณฑ์ของคลาสสิก, ผู้ศึกษาเกี่ยวกับคลาสสิก

classification (แคลสซิฟิเค' ชัน) *n.* การแบ่งออกเป็นประเภทต่างๆ, การแบ่งออกเป็นหมวดหมู่ **-classificatory** *adj.* (-S. labeling, organization, category) *-Ex. the classification of animals in a zoo*

classified (แคลส' ซิไฟด) *adj.* ซึ่งแบ่งออกเป็นประเภทหรือหมวดหมู่, สำหรับเจ้าหน้าที่หรือบุคคลที่เกี่ยวข้องเท่านั้น, เป็นความลับ *-n.* แจ้งความเล็กๆ ในหน้าหนังสือพิมพ์ (-S. confidential) *-Ex. a classified report on satellite research*

classify (แคลส' ซิไฟ) *vt.* **-fied, -fying** แยกประเภท, แยกหมวดหมู่, จัดให้เป็นประเภทความลับ **-classifiable** *adj.* **-classifier** *n.* (-S. categorize, systematize, arrange, sort) *-Ex. You can classify a collection of shells according to shape, colour, or size.*

classis (แคลส' ซิส) *n. pl.* **classes** องค์การพระคริสเตียน, กลุ่มโบสถ์ที่ควบคุมโดยองค์การหนึ่ง

classless (คลาส' ลิส, แคลส' ลิส) *adj.* เกี่ยวกับสังคมที่ไม่มีชนชั้น, ไม่อยู่ในชนชั้นใดของสังคม

classmate (คลาส' เมท) *n.* เพื่อนร่วมชั้น

classroom (คลาส' รูม) *n.* ห้องเรียน

classy (แคลส' ซี) *adj.* **-ier, -iest** (ภาษาพูด) ยอดเยี่ยม ชั้นหนึ่ง ทันสมัย งาม **-classily** *adv.* **-classiness** *n.*

clastic (แคลส' ทิค) *adj.* เกี่ยวกับหินที่ประกอบด้วยเศษหินเก่าหรือของแข็งที่มีอยู่ก่อน, เป็นเศษชิ้นเล็กชิ้นน้อย

clathrate (แคลธ' เรท) *adj.* คล้ายตารางก่ายกันไปมา

clatter (แคลท' เทอะ) *vi.* (เสียง) ดังกระทบ, เสียงกระทบกัน, เคลื่อนที่ดังโกรกกราก, หัวเราะกิ๊กๆ, พูดเร็ว, พูดไม่หยุด, คุยเสียงดัง *-vt.* ทำให้เกิดเสียงกระทบ *-n.* เสียงกระทบกัน, เสียงกิ๊กๆ, การพูดนินทา, การพูดเร็ว, การพูดฉอดๆ **-clatteringly** *adv.* **-clatterer** *n.* (-S. bang, rattle, clank) *-Ex. The knives clattered when Udom shook the box that held them.*

claudication (คลอดะเค' ชัน) *n.* ขาเป๋

clause (คลอซ) *n.* มาตรา, อนุประโยค, ประโยคเล็ก, ข้อย่อย (-S. article) *-Ex. There is a clause in my contract which allows a month's vacation a year.*

claustrophobia (คลอสทระ โฟ'เบีย) *n.* โรคกลัวความมืดและกลัวการอยู่ในที่แคบ **-claustrophobic** *adj.*

clavichord (แคลฟ' วิคอร์ด) *n.* เปียโนโบราณที่ใช้แผ่นโลหะเคาะสาย

clavicle (แคลฟ' วิเคิล) *n.* กระดูกไหปลาร้า **-clavicular** *adj.* **-claviculate** *adj.*

clavier (คละเวียร์) *n.* แป้นเคาะสายเสียงของเครื่องดนตรีประเภทเปียโนหรือออร์แกน

claw (คลอ) *n.* อุ้งเล็บ, อุ้งเล็บสัตว์, ก้ามกุ้งและปู, ส่วนยื่นคล้ายคีม, เครื่องมือคล้ายคีม (เช่น ค้อนถอนตะปู), บาดแผลที่ถูกเล็บแทง *-vt., vi.* ใช้อุ้งเล็บหรือเล็บฉีก (ข่วน แทง ขุด ควัก) ปีนป่าย, ตะกาย, ตะครุบ, ข่วน **-clawed** *adj.* (-S. nail, talon, spur, hook, pincer, scratch) *-Ex. The eagle on the coin holds an arrow in its claw., the claw of a hammer, The man clawed at the earth with both hands.*

clay (เคล) *n.* ดินเหนียว, พื้นดิน, โคลน, ร่างกายมนุษย์ **-clayey, clayish** *adj.* (-S. dirt, earth, soil)

claymore (เคล' มอร์) *n.* ดาบสองคมชนิดหนึ่งที่ใช้สองมือจับ ใช้กันในสมัยศตวรรษที่ 16

clay pigeon จานเป้าบินที่ทำด้วยดินเหนียวหรือวัตถุอื่นที่ใช้เหวี่ยงขึ้นไปในอากาศ, คนที่อยู่ในภาวะที่คนอื่น

เอาเปรียบได้

clean (คลีน) *adj.* สะอาด, เกลี้ยง, หมดจด, ไม่มีมลทิน, บริสุทธิ์, สุจริต, ไม่หยาบคาย, ไม่มีกัมมันตภาพรังสี, ไม่มีรอยแก้, ไม่มีอุปสรรค, เป็นระเบียบเรียบร้อย, ไม่มีอะไรทั้งสิ้น, ไร้เดียงสา, ไม่มีอาวุธซ่อนอยู่, ยุติธรรม, มีน้ำใจนักกีฬา *-adv.* อย่างสะอาด, รักสะอาด, สมบูรณ์, ทั้งหมด, ทั้งสิ้น *-vt.* ลบออก, ขจัดออก *-vi.* ชำระล้าง, ทำให้สะอาด **-clean out** ใช้ให้หมด, ทำให้หมด, ขจัด **-cleanable** *adj.* **-cleanness** *n.* (-S. unmixed, pure, purified) *-Ex. clean water, clean land, a clean shirt, a clean life, a clean record, sweep clean, wash clean, clean-limbed, a good clean-out, clean your teeth, a car with clean lines, When are you going to clean up your desk?, to clean up our homework*

clean-cut มีรูปร่างที่แน่นอน, เป็นโครงชัดเจน, มั่นคง, เป็นระเบียบเรียบร้อยและสะอาด, เฉียบขาด (-S. defined, delineated, etched, incised, proper, wholesome, tidy)

cleaner (คลีน' เนอะ) *n.* คนทำความสะอาด, สิ่งที่ทำความสะอาด, เจ้าของหรือผู้จัดการร้านทำความสะอาด, ร้านบริการทำความสะอาด **-take to the cleaners** ทำให้เสียเงินหรือเสียทรัพย์สิน

cleanly[1] (คลีน' ลี) *adj.* **-lier, -liest** สะอาด, รักสะอาด **-cleanliness** *n.*

cleanly[2] (คลีน' ลี) *adv.* ด้วยวิธีที่สะอาด, อย่างสะอาด อย่างขาวสะอาด, อย่างมีประสิทธิภาพ

cleanse (คลีนซ') *vt. vi.* **cleansed, cleansing** ทำให้สะอาด, ชำระล้าง

cleanser (คลีน' เซอะ) *n.* ของเหลวที่ใช้ทำความสะอาด, น้ำยาทำความสะอาด, คนทำความสะอาด, สิ่งหรือเครื่องมือทำความสะอาด

clean-shaven (คลีน' เชเวิน) *adj.* ซึ่งโกนหนวดเครา เกลี้ยงเกลา, ไร้หนวดเครา

cleanup (คลีน' อัพ) *n.* การชำระล้าง, กระบวนการชำระล้าง, การกวาดล้าง, (คำสแลง) กำไร ผลประโยชน์ (-S. killing, cleaning up)

clear (เคลียร์) *adj.* ใส, ไม่ขุ่น, ไม่มีฝุ่น, แจ่มแจ้ง, ใสแจ๋ว, ใสสะอาด, สว่าง, แจ้ง, โล่ง, ไร้มลทิน, ชัดเจน, ชัดถ้อยชัดคำ, แน่ชัด, เข้าใจได้ง่าย, ไม่มีอุปสรรค, เปิดเผย, ไม่มีสินค้า, ไม่มีหนี้สิน, ไม่มีส่วนลด *-adv.* แน่ชัด, แจ่มแจ้ง, ทั้งสิ้น, ทั้งหมด *-vt.* ทำให้สะอาด, ทำให้ใสแจ๋ว, กวาดล้าง, ปัดกวาด, ทำให้หายสงสัย, บุกเบิก, ขจัด, ผ่านข้าม, ได้กำไรสุทธิ, อนุญาต *-vi.* ใส, กลายเป็นใสสะอาด, กลายเป็นชัดเจน, แลกเปลี่ยน, ขายหมด, อนุมัติ, หนี, จากไป, หายไป, ดีขึ้น **-clearly** *adv.* **-clearness** *n.* **-clearer** *n.* **-clearable** *-adj.* (-S. vivid, bright, sunny, transparent, certain, free, empty -A. indistinct, opaque, cloudy, turbid) *-Ex. a clear day, a clear thinker*

clearance (เคลีย' เรินซ) *n.* การทำความสะอาด, การกวาดล้าง, การเก็บกวาด, การชำระล้าง, ช่องว่างระหว่างสองสิ่ง, การผ่านการตรวจของศุลกากร, การอนุมัติ, บัตรอนุญาต, การแลกเปลี่ยนเอกสาร (-S. green light)

clearcut, clear-cut (เคลีย' คัท) *adj.* เป็นโครงร่างที่ชัดเจน, แน่ชัด, แน่นอน, ไม่มีปัญหา, (ตัดต้นไม้) โล่งเตียน *-vt.* ตัดจนเตียน **-clearcutting, clear-cutting** *n., adj.* (-S. plain, definite, obvious, sure, specific, explicit) *-Ex. a clear-cut profile, a clear-cut report*

clearheaded (เคลีย' เฮด' ดิด) *adj.* หัวสมองแจ่มใส **-clearheadedly** *adv.* **-clearheadedness** *n.* (-S. rational, sensible)

clearing (เคลีย' ริง) *n.* การชำระล้าง การทำความสะอาด, การกวาดล้าง, ที่โล่ง, การแลกเปลี่ยนเอกสารธนาคาร, การหักบัญชี, ยอดจำนวนเงินที่หักบัญชีกัน

clearing house หน่วยงานแลกเปลี่ยนเอกสารการเงินหรือหักบัญชีกัน, หน่วยงานแลกเปลี่ยนข่าวกรอง

clearsighted (เคลีย' ไซ' ทิด) *adj.* มีสายตาที่ดี, มีสติสัมปชัญญะที่ดี, มีวิจารณญาณที่ดี **-clearsightedly** *adv.* **-clearsightedness** *n.*

clearstory (เคลีย' สโทรี) *n., pl.* **-ries** ดู clerestory

clearway (เคลีย' เว) *n.* ทางสายด่วน

cleat (คลีท) *n.* เสาหลัก, หลักผูกเชือก, หูผูกเชือก, ตอม่อผูกเชือก, ฉากเหล็กผูกเชือก, ปุ่มส้นรองเท้ากันลื่น, รองเท้าที่มีปุ่มดังกล่าว, พุก *-vt.* ใช้หลักยึด, ผูกกับหลัก

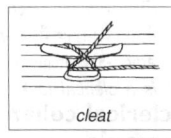

cleat

cleavage (คลี' วิจ) *n.* การแยกออก, การแตกร้าว, การแบ่งออก, ความโน้มเอียงที่จะแตกแยกออก, การแตกตัวของโมเลกุลหรือสารประกอบเป็นส่วนที่เล็กลง, ความแตกแยกของความคิดเห็น, ร่องอก (-S. split, cleft -A. solidarity, unity)

cleave[1] (คลีฟว) *vi.* **cleaved, cleaving** ยึด, ยึดติด, เกาะติด, ติดแน่น, ยังซื่อสัตย์ต่อ, ยังจงรักภักดีต่อ (-S. stick, cling, adhere) *-Ex. to cleave to one's principles*

cleave[2] (คลีฟว) *v.* **cleaved/cleft/clove, cleaved/cleft/cloven, cleaving** *-vt.* แยกออก, ผ่า, ตัด, ผ่าออก, ทำให้แตกแยก *-vi.* แยกออก, ผ่า, ฝ่า, แล่นฝ่า, เดินฝ่า, บินฝ่า **-cleavable** *adj.* (-S. sunder, split, break, cut -A. join, unite, weld) *-Ex. The destroyer cleaved the water., Dry wood cleaves easily.*

cleaver (คลี' เวอะ) *n.* มีดแล่เนื้อที่มีขนาดใหญ่, ขวาน, เครื่องมือผ่าหรือหั่น

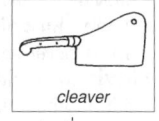

cleaver

clef (เคลฟ) *n.* เครื่องหมายโน้ตดนตรี

cleft[1] (เคลฟทฺ) *n.* ร่อง, รอยแยก, ช่องที่แตก, รอยแตกร้าว

cleft[2] (เคลฟทฺ) *vt., vi* กริยาช่อง 2 และช่อง 3 ของ cleave *-adj.* ซึ่งแตกร้าว, ซึ่งแตกแยกออก, ซึ่งแบ่งแยกออก

cleft palate เพดานโหว่แต่กำเนิด, ปากแหว่ง

clemency (เคลม' เมินซี) *n., pl.* **-cies** ความมีใจเมตตากรุณาปรานี, ความไม่รุนแรง, การผ่อนผัน, อากาศเย็นสบาย, ความอำนวย (-S. mercy, leniency, amnesty -A. vengefulness) *-Ex. The court showed clemency toward the young prisoner.*

clement (เคลม' เมินทฺ) *adj.* เมตตากรุณา, ผ่อนผัน, ไม่รุนแรง, เย็นสบาย, เอื้ออำนวย **-clemently** *adv.*

C

clench (เคลนชฺ) *vt.* หุบแน่น (มือ, ฟัน, ปาก), กำแน่น, ปิดแน่น, จับแน่น, กำหนดแน่นอน, ตกลง *-n.* การจับอย่างแน่น, เครื่องมือที่ช่วยยึดจับให้แน่น **-clencher** *n.* *-Ex. Udom clenched his teeth., Daeng clenched the sword in his hand.*

clerestory (เคลอ' สโทรี) *n., pl.* **-ries** ส่วนของหลังคาที่มีช่องหน้าต่างเพื่อรับแสง เช่น หลังคาโบสถ์, ส่วนระบายลมบนหลังคาตู้รถไฟ

clergy (เคลอ' จี) *n., pl.* **-gies** พวกพระ (-S. priesthood, ministry) *-Ex. member of the clergy*

clergyman (เคลอ' จิเมิน) *n., pl.* **-men** พระ, สมาชิกพวกพระ, หมอสอนศาสนา **-clergywoman** *n., pl.* **-women**

cleric (เคลอ' ริค) *n.* สมาชิกพวกพระ, พระ *-adj.* เกี่ยวกับพระ, อย่างพระ

clerical (เคลอ' ริเคิล) *adj.* เกี่ยวกับเสมียน, อย่างพระ, เกี่ยวกับพระ, ซึ่งสอนศาสนา, เกี่ยวกับลัทธิให้พระมีอำนาจในการเมือง *-n.* พระ, เสื้อผ้าที่พระใส่ **-clerically** *adv.* (-S. churchly, priestly) *-Ex. a clerical collar, Filing is a clerical task.*

clerical collar ปลอกคอสีขาวที่พระหรือหมอสอนศาสนาใส่

clericalism (เคลอ'ริคะลิสซึม) *n.* คำสอนของพระ, กฎของพระ, อำนาจหรืออิทธิพลของพระในทางการเมือง, การสนับสนุนให้พระมีอำนาจในทางการเมือง **-clericalist** *n.*

clerihew (เคลอ' ริฮิว) *n.* บทกวีแนวตลกขำขันแบบหนึ่งที่มักประกอบด้วยคำคล้องจองสัมผัสกันเป็นคู่ๆ

clerisy (เคลอ' ริซี) *n.* ชนชั้นปัญญา

clerk (คลาร์ค, เคลิค) *n.* เสมียน, เสมียนขายของ, พนักงานร้านค้า, พระ, คนที่อ่านออกเขียนได้, ผู้คงแก่เรียน *-vi.* ทำหน้าที่เป็นเสมียน **-clerkdom** *n.* **-clerkship** *n.* *-Ex. a file clerk, a town clerk*

clerkly (เคลิค' ลี) *adj.* **-lier, -liest** เกี่ยวกับเสมียน, มีความรู้ *-adv.* อย่างเสมียน **-clerkliness** *n.*

clever (เคลฟ' เวอะ) *adj.* หลักแหลม, เฉลียวฉลาด, คล่องแคล่ว, ว่องไว, ชำนาญ, สร้างสรรค์, ริเริ่มเก่ง, ประณีต, เหมาะ, น่าพอใจ **-cleverly** *adv.* **-cleverness** *n.* *-Ex. a clever speech, a clever scheme*

clevis (เคลฟ' วิส) *n.* นาบรูปตัวยูอยู่ตรงปลายโซ่หรือท่อนไม้ใช้เกี่ยวกับสิ่งของอื่น, ตะขอรูปตัวยู, กิ๊บรูปตัวยู

clew (คลู) *n.* กลุ่มด้าย, เงื่อนงำ, มุมใต้ของใบเรือ, หัวโลหะของมุมใต้ใบเรือ, เชือกที่ผูกเปลญวนไว้แน่น *-vt.* ขดเป็นกลุ่มด้าย **-clew down a sail** ดึงใบเรือลงจากคานเสากระโดงเรือ

cliché (คลิเช') *n.* ถ้อยคำที่ชอบใช้จนฟังเบื่อหู, สำนวนซ้ำๆ ซากๆ, น่าเบื่อ, ความคิดที่เก่าคร่ำครึ, แม่พิมพ์ตะกั่ว **-clichéd** *adj.* (-S. jargon, platitude, stereotype)

click (คลิค) *n.* เสียงดังกริ๊ก, กลอนสปริง, ตัวดึง, เสียงกระเดาะลิ้น *-vi.* ทำเสียงดังกริ๊ก, เปล่งเสียงดังกริ๊ก, กระเดาะลิ้นดังกริ๊ก, กระทำสำเร็จ, ประสานกันได้ดี, สอดคล้อง, ได้รับการต้อนรับจากประชาชน *-vt.* ทำให้เกิดทำเสียงดังกริ๊ก, กระทบดังกริ๊ก **-clicker** *n.* (-S. snap, clink, chink) *-Ex. The key made a click in the lock., Her high heels clicked on the pavement.*

client (ไคล' เอินทฺ) *n.* ลูกความ, คนไข้, ลูกค้า, คนซื้อของ, ผู้พึ่งพาคนอื่น **-cliental** *adj.* **-clientage** *n.* (-S. customer, patron) *-Ex. a lawyer's client*

Client (ไคล' เอินทฺ) *n.* บุคคลหรือบริษัทที่ต้องจ่ายเงินสำหรับสินค้าหรือบริการในเครือข่ายคอมพิวเตอร์ ไคลเอนต์คือเครื่องคอมพิวเตอร์ของผู้ใช้ลูกข่ายซึ่งมีเครื่องแม่ข่ายหรือเซิร์ฟเวอร์ (server) เป็นผู้ดูแลจัดการระบบ

clientele (ไคลอันเทล') *n.* ลูกความทั้งหลาย, ลูกค้าทั้งหลาย, ผู้พึ่งพาคนอื่น, ผู้ติดตาม (-S. clientage)

cliff (คลีฟ) *n.* หน้าผาสูง **-cliffy** *adj.*

cliffhanger, cliff-hanger (คลิฟ' แฮงเกอะ) *n.* นวนิยายเป็นตอนๆ ที่ตื่นเต้นเร้าใจคนดู, เหตุการณ์หรือการแข่งขันที่ตื่นเต้น **-cliffhanging, cliff-hanging** *adj.*

climacteric, climacterical (ไคลแมค' เทอริค, -เคิล) *n.* ช่วงระยะหมดระดู, ช่วงระยะที่เปลี่ยนวัย, ระยะวิกฤติกาล, ระยะหัวเลี้ยวหัวต่อ *-adj.* เกี่ยวกับระยะดังกล่าว, สำคัญ, เกี่ยวกับวิกฤติกาล **-the grand climacteric** วัย 63 ปี อันเป็นวัยที่เชื่อกันว่ามีการเปลี่ยนแปลงที่สำคัญของชีวิต (-S. critical, crucial, peak)

climactic, climatical (ไคลแมค' ทิค, -เคิล) *adj.* เกี่ยวกับจุดสุดยอด, สุดขีด **-climactically** *adv.*

climate (ไคล' เมท) *n.* อากาศตามฤดูกาล, บริเวณที่มีอากาศตามฤดูกาล, แนวโน้มทั่วไปของสังคม, ประเพณีนิยมที่เป็นอยู่ **-climatic** *adj.* **-climatically** *adv.* (-S. trend, atmosphere) *-Ex. the warm climate of Pattaya in the winter*

climatology (ไคลมะทอล' โลจี) *n.* กาลวิทยา, วิทยาศาสตร์หรือการศึกษาเกี่ยวกับอากาศตามฤดูกาล **-climatological** *adj.* **-climatologist** *n.*

climax (ไคล' แมคซฺ) *n.* จุดสุดยอด, จุดสุดขีด, จุดสำคัญ, จุดสูงสุด, จุดตื่นเต้นเร้าใจ, จุดคงที่ของการเปลี่ยนแปลงทางนิเวศน์วิทยา *-vt., vi.* ถึงจุดสุดยอด, ทำให้ถึงจุดสุดยอด (-S. apex, summit)

climb (ไคลม) *vi., vt.* **climbed, climbing** ปีน, ไต่, ปีนป่าย, ตะกาย, ขึ้น, ลอยขึ้น, เลื้อยพันขึ้น, ไต่เต้าขึ้น *-n.* การปีนป่าย, การขึ้น, สิ่งของหรือสถานที่ที่ปีนขึ้น **-climbable** *adj.* (-S. go up, scale, mount -A. descend) *-Ex. climb a mountain, climb a ladder, The sun climbed up into the sky., a climbing plant, climb down*

climber (ไคลม' เบอะ) *n.* คนปีน, คนไต่, ไม้เลื้อย, คนที่มักใหญ่ใฝ่สูง, อุปกรณ์ที่ช่วยในการปีนป่าย

clime (ไคลม) *n.* ถิ่นหนึ่งหรือบริเวณหนึ่งของโลก, อากาศตามฤดูกาล

clinch (คลินชฺ) *vt.* ตอกติด, ยึดติด (ด้วยการตอกตะปูหรือไขตะปูควง), กำหนดแน่นอน, ทำให้แน่ใจในชัยชนะ *-vi.* กอดคู่ต่อสู้แน่น (มวยปล้ำ), โอบกอดและจูบอย่างแรง, ยึดแน่น, กำแน่น *-n.* การตอกติด, การยึดติด, การกอดคู่ต่อสู้แน่น, การกอดจูบอย่างรุนแรง (-S. clench fasten, secure, confirm) *-Ex. to clinch a deal, The boxer clinched his opponent around the shoulders., The fighters are in a desperate clinch.*

cling 155 **clog**

C

cling (คลิง) *vi.* **clung, clinging** ยึด, ติดกับ, เกาะกับ, แนบ, กอด, ยืนหยัด, ถือทิฐิใน, จงรักภักดี **-clinger** *n.* **-clingingly** *adv.* **-clingy** *adj.* *-Ex. Noi clung to his father in the crowd., Ivy clings to the walls.*

clingstone (คลิง' สโทน) *adj.* เกี่ยวกับผลไม้ที่มีเนื้อติดเมล็ด เช่น ในลูกท้อ *-n.* ลูกท้อที่มีเนื้อติดเมล็ด

clinic (คลิ' นิค) *n.* สถานที่รักษาและพยาบาลที่เกี่ยวข้องกับภาคปฏิบัติของนักเรียนแพทย์ของโรงพยาบาลหรือโรงเรียนแพทย์, สถานที่ดังกล่าวที่ไม่คิดค่าพยาบาลรักษาคนไข้หรือคิดในราคาถูก, สถานที่รักษาและพยาบาล, กลุ่มนายแพทย์ที่ทำงานและใช้อุปกรณ์ร่วมกัน, กลุ่มนักเรียนแพทย์ฝึกภาคปฏิบัติต่อคนไข้จริงๆ ในสถานพยาบาล, การสอนนักเรียนแพทย์โดยการพาไปตรวจรักษาคนไข้จริงๆ *-Ex. eye clinic, speech clinic*

clinical (คลิน' นิเคิล) *adj.* เกี่ยวกับคลินิก, เกี่ยวกับห้องคนไข้, เกี่ยวกับการรักษาคนไข้บนเตียงคนไข้, เกี่ยวกับการวินิจฉัยที่ถูกต้องและไม่มีอคติ **-clinically** *adv.*

clinical thermometer ปรอทเล็กๆ สำหรับวัดอุณหภูมิร่างกาย

clinician (คลินิช' ชัน) *n.* นายแพทย์ที่ศึกษาโรคจากคนไข้จริงๆ (-S. doctor)

clink (คลิงค) *vt., vi.* ทำให้เกิดเสียงกริ๊งเบาๆ (เช่นเสียงเหรียญกระทบกัน), เกิดเสียงกระทบเบาๆ (ของแก้วหรือเหรียญหรืออื่นๆ) *-n.* เสียงดังกล่าว, (ภาษาพูด) คุกตาราง (-S. ring) *-Ex. The glasses clinked when the shelf was bumped., Somchai clinked the ice in the glass., The clink of coins dropping into Daeng's kettle on the street corner.*

clinker (คลิง' เคอะ) *n.* อิฐแข็ง, หินละลายที่ออกมาจากภูเขาไฟหรือเตาหลอม, เศษก้อนถ่านแข็งที่ได้จากการเผาถ่าน, (คำสแลง) ความผิดพลาด ความล้มเหลว *-vi.* ทำให้เกิดเป็นเศษก้อนแข็งๆ หลังจากเผาแล้ว (-S. mistake)

clinker-built ต่อเกล็ด, ต่อซ้อนกัน, เชื่อมซ้อนกัน, ซึ่งสร้างโดยซ้อนกัน, ทับกันอย่างฝาเรือน

clip¹ (คลิพฺ) *v.* **clipped, clipping** *-vt.* ตัด, ตัดออก, ตัดให้สั้น, ตัดเล็บ, ย่อ, ต่อยอย่างแรงและรวดเร็ว, ตีอย่างรุนแรง, หลอกลวง *-vi.* ตัดออก, ตัดเก็บ, ตัด, เคลื่อนที่อย่างรวดเร็ว, บินอย่างเร็ว *-n.* การตัด, การตัดออก, สิ่งที่ตัดออก, สิ่งที่เล็มออก **-clips** กรรไกร, เครื่องมือสำหรับตัด, การต่อยหรือตีอย่างแรงและเร็ว, อัตราความเร็ว (-S. cut, mow, crop, snip) *-Ex. a paper clip, Supin wore a diamond clip., with a clip of the shears, The barber finished the haircut., at a good clip, Somchai clips his words when Udom talks fast.*

clip² (คลิพ) *n.* เครื่องหนีบ, ที่หนีบ, เหล็กหนีบ, เข็มกลัด, เครื่องกลัด *-vi., vt.* **-clipped, -clipping** หนีบ, กลัด, โอบล้อม, กระโดดหนีบขาไว้ (-S. fastener, clasp) *-Ex. a paper clip, Supin wore a diamond clip.*

clip²

clipboard (คลิพ' บอร์ด) *n.* กระดานที่มีที่หนีบกระดาษ

clip joint (คำสแลง) บาร์ ภัตตาคาร หรือสถานที่บริการอื่นๆ ที่โกงหรือคิดเงินลูกค้ามากเกินปกติ

clipper (คลิพ' เพอะ) *n.* ผู้ตัด, กรรไกรตัดผมหรือขน, ปัตตาเลี่ยน, ที่ตัดเล็บ, อุปกรณ์สำหรับตัด, คนหรือสิ่งที่เคลื่อนที่อย่างรวดเร็ว, เรือใบที่แล่นเร็ว, เครื่องบินที่บินเร็ว, ม้าเร็ว

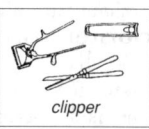

clipper

clipping (คลิพ'พิง) *n.* การตัด, สิ่งที่ถูกตัดออก (ผม ขนและเศษต่างๆ), ชิ้นส่วนของหน้าหนังสือพิมพ์หรือหน้าหนังสืออื่นที่ถูกตัดออกมา

clique (คลิค) *n.* พวก, คณะ, กลุ่ม, หมู่, ก๊ก, ชมรม *-vi.* จัดกลุ่มขึ้น, เข้ากลุ่มดังกล่าว **-cliquish, cliquey, cliquy** *adj.* **-cliquishly** *adv.* **-cliquishness** *n.* (-S. coterie, set)

clitoris (คลิท' เทอริส) *n.* **clitorises/clitorides** เม็ดละมุด, จุดที่ง่ายต่อการถูกกระตุ้น **-clitoral, clitoric** *adj.*

cloak (โคลค) *n.* เสื้อคลุมหลวมๆ, สิ่งปกคลุม, สิ่งปิดบัง *-vt.* ปกคลุม, ปิดบัง, ซ่อนเร้น *-Ex. His sweet words were a cloak for his treachery., Fog cloaks the city buildings.*

cloak-and-dagger เกี่ยวกับหรือมีลักษณะของกิจการสายลับหรือจารกรรม

cloakroom (โคลค' รูม) *n.* ห้องฝากเก็บเสื้อคลุมหมวก ร่ม, ห้องฝากกระเป๋า (เช่น ที่สถานีรถไฟ), ห้องน้ำ

clobber (คลอบ' เบอะ) *vt.* (คำสแลง) ตีหรือทุบซ้ำแล้วซ้ำเล่า ตีอย่างรุนแรง ทำให้แพ้อย่างราบคาบ ข่มขี่บังคับ (-S. hit, strike, wallop)

cloche (โคลชฺ) *n.* หมวกผู้หญิงรูประฆัง, วัสดุใสที่ใช้ครอบป้องกันต้นไม้

clock¹ (คลอค) *n.* นาฬิกา (แขวนหรือตั้ง) *-vt.* จับเวลา **-around the clock** ตลอด 24 ชั่วโมง ไม่หยุดยั้ง, ไม่พัก **clock in** เริ่มทำงาน **clock out** หยุดทำงาน

clock² (คลอค) *n.* ลวดลายทอที่ตามขอบถุงเท้าหรือถุงน่อง **-clocked** *adj.*

clockwise (คลอค' ไวซฺ) *adj., adv.* ตามเข็มนาฬิกา, หมุนตามเข็มนาฬิกา

clockwork (คลอค' เวิร์ค) *n.* เครื่องกลไกของนาฬิกา, เครื่องกลไกที่คล้ายของนาฬิกา **-like clockwork** ด้วยความเที่ยงตรงสม่ำเสมอ

clod (คลอด) *n.* ก้อน, ก้อนดิน, ดิน, คนโง่, คนทึ่ม **-cloddish** *adj.* **-cloddishness** *n.* **-cloddishly** *adv.* **-cloddy** *adj.*

clodhopper (คลอด' ฮอพ' เพอะ) *n.* คนบ้านนอก, คนเซ่อซ่า **-clodhoppers** รองเท้าใหญ่และหนักเหมือนที่พวกชาวนาใส่

clodpole, clodpoll (คลอด' โพล) *n.* คนโง่

clog (คลอก) *n.* สิ่งที่ขัดขวาง, สิ่งที่ใช้อุด, อุปสรรค, รองเท้าส้นไม้, การเต้นระบำชนิดหนึ่ง *-v.* **clogged, clogging** *-vt.* ขัดขวาง, กีดขวาง, อัดแน่นไปด้วย, เต็มไปด้วย *-vi.* อุดตัน, ติดเกาะ, ติดกัน, เต้นระบำรองเท้าไม้ **-clogginess** *n.* **-cloggy** *adj.* (-S. choke, jam, block, occlusion, clot, curb, obstruct, impede, brake) *-Ex. Leaves clogged the drain., The fountain pen clogged and wouldn't write., Grease clogged the gears of the machine.*

cloisonńe (คลอยซะเน') *n.* (ภาษาฝรั่งเศส) เครื่องเคลือบประเภทหนึ่ง

cloister (คลอย' สเทอะ) *n.* สถานที่สันโดษทางศาสนา (วัด, โบสถ์, กุฏิ, อาราม), ชีวิตในวัดวาอาราม, ทางเดินมีหลังคา, ลาน *-vt.* เก็บตัวในวัด, อยู่ในวัด, อยู่อย่างสันโดษ **-cloistered** *adj.* **-cloistral** *adj.* (-S. priory)

clomp (คลอมพฺ) *vi.* เดินลงส้นเสียงดัง

clone (โคลน) *n.* พวกสิ่งมีชีวิตที่สืบพันธุ์โดยระบบไร้เพศ *-vt.* **cloned, cloning** เจริญเติบโตหรือทำให้เจริญเติบโตเป็น clone, (ภาษาพูด) เลียนแบบ ลอกเลียน **-clonal** *adj.*

clonus (โคล' นัส) *n., pl.* **-nuses** การกระตุกสั้นของกล้ามเนื้อ **-clonic** *adj.* **-clonicity** *n.*

clop (คลอพ) *n.* เสียงเกือกไม้กระทบพื้น, เสียงคล้ายเสียงเกือกไม้กระทบพื้น *-vi.* **clopped, clopping** ทำเสียงกล๊อบๆ

close[1] (โคลส) *adj.* **closer, closest** ใกล้, ใกล้เคียง, อยู่ใกล้, ใกล้ชิด, ติดกัน, สนิทสนม, ละเอียด, รอบคอบ, แน่ชัด, แน่นหนา, แน่นแฟ้น, เหนียวแน่น, แคบ, คับ, อึดอัด, ไม่มีลมเข้า, อบอ้าว, มิดชิด, เป็นความลับ, ทัดเทียมกัน, พอๆ กัน, ขี้เหนียว, หวงแหน, หวงห้าม *-adv.* ใกล้ชิด **-closely** *adv.* **-closeness** *n.* (-S. intimate, near -A. distant, roomy, cool) *-Ex. a close secret, The weather is very close., Sombut keeps very close about it.*

close[2] (โคลสฺ) *v.* **closed, closing** *-vt.* ปิด, ยุติ, เลิก, จบ, ลงเอย, สิ้น, ตกลง, ปิดบัญชี, ทำให้ใกล้ชิด, ทำให้ติดกับ, ทำให้ประชิดกับ *-vi.* ปิด, ยุติ, เลิก, ใกล้, ประชิด, ชิด *-n.* การปิด, การยุติ, การสิ้นสุด, การสรุป, สถานที่ปิด, ที่ดินส่วนบุคคล, ทางตัน, บริเวณที่หวงห้าม (-S. shut, obstruct -A. open) *-Ex. Lines close together., close the gate, close (up) the shop for the night, as my life closes, The crowd closed round him.*

closed (โคลสดฺ) *adj.* ปิด, สรุป, ห้ามเข้า, (เขต) สงวน, ลับ

closed circuit กระแสไฟฟ้าวงจรปิดซึ่งกระแสสามารถวิ่งผ่านได้ตลอด **-closed-circuit** *adj.*

closefisted (โคลส' ฟิสทิด) *adj.* ขี้เหนียว **-closefistedness** *n.* (-S. stingy)

close-fitting สวมใส่ได้พอดี, พอดีตัว

close-knit ติดแน่น, เกาะแน่น, รวมกัน

close lipped ไม่พูด, พูดน้อย

close-mouthed เงียบ, ปิดปาก, ไม่ติดต่อด้วย, ไม่ชอบพูด (-S. closelipped)

close out การขายสินค้าทั้งหมดเพื่อปิดกิจการ, การขายสินค้าทั้งหมดที่ไม่ต้องการให้มีอีกในร้าน

close shave การหลบหนีได้อย่างหวุดหวิด (จากอันตรายหรือความล้มเหลวต่างๆ)

closet (โคลซ' ซิท) *n.* ห้องส้วม, ห้องน้ำ, ห้องเล็ก, ห้องส่วนตัว, ห้องลับ, ตู้ฝาผนัง *-adj.* ส่วนตัว, ลับเฉพาะ, สันโดษ, เสี่ยงโชค *-vt.* ปิดประตูอยู่ในห้องส่วนตัวเพื่อการประชุม สัมภาษณ์หรืออื่นๆ *-Ex. The two leaders closeted themselves to discuss their plans.*

close-up ภาพถ่ายในระยะใกล้, การถ่ายภาพในระยะใกล้

closure (โคล' เชอะ) *n.* การปิด, การยุติ, สิ่งที่ปิด, กำแพงล้อมรอบ, ฝาปิด, สิ่งปกคลุม *-vt.* **-sured, -suring** ทำให้ยุติ, ยุติ

clot (คลอท) *n.* ก้อนเลือดที่แข็งตัว, ก้อนเล็กๆ, กลุ่มเล็กๆ, (คำสแลง) คนโง่ *-v.* **clotted, clotting** *-vi.* จับตัวเป็นก้อน *-vt.* ทำให้จับตัวเป็นก้อน, ปกคลุมไปด้วยก้อนเล็กๆ (-S. lump) *-Ex. Blood clots easily when exposed to air., a blood clot*

cloth (คลอธ) *n., pl.* **cloths** เสื้อผ้า *-adj.* ทำด้วยผ้า **-the cloth** เครื่องแบบเฉพาะของแต่ละอาชีพ (-S. material, fabric, yardage)

clothe (โคลธ) *vt.* **clothed/clad, clothing** สวมเสื้อผ้า, แต่งตัว, ใส่เสื้ออาภรณ์ (-S. attire, dress, cover) *-Ex. The poor man could not feed and clothe his family properly., In spring the trees are clothed with leaves.*

clothes (โคลธซฺ) *n., pl.* เสื้อผ้า, เครื่องนุ่งห่ม (-S. garments, dress)

clotheshorse (โคลธซฺ' ฮอร์ซฺ) *n.* คนที่ชอบแต่งตัว, โครง ตากเสื้อผ้า, ราวตากเสื้อผ้า

clothesline (โคลธซฺ' ไลนฺ) *n.* เชือกตากเสื้อผ้า, ราวตากผ้า

clothespin (โคลธซฺ' พิน) *n.* ที่หนีบเสื้อผ้าที่ตากไว้, แหนบหนีบเสื้อผ้าที่ตากไว้

clothespress (โคลธซฺ' เพรส) *n.* ที่ใส่เสื้อผ้า, ตู้ใส่เสื้อผ้า

clothier (โคลธ' ธีเออะ) *n.* คนขายเสื้อผ้า, ช่างทำเสื้อ, คนขายผ้า

clothing (โคลธ' ธิง) *n.* เครื่องนุ่งห่ม, เสื้อผ้า, เครื่องอาภรณ์, เครื่องแต่งกาย, ที่นอนหมอนมุ้ง (-S. apparel, clothes, garments)

cloture (โคล' เชอะ) *n.* วิธีการปิดอภิปรายและให้มีการลงคะแนนเสียงทันที *-vt.* **-tured, -turing** ปิดการอภิปราย

cloud (เคลาดฺ) *n.* เมฆ, กลุ่มควันหรือฝุ่นที่เป็นก้อนคล้ายเมฆ, กลุ่มที่คล้ายเมฆ, เงามืด, บริเวณมืดมัว, ความมืดมัว, รอยด่าง, มลทิน, ฝูงแมลง (นกหรืออื่นๆ ที่บินอยู่) *-vt.* ปกคลุมไปด้วยเมฆ, ทำให้มืดสลัว, ทำให้เป็นเงา, ทำให้เงียบเหงาเศร้าซึม, ให้ร้าย, ใส่ร้าย, ทำให้ยุ่งเหยิงใจ, ทำให้สงสัย *-vi.* เป็นเมฆหมอก, เกิดความกังวลหรือเศร้าซึม (-S. film, haze, mist, shadow, taint, stain, dim,cover) *-Ex. clouds in the sky, a cloud of dust, a cloud of insects, a cloud of smoke, dark clouds of war, under a cloud of suspicion, cloud-topped*

cloudburst (เคลา' เบิร์สทฺ) *n.* ฝนที่ตกหนักมากและกะทันหันปานฟ้ารั่ว, พายุฝน

cloud-capped (เคลา' แคพทฺ) *adj.* ซึ่งมียอดที่ปกคลุมไปด้วยเมฆ, สูงเทียมเมฆ

cloudless (เคลา' เลส) *adj.* ไร้เมฆ, แจ่มใส **-cloudlessly** *adv.* **-cloudlessness** *n.*

cloudy (เคลา' ดี) *adj.* **cloudier, cloudiest** เต็มไปด้วยก้อนเมฆ, เกี่ยวกับหรือคล้ายก้อนเมฆ, มืดมัว, ไม่ใส, ไม่ชัด, เลือนลาง, ขุ่น, เศร้าซึม, วิตกกังวล **-cloudily** *adv.* **-cloudiness** *n.* (-S. gray, foggy, gloomy, troubled) *-Ex. a cloudy sky, a cloudy liquid, his cloudy notions*

clough (คลัฟ) *n.* หุบเขาที่แคบ, หุบเขาลึก, ห้วยลึก
clout (เคลาทฺ) *n.* การตี, การต่อย, การตบ, การตีลูกไกล, อิทธิพลของความคิด, เศษผ้าปะ, เศษของที่ใช้ซ่อมแซม, เศษผ้า, ผ้าขี้ริ้ว *-vt.* พันผ้า, ปะ, ซ่อมแซม, ตี, ต่อย (-S. patch, hit, strike, wallop)
clove[1] (โคลฟว) *n.* กานพลู, ต้นกานพลู *(Eugenia aromatica)*
clove[2] (โคลฟว) *vt., vi.* กริยาช่อง 2 ของ cleave *-Ex. Udom clove the log with an ax.*
clove[3] (โคลฟว) *n.* กลีบของหัวหอมหรือกระเทียม
clove hitch เงื่อนตายแบบหนึ่ง
cloven (โคล' เวิน) *vt., vi.* กริยาช่อง 3 ของ cleave *-adj.* เป็นรอยแยก, เป็นร่อง, เป็นรอยแตก, ร้าวออก, แตกออก, แยกออก, เกี่ยวกับนิ้วเท้า (กีบ) ที่แยก *-Ex. a cloven hoof, The teak tree was cloven by the lighting.*
clover (โคล' เวอะ) *n.* ต้นไม้ตระกูลถั่วจำพวก *Trifolium* **-in clover** ร่ำรวย, สุขสมบูรณ์, อยู่ดีกินดี *-Ex. When Daeng comes into his inheritance, he will be in clover.*

clover

cloverleaf (โคล' เวอะลีฟ) *n., pl.* **-leafs** ชุมทางทางหลวงที่ตัดกันเป็นรูปดอกจิก *-adj.* มีลักษณะหรือรูปร่างคล้ายใบของต้น clover
clown (เคลาน) *n.* ตัวตลก (ในการแสดง), คนหยาบคาย, ชาวบ้านนอก *-vi.* แสดงเป็นตัวละครตลก **-clownish** *adj.* **-clownishly** *adv.* **-clownishness** *n.* (-S. comic performer, buffoon, jester) *-Ex. The boy was only clowning when he imitated his sister.*
clownery (เคลา' เนอรี) *n.* นิสัยตลก, การแสดงเป็นตัวตลก
cloy (คลอย) *vt., vi.* กินมากเกินไปจนเบื่อหรือเลี่ยน **-cloyingness** *n.* **-cloyingly** *adv.* (-S. sate,surfeit, glut, overfeed, gorge) *-Ex. It is easy to cloy your appetite with too much candy.*
club (คลับ) *n.* กระบอง, ไม้พลอง, ไม้ตีกอล์ฟหรือไม้ตีฮอกกี, ไนต์คลับ, สโมสร, ชมรม, รูปดอกจิกบนไพ่, ส่วนที่คล้ายกระบอง *-v.* **clubbed, clubbing** *-vt.* ตีด้วยกระบองหรือไม้, รวมกลุ่ม, รวมกัน, รวบรวม, ช่วยกันเสียค่าใช้จ่าย *-vi.* ร่วมกัน, รวมกันเป็นกลุ่มก้อน, ช่วยกันอุทิศเงินทุน (-S. association, staff, stick) *-Ex. alpine club, lunch club, The boys clubbed together to buy a basketball.*
clubfoot (คลับ' ฟุท) *n.* เท้าผิดรูป, ภาวะที่มีเท้าผิดรูป, เท้าบิด **-clubfooted** *adj.*
clubhouse (คลับ' เฮาซฺ) *n.* บ้านหรือตึกที่ใช้เป็นสโมสร, สถานที่สโมสร
clubman (คลับ' มัน) *n., pl.* **-men** ชายที่เป็นสมาชิกสโมสร, ผู้ชอบสมาคม
clubwoman (คลับ' วูมัน) *n., pl.* **-women** หญิงที่เป็นสมาชิกสโมสร
cluck[1] (คลัค) *n.* เสียงร้องกระต๊ากของไก่ตัวเมีย *-vi.,vt.* ร้องเสียงดังกล่าว (-S. click)
cluck[2] (คลัค) *n.* (คำสแลง) คนทึ่ม คนโง่
clue (คลู) *n.* ร่องรอย, เงื่อนงำ, เบาะแส, เงื่อนปม *-vt.* **clued, cluing** เป็นร่องรอยสู่, ชี้ทาง **-not have a clue** โง่เขลา, ไม่มีสมรรถภาพ **-clue in** บอกความจริง, รายงาน, แจ้ง (-S. hint, sign, lead) *-Ex. The footprints were a clue to the identity of the criminal.*
clueless (คลู' เลส) *adj.* ไม่มีร่องรอย, ไร้หนทาง, โง่ **-cluelessly** *adv.* **-cluelessness** *n.*
clump (คลัมพฺ) *n.* หมู่ต้นไม้, ก้อน, กลุ่ม, เสียงฝีเท้าที่ลงหนัก *-vi.* เดินลงส้นเท้าหนัก, จับกันเป็นกลุ่มก้อน *-vt.* รวมตัวกันเป็นกลุ่มก้อน **-clumpy, clumpish** *adj.* (-S. bunch, cluster, thud) *-Ex. a clump of bushes, The horses clumped along the road.*
clumsy (คลัม' ซี) *adj.* **-sier, -siest** งุ่มง่าม, เซ่อซ่า, เทอะทะ **-clumsily** *adv.* **-clumsiness** *n.* (-S. awkward, unskillful -A. graceful)
clung (คลัง) *vi.* กริยาช่อง 2 และช่อง 3 ของ cling *-Ex. The vines clung to the trellis.*
clunk (คลังคฺ) *n.* เสียงทุ้มหนักของโลหะที่กระทบกัน, เสียงกระทบอย่างรุนแรง, (คำสแลง) คนทึ่ม คนที่ไม่มีอารมณ์ขัน *-vt., vi.* กระทบจนเกิดเสียง
cluster (คลัส' เทอะ) *n.* ก้อน, กลุ่ม, พวง, ช่อ, ฝูง, พวก *-vi., vt.* จับกันเป็นกลุ่มก้อน, เป็นกลุ่มก้อน **-clustery** *adj.* (-S. bunch, group, lump) *-Ex. a cluster of grapes, Students cluster around the band leader.*
clutch[1] (คลัทชฺ) *vt.* คว้า, กำ, เกาะ, ฉวย, ยึด *-vi.* พยายามคว้า (กำ, เกาะ, ฉวย, ยึด) *-n.* ก้ามปู, คลัตช์ (เครื่องเกาะเพลาในรถยนต์), ก้ามปูของปั้นจั่น, การกำ, การเกาะ, การคว้า, กระเป๋าถือของผู้หญิงที่ไม่มีสายสะพาย, (ภาษาพูด) สถานการณ์ฉุกเฉิน, วิกฤตการณ์ (-S. grasp, snatch) *-Ex. The hawk clutched the chicken in its claws., Somchai felt a clutch on his shoulder., an automobile clutch, Sombut clutched at the rope, but couldn't quite reach it.*
clutch[2] (คลัทชฺ) *n.* ไข่ที่ฟักในครั้งหนึ่งๆ, จำนวนที่ฟักในครั้งหนึ่งๆ, ลูกไก่ครอกหนึ่ง, กลุ่มคนที่คล้ายกัน *-vt.* ฟักไข่
clutter (คลัท' เทอะ) *-vt.* เรี่ยราด, วางกองเรี่ยราด, วางกองระเกะระกะ *-vi.* ทำให้วุ่นวายยุ่งเหยิง *-n.* กองเรี่ยราด, กองระเกะระกะ, ภาวะยุ่งเหยิง, เสียงที่สับสนวุ่นวาย (-S. mess, disorder) *-Ex. The untidy girl clutterd the floor with her clothes.*
Clydesdale (ไคลซฺ' เดล) *n.* ม้าสกอตพันธุ์หนึ่งมีขนยาวที่หลังและขา
cm, cm ย่อจาก centimetre (s), centimeter(s) เซนติเมตร
CNS ย่อจาก central nervous system ระบบประสาทส่วนกลาง
Co ย่อจาก cobalt ธาตุโคบอลต์
Co. ย่อจาก company บริษัท
co- คำอุปสรรค มีความหมายว่า ร่วม, เท่าเทียมกัน, รวมกัน
coach (โคช) *n.* รถม้าสี่ล้อขนาดใหญ่, รถยนต์โดยสาร,

coachman 158 **cob**

C

รถไฟโดยสารชั้นถูกที่สุด, เครื่องบินโดยสารชั้นสอง, บัตรโดยสารชั้นสองของเครื่องบิน, ผู้ฝึกนักกีฬา, ครูพิเศษ, ครูส่วนตัว *-vt.* ฝึก, ฝึกสอน *-vi.* ทำหน้าที่เป็นครูฝึก, ขับรถ *-adv.* โดยเครื่องบินหรือรถไฟโดยสารชั้นสอง (-S. vehicle, bus, trainer, tutor, train, instruct) *-Ex. Somchai was coached until he could pass his examination.*

coachman (โคช' เมิน) *n., pl.* **-men** คนขับรถม้า

coachwork (โคช'เวิร์ค) *n.* งานต่อตัวถังรถยนต์

coact (โคแอคทฺ) *vt., vi.* กระทำร่วมกัน, ทำร่วมกัน **-coactive** *adj.* **-coactivity** *n.*

coaction (โคแอค' ชัน) *n.* การกระทำร่วมกัน, การปฏิบัติร่วมกัน, แรงดัน, ปฏิกิริยาระหว่างสิ่งมีชีวิต

coadjutant (โคแอด' จะเทินทฺ) *adj.* ช่วยเหลือซึ่งกันและกัน, ซึ่งร่วมมือกัน *-n.* ผู้ช่วย, ผู้ร่วมมือ (-S. assistant)

coadjutor (โคแอจ' จะเทอะ) *n.* ผู้ช่วย, ผู้ช่วยบิชอป (-S. assistant, helper)

coagulate (โคแอก' ยะเลท) *vt.,vi.* **-lated, -lating** เปลี่ยนจากของเหลวเป็นก้อนเหนียวหนืด **-coagulation** *n.* **-coagulative** *adj.* **-coagulable** *adj.* **-coagulator** *n.* (-S. solidify, clot) *-Ex. When the blood from a cut coagulates, the bleeding stops.*

coal (โคล) *n.* ถ่านหิน, ถ่าน, ก้อนถ่าน *-vt.* เผาเป็นถ่าน, ใส่ถ่าน *-vi.* เติมถ่านเป็นเชื้อเพลิง **-haul over the coals** ด่า, ตำหนิวิจารณ์อย่างรุนแรง *-Ex. to coal a vessel*

coalesce (โคอะเลส') *vi.* **-lesced, -lescing** รวมกัน, เจริญเติบโตร่วมกัน หรือเป็นร่างเดียวกัน, เชื่อมกัน, ต่อกัน **-coalescence** *n.* **-coalescent** *adj.* (-S. mix, unite, join -A. separate, divide)

coalfield (โคล' ฟีลดฺ) *n.* บริเวณที่มีชั้นถ่านหิน

coal gas ก๊าซที่เกิดจากการเผาถ่านหิน, ก๊าซที่ให้ความร้อนและความสว่างจากถ่านหิน ประกอบด้วยไฮโดรเจน มีเทนและคาร์บอนมอนอกไซด์

coalition (โคอะลิช' ชัน) *n.* การร่วมกัน, การร่วมมือกัน, สัมพันธมิตร, รัฐบาลผสม, การประสานกัน **-coalitionist** *n.* (-S. alliance)

coal oil คีโรซีนที่ได้จากการกลั่นน้ำมันปิโตรเลียม, น้ำมันดิบ, น้ำมันก๊าด

coal pit บ่อถ่านหิน, หลุมถ่านหิน

coal scuttle ตะกร้าใส่ถ่านหิน

coal tar น้ำมันดำจากการกลั่นถ่านหิน ใช้ผลิตสีย้อมยา พลาสติก สีทาบ้าน เป็นต้น

coaming (โคม' มิง) *n.* ขอบกันน้ำไหลลง, รั้วกั้นน้ำ, กระดานกั้นน้ำ, แผ่นไม้หรือโลหะรอบปากระวางเรือ

coarse (คอร์ซฺ) *adj.* **coarser, coarsest** หยาบ, หยาบคาย, มีคุณภาพที่เลว, ธรรมดาๆ, ขาดรสนิยม **-coarsely** *adv.* **-coarseness** *n.* (-S. rough, vulgar -A. smooth) *-Ex. a coarse manner, to use coarse language, a coarse thread, a man with coarse features, coarse-fibred, coarse powder*

coarse-grained มีเนื้อหยาบ, หยาบ, เอะอะโวยวาย

coarsen (คอร์' เซิน) *vt., vi.* ทำให้หยาบ, กลายเป็นหยาบ *-Ex. Udom coarsened with age.*

coast (โคสทฺ) *n.* ฝั่งทะเล, เนินเขาที่เหมาะแก่การแล่นแคร่เลื่อนหิมะ, การแล่นแคร่เลื่อนหิมะ, พรมแดน, เขตแดน *-vi.* แล่นแคร่เลื่อนหิมะ, แล่นเรือไปตามชายฝั่ง, แล่นไหลลงเนินเขา, ไปเรื่อยเปื่อย *-vt.* ทำให้แล่นหรือเคลื่อนที่, แล่นเรือไปตามหรือใกล้ชายฝั่ง (-S. seashore, strand, seaside, glide, slide, sail)

coastal (โคส' เทิล) *adj.* เกี่ยวกับชายฝั่ง, ใกล้ชายฝั่ง, ตามแนวชายฝั่ง *-Ex. a coastal city, a coastal plain*

coaster (โคส' เทอะ) *n.* ถาดรองแก้ว, ผู้ที่แล่นเรือไปตามชายฝั่ง, สิ่งที่แล่นลงเนินเขา, เรือสินค้าที่แล่นแวะตามชายฝั่ง, แคร่เลื่อนบนหิมะสำหรับแล่นลงเนินเขา,

coast guard หน่วยทหารรักษาการณ์ชายฝั่ง, หน่วยลาดตระเวนตรวจชายฝั่งทะเลที่ทำการจับกุมการลักลอบขนสินค้าหนีภาษีและอื่นๆ, สมาชิกของหน่วยดังกล่าว

coastguardsman (โคสทฺ' การ์ดซเมิน) *n., pl.* **-men** ทหารรักษาการณ์ชายฝั่ง, เจ้าหน้าที่ลาดตระเวนตรวจชายฝั่งทะเลเกี่ยวกับการลักลอบขนสินค้าหนีภาษีและอื่นๆ

coastland (โคลซฺ' แลนดฺ) *n.* บริเวณฝั่งทะเล

coastline (โคสทฺ' ไลน) *n.* เส้นแนวชายฝั่งทะเล, พื้นดินและพื้นน้ำตามเส้นแนวชายฝั่งทะเล

coastward, coastwards (โคสทฺ' เวอด, -เวอดซฺ) *adv., adj.* ไปทางชายฝั่ง, ซึ่งไปทางชายฝั่ง

coastwise (โคสทฺ' ไวซฺ) *adv., adj.* ตามแนวชายฝั่ง (-S. coastways)

coat (โคท) *n.* เสื้อคลุม, เสื้อนอก, สิ่งปกคลุม, ขน, เปลือก, ชั้นผิวหนัง, แผ่นตราลวดลายบนโล่, กระโปรง *-vt.* ใส่เสื้อคลุม, ปกคลุม, ทา, ฉาบ, หุ้ม, เคลือบ **-coated** *adj.* (-S. outer garment, cover, paint) *-Ex. Udom took off his coat., a horse's coat, a coat of paint*

coati (โคอา' ที) *n., pl.* **-tis** สัตว์กินเนื้อจำพวก *Nasua* มีรูปร่างยาว หางและปากเรียวยาว คล้ายตัวแรกคูน พบในเม็กซิโก อเมริกากลาง และอเมริกาใต้

coati

coating (โคท' ทิง) *n.* ชั้นเหนือผิวหน้า, สิ่งทอที่ใช้ทำเสื้อคลุม

coat of arms แผ่นตราลวดลายบนโล่, ตราเครื่องหมายของตระกูลขุนนางในสมัยโบราณ

coat of mail *n., pl.* **coats of mail** เสื้อเกราะอ่อน

coattail (โคท' เทล) *n.* ท่อนหลังส่วนล่างของเสื้อคลุมชายหรือหญิง, หางของเสื้อหางยาว **-on someone's coattails** สำเร็จโดยอาศัยความช่วยเหลือของคนอื่น

coauthor, co-author (โคออ' เธอะ) *n.* นักประพันธ์ร่วม, ผู้แต่งร่วม, นักเขียนร่วม *-vt.* เขียนร่วม

coax (โคคซฺ) *vt.* เกลี้ยกล่อม, พยายามเกลี้ยกล่อม, ได้โดยการเกลี้ยกล่อม, คะยั้นคะยอ, หลอก, ลวง *-vi.* เกลี้ยกล่อม **-coaxingly** *adv.* **-coaxer** *n.* (-S. persuade, urge -A. bully, force)

coaxial (โคแอค' เซียล) *adj.* ซึ่งมีแกนร่วม, มีหลายกระบอกเสียงจากแกนหรือฐานเดียวกัน (-S. coaxal)

cob (คอบ) *n.* ก้อนกลม, แกนฝักข้าวโพด, ห่านป่าตัวผู้, ม้าแข่งที่แข็งแรงและมีขาสั้น, ส่วนผสมของดินเหนียว

และฟางข้าว, ผู้นำ, หัวหน้า

cobalt (โค' บอลทฺ) *n.* ธาตุโคบอลต์ซึ่งเป็นโลหะสีขาวคล้ายเงิน มีสัญลักษณ์เคมี Co

cobalt blue สารสีฟ้าเข้มที่ประกอบด้วยออกไซด์ของโคบอลต์, สีน้ำเงินเข้ม

cobble[1] (คอบ' เบิล) *n.* ก้อนหินกลมที่ใช้ปูโรยถนน, ก้อนถ่านหิน, หินกรวด *-vt.* **-bled, -bling** โรยถนนด้วยก้อนหินกลมตามธรรมชาติ, โรยด้วยหินกรวด

cobble[2] (คอบ' เบิล) *vt.* **-bled, -bling** ซ่อมแซม, ซ่อมรองเท้า, ปะรองเท้า, ทำอย่างหยาบๆ(-S. mend, patch)

cobbler[1] (คอบ' เบลอะ) *n.* ช่างปะรองเท้า, คนงานที่งุ่มง่าม, ช่างฝีมือที่ทำงานงุ่มง่าม

cobbler[2] (คอบ'เบลอะ) *n.* ขนมพายเปลือกหนาชนิดหนึ่ง, เครื่องดื่มเย็นชนิดหนึ่งที่ทำด้วยเหล้าองุ่นผลไม้ น้ำตาลและอื่นๆ

cobblestone (คอบ' เบิลสโทน) *n.* หินกลมเล็กๆ ตามธรรมชาติ, กรวดขนาดเล็กใช้โรยถนน

COBOL, Cobal (โคบอล') *n.* ภาษาคอมพิวเตอร์ภาษาหนึ่งที่ใช้เขียนโปรแกรมในการป้อนข้อมูลให้เครื่องคำนวณ โดยใช้ภาษาอังกฤษผสม

cobra (โค' บระ) *n.* งูเห่า, หนังงูเห่า

cobweb (คอบ' เวบ) *n.* ใยแมงมุม, เส้นใยแมงมุม, สิ่งที่คล้ายใยแมงมุม *-vt.* **-webbed, -webbing** ปกคลุมไปด้วยใยแมงมุม **-cobwebby** *adj.* (-S. network)

coca (โค' คะ) *n.* พืชจำพวก *Erythroxylum coca* ในอเมริกากลาง ใบใช้เคี้ยวเป็นยากระตุ้น ใบแห้งสามารถสกัดเอาสารโคเคนได้

cocaine, cocain (โคเคน') *n.* ยาชาเฉพาะแห่งที่ได้จากใบโคคา, สารกระตุ้นที่เป็นยาเสพย์ติดชนิดหนึ่ง

cocaine

coccus (คอค' คัส) *n., pl.* **cocci** แบคทีเรียรูปทรงกลม เช่น แบคทีเรียที่ทำให้เกิดโรคหนองใน โรคปอดบวม โรคเยื่อสมองอักเสบ **-coccal** *adj.* **-coccoid** *adj.*

coccyx (คอค' ซิคซฺ) *n., pl.* **coccyges** กระดูกก้นกบ, กระดูกหาง **-coccygeal** *adj.*

Cochin (โค' ชิน) *n.* ไก่เอเชียพันธุ์หนึ่ง

cochchineal (คอชชะนีล') *n.* สีย้อมสีแดงชนิดหนึ่งได้จากตัวแมลงเพศเมียจำพวก *Dactylopius coccus* แถบเม็กซิโก

cochlea (คอค'เลีย) *n., pl.* **-leaer/-leas** อวัยวะรูปหอยโข่งในหูส่วนใน **-cochlear** *adj.*

cock[1] (คอค) *n.* ไก่ตัวผู้, นกตัวผู้, ผู้นำ, หัวหน้า, นักต่อสู้, นกสับของปืน, หัวก๊อกท่อน้ำ ท่อก๊าซที่ใช้มือปิดเปิดได้, ลึงค์ *-vt.* ดึงนกสับ, เตรียมต่อย, ตั้งขาตั้งเตรียมถ่ายรูป, ตั้งชัน *-vi.* เดินวางท่า, วางมาด **-cock of the walk** ผู้นำกลุ่ม, ผู้ที่โดดเด่นกว่าใคร (-S. chanticleer) *-Ex. The gun is at half cock., The turkey cocked his eye at me and strutted., The boy cocked his hat at a jaunty angle.*

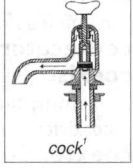

cock[1]

cock[2] (คอค) *vt.* กอง, รวมกันเป็นกองรูปกรวย *-n.* กองเป็นรูปกรวย (หญ้าฟาง, มูลสัตว์)

cockade (คอค' เคด) *n.* โบว์หรือริบบิ้นประดับหมวก, ตราหรือเครื่องหมายประดับหมวก **-cockaded** *adj.*

cock-a-doodle-doo เสียงไก่ขัน, ไก่ขัน

cock-a-hoop ซึ่งยินดีปราโมทย์, นอกลู่นอกทาง, ไพล่ไปทางหนึ่ง, เต้นแร้งเต้นกา, ขี้คุย, โม้

cock-a-leekie ซุปไก่, ซุปไก่ใส่ต้นหอมฝรั่ง

cock-and-bull story เรื่องเหลวไหล, เรื่องโกหก

cockatoo (คอค' คะทู) *n., pl.* **-toos** นกแก้วจำพวก *Cacatua* ในออสเตรเลียและนิวซีแลนด์, นกแขกเต้า, นกกระตั้ว

cockatrice (คอค' คะทริส) *n.* สัตว์ในนวนิยายที่จ้องมองใครก็ถึงแก่ความตายได้ มีหัวและหางเป็นงู ปีกคล้ายปีกไก่, คนที่เป็นภัยอย่างร้ายแรง

cockchafer (คอค'เชเฟอะ) *n.* แมลงปีกแข็งที่หากินกลางคืนจำพวก *Melolontha melolontha* ชอบทำลายกัดกินรากพืช

cockcrow (คอค' โคร) *n.* เวลาที่ไก่ขัน, รุ่งอรุณ (-S. cockcrowing, dawn)

cocked hat หมวกสามเหลี่ยมที่ขอบพับขึ้นและมุมหมวกเป็นจะงอยแหลมสองมุม **-knock into a cocked hat** (คำสแลง) ทำลายอย่างราบคาบ

cockerel (คอค' เคอเริล) *n.* ไก่ตัวผู้ที่มีอายุไม่ถึงปี, วัยรุ่นที่ชอบหาเรื่อง

cocker spaniel สุนัขพันธุ์เล็กขนปุยหูยาวพันธุ์หนึ่ง

cockeye (คอค' อาย) *n.* ตาเข, ตาเหล่

cockeyed (คอค' อายดฺ) *adj.* ตาเขหรือเหล่, (คำสแลง) เอียงไปหรือบิดไปด้านหนึ่ง โง่ บ้าๆ บอๆ เมา (-S. awry)

cockfight (คอค' ไฟทฺ) *n.* การชนไก่ **-cockfighting** *n.*

cockiness (คอค' ดิเนส) *n.* ความหยิ่ง, ความขี้โอ่

cockle (คอค' เคิล) *n.* หอยแครง, หอยกาบคู่ตระกูล Cardiidae มีรูปร่างคล้ายหัวใจ, เปลือกหอยดังกล่าว, รอยย่น *-vi., vt.* **-led, -ling** หด, ย่น, เหี่ยว, เป็นคลื่นเล็กๆ, ทำให้เหี่ยว, ทำให้หด, ทำให้ย่น **-warm the cockles of one's heart** ทำให้สุขใจ ทำให้มีความสุข **-cockles of one's heart** ส่วนลึกของหัวใจ, ความรู้สึกที่แท้จริง

cockleshell (คอค' เคิลเชล) *n.* เปลือกหอยแครง, เรือบด, เรือเล็กๆ

cockney (คอค' นี) *n., pl.* **-neys** ชาวลอนดอนทางด้านตะวันออกที่เป็นที่อยู่อาศัยของคนจน, การออกสำเนียงของคนย่านดังกล่าว *-adj.* เกี่ยวกับคนหรือการออกเสียงของย่านดังกล่าว **-cockneyish** *adj.*

cockpit (คอค' พิท) *n.* ห้องคนขับเครื่องบิน, ช่องสำหรับคนขับในเครื่องบิน รถยนต์ เรือยนต์, สนามรบ, สนามชนไก่

cockroach (คอค' โรช) *n.* แมลงสาบ

cockscomb (คอค' สโคม) *n.* พืชจำพวก *Celosia cristata* มีดอกสีแดงหรือเหลืองมีลักษณะคล้ายหงอนไก่,

cockroach

C

ต้นหงอนไก่, หงอนไก่

cocksucker (คอค' ซัคเคอะ) *n.* (คำสแลง) ผู้อมลึงค์, บุคคลที่น่ารังเกียจ

cocksure (คอค' ชัว) *adj.* แน่นอนที่สุด, มั่นใจที่สุด, แน่นอนเกินไป, มั่นใจเกินไป **-cocksureness** *n.* **-cocksurely** *adv.*

cockswain (คอค'ซิน) ดู coxswain

cocktail (คอค' เทล) *n.* เหล้าผสมเครื่องดื่มหลายชนิด, เหล้าเจริญอาหารที่ผสมน้ำผลไม้และอื่นๆ นิยมดื่มกับอาหารทะเล, อาหารเรียกน้ำย่อยที่มีส่วนผสมหลายอย่าง

cock-up (คำสแลง) ภาวะที่วุ่นวายสับสน ความปั่นป่วน

cocky (คอค' คี) *adj.* **cockier, cockiest** หยิ่ง, อวดดี, ลำพอง, ยโส **-cockily** *adv.* **-cockiness** *n.* (-A. deferential) *-Ex. Somchai was very cocky about his chances of winning.*

coco (โค' โค) *n., pl.* **-cos** ต้นมะพร้าว, มะพร้าว *-adj.* ที่ทำจากเยื่อมะพร้าว (-S. coconut)

cocoa[1] (โค' โค) *n.* ผงโกโก้ที่ได้จากการบดเมล็ดของต้นโกโก้, สีโกโก้, เครื่องดื่มใส่ผงโกโก้

cocoa[2] (โค' โค) *n.* ดู coco

cocoa butter สารไขมันที่ได้จากเมล็ดโกโก้ใช้ในการทำยาและเครื่องสำอาง (-S. cacao butter)

coconut, cocoanut (โค' คะนัท) *n.* ลูกมะพร้าว, เนื้อมะพร้าว

cocoon (โคคูน') *n.* รังไหม, รังไข่แมลง, รังไข่แมงมุม, น้ำยาเคลือบกันสนิม, อุปกรณ์กันน้ำ *-vt.* ห่อหุ้มมิดชิด, แยกตัวเองออกมา

cocooning (โคคูนนิง) *n.* ใช้เวลาพักผ่อนอย่างมีความสุขกับครอบครัวที่บ้าน

cocotte (โคคอท') *n.* หม้อต้มอาหาร, โสเภณี

COD, cod ย่อจาก cash/collect on delivery ชำระเงินเมื่อส่งสินค้าถึง

cod[1] (คอด) *n., pl.* **-cod/-cods** ปลาคอด ซึ่งอยู่ในตระกูล Gadidae พบในมหาสมุทรตอนเหนือแถบนอร์เวย์

cod[2] (คอด) *n.* ถุง, ถุงอัณฑะ, ฝัก

coda (โค' ดะ) *n.* เสียงดนตรีตอนจบ

coddle (คอด' เดิล) *vt.* **-dled, -dling** ต้มในน้ำร้อนที่ไม่ใช่น้ำเดือด, เอาอกเอาใจ, พะนอ, โอ๋ **-coddler** *n. -Ex. to coddle a sick person, to coddle eggs*

code (โคด) *n.* ประมวลกฎหมาย, กฎเกณฑ์, หลักเกณฑ์, รหัส, เครื่องหมาย *-vt.* **coded, coding** ถอดรหัส, แปลรหัส, จัดเป็นรหัส **-coder** *n.* (-S. rules, system, standard) *-Ex. a building code, the social code, the code of honour, to code a message*

codeine, codein (โค' ดิอีน) *n.* อนุพันธุ์ของฝิ่นที่มีฤทธิ์เป็นยาระงับความเจ็บปวด, ยาสงบประสาท, ยานอนหลับและยาแก้ไอ (-S. codeia)

codex (โค' เดคซฺ) *n., pl.* **codices** ฉบับคัดลอก, ตำรับยา

codfish (คอด' ฟิช) *n., pl.* **-fishes/-fish** ปลาคอด

codger (คอด' เจอะ) *n.* (ภาษาพูด) คนที่มีนิสัยแปลก คนขี้เหนียว (-S. eccentric, character)

codices (โค' ดิซีซ) *n. pl.* พหูพจน์ของ codex

codicil (คอด' ดะเซิล) *n.* บันทึกเพิ่มเติมของพินัยกรรม (ส่วนเพิ่มเติมและแก้ไข), ภาคผนวก, ส่วนเพิ่มเติม, ส่วนต่อท้าย **-codicillary** *adj.*

codify (คอด' ดะไฟ) *vt.* **-fied, -fying** ประมวล, จัดเป็นหมวดหมู่ **-codification** *n.*, **-codifier** *n.* (-S. organize, systematize)

codling (คอด' ลิง) *n., pl.* **-ling/-lings** ลูกปลาคอด, ปลาคอดตัวเล็ก

codling moth ผีเสื้อราตรีจำพวก *Carpocapsa pomonella* ตัวอ่อนของมันกินแอปเปิลเป็นอาหาร

cod-liver oil น้ำมันตับปลา (มักทำมาจากปลาคอด) ซึ่งมีวิตามินเอและดีอยู่มาก ช่วยรักษาโรคต่างๆ ได้

coed, co-ed (โค' เอด) *n.* (ภาษาพูด) นักเรียนหญิง (ในโรงเรียนสหศึกษา) *-adj.* (ภาษาพูด) เกี่ยวกับนักเรียนสหศึกษา, เกี่ยวกับนักเรียนหญิงของโรงเรียนสหศึกษา

coeducation (โคเอดจุเค' ชัน) *n.* ระบบสหศึกษา **-educational** *adj.* **-coeducationally** *adv.* (-S. joint education)

coefficient (โคอะฟิช' ชันทฺ) *n.* ปัจจัยที่ทำให้เกิดผลลัพธ์ออกมา, เลขคูณ, ค่าคงที่หรือค่าสัมประสิทธิ์ (ในวิชาฟิสิกส์)

coelacanth (ซี' ละแคนธ) *n.* ปลาโบราณที่สูญพันธุ์ไปแล้ว จำพวก *Latimeria chalumnae*

coelacanth

-coele, -coel คำอุปสรรค มีความหมายว่า โพรง

coelenterate (ซิเลน' ทะเรท) *n.* สัตว์ไม่มีกระดูกสันหลังที่มีโพรงเดียวในร่างกายที่ทำหน้าที่ย่อยอาหาร การขับถ่ายและอื่นๆ เช่น ปลาดาว หินปะการัง อยู่ใน Phylum Coelentereata *-adj.* เกี่ยวกับสัตว์ใน Phylum ดังกล่าว

coenobite, cenobite (ซี' นะไบทฺ) *n.* ผู้ที่อยู่อย่างสันโดษ **-coenobitic, coenobitical** *adj.*

coequal (โคอี' เควิล) *adj.* เท่ากัน, เสมอภาค, เสมอ *-n.* บุคคลที่เท่าเทียมกับอีกคนหนึ่ง **-coequality** *n.* **-coequally** *adv.*

coerce (โคเอิซ') *vt.* **-erced, -ercing** บีบบังคับ, บังคับ, ขู่เข็ญ **-coercible** *adj.* (-S. force) *-Ex. Somchai was coerced into signing the contract.*

coercion (โคเออ' ชัน) *n.* การบังคับ, การบีบบังคับ, การขู่เข็ญ, แรงหรืออำนาจที่ใช้บังคับ, การปกครองด้วยกำลัง (-S. duress, force)

coercive (โคเออ' ซิฟว) *adj.* เกี่ยวกับการบีบบังคับ **-coercively** *adv.* **-coerciveness** *n.* (-S. menacing)

coeval (โคอี' วัล) *adj.* ในสมัยเดียวกัน, ในยุคเดียวกัน *-n.* สมัยเดียวกัน **-coevally** *adv.* (-S. contemporary)

coexecutor (โคอิเซค' คิวเทอะ) *n.* ผู้จัดการมรดกร่วม

coexist (โคอิ' ซิสทฺ) *vt.* อยู่ร่วมกัน, เกิดขึ้นในเวลาเดียวกันหรือสถานที่เดียวกัน, อยู่ร่วมกันอย่างสงบ **-coexistence** *n.* **-coexistent** *adj.*

coextend (โคเอคซฺเทนดฺ') *vt., vi.* ขยายเวลาหรือพื้นที่ออกเท่าๆ กัน **-coextension** *n.* **-coextensive** *adj.*

cofactor (โคแฟค' เทอะ) *n.* ปัจจัยร่วม

coffee (คอฟ' ฟี) *n.* เมล็ดกาแฟ, ต้นกาแฟ, เครื่องดื่ม

ใส่ผงกาแฟ, สีน้ำตาลเข้ม *-Ex. a dish of coffee ice cream*

coffee bean, coffee berry เมล็ดกาแฟ

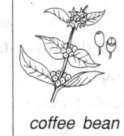

coffee bean

coffee break การหยุดพักทำงานชั่วคราว เพื่อดื่มกาแฟหรือเครื่องดื่มอย่างอื่น

coffeehouse (คอฟ' ฟีเฮาซ) *n.* ร้านกาแฟ

coffee mill เครื่องบดกาแฟ (-S. coffee grinder)

coffeepot (คอฟ' ฟีพอท) *n.* หม้อกาแฟ

coffee table โต๊ะเตี้ยสำหรับวางถาด ถ้วยแก้ว จานและอื่นๆ มักวางไว้หน้าเก้าอี้โซฟา

coffee-table book หนังสือเล่มโตหนา ราคาแพงและมีภาพประกอบมากมาย

coffer (คอฟ' เฟอะ) *n.* กล่องใส่ของมีค่า, หีบใส่เงิน, กำปั่น, หีบดำน้ำ, อู่เรือลอยน้ำ *-vt.* บรรจุในหีบ **-coffers** กองทุน, เงินทุน

cofferdam (คอฟ' เฟอแดม) *n.* หีบดำน้ำในการก่อสร้างหรือซ่อมแซมสิ่งก่อสร้างใต้น้ำ, เขื่อนกั้นน้ำชั่วคราว

coffin (คอฟ' ฟิน) *n.* โลงศพ, หีบศพ, รางกีบของม้า *-vt.* ใส่ในโลงศพ, บรรจุศพ

coffin nail (คำสแลง) บุหรี่

cog (คอก) *n.* ซี่ล้อ, ฟันเฟือง, เดือยตัวผู้, พนักงานผู้น้อยในหน่วยงานใหญ่, เรือลำเล็กที่ติดพ่วงเรือลำใหญ่ **-cogged** *adj.* (-S. tooth, bureaucrat, menial)

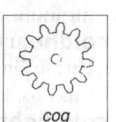

cog

cogency (โค' เจินซี) *n.* ความน่าเชื่อ, การโน้มน้าวจิตใจ, วิธีการพูดที่โน้มน้าวจิตใจ (-S. force, faith)

cogent (โค' เจินท) *adj.* ซึ่งโน้มน้าวจิตใจ, น่าเชื่อ, ถูกจุด, ตรงประเด็น **-cogently** *adv.* (-S. powerful, valid)

cogitate (คอจ' จิเทท) *vt., vi.* **-tated, -tating** พิจารณาอย่างถี่ถ้วน, พิจารณาอย่างรอบคอบ, ไตร่ตรอง **-cogitable** *adj.* **-cogitation** *n.* **-cogitator** *n.* (-S. ponder)

cogitative (คอจ' จิเททิฟว) *adj.* ซึ่งไตร่ตรอง, ซึ่งพิจารณา, ซึ่งรับรู้

cognac (คอน' แนค) *n.* ชื่อเหล้าบรั่นดีจากฝรั่งเศสตอนกลาง, เหล้าบรั่นดีฝรั่งเศส

cognate (คอก' เนท) *adj.* เกี่ยวกับต้นกำเนิด, ซึ่งกำเนิดจากตระกูลเดียวกัน, ซึ่งมีบรรพบุรุษเดียวกัน, มีลักษณะหรือคุณสมบัติคล้ายกัน *-n.* สิ่งหรือบุคคลจากต้นกำเนิดเดียวกัน, คำที่มีรากศัพท์หรือแหล่งกำเนิดเดียวกัน, ภาษาตระกูลเดียวกัน

cognation (คอกเน' ชัน) *n.* ความสัมพันธ์ที่มีการกำเนิดจากแหล่งหรือตระกูลเดียวกัน, ภาษาในตระกูลเดียวกัน, ญาติพี่น้อง, ศัพท์ที่มีรากศัพท์เดียวกัน (-S. affiliation)

cognisant, cognizant (คอก' นิเซินท) *adj.* ซึ่งมีวิจารณญาณ, ซึ่งรู้ถึง, ซึ่งรับรู้, ตระหนักถึง (-S. aware)

cognise, cognize (คอก' ไนซ) *vt.* **-nised, -nising/ -nized, -nizing** รับรู้, รู้ถึง, ตระหนัก, รู้

cognisable, cognizable (คอก' นิซะเบิล) *adj.* ซึ่งสามารถรับรู้หรือรู้ได้, ภายในขอบเขตอำนาจการพิจารณาของศาล

congnisance, cognizance (คอก' นิเซินซ) *n.* การรับรู้, การยอมรับ, การสังเกต, คำสั่งศาล, อำนาจการพิจารณาคดี, อำนาจศาล, วงความรู้, ขอบข่ายของการสังเกต (-S. notice, knowledge)

cognition (คอกนิช' ชัน) *n.* การรับรู้, กระบวนการรับรู้, สิ่งที่เข้าใจหรือรู้, ความรู้ความเข้าใจ **-cognitional** *adj.* **-cognitive** *adj.*

cognomen (คอกโน'เมน) *n., pl.* **-nomens/-nomina** ชื่อสกุล, ชื่อ, ชื่อเล่น, ชื่อที่สามซึ่งมักเป็นชื่อท้ายของชาวโรมัน **-cognominal** *adj.*

cognoscente (คอนยะเซน' เท) *n., pl.* **-ti** ผู้เชี่ยวชาญหรือมีความรู้มากเป็นพิเศษ (โดยเฉพาะด้านศิลปะ วรรณกรรม แฟชั่น)

cogwheel (คอก' วีล) *n.* ล้อเฟือง

cogwheel

cohabit (โคแฮบ' บิท) *vi.* อยู่กินด้วยกันอย่างสามีภรรยา, อยู่ร่วมกัน, อยู่ในที่เดียวกัน **-cohabitant, cohabiter, cohabitation** *n.* (-S. dwell, together)

coheir (โคแฮร์') *n.* ทายาทร่วม, ผู้สืบทอดร่วม,

coheiress (โคแฮ' เรส) *n.* ทายาทร่วมที่เป็นหญิง

cohere (โคเฮียร์') *vi.* **-hered, -hering** เกาะติด, เกาะกัน, ร่วมกันโดยแรงแห่งโมเลกุล, เกี่ยวพันกันตามธรรมชาติ, สอดคล้อง, เชื่อมโยง, เห็นด้วย (-S. adhere, stick, consolidate)

coherence, coherency (โคเฮีย' เรินซ, -ซี) *n.* การเกาะติด, การเกาะกัน, การเกี่ยวพัน, การเชื่อมโยง, ความสอดคล้อง (-S. intelligibility, unity -A. incoherence, disjunction)

coherent (โคเฮีย' เรินท) *adj.* เชื่อมโยงกัน, เกาะติดกัน, เกี่ยวข้องกัน, สอดคล้องกัน, มีเหตุผล **-coherently** *adv.* (-S. consistent, logical)

cohesion (โคฮี' เชิน) *n.* การเกาะติด, การเกาะกัน, การร่วมกัน, แรงยึดเกาะของแรงโมเลกุลในสาร, การร่วมกันแต่กำเนิด (-S. concretion)

cohesive (โคฮี' ซิฟว) *adj.* ซึ่งยึดติด, ซึ่งติดเกาะ, ซึ่งเกาะกัน, เกี่ยวกับโมเลกุลที่ยึดเกาะของสาร **-cohesiveness** *n.* **-cohesively** *adv.* (-S. coherent)

cohort (โค' ฮอร์ท) *n.* ผู้ร่วมงาน, กลุ่ม, หมู่, กองทหารโรมันระหว่าง 300-600 คน, กลุ่มนักรบ, กลุ่มทหาร, เพื่อน, ผู้ติดตาม (-S. colleague, companion, class, set)

coif (คอฟ, ควาฟ) *n.* หมวกสวมติดแน่นศีรษะใต้ชั้นผ้าคลุมหน้าของนางชี, หมวกสวมติดแน่นศีรษะ, หมวกสีขาวที่ทนายอังกฤษสวมในศาล *-vt.* **-coifed, -coifing** ใส่หมวกดังกล่าว, แต่งผม

coiffeur (ควาเฟอะ') *n.* (ภาษาฝรั่งเศส) ช่างแต่งผมที่เป็นชาย **-coiffeuse** *n. fem.*

coiffure (ควาเฟอะ') *n.* (ภาษาฝรั่งเศส) วิธีการแต่งผม, แบบทรงผม *-vt.* **-fured, -furing** แต่งผม

coign of vantage ตำแหน่งที่ได้เปรียบ, ตำแหน่งที่สามารถดูสิ่งต่างๆ ได้ถนัด, ตำแหน่งที่เอื้ออำนวยต่อการกระทำ

C

coil (คอยล) *vt.* ขด, ม้วน, ขดเป็นวง, ม้วนเป็นวง *-vi.* จับเป็นวง, พลุ่งเป็นวง, เคลื่อนเป็นวง *-n.* ขดลวด, ส่วนที่เป็นขด, ม้วน, วง, ห่วงอนามัยคุมกำเนิดที่ใช้ใส่ในช่องคลอด (-S. spiral wind, ring, loop) *-Ex. a coil of rope, The snake coiled around the tree limb.*

coil spring ขดลวดสปริง

coin (คอยน) *n.* เหรียญกษาปณ์, เหรียญ, จำนวนเหรียญ, เงิน *-vt.* ทำเหรียญกษาปณ์, เปลี่ยนโลหะเป็นเหรียญกษาปณ์, ประดิษฐ์, สร้าง *-vi.* ผลิตเหรียญ, ปลอมแปลงเงิน (-S. invent, concoct) *-Ex. change the dollar bill for coin, Souvenir coins were given away to advertise the new store., silver coins*

coinage (คอย' เนจฺ) *n.* การทำเหรียญกษาปณ์, การพิมพ์เหรียญกษาปณ์, ชนิด แบบ หรือจำนวนเหรียญกษาปณ์, สิ่งที่ประดิษฐ์หรือสร้างขึ้น (โดยเฉพาะศัพท์หรือวลีใหม่) (-S. fabrication, creation) *-Ex. a coinage of new words*

coincide (โคอินไซดฺ') *vi.* **-cided, -ciding** เกิดขึ้นพร้อมกัน, เข้ากันสนิท, ทับกันสนิท, ลงรอยกัน, สอดคล้องต้องกัน, ตรงกัน (-S. square, agree, fit) *-Ex. They wanted their vacations to coincide so they could go somewhere together., This highway has two different numbers for the stretch where two roads coincide.*

coincidence (โคอิน' ซิเดินซฺ) *n.* ภาวะบังเอิญ, การเกิดขึ้นพร้อมกัน, ภาวะประจวบกัน, เหตุบังเอิญ, การสอดคล้องต้องกัน (-S. concurrence, chance, accident -A. plan, plot) *-Ex. By coincidence the dress my cousin wore was exactly like mine., the coincidence of The dreams and events*

coincident (โคอิน' ซิเดนทฺ) *adj.* บังเอิญ, พ้องกัน, ต้องกัน, สอดคล้องกัน, ประจวบกัน **-coincidently** *adv.* (-S. concurrent, simultaneous)

coincidental (โคอินซิเดน' เทิล) *adj.* บังเอิญ, พ้องกัน, ประจวบกัน, พร้อมกัน **-coincidentally** *adv.*

coir (คอย' เออะ) *n.* ใยเปลือกมะพร้าว, กาบมะพร้าว

coition (โคอิช' ชัน) *n.* การสังวาส, การร่วมประเวณี

coitus (โค' อิทัส) *n.* การสังวาส, การร่วมประเวณี **-coital** *adj.*

coke[1] (โคค) *n.* ถ่านหินที่เผาจนหมดควันใช้เป็นเชื้อเพลิงและในการเผาโลหะออกไซด์ให้เป็นโลหะ *-vt., vi.* **coked, coking** เปลี่ยนเป็นถ่านดังกล่าว

coke[2] (โคค) *n.* (คำสแลง) โคเคน *-vi.* **coked, coking** ใช้สารโคเคนเกินขนาด

col (คอล) *n.* ทางหรือแอ่งของเทือกเขา, ช่องเทือกเขา, ช่องเขา, บริเวณที่มีความกดดันบรรยากาศค่อนข้างต่ำที่อยู่ระหว่าง 2 anticyclones หรือบริเวณที่มีความกดดันบรรยากาศสูงระหว่าง 2 cyclones

cola (โค' ละ) *n.* น้ำโคลา (น้ำโคคาโคลา, น้ำเป๊ปซี่) ที่ได้จากผงโคลาของใบโคลา (-S. kola)

colander (คัล' เลินเดอะ) *n.* ที่กรอง, ภาชนะกรอง, หม้อกรอง (-S. cullender)

cold (โคลดฺ) *adj.* หนาว, เย็น, เย็นชา, เฉยเมย, ไม่แยแส, ไร้อารมณ์, ตาย, ครบถ้วน, แน่ชัด, (กลิ่น) อ่อน, (สี) เย็นตา *-n.* ความหนาว, ความเย็น, หวัด, ไข้หวัด, อุณหภูมิใต้ศูนย์องศา *-adv.* หมดสิ้น, ทั้งสิ้น, สิ้นเชิง, กะทันหัน **-coldly** *adv.* **-coldness** *n.* (-S. cool, frigid, unfriendly -A. hot, friendly) *-Ex. Ice is cold., a cold day, cold bath, cold meal, I am cold., I feel cold., a cold heart, cold fear, cold-storage, I feel the cold., died of cold and exposure*

coldblooded (โคลดฺ' บลัดดิด) *adj.* เกี่ยวกับสัตว์เลือดเย็น (ซึ่งมีอุณหภูมิร่างกายที่เปลี่ยนตามอุณหภูมิของสิ่งแวดล้อม), ไร้ความรู้สึกหรืออารมณ์, อย่างเลือดเย็น (อำมหิต), ไวต่อความเย็น **-coldbloodedly** *adv.* **-coldbloodedness** *n.* (-S. cruel -A. humane)

cold call การโทรศัพท์เพื่อขายสินค้าและบริการหรือการที่พนักงานขายมาขายของตามบ้านโดยที่เจ้าของบ้านไม่ได้เชื้อเชิญ

cold cream ครีมทาผิวหนังชนิดหนึ่ง ใช้แก้อาการระคายเคืองและใช้ทำความสะอาดผิวหนัง

cold feet (คำสแลง) ความไม่มั่นใจ, ความกลัว

cold frame ห้องอากาศอุ่น (มักคลุมด้วยแผ่นแก้ว) ใช้ป้องกันต้นไม้ไม่ให้ถูกความหนาวเย็นภายนอก

cold front เขตเผชิญหน้าของมวลอากาศสองกลุ่มระหว่างอากาศเย็นกับอากาศร้อน โดยกลุ่มที่อากาศเย็นกว่าจะเข้าไปแทนที่กลุ่มอากาศอุ่นกว่าเพราะมีความหนาแน่นมากกว่า

coldhearted (โคลดฺ' ฮาร์ทฺทิด) *adj.* ไร้ความปรานี, ไร้ความรู้สึก, ปราศจากความสงสารหรือเห็นใจ, ไร้ความกรุณา (-S. indifferent, unkind -A. sympathetic, kind)

cold light แสงเย็น (เช่น แสงจากหิ่งห้อย)

cold shoulder (ภาษาพูด) ความเย็นชา กิริยาเมินเฉย ความไม่สนใจ

cold storage การแช่เย็น, การเก็บไว้ในที่เย็น, หลุมฝังศพ, สุสาน, ห้องเย็น

cold sweat การมีเหงื่อออกเนื่องจากความกลัวหรือความตื่นเต้น

cold war สงครามเย็น, สงครามที่ไม่ประกาศการต่อสู้กันทางอาวุธ, การแข่งขันทางการเมือง เศรษฐกิจ อุดมการณ์และการทหาร โดยไม่มีการรบทางทหาร

cole (โคล) *n.* พืชตระกูลกะหล่ำชนิดหนึ่งจำพวก *Brassica*

coleopterous (โคลีออฟ' ทะรัส) *adj.* เกี่ยวกับแมลงปีกแข็ง

coleslaw, cole slaw (โคล' สลอ) *n.* สลัดกะหล่ำปลีหั่น

coleus (โค'เลียส) *n.* พืชตระกูลสะระแหน่ชนิดหนึ่งจำพวก *Coeus* มีถิ่นกำเนิดในแอฟริกา มีใบสีสันสวยงาม

colic (คอล' ลิค) *n.* อาการเสียดท้อง, ภาวะที่เด็กทารกร้องไห้เป็นเวลาทุกวันเนื่องจากไม่สบาย (ซึ่งเกี่ยวกับลำไส้ใหญ่) **-colicky** *adj.*

coliseum (คอล' ลิเซียม) *n.* โรงละครครึ่งวงกลมขนาดใหญ่, สนามกีฬา, โรงละครขนาดใหญ่, ตึกขนาดใหญ่

colitis (คะไล' ทิส) *n.* ภาวะลำไส้ใหญ่อักเสบ

collaborate (คะแลบ' บะเรท) *vi.* **-rated, -rating** ทำงานร่วมกับผู้อื่น, ร่วมมือ, ช่วยเหลือ, สมรู้ร่วมคิด **-collaborationist** *n.* **-collaborator** *n.* **-collaborative**

collaboration 163 **collie**

adj. (-S. coauthor, cooperate)

collaboration (คะแลบบะเร' ชั่น) *n.* การร่วมมือกัน, การทำงานร่วมกับผู้อื่น, การสมรู้ร่วมคิด, ผลิตผลของการร่วมมือกัน

collage (คะเลจ') *n.* เทคนิคการปะติดปะต่อเศษชิ้นวัตถุต่างๆ (เช่น เศษหนังสือพิมพ์) ให้กลายเป็นภาพศิลปะขึ้น, ภาพศิลปะหรือผลงานจากเทคนิคดังกล่าว *-vt.* **-laged, -laging** ทำงานศิลปะดังกล่าว **-collagist** *n.*

collagen (คอล' ละเจน) *n.* สารโปรตีนที่พบในเนื้อเยื่อเกี่ยวพัน กระดูก และกระดูกอ่อน ช่วยเพิ่มความแข็งแรงและความยืดหยุ่น **-collagenic** *adj.* **-collagenous** *adj.*

collapse (คะแลพซฺ') *v.* **-lapsed, -lapsing** *-vi.* ล้มลง, ยุบลง, พังลง, ทรุดลง, พับเก็บได้, ล้มเหลว, ล้มหมดสติ, สูญเสียการควบคุมตัวเอง, (ราคา) ตกฮวบฮาบ *-vt.* ทำให้ล้มลง, ทำให้พัง, หักพับ *-n.* การล้มลง, การทรุดลง, ภาวะทรุดโทรม **-collapsible** *adj.* **-collapsibility** *n.* (-S. fall, drop, destruction) *-Ex. The roof collapsed under the weight of the unusually heavy snow., The rubber life raft collapses for storage., Some card tables and chairs can be collapsed., The truce talks collapsed before a settlement was reached., the sudden collapse of a bridge, the collapse of a punctured rubber ball, a nervous collapse*

collar (คอล' ละ) *n.* ปลอกคอ, แถบคอเสื้อ, ปกเสื้อ, คอเสื้อ, สิ่งที่คล้ายวงแหวน, แถบหนังหรือโลหะที่ยึดรอบคอสัตว์, แอก, วงแหวนของเสา, สร้อยคอประดับ **-collarless** *adj.* **-collared** *adj. -Ex. The police collared the chief., to collar a dog*

collar

collarbone (คอล' ละโบน) *n.* กระดูกไหปลาร้า

collar button กระดุมเสื้อที่ปลอกคอเสื้อ

collard (คอล' ลาร์ด) *n.* กะหล่ำใบจำพวก *Brassica oleracea* var. *acephala*

collate (โคเลท') *vt.* **-lated, -lating** ตรวจเทียบ, ตรวจทาน, เทียบเคียง, ตรวจปรู๊ฟ, ปรับให้เหมาะสม, ลำดับหน้า, เรียง, แต่งตั้งตำแหน่งทางศาสนาคริสต์ (-S. compare)

collateral (คะแลท' เทอเริล) *adj.* เคียงข้าง, ขนานกัน, เพิ่มเติม, ผนวก, ประกอบ, สังกัด, เป็นส่วนเสริม, ที่สอง, เกี่ยวกับอันดับรอง, ซึ่งเป็นทางอ้อม, โดยทางอ้อม, ไม่ใกล้ชิด, ห่างๆ **-collaterally** *adv.* (-S. adjunct)

collation (โคเล' ชั่น) *n.* การตรวจเทียบ, การตรวจทาน, การแต่งตั้งตำแหน่งพระในคริสต์ศาสนา, อาหารว่างในระหว่างถือศีล, อาหารว่าง, การอ่านเรื่องนักบุญให้ฟังกัน (-S. snack, act of collating)

collator (โคเล' เทอะ) *n.* ผู้ตรวจทาน, ผู้ตรวจปรู๊ฟ, ผู้ปรับปรุง, คนเรียง, เครื่องเรียง

colleague (คอล' ลีก) *n.* ผู้ร่วมงาน, เพื่อนร่วมงาน (-S. associate, cohort, ally)

collect[1] (คะเลคทฺ') *vt.* รวบรวม, รวมเป็นกลุ่ม, สะสม, เก็บ (เงิน, บัญชี, ค่าเช่า ฯลฯ), คุมสติ, สำรวม, ไปรับ (จดหมาย) *-vi.* จับกลุ่ม, เกาะกลุ่ม, รวบรวม, เก็บบัญชี, สะสม *-adj., adv.* ให้ผู้รับจ่ายเงิน (-S. obtain, receive, gather) *-Ex. collect materials for the house, collecting for the Red Cross, Udom collects stamps., The people collected in the market place., Water collects in ditches.*

collect[2] (คะเลคทฺ') *n.* คำอธิษฐานสั้นๆ, คำสวดสั้นๆ

collectable, collectible (คะเลค' ทะเบิล) *adj.* ซึ่งพอจะรวบรวมได้, ซึ่งพอจะเก็บได้

collected (คะเลค' ทิด) *adj.* ซึ่งคุมสติได้, สำรวม, มีจิตมั่น, ซึ่งรวบรวมไว้ **-collectedly** *adv.* **-collectedness** *n.* (-S. composed, assembled)

collection (คะเลค' ชั่น) *n.* การสะสม, การรวบรวม, เงินสะสม, สิ่งที่เก็บรวบรวมไว้, การจัดเก็บ, การเรียกเก็บ, เงินที่เรี่ยไรมา (-S. mobilization, crowd, aggregation, compilation) *-Ex. The hospital organized the collection of old clothes., a collection of dust in the corner, a stamp collection, the collection of taxes, a church collection, The class took up a collection of dollars.*

collective (คะเล็ค' ทิฟว) *adj.* เกิดจากการรวบรวม, ซึ่งรวบรวมไว้, เกี่ยวกับการรวบรวมไว้ *-n.* หมู่คณะ, ส่วนรวม, กลุ่ม, ก้อน **-collectively** *adv.* (-S. cumulative, joint) *-Ex. to accomplish something by collective action, the collective wisdom of mankind*

collectivism (คะเลค' ทิวิซึม) *n.* ลัทธิกรรมสิทธิร่วมกัน, ลัทธิส่วนรวม, ลัทธิศูนย์รวมการควบคุมเศรษฐกิจและสังคม **-collectivist** *n., adj.* **-collectivistic** *adj.*

collectivize (คะเลค' ทะไวซ) *vt.* **-ized, -izing** จัดให้มีลัทธิกรรมสิทธิร่วม, จัดให้มีลักษณะร่วม **-collectivization** *n.*

collector (คะเลค' เทอะ) *n.* คนเก็บ (เงิน, ค่าเช่า, ภาษีและอื่นๆ), เครื่องมือเก็บ (เงิน, ค่าเช่า, ภาษี หรืออื่นๆ), คนสะสม (แสตมป์, รูปภาพหรืออื่นๆ), ขั้วไฟฟ้าหลอดทรานซิสเตอร์หรือหลอดสุญญากาศสำหรับสะสมอิเล็กตรอนไอออน *-Ex. a tax collector, an art or stamp collector*

colleen (คอล'ลีน) *n.* เด็กผู้หญิง, เด็กผู้หญิงชาวไอริช

college (คอล' ลิจ) *n.* วิทยาลัย, สถาบันการศึกษาชั้นสูง, ส่วนหนึ่งของมหาวิทยาลัย, โรงเรียนอาชีพ, คณะบริหารและนักศึกษา, โรงเรียนมัธยมเอกชน (ในอังกฤษ) สมาคม, บริษัท, กลุ่มพระของมูลนิธิ (-S. company, body, association, school) *-Ex. a business college*

collegial (คะลี' เจียล) *adj.* ดู collegiate, เกี่ยวกับวิทยาลัยหรือมหาวิทยาลัย

collegian (คะลี' เจียน) *n.* นิสิตมหาวิทยาลัย

collegiate (คะลี' จิเอท) *adj.* เกี่ยวกับวิทยาลัยหรือมหาวิทยาลัย, เกี่ยวกับสมาชิกในสมาคมหรือบริษัท, เกี่ยวกับนักศึกษาของมหาวิทยาลัย

collide (คะไลดฺ') *vi.* **-lided, -liding** ปะทะกันโครม, ชนกันโครม, ขัดแย้ง, ไม่เห็นด้วย (-S. smash, crash) *-Ex. Cars are likely to collide on that turn.*

collie (คอล' ลี) *n.* สุนัขพันธุ์หนึ่งในสกอตแลนด์ ใช้ต้อนฝูงแกะ

collie

C

collier (คอล' เยอะ) *n.* เรือบรรทุกถ่านหิน, คนงานถ่านหิน, คนขายถ่านหิน (-S. coal miner)

colliery (คลอ' ยะรี) *n., pl.* **-lieries** เหมืองถ่านหิน (ที่รวมทั้งสิ่งก่อสร้างและอุปกรณ์ต่างๆ), บ่อถ่านหิน

colligate (คอล' ละเกท) *vt.* **-gated, -gating** ผูกเข้าด้วยกัน, มัดรวมกัน, สรุป **-colligation** *n.*

collimate (คอล'ละเมท) *vt.* **-mated, -mating** ปรับเข้าให้ตรง, เล็งให้ตรง, ทำให้ขนาน, ปรับภาพให้ชัด **-collimation** *n.* **-collimator** *n.*

collision (คะลิส' ชัน) *n.* การปะทะกันโครม, การชนกันโครม, ความขัดแย้ง, การกระทบกันของอนุภาคทำให้เกิดการแลกเปลี่ยนพลังงานหรือโมเมนตัม (-S. impact)

collocate (คอล'ละเคท) *vt.* **-cated, -cating** วางเข้าด้วยกันให้เหมาะ, จัดให้เหมาะ, วางให้เหมาะ

collocation (คอลละเค' ชัน) *n.* การวางเข้าด้วยกันให้เหมาะ, การจัดให้เหมาะ, ภาวะหรือลักษณะการจัดวาง, การจัดคำหรือประโยค

collodion (คะโล' เดียน) *n.* สารละลายของ pyroxylin ในอีเธอร์และแอลกอฮอล์ใช้ในการทำฟิล์มถ่ายรูป

colloid (คอล' ลอยด) *n.* สารคล้ายกาว, คอลลอยด์, สารผสมของแข็งละเอียดที่แขวนอยู่ในของเหลว

colloidal (คะลอย' เดิล) *adj.* เกี่ยวกับหรือมีลักษณะของ colloid

collop (คอล' ลัพ) *n.* เนื้อที่หั่นเป็นชิ้นเล็กๆ, รอยย่นของไขมันบนผิวหนัง

colloquial (คะโล' เควียล) *adj.* เกี่ยวกับภาษาสนทนาอย่างไม่เป็นทางการ, เกี่ยวกับการสนทนา **-colloquially** *adv.*

colloquialism (คะโล' เควียลลิสซึม) *n.* คำสนทนา, คำธรรมดาๆ, คำพูดที่เคยชิน, การใช้คำพูดที่ธรรมดาๆ และเคยชิน

colloquium (คะโล' เควียม) *n., pl.* **-quia/-quiums** การประชุมหรือสัมมนาที่มีแต่ผู้เชี่ยวชาญหรือผู้รอบรู้

colloquy (คอล' ละควี) *n., pl.* **-quies** การสนทนาแลกเปลี่ยน, การประชุมพิจารณา (อย่างเป็นทางการ) (-S. conference)

collude (คะลูด') *vi.* **-luded, -luding** สมรู้ร่วมคิด, รวมหัวกันคิดอุบาย **-conlluder** *n.*

collusion (คะลู' ชัน) *n* การสมรู้ร่วมคิด, การรวมหัวกันคิดอุบาย **-collusive** *adj.* **-collusively** *adv.* (-S. intrigue, conspiracy)

colluvium (คะลู' เวียม) *n., pl.* **-via/-viums** เศษหินที่กองอยู่ใต้เนินเขา

collywobbles (คอล' ลีวอบเบิลซ) *n. pl.* อาการปวดท้อง (-S. bellyache)

cologne (คะโลน') *n.* น้ำหอมกลิ่นอ่อนๆ มีส่วนผสมของแอลกอฮอล์และน้ำมันหอมต่างๆ

Colombia (คะลัม' เบีย) ประเทศโคลัมเบียในอเมริกาใต้ **-Colombian** *adj., n.*

Colombo (คะลัม' โบ) ชื่อเมืองท่าและเมืองหลวงของศรีลังกา

colon[1] (โค' เลิน) *n., pl.* **-lons/-la** ลำไส้ใหญ่ **-colonic** *adj.*

colon[2] (โค' เลิน) *n.* เครื่องหมายโคลอนหรือ :

colonel (เคอ' เนิล) *n.* นายพัน, พันเอก, นาวาเอก

colonelcy (เคอ' เนิลซี) *n., pl.* **-cies** ตำแหน่ง ยศหรือฐานะของนายพันเอก

colonial (คะโล' เนียล) *adj.* เกี่ยวกับอาณานิคม **-Colonial** เกี่ยวกับอาณานิคมของอังกฤษที่กลายเป็นสหรัฐอเมริกาในเวลาต่อมา หรือเกี่ยวกับเครื่องเรือนของอาณานิคมอังกฤษในสมัยนั้น *-n.* ชาวอาณานิคม **-colonially** *adv.*

colonialism (คะโล' เนียลลิซึม) *n.* ลัทธิล่าอาณานิคม ลัทธิล่าเมืองขึ้น, การควบคุมดินแดนที่เป็นอาณานิคม **-colonialist** *n., adj.*

colonist (คอล' ละนิสทฺ) *n.* ชาวอาณานิคม, สมาชิกล่าเมืองขึ้น

colonise, colonize (คอล' ละไนซ) *v.* **-nised, -nising/-nized, -nizing** สร้างอาณานิคม, ตั้งรกราก *-vi.* สร้างอาณานิคม, ตั้งรกรากในอาณานิคม **-colonisation, colonization** *n.*, **-coloniser, colonizer** *n.* *-Ex. People from Spain colonized Mexico and Florida., France and England colonized Canada.*

colonnade (คอล' ละเนด) *n.* แถวเสาระเบียง, แถวต้นไม้

colony (คอล' ละนี) *n., pl.* **-nies** อาณานิคม, กลุ่มผู้คนในอาณานิคม, ประเทศหรือดินแดนที่เป็นอาณานิคม *-Ex. A colony of Puritans settled in Massachusetts., The first English colonies were on the Atlantic coast., European countries once governed African colonies., the French colony in New York, a colony of artists, a colony of ants*

colophon (คอล'ละฟอน) *n.* เครื่องหมายสำนักพิมพ์, บันทึกตอนท้ายเล่มของหนังสือ **-from title page to colophon** จากต้นจนจบ

Colorado (คอลละแรด' โด) *n.* รัฐโคโลราโดในสหรัฐอเมริกา

colour, color (คัล' เลอะ) *n.* สี, สีสัน, สีผิวหนัง, หน้า, หน้าแดง, สีดำของนิโกร, คุณภาพที่เด่นชัด, รายละเอียด, สีระบาย, เม็ดสี, รงควัตถุ, ธง, เครื่องหมาย, สายสะพาย, ทัศนะ, ลักษณะ, บุคลิกภาพ *-vt.* ระบายสี, ทาสี, แสดงถึง *-vi.* เปลี่ยนสี, หน้าแดง **-call to the colours** เรียกเข้าประจำการ **-colourer, colorer** *n.* (-S. hue, pigment, flag) *-Ex. His fine colour showed he was in good health., Newspapers sometimes colour a story to make it more exciting than the actual happening., Udom coloured when Somchai was caught in a lie., a salute to the colours*

colourable, colorable (คัล' เลอะระเบิล) *adj.* ซึ่งย้อมสีได้, ซึ่งติดสีได้ **-colourably, colorably** *adv.*

colourant, colorant (คัล' เลอเรินทฺ) *n.* สีย้อม, สี

colouration, coloration (คัลเลอเร' ชัน) *n.* การย้อมสี, การปรากฏเป็นสี, การระบายสี

colourblind, colorblind (คัล' เลอะไบลดฺ) *adj.*

C

เกี่ยวกับตาบอด สีหรือเป็นโรคตาบอดสี **-colourblindness, colorblindness** *n.* โรคตาบอดสี

coloured, colored (คัล' เลอด) *adj.* มีสี, เกี่ยวกับชนชาติที่ไม่ใช่ผิวขาว, เกี่ยวกับชนชาตินิโกร, มีอคติ, มีใจโอนเอียง (-S. prejudiced, exaggerated -A. unbiased)

colourfast, colorfast (คัล' เลอะฟาสทฺ) *adj.* ติดสีย้อมได้ดี, มีสีทนทาน **-colourfastness, colorfastness** *n.*

colourful, colorful (คัล' เลอฟูล) *adj.* เต็มไปด้วยสีสัน, มีภาพสีสดใส, มีสี, น่าตื่นเต้น, พอฟังได้, ตรึงใจ, มีเสน่ห์ **-colourfully, colorfully** *adv.* **-colourfulness, colorfulness** *n.* (-S. interesting, vivid, lively) *-Ex. The opening up of the West was a colourful period in our history.*

colouring, coloring (คัล' เลอริง) *n.* การใส่หรือทาสี, วิธีการใส่หรือทาสี, การปรากฏเป็นสี, โฉมภายนอก, สีผิว

colourless, colorless (คัล' เลอลิส) *adj.* ปราศจากสี, น่าเบื่อ

colossal (คะลอส' เซิล) *adj.* ใหญ่, มหึมา, มหาศาล **-colossally** *adv.* (-S. enormous, huge -A. tiny, miniature)

colossus (คะลอส' ซัส) *n., pl.* **-lossi/-lossuses** สิ่งที่ใหญ่โต มหึมาหรือมีอำนาจมาก, เทวรูปเทพเจ้าอพอลโลทำจากโลหะบรอนซ์ บนเกาะ Rhodes (ตามตำนานกรีก) (-S. giant, titan)

colostomy (คะลอส' โทมี) *n., pl.* **-mies** ศัลยกรรมสร้างทวารหนักเทียมโดยเปิดเข้าไปในลำไส้ใหญ่

colostrum (คะลอส' ทรัม) *n.* น้ำนมแรกจากนมมารดาหลังคลอด 2-3 วัน

colt (โคลท) *n.* ลูกม้าตัวผู้ (อายุไม่เกิน 4 ปี), คนอ่อนหัด, คนด้อยประสบการณ์, เด็กหนุ่ม

Colt (โคลท) *n.* ชื่อปืนสั้นรีวอลเวอร์ชนิดหนึ่ง

coltish (โคล'ทิช) *adj.* ไม่ได้รับการฝึก, เหมือนม้าป่า, ไร้ระเบียบวินัย, ขี้เล่น, กระโดดโลดเต้น, สนุกสนาน, คล้ายหรือเกี่ยวกับลูกม้า **-coltishly** *adv.*

Columbia (คะลัม' เบีย) ชื่อเมืองหลวงของรัฐเซาท์แคโรไลนาในสหรัฐอเมริกา

columbine (คอล' ละไบน) *n.* ชื่อพืชพวก *Aquilegia* มีดอกสีม่วงหรือน้ำเงิน เป็นดอกไม้ประจำรัฐโคโลราโดในสหรัฐอเมริกา

columbium (คะลัม' เบียม) *n.* ธาตุชนิดหนึ่งมีชื่อเรียกอีกชื่อว่า niobium ใช้สัญลักษณ์ Cb

column (คอล' ลัมน) *n.* เสา, เสากลม, เสาหิน, เสาปูน, ส่วนที่เป็นลำ,สิ่งที่เป็นลำ,แถวหรือรายการที่เป็นแนวตรง, กองทหารที่ตั้งแถวแนวตรง, แนวขบวนเรือรบเป็นแนวตรง, คอลัมน์หนังสือพิมพ์ **-columned** *adj.* **-columnar** *adj.* (-S. pillar, shaft, line, string, group) *-Ex. the spinal column, a column of smoke, There are two columns on this page., a society column, add up that column*

columniation (คะลัมนิเอ' ชัน) *n.* การจัดเป็นแนวตรง, ระบบเป็นแนวตรงของโครงสร้าง

columnist (คอล' ลัมนิสทฺ) *n.* นักเขียนหรือบรรณาธิการคอลัมน์หนังสือพิมพ์, นักเขียนเรื่องราวประจำในหนังสือพิมพ์ *-Ex. a sports columnist*

com- คำอุปสรรค มีความหมายว่า ร่วมกัน, ด้วยกัน, อย่างสมบูรณ์ (-S. co-)

coma (โค' มะ) *n., pl.* **-mas** อาการโคม่า, อาการหมดสติ

Comanche (โคแมน' ชี) *n., pl.* **-ches/-che** เผ่าอินเดียนแดงเผ่าหนึ่งซึ่งเคยอยู่ตามแนวชายแดนประเทศสหรัฐอเมริกากับเม็กซิโก ปัจจุบันอาศัยอยู่ในรัฐโอกลาโฮมาของสหรัฐอเมริกา, ภาษาของอินเดียนแดงเผ่านี้

comatose (คอม' มะโทส) *adj.* หมดสติ, สลบ, ไม่รู้สึกตัว, โคม่า, เฉื่อยชา, ไร้พลัง, ขาดความว่องไว (-S. unconscious)

comb (โคมบฺ) *n.* หวี, เครื่องมือหรือสิ่งที่คล้ายหวี, เครื่องมือแยกเส้นใย, รวงผึ้ง *-vt.* หวี (ผม), ขจัดออกด้วยหวี, สาง, สะสาง, เสาะแสวงทุกหนทุกแห่ง, ค้นอย่างละเอียด *-vi.* (คลื่น) ม้วนตัวซัดฝั่งแล้วแตกกระจาย *-Ex. brush and comb*

combat (*v.* คัมแบท', *-n.* คอม' แบท) *v.* **-bated, -bating/-batted, -batting** *-vi.* ต่อสู้, ต่อต้าน *-vt.* ต่อสู้กับ, รบกับ *-n.* การรบ, การต่อสู้, ความขัดแย้ง (-S. fight, battle, conflict)

combatant (คัมแบท' เทินทฺ) *n.* ผู้ต่อสู้, ผู้ทำการรบ, ทหาร *-adj.* ซึ่งต่อสู้, เกี่ยวกับการรบ, เกี่ยวกับการรณรงค์ (-S. contestant, contender)

combat fatigue โรคจิตที่เนื่องจากความเหน็ดเหนื่อยจากการรบ

combative (คัมแบท' ทิฟว) *adj.* พร้อมรบ, ชอบรบ, ชอบต่อสู้ **-combatively** *adv.* **-combativeness** *n.*

combination (คอมบะเน' ชัน) *n.* การรวมกัน, การผนึกกัน, จำนวนสิ่งของที่รวมกัน, สิ่งที่เกิดจากการรวมกัน, พันธมิตร, กลุ่มคน, มอเตอร์ไซค์ที่มีที่นั่งด้านข้าง, รหัสตัวเลขหรืออักษรของกุญแจที่ไขด้วยการหมุนตัวเลขหรือหมุนอักษรดังกล่าว, การจัดเป็นกลุ่ม **-combinational** *adj.* **-combinative** *adj.* **-combinatory** *adj.* (-S. combining, joining, blend) *-Ex. New substances can be made by the combination of various chemical elements., The colour green is a combination of blue and yellow.*

combination lock กุญแจรหัสที่ต้องไขด้วยการหมุนตัวเลขหรือตัวอักษรที่มีรหัสเฉพาะ

combine (คัมไบนฺ', คอม' ไบนฺ) *v.* **-bined, -bining** *-vt.* รวมกัน, ทำให้รวมกัน, ประกอบกัน *-vi.* รวมกัน, ร่วมปฏิกิริยาทางเคมี *-n.* การรวมกัน, กลุ่มคน, เครื่องจักรตัดและนวดเมล็ดข้าว **-combinable** *adj.* **-combiner** *n.* (-S. unite, join, merge) *-Ex. The two businesses have been combined., The workers combined to oppose the change., Somchai combines good taste and real skill in his work.*

combings (โคม' บิงซฺ) *n. pl.* ผม ขน หรือเส้นใยที่ร่วงจากการหวี

combo (คัม' โบ) *n., pl.* **-bos** วงดนตรีแจ๊สขนาดเล็ก, วงดนตรีเต้นรำขนาดเล็ก, กลุ่มเล็กๆ, สิ่งที่เกิดจากการรวมกัน

combustible (คัมบัส' ทะเบิล) *adj.* ซึ่งติดไฟได้,

combustion 166 comical
C

ลุกไหม้ได้, ง่ายต่อการถูกกระตุ้น *-n.* สารที่ติดไฟได้ **-combustibility** *n.* **-combustibly** *adv.* (-S. inflammable, burnable -A. nonflammable) *-Ex. Dry wood is combustible.*

combustion (คัมบัส' ชัน) *n.* การเผาไหม้, กระบวนการเผาไหม้, กระบวนการรวมตัวกับออกซิเจนอย่างรวดเร็วและมีความร้อนเกิดขึ้น **-combustive** *adj.* (-S. burning, fire) *-Ex. the combustion of logs in the fireplace, the combustion of food in the body*

come (คัม) *vi.* **came, come, coming** มา, เข้ามา, ปรากฏ, มาถึง, บรรลุถึง, เกิดขึ้น, กลายเป็น, จะมาอีก, เป็นรูปร่าง, มี **-come about** เกิดขึ้น, ปรากฏขึ้น **-come across** พบ (โดยบังเอิญ), เข้าใจ, บรรลุ **-come after** ตามหา, สืบมรดก, ตามหลัง **come back** กลับมา, สรรหา, (ความจำ) กลับคืน **-come between** แยก, แทรกแซง **-come by** ผ่าน, เยี่ยม **-come down** ลดลงมายัง **-come in** เข้าไป, มาถึง, มา **-come into** ได้รับ, ได้มา **-come off** ปรากฏขึ้น, เกิดขึ้น, ประสบผลสำเร็จ **-come out** เปิดเผยออกมาให้รู้ว่าเป็นพวกรักร่วมเพศ **-come upon, come on** พบโดยบังเอิญ, โจมตี (-S. attain, arrive, proceed -A. go, depart) *-Ex. A man came along the road., day came, People come and go., come to clean the windows, There came a knock on the door., The money comes from his business., Has Udom come yet? An arrangement was come to harm., come to a conclusion, It comes to $6., Come along!, Come on!, It comes away in my hand., come down, come forward, Come in!, come in sight, How are you coming on at your new job?, The actress came on dressed as a queen., It came out that they had friends in common., Many books and movies come out every year., Did everything come out as planned?, If anything bothers you come out with it., The automobile company came out with a new model., The bill came to five dollars., Sombut came to after we threw cold water in his face., The question came up at the meeting.*

comeback (คัม' แบค) *n.* การกลับสู่ตำแหน่งหรือฐานะเดิม, การพูดย้อนที่ฉลาด (-S. return, recovery, revival)

Comecon ย่อจาก Council for Mutual Economic Assistance สภาช่วยเหลือทางเศรษฐกิจของกลุ่มประเทศคอมมิวนิสต์ในยุโรป

comedian (คะมี' เดียน) *n.* ตัวตลก, ตัวละครชวนหัว, ผู้ที่มีลักษณะตลก (-S. humorist, comic, wit)

comedic (คะมี' ดิค) *adj.* เกี่ยวกับละครตลก

comedienne (คะมี' เดียน) *n.* นักแสดงละครตลกหญิง, ตัวตลกหญิง

comedist (คอม' มีดิสท) *n.* นักประพันธ์บทละครตลก

comedo (คอม' มีโด) *n., pl.* **comedos/comedones** สิวหัวดำ

comedown (คัม' ดาวน) *n.* การตกอับ, การเสื่อมลงของฐานะ ความรุ่งโรจน์ ความสำคัญหรือบทบาท (-S. descent, downfall, failure)

comedy (คอม' มีดี) *n., pl.* **-dies** ละครตลก, ละครชวนหัว, เรื่องตลก, ความขบขัน, ฉากละครตลก (-S. satire, farce)

come-hither (คัมฮิธ' เธอะ) *adj.* ซึ่งยั่วยวน, ซึ่งล่อลวง

comely (คัม' ลี) *adj.* **-lier, -liest** สวยงาม, เหมาะสม, สะดุดตา **-comeliness** *n.* (-S. joke, farce, gag, jest) *-Ex. a comely woman*

come-on (คำสแลง) การล่อลวง ท่าทางเชิญชวน

comer (คัม'เมอะ) *n.* คนที่มา, คนที่ไปได้ดี (มีความเจริญ), คนที่น่าจะได้ดีในอนาคต, คนที่มีหวังจะประสบความสำเร็จ

comestible (คะเมส' ทะเบิล) *n.* อาหาร, ของกินได้ *-adj.* ซึ่งกินได้ (-S. eatable, edible)

comet (คัม' มิท) *n.* ดาวหาง **-cometary, cometic** *adj.*

comeuppance (คัมอัพ' พันซฺ) *n.* การด่าที่ควรได้รับ, การลงโทษที่ควรได้รับ

comfit (คัม' ฟิท) *n.* ลูกกวาดรสผลไม้

comfort (คัม' เฟิร์ท) *vt.* ปลอบโยน, ให้กังวลใจ, ช่วยเหลือ *-n.* ความอบอุ่นใจ, การปลอบโยน, คำปลอบโยน, สิ่งปลอบใจ, ผู้ปลอบใจ, การช่วยเหลือ **-comforting** *adj.* **-comfortless** *adj.* (-S. solace, soothe, console -A. afflict, distress) *-Ex. Your kind words have given me great comfort., My son has been a comfort to me., It is a comfort to know that Sawai died bravely., Ointment on a burn give some comfort., An open fire gives a feeling of comfort., A Hotel well known for its good service and comfort.*

comfortable (คัม' เฟิร์ททะเบิล) *adj.* สบาย, สุขกาย, สุขใจ, พอเพียง *-n.* ผู้ปลอบโยน **-comfortably** *-adv.* **-comfortableness** *n.* (-S. relaxed, cheerful, cosy -A. strained) *-Ex. Somchai was left in comfortable circumstances.*

comforter (คัม' เฟิร์ทเทอะ) *n.* คนปลอบโยน, ผู้ปลอบโยน, ผ้าพันคอชนิดยาวที่ทำด้วยขนสัตว์, ผ้าคลุมเตียงที่หนา (-S. solace, sympathizer)

comforting (คัม' เฟิร์ททิง) *adj.* ให้ความสุขสบาย, ซึ่งปลอบโยน, ซึ่งปลอบใจ (-S. supportive)

comfort station ห้องสุขาสาธารณะ (-S. toilet, restroom)

comfrey

comfrey (คัม' ฟรี) *n., pl.* **-freys** พืชจำพวก *Symphytum* ใช้เป็นอาหารสัตว์หรือทำเป็นเครื่องประดับตกแต่ง

comfy (คัม' ฟี) *adj.* **-fier, -fiest** สบาย, สุขกาย, สุขใจ (-S. comfortable)

comic (คอม' มิค) *adj.* เกี่ยวกับละครตลก, เกี่ยวกับเรื่องขบขัน *-n.* ภาพการ์ตูนที่ต่อเนื่องกัน, หนังสือการ์ตูน **-comics** ภาพการ์ตูนที่ลงต่อเนื่อง (-S. comedian, comical, funny) *-Ex. a comic song, a comic writer, a comic situation*

comical (คอม' มิเคิล) *adj.* ตลก, ขบขัน, น่าหัวเราะ **-comically** *adv.* **-comicality** *n.* (-S. ludicrous, funny)

-Ex. Dressed in his sister's clothes, Udom was a comical sight.

comic book หนังสือภาพการ์ตูน

comic strip การ์ตูนชวนหัวลงเป็นตอนๆ เช่น ในหนังสือพิมพ์

coming (คัม' มิง) *n.* การมาถึง, รายได้ *-adj.* กำลังมาถึง, ซึ่งมีหวังสำเร็จ **-have it/something coming to one** เหมาะสมที่จะได้รับ (-S. next, nearing) *-Ex. the coming of spring, the coming storm, this coming week*

comity (คอม' มิที) *n., pl.* **-ties** มารยาทที่มีต่อกัน, ไมตรีจิตที่มีต่อกัน, มารยาทหรือธรรมเนียมปฏิบัติทางการเมือง

comma (คอม' มะ) *n.* เครื่องหมายจุลภาค (,) ที่ใช้คั่นประโยค, การหยุดพักชั่วคราว

command (คะมานดฺ') *vt.* บัญชา, บัญชาการ, สั่ง, สั่งการ, ควบคุม, มีอำนาจเหนือ, ควรได้รับ *-vi.* บัญชา, สั่ง, มีอำนาจเหนือ, ควบคุม *-n.* การออกคำสั่ง, การบัญชาการ, คำสั่ง, อำนาจสั่ง, ตำแหน่งบัญชาการ, คนในบังคับบัญชา, อักษรหรือสัญลักษณ์ที่ใช้สั่งเครื่องคอมพิวเตอร์ทำงาน (-S. order, sway, authority -A. obey) *-Ex. The King commands and we obey., Udom commanded me to do it., Daeng commanded that we should do it., Somsuk commands a battleship., give a command, word of command, in command of the fleet, take command of, men under (in) my command, The officer will inspect his command., The fort commands the entrance to the harbour., a good command of English, to have command of one's temper, to command respect, to command a high price*

commandant (คอม' มันดานทฺ, -แดนทฺ) *n.* ผู้บังคับบัญชา, ผู้บัญชาการ, นายทหารผู้บัญชาการ, ผู้บัญชาการหน่วยทหารราชนาวี, ผู้บัญชาการโรงเรียนทหาร (-S. commander)

commandeer (คอมมันเดียร์') *vt.* เกณฑ์พลเรือนเข้าทำการรบหรือทำงานให้กับหน่วยทหาร, ยึดทรัพย์สินเอกชนเพื่อประโยชน์ทางทหารหรือเพื่อสาธารณประโยชน์ (-S. draft, conscript, impress)

commander (คะมาน' เดอะ) *n.* ผู้บังคับบัญชา, ผู้สั่งการ, ผู้นำ, นายทหารผู้บังคับบัญชา, นาวาโท, สมาชิกเครื่องอิสริยภรณ์ชั้น 2 หรือ 3 **-commandership** *n.* (-S. chief, leader, director)

commander in chief ผู้บัญชาการทหารสูงสุด, จอมทัพ, แม่ทัพ, ประธานาธิบดี (-S. Commander in Chief, supreme commander)

commanding (คะมาน' ดิง) *adj.* เกี่ยวกับการบัญชาการ, เด่น, ครอบงำ, สูงคลุม **-commandingly** *adv. -Ex. a commanding view of the river*

commanding officer ทหารผู้บัญชาการ ตั้งแต่ชั้นร้อยตรีจนถึงพันเอก

commandment (คะมาน' เมินทฺ) *n.* อำนาจ, คำสั่ง, การออกคำสั่ง, บัญญัติ

commando (คะมาน' โด) *n., pl.* **-dos/-does** หน่วยจู่โจมที่ได้รับการฝึกเป็นพิเศษ, หน่วยคอมมานโด, สมาชิกของหน่วยดังกล่าวนี้

commedia dell'arte (คะเมเดีย เดลลา' ที) (ภาษาอิตาเลียน) ละครหรือเรื่องตลกอิตาเลียน

comme il faut (คอเมลโฟ') (ภาษาฝรั่งเศส) เหมาะสม, สมควร

command performance การแสดงตามคำสั่ง

command post กองบัญชาการ

commeasure (คะเมฌ' เฌอะ) *vt.* **-ured, -uring** เทียบเท่ากับ, ขยายออกร่วมกัน **-commeasurable** *adj.*

commemorate (คะเมม' โมเรท) *vt.* **-rated, -rating** เป็นที่ระลึก, ฉลอง, เป็นอนุสรณ์, กล่าวระลึกถึง **-commemorator** *n.* **-commemorative** *adj.* (-S. memorialize, celebrate) *-Ex. The names of many roads commemorate men who were important in building our country.*

commemoration (คะเมมมะเร' ชัน) *n.* การระลึก, การฉลอง, พิธีฉลอง, ที่ระลึก, สิ่งที่เป็นอนุสรณ์

commence (คะเมนซฺ') *vi., vt.* **-menced, -mencing** เริ่ม, ริเริ่ม, เริ่มต้น, ได้รับปริญญา **-commencer** *n.* (-S. initiate begin -A. end, close)

commencement (คะเมนซฺ' เมินทฺ) *n.* การเริ่มต้น, การเริ่ม, พิธีรับปริญญา, วันรับปริญญา

commend (คะเมนดฺ') *vt.* มอบ, แนะนำ, ให้ความไว้วางใจ, ฝากฝัง, สรรเสริญ, ยกย่อง **-commendable** *adj.* **-commendably** *adv.* (-S. endorse, commit) *-Ex. I want to commend you for being on time every day., My friend commended this book to me.*

commendation (คอมมันเด' ชัน) *n.* การมอบ, การแนะนำ, การสรรเสริญ, การยกย่อง, สิ่งที่สรรเสริญ, การฝากฝัง (-S. approbation -A. censureship) *-Ex. His teacher's commendation encouraged the student., The soldier received a commendation for bravery.*

commendatory (คะเมน' ดะโทรี) *adj.* ซึ่งสรรเสริญ, ซึ่งยกย่อง, เกี่ยวกับการแนะนำหรือฝากฝัง (-S. admiring)

commensal (คะเมน' เซิล) *adj.* เกี่ยวกับการรับประทานอาหารรวมกันที่โต๊ะเดียวกัน,ซึ่งอาศัยอยู่ด้วยกันโดยไม่ทำอันตรายแก่กัน, ซึ่งอยู่ในบริเวณเดียวและไม่แข่งขันหรือแย่งกัน **-commensalism** *n.* **-commensally** *adv.*

commensurable (คะเมน' เซอะระเบิล) *adj.* ซึ่งพอจะวัดกันได้, เหมาะสม, ซึ่งพอจะถือเป็นเกณฑ์เดียวกันได้ **-commensurability** *n.* **-commensurably** *adv.* (-S. proportionate)

commensurate (คะเมน' เซอริท) *adj.* ซึ่งเทียบเท่า, มีปริมาณหรือขนาดเท่ากันกับ, พอเพียง, ซึ่งได้สัดส่วนกับ **-commensurately** *adv.* **-commensuration** *n.* (-S. adequate)

comment (คอม' เมินทฺ) *n.* ข้อคิดเห็น, ความเห็น, ข้อสังเกต, คำอธิบาย, คำวิจารณ์ *-vi.* เขียนข้อคิดเห็น, ให้ข้อคิดเห็นหรือข้อสังเกต *-vt.* ให้ข้อคิดเห็น, ให้ข้อสังเกต (-S. remark, note) *-Ex. The teacher put a short comment on each paper., There was much comment*

C

about the plans for a new gymnasium., Everyone commented on the good book.

commentary (คอม' เมินทะรี) *n., pl.* **-taries** ข้อคิดเห็น, คำวิจารณ์, บทความแสดงข้อคิดเห็น, สิ่งที่ใช้อธิบาย **-commentarial** *adj.* (-S. critique, observation, note)

commentate (คอม' เมินเทท) *v.* **-tated, -tating** *-vt.* เขียนหรือส่งข้อคิดเห็นเกี่ยวกับ *-vi.* วิจารณ์, ออกความเห็น

commentator (คอม' เมินเทเทอะ) *n.* ผู้วิจารณ์, ผู้ออกความเห็น, ผู้อธิบาย, ผู้บรรยายข่าว, เหตุการณ์สภาพดินฟ้าอากาศและอื่นๆ

commerce (คอม' เมิร์ซฺ) *n.* การค้า, การพาณิชย์, ความสัมพันธ์ทางสังคม, การคบหาสมาคม, การแลกเปลี่ยน (ข้อคิดเห็น ความรู้หรืออื่นๆ), การร่วมประเวณี *-vi.* **-merced, -mercing** คบหาสมาคมกับ (-S. trade, communication)

commercial (คะเมอ' เชิล) *adj.* เกี่ยวกับการค้า, เป็นการค้า, ซึ่งมีจุดประสงค์เพื่อหวังกำไรได้, ไม่บริสุทธิ์เต็มที่ (ชนิดของสารเคมี), สำหรับนักธุรกิจ *-n.* การโฆษณาสินค้าทางโทรทัศน์หรือทีวี **-commercially** *adv.* (-S. trade, mercantile, marketable) *-Ex. a commercial enterprise, the commercial interests of the town*

commercialise, commercialize (คะเมอ' ชะไลซ) *vt.* **-ised, -ising/-ized, -izing** ทำให้เป็นการค้า (เพื่อหวังผลกำไร), เน้นลักษณะทางการค้า, เสนอขาย **-commercialisation, commercialization** *n.*

commercialism (คะเมอ' ชะลิซึม) *n.* หลักการหรือวิธีการพาณิชย์, ลัทธิการค้าเพื่อหวังผลกำไร, ลักษณะพ่อค้า **-commercialist** *n.* **-commercialistic** *adj.*

commie (คอม'มี) *adj.* เกี่ยวกับคอมมิวนิสต์ *-n.* คอมมิวนิสต์

commination (คอมมิเน' ชัน) *n.* การประณาม หรือขู่ทำโทษ, การขู่ขวัญ **-comminatory** *adj.*

commingle (คะมิง' เกิล) *vt., vi.* **-gled, -gling** ผสม, คลุกคลี (-S. mix, blend)

comminute (คอม' มะนิวทฺ) *vt.* **-nuted, -nuting** บดให้ละเอียด, บดให้เป็นผง *-adj.* เป็นผง, เป็นเศษเล็กๆ **-comminution** *n.* (-S. pulverize)

comminuted fracture ชิ้นกระดูกแตกหัก

commiserate (คะมิซ' ซะเรท) *vt., vi.* **-ated, -ating** แสดงความเสียใจกับ, เห็นใจ, สงสาร, สังเวช, เวทนา **-commiseration** *n.* **-commiserative** *adj.* **-commiseratively** *adv.* (-S. pity, sympathize)

commissar (คอม' มิซาร์) *n.* หัวหน้าหน่วยงานของรัสเซีย, ผู้ตรวจการในรัสเซีย, ผู้บังคับการตำรวจ, นายทหารฝ่ายเกียกกาย

commissariat (คอมมิแซ' เรียท) *n.* กองตรวจงานในรัสเซีย, วิธีการส่งอาหาร อุปกรณ์ สัมภาระและอื่นๆ ไปยังกองทัพ, กองเสบียง, กองเกียกกาย, กรมตำรวจ

commissary (คอม' มิเซอรี) *n., pl.* **-saries** ร้านขายอาหารและเสบียง, ที่จ่ายเสบียง, รองหัวหน้า, รองอธิบดีตำรวจ, รองนายกเทศมนตรี **-commissarial** *adj.* (-S. commissar)

commission (คะมิช' ชัน) *n.* การมอบหมายหน้าที่, การมอบหมาย, อำนาจที่มอบหมายให้, เอกสารมอบอำนาจ, คณะบุคคลที่ได้รับมอบหมายอำนาจให้กระทำบางอย่าง, คณะกรรมการ, คณะกรรมาธิการ, ค่านายหน้า, ค่าคอมมิชชั่น, สัญญาบัตร *-vt.* มอบหมายอำนาจหน้าที่สั่งการ **-in commission** เข้าประจำการ, เข้าปฏิบัติการ **-on commission** ถูกมอบหมายอำนาจหน้าที่ให้เอาค่านายหน้า **-out of commission** นอกประจำการ, ซึ่งนำมาใช้การไม่ได้ (-S. authorize) *-Ex The Prime Minister commissioned Daeng and Danai to explore the western lands., Explorers went out with a commission to find and claim new lands., A commission will investigate the traffic problem., a commission of a serious crime, to commission a ship to carry troops and supplies, The salesman got a US$ 50 commission for every car Sawai sold.*

commissionaire (คะมิชชะแนร์) *n.* ผู้กระทำหน้าที่เล็กๆ น้อยๆ (เช่น คนเฝ้าประตู คนส่งของ)

commissioned (คะมิช' ชันดฺ) *adj.* ประจำการ, ซึ่งได้รับมอบอำนาจหน้าที่

commissioned officer นายทหารชั้นสัญญาบัตร (ตั้งแต่ร้อยตรีขึ้นไป), นายทหารประจำการ

commissioner (คะมิช' ชันเนอะ) *n.* ผู้ได้รับมอบหมายอำนาจหน้าที่, ผู้ตรวจการณ์, กรรมาธิการ, กรรมการ, หัวหน้ากรม, อธิบดี **-commissionership** *n.*

commit (คะมิท') *vt.* **-mitted, -mitting** มอบ, มอบให้แก่, มอบหมาย (หน้าที่, ความไว้วางใจ), ส่งโรงพยาบาลโรคจิต, ให้คำมั่น, กระทำ, ทำผิด **-commit to memory** ท่องจำ, จดจำ **-commit to paper/writing** จดลง, บันทึก **-committable** *adj.* (-S. trust, do, practice, pledge) *-Ex. to commit a blunder, to commit a crime, The patient was committed to a hospital., The thief was committed to prison., I am committing myself to help at the cookie sale.*

commitment (คะมิท' เมินทฺ) *n.* การมอบ, การมอบหมาย (หน้าที่, ความไว้วางใจ), การส่งให้พิจารณา, การกักตัวไว้ในโรงพยาบาลโรคจิต, การส่งเข้าคุก, การให้คำมั่นสัญญา, คำสั่งศาลให้กักหรือเข้าคุก, การกระทำความผิด, การเกี่ยวข้อง, การพัวพัน, การเข้าสู่สงคราม (-S. committal, delivery, pledge, adherence)

committal (คะมิท' เทิล) *n.* ดู commitment

committee (คะมิท' ที) *n.* คณะกรรมการ, ผู้ปกครอง, ผู้อนุบาล **-committeeship** *n.* *-Ex. a committee to arrange the party*

committeeman (คะมิท' ทีเมิน) *n., pl.* **-men** กรรมการ, กรรมาธิการ, หัวหน้าพรรคการเมืองในเขตเลือกตั้ง **-committeewoman** *n. fem., pl.* **-women**

commix (คะมิคซฺ') *vt.,vi.* ผสมเข้าด้วยกัน, คลุกเคล้า (-S. blend, mix)

commixture (คะมิคซฺ' เชอะ) *n.* การผสม, กระบวนการผสม, ภาวะที่ถูกผสม, ของผสม

commode (คะโมด') *n.* ตู้เตี้ยชนิดหนึ่งที่มีลวดลาย

commodius 169 communicate

ประดับ, แท่นหรือตู้ที่มีอ่างล้างหน้า, ห้องสุขา, ที่คลุมศีรษะที่ประดับผ้าลูกไม้หรือริบบิ้น นิยมใช้ในศตวรรษที่ 17 และ 18 (-S. toilet)

commodious (คะโม' เดียส) *adj.* กว้าง, กว้างขวาง, มีบริเวณเนื้อที่มาก, มากพอเพียง **-commodiously** *adv.* **-commodiousness** *n.* (-S. roomy, spacious) *-Ex. a commodious house*

commodity (คะมอด' ดิที) *n., pl.* **-ties** สินค้า, ของใช้ประจำ, ปริมาณหรือจำนวนหนึ่งของสินค้า, ผลิตภัณฑ์เกษตรหรือเหมืองแร่, ของที่มีประโยชน์, ผลประโยชน์ส่วนตัว (-S. articles, goods, items) *-Ex. Wheat, gold, and clothes are commodities.*

commodore (คอม' มะดอร์) *n.* พลเรือจัตวา, นาวาเอกพิเศษ, ผู้บังคับการขบวนเรือพาณิชย์ขนาดใหญ่, ประธานหรือหัวหน้าสโมสรเล่นเรือ

common (คอม' เมิน) *adj.* ร่วมกัน, ธรรมดา, สามัญ, ซึ่งรู้จักกันดีในทางเลว, พร้อมกัน, เหมือนกัน, สาธารณะ *-n.* คนสามัญ, สมาชิกสภาล่าง, ห้องอาหารขนาดใหญ่ (โดยเฉพาะในมหาวิทยาลัย) **-in common** ร่วมกัน **-commonness** *n.* (-S. habitual, ordinary, usual, prevalent -A. unusual, private, scarce, rare, choice, superior, first-rate) *-Ex. our common interests, our common ancestor, the common land, eat at the common table, make common cause with, hold it in common, in common with, a very common flower, Short sight is very common., Supa has such common manners that no one will associate with her., The two have hobbies in common.*

commonable (คอม' มะนะเบิล) *adj.* ซึ่งใช้ร่วมกันเพื่อสาธารณประโยชน์, สาธารณะ, เกี่ยวกับกรรมสิทธิ์ร่วม, พอจะปล่อยเลี้ยงในที่สาธารณะได้

commonalty (คอม' มะแนลที) *n., pl.* **-ties** สามัญชน, คนสามัญ, ประชาชน, หมู่คณะ (-S. mass)

common cold ไข้หวัด

common council สภาเทศบัญญัติ

common denominator ตัวหารร่วม

common divisor, common factor ตัวหารร่วมน้อย

commoner (คอม' มะเนอะ) *n.* สามัญชน, สมาชิกสภาล่าง, นักศึกษา (โดยเฉพาะในมหาวิทยาลัยออกซ์ฟอร์ด) ที่ไม่ได้รับทุนช่วยเหลือการศึกษา, ผู้มีกรรมสิทธิ์ร่วม

common fraction เศษส่วนร่วม

common law กฎหมายจารีตประเพณีของอังกฤษ (ต่างจากกฎหมายโรมันและประมวลกฎหมาย), กฎหมายที่ไม่ได้เขียนไว้เป็นลายลักษณ์อักษร

common logarithm ลอการิทึมที่มีฐาน 10

commonly (คอม' มันลี) *adv.* โดยปกติ, โดยทั่วไป, ตามธรรมดา (-S. normally, usually) *-Ex. Boys commonly enjoy sports.*

Common Market กลุ่มตลาดร่วมยุโรปตั้งขึ้นในปี ค.ศ. 1958 เพื่อผลประโยชน์ทางเศรษฐกิจร่วมกัน ประกอบด้วยอังกฤษ เบลเยียม เดนมาร์ก ไอร์แลนด์ อิตาลี ลักเซมเบอร์ก เนเธอร์แลนด์ เยอรมนีตะวันตก

common multiple ผลคูณร่วม

common noun สามานยนาม

commonplace (คอม' มันเพลซ) *adj.* ธรรมดา, สามัญ, ไม่น่าสนใจ, ซ้ำๆ ซากๆ *-n.* คำพูดซ้ำๆ ซากๆ, สิ่งธรรมดาๆ **-commonplaceness** *n.* (-S. ordinary, plattitude) *-Ex. Jet flight has become a commonplace., It is a commonplace that haste makes waste.*

common room ห้องรวม, ห้องใช้ร่วมกัน

common school โรงเรียนรัฐบาลที่ไม่เก็บเงิน

common sense สามัญสำนึก **-common-sensical, common-sense** *adj.* (-S. judgment)

common time ท่วงทำนอง 4 ช่วงที่เท่ากับหนึ่งเมตรในทางดนตรี

commonweal (คอม' มันวีล) *n.* ความผาสุกร่วมกัน, ผลิตภัณฑ์สำหรับสาธารณะ, สาธารณประโยชน์

commonwealth (คอม' มันเวลธ) *n.* เครือประเทศ, การรวมกัน, สหพันธรัฐ, สมาพันธรัฐ, กลุ่มคนที่รวมกันเพื่อผลประโยชน์ร่วมกัน, ประชากรของรัฐ, รัฐที่มีอำนาจประชาธิปไตยที่มาจากปวงชน, สาธารณประโยชน์ **-British Commonwealth** เครือจักรภพอังกฤษ, *-Ex. The British Commonwealth includes Canada, Australia, New Zealand, etc.*

commotion (คะโม' ชัน) *n.* ความชุลมุนวุ่นวาย, ความเกรียวกราว, ความจลาจล, ความอึกทึกครึกโครม, ความวุ่นวายทางการเมืองหรือสังคม (-S. agitation, disturbance -A. calm)

communal (คะมิว' เนิล) *adj.* เกี่ยวกับชุมชน, เกี่ยวกับสหคาม, เกี่ยวกับระบบชุมชนหรือสหคาม **-communally** *adv.* **-communality** *n.* (-S. public common)

commune[1] (คอม' มูน) *n.* สหคาม, ประชาคม, ชุมชน, ชุมนุม, เขตการปกครองที่เล็กที่สุดในฝรั่งเศส อิตาลีและอื่นๆ, การปกครองหรือประชากรในสหคาม **-the Commune** รัฐบาลปฏิวัติของฝรั่งเศสในปี ค.ศ. 1871 *-Ex. Somchai, the famous bird painter, communed with nature.*

commune[2] (คะมูน', คอม' มูน) *vi.* **-muned, -muning** คุยกันอย่างสนิทสนม *-n.* การแลกเปลี่ยนข้อคิดเห็น

communicable (คะมูน' นะคะเบิล) *adj.* ซึ่งสามารถติดต่อกันได้, ช่างพูด **-communicability** *n.*, **-communicableness** *n.* **-communicably** *adv.* (-S. contagious, transmittable, infectious)

communicant (คะมูน' นิเคินท) *n.* ผู้เข้าร่วมพิธีรำลึกถึงวันสวรรคตของพระเยซู, ผู้ติดต่อ, ผู้ส่งข่าว *-adj.* ซึ่งติดต่อ

communicate (คะมิว' นิเคท) *v.* **-cated, -cating** *-vt.* ให้ความรู้, ส่ง, ถ่ายทอด, ติดต่อ, บอกแจ้ง, ส่งขนมปังให้ในพิธีศีลมหาสนิท *-vi.* ติดต่อพูดกับ, แลกเปลี่ยนข้อคิดเห็นกับ, เข้าร่วมในพิธีศีลมหาสนิท **-communicator** *n.* (-S. convey, impart, disclose) *-Ex. They communicate with each other often by mail., Measles can be communicated by contact., The salesman communicates regularly with his home office., The*

C

bedroom communicates with the bathroom.

communication (คะมิวนิเค' ชัน) *n.* การติดต่อ, การแลกเปลี่ยนข้อคิดเห็น, การสื่อสาร, การแลกเปลี่ยนข่าวสาร, การติดต่อพูดกับ, สิ่งที่แลกเปลี่ยนกันหรือถ่ายทอด, เอกสารหรือข่าวสารที่แลกเปลี่ยนหรือติดต่อ,จดหมาย, การคมนาคม **-communications** สื่อพวกโทรศัพท์ โทรเลข วิทยุ และโทรทัศน์ และเครือข่ายการขนส่งกองทหารจากฐานทัพ *-Ex. People speaking different languages often find communication difficult., the communication of news by radio, What was in that communication from headquarters?, Telephone communication was cut off by the flood., The National Communications Commission supervises the communications industries.*

communicative (คะมิว' นะเคทิฟว) *adj.* ชอบถ่ายทอด, ชอบพูด, เกี่ยวกับการสื่อสาร, เกี่ยวกับการติดต่อ **-communicativeness** *n.* **-communicatively** *adv.* (-S. frank, informative, open -A. taciturn)

communion (คะมิว' เยิน) *n.* การร่วมกัน, การเข้าร่วม, การแลกเปลี่ยนข้อคิดเห็น, นิกายศาสนา, กลุ่มคนที่เชื่อในศาสนาเหมือนกัน, การรับอาหาร (ขนมปัง) จากพระเจ้าในพิธีศีลมหาสนิท, พิธีศีลมหาสนิท (-S. intercourse, association, affinity) *-Ex. close communion between friends*

communion table โต๊ะพิธีศีลมหาสนิท

communiqué (คะมิวนะเค', คะมิว' นะเค) *n.* หนังสือแถลงการณ์

communism (คอม' มิวนิสซึม) *n.* ลัทธิคอมมิวนิสต์

communist (คอม' มิวนิสท) *n.* ผู้นิยมลัทธิคอมมิวนิสต์, สมาชิกพรรคคอมมิวนิสต์, สมาชิกของระบบคอมมูน (commune), สมาชิกผู้นิยมฝ่ายซ้าย (ลบล้างการปกครอง) **-communistic** *adj.* **-communistically** *adv.*

community (คะมิว' นิที) *n., pl.* **-ties** ชุมชน, สังคม, กลุ่ม, คณะ, สิ่งมีชีวิตที่เป็นพืชและสัตว์ของเขตหนึ่ง, ลักษณะร่วม, ลักษณะที่เหมือนกัน **-the community** ชุมชน, สังคม, ประชาคม (-S. society, public -A. polarity, quality) *-Ex. Everyone should do his bit for the good of the community., a community of nuns, a community of interests, a community of ideas, A park is community property.*

community centre ที่ประชุมรวมของชุมชน

community chest เงินสงเคราะห์ชุมชนที่ได้จากการบริจาค

commutate (คอม' มิวเทท) *vt.* **-tated, -tating** เปลี่ยนแปลงทิศทาง, เปลี่ยนเป็นกระแสตรง, เปลี่ยนแทน, สับเปลี่ยน

commutation (คอมมิวเท' ชัน) *n.* การแลกเปลี่ยน, การเปลี่ยนแทนกัน, การเดินทางไปมาตามปกติระหว่างบ้านกับที่ทำงาน,การเปลี่ยนโทษจำคุกให้เป็นโทษอื่นที่เบากว่า, การเปลี่ยนกระแสไฟฟ้า, เงินชดเชย (-S. substitution)

commutative (คะมิว' ทะทิฟว) *adj.* เกี่ยวกับการเปลี่ยนแปลง

commutator (คอม' ยะเทเทอะ) *n.* เครื่องเปลี่ยนทิศทางของกระแสไฟฟ้า, เครื่องสับเปลี่ยน, เครื่องแลกเปลี่ยน

commute (คะมิวท') *v.* **-muted, -muting** *-vt.* เปลี่ยนเป็นอย่างอื่น, แลกเปลี่ยน, สับเปลี่ยน, เปลี่ยนเป็นโทษที่เบากว่า *-vi.* เปลี่ยนแทน, ไปๆ มาๆ เสมอ **-commuter** *n.* (-S. exchange, alter) *-Ex. The Governor commuted the prisoner's sentence from fifteen years to ten.*

comose (โค' มอส) *adj.* มีขน, เป็นพู่ย้อย (-S. hairy)

compact[1] (คอม' แพคท) *adj.* แน่น, รวมกันแน่น, อัดแน่น, แข็ง, กระชับ, รัดกุม, กะทัดรัด *-vt.* รวมกันแน่น, อัดกันแน่น, ทำให้แน่น, ทำให้มั่นคง, ทำให้กะทัดรัด, ทำให้เป็นปึกแผ่น, ประกอบเป็นรูปร่าง *-n.* ตลับแป้งที่มีกระจก, รถยนต์ขนาดย่อม **-compactly** *adv.* **-compactness** *n.* **-compactor** *n.* **-compaction** *n.* (-S. snug, solid, condense -A. spongy, expand) *-Ex. We tied all the little packages together in one compact bundle., Dad expressed all of his ideas in a few compact sentences.*

compact[2] (คอม' แพคท) *n.* ข้อตกลง, สัญญา (-S. treaty, agreement)

compact disc *n.* ดู CD แผ่นซีดี

companion[1] (คัมแพน' เยิน) *n.* เพื่อน, สหาย, มิตร, เพื่อนร่วมงาน, สิ่งเปรียบเทียบ, คู่มือ, ผู้ที่เป็นเพื่อนเฝ้าดูคนไข้, อัศวินตำแหน่งต่ำสุด, ชื่อดาว *-vt.* เป็นเพื่อน (-S. friend, associate) *-Ex. Dum was my close companion all through school., Noi found that his companion in the next seat was also going to Canada., I broke the companion to that vase.*

companion[2] (คัมแพน' เยิน) *n.* ที่ครอบบันไดในตัวเรือ, บันไดในตัวเรือ

companionable (คัมแพน' เยินนะเบิล) *adj.* ซึ่งเป็นเพื่อนที่ดีได้, น่าคบ **-companionably** *adv.* (-S. sociable, friendly, affable -A. reserved, distant)

companionate (คัมแพน' ยะนิท) *adj.* เกี่ยวกับเพื่อน, เป็นเพื่อน, มีรสนิยมเข้ากันได้

companionship (คัมแพน' เยินชิพ) *n.* ความเป็นมิตร, มิตรภาพ

companionway (คัมแพน' เยินเว) *n.* บันไดในตัวเรือหรือบันไดที่พาดข้ามระหว่างดาดฟ้าเรือ

company (คัม' พะนี) *n., pl.* **-nies** หมู่เพื่อนฝูง, วงสมาคม, การสังคม, การคบค้า, บริษัท, คณะ, หมู่, แขก, กองร้อย *-v.* **-nied, -nying** *-vt.* ไปเป็นเพื่อน *-vi.* คบค้าสมาคม (-S. association, body) *-Ex. in company with, keep company, part company with, went about in small companies, a company of infantrymen, a touring company*

comparable (คอม' เพอระเบิล) *adj.* ซึ่งเปรียบเทียบกันได้, พอเปรียบเทียบได้, เทียบเคียงได้ **-comparability,comparableness** *n.* **-comparably** *adv.* (-S. similar, matching)

comparative (คัมแพ' ระทิฟว) *adj.* เกี่ยวการเปรียบเทียบ, ซึ่งเทียบเคียง, พอสมควร **-comparatively**

adv. **-comparativeness** *n.* (-S. parallel) *-Ex. a comparative study of the weights of boys and girls, Although we are not rich, we live in comparative comfort., The comparatives of 'pretty' and 'well' are 'prettier' and 'better'.*

comparator (คอม' พะระเทอะ) *n.* เครื่องมือหรืออุปกรณ์เพื่อใช้เปรียบเทียบ (เช่น เปรียบเทียบระยะทาง ความยาว สี หรืออื่นๆ)

compare (คัมแพร์') *v.* **-pared, -paring** *-vt.* เปรียบเทียบ, เทียบเคียง, อุปมา *-vi.* เทียบได้กับ, สู้ได้, เทียบได้กับ **-comparer** *n.* (-S. match, contrast, vie) *-Ex. compare this with that, compare ideas, compare notes, as compared with, compare Napoleon and Julius Caesar, not to be compared with, compare favourably with*

comparison (คัมแพ' ริเซิน) *n.* การเปรียบเทียบภาวะที่ถูกเปรียบเทียบ, การเทียบเคียง **-degree of comparison** การเปรียบเทียบคุณลักษณะในไวยากรณ์ (-S. equation, matching, similarity, correlation) *-Ex. a comparison of natural resources in two countries, a comparison of one car with another, a comparison of a pretty girl to a melody, 'Time is like a flowing stream' is a comparison often heard., There is no comparison between a hifi and an ordinary phonograph.*

compart (คัมพาร์ทฺ') *vt.* แบ่งออกเป็นส่วน, แยกออกเป็นส่วน (-S. subdivide)

compartment (คัมพาร์ท' เมินทฺ) *n.* ห้อง, ตอน, ส่วนแยก, ช่อง, ลักษณะต่างหาก *-vt.* แบ่งออกเป็นส่วนๆ **-compartmental** *adj.* **-compartmented** *adj.* (-S. niche, cell, nook, section, part) *-Ex. a compartment on a Toyota car, a watertight compartment in the hull of a ship*

compartmentalize (คัมพาร์ทเมน' ทะไลซ) *vt.* **-ized, izing** แบ่งออกเป็นส่วนๆ, แยกประเภท **-compartmentalization** *n.*

compass (คัม' พัส) *n.* เข็มทิศ, เส้นรอบวง, เส้นล้อม, พื้นที่, เนื้อที่, ขอบเขต, อาณาเขต, อาณาจักร, ระยะ, ขอบเขตที่เหมาะสม *-adj.* โค้ง *-vt.* เคลื่อนรอบ, โอบล้อม, เดินอ้อมรอบ, วางแผน, เข้าใจ **-compassable** *adj.* (-S. expanse, area) *-Ex. the compass of a singing voice, The old lady stayed within the compass of her house., The high mountains compass the little valley., to compass a goal after a hard struggle, It will take study to compass this problem.*

compass

compassion (คัมแพช' ชัน) *n.* ความสงสาร, ความเวทนา, ความเห็นอกเห็นใจ (-S. pity)

compassion fatigue การหย่อนสมรรถภาพการทำงานเนื่องจากรู้สึกเวทนาในโชคชะตาของผู้อื่น

compassionate (คัมแพ' ชันเนท) *adj.* มีความสงสาร, มีความเวทนา, มีความเห็นอกเห็นใจ *-vt.* **-ated, -ating** สงสาร, เห็นใจ **-compassionately** *adv.* (-S. tender-hearted, sympathetic -A. ruthless)

compatible (คัมแพท' ทิเบิล) *adj.* ซึ่งอยู่ด้วยกันได้, ซึ่งเข้ากันได้, เกี่ยวกับระบบโทรทัศน์สีที่รับเป็นภาพขาวดำก็ได้ **-compatibility, compatibleness** *n.* **-compatibly** *adv.* (-S. congruous, congenial, agreeable -A. incompatible) *-Ex. The two cousins are compatible.*

compatriot (คัมเพ' ทรีเอิท) *n.* คนร่วมชาติ, คนชาติเดียวกัน *-adj.* เกี่ยวกับประเทศหรือชาติเดียวกัน **-compatriotism** *n.* **-compatriotic** *adj.*

compeer (คัมเพีย', คอม'เพีย) *n.* ความเท่าเทียม (ของตำแหน่ง ความสามารถ ผลงาน หรืออื่นๆ), เพื่อนสนิท, คนที่ฐานะเท่ากัน

compel (คัมเพล') *vt.* **-pelled, -pelling** บังคับ, ผลักดัน, เกณฑ์, ใช้วิธีบังคับ, ได้มาโดยการบังคับ, ต้อน **-compellable** *adj.* **-compeller** *n.* (-S. enforce) *-Ex. The bandit's conscience compelled him to return the money., to compel obedience*

compellation (คอมพะเล' ชัน) *n.* การเรียกชื่อ, การเรียกชื่อเสียงเรียงนาม, ชื่อเสียงเรียงนาม

compelling (คัมเพล' ลิง) *adj.* ซึ่งบีบบังคับ, ซึ่งมีผลมากจนต้านไม่อยู่ **-compellingly** *adv.* (-S. cogent, convincing, -A. unconvincing, invalid)

compend (คอม' เพนดฺ) *n.* บทย่อ

compendious (คัมเพน' เดียส) *adj.* รัดกุม, สั้นกะทัดรัดและชัดเจน **-compendiously** *adv.* **-compendiousness** *n.* (-S. laconic)

compendium (คัมเพน' เดียม) *n., pl.* **-diums/-dia** หนังสือย่อเรื่อง, บทย่อ, บทสรุป (-S. compend, summary, abridgement)

compensable (คัมเพน' ซะเบิล) *adj.* ควรได้รับการชดเชยหรือตอบแทน

compensate (คอม' เพนเซท) *v.* **-sated, -sating** *-vt.* ชดเชย, ทดแทน, ตอบแทน, เท่ากับ, พอกัน, แก้ถ่วง *-vi.* พอกับ, เท่ากับ, ชดเชย **-compensative** *adj.*, **-compensatory** *adj.* **-compensator** *n.* (-S. repay, balance, offset) *-Ex. The firm will compensate them for working overtime., Glasses compensate for weaknesses of the eyes.*

compensation (คอมเพนเซ' ชัน) *n.* การชดเชย, การทดแทน, การตอบแทน, สิ่งที่ชดเชย **-compensational** *adj.* (-S. indemnity, reparation) *-Ex. One compensation for my illness was the many new books I had time to enjoy., Workers receive compensation for time lost because of injuries.*

compete (คัมพีท') *vi.* **-peted, -peting** แข่งขัน, แข่ง, ชิงกัน, ชิงชัย (-S. contest, rival, vie) *-Ex. compete against others in a race*

competence, competency (คอม' พิเทินซฺ, -ซี) *n.* ความสามารถ, อำนาจ, ความพอเพียง (-S. ability, skill, fitness)

competent (คอม' พิเทินทฺ) *adj.* มีความสามารถ ความชำนาญ ประสบการณ์ และคุณสมบัติที่เหมาะสมอื่นๆ, เพียงพอ **-competently** *adv.* (-S. capable, able -A.

awkward) *-Ex. A competent worker makes few mistakes.*

C

competition (คอมพิทิช' ชัน) *n.* การแข่งขัน, การชิงชัย, ผู้แข่งขัน, การดิ้นรนต่อสู้ในการดำรงชีพ(-S. contest, match) *-Ex. The design will be chosen in open competition., a boxing competition, a newspaper competition*

competitive (คัมเพท' ทิทิฟว) *adj.* เกี่ยวกับการแข่งขัน, ซึ่งสามารถแข่งขันได้, มีความปรารถนาอันแรงกล้าที่จะแข่งหรือเพื่อประสบความสำเร็จ **-competitively** *adv.* **-competitiveness** *n.* (-S. emulative, rivaling -A. cooperative) *-Ex. a competitive sport*

competitor (คัมเพท' ทิเทอะ) *n.* ผู้แข่งขัน, ผู้แข่ง, คู่ต่อสู้ (-S. contestant, rival) *-Ex. The two automobile companies are competitors.*

compilation (คอมพะเล' ชัน) *n.* การรวบรวม, สิ่งที่ถูกเรียบเรียง (-S. collection)

compile (คัมไพลฺ) *vt.* **-piled, -piling** รวบรวม, เรียบเรียง (-S. compose, gather arrange) *-Ex. to compile a history of a town*

compiler (คัมไพ' เลอะ) *n.* ผู้รวบรวม, ผู้เรียบเรียง

complacence, complacency (คัมเพล' เซิน, -ซี) *n.* ความอิ่มอกอิ่มใจ, ความพึงพอใจ

complacent (คัมเพล' เซินทฺ) *adj.* อิ่มอกอิ่มใจ, พึงพอใจ **-complacently** *adv.* (-S. contented, smug, pleased) *-Ex. a complacent smile*

complain (คัมเพลน') *vi.* บ่น, คร่ำครวญ, ร้องทุกข์, กล่าวหา, ฟ้อง, แสดงความข้องใจ **-complainer** *n.* (-S. murmur, lament) *-Ex. Udom never complains., complain of/about the bad food*

complainant (คัมเพล' เนินทฺ) *n.* ผู้บ่น, ผู้ร้องทุกข์, ผู้ฟ้องร้อง

complaint (คัมเพลนทฺ') *n.* การบ่น, การร้องทุกข์, การแสดงความข้องใจ, มูลเหตุที่บ่นหรือร้องทุกข์, การฟ้องร้องคดีแพ่งในระยะแรกของโจทก์ *-Ex. a cause of complaint, loud complaints against the cook about the food, make a complaint*

complaisance (คัมเพล' เซินซฺ) *n.* การเอาอกเอาใจ, ความพึงพอใจ, น้ำใสใจจริง

complaisant (คัมเพล' เซินทฺ) *adj.* ซึ่งเอาอกเอาใจ, พอใจ, มีน้ำใสใจจริง **-complaisantly** *adv.* (-S. agreeable)

complement (คอม' พละเมินทฺ) *n.* องค์ประกอบ, ส่วนประกอบ, สิ่งที่ทำให้เต็มหรือสมบูรณ์, จำนวนคนทั้งหมดที่จะบรรจุเรือให้เต็ม, ปริมาณหรือจำนวนเต็ม, คำประกอบให้ประธานหรือกรรมสมบูรณ์ *-vt.* ทำให้เสร็จสิ้น, เป็นส่วนประกอบใน **-complemental** *adj.* (-S. complete, supplement -A. conflict) *-Ex. In a race horse, stamina is the complement to speed., The office now has its full cmplement of workers.*

complementary (คอมพลิเมน' โทรี) *adj.* ซึ่งเป็นองค์ประกอบ, ซึ่งทำให้สมบูรณ์ (-S. completing, integral)

complete (คัมพลีท') *adj.* สมบูรณ์, เสร็จ, สำเร็จ, ครบ, สมบูรณ์, พร้อม, เต็มที่, สิ้นเชิง *-vt.* **-pleted, -pleting** ทำให้เสร็จ, ทำให้สมบูรณ์, ทำให้ครบ, ส่งฟุตบอลไปข้างหน้าได้สำเร็จ **-completely** *adv.* **-completeness** *n.* (-S. whole, done, finish, concluded -A. incomplete, start)

completion (คัมพลี' ชัน) *n.* การทำให้สมบูรณ์, การทำให้เสร็จ, การสำเร็จลุล่วง, การสรุป, การส่งลูกฟุตบอลไปข้างหน้าได้สำเร็จ (-S. fulfillment, accomplishment, attainment) *-Ex. Diplomas are given upon completion of the course., We all worked toward the completion of the puzzle.*

complex (คอม' เพลคซฺ) *adj.* ประกอบด้วยส่วนต่างๆ, ซับซ้อน, เชิงซ้อน, (คำ) ซึ่งประกอบด้วย 2 ส่วนหรือมากกว่า *-n.* ความซับซ้อน, ภาวะเชิงซ้อน, ความคิดเห็นที่ครอบงำ, จิตครอบงำ **-complexly** *adv.* (-S. composite, complicated, maze -A. integral) *-Ex. a complete piece of machinery, a complex argument*

complex fraction เศษส่วนร่วม, เศษส่วนประกอบ

complexion (คัมเพลค' ชัน) *n.* สีหน้า, สีผิว, คุณลักษณะ, เค้า, ความคิดเห็น, ความเชื่อ (-S. skin, appearance) *-Ex. The new evidence changes the complexion of the case.*

complexioned (คัมเพลค' ชันดฺ) *adj.* ซึ่งมีสีผิวเฉพาะ

complexity (คัมเพลค' ซิที) *n., pl.* **-ties** ความซับซ้อน, ความสลับซับซ้อน, ลักษณะเชิงซ้อน, สิ่งที่ซับซ้อน *-Ex. We lost our way because of the complexity of your directions., The game of chess has many complexities.*

complex number ตัวเลขจำนวนจริงหรือจำนวนจินตภาพใดๆ ที่อยู่ในรูปสมการ a+bi โดย a, b เป็นจำนวนจริงทางคณิตศาสตร์ และ $i = \sqrt{-1}$: ถ้า b เป็น 0 จำนวนเชิงซ้อนที่ได้คือจำนวนจริง แต่ถ้า b ไม่เท่ากับ 0 จำนวนเชิงซ้อนที่ได้คือจำนวนจินตภาพ

compliance, compliancy (คัมไพล' เอินซฺ, -ซี) *n.* การยินยอม, การยอมให้, การอ่อนข้อให้, การร่วมมือ, การเชื่อฟัง **-in compliance with complying with** เข้าได้กับไปด้วยกันได้ดี (-S. cooperation, agreement)

compliant (คัมไพล' เอินทฺ) *adj.* ซึ่งยินยอม, ซึ่งยอมตาม, ซึ่งเชื่อฟัง **-compliantly** *adv.* (-S. complaisant, obedient)

complicacy (คอม' พละคะซี) *n., pl.* **-cies** ภาวะยุ่งเหยิง, ภาวะซับซ้อน, ภาวะแทรกซ้อน, สิ่งที่แทรกซ้อน, โรคแทรกซ้อน (-S. complexity)

complicate (คอม' พลิเคท) *vt., vi.* **-cated, -cating** ทำให้ซับซ้อน, ทำให้ลำบาก, ทำให้ยุ่งเหยิง *-adj.* ยุ่งเหยิง, ยุ่งยาก, ซับซ้อน, พับหรือทบตามยาว (-S. confuse, confound, embroil) *-Ex. Unexpected guests complicate her plans for dinner.*

complicated (คอม' พละเคทิด) *adj.* ซับซ้อน, ยุ่งเหยิง, ยุ่งยาก, ยากที่จะวิเคราะห์ เข้าใจ หรืออธิบาย **-complicatedly** *adv.* **-complicatedness** *n.* (-S. complex, intricate, -A. simple) *-Ex. His directions were very complicated because of the many details., a complicated machine*

complication (คอมพลิเค' ชัน) *n.* ความซับซ้อน, ความยุ่งเหยิง, การแทรกซ้อน, โรคแทรกซ้อน, สิ่ง

แทรกซ้อน (-S. obstruction, variation, problem, handicap) *-Ex. There were so many complications in the rules that we couldn't understand the game., His life was a complication of worries.*

complice (คอม' พลิซ) *n.* ผู้ร่วมงาน, ผู้สมคบ

complicity (คอมพลิส' ซิที) *n., pl.* **-ties** การเป็นผู้ร่วมงาน, การเป็นผู้สมคบ, ความสัมพันธ์ที่ร่วมกันกระทำความผิด

compliment (คอม' พลิเมินทฺ) *n.* คำสรรเสริญ, คำชมเชย, คำอวยพร, ของขวัญ *-vi.* สรรเสริญ, ชมเชย, อวยพร, แสดงความปรารถนาดี, แสดงความยินดี (-S. flatter, laud, praise, eulogize -A. insult, affront) *-Ex. The guests paid the hostess many compliments on her cooking.*

complimentary (คอมพลิเมน' ทะรี) *adj.* ซึ่งสรรเสริญ, ซึ่งชมเชย, ซึ่งยกยอ, ซึ่งให้ฟรี **-complimentarily** *adv.* (-S. congratulatory, flattering, praising -A. adverse) *-Ex. Her remarks on the new house were complimentary., I have complimentary tickets to the play.*

complin, compline (คอม' พลิน) *n.* คำอธิษฐานครั้งสุดท้ายใน 7 ครั้ง, ผู้สวดมนต์ในเวลากลางคืน

comply (คัมไพล') *vi.* **-plied, -plying** ทำตาม, ยินยอม **-comply with** เชื่อฟัง **-complier** *n.* (-S. confirm, yield, obey, agree) *-Ex. Udom asked us to be quiet and we complied., A good soldier must comply with orders he receives.*

component (คัมโพ' เนินทฺ) *n.* ส่วนประกอบ, ส่วนเสริม *-adj.* เป็นส่วนประกอบ **-componential** *adj.* (-S. ingredient, constituent, element)

comport (คัมพอร์ท', -โพร์ท') *vt.* ประพฤติ, แสดงออก *-vi.* เข้าได้กับ **-comportment** *n.* (-S. conduct, act)

compose (คัมโพซฺ') *v.* **-posed, -posing** *-vt.* ประกอบด้วย, ก่อตัวเป็น, แต่ง, ทำเป็น, สำรวมใจ, ตั้งสติ, เรียงพิมพ์ *-vi.* แต่ง, เรียบเรียง (-S. create, write, makeup) *-Ex. Paste is composed of flour and water., to compose a piece of music, The coach composed the quarrel between the two players., The girl composed herself before Somsri spoke.*

composed (คัมโพซดฺ') *adj.* เงียบ, สงบเงียบ, เกี่ยวกับจิตที่สงบ, มีอารมณ์สงบ **-composedly** *adv.* **-composedness** *n.* (-S. calm, cool, relaxed -A. anxious, nervous)

composer (คัมโพ' เซอะ) *n.* ผู้แต่ง, ผู้ทำ, นักแต่งเพลงหรือดนตรี (-S. author)

composing (คัมโพ' ซิง) *n.* การเรียงพิมพ์, การแต่ง, การเรียง (-S. composition)

composite (คอม' พะซิท, คัมพอส' ซิท) *adj.* ประกอบด้วยส่วนต่างๆ, ประกอบขึ้น, ผสมเป็น, เกี่ยวกับพืชตระกูล Compositae (เช่น ต้นเบญจมาศ) *-n.* ของที่รวมตัวกัน, สารประกอบ, รูปผสม, พืชตระกูลเบญจมาศ **-compositeness** *n.* **-compositely** *adv.* (-S. manifold, complex) *-Ex. a composite song of old folk melodies, The paste was a composite of flour and water.*

composite school โรงเรียนมัธยมที่สอนวิชาการพาณิชย์และอุตสาหกรรม (ในประเทศแคนาดา) (-S. comprehensive school)

composition (คอมพะ' ซิชัน) *n.* การประกอบเป็นส่วนต่างๆ ทั้งหมด, ผลิตภัณฑ์, ผลิตผล, ส่วนประกอบ, องค์ประกอบ, ภาพประกอบ, ของผสม, การประพันธ์, การแต่งเพลง, บทความที่เป็นการบ้าน, การเกิดเป็นสารประกอบ, การตกลงกัน, การประนีประนอม, ข้อตกลง, จำนวนหนี้ที่เจ้าหนี้ตกลงยอมรับเป็นการประนีประนอม, การจัดเรียงตัวพิมพ์, คุณสมบัติ, อุปนิสัย *-Ex. the art of literary composition, top of the class in English composition, wrote a French composition on 'Paris', a musical composition, the composition of white light*

compositor (คัมพอส' ซิเทอะ) *n.* ผู้เรียงพิมพ์

compost (คอม' โพสทฺ) *n.* ส่วนผสมของสารอินทรีย์สำหรับเป็นปุ๋ย, ปุ๋ยผสม, การผสมกัน, สารผสม *-vi.* ใส่ปุ๋ยลง, เอามาทำเป็นปุ๋ยผสม (-S. composition)

composure (คัมโพ' เซอะ) *n.* ภาวะจิตที่ปกติ, ความสงบ, อารมณ์ที่สงบ, ความเงียบสงบ (-S. equanimity) *-Ex. The man kept his composure during the storm.*

compote (คอม' โพท) *n.* น้ำเชื่อมผลไม้, จานผลไม้

compound[1] (คอม' เพานฺดฺ) *n.* บริเวณบ้าน, บริเวณที่ล้อมรั้ว

compound[2] (*n.* คอม' เพานฺดฺ, *vt.* คัมเพานฺดฺ') *n.* สารประกอบ, คำผสม *-vt.* ใส่รวมกัน, ประกอบเป็นสารประกอบ, ตกลงไม่เอาเรื่อง, คิดดอกเบี้ยทบต้น, เพิ่ม, เสริม *-vi.* ต่อรอง, ประนีประนอม, ตกลงกันได้ *-adj.* ซึ่งผสมรวมกัน **-compoundable** *adj.* (-S. mixture, combination, mixed -A. simple) *-Ex. I heard his speech but did not comprehend his meaning., Science comprehends the study of chemistry, physics, and biology.*

compound eye ลูกตาที่ประกอบด้วยตาเล็กๆ หลายๆ ตา เช่น ตาของแมลงวัน

compound fraction ดู complex fraction เศษซ้อน

compound fracture กระดูกหักซึ่งแทงทะลุเนื้อออกมา (-S. open fracture)

compound interest ดอกเบี้ยทบต้น

compound leaf ใบร่วมหลายใบจากกิ่งเดียวกัน

compound sentence ประโยคร่วมที่มีอนุประโยคอิสระร่วมอยู่ด้วย, อเนกัตถประโยค

comprador, compradore (คอมพระดอร์') *n.* นายหน้า, นายหน้าติดต่อกับคนต่างประเทศ

comprehend (คอมพริเฮนดฺ') *vt.* เข้าใจ, หยั่งรู้, รวมทั้ง, กินความกว้าง, ครอบคลุม **-comprehendible** *adj.* **-comprehendingly** *adv.* (-S. grasp, include, understand -A. exclude)

comprehensible (คอมพริเฮน' ซะเบิล) *adj.* ซึ่งสามารถเข้าใจได้, ฉลาด **-comprehensibility** *n.* **-comprehensibly** *adv.* (-S. intelligible, understandable)

comprehension (คอมพริเฮน' ชัน) *n.* ความเข้าใจ, ภาวะที่เข้าใจ, ความสามารถเข้าใจ, ความสามารถในการเรียนรู้, การครอบคลุม, การกินความกว้าง (-S.

C

perception, grasp) *-Ex. The lecture was beyond our comprehension.*

comprehensive (คอมพริเฮน' ซิฟว) *adj.* กว้างขวาง, ครอบคลุม, เข้าใจได้กว้าง, ซึ่งหยั่งรู้, ซึ่งประกันความเสียหายอย่างกว้างขวาง *-n.* การทดสอบความรู้อย่างกว้างขวาง **-comprehensively** *adv.* **-comprehensiveness** *n.* (-S. far-reaching, wide, capacious -A. narrow, exceptive) *-Ex. a comprehensive description*

compress (*v.* คัมเพรส', *n.* คอม' เพรส) *vt.* บีบ, อัด, กด, ทำให้แข็ง *-vi.* ได้รับการบีบ, ได้รับการอัด *-n.* ผ้าอัด, ลูกประคบ, ผ้าอัดยา, เครื่องบีบ, เครื่องกด **-compressible** *adj.* **-compressibility** *n.* (-S. compact, squeeze -A. stretch) *-Ex. to compress cotton into bales, to compress gas into a tank*

compressed (คัมเพรสดฺ') *adj.* ซึ่งถูกอัด, ซึ่งอัดหรือกดเข้าด้วยกัน, ซึ่งแบนตามยาว, ซึ่งมีส่วนสูงมากกว่าส่วนกว้าง

compression (คัมเพรส' ชัน) *n.* การอัด, การบีบ, การกด, ผลจากการถูกอัด, ความกดดัน, ภาวะที่ปริมาตร (ในห้องเครื่อง) กำลังและความกดดันของอากาศสูงขึ้นก่อนการเผาไหม้ (-S. compressure)

compressive (คัมเพรส' ซิฟว) *adj.* ซึ่งกดดัน **-compressively** *adv.*

compressor (คัมเพรส' เซอะ) *n.* ผู้อัด, สิ่งอัด, กล้ามเนื้อที่กดส่วนหนึ่งของร่างกาย, เครื่องยนต์ที่มีลูกสูบหรือเครื่องปั๊ม

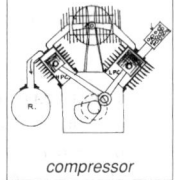

compressor

comprise (คัมไพรซฺ') *vt.* **-prised, -prising** ประกอบด้วย, ประกอบเป็น, มี, บรรจุ **-comprisable** *adj.* **-comprisal** *n.* (-S. contain, include) *-Ex. These two books comprise all the best poems by that author*

compromise (คอม' พระไมซ) *n.* การประนีประนอม, การยอมรับ, การยอมอ่อนข้อแก่กัน, การตกลงกันได้, สิ่งที่อยู่ระหว่างกลาง, สิ่งที่เป็นครึ่งๆ กลางๆ, การทำให้อยู่ในอันตราย (โดยเฉพาะชื่อเสียง) *-vt.* **-mised, -mising** ประนีประนอม, ยอม, เป็นอันตราย, เป็นภัยต่อ, พัวพัน *-vi.* ประนีประนอม, อ่อนข้อให้อย่างเสียเกียรติ **-compromiser** *n.* **-compromisingly** *adv.* (-S. arrangement, balance, adjust) *-Ex. The strike was settled by a compromise., The family compromised and divided their vacation between the seashore and the mountains., to compromise one's good name*

comptroller (คัมโทรล' เลอะ) *n.* ดู controller **-comptrollership** *n.*

compulsion (คัมพัล' ชัน) *n.* การบีบบังคับ, การบังคับ, ภาวะที่ถูกบีบบังคับ, แรงกดดันที่ต้านไม่ได้ทางจิต (ควบคุมใจไม่อยู่), แรงผลักดันทางใจ *-Ex. The compulsion used by a dictator to stay in power.*

compulsive (คัมพัล' ซิฟว) *adj.* ซึ่งบีบบังคับ, เป็นเชิงบังคับ, เกี่ยวกับแรงผลักดันทางใจ *-n.* ผู้ที่กระทำตามแรงผลักดันทางใจ **-compulsively** *adv.* **-compulsiveness** *n.* (-S. compelling, obsessive -A. easy-going, relaxed)

compulsory (คัมพัล' ซะรี) *adj.* ใช้การบังคับ, ซึ่งต้องกระทำ, เป็นเชิงบังคับ, เป็นหน้าที่ที่ต้องกระทำ **-compulsorily** *adv.* **-compulsoriness** *n.* (-S. coercive, necessary -A. optional, free) *-Ex. Attendance at school is compulsory.*

compunction (คัมพังคฺ' ชัน) *n.* ความเสียใจต่อการกระทำ,ความไม่สบายใจหรือวิตกกังวลต่อสิ่งที่ได้กระทำไป **-compunctious** *adj.* **-compunctiously** *adv.* (-S. guilt, regret, repentance)

computation (คอมพิวเท' ชัน) *n.* การคำนวณ, วิธีการคำนวณ, ผลของการคำนวณ, ค่าที่คำนวณได้ **-computational** *adj.* (-S. calculation, numeration) *-Ex. to predict an eclipse by computation*

compute (คัมพิวทฺ') *vt., vi.* **-puted, -puting** คำนวณ, ประมาณการ, นับ *-n.* การคำนวณ **-computability** *n.* **-computable** *adj.* (-S. calculate, estimate, determine, count) *-Ex. Scientists have computed the distance from the earth to the moon.*

computer (คัมพิว' เทอะ) *n.* เครื่องคอมพิวเตอร์, เครื่องคำนวณ, ผู้คำนวณ (-S. calculator, microprocessor)

computer-aided design การออกแบบโดยใช้เครื่องคอมพิวเตอร์

computeracy (คอมพิว' เทอระซี) *n.* ความสามารถในการเข้าใจและใช้คอมพิวเตอร์

computerese (คอมพิว' เทอรีซ) *n.* (ภาษาพูด) การใช้คอมพิวเตอร์

computerize (คัมพิว' ทะไรซ) *vt.* **-ized, -izing** คำนวณด้วยเครื่องคอมพิวเตอร์ **-computerization** *n.*

comrade (คอม' ริด, คอม' เรด) *n.* สหาย, เพื่อนสนิท, มิตร, เพื่อนสมาชิกหรือพรรค, สมาชิกพรรคคอมมิวนิสต์ **-comradely** *adj.* **-comradeship** *n.* (-S. friend, companion, associate)

Comsat ย่อจาก Communication Satellite ชื่อการค้าของดาวเทียมสื่อสารที่ส่งสัญญาณด้วยคลื่นไมโครเวฟ

con[1] (คอน) *adv.* ต่อต้าน, แย้ง *-n.* การต่อต้าน, การโต้เถียง, ผู้คัดค้าน, ผู้ลงบัตรคัดค้าน (-S. against)

con[2] (คอน) *vt.* **conned, conning** เรียนรู้, ศึกษา, ตรวจสอบอย่างระมัดระวัง, จำไว้ (-S. study)

con[3]**, conn** (คอน) *vt.* **conned, conning** นำเรือ, ถือพวงมาลัยเรือ *-n.* การนำเรือ, ท่าเรือหรือจุดหมายปลายทางในการนำเรือ

con[4] (คอน) *vt.* **conned, conning** (คำสแลง) หลอกลวง ตบตา *-n.* กลลวง

con[5] (คอน) *n.* (คำสแลง) นักโทษ

conbrio (คอนบรี' โอ) *adv.* ด้วยความแรง, ยิ้มแย้มสนุกสนาน

concatenate (คอนแคท' ทะเนท) *vt.* **-nated, -nating** เชื่อมเข้าด้วยกัน, รวมกันเป็นลูกโซ่หรืออนุกรม *-adj.* ซึ่งเชื่อมเข้าด้วยกัน

concave (*adj.* คอนเคฟว', *n.* คอน' เคฟว) *adj.* เว้า, เว้าเข้าข้างใน, โหว่ *-n.* ด้านเว้า *-vt.* **-caved, -caving**

ทำให้เว้า **-concavely** *adv.* **-concaveness** *n.*

concavity (คอนเคฟ' วิที) *n.* ภาวะหรือลักษณะที่เว้าเข้าข้างใน, ผิวหน้าเว้า, สิ่งที่มีผิวหน้าเว้า, โพรง, ช่อง

concavo-concave (คอนเค' โว- คอนเคฟว') *adj.* ซึ่งเว้าทั้งสองด้าน

concavo-convex (คอนเค' โว- คอนเวคซฺ') *adj.* ซึ่งมีด้านหนึ่งเว้าและอีกด้านหนึ่งนูน

conceal (คันซีล') *vt.* ซ่อน, ปิดบัง, ปกปิด, บัง **-concealable** *adj.* **-concealer** *n.* **-concealment** *n.* (-S. secrete, hide, cover, shield -A. reveal, display) *-Ex. Somsri concealed the book where nobody would find it.*

concede (คันซีด') *v.* **-ceded, -ceding** *-vt.* ยอมรับ, ยินยอม, ยอมให้, ยอมตาย *-vi.* ยอมอ่อนข้อให้, ยอม **-conceder** *n.* (-S. yield, assent, grant -A. deny) *-Ex. to concede a point in a debate, to concede a rise in wages*

conceit (คันซีท') *n.* ความหยิ่ง, ความทะนง, ความถือดี, ความคิด, จินตนาการ, ความเพ้อฝัน, ข้ออุปมาแห่งจินตนาการ *-vt.* จินตนาการ, ติดอกติดใจ (-S. egoism, self-esteem, notion -A. modesty, diffidence) *-Ex. The star athlete was a man full with conceit.*

conceited (คันซีท' ทิด) *adj.* อวดดี, หยิ่ง, ถือดี, เป็นจินตนาการ **-conceitedly** *adv.* **-conceitedness** *n.* (-S. self-important, vain, arrogant -A. modest, humble)

conceivable (คันซีฟ' วะเบิล) *adj.* พอที่จะคิดออก, พอจะนึกภาพออก, เป็นไปได้, นึกเห็นได้ **-conceivability** *n.* **-conceivably** *adv.*

conceive (คันซีฟว') *v.* **-ceived, -ceiving** *-vt.* นึกคิด, คิดได้, ก่อขึ้นในใจ, เชื่อ, ตั้งครรภ์, เข้าใจ *-vi.* คิด, มีความคิด, จินตนาการ, ตั้งครรภ์ (-S. start, originate, imagine, understand, perceive)

concent (คันเซนทฺ') *n.* ความเห็นพ้อง, ความลงรอยกัน (-S. harmony)

concenter, concentre (คอนเซน' เทอะ) *vt., vi.* รวมที่ศูนย์กลาง, จดจ่อ (-S. concentrate)

concentrate (คอน' เซินเทรท) *v.* **-trated, -trating** *-vt.* รวม, เพ่งเล็ง, รวมศูนย์, รวมกำลัง, รวมเข้าจุดเดียวกัน, อัดแน่น, ทำให้แน่น, ตั้งอกตั้งใจ, สำรวมความคิด *-vi.* รวม, รวมศูนย์, ทำให้แน่นขึ้น, แข็งแรงขึ้นหรือบริสุทธิ์ขึ้น *-n.* สิ่งที่อัดแน่น, สิ่งที่เข้มข้น **-concentrative** *adj.* **-concentrator** *n.* (-S. centre, attend -A. diffuse, scatter)

concentrated (คอน' เซินเทรทิด) *adj.* ใจจดใจจ่อ, ซึ่งตั้งอกตั้งใจ, ซึ่งจับกลุ่มเข้าด้วยกัน, เข้มข้น **-concentratedly** *adv.*

concentration (คอนเซินเทร' ชัน) *n.* ความเข้มข้น, ระดับความเข้มข้น, ความตั้งอกตั้งใจ, ภาวะที่เข้มข้น, สิ่งที่เข้มข้น, การรวมพล, ความใส่ใจในสาขาวิชาหนึ่ง (-S. convergence, centralization, mass -A. scattering, confusion)

concentration camp ค่ายกักกัน

concentric, concentrical (คันเซน' ทริค, -เคิล) *adj.* ร่วมศูนย์, ซึ่งมีศูนย์เดียวกัน **-concentrically** *adv.* **-concentricity** *n.*

concept (คอน' เซพทฺ) *n.* ข้อคิดเห็น, ความคิด, มโนคติ, มโนภาพ (-S. thought, idea) *-Ex. a concept of the solar system, a concept of a word's meaning*

conception (คันเซพ' ชัน) *n.* การคิด, การสร้างมโนคติ, ภาวะตั้งครรภ์, การริเริ่ม, การตั้งต้น, อำนาจความคิด, แบบแผน, โครงการ **-conceptional** *adj.* **-conceptive** *adj.* (-S. theory, idea, view) *-Ex. I have no conception of what Udom meant by that strange statements.*

conceptual (คันเซพ' ชวล) *adj.* เกี่ยวกับความคิด, เกี่ยวกับการสร้างความคิด **-conceptually** *adv.* (-S. thoughtful)

conceptualize (คันเซพ' ชวลไลซ) *vt.* **-ized, -izing** สร้างความคิด, สร้างมโนคติ **-conceptualization** *n.*

concern (คันเซิร์น') *vt.* เกี่ยวกับ, เกี่ยวข้องกับ, พัวพัน, มีผลต่อ, กังวล, เป็นห่วง *-n.* ความเกี่ยวพัน, ความพัวพัน, ความเป็นห่วง, ความสนใจ, ธุระ, ธุรกิจบริษัท (-S. care, affect, involve, pertain -A. bore, soothe) *-Ex. I'm concerned about her.*

concerned (คันเซิร์นดฺ') *adj.* ที่เกี่ยวข้อง, ซึ่งเป็นที่สนใจ, ซึ่งเป็นห่วง, กังวล (-S. involved, anxious -A. free, clear)

concerning (คันเซิร์น' นิง) *prep.* เกี่ยวกับ, สัมพันธ์กับ

concernment (คันเซิร์น' เมินทฺ) *n.* ความสำคัญ, ความเกี่ยวข้อง, ความสัมพันธ์, ความกังวล, ความเป็นห่วง, สิ่งที่เกี่ยวข้องหรือสนใจ, ความสนใจ (-S. involvement, worry)

concert (คอน' เซิร์ท) *n.* การแสดงดนตรี, มโหรี, ความสอดคล้อง, การร่วมมือกัน, ความพร้อมเพรียงกัน *-adj.* สำหรับการแสดงดนตรี, เกี่ยวกับการแสดงดนตรี *-vt., vi.* กระทำหรือกำหนดร่วมกัน **-in concert** ร่วมแรง, สามัคคี, ร่วมกัน (-S. unity, harmony, accord -A. discord, disunity) *-Ex. The two armies acted in concert.*

concerted (คันเซิร์ทฺ' ทิด) *adj.* ซึ่งกระทำหรือกำหนดร่วมกัน, ซึ่งกระทำพร้อมกัน **-concertedly** *adv.* (-S. cooperative, joint, united -A. separate, individual)

concertina (คอนเซอที' นะ) *n.* หีบเพลงขนาดเล็กเป็นรูป 6 เหลี่ยมชักเข้าออกได้

concertize (คอน' เซอไทซ) *vi.* **-ized, -izing** แสดงเดี่ยวหรือร้องเดี่ยวในงานคอนเสิร์ต

concertmaster (คอน' เซิร์ทมาสเทอะ) *n.* นักไวโอลินนำในวงดนตรีซิมโฟนีออเคสตร้า มักเป็นผู้ช่วยวาทยากร

concerto (คันเซิร์ท' โท) *n., pl.* **-tos/-ti** เพลงเล่นประสานเสียง

concession (คันเซส' ชัน) *n.* การยินยอม, การยอมอ่อนข้อให้, สิ่งที่ยินยอม, เรื่องที่ยินยอม, สัมปทาน, สิ่งที่ยอมยกให้หรือโอนให้, เขตเช่า (-S. yielding, compromise, admission) *-Ex. Without concession by both sides, an agreement will never be reached., Giving up his plan was a great concession for him., The candy concession on the park was given to a big company.*

concessionaire (คันเซส' ชันแนร์') *n.* ผู้ได้รับสัมปทาน, ผู้รับโอน, ผู้ได้รับการยกให้ (-S. concessioner)

C

concessionary (คันเซส' ชันนะรี) *adj.* เกี่ยวกับการยกหรือโอนให้, เกี่ยวกับสัมปทาน *-n., pl.* **-aries** ผู้รับโอน, ผู้รับสัมปทาน

concessive (คันเซส' ซิฟว) *adj.* มักยินยอม, ซึ่งยอมอ่อนข้อให้

conch (คองค, คองช) *n., pl.* **conchs/conches** เปลือกหอยสังข์, หอยสังข์

conchology (คองคอล'โลจี) *n.* วิชาที่ว่าด้วยสัตว์ประเภทหอย, สัตววิทยาที่เกี่ยวกับเปลือกหอย **-conchological** *adj.* **-conchologist** *n.*

concierge (คอนซีแอจ') *n.* คนเฝ้าประตู

conciliate (คันซิล' ลีเอท) *vt.* **-ated, -ating** ไกล่เกลี่ย, ทำให้ปรองดองกัน, ผูกไมตรี, ชนะใจ, ประนีประนอม **-conciliable** *adj.* **-conciliation** *n.* **-conciliator** *n.* (-S. appease, placate) *-Ex. The boy's apology conciliated his angry father.*

conciliatory (คันซิล' ลีอะโทรี) *adj.* เป็นการไกล่เกลี่ย (-S. placatory, compromising, conciliative)

concise (คันไซซ') *adj.* สั้นกะทัดรัด, รัดกุม, รวบรัด **-concisely** *adv.* **-conciseness** *n.* **-concision** *n.* (-S. short, compact, crisp) *-Ex. a concise and witty remark*

conclave (คอน' เคลฟว) *n.* การประชุมลับ, การประชุมส่วนตัว, สถานที่ราชาคณะสงฆ์ของศาสนาโรมันคาทอลิกประชุมกันเพื่อเลือกสันตะปาปา, วิทยาลัยของราชาคณะสงฆ์ของศาสนาโรมันคาทอลิก

conclude (คันคลูด') *v.* **-cluded, -cluding** ลงเอย, สิ้นสุดลง, สรุป, ลงมติ, ตัดสินใจ *-vi.* สิ้นสุดลง, ลงเอย, ลงความเห็น, ตัดสินใจ (-S. finish, infer, deduce) *-Ex. As Somchai concluded his speech, there was loud applause., A trade agreement was concluded between the two countries.*

conclusion (คันคลู' ชัน) *n.* การลงเอย, การสิ้นสุดลง, การสรุป, บทสรุป, ผล, การตกลงขั้นสุดท้าย, การตัดสินใจครั้งสุดท้าย (-S. termination, decision -A. start, opening) *-Ex. What conclusion did you reach in your discussion?, Graduation comes at the conclusion of the term., the conclusion of a treaty*

conclusive (คันคลู' ซิฟว) *adj.* สุดท้าย, เกี่ยวกับตอนจบ, แน่นอน, เป็นข้อสรุป **-conclusively** *adv.* **-conclusiveness** *n.* (-S. definitive, decisive)

concoct (คอนคอคท') *vt.* ปรุง, ประกอบขึ้น, ผสมกันเป็น, กุเรื่อง, แต่งขึ้น **-concocter** *n.* **-concoction** *n.* **-concoctive** *adj.* (-S. blend, mix) *-Ex. Daeng concocted a salad of fruit and nuts., Noi concocted an unbelievable story.*

concomitance, concomitancy (คันคอม' มิเทินซ, -ซี) *n.* การอยู่ร่วมกัน, การเกิดขึ้นพร้อมกัน, การมาพร้อมกัน คุณลักษณะหรือสิ่งที่เกิดขึ้นหรือมาพร้อมกัน (-S. concurrence, attendance)

concomitant (คอนคอม' มิเทินท) *adj.* ซึ่งเกิดขึ้นพร้อมกัน, ซึ่งเป็นคู่กัน *-n.* สิ่งที่มาพร้อมกัน, คุณลักษณะที่เกิดขึ้นพร้อมกัน **-concomitantly** *adv.* (-S. concurrent)

concord (คอน' คอร์ด) *n.* ความสอดคล้องกัน, การปรองดองกัน, การลงรอยกัน, สัญญา, ข้อตกลง, ความสงบ, มิตรภาพ, เสียงที่กลมกลืนกัน (-S. accord, agreement, treaty -A. discord)

concordance (คอนคอร์' เดินซ) *n.* การตกลงกัน, ความสอดคล้องกัน, ดรรชนีเรื่องตามอักษร (-S. agreement, harmony)

concordant (คันคอร์' เดินท) *adj.* ซึ่งสอดคล้องกัน, ซึ่งลงรอยกัน **-concordantly** *adv.* (-S. agreeing)

concordat (คอนคอร์' แดท) *n.* ข้อตกลงเป็นทางการ, สัญญา, สนธิสัญญาระหว่างสันตะปาปากับรัฐบาลที่เกี่ยวกับเรื่องของสงฆ์ (-S. concord)

concourse (คอน' คอร์ส) *n.* ชุมชน, ทางรถยนต์, ทางดิน, ถนนขนาดใหญ่ที่มีต้นไม้สองข้างทาง, บริเวณสำหรับแข่งขัน, ลานกว้างมาก, การรวมกลุ่ม (-S. assembling, assembly) *-Ex. Nakornsawun is located at the concourse of the four rivers (Ping, Wung, Yom, Nan).*

concrescence (คอนเครส' เซินซ) *n.* การเจริญเติบโตร่วมกัน, การเกิดร่วมกัน

concrete (คอน' ครีท) *adj.* ชัดแจ้ง, ซึ่งเห็นประจักษ์, มีตัวตน, เป็นรูปธรรม, จริงๆ *-n.* สิ่งที่เป็นรูปธรรม, สิ่งที่มีตัวตน, คอนกรีต, ดินที่แข็งเป็นก้อน *-vt.* **-creted, -creting** วางคอนกรีต, ใส่คอนกรีต, ทำให้เกาะตัวแน่น, ทำให้แข็ง **-concretely** *adv.* **-concreteness** *n.* (-S. solid, tangible, firm -A. vague, general) *-Ex. I'll give you a concrete example.*

concrete poetry โคลง ฉันท์ กาพย์ กลอนที่ประพันธ์โดยวิธีจัดหรือลำดับคำเป็นแบบแผน แทนที่จะเป็นไปตามประเพณีดั้งเดิม

concretion (คอนครี' ชัน) *n.* การแข็งตัว, สิ่งที่แข็งตัว, สิ่งที่เกิดจากการเกาะกัน, สิ่งที่มีตัวตน, ก้อนหรือเม็ดนิ่วในร่างกาย, ก้อนแข็งที่เกิดขึ้นในหิน ทราย หรือดิน **-concretionary** *adj.* (-S. consolidation)

concubine (คอง' คิวไบน) *n.* หญิงที่อยู่กินกับผู้ชายโดยไม่ได้สมรส, อนุภรรยา, เมียน้อย, นางบำเรอ **-concubinage** *n.*

concupiscence (คอนคิว' พิสเซินซ) *n.* กามารมณ์, กำหนัด, ความใคร่ทางเพศ **-concupiscent** *adj.* (-S. lust)

concur (คันเคอร์') *vi.* **-curred, -curring** เกิดขึ้นพร้อมกันอย่างบังเอิญ, ประจวบกัน, เห็นด้วย, เห็นพ้อง, ทำงานร่วมกัน, ให้ความร่วมมือ, สนับสนุน, รวมกัน (-S. join, agree, assent -A. contend, deny) *-Ex. All the judges concurred in the decision., Careful planning and good luck concurred to give them the victory.*

concurrence, concurrency (คันเคอ' เรินซ, -ซี) *n.* การบังเกิดขึ้นพร้อมกัน, การประจวบกัน, การเห็นด้วย, การเห็นพ้อง, การให้ความร่วมมือ, การสนับสนุน, จุดที่เส้น 3 เส้นหรือมากกว่านั้นมาบรรจบกัน, อำนาจร่วมหรือเท่ากัน

concurrent (คันเคอ' เรินท) *adj.* ซึ่งเกิดขึ้นพร้อมกันหรือร่วมกัน, พร้อมเพรียง, ซึ่งเห็นด้วย, ซึ่งมีอำนาจเท่ากัน, ซึ่งมีจุดร่วม, ซึ่งตัดกันที่จุดเดียวกัน *-n.* ที่เกิดขึ้นพร้อมกัน, สิ่งสนับสนุน, คู่แข่ง **-concurrently** *adv.* (-S.

concuss 177 **conducive**

coexistent, compatible)

concuss (คันคัส') *vt.* สั่นสะเทือน, ขู่เข็ญ

concussion (คันคัส' ชัน) *n.* การสั่นสะเทือน, การปะทะอย่างแรง, การกระเทือนที่เกิดจากการกระทบกระแทก, ภาวะสมองไขสันหลังหรืออื่นๆ ถูกกระทบอย่างแรง **-concussive** *adj.* (-S. shaking, shock, impact, clash, collision) *-Ex. the concussion of an explosion*

condemn (คันเดม') *vt.* ประณาม, ตำหนิ, ตราหน้า, ด่าว่า, ประกาศว่ามีความผิด, ตัดสินว่ามีความผิด, ประกาศหรือตัดสินว่าไม่เหมาะสม, ประกาศว่าไม่สามารถจะรักษาให้หายได้, บีบบังคับ, ยึดทรัพย์เป็นของสาธารณะ **-condemnatory** *n.* **-condemnable** *adj.* **-condemner** *n.* (-S. blame, censure -A. praise, approve)

condemnation (คอนเดมเน' ชัน) *n.* การประณาม, การตัดสินว่ามีความผิด, การประกาศว่ามีความผิด, ภาวะที่ถูกประณาม, เหตุผลที่ประณามหรือตัดสินว่ามีความผิด, การยึดทรัพย์ให้เป็นของแผ่นดิน (-S. judgment, censure, blame)

condensation (คอนเดนเซ' ชัน) *n.* การรวมตัวกันแน่น, ภาวะที่รวมตัวกันแน่น, ก้อนที่รวมตัวกันแน่น, กระบวนการรวมตัวของก๊าซกลายเป็นของเหลวหรือของแข็ง, ปฏิกิริยาของโมเลกุลที่ทำให้เกิดการรวมตัวเป็นโมเลกุลที่ใหญ่ขึ้น, คำหรือข้อเขียนที่กระชับรัดกุม **-condensative** *adj.* *-Ex. Rain is formed by the condensation of water vapour in the air., the condensation of a report, the condensation of orange juice*

condense (คันเดนซฺ') *vt., vi.* **-densed, -densing** ทำให้แน่นขึ้น, ลดปริมาตร, ทำให้สั้น, ทำให้กะทัดรัด, ย่อให้สั้น, ทำให้ข้น, เคี่ยว, (ไอน้ำ) จับตัวกันเป็นของเหลวหรือน้ำแข็ง, ทำให้เป็นของเหลว **-condensable, condensible** *adj.* **-condensability, condensibility** *n.* (-S. contract, compress, concentrate -A. expand, increase)

condensed milk นมข้น, นมที่เกิดจากการระเหยเอาส่วนของน้ำออกและเติมน้ำตาล

condenser (คันเดน' เซอะ) *n.* เครื่องทำให้ไอน้ำหรือก๊าซจับตัวกันเป็นของเหลวหรือของแข็ง, เลนส์รวมแสง, เครื่องสะสมประจุไฟฟ้า

condenser

condescend (คอนดิเซนดฺ') *vt.* ยอมรับ, ถ่อมตัวลง, ล้มลงมา, ก้มหัวให้ **-condescendence** *n.* (-S. stoop, patronize, deign) *-Ex. The king condescended to eat with the people., Though Somsri thought it beneath her, she finally condescended to clean the house.*

condescending (คอนดิเซน' ดิง) *adj.* ซึ่งยอมรับความสามารถ คุณสมบัติ หรืออื่นๆ ของคนอื่นว่าเท่าเทียมกัน **-condescendingly** *adv.* (-S. haughty, patronizing, lofty -A. simple, modest) *-Ex. a condescending smile*

condescension (คอนดิเซน' ชัน) *n.* การยอมรับ, การถ่อมตัว, การก้มหัวลง, ท่าทีที่กรุณา, ท่าทีที่เอื้อเฟื้อ (-S. condescendence)

condign (คันไดนฺ') *adj.* พอเพียง, เหมาะสม, สมควร **-condignly** *adj.* (-S. deserved, adequate, meet)

condiment (คอน' ดะเมินทฺ) *n.* เครื่องปรุงรส (-S. seasoning)

condition (คันดิช' ชัน) *n.* เงื่อนไข, สภาพ, สภาวะ, ฐานะ *-vt.* กำหนด, ตกลง, กำหนดเงื่อนไข, ทำให้ชินกับสิ่งแวดล้อม *-vi.* กำหนดเงื่อนไข **-on condition that** โดยมีเงื่อนไขว่า **-conditioner** *n.* (-S. state, situation, requirement) *-Ex. lay down condition, conditions of an armistice, on condition that, This is a condition of your employment., under existing conditions, animals in good condition, The house is in a dirty condition., to condition a race horse*

conditional (คันดิช' ชันเนิล) *adj.* เป็นเงื่อนไขหรือข้อแม้, มีเงื่อนไขหรือข้อแม้, ขึ้นอยู่กับ, แล้วแต่ **-conditionality** *n.* **-conditionally** *adv.* (-S. indefinite, provisional -A. absolute, certain) *-Ex. Parole of a prisoner is a conditional freedom.*

conditioned (คันดิช' ชันดฺ) *adj.* มีเงื่อนไข, มีข้อแม้, มีข้อจำกัด, ภายใต้เงื่อนไขบางอย่าง, ปรับอากาศ (-S. provisional)

condo (คอนโด) *n., pl.* **-dos/-does** คอนโดมิเนียม

condole (คันโดล') *v.* **-doled, -doling** *-vi.* ปลอบโยน, ปลอบขวัญ, แสดงความเสียใจกับผู้ที่อยู่ในความเศร้าหรือกำลังได้รับความเจ็บปวด *-vt.* แสดงความเสียใจด้วยกับ **-condolatory** *adj.* **-condoler** *n.* (-S. sympathize)

condolence (คันโดล' เลินซฺ) *n.* การปลอบโยน, การปลอบขวัญ, การแสดงความเสียใจด้วย (-S. condolement, commiseration)

con dolore (คอน ดะโล' เร) ด้วยความเสียใจ, อย่างเศร้าสร้อย

condom (คอน' เดิม) *n.* ถุงยางอนามัย, ถุงหุ้มลึงค์ในการสังวาสเพื่อคุมกำเนิดหรือป้องกันการติดเชื้อโรค

condominium (คอนดะมิน' เนียม) *n., pl.* **-iums** การร่วมกันควบคุมหรือปกครอง, รัฐบาลร่วม, อพาร์ตเมนต์ที่ผู้อยู่มีกรรมสิทธิ์ส่วนตัวของแต่ละห้อง, กรรมสิทธิ์ที่หลายรัฐหรือหลายประเทศมีร่วมกันเหนือดินแดนหนึ่งๆ

condonation (คอนโด เน' ชัน) *n.* การให้อภัย, การไม่เอาโทษ

condone (คันโดน') *vt.* **-doned, -doning** อภัย, ไม่เอาโทษ, ไม่เอาผิด, ลบล้าง (ความผิด ความบกพร่อง) **-condonable** *adj.* **-condoner** *n.* (-S. forgive, excuse)

condor (คอน' ดอร์) *n.* แร้งขนาดใหญ่ในตระกูล Cathartidae หรือ *Gymnogyps californianus* หรือ *Vultur gryphus* เป็นนกขนาดใหญ่ที่สุดที่บินได้ในซีกโลกตะวันตก *-n., pl.* **-dores** เหรียญเงินตราของอเมริกาใต้ที่ประทับตราเป็นรูปนกดังกล่าว

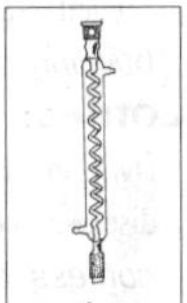

condor

conduce (คันดิวซฺ') *vi.* **-duced, -ducing** นำไปสู่, นำมาซึ่ง, ทำให้เกิด **-conducer** *n.* **-conducingly** *adv.* (-S. lead to)

conducive (คันดิว' ซิฟวฺ) *adj.* มีส่วนช่วย, นำไปซึ่ง **-conduciveness** *n.* (-S. helping, promotive -A. preventive)

C

conduct (*n.* คอน' ดัคทฺ, *v.* คอนดัคทฺ') *n.* ความประพฤติ, การกระทำ, การปฏิบัติ, การดำเนินการ, การชี้นำ *-vt.* นำไปซึ่ง, ชักนำ *-vi.* นำ, ชักนำ, เป็นคนนำ **-conductible** *adj.* **-conductibility** *n.* (**-S.** deportment, behaviour, guide, manage, act) *-Ex. The guide conducted us through the museum., to conduct an orchestra, Gutters conduct electricity., Her conduct was better than I expected.*

conductance (คันดัค' เทินซฺ) *n.* ความสามารถในการนำไฟฟ้า

conduction (คันดัค' ชัน) *n.* การนำ, การเป็นสื่อนำ (ไฟฟ้า ความร้อน กระแสอื่นๆ), การถ่ายทอด, การนำกระแสประสาท

conductive (คันดัค' ทิฟว) *adj.* ซึ่งสามารถนำไฟฟ้าหรือกระแสอื่นๆ

conductivity (คอนดัคทิฟ' วิที) *n.* คุณสมบัติหรืออำนาจในการนำกระแสไฟฟ้า

conductor (คันดัค' เทอะ) *n.* ผู้นำวงดนตรี, นายวงดนตรี, คอนดักเตอร์, สื่อนำไฟฟ้า, คนขายตั๋วรถเมล์ รถราง, คนกระเป๋า, ตัวนำความร้อน (เสียงหรืออื่นๆ), สายล่อฟ้า **-conductorial** *adj.* **-conductorship** *n.* **-conductress** *n. fem.*

conduit (คอน' ดวีท) *n.* ทางน้ำ, ทางน้ำตามธรรมชาติ, รางน้ำ, ท่อหุ้มสายไฟฟ้า, ระบบท่อใต้ดิน, น้ำพุ

cone (โคน) *n.* กรวย, ส่วนที่เป็นรูปกรวย, รูปทรงกรวย, ผลคล้ายรูปกรวย, เซลล์รูปกรวยในเรตินาของตาซึ่งไวต่อสีและแสง, ลูกสนซึ่งเป็นโครงสร้างของต้นสนที่ใช้สืบพันธุ์ มีลักษณะเป็นรูปกรวย *-vt.* **coned, coning** ทำให้มีลักษณะคล้ายกรวย *-Ex. ice cream cone, nose cone of a rocket*

cone

CONELRAD (คอน' เนลแรด) *n.* ระบบป้องกันภัยอากาศ โดยพลเรือนของสหรัฐอเมริกา เป็นการควบคุมความถี่ของคลื่นวิทยุโทรทัศน์ย่อจาก Control of Electromagnetic Radiation

coney (โคนี, คัน' นี) *n., pl.* **-neys/-nies** หนังกระต่าย, กระต่ายชนิดหนึ่ง, คนเซ่อซ่า

confab (คอน' แฟบ) *n.* การสนทนากัน *-vi.* **-fabbed, -fabbing** พูดคุย, สนทนา

confabulate (คันแฟบ' บิวเลท) *vi.* **-lated, -lating** คุยกันเล่น, สนทนา

confabulation (คันแฟบบิวเล' ชัน) *n.* การคุยกันเล่น, การสนทนา, การอภิปราย **-confabulatory** *adj.* (**-S.** conversation)

confect (คันเฟคทฺ') *vt.* ปรุง, ผสมขึ้น

confection (คันเฟค' ชัน) *n.* ลูกกวาด, ขนมฉาบน้ำตาล, การปรุง, การผสม *-vt.* ทำขนมลูกกวาด (**-S.** candy, sweet)

confectionary (คันเฟค' ชะนะรี) *n., pl.* **-aries** ร้านขายลูกกวาด, ร้านทำขนม, ขนมหวาน, ลูกกวาด *-adj.* เกี่ยวกับลูกกวาด, เกี่ยวกับการทำลูกกวาด (**-S.** candy store)

confectioner (คันเฟค' ชันเนอะ) *n.* คนทำหรือขายลูกกวาด (หรือรวมทั้งไอศกรีม ขนมเค้ก และอื่นๆ)

confectionery (คันเฟค' ชันเนอรี) *n., pl.* **-eries** ลูกกวาดหรือขนมหวานทั้งหลาย, ธุรกิจหรืองานของคนทำหรือขายลูกกวาด, ร้านขายขนมลูกกวาด

confederacy (คันเฟด' เดอระซี) *n., pl.* **-cies** สหภาพ, สหพันธ์, สหพันธรัฐ, กลุ่มคนที่กระทำการที่ไม่ชอบด้วยกฎหมาย, การร่วมกันคิดอุบาย **-the Confederacy** สหพันธรัฐอเมริกา ซึ่งเกิดจากการรวมตัวของรัฐต่างๆ ทางใต้ของสหรัฐอเมริกาในช่วง ค.ศ. 1860-1861 (**-S.** alliance, conspiracy, bloc, syndicate)

confederate (คันเฟด' เดอริท) *adj.* ซึ่งรวมกันในรูปสหพันธ์ สันนิบาต หรืออื่นๆ *-n.* กลุ่มคน (ประเทศหรืออื่นๆ) ที่รวมกัน, พันธมิตร, ผู้สมรู้ร่วมคิด *-vt., vi.* **-ated, -ating** รวมกันเป็นกลุ่มสหพันธ์สันนิบาตหรืออื่นๆ **-Confederate** เกี่ยวกับกลุ่ม 11 รัฐภาคใต้ของสหรัฐอเมริกาที่แยกตัวออกเป็นอิสระในปี ค.ศ. 1860-1861 (**-S.** united, ally) *-Ex. The bank robber and his confederates escaped., a Confederate flag*

confederation (คันเฟดดะเร' ชัน) *n.* การร่วมกลุ่ม, ภาวะที่ถูกรวมกลุ่ม, สันนิบาตหรือพันธมิตร, กลุ่มรัฐที่รวมกัน **-The Confederation** การรวมกลุ่ม 13 รัฐแรกเริ่มของสหรัฐอเมริกาตามสนธิสัญญา Articles of Confederation 1781-1789) (**-S.** joining) *-Ex. The 13 colonies first tried confederation, and later formed a closer union.*

confer (คันเฟอร์') *v.* **-ferred, -ferring** *-vt.* ให้เป็นของขวัญเป็นเกียรติ หรืออื่นๆ, ประสาทให้ *-vi.* ปรึกษา, หารือ, ประชุม, เทียบเคียง **-conferment, conferral** *n.* **-conferrer** *n.* **-conferrable** *adj.* (**-S.** give, consult, discuss **-A.** withdraw) *-Ex. Father conferred with the teacher about my stuttering., to confer a medal*

conferee (คอน ฟะรี') *n.* ที่ปรึกษา, ผู้ประชุม, ผู้ถูกมอบให้, ผู้รับปริญญา

conference, conferrence (คอน' เฟอเรินซฺ) *n.* การประชุม, สมาคมทีมกีฬา, การชุมนุมกันของกลุ่มนักกีฬา หรือคณะสงฆ์หรืออื่นๆ **-in conference** ซึ่งกำลังประชุม, ติดประชุมอยู่ **-conferential** *adj.* (**-S.** meeting, council) *-Ex. The citizens had a conference about building a new school.*

confess (คันเฟส') *vt.* สารภาพ, ยอมรับ, สารภาพความผิด *-vi.* สารภาพ, สารภาพความผิด, ยอมรับผิด (**-S.** disclose, concede, admit **-A.** deny, conceal, cover) *-Ex. confess one's faults, confessed that Udom did it, Confessed himself to be a coward*

confessedly (คันเฟส' ซิดลี) *adv.* โดยการสารภาพหรือยอมรับ, แน่ชัดอย่างไม่ต้องสงสัย, ซึ่งแสดงออกอย่างเปิดเผย

confession (คันเฟส' ชัน) *n.* การสารภาพ, การยอมรับ, การสารภาพความผิด, สิ่งที่ได้สารภาพ, การประกาศความเลื่อมใสและยอมรับการปฏิบัติตามความเชื่อทางศาสนา, สุสานนักบุญ (**-S.** admission, confirmation) *-Ex. a confession of one's true feelings, The prisoner signed a confession.*

confessional (คันเฟส' ชันเนิล) *adj.* เกี่ยวกับการสารภาพ *-n.* ห้องสารภาพผิด (ที่มีพระนั่งฟัง) ในศาสนาคริสต์นิกายโรมันคาทอลิก

C

confessor (คันเฟส' เซอะ) *n.* ผู้สารภาพบาป, ผู้สารภาพความในใจ, พระผู้ฟังคำสารภาพ, คริสเตียนผู้สารภาพผิดและยังเป็นคริสเตียนแม้ถูกประหารชีวิต (-S. confesser)

confetti (คันเฟท' ที) *n. pl.* เศษกระดาษสีสันที่โปรยในงานรื่นเริง, ลูกปา, ลูกกวาดที่ปาในงานรื่นเริงแล้วแย่งกันเก็บ

confidant (คอนฟิแดนทฺ') *n.* คนที่ไว้วางใจ, คู่คิด, คนสนิท (-S. intimate) **-confidante** *n. fem.*

confide (คันไฟดฺ') *v.* **-fided, -fiding** *-vi.* มอบ, ไว้วางใจ, บอกความลับด้วยความไว้วางใจ, ปรับทุกข์ *-vt.* บอกความลับ, ไว้วางใจ, เชื่อถือ **-confider** *n.* (-S. trust, tell, commit) *-Ex. Somsri confided her problems to her mother., We confided the children to their grandmother's care., The safest way to keep a secret is to confide in no one., to confide in God*

confidence (คอน' ฟิเดินซฺ) *n.* ความเชื่อถือ, ความไว้วางใจ, ความมั่นใจ, ความเชื่อมั่นในตัวเอง, ความกล้าได้กล้าเสีย **-in confidence** เป็นความลับ (-S. trust, reliance, boldness)

confidence man คนโกงที่หลอกให้เหยื่อไว้วางใจก่อน

confident (คอน' ฟิเดินทฺ) *adj.* ซึ่งไว้วางใจ, มั่นใจ, กล้า, กล้าเกินไป *-n.* คนที่ไว้ใจ, คู่คิด **-confidently** *adv.* (-S. sure, certain -A. timid, shy) *-Ex. Confident of victory, that we shall win.*

confidential (คอนฟิเดน' เชิล) *adj.* ลับ, เป็นที่ไว้วางใจ, ซึ่งแสดงว่าเชื่อถือ **-confidentiality, confidentialness** *n.* **-confidentially** *adv.* (-S. honest, secret -A. open) *-Ex. The agent turned in a confidential report., a confidential letter, confidential secretary*

confiding (คันไฟ' ดิง) *adj.* ไว้วางใจได้ **-confidingly** *adv.*

configuration (คันฟิกยะเร' ชัน) *n.* โครงร่าง, สัณฐาน, รูปร่างภายนอก, องค์ประกอบ, กลุ่มดวงดาว, ตำแหน่งของอะตอมในโมเลกุล **-configurational** *adj.* **-configurative** *adj.* (-S. confirmation, arrangement, set, form)

confine (คันไฟนฺ') *vt.* **-fined, -fining** ขีดคั่น, จำกัด, ตีวง, เก็บตัว, กักตัว *-n.* ขอบเขต, การจำกัด, การเก็บตัว, คุก, สถานกักกัน **-be confined** กำลังคลอด **-confinable, confineable** *adj.* (-S. intern, limit -A. free)

confinement (คันไฟนฺ' เมินทฺ) *n.* การจำกัด, การเก็บกัก, ภาวะที่ถูกเก็บกัก, การคลอดบุตร, การจำคุก, การกักกัน (-S. incarceration) *-Ex. Her confinement lasted two years.*

confirm (คันเฟิร์ม') *vt.* รับรอง, ทำให้แข็งแรงหรือแน่นแฟ้นขึ้น, ยืนยัน, ประกอบพิธีศีลมหาสนิทอีกครั้งให้แน่นแฟ้นขึ้น **-confirmable** *adj.* **-confirmative** *adj.* (-S. establish, prove, sanction, assure -A. deny, nullify)

confirmation (คอนเฟอร์เม' ชัน) *n.* การยืนยัน, การรับรอง, ภาวะที่ได้รับการยืนยัน, พยานหลักฐาน, พิธีศีลมหาสนิท, ศีลมหาสนิท

confirmatory (คันเฟอร์' มะโทรี) *adj.* ซึ่งยืนยัน, เกี่ยวกับพิธีศีลมหาสนิท (-S. confirmative)

confirmed (คันเฟิร์มดฺ') *adj.* ซึ่งได้รับการยืนยัน, ซึ่งได้รับการรับรอง, ฝังหัว, ติด (ยา), เรื้อรัง **-confirmedly** *adv.* (-S. chronic, established, inveterate -A. unaccustomed, occasional) *-Ex. The doctor confirmed the reports about the polio vaccine., The Senate confirmed his appointment as a judge.*

confiscable (คัสฟิส' คะเบิล) *adj.* ยึดได้, ริบได้

confiscate (คอน' ฟิสเคท) *vt.* **-cated, -cating** ยึด, ริบ **-confiscatory** *adj.* **-confiscation** *n.* **-confiscator** *n.* (-S. appropriate, seize)

confiture (คอน' ฟิชัวร์) *n.* ลูกกวาด, ขนมหวาน, ของดอง (-S. candy, sweetmeat, confection)

conflagrant (คันไฟล' เกรินทฺ) *adj.* กำลังลุกไหม้, เป็นเพลิง,โกลาหล

conflagration (คอนฟละเกร' ชัน) *n.* เพลิงขนาดใหญ่, อัคคีภัย

conflict (คอน' ฟลิคทฺ) *n.* การต่อสู้, การเป็นปรปักษ์, การขัดแย้ง, การทะเลาะ, สงคราม, การสู้รบ *-vi.* ปะทะ, ต่อสู้, ทะเลาะ **-confliction** *n.* **-conflictive** *adj.* **-conflictual** *adj.* (-S. contest, combat -A. agree) *-Ex. a conflict between the two accounts of the accident, One account of the accident conflicts with the other.*

conflict of interest การขัดผลประโยชน์

confluence (คอน' ฟลูเอินซฺ) *n.* การไหลบรรจบกันของแม่น้ำหลายสาย, ที่บรรจบกันของสายแม่น้ำ, แม่น้ำที่เกิดจากการบรรจบกันดังกล่าว, การชุมนุม, กลุ่มคน, กลุ่มชุมชน (-S. conflux, juncture, gathering)

confluent (คอน' ฟลูเอินทฺ) *adj.* ซึ่งไหลไปด้วยกัน, ซึ่งบรรจบกัน, ไปด้วยกัน, ซึ่งออกดอกพร้อมกัน *-n.* สายน้ำร่วม, แคว

confocal (คอนโฟ' เคิล) *adj.* ซึ่งมีโฟกัสเดียวกัน

conform (คันฟอร์ม') *vi.* ทำให้เข้ากับ, ทำตาม, เหมือน, ลงรอย *-vt.* ทำให้เหมือนกับ, ปรับเข้ากับ, ทำให้สอดคล้องกับ **-conformer** *n.* (-S. fit, reconcile, adapt, agree -A. vary) *-Ex. We conform to the rule of law., Udom conformed his plans to ours., His plans conform with ours.*

conformable (คันฟอร์ม' มะเบิล) *adj.* ซึ่งลงรอย, สอดคล้อง, เหมือน, คล้อยตาม, เกี่ยวกับชั้นดินที่มีความลึกและลักษณะเดียวกัน **-conformably** *adv.* **-conformability** *n.* (-S. suited, similar -A. different, defiant)

conformal (คันฟอร์' เมิล) *adj.* เกี่ยวกับแผนที่ที่แสดงให้เห็นถึงมุมและมาตราส่วน

conformance (คันฟอร์' เมินซฺ) *n.* โครงสร้าง, โครงร่าง, แบบ, ความลงรอยกันหรือได้สมมาตรของส่วนของโครงร่าง, การทำให้สอดคล้องกัน, การปรับตัวให้ลงรอยกัน, ภาวะที่ลงรอยกัน (-S. conformity, structure, pattern)

conformation (คันฟอร์มมะ' ชัน) *n.* โครงสร้าง, โครงร่าง, แบบ, ความลงรอยกันหรือได้สมมาตรของส่วนของโครงร่าง, การทำให้สอดคล้องกัน, การปรับตัวให้ลงรอยกัน, ภาวะที่ลงรอยกัน

conformism (คันฟอร์' มิสซึม) *n.* นโยบายการปฏิบัติหรือทัศนคติของการปรับให้ลงรอยกัน

C

conformist (คันฟอร์' มิสทฺ) *n.* ผู้ปรับให้ลงรอยกัน, ผู้ยอมปฏิบัติตามนิกายศาสนาหนึ่ง *-adj.* เกี่ยวกับผู้ยอมปฏิบัติหรือปรับตาม (-S. follower)

conformity (คันฟอร์' มิที) *n., pl.* **-ties** ความลงรอยกัน, ความสอดคล้อง, การปรับตัวให้ลงรอยกัน, การตกลงกัน, การปฏิบัติตามนิกายศาสนาหนึ่ง (-S. agreement, compliance) *-Ex. a conformity of opinion, to live in conformity with the law, their conformity to fashion*

confound (คันเฟานฺดฺ') *vt.* ทำให้สับสน, ทำให้ยุ่ง, ปะปนกันยุ่ง, ทำให้ตกตะลึง, ทำให้แพ้, ทำลาย, ใช้ฟุ่มเฟือย (-S. puzzle, amaze, bewilder -A. recognize, tell) *-Ex. The little boy confounded the experts by solving hard problems*

confounded (คอนเฟานฺ' ดิด) *adj.* ระยำ **-confoundedly** *adv.* (-S. confused)

confraternity (คอนฟระเทอ' นิที) *n., pl.* **-ties** หมู่, คณะ, ชมรม, สมาคม

confrere (คอน' แฟรฺ) *n.* สมาชิกชมรม (หมู่คณะ, สมาคม) (-S. colleague, associate)

confront (คันฟรันทฺ') *vt.* เผชิญหน้ากับ, พบกับ, นำมาร่วมกันเพื่อตรวจสอบหรือเปรียบเทียบ **-confrontation, confrontal** *n.* **-confrontational** *adj.* (-S. oppose, face, meet -A. avoid, shun) *-Ex. to confront a prisoner with his accusers, Somchai confronted the enemy boldly.*

Confucianism (คันฟิว' ชะนิสซึม) *n.* ลัทธิคำสอนของขงจื๊อ ซึ่งเน้นถึงความรักที่มีต่อมวลมนุษย์ บูชาบรรพบุรุษ การเคารพพ่อแม่ ความสอดคล้องกันของความคิดและความประพฤติ

Confucius (คันฟิว' เชิส) *n.* ขงจื๊อ (5-6 ศตวรรษก่อนคริสต์ศักราช) **-Confucian** *n., adj.*

confuse (คันฟิวซ') *vt.* **-fused, -fusing** ทำให้ไม่ชัด, ทำให้ยุ่ง, ทำให้สับสน, ทำให้งง, ทำให้ขวยเขิน **-confusedly** *adv.* **-confusedness** *n.* **-confusing** *adj.* **-confusingly** *adv.* (-S. confound, perplex -A. tidy, order) *-Ex. confuse Mr. X with Mr. Y, My ideas are rather confused on the subject., Somsri blushed and looked confused.*

confusion (คันฟิว' ชัน) *n.* ความยุ่งเหยิง, ความไม่ชัด, ความสับสน, ความงงงวย, การให้ยุ่งหรือสับสน, ความเขินขวย, ความพ่ายแพ้, ความเสื่อมสลาย **-confusional** *adj.* (-S. puzzlement, disorder -A. understanding, tidiness) *-Ex. The meeting broke up in confusion., I was unable to hide my confusion., the confusion of the sounds of 'm' and 'n' over the telephone*

confutation (คอนฟิวเท' ชัน) *n.* การพิสูจน์ให้เห็นว่าผิด, การชี้ให้เห็นว่าผิด, การหักล้าง, สิ่งที่ชี้ให้เห็นว่าผิด, สิ่งหักล้าง **-confutative** *adj.*

confute (คันฟิวทฺ') *vt.* **-futed, -futing** แสดงให้เห็นว่าผิด, พิสูจน์ให้เห็นว่าผิด (-S. refute, disprove)

conga (คอง' กะ) *n.* ระบำคองกาของคิวบา *-vi.* เต้นระบำคองกา

congé (คอน' เซ) *n.* (ภาษาฝรั่งเศส) การอำลาอย่างเป็นทางการ, การขออนุญาตลาจาก, การโค้งคำนับ

congeal (คันจีล') *vt., vi.* เปลี่ยนจากนิ่มหรือเหลวเป็นแข็ง, ทำให้ข้นแข็ง, ทำให้คงที่หรือแน่น **-congelation** *n.* **-congealment** *n.* **-congealable** *adj.* (-S. stiffen, solidify)

congener (คอน' จีเนอะ) *n.* ชนิดเดียวกัน, พืชหรือสัตว์ชนิด (genus) เดียวกัน **-congeneric, congenerous** *adj.*

congenial (คันจี' เนียล) *adj.* ซึ่งเข้ากันได้, ถูกใจ, เป็นที่พอใจ **-congeniality** *n.* **-congenially** *adv.* (-S. compatible, agreeable, pleasant) *-Ex. a congenial roommate, This work is congenial to me.*

congenital (คันเจน' นิเทิล) *adj.* แต่กำเนิด, มีมาแต่กำเนิด **-congenitally** *adv.* (-S. connate, natal, innate -A. acquired)

conger (คัน' เจอะ) *n.* ปลาไหลทะเลขนาดใหญ่จำพวก *Conger* บางตัวยาวถึง 10 ฟุต ใช้กินเป็นอาหารได้

congeries (คอนเจอ' รีซฺ') *n., pl.* **congeries** กลุ่ม, กอง, คณะ (-S. heap, pile)

congest (คันเจสทฺ') *vt.* ใส่จนเกิน, ทำให้แออัด, แออัดไปด้วย, ทำให้เลือดคั่ง *-vi.* (เลือด) คั่ง, แออัด **-congestion** *n.* **-congestive** *adj.*

conglomerate (คันกลอม' เมอเรท) *n.* เป็นกลุ่ม, ก้อนกรวด, กลุ่มบริษัทที่เป็นเครือ *-adj.* เป็นก้อน, ซึ่งจับเป็นก้อน, เกี่ยวกับก้อนกรวด, เกี่ยวกับกลุ่มบริษัทที่รวมกัน *-vi., vt.* **-ated, -ating** รวมกัน, จับกันเป็นก้อน **-conglomeratic, conglomeritic** *adj.* (-S. massed)

conglomeration (คันกลอมเมอเร' ชัน) *n.* การรวมกันเป็นกลุ่ม, การจับกันเป็นก้อน, ภาวะที่รวมกัน, กลุ่ม, ก้อน, การรวมกันของสิ่งที่แตกต่างกัน

Congo (คอง' โก) ชื่อเดิมของประเทศซาอีร์ (Zaire) เมื่อก่อนเป็นอาณานิคมของฝรั่งเศส, ชื่อแม่น้ำในอเมริกากลางซึ่งไหลผ่านประเทศซาอีร์

congratulate (คันแกรช'ชะเลท) *vt.* **-lated, -lating** แสดงความยินดี, อวยพร **-congratulator** *n.* **-congratulatory** *adj.* (-S. honour, praise) *-Ex. congratulate her on the birth of a son*

congratulation (คันแกรชชะเล' ชัน) *n.* การแสดงความยินดี, การอวยพร **-Congratulations!** ขอแสดงความยินดีด้วย

congregate (คอง' กระเกท) *vi., vt.* **-gated, -gating** รวบรวม, ชุมนุม, จับกลุ่มกัน *-adj.* ซึ่งชุมนุมกัน, ซึ่งจับกลุ่มกัน **-congregative** *adj.* **-congregator** *n.* (-S. get together, assemble -A. disperse, part) *-Ex. People congregate to watch a parade.*

congregation (คองกริเก' ชัน) *n.* การชุมนุม, การจับกลุ่มกัน, กลุ่มคน, คริสต์ศาสนิกชนที่ชุมนุมกันในโบสถ์, ชนชาติอิสราเอล, ราชาคณะสงฆ์ของนิกายโรมันคาทอลิก, กลุ่มอุบาสกอุบาสิกาที่มาชุมนุมกัน (-S. assembly, union)

congregational (คองกริเก' ชันเนิล) *adj.* เกี่ยวกับกลุ่มคน, เกี่ยวกับ congregation

congregationalism (คองกริเก' ชัน นัลลิสซึม) *n.* รูปการปกครองของสงฆ์ที่อิสระ

congress (คอง' เกรส) *n.* รัฐสภา, สภานิติบัญญัติ, การรวมกลุ่ม, การชุมนุม, พรรคชาตินิยมในอินเดีย, การสังวาส **-Congress** สภานิติบัญญัติของสหรัฐอเมริกา (ประกอบด้วยสภาผู้แทนราษฎรกับวุฒิสภา) **-congressional** *adj.* (-S. council, assembly, concourse, union)
congressman (คอง' กริสเมิน) *n., pl.* **-men** สมาชิก (ชาย) รัฐสภาอเมริกา (โดยเฉพาะของสภาผู้แทน) **-congresswoman** *n. fem.*
congruence, congruency (คอง' กรูเอินซฺ, -ซี) *n.* ความสอดคล้องกัน, ความลงรอยกัน (-S. harmony, conformity)
congruent (คอง' กรูเอินทฺ) *adj.* สอดคล้องกัน, ลงรอยกัน **-congruently** *adv.* (-S. parallel, superposable)
congruity (คันกรู' อิที) *n., pl.* **-ties** ความเหมาะสม, ความสอดคล้องกัน, ความลงรอยกัน, การทับกันสนิท, ข้อตกลง, จุดที่ลงรอยกัน (-S. harmoniousness, fitness -A. disparity, contrast)
congruous (คอง' กรูอัส) *adj.* ซึ่งลงรอยกัน, ซึ่งทับกันสนิท **-congruously** *adv.* **-congruousness** *n.* (-S. fitting, congruent)
conic (คอน' นิค) *adj.* เกี่ยวกับหรือคล้ายรูปกรวย *-n.* รูปกรวย, ส่วนตัดที่เป็นรูปกรวย
conical (คอน' นิคเคิล) *adj.* เกี่ยวกับหรือคล้ายกรวย **-conically** *adv.*
conic section เรขาคณิตที่เกี่ยวกับรูปตัดกรวยแบบ ellipse, hyperbola และ parabola
conifer (โค' นิเฟอร์) *n.* ต้นสน
coniferous (โคนิฟ' เฟอรัส) *adj.* เกี่ยวกับต้นสน
conj. ย่อจาก conjunction สันธาน, การร่วมกัน, conjugation การรวมกัน
conjecture (คันเจค' เชอะ) *n.* การเดา, การทาย, การคาดคะเน, การอนุมาน, ข้อสรุปจากการอนุมาน *-vt.* **-tured, -turing** เดา, ทาย, คาดคะเน, อนุมาน **-conjecturable** *adj.* **-conjectural** *adj.* **-conjecturally** *adv.* **-conjecturer** *n.*
conjoin (คันจอยนฺ') *vt., vi.* รวมกัน, เชื่อมกัน, ประสานกัน **-conjoint** *adj.* **-conjoiner** *n.* **-conjoinedly** *adv.* (-S. connect, join, attach, unite)
conjoint (คันจอยนฺทฺ) *adj.* ซึ่งรวมกัน, ซึ่งเชื่อมกัน, ซึ่งประสานกัน **-conjointly** *adv.*
conjugal (คอน' จะเกิล) *adj.* เกี่ยวกับการสมรส, เกี่ยวกับความสัมพันธ์ระหว่างสามีและภรรยา **-conjugally** *adv.* **-conjugality** *n.* (-S. nuptial, matrimonial -A. celibate)
conjugate (คอน' จะเกท) *v.* **-gated, -gating** *-vi.* รวม, เชื่อมผนึก, ผัน (กริยา) *-vt.* ร่วม, แต่งงาน, ประสานกัน *-adj.* ซึ่งร่วมกัน, เป็นคู่, ซึ่งประกอบด้วยพันธะคู่ (ของสารประกอบอินทรีย์) มากกว่า 2 คู่ *-n.* คำผัน (กริยา) **-conjugately** *adv.* **-conjugator** *n.* (-S. unite)
conjugation (คอนจะเก' ชัน) *n.* การรวมกัน, การเชื่อมผนึก, คำผันของกิริยา, การเป็นคู่, ขบวนการทางเพศในโปรโตซัวที่มีการแลกเปลี่ยนสารของนิวเคลียสกัน, การรวมตัวกันชั่วคราวของเซลล์ **-conjugational** *adj.* **-conjugationally** *adv.* **-conjugative** *adj.* (-S. union, meeting -A. division)
conjunct (คันจังคฺทฺ', คอน' จังคฺทฺ) *adj.* ซึ่งรวมกัน, ซึ่งเกิดจากการรวมกัน (-S. conjoined)
conjunction (คันจังคฺ' ชัน) *n.* สันธาน, การร่วมกัน, การชุมนุมกัน, เหตุการณ์ทั้งหลายรวมกัน, การบังเกิดขึ้นพร้อมกัน **-conjunctional** *adj.* **-conjunctionally** *adv.* (-S. association, link -A. separation)
conjunctiva (คอนจังคฺไท' วะ) *n., pl.* **-vas/-vae** เยื่อตาขาว **-conjunctival** *adj.*
conjunctive (คอนจังคฺ' ทิฟวฺ) *adj.* ซึ่งเชื่อมกัน, ซึ่งรวมกัน, ซึ่งต่อกัน *-n.* สันธาน **-conjunctively** *adv.*
conjunctivitis (คอนจังคฺทิไว' ทิส) *n.* เยื่อตาขาวอักเสบ
conjuncture (คอนจังคฺ' เชอะ) *n.* การรวมกัน, การเชื่อมผนึก, เหตุการณ์ทั้งหลายรวมกัน, ภาวะฉุกเฉิน (-S. concatenation, juncture, connection)
conjuration (คอนจุเร' ชัน) *n.* การอ้อนวอน, การอธิษฐาน, การเรียกผี, เวทมนตร์คาถา, การเล่นกล (-S. incantation, spell, magic)
conjure (คอน' เจอะ) *v.* **-jured, -juring** *-vt.* อ้อนวอน, วิงวอน, ร่ายเวทมนตร์คาถา, เล่นกล *-vi.* ร่ายเวทมนตร์, เรียกผี **-conjure up** ใช้วิธีการทางไสยศาสตร์เรียกผี (-S. beg, appeal, enchant, charm) *-Ex. The magician conjured a pigeon out of a hat, His mother conjured her to come home.*
conjurer, conjuror (คอน' เจอเรอะ) *n.* หมอผี, นักเล่นกล, ผู้วิงวอน (-S. magician)
conk (คอนคฺ) *vt.* (คำสแลง) ตีที่หัว เคาะที่หัว *-vi.* เกิดเสียขึ้นอย่างกะทันหัน *-n.* (คำสแลง) หัว จมูก, แบบทรงผมที่คนผิวดำชอบทำกัน
connect (คะเนคทฺ) *vt., vi.* เชื่อมกับ, เกี่ยวข้อง, สัมพันธ์กับ, เกี่ยวดอง **-connecter, connector** *n.* **-connectedly** *adv.* **-connectedness** *n.* (-S. link, combine -A. separate) *-Ex. Island connected by a road with the mainland., connect the two wires*
Connecticut (คะเนท' ทิคัท) รัฐคอนเนตติกัตของสหรัฐอเมริกา
connection (คะเนค' ชัน) *n.* การเชื่อมต่อ, การเชื่อมผนึก, ความเกี่ยวพัน, ความสัมพันธ์, สิ่งเชื่อมต่อ, พันธะ, วงศ์วาน, วงศ์ญาติมิตร, ญาติ, กลุ่มคนที่เกี่ยวข้องกันทางการเมืองหรือศาสนา, การสังวาส **-connectional** *adj.* (-S. juncture, union, associate -A. dissociation) *-Ex. A gangway is a connection between a ship and the land., electrical connection between A and B, in this connection, There was a poor bus connection with the afternoon train.*
connective (คะเนค' ทิฟวฺ) *adj. adj.* ซึ่งเชื่อมต่อ, ซึ่งเชื่อมผนึก, ซึ่งเกี่ยวข้อง *-n.* สิ่งเชื่อมต่อ, คำเชื่อมต่อกับคำ, เนื้อเยื่อที่เชื่อมต่อระหว่างเซลล์ 2 เซลล์ **-connectively** *adv.* **-connectivity** *n.* (-S. binding, joining, unitive)
conning tower หอคอยของเรือดำน้ำ
connivance (คะไนฟ' เวินซฺ) *n.* การยินยอมแบบเอา

C

หูไปนาเอาตาไปไร่, การอนุญาตอย่างลับๆ, การส่งเสริมอย่างลับๆ **-connivent** *adj.* (-S. connivence)

connive (คะไนฟว') *vi.* **-nived, -niving** ยินยอมลับๆ, อนุญาตลับๆ, ร่วมมืออย่างลับๆ, เอาหูไปนาเอาตาไปไร่, ทำเป็นไม่รู้ไม่ชี้, หลิ่วตา **-conniver** *n.* (-S. conspire)

connoisseur (คอนนะเซอร์') *n.* ผู้เชี่ยวชาญศิลปวัตถุ, ผู้เชี่ยวชาญ **-connoisseurship** *n.* (-S. expert, authority)

connotation (คอนนะเท' ชัน) *n.* การกินความหมายกว้าง, การแฝงความหมายกว้าง, การมีความหมายว่า, การแสดงในขณะเดียวกันว่า, ความหมาย **-connotative, connotational** *adj.* **-connotatively** *adv.* (-S. implication, significance, intent)

connote (คะโนท') *vt.* **-noted, -noting** มีความหมายว่า, กินความหมายกว้าง, แฝงความหมายว่า *-vi.* มีความหมายเมื่อร่วมกับคำอื่น **-connotative** *adj.*

connubial (คะนู' เบียล) *adj.* เกี่ยวกับการสมรส, เกี่ยวกับสามีภรรยา **-connubially** *adv.* **-connubiality** *n.*

conoid, conoidal (โค' นอยด, โคนอย' เดิล) *adj.* เป็นรูปกรวย *-n.* รูปทรงทางเรขาคณิตที่เกิดจากการหมุนรอบแกนตัวเองของส่วนตัดรูปกรวย

conquer (คอง' เคอะ) *vt.* ปราบ, เอาชนะด้วยกำลัง, ได้มาโดยกำลัง, พิชิต, ยึดได้, เอาชนะด้วยอำนาจทางใจ *-vi.* ได้ชัยชนะ **-conquerable** *adj.* **-conqueror** *n.* (-S. overcome, prevail -A. surrender, give in) *-Ex. conquer a country, conquer an enemy, conquer a bad habit*

conquest (คอน' เควสทฺ) *n.* การปราบ, การพิชิต, การได้ชัยชนะ, การเอาใจหรือความรัก, ผู้ถูกชนะใจหรือความรัก, สิ่งที่พิชิตมาได้ **-the (Norman) Conquest** การพิชิตอังกฤษโดยชาวนอร์มันภายใต้การนำของพระเจ้าวิลเลียมส์ในปี ค.ศ. 1066 (-S. triumph, victory -A. failure) *-Ex. the conquest of America by the British*

conquistador (คอนควิส' ทะดอร์) *n., pl.* **-dors, -dores** ผู้ครอบครองทวีปอเมริกาในช่วงศตวรรษที่ 16

consanguineous (คอนแซงควิน' เนียส) *adj.* ซึ่งมีบรรพบุรุษเดียวกัน, ร่วมสายโลหิตเดียวกัน **-consanguineously** *adv.* (-S. consanguine)

consanguinity (คอนแซงกวิน' นิที) *n.* การร่วมสายโลหิตเดียวกัน, การมีบรรพบุรุษเดียวกัน, การมีวงศ์ตระกูลเดียวกัน

conscience (คอน' เชินซฺ) *n.* สติรู้ผิดรู้ชอบ, สติสัมปชัญญะ, คุณธรรม, หิริโอตตัปปะ, ความกลัวบาป **-in (all) conscience** โดยความยุติธรรม, แน่นอน, อย่างไม่ต้องสงสัย, โดยเหตุผล **-on one's conscience** ทำให้รู้สึกผิด **-conscienceless** *adj.*

conscience-stricken (คอน' เชินสทริค' เคิน) *adj.* ซึ่งมีจิตครอบงำด้วยความผิดหรือบาปที่ได้กระทำ

conscientious (คอนชีเอน' ชัส) *adj.* ซึ่งควบคุมโดยสติรู้ผิดรู้ชอบ, รอบคอบ, ระมัดระวัง **-conscientiously** *adv.* **-conscientiousness** *n.* (-S. honest)

conscionable (คอน' ชะนะเบิล) *adj.* มีใจเที่ยงธรรม, มีสติรู้ผิดรู้ชอบ **-conscionably** *adv.* (-S. conscientious)

conscious (คอน' เชิส) *adj.* ซึ่งมีจิตสำนึก, มีสติ, มีเจตนา **-consciously** *adv.* (-S. sensible, aware) *-Ex. Udom was quite conscious all the time during the operation., conscious of its importance, a conscious look of holiness, self-conscious*

consciousness (คอน' เชิสเนส) *n.* ความมีสติ, ความมีจิตสำนึก, ความคิดและความรู้สึกรวมกัน, ภาวะจิต, ความตระหนัก (-S. knowledge)

conscript (*n.* คัน' สคริพทฺ, *v.* คันสคริพทฺ') *n.* ทหารเกณฑ์, คนที่ถูกเกณฑ์ *-adj.* ซึ่งถูกเกณฑ์ *-vt.* เกณฑ์ทหาร

conscription (คันสคริพทฺ' ชัน) *n.* การเกณฑ์ทหาร, การเกณฑ์, การระดมพล (-S. draft)

consecrate (คอน' ซิเครท) *vt.* **-crated, -crating** ทำให้ศักดิ์สิทธิ์, อุทิศให้, อุทิศตัว *-adj.* การอุทิศ, การทำให้ศักดิ์สิทธิ์ **-consecrator** *n.* **-consecratory** *adj.* (-S. devote, bless, hallow) *-Ex. to consecrate a chapel, Somsri consecrated her life to the care of the sick.*

consecration (คอนซิเคร' ชัน) *n.* การทำให้ศักดิ์สิทธิ์, การอุทิศตัวและบูชาพระเจ้า

consecution (คอนซิคิว' ชัน) *n.* การต่อเนื่องกัน, การเป็นไปตามลำดับ, การต่อเนื่องกันของเหตุผล

consecutive (คันเซค' คิวทิฟว) *adj.* ซึ่งต่อเนื่องกัน, ซึ่งตามกันมา, เป็นลำดับ **-consecutively** *adv.* **-consecutiveness** *n.* (-S. sequential, sequent -A. interrupted)

consensual (คันเซน' ชวล) *adj.* เกี่ยวกับการเห็นชอบด้วยทั้งสองฝ่าย, เกี่ยวกับการกระทำที่ตั้งใจและไม่ตั้งใจร่วมกัน **-consensually** *adv.*

consensus (คันเซน' ซัส) *n.* ความสอดคล้องกัน, ความลงรอยกัน, ความคิดเห็นของส่วนใหญ่, มติมหาชน (-S. unanimity)

consent (คันเซนทฺ') *n.* การอนุญาต, ความเห็นชอบ, การยินยอม *-vt.* อนุญาต, เห็นชอบ, ยินยอม **-consenter** *n.* (-S. compliance -A. dissent) *-Ex. Somchai consented to be a candidate., Sawai got his sister's consent to use her book.*

consequence (คอน' ซะเควินซฺ) *n.* ผลลัพธ์, ผลที่ตามมา, ผลที่เกิดขึ้นภายหลัง, ความสำคัญ **-in consequence (of)** เนื่องมาจาก **-take the consequences** ยอมรับผลลัพธ์ (-S. result, effect -A. antecedent, cause) *-Ex. You must suffer the consequences of your carelessness., The banker was a person of consequence.*

consequent (คอน' ซะเควินทฺ) *adj.* เป็นผลเนื่องมาแต่ *-n.* ผลที่ตามมา, ผลที่เกิดขึ้น

consequential (คอนซะเควน' เชิล) *adj.* เกี่ยวกับผลที่ตามมา, เกี่ยวกับผลลัพธ์, อวดดี, วางท่า **-consequentially** *adv.* **-consequentiality, consequentialness** *n.* (-S. important, eventful)

consequently (คอน' ซะเควินทฺลี) *adv.* ผลที่สุดก็คือ, เพราะฉะนั้น (-S. hence, therefore)

conservancy (คันเซอฟ' วันซี) *n.* คณะกรรมการอนุรักษ์ธรรมชาติ

conservation (คอนเซอเว' ชัน) *n.* การสงวน, การเก็บรักษาไว้, การอนุรักษ์ทรัพยากรธรรมชาติ **-conser-**

conservationist 183 consort

C

vational *adj.*
conservationist (คอนเซอเว' ชันนิสทฺ) นักอนุรักษ์ธรรมชาติ
conservatism (คันเซอ' วะทิสซึม) *n.* ลัทธิจารีตนิยม, ลัทธิอนุรักษ์นิยม
conservative (คันเซอ' วะทิฟวฺ) *adj.* ซึ่งอนุรักษ์ไว้, ซึ่งสงวนไว้, เกี่ยวกับการเก็บรักษา, ซึ่งมีขอบเขต, รอบคอบ *-n.* นักอนุรักษ์นิยม, นักจารีตนิยม, ผู้รักษาสิ่งเก่าๆ, สมาชิกพรรคคอนเซอวาตีฟ, สารกันบูด **-conservativeness** *n.* **-conservatively** *adv.* (-S. unchanging, traditional, moderate -A. modern, liberal, radical) *-Ex. The weather man was conservative about making forecasts., a conservative estimate*
conservator (คอน' เซอ เวเทอะ) *n.* ผู้พิทักษ์, ผู้ควบคุม
conservatory (คันเซอ' วะโทรี) *n., pl.* **-ries** ห้องกระจกสำหรับปลูกต้นไม้, โรงเรียนศิลปะหรือดนตรี, สถานที่เก็บรักษาของ *-adj.* เกี่ยวกับการเก็บรักษาหรือสงวน, เกี่ยวกับการดอง (-S. greenhouse)
conserve (คันเซิร์ฟวฺ') *vt., vi.* **-served, -serving** สงวน, เก็บรักษา, ดองหรือกวน (ผลไม้) *-n.* ของดอง (ผลไม้), ผลไม้กวน **-conservable** *adj.* **-conserver** *n.* (-S. preserve, save, sustain -A. waste, use) *-Ex. scientific farming conserves the soil., Somsri made dozens of jars of plum conserves.*
consider (คันซิด' เดอะ) *vt.,vi.* พิจารณา, ครุ่นคิด, คิด, คำนึงถึง, รำลึก, ถือว่า, สนใจ, เชื่อถือ, นับถือ **-considered** *adj.* (-S. examine, ponder, study, think -A. ignore, disregard) *-Ex. consider well before you choose, consider the matter carefully, consider him (to be) a fool, consider that Somchai is a fool*
considerable (คันซิด' เดอระเบิล) *adj.* ค่อนข้างใหญ่, ค่อนข้างมาก, น่าพิจารณา, น่านับถือ *-n.* จำนวนมาก, จำนวนไม่น้อย **-considerably** *adv.* (-S. large, sizable -A. trifling) *-Ex. a considerable difference between his price and yours*
considerate (คันซิด' เดอเรท) *adj.* ซึ่งพิจารณาอย่างรอบคอบ, เห็นอกเห็นใจ, ที่คิดถึงคนอื่น **-considerately** *n.* **-considerateness** *n.* (-S. charitable, kind, thoughtful -A. inconsiderate)
consideration (คันซิดเดอเร' ชัน) *n.* การพิจารณา, การครุ่นคิด, สิ่งที่ควรพิจารณา, การชดเชย, ความเห็นใจคนอื่น, ความสำคัญ, ความนับถือ (-S. thinking, thoughtfulness)
considered (คันซิด' เดอดฺ) *adj.* ซึ่งได้รับการพิจารณา, เป็นที่นับถือ
considering (คันซิด' เดอริง) *prep.* เกี่ยวกับ, ในด้าน, เมื่อพิจารณาถึง *-adv.* (ภาษาพูด) เมื่อพิจารณาถึงทุกสิ่งแล้ว
consign (คันไซนฺ') *vt.* ส่งมอบ, ส่งของ, มอบให้กับ, ส่ง (ของ) โดยทางเรือ *-vi.* เห็นด้วย **-consignable** *adj.* **-consignation** *n.* (-S. entrust, deliver, convey)
consignee (คันไซนี') *n.* ผู้ที่ของส่งถึง, ผู้รับของ
consignment (คันไซนฺ' เมินทฺ) *n.* การส่งของ, การส่งมอบ, สิ่งของที่ส่งไป
consigner, consignor (คันไซ' เนอะ, คอนไซนอร์') *n.* ผู้ส่งของ, บริษัทส่งของ
consist (คันซิสทฺ') *vt.* ประกอบด้วย, อยู่ที่, เข้ากันได้กับ, ดำรงอยู่ด้วยกับ (-S. include, contain)
consistency (คันซิส' เทินซี) *n., pl.* **-cies** ความเหนียวแน่น, ระดับความเข้มข้น ความเหนียวแน่นหรืออื่นๆ, ความยึดมั่น, ความสอดคล้อง (-S. consistence) *-Ex. The thick oil had the consistency of molasses., a person of moral consistency, a consistency between words and actions*
consistent (คันซิส' เทินทฺ) *adj.* มั่นคง, ซึ่งยึดมั่นเหนียวแน่น, เห็นพ้อง, ซึ่งสอดคล้อง, ลงรอยกัน **-consistently** *adv.* (-S. according, compatible -A. inconsistent, contrary, erratic) *-Ex. a consistent friend, a consistent winner, His last report was not consistent with his usual good work.*
consistory (คันซิส' ทะรี) *n., pl.* **-ries** ศาลศาสนา, สภาศาสนา, คณะสงฆ์, ที่ประชุมของราชาคณะสงฆ์ทั้งหมดของศาสนาคริสต์นิกายโรมันคาทอลิกโดยมีสันตะปาปาเป็นประธาน, การชุมนุม **-consistorial** *adj.*
consolation (คอนซะเล' ชัน) *n.* การปลอบโยนปลอบขวัญ, การทำให้สบายใจ, ผู้ปลอบโยน**-consolatory** *adj.* (-S. comfort, solace, condolence -A. aggravation) *-Ex. The hurt child received consolation from his mother., Somsri was his consolation.*
console[1] (คันโซล') *vt.* **-soled, -soling** ปลอบโยน, ปลอบขวัญ, ปลอบใจ, ทำให้สบายใจ **-consolable** *adj.* **-consolingly** *adv.* (-S. ease, comfort)
console[2] (คอน' โซล) *n.* ส่วนที่เป็นแป้นที่ประกอบด้วยก้านเปียโนแถวก้านอักษรพิมพ์ดีดหรืออื่นๆ, ตู้ใส่วิทยุหรือโทรทัศน์ที่ตั้งอยู่บนพื้น, หิ้งที่ทำยื่นออกจากกำแพง, หอควบคุมระบบไฟฟ้าหรืออิเล็กทรอนิกส์
consolidate (คันซอล' ลิเดท) *v.* **-dated, -dating** *-vt.* ทำให้แข็งแรง, ทำให้มั่นคง, รวบรวมกำลัง, รวบรวมเข้าด้วยกัน *-vi.* รวม, รวมเข้ากัน **-consolidator** *n.*, (-S. join, harden -A. weaken, dilute) *-Ex. The two companies consolidated into one organization.*
consolidation (คันซอลลิเด' ชัน) *n.* การทำให้แข็งแรง, การรวบรวมกำลัง, การรวมเข้าด้วยกัน, การรวมบริษัท, การร่วมกันฟ้องศาล (-S. unification, union, stabilization)
consommé (คอนซะเม') *n.* ซุปเนื้อน้ำใสที่ประกอบด้วยเนื้อ กระดูก (บางทีก็มีผัก), น้ำซุป
consonance (คอน' ซะเนินซฺ) *n.* ความเห็นพ้อง, ความสอดคล้อง, ความลงรอยกัน, ความประสานกันของเสียง, เสียงประสาน (-S. consonancy, -A. dissonance)
consonant (คอน' ซะเนินทฺ) *n.* เสียงพยัญชนะ *-adj.* สอดคล้องกัน, เข้ากันได้, ประสานกัน (เสียง)**-consonantly** *adv.* (-S. concordant, consistent, harmonious -A. inconsonant)
consonantal (คอนซะแนน' เทิล) *adj.* เกี่ยวกับหรือมีลักษณะของพยัญชนะ (-S. consonantic)
consort (คอน' ซอร์ทฺ) *n.* สามีหรือภรรยา, คู่สมรส,

C

กลุ่มนักดนตรีหรือนักร้อง, กลุ่มเครื่องดนตรีประเภทเดียวกัน, เพื่อน, คู่หู, ความสอดคล้องกัน, การตกลง, การประสานกันของเสียง *-vt.* คบค้า, ตกลง, เป็นเพื่อน, สอดคล้อง *-vt.* ร่วม, คบหาสมาคม (-S. disagree, shun) *-Ex. Artists usually consort with artists.*

consortium (คันซอร์' เชียม) *n., pl.* **-tia/-tiums** กลุ่มสถาบันการเงิน, สมาคมนายธนาคาร, สมาคม, ห้างหุ้นส่วน, สหภาพหรืออื่นๆ **-consortial** *adj.*

conspectus (คันสเพค' ทัส) *n., pl.* **-tuses** ปริทรรศน์, การมองหรือความเห็นอย่างกว้างๆ, การสำรวจ, ข้อสรุป, บทสรุป (-S. general view, summary)

conspicuous (คันสพิค' คิวอัส) *adj.* เด่นชัด, ชัดแจ้ง, เป็นที่สนใจ, เตะตา **-conspicuously** *adv.* **-conspicuousness** *n.* (-S. obvious, visible, clear -A. indistinct, hidden) *-Ex. Her beauty was conspicuous even in a crowd.*

conspiracy (คันสเพอ' ระซี) *n., pl.* **-cies** การรวมหัวกันคิดอุบาย, การวางแผนร้าย, การกบฏ, การสมคบร่วมคิด, การร่วมกันกระทำ (-S. plot, collusion)

conspire (คันสไพ' เออะ) *v.* **-spired, -spiring** *-vi.* วางแผนร้ายร่วมกัน, สมคบร่วมคิด, รวมหัวกันคิดอุบาย *-vt.* วางแผนร้ายร่วมกัน **-conspirator** *n.* **-conspiratorial** *adj.* **-conspiratorially** *adv.* (-S. plot, contrive, combine)

constable (คอน' สทะเบิล) *n.* ตำรวจ, นายตำรวจ, นายทหารชั้นสูงในยุคกษัตริย์สมัยกลาง, ขุนวังผู้ดูแลป้อมหรือปราสาท **-constableship** *n.* (-S. policeman)

constabulary, constabular (คันสแทบ' บิวละรี, -ลาร์) *n., pl.* **-laries** เขตรับผิดชอบของตำรวจ, เขตปกครองดูแลปกครอง **-constable** *adj.* เกี่ยวกับตำรวจหรือภาระหน้าที่ของตำรวจ

constancy (คอน' สเทินซี) *n.* ความมั่นคง, ความซื่อสัตย์, ความคงที่, ความแน่วแน่, ความไม่เปลี่ยนแปลง (-S. regularity, stability) *-Ex. Washington's constancy through defeats and disappointments was his strength.*

constant (คอน' สเทินทฺ) *adj.* มั่นคง, คงที่, แน่วแน่, ไม่เปลี่ยนแปลง, ต่อเนื่อง, ซื่อสัตย์ **-constantly** *adv.* (-S. faithful, resolute, steady) *-Ex. a constant friend, the constant noise of the street traffic*

constellation (คอนสทะเล' ชั่น) *n.* กลุ่มดาว, รูปหรือตำแหน่งของกลุ่มดาว, ความสว่างของดวงดาว, แนวความคิดหรือความรู้สึกที่สัมพันธ์กัน **-constellatory** *adj.*

consternation (คอนสเทอเน' ชั่น) *n.* ความตกตะลึง, ความอกสั่นขวัญหนี, ความน่ากลัว (-S. alarm, shock -A. composure) *-Ex. To my consternation my wallet had disappeared.*

constipate (คอน' สทะเพท) *vt.* **-pated, -pating** ทำให้ท้องผูก, ทำให้หดตัว

constipated (คอน' สทะเพ' ทิด) *adj.* ท้องผูก

constipation (คอนสทะเพ' ชั่น) *n.* อาการท้องผูก

constituency (คันสทิช' ชุเอินซี) *n., pl.* **-cies** ประชาชนผู้มีสิทธิเลือกตั้งในเขตหนึ่ง, เขตเลือกตั้ง

constituent (คันสทิช' ชุเอินทฺ) *adj.* เป็นส่วนประกอบ, เกี่ยวกับรัฐธรรมนูญ, เกี่ยวกับอำนาจสิทธิในการบัญญัติหรือแก้ไขรัฐธรรมนูญ *-n.* ส่วนประกอบ, องค์ประกอบ, ประชาชนผู้มีสิทธิเลือกตั้ง, ผู้มอบหมาย (ให้คนอื่นทำการแทน) **-constituently** *adv.* (-S. intrinsic, component -A. extrinsic) *-Ex. Hydrogen and oxygen are constituent elements in water.*

constitute (คอน' สทิทิวทฺ) *vt.* **-tuted, -tuting** ประกอบด้วย, ก่อตั้ง, ตั้งขึ้น, สถาปนา, บัญญัติ **-constituter, constitutor** *n.* (-S. make up, form, establish, delegate) *-Ex. Twelve things constitute a dozen., Twelve things constituted him guardian of the estate.*

constitution (คอนสทิทิว' ชั่น) *n.* การประกอบขึ้น, การก่อตั้ง, การสถาปนา, การบัญญัติ, ร่างกาย, อุปนิสัย, สันดาน, รัฐธรรมนูญ, ระเบียบข้อบังคับ, รูปแบบการปกครอง, รากฐาน (-S. composition, law, health, vitality) *-Ex. Astronomers study the constitution of the stars., a robust constitution*

constitutional (คอนสทิทิว' ชั่นเนิล) *adj.* เป็นองค์ประกอบของร่างกายและจิตใจ, เป็นรากฐาน, เป็นประโยชน์ต่อสุขภาพ, เป็นส่วนสำคัญ, ถูกต้องหรือเป็นไปตามรัฐธรรมนูญ, เกี่ยวกับระเบียบข้อบังคับ *-n.* การเดินหรือการออกกำลังกายที่เป็นประโยชน์ต่อสุขภาพ**-constitutionalize** *vt.* **-constitutionality** *n.* **-constitutionally** *adv.* **-constitutionalist** *n.* (-S. basic, essential, compositional) *-Ex. a constitutional amendment*

constrain (คันสเทรน') *vt.* บังคับ, ผลักดัน, ขัง, จำกัด, ระงับความรู้สึก (-S. force, urge)

constrained (คันสเทรนดฺ') *adj.* ถูกบังคับ, ถูกผลักดัน, ซึ่งระงับความรู้สึกไว้, ฝืนใจ, ถูกจำกัด **-constrainedly** *adv.*

constraint (คันเทรนทฺ') *n.* การคุมขัง, การจำกัด, การควบคุมความรู้สึก, ความรู้สึกขวยเขิน, ความรู้สึกอึดอัดใจ, การบีบบังคับ, แรงบีบบังคับ, ภาวะที่ถูกบีบบังคับ (-S. compulsion, curb) *-Ex. to keep silent under constraint, The boys were usually noisy, but they showed constraint when visitors came.*

constrict (คันสทริคทฺ') *vt.* ทำให้เล็กลง, ทำให้ตีบตัวลง, ทำให้หดตัว, กด, ทำให้ช้าลง **-constrictive** *adj.* (-S. bind, compress)

constriction (คันสทริค' ชั่น) *n.* การทำให้เล็กลง, การทำให้ตีบตัวลง, ภาวะที่ถูกบีบ, ส่วนที่ถูกบีบให้เล็กลง, ส่วนที่หดตัว, สิ่งที่ใช้บีบหรือกด (-S. tightness, constraint, restraint)

constrictor (คันสทริค' เทอะ) *n.* งูที่สามารถรัดเหยื่อให้ตาย, กล้ามเนื้อที่บีบตัว, ผู้บีบ, สิ่งหรือเครื่องบีบ

constringe (คันสทรินจฺ') *vt.* **-stringed, -stringing** หดตัว, บีบตัว, ตีบตัว, กด, ทำให้หดตัว **-constringent** *adj.*

construct (*v.* คันสทรัคทฺ', *n.* คอน' สทรัคทฺ) *vt.* สร้าง, ก่อสร้าง, ผูกประโยค, ผูกเรื่อง *-n.* สิ่งปลูกสร้าง, ความนึกคิดที่เกิดขึ้น **-constructor, constructer** *n.* (-S. build, make -A. destroy) *-Ex. to construct a house*

construction (คันสทรัค' ชั่น) *n.* การก่อสร้าง, ศิลปะการก่อสร้าง, วิธีการก่อสร้าง, สิ่งปลูกสร้าง, การผูกประโยคหรือคำ, คำหรือวลีที่ผูกขึ้น, การอธิบายหรือชี้แจงหรือ

แปล **-constructional** *adj.* **-constructionally** *adv.* (-S. erection, building, formation -A. destruction) *-Ex. the construction of a bridge, fireproof construction required by law, The department store is a huge construction of steel and glass.*

constructionist (คันสทรัค' ชันนิสทฺ) *n.* ผู้วิเคราะห์หรือแปล, ผู้ตีความหมาย

constructive (คันสทรัค' ทิฟวฺ) *adj.* ซึ่งสร้างสรรค์, เกี่ยวกับการก่อสร้าง, เกี่ยวกับการตีความ, เกี่ยวกับการอนุมาน **-constructively** *adv.* **-constructiveness** *n.* (-S. affirmative, positive) *-Ex. a constructive suggestion*

construe (คันสทรู') *v.* **-strued, -struing** *-vt.* อธิบาย, ชี้แจง, ตีความ, อนุมาน, แปล, วิเคราะห์, ผูกประโยค *-vi.* วิเคราะห์รูปประโยค, แปล (-S. explain, analyze) *-Ex. His failure to answer was construed as fear.*

consul (คอน' เซิล) *n.* กงสุล, หนึ่งในผู้มีอำนาจสูงสุดสองคนของกรุงโรมโบราณ, หนึ่งในผู้มีอำนาจสูงสุดสามคนของฝรั่งเศสสมัยเป็นสาธารณรัฐครั้งแรกในปีค.ศ. 1799-1804 **-consular** *adj.* **-consulship** *n.*

consular agent เจ้าหน้าที่กงสุลระดับต่ำสุด

consulate (คอน' ซะลิท) *n.* สถานกงสุล, ตำแหน่งงานอำนาจของสถานกงสุล, การปกครองโดย consul

consul general (คอน' เซิล เจน' เนอเริล) *n., pl.* **consuls general/consul generals** กงสุลใหญ่

consult (*v.* คันซัลท', *n.* คอน' ซัลท) *vi.* ปรึกษา, หารือ, ขอความเห็น, ปรึกษาหมอ *-vt.* พิจารณา *-n.* การปรึกษา **-consulter** *n.* (-S. interrogate, question, advise with, discuss) *-Ex. to consult a lawyer, to consult a dictionary, I always try to consult my mother's wishes., The doctors consulted before operating.*

consultant (คันซัล' เทินท) *n.* ผู้ให้คำปรึกษา, นายแพทย์ที่ปรึกษา **-consultancy** *n.*

consultation (คันซัลเท' ชัน) *n.* การปรึกษา, การประชุมปรึกษาหารือ **-consultatory** *adj.* (-S. conference)

consultative (คันซัล' ทะทิฟวฺ) *adj.* เกี่ยวกับการปรึกษา, เป็นที่ปรึกษา

consulting (คันซัล' ทิง) *adj.* เป็นที่ปรึกษา *-Ex. a consulting engineer*

consumable (คันซูม' มะเบิล) *adj.* ซึ่งบริโภคได้, ซึ่งกินได้ *-n.* สินค้าประเภทบริโภคภัณฑ์

consume (คันซูม') *v.* **-sumed, -suming** *-vt.* บริโภค, ผลาญ, กิน, ใช้อย่างฟุ่มเฟือย, ครอบงำ *-vi.* สูญสลาย, สิ้นเปลือง, สูญสิ้น **-consumable** *adj.* **-consumed** *adj.* **-consumingly** *adv.* (-S. waste, absorb, use up, destroy) *-Ex. Yupin consumes most of the day on the telephone., Fire consumed the old barn*

consumedly (คันซู' มิดลี) *adv.* อย่างมากมาย, อย่างยิ่ง, เกินไป (-S. greatly, extremely)

consumer (คันซู' เมอะ) *n.* ผู้บริโภค, สิ่งผลาญ, ผู้ใช้สินค้าหรือบริการ (-S. buyer, user) *-Ex. Television is often a time consumer.*

consumer goods, consumers' goods สินค้าประเภทบริโภคเพื่อสนองความต้องการของมนุษย์ เช่น เสื้อผ้า เครื่องนุ่งห่ม ยารักษาโรค

consumerism (คันซูม' เมอริสซึม) *n.* การป้องกันผู้ใช้หรือบริโภคสินค้า ไม่ให้ใช้สินค้าด้อยคุณภาพ อันตราย หรือแพงเกินไป หรือไม่ให้ผู้ผลิตโฆษณาชวนเชื่อสินค้าในทางที่ผิด

consummate (คันซัม' มิท) *vt.* **-mated, -mating** ทำให้สมบูรณ์, ทำให้สำเร็จบริบูรณ์, ทำให้บรรลุถึงจุดสุดยอด (โดยการสังวาส) *-adj.* สมบูรณ์, ที่เสร็จบริบูรณ์, ดีเลิศ **-consummately** *adv.* **-consummation** *n.* **-consummator** *n.* **-consummative, consummatory** *adj.* (-S. perfect, achieve)

consumption (คันซัมพฺ' ชัน) *n.* การบริโภค, การเผาผลาญ, ปริมาณที่บริโภคหรือเผาผลาญ, การใช้สินค้าหรือการบริการที่มีค่าทางเศรษฐศาสตร์ที่แลกเปลี่ยนได้, โรคที่ทำให้ร่างกายเสื่อมโทรม เช่น วัณโรค (-S. consuming, utilization) *-Ex. We store food when production is greater than consumption., The ship's consumption of oil is five tons per hour.*

consumptive (คันซัมพฺ' ทิฟวฺ) *adj.* เกี่ยวกับการบริโภค, มีลักษณะทำลาย, มีลักษณะเผาผลาญ, เป็นหรือมีลักษณะของวัณโรค **-consumptiveness** *n.* **-consumptively** *adv.* (-S. consuming)

cont. ย่อจาก contents ปริมาณความจุ, continued ต่อ, ต่อเนื่อง, control ควบคุม, contract สัญญา

contact (คอน' แทคทฺ) *n.* การสัมผัส, การพบปะ, การติดต่อ, การคบหาสมาคม, จุดเชื่อม, คนรู้จักหรือคุ้นเคย, ผู้ใกล้ชิดกับคนเป็นโรคติดต่อ *-vt., vi.* ติดต่อกับ **-contactual** *adj.* (-S. collision, touching, meeting) *-Ex. the contact of two wires, The coast Guard made contact with the sinking ship., Please contact me next week.*

contact lens เลนส์สายตาขนาดเล็กและบาง ใช้วางติดบนกระจกตาแทนแว่นตาได้

contagion (คันเท' เจิน) *n.* การติดต่อของโรค, โรคติดต่อ, พาหะนำโรค, การติดต่อที่อันตราย, อิทธิพลที่อันตราย, การแพร่กระจายจากคนหนึ่งไปยังอีกคนหนึ่ง

contagious (คันเท' เจิส) *adj.* ซึ่งสามารถติดต่อไปยังคนอื่นได้, มีลักษณะของโรคติดต่อ, แพร่กระจายได้ง่าย **-contagiously** *adv.* **-contagiousness** *n.* (-S. communicated, transmissible, catching, infectious) *-Ex. Mumps is a contagious disease., Laughter is often contagious.*

contagium (คันเจ' เจียม) *n., pl.* **-gia** เชื้อโรคติดต่อ

contain (คันเทน') *vt.* บรรจุ, จุ, มี, ยับยั้ง, จำกัด, จำกัดวง **-containable** *adj.* (-S. carry, hold, bear) *-Ex. The wine contained in this bottle., This box contains 20 grammes of sugar., The rocks contain gold., The book contains a short chapter on Portugal.*

container (คันเทน' เนอะ) *n.* ภาชนะ, ที่ใส่ (-S. receptable, holder, case)

containerize (คันเทน' เนอไรซฺ) *vt.* บรรจุในตู้คอนเทนเนอร์เพื่อขนส่ง **-containerization** *n.*

containment (คันเทน' เมินทฺ) *n.* การบรรจุ, การใส่, การจำกัด, การยับยั้ง (-S. restraint)

C

contaminant (คันแทม' มิเนินทฺ) *n.* สิ่งเจือปน

contaminate (คันแทม' มะเนท) *vt.* เจือปน, ทำให้ไม่บริสุทธิ์, ทำให้อันตรายหรือใช้ไม่ได้จากการเติมสิ่งเจือปน *-adj.* ซึ่งมีสิ่งเจือปน (-S. defile, taint, pollute, poison) *-Ex. Germs contaminate water.*

contamination (คันแทมมิเน' ชัน) *n.* การเจือปน, ภาวะที่มีสิ่งเจือปน, สิ่งเจือปน

contemn (คันเทม') *vt.* ดูถูก, ดูหมิ่น, สบประมาท, หมิ่นประมาท **-contemner, contemnor** *n.* (-S. disgrace -A. respect)

contemplate (คอน' เทมเพลท) *v.* **-plated, -plating** *-vi.* ใคร่ครวญ, ไตร่ตรอง, พิจารณาอย่างระมัดระวัง, มุ่งหมาย, เข้าฌาณ *-vt.* ครุ่นคิด, ไตร่ตรอง **-contemplator** *n.* (-S. meditate, purpose, intend) *-Ex. The painter contemplated the beauty of the desert scene., I do not contemplate making a trip., Do you contemplate any difficulty because of bad weather?*

contemplation (คอนเทมเพล' ชัน) *n.* การใคร่ครวญ, การไตร่ตรอง, การพิจารณาอย่างระมัดระวัง, จุดประสงค์, เจตนา, ความมุ่งหมาย, การอธิษฐาน, การเข้าฌาณ (-S. thought, rumination, consideration) *-Ex. to lay in food in contemplation of a blizzard*

contemplative (คัมเทม' พละทิฟว) *adj.* ซึ่งครุ่นคิด, ซึ่งไตร่ตรอง *-n.* ผู้ชอบเข้าฌาณ (เช่นพระ) **-contemplativeness** *n.* **-contemplatively** *adv.* (-S. thoughtful, meditative -A. unreflective)

contemporaneous (คัมเทมพะเร' เนียส) *adj.* เกี่ยวกับสมัยเดียวกัน, เกี่ยวกับยุคเดียวกัน, ซึ่งเกิดขึ้นพร้อมกัน, เกี่ยวกับรุ่นเดียวกัน **-contemporaneity, contemporaneousness** *n.* **-contemporaneously** *adv.* (-S. contemporary)

contemporary (คันเทม' พะระรี) *adj.* ซึ่งเกิดขึ้นพร้อมกัน, เกี่ยวกับสมัยเดียวกัน, เกี่ยวกับรุ่นเดียวกัน, เกี่ยวกับยุคเดียวกัน, เกี่ยวกับสมัยปัจจุบัน *-n., pl.* **ries** บุคคลที่ร่วมสมัยร่วมยุค (-S. contemporaneous, modern) *-Ex. Washington and Franklin were contemporaries.*

contemporize (คันเทม' พะไรซ) *vi., vt.* **-rized, -rizing** ทำให้เกิดขึ้นพร้อมกัน, บังเกิดขึ้นพร้อมกัน

contempt (คันเทมพทฺ') *n.* การดูถูก, การหมิ่นประมาท, การสบประมาท, ภาวะที่ถูกหมิ่นประมาท, ความขายหน้า (-S. disdain, scorn -A. admiration) *-Ex. We have only contempt for a liar., Anyone who tattles is held in contempt.*

contemptible (คันเทมพฺ' ทะเบิล) *adj.* น่าดูถูก, น่าเหยียดหยาม, น่าชัง, น่ารังเกียจ **-contemptibility, contemptibleness** *n.* **-contemptibly** *adv.* *-Ex. his contemptible conduct*

contemptuous (คันเทมพฺ' ชุอัส) *adj.* น่าดูถูก, น่าชัง, น่ารังเกียจ, หยิ่งยโส, โอหัง **-contemptuously** *adv.* **-contemptuousness** *n.* (-S. scornful, disdainful, sneering -A. respectful) *-Ex. a contemptuous smile*

contend (คันเทนดฺ') *vi.* แข่งขัน, ต่อสู้ *-vt.* ยืนยัน, โต้เถียง **-contender** *n.* (-S. combat, dispute) *-Ex. Builders of the Panama Canal had to contend with insects and hot weather., Louis Pasteur contended that germs can be destroyed by heat.*

content[1] (คอน' เทนทฺ) *adj.* ปริมาณความจุ, ความสามารถในการจุ, สิ่งที่บรรจุอยู่, ความสำคัญ, ความหมาย, เนื้อหา, สาระ (-S. meaning)

content[2] (คันเทนทฺ') *adj.* พอใจ, ซึ่งเห็นด้วย, เต็มใจ *-vt.* ทำให้พอใจ, พอใจ *-n.* ความพอใจ (-S. happy, pleased -A. restless, dissatisfied) *-Ex. I should be content to live here all my life., Be (well) content with very little., content with his life, The dog lay near the fire in sleepy content.*

contented (คันเทน' ทิด) *adj.* เป็นที่พอใจ, อิ่มอกอิ่มใจ, มักน้อย **-contentedly** *adv.* **-contentedness** *n.* *-Ex. A contened person does not worry or feel restless.*

contention (คันเทน' ชัน) *n.* การแข่งขัน, การดิ้นรนต่อสู้, การโต้เถียง (-S. struggle, contest, assertion -A. agreement, peace) *-Ex. constant contention in a family, the contention that poverty causes crime*

contentious (คันเทน' เชิส) *adj.* ชอบทะเลาะ, ชอบโต้เถียง, ชอบต่อสู้ **-contentiously** *adv.* **-contentiousness** *n.* (-S. competitive -A. peaceful)

contentment (คันเทนทฺ' เมินทฺ) *n.* ความพอใจ, ความจุใจ, ความมักน้อย, ความสำราญใจ

conterminous (คันเทอ' มะนัส) *adj.* มีพรมแดนติดกัน, มีพรมแดนร่วมกัน, ซึ่งบรรจบกันตรงปลาย **-conterminously** *adv.*

contest (*n.* คอน' เทสทฺ, *-v.* คันเทสทฺ') *n.* การต่อสู้กัน, การแข่งขัน, การโต้แย้ง, การโต้เถียง *-vt.* ต่อสู้, ดิ้นรน, โต้แย้ง, โต้เถียง *-vi.* แข่งขัน, โต้เถียง **-contester** *n.* **-contestable** *adj.* (-S. debate, dispute, contend, strive) *-Ex. Games, debates, and lawsuits are contests. Troops contested every foot of the battlefield.*

contestant (คันเทส' เทินทฺ) *n.* ผู้แข่งขัน, ผู้เข้าแข่ง, คู่ปรปักษ์ (-S. entry, competitor, rival)

contestation (คอนเทสเท' ชัน) *n.* การแข่งขัน, ความขัดแย้ง, การโต้เถียง (-S. controversy, conflict)

context (คอน' เทคซฺทฺ) *n.* คำอรรถาธิบาย, ตอนต้นหรือตอนต่อจากคำหรือถ้อยคำ, สิ่งแวดล้อม **-contextual** *adj.* **-contextualize** *vt.* **-contextualization** *n.* **-contextually** *adv.* (-S. circumstance)

contiguity (คอนทะกิว' อิที) *n., pl.* **-ties** การเชื่อมติดกัน, การประชิดกัน, การติดต่อ, สิ่งที่ต่อเนื่องกัน (-S. contact, adjoining)

contiguous (คันทิก' กิวอัส) *adj.* ติดกัน, ประชิดกัน **-contiguousness** *n.* **-contiguously** *adv.* (-S. adjacent)

continence (คอน' ทะเนินซฺ) *n.* การควบคุมใจตัวเอง, การบังคับใจตัวเอง, การรู้จักละเว้น (-S. continency, self-control -A. incontinence, licentiousness, excess, carnality)

continent (คอน' ทะเนินทฺ) *n.* ทวีป, ผืนแผ่นดินใหญ่ (ซึ่งต่างจากเกาะหรือคาบสมุทร), ส่วนที่ต่อเนื่องกัน *-adj.* ซึ่งควบคุมตัวเอง **-the Continent** ผืนแผ่นดินใหญ่

continental 187 contractive

ของยุโรป (ซึ่งไม่รวมเกาะอังกฤษ **-continently** *adv.* (-S. abstinent, retrained -A. lecentious)

continental (คอนทิเนน' เทิล) *adj.* เกี่ยวกับทวีป, เกี่ยวกับผืนแผ่นดินใหญ่ (ที่ไม่รวมเกาะหรือคาบสมุทร), เกี่ยวกับอาณานิคม 13 รัฐของอังกฤษในทวีปอเมริกาเหนือ *-n.* ทหารของฝ่ายทหารของอาณานิคมดังกล่าวที่ต่อสู้กับอังกฤษ, ผู้อาศัยอยู่บนผืนแผ่นดินใหญ่ **-continental shelf** ไหล่ทวีปที่อยู่ในทะเล **-continental slope** ไหล่ทวีปที่ลาดลงสู่พื้นมหาสมุทร *-Ex. the Continental Army, the Continental Congress, a continental tour*

Continental (คอนทิเนน' เทิล) *adj.* แห่งภาคพื้นยุโรป, เกี่ยวกับทวีปยุโรป

contingence (คันทิน' เจินซฺ) *n.* การประชิดกับ, การติดต่อ, การสัมผัส

contingency (คันทิน' เจินซี) *n., pl.* **-cies** ความบังเอิญ, สิ่งที่เกิดขึ้นโดยบังเอิญ, เรื่องบังเอิญ

contingent (คันทิน' เจินทฺ) *adj.* บังเอิญ, ซึ่งไม่คาดหมายมาก่อน, ซึ่งอาจเกิดขึ้นได้, ไม่แน่นอน, ซึ่งใช้ในยามฉุกเฉิน *-n.* หุ้นส่วน, ส่วนแบ่ง **-contingently** *adv.* (-S. fortuitous, uncertain)

continual (คันทิน' นิวเอิล) *adj.* ต่อเนื่อง, ไม่ขาดสาย, สืบเนื่อง, เป็นประจำ, บ่อยมาก **-continually** *adv.* (-S. continuous, perpetual -A. sporadic, occasional) *-Ex. There is a continual buzzing of saws in the sawmill., The little boy makes continual trips to the cookie jar.*

continuance (คันทิน' นิวเอินซฺ) *n.* การติดต่อ, ความต่อเนื่อง, การสืบเนื่อง, ผลสืบเนื่อง, การดำเนินคดีที่ยืดเยื้อออกไป (-S. continuation) *-Ex. a continuance of stormy weather*

continuant (คันทิน' นิวเอินทฺ) *n.* เสียงพยัญชนะที่ออกเสียงยาวต่อเนื่องกัน เช่น ตัว s, f เป็นต้น

continuation (คันทินนูเอ' ชัน) *n.* การต่อเนื่อง, ภาวะต่อเนื่อง, การยืดขยายออกไป, สิ่งตีพิมพ์ที่พิมพ์ต่อเนื่องไปเรื่อย ๆ (-S. continuity) *-Ex. Commuters asked for a continuation of regular train service during the summer., a continuation of the story in next month's magazine*

continuative (คันทิน' นิวเอทิฟว) *adj.* สืบเนื่อง, ซึ่งทำให้เกิดการสืบเนื่อง, ซึ่งแสดงการต่อเนื่องของความคิด *-n.* สิ่งที่ต่อเนื่อง **-continuatively** *adv.*

continuator (คันทิน' นิวเอเทอะ) *n.* ผู้ต่อเนื่อง, สิ่งต่อเนื่อง

continue (คันทิน' นิว) *v.* **-ued, -uing** *-vi.* ติดต่อ, ต่อเนื่อง, ยังคงทำไปเรื่อยๆ, ต่อ *-vt.* ทำให้ต่อเนื่อง, ทำให้ยืดออกไป, ทำให้เลื่อนเวลาออกไป **-continuable** *adj.* **-continuer** *n.* (-S. extend, persist -A. stop, cease) *-Ex. Daeng continued the work., The book was begun by Smith and continued by Jones., continued to work, continued working*

continuity (คอนทินิว' อิที) *n., pl.* **-ties** ความต่อเนื่องกัน, การติดต่อกัน, เรื่องต่อตอน, บทภาพยนตร์หรือวิทยุ, บทต่อตอนของภาพการ์ตูนที่เป็นเรื่องราว *-Ex. the continuity of warm spring days*

continuous (คันทิน' นิวอัส) *adj.* ซึ่งเกี่ยวพันอย่างใกล้ชิด, ไม่ขาดสาย, ต่อเนื่อง **-continuously** *adv.* **-continuousness** *n.* (-S. extended, connected, prolonged -A. interrupted) *-Ex. There is one continuous line of traffic on Yowwaraj Rd.*

continuum (คันทีน' นิวอัม) *n., pl.* **-ua/-uums** ส่วนหรืออนุกรมหรือลำดับที่ต่อเนื่อง

contort (คันทอร์ทฺ') *vi.,vt.* บูดเบี้ยว, บิดเบี้ยว, ทำให้บิดเบี้ยวหรือคดงอ (-S. wrench, deform)

contortion (คันทอร์' ชัน) *n.* ความบูดเบี้ยว, ภาวะที่คดงอ, หน้าคดงอ, สิ่งที่คดงอหรือบูดเบี้ยว **-contortive** *adj.* (-S. distortion)

contortionist (คันทอร์' ชันนิสทฺ) *n.* นักบิดตัว, นักกายกรรมที่บิดตัวหรือดีดตัว, ผู้บิด, ผู้ผันเสียง

contour (คอน' ทัวร์) *n.* เส้นรูปร่าง, โครงร่าง, เส้นโครงร่าง *-v.* ลากเส้นรูปร่าง, สร้าง (ถนน, รถไฟ หรืออื่นๆ) ให้เข้ากับโครงร่างของพื้นดิน *-adj.* เกี่ยวกับระบบการไถหว่านเพื่อเพาะปลูกที่สอดคล้องกับโครงร่างของผิวหน้าดิน (-S. outline)

contour map แผนที่แสดงเส้นที่สูงในระดับเท่ากัน

contra (คอน' ทระ) *n.* สมาชิกกลุ่มต่อต้านรัฐบาลที่ยึดอำนาจในประเทศนิคารากัวเมื่อ ค.ศ. 1970

contra- คำอุปสรรค มีความหมายว่า ต่อต้าน, ตรงกันข้าม

contraband (คอน' ทระแบนดฺ) *n.* ของต้องห้ามตามกฎหมาย, ของเถื่อน, สินค้าเถื่อน, สินค้าหรือของที่ห้ามนำเข้าหรือส่งออก, การค้าเถื่อน, การลักลอบขนสินค้า *-adj.* เป็นสินค้าเถื่อน, ซึ่งห้ามไม่ให้ส่งออกหรือสั่งเข้าประเทศ **-contrabandist** *n.* (-S. excluded, forbidden) *-Ex. a shipmint of contraband weapons to the rebels*

contraception (คอนทระเซพ' ชัน) *n.* การคุมกำเนิด, การป้องกันการตั้งครรภ์

contraceptive (คอนทระเซพ' ทิฟว) *adj.* เกี่ยวกับการคุมกำเนิด, เกี่ยวกับการป้องกันไม่ให้ตั้งครรภ์ *-n.* ยาคุมกำเนิด, เครื่องคุมกำเนิด

contract (คอน' แทรคทฺ) *n.* สัญญา, ข้อตกลง, หนังสือสัญญา, นิติกรรมสัญญา, สัญญาสมรส, สัญญาหมั้น, ไพ่บริดจ์ที่ฝ่ายเล่นต้องทำสัญญา, คำย่อ, รูปแบบย่อ *-vt.* หด, ย่น, ขมวด, เกร็ง, ติด (โรค, นิสัย) ทำ (หนี้สิน) *-vi.* หด, ย่น, เกร็ง, ทำสัญญา **-contractible** *adj.* **-contractibility** *n.* (-S. agreement, reduce, shorten) *-Ex. to contract to rent a house, A rubber band contracts after it has been stretched., to contract a disease*

contractile (คันแทรค' ไทล) *adj.* ซึ่งหดตัวได้, ซึ่งทำให้เกิดการหดตัวได้ **-contractility** *n.*

contraction (คันแทรค' ชัน) *n.* การหดตัว, การหดเกร็ง, การหดสั้น, คำย่อ, ศัพท์ย่อ, การติดต่อ **-contractional** *adj.* *-Ex. the contraction of a muscle, a contraction of the eyebrows, the contraction of a cebt, the contraction of a disease*

contractive (คันแทรค' ทิฟว) *adj.* เกี่ยวกับการหดตัว, ซึ่งหดเกร็งได้

C

contractor (คอน' แทรคเทอะ) *n.* ผู้ทำสัญญา, สิ่งที่หดตัว, กล้ามเนื้อที่หดตัว, ผู้เล่นไพ่บริดจ์ที่ทำสัญญา

contractual (คันแทรค' ชวล) *adj.* ซึ่งเกี่ยวกับสัญญา, ซึ่งผูกพันโดยสัญญา **-contractually** *adv.*

contracture (คันแทรค' เชอะ) *n.* การหดตัวของกล้ามเนื้อเนื่องจากอาการเกร็งตัวของกล้ามเนื้อหรือเอ็น

contradict (คอนทระดิคทฺ') *vt.* โต้แย้ง, เถียง, ปฏิเสธ *-vi.* กล่าวแย้ง **-contradictor, contradicter** *n.* **-contradictable** *adj.* **-contradictive** *adj.* (-S. deny, oppose, defy stubborn -A. agree) *-Ex. Dum contradicted his brother's story., The little girl contradicted her friend.*

contradiction (คอนทระดิค' ชัน) *n.* การโต้แย้ง, การเถียง, การปฏิเสธ, ความขัดแย้ง, ความไม่ลงรอยกัน, การกระทำที่ขัดแย้ง (-S. gainsaying) *-Ex. a contradiction between words and actions*

contradictory (คอนทระดิค' ทะรี) *adj.* ซึ่งขัดแย้ง, ซึ่งโต้แย้ง, ซึ่งไม่ลงรอยกัน, ซึ่งตรงกันข้าม *-n., pl.* **-ries** สิ่งที่ขัดแย้งกัน**-contradictorily** *adv.* **-contradictoriness** *n. -Ex. The withnesses gave contradictory evidence at the trial.*

contradistinction (คอนทระดิสทิงคฺ' ชัน) *n.* ความแตกต่างอย่างตรงกันข้าม,ความแตกต่างโดยสิ้นเชิง, ความแตกต่างโดยการเปรียบเทียบ **-contradistinctive** *adj.* **-contradistinctively** *adv.*

contraflow (คอน' ทระโฟล) *n.* จราจรสองทางแบบชั่วคราว มักจะใช้ในกรณีปิดเส้นทางคู่ขนานเพื่อทำการซ่อมแซมถนน

contrail (คอน' เทรล) *n.* การรวมตัวกันของหยดน้ำหรือผลึกน้ำแข็งจากบรรยากาศเป็นสายตามหลังเครื่องบินหรือขีปนาวุธที่พุ่งไปในอากาศ (-S. condensation trail, vaportrail)

contraindicate (คอนทระอิน'ดิเคท) *vt.* **-cated, -cating** (ยาชนิดหนึ่ง) ขัดแย้งกับ (ยาอีกตัวหนึ่ง) โดยทำให้เกิดอาการได้ **-contraindication** *n.* **-contraindicative** *adj.*

contralto (คันแทรล' โท) *n., pl.* **-tos/-ti** เสียงต่ำที่สุดของผู้หญิง, เสียงระหว่างเสียงโซปราโนกับเสียงเทนเนอร์, นักร้องหญิงเสียงต่ำดังกล่าว *-adj.* เกี่ยวกับเสียงต่ำดังกล่าว *-Ex. Somsri sings contralto in the quartet., Everyone enjoyed the contralto song.*

contraption (คันแทรพ' ชัน) *n.* เครื่องมือ, อุปกรณ์, สิ่งประดิษฐ์ (-S. gadget, device, mechanism, appliance, rig)

contrapuntal (คอนทระพัน' เทิล) *adj.* ซึ่งประกอบด้วยทำนองที่ค่อนข้างอิสระ, เกี่ยวกับตำแหน่งตรงข้าม **-contrapuntally** *adv.*

contrapuntist (คอนทระพัน' ทิสทฺ) *n.* ผู้เชี่ยวชาญตำแหน่งตรงข้าม

contrariwise (คอนแทร' ริไวซฺ) *adv.* ในทางตรงข้าม

contrary (คอน' ทระรี) *adj.* ตรงกันข้าม, ต่อต้าน, ขัดกัน, ดื้อรั้น, เป็นมุมฉาก *-n., pl.* **-traries** สิ่งที่อยู่ตรงกันข้าม, สิ่งที่ต้านกัน *-adv.* ซึ่งตรงกันข้าม **-contrarily** *adv.* **-contrariness** *n.* (-S. opposite, hostile -A. similar, agreeable) *-Ex. They held contrary opinions., the contrary tides, The contrary man argued with everyone.*

contrast (คอน' แทรสทฺ, คันแทรสทฺ') *n.* ความผิดแผกกัน, ความตรงกันข้าม, การเทียบเคียงเพื่อให้เห็นความผิดแผกกัน, ภาวะที่ผิดแผกกัน, สิ่งหรือบุคคลที่ผิดแผกกันอย่างชัดเจน, ความแตกต่างระหว่างบริเวณดำและขาวในภาพถ่าย *-vt.* เปรียบเทียบความคิดที่ผิดแผกกัน *-vi.* แสดงความผิดแผกกันโดยการเปรียบเทียบ **-contrastable** *adj.* **-contrastive** *adj.* (-S. difference -A. agreement) *-Ex. The buyer contrasted the price of the two lamps., Her black hair contrasts with her milky white skin., These is quite a contrast between the sound of the violin and that of the trumpet.*

contravene (คอนทระ วีน') *vt.* **-vened, -vening** ขัดแย้ง, ต่อต้าน, ละเมิด (กฎหมาย) **-contravener** *n.* (-S. contradict, oppose, deny -A. uphold, observe)

contravention (คอนทระเวน' ชัน) *n.* การขัดแย้ง, การต่อต้าน **-in contravention of** ละเมิด (กฎหมาย) (-S. violation, infringement)

contretemps (คอน' ทริเทมซฺ) *n., pl.* **-temps** เหตุการณ์ที่เกิดขึ้นอย่างไม่ถูกจังหวะ, เหตุการณ์ที่น่าละอายใจ

contribute (คันทริบ' บิวทฺ) *v.* **-uted, -uting** *-vt.* ให้เงินช่วยเหลือ, ช่วยเหลือ, อุดหนุน, สนับสนุน, ส่งเรื่องเขียนไปตีพิมพ์ *-vi.* ให้ (เงิน อาหารหรืออื่นๆ), อุดหนุน, ช่วยเหลือ, ส่งเรื่องที่เขียนไปตีพิมพ์ **-contribute to** มีส่วนร่วมหรือทำให้เป็นไป**-contributive** *adj.* **-contributor** *n.* (-S. donate, give, add -A. deny) *-Ex. to contribute to the blood band, Sunshine contributes to the health of the body.*

contribution (คอนทระบิว' ชัน) *n.* การบริจาค, การช่วยเหลือ, การอุดหนุน, การสนับสนุน, เรื่องเขียนที่ส่งไปตีพิมพ์, สิ่งที่มอบ, สิ่งที่บริจาค, ภาษีพิเศษ (-S. grant, gift, offering) *-Ex. a contribution to the church*

contributory (คันทริบ' บิวโทรี) *adj.* เกี่ยวกับการออกเงินช่วยเหลือ, ซึ่งมีส่วน, ซึ่งต้องเสียภาษี *-n., pl.* **-ries** ผู้ช่วยเหลือ, ผู้บริจาค, สิ่งที่มีส่วน, ผู้มีส่วน

contrite (คันไทรทฺ', คอน' ไทรทฺ) *adj.* ซึ่งสำนึกผิด, ด้วยความเสียใจ **-contritely** *adv.* **-contriteness** *n.* (-S. sorry, regretful) *-Ex. Oliver was always very contrite after Udom lost his temper.*

contrition (คันทริช' ชัน) *n.* ความสำนึกผิด, ความเสียใจในความผิดที่กระทำไป, ความโศกเศร้า (-S. penitence) *-Ex. Somchai felt great contrition and hoped for forgiveness.*

contrivance (คันไทร' เวินซฺ) *n.* สิ่งประดิษฐ์, โครงการ, อุบาย, เพทุบาย, การประดิษฐ์, การออกอุบาย, การออกแบบ (-S. mechanism) *-Ex. The electric eye is a contrivance for opening the door automatically., a plan of his own contrivance, What contrivance was used to get Alice to her surprise party?*

contrive (คันไทรฟวฺ') *vt.* **-trived, -triving** ประดิษฐ์, วางแผน, ออกอุบาย, ทำให้เกิดขึ้นโดยอุบายหรือสิ่งประดิษฐ์ **-contrivable** *adj.* **-contriver** *n.* (-S. invent, hatch, manage) *-Ex. The boys contrived a scheme to get out of work.*

contrived (คันไทรฟวฺดฺ') *adj.* ซึ่งวางแผนไว้, ซึ่งออกอุบายไว้, ซึ่งประดิษฐ์ขึ้น (-S. laboured)

control (คันโทรล') *vt.* **-trolled, -trolling** ควบคุม, มีอำนาจเหนือ, บังคับ, บังคับบัญชา, ยับยั้ง *-n.* การควบคุม, การมีอำนาจเหนือ, การบังคับ, การยับยั้ง, เครื่องควบคุม, ภาวะที่ถูกควบคุม, การป้องกันการแพร่พันธุ์หรือแพร่หลายของสิ่งที่ไม่ต้องการ **-controllable** *adj.* **-controllably** *adv.* **-controllability** *n.* (-S. hold, rule, management, restraint) *-Ex. control over the people, people under our control, bring under control, out of control, beyond control, get control of*

controller (คันโทรล' เลอะ) *n.* ผู้ตรวจสอบ, ผู้ควบคุม, ผู้ยับยั้ง, กระบวนการควบคุม, เครื่องควบคุม, เครื่องปรับ **-controllership** *n.*

control tower หอบังคับการ

controversial (คันทระเวอ' เชิล) *adj.* เกี่ยวกับการโต้เถียง, เกี่ยวกับการขัดแย้ง, เกี่ยวกับการโต้เถียง **-controversially** *adv.* (-S. disputatious, debatable, arguable) *-Ex. a controversial issue*

controversy (คอน' ทระเวอซี) *n., pl.* **-sies** การโต้เถียง, การโต้ความ, การทะเลาะวิวาท (-S. discussion, debate, disputation, conflict, argument -A. agreement) *-Ex. There was a controversy over the umpire's decision.*

controvert (คอน' ทระเวิร์ท) *vt.* โต้เถียง, คัดค้าน, อภิปราย **-controvertible** *adj.* **-controvertibly** *adv.* (-S. oppose, deny, dispute, discuss)

contumacious (คอนทุเม' เชิส) *adj.* ดื้อรั้น, แข็งข้อ, ไม่ยอมเชื่อฟัง **-contumaciously** *adv.* (-S. obdurate)

contumacy (คอน' ทุมะซี) *n., pl.* **-cies** การดื้อรั้น, การแข็งข้อ (-S. pigheadedness, stubborness)

contumely (คอน' ทุมะลี) *n., pl.* **-lies** การดูหมิ่น, ความหยิ่งยโสที่เป็นการดูหมิ่น, การสบประมาท **-contumelious** *adj.* **-contumeliously** *adv.* (-S. insolence, contempt)

contuse (คันทูซ') *vt.* **-tused, -tusing** ทำให้ฟกช้ำดำเขียว

contusion (คันทู' ชัน) *n.* บาดแผลฟกช้ำดำเขียว (-S. bruise)

conundrum (คะนัน' ดรัม) *n.* ปริศนา, สิ่งที่เป็นปริศนา, สิ่งที่ทำให้ฉงนสนเท่ห์ (-S. mystery)

conurbation (คอนเนอเบ' ชัน) *n.* ตัวเมืองที่ขยายออกแต่ยังเป็นส่วนหนึ่งของตัวเมืองใหญ่

convalesce (คอนวะเลซ') *vi.* **-lesced, -lescing** พักฟื้น, ฟื้นจากไข้, ค่อยๆ หายจากการเจ็บป่วย (-S. recuperate, recover, improve) *-Ex. Dum is in Bangkok to convalesce.*

convalescence (คอนวะเลส' เซินซฺ) *n.* การพักฟื้น, การฟื้นจากไข้, ระยะพักฟื้น (-S. recovery)

convalescent (คอนวะเลส' เซินทฺ) *adj.* ซึ่งกำลังพักฟื้น, ซึ่งกำลังค่อยๆ หายจากการเจ็บป่วย, เกี่ยวกับการพักฟื้นหรือผู้ที่กำลังพักฟื้น *-n.* ผู้พักฟื้น, ผู้กำลังหายจากการเจ็บป่วย *-Ex. Somchai is convalescent, but still in the hospital., a convalescent diet*

convection (คันเวค' ชัน) *n.* การนำพาความร้อนหรือของเหลวหรือก๊าซ **-convectional** *adj.*, **-convective** *adj.* **-convectively** *adv.* **-convector** *n.*

convene (คัน วีน') *vi.* **-vened, -vening** รวมกัน, ชุมนุมกัน *-vt.* ทำให้รวมกัน, เรียกประชุม, เรียกตัวมาปรากฏ, เรียกตัว **-convener** *n.* (-S. muster, meet, congregate)

convenience, conveniency (คันเวน' เยินซฺ, -ซี) *n.* ความสะดวก, ความเหมาะสม, เครื่องอำนวยความสะดวก, สถานการณ์หรือเวลาที่เหมาะสม, ห้องสุขา (-S. availability -A. inconvenience) *-Ex. the convenience of having the kitchen near (to) the diningroom, It's a great convenience to have the kitchen. at your earliest convenience, to suit your convenience*

convenience food อาหารพร้อมปรุง เช่น พวกอาหารแช่แข็งหรืออาหารที่ทำสุกแล้วแต่ต้องนำไปอุ่นอีกทีก่อนรับประทาน

convenient (คันเวน' เยินทฺ) *adj.* สะดวก, เหมาะสม, ใกล้มือ, ใกล้เคียง **-conveniently** *adv.* (-S. handy, fit -A. inconvenient) *-Ex. Everything is convenient in this modern kitchen., to meet at a convenient time and place, My house is convenient to the school.*

convent (คอน' เวนทฺ) *n.* สำนักแม่ชี **-conventual** *adj.*

conventicle (คอน' เวนทิเคิล) *n.* การประชุมลับทางศาสนา, การประชุมทางศาสนา

convention (คันเวน' ชัน) *n.* การประชุม, การประชุมพรรคการเมือง, สัญญา, สนธิสัญญา, อนุสัญญา, ระเบียบแบบแผน, ประเพณีนิยม, จารีตประเพณี, ธรรมเนียมปฏิบัติ, การประชุมที่มีกำหนด (-S. meeting, custom, practice) *-Ex. a convention of doctors, It is a convention for men to shake hands when introduced., the conventions for proper treatment of prisoners of war.*

conventional (คันเวน' ชันเนิล) *adj.* เกี่ยวกับธรรมเนียมปฏิบัติหรือประเพณีนิยม, ธรรมดา, สามัญ, เกี่ยวกับข้อตกลงหรือสัญญา **-conventionality** *n.* **-conventionalism** *n.*, **-conventionalist** *n.* **-conventionally** *adv.* (-S. usual, customary, ordinary, trite, usual -A. unusual)

conventionalise, conventionalize (คันเวน' ชะเนิลไลซ) *vt.* **-ised, -ising/-ized, -izing** ทำให้เป็นธรรมเนียมปฏิบัติ, เป็นธรรมเนียมปฏิบัติ **-conventionalization, conventionalisation** *n.*

conventionalism (คันเวน' ชะเนิลลิซึม) *n.* ลัทธิธรรมปฏิบัติ, การปฏิบัติตามจารีตประเพณีหรือประเพณีนิยม

conventionality (คันเวนชะแนล' ลิที) *n., pl.* **-ties** ลักษณะตามประเพณีนิยม, หลักการหรือรูปแบบตามประเพณีนิยม (-S. convention)

conventioneer (คันเวน' ชะเนียร์') *n.* ผู้ปฏิบัติตามประเพณีนิยม

conventual (คันเวน' ชวล) *adj.* เกี่ยวกับหรือมีลักษณะของสำนักแม่ชี *-n.* แม่ชี, นางชี

converge (คันเวอจฺ') *v.* **-verged, -verging** *-vi.*

บรรจบกันที่จุดหนึ่งหรือเส้นหนึ่ง, เบนเข้าหากัน, เข้าหาผลประโยชน์ร่วมกัน *-vt.* ทำให้บรรจบกัน

C

convergence, convergency (คันเวอ' เจินซฺ, -ซี) *n., pl.* **-cies** การบรรจบกันที่จุดหนึ่งหรือเส้นหนึ่ง, ภาวะหรือลักษณะที่บรรจบกัน, องศาที่เส้นหรือวัตถุที่เบนเข้าหากัน, ความคล้ายคลึงกันของรูปแบบหรือโครงสร้างที่เนื่องจากสิ่งแวดล้อม (ไม่ใช่เนื่องจากกรรมพันธุ์) **-convergent** *adj.* (-S. confluence)

conversable (คันเวอ' ซะเบิล) *adj.* น่าพูดจาได้, ซึ่งรวมกันที่จุดหรือเส้นเดียวกันได้, เกี่ยวกับการสนทนาที่เหมาะสม

conversant (คันเวอ' เซินทฺ) *adj.* คุ้นเคย, รอบรู้, เชี่ยวชาญ **-conversance, conversancy** *n.* **-conversantly** *adv.* (-S. acquainted, learned, skilled)

conversation (คอนเวอเซ' ชัน) *n.* การสนทนา, การคุยกัน, การคบค้าสมาคม, ความสามารถในการสังคมกับคนอื่น, ลักษณะการครองชีพ (-S. talk, dialogue, chat)

conversational (คอนเวอเซ' ชันเนิล) *adj.* เกี่ยวกับการสนทนา, ซึ่งสนทนาได้ **-conversationally** *adv.* (-S colloquial)

conversationalist (คอนเวอเซ' ชะนัลลิสทฺ) *n.* นักสนทนา, ผู้ที่สนทนาเก่ง

converse[1] (*vi.* คันเวิร์ส', *n.* คอน' เวิร์ส) *vi.* **-versed, -versing** สนทนา, คุยกัน *-n.* การสนทนา, การคุยกัน

converse[2] (*n.* คอน' เวิร์ส *adj.* คันเวิร์ส') *n.* ความตรงกันข้าม, การกลับกัน, คนที่มีนิสัยตรงกันข้าม, ข้อเสนอที่กลับกันกับอีกข้อเสนอหนึ่ง *-adj.* ซึ่งตรงกันข้าม, ซึ่งกลับกัน **-conversely** *adv.* (-S. reversed, transposed)

conversion (คันเวอ' ชัน) *n.* การเปลี่ยนแปลง, ภาวะที่ถูกเปลี่ยนแปลง, การเปลี่ยน (ศาสนา ความเชื่อ พรรคหรืออื่นๆ), การแลกเปลี่ยน, การแปลงหนี้ **-conversional, conversionary** *adj. -Ex. the conversion of a vacant lot into a playground*

convert (คัน' เวิร์ทฺ') *vt.* เปลี่ยนแปลง, เปลี่ยนกลับ, ทำให้เปลี่ยนศาสนา (ตำแหน่ง พรรคหรืออื่นๆ) *-vi.* เปลี่ยนศาสนา (-S. change, alter, transform)

converter, convertor (คันเวิร์ท' เทอะ) *n.* ผู้เปลี่ยนศาสนา, ผู้เปลี่ยนแปลงสิ่งทอให้เป็นผ้าสำเร็จรูป, เครื่องมือเปลี่ยนกระแสสลับให้เป็นกระแสตรงหรือเปลี่ยนกระแสตรงให้เป็นกระแสสลับ, เตาหลอมเหล็ก, อุปกรณ์เปลี่ยนเชื้อเพลิง

convertible (คันเวิร์ท' ทะเบิล) *adj.* ซึ่งสามารถถูกเปลี่ยนแปลงได้, ซึ่งพับได้, ซึ่งแปลงเป็นรถเปิดประทุนได้ *-n.* รถยนต์หรือเรือที่เปิดประทุนได้ **-convertibly** *adv.* **-convertibility** *n. -Ex. This stool is convertible to a stepladder.*

convex (*adj.* คันเวคซฺ', *n.* คอน' เวคซฺ) *adj.* นูน, โค้งออกข้างนอก, ซึ่งมีมุมภายในทั้งหมดน้อยกว่าหรือเท่ากับ 180 องศา *-n.* ผิวหนังนูน, ส่วนที่นูนออก, สิ่งที่นูน **-convexness** *n.* **-convexly** *adv.*

convexity (คันเวค' ซิที) *n., pl.* **-ties** ภาวะที่นูนออก, ผิวหน้านูน, สิ่งที่นูนออก

convey (คันเว') *vt.* ขนส่ง, นำ, พา, นำไป, ถ่ายทอด, ถ่ายเท, โอน **-conveyable** *adj.* (-S. move, carry) *-Ex. A truck will convey the equipment to the boat., Her expression conveyed her disappointment.*

conveyance (คันเว' เอินซฺ) *n.* การขนส่ง, การนำ, การพา, ยานพาหนะ, เครื่องมือขนส่ง, การโอนทรัพย์สิน, การโอนกรรมสิทธิ์ (-S. movement, transference, consignment) *-Ex. Trucks and trains are used for the conveyance of goods from factories to stores.*

conveyancing (คันเว' เอินซิง) *n.* การโอนกรรมสิทธิ์ **-conveyancer** *n.*

conveyer, conveyor (คันเว' เออะ) *n.* ผู้ขนส่ง, ผู้รับส่ง, ผู้แสดงออก, ผู้นำไปบอก, ผู้โอนกรรมสิทธิ์

convict (*n.* คอน' วิคทฺ, *v.* คันวิคทฺ') *n.* ผู้ที่ถูกตัดสินว่ากระทำผิด, นักโทษ *-vt.* พิสูจน์แล้วว่ากระทำผิด, ตัดสินว่าได้กระทำผิด, ทำให้รู้ว่ามีความผิดหรือมีโทษ (-S. prisoner, criminal, captive) *-Ex. Udom was convicted of theft.*

conviction (คันวิค' ชัน) *n.* การลงโทษ, การตัดสินว่ากระทำผิด, ภาวะที่ถูกตัดสินว่ากระทำผิด, ความมั่นใจ, ความเชื่อมั่น **-convictive** *adj.* **-convictively** *adv.* (-S. faith, belief, conclusion -A. unbelief) *-Ex. The trial ended in the conviction and imprisonment of the thief., The thief's conviction sent him to prison., We had a strong conviction that we would win.*

convince (คันวินซฺ') *vt.* **-vinced, -vincing** ทำให้เชื่อมั่น, ทำให้มั่นใจ, ทำให้รู้ว่ากระทำผิด **-convincible** *adj.* **-convincement** *n.* **-convincer** *n.* (-S. persuade, sway) *-Ex. I convinced him that he was wrong.*

convincing (คัน' วินซิง) *adj.* ซึ่งทำให้มั่นใจ, ซึ่งทำให้เชื่อมั่น **-convincingly** *adv.*

convivial (คันวิฟ' เวิล) *adj.* เจ้าสำราญ, ชอบกินเลี้ยง, ชอบดื่มหาสำราญ, เกี่ยวกับการเลี้ยงฉลอง **-convivially** *adv.* **-conviviality** *n.* **-convivialist** *n.*

convocation (คอนวะเค' ชัน) *n.* การเรียกประชุม, ภาวะที่ถูกเรียกประชุม, กลุ่มคนที่ชุมนุมกันตามคำเรียกตัว, การชุมนุมทางศาสนา **-convocational** *adj.* (-S. assemblage, congregation)

convoke (คันโวค') *vt.* **-voked, -voking** เรียกประชุม, เรียกมาชุมนุม **-convoker** *n.* (-S. assemble, summon, call)

convolute (คอน' วะลิวทฺ) *vt. vi.* **-luted, -luting** ขด, ม้วน, งอ *-adj.* ที่ม้วนหรือขดซ้อนทับกัน **-convolutely** *adv.*

convoluted (คอน' วะลิวทิด) *adj.* ซึ่งคดงอ, ซึ่งเวียนวน, ซึ่งขดม้วน (-S. twisted, coiled)

convolution (คอนวะลิว' ชัน) *n.* การม้วนขด, การหมุนวน, การงอจุ้ม, ลอนสมอง **-convolutional** *adj.*

convolve (คันวอลฟว') *vt., vi.* **-volved, -volving** ม้วนเข้าด้วยกัน, คดงอ, วน, บิด

convolvulus (คันวอล' วิวลัส) *n., pl.* **-luses/-li** พืชไม้ดอกรูปแตรจำพวก *Convolvulus*

convoy (*v.* คอน' วอย, คันวอย' *-n.* คอน' วอย) *vt.* คุ้มกัน, คุ้มกันการเดินทางเรือ *-n.* การคุ้มกันการเดินของทหาร (-S. guard, escort, bodyguard, accompany -A. desert, abandon) *-Ex. Two destroyers convoyed the supply*

convulse 191 **cop**

C

ships., The convoy of merchant ships is necessary in time of war.

convulse (คันวัลซฺ) *vt.* **-vulsed, -vulsing** สั่นสะเทือนอย่างรุนแรง,ทำให้สั่นสะเทือนอย่างรุนแรงด้วยการหัวเราะ (ความโกรธ ความเจ็บปวด หรือความรู้สึกรุนแรงอื่นๆ), ทำให้กล้ามเนื้อเกร็งตัวอย่างรุนแรง, ทำให้ชัก (-S. shake violently) *-Ex. The audience was convulsed by the funny show., The earthquake convulsed a huge area*

convulsion (คันวัล' ชัน) *n.* การหดเกร็งของกล้ามเนื้ออย่างรุนแรง, การสั่นอย่างรุนแรง, ความเกรียวกราว, การหัวเราะท้องจนท้องคัดแข็ง (-S. fit, spasm, tremor) *-Ex. Earthquakes and eruptions of volcanoes are convulsions of the earth.*

convulsive (คันวัล' ซิฟว) *adj.* เกี่ยวกับมีลักษณะอาการหดเกร็งของกล้ามเนื้ออย่างรุนแรง, เกี่ยวกับอาการชักกระตุก **-convulsively** *adv.* **-convulsiveness** *n.* (-S. spasmodic, fitful) *-Ex. The comedian's jokes threw her into convulsive laughter.*

cony (โค' นี, คัน' นี) *n.* ดู coney

coo (คู) *vi.* ขันกู่ๆ (เสียงนกพิราบหรือนกเขา), ร้องเสียงดังกล่าว, พูดกระซิบเรื่องรักๆ ใคร่ๆ *-vt.* ร้องเสียงกู่ๆ *-n.* เสียงร้องกู่ๆ *-interj.* (คำสแลง) อุทานแสดงความแปลกใจ สงสัย ดีใจ **-cooingly** *adv.* (-S. speak gently)

cook (คุค) *vt.* ปรุงอาหาร, หุงต้ม, ทำอาหาร, ทำกับข้าว, ปรุงอาหาร, ทำเท็จ, ปลอม *-vi.* ทำหรือปรุงอาหารด้วยความร้อน, เกิดขึ้น, บังเกิดขึ้น *-n.* คนครัว, คนที่ปรุงอาหารเก่ง **-cook one's goose** ทำให้เสียโอกาส, ทำลายโอกาสของ **-cook up** กุเรื่อง (-S. prepare, heat, fry) *-Ex. cook the meat, cooking-stove*

cookbook (คุค' บุค) *n.* ตำรากับข้าว, ตำราปรุงอาหาร (-S. cookery book)

cook-chill (คุค' ชิล) *n.* วิธีการเตรียมอาหารแล้วแช่เย็นเอาไว้โดยสามารถนำไปทำให้ร้อนและกินได้ทันที

cookery (คุค' เคอรี) *n.* ศิลปะหรือวิธีการปรุงอาหาร

cookhouse (คุค' เฮาซฺ) ห้องครัว, ห้องปรุงอาหาร, ห้องครัวในเรือ

cookie, cooky (คุค' คี) *n.* ขนมกินเล่น, (คำสแลง) บุคคล

cool (คูล) *adj.* เย็น, เย็นสบาย, เยือกเย็น, สุขุม, เฉยเมย, หน้าด้าน, หน้าหนา, ไร้ความกระตือรือร้น, ไร้อารมณ์, ดีเลิศ *-vi.* เย็นลง, มีอารมณ์น้อยลง, กระตือรือร้นน้อยลง *-vt.* ทำให้เย็นลง, ทำให้สงบลง, ทำให้ลดน้อยลง (อารมณ์โกรธ) *-adv.* อยู่ในกิริยาที่สงบเสงี่ยม *-n.* สถานะที่ที่หนาวเย็น, (คำสแลง) ความสุขุมเยือกเย็น ความสำรวม **-coolish** *adj.* **-cooly** *adv.* **-coolness** *n.* (-S. frosty, frigid, shivery, icy, gelid, self-controlled, composed, chilling, distant, apthetic, aloof, nonchalant -A. warm) *-Ex. a cool wind, a nice cool drink, Keep cool; don't lose your head!, The cool way in which Udom asked for a loan of $1,000!, Her manner was distinctly cool., the cool of the evening, Sombut was given a cool reception., the cool of the evening, Let's sit in the cool of the shade tree., The pies cooled on the window sill., a cool summer suit*

cooler (คูล' เลอะ) *n.* เครื่องทำความเย็น, ตู้เย็น, ภาชนะแช่เย็น, ภาชนะเก็บของเย็น, น้ำยาทำความเย็น, ห้องขังเดี่ยว, (คำสแลง) คุก (-S. refrigerant) *-Ex. a water cooler*

coolie (คู'ลี) *n.* กุลี, กรรมกรผู้ใช้แรงหนัก

cooly (คูล' ลี) *n., pl.* **-ies** ดู coolie

coop (คูพ) *n.* สุ่ม, เล้า, กรง, ครอบ, กระชังจับปลา, เขตปิด, คุก *-vt.* ใส่ในสุ่ม *-vi.* (คำสแลง) นอนในรถ

co-op, coop (โค' ออพ, โคออพ') *n.* สหกรณ์

cooper (คู' เพอะ) *n.* ช่างทำถังไม้, ช่างซ่อมถังไม้ *-vt., vi.* ทำถังไม้, ซ่อมถังไม้

cooperate, co-operate (โคออพ' พะเรท) *vi.* **-ated, -ating** ร่วมมือ (-S. assist, aid, plan, help, plot) *-Ex. If everyone co-operates, the job will be finished sooner.*

cooperation, co-operation (โคออพเพอเร' ชัน) *n.* การร่วมมือ **-cooperationist, co-operationist** *n.* (-S. concert, unity) *-Ex. The play requires everyone's co-operation*

cooperative, co-operative (โคออพ' เพอเรทิฟว) *adj.* เกี่ยวกับการร่วมมือ สหกรณ์, บ้านอพาร์ตเมนต์ที่ผู้อยู่เป็นเจ้าของ, ห้องในอพาร์ตเมนต์ **-cooperatively, co-operatively** *adv.* **-cooperativeness, co-operativeness** *n.* (-S. concerted) *-Ex. The project was successful because everyone working on it was co-operative., A co-operative effort will get this job donequickly.*

co-opt (โคออพทฺ') *vt.* ใช้สิทธิเลือกซื้อ, บังคับซื้อ, ยึดเอาเสียก่อน, เลือกขึ้นโดยสมาชิก, เลือก, แต่งตั้ง

coordinate, co-ordinate (โคออร์' ดิเนท) *adj.* เกี่ยวกับอันดับเดียวกัน, ขนานกัน, ในระดับเดียวกัน, เท่ากัน, ประสานกัน, พร้อมเพรียงกัน *-n.* สิ่งหรือบุคคลที่มีความสำคัญหรือตำแหน่งเท่ากัน, ระยะพิกัด *-v.* **-nated, -nating** *-vt.* ทำให้เป็นระดับเดียวกัน,ทำให้เท่ากัน, ทำให้ประสานกัน *-vi.* เท่ากัน, อยู่ในระดับเดียวกัน, ประสานกัน **-coordinately, co-ordinately** *adv.* **-coordinator, co-ordinator** *n.* **-coordinative, co-ordinative** *adj.* (-S. adapt, harmonize, match) *-Ex. to co-ordinate the departments of a business, An athlete's muscles must co-ordinate well., Mercy and justice are co-ordinate virtues.*

coordination, co-ordination (โคออร์ดิเน' ชัน) *n.* ความเสมอกัน, การอยู่ในระดับเดียวกัน, การประสานกัน, ความพร้อมเพรียงกัน (-S. harmony, cooperation, unity)

coot (คูท) *n., pl.* **coots/coot** นกจำพวก *Fulica* ที่มีปีกและหางสั้น ซึ่งว่ายและดำน้ำได้, คนโง่, คนแก่ที่ทำตัวแปลกๆ

coot

cootie (คู' ที) *n.* (คำสแลง) เหา

cop (คอพ) *n.* (คำสแลง) ตำรวจ, ก้อนด้ายหรือเส้นใยรูปกระสวย, ด้ายเป็นหลอด *-vt.* **copped, copping** จับ,

C

ชนะ **-cop out** (คำสแลง) สารภาพกับตำรวจ (-S. seize, capture, policeman)

copartner (โคพาร์ท' เนอะ) *n.* ผู้ร่วมงาน **-copartnership** *n.*

cope[1] (โคพ) *vi.* **coped, coping** สู้, ต่อสู้ดิ้นรน, รับมือ, จัดการ, พบ **-cope with** จัดการอย่างมีชัยกับ (-S. make do, manage, weather)

cope[2] (โคพ) *n.* เสื้อคลุมยาวของพระ, สิ่งครอบคลุม, การครอบคลุม *-vt.* **coped, coping** ใส่เสื้อคลุมยาว, ครอบคลุม (-S. manage, endure) *-Ex. There were so many customers that one clerk could not cope with all their demands.*

Copenhagen (โคเพนเฮ' เกิน) เมืองท่าและเมืองหลวงของเดนมาร์ก

copier (คอพ' พีเออะ) *n.* ผู้ลอกแบบ, ผู้คัดสำเนา, ผู้เลียนแบบ, เครื่องถ่ายสำเนา (-S. photocopier, photocopying machine)

copilot (โคไพลอท) *n.* นักบินร่วม, นักบินมือสอง

coping (โค' พิง) *n.* หินครอบบนกำแพง

coping saw เลื่อยที่มีใบเลื่อยบางมาก มีลักษณะเป็นรูปตัวยู ใช้เลื่อยไม้เป็นรูปต่างๆ ได้

coping saw

copious (โค' เพียส) *adj.* มากมาย, จำนวนมาก, อุดมสมบูรณ์, ยืดยาว, น้ำท่วมทุ่ง (ลักษณะคำพูด) **-copiously** *adv.* **-copiousness** *n.* (-S. plentiful, ample -A. scarce) *-Ex. There were copious showers that spring.*

cop-out (คอพ' เอาทฺ) *n.* การไม่ยอมรับผิดชอบ, การไม่ยอมปฏิบัติตามคำมั่นสัญญา, ผู้ไม่ยอมรับผิดชอบ, ผู้ที่ชอบละทิ้ง

copper[1] (คอพ' เพอะ) *n. pl.* **-per/-pers** ทองแดง, ธาตุทองแดง **-coppery** *adj. -Ex. a copper pot, Kasorn hass copper-colored hair.*

copper[2] (คอพ' เพอะ) *n.* (คำสแลง) ตำรวจ

copperplate (คอพ' เพอเพลท) *n.* แผ่นทองแดงที่ใช้ในการพิมพ์, แม่พิมพ์ทองแดงที่เป็นแผ่น, ลายมือที่สวย

coppersmith (คอพ'เพสมิธ) *n.* ช่างทองแดง

coppice (คอพ' พิซฺ) *n.* ป่าละเมาะ *-vt.* ตัดต้นอ่อนเป็นครั้งคราวเพื่อให้แตกยอดใหม่ (-S. copwood)

copra (คอพ' พระ) *n.* เนื้อมะพร้าวแห้ง

copse (คอพซฺ) *n.* ป่าละเมาะ (-S. coppice)

copter (คอพ' เทอะ) *n.* เครื่องบินเฮลิคอปเตอร์

copula (คอพ' พิวละ) *n., pl.* **-las** สิ่งที่เชื่อมต่อ, ตัวเชื่อม, คำเชื่อม **-copular** *adj.*

copulate (คอพ' พิวเลท) *vi.* **-lated, -lating** สังวาส, ร่วมประเวณี, เชื่อมต่อ, ร่วม **-copulation** *n.* **copulatory** *adj.*

copulative (คอพ' พิวเลทิฟว) *adj.* เกี่ยวกับการร่วมกัน, เกี่ยวกับการสังวาส, ซึ่งเชื่อมกัน, เกี่ยวกับคำหรือประโยคที่เชื่อมกัน **-copulatively** *adv.*

copy (คอพ' พี) *n., pl.* **copies** *n.* สำเนา, ฉบับสำเนา, เล่มคัดลอก, หนึ่งเล่ม, หนึ่งฉบับ, หนึ่งชุด, เล่มตัวอย่าง *-vt., vi.* **copied, copying** ถ่ายสำเนา, จำลอง, เลียนแบบ (-S. reproduce, imitate -A. prototype) *-Ex. The original and two copies, a fair copy a rough copy., I want a copy of Green's History.*

copybook (คอพ' พีบุค) *n.* สมุดสำหรับลอกแบบ *-adj.* ธรรมดา

copyboy (คอพ' พีบอย) *n.* เด็กสำนักงานหนังสือพิมพ์

copycat (คอพ' พีแคท) *n.* ผู้เลียนแบบหรือผลงานของคนอื่น, คนเลียนแบบ *-adj.* ซึ่งเลียนแบบเหตุการณ์ที่เพิ่งเกิดขึ้น

copy-edit (คอพ' พี เอด' อิท) *vt.* แก้ไขต้นฉบับ

copyhold (คอพ' พีโฮลด) *n.* กรรมสิทธิ์ที่ดินโดยมีหนังสือกรรมสิทธิ์ที่คัดลอกจากต้นฉบับของศาลที่ดินและอสังหาริมทรัพย์อื่น, กรรมสิทธิ์ที่ดินฉบับคัดลอก

copyholder (คอพ' พีโฮลเดอะ) *n.* ผู้มีกรรมสิทธิ์ที่ดินฉบับคัดลอก, เครื่องยึดหนังสือ, ผู้ช่วยคนตรวจปรู๊ฟ

copyist (คอพ' พีอิสทฺ) *n.* ผู้ลอกแบบผู้อัดสำเนา, ผู้เลียนแบบ

copyreader (คอพ' พีรีดเดอะ) *n.* คนตรวจปรู๊ฟ, บรรณาธิการ

copyright (คอพ' พีไรทฺ) *n.* ลิขสิทธิ์. *-adj.* ซึ่งได้รับการคุ้มครองโดยลิขสิทธิ์ **-copyrighter** *n.* **-copyrightable** *adj. -Ex. to copyright a book*

copywriter (คอพ' พีไรเทอะ) *n.* คนเขียนต้นฉบับ (โดยเฉพาะหมายถึงผู้เขียนคำโฆษณา)

coquet (โคเควท') *vi.* **-quetted, -quetting** ยั่วสวาท, ยั่ว, พูดจาเกี้ยว, มีเสน่ห์ยั่วยวน (-S. philander, flirt, dally)

coquetry (โค' เควทรี) *n., pl.* **-ries** นิสัยยั่วสวาท, การพูดจาเกี้ยว, การเกี้ยว (-S. dalliance)

coquette (โคเควท') *n.* หญิงยั่วสวาท, หญิงที่เกี้ยวชาย *-vi.* **-quetted, -quetting** ยั่วยวน **-coquettish** *adj.* **-coquettishly** *adv.* **-coquettishness** *n.* (-S. flirt)

cor (คอร์) *interj.* การอุทานแสดงความชื่นชมหรือประหลาดใจ

coracle (คอ' ระเคิล) *n.* เรือเล็กที่หุ้มด้วยวัสดุกันน้ำชนิดหนึ่ง

coral (คอ' เริล) *n.* หินปะการัง, สิ่งหรือของประดับที่ทำด้วยหินปะการัง, สีหินปะการัง (สีแดงอมเหลืองหรือชมพู), กลุ่มไข่กุ้ง *-adj.* ซึ่งทำด้วยหรือประกอบด้วยหินปะการัง, คล้ายหินปะการัง

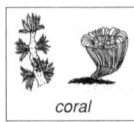

coral

coral reef โขดหินปะการัง

cor anglais ปี่ชนิดหนึ่งที่ปลายข้างหนึ่งเป็นรูปผลแพร์ (-S. English horn)

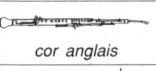

cor anglais

Coral Sea ทะเลหินปะการัง เป็นบริเวณหนึ่งของมหาสมุทรแปซิฟิกตอนใต้ อยู่ระหว่างออสเตรเลียทางตะวันออกเฉียงเหนือ และตอนใต้ของหมู่เกาะโซโลมอน

corbel (คอร์' เบิล) *n.* คานปีก, คานรับ, รอดยื่น, รอดช่วยแรง, บัว *-vt.* **-beled, -beling/-belled, -belling** ก่ออิฐหรือเป็นคาน ปีกหรือรอดยื่น, ค้ำจุนด้วยคานปีกหรือรอดยื่น

cord (คอร์ด) *n.* เชือก, ด้าย, สายเคเบิล, ริ้วบนผิว

หน้าผ้า, หน่วยปริมาตรที่เท่ากับ 128 ลูกบาศก์ฟุตหรือขนาดยาว 8 ฟุต กว้าง 4 ฟุตและสูง 4 ฟุต *-vt.* ผูกด้วยเชือก, มัดด้วยเชือก (-S. bind, tie) *-Ex. a lamp cord, vocal cords, spinal cord*

cordage (คอร์' ดิจฺ) *n.* เชือก

cordate (คอร์'เดท) *adj.* ซึ่งมีรูปคล้ายหัวใจ, เป็นรูปหัวใจ **-cordately** *adv.*

cordial (คอร์' เดียล) *adj.* ด้วยความรักใคร่, ด้วยมิตรไมตรีจิต, ด้วยน้ำใสใจจริง, อบอุ่น, สนิทสนม *-n.* ยาบำรุงหัวใจ, เหล้าหวานหอมที่เจือปนเครื่องเทศ, ยากระตุ้น **-cordially** *adv.* **-cordialness** *n.* (-S. warm, sincere, amiable -A. cool, cold) *-Ex. a cordial welcome*

cordillera (คอร์ดิแย' ระ) *n.* แนวเทือกเขา, เทือกเขาที่ยาวเหยียด **-cordilleran** *adj.*

cordite (คอร์' ไดทฺ) *n.* ผงที่ค่อยๆ เผาไหม้แต่ไร้ควันประกอบด้วยไนไตรกลีเซอรีน และเซลลูโลสไนเตรทเป็นชนวนระเบิดชนิดหนึ่ง

cordless (คอร์ด' เลส) *adj.* ไร้เส้นเชือก, ไม่ต้องมีสายไฟ

cordon (คอร์' เดิน) *n.* สายสะพายเครื่องราชอิสริยาภรณ์, วงล้อมทหารยาม, เส้นเขตเตรียมพร้อม *-vt.* ล้อมรอบ (-S. circle, line, girdle)

corduroy (คอร์' ดะรอย) *n.* ผ้าริ้ว, ผ้าสักหลาดที่เป็นริ้ว *-adj.* เกี่ยวกับผ้าดังกล่าว, ซึ่งใช้ขอนไม้ปู (-S. pile, fabric)

core (คอร์, โคร์) *n.* ไส้ผลไม้, แก่นแท้, แกน, ส่วนในสุด *-vt.* **cored, coring** เอาแกนในออก **-corer** *n.* (-S. middle, kernel, heart -A. exterior) *-Ex. Manee cored the apples before baking them., the core of an argument*

co-relation ดู correlation **-co-relative** *adj.* **-co-relatively** *adj.*

corespondent (โคริสพอน' ดันทฺ) *n.* จำเลยร่วม (ชายชู้หรือผู้ร่วมข่มขืนหรืออื่นๆ) **-corespondency** *n.*

coriander (โครีแอน' เดอะ) *n.* ผักชี, พืชจำพวก *Coriandrum sativum*

Corinthian (คะริน' เธียน) *adj.* เกี่ยวกับเมือง Corinth, หรูหรา, ฟุ่มเฟือย *-n.* ชาวคอรินเธียน, หนุ่มที่ใช้ชีวิตแบบหรูหราฟุ่มเฟือย, นักเล่นเรือยอชต์สมัครเล่น

cork (คอร์ค) *n.* เปลือกนอกของต้นโอ๊ก จำพวก *Quercus suber,* ไม้ก๊อก, จุกไม้ก๊อก, ต้นไม้ดังกล่าว, สิ่งที่ทำด้วยไม้ก๊อก, เนื้อเยื่อเปลือกนอกของพืช *-vt.* จุก, อุด, ใส่ด้วยไม้ก๊อก, ใส่จุก

corkage (คอร์' คิจ) *n.* ค่าเปิดขวด (จ่ายให้กับร้านค้าที่ลูกค้านำเหล้าติดตัวมาเอง), การเอาจุกออก

corked (คอร์คทฺ) *adj.* ซึ่งมีจุกปิดอยู่, ซึ่งแช่ในไม้ก๊อก

corker (คอร์ค' เคอะ) *n.* ผู้อุดจุกขวด, สิ่งที่อุดจุกขวด, (คำสแลง) คนที่มีความสามารถอย่างน่าทึ่งหรือยอดเยี่ยม, สิ่งที่มีคุณภาพดีเลิศ

corking (คอร์ค' คิง) *adj.* ดีเลิศ *-adv.* มาก *-interj.* คำอุทาน เช่นว่า ดีมาก! เยี่ยม!

corkscrew (คอร์ค' สครู) *n.* สว่านเปิดจุกขวด *-adj.* คล้ายสว่านเปิดจุกขวด, มีลักษณะเป็นเกลียว *-vt., vi.* ควงสว่าน, เลี้ยววกไปวกมา, เคลื่อนวกเวียน, ไขเอาความลับออกมา

corky (คอร์ค' คี) *adj.* **corkier, corkiest** มีลักษณะของไม้ก๊อกหรือคล้ายไม้ก๊อก, มีกลิ่นจุกก๊อก

corm (คอร์ม) *n.* ฐานต้นที่เป็นรูปกระเปาะ, หัวพืชจำพวก หอม กระเทียม, หน่อ

corm

cormorant (คอร์' มะเรินทฺ) *n.* นกกาน้ำ ในตระกูล Phalacrocoracidae, คนละโมบ, คนตะกละ

cormorant

corn¹ (คอร์น) *n.* (อังกฤษ) เมล็ดธัญพืชต่างๆ, (อเมริกัน) ข้าวโพด, (สกอตแลนด์) ข้าวโอต, คำพูดที่น่าเบื่อ *-vt.* ใส่เกลือในเมล็ดข้าว, ดองเค็ม, แช่เกลือ

corn² (คอร์น) *n.* ตาปลา, หนังหดแข็ง, ตุ่มหนัง

corncob (คอร์น' คอบ) รวงข้าวโพด, ซังข้าวโพด

cornea (คอร์' เนีย) *n.* กระจกตา, แก้วตา **-corneal** *adj.*

corned (คอร์ดฺ) *adj.* แช่เกลือ, ดองเกลือ

corner (คอร์' เนอะ) *n.* มุม, หัวเลี้ยว, หัวต่อ, หัวโค้ง, หัวถนน, ลูกมุม (ฟุตบอล) *-vt.* ต้อนเข้ามุม, ทำให้จนตรอก, ผูกขาด, กักตุน *-vi.* กักตุน, เลี้ยวมุม, รวมซื้อ, เก็บรวมไว้หมด (-S. trap, angle) *-Ex. corner of a building, corner of the table-cloth, corner of a room, stand in the corner, to all corners of the Earth, The lawyer's question put the withess in a corner., corner-cupboard*

cornered (คอร์' เนอะด) *adj.* มีมุม, เป็นมุม, ซึ่งถูกต้อนเข้ามุม, จนตรอก

cornerstone (คอร์' เนอะสโทน) *n.* ศิลาฤกษ์, เสาหลัก, พื้นฐาน, รากตึก, หินมุมตึก, สิ่งที่สำคัญ

cornet (คอร์' เนท) *n.* แตรทองเหลืองขนาดเล็ก, ถุงกระดาษรูปกรวยสำหรับใส่ขนม, ขนมรูปกรวย (ใช้ใส่ไอศกรีม), หมวกขาวขนาดใหญ่ที่แม่ชีบางคนใส่

cornet

cornetist, cornettist (คอร์เนท' ทิสทฺ) *n.* คนเป่าแตรทองเหลืองขนาดเล็ก

cornflower (คอร์น' เฟลาเออะ) *n.* พืชไม้ดอกสีน้ำเงินหรือสีขาวจำพวก *Centaurea cyanus* พบตามนาข้าว

cornhusk (คอร์น' ฮัสคฺ) *n.* เปลือกฝักข้าวโพด

cornice (คอร์' นิซฺ) *n.* บัว, บัวเพดาน, กระบังลวดลายเหนือหรือใต้ประตูหน้าต่าง, ชายคา *-vt.* **-niced, -nicing** ใส่บัว, ใส่บัวเพดาน, ใส่ชายคา

Cornish (คอร์' นิช) *adj.* เกี่ยวกับมณฑล Cornwall ในอังกฤษ *-n.* ภาษา Celtic ของมณฑลดังกล่าว

corn meal, cornmeal อาหารที่ทำจากข้าวโพด

cornstalk (คอร์น' สทอค) *n.* ลำต้นข้าวโพด

cornstarch (คอร์น' สทาช) *n.* แป้งข้าวโพด (-S. cornflour)

cornucopia (คอร์นะโค' เพีย) *n.* เขาแพะ (ตามตำนาน) ที่เต็มไปด้วยอาหารและเครื่องดื่มตลอดเวลาอย่างไม่หมดสิ้น, ความอุดมสมบูรณ์, เครื่องประดับหรือภาชนะรูปเขา **-cornucopian** *adj.*

cornucopia

corny (คอร์' นี) *adj.* **conier, coniest** ล้าสมัย, ซ้ำซาก, เป็น, เป็นตาปลา **-corniness** *n.* **-cornily** *adv.*

C

corolla (คะรอล' ละ) *n.* กลีบในดอกไม้ **-corollate, corollated** *adj.* (-S. petals)

corollary (คอ' ระลารี) *n., pl.* **-laries** บทพิสูจน์, บทเทียบ, ผลที่ตามมา (-S. inference, deduction)

corona (คะโร' นะ) *n., pl.* **-nas/-nae** ทรงกลด (ของดวงอาทิตย์หรือดวงจันทร์), มาลา, มงกุฎ, สิ่งที่เหมือนมาลา, โคมระย้าช่อกลม, บุหรี่ซิการ์ชนิดหนึ่ง **-coronal** *adj., n.*

coronary (คอ' ระเนอรี) *adj.* เกี่ยวกับการล้อมรอบ, เกี่ยวกับหลอดโลหิตที่หล่อเลี้ยงเนื้อเยื่อหัวใจ, เกี่ยวกับหัวใจของมนุษย์, เกี่ยวกับมงกุฎ *-n., pl.* **-naries** ภาวะอุดตันของหลอดโลหิตที่หล่อเลี้ยงเนื้อเยื่อหัวใจ**-coronary thrombosis** ภาวะอุดตันของหลอดโลหิตที่หล่อเลี้ยงเนื้อเยื่อหัวใจ

coronation (คอระเน' ชั่น) *n.* การสวมมงกุฎ, พิธีสวมมงกุฎ, พิธีราชาภิเษก *-Ex. a coronation procession*

Coronation Day วันฉัตรมงคล

coroner (คอ' ระเนอะ) *n.*เจ้าหน้าที่ชันสูตรศพ **-coronership** *n.*

coronet (คอ' ระนิท) *n.* มงกุฎเล็ก, มงกุฎของขุนนาง, สิ่งประดับคล้ายมงกุฎที่ใช้สวมศีรษะ, รัดเกล้าของสตรี, หงอนกีบ (อยู่เหนือกีบ) **-coronetted, conroneted** *adj.*

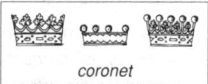

coronet

corporal[1] (คอร์' เพอเริล) *adj.* เกี่ยวกับร่างกายมนุษย์, เกี่ยวกับเนื้อหนังมังสา, โดยส่วนตัว, เกี่ยวกับร่าง (แตกต่างจากศีรษะและแขนขา), เกี่ยวกับวัตถุ **-corporality** *n.* **-corporally** *adv.* (-S. bodily)

corporal[2] (คอร์' เพอเริล) *n.* สิบโท, จ่าอากาศโท **-corporalcy** *n.* **-corporalship** *n.* *-Ex. harsh corporal punishment*

corporal punishment การทำโทษโดยการเฆี่ยนหรือตีร่างกาย

corporate (คอร์' เพอริท) *adj.* เกี่ยวกับหมู่คณะ สมาคม นิติบุคคล บริษัทหรืออื่นๆ, ซึ่งรวมกันเป็นหมู่, ทั้งหมู่, ทั้งคณะ **-corporately** *adv.* (-S. collective)

corporation (คอร์พะเร' ชั่น) *n.* บริษัท, หมู่, คณะ, สมาคม, นิติบุคคล, สโมสร, วิสาหกิจ, เทศบาล **-corporative** *adj.* **-coporator** *n.*

corporeal (คอร์โพ'เรียล) *adj.* เกี่ยวกับร่างกาย, ซึ่งมีตัวตน, เกี่ยวกับวัตถุ **-corporeally** *adv.* (-S. bodily, material, substantial)

corps (คอร์) *n., pl.* **corps** หมู่, เหล่า, คณะ, กลุ่ม, หน่วยทหาร, กองพลน้อย (-S. group) *-Ex. the medical corps, the diplomatic corps*

corpse (คอร์พซฺ) *n.* ศพ, ซากศพ (-S. cadaver, carcass, body)

corpulence, corpulency (คอ' พิวเลินซฺ, -ซี) *n.* ความอ้วน, ความพุงพลุ้ย, ความอ้วนท้วน **-corpulent** *adj.* **-corpulently** *adv.*

corpus (คอร์' พัส) *n., pl.* **corpura** ร่างกาย, ศพ, การรวมเรื่องเขียนขนาดใหญ่หรือสมบูรณ์, การรวมวรรณกรรม, อวัยวะหรือส่วนของร่างกายที่ทำหน้าที่เฉพาะอย่าง, เงินก้อนใหญ่ (-S. corpse)

Corpus Christi การฉลองระลึกถึงศพของพระเยซูคริสต์, ชื่อเมืองในรัฐเท็กซัส สหรัฐอเมริกา

corpuscle, corpuscule (คอร์' พัสเซิล, -คิวลฺ) *n.* เม็ดเลือด, เม็ดเล็กๆ, อนุภาค **-corpuscular** *adj.* (-S. cell, minute body)

corral (คะแรล') *n.* คอก, เพนียด, เล้า, กรง *-vt.* **-ralled, -ralling** ใส่ไว้ในคอก (เพนียด เล้า กรง), จับกุม *-Ex. The cowboy corralled the cattle.*

correct (คะเรคทฺ') *vt.* ทำให้ถูกต้อง, แก้ไข, แก้, ตำหนิ (เพื่อแก้ไข), ลงโทษ (เพื่อแก้ไข), ตรวจ, แก้, ต่อต้าน *-adj.* ถูกต้อง, ไร้ความผิด, สมควร, เหมาะ, สอดคล้อง **-correctable** *adj.* **-correctly** *adv.* **-correctness** *n.* **-corrector** *n.* (-S. rectify, accurate, proper -A. wrong)

correction (คะเรค' ชั่น) *n.* การแก้ไข, การทำให้ถูกต้อง, การตรวจแก้, สิ่งที่ได้แก้ไข, การลงโทษ, การตำหนิ **-correctional** *adj.* (-S. improvement, rectification, remedy) *-Ex. The correction of papers is part of a teacher's job., The editor made a correction before printing the story., An unruly child needs correction.*

correctitude (คะเรค' ทิทูด) *n.* ความถูกต้อง, ความประพฤติที่เหมาะสม

corrective (คะเรค' ทิฟว) *adj.* เป็นการแก้ไข, เป็นการลงโทษ, เป็นการรักษา *-n.* วิธีการแก้ไขให้ถูกต้อง, สิ่งที่ใช้แก้ไขให้ถูกต้อง **-correctively** *adv.* (-S. improving)

correlate (คอ' ริเลท) *v.* **-lated, -lating** *-vt.* เทียบเคียง, ทำให้สัมพันธ์กัน *-vi.* มีความสัมพันธ์กัน *-adj.* ซึ่งสัมพันธ์กัน, ซึ่งเกี่ยวพันกัน *-n.* สิ่งที่สัมพันธ์กัน (-S. coordinate)

correlation (คอริเล' ชั่น) *n.* ความสัมพันธ์กัน, การเกี่ยวพันกัน, ภาวะที่สัมพันธ์กัน **-correlational** *adj.* (-S. reciprocity, reciprocation, corelation)

correlative (คะเรล' ละทิฟว) *adj.* ซึ่งเกี่ยวพันกัน, เป็นคู่กัน *-n.* สิ่งที่สัมพันธ์กัน **-correlatively** *adv.* **-correlativity** *n.* (-S. corelative)

correspond (คอรีซฺพอนดฺ') *vi.* ตรงกัน, ลงรอยกัน, สอดคล้องกัน, เหมือนกับ, มีลักษณะเช่นเดียวกัน, ติดต่อกันทางจดหมาย **-correspondingly** *adv.* (-S. conform, agree, accord -A. differ, diverge) *-Ex. My answer corresponds with yours., The wings of a bird correspond to the arms of a man. Do you correspond with her?*

correspondence (คอรีซพอน' เดินซฺ) *n.* การติดต่อกันทางจดหมาย, ความตรงกัน, ความลงรอยกัน, ความสอดคล้องกัน, ความเหมือนกัน (-S. agreement, conformity) *-Ex. close correspondence in height, the correspondence of a business firm, put the correspondence on the desk top*

correspondent (คอรีซพอน' เดินทฺ) *n.* ผู้ติดต่อกันทางจดหมาย, ผู้ส่งจดหมาย, นักข่าว, สิ่งที่เป็นคู่กัน, สิ่งตรงกัน, บุคคลหรือบริษัทที่ติดต่อกัน, ลูกค้า *-adj.* ซึ่งตรงกัน, ซึ่งลงรอยกัน, ซึ่งเหมือนกัน (-S. corresponding) *-Ex. a foreign correspondent*

corresponding (คอริซพอน' ดิง) *adj.* ตรงกัน, เหมือนกัน, สอดคล้องกัน, ลงรอยกัน, เกี่ยวกับการติดต่อทางไปรษณีย์, เกี่ยวกับการส่งจดหมาย *-Ex. statements corresponding in every detail*

corridor (คอ' ริดอร์) *n.* ระเบียง, เฉลียง, เขตฉนวน, เส้นทางการบิน (-S. hallway, hall)

corrigendum (คอ' ริเจนเดิม) *n., pl.* **-da** ความผิดที่ควรแก้ไข (โดยเฉพาะเรื่องการพิมพ์ผิด) **-corrigenda** ใบแก้คำผิด

corrigible (คอ' ริจจิเบิล) *adj.* ซึ่งแก้ไขได้, ซึ่งปรับปรุงได้ **-corrigibly** *adv.* **-corrigibility** *n.* (-S. repairable)

corroborant (คะรอบ' เบอรันทฺ) *vt.* ยืนยัน, เสริม, เพิ่มน้ำหนัก

corroborate (คะรอบ' บะเรท) *vt.* **-rated, -rating** ยืนยัน, ทำให้แน่ใจยิ่งขึ้น, ทำให้หนักแน่นขึ้น **-corroborative** *adj.* **-corroboratory** *adj.* **-corroborator** *n.* (-S. confirm)

corroboration (คะรอบบะเร' ชัน) *n.* การหาหลักฐานยืนยัน, การทำให้แน่ใจยิ่งขึ้น, ข้อเท็จจริงหรือคำพูดที่ยืนยันสนับสนุน (-S. confirmation, proof, verification, support, validation, evidence)

corrode (คะโรด') *v.* **-rode, -roding** *-vt.* กัดกร่อน, กัด, ทำให้ค่อยๆ ผุพัง, ชะ, ทำให้เสื่อม *-vi.* เกิดการผุพังหรือถูกกัดกร่อน **-corrodible** *adj.* (-S. deteriorate, eat away, erode)

corrosion (คะโร' ชัน) *n.* การกัดกร่อน, กระบวนการกัดกร่อน, ภาวะที่ถูกกัดกร่อน, ผลิตผลจากการกัดกร่อน (สนิม)

corrosive (คะโร' ซิฟว) *adj.* ซึ่งกัดกร่อน, ซึ่งเผาผลาญ, ซึ่งทำให้ผุพัง *-n.* สิ่งกัดกร่อน (เช่น กรด) **-corrosiveness** *n.* **-corrosively** *adv.* (-S. scathing)

corrugate (คอ' ระเกท) *vt., vi.* ทำให้ย่น, ทำให้เป็นลูกฟูก, ทำให้เป็นรอยย่น *-adj.* เป็นรอยย่น, เป็นลูกฟูก, เป็นร่อง (-S. furrowed, ridged)

corrugated iron สังกะสีเป็นลอนลูกฟูก

corrugation (คอระเก' ชัน) *n.* **-gated, -gating** การทำให้เป็นลูกฟูก, การทำให้เป็นรอยย่น, ภาวะที่เป็นลูกฟูก, รอยย่น, ร่อง

corrupt (คะรัพทฺ') *adj.* ทุจริต, ชั่ว, เน่าเปื่อย, ซึ่งติดเชื้อเป็นรอยด่างพร้อย, ซึ่งกินสินบน, ซึ่งใช้ผิด *-vt.* ทำให้ทุจริต, (ให้) กินสินบน, ทำให้เสื่อม, ทำให้กัดกร่อน, ทำให้เน่าเปื่อย, ใช้ผิด *-vi.* เน่าเปื่อย, เสื่อม **-corruptly** *adv.* **-corrupter, corruptor** *n.* **-corruptness** *n.* **-corruptive** *adj.* (-S. venal, immoral, depraved -A. pure, good) *-Ex. a corrupt government, to corrupt a judge or government official, a corrupt life, Bad companions corrupted his morals.*

corruptible (คะรัพ'ทิเบิล) *adj.* ซึ่งเน่าเปื่อย, ซึ่งทุจริตได้, ซึ่งเสื่อมได้, ซึ่งติดสินบนได้ **-corruptibility** *n.*

corruption (คะรัพ' ชัน) *n.* ความเน่าเปื่อย, ความชั่ว, ฉ้อราษฎร์บังหลวง, การติดสินบน, การใช้ศัพท์ผิด, คำผิด, คำแผลง, ความทุจริต (-S. putridity, immorality, dishonesty)

corsage (คอร์ซาจฺ') *n.* เสื้อรัดอกของหญิง, เสื้อยกทรง, ช่อดอกไม้ที่ประดับที่ส่วนหน้าอกหรือที่เอวหรือที่ไหล่ของเสื้อสตรี (-S. retinue)

corsair (คอร์' แซร์) *n.* เรือส่วนตัวที่ได้รับอนุญาตจากรัฐบาลให้ทำการจับกุมข้าศึกได้, โจรสลัด, เรือโจรสลัด

corset (คอร์' ซิท) *n.* เสื้อรัดลำตัวสตรี, เสื้อยกทรงรัดรูปของสตรี *-vt.* สวมเสื้อยกทรงรัดรูป

cortege, cortège (คอร์' ทิจฺ) *n.* ขบวน, ขบวนแห่, ขบวนแห่ศพ, ขบวนผู้ติดตาม (-S. retinue, procession)

cortex (คอร์' เทคซฺ) *n., pl.* **-tices** เปลือกนอก, เปลือกหุ้ม, เปลือกสมองซึ่งเป็นวัตถุสีเทา (-S. bark)

cortical (คอร์' ทิเคิล) *adj.* เกี่ยวกับเปลือกนอก, เกี่ยวกับเปลือกสมองชั้นวัตถุสีเทา **-cortically** *adv.*

cortisone (คอร์' ทิโซน) *n.* ฮอร์โมนชนิดหนึ่งจากเปลือกหมวกไตใช้รักษาโรคข้ออักเสบหรืออาการภูมิแพ้บางอย่าง

corundum (คะรัน' ดัม) *n.* แร่อะลูมิเนียมออกไซด์ (Al_2O_3) ซึ่งแข็งเป็นที่สองรองจากเพชร เป็นแร่จากธรรมชาติหรือจากการสังเคราะห์

coruscate (คอ' รัสเคท) *vi.* **-cated, -cating** แวววับ, เป็นประกายแวววับ **-coruscant** *adj.* **-coruscation** *n.* (-S. glitter, sparkle, shine)

corvette (คอร์เวท') *n.* เรือรบ (เรือใบ) โบราณขนาดเล็ก, เรือคุ้มกันขนาดเล็ก

coryza (คะไร' ซะ) *n.* โรคเยื่อบุเมือกในช่องจมูกอักเสบ, โรคหวัด

cos (คอส, โคส) *n.* ผักกาดหอมชนิดหนึ่ง

cosecant (โคซี' คันทฺ) *n.* สัดส่วนของด้านตรงข้ามมุมฉากของสามเหลี่ยมมุมฉากกับด้านตรงข้ามของมุมหนึ่ง

cosine (โค' ไซน) *n.* สัดส่วนของด้านชิดกับมุมที่กำหนดให้กับ ด้านตรงข้ามกับมุมฉากของสามเหลี่ยม

cosmetic (คอซเมท' ทิค) *n.* เครื่องสำอาง *-adj.* เกี่ยวกับเครื่องสำอาง, เกี่ยวกับศิลยกรรมตกแต่ง **-cosmetically** *adv.*

cosmetician (คอซมิทิช' เชิน) *n.* ผู้เชี่ยวชาญการทำเครื่องสำอาง, ผู้ขายเครื่องสำอาง

cosmic, cosmical (คอซ' มิค, -เคิล) *adj.* เกี่ยวกับจักรวาล อวกาศหรือความกว้างใหญ่ไพศาลอย่างหาที่สุดไม่ได้ **-cosmically** *adv.*

cosmo- คำอุปสรรค มีความหมายว่า โลก, จักรวาล

cosmogony (คอซมอก' กะนี) *n., pl.* **-nies** ทฤษฎีการกำเนิดของจักรวาล **-cosmogonic, cosmogonical, cosmogonal** *adj.* **-cosmogonist** *n.*

cosmology (คอซมอล' ละจี) *n.* จักรวาลวิทยา, สาขาวิชาดาราศาสตร์ที่เกี่ยวกับโครงสร้างและการกำเนิดของจักรวาล **-cosmological** *adj.* **-cosmologist** *n.* **-cosmologically** *adv.*

cosmonaut (คอซ' มะนอท) *n.* มนุษย์อวกาศ (โดยเฉพาะของรัสเซีย)

cosmopolitan (คอซมะพอล' ลิเทิน) *adj.* เกี่ยวกับโลกทั้งหมด, เกี่ยวกับสากลนิยม, ซึ่งมีอยู่ทั่วโลกหรือทุกหนทุกแห่ง, ซึ่งประกอบด้วยหลายชาติหลายภาษา, ซึ่งไม่มีชาติหรือภาษาเป็นเครื่องผูกมัด, เกี่ยวกับพลเมืองโลก *-n.* ผู้ที่ไม่มีชาติหรือภาษาเป็นเครื่องผูกมัด **-cosmopoli-**

tanism *n.*

cosmopolite (คอซมอพ' พะไลทฺ) *n.* พลเมืองโลกที่ไม่มีชาติหรือภาษาเป็นเครื่องผูกมัด **-cosmopolitism** *n.*

cosmos (คอซฺ' เมิส, คอส' โมส) *n.* จักรวาล, อวกาศ, ความกว้างใหญ่ไพศาลอันหามีขอบเขตไม่, ความเป็นระเบียบที่สมบูรณ์, ความลงรอยกัน *-pl.* **cosmos/cosmoses** พืชไม้ดอกพวกเบญจมาศเปอร์เซีย จำพวก *Cosmos*

cosmos

Cossack (คอส' แซค) *n.* นักรบชาวสลาฟในรัสเซียเป็นทหารม้าที่มีชื่อเสียงในสมัยพระเจ้าซาร์ของรัสเซีย

cosset (คอส' ซิท) *vt.* คนโปรด, ลูกแกะที่เลี้ยงด้วยมือตนเอง, สัตว์เลี้ยง *-vt.* ตามใจ, พะนอ, โอ๋

cost (คอสทฺ) *n.* ทุน, ต้นทุน, ทุนที่ซื้อมา, ค่าโสหุ้ย, ค่าใช้จ่าย, ค่าตอบแทน, ค่าเสียหาย, ค่าฤชาธรรมเนียม, ค่าธรรมเนียมฟ้องร้อง *-v.* **cost, costing** *-vt.* เป็นมูลค่า, เป็นราคา, ต้องใช้, ต้องเสีย *-vi.* หมดเปลือง, สิ้นเปลือง, หาค่าประเมิน **-at all costs** โดยทุกวิถีทาง (-S. price, charge, damage) *-Ex. cost of production, at any cost, at the cost of your friendship, count the cost, It cost $5., It will cost $100 to paint this house.*

costal (คอส' เทิล) *adj.* เกี่ยวกับซี่โครงหรือส่วนข้างของร่างกาย

Costa Rica (คอส' ทะรี' คะ) ชื่อประเทศหนึ่งในลาตินอเมริกาอยู่ระหว่างปานามากับนิการากัว

costar (โค' สทาร์) *n.* ดาราประกอบ *-vi.* **-starred, -starring** เป็นดาราประกอบ

costive (คอส'ทิฟว) *adj.* ซึ่งทำให้ท้องผูก, เชื่องช้า, ขี้เหนียว **-costively** *adv.* **-costiveness** *n.*

costly (คอสทฺ' ลี) *adj.* **-lier, -liest** แพง, มีราคาสูง, เป็นบทเรียนราคาแพง, มีค่ามาก, ฟุ่มเฟือย **-costliness** *n.* (-S. rich, dear, high-priced, grand) *-Ex. a costly mistake, a costly string of pearls*

costume (คอส' ทูม) *n.* เครื่องแต่งกาย, เสื้อผ้าอาภรณ์, แบบเครื่องแต่งกาย, เครื่องแต่งกายของสตรี, เสื้อผ้าอาภรณ์ของสตรี, ชุดแสดงละคร *-vt.* **-tumed, -tuming** แต่งตัว, ใส่เสื้อผ้าอาภรณ์, ใส่เครื่องแต่งตัว **-costumery** *n.* (-S. clothes, dress, outfit) *-Ex. a winter costume, traveling costume, Chinese costume, colonial costume*

cosy (โค' ซี) *adj.* ดู cozy

cot[1] (คอท) *n.* เปล, เตียงเล็ก, เตียงผ้าใบ, เตียงโยง (-S. portable bed)

cot[2] (คอท) *n.* กระท่อม, คอก, กรง, ปลอกหุ้ม, ถุงนิ้วมือ (-S. cottage, hut, lit)

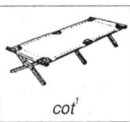

cot[1]

cotangent (โคแทน' จันทฺ) *n.* (ในสามเหลี่ยมมุมฉาก) อัตราส่วนระหว่างด้านที่ติดกับมุมที่กำหนดให้กับด้านที่อยู่ตรงข้ามมุมฉาก

cot death ภาวะหลับตายของเด็กทารกที่ไม่สามารถหาสาเหตุได้ ภาษาทางการแพทย์เรียกว่า sudden infant death syndrome

cote (โคท) *n.* คอก, เล้า, กรง, กระท่อม, บ้านเล็กๆ (-S. shelter, cottage, small house) *-Ex. a dove cote*

coterie (โค' ทะรี) *n.* วง, วงการ, กลุ่มบุคคล, คณะ

cottage (คอท' ทิจฺ) *n.* กระท่อม, บ้านในชนบท

cottager (คอท' ทิเจอะ) *n.* ผู้อยู่กระท่อม, ชาวชนบท, ชาวนารับจ้าง, คนงานชนบท

cotter[1] (คอท' เทอะ) *n.* ชาวนารับจ้าง, ชาวชนบท, ชาวชนบทที่อยู่กระท่อม

cotter[2] (คอท' เทอะ) *n.* สลักหรือลิ่มชนิดผ่า

cotton (คอท' เทิน) *n.* ฝ้าย, ต้นฝ้าย, พืชประเภทฝ้าย, ใยฝ้าย, ผ้าฝ้าย, สารหรือสิ่งที่คล้ายฝ้าย (แต่มาจากพืชอื่น) *-vi.* ลงรอยกัน, เข้ากันได้ดี **-cotton to** ชอบ, เริ่มชอบ, เห็นด้วย

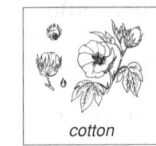

cotton

cotton gin เครื่องแยกใยฝ้ายออกจากเมล็ดฝ้าย

cottonmouth (คอททัน' เมาธฺ) *n.* งูพิษจำพวก *Agkistrodon piscivorus* ยาวประมาณ 6 ฟุต (-S. water moccasin)

cottonseed (คอนทัน' ซีด) *n.* เมล็ดฝ้าย

cottontail (คอท' ทันเทล) *n.* กระต่ายในอเมริกาเหนือจำพวก *Sylvilagus* มีหางสีขาวเป็นกระเซิง

cottonwood (คอท' ทันวูด) *n.* พืชชนิดหนึ่งมีเมล็ดเป็นปุยคล้ายฝ้าย, ไม้ของต้นไม้นี้

cotton wool สำลี, ใยฝ้าย (-S. absorbant cotton)

cottony (คอท' ทะนี) *adj.* คล้าย, ฝ้าย, นิ่ม, เป็นปุย, ประกอบด้วยฝ้าย

cotyledon (คอท' ทะลิดเดิน) *n.* ใบแรกของต้นอ่อนของพืชที่มีเมล็ด **-cotyledonal, cotyledonous** *adj.*

cotyledon

couch (เคาชฺ) *n.* ที่นอน, เก้าอี้นอน, เก้าอี้โซฟา, เก้าอี้ยาว, ถ้ำสัตว์ *-vt.* ทำให้นอนลง, เอนลง, ขจัดออก, แสดงด้วยถ้อยคำ, เขียนด้วยคำพูด *-vi.* นอนลง, ก้มลง, หมอบ, กอง (-S. express) *-Ex. The diplomat couched his request in formal language.*

couchant (เคา' เชินทฺ) *adj.* ซึ่งนอนลง, ซึ่งหมอบอยู่

couch potato คนขี้เกียจที่เอาแต่นั่งดูทีวีและวิดีโอและไม่ออกกำลังกาย

cougar (คู' กะ) *n., pl.* **-gars/-gar** แมวขนาดใหญ่ในทวีปอเมริกา จำพวก *Puma concolor,* สิงโตภูเขา (-S. panther)

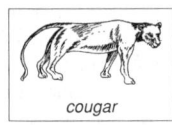

cougar

cough (คอฟ) *n.* การไอ, เสียงไอ, การกระแอมหรือเสียงกระแอม, โรคไอ, เสียงที่คล้ายการไอ *-vi.* ไอ, กระแอม *-vt.* ขจัดออกโดยการไอ, ไอออก **-cough up** ให้อย่างไม่เต็มใจ **-cougher** *n.* *-Ex. a bad cough*

could (คูด) *v. aux.* กริยาช่อง 2 ของ can

couldn't (คูด' เดินทฺ) ย่อจาก could not ไม่สามารถ

couldst (คูดซฺทฺ) *v. aux.* กริยาเอกพจน์บุรุษที่ 2 ของ could ใช้กับสรรพนาม thou (ใช้ในอดีต)

coulee (คู' ลี) *n.* ลำธารลึก, หุบเขาเล็กๆ, สายหิน

ละลายจากภูเขาไฟ

coulomb (คู' ลอม) *n.* หน่วยประจุไฟฟ้า (เมตร-กิโลกรัม-วินาที)ซึ่งเท่ากับปริมาณประจุไฟฟ้าในหนึ่งวินาทีโดยกระแสไฟฟ้าหนึ่งแอมแปร์

council (เคา' เซิล) *n.* สภา, คณะกรรมการ, คณะกรรมาธิการ, กลุ่มคณะนิติบัญญัติ, กลุ่มคณะที่ปรึกษา, การประชุม, องค์กรร่วม, คณะมนตรี *-Ex. A student council met to discuss the school dance., The Indian chiefs held a war council., Church council*

councilman (เคา' เซิลเมิน) *n., pl.* **-men** สภาชิกสภา (ที่เป็นชาย) **-councilwoman** *n. fem.*

councilor, councillor (เคา' ซะเลอะ) *n.* ที่ปรึกษา, ผู้แนะนำ, สมาชิกสภาท้องถิ่น, สภาเทศบาล **-councilorship, councillorship** *n.*

counsel (เคา' เซิล) *n.* คำแนะนำ, คำปรึกษา, คำตักเตือน, วัตถุประสงค์, แผนการ, ข้อคิดเห็น, ทนายความ, ที่ปรึกษากฎหมาย *-v.* **-seled, -seling/-selled, -selling** *-vt.* ให้คำแนะนำ, ให้คำปรึกษา, แนะนำ *-vi.* ให้คำแนะนำ, แนะนำ (-S. suggestion, consulation, deliberation, advisement) *-Ex. the counsel of an experienced person, The lawyer counseled his client about making his will., the counsel for the defense, The generals took counsel before attacking.*

counselor, counsellor (เคา' เซิลเลอะ) *n.* ที่ปรึกษา, ผู้แนะนำ, สมาชิกสภาเทศบาล, สมาชิกสภาท้องถิ่น, อุปทูต, ตำแหน่งอุปทูต, ทนายความ, ที่ปรึกษากฎหมาย **-counselorship, counsellorship** *n.* (-S. counsel, advisor)

count[1] (เคานฺท) *vt.* นับ, นับจำนวน, นับค่า, คิด, คิดว่า, นับว่า, ถือ, เข้าใจว่า, หวังว่า *-vi.* นับ, นับค่า, คิด, เอามาคิด **-count off** นับแถว **-count on/upon** พึ่งพา, เชื่อมั่นในไว้วางใจ **-count out** ละเว้น, ทิ้ง, ประกาศ (นักมวย) ให้เป็นผู้แพ้ ก่อนที่กรรมการเวทีจะนับครบ 10 **-countable** *adj.* (-S. calculate, number, compute)

count[2] (เคานฺท) *n.* ขุนนางยุโรปที่มีตำแหน่งฐานะเท่าท่านเอิร์ลของอังกฤษ (-S. nobleman)

countdown (เคานฺท' เดาน์) *n.* การนับถอยหลัง, การนับถอยหลังไปหาศูนย์, การเตรียมการขั้นสุดท้าย

countenance (เคา' ทะเนินซฺ) *n.* หน้าตา, สีหน้า, โฉมหน้า, ใบหน้า, หน้า, การสนับสนุน, การให้กำลังใจ, สีหน้าที่ใจเย็น, ความสุขุม *-vt.* **-nanced, -nancing** อนุญาต, ยอม, เห็นด้วย, สนับสนุน, ให้กำลังใจ (-S. appearance, face, visage, assistance) *-Ex. a countenance of even features, a happy countenance, I won't give any aid or countenance to such a crooked scheme., Somchai would not countenance dishonesty.*

counter[1] (เคานฺ' เทอะ) *n.* โต๊ะกั้น (แสดงสินค้าหรือติดต่อธุรกิจ), เคาน์เตอร์, เครื่องนับจำนวน, เครื่องคำนวณ, เครื่องคิดเลข, เหรียญปลอม, ทุน, เงินทุน **-over the counter** โดยผ่านนายหน้า (ไม่ได้ผ่านสำนักงานซื้อขายหลักทรัพย์), โดยผ่านพ่อค้าปลีก (ไม่ได้ผ่านพ่อค้าขายส่ง) **-under the counter** อย่างลับๆ ล่อๆ (โดยเฉพาะที่ผิดกฎหมาย) *-Ex. The electric traffic counter showed that 10,000 cars passed it in an hour.*

counter[2] (เคานฺ' เทอะ) *n.* ผู้นับ, เครื่องนับ, เครื่องนับจำนวนรอบที่ล้อหมุน หรือนับจำนวนของที่ผลิตได้หรืออื่นๆ, เครื่องมือวัดกัมมันตภาพรังสีที่ปล่อยออกมา

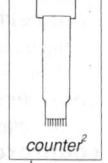

counter[2]

counter[3] (เคานฺ' เทอะ) *adv.* ในทางที่ผิด, ในทางกลับ, ตรงกันข้าม *-adj.* ตรงกันข้าม, ต่อต้าน *-n.* สิ่งที่อยู่ตรงกันข้าม, สิ่งต่อต้าน, ผู้ต่อต้าน, การชกสวน, หมัดสวน, เหตุการณ์ที่ต่อต้านหรือลบล้าง, ส่วนของหน้าอกม้าที่อยู่ระหว่างไหล่และคอ *-vt.* ตอบโต้, ต่อต้าน, สวน *-vi.* ต้าน, เคลื่อนไป ในทิศตรงข้าม, สวน (-S. contrarily, contrary, contrariwise, inversely, vice versa) *-Ex. The soldier was punished for going counter to orders., to make a counter proposal, The boxer countered the blow with a left jab.*

counter- คำอุปสรรค มีความหมายว่า ต่อต้าน, ตรงกันข้าม, กลับกัน, สวนทาง, แทน, ลอกแบบ

counteract (เคานฺ' เทอะแอคทฺ) *vt.* ต่อต้าน, ขัดขวาง, โต้ตอบ, ตีโต้ **-counteraction** *n.* **-counteractive** *adj., n.* (-S. resist, oppose)

counterattack (เคานฺ' เทอะอะแทค) *n.* การโต้ตอบ, การตีโต้ *-vt., vi.* โต้ตอบ, ตีโต้

counterbalance (เคานฺ' เทอะแบลเลินซฺ) *n.* น้ำหนักถ่วง, เครื่องถ่วง, ความเท่าเทียมกัน, ดุลยภาพ *-vt.* **-anced, -ancing** ถ่วงให้เท่ากัน, ตอบโต้ด้วยแรงหรือกำลังเท่ากัน (-S. counterpoise)

countercheck (เคานฺ' เทอะเชค) *n.* การหยุดยั้ง, การยับยั้ง, การตรวจสอบซ้ำ *-vt.* หยุดยั้ง, ยับยั้ง, ตรวจสอบซ้ำ, ตรวจทบทวน

counterclaim (เคานฺ' เทอะเคลม) *n.* การเรียกร้องแย้ง, การอ้างสิทธิแย้ง, การแย้งสิทธิ *-vt., vi.* เรียกร้องแย้ง, อ้างสิทธิแย้ง, แย้งสิทธิ **-counterclaimant** *n.*

counterclockwise (เคานฺเทอะคลอค' ไวซฺ) *adj., adv.* ซึ่งทวนเข็มนาฬิกา, หมุนซ้าย (-S. contraclockwise)

counterculture (เคานฺ' เทอะคัลเชอะ) *n.* วัฒนธรรมที่เปลี่ยนแปลงมาจากวัฒนธรรมเดิม, วัฒนธรรมที่ทวนกระแส

counterfeit (เคานฺ' เทอะฟิท) *adj.* ปลอม, ปลอมแปลง, เก๊, แกล้ง *-n.* การปลอม, การปลอมแปลง, ของปลอม, ของเลียนแบบ, ความคล้ายคลึงกันมาก, รูปคน, นักตุ๋น, ผู้หลอกลวง *-vt.* ปลอม, ปลอมแปลง, เลียนแบบ, ทำให้เหมือน *-vi.* ปลอม, เสแสร้ง, แกล้ง **-counterfeiter** *n.* (-S. feign, pretend, false, feigned -A. real) *-Ex. The spy's passport was a counterfeit., to counterfeit grief*

counterfoil (เคานฺ' เทอะฟอยล) *n.* ต้นขั้ว (เช็ค ใบเสร็จ หรืออื่นๆ)

counterinsurgency (เคานฺเทอะอินเซอ' เจินซี) *n.* การต่อต้านการก่อการร้าย

counterintelligence (เคานฺเทอะอินเทล' ลิเจินซฺ) *n.* การต่อต้านการจารกรรมหรือการสืบราชการลับ

counterirritant (เคานฺเทอะเออ' ริเทินทฺ) *n.* ยา

บรรเทาหรือระงับอาการระคายเคือง *-adj.* ซึ่งต้านอาการระคายเคือง

C

countermand (เคาน์เทอะมานดฺ') *vt.* ยกเลิก, สั่งถอน, บอกเลิก, ออกคำสั่ง แย้งคำสั่ง, เรียกตัวกลับ *-n.* คำสั่งยกเลิกคำสั่งเดิม (-S. revoke, order back)

countermeasure (เคาน์เทอะเมส' เชอะ) *n.* มาตรการต่อต้าน

counteroffensive (เคาน์' เทอะออฟเฟน' ซิฟว) *n.* การรุกกลับ, การโจมตีข้าศึกที่กำลังรุกเข้ามา, สงครามตอบโต้

counterpane (เคาน์' เทอะเพน) *n.* ผ้าคลุมเตียง

counterpart (เคาน์' เทอะพาร์ท) *n.* สำเนา, ของคู่กับ, สิ่งที่เป็นคู่กัน, สิ่งที่เสริมกัน, ผู้ที่คล้ายกันมาก, สิ่งที่คล้ายกันมาก (-S. copy, match, analogue) *-Ex. An admiral in the navy is the counterpart in rank of a general in the army.*

counterpoint (เคาน์' เทอะพอยนทฺ) *n.* ศิลปะการประสานท่วงทำนอง, ท่วงทำนองที่แต่งขึ้นมาประสานกับท่วงทำนองอื่น, ท่วงทำนองซ้อน

counterpoise (เคาน์' เทอะพอยซฺ) *n.* น้ำหนักสำหรับถ่วง, เครื่องถ่วง, อำนาจหรือแรงถ่วงที่เท่าเทียมกัน, ดุลยภาพ, ภาวะทรงตัว, คาน, เครื่องคาน, สติ *-vt.* **-poise, -poising** ถ่วงด้วยน้ำหนัก, ถ่วงให้สมดุล, ทำให้ทรงตัว, พิจารณาอย่างละเอียด (-S. compensate, offset, equalize)

Counter-Reformation การเคลื่อนไหวภายในศาสนาโรมันคาทอลิกหลังจากมีการแยกตัวออกเป็นนิกายโปรแตสแตนต์ในศตวรรษที่ 16

counterrevolution (เคาน์' เทอะเรฟโวลู' ชัน) *n.* การปฏิวัติซ้อน,การเคลื่อนไหวทางการเมืองที่ต่อต้านการปฏิวัติที่เกิดขึ้น **-counterrevolutionary** *adj., n., pl.* **-ries -counterrevolutionist** *n.*

countersign (เคาน์' เทอะไซน) *n.* ลายเซ็นกำกับ, ลายเซ็นกำกับลายเซ็น, การลงลายเซ็นเพิ่ม, การลงนามร่วม, การสนองพระบรมราชโองการ, ลายเซ็นลับเพื่อผ่านบริเวณที่มีทหารรักษาการณ์, สัญญาณลับ *-vt.* ลงลายเซ็นร่วม, ลงลายเซ็นกำกับ **-countersignature** *n.* (-S. watchword, password, sign) *-Ex. If you give the countersign tonight the guard will admit you., The bank may ask you to have someone else countersign the check.*

countersink (เคาน์' เทอะซิงคฺ) *vt.* **-sunk, -sinking** คว้านรูเพื่อให้ตะปูเข้า, เจาะรู, เจาะรูฝังหัวตะปู

counterspy (เคาน์' เทอะสไป) *n., pl.* **-spies** จารชนซ้อนจารชน

countertenor (เคาน์เทอะ' เทนเนอะ) *n.* เสียงร้องผู้ชายที่มีระดับเหนือเสียงเทนเนอร์, เสียงสูงสุดของผู้ชาย

countervail (เคาน์' เทอะเวล) *vt., vi.* ชดเชย, ตอบโต้

countess (เคาน์' เทส) *n.* ภรรยาของท่านเคานต์หรือเอิร์ล ซึ่งเป็นขุนนางในประเทศภาคพื้นยุโรป (ยกเว้นอังกฤษ), หญิงที่มีตำแหน่งเป็นท่านเคานต์หรือเอิร์ล

countless (เคาทฺ' เลส) *adj.* สุดที่จะนับได้, เหลือคณานับ (-S. innumerable, numberless) *-Ex. the countless stars*

countrified (คัน' ทรีไฟดฺ) *adj.* ดู countryfied

country (คัน' ทรี) *n., pl.* **-tries** ประเทศ, แผ่นดินของประเทศ, รัฐ, ประชากรของท้องถิ่น, รัฐหรือชาติ, สาธารณะ, ถิ่นบ้านนอก, ชนบท, ภูมิลำเนา, ถิ่นที่อยู่, คณะลูกขุน *-adj.* ชนบท, บ้านนอก, เกี่ยวกับประเทศ, เกี่ยวกับบ้านเกิดเมืองนอน **-across the country** ข้ามทุ่งนาทุ่งไร่ **-go to the country** ยุบรัฐสภาเพื่อเลือกตั้งสภาล่างใหม่ *-Ex. open country, good country for sheep, town and country, country-people, serve my country, the Countries of Europe, appeal to the country*

country club สโมสรแถบชานเมืองมักประกอบด้วยบ้านพัก สนามกอล์ฟ และเครื่องอำนวยความสะดวกอื่นๆ

countryfied (คัน' ทรีไฟดฺ) *adj.* เกี่ยวกับลักษณะของบ้านนอกหรือชนบท (-S. countrified)

countryman (คัน' ทรีเมิน) *n., pl.* **-men** เพื่อนร่วมชาติ, เพื่อนร่วมประเทศ, ประชากรของประเทศ, คนที่อยู่ในชนบท (-S. compatriot, rustic)

countryside (คัน' ทรีไซดฺ) *n.* ส่วนที่เป็นชนบท, ชาวชนบท (-S. rural section)

countrywoman (คัน' ทรีวูมัน) *n., pl.* **-women** หญิงที่มาจากประเทศเดียวกัน, พี่น้องสตรีร่วมชาติ, สาวบ้านนอก

county (เคาน์' ที) *n., pl.* **-ties** เขต, มณฑล, เขตการปกครองที่ใหญ่ที่สุดของสหรัฐอเมริกา (เล็กกว่ามลรัฐ), จังหวัด, อำเภอ, ประชากรของเขตการปกครอง, เขตการปกครองของท่านเคานต์หรือเอิร์ล *-Ex.a county road*

county council สภาเทศบาลจังหวัด

coup (คู) *n., pl.* **coups** การดำเนินการอย่างกะทันหัน, การกระทำที่ประสบความสำเร็จอย่างมาก, รัฐประหาร

coup de grâce (คูดะกราส') *n.* (ภาษาฝรั่งเศส) การโจมตีให้ตายทันที, การโจมตีให้ได้ชัยชนะอย่างชัดเจน

coup d'état (คูเดทา') *n.* (ภาษาฝรั่งเศส) รัฐประหาร

coupé, coupe (คู' เพ, คูพ) *n.* (ภาษาฝรั่งเศส) รถยนต์สองประตูที่สั้นกว่ารถยนต์ธรรมดา, รถเก๋งเล็ก, รถม้าโดยสารสองที่นั่ง, ที่นั่งที่เทียมม้า 4 ตัว, ตู้รถไฟโดยสารท้ายขบวนรถ

couple (คัพ' เพิล) *n.* คู่, สอง, คู่สามีภรรยา, คู่หมั้น, คู่หนุ่มสาว, แรงคู่, กระแสไฟคู่ *-v.* **-pled, -pling** *-vt.* ผูกมัด, เชื่อมติด, ติดต่อ, พ่วง, ทำให้เป็นสามีภรรยากัน *-vi.* ร่วมเป็นคู่, ร่วมประเวณี (-S. link, join) *-Ex. a married couple, to couple dogs to pull a sled, to couple railroad cars*

coupler (คัพ' เพลอะ) *n.* เครื่องต่อ, อุปกรณ์ต่อเชื่อม, สิ่งที่พ่วง, ตะขอพ่วง, จานต่อเพลา

couplet (คัพ' พลิท) *n.* โคลง ฉันท์ กาพย์ กลอนที่บทละครสองบรรทัด, คำคู่, ประโยคคู่

coupling (คัพ' พลิง) *n.* การเชื่อมต่อ, การเชื่อมผนึก, การต่อท้าย, เครื่องพวง, การร่วมคู่

coupon (คู' พอน) *n.* บัตร, บัตรควบ, ตั๋ว, ตั๋วที่ฉีกได้, ใบแนบโฆษณา, บัตรปันส่วน, บัตรแลกสินค้า, บัตรลดราคา

courage (เคอ' ริจ) *n.* ความกล้าหาญ, ความกล้า, ความห้าวหาญ, ความมีใจกล้า, กำลังใจ **-have the courage of**

courageous 199 **coverage**

C

one's convictions มีความกล้าพอที่จะกระทำในสิ่งที่ตนเชื่อ (โดยเฉพาะแม้จะได้รับการวิจารณ์ก็ตาม) **take/pluck up/muster up courage** รวบรวมกำลังใจหรือความกล้า (-S. bravery, spirit -A. fear)

courageous (คะเร' เจิส) *adj.* กล้า, กล้าหาญ, มีความกล้า **-courageously** *adv.* **-courageousness** *n.*

courier (เคอ' เรียร์) *n.* คนเดินหนังสือ, ผู้ส่งข่าวสาร, ผู้ถูกว่าจ้างให้บริการทัศนาจรแก่นักท่องเที่ยว

course (คอร์ส) *n.* เส้นทาง, วิถีทาง, แนวทางเดิน, เส้นทางการเดินเรือ, แนวทางปฏิบัติ, แนวความคิด, ลำน้ำ, สาย, ระเบียบแบบแผน, หลักสูตร, กระบวนวิชา, ช่วงระยะเวลาการรักษา, (อาหาร) จานหนึ่ง, (ยา, การบรรยาย) ชุดหนึ่ง, ระดู, การไล่ตาม (กระต่าย), การไล่ล่า (โดยสุนัขล่าเนื้อ) *-v.* **coursed, coursing** *-vt.* วิ่งผ่าน, วิ่งข้าม, ไล่, ไล่ตาม, ไล่ล่า, ก่อ (อิฐ) เป็นทาง *-vi.* ตาม, วิ่งอย่างรวดเร็ว **-of course** แน่นอน (-S. progress, path, turn, run, chase, ride) *-Ex. the stars in their courses, the course of a ship, hold one's course, in course of time, in the course of my life, The years have run their course., a course of lessons, Of course, Sawai'll come., It's a matter of course.*

courser (คอร์' เซอะ) *n.* ผู้ไล่ตาม, นักไล่สัตว์, ผู้ไล่ล่า, สุนัขล่าเนื้อ, ม้าเร็ว

coursing (คอร์ส' ซิง) *n.* การไล่ตาม, การไล่ล่า, กีฬาล่าเนื้อโดยสุนัขล่าเนื้อ

court (คอร์ท) *n.* สนาม, ลาน, ศาล, คณะกรรมการบริหาร, ราชสำนัก, สภา, การเกี้ยว, การประจบ, การแส่หาเรื่อง *-vt.* เกี้ยว, ประจบ, จีบ, แส่หาเรื่อง *-vi.* เกี้ยว, ขอความรัก **-the Court of St. Jame's** ราชสำนักอังกฤษ **-courter** n. (-S. yard, persue) *-Ex. bolt court, tennis court, King's court, at the court of King James, go to the Court to meet the Queen, The Court is in mourning., court of law, police court, to court fame*

courteous (เคอ' เทียส) *adj.* มีมารยาท, สุภาพ, มีอัธยาศัย, มีความเอื้อเฟื้อ **-courteously** *adv.* **-courteousness** *n.* (-S. polite, civil -A. impolite, rude) *-Ex. a courteous reply*

courtesan, courtezan (คอร์' ทิเซิน) *n.* โสเภณีชั้นสูง (-S. paramour,whore)

courtesy (เคอ' ทิซี) *n. pl.* **-sies** มารยาท, ความสุภาพ, ความเอื้อเฟื้อ, อัธยาศัย **-by courtesy of** โดยได้รับอนุญาตอย่างเป็นทางการจาก (-S. politeness, graciousness -A. rudeness) *-Ex. Ice cream was given for the school picnic through the coutesy of the dairy.*

court hand แบบลายมือเขียน

courthouse (คอร์ท' เฮาซฺ) *n.* อาคารศาล, สำนักงานศาล

courtier (คอร์ท' เทียร์) *n.* ข้าราชสำนัก, คนประจบสอพลอ

courtly (คอร์ท' ลี) *adj.* **-lier, -liest** สุภาพเรียบร้อย, ช่างประจบสอพลอ, ช่างเอาใจ, เกี่ยวกับหรือเหมาะกับราชสำนัก *-adv.* อย่างสุภาพเรียบร้อย, ช่างเอาใจ **-courtliness** *n.* (-S. ceremonial)

court-martial (คอร์ท' มาร์เชิล) *n., pl.* **courts-martial/court-matials** ศาลทหาร *-vt.* **-tialed, -tialing/-tialled, -tialling** ขึ้นศาลทหาร

Court of St. James ศาลอังกฤษ

courtroom (คอร์ท' รูม) *n.* ห้องพิจารณาคดี

courtship (คอร์ท' ชิพ) *n.* การเกี้ยว, การจีบ, การขอความรัก, ระยะเวลาที่เกี้ยวกัน, การประจบ

court tennis ลานเทนนิส, สนามเล่นเทนนิส

courtyard (คอร์ท' ยาร์ด) *n.* ลานบ้าน (โดยเฉพาะที่มีกำแพงล้อมปิดทั้ง 4 ด้าน)

cousin (คัซ' เซิน) *n.* ลูกพี่ลูกน้อง, ญาติห่างๆ, บุคคลที่เกี่ยวพันกัน (โดยมีลักษณะธรรมชาติ ภาษา แหล่งกำเนิด) ที่คล้ายกัน **-a first cousin** ลูกพี่ลูกน้อง (ลูกของลุงป้าน้าอา) **-a second cousin** ลูกของลุงป้าน้าอา (ที่เป็นลูกพี่ลูกน้องของพ่อแม่อีกทีหนึ่ง)**-cousinly** *adj., adv.* **-cousinship** *n.* **-cousinhood** *n.*

couture (คูเทียว') *n.* การออกแบบและทำเสื้อนุ่งห่ม

couturier (คูเทียว' เรีย) *n.* (ภาษาฝรั่งเศส) นักออกแบบทำหรือขาย เสื้อผ้าอาภรณ์สตรี **-couturiere** *n. fem.*

covalence (โคเว' เลินซฺ) *n.* จำนวนอิเล็กตรอนคู่ที่อะตอมใช้ร่วมกับอะตอมอื่น,พันธะเคมีที่เกิดจากการร่วมคู่อิเล็กตรอนของ 2 อะตอม **-covalent** *adj.*

cove[1] (โคฟวฺ) *n.* ส่วนเว้าเล็ก ๆ เข้าแนวชายฝั่งของทะเล ทะเลสาบหรือแม่น้ำ, ส่วนเว้าเข้าของภูเขา, ถ้ำ, ทางเล็กๆ ในป่าหรือระหว่างเนินเขา, ผิวหน้าที่เว้าเข้า *-vt., vi.* **coved, coveing** ทำให้เว้า, กลายเป็นเว้า

cove[2] (โคฟวฺ) *n.* (คำสแลง) บุคคล อ้ายหมอนี่ เพื่อนเกลอ สหาย

coven (คัฟ' วัน) *n.* การรวมกลุ่มโดยเฉพาะกลุ่มแม่มด

covenant (คัฟ' วะเนินท) *n.* ข้อตกลง, สัญญา, ข้อกำหนด, บทบัญญัติในกฎหมายโบราณ, สัญญาของพระเจ้าในพระคัมภีร์ *-vi.* ทำสัญญา, ทำข้อตกลง *-vt.* ตกลง (โดยสัญญา), ให้คำมั่น, กำหนด **-covenantor** *n.* **-covernantal** *adj.* (-S. compact, agreement, agree)

covenanted (คัฟ' วะเนินทิด) *adj.* ซึ่งได้ทำสัญญาหรือตกลงไว้แล้ว, ซึ่งมีหน้าที่ต้องปฏิบัติตามสัญญา

covenantee (คัฟวะเนินที') *n.* ผู้ที่ถูกกำหนดหรือให้คำมั่นไว้ในสัญญา

covenanter (คัฟ' วะเนินเทอะ) *n.* ผู้ทำสัญญา

cover (คัฟ' เวอะ) *vt.* ปกคลุม, คลุม, กลบ, ปิดคลุม, ปิดบัง, ครอบ, ป้องกัน, คุ้มกัน, ครอบคลุม, รวมทั้ง, ชดเชย, ชดใช้, สังวาสกับ, กก (ไข่), ประกบตัว *-vi.* แทน, ซ่อน *-n.* ที่ปิด, ฝา, ที่ครอบ, ปก, ปลอก, ยางนอก, ผ้าคลุมเตียง, ผ้าเช็ดปากและช้อนส้อม, สิ่งที่คุ้มกัน, เงินประกัน, เงินค้ำประกัน **-cover up** ปิดเป็นความลับ, ปิดอย่างมิดชิด **-break cover** โผล่ออกจากที่ซ่อนอย่างกะทันหัน **-take cover** ซ่อน, หลบภัย, **-under cover** ซึ่งหลบซ่อนอยู่, อยู่ในที่กำบัง **-coverer** *n.* (-S. overspread, coat, hide -A. reveal) *-Ex. cover yourself with glory, Cavalry coverd the advance of the main army., covered her confusion by laughing, The law does hot cover this case.*

coverage (คัฟ' เวอริจ) *n.* ขอบเขตที่การประกันภัย

coverall 200 **cozy**

C

ครอบคลุมถึง, เงินค้ำประกัน, เงินประกัน, การรายงานข่าวและการตีพิมพ์ข่าวหรือออกข่าว, ขอบเขตของการรายงานข่าว

coverall (คัฟ' เวอะออล) *n.* เครื่องแต่งตัวชิ้นเดียวหรือเสื้อคลุมสำหรับทำงานที่สวมคลุมเสื้อผ้าชิ้นอื่นเพื่อกันความสกปรก

cover charge ค่าบริการในภัตตาคาร ไนต์คลับหรือสถานที่บันเทิงอื่นๆ

covered wagon รถม้าขนาดใหญ่ที่มีผ้าใบคลุมใช้กันมากในสมัยบุกเบิกทวีปอเมริกา, ตู้สินค้าที่ปิดอย่างมิดชิดของรถไฟ

cover girl (ภาษาพูด) นางแบบหญิงบนหน้าปกหนังสือ (ที่ปรากฏภาพในนิตยสาร)

coverlet (คัฟ' เวอลิท) *n.* ผ้าคลุมเตียง, สิ่งที่ใช้คลุม (-S. coverlid)

covering (คัฟ' เวอริง) *n.* สิ่งปกคลุม เช่น ผ้าคลุมเตียง, ผ้าห่ม, เสื้อผ้า

covert (คัฟ' เวิร์ท) *adj.* ซึ่งหลบซ่อน, ซึ่งซ่อนเร้นอย่างลับๆ, แอบแฝง, ภายใต้การคุ้มครองของสามี *-n.* สิ่งปกคลุม, ที่กำบัง, ที่หลบซ่อน, การปิดบัง, การปลอมตัว, พุ่มไม้สำหรับสัตว์ที่จะล่า **-covertly** *adv.* **-covertness** *n.* (-S. clandestine, hidden, secret -A. overt, open) *-Ex. The girl stole a covert glance at the note when no one was looking.*

covert cloth ผ้าคลุม

coverup (คัฟ' เวออัพ) *n.* การ (วิธี) ปิดบัง, เสื้อคลุม

covet (คัฟ' วิท) *vt.* โลภ, ปรารถนา (ทรัพย์สมบัติของบุคคลอื่น) อย่างไม่เหมาะสม, อยากได้มาก *-vi.* ปรารถนา (อย่างไม่เหมาะสม) **-covetable** *adj.* **-coveter** *n.* (-S. desire, lust -A. relinquish) *-Ex. Sombut covets his big brother's bicycle.*

covetous (คัฟ' วิทัส) *adj.* ซึ่งปรารถนา (อย่างไม่เหมาะสม), อยากได้มาก **-covetously** *adv.* **-covetousness** *n.* (-S. greedy, lustful -A. generous)

covey (คัฟ' วี) *n., pl.* **-eys** ครอก, กลุ่ม, พวก, ฝูง, ชุด (-S. clique, band, group) *-Ex. a covey of quail, covey of sparrow*

cow[1] (คาว) *n.* วัวตัวเมีย, แม่วัว, สัตว์ตัวเมียขนาดใหญ่ (เช่น ช้าง ปลาวาฬ แรดแม่น้ำ), หญิงอ้วนพุงพลุ้ย **-till the cows come home** นาน, ตลอดไป

cow[2] (คาว) *vt.* ทำให้ตื่นตระหนก, ขู่ขวัญ, คุกคาม

coward (คาว' เอิร์ด) *n.* คนขี้ขลาด, คนอ่อนแอ *-adj.* ขี้ขลาด, มีความกลัว, อ่อนแอ, ไร้ความกล้า

cowardice (คาว' วัดดิซ) *n.* ความขี้ขลาด, การไร้ความกล้าที่จะเผชิญกับอันตราย ความลำบาก การต่อต้านหรืออื่นๆ (-S. poltroon, poltroonery, timidity -A. hero, daredevil)

cowardly (คาว' เอิร์ดลี) *adj.* ขี้ขลาด, ไร้ความกล้า *-adv.* อย่างคนขี้ขลาด **-cowardliness** *n.* *-Ex. a cowardly rertreat*

cowbell (คาว'เบล) *n.* กระดิ่งที่แขวนคอวัว

cowbird (คาว' เบิร์ด) *n.*นกดำที่มักเห็นอยู่ใกล้ฝูงปศุสัตว์

cowboy (คาว' บอย) *n.* โคบาล, คนที่ดูแลและเลี้ยงวัวบนหลังม้า (โดยเฉพาะในสหรัฐอเมริกา), คนที่มีความชำนาญในการขี่ม้า, ห่วงเหวี่ยงจับวัว, คนขับรถเร็วแบบบ้าระห่ำ **-cowgirl** *n. fem.*

cowcatcher (คาว' แคชเชอะ) *n.* โครงเหล็กรูปสามเหลี่ยมที่ติดข้างหน้ารถไฟ (รถรางหรือรถอื่นๆ)

cower (คาว' เออะ) *vt.,vi.* หมอบด้วยความกลัว, ยืนหรือนั่งเอาเข่าชิดกันและก้มตัวด้วยความกลัว (-S. quail, cringe, shrink, grovel, flinch, wince -A. strut, flaunt, swagger)

cowhand (คาว' แฮนด) *n.* โคบาล

cowhide (เคา' ไฮด) *n.* หนังวัว, แส้หนัง *-vi.* **-hided, -hiding** หวดด้วยแส้หนัง

cowl (คาวล) *n.* เสื้อพระที่มีส่วนคลุมศีรษะ, ส่วนคลุมศีรษะของเสื้อคลุมดังกล่าว, เสื้อที่คล้ายเสื้อพระดังกล่าว, ฝาครอบ, ที่ครอบ, ยอดปล่องไฟ, ส่วนหน้าของรถยนต์ที่อยู่ใต้กระจกหน้าเป็นส่วนที่มีคันเหยียบคันเร่งและคลัตซ์ *-vt.* ส่วนที่คลุมศีรษะ, ครอบ (-S. monk's hood) *-Ex. The frightened puppy cowered in a corner.*

cowlick (คาว' ลิค) *n.* ปุยผมที่ยื่นออกมาในทิศทางที่ต่างจากผมส่วนอื่น

cowling (คาว' ลิง) *n.* โลหะครอบเครื่องยนต์ของเครื่องบิน

cowman (คาว' เมิน) *n., pl.* **-men** คนเลี้ยงวัว, เจ้าของคอกปศุสัตว์

co-worker (โค' เวิร์คเคอะ) *n.* ผู้ร่วมงาน

cowpox (คาว' พอคซฺ) *n.* ฝีดาษวัว (คนนำไปทำเป็นวัคซีนกันโรคฝีดาษคน)

cowrie (คาว' รี) *n., pl.* **-ries** เปลือกหอยทะเลจำพวก Cypraeidae เคยถูกใช้เป็นเงินตราในบางประเทศของเอเซียและแอฟริกา, หอยดังกล่าว

cowry (คาว' รี) *n.* ดู cowrie

cox (คอคซฺ) *n., pl.* **coxes** คนถือท้ายเรือแข่ง, หัวหน้ามือพายของเรือแข่ง *-vt.* ทำหน้าที่เป็นคนถือท้ายเรือแข่ง

coxcomb (คอคซฺ' โคม) *n.* หงอนไก่, คนขี้โอ่หรือคนสำรวยที่โง่และหยิ่ง, ศีรษะ **-coxcombry** *n.* **-coxcombical** *adj.* (-S. popinjay, fop, dandy)

coxswain (คอค' เซิน, -สเวน) *n.* คนถือท้ายเรือแข่ง, หัวหน้ามือพายของเรือแข่ง, คนที่ทำหน้าที่ดูแลเรือบด (-S. steersman, cockswain)

coy (คอย) *adj.* ขี้อาย, อาย, กระดาก, สงบเสงี่ยม *-vi.* มีกิริยาที่อาย *-vt.* สงบเสงี่ยม **-coyly** *adv.* **-coyness** *n.* (-S. diffident, shy)

coyote (โค' ออท) *n., pl.* **coyotes/coyote** สัตว์เลี้ยงลูกด้วยนมจำพวก *Canis latrans* คล้ายหมาป่า พบในทวีปอเมริกาเหนือ

coyote

coypu (คอย'พู) *n , pl.* **-pus/-pu** สัตว์ใช้ฟันแทะจำพวก *Myocastor coypus*

cozen (คัซ' เซิน) *vt., vi.* โกง, หลอกลวง, ต้ม **-cozenage** *n.* (-S. deceive, cheat)

cozy (โค' ซี) *adj.* **-zier, -ziest** อบอุ่นและสบาย, สะดวก *-n., pl.* **-zies** ผ้าคลุมกาน้ำเพื่อช่วยให้น้ำอุ่นได้นาน **-cozily**

C

adv. **-coziness** n. -Ex. The cat likes her cozy corner by the fire.

crab[1] (แครบ) n. ปู, เครื่องยกของหนัก, ปั้นจั่น, ดาว, ปูใหญ่, หมัดขนหัวเหน่า -v. **crabbed, crabbing** -vi. จับปู, เคลื่อนตัวเอียงข้างคล้ายปู -vt. บินเอียง, ใช้เล็บจับ **-Crab** ดาวปูใหญ่ **-crabber** n.

crab[2] (แครบ) n. คนอารมณ์ฉุนเฉียว, คนโมโหร้าย -v. **crabbed, crabbing** -vi. หาเรื่อง, บ่น -vt. หาเรื่อง **-crabber** n. (-S. complain, grumble)

crab apple ผลแอปเปิลป่าลูกเล็กและมีรสเปรี้ยว, แอปเปิลเล็กๆ ที่ใช้ดองทำเป็นของหวาน, ต้นแอปเปิลของผลดังกล่าว

crabbed (แครบ' บิด) adj. มีอารมณ์ฉุนเฉียว, โกรธง่าย, ดื้อรั้น, เข้าใจยาก, อ่านยาก **-crabbedly** adv. **-crabbedness** n.

crabby (แครบ' บี) adj. **-bier, -biest** มีอารมณ์ฉุนเฉียว, โกรธง่าย **-crabbily** adv. **-crabbiness** n. (-S. ill-natured,)

crab grass หญ้าจำพวก *Digitaria sanguinalis* เป็นวัชพืชชนิดหนึ่งของสนามหญ้า

crab louse หมัดขนหัวเหน่าจำพวก *Phthirus pubis*, ตัวโลน

crack (แครค) vi. มีเสียงดังเฟี้ยว (สะบัดแส้), มีเสียงแครกๆ, มีเสียงแตกดังเปรี้ยงๆ, ระเบิดแตก, ตีให้แตก, ทุบ, ต่อย, สลายตัว (เนื่องจากถูกความร้อน) คุยโว -vt. ทำให้เกิดเสียงดังเปรี้ยง, ทำให้แตกร้าว, กล่าว, บอก -n. เสียงแตกดังเปรี้ยว, เสียงแส้หวด, รอยแตก, จุดด่างพร้อย, ข้อบกพร่อง, ภาวะจิตเสื่อม, เสียงแตก, เสียงแหบ, โอกาส, การทดลอง, คนที่มีคุณสมบัติหรือความสามารถดีเลิศในบางอย่าง, นักย่องเบา -adj. ดีเลิศ, ชั้นหนึ่ง **-crack a crib** บุกเข้าโจรกรรมในบ้านคนอื่น **-crack a book** เปิดหนังสือเพื่ออ่านและศึกษา **-crack a smile** ยิ้ม **-crack back** เถียง **-crack down (on)** ใช้มาตรการที่รุนแรง **-crack up** มีสุขภาพจิตเสื่อม, ปะทะโครม (-S. split, break) -Ex. *a loud crack, a crack in a plate, cracks in the ground, The stick cracked., crack a nut, a cracked cup, a crack on the head*

crackbrained (แครค' เบรนดฺ) adj. โง่, บ้า

crackdown (แครค' ดาวนฺ) n. การลงโทษอย่างรุนแรง, การปราบปรามอย่างรุนแรง (-S. discipline)

cracked (แครคทฺ) adj. แตก, เป็นรอยแตก, ได้รับความเสียหาย, ได้รับบาดเจ็บ, บ้า, (เสียง) แตก, (เสียง) แหบ (-S. split)

cracker (แครค' เคอะ) n. ขนมปังกรอบ, ประทัด, เครื่องบีบผลไม้เปลือกแข็งให้แตก, คนที่อยู่ในรัฐจอร์เจียของสหรัฐอเมริกาซึ่งรัฐนี้มีชื่อเล่นว่า Cracker State, คนผิวขาวที่ยากจนในบางรัฐทางใต้ของสหรัฐอเมริกา, คนคุยโว, สิ่งที่ทำให้แตก, คนที่ทำให้แตก -adj. คลั่ง

crackerjack (แครค' อะแจค) n. (คำสแลง) ผู้ที่มีคุณสมบัติหรือความสามารถบางอย่างดีเลิศ -adj. (คำสแลง) ดีเลิศ ชั้นเยี่ยม

crackers (แครค' เคอซฺ) adj. บ้า, มีสติฟั่นเฟือน (-S. crazy, insane)

cracking (แครค' คิง) n. การแตก, การแตกแยก, รอยแตก -adv. อย่างยิ่ง, อย่างผิดปกติ -adj. ฉลาด, หลักแหลม

crackle (แครค' เคิล) v. **-led, -ling** -vi. ปะทุ, มีเสียงดังเปรี้ยง (โครม, ตูมตาม), เป็นรอยแตกละเอียดผิวหน้า -vt. ทำให้เกิดปะทุ หรือเป็นรอยแตกละเอียด, ทำให้แตกเป็นเสียงดัง, เป็นรอยเส้นแตกอย่างผิวเครื่องเคลือบเซรามิก -n. การทำให้เป็นรอยแตก, เสียงแตกหรือปะทุ, ร่างแหของรอยแตก, เครื่องเคลือบที่มีรอยแตก (-S. crack, snap) -Ex. *The fire crackled on the hearth., the crackle of gravel under the wheels*

crackling (แครค' ลิง) n. เสียงปะทุ, เสียงแตก, หนังกรอบ, หนังหมูย่าง, กากน้ำมันหมูที่กรอบ

crackpot (แครค'พอท) n. คนบ้า, คนสติฟั่นเฟือน -adj. วิปราศ, มีสติฟั่นเฟือน, บ้า (-S. crazy, insane)

crackly (แครค' ลี) adj. ชอบแตก, แตกได้ง่าย

crackup (แครค' อัพ) n. การปะทะ, ภาวะสุขภาพ (โดยเฉพาะสุขภาพจิต) ทรุดโทรม, การพังทลาย, การล้มลง, การแตกสลาย (-S. accident, collapse, collision, disaster, fatigue)

cradle (เคร' เดิล) n. เปลเด็ก, แหล่งกำเนิด, คานเปล, แคร่, ตะแกรงร่อนแร่ -v. **-dled, -dling** -vt. วางในเปล, เอาวางและแกว่งในเปล, เลี้ยงเด็ก, ร่อนแร่ -vi. นอนอยู่ในเปล **-from the cradle to the grave** ตั้งแต่เกิดจนตาย, ในชั่วชีวิตนี้ **-rob the cradle** มีคู่รักหรือแต่งงานกับคนที่มีอายุอ่อนกว่ามาก -Ex. *the cradle of liberty, insurance from the cradle to the grave, The girl cradled the doll in her arms., The mother cradled the baby until it fell asleep., The prince was cradled in luxury.*(-S. birthplace, origin, source, spring, well)

cradlesong (เคร' เดิลซอง) n. เพลงกล่อมเด็ก (-S. lullaby)

craft (คราฟทฺ) n. ความเชี่ยวชาญ, ความชำนาญ, ฝีมือทางช่าง, การช่าง, อาชีพ, เล่ห์เหลี่ยม, สมาคมวิชาชีพ, เรือ, ยาน, ยานอวกาศ -vt. ประดิษฐ์ด้วยฝีมือ (-S. art, skill, ability) -Ex. *The wooden figure had been carved with great craft., The general used craft to mislead the enemy., Making pottery and weaving by hand are crafts., Ten naval crafts were anchored in the harbour and a strange craft was circling overhead.*

craftsman (คราฟทฺสฺ' เมิน) n., pl. **-men** ช่างฝีมือ, จิตรกร, ช่างเขียน, ผู้ชำนาญ **-craftsmanship** n.

crafty (คราฟ' ที) adj. **craftier, craftiest** มีเล่ห์เหลี่ยม, เจ้าเล่ห์, มีฝีมือ, ประณีต, ชำนาญ, เชี่ยวชาญ **-craftily** adv. **-craftiness** n. (-S. deceitful, guileful, cunning -A. guileless, honest)

crag (แครก) n. หินผา, เชิงผา, ผาชัน (-S. cliff)

craggy (แครก' กี) adj. **-gier, -giest** เป็นหินผา, เต็มไปด้วยหินผาชัน **-cragginess** n.

cram (แครม) v. **crammed, cramming** -vt. ยัด, อัด, กินอย่างตะกละ, กินมากเกินไป, ศึกษาอย่างเร่งรีบ, เร่งเรียน, โกหก -vi. กินมากเกินไป, กินอย่างตะกละตะกราม, เร่งเรียน, เร่งท่องจำ -n. ภาวะที่อัดเต็ม, ภาวะที่ยัดเยียด **-crammer** n. (-S. press, pack, crowd) -Ex. *to cram one's*

mouth with food, to cram a suitcase

cramp (แครมพฺ) *n.* ตะคริว, อาการปวดท้องอย่างกะทันหัน, อุปกรณ์หรือโครงยึด,. สิ่งยึด, ภาวะที่เป็นตะคริว, ภาวะที่ถูกยึด *-adj.* เข้าใจยาก, อ่านยาก, ยาก, หด, คับแคบ (-S. contraction) *-Ex. to cramp initiative*

crampon (แครม' เพิน) *n.* เหล็กยึด, เหล็กเกราะ, ตะขอโลหะ, ตะปูยึดปลายแหลมบนพื้นรองเท้าย่ำหิมะ

cranberry

cranberry (แครน' เบอรี) *n., pl.* **-ries** ผลแครนเบอรีเล็กๆ สีแดงเข้ม, ต้นไม้จำพวก *Vaccinium*

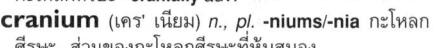

crane

crane (เครน) *n., pl.* **cranes/crane** ปั้นจั่นยกของหนัก, นกกระเรียน *-v.* **craned, craning** *-vt.* เอาปั้นจั่นยกของขึ้นลง, ยืดคอ *-vi.* ยืดคอ, ชะงัก

cranial (เคร' เนียล) *adj.* เกี่ยวกับกะโหลกศีรษะ **-cranially** *adv.*

cranium (เคร' เนียม) *n., pl.* **-niums/-nia** กะโหลกศีรษะ, ส่วนของกะโหลกศีรษะที่หุ้มสมอง

crank^{1}

crank^{1} (แครงคฺ) *n.* ข้อเหวี่ยงของเครื่องจักร, ที่หมุน, ด้ามหมุน, คนที่มีนิสัยฉุนเฉียวง่าย, ความคิดที่ประหลาด, คนประหลาด, คนบ้าระห่ำ *-vt.* งอเป็นรูปด้านหมุน, หมุนโดยข้อเหวี่ยงเครื่องจักรหรือโดยด้ามหมุนสตาร์ตเครื่องด้วยการหมุนข้อเหวี่ยงเครื่องจักร *-vi.* หมุนข้อเหวี่ยง, หมุนมือหมุน, บิดไปมา **-crank up** สตาร์ตเครื่อง, เร่งความเร็ว (-S. eccentric, oddball)

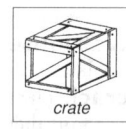

crank^{2} (แครงคฺ) *adj.* กลิ้งได้ง่าย, พลิกง่าย, คว่ำง่าย *-n.* เรือที่โคลงเคลงได้ง่าย

crankcase (แครงค'เคส) *n.* อ่างคลุมข้อเหวี่ยงและเพลาข้อเหวี่ยง

crankshaft (แครงค' ชาฟทฺ) *n.* เพลาข้อเหวี่ยง

cranky (แครง' คี) *adj.* **crankier, crankiest** อารมณ์ร้าย, ฉุนเฉียว, ไม่มั่นคง, คว่ำง่าย, เอียงง่าย, ประหลาด, บ้าๆ บอๆ **-crankily** *adv.* **-crankiness** *n.* (-S. cross, sulky, peevish -A. calm)

cranny (แครน' นี) *n., pl.* **-nies** ร่อง, รู, รอยแตก, รอยร้าว, ซอก (-S. fissure, opening)

crap (แครพ) *n.* การโยนลูกเต๋าที่เสียเดิมพันไปหนึ่งตา, มูล, อุจจาระ, เรื่องเหลวไหล, เรื่องโกหก, ขยะ *-vi.* **crapped, crapping** ถ่ายอุจจาระ **-crap out** (คำสแลง) ละทิ้งเพราะความกลัวหรือความเหน็ดเหนื่อย

crape (เครพ) *n.* ผ้าติดแขนไว้ทุกข์ (สีดำ), ผ้าย่นสีดำ, ด้ายดำ, ผ้าย่น, แพรย่น, ผ้าไว้ทุกข์, เครื่องหมายไว้ทุกข์ *-vt.* **craped, craping** ใช้ด้ายย่นหรือแพรย่นปิดคลุม, ทำให้เป็นลอน (-S. crepe)

craps (แครพซฺ) *n. pl.* เกมลูกเต๋าชนิดหนึ่ง

crapshooter (แครพ' ชูทเทอะ) *n.* คนเล่นเกม craps

crapulence (แครพ' พิวเลินซฺ) *n.* ความไม่สบายที่เนื่องจากกินมากหรือดื่มมากเกินไป **-crapulent** *adj.*

crapulous (แครพ' พิวลัส) *adj.* ไม่สบายเนื่องจากกินมากหรือดื่มมากเกินไป

crash^{1} (แครช) *vt., vi.* ชนโครม, ปะทะโครม, มีเสียงลั่นดังเปรี้ยง, มีเสียงกระทบหรือชนกัน, พุ่งชน, พัง, ล้มเหลว, พ่ายแพ้, ปรากฏตัว *-n.* เสียงดังสนั่น (ที่เกิดจากการกระทบหรือชนกัน), การตกของเครื่องบิน, ความล้มเหลว, ความพังพินาศ (-S. demolish, smash, clash) *-Ex. the crash of thunder, The wall fell with a crash., the crash of prices on the stock market, His business has crashed., Somchai crashed through the fence into the garden., a crash of thunder*

crash^{2} (แครช) *n.* สิ่งทอที่หยาบ, ผ้าทอแบบหยาบๆ

crash dive การดำน้ำอย่างรวดเร็วของเรือดำน้ำ (โดยเฉพาะเพื่อหลบหนีข้าศึกหรือเครื่องบินข้าศึก)**-crash-dive** *-vi.*

crashland (แครช' แลนดฺ) *vi., vt.* บังคับเครื่องบินลงอย่างฉุกเฉิน และเครื่องบินได้รับความเสียหาย

crass (แครส) *adj.* หยาบ, เลอะเทอะ, หนา, โง่เง่า **-crassly** *adv.* **-crassness, crastitude** *n.* (-S. unrefined, coarse)

crate

crate (เครท) *n.* ลังไม้ที่ตีกระดานห่างๆ, กระชุรถยนต์หรือเครื่องบินที่เก่ามาก *-vt.* **crated, crating** ใส่ลงในลัง, บรรจุในลังไม้ (-S. framework, pack)

crater (เคร' เทอะ) *n.* ปากปล่องภูเขาไฟ, แอ่งบนพื้นผิวดาวนพเคราะห์ที่เกิดจากลูกอุกกาบาตชน, หลุมกระสุนปืนใหญ่

cravat (คระแวท') *n.* ผ้าผูกคอ, เนกไทแบบเก่าชนิดหนึ่ง (-S. neckerchief, scarf, necktie)

crave (เครฟว) *v.* **craved, craving** *-vt.* กระหาย, อยากได้มาก, ต้องการ, ปรารถนา, อ้อนวอน *-vi.* ปรารถนา, ต้องการ **-craver** *n.* (-S. ask, desire, petition) *-Ex. to crave company, to crave food, to crave a wealth*

craven (เคร' เวิน) *adj.* ขลาด, ขี้ขลาด, ตาขาว *-n.* คนขี้ขลาด **-cravenly** *adv.* **-cravenness** *n.* (-S. dastardly, eowardly)

craving (เคร' วิง) *n.* ความกระหายมาก, ความอยากได้มาก, ความปรารถนาอย่างรุนแรง (-S. desire, lust, longing) *-Ex. a craving for food or knowledge*

craw (ครอ) *n.* ถุงลมหรือกระเพาะของแมลงหรือนกหรือไก่, กระเพาะสัตว์ **-stick in the one's craw** ทำให้ยอมรับได้ยาก, เป็นที่ระคายเคือง

crawfish (ครอ' ฟิช) *n., pl.* **-fish/-fishes** ดู crayfish

crawl^{1} (ครอล) *vi.* คลาน, เลื้อย, แล่นแบบคลาน, รู้สึกขนลุกขนพอง, เจริญหรือก้าวหน้าอย่างช้า, เต็มไปด้วยสิ่งที่เลื้อยคลาน *-n.* การคลาน, การเลื้อย, การแล่นแบบคลาน **-crawler** *n.* (-S. creep) *-Ex. The long line of cars crawled up the crowded street., The house crawls with spiders., Her flesh crawled as Kasorn gazed at the centipede.*

crayfish

crawl^{2} (ครอล) *n.* คอกล้อมในน้ำตื้นๆ ตามชายฝั่งทะเล สำหรับเลี้ยงกุ้งปูปลา

crayfish (เคร' ฟิช) *n., pl.* **-fish/**

-fishes กุ้งนาง, กุ้งจำพวก *Astacus* และ *Cambarus* คล้ายกุ้งก้ามกราม แต่เล็กกว่า (**-S.** crawfish)

crayon (เคร' ออน, -เอิน) *n.* ดินสอสี, ดินสอเทียน, ดินสอขี้ผึ้ง, ดินสอชอล์ก, ภาพที่เขียนด้วยดินสอดังกล่าว **-crayonist** *n.*

craze (เครซฺ) *n.* ความบ้า, ความนิยม, รอยเส้นแตกเป็นร่างแหบนเครื่องเคลือบเซรามิก *-v.* **crazed, crazing** *-vt.* ทำให้บ้า, ทำให้จิตเสื่อม, ทำให้ผิวหน้าแตกเป็นเส้นร่างแหเล็กๆ, ทำให้อ่อนแอ, ทำให้เสื่อม *-vi.* กลาย เป็นบ้า, กลายเป็นคนสติฟั่นเฟือน, เกิดเป็นรอยร่างแห, แตกเป็นชิ้นเล็กชิ้นน้อย **-crazed** *adj.* (**-S.** madden, dement, fad, rage, mania) *-Ex. Large hats are the craze this year., Daeng was crazed by money troubles.*

crazy (เคร' ซี) *adj.* **-zier, -ziest** บ้า, มีจิตฟั่นเฟือน, เหลวไหล, พิลึกกึกกือ, ประหลาด, อ่อนแอ, ไม่มั่นคง, ดูจะแตกออกเป็นชิ้นเล็กชิ้นน้อย **-like crazy** ด้วยความกระตือรือร้น, ถึงที่สุด, อย่างบ้าคลั่ง **-crazily** *adv.* **-craziness** *n.* (**-S.** mad, insane, wild, illogical, zealous) *-Ex. The men on the desert island went crazy from heat and thirst.*

creak (ครีค) *vi.* มีเสียงดังเอี๊ยด, เคลื่อนไหวด้วยเสียงดังเอี๊ยด *-vt.* ทำให้เกิดเสียงดังเอี๊ยด *-n.* เสียงดังเอี๊ยด **-creakingly** *adv.* (**-S.** grate, squeak) *-Ex. That old gate creaks in the wind.*

creaky (ครีค' คี) *adj.* **creakier, creakiest** ซึ่งดังเอี๊ยด, เก่าแก่, ชำรุดทรุดโทรม **-creakily** *adv.* **-creakiness** *n.* (**-S.** screechy, raspy, rasping, grating, strident, sharp, acute) *-Ex. The door was no longer creaky after the hinges were oiled.*

cream (ครีม) *n.* หัวน้ำนม, ฝานม, ครีม, ของเหลวข้นที่ใส่ตัวยาหรือเครื่องสำอาง, ส่วนที่ดีที่สุด, หัวกะทิ, สีขาวนวล, สีขาวอมเหลือง, สัตว์สีขาวนวล *-vi.* เกิดเป็นครีม, เป็นฟอง *-vt.* ทำให้เป็นครีม, ใส่ครีมหรือนม, ทิ้งนมให้เป็นครีม, เอาส่วนที่ดีที่สุดออก, ใช้ครีมทา, ทำให้แพ้ *-adj.* มีสีครีม **-cream of the crop** หัวกะทิ, ส่วนที่ดีที่สุด *-Ex. salad cream, face cream, to cream carrots, to cream sugar and butter, hand cream, cold cream, the cream of the crop, the cream of the joke*

cream cheese เนยนิ่มสีขาวและลื่น ทำจากนมหวานและครีม

creamery (ครี' เมอรี) *n., pl.* **-eries** สถานที่ทำครีม เนยแข็งและเนยเหลว, สถานที่จำหน่ายผลิตภัณฑ์นม, สถานที่เก็บนมให้เกิดครีม

creamy (ครีม' มี) *adj.* **creamier, creamiest** คล้ายครีม, มีสีครีม **-creaminess** *n.*

crease (ครีส) *n.* รอยพับ, รอยจีบ, รอยย่น, รอยรีด, รอยยับ *-vt.* ทำให้เป็นรอยพับ *-vi.* เป็นรอยย่น, เป็นรอยจีบ **-creaser** *n.* **-creasy** *adj.* (**-S.** furrow, fold) *-Ex. a crease in trousers, to crease trousers with an iron, to crease a dress by sitting on it, The dress creased in the suitcase.*

create (ครีเอท') *vt.* **-ated, -ating** สร้าง, สร้างสรรค์, ประดิษฐ์ขึ้น, ก่อให้เกิดขึ้น, ทำให้เกิดขึ้น, แต่งตั้ง, ทำในสิ่งที่เป็นการสร้างสรรค์ *-adj.* ซึ่งสร้างขึ้น (**-S.** make, originate) *-Ex. a painter creates pictures, to create trouble*

creation (ครีเอ' ชัน) *n.* การสร้าง, การสร้างสรรค์, การประดิษฐ์, การก่อให้เกิดขึ้น, สิ่งที่ถูกสร้างขึ้น, สรรพสิ่งทั้งหลายในสากลโลก **-the Creation** การสร้างโลกโดยพระเจ้า, บรรดาสิ่งที่พระเจ้าสร้างขึ้น (**-S.** birth, formation, conception) *-Ex. The creation of a great poem requires inspiration and hard work., Shakespeare's plays are great creations., On a beautiful morning, all creation seems to rejoice.*

creative (ครีเอ' ทิฟวฺ) *adj.* เกี่ยวกับการสร้างหรือประดิษฐ์ขึ้น, ซึ่งสร้างหรือประดิษฐ์ขึ้น, ซึ่งเกิดจากความคิดสร้างสรรค์, เจ้าความคิด, ช่างประดิษฐ์ **-creatively** *adv.* **-creativeness** *n.* (**-S.** prolific, productive **-A.** barren) *-Ex. a creative writer, the creative arts*

creativity (ครีอะทิฟ' วิที) *n.* คุณสมบัติในการสร้างสรรค์, ความสามารถหรือขบวนการสร้างสรรค์ (**-S.** orignality, talent, art)

creator (ครีเอ' เทอะ) *n.* ผู้สร้าง, ผู้ให้กำหนด, สิ่งที่ให้กำเนิด **-the Creator** พระเจ้า (**-S.** author, maker)

creature (ครี' เชอะ) *n.* สรรพสิ่งที่สร้างขึ้น, สัตว์, คน, บุคคล, เครื่องมือ, ทาส **-creatural, creaturely** *adj.* (**-S.** animal, being)

crèche (เครช) *n.* (ภาษาฝรั่งเศส) สถานเลี้ยงเด็กในเวลากลางวัน, โรงเลี้ยงเด็กกำพร้า, ภาพพระเยซูประสูติ

credence (เครด' เดินซฺ) *n.* ความเชื่อถือว่าจริง, ความไว้วางใจ, หลักฐานความเชื่อถือ **-credence table, credenza** โต๊ะข้างที่ใช้ในวิธีศีลมหาสนิท (**-S.** assurance, belief, trust, faith **-A.** distrust, mistrust)

credent (เครด' เดินทฺ) *adj.* น่าเชื่อถือ

credential (คริเดิน' เชิล) *n.* หลักฐานอ้างอิง, หนังสือรับรอง, หนังสือแนะนำตัว, สาส์นตราตั้งทูต, ประกาศนียบัตร *-vt.* **-tialed, -tialing** มีหลักฐานอ้างอิง, มีหนังสือรับรอง

credible (เครด' ดะเบิล) *adj.* ซึ่งเชื่อถือได้, น่าเชื่อถือ, น่าไว้วางใจ **-credibility** *n.* **-credibly** *adv.* (**-S.** plausible)

credit (เครด' ดิท) *n.* ความน่าไว้วางใจ, ความเชื่อถือ, ความเลื่อมใส, ชื่อเสียง, เกียรติยศ, เกียรติภูมิ, ฐานะ, หลักฐาน, สินเชื่อ, การเชื่อของ, เงินสินเชื่อ, เงินคงเหลือในธนาคาร, บัญชีรายรับ, หน่วยกิตวิชา, หนังสือรับรองสินเชื่อ *-vt.* เชื่อถือ, ไว้วางใจ, เลื่อมใส, นำชื่อเสียง, เกียรติยศให้กับ, ใส่ไว้ในบัญชีรายรับ, ลงบัญชีหน้าเจ้าหนี้, ให้หน่วยกิตวิชาแก่ (**-S.** trust, belief, approval) *-Ex. I place credit in her statement as being true., Who would credit that ridiculous story?, It is to his credit that Udom told the truth about the broken window., The Wright brothers are given credit for the invention of the airplane., Your credit must be good to open a charge account., to credit one for returned goods.*

creditable (เครด' ดิทะเบิล) *adj.* น่าเชื่อถือ, น่าเลื่อมใส, น่าสรรเสริญ **-creditability** *n.* **-creditably** *adv.* (**-S.** meritorious, praiseworthy) *-Ex. That boy had a creditable record in school.*

credit card บัตรเครดิตที่ออกโดยธนาคารหรือสถาบันการเงินใดๆ โดยสามารถใช้ซื้อสินค้าและบริการ

creditor (เครด' ดิทเทอะ) *n.* เจ้าหนี้, ผู้เป็นเจ้าหนี้

credo (ครี' โด) *n., pl* **-dos** ข้อบัญญัติทางศาสนา, ข้อบัญญัติ, ความเชื่อถือ (-S. creed)

credulity (ครีดู' ลิที) *n.* ความเชื่อคนง่ายเกินไป, ความไว้วางใจคนง่ายเกินไป (-S. trust)

credulous (เครด' จุลัส) *adj.* ซึ่งเชื่อคนง่ายเกินไป, ซึ่งไว้วางใจคนง่ายเกินไป **-credulously** *adv.* **-credulousness** *n.* (-S. believing, trusting) *-Ex. Few people are so credulous as to believe in withches.*

creed (ครีด) *n.* ข้อบัญญัติทางศาสนา, หลักความเชื่อถือ **-creedal** *adj.* (-S. belief, doctrine, credo) *-Ex. a boy scout's creed*

creek (ครีค) *n.* ลำคลอง, ลำธาร, อ่าวเล็กๆ, ทางแคบระหว่างช่องเขา **-up the creek** (คำสแลง) อยู่ในภาวะที่ลำบาก (-S. streamlet, stream)

creel (ครีล) *n.* ตะกร้าใส่ปลา (กุ้งหรือปู), กับดักปลา (กุ้งปูหรืออื่น ๆ)

creep (ครีพ) *vi.* **crept, creeping** คลาน, ค่อยๆ เข้ามา, เลื้อย, ย่อง, เล็ดลอด, พลัด, ประจบ, เอาใจ, รู้สึกขนลุก *-n.* การคลาน, การเลื้อย, การค่อยๆ เข้ามา, การย่อง, ความรู้สึกที่ขนลุกขนพอง, คอกล้อม, คนที่น่าเบื่อและรบกวนคนอื่น, คนครุ่นคิด, ความน่ากลัว, ความน่าขยะแขยง **-to make one's flesh creep** ทำให้รู้สึกขนลุก (-S. crawl, cringe, cower) *-Ex. creeping and crawling things, The thief crept closer and closer., The hours crept by., The ivy creeps over the ground and up the wall*

creeper (ครี' เพอะ) *n.* สิ่งที่เลื้อย, สิ่งที่คลาน, สัตว์เลื้อยคลาน, แมลงเลื้อยคลาน, พืชที่เลื้อย, เสื้อกางเกงติดกันของเด็กเล็กสำหรับคลาน, เครื่องเกี่ยวกวาดสิ่งของใต้น้ำ, นกในตระกูล Certhiidae, เหล็กแหลมบนส้นรองเท้า

creepy (ครีพ' พี) *adj.* **creepier, creepiest** ซึ่งเลื้อยคลานอย่างช้าๆ, น่ากลัว, น่าขยะแขยง **-creepily** *adv.* **-creepiness** *n. -Ex. Do ghost stories give you a creepy feeling?*

cremate (ครี' เมท) *vt.* **-mated, -mating** เผาศพ (ให้เหลือเถ้าถ่าน), ปลงศพ, เผา **-cremation** *n.* **-cremator** *n.*

crematorium (ครีมะโท' เรียม) *n., pl.* **-riums/-ria** ที่เผาศพ

crematory (ครี' มะโทรี) *n., pl.* **-ies** ที่เผาศพ, ที่ปลงศพ, เตา, เผาศพ, ปะรำเผาศพ *-adj.* เกี่ยวกับการเผาศพ

crème (เครม) *n.* (ภาษาฝรั่งเศส) ครีม, เหล้าหอมหวานสำหรับดื่มหลังอาหาร

crème de menthe (เครมดะเมนธฺ') *n.* (ภาษาฝรั่งเศส) เหล้าหวานหอมสีเขียวและมีกลิ่นสะระแหน่

crenelate, crenellate (เครน' นะเลท) *vt.* **-elated, -elating/-ellated, -ellating** ส่วนยื่นกลม, เป็นหยักกลม, เป็นรอยบาก

crenelation, crenellation (เครนะเล' ชัน) *n.* การสร้างส่วนยื่นกลม, การสร้างรอยบาก, รอยบาก

Creole, creole (ครี' โอล) *n.* คนในหมู่เกาะอินเดียตะวันตกหรือลาตินอเมริกาที่สืบสายโลหิตจากชนผิวขาวในยุโรป (โดยเฉพาะสเปน), คนครึ่งชาติสเปนและนิโกร *-adj.* เกี่ยวกับชนชาว Creole, (อาหาร) ที่ประกอบด้วยมะเขือเทศ พริกไทยและเครื่องชูรสอื่นๆ

creosote (ครี' อะโซท) *n.* น้ำมันชนิดหนึ่งที่ใช้เป็นยาฆ่าเชื้อและกันผุ เป็นของเหลวซึ่งเป็นสารผสมของ phenols *-vt.* **-soted, -soting** ใส่ยาดังกล่าว

crêpe, crepe (เครพ) *n.* (ภาษาฝรั่งเศส) แพรย่น, ไหมย่น, กระดาษลูกฟูก, ด้ายย่นสีดำ (สำหรับไว้ทุกข์)

crepe paper กระดาษลูกฟูก, กระดาษย่น

crepitate (เครพ'พิเทท) *vi.* **-tated, -tating** ทำให้เกิดเสียงปะทุ

crept (เครพทฺ) *vi.* กริยาช่อง 2 และ 3 ของ creep

crepuscular (คริพัส'คิวละ) *adj.* เกี่ยวกับตะวันยอแสง

crescendo (คริเชน'โด) *n., pl.* **-dos** การเพิ่มขึ้นเป็นลำดับ (ความดัง ความแรง ปริมาตร กำลัง ความเข้มข้น) *-adj., adv.* ซึ่งค่อยๆ เพิ่มขึ้น, *vi.* **-doed, -doing** ค่อยๆ เพิ่มขึ้น

crescent (เครส' เซินทฺ) *n.* เสี้ยวพระจันทร์, ดวงจันทร์ครึ่งซีก, สัญลักษณ์ของตุรกีหรืออิสลาม, แสนยานุภาพหรืออำนาจของตุรกีหรืออิสลาม, รูปพระจันทร์ครึ่งซีก, ศาสนาอิสลาม, บ้าน ถนน หรือสิ่งก่อสร้างที่เป็นรูปครึ่งวงกลม *-adj.* เป็นรูปพระจันทร์ครึ่งซีก, เพิ่มหรือสูงขึ้นเป็นลำดับ **-crescentic** *adj.*

cress (เครส) *n.* พืชในตระกูลมัสตาร์ดที่มีใบฉุนใช้เป็นส่วนผสมในสลัดผัก

cresset (เครส'ซิท) *n.* ถ้วยโลหะหรือตะกร้าที่มีน้ำมันสำหรับจุดไฟ แล้ววางหรือแขวนในที่สูงเพื่อให้ความร้อนหรือเป็นไฟสัญญาณ

crest (เครสทฺ) *n.* หงอน, หงอนไก่, ยอด, สิ่งประดับบนยอด, ยอดเขา, ยอดคลื่น, ยอดหมวก, ขนแผงคอม้าหรือสิงโต, โหนก, สัน, ลายประดับ, ตราประจำตระกูล *-vt.* ประดับด้วยหงอนไก่, ไปถึงจุดสุดยอด *-vi.* เกิดเป็นยอด, บรรลุถึงจุดสุดยอด **-on the crest of the wave** ในสมัยรุ่งเรืองที่สุด **-crested** *-adj.* (-S. comb) *-Ex. the crest of a wave, the crest of a hill, Green woods crest the hills.*

crest

crestfallen (เครสทฺ' ฟอเลิน) *adj.* ซึมเศร้า, คอตก, สลด **-crestfallenly** *adv.* (-S. dejected) *-Ex. Somchai was crestfallen over his failure to make the football team.*

cresting (เครส' ทิง) *n.* ลายประดับบนเครื่องเรือน

cretaceous (คริเท' เชิส) *adj.* เกี่ยวกับหรือคล้ายชอล์ก, เกี่ยวกับยุค Mesozoic era (70-135 ล้านปี) ก่อน เป็นยุคที่สัตว์เลื้อยคลานขนาดใหญ่เช่นไดโนเสาร์ได้สูญพันธุ์จากโลก *-n.* ยุคโบราณดังกล่าว

cretin (ครีท' เทิน, ครี' ทิน) *n.* คนแคระ (เนื่องจากขาดแคลนฮอร์โมนจากต่อมไธรอยด์แต่กำเนิด), ปัญญาอ่อน, จิตบกพร่อง **-cretinous** *adj.* **-cretinize, cretinise** *vt.*

cretinism (เครท' ทินิส' ซึม) *n.* โรคเรื้อรังที่เป็นภาวะการขาดแคลนฮอร์โมนจากต่อมไทรอยด์แต่กำเนิด ทำให้มีร่างแคระผิดส่วน จิตบกพร่องและปัญญาอ่อน

cretonne (คริโทน', ครี' โทน) *n.* ผ้าฝ้ายหนาที่มีลายหรือดอกมักใช้ทำผ้าม่าน

Creutzfeldt-Jakob disease ดู CJD

crevasse (คระแวส') *n.* รอยแยก (บนน้ำแข็งหรือพื้นโลก), รอยร้าว, ร่อง, ช่อง *-vt.* **-vassed, -vassing** เจาะช่อง (-S. fissure)

crevice (เควฟ' วิส) *n.* รอยแยก, รอยร้าว **-creviced** *adj. -Ex. Yupa hid a note in a crevice in the wall.*

crew[1] (ครู) *n.* กลุ่มคน, ลูกเรือ, พวกลูกเรือ, บรรดาเพื่อนร่วมงาน, หน่วยทหารติดอาวุธ *-vi.* ทำหน้าที่เป็นลูกเรือ **-crewman** *n.* (-S. squad, group, team) *-Ex. Both officers and crews of the submarine were experienced., a repair crew on a road, a gun crew on a ship*

crew[2] (ครู) *vi.* กริยาช่อง 2 crow

crew cut ทรงผมหัวเตียน, ผมตัดเกรียน

crewel (ครู' เอิล) *n.* เส้นด้าย (เส้นไหมพรม เส้นขนสัตว์) ที่กรอไม่แน่นใช้เย็บปักถักร้อย, งานเย็บปักถักร้อยด้วยเส้นด้ายดังกล่าว

crib (คริบ) *n.* เตียงนอนเด็กที่มีส่วนกั้นโดยรอบ, คอกวัว, รางใส่อาหารสัตว์, กระท่อม, ห้องเล็ก, ตะกร้าเครื่องสาน, ถังหรือลังใส่ข้าว เกลือหรืออื่นๆ, การลักเล็กขโมยน้อย, การขโมยคัดลอกสำเนา *-vt., vi.* **cribbed, cribbing** ใส่บนเตียงนอนเด็ก, ใส่ในคอก, ลักเล็กขโมยน้อย, แอบคัดลอก, ขัดขวาง **-cribber** *n.* (-S. cheat)

crib

cribbage (คริบ' บิจ) *n.* เกมไพ่ชนิดหนึ่งที่ปกติมีคนเล่น 2 คน โดยมีกระดานเป็นรูและมีไม้เสียบสำหรับอุดแต้ม

crick[1] (คริค) *n.* อาการกล้ามเนื้อเกร็งและปวดโดยเฉพาะที่คอและหลัง *-vt.* บิด (-S. spasm)

crick[2] (คริค) *n.* ลำธาร, ลำคลอง (-S. creek)

cricket[1] (คริค' คิท) *n.* จิ้งหรีด

cricket[2] (คริค' คิท) *n.* กีฬาคริกเก็ตที่ใช้ผู้เล่นฝ่ายละ 11 คน คนขว้างเรียกว่า bowler ส่วนไม้ 4 อันที่ตั้งอยู่บนสนามเรียกว่า wickets คนรักษาประตูไม้ดังกล่าวเรียกว่า batsman ซึ่งทำหน้าที่ตีลูก, การเล่นที่ยุติธรรม, ความประพฤติของสุภาพบุรุษ *-vi.* เล่นคริกเก็ต, ตีลูกคริกเก็ต **-cricketer** *n.*

cried (ไครด) *vt., vi.* กริยาช่อง 2 และ 3 ของ cry

crier (ไคร' เออะ) *n.* ผู้ร้อง, คนร้องขาย, เจ้าหน้าที่ศาลที่เรียกขาน, เจ้าหน้าที่ประกาศ

crime (ไครม) *n.* อาชญากรรม, ความผิดทางอาญา, การกระทำอาชญากรรมและผู้กระทำ, ความผิดร้ายแรง, บาป, การกระทำที่โง่ไร้ความสำนึกหรือน่าอับอาย (-S. offense, tort, violation) *-Ex. It's a crime to waste so much money on a car.*

criminal (คริม' มะเนิล) *adj.* เกี่ยวกับอาชญากรรม, เกี่ยวกับอาญา, มีความผิดทางอาญา, ไร้ความสำนึก, โง่ *-n.* อาชญากร **-criminally** *adv.* (-S. culpable, disgraceful) *-Ex. a criminal act, It's really criminal to be so careless., punish the criminal*

criminality (คริมมิแนล' ลิที) *n.* ความเป็นอาญา, การกระทำที่เป็นอาชญากรรม

criminate (คริม' มิเนท) *vt.* **-nated, -nating** ดำเนินการฟ้องร้องว่ากระทำผิดทางอาญา, ตำหนิ, ประณาม, พิสูจน์ว่ามีความผิด, ลงโทษ **-criminative, criminatory** *adj.* **-criminator** *n.* **-crimination** *n.*

criminology (คริมินอล' โลจี) *n.* อาชญากรรมวิทยา, การศึกษาเกี่ยวกับอาชญากรรมและอาชญากร **-crimonological** *adj.* **-criminologist** *n.*

crimp (คริมพฺ) *vt.* จีบ, ทำให้เป็นลอน, ม้วนผม **-crimper** *n.*

crimpy (คริม'พี) *adj.* **crimpier, crimpiest** เป็นลอน, หยิก, เป็นคลื่น **-crimpiness** *n.*

crimson (คริม' เซิน) *adj.* มีสีแดงเข้ม, มีสีแดงเลือดหมู *-n.* สีแดงเข้ม, สีแดงเลือดหมู, สารสีแดงเข้ม, สีย้อมแดงเข้ม *-vt., vi.* ทำให้เป็นสีแดงเข้ม, กลายเป็นสีแดงเข้ม

cringe (ครินจฺ) *vi.* **cringed, cringing** งอ, โค้ง, ยืนงอตัว, ก้มศีรษะหรือไขว้มือ (ในท่าประจบประแจง หรือมีความกลัว) *-n.* การนอบน้อม, การงอตัว, การก้มศีรษะหรือไขว้มือ (ในท่าประจบหรือด้วยความกลัว) **-cringer** *n.* (-S. flinch, draw, back) *-Ex. The Thai dog cringed when he heard his master shout 'Down'.*

crinkle (คริง' เคิล) *vt., vi.* **-kled, -kling** (ทำให้) ย่น, (ทำให้) เป็นคลื่น, (ทำให้) หยิก, (ทำให้) เกิดเสียงกริ๊งๆ *-n.* ลอน, คลื่น, สิ่งที่เป็นลอนหรือหยิก **-crinkly** *adj.* (-S. twist, wrinkle, twirl, crackle -A. smooth) *-Ex. Chocolate candies are often wrapped in little crinkled papers., Paper crinkles when crumpled.*

crinoline (คริน'นะลิน) *n.* ผ้าซับในกระโปรงใช้กางกระโปรงให้บานออก, ผ้าฝ้ายหยาบและแข็งสำหรับซับในกระโปรงให้กางออก, กระโปรงกางออก

cripple (คริพ' เพิล) *n.* คนขาเป๋, คนง่อย, คนพิการ, คนหรือสัตว์ที่ทุพพลภาพ, พื้นที่ลุ่มเป็นหนองน้ำและมีต้นไม้ขึ้นเต็ม *-v.* **-pled, -pling** *-vt.* ทำให้ง่อย, ทำให้ทุพพลภาพ *-vi.* เดินขาเป๋ **-crippler** *n.* (-S. lame, maim, mangle, impair -A. repair, rebuild, restore) *-Ex. Somchai was crippled by a fall., The strike crippled the steel industry.*

crisis (ไคร' ซิส) *n., pl.* **-ses** วิกฤติกาล, เหตุการณ์ฉุกเฉิน, ขั้นฉุกเฉิน, ขั้นที่เป็นตายเท่ากัน, ช่วงเวลาชี้ขาด, ขั้นหัวเลี้ยวหัวต่อ (-S. turning point, emergency) *-Ex. Somchai's election was a crisis in the struggle over democracy.*

crisp (คริสพฺ) *adj.* เปราะ, กรอบ, แตกง่าย, สบายใจ, สดชื่น, มีชีวิตชีวา, สะอาดเรียบร้อย, หยิกงอ *-vt., vi.* ทำให้เปราะหรือกรอบ, ทำให้เป็นลอนหรือหยิก **-crisply** *adv.* **-crispness** *n.* (-S. crumbly, friable, fragile, neat, clean) *-Ex. a sandwich of crisp beckon and toast, a salad of crisp vegetables, the crisp October air, a crisp manner of speaking, the child's crisp curls*

crispy (คริส' พี) *adj.* **crispier, crispiest** เปราะ, กรอบ, หยิก, เป็นลอน **-crispiness** *n.*

crisscross (คริส' ครอส) *adj.* ไขว้, กากบาท, ซึ่งตัดสลับกัน *-n.* กากบาท, ความยุ่งเหยิง, ความสับสน *-vt.* เขียนกากบาท, เขียนทับได้ *-vi.* เคลื่อนสลับไปมา *-adv.*

C

ไขว้กัน, อย่างยุ่งเหยิง (-S. crosswise, awry) *-Ex. Somchai covered the paper with crisscross lines as Kasorn talked., A lattice is a crisscross of narrow slats., Somchai crisscrossed over the misspelled word.*

criterion (ไครที' เรียน) *n., pl.* **-ria/-rions** บรรทัดฐาน, มาตรการ, เกณฑ์ (-S. standard)

critic (คริท' ทิค) *n.* นักวิจารณ์, ผู้วิเคราะห์, ผู้ติชม, ผู้ติเตียน, ผู้ชอบนินทา (-S. connoisseur)

critical (คริท' ทิเคิล) *adj.* เกี่ยวกับการวิจารณ์, เกี่ยวกับการวิเคราะห์, ซึ่งติเตียน, เกี่ยวกับความเป็นความตาย, เกี่ยวกับวิกฤติกาล, อันตราย, เกี่ยวกับจุดเปลี่ยนแปลงหรือจุดวิกฤติบนเส้นโค้ง **-critically** *adv.* **-criticality, criticalness** *n.* (-S. censorious, faultfinding -A. supportive, helpful) *-Ex. Don't be too critical, they are only beginners., at a critical stage*

criticise (คริท' ทิไซฺซ) *vi., vt.* **-cised, -cising** ดู criticize

criticism (คริท' ทิซิสซึ่ม) *n.* การวิจารณ์, การติเตียน, การจับผิด, บทวิจารณ์, วิธีการวิจารณ์

criticize (คริท' ทิไซฺซ) *vi., vt.* **-cized, -cizing** วิจารณ์, จับผิด **-criticizable** *adj.* **-criticizer** *n.* (-S. evaluate, condemn, denounce, reprehend -A. praise) *-Ex. criticize his playing, The candidate criticized his opponent.*

critique (คริทีค') *n.* บทวิจารณ์, บทวิจารณ์สั้นๆ, วิธีการวิจารณ์ *-vt., vi.* **-tiqued, -tiquing** วิจารณ์, วิเคราะห์

croak (โครค) *vi.* ร้องเสียงแหบแห้ง, ร้องเสียงอย่างกบ, ตาย *-vt.* ออกเสียงหรือพูดเสียงแหบแห้ง, (คำสแลง) ฆ่า *-n.* การร้องเสียงหรือออกเสียงดังกล่าว **-croaky** *adj.*

crochet (โครเช') *vt., vi.* **-cheted, -cheting** ถักลูกไม้, ถักไหมพรม *-n.* การถักลูกไม้, การถักไหมพรม, สิ่งที่ถักขึ้น **-crocheter** *n.*

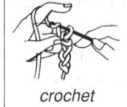

crochet

crocidolite (โครซิด' ดะไลทฺ) *n.* แร่ในใยหินสีน้ำเงินชนิดหนึ่ง

crock[1] (ครอค) *n.* หม้อ, กระปุก, หม้อเหล็ก, หม้อหุงข้าวที่เป็นเหล็ก (-S. earthen pot, jar)

crock[2] (ครอค) *n.* แกะตัวเมียที่มีอายุมาก, ม้าแก่, คนแก่, คนอ่อนแอ, คนหรือสิ่งของที่ไร้ประโยชน์

crocked (ครอคท) *adj.* (คำสแลง) เมา

crockery (ครอค' เคอรี) *n.* เขม่า, เครื่องปั้นดินเผา, หม้อ (-S. crocks, earthenware)

crocodile (ครอค' คะไดล) *n.* จระเข้จำพวก *Crocodylus*, หนังจระเข้ดังกล่าว

crockodile tears น้ำตาของคนเสแสร้งร้องไห้, การแกล้งร้องไห้, การแกล้งแสดงความเสียใจ

crocus (โคร' คัส) *n., pl.* **crocuses/croci** ชื่อพันธุ์ไม้แคระชนิดหนึ่งมักมีดอกสีเหลืองหรือม่วงสด

croft (ครอฟทฺ) *n.* ที่ดินใกล้บ้าน ใช้ปลูกพืชสวนครัว, ที่นาเล็กๆ ใกล้บ้าน

crofter (ครอฟ' เทอะ) *n.* ผู้เช่านาเล็กๆ ทำงาน

Cro-Magnon (โครแมก' นัน) *n.* มนุษย์ยุค Palealithicera ตอนต้น อาศัยอยู่ในยุโรป เป็นบรรพบุรุษแรกเริ่มของชาวยุโรป

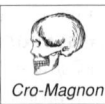

Cro-Magnon

crone (โครน) *n.* หญิงแก่ที่น่าเกลียดและเหี่ยวย่น

crony (โคร' นี) *n., pl.* **-nies** เพื่อนสนิท (-S. buddy)

crook (ครุค) *n.* สิ่งที่งอ, ไม้เท้าด้ามงอ, ตะขอ, หัวเลี้ยว, ทางโค้ง, (ภาษาพูด) คนทุจริต คนหลอกลวง โจรขโมย *-vt., -vi.* **crooked, crooking** งอ, ทำให้งอ, ล่อลวง, (คำสแลง) ลักขโมย *-Ex. the crook of the elbow, to crook a ringer, to crook wire to make a hook, stepherd's crook.*

crooked (ครุค' คิด) *adj.* งอ, คด, โค้ง, เบี้ยว, โกง, เอียง, หลังคร่อม, ทุจริต, ไม่ตรงไปตรงมา **-crookedly** *adv.* **-crookedness** *n.* (-S. curved, bent)

croon (ครูน) *vt., vi.* ร้องเพลงเบาๆ, ร้องเพลงกับตัวเอง *-n.* การร้องเพลงเบาๆ กับตัวเอง **-crooner** *n.*

crop (ครอพ) *n.* พืชผล, ธัญพืช, ผลการเพาะปลูกที่เก็บได้, การเพาะปลูก, ทรงผมหัวเกรียน, การตัดผมหัวเกรียน, ถุงใต้คอไก่, ด้ามแส้, กระเพาะย่อยอาหารของสัตว์บางชนิด *-v.* **cropped, cropping** *-vt.* เก็บเกี่ยว, ตัด, ตัดผม, เด็ด *-vi.* ปรากฏออกมา, ให้ผล *-Ex. We had a big crop of potatoes this year., There is a large crop of new books this year., to crop hair, The barber gave him a close crop., The goat cropped the grass.*

crop-dusting (ครอพ' ดัสทิง) *n.* การพ่นยาฆ่าแมลง, การโปรยยาฆ่าแมลง **-crop-dust** *vt., vi.*

cropper (ครอพ' เพอะ) *n.* ผู้เก็บเกี่ยว, ผู้เพาะปลูก, คนตัดไม้ประดับ, เครื่องมือตัดหญ้า, เครื่องมือตัดไม้ประดับ, เครื่องตัดผ้า **-come a copper** ล้มหัวทิ่ม, ประสบความล้มเหลวอย่างกะทันหันหรืออย่างสิ้นเชิง

croquet (โครเค') *n.* กีฬาชนิดหนึ่งบนลานหญ้าใช้ตะลุมพุก (mallets) ตีลูกไม้ลอดห่วง (wire wickets), การตีลูกบอลตัวเองเพื่อกระทบลูกบอลคนอื่นกระเด็นไป *-vt.* **-queted, -queting** ตีลูกบอลคนอื่น เพื่อกระทบลูกบอลคนอื่นกระเด็นไป

croquette (โครเคท') *n.* ลูกชิ้นทอด

cross (ครอส) *n.* รูปกากบาท, ไม้กางเขน, สิ่งที่เป็นรูปกากบาท, สัญลักษณ์ศาสนาคริสต์, ศาสนาคริสต์, รูปไขว้, ตรา, เครื่องราชอิสริยาภรณ์, การนำข้าม, การตัดสลับกัน, การประสบอุปสรรค, ความลำบาก, ความยุ่งยากใจ, การผสมข้ามพันธุ์ (สัตว์หรือพืช), พันธุ์ผสม, บุคคลหรือสิ่งที่มีลักษณะผสมของ 2 คน หรือของ 2 สิ่ง, หมัดเหวี่ยง *-vt.* ทำเครื่องหมายกากบาท, ทำเครื่องหมายไขว้เพื่อแสดงการละทิ้ง, ข้าม, ตัดกัน, ไขว้, ก่ายกัน, ขัดขวาง, คัดค้าน, เป็นปรปักษ์, ทำให้ผสมข้ามพันธุ์, ทรยศ *-vi.* โกหก, ตัดสลับ, ไขว้, ข้าม, ทอดข้าม, ผสมข้ามพันธุ์, เล่นไม่ซื่อ *-adj.* นอนไขว้กัน, ทแยง, แลกเปลี่ยน, กลับกัน, ต่อต้าน, ตรงกันข้าม, มีผลร้าย, ไม่เหมาะ, โกรธและเคืองใจ, เป็นพันธุ์ผสม **-the Cross** ไม้กางเขนที่พระเยซูถูกตรึงจนตาย (-S. traverse, bridge, baffle, contrary, opposed) *-Ex. We all have our crosses to bear., put a cross against your name, a Maltese cross, crossed himself, The line A crosses the line B., where two roads cross, cross the sea, A bridge crosses the stream., a smooth sea-crossing*

crossbar (ครอส' บาร์) *n.* บาร์สำหรับเล่นกายกรรม,

คานประตู, สลักประตู *-vt.* **-barred, -barring** ติดสลัก, ใส่คาน

crossbeam (ครอส' บีม) *n.* ไม้ขวาง, คานขวาง

crossbones (ครอส' โบน') *n. pl.* กระดูกที่ไขว้กันเป็นเครื่องหมายแสดงความตาย

crossbow (ครอส' โบ) *n.* หน้าไม้, ธนูมีคานสำหรับวางลูกธนู มีที่เหนี่ยวและปล่อยลูกธนู

crossbowman (ครอสโบ' เมิน) *n.*ทหารหรือนายพรานหน้าไม้

crossbred (ครอส' เบรด) *adj.* เป็นพันธุ์ผสม *-n.* สัตว์ที่เป็นลูกผสม

crossbreed (ครอส' บรีด) *vt., vi.* **-bred, -breeding** ผสมข้ามพันธุ์เพื่อให้ได้พันธุ์ผสม *-n.* พันธุ์ผสม

cross-country (ครอส'คันทรี) *adj.* ข้ามประเทศ, ข้ามทุ่งข้ามนาหรือผ่านป่า (แทนที่จะไปตามถนน) *-n.* กีฬาข้ามประเทศ, กีฬาข้ามทุ่งข้ามนาหรือป่า

crosscut (ครอส' คัท) *adj.* ซึ่งตัดตามขวาง, เป็นทางลัด *-n.* ทางลัด, ทางใต้ดิน *-vt., vi.* **-cut, -cutting** ตัดตามขวาง, ผ่านทางขวาง, ไปทางลัด

crosscut saw เลื่อยตัดไม้ที่ใช้ 2 คนตัด

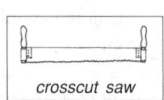

crosscut saw

cross entry การนำเข้าบัญชีเพื่อหักล้างกัน, การหักบัญชีกัน

cross-examine (ครอส' อิกแซม' มิน) *vi., vt.* **-ined, -ining** ตรวจสอบโดยคำถาม, ตรวจสอบอย่างละเอียด, ซักถามพยานฝ่ายตรงข้าม **-cross-examination** *n.* **-cross-examiner** *n.* (-S. examine) *-Ex. The lawyer for the defense cross-examined the witness for the prosecution.*

cross-eye (ครอส' อาย) *n.* ตาเข, ตาเหล่

cross-eyed (ครอส' อายด) *adj.* เป็นตาเขหรือเหล่

cross-fertilization การเอาพันธุ์ต่างชนิดมาผสมกัน

cross-grained มีลายไขว้, เป็นลายสลับกัน, มีอารมณ์ร้าย, ดื้อรั้น, ประหลาด

cross-hatch (ครอส' แฮทชฺ) *vt., vi.* แลเงาโดยลากเส้นขนานตัดสลับกัน

cross-legged (ครอส' เลกกิด) *adj., adv.* ซึ่งไขว้ขากัน, ซึ่งนั่งไขว้ขากัน, ซึ่งนั่งขัดสมาธิ

crossover (ครอส' โอเวอะ) *n.* สะพาน, การข้าม, ทางรถไฟที่เปลี่ยนสาย, การสวามิภักดิ์กับฝ่ายตรงข้าม (-S. connecting track)

cross-patch (ครอส' แพช) *n.* ผู้ที่มีอารมณ์ไม่ดี

cross-pollination (ครอส'พอลละเน' ชัน) *n.* การถ่ายทอดเกสรดอกไม้จากพืชพันธุ์ไปยังดอกไม้ของพืชอีกพันธุ์หนึ่ง

cross-purpose (ครอส'เพอเพิส) *n.* จุดประสงค์ที่ขัดแย้งกันหรือตรงกันข้าม

cross-question (ครอส' เควส' ชัน) *vt.* ไต่ถาม, ตรวจสอบโดยการถาม, ปัญหาที่ถามขึ้นมาในขณะซักถาม

cross-reference การอ้างอิงไปยังหน้าอื่นของหนังสือ

crossroad ทางแยก, สี่แยก, ทางตัด, ถนนขวาง

cross section ส่วนที่ตัดตามขวาง, การตัดตามขวาง **-cross-section** *vt.* **-cross-sectional** *adj.*

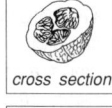

cross section

cross-stitch (ครอส' สทิชฺ) *n.* การเย็บปักดอกไขว้

cross-stitch

cross talk การพูดสอดแทรก, คำพูดสอดแทรก, การทะเลาะกัน

cross-town (ครอส' เทาน) *adj.* ซึ่งผ่านข้ามเมือง *-adv.* ในทิศทางที่ผ่านข้ามเมือง

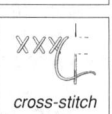

crosswalk (ครอส' วอค) *n.* ทางข้ามถนน

cross-ways (ครอส' เวซฺ) *adj.* ดู crosswise

crosswise (ครอส' ไวซฺ) *adj., adv.* ข้าม, ตัดข้าม, ขวาง, ทแยง, ในรูปกากบาท, ซึ่งตรงกันข้าม (-S. across, transversely)

crossword puzzle ปริศนาอักษรหรือคำไขว้, คำไขว้, อักษรไขว้

crotch (ครอทชฺ) *n.* ง่าม, สิ่งที่มีลักษณะเป็นง่าม, ส่วนที่มีลักษณะเป็นง่าม **-crotched** *adj.*

crotchet (ครอท' ชิท) *n.* ตะขอเล็กๆ, เครื่องมือหรือส่วนที่มีลักษณะเป็นตะขอ, เครื่องมือผ่าตัดรูปตะขอ, ความคิดแปลกๆ, ความคิดวิตถาร, โน้ตดนตรีที่แบ่งเสียง (-S. caprice, humour, eccentricity)

crotchety (ครอท' ชีที) *adj.* เกี่ยวกับความคิดแปลกๆ หรือวิตถาร **-crotchetiness** *n.*

croton (ครอท' เทิน) *n.* ต้นสลอดจำพวก *Croton,* พืชจำพวก *Codiaeum*

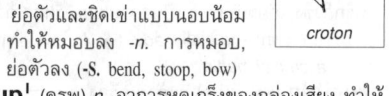

croton

crouch (เคราชฺ) *vi.* หมอบ, ย่อตัวลง, ย่อตัวและชิดเข่าแบบนอบน้อม *-vt.* ทำให้หมอบลง *-n.* การหมอบ, การ ย่อตัวลง (-S. bend, stoop, bow)

croup[1] (ครูพ) *n.* อาการหดเกร็งของกล่องเสียง ทำให้หายใจลำบาก **-croupy** *adj.*

croup[2]**, croupe** (ครูพ) *n.* ส่วนสูงสุดของตะโพกสัตว์ (เช่น ของม้า สุนัข เป็นต้น)

croupier (ครู' เพียร์) *n.* (ภาษาฝรั่งเศส) คนเก็บเงินและจ่ายเงินที่โต๊ะการพนัน, ผู้ช่วยเจ้าภาพงานเลี้ยง

crouton (ครู' ทัน) *n.* เศษขนมปังทอดหรือปิ้งกรอบใช้ใส่ในน้ำแกง

crow[1] (โคร) *n.* อีกา, นกจำพวก *Corvus* ในตระกูล Corvidae, ชะแลง, ตะขอเกี่ยวสินค้า **-as the crow flies** เป็นแนวเส้นตรง **-eat crow** รับความอับอายขายหน้าถูกบังคับให้รับหรือกระทำในสิ่งที่อับอายขายหน้า

crow[2] (โคร) *vt.* **crowed/crew, crowed, crowing** (ไก่หรือนก) ขัน, ร้องเสียงหรือออกเสียงแสดงความดีใจ, คุยโต *-n.* การขัน, เสียงไก่ขัน, การร้องแสดงความดีใจ (-S. boast, exult, gloat) *-Ex. The winning player crowed over his success*

crowbar (โคร' บาร์) *n.* ชะแลง, ตะขอเกี่ยวสินค้า (-S. crow)

crowd (เคราดฺ) *n.* ฝูงชน, กลุ่มชน, คนมากๆ, กลุ่มคนที่ชุมการ

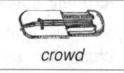

crowd

C

แสดงหรืออื่นๆ, เครื่องดนตรีโบราณประเภทเครื่องสายของชาว Celt *-vt.* เบียดเสียด **-crowded** *adj.* (-S. thong, flock, mob, cramp) *-Ex. a large crowd in the street, the crowd, a crowd of daffodils, They crowded into the room., They crowded about (round) him., A room crowded with people.*

crowfoot (โครฺ' ฟุท) *n., pl.* **-foots/-feet** พืชจำพวก *Ranunculus,* เชือกขึงผ้าใบเป็นหลังคาในเรือ, ขวาก

crown (เคราน) *n.* มงกุฎ, มาลัย, มาลัยสวมศีรษะ, เครื่องประดับสำหรับศีรษะ, เกียรติยศจากผลงานที่ดีเด่น เหรียญเงินตราที่มีรูปมงกุฎ, กษัตริย์, เหรียญเงินของอังกฤษสมัยก่อนที่เท่ากับ 5 ชิลลิง, ส่วนที่โผล่ขึ้นมา, สิ่งประดับบนยอด, หงอน, ส่วนบนของซี่ฟันซึ่งเคลือบด้วย enamel, ภาวะที่สมบูรณ์หรือดีเยี่ยม, หมุดไขลานนาฬิกา *-vt.* สวมมงกุฎ, สวมมาลัย, แต่งตั้ง, คลุมยอด, สำเร็จลุล่วงไปด้วยดี, ตีหัว **-the Crown** ผู้มีอำนาจสูงสุด **-crowner** *n.* (-S. monarch, tiara, endow) *-Ex. fighting for the crown, Clouds crowned the hills., crowned his career by being elected President, To crown all, Somchai was elected President.*

crown colony อาณานิคมของอังกฤษ

crown prince มกุฎราชกุมาร, ทายาทของกษัตริย์

crown princess ชายาของมกุฎราชกุมาร, ทายาทที่เป็นหญิงของกษัตริย์

crow's-foot (โครซฺ' ฟุต) *n., pl.* **-feet** รอยย่นที่หางตา, รอยตีนกา (-S. wrinkles)

crow's-nest (โครซฺ' เนสทฺ) *n.* แท่นหรือที่กำบังเล็กๆ บนยอดเสากระโดงเรือ, รังอีกา

crucial (ครู' เชิล) *adj.* เด็ดขาด, ซึ่งชี้ขาด, รุนแรง, ถึงพริกถึงขิง, เกี่ยวกับความเป็นความตาย, เป็นรูปกากบาทหรือรูปกางเขน **-crucially** *adv.* (-S. decisive, important) *-Ex. a crucial battle*

crucible (ครู' ซิเบิล) *n.* ถ้วยเครื่องเคลือบทนไฟหรือถ้วยโลหะที่ใช้เผาสารด้วยไฟแรงสูง, เบ้าหลอม, บริเวณแอ่งใต้เตาหลอมเป็นบริเวณที่เก็บโลหะ, การทดสอบที่รุนแรง, การทดสอบน้ำใจ

crucible

crucifix (ครู' ซิฟิคซฺ) *n.* กางเขนที่มีรูปหุ่นพระเยซูถูกตรึงอยู่, กางเขน (-S. cross)

crucifixion (ครูซะฟิค' ชัน) *n.* การตรึงกางเขน, ภาวะที่ถูกตรึงบนกางเขน, การตายของพระเยซูคริสต์โดยถูกตรึงบนกางเขน, การลงโทษอย่างรุนแรง

cruciform (ครู' ซะฟอร์ม) *adj.* เป็นรูปกางเขน *-n.* กางเขน **-cruciformly** *adv.*

crucify (ครู' ซิไฟ) *vt.* **-fied, -fying** ตรึงให้ตายบนไม้กางเขน, ประหัตประหาร, ทำให้ดับสิ้นด้วยความไม่เป็นธรรม **-crucifier** *n.* (-S. torment, torture) *-Ex. Many early Christians were crucified.*

crude (ครูด) *adj.* **cruder, crudest** หยาบ, สกปรก, เป็นธรรมชาติ, ยังไม่สุก, ยังไม่ผ่านกรรมวิธี *-n.* น้ำมันดิบ **-crudely** *adv.* **-crudeness** *n.* (-S. coarse, unrefined, raw -A. polite, polished) *-Ex. the crude oil from a well, a crude hut, such crude ideas, his crude manners*

crude oil, crude petroleum น้ำมันดิบ, น้ำมันปิโตรเลียมก่อนกลั่น (-S. petroleum)

crudity (ครู' ดิที) *n.* ภาวะที่ดิบ, สิ่งที่ดิบ, สิ่งที่ยังไม่ผ่านกรรมวิธี, กิริยาที่หยาบ, กิริยาหรือคำพูดที่ไม่สุภาพ

cruel (ครู' เอิล) *adj.* ทารุณ, โหดร้าย, เหี้ยมโหด, พอใจกับความเจ็บปวดหรือทุกข์ทรมานของคนอื่น,ซึ่งทำให้เกิดความเจ็บปวดหรือทุกข์ทรมาน **-cruelly** *adv.* **-cruelty, cruelness** *n.* (-S. brutal, barbarous -A. merciful, kind) *-Ex. a cruel person*

cruelty (ครู' เอิลที) *n., pl.* **-ties** ความทารุณ, ความโหดร้าย, ความอำมหิต (-S. brutality, harshness) *-Ex. a streak of cruelty in his nature, Torture is a cruelty.*

cruelty-free (ยา, เครื่องสำอางอื่นๆ) ซึ่งพัฒนาขึ้นมาโดยไม่มีการทดลองกับสัตว์

cruet (ครู'อิท) *n.* ขวดแก้ว (โดยเฉพาะที่ใส่เครื่องชูรสและตั้งไว้บนโต๊ะอาหาร)

cruet

cruise (ครูซ) *v.* **cruised, cruising** *-vi.* แล่นเรือตระเวน, แล่นเรือเที่ยว, เดินทางเรื่อยไป, บินด้วยความเร็วพอประมาณ, แล่นไปเรื่อย *-vt.* แล่นเรือ, (คำสแลง) เสาะหาคู่นอน *-n.* การแล่นเรือเล่น, การเดินทางตระเวนโดยทางเรือ (-S. sail about, travel, tour, voyage) *-Ex. The yacht cruised along the coast., Destroyers cruise in search of submarines., a two-month cruise around Europe, The police car cruised slowly through the park.*

cruiser (ครู' เซอะ) *n.* เรือลาดตระเวน, เรือนำเที่ยว, คนที่เดินทางไปเรื่อย

cruller (ครัล' เลอะ) *n.* ขนมเค้กทอด

crumb (ครัม) *n.* เศษขนมปัง, เศษ, คนที่ไร้ค่า, คนที่น่ารังเกียจ *-vt.* ใส่หรือประดับด้วยเศษขนมปัง, ใส่เศษเล็กเศษน้อย, ทำให้เป็นเศษเล็กเศษน้อย *-adj.* เต็มไปด้วยเศษเนย เครื่องเทศและน้ำตาลบนผิวหน้า (-S. scrap, bit) *-Ex. mere crumbs of knowledge*

crumble (ครัม' เบิล) *v.* **-bled, -bling** *-vt.* ทำให้เป็นเศษเล็กเศษน้อย *-vi.* แตกเป็นเศษเล็กเศษน้อย, สลายตัวหรือเน่าเปื่อยเป็นเศษเล็กเศษน้อย (-S. break up, fall apart) *-Ex. Somchai crumbled bread to feed to the birds., The general's hopes crumbled as his soldiers retreated.*

crumblie, crumbly (ครัม' บลี) *n.* คนชรา

crumbly (ครัม' บลี) *adj.* **-blier, -bliest** ซึ่งแตกง่าย, ซึ่งพังลงหรือสลายตัวได้ง่าย **-crumbliness** *n.*

crumby (ครัม' บี) *adj.* **-ier, -iest** เต็มไปด้วยเศษเล็กเศษน้อย **-crumbiness** *n.*

crummy (ครัม' มี) *adj.* **-mier, -miest** อ้วนท้วน, สกปรกโสมม, เลว, มีคุณภาพเลว, ถูก, ไร้ค่า, ขัดสน, ไม่เพียงพออย่างมาก **-crumminess** *n.*

crump (ครัมพฺ) *-vt., -vi.* (ลูกปืนใหญ่) ตกลงและระเบิดด้วยเสียงสนั่นหวั่นไหว, ทำเสียงกระทืบ, ระเบิดขนาดใหญ่ *-n.* เสียงดังสนั่น

crumpet (ครัม' พิท) *n.* ขนมปังนิ่ม

crumple (ครัม' เพิล) *v.* **-pled, -pling** *-vt.* ทำให้ย่น,

crunch 209 Cuba

C

ทำให้ยู่ยี่, ย่น, พับ, จีบ, ทำให้พังทลาย *-vi.* หดย่น, ย่น, เหี่ยว, พังทลาย *-n.* รอยพับ, รอยย่น, รอยจีบ **-crumply** *adj.*

crunch (ครันช) *vt.* บดด้วยฟัน, เคี้ยวเสียงดัง, บดเสียงดัง, กระทืบเสียงดัง *-vi.* เคี้ยวเสียงดัง *-n.* การเคี้ยวหรือบดเสียงดัง, เสียงดังที่เกิดขึ้นดังกล่าว **-crunchy** *adj.* **-crunchiness** *n.* (-S. chew, munch, masticate) *-Ex. the crunch of crackers, The gravel crunched under our feet.*

crupper (ครัพ' เพอะ) *n.* สายหนังยึดอานที่คาดไปทางหางม้าเพื่อกันไม่ให้อานม้าเลื่อนตก, ตะโพกม้า, เกราะสำหรับหุ้มตะโพกม้า

crusade (ครูเซด') *n.* สงครามศาสนา, สงครามศาสนาในศตวรรษที่ 11-13 ระหว่างทหารคริสเตียนกับทหารมุสลิม, การปราบปราม *-vi.* **-saded, -sading** ทำสงครามครูเสด, ปราบปราม **-crusader** *n. -Ex. a crusade against cancer, a crusade against crime, Udom crusaded for fire prevention.*

crush (ครัช) *vi., vt.* ทำให้แตก, ขยี้, บี้, คั้น, บด, เหยียบ, กำจัด, ทำลาย, ทำให้โศกเศร้า *-n.* การขยี้ (บี้ คั้น บด กำจัด ทำลาย ทำให้โศกเศร้า) ฝูงชนที่แน่นขนัด, ความหลงใหลอย่างมาก, สิ่งที่หลงใหลอย่างมาก, น้ำผลไม้คั้น **-crushable** *adj.* **-cursher** *n.* **-crushproof** *adj.* (-S. smash, mash, break, subdue -A. liberate, free)

crust (ครัสทฺ) *n.* เปลือกขนมปัง, เปลือกนอก, เปลือกหอย, กระดอง, ส่วนนอกของพื้นผิวโลก (ลึกลงไปประมาณ 22 ไมล์), สะเก็ดแผลหรือสะเก็ดผิวหนัง, เปลือกตะกอนในเหล้าองุ่น, ความหน้าด้าน *-vt.* คลุมไปด้วยเปลือก, กลายเป็นเปลือก *-vi.* เกาะเป็นเปลือก **-crustal** *adj.* (-S. coating) *-Ex. an icy crust on the snow, the crust of the earth, Freezing rain crusted the snow.*

crustacean (ครัสเท' เชียน) *n.* สัตว์ทะเลประเภท กุ้ง ปู และสัตว์อื่นๆ ที่มีเปลือกแข็งหุ้มตัว **-crustaceous** *adj.*

crusty (ครัส' ที) *adj.* **crustier, crustiest** เกี่ยวกับเปลือกนอก, ซึ่งมีลักษณะของเปลือก, ดื้อ, หยาบ, ไม่สุภาพ **-crustily** *adv.* **-crustiness** *n.* (-S. peevish, surly, curt)

crutch (ครัทชฺ) *n.* ไม้เท้า, ไม้ยันรักแร้, เสาค้ำ, ง่ามค้ำ, สิ่งค้ำจุนการสนับสนุน *-vt.* ใช้ไม้ยันรักแร้, ค้ำ, พยุง (-S. stay, prop, aid) *-Ex. Copying another's work is a poor crutch for a student.*

crux (ครัคซฺ) *n., pl.* **cruxes/cruces** จุดสำคัญ, ประเด็นสำคัญ, กากบาท, กางเขน, จุดยุ่งยาก, ปัญหายุ่งยาก, ความลำบากของปัญหา (-S. body, heart, essence, root, key)

cruzeiro (ครูแซ' โร) *n., pl.* **-ros** ชื่อหน่วยเงินตราของบราซิล

cry (คราย) *vi.* **cried, crying** ร้อง, ร้องเรียก, ร้องขอ, แผดเสียงร้อง, ร้องไห้, หลั่งน้ำตา *-n.* การร้อง, การร้องไห้, เสียงร้อง, เสียงร้องไห้, เสียงตะโกน, การแผดเสียงร้อง, การร้องขอ, การป่าวประกาศ, การเรียกพยานในศาล (-S. shout, scream, roar, weep -A. laugh) *-Ex. cries of joy, street-cries, battle-cry, The cry of the people was for justice., the cry of a bird, have a good cry, "Come here!" Udom cried.*

crybaby (ไคร'บะบี) *n., pl.* **-bies** คนที่ร้องไห้ด้วยเรื่องเล็กๆ น้อยๆ, คนขี้บ่น

crying (ไคร' อิง) *adj.* เกี่ยวกับการร้องไห้, เกี่ยวกับการร้องหา, เกี่ยวกับการแผดเสียงร้อง, ซึ่งดึงดูดความสนใจ, ซึ่งเรียกร้องความสนใจ (-S. pressing)

cryo- คำอุปสรรค มีความหมายว่า หนาวหรือเย็นจัด ราวกับน้ำแข็ง

cryogenics (ไครโอเจน' นิคซฺ) *n. pl.* สาขาวิชาฟิสิกส์ที่เกี่ยวกับอุณหภูมิที่ต่ำมาก **-cryogenic** *adj.*

crypt (คริพทฺ) *n.* ห้องใต้ดินของโบสถ์ ใช้เป็นที่ฝังศพ, โพรงต่อมเล็กๆ, แอ่ง, หลุมใต้ดิน **-cryptal** *adj.* (-S. tomb, vault, catacomb)

cryptic, cryptical (คริพ' ทิค, -เคิล) *adj.* ลึกลับ, ซ่อนเร้น, ลับ, คลุมเครือ, เกี่ยวกับรหัส, สั้น **-cryptically** *adv.* (-S. hidden, obscure)

cryptogenic (คริพ ทะเจน'นิค) *adj.* ซึ่งมีแหล่งกำเนิดที่ลึกลับ

cryptogram (คริพ' ทะแกรม) *n.* รหัส, คำลับ, อักษรลับ, อักษรปริศนา, คำใบ้ **-cryptogramic** *adj.*

cryptograph (คริพ' ทะกราฟ) *n.* ดู cryptogram, ระบบการเขียนอักษรลับหรือรหัสลับ, เครื่องเขียนรหัสหรืออักษรลับ

cryptography (คริพทอก' ระฟี) *n.* วิทยาศาสตร์หรือการศึกษาเกี่ยวกับการเขียนรหัสหรืออักษรลับ, วิชาการเขียนรหัสหรืออักษรลับ **-cryptographist, cryptographer** *n.* **-cryptographic** *adj.* **-cryptographically** *adv.*

crystal (คริส' เทิล) *n.* ผลึก, สารผลึก, สิ่งประดับที่เป็นผลึก, สิ่งที่ใสเหมือนผลึก *-adj.* ซึ่งประกอบด้วยผลึก, คล้ายผลึก, ใสแจ๋ว, โปร่งแสง *-Ex. The table was set with sparkling silver and crystal., a crystal ball, the crystal clear water*

crystal gazing การทำนายโชคชะตาโดยการจ้องดูลูกแก้วหรือลูกผลึก

crystalline (คริส' ทะลิน, -ทะไลนฺ') *adj.* เกี่ยวกับผลึก, โปร่งแสง, ใสแจ๋ว, เกิดจากการตกผลึก, ประกอบด้วยผลึก, เกี่ยวกับการเกิดผลึก **-crystallinity** *n. -Ex. Marble, diamonds, Diamonds and amethysts have crystalline structure.*

crystallise, crystallize (คริส' ทะไลซฺ) *vt., vi.* **-lised, -lising/-lized, -lizing** ตกผลึก **-crystallisation, crystallization** *n.*

crystallography (คริสทะลอก' ระฟี) *n.* วิทยาศาสตร์ที่เกี่ยวกับการตกผลึก รูปแบบและโครงสร้างของผลึก

CS gas ก๊าซน้ำตาชนิดหนึ่ง (ทำให้เกิดอาการเจ็บหน้าอก ไอ น้ำตาไหล เป็นต้น) มักใช้ในการปราบจราจล

CT scanner ย่อจาก Computerised Tomography Scanner เครื่องเอกซเรย์ภาพส่วนตัดต่างๆ ของร่างกายมนุษย์หรืออื่นๆ

cub (คับ) ลูกสัตว์, ลูกสุนัขจิ้งจอก, เด็กหนุ่มที่ไร้ประสบการณ์, คนอ่อนหัด, ลูกมือฝึกหัด **-cubbish** *adj.* (-S. young animals, apprentice)

Cuba (คิว' บะ) ประเทศคิวบาในแถบคาริบเบียนทาง

cubbyhole 210 **cultivate**

ตอนใต้ของรัฐฟลอริดา สหรัฐอเมริกา อยู่เกาะที่ใหญ่ที่สุดในหมู่เกาะอินเดียตะวันตก **-Cuban** *adj., n.*

C

cubbyhole (คับ' บีโฮล) *n.* ห้องเล็กๆ, รังนกพิราบ

cube (คิวบฺ) *n.* ลูกบาศก์, ปริมาณที่ยกกำลัง 3 เช่น 125 = 5^3, ลูกเต๋า, หลอดแฟลชรูปสี่เหลี่ยม *-vt.* **cubed, cubing** ทำให้เป็นลูกบาศก์, ยกกำลัง 3 **-cuber** *n. -Ex. ice cube, sugar cube, Potatoes and beets are sometimes cubed instead of being sliced for cooking.*

cube root ฐานของค่ายกกำลัง 3 เช่น 4 เป็น cube root ของ 64

cubic (คิว' บิค) *adj.* มี 3 มิติ, เป็นลูกบาศก์, เกี่ยวกับการวัดปริมาตร, เกี่ยวกับกำลัง 3, เกี่ยวกับระบบการตกผลึก *-Ex. the cubic alphabet blocks*

cubical (คิว' บิเคิล) *adj.* เป็นลูกบาศก์, เกี่ยวกับปริมาตร **-cubically** *adv.*

cubicle (คิว' บิเคิล) *n.* ห้องนอนเล็กๆ (โดยเฉพาะของหอพักนักเรียน), ห้องเล็กๆ, กุฏิ

cubism (คิว' บิสซึม) *n.* ศิลปะการเขียนภาพและปฏิมากรรมแบบสามมิติ **-cubist** *n., adj.* **-cubistic** *adj.*

cubit (คิว' บิท) *n.* หน่วยเส้นตรงโบราณที่อาศัยความยาวของแขนเป็นหลัก (18-22 นิ้ว)

cuboid (คิว' บอยด) *adj.* คล้ายลูกบาศก์, ซึ่งเกี่ยวกับกระดูกชิ้นนอกสุดของแถวที่ไกลจากลำตัวของกระดูกฝ่าเท้า *-n.* กระดูกคิวบอยด์ของกระดูกฝ่าเท้า **-cuboidal** *adj.*

Cub Scout ลูกเสือเด็กในอเมริกาอายุ 8-10 ปี

cuckold (คัค' โอลด) *n.* สามีของหญิงที่นอกใจหรือมีชู้ *-vt.* นอกใจสามี, เป็นชู้กับภรรยาคนอื่น **-cuckoldry** *n.*

cuckoo (คู' คู) *n., pl.* **-oos** นกดุเหว่าจำพวก *Cuculus canorus* ในตระกูล Cuculidae, เสียงร้องของนกดุเหว่า, เสียงร้องคล้ายของนกดุเหว่า, (คำสแลง) คนสติฟั่นเฟือนหรือคนโง่ *-vt.* พูดหรือร้องซ้ำซากอย่างน่าเบื่อ *-vi.* (นกดุเหว่า) ร้อง, ร้องเสียงคล้ายนกดุเหว่า *-adj.* (คำสแลง) สติฟั่นเฟือน โง่

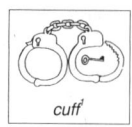

cuckoo

cucumber (คิว' คัมเบอะ) *n.* แตงกวา, แตงเหลือง, แตงร้าน, พืชเถาจำพวก *Cucumis sativus,* ต้นแตงกวา, ต้นแตงเหลือง, ต้นแตงร้าน

cud (คัด) *n.* ส่วนของอาหารจากกระเพาะที่สัตว์เคี้ยวเอื้องสำรอกออกมาเคี้ยวอีก, เส้นยาสูบที่ใช้เคี้ยว **-chew the cud** ครุ่นคิด

cuddle (คัด' เดิล) *v.* **-dled, -dling** *-vt.* รัด, กอด, โอบกอด *-vi.* นอนกอด *-n.* การกอด, การโอบกอด **-cuddlesome, cuddly** adj. (-S. hug, embrace) *-Ex. to cuddle a baby, The kittens cuddled togeter in the cold.*

cuddy[1] (คัด' ดี) *n., pl.* **-dies** ห้องเล็กๆ, ห้องครัว

cuddy[2] (คัด' ดี) *n., pl.* **-dies** ลา, คนโง่ (-S. fool)

cudgel (คัด' เจิล) *n.* ตะบอง *-vt.* **-eled, -eling/-elled, -elling** ตีด้วยตะบอง

cue[1] (คิว) *n.* ผมเปีย, ไม้แทงบิลเลียด, แถวคน *-vt.* **cued, cuing/cueing** ถักเป็นผมเปีย, ใช้ไม้แทงบิลเลียดตี

cue[2] (คิว) *n.* คำเตือนให้นักแสดงคนอื่นพูดหรือแสดงต่อ, คำแนะนำ, คำบอกบท, สิ่งกระตุ้น, บท, เจตนารมณ์ *-vt.* **cued, cueing** บอกบท, บอกเป็นนัย, สอดแทรก, นำทาง (-S. suggestion, hint, sign) *-Ex. Give me a cue when you're ready to leave the party.*

cuff[1] (คัฟ) *n.* ข้อมือเสื้อ, ส่วนที่พับขึ้นของขา, กุญแจมือ *-vt.* ใส่ข้อมือเสื้อ, พับข้อมือเสื้อ, พับขากางเกง, ใส่กุญแจมือ **-off the cuff** (คำสแลง) ไม่เป็นทางการ โดยไม่มีการเตรียมตัว **-on the cuff** (คำสแลง) โดยการซื้อเชื่อ

cuff[1]

cuff[2] (คัฟ) *vt.* ต่อย, ชก, ตบ *-n.* การชก, การต่อย, การตบตี

cuff link กระดุมข้อมือเสื้อ

cuirass (คิวแรส') *n.* เสื้อเกราะ, เกราะหุ้มหน้าอก, เปลือกแข็งหนาที่หุ้มตัวสัตว์ *-vt.* ใส่เสื้อเกราะ (-S. corselet)

cuirassier (คิวระเซียร์') *n.* ทหารม้าที่สวมเสื้อเกราะ

cuisine (ควิซีน') *n.* ฝีมือการทำอาหาร, การทำอาหาร, การครัว, ห้องครัว, แผนกครัว (-S. cookery)

cul-de-sac (คัล' ดะแซค) *n., pl.* **cul-de-sacs/culs-de-sac** (ภาษาฝรั่งเศส) ทางตัน, การจนตรอก, ความลำบาก, โพรงหรือท่อที่ปลายตัน, สถานการณ์ไม่ดีที่ขึ้น (-S. alley)

culinary (คิว' ละนารี) *adj.* เกี่ยวกับครัว, เกี่ยวกับการทำอาหาร, เกี่ยวกับการครัว

cull (คัล) *vt.* เลือก, เลือกสรร, คัด, คัดเลือก, เก็บ, เด็ด, รวม *-n.* การเลือก, การคัด, การเก็บ, การเด็ด, การรวม, สิ่งที่เลือก, สิ่งที่คัดออกมา, ของที่ไม่ดีที่ถูกคัดออก (-S. select, collect, pick) *-Ex. Yupin culled the prettiest follwers from the garden to make a bouquet., The farmer kept the best cattle for himself and sold the culls from the herd.*

culminate (คัล' มะเนท) *v.* **-nated, -nating** *-vi.* บรรลุถึงยอด, สิ้นสุด, สรุป, ถึงขั้นสุดท้าย *-vt.* ทำให้ถึงที่สุด, ทำให้ถึงจุดสุดยอด (-S. climax, ripen, finish) *-Ex. The party culminated in a display of fireworks.*

culmination (คัลมะเน' ชัน) *n.* การบรรลุถึงสุดยอด, จุดสุดยอด, จุดสูงสุด, ตำแหน่งของวัตถุบนท้องฟ้าที่อยู่บนเส้น meridian (-S. zenith, summit, apex)

culottes (คิวลอทซ') *n. pl.* กางเกงกระโปรงของผู้หญิง

culpable (คัล' พะเบิล) *adj.* น่าตำหนิ, น่าประณาม **-culpably** *adv.* **-culpability** *n.* (-S. blamable) *-Ex. Hiding a criminal is a culpable offense.*

culprit (คัล' พริท) *n.* นักโทษ, ผู้กระทำผิด, ผู้ร้าย, จำเลยในคดีอาญา (-S. criminal, offender) *-Ex. Somchai avoid an old offender was the culprit.*

cult (คัลทฺ) *n.* การบูชา, ลัทธิ, ศาสนา, ความคลั่งในศาสนา, พิธีปฏิบัติในศาสนาหรือลัทธิ **-cultic** *adj.* **-cultism** *n.* **-cultist** *n.* (-S. worship, devotion, clique)

cultivable (คัล' ทะวะเบิล) *adj.* ซึ่งเพาะปลูกได้ **-cultivability** *n.*

cultivate (คัล' ทะเวท) *vt.* **-vated, -vating** เพาะปลูก, เพาะ (สติปัญญา หนวด), ปลูก (พืช), เลี้ยง (กุ้ง ปู ปลา), พัฒนาหรือทำให้ดีขึ้นโดยการศึกษาหรือฝึกฝน, อุทิศตัวให้กับ (ศิลปะ วิทยาศาสตร์), สร้าง (มิตรภาพ ความรัก) (-S. train, develop, farm) *-Ex. cultivate the land, to* *cultivate the mind by study, The snobbish woman cultivates only rich and important people.*

cultivated (คัล' ทะเวทิด) *adj.* เกี่ยวกับการเพาะปลูก, ซึ่งได้รับการสั่งสอนหรือฝึกฝนมาแล้ว, มีวัฒนธรรม, มีการศึกษา, สุภาพเรียบร้อย (-S. farm, harvast, educate, refine) *-Ex. an acre of cultivated land, a cultivated man*

cultivation (คัลทะเว' ชัน) *n.* การเพาะปลูก, ศิลปะการเพาะปลูก, การอบรมสั่งสอน, วัฒนธรรม *-Ex. We depend upon the cultivation of crops for food., the cultivation of interesting people*

cultivator (คัล' ทะเวเทอะ) *n.* ผู้เพาะปลูก, ผู้อบรมสั่งสอน, เครื่องมือที่เพาะปลูก,เครื่องมือไถนาและทำลายวัชพืช

cultural (คัล' เชอะเริล) *adj.* เกี่ยวกับวัฒนธรรม, เกี่ยวกับเพาะปลูก **-culturally** *adv.* (-S. educational, instructive) *-Ex. Good breeding, taste, and learning are marks of cultural accomplishment.*

Cultural Revolution การปฏิวัติวัฒนธรรมของลัทธิคอมมิวนิสต์จีนสมัยก่อน

culture (คัล' เชอะ) *n.* วัฒนธรรม, รูปแบบหรือขั้นตอนเฉพาะของอารยธรรม, การอบรม, การเลี้ยง, การปลูกฝัง, การเพาะกาย, การเพาะใจ, การเพาะปลูก, การเพาะเลี้ยง, ผลิตผลการเพาะปลูก,การเพาะเชื้อจุลินทรีย์,เชื้อจุลินทรีย์ที่เพาะเลี้ยงขึ้น *-vt.* **-tured, -turing** อบรม, เลี้ยงดู, เพาะพันธุ์ **-culturist** *n.* (-S. civilization, breeding) *-Ex. a class in physical culture, the culture of ancient Greece*

cultured (คัล' เชอด) *adj.* ซึ่งเพาะปลูกไว้, มีวัฒนธรรม, ได้รับการอบรมสั่งสอน, ซึ่งเพาะเลี้ยงขึ้น, ซึ่งเพาะเลี้ยงจากอาหารเชื้อ (-S. refined)

culture shock ผลกระทบจากการเปลี่ยนแปลงของวัฒนธรรมหรือสิ่งที่ไม่คุ้นเคย

culvert (คัล' เวิร์ท) *n.* ท่อระบายน้ำ

culvert

cumbersome (คัม' เบอเซิม) *adj.* ยุ่งยาก, ทำให้ลำบาก, เป็นภาระ, อุ้ยอ้าย, หนัก, ไม่สะดวก **-cumbersomely** *adv.* **-cumbersomeness** *n.* (-S. heavy, unwieldy, clumsy, awkward) *-Ex. a cumbersome package*

cumin, cummin (คัม' มิน) ชื่อพืชขนาดเล็กชนิดหนึ่ง ผลมีกลิ่นหอมใช้เป็นเครื่องแต่งกลิ่นได้

cum laude ด้วยเกียรตินิยม

cummerbund (คัม' เมอะบันด) *n.* ผ้ารัดเอว, แพรพันเอว, รัดประคด

cumulate (คิว' มะเลท) *vt.* **-lated, -lating** สะสม, กองกัน, กองขึ้น, เพิ่มขึ้น, ซ้อนกัน *-adj.* ซึ่งกองขึ้น, ซึ่งทับทวีขึ้น, ซึ่งสะสมขึ้น **-cumulation** *n.* (-S. heap up)

cumulative (คิว' มิวเลทิฟว) *adj.* ทับทวีขึ้น, สะสมขึ้น, เพิ่มขึ้น, เพิ่มทวี, เกี่ยวกับดอกเบี้ยหรือเงินปันผลที่เพิ่มทวีขึ้น **-cumulatively** *adv.* **-cumulativeness** *n.* (-S. increasing, enhancing)

cumulonimbus (คิวมิวโลนิม' บัส) *n.* กลุ่มเมฆทึบสีขาวเป็นแนวตรง

cumulus (คิว' มิวลัส) *n., pl.* **-li** กอง, สิ่งที่ซ้อนกัน, เมฆประเภทที่ซ้อนเป็นกองใหญ่ และค่อนข้างตั้งตรงขึ้นไปคล้ายดอกกะหล่ำ **-cumulous** *adj.*

cuneiform *adj.* เป็นรูปลิ่ม

cunning (คัน' นิง) *n.* ความหลักแหลม, ความชำนาญ, ความประณีต, ความฉลาดแกมโกง, ความแคล่วคล่อง *-adj.* หลักแหลม, ชำนาญ, มีฝีมือ, ประณีต, ฉลาดแกมโกง, แคล่วคล่อง **-cunningly** *adv.* **-cunningness** *n.* (-S. artifice, guile, crafty, skillful -A. simple, openness)

cunt (คันท) *n.* ช่องคลอด, โยนี, (คำสแลง) ผู้หญิงการสังวาส (-S. vagina)

cup (คัพ) *n.* ถ้วย, ถ้วยกีฬา, ปริมาณความจุหนึ่งถ้วย, หน่วยความจุที่เท่ากับ 16 ช้อนโต๊ะ หรือ 8 ออนซ์, เหล้าองุ่นที่ใช้ดื่มในพิธีศีลมหาสนิท, ภาชนะที่คล้ายถ้วย, กระเปาะ *-vt.* **cupped, cupping** ทำเป็นรูปถ้วย, ใส่ในถ้วย **-cuplike** *adj. -Ex. a tea-cup, a cup of tea, Sawai cupped his hands to drink from the stream.*

cupbearer (คัพ'แบเรอะ) *n.* คนรินเหล้า

cupboard (คัพ' บอร์ด) *n.* ตู้ถ้วยชาม, ตู้เสื้อผ้า, ตู้อาหาร

cupcake (คัพ' เคค) *n.* เค้กรูปถ้วยชิ้นเล็กๆ

cupful (คัพ' ฟูล) *n., pl.* **-fuls** ปริมาณเต็มถ้วย, หน่วยวัดความจุที่เท่ากับ 8 ออนซ์ *-Ex. a cupful of blueberries*

Cupid (คิว' พิด) *n.* เทพเจ้าแห่งความรักของชาวโรมัน เป็นเด็กทารกเปลือยกาย มีปีก ถือคันศรและลูกศร, กามเทพ

cupidity (คิวพิด' ดิที) *n.* ความอยากได้, ความโลภ (-S. avarice, greed -A. generosity)

cupola (คิว' พะละ) *adj.* หลังคารูปกลม, หอเล็กๆรูปประฆังบนหลังคา **-cupolaed** *adj.*

cupping (คัพ' พิง) *n.* การใช้ถ้วยแก้วดูดเลือดจากผิวหนัง **-cupper** *n.*

cupreous (คิว' พรัส) *adj.* เกี่ยวกับธาตุทองแดง, เหมือนทองแดง

cupric (คิว' พริค) *adj.* เกี่ยวกับหรือประกอบด้วยทองแดงโดยเฉพาะที่มี 2 วาเลนซี

cuprite (คิว' ไพรท) *n.* แร่สีแดงของทองแดง, Cu_2O

cupronickel (คิว' พระนิคเคิล) *n.* โลหะผสมของทองแดงกับนิเกิลประมาณ 40%

cuprous (คิว'พรัส) *adj.* ซึ่งประกอบด้วยทองแดง

cur (เคอ) *n.* สุนัขพันธุ์ผสม, คนเลว

curable (เคียว' ระเบิล) *adj.* ซึ่งรักษาให้หายได้ **-curability** *n.*

Curaçao, curaçao (เคียว' ระเซา) *n.* ชื่อเกาะทางฝั่งทะเลของเวเนซูเวลา, ชื่อเหล้าที่มีกลิ่นเปลือกส้มเปรี้ยว

curacy (เคียว' ระซี) *n., pl.* **-cies** ที่ทำงานหรือตำแหน่งของ curate

curare, curari (คิวแร' รี) *n.* สารสกัดของเปลือกต้นไม้จำพวก *Chondrodendron* และ *Strychnos* ใช้เป็นยาชาวอินเดียนแดงในอเมริกาใต้เคยใช้ทาหัวธนูเพื่อเป็นยาพิษ, พืชที่มีสารดังกล่าว

curate (คิว' เรท) *n.* พระผู้ช่วยหัวหน้าพระ, พระผู้บำบัดวิญญาณ *-vt.* **-rated, -rating** ทำหน้าที่ของ curate (-S.

C

clergyman)

curative (คิว' ระทิฟว) *adj.* ซึ่งบำบัด, ซึ่งรักษาโรค, ซึ่งมีผลในการรักษาโรค *-n.* ยา, สิ่งที่ใช้บำบัดโรค (-S. remedlial, healing)

curator (คิวเร' เทอะ) *n.* ผู้ดูแลพิพิธภัณฑ์, ผู้ดูแล, ผู้อนุบาล **-curatorial** *adj.* **-curatorship** *n.* (-S. overseer, superintendent)

curb (เคิร์บ) *n.* ขอบ, ขอบถนน, ขอบบ่อ, ริม, เครื่องเหนี่ยวรั้ง, ตลาดหลักทรัพย์รอง, ตลาดค้าหุ้นเถื่อน, สิ่งควบคุม, ก้อนเนื้องอกที่ส่วนล่างของหลังม้า *-vt.* รั้งม้า, เหนี่ยวรั้ง, ควบคุม, ระงับ, กั้นขอบ, สร้างคันดิน (-S. kerb, check, restraint -A. foster, encourage) *-Ex. to curb one's temper, Cars are parked a long the curb, Her parents should put a curb on her wild spending.*

curbing (เคิร์บ' บิง) *n.* วัตถุที่สร้างเป็นขอบ, ขอบริม

curd (เคิร์ด) *n.* นมข้น, สารที่คล้ายนมข้น *-vt., vi.* กลายเป็นนมข้น (-S. curdle)

curdle (เคิร์ด' เดิล) *vt., vi.* **-dled, -dling** เปลี่ยนเป็นนมข้น, แข็งตัว **-curdle one's blood** ทำให้ตกใจ, ทำให้น่ากลัว *-Ex. The milk curdled in the sun.*

curdy (เคิร์ด' ดี) *adj.* คล้ายนมข้น, จับตัวเป็นก้อน

cure (คิว' เออะ) *v.* **cured, curing** *-vt.* รักษาให้หาย, บำบัดให้หาย, แก้ให้หาย, เยียวยา *-vi.* บังเกิดผลในการบำบัดรักษา, ผ่านกรรมวิธีไม่ให้เน่า (ย่าง, บ่ม, อบ, รม, ผึ่ง) *-n.* การรักษาให้หาย, วิธีการรักษาให้หาย, การรักษาที่ได้ผล **-cureless** *adj.* **-curer** *n.* (-S. treatment, remedy) *-Ex. Dr. X has cured me of my earache., Hard work soon cured him of his love affair., This medicine has cured my disease., I can't promise a complete cure.*

cure-all ยารักษาสารพัดโรค

curet, curette (คิว' เรท) *n.* เครื่องมือศัลยกรรมคล้ายช้อนสำหรับขูดเอาเนื้อเยื่อจากโพรงร่างกาย (เช่น มดลูก) *-vt.* **-retted, -retting** ขูดด้วยเครื่องมือดังกล่าว

curfew (เคอ' ฟิว) *n.* การห้ามประชาชนออกนอกบ้านในระยะเวลาที่กำหนด (มักเป็นเวลากลางคืน), เวลาห้ามออกนอกบ้านดังกล่าว, ระฆังบอกเวลากลางคืน, เสียงระฆังกลางคืน

curia (คิว' เรีย) *n., pl.* **-riae** การบริหาร, การปกครองหนึ่งในสามส่วนของสมัยโรมันโบราณ, ราชสำนักสันตะปาปา **-curial** *adj.*

curie (คิว' รี) *n.* หน่วยกัมมันตภาพรังสี

curio (คิว' ริโอ) *n., pl.* **-os** ของแปลก, ของที่น่าสนใจ, โบราณวัตถุ, ของเก่า

curiosity (คิวริออส' ซิที) *n., pl.* **-ties** ความอยากรู้อยากเห็น, ของหายาก, ของลายคราม, ลักษณะที่แปลกและน่ารู้น่าสนใจ, ความผิดธรรมดา, ความแปลก (-S. inquisitiveness, novelty) *-Ex. I felt some curiosity as to the cause of this., You're too inquisitive: 'Curiosity killed the cat'.*

curious (คิว' เรียส) *adj.* ซึ่งอยากรู้อยากเห็น, หายาก, แปลก, ผิดธรรมดา, น่าสนใจ, ประณีต **-curiously** *adv.* **-curiousness** *n.* (-S. nosy, inquisitive, odd, unusual, queer -A. indifferent) *-Ex. A curious child asks many questions, a curious old costume, I am curious about it.*

curl (เคิร์ล) *n.* ผมหยิก, ผมลอน, ม้วนผม, ลอนผม, สิ่งที่โค้งงอ, ภาวะที่โค้งงอ *-vi., vt.* งอ, หยิก, เป็นวง, เคลื่อนเป็นทางโค้ง (-S. coil, twist, wave) *-Ex. a curl of hair, The hairdresser curled her hair., The child curled herself up in a chair., My hair won't curl.*

curler (เคอ' เลอะ) *n.* ผู้ทำให้ผมหยิกงอ, สิ่งที่ทำให้ผมหยิกงอ, ที่ม้วนผม, คีมม้วนผม, คนม้วนผม, ผู้เล่นกีฬา curling บนน้ำแข็ง

curlew

curlew (เคอ'ลิว) *n., pl.* **-lews/-lew** นกปากยาวโค้ง จำพวก *Numenius* ชอบอยู่ตามชายฝั่ง

curlicue (เคอ' ละคิว) *n.* เส้นโค้งที่เกิดจากการออกแบบ

curling (เคอ'ลิง) *n.* กีฬาโยนลูกกลิ้งให้ไถลไปบนน้ำแข็งเข้าหาเป้า

curly (เคอร์' ลี) *adj.* **-ier, -iest** งอ, หยิก, เป็นลอน **-curliness** *n.* *-Ex. a pig's curly tail*

curmudgeon (เคอร์มัจ' เจิน) *n.* คนอารมณ์ร้าย **-curmudgeonly** *adj.* (-S. grouch)

currant (เคอ' เรินท) *n.* ลูกเกด, ลูกองุ่นแห้ง, ผลไม้เล็กๆ ของพืชจำพวก *Ribes*, ต้นไม้ของผลไม้ดังกล่าว

currency (เคอ' เรินซี) *n., pl.* **-cies** เงินตรา, เงิน, การยอมรับโดยทั่วไป, การแพร่หลาย, ช่วงระยะเวลาที่แพร่หลาย (-S. money, vogue) *-Ex. Clever jokes gain currency among friends., The custom has little currency today.*

current (เคอ' เรินท) *adj.* แพร่หลาย, เป็นที่ยอมรับโดยทั่วไป, ปัจจุบัน, ซึ่งหมุนเวียนอยู่, ทั่วๆ ไป *-n.* กระแสน้ำ, กระแสลม, กระแสไฟฟ้า, ความเร็วของกระแส **-currently** *adv.* (-S. circulating, prevalent, present, modern -A. out-of-date, outmoded) *-Ex. the current of a river, a current of air, current of events, electric current*

current account บัญชีกระแสรายวัน

curricula (เคอริค' คิวละ) *n. pl.* พหูพจน์ของ curriculum

curriculum (คะริค' คิวลัม) *n., pl.* **-la/-lums** หลักสูตร, หลักสูตรรวมของโรงเรียนหรือวิทยาลัย **-curricular** *adj.*

curriculum vitae (เคอริค' คิวลัม ไว' ที) *n., pl.* **curricula vitae** ประวัติส่วนตัวโดยสังเขป (-S. vita, vitae)

curry[1] (เคอ' รี) *n., pl.* **-ries** ผงกะหรี่, แกงกระหรี่, อาหารที่ปรุงด้วยผงกะหรี่ *-vt.* **-ried, -rying** ปรุงอาหารด้วยผงกะหรี่, ใส่ผงกะหรี่ (-S. currie)

curry[2] (เคอ' รี) *vt.* **-ried, -rying** ฟอกหนัง, แปรงขนม้า (หรือสัตว์อื่น), ตี, ตบ **-curry favour** ประจบสอพลอ

curse (เคิร์ส) *n.* คำสาปแช่ง, คำแช่งด่า, คำสบถ, ความหายนะ, ภัยพิบัติ, ความอัปมงคล, สิ่งระยำ, คนระยำ, สิ่งที่ร้าย, สิ่งที่ถูกสาปแช่ง, การขับออกจากศาสนา *-v.* **cursed/curst, cursing** *-vt.* นำความชั่วร้ายหรือความ

หายนะ, สาปแช่ง, สาบานต่อ *-vi.* สาปแช่ง, สบถ (-S. exoriate, damn, oath, ban, evil -A. blessing, advantage) *-Ex. The priest cursed those who burnt the temple., Somchai cursed the driver for being so slow., Sawai began to curse and swear., cursed with a bad temper, laid a curse upon the family*

cursed (เคอร์ซฺท) *adj.* ซึ่งถูกสาปแช่ง, น่าถูกสาปแช่ง, ชั่วร้าย, น่ารังเกียจ *-vt., vi.* กริยาช่อง 2 และ 3 ของ curse **-cursedly** *adv.* **-cursedness** *n.* (-S. damned, hateful -A. laudatory)

cursive (เคอ' ซิฟว) *adj.* ติดต่อกันไป (เหมือนคัดลายมือ) *-n.* แบบตัวพิมพ์ที่คล้ายคัดลายมือ, อักษรคัดลายมือ, ต้นฉบับคัดลายมือ **-cursively** *n.*

cursorial (เคอโซ' เรียล) *adj.* เกี่ยวกับการวิ่ง, เหมาะกับการวิ่ง, ซึ่งมีขาสำหรับวิ่ง (นกหรือแมลงบางชนิด)

cursory (เคอ' ซะรี) *adj.* อย่างเร่งรีบ, คร่าวๆ, ลวกๆ, หยาบ, สะเพร่า **-cursorily** *adv.* **-cursoriness** *n.* (-S. superficial, hasty)

curst (เคิร์สทฺ) *vt., vi.* กิริยาช่อง 2 และช่อง 3 ของ curse

cursor (เคอ' เซอะ) *n.* (คอมพิวเตอร์) สัญลักษณ์กะพริบบอกตำแหน่งอักขระหรือการทำงานบนจอคอมพิวเตอร์

curt (เคิร์ท) *adj.* สั้น, ห้วน, หยาบ **-curtly** *adv.* **-curtness** *n.* (-S. blunt, short, brief, terse) *-Ex. a curt answer to a question*

curtail (เคอร์เทล') *vt.* ทำให้สั้น, ตัดให้สั้น, ตัดทอน, ย่อ, จำกัด, ลด **-curtailment** *n.* (-S. abbreviate, reduce, lessen) *-Ex. The speaker curtailed his talk in order to catch a plane home.*

curtain (เคอร์' เทน) *n.* ม่าน, มู่ลี่, สิ่งที่เหมือนม่าน, ฉาก, (คำสแลง) ความตาย, ที่สุด, ตอนจบ *-vt.* ใส่ม่าน, ติดม่าน (-S. cover) *-Ex. window curtain, the rise of the curtain, a curtain of fog*

curtesy (เคอร์' ทะซี) *n., pl.* **-sies** กรรมสิทธิ์ในที่ดินมรดกของภรรยาที่ตาย (-S. life tenure)

curtilage (เคอร์' ทิเลจ) *n.* ที่ดินที่ปลูกบ้านหรืออาคารที่อยู่และรวมทั้งลานบ้าน

curtsey (เคอร์ท' ซี) *n.* ดู curtsy

curtsy (เคอร์ท' ซี) *n., pl.* **-sies** การถอนสายบัว, การโค้งและย่อเข่าแสดงความเคารพของสตรี *-vi.* **-sied, -sying** ถอนสายบัว

curvaceous (เคอเว' ชัส) *adj.* ซึ่งมีรูปร่างโค้งเว้าสวยงาม

curvature (เคอ' วะเชอะ) *n.* ความโค้ง, เส้นโค้ง, การโค้ง, การเลี้ยวโค้ง

curve (เคิร์ฟว) *n.* เส้นโค้ง, ทางโค้ง, แนวโค้ง, สิ่งหรือส่วนที่โค้ง, วงเล็บปิด, วงเล็บเปิด *-vt., vi.* **curved, curving** ทำให้โค้งงอ (-S. bend, arch) *-Ex. A hyperbolic curve*

curvet (เคอร์' วิท) *n.* การกระโดดของม้าโดยยกขาหน้าผงาดขึ้น แล้วกระโดดขึ้นโดยเอาขาหน้าลงและเหยียดขาหลัง *-v.* **-veted, -veting/-vetted, -vetting** *-vi.* กระโดดเป็นเส้นโค้งดังกล่าว, กระโดด *-vt.* ทำให้เป็นเส้นโค้งดังกล่าว

curvy (เคิฟ' วี) *adj.* **curvier, curviest** เป็นเส้นโค้ง, เกี่ยวกับการถอนสายบัวของสตรี

cushily (คู' ชิลี) *adv.* อย่างสุโข, อย่างสบาย

cushion (คู' เชิน) *n.* เบาะ, นวม, เบาะรองนั่ง, เบาะพิง, เครื่องนวมกันกระแทก, เนื้อตะโพก *-vt.* ใส่เบาะ, ใส่นวม, ลดการกระแทก, บรรเทา, ลด, ระงับ (-S. pillow, hassock, absorb, check) *-Ex. a cushion of leaves, Dum fell from the roof but a pile of hay cushioned his fall.*

cushy (คู' ชี) *adj.* **cushier, cushiest** (ภาษาพูด) ง่าย สุขสบาย **-cushiness** *n.* (-S. easy, comfortable)

cusp (คัสพฺ) *n.* จุด, ปลายแหลม, ปลายโผล่, ส่วนยื่นออก, จุดสัมผัส, ยอด (-S. point)

cusped, cuspate, cuspated (คัส' พิด, -เพท, -เพทิด) *adj.* ซึ่งมีปลายโผล่, ซึ่งมีส่วนยื่นแหลม(-S. cusplike)

cuspid (คัส' พิด) *n.* เขี้ยว, ฟันที่มีปลายแหลม *-adj.* ที่มีปลายแหลม (-S. cuspidate)

cuspidate, cuspidated (คัส' พิเดท, -เดทิด) *adj.* ซึ่งมีส่วนยื่นแหลม, ซึ่งมีปลายแหลม

cuspidor (คัส' พิดอร์) *n.* กระโถน

cuss (คัส) *vt., vi.* (ภาษาพูด) สาบาน สาปแช่ง แช่ง, วิจารณ์หรือตำหนิด้วยคำรุนแรง *-vi.* ด่า, สาปแช่ง *-n.* คำสาปแช่ง, คำสบถ, คำสาบาน **-cusser** *n.*

cussed (คัส' ซิด) *adj.* (ภาษาพูด) ซึ่งถูกสาปแช่ง น่ารังเกียจ ดื้อรั้น **-cussedly** *adv.* **-cussedness** *n.*

custard (คัส' เทิร์ด) *n.* ไข่ผสมนม (นึ่ง ต้มหรือแช่เย็น) ใช้ราดผลไม้หรือขนม, คัสตาร์ด

custard-apple ผลไม้จำพวกน้อยหน่า (*Annona reticulata*), ต้นไม้ของผลดังกล่าว

custard-apple

custodian (คัสโท' เดียน) *n.* ผู้ปกครอง, ผู้อารักขา, ผู้ที่เก็บรักษา **-custodianship** *n.*

custody (คัส' โทดี) *n., pl.* **-dies** การอารักขา, การปกครอง, การเก็บรักษา, การควบคุม, การคุมขัง **-in custody** ซึ่งถูกจับ **-take into custody** ควบคุมอารักขา **-custodial** *adj.* (-S. safekeeping) *-Ex. The orphan was in the custody of his uncle.*

custom (คัส' เทิม) *n.* ประเพณี, ขนบธรรมเนียม, ธรรมเนียมปฏิบัติ, จารีตประเพณี, กิจวัตร, ความเคยชิน, การอุดหนุน, ภาษี *-adj.* ซึ่งสั่งตัด, ซึ่งสั่งทำ **-customs** พิกัดอัตราภาษีอากร, หน่วยงานที่ทำหน้าที่เก็บภาษี (-S. habit, rule, tariff, duty) *-Ex. It is a Chinese custom to eat with chopsticks., It is her custom to get up at seven., a custom suit, a custom tailor, Sombut gives most of his custom to one store.*

customary (คัส' เทิมมะรี) *adj.* เกี่ยวกับประเพณี, เกี่ยวกับขนบธรรมเนียม, เป็นนิสัย, ตามปกติ, เกี่ยวกับความเคยชิน, เป็นกิจวัตร *-n., pl.* **-aries** เอกสารที่เกี่ยวกับกฎประเพณีนิยมหรือกฎหมายจารีตประเพณี **-customarily** *adv.* **-customariness** *n.* (-S. habitual, usual, regular, normal, wonted, popular, ordinary) *-Ex. It is customary to shake hands when introduced.*

C

custom-built (คัส' เทิมบิลทฺ) *adj.* สร้างหรือทำตามคำสั่งเฉพาะ, สร้างหรือทำตามที่สั่งของลูกค้า

customer (คัส' เทิมเมอะ) *n.* ลูกค้า, ผู้ซื้อ, ผู้จ่ายตลาด, คนเข้าร้าน, ผู้ว่าจ้าง, คนที่ติดต่อด้วย (-S. client, buyer)

customhouse, customshouse (คัส' เทิมเฮาซฺ, -ซฺเฮาซฺ) *n.* ด่านศุลกากร, โรงภาษี

custom-made (คัส' เทิมเมด) *adj.* ซึ่งสร้างหรือทำสินค้าตามคำสั่งของลูกค้า

cut (คัท) *v.* **cut, cutting** *-vt.* ตัด, หั่น, ฟัน, แล่, ชำแหละ, เฉือน, เจียน, เชือด, ปาด, ตัดราคา, ตัดให้สั้น, ย่อให้สั้น, ตัดผ่าน, ตัดสัมพันธ์ไมตรี, ตัดหน้า, เดินลัด, บาดหัวใจ, ทำให้เจ็บใจ, ทำให้โศกเศร้า, ตัดไพ่, ดึงไพ่, หยุดการถ่ายภาพหรือการแสดง, หลบหนี (การเรียน, การประชุม) *-vi.* ตัด, หนี, แล่, ฟัน, ปาด, ตัดขวาง, ขาดเรียน, บังเกิดผล, ตัดต่อภาพยนตร์, เปลี่ยนทิศอย่างกะทันหัน, ตัดลูก, เฉือดเฉือนจิตใจ, ตัดไพ่ *-n.* การตัด, การหั่น, การฟัน, บาดแผล, ชิ้นที่ถูกตัดออก, ปริมาณที่ถูกตัดออก, ผลที่ถูกตัด, วิธีการตัด, ทางตัด, คำพูดที่ทำให้เจ็บใจ, แม่น้ำลำคลอง, การลดราคา, การลดเงินเดือน, ชิ้นแกะสลัก, การขาดโรงเรียน, การไม่ยอมรับว่ารู้จักกันมาก่อน *-adj.* ซึ่งถูกตัด, ซึ่งได้รับการตัด, ซึ่งถูกตัดให้สั้นหรือเล็กลง, ซึ่งถูกตัดราคา, เมา, ถูกตอน (-S. gash) *-Ex. made a clean cut with his knife, a cut on my finger, a cut with my cane, a cut in prices, cut a hole in it, cut it in pieces, cut it up, cut the corn, cut loose, cut in two, where one line cuts another, a ship cuts the water, cut a play, cut prices, cut stone, a well-cut coat, cut away, cut down, the cutting edge, The letter 'X' consists of one line cut of beef., I like the cut of this coat., Don't cut across the flower bed., A reckless driver cut in front of the bus., This soap will cut the grease.*

cutaneous (คิวเท' เนียส) *adj.* เกี่ยวกับผิวหนัง

cutaway (คัท' อะเว) *adj.* เกี่ยวกับเสื้อนอกที่ส่วนหน้ายาวเรียวตั้งแต่ปกคอเสื้อถึงเอวแล้วคอดเป็นหางไปทางด้านหลัง, ซึ่งมีส่วนที่ถูกตัดออก *-n.* เสื้อนอกที่มีลักษณะดังกล่าว (คือมีส่วนหลังยาวคล้ายหาง)

cutback (คัท' แบค) *n.* การกลับสู่เหตุการณ์เดิม, การลดลงของอัตราปริมาณหรืออื่นๆ, การที่ผู้เล่นถือลูกฟุตบอลแล้ววิ่งกลับทิศทางอย่างกะทันหัน

cutdown (คัท' เดานฺ) *n.* การลดลง

cute (คิวทฺ) *adj.* **cuter, cutest** สวย, น่ารัก, เก๋, ฉลาด, หลักแหลม, มีค่า **-cutely** *adv.* **-cuteness** *n.* (-S. dainty -A. ugly, naive) *-Ex. a cute kitten, a cute retort*

cuticle (คิว' ทิเคิล) *n.* หนังกำพร้า, ผิวนอก, เปลือกนอก **-cuticular** *adj.* (-S. epidermis)

cutis (คิว' ทิส) *n., pl.* **-tes/-tises** ชั้นหนังแท้

cutlass, cutlas (คัท' เลิส) *n.* ดาบสั้นที่หนักและค่อนข้างโค้ง

cutler (คัท' เลอะ) *n.* ช่างทำขายหรือซ่อมมีดหรือกรรไกรหรือเครื่องตัดอื่นๆ

cutlery (คัท' เลอรี) *n.* การทำขายหรือซ่อมมีดหรือเครื่องตัดอื่นๆ, เครื่องตัด เช่น มีด กรรไกร

cutlet (คัท' เลท) *n.* เนื้อแผ่นทอด, ชิ้นเนื้อทอด

cutoff (คัท' ออฟ) *n.* การตัดบท, การยุติการกระทำใดๆ การตัดออก, ส่วนที่ถูกตัดออก, วิธีการตัดออก, ทางลัด, ทางสายใหม่, ทางน้ำสายใหม่ที่สร้างขึ้น *-adj.* เกี่ยวกับการยุติการกระทำใดๆ (-S. cessation, halt)

cutout (คัท' เอาทฺ) *n.* สิ่งหรือส่วนที่ถูกตัดออก, การตัดออก, เครื่องตัดกระแสไฟฟ้า, เครื่องตัดไอเสียให้ไปทางตรง

cut-rate ซึ่งขายในราคาที่ต่ำกว่าที่กำหนด, อัตราที่ต่ำกว่ากำหนดให้ราคาที่ลดลง

cutter (คัท' เทอะ) *n.* เครื่องตัด, ผู้ตัด, เรือใบเสาเดียว, เรือบด, เรือเร็ว, แคร่เลื่อนหิมะขนาดเล็กและเบาชนิดหนึ่ง *-Ex. a cutter in a clothing factory*

cutthroat (คัท' โธรท) *n.* ฆาตกร, มือมีด, มือมีดปาดคอ *-adj.* เป็นการฆาตกรรม, ทารุณ, โหดเหี้ยม, เกี่ยวกับเกมไพ่ที่มีผู้เล่น 3 คน (-S. murderer, murderous, ruthless)

cutting (คัท' ทิง) *n.* การตัด, สิ่งที่ถูกตัดออก, การตัดต่อภาพยนตร์, ข้อความหรือส่วนที่ตัดออกจากหนังสือพิมพ์หรือวารสาร *-adj.* คมกริบ, บาดใจ, หนาวเหน็บ, รุนแรง, เสียดสี **-cuttingly** *adv.* (-S. sharp, incisive) *-Ex. A chisel has a narrow cutting edge., a cutting wind, a cutting remark*

cuttlefish (คัท' เทิลฟิช) *n., pl.* **-fishes/-fish** ปลาหมึก

cutty (คัท' ที) *adj.* ซึ่งถูกตัดให้สั้น, เกี่ยวกับการตัดให้สั้น *-n.* ช้อนสั้น, สิ่งที่สั้น, กล้องยาสูบที่สั้น

cutup (คัท' อัพ) *n.* (ภาษาพูด) ตัวตลก

cyanide (ไซ' อะไนดฺ) *n.* เกลือของกรดไฮโดรไซยานิก เช่นโปแตสเซียมไซยาไนด์, ไนไตรท์ชนิดหนึ่ง *-vt.* **-nided, -niding** ใส่สารไซยาไนด์

cyanogen (ไซแอน' อะเจน) *n.* ก๊าซพิษไร้สีชนิดหนึ่ง

cyanosis (ไซ'อะโนซิส) *n., pl.* **-ses** ภาวะผิวหนังเป็นสีน้ำเงินเนื่องจากขาดออกซิเจน **-cyanotic** *adj.*

cybernetics (ไซเบอะเนท' ทิคซฺ) *n.* วิทยาศาสตร์เกี่ยวกับกระบวนการติดต่อและควบคุมสิ่งมีชีวิต เช่น ระบบประสาท ระบบสมอง **-cybernetic** *adj.* **-cyberneticist, cybernatician** *n.*

cyberphobia (ไซเบอร์โฟ' เบีย) *n.* ความกลัวคอมพิวเตอร์ (อย่างไร้เหตุผล)

cyberpunk (ไซ' เบอร์พังคฺ) *n.* นวนิยายวิทยาศาสตร์ที่แสดงถึงสังคมที่ถูกคอมพิวเตอร์ครอบงำและมีพฤติกรรมของสังคมที่รุนแรงน่ากลัวและทำอะไรอย่างไร้สาระ

cybersex (ไซ' เบอร์เซกซฺ) *n.* ภาพลามกที่เกี่ยวกับเรื่องเซ็กซ์ ซึ่งปรากฏอยู่ในคอมพิวเตอร์

cyborg (ไซ' บอร์ก) *n.* มนุษย์ที่ถูกเปลี่ยนแปลงสภาพโดยใช้กลไก อิเล็กทรอนิกส์มาควบคุม

cycle (ไซ' เคิล) *n.* วงจร, วัฏจักร, รอบ, วง, การวิ่งที่หมุนรอบ, การหมุนเวียน, ชุดนวนิยาย (กวี, โคลง, ฉันท์, กาพย์, กลอน), รถจักรยาน, ชุด *-vi.* **-cled, -cling** ขี่รถจักรยาน, หมุนรอบ, โคจรรอบ (-S. eon, period, circle)

cyclic, cyclical (ไซ' คลิค, -ซิค' คลิเคิล) *adj.* เกี่ยว

กับวงจร, ซึ่งหมุนรอบ, เกี่ยวกับสารประกอบซึ่งมีสูตรโครงสร้างของอะตอมที่ต่อกันเป็นรูปวงจร **-cyclically** *adv.*

cyclist (ไซ' คลิสท) *n.* นักขี่จักรยาน (-S. cycler)

cyclo- คำอุปสรรค มีความหมายว่า วงจร, การหมุนรอบ

cyclone (ไซ' โคลน) *n.* พายุไซโคลนซึ่งตรงกลางมีความกดดันบรรยากาศต่ำ เป็นพายุหมุนทวนเข็มนาฬิกา (เหนือเส้นศูนย์สูตรขึ้นถึงขั้วโลกเหนือ) และหมุนตามเข็มนาฬิกา (ใต้เส้นศูนย์สูตรลงไปถึงขั้วโลกใต้) **-cyclonic** *adj.* **-cyclonically** *adj.* (-S. storm)

cyclopaedia, cyclopedia (ไซคละพี' เดีย) *n.* ดู encyclopaedia **-cyclopaedic, cyclopedic** *adj.*

Cyclops (ไซ' ครอพซ) *n., pl.* **Cyclopes** ยักษ์ตาเดียว **-Cyclopean, Cyclopian** *adj.*

cyclorama (ไซคละแรม'มะ) *n.* ฉากทิวทัศน์บนเวทีที่มองแล้วคล้ายทิวทัศน์ที่อยู่ไกลจริงๆ **-cycloramic** *adj.*

cyclotron (ไซ' คละทรอน) *n.* เครื่องเร่งที่มีอนุภาคของอะตอมเคลื่อนที่เป็นวงกลมในสนามแม่เหล็กไฟฟ้า, เครื่องแยกอะตอม

cygnet (ซิก' เนท) *n.* ลูกหงส์, ห่านฟ้า

cylinder (ซิล' ลินเดอะ) *n.* รูปทรงกระบอก, กระบอกกลม, กระบอกสูบ, ลูกสูบ, ลูกโม่, ลูกกลิ้ง, สิ่งที่เป็นรูปทรงกระบอก **-cylindrical** *adj.*

cylindric, cylindrical (ซิลิน' ดริค, -คัล) *adj.* เกี่ยวกับลูกสูบ, เกี่ยวกับรูปทรงกระบอก **-cylindrically** *adv.*

cymbal (ซิม' เบิล) *n.* ฉาบ, ฉิ่ง **-cymbalist** *n.*

cyme (ไซม) *n.* การออกดอกแบบหนึ่งของต้นไม้, พวงดอกไม้แบบหนึ่งที่มียอดราบ **-cymose** *adj.*

cynic (ซิน' นิค) *n.* ผู้ที่ชอบเยาะเย้ยถากถาง, ผู้ที่เชื่อว่าพฤติกรรมของมนุษย์เกิดจากความเห็นแก่ตัว และการชอบเยาะเย้ยคนอื่น *-adj.* ชอบเยาะเย้ยถากถางคนอื่น, เกี่ยวกับการเกลียดสังคมมนุษย์อย่างมาก **-Cynic** ลัทธิของกลุ่มนักปรัชญากรีก สมัยศตวรรษที่ 4 ก่อนคริสต์ศักราช ที่เชื่อว่าคุณความดีของมนุษย์นั้นอยู่ที่การควบคุมตัวเอง (-S. pessimist)

cynical (ซิน' นิเคิล) *adj.* ชอบเยาะเย้ยถากถางคนอื่น, เกี่ยวกับการเกลียดชังมนุษย์อย่างมาก, ชอบดูถูกเหยียดหยามคนอื่น **-cynically** *adv.* (-S. skeptical, scoffing -A. optimistic)

cynicism (ซิน' นิซิสซึม) ลัทธิเกลียดชังสังคมมนุษย์, คำพูดที่เยาะเย้ยถากถางคนอื่น (-S. pessimism)

cynosure (ไซ' นะชัว) *n.* คนหรือสิ่งของที่ดึงดูดความสนใจมาก, สิ่งที่เป็นเครื่องชี้นำทาง **-Cynosure** ชื่อกลุ่มดาวเหนือ

cypher (ไซ' เฟอะ) *n., vt., vi.* ดู cipher

cypress (ไซ' เพรส) *n.* สิ่งทอบางละเอียดที่ใช้ทำเสื้อผ้าไว้ทุกข์, ชื่อต้นสนชนิดหนึ่งในแถบอเมริกาเหนือ ยุโรปและเอเชีย

Cypriot (ซิพ' เรียท) *adj.* เกี่ยวกับไซปรัส (ประชาชน, ภาษา), ชาวไซปรัส

Cyprus (ไซ' พรัส) ชื่อประเทศไซปรัสในแถบเมดิเตอร์เรเนียนตะวันออกทางตอนใต้ของตุรกี

Cyrillic (ซิริล'ลิค) *adj.* เกี่ยวกับตัวอักษรโบราณที่มาจากภาษากรีก, เกี่ยวกับ Saint Cyril ซึ่งเชื่อกันว่าเป็นผู้ประดิษฐ์อักษรดังกล่าว

cyst (ซิสท) *n.* ถุง, ถุงน้ำ, กระเพาะปัสสาวะ, เกราะ (ปรสิต), โพรงปิด **-cystic** *adj.* (-S. bladder, sac)

cystitis (ซิสไท' ทิส) *n., pl.* **cystitides** กระเพาะปัสสาวะอักเสบ

cyto- คำอุปสรรค มีความหมายว่า เซลล์

cytology (ไซทอล' โลจี) *n.* เซลล์วิทยา, สาขาของชีววิทยาที่ศึกษาเกี่ยวกับเซลล์, ปรากฏการณ์และกระบวนการต่างๆ ที่เกี่ยวกับเซลล์ **-cytological** *adj.* **-cytologically** *adv.* **-cytologist** *n.*

cytoplasm (ไซ' ทะพลาสซึม) *n.* โปรโตปลาสซึมของเซลล์ (ไม่นับนิวเคลียส) **-cytoplasmic** *adj.*

czar (ซาร์) *n.* กษัตริย์, จักรพรรดิ, จักรพรรดิรัสเซีย **-czardom** *n.* **-czarist** *adj., n.* **-czarism** *n.*

czardas (ซาร์' ดาช) *n.* การเต้นระบำแบบฮังการีที่มีสองจังหวะคือเร็วกับช้า, ดนตรีสำหรับการเต้นระบำดังกล่าว

czarevitch (ซา' ระวิช) *n.* โอรสของพระเจ้าซาร์แห่งรัสเซีย, โอรสกษัตริย์, โอรสคนแรกของพระเจ้าซาร์

czarevna (ซารีฟ' นะ) *n.* พระราชธิดาของพระเจ้าซาร์

czarina (ซาร์' รินะ) *n.* มเหสีของพระเจ้าซาร์

Czech (เชค') *n.* ชาวเชคโกสโลวาเกีย, ชนชาติสลาฟซึ่งได้แก่ชาวโบฮีเมียน โมราเวียน หรือซิลิเซียน

Czechoslovakia (เชคคะสละวา' เคีย) ประเทศเชกโกสโลวาเกีย

D

D, d (ดี) พยัญชนะอังกฤษตัวที่ 4, รูป D, เสียง D, เลขโรมันมีค่า 500, ผลการเรียนในระดับ 4

dab[1] (แดบ) **dabbed, dabbing** ป้าย, ทาเบาๆ, แตะเบาๆ *-n.* รอยป้าย, จำนวนเล็กน้อย, การแตะเบาๆ, การทาบางๆ (-S. touch, pat, stroke, daub) *-Ex. Somsri dabbed her face with a sponge., to dab paint on a picture, a dab of this and a dab of that, a dab of butter*

dab[2] (แดบ) *n.* ผู้เชี่ยวชาญ

dabble (แดบ' เบิล) *v.* **-bled, -bling** *-vt.* ทำให้เปียกหน่อยๆ, ทำให้เป็นรอยแต้มรอยด่าง, กระเด็นเป็นรอยเปียก *-vi.* เล่นน้ำ, ทำลวกๆ, ทำแบบจับๆ จดๆ **-dabbler** *n.* (-S. trifle, play)

da capo (ดาคา' โพ) ซ้ำจากตอนต้น ใช้อักษรย่อว่า DC

Dacca, Dhaka (แดค' คะ) ชื่อเมืองหลวงบังคลาเทศ

(เมื่อก่อนเป็นปากีสถานตะวันออก)
dace (เดส) *n., pl.* **dace/daces** ชื่อปลาน้ำจืดชนิดหนึ่ง
dachshund (ดาคซฺ' ฮุนทฺ) *n.* ชื่อสุนัขเยอรมันพันธุ์หนึ่ง มีขาสั้น ตัวยาว หูยาว สีน้ำตาลหรือสีน้ำตาลอมดำ
dacron (เดค' รอน) *n.* ผ้าไหมเทียมชนิดหนึ่งมีลักษณะยืดหยุ่น ไม่ย่น และเหนียวทนทาน
dactyl (แดค' เทิล) *n.* โคลงชนิดหนึ่งใช้พยางค์ยาว-สั้น-สั้น เป็นต้น, นิ้วมือ, นิ้วเท้า
dad (แดด) *n.* คุณพ่อ
daddy (แดด' ดี) *n., pl.* **-dies** คุณพ่อ
daddy-longlegs, daddy longlegs แมลงจำพวกหนึ่งมีตัวเล็กและมีขายาวมาก
dado (เด' โด) *n., pl.* **-does** ส่วนหรือกระดานครอบฝาผนัง, ตอม่อฐานเสา, สันครอบฝาผนัง *-vt.* **-doed, -doing** ติดตั้งหรือตกแต่งด้วย dado
daemon (ดี' เมิน) *n.* เทพารักษ์, ทูตประจำตัวบุคคล **-daemonic** *adj.*
daffodil (แดฟ' ฟะดิล) *n.* ชื่อดอกไม้, ดอกแดฟโฟดิล, ต้นแดฟโฟดิล

daffodil

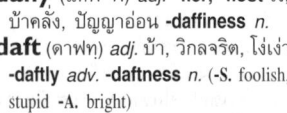

daffy (แดฟ' ฟี) *adj.* **-fier, -fiest** โง่, บ้าคลั่ง, ปัญญาอ่อน **-daffiness** *n.*
daft (ดาฟทฺ) *adj.* บ้า, วิกลจริต, โง่เง่า **-daftly** *adv.* **-daftness** *n.* (-S. foolish, stupid -A. bright)
dagger (แดก' เกอะ) *n.* กริช, ดาบสั้นสองคม, เครื่องหมายดาบ (คล้ายกางเขน) ใช้เป็นเครื่องหมายอ้างอิง *-vt.* แทงด้วยกริช, ทำเครื่องหมายดังกล่าว **-look daggers at** มองอย่างโกรธเคือง (-S. poniard, dirk, sword, knife)

dagger

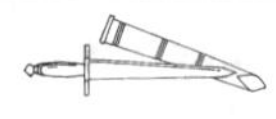

dago (เด' โก) *n., pl.* **-gos/-goes** ชาวสเปน อิตาเลียน หรือโปรตุเกส ซึ่งมีผิวคล้ำกว่าฝรั่งทางเหนือ
daguerreotype (ดะเกอ' ระไทพฺ) *n.* วิธีการถ่ายภาพในยุคเริ่มแรก โดยถ่ายภาพบนแผ่นฉาบเงินที่มีไอโอดีนผสม แล้วไปอังด้วยไอปรอท, ภาพถ่ายด้วยวิธีดังกล่าว *-vt.* **-typed, -typing** ถ่ายภาพด้วยวิธีดังกล่าว
dahlia (แดล' เลีย) *n.* พืชไม้ดอกจำพวกรักเร่, ดอกของพืชดังกล่าว

dahlia

Dail Eireann สภาล่างของรัฐไอร์แลนด์
daily (เด' ลี) *adj.* ประจำวัน, แต่ละวัน, รายวัน, ซึ่งคิดคำนวณทุกวัน *-n., pl.* **-lies** หนังสือพิมพ์รายวัน, คนใช้ที่มาเช้าเย็นกลับ, คนใช้หญิงที่ทำงานบ้านตอนกลางวัน *-adv.* ทุกๆ วัน, แต่ละวัน **-dailiness, dailyness** *n.* (-S. everyday, diurnal) *-Ex. a daily nap, a daily visitor*
dainty (เดน' ที) *adj.* **-tier, -tiest** งดงาม, มีรสชาติดี, ประณีต *-n., pl.* **-ties** สิ่งที่งดงาม, สิ่งที่มีรสชาติดี **-daintily** *adv.* **-daintiness** *n.* (-S. nice, choice, delicate, refined -A. gross, clumsy) *-Ex. The bridesmaid wore a thin, dainty dress of pink., a box of dainties from the bakery*
daiquiri (ได' คะรี) *n., pl.* **-ris** เหล้าค็อกเทลที่ประกอบด้วยเหล้ารัมผสมน้ำมะนาวและน้ำตาล
dairy (แดร์' รี) *n., pl.* **-ies** โรงรีดนม, ร้านหรือบริษัทที่ขายนมและผลิตภัณฑ์ของนม, ธุรกิจการขายนม และผลิตภัณฑ์นม *-adj.* เกี่ยวกับอาหารที่มีนมร่วมด้วย *-Ex. the dairy cattle, dairy farm*
dairy breed วัวพันธุ์นม
dairy cattle วัวนม
dairy farm ฟาร์มรีดนมและทำผลิตภัณฑ์นม
dairymaid (แดร์' รีเมด) *n.* หญิงรีดนม, คนงานหญิงในฟาร์มนม
dairyman (แดร์' รีแมน) *n., pl.* **-men** ผู้จัดการหรือเจ้าของฟาร์มนม, คนทำงานในฟาร์มนม
dairy products ผลิตภัณฑ์นม
dais (เด' อิส) *n., pl.* **daises** เวที, ปะรำ, ยกพื้น, แท่นบรรยาย (-S. platform)
daisy (เด' ซี) *n., pl.* **-sies** พืชไม้ดอกสีเหลืองจำพวกเบญจมาศ, (คำสแลง) สิ่งที่ดีเลิศ สินค้าชั้นหนึ่ง **-push up (the) daisies** (คำสแลง) ตายและถูกฝัง
Dalai Lama (ดา' ไล ลา' มะ) *n.* ตำแหน่งผู้นำทางศาสนาของธิเบต (-S. Grand Lama)
dale (เดล) *n.* หุบเขา (โดยเฉพาะหุบเขาที่กว้าง)
dalliance (แดล' ลีเอินซฺ) *n.* ความอืดอาด, การปล่อยเวลาให้หมดเปลืองไปเปล่าๆ, การพูดจาเกี้ยว
dally (แดล' ลี) *v.* **-lied, -lying** *-vi.* หยอกล้อ, เกี้ยวเล่น, ล้อเล่น, ฆ่าเวลา, ปล่อยเวลาให้ล่วงเลยไปเปล่าๆ *-vt.* ทำให้หมดเปลืองเวลา **-dallier** *n.* **-dallyingly** *adv.* (-S. idle, trifle, dawdle) *-Ex. Sombut dallied all the way home, stopping at every store window.*
Dalmatian (แดลเม' เชิน) *n.* ชื่อพันธุ์สุนัข มีขนสั้นสีขาวและมีจุดสีน้ำตาลหรือดำกระจายทั่วตัว
dam¹ (แดม) *n.* เขื่อน, เขื่อนกั้นน้ำ, ประตูน้ำ, ทำนบ, น้ำที่ถูกกั้นอยู่ในเขื่อน, กำแพงกั้น, *-vt.* **dammed, damming** สร้างเขื่อนกั้น, กีดกั้น (-S. stop, bar -A. release, loose, free) *-Ex. Beavers dammed the river.*
dam² (แดม) *n.* สัตว์สี่เท้าเพศเมีย
damage (แดม' มิจ) *n.* ความเสียหาย, การทำให้เสียหาย, การทำให้ได้รับอันตราย *-vt., vi.* **-aged, -aging** ทำให้เสียหาย, ทำให้ได้รับอันตราย, เป็นภัย, เสียหาย **-damages** ค่าเสียหาย, เงินชดเชยค่าเสียหาย **-damageable** *adj.* **-damageability** *n.* (-S. injury, harm, hurt -A. repair, improve) *-Ex. The storm caused great damage., damage to one's good name, pay damages for breach of contract*
damaging (แดม' มิจจิง) *adj.* ซึ่งทำให้เสียหาย, ซึ่งเป็นภัยกับ, เป็นอันตราย
Damascus (ดะแมส' เคิส) ชื่อเมืองหลวงของซีเรีย (-S. Dams)
dame (เดม) *n.* คุณหญิง, สตรีผู้สูงศักดิ์, แม่บ้าน, นาง, (คำสแลง) ผู้หญิงหรือเด็กหญิง
damn (แดม) *v.* **damned, damning** *-vt.* ประณาม, สาปแช่ง, ลงโทษให้ตกนรก, วิจารณ์, ทำลาย *-vi.* กล่าวคำสาปแช่ง, แช่ง, สมน้ำหน้า *-n.* การประณาม, การสาปแช่ง, การกล่าวคำ "damn" ในการสาปแช่งหรือกล่าว

damnable 217 **dapple**

ย้ำ, สิ่งที่มีค่าน้อย *-adj., adv.* ถูกลงโทษ, ถูกทำลาย *-interj.* คำอุทานแสดงความโกรธ ผิดหวังหรือรำคาญใจ **-give a damn** สนใจ (-S. reprobate, curse -A. bless)

damnable (แดม' นะเบิล) *adj.* ซึ่งควรได้รับการสาปแช่ง, น่าสาปแช่ง, น่ารังเกียจ, อัปรีย์, น่าเบื่อหน่าย **-damnably** *adv.* **-damnableness** (-S. detestable, abominable -A. commendable, good)

damnation (แดมเน' ชัน) *n.* การสาปแช่ง, ภาวะที่ถูกสาปแช่ง, สาเหตุที่ถูกสาปแช่ง, การลงโทษให้ตกนรกเนื่องจากได้กระทำบาป, คำสาปแช่ง, คำสบถ *-interj.* คำอุทานแสดงความโกรธ ความผิดหวัง (-S. anathema, curse)

damnatory (แดม' นะโทรี) *adj.* เกี่ยวกับการสาปแช่ง, ที่แสดงการสาปแช่ง, ที่ทำให้เกิดการสาปแช่ง

damned (แดมดฺ) *adj.* แย่มาก, ซึ่งถูกสาปแช่ง, ที่เคราะห์ร้าย, น่ารังเกียจ, อัปรีย์ *-adv.* อย่างยิ่ง, อย่างมาก, ถึงที่สุด (-S. condemned)

damnedest (แดม' ดิสทฺ) *adj.* แย่ที่สุด, น่ารังเกียจที่สุด, ที่เป็นที่สุด *-n.* สิ่งที่เป็นที่สุด, ความเต็มที่ที่สุด (-S. utmost)

damning (แดม' นิง) *adj.* ซึ่งเป็นเครื่องพิสูจน์ความผิด, เกี่ยวกับการสาปแช่ง **-damningly** *adv.*

Damocles (แดม' มะคลีซฺ) *n.* ข้าราชสำนักชาวกรีกที่ถูกจับให้นั่งอยู่ในที่ๆ มีดาบแขวนอยู่เหนือศีรษะด้วยผมเส้นเดียวเพื่อแสดงว่าเขากำลังอยู่ในภาวะอันตรายมาก

damp (แดมพฺ) *adj.* ชื้น, หมาด, ไม่กระตือรือร้น, หดหู่, ไร้ชีวิตชีวา *-n.* ความชื้น, อากาศชื้น, อากาศมีก๊าซพิษ (เช่นในเหมือง), ความหดหู่, ความสลดใจ *-vt.* ทำให้ชื้น, ยับยั้ง, สกัดกั้น, ดับ (ไฟ), ทำให้น่าเบื่อ, ลดความถี่ *-vi.* กลายเป็นชื้น, บรรเทาลดลง, ลดน้อย **-damp off** เน่าเปื่อย, เหี่ยว **-damply** *adv.* **-dampish** *adj.* **-dampness** *n.* (-S. moist, humid, humidity, moisture) *-Ex. a damp room, The paper should be damped before printing.*

dampen (แดม' เพิน) *vt.* ทำให้ชื้น, ทำให้หดหู่ใจ *-vi.* กลายเป็นชื้น **-dampener** *n.* (-S. moisten, wet)

damper (แดม' เพอะ) *n.* คนที่ทำให้หมดสนุก, เครื่องทำให้ดวงตราไปรษณีย์ชื้น (แทนการใช้ลิ้น), เครื่องบรรเทา, เครื่องลดการสั่นสะเทือน, เครื่องกันไม่ให้รถกระตุก (ติดไว้ที่เพลารถยนต์), เครื่องกันไม่ให้รถกระโดด (ติดไว้ที่แหนบรถยนต์), เครื่องบังคับเสียง *-Ex. The gloomy news over the radio put a damper on everyone's gaiety.*

damsel (แดม' เซิล) *n.* ผู้หญิงสาว, หญิงพรหมจารี (-S. maiden)

damselfly (แดม' เซิลไฟลฺ) *n., pl.* **-flies** แมลงที่คล้ายแมลงปอต่างกันที่มันจะหุบปีกเมื่ออยู่กับที่

damselfly

damson (แดม' เซิน) *n.* ผลไม้ขนาดเล็กสีน้ำเงินเข้มหรือสีม่วงของต้นพลัมจำพวก *Prunus domestica,* ต้นไม้ที่ให้ผลดังกล่าว

dance (ดานซฺ) *v.* **danced, dancing** *-vi.* เต้นรำ, เต้นระบำ, ฟ้อนรำ, ลีลาศ, กระโดดโลดเต้น (ด้วยความตื่นเต้นหรือด้วยอารมณ์), กระโดดขึ้นลง, กลิ้งไปมา *-vt.* ทำให้เต้นรำ, มีส่วนร่วมในการเต้นรำ *-n.* การเต้นรำ, การเต้นระบำ, การฟ้อนรำ, การลีลาศ, งานเต้นรำ, เพลงเต้นรำ, ศิลปะการเต้นรำ **-danceable** *adj.* **-dancingly** *adv.* (-S. sway, prance, twirl, spin) *-Ex. dance-band, danced-music, They are dancing in the ball-room., The waves were dancing.*

dancer (แดน' เซอะ) *n.* นักเต้นรำ (โดยเฉพาะนักเต้นรำอาชีพบนเวที)

dandelion (แดน' ดะเลียน) *n.* ชื่อพันธุ์ดอกไม้, ดอกหรือต้นไม้ดังกล่าว

dandelion

dander (แดน' เดอะ) *n.* (ภาษาพูด) ความโกรธ (-S. anger, temper)

dandify (แดน' ดะไฟ) *vt.* **-fied, -fying** แต่งตัวสำรวย **-dandification** *n.*

dandle (แดน' เดิล) *vt.* **-dled, -dling** จับเด็กขึ้นลงอย่างค่อยๆ, จับเด็กเขย่าขึ้นลงเบาๆ บนตัก, เล่นหัวหรือหยอกล้อกับเด็ก (-S. jiggle, bounce)

dandruff (แดน' ดรัฟ) *n.* ขี้รังแค **-dandruffy** *adj.*

dandy (แดน' ดี) *n., pl.* **-dies** ผู้ชายที่สำรวย, ผู้ชายที่ชอบแต่งตัวเกินไป, คนขี้โอ่, คนเจ้าชู้, สิ่งที่มีคุณภาพดีเป็นพิเศษ,คนที่มีคุณสมบัติหรือความสามารถดีเป็นพิเศษ, เรือเสากระโดงคู่ *-adj.* **-dier, -diest** ชอบแต่งตัวเกินไป, (ภาษาพูด) ชั้นหนึ่ง ดีเยี่ยม **-dandyish** *adj.* **-dandyism** *n.* (-S. fop, beau, terrific, great)

Dane (เดน) *n.* ชาวเดนมาร์ก, คนที่มีเชื้อชาติของชาวเดนมาร์ก

danger (เดน' เจอะ) *n.* อันตราย, ภยันอันตราย, ความไม่ปลอดภัย, สิ่งที่เป็นอันตราย (-S. peril, jeopardy, menace, risk -A. safety, security)

dangerous (เดน' เจอะเริส) *adj.* อันตราย, เป็นภัย, ไม่ปลอดภัย **-dangerously** *adv.* **-dangerousness** *n.* (-S. perilous, hazardous) *-Ex. Handling explosives is a dangerous occupation., A mad dog is dangerous.*

dangle (แดง' เกิล) *v.* **-gled, -gling** *-vt.* ห้อยอย่างหลวมๆ, ห้อยแกว่งไปแกว่งมา, ติดสอยห้อยตาม *-vi.* แขวนไว้อย่างหลวมๆ, แขวนอย่างแกว่งไปแกว่งมา *-n.* การห้อยอย่างหลวมๆ หรือแกว่งไปแกว่งมา, การติดสอยห้อยตาม **-dangler** *n.* (-S. swing, sway, depend) *-Ex. The puppet dangled on a string., The boy dangled his legs over the edge of the pool.*

Daniel (แดน' เนิล) *n.* ผู้ที่พระเจ้าดลใจให้มาสอนประชาชนในสมัยบาบิโลน, ชื่อหนังสือในคัมภีร์ไบเบิล

Danish (เด' นิช) *adj.* เกี่ยวกับชาวเดนมาร์ก ประเทศเดนมาร์กหรือภาษาเดนมาร์ก *-n.* ภาษาเดนมาร์ก

dank (แดงคฺ) *adj.* ชื้น, เปียกหมาดๆ, มีเหงื่อชุ่ม **-dankly** *adv.* **-dankness** *n.* (-S. chilly, moist, damp)

dapper (แดพ' เพอะ) *adj.* เรียบร้อย, ฉลาด, เล็กและปราดเปรียว **-dapperness** *n.* **-dapperly** *adv.* (-S. trim, active, agile -A. sloppy, untidy) *-Ex. The new coach was very dapper., a dapper jockey*

dapple (แดพ' เพิล) *n.* จุดด่าง, รอยด่าง, รอยแต้ม,

D

D

ลายด่าง, สัตว์ที่มีลายด่างหรือเป็นแต้มๆ บนผิวหนัง *-adj.* เป็นรอยแต้ม *-vt.* **-pled, -pling** ทำให้เป็นจุดด่าง, กลายเป็นจุดด่าง *-Ex. Sunlight dappled the grass.*

dappled (แดพ' เพิลด) *adj.* เป็นจุด, เป็นรอยด่าง, เป็นแต้ม (**-S.** mottled, flecked **-A.** solid)

dare (แดร์) *v.* **dared, daring** *-vt.* กล้า, กล้าทำ, กล้าเผชิญหน้า, ท้าทาย *-vi.* มีความกล้า, กล้า *-n.* การกล้าทำ, การกล้าเผชิญ, ความอาจหาญ, การท้าทาย **-darer** *n.* (**-S.** brave, risk, challenge)

daredevil (แดร์' เดฟเวิล) *n.* คนกล้า, คนบ้าระห่ำ, คน ที่ไม่กลัวตาย *-adj.* กล้า, กล้าเสี่ยง **-daredevilry, daredeviltry** *n.* (**-S.** adventurer, desperado) *-Ex. The racing-car driver is a daredevil., A daredevil act on a high trapeze.*

daring (แด' ริง) *adj.* กล้า, อาจหาญ, กล้าผจญภัย *-n.* ความกล้า, ความอาจหาญ **-daringly** *adv.* **-daringness** *n.* (**-S.** brave, bold **-A.** afraid) *-Ex. a daring aviator*

dark (ดาร์ค) *adj.* มืด, มืดมน, มัว, ดำคล้ำ, ซ่อนเร้น, เร้นลับ, คลุมเครือ, ชั่วช้า, อัปรีย์, ป่าเถื่อน, ไร้ความหวัง, (กาแฟ) ใส่นมหรือครีมเล็กน้อย *-n.* ความมืด, การปราศจากแสง, กลางคืน, ที่มืด, สีดำ **-in the dark** ไม่รู้, เป็นความลับ **-darkish** *adj.* **-darkly** *adv.* (**-S.** dim, dusky, vile, wicked, secret, deep **-A.** light, bright)

Dark Ages ยุคประวัติศาสตร์ยุโรประหว่างปี ค.ศ. 467-1000, ยุคมืด

darken (ดาร์ค' เคิน) *vt.* ทำให้มืด, ทำให้มืดมน, ทำให้คลุมเครือ, ทำให้คล้ำ, ทำให้เศร้าหมอง, ทำให้ตาบอด *-vi.* กลายเป็นมืด, กลายเป็นคลุมเครือ (**-S.** blacken, cloud over **-A.** brighten) *-Ex. The sky darkened as the clouds rolled in.*

Darkey, Darky (ดาร์ค' คี) *n.* (คำสแลง) อ้ายมืด คนนิโกร คนผิวดำ

dark horse ม้ามืด, ม้าที่ไม่มีใครคาดคิดว่าจะชนะในการแข่งขัน, คนที่คาดว่าจะไม่ชนะแต่ก็ชนะในที่สุด

darkling (ดาร์ค' ลิง) *adv.* ในที่มืด *-adj.* กำลังมืด, ซึ่งเกิดขึ้นในที่มืด, คลุมเครือ, ลึกลับ, ซ่อนเร้น *-n.* ความมืด

darkly (ดาร์ค' ลี่) *adv.* คลุมเครือ, ซึ่งปรากฏในที่มืด, ลึกลับ, ซ่อนเร้น, ไม่สมบูรณ์

darkness (ดาร์ค' เนส) *n.* ความมืด, การไร้แสงสว่าง, การขาดแสงสว่าง, ความชั่วร้าย, ความคลุมเครือ, การซ่อนเร้น, การไร้ความรู้, ตาบอด (**-S.** gloom, twilight, obscurity, concealment)

darkroom (ดาร์ค' รูม) *n.* ห้องมืดที่ใช้ล้างฟิล์ม

darling (ดาร์' ลิง) *n.* ผู้เป็นที่รักมาก, คนรัก, ยอดรัก, ทูนหัว, ขวัญใจ, คนโปรด *-adj.* เป็นที่รักมาก, เป็นยอดรัก, เป็นทูนหัว, เป็นที่โปรดปราน, น่ารัก, มีเสน่ห์ (**-S.** sweetheart, honey, beloved, dear)

darn[1] (ดาร์น) *vt., vi.* ชุน (ผ้า ถุงเท้า) *-n.* บริเวณที่ชุน, การชุน **-darner** *n.* (**-S.** mend)

darn[2] (ดาร์น) *vt., vi.* สาปแช่ง, กล่าวคำสบถ *-interj.* สบถแสดงความไม่พอใจ *-adj., adv.* น่าเบื่อหน่าย, น่ารังเกียจ, ความสนใจ

darned (ดาร์นด) *adj.* ระยำ, น่ารังเกียจ *-adv.* อย่างยิ่ง, เต็มที่, น่าทึ่ง (**-S.** damned)

darning (ดาร์น' นิง) *n.* การชุน, การปะชุน, สิ่งที่ปะชุน

dart (ดาร์ท) *n.* หลาว, หอกซัด, ลูกดอก, การพุ่งเข้าไปอย่างฉับพลัน, เกมขว้างลูกดอกเข้าเป้า, เหล็กในของแมลง *-vi., vt.* เคลื่อนที่อย่างรวดเร็ว, พุ่งเข้าอย่างฉับพลัน, โผ, เผ่น, โถม, ขว้าง (**-S.** arrow, dash, bolt) *-Ex. The dog darted after the rabbit., Aunt Somsri made a dart at the trespassing hens., Kasorn darted a glance at me.*

dartboard (ดาร์ท' บอร์ด) *n.* กระดานปาเป้า

darter (ดาร์ท'เทอะ) *n.* ผู้ขว้างลูกดอก, ชื่อปลาน้ำจืดชนิดหนึ่งในแถบอเมริกาเหนือ

dash (แดช) *vt.* กระแทก, ทุบแตก, ชน, สาดอย่างแรง, ผสมหรือเจือปน, ทำลาย, ทำให้หดหู่ใจ, ทำให้ยุ่งเหยิง, ทำให้เสร็จโดยเร็ว *-vi.* กระแทก, ชน, โถมเข้าไป, พุ่งเข้าชน, พุ่งไปอย่างรวดเร็ว *-n.* การสาดน้ำ, ปริมาณน้อยๆ ที่ผสมเข้าสิ่งอื่น, เครื่องหมาย (—), การไปอย่างรวดเร็ว, การวิ่งแข่งระยะใกล้, การเขียนอย่างหวัดๆ, ความห้าวหาญ, ความหรูหรา, การตีอย่างรวดเร็ว (**-S.** strike, break, dart, sprinkling) *-Ex. a dash for freedom, a hundred yard dash, a dash of pepper, They dashed him with water., to dash a cup to the floor, Kasorn dashed all my hopes.*

dashboard (แดช' บอร์ด) *n.* แผ่นกันโคลน, ที่กั้นโคลนหรือน้ำกระเด็น, แท่นหน้าปัด, แท่นหน้าคนขับรถยนต์หรือเครื่องบินที่ติดตั้งเข็มและหน้าปัดต่างๆ

dasher (แดช' เชอะ) *n.* สิ่งที่พุ่งเข้าชน, ผู้ที่พุ่งหรือโถมเข้า, เครื่องมือหรือด้ามกวนนมหรือของเหลว

dashing (แดช' ชิง) *adj.* มีชีวิตชีวา, ห้าว, หลักแหลม, หรูหรา **-dashingly** *adv.* (**-S.** stylish, debonair **-A.** dull, shabby) *-Ex. a dashing knight, a dashing costume*

dastard (แดส' เทิร์ด) *n.* คนที่ขี้ขลาด เลวและมีเล่ห์ (**-S.** coward)

dastardly (แดส' เทิร์ดลี) *adj.* ขี้ขลาด เลวและมีเล่ห์ **-dastardliness** *n.* (**-S.** cowardly, craven, fearful)

data (เด' ทะ, ดา' ทะ) *n. pl.* พหูพจน์ของ datum *-Ex. the data for a report*

data processing กระบวนการป้อนข้อมูลและวิเคราะห์ข้อมูลด้วยเครื่องมืออิเล็กทรอนิกส์

date[1] (เดท) *n.* วันที่, วันเดือนปี, วันกำหนด, วันนัด, การนัด, ผู้ถูกนัดหมาย(เพศตรงข้าม), อายุ, ยุคสมัย, การระบุวันที่ *-vi.* นัด, นัดหมาย, ล้าสมัย, ออกไปพบตามนัด *-vt.* **dated, dating** ลงวันที่, ระบุวันที่ **-out of date** หมดสมัย **-up to date** ทันสมัย **-datable, dateable** *adj.* **-datableness, dateableness** *n.* **-dater** *n.* (**-S.** point, in time, engagement, appointment, meeting) *-Ex. What's the date today?, the date of an event, What date is your wedding to be?, Historians now date events as before or after the birth of Jesus Christ., The church dates from the Norman period.*

date[2] (เดท) *n.* ผลอินทผลัม, ต้นอินทผลัม

dated (เด' ทิด) *adj.* ซึ่งแสดงวันที่ (หรือวันเดือนปี), ซึ่งลงวันที่ (หรือวันเดือนปี), ล้าสมัย (**-S.** outmoded)

dateless (เดท' ลิส) *adj.* ไม่มีวันที่ (หรือวันเดือนปี), ไม่ได้ลงวันที่ (หรือวันเดือนปี), เก่ามากจนไม่รู้วันเดือนปี, ยุคโบราณกาล, ไร้กาลเวลา, เกี่ยวกับความสนใจที่ถาวรแม้เวลาล่วงเลยไปนานเท่าใดก็ตาม กาลเวลา

dateline (เดท' ไลน) *n.* กำหนดในการทำต้นฉบับหนังสือ *-vt.* **-lined, -lining** กำหนดระยะเวลา

date line เส้นแบ่งวันระหว่างประเทศ เป็นเส้นสมมติที่ลองจิจูด 180 บริเวณที่อยู่ทางด้านตะวันออกของเส้นนี้ถือว่าเป็นเวลาเช้ากว่าหนึ่งวันของบริเวณที่อยู่ทางด้านตะวันตกของเส้นดังกล่าว

dative (เด' ทิฟว) *adj.* (ไวยากรณ์) เกี่ยวกับการกของกรรมอ้อม *-n.* (ไวยากรณ์) กรรมรองหรือกรรมอ้อม เช่น คำว่าเขาในประโยค "สมชายให้ดินสอเขาสองแท่ง" **-datively** *adv.* (-S. designating)

datum (เด' ทัม, ดา' ทัม) *n., pl.* **data/datums** ข้อมูลตัวเลข, ข้อเท็จจริงในการอ้างอิง, หลักฐาน, สถิติ, ตัวเลข (-S. fact, information, input)

daub (ดอบ) *vt., vi.* แต้ม, ทำเปรอะ, ทำเปื้อน, ป้ายหรือทำอย่างสุ่มสี่สุ่มห้า, ทำอย่างไม่ชำนาญ *-n.* วัตถุที่ใช้ทาสี (โดยเฉพาะสีอย่างเลว), สิ่งที่ใช้ทาหรือป้าย, การทาหรือป้าย, การทาสีอย่างลวกๆ **-dauber** *n.* (-S. smear, spatter, cover) *-Ex. Manee had a daub of mud on her cheek.*

daughter (ดอ' เทอะ) *n.* ลูกสาว *-adj.* ที่เหมือนลูกสาว, ที่เกี่ยวกับลูกสาว, ผู้สืบเชื้อสายที่เป็นเพศหญิง, สิ่งที่เกี่ยวข้องกับลูกสาว **-daughterliness** *n.* **-daughterly** *adj.* *-Ex. Many of the sons and daughters of Ireland come to settle in America.*

daughter-in-law (ดอ' เทอะอินลอ) *n., pl.* **daughters-in-law** ลูกสะใภ้

daunt (ดอนทฺ) *vt.* ทำให้กลัว, ทำให้เกรงขาม, ขู่ขวัญ, ทำให้หวาดหวั่น **-dauntingly** *adv.* **-daunter** *n.* (-S. frighten, scare, intimidate) *-Ex. Even the risk of death did not daunt the brave knight.*

dauntless (ดอนทฺ' ลิส, ดานทฺ' ลิส) *adj.* ไร้ความกลัว, ไร้ความหวาดหวั่น, กล้า, อาจหาญ **-dauntlessly** *adv.* **-dauntlessness** *n.* (-S. bold, brave)

dauphin (ดอ' ฟิน) *n.* มกุฎราชกุมารของฝรั่งเศส

davenport (แดฟ' เวินพอร์ท) *n.* เก้าอี้นวมยาว (ใช้เป็นเตียงได้), โต๊ะเขียนหนังสือขนาดเล็ก

davit (แดฟ' วิท) *n.* เสาข้างสำหรับโยงเรือบดกับสมอเรือ

davit

Davy Jones's locker (เด' วีโจนซลอค' เคอะ) *n.* ใต้ท้องมหาสมุทร, ผู้ที่ตายอยู่ใต้ท้องทะเล

daw (ดอ) *n.* นกชนิดหนึ่งคล้ายอีกา

dawdle (ดอด' เดิล) *v.* **-dled, -dling** *-vi.* ฆ่าเวลา, ปล่อยเวลาให้ล่วงเลยไปเปล่าๆ, อืดอาด, ลอยชาย *-vt.* ปล่อยเวลาให้ล่วงเลยไปโดยเปล่าประโยชน์ **-dawdler** *n.* **-dawdlingly** *adv.* (-S. dally, idle -A. hurry) *-Ex. Sombut dawdled throught his breakfast.*

dawn (ดอน) *n.* อรุณ, รุ่งอรุณ, ตอนรุ่งเช้า, การเริ่มต้น, การเริ่มปรากฏขึ้น *-vi.* เริ่มทอแสง (อรุณ), เริ่มมองเห็นได้, เริ่มปรากฏขึ้นในใจครั้งแรก (-S. sunrise, aurora, beginning -A. sunset) *-Ex. The day dawns in the east., The invention of the airplane marked the dawn of a new age., The answer finally dawned on me.*

day (เด) *n.* กลางวัน, วัน, วันทำงาน, ส่วนของวันที่เป็นเวลาทำงาน, สมัย, ยุค, ช่วงของการแข่งขันหรือความยากลำบาก **-day in, day out** ทุกวันต่อเนื่องกันตลอดไป (-S. age, period) *-Ex. I can see by day but not by night., a day's work*

daybed (เด' เบด) *n.* เก้าอี้นอน

daybook (เด' บุค) *n.* สมุดบันทึกประจำวัน (-S. diary)

day-boy นักเรียนชายพักในบ้าน **-day-girl** นักเรียนหญิงพักในบ้าน

daybreak (เด' เบรค) *n.* รุ่งอรุณ (-S. dawn, sunrise)

day-care centre สถานเลี้ยงเด็กเวลากลางวัน

day coach รถไฟโดยสารธรรมดา (ไม่ใช่รถไฟตู้นอน)

daydream (เด' ดรีม) *n.* การฝันกลางวัน, การฝันหวาน, ห้วงนึกการจินตนาการขณะตื่น *-vi.* **-dreamed/-dreamt, -dreaming** อยู่ในห้วงนึก, ฝันกลางวัน, ปล่อยความคิดไปตามอารมณ์ **-day dreamer** *n.* (-S. wish, reverie, fantasy, fancy)

daylight (เด' ไลทฺ) *n.* รุ่งอรุณ, แดด, กลางวัน, ความเปิดเผย (-S. daybreak, dawn) *-Ex. Before daylight the milkman starts out on his route.*

daylight saving time (เด' ไลทฺ เซวิงไทมฺ) *n.* เวลาที่ช้ากว่าเวลามาตรฐานเพื่อทำให้เวลาทำงานตอนกลางวันนานขึ้นในฤดูร้อน

daylong (เด' ลอง) *adj., adv.* ตลอดทั้งวัน, ตลอดวัน

day school โรงเรียนที่เปิดเรียนในวันธรรมดาของสัปดาห์, โรงเรียนที่ไม่มีนักเรียนกินนอนที่โรงเรียน

daytime (เด' ไทมฺ) *n.* เวลากลางวัน, เวลาระหว่างดวงอาทิตย์ขึ้นและดวงอาทิตย์ตก

day-to-day (เด' ทะเด') *adj.* วันแล้ววันเล่า, ซึ่งเกิดขึ้นทุกวัน, ประจำวัน

daze (เดซฺ) *vt.* **dazed, dazing** ทำให้งงงวย, ทำให้งงงัน, ทำให้ประหลาดใจ *-n.* ภาวะที่งงงวย **-dazedly** *adv.* (-S. bewilder, shock, astonish) *-Ex. to be dazed by a shock or blow*

dazzle (แดซ' เซิล) *vt., vi.* **-zled, -zling** ทำให้ตาพร่า, ทำให้ลานตา, พร่าตา, หลงใหล, เคลิบเคลิ้ม *-n.* ภาวะที่ตาพร่า, การทำให้ตาพร่า, สิ่งที่ทำให้ตาพร่า, สิ่งที่ทำให้หลงใหล, สิ่งที่ทำให้เคลิบเคลิ้ม **-dazzlement** *n.* **-dazzler** *n.* **-dazzlingly** *adv.* (-S. daze, fascinate, blind) *-Ex. The fine performance of the opera dazzled us.*

D.C. ย่อจาก District of Columbia เขตโคลัมเบีย ซึ่งเป็นที่ตั้งของกรุงวอชิงตัน, direct current ไฟฟ้ากระแสตรง

D.D. ย่อจาก Doctor of Divinity ปริญญาเอกทางศาสนศาสตร์

D-day (ดี' เด) วันเริ่มโครงการ, วันที่ 6 มิถุนายน ค.ศ. 1944 เป็นวันที่ทหารพันธมิตรยกพลขึ้นบุกยุโรปในสงครามโลกครั้งที่ 2

D.D.S. ย่อจาก Doctor of Dental Surgery ปริญญาเอกทางทันตศัลยกรรม

D

DDT ย่อจาก dichlorodiphenyltrichloroethane ยาฆ่าแมลงและฆ่ายุงชนิดหนึ่ง
de- คำอุปสรรค มีความหมายว่า ขจัด, เอาออก, จาก, ลดต่ำ, ปฏิเสธ, กลับกัน, จาก, ลง
deacon (ดี' เคิน) *n.* ผู้ช่วยพระในศาสนาคริสต์มีฐานันดรศักดิ์ต่ำกว่าพระ มีหน้าที่เกี่ยวกับด้านการบัญชีและธุรการ *-vt.* (คำสแลง) ปลอม ตบตา
deaconess (ดี' คะนิส) *n.* หญิงในศาสนาคริสต์ของโบสถ์โปรเตสแตนต์ มีหน้าที่ช่วยแม่ชีเกี่ยวกับด้านการบัญชีและธุรการของโบสถ์
deaconry (ดี' เคินรี) *n., pl.* **-ries** ตำแหน่งที่ทำงานของผู้ช่วยพระในศาสนาคริสต์ที่มีฐานันดรศักดิ์ต่ำกว่าพระ
deactivate (ดีแอค' ทะเวท) *vt.* **-vated, -vating** ทำให้ไม่มีความสามารถ, ทำให้ตัน **-deactivation** *n.*
dead (เดด) *adj.* ตาย, สิ้นลมหายใจ, ไม่มีชีวิต, ไม่มีความรู้สึก, เหมือนกับตาย, สูญสิ้น, ดับ, ตายด้าน, ไม่เคลื่อนไหว, เหนื่อยมาก, ใช้หมดสิ้น, (ภาษา) ไม่ใช้กันแล้ว, ทื่อ, ไม่เด้งกลับ, จืดชืด, โดยสิ้นเชิง, แม่นยำ, กะทันหัน, ตรง, ไม่ได้ผล, ไม่มีกระแสไฟฟ้า *-adv.* โดยสิ้นเชิง, เต็มที่, อย่างกะทันหัน *-n.* คนตาย, ความหนาว, ความเงียบสงัดมาก, ความมืดมาก **-deadness** *n.* (-S. defunct, deceased, lifeless, obsolete, stagnant, tidious, exact -A. alive) *-Ex. My fingers are dead., a dead language, The place seemed dead., a dead weight, dead silence, The dead return as ghosts.*
deadbeat (เดด' บีท) *n.* (คำสแลง) คนที่หลีกเลี่ยงการใช้หนี้หรือเลี่ยงค่าใช้จ่ายในส่วนของตนเอง คนที่ขี้เกียจ *-adj.* (เข็มอุปกรณ์) ที่ไม่เคลื่อนที่
deaden (เดด' เดิน) *vt.* ทำให้ชา, ทำให้ไร้ความรู้สึก, ทำให้อ่อนแอ, ทำให้เสียงไม่สามารถลอดเข้ามาหรือออกไปได้, ทำให้สีจืดชืด *-vi.* ตาย, ขาดชีวิตชีวา **-deadener** *n.* (-S. mute, blunt, dull, reduce, lessen) *-Ex. to deaden sound, deaden pain*
dead end ทางตัน, ภาวะที่ไร้ความหวัง, การจราจรติดขัด **-dead-end** *adj.*
deadfall (เดด' ฟอล) *n.* กับดักที่มีของหนักตกลงทับให้เหยื่อตาย, กิ่งไม้หรือพุ่มไม้ที่ตกลงจากต้น
deadhead (เดด' เฮด) *n.* คนที่ถือตั๋วฟรี (รถโดยสาร โรงภาพยนตร์), พาหนะที่เคลื่อนที่โดยไม่มีคนโดยสาร, (คำสแลง) คนโง่ *-vi.* ขึ้นรถหรือดูหนังฟรี *-vt.* ขับพาหนะโดยไม่มีผู้โดยสารหรือบรรทุกของ
dead heat ผลการแข่งขันที่เสมอกัน
dead letter จดหมายที่ไม่ถึงมือผู้รับ, กฎหมายที่ล้าสมัยแต่ยังไม่ถูกประกาศยกเลิก
deadline (เดด' ไลน) *n.* กำหนดเวลาของการกระทำการสิ่งหนึ่งๆ ให้สำเร็จลุล่วง เช่น การชำระเงิน การส่งต้นฉบับหรือตีพิมพ์, เส้นห้ามผ่าน, เส้นตาย *-vt.* **-lined, -lining** ถูกควบคุมด้วยเวลา
deadlock (เดด' ลอค) *n.* การอยู่นิ่งกับที่, สถานการณ์ที่ไม่คืบหน้า *-vt., vi.* ทำให้ชะงักงัน, ทำให้หยุดอยู่กับที่ (-S. standstill, impasse)
deadly (เดด' ลี) *adj.* **-lier, -liest** เป็นอันตรายถึงตายได้, ซึ่งทำลายล้าง, เหมือนตาย, ที่เป็นศัตรู, แม่นยำ, น่าเบื่ออย่างยิ่ง *-adv.* ในลักษณะอาการที่คล้ายตาย, เหลือเกิน, อย่างยิ่ง **-deadliness** *n.* (-S. mortal, fatal, hostile, extreme, accurate -A. benign, safe) *-Ex. the deadly bite of the cobra, a deadly enemy, Somsri is deadly pale.*
dead march เพลงแห่ศพ, ดนตรีที่เศร้าโศก
deadpan (แดด' แพน) *n.* คนที่ไม่แสดงความรู้สึกใดๆ *-adj.* ตีหน้าตาย, ไร้อารมณ์ *-adv.* ในลักษณะที่ตีหน้าตาย *-vt., vi.* **-panned, -panning** ทำหรือพูดหน้าตาเฉย
dead reckoning การคำนวณตำแหน่งการบินหรือเดินเรือโดยใช้การคาดการณ์, ตำแหน่งที่คำนวณได้, การคาดการณ์
Dead Sea ทะเลสาบน้ำเค็มที่อยู่ระหว่างอิสราเอลกับจอร์แดน เป็นทะเลสาบที่อยู่ต่ำที่สุดของโลก
dead set ตั้งใจแน่วแน่, ตกลงใจแน่วแน่, ซึ่งได้ลงมติแล้ว
dead weight น้ำหนักบรรทุกที่คงที่, น้ำหนักรถบรรทุกเมื่อไม่ได้บรรทุกสินค้า, อุปสรรคที่ยากบำลาก
deadwood (เดด' วูด) *n.* กิ่งไม้ที่ตายของต้นไม้, สิ่งที่ใช้ประโยชน์ไม่ได้, คนจู้จี้
deaf (เดฟ) *adj.* หูหนวก, ไม่ยอมฟัง, ไม่เชื่อฟัง **-deafly** *adv.* **-deafness** *n.* (-S. unhearing, stubborn) *-Ex. a deaf man, The deaf find social life difficult.*
deaf-aid สิ่งที่ช่วยในการฟังเสียงสำหรับคนหูหนวก
deaf-and-dumb หูหนวกและใบ้ (-S. deaf-mute)
deafen (เดฟ' เฟิน) *vt., vi.* ทำให้หูหนวก, ทำให้งงงวยด้วยเสียงอึกทึก, ทำให้ไม่มีเสียงเล็ดลอดออกมา **-deafening** *adj., n.* **-deafeningly** *adv. -Ex. to be deafened by a shrieking whistle*
deaf-mute (เดฟ' มิวทฺ) *n.* คนหูหนวกและเป็นใบ้ *-adj.* ที่ไม่สามารถพูดและไม่ได้ยินเสียง
deal[1] (ดีล) *v.* **dealt, dealing** *-vt.* จัดการ, จัดสรร, แจกไพ่, ติดต่อธุรกิจ, ค้าขาย, ประพฤติ *-vi.* แบ่งสรร, ปันส่วน, แจกไพ่, จัดการ *-n.* การติดต่อธุรกิจ, การตกลงลับ, การทำความตกลง, การซื้อขาย, จำนวนมาก, ปริมาณมาก, การแจกไพ่, สัญญา, นโยบาย, การปฏิบัติที่ได้รับ (-S. manage, act, behave, distribute, trade, quantity, agreement, treatment) *-Ex. deal with a problem, We must have a new deal. After long discussions, they've made a deal.*
deal[2] (ดีล) *n.* จำนวนมาก, ปริมาณมาก
deal[3] (ดีล) *n.* กระดาน, กระดานไม้สน, ไม้สน *-adj.* ทำด้วยไม้สน
dealer (ดีล' เลอะ) *n.* ผู้ติดต่อ, พ่อค้า, นักธุรกิจ, คนแจกไพ่ (-S. trader, salesperson, vendor) *-Ex. a diamond dealer*
dealership (ดีล' เลอะชิพ) *n.* อำนาจในการขาย, ตัวแทนจำหน่าย
dealing (ดีล' ลิง) *n.* ปฏิสัมพันธ์ต่อบุคคลอื่น, การติดต่อ, การแจกจ่าย **-dealings** ความสัมพันธ์ทางธุรกิจ
dealt (เดลทฺ) *vt., vi.* กริยาช่อง 2 และช่อง 3 ของ deal *-Ex. The fighter dealt his opponent a hard blow.*
dean (ดีน) *n.* คณบดี, หัวหน้าคณะ, เจ้าคณะ, สมภาร, เจ้าอาวาส, ผู้มีอาวุโส **-deanship** *n. -Ex. a dean of*

deanery 221 **debris, débris**

D

men, a dean of women, the dean of the diplomatic corps

deanery (ดีน' นะรี) *n., pl.* **-ies** สำนักคณบดี, ตำแหน่งคณบดี, ตำแหน่งเจ้าคณะ

dean's list (ดีนซ ลิสทฺ) *n., pl.* **deans' lists** รายชื่อนักเรียนที่เรียนดีมาก

dear[1] (เดียร์) *adj.* ที่รัก, เป็นที่รัก, น่ารัก, สุดสวาท, แพง, มีราคาสูง, จริงจัง *-n.* บุคคลอันเป็นที่รัก, บุคคลที่ดี, คนรัก *-adv.* เป็นที่รัก, มีราคาแพง, มีราคาสูง *-interj.* คำอุทานที่แสดงความประหลาดใจ, ความโศกเศร้า เช่น อนิจจา! ตายจริง! โอ้! **-dearly** *adv.* **-dearness** *n.* (-S. beloved, adored, precious, costly) *-Ex. my dear friend, Dearest Udom, Life is very dear to him., You are such an old dear to him., It's too dear. I can't afford it.*

dear[2] (เดียร์) *adj.* ทุกข์ใจ, ขุ่นใจ, เข้มงวด

dearie (เดีย' รี) *n.* (ภาษาพูด) ที่รัก

dearth (เดิร์ธ) *n.* ความขาดแคลน, ความไม่เพียงพอ, ภาวะข้าวยากหมากแพง, ความอดอยาก (-S. scarcity, lack, -A. abundance) *-Ex. There is a dearth of food in many parts of Asia.*

deary (เดีย' รี) *n., pl.* **dearies** ที่รัก (-S. dearie)

death (เดธ) *n.* ความตาย, มรณกรรม, การจบลงของชีวิต, ภาวะที่ตาย, การดับ, การถูกทำลาย, การสิ้นลมหายใจ, การสูญสิ้น, การหมดความรู้สึก, การเป็นหมัน, ภาวะที่ไร้ผล, ความเงียบสงัด, ฆาตกรรม, สาเหตุการตาย **-to death** สุดเหวี่ยง, อย่างยิ่ง **-deathlike** *adj.* (-S. decease, end, demise, termination, murder) *-Ex. the death of his father, put to death, In death Sawai looked serene., That dangerous ladder will be the death of you yet.*

deathbed (เดธ' เบด) *n.* เตียงนอนในขณะที่ตาย, ระหว่างชั่วโมงสุดท้ายก่อนตาย *-adj.* ซึ่งทำขึ้นในชั่วโมงสุดท้ายก่อนตาย

deathblow (เดธ' โบล) *n.* การตีที่ทำให้ตาย, การโจมตีที่ทำให้ย่อยยับ

death certificate มรณบัตรที่ระบุชื่อ อายุ เพศ วัน เวลา สถานที่และสาเหตุการตาย มักมีลายเซ็นของแพทย์กำกับ

death duty ภาษีมรดก

deathless (เดธ' ลิส) *adj.* อมตะ, ไม่รู้จักตาย, ไม่มีที่สิ้นสุด, นิรันดร, ตลอดไป **-deathlessly** *adv.* **-deathlessness** *n.* (-S. immortal, timeless, eternal) *-Ex. Shakespeare's deathless words*

deathly (เดธ' ลี) *adj.* ที่ทำให้ตาย, อันตรายถึงตาย, คล้ายตาย, เกี่ยวกับการตาย *-adv.* ในลักษณะของการตาย, อย่างยิ่ง, สุดเหวี่ยง (-S. deadly) *-Ex. a deathly guilt, His skin felt deathly cold., Somsri is deathly afraid of fire.*

death sentence การลงโทษประหารชีวิต

death's-head (เดธซฺ' เฮด) *n.* หัวกะโหลกมนุษย์ซึ่งเป็นสัญลักษณ์ของความตาย

deathwatch (เดธ' วอทช) *n.* การเฝ้าพยาบาลก่อนตาย, คนที่ดูแลนักโทษก่อนถูกประหารชีวิต

deb (เดบ) *n.* ดู debutante

debacle (ดะบา' เคิล) *n.* การแตกสลาย, การกระจายตัว, การล้มลงอย่างกะทันหัน, การพังทลายลงอย่างกะทันหัน, การแตกตัวของก้อนน้ำแข็งในแม่น้ำ, การพุ่งลงอย่างแรงของน้ำหรือน้ำแข็ง, ความหายนะที่เกิดขึ้นอย่างกะทันหัน

debar (ดีบาร์') *vt.* **-barred, -barring** ห้ามเข้า, ยับยั้ง, ป้องกัน, ขัดขวาง **-debarment** *n.* (-S. hinder, exclude, forbid)

debark (ดีบาร์ค') *vt.* ทำให้ขึ้นบก, เอาสินค้าขึ้น *-vi.* ขึ้นบก, ขึ้นฝั่ง **-debarkation** *n.*

debase (ดิเบส') *vt.* **-based, -basing** ทำให้เสื่อม, ทำให้ต่ำ, ลดคุณค่า, เจือปน, ลดตำแหน่ง, ลดความสำคัญ **-debaser** *n.* **-debasement** *n.* (-S. adulterate, lower, vitiate, corrupt -A. enhance) *-Ex. to debase gold by mixing it with copper, to debase oneself by cheating*

debatable (ดิเบ' ทะเบิล) *adj.* ซึ่งโต้แย้งได้, ที่ถกเถียงกัน, ที่เป็นปัญหา *-Ex. a debatable question*

debate (ดิเบท') *n.* การโต้แย้ง, การถกเถียง, การอภิปราย, การโต้วาที, การใช้ดุลพินิจ, การชิงชัย, การต่อต้าน *-v.* **-bated, -bating** *-vi.* โต้แย้ง, ถกเถียง, อภิปราย, โต้วาที *-vt.* ถกเถียง, อภิปราย, พิจารณา, ชิงชัย, ต่อสู้ **-debater** *n.* (-S. argue, dispute, think, reflect)

debauch (ดิบอช') *vt.* ทำชั่ว, ทำลายความบริสุทธิ์, ทำให้เสื่อมทราม, ล่อลวงไปกระทำชำเรา *-vi.* เสเพล, ปล่อยเนื้อปล่อยตัว, มั่วโลกีย์, มึนเมา *-n.* การมั่วโลกีย์, การดื่มสุราเมายา, การเสเพล **-debaucher** *n.* **-debauchment** *n.* (-S. debase)

debauchery (ดิบอ' เชอะรี) *n., pl.* **-ies** ความลุ่มหลงในสุรายาเมา, ความลุ่มหลงโลกียวิสัย, การล่อลวงไปในทางที่เสีย

debenture (ดิเบน' เชอะ) *n.* หลักฐานการเป็นหนี้, เอกสารหลักฐานการลดภาษีที่ศุลกากร, ใบหุ้นของบริษัท

debenture bond ใบหุ้นกู้ของบริษัท

debilitate (ดิบิล' ลิเทท) *vt.* **-tated, -tating** ทำให้อ่อนเพลีย, ทำให้อ่อนกำลัง, ทำให้ทรุดโทรม **-debilitation** *n.* **-debilitative** *adj.* (-S. enfeeble, enervate)

debility (ดิบิล' ลิที) *n., pl.* **-ties** ความอ่อนเพลีย, ภาวะที่อ่อนกำลัง (-S. infirmity, enfeeblement, fatigue)

debit (เดบ' บิท) *n.* รายการบัญชีด้านลูกหนี้หรือรายรับ (ด้านซ้ายมือ), การลงบัญชีลูกหนี้ *-vt.* ลงบัญชีลูกหนี้, หักบัญชี, คิดเงิน

debonair, debonaire (เดบบะแนร์') *adj.* มีมารยาท, น่ารัก, มีเสน่ห์, ร่าเริง, สบายอกสบายใจ **-debonairness** *n.* **-debonairly** *adv.*

debouch (ดิบูช') *vi.* เดินเป็นขบวนออกจากบริเวณที่แคบ ป่าหรือเขาสู่ที่โล่ง, ไหลออก *-vt.* ทำให้เดินออกจาก, ทำให้ไหลออก, ปรากฏ **-debouchment** *n.* (-S. emerge)

debrief (ดีบรีฟ') *vt.* สอบถามรายละเอียด (ข้อมูลทางราชการ) **-debriefing** *n.*

debris, débris (เดบ' บรี, เด' บรี, ดะบรี') *n., pl.* **-bris** ซากสลักหักพัง, เศษ, ขยะ, การสะสมของเศษหิน, ดินทรายสะสมที่ถูกพัดมาจากที่สูง (-S. rubble, wreckage,

debt 222 decelerate
D

detritus, rubbish) *-Ex. to clear away the debris*
debt (เดท) *n.* หนี้, หนี้สิน, ภาวะที่เป็นหนี้ (-S. obligation)
debt of honour/honor หนี้สินจาการพนัน
debtor (เดท' เทอะ) *n.* ผู้เป็นหนี้คนอื่น, ลูกหนี้
debug (ดีบัก') *vt.* **-bugged, -bugging** ตรวจหาและขจัดข้อบกพร่อง, ขจัดเครื่องดักฟังอิเล็กทรอนิกส์ออกจากห้อง, กำจัดแมลงด้วยยาฆ่าแมลง
debunk (ดี บังคฺ') *vt.* กล่าวอ้างที่ผิดหรือเกินความจริง, ทำลายชื่อเสียง
debut, début (เดบู') *n.* (ภาษาฝรั่งเศส) การออกโรงครั้งแรก การแสดงครั้งแรก การปรากฏตัวครั้งแรก การเริ่มของอาชีพ *-vi., vt.* **-buted, -buting** (ภาษาฝรั่งเศส) ออกโรงครั้งแรก แสดงครั้งแรกต่อหน้าผู้ชมจำนวนมาก ปรากฏตัวต่อชุมชนเป็นครั้งแรก (ของผู้หญิง) (-S. beginning, launching -A. goodbye)
debutant (เดบ' ยูทานทฺ) *n.* (ภาษาฝรั่งเศส) ผู้ออกโรงครั้งแรก ผู้แสดงครั้งแรก
debutante (เดบ' ยูทานทฺ) *n.* (ภาษาฝรั่งเศส) ผู้ออกโรงครั้งแรกที่เป็นหญิง หญิงที่เข้าสู่วงสังคมเป็นครั้งแรก
deca- คำอุปสรรค มีความหมายว่า สิบ (-S. dec-, dek-, deka-)
decade (เดค' เคด) *n.* ระยะเวลา 10 ปี, กลุ่มที่ประกอบด้วย 10
decadence, decadency (เดค' คะเดินซฺ, -ซี) *n.* ความเสื่อมโทรม, ความเน่าเปื่อย, ภาวะที่เสื่อมโทรม, ภาวะที่เน่าเปื่อย, ความเสื่อมทรามของจิตใจ, ภาวะจิตใจเสื่อมทราม (-S. decay, deterioration)
decadent (เดค' คะเดินทฺ) *adj.* เสื่อมโทรม, ทรุดโทรม, เน่าเปื่อย *-n.* ผู้เสื่อมโทรม, นักประพันธ์หรือนักศิลปะในยุคเสื่อมโทรม **-decadently** *adv.* (-S. decaying, debased, immoral -A. robust, young)
decaffeinate (ดิแคฟ' ฟะเนท) *vi., vt.* **-ated, -ating** ขจัดคาเฟอีนออก **-decaffeinated** *adj.* **-decaffeination** *n.*
decagon (เดค' คะกอน) *n.* รูปหลายเหลี่ยมที่มี 10 มุมและ 10 ด้านที่เท่ากัน **-decagonal** *adj.* **-decagonally** *adv.*
decagramme, decagram (เดค' คะแกรม) *n.* หน่วยน้ำหนักมีค่าเท่ากับ 10 กรัม
decahedron (เดค คะฮี' ดรัน) *n., pl.* **-drons/-dra** วัตถุรูปตันที่มี 10 ด้าน **-decahedral** *adj.*

decahedron

decal (ดี' เคิล) *n.* ขบวนการอัดพิมพ์ภาพลายดอกจากกระดาษไปยังไม้ โลหะ เครื่องเคลือบเครื่องแก้วหรืออื่นๆ, กระดาษที่มีภาพลายดอก, รูปลอก
decalcify (ดีแคล' ซะไฟ) *vt., vi.* **-fied, -fying** ขจัดเอาหินปูนหรือสารประกอบแคลเซียมออก **-decalcification** *n.*
decalcomania (ดีแคล' โคเม' เนีย) *n.* ดู decal
decaliter (เดค' คะลิเทอะ) *n.* หน่วยปริมาตรมีค่าเท่ากับ 10 ลิตร
Decalogue, Decalog (เดก' คะลอก) *n.* บัญญัติ 10 ประการ
decameter (เดค' คะมีเทอะ) *n.* หน่วยระยะทางมีค่าเท่ากับ 10 เมตร
decamp (ดิแคมพฺ') *vi.* ออกจากค่าย, เก็บรวบรวมเครื่องมือแล้วไปจากบริเวณค่าย, จากไปอย่างรวดเร็วหรืออย่างลับๆ **-decampment** *n.* (-S. escape)
decant (ดิแคนทฺ') *vt.* เทของเหลวอย่างแผ่วเบาโดยไม่ให้ตะกอนที่ก้นขวดขุ่น **-decantation** *n.*
decanter (ดิแคน'เทอะ) *n.* ขวดที่ใช้เทของเหลวออก, ขวดที่ใช้เสิร์ฟไวน์มักเป็นขวดที่มีคอเล็ก

decanter

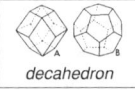

decapitate (ดิแคพ' พิเทท) *vt.* **-tated, -tating** ตัดศีรษะออก **-decapitation** *n.* **-decapitator** *n.*
decapod (เดค' คะพอด) *n.* สัตว์ทะเลที่มีขา 5 คู่ เช่น ปู, กุ้ง, สัตว์ทะเลที่มี 10 แขน เช่น ลิ่นทะเล *-adj.* ที่มี 10 ขา, เกี่ยวกับสัตว์ทะเลดังกล่าว **-decapodous, decapodal** *adj.* **-decapodan** *adj., n.*
decarbonize (ดีคาร์' บะไนซฺ) *vt.* **-ized, -izing** เอาคาร์บอนออก **-decarbonization** *n.* **-decarbonizer** *n.*
decathlon (ดิแคธ' ลอน) *n.* การแข่งขันกรีฑา 10 ประเภท
decay (ดิเค') *vt.* เน่าเปื่อย, ผุพัง, เสื่อมลง (สุขภาพ ความเจริญ ฯลฯ) ปล่อยกัมมันตภาพรังสี *-vt* ทำให้เน่าเปื่อย, ทำให้ผุพัง, ทำให้เสื่อมลง *-n.* การค่อยๆ เสื่อมลง, การสูญเสียสุขภาพ กำลัง สติปัญญา ฯลฯ, การเสื่อมสลาย, การเน่าเปื่อย, การปล่อยกัมมันตภาพรังสี (-S. deteriorate, degenerate, decline) *-Ex. the decay of trade, the decay of his fortunes, In old age our powers decay.*
decease (ดิซีส') *n.* ความตาย, มรณกรรม *-vi.* **-ceased, -ceasing** ตาย (-S. dying, demise, passing)
deceased (ดิซีสทฺ') *adj.* ตายแล้ว, ไร้ชีวิต *-n.* คนตาย, ผู้ที่ตายไปแล้ว **-the deceased** คนตาย (-S. dead, expired, gone, defunct -A. alive) *-Ex. The names of many deceased voters were filled on the voting list.*
decedent (ดิซีด' เดินทฺ) *n.* ผู้ตาย
deceit (ดิซีท') *n.* การหลอกลวง, การโกง, การกระทำที่มีเจตนาหลอกลวง, เครื่องมือหลอกลวง, กลอุบาย, ความไม่จริง, ความไม่ซื่อ (-S. cheating, fraud, sham, counterfeit, imposture, falseness, treachery -A. honesty, truth, truthfulness, straightforwardness, openness, candour, authenticity)
deceitful (ดิซีท' ฟูล) *adj.* เต็มไปด้วยการหลอกลวง, หลอกลวง, ไม่ซื่อ **-deceitfully** *adv.* **-deceitfulness** *n.* (-S. lying, untruthful, insincere, dishonest -A. honest, truthful, straightforward, open, candid, forthright)
deceive (ดิซีฟวฺ') *vt., vi.* **-ceived, -ceiving** หลอกลวง, ต้มตุ๋น **-deceive oneself** หลอกตัวเอง **-deceivable** *adj.* **-deceiver** *n.* **-deceivingly** *adv.* (-S. delude, hoax, fool) *-Ex. Do not let us deceive ourselves about it.*
decelerate (ดีเซล' ละเรท) *vt., vi.* **-ated, -ating** ทำให้ช้าลง, ช้าลง, ลดความเร็ว **-deceleration** *n.* **-decelerator** *n.*

December (ดีเซม' เบอะ) *n.* เดือนธันวาคม

decency (ดี' เซินซี) *n., pl.* **-cies** ความบังควร, ความเหมาะสม, ความสอดคล้องกับธรรมเนียมปฏิบัติ, ความสุภาพ, ความมีสมบัติผู้ดี **-decencies** หลักปฏิบัติที่สอดคล้องกับธรรมเนียมปฏิบัติ (-S. decorum, propriety, civility, etiquette, good form, good manner, suitability, correctness -A. impropriety) *-Ex. Somchai said that decency requires us to speak courteously., Common courtesy and cleanliness are among the decencies.*

decennial (ดีเซน' เนียล) *adj.* เกี่ยวกับระยะเวลา 10 ปี, ที่เกิดขึ้นทุกๆ 10 ปี *-n.* การฉลองครบ 10 ปี, การครบรอบ 10 ปี **-decennially** *adv.*

decent (ดี' เซินทฺ) *adj.* เหมาะสม, สอดคล้องกับธรรมเนียมปฏิบัติ, น่านับถือ, มีสมบัติผู้ดี, มีเกียรติ, พอเพียง, กรุณา, โอบอ้อมอารี **-decentness** *n.* **-decently** *adv.* (-S. modest, kind, proper, adequate -A. indecent) *-Ex. to have decent clothes to wear, the decent people of a community, a decent salary*

decentralize (ดีเซน' ทระไลซฺ) *vt.* **-ized, -izing** กระจายอำนาจบริหาร หรือหน้าที่จากหน่วยกลางไปยังหน่วยย่อย, กระจายอำนาจจากจุดศูนย์กลาง **-decentralizationist** *n.* **-decentralization** *n.* *-Ex. the decentralization of in dustries into the suburbs*

deception (ดิเซพ' ชัน) *n.* การหลอกลวง, การตบตา, ภาวะที่ถูกหลอกลวง, ความไม่จริง, การปลอมแปลง, เล่ห์เพทุบาย (-S. fraud, trickery, artifice)

deceptive (ดิเซพ' ทิฟวฺ) *adj.* ที่หลอกลวง, ที่ลวงตา **-deceptively** *adv.* **-deceptiveness** *n.* (-S. misleading, delusive, specious) *-Ex. a deceptive calm before the storm*

decibel (เดส' ซะเบิล) *n.* หน่วยวัดความเข้มหรือความดังของเสียง

decide (ดิไซดฺ') *v.* **-cided, -ciding** *-vt.* ตกลงใจ, ตัดสินใจ, ตัดสินคดี, ชี้ขาด, ทำให้ตกลงใจ *-vi.* ตัดสิน, ชี้ขาด **-decidable** *adj.* **-decider** *n.* (-S. determine, settle, judge -A. waver)

decided (ดิไซ' ดิด) *adj.* เด็ดขาด, แน่นอน, ไม่มีปัญหา, ตัดสินใจแล้ว **-decidedness** *n.* **-decidedly** *adv.*

deciduous (ดิซิจฺ' จูเอิส) *adj.* (ต้นไม้) ซึ่งเปลี่ยนใบ, (สัตว์) ซึ่งสลัดหรือเปลี่ยนคราบฟัน เขา, ไม่ถาวร, ชั่วคราว **-deciduously** *adv.* **-deciduousness** *n.* (-S. transitory, temporary, unstable) *-Ex. a deciduous shrub*

deciduous tooth ฟันน้ำนม

decigramme, decigram (เดส' ซิแกรม') *n.* น้ำหนัก 1/10 กรัม

decilitre, deciliter (เดส' ซิลิเทอะ) ปริมาตร 1/10 ลิตร ใช้อักษรย่อ dl

decimal (เดส' ซะเมิล) *-n.* เลขทศนิยม *adj.* เกี่ยวกับทศนิยมหรือเลข 10, ซึ่งเอา 10 เป็นพื้นฐาน

decimalize (เดส' ซะมะไลซฺ) *vt.* **-ized, -izing** เปลี่ยนให้เป็นทศนิยม **-decimalization** *n.*

decimal point จุดทศนิยม

decimal system ระบบความยาวและน้ำหนักที่ถือ 10 เป็นหลัก เช่น ระบบเมตริก

decimate (เดส' ซะเมท) *vt.* **-mated, -mating** สังหารเป็นจำนวนมาก, เลือกขึ้นจำนวนมากแล้วฆ่าทุกๆ คนที่ 10 **-decimation** *n.* **-decimator** *n.*

decimetre, decimeter (เดส' ซะมีเทอะ) *n.* หน่วยความยาวที่เท่ากับ 1/10 เมตร ใช้อักษรย่อ dm

decipher (ดิไซ' เฟอะ) *vt.* แปลความหมาย, ถอดความหมาย, ถอดรหัส **-decipherable** *adj.* **-decipherer** *n.* **-decipherment** *n.* (-S. decode, translate, interpret) *-Ex. The handwriting was so bad, we could hardly decipher it., You need a key to decipher a coded message.*

decision (ดิซิส' ชัน) *n.* การตัดสินใจ, การตกลงใจ, สิ่งที่ได้ตัดสินใจ, คำตัดสิน, ข้อตกลงใจ, ญัตติ, ความแน่วแน่ **-decisional** *adj.* (-S. resolve, result, determination, will, settlement, verdict -A. weakness, evasion, vacillation, vagueness) *-Ex. The court's decision is final.*

decisive (ดิไซ' ซิฟวฺ) *adj.* ซึ่งมีลักษณะชี้ขาด, มีความสามารถในการตัดสินใจ, แน่วแน่ **-decisively** *adv.* **-decisiveness** *n.* *-Ex. A decisive battle ended the war., A leader must be decisive in a crisis.*

deck (เดค) *n.* ดาดฟ้าเรือ, ชุดไพ่, ชั้น, (เครื่องเล่นแผ่นเสียง) พื้นผิวเรียบสำหรับติดตั้งจานหมุน หัวเข็มและอุปกรณ์อื่นๆ *-vt.* ตบแต่งด้วยชุดอาภรณ์, แต่งตัว, ประดับ, ตกแต่ง, ทำให้ล้มลง, ให้มีดาดฟ้า *-Ex. an observation deck of a train or plane, to deck the halls with holly, to deck oneself on a new uniform*

deckhand (เดค' แฮนด) *n.* ลูกเรือหรือกะลาสีบนดาดฟ้า

deckhouse (เดค' เฮาซฺ) *n.* ห้องเคบินบนดาดฟ้า, ห้องบนดาดฟ้า

deckle (เดค' เคิล) *n.* กรอบ (มักเป็นเหล็กกล้ากันสนิม) ที่ใช้ทำแม่แบบในการผลิตกระดาษ, สายกรอบดังกล่าว

deckle edge ริมขอบกระดาษที่เป็นรอยขรุขระ **-deckle-edged** *adj.*

declaim (ดิเคลม') *vi.* แสดงสุนทรพจน์ด้วยเสียงที่ดัง *-vt.* พูดโว, พูดโผงผาง, กล่าวหรือเขียนสุนทรพจน์ชนิดใช้กับชุมชน **-declaimer** *n.* (-S. harangue, orate, hold forth, sermonize, address, speechify)

declamation (เดคคละเม' ชัน) *n.* การแสดงสุนทรพจน์แบบโผงผาง, คำพูดหรือข้อเขียนที่เป็นแบบใช้กับชุมชน, การคุยโว, การท่องออกเสียง (-S. oration, sermon, address)

declamatory (ดิเคลม' มะโทรี) *adj.* ครึกโครม, โผงผาง, ที่คุยโว, เกี่ยวกับการท่องออกเสียง (-S. oratorical, theatrical, pompous)

declarant (ดิแคล' เรินทฺ) *n.* ผู้แถลงการณ์

declaration (เดคคละเร' ชัน) *n.* การแถลงการณ์, การประกาศ, คำแถลงการณ์, คำประกาศ, การอุทธรณ์, การแจ้งสินค้ารายได้หรืออื่นๆ เพื่อให้เจ้าหน้าที่ประเมินภาษี (-S. statement, assertion, proposal, avowal)

declaratory (ดิแคร' เรอะทอ' รี) *adj.* ซึ่งประกาศ, ซึ่งอธิบาย

declare (ดิแคลร์') *v.* **-clared, -claring** *-vt.* ประกาศ,

D

D

แถลงการณ์, แจ้ง (การชำระภาษี) *-vi.* ประกาศแถลงการณ์, เรียก (ไพ่) **-declare oneself** แสดงความรู้สึกของตนเองอย่างชัดเจน **-declarer** *n.* (-S. avow, assert, disclose, affirm, profess, broadcast) *-Ex. declare the result of an election, The Minister declared that the army was ready., I declare that I am innocent., I am innocent, I declare!.*

declassify (ดีแคลส' ซะไฟ) *vt.* **-fied, -fying** เปิดเผยข้อมูล **-declassification** *n.*

declension (ดิเคลน' ชัน) *n.* (ไวยากรณ์) การลงท้ายคำเพื่อแสดงหน้าที่ของคำคำนั้น การเปลี่ยนแปลงการกของคุณศัพท์นามและสรรพนาม, ทางลาดเอียง, การเสื่อมลง

declination (เดคคละเน' ชัน) *n.* การเอียงลาด, การเสื่อมลง, ความทรุดโทรม, การบอกปฏิเสธอย่างสุภาพ, มุมแนวนอนระหว่างทิศทางของขั้วโลกที่แท้จริงกับขั้วโลกตามสนามแม่เหล็ก

decline (ดิไคลนฺ') *vi., vt.* **-clined, -clining** เอียง, ลาดลง, บ่ายลงไป, เสื่อมลง, ใกล้จะสิ้นสุด, ปฏิเสธ, บอกปัด *-n.* การเอียงลาด, ความเสื่อม, การค่อยๆ ลดลง, การปฏิเสธ, ช่วงที่ตกต่ำ, โรคที่ทำให้ร่างกายทรุดโทรม **-declinable** *adj.* **-decliner** *n.* (-S. lessen, deteriorate, decay, fall, slope, weaken, slant) *-Ex. to decline an invitation to dinner, After the record sales, business declined., The safety campaign brought about a decline in accidents.*

declivitous (ดีคลิฟ' วิเทิส) *adj.* ที่เอียงลาด, ค่อนข้างชัน

declivity (ดีคลิฟ' วิที) *n., pl.* **-ties** ทางลาด, ทางเอียง

decoct (ดีคอคทฺ') *vt.* สกัดตัวยาออกด้วยการต้ม, ต้มยา, เคี่ยวยา

decoction (ดีคอค' ชัน) *n.* การสกัดตัวยาออกด้วยการต้ม, การต้มยา, การเคี่ยวยา, สารสกัดที่ได้โดยวิธีดังกล่าว, ยาต้ม

decode (ดีโคด') *vt.* **-coded, -coding** ถอดรหัส, แปลรหัส

décolletage (เดคอลทาซ') *n.* (ภาษาฝรั่งเศส) เสื้อคอต่ำ เสื้อเปิดไหล่หรือผ่าอก

décollete (เดคอลเท') *adj.* (ภาษาฝรั่งเศส) (เสื้อ) ที่มีคอต่ำ (เสื้อ) ที่เปิดไหล่หรือผ่าอก

decolourize, decolorize (ดีคัล' ละไรซฺ) *vt.* **-ized, -izing** ขจัดสีออก **-decolourization, decolorization** *n.* **-decolourizer, decolorizer** *n.*

decommission (ดีคะมิช' ชัน) *vt.* ปลดออกจากตำแหน่ง, ปลดออกจากประจำการ

decompose (ดีเคิมโพซ') *vt., vi.* **-posed, -posing** สลายตัว, เน่าเปื่อย **-decomposable** *adj.* **-decomposition** *n.* **-decomposer** *n.* (-S. crumble, decay) *-Ex. Dead plants gradually decompose and enrich the soil., The decomposition of water yields hydrogen and oxygen.*

decompress (ดีเคิมเพรส') *vt.* ทำให้พ้นจากความกดดัน, ทำให้คืนสู่สภาพปกติ *-vi.* คืนสู่สภาพปกติ, ผ่อนคลาย **-decompression** *n.*

decongest (ดีเคินเจสทฺ') *vt.* ลดความคับคั่งลง **-decongestion** *n.*

decontaminate (ดีเคินแท' มะเนท) *vt.* **-nated, -nating** เอาสิ่งเจือปนออก, เอาสิ่งสกปรกออก, ขจัดกัมมันตภาพรังสีออก **-decontamination** *n.* **-decontaminant** *n.* **-decontaminator** *n.*

decontrol (ดีคันโทรล') *vt.* **-trolled, -trolling** ไม่มีการควบคุม *-n.* การถอนการควบคุม

decor, décor (เดคอร์') *n.* การประดับ, การตกแต่ง, วิธีการตกแต่ง (-S. ornamentation, decoration)

decorate (เดค' คะเรท) *vt.* **-rated, -rating** ประดับ, ตกแต่ง (-S. ornament, embellish, enrich) *-Ex. We decorated our Christmas tree., The general decorated the hero.*

decoration (เดคคะเร' ชัน) *n.* การตกแต่ง, เครื่องตกแต่ง, เครื่องประดับ, เครื่องยศ, อิสริยาภรณ์, หนังสือชมเชย (-S. ornamentation, embellishment, enhancement)

Decoration Day วันระลึกเหตุการณ์หรือบุคคลที่สำคัญ โดยมีการประดับตกแต่งบ้านให้สวยงาม, วันที่ 30 พฤษภาคม เป็นวันทหารผ่านศึกของสหรัฐอเมริกา

decorative (เดค' คะเรทิฟวฺ) *adj.* ที่เป็นการประดับ **-decorativeness** *n.* **-decoratively** *adv.*

decorator (เดค' คะเรเทอะ) *n.* ช่างตกแต่ง, นักตกแต่งภายใน

decorous (เดค' คะเริส) *adj.* มีมารยาท, มีการอบรมที่ดี, งดงาม **-decorousness** *n.* **-decorously** *adv.*

decorum (ดิคอ' เริม) *n.* มารยาท, สมบัติผู้ดี, ความงดงาม *-Ex. People with a sense of decorum do not laugh or talk during church service.*

decoupage, découpage (เดคูพาซ') *n.* (ภาษาฝรั่งเศส) ศิลปะการตกแต่ง งานตกแต่ง

decoy (ดิคอย') *n.* นกต่อ, สิ่งล่อ, ผู้ล่อลวง, เป้าหลอก, สิ่งที่สามารถสะท้อนคลื่นเรดาร์ *-vt.* ล่อด้วยนกต่อ (-S. lure, bait, pitfall)

decrease (ดีครีส') *v.* **-creased, -creasing** *-vi.* ลดลง, บรรเทา *-vt.* ทำให้น้อยลง, บรรเทา *-n.* การลดลง, การทำให้ลดลง, ปริมาณที่ลดลง (-S. abate, fall off, shrink, curtail, reduction, lessening -A. increase, growth, rise, inflation, escalation, enlargement) *-Ex. When speed decrease, the engine went up a steep grade., One can decrease friction by oiling the wheels.*

decree (ดีครี') *n.* คำสั่ง, คำบัญชา, คำพิพากษา, พระราชกฤษฎีกา, ประกาศิตของสวรรค์ *-vt., vi.* **-creed, -creeing** สั่ง, บัญชา, พิพากษา, ประกาศใช้กฎหมาย

decrement (เดค' คระเมินทฺ) *n.* การลดลง, การค่อยๆ ลดลง, ปริมาณที่ลดลง

decrepit (ดิเครพ' พิท) *adj.* อ่อนกำลังด้วยวัยชรา, ชรา, แก่ตัว, เก่าแก่, เสื่อมเพราะการใช้มาก **-decrepitly** *adv.* **-decrepitude** *n.* (-S. feeble, weak -A. strong, robust)

decrepitate (ดิเครพ' พิเทท) *v.* **-tated, -tating** *-vt.* เผาให้เป็นรอยแตก, ปะทุ *-vi.* แตกหรือปะทุด้วยการเผา **-decrepitation** *n.* (-S. roast, calcine)

decretal (ดิครีท' เทิล) *n.* คำสั่งของสันตะปาปา

decry (ดิไคร์') *vt.* **-cried, -crying** ประณาม, ด่าว่า, คัดค้านเสียงดัง, กดราคา, ตีราคาต่ำ **-decrial** *n.* (-S. condemn, denounce, disparage censure, blame, belittle, vilify)

dedicate (เดด' ดิเคท) *vt.* **-cated, -cating** อุทิศ, อุทิศตัว, ถวาย, ใช้ไปในทาง *-adj.* ซึ่งอุทิศแก่, เป็นการอุทิศตัว **-dedicator** *n.* (-S. consecrate, devote) *-Ex. The bishop will dedicate the new church., Udom dedicated his life to medical work among the poor.*

dedicated (เดด' ดิเคทิด) *adj.* สำหรับหน้าที่พิเศษโดยเฉพาะ

dedication (เดดดิเค' ชัน) *n.* การอุทิศ, การอุทิศตัว, คำจารึกอุทิศ, คำอุทิศในหน้าแรกๆ ของหนังสือ **-dedicative** *adj.* (-S. consecration, address) *-Ex. The dedication of the new school took place today.*

dedicatory (เดด' ดิคะโทรี) *adj.* เกี่ยวกับการอุทิศ, เป็นการอุทิศ (-S. dedicative)

deduce (ดิดิวซฺ') *vt.* **-duced, -decing** อนุมานจาก, ลงความเห็นหรือสรุปจาก **-deducible** *adj.* (-S. infer, conclude, assume, reason, glean, understand, surmise)

deduct (ดิดัคทฺ') *vt., vi.* ชัก, หักลบ, อนุมาน (-S. substract, diminish, take away, lessen, remove, shorten)

deductible (ดิดัค' ทะเบิล) *adj.* ซึ่งอนุมานได้, ซึ่งหักกลบลบหนี้ได้, หักลบได้, หักภาษีได้ *-n.* การประกันภัยที่ระบุเกี่ยวกับการหักภาษีได้ **-deductibility** *n.*

deduction (ดิดัค' ชัน) *n.* การหักลบ, การหักกลบลบหนี้, สิ่งที่ถูกหักลบออก, การอนุมาน, การลงความเห็นหรือสรุปจาก, การนิรนัย (-S. subtraction, inference) *-Ex. the deduction of taxes from a salary, After the deductions there was not much left in my salary., The deduction from ther statitics is that most people watch television.*

deductive (ดิดัค' ทิฟว) *adj.* เป็นการอนุมาน, เป็นการลงความเห็นจากหลักทั่วไปเพื่อสู่เรื่องเฉพาะ **-deductively** *adv.*

deed (ดีด) *n.* การกระทำ, เกียรติประวัติ, สารตรา, โฉนดสัญญาหรือข้อตกลง *-vt.* โอนย้ายทรัพย์สิน **-in deed** โดยแท้, จริงๆ, อย่างแท้จริง (-S. act, action, performance, agreement) *-Ex. good deeds, evil deeds, His words do not agree with his deeds.*

deem (ดีม) *vt.* รู้สึกว่า, ลงความเห็นว่า, เข้าใจว่า, เชื่อว่า *-vi.* เชื่อว่า (-S. estimate, consider, feel)

deep (ดีพ) *adj.* ลึก, ลึกล้ำ, ลึกซึ้ง, มาก, ยาก, อย่างยิ่ง, ลึกลับ, เจ้าเล่ห์, (สี) เข้มมาก, (เสียง) ต่ำ, (หลับ) สนิท, (ถอนใจ) ใหญ่, เพลิน, กลาง (ฤดูหนาว, ป่า), ห่างไกล, อยู่ตามเส้นขอบ, มีใจจดจ่อ, ใจจริง *-n.* ส่วนลึกของทะเล แม่น้ำ, ความกว้างใหญ่ไพศาล, ส่วนที่เข้มข้นที่สุด *-adv.* อย่างลึกมาก, ห่างไกลทางเส้นขอบ, ลึกซึ้ง, ลึกล้ำ **-deepness** *n.* (-S. profound, abstruse, subtle, severe, sly, wily -A. shallow, superficial, casual, mild, light, ordinary) *-Ex. a deep hole, deep in the water, take a deep breath, a deep meaning, deep affection, a deep voice, Dum push his stick deep into the mud.*

deepen (ดี' เพิน) *vt., vi.* ทำให้ลึกยิ่งขึ้น, ทำให้มากยิ่งขึ้น *-Ex. The men will deepen the trench tomorrow.*

deep-felt ซาบซึ้ง, รู้สึกอย่างลึกล้ำ

deepfreeze (ดีพ' ฟรีซ) *vt.* **-froze, -frozen, -freezing** แช่เย็น(ด้วยอุณหภูมิที่ต่ำมากและทำให้เย็นเร็ว) *-n.* ของแช่เย็น (ที่มีอุณหภูมิต่ำมาก)

deep freezer ตู้แช่เย็นสำหรับเก็บอาหาร

deep-fry (ดีพ' ไฟร์) *vt.* **-fried, -frying** ทอดในน้ำมันที่มากพอ

deep-going เข้าไปมาก, ลึกล้ำ, ลึกซึ้ง

deeplaid (ดีพ' เลด) *adj.* เกี่ยวกับจิตใจที่หวาดระแวง, เกี่ยวกับแผนการที่ลึกล้ำ

deeply (ดีพ' ลี) *adv.* อย่างลึกลงไปมาก, อย่างมาก, อย่างฉลาดแกมโกง

deep-rooted (ดีพ' รูททิด) *adj.* แน่นแฟ้น, ฝังจิตฝังลึก (-S. deep-seated)

deep-sea เกี่ยวกับส่วนลึกของทะเล, ในทะเลลึก

deep-seated (ดีพ' ซีททิด) *adj.* แน่นแฟ้น, ฝังจิต, ฝังลึก (-S. deep-rooted)

deep-six (ดีพ ซิคซฺ') *vt.* (คำสแลง) ขว้างลงทะเล ขจัดทิ้ง *-n.* (คำสแลง) การฝังทิ้งไว้ใต้ทะเล

deer (เดียร์) *n., pl.* **deer/deers** กวางตระกูล Cervidae

deerskin (เดียร์' สคิน) *n.* หนังกวาง, ผ้าที่ทำจากหนังกวาง

deescalate (ดีเอส' คะเลท) *v.* **-lated, -lating** *-vt.* ทำให้ลดลง (รูปร่าง ขอบเขต ความเข้ม) *-vi.* ลดลง (รูปร่าง ขอบเขต ความเข้ม) **-deescalation** *n.*

deface (ดีเฟสฺ') *vt.* **-faced, -facing** ทำให้ใบหน้าเสีย, ทำให้เสียโฉม, เอาผิวหน้าออก, ทำให้ผิวหน้าบาดเจ็บ, ทำลาย **-defaceable** *adj.* **-defacement** *n.* **-defacer** *n.* (-S. mar, disfigure, deform) *-Ex. to deface a wall with crayon marks*

defacto (ดีแฟค' โท) *adj., adv.* ความจริงแล้ว, ซึ่งมีอยู่จริง, ที่จริง

defalcate (ดีแฟล' เคท) *vi.* **-cated, -cating** ยักยอกเงิน, ฉ้อฉล **-defalcator** *n.*

defalcation (ดีแฟลเค' ชัน) *n.* การยักยอกเงิน, จำนวนเงินที่ยักยอกมา

defame (ดิเฟม') *vt.* **-famed, -faming** ทำลายชื่อเสียง, สบประมาท, ใส่ร้าย, ป้ายสี **-defamation** *n.* **-defamatory** *adj.* (-S. asperse, accuse, charge, slander -A. compliment, boost)

default (ดิฟอลทฺ') *n.* การไม่สามารถปฏิบัติตาม, การผิดสัญญา, การละเลย, การไม่ชำระเงิน, การไม่เข้าร่วมแข่ง, การขาดแคลน, การไม่มาต่อสู้คดี *-vi.* ไม่ยอมชำระหนี้, ไม่เข้าร่วมแข่ง, แพ้การแข่งขันเนื่องจากไม่มาแข่ง *-vt.* ไม่ปฏิบัติตามสัญญา, แพ้คดีเพราะไม่ยอมมาศาล **-defaulter** *n.* (-S. failure to pay, absence, omission)

defeat (ดิฟีท') *vt.* ทำให้พ่ายแพ้, ชนะ, รบชนะ, แข่งชนะ, ทำให้ล้มเหลว, ทำให้เสีย, ยกเลิก, ลบล้าง, กำจัด *-n.* การทำให้พ่ายแพ้, การได้ชัยชนะ, ความพ่ายแพ้, ความล้มเหลว (-S. beat, conquer, ruin, impede) *-Ex. the defeat of the Liberal Party in the election*

defecate (เดฟ' ฟิเคท) *v.* **-cated, -cating** *-vi.*

D

ถ่ายอุจจาระ *-vt.* ขจัดสิ่งโสโครกออก **-defecation** *n.* **-defecator** *n.*

defect (ดิเฟคทฺ') *n.* ข้อบกพร่อง, ปมด้อย, ข้อเสียหาย, สิ่งที่ขาดตกบกพร่อง *-vi.* ละทิ้ง, เอาใจออกห่าง, หนีงาน, หลบหนีออกนอกประเทศ (-S. flaw, failing, desert -A. strength, forte) *-Ex. A defect in construction weakened the bridge., A defect in speech can often be overcome.*

defection (ดิเฟค' ชัน) *n.* การละทิ้ง, การเอาใจออกห่าง, การไม่ปฏิบัติตาม, การหลบหนีออกนอกประเทศ, การสูญเสีย (-S. desertion, treason, disloyalty)

defective (ดิเฟค' ทิฟว) *adj.* มีข้อบกพร่อง, ไม่ปกติ, ไม่สมบูรณ์, พิการ, ขาด, เสีย *-n.* คนที่มีข้อบกพร่องทางร่างกายหรือจิตใจ **-defectively** *adv.* **-defectiveness** *n.* (-S. flawed, imperfect, faulty -A. intact, whole) *-Ex. defective speech, defective wiring*

defector (ดิเฟค' เทอะ) *n.* ผู้ละทิ้ง, ผู้เอาใจออกห่าง, ผู้หลบหนีออกนอกประเทศ (-S. traitor)

defence (ดิเฟนซฺ') *n.* (แบบอังกฤษ) การป้องกัน วิธีการรบ การต้าน การรุกราน การพิทักษ์ การแก้ตัวให้ การเป็นทนายให้ การแก้ต่าง (-S. protection, guard, deterrent, argument)

defenceless (ดิเฟนซฺ' ลิส) *adj.* ปราศจากการป้องกัน, ไม่มีการคุ้มครอง **-defencelessly** *adv.* (-S. vulnerable, exposed)

defend (ดิ' เฟนดฺ') *vt.* ป้องกัน, ต้าน, พิทักษ์แก้ตัวให้, เป็นทนายให้, แก้ต่าง **-defender** *n.* **-defendable** *adj.* (-S. protect, shield, argue, justify) *-Ex. defend a castle, defend oneself with a stick, to engage a lawyer to defend the accused*

defendant (ดิเฟน' เดินทฺ) *n.* จำเลยในคดีแพ่ง (-S. appellant, respondant)

defense (ดิเฟนซฺ') *n.* (แบบอเมริกัน) ดู defence, กระทรวงกลาโหมของสหรัฐอเมริกา *-vt.* **-fensed, -fensing** (กีฬา) พยายามป้องกัน *-Ex. Cleanliness is one defense against disease., He defensed himself stoutly.*

defenseless (ดีเฟนซฺ' ลิส) *adj.* ปราศจากการป้องกัน **-defenselessly** *adv.* **-defenselessness** *n.*

defensible (ดิเฟน' ซะเบิล) *adj.* ซึ่งต่อต้านการรุกรานได้, ซึ่งป้องกันได้, ซึ่งสามารถแก้ต่างหรือแก้คดีได้ **-defensibility, defensibleness** *n.* **-defensibly** *adv.* (-S. justifiable, defendable, arguable)

defensive (ดิเฟน' ซิฟว) *adj.* เกี่ยวกับการป้องกัน, เกี่ยวกับการตั้งรับ *-n.* สิ่งที่ใช้ในการป้องกัน, การตั้งรับ **-on the defensive** เตรียมพร้อมเพื่อป้องกันการบุกรุก **-defensiveness** *n.* **-defensively** *adv.* (-S. protective, averting, shielding) *-Ex. a defensive weapon, defensive warfare*

defer¹ (ดีเฟอร์') *vt., vi.* **-ferred, -ferring** ยืดเวลา, หน่วงเหนี่ยว, ผัดผ่อน, ทำให้ล่าช้า **-deferrer** *n.* (-S. delay, put off, adjourn, retard) *-Ex. to defer a visit, to defer a payment on a loan*

defer² (ดีเฟอร์') *vi.* **-ferred, -ferring** คล้อย, อนุโลม, เชื่อตาม, ทำตาม (-S. submit, yield, surrender) *-Ex. We gladly defer to the opinions of a man who has proved his wisdom and skill.*

deference (เดฟ' เฟอะเรินซฺ) *n.* การยอมตาม, การคล้อยตาม, การอนุโลม, การเชื่อฟัง, การเคารพนับถือ (-S. respect, obeisance, consideration, surrender) *-Ex. The boy showed deference for his grandmother.*

deferent¹ (เดฟ' เฟอะเรินทฺ) *adj.* ที่ยอมตาม, ที่คล้อยตาม, ซึ่งอนุโลม, น่าเคารพนับถือ

deferent² (เดฟ' เฟอะเรินทฺ) *adj.* ซึ่งนำส่ง, เกี่ยวกับการส่งออก, เกี่ยวกับท่อน้ำกาม (-S. efferent)

deferential (เดฟฟะเริน' เชิล) *adj.* น่าเคารพนับถือ, ซึ่งอนุโลม **-deferentially** *adv.* (-S. considerate, courteous, thoughtful, yielding)

deferment (ดิเฟอร์' เมินทฺ) *n.* การเลื่อน, การยืดเวลาออกไป, การยกเว้น, การอนุญาตให้เลื่อนเกณฑ์ทหารชั่วคราว (-S. postponement, delay)

deferrable (ดิเฟอร์' ระเบิล) *adj.* ที่หน่วงเหนี่ยวได้, ที่ยืดเวลาออกไปได้

deferral (ดิเฟอ' เริล) *n.* ดู deferment

deferred (ดิเฟอร์ดฺ') *adj.* ซึ่งยืดเวลาออกไป, ซึ่งได้รับยกเว้นไม่ต้องถูกเกณฑ์ทหารชั่วคราว

defiance (ดิไฟ' เอินซฺ) *n.* การท้าทาย, การต่อต้าน, การดูหมิ่น (-S. disobedience, rebelliousness, challenge) *-Ex. In defiance of all common sense, the boys went swimming right after eating., The angry prisoner shouted his defiance at the guard.*

defiant (ดิไฟ' เอินทฺ) *adj.* ซึ่งเป็นการท้า, ที่ท้าทาย, เป็นปฏิปักษ์, ที่ต่อต้าน, ที่ดูหมิ่น **-defiantly** *adv.* (-S. mutinous, disobedient, refractory, aggressive)

deficiency (ดิฟิช' เชินซี) *n., pl.* **-cies** ภาวะที่ขาดแคลน, ความขาดแคลน, ความไม่สมบูรณ์, ความไม่เพียงพอ **-deficiencies** ปริมาณที่ขาดแคลน, ส่วนที่ไม่พอ (-S. lack, want, shortage, deficit, weakness -A. excess, surplus) *-Ex. a vitamin deficiency, There's a deficiency of ฿1000 in our club funds.*

deficiency disease โรคขาดแคลนธาตุอาหาร

deficient (ดิฟิช' เชินทฺ) *adj.* ขาดแคลน, ไม่เพียงพอ, บกพร่อง *-n.* คนหรือสิ่งที่อยู่ในภาวะขาดแคลน **-deficiently** *adv.* (-S. incomplete, scarce, insufficient, defective) *-Ex. a diet deficient in milk*

deficit (เดฟ' ฟิซิท) *n.* ปริมาณที่ขาด, จำนวนที่ขาด, ภาวะที่ขาดแคลน, การขาดดุล, ภาวะที่ขาดทุน

defile¹ (ดิไฟลฺ') *vt.* **-filed, -filing** ทำให้สกปรก, ทำให้เสื่อมเสีย, ทำให้เสียความบริสุทธิ์ **-defilement** *n.* **-defiler** *n.* (-S. pollute, tarnish, defame, profane, deflower) *-Ex. to defile the air with smog, to defile a river with refuse, The report defiled his good reputation., The marching column of soldiers defiled to the barracks.*

defile² (ดิไฟลฺ') *n.* ทางแคบ (โดยเฉพาะระหว่างภูเขา), การเดินสวนสนาม *-vi.* **-filed, -filing** เคลื่อนเป็นขบวน,

เดินเรียงแถว

define (ดิไฟน') *vt. vi.* **-fined, -fing** ให้คำจำกัดความ, อธิบาย, ทำให้ชัดเจน, กำหนด **-definable** *adj.* **-definably** *adv.* **-definability** *n.* **-definement** *n.* **-definer** *n.* (**-S.** describe, expound, outline, delineate) *-Ex. This dictionary defines each word., The treaty defined the borders of the two countries., The jagged line of hills was sharply defined against the sky.*

definite (เดฟ' ฟะนิท) *adj.* แน่นอน, แน่ชัด, ชัดเจน **-definiteness** *n.* (**-S.** fixed, particular, defined, determined, positive) *-Ex. The buyer made a definite offer of the dollars., Frayed wire is a definite fire hazard., Sawai gave a definite answer.*

definitely (เดฟ' ฟะนิทลี) *adv.* อย่างแน่นอน, เด็ดขาด *-interj.* แน่นอน, เด็ดขาด (**-S.** surely, undoubtedly)

definition (เดฟฟะนิช' ชัน) *n.* คำจำกัดความ, คำนิยาม, การบัญญัติศัพท์, การอธิบาย, การกำหนด, การจำกัดวง, ความคมชัดของภาพ **-definitional** *adj.* (**-S.** meaning, fixing, precision, clarity) *-Ex. How many meanings does the complete definition of 'jet' have in your dictionary?*

definitive (เดฟฟิน' นิทิฟว) *adj.* ซึ่งน่าเชื่อถือหรือไว้วางใจได้มากที่สุด, ที่สมบูรณ์ที่สุด, เป็นการอธิบาย, เป็นการจำกัดความ, ที่ตกลงแล้ว, ที่กำหนดแล้ว, เป็นที่ยืนยัน **-definitively** *adv.* **-definitiveness** *n.* (**-S.** decisive, conclusive, absolute, reliable)

definitude (ดิฟิน' นิทูด) *n.* ความแน่นอน, ความแน่ชัด, ความถูกต้อง, ความแม่นยำ

deflagrate (เดฟ' ฟละเกรท) *vt., vi.* **-grated, -grating** เผาไหม้ (อย่างกะทันหันและรุนแรง) **-deflagration** *n.*

deflate (ดิเฟลท') *vt., vi.* **-flated, -flating** ปล่อยอากาศหรือก๊าซพิษออก, ลดภาวะเงินเฟ้อ, ลดราคา, ทำให้น้อยลง, ทำให้แฟบ **-deflator** *n.* (**-S.** flatten, puncture, collapse, humble **-A.** inflate, swell) *-Ex. to deflate a rubber raft, to deflate prices*

deflation (ดิเฟล' ชัน) *n.* การปล่อยอากาศหรือก๊าซออก, การทำให้ค่าของเงินสูงขึ้น โดยลดจำนวนธนบัตรที่ออกใช้ได้น้อยลง, ภาวะเงินฝืด **-deflationary** *adj.* **-deflationist** *n.*

deflect (ดีเฟลคทฺ') *vt.* ทำให้หันเห, ทำให้บ่ายเบน *-vi.* หันเห, บ่ายเบน **-deflective** *adj.* **-deflector** *n.* *-Ex. The ball was deflected by a tree.*

deflection (ดิเฟลค' ชัน) *n.* การหันเห, การบ่ายเบน, การทำให้หันเห, การทำให้บ่ายเบน, ภาวะที่หันเห, ปริมาณการหันเห (**-S.** variation, deviation, declination)

deflexion (ดีเฟลค' ชัน) *n.* ดู deflection

deflower (ดีเฟลา' เออะ) *vt.* เด็ดดอกไม้, ทำให้เสียพรหมจารี, ข่มขืน **-deflowerer** *n.*

defoam (ดิโฟม') *vt.* เอาฟองออก, ป้องกันการเกิดฟอง

defog (ดีฟอก') *vt.* **-fogged, -fogging** กำจัดหมอก **-defogger** *n.*

defoliant (ดีโฟ' ลีเอินท) *n.* ยาทำให้ใบไม้ร่วง

defoliate (ดีโฟ' ลีเอท) *vt. vi.* **-ated, -ating** ทำให้ใบไม้ร่วง, เอาใบไม้ออก, ใช้สารเคมีหรือระเบิดทำลายป่า **-defoliator** *n.* **-defoliation** *n.*

deforest (ดีฟอ' เรสทฺ) *vt.* ทำลายป่า, ทำลายต้นไม้, โค่นป่า **-deforestation** *n.* **-deforester** *n.*

deform (ดิฟอร์ม') *vt., vi.* ทำให้ผิดรูปร่าง, ทำให้เสียโฉม, ทำให้เปลี่ยนรูป, ทำให้พิการ, ทำให้เป็นแผลเป็นที่ไม่น่าดู **-deformable** *adj.* (**-S.** distort, malform, disfigure, cripple) *-Ex. Tight shoes deform the feet.*

deformation (ดีฟอร์เม' ชัน) *n.* การให้ทำผิดรูปร่าง, การทำให้เสียโฉม, การทำให้เปลี่ยนรูป, รูปร่างที่เสียโฉมหรือผิดรูป, การเปลี่ยนแปลงของรูปร่าง, ความพิการ

deformed (ดิฟอร์มดฺ') *adj.* ผิดรูป, เสียโฉม, พิการ (**-S.** misshapen, disfigured, contorted, crooked)

deformity (ดิฟอร์' มิที) *n., pl.* **-ties** ความพิกลพิการ, การเสียโฉม, การผิดรูปร่าง (**-S.** distortion, malformation, imperfection)

defraud (ดิฟรอด') *vt.* โกง, ฉ้อโกง **-defraudation** *n.* **-defrauder** *n.* (**-S.** dupe, trick, swindle, delude) *-Ex. To make a false tax return is to defraud the government.*

defray (ดิเฟร') *vt.* ออกค่าใช้จ่าย **-defrayable** *adj.* **-defrayal, defrayment** *n.*

defrock (ดีฟรอค') *vt.* ทำให้สึกออกจากพระ (เพราะประพฤติตนผิดวินัย)

defrost (ดีฟรอสทฺ') *vt.* ทำให้น้ำแข็งละลาย *-vi.* ละลาย (น้ำแข็ง) **-defroster** *n.*

deft (เดฟท) *adj.* แคล่วคล่อง, ชำนาญ, เชี่ยวชาญ, ประณีต, ฉลาด **-deftly** *adv.* **-deftness** *n.* (**-S.** dexterous, adroit, nimble)

defunct (ดิฟังคทฺ') *adj.* ไม่มีผล, หมดอายุ (**-S.** deceased, obsolete, expired)

defuse (ดีฟิวซฺ') *vt.* **-fused, -fusing** ปลดเอาชนวนออก, ขจัดภัย

defy (ดิไฟ') *vt.* **-fied, -fying** ท้า, ท้าทาย, เป็นปฏิปักษ์, ต่อต้าน *-n., pl.* **-fies** การท้าทาย (**-S.** oppose, challenge, flout, spurn) *-Ex. to defy the law, to defy a parent's wishes, This store defies all others to beat its prices., The window defies every attempt to open it.*

deg., deg ย่อจาก degree(s) ระดับ, ขั้น

dégagé (เดกาเซ') *adj.* (ภาษาฝรั่งเศส) ง่าย อิสระ ตามสบาย

degauss (ดีเกาส') *vt.* ทำให้เป็นกลางด้วยขดลวดที่มีสนามแม่เหล็ก, ขจัดอำนาจแม่เหล็กให้หมดไป, ลบข้อมูลในแผ่นดิสก์หรือสิ่งที่เก็บข้อมูล **-degausser** *n.*

degeneracy (ดีเจน' เนอะระซี) *n., pl.* **-cies** ความเสื่อมทราม, ภาวะที่เสื่อมทราม, การฉ้อโกง (**-S.** depravity, corruption, wickedness)

degenerate (ดีเจน' เนอะเรท) *adj.* ที่เสื่อม, ที่เสื่อมทราม *-vi.* **-ated, -ating** เสื่อม, เสื่อมทราม *-n.* คนทราม, คนเลว **-degenerately** *adv.* **-degenerateness** *n.* (**-S.** deteriorated, degraded)

degeneration (ดีเจนเนอะเร' ชัน) *n.* กระบวนการเสื่อม, การเสื่อมถอยลง, การเปลี่ยนแปลงของเนื้อเยื่อ, สภาวะของการเสื่อม (**-S.** deterioration, degradation, decay)

D

degenerative (ดีเจน' เนอะระทิฟว) *adj.* ที่เสื่อมลง, ที่เปลี่ยนแปลงเป็นเนื้อเยื่ออื่น **-degeneratively** *adv.*
degradation (เดกกระเด' ชัน) *n.* การลดขั้น, การลดตำแหน่ง, การปลด, การทำให้ขายหน้า, การทำให้เสื่อม, การสึกกร่อน, การแตกตัวของสารประกอบ (-S. dishonouring, debasement, disgracing, dissolution)
degrade (ดิเกรด') *v.* **-graded, -grading** ลดขั้น, ลดตำแหน่ง, ปลดยศ, ปลดจากตำแหน่ง, ทำให้ขายหน้า, ทำให้เสื่อม, ทำให้สึกกร่อน, เลวลง, อ่อนลง (กำลังความเข้มข้น), แตกตัว (สารประกอบ) *-vi.* แตกตัว, สลายตัว **-degradable** *adj.* **-degrader** *n.* (-S. debase, discredit, devalue, humiliate, unseat -A. honour, uplift) *-Ex. Anyone who cheats degrades himself., Cinderella's sisters tried to degraded her by making her do the chores.*
degraded (ดิเกร' ดิด) *adj.* ลดต่ำลง (คุณภาพ, ยศ ฐานะตำแหน่ง, ความเข้มข้น, กำลัง), เลวทราม, น่าอาย **-degradedness** *n.* (-S. debased)
degrading (ดิเกร' ดิง) *adj.* เลวทราม, ซึ่งเสื่อมถอย, น่าอาย **-degradingly** *adv.*
degree (ดิกรี') *n.* ปริญญา, ชั้น, ระดับ, ขีด, ขั้น, องศา (มุม ปรอท), ความหนักเบา, ฐานะ (-S. order, extent, level, rank, grade) *-Ex. by degrees, the degree of Master of Arts, an angle of 90 degrees, You should climb a steep hill by easy degree., a high degree of skill in dancing*
degression (ดิเกรส' ชัน) *n.* การเคลื่อนลง, การลดลง, การลดลงตามขั้น (-S. decline)
degressive (ดิเกรส' ซิฟว) *adj.* ซึ่งลดลง, ซึ่งลดลงตามขั้น
dehisce (ดิฮิส') *vi.* **-hisced, -hiscing** ระเบิดออก, (เมล็ด) กระจายออก **-dehiscence** *n.* **-dehiscent** *adj.*
dehumanize (ดีฮิว' เมินไนซ) *vt.* **-ized, -izing** ทำให้สูญเสียลักษณะของความเป็นมนุษย์ **-dehumanization** *n.*
dehumidify (ดีฮิวมิด' ดะไฟ) *vt.* **-fied, -fying** ขจัดความชื้นออก **-dehumidification** *n.* **-dehumidifier** *n.*
dehydrate (ดีไฮ' เดรท) *v.* **-drated, -drating** *-vt.* ขจัดน้ำออก *-vi.* สูญเสียน้ำหรือความชื้น **-dehydration** *n.* **-dehydrator** *n.* *-Ex. Many fruits are dehydrated to preserve them.*
dehydrogenate (ดี ไฮดรอจ' จะเนท) *vt.* **-ated, -ating** เอาไฮโดรเจนออก **-dehydrogenation** *n.*
deice (ดีไอซ') *vt.* **-iced, -icing** เอาน้ำแข็งออก, ละลายน้ำแข็งออก **-deicer** *n.*
deicide (ดี' อะไซด) *n.* คนที่ฆ่าพระเจ้าหรือเทพ, การฆ่าพระเจ้าหรือเทพ
deify (ดี' อะไฟ) *vt.* **-fied, -fying** ทำให้เป็นพระเจ้าหรือเทวดา, บูชาเป็นพระเจ้าหรือเทวดา **-deification** *n.* **-deifier** *n.*
deign (เดน) *vi.* ถ่อมตัวลงมา, ยอมลดเกียรติ *-vt.* กรุณาให้, กรุณาอนุมัติ, กรุณา, ทรงพระกรุณา (-S. stoop) *-Ex. The governor deigned to grant us an audience., Somchai did not deign an answer to our request.*
deism (ดี' อิซซึม) *n.* ความเชื่อในการมีพระเจ้า แต่ไม่เชื่อในสิ่งที่เหนือธรรมชาติ, ความเชื่อว่าพระเจ้าเป็นผู้สร้างโลกและพระองค์ไม่สนใจต่อสิ่งที่ได้สร้างขึ้น **-deist** *n.* **-deistic, deistical** *adj.* **-deistically** *adv.*
deity (ดี' อิที) *n., pl.* **-ties** พระเจ้า, เทวดา, ฐานะของเทวดา, ลักษณะหรือธรรมชาติของพระเจ้า, สิ่งหรือคนที่บูชากันเป็นพระเจ้า **-the Deity** พระเจ้า *-Ex. Many ancient peoples worshipped the sun as a deity.*
déjàvu (เดซาวี') *n.* (ภาษาฝรั่งเศส) ภาพหลอนจากความรู้สึกว่าเป็นสิ่งที่เคยพบมาก่อน สิ่งที่ฝังใจจากประสบการณ์ที่ผ่านมา
deject (ดีเจคท') *vt.* ทำให้เศร้าซึม, ทำให้หดหู่ *-adj.* หดหู่ใจ
dejected (ดิเจค' ทิด) *adj.* หดหู่ใจ, เศร้าซึม **-dejectedly** *adv.* **-dejectedness** *n.* (-S. depressed, dispirited, miserable -A. happy)
dejection (ดิเจค' ชัน) *n.* ความหดหู่ใจ, ความเศร้าซึม, การขับอุจจาระ, อุจจาระ (-S. depression, dispiritedness, misery, despair -A. cheerfulness)
dejure (ดีจัวร์' รี) *adj., adv.* ตามกฎหมาย, ตามสิทธิ
dekagram (เดค' คะแกรม) *n.* หน่วยน้ำหนักมีค่าเท่ากับ 10 กรัม
dekametre, dekameter (เดค' คะมีเทอะ) *n.* หน่วยระยะทางมีค่าเท่ากับ 10 เมตร
delate (ดีเลท') *vt.* **-lated, -lating** กล่าวหา, ประณาม, รายงาน **-delation** *n.* **-delator** *n.* (-S. denounce)
Delaware (เดล' ละแวร์) ชื่อรัฐในสหรัฐอเมริกา, ชื่อแม่น้ำในสหรัฐอเมริกา **-Delawarean** *adj., n.*
delay (ดิเล') *v.* **-layed, -laying** *-vt.* ทำให้ช้า, ทำให้ยืดเวลาออกไป, ผัดเวลา, ทำให้เสียเวลา *-vi* ถ่วงเวลา, เลื่อน *-n.* การล่าช้า, การเลื่อน, การถ่วงเวลา, การเสียเวลา, ความอืดอาด, ช่วงเวลาระหว่างเหตุการณ์ 2 เหตุการณ์ **-delayer** *n.* (-S. put off, postpone, hesitate, pause -A. advance, hasten)
delectable (ดิเลค' ทะเบิล) *adj.* น่ายินดี, อร่อย, สบายใจ *-n.* สิ่งที่น่ายินดี, สิ่งที่อร่อย **-delectableness, delectability** *n.* **-delectably** *adv.* (-S. savory, delightful, pleasant)
delectation (ดิเลคเท' ชัน) *n.* ความยินดี, ความสบายใจ (-S. enjoyment, delight, satisfication)
delegacy (เดล' ละกะซี) *n., pl.* **-cies** ตำแหน่งของตัวแทน, กลุ่มตัวแทน, การแต่งตั้งหรือส่งตัวแทน
delegate (เดล' ละเกท) *n.* ตัวแทน, ผู้แทน, ผู้แทนมลรัฐ *-vt.* **-gated, -gating** มอบหน้าที่ให้ทำการแทน, แต่งตั้งตัวแทน (-S. legate, deputy, empower, depute) *-Ex. One delegate from each State attended the conference., The class delegated their best speaker to represent them at the assembly program., The sheriff delegated certain duties to a deputy.*
delegation (เดลละเก' ชัน) *n.* การแต่งตั้งหรือส่งตัวแทน, ภาวะที่เป็นตัวแทน, กลุ่มตัวแทน, คณะผู้แทน
delete (ดิลีท') *vt.* **-leted, -leting** ลบออก, เอาออก, ตัดออก (-S. erase, eradicate, obliterate -A. add, include) *-Ex. The editor deleted story from the paper.*

deleterious (เดลลิเทีย' เรียส) *adj.* ซึ่งเป็นอันตรายต่อสุขภาพ, เป็นอันตราย, เป็นภัย **-deleteriously** *adv.* **-deleteriousness** *n.* (-S. pernicious, injurious, destructive)

deletion (ดีลี' ชัน) *n.* การลบออก, การเอาออก, การตัดออก, ภาวะที่ถูกลบออก, คำหรือวลีหรือประโยคที่ถูกลบออก, การสูญเสียคุณสมบัติบางประการของโครโมโซม

delft (เดลฟฺทฺ) *n.* ชื่อภาชนะดินเผาชนิดหนึ่ง

Delhi (เดล' ลี) เมืองหลวงของอินเดีย

deliberate (ดิลิบ' บะเรท) *adj.* รอบคอบ, สุขุม, ใคร่ครวญ, ระมัดระวัง, โดยเจตนา *-vt,. vi.* **-ated, -ating** คิดอย่างไตร่ตรอง, ปรึกษาเพื่อหาคำตอบ **-deliberately** *adv.* **-deliberateness** *n.* **-deliberator** *n.* (-S. intentional, considered, thoughtful, ponderous, think, study -A. unplanned) *-Ex. a deliberate judgment, The jury deliberated all day before giving a verdict.*

deliberation (ดิลิบบะเร' ชัน) *n.* การใคร่ครวญอย่างระมัดระวังก่อนกระทำ, ความสุขุม, ความรอบคอบ, เจตนา, การพิจารณา, การปรึกษาหารือ, ความเชื่องช้า (-S. consideration, thought, discussion, caution -A. haste, rashness) *-Ex. The judge gave his decision after long deliberation., The chess player moved with the utmost deliberation., The deliberation over the bill lasted for weeks.*

deliberative (ดิลิบ' บะเรทิฟว) *adj.* เกี่ยวกับการพิจารณาอย่างรอบคอบ, เกี่ยวกับการปรึกษาหารือ **-deliberativeness** *n.* **-deliberatively** *adv.*

delicacy (เดล' ลิคะซี) *n., pl.* **-cies** ความละเอียดอ่อน, ความประณีต, ความอ่อนช้อย, คุณสมบัติที่แตกง่าย, สิ่งบอบบางที่ต้องใช้ความระมัดระวัง, อาหารอันโอชะ, ความอ่อนแอ, ความคล่องแคล่ว, ความยากที่จะจัดการ, ความลำบาก (-S. fineness, fragility, debelitation, difficulty) *-Ex. the delicacy of lace, the delicacy of an artist's brush strokes, Natural delicacy kept him from asking personal questions.*

delicate (เดล' ลิคิท) *adj.* ละเอียดอ่อน, ประณีต, อ่อนช้อย, บรรจง, แตกง่าย, อ่อนแอ, แคล่วคล่อง, (ความรู้สึก) ไว, ยากที่จะจัดการ, ลำบาก **-delicately** *adv.* **-delicateness** *n.* (-S. precise, tactful, exquisite, fragile, frail, sensitive, discreet -A. rough, tactless) *-Ex. a delicate piece of silk, The body is a delicate machine., Treat this delicate glass carefully.*

delicatessen (เดล' ลิคะเทส' เซิน) *n.* ร้านขายอาหารสำเร็จรูป, อาหารสำเร็จรูป

delicious (ดิลิช' เชิส) *adj.* อร่อย, โอชะ, มีรสกลมกล่อม, ดีเยี่ยม, เพลิดเพลิน, สุขใจ **-deliciously** *adv.* **-deliciousness** *n.* (-S. palatable, delectable, tasty, savoury, appetizing, pleasant, delightful)

delight (ดิไลทฺ') *n.* ความยินดี, ความปีติยินดี, ความสุขใจ, สิ่งที่ให้ความสุขใจ *-vt.* ให้ความสุขใจ, ให้ความพอใจ *-vi.* มีความยินดี, มีความปลื้มปีติ (-S. enjoyment, pleasure, ecstasy, elation -A. disgust) *-Ex. Read it with delight., Take delight in reading., Music delights me.*

delighted (ดิไล' ทิด) *adj.* ยินดีมาก, สุขใจ **-delightedly** *adv.* (-S. pleased, ecstatic, jubilant)

delightful (ดิไลทฺ' ฟูล) *adj.* ที่ยินดีมาก, ที่สุขใจมาก **-delightfully** *adv.* **-delightfulness** *n.* (-S. pleasant, joyful, delectable) *-Ex. a delightful evening*

delightsome (ดิไลทฺ' เซิม) *adj.* ปลื้มปิติมาก, สุขใจมาก (-S. pleasurable, happy)

Delilah (ดิไล' ละ) *n.* ภรรยาของแซมซัน ซึ่งได้ทรยศต่อสามี (ตามคัมภีร์ไบเบิล), หญิงเพศยา

delimit (ดิลิม' มิท) *vt.* กำหนด, กำหนดขอบเขต, จำกัดวง **-delimitation** *n.* **-delimitative** *adj.*

delineate (ดิลิน' นีเอท) *vt.* **-ated, -ating** วาดโครงร่าง, วาดเค้าโครง, วาดเป็นลายเส้น, พรรณนา, วิเคราะห์ **-delineative** *adj.* (-S. outline, draw, define, describe)

delineation (ดิลินนีเอ' ชัน) *n.* การวาดโครงร่าง, แผนภูมิ, ภาพสเกตช์, การพรรณนา (-S. description, picture, outline)

delineator (ดิลิน' นีเอเทอะ) *n.* ผู้วาดโครงร่าง, ช่างสเกตช์ภาพ, สิ่งที่ลากเส้นเป็นโครงร่าง, ลายเส้นโครงร่างของรูปแบบเสื้อ

delinquency (ดิลิง' เควินซี) *n., pl.* **-cies** ความเหลวไหล, การกระทำผิด, การไม่ชำระหนี้, ความผิด, การกระทำผิดกฎหมายของเด็ก (-S. offence, fault, mischievousness)

delinquent (ดิลิง' เควินทฺ) *adj.* ซึ่งกระทำผิดกฎหมาย, เกี่ยวกับการกระทำผิดกฎหมายของเด็ก, เหลวไหล, ไม่ชำระหนี้ *-n.* ผู้กระทำผิดกฎหมาย, เด็กผู้กระทำผิดกฎหมาย **-delinquently** *adv.* (-S. remiss, mischievous, culpable)

deliquesce (เดล' ละเควซฺ) *vi.* **-quesced, -quescing** ละลาย, กลายเป็นของเหลว, แตกเป็นกิ่งก้านสาขา

deliquescence (เดล' ละเควสเซินซฺ) *n.* การละลาย, การกลายเป็นของเหลว, ของเหลวที่เกิดจากการละลายตัว **-deliquescent** *adj.*

delirious (ดิเลอ' เรียส) *adj.* เพ้อ, พูดเพ้อ, คุ้มคลั่ง **-deliriousness** *n.* **-deliriously** *adv.* (-S. frantic, insane, deranged, demented -A. reasonable, rational) *-Ex. to be delirious from fever, to be delirious with joy*

delirium (ดิเลีย' เรียม) *n., pl.* **-iums/-ia** อาการเพ้อคลั่ง, ภาวะที่มีอารมณ์ตื่นเต้นมาก **-deliriant** *adj.* (-S. mania, frenzy, incoherence, ecstasy) *-Ex. A delirium of joy followed the winning of the prize.*

delirium tremens (-ทรี' เมนซฺ) *n.* อาการกระสับกระส่ายอย่างรุนแรงเนื่องจากพิษสุราเรื้อรัง มีอาการสั่น อาการประสาทหลอน (-S. trembling, hallucinating)

deliver (ดิลิฟ' เวอะ) *vt.* นำส่ง, ส่ง, ปล่อย, มอบ, นำข้าม, ส่งจดหมาย, ส่ง, ส่งต่อ, เสนอ, ขว้าง, โยน, ตี, กล่าว (สุนทรพจน์), ช่วยคลอดลูก, คลอดลูก *-vi.* ได้สิ่งที่ต้องการ, ให้กำเนิด **-deliverable** *adj.* **-deliverer** *n.* (-S. carry, rescue, throw, send) *-Ex. deliver the prisoners from the enemy*

deliverance (ดิลิฟ' เวอะเรินซฺ) *n.* การนำส่ง, การส่งต่อ, การช่วยชีวิต, การปลดปล่อย, ข้อคิดเห็น, การแถลงการณ์, การพิพากษาคดี (-S. liberation, rescue, sermon)

D

delivery (ดิลิฟ' เวอะรี) *n., pl.* **-ies** การส่ง, การนำส่ง, การปล่อย, การยอมแพ้, การกล่าวสุนทรพจน์, ท่าทางในการแสดงสุนทรพจน์, การโยน (ลูกบอล), สิ่งที่นำส่ง, การคลอดบุตร, การปลดปล่อย, การส่งสินค้าจากผู้ขายไปยังผู้ซื้อ (-S. transport, distribution, enunciation, release, launching) *-Ex. The next postal delivery is at two o'clock., the delivery of prisoners from jail, His forceful delivery made the speech effective., The pitcher used a tricky delivery.*

delivery room ห้องคลอด

dell (เดล) *n.* หุบเขาเล็กๆ

delta (เดล' ทะ) *n.* พยัญชนะกรีกตัวที่ 4 (δ), รูปสามเหลี่ยมที่คล้ายพยัญชนะเดลต้าของกรีก, สันดอนสามเหลี่ยมของแม่น้ำ **-deltaic** *adj.*

delude (ดิลูด') *vt.* **-luded, -luding** ลวงตา, หลอกลวง, หลอก, ตบตา **-deluder** *n.* **-deludingly** *adv.* (-S. deceive, mislead, fool, beguile) *-Ex. A boaster usually deludes nobody but himself.*

deluge (เดล' ลูจ) *n.* อุทกภัย, น้ำท่วม, ฝนที่ลงมาพักใหญ่, การไหลทะลัก *-vt.* **-uged, -uging** ท่วม, หลั่งไหล, ฝนตกใหญ่ **-the Deluge** น้ำท่วมโลกสมัยโนอาห์ (ตามพระคัมภีร์ไบเบิล) (-S. inundation, flood, torrent)

delusion (ดิลู' ชัน) *n.* การลวงตา, การหลอกลวง, การตบตา, ภาวะที่ถูกลวงตาหรือหลอกลวง, ความเชื่อผิดๆ, ความคิดเพ้อเจ้อ, การเข้าใจผิด **-delusory** *adj.* **-delusional** *adj.* (-S. misconception, deception, fallacy, illusion) *-Ex. An insane person may have a delusion that he is a famous person.*

delusive (ดิลู' ซิฟว) *adj.* เป็นการลวงตา, ตบตา, หลอกลวง, ไม่จริง, ปลอม, ลมๆ แล้งๆ **-delusively** *adv.* **-delusiveness** *n.* (-S. deceptive)

deluxe, de luxe (ดิลูคซฺ', -ลุคซฺ') *adj.* หรูหรา *-adv.* อย่างหรูหรา (-S. luxurious, choice, superior)

delve (แดลว) *v.* **delved, delving** *vi.* ค้นคว้าหาข้อมูลอย่างละเอียด, ศึกษาอย่างละเอียด, ขุด *-vt.* ขุด **-delver** *n.*

demagnetize (ดีแมก' นิไทซฺ) *vt.* **-ized, -izing** ขจัดแม่เหล็กออก, ทำให้ภาวะแม่เหล็กหมดไป **-demagnetization** *n.* **-demagnetizer** *n.*

demagogic, demagogical (เดมมะกอจ' จิค, -เคิล) *adj.* ที่เป็นการล่อหลอก, ที่เป็นการปลุกปั่น **-demagogically** *adv.*

demagogue, demagog (เดม' มะกอก) *n.* ผู้ที่มีอำนาจหรือมีชื่อเสียงจากการปลุกปั่นประชาชน, ผู้นำฝูงชน **-damagogic** *adj.* **-demagogy** *n.* (-S. agitator, rabble-rouser)

demagoguery (เดม' มะกอกะรี) *n.* วิธีการปลุกปั่นประชาชน, วิธีการของผู้มีอำนาจ (-S. demagogy)

demand (ดิมานดฺ') *vt., vi.* ต้องการ, เรียกร้องตามสิทธิ, ถาม, ขอทราบ *-n.* ความต้องการ, อุปสงค์, การเรียกร้อง, สิ่งที่ต้องการ, ความต้องการซื้อและอำนาจซื้อ, ปริมาณที่ต้องการซื้อ (-S. claim, solicit, need, question, require) *-Ex. The landlord's demand seemed reasonable., supply and demand, This work makes great demands on my time., I demand my rights.*

demanding (ดิมาน' ดิง) *adj.* ที่เรียกร้องมากเกินควร **-demandingly** *adv.* (-S. harassing, imperious)

demarcate (ดีมาร์' เคท) *vt.* **-cated, -cating** กำหนดเขตแดน, แบ่งเขต, ปักเขต (-S. demark)

demarcation, demarkation (ดิมาร์เค' ชัน) *n.* การกำหนดเขตแดน, การแบ่งเขต, การปักเขต, การแบ่งแยก, เส้นปันเขต

demarche (เดมาร์ชฺ) *n.* พฤติกรรม, การกระทำในทางทูต, หนังสือเรียกร้องจากประชาชนถึงผู้อำนาจ

demean (ดิมีน') *vt.* ประพฤติ, ลดเกียรติ (-S. degrade, devalue, belittle)

demeanour, demeanor (ดิมี' เนอะ) *n.* ความประพฤติ, การปฏิบัติตัว, ท่าทาง, การวางตัว, สีหน้า (-S. behaviour, conduct, deportment) *-Ex. The speaker kept an even and composed demeanour in spite of the outcries.*

demented (ดีเมน' ทิด) *adj.* บ้า, วิกลจริต, จิตเสื่อม **-dementedly** *adv.* **-dementedness** *n.* (-S. insane, mad, crazy -A. sane, rational)

dementia (ดิเมน' ชะ, -เชีย) *n.* โรควิกลจริตที่มีจิตเสื่อม, จิตเสื่อม (โดยเฉพาะเนื่องจากความผิดปกติของสมองและจิตใจ)

dementia praecox ความผิดปกติทางจิตที่ทำให้สมองและร่างกายทำงานไม่ประสานกัน

demerit (ดิเมอร์' ริท) *n.* ข้อบกพร่อง, ข้อเสีย, ปมด้อย, บันทึกข้อผิดพลาด (-S. fault, culpability)

demesne (ดีเมน') *n.* ทรัพย์สินที่ครอบครองโดยเจ้าของกรรมสิทธิ์, ที่ดินในครอบครอง (โดยเฉพาะสมัยศักดินา), ขอบเขต, อาณาจักร (-S. estate, district)

demi- คำอุปสรรค มีความหมายว่า ครึ่ง, น้อยกว่า

demigod (เดม' มิกอด) *n.* คนครึ่งเทวดาที่เป็นชาย, เทวดาชั้นต่ำที่เป็นชาย, ชายที่มีเกียรติสูงส่ง

demigoddess (เดม' มิกอดดิส) *n.* คนครึ่งเทวดาที่เป็นหญิง, หญิงที่มีเกียรติสูงส่ง

demijohn (เดม' มิจอน) *n.* ขวดขนาดใหญ่มีคอขวดเล็กที่หุ้มด้วยตะกร้าจักสาน

demilitarize (ดีมิล' ลิทะไรซฺ) *vt.* **-rized, -rizing** ทำให้ไร้ทหาร, ทำให้ปลอดทหาร **-demilitarization** *n.*

demimondaine (เดมมิมอนเดน') *n.* ผู้หญิงที่อยู่นอกสังคม (มักเนื่องจากการมั่วสุมทางเพศหรือเป็นภรรยาลับ)

demimonde (เดม' มินอนดฺ) *n.* ประเภทของหญิงที่อยู่นอกสังคม (มักเป็นหญิงที่มั่วสุมทางเพศหรือเป็นภรรยาลับ)

demise (ดิไมซฺ) *n.* การตาย, มรณกรรม, การสิ้นสุด, การตายที่ทำให้มรดกของผู้ตายตกทอดแก่ทายาท, การตกทอดมรดกของผู้ตายแก่ทายาท, การสืบราชสมบัติ, การสืบตำแหน่ง *-vt., vi.* **-mised, -mising** โอน, สืบทอดราชสมบัติ **-demisable** *adj.* (-S. death, decease, termination, cessation -A. beginning, birth)

demisemiquaver (เดม' มิเซม' มิเควเวอะ) *n.* (แบบอังกฤษ) ตัวโน้ตที่มีระยะเวลา 30 วินาที

demister (เดม' มิสเทอะ) *n.* อุปกรณ์ละลายน้ำแข็งและหมอก

demitasse (เดม' มิแทส) *n.* ถ้วยกาแฟเล็กๆ สำหรับใส่กาแฟดำดื่มหลังอาหาร

demo (เดม' โม) *n., pl.* **-os** (ภาษาพูด) การแสดงออก การสาธิต สิ่งที่ใช้สาธิต

demob (ดีมอบ') *vt.* **-mobbed, -mobbing** ดู demobilize

demobilize (ดิโม' บะไลซฺ) *vt.* **-lized, -lizing** ถอนทหาร, ปล่อยจากการประจำการ **-demobilization** *n.* (-S. disband, discharge -A. mobilize) *-Ex. to demobilize troops*

democracy (ดิมอค' คระซี) *n., pl.* **-cies** ประชาธิปไตย, ระบอบการปกครองที่อำนาจสูงสุดของประเทศมาจากปวงชน, ประเทศที่ปกครองด้วยระบอบดังกล่าว, ความเสมอภาคทางการเมืองหรือสังคม *-Ex. A snob does not practice democracy.*

democrat (เดม' มะแครท) *n.* ผู้นิยมการปกครองในระบอบประชาธิปไตย, ผู้ผดุงไว้ซึ่งความเสมอภาคทางสังคม **-Democrat** สมาชิกพรรคเดมโมแครต

democratic (เดมมะแครท' ทิค) *adj.* เกี่ยวกับประชาธิปไตย, เกี่ยวกับความเสมอภาคของสังคม **-Democratic** เกี่ยวกับพรรคประชาธิปไตยหรือพรรคเดมโมแครต **-democratically** *adv.* *-Ex. The Prince had a democratic manner that put everybody he met at ease.*

democratize (ดิมอค' คระไทซฺ) *vt.* **-tized, -tizing** ทำให้เป็นประชาธิปไตย **-democratization** *n.* (-S. self-rule)

démodé (เด' โมเด') *adj.* (ภาษาฝรั่งเศส) หมดสมัย

demography (ดิมอก' กระฟี) *n.* การศึกษาเกี่ยวกับสถิติประชากร **-demographer** *n.* **-demographic** *adj.* **-demographically** *adv.*

demolish (ดิมอล' ลิช) *vt.* รื้อ (สิ่งก่อสร้าง), ทำลาย, โค่น **-demolishment** *n.* **-demolisher** *n.* (-S. destroy, ruin, flatten, raze) *-Ex. Old buildings were demolished to make room for new houses.*

demolition (เดมมะลิช' ชัน) *n.* การรื้อ, การทำลาย, การโค่น, ภาวะที่ถูกรื้อ **-demolitions** ระเบิด **-demolitionist** *n.* (-S. destruction, flattening, annihilation)

demon, daemon (ดี' เมิน) *n.* ปีศาจ, มาร, ผี, ภูติ, อิทธิพลร้าย, คนชั่วร้าย, คนที่มีพลกำลังมาก, สัตว์ดุร้าย **-demonic** *adj.* **-demonically** *adv.* (-S. devil, evil spirit, fiend -A. angel, saint, tyro)

demonetize (ดีมัน' นิไทซฺ) *vt.* **-tized, -tizing** ปลดค่าของเงิน, หยุดการใช้เงินที่เป็นมาตรฐาน **-demonetization** *n.*

demoniac, demoniacal (ดีโม' นีแอค, -อะเคิล) *adj.* เกี่ยวกับภูติผีปีศาจ *-n.* บุคคลที่ถูกผีสิง **-demoniacally** *adv.*

demonolatry (ดีเมินนอล' ละทรี) *n.* การบูชามาร, การศึกษาเรื่องปีศาจ **-demonolater** *n.*

demonstrable (ดิมอน' สทระเบิล, เดม' มันสทระเบิล) *adj.* ที่สาธิตได้, ที่แสดงได้, ที่พิสูจน์ได้, ชัดเจน **-demonstrably** *adv.* **-demonstrability, demonstrableness** *n.* (-S. evident, provable, confirmable)

demonstrate (เดม' เมินสเทรท) *vt., vi.* **-strated, -strating** แสดง, สาธิต, อธิบาย, เดินขบวนแสดงความเห็นทางการเมือง, พิสูจน์, แสดงความรู้สึก, ทดลองให้เห็นจริง (-S. describe, explain, prove, validate, indicate, march) *-Ex. Mary demonstrated how to solve the problem., An experiment will demonstrate that wood cannot burn without oxygen., The salesman demonstrated the sewing machine by making different kinds of stitches.*

demonstration (เดมเมินสเทร' ชัน) *n.* การสาธิต, การทดลองให้เห็น, การพิสูจน์, การเดินขบวน (แสดงความเห็นทางการเมืองหรือกำลัง) (-S. description, exhibition, rally, expression, indication) *-Ex. Our teacher gave a demonstration of the new dance step., The experiment was clear demonstration that a fire needs oxygen to burn., A noisy demonstration greeted the returning hero.*

demonstrative (ดิมอน' สทระทิฟว) *adj.* เกี่ยวกับการสาธิต, เกี่ยวกับการทดลองให้เห็น, เป็นการพิสูจน์ความจริง, เป็นการอธิบาย, ที่ชอบแสดงความรู้สึกของตน **-demonstratively** *adv.* **-demonstrativeness** *n.* (-S. expansive, expressive, indicative, illustrative)

demonstrator (เดม' เมินสเทรเทอะ) *n.* ผู้สาธิต, ผู้เดินขบวน, ผู้พิสูจน์, ผลิตภัณฑ์ที่แสดงสาธิต

demoralize (ดิมอร์' ระไลซฺ) *vt.* **-ized, -izing** ทำให้เสื่อมเสียศีลธรรม, ทำลายกำลังใจ, ทำให้ยุ่งเหยิง, ทำให้งงงวย, ทำให้เสื่อม **-demoralization** *n.* **-demoralizer** *n.* (-S. discourage, daunt, deprave, destroy -A. encourage) *-Ex. Sombut was demoralized by the kind of friends he associated with., An attack on the rear guard demoralized the army.*

demos (ดี' มอส) *n.* ประชาชน, สามัญชน, พลเมือง (-S. people, citizen)

demote (ดิโมท') *vt.* **-moted, -moting** ลดระดับ, ลดขั้น **-demotion** *n.* (-S. reduce, lower, degrade, declass)

demotic (ดีมอท' ทิค) *adj.* เกี่ยวกับคนทั่วไป

demount (ดีเมาทฺ') *vt.* ถอด, ปลด, เอาออก **-demountable** *adj.*

demulcent (ดีมัล' เซินท) *adj.* ที่บรรเทาอาการระคายเคือง *-n.* ยาที่มีฤทธิ์บรรเทาอาการระคายเคือง

demur (ดิเมอร์') *vi.* **-murred, -murring** คัดค้าน, มีเสียงไม่เห็นด้วย, รีรอ, ลังเล *-n.* การคัดค้าน, คำคัดค้าน, การรีรอ, ความลังเล **-demurrable** *adj.* (-S. object, protest, dispute, hesitate -A. concur, agree)

demure (ดิมิว') *adj.* **-murer, -murest** อาย, กระดาก, เคร่งขรึม, สงบเสงี่ยม **-demurely** *adv.* **-demureness** *n.* (-S. modest, coy, meek, bashful) *-Ex. In her demure way Yupa was delighted also., Kasorn gave a demure smile.*

demurrage (ดิเมอร์' ริจ) *n.* การจอดเรือ รถยนต์

D

หรือพาหนะอื่นๆ เกินกำหนดเวลา, ค่าจอดเกินเวลา

demurrer (ดีเมอร์' เรอะ) *n.* ผู้คัดค้าน, คำคัดค้าน

demystify (ดีมิส' ทะไฟ) *vt.* **-fied, -fying** ทำให้แจ่มชัด **-demystification** *n.*

den (เดน) *n.* ถ้ำสัตว์, รัง, กรงสัตว์, รังโจร, ห้องสกปรกเล็กๆ, ห้องส่วนตัว, ห้องเล็กๆ สำหรับอยู่คนเดียว *-vi.* **denned, denning** อาศัยหรือซ่อนอยู่ในถ้ำ (-S. lair, cave, cavern)

denaturalize (ดีเนช' เชะเริลไลซ) *vt.* **-ized, -izing** ทำให้ไม่เป็นไปตามธรรมชาติ, ถอนสัญชาติ, ทำให้ลักษณะเดิมหรือนิสัยเดิมเปลี่ยน **-denaturalization** *n.*

denature (ดิเน' เชอะ) *vt.* **-tured, -turing** ทำให้ลักษณะธรรมชาติหรือลักษณะเดิมเปลี่ยนไป, ทำให้ไม่เหมาะสำหรับดื่ม, ทำให้เปลี่ยนจากเดิมโดยวิธีทางเคมีหรือฟิสิกส์ **-denaturant** *n.* **-denaturation** *n.*

dendrite (เดน' ไดร์ท) *n.* กิ่งก้านของเซลล์ประสาท, ลายกิ่งไม้ที่ปรากฏอยู่ในหินแร่ **-dendritical, dendritic** *adj.* **-dendritically** *adv.*

dendrite

dendrology (เดนดรอล' ละจี) *n.* การศึกษาเกี่ยวกับการแยกประเภทต้นไม้ตามหลักวิทยาศาสตร์**-dendrological, dendrologic** *adj.* **-dendrologist** *n.*

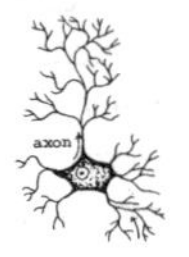

dengue (เดง' เก) *n.* ไข้เลือดออก (-S. dengue fever, breakbone fever)

deniable (ดิไน' อะเบิล) *adj.* ซึ่งปฏิเสธได้, ซึ่งบอกปัดได้, ละเว้นได้, ไม่ยอมรับได้ **-deniably** *adv.*

denial (ดิไน' เอิล) *n.* การปฏิเสธ, คำปฏิเสธ, การบังคับใจตัวเอง, การไม่ยอมตามใจตัวเอง (-S. negation, rejection, contradiction, dismissal, disavowal -A. approval)

denier (ดิไน' เออะ) *n.* ผู้ปฏิเสธ, ผู้ไม่ยอมรับ

denigrate (เดน' นิเกรท) *vt.* **-grated, -grating** ใส่ร้ายป้ายสี, ทำให้เสียชื่อเสียง, ทำให้สกปรก **-denigration** *n.* **-denigrator** *n.* **-denigratory** *adj.* (-S. disparage, belittle, diminish)

denim (เดน' นิม) *n.* ผ้าฝ้ายที่ทอแบบลายสอง

denizen (เดน' นิเซิน) *n.* ผู้อาศัย, ผู้พำนัก, ชาวต่างด้าวที่ได้รับสิทธิบางอย่างของพลเมือง, สัตว์หรือพืชที่ปรับตัวเข้ากับสิ่งแวดล้อมใหม่ *-vt.* ทำให้เป็นผู้อาศัยในชุมชนนั้นๆ (-S. inhabitant, resident, habitant, dweller -A. outsider)

Denmark (เดน' มาร์ค) ประเทศเดนมาร์ก เมืองหลวงชื่อโคเปนเฮเกน

denominate (ดินอม' มะเนท) *vt.* **-nated, -nating** ตั้งชื่อ, ให้นาม, กำหนด (-S. denote, designate)

denomination (ดินอมมะเน' ชัน) *n.* ชื่อ, การตั้งชื่อ, ประเภท, นิกาย, สำนัก, หน่วยเงินตรา มาตรา น้ำหนักปริมาตร ฯลฯ **-denominational** *adj. -Ex. Music, literature, and painting come under the denomination of fine arts., a church of the Presbyterian denomination*

denominator (ดินอม' มะเนเทอะ) *n.* (คณิตศาสตร์) ตัวหาร ตัวส่วน, ค่าเฉลี่ย

denotation (ดีโนเท' ชัน) *n.* การแสดงออก, ความหมาย, เครื่องหมาย **-denotative** *adj.*

denote (ดิโนท') *vt.* **-noted, -noting** แสดงถึง, ชี้แนะ, เป็นเครื่องหมาย **-denotable** *adj.* (-S. signify, symbolize, designate) *-Ex. A flag flown upside down denotes distress.*

denouement, dénouement (เดนูมาน') *n.* (ภาษาฝรั่งเศส) ผลสุดท้าย ตอนจบ (-S. outcome, solution, result, finale)

denounce (ดิเนาซ') *vt.* **-nounced, -nouncing** ประณาม, ปรักปรำ, กล่าวโทษ, ติเตียน, ประกาศเลิก, บอกเลิก **-denouncement** *n.* **-denouncer** *n.* (-S. accuse, declaim, condemn -A. praise, approve) *-Ex. The minister denounced gambling., One of the bandits denounced the rest of his gang to the police.*

dense (เดนซ) *adj.* **denser, densest** แน่น, หนาแน่น, หนาทึบ, ที่ยากแก่การเข้าใจ, โง่เต็มที่, ทึบมัว, มีแสงสว่างน้อย **-densely** *adv.* **-denseness** *n.* (-S. compacted, dull-witted, opaque, obtuse -A. sparse) *-Ex. a dense forest, Maybe I'm a little dense, but I don't understand that joke.*

densitometer (เดนซิทอม' มิเทอะ) *n.* เครื่องมือวัดความหนาแน่นของฟิล์มถ่ายรูปที่กลับสีดำเป็นขาว, เทคนิคการวัดความหนาแน่นของฟิล์มเนกาทีฟในการขยายภาพ, เครื่องมือวัดความหนาแน่น

density (เดน' ซิที) *n., pl.* **-ties** ความหนาแน่น, ความแน่น, ความทึบ, ความโง่, มวลต่อหน่วยปริมาตร, ความทึบแสง *-Ex. The density of iron is greater than that of wood.*

dent (เดนท) *n.* รอยฟัน, รอยเว้า *-vt.* ทำเป็นรอย, ตอกเป็นรอย *-vi.* เป็นรอย *-Ex. We hit a tree and made a dent in the car fender.*

dental (เดน' เทิล) *adj.* เกี่ยวกับฟัน, เกี่ยวกับทันตกรรม, เกี่ยวกับการออกเสียงที่เกิดจากการเอาลิ้นแตะหลังฟันหน้า *-n.* การออกเสียงที่เกิดจากการเอาลิ้นแตะหลังฟันหน้า **-dentally** *adv.*

dentate (เดน' เทท) *adj.* มีส่วนยื่นเป็นฟัน, เป็นฟัน

dentifrice (เดน' ทะฟริส) *n.* ยาสีฟัน, ผงสีฟัน

dentin, dentine (เดน' ทิน, -ทีน) *n.* เนื้อเยื่อฟันที่แข็งประกอบด้วยแคลเซียมคล้ายของกระดูกแต่แน่นกว่าเป็นส่วนประกอบสำคัญของฟัน

dentist (เดน' ทิสท) *n.* ทันตแพทย์, หมอฟัน

dentistry (เดน' ทิสทรี) *n.* วิชาที่ว่าด้วยโรคของฟันและเหงือก การจัดฟัน รวมไปถึงปัญหาเรื่องการออกเสียงที่เนื่องมาจากโรคของฟัน

dentition (เดนทิช' ชัน) *n.* ชนิด จำนวนและลักษณะการขึ้นของฟัน, การงอกของฟัน

denture (เดน' เชอะ) *n.* ฟันปลอม

denuclearize (ดีนิว' คลีอะไรซ) *v.* **-ized, -izing** *-vt.* ขจัดอาวุธนิวเคลียร์ *-vi.* ลดการสะสมอาวุธนิวเคลียร์ **-denuclearization** *n.*

denudation (ดินิวเด' ชัน) *n.* การทำให้ว่างเปล่า, การทำให้เปลือย, การเปลือย, การชะล้าง, การสึกกร่อน, การเพิกถอนสิทธิ์ **-denudate** *vt.*

denude (ดินิวดฺ') *vt.* **-nuded, -nuding** ทำให้เปลือย, ทำให้ว่างเปล่า, เปลื้อง, ชะ, ล้าง, กัดกร่อน, ทำให้สึกกร่อน, เพิกถอน (-S. strip)

denumerable (ดินิว' เมอะระเบิล) *adj.* ที่นับได้

denunciation (ดินันซีเอ' ชัน) *n.* การประณาม, การติเตียน, การกล่าวโทษ **-denunciative** *adj.*

denunciatory (ดินัน' ซีอะโทรี) *adj.* เกี่ยวกับ หรือมีลักษณะของการประณาม (-S. denunciative, accusative -A. praising)

Denver (เดน' เวอะ) เมืองหลวงของรัฐโคโลราโด

deny (ดิไน') *vt.* **-nied, -nying** ปฏิเสธ, ไม่ยอมรับ, ไม่ตกลง, ไม่ยอมตาม, ไม่ยอมมี, บอกปัด, บังคับใจตัวเอง (-S. disagree, refuse, refute, dismiss, abjure -A. affirm, let, give) *-Ex. Father denied my request for a larger allowance., to deny an accusation*

deodorant (ดีโอ' เดอะเรินทฺ) *n.* ยาดับกลิ่น, ยาป้องกันกลิ่น *-adj.* ซึ่งป้องกันหรือระงับกลิ่น

deodorize (ดีโอ' ดะไรซฺ) *vt.* **-ized, -izing** ดับกลิ่น, ขจัดกลิ่น **-deodorization** *n.*

deoxidize (ดีออก' ซิไดซฺ) *vt.* **-dized, -dizing** เอาออกซิเจนออก, ขจัดออกซิเจน **-deoxidization** *n.* **-deoxidizer** *n*

depart (ดิพาร์ท') *vi.* ออก, ออกจาก, จากไป, แยกไป, ไม่ตรงกัน, ตาย *-vt.* จากไป *-n.* การจากไป, มรณกรรม (-S. quit, leave, retire) *-Ex. The bus departs at 10 o'clock., The buiders departed from the original plan and put in more windows.*

departed (ดิพาร์ท' ทิด) *adj.* ตาย, จากไป **-the departed** ผู้ตาย

departee (ดิพาท' ที) *n.* ผู้จากไป (จากสถานที่, ตำแหน่ง, ประเทศ)

department (ดิพาร์ท' เมินทฺ) *n.* แผนก, ภาค, กอง, กรม, ทบวง, กระทรวง, เขต, จังหวัด **-departmental** *adj.* **-departmentally** *adv.* (-S. section, division, segment) *-Ex. The English department in a University., Education department (of Government)*

department store ร้านสรรพสินค้า

departure (ดีพาร์' เชอะ) *n.* การจากไป, การออกเดินทาง, การเบี่ยงเบน, การฝ่าฝืน, การแยกไป, การตาย (-S. exit, going, leaving, deviation, variation) *-Ex. This timetable records the arrival and departure of every train., The use of automobiles instead of horses marked a new departure in transportation.*

depend (ดีเพนดฺ') *vi.* ขึ้นอยู่กับ, อาศัย, อยู่ที่, สุดแล้วแต่, พึ่งพา, แขวนหรือห้อยอยู่ **-depend on/ upon** เชื่อถือ

dependable (ดีเพน' ดะเบิล) *adj.* เชื่อถือได้, พึ่งพาได้, ไว้วางใจได้ **-dependability, dependableness** *n.* **-dependably** *adv.* (-S. reliable, stable, unfailing -A. changeable, variable)

dependant (ดีเพน' เดินทฺ) *n.* ดู dependent

dependence, dependance (ดีเพน' เดินซฺ) *n.* การอาศัย, การพึ่งพา, ความไว้วางใจ, ความมั่นใจ, สิ่งที่วางใจ, การติดหรือต้องการสิ่งใดสิ่งหนึ่งเป็นอย่างมาก (-S. reliance, faith, addiction -A. independence) *-Ex. You can't put much dependence on the weather., Her son was her only dependence.*

dependency, dependancy (ดีเพน' เดินซี) *n., pl.* **-cies** การอาศัย, การพึ่งพา, ผู้อยู่ในความอุปถัมภ์, การติดสิ่งเสพติด, เมืองขึ้น (-S. dependence, defencelessness, addiction, colony)

D

dependent (ดิเพน' เดินทฺ) *adj.* ซึ่งอาศัย, ซึ่งพึ่งพา, ขึ้นอยู่กับ, แล้วแต่, ซึ่งห้อยอยู่ *-n.* ผู้อาศัย, ผู้อยู่ในความอุปถัมภ์, คนใช้ **-dependently** *adv.* (-S. conditional on, contingent on, leaning on) *-Ex. a dependent relative, Winning the scholarship is dependent on your hard work and study.*

depersonalize (ดีเพอ' เซินเนิลไลซฺ) *vt.* **-ized, -izing** ทำให้สูญเสียลักษณะเฉพาะตัวของบุคคล, ทำให้สูญเสียความเป็นตัวของตัวเอง **-depersonalization** *n.*

depict (ดิพิคทฺ') *vt.* พรรณนา, วาดให้เห็น, อธิบาย **-depiction** *n.* **-depictor** *n.* (-S. portray, describe, sketch) *-Ex. The book depicted life on a farm.*

depilate (เดพ' พิเลท) *vt.* **-lated, -lating** ขจัดขนออก, ถอนขน, ทำให้ขนร่วง **-depilation** *n.* **-depilator** *n.*

depilatory (ดิพิล' ละทอร์รี) *adj.* ซึ่งทำให้ขนร่วง *-n., pl.* **-ries** ยาทำให้ขนร่วง

deplane (ดีเพลน') *vi.* **-planed, -planing** ลงจากเครื่องบิน, ขนหรือเอาลงจากเครื่องบิน

deplete (ดิพลีท') *vt.* **-pleted, -pleting** ทำให้หมดสิ้นหรือลดน้อยลงมาก, ทำให้สูญเสีย, ทำให้ว่างเปล่า **-depletion** *n.* **-depletive** *adj.* (-S. empty, exhaust, decrease, lessen -A. fill, increase)

deplorable (ดิพลอ'ระเบิล) *adj.* น่าเสียใจ, น่าโศกเศร้า, น่าเสียดาย, เลว, น่าตำหนิ **-deplorably** *adv.* **-deplorableness** *n.* (-S. lamentable, regrettable, sad, disgraceful, disreputable -A. fortunate, happy)

deplore (ดิพลอร์') *vt.* **-plored, -ploring** เสียใจมาก, โศกเศร้ามาก, ไม่เห็นด้วย, ตำหนิ **-deplorer** *n.* (-S. regret, lament, condemn, denounce -A delight, rejoice) *-Ex. The civic leader deplored the rise of crime.*

deploy (ดิพลอย') *v.* **-ployed, -ploying** *-vt.* แปรแถวตอนเป็นแถวหน้ากระดาน, จัดให้เหมาะสม, เคลื่อนหรือวางให้เหมาะสม, จัดเพื่อนำไปใช้งาน *-vi.* แปรแถวหน้ากระดาน **-deployment** *n.* (-S. use, utilize, arrange)

depolarize (ดีโพ' ละไรซฺ) *vt.* **-ized, -izing** เอาขั้วออก, ทำให้ไร้ขั้ว **-depolarization** *n.* **-depolarizer** *n.*

deponent (ดิโพ' เนินทฺ) *adj.* (ไวยากรณ์) เกี่ยวกับคำกริยาที่ผิดรูปแบบ เกี่ยวกับคำกริยาที่มีรูปถูกกระทำแต่ความหมายเป็นผู้กระทำ *-n.* (ไวยากรณ์) คำกริยาที่ผิดรูปแบบ, ผู้เป็นพยาน

depopulate (ดิพอพ' พิวเลท) *vt.* **-lated, -lating** ลดจำนวนประชากรอย่างรวดเร็ว (เนื่องจากสงคราม, โรคระบาด) **-depopulation** *n.* **-depopulator** *n.*

deport (ดีพอร์ท') *vt.* เนรเทศ, วางท่าทาง, ประพฤติตัว **-deportable** *adj.* (-S. banish, expel, exile, behave, act) *-Ex. to deport an alien criminal*

D

deportation (ดีพอร์เท' ชัน) *n.* การเนรเทศ
deportee (ดีพอร์ที') *n.* ผู้ถูกเนรเทศ
deportment (ดีพอท' เมินทฺ) *n.* การประพฤติตัว, พฤติกรรม, การวางตัว (-S. demeanour, conduct, behaviour, manner) *-Ex. His report card showed a low grade for deportment., Balancing a book on top of the head is part of our deportment training.*
deposal (ดีโพ' เซิล) *n.* การปลด (ออกจากตำแหน่งหรืองาน), การขับไล่, การให้การเป็นพยาน
depose (ดีโพซ') *v.* **-posed, -posing** *-vt.* ปลด, ขับไล่, ให้การเป็นพยาน *-vi.* ให้การเป็นพยาน **-deposable** *adj.* (-S. oust, unseat, dethrone, testify) *-Ex. to depose a manager*
deposit (ดีพอส' ซิท) *vt.* ทับถม, สะสม, กอง, ฝากไว้, ฝากเงิน, วางลง *-vi.* สะสม *-n.* สิ่งที่ทับถม, สิ่งที่สะสม, การฝาก, การฝากเงิน, ที่เก็บเงินฝาก, เงินมัดจำ (-S. entrust) *-Ex. The postman deposited the package on the doorstep., A delta is a deposit of mud at the mouth of a river., The dust storm left a deposit of sand covering everything.*
depositary (ดีพอซ' ซิเทอร์รี) *n., pl.* **-ies** ผู้รับฝาก, ผู้ดูแล, ผู้เก็บรักษา, ที่เก็บรักษา (-S. depository)
deposition (เดพพะซิช' ชัน) *n.* การปลดออกจากตำแหน่งหรืองาน, การให้ออกจากราชสมบัติ, สิ่งที่ถูกปลด, การให้การเป็นพยาน, หนังสือให้การเป็นพยาน, การทับถม, การสะสม, การนอนก้นของตะกอน, การฝากเงิน **-Deposition** การนำพระเยซูออกจากกางเขน
depositor (ดีพอซ' ซิเทอะ) *n.* ผู้ฝาก, ผู้ฝากเงิน
depository (ดีพอซ' ซิโทรี) *n., pl.* **-ries** ที่เก็บของ, โกดัง, สถานที่รับฝากของ, ผู้พิทักษ์มรดกหรือทรัพย์สิน
depot (ดี' โพ) *n.* สถานีรถไฟ, สถานีรถเมล์, คลังพัสดุ, โกดัง (-S. terminal, terminus, storehouse, warehouse)
deprave (ดิเพรฟว') *vt.* **-praved, -praving** ทำให้เลวหรือเลวลง, ทุจริต, ทำให้เสื่อมทรามลง **-depravation** *n.* **-depraver** *n.* (-S. corrupt, seduce, degrade)
depraved (ดิเพรฟวดฺ') *adj.* ชั่วช้า, เลว, ทุจริต, ผิดปกติ **-depravedly** *adv.* (-S. corrupt, vile, sinful)
depravity (ดิเพรฟ' วิที) *n., pl.* **-ties** ภาวะที่เสื่อมทรามลง, ความชั่วช้า (-S. degeneracy, corruption, indecency)
deprecate (เดพ' ระเคท) *vt.* **-cated, -cating** ไม่เห็นด้วย, คัดค้าน, ติเตียน, ดูถูก **-deprecatingly** *adv.* **-deprecation** *n.* **-deprecator** *n.* (-S. protest, denounce, belittle, condemn -A. condone)
deprecatory, deprecative (เดพ' พระคะทอร์รี, -ทีฟว) *adj.* ที่น่าคัดค้าน, ที่น่าติเตียน, ที่น่าดูถูก **-deprecatorily** *adv.* (-S. critical, discrediting, belittling)
depreciable (ดิพรี' ชะเบิล) *adj.* ซึ่งลดคุณค่าได้, ที่เสื่อมค่าได้, ซึ่งเป็นส่วนลดภาษีได้
depreciate (ดิพรี' ชีเอท) *v.* **-ated, -ating** *-vt.* ลดค่า, ลดอำนาจซื้อของเงิน, หักค่าเสื่อม, ลดราคา, ขอเป็นส่วนลดภาษีได้, พูดดูถูก *-vi.* (ค่า) ลดลง, เสื่อมราคา **-depreciative** *adj.* **-depreciator** *n.* (-S. reduce, decry, decline)
depreciation (ดิพรีชีเอ' ชัน) *n.* การเสื่อมราคา, การลดลงของคุณค่า, การลดลงของค่าของเงิน, การตีราคาหรือประเมินค่าต่ำลง (-S. devaluation, cheapening, belittlement -A. appreciation, increase)
depreciatory (ดิพรี' ชีอะทอร์รี) *adj.* ซึ่งลดค่าต่ำลง, เป็นการดูหมิ่น (-S. depreciative, disparaging, belittling)
depredate (เดพ' พริเดท) *v.* **-dated, -dating** *-vt.* ปล้น, ปล้นสะดม, ทำลาย *-vi.* เข้าร่วมปล้น **-depredator** *n.* **-depredatory** *adj.* (-S. plunder)
depredation (เดพพริเด' ชัน) *n.* การปล้น, การปล้นสะดม, การโจรกรรม, ความเสียหาย (-S. robbery, ravaging, devastation)
depress (ดีเพรส') *vt.* ลดลง, กด, กดต่ำ, ยับยั้ง, ทำให้หดหู่ใจ, ทำให้ค่าหรือระดับต่ำลง **-depressible** *adj.* (-S. dispirit -A. cheer) *-Ex. We depress the keys of a typewriter or piano to make them work., Trading was depressed by rumours.*
depressant (ดีเพรส' เซินทฺ) *adj.* ซึ่งกดประสาท, ซึ่งระงับอาการทางกล้ามเนื้อหรือประสาท *-n.* ยากดประสาท
depressed (ดีเพรสดฺ') *adj.* หดหู่ใจ, เศร้า, ที่ถูกกดลง, (เศรษฐกิจ) ตกต่ำ, ซึ่งอยู่ต่ำ, เกี่ยวกับสัตว์หรือพืชประเภทที่มีความยาวด้านแนวนอนยาวกว่าแนวตั้ง (-S. sad, dejected, sunken, debilitated, reduced -A. cheerful, hopeful)
depressing (ดีเพรส' ซิง) *adj.* เศร้าโศก, หดหู่ใจ, (เศรษฐกิจ) ตกต่ำ, ซึ่งถูกกดขี่ **-depressingly** *adv.* (-S. gloomy, dreary, disheartening)
depression (ดีเพรช' ชัน) *n.* ความหดหู่, การทำให้ตกต่ำ, ภาวะที่เศรษฐกิจตกต่ำ, บริเวณที่มีความกดดันของอากาศต่ำ, ความกดดันของอากาศต่ำ, บริเวณที่เป็นแอ่งหลุมหรือเว้า (-S. gloom, sorrow, recession, decline, hollow, cavity -A. cheerfulness, animation, rise) *-Ex. Oceans and lakes fill many of the depressions in the earth's surface., After his failure, Udom was in a state of depression.*
depressive (ดีเพรส' ซิฟว) *adj.* มีความโน้มเอียงในการกดต่ำ, ที่หดหู่ใจ *-n.* ผู้ที่ใจหดหู่ **-depressively** *adv.* **-depressiveness** *n.*
depressor (ดีเพรส' เซอะ) *n.* สิ่งที่กด, เครื่องกด, กล้ามเนื้อที่กดส่วนอื่นของร่างกาย, เส้นประสาทซึ่งเมื่อถูกกระตุ้นจะลดการเต้นของหัวใจและความดันโลหิต
depressurize (ดีเพรช' ชะไรซ) *vt.* **-ized, -izing** ลดความดันอากาศลง **-depressurization** *n.*
deprival (ดีไพร' เวิล) *n.* ดู deprivation
deprivation (เดพพระเว' ชัน) *n* การถอดถอน (ตำแหน่ง ยศ สิทธิ), ภาวะที่ถูกถอดถอน, การสูญเสีย, การไล่ออก, การกีดกัน **-deprivational** *adj.* (-S. withholding, denial, detriment)
deprive (ดีไพรฟว') *vt.* **-prived, -priving** ถอดถอน, ไล่ออก, ทำให้ไม่ได้รับ, ตัดสิทธิ, กีดกัน **-deprivable** *adj.* (-S. dispossess, wrest, strip -A. provide)
depth (เดพธ) *n.* ความลึก, ความซับซ้อน, ความรุนแรง, ความคิดลึกซึ้ง, ความเข้มข้น, ความต่ำของระดับ

deputation 235 **descend**

เสียง, ความลึก **-in depth** อย่างยิ่ง, เต็มที่, มาก, ละเอียด (-S. deepness, profoundness, wisdom, complexity, bottom, pit, bowels, intensity -A. surface, appearance, facade) *-Ex. The sunken ship lies at a depth of 50 feet., You must measure the height, width, and depth of a box to tell its size., from the depths of one's heart*

deputation (เดพพิวเท' ชั่น) *n.* การแต่งตั้งผู้รักษาการแทน, การแต่งตั้งตัวแทน, การมอบหมายหน้าที่ให้กับผู้รักษาการแทน (-S. delegation, committee, appointment, nomination)

depute (ดิพิวทฺ') *vt.* **-puted, -puting** แต่งตั้งให้เป็นตัวแทน (-S. designate, nominate, assign)

deputize (เดพ' พะไทซฺ) *v.* **-tized, -tizing** *-vt.* แต่งตั้งตัวแทน *-vi.* เป็นตัวแทน, รักษาการแทน **-deputization** *n.* (-S. act for, understudy)

deputy (เดพ' พิวที) *n., pl.* **-ties** *n.* ผู้รักษาการแทน, ตัวแทน, ผู้แทน, สมาชิกสภาผู้แทน(-S. representative, agent, mediator, surrogate)

derail (ดีเรล') *vt., vi.* ทำให้ตกราง, วิ่งออกนอกราง, ทำให้หยุดชะงัก **-derailment** *n.*

derange (ดิเรนจฺ') *vt.* **-ranged, -ranging** ทำให้ไม่เป็นระเบียบเรียบร้อย, ก่อกวน, ทำให้ยุ่งเหยิง, ทำให้สติฟั่นเฟือน, ทำให้บ้า **-deranged** *adj.* (-S. disorder) *-Ex. A stone on the track deranged by having to move.*

derangement (ดิเรนจฺ' เมินทฺ) *n.* ความยุ่งเหยิง, ความไม่เป็นระเบียบเรียบร้อย, ความบ้า (-S. disorder)

derate (ดีเรท') *vt.* **-rated, -rating** ลดปริมาณการผลิตกระแสไฟฟ้าเพื่อความปลอดภัยและเพิ่มประสิทธิภาพ

derby (ดาร์' บี, เดอร์' บี) *n. pl.* **-bies** การแข่งม้าที่มีอายุ 3 ปี, หมวกสักหลาดที่มีริมแข็งและยอดหมวกกลม

derby

deregulation (ดีเรกกิวเร' ชั่น) *n.* การขจัดกฎระเบียบทิ้งไป, การเป็นอิสระจากกฎระเบียบ **-deregulate** *vt.*

derelict (เดอ' ระลิคทฺ) *adj.* ซึ่งถูกทอดทิ้ง, ซึ่งละทิ้งหน้าที่ *-n.* ทรัพย์สิ่งของที่ถูกทอดทิ้ง, เรือที่ถูกทิ้งลอยลำอยู่, บุคคลที่ถูกสังคมทอดทิ้ง, คนจรจัด, คนที่ทิ้งหน้าที่, ผืนแผ่นดินใหม่ที่โผล่ขึ้นเมื่อมีการเปลี่ยนทางเดินของสายน้ำ (-S. abandoned, deserted, discarded, negligent -A. dutiful)

dereliction (เดอระลิค' ชั่น) *n.* การทอดทิ้ง, การละทิ้ง, ภาวะที่ถูกละทิ้ง, การเกิดผืนแผ่นดินใหม่ขึ้นเมื่อมีการเปลี่ยนทางเดินของสายน้ำ

deride (ดิไรดฺ') *vt.* **-ride, -riding** หัวเราะเยาะ, ดูถูก, เย้ยหยัน **-derider** *n.* **-deridingly** *adv.* (-S. ridicule, mock, disdain, insult) *-Ex. Many people derided the first automobiles.*

de rigueur (ดะรี' เกอะ) *adj.* บังคับ, จำต้องสวม (เครื่องประดับตามมารยาท)

derision (ดิริช' ชั่น) *n.* การเยาะเย้ย, การหัวเราะเยาะ, การดูถูก, สิ่งที่ถูกหัวเราะเยาะ (-S. ridicule, mockery, scorn, disrespect) *-Ex. Somchai became an object of general derision.*

derisive (ดิไร' ซิฟวฺ) *adj.* ที่เยาะเย้ย, ที่ดูถูก **-derisively** *adv.* **-derisiveness** *n.* (-S. derisory, scornful, ridiculous) *-Ex. The boys gave a shout of derisive laughter when the big dog was chased by the kitten.*

derivation (เดระเว' ชั่น) *n.* การได้มา, การสืบรากเหง้า, แหล่งที่มา, รากเหง้า, ที่มา, พืชพันธุ์, ประวัติความเป็นมา, รากศัพท์ **-derivational** *adj.* (-S. origin, source, beginning, deriving, deduction) *-Ex. Many English words have Latin derivations., This dictionary gives the derivations of many words.*

derivative (ดิริฟ' วะทิฟวฺ) *adj.* ซึ่งได้มาจากที่อื่น, เป็นอนุพันธุ์, ซึ่งแตกกิ่งสาขามา, ไม่ใช่ต้นฉบับ *-n.* อนุพันธุ์, เป็นสิ่งที่แยกมาหรือแตกสาขาหนึ่ง, คำที่แตกแขนงมาจากรากศัพท์ **-derivatively** *adv.* (-S. derived, deduced, imitative, secondary, by-product, offshoot)

derive (ดิไรฟวฺ') *vt., vi.* **-rived, -riving** ได้มาจาก, ได้รับ, สืบ, กำเนิดมาจาก **-derive from** มาจาก, มีแหล่งจาก **-derivable** *adj.* **-deriver** *n* (-S. descend from, stem from, deduce)

derma (เดอร์' มะ) *n.* หนังแท้ **-dermal** *adj.* (-S. corium, true skin)

dermatitis (เดอร์มะไท' ทิส) *n.* โรคผิวหนังอักเสบ

dermato-, dermat- คำอุปสรรค มีความหมายว่า ผิวหนัง

dermatologist (เดอร์มะทอล' ละจิสทฺ) *n.* แพทย์ผู้ชำนาญโรคผิวหนัง

dermatology (เดอร์มะทอล' ละจี) *n.* วิทยาการเกี่ยวกับผิวหนังและโรคผิวหนัง **-dermatological, dermatologic** *adj.*

dermis (เดอร์' มิส) *n.* หนังแท้ **-dermic** *adj.*

derogate (เดอร์' ระเกท) *v.* **-gated, -gating** *-vi.* เอาออก, หันเหออกจากจุดมุ่งหมาย *-vt.* ทำให้หันเหออกจากจุดมุ่งหมาย, ทำให้เสีย **-derogation** *n.*

derogatory (ดิรอก' กะทอร์รี) *adj.* ที่เสื่อมเสีย, ที่เสียหาย **-derogatoriness** *n.* **-derogatorily** *adv.* **-derogative** *adj.* (-S. offensive, insulting -A. appreciative) *-Ex. to make derogatory remarks*

derrick (เดอร์' ริค) *n.* โครงเหล็กที่ทำขึ้นเหนือปากบ่อน้ำมัน, ปั้นจั่น

derrick

derring-do (เดอร์' ริง ดู) *n.* การกระทำที่กล้าหาญ

derringer (เดอร์' รินเจอะ) *n.* ปืนพกชนิดหนึ่ง มีลำกล้องสั้นแต่ปากกระบอกใหญ่

dervish (เดอร์' วิช) *n.* พระในศาสนา อิสลามที่เต้นรำเป็นวงกลม เพื่อแสดงความศรัทธา

descant (*n.* เดส' แคนทฺ, *v.* เดสแคนทฺ') *n.* เสียงสูง, ท่วงทำนองเพลง, ความผันแปรของดนตรี, คำวิจารณ์ *-vi.* ร้องเพลง, วิจารณ์หรือพูดเสียยืดยาว (-S. discant)

descend (ดิเซนดฺ') *vi.* ตก, ตกลงมา, สืบทอด, สืบสายโลหิต, ตกเป็นสมบัติของ, โจมตีกะทันหัน, ถ่อมตัว, ลดเกียรติ *-vt.* เคลื่อนลง, นำไปสู่ **-descend on/upon** ตกลงใส่, โจมตีรุนแรง **-descendible** *adj.* (-S. come down,

descendant 236 **designate**

D

plunge, decline, attack -A. ascent, rise) *-Ex. The elevator descended to the basement., The hill gradually descends to the lake., The estate descends from father to son., The fleet descended on the island, bombarding it fiercely.*

descendant (ดิเซน' เดินทฺ) *n.* ผู้สืบสกุล, ทายาท, ลูกหลาน, สิ่งที่สืบทอดมาจากต้นกำเนิด *-adj.* ซึ่งเคลื่อนลง, ซึ่งสืบสกุล, ซึ่งสืบทอดมาจากต้นกำเนิด

descendent (ดิเซน' เดินทฺ) *adj.* ซึ่งเคลื่อนลง, ซึ่งสืบสกุล, ซึ่งสืบทอดมาจากต้นกำเนิด

descender (ดิเซน' เดอะ) *n.* ผู้สืบทอด, สิ่งที่สืบทอด, (ตัวอักษร) ส่วนที่อยู่ใต้บรรทัดที่เขียน

descent (ดิเซนทฺ') *n.* การตกลงมา, การเคลื่อนต่ำลง, การเอียงลาดลงมา, ทางลง, ทางลาด, การโจมตีอย่างกะทันหัน, สายโลหิต, การสืบเชื้อสาย, การถ่อมตัว, การลดเกียรติ (-S. slope, fall, decline, debasement, attack, parentage, heredity) *-Ex. After the climb up the mountain, the descent seemed easy., That hill has a sharp descent that is good for sledding., Somsri was of Burmese descent.*

describe (ดิสไครบฺ') *vt.* **-scribed, -scribing** บอก พรรณนา, บรรยาย, แถลง, ระบุ, วาด, ทำแผนภูมิ **-describer** *n.* **-describable** *adj.* (-S. portray, relate, narrate, chronicle)

description (ดิสคริพ' ชัน) *n.* การพรรณนา, คำบรรยาย, รูปร่างลักษณะ, ลักษณะ, ชนิด, ประเภท, การวาดหรือเขียนรูป (-S. report, account, statement depiction, category) *-Ex. give a description of, answer to a description, great powers of description*

descriptive (ดิสคริพ' ทิฟว) *adj.* เป็นการพรรณนา, เป็นการบรรยาย, ซึ่งบอกรูปร่างลักษณะ **-descriptively** *adv.* **-descriptiveness** *n.* (-S. illustrative, explanatory -A. vague) *-Ex. a descriptive booklet about a cruise*

descry (ดิสไคร') *vt.* **-scried, -scrying** มองเห็น, ค้นพบ **-descrier** *n.* (-S. discern, perceive, detect)

desecrate (เดส' ซิเครท) *vt.* **-crated, -crating** ทำลายความศักดิ์สิทธิ์หรือศาสนา โดยนำมาใช้เป็นของธรรมดาหรือมากเกินไป, ดูหมิ่น (สถานที่เคารพ) **-desecrater, desecrator** *n.* **-desecration** *n.* (-S. profane, defile, contaminate -A. consecrate)

desegregate (ดีเซก' กริเกท) *vi., vt.* **-gated, -gating** ขจัดการแบ่งสีผิว, เปิดโอกาสให้ชนต่างเผ่ามาอยู่รวมกันอย่างเสมอภาค **-desegregation** *n.*

deselect (ดีซิเลคทฺ') *vt., vi.* เลือกที่จะไม่เลือก (อีก) **-deselection** *n.*

desensitize (ดีเซน' ซิไทซ) *vt.* **-tized, -tizing** ทำให้ไม่ไวต่อ, ขจัดปฏิกิริยาโต้ตอบ, ทำให้ความรู้สึกเฉื่อยชา, ขจัดอาการภูมิแพ้, ลดหรือขจัดการแพ้แสง **-desensitization** *n.* **-desensitizer** *n.*

desert[1] (เดซ' เซิร์ท) *n.* ทะเลทราย, บริเวณที่แห้งแล้ง *-adj.* เกี่ยวกับหรือมีลักษณะของทะเลทราย, แห้งแล้ง, รกร้าง, อ้างว้าง (-S. waste, barrenness, solitude) *-Ex. The Sahara desert, My garden is a desert after the drought.*

desert[2] (ดิเซิร์ท') *vt., vi.* ละทิ้ง, ทอดทิ้ง, ละทิ้งหน้าที่, หนีทัพ **-deserter** *n.* (-S. forsake, abandon, reject, neglect, betray)

desert[3] (ดิเซิร์ท') *n.* รางวัลหรือโทษที่ควรได้รับ (มักใช้ในรูปพหูพจน์ deserts), คุณค่า, คุณงามความดี (-S. merit)

deserted (ดิเซิร์ท' ทิด) *adj.* ซึ่งถูกทอดทิ้ง, ถูกลืม, ไร้คนอยู่, โดดเดี่ยว (-S. abandoned, jilted, relinquished, isolated, desolate)

desertification (ดิเซอร์ทะฟิเค' ชัน) *n.* การเปลี่ยนที่ดินที่อุดมสมบูรณ์ให้เป็นทะเลทรายหรือเป็นที่เพาะปลูกไม่ได้

desertified (ดิเซอร์' ทะไฟดฺ) *adj.* ซึ่งถูกทำให้เป็นทะเลทราย

desertion (ดิเซอร์' ชัน) *n.* การทอดทิ้ง, การละทิ้ง, การทอดทิ้งคู่สมรสหรือบุตร, ภาวะที่ถูกทอดทิ้ง, การหนีทัพ *-Ex. a desertion from the army*

deserve (ดิเซิร์ฟว') *vt., vi.* **-served, -serving** สมควรจะได้รับ (-S. merit, earn, rate)

deserved (ดิเซิร์ฟวดฺ') *adj.* ซึ่งสมควรได้รับ, สมควรแล้ว **-deservedly** *adv.* **-deservedness** *n.* (-S. merited, just, fair)

deserving (ดิเซิร์ฟ'วิง) *adj.* ซึ่งสมควรได้รับ (รางวัล การชมเชย ความช่วยเหลือ) *-n.* การสมควรได้รับ (-S. worthy, meritorious, commendable)

desiccant (เดส' ซิเคินทฺ) *adj.* แห้งสนิท *-n.* สารที่ทำให้แห้งสนิท, ตัวดูดความชื้น

desiccate (เดส' ซิเคท) *v.* **-cated, -cating** *-vt.* ทำให้แห้งสนิท, เก็บอาหารโดยการขจัดน้ำทิ้ง, ทำให้น่าเบื่อ *-vi.* แห้งสนิท **-desiccation** *n.* **-desiccative** *adj., n.*

desiccator (เดส' ซิเคเทอะ) *n.* เครื่องมือทำให้แห้งสนิท, เครื่องมือดูดความชื้น

desiderate (ดิซิด' เดอะเรท) *vt.* **-ated, -ating** ปรารถนา, ต้องการ **-desideration** *n.*

desiderative (ดิซิด' เดอะเรทิฟว) *adj.* ซึ่งมีความต้องการ, ที่แสดงความต้องการ

desideratum (ดิซิด' ดะเรเทิม) *n., pl.* **-ta** สิ่งที่ต้องการ, สิ่งที่ปรารถนา

design (ดิไซนฺ') *vt.* ออกแบบ, วางแผน, มุ่งหมาย, คิด, กำหนด, ประสงค์ *-vi.* ออกแบบ, วางแผน *-n.* แบบ, แบบแผน, โครงการ, การออกแบบ, ศิลปะในการออกแบบ, โครง, ความตั้งใจ, จุดประสงค์ (-S. draw, make, draft, sketch, picture, layout, model) *-Ex. Kasorn designed a plan for getting the housework done in less time., a design for saving money*

designate (เดซซิก' เนท) *vt.* **-nated, -nating** กะ, กำหนด, ระบุ, เรียกว่า, ตั้งชื่อ, ตั้ง *-adj.* ซึ่งได้รับแต่งตั้งหรือเลือกให้เป็น (แต่ยังไม่ได้รับตำแหน่ง) **-designative, designatory** *adj.* **-designator** *n.* (-S. name, select, delegate, appoint) *-Ex. The cross in the map designates where the troops landed., Somsri designated three bridesmaids to attend her.*

designation (เดซซิกเน' ชั่น) *n.* การตั้ง, การระบุ, ชื่อ, ตำแหน่ง, การแต่งตั้ง, การตั้งชื่อ, การเลือกตั้ง (-S. nomination, appointment, title, name, selection)

designee (เดซซิกนี') *n.* ผู้ถูกแต่งตั้ง, ผู้ถูกกำหนด

designer (ดิไซ' เนอะ) *n.* ผู้ออกแบบ, ผู้วางแผน *-adj.* (เสื้อผ้า) มีตราหรือเครื่องหมายการค้าเพื่อแสดงว่าเป็นสินค้าที่มีชื่อเสียง

designing (ดิไซ' นิง) *adj.* เจ้าเล่ห์, มีแผน *-n.* งานศิลปะหรืองานออกแบบ **-designingly** *adv.*

desirable (ดิไซ' ระเบิล) *adj.* น่าเอา, ดีเลิศ, น่ายินดี, ซึ่งกระตุ้นความต้องการ, ซึ่งถูกอกถูกใจ, น่าปรารถนา *-n.* บุคคลหรือสิ่งของที่น่าปรารถนา **-desirableness, desirability** *n.* **-desirably** *adv.* (-S. attractive, admirable, good -A. unwanted, repellant)

desire (ดิไซ' เออะ) *n.* ความปรารถนา, ความต้องการ, ราคะ, สิ่งที่ต้องการ *-vt.* **-sired, -siring** ปรารถนา, ต้องการ, ประสงค์ (-S. longing, yearning, aspiration, crave, aspire to, wish, lust after)

desirous (ดิไซ' เริส) *adj.* เกี่ยวกับหรือมีลักษณะของความต้องการ, ซึ่งต้องการ **-desirousness** *n.* (-S. aspiring, wishful)

desist (ดิซิสทฺ', ดิซิสทฺ') *vt.* หยุด, ระงับ, เลิกล้มความตั้งใจ **-desist from** ระงับ, หยุด **-desistance** *n.* (-S. cease, stop -A. continue) *-Ex. You had better desist., The company was ordered by the court to desist from making false claims.*

desk (เดสคฺ) โต๊ะทำงาน, แท่นอ่านพระคัมภีร์ไบเบิล, กอง ฝ่ายหรือแผนก, ที่ตั้งโน้ตดนตรี, กองบรรณาธิการ *-adj.* เกี่ยวกับโต๊ะเขียนหนังสือ, เกี่ยวกับงานบนโต๊ะ *-Ex. These orders came from the city editor's desk.*

desk top ย่อจาก desk-top computer คอมพิวเตอร์แบบตั้งโต๊ะ

desktop (เดส' ทอพ) *adj.* (คอมพิวเตอร์) เล็กพอสำหรับตั้งโต๊ะ *-n.* (คอมพิวเตอร์) ภาพฉากหลังบนจอคอมพิวเตอร์ ทั้งพีซีและแมคอินทอช, พื้นที่บนโต๊ะ

desktop publishing การพิมพ์ต้นฉบับสำหรับสิ่งพิมพ์โดยใช้คอมพิวเตอร์แบบตั้งโต๊ะ

desolate (เดส' ซะลิท) *adj.* โดดเดี่ยว, ว่างเปล่า, อ้างว้าง, ไร้ผู้คน, ที่รู้สึกถูกทอดทิ้ง, ที่หดหู่ใจ *-vt.* **-lated, -lating** ทำให้อ้างว้าง, ทำให้ไร้ผู้คน, ทอดทิ้ง, ทำให้หดหู่ใจ **-desolately** *adv.* **-desolateness** *n.* **-desolator, desolater** *n.* (-S. abandoned, forlorn, downcast -A. crowded, happy)

desolation (เดสซะเล' ชั่น) *n.* ความโดดเดี่ยว, ความอ้างว้าง, การไร้ผู้คน, ความเสียใจ, ภาวะที่โดดเดี่ยว, ภาวะที่ถูกทอดทิ้ง (-S. ruin, misery, devastation, distress)

despair (ดิสแพร์') *n.* การสูญเสียความหวัง, ความหมดหวัง, สิ่งที่ทำให้หมดหวัง *-vi.* ผิดหวัง, สิ้นความหวัง (-S. depression, distress, hopelessness, lose hope -A. hope, cheerfulness) *-Ex. As the ship passed out of sight, despair came upon the men on the life raft., That son of mine is the despair of my life.*

despairing (ดิสแพร์' ริง) *adj.* หมดหวัง, สิ้นหวัง **-despairingly** *adv.* (-S. hopeless, dejected, gloomy)

despatch (ดิสแพทชฺ') *n., v.* ดู dispatch

desperado (เดสพะรา' โด) *n., pl.* **-does/-dos** อาชญากรที่อาจหาญและบ้าระห่ำ, บุคคลอันตราย

desperate (เดส' เพอะริท) *adj.* เต็มไปด้วยอันตราย, เข้าตาจน, หมดหวัง, ล่อแหลม, ที่มีความต้องการอย่างมาก, ร้ายแรงมาก, เลวมาก, อย่างยิ่ง, เหลือเกิน, เต็มที่ **-desperateness** *n.* **-desperately** *adv.* (-S. wild, daring, reckless -A. cautious, casual) *-Ex. a desperate criminal, a desperate sickness*

desperation (เดสพะเร' ชั่น) *n.* ภาวะที่ล่อแหลม, ภาวะที่ร้ายแรง, ความสิ้นหวัง (-S. recklessness, violence, seriousness -A. caution)

despicable (เดส' พิคะเบิล) *adj.* น่ารังเกียจ, เลวทราม, น่าเหยียดหยาม, น่าดูหมิ่น **-despicably** *adv.* **-despicableness** *n.* (-S. contemptible, loathsome, mean, low, -A. admirable, respectable)

despise (ดิสไพซฺ') *vt.* **-spised, -spising** ดูหมิ่น, เหยียดหยาม, ดูถูก, ชัง (-S. loathe, disdain, scorn -A. admirable) *-Ex. to despise traitors, to despise a weakling*

despite (ดิสไพทฺ') *prep.* ถึงอย่างไรก็ตาม, โดยไม่คำนึงถึง *-n.* ความเกลียดชัง, การดูหมิ่น, การเหยียดหยาม **-in despite of** ถึงแม้ว่า (-S. in spite of, notwithstanding) *-Ex. The fishermen went out on the lake despite the storm warning.*

despiteful (ดิสไพทฺ' ฟูล) *adj.* มุ่งร้าย, มีเจตนาร้าย, อาฆาตแค้น **-despitefulness** *n.* **-despitefully** *adv.*

despiteous (ดิสพิท' เทียส) *adj.* มุ่งร้าย, มีเจตนาร้าย **-despiteously** *adv.* (-S. malicious, spiteful)

despoil (ดิสพอยลฺ') *vt.* แย่ง, ปล้น, ปล้นสะดม, ตัดสิทธิ์ **-despoiler** *n.* **-despoilment** *n.*

despond (ดิสพอนดฺ') *vt.* เศร้าโศกเนื่องจากความหมดหวังหมดกำลังใจ **-despondingly** *adv.*

despondency, despondence (ดิสพอน' เดินซี, -เดินซฺ) *n.* ความหดหู่ใจ, ความท้อแท้ (-S. discouragement, gloom, doldrums, despair -A. cheerfulness)

despondent (ดิสพอน' เดินทฺ) *adj.* หมดหวัง, หมดกำลังใจ, ท้อแท้ใจ, หดหู่ใจ **-despondently** *n.* (-S. hopeless -A. joyful) *-Ex. Udom was despondent over his wife's death.*

despot (เดส' เพิท) *n.* ผู้ปกครองที่มีอำนาจเด็ดขาด, ผู้กดขี่, ทรราช, นักเผด็จการ (-S. autocrat, oppressor, dictator -A. democrat, egalitarian)

despotic, despotical (ดิสพอท' ทิค, -เคิล) *adj.* ซึ่งกดขี่, เผด็จการ, ซึ่งมีอำนาจเด็ดขาด, ที่ทำตามอำเภอใจ **-despotically** *adv.* (-S. absolute, autocratic, oppressive) *-Ex. the despotic Napoleon*

despotism (เดส' พะทิซึม) *n.* การปกครองอย่างกดขี่, ระบบเผด็จการ, การปกครองที่มีอำนาจเด็ดขาด, อำนาจเผด็จการ, ประเทศที่ถูกปกครองโดยระบอบเผด็จการ (-S. tyranny, absolutism, autocracy)

dessert (ดิเซิร์ทฺ') *n.* ผลไม้และขนมหวานหลังอาหาร

D

(แบบอังกฤษ), ขนมหวาน ไอศกรีมที่เป็นส่วนท้ายของมื้ออาหาร (แบบอเมริกัน)
dessertspoon (ดิเซิร์ท' สพูน) *n.* ช้อนตักขนมหวานมีขนาดระหว่างช้อนโต๊ะและช้อนชา
destination (เดสทะเน' ชัน) *n.* จุดหมายปลายทาง, จุดมุ่งหมาย (-S. terminus, landing place)
destine (เดส' ทิน) *vt.* **-tined, -tining** กำหนด, กำหนดล่วงหน้า, วางจุดมุ่งหมาย (-S. predetermine, design, intend, appoint) *-Ex. to destine a son for the ministry, We were destined never to meet again., a train destined for Bangkok*
destined (เดส' ทินดฺ) *adj.* ซึ่งมีจุดมุ่งหมาย, ซึ่งกำหนดไว้ล่วงหน้า **-destined for** ซึ่งมุ่งไปที่, ซึ่งมีจุดหมาย (-S. predetermined, intended, designated)
destiny (เดส' ทะนี) *n., pl.* **-nies** ชะตากรรม, โชคชะตา, เคราะห์กรรม, พรหมลิขิต (-S. fate, doom, divine, decree) *-Ex. Death in foreign land was his destiny., to try to rebel a gainst destiny*
destitute (เดส' ทิทิวทฺ) *adj.* ขาดแคลน, อดอยาก, ยากจน (-S. indigent, penniless, deficient in)
destitution (เดสทิทิว' ชัน) *n.* การขาดแคลน, ความอดอยาก, ความยากจน (-S. poverty, indigence, scarcity)
destroy (ดิสทรอย') *vt., vi.* **-stroyed, -stroying** ทำลาย, ผลาญ, ดับ, ฆ่า, ทำให้ไม่ได้ผลหรือใช้การไม่ได้ (-S. ruin, demolish, level, devastate, terminate, slaughter) *-Ex. The enemy destroyed the city., The storm destroyed my crops.*
destroyer (ดิสทรอย' เออะ) *n.* ผู้ทำลาย, สิ่งที่ทำลาย, เรือพิฆาต เป็นเรือเร็วขนาดเล็ก ทำหน้าที่คุ้มกันหรือต้านเรือใต้น้ำและหน้าที่อื่นๆ
destruct (ดิสทรัคทฺ) *n.* การทำลายขีปนาวุธที่ถูกยิงออกมาอย่างตั้งใจ *-vt., vi.* ทำลายอย่างตั้งใจ
destructible (ดิสทรัค' ทะเบิล) *adj.* ที่สามารถถูกทำลายได้ **-destructibility** *n.*
destruction (ดิสทรัค' ชัน) *n.* การทำลาย, ภาวะที่ถูกทำลาย, สาเหตุของการทำลาย, วิธีการทำลาย **-destructionist** *n.* (-S. ruination, desolation, havoc, annihilation -A. construction)
destructive (ดิสทรัค' ทิฟวฺ) *adj.* ซึ่งเป็นการทำลาย, ชอบทำลาย, เป็นอันตราย, เป็นภัย **-destructively** *adv.* **-destructiveness, destructivity** *n.* (-S. ruinous, harmful, mischievous, hostile -A. constructive) *-Ex. The farmer told us how to stop destructive locusts., Puppies and children are naturally destruructive and like to pull things apart.*
destructor (ดิสทรัค' เทอะ) *n.* เตาเผา, อุปกรณ์ทำลายตัวเองในจรวดขีปนาวุธ (-S. incinerator -A. constructor)
desuetude (เดส' สวิทิวดฺ) *n.* การไม่ใช้ต่อไป, การไม่ปฏิบัติต่อ
desultory (เดส' เซิลทอร์รี) *adj.* ไม่ปะติดปะต่อ, ไม่ต่อเนื่อง, ไม่เป็นระเบียบ, โยกเยก **-desultorily** *adv.* **-desultoriness** *n.* (-S. inconstant, rambling, aimless -A. purposeful)
detach (ดิแทชฺ) *vt.* ถอดออก, ปลด, ส่งไปเป็นพิเศษ (เช่น กองทัพ) **-detachability** *n.* **-detachable** *adj.* (-S. withdraw, sever, disjoin -A. attach, connect) *-Ex. to detach the buttons before having a coat cleaned, Soldiers were detached to guard the visitting official.*
detached (ดิแทชทฺ') *adj.* ซึ่งแยกออก, ไม่ลำเอียง, ไม่เกี่ยวข้อง, มีอุเบกขา **-detachedly** *adv.* **-detachedness** *n.* (-S. separate, unconnected, dispassionate, unbiased)
detachment (ดิแทช' เมินทฺ) *n.* การถอดออก, การปลด, ภาวะที่ถูกแยกออก, ความไม่ลำเอียง, การไม่เกี่ยวข้อง, การมีอุเบกขา, การส่งกองทหารหรือเรือไปเป็นพิเศษ (-S. impartiality, objectivity, coolness, neutrality -A. partiality) *-Ex. the detachment of a key form a key chain*
detail (ดี' เทล) *n.* รายละเอียด, ข้อปลีกย่อย, ส่วนย่อย, การแต่งตั้งหรือคำสั่งให้ปฏิบัติการพิเศษ *-vt.* แจ้งรายละเอียด, แต่งตั้งหรือสั่งให้ปฏิบัติการพิเศษ **-in detail** เป็นรายละเอียด (-S. item, particular, minutiae, allotment, delineate, narrate, depict) *-Ex. The picture is perfect except for one detail., The judge detailed the reasons for his decision., Several men were detailed to guard the visiting royalty., Sombut answered the question in detail.*
detailed (ดีเทลดฺ') *adj.* ซึ่งมีรายละเอียดมาก, อย่างละเอียด, ซับซ้อน (-S.thorough, specific, complicated, intricate)
detain (ดีเทน') *vt.* กักตัว, หน่วงเหนี่ยว, ทำให้ช้า, ยับยั้ง **-detainment** *n.* (-S. keep, hold, check, restrain, hinder, impede, confine) *-Ex. The doctor was detained after office hours by a tardy patient., The police detained him.*
detainee (ดิเทน' นี) *n.* ผู้ถูกกักตัวไว้
detainer (ดิเทน' เนอะ) *n.* การยึดทรัพย์ของคนอื่นไว้โดยไม่ชอบด้วยกฎหมาย, หมายศาลให้กักตัวผู้ต้องหา
detect (ดิเทคทฺ') *vt.* พบ, พบเห็น, สืบหา, สืบค้น, ตรวจพบ **-detectable, detectible** *adj.* (-S. notice, discern, uncover, reveal) *-Ex. to detect a person's lie, to detect a difference in colour, to detect a new sound*
detection (ดิเทค' ชัน) *n.* การพบ, การสืบหา, การตรวจพบ (-S. revelation, discovery, investigating)
detective (ดิเทค' ทิฟวฺ) *n.* นักสืบ *-adj.* เกี่ยวกับการสืบหา (-S. investigator, sleuth) *-Ex. a detective agency*
detector (ดิเทค' เทอะ) *n.* คนหรืออุปกรณ์ตรวจหา
dentent (ดิเทนทฺ') *n.* การทำให้ส่วนหนึ่งของเครื่องกลหยุดนิ่ง
détente, detente (เดทานทฺ') *n.* (ภาษาฝรั่งเศส) การผ่อนคลายของวิกฤติการณ์ทางการเมืองระหว่างประเทศ ความผ่อนคลายของความตึงเครียดทางการเมืองระหว่างประเทศ
detention (ดิเทน' ชัน) *n.* การกักขัง, การคุมตัว, การกักกัน, ภาวะที่ถูกกักขัง, การทำโทษให้เด็กนักเรียนอยู่เย็นหลังเลิกเรียน (-S. confinement, arrest, hindrance)
deter (ดิเทอร์) *vt., vi.* **-terred, -terring** ขัดขวาง, ยับยั้ง, ป้องกัน **-determent** *n.* (-S. stop, warn, inhibit -A. encourage) *-Ex. Neither difficulties nor dangers deter men from attempting space flight.*

D

deterge (ดิเทิร์จ') *vt.* **-terged, -terging** ขจัด, ล้าง, ชำระ

detergent (ดิเทอร์' เจินทฺ) *n.* ผงซักฟอก, สิ่งชำระล้าง (เช่น สบู่) *-adj.* ที่สามารถใช้ชำระล้าง *-Ex. Many people wash their dishes in detergent.*

deteriorate (ดิเทียร์' รีอะเรท) *vt., vi.* **-rated, -rating** ทำให้เลวลง, ทำให้เสื่อมเสีย, เลวลง, เสื่อมลง, ชำรุด, แตกสลาย **-deterioration** *n.* (-S. lessen, debase, corrupt, lower -A. improve, ameliorate, wax)

determinable (ดิเทอร์' มินะเบิล) *adj.* ที่สามารถวัดได้, สามารถทราบได้, ที่สามารถจำกัดได้ **-determinability** *n.* **-determinably** *adv.*

determinant (ดิเทอร์' มิเนินทฺ) *n.* ปัจจัย, ตัวกำหนด, ลักษณะชี้เฉพาะ *-adj.* ที่เป็นการตัดสินใจ

determinate (ดิเทอร์' มินิท) *adj.* แน่นอน, ซึ่งได้กำหนดไว้, เด็ดขาด, ซึ่งได้ตัดสินใจแล้ว, ซึ่งมีค่าหรือจำนวนที่แน่นอน **-determinately** *adv.*

determination (ดิเทอร์มิเน' ชัน) *n.* การกำหนดความแน่นอน, การตกลงใจ, ความตั้งใจ, การยุติ, การสิ้นสุด (-S. settlement, decision, dedication, resolve -A. vacillation, uncertainty) *-Ex. Somchai come with the determination of staying for a week.*

determinative (ดิเทอร์' มิเนทิฟว) *adj.* ซึ่งเป็นการกำหนด, ที่เป็นการชี้ขาด, ที่เป็นเครื่องตัดสิน *-n.* ตัวชี้ขาด, ตัวกำหนด, ศัพท์ที่กำหนดไว้ **-determinatively** *adv.*

determine (ดิเทอร์' มิน) *v.* **-mined, -mining** *-vt.* กำหนด, ตัดสินใจ, ตกลงใจ, ตั้งใจ, ยุติ, ทำให้สิ้นสุด *-vi.* ตกลงใจ, ยุติ **-determiner** *n.* (-S. decide, judge, resolve, impel, dictate, destine) *-Ex. Udom determined to go at once., Determine the rights and wrongs of the case., Weather determines the size of the crop., determine the position of a star*

determined (ดิเทอร์' มินดฺ) *adj.* แน่นอน, ซึ่งตัดสินใจแล้ว, ซึ่งตัดสินแล้ว **-determinedly** *adv.* **-determinedness** *n.* (-S. firm, resolute, obdurate) *-Ex a very determined person*

determinism (ดิเทอร์' มินิซซึม) *n.* ทฤษฎีที่ว่าข้อเท็จจริงและเหตุการณ์ทั้งหลายเป็นเรื่องของโชคชะตา, ลัทธิพรหมลิขิต, ลัทธิที่เชื่อเรื่องโชคชะตา **-determinist** *n., adj.* **-deterministic** *adj.* **-deterministically** *adv.*

deterrence (ดิเทอร์' เรินซ) *n.* การยับยั้ง, การกีดขวาง, มาตรการในการป้องกัน (-S. hindrance)

deterrent (ดิเทอร์' เรินทฺ) *adj.* ซึ่งยับยั้ง, ซึ่งกีดขวาง *-n.* ตัวยับยั้ง, ตัวกีดขวาง (-S. discouragement, disincentive, obstruction)

detest (ดิเทสทฺ') *vt.* เกลียด, เกลียดชัง, ไม่ชอบมาก **-detester** *n.* (-S. hate, loathe, abhor -A. like, love) *-Ex. I detest people who cheat.*

detestable (ดิเทส' ทะเบิล) *adj.* น่าชัง, น่าเกลียด **-detestably** *adv.* **-detestableness, detestability** *n.* (-S. hateful, abhorrent, odious) *-Ex. Cruelty to animals is detestable.*

detestation (ดีเทสเท' ชัน) *n.* ความเกลียด, ความชัง, ผู้ที่ถูกเกลียด, ผู้ที่ถูกชัง

dethrone (ดีโธรน') *vt.* **-throned, -throning** เอาออกจากบัลลังก์, ปลดจากตำแหน่ง **-dethronement** *n.* **-dethroner** *n.* (-S. depose)

detonate (เดท' เทินเนท) *v.* **-nated, -nating** *-vi.* ระเบิดอย่างรุนแรงด้วยเสียงสนั่นหวั่นไหว *-vt.* ทำให้เกิดการระเบิด (-S. explode, burst, discharge)

detonation (เดทเทินเน' ชัน) *n.* การระเบิด, เสียงระเบิด

detonator (เดท' ทะเนเทอะ) *n.* ลูกระเบิด, ดินระเบิด, สิ่งที่ระเบิด, เชื้อปะทุระเบิด

detour (ดี' ทัวร์, ดิทัวร์') *n.* ทางอ้อม, ทางโค้ง *-vi., vt.* เลี้ยว, อ้อม (-S. bypath, bypass, indirect, deviation) *-Ex. Take this detour., We had to make a detour., to detour around a road block*

detoxicate (ดีทอค' ซิเคท) *vt.* **-cated, -cating** ขจัดพิษ, เอาพิษออก, ทำลายพิษ **-detoxication** *n.* (-S. detoxify)

detoxify (ดีทอค' ซิไฟ) *vt.* **-fied, -fying** ขจัดพิษ, ทำลายพิษ, ล้างพิษ **-detoxification** *n.*

detract (ดิแทรคทฺ') *vt.* หันเห, เคลื่อนย้าย, เอาออก, เลิกล้ม, ทำลาย, ลดค่า *-vi.* เอาออก, ลดค่า **-detractive** *adj.* **-detractively** *adv.* **-detractor** *n.*

detraction (ดิแทรค' ชัน) *n.* การหันเห, การเคลื่อนย้าย, การเอาออก, การลดต่ำ, การทำให้เสื่อมเกียรติ

detrain (ดีเทรน') *vi.* ลงจากรถไฟ *-vt.* เอาออกจากรถไฟ **-detrainment** *n.*

detriment (ดี' ทระเมินทฺ) *n.* การสูญเสีย, ความเสียหาย, ความทรุดโทรม, การได้รับบาดเจ็บ, สาเหตุของความสูญเสียหรือความเสียหาย (-S. harm, injury, disservice)

detrimental (ดีทระเมน' เทิล) *adj.* เป็นอันตราย, เป็นภัย **-detrimentally** *adv.* (-S. hurtful, deleterious, destructive, pernicious)

detrition (ดิทริช' ชัน) *n.* การสึกกร่อนเนื่องจากการถูหรือครูด

detritus (ดิไทร์' เทิส) *n., pl.* **detritus** เศษหิน, เศษดิน, ดินทรายที่ถูกพัดพามาจากที่สูงแล้วทับถมกันอยู่, ซากปรักหักพัง **-detrital** *adj.* (-S. debris, ruins, grit)

de trop (ดะโทร') *adj.* มากเกินไป, ไม่เป็นที่ต้องการ

deuce[1] (ดูซ, ดิวซ) *n.* ไพ่หรือเต๋า 2 แต้ม, (กีฬา) คะแนนเสมอกันที่ชนะได้ด้วยการทำคะแนนนำติดต่อกัน 2 แต้ม

deuce[2] (ดูซ, ดิวซฺ) *n.* ปีศาจ, ผี, ผีสาง, สิ่งที่ชั่วร้าย *-interj.* คำอุทานแสดงความรำคาญประหลาดใจหรือสับสน (-S. devil, dickens) *-Ex. the deuce of hearts*

deuced (ดู' ซิด) *adj.* (ภาษาพูด) อัปรีย์ แย่จริง ระยำ **-deucedly** *adv.* (-S. confounded, damned)

deuterium (ดูเทียร์' เรียม) *n.* ไอโซโทปของไฮโดรเจนที่มีมวลเป็น 2 เท่าของมวลไฮโดรเจนธรรมดา มีสัญลักษณ์ D

deutsche mark หน่วยเงินตราของประเทศเยอรมนี ย่อว่า DM

D

devaluate (ดีแวล' ลิวเอท) *vt.* **-ated, -ating** ลดค่า, ลดค่าเงินตรา (-S. devalue)
devaluation (ดีแวลลิวเอ' ชัน) *n.* การลดค่า, การลดค่าเงินตรา
devalue (ดีแวล' ลิว) *vt.* **-ued, -uing** ลดค่าเงินตรา
devastate (เดฟ' เวิสเทท) *vt.* **-tated, -tating** ทำลายล้าง, ล้างผลาญ, มีชัยท่วมท้น **-devastatingly** *adv.* **-devastation** *n.* **-devastator** *n.* (-S. sack, ravage, waste) *-Ex. War devastated the country.*
develop (ดิเวล' เลิพ) *vt.* พัฒนา, ทำให้เจริญ, ทำให้ก้าวหน้า, วิวัฒนาทำเป็นรูปขึ้น, ทำให้ปรากฏชัดขึ้นมา, ทำให้ซับซ้อนขึ้น, บุกเบิก, ล้างฟิล์มถ่ายรูป *-vi.* เติบโต พัฒนา, วิวัฒนา, ค่อยๆ ปรากฏชัดขึ้นมาตามลำดับ **-developable** *adj.* (-S. mature, generate, magnify -A. deteriorate)
developed (ดิเวล' เลิพท) *adj.* ที่เจริญก้าวหน้า
developer (ดิเวล' ละเพอะ) *n.* ผู้พัฒนา, สิ่งที่พัฒนา, น้ำยาล้างฟิล์มถ่ายรูป, ผู้บุกเบิก
developing country ประเทศกำลังพัฒนา
development (ดิเวล' เลิพเมินท) *n.* ความก้าวหน้า, การพัฒนา, พัฒนาการ, วิวัฒนาการ, ภาวะที่ค่อยๆ ปรากฏชัดขึ้น **-developmental** *adj.* **-developmentally** *adv.* (-S. growth, evolution, increase, generation, breeding -A. decrease) *-Ex. development of a seed into a plant, the development of his shop into a big business, the great development of the chest muscles in birds*
deviant (ดี' วีเอินท) *n.* บุคคลที่ผิดปกติ (ทรรศนะความประพฤติ), สิ่งที่ผิดปกติ *-adj.* ที่ผิดปกติจากธรรมดา **-deviancy, deviance** *n.* (-S. queer fellow, pervert)
deviate (ดี' วีเอท) *v.* **-ated, -ating** *-vi.* หันเห, บ่ายเบน, เฉ, ไถล, ออก นอกลู่นอกทาง *-vt.* ทำให้หันเห, ทำให้ออกนอกลู่นอกทาง **-deviator** *n.* (-S. digress, differ -A. adhere, follow)
deviation (ดีวีเอ' ชัน) *n.* การหันเห, การบ่ายเบน, การออกนอกลู่นอกทาง, ความคลาดเคลื่อน, (สถิติ) ความเบี่ยงเบน (-S. divergence, difference, fluctuation, drift -A. adherence)
device (ดิไวซฺ') *n.* อุปกรณ์, เครื่องประดิษฐ์, เครื่องกลไก, แผนการ, อุบาย, หลักในใจ, เครื่องหมาย (-S. contrivance, tool, trick, emblem) *-Ex. a device for cutting paper, The fox knows clever devices to throw the hounds off his trail., The kinght bore a banner with a strange device.*
devil (เดฟ' เวิล) *n.* ภูติ, ผี, ปีศาจ, มาร, ซาตาน, อันธพาล, วายร้าย, สัตว์ร้าย, แบบอย่างที่ไม่ดี, ความโกรธอย่างรุนแรง, อุปกรณ์หรือเครื่องมือที่ใช้สำหรับฉีก *-vt.* **-iled, -iling/-illed, -illing** รบกวน, ฉีก, ปรุงอาหารที่มีรสจัด (เผ็ด เปรี้ยว เค็ม มัน) **-between the devil and the deep (blue) sea** ระหว่างสิ่งที่ไม่ชอบทั้งสองสิ่ง (-S. demon, beast, monster, rascal)
devilish (เดฟ' เวิลลิช) *adj.* คล้ายปีศาจ, วายร้าย, อย่างยิ่ง *-adv.* อย่างยิ่ง, มากเกิน **-devilishly** *adv.* **-devilishness** *n.* (-S. diabolical, demonic, infernal, abominable)
devilment (เดฟ' เวิลเมินท) *n.* พฤติกรรมที่คล้ายภูติผีปีศาจ, ความชั่วร้าย
deviltry (เดฟ' เวิลทรี) *n., pl.* **-tries** ความร้ายกาจมาก, ความประสงค์ร้าย, พฤติกรรมที่ร้ายกาจ, ศิลปะหรือเวทมนตร์คาถา (-S. devilry, wickedness, malevolence, witchcraft)
devious (ดี' เวียส) *adj.* คดเคี้ยว, ไม่ไปทางตรง, ไร้ทิศทางที่แน่นอน **-deviously** *adv.* **-deviousness** *n.* (-S. indirect, roundabout, tortuous, erratic -A. direct, honest)
devisable (ดิไว' ซะเบิล) *adj.* ซึ่งสามารถประดิษฐ์ขึ้นได้, ที่เคลื่อนย้ายได้
devisal (ดิไว' เซิล) *n.* การประดิษฐ์, การออกแบบ, การวางแผน
devise (ดิไวซฺ') *vt., vi.* **-vised, -vising** ประดิษฐ์, ออกแบบ, วางแผน, โอนทรัพย์สินให้โดยพินัยกรรม, คิด, คาดคะเน *-n.* การโอนทรัพย์สินให้โดยพินัยกรรม, พินัยกรรม, ทรัพย์สินที่ให้โดยพินัยกรรม **-deviser** *n.* (-S. contrive, concoct, formulate, originate) *-Ex. to devise new ways of extracting coal*
devisee (ดิไวซี') *n.* ผู้ได้รับทรัพย์สินโดยพินัยกรรม
devisor (ดิไว' เซอะ') *n.* ผู้ทำพินัยกรรม
devitalize (ดีไว' เทิลไลซฺ) *vt.* **-ized, -izing** ทำให้ปราศจากชีวิตหรือพลัง
devoid (ดิวอยดฺ') *adj.* ขาดแคลน, ปราศจาก (-S. lacking, deficient, bereft)
devolution (เดฟ' วะลูชัน) *n.* การย้ายอำนาจจากส่วนกลางไปยังท้องถิ่น, การโอนถ่ายอำนาจ **-devolutionary** *adj.* **-devolutionist** *n.*
devolve (ดิวอลวฺ') *v.* **-volved, -volving** *-vt.* ตกมาอยู่กับ, ทำให้กลิ้งลง *-vi.* ถูกย้ายจากคนหนึ่งไปยังอีกคนหนึ่ง, ถูกมอบงาน, ตกทอดมรดก **-devolvement** *n.*
Devonian (ดิโว' เนียน) *adj.* เกี่ยวกับยุค 350-400 ล้านปีก่อน เป็นยุคที่มีปลาอยู่ทั่วไปและเริ่มมีสัตว์ครึ่งบกครึ่งน้ำ *-n.* สิ่งมีชีวิตที่เกิดในยุคดังกล่าว
devote (ดิโวท') *vt.* **-voted, -voting** อุทิศ, อุทิศเวลา, อุทิศตัว, สละ, ใส่ใจ, หมกมุ่นในทาง (-S. dedicate, assign, surrender -A. withdraw, ignore) *-Ex. They agreed to devote a part of the park to be a playground., Somsri devoted herself to the study of dancing.*
devoted (ดิโว' ทิด) *adj.* มีใจจดใจจ่อ, ใส่ใจ, อุทิศ **-devotedly** *adv.* **-devotedness** *n.* (-S. loyal, dedicated, ardent) *-Ex. a devoted nurse, a devoted father*
devotee (เดฟ' วะที) *n.* ผู้มีใจศรัทธา, ผู้อุทิศตัวกับ, ผู้หมกมุ่นใน (-S. admirer, fan)
devotion (ดิโว' ชัน) *n.* การอุทิศตัว, การใส่ใจ, การหมกมุ่นในทาง, การบูชา (-S. ardour, fidelity, dedication, piety, worship) *-Ex. a mother's devotion to the children, His devotion to his work leaves him little time for fun., The monks were at their devotions.*
devotional (ดิโว' ชันเนิล) *adj.* ซึ่งเกี่ยวกับการอุทิศตัว *-n.* พิธีสั้นๆ ในทางศาสนา **-devotionally** *adv.*
devour (ดิเวาร' เออะ) *vt.* กินอย่างตะกละตะกลาม, เผาผลาญ, ใช้อย่างสิ้นเปลือง, หมกมุ่น **-devourer** *n.* **-de-**

vouringly *adv.* (-S. consume, devastate, waste) *-Ex. The lion devolured its prey., Fire devoure the building., to devour an adventure story., Somchai was devoured by anxiety.*

devout (ดิเวาทฺ) *adj.* มีใจศรัทธา, เลื่อมใส, เคร่งศาสนา, ธรรมะธัมโม, อุทิศตัว, ใจจริง, ซื่อสัตย์ **-devoutly** *adv.* **-devoutness** *n.* (-S. pious, holy, reverent, godly, sincere, fervent, ardent) *-Ex. a devout prayer, a devout wish for success*

dew (ดิว) *n.* น้ำค้าง, สิ่งที่คล้ายน้ำค้าง, น้ำตา *-vt.* เปียกชุ่มด้วยน้ำค้าง *-Ex. morning dew on the flowers, the dew of tear*

dewdrop (ดิว' ดรอพ) *n.* หยดน้ำค้าง

dewlap (ดิว' แลพ) *n.* เหนียงสัตว์, หนังย่นที่ห้อยอยู่ใต้คอสัตว์ **-dewlapped** *adj.*

DEW line แนวสถานีเรดาร์เตือนภัยระยะไกลที่ลากขนานทวีปอเมริกาเหนือบริเวณชายแดนระหว่างประเทศอเมริกาและประเทศแคนาดา เพื่อเตือนล่วงหน้าเมื่อมีการละเมิดพรมแดน

dew point อุณหภูมิจุดน้ำค้าง, อุณหภูมิที่อากาศอาจจับตัวเป็นหยาดน้ำค้าง

dewy (ดิว' อี) *adj.* **-ier, -iest** มีน้ำค้าง, คล้ายน้ำค้าง, สดชื่น **-dewily** *adj.* **-dewiness** *n.* (-S. moist)

dewy-eyed (-ไอด) *adj.* ไร้เดียงสา, ไม่มีพิษมีภัย, ไว้ใจได้

dexter (เดคซฺ' เทอะ) *adj.* ทางขวา, ด้านขวา

dexterity (เดคซฺเทอ' ริที) *n.* ความชำนาญ, ความแคล่วคล่อง, ความถนัดมือขวา, ความหลักแหลม (-S. adroitness, agility, skill) *-Ex. The detective showed dexterity in solving the robbery.*

dexterous (เดคซฺ' ทรัส) *adj.* ชำนาญ, แคล่วคล่อง, ถนัดมือขวา, หลักแหลม **-dexterously** *adv.* **-dextrousness** *n.* (-S. skilful, dextrous, deft, adept) *-Ex. a dexterous juggler, Dum was dexterous in adding long columns of figures.*

dextrin, dextrine (เดกซ' ทริน, -ทรีน) *n.* กาวที่ทำจากแป้งเมื่อถูกความร้อนหรือกรด

dextro (เดคซฺ' โทร) *adj.* ซึ่งหันลำแสงไปทางขวา

dextrose (เดคซฺ' ทรอรัส) *n.* น้ำตาลผลไม้

dharma (ดาร์' มะ) *n.* ธรรมะ, ความประพฤติที่ถูกต้อง

dhow (เดา) *n.* เรือใบของชาวอาหรับ

dia- คำอุปสรรค มีความหมายว่า ตลอด, สมบูรณ์, แยกออก, ต้าน

diabetes (ไดอะบี' ทิส) *n.* โรคเบาหวานซึ่งเป็นภาวะที่ร่างกายเสื่อมความสามารถในการใช้น้ำตาลทำให้มีน้ำตาลในปัสสาวะมากผิดปกติ

diabetes insipidus (-อินซิพ' พิดิส) โรคเบาจืดเป็นภาวะที่มีปัสสาวะมากผิดปกติและเป็นประจำ

diabetes mellitus (-เมล' ลิเทิส) โรคเบาหวาน

diabetic (ไดอะเบท' ทิค) *adj.* เกี่ยวกับโรคเบาหวานหรือโรคเบาจืด *-n.* คนที่เป็นโรคเบาหวาน, คนที่เป็นโรคเบาจืด

diabolic, diabolical (ไดอะบอล' ลิค, -เคิล) *adj.* เหมือนภูติผีปีศาจ, โหดร้าย, ร้ายกาจ **-diabolically** *adv.* (-S. satanic, demonic, monstrous)

diabolism (ได' อะบอล' ลิซซึม) *n.* เวทมนตร์คาถา, การบูชาปีศาจ, ความชั่วร้าย, ความร้ายกาจ **-diabolist** *n.*

diaconate (ได' แอค' คะเนท) *n.* สำนักงานหรือตำแหน่งของพระในศาสนาคริสต์

diacritic (ได' อะคริท' ทิค) *adj.* ซึ่งทำให้แตกต่างกัน, เป็นการแบ่งแยกชนิด, เป็นเครื่องหมายการออกเสียง *-n.* เครื่องหมายในการออกเสียง

diacritical (ไดอะคริท' ทิเคิล) *adj.* ซึ่งทำให้แตกต่างกัน, เป็นการแบ่งแยกชนิด, เป็นเครื่องหมายการออกเสียง **-diacritically** *adv.*

diacritical mark เครื่องหมายออกเสียง

diadem (ได' อะเดม) *n.* มงกุฎ, รัดเกล้า, สายกะบังหน้า, สิ่งที่มีลักษณะคล้ายมงกุฎ, พระราชอำนาจ, ฐานันดรศักดิ์ *-vt.* สวมมงกุฎ, ใส่กะบังหน้า, ใส่สายกะบังหน้า (-S. crown, tiara, circlet)

diagnose (ได' เอิกโนส) *v.* **-nosed, -nosing** *-vt.* วินิจฉัย, ตรวจโรค, วิเคราะห์ *-vi.* ทำการวินิจฉัย, ทำการตรวจโรค **-diagnosable** *adj.* (-S. analyze, identify, distinguish) *-Ex. to diagnose a disease, to diagnose a pupil's emotional troubles, to diagnose business conditions*

diagnosis (ไดเอิกโน' ซิส) *n., pl.* **-ses** การวินิจฉัย, การตรวจโรค, การวิเคราะห์, การสรุป (-S. analysis, identification, detection, conclusion) *-Ex. According to the doctor's diagnosis it was mumps., The doctor sent his diagnosis of his patient's condition to a surgeon.*

diagnostic (ไดเอิกนอส' ทิค) *adj.* เกี่ยวกับการวินิจฉัย, เกี่ยวกับการตรวจโรค, เกี่ยวกับการวิเคราะห์ *-n.* กระบวนการวินิจฉัย(มักใช้ในรูปนามพหูพจน์แต่ใช้กริยาเอกพจน์), อาการโรค, ลักษณะของโรค **-diagnostician** *n.* **-diagnostically** *n.*

diagonal (ไดแอก' กะเนิล) *adj.* เกี่ยวกับเส้นทแยงมุม, เกี่ยวกับเส้นขวาง, ที่ทแยงมุม, ที่ขวาง *-n.* เส้นทแยงมุม, เส้นขวาง, แถวตาหมากรุกในแนวทแยง, แถวทแยง, ผ้าที่ทอด้วยเส้นด้ายในแนวทแยง **-diagonally** *adv.* (-S. crossing, slanted) *-Ex. Noi took a diagonal course across the field.*

diagram (ได' อะแกรม) *n.* แผนภาพ, แผนผัง, แปลน, ภาพอธิบาย, โครงงาน *vt.* **-grammed, -gramming/ -gramed, -graming** ใช้แผนภาพแสดง **-diagrammatic, diagrammatical** *adj.* **-diagrammatically** *adv.* (-S. drawing, plan, draft, outline)

dial (ได' เอิล) *n.* หน้าปัด (นาฬิกา วิทยุ โทรทัศน์), เกจ, จานหมุนด้วยนิ้วมือ, นาฬิกาแดด, ใบหน้า *-vt., vi.* **-aled, -aling/-alled, -alling** ใช้หน้าปัดแสดง, หมุนจานหมุนด้วยนิ้วมือ (เช่น โทรศัพท์), ปรับเครื่องรับวิทยุ **-dialer** *n.* (-S. indicator, pointer)

dialect (ได' อะเลคทฺ) *n.* ภาษาท้องถิ่น, สำเนียงท้องถิ่น, ภาษาหรือสำเนียงพื้นเมือง, ภาษาย่อย, ภาษาที่ใช้กันอยู่เป็นประจำ, ภาษาที่ใช้เฉพาะคนที่ประกอบอาชีพกลุ่มหนึ่งๆ *-adj.* เกี่ยวกับภาษาถิ่น **-dialectal** *adj.*

D

dialectic 242 **dictation**

-dialectally *adv.* (-S. jargon, vernacular)

dialectic (ไดอะเลค' ทิค) *n.* การโต้แย้งด้วยเหตุผล, กระบวนการพิจารณาโดยใช้เหตุผล **-dialectical** *adj.*

D

dialogue, dialog (ได' อะลอก) *n.* การสนทนา, การสนทนาในละคร, ถ้อยคำสนทนาในหนังสือ, วรรณคดีในรูปสนทนา *-v.* **-logued, -loguing/-loged, -loging** *-vi.* สนทนา *-vt.* ทำให้เป็นรูปสนทนา **-dialoguer** *n.* (-S. conversation, discourse, disscussion, communication)

dialysis (ไดแอล' ลิซิส) *n., pl.* **-ses** การแยกโมเลกุลขนาดเล็กออกจากโมเลกุลขนาดใหญ่, กระบวนการแยก crystalloids ออกจาก colloids ในสารละลายโดยผ่านเยื่อบาง **-dialytic** *adj.* **-dialytically** *adv.*

dialyze (ได' อะไลซฺ) *v.* **-lyzed, -lyzing** *-vt.* แยกโดยกระบวนการ dialysis *-vi.* ผ่านกระบวนการ dialysis

dialyzer (ไดอะไล' เซอะ) *n.* เครื่องแยกโมเลกุลขนาดเล็กออกจากโมเลกุลขนาดใหญ่โดยผ่านเยื่อบางๆ

diameter (ไดแอม' มิเทอะ) *n.* เส้นผ่านศูนย์กลาง, ความยาวของเส้นผ่านศูนย์กลาง, ความกว้างหรือความหนา *-Ex. The diameter of this branch is six inches.*

diametrical, diametric (ไดอะเมท' ทริเคิล, -ทริค) *adj.* เกี่ยวกับหรือไปตามเส้นผ่านศูนย์กลาง, ที่คัดค้าน, ที่อยู่ฝ่ายตรงข้าม, โดยตรง, สมบูรณ์, แน่นอน, เด็ดขาด **-diametrically** *adv.* (-S. contrary, opposite, direct, absolute, exact)

diamond (ได' อะมินดฺ) *n.* เพชร, รูปสี่เหลี่ยมขนมเปียกปูน *-vt.* ประดับด้วยเพชร **-diamonds** ไพ่รูปข้าวหลามตัด

diapason (ไดอะเพ' เซิน) *n.* เสียงประสานของดนตรี, ตัวหยุดที่ฐานของออร์แกน, ส้อมเสียง

diaper (ได' เพอะ, ได' อะเพอะ) *n.* ผ้าอ้อม, ผ้าอ้อมเด็ก, ผ้าประคอง, ผ้าลายรูปสี่เหลี่ยมขนมเปียกปูน, ลายรูปสี่เหลี่ยมขนมเปียกปูน *-vt.* ผูกผ้าอ้อมบนตัวเด็ก, ประดับด้วยลายรูปสี่เหลี่ยมขนมเปียกปูน

diaphoretic (ไดอะฟอเรท' ทิค) *n.* ยาที่ทำให้ขับเหงื่อ *-adj.* ที่มีเหงื่อออกมากเกินไป

diaphragm (ได' อะแฟรม) *n.* กะบังลม, ม่านตาสำหรับควบคุมแสงสว่าง, เยื่อบางกึ่งดูดซึม, แผ่นยางคุมกำเนิดที่ใช้สวมบนปากมดลูก, แผ่นที่มีรูตรงกลางใช้ควบคุมปริมาณแสงที่เข้าไปในกล้องถ่ายรูป

diaphragm

diaphragmatic (ไดอะแฟรก แมท' ทิค) *adj.* เกี่ยวกับหรือคล้าย diaphragm

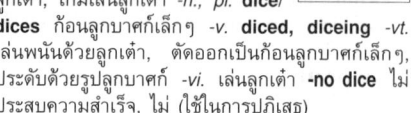

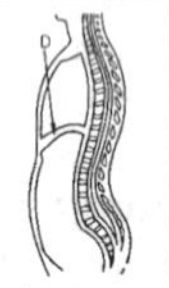

diarchy, dyarchy (ได' อาคี) *n., pl.* **-chies** การปกครองระบอบผู้นำ 2 คน, รัฐบาลที่มีผู้ปกครอง 2 คน

diarist (ได' อะริสทฺ) *n.* ผู้บันทึกสมุดบันทึกประจำวัน

diarrhea, diarrhoea (ไดอะเรีย') *n.* โรคท้องร่วง **-diarrheal, diarrheic, diarrhetic** *adj.*

diary (ได' อะรี) *n., pl.* **-ries** บันทึกประจำวัน, อนุทิน, สมุดบันทึกประจำวัน

Diaspora (ไดแอส' เพอะระ) *n.* การกระจัดกระจายของชาวยิวหลังถูกคุมขังที่บาบิโลน **-diaspora** การกระจัดกระจายของคนที่มีเชื้อสายเดียวกัน

diastase (ได' อะสเทส) *n.* ชื่อเอนไซม์ที่เปลี่ยนแป้งให้เป็นน้ำตาลมอลโตสและกลายเป็นน้ำตาลเดรกโตสในเวลาต่อมา **-diastatic** *adj.*

diatom (ได' อะตอม) *n.* พืชเซลล์เดียว เช่น สาหร่ายที่มีผนังเซลประกอบด้วยธาตุซิลิกอน พบในน้ำเค็มและน้ำจืด **-diatomaceous** *adj.*

diatomic (ไดอะทอม' มิค) *adj.* ที่ประกอบด้วย 2 อะตอมในหนึ่งโมเลกุล

diatonic (ไดอะทอน' นิค) *adj.* (ดนตรี) เกี่ยวกับระบบระยะเสียงคู่แปดหรือระดับเสียงเต็มรูป **-diatonically** *adv.* **-diatonicism** *n.*

diatribe (ได' เออะไทรบฺ) *n.* การด่าอย่างรุนแรง

dibble (ดิบ' เบิล) *n.* เครื่องเจาะรูบนพื้นดินเพื่อปลูกพืช *-vt.* **-bled, -bling** ทำให้พื้นเป็นรูเพื่อปลูกพืช **-dibbler** *n.* (-S. dibber)

dibble

dice (ไดซฺ) *n. pl.* พหูพจน์ของ **die** ลูกเต๋า, เกมเล่นลูกเต๋า *-n., pl.* **dice/dices** ก้อนลูกบาศก์เล็กๆ *-v.* **diced, diceing** *-vt.* เล่นพนันด้วยลูกเต๋า, ตัดออกเป็นก้อนลูกบาศก์เล็กๆ, ประดับด้วยรูปลูกบาศก์ *-vi.* เล่นลูกเต๋า **-no dice** ไม่ประสบความสำเร็จ, ไม่ (ใช้ในการปฏิเสธ)

dicey (ได' ซี) *adj.* **-ier, -iest** เสี่ยง, ไม่น่าไว้ใจ

dichotomy (ดิคอท' ทะมี) *n., pl.* **-mies** การแบ่งออกเป็น 2 ส่วนที่เท่าๆ กัน, การแบ่งออกเป็นคู่, ความแตกต่างของความคิด, ภาวะดวงจันทร์ครึ่งดวง **-dichotomous** *adj.* **-dichotomously** *adv.*

dick (ดิค) *n.* (คำสแลง) นักสืบ

dickens (ดิค' เคินซฺ) *n.* ผี, ปีศาจ *-interj.* คำอุทานแสดงความโกรธ

dicker (ดิค' เคอะ) *vi.* ค้าขายแบบต่อรอง, ค้าขายเล็กๆ น้อยๆ, แลกเปลี่ยนของ, พยายามต่อรอง *-n.* การต่อรองเล็กๆ น้อยๆ, การแลกเปลี่ยนของ, สินค้าที่แลกเปลี่ยนกัน (-S. trade)

dickey, dicky, dickie (ดิค' คี) *n., pl.* **-eys/-ies** *n.* แผ่นหน้าอกแข็งสำหรับสวมลวงตาแทนเสื้อเชิ้ต, เสื้อครึ่งตัวที่ไม่มีแขนของสตรี, ผ้ากันเปื้อนของเด็ก, นกตัวเล็กๆ, ที่นั่งคนขับรถม้า, ที่นั่งคนใช้ในรถม้า, ที่นั่ง ข้างท้ายของรถตอนเดียว

dicotyledon, dicot (ไดคอทเทิลเลด' เดิน, ไดคอท') *n.* พืชดอกที่มีใบเลี้ยง 2 ใบ **-dicotyledonous** *adj.*

dicta (ดิค' ทะ) *n. pl.* พหูพจน์ของ dictum

Dictaphone (ดิค' ทะโฟน) *n.* เครื่องบันทึกตามคำบอกและเปิดฟังใหม่เพื่อเขียนตามคำบอกได้สะดวกสำหรับนักชวเลขหรือเลขานุการใช้

dictate (ดิค' เทท) *v.* **-tated, -tating** *-vt.* บอกให้เขียนตาม, สั่ง, บงการ *-vi.* บอกหรืออ่านให้เขียนตาม, ออกคำสั่ง *-n.* คำสั่ง, คำบอก (-S. utter, order, command, edict) *-Ex. An absolute ruler dictates what his people are to do., The executive dictated a letter to his secretary., the dictates of a ruler*

dictation (ดิคเท' ชัน) *n.* การบอกให้เขียนตามคำบอก, การเขียนตามคำบอก, การบงการ *-Ex. The stenographer*

dictator 243 **differential**

read the dictation back to him., As Kasorn was earning her own living, she found her father's dictation hard to bear.

dictator (ดิคเท' เทอะ) *n.* ผู้เผด็จการ, ผู้บอกคำบอกให้เขียนตาม, ผู้บงการ, ผู้ชี้ขาด **-dictatress** ผู้เผด็จการที่เป็นผู้หญิง (-S. despot, autocrat, tyrant) *-Ex. Caesar made himself a dictator., a dictator of fashion*

dictatorial (ดิคทะทอร์' เรียล) *adj.* เกี่ยวกับผู้เผด็จการ, เกี่ยวกับการเผด็จการ, เด็ดขาด, ชอบใช้อำนาจ, หยิ่งยโส **-dictatorially** *adv.* **-dictatorialness** *n.*

dictatorship (ดิคเท' เทอะชิพ) *n.* การปกครองแบบเผด็จการ, รัฐบาลที่ปกครองแบบเผด็จการ, อำนาจเผด็จการ, สำนักงานหรือตำแหน่งของผู้เผด็จการ

diction (ดิค' ชัน) *n.* วิธีการใช้คำศัพท์ในการพูดหรือเขียน, การออกเสียง (-S. expression)

dictionary (ดิค' ชะเนียร์รี) *n., pl.* **-ies** พจนานุกรม, ปทานุกรม **-a walking dictionary** ผู้ที่รู้ศัพท์มาก (-S. lexicon, thesaurus)

dictum (ดิค' เทิม) *n., pl.* **-ta/-tums** สุภาษิต, คำกล่าว, คำแถลง, ข้อคิดเห็นของผู้พิพากษา

did (ดิด) *vt., vi., v. aux.* กริยาช่อง 2 ของ do *-Ex. Udom did all his homework.*

didact (ได' แดคท) *n.* ผู้สั่งสอนทางศีลธรรม

didactic, didactical (ไดแดค' ทิค, -เคิล) *adj.* เกี่ยวกับการสั่งสอน, เป็นการสั่งสอน, ที่ชอบสอน **-didactically** *adv.* **-didacticism** *n.* **-didactics** *n.*

didn't (ดิด' เดินท) ย่อจาก did not ไม่ทำ

dido (ได' โด) *n., pl.* **-dos/-does** การเล่นตลก, การเล่นพิเรนทร์, การเล่นโลดโผน

didst (ดิดสท) *vt., vi., v. aux.* กริยาช่อง 2 ของ do (เป็นคำโบราณใช้หลัง thou)

die[1] (ดาย) *vi.* **died, dying** ตาย, หมดอายุ, หยุด, หยุดทำงาน, อวสาน, พินาศ, สงบลง, สลายตัว, ทรมาน, ต้องการอย่างมาก **-to die for** ต้องการอย่างมาก **-to die hard** ที่เปลี่ยนแปลงได้ยาก **-die off** ค่อยๆ ตายไปทีละคน **-Never say die!** อย่าท้อใจ, อย่ายอมแพ้ (-S. expire, decease, end, vanish, break down) *-Ex. His father died last week., die in poverty*

die[2] (ดาย) *n., pl.* **dies/dice** ลูกเต๋า, สิ่งที่คล้ายลูกเต๋า, แม่พิมพ์, แบบเหล็ก, เบ้าเท *-vt.* **died, dieing** พิมพ์ด้วยแม่พิมพ์ **-the die is cast** ได้ตัดสินใจแน่วแน่แล้ว

diecious, dioecious (ไดอี' เชิส) *adj.* ซึ่งมีอวัยวะเพศตัวผู้และเพศตัวเมียอยู่แยกจากกัน

die-hard, diehard (ได' ฮาร์ด) *adj.* หัวดื้อที่สุด, *-n.* คนหัวดื้อที่สุด, คนที่ไม่ยอมแพ้ต่ออุปสรรค

dieldrin (ดีล' ดริน) *n.* ยาฆ่าแมลงที่มีพิษมากชนิดหนึ่ง

dielectric (ไดอิเลค' ทริค) *n.* ฉนวนไฟฟ้า, วัตถุที่ไม่เป็นสื่อไฟฟ้า *-adj.* เป็นฉนวน

dieresis, diaeresis (ไดอี' ริซิส) *n., pl.* **-ses** การแบ่งแยกสระที่อยู่ติดกัน เป็นการแบ่ง 1 พยางค์ออกเป็น 2 พยางค์, เครื่องหมาย (¨) เหนือสระตัวที่ 2 ของสระ 2 ตัวที่อยู่ติดกัน เพื่อแสดงว่าการออกเสียงนั้นแยกกัน **-dieretic** *adj.*

diesel (ดี' เซิล) *n.* เครื่องยนต์ดีเซล, เครื่องยนต์ที่ใช้น้ำมันดีเซล, รถยนต์หรือยานพาหนะที่ใช้เครื่องยนต์ดีเซล

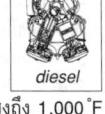

diesel

diesel engine (ดี' เซลเอน' จิน) *n.* เครื่องยนต์ดีเซล ซึ่งใช้ความอัดสูง โดยฉีดน้ำมันเข้าไปในอากาศที่ถูกอัดซึ่งอุณหภูมิสูงถึง 1,000 °F ทำให้มีการเผาไหม้ภายใต้ความกดดันที่ค่อนข้างคงที่

diet[1] (ได' อิท) *n.* อาหาร, อาหารพิเศษ, โภชนาการ, สิ่งที่คุ้นเคย *-vt.* ควบคุมอาหาร, ป้อนอาหาร *-vi.* เลือกหรือจำกัดอาหารเพื่อสุขภาพหรือเพื่อลดน้ำหนัก *-adj.* (เครื่องดื่ม) มีน้ำตาลน้อยลง **-dieter** *n.* (-S. foodstuffs, provisions, aliment, abstain, reduce) *-Ex. The prisoner's diet was coarse and dry., a reducing diet*

diet[2] (ได' อิท) *n.* สภานิติบัญญัติ (ในบางประเทศ เช่นญี่ปุ่น), รัฐสภาของอาณาจักรโรมันโบราณ

dietary (ได' อิเทอร์รี) *adj.* เกี่ยวกับโภชนาการ *-n., pl.* **-ies** โภชนาการ, การควบคุมอาหารการกิน

dietary fibre เส้นใยในผลไม้ ผักและธัญพืช ซึ่งช่วยในระบบการย่อยอาหาร อีกทั้งยังช่วยป้องกันน้ำหนักเพิ่มและป้องกันโรคบางอย่างได้

dietetic, dietetical (ไดอิเทท' ทิค, -เคิล) *adj.* เกี่ยวกับโภชนาการ, เกี่ยวกับการควบคุมอาหารการกิน, เกี่ยวกับอาหารพิเศษ **-dietetically** *adv.*

dietetics (ไดอิเทท' ทิคซ) *n. pl.* โภชนาการ, วิชาว่าด้วยการควบคุมอาหารการกินและการเตรียมอาหารพิเศษ

dietitian, dietician (ไดอิทิช' เชิน) *n.* นักโภชนาการ, ผู้เชี่ยวชาญด้านโภชนาการ

differ (ดิฟ' เฟอะ) *vi.* แตกต่างจาก, ไม่เหมือนกัน, ผิดกัน (-S. contrast, vary, diverge) *-Ex. Wrens and buzzards differ greatly in size.*

difference (ดิฟ' เฟอะเรินซ) *n.* ความแตกต่าง, ภาวะที่แตกต่าง, ข้อแตกต่าง, การทำให้แตกต่าง, การแบ่งชั้นวรรณะ, ความไม่ตรงกันของความคิด, การทะเลาะ, จำนวนหรือปริมาณที่แตกต่างกัน *-vt.* **-enced, -encing** ทำให้แตกต่าง, แบ่งแยกข้อแตกต่าง (-S. variation, dissimilarity, distinction, dispute -A. likeness)

different (ดิฟ' เฟอะเรินท) *adj.* แตกต่างกัน, ผิดกัน, ไม่เหมือนกัน, หลากหลาย, ผิดปกติ **-differently** *adv.* **-differentness** *n.* (-S. dissimilar, distinct, unusual) *-Ex. boys of different ages, The boy had the same excuse for being late on three different occasions.*

differentia (ดิฟฟะเรน' เชีย) *n., pl.* **-tiae** ลักษณะที่แตกต่างกัน, ข้อที่แตกต่างกัน, ความแตกต่าง

differentiable (ดิฟฟะเรน' ชะเบิล) *adj.* ซึ่งแยกแยะออกจากกันได้, ซึ่งทำให้แตกต่างกันได้, ซึ่งแบ่งแยกประเภทหรือชนิดได้

differential (ดิฟฟะเรน' เชิล) *adj.* เกี่ยวกับความแตกต่างกัน, ซึ่งมีความแตกต่างกัน, ซึ่งแตกต่างกันเป็นพิเศษ, (วิชาฟิสิกส์) เกี่ยวกับความแตกต่างของการเคลื่อนไหว แรงหรืออื่นๆ, (คณิตศาสตร์) เกี่ยวกับหรือประกอบด้วยอนุพันธ์ *-n.* (คณิตศาสตร์) อนุพันธ์, การเปลี่ยนแปลงที่เล็กน้อย, ความแตกต่างของค่าจ้างหรือราคา **-differentially** *adv.*

D

D

differentiate (ดิฟฟะเรน' ชีเอท) *v.* **-ated, -ating** *-vt.* ทำให้แตกต่างกัน, เปลี่ยน, แยก, จำแนก *-vi.* กลายเป็นไม่เหมือนกัน, แยก, แบ่งแยก **-differentiation** *n.* (-S. distinguish, contrast, identify, transfrom) *-Ex. Aging differentiates a really good cheese from an ordinary one., to differentiate the warbles of various birds*

difficult (ดิฟ' ฟิคัลท) *adj.* ยาก, ลำบาก, ยุ่งยาก, มีอุปสรรค, ขัดสน, ซึ่งก่อความลำบากใจ, ดื้อรั้น **-difficultly** *adv.* (-S. hard, perplexing, troublesome, finicky, stubborn -A. easy, simple) *-Ex. These sums are very difficult., This story is difficult to understand.*

difficulty (ดิฟ' ฟิคัลที) *n., pl.* **-ties** ความยากลำบาก, ความยุ่งยาก, อุปสรรค, ความดื้อรั้น, ความขัดสน, สาเหตุของความลำบาก, สาเหตุของความยุ่งยากใจ, ความลังเลใจ, ความขัดแย้ง, ปัญหา **-make difficulties** ทำให้ยุ่งยาก, กลั่นแกล้ง, คัดค้าน (-S. hardness, toughness, obstacle, complexity, distress)

diffidence (ดิฟ' ฟิเดินซ) *n.* ความประหม่า, ความขี้อาย, ความไม่มั่นใจตัวเอง (-S. shyness, bashfulness, modesty, timidity, reluctance)

diffident (ดิฟ' ฟิเดินท) *adj.* ประหม่า, ขี้อาย, ไม่มั่นใจในตัวเอง, ลังเล **-diffidently** *adv.* (-S. shy)

diffract (ดิฟ' แฟรคท') *vt., vi.* ทำให้อ้อมหรือแตกกระจาย

diffraction (ดิฟแฟรค' ชัน) *n.* การอ้อมของคลื่น (โดยเฉพาะคลื่นเสียงและคลื่นแสง) ที่ผ่านวัตถุที่ขวางหน้า **-diffractive** *adj.* **-diffractively** *adv.*

diffuse (*v.* ดิฟิวซ', *adj.* ดิฟิวซ') *vt., vi.* **-fused, -fusing** กระจาย, แพร่, เผยแพร่, พร่า, ไหลท่วม *-adj.* ที่พูดน้ำท่วมทุ่ง, ที่กระจายตัว **-diffuseness** *n.* **-diffuser, diffusor** *n.* **-diffusely** *adv.* (-S. scatter, disperse, distribute, profuse, meandering) *-Ex. Newspapers diffuse the news throughout the country., a diffuse speech, in the diffuse light of the grove*

diffusible (ดิฟิว' ซะเบิล) *adj.* ซึ่งกระจายตัวได้, ซึ่งแพร่กระจายได้ **-diffusibility** *n.*

diffusion (ดิฟิว' ชัน) *n.* การกระจายตัว, การเผยแพร่, การพร่าของแสง, ความซ่าน, การถ่ายทอดลักษณะของวัฒนธรรมหนึ่งไปยังอีกวัฒนธรรมหนึ่ง, ความยืดยาวของการพูด (น้ำท่วมทุ่ง) (-S. scattering, dispersal, verbosity, profuseness) *-Ex. the diffusion of knowledge by means of lowpriced books, the diffusion of pollen by wind and insects*

diffusive (ดิฟิว' ซิฟว) *adj.* ซึ่งกระจายตัว, ซึ่งแพร่กระจาย, ยืดยาว **-diffusively** *adv.* **-diffusiveness** *n.*

dig (ดิก) *vt., vi.* **dug, digging** ขุด, ขุดหา, ขุดค้น, ขุดคุ้ย, จิก, แทง, (คำสแลง) ชอบ เข้าใจ, ทำงานหนัก, เรียนรู้ *-n.* การแทง, การกด, คำพูดเสียดสี (-S. spade, cultivate, harrow, search, enjoy, understand, get, see) *-Ex. The ground is dug every spring before planting., Sawai dug a well in the garden., to dig for gold, Somchai dug through the pile of old letters., to dig for information, to dig out the truth*

digest (ไดเจสท') *vt.* ย่อย, ช่วยย่อย, เข้าใจ, ไตร่ตรอง, อดทน, จำแนก, แยกแยะ, ทำให้สั้นรัดกุม, สรุป *-vi.* ย่อยอาหาร, ทำการย่อยอาหาร *-n.* หนังสือเก็บเรียงใจความสำคัญ, หนังสือประมวลใจความสำคัญ **-the Digest** หนังสือประมวลกฎหมายโรมันโบราณที่มีทั้งหมด 50 เล่ม เป็นส่วนที่สำคัญที่สุดของกฎหมายโรมัน (-S. assimilate, absorb, comprehend, classify, reduce) *-Ex. Some fats are not digested easily., Dam digested his father's advice. a news digest*

digester (ดิเจส' เทอะ) *n.* ผู้ประมวลและเก็บใจความสำคัญ, สิ่งที่ย่อยอาหาร, เครื่องมือช่วยย่อยอาหาร

digestible (ดิเจส' ทะเบิล) *adj.* ซึ่งถูกย่อยได้, ย่อยได้ง่าย, พอจะประมาณใจความสำคัญไว้ได้ **-digestibility, digestibleness** *n.* **-digestibly** *adv.* *-Ex. A short rest after a meal aids digestion., A nervous person often gas poor digestion.*

digestion (ดิเจส' ชัน, ไดเจส' ชัน) *n.* กระบวนการย่อยอาหาร, หน้าที่หรืออำนาจการย่อยอาหาร, การเก็บใจความสำคัญ, การไตร่ตรอง (-S. assimilation, absorption, comprehension, consideration)

digestive (ดิเจส' ทิฟว) *adj.* เกี่ยวกับการย่อยอาหาร, ซึ่งช่วยการย่อยอาหาร, เกี่ยวกับการเก็บใจความสำคัญ *-n.* ยาช่วยย่อยอาหาร **-digestively** *adv.* **-digestiveness** *n.*

digger (ดิก' เกอะ) *n.* ผู้ขุด, สัตว์ที่ขุดคุ้ย, เครื่องขุด, ชาวอินเดียนแดงทางด้านตะวันตกของทวีปอเมริกาเหนือ โดยเฉพาะเผ่าที่ขุดรากไม้เป็นอาหาร มีอีกชื่อหนึ่งว่า Digger Indian

digit (ดิจ' จิท) *n.* นิ้วมือ, นิ้วเท้า, ความกว้างของนิ้วมือใช้เป็นหน่วยความยาว (มักเท่ากับ ¾ นิ้ว), เลขตั้งแต่ 0 ถึง 9

digital (ดิจ' จิเทิล) *adj.* เกี่ยวกับนิ้ว, เกี่ยวกับตัวเลข, (การบันทึกเสียง) ที่เปลี่ยนสัญญาณเสียงให้เป็นข้อมูลตัวเลข *-n.* ปุ่มสำหรับกดด้วยนิ้วของเครื่องมือต่าง ๆ **-digitally** *adv.*

digital computer คอมพิวเตอร์ที่ป้อนและคำนวณข้อมูลในรูปของตัวเลข

digitalis (ดิจจิแทล' ลิส) *n.* พืชจำพวก *Digitalis purpurea* ใช้เป็นยากระตุ้นหัวใจ (-S. foxglove)

dignified (ดิก' นะไฟด) *adj.* ทรงเกียรติ, สง่า, ภูมิฐาน **-dignifiedly** *adv.* (-S. stately, noble, lofty)

dignify (ดิก' นะไฟ) *vt.* **-fied, -fying** มอบเกียรติยศแก่, ทำให้เป็นเกียรติแก่, ทำให้สง่า, ทำให้ภูมิฐาน (-S. exalt, elevate, ennoble, honour, glorify -A. degrade, shame) *-Ex. The president dignified his office., Do not dignify the job by calling it a position.*

dignitary (ดิก' นิเทียรี่) *n., pl.* **-ies** บุคคลที่ตำแหน่งสูง, ผู้มีฐานันดรศักดิ์ (-S. somebody, VIP, lion, notable -A. nonentity, nobody, cipher)

dignity (ดิก' นิที) *n., pl.* **-ties** ความมีเกียรติ, ฐานันดรศักดิ์, ความสูงศักดิ์, ตำแหน่งสูง, ความสง่างาม, ความคุ้มค่า, ผู้มีตำแหน่งสูง (-S. loftiness, rank, pride) *-Ex. the dignity of honest labour, the dignity of the Presidency*

digraph (ได' กราฟ) *n.* อักษรคู่ที่ออกเสียงเดียว **-digraphic** *adj.* **-digraphically** *adv.*

digress (ไดเกรส', ดิ-) *vi.* วกวนนอกเรื่อง, พูดหรือเขียนนอกประเด็น (**-S.** diverge, ramble, meander)

digression (ดิเกรช' ชัน, ได-) *n.* การวกวนนอกประเด็น, คำพูด (คำเขียน) ที่ออกนอกประเด็น, ข้อปลีกย่อย **-digressional** *adj.*

digressive (ดิเกรส' ซิฟว, ได-) *adj.* ซึ่งวกวนนอกประเด็น, ซึ่งออกนอกเรื่อง **-digressively** *adv.* **-digressiveness** *n.* (**-S.** discursive)

dihedral (ไดฮี' ดรัล) *adj.* เกี่ยวกับรูปที่มี 2 ระนาบติดกัน, ซึ่งมี 2 ระนาบ *-n.* มุมที่เกิดจาก 2 ระนาบติดกัน

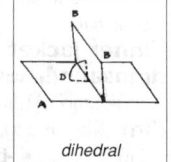

dihedral

dike, dyke (ไดคฺ) *n.* เขื่อน, กำแพงกั้นน้ำ, สิ่งกีดขวาง, อุปสรรค *-vt.* **diked, diking, dyked, dyking** สร้างเขื่อน, ยับยั้ง, ป้องกัน (**-S.** bank, embankment)

dilapidate (ดิแลพ' พิเดท) *v.* **-dated, -dating** *-vt.* ทำให้ชำรุด, ทำให้พัง, ใช้อย่างฟุ่มเฟือย, ทำให้สูญเสีย *-vi.* สลักหักพัง, ชำรุด, เน่าเปื่อย **-dilapidation** *n.*

dilapidated (ดิแลพ' พิเดทิด) *adj.* ปรักหักพัง, ชำรุดทรุดโทรม, เน่าเปื่อย (**-S.** falling, apart, shabby, decayed)

dilatant (ดิแลท' เทินทฺ) *adj.* ซึ่งขยายออก, ซึ่งพองออก *-n.* สิ่งที่สามารถขยายออกได้ **-dilatancy** *n.*

dilatation (ดิลละเท' ชัน) *n.* การขยายตัว, การถ่างให้กว้าง, การพองออก, การขยายตัวของอวัยวะที่มีลักษณะเป็นท่อ, การขยายความ, การพูดหรือเขียนเสียยืดยาว **-dilatational** *adj.* (**-S.** dilation)

dilate (ไดเลท') *v.* **-lated, -lating** *-vt.* ทำให้กว้างออก, ทำให้ถ่างออก, ทำให้ขยายออก *-vi.* ขยายออก, ถ่างออก, กางออก, พูดเสียยืดยาว **-dilatable** *adj.* **-dilatability** *n.* **-dilative** *adj.* *-Ex. The doctor dilated the pupil of the eye to examine it., A cat's eyes dilate in the dark., The speaker dilated on his favourite subject.*

dilater (ไดเล' เทอะ) *n.* ดู dilator

dilation (ไดเล' ชัน) *n.* การขยายออก, การขยายออกของอวัยวะที่มีลักษณะเป็นท่อ

dilator (ไดเล' เทอะ) *n.* สิ่งที่ถ่างออก, กล้ามเนื้อที่ขยายโพรงของร่างกาย, เครื่องมือถ่างรูโพรงหรือท่อ

dilatory (ดิล' ละทอร์รี) *adj.* ซึ่งทำให้ช้า, ซึ่งถ่วง, ผัดวันประกันพรุ่ง, เฉื่อย, ช้า **-dilatorily** *adv.* **-dilatoriness** *n.* (**-S.** inert, tardy, indolent, postponing)

dilemma (ดิเลม' มะ) *n.* สถานการณ์ที่มีทางเลือก 2 อย่างที่เลวพอๆ กัน, สภาวะหนีเสือปะจรเข้, สภาวะที่กลืนไม่เข้าคายไม่ออก, สถานการณ์ที่ลำบาก, ปัญหาที่ลำบาก **-dilemmatic** *adj.* (**-S.** quandary, puzzle, muddle, perplexity)

dilettante (ดิล' ลิทานทฺ) *n., pl.* **-tantes/-tanti** ผู้รู้อย่างผิวเผิน, ผู้รักศิลปะ, มือสมัครเล่นที่ไม่รู้อย่างจริงจัง *-adj.* ผิวเผิน, มือสมัครเล่น **-dilettantism, dilettanteism** *n.* **-dilettantish** *adj.* (**-S.** amateur, tyro, dabbler)

diligence (ดิล' ละเจินซฺ) *n.* ความมานะ, ความขยันหมั่นเพียร, ความพยายาม, ความบากบั่น (**-S.** industriousness, effort, assiduousness, persistence **-A.** laziness)

diligent (ดิล' ละเจินทฺ) *adj.* ขยันหมั่นเพียร, บากบั่น **-diligently** *adv.* (**-S.** industrious, assiduous, attentive, indefatigable)

D

dill (ดิล) *n.* พืชจำพวก *Anethum graveolens* ใช้ใบและเมล็ดมาทำเป็นยาและเครื่องเทศ, เมล็ดและใบของพืชดังกล่าวที่ใช้เป็นเครื่องเทศ

dilly (ดิล' ลี) *n., pl.* **-lies** (คำสแลง) สิ่งที่ดีเด่น บุคคลที่ดีเด่น

dillydally (ดิล' ลีแดลลี) *vi.* **-lied, -lying** เสียเวลา, รวนเร, เถลไถล (**-S.** waver, hem and haw, trifle)

diluent (ดิล' ยูเอินทฺ) *adj.* เป็นตัวทำละลาย, ซึ่งละลาย (ตัวอื่น) *-n.* ตัวทำละลาย

dilute (ดิลูท') *vt.* **-luted, -luting** ทำให้ละลาย, ทำให้เจือจางลง, ทำให้อ่อนลง,ทำให้อ่อนกำลังลง *-adj.* จืด, จาง, เบาบาง **-diluter, dilutor** *n.* **-diluteness** *n.* **-dilutive** *adj.* (**-S.** weaken, diminish) *-Ex. Lemon juice is diluted before it is drunk.*

dilution (ดิลู' ชัน) *n.* การละลาย, ภาวะที่ถูกละลาย, สิ่งที่ถูกละลาย, การลดตำแหน่งความสำคัญลงเพราะมีผู้ถือหุ้นเพิ่มขึ้น

diluvial, diluvian (ดิลู' เวียล, -เวียน) *adj.* เกี่ยวกับน้ำท่วม, เกี่ยวกับซากที่เหลือจากน้ำท่วม

dim (ดิม) *adj.* **dimmer, dimmest** ทึบ, หมอง, สลัว, ไม่สว่าง, พร่า, คลุมเครือ, เลือนราง, เชื่องช้า, ท้อแท้, หมอง, ไม่แจ่มแจ้ง *-vt., vi.* **dimmed, dimming** (ทำให้) ทึบ, (ทำให้) หมอง, (ทำให้) เลือนราง *-n.* ไฟสลัว, ไฟหรี่ **-take a dim view of** สงสัย, มองในแง่ร้าย **-dimly** *adv.* **-dimness** *n.* (**-S.** vague, unclear, dull **-A.** bright) *-Ex. in dim candlelight, to dim the lights of a car, eyes dim with tears, The hard pencil makes a dim mark.*

dime (ไดมฺ) *n.* เหรียญเงินของสหรัฐอเมริกา มีค่าเท่ากับ $\frac{1}{10}$ ของดอลลาร์ **-a dime a dozen** ธรรมดาๆ, มีอยู่ทั่วไป

dimension (ไดเมน' ชัน, ดิ-) *n.* มิติ, ขนาดกว้าง ยาว และหนา, ความสำคัญ, ขนาด *-vt.* ทำให้มีรูปร่างเฉพาะ **-dimensions** ขนาด, มิติ **-dimensional** *adj.* **-dimensionally** *adv.* **-dimensionality** *n.* **-dimensionless** *adv.* (**-S.** extent, size, scale, aspect) *-Ex. a plan of vast dimensions*

diminish (ดิมิน' นิช) *vt.* ทำให้ลดน้อยลง, ลดน้อยลง, ดูหมิ่น *-vi.* ลดลง, ค่อยๆ เล็กลง **-diminishable** *adj.* **-diminishment** *n.* (**-S.** decrease, lessen, dwindle, belittle **-A.** enlarge, increase) *-Ex Rain diminishes the danger of forest fires.*

diminuendo (ดิมินิวเอน' โด) *adj., adv.* (ดนตรี) ที่ค่อยๆ ลดลง *-n., pl.* **-dos** การค่อยๆ ลดลงของแรงหรือเสียง

diminution (ดิมมะนิว' ชัน) *n.* การลดลง, การลดน้อยลง (**-S.** reduction, lessening, retrenchment)

diminutive (ดิมิน' นูทิฟว) *adj.* เล็ก,จิ๋ว, กระจุ๋มกระจิ๋ม, แคระ *-n.* สิ่งที่เล็ก, คนที่มีรูปร่างเล็ก, คนแคระ **-diminu-**

dimity 246 **diplomacy**

D

tiveness *n.* **-diminutively** *adv.* (-S. small, tiny, compact, pygmy -A. big, huge)

dimity (ดิม' มิที) *n., pl.* **-ties** ผ้าฝ้ายบางเป็นลายหรือตา

dimmer (ดิม' เมอะ) *n.* เครื่องหรี่ไฟ, เครื่องปรับแสง, ไฟหรี่, สวิตช์ไฟ

dimorphic, dimorphous (ไดมอร์' ฟิค, -ฟัส) *adj.* ที่มี 2 รูปแบบ, ที่สามารถตกผลึก 2 รูปแบบในอุณหภูมิที่ต่างกัน **-dimorphism** *n.*

dimout (ดิม' เอาทฺ) *n.* การหรี่ไฟตอนกลางคืนเนื่องจากจำกัดการใช้ไฟฟ้าในตอนกลางคืน

dimple (ดิม' เพิล) *n.* ลักยิ้ม, รอยบุ๋มที่คล้ายลักยิ้ม, แอ่งเล็กๆ *-v.* **-pled, -pling** *-vt.* ทำให้เกิดรอยบุ๋ม *-vi.* เกิดรอยบุ๋ม **-dimply** *adj. -Ex. a dimple in the cheek, Her cheek dimpled as Kasorn smiled.*

dimwit (ดิม' วิท) *n.* (คำสแลง) คนโง่ คนที่คิดช้า **-dimwitted** *adj.* **-dimwittedly** *adv.* **-dimwittedness** *n.*

din (ดิน) *n.* เสียงอึกทึกครึกโครม, เสียงเจี๊ยวจ๊าว, เสียงดังติดๆ กัน *-vt., vi.* **dinned, dinning** ส่งเสียงอึกทึกครึกโครม (-S. hubbub, uproar, clatter) *-Ex. the din of horns in city traffic, Music from the party above us was dinning in our ears all night.*

dinar (ดินาร์') *n.* เงินตราโบราณของประเทศอิสลามในภาคพื้นตะวันออกกลาง

dine (ไดนฺ) *v.* **dined, dining** *-vi.* รับประทานอาหาร, กินข้าว *-vt.* เชิญรับประทานอาหาร, จัดอาหารให้หรือให้ความบันเทิงขณะรับประทานอาหาร **-dine out** รับประทานอาหารนอกบ้าน (-S. eat, consume)

diner (ได' เนอะ) *n.* ผู้ที่รับประทานอาหาร, ตู้เสบียงของขบวนรถโดยสาร(รถไฟ), ร้านอาหารข้างทาง

dinette (ไดเนท') *n.* พื้นที่เล็กๆ ใช้เป็นห้องอาหารในหรือใกล้ๆ ครัว, โต๊ะและเก้าอี้ที่ใช้ในพื้นที่ดังกล่าว

ding (ดิง) *vt., vi.* ส่งเสียงดังเหมือนเสียงระฆัง, ส่งเสียงดังกังวานต่อเนื่องกันจนน่ารำคาญ *-n.* เสียงระฆัง, เสียงกระดิ่ง

ding-a-ling (ดิง' กะลิง) *n.* (คำสแลง) คนบ้า คนสติไม่ค่อยดี

ding-dong (ดิง' ดอง) *n.* เสียงระฆัง, เสียงที่เป็นจังหวะติดต่อกัน, (คำสแลง) คนโง่ *-vi.* สั่นกระดิ่ง *-adj.* ที่กระฉับกระเฉง, ที่เคลื่อนไหวตลอดเวลา

dingey (ดิง' กี) *n., pl.* **-geys** ดู dinghy

dinghy (ดิง' กี) *n., pl.* **-ghies** เรือบดเล็ก (ของเรือใหญ่), เรือลำเล็กที่ใช้แล่นบนน้ำตื้นตามชายฝั่งมหาสมุทรอินเดีย เพื่อรับส่งคนโดยสารและสินค้า

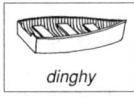

dinghy

dingle (ดิง' เกิล) *n.* หุบเขาแคบๆ, หุบเขาที่มีต้นไม้ขึ้นหนาทึบ

dingo (ดิง' โก) *n., pl.* **-goes** หมาป่าจำพวก *Canis dingo* ของออสเตรเลีย มีสีแดงน้ำตาล

dingus (ดิง' เกิสฺ) *n.* (คำสแลง) สิ่งที่ถูกลืมชื่อหรือนึกชื่อไม่ออกในขณะนั้น

dingy (ดิน' จี) *adj.* **-gier, -giest** ทึมทึบ, สลัว, สกปรก, มอซอ **-dinginess** *n.* **-dingily** *adv.* (-S. dull, drab, dim -A. bright, shiny) *-Ex. a dingy house,a dingy neighbourhood*

dining car ตู้เสบียงของขบวนรถไฟ

dining room ห้องรับประทานอาหาร

dinkum (ดิง' คัม) *adj.* (คำสแลง) จริง แท้ *-n.* (คำสแลง) ความจริง

dinner (ดิน' เนอะ) *n.* อาหารมื้อสำคัญที่สุดของวัน (อาหารมื้อเย็นหรืออาหารมื้อเที่ยง), อาหารมื้อที่จัดขึ้นเป็นเกียรติแก่บุคคล หรือเนื่องในโอกาสที่สำคัญ, อาหารมื้อเย็น, อาหารมื้อค่ำ (-S. banquet, feast) *-Ex. The evening before his wedding, a bachelor dinner was given by Somchai.*

dinner jacket ชุดราตรีสโมสรหางสั้น

dinosaur (ได' นะซอร์) *n.* สัตว์เลื้อยคลานจำพวกไดโนเสาร์ซึ่งสูญพันธุ์ไปแล้ว **-dinosaurian** *adj., n.*

dint (ดินทฺ) *n.* แรง, อำนาจ, กำลัง, รอยบุ๋ม, การตี *-vi.* ทำเป็นรอยบุ๋ม, ตี **-by dint of** โดยวิธี *-Ex. The project was finished by dint of much effort.*

diocesan (ไดออส' ซิเซิน) *adj.* เกี่ยวกับเขตปกครองของบิชอป *-n.* บิชอปผู้ปกครองเขต (ทางศาสนา)

diocese (ได' อะซีส) *n.* เขตการปกครอง (ทางศาสนา) ของบิชอป

diode (ได' โอด) *n.* อุปกรณ์อิเล็กทรอนิกส์ที่ให้กระแสไฟฟ้าผ่านได้ทางเดียว

dioptre, diopter (ไดออพ' เทอะ) *n.* หน่วยวัดความหักเหแสงของเลนส์ **-dioptral** *adj.*

diorama (ไดโอแรม' มะ) *n.* ภาพ 3 มิติที่เกิดจากการวางวัตถุที่มีสีตรงข้ามกับฉากหลัง, ฉากที่ทำจากผ้าโปร่งแสงทำให้วัตถุหน้าฉากเป็น 3 มิติ **-dioramic** *adj.*

dioxide (ไดออก' ไซดฺ) *n.* ออกไซด์ที่ประกอบด้วยออซิเจน 2 อะตอม, สารประกอบที่ประกอบด้วยออกซิเจน 2 อะตอม ต่อ 1 โมเลกุล

dip (ดิพ) *vt., vi.* **dipped/dipt, dipping** จุ่ม, แช่, จม, ลด, ตัก, เอียง, ล้วง, ล้วงความ, พลิกอ่าน *-n.* การจุ่ม, การแช่, การจม, การลด, การเอียง, การล้วง, การตัก, ก้อนไอศกรีมที่ตักขึ้นมา, การว่ายน้ำในระยะสั้น, การบินลงจิกในระยะสั้นก่อนที่จะบินขึ้นสูง, (คำสแลง) นักล้วงกระเป๋า (-S. plunge, immerse) *-Ex. Dip your pen in the ink., Birds are dipping in their flight., dip a flag, The road dips down here., a dip in the ground, to dip into the cookie barrel*

diphtheria (ดิฟเธียร์' เรีย) *n.* โรคคอตีบเนื่องจากเชื้อ *Corynebacterium diphtheriae* มีอาการหายใจขัด มีไข้และอ่อนเพลีย **-diphtheritic, diphtherial, diphtheric** *adj.*

diphthong (ดิฟ' ธอง) *n.* เสียงสระควบ, เสียงสระคู่, เสียงสระกล้ำ, ตัวสระควบ **-diphthongal** *adj.*

diploma (ดิโพล' มะ) *n., pl.* **-mas/-mata** อนุปริญญา, ประกาศนียบัตร, หนังสือรับรองว่าได้เรียนวิชาสำเร็จ, ใบอนุญาต, หนังสือสำคัญ

diplomacy (ดิโพล' มะซี) *n.* การทูต, ศิลปะการทูต, ความชำนาญในการเจรจาธุรกิจหรือคบค้าสมาคม (-S. statecraft, tactfulness)

diplomat, diplomatist (ดิพ' พละแมท, ดะโพล' มะทิสทฺ) *n.* นักการทูต, ผู้ชำนาญในการคบค้าสมาคม
diplomate (ดิพ' พละเมท) *n.* ผู้ได้รับประกาศนียบัตร, ผู้ได้รับอนุปริญญา, ผู้ได้รับเอกสารสำคัญแสดงว่าสำเร็จการศึกษา
diplomatic (ดิพพละแมท' ทิค) *adj.* เกี่ยวกับการทูต, ซึ่งเชี่ยวชาญด้านการทูต, เกี่ยวกับวิชาการแปลและตรวจสอบเอกสารทางราชการ **-diplomatically** *adv.* (-S. prudent, tactful, discreet -A. tactless) *-Ex. Officials in embassies and consulates are in the diplomatic service., a diplomatic salesman, a diplomatic refusal*
dipole (ได' โพล) *n.* คู่ของประจุไฟฟ้าที่เป็นลบและบวก, สายอากาศ 2 แฉก **-dipolar** *adj.*
dipper (ดิพ' เพอะ) *n.* ผู้จุ่ม, กระบวย, สิ่งที่ใช้จุ่ม, รางน้ำยาล้างฟิลม์, นกที่ดำน้ำเก่งจำพวก *Cinclus* **-Dipper** ชื่อกลุ่มดาว Big Dipper, Little Dipper
dippy (ดิพ' พี) *adj.* **-pier, -piest** (คำสแลง) โง่ บ้า
dipsomania (ดิพซะเม' เนีย) *n.* การกระหายเหล้าหรือเครื่องดื่มที่มีแอลกอฮอล์อย่างรุนแรง
dipsomaniac (ดิพซะเม' นิแอค) *n.* คนที่ติดเหล้าอย่างงอมแงม **-dipsomaniacal** *adj.*
dipstick (ดิพ' สทิค) *n.* ตุ้มวัดความลึกของของเหลว
dipt (ดิพทฺ) *vt., vi.* กริยาช่อง 2 และ 3 ของ dip
dipterous (ดิพ' เทอะเริส) *adj.* เกี่ยวกับแมลงประเภท Diptera ที่มีปีกคู่ เช่น ยุง แมลงวัน
dire (ได' เออะ) *adj.* **direr, direst** น่ากลัว, ร้ายกาจ, เป็นภัยพิบัติ, อย่างยิ่ง **-direly** *adv.* **-direness** *n.* (-S. dreadful, horrible, ruinous, critical) *-Ex. a dire accident, under dire circumstances*
direct (ดิเรคทฺ, ไดเรคทฺ) *vt.* ชี้ทาง, นำทาง, แนะแนว, ควบคุม, อำนวยการ, บัญชาการ, จ่าหน้าซอง, มุ่งส่ง, เล็ง *-vi.* ชี้ทาง, บัญชาการ, อำนวยการ *-adj.* โดยตรง, ทางตรง, เปิดเผย, แน่นอน, เด็ดขาด, ไม่มีทางเลี่ยง, ที่เลือกจากประชาชนโดยตรง, ซึ่งโคจรจากด้านตะวันตกไปทางด้านตะวันออก, ที่เป็นคำพูดที่แท้จริงของนักพูดหรือนักเขียน, ที่สมบูรณ์ *-adv.* โดยตรง, ตรงๆ **-directness** *n.* (-S. control, point, indicate, conduct -A. indirect, crooked) *-Ex. direct a beam of light, Please direct me to the Post Office., the direct road to London, in the direct, direct evidence, go direct*
direct current กระแสตรง ใช้ตัวย่อว่า D.C., d.c.
direction (ดิเรค' ชั่น, ไดเรค' ชั่น) *n.* การชี้ทาง, การชี้แนว, ทิศทาง, แนวโน้ม, การบัญชา, การควบคุม, การเล็ง, ระยะห่างระหว่างความสัมพันธ์ของตำแหน่งที่ต่างกัน, การจ่าหน้าซอง, การมุ่งหมาย, ชื่อและตำบลที่อยู่ของผู้รับ (-S. administration, command, path, address, goal, way, aim) *-Ex. a direction to the north, Teachers work under the direction of a principal., Read the directions before you begin the test., We'll leave directions so that Sawai can follow us.*
directional (ดิเรค' ชันเนิล) *adj.* เกี่ยวกับทิศทาง, ซึ่งปรับสำหรับทิศทางการรับและส่งสัญญาณวิทยุ, เกี่ยวกับแนวโน้ม **-directionally** *adv.* **-directionality** *n.*
directive (ดิเรค' ทิฟว, ได-) *n.* คำสั่ง, คำบัญชา *-adj.* ซึ่งเป็นการชี้ทาง, ซึ่งเป็นการบัญชา
directly (ดิเรคทฺ' ลี, ได-) *adv.* โดยตรง, ที่ไม่มีอะไรมารบกวน, ในทันที, อย่างตรงไปตรงมา *-conj.* ทันทีที่ (-S. at once, straight, frankly) *-Ex. coming directly towards us, directly opposite*
direct mail การส่งทางไปรษณีย์โดยตรงไปยังผู้รับ มักเป็นเรื่องการโฆษณาและการขอรับบริจาคเงิน
direct object กรรมตรง มักเป็นคำที่ตามหลังกริยาโดยไม่มีบุพบท เช่นคำว่า "him" ในประโยค "I carried him."
director (ดิเรค' เทอะ, ไดเรค' เทอะ) *n.* ผู้อำนวยการ, ผู้ชี้ทาง, ผู้แนะนำ, ผู้บัญชา, ผู้กำกับการแสดงภาพยนตร์, หัวหน้าวงดนตรี **-directorship** *n.* (-S. head, manager, executive) *Ex. Udom is a director of plays, films, and television shows.*
Director General อธิบดี
directorate (ดิเรค' เทอะเรท, ได-) *n.* สำนักงานผู้อำนวยการ, ตำแหน่งผู้อำนวยการ, คณะกรรมการบริหาร, คณะกรรมการ
directorial (ดิเรคเทอร์' เรียล, ได-) *adj.* เกี่ยวกับผู้อำนวยการ, เกี่ยวกับคณะกรรมการ
directory (ดิเรค' ทะรี, ได-) *n., pl.* **-ries** หนังสือรวบรวมชื่อและที่อยู่ของบุคคลและหน่วยงานต่างๆ, แผ่นป้ายแสดงชื่อหน่วยงานและชั้นที่อยู่ของอาคารธุรกิจหลังใหญ่, (คอมพิวเตอร์) รายชื่อข้อมูลที่ถูกบันทึกไว้ในอุปกรณ์เก็บข้อมูล, คณะกรรมการ *-adj.* เกี่ยวกับการชี้ทาง, เกี่ยวกับการแนะแนว (-S. list, record) *-Ex. a telephone directory*
directress (ดิเรค' เทรส, ได-) *n.* ผู้อำนวยการหญิง, ผู้บัญชาการหญิง
direful (ได' เออะฟูล) *adj.* น่ากลัว, หายนะ, ร้าย **-direfulness** *n.* **-direfully** *adv.* (-S. terrible, ominous)
dirge (เดิร์จ) *n.* เพลงสวดในพิธีฝังศพ, สำนักงานเกี่ยวกับการจัดพิธีฝังศพ, บทกวีไว้อาลัยที่เศร้าหรือน่ากลัว
dirigible (ดะริจ' จะเบิล) *n.* เรือบินซึ่งสามารถบังคับหรือควบคุมได้
dirk (เดิร์ค) *n.* กริช *-vt.* แทงด้วยกริช (-S. dagger)
dirndl (เดอน' เดิล) *n.* กระโปรงเต็มตัวที่รัดรูปและมีคอกว้าง, กระโปรงเต็มตัวที่รัดส่วนเอว
dirt (เดิร์ท) *n.* สิ่งสกปรก, ดิน, สิ่งที่ต่ำช้า, สิ่งที่ไร้ค่า, การกระทำที่เลว, ความชั่ว, ความเลวทราม, คำผรุสวาท, ภาษาลามก, การนินทา **-do someone dirt** กระทำสิ่งที่ชั่วแก่ผู้อื่น (-S. filth, soil, obscenity -A. cleanness) *-Ex. wash the dirt from one's clothes, live in misery and dirt*
dirt-cheap (เดิร์ท' ชีพ) *adj., adv.* ถูกมาก
dirtiness (เดิร์ท' ทิเนส) *n.* ความสกปรก
dirty (เดอร์' ที) *adj.* **-ier, -iest** สกปรก, โสมม, เปื้อน, น่าเกลียด, ชั่วช้า, เลวทราม, ไม่ชัดเจน, ลามก, แพศยา, น่าเบื่อหน่าย, โชคร้าย, สลัว, ทึมทึบ, น่าเสียใจ, ที่แสดงความไม่เป็นมิตร, ซึ่งปล่อยกัมมันตภาพรังสีออกมาค่อนข้างมาก, เป็นหนอง, ลาม (บาดแผล) *-v.* **-ied,**

D

-ying -*vi.* เกิดความสกปรก -*vt.* ทำให้สกปรก, ทำให้เปรอะเปื้อน **-dirtily** *adv.* (-S. soiled, unclean, vile, malevolent, misty -A. pure, clean) -*Ex. dirty clothes, dirty coal, dirty work, Some dirty work about this!. dirty stories, dirty money, the dirty weather*

dirty dancing การเต้นรำตามจังหวะเพลงป๊อปหรือดิสโก้ ซึ่งมีลักษณะการเคลื่อนไหวเป็นวงและใช้สะโพกสัมผัสกับสะโพกของผู้อื่น

dis- คำอุปสรรค มีความหมายว่า แยก, ห่าง, จาก, ปฏิเสธ, ตรงข้าม

disability (ดิสซะบิล' ลิที) *n., pl.* **-ties** การไร้ความสามารถ, การไร้อำนาจ, การไร้กำลัง, การใช้การไม่ได้, ข้อเสียหาย, การไร้ความสามารถในทางนิตินัย, การถูกตัดสิทธิ์ (-S. powerless, impotence, infirmity, disorder) -*Ex. That insurance policy covers death or disability., His lack of training proved a great disability.*

disable (ดิสเอ' เบิล) *vt.* **-bled, -bling** ทำให้ไร้ความสามารถ, ทำให้ไม่มีสิทธิ์ **-disablement** *n.* (-S. cripple, paralyse, invalidate) -*Ex. Grandma was disabled by her stroke.*

disabled (ดิสเอ' เบิลดฺ) *adj.* พิการ, ซึ่งไร้ความสามารถ (-S. crippled, infirm, weak, frail -A. healthy, strong, sound)

disabuse (ดิส' อะบิวซฺ') *vt.* **-bused, -busing** แก้ไขให้ถูกต้อง, ขจัดข้อผิดพลาดออก (-S. undeceive, disenchant)

disaccord (ดิสอะคอร์ด') *n.* การไม่ลงรอยกัน, ความขัดแย้ง, การไม่เห็นด้วย -*vt.* ไม่เห็นด้วย, ไม่ลงรอยกับ, ไม่สอดคล้องกับ (-S. disagreement)

disadvantage (ดิสเอิดแวน' ทิจ) *n.* ความเสียเปรียบ, ข้อเสียเปรียบ, ข้อเสียหาย, ความเสียหาย, ความเป็นเบี้ยล่าง -*vt.* **-taged, -taging** ทำให้เสียเปรียบ, ทำให้เป็นเบี้ยล่าง (-S. drawback, hardship, damage, loss, injury) -*Ex. Fear of water is a disadvantage in learning to swim., Rumours were spread to his disadvantage.*

disadvantaged (ดิสเอิดแวน' ทิจด) *adj.* ที่ไม่เพียงพอ, เสียเปรียบ, เป็นเบี้ยล่าง, ไม่ได้เปรียบ (-S. deprived, poor, poverty-sticken)

disadvantageous (ดิสแอดเวินเท' เจิส) *adj.* เสียเปรียบ, เป็นเบี้ยล่าง, โชคร้าย, เป็นภัย **-disadvantage-ously** *adv.* **-disadvantadgeousness** *n.* (-S. detrimental, adverse -A. favourable)

disaffect (ดิส' อะเฟคทฺ') *vt.* ทำให้ไม่ซื่อสัตย์, ทำให้ไม่พอใจ **-disaffected** *adj.* **-disaffection** *n.* (-S. alienate, estrange, disunit)

disaffirm (ดิส' อะเฟิร์ม) *vt.* แย้ง, ปฏิเสธ, ยกเลิก **-disaffirmation, disaffirmance** *n.*

disagree (ดิสอะกรี') *vi.* **-greed, -greeing** ไม่เห็นด้วย, ไม่เห็นพ้อง, โต้แย้ง, ทะเลาะ, ไม่เหมาะ, ทำความเสียหายแก่ (-S. differ, dissent, quarrel, clash -A. agree) -*Ex. Your statements about Thai deer disagree with those in my history book., Sea food disagrees with him.*

disagreeable (ดิสอะกรี' อะเบิล) *adj.* ไม่ถูกใจ, น่าเบื่อ, น่ารำคาญ, ไม่ดี, มีอารมณ์ร้าย, มีอารมณ์ไม่ดี **-disa-greeably** *adv.* **-disagreeableness** *n.* (-S. offensive, peevish, irritable -A. agreeable) -*Ex. The market place had disagreeable odour.*

disagreement (ดิสอะกรี' เมินทฺ) *n.* ความไม่เห็นด้วย, ความไม่ลงรอยกัน, ความไม่เห็นพ้อง, การทะเลาะ, การโต้แย้ง (-S. dispute, rift, discord, disparity) -*Ex. a disagreement between the two word lists, a disagreement among members of the jury*

disallow (ดิสอะเลา') *vt.* ไม่ยอมให้มี, ไม่ยอมรับความจริง, ปฏิเสธ, ไม่อนุญาต **-disallowable** *adj.* **-disal-lowance** *n.* (-S. reject, dismiss, disclaim)

disappear (ดิสอะเพียร์') *vt.* สาบสูญ, สูญหาย, ตาย (-S. depart, vanish, fade -A. appear, emerge) -*Ex. A ship disappears as it sails around the curve of the earth., Many old customs have disappeared.*

disappearance (ดิสอะเพีย' เรินซ) *n.* การหายไป, การสาบสูญ, การสูญหาย (-S. vanishing, departure, expiry)

disappoint (ดิสอะพอยทฺ') *vt., vi.* ทำให้ผิดหวัง, ทำให้สูญเสียความหวัง, ทำให้เสียแผน **-disappointing** *adj.* **-disappointingly** *adv.* (-S. frustrate, fail, dismay, impede) -*Ex. Sorry to disappoint you., I disappointed in my new house.*

disappointed (ดิสอะพอย' ทิด) *adj.* เสียใจ, ผิดหวัง **-disappointedly** *adv.* (-S. depressed, upset, dispirited)

disappointment (ดิสอะพอย' เมินทฺ) *n.* ความผิดหวัง, ความท้อแท้, ความเสียใจ, คนที่ทำให้ผิดหวัง, สิ่งที่ทำให้ผิดหวัง (-S. discontent, defeat, frustration -A. praise) -*Ex. I have a great disappointment., His son was a great disappointment.*

disapprobation (ดิสแอพพระเบ' ชัน) *n.* ความไม่เห็นด้วย, การไม่อนุญาต, ความไม่พอใจ, ความรังเกียจ, สีหน้า ความรู้สึก หรือคำพูดที่ไม่เห็นด้วย (-S. blame, condemnation)

disapproval (ดิสอะพรู' เวิล) *n.* ความไม่เห็นด้วย, การไม่อนุญาต, ความไม่พอใจ, สีหน้าหรือคำพูดที่แสดงความไม่เห็นด้วย (-S. disapprobation, denunciation, deprecation) -*Ex. Somsri viewed the dirty streets with disapproval.*

disapprove (ดิสอะพรูฟว') *vt., vi.* **-proved, -proving** ไม่เห็นด้วย, ไม่พอใจ, รังเกียจ, ไม่อนุญาต **-disapprover** *n.* **-disapprovingly** *adv.* (-S. criticize, condemn, reprove, veto) -*Ex. Yupin wanted to go out but her mother disapproved., His father disapproved of his choice of clothes.*

disarm (ดิสอาร์ม') *vt.* ปลดอาวุธ, ลดอาวุธ, เอาอาวุธป้องกันตัวออก, ขจัดอารมณ์ (โกรธ เกลียด สงสัย) -*vi.* วางอาวุธ, ลดกำลังทางทหาร, จำกัดกำลังทางทหาร, ลดอาวุธ **-disarmer** *n.* (-S. unarm, demobilize, demilitarize, placate) -*Ex. Sombut tried to disarm the gunman., Before the countries would disarm, they had to agree on an inspection system., Udom disarmed me with his smile.*

disarmament (ดิสอาร์' มะเมินทฺ) *n.* การปลดอาวุธ, การลดอาวุธ, การลดกำลังทหาร, การขจัดอารมณ์ (โกรธ เกลียด สงสัย) (-S. demilitarization, demobilization)

disarming (ดิสอาร์' มิง) *adj.* ซึ่งขจัดอารมณ์ (โกรธ ความเป็นปฏิปักษ์ ความสงสัย) **-disarmingly** *adv.* (-S. winning, charming, irresistible)

disarrange (ดิส' อะเรนจฺ) *vt.* **-ranged, -ranging** ก่อกวน, ทำให้ยุ่งเหยิง, ทำให้สับสน **-disarrangement** *n.* (-S. disorder, untidy, confuse)

disarray (ดิสอะเร') *n.* ความไม่ระเบียบ, ความยุ่งเหยิง, ความสับสน, เสื้อผ้าที่ไม่เรียบร้อย *-vt.* **-rayed, -raying** ทำให้ยุ่งเหยิง, ทำให้สับสน, เปลื้องเสื้อผ้าออก(-S. disorder, confusion, mess)

disassemble (ดิสอะเซม' เบิล) *vt., vi.* **-bled, -bling** แยกออก, ถอดออก, แตกออกเป็นชิ้นๆ **-disassembly** *n.*

disaster (ดิซาส' เทอะ) *n.* ความหายนะ, ภัยพิบัติ, ความล่มจม (-S. misfortune, calamity, cataclysm, ruin)

disastrous (ดิซาส' เทริส, -แซส' เทริส) *adj.* ซึ่งทำให้เกิดความหายนะ, ซึ่งทำให้เกิดภัยพิบัติ, เกี่ยวกับความหายนะ (ภัยพิบัติ ความย่อยยับ ความล่มจม ความโชคร้าย), ที่เสียหายอย่างมาก, ที่น่ากลัวมาก **-disastrously** *adv.* **-disastrousness** *n.* (-S. ruinous, catastrophic, tragic, hapless) *-Ex. a disastrous fire, a disastrous flood*

disavow (ดิสอะเวา') *vt.* บอกปัด, ไม่ยอมรับ, ปฏิเสธ (การรับภาระ)

disavowal (ดิสอะเวา' เอิล) *n.* การบอกปัด, การไม่ยอมรับ, การปฏิเสธ (การรับภาระ)(-S. disowning, rejection, denial)

disband (ดิสแบนด) *vt.* ทำให้เล็กลง, ทำให้สลาย, ปลดออกจากประจำการ *-vi.* กระจายออก, ไล่กระจัดกระจาย (-S. disperse, dissolve, dismiss) *-Ex. The regiment was disbanded at the end of the year., The marchers disbanded after the parade.*

disbar (ดิสบาร์') *vt.* **-barred, -barring** ขับออกจากวงการทนายความ, เพิกถอนสิทธิ์ในการเป็นทนายความ **-disbarment** *n.*

disbelief (ดิสบิลีฟ') *n.* การไม่ยอมรับว่าเป็นความจริง, ความไม่เชื่อ (-S. incredulity, dubiety, discredit -A. credulity, certainty)

disbelieve (ดิสบิลีฟว') *vt., vi.* **-lieved, -lieving** ปฏิเสธ, ไม่เชื่อ **-disbeliever** *n.* **-disbelievingly** *adv.* (-S. discredit, discount, repudiate)

disburden (ดิสเบอร์' เดิน) *vt.* ปลดเปลื้องภาระ *-vi.* เอาของบรรทุกลง **-disburdenment** *n.*

disburse (ดิสเบิร์ส') *vt.* **-bursed, -bursing** จ่าย (เงิน) **-disbursable** *adj.* **-disburser** *n.* (-S. pay out, lay out, spend)

disbursement (ดิสเบิร์ส' เมินทฺ) *n.* การชำระเงิน, เงินที่ชำระ, การจัดสรร (-S. expenditure, outlay)

disc (ดิสคฺ) *n.* จานกลม, แผ่นเสียง, สิ่งที่คล้ายจานกลม

discard (*v.* ดิสคาร์ด', *n.* ดิส' คาร์ด) *vt.* ทิ้ง, ทิ้งไพ่, ให้ออก, ปฏิเสธ *-vi.* ทิ้งไพ่ *-n.* บุคคลที่ถูกทอดทิ้ง, สิ่งที่ถูกทอดทิ้ง, ไพ่ที่ทิ้งลง (-S. reject, dispose of, toss out, repudiate) *-Ex. to discard old clothes, The three of hearts was a discard., His discard of the coat proved a mistake.*

disc brake จานห้ามล้อ

disc brake

discern (ดิเซิร์น') *vt.* มองเห็น, มองออก, สังเกตออก, เข้าใจ, รู้ดี *-vi.* วินิจฉัยออก, วิเคราะห์ออก **-discerner** *n.* (-S. perceive, distinguish, detect, differentiate) *-Ex. I discerned his plan., We can discern stars in the sky., Sometimes it is hard to discern the true from the false.*

discernible (ดิเซิร์น' นะเบิล) *adj.* ซึ่งมองออก, ซึ่งวินิจฉัยออกได้ **-discernibly** *adv.* (-S. distinguishable, detectable, obvious)

discerning (ดิเซิร์น' นิง) *adj.* เข้าใจ, รู้ดี, หยั่งรู้ **-discerningly** *adv.* (-S. perceptive, discriminating, critical, astute)

discernment (ดิเซิร์น' เมินทฺ) *n.* ความสามารถในการเข้าใจ, ความฉลาดหลักแหลม, ความสามารถในการมองการณ์ไกล, ความหยั่งรู้ (-S. acumen)

discharge (ดิสชาร์จ') *v.* **-charged, -charging** *-vt.* ปล่อย, เอาลง, ขับออก, ระบายออก, ทำให้พ้นหน้าที่ความรับผิดชอบหรืออื่นๆ, ปล่อยตัว, ขนถ่าย (สินค้า), ปลดจากงาน, ปล่อยกระแสไฟฟ้า *-vi.* ปลดสัมภาระ, ปลดภาระ, ปล่อยออก, ไล่ออก, ปล่อยกระแสไฟฟ้า *-n.* การปล่อยออก, การยิงปืน, การขับออก, สิ่งที่ถูกขับออก, การยกเลิก, การปลดจากงาน, การปล่อยกระแสไฟฟ้า, หนังสือหลักฐานการปลดจากภาระหน้าที่, การชำระสะสาง **-dischargeable** *adj.* **-discharger** *n.* (-S. release, expel, unload, excrete, dismiss -A. employ) *-Ex. to discharge a worker, The ship discharged its cargo at the wharf., to discharge a debt, Sombut received an honourable discharge from the army., Sawai was hurt in the discharge of his duty.*

disciple (ดิไซ' เพิล) *n.* สาวก, ศิษย์, สานุศิษย์, ผู้ติดตาม **-discipleship** *n.* (-S. follower, pupil, devotee -A. teacher)

disciplinable (ดิส' อะพลินนะเบิล) *adj.* ซึ่งสั่งสอนได้, ซึ่งทำเป็นระเบียบวินัยได้

disciplinal (ดิส' อะพลิเนิล) *adj.* เกี่ยวกับวินัย, เกี่ยวกับระเบียบข้อบังคับ

disciplinarian (ดิสอะพลิเน' เรียน) *n.* ผู้ยึดถือระเบียบวินัย, ผู้ควบคุมหรือบังคับให้เป็นไปตามระเบียบวินัย *-adj.* เกี่ยวกับระเบียบวินัย (-S. martinet, formalist)

disciplinary (ดิส' อะพลินนะรี) *adj.* เกี่ยวกับวินัย

discipline (ดิส' อะพลิน) *n.* วินัย, ระเบียบวินัย, ข้อบังคับ, การฝึกฝน, การลงโทษ, ความประพฤติที่สอดคล้องกับระเบียบวินัย, สาขาวิชา, วินัยทางศาสนา *-vt.* **-plined, -plining** ฝึกฝน, ทำให้มีวินัย, ลงโทษ, แก้ไข **-discipliner** *n.* (-S. method, order, self-control, strictness, punishment, branch -A. carelessness, messiness)

disclaim (ดิสเคลม') *vt., vi.* ไม่ยอมรับ, สละสิทธิ์, ละทิ้ง, ปฏิเสธความเป็นเจ้าของ (-S. deny, renounce, disown) *-Ex. Udom disclaimed the statement reprinted in the newspapers.*

disclaimer (ดิสเคล' เมอะ) *n.* การไม่ยอมรับ, การสละสิทธิ์, คำพูด ข้อเขียนหรือเอกสารสละสิทธิ์ (-S. denial,

D

renunciation, disavowal)

disclaimation (ดิสคละเม' ชัน) *n.* การสละสิทธิ์, การปฏิเสธความเป็นเจ้าของ, การไม่ยอมรับ

disclose (ดิส' โคลซ) *vt.* **-closed, -closing** เปิดเผย, เปิดโปง, ทำให้ปรากฏ **-disclosable** *adj.* **-discloser** *n.* (-S. show, expose -A. hide, conceal)

disclosure (ดิสโคล' เชอะ) *n.* การเปิดเผย, การเปิดโปง, สิ่งที่ถูกเปิดเผย (-S. declaration, revelation, divulgence)

disco (ดิส' โค) *n., pl.* **-cos** ดู discotheque

discolour, discolor (ดิสคัล' เลอะ) *vt.* ทำให้เปลี่ยนสี, ทำให้สีซีด, ทำให้สีตก, ทำให้เปื้อน *-vi.* สีซีด, สีตก, เปลี่ยนสี (-S. stain, soil, fade, bleach) *-Ex. Rust marks discoloured the shirt., This cloth is guaranteed not to discolour in sunlight.*

discolouration, discoloration (ดิสคัลเลอะเร' ชัน) *n.* การเปลี่ยนสี, การทำให้สีซีด, ภาวะที่เกิดการเปลี่ยนสี, รอยเปื้อน (-S. blotch)

discombobulate (ดิสเคิมบอบ' บิวเลท) *vt.* **-lated, -lating** ทำให้สับสน, รบกวน **-discombobulation** *n.*

discomfit (ดิสคัม' ฟิท) *vt.* ทำให้พ่ายแพ้อย่างสิ้นเชิง, ทำให้ยุ่งเหยิง, ทำให้สับสน *-n.* ความพ่ายแพ้, การทำให้พ่ายแพ้ (-S. frustrate, embarrass, hamper -A. help, support, assure, ease, expedite, encourage)

discomfiture (ดิสคัม' ฟิเชอะ) *n.* ความพ่ายแพ้, ความผิดหวัง, ความลำบากใจ, ความกระอักกระอ่วน, ความสับสน (-S. frustration, confusion)

discomfort (ดิสคัม' เฟิร์ท) *n.* ความลำบาก, ความไม่สบาย, ความไม่สะดวก *-vt.* ทำให้ลำบาก, ทำให้ไม่สะดวก (-S. distress, nuisance, annoyance, ache, pain) *-Ex. The bad air caused much discomfort in the audience.*

discomfortable (ดิสคัม' เฟิร์ททะเบิล) *adj.* ซึ่งไม่สะดวกสบาย, ซึ่งทำให้เกิดความลำบากหรือไม่สะดวก

discommend (ดิสคะเมนด') *vt.* แสดงความไม่พอใจ, ไม่เห็นด้วย

discommode (ดิสคะโมด') *vt.* **-moded, -moding** ทำให้เกิดความไม่สะดวกแก่, ก่อปัญหา, ทำให้ลำบาก

discompose (ดิสเคิมโพซ') *vt.* **-posed, -posing** ทำให้กลัดกลุ้ม, ทำให้ไม่เป็นสุข, ก่อกวน **-discomposedly** *adv.* (-S. disarrange, discomfit, disturb)

discomposure (ดิสเคิมโพ' เชอะ) *n.* ความไม่เป็นสุข, ภาวะที่ถูกก่อกวน, ความร้อนใจ, ความวุ่นวายใจ (-S. perturbation, agitation, fluster)

disconcert (ดิสเคินเซิร์ท') *vt.* รบกวน, ทำให้ลำบากใจ, ทำให้ยุ่งเหยิง **-disconcerting** *adj.* **-disconcertingly** *adv.* (-S. confuse, upset, agitate, hinder) *-Ex. I was disconcerted by her change of attitude.*

disconformity (ดิสเคินฟอร์' มิที) *n., pl.* **-ties** ความไม่ลงรอยกัน, ผิวหน้าของชั้นหินที่ไม่ลงรอยกัน

disconnect (ดิสคะเนคท') *vt., vi.* ตัด, แยก, ตัดกระแสไฟฟ้าโดยปิดการจ่ายพลังงาน (-S. undo, unlink, separate) *-Ex. to disconnect an electric iron*

disconnected (ดิสคะเนค' ทิด) *adj.* ซึ่งแยกออก, ไม่ปะติดปะต่อ, ไม่เชื่อมติดกัน, ไม่ต่อกัน, ซึ่งไร้เหตุผล, ไม่เป็นระเบียบ **-disconnectedly** *adv.* **-disconnectedness** *n.* (-S. rambling, wandering, incoherent, separated)

disconnection (ดิสคะเนค' ชัน) *n.* การแยกออก, การไม่ต่อกัน, การไร้เหตุผล, การไม่เป็นระเบียบ

disconsolate (ดิสคอน' ซะลิท) *adj.* หดหู่, เศร้า, กลัดกลุ้ม **-disconsolately** *adv.*

discontent (ดิสเคินเทนท') *n.* ความไม่พอใจ, ผู้ที่รู้สึกไม่พอใจ *-adj.* ไม่พอใจ *-vt.* ทำให้ไม่พอใจ **-discontentment** *n.* (-S. fretfulness, misery, umbrage) *-Ex. Her discontent arose from her slow progress.*

discontented (ดิสเคินเทน' ทิด) *adj.* ลำบากใจ, ไม่พอใจ, ไม่สบายใจ **-discontentedly** *adv.* **-discontentedness** *n.* (-S. dissatisfied, frustrated, impatient, wretched -A. contented)

discontinuance (ดิสเคินทิน' นิวเอินซ) *n.* ความไม่ต่อเนื่องกัน, ความไม่สม่ำเสมอ, ความหยุดชะงัก, การเลิกล้ม, การถอนฟ้อง (-S. termination)

discontinuation (ดิสเคินทินนิวเอ' ชัน) *n.* การเลิกล้ม, ความแตกแยก, ความหยุดชะงัก (-S. termination, discontinuance)

discontinue (ดิสเคินทิน' นิว) *v.* **-ued, -uing** *-vt.* ทำให้หยุด, หยุดยั้ง, เลิก, ถอนฟ้อง *-vi.* หยุด, ชะงัก (-S. cease, stop, drop, cancel, interrupt) *-Ex. Sombut had to discontinue work on the project because of illness.*

discontinuity (ดิสคอนทะนิว' อิที) *n., pl.* **-ties** การหยุดชะงัก, การไม่ต่อเนื่องกัน, การเลิก, ความไม่สม่ำเสมอ, การขาดตอน (-S. gap)

discontinuous (ดิสเคินทิน' นิวเอิส) *adj.* ไม่ต่อเนื่องกัน, ไม่ปะติดปะต่อ, หยุด, ขาดจากกัน **-discontinuously** *adv.*

discord (ดิส' คอร์ด) *n.* ความไม่ลงรอยกัน, ความบาดหมาง, ความไม่ประสานกัน, ความขัดแย้ง, การทะเลาะ, การต่อสู้, สงคราม, (ดนตรี) เสียงที่ไม่เข้ากัน *-vi.* ไม่เห็นด้วย (-S. strife, disagreement, dispute, disharmony) *-Ex. The group was too full of discord to work together., The discord in modern music startles many people.*

discordance, discordancy (ดิสคอร์' เดินซ, -ซี) *n.* ภาวะที่ไม่ลงรอยกัน, ความขัดแย้งกัน, ความบาดหมาง, ความไม่ประสานกัน (-S. conflict)

discordant (ดิสคอร์ด' เดินท) *adj.* ซึ่งขัดแย้งกัน, ไม่ลงรอยกัน, ที่บาดหมางกัน, ที่ทะเลาะกัน, ที่พูดไม่เข้าหู, ห้วน **-discordantly** *adv.* (-S. contradictory, contrary, divergent, dissonant)

discotheque, discothèque (ดิสคะเทค') *n.* ไนต์คลับที่เปิดแผ่นเสียงให้แขกเต้นรำ

discount (ดิส' เคาท) *vt.* ลดราคา, ลดส่วน, ชักส่วนลด, ซื้อหรือขายในราคาลดส่วน, ไม่เชื่อทั้งหมด, ไม่นับ, มองข้าม *-vi.* ให้ยืมเงินหลังการชักส่วนลด *-n.* การลดราคา, ส่วนลด, ค่าชักส่วนลด, การจ่ายดอกเบี้ยล่วงหน้าก่อนการยืมเงิน, ค่าดอกเบี้ยที่ได้รับ **-discountable** *adj.* (-S. disregard, reduce, lower, deduct) *-Ex. All catalog prices are subject to a 25% discount., We must discount any political speech.*

discountenance (ดิสเคาน' ทะเนินซฺ) *vt.* **-nanced, -nancing** ทำให้หมดกำลังใจ, ทำให้ไม่สบายใจ, ไม่เห็นด้วย *-n.* ความไม่เห็นด้วย (-S. disconcert)

discounter (ดิส' เคานเทอะ) *n.* ผู้ขายลดราคา

discourage (ดิสเคอร์' ริจ) *vt.* **-aged, -aging** ทำให้หมดกำลังใจ, ทำให้ท้อใจ, ขัดขวาง, ไม่เห็นด้วย **-discouragingly** *adv.* **-discourager** *n.* (-S. dishearten, dissuade, deprecate, inhibit) *-Ex. The teacher's criticism should not discourage the pupil., Highway patrols discourage speeding.*

discouragement (ดิสเคอร์' ริจเมินทฺ) *n.* การทำให้หมดกำลังใจ, สิ่งที่ทำให้หมดกำลังใจ, ภาวะที่น่าท้อใจ (-S. dejection, depression, disapproval, constraint) *-Ex. Somchai tried to make friends with her but he met with discouragement.*

discourse (ดิส' คอร์ส) *n.* การบรรยาย, การสนทนา, การอภิปราย, สุนทรพจน์, คำปราศรัย *-vi., vt.* **-coursed, -coursing** สนทนา, อภิปราย, กล่าวสุนทราพจน์, กล่าวคำปราศรัย, ทรรศนะ **-discourser** *n.* (-S. dialogue, discussion, oration, confer, talk) *-Ex. They discoursed for hours on the subject of politics., a discourse hard to follow*

discourteous (ดิสเคอร์' เทียส) *adj.* ไม่สุภาพ, ไม่มีมารยาท, หยาบคาย **-discourteously** *adv.* **-discourteousness** *n.* (-S. impolite, uncivil, curt, impudent -A. polite, civil) *-Ex. It is discourteous to interrupt when someone else is talking.*

discourtesy (ดิสเคอร์' ทิซี) *n., pl.* **-sies** ความไม่สุภาพ, การไร้มารยาท, ความหยาบคาย (-S. rudeness, curtness, disrespect, incivility) *-Ex. It would be a discourtesy to ignore his question.*

discover (ดิสคัฟ' เวอะ) *vt.* ค้นพบ, พบ, มองออก, เปิดเผย **-discoverable** *adj.* (-S. invent, disclose, unearth -A. overlook, miss)

discoverer (ดิสคัฟ' เวอะเรอะ) *n.* ผู้ค้นพบ (-S. founder, explorer, pioneer)

discovery (ดิสคัฟ' เวอะรี) *n., pl.* **-ies** การค้นพบ, สิ่งที่ค้นพบ, การเปิดเผย, การแสดงตัว (-S. finding, detection, disclosure, breakthrough) *-Ex. the discovery of America, Penicillin was a great discovery.*

discredit (ดิส เครด' ดิท) *vt.* ทำให้เสื่อมเสียชื่อเสียง, ทำให้สูญเสียความเชื่อถือ, ทำให้ขายหน้า, ทำให้ไม่เชื่อ *-n.* การทำให้เสื่อมเสียชื่อเสียง, ความไม่เชื่อถือ, การสูญเสียชื่อเสียง, สิ่งที่ทำให้เสียชื่อ **-discreditable** *adj.* **-discreditably** *adv.* (-S. disparage, disrepute, distrust, doubt, slur) *-Ex. to discredit the belief that toads cause warts, I discredit all those stories., to bring discredit on the whole family*

discreet (ดิสครีท') *adj.* พิจารณารอบคอบ, สุขุม, ไตร่ตรองอย่างรอบคอบ, ระมัดระวัง **-discreetly** *adv.* **-discreetness** *n.* (-S. cautious, prudent, tactful, wary) *-Ex. Sawai told his secret to a discreet friend.*

discrepancy (ดิสเครพ' เพินซี) *n., pl.* **-cies** ความไม่ลงรอยกัน, ความไม่ตรงกัน, ความขัดแย้ง **-discrepance** *n.* (-S. dissimilarity, disunity, gap, disparity -A. similarity, unity)

discrepant (ดิสเครพ' เพินทฺ) *adj.* ไม่ลงรอยกัน, ไม่ตรงกัน, ที่แย้งกัน, ไม่ประสานกัน **-discrepantly** *adv.* (-S. differing)

discrete (ดิสครีท') *adj.* ซึ่งแยกกัน, ไม่ปะติดปะต่อ, ไม่ต่อเนื่อง **-discretely** *adv.* **-discreteness** *n.* (-S. separate, distinct, individual)

discretion (ดิสเครช' ชัน) *n.* ความสุขุม, การไตร่ตรองอย่างรอบคอบ, ความระมัดระวัง, การมีอิสระในการคิด **-discretionary, discretional** *adj.* (-S. caution, prudence, wariness, election) *-Ex. to act with discretion in buying a house, Somsri showed great discretion about the secret.*

discriminant (ดิสคริม' มะเนินทฺ) *n.* เครื่องแสดงทางคณิตศาสตร์ที่เกี่ยวกับ roots, การแสดงค่า, การบอกหน้าที่

discriminate (ดิสคริม' มะเนท) *vi., vt.* **-nated, -nating** แยกแยะ, แบ่งแยก, เลือกที่รักมักที่ชัง, วินิจฉัย, ตัดสินโดยใช้เหตุผล **-discriminately** *adv. -Ex. Careful reading helps us to discriminate between good writers and bad writers.*

discrimination (ดิสคริมมะเน' ชัน) *n.* การแยกแยะ, การแบ่งแยก, การเลือกที่รักมักที่ชัง, การเลือกปฏิบัติ, การวินิจฉัย, ความสามารถหรืออำนาจในการแยกแยะ **-discriminational** *adj.* (-S. perception, bias, acumen, keenness, segregation -A. equality, impartiality)

discriminative (ดิสคริม' มะเนทิฟว) *adj.* ซึ่งแยกแยะ, ซึ่งแบ่งออก, ที่ลำเอียง (-S. discriminating, prejudiced, biased, discerning)

discriminatory (ดิสคริม' มะนะทอร์รี) *adj.* ดู discriminative

discursive (ดิสเคอร์' ซิฟว) *adj.* อ้อมค้อม, ไกลประเด็น, สับสน **-discursively** *adv.* **-discursiveness** *n.* (-S. digressive, diffuse -A. organized)

discus (ดิส' เคิส) *n., pl.* **-cuses/-ci** จานกลมที่ใช้โยนแข่ง, กีฬาโยนจานกลมให้ไกลที่สุด, สิ่งที่มีรูปร่างเป็นจานกลมลักษณะแบน

discuss (ดิสคัส') *vt.* อภิปราย, โต้ตอบ, สาธยาย **-discusser** *n.* **-discussible, discussable** *adj.* (-S. debate, deliberate, argue) *-Ex. discuss the question*

discussant (ดิสคัส' เซินทฺ) *n.* ผู้อภิปราย, ผู้ร่วมการอภิปราย

discussion (ดิสคัช' ชัน) *n.* การอภิปราย, การโต้แย้งหาเหตุผล (-S. conference, debate, argument, dispute) *-Ex. a discussion of the subject, His discussion was illustrated by charts.*

disdain (ดิสเดน') *vt.* ดูถูก, ดูหมิ่น, เหยียดหยาม, รังเกียจ *-n.* การดูถูก, การดูหมิ่น, ความรู้สึกรังเกียจ (-S. scorn, contempt, despise, look down on) *-Ex. Somsri disdained everyone outside her set., to treat with disdain*

disdainful (ดิสเดน' ฟุล) *adj.* เป็นการดูถูก (ดูหมิ่น

เหยียดหยาม รังเกียจ) **-disdainfully** *adv.* **-disdainfulness** *n.* (-S. contemptuous, aloof, scornful, derisive)

disease (ดิซีซ') *n.* โรค, การเจ็บไข้ได้ป่วย *-vt.* **-eased, -easing** ทำให้เกิดโรค (-S. sickness, ailment, affliction)

diseased (ดีซีซดฺ) *adj.* เป็นโรค, ป่วย, ไม่สบาย (-S. unhealthy, ailing) *-Ex. to remove the diseased branches*

disembark (ดิสเอมบาร์ค') *vt., vi.* นำขึ้นฝั่ง, ขึ้นฝั่ง **-disembarkation** *n.* (-S. land, arrive, dismount) *-Ex. Mae Tongbai disembarked at Bangkok., We shall disembark the passengers at Pier 23.*

disembodied (ดิสแอมบอด' ดีดฺ) *adj.* ซึ่งอิสระจากกาย, ซึ่งพ้นจากกาย (-S. bodiless, ghostly, spiritual)

disembody (ดิสเอมบอด' ดี) *vt.* **-ied, -ying** ทำให้พ้นจากกาย, ทำให้จิตวิญญาณหลุดพ้นจากร่างไป **-disembodiment** *n.*

disembowel (ดิสเอมเบา' เอิล) *vt.* **-eled, -eling/-elled, -elling** เอาเครื่องในออก **-disembowelment** *n.* (-S. draw, exenterate)

disenable (ดิสเอนเน' เบิล) *vt.* **-bled, -bling** ทำให้ไร้ความสามารถ, ป้องกัน

disenchant (ดิสเอนชานทฺ') *vt.* แก้เสน่ห์, ทำให้หลุดพ้นจากการถูกผีสิง, ทำให้ไม่เพ้อฝัน, ทำให้พ้นอาการประสาทหลอน **-disenchantment** *n.* **-disenchantingly** *adv.*

disencumber (ดิสเอนคัม' เบอะ) *vt.* ขจัด, ทำให้หลุดพ้น

disenfranchise (ดิสเอนแฟรน' ไชซฺ) *vt.* **-chised, -chising** ทำให้ไม่มีสิทธิ์ออกเสียง **-disenfranchisement** *n.*

disengage (ดิสเอนเกจฺ') *v.* **-gaged, -gaging** *-vt.* ปลด, ปล่อย, เปลื้อง, ทำให้ขาดจากการติดต่อกับ *-vi.* หลุดพ้น, หลุดออก, ว่าง **-disengaged** *adj.* (-S. loosen, unfasten, detach, extricate)

disengagement (ดิสเอนเกจฺ' เมินทฺ) *n.* การปลด, การปล่อย, ภาวะที่ถูกปล่อย, อิสรภาพ, การหลุดพ้น, การเลิกสัญญา, ความสบายใจ

disentangle (ดิสเอนแทง' เกิล) *vt., vi.* **-gled, -gling** ปลดออก, เปลื้อง, คลี่คลาย, ทำให้หายยุ่ง, ชำระสะสาง **-disentaglement** *n.* (-S. unravel, unknot, liberate)

disenthral, disenthrall (ดิสเอนธรอล') *vt.* ทำให้อิสระ, ปล่อยทาส, ทำให้ได้รับอิสรภาพ (-S. liberate)

disequilibrium (ดิสอีควิลิบ' เบรียม) *n., pl.* **-riums/-ria** การเสียสมดุล, การสูญเสียดุลยภาพ

disestablish (ดิสเอสแทบ' ลิชฺ) *vt.* ปลด, ถอน, เลิกล้าง, ถอนความสนับสนุนหรือยอมรับ, แยกรัฐและศาสนาออกจากกัน **-disestablishment** *n.*

disesteem (ดิสอิสทีม') *n.* การขาดความเคารพ, การขาดความนับถือ *-vt.* ทำให้ไม่เป็นที่นับถือ

disfavour, disfavor (ดิสเฟ' เวอะ) *n.* ความไม่ชอบ, ความไม่เห็นด้วย, การกระทำที่เป็นภัย *-vt.* ไม่ชอบ, ไม่โปรด (-S. disgrace, discredit, disapproval, discourtesy)

disfigure (ดิสฟิก' เกอะ) *vt.* **-ured, -uring** ทำให้เสียโฉม, ทำให้ผิดรูปผิดร่าง **-disfigurement, disfiguration** *n.* **-disfigurer** *n.* (-S. distort, mutilate, mar)

disfranchise (ดิสแฟรน' ไชซฺ) *vt.* **-chised, -chising** ถอนสิทธิ์, ตัดสิทธิ์, ถอนสิทธิพลเมือง, ถอนสิทธิการเลือกตั้ง **-disfranchisement** *n.*

disgorge (ดิสกอร์จ') *v.* **-gorged, -gorging** *-vt.* อาเจียน, สำรอก, คาย, ยอม (อย่างไม่เต็มใจ), ปล่อยออกอย่างแรง *-vi.* ขับออก, ปล่อยออก, ยอม **-disgorgement** *n.* (-S. vomit, emit, expel)

disgrace (ดิสเกรส') *n.* การเสียหน้า, การขายหน้า, ความเสื่อมเสีย, การถอดถอนยศฐาบรรดาศักดิ์, ความอัปยศอดสู, เรื่องที่อับอายขายหน้า *-vt.* **-graced, -gracing** ทำให้เสียหน้า, ทำให้ขายหน้า, ทำให้เสื่อมเสีย **-disgracer** *n.* (-S. shame, scandal, disesteem, dishonour, blemish -A. honour, credit) *-Ex. These dirty streets are a disgrace to the city., Somchai disgraced his mother by being rude to her guests.*

disgraceful (ดิสเกรส' ฟุล) *adj.* น่าอับอายขายหน้า, น่าอัปยศอดสู, เสียหน้า, เสื่อมเสีย **-disgracefully** *adv.* **-disgracefulness** *n.* (-S. disreputable, scandalous, shameless, dreadful) *-Ex. disgraceful behaviour, his disgraceful performance*

disgruntle (ดิสกรัน' เทิล) *vt.* **-tled, -tling** ทำให้ไม่พอใจ, ทำให้ไม่สบายใจ **-disgruntlement** *n.* (-S. discontent, disappoint)

disguise (ดิสไกซฺ') *vt.* **-guised, -guising** ปลอมตัว, ปลอมแปลง, ซ่อนเร้น, ปิดบัง, แกล้งทำ, แสร้ง *-n.* สิ่งที่ปลอมแปลง, เครื่องแต่งกายที่ปลอมแปลง, การแกล้งทำ, การแสร้ง, การซ่อนเร้น **-disguisedly** *adv.* **-disguiser** *n.* **-disguisement** *n.* (-S. mask, cover, camouflage, conceal -A. reveal, bare) *-Ex. The soldier disguised himself before entering the enemy camp., Udom disguised his anger with a smile., In spite of his disguise, Sawai was quickly recognized.*

disgust (ดิสกัสทฺ') *vt.* ทำให้อาเจียน, ทำให้น่าชัง, ทำให้น่าขยะแขยง *-n.* ความน่ารังเกียจ, ความน่าขยะแขยง, ความสะอิดสะเอียน, ความน่าชัง **-disgusted** *adj.* **-disgustedly** *adv.* (-S. offend, repel) *-Ex. They turned away in disgust., a feeling of disgust*

disgustful (ดิสกัสทฺ' ฟุล) *adj.* น่ารังเกียจ, น่าชัง, น่าอาเจียน, น่าขยะแขยง, น่าสะอิดสะเอียน

disgusting (ดิสกัส' ทิง) *adj.* น่ารังเกียจ, น่าชัง, น่าอาเจียน, น่าขยะแขยง **-disgustingly** *adv.* (-S. offensive, odious, outrageous, shameful -A. attractive)

dish[1] (ดิชฺ) *n.* จาน, จานใส่อาหาร, อาหาร 1 จาน, อาหารในจาน, สิ่งที่มีลักษณะคล้ายจาน, (คำสแลง) สาวสวย *-vt.* ใส่จาน, แสดง, ทำคล้ายรูปจาน *-vi.* (ภาษาพูด) คุยกันเล่น (-S. container, plate, platter) *-Ex. Her favourite dish was chicken and biscuits., Udom ate two dishes of ice cream.*

dish[2] (ดิชฺ) ย่อจาก dish aerial หรือ satellite dish (aerial) *n.* จานรับสัญญาณ

dishabille, deshabille (ดิสอะเบิล') *n.* การแต่งตัวรุ่มร่าม, ความไม่เป็นระเบียบ, เสื้อนอนหลวมๆ, ภาวะจิตฟุ้งซ่าน

disharmonious (ดิสฮาร์โม' เนียส) *adj.* ไม่กลมกลืนกัน, ไม่ลงรอยกัน, ไม่ประสานกัน

disharmony (ดิสฮาร์' มะนี) *n.* ความไม่ลงรอยกัน, ความไม่กลมกลืนกัน, ความไม่ปรองดองกัน

dishcloth (ดิช' คลอธ) *n.* ผ้าล้างชาม

dish drainer ที่วางจาน

dishearten (ดิสฮาร์' เทิน) *-vt.* ทำให้หมดกำลังใจ, ทำให้ท้อใจ **-disheartenment** *n.* **-disheartening** *adj.* **-dishearteningly** *adv.* (-S. dispirit, dampen)

dished (ดิชทฺ) *adj.* เว้าเข้า, เป็นรูปจาน, ซึ่งห่างจากส่วนยอดมากกว่าส่วนกลาง

dishevel (ดิสเชฟ' เวิล) *vt.* **-eled, -eling/-elled, -elling** ทำให้ยุ่งเหยิง, ทำให้กระเซิง, ทำให้ยับยู่ยี่, ทำให้ไม่เรียบร้อย

dishevled, dishevelled (ดิสเชฟ' เวิลดฺ) *adj.* ยุ่งเหยิง, กระเจิง, ยู่ยี่, ไม่เรียบร้อย (-S. unidy, tousled, uncombed)

dishful (ดิช' ฟุล) *n., pl.* **-fuls** ปริมาณความจุหนึ่งจาน

dishonest (ดิสออน' นิสทฺ) *adj.* ไม่ซื่อสัตย์, ไม่สุจริต, ไม่น่าไว้วางใจ, ไม่ตรงไปตรงมา **-dishonestly** *adv.* (-S. deceitful, perfidious, untrustworthy -A. honest)

dishonesty (ดิสออน' นิสทิ) *n., pl.* **-ties** ความไม่ซื่อสัตย์, ความไม่สุจริต, การกระทำที่ไม่สุจริต, การหลอกลวง (-S. untrustworthiness, fraud, corruption, lying, crookedness, fraudulence)

dishonour, dishonor (ดิสออน' เนอะ) *n.* ความเสื่อมเกียรติ, ความอับอายขายหน้า, ความอัปยศอดสู, การขาดความน่าเชื่อถือ, การไม่ยอมรับตั๋วเงิน, การไม่ยอมจ่ายเงินสำหรับตั๋วเงิน *-vt.* ทำให้เสื่อมเกียรติ, ทำให้อับอายขายหน้า, ไม่ยอมรับตั๋วเงิน, ไม่ยอมจ่ายเงินสำหรับตั๋วเงิน **-dishonourer, dishonorer** *n.* (-S. disgrace, shame, scandal, odium, insult)

dishonoured/dishonored cheque/check เช็คที่ไม่มีเงิน

dishonourable, dishonorable (ดิสออน' เนอะระเบิล) *adj.* น่าอับอาย, น่าขายหน้า, ต่ำช้า, เสื่อมเสียชื่อเสียง **-dishonourableness, dishonorableness** *n.* **-dishonourably, dishonorably** *adv.* (-S. ignoble, corrupt, ignominious, disreputable)

dishwasher (ดิช' วอชเชอะ) *n.* คนล้างชาม, เครื่องล้างชามและเครื่องครัวต่างๆ

dishwater (ดิช' วอเทอะ) *n.* น้ำล้างชาม **-dull as dishwater** น่าเบื่อมาก

dishy (ดิช' ชี) *adj.* **-ier, -iest** (คำสแลง) มีหน้าตาดี งามมีเสน่ห์

disillusion (ดิสอิลู' ชัน) *vt.* ขจัดสิ่งลวงตาออก, ขจัดความเข้าใจผิดทิ้ง *-n.* การขจัดความเข้าใจผิด, สภาวะที่เห็นความเป็นจริง **-disillusionment** *n.* **-disillusive** *adj.* (-S. disabuse, disenchant)

disincline (ดิส อินไคลนฺ') *v.* **-clined, -clining** *-vt.* ทำให้ไม่ยินยอม, ทำให้ไม่เต็มใจ *-vi.* ไม่ยินยอม, ไม่สมัครใจ, ไม่เต็มใจ **-disinclination** *n.*

disinfect (ดิสอินเฟคทฺ') *vt.* ฆ่าเชื้อโรค, ชำระล้าง **-disinfection** *n.* (-S. purify, fumigate, sanitize)

disinfectant (ดิสอินเฟค' เทินทฺ) *n.* ยาฆ่าเชื้อโรค *-adj.* ใช้ฆ่าเชื้อ (-S. antiseptic, germicide, sterilizer) *-Ex. a disinfectant powder*

disinfest (ดิสอินเฟสทฺ') *vt.* กำจัดแมลง หนูและสัตว์ที่เป็นภัยอื่นๆ **-disinfestation** *n.*

disinflate (ดิสอินเฟลทฺ') *vt.* **-ated, -ating** ลดภาวะเงินเฟ้อ, ลดความพองโตลง **-disinflation** *n.* **-disinflationary** *adj.*

disinformation (ดิสอินฟอร์เม' ชัน) *n.* ข้อมูลเท็จ

disingenuous (ดิสอินเจน' นิวอัส) *adj.* ไม่ตรงไปตรงมา, ไม่ซื่อสัตย์, เจ้าเล่ห์, ไม่เปิดเผย **-disingenuously** *adv.* **-disingenuousness** *n.* (-S. insincere, deceitful, sly)

disinherit (ดิสอินแฮร์' ริท) *vt.* ตัดสิทธิการรับมรดก, ตัดสิทธิรับช่วง **-disinheritance** *n.* (-S. dispossess, oust, disown)

disintegrate (ดิสอิน' ทะเกรท) *v.* **-grated, -grating** *-vi.* แตกสลาย, เน่าเปื่อย, สึกกร่อนเปลี่ยนเป็นนิวเคลียสที่ต่างชนิด (หลังจากถูกยิงด้วยอนุภาคแรงสูง) *-vt.* ทำให้สลายตัวเป็นอนุภาคหรือเศษเล็กเศษน้อย **-disintegrative** *adj.* **-disintegration** *n.* **-disintegrator** *n.* (-S. fall apart, rot, break up, crumble) *-Ex. The quilt disintegrated in the washing machine., Rocks disintegrate into sand.*

disinter (ดิสอินเทอร์') *vt.* **-terred, -terring** ขุดขึ้นมา, ขุดค้น, เปิดเผย **-disinterment** *n.* (-S. exhume)

disinterest (ดิสอิน' เทอะเริสทฺ) *n.* ความไม่สนใจ, ความเป็นกลาง, การไม่มีผลประโยชน์, การขจัดผลประโยชน์ออก *-vt.* ขจัดความสนใจหรือความเป็นห่วงทิ้ง

disinterested (ดิสอินทะเรส' ทิด) *adj.* เป็นกลางไม่มีผลประโยชน์ส่วนตัว, ไม่มีส่วนได้ส่วนเสีย, ไม่เกี่ยวข้อง, ไม่สนใจ, เมินเฉย **-disinterestedly** *adv.* **-disinterestedness** *n.* (-S. impartial, indifferent, dispassionate, equitable)

disinvest (ดิส' อินเวสทฺ) *vt., vi.* ถอนการลงทุน (จากประเทศหรือบริษัทหนึ่งๆ)

disjoin (ดิสจอยนฺ') *vt., vi.* แยก, ถอด, รื้อ

disjoint (ดิสจอยทฺ') *vt.* แยกข้อต่อ, แยกส่วนต่อ, ทำให้ข้อต่อหลุด *-vi.* แยกออกจากกัน, ข้อต่อหลุด

disjointed (ดิสจอย' ทิดฺ) *adj.* ซึ่งแยกออก, ที่ไม่ลงรอย, ที่ไม่คล้องจอง, ซึ่งตัดขาด, ที่ไม่ต่อเนื่อง **-disjointedly** *adv.* **-disjointedness** *n.* (-S. incoherent, discontinous, separated)

disjunct (ดิสจังคฺทฺ') *adj.* ซึ่งแยกออกจากกัน, ที่หลุดจากกัน, ที่ไม่ต่อเนื่อง, (แมลง) ซึ่งมีส่วนของหัว ทรวงอกและส่วนท้องแยกออกจากกันโดยส่วนที่ตีบหรือคอด

disjunctive (ดิสจังคฺ' ทิฟวฺ) *adj.* ซึ่งมีลักษณะที่แยกออก *-n.* (ไวยากรณ์) คำเชื่อมประโยคหรือสันธานที่กลับความหมายของประโยคหน้าและประโยคหลัง **-disjunctively** *adv.*

disk (ดิสคฺ) *n.* แผ่นกลม, แผ่นเสียง, สิ่งที่เป็นรูปแผ่นกลม, จานกลมที่ใช้เหวี่ยงในการแข่งขัน *-vt.* พรวนดินด้วยคราดกลม (-S. disc, circle) *-Ex. The sun's disk sank* *slowly in the west.*

disk brake (-เบรค) *n.* จานห้ามล้อ

disk harrow, disc harrow คราดจานกลม

disk harrow

disk jockey, disc jockey นักจัดรายการแผ่นเสียงทางวิทยุ

disk thrower, disc thrower นักขว้างจาน

dislike (ดิสไลคฺ') *vt.* **-liked, -liking** ไม่ชอบ, เบื่อหน่าย *-n.* ความไม่ชอบ, ความเบื่อหน่าย (-S. aversion, distaste, enmity, disfavour) *-Ex. Yupa dislikes visiting the dentist., Sombut has a dislike of rising early.*

dislocate (ดิส' โลเคท) *vt.* **-cated, -cating** ทำให้ (กระดูก ฯลฯ) เคลื่อน, ทำให้สับสน, ทำให้ยุ่งเหยิง, เคลื่อนจากที่, ทำให้ออกจากตำแหน่งเดิม, ทำให้ออกจากที่ซ่อน, ทำให้แพลง (-S. displace, disjoint, confuse) *-Ex. to dislocate one's shoulder, Plans for a new shopping center were dislocated by a building law.*

dislocation (ดิสโลเค' ชัน) *n.* การเคลื่อนที่จากที่เดิม, การเคลื่อนที่ (ของกระดูก ฯลฯ), การทำให้ออกจากที่ซ่อน, การตกผลึกที่ผิดปกติเนื่องจากขาดอะตอม

dislodge (ดิสลอจ') *v.* **-lodged, -lodging** *-vt.* ขับออกจากที่, เอาออก *-vi.* เคลื่อนจากที่อยู่เดิม **-dislodgement, dislodgment** *n.* (-S. remove, displace, oust, eject) *-Ex. Several large stones were dislodged in the quarry.*

disloyal (ดิสลอย' เอิล) *adj.* ไม่ซื่อสัตย์, ทุจริต **-disloyally** *adv.* (-S. unfaithful, false, seditious, dissident) *-Ex. to be disloyal to one's friends*

disloyalty (ดิสลอย' เอิลที) *n., pl.* **-ties** ความไม่ซื่อสัตย์, การทุจริต (-S. unfaithfulness, faithlessness, falsity, treason)

dismal (ดิซ' เมิล) *adj.* ใจหดหู่, ไม่เบิกบาน, กลัดกลุ้ม, จืดชืด *-n.* เขตหนองน้ำบนพื้นดิน **-dismally** *adv.* (-S. sad, gloomy, dreary, cheerless -A. pleasing, joyful) *-Ex. a dismal face, a dismal mood*

dismantle (ดิสแมน' เทิล) *vt.* **-tled, -tling** รื้อ, ถอดออก, ปลด, เปลื้อง **-dismantlement** *n.* **-dismantler** *n.* (-S. disassemble, demolish, take apart) *-Ex. to dismantle a house, to dismantle a machine*

dismay (ดิสเม') *vt.* **-mayed, -maying** ทำให้ตกใจ, ทำให้สะดุ้งกลัว, ทำให้หมดความกล้าโดยสิ้นเชิง, ทำให้ตกตะลึง, ทำให้ท้อใจ *-n.* ความสะดุ้งกลัว, ความท้อใจ, ความท้อแท้ (-S. disconcert, shock, upset, depress) *-Ex. The surprise attack dismayed them., the dismay of the swimmers when they found their clothes gone*

dismember (ดิสเมม' เบอะ) *vt.* ตัดออกเป็นส่วนๆ, ตัดมือตัดขาออก, ตัดออกเป็นชิ้นๆ **-dismemberment** *n.*

dismiss (ดิสมิส') *vt.* ไล่ออก, เลิก, บอกให้เลิกแถว, ไม่พิจารณา, ไม่รับฟ้อง, ยกฟ้อง **-dismissible** *adj.* **-dismissive** *adj.* **-dismission** *n.* (-S. give notice to, expel, discharge, banish) *-Ex. The teacher dismissed the class., The officer dismissed the company.*

dismissal (ดิสมิส' เซิล) *n.* การไล่ออก, การบอกให้เลิก, การไม่พิจารณา, การยกฟ้อง (-S. notice, discharge, dissolution)

dismount (ดิสเมานทฺ') *vi.* ลงจากรถ, ลงจากหลังม้า *-vt.* เอาลง, ยกลง, เอาออกจากที่ *-n.* การลงจากรถหรือหลังม้า, การเอาลง **-dismountable** *adj.* *-Ex. to dismount from a horse, to dismount a connon*

Disneyland (ดิซ' นีแลนด) *n.* แดนเนรมิตหรือสวนสนุกที่ลอสแองเจลิสและฟลอริดาในสหรัฐอเมริกา ตั้งชื่อให้เกียรติแก่ Walt Disney ผู้เป็นนักวาดภาพการ์ตูนที่มีชื่อเสียงของโลก

disobedience (ดิสโอบี' เดียนซ) *n.* การไม่เชื่อฟัง (-S. defiance, unruliness, indiscipline, rebellion) *-Ex. an attitude of disobedience, a disobedience of the school rules*

disobedient (ดิสโอบี' เดียนทฺ) *adj.* ที่ไม่เชื่อฟัง **-disobediently** *adv.* (-S. insubordinate, unruly, wayward, contrary)

disobey (ดิสอะเบ') *vt., vi.* **-beyed, -beying** ไม่เชื่อฟัง (-S. defy, disregard, rebel, violate) *-Ex. to disobey parents, to disobey school rules*

disoblige (ดิส' อะไบลจฺ') *vt.* **-liged, liging** ไม่สนองความต้องการ, ผิดใจ, ทำให้ไม่สะดวก **-disobliging** *adj.* **-disobligingly** *adv.*

disorder (ดิสออร์' เดอะ) *n.* ความไม่เป็นระเบียบ, ความยุ่งเหยิง, ความสับสน, ความผิดปกติทางกายหรือใจ *-vt.* ทำให้ไม่เป็นระเบียบ, ทำให้ยุ่งเหยิง, ทำให้สับสน (-S. disarrangement, bustle, commotion -A. order, form) *-Ex. a room in disorder, the disorder in the streets during the strike, a disorder of the heart*

disorderly (ดิสออร์' เดอะลี) *adj.* ไม่เป็นระเบียบ, ยุ่งเหยิง, สับสน, ขัดต่อความสงบสุขและศีลธรรมอันดีของประชาชน **-disorderliness** *n.* (-S. confused, tumultuous, confused, deranged -A. tidy, civil) *-Ex. a disorderly desk, the disorderly mob*

disorderly house บ้านโสเภณี, สถานที่การพนัน

disorganize (ดิสออร์' กะไนซฺ) *vt.* **-ized, -izing** ทำให้สับสน, ทำให้ไม่เป็นระเบียบ **-disorganization** *n.* *-Ex. Fog disorganized the airplane schedule.*

disorient (ดิสออร์' ริเอนทฺ) *vt.* ทำให้สับสน, ทำให้หลง, ทำให้งง **-disorientation** *n.*

disown (ดิสโอน') *vt.* บอกปัด, ไม่ยอมรับ, ไม่ยอมรับเป็นเจ้าของ, ปฏิเสธ (-S. repudiate, renounce, forsake, disallow) *-Ex. to disown a leader, to disown one's flag, to disown a child*

disparage (ดิสแพร์' ริจฺ) *vt.* **-aged, -aging** ดูถูก, ดูหมิ่น, ใส่ร้าย **-disparaging** *adj.* **-disparager** *n.* **-disparagingly** *adv.* (-S. belittle, decry, slander, calumniate, downgrade)

disparagement (ดิสแพร์' ริจเมินทฺ) *n.* การดูถูก, การดูหมิ่น, สิ่งที่ทำให้เสื่อมเสียชื่อเสียง (-S. detraction)

disparate (ดิสแพร์' ริท) *adj.* ไม่เหมือนกัน, ต่างชนิด, แตกต่างกัน **-disparately** *adv.* **-disparateness** *n.*

disparity (ดิสแพร์' ริที) *n., pl.* **-ties** ความไม่เหมือน

กัน, ความแตกต่างกัน (-S. gap, difference)

dispassion (ดิสแพช' ชัน) *n.* การปราศจากอคติ, ความไร้กังวล, ภาวะอารมณ์สงบ, ภาวะใจเย็น

dispassionate (ดิสแพช' ชะนิท) *adj.* เป็นกลาง, ใจสงบ, ใจเย็น, ไม่มีอคติ **-dispassionately** *adv.* **-dispassionateness** *n.* (-S. imperturbable, unemotional, unexcited, nonchalant, tranquil, serene)

dispatch, despatch (ดิสแพทช') *vt.* ส่ง, ส่งไปอย่างรวดเร็ว, ฆ่า, รีบทำ, จัดการอย่างรวดเร็ว *-n.* การส่งอย่างรวดเร็ว, การฆ่า, การประหารชีวิต, การกระทำที่รวดเร็ว, ข่าวสารที่ส่งไปอย่างรวดเร็ว, ข่าวด่วน **-dispatcher, despatcher** *n.* (-S. transmit, expedite, slaughter, message, execution) *-Ex. to dispatch a message, a dispatch from the president, to dispatch a business deal, Somchai handled their application with dispatch.*

dispel (ดิสเพล') *vt.* **-pelled, -pelling** ทำให้กระจัดกระจาย, ขจัด, ทำให้หมดไป (-S. disperse, scatter, rout) *-Ex. The sun dispelled the gloom.*

dispensable (ดิสเพน' ซะเบิล) *adj.* ไม่จำเป็น, ไม่จำเป็นต้องมีก็ได้ **-dispensability, dispensableness** *n.* (-S. unnecessary, needless, superflous)

dispensary (ดิสเพน' ซะรี) *n., pl.* **-ries** ร้านขายยา, โอสถศาลา, สถานที่จ่ายยา (-S. drugstore, pharmacy)

dispensation (ดิสเพ็นเซ' ชัน) *n.* การแจกจ่าย, การแบ่งสรร, การจัดการ, สิ่งประสิทธิประสาทของพระเจ้าที่ให้กับมนุษย์, การยกเว้น, การงด **-dispensational** *adj.* (-S. allocation, arrangement, exemption)

dispensator (ดิส' เพ็นเซทเทอะ) *n.* ผู้แจกจ่าย, ผู้จ่ายยา, เภสัชกร, ผู้จัดการ

dispensatory (ดิสเพน' ซะทอร์รี) *n., pl.* **-ries** ตำรับยา, ร้านขายยา, สถานที่จ่ายยา (-S. dispensary)

dispense (ดิสเพนซ') *v.* **-pensed, -pensing** *-vt.* แจกจ่าย, จัดการ, ปรุงยาและจ่ายยา, ยกเว้น *-vi.* แจกจ่าย, ยกเว้น (-S. allot, distribute, execute, exempt) *-Ex. They dispensed clothing to the needy., The druggist dispenses medicine., We can dispense with his services.*

dispenser (ดิสเพน' เซอะ) *n.* ผู้แจกจ่าย, ผู้ปรุงยาและจ่ายยา, เภสัชกร, ภาชนะหรือเครื่องแจกจ่ายสิ่งของ (เช่น ถ้วยกระดาษ) โดยอัตโนมัติ

disperse (ดิสเพิร์ส') *v.* **-persed, -persing** *-vt.* ทำให้กระจายไป, ทำให้แพร่หลาย, ทำให้หายไป, ไล่ไป *-vi.* กระจาย, หายไป *-adj.* เกี่ยวกับอนุภาคที่แพร่กระจาย **-dispersal** *n.* **-dispersedly** *adv.* **-disperser** *n.* **-dispersible** *adj.* (-S. disband, dispel, disseminate) *-Ex. The police dispersed the mob., The crowd dispersed after the meeting.*

dispersion (ดิสเพอร์' ชัน, -ชัน) *n.* การแพร่กระจาย, การกระจายหายไป, สภาพที่แยกกระจาย, การกระจายสีของแสงเมื่อเดินทางผ่านตัวกลาง เช่น ปริซึม, สารหรือของเหลวหรือก๊าซที่แขวนลอย

dispirit (ดิสพิ' ริท) *vt.* ทำให้ท้อใจ, ทำให้หมดกำลังใจ, ทำให้ซึมเศร้า (-S. dishearten, disappoint)

dispirited (ดิสพิ' ริทิด) *adj.* ท้อใจ, หมดกำลังใจ, ซึมเศร้า, หดหู่ใจ **-dispiritedly** *adv.* (-S. sad, glum)

displace (ดิสเพลส') *vt.* **-placed, -placing** ทำให้ต้องออกจากบ้าน (ประเทศอื่นๆ), ทำให้เคลื่อนที่, เคลื่อนที่, เข้าแทนที่, ไล่, ปลด **-displacer** *n.* (-S. move, disarrange, dismiss, replace) *-Ex. The jet plane is displacing the propeller-driven plane., Don't displace anything on my desk.*

displaced person คนพลัดถิ่น, คนที่ถูกขับหรือพลัดถิ่นที่อยู่เพราะสงครามหรือถูกบีบบังคับ

displacement (ดิสเพลส' เมิ้นทฺ) *n.* การเข้าแทนที่, การทำให้เคลื่อนที่, การทำให้ต้องพลัดพรากจากถิ่นที่อยู่, การเคลื่อนจากตำแหน่งเดิม, ระวางขับน้ำของเรือ

display (ดิสเพล') *v.* **-played, -playing** *-vt.* แสดง, เปิดเผย, เรียงพิมพ์ให้เด่นชัด *-vi.* แสดงภาพทางหน้าจอคอมพิวเตอร์ *-n.* การแสดง, การเรียงพิมพ์ให้เด่นชัด, สิ่งที่แสดงให้เห็นชัด, นิทรรศการ, อุปกรณ์แสดงผลของคอมพิวเตอร์ เช่น จอคอมพิวเตอร์

displease (ดิสพลีซ') *v.* **-pleased, -pleasing** *-vt.* ทำให้ไม่พอใจ, ไม่ชอบ, ไม่เห็นด้วย, โกรธ *-vi.* ไม่พอใจ, **-displeasingly** *adv.* (-S. vex, provoke, offend) *-Ex. His bad manners displease his friends.*

displeasing (ดิสพลิซ' ซิง) *adj.* ซึ่งไม่พอใจ, กริ้ว, น่าเกลียด

displeasure (ดิสเพลฌ' เฌอะ) *n.* ความไม่พอใจ, ความไม่เห็นด้วย, ความไม่สบายใจ (-S. discontentment, irritation)

disport (ดิสพอร์ท') *vt.* หาความเพลิดเพลินสนุกสนาน, ทำให้เพลิดเพลิน *-vi.* สนุกสนาน, เพลิดเพลิน *-n.* ความสนุกสนาน, ความเพลิดเพลิน, สันทนาการ

disposable (ดิสโพ' ซะเบิล) *adj.* ซึ่งใช้แล้วทิ้ง, ซึ่งใช้สอยได้อย่างอิสระ, ที่จัดการได้ (-S. available, obtainable, non-returnable)

disposal (ดิสโพ' เซิล) *n.* การจัดวาง, การจัดการ, การจัดวางกำลัง, การกำจัด, การควบคุม, การขาย, การดำเนินการ (-S. grouping, arrangement, control) *-Ex. the disposal of garbage, the final disposal of the matter, the disposal of objects in a window display*

dispose (ดิสโพซ') *v.* **-posed, -posing** *-vt.* จัดวาง, จัดวางกำลัง, จับจ่าย, ดำเนินการ, จัดการ, โน้มน้าว, ทำให้โอนเอียง *-vi.* จัดการ, กำจัด, โอน, ขายทิ้ง **-dispose of** กำจัด, จัดการ, ยุติ (-S. settle, incline, induce -A. disarrange, deter) *-Ex. The shrubs were attractively disposed about the garden., I am disposed to hear your request.*

disposed (ดิสโพซดฺ) *adj.* ซึ่งมีความโน้มน้าว (-S. inclined, given)

disposition (ดิสพะซิช' ชัน) *n.* แนวโน้ม, อารมณ์, นิสัย, การจัดการ, การจัด, อำนาจในการควบคุม *-Ex. a generous disposition, a disposition for quiet places, the disposition of furniture in a room, Sombut has a fortune at his disposition.*

dispossess (ดิสพะเซส') *vt.* ริบทรัพย์, ยึดทรัพย์, ปลด, ชิง, ขับออก **-dispossession** *n.*

D

disproof 256 **disseminate**

D

-dispossessory *adj.* (-S. deprive, dislodge, dismiss) *-Ex. to dispossess a family of a house*

disproof (ดิสพรูฟ') *n.* การพิสูจน์ว่าผิด, การพิสูจน์หักล้าง, การโต้กลับ, การโต้แย้ง

disproportion (ดิสพระพอร์' ชัน) *n.* ความไม่ได้สัดส่วน, สิ่งที่ไม่ได้สัดส่วน *-vt.* ทำให้ไม่ได้สัดส่วน **-disproportional** *adj.* **-disproportionally** *adv.*

disproportionate (ดิสพระพอร์' ชะนิท) *adj.* ไม่ได้สัดส่วน, ไม่สมส่วน **-disproportionately** *adv.* **-disproportionateness** *n.* (-S. unbalanced, irregular)

disprove (ดิสพรูฟว') *vt.* **-proved, -proved/-proven, -proving** พิสูจน์ว่าผิด, พิสูจน์หักล้าง **-disprovable** *adj.* (-S. refute, invalidate, negate)

disputable (ดิสพิว' ทะเบิล) *adj.* ซึ่งโต้แย้งได้, เถียงได้, เป็นปัญหา **-disputably** *adv.* **-disputability** *n.* (-S. debatable, questionable)

disputant (ดิสพิว' เทินทฺ) *n.* ผู้โต้เถียง, ผู้โต้แย้ง, ผู้อภิปราย *-adj.* ซึ่งโต้เถียง, ซึ่งโต้แย้ง

disputation (ดิสพิวเท' ชัน) *n.* การโต้เถียง, การอภิปราย, การโต้ตอบและอธิบายเกี่ยวกับปริญญานิพนธ์ระหว่างผู้ทำปริญญานิพนธ์กับผู้มีข้อสงสัย, การทะเลาะ (-S. dispute, debate, dissension)

disputatious (ดิสพิวเท' เชิส) *adj.* ชอบทะเลาะ **-disputatiously** *adv.* **-disputatiousness** *n.* (-S. quarrelsome, argumentative)

dispute (ดิสพิวทฺ') *v.* **-puted, -puting** *-vi.* โต้เถียง, โต้แย้ง, ทะเลาะ *-vt.* โต้เถียง, อภิปราย, ถกเถียง, ทะเลาะ, ต่อสู้, แข่งขัน, ต่อต้าน *-n.* การโต้เถียง, ความขัดแย้ง, การทะเลาะ **-beyond dispute** เรียบร้อย, ไม่มีข้อสงสัย, ยุติ **-in dispute** ยังถกเถียงกันอยู่, ไม่เรียบร้อย **-disputer** *n.* (-S. discuss, quarrel, challenge, debate, argument -A. agree, concur) *-Ex. a dispute over the way to do the arithmetic, Dang would not dispute father's word., a violent dispute between neighbours over a boundary, Men once disputed the idea that the Earth goes around the sun.*

disqualification (ดิสควอลละฟิเค' ชัน) *n.* การตัดสิทธิ์, ภาวะที่ถูกตัดสิทธิ์, สิ่งที่ถูกตัดสิทธิ์

disqualify (ดิสควอล' ละไฟ) *vt.* **-fied, -fying** ตัดสิทธิ, ทำให้ไม่เหมาะสม, ทำให้ขาดคุณสมบัติ (-S. incapacitate, preclude, debar) *-Ex. His shortsightedness disqualified him for military service., to be disqualified for office*

disquiet (ดิสไคว' อิท) *n.* ความไม่สงบ, ความกังวล, ความกระสับกระส่าย *-vt.* ทำให้ไม่สงบ, ทำให้กังวล, ทำให้กระสับกระส่าย *-adj.* ไม่สงบ, ไม่สบาย **-disquieting** *adj.* **-disquietingly** *adv.* **-disquietly** (-S. uneasiness, disquietude, concern) *-Ex. The sudden silence disquited us., A feeling of disquiet spread through the waiting students.*

disquisition (ดิสควิซิช' ชัน) *n.* การตรวจสอบและถกเถียงเกี่ยวกับวิทยาพนธ์

disregard (ดิส' ริการ์ด') *vt.* ไม่สนใจ, มองข้าม, ไม่เอาใจใส่, ไม่นำพา *-n.* การขาดความสนใจ, ความไม่เอาใจใส่ **-disregardful** *adj.* (-S. neglect, ignore, disdain, disrespect) *-Ex. Somchai disregarded the warnings not to swim in the river., his disregard for traffic rules, his disregard for our feeling*

disremember (ดิสรีเมมเบอะ) *vt., vi.* ลืม, จำไม่ได้

disrepair (ดิสริแพร์') *n.* ความชำรุดทรุดโทรม, สภาพที่ขาดการซ่อมแซม (-S. decay, ruin, deterioration)

disreputable (ดิสเรพ' พิวทะเบิล) *adj.* ไม่น่านับถือ, เกี่ยวกับชื่อเสียงที่ไม่ดี **-disreputability, disreputableness** *n.* **-disreputably** *adv.* (-S. notorious, unworthy, shabby)

disrepute (ดิสริพิวทฺ') *n.* ชื่อเสียงในทางเลว, ความฉาวโฉ่, ความไม่น่าเชื่อ, ความเสียชื่อเสียง (-S. notoriety, discredit, disesteem)

disrespect (ดิสริสเพคทฺ') *n.* การขาดความเคารพนับถือ, การดูหมิ่น, ความไม่เคารพยำเกรง *-vt.* แสดงความไม่เคารพ, ดูหมิ่น (-S. discourtesy, impoliteness, insolence)

disrespectful (ดิสริสเพคทฺ' ฟูล) *adj.* เป็นการดูหมิ่น, ขาดความเคารพยำเกรง, หยาบคาย **-disrespectfully** *adv.* **-disrespectfulness** *n.* (-S. discourteous, impolite, insolent)

disrobe (ดิสโรบ') *vt., vi.* **-robed, -robing** เปลื้อง, ถอด **-disrober** *n.*

disrupt (ดิสรัพทฺ') *vt.* ทำให้ยุ่งเหยิง, ทำให้สับสน, รบกวน, ทำให้แตกแยกออก **-disruptive** *adj.* **-disruptively** **-disrupter, disruptor** *n.* (-S. interrupt, break up, disturb, separate) *-Ex. to disrupt our plans to go fishing*

disruption (ดิสรัพทฺ' ชัน) *n.* การทำให้แตกแยกออกเป็นชิ้นๆ, ภาวะที่ถูกทำให้แตกแยกออก (-S. disorganization, turmoil, stoppage)

dissatisfaction (ดิสแซททิสแฟค' ชัน) *n.* ความไม่พอใจ, ความไม่อิ่ม, สิ่งที่ทำให้ไม่พอใจ (-S. discontent, disapproval, anger -A. enjoyment) *-Ex. The tenants felt much dissatisfaction with the room.*

dissatisfied (ดิสแซท' ทิสไฟด) *adj.* ไม่พอใจ, ไม่อิ่ม **-dissatisfiedly** *adv.* (-S. discontented, displeased -A. contented) *-Ex. The troop were dissatisfied with the food.*

dissect (ดิสเซคทฺ') *vt.* ชำแหละเพื่อศึกษา, ผ่า (ศพ, เนื้อเยื่อ) เพื่อศึกษา, ตัดกิ่ง ต้น ดอกเพื่อศึกษา, จำแนก, วิเคราะห์ **-dissection** *n.* **-dissector** *n.* (-S. cut apart, analyse, anatomize) *-Ex. The biology class dissected monkeys last week., The teacher dissected his report.*

dissected (ดิสเซค' ทิด) *adj.* ซึ่งแบ่งแยกออกเป็นส่วนต่างๆ, ซึ่งแตกแยกออกโดยการสึกกร่อน

dissemblance (ดิเซม' เบลินซ) *n.* การอำพรางการกลบเกลื่อน

dissemble (ดิเซม' เบิล) *vt., vi.* **-bled, -bling** อำพราง, กลบเกลื่อน, แกล้งทำเป็นไม่รู้ไม่เห็น **-dissemblance** *n.* **-dissembler** *n.* **-dissemblingly** *adv.* (-S. disguise, feign)

disseminate (ดิเซม' มะเนท) *vt., vi.* **-nated, -nating** ทำให้กระจัดกระจาย, แพร่กระจาย, เผยแพร่ **-dissemina-**

dissension 257 **dissonant**

tive *adj.* **-dissemination** *n.* **-disseminator** *n.* (-S. promulgate, circulate, propagate)

dissension (ดิเซน' ชัน) *n.* ความไม่เห็นด้วยอย่างแรง, ความไม่ลงรอยกัน, การทะเลาะ, ความขัดแย้ง (-S. conflict, friction, discord, disagreement) *-Ex. There was internal dissension among the robbers over the division of the booty.*

dissent (ดิเซนทฺ') *vi.* ไม่เห็นด้วยอย่างแรง, ไม่ลงรอยกัน, ทะเลาะ, ขัดแย้ง, คัดค้าน, ไม่ยอมรับความเชื่อทางศาสนา *-n.* ความแตกต่างของความคิด, การแยกจากโบสถ์, ความแตกแยก **-dissenting** *adj.* **-dissentingly** *adv.* (-S. differ from, disagree, dispute -A. assent) *-Ex. Only one person dissented when skiing was suggested., a dissent from the majority*

dissenter (ดิเซน' เทอะ) *n.* ผู้ไม่เห็นด้วยอย่างแรง, ผู้แยกตัวออกจากโบสถ์, ผู้มีความเห็นไม่เหมือนกัน, ผู้คัดค้าน (-S. dissident, objector, protester)

dissentient (ดิเซน' เชินทฺ) *adj.* ซึ่งมีความเห็นไม่ตรงกัน, ซึ่งคัดค้าน, แตกแยก *-n.* ผู้มีความเห็นไม่ตรงกัน, ผู้คัดค้าน, ผู้แยกตัวออกมา **-dissentience** *n.* (-S. dissident, recusant, heterodox)

dissentious (ดิเซน' เชิส) *adj.* ชอบทะเลาะ, ชอบคัดค้าน

dissepiment (ดิเซพ' พะเมินทฺ) *n.* ผนังกั้นภายในอวัยวะ **-dissepimental** *adj.*

dissert (ดิเซิร์ท') *vi.* สนทนา, ปาฐกถา, บรรยาย, สาธก, เขียนวิทยานิพนธ์, เขียนบทความ

dissertate (ดิส' เซอะเทท) *vi.* **-tated, -tating** สนทนา, บรรยาย **-dissertator** *n.*

dissertation (ดิสเซอะเท' ชัน) *n.* วิทยานิพนธ์ (โดยเฉพาะของปริญญาเอก), การสนทนา, การบรรยาย, การเขียนบทความ (-S. treatise, thesis)

disservice (ดิสเซิร์ฟ' วิส) *n.* การเป็นภัย, อันตราย, การก่อความเสียหาย (-S. harm, hurt, disfavour)

dissever (ดิเซฟ' เวอะ) *vt., vi.* ตัด, แยก, แบ่งออกเป็นส่วนๆ **-disseverance, disseverment** *n.* (-S. separate, sever)

dissidence (ดิส' ซิเดินซฺ) *n.* ความไม่เห็นด้วย, ความไม่ลงรอยกัน, ข้อเสนอที่แตกต่างหรือขัดแย้ง (-S. dissent, disagreement)

dissident (ดิส' ซิเดินทฺ) *adj.* ซึ่งไม่เห็นด้วย, ซึ่งไม่ลงรอยกัน *-n.* ผู้ที่ไม่เห็นด้วย **-dissidently** *adv.* (-S. disagreeing, differing, protester, dissenter, nonconformist)

dissimilar (ดิซิม' มะลาร์) *adj.* ไม่เหมือนกัน, แตกต่างกัน **-dissimilarity** *n.* **-dissimilarly** *adv.* (-S. different, unlike, distinct)

dissimilate (ดิซิม' มะเลท) *vt., vi.* **-lated, -lating** ทำให้ไม่เหมือนกัน, ทำให้แตกต่างกัน **-dissimilative** *adj.* (-S. dissemble)

dissimulate (ดิสซิม' มิวเลท) *v.* **-lated, -lating** *-vt.* ซ่อนเร้น, อำพราง, แกล้งทำ *-vi.* อำพราง **-dissimulator** *n.* **-dissimulative** *adj.* (-S. disguise)

dissimulation (ดิสซิมมิวเล' ชัน) *n.* การอำพราง, การซ่อนเร้น, การแกล้งทำ

dissipate (ดิส' ซะเพท) *vt., vi.* **-pated, -pating** ทำให้กระจาย, ใช้จ่ายอย่างฟุ่มเฟือย, สำมะเลเทเมา **-dissipater, dissipator** *n.* **-dissipative** *adj.* (-S. disperse, scatter, waste) *-Ex. The sun rose and dissipated the mist., The prodigal son dissipated his wealth in almost no time.*

D

dissipated (ดิสซะเพ' ทิด) *adj.* ที่สำมะเลเทเมา, ซึ่งใช้จ่ายอย่างสุรุ่ยสุร่าย **-dissipatedness** *n.* **-dissipatedly** *adv.* (-S. self-indulgent, wasted)

dissipation (ดิสซะเพ' ชัน) *n.* การทำให้กระจายตัว, การสลายตัว, การกระจายหายไป, การใช้จ่ายอย่างสุรุ่ยสุร่าย, การสำมะเลเทเมา

dissociable (ดิโซ' ชีอะเบิล) *adj.* ซึ่งแยกออกจากกันได้, ไม่ชอบการสังคม **-dissociability, dissociableness** *n.* **-disscably** *adv.* (-S. separable, distinguishable)

dissocial (ดิโซ' เชิล) *adj.* ที่ไม่ชอบการสังคม, ที่แยกตัวออกจากสังคม

dissociate (ดิโซ' ชีเอท) *v.* **-ated, -ating** *-vt.* ทำให้แยกออก, ทำให้สลายตัว *-vi.* แยกตัวออกจากการสังคม, แตกแยก (-S. separate, detach, dissolve)

dissociation (ดิโซซีเอ' ชัน) *n.* การแยกออก, การแตกแยก **-dissociative** *adj.* (-S. separation)

dissoluble (ดิซอล' ลิวเบิล) *adj.* ซึ่งละลายได้ **-dissolubility, dissolubleness** *n.*

dissolute (ดิส' ซะลูท) *adj.* เสเพล, ไร้ศีลธรรม, เหลวไหล **-dissolutely** *adv.* **-dissoluteness** *n.* (-S. debauched, dissipated)

dissolution (ดิสซะลู' ชัน) *n.* การสลายตัว, ภาวะที่สลายตัว, การแตกตัว, การสิ้นสุด, ความตาย, การหยุดชะงัก, ความเสเพล, ความเหลวไหล **-dissolutive** *adj.* (-S. deliquescence, demise, destruction)

dissolve (ดิซอลวฺ') *v.* **-solved, -solving** *-vi.* ละลาย, กระจายตัว, สลายตัว, สูญเสียความเข้มข้นหรือกำลัง, ทำภาพซ้อนเพื่อเปลี่ยนฉากใหม่, หายไป, ชนะอารมณ์, จางไป *-vt.* ทำให้ละลาย, ทำเป็นสารละลาย, หลอมเหลว, กลายเป็นของเหลว, แตกตัว, ยุติ, สิ้นสุด, ทำลาย (อำนาจเชื่อมโยงหรืออิทธิพล), ทำให้สับสน, ทำให้อารมณ์เสีย, ทำให้สลายไป, ทำภาพซ้อนเพื่อเปลี่ยนฉากใหม่ *-n.* การทำภาพซ้อนเพื่อเปลี่ยนฉากใหม่ **-dissolvable** *adj.* **-dissolver** *n.* (-S. melt, disappear, fade -A. solidify, thicken, unite) *-Ex. Salt dissolves in water., be dissolved in tears, Gasoline dissolves wax., to dissolve a friendship, The coach's dreams of success dissolved when the team lost the first game.*

dissolvent (ดิซอล' เวินทฺ) *adj.* ซึ่งสามารถละลายได้ *-n.* ตัวทำละลาย

dissonance (ดิส' ซะเนินซฺ) *n.* ความไม่ประสานกันของเสียง, ความไม่ลงรอยกัน, ความไม่กลมกลืนกัน (-S. discordance, difference)

dissonancy (ดิส' ซะเนินซี) *n., pl.* **-cies** ดู dissonance

dissonant (ดิส' ซะเนินทฺ) *adj.* ซึ่งไม่ประสานกัน, ซึ่งไม่ลงรอยกัน, ซึ่งไม่กลมกลืนกัน **-dissonantly** *adv.* (-S. harsh, discordant, disagreeing) *-Ex. the dissonant*

D

sounds from my brother's battered trumpet, the dissonant views of otherwise good friends

dissuade (ดิสเวด') *vt.* **-suaded, -sauding** ชักชวนไม่ให้ทำ, หน่วงเหนี่ยว, ห้ามปราม, ยับยั้ง **-dissuader** *n.* (-S. disincline, discourage, avert, warn -A. encourage) *-Ex. His father dissuaded him from flying during the snow storm.*

dissuasion (ดิสเว' ชัน) *n.* การชักชวนไม่ให้ทำ, การหน่วงเหนี่ยว, การห้ามปราม, การยับยั้ง

dissuasive (ดิสเว' ซิฟว) *adj.* ซึ่งหน่วงเหนี่ยว, ซึ่งห้ามปราม, ซึ่งยับยั้ง **-dissuasively** *adv.*

dissyllable (ดิสซิล' ละเบิล) *n.* ดู disyllable

dissymmetry (ดิสซิม' มิทรี) *n. pl.* **-tries** ความไม่ได้สัดส่วนกัน, การขาดความสมมาตร, การที่ด้านขวาและด้านซ้ายไม่เหมาะสมกัน **-dissymmetric, dissymmetrical** *adj.* **-dissymmetrically** *adv.*

distaff (ดิส' ทาฟ) *n.* ไม้พันหรือปั่นด้ายเวลากรอ, กลุ่มผู้หญิง, งานของผู้หญิง *-adj.* เกี่ยวกับผู้หญิง, ซึ่งมีเชื้อสายทางฝ่ายแม่

distain (ดิสเทน') *vt.* ทำให้เปรอะเปื้อน, ทำให้เป็นมลทิน, ที่ให้เสียชื่อเสียง

distal (ดิส' เทิล) *adj.* ปลาย, ไกลจากส่วนกลาง **-distally** *adv.*

distance (ดิส' เทินซฺ) *n.* ระยะทาง, ระยะทางไกล, ช่วงเวลา, จุดหรือบริเวณที่อยู่ไกล, ทางไกล, ความแตกต่าง, ความห่างเหิน *-vt.* **-tanced, -tancing** ทิ้งระยะไกล, ทิ้งห่าง (คู่ต่อสู้) (-S. length, space, remove) *-Ex. That is the distance to London?, a good distance, at a distance of 2000 yards*

distant (ดิส' เทินทฺ) *adj.* ไกล, ยาวนาน, ไม่ต่อเนื่องกัน, ที่แยกกัน, ที่ไม่คุ้นเคย, ที่ห่างเหิน, ที่เฉยเมย, (ใจ) ลอย, (คล้ายกัน) เล็กน้อย **-distantly** *adv.* (-S. far, apart, reserved -A. near) *-Ex. one hundred years distant, Third cousins are distant relatives., two blocks distant, Daeng has been very distant since our argument.*

distaste (ดิสเทส') *n.* ความไม่ชอบ, ความไม่พอใจ *-vt.* **-tasted, -tasting** ไม่ชอบ, ไม่พอใจ, รังเกียจ (-S. aversion, dislike -A. liking, taste) *-Ex. a distaste for sea food, a distaste for hard work*

distasteful (ดิสเทส' ฟูล) *adj.* ไม่พอใจ, น่ารังเกียจ, น่าเบื่อหน่าย, ไม่ถูกรส **-distastefully** *adv.* **-distastefulness** *n.* (-S. disgusting, repugnant) *-Ex. a distasteful medicine, a distasteful discussion*

distemper[1] (ดิสเทม' เพอะ) *n.* อารมณ์ร้าย, ชื่อโรคติดเชื้อหลายโรคของสัตว์ (โดยเฉพาะเป็นกับสุนัข), ความสับสนวุ่นวาย *-vt.* ทำให้สับสนวุ่นวาย

distemper[2] (ดิสเทม' เพอะ) *n.* เทคนิคการวาดภาพด้วยกาวน้ำ, ภาพวาดกาวน้ำ *-vt.* วาดภาพกาวน้ำ, ผสมสีกาวน้ำ

distemperature (ดิสเทม' เพอะระเชอะ) *n.* ภาวะผิดปกติ, อารมณ์ร้าย, สุขภาพจิตหรืออารมณ์ที่ผิดปกติ

distend (ดิสเทนดฺ') *vt., vi.* แผ่กระจายไปทุกทิศ, ขยาย, พอง, ทำให้ยืดออก, ทำให้บานออก *-Ex. The animal's nostrils distended in fear., The horse's stomach was distended by colic.*

distensible (ดิสเทน' ซะเบิล) *adj.* ซึ่งยืดออกได้, ซึ่งขยายออกได้ **-distensibility** *n.*

distended (ดิสเทนดฺ') *adj.* ซึ่งยืดออก, ซึ่งขยายออก (-S. enlarged, swollen, inflated)

distension, distention (ดิสเทน' ชัน) *n.* การยืดออก, การขยายออก, ภาวะที่ถูกยืดออก

distich (ดิส' ทิค) *n., pl.* **-tichs** บทกวีคู่

distil, distill (ดิสทีล') *v.* **-tilled, -tilling** *-vt.* กลั่น, ต้มกลั่น, สกัด, ได้มาโดยการกลั่น, ขจัดออกโดยการกลั่น, ทำให้เข้มข้นด้วยการกลั่น *-vi.* กลั่น, ระเหยเป็นไอ แล้วกลั่นตัวเป็นหยดของเหลว **-distillable** *adj.* (-S. separate, sublime, extract, dribble) *-Ex. Salt water can be distilled to remove the salt., to distill alcohol from sugar cane, to distill wisdom from experience*

distillate (ดิส' ทะเลท) *n.* ผลิตผลจากการกลั่น, สิ่งที่กลั่นได้, สารสกัด, ส่วนที่เข้มข้น, สิ่งที่มีความสำคัญ

distillation (ดิสทะเล' ชัน) *n.* การกลั่น, กระบวนการกลั่น, กระบวนการทำให้บริสุทธิ์หรือเข้มข้น, ผลิตผลจากการกลั่น, ภาวะที่ถูกกลั่น *-Ex. Petrol is a distillation from petroleum.*

distilled (ดิสทิลดฺ') *adj.* ซึ่งได้มาจากการกลั่น, ซึ่งทำให้บริสุทธิ์จากการกลั่น

distiller (ดิสทิล' เลอะ) *n.* เครื่องมือกลั่น, คนกลั่นเหล้า

distillery (ดิสทิล' ละรี) *n., pl.* **-eries** สถานที่กลั่น, โรงต้มกลั่นเหล้า

distinct (ดิสทิงคฺทฺ') *adj.* ชัดเจน, แจ่มแจ้ง, แน่นอน, จำเพาะ, หายาก, เป็นที่สังเกตได้ง่าย, แตกต่าง **-distinctly** *adv.* **-distinctness** *n.* (-S. clear, definite, patent, discrete) *-Ex. two distinct kinds of birds, a distinct speech, a distinct improvement*

distinction (ดิสทิงคฺ' ชัน) *n.* ความแตกต่าง, การแบ่งแยก, การแยกแยะ, ลักษณะพิเศษ, ลักษณะที่เด่น, ความมีชื่อเสียง, เกียรติยศ (-S. characteristic, difference, eminence) *-Ex. the distinction between plus and minus, Our professor is a man of distinction., to treat without distinction as to race or nationality, to win many distinctions for bravery*

distinctive (ดิสทิง' ทิฟว) *adj.* เกี่ยวกับลักษณะเฉพาะ, เด่น, พิเศษ **-distinctively** *adv.* **-distinctiveness** *n.* (-S. special, particular, extraordinary -A. common) *-Ex. They wore distinctive dresses.*

distinctly (ดิสทิงคฺ' ลี) *adv.* ชัดเจน, แจ่มแจ้ง, อย่างไม่ต้องสงสัย (-S. clearly, unmistakably) *-Ex. speak distinctly, It is distinctly cooler today than yesterday.*

distingué (ดิสแทงเก') *adj.* (ภาษาฝรั่งเศส) มีชื่อเสียงเด่น

distinguish (ดิสทิง' กวิช) *vt.* ทำให้แตกต่าง, แบ่งแยก, จำแนก, รู้ถึงข้อแตกต่าง, วินิจฉัย, ทำให้เด่น, กระทำตัวดีเป็นพิเศษ *-vi.* แสดงความแตกต่าง, จำแนก **-distinguishable** *adj.* **-distinguishably** *adv.* (-S. single out, differentiate, discern) *-Ex. Udom may be distin-*

guished from his brother by the scar.,The captain could distinguish a lighthouse through the fog.

distinguished (ดิสทิง' กวิชทฺ) *adj.* เด่น, พิเศษ, มีชื่อเสียง, ยอดเยี่ยม (-S. illustrious, eminent, noted) *-Ex. a distinguished writer, a record of distinguished performance*

distort (ดิสทอร์ทฺ') *vt.* บิดเบือน, ทำให้ผิดรูป, ทำให้ผิดส่วน **-distorter** *n.* **-distortive** *adj.* (-S. deform, misshape, mangle) *-Ex. Pain distorted her face.*

distortion (ดิสทอร์' ชัน) *n.* การบิดเบือน, การผิดรูป, การผิดส่วน, สิ่งที่บิดเบือน, สิ่งที่ผิดรูป, สิ่งที่ผิดส่วน, การผิดเพี้ยนของภาพเนื่องจากความไม่สมบูรณ์ของอุปกรณ์ เช่น เลนส์ **-distortional** *adj.* (-S. misrepresentation, deformity, alteration)

distract (ดิสแทรคทฺ') *vt.* ทำให้เขว, ทำให้ว้าวุ่น, ทำให้วอกแวก, กวนใจ, ทำให้รำคาญใจ **-distractible** *adj.* **-distracting** *adj.* **-distractingly** *adv.* **-distractive** *adj.* (-S. divert, beguile, bewilder, perplex) *-Ex. The noise distracted us from our reading., be distracted between different ideas*

distracted (ดิสแทรค' ทิด) *adj.* มีจิตว้าวุ่น, เขว, ใจวอกแวก **-distractedly** *adv.* (-S. confused, bewildered)

distraction (ดิสแทรค' ชัน) *n.* การทำให้รำคาญใจ, ภาวะจิตว้าวุ่น, ภาวะใจวอกแวก, สิ่งบันเทิงใจ, การหย่อนใจ (-S. diversion, entertainment, perplexity) *-Ex. The noise is a distraction when you are trying to read., Daeng needed some distraction after her tests., In her distraction after the accident, my mother let the thief escape.*

distrain (ดิสเทรน') *vt.* ยึดทรัพย์เพื่อหักกลบลบหนี้หรือบีบบังคับ *-vi.* อายัดทรัพย์, ยึดทรัพย์ **-distrainment** *n.* **-distraint** *n.* **-distrainor, distrainer** *n.* **-distrainable** *adj.*

distrainee (ดิสเทรน' นี) *n.* ผู้ถูกอายัดทรัพย์

distrait (ดิสเทรท') *adj.* ที่ใจลอย (เพราะความกังวล ความกลัว)

distraught (ดิสทรอท') *adj.* จิตว้าวุ่น, คุ้มคลั่ง, บ้า, หัวหมุน (-S. harassed, mad, insane)

distress (ดิสเทรส') *n.* ความเศร้าโศก, ความเสียใจ, ความลำบาก, ความทุกข์ยาก, ภัยพิบัติ, ความเคราะห์ร้าย, การอายัดทรัพย์เพื่อบีบบังคับ *-vt.* ทำให้เศร้าโศก, ทำให้ทุกข์ยาก **-distressful** *adj.* **-distressfully** *adv.* **-distressing** *adj.* **-distressingly** *adv.* (-S. pain, suffering, misery, agony -A. comfort, consollation) *-Ex. The man's injury caused him much distress., The whole family was distressed over the accident., distress oneself*

distressed (ดิสเทรสทฺ') *adj.* ที่เศร้าโศก, ที่ทุกข์ยาก, ที่ลำบาก, ที่ถูกบังคับ

distress signal สัญญาณแจ้งเหตุร้าย

distributary (ดิสทริบ' บิวเทียร์รี่) *n., pl.* **-taries** สาขาแม่น้ำ, สายน้ำแยก

distribute (ดิสทริบ' บิวทฺ) *vt., vi.* **-uted, -uting** แจก, แยก, แบ่งสันปันส่วน, แพร่, กระจาย, จำหน่าย, จำแนก **-distributable** *adj.* (-S. dispense, assign, allocate, transmit, classify -A. collect) *-Ex. Mail is distributed each day.*

distributee (ดิสทริบบิว' ที) *n.* ผู้ได้รับส่วนแบ่ง

distribution (ดิสทริบิว' ชัน) *n.* การแจก, การแบ่งสรรปันส่วน, การแพร่, การกระจาย, การจำหน่าย, การจำแนก, สิ่งที่ถูกปันส่วน **-distributional** *adj.* (-S. allocation, allotment, dispersal, transport, assortment) *-Ex. the distribution of food and clothing to the poor, the distribution of animal life in this forest*

distributive (ดิสทริบ' บิวทิฟว) *adj.* เกี่ยวกับการแบ่งสรรปันส่วน, เกี่ยวกับการจำหน่าย, เกี่ยวกับการกระจาย, ซึ่งจำแนก *-n.* คำศัพท์ใช้จำแนก **-distributively** *adv.* **-distributiveness** *n.*

distributor (ดิสทริบ' บิวเทอะ) *n.* ผู้แทนจำหน่าย, ผู้แจกจ่าย, ผู้แบ่งสรร, เครื่องจ่ายไฟ **-distributorship** *n.*

district (ดิส' ทริคทฺ) *n.* เขต, ตำบล, แถบ, ท้องถิ่น, เมือง, มณฑล *-vt.* แบ่งออกเป็นเขต (ตำบล แถบ ท้องถิ่น มณฑล) (-S. area, region)

district attorney อัยการท้องถิ่น (ของสหรัฐอเมริกา)

distrust (ดิสทรัสทฺ') *vt.* สงสัย, แคลงใจ, ไม่ไว้วางใจ *-n.* ความแคลงใจ, ความไม่ไว้วางใจ, ความสงสัย (-S. mistrust, suspect, disbelieve, suspicion, doubt) *-Ex. Somchai looked at the friendly visitor with distrust., They distrusted his behaviours.*

distrustful (ดิสทรัส' ฟูล) *adj.* สงสัย, แคลงใจ, ไม่ไว้วางใจ **-distrustfulness** *n.,* **-distrustfully** *adv.*

disturb (ดิสเทิร์บ') *vt.* รบกวน, กวน, ทำให้ไม่สงบ, ทำให้ยุ่ง, ทำให้ลำบาก **-disturber** *n.* (-S. interrupt, trouble, confuse, perturb) *-Ex. disturbed the pages of a manuscript, Wind disturbed the surface of the lake., Plant it where it will not be disturbed.*

disturbance (ดิสเทอร์' เบินซฺ) *n.* การรบกวน, การทำให้ไม่สงบ, การทำให้ยุ่ง, การทำให้ลำบาก, สิ่งที่รบกวน, ความไม่สงบ, อารมณ์ที่ถูกรบกวน, การเปลี่ยนแปลงของลมจากสภาวะปกติ (-S. row, disorder, agitation, trouble) *-Ex. to make a disturbance, disturbance of privacy, The noise can be a great disturbance., a disturbance in the mob*

disturbed (ดิสเทิร์บดฺ') *adj.* ซึ่งมีอาการโรคประสาทหรือโรคจิต, ซึ่งถูกรบกวน, ยุ่งเหยิง(-S. unbalanced, neurotic)

disunion (ดิสยูน' เนียน) การแตกแยก, การไม่มีความสามัคคี

disunite (ดิสยูไนทฺ') *vt., vi.* **-nited, -nitng** *-vt.* ทำให้แตกแยก, ทำให้แตกความสามัคคี *-vi.* แยกออก, แตกแยก (-S. disjoin, part)

disunity (ดิสยู' นิที) *n., pl.* **-ties** การขาดความสามัคคี, การแตกแยก (-S. separation)

disuse (*n.* ดิสยูส', *v.* ดิสยูซฺ) *n.* การเลิกใช้ *-vt.* **-used, -using** เลิกใช้

disused (ดิสยูสทฺ') *adj.* ไม่ใช้อีกต่อไป (-S. neglected, obsolete)

D

disyllable, dissyllable (ดิสไซ' ละเบิล) *n.* คำที่มี 2 พยางค์ **-disyllabic, dissyllabic** *adj.*

ditch (ดิทชฺ) *n.* ท่อ, คู, ท้องร่อง, ช่องแคบอังกฤษ *-vt.* ขุดท่อ, ขุดคู, เคลื่อน (พาหนะ) ไปในทางแคบๆ ข้างถนน, (คำสแลง) กำจัด *-vi.* ขุดท่อ, นำเครื่องบินลงน้ำ (-S. channel, trench, gutter, excavate)

dither (ดิธ' เธอะ) *n.* การสั่น, การสั่นสะเทือน, ความตื่นเต้น, ความกลัว *-vi.* สั่น, สั่นสะเทือน

ditto (ดิท' โท) *n., pl.* **-tos** สิ่งที่กล่าวมาก่อน, สิ่งที่เหมือนกัน, เครื่องหมาย (") *-adv.* เช่นที่กล่าวมาแล้ว, เหมือนกัน, อย่างเดียวกัน *-vt.* **-toed, -toing** ทบทวน, ซ้ำ

ditto mark เครื่องหมายละ (") ที่แสดงว่ามีรายการเหมือนกับข้างบนหรือซ้ำกับข้างบน

ditty (ดิทที') *n., pl.* **-ties** เพลงสั้นๆ, เพลงพื้นๆ

diuretic (ไดยูเรท' ทิค) *adj.* ซึ่งมีปัสสาวะมากผิดปกติ *-n.* ยาขับปัสสาวะ **-diuretically** *adv.*

diurnal (ไดเออร์' เนิล) *adj.* เกี่ยวกับกลางวัน, แต่ละวัน, ประจำวัน, ซึ่งออกหากินในเวลากลางวัน, ชั่ววันหนึ่ง *-n.* หนังสือรายวัน, ชื่อหน่วยงานศาสนาที่มีการสวดมนต์ในช่วงเวลากลางวัน, อนุทินรายวัน, หนังสือพิมพ์รายวัน **-diurnally** *adv.* (-S. daily)

diva (ดี' วะ) *n., pl.* **-vas/-ve** นางละครเสียงเอก, นักร้องหญิงตัวชูโรงของคณะละคร

divalent (ไดเว' เลินทฺ) *adj.* ซึ่งมีประจุอิเล็กตรอน 2 หน่วย

divan (ดิแวน') *n.* เก้าอี้นวมที่ไม่มีพนักหลัง, ส่วนราชการในประเทศมุสลิม, ห้องอาหารหรือห้องสำหรับสูบบุหรี่, หนังสือโคลงที่เขียนด้วยภาษาอารบิก

dive (ไดฟว) *v.* **dived/dove, dived, diving** *-vi.* ดำน้ำ, กระโดดลงน้ำ, พุ่งเอาหัวลง, สอดมือเข้าไป, เข้าเกี่ยวข้องด้วยอย่างเต็มที่ *-vt.* ทำให้กระโดดลงน้ำ, ทำให้ลดต่ำลงอย่างกะทันหัน *-n.* การดำน้ำ, การกระโดดลงน้ำ, การพุ่งเอาหัวลง, การตกลงอย่างรวดเร็ว, บาร์หรือไนต์คลับชั้นเลว, การแสร้งทำว่าถูกน็อกเอาต์, การล้มมวย (-S. bound, descend, dart, plummet)

dive-bomb (ไดฟว' บอม) บินจิกหัวลงทิ้งระเบิด

dive-bomber เครื่องบินประเภทสำหรับบินจิกหัวลงทิ้งระเบิด

diver (ได' เวอะ) *n.* นักประดาน้ำ, ผู้กระโดดลงน้ำ, นักดำน้ำหาหอยมุกและอื่นๆ, นกที่ดำน้ำเก่ง โดยเฉพาะพวก loon

diverge (ไดเวิร์จ') *v.* **-verged, -verging** *-vi.* แยกออก, บานออก, แตกแยก, แผ่ออก, แตกต่างกัน, แยกทาง *-vt.* ทำให้ (เช่น ลำแสง) แยกออก (-S. deviate, differ, depart) *-Ex. At this point the street diverges in two directions around the park., Our opinions diverge on human rights.*

divergence (ไดเวอร์' เจินซฺ) *n.* ความแตกต่าง, การแยกออก, การเบนออก, การห่างประเด็น, ความหลากหลาย, ความผันแปร, การวิวัฒนาการของสิ่งมีชีวิตที่ต่างไปจากเดิมเมื่อเปลี่ยนสิ่งแวดล้อมใหม่ (-S. digression, dividing, variance)

divergency (ไดเวอร์' เจินซี) *n., pl.* **-cies** ดู divergence

divergent (ไดเวอร์' เจินทฺ) *adj.* แตกต่างกัน, ผันแปร, ซึ่งเบนออก, ซึ่งห่างประเด็น, หลากหลาย (-S. different, diverse, deviating)

divers (ได' เวอร์ซ) *adj.* หลากหลาย, มากมาย (-S. several, sundry, various) *-Ex. Sombut has lived in divers places in the Asia.*

diverse (ไดเวิร์ซฺ') *adj.* หลายชนิด, หลากหลาย, แตกต่างกัน **-diversely** *adv.* **-diverseness** *n.* (-S. miscellaneous, heterogeneous, distinct) *-Ex. to have diverse opinions*

diversified (ไดเวอร์' ซะไฟดฺ) *adj.* หลายชนิด, หลากหลาย, แตกต่างกัน (-S. varied)

diversify (ไดเวอร์' ซะไฟ) *v.* **-fied, -fying** *-vt.* ทำให้เป็นหลายชนิด, ทำให้แตกต่างกัน *-vi.* ลงทุนในรูปต่างๆ, ผลิตออกมาในรูปต่างๆ **-diversification** *n.* (-S. vary, variegate, expand)

diversion (ไดเวอร์' ชัน, -ซัน) *n.* การทำให้แตกต่าง, การผันแปร, การเบี่ยงเบน, ความเพลิดเพลิน, นันทนาการ, การพักผ่อนหย่อนใจ, การเบี่ยงเบนความสนใจของศัตรูในสนามรบ **-diversionary** *adj.* (-S. entertainment, deviation, detour, divergence) *-Ex. diversion of attention from, traffic diversions, the diversion of a brook from its original course*

diversity (ไดเวอร์' ซิที) *n., pl.* **-ties** ความแตกต่าง, ความเห็นไม่ตรงกัน, ความหลากหลาย, การมีหลายชนิดหลายแบบ (-S. distinctiveness, difference, miscellany -A. uniformity) *-Ex. a diversity of opinion, a diversity of birds*

divert (ไดเวิร์ท') *vt.* เบี่ยงเบน, หันเห, ทำให้ออกนอกลู่นอกทาง, เพลิดเพลิน, หาความสำราญ *-vi.* เบี่ยงเบน **-diverting** *adj.* **-diverter** *n.* (-S. deflect, distract, entertain) *-Ex. Traffic was diverted until the bridge was repaired., The noise diverted our attention from the game., We were diverted by the concert.*

divertissement (ดิเวอร์' ทิสเมินทฺ) *n.* การทำให้เพลิดเพลิน, การแสดงที่ใช้เวลาสั้นๆ

divest (ไดเวสทฺ') *vt.* เปลื้องผ้า, เปลื้อง, ปลด, กำจัด, ละทิ้ง **-divestiture** *n.* (-S. unclothe, denude, deprive)

divide (ดิไวดฺ') *v.* **-vided, -viding** *-vt.* แบ่ง, แบ่งแยก, แบ่งสรร, แบ่งปัน, ทำให้ไม่เห็นด้วย, จำแนก, แยกแยะ, แบ่งออกเป็น 2 กลุ่มในการลงคะแนนเสียงออกความเห็น *-vi.* แบ่งแยก, แตกกิ่งก้านสาขา, หาร, ออกเสียงโดยแบ่งออกเป็น 2 กลุ่ม *-n.* ทางแยก, การแบ่งสรรปันส่วน, เส้นแบ่งเขต **-dividable** *adj.* (-S. separate, part, split, allocate, estrange, categorize -A. unite) *-Ex. The country is divided into three parts., A ruler is divided into inches., Divide the books according to subject., The sea divides England and the Continent.*

dividend (ดิฟ'วิเดินดฺ) *n.* เงินปันผล, (คณิตศาสตร์) จำนวนตั้งที่ถูกหาร **-divider** ผู้แบ่งแยก, เครื่องแบ่งแยก, ที่กั้นกลาง, จำนวนหาร, ตัวหาร **-dividers** วงเวียนสองขาสำหรับกะระยะ

divination (ดิฟวะเน' ชัน) *n.* การพยากรณ์, การทำนาย

-divinatory *adj.*

divine (ดิไวน') *adj.* **-viner, -vinest** เกี่ยวกับพระเจ้า, ศักดิ์สิทธิ์, เกี่ยวกับเทววิทยา, ดีเลิศ, ยอดเยี่ยม, เหนือมนุษย์, เป็นพรสวรรค์ *-n.* นักศาสนศาสตร์, ผู้ศึกษาเกี่ยวกับศาสนา, พระ *-vi., vt.* **-vined, -vining** ทำนาย, คาดการณ์, พยากรณ์ **-the Divine god** พระเจ้า, เทพเจ้า, จิตวิญญาณ **-divinely** *adv.* (-S. sacred, godly, exalted, wonderful) *-Ex. To Christians, Jesus Christ is divine., a divine prophecy, a divine gift, Somchai divined their reason for being late.*

diviner (ดิไว' เนอะ) *n.* ผู้พยากรณ์, ผู้ทำนาย, ผู้คาดการณ์, หมอเวทมนตร์ (-S. soothsayer)

diving board ไม้กระดานกระโดดน้ำ

diving suit ชุดประดาน้ำ

divining rod ไม้กายสิทธิ์ ที่ผู้เลื่อมใสใช้คลำหาทองคำ สายแร่ แหล่งน้ำและอื่นๆ (-S. dowsing rod)

divinity (ดิวิน' นิที) *n., pl.* **-ties** ความศักดิ์สิทธิ์, ลักษณะของพระผู้เป็นเจ้า, ความเป็นเทพเจ้า, พระเจ้า, สิ่งที่มีลักษณะเป็นพระเจ้า, ศาสนศาสตร์, เทววิทยา, บุคคลที่น่าเลื่อมใสศรัทธามาก, ขนมหวานชนิดหนึ่งมีสีขาว มีลักษณะนุ่มและมักสอดไส้ด้วยถั่ว **-the Divinity** พระเจ้า (-S. deity, holiness, sanctity) *-Ex. Christians believe in the divinity of Jehovah., Many monarchs have believed in their own divinity., a degree of Doctor of Divinity*

divisible (ดิวิซ' ซะเบิล) *adj.* ซึ่งสามารถแบ่งแยกได้, ซึ่งถูกหารได้ (ไม่มีเศษเหลือ) **-divisibility, divisibleness** *n.* **-divisibly** *adv.*

division (ดิวิช' ชัน) *n.* การแบ่งแยก, การปันส่วน, ความแตกแยก, สิ่งที่แบ่งแยก, เส้นแบ่งเขต, ความไม่เห็นด้วย, การหาร, แผนก, ฝ่าย, ส่วน, หน่วย **-division sign** เครื่องหมายหาร **-divisional** *adj.* (-S. seperation, part, section, discord) *-Ex. division of labour, upper division of the school, a division of plants, There was a division among the members on the choice of a name for the club.*

divisive (ดิไว' ซิฟว) *adj.* เกี่ยวกับการแบ่งแยก, เกี่ยวกับการแตกแยก, ซึ่งทำให้แตกแยก, เกี่ยวกับการแบ่งปัน **-divisiveness** *n.* **-divisively** *adv.* (-S. discordant, disruptive -A. conciliatory)

divisor (ดิไว' เซอะ) *n.* ตัวหาร, เลขหาร

divorce (ดิวอร์ส') *n.* การหย่าร้าง, การแตกแยก, การแตกความสามัคคี *-v.* **-vorced, -vorcing** *-vt.* หย่า, แยก *-vi.* ขอหย่า (ทางกฎหมาย) (-S. dissolution, rupture, split, disconnect, dissociate)*-Ex. to sue for divorce, We will divorce the two subjects entirely., a divorce between intentions and acts*

divorcé (ดิวอร์เซ') *n.* ชายที่หย่ากับภรรยาแล้ว

divorcée (ดิวอร์ซี') *n.* หญิงที่หย่ากับสามีแล้ว

divorcement (ดิวอร์ส' เมินท) *n.* การหย่าร้าง, การแยกออก, การตัดขาด

divot (ดิฟว' เวิร์ท) *n.* ส่วนของสนามหญ้าที่ถูกไม้ตีกอล์ฟช้อนขึ้นขณะตีลูกกอล์ฟ, ส่วนของสนามหญ้า, ก้อนดินของสนามหญ้า

divulge (ดิวัลจฺ') *vt.* **-vulged, -vulging** เปิดเผย, ประกาศ **-divulgence** *n.* **-divulger** *n. -Ex. to divulge a secret*

divvy (ดิฟว' วี) *vt.* **-vied, -vying** (คำสแลง) แบ่งปัน แบ่งสันปันส่วน *-n., pl.* **-vies** (คำสแลง) ส่วนแบ่ง

dizzy (ดิซ' ซี) *adj.* **-zier, -ziest** วิงเวียนศีรษะ, หน้ามืด, ตาลาย, ยุ่งเหยิง, สับสน, ซึ่งทำให้สับสน, ไม่ระมัดระวัง, (คำสแลง) โง่ *-vt.* **-zied, -zying** ทำให้วิงเวียนศีรษะ, ทำให้สับสน **-dizzily** *adv.* **-dizziness** *n.* (-S. light-headed, giddy, bewildered) *-Ex. a dizzy whirling*

DJ ย่อจาก Disc/Disk jockey นักจัดรายการวิทยุ

D.J. ย่อจาก Doctor of Law หมอสอนศาสนา, District Judge ผู้พิพากษาประจำเขต

Djakarta (จะคาร์' ทะ) ชื่อเมืองหลวงของประเทศอินโดนีเซีย (-S. Jakarta, Batavia)

DNA test การทดสอบดีเอ็นเอ เพื่อตรวจรหัสพันธุกรรม

DNS (Domain Name System) (คอมพิวเตอร์) วิธีการที่ใช้เมื่อมีการตั้งชื่อให้แก่คอมพิวเตอร์แม่ข่ายในอินเตอร์เนต และงานให้บริการไดเรกทอรีที่ใช้เมื่อหาชื่อเหล่านั้น, ชื่อคอมพิวเตอร์แม่ข่ายแต่ละเครื่อง เช่น pd.zevon.com จะตรงกับตัวเลขฐานสิบยาวๆ จำนวนหนึ่งที่เรียกว่า IP Address (เช่น 199.110.44.8) ซึ่งโดเมนเนมเหล่านี้จำได้ง่ายกว่า IP Address

do[1] (ดู) *v.* **did, done, doing** *-vt.* ทำ, กระทำ, ปฏิบัติ, ก่อให้เกิด, ให้, ใช้ได้, ทำสำเร็จ, เลียนแบบ, เล่นเป็นตัว, แปล, ทำเสีย, เดินทาง, ทำเวลา, เตรียม, ศึกษา, จัดการ, แสดงท่า, ติดคุก, ว่าด้วย, สำรวจ, เที่ยวทั่ว *-vi.* ทำ, กระทำ, ปฏิบัติ, ใช้ได้, จัดการ, ก่อให้เกิด, ใช้ได้, ก้าวหน้า, ทำสำเร็จ, ปรากฏ *-v. aux.* ใช้เน้นคำกริยา, ใช้ในประโยคคำถาม, ใช้ในการปฏิเสธ, ใช้แทนคำกริยาที่กล่าวไปแล้ว, ใช้ในประโยคที่มีการลำดับหน้าที่ของคำผิดจากปกติเพื่อการเน้น *-n., pl.* **do's/dos** ข้อควรปฏิบัติ, งานเลี้ยง, ความสับสน, การหลอกลวง, หน้าที่ *-Ex. Do your best., Is the work done yet?*

do[2] (โด) *n.* เสียงโด, เสียงดนตรีเสียงแรกในจำนวน 7 เสียง

D/O, d.o. ย่อจาก delivery order คำสั่งให้ส่งของ

dobbin (ดอบ' บิน) *n.* ม้า (โดยเฉพาะที่ใช้ลากรถหรือใช้ในฟาร์มเลี้ยงสัตว์)

Doberman pinscher (โด' เบอะเมิน พิน' เชอร์) *n.* สุนัขพันธุ์เยอรมันที่มีหางสั้น ขนสั้น มีรูปร่างขนาดปานกลาง

doc (ดอค) *n.* (ภาษาพูด) หมอ ทันตแพทย์ สัตวแพทย์

docent (โด' เซินท) *n.* ครูพิเศษ, อาจารย์มหาวิทยาลัย, ผู้บรรยายในพิพิธภัณฑ์

docile (โด' ไซล, โด' เซิล) *adj.* เชื่อง, ว่านอนสอนง่าย, อ่อนน้อม **-docilely** *adv.* **-docility** *n.* (-S. manageable, controllable, tractable) *-Ex. a docile mule*

dock[1] (ดอค) *n.* อู่เรือ, ท่าเรือ, โรงจอดและซ่อมเครื่องบิน, ชานชาลาสำหรับขนถ่ายสินค้า *-vt.* เอาเข้าอู่เรือ, เอาเรือเข้าเทียบท่า, เชื่อมต่อยานอวกาศกับยานอวกาศอื่น

D

ในอวกาศ *-vi.* เทียบท่า *-Ex. The captain docked his ship., a dry (graving) dock, a wet dock, dock trials*

dock² (ดอค) *n.* ส่วนกระดูกและเนื้อของหาง (ไม่รวมทั้งส่วนขนของหาง), หางที่ตัดสั้น *-vt.* ตัดปลายออก, ตัดปลายให้สั้น, ลดส่วน, หัก, ตัดให้น้อยลง

dock³ (ดอค) *n.* คอกจำเลย

dock⁴ (ดอค) *n.* วัชพืชจำพวก *Rumex*

dockage (ดอค' คิจ) *n.* ค่าจอดเรือ, ค่าธรรมเนียมจอดเรือในอู่, การจอดเรือในอู่, เครื่องมือในอู่เรือ

docker (ดอค' เคอะ) *n.* กรรมกรท่าเรือ

docket (ดอค' คิท) *n.* รายการคดีและคำพิพากษาของศาล, รายการพิจารณาคดีของศาล, รายการเรื่องราวการพิจารณาโดยคณะกรรมการสภา สภานิติบัญญัติหรืออื่นๆ, ใบเซ็นของสินค้า, ใบปะหน้า, หนังสือแสดงการเสียภาษีศุลกากร, บัตร, สาระสำคัญ *-vt.* นำเข้ารายการพิจารณาคดีของศาล, เขียนใบปะหน้า, สรุปสาระสำคัญ (-S. paperwork, certificate, label, bill)

dockworker (ดอค' เวอร์เคอร์) *n.* กรรมกรท่าเรือ

dockyard (ดอค' ยาร์ด) *n.* บริเวณอู่เรือ, บริเวณท่าเรือ, บริเวณอู่กองทัพเรือ

doctor (ดอค' เทอะ) *n.* นายแพทย์, ทันตแพทย์, สัตวแพทย์, ผู้สำเร็จทางศึกษาแพทยศาสตร์ (ไม่จำเป็นต้องจบปริญญาเอก), ดุษฎีบัณฑิต, ผู้ได้รับปริญญาเอกในสาขาวิชาใดวิชาหนึ่ง, ดอกเตอร์, เครื่องมือหรืออุปกรณ์ซึ่งใช้ยามฉุกเฉิน, เหยื่อเทียมคล้ายแมลงสำหรับตกปลา, ผู้ทรงคุณวุฒิ *-vt.* รักษา, เยียวยา, ซ่อมแซม, ปลอมแปลง, ปรับปรุง, เจือปน *-vi.* รักษา **-doctoral** *adj. -Ex. to doctor a cold, to doctor an account*

doctorate (ดอค' เทอะเรท) *n.* ปริญญาเอก, ดุษฎีบัณฑิต ปริญญาแพทยศาสตร์ (ไม่จำเป็นต้องจบปริญญาเอก)

doctrinaire (ดอค' ทระแนร์) *adj.* หัวรั้น, ดันทุรัง, ถือแต่หลัก, ซึ่งมีความเห็นหรือความเชื่อของตน *-n.* ผู้ที่ถือแต่หลักทฤษฎี โดยไม่ดูความเป็นไปได้ในทางปฏิบัติ (-S. dogmatic, rigid, theoretical)

doctrine (ดอค' ทริน) *n.* หลัก, ทฤษฎี, คำสั่งสอน, ศาสนา, ลัทธิ, นโยบายต่างประเทศ **-doctrinal** *adj.* **-doctrinally** *adv.* (-S. creed, dogma, belief) *-Ex. the doctrines of the Buddism, the doctrine of human rights*

docudrama (ดอค' คิวดรามะ) *n.* ภาพยนตร์หรือละครโทรทัศน์ที่นำมาจากเรื่องจริง

document (ดอค' คิวเมินทฺ) *n.* เอกสาร, สาส์น, ภาพยนตร์บันทึกเหตุการณ์, หลักฐานพยาน, เครื่องพิสูจน์ *-vt.* มีเอกสารประกอบ, สนับสนุนด้วยเอกสารพยาน, มอบเอกสารรับรองเกี่ยวกับกรรมสิทธิ **-documental** *adj.* (-S. certificate, record, voucher) *-Ex. classified documents, document a text, documents of importance.*

documentary (ดอคคิวเมน' ทะรี) *adj.* เกี่ยวกับเอกสาร, ซึ่งประกอบด้วยเอกสาร *-n., pl.* **-ries** เอกสารที่เก็บในรูปฟิล์ม, ฟิล์มเอกสาร (-S. documental, recorded, registered)

documentation (ดอคคิวเมนเท' ชัน) *n.* การหาเอกสารมาประกอบ, การใช้เอกสารพยานประกอบ, การเก็บรวบรวมบันทึกและเผยแพร่ความรู้ต่างๆ, ระบบการจำแนกเอกสารให้เป็นหมวดหมู่

dodder (ดอด' เดอะ) *vi.* สั่น, สั่นระทึก, เดินเตาะแตะ, โยกเยก, เดินโงนเงน **-dodderer** *n.* (-S. totter, shuffle, falter)

dodge (ดอจ) *v.* **dodged, dodging** *-vi.* หลบ, เลี่ยง, บอกปัด, หลีก *-vt.* หลบ, หลีกเลี่ยง (อย่างเจ้าเล่ห์), ทำภาพให้เบลอ *-n.* การหลบอย่างรวดเร็ว, การหลบซ่อน, เล่ห์เหลี่ยม (-S. dart, escape, trick) *-Ex. to dodge a blow*

dodger (ดอจ' เจอะ) *n.* ผู้ที่ไม่ซื่อสัตย์และคอยหลบหลีก

dodgy (ดอจ' จี) *adj.* **-ier, -iest** เสี่ยง, ยาก, ลำบาก, อันตราย, ไม่แน่นอน, มีเล่ห์เหลี่ยม, ไม่ซื่อสัตย์

dodo (โด' โด) *n., pl.* **-dos/-does** ชื่อนกขนาดใหญ่ที่สูญพันธุ์ไปแล้ว, (ภาษาพูด) คนที่โง่หรือล้าสมัย

dodo

doe (โด) *n., pl.* **doe/does** กวางตัวเมีย, กระต่ายตัวเมีย, แพะตัวเมีย, จิงโจ้ตัวเมีย

doer (ดู' เออะ) *n.* ผู้ปฏิบัติ, ผู้ทำงานอย่างจริงจัง

does (ดัซ) *vt., vi., v. aux.* กริยาช่อง 1 ของ do ที่ใช้กับบุรุษที่ 3 เอกพจน์

doeskin (โด' สคิน) *n.* หนังกวางตัวเมีย, หนังแกะตัวเมีย, หนังกระต่ายตัวเมีย, หนังละมั่งตัวเมีย, หนังแพะตัวเมีย, หนังสัตว์ดังกล่าวที่มักเอามาทำถุงมือ, ผ้าขนสัตว์อย่างดี

doesn't (ดัซ' เซินทฺ) ย่อจาก does not ไม่ทำ

doest (ดู' อิสทฺ) *vt., vi., v. aux.* กริยาช่อง 1 ของ do ใช้กับบุรุษที่ 2 เอกพจน์ (ใช้เฉพาะกับ thou ซึ่งใช้ในอดีต)

doeth (ดู' อีธ) *vt., vi., v. aux.* กริยาช่อง 1 ของ do ใช้กับบุรุษที่ 3 เอกพจน์ (ซึ่งใช้ในอดีต)

doff (ดอฟ) *vt.* เปลื้อง (เสื้อผ้า), ปลด, ขจัด, ละทิ้ง, เลิกล้ม, เผยอ, ถอด (หมวก) แสดงความเคารพ, เปิด *-Ex. Mr. Daeng doffed his hat in greeting.*

dog (ดอก) *n., pl.* **dogs/dog** สุนัข, สัตว์กินเนื้อจำพวก *Canis familiaris*, สัตว์ในตระกูล Canidae เช่น สุนัข หมาจิ้งจอก หมาป่า, สัตว์ตัวผู้ของสัตว์ดังกล่าว, สัตว์ที่คล้ายสุนัข, (ภาษาพูด) คนที่น่าชัง คนที่น่าเบื่อหรือหยาบคาย, (คำสแลง) ไส้กรอก, ชื่อกลุ่มดาวหมาใหญ่ (Canis Major) หรือกลุ่มดาวน้อย (Canis Minor), เครื่องมือยึด *-vt.* **dogged, dogging** ติดตาม, ตามหลัง ไล่ตาม, จับด้วยเครื่องมือ **-go to the dogs** เสื่อม, เสื่อมโทรม **-lead a dog's life** มีชีวิตที่ลำบาก **-let sleeping dog lie** อย่ารบกวน, อย่าแหย่เสือหลับ

dog collar ปลอกคอสุนัข, ปลอกคอสีขาวของพระ

dog days ช่วงที่อากาศร้อนในฤดูร้อน

doge (โดจ) *n.* หัวหน้าผู้พิพากษาในเมือง Venice และ Genoa ของอิตาลี

dogear (ดอก' เอียร์) *n.* มุมหน้าหนังสือที่พับคล้ายหูสุนัข *-vt.* พับมุมหน้าหนังสือ **-dogeared** *adj.*

dog-eat-dog (ดอก' อีทดอก') *adj.* เกี่ยวกับการแข่งขันที่โหดเหี้ยม

dogfight (ดอก' ไฟทฺ) *n.* การต่อสู้ที่รุนแรง, การต่อสู้อย่างอุตลุด, การต่อสู้กันของเครื่องบิน **-dogfighter** *n.*

dogfish (ดอก' ฟิช) *n., pl.* **-fishes/-fish** ชื่อพันธุ์

ปลาฉลามเล็ก
dogged (ดอก' กิด) *adj.* ดื้อรั้น, ทรหด, ซึ่งยึดมั่นอย่างเหนียวแน่น **-doggedly** *adv.* **-doggedness** *n.* (-S. determined, resolute, obstinate) *-Ex. The settlers pushed southward with dogged courage.*
doggerel, doggrel (ดอก' เกอะเริล, ดอก' เริล) *adj.* ตลก, เลว, ไม่ถูกต้องตามแบบแผน, หยาบ *-n.* บทกวีตลกที่ไม่ถูกต้องตามแบบแผน
doggie, doggy (ดอก' กี) *n., pl.* **doggies** สุนัข, ลูกสุนัข *-adj.* **-gier, -giest** เหมือนสุนัข, ชอบเล่นกับสุนัข, ที่หยาบคาย (คำพูด พฤติกรรม)
doggy-bag (ดอก' กิแบก) *n.* ถุงใส่อาหาร (ที่เหลือ) เพื่อนำกลับบ้าน
doggo (ดอก' โก) *adv.* พ้นสายตา
doggone (ดอก' กอน) *vt.* **-goned, -goning** (ภาษาพูด) สาปแช่ง ระยำ *-interj., n.* (ภาษาพูด) อ้ายอัปรีย์ อ้ายระยำ *-adj., adv.* (ภาษาพูด) ระยำ อัปรีย์
doghouse (ดอก' เฮาซฺ) *n.* รังสุนัข, ที่อยู่เล็กๆ ของสุนัข, ห้องเคบินเล็กๆ ในเรือ **-in the dog house** (ภาษาพูด) ในยามยาก
dogie, dogy (ดอก' กี) *n., pl.* **-gies** ลูกวัวในฝูงที่ไร้แม่
dogleg (ดอก' เลก) *n.* สิ่งที่งอเป็นมุม, สิ่งที่งอเหมือนขาหลังของสุนัข *-vi.* **-legged, -legging** ทำเป็นมุมแหลม
dogma (ดอก' มะ) *n., pl.* **-mata/-mas** หลักเกณฑ์หรือกฎเกณฑ์ที่ไร้ข้อพิสูจน์, คำสอนของศาสนา, ลัทธิแบบศาสนา, คำสอนแบบกำปั้นทุบดิน, ความเชื่อ, หลักเกณฑ์หรือความคิดเห็นแบบดันทุรัง (โดยไม่มองดูความจริง) (-S. tenet, doctrine)
dogmatic (ดอกแมท' ทิค) *adj.* เกี่ยวกับหลักเกณฑ์คำสอน ความเชื่อ หรือความคิดเห็นที่ไร้ข้อพิสูจน์, หยิ่ง, หัวรั้น, มั่นใจ, ดันทุรัง **-dogmatics** *n. pl.* **-dogmatically** *adv.* (-S. doctrinaire, opinionated, assertive, biased)
dogmatism (ดอก' มะทิซึม) *n.* ลักษณะของคัมภีร์, การถือแต่หลักโดยไม่ดูความจริง, ความหยิ่งยโส, ความดื้อรั้น, ลัทธิถือหลักของตนเอง
dogmatist (ดอก' มะทิสทฺ) *n.* ผู้ถือหลักโดยไม่ดูความจริง, ผู้วางหลักหรือกฎเกณฑ์ที่ไร้ข้อพิสูจน์, ผู้ที่หยิ่งและมีความมั่นใจสูง
dogmatize (ดอก' มะไทซฺ) *vi., vt.* **-tized, -tizing** พูดหรือประกาศคำสอนที่ไม่มีหลักการ **-dogmatizer** *n.*
do-gooder (ดู' กูดเดอะ) *n.* ผู้ที่ต้องการปฏิรูปสังคมแต่เป็นเพียงความเพ้อฝัน **-do-good** *adj.* **-do-gooding, do-goodism** *n.*
Dog Star ดาวที่สว่างที่สุดในกลุ่มดาวหมาใหญ่
dog tired เหนื่อยมากที่สุด, อ่อนเพลียมาก
dogtooth (ดอก' ทูธ) *n., pl.* **-teeth** ฟัน, เขี้ยว, ฟันสุนัข, ลายประดับประดาคล้ายฟันสุนัข
dogtrot (ดอก' ทรอท) *n.* การวิ่งเหยาะๆ คล้ายสุนัข, หลังคาทางเชื่อมระหว่างตึก 2 ตึก *-vi.* วิ่งเหยาะๆ
dogwatch (ดอก' วอช) *n.* การเข้าเวร 2 ชั่วโมง (ผลัดแรกตั้งแต่ 16.00-18.00 น. ผลัดหลังตั้งแต่ 18.00-20.00 น.)
dogwood (ดอก' วูด) *n.* ชื่อพันธุ์ไม้ทางตะวันออกของอเมริกาเหนือ
doily (ดอย' ลี) *n., pl.* **-lies** ผ้ารองผืนเล็กสำหรับรองจาน, ผ้าเช็ดปากเล็กๆ (-S. doyley, doyly) *-Ex. Somsri likes to crochet doilies.*
doing (ดู' อิง) *n.* การกระทำ, การปฏิบัติการ, พฤติกรรม, สิ่งที่กระทำ **-doings** เหตุการณ์ปกติ, สิ่งที่ปรากฏขึ้นเป็นปกติ, สิ่งที่กระทำเป็นปกติ (-S. act, action)
do-it-yourself สำหรับผู้สมัครเล่นใช้, ใช้เองได้, เกี่ยวกับการซ่อมแซมเอง **-do-it-yourselfer** *n.*
Dolby (ดอล' บี) *n.* (ชื่อการค้า) ระบบลดเสียงรบกวนในเครื่องบันทึกเสียง
doldrums (โดล' ดรัมซฺ) *n. pl.* ความเฉื่อยชา, ความเงียบหงอย, ความซบเซา, อารมณ์ซบเซา, ความหดหู่ใจ, บริเวณที่ไม่มีลมหรือมีลมเฉื่อยในบริเวณเส้นศูนย์สูตร (-S. boredom, dullness, tedium)
dole[1] (โดล) *n.* ทาน, สิ่งเล็กน้อยที่ให้เป็นทาน, เงินสงเคราะห์สำหรับผู้ว่างงาน, โชคชะตา, เคราะห์กรรม *-vt.* **doled, doling** ให้ทาน, ให้เล็กให้น้อย (-S. charity, benefit, donation)
dole[2] (โดล) n. ความเสียใจ, ความเศร้าโศก
doleful (โดล' ฟูล) *adj.* เสียใจ, โศกเศร้า, ละห้อย **-dolefully** *adv.* **-dolefulness** *n.* (-S. sad, dismal, mournful)
doll (ดอล) *n.* ตุ๊กตา, เด็กที่น่ารักหญิงที่สวยงามมาก, (คำสแลง) คนที่มีเสน่ห์ ที่รัก คนที่ใจเอื้อเฟื้อเผื่อแผ่ *-vt., vi.* แต่งตัวจนสวยพริ้ง **-doll up** แต่งตัวหรูหรา (-S. toy, figure, puppet)
dollar (ดอล' เลอะ) *n.* ดอลลาร์, ธนบัตรหรือเหรียญเงินตราของสหรัฐอเมริกาที่มีค่าเท่ากับ 100 เซนต์, เหรียญเงินตราของแคนาดาที่มีค่าเท่ากับ 100 เซนต์, เงินตราของหลายประเทศ (เช่น ออสเตรเลีย สิงคโปร์ ทรินิแดด ฯลฯ)
dollop (ดอล' เลิพ) *n.* ก้อน, ส่วน, จำนวน (เล็กน้อย)
dolly (ดอล' ลี) *n., pl.* **-lies** (ภาษาพูด) ตุ๊กตา, รถเตี้ยล้อเล็กสำหรับขนของบนรางแคบ, ไม้กวนผ้าที่กำลังซัก, แท่นเคลื่อนกล้องถ่ายภาพยนตร์หรือกล้องโทรทัศน์ *-vi.* **-lied, -lying** เคลื่อนกล้องถ่ายภาพยนตร์หรือโทรทัศน์ด้วยรถเตี้ย (-S. doll)
dolman sleeve เสื้อคลุมที่มีส่วนแขนกว้างและส่วนเอวแคบ, เสื้อแขนปีกค้างคาว
dolmen (ดอล' เมิน) *n.* กลุ่มหินวางซ้อนกันสมัยก่อนประวัติศาสตร์

dolmen

dolomite (ดอ' ละไมทฺ) *n.* แร่แคลเซียมแมกนีเซียมคาร์บอเนต, หินที่ส่วนใหญ่ประกอบด้วยแร่ดังกล่าว
dolour, dolor (โด' เลอะ) *n.* ความเสียใจ, ความเศร้าโศก, ความระทมทุกข์ (-S. grief, sorrow, misery)
doloroso (โดละโร' โซ) *n.* เพลงที่เศร้าโศก *-adj., adv.* (เพลง) โหยหวน
dolourous, dolorous (โด' เลอะรัส) *adj.* เกี่ยวกับหรือทำให้เกิดความเศร้าหรือเจ็บปวด, เศร้าโศก, ระทมทุกข์ **-dolourously, dolorously** *adv.* **-dolourousness, dolorousness** *n.* (-S. sorrowful, miserable) *-Ex. the*

D

dolorous news of the lost battle

dolphin (ดอล' ฟิน) *n.* ปลาโลมา, สัตว์ทะเลที่เลี้ยงลูกด้วยนมในตระกูล Delphinidae

dolphin

dolphinarium (ดอล' ฟินแน' เรียม) *n.* สถานที่เลี้ยงปลาโลมา

dolt (โดลท) *n.* คนโง่เง่า, คนเซ่อ **-doltish** *adj.* **-doltishly** *adv.* **-doltishness** *n.* (-S. blockhead, idiot, booby)

domain (โดเมน') *n.* อาณาเขตการปกครอง, อาณาจักร, ดินแดนที่อยู่ในความครอบครอง, กลุ่มของคำ, (คณิตศาสตร์) ตัวแปรอิสระ, ขอบเขตของความรู้ ความคิด หรือกิจกรรม (ในทางคณิตศาสตร์) (-S. discipline, realm, kingdom) *-Ex. the domain of health science*

dome (โดม) *n.* หลังคากลม, ยอดกลมของอาคารยอดโค้ง, หมวกยอดกลม, สิ่งที่เว้าโค้ง, (คำสแลง) ศีรษะคน *-v.* **domed, doming** *-vt.* ปกคลุมของส่วนยอดกลม, ทำเป็นรูปยอดกลม *-vi.* โผล่ขึ้นหรือพองเป็นรูปยอดกลม (-S. vault, hemisphere)

domestic (โดเมส' ทิค) *adj.* เกี่ยวกับบ้าน, เกี่ยวกับงานบ้าน, เกี่ยวกับครอบครัว, ชอบชีวิตในบ้าน, เชื่อง, เกี่ยวกับประเทศของตน, ซึ่งพบในหรือผลิตภายในประเทศ, ไม่ใช่เป็นของต่างประเทศ, ภายในประเทศ *-n.* คนรับใช้ในบ้าน, ผลิตภัณฑ์ที่ผลิตในบ้าน **-domestically** *adv.* (-S. domesticated, family, indigenous, aboriginal) *-Ex. domestic tasks, domestic animals, domestic products*

domestic animal สัตว์เลี้ยง

domesticate (โดเมส' ทิเคท) *vt.* **-cated, -cating** ทำให้ชอบอยู่ในบ้าน, ทำให้เป็นขนบธรรมเนียม, ทำให้สนใจงานบ้าน, ทำให้เชื่อง, ทำให้เคยชิน **-domestication** *n.* (-S. tame, train, habituate)

domestic fowl เป็ด ไก่

domesticity (โดเมสทิส' ซะที) *n., pl.* **-ties** ภาวะที่เกี่ยวกับบ้าน, ภาวะครอบครัว, เรื่องในบ้าน, งานในบ้าน

domestic science เคหศาสตร์

domicile (ดอม' มะไซล, -ซิล, โด' มะ-) *n.* ภูมิลำเนา, ถิ่นที่อยู่, บ้าน, ผู้มีสิทธิ์ในการอาศัย *-v.* **-ciled, -ciling** *vt.* ตั้งภูมิลำเนา *-vi.* อาศัย, ตั้งถิ่นฐาน **-domiciliary** *adj.* (-S. abode, home, habitation)

dominance, dominancy (ดอม' มะเนินซฺ, -ซี) *n.* การปกครอง, การมีอำนาจเหนือ, การครอบงำ

dominant (ดอม' มะเนินทฺ) *adj.* ซึ่งครอบงำ, มีอำนาจเหนือ, มีอิทธิพลต่อ, ซึ่งเป็นส่วนสำคัญ, ซึ่งมีบทบาทสำคัญ, ซึ่งปกครอง, เด่น *-n.* ตัวสำคัญ, ปัจจัยสำคัญ, ลักษณะเด่น, ระดับเสียงที่ 5, พืชหรือสัตว์ที่เป็นตัวสำคัญในการวินิจฉัยว่าบริเวณนั้นสิ่งมีชีวิตสามารถดำรงชีวิตอยู่ได้หรือไม่ **-dominantly** *adv.* (-S. ruling, domineering, superior, major) *-Ex. dominant reason, dominant position, dominant character, dominant mutant*

dominate (ดอม' มะเนท) *v.* **-nated, -nating** *-vt.* ครอบงำ, มีอำนาจเหนือ, มีอิทธิพลเหนือ, ปกครอง, อยู่เหนือ *-vi.* ปกครอง, อยู่ในฐานะที่ได้เปรียบ, มีอิทธิพลเหนือ **-dominator** *n.* **-dominative** *adj.* (-S. rule, master, domineer) *-Ex. Udom dominated his younger brother., The fort dominates the hill.*

domination (ดอมมะเน' ชัน) *n.* การครอบงำ, การมีอำนาจเหนือ, การมีอิทธิพลเหนือ, การปกครอง, การควบคุม (-S. jurisdiction, government, command) *-Ex. the domination of a weak country by a strong one*

domineer (ดอมมะเนียร์') *vi.* ปกครองแบบเผด็จการ, ใช้อำนาจเด็ดขาด *-vt.* ครอบงำ, ควบคุม, ใช้อำนาจบาตรใหญ่ (-S. bully, intimidate, tyrannize)

Dominica (ดอมมินนี' คะ) ชื่อเกาะในหมู่เกาะอินเวิร์ดในมหาสมุทรแอคแลนติกเหนือ เป็นเกาะหนึ่งในหมู่เกาะอินเดียตะวันตก

dominical (โดมิน' นิเคิล) *adj.* เกี่ยวกับพระเยซู, เกี่ยวกับวันอาทิตย์

Dominican[1] (โดมิน' นิเคิน) *adj.* เกี่ยวกับวัฒนธรรมหรือคนในนิกายหนึ่งของศาสนาคริสต์ *-n.* สมาชิกของนิกายหนึ่งในศาสนาคริสต์ที่ตั้งโดย St. Dominic

Dominican[2] (โดมิน' นิเคิน) *n.* ชาวโดมินิกัน *-adj.* เกี่ยวกับประเทศโดมินิกัน

Dominican Republic ชื่อประเทศสาธารณรัฐในหมู่เกาะอินเดียตะวันตกแถวอเมริกากลาง ได้รับเอกราชจากประเทศไฮติ

dominion (ดะมิน' เยิน) *n.* อำนาจการปกครอง, การปกครอง, การครอบงำ, การมีอำนาจเหนือ, อาณาเขตการปกครอง, ที่ดินหรือทรัพย์สินที่อยู่ภายใต้การปกครอง, กรรมสิทธิ์สมาชิกของเครือจักรภพอังกฤษ **-Dominion Canada** ประเทศแคนาดา (-S. authority, government, territory) *-Ex. the King's dominions*

domino (ดอม' มะโน) *n. pl.* **-nos/-noes** เสื้อคลุมหลวมๆ ในงานแต่งแฟนซีมีหน้ากากเล็กๆ, หน้ากากดังกล่าว, ผู้สวมชุดดังกล่าว **-dominoes** ไพ่โดมิโน, ไพ่ต่อแต้ม, ไพ่กระดูก

domino theory ทฤษฎีโดมิโนที่กล่าวว่าเมื่อประเทศหนึ่ง (โดยเฉพาะในเอเชียอาคเนย์) เป็นคอมมิวนิสต์แล้วจะทำในประเทศที่อยู่ข้างเคียงเป็นไปด้วย, ทฤษฎีที่ว่าเมื่อเกิดเหตุการณ์ใดเหตุการณ์หนึ่ง จะเป็นต้นเหตุให้เกิดเหตุการณ์นั้นอีกในที่อื่นๆ

don[1] (ดอน) *n.* คำนำหน้าชื่อตัวของภาษาสเปน, บุคคลสำคัญ, คำที่ใช้เรียกพระอิตาลี, อาจารย์ในมหาวิทยาลัย, สุภาพบุรุษสเปน **-Don** คำที่ใช้เรียกผู้ชายสเปน (เท่ากับ "นาย", "คุณ", "ท่าน") (-S. Mr, Sir)

don[2] (ดอน) *vt.* **donned, donning** ใส่เสื้อ *-Ex. The judge donned his coat.*

Doña (ดอ' เนีย) *n.* คุณนาย, คำที่ใช้เรียกชื่อตัวของหญิงสเปนที่แต่งงานแล้ว, สุภาพสตรีสเปน

donate (โด' เนท) *vt., vi.* **-nated, -nating** บริจาค, มอบให้, ให้, อภินันทนาการ **-donator** *n.* (-S. give, contribute, present) *-Ex. to donate money to charity*

donation (โดเน' ชัน) *n.* การบริจาค, การมอบให้, ของที่บริจาค, เงินที่บริจาค, ของขวัญ(-S. grant, contribution)

done (ดัน) *vt., vi., v. aux.* กริยาช่อง 3 ของ do *-adj.* สมบูรณ์, เสร็จ, เรียบร้อย, ตลอด, ต้มสุกแล้ว, (ภาษาพูด) หมดแรงใช้การไม่ได้ ใช้หมดแล้ว, เหมาะกับรสนิยม

donee 265 **DOS**

หรือประเพณี **-done for** (ภาษาพูด) พินาศ ตาย ใกล้ตาย **-done in** หมดแรง อ่อนเพลียมาก **-done** ใช้การได้! เห็นด้วย! (-S. finished, ended, accomplished, exhausted)

donee (โดนี') *n.* ผู้ได้รับบริจาค

dong (ดอง) *n.* ดอง หน่วยเงินของประเทศเวียดนาม

donkey (ดอง' คี) *n., pl.* **-keys** ลา, สัตว์จำพวก *Equus asinus*, (คำสแลง) คนโง่ คนหัวรั้น

donkey's years (ภาษาพูด) นานมาแล้ว หลายปีมาแล้ว

Donna (ดอน' นะ) *n.* มาดาม, คำเรียกนำหน้าชื่อสตรีชาวอิตาลี

donnish (ดอน' นิช) *adj.* เกี่ยวกับอาจารย์มหาวิทยาลัย เป็นผู้คงแก่เรียน **-donnishly** *adv.* **-donnishness** *n.*

donnybrook (ดอน' นีบรุค) *n.* การต่อสู้อย่างชุลมุน

donor (โด' เนอะ) *n.* ผู้บริจาค, ผู้บริจาคเลือด เนื้อเยื่อหรืออวัยวะ, ผู้มอบทรัพย์สินให้ผู้อื่นโดยไม่มีค่าตอบแทน (-S. donator, supporter, giver) *-Ex. a blood donor*

don't (โดนท) ย่อจาก do not ไม่ทำ *-n., pl.* **don'ts** การห้าม, ข้อห้าม, เรื่องต้องห้าม

donut (โด' นัท) *n.* ขนมโดนัต

doodle (ดู' เดิล) *vi., vt.* **-dled, -dling** เขียนหรือวาดภาพอย่างใจลอย, เขียนหรือวาดขยุกขยิกด้วยใจที่เหม่อลอย, ท่องเที่ยวไปตามอารมณ์, ปล่อยเวลาให้ผ่านไปอย่างไม่มีประโยชน์ *-n.* รูปแบบหรือภาพที่เขียนอย่างใจลอย **-doodler** *n.*

doodlebug (ดู' เดิลบัค) *n.* ตัวหนอนของแมลงชนิดหนึ่ง, การเสาะหาแหล่งแร่ (ด้วยวิธีทางไสยศาสตร์)

doom (ดูม) *n.* เคราะห์ร้าย, ชะตาขาด, ความตาย, ความหายนะ, คำพิพากษา, วาระสุดท้าย, วาระที่โลกาวินาศ *-vt.* กำหนด, ถึงวาระ, ประณาม, พิพากษา, ชี้ชะตากรรม (-S. downfall, destruction, judgement, adverse fate) *-Ex. The ship met her doom on the rocky island coast., Those trees are doomed to destruction by the forest fire.*

doomsday (ดูมซฺ' เด) *n.* วันโลกาวินาศ, วาระสุดท้าย, วันที่พระเจ้าพิพากษามนุษย์ทั้งหลายในโลก (-S. Judgment Day)

door (ดอร์, โดร์) *n.* ประตู, ทางเข้า, ทางผ่าน, บ้านที่มีประตูริมทาง, วิธีการ **-lay at someone's door** ให้รับผิดชอบ, โยนความผิดไปให้ **-keep open doors** ต้อนรับแขก, ชอบเลี้ยงแขก **-show someone the door** ขอให้ออกไปได้ **-within doors** ภายในบ้าน (-S. doorway, means)

doorbell (ดอร์' เบล) *n.* กระดิ่งประตู

doorknob (ดอร์' นอบ) *n.* ลูกบิดประตู

doorman (ดอร์' เมิน) *n., pl.* **-men** คนเฝ้าประตู

doormat (ดอร์' แมท) *n.* พรมเช็ดรองเท้าหน้าประตู, (คำสแลง) คนที่ถูกผู้อื่นครอบงำ

doorplate (ดอร์' เพลท) *n.* ป้ายเลขที่บ้าน

doorstop (ดอร์' สทอพ) *n.* อุปกรณ์บังคับการปิด-เปิดประตู (เพื่อบังคับคับไม่ให้ประตูตีกลับแรงเกินไปและไม่ให้ประตูเปิดอ้ากว้าง), ที่จับประตูให้หยุด

door-to-door (ดอร์' ทะดอร์) *adj.* ซึ่งเร่ขายตามบ้าน

doorway (ดอร์' เว) *n.* ทางเข้าประตู, ตึก

dooryard (ดอร์' เยิร์ด) *n.* บริเวณหน้าบ้านหรือประตู

dope (โดพ) *n.* สารหรือยาที่ทำให้เกิดอาการง่วงหลับหรือใกล้หมดความรู้สึก (เช่น ฝิ่น มอร์ฟีน สุรา), กาว, สิ่งข้นเหนียวคล้ายกาว, แลกเกอร์, ยากระตุ้น, ยาม้า, (ภาษาพูด) ข่าวสาร ข้อมูล คนโง่เง่า, เครื่องดื่มคาร์บอเนต (โดยเฉพาะโคคาโคล่า) *-vt., vi.* **doped, doping** กระตุ้นด้วยยากระตุ้น, กินยากระตุ้น **-dope out** (คำสแลง) คำนวณ คาดการณ์ ร่างโครงการ ใส่ยากระตุ้น เข้าใจด้วยการคิด **-doper** *n.*

dopester (โดพ' สเทอร์) *n.* ผู้ทำนายผลการแข่งขันกีฬาและเหตุการณ์อื่นๆ

dopey, dopy (โด' พี) *adj.* **-ier, -iest** งุ่มง่าม, เชื่องช้า, มึนเมา โง่เง่า **-dopiness** *n.*

Doric (ดอร์' ริค) *adj.* เกี่ยวกับชาวดอริส *-n.* ภาษากรีกโบราณภาษาหนึ่ง

dorm (ดอร์ม) *n.* ดู dormitory

dormant (ดอร์' เมินท) *adj.* อยู่เฉยๆ, ไม่เคลื่อนที่, สงบ, ซึ่งซ่อนหรือนอนอยู่ภายใน, แฝง, หยุดเคลื่อนไหว (ชั่วคราว), ไม่เปิดเผย, ยังไม่ระเบิด(ภูเขาไฟ) **-dormancy** *n.* (-S. quiet, inactive, static) *-Ex. Many animals lie dormant in the wintertime.*

dormer (ดอร์' เมอะ) *n.* หน้าต่างที่ยื่นออกจากหลังคาบ้าน, หน้าต่างที่หลังคา

dormer

dormitory (ดอร์' มิโทรี) *n., pl.* **-ries** หอพักนักศึกษา, ห้องนอนรวม

dormouse (ดอร์' เมาซฺ) *n., pl.* **-mice** หนูขนาดเล็กในตระกูล Gliridae คล้ายกระรอกตัวเล็กๆ

dorp (ดอร์พ) *n.* หมู่บ้านเล็กๆ, เมืองเล็ก

dorsal (ดอร์' เซิล) *adj.* ส่วนหลัง, ซึ่งอยู่บนส่วนหลัง **-dorsally** *adv.*

DOS (ดอส) ย่อจาก disk operating system (ระบบปฏิบัติการแบบใช้จาน) (คอมพิวเตอร์) ซอฟต์แวร์ที่ทำงานเกี่ยวข้องกับการจัดการควบคุมแผ่นบันทึก (disk) หรือที่เรียกว่าระบบปฏิบัติการ (OS) ดอสที่ใช้เฉพาะกับไมโครคอมพิวเตอร์ (ดอสที่ใช้กับเมนเฟรมก็มี เป็นของบริษัทไอบีเอ็ม) จะใช้แผ่นบันทึกเป็นสื่อข้อมูล เมื่อจะใช้ซอฟต์แวร์ตัวนี้ ก็ต้องให้คอมพิวเตอร์อ่านเข้าไปไว้ในหน่วยความจำก่อน บริษัทที่สร้างไมโครคอมพิวเตอร์จะต้องสร้างระบบปฏิบัติการ (ดอส) ของตนขึ้นด้วยเพื่อใช้ควบคุมการทำงานกับเครื่องของตน ทั้งนี้เพราะภาษาเครื่อง (machine language) ของแต่ละเครื่องจะต่างกัน เช่น บริษัทที่ผลิตเครื่อง APPLE หรือ IBM โดยทั่วไปคำสั่งในดอสจะเป็นคำสั่งเบื้องต้นทั่วๆ ไป หรือเป็นคำสั่งที่ใช้จัดการทั่วๆ ไป เกี่ยวกับระบบของเครื่อง เช่น การจัดที่ทางให้เหมาะสม สำหรับการเก็บข้อมูลหรือโปรแกรม การควบคุมเครื่องพิมพ์เป็นต้นคำสั่งที่ใช้ก็เป็นคำสั่งง่ายๆ เช่น DIR, COPY, DELETE โปรแกรมสำเร็จรูปต่างๆ ที่เขียนขายในตลาดก็จะต้องเขียนขึ้นโดยอาศัยระบบปฏิบัติการระบบใดระบบหนึ่ง เพราะจะต้องมีการเรียกหรือนำดอสมาใช้ด้วย เป็นต้นว่า คำสั่งนำข้อมูลเข้าไป

เก็บในแผ่นบันทึกหรือนำข้อมูลจากแผ่นบันทึกมาแสดงบนจอภาพ, ระบบปฏิบัติการที่มีชื่อเป็นที่รู้จักนั้นมีอยู่หลายระบบ เช่น ระบบซีพี/เอ็ม (CP/M ย่อมาจาก Control Program for Microcomputer) ของบริษัทดิจิตอล รีเสิร์ช ซึ่งเป็นดอสสำหรับเครื่องไมโครคอมพิวเตอร์ชนิด 8 บิต ระบบเอ็มเอสดอส (MS DOS) หรือ พีซีดอส (PC DOS) ของบริษัทไมโครซอฟต์ ซึ่งเป็นดอสสำหรับเครื่องไมโครคอมพิวเตอร์ชนิด 16 บิตและระบบยูนิกซ์ (UNIX) ที่ใช้กับมินิคอมพิวเตอร์

หมายเหตุ : ระบบปฏิบัติการของเครื่องใหญ่ เรียกว่า โอเอส (OS)

dosage (โด' ซิจ) *n.* การให้ยา, จำนวนยาที่ให้, ปริมาณยาที่ให้, การปรุงยา

dose (โดส) *n.* ปริมาณยาที่ให้ต่อครั้ง, ปริมาณรังสีเอกซเรย์หรือรังสีอื่นที่ให้ต่อครั้ง, ปริมาณน้ำตาลที่ใช้ในการทำแชมเปญ, (คำสแลง) กามโรค *-v.* **dosed, dosing** *-vt.* ให้ยา, เติมน้ำตาลในการทำแชมเปญ *-vi.* รับยา, ขนาดยา

doss (ดอส) *n.* เตียงนอน *-vt.* เข้านอน, นอน

dossier (ดอ' เซียร์) *n.* การเก็บเอกสารประเภทเดียวกันไว้ด้วยกัน

dost (ดัสทฺ) *vt., vi., v. aux.* กริยาช่อง 1 ของ do ใช้กับบุรุษที่ 2 เอกพจน์ (ในอดีตใช้กับ thou)

dot[1] (ดอท) *n.* จุดกลม, แต้มกลม, ตัวอย่างจำนวนเล็กน้อย, จุดเครื่องหมาย, จุดทศนิยม *-vt., vi.* **dotted, dotting** จุด, แต้ม, ประ, พรม, ใส่จุด **-dot one's i's and cross one's t's** ทำอย่างละเอียด, ทำอย่างพิถีพิถัน **-dotter** *n.* (-S. point, spot, jot) *-Ex. Be sure to dot your i's and cross your t's.*

dot[2] (ดอท) *n.* ทรัพย์สินเดิมของหญิง **-dotal** *adj.*

dotage (โด' ทิจ) *n.* ความอ่อนแอทางจิตใจเนื่องจากความชรา, ภาวะสติเลอะเลือน, ความหลงอย่างโง่ๆ

dotard (โด' เทิร์ด) *n.* ผู้มีสติเลอะเลือน (โดยเฉพาะในวัยชรา)

dote (โดท) *vi.* **doted, doting** แสดงความชอบหรือความรักมากเกินไป, ให้ความรักหรือความชอบมากเกินไป **-dote on/upon** แสดงความรักอย่างมาก **-doter** *n.*

doth (ดอธ) *vt., vi., v. aux.* กริยาช่อง 1 ของ do ใช้กับบุรุษที่ 3 เอกพจน์ (ใช้ในอดีต)

dot-matrix printer (คอมพิวเตอร์) เครื่องพิมพ์ที่ใช้จุดในการสร้างให้เป็นอักขระหรือภาพ

dotty (ดอท' ที) *adj.* **-tier, -tiest** สติฟั่นเฟือน, ไม่เต็มบาท, บ้าๆ บอๆ, ซึ่งเดินคล้ายคนขาเป๋, หลงใหล **-dotttily** *adv.* **-dottiness** *n.* (-S. crazy, feeble-minded)

double (ดับ' เบิล) *adj.* คู่, สองเท่า, สองหน, ทวี, ซ้ำ, สองชั้น, สองลักษณะ, หลอกลวง, ไม่ซื่อ, พับ, สองทบ, เกี่ยวกับพวก 2 หน้า *-n.* สิ่งที่มีขนาด (จำนวน ปริมาณ ความเข้มข้น ฯลฯ) เป็น 2 เท่า, สองเท่า, ตัวแทนตัวจริง, สิ่งที่เหมือนหรือใกล้เคียงกันมาก, ห้องเตียงคู่, พับสองทบ, การอ้อมกลับ, การกลับ, เล่ห์อุบาย, กลลวง, นักแสดงที่แสดง 2 บทในเรื่องเดียวกัน, การโยนลูกโบว์ลิ่งทั้งหมด 2 ครั้งติดต่อกัน, การเล่นเป็นคู่ *-v.* **-bled, -bling** *-vt.* ทำซ้ำ, เพิ่มขึ้นเท่าตัว, พับสองหน, กำหมัด, แล่นอ้อม, เป็นคู่, อยู่หรือ จับกัน เป็นคู่, แสดง 2 บทในเรื่องเดียวกัน *-vi.* กลายเป็นคู่, เป็น 2 เท่า, วกวน, วกกลับ, แสดง 2 บท, ทำงาน 2 อย่าง *-adv.* เป็น 2 เท่า, เป็นคู่ **-doubles** กีฬาที่เล่นข้างละคู่ (เช่น กีฬาเทนนิส) **-on/at the double** ซ้ำเร็วที่สุดเท่าที่จะเร็วได้ทันที **-doubleness** *n.* (-S. duplicate, dual, deceitful)

double agent จารบุรุษที่ทำงานให้กับทั้ง 2 ฝ่ายที่เป็นคู่กรณี

double-barrelled/ barreled (ดับ' เบิล บาร์' เริลดฺ) *adj.* ซึ่งมีเป้าหมายคู่, ซึ่งมี 2 ส่วน, ซึ่งมีลำกล้องคู่, ซึ่งมีความหมาย 2 นัย

double bed เตียงคู่ที่นอนได้ 2 คน (ผู้ใหญ่) **-double-bedded** *adj.*

double-breasted (ดับ' เบิล เบรส' ทิด) *adj.* ซึ่งมีกระดุม 2 แถบ

double-check (ดับ' เบิล เชค) *n.* การตรวจสอบซ้ำ, การตรวจสอบ 2 ครั้งเพื่อความถูกต้อง *-vi., vt.* ตรวจสอบซ้ำ, ตรวจสอบ 2 ครั้ง

double chin แผ่นเนื้อหนังเป็นรอยย่นของไขมันใต้คาง

double-cross (ดับ' เบิล ครอส) *vt.* ทรยศ, หักหลัง, หลอกลวง *-n.* การทรยศ, การหลอกลวง **-double-crosser** *n.* (-S. betray, defraud, mislead)

double-dealing (ดับ' เบิล เดลลิง) *n.* ความไม่ซื่อ, การตีสองหน้า, การหลอกลวง *-adj.* ไม่ซื่อ, ตีสองหน้า, หลอกลวง **-double-dealer** *n.* (-S. treason, perfidy, fraud)

double-decker (ดับ' เบิล เดคเคอะ) *n.* สิ่งที่ซ้อนกัน 2 ชั้น เช่น เตียง 2 ชั้น, อาหารที่มี 2 ชั้น เช่น แซนด์วิช

double dutch, double Dutch เกมกระโดดเชือกที่ใช้เชือก 2 เส้นแกว่งข้าม ผู้เล่น 2 คน

double-dyed (ดับ' เบิล ไดดฺ) *adj.* ที่น่ารังเกียจมาก, ที่มีชื่อเสียงในทางไม่ดี

double-edged (ดับ' เบิล เอจดฺ) *adj.* ซึ่งมี 2 คม, ซึ่งมีความหมาย 2 นัย, ซึ่งมีจุดประสงค์ 2 อย่าง

double-entendre (ดับ' เบิล เอินเทน' ดระ) *n.* คำที่มี 2 ความหมาย, การใช้คำที่มีความหมายกำกวม (-S. ambiguity, pun)

double-faced (ดับ' เบิล เฟสทฺ) *adj.* ซึ่งตี 2 หน้า, ไม่จริงใจ, ใช้ได้ทั้ง 2 ด้าน

double-jointed (ดับ' เบิล จอยนทิด) *adj.* ซึ่งมีข้อต่อที่งอได้มากกว่าปกติ, ซึ่งเคลื่อนไหวได้ทั้งหน้าและหลังหรือซ้ายและขวา, ที่เชื่อมต่อ 2 ชั้น

double-knit (ดับ' เบิล นิท) *n.* การถักหรือชุนคู่ *-adj.* ซึ่งถักหรือชุนคู่

double-park (ดับ' เบิล พาร์ค) *vt., vi.* จอดเทียบข้างรถที่จอดแล้ว, จอดขนานกับทางเดินเท้า

double-quick (ดับ' เบิล ควิค) *adj.* เร็วมาก *-n.* เวลานานเป็น 2 เท่า *-vt., vi.* เพิ่มเวลาเป็น 2 เท่า

double-space (ดับ' เบิลสเพส) *vt., vi.* **-spaced, -spacing** พิมพ์เว้น 2 ระยะห่างระหว่างแถว

double standard มาตรฐานที่ใช้ไม่เท่ากัน, ระบบที่ใช้ไม่เท่ากัน

doublet (ดับ' ลิท) *n.* เสื้อรัดรูปของชายยุโรปในศตวรรษที่ 15-17, สิ่งที่เป็นคู่, สื่อจำลอง, สิ่งที่เป็นตัวแทน, คำที่มาจาก

doublet

double talk 267 **downhearted**

แหล่งเดียวกัน **-doublets** การทอยลูกเต๋า 2 ลูก แล้วปรากฏเลขที่มีค่าเดียวกันหงายขึ้น

double talk การพูดอย่างกำกวม, ภาษากำกวม, ภาษาที่มีความหมาย 2 นัย

double time อัตราการเดินทัพที่เร็วที่สุด, การจ่ายค่าล่วงเวลา 2 เท่า

doubloon (ดับลูน') *n.* เหรียญทองที่เป็นเงินตราของสเปนในสมัยก่อน

doubly (ดับ' ลี) *adv.* เพิ่มขึ้น 2 เท่า, ซ้ำ, เป็น 2 หน

doubt (เดาทฺ) *n.* ความสงสัย, ความฉงน, ความไม่แน่ใจ, ความสนเท่ห์, ความไม่ไว้วางใจ, ความไม่แน่นอน, ความแปรปรวน *-vt.* สงสัย, ไม่แน่ใจ, ไม่ไว้วางใจ, กลัว *-vi.* สงสัย **-beyond doubt** แน่ใจ, มั่นใจ **-doubtable** *adj.* **-doubter** *n.* **-doubtingly** *adv.* (**-S.** question, mistrust, uncertainty, qualm) *-Ex. I doubt the truth of it., I doubt whether it is true., I doubt his honesty.*

doubtful (เดาทฺ' ฟูล) *adj.* สงสัย, ไม่แน่ใจ, ไม่มั่นใจ, ยังไม่ตัดสินใจ, ลังเล, ซึ่งไม่น่าเป็นไปได้ **-doubtfully** *adv.* **-doubtfulness** *n.* (**-S.** uncertain, distrustful, dubious, hasitating, unlikely **-A.** determined, likely) *-Ex. We are doubtful whether Dang will pass or not., a doubtful character, a doubtful statement*

doubtless (เดาทฺ' ลิส) *adv.* อย่างไม่ต้องสงสัย, อย่างแน่นอน *-adj.* แน่นอน **-doubtlessly** *adv.* **-doubtlessness** *n.* (**-S.** positively, undoubtedly, surely) *-Ex. Udom will doubtless be late.*

douche (ดูช) *n.* น้ำที่ฉีดล้าง, การใช้น้ำฉีดล้าง, เครื่องฉีดล้าง *-v.* **douched, douching** *-vt.* ฉีดล้างทำความสะอาด *-vi.* ใช้น้ำฉีด

dough (โด) *n.* แป้งผสมน้ำ น้ำนมหรืออื่นๆ เพื่อทำขนมปัง ขนมเค้ก, แป้งผสมของเหลว, แป้งต้ม, (คำสแลง) เงิน

doughboy (โด' บอย) *n.* ทหารราบอเมริกันในสงครามโลกครั้งที่ 1, ก้อนแป้งที่ผสมกับของเหลว, ขนมแป้งต้ม

doughnut (โด' นัท) *n.* ขนมโดนัต, ขนมแป้งสาลีทอดด้วยน้ำมันที่เป็นรูปกลมหนา

doughty (โด' ที) *adj.* **-tier, -tiest** กล้าหาญ, เด็ดเดี่ยว **-doughtily** *adv.* **-doughtiness** *n.*

doughy (โด' อี) *adj.* **-ier, -iest** เหมือนก้อนแป้งหมี่ (อ่อนเปียก นิ่ม ซีด) **-doughiness** *n.*

dour (ดอร์, ดาว' เออะ) *adj.* บูดบึ้ง, ขุ่นใจ, เศร้า, เข้มงวด, กวดขัน, ดื้อ **-dourly** *adv.* **-dourness** *n.* (**-S.** morose, gruff, gloomy)

douse, dowse (เดาซฺ) *v.* **doused, dousing/dowsed, dowsing** *vt.* จุ่ม, แช่, สาด, ราด, ดับ (ไฟ) *-vi.* จุ่ม, แช่ *-n.* การแช่, การจุ่ม *-Ex. Father doused the children with the hose.*

dove[1] (ดัฟว) *n.* นกพิราบ, ผู้เรียกร้องสันติภาพ, สุภาพชน **-dovish** *adj.* **-dovishness** *n.*

dove[2] (ดัฟว) *vi., vt.* กริยาช่อง 2 ของ dive *-Ex. Udom dove into the water.*

dovecote (ดัฟว' คอท, -โคท) *n.* กรงนกพิราบ

dovetail (ดัฟว' เทล) *n.* สลักลิ้นสำหรับเชื่อมต่อไม้กระดาน, ปาก ฉลาม, เดือยประกอบ *-vi., vt.* เชื่อมต่อด้วยเดือยประกบ, เชื่อมต่อเข้าด้วยกัน

dovetail

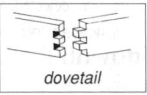

dowager (เดา' อะเจอะ) *n.* หญิงที่ได้รับทรัพย์สินจากสามีที่ตาย, หญิงสูงอายุที่มียศฐาบรรดาศักดิ์

dowdy (เดา' ดี) *adj.* **-dier, -diest** มอมแมม, ล้าสมัย, ไม่สวยงาม *-n., pl.* **-dies** หญิงที่แต่งตัวมอมแมมล้าสมัย **-dowdiness** *n.* **-dowdily** *adv.* **-dowdyish** *adj.* (**-S.** shabby, frumpish, dingy) *-Ex. a dowdy woman*

dowel (เดา' เอิล) *n.* หมุดไม้, เดือยไม้, หมุดสับ *-vt.* **-eled, -eling/-elled, -elling** ใส่หมุดไป

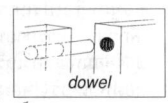

dowel

dower (เดา' เออะ) *n.* ทรัพย์สินของสามีที่ตายไปและหญิงม่ายมีสิทธิ์ได้รับ, สินสมรส, พรสวรรค์ *-vt.* มอบทรัพย์สินของสามีที่ตายไปให้กับหญิงม่ายที่มีสิทธิได้รับ, ให้สินสมรสแก่

down[1] (ดาวนฺ) *adv.* ข้างล่าง, อยู่ข้างล่าง, ลงข้างล่าง, ลงมา, วางลง, ขาลง, ขาล่อง, ลดลง, ตก, ตกต่ำ, เสื่อม, ลดถอย, จากใหญ่ไปสู่เล็ก, จากมากไปสู่น้อย, ทันที, ล้มป่วย, จนถึงที่สุด *-adj.* ซึ่งล่องลง, ซึ่งลดลง, น้อยลง, ซึ่งเกี่ยวกับด้านใต้, เสร็จสิ้น, ป่วย, ที่ใช้การไม่ได้ชั่วคราว, ที่หดหู่, ที่รู้จริง *-prep.* ลงไปตาม, ล่องลง *-n.* การเคลื่อนลง, การลดลง, การเสื่อมลง, การกลับกัน *-vt.* ทำให้ตก, ทำให้ล้มลง, ทำให้แพ้, ดื่มเข้าไป *-vi.* ลง **-down and out** ไม่มีเพื่อน, ไม่มีเงิน, ไม่มีอนาคต, ป่วย, ยากจน, ไร้เพื่อน **-down on** อาฆาต, มุ่งร้าย **-down in the mouth** ท้อใจ, หมดกำลังใจ (**-S.** below, beneath, dejected, fell, descent) *-Ex. Let down (the cliff) on a rope., Mud carried down by the river., The blinds are down., Is Mrs. X down yet? Yes, she's having breakfast., Put it down on paper., Pay (cash) downs.*

down[2] (ดาวนฺ) *n.* ขนแรกที่นิ่มของลูกนก, ขนอ่อนใต้ปีกนก, ส่วนที่คล้ายขนนกในพืช, สิ่งที่ลักษณะอ่อนนุ่ม

down-bow (ดาวนฺ' โบ) *n.* (ดนตรี) การดีดลง การตีลง

downcast (ดาวนฺ' คาสทฺ) *adj.* หดหู่ใจ, ตาละห้อย, คอตก (**-S.** despondent, disheartened, daunted, mournful) *-Ex. The team was downcast over the loss of their leader.*

downfall (ดาวนฺ' ฟอล) *n.* ความหายนะ, ความฉิบหาย, ความตกต่ำ, การตกลงมาอย่างแรงหรืออย่างกะทันหัน, การที่ฝนหรือหิมะตกอย่างหนัก, กับดักที่ใช้วัตถุหนักให้ตกลงมาทำลายเหยื่อ **-downfallen** *adj.* (**-S.** collapse, deluge) *-Ex. His downfall was caused by his cheating., a downfall of rain*

downgrade (ดาวนฺ' เกรด) *n.* การลาดลง, การเอียงลาดลง, การลดลง *-vt.* **-graded, -grading** ลดระดับลง, ลดต่ำลง ลดค่า, ลดขั้น *-adj., adv.* ลาดลง, ลงเขา **-on the down grade** การลดลง (รายได้ ชื่อเสียง หรืออื่นๆ)

downhaul (ดาวนฺ' ฮอล) *n.* เชือกดึงใบเรือลง

downhearted (ดาวนฺ' ฮาร์ทฺทิด) *adj.* หดหู่ใจ, ท้อใจ, เศร้า, ท้อแท้ **-downheartedly** *adv.* **-downheartedness**

D

D

n. (-S. dejected, dispirited, depressed) *-Ex. Sawai was downhearted over the loss of his friend.*

downhill (ดาวนฺ' ฮิล') *adv.* ลงเขา, ตกต่ำ *-adj.* ซึ่งกำลังลงเขา, ซึ่งกำลังตกต่ำ *-n.* ทางที่ลาดลง, การแข่งสกีในทางลาด **-downhill of life** ภาวะเสื่อมลงของชีวิต (-S. downward) *-Ex. Surachart went downhill on his sled., a downhill ride*

Downing Street ชื่อถนนในกรุงลอนดอน, สำนักนายกรัฐมนตรีของอังกฤษ, รัฐบาลอังกฤษ

download (ดาวนฺ' โลด) *n.* (คอมพิวเตอร์) การส่งข้อมูลหรือโปรแกรมจากระบบที่ใหญ่กว่าไปสู่ระบบที่เล็กกว่า, การถ่ายหรือบรรจุข้อมูลที่เก็บไว้ในหน่วยเก็บของคอมพิวเตอร์เครื่องใหญ่ลงไปในหน่วยเก็บของไมโคร-คอมพิวเตอร์ (คอมพิวเตอร์ที่เล็กกว่า) หรือในบางกรณีอาจหมายถึงบรรจุคำสั่งลงไปในเครื่องพิมพ์เพื่อให้เครื่องพิมพ์ปฏิบัติการได้ตามคำสั่งที่สั่งจากเครื่องคอมพิวเตอร์

down-market (ดาวนฺ' มาร์เคท) *adj.* (สินค้า บริการ ฯลฯ) ถูก ด้อยคุณภาพและไม่มีชื่อเสียง

down payment เงินมัดจำ

downplay (ดาวนฺ' เพล) *vt.* **-played, -playing** สบประมาท, ดูหมิ่น, ป้ายร้าย

downpour (ดาวนฺ' พอร์) *n.* ฝนที่เทลงอย่างหนักและกะทันหัน, ฝนห่าใหญ่

downrange (ดาวนฺ' เรนจฺ) *adv., adj.* จากฐานปล่อยจรวดไปตามทางที่กำหนดไว้

downright (ดาวนฺ' ไรทฺ) *adj.* ตลอดทั้งหมด, โดยสิ้นเชิง, ชัดเจนที่สุด, ตรงไปตรงมา, จริงใจ *-adv.* อย่างสิ้นเชิง, เต็มที่ (-S. thorough, absolute, sheer) *-Ex. a downright nonsense, a downright lie, a downright manner, Udom is downright mean.*

Down's syndrome (ดาวนฺซ ซิน' โดรม) *n.* โรคปัญญาอ่อน เนื่องจากความผิดปกติของโครโมโซม

downstairs (ดาวนฺ' สแทร์ซฺ) *adv.* ลงบันได, ลงชั้นล่างไป, ไปทางชั้นล่าง *-adj.* ที่อยู่ชั้นล่าง *-n.* ชั้นล่าง *-Ex. Somsri's going downstairs to the living room, a downstairs room.*

downstream (ดาวนฺ' สทรีม) *adv., adj.* ตามทิศทางของกระแสน้ำ, ตามน้ำ, ตามกระแสน้ำ

down-to-earth (ดาวนฺ' ทู เอิธ') *adj.* ซึ่งเป็นความจริง, จริงจัง, ตามความเป็นจริง (-S. practical, sensible, mundane)

downtown (ดาวนฺ' ทาวนฺ) *adv.* ไปทางย่านศูนย์การค้าของเมือง, ทางตอนใต้ของเมือง *-adj.* เกี่ยวกับหรือตั้งอยู่ย่านศูนย์การค้าของเมือง *-n.* ย่านศูนย์การค้าของเมือง *-Ex. Somchai's office is downtown.*

downtrain (ดาวนฺ' เทรน) *n.* ขบวนรถไฟล่องใต้

downtrend (ดาวนฺ' เทรนดฺ) *n.* แนวโน้มที่ตกต่ำ

downtrodden (ดาวนฺ' ทรอดเดิน) *adj.* ซึ่งถูกกดขี่, ซึ่งถูกบีบบังคับ (-S. oppressed, tyrannized, miserable)

downturn (ดาวนฺ' เทิร์น) *n.* การลดลง (ธุรกิจ เศรษฐกิจ)

down under (ภาษาพูด) เกี่ยวกับประเทศออสเตรเลียและนิวซีแลนด์

downward (ดาวนฺ' เวิร์ด) *adv.* ลงข้างล่าง, ลงต่ำ, จากอดีตกาล, จากบรรพบุรุษ *-adj.* ซึ่งเคลื่อนลง **-downwardly** *adv.*

downwards (ดาวนฺ' เวิร์ดซฺ) *adv.* ลงข้างล่าง, ลงต่ำ

downwash (ดาวนฺ' วอชฺ) *n.* สิ่งของที่ไหลลงมาเพราะกระแสลม, กระแสลมที่พุ่งลงมา

downwind (ดาวนฺ วินดฺ) *adv., adj.* ตามทิศทางลม

downy (ดาว' นี) *adj.* **-ier, -iest** เกี่ยวกับขนอ่อน, นิ่ม, เป็นปุย, กระเซิง, ซึ่งทำด้วยขนอ่อน, ซึ่งปกคลุมด้วยขนอ่อน (-S. soothing, soft)

dowry (ดาว' รี) *n., pl.* **-ries** สินเดิมของหญิง, พรสวรรค์, ทรัพย์สินของแม่หม้ายที่ได้รับมรดกจากสามีที่ตาย (-S. dower)

doxology (ดอคซฺอัล' ละจี) *n., pl.* **-gies** เพลงสรรเสริญพระเจ้า **-The Doxology** เพลงสรรเสริญพระเจ้าที่เริ่มด้วยประโยค "Praise God from whom all blessing flow." **-doxological** *adj.*

doyen (ดอยเอน') *n.* ผู้อาวุโสที่สุดในกลุ่ม

doze (โดซฺ) *v.* **dozed, dozing** *-vi.* ม่อยหลับ, งีบหลับ, สัปหงก, เคลิ้ม *-vt.* ใช้เวลาในการงีบหลับ *-n.* การงีบหลับ, การม่อยหลับ **-dozer** *n.* (-S. nap, catnap, snooze) *-Ex. Somchai dozed in his seat.*

dozen (ดัซ' เซิน) *n., pl.* **dozens/dozen** โหล, จำนวน 12 *-adj.* เป็นจำนวน 12

dozenth (ดัซ' เซินธฺ) *adj.* ที่ 12, ลำดับที่ 12

dozy (โด' ซี) *adj.* **-ier, -iest** ง่วง, เคลิ้ม, ม่อยหลับ, ครึ่งหลับครึ่งตื่น **-dozily** *adv.* **-doziness** *n.*

Dr., Dr ย่อจาก Doctor แพทย์, ผู้จบปริญญาเอก

drab[1] (แดรบ) *-adj.* **drabber, drabbest** ซึ่งมีสีน้ำตาลอมเหลือง, (สี) ไม่สดใส, จืดชืด, ไม่มีรสชาติ *-n.* สีน้ำตาลอมเหลือง, ผ้าสีน้ำตาลอมเหลือง (-S. dull, gray, colourless)

drab[2] (แดรบ) *n.* หญิงโสเภณี, หญิงที่สกปรก *-vi.* **drabbed, drabbing** เที่ยวซ่อง, คบค้ากับผู้หญิงที่สกปรก

drachma (แดรค' มะ) *n., pl.* **-mas/-mae/-mai** เหรียญทองแดงผสมนิเกิลเป็นหน่วยเงินตราของกรีกโบราณ, หน่วยของน้ำหนัก

Draconian (ดระ' โคเนียน) *adj.* เกี่ยวกับนักกฎหมายและนักปกครองของกรีกโบราณชื่อ Draco เป็นผู้ที่ออกกฎหมายที่เข้มงวดมาก, เข้มงวด, ทารุณ

draft (ดราฟทฺ) *n.* ต้นร่าง, ฉบับร่าง, การร่าง, การวาด, การร่างภาพ, กระแสลมในห้องหรือช่องว่าง, เครื่องเป่าลม, เครื่องควบคุมกระแสลม, การเกณฑ์ทหาร, การลากหรือดึงของ, สิ่งที่ถูกลากหรือดึง, สัตว์ที่ใช้ลากของ, แรงลากหรือแรงดึง, ตั๋วแลกเงิน, การคัดเลือก, การเอาออก, การถอนออก, การดื่มหรือดูดครั้งหนึ่ง, ที่เปิดปิดของเหลวของถังขนาดเล็ก, จำนวนปลาที่จับได้, หมากรุกยุโรป, การหักค่าเสื่อมหรือสูญสำหรับของที่ขายโดยน้ำหนัก *-vt.* ร่าง, ยกร่าง, ลาก, ดึง, คัดเลือก, เกณฑ์ (คน), เกณฑ์ทหาร *-vi.* ขับพาหนะตามพาหนะคันอื่นเพื่อลดแรงต้านจากลม *-adj.* ซึ่งใช้ลากหรือดึง, เกี่ยวกับฉบับร่าง **-draftable** *adj.* **-drafter** *n.* (-S. draught, outline, diagram, cheque) *-Ex. a draft resolution, make a draft on, a draft for an engine, a bank draft, The army drafts young men., fine draft horses, a draft of water,*

cold draft beer

draftee (ดราฟที') *n.* ทหารเกณฑ์

draftsman (ดราฟทฺซฺ' เมิน) *n., pl.* **-men** คนยกร่าง, คนร่างแบบ, ช่างร่างภาพ (-S. draughtsman) **-draftsmanship** *n.*

drafty (ดราฟ' ที) *adj.* **-ier, -iest** มีลมโกรก, โปร่งลม **-draftiness** *n.* **-draftily** *adv.* (-S. draughty, windy, breezy, blowy)

drag (แดรก) *v.* **dragged, dragging** *-vt.* ลาก, ดึง, กวาด, คราด, เลื่อน, ลอก, เอ้อระเหย, เฉื่อยชา *-vi.* ถูกลากหรือดึงไปตาม, เลื่อนบนพื้นดิน, เคลื่อนอย่างอืดอาด, ล้าหลัง, ขุดลอก *-n.* เครื่องมือลากของใต้น้ำ, สิ่งที่ถูกลาก, แคร่, เลื่อน, เครื่องขุดลอกใต้น้ำ, เครื่องที่ทำให้เคลื่อนที่ได้ช้าลง, อุปสรรค, การลากอวน, (คำสแลง) คนที่น่าเบื่อที่สุด สิ่งที่น่าเบื่อที่สุด, รถม้าขนาดใหญ่ที่ใช้ม้าสี่ตัว, การลาก, การดึง, ความเชื่องช้า, การสูบหรืออัดบุหรี่เข้าปอด, กลิ่นสัตว์ที่กำลังตามล่า, กลิ่นสัตว์ที่ทำขึ้นโดยคน, ผลที่ตามมา, งานเต้นรำ, (คำสแลง) ถนน, หญิงที่มีชายเป็นเพื่อนในงานเต้นรำหรืองานอื่นๆ, ผู้ที่ชอบสวมเครื่องแต่งตัวของเพศตรงข้าม *-adj.* เกี่ยวกับการชอบสวมเครื่องแต่งตัวของเพศตรงข้าม (-S. draw, haul) *-Ex. There is no need to drag me into the quarrel., Why must you drag me out to a concert on this cold night!, Surachai dragged behind the others.*

draggle (แดรก' เกิล) *v.* **-gled, -gling** *-vt.* ทำให้เลอะเปรอะเปื้อน *-vi.* เลอะเปรอะเปื้อน, ตามอย่างช้าๆ

dragnet (แดรก' เนท) *n.* วิธีการค้นหาหรือจับกุมคน, อวน

drogoman (แดรก' กะเมิน) *n., pl.* **-mans/-men** คนที่ทำหน้าล่ามและนำทางนักท่องเที่ยวที่มาจากต่างเมือง โดยเฉพาะภาษาอาระบิก เตอร์กิสและเปอร์เซีย

dragon (แดรก' เกิน) *n.* มังกร, กิ้งก่า, คนที่ดุร้าย, หญิงแก่ที่มีหน้าที่ควบคุมหญิงสาวเวลาไปไหนมาไหน, รถขนทหาร

dragon

dragonfly (แดรก' เกินไฟล) *n., pl.* **-flies** แมลงปอ

dragoon (ดระกูน') *n.* ทหารราบในหน่วยรบเคลื่อนเร็ว *-vt.* กดขี่, ปราบด้วยกำลังทหาร, ใช้กำลังทหารจัดการ *-Ex. The enemy dragooned the peasant into doing slave labour.*

drain (เดรน) *vt.* ระบายน้ำ, ปล่อยน้ำ, ขับน้ำ, ดื่มหมด, ทำให้สูญเสีย, ทำให้อ่อนกำลัง *-vi.* ค่อยๆ ไหลออก, ค่อยๆ ออกจนหมดหรือแห้ง, ถ่ายออก *-n.* เครื่องระบาย, สิ่งที่ใช้ระบาย, การค่อยๆ ไหลออก, การถ่ายออก, ทางระบาย, การหมดเปลือง, การสูญเสีย **-down the drain** ไร้ค่า, ไม่มีกำไร, ล้มเหลว (-S. tap, draw off, evacuate, empty) *-Ex. to drain the water away, go down the drain, The ditch is a drain for the field., It was a drain on his money., to drain a swamp, The street drains into the sewer.*

drainage (เดรน' นิจ) *n.* การระบายน้ำ, ระบบการระบายน้ำ, การถ่ายของเหลวออก, สิ่งที่ถูกระบายออก (-S. draining) *-Ex. the drainage of a piece of land*

drainer (เดรน' เนอะ) *n.* เครื่องระบายน้ำ, ช่างติดตั้งหรือซ่อมท่อระบายน้ำ

drainpipe (เดรน' ไพพฺ) *n.* ท่อระบายน้ำ

drake (เดรค) *n.* เป็ดตัวผู้ **-play ducks and drakes** โยนหินแตะผิวน้ำ

dram ย่อจาก dramatist คนเขียนบทละคร, Dramatic เกี่ยวกับการละคร

drama (ดรา' มะ, แดรม' มะ) *n.* บทละคร, ละคร, ศิลปะการเขียนบทละคร, ศิลปะการสร้างละคร, เรื่องราวที่ทำให้ทึ่ง, ลักษณะของละคร

dramatic, dramatical (ดระแมท' ทิค, -เคิล) *adj.* เกี่ยวกับบทละครมี, ลักษณะของละคร, ที่เกิดขึ้นกะทันหัน, ตื่นเต้นเร้าใจ, ที่มีพลังในการร้องเพลง **-dramatically** *adv.* (-S. theatrical, exciting, powerful) *-Ex. the dramatic events of the Civil War.*

dramatics (ดระแมท' ทิคซฺ) *n. pl.* การสร้างบทละคร, การแสดงละคร, พฤติกรรมที่มีลักษณะเหมือนละคร

dramatis personae (แดรม' มะทิสเพอะโซ' นี) *n.* ตัวแสดงในละคร, รายชื่อผู้แสดงในละคร

dramatist (แดรม' มะทิสทฺ) *n.* นักเขียนละคร (-S. playwright, dramaturgist, dramaturge)

dramatize (แดรม' มะไทซฺ) *vt., vi.* **-tized, -tizing** แปลงละคร, ทำให้มีลักษณะคล้ายละคร, ทำให้เป็นเรื่องน่าทึ่ง (-S. overdo, adapt)

drank (แดรงคฺ) *vt., vi.* กริยาช่อง 2 ของ drink *-Ex. Daeng in Sukothai drank the contents of the bottle.*

drape (เดรพ) *v.* **draped, draping** *-vt.* ตกแต่ง, จัดเสื้อผ้า, จัดม่าน, แขวน *-vi.* แขวน, ประดับ, ตกแต่ง *-n.* ม่านประดับ, วิธีการแขวนม่านและสิ่งประดับ, วิธีการจัดเสื้อผ้า (-S. cover, arrange, dangle) *-Ex. We drape windows with curtains., Wild flowers draped the roadside., There are drapes on the living room windows.*

draper (เดร' เพอะ) *n.* พ่อค้าขายของแห้ง, คนขายผ้า

drapery (เดร' เพอะรี) *n., pl.* **-ies** ผ้าแขวน, ผ้าม่าน, ผ้าพับ, ผ้าหรือสิ่งทอทั้งหลาย, ธุรกิจค้าผ้า

drastic (แดรส' ทิค) *adj.* รุนแรงมาก, ดุเดือดมาก, เข้มงวดมาก, อย่างสุดขีด **-drastically** *adv.* (-S. radical, extreme, severe) *-Ex. to take drastic measures, a drastic remedy*

drat (แดรท) *interj.* คำอุทานที่แสดงความรังเกียจ

dratted (แดรท' ทิด) *adj.* ซึ่งถูกสาปแช่ง, ซึ่งถูกแช่ง

draught (ดราฟทฺ) *n., vt., adj.* ดู draft

draughtboard (ดราฟทฺ' บอร์ด) *n.* กระดานหมากรุก (-S. draughtsboard)

draughts (ดราฟทฺซฺ) *n. pl.* เกมหมากรุก

draughtsman (ดราฟทฺซฺ' เมิน) *n., pl.* **-men** ดู draftsman **-draughtsmanship** *n.*

draughty (ดราฟ' ที) *adj.* **-ier, -iest** ดู drafty **-draughtily** *adv.* **-draughtiness** *n.*

drave (เดรฟวฺ) *vt., vi.* กริยาช่อง 2 ของ drive (ใช้ในอดีต)

D

Dravidian (ดระวิด' เดียน) *n.* ภาษาตระกูลหนึ่งที่ใช้ในทางตอนใต้ของประเทศอินเดียและทางตอนเหนือของประเทศศรีลังกา, ผู้พูดภาษาดังกล่าว *-adj.* ที่เกี่ยวกับภาษาหรือชนชาติที่พูดภาษาดังกล่าว **-Dravidic** *adj.*

draw (ดรอ) *vt., vi.* **drew, drawn, drawing** ดึง, ลาก, โก่ง, น้าว, ถอน, จับ (ฉลาก), เอาออก, ดึงออก, สาวออก, ดูดออก, ชักออก, ตักออก, ชวน, ทำให้บังเกิดขึ้น, ชักนำ, ชักจูง, ดึงดูด, จูงใจ, เขียน, บรรยาย, ร้อยกรอง, พรรณนา ดึง, ไขก๊อก, เบิก (เงิน), ทำให้พูด, ชักปืน, ชักดาบ, ร่าง, เสมอกัน, ล้วงเอาความลับ, ไล่เลียง(เอาความจริง), ทำให้แสดงความสามารถ, เคลื่อนหรือผ่านไปอย่างช้าๆ, วาดภาพ, ร่างภาพ, ตามกลิ่น *-n.* การดึง, การลาก, สิ่งที่ดึงดูดใจ, การเสมอกัน, ส่วนที่ชักขึ้น (เช่น สะพานชัก), สิ่งที่จับฉลากขึ้นมา, สิ่งที่สุ่มหยิบขึ้นมา **-draw on** ใช้งาน, ใกล้เข้ามา **-draw up** ยกร่าง, ร่าง, ออกแบบ, หยุดพัก **-draw oneself up** นั่งหรือยืนตัวตรง (**-S.** pull, attract, depict, define **-A.** push, shove, thrust, repel, exhale) *-Ex. draw a net through the water, The horse draws the cart., draw (down) punishment oneself, The force of gravity draws things down to earth., The play is drawing huge crowds.,The train drew out. The day drew on.*

drawback (ดรอ' แบค) *n.* อุปสรรค, สิ่งกีดขวาง, ข้อบกพร่อง, จุดบกพร่อง, การถอนคืน, การถอนเงิน, การคืนภาษี, การคืนเงิน (**-S.** hindrance, difficulty, hitch, trouble, check)

drawbridge (ดรอ' บริดจฺ) *n.* สะพานชักหรือสะพานยกเพื่อป้องกันการผ่านโดยไม่ได้รับอนุญาต

drawee (ดรออี') *n.* ผู้จ่ายเงินตามใบสั่งจ่าย เช่น ธนาคาร

drawer (ดรอ' เออะ) *n.* ผู้ถอนเงิน (โดยตั๋วเงิน), ผู้ดึง, ผู้ลาก, สิ่งที่ลาก, ลิ้นชัก **-drawers** กางเกงชั้นใน

drawing (ดรอ' อิง) *n.* การวาด, การยกร่าง, การสเกตช์ภาพ, ภาพวาด, ภาพร่าง, ล็อตเตอรี (**-S.** picture, sketch, diagram) *-Ex. the drawing of a load, the drawing of a gun*

drawing pin หมุดปัก, หมุดยึดกระดาษ, เข็มหมุดตัวใหญ่

drawing room ห้องรับแขก, ตู้โดยสารที่จุคนได้ 2-3 คนของขบวนรถไฟ

drawing table แป้นหรือโต๊ะวาดรูป

drawknife (ดรอ' ไนฟฺ) *n., pl.* **-knives** มีดตัดที่มีที่ถืองอเป็นมุมฉากกับใบมีด

drawknife

drawl (ดรอล) *vt., vi.* พูดอย่างช้าๆ, กล่าวช้าๆ *-n.* การกล่าวช้าๆ, การพูดช้าๆ **-drawler** *n.* **-drawlingly** *adv.*

drawn (ดรอน) *vt., vi.* กริยาช่อง 3 ของ draw *-adj.* บูดเบี้ยว (หน้า), ซูบซีด (**-S.** pinched, haggard, fatigued) *-Ex. a face drawn with pain, to look drawn after an illness, Dang had drawn a heart on Mother's valentine., The horse has drawn the heavy load all day.*

drawstring (ดรอ' สทริง) *n.* เชือกผูกปากถุง, เชือกผูกเสื้อหรือกางเกง

dray (เดร) *n.* รถสองล้อขนาดใหญ่และเตี้ยสำหรับบรรทุกของหนัก, รถบรรทุกของ, แคร่, เลื่อน, รถสินค้า *-vt.* **drayed, draying** ขนส่งสินค้าด้วยรถดังกล่าว

drayage (เดร' อิจ) *n.* การขนส่งด้วยรถสองล้อขนาดใหญ่และเตี้ย, การขนส่งด้วยรถบรรทุก, ค่าขนส่ง

drayman (เดร' เมิน) *n., pl.* **-men** คนที่ขับรถบรรทุกของ

dread (เดรด) *vt., vi.* กลัวมาก, หวาดกลัว, ลังเลที่จะทำ *-n.* ความหวาดกลัว, ความเกรงขาม, ความเกรงกลัว, คนที่กลัว, ความเคารพยำเกรง *-adj.* น่ากลัวมาก, น่าหวาดกลัว, ร้ายกาจ (**-S.** fear, be terrified by, worry about) *-Ex. Sombut dreads going to the dentist., a dread ruler, dread omens*

dreadful (เดรด' ฟูล) *adj.* น่ากลัวมาก, น่าหวาดกลัว, น่าเคารพยำเกรง, เลวมาก **-dreadfully** *adv.* **-dreadfulness** *n.* (**-S.** terrible, frightful, horrible, nasty, outrageous)

dreadnought (เดรด' นอท) *n.* เรือรบติดอาวุธหนัก

dream (ดรีม) *n.* ความฝัน, การนึกฝัน, การเพ้อฝัน, สิ่งที่ปรากฏในความฝัน, เป้าหมาย, สิ่งที่ปรารถนา, สิ่งที่สวยงามประดุจฝัน *-v.* **dreamed/dreamt, dreaming** *-vi.* ฝัน, นึกฝัน, เพ้อฝัน, มีแรงบันดาลใจ *-vt.* ฝันเห็น, นึกฝัน, คาดคะเนเอาเอง, ปล่อยเวลาผ่านไปกับการนึกฝัน *-adj.* ดีเลิศ, เป็นที่ปรารถนา **-dream up** วางแผน **-dreamer** *n.* (**-S.** fantasy, vision, daydream)

dreamland (ดรีม' แลนดฺ) *n.* แดนแห่งความฝัน, โลกแห่งความฝัน, การนอนหลับ

dreamt (ดรีมทฺ) *vi., vt.* กริยาช่อง 2 และช่อง 3 ของ dream

dream world โลกแห่งความฝัน, โลกแห่งจินตนาการ

dreamy (ดรีม' มี) *adj.* **-ier, -iest** ชอบเพ้อฝัน, เหมือนฝัน, เลือนลาง, ไม่ชัด, เงียบสงบ, น่าอัศจรรย์, จับใจ, งดงาม **-dreamily** *adv.* **-dreaminess** *n.* (**-S.** visionary, fanciful, thoughtful, vauge, soothing) *-Ex. a dreamy recollection, a dreamy person*

drear (เดรียร์) *adj.* ดู dreary

drearisome (เดรีย' ริเซิม) *adj.* ดู dreary

dreary (เดรีย' รี) *adj.* **-ier, -iest** ซึ่งทำให้เศร้า, น่าเบื่อ, เศร้าซึม, ทึมทึบ **-drearily** *adv.* **-dreariness** *n.* (**-S.** dismal, lifeless, gloomy) *-Ex. a dreary day*

dredge[1] (เดรจ) *n.* เรือขุดเลน, เครื่องตักตัวอย่าง, เครื่องมือที่มีตาข่ายไว้จับสัตว์ที่มีเปลือก เช่น หอย กุ้ง ปู *-vt., vi.* **dredged, dredging** ขุดเลน, ขุดลอก, ลอก, ตักตัวอย่างใต้พื้นน้ำ **-dredger** *n.* *-Ex. The government will dredge the river.*

dredge[2] (เดรจ) *vt.* **dredged, dredging** โปรยด้วยผง, โปรยด้วยแป้ง **-dredger** *n.* (**-S.** sprinkle)

dregs (เดรกซฺ) *n. pl.* ขี้ตะกอน, กาก, ส่วนที่นอนก้น, ของเสีย, เศษ, จำนวนเล็กน้อย

drench (เดรนชฺ) *vt.* ทำให้เปียกโชก, แช่, แช่น้ำ, อาบน้ำ, จุ่มน้ำ, ทำให้เต็มไปด้วย, กรอกยาให้สัตว์, ทำให้ดื่ม *-n.* การทำให้เปียกโชก, การแช่, การดื่มปริมาณมากต่อครั้ง, ปริมาณยาที่ให้ (กรอก) ต่อครั้ง **-drencher** *n.* *-Ex. We were drenched to the skin in the storm last night.*

dress (เดรส) *n.* เครื่องแต่งตัว, เสื้อผ้าอาภรณ์, เครื่องเต็มยศ, เสื้อชุด, เสื้อกระโปรงชุด, เครื่องหุ้มห่อ, สิ่งปกคลุมภายนอก *-v.* **dressed/drest, dressing** *-vt.* แต่งตัว, สวมเสื้อผ้า, ตกแต่ง, ประดับ, ทำแผล, ทายาและพันบาดแผล, ทายา, ตัด, เล็ม, แต่ง, จัดเป็นแนวตรง, ปรับพื้นดิน, ปลูก (ต้นไม้), ทำความสะอาด *-vi.* ใส่เสื้อผ้า, สวมชุดราตรี, เรียงให้เป็นเส้นตรง *-adj.* เหมาะสมกับโอกาส, เกี่ยวกับเครื่องแต่งตัว, ต้องใช้เสื้อชุด **-dress down** ดุด่าอย่างรุนแรง, ใส่เสื้อผ้าธรรมดาๆ **-dress up** แต่งตัวให้สวยหรือดีที่สุด (-S. attire, clothes, garments, clothing) *-Ex. dressed in black, a black dress, morning dress, to dress a wound, to dress meat, to dress hair, to dress a store window*

dressage (เดรซาจ') *n.* ศิลปะหรือวิธีการฝึกม้า

dresser[1] (เดรส' เซอะ) *n.* คนที่พิถีพิถันในการแต่งตัว, พนักงานแต่งตัวให้ลูกค้าหรือคนแสดงละคร, ผู้ช่วยศัลยแพทย์, เครื่องแต่งรูป *-Ex. a careful dresser, Somchai is a dresser in a theater., a dresser of leather, a dresser of wounds*

dresser[2] (เดรส' เซอะ) *n.* โต๊ะเครื่องแป้ง, ตู้เก็บถ้วยชาม *-Ex. a window dresser*

dressing (เดรส' ซิง) *n.* การตกแต่ง, สิ่งที่ตกแต่ง, เครื่องชูรส, ซอสอาหาร, เครื่องยัดไส้, สิ่งที่ใช้แต่งบาดแผล, ปุ๋ย (-S. relish, bandage, fertilizer)

dressing-down (เดรส' ซิง ดาวนฺ') *n.* การตำหนิ, การดุ

dressing gown เสื้อคลุมสำหรับใส่นั่งเล่นหรือเวลาไปอาบน้ำ

dressing room ห้องแต่งตัว

dressmaker (เดรส' เมเคอะ) *n.* ช่างตัดเสื้อผู้หญิง **-dressmaking** *n.*

dress rehearsal การซ้อมละครครั้งสุดท้ายที่สวมเสื้อผ้าครบชุด

dressy (เดรส' ซี) *adj.* **-ier, -iest** หรูหรา, ทันสมัย, พิถีพิถันในการแต่งตัว **-dressiness** *n. -Ex. a dressy social event*

drest (เดรสทฺ) *vt., vi.* กริยาช่อง 2 และช่อง 3 ของ dress

drew (ดรู) *vt., vi.* กริยาช่อง 2 ของ draw

drib (ดริบ) *vi., vt.* **dribbed, dribbing** ตกลงทีละเล็กละน้อย

dribble (ดริบ' เบิล) *v.* **-bled, -bling** *-vi.* หยด, ไหลริน, ไหลหยด, ค่อยๆ เคลื่อน, ค่อยๆ หายไป *-vt.* ทำให้ไหล, ทำให้หยด, เลี้ยง (บอล) *-n.* การไหลรินเป็นหยดๆ, การไหลรินออก, จำนวนหรือปริมาณเล็กน้อย, ฝนตกปรอยๆ, การเลี้ยงลูกบอล **-dribbler** *n.* (-S. trickle, leak, slobber) *-Ex. Then the sound dribbled away., Water is dribbling from the leaky faucet., A baby dribbles when it's teething., to dribble a football*

driblet (ดริบ' ลิท) *n.* จำนวนเล็กน้อย, ส่วนน้อย, หยดหนึ่ง *-Ex. Udom repaid his debts in driblets.*

dried (ไดรด) *vt., vi.* กริยาช่อง 2 และช่อง 3 ของ dry

drier (ไดร' เออะ) *n.* คนทำให้แห้ง, สิ่งที่ทำให้แห้ง, เครื่องทำให้แห้ง, สารดูดความชื้น, ยาที่ทำให้แห้ง (-S. dryer) *-Ex. a clothes drier, a hair drier*

drift (ดริฟทฺ) *n.* การล่องลอย, การเลื่อนลอย, อาการลอย, กระแส, ความผลักดัน, ความกดดัน, การพเนจร, สิ่งที่ล่องลอย, ความโน้มน้าว, แนวโน้ม, ความหมาย, เจตนา, กองสิ่งของที่ล่องลอยมารวมกัน, ภาวะที่ถูกผลักดัน, การค่อยๆ เบี่ยงเบนจากทิศทางที่กำหนดไว้ *-vi.* ล่องลอย, เลื่อนลอย, ลอยไปทับกันเป็นกอง, พเนจร, ระเหเร่ร่อน, เบี่ยงเบนจากทิศทางเดิม *-vt.* นำไปด้วย, ลอยไปทับกันเป็นกอง **-driftingly** *adv.* (-S. movement, deviation, purport, mound, trend) *-Ex. A boat was drifting about on the river., The leaves drifted into a corner of the yard., Strong winds drifted the snow., buried in drifts of sand, Some people drift through life.*

driftage (ดริฟ' ทิจ) *n.* สิ่งสะสมที่เกิดจากลมหรือน้ำ

drifter (ดริฟ' เทอะ) *n.* ผู้ระเหเร่ร่อน, ผู้เปลี่ยนงานบ่อย, เรือหาปลาที่ใช้แหลอย (เรียกอีกชื่อว่า drift boat)

driftwood (ดริฟทฺ' วูด) *n.* ไม้ที่ลอยตามน้ำ, เศษไม้ที่ลอยตามน้ำ

drill[1] (ดริล) *n.* สว่าน, เครื่องเจาะ, หัวสว่าน, การฝึกฝน, หอยจำพวก *Urosalpinx cinerea* ซึ่งเป็นหอยที่ทำลายหอยมุก หรือหอยชนิดอื่น *-vt.* เจาะไช, ยิงทะลุ, ฝึกฝน *-vi.* เจาะรู, ฝึกฝน **-driller** *n.* (-S. exercise, drilling/boring tool) *-Ex. We drilled the metal. Mary drilled at her piano exercise., We have air themetic drill.*

drill[2] (ดริล) *n.* ร่องเล็กๆ สำหรับหว่านเมล็ดพืช, เครื่องหว่านเมล็ดเป็นแถวๆ, แถวเมล็ดพืชที่หว่าน *-vt.* หว่านเมล็ดพืชเป็นแถว

drill[3] (ดริล) *n.* ผ้าฝ้ายที่แข็งแรง, ผ้าลายสอง

drill[4] (ดริล) *n.* ลิงหน้าหมูจำพวก *Papio leucophaeus* พบในแอฟริกาตะวันตก

drillmaster (ดริล' มาสเทอะ) *n.* ผู้ฝึกฝน, ครูฝึก, ทหารครูฝึก

drily (ไดร' ลี) *adv.* อย่างแห้งๆ

drink (ดริงคฺ) *v.* **drank, drunk, drinking** *-vt.* ดื่ม, ดื่มให้พร, ดื่มเหล้า *-vi.* ใส่เข้าปากและกลืน, กลืน, ดื่มให้พร *-n.* เครื่องดื่ม, เครื่องดื่มหนึ่งอึก, การดื่มเหล้า, ของเหลวหนึ่งอึก, เหล้า, (คำสแลง) ทะเล มหาสมุทร *-Ex. drink a glass of water, drink it up, Blotting paper drinks in water., hard drinking, have a drink*

drinkable (ดริง' คะเบิล) *adj.* ดื่มได้, เหมาะสำหรับดื่ม *-n.* เครื่องดื่ม, ของเหลวที่ดื่มได้ **-drinkability** *n.*

drinker (ดริง' เคอะ) *n.* คนดื่ม, นักดื่มเหล้า

drip (ดริพ) *vi., vt.* **dripped/dript, dripping** ไหลเป็นหยด, ออกเป็นหยด *-n.* การไหลออกเป็นหยด, ของเหลวที่หยด, เครื่องหยดน้ำเกลือหรือของเหลว, การให้น้ำเกลือหรือของเหลวเข้าสู่ร่างกายทางเส้นเลือดอย่างช้าๆ ทีละหยด, เสียงที่เกิดจากหยดของเหลวตกสู่พื้น, เครื่องกั้นไม่ให้น้ำหยดจากหลังคา, (คำสแลง) คนที่ไม่น่าสนใจ **-dripper** *n.* (-S. drop, dribble, sprinkle)

drip-dry (ดริพ' ไดร) *adj.* (ผ้า) ที่แห้งเร็วและไม่ยับเมื่อแขวนตาก *-vi.* **-dried, -drying** (ผ้า) แห้งเร็วและไม่ยับเมื่อแขวนไว้

dripping (ดริพ' พิง) *n.* การหยดลง, เสียงการหยดของของเหลวที่หยดลงมา, น้ำมันที่ไหลซึมออกมาจากเนื้อที่กำลังอบหรือย่าง

dript (ดริพท) *vi., vt.* กริยาช่อง 2 และช่อง 3 ของ drip

drive (ไดรฟว) *v.* **drove, driven, driving** *-vt.* ขับ, ขับไล่, ไล่, ผลักไส, บีบคั้น, บีบบังคับ, ผลักดัน, ขับขี่, ค้นหา, ต้อน (สัตว์เลี้ยง), ตี (ลูกกอล์ฟ, ตะปู) *-vi.* แล่น, พุ่งปะทะอย่างรวดเร็ว, ขับรถ, เคลื่อนที่ไปพร้อมลูกบาสเกตบอล, มุ่งหมาย, ขุดอุโมงค์ *-n.* การขับ, การขับขี่, การเดินทางทางรถ, ถนนหรือทางเดินสำหรับยานพาหนะ, อุปกรณ์อ่านข้อมูลของเครื่องคอมพิวเตอร์, สัตว์ที่ไล่ตาม, สัตว์ (ที่ต้อน), การรุกทางทหาร, พลังงาน, แรงกระตุ้น, กลไกในการขับ, การตีลูกกอล์ฟ, การตอกตะปู **-drivable** *adj.* (-S. urge, impel, propel, hit, control, ride) *-Ex. drive a tractor, drive an oil well, drive a hard bargain, go for a drive, to drive a herd of cattle, to drive a golf ball, She will drive me to station., to drive a person to do a task, An oil engine drives the pump., Love drove her to do it.*

drive-in (ไดรฟว' อิน) *n.* โรงภาพยนตร์หรือธนาคารที่ลูกค้าเอารถเข้าจอดชมหรือจอดรับจ่ายเงินได้ *-adj.* เกี่ยวกับสถานที่ดังกล่าว

drivel (ดริฟว' เวิล) *vi., vt.* **-eled, -eling/-elled, -elling** ปล่อยให้น้ำมูก หรือน้ำลายไหลย้อยออกมา, พูดเหลวไหล, พูดโง่ๆ, พูดสุ่มสี่สุ่มห้า *-n.* คำพูดที่เหลวไหล, คำพูดที่ไร้สาระ, น้ำมูกหรือน้ำลายที่ไหลย้อยออกมา **-driveler, driveller** *n.* (-S. drool, nonsense, slobber)

driven (ดริฟว' เวิน) *vt., vi.* กริยาช่อง 3 ของ drive

driver (ไดร' เวอะ) *n.* คนขับขี่, คนขับรถ, คนต้อนปศุสัตว์, เครื่องตอกเสาเข็ม, ค้อน, ไม้ตีกอล์ฟชนิดหัวใหญ่

driveway (ไดรฟว' เว) *n.* ถนน (โดยเฉพาะถนนส่วนตัว) ที่เชื่อมเข้าหาถนนใหญ่

drizzle (ดริซ' เซิล) *vi., vt.* **-zled, -zling** (ฝน) ตกประปราย, (ฝน) ตกพรำๆ *-n.* ฝนที่ตกประปราย, ฝนที่ตกพรำๆ **-drizzly** *adj.*

drogue (โดรก) *n.* ทุ่น, ถุงลมที่คล้ายร่มชูชีพที่ถ่วงให้เครื่องบินหยุด, สมอเรือ

droit (ดรอยท) *n.* สิทธิ, การอ้างสิทธิ

droll (โดรล) *adj.* น่าขำ, น่าหัวเราะ, ตลก, แปลก, พิลึก *-n.* คนแสดงตลก, คำพูดน่าขำ, ตัวตลก, เรื่องน่าขำ**-drollness** *n.* **-drolly** *adv.* (-S. comic, funny, ridiculous, queer) *-Ex. The children were amused by the old man's droll stories.*

drollery (ดรอล' เลอะรี) *n., pl.* **-eries** เรื่องน่าขำ, สิ่งที่น่าขำ, เรื่องตลก, คำพูดขำขัน, ท่าทางที่น่าขัน

dromedary (ดรอม' มะเดอะรี) *n., pl.* **-daries** อูฐหนอกเดียวจำพวก *Camelus dromedarius* พบทางตอนเหนือของแอฟริกาและทางตะวันตกของเอเชีย

dromedary

drone[1] (โดรน) *n.* ผึ้งตัวผู้, กาฝาก, เครื่องบินไร้คนขับที่ควบคุมด้วยวิทยุทางไกล

drone[2] (โดรน) *vi., vt.* **droned, droning** ทำเสียงหึ่งๆ ที่น่าเบื่อ, พูดเสียงพึมพำที่น่าเบื่อ, ทำท่าที่น่าเบื่อ *-n.* เสียงหึ่งๆ คล้ายผึ้ง, ขลุ่ยที่มีเสียงต่ำ, การพูดเสียงต่ำ, เสียงพึมพำที่น่าเบื่อ *-Ex. make a droning, A few students fell asleep as the speaker droned on.*

drool (ดรูล) *vi.* น้ำลายไหล, (คำสแลง) แสดงความยินดีมากเกินขอบเขต พูดโง่ๆ พูดจาเหลวไหล แสดงการโอ้อวดมากเกินไป *-vt.* ทำให้น้ำลายไหล *-n.* น้ำมูกน้ำลายไหล, (คำสแลง) การพูดโง่ๆ

droop (ดรูพ) *vi.* ก้มต่ำ, หลบต่ำ, มองต่ำ, ห้อยลง, ตกต่ำ, (สุขภาพ) ทรุดโทรม, อ่อนแอลง, ท้อใจ *-vt.* หุบลง, ลดต่ำ *-n.* การก้มต่ำ, การหลบต่ำ, การมองต่ำ, ความท้อแท้, ความทรุดโทรม, การไร้ที่ยึด **-droopy** *adj.* **-droopingly, droopily** *adv.* **-droopiness** *n.* (-S. bend, weary, decline) *-Ex Flowers droop when they need water., The boy's head drooped drowsily.*

drop (ดรอพ) *n.* หยด, หยาด, ปริมาณเล็กน้อยของของเหลว, จำนวนเล็กน้อย, หยดยา, สิ่งที่คล้ายของเหลว, สิ่งที่เป็นรูปทรงกลม, ลูกตุ้ม, การตกลง, การหย่อนลงจากอากาศ, ระยะที่ตกลงมา (ในแนวตั้ง), ความลึกที่ตกลงไป, ที่ชันมาก, จำนวนลูกที่ออกของสัตว์, สิ่งที่ร่อนลงมาโดยร่มชูชีพ, ศูนย์รับจัดส่งไปรษณีย์หรือสิ่งของ *-v.* **dropped, dropping** *-vi.* หยดลง, หย่อนลง, ตก, จมลง, สิ้นสุด, ถอน, ยุติ, หายไป, หมอบ, ตกต่ำลง, เคลื่อนอย่างแผ่วเบา, ถอยหลัง, เคลื่อนต่ำลง *-vt.* ทำให้หยดลง, ทำให้ตก, ทำให้จมลง, กล่าวออกมา, ส่งจดหมาย, ส่งข่าว, ย่อตัวลง (คำนับ), ยิงตก, ทำให้ตกลงสู่พื้นดิน, ให้ลง (จากรถ), ลดเสียง, เลิกแข่ง, เลิกยุ่ง, เลิกจ้าง, หย่อนลงหลุม, ตีลงหลุม, แพ้, คลอดลูก (สัตว์), ทิ้งร่มชูชีพ, ทอด (สมอ), แพ้ (การแข่งขัน), ห่างไปจนลับสายตา**-drop back** ทำให้ห่างไกลออกไป **-drop behind** ล้าหลัง, ไม่ครบ, ไม่ถึง **-drop off** ลดถอย, หลับไป *-Ex. a drop of oil, a tear drop, The fruit dropped down from the tree., Sawai dropped down from the wall., Udom takes up one hobby after another and then drops it.*

drop curtain ม่านที่ชักขึ้นลงในโรงละคร

drop kick การเตะลูกบอลลงดินเพื่อเตะอีกครั้งเมื่อลูกบอลกระดอนขึ้น **-drop-kick** เตะลูกบอลลงดิน เพื่อเตะอีกครั้งเมื่อลูกกระดอนขึ้น **-drop-kicker** *n.*

droplet (ดรอพ' ลิท) *n.* หยดเล็กๆ

dropout (ดรอพ' เอาท) *n.* นักเรียนที่ถอนการเรียนวิชาใดวิชาหนึ่ง, การถอนออกกลางคัน, ผู้ที่ออกจากโรงเรียนกลางคัน, บางส่วนของแถบบันทึกแม่เหล็กที่ไม่สามารถใช้อ่านข้อมูลได้, (คอมพิวเตอร์) การไม่สามารถอ่านข้อมูลที่ต้องการ (-S. quitter)

dropper (ดรอพ' เพอะ) *n.* คนหยอด, เครื่องหยอด, ที่หยอดยา

dropping (ดรอพ' พิง) *n.* สิ่งที่หยดลง

droppings (ดรอพ' พิงซ) *n. pl.* มูลสัตว์

dropsy (ดรอพ' ซี) *n.* ภาวะการสะสมน้ำอย่างผิดปกติในเนื้อเยื่อโพรงของร่างกาย, โรคบวมน้ำ **-dropsical, dropsied** *adj.* **-dropsically** *adv* (-S. edema)

droshky, drosky (ดรอช' คี, ดรอส' คี) *n., pl.*

dross 273 **dryad**

D

-kies/-kys รถม้าสี่ล้อขนาดเบา มีกระโจมกว้างใช้ในรัสเซียและโปแลนด์สมัยก่อน

dross (ดรอส) *n.* ของเสีย, ขยะ, สิ่งไร้ค่า, ของธรรมดาๆ **-drossiness** *n.* **-drossy** *adj.* (-S. refuse, rubbish)

drought, drouth (เดราทฺ, เดราธฺ) *n.* ฤดูแล้ง, การขาดแคลนที่ยาวนาน, ความกระหายน้ำ

droughty (เดรา' ที) *adj.* **-ier, -iest** แห้งแล้ง, ไร้ฝน, กระหายน้ำ

drouthy (เดรา' ธี) *adj.* ดู droughty

drove[1] (โดรฟวฺ) *vt., vi.* กริยาช่อง 2 ของ drive

drove[2] (โดรฟวฺ) *n.* ฝูงสัตว์, ฝูงชน, ที่เจียนหิน *-vt., vi.* **droved, droving** ต้อนสัตว์เป็นฝูง, เจียนหิน

drover (โดร' เวอะ) *n.* ผู้ต้อนฝูงสัตว์ไปขาย

drown (เดรานฺ) *vt.* เอาไปถ่วงน้ำให้หายใจไม่ออก, ทำให้จมน้ำตาย, ทำลาย, กำจัด, ท่วม, กลบ, ใส่น้ำมากเกินไป *-vi.* ตายเนื่องจากสำลักน้ำหรือของเหลว *-Ex. If you can't swim, you'll drown.*

drowse (เดราซฺ) *v.* **drowsed, drowsing** *-vi.* ง่วง, สัปหงก, เซื่องซึม, ครึ่งหลับครึ่งตื่น *-vt.* ทำให้ง่วง, ทำให้สัปหงก, ปล่อยเวลาให้ผ่านไปโดยการสัปหงกไม่รู้เรื่องรู้ราว *-n.* การสัปหงก, การเซื่องซึม (-S. doze) *-Ex. Somchai drowsed while he was studying.*

drowsy (เดรา' ซี) *adj.* **-ier, -iest** ครึ่งหลับครึ่งตื่น, ง่วง, สัปหงก, ซบเซา, เซื่องซึม, ซึ่งทำให้เซื่องซึมหรือง่วงนอน **-drowsily** *adv.* **-drowsiness** *n.* (-S. half-asleep, sleepy, lethargic, yawning -A. awake) *-Ex. After supper, the baby became drowsy and had to be put to bed., on warm drowsy days*

drub (ดรับ) *v.* **drubbed, drubbing** *-vt.* ตี, หวด, ชนะเด็ดขาด, กระทืบเท้า *-vi.* หวด, กระทืบเท้า *-n.* การตี, การหวด **-drubber** *n.*

drubbing (ดรับ' บิง) *n.* การเอาชนะอย่างเด็ดขาด, การหวดเสียงดัง (-S. beating, thrashing, flogging)

drudge (ดรัจ) *n.* คนที่ทำงานหนักหรืองานที่น่าเบื่อหน่าย, คนที่ทำงานจำเจ *-vi.* **drudged, drudging** ทำงานหนักหรืองานที่จืดชืดน่าเบื่อ **-drudgingly** *adv.* **-drudger** *n.* (-S. slave, labourer, hack, toiler)

drudgery (ดรัจ' เจอะรี) *n., pl.* **-ies** งานหนักที่น่าเบื่อ (-S. toiling, hack work)

drug (ดรัก) *n.* ยา, ผลิตภัณฑ์ยา, ยาเสพย์ติด, สินค้าที่เกี่ยวกับสุขภาพที่ขายในร้านขายยา *-vt.* **drugged, drugging** ผสมกับยา, ทำให้ติดยา, ทำให้ได้รับพิษจากยา **-drug on the market** สินค้าที่มีมากเกินความต้องการในตลาด *-Ex. to drug a patient before an operation, to drug a person's coffee*

drug abuse การใช้ยาในทางที่ผิด มักหมายถึงยาเสพย์ติด

drug addict ผู้ติดยา (เสพย์ติด)

drugget (ดรัก' กิท) *n.* พรมขนสัตว์ผสมฝ้ายหรือปอ, สิ่งที่ทำด้วยขนสัตว์ผสมฝ้ายหรือปอ

druggie, durggy (ดรัก' กี) *n.* ผู้เสพยาเสพย์ติด

druggist (ดรัก' กิสทฺ) *n.* เภสัชกร, ผู้ปรุงยาตามใบสั่งแพทย์

drugstore, drug store (ดรัก' สทอร์, -สโทร์) *n.* ร้านขายยา (-S. dispensary)

druid (ดรู' อิด) *n.* สมาชิกของศาสนาหนึ่งในอังกฤษและไอร์แลนด์สมัยโบราณนับถือกันในหมู่ชาว Celt **-druidic, druidical** *adj.*

drum (ดรัม) *n.* กลอง, สิ่งที่คล้ายกลอง, เสียงกลอง, เยื่อแก้วหู, ปลาทะเลตระกูล Sciaenidae ซึ่งทำเสียงคล้ายเสียงกลองได้ *-v.* **drummed, drumming** *-vi.* ตีกลอง, เคาะจังหวะ *-vt.* ตีเป็นจังหวะ, ตีกลองเรียก *-Ex. beat the drum, The rope is wound up on this drum.*

drumbeat (ดรัม' บีท) *n.* เสียงกลอง, สิ่งที่ส่งเสริมความกระตือรือร้น **-drumbeating** *n.* **-drumbeater** *n.*

drumhead (ดรัม' เฮด) *n.* หน้ากลอง, หนังกลอง, เยื่อแก้วหู

drumlin (ดรัม' ลิน) *n.* เนินเขากลมยาวที่ไม่เป็นชั้น

drum major หัวหน้าวงดนตรีทหาร, ผู้นำวงดนตรีในขบวนแห่

drum majorette หญิงถือไม้นำวงดนตรีในขบวนแห่

drummer (ดรัม' เมอะ) *n.* มือกลอง, (ภาษาพูด) พนักงานขายที่เดินทางไปมา

drumstick (ดรัม' สทิค) *n.* ไม้ตีกลอง, ขาส่วนล่างของเป็ดไก่ที่มีเนื้อมาก

drunk (ดรังคฺ) *vt., vi.* กริยาช่อง 3 ของ drink *-adj.* เมา, เมาเหล้า, ซึ่งมีอารมณ์หรือความรู้สึกรุนแรง *-n.* คนเมาเหล้า, งานเลี้ยงที่ดื่มเหล้าอย่างมาก (-S. inebriated, tipsy, bibulous) *-Ex. Baby has drunk up her milk and wants more., to be drunk with power, be drunk with joy*

drunkard (ดรังคฺ' เคิร์ด) *n.* คนเมาเหล้า, คนที่ดื่มเหล้า เป็นนิสัยหรือบ่อย (-S. sot, alcoholic, inebriate, toper)

drunken (ดรังคฺ' เคิน) *adj.* เมาเป็นประจำ, เมาเหล้า **-drunkenly** *adv.* **-drunkenness** *n.* (-S. drunk, intoxicated, debauched) *-Ex. a drunken man, a drunken rage, a drunken driver*

drupe (ดรูพ) *n.* ผลไม้ที่มีเมล็ดแข็ง (มักเป็นเม็ดเดียว) เช่น ผลท้อ ผลเชอรี่ ผลพลัม **-drupaceous** *adj.*

dry[1] (ไดร) *adj.* **drier, driest/dryer, dryest** แห้ง, แห้งผาก, แห้งแล้ง, ไร้น้ำ, ไร้ฝนหรือมีฝนน้อย, ไม่ให้น้ำนม, ไม่มีน้ำตา, ที่กระหายน้ำ, ใช้กินเปล่าๆ (ไม่ใส่เนย แยม หรืออื่นๆ), ไม่มีความชื้นเพียงพอ, ไม่มีการตกแต่ง, เรียบๆ, เฉยเมย, ไร้อารมณ์, ไม่หวาน *-v.* **dried, drying** *-vt.* ทำให้แห้ง, ทำให้ไร้ความชื้น *-vi.* แห้ง, สูญเสียความชื้น **-dry up** แห้งหมด, หยุดระเหย, (ภาษาพูด) หยุดพูด **-dryable** *adj.* **-dryly, drily** *adv.* **-dryness** *n.* (-S. dehydrated, barren, parched, arid, dull) *-Ex. a dry cloth, dry weather, dry mouth, The sweat was dry on his face., The well is dry., dry land, Somchai felt dry after working in the sun., They dried the puppy with a large towel., The joke was made funnier by the dry manner in which Udom told it.*

dry[2] (ดราย) *adj.* (นักการเมืองหรือนโยบายอนุรักษ์นิยม) ที่ตามนโยบายที่แข็งกร้าว -n. ผู้สนับสนุนนโยบายดังกล่าว

dryad (ไดร' อัด) *n., pl.* **-ads/-ades** นางไม้, เทพธิดา

D

-dryadic *adj.*
dry battery ถ่านไฟฉาย, แบตเตอรี่แห้ง
dry cell แบตเตอรี่แห้ง
dry-clean (ไดร' คลีน) *vt.* ซักแห้ง **-dry cleaner** *n.*
dry cleaning การซักแห้ง (ใช้น้ำมันเบนซินหรือน้ำมันก๊าดแทนน้ำ), เสื้อผ้าที่ซักโดยวิธีดังกล่าว
dry dock อู่เรือแห้งใช้เป็นที่ทำการสร้างซ่อมหรือทาสีเรือได้
dry-dock (ไดร' ดอค) *vt., vi.* เอาเรือเข้าอู่เรือแห้ง
dryer (ไดร' เออะ) *n.* เครื่องทำให้แห้ง, เครื่องขจัดความชื้น (-S. drier)
dry goods เสื้อผ้า, สิ่งทอ
dry fly เหยื่อตกปลามีลักษณะคล้ายแมลงใช้ล่อปลาโดยลอยบนผิวน้ำ
dry ice คาร์บอนไดออกไซด์แข็งใช้เป็นตัวทำให้เย็น, น้ำแข็งแห้ง
dry rot โรคเชื้อราที่เป็นกับพืชที่ทำให้พืชเปราะและแห้งเป็นผง, โรคที่ทำให้เนื้อเยื่อผุเป็นผง **-dry-rot** *vi., vt.*
dry run การซ้อม, การทดลอง, การยิงกระสุนซ้อม
dry-shod (ไดร' ชอด) *adj.* สวมรองเท้าที่แห้ง, เท้าที่แห้ง
drywall (ไดร' วอล) *n.* แผ่นพลาสเตอร์แห้งระหว่างชั้นกระดาษใช้ ในการทำผนังกำแพง, กำแพงหินที่ยังไม่ได้ฉาบปูนซีเมนต์
dry wash สิ่งที่ซักแล้วไม่ต้องรีด
D.S(c). ย่อจาก Doctor of Science วิทยาศาสตรดุษฎีบัณฑิต
duad (ดู' แอด) *n.* คู่, สอง (-S. couple, twin)
dual (ดู' เอิล) *adj.* เกี่ยวกับคู่, เกี่ยวกับสอง, ซึ่งประกอบด้วย 2 (คน ส่วน สิ่ง ฯลฯ), ด้วยกัน, 2 เท่า **-duality** *n.* **-dually** *adv.* (-S. double, duplicate, duplex)
dualism (ดู' อะลิซึม) *n.* การแบ่งแยกออกเป็น 2 ลักษณะ, ทรรศนะที่เชื่อว่าโลกประกอบด้วยสิ่ง 2 สิ่ง เช่น จิตใจและวัตถุ, ทรรศนะที่เชื่อว่าจิตใจและร่างกายทำงานแยกจากกัน **-dualistic** *adj.* **-dualist** *n.*
dub¹ (ดับ) *vt.* **dubbed, dubbing** เอาดาบแตะไหล่ (ให้เป็นอัศวิน), ขนานนาม, ให้ฉายา, ทำให้เรียบ, ถูให้เรียบ, ใช้น้ำมันทาให้เรียบ *-n.* คนที่ไร้ฝีมือ, มือใหม่, คนที่อืดอาด **-dubber** *n.* (-S. designate, nominate) *-Ex. The lion has been dubbed "King of Beasts."*
dub² (ดับ) *vt.* **dubbed, dubbing** อัดเสียงเพิ่มลงเทปหรือฟิล์ม *-n.* เสียงที่เพิ่มเข้าไปใหม่, เทปที่มีการอัดเสียงเพิ่ม
dub³ (ดับ) *vt., vi.* **dubbed, dubbing** ตี, แทง, ทิ่ม *-n.* การตี, การแทง, การทิ่ม, การตีกลอง
dubbin, dubbing (ดับ' บิน, ดับ' บิง) *n.* สารผสมของไขกับน้ำมัน ใช้ขัดหนัง
dubiety (ดูไบ' อิที) *n., pl.* **-ties** ความสงสัย, ความแคลงใจ, สิ่งที่สงสัย (-S. dubiosity, doubt, hesitancy)
dubious (ดู' เบียส) *adj.* น่าสงสัย, น่าแคลงใจ, ไม่แน่นอน, คลุมเครือ **-dubiously** *adv.* **-dubiousness** *n.* (-S. equivocal, doubtful, suspicious -A. fixed, sound) *-Ex. a dubious answer, dubious compliment, a dubious friend*
dubitable (ดู' บิทะเบิล) *adj.* น่าสงสัย, ไม่แน่นอน **-dubitably** *adv.*
Dublin (ดับ' ลิน) ชื่อเมืองท่าและเมืองหลวงของสาธารณรัฐไอร์แลนด์
ducal (ดู' เคิล) *adj.* เกี่ยวกับดยุก **-ducally** *adv.*
ducat (ดัค' เคิท) *n.* เหรียญทองซึ่งใช้เป็นเงินตราในยุโรปสมัยก่อน, (คำสแลง) ตั๋ว
duce (ดู' เช) *n.* ผู้นำ, ผู้เผด็จการ **-il Duce** มุสโซลินี, ผู้เผด็จการ
duchess (ดัช' ชิส) *n.* ภรรยาหรือหญิงม่ายของท่านดยุก, ท่านดยุกหญิง
duchy (ดัช' ชี) *n., pl.* **-ies** ดินแดนในความปกครองของท่านดยุกหรือภรรยาท่านดยุก
duck¹ (ดัค) *n.* เป็ด, นกที่ว่ายน้ำได้ในตระกูล Anatidae, ตัวเมียของนกดังกล่าว, เป็ดตัวเมีย, เนื้อของสัตว์ดังกล่าว, ที่รัก, ทูนหัว, (คำสแลง) คนที่แปลก
duck² (ดัค) *vi.* ดำน้ำ, มุดน้ำ, ก้ม, หลบหนี *-vt.* กดลงน้ำ, หลบ, ก้ม *-n.* การดำน้ำ, กระโจนลงน้ำ **-ducker** *n.* (-S. dip, douse, bow down, immerse, submerge) *-Ex. duck the issue, I ducked so the ball would not hit me., to duck question*
duck³ (ดัค) *n.* ผ้าฝ้ายหรือลินินที่ทออย่างดีมีความแข็งแรง **-ducks** เสื้อผ้าที่ทำจากผ้าดังกล่าว
duckbill, duckbilled platypus (ดัค' บิล, -บิลดฺแพลท ทิเพิส) *n.* สัตว์ครึ่งบกครึ่งน้ำตัวเล็กๆ เป็นสัตว์เลี้ยงลูกด้วยนม จำพวก *Ornithorhynchus anatinus* เท้าที่เยื่อพังผืดสำหรับว่ายน้ำ มีปากคล้ายปากเป็ด พบในออสเตรเลียและแทสมาเนีย, ตุ่นปากเป็ด
duckboard (ดัค' บอร์ด) *n.* กระดานที่ใช้สำหรับเดินบนที่เปียกหรือเป็นโคลน
duckling (ดัค' ลิง) *n.* เป็ดตัวเล็กๆ, ลูกเป็ด
duckpin (ดัค' พิน) *n.* พินในกีฬาโบว์ลิ่งที่มีขนาดเตี้ยกว่าปกติ **-duckpins** การเล่นโบว์ลิ่งที่ใช้พินดังกล่าวและใช้ลูกขนาดเล็กกว่าปกติ
ducks and drakes เกมอย่างหนึ่ง เล่นโดยโยนก้อนหินแบนๆ ให้กระดอนไปบนผิวน้ำ
duckweed (ดัค' วีด) *n.* แหนที่ลอยน้ำ, พืชจำพวก *Lemna*
duct (ดัคทฺ) *n.* ท่อ, หลอด, ทางไหล, โพรง, คู, คลอง, ท่อสายเคเบิล *-vt.* ปล่อยให้ไหลไปตามท่อ **-ductal** *adj.* **-ductless** *adj.* (-S. tube, passage, culvert)
ductile (ดัค' เทิล) *adj.* ตีเป็นแผ่นบางได้ (โลหะบางชนิด), ดึงเป็นเส้นสายได้ (เช่น ทอง), หลอมเป็นรูปร่างต่างๆ ได้, ดัดได้, เปลี่ยนรูปได้ง่าย, สอน ง่าย, เชื่อง่าย **-ductility, ductilibility** *n.* (-S. malleable, pliable, tractable, gullible)
ductless gland ต่อมไร้ท่อที่ผลิตฮอร์โมนในร่างกาย (-S. endocrine gland)
dud (ดัด) *n.* กระสุนด้าน, (ภาษาพูด) คนหรือสิ่งที่ใช้งานไม่ได้ แผนหรืออุบายหรือไร้ผล *-adj.* (คำสแลง) ที่ไม่มีประโยชน์ ที่ใช้การไม่ได้ **-duds** (ภาษาพูด) เสื้อผ้าสมบัติส่วนตัว

dude (ดูด) *n.* (ภาษาพูด) ผู้ชายที่ชอบแต่งตัว ผู้ชายที่พิถีพิถันมากในการแต่งตัว, (ภาษาพูด) นักทัศนาจรจากด้านตะวันออกของสหรัฐอเมริกา *-vt.* **duded, duding** (คำสแลง) แต่งตัวอย่างหรูหรา **-dudish** *adj.* **-dudishly** *adv.*

due (ดิว) *adj.* เหมาะสม, สมควร, พอเพียง, พอควร, ตามกำหนด, ครบกำหนด, ถึงกำหนด, ที่ต้องชำระ, ถูกต้อง, ถูกทำนองคลองธรรม, ตรง, หลีกเลี่ยงไม่ได้ *-n.* สิทธิที่ควรได้รับ, หนี้, เงินที่พึงชำระ *-adv.* โดยตรง, แน่นอน **-dues** ความยุติธรรม, ค่าธรรมเนียม **-due to** เนื่องจาก, เนื่องด้วย, เพราะ *-Ex. The debt is due for payment on Jan. 5th., the honour due to him, with due ceremony, in due time, Train is not due yet., The accident was due to a mistake.*

due bill สัญญายืม, สัญญายอมรับเป็นหนี้

duel (ดู' เอิล) *n.* การดวลกัน, การต่อสู้กันตัวต่อตัว *-vt., vi.* **-eled -eling/-elled, -elling** เข้าต่อสู้, ร่วมต่อสู้ (-S. contest, competition) *-Ex. verbal duel, The rival politicians had a duel of words.*

duelist, duellist (ดู' อะลิสทฺ) *n.* ผู้ดวลกัน, ผู้ต่อสู้กันตัวต่อตัว (-S. dueler, dueller)

duende (ดเวน' ดี) *n.* การมีเสน่ห์ดึงดูดผู้คนรอบข้าง

duenna (ดูเอน' นะ) *n.* หญิงพี่เลี้ยง, หญิงที่รับจ้างเป็นครูอบรมบุตรตามบ้าน

duet (ดูเอท') *n.* เพลงสำหรับร้องประสานเสียงกันสองคน, เพลงที่ประกอบด้วยเสียงจากเครื่องดนตรี 2 ชิ้น

duff[1] (ดัฟ) *n.* ของผสมระหว่างแป้งและน้ำเพื่อทำขนม

duff[2] (ดัฟ) *n.* ซากกิ่งไม้ใบไม้ที่ตกอยู่ตามพื้นป่า, ถ่านหิน

duffel, duffle (ดัฟ' เฟล) *n.* ผ้าขนสัตว์ที่หนาหยาบ, เสื้อผ้าและอุปกรณ์ของนักกีฬา

duffel/duffle bag ถุงผ้าขนาดใหญ่รูปทรงกระบอกของทหารหรือนักกีฬา

duffel/duffle coat เสื้อคลุมขนสัตว์ที่มีหมวกคลุมมักยาวไปถึงเข่าและมีสายรัด

duffer (ดัฟ' เฟอะ) *n.* (ภาษาพูด) คนโง่ๆ คนที่ไม่ได้เรื่อง, (คำสแลง) คนที่เร่ขายของถูกๆ สิ่งที่ไม่มีค่า (-S. bungler, fool, dunce)

dug[1] (ดัก) *vt., vi.* กริยาช่อง 2 และช่อง 3 ของ dig

dug[2] (ดัก) *n.* นมหรือหัวนมของสัตว์เลี้ยงลูกด้วยนมตัวเมีย (-S. mamma, nipple)

dugong (ดู' กอง) *n.* ตัวพะยูน เป็นสัตว์เลี้ยงลูกด้วยนมจำพวก *Dugong* ที่พบในมหาสมุทรอินเดีย

dugout (ดัก' เอาทฺ) *n.* เรือที่ทำจากท่อนไม้ท่อนเดียว, หลุมหลบภัย, ที่พักมีหลังคาสำหรับนักกีฬาเบสบอล

duiker (ได' เคอะ) *n., pl.* **-kers/-ker** กวางแอฟริกาขนาดเล็กจำพวก *Cephalophus* หรือ *Sylvicapra*

duke (ดุค, ดยุค) *n.* ท่านดยุก, ขุนนางชั้นสูงสุดของอังกฤษ, เจ้านครเล็กๆ, ขุนนาง *-vi.* **duked, duking** ต่อสู้ด้วยกำปั้น **-dukes** (คำสแลง) กำปั้น มือ

dukedom (ดุค' เดิม, ดยุค-) *n.* ที่ดินของท่านดยุก, บรรดาศักดิ์ หรือที่ทำงานของท่านดยุก

dulcet (ดัล' ซิท) *adj.* เสนาะหู, ไพเราะ, ชื่นใจ, อร่อย, น่าดม **-dulcetly** *adv.* (-S. sweet, melodious, euphonious, soothing, mellow)

dulcimer (ดัล' ซะเมอะ) *n.* ขิม, เครื่องดนตรีชนิดหนึ่งของชาวตะวันตก

D

dull (ดัล) *adj.* ทื่อ, ทื่ม, ปัญญาทึบ, ไม่มีชีวิตชีวา, ด้าน, จืดชืด, ไม่มีรสชาติ, ซบเซา, เชื่องช้า, ทู่, พร่ามัว, น่าเบื่อ, ไม่น่าสนใจ *-vt., vi.* ทำให้ทื่อ, ทำให้ไม่มีชีวิตชีวา, ทำให้ซบเซา, ทำให้น่าเบื่อ, ทำให้ทู่, กลายเป็นทื่อ **-dullness, dulness** *n.* **-dully** *adv.* **-dullish** *adj.* (-S. stolid, stupid, unemotional, stagnant, depressed, humdrum) *-Ex. a dull boy, Trade is very dull., Mrs. X is always dull, never merry., a dull edge on this knife*

dullard (ดัล' เลิร์ด) *n.* คนที่ค่อนข้างโง่, คนโง่

duly (ดู' ลี) *adv.* อย่างเหมาะสม, ตามกำหนด, ตรงเวลา (-S. properly, correctly, punctually)

Duma (ดู' มะ) *n.* สภานิติบัญญัติของรัสเซียสมัยพระเจ้าซาร์

dumb (ดัม) *adj.* ใบ้, ที่พูดไม่ได้, ไม่พูด, เงียบ, โง่, ทึ่ม, โดยบังเอิญ **-dumbly** *adv.* **-dumbness** *n.* (-S. mute, wordless, foolish)

dumbbell (ดัม' เบล) *n.* อุปกรณ์สำหรับยกน้ำหนัก, (คำสแลง) คนโง่เง่า

dumbfound, dumfound (ดัม' เฟานฺดฺ) *vt.* ทำให้ตกตะลึง, ทำให้ฉงน (-S. astonish, stun, confound)

dumb show ละครใบ้, การแสดงกิริยาท่าทางโดยไม่ออกเสียง

dumbstruck (ดัม' สทรัค) *adj.* ตกตะลึงจนพูดไม่ออก, ฉงนจนพูดไม่ออก (-S. dumbstricken)

dumbwaiter (ดัม' เวทเทอะ) *n.* เครื่องส่งอาหารหรือสินค้าที่ชักขึ้นลงระหว่างชั้นของอาคารหรือบ้าน, โต๊ะเสริมที่ตั้งอาหารเป็นชั้นๆ

dumdum bullet กระสุนหัวปลาย (เมื่อยิงกระทบเป้าหมายแล้วหัวกระสุนจะแตกออกทำให้เกิดแผลเป็นบริเวณกว้าง)

dummy (ดัม' มี) *n., pl.* **-mies** หุ่น, รูปหุ่น, คนใบ้, คนโง่, ลูกมือ, ไพ่ดัมมี, ของเลียนแบบ, ของเลียนแบบที่ใช้เป็นตัวอย่างของจริง, (การพิมพ์) ตัวอย่างเพื่อแสดงขนาดรูปร่าง แบบและความต่อเนื่อง *-adj.* เกี่ยวกับการเลียนแบบ, ปลอม, ไม่มีตัวตน *-vt.* **-mied, -mying** ทำตัวอย่างของสิ่งพิมพ์เพื่อแสดงขนาด รูปร่าง และความต่อเนื่อง (-S. mannequin, imitation, dunce) *-Ex. a dummy bomb, a dummy cartridge, a dummy board of directors, a dummy door on the stage*

dump (ดัมพฺ) *vt.* ทิ้งขยะ, ทิ้ง, เท, ทุ่มเท, ทุ่มเทสินค้าเข้ามาขาย, ขับไล่, ยกเลิก, (คอมพิวเตอร์) ถ่ายทอดข้อมูลจากที่หนึ่งไปยังอีกที่หนึ่ง, (คำสแลง) ตี *-vi.* ตกลงมาอย่างกะทันหัน, ทิ้งขยะ, (คำสแลง) วิจารณ์อย่างรุนแรง *-n.* กองขยะ, ที่ทิ้งขยะ, กองกระสุนสัมภาระ, การทิ้ง, การเทสถานที่เก็บสินค้าและอุปกรณ์, (คำสแลง) สถานที่โกโรโกโส **-dumper** *n.* (-S. throw down, deposit, jettison, abandon) *-Ex. to dump earth from a truck, the city dump, an ammunition dump*

dumping (ดัมพฺ' พิง) *n.* การขจัดของเสียหรือขยะ

dumpling 276 **dust**

D

(โดยเฉพาะสารกัมมันตภาพรังสี) โดยการฝัง ทิ้งลงแม่น้ำหรือทะเล หรือส่งไปทิ้งในประเทศอื่น

dumpling (ดัมพฺ' ลิง) *n.* ก้อนแป้งต้ม, ก้อนหมี่, ก้อนพุดดิงยัดไส้แอปเปิลหรือผลไม้อื่น, (ภาษาพูด) คนหรือสัตว์ที่มีลักษณะอ้วนเตี้ย *-Ex. stew with dumplings, mango dumplings*

dumps (ดัมพฺซฺ) *n. pl.* ภาวะจิตใจเศร้าซึม (-S. dejected, gloomy, downcast)

dumpster (ดัมพฺ' สเทอะ) *n.* ถังขยะขนาดใหญ่

dumpy (ดัม' พี) *adj.* **-ier, -iest** อ้วนเตี้ย, ที่พังทลาย, ที่ชื่อเสียงไม่ดี **-dumpily** *adv.* **-dumpiness** *n.*

dun[1] (ดัน) *vt.* **dunned, dunning** ทวงถาม, ทวงเงิน, รบกวนอยู่เสมอ, ทำให้กลุ้ม *-n.* ผู้ทวงถามผู้อื่นอยู่เสมอ, การทวงเงิน (-S. importune, pressurize, pester)

dun[2] (ดัน) *adj.* เกี่ยวกับสีน้ำตาลมืด, มืด *-n.* สีน้ำตาลมืด, ม้าสีน้ำตาลมืดที่มีแผงคอและหางสีดำ **-dunness** *n.*

dunce (ดันซฺ) *n.* คนโง่, คนทึ่ม (-S. dolt, blockhead, halfwit)

dunderhead (ดัน' เดอะเฮด) *n.* คนโง่, คนทึ่ม **-dunderheaded** *adj.*

dune (ดูน) *n.* เนินทราย, สันทรายที่เกิดจากแรงลม

dung (ดัง) *n.* มูล, มูลสัตว์, ปุ๋ยมูลสัตว์, เรื่องเลวร้าย, สิ่งที่น่ารังเกียจ *-vt.* โรยทับด้วยมูลสัตว์ **-dungy** *adj.* (-S. droppings)

dungaree (ดังกะรี') *n.* เสื้อผ้าชุดทำงาน, ผ้าฝ้ายหยาบ, ผ้ายีนส์, ชุดยีนส์สีน้ำเงิน **-dungarees** กางเกงยีนส์

dung beetle แมลงปีกแข็งที่อยู่ตามมูลสัตว์

dungeon (ดัน' เจิน) *n.* คุกใต้ดิน, คุกที่แข็งแรงและมิดชิด, หอคอยป้อมปราการ (-S. underground cell, oubliette, donjon)

dunghill (ดัง' ฮิล) *n.* กองมูลสัตว์, สถานที่สกปรก, สิ่งสกปรก

dunk (ดังคฺ) *-vt.* จุ่มลงของเหลว, เอาอาหารจุ่มลงของเหลว (นม กาแฟ) ก่อนกิน, ชูตลูกบาสเกตบอล *-vi.* จุ่มลงของเหลว, ชูตลูกบาสเกตบอล *-n.* การจุ่มลงของเหลว, การชูตลูกบาสเกตบอล

dunlin (ดัน' ลิน) *n., pl.* **-lins/-lin** นกจำพวก *Calidris alpina* อาศัยทางอเมริกาเหนือ ตัวมีสีน้ำตาลปนขาว

dunlin

duo (ดู' โอ) *n., pl.* **duos/dui** คู่หนึ่ง, สองสิ่ง, สองคน (-S. duet, couple)

duodecimal (ดูโอเดส' ซะเมิล) *adj.* เกี่ยวกับเลข 12, เกี่ยวกับเลขฐาน 12 *-n.* ที่ 12, จำนวนที่มีเลข 12 เป็นหลัก

duodecimo (ดูโอเดส' ซะโม) *n., pl.* **-mos** หนังสือขนาด 5x7½ นิ้ว, กระดาษขนาดตัด 12, (การพิมพ์) ขนาด 12 ยก

duodenum (ดูโอดี' นัม) *n., pl.* **-na/-nums** ลำไส้เล็กส่วนต้น **-duodenal** *adj.*

duologue (ดู' เออะลอก) *n.* การสนทนาระหว่างคน 2 คน

dupe (ดูพ) *n.* คนที่ถูกหลอกลวงได้ง่าย, คนที่ถูกใช้เป็นเครื่องมือของคนอื่น *-vt.* **duped, duping** หลอก, ลวง, ต้ม, ใช้เป็นเครื่องมือ **-duper** *n.* **-dupability** *n.* **-dupable** *adj.* (-S. gull)

dupery (ดิว' เพอะรี) *n., pl.* **-ies** การหลอกลวง, ภาวะที่ถูกหลอกลวง, การใช้ผู้อื่นเป็นเครื่องมือ, ภาวะที่ถูกใช้เป็นเครื่องมือ

duple (ดิว' เพิล) *adj.* ซึ่งมี 2 ส่วน, คู่, สองเท่า, (ดนตรี) 2 จังหวะ

duplex (ดู' เพลคซฺ) *adj.* ซึ่งมี 2 ส่วน, คู่, สองเท่า, ซึ่งประกอบด้วย 2 ส่วนที่เหมือนกัน, เกี่ยวกับการส่งและรับโทรเลขพร้อมกันด้วยสายเส้นเดียว *-n.* ที่พักชุดที่ครอบคลุม 2 ชั้น, บ้านสำหรับ 2 ครอบครัว **-duplexity** *n.*

duplicate (ดิว' พลิเคท) *n.* จำลอง, สำเนา, ฉบับเทียบ, สิ่งที่เหมือนกันทุกอย่าง *-vt., vi.* **-cated, -cating** ทำสำเนา, ถ่ายสำเนา, อัดสำเนา, จำลอง, ทำซ้ำ *-adj.* ประกอบด้วย 2 ส่วนที่เหมือนกัน, คู่, สองเท่า, เหมือนกันทุกอย่าง **-in duplicate** เป็นสำเนา 2 ใบ, เป็นคู่, เป็นครั้งละ 2 ฉบับ **-duplicable, duplicatable** *adj.* **-duplicative** *adj. -Ex. Manee duplicated the dress she had admired at the fashion show., a duplicate key, This print is a duplicate of the original.*

duplication (ดิวพลิเค' ชัน) *n.* การอัดสำเนา, การทำจำลอง, การทำซ้ำ, สำเนา, สิ่งที่จำลองมา, สิ่งที่เหมือนกันทุกอย่าง

duplicator (ดู' พลิเคเทอะ) *n.* เครื่องอัดสำเนา, เครื่องโรเนียว, เครื่องทำสำเนา

duplicity (ดิวพลิส' ซิที) *n., pl* **-ties** การตีสองหน้า, การหลอกลวง, ความไม่ซื่อตรง, การมีลักษณะคู่, การซ้ำกัน (-S. double-dealing, trickery, knavery)

durable (ดิว' ระเบิล) *adj.* ทนทาน, ใช้ทน, ยั่งยืน *-n.* สิ่งของที่ใช้ทน **-durability, durableness** *n.* **-durably** *adv.* (-S. lasting, enduring, resistant) *-Ex. Aluminium is more durable than tin., a durable pair of shoes*

durable goods สินค้าประเภทเครื่องมือเครื่องใช้, สินค้าประเภทใช้ได้นาน (ต่างกับสินค้าที่ใช้บริโภค)

durance (ดู' เรินซฺ) *n.* การจำคุก, การกักขัง

duration (ดูเร' ชัน) *n.* ความทนทาน, ช่วงระยะเวลา, ความยาวนาน, ความต่อเนื่อง

durbar (เดอร์' บาร์) *n.* การต้อนรับเป็นทางการ, ห้องรับรองแขกของเจ้าอินเดีย, การเข้าเฝ้าเจ้านาย

duress (ดูเรส') *n.* การบีบบังคับ, การข่มขู่, การทำให้เสื่อมเสียอิสรภาพ, การกักกัน, การคุมขัง (-S. force, compulsion, confinement)

durian, durion (ดิว' เรียน) *n.* ผลทุเรียน, ต้นทุเรียน

during (ดิว' ริง) *prep.* ระหว่างเวลา, ในระหว่าง

durst (เดิร์สทฺ) *vi., vt.* กริยาช่อง 2 ของ dare ในอดีต

dusk (ดัสคฺ) *n.* ยามสายัณห์, ยามค่ำ, ยามโพล้เพล้, เงา, ความสลัว *-vi., vt.* ทำให้สลัว, แรเงา *-adj.* มืด, สลัว, คล้ำ (-S. twilight, evening, gloom) *-Ex. The men went fishing at dusk.*

dusky (ดัส' คี) *adj.* **-ier, -iest** ค่อนข้างมืด, สลัว, เป็นเงาคล้ำ, ดำ, มืดมน **-duskily** *adv.* **-duskiness** *n.* (-S. gloomy, misty, hazy, dark)

dust (ดัสทฺ) *n.* ฝุ่น, ผง, ธุลี, ละออง, ดิน, สิ่งที่ไร้ค่า,

dustbin 277 dynamite

ขี้เถ้า, ขยะ, ความสับสนวุ่นวาย *-vt.* ปัดฝุ่นออก, โปรยผง, ทำให้เป็นฝุ่น *-vi.* ปัดฝุ่นออก, มีฝุ่นลง, โรยผง (-S. dirt, grime, earth) *-Ex. dust on the road, a cloud of dust, saw-dust*

dustbin (ดัสทฺ' บิน) *n.* ถังขยะ

dust cart รถขยะ

duster (ดัส' เทอะ) *n.* คนปัดฝุ่น, คนปัดกวาดขยะ, ไม้ขนไก่สำหรับปัดกวาด, เครื่องโรยผง, เครื่องราดยาง,ขวดโรยผง (พริกไทย น้ำตาลหรืออื่นๆ), แปรง, ผ้าคลุมกันฝุ่น

duster

dust jacket ปกหุ้มหนังสือสำหรับกันฝุ่น, ซองเก็บแผ่นเสียง

dustman (ดัสทฺ' เมิน) *n., pl.* **-men** คนเก็บขยะ, คนเทขยะ (-S. garbage man)

dustpan (ดัสทฺ' แพน) *n.* ที่โกยขยะ

dust-up (ดัสทฺ' อัพ) *n.* (คำสแลง) การทะเลาะเบาะแว้ง

dusty (ดัส' ที) *adj.* **-ier, -iest** ซึ่งปกคลุมไปด้วยฝุ่น, เป็นฝุ่น, มีลักษณะของฝุ่น, เป็นสีน้ำตาลอ่อน, เป็นสีฝุ่น **-dustily** *adv.* **-dustiness** *n.*

Dutch (ดัช) *adj.* เกี่ยวกับประชาชน ภาษา และวัฒนธรรมของเนเธอร์แลนด์ (ฮอลันดา), เกี่ยวกับชาวเยอรมันและภาษาเยอรมัน (ใช้ในอดีต), เกี่ยวกับชาวเนเธอร์แลนด์ที่อาศัยในรัฐเพนซิลเวเนีย *-n.* ชาวเนเธอร์แลนด์, ชาวอเมริกันในรัฐเพนซิลเวเนียในสมัยศตวรรษที่ 18 ที่อพยพมาจากเยอรมนี, (คำสแลง) ความโกรธ **-in Dutch** กำลังลำบาก, ไม่ชอบ **-the Dutch** ชาวเนเธอร์แลนด์ **-go Dutch** ให้ต่างคนต่างออกค่าใช้จ่าย

Dutch courage (คำสแลง) ความกล้าเนื่องจากฤทธิ์แอลกอฮอล์

Dutchman (ดัช' เมิน) *n., pl.* **-men** ชาวเนเธอร์แลนด์ (ฮอลันดา)

Dutch oven หม้อหุงต้มขนาดใหญ่ชนิดหนึ่งมีฝาปิดมิดชิด

Dutch treat การที่ต่างคนต่างออกค่าใช้จ่ายของตนเอง

duteous (ดิว' เทียส) *adj.* เชื่อฟัง, ซื่อสัตย์ **-duteously** *adv.* **-duteousness** *n.*

dutiable (ดิว' ทะเบิล) *adj.* ซึ่งต้องเสียภาษี

dutiful (ดิว' ทิเฟิล) *adj.* เกี่ยวกับหน้าที่, ซึ่งรับผิดชอบต่อหน้าที่, เชื่อฟัง, ซื่อสัตย์, แสดงความเคารพ **-dutifully** *adv.* **-dutifulness** *n.* (-S. respectful, filial, compliant)

duty (ดิว' ที) *n., pl.* **-ties** ภาษี, อากร, หน้าที่, ภาระหน้าที่, ความซื่อสัตย์ต่อหน้าที่, ประสิทธิภาพของเครื่อง, ปริมาณน้ำที่จำเป็นสำหรับพืชในบริเวณหนึ่ง(-S. obligation, loyalty, function, tax) *-Ex. my duty to my King, the duties of a headmaster, on duty, off duty*

D.V.M. ย่อจาก Doctor of Veterinary Medicine สัตวแพทยศาสตรดุษฎีบัณฑิต

dwarf (ดวอร์ฟ) *n., pl.* **dwarfs/dwarves** คนแคระ, สัตว์หรือพืชที่เตี้ยแคระผิดธรรมดา,เทวดาเตี้ยที่อัปลักษณ์และมีอำนาจมาก (ในนิทาน) *-adj.* แคระ *-vt.* ทำให้แคระ, ทำให้แกร็น *-vi.* เตี้ย, เล็กลง, แกร็น **-dwarfish** *adj.* **-dwarfishness** *n.* **-dwarfism** *n.*

dwell (ดเวล) *vi.* **dwelt/dwelled, dwelling** อาศัยอยู่, พักอยู่, รวบรวมความคิด **-dweller** *n.* (-S. inhabit, stay)

dwelling (ดเวล' ลิง) *n.* ที่อาศัย, ที่อยู่, ที่พำนัก (-S. residence, domicile)

dwelt (ดเวลท) *vi.* กริยาช่อง 2 และช่อง 3 ของ dwell *-Ex. We dwelt in a mountain village.*

dwindle (ดวิน' เดิล) *v.* **-dled, -dling** *-vi.* เล็กลง, หด, ลดน้อยลง, ทรุดโทรม, เสื่อมโทรม, สูญเสีย *-vt.* ทำให้เล็กลง, ทำให้หดลง (-S. decrease, diminish, fade)

dwt. ย่อจาก pennyweight หน่วยน้ำหนักที่เท่ากับ 24 grains

DX ย่อจาก distance ระยะที่เกี่ยวกับวิทยุโดยเฉพาะการรับคลื่นสั้นที่รับคลื่นได้ลำบาก

dyad (ได' แอด) *n.* คู่, สิ่งที่เป็นคู่ *-adj.* ที่ประกอบด้วย 2 ส่วน **-dyadic** *adj.*

dybbuk (ดิบ' เบิค) *n., pl.* **-buks/-bukim** ผีหรือวิญญาณของผู้ตายที่เข้าไปสิงร่างคนเป็นแล้วควบคุมพฤติกรรมของคนๆ นั้น

dye (ได) *n.* สีย้อม, สารสี *-v.* **dyed, dyeing** *-vt.* ย้อมสี *-vi.* ให้สี, ย้อมสี **-of the deepest dye** ตลอด, ทั้งหมด, เกี่ยวกับชนิดที่เลวที่สุด **-dyer** *n.* (-S. colourant, pigment, tint) *-Ex. Somsri dyed her dress red.*

dyed-in-the-wool (ไดดฺ อิน เธอะ วูล') *adj.* ทั่ว, สมบูรณ์, ทั้งหมด, ที่ย้อมสีก่อนทอผ้า

dyestuff (ได' สทัฟ) *n.* สารสี, สารสีย้อม

dying (ได' อิง) *adj.* กำลังจะตาย, ใกล้ตาย, เกี่ยวกับความตาย, ซึ่งเอ่ยขึ้นก่อนตาย, ใกล้จบ *-n.* ภาวะใกล้จะตาย, การใกล้จะยุติ (-S. expiring, passing away, vanishing, ebbing) *-Ex. one's dying wish, a dying fire, the dying man, The wounded man was dying.*

dyke (ไดคฺ) *n.* ดู dike

dynamic, dynamical (ไดแนม' มิค, -เคิล) *adj.* เกี่ยวกับพลังงาน, เกี่ยวกับการเคลื่อนที่, เกี่ยวกับแรง, เกี่ยวกับอำนาจ, เกี่ยวกับวิชากลศาสตร์ที่เกี่ยวกับการเคลื่อนที่, เกี่ยวกับช่วงของคลื่นเสียง, เคลื่อนที่ได้, มีพลัง, ปราดเปรียว *-n.* อำนาจหรือแรงเคลื่อนที่, พลวัต **-dynamically** *adv.* (-S. energetic, vigorous, forceful, powerful) *-Ex. a dynamic loudspeaker, dynamic personality*

dynamics (ไดแนม' มิคซฺ) *n. pl.* สาขาวิชากลศาสตร์ที่เกี่ยวกับความเคลื่อนที่และความสมดุลของระบบการเคลื่อนที่, แรงผลักดัน, พลศาสตร์, ลักษณะหรือประวัติการเปลี่ยนแปลง, การเจริญเติบโตและการพัฒนา, การแปรผันและระดับสูงต่ำของเสียงดนตรี

dynamism (ได' นะมิซึม) *n.* ทฤษฎีหรือกฎเกณฑ์ที่เกี่ยวกับปรากฏการณ์ธรรมชาติของแรงหรือพลังงาน, กระบวนการของความเจริญหรือระบบการเคลื่อนที่,ความแข็งแรง, ความกระปรี้กระเปร่า **-dynamistic** *adj.*

dynamite (ได' นะไมท) *n.* วัตถุระเบิดแรงสูงที่ประกอบด้วยแอมโมเนียมไนเตรท (เมื่อก่อนใช้ไนโตรกลีเซอรีน) และสารดูดซึม, (คำสแลง) สิ่งที่มีลักษณะพิเศษ *-vt.* **-mited, -miting** ระเบิดหรือทำลายด้วยไดนาไมต์ *-adj.* (คำสแลง) ดีเยี่ยม **-dynamiter** *n.*

D

dynamo (ได' นะโม) *n., pl.* **-mos** เครื่องกำเนิดไฟฟ้า, ผู้ที่กระปรี้กระเปร่า, ผู้ที่ทำงานกระฉับกระเฉงและทำงานหนัก

dynamoelectric, dynamoelectrical (ไดนะโมอีเลค' ทริค, -ทริเคิล) *adj.* เกี่ยวกับหรือมีผลต่อการเปลี่ยนจากพลังงานกลเป็นพลังงานไฟฟ้าหรือจากพลังงานไฟฟ้าเป็นพลังงานกล

dynamometer (ไดนะมอม' มิเทอะ) *n.* เครื่องวัดพลังงานกล, เครื่องวัดกำลัง

dynamotor (ได' นะโมเทอะ) *n.* อุปกรณ์สำหรับเปลี่ยนกระแสตรงเป็นกระแสสลับหรือเปลี่ยนความต่างศักย์ของกระแสตรง

dynast (ได' เนิสทฺ, -นาสทฺ) *n.* ผู้ปกครอง (โดยเฉพาะที่มีการสืบทายาท), กษัตริย์

dynasty (ได' เนิสที) *n., pl.* **-ties** ราชวงศ์, ขัตติยวงศ์, การสืบตามลำดับของวงศ์ตระกูล **-dynastic, dynastical** *adj.* **-dynastically** *adv.* (-S. succession, sovereignty, regime) *-Ex. overthrow a dynasty, the Chukgree dynasty*

dyne (ไดนฺ) *n.* หน่วยกำลังที่เท่ากับเซนติเมตรกรัม-วินาที ใช้อักษรย่อว่า dyn

dys- คำอุปสรรค มีความหมายว่า ไม่สบาย, เลว, ผิดปกติ, ลำบาก

dysentery (ดิส' เซินเทอร์รี) *n.* โรคบิด, โรคท้องร่วง **-dysenteric** *adj.* (-S. diarrhea)

dysfunction, disfunction (ดิสฟังคฺ' ชัน) *n.* ความผิดปกติของการปฏิบัติหน้าที่ โดยเฉพาะระบบของอวัยวะในร่างกาย **-dysfunctional** *adj.*

dyslexia (ดิสเลค' เซีย) *n.* ความผิดปกติหรือความลำบากในการอ่านเนื่องจากความบกพร่องของสมอง **-dyslexic, dyslectic** *adj., n.*

dysmenorrhea, dysmenorrhoea (ดิสเมนนะเรีย') *n.* อาการปวดระดู **-dysmenorrheal, dysmenorrheic** *adj.*

dyspepsia, dyspepsy (ดิสเพพ' เซีย, -ซี) *n.* การย่อยที่ไม่สมบูรณ์หรือเสื่อม, อาการอาหารไม่ย่อย

dyspeptic (ดิสเพพ' ทิค) *adj.* เกี่ยวกับอาหารไม่ย่อย, กลัดกลุ้ม, บูดบึ้ง, อารมณ์เสีย *-n.* คนที่มีอาการอาหารไม่ย่อย **-dyspeptically** *adv.*

dysprosium (ดิสโพร' เซียม) *n.* ธาตุโลหะชนิดหนึ่ง

dystrophy, dystrophia (ดิส' ทระฟี, ดิสโทร' เฟีย) *n.* ความบกพร่องเนื่องจากโภชนาการที่ไม่สมบูรณ์

dz. ย่อจาก dozen(s) โหล

E

E, e (อี) *n., pl.* **E's, e's** พยัญชนะอังกฤษตัวที่5, รูปตัว E, ทำนองเสียง E, ลำดับที่ 5

E. ย่อจาก east ตะวันออก, English เกี่ยวกับอังกฤษ

e- คำอุปสรรค มีความหมายว่า จาก, ออกจาก, ออก

each (อีช) *adj.* แต่ละ, คนละ, อันละ, สิ่งละ, เล่มละ, ทุก *-pron.* แต่ละ *-adv.* แต่ละ *-Ex. on each side, a girl on each arm, Each day Udom seems worse than before., cost a penny each, He gave six pence to each boy.*

each other *pron.* ซึ่งกันและกัน (-S. each the other)

eager (อี' เกอะ) *adj.* กระหาย, อยากได้, ร้อนรน, กระตือรือร้น, ทะเยอทะยาน **-eagerly** *adv.* **-eagerness** *n.* (-S. avid, keen, fervent, yearning) *-Ex. Somchai was eager to play football.*

eagle (อี' เกิล) *n.* นกอินทรี, รูปนกอินทรี, ตรานกอินทรี, เครื่องหมายนกอินทรี, เหรียญ (เงินตรา) ของสหรัฐอเมริกาที่มีค่าเท่ากับ 10 ดอลลาร์

eagle

eagle-eyed (อี' เกิลไอดฺ) *adj.* ซึ่งมีตาคมกริบ, ที่สามารถเข้าใจได้อย่างละเอียด

eaglet (อี' เกลท) *n.* ลูกนกอินทรี

ear[1] (เอียร์) *n.* หู, ใบหูหรือส่วนที่มีลักษณะคล้ายใบหู, โสตประสาทสัมผัสที่ไวต่อการรับเสียง, การสดับรับฟัง, ช่องสี่เหลี่ยมโฆษณาเล็กๆ ทางมุมข้างบนของหน้าหนังสือพิมพ์หรือใช้รายงานสภาพอากาศ **-be all ears** ตั้งใจฟังมาก **-(I would) give one's ears** เสียสละทุกอย่าง **-have a word in your ear** ขอพูดด้วยส่วนตัว **-give ear** สนใจฟัง, ฟัง *-Ex. I hear with my ears., A cat has pointed ears that stand up., give ear to good advice*

ear[2] (เอียร์) *n.* รวงข้าว *-vi.* มีรวงเกิดขึ้น

earache (เอียร์' เอค) *n.* อาการปวดหู

eardrop (เอียร์' ดรอพ) *n.* ตุ้มหู **-eardrops** ยาหยอดหู (-S. earring, earbob)

eardrum (เอียร์' ดรัม) *n.* เยื่อแก้วหู

eared (เอียร์ดฺ) *adj.* ซึ่งมีหู, ซึ่งมีส่วนที่คล้ายหู

earflap (เอียร์'แฟลพ) *n.* หมวกที่มีผ้าปิดหู

earful (เอียร์' ฟุล) *n.* การต่อว่าอย่างรุนแรง, ข่าวลือที่น่าตกใจ, ข่าวจำนวนมาก

earl (เอิร์ล) *n.* ท่านเอิร์ล, ขุนนางอังกฤษที่มีฐานะอยู่ระหว่าง marquis กับ viscount

earldom (เอียร์' ดัม) *n.* ตำแหน่งท่านเอิร์ล, ดินแดนในความดูแลของท่านเอิร์ล

earlobe (เอียร์' โลบ) *n.* ใบหูส่วนล่าง

early (เออร์' ลี) *adj., adv.* **-lier, -liest** เช้า, แต่เช้า, แต่หัวค่ำ, เร็ว, ก่อน, ยุคแรก, สมัยแรก, แต่กาลก่อน

-earliness *n.* (**-S.** forward, untimely, advanced **-A.** late) *-Ex. early breakfast, early years of one's life, early part of the 19th century*

early bird (ภาษาพูด) คนที่ตื่นนอนก่อน คนที่มาก่อน

earmark (เอียร์' มาร์ค) *n.* ตำหนิหรือรอยแผลที่ทำขึ้นบนใบหูสัตว์, ตำหนิที่ทำขึ้นเพื่อแยกแยะความแตกต่าง *-vt.* ทำตำหนิขึ้น

earmuffs (เอียร์' มัฟซฺ) *n. pl.* ที่ปิดหูกันหนาว

earn[1] (เอิร์น) *vt.* หาได้, หามาได้, ได้กำไร, ได้รับ, สมควรได้รับ *-vi.* มีรายได้ **-earner** *n.* (**-S.** deserve, merit, obtain, rate, win) *-Ex. spend all that I earn, earn one's living*

earn[2] (เอิร์น) *vi.* ปรารถนา, ต้องการ

earnest[1] (เอิร์น' นิสทฺ) *adj.* จริงจัง, ตั้งใจจริง, ซึ่งมีความกระตือรือร้นจริง, สำคัญมาก, ซึ่งควรได้ความสนใจมาก **-in earnest** อย่างเอาจริงเอาจัง, อย่างมุ่งมั่น **-earnestly** *adv.* **-earnestness** *n.* (**-S.** intent, serious, eager **-A.** frivolous, insincere)

earnest[2] (เอิร์น' นิสทฺ) *n.* เงินวางมัดจำ, เงินประกันล่วงหน้า (**-S.** guarantee, promise, deposit)

earnings (เอิร์น' นิงซฺ) *n. pl.* การหารายได้, การหามา, รายได้, ค่าจ้าง, เงินเดือน, ผลกำไร (**-S.** income, salary, profit, yield)

earphone (เอียร์' โฟน) *n.* หูฟังวิทยุหรือโทรศัพท์

earpiece (เอียร์' พีส) *n.* ส่วนที่ปิดหู, หูฟังวิทยุหรือโทรศัพท์

earplug (เอียร์' พลัก) *n.* ที่อุดหูเพื่อกันน้ำหรือเสียง

earring (เอียร์' ริง) *n.* ตุ้มหู (**-S.** earbob, eardrop)

earshot (เอียร์' ชอท) *n.* ระยะที่ได้ยินเสียงโดยไม่ต้องใช้เครื่องมือช่วย *-Ex. They didn't speak until Somchai was out of earshot.*

earsplitting (เอียร์' สพลิททิง) *adj.* ดังมาก, ดังแสบแก้วหู (**-S.** very loud, deafening, stentorian, strident **-A.** soft)

earth (เอิร์ธ) *n.* โลก, ดิน, ปฐพี, พื้นพสุธา, ผงคลี, มวลมนุษย์, สรรพสิ่งทั้งหลายบนโลก, ส่วนที่เป็นของแข็งของโลก, เรื่องของโลก, โลกีย์, ออกไซด์ของโลหะบางจำพวก เช่น alumina *-vt.* ต่อกับดิน, ฝังดิน (**-S.** globe, world, ground) *-Ex. come down to earth, Coal is dug out from below the earth., dig up a little earth with the plant, earth and heaven*

earthborn (เอิร์ธ' บอร์น) *adj.* ซึ่งเกิดจากโลก, มีกำเนิดในโลก, มนุษย์ที่ต้องตาย (**-S.** mortal)

earthbound, earth-bound (เอิร์ธ' เบานฺดฺ) *adj.* ซึ่งยึดแน่นบนพื้นดิน, เกี่ยวกับพื้นดิน, ซึ่งสนใจแต่เรื่องของโลก, แห่งโลกีย์, ธรรมดาๆ, ซึ่งขาดจินตนาการ

earthen (เอิร์ธ' เธิน) *adj.* ซึ่งประกอบด้วยดิน *-Ex. an earthen ware, an earthen rampart, an earthen flower pot*

earthenware (เอิร์ธ' เธินแวร์) *n.* เครื่องเคลือบดินเผา (**-S.** pottery, crockery, stoneware)

earthiness (เอิร์ธ' ธิเนส) *n.* ลักษณะดิน, ลักษณะที่หยาบ

earthling (เอิร์ธ' ลิง) *n.* มนุษย์, มนุษย์เดินดิน, คนธรรมดาสามัญ

earthly (เอิร์ธ' ลี) *adj.* เกี่ยวกับโลก, เกี่ยวกับโลกีย์วิสัย, เป็นไปได้ **-earthliness** *n.* (**-S.** terrestrial, temporal, mundane, human, feasible, possible) *-Ex. our earthly goods, earthly-ware, earthly pleasures, earthly wealth, earthly purpose*

earthman (เอิร์ธ' เมิน) *n., pl.* **-men** มนุษย์

earthnut (เอิร์ธ' นัท) *n.* พืชที่ให้หัวใต้ดิน, ถั่วลิสง

earthquake (เอิร์ธ' เควค) *n.* แผ่นดินไหว (**-S.** seism, temblor)

earth science วิทยาศาสตร์ที่เกี่ยวกับพื้นดินและส่วนประกอบของโลก เช่น ภูมิศาสตร์ ธรณีวิทยา **-earth scientist**

earthshaking (เอิร์ธ' เชกกิง) *adj.* ที่สำคัญมาก, ซึ่งมีผลกระทบมาก

earthward (เอิร์ธ' เวิร์ด) *adj., adv.* ไปทางโลก, หันไปทางโลก **-earthwards** *adv.*

earthwork (เอิร์ธ' เวิร์ค) *n.* งานดิน, มูลดิน, ริมฝั่งที่ทำขึ้น

earthworm (เอิร์ธ' เวิร์ม) *n.* ไส้เดือน

earthy (เอิร์ธ' ธี) *adj.* **-ier, -iest** เกี่ยวกับดิน, ซึ่งประกอบด้วยดิน, มีลักษณะของดิน, มีลักษณะของโลก, เป็นจริง, ซึ่งปฏิบัติได้, หยาบ, โดยตรง, เกี่ยวกับโลกีย์วิสัย (**-S.** unsophisticated, natural, crude **-A.** refined)

earwax (เอียร์' แวคซฺ) *n.* ขี้หู (**-S.** cerumen)

ease (อีซ) *n.* ความสะดวก, ความสบาย, ความง่าย, ภาวะที่มีใจสงบ, ความไร้กังวล, การไม่มีอะไรมาบังคับ, การไม่เดือดร้อนเรื่องการเงิน, การทำตัวให้สบาย, ความแคล่วคล่อง, ความง่ายดาย *-v.* **eased, easing** *-vt.* พักผ่อน, ทำให้สบาย, ทำให้จิตสงบ, ทำให้ไร้กังวล, บรรเทา, ลดหย่อน, ทำให้สะดวก, ผ่อน, ปล่อย *-vi.* บรรเทา, ผ่อน, ปล่อย, เคลื่อนอย่างแคล่วคล่อง **-easeful** *adj.* **-easefully** *adv.* (**-S.** comfort, facility, amiability, composure, tranquillity, content **-A.** effort, worsen, intensify) *-Ex. Dang skates with ease., The nurse tried to ease the old man's pains., a life of ease*

easel (อี' เซิล) *n.* ขาตั้งกระดานดำ, ขาตั้งภาพ

easement (อีซ' เมินทฺ) *n.* ความง่าย, ความสบาย, ความไร้กังวล, สิ่งอำนวยความสะดวก, สิทธิที่บุคคลพึงมี

easily (อี' ซะลี) *adv.* อย่างง่ายดาย, โดยไม่ลำบาก, อย่างไม่ต้องสงสัย, อย่างราบรื่น, ดีกว่ามาก, ซึ่งมีทางเป็นไปได้ (**-S.** readily, effortlessly) *-Ex. The singer sings easily., He can easily find his way home., The patient is resting easily.*

easiness (อี' ซีเนส) *n.* ความง่ายดาย, ความไร้กังวล (**-S.** comfort, contentment, simplicity, facility)

east (อีสทฺ) *n.* ทิศตะวันออก, ทิศบูรพา, ภาคตะวันออก, ประเทศแถวตะวันออกไกล, ประเทศแถวตะวันออกกลาง *-adv.* ซึ่งมาจากทางทิศตะวันออก *-adj.* ซึ่งอยู่ทางหรือมาจากทางทิศตะวันออก **-the East** ส่วนของสหรัฐอเมริกาที่อยู่ในด้านตะวันออกของแม่น้ำมิสซิสซิปปี้ *-Ex. the east of Thailand, the last east train*

eastbound (อีสทฺ' เบานฺดฺ) *adj.* ซึ่งเดินทางไปทางด้าน

E

ตะวันออก

Easter (อีส' เทอร์) *n.* เทศกาลอีสเตอร์ของคริสต์ศาสนา เป็นวันระลึกถึงการคืนชีพของพระเยซู ตรงกับวันอาทิตย์แรกหลังวันเพ็ญ ภายหลังวันที่ 21 มีนาคมทุกปี, ช่วงเทศกาลดังกล่าว

Easter egg ไข่ที่เขียนภาพบนเปลือก ซึ่งถือเป็นธรรมเนียมส่งไข่ให้กันระหว่างเพื่อนฝูงในเทศกาลนี้

easterly (อีส' เทอร์ลี) *adj.* เกี่ยวกับหรืออยู่ทางตะวันออก, ไปทางทิศตะวันออก, ซึ่งจะมาทางทิศตะวันออก *-adv.* ไปทางทิศตะวันออก, ซึ่งมาจากทิศตะวันออก *-n., pl.* **-lies** ลมที่มาจากทิศตะวันออก *-Ex. The ships sailed easterly for three days., an easterly breeze*

eastern (อีส' เทอร์น) *adj.* เกี่ยวกับทิศตะวันออก, ไปทางทิศตะวันออก, มาจากทิศตะวันออก *-Ex. an eastern port, an eastern view, an eastern storm*

Eastern Church คริสต์ศาสนาจักรที่กำเนิดในประเทศต่าง ๆ เป็นส่วนหนึ่งของอาณาจักรโรมันตะวันออก เช่น Byzathine Church, Orthodox Church

easterner (อีส' เทอร์เนอร์) *n.* ชาวตะวันออก, คนที่อาศัยด้านตะวันออก โดยเฉพาะทางตะวันออกของประเทศสหรัฐอเมริกา

Eastern Hemisphere ด้านตะวันออกของโลก ได้แก่ เอเชีย แอฟริกา ออสเตรเลียและยุโรป

easternmost (อีส' เทอร์นโมสทฺ) *adj.* สุดตะวันออก, สุดทิศบูรพา (-S. farthest east)

Eastertide (อีส' เทอร์ไทด) *n.* ช่วงระยะเวลาของเทศกาลอีสเตอร์

east-northeast (อีสทฺ' นอร์ธอีสทฺ) *n.* จุดบนวงเข็มทิศที่อยู่กึ่งกลางตะวันออกกับตะวันออกเฉียงเหนือ ใช้อักษรย่อว่า ENE *-adj.* ไปทางทิศดังกล่าว, จากทิศทางดังกล่าว *-adv.* ไปยังทิศทางดังกล่าว

east-southeast (อีสทฺ' เซาธฺอีสทฺ') *n.* จุดบนวงเข็มทิศที่อยู่กึ่งกลางระหว่างทิศตะวันออกกับทิศตะวันออกเฉียงใต้ ใช้อักษรย่อว่า ESE *-adj.* ไปทางทิศดังกล่าว, จากทิศดังกล่าว *-adv.* ไปยังทิศดังกล่าว

eastward (อีส' เวิร์ด) *adj., adv.* หันหน้าตั้งอยู่หรือเคลื่อนไปทางตะวันออก *-n.* ทิศตะวันออก, ด้านตะวันออก **-eastwardly** *adv., adj.* **-eastwards** *adv.*

easy (อี' ซี) *adj.* **-ier, -iest** ง่าย, ง่ายดาย, ไม่ลำบาก, สะดวกสบาย, ไม่เข้มงวด, ผ่อนผัน, ไม่เป็นภาระ, สบายอกสบายใจ, ไม่แน่น, ไม่รัด, ไม่เร่งรีบ *-adv.* ตามสบาย, อย่างง่าย ๆ **-take it easy, go easy on** (ภาษาพูด) ตามสบาย ไม่ต้องทำงานหนัก **-stand easy** ยืนพัก (-S. light, comfortable, relaxed, simple, facile, effortless, smooth -A. difficult)

easygoing (อีซี โก' อิง) *adj.* สงบและไร้กังวล, ตามสบาย, ไปเรื่อย ๆ, ซึ่งวิ่งเหยาะย่าง (-S. placid, serene, carefree, undemanding)

eat (อีท) *v.* **ate, eaten, eating** *-vt.* กิน, รับประทาน, กัดกร่อน, กัดกิน, ทำลาย *-vi.* กิน, รับประทาน, กัดกร่อน **-eat one's words** ถอนคำพูด, ยอมรับว่าผิด **-eat one's heart out** เศร้ามาก, ทนทุกข์อย่างเงียบ ๆ **-eat one's head off** เปลืองข้าวสุก, ไม่คุ้มทุน **-eater** *n.* (-S. consume, devour, ingest) *-Ex. We expect to eat at the cafe., A stream eats away land along its bank.*

eatable (อี' ทะเบิล) *adj.* กินได้, ใช้กินได้ *-n.* อาหาร, ของกิน **-eatables** อาหาร (-S. edible)

eaten (อีท' เทิน) *vt., vi.* กริยาช่อง 3 ของ eat

eatery (อีท' ทะรี) *n., pl.* **-ies** ภัตตาคาร

eating (อี' ทิง) *n.* การกิน, การรับประทานอาหาร, อาหาร *-adj.* กินได้, ทำมากินได้, ใช้สำหรับกิน

eats (อีทซฺ) *n. pl.* (คำสแลง) อาหารโดยเฉพาะของขบเคี้ยว

eau de cologne (โอ ดะ คะโลน') *n., pl.* **eaux de cologne** น้ำหอมกลิ่นอ่อนสำหรับผู้ชาย เดิมทำจากเมืองโคโลญในเยอรมนี

eau de vie (โอ ดะ วี') *n., pl.* **eaux de vie** บรั่นดี

eaves (อีฟวซฺ) *n. pl.* ชายคา, ชายคาบ้าน

eavesdrop (อีฟวซฺ' ดรอพ) *vi.* **-dropped, -dropping** ลอบฟัง, แอบฟัง, ขโมยฟัง **-eavesdropper** *n.* (-S. snoop, spy)

ebb (เอบ) *n.* น้ำลด, การไหลกลับของกระแสน้ำ, การไหลกลับ, การไหลไป, การลดลง, ความเสื่อม, จุดเสื่อม *-vi.* ไหลกลับ, ไหลไป, ลดลง, เสื่อม, สูญเสีย (-S. wane, recede, decline -A. grow, wax, flow, flood) *-Ex. the ebb of market values, at a low ebb, ebb and flow, on the ebb*

ebb tide กระแสน้ำลง, น้ำลง

ebonite (เอบ' บะไนทฺ) *n.* ยางผสมกับกำมะถันมีลักษณะแข็ง สีดำ

ebony (เอบ' บะนี) *n., pl.* **-ies** ไม้ดำแข็ง, ไม้มะเกลือ, ไม้ตะโก, ไม้ดำดง, ไม้จำพวก *Diospyros ebenum*, สีดำสนิท *-adj.* ซึ่งทำด้วยไม้ดังกล่าว, ดำสนิท **-ebon** *adj.* (-S. black) *-Ex. the ebony keys of a piano*

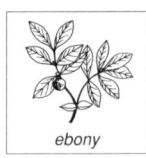

ebony

ebullient (อิบุล' เยินทฺ) *adj.* กระตือรือร้นมาก, เดือดพล่าน, มีอารมณ์รุ่มร้อน **-ebullience, ebulliency** *n.* **-ebulliently** *adv.* (-S. ardent, bubbling, excited, elated)

ebullition (เอบบะลิช' ชัน) *n.* อารมณ์เดือดพล่าน, การระเบิด, ความเดือดพล่าน, การเดือด

EC ย่อจาก European community กลุ่มประเทศประชาคมยุโรป, east central ศูนย์กลางทางตะวันออก

eccentric (อิคเซน' ทริค) *adj.* ผิดปกติ, ประหลาด, เบี้ยว, พิกล, วิตถาร, (วงกลม) ที่ไม่มีจุดศูนย์กลางร่วมกัน *-n.* คนที่มีพฤติการณ์ที่ประหลาด, คนพิกล, คนวิตถาร **-eccentrically** *adv.* (-S. queer, odd, nut -A. ordinary, normal, concentric)

eccentricity (เอคเซนทริส' ซิที) *n., pl.* **-ties** ความผิดปกติ, ความประหลาด, ความเบี้ยว, ความวิตถาร, ความพิกล (-S. whimsy, caprice, quirk, oddness, idiosyncracy)

Ecclesiastes (อิคลีซีแอส' ทีซ) *n.* ชื่อบทหนังสือในคัมภีร์ไบเบิล

ecclesiastic (อิคลีซีแอส' ทิค) *n.* พระสอนศาสนา, สงฆ์ *-adj.* เกี่ยวกับพระสอนศาสนา, เกี่ยวกับสงฆ์ (-S.

ecclesiastical 281 **ecu**

clergyman, clerical)

ecclesiastical (อิคลีซีแอส' ทิเคิล) *adj.* เกี่ยวกับโบสถ์, เกี่ยวกับสงฆ์, เหมาะสมกับโบสถ์ **-ecclesiastically** *adv.*

ECG ย่อจาก electrocardiogram ภาพคลื่นไฟฟ้าของหัวใจ, electrocardiograph เครื่องตรวจคลื่นไฟฟ้าของหัวใจ

echelon (เอช' ชะลอน) *n.* การจัดกำลังทหาร เครื่องบิน หรือยานพาหนะอื่นๆ เป็นขั้นบันได, ระดับ, ตำแหน่ง, ระดับขั้นในระบบหรือองค์กร *-vt., vi.* จัดเป็นขั้นบันได, จัดเป็นระดับ (-S. rank, level, degree)

echidna (อิคิด' นะ) *n.* ตัวตุ่นชนิดหนึ่ง, สัตว์กินแมลงจำพวก *Tachyglossus* และ *Zaglossus* ของออสเตรเลีย มีปากยาว มีขนหยาบและหนามยาว

echidna

echinoderm (อีไค' นะเดิร์ม) *n.* สัตว์ทะเลในไฟลัม Echinodermata เช่น ปลาดาว **-echinodermatous** *adj.*

echo (เอค' โค) *n., pl.* **echoes** เสียงสะท้อน, เสียงก้อง, การซ้ำ, การเลียนแบบ, การหวนกลับ, ผู้เลียนแบบ, การสะท้อนกลับของคลื่นวิทยุ *-v.* **-oed, -oing** *-vi.* สะท้อน, หวนกลับ, เลียนแบบ, ทำซ้ำ *-vt.* ทำซ้ำ, สะท้อน, เลียนแบบ **-echoer** *n.* **-echoey** *adj.* (-S. reverberation, imitation, repeating, resounding, reverberating, reflection) *-Ex. The cliffs echoed shouts., Somchai echoed his mother's ideas.*

echoic (อีโค' อิค) *adj.* คล้ายเสียงสะท้อน, เกี่ยวกับการเลียนเสียง **-echoism** *n.*

echolocation (เอคโคโลเค' ชัน) *n.* การหาตำแหน่งที่อยู่ของวัตถุ โดยคิดจากเวลาและทิศทางของการสะท้อนกลับ เช่น เรดาร์และโซนาร์ **-echolocate** *vt., vi.*

éclair (เอแคลร์') *n.* ขนมหวานรูปไข่มีครีมอยู่ข้างใน

éclat (เอคลา') *n.* เกียรติศักดิ์, ชื่อเสียง, ความดังของความสำเร็จ, ความเอิกเกริก, ความชื่นชมยินดี (-S. success, acclaim, fame)

eclectic (อิคลิค' ทิค) *adj.* เกี่ยวกับการสรรหาจากสิ่งต่างๆ, ซึ่งประกอบด้วยสิ่งที่เลือกหาจากสิ่งต่างๆ *-n.* ผู้ที่สรรหาสิ่งที่ดีที่สุด **-eclectically** *adv.*

eclipse (อิคลิพซฺ') *n.* อุปราคา, ความมัวหมอง, ความตกต่ำ, ความมืดมนลง, การบดบังรัศมี *-vt.* **eclipsed, eclipsing** ทำให้เกิดการกินเป็นวง, ทำให้เกิดการบดบังรัศมี, ทำให้เกิดจันทรคราสหรือสุริยคราส **-eclipse of the moon** จันทรคราส **-eclipse of the sun** สุริยคราส (-S. blocking, obscuring, decline, surpassing) *-Ex. annular eclipse, a solar eclipse, a lunar eclipse, Yupa's latest invention eclipsed all the others.*

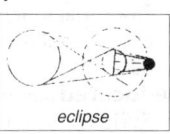

eclipse

ecliptic (อิคลิพ' ทิค) *n.* วงกลมที่บดบังรัศมี, การโคจรที่ดูเหมือนว่าพระอาทิตย์เคลื่อนที่ *-adj.* เกี่ยวกับจันทรคราสหรือสุริยคราส, เกี่ยวกับการบดบังรัศมี, เกี่ยวกับการกินเป็นวง

eclogue (เอค' ลอก) *n.* เพลงลูกทุ่ง, บทกวีลูกทุ่ง

eco- คำอุปสรรค มีความหมายว่า ครอบครัว, สิ่งแวดล้อม

ecocide (เอค' โคไซด) *n.* การทำลายสิ่งแวดล้อมของคน **-ecocidal** *adj.*

ecology (อิคอล' ละจี) *n., pl.* **-gies** นิเวศน์วิทยา, ชีววิทยาที่เกี่ยวกับความสัมพันธ์ระหว่างสิ่งมีชีวิตกับสิ่งแวดล้อม, สาขาสังคมวิทยาที่เกี่ยวกับความสัมพันธ์ระหว่างคนกับสิ่งแวดล้อม **-ecologic, ecological** *adj.* **-ecologist** *n.*

econ. ย่อจาก economist นักเศรษฐศาสตร์, economics วิชาเศรษฐศาสตร์, economy การบริหารเศรษฐกิจ

econometrics (อิคอนนะเมท' ทริคซฺ) *n.* การใช้เทคนิคทางคณิตศาสตร์และทางสถิติในการทดสอบทฤษฎีทางเศรษฐศาสตร์ **-econometrician** *n.* **-econometric, econometrical** *adj.*

economic (อีคะนอม' มิค, เอคคะนอม' มิค) *adj.* เกี่ยวกับเศรษฐศาสตร์, เกี่ยวกับการผลิต, ที่คุ้มค่าในทางเศรษฐกิจ, มีกำไร (-S. financial, profitable, productive) *-Ex. the economic history of the country*

economical (อีคะนอม' มิเคิล, เอคคะนอม' มิเคิล) *adj.* ประหยัด, มัธยัสถ์, กระเหม็ดกระแหม่ **-economically** *adv.* (-S. thrifty, prudent, stingy)

economics (อีคะนอม' มิคซฺ, เอคคะนอม' มิคซฺ) *n. pl.* เศรษฐศาสตร์, วิชาเกี่ยวกับการผลิต การแจกจ่ายและการใช้สินค้าและการบริการ, การพิจารณาทางการเงิน, ตัวแปรทางเศรษฐกิจ

economist (อิคอน' นะมิสทฺ) *n.* นักเศรษฐศาสตร์, ผู้ที่ประหยัด

economize (อิคอน' นะไมซ) *vt., vi.* **-mized, -mizing** ประหยัด, กระเหม็ดกระแหม่, ไม่ให้มีการสูญเสีย, ไม่ใช้จ่ายอย่างสุรุ่ยสุร่าย **-economizer** *n. -Ex. to economize raw materialsm, to economize (on) material resources, We economized on gas., We economized by buying fewer new dresses.*

economy (อิคอน' นะมี) *n., pl.* **-mies** วิธีการทางเศรษฐกิจ, การประหยัด, มาตรการประหยัด, ระบบการจัดการ *-adj.* ถูก, ประหยัด (-S. frugality, thriftiness -A. extravagance) *-Ex. the national economy*

economy class ชั้นโดยสารแบบประหยัด

ecosystem (เอค' โคซิสเทิม) *n.* ระบบที่เกิดจากความสัมพันธ์ระหว่างสิ่งมีชีวิตและสิ่งแวดล้อม

ecru (เอค' รู) *adj.* มีสีน้ำตาลอ่อน *-n.* สีน้ำตาลอ่อน

ecstasy (เอค' สทะซี) *n., pl.* **-sies** ความดีใจอย่างเหลือล้น, ความปีติยินดีอย่างเหลือล้น, ความเคลิบเคลิ้ม, ความปลาบปลื้ม, ปีติสุข (-S. exultation, rapture, jubilation -A. misery, agony)

ecstatic (เอคสแทท' ทิค) *adj.* ซึ่งดีใจอย่างเหลือล้น, ซึ่งปลาบปลื้มอย่างเหลือล้น **-ecstatically** *adv.* (-S. overjoyed, exultant, elated)

ecto- คำอุปสรรค มีความหมายว่า ข้างนอก, ภายนอก

ectoplasm (เอค' ทะแพลซซึม) *n.* ชั้นนอกสุดของไซโตปลาสซึม, ส่วนนอกของไซโตปลาสซึม **-ectoplasmic** *adj.*

ecu ย่อจาก European Currency Unit หน่วยเงินตรา

E

ยุโรป

Ecuador (เอค'วะดอร์) สาธารณรัฐเอควาดอร์ในอเมริกาใต้ **-Ecuadorean, Ecuadorian** *adj., n.*

ecumenical, ecumenic (เอคยูเมน' นิเคิล, -นิค) *adj.* โดยทั่วไป, เกี่ยวกับโบสถ์คริสเตียนทั้งหมด, เกี่ยวกับนิกายคริสเตียนทั้งหมด,ช่วยส่งเสริมความสามัคคีของคริสเตียนทั่วโลก **-ecumenicalism** *n.* **-ecumenically** *adv.*

ecumenism, ecumenicity (เอค' ยูเมินนิซึม, -นิส' สะที) *n.*ความเชื่อและการปฏิบัติตนเพื่อส่งเสริมความสามัคคีของคริสเตียนทั่วโลก **-ecumenist** *n.*

eczema (เอค' ซะมะ, อิกซี' มะ) *n.* ภาวะอักเสบของโรคผิวหนังที่เป็นแบบเฉียบพลันหรือเรื้อรังมีลักษณะเป็นผื่นแดง และอาจเป็นตุ่มพุพอง ตกสะเก็ด คันและแสบ **-eczematous** *adj.*

ed. ย่อจาก edition จำนวนพิมพ์ในครั้งหนึ่ง, ฉบับพิมพ์ครั้งที่, editor บรรณาธิการ, education การศึกษา

E.D. ย่อจาก Election district เขตการเลือกตั้ง

eddy (เอด' ดี) *n., pl.* **-dies** กระแสวน, การหมุนวน, สิ่งที่หมุนวน, น้ำวน *-vi., vt.* **-died, -dying** หมุนวน, วน (-S. whirlpool, maelstrom, swirl) *-Ex. The storm whipped up an eddy of dust.*

edelweiss (เอ' ดัลไวซ) *n.* ดอกไม้สีขาวใบขาวจำพวก *Leontopodium alpinum* พบบนภูเขาแอลป์

edema,oedema (อิดี' มะ) *n., pl.* **-mas/-mata** การมีของเหลวออกมากเกินไปและสะสมอยู่ในเซลล์เนื้อเยื่อหรือโพรง, อาการบวมน้ำ **-edematous** *adj.*

Eden (เอด' เดิน) *n.* ชื่อสถานที่ที่อาดัมและอีฟอาศัยอยู่, แดนสวรรค์, ความสุขที่สมบูรณ์, สวนอีเดน **-Edenic, edenic** *adj.*

edentate (อีเดน' เทท) *adj.* ไม่มีฟัน, เกี่ยวกับสัตว์ในออร์เดอร์ Edentata ที่มีฟันเพียงเล็กน้อยหรือไม่มีฟันเลย เช่น ตัวกินมด *-n.* สัตว์ในออร์เดอร์ดังกล่าว

edge (เอจ) *n.* ขอบ, ริม, ข้าง, เขตแดน, สัน, ด้านคมของใบมีด, ความคม, เหลี่ยม, เนินเขา, หน้าผา, ข้อได้เปรียบ, ตำแหน่งที่ดีกว่า *-v.* **edged, edging** *-vt.* ทำให้คม, ใส่ขอบให้, เคลื่อนไปทางข้าง, ค่อยๆ เคลื่อนไปทางข้าง *-vi.* เขยิบ, เคลื่อนไปข้างหน้า **-edge out** เอาชนะทีละนิด, เล็ม **-edger** *n.* (-S. brink, border) *-Ex. the edge of a knife, the edge of a paper, to edge a tablecloth with lace, to edge into the water*

edgewise, edgeways (เอจ' ไวซ, -เวซ) *adv.* ไปทางขอบ, หันริมหรือคมออกนอก

edging (เอจ' จิง) *n.* การทำให้คม, การใส่ขอบ, การค่อยๆ เคลื่อนไป, ริม, ขอบ, การประดับที่ขอบ

edgy (เอจ' จี) *adj.* **-ier, -iest** กระสับกระส่าย, เป็นกังวล, หวุดหวิด, คม, เป็นเค้าโครงที่ชัดเจน **-edgily** *adv.* **-edginess** *n.* (-S. nervous, anxious, irritable)

edible (เอด' ดะเบิล) *adj.* กินได้, ใช้กินได้ *-n.* อาหาร, ของกิน **-edibility** *n.* **-edibleness** *n.* (-S. eatable, esculent, comestible) *-Ex. Some kinds of mushrooms are edible.*

edict (อี' ดิคท) *n.* คำสั่ง, กฤษฎีกา, คำประกาศ, พระบรมราชโองการ (-S. decree, proclamation)

edification (เอดดะฟิเค' ชัน) *n.* การสอน, การสั่งสอน, การอบรมศีลธรรม, การเทศนา, การกระตุ้น (-S. instruction, tuition education)

edifice (เอด' ดะฟิส) *n.* ตึก, อาคาร, คฤหาสน์, สิ่งปลูกสร้างที่ใหญ่โต, ภาพที่สร้างขึ้นในใจ (-S. structure, fabric)

edify (เอด' ดะไฟ) *vt.* **-fied, -fying** สั่งสอน, อบรมศีลธรรม, เทศนา, กระตุ้น **-edifier** *n.* (-S. educate, teach, instruct)

Edinburgh (เอด' ดินเบอร์ก) ชื่อเมืองหลวงของสกอตแลนด์

edit (เอด' ดิท) *vt.* เรียบเรียง, แก้ไข, ตัดตอน, ตัดย่อ, เป็นบรรณาธิการ, ลำดับเรื่อง *-n.* การตรวจสอบ, การเรียบเรียง, การแก้ไข (-S. correct, revise, emend, modify, rewrite) *-Ex. These essays are edited from the original term.*

edition (อิดิช' ชัน) *n.* รูปแบบการพิมพ์, จำนวนพิมพ์ในครั้งหนึ่ง, ฉบับพิมพ์ครั้งที่, การพิมพ์, สิ่งที่คล้ายกันมาก, คนที่คล้ายกันมาก, การเป็นบรรณาธิการ, รายการออกอากาศของวิทยุและโทรทัศน์ (-S. issue, printing, version) *-Ex. a revised edition, an illustrated edition*

editor (เอด' ดิเทอะ) *n.* ผู้เรียบเรียง, ผู้รวบรวม, บรรณาธิการ, เครื่องมือตัดต่อฟิล์ม

editorial (เอดดิทอ' เรียล) *n.* บทบรรณาธิการ, บทนำ, บทความ, บทวิจารณ์ของวิทยุและโทรทัศน์ *-adj.* เกี่ยวกับบรรณาธิการ, เกี่ยวกับผู้รวบรวม, เกี่ยวกับบทความ **-editorialist** *n.* **-editorially** *adv.*

editorialize (เอดดิทอ' เรียลไลซ) *vi.* **-ized, -izing** ลงบทความ, เขียนบทบรรณาธิการ, ใส่ข้อคิดเห็น **-editorializer** *n.* **-editorialization** *n.*

editorship (เอด' ดิเทอะชิพ) *n.* ตำแหน่งบรรณาธิการ, ที่ทำการบรรณาธิการ, งานบรรณาธิการ

EDP ย่อจาก electronic data processing การใช้เครื่องคอมพิวเตอร์ในการป้อนข้อมูล

educable (เอจ' จะคะเบิล) *adj.* ให้การศึกษาได้, สอนได้ **-educability** *n.*

educate (เอจ' จะเคท) *v.* **-cated, -cating** *-vt.* ให้การศึกษา, สั่งสอน, อบรม, ฝึกฝน, ให้ความรู้, กระตุ้น *-vi.* อบรม, สั่งสอน (-S. train, school, develop, instruct, teach, drill)

educated (เอจ' จะเคทิด) *adj.* ซึ่งได้รับการศึกษา, เป็นผู้ที่ได้รับการอบรมสั่งสอนมาแล้ว, มีการศึกษา, มีความรู้ (-S. informed, trained)

education (เอจจะเค' ชัน) *n.* การศึกษา, การสั่งสอน, การฝึกฝน, การให้ความรู้, ระดับการศึกษา, ครุศาสตร์, ศึกษาศาสตร์ **-educational, educative** *adj.* **-educationally** *adv.* (-S. schooling, training, instruction, scholarship) *-Ex. secondary and higher education, to get an education, a school of education*

educationist, educationalist (เอจจะเค' ชันนิสท, -ชะนะลิสท) *n.* ผู้เชี่ยวชาญเกี่ยวกับทฤษฎีและวิธีการของการศึกษา, นักศึกษาศาสตร์

educator (เอจ' จะเคเทอะ) *n.* ผู้ให้การศึกษา, นักการ

ศึกษา, นักศึกษาศาสตร์ (-S. instructor, lecturer, tutor)

educe (อิดิวซฺ') *vt.* **educed, educing** นำออก, ล้วงเอา, ทำให้ปรากฏขึ้น, อนุมานจาก **-educible** *adj.* **-eduction** *n.* (-S. infer, evoke)

E.E. ย่อจาก Electrical Engineer วิศวกรไฟฟ้า, Electrical Engineering วิศวกรรมไฟฟ้า

EEC ย่อจาก European Economic Community องค์การร่วมทางเศรษฐกิจแห่งยุโรป

EEG ย่อจาก electroencephalogram ภาพคลื่นไฟฟ้าสมอง, electroencephalograph เครื่องบันทึกภาพคลื่นไฟฟ้าสมอง

eel (อีล) *n., pl.* **eels/eel** ปลาไหล, สัตว์น้ำจืดหรือน้ำเค็มที่คล้ายงู จัดอยู่ในออร์เดอร์ Apodes หรือ Anguilliformes **-eely** *adj.*

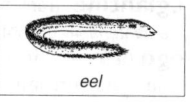

eel

e'en (อีน) *adv.* แม้, แม้แต่ *-n.* เวลาเย็น

-eer คำปัจจัย มีความหมายว่า ผู้ประกอบอาชีพ

eerie, eery (เอียร์' รี) *adj.* **-rier, -riest** น่าขนลุก, ลึกลับ, ประหลาด **-eerily** *adv.* **-eeriness** *n.* (-S. mysterious, unnatural, scaring) *-Ex.the eerie sound of the midnight storm*

efface (อิเฟส') *vt.* **-faced, -facing** ลบออก, ลบล้าง, ขจัด, ทำลาย, ประพฤติตัวเรียบๆ ไม่เป็นที่สะดุดตา **-effaceable** *adj.* **-effacement** *n.* **-effacer** *n.* (-S. erase, excise, delete) *-Ex. Time has effaced the ancient village.*

effect (อิเฟคทฺ') *n.* ผล, อิทธิพล, อำนาจ, ประสิทธิภาพ, การสร้างความรู้สึกประทับต่อ, ปรากฏการณ์ที่ลวงตา, ปรากฏการณ์ทางวิทยาศาสตร์, ความหมาย, ทรัพย์สิน, ผลประโยชน์ *-vt.* ทำให้เกิดผล, ทำให้เกิด **-of no effect** ไร้ผล **-take effect** มีผลบังคับ **-in effect** ความจริง, ในทางปฏิบัติ **-give effect to** ทำให้เกิดผล, จัดการ **-bring/carry a thing into effect** ทำให้บังเกิดผล, ทำให้เป็นผล **-no effect** ข้อความที่เขียนบนเช็คเพื่อแสดงว่าผู้ออกเช็คไม่มีเงินฝากในธนาคาร **-effectible** *adj.* **-effecter** *n.* (-S. result, power, implementation, meaning, drift -A. cause) *-Ex. The effect of too much reading is tired eyes., The new rule does not come into effect., The medicine would effect a cure.*

effective (อิเฟค' ทิฟว) *adj.* ได้ผล, มีผล, มีผลบังคับใช้, เป็นผล, เห็นจริงเห็นจัง, ตามความเป็นจริง, พร้อมสู้รบ, มีกำลังสู้รบ *-n.* ทหารหรืออุปกรณ์ทางทหารที่พร้อมสำหรับการรบ **-effectively** *adv.* **-effectiveness** *n.* (-S. efficacious, successful, productive, potent -A. wasteful, useless) *-Ex. effective measures, effective speech, an effetive medicine, an effective argument*

effects (อิเฟคทฺซฺ') *n. pl.* สินค้า, สังหาริมทรัพย์, ทรัพย์สมบัติส่วนตัว (-S. goods, movables belongings, property)

effectual (อิเฟค' ชวล) *adj.* มีผล, ได้ผล, พอเพียง, มีผลบังคับใช้ **-effectualness, effectuality** *n.* **-effectually** *adv.* (-S. effective, efficient, powerful, valid)

effectuate (อิเฟค' ชูเอท) *vt.* **-ated, -ating** ทำให้เกิดผล, ดำเนินการให้เกิดผล **-effectuation** *n.* (-S. effect, bring about, produce, achieve)

effeminacy (อิเฟม' มะนะซี) *n.* ความมีลักษณะท่าทางเหมือนผู้หญิง, ลักษณะอรชรอ้อนแอ้น, ความเป็นตัวเมีย

effeminate (อิเฟม' มะนิท) *adj.* ซึ่งมีลักษณะท่าทางเหมือนผู้หญิง, อรชรอ้อนแอ้น **-effeminateness** *n.* **-effeminately** *adv.* (-S. womanish, unmanly, effete, milksoppish, sissy)

effendi (อิเฟน' ดิ) *n., pl.* **-dis** คำเรียกชื่อนำหน้าข้าราชการตุรกีเพื่อแสดงความเคารพ, ผู้มีการศึกษาดี, คนชั้นสูง, คนมีสกุลรุนชาติ

efferent (เอฟ' เฟอะเรินทฺ) *adj.* ซึ่งออกจากจุดศูนย์กลาง, ซึ่งออกจากอวัยวะหรือส่วนของอวัยวะ *-n.* ส่วนที่อยู่ห่างจากจุดศูนย์กลาง เช่น เส้นโลหิต **-efferently** *adv.*

effervesce (เอฟเฟอะเวส') *vi.* **-vesced, -vescing** เป็นฟอง, มีฟอง, ออก เป็นฟอง, ผุดเป็นฟอง, มีชีวิตชีวา, มีความกระตือรือร้น, ตื่นเต้นดีใจ **-effervescence, effervescency** *n.* (-S. bubble, fizz, froth, sparkle)

effervescent (เอฟเฟอะเวส' เซินทฺ) *adj.* มีฟอง, เป็นฟอง, ซึ่งออกเป็นฟอง, ที่ผุดเป็นฟอง, ที่มีชีวิตชีวา, ที่มีความกระตือรือร้น, ที่ตื่นเต้นดีใจ **-effervescently** *adv.* (-S. foamy, bubbly, animated, jubilant)

effete (อิฟีท') *adj.* เก่าแก่, พ้นสมัย, เปลี้ย, หมดแรง, เหนื่อย, ไม่สามารถจะบังเกิดผลได้ **-effetely** *adv.* **-effeteness** *n.* (-S. obsolete, exhausted, wimpish)

efficacious (เอฟฟิเค' เชิส) *adj.* มีประสิทธิภาพ, มีผล, ได้ผล **-efficaciousness** *n.* **-efficaciously** *adv.* (-S. effective, productive)

efficacy (เอฟ' ฟิคะซี) *n., pl.* **-cies** ประสิทธิภาพ, ความสามารถที่ทำให้เกิดผล (-S. effectiveness, success, potency)

efficiency (อิฟิช' เชินซี) *n., pl.* **-cies** ความได้ผล, ประสิทธิภาพ, อัตราส่วนของงานที่ได้หรือพลังงานที่ได้รับกับพลังงานที่ใช้ (มักเป็นค่าของเปอร์เซ็นต์), ประสิทธิผล

efficient (อิฟิช' เชินท) *adj.* ซึ่งมีประสิทธิภาพ, มีความสามารถ **-efficiently** *adv.* (-S. capable, competent, proficient -A. useless, inefficient)

effigy (เอฟ' ฟะจี) *n., pl.* **-gies** หุ่นหรือรูปจำลองเพื่อล้อเลียน เสียดสีหรือประณาม **-burn/hang in effigy** เผาหรือแขวนคอหุ่นจำลองเพื่อประณามบุคคล (-S. statue, model, dummy)

effloresce (เอฟฟละเรส') *vi.* **-resced, -rescing** ออกดอก, เป็นผล, กลายเป็นคราบเกลือหลังการระเหยหรือการเปลี่ยนแปลงทางเคมี, เป็นผงหรือเป็นผลึกเมื่อสูญเสียน้ำ

efflorescence (เอฟฟละเรส' เซินซ) *n.* การออกดอก, ช่วงระยะเวลาที่ออกดอก, การเปลี่ยนเป็นผงหรือผลึกเมื่อสูญเสียน้ำ **-efflorescent** *adj.*

effluent (เอฟ' ฟลูเอินทฺ) *adj.* ซึ่งไหลออก, ซึ่งปล่อยออก *-n.* สิ่งที่ไหลออก, สิ่งที่ปล่อยออก, กระแสน้ำที่ไหลออก (จากคู, ทะเลสาบ, แม่น้ำลำคลอง) (-S. waste, sewage, discharge, outflow)

effluvium (อิฟลู' เวียม) *n., pl.* **-via/-viums** กลิ่น, กลิ่นเหม็น, ไอระเหย, การหายใจออก **-effluvial** *adj.*

efflux (เอฟ' ฟลัคซ) *n.* การไหลออก, สิ่งที่ไหลออก, สิ่งที่หมดอายุ **-effluxion** *n.*

effort (เอฟ' เฟิร์ท) *n.* ความพยายาม, ความมานะ, ความอุตสาหะ, การทดลองที่ยากลำบาก, กำลังของเครื่องจักร, สิ่งที่เกิดจากความพยายาม (หนังสือ ภาพเขียนหรืออื่นๆ), ผลของความพยายาม **-effortful** *adj.* **-effortfully** *adv.* (**-S.** exertion, attempt, endeavour) *-Ex. with great effort, make an effort, spare no effort*

effortless (เอฟ' เฟิร์ทลิส) *adj.* ง่าย, ไม่เปลืองแรง, ไม่ต้องพยายาม **-effortlessly** *adv.* **-effortlessness** *n.* (**-S.** simple, facile, uncomplicated)

effrontery (อิฟรัน' ทะรี) *n., pl.* **-teries** ความทะลึ่ง, ความหน้าด้านไร้ยางอาย,การกระทำที่ทะลึ่งหรือหน้าด้านไร้ยางอาย (**-S.** impertinence, impudence, insolence **-A.** timidity)

effulgence (อิฟุล' เจินสฺ) *n.* ความสว่างมาก, ความโชติช่วง

effulgent (อิฟุล' เจินทฺ) *adj.* โชติช่วง (**-S.** brilliant, luminous, vivid)

effuse (อิฟิวซฺ', -ฟิวซฺ') *adj.* ซึ่งขยายได้ง่าย, ซึ่งแผ่ออกได้ง่าย *-v.* **-fused, -fusing** *-vt.* ไหลออก, ปล่อยออก, กระจายออก, ส่องแสง *-vi.* ไหลออก, ซึมออก

effusion (อิฟิว' ชัน) *n.* การไหลออก, การปล่อยออก, การกระจายออก, สิ่งที่ไหลออก, สิ่งที่ซึมออก, การปล่อยความรู้สึกออกมา, การซึมออกของของเหลวในหลอดน้ำเหลืองสู่โพรงร่างกาย (**-S.** outpouring, discharge, outburst)

effusive (อิฟิว' ซิฟวฺ) *adj.* ซึ่งไหลออก, ซึ่งล้นออก, ซึ่งซึมออก, (คำพูด) น้ำท่วมทุ่ง, พรั่งพรูออก (อารมณ์), เกี่ยวกับหินภูเขาไฟที่แข็งตัวบน หรือใกล้พื้นผิวโลก **-effusively** *adv.* **-effusiveness** *n.* (**-S.** overflowing, expansive, extravagant, fulsome, profuse **-A.** reticent, restrained)

eft (เอฟทฺ) *n.* สัตว์เลื้อยคลานจำพวกจิ้งจก ตุ๊กแก กิ้งก่าเหี้ย

e.g. ย่อจาก (ภาษาละติน) exampli gratia ตัวอย่าง, เช่น, ดังเช่น

egad, egads (อิแกด', -แกดซ') *interj.* คุณพระช่วย!

egalitarian (อิแกลลิแทร์' เรียน) *adj.* เกี่ยวกับความเสมอภาคของมวลมนุษย์ *-n.* ผู้ยึดหลักความเสมอภาคของมนุษย์ทุกคน **-egalitarianism** *n.*

egg[1] (เอก) *n.* ไข่, สิ่งที่อยู่ในเปลือกไข่, สิ่งที่คล้ายไข่, เซลล์สืบพันธุ์ของเพศตัวเมีย, (คำสแลง) บุคคล *-vt.* ใส่ไข่, จุ่ม (อาหาร) ลงในไข่ที่ตีแล้ว **-in the egg** ในระยะแรกเริ่ม, ซึ่งยังไม่เจริญ, ซึ่งยังไม่พัฒนา **-put all one's eggs in one basket** ทุ่มเททุกอย่างเพื่อการเสี่ยงครั้งหนึ่ง **-teach one's grandmother to suck eggs** ให้คำแนะนำแก่ผู้ที่มีประสบการณ์มากกว่า **-a bad egg** คนเลว, คนไม่ซื่อ **-eggy** *adj.* (**-S.** ovule, embryo)

egg[2] (เอก) *vt.* กระตุ้น, ให้กำลังใจ (**-S.** encourage, urge, excite) *-Ex. The boys egged him on to fight.*

eggbeater (เอก' บีเทอะ) *n.* เครื่องตีไข่, (คำสแลง) เฮลิคอปเตอร์

egghead (เอก' เฮด) *n.* (ภาษาพูด) ผู้มีปัญญา ปัญญาชน (**-S.** intellectual, academic, scholar)

eggnog (เอก' นอก) *n.* เครื่องดื่มที่ประกอบด้วยไข่ไก่ นม หรือครีม น้ำตาลและมักผสมเหล้า

eggplant (เอก' แพลนทฺ) *n.* ต้นมะเขือจำพวก *Solanum melongena* ผลเป็นสีม่วง ขาว หรือเหลือง, ผลมะเขือ, สีม่วงเข้ม

eggshell (เอก' เชล) *n.* เปลือกไข่ซึ่งแตกง่ายของนกและสัตว์เลื้อยคลาน, สีน้ำตาลอมเหลืองอ่อน *-adj.* บอบบาง, แตกง่าย, เป็นสีน้ำตาลอมเหลืองอ่อน

egis (อี' จีส) *n.* โล่

eglantine (เอก' ลันทีน) *n.* กุหลาบจำพวก *Rosa eglanteria* มีดอกสีชมพู

ego (เอก' โก, อี' โก) *n., pl.* **egos** อัตตา, ตัวเอง, มนุษย์ที่สมบูรณ์ (ประกอบด้วยกายและจิตวิญญาณ), ทฤษฎีที่ว่าการกระทำทุกอย่างของมนุษย์เพื่อตัวเองทั้งสิ้น, การเคารพตัวเอง, ความเห็นแก่ตัว (**-S.** self, identity, self-importance) *-Ex. That actress is known for her ego.*

egocentric (เอกโกเซน' ทริค, อี-) *adj.* เชิงอัตตา, เห็นแก่ตัว, ถือเอาตัวเองเป็นศูนย์กลางของสิ่งทั้งหลายในโลก, ถือเอาประโยชน์ของตัวเองเป็นใหญ่ *-n.* ผู้ที่ถือเอาประโยชน์ของตนเองเป็นใหญ่ **-egocentricity** *n.* **-egocentrism** *n.* **-egocentrically** *adv.*

egoism (เอก' โกอิซึม, อี-) *n.* ลัทธิอัตตา, คตินิยมตน, การถือเอาผลประโยชน์ของตัวเองเป็นใหญ่, การถือเอาอัตตาเป็นใหญ่, ความเห็นแก่ตัว, ลัทธิเห็นแก่ตัว, ความทะนงตัว (**-S.** self-interest, selfishness, vanity conceit)

egoist (เอก' โกอิสทฺ, อี' โกอิสทฺ) *n.* ผู้ถือเอาผลประโยชน์ของตัวเองเป็นใหญ่, ผู้เห็นแก่ตัว, ผู้ทะนงตัว (**-S.** self-seeker, egocentric, egotist)

egoistic,egoistical (เอก' โกอิสทิค, -เคิล) *adj.* เกี่ยวกับการถือผลประโยชน์ของตัวเป็นใหญ่,เกี่ยวกับลัทธิเห็นแก่ตัว, เห็นแก่ตัว, ทะนงตัว **-egoistically** *adv.* (**-S.** selfish, egotistic, narcissistic)

egotism (เอก' กะทิซึม, อี'-) *n.* อหังการ, ความทะนงตัวมากเกินปกติ, การชอบพูดถึงตัวเองมากเกินไป, ความอวดดีมากเกินไป, ความเห็นแก่ตัว (**-S.** narcissism, self-conceit, vanity, pride)

egotist (เอก' กะทิสทฺ, อี' กะทิสทฺ) *n.* คนคุยโว, คนอวดดี, คนทะนงตัว **-egotistical** *adj.* **-egotistically** *adv.* (**-S.** boaster, egoist, bragger, egocentric)

egregious (อิกรี' เจิส) *adj.* เลวระยำ, เลวบัดซบอย่างเหลือเกิน, อย่างมหันต์ **-egregiously** *adv.* **-egregiousness** *n.* (**-S.** flagrant, gross, outrageous, scandalous)

egress (อี' เกรส) *n.* การออกไปข้างนอก, การออก, ทางออก, การอนุญาตให้ออก, สิทธิในการออก *-vi.* ออกไปข้างนอก, ออก, ออกไป **-egression** *n.* (**-S.** exit, way out, out-passage, emanation)

egret (อี' เกรท, เอก' กริท) *n., pl.* **-grets/-gret** นกกระยาง, ขนนกกระยาง

egret

Egypt (อี' จิพทฺ) ประเทศอียิปต์ (**-S.** United Arab Republic)

Egyptian (อีจิพ' เชิน) *adj.* เกี่ยวกับประเทศ ประชาชน วัฒนธรรม หรือภาษาอียิปต์ *-n.* ชาวอียิปต์, ภาษาอียิปต์

Egyptology (อีจิพทอล' ละจี) *n.* วิชาเกี่ยวกับวัฒนธรรมและวัตถุโบราณของอียิปต์ **-Egyptologist** *n.* **-Egyptological** *adj.*

eh (เอ, อี) *interj.* คำอุทานแสดงความสงสัยประหลาดใจ เช่น เอ๊ะ, รึ

EHF ย่อจาก extremely high frequency ความถี่สูงมาก (30,000-300,000 เมกกะไซเคิลต่อวินาที)

eider (ไอ' เดอะ) *n., pl.* **-ders/-der** ชื่อเป็ดขนาดใหญ่ในแถบเหนือของโลก

eider

eiderdown (ไอ' เดอะดาวนฺ) *n.* ขนหน้าอกของเป็ด, ผ้านวมหรือผ้าห่มที่บุด้วยขนดังกล่าว

eidetic (ไอเดท' ทิค) *adj.* เหมือนจริงมาก, เกี่ยวกับธรรมชาติของรูปแบบที่บริสุทธิ์หรือมีความสำคัญ **-eidetically** *adv.*

eidolon (ไอโด' เลิน) *n., pl.* **-lons/-la** เงา, ความฝัน, วิญญาณ, สิ่งหลอกลวง, มโนภาพ **-eidolic** *adj.*

eight (เอท) *n.* แปด, เลข 8, สิ่งที่ประกอบด้วย 8 ส่วน จำนวนแปด, ไพ่รูป 8, กลุ่ม 8 คน, อายุ 8 ขวบ, 8 นาฬิกา, เสื้อ (รองเท้าหรืออื่นๆ) เบอร์ 8 *-adj.* ซึ่งประกอบด้วย8

eighteen (เอ' ทีน') *n.* สิบแปด, เลข 18, 18 นาฬิกา, กลุ่มคน 18 คน, กลุ่มของ 18 สิ่ง *-adj.* ซึ่งประกอบด้วย 18

eighteenth (เอ' ทีนธฺ') *n.* ส่วนที่ 18, ที่ 18 *-adj., adv.* ที่ 18, เป็นหนึ่งในสิบแปดส่วน

eightfold (เอท' โฟลดฺ) *adj.* ซึ่งประกอบด้วย 8 ส่วน (คน ชิ้น อัน ฯลฯ), 8 เท่า, คูณด้วย 8 *-adv.* เป็น 8 เท่า

eighth (เอทธ) *n.* ส่วนที่ 8, $\frac{1}{8}$, ที่ 8 *-adj.* ที่ 8, เป็นหนึ่งใน 8 ส่วนที่เท่ากัน *-adv.* ที่ 8, อยู่ในลำดับที่ 8 **-eightly** *adv.*

eightieth (เอ' ทิเอธ) *n.* ส่วนที่ 80, $\frac{1}{80}$, สมาชิกลำดับที่ 80 *-adj* ที่ 80, เป็นหนึ่งใน 80 ส่วนที่เท่ากัน

eightsome (เอท' ซัม) *n.* คณะเต้นรำที่ประกอบด้วย 8 คน, คณะ 8 คน

eighty (เอ' ที) *n., pl.* **-ties** เลข 80, จำนวนแปดสิบ, ปีที่ 80, อายุ 80 ขวบ *-adj.* ซึ่งประกอบด้วยแปดสิบ, เป็นจำนวน 80 **-eighties** จำนวน เลข ปี ช่วง ระยะเวลา และอื่นๆ ที่อยู่ระหว่าง 80-89

einsteinium (ไอนฺสไท' เนียม) *n.* ธาตุกัมมันตรังสีชนิดหนึ่ง มีสัญลักษณ์ Es

Eire (แอ' ระ, ไอ' ระ) ชื่อเดิมของสาธารณรัฐไอร์แลนด์

eisteddfod (เอสเทธ' วอด) *n., pl.* **-fods/-fodau** การแข่งขันประจำปีในหมู่นักดนตรีนักร้องและกวีในเวลส์

either (ไอ' เธอะ, อี' เธอะ) *adj.* แต่ละ, อันละ, ชิ้นละ, อันใดอันหนึ่ง (ของ 2 อัน), ด้านใดด้านหนึ่ง (ใน 2 ด้าน), คนใดคนหนึ่ง (ใน 2 คน) *-pron.* หนึ่งในระหว่างสอง, อย่างใดอย่างหนึ่ง *-conj.* ถ้า ไม่...ก็...หรือว่า *-adv.* ด้วย, เหมือนกัน, เช่นเดียวกัน *-Ex. It will happen either today or tomorrow., You may take either seat., On either side of the street was a pavement., John can't swim and Bob can't either.*

ejaculate (อิแจค' คิวเลทฺ) *v.* **-lated, -lating** *-vt.* พูดออกมาอย่างกะทันหันและสั้นๆ, ร้องอุทาน, ปล่อยออกมาอย่างกะทันหันและรวดเร็ว, พุ่งน้ำกามออกมา *-vi.* พุ่งน้ำกามออกมา *-n.* น้ำกามที่พุ่งออกมา **-ejaculatory** *adj.* **-ejaculator** *n.* (**-S.** cry out, utter, shout, exclaim, emit, eject, expel)

ejaculation (อิแจคคิวเล' ชัน) *n.* การพูดออกมาอย่างกะทันหันและสั้น, การอุทาน, การพุ่งออกมาอย่างกะทันหันและรวดเร็ว, การพุ่งน้ำกามออกมาอย่างกะทันหันและรวดเร็ว (**-S.** exclamation, ejection, emission)

eject (อิเจคทฺ') *vt.* ขับออก, ขับไล่, ขว้างออก, พ่น, เป่า, พุ่ง *-vi.* ดีดตัวออกจากเครื่องบิน **-ejectable** *adj.* **-ejective** *adj.* (**-S.** expel, discharge, evict, dismiss, oust) *-Ex. to eject the manager from the office, The noisy boys were ejected from the men room.*

ejection (อิเจค' ชัน) *n.* การขับออก, การไล่ออก, การพุ่งออก, การขว้างออก, สิ่งที่ถูกขับออก (**-S.** expulsion, discharge, excretion)

ejection seat ที่นั่งคนขับเครื่องบินที่สามารถถูกดีดออกในเวลาฉุกเฉิน

ejector (อิเจค' เทอะ) *n.* เครื่องขับปลอกกระสุนออกเวลายิงปืนแล้ว, เครื่องดีดออก, เครื่องพ่น

eke (อีค) *vt.* **eked, eking** เพิ่มเติม, ขยาย, ยืด, ทำให้ยาวขึ้น **-eke out** ชดเชยส่วนที่ขาดไปหรือไม่สมบูรณ์, ผดุงไว้ (**-S.** scrape, scrimp, enlarge, supplement) *-Ex. Mother eked out the soup with vegetables when Somsri ran out of meat.*

EKG ย่อจาก electrocardiogram ภาพคลื่นไฟฟ้าของหัวใจ, electrocardiograph เครื่องตรวจคลื่นไฟฟ้าของหัวใจ

elaborate (อิแลบ' เบอะเรท) *adj.* ประณีต, ซับซ้อน *-v.* **-rated, -rating** *-vt.* วางแผนอย่างละเอียด, ทำอย่างประณีต, บรรยายอย่างละเอียด, สาธยาย *-vi.* เพิ่มรายละเอียด, ต่อเติมให้ละเอียด **-elaborately** *adv.* **-elaborateness** *n.* **-elaborative** *adj.* **-elaborator** *n.* (**-S.** complicated, intricate, detailed, complex, ornate **-A.** simple, plain, basic)

elaboration (อีแลบบะเร' ชัน) *n.* การวางแผนอย่างละเอียด, การทำอย่างประณีต, การบรรยายอย่างละเอียด, ผลงานที่ทำอย่างประณีต, รายละเอียดเพิ่มเติม

élan (เอลาน', เอแลน') *n.* ความห้าวหาญ, ความชำนาญ, ความเร่าร้อน, ความร่าเริง, ความฮึกเหิม, ความกระตือรือร้นและกระฉับกระเฉง (**-S.** flourish, vivacity, zest)

eland (อี' เลินดฺ) *n., pl.* **elands/eland** ละมั่งจำพวก *Taurotragus oryx* มีเขายาวเป็นวง

elapse (อิแลพซฺ') *vi.* **elapsed, elapsing** ผ่าน, พ้น, ล่วง *-n.* การผ่านพ้นไปของเวลา (**-S.** slip by, pass) *-Ex. Many weeks elapsed before we returned.*

elastic (อิแลส' ทิค) *adj.* ยืดหยุ่น, ยืดหดได้, เด้งได้, ปรับตัวได้, หายทุกข์ได้ง่าย, ไม่ตายตัว, คล้อยตามได้, ขึ้นๆ ลงๆ *-n.* ยางที่ยืดหยุ่น, วัตถุที่ยืดหยุ่น **-elastically** *adv.* (**-S.** flexible, pliable, pliant, adaptable **-A.** rigid, stiff) *-Ex. a very elastic spirit*

elasticity (อิแลสทิส' ซิที) *n., pl.* **-ties** ลักษณะที่ยืดหยุ่นได้, ลักษณะที่ยืดหดได้, ลักษณะที่คล้อยตามได้, ความหายทุกข์หายเศร้าได้ง่าย (-S. flexibility, pliancy, fluidity)

elastomer (อิแลส' ทะเมอร์) *n.* โพลิเมอร์ที่มีคุณสมบัติยืดหยุ่นเช่นเดียวกับยางธรรมชาติ อาจเป็นสารธรรมชาติหรือสารสังเคราะห์ **-elastomeric** *adj.*

elate (อิเลท') *vt.* **-lated, -lating** ทำให้มีความสุขมาก, ทำให้ปีติยินดี, ทำให้ร่าเริง *-adj.* ร่าเริง, ปีติยินดี, อิ่มอกอิ่มใจมาก (-S. excite)

elated (อิเล' ทิด) *adj.* มีความสุขมาก, ภูมิใจมาก, ปีติยินดี, อิ่มอกอิ่มใจมาก **-elatedly** *adv.* **-elatedness** *n.* (-S. overjoyed, exultant, delighted, excited -A. sad, gloomy, depressed, low-spirited)

elation (อิเล' ชัน) *n.* ความปลื้มปิติยินดี, ความภูมิใจ, อารมณ์ตื่นเต้นดีใจ, ความอิ่มอกอิ่มใจ (-S. ecstasy, bliss, jubilation, delight)

elbow (เอล' โบ) *n.* ศอก, ข้อศอก, สิ่งหรือส่วนที่งอคล้ายข้อศอก, ข้อต่อท่อน้ำ *-vt., vi.* ดันด้วยข้อศอก **-out at the elbows** แต่งตัวไม่ดี, ปอน, จน **-rub elbows with** สมาคมกับ, คลุกคลีกับ **-up to the elbows** มีธุระยุ่ง *-Ex. Plumbers use esbows., Dang elbowed his way through the crowd to get to the shop.*

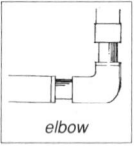

elbow

elbow grease (ภาษาพูด) งานที่ต้องใช้กำลังมาก งานหนัก อาชีพที่ต้องใช้กำลังมาก

elbowroom (เอล' โบรูม) *n.* ห้องที่กว้างขวางมีที่ว่างพอให้เคลื่อนที่ได้สะดวก

elder[1] (เอล' เดอร์) *adj.* แก่กว่า, อาวุโสกว่า, มีตำแหน่งสูงกว่า, เก่ากว่า *-n.* บุคคลที่แก่กว่า, บุคคลที่อาวุโสกว่า, คนที่มีอายุค่อนข้างมาก, ผู้อาวุโสของเผ่าหรือกลุ่ม, ผู้อาวุโสในโบสถ์นิกายเพรสบิทีเรียน **-eldership** *n.* (-S. senior, older, former) *-Ex. the elder of the 2 children, The elders of the church met last night.*

elder[2] (เอล' เดอร์) *n.* ต้นไม้จำพวก *Sambucus* มีดอกเป็นช่อสีขาว แดงหรือดำ มีผลเป็นเม็ดเล็กๆ

elderly (เอล' เดอร์ลี) *adj.* ค่อนข้างเก่า, ซึ่งมีอายุอยู่ระหว่างวัยกลางคนกับวัยชรา, เกี่ยวกับคนวัยชรา *-n., pl.* **-lies** ผู้สูงอายุ, กลุ่ม ผู้สูงอายุ **-elderliness** *n.* (-S. oldish, ancient, aged)

eldest (เอล' ดิสทฺ) *adj.* แก่ที่สุด, ซึ่งเป็นคนที่มีลำดับโตที่สุด, เป็นผู้อาวุโสที่สุด (-S. oldest) *-Ex. the eldest child*

El Dorado (เอล ดะรา' โด) เมืองแห่งขุมทรัพย์ตามตำนานของอเมริกาใต้ที่มีทองและอัญมณีที่มีค่ามากมาย, ดินแดนขุมทรัพย์

eldritch (เอล' ดริช) *adj.* แปลกประหลาด, พิลึก, น่ากลัว (-S. eerie)

elect (อิเลคทฺ') *vt.* คัดเลือก, เลือก, เลือกตั้ง, ตกลงใจ *-vi.* เลือกตั้ง *-adj.* รักษาการ, ซึ่งได้รับการเลือก, ถูกเลือก **-the elect** ผู้ที่ถูกเลือก, ผู้ที่ได้รับการเลือกจากพระผู้เป็นเจ้า (-S. choose, vote for, select, appoint) *-Ex. to elect a person to be chairman of the club*

election (อิเลค' ชัน) *n.* การเลือกตั้ง, การคัดเลือก, การเลือก, สิทธิการเลือกตั้ง, การเลือกโดยพระผู้เป็นเจ้า (-S. selection, choice, picking, appointment)

electioneer (อีเลคชะเนียร์') *vi.* ดำเนินการหาเสียงให้ผู้สมัครรับเลือกตั้ง **-electioneerer** *n.*

elective (อิเลค' ทิฟว) *adj.* เกี่ยวกับการเลือก, ซึ่งได้รับเลือก, ซึ่งมีสิทธิเลือก, เปิดให้เลือก *-n.* วิชาเลือก, สาขาวิชาที่เปิดให้เลือก **-electively** *adv.* **-electiveness** *n.* (-S. elected, optional)

elector (อิเลค' เทอร์) *n.* ผู้เลือก, ผู้มีสิทธิเลือกตั้ง, เจ้านครที่มีสิทธิเลือกตั้งจักรพรรดิอาณาจักรโรมัน (-S. voter, selector, chooser)

electoral (อิเลค' เทอะเริล) *adj.* เกี่ยวกับผู้เลือก, เกี่ยวกับการเลือก, ซึ่งประกอบด้วยผู้มีสิทธิเลือก **-electorally** *adv.*

electoral vote คะแนนเสียงที่ลงโดยผู้แทนรัฐในการเลือกประธานาธิบดีและรองประธานาธิบดีของสหรัฐอเมริกา

electorate (อิเลค' เทอะริท) *n.* ประชาชนผู้มีสิทธิเลือกตั้งทั้งหมด, เขตเลือกตั้งของผู้มีสิทธิเลือกตั้ง, เขตปกครองของเจ้านครที่มีสิทธิเลือกตั้งจักรพรรดิอาณาจักรโรมัน

electric (อิเลค' ทริค) *adj.* เกี่ยวกับไฟฟ้า, เกี่ยวกับกระแสไฟฟ้า, น่าตื่นเต้น, ตื่นตระหนก, ประดุจไฟฟ้า (-S. galvanic, voltaic, dynamic, exciting) *-Ex. electric irons, electric light, electric performance, an electric shock, an electric train*

electrical (อิเลค' ทริเคิล) *adj.* เกี่ยวกับไฟฟ้า **-electrically** *adv.* (-S. electric) *-Ex. new electrical appliances, an electrical engineer*

electric blanket ผ้าห่มไฟฟ้า

electric chair เก้าอี้ไฟฟ้าที่ใช้ประหารชีวิต, การลงโทษประหารชีวิตด้วยเก้าอี้ไฟฟ้า

electric eel ปลาไหลไฟฟ้า เป็นปลาน้ำจืดจำพวก *Electrophorus eletricus* พบในแม่น้ำแอมะซอนและโอริโนโค

electric eye ตัวเปลี่ยนแสงเป็นกระแสไฟฟ้า (-S. photoelectric cell)

electrician (อิเลคทริช' เชิน) *n.* ช่างไฟฟ้า

electricity (อิเลคทริส' ซิที) *n.* ไฟฟ้า, กระแสไฟฟ้า, วิชาไฟฟ้า, การไฟฟ้า, ประจุไฟฟ้า, ไฟฟ้าสถิต, อารมณ์หรือความรู้สึกที่ตื่นเต้น, ความรู้สึกเร่าร้อนตึงเครียด

electrify (อิเลค' ทระไฟ) *vt.* **-fied, -fying** อัดไฟ, อัดไฟฟ้า, ทำให้เกิดประจุไฟฟ้า, ปล่อยกระแสไฟฟ้า, ทำให้มีกระแสไฟฟ้าใช้, ทำให้ตื่นตระหนกมาก, ทำให้ตื่นเต้นมาก **-electrifiable** *adj.* **-electrification** *n.* **-electrifier** *n.* (-S. excite, stimulate, charge, terrify) *-Ex. Your speech electrifiec the audience.*

electro-, electr- คำอุปสรรค มีความหมายว่า ไฟฟ้า เช่น electric, electricity

electrocardiogram (อิเลคโทรคาร์' ดีอะแกรม) *n.* ภาคคลื่นไฟฟ้าของหัวใจ (-S. EKG, ECG)

electrocardiograph (อิเลคโทรคาร์' ดีอะกราฟ) *n.* เครื่องตรวจและบันทึกคลื่นไฟฟ้าของหัวใจ **-electrocardiographic** *adj.* **-electrocardiographically** *adv.*

electrochemistry 287 **element**

-electrocardiography *n.*

electrochemistry (อิเลคโทรเคม' มิสทรี) *n.* วิชาเคมีเกี่ยวกับการเปลี่ยนแปลงทางเคมีที่เกิดจากไฟฟ้าและการผลิตไฟฟ้าโดยปฏิกิริยาทางเคมี **-electrochemist** *n.* **-electrochemical** *adj.* **-electrochemically** *adv.*

electrocute (อิเลค' ทระคิวทฺ) *vt.* **-cuted, -cuting** ฆ่าด้วยกระแสไฟฟ้า, ประหารชีวิตด้วยกระแสไฟฟ้า, ประหารชีวิตด้วยเก้าอี้ไฟฟ้า **-electrocution** *n.*

electrode (อิเลค' โทรด) *n.* ขั้วไฟฟ้า

electrodeposit (อิเลคโทรดิพอซฺ' ซิท) *vt.* ทำให้ตกตะกอนด้วยวิธีอิเล็กทรอไลซิส *-n.* สารที่ตกตะกอนด้วยวิธีดังกล่าว **-electrodeposition** *n.*

electrodynamics (อิเลคโทรไดแนม' มิคซฺ) *n. pl.* วิชาฟิสิกส์ที่เกี่ยวกับปฏิกิริยาของปรากฏการณ์ทางไฟฟ้าแม่เหล็กหรือเครื่องกลไก **-electrodynamic** *adj.* **-electrodynamically** *adv.*

electroencephalogram (อิเลคโทรเอนเซฟ' ฟะละแกรม) *n.* ภาพคลื่นกระแสไฟฟ้าของสมอง

electroencephalograph (อิเลคโทรเอนเซฟ' ฟะละกราฟ) *n.* เครื่องมือวัดและบันทึกคลื่นสมองไฟฟ้า **-electroencephalographic** *adj.* **-electroencephalography** *n.*

electrolysis (อิเลคทรอล' ลิซิส) *n.* การผ่านกระแสไฟฟ้าเข้าไปในอิเล็กทรอไลต์และมีการเคลื่อนที่ของไอออนไปยังขั้วไฟฟ้า, การทำลายเนื้องอก รากผม ไฝ หูดด้วยกระแสไฟฟ้า

electrolyte (อิเลค' ทระไลทฺ) *n.* สารประกอบในสารละลายที่เป็นตัวนำไฟฟ้าและแตกตัวเป็นไอออน

electrolyze (อิเลค' ทระไลซฺ) *vt.* **-lyzed, -lyzing** ทำให้สลายตัวด้วยกระบวนการอิเล็กทรอไลซิส

electromagnet (อิเลคโทรแมก' นิท) *n.* เครื่องมือแม่เหล็กไฟฟ้าที่ประกอบด้วยแกนเหล็กที่ทำให้เป็นแม่เหล็กได้เมื่อผ่านกระแสไฟฟ้าเข้าไปในขดลวดที่พันแกนดังกล่าว **-electromagnetic** *adj.* **-electromagnetically** *adv.* **-electromagnetism** *n.*

electromegnetics (อิเลคโทรแมกเนท' ทิคซฺ) *n. pl.* วิทยาศาสตร์ที่เกี่ยวกับปรากฏการณ์แม่เหล็กไฟฟ้า

electrometer (อิเลคทรอม' มิเทอะ) *n.* เครื่องมือวัดความต่างศักย์ไฟฟ้า

electromotive (อิเลคโทรโม' ทิฟว) *adj.* ซึ่งทำให้กระแสไฟฟ้าเคลื่อนไปตามตัวนำ, เกี่ยวกับการเคลื่อนตัวของกระแสไฟฟ้าไปตามตัวนำ

electron (อิเลค' ทรอน) *n.* อิเล็กตรอนของอะตอม, หน่วยของประจุไฟฟ้าที่เท่ากับประจุไฟฟ้าของหนึ่งอิเล็กตรอน (-S. negatron)

electronegative (อิเลคโทรเนก' กะทิฟว) *adj.* ซึ่งประกอบด้วยประจุไฟฟ้าลบ, ที่จับกับอิเล็กตรอนเพื่อสร้างพันธะเคมี, ที่สามารถเป็นขั้วลบ, ซึ่งเคลื่อนที่ไปทางขั้วบวกในกระบวนการอิเล็กทรอไลซิส

electronic (อิเลกทรอน' นิค) *adj.* เกี่ยวกับอิเล็กทรอนิกส์, เกี่ยวกับอุปกรณ์วงจรหรือระบบของอิเล็กทรอนิกส์, เกี่ยวกับอิเล็กตรอน, ซึ่งใช้วิธีการทางอิเล็กทรอนิกส์หรือไฟฟ้าในการทำให้เกิดเสียงหรือปรับเสียง **-electronically** *adv.*

electronic mail ไปรษณีย์อิเล็กทรอนิกส์เป็นการส่งข้อมูลโดยคอมพิวเตอร์

electronic publishing การพิมพ์ข้อมูลด้วยระบบอิเล็กทรอนิกส์ โดยเก็บข้อมูลลงในแถบแม่เหล็กแผ่นดิสก์หรือซีดีรอม ซึ่งอ่านข้อมูลโดยใช้คอมพิวเตอร์

electronics (อิเลคทรอน' นิคซฺ) *n. pl.* วิทยาศาสตร์ที่เกี่ยวกับอิเล็กตรอน, ระบบหรืออุปกรณ์ทางอิเล็กทรอนิกส์

electrophoresis (อิเลคโทรฟะรี' ซิส) *n.* การเคลื่อนไหวของอนุภาคคอลลอยด์ที่แขวนอยู่ในของเหลวเนื่องจากอิทธิพลของสนามไฟฟ้าในของเหลวนั้น, วิธีการวิเคราะห์ประเภทของสารโดยการวัดอัตราการเคลื่อนที่ของแต่ละสารประกอบในคอลลอยด์ขณะที่อยู่ในสนามไฟฟ้า **-electrophoretic** *adj.*

electroplate (อิเลค' ทระเพลท) *vt.* **-plated, -plating** เคลือบโลหะด้วยกระบวนการอิเล็กทรอไลซิส

electropositive (อิเลคโทรพอซฺ' ซิทิฟว) *adj.* ซึ่งมีประจุไฟฟ้าบวก, ซึ่งมีแนวโน้มจะให้อิเล็กตรอน

electroscope (อิเลค' ทระสโคพ) *n.* เครื่องตรวจวัดไฟฟ้าสถิต **-electroscopic** *adj.*

electroshock (อิเลค' โทรซอค) *n.* การกระตุ้นสมองด้วยกระแสไฟฟ้าใช้ในการบำบัด (-S. shock therapy)

electrostatic (อิเลคโทรสแทท' ทิค) *adj.* เกี่ยวกับไฟฟ้าสถิต **-electrostatically** *adv.*

electrostatics (อิเลคโทรสแทท' ทิคซฺ) *n. pl.* วิชาไฟฟ้าสถิต

electrotherapy (อิเลคโทรเธอ' ระพี) *n.* การใช้ไฟฟ้าบำบัด **-electrotherapist** *n.*

electrotype (อิเลค' ทระไทพฺ) *n.* แม่พิมพ์โลหะที่ใช้ในการพิมพ์เลตเตอร์เพรสซึ่งทำจากแผ่นตะกั่วหรือพลาสติกที่ผ่านการเคลือบโลหะแล้ว, กระบวนการทำแม่พิมพ์ดังกล่าว *-vt., vi.* **-typed, -typing** ทำแม่พิมพ์ด้วยวิธีดังกล่าว พิมพ์ด้วยแม่พิมพ์ดังกล่าว **-electrotyper** *n.* **-electrotypic** *adj.*

electrum (อิเลค' ทรัม) *n.* โลหะผสมระหว่างทองและเงิน

eleemosynary (เอลละโมส' ซะเนอะรี) *adj.* เกี่ยวกับของขวัญ, เกี่ยวกับของบริจาค, เกี่ยวกับการบริจาค, เกี่ยวกับทาน **-eleemosynary poor** ผู้อาศัยการสงเคราะห์

elegance (เอล' ลิเกินซฺ) *n.* ความงดงาม, ความเก๋, ความสละสลวย, สิ่งที่สวยงาม, สิ่งที่เรียบร้อย, ความดีเลิศ (-S. dignity, refinement, finesse)

elegancy (เอล' ลิเกินซี) *n., pl.* **-cies** ดู elegance

elegant (เอล' ลิเกินทฺ) *adj.* งดงาม, เก๋, สละสลวย, สวยงาม, เรียบร้อย, ดีเลิศ **-elegantly** *adv.* (-S. refined, exquisite, dignified, graceful, artistic -A. crude, tasteless) *-Ex. the elegant manners of the Thai women*

elegiac (เอลละไจ' แอค) *adj.* เสียใจ, ระทมทุกข์, เกี่ยวกับเพลงโศกหรือเพลงไว้อาลัย, เป็นทำนองไว้อาลัย *-n.* บทกวีไว้อาลัย **-elegiacal** *adj.* (-S. funereal, lamenting, doleful)

elegy (เอล' ละจี) *n., pl.* **-gies** บทกวีไว้อาลัย, เพลงไว้อาลัย (-S. lament, dirge)

element (เอล' ละเมินทฺ) *n.* ธาตุ, ธาตุแท้, ธาตุหนึ่ง

E

ในดิน น้ำ ลม และไฟ, ส่วนประกอบสำคัญ, ปัจจัยสำคัญ, หน่วย, ที่อยู่ตามธรรมชาติ, สภาพแวดล้อมตามธรรมชาติ, พลังตามธรรมชาติ, รากฐาน, พื้นฐาน, ขั้วไฟฟ้า**-elements** ขนมปังและเหล้าองุ่นในพิธีศีลมหาสนิท **-in/out of one's element** ใน/นอกสภาพแวดล้อมที่เหมาะสมหรือเป็นที่พอใจ (-S. basis, ingredient, component, habitat) *-Ex. Addition is an element of arithmetic., Honesty is one of the elements of a good character.*

elemental (เอลละเมน' เทิล) *adj.* เป็นส่วนประกอบ, เป็นปัจจัย, เป็นรากฐาน, เป็นสันดาน, เกี่ยวกับธาตุทั้ง 4 (ดิน น้ำ ลม ไฟ), เกี่ยวกับธาตุ, เกี่ยวกับพลังตามธรรมชาติ **-elementally** *adj.* (-S. elementary, essential, fundamental)

elementary (เอลละเมน' ทะรี) *adj.* เบื้องต้น, พื้นฐาน, มูลฐาน, ปฐม, ปฐมภูมิ, เกี่ยวกับโรงเรียนชั้นประถม, เกี่ยวกับฐาน **-elementariness** *n.* **-elementarily** *adv.* (-S. simple, uncomplicated, rudimentary -A. complex, complicated) *-Ex. an elementary education*

elementary particle อนุภาคหรือส่วนประกอบของสสารที่ซับซ้อนน้อยกว่าอะตอม

elementary school โรงเรียนชั้นประถม

elephant (เอล' ละเฟินทฺ) *n., pl.* **-phants/-phant** ช้าง, ช้างเผือก

elephant apple ผลมะขวิด, ต้นมะขวิด

elephant folio หนังสือหรือสิ่งพิมพ์ขนาดใหญ่ มีความยาวประมาณ 60 เซนติเมตร

elephantiasis (เอลละเฟินไท' อะซิส) *n.* โรคเท้าช้าง

elephantine (เอลละแฟน' ทิน, -ไทนฺ) *adj.* เกี่ยวกับช้าง, คล้ายช้าง, ใหญ่โต, กำลังมหาศาล, หนักมาก, อุ้ยอ้าย (-S. huge, massive, bulky)

elevate (เอล' ละเวทฺ) *vt.* **-vated, -vating** ยกขึ้น, ยกระดับขึ้น, ทำให้สูงขึ้น, เลื่อนตำแหน่ง, เลื่อนยศ, กระตุ้นจิต, บำรุงน้ำใจ (-S. hike up, lift, hoist, promote, exalt -A. drop, lower) *-Ex. The car was elevated on the rack to be greased.*

elevated (เอล' ละเวททิดฺ) *adj.* สูงขึ้น, เลื่อนขึ้น, มีฐานะ ตำแหน่งหรือยศที่สูงขึ้น, สูงส่ง, มีความรู้สูงขึ้น, ปีติยินดี, ลิงโลด *-n.* ทางยกระดับ (-S. lofty, exalted, hoisted, gleeful)

elevation (เอลละเว' ชัน) *n.* การยกระดับขึ้น, การยกให้สูงขึ้น, การเลื่อนฐานะ (ยศ ตำแหน่ง), ที่ๆ ยกสูงขึ้น, สิ่งปลูกสร้างที่สูงเด่น, ที่สูง, ความสูงส่ง, ความสูงศักดิ์, ความภูมิฐาน **-The Elevation** การยกถ้วยเหล้าองุ่นและขนมปังให้สูงขึ้นในพิธีศีลมหาสนิท (-S. altitude, height, hillock, advancement) *-Ex. The house sits on a slight elevation overlooking the valley., an elevation of prices, The elevation of this land is 4,000 feet.*

elevator (เอล' ละเวเทอะ) *n.* ลิฟต์, เครื่องสำหรับนำของจากที่ต่ำขึ้นที่สูง, ผู้ยกของ, กรรมกรยกของ, บันไดเลื่อน, เครื่องยกถ่ายเมล็ดข้าว, ฉางข้าวที่เก็บเมล็ดข้าวจากการยกถ่ายและเก็บโดยเครื่องยก, ใบต่อที่แพนหางเครื่องบินสำหรับจิกหัวขึ้นลง (-S. lift)

eleven (อิเลฟว' เวิน) *n.* สิบเอ็ด, เลข 11, จำนวนของ 11 ชิ้น, กลุ่มคน 11 คน, 11 นาฬิกา *-adj.* เป็นจำนวนสิบเอ็ด

eleventh (อิเลฟว' เวินธฺ) *adj.* ที่สิบเอ็ด, ลำดับที่ 11, เป็นหนึ่งใน 11, 11 ส่วนที่เท่ากัน *-n.* ส่วนที่ 11, $\frac{1}{11}$, สมาชิกลำดับที่ 11

elf (เอลฟฺ) *n., pl.* **elves** เทพดานางไม้, ภูตหรือเทพยดา (ของฝรั่ง) ที่มีรูปร่างเล็ก อาศัยอยู่ตามป่าไม้, คนรูปร่างเล็ก, เด็กดื้อ, เด็กซน, คนเลว **-elfish** *adj.* **-elfishly** *adv.* **-elfishness** *n.* **-elflike** *adj.* (-S. fairy, pixie, dwarf, gnome)

elfin (เอล' ฟิน) *adj.* เหมือนเทพธิดา, ซุกซน, มีเสน่ห์ (-S. elfish, elvish, tiny, dainty)

elhi (เอล' ฮิ) *adj.* เกี่ยวกับโรงเรียนประถมถึงมัธยม

elicit (อิลิส' ซิท) *vt.* นำออกมา, ล้วงออกมา, ล้วงเอาความจริง, ดึงออกมา **-elicitable** *adj.* **-elicitation** *n.* **-elicitor** *n.* (-S. obtain, draw out, extract)

elide (อิไลดฺ') *vt.* **elided, eliding** ตัดออก, ไม่เอา, ไม่พิจารณา, ผ่าน, มองข้าม, ยกเลิก, เลิกล้ม **-elidible** *adj.* (-S. omit, suppress, ignore)

eligibility (เอลลิจะบิล' ลิที) *n.* การมีสิทธิเข้ารับเลือก, การมีคุณสมบัติเข้าเกณฑ์, การมีคุณสมบัติที่เหมาะสม

eligible (เอล' ลิจะเบิล) *adj.* ซึ่งมีสิทธิเข้ารับเลือก, เหมาะสม, เข้าเกณฑ์ *-n.* บุคคลที่มีสิทธิเข้ารับเลือก **-eligibly** *adv.* (-S. proper -A. unqualified) *-Ex. Only fifthgrade pupils are eligible for next week's spelling contest.*

eliminate (อิลิม' มะเนท) *vt.* **-nated, -nating** ขจัด, กำจัด, คัดออก, ขับไล่, ทำลาย, ลบทิ้ง, ขับออก**-eliminator** *n.* **-eliminative** *adj.* **-eliminatory** *adj.* (-S. dislodge, expel) *-Ex. The trees were sprayed to eliminate the insects in them.*

elimination (อิลิมมะเน' ชัน) *n.* การตัดออก, การกำจัด, การขับออก, การขับไล่, การทำลาย, การลบทิ้ง, ภาวะที่ถูกขจัดทิ้ง (-S. expulsion)

elision (อิลิช' ชัน) *n.* การตัดพยางค์หรือสระออกจากคำ เช่น I'm มาจาก I am, การตัดทิ้ง, การละทิ้ง, การไม่เอา

elite, élite (อิลีท', เอลีท') *n., pl.* **elite/elites** ชั้นยอด, หัวกะทิ, บุคคลที่ยอดเยี่ยม, สิ่งที่ได้เลือกสรรแล้ว, กลุ่มอิทธิพล, ตัวพิมพ์ดีดแบบหนึ่ง มีขนาด 12 ตัวอักษรต่อความยาว 1 นิ้ว *-adj.* ชั้นยอด, หัวกะทิ, เป็นส่วนที่ดีที่สุด (-S. gentry, aristocracy, the best, the pick)

elitism, élitism (อิลี' ทิซึม, เอลี'-) *n.* วิธีการหรือทฤษฎีการปกครองของบุคคลชั้นหัวกะทิ, ความรู้สึกภาคภูมิใจที่เป็นชั้นพิเศษ

elixir (อิลิค' เซอะ) *n.* สารละลายแอลกอฮอล์ที่มีกลิ่นหอมและรสหวานใช้เป็นส่วนประกอบของยา, ยาสารพัดโรค, น้ำยาที่นักเล่นแร่แปรธาตุสมัยก่อนเชื่อว่าสามารถเปลี่ยนโลหะให้เป็นทองหรือเป็นยาอายุวัฒนะ (-S. panacea, cure-all, nostrum, mixture, potion)

Elizabeth (อิลิซ' ซะเบธ) ชื่อเมืองในรัฐนิวเจอซี

Elizabeth I พระราชินีแห่งอังกฤษ ในปี ค.ศ. 1558-1603

Elizabeth II พระราชินีแห่งอังกฤษ ตั้งแต่ปี ค.ศ. 1952

Elizabethan (อิลิซซะบี' ธัน) *adj.* เกี่ยวกับรัชกาล

สมัยพระนางเจ้า Elizabeth I *-n.* คนอังกฤษในรัชกาลสมัยพระนางเจ้า Elizabeth I

elk (เอลคฺ) *n., pl.* **elk/elks** กวางขนาดใหญ่พบในแถบภูเขาร็อกกี้และอเมริกาเหนือ, หนังของกวางดังกล่าว

ell¹ (เอล) *n.* ปีกของตึกที่ทำมุมทางด้านขวากับตัวตึก

ell² (เอล) *n.* มาตราความยาวของอังกฤษมีความยาว 45 นิ้วหรือ 114 เซนติเมตร

ellipse (อิลิพซฺ') *n.* รูปกลมไข่, วงรี

ellipsis (อิลิพ' ซิส) *n., pl.* **-ses** การตัดคำทิ้งจากประโยค, วิธีการเว้นคำหรือถ้อยคำไว้ในฐานที่เข้าใจ, เครื่องหมายเว้นคำ เช่น "___"

ellipsoid (อิลิพ' ซอยดฺ) *n.* รูปแข็งกลมที่ผิวราบทุกส่วนเป็นรูปกลมไข่หรือวงกลม

ellipsoid

elliptic, elliptical (อิลิพ' ทิค, -เคิล) *adj.* ซึ่งเป็นรูปไข่, เกี่ยวกับการพูดหรือการเขียนที่ย่อเกินไป, คลุมเครือ **-elliptically** *adv.* **-ellipticity** *n.*

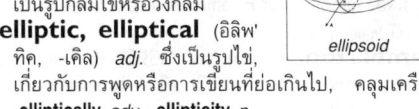

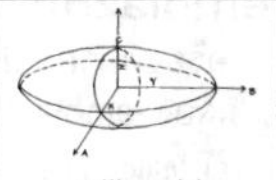

elm (เอลมฺ) *n.* ต้นไม้จำพวก *Ulmus*, ไม้ของต้นไม้ดังกล่าวมีใบเป็นหยัก

elm

elocution (เอลละคิว' ชัน) *n.* วิธีการพูดหรืออ่านออกเสียง, ศิลปะการพูดในที่ชุมนุม **-elocutionary** *adj.* **-elocutionist** *n.* (-S. pronunciation, diction, speech)

elongate (อิลอง' เกท) *v.* **-gated, -gating** *-vt.* ทำให้ยาวออกไป, ทำให้ยืดออก, ทำให้ขยาย *-vi.* เพิ่มความยาว *-adj.* ยาวเรียว, ซึ่งถูกขยายยาวออก, ซึ่งยืดออก **-elongated** *adj.* (-S. lengthen, extend, protract, prolong) *-Ex. Machines can elongate bars of hot steel.*

elongation (อิลองเก' ชัน) *n.* การทำให้ยาวออกไป, การยืดออก, การขยาย, สิ่งที่ถูกทำให้ยาวออกไป, ส่วนที่ยืดออก

elope (อิโลพ') *vi.* **eloped, eloping** หนีตามผู้ชายไป, หนีตามไปกับคนรัก **-elopement** *n.* **-eloper** *n.* (-S. escape, abscond, bolt)

eloquence (เอล' ละเควินซฺ) *n.* การพูดคล่อง, การมีคารมคมคาย, สำนวนคมคาย (-S. oratory, persuasiveness, articulary, rhetoric)

eloquent (เอล' ละเควินทฺ) *adj.* พูดคล่อง, มีคารมคมคาย, มีฝีปาก, ซึ่งโน้มน้าวจิตใจ **-eloquently** *adv.* **-eloquentness** *n.* (-S. expressive, articulate, persuasive) *-Ex. an eloquent speaker, an eloquent gesture*

else (เอลซฺ) *adv.* อื่นอีก, อื่น, มิฉะนั้น, ถ้าไม่เช่นนั้น *-adj.* อื่น, อย่างอื่น, อีก **-or else** มิฉะนั้นแล้ว (-S. different, other in addition) *-Ex. Who else would like to speak?, What else could I do?, Run, or else you will be tardy.*

elsewhere (เอลซฺ' แวร์) *adv.* ที่อื่น, ทางอื่น (-S. somewhere else, absent, away)

elucidate (อิลู' ซิเดท) *v.* **-dated, -dating** *-vt.* ทำให้ชัดเจน, ทำให้กระจ่าง *-vi.* อธิบายอย่างละเอียด, อย่างละเอียด, ชี้แจง **-elucidation** *n.* **-elucidative** *adj.* **-elucidator** *n.* (-S. explain, interpret, illuminate, annotate)

elude (อิลูด') *vt.* **eluded, eluding** หลบหลีก, หลบหนี, หลีก, เลี่ยง **-elusion** *n.* (-S. shun, dodge, escape) *-Ex. The wild horse eluded the cowboy.*

elusive (อิลู' ซิฟวฺ) *adj.* ซึ่งหลบหลีกอย่างฉลาดหรือชำนาญ, ว่องไวเหมือนปรอท, เข้าใจยาก, ยากที่จะอธิบาย **-elusively** *adv.* **-elusiveness** *n.* (-S. elusory, evasive, shifty, subtle, difficult to catch) *-Ex. an elusive bandit, an elusive idea*

elusory (อิลู' ซะรี) *adj.* ยากที่จะเข้าใจ, ยากที่จะอธิบาย, ยากที่จะคลำถูก (-S. elusive)

elver (เอล' เวอะ) *n.* ลูกปลาไหล (โดยเฉพาะที่ว่ายจากมหาสมุทรสู่แม่น้ำ)

elves (เอลฟวฺซ) *n. pl.* พหูพจน์ของ elf

elvish (เอล' วิช) *adj.* เหมือนเทพธิดา, ซุกซน, มีเสน่ห์

Elysium (อิลิซฺ' เซียม) *n.* แดนสุขาวดี, สวรรค์, ดินแดนที่วิญญาณไปสู่สุขคติ, ความสุข (-S. heaven, paradise, eternity)

em (เอม) *n.* ชื่อหน่วยวัดปริมาณสิ่งพิมพ์หรือจำนวนตัวอักษรในหนึ่งแถว

EM ย่อจาก Electromagnetic แม่เหล็กไฟฟ้า, Electron microscope กล้องจุลทรรศน์อิเล็กตรอนใช้สำหรับดูของที่ขนาดเล็กมาก, Enlisted man นายทหารที่ยศรองจากนายพัน

E.M. ย่อจาก Engineer of Mines วิศวกรประจำเหมือง

'em *pron.* (ภาษาพูด) สรรพนามของ them

emaciate (อิเม' ชีเอท) *vt., vi.* **-ated, -ating** ทำให้ผอมแห้งจากการอดอาหาร, ทำให้ซูบผอมจากการอดอาหาร, ทำให้ที่ดินจืด *-Ex. Somchai was emaciated from lack of food.*

emaciated (อิเม' ชีเอทิด) *adj.* ผอมแห้ง, ซูบผอม (-S. thin, scrawny, frail -A. fat, obese)

emaciation (อิเมชีเอ' ชัน) *n.* ภาวะผอมแห้ง, ภาวะซูบผอม, การทำให้ที่ดินเพาะปลูกจืด (-S. gauntness, scrawiness)

e-mail (อี' เมล) *n.* ย่อจาก electronic mail (คอมพิวเตอร์) ข้อมูลและข่าวสารที่ส่งไปยังผู้ใช้ (users) โดยทางเครือข่ายคอมพิวเตอร์, วิธีการส่งข้อมูลไปยังผู้ใช้บนเครือข่าย, ข้อมูลที่ส่งไปยังผู้ใช้ทางเครือข่าย (network)

emanate (เอม' มะเนท) *v.* **-nated, -nating** *-vi.* ไหลออก, กระจาย, ฟุ้ง, ระเหย, ปรากฏ, กำเนิด, ส่อง *-vt.* ปล่อยออกมา **-emanative** *adj.* (-S. spring, issue, originate)

emanation (เอมมะเน' ชัน) *n.* การหลุดออก, การปล่อยออกมา, การกระจาย, การฟุ้งออกมา, การระเหย, การกำเนิด, การส่อง, สิ่งที่ปล่อยออกมา, ก๊าซที่เป็นผลิตผลของการสลายตัวของธาตุกัมมันตรังสี **-emanational** *adj.* (-S. discharge, emission)

emancipate (อิแมน' ซะเพท) *vt.* **-pated, -pating** ปลดเปลื้อง, ปล่อยให้อิสระ, ปล่อยทาส, เลิกทาส, ยุติการควบคุม **-emancipative, emancipatory** *adj.* **-emancipator** *n.* (-S. free, liberate, unchain)

emancipation (อิแมนซะเพ' ชัน) *n.* การปลดปล่อย, การปลดเปลื้อง, การปล่อยทาส, การเลิกทาส (-S. free, liberation, deliverance)

E

emasculate (อิแมส' คิวเลท) *vt.* **-lated, -lating** ตอน, ทำให้อ่อนแอ, ทำให้เหมือนผู้หญิง *-adj.* ซึ่งถูกตอน, เหมือนผู้หญิง, อ่อนแอ, อ่อนกำลัง **-emasculation** *n.* **-emasculative, emasculatory** *adj.* **-emasculator** *n.* (-S. desex, unman, weaken, debilitate, impoverish)

embalm (เอมบาม') *vt.* ดองศพ, ทำให้อยู่ในความทรงจำ, ทำให้หอมหวนด้วยน้ำยา, ป้องกันการเจริญ **-embalmer** *n.* **-embalmment** *n.* (-S. preserve, mummify, consecrate, aromatize)

embank (เอมแบงคฺ') *vt.* กั้นด้วยเขื่อน, สร้างเขื่อนล้อม

embankment (เอมแบงคฺ' เมินทฺ) *n.* เขื่อน, มูลดิน, ตลิ่งทาง, การสร้างเขื่อนกั้น (-S. bank, embanking)

embargo (เอมบาร์' โก) *n., pl.* **-goes** การห้ามเรือเข้าหรือออกจากท่า, การห้ามค้าขายระหว่างประเทศ, การห้ามส่งสินค้าไปยังประเทศหนึ่ง, การห้าม, คำสั่งห้ามค้าขาย *-vt.* **-goed, -going** สั่งห้ามเรือสินค้าเข้าหรือออกจากท่า, สั่งห้ามค้าขายกับประเทศหนึ่ง (-S. restraint, stoppage, prohibition, check)

embark (เอมบาร์ค') *vt.* เอาลงเรือ, เอาขึ้นเครื่องบิน, ทำให้เริ่มดำเนินการ, ลงทุน *-vi.* ลงเรือ,ขึ้นเครื่องบิน, เริ่มดำเนินการ **-embarkation, embarcation, embarkment** *n.* (-S. set sail, begin, start) *-Ex. to embark for Bangkok, to embark cargo*

embarrass (เอมแบร์' เริส) *vt.* ทำให้อึดอัดใจ, ทำให้ขวยเขิน, ทำให้ลำบากใจ, ทำให้ลำบาก, เป็นอุปสรรค, กีดขวาง **-embarrassed** *adj.* **-embarrassing** *adj.* **-embarrassingly** *adj.* (-S. upset, disconcert, agitate, humiliate) *-Ex. His teacher's praise embarrassed the shy boy., Lacking of money embarrassed him.*

embarrassment (เอมแบร์' เริสเมินทฺ) *n.* ความอึดอัดใจ, ความขวยเขิน, ความลำบากใจ, สิ่งที่ทำให้ลำบากใจ, การทำให้ลำบากใจ, จำนวนที่มากเกินไป (-S. difficulty, bashfulness, confusion, excess, surplus)

embassy (เอม' บะซี) *n., pl.* **-sies** สถานเอกอัครราชทูต, เอกอัครราชทูตและสถานเอกอัครราชทูต, ตำแหน่งเอกอัครราชทูต, คณะทูต (-S. consulate, delegation, respresentative)

embattle (เอมแบท' เทิล) *vt.* **-tled, -tling** เตรียมสงคราม, จัดตั้งแนวรบ, ติดอาวุธ, สร้างป้อมปราการ **-embattlement** *n.*

embattled (เอมแบท' เทิลดฺ) *adj.* ซึ่งเตรียมรบ, เต็มไปด้วยการวิจารณ์

embed, imbed (เอมเบด', อิมเบด') *vt.* **-bedded, -bedding** ฝัง, ตรึง **-embedment** *n.* (-S. insert, implant, fix in)

embellish (เอมเบล' ลิช) *vt.* ประดับ, ตกแต่ง, เสริมแต่ง, เพิ่มข้อปลีกย่อย **-embellisher** *n.*

embellishment (เอมเบล' ลิชเมินทฺ) *n.* การประดับ, การตกแต่ง, การเสริมแต่ง, การเพิ่มข้อปลีกย่อย (-S. frill, beautification, adornment)

ember (เอม' เบอะ) *n.* ถ่านที่คุอยู่, ถ่านที่ยังไม่มอด

embers(เอม' เบอะซฺ) *n. pl.* ไฟที่ยังคุอยู่, ถ่านไฟแห่งความรัก

embezzle (เอมเบซฺ' เซิล) *vt.* **-zled,-zling** ยักยอก, ฉ้อฉล **-embezzlement** *n.* **-embezzler** *n.* (-S. steal, rob, thieve, defalcate) *-Ex. The cashier embezzled a large sum of money from the bank.*

embitter (เอมบิท' เทอะ) *vt.* ทำให้ขมขึ้น, ทำให้รู้สึกขม, ทำให้เคืองแค้น **-embitterment** *n.* (-S. imbitter, disillusion, poison, worsen) *-Ex. The death of her only son embittered the woman.*

emblaze (เอมเบลซฺ') *vt.* **-blazed, -blazing** ทำให้สว่าง, ทำให้ลุกเป็นไฟ (-S. illuminate)

emblazon (เอมเบล' ซัน) *vt.* ประดับด้วยตราหรือเครื่องหมาย, ประดับด้วยสีหลายสี, สรรเสริญ, เยินยอ, ฉลอง **-emblazoner** *n.* **-emblazonment** *n.* (-S. proclaim, celebrate, adorn)

emblazonry (เอมเบลซฺ' เซินรี) *n., pl.* **-ries** ศิลปะการประดับด้วยตราหรือเครื่องหมาย, การประดับตกแต่งอย่างสวยงาม

emblem (เอม' เบลม) *n.* สัญลักษณ์, เครื่องหมายตราหรือแผนภาพที่เป็นสัญลักษณ์ *-vt.* ใช้ตราเครื่องหมายแผนภาพ, เป็นสัญลักษณ์ **-emblematize** *vt.* (-S. token, sign, symbol, device, mark) *-Ex. The dove is an emblem of peace.*

emblematic, emblematical (เอมบละแมท' ทิค, -เคิล) *adj.* เกี่ยวกับสัญลักษณ์ (เครื่องหมายตรา แผนภาพ), ซึ่งเป็นสัญลักษณ์ **-emblematically** *adv.* (-S. representative, symbolic, typical)

embodiment (เอมบอด' ดีเมินทฺ) *n.* การทำให้ปรากฏเป็นรูปร่าง, การแสดงให้เห็นเป็นรูปร่าง, การแปลงรูป, การรวบรวม, ศูนย์รวม (-S. incorporation, combination, inclusion)

embody (เอมบอด' ดี) *vt.* **-bodied, -bodying** ปรากฏในรูปร่าง, ทำให้เป็นรูปร่างขึ้น, สิ่งอยู่ในตัว, ทำให้เป็นตัวตน, รวบรวม, ประมวล (-S. incorporate, collect, represent, incarnate, concretize) *-Ex. The new law will be embodied in the present code.*

embolden (เอมโบล' เดิน) *vt.* ทำให้กล้า, ทำให้กล้าขึ้น, ให้กำลังใจ (-S. encourage, hearten, vitalize)

embolism (เอม' บะลิซึม) *n.* ภาวะเส้นเลือดอุดตันโดยก้อนเลือดที่แข็งหรือฟองอากาศ **-embolismic** *adj.*

embolus (เอม' บะลัส) *n., pl.* **-li** ก้อนจุกในเส้นเลือดซึ่งอาจเป็นลิ่มเลือดหรือสารอื่นจากในหรือนอกร่างกาย **-embolic** *adj.*

embonpoint (อานบอนพวาน') *n.* (ภาษาฝรั่งเศส) ความอ้วน ความอ้วนเกินไป (-S. stoutness)

embosom (เอมบุซฺ' เซิม) *vt.* ปิด, ผนึก, กอด, สวมกอด, ถนอม, ป้องกัน (-S. embrace)

emboss (เอมบอส') *vt.* ทำให้มีผิวนูน, ทำให้มีลายนูน **-embosser** *n.* **-embossment** *n.*

embouchure (อามบูชัวร์') *n.* ปากแม่น้ำ, ทางออกของหุบเขาที่เข้าไปในทางราบ, ปากเป่า (โดยเฉพาะโลหะ) ของเครื่องดนตรีประเภทขลุ่ย, การขยับปากให้เข้ากับปากเป่าดังกล่าว

embowed (เอมโบดฺ') *adj.* โค้ง, งอ
embowel (เอมเบา' เอิล) *vt.* **-eled, -eling/-elled, -elling** เอาไส้พุงออก, เอาเครื่องในออก (-S. disembowel)
embower (เอมเบา' เออะ) *vt.* ปกคลุมด้วยใบไม้, ใช้ซุ้มไม้บัง
embrace (เอมเบรส') *v.* **-braced, -bracing** *-vt.* สวมกอด, โอบกอด, กอด, อุ้ม, อ้าแขนรับ, รวบรวม, ล้อมรอบ, ยึดเอา, รวม, ประกอบด้วย, ยอมรับ *-vi.* สวมกอด, โอบล้อม *-n.* การกอด, การล้อมรอบ, การยอมรับ **-embraceable** *adj.* **-embracer** *n.* **-embracement** *n.* (-S. encircle, hug, accept, include, clasp -A. exclude, bar) *-Ex. Somsri ran down the path and embraced her father.*
embrasure (เอมเบร' เซอะ) *n.* ช่องสำหรับยิงปืนบนกำแพง,ช่องหน้าต่างตึกที่ทำให้ช่องด้านในมีขนาดใหญ่กว่าช่องด้านนอก
embrocate (เอม' โบรเคท) *vt.* **-cated, -cating** ชโลมด้วยยา, นวดด้วยยา
embrocation (เอมบระเค' ชัน) *n.* การชโลมด้วยยา, ยาทาแก้เคล็ดบวม, ยานวด
embroider (เอมบรอย' เดอะ) *vt.* ถัก, ถักลาย, เย็บปักถักร้อย, เสริมแต่ง, ตกแต่ง *-vi.* ทำงานเย็บปักถักร้อย, เสริมแต่ง **-embroiderer** *n.* (-S. embellish, adorn, dress up) *-Ex. to embroider a scarf, to embroider a story*
embroidery (เอมบรอย' เดอะรี) *n., pl.* **-ies** การถักลาย, การเย็บปักถักร้อย, งานถัก, งานเย็บปักถักร้อย, การตกแต่ง, การเสริมแต่งเรื่อง (-S. needlepoint, tatting, embellishment, ornamentation)
embroil (เอมบรอล') *vt.* ทำให้ไม่ลงรอยกัน, นำเข้ามาพัวพัน, ทำให้ยุ่ง, ทำให้ซับซ้อน **-embroilment** *n.* (-S. snarl, implicate, confuse, muddle)
embrown (เอมเบรานฺ') *vt.* ทำให้เป็นสีน้ำตาล, ทำให้มืดลง
embrue (เอมบรู') *-vt.* **-brued, -bruing** ดู imbrue
embryo (เอม' บริโอ) *n., pl.* **-os** ทารกในครรภ์ระหว่าง 1-8 อาทิตย์, ตัวอ่อน, ต้นอ่อนที่อยู่ในเมล็ดพืช, ระยะแรกเริ่ม *-Ex. A frontier fort was the embryo of the city of Pittsburgh.*
embryology (เอมบริออล' ละจี) *n.* วิชาว่าด้วย embryo, การกำเนิด การเจริญเติบโตและพัฒนาของ embryo **-embryologist** *n.* **embryologic, embryological** *adj.* **-embryologically** *adv.*
emcee (เอม' ซี') *n.* โฆษกผู้ดำเนินรายการ *-vt., vi.* **-ceed, -ceeing** เป็นโฆษก, ดำเนินรายการ
emend (อิเมนดฺ') *vt.* ตรวจทาน, แก้ไข **-emender** *n.* (-S. edit, correct, revise, rewrite)
emendate (อิเมน' เดท) *vt.* **-dated, -dating** ตรวจสอบความถูกต้องของเนื้อเรื่อง **-emendator** *n.* **-emendatory** *adj.*
emerald (เอม' เมอะเริลดฺ) *n.* มรกต, สีเขียวเข้มและใส, สีเขียวอมเหลือง *-adj.* ที่มีสีเขียวอมเหลือง *-Ex. an emerald sweater*
Emerald Isle เกาะไอร์แลนด์ประกอบด้วยไอร์แลนด์เหนือและสาธารณรัฐไอร์แลนด์
emerge (อิเมิร์จ') *vi.* **emerged,emerging** โผล่ออกมา, ออกมา, ปรากฏออกมา, มีตัวตน (-S. come forth, spring up, become apparent -A. disappear, retreat) *-Ex. The sun emerged from a bank of clouds., The facts about the crime emerged after a long investigation.*
emergence (อิเมอร์' เจินซฺ) *n.* การโผล่ออกมา, การปรากฏออกมา, การเจริญเติบโตของเนื้อเยื่อของพืช (-S. appearance, arrival, disclosure)
emergency (อิเมอร์' เจินซี) *n., pl.* **-cies** ภาวะฉุกเฉิน, กรณีฉุกเฉิน, ภาวะปัจจุบันทันด่วน *-adj.* เร่งด่วน (-S. strait, crisis, accident) *-Ex. an emergency exit, an emergency light*
emergent (อิเมอร์' เจินทฺ) *adj.* ซึ่งโผล่ออกมา, ซึ่งปรากฏออกมา, ฉุกเฉิน, ปัจจุบันทันด่วน *-n.* ผู้ที่ปรากฏตัวออกมา (-S. appearing, arising, emerging, beginning)
emeritus (อิเมอร์' ริเทิส) *adj.* ซึ่งปลดเกษียณแล้วแต่ยังคงตำแหน่งเป็นเกียรติยศอยู่ (เช่นตำแหน่งศาสตราจารย์) *-n., pl.* **-ti** ผู้ที่คงตำแหน่งเกียรติยศดังกล่าว
emersion (อิเมอร์' ชัน, -ฌัน) *n.* การโผล่ออกมาจากอุปราคา (สุริยคราสหรือจันทรคราส), การโผล่ออกจากผิวน้ำ, การโผล่ออกมา (-S. egress)
emery (เอม' มะรี) *n.* กากหรือผงแร่ที่ประกอบด้วย corundum ผสมกับ magnetite หรือ headtite ใช้เป็นผงขัดกระดาษทรายหรือที่ลับมีด
emetic (อิเมท' ทิค) *adj.* ซึ่งทำให้อาเจียน *-n.* ยาทำให้อาเจียน
emf, EMF. ย่อจาก electromotive force แรงเคลื่อนไฟฟ้า
emigrant (เอม' มิเกรินทฺ) *n.* ผู้อพยพไปอยู่ต่างถิ่น *-adj.* ซึ่งอพยพไปอยู่ต่างถิ่น, ซึ่งย้ายไปอยู่ต่างถิ่น
emigrate (เอม' มิเกรท) *vi.* **-grated, -grating** อพยพไปอยู่นอกประเทศ, อพยพไปอยู่ต่างถิ่น, ย้ายไปอยู่ต่างถิ่น (-S. migrate, relocate, resettle) *-Ex. Many Chinese emigrated to Siam in the 16th century.*
emigration (เอมมิเกร' ชัน) *n.* การอพยพไปอยู่นอกประเทศ, การอพยพไปอยู่ต่างถิ่น, กลุ่มผู้อพยพ, การย้ายถิ่น (-S. migration, departure, relocation)
émigré (เอม' มิเกร) *n.* ผู้อพยพออกนอกประเทศโดยเฉพาะการลี้ภัยทางการเมือง
eminence (เอม' มะเนินซฺ) *n.* ความเด่น, ความสูงส่ง, ความมีชื่อเสียง, ที่สูง, เนิน, ผู้มีชื่อเสียง, ผู้มีฐานะหรือตำแหน่งสูง, ปุ่ม, ส่วนที่ยื่นออก (-S. reputation, distinction, height) *-Ex. Somchai has achieved great eminence in the medical profession.*
éminence grise *n., pl.* **éminece grises** ผู้ใช้อำนาจอย่างไม่เป็นทางการ (โดยเฉพาะผ่านทางคนอื่นและมักเสริมอำนาจอย่างเห็นแก่ตัว)
eminency (เอม' มะเนินซี) *n., pl.* **-cies** ดู eminence
eminent (เอม' มะเนินทฺ) *adj.* เด่น, สูงส่ง, มีชื่อเสียง, สูง, เป็นปุ่มยื่นออกมา **-eminently** *adv.* (-S. outstanding, exalted, celebrated, excellent, famous -A. unknown, ordinary) *-Ex. General Sarit was eminent both as soldier and*

E

as statesman.

emir, amir (อิเมียร์', อะเมียร์') *n.* หัวหน้าเผ่าอาหรับ, เจ้าชายอาหรับ, เจ้าเมืองอาหรับ, คำเรียกชื่อทายาทของโมฮัมหมัด (Muhammad)

emirate (อะเมียร์' ริท, -เรท) *n.* ที่ทำการ, ตำแหน่งและอาณาจักรของเจ้าเมืองดังกล่าว

E

emissary (เอม' มิเซอะรี) *n., pl.* **-ies** ทูต, ผู้แทน, จารชน, จารบุรุษ, สายลับ (-S. ambassador, envoy, delegate, agent, scout) *-Ex. The premier sent an emissary to the capitals of the new African states.*

emission (อิมิช' ชัน) *n.* การปล่อยออกมา, การฉาย, การแพร่, สิ่งที่ถูกปล่อยออกมา, สิ่งที่แพร่ออกมา, ของเหลวที่ปล่อยออกมาจากร่างกาย **-emissive** *adj.* (-S. emanation, discharge, outpouring, utterance)

emit (อิมิท') *vt.* **emitted, emitting** ปล่อยออกมา, เปล่งออกมา, ฉาย, ส่อง, แพร่กระจาย **-emitter** *n.* (-S. discharge, send forth, excrete, exhale, ejaculate) *-Ex. A volcano emits lava.*

Emmy (เอม' มี) *n., pl.* **-mys** รางวัลยอดเยี่ยมประจำปีของวงการโทรทัศน์ (สหรัฐอเมริกา)

emollient (อิมอล' เยินท) *adj.* ซึ่งทำให้ผิวนวล, ซึ่งทำให้ผิวอ่อนนุ่ม, ซึ่งทำให้ผิวลื่น *-n.* ยาที่มีฤทธิ์ดังกล่าว

emolument (อิมอล' ลิวเมินท) *n.* เงินค่าตอบแทน, เงินชดเชยเงินเดือน, รายได้ (-S. gain, compensation, payment, wages, revenue)

emote (อิโมท') *vi.* **emoted, emoting** มีอารมณ์, มีผลต่ออารมณ์, แสดงอารมณ์ **-emoter** *n.*

emotion (อิโม' ชัน) *n.* อารมณ์, ความรู้สึกโกรธ ดีใจ รัก เกลียดและอื่นๆ, ความสะเทือนใจ **-emotionless** *adj.* (-S. feeling, passion, sentiment) *-Ex. to speak with emotion, to appeal to the emotions rather than to the mind*

emotional (อิโม' ชันเนิล) *adj.* มีอารมณ์, เกี่ยวกับความรู้สึก, ซึ่งกระเทือนอารมณ์, ซึ่งเร้าอารมณ์ **-emotionally** *adv.* (-S. feeling, sensitive, touching -A. calm, placid) *-Ex. His talk on loyalty was full of emotional appeal for the audience., an emotional person*

emotive (อิโม' ทิฟว) *adj.* เกี่ยวกับอารมณ์, ซึ่งมีลักษณะของอารมณ์ **-emotively** *adv.* **-emotiveness, emotivity** *n.* (-S. sensitive, delicate, touchy)

empanel (เอม' แพนเนล) *vt.* **-eled, -eling/-elled, -elling** เอาเข้าอยู่ในรายชื่อคณะลูกขุน, เลือกจากรายชื่อคณะลูกขุน, เรียกตัวลูกขุนเข้าประจำหน้าที่

empathy (เอม' พะธี) *n.* การเอาใจใส่, การหยั่งรู้, การใส่อารมณ์, ความรู้สึกร่วม **-empathetic** *adj.* **-empathetically** *adv.*

empennage (เอม' พะนิจ) *n.* ส่วนหลังของเครื่องบิน

emperor (เอม' เพอะเรอะ) *n.* จักรพรรดิ, ผู้ปกครองอาณาจักร, ราชาของผีเสื้อ **-emperorship** *n.* (-S. ruler, sovereign, king)

emperor penguin นกเพนกวินจำพวก *Aptenodytes forsteri* เป็นเพนกวินที่มีขนาดใหญ่ที่สุดในโลกอยู่ตามชายฝั่งของมหาสมุทรแอนตาร์กติก

emphasis (เอม' ฟะซิส) *n., pl.* **-ses** การเน้นความสำคัญ, การเน้นหนัก, สิ่งที่มีความสำคัญ, การเน้นคำ, ความเด่น (-S. importance, stress, attention, priority) *-Ex. an emphasis on correct spelling, We noticed the emphasis Udom placed on the word "duty".*

emphasize (เอม' ฟะไซซ) *vt.* **-sized, -sizing** เน้น, ให้ความสำคัญ, เน้นเสียง, เน้นคำ (-S. stress, accentuate, underline) *-Ex. The speaker emphasized the meed for quick action.*

emphatic (เอมแฟท' ทิค) *adj.* เกี่ยวกับการเน้น, หนักแน่น, สำคัญ, มีพลังงาน, เด่นชัด, เด็ดขาด, เฉียบขาด **-emphatically** *adj.* (-S. determined, strong, forceful -A. doubtful, vague) *-Ex. an emphatic reply, The emphatic contrast between black and white.*

emphysema (เอมฟิซี' มะ) *n.* ภาวะที่อวัยวะหรือส่วนของอวัยวะพองลม (โดยเฉพาะที่ปอด), ภาวะการพองลมในเนื้อเยื่อหรือถุงลมซึ่งผิดปกติ

empire (เอม' ไพเออะ) *n.* อาณาจักร, จักรวรรดิ, การปกครองโดยจักรพรรดิ, อำนาจจักรวรรดิ, อำนาจเด็ดขาด, การปกครองอย่างเฉียบขาด, บริษัทหรือกลุ่มบริษัทที่มีอำนาจ *-Ex. the responsibilities of empire*

Empire (เอม' ไพเออะ) *adj.* เกี่ยวกับจักรวรรดิฝรั่งเศส (ค.ศ. 1804-1815), เกี่ยวกับแบบสถาปัตยกรรมฝรั่งเศสสมัย ค.ศ. 1800-1830

empirical, empiric (เอมเพียร์' ริเคิล, -ริค) *adj.* ซึ่งได้จากประสบการณ์หรือการทดลอง, ซึ่งขึ้นอยู่กับประสบการณ์หรือการสังเกต (โดยไม่อาศัยวิทยาศาสตร์หรือทฤษฎี) **-empirically** *adv.* (-S. experimental, practical)

empiricism (เอมเพียร์' ริซิซึม) *n.* วิธีการที่ขึ้นอยู่กับประสบการณ์หรือการสังเกต (โดยไม่อาศัยวิทยาศาสตร์หรือทฤษฎี), ความเชื่อที่ว่าความรู้ทั้งหลายมาจากประสบการณ์, ลัทธิประสบการณ์, วิธีการรักษาของหมอเถื่อน **-empiricist** *n.*

emplacement (เอมเพลส' เมินท) *n.* ที่ตั้งปืนใหญ่, แท่นปืน, การวางแถว, การวางเข้าที่, การจัดวาง (-S. position, location, site)

emplane (เอมเพลน') *vi.* **-planed, -planing** ขึ้นเครื่องบิน

employ (เอมพลอย') *vt.* **-ployed, -ploying** จ้าง, ว่าจ้าง, ใช้, ใช้สอย, ใช้เวลา *-n.* การจ้าง, การว่าจ้าง, การบริการ, อาชีพ **-employability** *n.* **-employable** *adj.* **-employer** *n.* (-S. hire, engage, use, apply) *-Ex. We hope to employ a new secretary tomorrow., Sawai employed his spare time to good advantage.*

employee, employe (เอมพลอย' อี, เอมพลอยอี') *n.* ลูกจ้าง, ผู้ได้รับการว่าจ้าง, ผู้ถูกว่าจ้าง (-S. wage-earner, worker, hireling -A. employer)

employment (เอมพลอย' เมินท) *n.* การจ้าง, การว่าจ้าง, ภาวะที่ถูกว่าจ้าง, อาชีพ, การงาน, ธุรกิจ, กิจกรรม (-S. business, work, vocation) *-Ex. Somchai was busy with the employment of new help., Full employment keeps a country prosperous., the employment of harsh measures*

employment agency สำนักงานจัดหางาน

emporium (เอมพอร์' เรียม) *n., pl.* **-riums/-ria** ศูนย์การค้า, ร้านสรรพสินค้าขนาดใหญ่, ร้านค้าขนาดใหญ่ (-S. store, mart, bazaar)

empower (เอมเพา' เออะ) *vt.* ให้อำนาจ, มอบอำนาจ, อนุญาต **-empowerment** *n.* (-S. authorize, license, warrant, delegate) *-Ex. The sheriff empowered the posse to arrest the outlaws.*

empress (เอม' พริส) *n.* จักรพรรดินี, ผู้ปกครองอาณาจักรที่เป็นผู้หญิง, ราชินีของจักรพรรดิ

empty (เอมพฺ' ที) *adj.* **-tier, -tiest** ว่างเปล่า, ไม่มีคนอยู่, ไม่มีอะไร, ไม่มีความหมาย, ไร้สาระ, เปล่าประโยชน์, ไม่มีของบรรทุก, หิว, โง่, ไร้ความรู้, เปลี่ยว, เงียบ, ยังไม่ตั้งครรภ์ *-v.* **-tied, -tying** *-vt.* ทำให้ว่างเปล่า, ปล่อยทิ้ง *-vi.* ว่างเปล่า, เททิ้ง, หมดไป, ไหลเกลี้ยง *-n.* สิ่งที่ว่างเปล่า, สิ่งที่ไม่มีอะไรอยู่ข้างใน (หีบเปล่า, ลังเปล่า ฯลฯ) **-emptily** *adv.* **-emptiness** *n.* (-S. vacant, unoccupied, vain, worthless, futile, barren -A. full, fill) *-Ex. an empty house, Somsri emptied her desk., The river empties into the ocean., The room emptied when the bell rang for lunch., an empty promise*

empty-handed (เอมพฺทีแฮน' ดิด) *adj.* มือเปล่า

empty-headed (เอมพฺทีเฮด' ดิด) *adj.* ไร้ความรู้ ไร้ปัญญา, โง่ (-S. brainless, stupid, scatty, giddy)

empyema (เอมพิอี' มะ) *n., pl.* **-mata** การมีหนองเกิดขึ้นในโพรงของร่างกาย (เช่นในทรวงอก)

empyrean (เอมไพรี' เอิน) *n.* สวรรค์ชั้นสูงสุด, วิมานชั้นสูงสุด **-empyreal** *adj.*

EMS ย่อจาก European Monetary System ระบบเงินตรายุโรป

emu, emeu (อี' มู) *n.* นกอีมู, นกจำพวก *Dromiceius novaehollandiae* คล้ายนกกระจอกเทศแต่ศีรษะและคอมีขน

emulate (เอม' มิวเลท) *vt.* **-lated, -lating** เอาอย่าง, พยายามเลียนแบบ, พยายามจะให้เท่าเทียมหรือดีกว่า **-emulative** *adj.* **-emulatively** *adv.* **-emulator** *n.* (-S. imitate, rival) *-Ex. We emulate people we admire.*

emulation (เอมมิวเล' ชัน) *n.* การเอาอย่าง, การพยายามเลียนแบบ, ความพยายามให้เท่าเทียมหรือดีกว่า, การแข่งขัน

emulous (เอม' มิวเลิส) *adj.* ซึ่งต้องการเอาอย่าง, ซึ่งพยายามเลียนแบบ, ซึ่งพยายามให้เท่าเทียมหรือดีกว่า, ริษยาอยากให้เท่าเทียมหรือดีกว่า, ทะเยอทะยาน **-emulously** *adv.* **-emulousness** *n.*

emulsify (อิมัล' ซะไฟ) *vt.* **-fied, -fying** ทำให้เป็นส่วนผสมของของเหลวสองชนิดที่ไม่ละลายเข้ากัน **-emulsifiable, emulsible** *adj.* **-emulsification** *n.* **-emulsifier** *n.*

emulsion (อิมัล' ชัน) *n.* ส่วนผสมของของเหลวสองชนิดที่ไม่ละลายเข้ากัน, น้ำยาเคลือบฟิล์มที่ประกอบด้วยซิลเวอร์เฮไลด์ในเจลลาติน, ยาน้ำนม **-emulsive** *adj.*

en- คำอุปสรรค มีความหมายว่า เข้าไปข้างใน, ใน, ข้างบน

-en คำปัจจัย ทำให้เป็นกริยา เช่น deepen, ทำให้เป็นพหูพจน์ เช่น children, ทำให้เป็นคุณศัพท์ เช่น woolen, ทำให้เป็นกริยาช่อง 3 เช่น shaken

enable (เอนเน' เบิล) *vt.* **-bled, -bling** ทำให้สามารถ, มอบอำนาจ, ทำให้เป็นไปได้, ทำให้ง่ายเข้า **-enabler** *n.* (-S. empower, permit, entitle, validate, legalize) *-Ex. The scholarship enabled her to go to college.*

enact (เอนแนคทฺ') *vt.* ประกาศใช้เป็นกฎหมาย, ประกาศใช้, แสดงออก, บัญญัติ **-enactive** *adj.* **-enactor** *n.* **-enactable** *adj.* (-S. decree, legislate, pronounce, sanction) *-Ex. Congress enacted a bill to lower tariffs.*

E

enactment (เอนแนค' เมินทฺ) *n.* การประกาศใช้เป็นกฎหมาย, การบัญญัติ, การแสดงออก, สิ่งที่บัญญัติ (กฎหมาย, กฎกระทรวง, ข้อบังคับ ฯลฯ) (-S. statute, law, decree, ordinance)

enamel (อิแนม' เมิล) *n.* สิ่งเคลือบ, เคลือบฟันซึ่งเป็นสารที่แข็งที่สุดของร่างกาย, ภาชนะเคลือบ, เครื่องเคลือบ *-vt.* **-eled, -eling/-elled, -elling** เคลือบ, ลงยา, ระบายสี **-enameler, enameller** *n.* **-enamelist, enamellist** *n.*

enameling, enamelling (อิแนม' มะลิง) *n.* การเคลือบ, งานเคลือบ, ศิลปะการเคลือบ

enamelware (อิแนม' เมิลแวร์) *n.* ภาชนะเคลือบ, เครื่องเคลือบ

enamour, enamor (เอนแนม' เมอะ) *vt.* ทำให้หลงรัก, ทำให้ลุ่มหลง (-S. entice, please)

en bloc (อานบลอค') *adv.* (ภาษาฝรั่งเศส) ทั้งหมด

encage (เอนเคจฺ') *vt.* **-caged, -caging** ขัง, ขังไว้ (-S. confine)

encamp (เอนแคมพฺ') *vi.* ตั้งค่าย, ตั้งที่พัก, ปักกระโจมที่พัก *-vt.* ตั้งค่าย, พักอาศัยอยู่ในค่าย *-Ex. The hikers encamped in the forest., The guide encamped the boys near a stream.*

encampment (เอนแคมพฺ' เมินทฺ) *n.* การตั้งค่าย, การปักกระโจม, ค่าย, ที่พัก (-S. camp, bivouac, camp-site)

encapsulate, incapsulate (เอนแคพ' ซะเลท, อิน-) *v.* **-lated, -lating** *-vt.* เอาใส่ในแคปซูล, พูดอย่างสรุป *-vi.* อยู่ในแคปซูล **-encapsulation** *n.* (-S. summarize, condense, capture)

encase, incase (เอนเคส', อิน-) *vt.* **-cased, -casing** ใส่ในถุงหุ้ม, บรรจุ, ห่อหุ้มด้วย **-encasement, incasement** *n.*

encaustic (เอนคอ' สทิค) *n.* สีที่ประกอบด้วยผงสีผสมกับเทียน และต้องผ่านความร้อนเพื่อให้สีแห้ง, ศิลปะในการระบายสีดังกล่าว, งานศิลปะที่ทำด้วยวิธีดังกล่าว

enceinte (เอนเซนทฺ') *adj.* (ภาษาฝรั่งเศส) มีครรภ์

encephalitis (เอนเซฟฟะไล' ทิส) *n.* สมองอักเสบ **-encephalitic** *adj.*

encephalo-, encephal- คำอุปสรรค มีความหมายว่า สมอง

encephalogram (เอนเซฟ' ฟะละเกรม) *n.* ภาพเอกซเรย์ของสมอง

encephalomyelitis (เอนเซฟฟะโลไมอะไล' ทิส) *n.* ภาวะสมองและไขสันหลังอักเสบ

encephalon (เอนเซฟ' ฟะลอน) *n., pl.* **-la** สมองของสัตว์มีกระดูกสันหลัง

E

enchain (เอนเชน') *vt.* ผูกมัดด้วยโซ่, เอาโซ่ล่ามไว้, ใส่ตรวน, จับไว้, เหนี่ยวรั้งไว้ **-enchainment** *n.*

enchant (เอนชานทฺ', เอนแชนทฺ') *vt.* ใช้เวทมนตร์, ทำให้ลุ่มหลง, ทำให้หลงใหล, ทำให้หลงเสน่ห์, ทำให้ปลื้มปีติ **-enchanter** *n.* **-enchantress** *n. fem.* (-S. bewitch, fascinate, charm, captivate -A. bore, tire) *-Ex. The queen enchanted the knight's sword., Somsri enchanted him with her smile.*

enchanting (เอนชาน' ทิง, เอนแชน' ทิง) *adj.* มีเสน่ห์, ซึ่งทำให้หลงใหล (-S. attractive, bewitching, appealing)

enchantment (เอนชานทฺ' เมินทฺ, -แชนท'-) *n.* การทำให้ลุ่มหลง, การทำให้หลงใหล, การทำให้หลงเสน่ห์, เสน่ห์, สิ่งที่ทำให้หลงใหล (-S. magic, charm, appeal)

enchase (เอนเชส') *vt.* **-chased, -chasing** ฝัง, เลี่ยม, แกะสลัก

enchilada (เอนชะแลด' ดะ) *n.* ขนมปังกลมยัดเนื้อของเม็กซิกันใช้กินกับเนยและซอสพริก

encipher (เอนไซ' เฟอะ) *vt.* เปลี่ยนเป็นรหัส, ทำเป็นรหัส **-encipherment** *n.*

encircle (เอนเซอร์' เคิล) *vt.* **-cled, -cling** ล้อมรอบ, โดนล้อม, ตีวง, เวียนรอบ **-encirclement** *n.* (-S. surround, encompass, enclose) *-Ex. The crowd encircled the winning team., A jet airplane can encircle the earth very quickly.*

enclave (เอน' เคลฟว) *n.* ประเทศที่มีดินแดนทั้งหมดหรือส่วนใหญ่ที่ถูกล้อมรอบไปด้วยดินแดนของประเทศอื่น

enclose, inclose (เอนโคลสฺ', อิน-) *vt.* **-closed, -closing** ปิด, ล้อมรอบ, ปิดล้อม, สอด ใส่ไว้, มีอยู่ใน, ประกอบด้วย (-S. surround, include, confine) *-Ex. We enclosed the baby's crib with mosquito netting., Somchai enclosed a check with the letter.*

enclosure (เอนโคล' เซอะ) *n.* การปิด, การล้อมรอบ, การสอดใส่ไว้, การล้อมรั้ว, ที่ดินล้อมรั้ว, สิ่งที่ใช้ล้อม (เช่นรั้ว, กำแพง), สิ่งที่สอดใส่ไว้ (-S. inclosure, compound, ring, insertion) *-Ex. The enclosure of the porch with glass was done quickly., The elephants at the zoo walked about in their large enclosure.*

encode (เอนโคด') *vt.* **-coded, -coding** เปลี่ยนเป็นรหัส, ทำเป็นรหัส **-encoder** *n.*

encomium (เอนโค' เมียม) *n., pl.* **-miums/-mia** การสรรเสริญ, คำสรรเสริญ

encompass (เอนคัม' เพิส) *vt.* ล้อมรอบ, ตีวง, เวียนรอบ, ปิด, ผนึก, รวมทั้ง, บรรลุผล **-encompassment** *n.* (-S. surround, enclose, encircle, envelop) *-Ex. Enemy forces encompassed the camp.*

encore (เอน' คอร์) *n.* ความต้องการอีกเช่นโดยการตบมือเรียกร้อง, การแสดงอีกครั้งตามคำเรียกร้อง *-interj.* อีก! เอาอีก! *-vt.* **-cored, -coring** เรียกร้องให้แสดงอีก (-S. repeat, replay, curtain call) *-Ex. As an encore, the pianist played the music again.*

encounter (เอนเคานฺ' เทอะ) *vt.* เผชิญหน้า, พบ, ประสบ, ปะทะ *-vi.* พบโดยบังเอิญ *-n.* การพบโดยบังเอิญ, การเผชิญหน้าศัตรู (-S. meet, come upon, face, see) *-Ex. We encountered bad weather on our trip., There was a frightening encounter between the two gangs.*

encourage (เอนเคอร์' ริจ) *vt.* **-aged, -aging** ให้กำลังใจ, บำรุงน้ำใจ, ยุ, กระตุ้น, สนับสนุน **-encouraging** *adj.* **-encourager** *n.* **-encouragingly** *adv.* (-S. inspirit, inspire, animate, persuade, advocate -A. discourage) *-Ex. The teacher's praise encouraged the boy to study., to encourage growth*

encouragement (เอนเคอร์' ริจเมินทฺ) *n.* การให้กำลังใจ, การกระตุ้น, การสนับสนุน, สิ่งที่ให้กำลังใจ (-S. heartening, help, stimulation, support)

encroach (เอนโครช') *vi.* ล่วงล้ำ, บุกรุก, ล่วงละเมิด, ล่วงเกิน **-encroacher** *n.* (-S. intrude, trespass, invade, infringe, impinge, overrun) *-Ex. encroach upon my time, The flooding canal had encroached upon the land along its banks.*

encroachment (เอนโครช' เมินทฺ) *n.* การล่วงล้ำ, การบุกรุก, การล่วงละเมิด, สิ่งที่ได้มาโดยการล่วงละเมิด (-S. trespassing, intrusion, incursion, infringement)

encrust, incrust (เอนครัสทฺ', อิน-) *vt., vi.* ปกคลุมภายนอกด้วยเปลือกแข็ง, หุ้มห่อ, พอก

encryption (เอนสคริพ' ชัน) *n.* การสร้างรหัสลับ, การนำข้อความมาเข้ารหัส

encumber (เอนคัม' เบอะ) *vt.* กีดขวาง, ขีดขวาง, ทำให้เกะกะ, ทำให้ช้าลง, เป็นภาระ, ถ่วง, ทำให้หนักใจ (-S. burden, obstruct, impede, block) *-Ex. The lady's tight dress encumbered her when she tried to climb a hill., The room was encumbered with antique furniture.*

encumbrance (เอนคัม' บรันซฺ) *n.* สิ่งกีดขวาง, สิ่งที่เป็นภาระ, เครื่องถ่วงความเจริญ, ผู้ที่ต้องพึ่งพาคนอื่น (โดยเฉพาะเด็ก), การเรียกร้องสิทธิในทรัพย์สิน, การติดพัน *-Ex. The large luggage is an encumbrance.*

encyclical (เอนซิล' ลิเคิล) *adj.* ซึ่งทำให้เวียนไปทั่ว *-n.* จดหมายที่สันตะปาปาส่งไปยังบิชอปทั้งหลาย

encyclopedia, encyclopaedia (เอนไซคละพี' เดีย) *n.* สารานุกรม, หนังสือที่รวบรวมความรู้สารพัดวิชา

encyclopedic, encyclopaedic (เอนไซคละพี' ดิค) *adj.* เกี่ยวกับสารานุกรม, เกี่ยวกับความรู้ทุกสาขาวิชา, กว้างขวาง, กินความกว้าง (-S. comprehensive, complete, universal)

encyclopedist, encydopaedist (เอนไซคละพี' ดิสทฺ) *n.* ผู้รวบรวมสารานุกรม, ผู้รอบรู้ **-Encyclopedist** ผู้รวบรวมสารานุกรมของฝรั่งเศสในสมัยศตวรรษที่ 18

encyst (เอนซิสทฺ') *vt., vi.* หุ้มปิดอยู่ในถุง, ถูกหุ้มปิดอยู่ในถุง **-encystment, encystation** *n.*

end (เอนดฺ) *n.* ตอนปลาย, ท้าย, ตอนจบ, จุดจบ, ชั้นสุดท้าย, มรณกรรม, สิ่งที่เหลือ, ส่วนที่เหลือ, บทสรุป ความพินาศ, ความหายนะ, ผลเบื้องปลาย, เจตนา, วัตถุประสงค์, การลงเอย, สภาพสุดท้าย *-vt.* ยุติ, ยกเลิก, ฆ่า, ทำลาย *-vi.* สิ้นสุด, ยุติ, ตาย **-end to end** ปลายเข้าหากัน **-no end** อย่างมาก **-make both ends meet** หาเงินให้พอกับความต้องการ **-at the end** สิ้นสุด **-come to an end** เสร็จสิ้น **-put/make an end to** ยุติ, เลิก, ทำลาย **-end off** หยุดสิ้นเชิง (-S. edge, finish, remnant, purpose, side, death, ruin, result, object, aim -A. start, opening, begin, initiate) *-Ex. The game had ended., by the end of the year, odds and ends, both ends of the pole, the end of the road, the end of my patience*

endanger (เอนเดน' เจอะ) *vt.* ทำให้เกิดอันตราย **-endangerment** *n.* (-S. imperil, jeopardize, hazard, risk) *-Ex. Sombut endangered his life by careless driving.*

endear (เอนเดียร์') *vt.* ทำให้เป็นที่รัก, ทำให้ได้รับความรัก, ทำให้ได้รับความชอบพอ **-endearing** *adj.*

endearment (เอนเดียร์' เมินท) *n.* การทำให้เป็นที่รักที่ชอบพอ, สิ่งที่ทำให้เป็นที่รัก, การกระทำหรือคำพูดที่แสดงความรัก

endeavour, endeavor (เอนเดฟว' เวอะ) *vi., vt.* พยายาม, บากบั่น *-n.* ความพยายาม, ความบากบั่น **-endeavourer, endeavorer** *n.* (-S. try, attempt, venture, struggle) *-Ex. Udom will endeavor to swim across the river.*

endemic (เอนเดม' มิค) *adj.* เกี่ยวกับท้องถิ่นหนึ่งเฉพาะ, เป็นลักษณะเฉพาะของท้องถิ่นหนึ่ง *-n.* โรคพืชหรือสัตว์ประจำท้องถิ่นหนึ่ง **-endemically** *adv.* **-endemism, endemicity** *n.*

ending (เอน' ดิง) *n.* การยุติ, ตอนจบ, เบื้องปลาย, ความตาย, ผลเบื้องปลาย, ท้ายคำศัพท์ (-S. last part, finish, conclusion, resolution) *-Ex. Dang likes stories that have sad endings., The day is ending.*

endive (เอน' ไดฟว) *n.* ใบไม้ชนิดหนึ่งมีกลิ่นหอมใช้ประกอบอาหาร

endless (เอน' เลส) *adj.* ไม่มีขอบเขต, ไม่มีที่สิ้นสุด, ไม่สิ้นสุด, เยิ่นเย้อ, ไม่มีข้อสรุป, ซึ่งเชื่อมต่อกัน, ซึ่งมีปลายทั้งสองเชื่อมต่อกัน **-endlessly** *adv.* (-S. boundless, eternal, unending, constant -A. finite, restricted) *-Ex. an endless speech*

endmost (เอนด' โมสท) *adj.* ปลายสุด, ท้ายสุด, ไกลสุด (-S. furthest, last)

endocarditis (เอนโดคาร์ได' ทิส) *n.* เยื่อบุโพรงหัวใจอักเสบ **-endocarditic** *adj.*

endocardium (เอนโดคาร์' เดียม) *n., pl.* **-dia** เยื่อบุโพรงหัวใจ **-endocardial** *adj.*

endocrine (เอน' ตะไครน, -คริน) *adj.* ที่คัดหลั่งภายใน, เกี่ยวกับต่อมไร้ท่อ, เกี่ยวกับน้ำคัดหลั่งของต่อมไร้ท่อ *-n.* สารคัดหลั่ง, ฮอร์โมน

endocrine gland ต่อมไร้ท่อในร่างกาย เช่น ต่อมไทรอยด์

endocrinology (เอนดะคระ' ละจี) *n.* การศึกษาเกี่ยวกับต่อมไร้ท่อและฮอร์โมน, ต่อมไร้ท่อวิทยา **-endocrinological, endocrinologic** *adj.* **-endocrinologist** *n.*

endogamy (เอนดอก' กะมี) *n.* การสมรสในเผ่าเดียวกัน, การสมรสภายในสังคมเดียวกัน, การผสมพันธุ์ภายในครอบครัวหรือเซลล์พันธุ์เดียวกัน **-endogamous, endogamic** *adj.*

endogenous (เอนดอจ' จะเนิส) *adj.* ซึ่งเกิดขึ้นภายในเซลล์ **-endogenously** *adv.* **-endogeny** *n.*

endoplasm (เอน' ดะพลาซึม) *n.* ส่วนในของไซโตปลาสซึมของเซลล์ **-endoplasmic** *adj.*

endorse, indorse (เอนดอร์ส', อิน-) *vt.* **-dorsed, -dorsing** สลักหลังเช็คหรือตั๋วเงิน, รับรอง, เห็นด้วย, อนุมัติ, ลงนามเห็นด้วยหรืออนุมัติ, บันทึกข้อความไว้ในใบอนุญาต, เซ็นชื่อรับรอง **-endorsable** *adj.* **-endorser, endorsor** *n.* (-S. support, validate, advocate)

endorsee (เอนดอร์ซี') *n.* ผู้รับโอน, ผู้รับเอกสารหรือตั๋วเงินที่ผู้อื่นเซ็นมอบไว้ให้

endorsement (เอนดอร์ส' เมินท) *n.* การรับรอง, การอนุมัติ, การเซ็นชื่อสลักหลังตั๋วเงิน, การลงนามเห็นด้วยหรืออนุมัติ, เงื่อนไขเพิ่มเติมของสัญญาประกันภัย (-S. approval, backing, support, ratification)

endoscope (เอน' ดะสโคพ) *n.* เครื่องมือเป็นท่อยาว สำหรับตรวจส่องโพรงร่างกาย **-endoscopy** *n.* **-endoscopic** *adj.* **-endoscopically** *adv.*

endosperm (เอน' ดะสเพิร์ม) *n.* สารอาหารในเมล็ดพืช **-endospermic, endospermous** *adj.*

endothermic, endothermal (เอนโดเธอร์' มิค, -มอล) *adj.* เกี่ยวกับการเปลี่ยนแปลงทางเคมีที่มีการดูดซับความร้อน, ที่เป็นสัตว์เลือดอุ่น **-endotherm, endothermy** *n.*

endow (เอนเดา') *vt.* บริจาค, มอบของขวัญให้, มอบเงินทุนให้, มอบสมบัติ (-S. provide, furnish, invest, confer -A. divest) *-Ex. Daeng's father endowed the school with a large sum of money.*

endowment (เอนเดา' เมินท) *n.* การบริจาค, การมอบเงินทุนหรือทรัพย์สิน, ทุนทรัพย์ที่บริจาค, สมรรถภาพ, ความสามารถ, สติปัญญา (-S. bestowal, donation, talent, ability) *-Ex. endowment fund, people of great endowments, Good looks were not her only endowment.*

endowment assurance การประกันชีวิตที่บริษัทประกันจะจ่ายเงินประกันคืนให้เมื่อครบกำหนดในสัญญาประกันแม้ว่าผู้ประกันยังมีชีวิตอยู่

end product ผลิตภัณฑ์เบื้องปลาย, ผลเบื้องปลาย

endrin (เอน' ดริน) *n.* ยาฆ่าแมลงชนิดหนึ่งซึ่งมีพิษร้ายแรงมาก

endue, indue (เอนดิว', อิน-) *vt.* **-dued, -duing** มอบให้, ประสิทธิประสาทให้, สวมเครื่องแต่งกาย, สวม

endurable (เอนดิว' ระเบิล) *adj.* ซึ่งอดทนได้, ซึ่งสามารถทนได้ **-endurably** *adv.*

endurance (เอนดิว' เรินซฺ) *n.* ความอดทน, ความทนทาน, ความอดกลั้น, ความอมตะ, ความไม่ตาย, ช่วงเวลา (-S. stamina, durability, fortitude) *-Ex. endurance flight, endurance limit*

endure (เอนดิว' เออะ) *vt., vi.* **-dured, -during** อดทน, ทนทาน, ยืนยง, อดกลั้น (-S. bear, suffer, tolerate, abide -A. cease, perish) *-Ex. The men travelling through the forest endured many hardships., endure to the end*

enduring (เอนดิว' ริง) *adj.* ทนทาน, ยืนนาน, อมตะ, ไม่ตาย, อยู่ชั่วกาลนาน **-enduringly** *adv.* **-enduringness** *n.* (-S. persisting, lasting, permanent, eternal)

end-user (เอนด' ยูเซอะ) *n.* ผู้ใช้สินค้าที่ถูกซื้อมา

E

E

endways, endwise (เอน' เวซฺ, -ไวซฺ) *adv.* ปลายสุด, ตามยาว, ไปทางปลาย *-Ex. The long pipe was carried in endways.*

ENE, ene ย่อจาก east-northest ด้านตะวันออกของทิศตะวันออกเฉียงเหนือ

enema (เอน' นะมะ) *n., pl.* **-mas/-mata** การฉีดยาเข้าไปในไส้ตรง, ยาฉีดดังกล่าว, ยาสวนทวารหนัก

enemy (เอน' นะมี) *n., pl.* **-mies** ศัตรู, ข้าศึก, คู่อริ, ฝ่ายศัตรู, กำลังทหารฝ่ายศัตรู, ประเทศศัตรู, ชนชาติศัตรู, สิ่งที่เป็นภัย *-adj.* ซึ่งเป็นของฝ่ายศัตรู, ที่เกี่ยวกับศัตรู (-S. opponent, adversary, rival, foe -A. friend, ally) *-Ex. Laziness is the boy's greatest enemy., AIDS is an enemy of humanity.*

energetic (เอนเนอะเจท' ทิค) *adj.* มีพลัง, มีกำลังวังชา, ขะมักเขม้น, ชอบทำงาน **-energetically** *adv.* (-S. vigorous, active, forceful, determined, emphatic -A. lazy, slothful)

energize (เอน' เนอะไจซฺ) *vt., vi.* **-gized, -gizing** กระตุ้น, ให้พลังงาน, กระทำ **-energizer** *n.* (-S. activate, stimulate, arouse, enliven)

energy (เอน' เนอะจี) *n., pl.* **-gies** พลังงาน, พลัง, กำลังงาน, กำลังความสามารถ, พลังวิชา, ความแข็งแรง (-S. vigor, strength, power, vivacity, spirit, animation -A. lethargy, feebleness) *-Ex. the relation of energy to matter, to speak with energy and enthusiasm*

enervate (เอน' เนอะเวทฺ) *vt.* **-vated, -vating** ตัดกำลัง, ทำให้อ่อนกำลัง *-adj.* ซึ่งอ่อนกำลัง **-enervation** *n.* **-enervator** *n.* **-enervative** *adj.* (-S. enfeeble, exhaust, debilitate, fatigue)

enfant terrible (อานฟาน' ทีรี' เบิล) *n., pl.* **-bles** เด็กที่ชอบกล่าวสิ่งที่ไม่สมควรขึ้นท่ามกลางผู้ใหญ่, เด็กผู้กระทำผิดที่แก้นิสัยไม่ได้, คนปากโป้ง, ผู้กำเริบเสิบสาน, ผู้ที่กระทำอะไรที่ไม่สมควร

enfeeble (เอนฟี' เบิล) *vt.* **-bled, -bling** ทำให้อ่อนเพลีย, ทำให้หมดกำลัง **-enfeeblement** *n.* **-enfeebler** *n.* (-S. exhaust, weaken, enervate)

enfilade (เอน' ฟะเลด) *n.* การยิงกราดไปยังเป้าหมาย, เป้าที่สามารถยิงกราดได้ง่าย *-vt.* **-laded, -lading** ยิงกราด

enfold, infold (เอนโฟลดฺ', อิน-) *vt.* ห่อ, หุ้ม, ห้อมล้อม, พับ, กอด **-enfoldment, infoldment** *n.* (-S. enclose, wrap, embrace) *-Ex. The petals of a flower enfold its stamen., Somsri enfolded the baby in her arms.*

enforce (เอนฟอร์ส') *vt.* **-forced, -forcing** ใช้บังคับ, ดำเนินการ, ทำให้ปฏิบัติตาม, ใช้กำลังบังคับ, บังคับให้เป็นไปตามกฎหมาย **-enforceability** *n.* **-enforceable** *adj.* **-enforcer** *n.* (-S. compel, urge, carry out, pressure) *-Ex. The police enforce the law., to enforce a demand*

enforcement (เอนฟอร์ส' เมินทฺ) *n.* การบังคับ, การบังคับด้วยกำลัง, การบังคับให้เป็นไปตามกฎหมาย, การดำเนินการ, สิ่งที่ถูกบังคับ (-S. obligation, execution, constraint)

enfranchise (เอนแฟรน' ไชซฺ) *vt.* **-chised, -chising** ให้สิทธิพิเศษ, ให้สิทธิในการเลือกตั้งผู้แทน, ให้สัมปทาน, ให้สิทธิ์เป็นผู้จำหน่ายแต่ผู้เดียว, ปล่อยให้เป็นอิสระ **-enfranchisement** *n.* (-S. give franchise to) *-Ex. American woman have been enfranchised since 1919.*

eng. ย่อจาก engine เครื่องจักร, engineer วิศวกร, engineering วิศวกรรม

Eng. ย่อจาก England ประเทศอังกฤษ, English ชาวอังกฤษ, ภาษาอังกฤษ, เกี่ยวกับประเทศอังกฤษ

engage (เอนเกจ') *v.* **-gaged, -gaging** *-vt.* หมั้น, ผูกมัด, นัดหมาย, สู้รบ, ต่อสู้, จ้าง, ว่าจ้าง, พัวพัน, ทำให้ทำงานในด้าน, เชื่อมต่อกับ, เข้าเกียร์รถ *-vi.* เข้าร่วม, ทำงานในด้าน, รับจ้าง, ให้คำมั่น, ต่อสู้, ทำสงคราม, เชื่อมต่อกับ **-engager** *n.* (-S. bind, hire, involve employ, attract, join in, promise, attack, interconnect -A. dismiss, fire) *-Ex. The line is engagad., engage oneself, engage a nurse, The troop engaged in gardening.*

engaged (เอนเกจดฺ') *adj.* พัวพันกับ, ยุ่งอยู่กับ, มีคู่หมั้นแล้ว, จองแล้ว, ไม่ว่าง, เชื่อมต่อกับ, อยู่ในสงคราม (-S. pledged, betrothed, occupied, reserved)

engagement (เอนเกจ' เมินทฺ) *n.* การพัวพันอยู่กับ, การสู้รบกับ, การหมั้น, ข้อตกลง, การนัดหมาย, การว่าจ้าง, ระยะการว่าจ้าง (-S. employment, appointment, reservation, agreement, betrothal, fight) *-Ex. The armies met in a fierce engagement., a meeting engagement, engagement with one's lawyer*

engagement ring แหวนหมั้น

engaging (เอนเก' จิง) *adj.* เป็นที่ดึงดูดใจ, มีเสน่ห์, น่ารัก, ทำให้คนติด **-engagingly** *adv.* (-S. winning, charming, attractive -A. unattractive)

engender (เอนเจน' เดอะ) *vt.* ทำให้เกิด, ก่อให้เกิด, บังเกิด *-vi.* บังเกิด **-engenderer** *n.* (-S. produce, cause, generate, create, instigate, incite) *-Ex. Truthfulness engenders confidence.*

engine (เอน' จิน) *n.* เครื่องจักร, เครื่องกล, เครื่องยนต์, หัวรถจักร, รถจักร, เครื่องดับเพลิง, รถดับเพลิง, (-S. machine, generator, turbine, appliance) *-Ex. Cannons and bombs are engines of destruction.*

engineer (เอนจะเนียร์') *n.* วิศวกร, นายช่าง, คนขับรถไฟ, ผู้สร้างเครื่องจักร, ทหารช่าง, ผู้จัดการ, ผู้มีความชำนาญ *-vt.* วางแผน, สร้าง, จัดการ, ควบคุม (-S. inventor, planner, deviser) *-Ex. a railway engineer, a mechanical engineer, to engineer a road, engineer an incident*

engineering (เอนจะเนียร์' ริง) *n.* วิศวกรรม, วิศวกรรมศาสตร์, การช่าง, งานวิศวกรรม, อาชีพวิศวกรรม, การจัดการ, วางแผนและควบคุมอย่างชำนิชำนาญ (-S. maneuvering) *-Ex. The engineering of the Sirikit Dam took many years.*

engirdle (เอนเกอร์' เดิล) *vt.* **-dled, -dling** ล้อมรอบ, โอบล้อม

England (อิง' ลันดฺ) ประเทศอังกฤษ, ส่วนที่ใหญ่ที่สุดของสหราชอาณาจักร ประกอบด้วยสกอตแลนด์ เวลส์และ

อังกฤษ

English (อิง' ลิช) *adj.* เกี่ยวกับอังกฤษ *-n.* ชาวอังกฤษ, ภาษาอังกฤษ, การหมุนของลูก (บิลเลียด เทนนิส), ตัวพิมพ์ขนาด 14 พอยต์ *-vt.* แปลเป็นภาษาอังกฤษ, ยอมรับ (ภาษาต่างประเทศ) เป็นภาษาอังกฤษ, ทำให้ลูกหมุน **-in plain English** ใช้ภาษาอย่างง่ายๆ เพื่อไม่ให้เข้าใจความหมายผิด **-the King English** ภาษาอังกฤษที่ถูกต้องและได้มาตรฐาน **-the English** ชาวอังกฤษ

English horn ปี่ชนิดหนึ่งปลายเป็นรูปผลแพร์

Englishman (อิง' ลิชเมิน) *n., pl.* **-men** ผู้ชายอังกฤษ **-Englishwoman** *n., pl.* **-women** ผู้หญิงอังกฤษ

engorge (เอนกอร์จ') *vt., vi.* **-gorged, -gorging** กลืนอย่างตะกละตะกราม, ขยอก, มีเลือดคั่ง **-engorgement** *n.*

engraft (เอนกราฟทฺ') *vt.* ทาบกิ่ง, สอดใส่ **-engraftment** *n.* (-S. ingraft, implant)

engram (เอน' แกรม) *n.* รอยความจำ, รอยถาวรที่เกิดจากการกระตุ้นเนื้อเยื่อ

engrave (เอนเกรฟว') *vt.* **-graved, -graving** แกะ, สลัก, จารึก, ฝัง, ประทับใจ, ตรึงใจ, กัดบล็อก, ทำเพลต **-engraver** *n.* (-S. carve, etch, ingrain, embed) *-Ex. be engraved on my memory, to engrave a bronze cup*

engraving (เอนเกร' วิง) *n.* การแกะสลัก (จารึก ฝัง กัดบล็อก ทำเพลต), แบบแกะสลัก (จารึก ฝัง กัดบล็อก ทำเพลต), บล็อกที่แกะสลัก, เพลตที่จารึก, สิ่งที่พิมพ์จากบล็อกหรือเพลต (-S. etching, sculpting, chiselling, impression)

engraving tools เครื่องแกะสลัก

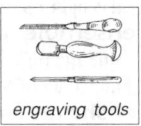

engraving tools

engross (เอนโกรส') *vt.* เอาไปหมด, ครองหมด, หมกมุ่น, คร่ำเคร่ง, เขียนด้วยตัวใหญ่ **-engrosser** *n.* **-engrossment** *n.* (-S. busy, occupy, absorb, interest) *-Ex. Manee was engrossed in her study.*

engrossing (เอนโกร' ซิง) *adj.* หมกมุ่น, ซึ่งดึงดูดความสนใจ, น่าทึ่ง, ซึ่งทำให้เพลิดเพลินมาก **-engrossingly** *adv.* (-S. fascinating, absorbing, interesting -A. boring, dull)

engulf (เอนกัลฟฺ') *vt.* กลืน, จุ่ม, ดูด, ท่วม, ครอบคลุม **-engulfment** *n.* (-S. ingulf, consume, overwhelm, submerge) *-Ex. High waves engulfed the boats.*

enhance (เอนฮานซฺ', -แฮนซฺ') *vt.* **-hanced, -hancing** ทำให้สูงขึ้น, ทำให้มากขึ้น, เพิ่ม, เสริม, ยกระดับ **-enhancement** *n.* **-enhancer** *n.* **-enhancive** *adj.* (-S. improve, heighten, increase, elevate) *-Ex. enhance test readiness, enhance the beauty of*

enharmonic (เอนฮาร์มอน' นิค) *adj.* ซึ่งมีระดับเสียงเดียวกัน **-enharmonically** *adv.*

enigma (อินิก' มะ) *n.* ปริศนา, คำพูดปริศนา, คนลึกลับ, สิ่งที่น่าฉงนสนเท่ห์ (-S. puzzle, labyrinth, riddle, problem) *-Ex. Your intentions remained an enigma.*

enigmatic, enigmatical (เอนนิกแมท' ทิค,-เคิล) *adj.* เป็นปริศนา, ลึกลับ, น่าฉงนสนเท่ห์ **-enigmatically** *adv* (-S. mysterious, puzzling, baffling, ambiguous) *-Ex. an enigmatic letter, an enigmatic remark, an enigmatic mile*

enisle (เอนไอลฺ') *vt.* **-isled, -isling** ทำให้เป็นเกาะของ, ทิ้งไว้บนเกาะ, แยกให้อยู่ต่างหาก (-S. isolate)

enjambment, enjambement (เอนแจม' เมินทฺ) *n.* ความต่อเนื่องของประโยคจากแถวหนึ่งไปยังอีกแถวหนึ่งในบทกวี

enjoin (เอนจอยนฺ') *vt.* สั่งการ, บัญชา, สั่ง, กำชับ, กำหนด, สั่งห้าม, ห้าม **-enjoiner** *n.* **-enjoinment** *n.* (-S. ordain, order, forbid, disallow, bar)

enjoy (เอนจอย') *vt., vi.* สนุก, ได้รับความพอใจจาก, ได้รับความเพลิดเพลินจาก, ได้รับสิทธิ, มีสิทธิ (-S. take pleasure in, appreciate, possess)

enjoyable (เอนจอย' อะเบิล) *adj.* น่าสนุก, น่าเพลิดเพลิน, สนุก, สำราญใจ **-enjoyably** *adv.* **-enjoyableness** *n.* (-S. agreeable, entertainning, nice, delightful)

enjoyment (เอนจอย' เมินทฺ) *n.* ความสนุกสนาน, ความเพลิดเพลิน, การมีหรือใช้บางสิ่งเพื่อสร้างความพอใจ, แหล่งหรือสิ่งที่ให้ความเพลิดเพลินหรือสนุกสนาน (-S. pleasure, relish, favour, possession, use -A. displeasure, dissatifaction)

enkindle (เอนคิน' เดิล) *vt., vi.* **-dled, -dling** ทำให้ลุกเป็นไฟ, จุดไฟ, กระตุ้นให้เร่าร้อน, กระตุ้นให้กระฉับกระเฉง **-enkindler** *n.* (-S. light, kindle, incite, arouse)

enlarge (เอนลาร์จ') *v.* **-larged, -larging** *-vt.* ขยาย, เพิ่ม, ขยายตัว, ขยายภาพ, ทำให้กว้างออก, เสริม *-vi.* กว้างขึ้น, โตขึ้น, ขยาย, พูดหรือเขียนอย่างละเอียด **-enlarger** *n.* (-S. extend, expand, distend, inflate, elaborate -A. diminish, shrink) *-Ex. We enlarged our house., The population enlarges each year.*

enlargement (เอนลาร์จ' เมินทฺ) *n.* การขยาย, การขยายตัว, การเพิ่ม, การขยายภาพ, ภาพขยาย, สิ่งที่ขยายสิ่งอื่น, สิ่งเพิ่มเติม (-S. expansion, increase, extension, distension, magnification) *-Ex. An enlargement of duties followed Surachai's promotion., The new wing is an enlargement to our house.*

enlighten (เอนไล' เทิน) *vt.* สอน, ให้ความรู้, ให้ความสว่าง, บอกแจ้ง, ให้ความสำเร็จ **-enlightener** *n.* (-S. inform, clarify, teach, edify, clear up, apprise -A. confuse, delude)

enlightenment (เอนไล' เทินเมินทฺ) *n.* การให้ความรู้, การให้ความกระจ่าง, การให้ความสว่าง, ภาวะที่รู้แจ้ง **-the Enlightenment** การตรัสรู้, การบรรลุโสดาบัน, การรอบรู้,ยุคให้ความสว่างของความรู้ของมนุษย์ในศตวรรษที่ 18 เป็นต้นมา (-S. learning, insight, understanding, education, wisdom, instruction)

enlist (เอนลิสทฺ') *vt.* เกณฑ์, เกณฑ์ทหาร, ทำให้เข้าเกณฑ์ (ทหาร), สมัครเข้าเป็นทหาร, สมัครเข้า, ขอความช่วยเหลือหรือการสนับสนุนจาก *-vi.* เข้าเกณฑ์ทหาร, สมัครเป็นทหาร (-S. enrol, register, obtain, join -A. leave, quit) *-Ex. to enlist in the army, The Navy enlisted many new recruits., The president enlisted a committee to plan the programme.*

E

enlistee (เอนลิสที') *n.* ทหารเกณฑ์, ผู้สมัครเข้าเป็นทหาร, ผู้สมัครเข้า (-S. enlisted man)
enlistment (เอนลิสทฺ' เมินทฺ) *n.* ระยะเวลาที่เข้าเกณฑ์ทหาร, การเข้าเกณฑ์ทหาร, การสมัครเป็นทหาร
enliven (เอนไล' เวิน) *vt.* ทำให้คึกคัก, ทำให้ร่าเริง, ทำให้มีชีวิตชีวา, ทำให้มีกำลังวังชา **-enlivener** *n.* **-enlivenment** *n.* (-S. cheer up, animate, excite -A. repress, dull) *-Ex. The host's tricks of magic enlivened the party.*
en masse (อานแมส', เอนแมส') *adv.* (ภาษาฝรั่งเศส) เป็นกลุ่ม ด้วยกันทั้งหมด (-S. all together, as a whole, in a mass)
enmesh (เอนเมช') *vt.* ทำให้พัวพัน, จับ, ทำให้หลงติด **-enmeshment** *n.* (-S. immesh)
enmity (เอน' มิที) *n., pl.* **-ties** ความเป็นปฏิปักษ์, ความเกลียด, ความรู้สึกต่อต้าน, ความมีเจตนาเป็นอริ *-Ex. a choice between friendship and enmity*
ennoble (เอนโน' เบิล) *vt.* **-bled, -bling** ทำให้สูงขึ้น, ทำให้สูงส่ง, มอบตำแหน่งอันมีเกียรติให้ **-ennoblement** *n.* **-ennobler** *n.* (-S. uplift, exalt, elevate, glorify)
ennui (อานวี', อาน' วี) *n.* (ภาษาฝรั่งเศส) ความน่าเบื่อ ความหน่ายแหนง ความเบื่อหน่ายในชีวิต (-S. boredom, tedium, lassitude)
enormity (อินอร์' มิที) *n., pl.* **-ties** ความร้ายกาจ, ความชั่วร้าย, สิ่งที่ร้ายกาจ, สิ่งชั่วร้าย, ความมหึมา, ความใหญ่โต (-S. outrageousness, evilness, wickedness, hugeness, immensity)
enormous (อินอร์' เมิส) *adj.* มหึมา, ใหญ่โต, ร้ายกาจ, ชั่วร้าย **-enormously** *adv.* **-enormousness** *n.* (-S. immense, huge, monstrous, colossal, gigantic, tremendous -A. small, slight)
enough (อินัฟ') *adj.* พอ, พอเพียง, พอกับความต้องการ *-n.* ปริมาณหรือจำนวนที่พอเพียง, ความพอเพียง *-adv.* อย่างพอเพียง, อย่างพอสมควร *-interj.* พอแล้ว! หยุด!, ดีแล้ว! (-S. adequate, sufficient, ample, abundant -A. deficient) *-Ex. Sawai drinks enough milk., Yupa has practiced her piano lesson enough for today., Noi writes well enough for a beginner.*
enounce (อิเนาซฺ') *vt.* **enounced, enouncing** ประกาศ, แถลง, อ่านออกเสียงอย่างชัดเจน **-enouncement** *n.*
enow (อิเนา') *adj., adv.* พอ, เพียงพอ, พอกับความต้องการ *-n.* ความพอเพียง (-S. enough)
enplane (เอนเพลน') *vi.* **-planed, -planing** ขึ้นเครื่องบิน (-S. emplane)
enquire (เอนไคว' เออะ) *vt., vi.* **-quired, -quiring** ถาม (-S. inquire)
enquiry (เอนไคว' เออะรี) *n., pl.* **-quires** ดู inquiry
enrage (เอนเรจ') *vt.* **-raged, -raging** ทำให้โกรธแค้น, ทำให้เดือดดาล, ทำให้เคืองแค้น **-enragedly** *adv.* **-enragement** *n.* (-S. infuriate, irritate, provoke -A. soothe, calm) *-Ex. Teasing enraged the dog.*
enrapture (เอนแรพ' เชอะ) *vt.* **-tured, -turing** ทำให้ปีติยินดีมาก, ทำให้หลงใหล **-enrapturement** *n.*
enrich (เอนริช') *vt.* ทำให้ร่ำรวย, ทำให้อุดมสมบูรณ์, ประดับ, ตกแต่ง, เพิ่มคุณค่า, เพิ่มความสำคัญ, ทำให้คุณภาพดีขึ้น **-enricher** *n.* (-S. improve, enhance, upgrade, decorate, adorn) *-Ex. The oil industry has enriched Kuwait., The farmer enriched the soil with fertilizer., Reading good books enriches the mind.*
enrichment (เอนริช' เมินทฺ) *n.* การทำให้ร่ำรวย, การทำให้อุดมสมบูรณ์, การประดับ, การตกแต่ง, การเพิ่มคุณค่า, ภาวะที่ดีขึ้น, สิ่งที่เพิ่มคุณค่า (-S. improvement, adornment, decoration)
enrobe (เอนโรบ') *vt.* **-robed, -robing** แต่งตัว, สวมเสื้อคลุมยาว (-S. adorn, dress)
enroll, enrol (เอนโรล') *vt.* ลงทะเบียน, บันทึก, จดทะเบียน, ห่อ, ม้วนขึ้น *-vi.* สมัครเข้า, ลงทะเบียนเรียน (-S. register, enlist, admit, accept -A. quit, leave) *-Ex. The society enrolled him as a member., The club enrolled him., Sawai enrolled yesterday., Somchai enrolled in the navy.*
enrollee (เอนโรลี') *n.* ผู้เข้าลงทะเบียน, ผู้สมัครเข้าเรียน
enrollment, enrolment (เอนโรล' เมินทฺ) *n.* การลงทะเบียน, การลงชื่อ, การสมัครเข้าเรียน, การสมัครเข้าเป็นทหาร, รายชื่อผู้เข้าสมัคร (-S. enlisting, admission, registration, record)
en route (อานรูท') *adj., adv.* (ภาษาฝรั่งเศส) ในระยะทาง ไปตามทาง *-Ex. The plane is en route to London.*
ensconce (เอนสคอนซฺ') *vt.* **-sconced, -sconcing** ปกคลุม, ซ่อน, หลบซ่อน, พำนักอยู่อย่างลับๆ หรือสำราญใจ (-S. settle, install, establish)
ensemble (เอนเซม' เบิล) *n.* ทั้งชุด, ทั้งหมด, ทั้งมวล, ทุกส่วนรวมกัน, ผลทั้งหมด, การแสดงพร้อมกันทั้งกลุ่ม, คณะนักแสดง (-S. set, whole, outfit, group)
enshrine (เอนไชรนฺ') *vt.* **-shrined, -shrining** วางไว้บนที่บูชา, บูชา **-enshrinement** *n.* (-S. inshrine, dedicate, exalt, revere, venerate) *-Ex. The brave warrior was enshried in the hearts of his countrymen.*
enshroud (เอนเชราดฺ') *vt.* ปกคลุม, ปิดบัง (-S. shroud, cloak, obscure, hide)
ensiform (เอน' ซะฟอร์ม) *adj.* เป็นรูปดาบ, คล้ายรูปดาบ
ensign (เอน' ไซน, เอนไซนฺ') *n.* ธง, ธงทหาร, ธงเรือ **-ensignship, ensigncy** *n.* (-S. flag, banner, badge, shield) *-Ex. a national ensign, the general's ensign*
ensilage (เอน' ซะลิจ) *n.* การเก็บหญ้าหรือพืชสีเขียวที่ใช้เลี้ยงสัตว์ในฉาง, ฉาง *-vt.* **-laged, -laging** เก็บหญ้าหรือพืชสีเขียวที่ใช้เลี้ยงสัตว์ไว้ในฉาง
ensile (เอนไซลฺ') *vt.* **-siled, -siling** เก็บหญ้าหรือพืชสีเขียวที่ใช้เลี้ยงสัตว์ไว้ในฉาง, เก็บสด
enslave (เอนสฺเลฟวฺ') *vt.* **-slaved, -slaving** ทำให้เป็นทาส, กดขี่, พิชิต, พิชิตใจหญิงงามที่ทำให้ชายหลง **-enslavement** *n.* **-enslaver** *n.* *-Ex. Somchai was enslaved by a fear of poverty.*
ensnare (เอนสแนร์') *vt.* **-snared, -snaring** จับกุม, ทำให้ติดบ่วง, หลอกต้ม, หลอกลวง, ดัก **-ensnarement**

n. **-ensnarer** *n.* (-S. insnare, catch, capture, trap)

ensue (เอนซู') *vi.* **-sued, -suing** ตามมา, เป็นผลตามมา, ตามมาภายหลัง (-S. follow, result, derive) *-Ex. an argument ensued, After the storm heavy rain ensued.*

en suite (อาน สวีท') *adv., adj.* (ภาษาฝรั่งเศส) เป็นชุด เป็นอนุกรม เป็นผลตามมา

ensure (เอนชัวร์', อิน-) *vt.* **-sured, -suring** รับรอง, ประกัน, ทำให้มั่นใจ, ทำให้ปลอดภัย, ทำให้มั่นคง (-S. assure, insure, certify, guarantee)

-ent คำปัจจัย ทำให้เป็นคำคุณศัพท์มีความหมายว่า ลักษณะ, การกระทำ, อิริยาบท, สภาพ

entablature (เอนแทบ' ละเชอะ) *n.* จานบัวหรือตะขอบัวบนเสาหรือระหว่างเสาหรือบนชายคา

entail (เอนเทล') *vt.* นำมาซึ่ง, ทำให้พัวพัน, ทำให้ตกทอดหรือถ่ายทอดแก่, ภาวะที่ทำให้ถูกพัวพัน *-n.* การทำให้พัวพัน, การนำมาซึ่ง, การทำให้ตกทอดหรือถ่ายทอดสิ่งหรือลักษณะที่ตกทอด, การสืบทอด **-entailment** *n.* (-S. impose, involve, cause) *-Ex. Writing a book entails a great deal of work.*

entangle (เอนแทง' เกิล) *vt.* **-gled, -gling** ทำให้ยุ่ง, ทำให้สับสน, ทำให้พัวพัน (-S. tangle, twist, ravel, entrap, confuse)

entanglement (เอนแทง' เกิลเมินทฺ) *n.* การทำให้พัวพัน, ภาวะที่ถูกพัวพัน, สิ่งพัวพัน, ขดลวดที่กีดขวาง, ความซับซ้อน (-S. complication, confusion, muddle)

entasis (เอน' ทะซิส) *n., pl.* **-ses** ส่วนนูนเล็กน้อยของเสาหรือหอคอยหรืออื่นๆ

entente (อานทานทฺ') *n.* (ภาษาฝรั่งเศส) ความเข้าใจอันดีระหว่างประเทศในเรื่องนโยบายระหว่างประเทศ ประเทศที่มีความเข้าใจกันดี ข้อตกลง สนธิสัญญา

entente cordiale (อานทานทฺ' คอร์เดียล') *n.* ความเข้าใจฉันมิตร (โดยเฉพาะระหว่างประเทศ) **-the Entente cordiale** สนธิสัญญาระหว่างอังกฤษกับฝรั่งเศสในปี ค.ศ. 1940 **-the (Triple) Entente** สนธิสัญญาระหว่างอังกฤษ ฝรั่งเศสและรัสเซีย ในปี ค.ศ. 1907

enter (เอน' เทอะ) *vi.* เข้า, เข้าร่วม, เข้ามา, เริ่ม *-vt.* เข้าไปใน, แทง, สอด, ร่วม, เป็นสมาชิก, ลงทะเบียน, สมัครเข้าเป็น, ยื่น, เสนอ, แสดงรายการที่ศุลกากร **-enter into** เริ่ม, เริ่มบทบาท, เริ่มเกี่ยวข้อง **-enter on/upon** เริ่ม, เริ่มงาน, เริ่มเพลิดเพลินกับ, ครอบครอง **-enterable** *adj.* (-S. go in, join, penetrate, puncture, begin, note) *-Ex. They entered the classroom., to enter your name, to enter a child in school, to enter into details*

enter-, entero- คำอุปสรรค มีความหมายว่า ลำไส้ เช่น enteritis โรคลำไส้อักเสบ

enteric, enteral (เอน' เทอริค, -เริล) *adj.* เกี่ยวกับลำไส้

enterprise (เอน' เทอะไพรซฺ) *n.* โครงการ, กิจการ, แผนการ, บริษัท, อุตสาหกิจ, วิสาหกิจ, การเข้าร่วมกิจการดังกล่าว **-enterpriser** *n.* (-S. task, venture, project, industry, firm)

enterprising (เอน' เทอะไพรซิง) *adj.* ซึ่งเต็มไปด้วยความริเริ่ม, กล้าได้กล้าเสีย, แคล่วคล่อง **-enterprisingly** *adv.* (-S. bold, daring, ambitious, active, energetic -A. lazy, indolent) *-Ex. The Wright brothers were enterprising young men.*

entertain (เอนเทอะเทน') *vt.* ทำให้เพลิดเพลิน, ทำให้สนุกสนาน, ต้อนรับ, รับรองแขก, เชิญไปเลี้ยง, ยอมรับ, รับ, รับพิจารณา *-vi.* รับรองแขก, ให้ความเพลิดเพลิน (-S. amuse, delight, play host, welcome -A. bore, fire) *-Ex. to entertain her parents, We entertained the Smith for dinner., The family are entertaining tonight.*

entertainer (เอนเทอะเทน' เนอะ) *n.* นักร้อง, ตัวตลก, ผู้แสดง, ผู้ทำให้เพลิดเพลิน, ผู้ต้อนรับแขก (-S. performer, artiste, actor, acrobat)

entertaining (เอนเทอะเทน' นิง) *adj.* ซึ่งให้ความเพลิดเพลิน, ซึ่งให้ความสนุกสนาน **-entertainingly** *adv.*

entertainment (เอนเทอะเทน' เมินทฺ) *n.* การให้ความเพลิดเพลิน, การต้อนรับแขก, สิ่งที่ให้ความเพลิดเพลิน, การแสดง, การยอมรับ, การรับพิจารณา (-S. amusement, fun, show, recreation)

enthrall, enthral (เอนธรอล') *vt.* **-thralled, -thralling** ทำให้ติดใจ, ทำให้หลงเสน่ห์, ทำให้เป็นทาส **-enthrallingly** *adv.* **-enthrallment, enthralment** *n.* (-S. inthrall, enslave, enchant, fascinate)

enthrone (เอนโธรน') *vt.* **-throned, -throning** ทำให้ขึ้นครองราชย์, ยกย่อง, เอาไปตั้งไว้บนที่สูง, มอบอำนาจให้ **-enthronement** *n.* (-S. inthrone) *-Ex. The idea of democracy is enthroned in our hearts.*

enthuse (เอนธิวซฺ') *v.* **-thused, -thusing** *-vi.* แสดงความกระตือรือร้น, มีความศรัทธาแรงกล้า, กระตือรือร้น *-vt.* ทำให้กระตือรือร้น, ทำให้มีศรัทธาแรงกล้า (-S. rave, bubble over, effervesce)

enthusiasm (เอนธิว' ซิแอซึม) *n.* ความกระตือรือร้น, กิจกรรมที่ทำด้วยความกระตือรือร้น, ความมีศรัทธาแรงกล้า (-S. eagerness, keenness, avidity -A. indifference)

enthusiast (เอนธิว' ซิแอสทฺ) *n.* ผู้มีความกระตือรือร้น, ผู้คลั่งศาสนา (-S. fan, devotee) *-Ex. a football enthusiast*

enthusiastic (เอนธิวซิแอส' ทิค) *adj.* กระตือรือร้น, มีศรัทธาแรงกล้า, เร่าร้อน, มีใจจดจ่อ **-enthusiastically** *adv.* (-S. eager, keen, ardent, ebullient, wholehearted -A. aloof, indifferent) *-Ex. an enthusiastic football fan*

entice (เอนไทส') *vt.* **-ticed, -ticing** ล่อลวง, ชักนำไปในทางผิด, ทำให้หลงเข้าใจผิด **-enticingly** *adv.* (-S. lure, attract, decoy, seduce, bait) *-Ex. Daeng enticed the dog into the house with a piece of meat.*

enticement (เอนไทสฺ' เมินทฺ) *n.* การล่อลวง, ทางผิด, การล่อใจ, การทำให้หลงเข้าใจผิด, สิ่งที่ทำให้หลงเข้าใจผิด, สิ่งล่อใจ, สิ่งชักนำไปในทางผิด (-S. lure, tempation, allure, seduction)

entire (เอนไทร์') *adj.* ทั้งหมด, ทั้งปวง, ทุกส่วน, โดยสิ้นเชิง, ตลอดทั้งหมด, ไม่บุบสลาย, ครบถ้วน, ไม่มีส่วนใดเสื่อมเสีย, อย่างละเอียดถี่ถ้วน, *-n.* ทั้งหมด, จำนวนหรือปริมาณทั้งหมด **-entireness** *n.* (-S. complete, whole, continuous, absolute, intact, undamaged -A. partical, incomplete)

E

-Ex. the entire family, an entire leaf, an entire set of teeth

entirely (เอนไทร์' ลี) *adv.* โดยสิ้นเชิง, ตลอดทั้งหมด (-S. absolutely, completely, thoroughly)

entirety (เอนไทร์' ที) *n., pl.* **-ties** ความสมบูรณ์, จำนวนทั้งหมด, ความถ้วนทั่ว (-S. unity, totality, completeness) *-Ex. The entirety of his estate was left to the Thai Foundation., The report in its entirety was rejected by the delegates.*

entitle (เอนไท' เทิล) *vt.* **-tled, -tling** ให้ชื่อ, ตั้งชื่อ, ขนานนาม, ให้หัวข้อ, ให้สิทธิ **-entilement** *n.* (-S. intitle, qualify, authorize) *-Ex. The law entitles every person accused of a crime to a trial., Mark Twain entitled his book "The Adventures of Tom Sawyer".*

entity (เอน' ทิที) *n., pl.* **-ties** เอกลักษณ์, แก่นแท้, ธาตุแท้, สิ่งที่มีอยู่จริง (-S. object, thing, person, individual, being, substance, reality)

entomb (เอนทูม') *vt.* ฝัง, ฝังไว้ในสุสาน, ใช้เป็นสุสาน **-entombment** *n.*

entomo- คำอุปสรรค มีความหมายว่า แมลง

entomology (เอนทะมอล' ละจี) *n.* กีฏวิทยา, การศึกษาเกี่ยวกับแมลง **-entomological, entomologic** *adj.* **-entomologically** *adv.* **-entomologist** *n.*

entourage (อานทูราฌ') *n.* คณะผู้ติดตาม, สิ่งแวดล้อม (-S. companions, associates, surroundings, environment)

entr'acte (อานแทรคทฺ') *n.* (ภาษาฝรั่งเศส) ช่วงหยุดระหว่างปิดฉาก การแสดงสลับฉาก

entrails (เอน' เทรลซฺ) *n. pl.* เครื่องใน, อวัยวะภายใน, ไส้พุง (-S. guts, viscera, bowels, insides, innards)

entrain[1] (เอนเทรน') *vi.* ขึ้นรถไฟ *-vt.* เอาขึ้นรถไฟ

entrain[2] (เอนเทรน') *vt.* ดึงหรือลากไปตามทาง, พา (สารแขวนลอย) ไปตามกระแส **-entrainment** *n.*

entrance[1] (เอน' เทรินซฺ) *n.* การเข้า, ทางเข้า, การเข้าโรงเรียน, การเข้าสนาม, การเข้ารับตำแหน่ง, การอนุญาต, การเริ่มการแสดง, การเริ่มลงมือ, วิธีการเข้า, ลักษณะการเข้า (-S. portal, appearance, introduction, admission)

entrance[2] (เอนทรานซฺ', เอนแทรนซฺ') *vt.* **-tranced, -trancing** ทำให้ปิติยินดี, ทำให้งงงวย **-entrancement** *n.* **-entrancingly** *adv.* (-S. enchant, charm, enrapture, delight, bewitch -A. exit)

entrant (เอน' ทรันทฺ) *n.* ผู้เข้าแข่งขัน (-S. competitor, candidate, rival)

entrap (เอนแทรพ') *vt.* **-trapped, -trapping** ทำให้ติดกับ, ทำให้ตกหลุมพราง, ทำให้ขัดแย้งกัน, ล่อให้อยู่ในสภาวะที่ลำบาก **-entrapment** *n.* (-S. trap, catch, seduce, enmesh)

entreat (เอนทรีท') *vt., vi.* ขอร้อง, วิงวอน, อ้อนวอน **-entreatingly** *adv.* **-entreatment** *n.* (-S. intreat, implore, beg, beseech, appeal to) *-Ex. Somchai entreated his mother's permission to go abroad.*

entreaty (เอนทรี' ที) *n., pl.* **-ies** การขอร้อง, การวิงวอน, การอ้อนวอน, คำขอร้อง, คำวิงวอน, คำอ้อนวอน (-S. appeal, petition, solicitation) *-Ex. Sombut was deaf to her entreaties.*

entrée, entree (อาน' เทร) *n.* การเข้า, ทางเข้า, สิทธิในการเข้า, วิธีการเข้า, รายการอาหารหลัก (ในสหรัฐอเมริกา), รายการอาหารระหว่างอาหารหลัก (-S. entry, entrance, means of entry)

entrench (เอนเทรนชฺ') *vt.* ขุดสนามเพลาะ, ขุดสนามเพลาะล้อม, ยึดที่มั่น *-vi.* ขุด, รุก, รุกล้ำ, บุกรุก (-S. intrench, install, settle, trespass on, invade) *-Ex. The troops entrenched themselves near the hill.*

entrenchment (เอนเทรนชฺ' เมินทฺ) *n.* การขุดสนามเพลาะ, ตำแหน่งที่ขุดสนามเพลาะ, การตั้งมั่น, เนินดินหรือท้องร่องที่เป็นแนวป้องกันข้าศึก *-Ex. The entrenchment extended along the board.*

entrepôt (อาน' ทระโพ) *n.* (ภาษาฝรั่งเศส) โรงเก็บสินค้า **-entrepôt trade** การรวมสินค้าส่งไปจำหน่ายที่อื่น

entrepreneur (อานทระพระเนอร์') *n.* (ภาษาฝรั่งเศส) ผู้บริหารกิจการ นายจ้าง นักวิสาหกิจ นายทุน **-entrepreneurial** *adj.* **-entrepreneurship** *n.* (-S. middleman, promotor, business person, enterpriser)

entropy (เอน' ทระพี) *n., pl.* **-pies** หน่วยวัดความถี่ของเหตุการณ์ที่เกิดขึ้นในระบบปิด, หน่วยวัดการสุ่มตัวอย่างในระบบปิด, หน่วยวัดพลังงานที่ไม่ได้ใช้ในงานที่ทำ, ความโน้มน้าวไปยังภาวะเฉื่อย (โดยเฉพาะของจักรวาล) **-entropic** *adj.*

entrust (เอนทรัสทฺ') *vt.* มอบความรับผิดชอบ, มอบความไว้วางใจ **-entrustment** *n.* (-S. intrust, commend, commit, charge, delegate) *-Ex. entrust power to, entrust him with a task, Udom entrusted his money to the bank.*

entry (เอน' ทรี) *n., pl.* **-tries** การเข้า, ทางเข้า, สิทธิในการเข้า, การบันทึก, การจดบันทึก, การลงทะเบียน, การเข้าบัญชี, ผู้เข้าแข่งขัน, การครอบครองที่ดินโดยการเหยียบย่ำ (-S. door, gate, access, arrival, ingress, statement, record, competitor) *-Ex. a vocabulary entry, pass entry, entry for free goods, Their entry into the country was legal.*

entwine (เอนทไวนฺ') *vt., vi.* **-twined, -twining** พันรอบ, โอบ, เลื้อยรอบ, ชักใย, ทำให้พัวพัน **-entwinement** *n.* (-S. intwine, intertwine, link, entangle, twist round) *-Ex. The soldiers entwined their arms as they walked.*

enumerable (อินู' เมอะระเบิล) *adj.* ซึ่งนับได้, ซึ่งยกตัวอย่างได้, ซึ่งระบุได้, ซึ่งจาระไนได้

enumerate (อินู' มะเรท) *vt.* **-ated, -ating** นับ, ยกตัวอย่าง, ระบุ, ยกขึ้นมากล่าว, จาระไน **-enumerative** *adj.* **-enumerator** *n.* (-S. specify, detail, count, reckon, tally, list)

enumeration (อินูมะเร' ชัน) *n.* การนับ, การยกตัวอย่าง, การระบุรายการ, การยกขึ้นมากล่าว (-S. list, counting)

enunciate (อินัน' ซิเอท) *vt., vi.* **-ated, -ating** อ่านออกเสียง, ออกเสียง, กล่าวอย่างชัดแจ้ง, ประกาศ, แถลง, สาธยาย **-enunciative** *adj.* **-enunciatively** *adv.* **-enunciator** *n.* (-S. pronounce, voice, express, utter) *-Ex. Somchai does not enunciate with care., to enunciate* *an order, to enunciate a scientific hypothesis*

enunciation (อินันซิเอ' ชัน) *n.* การอ่านออกเสียง, การออกเสียง, การกล่าวอย่างชัดแจ้ง, การประกาศ, การแถลง, การสาธยาย

enuresis (เอนนิวรี' ซิส) *n.* ภาวะปัสสาวะไหลโดยไม่รู้ตัว **-enuretic** *adj.*

envelop (เอนเวล' ลัพ) *vt.* ใส่ซองจดหมาย, ห่อหุ้ม, ล้อมรอบ, โจมตีปีกของแนวข้าศึก (-S. enfold, wrap, hide)

envelope (เอน' วะโลพ) *n.* ซองจดหมาย, ซองกระดาษ, สิ่งห่อหุ้ม, เปลือกหุ้ม, เครื่องหุ้มห่อ (-S. wrapper, jacket, container)

envelopment (เอนเวล' เลิพเมินทฺ) *n.* การหุ้มห่อ, สิ่งหุ้มห่อ, การโจมตีปีกของแนวข้าศึก

envenom (เอนเวน' เนิม) *vt.* ทำให้เป็นพิษ, ใส่พิษลงไป, ทำให้ขม, ทำให้เคืองแค้น

enviable (เอน' วีอะเบิล) *adj.* เป็นที่อิจฉา, น่าอิจฉา, เป็นที่ต้องการ **-enviably** *adv.* (-S. desirable, covetable, fortunate) *-Ex. Their new car is an enviable possession.*

envious (เอน' เวียส) *adj.* อิจฉา, ริษยา, ขี้อิจฉา **-enviously** *adv.* **-enviousness** *n.* (-S. jealous, green, covetous, desirous) *-Ex. Somchai is envious of his friend's car., Yupa was envious of her roomate.*

environ (เอนไว' เริน) *vt.* ล้อมรอบ, โอบล้อม, ตีวงล้อม, ทำวงล้อม, หุ้มห่อ (-S. surround, encircle)

environment (เอนไว' เรินเมินทฺ) *n.* สิ่งแวดล้อม, ภาวะสิ่งแวดล้อม, การโอบล้อม, การล้อมรอบ, ภาวะที่ถูกโอบล้อม, ภาวะที่ถูกหุ้มห่อ, สิ่งที่หุ้มห่อ, สิ่งที่โอบล้อม **-environmental** *adj.* **-environmentally** *adv.* (-S. surroundings, background, medium) *-Ex. struggle with one's environment, in the environment of one's home, a healthful environment*

environmentalist (เอนไวรันเมน' ทะลิสทฺ) *n.* ผู้เชี่ยวชาญเกี่ยวกับปัญหาสิ่งแวดล้อม, ผู้สนับสนุนการป้องกันภาวะสิ่งแวดล้อมเป็นพิษ **-environmentalism** *n.* (-S. conservationist, preservationist, ecologist)

environs (เอนไว' เรินซฺ) *n. pl.* สิ่งที่ล้อมรอบ, ส่วนที่ล้อมรอบ, ชานเมือง, บริเวณรอบเมือง, เขตรอบเมือง (-S. suburbs, outskirts, neighbourhood)

envisage (เอนวิซ' ซิจ) *vt.* **-aged, -aging** คิด, มองเห็น, เผชิญหน้า, จ้องหน้า (-S. conceive, visualize, picture, imagine)

envision (เอนวิซ' ชัน) *vt.* นึก, คิด, หลับตา, แลเห็น (-S. imagine, visualize, conceive)

envoy[1] (เอน' วอย) *n.* ทูต, ตัวแทน, ผู้แทน, อุปทูต (-S. agent, delegate, deputy)

envoy[2]**, envoi** (เอน' วอย) *n.* บทกวีลงท้าย, บทกวีสุดท้าย

envy (เอน' วี) *n., pl.* **-vies** ความอิจฉา, ความริษยา, คนหรือสิ่งที่ถูกอิจฉา *-vt.* **-vied, -vying** อิจฉา, ริษยา **-envier** *n.* **-envyingly** *adv.* (-S. jealousy, desire, resentment, spite) *-Ex. The sick child was filled with envy of his healthy friend., Somchai envies anyone who is happy.*

enwrap (เอนแรพ') *vt.* **-wrapped, -wrapping** ห่อ, ห่อหุ้ม, หมกมุ่น (-S. inwrap, envelop)

enzyme (เอน' ไซม) *n.* เอนไซม์, ตัวหมัก, โปรตีนที่คัดหลั่งจากเซลล์มีฤทธิ์กระตุ้น ทำให้เกิดการเปลี่ยนแปลงทางเคมีในสารอื่นๆ โดยตัวมันเองไม่เปลี่ยนแปลง **-enzymatic, enzymic** *adj.*

Eocene (อี' อะซีน) *adj.* เกี่ยวกับยุคดึกดำบรรพ์, เกี่ยวกับช่วงที่ 2 ของยุค Tertiary *-n.* ยุคดึกดำบรรพ์ดังกล่าว

eolian, aeolian (อีโอ' เลียน) *adj.* เกี่ยวกับสิ่งที่ถูกลมพัดพามา

eolith (อี' อะลิธ) *n.* หินตัดไฟของมนุษย์ดึกดำบรรพ์

eon, aeon (อี' อัน, อี' ออน) *n.* การแบ่งระยะเวลาทางธรณีวิทยาซึ่งมี 2 ยุคหรือมากกว่า, การระบุช่วงเวลาที่ผ่านมานานมาก **-eonian, aeonian** *adj.*

-eous คำปัจจัย ทำให้คำนามเป็นคุณศัพท์มีความหมายว่า มีลักษณะเป็น

epact (อี' แพคทฺ) *n.* ความแตกต่างของวันระหว่างความยาวของปีตามระยะเวลาที่โลกหมุนรอบดวงอาทิตย์ของระบบสุริยคติและจันทรคติ

epaulet, epaulette (เอพ' พะลีท) *n.* อินทรธนู เป็นเครื่องประดับบ่าอย่างหนึ่ง

epaulet

épée, epee (เอเพ') *n.* ดาบปลายแหลม, กีฬาที่ใช้ดาบดังกล่าว

épéeist, epeeist (เอเพ' อิสทฺ) *n.* นักฟันดาบที่ใช้ดาบปลายแหลม

epergne (อิเพิร์น', เอแพร์น) *n.* ที่วางเทียนไขหรือสิ่งอื่นที่มีจานหรือแจกันขนาดใหญ่ตรงกลาง

epexegesis (เอพเอคซะจี' ซิส) *n.* การเพิ่มคำเพื่ออธิบายคำหรือประโยคที่อยู่ข้างหน้า, คำที่เพิ่มเข้าไปดังกล่าว **-epexegetical, epexegetic** *adj.*

ephedrine (อิเฟด' ดรีน) *n.* ยาที่สกัดจากต้นไม้ตระกูล Ephedraceae มีฤทธิ์ช่วยขยายกล้ามเนื้อหลอดลมใช้รักษาโรคทางเดินหายใจ

ephemera (อิเฟม' เมอระ) *n., pl.* **-eras/-erae** สิ่งที่มีอายุสั้น, สิ่งที่ไม่ถาวร, ภาระชั่วคราว

ephemeral (อิเฟม' เมอะเริล) *adj.* ชั่วคราว, ไม่ถาวร, มีอายุสั้น *-n.* สิ่งมีชีวิตที่มีอายุสั้น (เช่นแมลง) **-ephemerally** *adv.* **-ephemerality, ephemeralness** *n.* (-S. short-lived, fleeting, transitory, temporary)

ephemeris (อิเฟม' เมอะริส) *n., pl.* **-ides** ตารางแสดงตำแหน่งของดวงดาวในช่วงเวลาต่างๆ, ปฏิทินดาราศาสตร์ที่แสดงตำแหน่งดังกล่าว

Ephesians (อิฟี' ชันซฺ) *n.* หนังสือเล่มหนึ่งของพระคัมภีร์ไบเบิลฉบับใหม่ (New Testament)

epi-, ep- คำอุปสรรค มีความหมายว่า บน, เหนือ, ใกล้, ที่, ก่อน, หลัง, รอบๆ, ข้างๆ

epic, epical (เอพ' พิค, -เคิล) *n.* โคลงเรื่องราวความกล้าหาญหรือเกียรติประวัติ, มหากาพย์, บทกวี, เรื่องราวความกล้าหาญหรือเกียรติประวัติ *-adj.* เกี่ยวกับโคลงหรือบทกวีดังกล่าว, เกี่ยวกับสิ่งที่คล้ายโคลงหรือบทกวีดังกล่าว **-epically** *adv.* (-S. heroic, poem, legend, saga) *-Ex. The Odyssey is an epic about the adventures of Ulysses., an epic journey to the Moon*

epicardium (เอพพิคาร์' เดียม) *n., pl.* **-dia** เยื่อหุ้ม

หัวใจ **-epicardial** *adj.*

epicene (เอพ' พิซีน) *adj.* เกี่ยวกับหรือมีลักษณะของเพศร่วม, ที่ไม่มีเพศ *-n.* คนที่มีลักษณะของ 2 เพศ, คนที่มีลักษณะเป็นเพศร่วม, คำที่มี 2 เพศ (-S. bisexual, sexless, effeminate)

epicenter (เอพ' พิเซนเทอะ) *n.* ศูนย์กลางสั่นสะเทือน, จุดเหนือศูนย์กลางของการสั่นสะเทือน **-epicentral** *adj.*

epicritic (เอพพิคริท' ทิค) *n.* เกี่ยวกับความรู้สึกอย่างฉับพลันของประสาทสัมผัส

epicure (เอพ' พะเคียวร์) *n.* ผู้มีรสนิยมสูง, ผู้ที่พิถีพิถันในอาหารการกิน, ผู้รู้จักเลือก, ผู้รู้จักเสพสุข **-epicurism** *n.* (-S. gourmet, gourmand, gastronome, glutton)

epicurean (เอพพิคิวเรียน') *adj.* ซึ่งมีรสนิยมสูง, ที่พิถีพิถันในเรื่องอาหารการกิน, เกี่ยวกับการรู้จักเสพสุข *-n.* ผู้รู้จักเสพสุข (-S. sensualist, gluttonous, libertine)

Epicurus (เอพพะคิว' รัส) *n.* นักปราชญ์ชาวกรีกมีอายุในช่วง 342-270 ปีก่อนคริสต์ศักราช

epicycle (เอพ' พิไซเคิล) *n.* วงกลมเล็กจะเคลื่อนที่รอบเส้นรอบวงของวงกลมใหญ่ (หลักทางดาราศาสตร์ของปโตเลมี), วงกลมที่กลิ้งตามรอยของอีกวงกลมหนึ่ง **-epicyclic, epicyclical** *adj.*

epidemic, epidemical (เอพพิเดม' มิค, -เคิล) *adj.* เกี่ยวกับการระบาดเป็นครั้งคราวของโรค *-n.* การระบาดของโรคเป็นครั้งคราว, การแพร่หลาย **-epidermically** *adv.* (-S. rise, widespread)

epidemiology (เอพพิดีมีออล' ละจี) *n.* สาขาการแพทย์ที่เกี่ยวกับโรคระบาด **-epidemiological, epidemiologic** *adj.* **-epidemiologically** *adv.* **-epidemiologist** *n.*

epidermis (เอพพิเดอร์' มิส) *n.* หนังกำพร้า, ชั้นนอกของหนัง **-epidermal**, **epidermic** *adj.*

epidiascope (เอพพิดิ' อะสโคพ) *n.* อุปกรณ์ฉายภาพบนจอ

epiglottis (เอพพะกลอท' ทิส) *n., pl.* **-tises/-tides** ลิ้นปิดกล่องเสียงซึ่งจะปิดหลอดลมขณะกลืนอาหาร กันไม่ให้อาหารตกเข้าไปในปอด **-epiglottal, epiglottic** *adj.*

epigram (เอพ' พิแกรม) *n.* คำพูดที่เฉียบแหลม, บทกวีที่เฉียบแหลม, บทกวีสั้นกะทัดรัดและเฉียบแหลม **-epigrammatic, epigrammatical** *adj.* **-epigrammatically** *adv.* **-epigrammatize** *vt.* **-epigrammatist** *n.* (-S. witticism, proverb, maxim)

epigraph (เอพ' พิกราฟ) *n.* คำจารึก, คำแกะสลัก, คำกล่าวนำในหน้าแรกๆ ของหนังสือ บท หรืออื่นๆ (-S. inscription)

epigraphy (อิพิก' กระฟี) *n.* การศึกษาเกี่ยวกับคำจารึก, การจัดหมวดหมู่ของคำจารึก, การตีความคำจารึก

epilepsy (เอพ' พะเลพซี) *n., pl.* **-sies** ภาวะผิดปกติของระบบประสาทที่มีอาการชัก และอาจถึงหมดสติไปได้, โรคลมบ้าหมู **-epileptoid, epileptiform** *adj.*

epileptic (เอพพะเลพ' ทิค) *adj.* เกี่ยวกับอาการของโรคลมบ้าหมู *-n.* คนที่เป็นโรคลมบ้าหมู **-epileptically** *adv.*

epilogue, epilog (เอพ' พะลอก) *n.* ถ้อยคำส่งท้าย, ตอนส่งท้าย, บันทึกท้ายเล่ม, เพลงส่งท้าย, ปัจฉิมกถา, ถ้อยคำปิดการแสดง (-S. conclusion, codicil, postlude)

epinephrine, epinephrin (เอพพะเนฟ' ริน) *n.* ฮอร์โมนชนิดหนึ่งจากต่อมหมวกไต เกิดเมื่อร่างกายหรือจิตใจมีความเครียดมีฤทธิ์เพิ่มความดันโลหิต และอัตราการเต้นของหัวใจ

Epiphany (อิพิฟ' ฟะนี) *n., pl.* **-nies** วันเทศกาลฉลองการเสด็จมาของพระเยซู **-epiphanic** *adj.*

epiphyte (เอพ' พะไฟทฺ) *n.* พืชที่อาศัยต้นไม้อื่นเป็นที่อาศัย แต่ไม่ได้ดูดธาตุอาหารจากต้นไม้นั้น **-epiphytic, epiphytical** *adj.*

episcopacy (อิพิส' คะพะซี) *n., pl.* **-cies** การปกครองคณะสงฆ์โดยบิชอป, ระบบพระราชาคณะ

episcopal (อิพิส' คะเพิล) *adj.* เกี่ยวกับพระราชาคณะ, เกี่ยวกับการปกครองคณะสงฆ์โดยบิชอป, เกี่ยวกับนิกาย Anglican Church หรือศาสนาประจำชาติของอังกฤษ **-episcopally** *adv.* *-Ex. an episcopal letter, an episcopal church*

Episcopalian (อิพิสคะแพ' เลียน) *adj.* เกี่ยวกับนิกาย Anglican Church ซึ่งเป็นโปรเตสแตนต์ *-n.* ผู้นับถือศาสนาดังกล่าว

episcopate (อิพิส' คะเพท) *n.* ตำแหน่งหน้าที่และอำนาจสูงสุดของราชาคณะ, พระราชาคณะที่ประกอบด้วยบิชอป, ลำดับหรือสมณศักดิ์ของราชาคณะ

episiotomy (อิพีซีออท' ทะมี) *n., pl.* **-mies** ศัลยกรรมผ่าปากช่องคลอดเพื่อทำให้การคลอดสะดวก

episode (เอพ' พิโซด) *n.* ตอน, ฉาก, บท, กรณี, คราว, ครั้ง **-episodic, episodical** *adj.* **-episodically** *adv.* *-Ex. the episode of the army crossing the deep river, The first episode of the Warrior's Travels will be shown on Thai TV at 8:30.*

epistemology (อิพิสทะมอล' ละจี) *n., pl.* **-gies** ปรัชญาที่เกี่ยวกับการกำเนิดธรรมชาติ วิธีการและขอบเขตของความรู้ของมนุษย์ **-epistemological** *adj.* **-epistemologically** *adv.* **-epistemologist** *n.*

epistle (อิพิส' เซิล) *n.* จดหมาย, สาร **-Epistle** ชื่อหนังสือในพระคัมภีร์ไบเบิล **-epistolary** *adj.* **-epistler** *n.* (-S. missive, letter, message, bulletin)

epitaph (เอพ' พิทาฟ) *n.* คำจารึกที่หลุมฝังศพ, ข้อเขียนสั้นๆ ที่สรรเสริญผู้ตาย **-epitaphic, epitaphial** *adj.* (-S. inscription, commemoration)

epithalamium, epithalamion (เอพ พะธะเล' เมียม, -เมียน) *n., pl.* **-mia/-miums** เพลงวิวาห์, เพลงหรือบทกวีสำหรับเป็นเกียรติแก่เจ้าสาวและเจ้าบ่าว

epithelium (เอพพะธี' เลียม) *n., pl.* **-liums/-lia** เยื่อบุผิว **-epithelial** *adj.*

epithet (เอพ' พะเธท) *n.* คำหรือวลีที่ใช้แทนหรือเสริมชื่อคนหรือสิ่งของเพื่อแสดงคุณลักษณะ, คำเรียกชื่อ, ชื่อรอง, คำคุณศัพท์ **-epithetical, epithetic** *adj.* (-S. title, name, description, oath)

epitome (อิพิท' ทะมี) *n., pl.* **-mes** บุคคลตัวอย่าง, สิ่งที่ดีเลิศ, ข้อสรุป (-S. personification, essence, digest)

epitomize (อิพิท' ทะไมซฺ) *vt.* **-mized, -mizing**

เขียนคำจารึกบนหลุมศพ, เป็นตัวอย่างที่ดีของ, สรุป (-S. personify, typify, summarize)

epluribus unum (อีพลู' ริบูสอู' นัม) (ภาษาละติน) จากหลายสิ่งหลายอย่างกลายเป็นหนึ่ง

epoch (อี' พอค, เอพ' เพิค) *n.* ยุค, สมัย, ศักราช, เหตุการณ์, กรณี (-S. age, era, period, time) *-Ex. an epoch in science, an epoch-making event, an epoch in undersea exploration*

epochal (เอพ' พะเคิล) *adj.* เกี่ยวกับยุคใหม่หรือสมัยใหม่, เกี่ยวกับศักราชใหม่, ซึ่งทำให้เป็นสมัยใหม่, เปิดศักราชใหม่ **-epochally** *adv.*

epoch-making (เอพ' พัคเมคิง) *adj.* ซึ่งเป็นการเปิดศักราชใหม่, ซึ่งเป็นการแบ่งยุคแบ่งสมัย

eponym (เอพ' พะนิม) *n.* ชื่อบุคคลที่ถูกนำมาตั้งชื่อ เช่น ชื่อสถานที่ ชื่อโรค ชื่อยาหรืออื่นๆ

eponymous, eponymic (อิพอน' นะเมิส, -มิค) *adj.* เกี่ยวกับการตั้งชื่อเผ่า สถานที่ ยา หรืออื่นๆ จากชื่อบุคคลหนึ่ง

epoxy (อิพอค' ซี) *n., pl.* **-xies** เรซินที่ประกอบด้วย epoxy polymers มีความเหนียว แรงยึดเกาะดีและไม่ยืดหดตัว ใช้เคลือบผิวหรือเป็นตัวเชื่อมวัตถุ

epsilon (เอพ' ซะลอน) *n.* พยัญชนะตัวที่ 5 ของอักษรกรีก

Epsom salts เกลือแมกนีเซียมซัลเฟต ใช้ในการย้อมสีฟอกหนัง ปุ๋ยและอื่นๆ

equable (เอค' วะเบิล, อี' วะเบิล) *adj.* สม่ำเสมอ, เงียบสงบ, ราบรื่น, เสมอภาค **-equability, equableness** *n.* **-equably** *adv.* (-S. easygoing, placid, constant)

equal (อี' ควอล) *adj.* เท่ากัน, เสมอกัน, เท่าเทียมกัน, สมดุล, ได้สมส่วน, พอเพียง, ราบ, เรียบ, เงียบสงบ, เสมอภาค *-n.* ผู้ที่เท่าเทียมกัน, สิ่งที่เท่าเทียมกัน *-v.* **equaled, equaling/equalled, equalling** *-vi.* เท่ากัน, เสมอกับ, พอกับ, ได้เท่ากัน, ขึ้นทัน, พอ *-vt.* ทำให้เท่ากับ, ทำให้เสมอภาค, จัดแบ่งให้เท่ากัน **-equally** *adv.* (-S. even, balanced, comparable, unbiased -A. unequal, different) *-Ex. 2 pints are equal to 1 quart., Our team is equal to its opponents., Father was so tired that he was not equal to riding very far., The fox has few epuals in cunning.*

equalitarian (อิควัลลิแทร' เรียน) *adj.* เกี่ยวกับความสามารถของมนุษย์ *-n.* ผู้ที่ยึดถือหลักความเสมอภาคของมนุษย์ **-equalitarianism** *n.*

equality (อิควอล' ลิที) *n., pl.* **-ties** ความเท่าเทียมกัน, ความเสมอภาค, การแบ่งเฉลี่ยเท่าๆ กัน, ความสม่ำเสมอ (-S. sameness, parity, identity, fairness) *-Ex. The Constitution speaks of the equality of all men before the law.*

equalize (อิ' ควอไลซฺ) *v.* **-ized, -izing** *-vt.* ทำให้เท่ากัน, ทำให้เสมอภาคกัน *-vi.* แบ่งเฉลี่ยให้เท่ากัน **-equalization** *n.* (-S. balance, regularize)

equalizer (อี' ควะไลเซอะ) *n.* ผู้ที่ทำให้เท่ากัน, ผู้แบ่งให้เท่ากัน, สิ่งที่แบ่งให้เท่ากัน, เครื่องมือหรืออุปกรณ์ที่แบ่งให้เท่ากัน, (คำสแลง) ปืน

equanimity (อีควะนิม' มิที) *n.* ความใจเย็น, ความสงบใจ, ความมีอารมณ์เย็น, ความสมดุลของใจ (-S. composure, placidity, serenity)

equate (อิเควท) *vt., vi.* **equated, equating** ทำให้เท่ากัน, ทำให้เท่าเทียมกัน, เฉลี่ยให้เท่ากัน, ถือว่าเท่ากัน (-S. equalize, balance, make equal)

equation (อิเคว' ชัน) *n.* สมการ, การทำให้เท่ากัน, ความเท่าเทียมกัน, ความสมดุล **-equational** *adj.* (-S. equality, balance)

equator (อิเคว' เทอะ) *n.* เส้นศูนย์สูตรของโลกที่มีระยะห่างจากขั้วโลกเหนือและใต้เท่ากัน, วงกลมที่แบ่งแยกผิวหน้าออกเป็น 2 ส่วนเท่ากัน

equatorial (อีควะทอร' เรียล) *adj.* เกี่ยวกับเส้นศูนย์สูตรของโลก, ที่เกี่ยวกับกล้องโทรทัศน์ซึ่งมีแกนสองแกน ที่เคลื่อนที่โดยแกนหนึ่งขนานกับแกนโลกและอีกแกนหนึ่งเป็นมุมฉากกับแกนโลก **-equatorially** *adv.* (-S. tropical, steamy)

equerry (เอค' วะรี) *n., pl.* **-ries** อัศวรักษ์, เจ้าหน้าที่ดูแลม้า, องครักษ์, ข้าราชบริพารของราชสำนักอังกฤษ

equestrian (อิเควส' เทรียน) *adj.* เกี่ยวกับนักขี่ม้า, เกี่ยวกับเทคนิคการขี่ม้า, ซึ่งอยู่บนหลังม้า, เกี่ยวกับคนดูแลม้า, เกี่ยวกับอัศวินหรือนักรบบนหลังม้า *-n.* คนขี่ม้า, นักขี่ม้า **-equestrianism** *n.* **-equestrienne** *n. fem.*

equi- คำเสริมหน้า มีความหมายว่า เท่ากัน, เสมอภาค

equiangular (อีควิแอง' กิวละ) *adj.* ซึ่งมีมุมทั้งหมดเท่ากัน

equidistance (อีควิดิส' เทินซฺ) *n.* ระยะทางที่เท่ากัน **-equidistant** *adj.* **-equidistantly** *adv.*

equilateral (อีควะแลท' เทอะเริล) *adj.* ซึ่งมีด้านเท่ากันทุกด้าน *-n.* รูปที่มีทุกด้านเท่ากัน

equilibrate (อิควิล' ละเบรท) *v.* **-brated, -brating** *-vt.* ทำให้สมดุล, ทำให้เท่ากัน, ทำให้เสมอกัน *-vi.* สมดุล, เท่ากัน, เสมอกัน **-equilibration** *n.* **-equilibratory** *adj.*

equilibrator (อิควิล' ละเบรเทอะ) *n.* เครื่องมือที่ช่วยรักษาความสมดุล

equilibrium (อีควะลิบ' เบรียม) *n., pl.* **-riums/-ria** ความสมดุล, ดุลยภาพ, ความเสมอภาค, สภาพคงที่, ภาวะสมดุลของปฏิกิริยาเคมี, ความสงบใจ (-S. stability, evenness, equanimity, serenity)

equine (อี' ไควน) *adj.* คล้ายม้า *-n.* ม้า

equinoctail (อีควะนอค' เชียล) *adj.* เกี่ยวกับวันที่กลางวันและกลางคืนมีเวลาเท่ากัน, ซึ่งเกิดขึ้นในวันที่กลางวันและกลางคืนมีเวลาเท่ากัน *-n.* พายุที่เกิดในช่วงดังกล่าว, ดู celestial equator

equinoctial circle/ line ดู celestial equator

equinox (อี' ควะนอคซฺ) *n.* เวลาที่ดวงอาทิตย์โคจรรอบเส้นศูนย์สูตรพอดี ทำให้มีกลางวันเท่ากับกลางคืน เกิดขึ้นในราววันที่ 21 มีนาคม (vernal equinox) กับวันที่ 22 กันยายน (autumnal equinox)

equip (อีควิพ') *vt.* **epuipped, epuipping** จัดหามาให้, จัดให้มี, ติดตั้ง, ให้มีเครื่องมือ (-S. supply, prepare, provide) *-Ex. to equip a poar expedition*

equipage (เอค' วะพิจ) *n.* รถม้า, รถม้าที่รวมทั้งม้าคนขับและคนโดยสาร, เครื่องมือ, เครื่องประกอบชุดเครื่องใช้เล็กๆ (เช่น ชุดถ้วยชาม)

equipment (อิควิพ' เมินทฺ) *n.* อุปกรณ์, เครื่องมือ, เครื่องประกอบ, การจัดให้มี, การจัดหามาให้, การติดตั้งเครื่องมือ, ความรู้และความชำนาญเกี่ยวกับงาน (-S. apparatus, tools, gear, supplies) *Ex. The equipment of a factory includes machines and tools., military equipments, The law requires the equipment of all bicycles with lights.*

equipoise (อี' ควะพอยซฺ) *n.* ความสมดุล, ดุลยภาพ, ความเท่ากันของน้ำหนัก, น้ำหนักสำหรับถ่วง

equitable (เอค' วิทะเบิล) *adj.* เที่ยงธรรม, ยุติธรรม, มีเหตุผล, เกี่ยวกับระบบกฎหมายที่อาศัยความยุติธรรมเป็นหลัก **-equitableness** *n.* **-equitably** *adv.* (-S. right, proper, impartial, just) -*Ex. The judge made an equitable decision.*

equity (เอค' ควิที) *n., pl.* **-ties** ความเสมอภาค, ความเที่ยงธรรม, หุ้น (-S. fairness, impartiality, equitableness, justice, rightness)

equiv. ย่อจาก equivalence ความเท่ากัน, equivalency ความเท่ากัน, equivalent เท่ากัน

equivalent (อิควิฟ' วะเลนท) *adj.* เท่ากัน, ซึ่งมีค่าเท่ากัน, เสมอภาค, ซึ่งมีวาเลนซี่เท่ากัน, ซึ่งมีความสามารถเท่ากันในการรวมกันทางเคมี *-n.* สิ่งที่เท่ากัน, สิ่งที่มีค่าเท่ากัน **-equivalence** *n.* (-S. equal, comparable, matching) -*Ex. Cheating is equivalent to lying., One hundred stangs are the equivalent of a bath.*

equivocal (อิควิฟ' โวเคิล) *adj.* ไม่แน่นอน, มีสองนัย, มีเล่ห์นัย, คลุมเครือ, กำกวม, ไม่แน่ชัด, น่าสงสัย **-equivocally** *adv.* **-equivocalness, equivocality** *n.* (-S. ambiguous, vague, obscure, unclear, dubious, suspect)

equivocate (อิควิฟ' วะเคท) *vi.* **-cated, -cating** พูดอ้อมค้อม, พูดสองนัย, พูดกำกวม, พูดหลบหลีก **-equivocator** *n.* (-S. prevaricate, hesitate, hum and haw, shuffle about)

equivocation (อิควิฟวะเค' ชัน) *n.* การพูดอ้อมค้อม, การพูดสองนัย, การพูดกำกวม, การพูดหลบหลีก, ความเข้าใจผิดที่เนื่องจากการพูดสองนัย, การอ้างเหตุผลผิดหลักด้วยการพูดสองนัย (-S. prevarication, evasion, dodging, hesitation)

ER ย่อมาจาก Emergency room ห้องฉุกเฉิน

Er สัญลักษณ์ของธาตุเออเบียม

-er คำปัจจัย มีความหมายว่า ผู้ที่เกี่ยวข้องกับ เช่น layer, ชาว เช่น Londoner, ผู้ทำ เช่น seller, เครื่องมือ เช่น poker, แสดงวัตถุหรือคนขนาดเท่าใด เช่น three-decker, แสดง ลำดับสูงกว่า เช่น harder

era (เอีย' ระ) *n.* ยุค, สมัย, ศก, ศักราช, ช่วง, ตอน, ระยะ (-S. epoch, age, period) -*Ex. Eozoic era, the Christian Era, the era of Napoleon, the jazz era, an era of prosperity*

eradiate (อิเร' ดิเอท) *vi., vt.* **-ated, -ating** ปล่อยรังสี, แผ่รังสี, แผ่กัมมันตภาพรังสี **-eradiation** *n.*

eradicate (อิแรด' ดิเคท) *vt.* **-cated, -cating** กำจัด, ทำลาย, ถอนรากเหง้า, ถอนรากถอนโคน **-eradicable** *adj.* **-eradication** *n.* **-eradicative** *adj.* **-eradicator** *n.* (-S. get rid of, root out, uproot, eliminate, remove) -*Ex. Vaccination has practically eradicated smallpox.*

erase (อิเรส') *vt.* **erased, erasing** ลบออก, เอาออก, ขีดฆ่า, ถูออก **-erasable** *adj.* (-S. eradicate, remove, rub out, delete) -*Ex. to erase pencil marks, to erase a problem, to erase a thought from the mind*

eraser (อิเร' เซอะ) *n.* ยางลบ, แปรงลบ, เครื่องลบ, เครื่องขูดลบ, เครื่องลบเสียง -*Ex. an ink eraser, an eraser for the blackboard*

erasion (อิเร' ชัน) *n.* การขูดออก, รอยขูด, การตัดข้อต่อออก

erasure (อิเร' เชอร์) *n.* การลบออก, รอยลบ

erbium (เออ' เบียม) *n.* ธาตุโลหะชนิดหนึ่งใช้สัญลักษณ์ Er

ere (แอร์) *prep.* ก่อน *-conj.* ก่อน, ค่อนข้างจะ

erect (อิเรคทฺ') *vt.* สร้าง, ก่อสร้าง, ยก, ชู, จัดตั้ง, ทำให้ตั้งตรง, ทำให้ตั้งชัน, ติดตั้ง *-adj.* ที่ตั้งตรง, ที่ตั้งชัน, ที่อยู่ในสภาวะตื่น **-erectable** *adj.* **-erectly** *adv.* **-erectness** *n.* (-S. build, construct, put up, raise, elevate, set up) -*Ex. Soldiers stand erectly., They will erect a new house.*

erectile (อิเรค' ไทลฺ, -เทิล) *adj.* ซึ่งสามารถตั้งตรงขึ้นได้, ลุกได้, ชูได้, แข็งตัวได้ **-erectility** *n.*

erection (อิเรค' ชัน) *n.* การตั้งตรง, การตั้งชัน, การลุก, การชู, การสร้าง, สิ่งก่อสร้าง (-S. construction, elevation, organization) -*Ex. The erection of the new bridge will be expensive., The new bridge is a strong erection.*

erector (อิเรค' เทอะ) *n.* ผู้ตั้งตรง, สิ่งที่ตั้งตรง, กล้ามเนื้อที่ยกส่วนของร่างกาย, กล้ามเนื้อลุกชัน

erelong (แอร์ลอง') *adv.* ไม่นาน, ในไม่ช้า (-S. soon)

eremite (แอร์' ระไมทฺ) *n.* ฤาษี, คนถือสันโดษ **-eremitic, eremitical** *adj.*

erenow (แอร์นาว') *adv.* ก่อนเวลานี้, ก่อนหน้านี้

erewhile (แอร์ไวลฺ') *adv.* เมื่อก่อน, ก่อนหน้านี้ไม่นาน

erg (เอิร์ก) *n.* หน่วยงานของงานหรือพลังงาน (เซนติเมตร-กรัม-วินาที) ที่เท่ากับงานที่กระทำโดยแรงหนึ่งไดน์ (dyne) เป็นระยะหนึ่งเซนติเมตรตามทิศทางของแรง

ergo (เออร์' โก) *conj., adv.* เพราะฉะนั้น, ดังนั้น

ergonomics (เออร์กะนอม' มิคซฺ) *n. pl.* การศึกษาเกี่ยวกับความสัมพันธ์ระหว่างมนุษย์กับเครื่องกลหรือเครื่องใช้เพื่อลดความไม่สะดวกและความล้าจากการใช้งานเครื่องใช้นั้น, การออกแบบที่อิงหลักดังกล่าว

ergosterol (เออร์กอส' ทะรอล) *n.* สเตียรอยด์ชนิดหนึ่งที่ไม่ละลายน้ำ สังเคราะห์จากยีสต์และรา ergot ซึ่งสามารถเปลี่ยนเป็นวิตามิน D ได้เมื่อถูกแสงอัลตราไวโอเลต

ergot (เออร์' กอท) *n.* เชื้อราจำพวก *Claviceps purpurea* ทำให้เกิดโรคกับธัญญาพืช, โรคที่เกิดจากราดังกล่าว, ยาที่ได้จากราจำพวกนี้ที่ขึ้นบนต้นไรน์ ใช้เป็นยาบีบมดลูก **-ergotic** *adj.*

Erie (เอียร์' รี) *n., pl.* **Eries/Erie** ชื่อเผ่าอินเดียนแดงเผ่าหนึ่งที่เคยอาศัยอยู่ทางตอนใต้ของทะเลสาบ Erie รัฐโอไฮโอ สหรัฐอเมริกา, ภาษาของชาวดังกล่าว

Erin (เออร์' ลิน) ประเทศไอร์แลนด์
ermine (เออร์' มิน) *n., pl.* **-mines/-mine** สัตว์คล้ายแมวตัวยาว มีหนวด ขนมีสีขาวใช้ทำเครื่องนุ่งห่มได้, เสื้อคลุมที่ทำจากหนังสัตว์ดังกล่าว (ที่แสดงถึงฐานะของบุคคล)

ermine

erne, ern (เอิร์น) *n.* นกอินทรีจำพวก *Haliaeetus albicilla* มีหางสีขาวขนาดใหญ่ ชอบกินปลาเป็นอาหาร
erode (อิโรด') *v.* **eroded, eroding** *-vt.* กัดกร่อน, ทำให้สึกกร่อน, เซาะ, ชะ *-vi.* สึกกร่อน **-erodible** *adj.* (-**S.** eat, wear away, corrode, abrade, deteriorate) *-Ex. Running water eroded gullies in the hillside., The wiring was eroded by acid.*
erogenous (อิรอจ' จะเนิส) *adj.* ซึ่งกระตุ้นความกำหนัด, ซึ่งมีความต้องการทางเพศ **-erogenic** *adj.*
Eros (เออร์' รอส) *n.* กามเทพ, ราคะ
erosion (อิโร' ชั่น) *n.* การกัดกร่อน, การทำให้สึกกร่อน, การเซาะ, การชะ, กระบวนการที่พื้นผิวโลกถูกชะด้วยน้ำลมและอื่นๆ **-erosional** *adj.* (-**S.** wearing away, corrosion, abrasion, disintegration)
erosive (อิโร' ซิฟว) *adj.* ซึ่งทำให้สึกกร่อน, กัดกร่อน **-erosiveness, erosivity** *n.*
erotic (อิรอท' ทิค) *adj.* เกี่ยวกับกาม, เกี่ยวกับความรักทางเพศ, เกี่ยวกับความใคร่, ซึ่งกระตุ้นกำหนัด *-n.* บทกวีที่เกี่ยวกับความรักทางเพศ,บุคคลที่มีความต้องการทางเพศรุนแรง **-erotically** *adv.* (-**S.** amatory, sensual, seductive, salacious)
erotica (อิรอท' ทิคะ) *n.* วรรณคดีหรือศิลปะที่เกี่ยวกับความรักทางเพศ
eroticism (อิรอท' ทิซิซึม) *n.* การหมกมุ่นในกามารมณ์, ราคะ **-eroticist** *n.*
err (เออร์) *vi.* **erred, erring** ทำผิด, ทำผิดพลาด, เข้าใจผิด, ออกนอกทาง, ทำไม่ถูกต้อง, ทำบาป, ทำชั่ว (-**S.** misjudge, blunder, slip up, lapse, sin)
errancy (เออร์' เรินซี) *n., pl.* **-cies** การทำผิด, การทำผิดพลาด, การเข้าใจผิด, การออกนอกทาง, ความโน้มน้าวในการทำผิด
errand (เออร์' เรินด) *n.* การเดินทางไปส่งจดหมายหรือทำธุระ, การใช้ให้ไปส่งจดหมาย, การใช้ให้ไปทำธุระ, ธุระ, ธุรกิจพิเศษ, จุดประสงค์ของการเดิน (-**S.** mission, undertaking, task, commission) *-Ex. to run errands for, an erand of mercy, my errands*
errant (เออร์' เรินท) *adj.* พเนจร, ท่องเที่ยว, เดินทาง, จาริก, หลงทาง, ออกนอกทาง, เดินผิดทาง **-errantly** *adv.* (-**S.** roaming, wandering, misbehaving, sinning) *-Ex. an errant knight, his errant behaviour*
errantry (เออร์' เรินทรี) *n.* ความประพฤติหรือการกระทำที่คล้ายอัศวินที่ท่องเที่ยวไปในที่ต่างๆ เพื่อช่วยเหลือมนุษย์, การผจญภัย
errata (อิเร' ทะ) *n. pl.* พหูพจน์ของ erratum
erratic (อิแรท' ทิค) *adj.* เบี่ยงเบน, เอาแน่ไม่ได้, ไม่มีกฎเกณฑ์, ไม่มั่นคง, ไร้จุดหมายปลายทาง, เป็นไปตามวิถีทางธรรมชาติบางอย่าง *-n.* คนที่เอาแน่ไม่ได้, คนที่ผิดๆ พลาดๆ **-erratically** *adv.* **-erraticism** *n.* (-**S.** inconsistent, variable, abnormal) *-Ex. an erratic mind, her erratic behaviour*
erratum (อิเร' เทิม) *n., pl.* **-ta** ความผิดในการเขียนหรือพิมพ์, ข้อผิดพลาดในการเขียนหรือพิมพ์ (-**S.** error, mistake)
erroneous (อิโร' เนิส) *adj.* เกี่ยวกับความผิด, เกี่ยวกับสิ่งที่ผิด, เข้าใจผิด, ไม่ถูกต้อง, ซึ่งเบี่ยงเบนจากทางที่ถูก **-erroneously** *adv.* **-erroneousness** *n.* (-**S.** inaccurate, inexact, false, fallacious -**A.** correct, true) *-Ex. an erroneous calculation*
error (เออร์' เรอะ) *n.* ความผิด, ความผิดพลาด, ความเชื่อที่ผิด, ความคิดเห็นที่ผิด, การกระทำผิด, บาป, สิ่งที่กระทำผิด, คำผิด, ข้อผิดพลาด **-errorless** *adj.* (-**S.** blunder, wrongdoing, mistake, fault, fallacy, oversight, misconception, misjudgement, misbehaviour) *-Ex. an error in spelling, At last Sawai saw the error of his behaviour.*
ersatz (เออร์' ซาทซ) *adj.* ซึ่งเป็นตัวแทน, ใช้แทน, ซึ่งทำด้วยฝีมือมนุษย์ *-n.* ของเทียม, สิ่งที่ใช้แทน (-**S.** artificial, imitation, fake, synthetic)
erst (เอิร์สท) *adv.* เมื่อก่อน, แต่ก่อน, เมื่ออดีตกาล (-**S.** fermerly)
erstwhile (เอิร์ส' ไวล) *adj.* เมื่อก่อน, เกี่ยวกับอดีตกาล *-adv.* แต่กาลก่อน, เมื่อก่อน, เมื่ออดีตกาล (-**S.** at a former time, formerly)
eruct (อิรัคท') *vt., vi.* เรอ, พ่นออก, ปล่อยออก **-eructation** *n.* **-eructative** *adj.*
erudite (เออร์' รูไดท) *adj.* คงแก่เรียน, ซึ่งมีวิชาความรู้สูง *-n.* ผู้คงแก่เรียน, ผู้มีวิชาความรู้สูง **-eruditely** *adv.* (-**S.** scholarly, learned, educated, intellectual)
erudition (เออรูดิช' ชั่น) *n.* ความรู้, การเล่าเรียน, ความแก่เรียน, การมีความรู้สูง (-**S.** learning, knowledge, scholarship, intellect, education)
erupt (อิรัพท') *vi.* ระเบิด, แตกออก, ปะทุ, พุ่งออกมา *-vt.* ทำให้แตกออก, ทำให้ระเบิดออก, ทำให้ปะทุ, ทำให้พุ่งออก **-eruptible** *adj.* (-**S.** gush, spew, explode, emerge) *-Ex. The volcano erupted., The party erupted into a din of noisy voices.*
eruption (อิรัพ' ชั่น) *n.* การแตกออก, การระเบิดออก, การปะทุ, การพุ่งออก, การพ่นออกมา, สิ่งที่พุ่งออกมา, การเกิดผื่นผิวหนัง (-**S.** outburst, outbreak, flaring, explosion, rash, inflammation) *-Ex. the eruption of a volcano*
eruptive (อิรัพ' ทิฟว) *adj.* ซึ่งแตกออก, ซึ่งระเบิดออก, ซึ่งพุ่งหรือพ่นออกมา, ซึ่งเป็นผื่นผิวหนัง *-n.* หินที่พุ่งออกมาจากภูเขาไฟ **-eruptively** *adv.*
-ery คำปัจจัย ใช้ประกอบหลังคำนามและคุณศัพท์มีความหมายว่า พฤติกรรม, คุณสมบัติ เช่น bravery, ใช้ประกอบหลังคำกริยามีความหมายว่า การงานที่ทำ เช่น fishery สถานที่ เช่น robbery สภาพ, สภาวะ เช่น slavery ผลิตภัณฑ์ เช่น cookery, ใช้ประกอบหลังคำนามมีความหมายว่า ศูนย์กลาง, แหล่งทำ เช่น brewery

E

erysipelas (เออร์ริซิพ' พะลัส) *n.* โรคไฟลามทุ่ง เกิดจากเชื้อสเตปโตคอกคัส **-erysipelatous** *adj.*

erythema (เออร์ระธี' มะ) *n.* ภาวะผิวหนังแดงผิดปกติ เนื่องจากการคั่งของโลหิต **-erythemic, erythematic, erythematous** *adj.*

erythrocyte (อิริธ' ระไซทฺ) *n.* เม็ดเลือดแดง **-erythrocytic** *adj.*

-es[1] คำปัจจัย ใช้เติมหลังคำกริยาที่ลงท้ายด้วย s, z, ch, sh เช่น buzzes, pitches, dishes

-es[2] คำปัจจัย ใช้เติมหลังคำนามที่ลงท้ายด้วย s, z, o, ch, sh, y เช่น glasses, fuzzes, bushes, heroes, babies

escalade (เอส' คะเลด) *n.* การขึ้นดอย, ทางขึ้นบันได, การใช้บันไดปีนกำแพง *-vt.* **-laded, -lading** ปีนบันได, ขึ้นขั้นบันได **-escalader** *n.*

escalate (เอส' คะเลท) *vt., vi.* **-lated, -lating** เพิ่ม, ทำให้มากขึ้น, ขยาย **-escalation** *n.* **-escalatory** *adj.* (-S. increase, raise, heighten, intensify, mount, climb -A. lessen, wind down, abate)

escalator (เอส' คะเลเทอะ) *n.* บันไดเลื่อน (-S. moving staircase, moving stairway)

escalator clause กำหนดสัญญาที่ให้มีการปรับเงินค่าจ้างตามอัตราเปรียบเทียบในระยะเวลาที่กำหนดตามค่าครองชีพที่เปลี่ยนแปลงและอื่นๆ

escallop, escalop (อิสคอล' ลัพ) *vt.* อบหรือปิ้งอาหารในน้ำซอสหรือของเหลวอื่น, อบหรือปิ้งอาหารในเปลือกหอยแครง *-n.* เปลือกหอยแครง, หอยแครง

escapade (เอส' คะเพด) *n.* การออกนอกลู่นอกทาง, พฤติการณ์ที่ออกนอกลู่นอกทาง, การหลบหนี (-S. adventure, stunt, prank)

escape (อิสเคพ') *vi., vt.* **-caped, -caping** หลบหนี, หนี, ลอด, หลบเลี่ยง, หลบหลีก *-n.* การหลบหนี, การหนี, การลอด, วิธีการหลบหนี, การเลี่ยงความจริง **-escapable** *adj.* **-escapee** *n.* **-escaper** *n.* (-S. flee, elude, leak, flow, discharge) *-Ex. The man escaped from the burning building., She escaped having them.*

escapement (อิสเคพ' เมินทฺ) *n.* ส่วนของนาฬิกาที่ควบคุมความเร็วของการเดิน, เฟืองควบคุมความเร็วของการเดินของนาฬิกา, อุปกรณ์ควบคุมเครื่องที่กั้นแคร่ของเครื่องพิมพ์ดีด, การหลบหนี, วิธีการหลบหนี

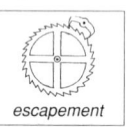

escapement

escarpment (อิสคาร์พ' เมินทฺ) *n.* ด้านลาดชันคล้ายหน้าผา มักเกิดจากเลื่อนลงของพื้นผิวโลก, เนินหรือกำแพงที่ลาดชัน (-S. steep slope, steep cliff)

-escence คำปัจจัย ใช้เติมท้ายให้เป็นคำนามและมีความหมายตรงกับคำกริยาหรือคำคุณศัพท์ของคำนั้นเช่น convalesce เป็น convalescene

-escent คำปัจจัย ประกอบเป็นคำคุณศัพท์มีความหมายตรงกับคำกริยาที่ลงท้ายด้วย -esce และคำนามที่ลงท้ายด้วย -esce เช่น convalescent

eschatology (เอสคะทอล' ละจี) *n.* การศึกษาสิ่งที่เป็นวาระสุดท้าย (ความตาย นรก สวรรค์ วันอวสานโลกและอื่นๆ) **-eschatological** *adj.*

escheat (เอสชีท') *n.* การกำหนดให้ทรัพย์สินที่ไร้ผู้รับมรดกให้เป็นทรัพย์สินของรัฐ, สิทธิ์ในการรับทรัพย์สินที่ไร้ผู้รับมรดก *-vi., vt.* ทำให้เป็นทรัพย์สินของรัฐ, โอนทรัพย์สินให้เป็นของรัฐ, ยึดทรัพย์ **-escheatable** *adj.*

eschew (เอสชู') *vt.* หลบหนี, หลบเลี่ยง, ละเว้น **-eschewal** *n.* (-S. avoid, give up, shun, refrain from, forgo, renounce, abjure)

escort (*n.* เอส' คอร์ท, *v.* เอสคอร์ท') *n.* ผู้ที่ไปเป็นเพื่อน, ผู้คุ้มกัน, ผู้พิทักษ์, พี่เลี้ยง, หน่วยคุ้มกัน, เรือคุ้มกันขบวนเรือ, เครื่องบินคุ้มกันขบวนเรือ *-vt.* ไปเป็นเพื่อน, คุ้มกัน, พิทักษ์, เป็นพี่เลี้ยง (-S. convoy, entourage, retinue, attendant, company, partner, defender) *-Ex. under the escort of, to escort her home, An escort of destroyers accompanied the aircraft carrier., An armed guard formed an escort for the prime minister.*

escritoire (เอสคริทวาร์') *n.* โต๊ะเขียนหนังสือ, โต๊ะที่มีชั้นวางหนังสือไว้ด้านบน

escrow (เอส' โคร) *n.* สัญญา, พันธบัตรหรืออื่นๆ ที่มอบไว้กับบุคคลที่สามซึ่งมีหน้าที่มอบคืนให้กับผู้ประกันเมื่อเงื่อนไขได้บรรลุผลสำเร็จ

escudo (อิสคู' โด) *n., pl.* **-dos** ชื่อเหรียญนิเกิลและบรอนซ์ ที่เป็นหน่วยเงินตราของโปรตุเกส

esculent (เอส' คิวเลินทฺ) *adj.* เหมาะใช้เป็นอาหาร, กินได้ *-n.* สิ่งที่กินได้ (โดยเฉพาะผัก)

escutcheon (อิสคัช' เชิน) *n.* โล่ที่มีตรา, โล่ที่ประทับด้วยตราเป็นโล่ประจำตระกูล, แผ่นโลหะรอบลูกกุญแจหรือที่ดึงประตู (ลิ้นชักที่เปิดปิดสวิตซ์) **-blot on one's escutcheon** ทำให้เสียชื่อเสียง **-escutcheoned** *adj.*

-ese คำปัจจัย มีความหมายว่า คน, ภาษา, ประเทศ, สถานที่, นัก, รูปแบบ เช่น Siamese, Japanese, Journalese

Eskimo (เอส' คะโม) *n., pl.* **-mos/-mo** ชาวเอสกิโมที่อยู่ในกรีนแลนด์ แคนาดาเหนือ อลาสกาและไซบีเรียด้านตะวันออกเฉียงเหนือ *-adj.* เกี่ยวกับชาวเอสกิโม **-Eskimoan** *adj.* (-S. Esquimau)

Eskimo dog สุนัขเอสกิโม เป็นสุนัขที่แข็งแรง มีขนหนา ใช้ล่าสัตว์และลากเลื่อนหิมะ

esophagus, oesophagus (อิซอฟ' ฟะกัส) *n., pl.* **-gi** หลอดอาหาร (-S. gullet)

esoteric (เอสซะเทอร์' ริค) *adj.* ลึกลับ, ลับเฉพาะ, ซึ่งรู้เฉพาะไม่กี่คน, ซึ่งรู้ในวงจำกัด **-esoterically** *adv.* **-esotericism** *n.* (-S. obscure, arcane, mysterious, hidden, private, abstruse)

esp. ย่อจาก especially โดยเฉพาะอย่างยิ่ง

espadrille (เอส' พะดริล) *n.* รองเท้าที่มักมีผ้าใบอยู่ส่วนบน พื้นล่างเป็นยาง

espalier (อิสแพล' เลียร์) *n.* ร้านเกาะของต้นไม้เถา, ต้นไม้ที่เลื้อยเกาะบนร้าน *-vt.* เลื้อยเกาะบนร้าน, จัดให้มีร้านต้นไม้

esparto (อิสพาร์' โท) *n., pl.* **-tos** หญ้าที่ใช้ทำกระดาษ โดยเฉพาะจำพวก *Stipa tenacissima*

especial (อิสเพซฺ' เชิล) *adj.* พิเศษ, โดยเฉพาะ, พิเศษเฉพาะ (-S. outstanding, exceptional, extraordinary, individual)

especially (อิสเพช' เชิลลี) *adv.* โดยเฉพาะอย่างยิ่ง, โดยเฉพาะ, อย่างพิเศษ

esperance (เอส' เพอะเรินซฺ) *n.* ความหวัง

Esperanto (เอส' พะรานโท) *n.* ภาษาโลก, ภาษาที่ต้องการให้เป็นภาษาโลก (อาศัยภาษายุโรปเป็นหลัก) **-Esperantist** *n.*

espionage (เอส' พิอะนาซฺ, นิจ) *n.* จารกรรม (-S. spying, intelligence, reconnaissance) *-Ex. Many countries depend on espionage to discover military secrets.*

esplanade (เอสพละเนด') *n.* สนามว่าง, ลานกว้าง, ที่เดินเล่น, ที่ขับรถเล่น

espousal (อิสเพา' เซิล) *n.* การรับหลักการ, การยอมรับ, การสนับสนุน, การยกให้เป็นภรรยา, การสมรสกับ, พิธีสมรส, การหมั้น, พิธีหมั้น (-S. embracing, adoption, defence)

espouse (อิสเพาซฺ) *vt.* **-poused, -pousing** รับหลักการ, รับ, สมรส, หมั้น, สนับสนุน **-espouser** *n.*

espresso, expresso (อิสเพรส' โซ, อิค-) *n., pl.* **-sos** กาแฟที่รสเข้มข้นชนิดหนึ่ง (ชงโดยใช้น้ำเดือดผ่านผงกาแฟที่แร่จนดำคล้ำ)

esprit (เอสพรี') *n.* ปฏิภาณ, สติปัญญา, ความเฉลียวฉลาด, ความร่าเริง, ความสนุกสนาน (-S. spirit)

esprit de corps (อีสพรี' ดะ คอร์') *n.*ความสามัคคี, ความรักหมู่คณะ (-S. fellowship, solidarity, fraternity, comradeship, togetherness, morale, brotherhood)

espy (อิสไพ') *vt.* **-pied, -pying** มองในระยะไกล, เห็น, เหลือบเห็น, แลไปเห็น (-S. sight, see, notice)

-esque คำปัจจัย ใช้แสดงความหมายเกี่ยวกับรูปแบบ, มารยาท, ท่าทาง, ลักษณะ

esquire (เอส' ไควเออะ) *n.* คำที่ใช้เติมหลังนามสกุลสุภาพบุรุษในเวลาเขียนจดหมาย ใช้อักษรย่อว่า Esq., ผู้รับใช้อัศวิน, ผู้มีตำแหน่งต่ำกว่าอัศวินชั้นหนึ่ง

-ess คำปัจจัย ทำให้คำเป็นผู้หญิง เช่น countess, lioness

essay (*n.* เอส' เส, *v.* เอสเซ') *n.* เรียงความร้อยแก้ว, ข้อเขียนสั้นๆ, ปกิณกะ, ความพยายาม, การทดลอง, แบบแสตมป์เสนอ, แบบธนบัตรเสนอ *-vt.* พยายาม, ทดสอบ **-essayer** *n.* **-essayistic** *adj.* (-S. tract, dissertation, attempt, effort) *-Ex. Tom essayed the high jump.*

essayist (เอส' เซอิสทฺ) *n.* ผู้เขียน (บทความ ร้อยแก้ว), ผู้ทดลอง, ผู้ทดสอบ

essence (เอส' เซินซฺ) *n.* ส่วนประกอบสำคัญ, เนื้อแท้, แก่นแท้, ใจความ, ปัจจัย, จุดสำคัญ, หัวใจ, ตัวยาสำคัญ, หัวน้ำมัน, หัวน้ำหอม, เอกลักษณ์, สิ่งที่มีอยู่จริง (-S. quintessence, nature, heart, actuality, concentration, perfume) *-Ex. essence of peace, essence of dialectics, the essence of resin*

essential (อิเซน' เชิล) *adj.* จำเป็นที่สุด, ซึ่งขาดเสียมิได้, เป็นส่วนประกอบที่สำคัญ, เป็นเนื้อแท้, เป็นปัจจัย, เป็นพื้นฐาน, เกี่ยวกับตัวยาสำคัญ, เกี่ยวกับหัวน้ำมัน, เกี่ยวกับหัวน้ำหอม, เป็นธรรมชาติ, ซึ่งเกิดขึ้นเอง **-essentiality, essentialness** *n.* **-essentially** *adv.* (-S. fundamental, necessary, indispensable, vital, crucial, principle, cardinal, rudimentary -A. unimportant, inessential) *-Ex. Knowing the multiplication table is essential in solving many arithmetic problems., Wings are essential to aeroplanes.*

EST, E.S.T. ย่อจาก Eastern Standard Time

est ย่อจาก established ก่อตั้ง, estate (กฎหมาย) ทรัพย์สมบัติ, estimate ประมาณ

-est[1] คำปัจจัย ประกอบหลังคำคุณศัพท์หรือวิเศษณ์ มีความหมายว่า ที่สุด, อย่างยิ่ง เช่น oldest

-est[2] คำปัจจัย ใช้ต่อหลังคำกริยาเอกพจน์บุรุษที่ 2 (โบราณ) เช่น comest

establish (อิสแทบ' ลิช) *vt.* สร้าง, สถาปนา, ก่อตั้ง, ทำให้เกิดขึ้น, ตั้งมั่น, กำหนด, บัญญัติ, ทำให้เป็นที่ยอมรับ, พิสูจน์ **-establisher** *n.* (-S. set up, form, start, organize, build, certify, evidence, verify) *-Ex. to establish a college, to establish a custom, to establish a fact*

establishment (อิสแทบ' ลิชเมินทฺ) *n.* การสร้าง, การสถาปนา, การก่อตั้ง, สิ่งก่อสร้าง, สถาบัน, บ้านเรือน, องค์การ, ที่ทำการ **-the Establishment** การกำหนดมาตรฐานประจำชาติ, กลุ่มคนที่มีอำนาจและอิทธิพลของประชาชนในการดำเนินชีวิต (-S. foundation, formation, estate, company, firm) *-Ex. the establishment of a new town, That clothing establishment has been on Tatien Street for 60 years in Thailand.*

estaminet (เอสทามีเน') *n.* (ภาษาฝรั่งเศส) ร้านขายเครื่องดื่ม (-S. café)

estate (อิสเทท') *n.* หลักทรัพย์ที่ดินและสิ่งก่อสร้างที่ติดดินผืนใหญ่, ที่ดิน, ทรัพย์สิน, ฐานันดร, ฐานะ, กองมรดกของผู้ตาย, ช่วงระยะของชีวิต, กลุ่มการเมือง, กลุ่มสังคม **-the fourth estate** ฐานันดรที่ 4 (นักหนังสือพิมพ์) **-the Three Estates** ฐานันดรทั้ง 3 ในยุคศักดินายุโรป ได้แก่ พระ ขุนนาง และสามัญชน (-S. possessions, property, effects) *-Ex. an estate in the country, His estate was divided among his children., Somchai reached man's estate at the age of 21.*

estate agent ผู้จัดการหรือดูแลทรัพย์สิน, ผู้ซื้อขายหลักทรัพย์

esteem (อิสทีม') *vt.* เคารพ, นับถือ, นิยม, ยกย่อง, สรรเสริญ, เข้าใจว่า, ถือว่า *-n.* ความเคารพ, ความนับถือ, ความนิยม, ความคิดเห็น, การประเมินค่า (-S. regard as, respect, value, deem -A. scorn, disdain) *-Ex. I shall esteem it an honour to attend the governor's dinner., "Treasure Island" has enjoyed the esteem of generations of readers.*

ester (เอส' เทอร์) *n.* สารประกอบที่เกิดจากปฏิกิริยาระหว่างกรดและแอลกอฮอล์โดยมีการสูญเสียน้ำหนึ่งโมเลกุล

Esther (เอส' เธอะ) *n.* ชื่อหนังสือเล่มหนึ่งของพระคัมภีร์ไบเบิล

esthete (เอส' ธีท) *n.* ผู้ชอบความงาม (โดยเฉพาะทางศิลปะดนตรี กวีและอื่นๆ)

esthetic (เอสเธท' ทิค) *adj.* เกี่ยวกับความรู้สึกต่อความงาม, เกี่ยวกับอารมณ์และความรู้สึกที่บริสุทธิ์

esthetician (เอสธีทิช' เชิน) *n.* ผู้มีความชำนาญ

ด้านศิลปะ
esthetics (เอสเธท' ทิคซฺ) *n. pl.* สุนทรียศาสตร์, สุนทรียภาพ
estimable (เอส' ทะมะเบิล) *adj.* น่านับถือ, น่าเคารพ, น่ายกย่อง, ซึ่งประเมินค่าได้, กะได้ **-estimableness** *n.* **-estimably** *adv.*
estimate (เอส' ทะเมท) *v.* **-mated, -mating** *-vt.* ประมาณ, ประเมิน, กะ, ตีราคา, คำนวณ, คิด, วินิจฉัย *-vi.* ประมาณ, ประเมินค่า *-n.* การประมาณ, การประเมิน, ความคิดเห็น, ค่าที่ประเมิน, ราคาที่ประเมิน **-estimator** *n.* **-estimative** *adj.* (-S. calculate, evaluate, appraise, guess, think, judge) *-Ex. to estimate a man's character, to estimate the size of a room*
estimation (เอสทะเม' ชัน) *n.* การประมาณ, การประเมิน, การวินิจฉัย, ความคิดเห็น, ความนับถือ, ความเคารพ (-S. estimate, judgement, respect, admiration) *-Ex. The carpenter gave an estimation of $45 for the job., In my estimation this book is very well written.*
estivation, aestivation (เอสทะเว' ชัน) *n.* การใช้เวลาในฤดูร้อน, การผ่านฤดูร้อน, การจัดส่วนของดอกไม้ตูม **-estivate, aestivate** *vi.*
Estonian (เอสโท' เนียน) *n.* ชาวเอสโตเนีย, ภาษาเอสโตเนีย *-adj.* เกี่ยวกับชนหรือภาษาดังกล่าว
estop (เอสตอบ') *vt.* **-topped, -topping** ขัดขวาง
estrange (อิสเทรนจฺ) *vt.* **-tranged, -tranging** ทำให้ห่างเหิน, ทำให้เป็นศัตรู **-estrangement** *n.* (-S. alienate, separate, disunite)
estrogen, oestrogen (เอส' ทระเจน) *n.* ฮอร์โมนเพศหญิง
estrus, oestrus (เอส' ทรัส) *n.* ฤดูตกมัน, ช่วงระยะเวลาที่มีความต้องการทางเพศมากที่สุด **-estrous** *adj.*
estuary (เอส' ชูอะรี) *n., pl.* **-ries** ปากแม่น้ำซึ่งเป็นบริเวณที่น้ำจืดและน้ำเค็มบรรจบกัน, อ่าว, ปากน้ำ **-estuarial** *adj.* (-S. inlet, cove, bay)
-et คำปัจจัย ประกอบหลังคำนามมีความหมายว่า เล็ก, จิ๋ว เช่น islet
ETA, e.t.a. ย่อจาก estimated time of arrival เวลาการมาถึงอย่างคร่าวๆ
etagere (เอทะเชียร์') *n.* หิ้งหลายชั้นที่เปิดโล่ง
et al. ย่อจาก Et alii (ภาษาละติน) และอื่นๆ, ร่วมด้วยคนอื่น
etc. ย่อจาก et cetera และสิ่งอื่นๆ, ที่เหมือนกัน, และอื่นๆ
et cetera (เอท เซท' เทอะระ) และสิ่งอื่นๆ, ที่เหมือนกัน, และอื่นๆ (-S. and so on, and the rest)
etch (เอช) *vt.* แกะ, สลัก, กัดกร่อน, แช่กัด, กัดสลัก *-vi.* ทำการแกะสลัก, ทำการกัดสลัก **-etcher** *n.* (-S. stamp, ingrain, engrave) *-Ex. to etch a flower on a tumbler*
etching (เอช' ชิง) *n.* การแกะสลัก, การกัดกร่อน, สิ่งตีพิมพ์ที่พิมพ์จากแม่พิมพ์โลหะที่ผ่านการกัดสลัก, แม่พิมพ์ที่ทำโดยการกัดสลัก (-S. engraving, craving, imprint)
eternal (อิเทอร์' เนิล) *adj.* ชั่วนิรันดร, ชั่วกัลปาวสาน, ไม่สิ้นสุด, ตลอดไป, ไม่มีการเปลี่ยนแปลง *-n.* สิ่งที่อยู่อย่างชั่วนิรันดร, สิ่งที่ไม่สิ้นสุด **-the Eternal** พระเจ้า **-eternally** *adv.* **-eternalness, eternality** *n.* (-S. everlasting forever, permanent -A. temporary, transitory) *-Ex. the promise of eternal life, their eternal chatter, her eternal complaints*
eternalize (อิเทอร์' นะไลซฺ) *vt.* **-ized, -izing** ทำให้ไม่รู้จักจบ, ทำให้เป็นอมตะ
eternity (อิเทอร์' นิที) *n., pl.* **-ties** ชั่วนิรันดร, ความไม่มีที่สิ้นสุด, ความไม่รู้จักจบ, ความอมตะ (-S. infinite time, immortality, ages and ages) *-Ex. I feel as if I've waited an eternity for an answer., Somchai hovered between life and eternity.*
Eth. ย่อจาก Ethiopia ประเทศเอธิโอเปีย
-eth[1] คำปัจจัย ใช้ประกอบหลับคำกริยาในบทกวีให้เป็นเอกพจน์บุรุษที่ 3 ปัจจุบันกาล (โบราณ) เช่น asketh
-eth[2] คำปัจจัย ประกอบเป็นคุณศัพท์เลขลำดับ เช่น thirthieth
ethene (เอธ' ธีน) *n.* ก๊าซติดไฟชนิดหนึ่งใช้ทำให้สีของผลไม้ประเภทส้มดีขึ้น ใช้ในการสังเคราะห์สารประกอบอินทรีย์ และเป็นยาระงับความรู้สึก
ethanol (เอธ' ธะนอล) *n.* สุรา, เหล้า
ether, aether (อี' เธอะ) *n.* อีเทอร์ เป็นของเหลวติดไฟมีกลิ่นหอม ใช้เป็นตัวละลาย และเป็นยาสลบระงับความรู้สึก, สารที่เคยเชื่อว่าครอบคลุมจักรวาลทั้งหมด,อากาศธาตุ
ethereal (อิเธียร์' เรียล) *adj.* บอบบาง, เบาหวิว, เหมือนอากาศธาตุ, ไม่มีตัวตน, ไม่ใช่โลกมนุษย์, เกี่ยวกับสวรรค์, เกี่ยวกับบริเวณเบื้องบนอวกาศ, เกี่ยวกับอีเทอร์, ประณีต, อ่อนช้อย **-ethereality, etherealness** *n.* **-ethereally** *adv.* (-S. fragile, wispy, heavenly) *-Ex. What ethereal music!, Angels are ethereal beings.*
etherealize (อิเธียร์' เรียลไลซฺ) *vt., vi.* **-ized, -izing** ทำให้บอบบาง, ทำให้เบาหวิว, ทำให้อ่อนช้อย, ทำให้ประณีต **-etherealization** *n.*
etherize (อี' เธอะไรซฺ) *vt.* **-ized, -izing** ให้อีเทอร์, ทำให้เป็นอีเทอร์ **-etherization** *n.*
Ethernet (อีเทอร์เนท) *n.* (คอมพิวเตอร์) เครือข่ายการสื่อสารที่ส่งข้อมูลระหว่างเครื่องคอมพิวเตอร์โดยการใช้โคแอคเซียมเคเบิลสายเดียวเดินผ่านไปตามเครื่องคอมพิวเตอร์ต่างๆ ที่อยู่ในเครือข่าย
ethic (เอธ' ธิค) *n.* หลักจริยธรรม
ethical (เอธ' ธิเคิล) *adj.* เกี่ยวกับหลักจริยธรรม, เกี่ยวกับศีลธรรม, เกี่ยวกับหลักจรรยา, เกี่ยวกับยาที่ขายโดยใบสั่งแพทย์เท่านั้น **-ethicality, ethicalness** *n.* **-ethically** *adj.* (-S. moral, virtuous -A. imporper, immoral) *-Ex. an ethical basis for action, It was not the ethical thing to do., It is not ethical for a lawyer to reveal information about his clients.*
ethics (เอธ' ธิคซฺ) *n. pl.* จริยศาสตร์, จริยธรรม, ธรรมะ, การศึกษาเรื่องจริยธรรม, มาตรฐานในการควบคุมความประพฤติของบุคคล **-ethician, ethicist** *n.* (-S. morality, principles, virtues) *-Ex. legal ethics, medical ethics*
Ethiopia (อีธิโอ' เพีย) สาธารณรัฐเอธิโอเปียเคยเป็น

Ethiopian 309 **Eurasian**

เมืองขึ้นของอิตาลี เมื่อก่อนชื่อ Abyssinia

Ethiopian (อิธิโอ' เพียน) *adj.* เกี่ยวกับชาวเอธิโอเปีย, เกี่ยวกับประเทศเอธิโอเปีย, เกี่ยวกับส่วนของแอฟริกาที่อยู่ใต้เส้นศูนย์สูตร *-n.* ชาวเอธิโอเปีย

ethnic (เอธ' นิค) *adj.* เกี่ยวกับชนกลุ่มน้อย, เกี่ยวกับชนกลุ่มที่ไม่ใช่คริสเตียน *-n.* สมาชิกชนกลุ่มน้อย **-ethnical** *adj.* **-ethnically** *adv.*

ethnicity (เอธนิส' ซิที) *n.* พื้นเพของชนกลุ่มน้อย

ethnologist (เอธนอล' ละจีสท฿) *n.* นักชนชาติวิทยา

ethnology (เอธนอล' ละจี) *n.* ชาติพันธุ์วิทยา, ชนชาติวิทยา **-ethnological, ethnologic** *adj.* **-ethnologically** *adv.*

ethos (อี' ธอส) *n.* ลักษณะประเพณีและอุปนิสัยพื้นฐานของชนชาติกลุ่มน้อย (-S. character, rationale, standards)

ethyl (เอธ' ธิล) *n.* ของเหลวชนิดหนึ่งมีสูตรเคมี C_2H_5 **-ethylic** *adj.*

ethylene (เอธ' ธะลีน) *n.* ก๊าซติดไฟชนิดหนึ่งที่ใช้อบสีของผลไม้ ประเภทส้มให้ดีขึ้น ใช้ในการสังเคราะห์สารประกอบอินทรีย์และเป็นยาระงับความรู้สึก **-ethylenic** *adj.*

etiolate (อี' ทีอะเลท) *v.* **-lated, -lating** *-vt.* ทำให้ขาวซีด, ทำให้ขาวโดยไม่ให้ได้รับแสง, ฟอกขาว, ทำให้อ่อนแอ *-vi.* ซีดขาวเนื่องจากไม่โดนแดด **-etiolation** *n.*

etiology, aetiology (อีทีออล' ละจี) *n., pl.* **-gies** การศึกษาเกี่ยวกับสาเหตุของโรค, สมุฏฐานวิทยา **-etiological, etiologic** *adj.* **-etiologically** *adv.* **-etiologist** *n.*

etiquette (เอท' ทิเคท, -คิท) *n.* สมบัติผู้ดี, มารยาท, จรรยาบรรณ, ธรรมเนียมปฏิบัติ (-S. manners, custom, decorum)

Eton collar ปกเสื้อแข็งและกว้าง

Eton jacket/coat เสื้อชั้นนอกที่สั้นแค่เอวแบบหนึ่ง

Eton jacket

Etruria (อิทรู' เรีย) ชื่อเมืองโบราณบนฝั่งแม่น้ำ Arno และ Tiber ปัจจุบันเป็นส่วนหนึ่งในเมือง Tuscany ในประเทศอิตาลี

Etruscan (อีทรัส' เคิน) *adj.* เกี่ยวกับชนชาติและภาษาของเมือง Etruria *-n.* ชนชาติ ภาษาและวัฒนธรรมของเมืองดังกล่าว

et seq ย่อจาก et sequens (ภาษาละติน) ที่ตามมา, ดังต่อไปนี้

-ette คำปัจจัย มีความหมายว่า เล็ก เช่น cigarette, เทียมหรือทำด้วยฝีมือคน เช่น leatherette, เพศหญิง เช่น suffragette, กลุ่ม เช่น quartette

etude (เอ' ทูด) *n.* เพลงสำหรับฝึกซ้อม

etymology (เอททะมอล' ละจี) *n., pl.* **-gies** นิรุกติศาสตร์, การศึกษาเกี่ยวกับการกำเนิดและความหมายของคำ, เรื่องราวเกี่ยวกับประวัติศาสตร์ของคำ **-etymological, etymologic** *adj.* **-etymologically** *adv.*

etymologist (เอททะมอล' ละจิสท฿) *n.* นักนิรุกติศาสตร์

eucaine (ยู' เคน) *n.* ยาชาเฉพาะที่ชนิดหนึ่ง

eucalyptus (ยูคะลิพ' ทัส) *n., pl.* **-ti/-tuses** ต้นยูคาลิพตัส, ต้นไม้จำพวก *Eucalyptus*

Eucharist (ยู' คะริสท฿) *n.* พิธีศีลมหาสนิท, พิธีระลึกถึงวันสวรรคตของพระเยซูคริสต์, ขนมและเหล้าองุ่นที่ใช้ประกอบพิธีนี้ **-Eucharistic, Eucharistical** *adj.*

euchre (ยู' เคอร์) *n.* การเล่นไพ่ชนิดหนึ่งที่ใช้ไพ่ 32 ใบ *-vt.* **-chred, -chring** เอาชนะ (ด้วยปัญญา), หลอกลวง, ต้มตุ๋น

Euclid (ยู' คลิด) *n.* นักคณิตศาสตร์ชาวกรีกผู้ให้กำเนิดวิชาเรขาคณิต **-Euclidean, Euclidian** *adj.*

eudemonism, eudaemonism (ยูดีมะนิซึม) *n.* ทฤษฎีที่ว่าด้วยความสุข **-eudemonist** *n.* **-eudemonistic, eudemonistical** *adj.*

eugenic, eugenical (ยูเจน' นิค, -เคิล) *adj.* ซึ่งทำให้ได้ลักษณะทางพันธุกรรมที่ดีขึ้น, ซึ่งทำให้ได้พันธุ์ที่ดีขึ้น, มีลักษณะทางพันธุกรรมที่ดี **-eugenically** *adv.*

eugenics (ยูเจน' นิคซฺ) *n. pl.* วิทยาศาสตร์เกี่ยวกับการทำให้ลักษณะทางพันธุกรรมดีขึ้น **-eugenicist, eugenist** *n.*

eugenol (ยู' จะนอล) *n.* ส่วนประกอบสำคัญของน้ำมันกานพลูมีกลิ่นหอม ใช้ทำเครื่องสำอางและเป็นยาฆ่าเชื้อโรค

eulogistic (ยูละจิส' ทิค) *adj.* เกี่ยวกับการสรรเสริญ **-eulogistically** *adv.*

eulogize (ยู' ละไจซ) *vt.* **-gized, -gizing** สรรเสริญ, เขียนคำสรรเสริญ, กล่าวคำสรรเสริญ **-eulogizer, eulogist** *n.* (-S. praise highly, acclaim, pay tribute to, glorify, applaud)

eulogy (ยู' ละจี) *n., pl.* **-gies** คำสรรเสริญ, ข้อเขียนสรรเสริญ, การยกย่อง, การสรรเสริญ (-S. praise, accolade, tribute)

eunuch (ยู' นัค) *n.* ขันที (-S. castrated man)

eupepsia (ยูเพพ' เซีย) *n.* การย่อยอาหารตามปกติ **-eupeptic** *adj.*

euphemism (ยู' ฟะมิซึม) *n.* การใช้ถ้อยคำหรือภาษาที่สละสลวย, ศัพท์หรือภาษาที่นุ่มนวล **-euphemistic, euphemistical** *adj.* **-euphemistically** *adv.* **-euphemist** *n.*

euphonical, euphonic (ยูฟอน' นิเคิล, -นิค) *adj.* เกี่ยวกับความไพเราะรื่นหูที่เกิดขึ้นจากเสียง **-euphonically** *adv.*

euphonious (ยูโฟ' เนียส) *adj.* ไพเราะ, เพราะพริ้ง, รื่นหู **-euphoniously** *adv.* **-euphoniousness** *n.* (-S. melodious, harmonious, mellow)

euphonium (ยูโฟ' เนียม) *n.* แตรทองเหลืองขนาดใหญ่ชนิดหนึ่ง

euphony (ยู' ฟะนี) *n., pl.* **-nies** ความไพเราะที่เกิดจากเสียงที่ไม่ขัดหู

euphoria (ยูฟอร์' เรีย) *n.* ความรู้สึกสบาย, ความเคลิบเคลิ้มเป็นสุข **-euphoric** *adj.* (-S. elation, jubilation, ecstasy)

euphuism (ยู' ฟิวอิซึม) *n.* สำนวนโวหารหรือถ้อยคำที่สละสลวยหรือหยดย้อยเกินไป **-euphuistic, euphuistical** *adj.* **-euphuistically** *adv.* (-S. high-flown, ornateness)

Eur. ย่อจาก Europe ทวีปยุโรป, European ชาวยุโรป

Eurasia (ยูเร' เซีย) *n.* พื้นที่ซึ่งรวมทวีปยุโรปและเอเชีย

Eurasian (ยูเร' เซียน) *adj.* เกี่ยวกับยุโรปและเอเชีย

E

รวมกัน, ซึ่งเป็นพันธุ์ผสมระหว่างชนชาติยุโรปและเอเชียรวมกัน *-n.* ผู้ที่มีเลือดระหว่างชนชาติยุโรปและเอเชีย

EURATOM ย่อจาก European Atomic Energy Community องค์การนิวเคลียร์ระหว่างประเทศเพื่อพัฒนาและจำหน่ายพลังงานนิวเคลียร์ ประกอบด้วยประเทศฝรั่งเศส เนเธอร์แลนด์ เบลเยียม ลักเซมเบิร์ก อิตาลี และเยอรมนี

E

eureka (ยูรี' คะ) *interj.* คำอุทานแสดงความมีชัยที่ได้ค้นพบบางอย่าง เช่น ผมพบแล้ว! ผมหาพบแล้ว!

eurhythmic, eurhythmical (ยูริธ' มิค, -เคิล) *adj.* เป็นจังหวะดี, ซึ่งได้สัดส่วน (-S. eurythmic)

eurhythmics (ยูริธ' มิคซฺ) *n. pl.* ศิลปะการเคลื่อนไหวร่างกายอย่างมีจังหวะ

Euro- คำอุปสรรค มีความหมายว่า ยุโรป

Eurobond (ยู' โรบอนดฺ) *n.* พันธบัตรยุโรป (พันธบัตรที่ซื้อขายและคิดดอกเบี้ยด้วยเงินดอลลาร์นอกสหรัฐ-อเมริกา)

Eurodollars (ยู' โรดอลลาร์ซฺ) *n. pl.* เงินดอลลาร์สหรัฐอเมริกา ที่ฝากอยู่นอกประเทศสหรัฐอเมริกา โดยเฉพาะในทวีปยุโรป

Europe (ยัว' โรพ) *n.* ทวีปยุโรป

European (ยัวระเพียน') *adj.* เกี่ยวกับยุโรป, เกี่ยวกับชาวยุโรป *-n.* ชาวยุโรป, ผู้ที่มีเชื้อสายยุโรป

European Economic Community องค์การตลาดร่วมยุโรป

europium (ยูโร' เพียม) *n.* ธาตุโลหะหายากชนิดหนึ่ง มีสัญลักษณ์ Eu

eurythmics (ยูริธ' มิคซฺ) *n. pl.* ศิลปะการเคลื่อนไหวร่างกายอย่างมีจังหวะ **-eurythmic, eurythmical** *adj.*

eustachian tube ท่อเชื่อมท่อหูส่วนกลางกับหอคอย

eutectic (ยูเทค' ทิค) *adj.* เกี่ยวกับโลหะผสมหรือสารผสมที่มีจุดหลอมเหลวต่ำ (เฉพาะส่วนประกอบหนึ่งๆ), ที่แสดงสมบัติของสารผสมดังกล่าว *-n.* โลหะผสมหรือสารผสมดังกล่าว **-eutectoid** *adj., n.*

euthanasia (ยูธะเน' เซีย) *n.* การฆ่าหรือทำให้ตายอย่างสงบ, การตายอย่างสงบหรือปราศจากความเจ็บปวด

evacuate (อีแวค' คิวเอท) *v.* **-ated, -ating** *-vt.* อพยพ, โยกย้าย, ถอนออก, ถอย, ระบายออก, ขับออก, ขจัด *-vi.* ถอยออก, โยกย้าย **-evacuator** *n.* (-S. leave, vacate, empty, expel) *-Ex. The threatening landslides made it necessary to evacuate the village.*

evacuation (อิแวคคิวเอ' ชั่น) *n.* การอพยพ, การถอนออก, การโยกย้าย, การขับออก, การถ่ายออก, สิ่งที่ถูกขับถ่ายออก, การถอนทหาร **-evacuative** *adj.* (-S. discharge, leaving, abandonment)

evacuee (อิแวคคิวอี') *n.* ผู้ถูกโยกย้าย, ผู้ถูกส่งกลับ

evade (อิเวด') *vi., vt.* **evaded, evading** หลบ, หลีก, หนี, เลี่ยง **-evadible, evadable** *adj.* **-evader** *n.* (-S. avoid, elude, dodge -A. meet, confront) *-Ex. to evade the police, to evade the law*

evaluate (อิแวล' ลูเอท) *vt.* **-ated, -ating** ประเมินค่า, หาค่า, ตีราคา **-evaluation** *n.* **-evaluative** *adj.* **-evaluator** *n.* (-S. weigh up, estimate)

evanesce (เอฟ' วะเนส) *vi.* **-nesced, -nescing** ค่อยๆ หายไป, ค่อยๆ สลายไป, ค่อยๆ สูญหายไป, ค่อยๆ จางหายไป (-S. vanish, disappear, disperse)

evanescent (เอฟวะเนส' เซินทฺ) *adj.* ซึ่งจางหายไป, ซึ่งมองแทบไม่เห็น **-evanescence** *n.* **-evanescently** *adv.* (-S. ephemeral, vanishing -A. stable)

evangel (อิแวน' เจล) *n.* คำสอนของพระเยซู, ชีวประวัติของพระเยซูในคัมภีร์ไบเบิล, ข่าวดี

evangelic, evangelical (อิแวนเจล' ลิค, -คัล) *adj.* เกี่ยวกับคำสอนของพระเยซู, เกี่ยวกับชีวประวัติของพระเยซูในคัมภีร์ไบเบิล *-n.* ผู้ยึดถือหลักปฏิบัติดังกล่าว **-evangelicalism** *n.* **-evangelically** *adv.*

evangelism (อิแวน' จะลิซึม) *n.* การสอนหรือเผยแพร่คำสอนของพระเยซูคริสต์, งานของมิชชันนารี **-evangelistic** *adj.* **-evangelistically** *adv.*

evangelist (อิแวน' จะลิสทฺ) *n.* ผู้สอนคำสอนของพระเยซูและชีวประวัติของพระเยซู, ผู้ประพันธ์หนังสือเกี่ยวกับชีวประวัติและคำสอนของพระเยซู (4 เล่ม) ในพระคัมภีร์ไบเบิล (ได้แก่ Matthew, Mark Luke, John), ผู้สั่งสอนหรือเทศน์เป็นครั้งคราว (-S. missionary, preacher, crusader)

evangelize (อิแวน' จะไลซฺ) *v.* **-lized, -lizing** *-vt.* สั่งสอนคำสอนของพระเยซู, เปลี่ยนให้เป็นศาสนาคริสต์, เผยแพร่ประวัติและคำสอนของพระเยซู *-vi.* เผยแพร่ประวัติและคำสอนของพระเยซู **-evangelization** *n.* (-S. preach, reform, campaign)

evaporate (อิแวพ' พะเรท) *v.* **-rated, -rating**, *-vi.* ระเหยเป็นไอ, ระเหย, สูญหายไป, จางหายไป *-vt.* ทำให้ระเหยเป็นไอ, สกัดความชื้นหรือของเหลวจาก, ทำให้หายไป, ทำให้สูญหายไป, ทำให้จางหายไป **-evaporator** *n.* **-evaporative** *adj.* **-evaporatively** *adv.* (-S. vaporize, volatilize, dehydrate, desiccate, disappear, vanish -A. condense) *-Ex. Our hopes evaporated when the snow began to fall.*

evaporated milk นมข้นที่เกิดจากการสกัดเอาน้ำบางส่วนออกจากนม

evaporating dish ถ้วยใช้สำหรับระเหยสาร

evaporation (อีแวพพะเร' ชั่น) *n.* การระเหย, การทำให้เป็นไอ, การทำให้หายไป, สิ่งที่ถูกระเหยเอาน้ำออก (-S. volatilization, dispersal)

evasion (อิเว' ชั่น) *n.* การหลบหนี, การหลีก, การเลี่ยง, วิธีการหลบหนี, วิธีการหลีก, ข้อแก้ตัวในการหลีกเลี่ยง, การบอกปัด (-S. avoidance, elusion)

evasive (อิเว' ซิฟวฺ) *adj.* เป็นการหลบหลีก, เป็นการหลบหนี, เป็นการบอกปัด, เป็นการกลบเกลื่อน, คลุมเครือ, ยากที่จะเข้าใจหรือจับจุดได้ **-evasively** *adv.* **-evasiveness** *n.* (-S. indirect, equivocal, tricky -A. direct) *-Ex. When his mother asked him where Somchai had been, Tom gave an evasive answer.*

eve (อีฟวฺ) *n.* เวลาเย็น, วันก่อนวันหยุด, วันก่อนวันเทศกาล, ช่วงระยะเวลาก่อนเหตุการณ์ (-S. evening) *-Ex. the eve of a battle, Christmas Eve*

Eve (อีฟวฺ) ผู้หญิงคนแรก (ตามพระคัมภีร์ไบเบิล)
even¹ (อี' เวิน) *adj.* เรียบ, ราบ, สม่ำเสมอ, ไม่วกวน, ไม่ผันแปร, เท่า, คงที่, ซึ่งหารด้วยเลข 2 ได้ลงตัว, เกี่ยวกับเลขที่หารด้วย 2 ได้ลงตัว, ได้สมดุล, ยุติธรรม, ไม่เอียง, พอดี, ไม่ขาดไม่เกิน, เงียบสงบ *-adv.* อย่างราบเรียบ, ยังคง, ยิ่งกว่านั้น, แม้ว่า, อย่างถูกต้อง *-vt.* ทำให้ราบ, ทำให้เรียบ, ทำให้สมดุล, ทำให้เท่ากัน *-vi.* กลายเป็นเท่ากัน **-be/get even with** แก้แค้น **-even odds** โอกาสเท่ากัน **-of even date** วันเดียวกัน **-evenly** *adv.* **-evenness** *n.* (-S. level, flat, steady, equal -A. bumpy, unequal, divergent) *-Ex. Mother used an even cupful of flour in the cake., The horse runs at an even pace., even number, even country, even tempo*
even² (อี' เวิน) *n.* ตอนเย็น, เวลาเย็น
even-handed (อี' เวินแฮน' ดิด) *adj.* ไม่เอนเอียง, ยุติธรรม, ไม่เลือกที่รักมักที่ชัง **-even-handedly** *adv.* **-even-handedness** *n.* (-S. fair, just)
evening (อีฟวฺ' นิง) *n.* ตอนเย็น, เวลาเย็น, สายัณห์, ตอนค่ำ, ตอนกลางคืน (ตั้งแต่พลบค่ำถึงเวลานอน), ช่วงระยะเวลาตั้งแต่เที่ยงถึงตะวันตกดิน(ในรัฐทางใต้และตอนกลางของสหรัฐอเมริกา), ระยะที่เสื่อมลงของชีวิต, ช่วงสุดท้าย, งานราตรีสโมสร, งานรื่นเริงหรืองานต้อนรับในยามราตรี *-adj.* เกี่ยวกับตอนเย็น, ซึ่งเกิดขึ้นหรือพบเห็นในเวลาตอนเย็น (-S. dusk, sundown -A. sunrise, dawn)
evening dress ชุดราตรี
evening primrose พืชทางอเมริกาเหนือ จำพวก *Oenothera* จะมีดอกบานในตอนกลางคืน
evenings (อีฟวฺ' นิงซฺ) *adv.* ทุกเย็น
evening star ดาวพระศุกร์, ดาวประจำเมือง (-S. Venus)
event (อิเวนทฺ') *n.* เหตุการณ์, เหตุการณ์สำคัญ, กรณี, ผลที่เกิดขึ้น, ผลที่ตามมา, การแข่งขัน **-in any event** ไม่ว่าอะไรจะเกิดขึ้นก็ตาม **-in the natural course of events** ผลที่ตามมา, ในวิถีทางตามธรรมชาติ **-at all events** จะอย่างไรก็ตาม **-in that event** ถ้ามันเกิดขึ้น, จะอย่างไรก็ตาม **-in the event no matter** ไม่ว่าอะไรจะเกิดขึ้นก็ตาม (-S. occasion, contest, outcome) *-Ex. A cricket match, a party, a snowstorm, and an accident are all events.*
eventful (อิเวนทฺ' เฟิล) *adj.* ซึ่งมีเรื่องมาก, เต็มไปด้วย เหตุการณ์ต่างๆ, ซึ่งมีผลสำคัญ,เป็นเหตุการณ์สำคัญ **-eventfulness** *n.* **-evenfully** *adv.* (-S. fateful, memorable, important, noteworthy -A. uneventful)
eventide (อี' เวนไทดฺ) *n.* ตอนเย็น, ยามราตรี, ยามสายัณห์ (-S. evening)
eventual (อิเวน' ชวล) *adj.* เกี่ยวกับผลสุดท้าย, ในที่สุด, ในขั้นสุดท้าย, ซึ่งขึ้นอยู่กับเหตุการณ์ที่ไม่แน่นอน, เกี่ยวกับเหตุการณ์ที่ไม่คาดฝันหรือไม่แน่นอน(-S. ultimate, final, resulting -A. present, current) *-Ex. Your eventual success is certain.*
eventuality (อิเวนชูแอล' ลิที) *n., pl.* **-ties** เหตุการณ์ที่ไม่แน่นอน, เหตุการณ์หรือเรื่องราวที่อาจเกิดขึ้นได้ (-S. event, occurrence)
eventually (อิเวน' ชูอัลลี) *adv.* ในที่สุด, ลงท้าย, ในบั้นปลาย (-S. ultimately, sooner or later)
eventuate (อิเวน' ชูเอท) *vi.* **-ated, -ating** เป็นผล, ลงท้าย, ปรากฏในที่สุด, ผลสุดท้ายก็เป็น (-S. result in, ensue, happen)
ever (เอฟ' เวอะ) *adv.* ตลอดไป, ตลอดกาล, ชั่วนิรันดร, ไม่มีที่สิ้นสุด, เรื่อยไป (-S. always, forever, eternally, constantly, at any time -A. never) *-Ex. Have you ever seen a bear?, That boy is ever ready to help., ever and again*
everblooming (เอฟ' เวอะบลูม' มิง) *adj.* ที่ออกดอกตลอดปี
everglade (เอฟ' เวอะเกลด) *n.* ที่ลุ่ม, บริเวณหนองน้ำ
evergreen (เอฟ' เวอะกรีน) *adj.* เขียวตลอดปี, ตลอดปี, ชั่วนิรันดร, สดใสตลอดกาล *-n.* ต้นไม้ที่เขียวตลอดปี **-evergreens** กิ่งไม้ประดับของต้นไม้ที่เขียวตลอดปี *-Ex. Pine trees and cedars are evergreens., We planted evergreen trees.*
everlasting (เอฟเวอะลาส' ทิง) *adj.* อมตะ, ชั่วนิรันดร, ชั่วกัลปาวสาน, ไม่มีที่สิ้นสุด, ตลอดไป, น่าเบื่อหน่าย *-n.* ความเป็นอมตะ, ภาวะชั่วนิรันดร, พืชที่แห้งแต่ยังคงมีสีและรูปของดอกไม้เปลี่ยนแปลง **-the Everlasting** พระผู้เป็นเจ้า **-everlastingly** *adv.* **-everlastingness** *n.* (-S. endless, enduring, perpetual, ceaseless, monotonous, tedious) *-Ex. everlasting talk, that everlasting racket from the radio next door*
evermore (เอฟเวอะมอร์') *adv.* ตลอดไป, อยู่เสมอ, ชั่วนิรันดร, ตลอดไปในอนาคต (-S. forever, always, constantly)
evert (อิเวิร์ท') *vt.* ปลิ้นออก, พลิกออก, หันด้านในออก
every (เอฟวฺ' รี) *adj.* ทุกๆ, แต่ละ, ทั้งหมด **-every bit** ทั้งหมด **-every now and then** บางครั้งบางคราว **-every so often, every once in a while** บางครั้งบางคราว **-every other day** วันเว้นวัน **-every way, in every way, in every respect** ด้วยประการทั้งปวง **-every which way** ทุกทิศทุกทาง (-S. each, all possible) *-Ex. Udom coloured every picture in the book., Somchai comes every day., I have every confidence in his ability.*
everybody (เอฟวฺ' รีบอดี) *pron.* ทุกคน *-Ex. Is everybody here?*
everyday (เอฟวฺ' รีเด) *adj.* ทุกวัน, สามัญ, ธรรมดา **-everydayness** *n.* (-S. daily, diurnal, usual) *-Ex. My blue dress is my everyday dress., Singing is an everyday event in our class., everyday English, everyday occurrence*
Everyman, everyman (เอฟวฺ' รีเมิน) *n.* คนธรรมดา, คนสามัญ, สามัญชน (-S. ordinary man)
everyone (เอฟวฺ' รีวัน') *pron.* ทุกคน (-S. everybody) *-Ex. Dang invited everyone in our class to her party.*
everyplace (เอฟวฺ' รีเพลซฺ) *adv.* (ภาษาพูด) ทุกหนทุกแห่ง
everything (เอฟวฺ' ริธิง) *pron.* ทุกสิ่งทุกอย่าง, ทั้งหมด, สิ่งที่มีความสำคัญยิ่ง (-S. all, the total, the aggregate)

E

E

everyway (เอฟว_' ริเว) *adv.* ทุกวิถีทาง, ด้วยประการทั้งปวง

everywhere (เอฟว_' รีแวร์) *adv.* ทุกหนทุกแห่ง, ทุกหัวระแหง (-S. in all places, all around, all over) *-Ex. The sun shines everywhere., We looked everywhere in the neighbourhood for our lost dog.*

evict (อิวิคท_') *vt.* ขับออก, ไล่ที่, ขับไล่, เรียกคืน **-eviction** *n.* **-evictor** *n.* (-S. oust, remove, put out, dispossess, dislodge, drum out, bounce)

evictee (อิวิค' ที) *n.* ผู้ถูกขับออก, ผู้ถูกไล่ที่

evidence (เอฟ' วิเดินซ_) *n.* หลักฐาน, พยานหลักฐาน, พยานบุคคล, วัตถุพยาน, ความชัดแจ้ง *-vt.* **-denced, -dencing** ทำให้ชัดแจ้ง, ทำให้เด่นชัด, พิสูจน์ให้เห็นด้วยพยานหลักฐาน **-in evidence** ชัดแจ้ง (-S. proof, grounds, facts, testimony) *-Ex. The witness gave all the evidence., Somchai is nowhere in envidence.*

evident (เอฟ' วิเดินท_) *adj.* ชัดแจ้ง, เด่นชัด (-S. obvious, plain, apparent) *-Ex. The facts made his guilt evident to all.*

evidential (เอฟวิเดิน' เชิล) *adj.* ซึ่งเป็นพยานหลักฐาน, ซึ่งเป็นเครื่องแสดง **-evidentially** *adv.*

evidently (เอฟ' วิเดนทลี) *adv.* ชัดแจ้ง, แน่ชัดอย่างไม่ต้องสงสัย (-S. seemingly, apparently, obviously, clearly)

evil (อี' เวิล) *adj.* ชั่ว, ไม่ดี, ร้าย, เลว, โชคร้าย, ไม่เป็นมงคล, เป็นบาป, เป็นอกุศล, เป็นภัย, เป็นอันตราย, เกี่ยวกับอารมณ์ร้าย *-n.* สิ่งชั่ว, สิ่งที่เลวร้าย, ความชั่ว, ความเลว, ความร้าย, ความอัปมงคล, อันตราย, ภัย, สิ่งที่ทำให้เกิดอันตราย, สิ่งที่เป็นภัย, โรค *-adv.* อย่างเลวร้าย, อย่างชั่วร้าย **-the Evil One** ซาตาน, ปีศาจ **-evilly** *adv.* **-evilness** *n.* (-S. wicked, vile, injurious, vicious, harm -A. good, just, beneficial) *-Ex. the evil effects*

evildoer (อี' เวิลดูเออะ) *n.* ผู้กระทำความชั่ว, คนเลว, คนร้าย **-evildoing** *n.*

evil-minded (อี' เวลไม' ดิด) *adj.* ซึ่งมีจิตใจที่ชั่ว, ใจทมิฬ, ใจร้าย **-evil-mindedly** *adv.* **-evil-mindedness** *n.* (-S. evil)

evince (อิวินซ_') *vt.* **evinced, evincing** แสดงให้เห็น, แสดงออก, ทำให้เห็น, ประจักษ์, พิสูจน์เปิดเผย **-evincible** *adj.* **-evincive** *adj.* (-S. evidence, show, manifest)

eviscerate (อิวิส' เซอะเรท) *vt.* **-ated, -ating** เอาไส้พุงออก, เอาไส้ในออก, เอาส่วนสำคัญออก **-evisceration** *n.*

evitable (เอฟ' วิทะเบิล) *adj.* ซึ่งเลี่ยงได้,ที่หลบเลี่ยงได้

evocable (เอฟ' วะคะเบิล) *adj.* ซึ่งเรียกปลุกได้, ซึ่งขอร้องได้

evocation (เอฟวะเค' ชัน) *n.* การเรียกปลุก, การขอร้อง, การเรียก, การกระตุ้นให้เกิดขึ้น **-evocator** *n.*

evocative (อิวอค' คะทิฟว_) *adj.* สามารถปลุก, ซึ่งเป็นการปลุก **-evocatively** *adv.* **-evocativeness** *n.* (-S. reminiscent, suggestive)

evoke (อิโวค') *vt.* **-voked, -voking** เรียกปลุก, นำมาซึ่ง, ทำให้เกิดขึ้น (-S. rouse, summon, elicit, awaken, induce) *-Ex. His speech evoked a nasty response.*

evolution (เอฟวะลู' ชัน) *n.* วิวัฒนาการ, พัฒนาการ, ความก้าวหน้า, การค่อยๆ ปรากฏขึ้น, การเจริญเติบโต, ผลิตผลของการวิวัฒนาการ, การปล่อยออก, การเต้นรอบ, การหมุนเวียน **-evolutionally** *adv.* **-evolutionary** *adj.* **-evolutional** *adj.* (-S. development, evolvement, growth, expansion) *-Ex. the evolution of a frog from a tadpole*

evolutionist (เอฟวะลู' ชันนิสท) *n.* ผู้ยึดถือทฤษฎีการวิวัฒนาการ, ผู้ที่สนับสนุนให้ค่อยทำค่อยไป **-evolutionistic** *adj.* **-evolutionism** *n.* **-evolutionistically** *adv.*

evolve (อิวอลฟว_') *v.* **evolved, evolving** *-vt.* ค่อยๆ ปรากฏขึ้น, วิวัฒน์, ค่อยเป็นค่อยไป, เจริญ *-vi.* ค่อยๆ ปรากฏขึ้น, วิวัฒน์ **-evolvable** *adj.* **-evolvement** *n.* (-S. unfold, develop, unroll, progress, expand, elaborate) *-Ex. An oak tree evolves from a tiny acorn.*

ewe (ยู) *n.* แกะตัวเมีย (-S. female sheep)

ewer (ยู' เออะ) *n.* กาน้ำปากกว้าง, คนโท

ex[1] (เอคซ_) *n., pl.* **exes** พยัญชนะอังกฤษ (X, x), สิ่งที่เป็นรูป X

ex[2] (เอคซ_) *n., pl.* **exes** (คำสแลง) อดีตสามี อดีตภรรยา

ex[3] (เอคซ_) *prep.* โดยไม่รวม **-ex dividend** ไม่เอาเงินปันผลคราวหน้า **-ex ship/steamer** ไม่คิดค่าขนส่งเพียงแค่ออกจากเรือไป **-ex godown/warehouse/store** ไม่คิดค่าขนส่งเพียงแค่โกดังของผู้ขาย **-ex libris** ข้อมูลของหนังสือ **-ex parte** จากฝ่ายเดียว **-ex officio** โดยตำแหน่ง **-ex interest** ไม่คิดดอกเบี้ย, ไม่มีสิทธิได้รับ **-ex rights** ไม่มีสิทธิรับซื้อหุ้นใหม่

ex- คำอุปสรรค มีความหมายว่า ออก เช่น exclude เอาออก, ทำให้ exasperate ทำให้โกรธ, นอกตำแหน่ง expresident อดีตประธานาธิบดี

exacerbate (อิกแซส' เซอร์เบท) *vt.* **-bated, -bating** ทำให้หนักขึ้น, ทำให้รุนแรงขึ้น, ทำให้ทรุดหนัก, ทำให้โกรธเคือง, ทำให้ช้ำ **-exacerbation** *n.* (-S. intensify, aggravate, worsen, exasperate)

exact (อิกแซคท_') *adj.* แน่นอน, แน่ชัด, ถูกต้อง, เที่ยง, แม่นยำ *-vt.* บีบบังคับ, เรียกร้อง, ต้องการ **-exactable** *adj.* **-exactness** *n.* **-exactor, exacter** *n.* (-S. correct, strict, meticulous -A. faulty) *-Ex. exact copy, The bank exacted 10% interest on the loan., exact words, exact order, exact payment*

exacting (อิกแซค' ทิง) *adj.* ซึ่งเข้มงวดมาก, ซึ่งเรียกร้องความต้องการมาก, เกรี้ยวกราด, ซึ่งต้องใช้ความละเอียด, พิถีพิถันมาก **-exactingly** *adv.* **-exactingness** *n.* (-S. demanding, arduous, tough, rigorous, unyielding, strict) *-Ex. Medicine is very exacting work., an exacting teacher*

exaction (อิกแซค' ชัน) *n.* การบีบบังคับ, การเรียกร้องความต้องการ, สิ่งที่เรียกร้อง (-S. extortion)

exactitude (อิกแซค' ทิทูด) *n.* ความแน่นอน, ความแม่นยำ, ความถูกต้อง, ความแน่ชัด (-S. accuracy)

exactly (อิกแซคท_' ลี) *adv.* อย่างแน่นอน, อย่างแม่นยำ, อย่างแน่ชัด, อยู่พอดีเดียว, เท่านั้น (-S. precisely, accurately, literally) *-Ex. not exactly, to follow his order exactly*

exaggerate (อิกแซจ' จะเรท) *v.* **-ated, -ating** *-vt.* พูดเกินความจริง, โอ้อวด, เพิ่มหรือขยายเกินกว่าปกติ *-vi.* พูดหรือเขียนเกินความจริง, พูดหรือเขียนเลยเถิด **-exaggerative, exaggeratory** *adj.* **-exaggerator** *n.* (-S. overstate, overemphasize, amplify, add colour, overelabolate -A. minimize, diminish) *-Ex. Some children exaggerate the stories they tell.*

exaggerated (อิกแซจ' จะเรททิด) *adj.* ซึ่งเพิ่มหรือขยายเกินกว่าปกติ, เกินความจริง **-exaggeratedly** *adv.*

exaggeration (อิกแซจ' จะเร' ชัน) *n.* การพูดเกินความจริง, การเพิ่มหรือขยายเกินกว่าปกติ, การโอ้อวด, (-S. extravagance, magnification, excessiveness)

exalt (อิกซอลทฺ') *vt.* ยกระดับ, ทำให้สูงขึ้น, ยกย่อง, สรรเสริญ, กระตุ้น, เพิ่มความเข้มข้น, ทำให้ปีติยินดี, ทำให้ดีอกดีใจ **-exalter** *n.* (-S. elevate, promote, glorify, praise, stimulate) *-Ex. The people exalted him to the position of Governor., They exalted God in their songs.*

exaltation (อิกซอลเท' ชัน) *n.* การยกระดับ, การทำให้สูงขึ้น, ความปลื้มปิติ, ความดีอกดีใจ, การกระทำที่มากเกินไป, ความใหญ่โตเกินไป (-S. promotion, eminence, delight)

exalted (อิกซอล' ทิด) *adj.* สูง, สูงส่ง, สูงค่า, ปลื้มปีติยินดี, ที่มากเกินไป **-exaltedly** *adv.* **-exaltedness** *n.* (-S. elevated, sublime, ecstatic, lofty, prestigious, inflated, jubilant)

exam (อิกแซม') *n.* การสอบ, การทดสอบ, การตรวจสอบ, การสอบสวน, การพิจารณา

examination (อิกแซมมะเน' ชัน) *n.* การสอบ, การทดสอบ, การตรวจสอบ, การสอบสวน, การพิจารณาข้อสอบ **-examinational** *adj.* **-examinatorial** *adj.* (-S. examining, inspection, scrutiny, interrogation) *-Ex. a physical examination, pass an examination, fail (in) an examination*

examine (อิกแซม' มิน) *vt.* **-ined, -ining** สอบ, ทดสอบ, ตรวจสอบ, สอบสวน, พิจารณา, ไต่ถาม **-examinable** *adj.* (-S. scrutinize, inspect, interrogate) *-Ex. examine into a rumour, to examine a class, to examine a witness in court*

examinee (อิกแซมมะนี') *n.* ผู้ถูกทดสอบ, ผู้เข้าสอบ, นักเรียน

examiner (อิกแซม' มะเนอะ) *n.* ผู้ตรวจสอบ, ผู้ทดสอบ, ผู้พิจารณาตรวจสอบ, ผู้ทำการไต่ถาม

example (อิกแซม' เพิล) *n.* ตัวอย่าง, อุทาหรณ์, แบบอย่าง, แบบฉบับ, ข้อตักเตือน *-vt.* **-pled, -pling** ยกตัวอย่าง **-for example** โดยตัวอย่าง **-make an example of** ทำโทษเป็นตัวอย่างแก่ **-set/give a (good) example (to...)** เป็นแบบอย่างแก่ (-S. pattern, model, specimen, warning, lesson) *-Ex. cite an example, an example, Example is better than precept.*

exasperate (อิกแซส' พะเรท) *vt.* **-ated, -ating** ทำให้โกรธเคืองมาก, เพิ่มความรุนแรง (-S. exacerbate, irritate, annoy, infuriate, irk) *-Ex. The boy's ill behaviour exasperated his mother.*

exasperating (อิกแซส' พะเรทิง) *adj.* ซึ่งโกรธเคืองมาก, น่าโมโหมาก, ซึ่งยั่วโทสะมาก **-exasperatingly** *adv.*

exasperation (อิกแซสพะเร' ชัน) *n.* การทำให้โกรธเคืองมาก, การเพิ่มความรุนแรง, ความโกรธเคืองมาก (-S. irritation, annoyance, fury, aggravation)

ex cathedra (เอคซฺ คะธี' ดระ) *adv., adj.* ด้วยอำนาจ, โดยอำนาจ

excavate (เอคส' คะเวท) *vt., vi.* **-vated, -vating** เจาะ, ขุด, ขุดรู, ขุดอุโมงค์, ขุดดิน, ขุดคุ้ย **-excavation** *n.* (-S. scoop out, dig, quarry, mine, uncover, reveal) *-Ex. to excavate a tunnel in a hillside, The archeologists excavated the ruins of the ancient city.*

excavation (เอคสคะเว' ชัน) *n.* การเจาะ, การขุด, รูที่เจาะ, อุโมงค์ที่ขุด (-S. digging, hollowing, cavity, mine, trench)

excavator (เอคส' คะเวเทอะ) *n.* คนขุด, เครื่องขุด, ผู้ขุดค้น

exceed (เอคซีด') *vt.* เกินกว่า, มากกว่า, เหนือกว่า, ดีกว่า, ละเมิด, ออกนอกลู่นอกทาง *-vi.* ดีกว่า, เหนือกว่า, มากกว่า (-S. outdo, excel, surpass, transcend) *-Ex. Motorcar drivers should not exceed the speed limit., exceed conventional rules, exceed in number, Edison's genius exceeded that of the other inventors of his time.*

exceeding (อิคซี' ดิง) *adj.* เหนือกว่า, มากกว่า, ผิดธรรมดา, พิเศษ **-exceedingly** *adv.*

excel (อิคเซล') *vt., vi.* **-celled, -celling** ดีกว่า, เก่งกว่า, เหนือกว่า (-S. superior to, surpass, outdo, outclass) *-Ex. Udom excels in sports.*

excellence (เอค' ซะเลินซฺ) *n.* ความดีเลิศ, ความยอดเยี่ยม, ความดีเด่น (-S. distinction, eminence, superiority)

excellency (เอค' ซะเรินซี) *n., pl.* **-cies** คำยกย่องผู้มีตำแหน่งชั้นสูง (เช่น ข้าหลวง เอกอัครราชทูต), คำยกย่องบิชอพ, ความดีเลิศ

excellent (เอค' ซะเลินทฺ) *adj.* ดีเด่น, ดีงาม, ดียิ่ง, ยอดเยี่ยม **-excellently** *adv.* (-S. superior, exceptional, distinguished, superb, superlative, admirable, worthy -A. mediocre)

excelsior (อิคเซล' ซิเออะ) *n.* กบไสเล็กๆ *-adj., interj.* ยิ่งดี, ยิ่งเจริญ, ยิ่งสูง

except (อิคเซพทฺ') *prep.* นอกจาก, ยกเว้น, ไม่รวม, ไม่นับ *-conj.* เท่านั้น, ยกเว้น *-vt.* ยกเว้น, ไม่รวม, ไม่นับ *-vi.* คัด ค้าน (-S. omit) *-Ex. Everyone was there except me., They were excepted from the list of guests to be invited.*

excepting (อิคเซพ' ทิง) *prep.* ยกเว้น, ไม่นับ *-conj.* ยกเว้น *-Ex. The whole class excepting Yupa passed the examination.*

exception (อิคเซพ' ชัน) *n.* การยกเว้น, ข้อยกเว้น, กรณีพิเศษ, การคัดค้าน, ข้อคัดค้าน **-with the exception of (that)** ยกเว้น **-take exception to** คัดค้าน **-excep-**

E

tional *adj.* **-exceptionally** *adv.* (-S. irregularity, peculiarity, objection) *-Ex. make an exception of, make no exceptions, with the exception of*

exceptionable (อิคเซพ' ชะนะเบิล) *n.* ที่คัดค้าน, ที่ไม่เห็นด้วย (-S. objectionable, offensive, disagrceable, obnoxious)

exceptive (เอคเซพ' ทิฟว) *adj.* เป็นข้อยกเว้น, เป็นกรณีพิเศษ, คัดค้าน (-S. objecting)

excerpt (*n.* เอค' เซิร์พทฺ, *v.* อิคเซิร์พทฺ') *n.* ข้อความที่คัดมาจากที่อื่น, สิ่งที่คัดตอนมา, สิ่งที่สกัดมา *-vt.* ตัดตอนมา, คัดลอกมา **-excerption** *n.* (-S. passage, extract, quotation, citation, selection)

excess (อิคเซส') *n.* ส่วนเกิน, ความมากเกินไป, การกระทำหรือพฤติกรรมที่เกินขอบเขต, การกินหรือดื่มมากเกินไป *-adj.* มากเกินพอ, มากเกินความจำเป็น (-S. overabundance, surplus, intemperance, surfeit -A. meagre, sparse) *-Ex. an excess of energy, our excess luggage, to pay excess postage,*

excessive (อิคเซส' ซิฟว) *adj.* มากเกินปกติ, มากเกินความจำเป็น **-excessiveness** *n.* **-excessively** *adv.* (-S. extreme, superfluous, immoderate, extravagant, lavish, unnecessary -A. moderate, reasonable) *-Ex. his excessive demands*

exchange (อิคซฺเชนจฺ') *v.* **-changed, -changing** *-vt.* แลกเปลี่ยน, แลก, เปลี่ยน, แลกเงินตรา, ปริวรรตเงินตรา, โต้ตอบ *-vi.* แลกเปลี่ยน, สับเปลี่ยน *-n.* การแลกเปลี่ยน, สิ่งแลกเปลี่ยน, สถานที่แลกเปลี่ยน, สำนักงานแลกเปลี่ยน, ค่าธรรมเนียมแลกเปลี่ยน, อัตราการแลกเปลี่ยน, ความแตกต่างระหว่างค่าเงินตรา, ตั๋วเงิน **-exchanger** *n.* (-S. swap, trade, barter, reciprocate) *-Ex. to exchange ideas, the stock exchange, exchange envoys, an exchange of views*

exchangeable (อิคซฺเชน' จะเบิล) *adj.* ซึ่งแลกเปลี่ยนได้, ซึ่งใช้แลกได้ **-exchangeability** *n.*

exchange rate อัตราแลกเปลี่ยนเงินตรา

exchequer (เอคซฺ' เชคเคอะ) *n.* กระทรวงการคลัง, คลัง, เงินทุน, ศาลแพ่งชั้นสูงของอังกฤษสมัยก่อน ปัจจุบันรวมกับแผนก King's Bench ของศาลสูง (High Court of Justice)

excide (อิคไซดฺ') *vt.* **-cided, -ciding** ตัดออก, ตัดทิ้ง

excise[1] (*n.* เอค' ไซซ, *v.* เอคไซซ') *n.* ภาษีสรรพสามิต, ภาษีสินค้า, ภาษี *-vt.* **-cised, -cising** เรียกเก็บภาษีสรรพสามิต, เรียกเก็บภาษีสินค้า, เรียกเก็บภาษี **-excisable** *adj.* (-S. duty, toll, levy)

excise[2] (เอคไซซ') *vt.* **-cised, -cising** ตัดทิ้ง, ตัดออก, ตัดตอน, ตัดข้อความออก (-S. remove, eradicate, eliminate)

exciseman (เอค' ไซซมัน) *n., pl.* **-men** เจ้าหน้าที่เก็บภาษี (ในประเทศอังกฤษ)

excision (เอคซิส' ชัน) *n.* การตัดออก, การตัดทิ้ง, การตัดตอน, การขับไล่, การขับออกจากศาสนา (-S. cutting, rejection, extraction)

excitability (เอคไซทะบิล' ลิที) *n.* การถูกปลุกปั่นได้, ลักษณะที่จะถูกกระตุ้นได้, ความระคายเคืองได้, ความไวต่อการถูกกระตุ้น

excitable (เอคไซ' ทะเบิล) *adj.* ที่ถูกปลุกปั่นได้, ที่ถูกเร้าได้, ที่ตื่นเต้นได้ง่าย **-excitably** *adv.* *-Ex. Sombut is too excitable to be trusted in this task.*

excitant (เอคไซ' เทินทฺ) *adj.* ซึ่งปลุกปั่น, ซึ่งเป็นการเร้า, ซึ่งเป็นการกระตุ้น *-n.* สิ่งที่เร้า, ตัวกระตุ้น

excitation (เอคไซเท' ชัน) *n.* การกระตุ้น, การปลุกปั่น, การเร้า, ภาวะที่ถูกกระตุ้น, ความตื่นเต้น, ขบวนการที่โมเลกุลของอะตอม นิวเคลียสของอะตอมหรืออนุภาคถูกกระตุ้น

excitative, excitatory (เอคไซ' ทะทิฟว, -ทอรี) *adj.* ที่ตื่นเต้น, ซึ่งถูกกระตุ้น, เกี่ยวกับการกระตุ้น

excite (เอคไซทฺ') *vt.* **-cited, -citing** กระตุ้น, ปลุกปั่น, เร้า, ใช้ไฟฟ้ากระตุ้นหรือทำให้เกิดสนามแม่เหล็ก (-S. arouse, stimulate, instigate -A. bore, lull)

excited (เอคไซ' ทิด) *adj.* ตื่นเต้น, ร้อนใจ, เร่าร้อน, คล่องขึ้น, กระฉับกระเฉง **-excitedly** *adv.* (-S. stimulated, animated, agitated)

excitement (เอคไซทฺ' เมินทฺ) *n.* ความตื่นเต้น, ความเร่าร้อน, ภาวะที่ตื่นเต้น, สิ่งที่กระตุ้น, สิ่งเร้า (-S. agitation, emotion, adventure, evocation -A. dull, boring) *-Ex. The news of victory aroused excitement everywhere.*

exciter (เอคไซ' เทอะ) *n.* ผู้เร้า, สิ่งเร้า, ตัวกำเนิดไฟฟ้าเสริมที่ผลิตไฟฟ้ากระตุ้นเครื่องไฟฟ้าอื่น

exciting (เอคไซ' ทิง) *adj.* ซึ่งทำให้ตื่นเต้น, น่าตื่นเต้น, ที่เร้าอารมณ์ **-excitingly** *adv.* (-S. rousing, stirring, stimulating, inspiring)

excitor (เอคไซ' เทอะ) *n.* ตัวกระตุ้น, ประสาทที่กระตุ้นให้เกิดกิจกรรมต่างๆ, ผู้กระตุ้น (-S. exciter)

exclaim (เอคซฺเคลม') *vi.* ร้องอุทาน, ร้องตะโกน, เปล่งเสียง, ร้อง *-vt.* ร้อง, ร้องอุทาน **-exclaimer** *n.* (-S. shout, cry, utter, ejaculate, proclaim)

exclamation (เอคสคละเม' ชัน) *n.* การร้องอุทาน, การร้องตะโกน, การเปล่งเสียง, การร้อง (-S. outcry, cry, utterance, roar, bellow)

exclamatory (เอคสแคลม' มะทอรี) *adj.* เกี่ยวกับการร้องอุทาน, ซึ่งร้องอุทาน *-Ex. an exclamatory sentence*

exclude (เอคสคลูด') *vt.* **-cluded, -cluding** กันออกไป, แยกออกไป, กันไม่ให้เข้ามา, ไล่ออก, ขับไล่ออก, ปฏิเสธ **-excludability** *n.* **-excludable, excludible** *adj.* **-excluder** *n.* (-S. bar, omit, except -A. include, involve) *-Ex. Somchai was excluded from the membership because of his age., Thick walls exclude all possible noises.*

exclusion (เอคสคลู' ชัน) *n.* การกันออกไป, การแยกออกไป, การกันไม่ให้เข้ามา, การไล่ออก, ภาวะที่ถูกกันออกไป **-exclusionary** *adj.* (-S. debarment, elimination, omission)

exclusive (เอคสคลู' ซิฟว) *adj.* ซึ่งกีดกัน, ซึ่งกีดกันคนนอก, แต่ผู้เดียว, ผูกขาด, เฉพาะตัว, อย่างเดียว, ซึ่งไม่รวมอย่างอื่น, ซึ่งไม่ยอมรับสมาชิกใหม่ *-n.* ข่าวเฉพาะสำหรับหนังสือพิมพ์ฉบับใดฉบับหนึ่ง **-exclusively** *adv.* **-exclusiveness, -exclusivism, exclusivity** *n.*

-exclusivist *n., adj.* **-exclusivistic** *adj.* (-S. restricted, restrictive, private, limited, complete, undivided, only, unique, omitting -A. public, open, general) *-Ex. an exclusive area, his exclusive control of the organization, This machine costs ฿50,000 exclusive of extras., "Dictatorship" and "liberty" are mutually exclusive terms.*

excogitate (เอคซฺคอจ' จิเทท) *vt.* **-tated, -tating** คิดอย่างรอบคอบ, คิดอุบาย, คิดค้น **-excogitation** *n.* **-excogitative** *adj.*

excommunicate (เอคซฺคะมิว' นิเคท) *vt.* **-cated, -cating** ตัดออกจากการเป็นสมาชิก, ขับไล่ออกจากศาสนา, คว่ำบาตร *-n.* คนที่ถูกคว่ำบาตร *-adj.* ซึ่งถูกคว่ำบาตร **-excommunication** *n.* **-excommunicative** *adj.* **-excommunicator** *n.* **-excommunicatory** *adj.* (-S. expel, debar, repudiate)

excoriate (เอคสคอ' ริเอท) *vt.* **-ated, -ating** ลอกหนังออก, ประณาม อย่างรุนแรง **-excoriation** *n.* (-S. abrade, condemn, criticize)

excrement (เอคส' คระเมินทฺ) *n.* ของเสียของร่างกาย, อุจจาระ, มูล **-excremental, excrementitious** *adj.* (-S. waste matter, ordure, dung, faeces)

excrescence (เอคสเครส' เซินซฺ) *n.* การเจริญเติบโตอย่างผิดปกติ, การเพิ่มขึ้นอย่างผิดปกติ, เนื้องอก, ส่วนงอกที่เป็นเล็บ ผม ขน และอื่นๆ (-S. growth, protuberance, swelling)

excrescent (เอคสเครส' เซินทฺ) *adj.* ซึ่งเจริญออกมาอย่างผิดปกติ, ซึ่งเกินความต้องการ (-S. superfluous)

excreta (เอคสครีท' ทะ) *n., pl.* สิ่งที่ถูกขับถ่ายออก เช่น อุจจาระ ปัสสาวะ เหงื่อ **-excretal** *adj.* (-S. excrement)

excrete (เอคสครีท) *vt.* **-creted, -creting** ขับถ่ายออก (-S. discharge, eject, expel)

excretion (เอคสครี' ชัน) *n.* การขับถ่ายออก, สิ่งที่ถูกขับออก (เช่น อุจจาระ ปัสสาวะ เหงื่อ)

excretory (เอค' สคริททอรี) *adj.* เกี่ยวกับการขับถ่าย

excruciate (เอคสครู' ซิเอท) *vt.* **-ated, -ating** ทำให้ได้รับความเจ็บปวดอย่างรุนแรง, ทรมาน, ทำให้ระทมทุกข์

excruciating (เอคสครู' ซิเอททิง) *adj.* ซึ่งเจ็บปวดอย่างรุนแรง, ระทมทุกข์, ทุกข์ทรมานมาก, อย่างยิ่ง, อย่างมาก **-excruciatingly** *adv.* (-S. agonizing, torturous, severe, intense, extreme)

excruciation (เอคสครูซิเอ' ชัน) *n.* การทำให้ได้รับความเจ็บปวดอย่างรุนแรง, ความทุกข์ทรมานมาก, การทรมาน

exculpate (เอค' สคัลเพท) *vt.* **-pated, -pating** ทำให้พ้นความผิด, ลบล้างความผิด, ทำให้พ้นข้อกล่าวหา **-exculpable** *adj.* **-exculpation** *n.* (-A. incriminate, indict, charge, blame, convict, accuse)

exculpatory (เอคสคัล' พะทอรี) *adj.* เกี่ยวกับการพ้นจากความผิด, ซึ่งหลุดพ้นจากข้อกล่าวหา

excurrent (เอคสเคอร์' เรินทฺ) *adj.* ซึ่งไหลออก, เป็นทางออก, ซึ่งมีแกนยืดออก, ซึ่งพ้นยอด, คล้ายยอดเจดีย์

excursion (เอคสเคอร์' ชัน) *n.* การเดินทางระยะสั้น, การเดินทางเพื่อจุดประสงค์พิเศษบางอย่าง, การเดินทางในราคาส่วนพิเศษ, การเที่ยว, คณะผู้เดินทางดังกล่าว, การเบี่ยงเบน, การออกนอกลู่นอกทาง (-S. jaunt, expedition, digression, deviation, rambling) *-Ex. The class went on an excursion to the museum.*

excursionist (เอคสเคอ' ชันนิสทฺ) *n.* ผู้เดินทางในระยะสั้น, ผู้เดินทางเพื่อจุดประสงค์พิเศษบางอย่าง, ผู้ท่องเที่ยว

excursive (เอคสเคอ' ซิฟวฺ) *adj.* ซึ่งออกนอกลู่นอกทาง, ห่างประเด็น, นอกเรื่อง **-excursively** *adv.* **-excursiveness** *n.* (-S. rambling, desultory, digressive)

excursus (เอคสเคอ' ซัส) *n., pl.* **-suses/-sus** การอภิปรายอย่างละเอียด, คำอธิบายผนวก

excusable (เอคสคิว' ซะเบิล) *adj.* ซึ่งพอให้อภัยได้, ซึ่งละเว้นหรือยกเว้นได้, ที่แก้ตัวได้ **-excusably** *adv.* **-excusableness** *n.*

excusatory (เอคสคัส' ซะทอรี) *adj.* ซึ่งเป็นการขอโทษ, ซึ่งเป็นการแสดงความเสียใจ

excuse (*v.* เอคสคิวซฺ', *n.* เอคสคิวซฺ') *vt.* **-cused, -cusing** ขอโทษ, ยกโทษ, ให้อภัย, แก้ตัว, ยอมรับคำแก้ตัว, ไม่ถือความผิด, ยกเว้น, ปลดเปลื้อง *-n.* คำขอโทษ, คำแก้ตัว, การให้อภัย, ข้อแก้ตัว, ข้ออ้าง, การปลดเปลื้อง **-excuser** *n.* (-S. forgive, pardon, absolve -A. condemn, denounce)

ex-dividend (เอค ดิฟวฺ' วะเดน) *adj., adv.* โดยไม่รวมเงินปันผลในงวดต่อไป

exec. ย่อจาก executive ฝ่ายบริหาร, executor ผู้จัดการมรดก

execrable (เอค' ซะคระเบิล) *adj.* เลวทรามที่สุด, น่าชังที่สุด, เลวมาก **-execrableness** *n.* **-execrably** *adv.* (-S. abominable, abhorrent, loathsome, odious, vile)

execrate (เอค' ซิเครท) *vt.* **-crated, -crating** ด่าว่าอย่างรุนแรง, สาปแช่ง, เกลียด, ชิงชัง, ประณาม *-vi.* แช่งด่าอย่างรุนแรง **-execration** *n.* **-execrative, execratory** *adj.* **-execrator** *n.* (-S. objurgate, abhor, abominate, loathe, detest, curse, damn)

executant (เอคเซค' คิวเทินทฺ) *n.* ผู้ปฏิบัติ, ผู้แสดง, ผู้กระทำ, ผู้ดำเนินการ, ผู้บริหาร

execute (เอค' ซิคิวทฺ) *vt.* **-cuted, -cuting** ปฏิบัติ, ทำให้สำเร็จ, ดำเนินการ, กระทำ, บริหาร, ประหารชีวิต, บังคับตาม กฎหมาย **-executable** *adj.* **-executer** *n.* (-S. achieve, fulfil, present perform, effect, kill) *-Ex. execute a plan, execute a command, execute one's duties, execute a deed*

execution (เอคซิคิว' ชัน) *n.* การปฏิบัติ, การทำให้สำเร็จ, การดำเนินการ, การกระทำ, การบริหาร, การประหารชีวิต, โทษประหารชีวิต, การแสดง (ดนตรี ฝีมือขับร้องหรืออื่นๆ), การบังคับตามกฎหมาย (-S. achievement, death penalty, manner) *-Ex. the forcible execution of a shooting, the pianist's fine execution*

executioner (เอคซิคิว' ชันเนอะ) *n.* เพชฌฆาต, ผู้ประหารชีวิต, ผู้ดำเนินการให้สำเร็จ

E

E

executive (เอคเซค' คิวทิฟว) *n.* ผู้บริหาร, นักบริหาร, กรรมการบริษัท *-adj.* เกี่ยวกับการปฏิบัติให้ลุล่วงไปด้วยดี, เกี่ยวกับการบังคับตามกฎหมาย, เกี่ยวกับการบริหาร (-S. director, official, manager, administrator, administration, leadership) *-Ex. an executive position, an executive committee, an executive branch, executive agreement, The premier is the chief executive of this country.*
executor (เอคเซค' คิวเทอะ) *n.* ผู้ปฏิบัติการ, ผู้บริหาร, ผู้ดำเนินการตามคำสั่ง, ผู้จัดการมรดกตามพินัยกรรม **-executorial** *adj.* **-executory** *adj.*
executrix (เอคเซค' คิวทริคซ) *n., pl.* **-trixes/-trices** ผู้บริหารหญิง, ผู้จัดการมรดกตามพินัยกรรมที่เป็นหญิง
exegesis (เอคซิจี' ซิส) *n., pl.* **-ses** การอธิบาย, การตีความ, การตีความและการอธิบายพระคัมภีร์ไบเบิล (-S. explication, exposition)
exemplar (เอคเซม' พละ) *n.* ตัวอย่างที่ดี, แบบอย่างที่ดี, บรรทัดฐาน
exemplary (เอคเซม' พละรี) *adj.* น่าเอาอย่าง, น่ายกย่อง, เป็นแบบอย่าง, เป็นเครื่องเตือน **-exemplarily** *adv.* **-exemplariness, exemplarity** *n.* (-S. admirable, commendable -A. reprehensible, wretched)
exemplify (เอคเซม' พละไฟ) *vt.* **-fied, -fying** เป็นตัวอย่างอธิบาย, ทำสำเนา (ที่ได้รับการรับรองถูกต้องเป็นทางการ) **-exemplification** *n.* **-exemplifiable** *adj.* **-exemplifier** *n.* (-S. typify, epitomize, depict) *-Ex. This tool exemplifies the mechanic's skill.*
exempt (เอคเซมพท') *vt.* ยกเว้น, ละเว้น, พ้น, ได้อิสรภาพ, เป็นอิสระ *-adj.* ซึ่งถูกยกเว้น, พ้น **-exemptible** *adj.* (-S. release from, liberate from, discharge from, free from, spare) *-Ex. Those goods are generally exempt from direct tax., to exempt him from military service*
exemption (เอคเซมพ' ชัน) *n.* การยกเว้น, การละเว้น, ผู้ได้รับการยกเว้นภาษี, การพ้นจาก, การเป็นอิสระ (-S. immunity, dispensation, freedom)
exequies (เอค' ซิคลีซ) *n. pl.* พิธีศพ
exercise (เอค' เซอะไซซ) *n.* การออกกำลังกาย, การฝึกหัด, การฝึกฝน *-v.* **-cised, -cising** *-vt.* ออกกำลังกาย, ปฏิบัติ, ดำเนินการ, เป็นห่วง, ทำให้เป็นห่วง *-vi.* ออกกำลังกาย **-exercisable** *adj.* **-exerciser** *n.* (-S. activity, training, effort, work, drilling, practice) *-Ex. to exercise power, to exercise the muscles or the mind, Jogging is good exercise., Opening exercises are held each morning.*
exert (เอกเซิร์ท') *vt.* ออกแรง, สำแดง, ออกกำลังกาย, พยายาม, ใช้อำนาจหน้าที่ **-exertive** *adj.* (-S. exercise, apply, use) *-Ex. to exert all one's strength*
exertion (เอกเซอ' ชัน) *n.* การออกแรง, การสำแดง, การออกกำลังกาย, ความพยายาม (-S. effort, struggle, endeavour) *-Ex. Swimming requires a great deal of exertion., with all one's exertions, by exertion of his power*
exeunt (เอค' ซีอันท) (ภาษาละติน) ถอยออก ถอยกลับ (จากเวที)
ex facto (เอคซ แฟค' โท) (ภาษาละติน) ตามความเป็นจริง
exhalation (เอคซฮะเล' ชัน) *n.* การหายใจออก, สิ่งที่หายใจออกมา, ไอ, การพุ่งออกมา, การกระจายออกมา
exhale (เอคซเฮล') *vt., vi.* **-haled, -haling** หายใจออก, ปล่อยออก, กระจายออกมา, ฟุ้ง, ระเหยออก **-exhalant** *adj. -Ex. A plant exhales oxygen in the sunlight.*
exhaust (เอกซอสท') *vt.* ใช้หมด, ทำให้หมด, สูบหรือดูดออกหมด, ทดลองหมด, ทำให้หมดกำลัง, ทำให้อ่อนเพลีย *-vi.* ผ่านพ้น, หลบหนี *-n.* การปล่อยไอเสียออกจากเครื่องยนต์, ท่อหรือปล่องปล่อยไอเสีย, เครื่องมือดูดไอเสีย **-exhaustibility** *n.* **-exhaustible** *adj.* **-exhuastless** *adj.* (-S. wear out, tire, fatigue, enervate, disable, deplete)
exhaustion (เอกซอส' ชัน) *n.* การทำให้หมด, การสูบหรือดูดออกหมด, การใช้กำลังหมด, การหมดกำลัง, ความเหน็ดเหนื่อยหรืออ่อนเพลียที่สุด, ไอเสีย (-S. fatigue, weariness, tiredness, consumption, depletion) *-Ex. The exhaustion of the matches supply came as a shock to the Boy Scouts.*
exhaustive (เอกซอ' สทิฟว) *adj.* ซึ่งทำให้หมด, ที่หมดกำลัง, ที่หมดจด, ที่ละเอียดถ้วนทั่ว, ที่ทอนกำลัง **-exhaustively** *adv.* **-exhaustiveness** *n.* **-exhaustivity** *n.* (-S. thorough, complete, deep)
exhibit (เอกซิบ' บิท) *vt.* แสดง, แสดงนิทรรศการ, ออกแสดง, อธิบาย, แสดงต่อศาล (พยานหลักฐาน) *-n.* การแสดงออก, นิทรรศการ, สิ่งที่นำมาแสดงนิทรรศการ **-exhibitor, exhibiter** *n.* **-exhibitory** *adj.* (-S. display, present, demonstrate, show -A. conceal)
exhibition (เอคซะบิช' ชัน) *n.* การแสดงออก, การแสดงนิทรรศการ, งานมหกรรม, ผลิตภัณฑ์ที่นำมาแสดงออก, ทุนการศึกษา (-S. presentation, demonstration, exhibit)
exhibitioner (เอคซะบิช' ชะเนอะ) *n.* ผู้ได้รับทุนการศึกษา
exhibitionism (เอคซะบิช' ชะนิซึม) *n.* การชอบแสดงออกเพื่อเรียกความสนใจ, การอวด, การชอบอวดอวัยวะสืบพันธุ์ของตนแก่คนอื่น **-exhibitionistic** *adj.*
exhibitionist (เอคซะบิช' ชะนิสท) *n.* ผู้ชอบแสดงออก, ผู้ชอบอวดผู้ชอบอวดอวัยวะสืบพันธุ์ของตนแก่ผู้อื่น
exhibitive (เอกซิบ' บิทิฟว) *adj.* ซึ่งเป็นการแสดงออก, ซึ่งเป็นการโอ้อวด
exhilarate (เอกซิล' ละเรท) *vt.* **-rated, -rating** ทำให้เบิกบานใจ, ทำให้ดีอกดีใจ, กระตุ้น, ทำให้มีชีวิตชีวา **-exhilarant** *adj.* **-exhilarating** *adj.* **-exhilaratingly** *adv.* **-exhilarative** *adj.* **-exhilarator** *n.* (-S. elate, delight, excite) *-Ex. Their walk in the garden exhilarated them.*
exhilaration (เอกซิลละเร' ชัน) *n.* การทำให้เบิกบานใจ, การทำให้ดีอกดีใจ, ความรื่นเริง, ความดีอกดีใจ (-S. joy, happiness, delight, animation)
exhort (เอกซอร์ท') *vt.* เคี่ยวเข็ญ, แนะนำ, ตักเตือน, สนับสนุน *-vi.* ให้คำแนะนำ, ตักเตือน **-exhortative, exhortatory** *adj.* **-exhorter** *n.* (-S. admonish, urge, persuade,

exhortation 317 **expand**

advise, warn) *-Ex. Somchai exhort his son to diligence and thrift.*

exhortation (เอกซอร์เท' ชัน) *n.* การเคี่ยวเข็ญ, การให้คำแนะนำ, การตักเตือน (-S. urging, persuasion, advice, injunction)

exhume (เอกฮูม') *vt.* **-humed, -huming** ขุดขึ้นจากหลุม, ขุดศพขึ้นมา, ขุดค้น, ปฏิสังขรณ์ **-exhumation** *n.* **-exhumer** *n.* (-S. unearth, disinter, unbury, resurrect, reincarnate)

exigence, exigency (เอค' ซะเจินซฺ, -ซี) *n., pl.* **-cies** ภาวะฉุกเฉิน, ความต้องการ, ความจำเป็น, เรื่องด่วน, เหตุฉุกเฉิน (-S. necessity, emergency, crisis, urgency)

exigent (เอค' ซะเจินทฺ) *adj.* ฉุกเฉิน, รีบด่วน, เป็นเรื่องด่วน **-exigently** *adv.* (-S. urgent, critical)

exiguous (เอกซิก' กิวเอิส) *adj.* เล็ก, น้อย, จิ๋ว, เบาบาง **-exiguity** *n.* **-exiguousness** *n.* **-exiguously** *adv.* (-S. scanty, meagre, slender, negligible)

exile (เอก' ไซล) *n.* การเนรเทศ, การขับไล่ออกจากประเทศตน, ผู้ถูกเนรเทศ, ภาวะที่ถูกเนรเทศ, การพลัดถิ่นของยิวในบาบิโลน *-vt.* **-iled, -iling** เนรเทศ, ไล่ออกนอกประเทศ **-exilic** *adj.* (-S. expatriation, deportation, uprooting, expulsion) *-Ex. The traitor was exiled from the country., The traitor was sent into exile for life.*

exist (เอกซิสทฺ') *vi.* ดำรงอยู่, มีอยู่, คงอยู่, มีชีวิตอยู่ (-S. survive, occur, live, subsist) *-Ex. The lost sailors existed for days without food or water., Ghosts do not exist.*

existence (เอกซิส' เทินซฺ) *n.* การดำรงอยู่, การมีอยู่, การมีชีวิตอยู่, ความเป็นอยู่, สิ่งที่มีอยู่จริง (-S. being, subsistence, living, life style) *-Ex. the existence of fairies, The old lady led a peaceful existence.*

existent (เอกซิส' เทินทฺ) *adj.* ซึ่งมีอยู่, ซึ่งดำรงอยู่, ในขณะนี้ *-n.* ผู้ที่ดำรงอยู่, สิ่งที่มีอยู่จริง (-S. living, extant, surviving)

existential (เอกซิสเทน' เชียล) *adj.* เกี่ยวกับการดำรงอยู่, ซึ่งเป็นอยู่ในปัจจุบันนี้ **-existentially** *adv.*

existentialism (เอกซิสเทน' ชะลิซึม) *n.* ทฤษฎีแห่งปรัชญาที่ว่าทุกคนนั้นอิสระและรับผิดชอบในการกระทำของเขา **-existentialist** *n., adj.*

exit (เอก' ซิท, เอค' สิท) *n.* ทางออก, ประตูฉุกเฉิน, การจากไป, การลงจากเวที, การตาย *-vi.* ออกไป, จากไป, ลงจากเวที, ตาย *-vt.* ออกไป **-make one's exit** ออกไป, จากไป (-S. outlet, egress, departure, retirement)

exit poll การหยั่งเสียงอย่างไม่เป็นทางการจากผู้ที่เพิ่งได้ลงคะแนนเสียง

ex libris (เอคซฺไล' บริส) *n. pl.* ข้อมูลหนังสือจากห้องสมุด (ใช้เป็นป้ายติดนำชื่อเจ้าของ)

exo- คำอุปสรรค มีความหมายว่า ข้างนอก, นอก, ภายนอก, นอกโลก

exobiology (เอคโซไบออล' ละจี) *n.* การศึกษาเกี่ยวกับชีวิตนอกโลก **-exobiological** *adj.* **-exobiologist** *n*

exocrine (เอค' ซะไครน) *adj.* ซึ่งคัดหลั่งออกข้างนอก, ซึ่งคัดหลั่งออกทางท่อของต่อม

exodus (เอค' ซะดัส) *n.* การจากไปของคนจำนวนมาก, การไหลเทออก (-S. drawal, fleeing, evacuation)

ex officio (เอคซฺ อะฟิชชีโอ) *adj.* โดยตำแหน่งหน้าที่

exogamy (เอคซอก' กะมี) *n., pl.* **-mies** การสมรสหรือสืบพันธุ์กับสมาชิกนอกครอบครัว, การรวมตัวของเซลล์เพศที่ต่างพ่อต่างแม่ **-exogamous, exogamic** *adj.*

exogenous (เอคซอจ' จะนัส) *adj.* ซึ่งเกิดจากภายนอก, ซึ่งเกิดจากภายนอกอวัยวะหรือร่างกาย

exonerate (อิกซอน' เนอะเรท) *vt.* **-ated, -ating** ทำให้พ้นจากความผิด, ทำให้พ้นจากข้อกล่าวหา, ปลดเปลื้องภาระ, ปลดเปลื้องจากความรับผิดชอบหรือหน้าที่ **-exoneration** *n.* **-exonerative** *adj.* **-exonerator** *n.* (-S. acquit, absolve, innocent, release, free, discharge -A. charge)

exorable (เอค' ซะระเบิล) *adj.* ซึ่งถูกชักชวนได้ง่าย, ซึ่งทำให้ใจอ่อนได้ง่าย

exorbitance, exorbitancy (อิกซอร์' บิเทินซฺ) *n.* ความมากเกินไป, ราคาแพงเกินไป, ความสูงเกินไป, การกระทำที่เกินความเหมาะสม

exorbitant (อิกซอร์' บิเทินทฺ, -ซี) *adj.* มากเกินไป, แพงเกินไป, สูงเกินไป **-exorbitantly** *adv.* (-S. excessive, unreasonable, immoderate)

exorcism (เอค' ซอร์ซึม) *n.* การไล่ผี, พิธีไล่ผี, การขับไล่, การขจัด, มนต์ไล่ผี

exorcist (เอค' ซอซิสทฺ) *n.* ผู้ทำพิธีไล่ผี, หมอผี

exorcize, exorcise (เอค' ซอร์ไซซฺ) *vt.* **-cized, -cizing/-cised, -cising** ไล่ผี, ขับไล่ **-exorcizer, exorciser** *n.* (-S. drive out, expel, purify)

exordium (อิกซอร์' เดียม) *n., pl.* **-diums/-dia** การเริ่มต้น, บทนำ, อารัมภบท, การกล่าวอารัมภบท **-exordial** *adj.* (-S. introduction, preface, prelude)

exoskeleton (เอคโซสเคล' ลิทัน) *n.* ส่วนที่ปกคลุมภายนอก ได้แก่ ผม ขน เล็บ ฟันและอื่นๆ, โครงสร้างภายนอกที่ทำหน้าที่ปกป้องหรือเป็นโครงยึดสำหรับอวัยวะภายใน **-exoskeletal** *adj.*

exosphere (เอค' โซสเฟียร์) *n.* บริเวณบรรยากาศที่อยู่ชั้นสูงและมีความเข้มข้นน้อยที่สุด

exoteric (เอคซะสเทอ' ริค) *adj.* ซึ่งเกิดจากภายนอกร่างกาย, ซึ่งเหมาะกับสาธารณชน, ซึ่งเปิดเผยสำหรับสาธารณชน, เกี่ยวกับภายนอก **-exoterically** *adv.*

exothermic, exothermal (เอคโซเธอ' มิค, -มอล) *adj.* เกี่ยวกับปฏิกิริยาทางเคมีที่เกิดความร้อนขึ้น

exotic (อิกซอท' ทิค) *adj.* เกี่ยวกับหรือมาจากต่างประเทศ, ไม่ใช่ของพื้นเมือง, ผิดธรรมดา, ประหลาด *-n.* สิ่งที่มาจากต่างประเทศ, สิ่งที่ผิดธรรมดา **-exotically** *adv.* **-exoticism** *n.* (-S. external, strange, peculiar, foreign, outlandish -A. native)

exotica (อิกซอท' ทิคะ) *n. pl.* สิ่งแปลกๆ ที่มาจากต่างแดน

expand (อิคสแพนดฺ') *vt.* ขยาย, แผ่, ทำให้กว้างออก, เพิ่ม, คลี่ออก, ยืดออก, บาน *-vi.* ขยายคลี่ออก, ขยายความ **-expandable** *adj.* **-expander** *adv.* (-S. widen, extend, increase, amplify -A. contract) *-Ex. Yeast makes bread*

E

E

dough expand., The shopkeeper will expand his business.

expanse (อิคสแพนซฺ') *n.* สิ่งที่ขยายออก, การขยาย (-S. area, stretch, tract) *-Ex. There is a great expanse of desert in the western States.*

expansible (อิคสแพน' ซะเบิล) *adj.* ซึ่งขยายออกได้ **-expansibility** *n.*

expansion (อิคสแพน' ชั่น) *n.* การขยาย, ปริมาณหรือขนาดของการขยายออก, ส่วนที่ขยายออก, สิ่งที่ถูกขยาย **-expansionary** *adj.* (-S. increase, amplification, extension, development -A. contraction) *-Ex. expansion of territory, expansion and contraction, expansion in series*

expansionism (อิคสแพน' ชะนิซึม) *n.* ลัทธิการขยายตัวหรือเพิ่ม, นโยบายการขยายตัวหรือเพิ่ม

expansive (อิคสแพน' ซิฟว) *adj.* ซึ่งเป็นการขยายตัวหรือเพิ่ม,ซึ่งเกี่ยวกับการขยายตัวหรือเพิ่ม,ซึ่งทำให้เกิดการขยายตัวหรือเพิ่ม, ไพศาล, กว้างขวาง, ละเอียด, กินความมาก, เปิดเผย, เบิกบานใจ (อย่างคนที่เป็นโรคจิต) **-expansively** *adv.* **-expansiveness, expansivity** *n.* (-S. broad, outgoing, wide, comprehensive, genial)

ex parte (เอคซฺ พาร์' ที) (ภาษาละติน) จากด้านเดียว, จากฝ่ายเดียว

expatiate (เอคสเพ' ชีเอท) *vt.* **-ated, -ating** ขยายความ, สาธก, ถก, บรรยายหรือพูดอย่างละเอียด, ท่องเที่ยว, เดินเตร่ **-expatiation** *n.* (-S. expand on, elaborate on, enlarge on)

expatriate (เอคสเพ' ทริเอท) *v.* **-ated, -ating** *-vt.* เนรเทศ, อพยพไปอยู่ต่างประเทศ, สละสัญชาติเดิม *-vi.* อพยพออกนอกประเทศ *-adj.* ซึ่งถูกเนรเทศ, ซึ่งอพยพไปอยู่ต่างประเทศ *-n.* ผู้อพยพไปอยู่ต่างประเทศ, ผู้ถูกเนรเทศ **-expatriation** *n.* (-S. banish, exile, outlaw)

expect (อิคสเพคทฺ') *vt.* คาดหมาย, คาดว่า, หวังว่า, คาดคิด, ปรารถนาให้, ถือเอา, เข้าใจว่า *-vi.* ตั้งครรภ์ **-expectable** *adj.* **-expectably** *adv.* (-S. suppose, surmise, predict, require, contemplate, await) *-Ex. We expect that it will rain today., I expect to go abroad.*

expectancy, expectance (อิคสเพค' เทินซี, -เทินซฺ) *n., pl.* **-cies** ความคาดหมาย, ความคาดหวัง, ความคาดคิด, สิ่งที่คาดหมาย, สิ่งที่คาดหวัง(-S. expectation, anticipation, hope, prospect)

expectant (อิคสเพค' เทินทฺ) *adj.* ซึ่งคาดหมายไว้, ซึ่งคาดหวังหรือคาดคิดไว้, มีครรภ์, ตั้งครรภ์ *-n.* คนที่เฝ้าคอย, ผู้คาดหวัง **-expectantly** *adv.* (-S. awaiting, eager, expecting) *-Ex. an expectant look, expectant attitude, expectant mother, expectant treatment*

expectation (อิคสเพคเท' ชั่น) *n.* การคาดหมาย, การคาดหวัง, การคาดคิด, สิ่งที่คาดหมายไว้, ความหวัง **-expectative** *adj.* (-S. anticipation, belief, prospects)

expectorant (อิคสเพค' เทอะรันทฺ) *adj.* ซึ่งขับเสมหะ *-n.* ยาขับเสมหะ

expectorate (อิคสเพค' ทะเรท) *v.* **-rated, -rating** *-vt.* ขับเสมหะ *-vi.* ถ่มน้ำลาย **-expectoration** *n.*

expediency, expedience (อิคสพี' เดินซี, -พี' เดินซฺ) *n., pl.* **-cies** ความสะดวก, ความเหมาะสม, ความได้เปรียบ, ความง่าย, แผนฉุกเฉิน, แผนเฉพาะกาล (-S. usefulness, aptness, convenience, advantage)

expedient (อิคสพี' เดียนทฺ) *adj.* สะดวก, ได้เปรียบ, ง่าย, เหมาะสม, เป็นวิธีฉุกเฉิน, ได้ประโยชน์ *-n.* วิธีที่สะดวก, วิธีที่เหมาะสม, วิธีเฉพาะกาล, วิธีฉุกเฉิน **-expeidently** *adv.* (-S. advantageous, suitable, opportune, practical, desirable, appropriate) *-Ex. a temporary expedient, Udom found it expedient to take the plane rather than a train., To buy on credit is an expedient when you do not have the cash.*

expediential (อิคสพีเดน' เชิล) *adj.* เกี่ยวกับความสะดวก, เกี่ยวกับแผนฉุกเฉิน, ง่าย

expedite (เอค' สพิไดทฺ) *vt.* **-dited, -diting** เร่ง, กระตุ้น, ทำให้เร็วขึ้น, จัดการให้เสร็จอย่างรวดเร็ว, ส่งไป *-adj.* พร้อม, ตื่นตัว **-expediter, expeditor** *n.* (-S. accelerate, hasten, dispatch)

expedition (เอคสพิดิช' ชั่น) *n.* การเดินทาง, การเดินทางเพื่อจุดประสงค์บางอย่าง (สำรวจ ทำสงครามหรืออื่นๆ), คณะผู้เดินทางดังกล่าว, ความว่องไวหรือรวดเร็วในการกระทำบางอย่าง **-expeditionary** *adj.* (-S. mission, journey, team, company, speed, quickness) *-Ex. a hunting expedition, a fishing expedition to Songklar Lake, The expedition went to the South Pole., The firemen showed great expedition in answering the call.*

expeditious (เอคสพิดิช' เชิส) *adj.* ว่องไว, รวดเร็ว **-expeditiously** *adv.* **-expeditiousness** *n.* (-S. speedy, immediate, punctual)

expel (อิคสเพล') *vt.* **-pelled, -pelling** ขับออก, ขับไล่, ตัดออกจากการเป็นสมาชิก **-expellable** *adj.* (-S. banish, exile, oust, reject, dismiss, eject) *-Ex. Surachai was expelled form the class., The car expelled poisonous fumes.*

expellant, expellent (เอคสเพล' เลินทฺ) *n.* ยาขับ, ยาขับพิษ *-adj.* เกี่ยวกับการขับออก, เกี่ยวกับการขับไล่

expellee (อิคสเพลลี') *n.* ผู้ถูกขับไล่, ผู้ถูกเนรเทศ

expeller (เอคสเพล' เลอะ) *n.* ผู้ขับไล่, ผู้ขับออก, ตัวขับ, ที่บีบน้ำมันออก

expend (อิคสเพนดฺ') *vt.* ใช้หมด, ใช้เกลี้ยง, ใช้จ่าย, จ่ายเงิน (-S. spend, pay out, dissipate, consume, deplete -A. reserve, ration) *-Ex. to expend strength, time, ane money*

expendable (อิคสเพน' ดะเบิล) *adj.* พอที่จะใช้จ่ายได้, ใช้ได้, พอที่จะเสียสละได้, เกี่ยวกับการใช้หมดได้ **-expendability** *n.* (-S. dispensable, replaceable, unimportant)

expenditure (อิคสเพน' ดะเชอะ) *n.* การใช้จ่าย, การใช้, ค่าใช้จ่าย, งบประมาณ (-S. expense, payment, outlay, consumption, depletion) *-Ex. military expenditures, revenue and expenditure*

expense (อิคสเพนซฺ') *n.* ค่าใช้จ่าย, ค่าโสหุ้ย, การใช้จ่าย, การสละ, ค่าเสียหาย, ความสิ้นเปลือง **-at the**

expense of เกี่ยวกับการเสียสละหรือเสียหายของ **-go to the expense of** ใช้เงิน **-at his (her, our, etc.) expense** โดยการเสียสละหรือเสียหายของเขา (หล่อน, เรา, เป็นต้น) (**-S.** cost, price, charge, outlay) *-Ex. a considerable expense, the expense of an education, food, rent, and clothing are our chief expenses., cut down one's expenses, Somchai succeeded, but at the expense of his health.*

expense account ค่าใช้จ่าย (ที่ลูกจ้างนำมาเบิกกับนายจ้างได้)

expensive (อิคสเพน' ซิฟว) *adj.* แพง, มีราคาสูงมาก, สิ้นเปลือง **-expensively** *adv.* **-expensiveness** *n.* (**-S.** dear, costly, overpriced, extravagant **-A.** cheap, modest)

experience (อิคสเพีย' เรียนซฺ) *n.* ประสบการณ์, การประสบ, ความชัดเจน, ความรู้จากประสบการณ์ *-vt.* **-enced, -encing** ประสบ, พบ, รู้สึก (**-S.** exposure to, involvement in, skill, background, adventure, ordeal **-A.** inexperience) *-Ex. The wounded man experienced much pain., to exchange experience*

experienced (อิคสเพีย' เรียนซฺท) *adj.* มีประสบการณ์, ชัดเจน, ฉลาด, เชี่ยวชาญ, ชำนาญ (**-S.** practised, trained, skilful, capable **-A.** immature, innocent, naive, untried, fresh)

experiment (อิคสเพอ' ระเมินทฺ) *n.* การทดลอง, การทดสอบ *-vi.* ทดสอบ, พยายามทดลองหาประสบการณ์ **-experimenter** *adj.* (**-S.** trial, test, investigation, obsevation) *-Ex. a chemical experiment, Pasteur experimented with bacteria.*

experimental (อิคสเพอ' ระเมนเทิล) *adj.* เกี่ยวกับหรือได้มาจากการทดลอง, เกี่ยวกับประสบการณ์ **-experimentalist** *n.* **-experimentalism** *n.* **-experimentally** *adv.* (**-S.** tested, empirical, exploratory, tentative) *-Ex. an experimental plot*

experimentation (อิคสเพอระเมนเท' ชัน) *n.* การทดลอง, การทดสอบ, วิธีการทดลอง, วิธีการทดสอบ (**-S.** testing, experiment, research, trial and error, investigation)

expert (เอค' สเพิร์ทฺ) *n.* ผู้เชี่ยวชาญ, ผู้ชำนาญ, ผู้มีประสบการณ์, มือปืนชั้นเยี่ยมยอด *-adj.* ที่มีความชำนาญ **-expertly** *adv.* **-expertness** *n.* (**-S.** master, specialist, authority, old hand, professional) *-Ex. a music expert, an expert swimmer, an expert scientist*

expertise (เอค' สเพอไทซฺ') *n.* ความชำนาญ, ความรู้ความชำนาญ (**-S.** skill, know-how, deftness, dexterity)

expiable (เอค' สพีอะเบิล) *adj.* ซึ่งลบล้างได้, ซึ่งชดเชยหรือไถ่ถอนความผิดได้

expiate (เอค' สพีเอท) *vt., vi.* **-ated, -ating** ล้าง (บาป), ลบล้าง, ชดเชย หรือไถ่ถอนความผิด **-expiator** *n.* (**-S.** atone for, redress)

expiation (เอคสพีเอ' ชัน) *n.* การล้าง (บาป), การลบล้าง, การชดเชยหรือไถ่ถอนความผิด **-expiatory** *adj.* (**-S.** atonement, reparation, amends)

expiration (เอคสพะเร' ชัน) *n.* การหายใจออก, การปล่อยอากาศออกจากปาก, การสิ้นสุด, การยุติ, การหมดอายุ, การตาย

expiratory (เอคสไพ' ระทอรี) *adj.* เกี่ยวกับการหายใจออก, เกี่ยวกับการหมดอายุ, เกี่ยวกับการตาย

expire (เอคสไพเออะ') *v.* **-pired, -piring** *-vi.* หายใจออก, ยุติ, หมดอายุ, ตาย *-vt.* หายใจออก, ปล่อยอากาศออกจากปอด (**-S.** die, run out, finish, end, exhale, decease, perish)

expiry (เอคสไพ' รี) *n., pl.* **-ries** การหายใจออก, การหมดอายุ, การยุติ, การตาย (**-S.** finish, termination, death)

explain (เอคสเพลน') *vt.* อธิบาย, ชี้แจง, บรรยาย, ชี้แจงเหตุผล *-vi.* อธิบาย, ชี้แจงเหตุผล (**-S.** describe, decode, elucidate, justify)

explanation (เอคสพละเน' ชัน) *n.* การอธิบาย, การชี้แจง, สิ่งที่อธิบาย, สิ่งที่ชี้แจง, ความหมาย, คำอธิบาย, คำชี้แจง (**-S.** elucidation, definition, justification, reason) *-Ex. Dang's absence needed no explanation., This issue requires a great deal of explanation to be understood.*

explanatory, explanative (เอคสเพลน' นะทอรี, -ทิฟว) *adj.* ซึ่งเป็นการอธิบาย, ซึ่งเป็นการชี้แจง **-explanatorily, explanatively** *adv.* (**-S.** interpretive, descriptive, illustrative)

expletive (เอค' สพลิทิฟว) *n.* คำสบถสาบาน (อุทาน), คำอุทานที่หยาบคาย, คำที่เสริมเข้าไปเฉยๆ, สิ่งผนวก *-adj.* ที่เสริม, ที่เพิ่ม (**-S.** oath, curse, obscenity)

expletory (เอค' สพลิทอรี) *adj.* เป็นการเสริม, เป็นการย้ำ (**-S.** expletive)

explicable (เอค' สพลิคะเบิล) *adj.* ซึ่งพออธิบายได้, ซึ่งชี้แจงได้ (**-S.** explainable, interpretable, soluble)

explicate (เอค' สพลิเคท) *vt.* **-cated, -cating** อธิบาย, ชี้แจง, สร้างทฤษฎี, สร้างหลักการ **-explicator** *n.* **-explicatory** *adj.* (**-S.** explain, clarify, interpret, develop, evolve, formulate)

explication (เอคสพลิเค' ชัน) *n.* การอธิบาย, การชี้แจง, คำอธิบาย, คำชี้แจง, คำแปล

explicative (เอค' สพลิเคทิฟว) *adj.* ซึ่งเป็นการอธิบาย, ซึ่งเป็นการชี้แจง **explicatively** *adv.* (**-S.** explicating, explanatory)

explicit (เอคสพลิส' ซิท) *adj.* ชัดเจน, ชัดแจ้ง, แน่นอน, เปิดเผย, ขวานผ่าซาก **-explicitly** *adv.* **-explicitness** *n.* (**-S.** definite, plain, precise, specific, candid, frank) *-Ex. The views were brief but explicit.*

explode (เอคสโพลด') *v.* **-ploded, -ploding** *-vi.* ระเบิด, แตกกระจาย, ปะทุ, เกิดขึ้นอย่างปัจจุบันทันด่วน, บันดาลโทสะ *-vt.* ทำให้ระเบิด, ทำให้ปะทุ, ทำให้แตกกระจาย, ทำลาย, พิสูจน์ว่าผิด **-exploder** *n.* **-explodable** *adj.* (**-S.** blow up, burst, debunk, refute) *-Ex. explode an atom bomb, explode with anger, Too much pressure exploded the boiler., They exploded with laughter., to explode a popular view*

exploit[1] (เอค' สพลอยทฺ) *n.* การกระทำที่เป็นคุณงามความดีหรือกล้าหาญ, ความสามารถ, พฤติกรรมที่กล้าหาญ, ความสำเร็จ **-exploitable** *adj.* **-exploitability**

n. **-exploiter** *n.* (-S. deed, achievement)

exploit² (เอคสพลอยท') *vt.* ใช้หาประโยชน์, ใช้เพื่อประโยชน์ส่วนตัว, ส่งเสริมโดยการโฆษณาและประชาสัมพันธ์ **-exploitable** *adj.* **-exploitative** *adj.* **-exploiter** *n.* (-S. utilize, take advantage of, abuse) *-Ex. The Southeast Asia has many natural resources to be exploited in the future, to exploit one's possibility*

E

exploitation (เอคสพลอยเท' ชัน) *n.* การใช้หาประโยชน์, การใช้เพื่อประโยชน์ส่วนตัว, การใช้เพื่อหากำไร, การส่งเสริมโดยการโฆษณาและการประชาสัมพันธ์ (-S. manipulation, utilization, use, benefit, employment, advantage, profit)

exploration (เอคสพละเร' ชัน) *n.* การสำรวจค้น, การสำรวจ, การตรวจ, การวินิจฉัย, การสอบสวน (-S. investigation, scrutiny, expedition)

exploratory, explorative (เอคสพลอ' ระทอรี, -ทิฟว) *adj.* เกี่ยวกับการสำรวจตรวจค้น, เกี่ยวกับการวินิจฉัย, เกี่ยวกับการสอบสวน (-S. searching, investigative)

explore (เอคสพลอร์') *v.* **-plored, -ploring** *-vt.* สำรวจตรวจค้น, สำรวจ, ตรวจ, วินิจฉัย *-vi.* สำรวจ, ตรวจ, ค้น (-S. survey, examine, scrutinize) *-Ex. Captain Scott explored the region of the South pole., The boys explored the old railway bridge.*

explorer (เอคสพลอ' เรอะ) *n.* ผู้สำรวจ, นักสำรวจ, ผู้สำรวจตรวจค้น, ผู้วินิจฉัย, ผู้สอบสวน, เครื่องตรวจ, เครื่องตรวจสอบ

explosion (เอคสโพล' ชัน) *n.* การระเบิด, เสียงระเบิด, การปะทุ, การบันดาลอารมณ์อย่างกะทันหัน (หัวเราะ โกรธ หรืออื่นๆ) (-S. blast, detonation, outbreak) *-Ex. unclear explosion, exposing chamber, an explosion of anger*

explosive (อิคสโพล' ซิฟว) *adj.* ซึ่งทำให้ระเบิด, เกี่ยวกับระเบิด *-n.* ระเบิด, วัตถุระเบิด **-explosively** *adj.* **-explosiveness** *n.*

expo (อิค' สโพ) *n., pl.* **-pos** (ภาษาพูด) งานแสดง

exponent (อิคสโพ' เนินท) *n.* ผู้อธิบาย, ผู้ชี้แจง, สิ่งที่อธิบาย, ตัวแทน, แบบฉบับ, สัญลักษณ์, ผู้สนับสนุน, เลขกำลังที่อยู่เหนือสัญลักษณ์ (X^n, n เป็นเลขกำลังของ X) (-S. advocate, supporter, explainer, example)

exponential (เอคสพะเนน' เชิล) *adj.* เกี่ยวกับเลขกำลัง, ซึ่งมีตัวแปรที่ไม่รู้ของเลขกำลัง *-n.* ค่าคงที่ e **-exponentially** *adv.*

export (*v.* เอคสพอร์ท', *n.* เอค' สพอร์ท, *adj.* เอคซฺ' พอร์ท) *vt.* ส่งสินค้าออก, ขายออก, นำออก, ส่งออกไปขาย *-n.* สินค้าออก, การส่งสินค้าออกไปขายนอกประเทศ *-adj.* เกี่ยวกับสินค้าออก,เกี่ยวกับการส่งสินค้าออกนอกประเทศ **-exportable** *adj.* **-exporter** *n.* (-S. send abroad -A. import) *-Ex. Thailand exports rice and maize to Hong Kong., Sheep and sheep products are important exports of New Zealand., My uncle is in the export business.*

exportation (เอคสพอร์ทเท' ชัน) *n.* การส่งสินค้าออก, การส่งสินค้าออกนอกประเทศ, สินค้าส่งออก

expose (อิคสโพซ') *vt.* **-posed, -posing** เผย, เปิดเผย, นำออกแสดง, เปิดโปง **-exposer** *n.* (-S. uncover, bare, reveal -A. conceal, cover, mask) *-Ex. to expose a mistake, to expose a secret, to expose a friend to blame, Yupa exposed her face to the sun.*

exposed (อิคสโพซด') *adj.* ซึ่งเปิดออก, ซึ่งเผยออก, ซึ่งไม่มีที่ปิดบัง, ไม่มั่นคง, ซึ่งอาจถูกโจมตีได้

exposition (เอคสพะซิช' ชัน) *n.* การแสดงออก, นิทรรศการ, การเปิดเผย **-expositional** *adj.* (-S. commentary, explication, description) *-Ex. an exposition of Thai art*

expositor (อิคสพอซ' ซิเทอะ) *n.* ผู้อธิบาย, ผู้ชี้แจง

expository, expositive (อิคสพอซ' ซะทอรี, -ทิฟว) *adj.* ซึ่งเป็นการอธิบาย, ซึ่งเป็นการชี้แจง

ex post facto (เอคซฺ' โพสท แฟค' โท) *adj.* ย้อนหลัง, ตามหลัง, ซึ่งมีผลย้อนหลัง

expostulate (อิคสพอส' ชะเลท) *vi.* **-lated, -lating** เตือน, ตักเตือน, ว่ากล่าว, ทัดทาน **-expostulation** *n.* **-expostulative, expostulatory** *adj.* **-expostulator** *n.* (-S. reason with, argue with)

exposure (อิคสโพ' เซอะ) *n.* การเผย, การเปิด, การเปิดเผย, การเปิดโปง, การผึ่ง, การนำออกแสดง, การให้ถูกแสง, ระยะเวลาที่ให้ถูกแสง, การทอดทิ้ง, ผิวหน้าที่เผยออก (-S. disclosure, revelation, baring, exhibition) *-Ex. exposure meter, the exposure of a plot, their exposure to disease, exposure to cold, her exposure to gossip*

expound (อิคสเพานด') *vt.* อธิบาย, ชี้แจง, สาธก, แก้ตัว **-expounder** *n.* (-S. explain, detail, describe, interpret) *-Ex. The pastor expounded the Book of Faity.*

express (อิคสเพรส') *vt.* แสดงความคิดเป็นคำพูด, แสดงความรู้สึกเป็นคำพูด, แสดงความคิดเห็น, แสดงเป็นเครื่องหมายหรือเป็นสูตร, ส่งด่วน, บีบ, คั้น *-adj.* ชัดเจน, ชัดแจ้ง, แน่นอน, เหมาะสม, ด่วน, เร็วเป็นพิเศษ, โดยเฉพาะ, พิเศษ *-n.* ขบวนรถด่วน, การส่งด่วน, บริษัทที่ส่งของด่วน, บริษัทขนส่งด่วน, คนเดินหนังสือพิเศษ, สิ่งของที่ส่งด่วนหรือเป็นพิเศษ *-adv.* โดยด่วน **-expresser** *n.* **-expressible** *adj.* (-S. state, utter, indicate, reveal -A. local, stopping) *-Ex. Baby expresses her wants., by parcel post or by express, The express does not stop between Bangkok and Lopburi., express one's views, to express deep feeling in, an express elevator*

express delivery การส่งด่วน, การขนส่งด่วน

expression (อิคสเพรสช' ชัน) *n.* การแสดงออก, การแสดงความคิดหรือความรู้สึกออกเป็นคำพูด, การแสดงเครื่องหมายหรือสูตร, คำพูดที่แสดงออก, ลักษณะท่าทาง, น้ำเสียง, เครื่องหมาย, สูตร, ศัพท์, วิธีการเขียน **-beyond/past expression** ซึ่งไม่สามารถจะบรรยายได้, เหนือคำพรรณนา **-give expression to** แสดงออกซึ่ง **-find expression in** ซึ่งแสดงออกเป็น **-expressionist** *adj., n.* **-expressionistic** *adj.* **-expressionistically** *adv.* **-expressionless** *adj.* **-expressionlessly** *adv.* (-S. statement, indication, diction, emotion, passion, delivery) *-Ex. Dang reads with good expression., The old man said nothing, but his expression was sad.*

expressionism (อิคสเพรสซ' ชะนิซึม) *n.* ศิลปะช่วงต้นศตวรรษที่ 20 ที่มุ่งแสดงความรู้สึกมากกว่าแสดงให้เหมือนของจริง

expressive (อิคสเพรส' ซิฟว) *adj.* เกี่ยวกับการแสดงออก, เป็นการแสดงออก, มีความหมาย, เกี่ยวกับคำพูด ลักษณะท่าทาง น้ำเสียง เครื่องหมาย สูตร ศัพท์ที่แสดงออก **-expressively** *adv.* **-expressiveness** *n.*

expressly (อิคสเพรส' ลี) *adv.* ซึ่งเป็นการแสดงออก, ชัดเจน, ชัดแจ้ง, เป็นพิเศษ, อย่างด่วน, ส่งด่วน (**-S.** precisely, explicity, particularly, solely) *-Ex. Daeng did it expressly to annoy me., This dress looks as if it were made expressly for you., Mother told us expressly to come home at six o'clock.*

expressway (อิคสเพรส' เว) *n.* ทางด่วน, สายด่วน, ทางสายด่วน

expropriate (อิคสโพร' พรีเอท) *vt.* **-ated, -ating** ยึดเอา (โดยเฉพาะไม่ได้รับอนุญาต), เคลื่อนย้าย, บังคับซื้อ, เวรคืน **-expropriation** *n.* **-expropriator** *n.* (**-S.** take from another, take over, dispossess)

expulsion (อิคสพัล' ชัน) *n.* การขับออก, การไล่ออก, การขับไล่, ภาวะที่ถูกไล่ออก **-expulsive** *n.* (**-S.** ejection, removal, eviction, discharge)

expunction (อิคสพังคฺ' ชัน) *n.* การลบออก, การถูออก, การเช็ดออก, การลบล้าง, การทำลาย

expunge (อิคสพันจฺ') *vt.* **-punged, -punging** ลบออก, ถูออก, เช็ดออก, ลบล้าง, ทำลาย **-expunger** *n.* (**-S.** erase, remove, rub out, delete)

expurgate (อิค' สเพอะเกท) *vt.* **-gated, -gating** ตัดออก, ตัดทอน, ชำระ **-expurgation** *n.* **-expurgator** *n.* **-expurgatorial, expurgatory** *adj.* (**-S.** censor, clean up, purify)

exquisite (เอค' สควิซิท) *adj.* งดงาม, วิจิตร, ละเอียด, ประณีต, ยอดเยี่ยม *-n.* คนที่พิถีพิถันในการแต่งตัวมาก, คนขี้โอ่ **-exquisitely** *adv.* **-exquisteness** *n.* (**-S.** fine, delicate, discriminating, discerning, acute) *-Ex. exquisite plants, exquisite pleasure, an exquisite observer, her exquisite manners, an exquisite joy*

exsiccate (เอค' ซิเคท) *vt., vi.* **-cated, -cating** ขจัดความชื้นออก, ทำให้แห้ง **-exsiccation** *n.*

ext. ย่อจาก extension การขยาย, external ภายนอก, externally ภายนอก, extinct สูญพันธุ์, extra พิเศษ, extract ถอน, ดึง

extant (เอค' สเทินทฺ) *adj.* มีอยู่, เท่าที่มีอยู่, ซึ่งไม่ถูกทำลายหรือสูญเสียไป, ซึ่งโผล่ออกมา, ซึ่งยื่นออกมา (**-S.** remaining, existing, alive, surviving)

extemporaneous (อิคสเทมพะเร' เนียส) *adj.* ซึ่งไม่ได้ตระเตรียมมาก่อน, ว่ากลอนสด, เฉพาะหน้า **-extemporaneously** *adv.* **-extemporaneousness** *n.* (**-S.** impromptu, spontaneous, improvised)

extemporary (อิคสเทม' พะระรี) *adj.* ดู extemporaneous **-extemporarily** *adv.* **-extemporariness** *n.*

extempore (อิคสเทม' พะรี) *adv., adj.* เฉพาะหน้า, ว่ากลอนสด, ซึ่งไม่ได้ตระเตรียมมาก่อน, (เพลง) ซึ่งแต่งขึ้นสดๆ **-extemporal** *adj.* (**-S.** impromptu, spontaneous)

extemporize (อิคสเทม' พะไรซ) *vi., vt.* **-rized, -rizing** ว่ากลอนสด, แต่งเพลงขึ้นสดๆ, รีบจัดทำขึ้นโดยทันทีทันควัน **-extemporization** *n.* **-extemporizer** *n.*

extend (อิคสเทนดฺ') *vt.* ขยายออก, ยืดออก, ทำให้กว้างออก, กางออก, แผ่ออก, ยืดแขนหรือขาออก, แสดงความเคารพหรืออวยพรต่อ, เสนอยืดเวลาการชำระหนี้, ประเมินค่า, ออกคำสั่งยึดทรัพย์ *-vi.* ขยายออก, ไปถึง, เพิ่มขึ้น **-extendibility, extendability** *n.* **-extendible, extendable** *adj.* (**-S.** stretch, reach, widen, impart **-A.** shorten, curtail, limit) *-Ex. to extend the bus route, To extend our best wishes, to extend a road, to extend a visit, to extend credit*

extensible (อิคสเทน' ซะเบิล) *adj.* ซึ่งขยายออกได้, ซึ่งยืดออกได้ **-extensibility** *n.*

extensile (อิคสเทน' ซิล) *adj.* ดู extensible

extension (อิคสเทน' ชัน) *n.* การขยายออก, การทำให้กว้างออก, การยืดออก, การแผ่ออก, การกางออก, การยืดเวลาออก, สิ่งที่ขยายออก, โทรศัพท์พ่วง, การยืดแขนหรือขาออก, การยืดเวลาการชำระหนี้, การประเมินค่า, คำสั่งยึดทรัพย์สิน, การแสดงความเคารพหรืออวยพรต่อ **-extensional** *adj.* (**-S.** expansion, increase, elongation)

extensive (อิคสเทน' ซิฟว) *adj.* กว้าง, กว้างขวางมาก, ครอบคลุม, ถ้วนทั่ว, แพร่หลาย, ซึ่งเพาะปลูกห่างๆ กัน **-extensively** *adv.* **-extensiveness** *n.* (**-S.** wide, broad, ample **-A.** tiny, small)

extensor (เอคสเทน' เซอะ) *n.* กล้ามเนื้อยืดส่วนต่างๆ ของอวัยวะ

extent (อิคสเทนทฺ') *n.* ขอบเขต, ขนาด, ระดับการขยาย, คำสั่งอายัดหรือยึดทรัพย์สิน (กฎหมายอังกฤษ), การประเมินค่า (**-S.** size, range, scope, degree, comprehensiveness) *-Ex. the extent of his knowledge, to agree with someone to certain extent*

extenuate (อิคสเทน' นิวเอท) *vt.* **-ated, -ating** ลดหย่อน, บรรเทา, ลดโทษ, ทำให้น้อยลง, ทำให้อ่อนลง, ทำให้เบาบาง **-extenuator** *n.* **-extenuatory, extenuative** *adj.* (**-S.** underrate, make thin, diminish, lessen)

extenuation (อิคสเทนนิวเอ' ชัน) การลดหย่อน, การบรรเทา, การแบ่งเบา, การทำให้น้อยลง, การทำให้อ่อนลง, การทำให้เบาบาง, สิ่งที่ทำให้น้อยลง, การลดหย่อนผ่อนโทษ

exterior (อิคสเทีย' เรียร์) *n.* สิ่งหรือผิวหน้าที่อยู่ด้านนอก, สิ่งที่ปรากฏให้เห็น *-adj.* ภายนอก, ด้านนอก, ข้างนอก, นอกกาย, ใช้ภายนอก, ใช้นอกบ้าน **-exteriorly** *adv.* (**-S.** outside, surface, facade, covering **-A.** interior, inner, internal) *-Ex. the exterior of the house, exterior angle, exterior forces, exterior paint*

exterior angle

exterior angle มุมนอกเส้นขนานที่เกิดจากการลากเส้นทับเส้นขนาน, มุมนอกรูปหลายเหลี่ยมที่

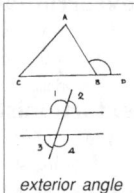

E

เกิดจากการยื่นด้านนอกไป

exterminate (อิคสเทอ' มะเนท) *vt.* **-nated, -nating** ทำลายสิ้น, กำจัดให้สิ้น, ถอนราก, ขุดรากถอนโคน **-extermination** *n.* **-exterminator** *n.* **-exterminative, exterminatory** *adj.* (-S. annihilate, demolish, eradicate, abolish) *-Ex. This spray will exterminate mosquitoes.*

extern (เอค' สเทิร์น) *n.* นักเรียนหรือนักศึกษาที่ไม่ได้กินนอนอยู่ที่โรงเรียน, นักศึกษาแพทย์ที่ทำงานอยู่ในโรงพยาบาลแต่ไม่ได้กินนอนในโรงพยาบาล

external (อิคสเทอร์' เนิล) *adj.* ภายนอก, ข้างนอก, ด้านนอก, ผิวเผิน, นอกถิ่น, นอกประเทศ, เกี่ยวกับโลกีย์ *-n.* ด้านนอก, ผิวนอก, สิ่งที่อยู่ข้างนอก, ส่วนภายนอก, สภาพภายนอก **-externality** *n.* **-externally** *adv.* (-S. exterior, outer, superficial, outside, superficial, outward, extrinsic -A. internal, inside)

externalize (เอคสเทอ' นะไลซ) *vt.* **-ized, -izing** ทำให้เป็นรูปร่างภายนอกขึ้น, แสดงให้เห็นเป็นรูปร่างภายนอก, ถือว่าเป็นเรื่องหรือลักษณะภายนอก, สู่สังคมภายนอก **-externalization** *n.*

extinct (อิคสทิงคฺท') *adj.* สูญพันธุ์, สูญสิ้น, หมด, ดับลง, ไม่มีอยู่ (-S. extinguished, vanished, wiped out, defunct, obsolete, outmoded)

extinction (อิคสทิงคฺ' ชัน) *n.* การสูญพันธุ์, การสูญสิ้น, การหมดไป, การดับลง, การไม่มีเหลืออยู่, การทำลายล้าง, การยกเลิก (-S. annihilation, vanishing, termination) *-Ex. the extinction of a species, the extinction of a fire*

extinguish (อิคสทิง' กวิช) *vt.* ดับ, ทำให้สิ้น, ยกเลิก, ยุติ, ชำระหนี้ **-extinguishable** *adj.* **-extinguishment** *n.* (-S. douse, quench, kill, abolish, wipe out) *-Ex. to extinguish a light, to extinguish hope*

extinguisher (อิคสทิง' กวิชเชอะ) *n.* ผู้ทำให้ดับ, ผู้ทำให้สิ้น, ผู้ยกเลิก, เครื่องดับเพลิง, เครื่องดับตะเกียงหรือเทียน

extirpate (เอคส' สเทอะเพท) *vt.* **-pated, -pating** เอาออกสิ้น, ทำลายสิ้น, ทำลายล้าง, ขุดรากถอนโคน **-extirpative** *adj.* **-extirpation** *n.* **-extirpator** *n.*

extol, extoll (อิคสโทล') *vt.* **-tolled, -tolling** สรรเสริญ, ยกย่อง **-extoller** *n.* **-extolment, extollment** *n.* (-S. laud, praise, acclaim, eulogize) *-Ex. The guest of honour was extolled by the speakers at the club.*

extort (อิคสทอร์ทฺ') *vt.* ขู่เข็ญ, บีบบังคับ, กรรโชก, รีด, เคี่ยวเข็ญ **-extortive** *adj.* **-extorter** *n.* (-S. extract, blackmail, wring, wrest, exact)

extortion (อิคสทอร์' ชัน) *n.* การขู่เข็ญ, การบีบบังคับ, การกรรโชก, การเคี่ยวเข็ญ (-S. blackmail, extraction, coercion)

extortionate, extortionary (อิคสทอร์' ชันนิท, -เนรี) *adj.* ขูดเลือด (ราคา), มากเกินไป, เกี่ยวกับการขู่เข็ญ, เกี่ยวกับการบีบบังคับ **-extortionately** *adv.* (-S. exorbitant, outrageous, rapacious)

extortionist, extortioner (อิคสทอร์' ชันนิสทฺ, -เนอะ) *n.* ผู้ขู่เข็ญ, ผู้บีบ บังคับ, ผู้กรรโชก, ผู้รีดไถ, ผู้เคี่ยวเข็ญ (-S. exacter)

extra (เอค' สทระ) *adj.* พิเศษ, ใหญ่กว่าหรือดีกว่าปกติ, เพิ่มเติม *-n.* สิ่งที่ใหญ่กว่าหรือดีกว่าปกติ, สิ่งที่พิเศษ, สิ่งที่เพิ่มเติม, สิ่งที่นอกเหนือรายการ, ฉบับพิเศษ, ผู้แสดงฉากหมู่ *-adv.* เป็นพิเศษ, เพิ่มเติม, นอกรายการ (-S. more, additional, spare, surplus) *-Ex. extra pay for extra work, an extra bed in the room, a lot of extras on the bill*

extra- คำอุปสรรค มีความหมายว่า ข้างนอก, เกิน, นอกเหนือ

extract (*v.* อิคสแทรคทฺ', *n.* อิคส' แทรคทฺ) *vt.* ถอน, ดึง, สกัด, บีบ, คั้น, เอาออก, ได้มาจาก, อนุมาน, ขู่เข็ญ, กรรโชก, คัดลอก, หาค่าราก (root) *-n.* สิ่งที่ดึงออก, สิ่งที่สกัดออก, สารสกัด, ส่วนที่คัดลอก **-extractable, extractible** *adj.* **-extractor** *n.* (-S. extort, educe, remove, separate, force) *-Ex. I like lemon and vanilla extracts in puddings., to extract a tooth, to extract oil from olives, extract a bullet from a wound, to extract information, an extract from a journal*

extraction (อิคสแทรค' ชัน) *n.* การดึง, การถอน, การสกัด, การบีบ, การคั้น, สิ่งที่ดึงหรือถอนออก, ข้อความที่คัดลอก, การสกัด, เชื้อสาย (-S. removal, extortion, separation, descent)

extracurricular (เอคสทระคะริค' คิวละ) *adj.* นอกหลักสูตร, นอกเหนือจากหน้าที่

extraditable (เอค' สทระไดทะเบิล) *adj.* (ความผิด, ผู้ร้าย) ซึ่งสามารถจะส่งข้ามแดนได้

extradite (เอค' สทระไดทฺ') *vt.* **-dited, -diting** ส่ง (ผู้ร้าย) ข้ามแดน, ทำให้ (ผู้ร้าย) ถูกส่งข้ามแดน (-S. deport, expel, banish)

extradition (เอคสทระดิช' ชัน) *n.* การส่งผู้ร้ายข้ามแดน

extragalactic (เอคสทระกะแลค' ทิค) *adj.* นอกระบบทางช้างเผือก, นอกกาแล็กซี

extralegal (เอคสทระลี' เกิล) *adj.* เหนืออำนาจกฎหมาย **-extralegally** *adv.*

extramarital (เอคสทระมา' ริเทิล) *adj.* เกี่ยวกับการมีสัมพันธ์ทางเพศกับคนอื่นที่ไม่ใช่คู่สมรสของตน, นอกสมรส

extramural (เอคสทระมิว' เริล) *adj.* นอกกำแพง, นอกเมือง, นอกบริเวณโรงเรียน

extraneous (อิคสเทร' เนียส) *adj.* ไม่สำคัญ, ซึ่งมาจากภายนอก, นอกประเทศ, นอกประเด็น, ไม่เกี่ยวข้อง **-extraneously** *adv.* **-extraneousness** *n.* (-S. irrelevant, extrinsic, immaterial, external)

extraordinary (อิคสทรอร์' ดินะรี) *adj.* พิเศษ, ผิดธรรมดา, วิสามัญ **-extraordinarily** *adv.* **-extraordinariness** *n.* (-S. exceptional, unusual, unique, remarkable, amazing -A. ordinary, usual) *-Ex. extraordinary powers, extraordinary expenses*

extrapolate (อิคสแทรพ' พะเลท) *vt., vi.* **-lated, -lating** หาค่าของตัวแปร, คาดการณ์, ประเมินค่า, เดา **-extrapolation** *n.* **-extrapolative** *adj.* **-extrapolator** *n.*

extrasensory (เอคสทระเซน' ซะรี) *adj.* นอกเหนือประสาทสัมผัสธรรมดา, เกี่ยวกับการรับรู้พิเศษ

extraterrestrial (เอคสทระทะริส' เทรียล) *adj.* ข้างนอก, นอกบรรยากาศโลก, ที่มาจากข้างนอก, ที่มาจากนอกโลก *-n.* มนุษย์ต่างดาว
extraterritorial (เอคสทระเทอะริทอร์' เรียล) *adj.* นอกเขต, นอกเขตอำนาจ **-extraterritorially** *adv.*
extrauterine (เอคสทระยู' เทอะริน) *adj.* นอกมดลูก
extravagance (อิคสแทรฟ' วะเกินซฺ) *n.* ความฟุ่มเฟือย, ความสุรุ่ยสุร่าย, ความสิ้นเปลือง, ความมากเกินควร, การเกินขอบเขต (-S. lavishness, exaggeration, immoderation, excessiveness)
extravagancy (อิคสแทรฟ' วะเกินซี) *n., pl.* **-cies** ดู extravagance
extravagant (เอคสแทรฟ' วะเกินทฺ) *adj.* ฟุ่มเฟือย, สุรุ่ยสุร่าย, สิ้นเปลือง, มากเกินควร **-extravagantly** *adv.* (-S. spendthrift, lavish, profuse, immoderate, excessive, intemperate, improvident)
extravaganza (อิคสแทรฟวะแกน' ซะ) *n.* เพลงดนตรี บทกวีหรือบทประพันธ์ที่เขียนอย่างละเอียดลออมาก
extravasate (อิคสแทรฟ' วะเซท) *v.* **-sated, -sating** *-vt.* ทำให้ไหลออกสู่เนื้อเยื่อโดยรอบ, พ่นของเหลวออกมา *-vi.* ไหลออกมา, พ่นของเหลวออกมา
extravehicular (เอคสทระวีฮิค' คิวละ) *adj.* นอกยาน, นอกยานอวกาศ
extravert (เอค' สทระเวิร์ท) *n., adj.* ดู extrovert
extreme (อิคสทรีม') *adj.* สุด, ปลายสุด, สุดขีด, จัด, เกินไป, เกินขอบเขต, ไกลสุด, หนักที่สุด, สุดท้าย, ผิดธรรมดาที่สุด *-n.* ความสุดขีด, ความสูงสุด, ความยาวสุด, ภาวะสุดขีด, วิธีการรุนแรงเกินไป **-extremely** *adv.* **-extremeness** *n.* (-S. utmost, excessive, final, last -A. modest, reasonable) *-Ex. the two extreme ends of the rod, the extreme range of the gun, extreme desire for knowledge, take extreme measures, Udom is very extreme in his views.*
Extreme Unction พิธีทำน้ำมันและสวดมนต์สำหรับผู้ใกล้ตายโดยพระในนิกายโรมันคาทอลิก
extremism (อิคสทรีม' มิซึม) *n.* ลัทธิหัวรุนแรง, วิธีการที่รุนแรง
extremist (อิคสทรี' มิสทฺ) *n.* พวกหัวรุนแรง, ผู้นิยมวิธีการที่รุนแรง *-adj.* เกี่ยวกับพวกหัวรุนแรง, เกี่ยวกับวิธีการรุนแรง (-S. radical, fanatic, zealot)
extremity (อิคสเทรม' มิที) *n., pl.* **-ties** ความสุดขีด, จุดปลาย, ปลายสุด, ภาวะสุดขีด, ปลายแขนปลายขา, วิธีการที่รุนแรงเกินไป (-S. edge, limit, end, termination, tip) *-Ex. the farthest extremity of the border, the extremity of misery, be at extremity, to the last extremity*
extricate (เอค' สทริเคท) *vt.* **-cated, -cating** ทำให้หลุด, ทำให้พ้น, ปล่อยก๊าซออก **-extricable** *adj.* **-extrication** *n.* (-S. extract, release, detach) *-Ex. The wooksman extricated the deer from the trap.*
extrinsic (เอคสทริน' ซิค) *adj.* ไม่สำคัญ, ภายนอก, มาจากภายนอก **-extrinsically** *adv.* (-S. extraneous, external, inapt)
extroversion, extraversion (เอค' สทระเวอ' ชัน) *n.* การชอบเอาใจใส่ต่อสิ่งภายนอกหรือสิ่งแวดล้อม
extrovert (เอค' สทระเวิร์ท) *n.* ผู้ชอบเอาใจใส่ต่อสิ่งภายนอก **-extroverted** *adj.* (-S. socializer, mingler)
extrude (อิคสทรูด') *vt., vi.* **-truded, -truding** ผลักออก, ดันออก, ขับไล่, โผล่ออก, พ่นออก, ไหลออก, กดอัดเป็นรูป **-extruder** *n.* **-extrusion** *n.* (-S. force out, protrude, project)
extrusive (อิคสทรู' ซิฟว) *adj.* ซึ่งผลักออก, ที่ดันออก, ที่โผล่ออก, ที่พ่นออกมา, ที่ไหลออก
exuberance, exuberancy (อิกซู' เบอะเรินซฺ, -ซี) *n.* ความอุดมสมบูรณ์, ความฟุ่มเฟือย, ความร่าเริงมาก, ความลิงโลด, ความเจริญงอกงาม (-S. enthusiasm, buoyance, liveliness, abundance, plenitude, profusion)
exuberant (อิกซู' เบอะเรินทฺ) *adj.* อุดมสมบูรณ์, ฟุ่มเฟือย, ร่าเริงมาก, ลิงโลด, เจริญงอกงาม **-exberantly** *adv.* (-S. profuse, elated, animated, overflowing, plentiful, rich -A. grim, scarce)
exudation (เอคซฺซูเด' ชัน) *n.* การไหลซึมออกมา, สิ่งที่ไหลซึมออกมา **-exudative** *adj.*
exude (อิกซูด') *v.* **-uded, -uding** *-vt.* ซึมออก, ไหลซึมออก, ทำให้กระจาย *-vi.* กระจาย, ซึมออก, ไหลซึมออก (-S. ooze, emit, display, emanate, excrete)
exult (อิกซัลทฺ') *vi.* รื่นเริงอย่างมาก, ดีอกดีใจมาก, ยินดีปรีดามาก **-exultance, exultancy** *n.* **-exultingly** *adv.* (-S. rejoice, joy, glory) *-Ex. The football players exulted at winning the championship.*
exultant (อิกซัล' เทินทฺ) *adj.* รื่นเริงมาก, ดีอกดีใจมาก, ยินดีปรีดามาก **-exultantly** *adj.* (-S. elated, triumphant, ecstatic)
exultation (เอกซัลเท' ชัน) *adj.* การรื่นเริงมาก, ความดีอกดีใจมาก, ความยินดีปรีดามาก (-S. exultance, exultancy, triumph, glee, glory, ecstasy)
exurb (เอค' เซิร์บ) *n.* ชุมชนเล็กๆ ที่อยู่นอกชานเมือง (มักเป็นระดับผู้มีเงินไปอาศัยอยู่) **-exurban** *adj.*
exurbanite (เอคเซอร์' บะไนทฺ) *n.* ผู้ที่อาศัยอยู่ชานเมือง แต่มาทำงานในเมือง
exuviae (อิกซู' วี) *n. pl.* การลอกคราบ, การเปลี่ยนขน, การสลัดเปลือก **-exuvial** *adj.* **-exuviate** *vi.* **-exuviation** *n.*
eyas (อาย' อัส) *n.* ลูกนก, ลูกนกเหยี่ยว, ลูกนกอินทรี (-S. young hawk/falcon, nestling hawk/falcon)
eye (อาย) *n., pl.* **eyes/eyen** ดวงตา, นัยน์ตา, สายตา, การดู, การจ้อง, ความตั้งใจ, ความคิด, ข้อคิด, ทัศนะ, ช่อง, รู, ทิศทางลม, ตาของหน่อพืช, อุปกรณ์ไวแสง, รูรับแสง, จุดของแสง, หลอดไฟที่มีแสง, สิ่งที่มีรูปคล้ายตา *-vt.* **eyed, eyeing/eying** มองดู, เฝ้ามอง, ใช้สายตา **-all eyes** น่าสนใจยิ่งนัก **-keep an eye on** ดูแล **-keep an eye out for** เฝ้าดู, ดูแล, เพ่งเล็ง **-see eye to eye** เห็นด้วย (-S. eyeball, sight, perception, watch, opinion, hub) *-Ex. open his eyes to..., turn your eyes to..., See with the naked*

E

eyeball 324 **face**

E

eye., have an eye to

eyeball (อาย' บอล) *n.* ลูกตา *-vt.* จ้องดู, เพ่งดู, ตรวจดูอย่างละเอียด (-S. stare)

eye bank ธนาคารดวงตา จะเก็บแก้วตาจากคนที่เพิ่งตายเพื่อนำไปให้ผู้ที่มีแก้วตาบกพร่อง

eyebright (ไอ' ไบรท) *n.* พืชจำพวก *Euphrasia* ของยุโรป

eyebright

eyebrow (อาย' เบรา) *n.* คิ้ว **-raise/lift an eyebrow** สงสัย

eye-catcher (ไอ' แคท' เชอะ) *n.* สิ่งที่สะดุดตา, สิ่งดึงดูดความสนใจ

eye-catching (ไอ' แคชชิง) *adj.* ซึ่งดึงดูดความสนใจ

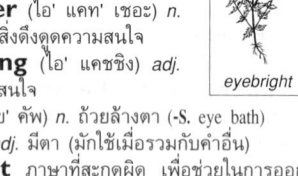

eyecup (อาย' คัพ) *n.* ถ้วยล้างตา (-S. eye bath)

eyed (ไอด) *adj.* มีตา (มักใช้เมื่อรวมกับคำอื่น)

eye dialect ภาษาที่สะกดผิด เพื่อช่วยในการออกเสียงให้ถูกต้อง เช่น "wimmin" สำหรับ women

eyedropper (อาย' ดรอพเพอะ) *n.* ที่หยอดตา

eye drops หยดน้ำยาหยอดตา

eyeful (อาย' ฟูล) *n.* ปริมาณเต็มตา, ปริมาณผงที่เข้าตา, ความสวยงาม (-S. stare, gaze, view, beauty)

eyeglass (อาย' กลาส) *n., pl.* **-glasses** แว่นตา, เลนส์, แว่นส่อง, ส่วนที่ใช้ส่องดูของกล้องจุลทรรศน์

eyehole (อาย' โฮล) *n.* เบ้าตา, ช่องสำหรับมอง, รูสำหรับมอง, รูสำหรับสอดเข็ม ด้าย เชือกหรืออื่นๆ

eyelash (อาย' แลช) *n.* ขนตา (-S. eyehair)

eyeless (ไอ' เลส) *adj.* ไร้ตา, ตาบอด

eyelet (ไอ' ลิท) *n.* รูเล็กๆ สำหรับร้อยเชือก, ตาเล็กๆ, ช่องเล็กที่กำแพง, รูหน้ากาก

eyelid (อาย' ลิด) *n.* หนังตา

eyeliner (อาย' ไลเนอะ) *n.* เครื่องสำอางทาหนังตา

eyen (อาย' เอิน) *n. pl.* พหูพจน์ของ eye

eye opener สิ่งหรือเหตุการณ์ที่ทำให้ตะลึง, การรู้อย่างกะทันหัน, ของเหลวที่ปลุกคนให้ตื่น

eyepiece (ไอ' พีส) *n.* เลนส์หรือส่วนที่ใช้ส่องดูกล้องจุลทรรศน์

eyeshade (ไอ' เชด) *n.* ที่บังตาของหมวก, ที่บังตา (-S. visor)

eye shadow เครื่องสำอางสำหรับทาหนังตา, ครีมทาหนังตา

eyeshot (อาย' ชอท) *n.* รัศมีสายตา, การมอง, การชำเลืองมอง

eyesight (อาย' ไซท) *n.* สายตา, อำนาจการมองเห็น *-Ex. The house is within eyesight.*

eyesore (อาย' ซอร์) *n.* สิ่งที่อุจาดนัยน์ตา, สิ่งที่บดบังความสวยงามของสิ่งอื่น (-S. blemish, blot, scar)

eyestrain (อาย' สเทรน) *n.* อาการเพลียตา

eyewash (อาย' วอช) *n.* ยาล้างตา, (ภาษาพูด) ความไร้สาระ (-S. collyrium)

eyewitness (อาย' วิทเนส) *n.* พยาน, ประจักษ์พยาน

eyrie, eyry (แอร์' รี, เอีย' รี) *n., pl.* **-ries** รังนกอินทรี, บ้านบนที่สูง

F

F, f (เอฟ) *n., pl.* **F's, f's** พยัญชนะอังกฤษตัวที่ 6, เสียง F, ตัว F, สัญลักษณ์ของธาตุฟลูโอรีน (F), ทำนองเสียง F, เกรดที่ต่ำที่สุดของการเรียน (สอบตก), ลำดับที่ 6 *-adj.* มีรูปร่างเหมือน F, อยู่ในลำดับที่ 6

f ย่อจาก focal length ทางยาวโฟกัส, forte (เสียงดนตรี) ดัง, function (คณิตศาสตร์) หน้าที่

F ย่อจาก Fahrenheit องศาฟาเรนไฮต์, farad หน่วยความจุไฟฟ้า, fellow (of university or another instituion) สมาชิก, filial generation ช่วงอายุของลูกหลาน

f. ย่อจาก farthing เหรียญที่มีค่า ¼ เพนนี, female ผู้หญิง, fine ดี, following ต่อมา, foul (กีฬา) ผิดกติกา

F. ย่อจาก French เกี่ยวกับประเทศฝรั่งเศส, Friday วันศุกร์

F/, f/, F: ย่อจาก f-number ค่าช่องรับแสงสัมพันธ์ของกล้องถ่ายรูป

fa (ฟา) *n.* เสียงที่ 4 ของเสียงดนตรีในระดับเสียงทั้ง 7

FAA ย่อจาก Federal Aviation Administration

fab (แฟบ) *adj.* ย่อจาก fabulous ดีมาก, ที่ประสบความสำเร็จได้

Fabian (เฟ' เบียน) *adj.* เกี่ยวกับยุทธวิธีการรบกวนข้าศึกให้อ่อนกำลังแทนการรบด้วยกำลังโดยตรง (ตามแบบแม่ทัพโรมันชื่อ Quintus Fabius Maximus), เกี่ยวกับสมาคม Fabian Society *-n.* สมาชิกหรือผู้สนับสนุนสมาคมดังกล่าว **-Fabianism** *n.*

fable (เฟ' เบิล) *n.* นิทานสั้น ๆ ที่ให้คติ, นิทาน, นิทานเปรียบเทียบ, ชาดก, เค้าโครงละครหรือบทกวี, เรื่องโกหก *-v.* **-bled, -bling** *-vi.* เล่านิทาน, กล่าวเท็จ, โกหก *-vt.* เล่าเรื่องเป็นตุเป็นตะเหมือนกับเป็นเรื่องจริง **-fabler** *n.* (-S. myth, legend, parable)

fabled (เฟ' เบิลด) *adj.* เกี่ยวกับนิทาน, ซึ่งไม่มีตัวตน

fabric (แฟบ' ริค) *n.* สิ่งทอ, ผ้า, โครงสร้าง, องค์ประกอบ, ตัวอาคาร, วิธีการสร้าง (-S. cloth, textile, structure)

fabricate (แฟบ' ริเคท) *vt.* **-cated, -cating** สร้าง, ประดิษฐ์, คิดค้น, เสกสรร, ทอ, ปลอม, ปลอมแปลง **-fabricator** *n.*

fabrication (แฟบริเค' ชั่น) *n.* การสร้าง, การประดิษฐ์, การคิดค้น, เรื่องที่เสกสรรขึ้นมา, การปลอมขึ้น (-S. deceit, lie, fib, falsehood)

fabulous (แฟบ' บิวลัส) *adj.* วิเศษ, ยอดเยี่ยม, ไม่น่าเชื่อถือที่สุด, ไม่เป็นเป็นไปได้, โกหก, เป็นเรื่องนิทาน **-fabulously** *adv.* **-fabulousness** *n.* (-S. incredible, superb, fictitious) *-Ex. to win a fabulous fortune*

facade (ฟะซาด') *n., pl.* **-cades** ส่วนหน้าของอาคาร, สิ่งที่ตกแต่งภายนอก, ลักษณะภายนอก (-S. front, show, mask) *-Ex. A facade of serenity hid her fright.*

facade

face (เฟส) *n.* ใบหน้า, รูปโฉม,

facecloth 325 fade

หน้าตา, ด้านหน้า, ลักษณะภายนอก, ความหน้าด้าน, ความทะลึ่ง, การเสแสร้ง, ชื่อเสียง, ผิวหน้า, การเผชิญหน้า, ส่วนหน้ากว้าง *-v.* **faced, facing** *-vi.* หันหน้าไปทาง *-vt.* หันหน้าไปทาง, เผชิญหน้าโดยตรง, เผชิญหน้าอย่างกล้าหาญกับ, หงาย (ไพ่) **-face up to** ยอมรับ, เผชิญหน้า **-in the face of** ถึงแม้ว่า **-show one's face** ปรากฏให้เห็น **-to one's face** โดยเปิดเผย, โดยตรง **-facer** *n.* (-S. countenance, front, display, pretence) *-Ex. a pretty face, in the face of danger, the face of the country*

facecloth (เฟส' คลอธ) *n.* ผ้าผืนเล็กสำหรับล้างหน้า

faceless (เฟส' ลีส) *adj.* ไร้ใบหน้า, ไร้เอกลักษณ์, ซึ่งไม่สามารถระบุตัว

face-lift (เฟส' ลิฟทฺ) *n.* ศัลยกรรมตกแต่งใบหน้าให้หายย่น, การตกแต่งใหม่

face-off (เฟส' ออฟ) *n.* การเปิดลูก (ในการแข่งขันกีฬาฮอกกี้น้ำแข็ง), การเผชิญหน้า

face-saving (เฟส' เซวิ่ง) *n.* การรักษาหน้าไว้ *-adj.* ซึ่งรักษาหน้าไว้

face-sheet (เฟส' ชีท) *n.* ใบปะหน้า

facet (แฟส' สิท) *n.* ด้าน, เหลี่ยม, หน้าของเพชรพลอยที่เจียระไนแล้ว, หน้าประกบ, หน้า, ผิวหน้าเล็กๆของตาแมลง, แง่มุม *-vt.* **-eted, -eting/-etted, -etting** เจียระไน **-faceted, facetted** *adj.* (-S. aspect, plane, surface)

facetious (ฟะซี' ชัส) *adj.* ทะเล้น, ชอบเล่นตลก, เป็นเชิงตลก, ขบขัน **-facetiously** *adv.* **-facetiousness** *n.* (-S. jocose, funny, humorous, witty)

face-to-face (เฟส' ทะเฟส') *adv.* หันหน้าเข้าหากัน, ประจันหน้ากัน, เผชิญหน้ากัน, ต่อหน้า

face value ค่าแท้จริง, ค่าตามที่พิมพ์ไว้หน้าบัตร

facial (เฟ' ชัล) *adj.* เกี่ยวกับใบหน้า, เกี่ยวกับหน้า *-n.* การนวดหน้า **-facially** *adv.* *-Ex. a facial powder, Kasorn asked the girl in the beauty shop for a facial.*

-facient คำปัจจัย มีความหมายว่า เป็นสาเหตุ, ทำให้เกิด

facile (แฟส' เซิล) *adj.* คล่องแคล่ว, ว่องไว, ไว, ง่าย, สะดวก, ไม่เปลืองแรง, ละมุนละไม **-facilely** *adv.* **-facileness** *n.* (-S. easy, superficial, simple)

facilitate (ฟะซิล' ลิเทท) *vt.* **-tated, -tating** ทำให้ง่ายขึ้น, ทำให้สะดวก, สนับสนุน, ส่งเสริม, ก่อให้เกิด **-facilitative** *adj.* **-facilitation** *n.* **-facilitator** *n.* (-S. expedite, simplify, assist, encourage) *-Ex. Airplanes facilitate travel.*

facility (ฟะซิล' ลิที) *n., pl.* **-ties** ความสะดวก, ความง่าย, ความคล่องแคล่ว, ความว่องไว, สิ่งอำนวยความสะดวก, เครื่องทำให้สะดวกหรือง่ายขึ้น (-S. ease, deftness, convenience) *-Ex. a facility for learning languages, kitchen facilities*

facing (เฟ' ซิง) *n.* ชั้นพื้นผิว, ชั้นฉาบปูน, ชั้นปกคลุม, การปะหน้า, การฉาบปูน, การเย็บขอบ, เครื่องหมายทหารบนบ่าเสื้อแขนเสื้อ คอเสื้อหรือที่อื่นๆ

facsimile (แฟคซิม' มะลี) *n.* สำเนาที่ถอดแบบจากต้นฉบับ, สำเนา, วิธีการถ่ายทอดภาพโดยวิทยุหรือโทรเลข *-vt.* **-led, -leing** อัดสำเนา, ถอดแบบ (-S. copy, replica, fax)

fact (แฟคทฺ) *n.* ความจริง, ข้อเท็จจริง, สภาพความเป็นจริง **-in fact** ตามความเป็นจริง (-S. reality, actuality, certainty, truth) *-Ex. Is it a fact that..., The writer's facts are not correct.*

fact-finding (แฟค' ไฟดิง) *adj.* เกี่ยวกับการหาข้อเท็จจริง *-n.* การหาข้อเท็จจริง

faction[1] (แฟค' ชัน) *n.* หมู่, เหล่า, ก๊ก, พวก, ฝ่าย, การต่อสู้ภายในหมู่ (เหล่า, ก๊ก, พวก, ฝ่าย) (-S. sector, party, dissension, conflict)

faction[2] (แฟค' ชัน) *n.* งานวรรณกรรมที่ผสมเรื่องจริงกับนวนิยาย, เรื่องจริงอิงนิยาย

factional (แฟค' ชันเนิล) *adj.* เกี่ยวกับหมู่ (เหล่า ก๊ก พวก ฝ่าย), เห็นแก่ตัว, ซึ่งถือพวกถือพ้อง **-factionally** *adv.*

factious (แฟค' เชิส) *adj.* ซึ่งถือพวกถือพ้อง, ซึ่งเล่นพรรคเล่นพวก, ซึ่งแบ่งเป็นฝักเป็นฝ่าย **-factiously** *adv.* **-factiousness** *n.* (-S. dissenting, contentious, turbulent)

factitious (แฟคทิช' เชิส) *adj.* ไม่ใช่ธรรมชาติ, ปลอม, กุขึ้นเอง, ที่ทำด้วยฝีมือมนุษย์, ที่สมมติ **-factitiously** *adv.* **-factitiousness** *n.* (-S. false -A. genuine, natural)

factitive (แฟค' ทิทิฟว) *adj.* เกี่ยวกับกริยาที่ทำให้เกิดขึ้น เช่น make the dress long

factor (แฟค' เทอะ) *n.* ปัจจัย, เหตุ, กรณี, ตัวปัจจัย, ตัวประกอบ, ตัวคูณ, ตัวหาร, ตัวแทนบริษัท, ผู้แทนบริษัท *-vt.* แสดงว่าเป็นผลคูณ **-factorable** *adj.* **-factorize** *vt.* **-factorship** *n.* (-S. steward, agent, part, component) *-Ex. a positive factor, common factor, factors in healthy living, The factors of 12 are 2 and 6.*

factorial (แฟคทอร์' เรียล) *n.* ผลคูณของ 1 ถึงเลขที่กำหนด เช่น 4! = 4x3x2x1 = 24 *-adj.* เกี่ยวกับผลคูณ, เกี่ยวกับตัวประกอบ, เกี่ยวกับปัจจัย

factory (แฟค' ทะรี) *n., pl.* **-ries** โรงงาน, สำนักงานตัวแทนบริษัทที่ตั้งอยู่ต่างประเทศ (-S. manufactory, mill, workshop)

factotum (แฟคโท' ทัม) *n.* คนใช้, พ่อบ้าน (ต้องดูแลรับผิดชอบงานหลายอย่าง)

factual (แฟค' ชวล) *adj.* เกี่ยวกับข้อเท็จจริง, เกี่ยวกับความจริง **-factually** *adv.* **-factuality** *n.* (-S. realistic, accurate, precise -A. untrue, fictitious, fanciful)

facula (แฟค' คิวละ) *n., pl.* **-lae** จุดสว่างหรือแสงสว่างบนดวงอาทิตย์

faculty (แฟค' เคิลที) *n., pl.* **-ties** ความสามารถ, สติปัญญา, คณะ, อาจารย์ผู้สอนในคณะ, อำนาจ (-S. aptitude, ability, department, power) *-Ex. You has a faculty for saying the right thing., the faculty of sight*

fad (แฟด) *n.* สิ่งที่เป็นสิ่งที่นิยมชมชอบอย่างมากชั่วครั้งชั่วคราว, แฟชั่น **-faddish** *-adj.* **-faddy** *adj.* **-faddishness** *n.* **-faddism** *n.* **-faddist** *n.* (-S. rage, craze, mania)

fade (เฟด) *v.* **faded, fading** *-vi.* (สี) เลือน, (สี) ตก, จางลง, อ่อนลง, หายไป, ค่อยๆ ตาย, (ภาพ) ค่อยๆ ปรากฏขึ้นหรือหายไป *-vt.* ทำให้สีตก, ทำให้ค่อยๆ หายไป, ทำให้ค่อยๆ ปรากฏขึ้นหรือหายไป (ภาพ) (-S. pale, dim, decolorize, dwindle, diminish) *-Ex. These flowers have faded., The red sky faded to pink., The sound faded*

F

fade-in 326 **fairway**

into silence.

fade-in (เฟด' อิน) *n.* การค่อยๆ เพิ่มขึ้นของความชัดของภาพ (โทรทัศน์, ภาพยนตร์), การค่อยๆ เพิ่มขึ้นของความชัดของเสียง

fadeless (เฟด' ลิส) *adj.* สีไม่ตก, ไม่ร่วงโรย, ไม่ลดน้อยลง

F

faeces, feces (ฟี' ซีซฺ) *n. pl.* อุจจาระ, มูล **-faecal** *adj.* (**-S.** excrement, waste, dung)

faerie, faery (เฟ' เออะรี, แฟร์' รี) *n., pl.* **-ies** ดินแดนเนรมิตในนิทาน, แดนสวรรค์, เทพยดาหรือภูตของฝรั่ง *-adj.* เกี่ยวกับเทพยดาหรือภูติของฝรั่ง

Faeroese, Faroese (แฟร์โออีซ') *n., pl.* **Faeroese/Faroese** ผู้ที่อาศัยในหมู่เกาะแฟโร, ภาษาที่ใช้บนหมู่เกาะแฟโร *-adj.* เกี่ยวกับคนหรือภาษาที่ใช้ในหมู่เกาะแฟโร

fag (แฟก) *v.* **fagged, fagging** *-vt.* ทำให้หมดกำลัง, บีบบังคับให้รับใช้, ฝนให้กร่อนหรือสึก *-vi.* หมดกำลัง, เมื่อยล้า, ทำงานอาบเหงื่อต่างน้ำ *-n.* งานหนัก, ความเหน็ดเหนื่อย, นักเรียนที่ต้องทำงานให้กับนักเรียนที่อยู่ชั้นสูงกว่า, (คำสแลง) บุหรี่ ผู้รักร่วมเพศชาย **-faggy** *adj.* *-Ex. We were fagged by the long running.*

fag end ส่วนปลาย, ก้น, ส่วนที่เหลือ, เศษ, กาก, เดน

faggot, fagot (แฟก' เกิท) *n.* มัดฟืน, มัดเศษเหล็ก, มัดเหล็กท่อน *-vt.* มัด, กำ

Fahrenheit (ฟาร์' เรินไฮทฺ) *n.* Gabriel Daniel นักฟิสิกส์ชาวเยอรมัน, ผู้คิดค้นมาตราส่วนวัดอุณหภูมิด้วยปรอท *-adj.* เกี่ยวกับอุณหภูมิหน่วยฟาเรนไฮต์

faience, faïence (ไฟอานซฺ') *n.* เครื่องเคลือบดินเผา (โดยเฉพาะที่มีสีสันลวดลาย), สีฟ้าอมเขียว

fail (เฟล) *vi.* ล้มเหลว, ประสบความล้มเหลว, ไม่สามารถ, ได้ต่ำกว่ากำหนด, สอบตก, ขาดแคลน, ล้ม, อ่อนกำลัง, อ่อนแอ, เสื่อมถอย, ไม่สามารถชำระหนี้ได้, ถังแตก, หยุด, ใช้การไม่ได้ *-vt.* ไม่สามารถ, ทำให้ผิดหวัง, ได้น้อยกว่าที่กำหนด, ละทิ้ง, ละเลย, ให้คะแนน *-n.* ความล้มเหลว **-without fail** แน่นอน (**-S.** miss, abort, weaken, desert, neglect, disappoint, dwindle, go bankrupt, die away) *-Ex. Sawai failed in the examination., The attempt failed., His business has failed., His health has been failing for some time.*

failing (เฟ' ลิง) *n.* การล้มเหลว, ความล้มเหลว, ข้อบกพร่อง, ความอ่อนแอ (**-S.** fault, failure, defect, blemish) *-Ex. Habitual tardiness was one of his chief failings.*

faille (ไฟลฺ, เฟล) *n.* แพรต่วนชนิดหนึ่งที่ทำด้วยไหมใยสังเคราะห์หรืออื่นๆ

fail-safe (เฟล' เซฟ) *adj.* เกี่ยวกับระบบเครื่องกลที่มีระบบป้องกันภัยในกรณีที่เครื่องกลหยุดทำงาน, เกี่ยวกับระบบเครื่องกลที่มีเครื่องกลสำรองในกรณีที่เครื่องกลแรกหยุดทำงาน *-n.* กลไกหรือระบบที่ไม่มีข้อผิดพลาด, การรับประกันว่าไม่มีข้อผิดพลาด *-vt.* **-safed, -safing** มีการชดเชยโดยอัตโนมัติเมื่อมีข้อผิดพลาดเกิดขึ้น

failure (เฟล' เยอร์) *n.* ความล้มเหลว, ความไม่สำเร็จ, ความไร้ผล, การสอบตก, การได้ต่ำกว่าที่กำหนด, การขาดแคลน, ความเสื่อมถอย, ภาวะล้มละลาย, ผู้ที่ล้มเหลว, สิ่งที่ล้มเหลว (**-S.** miscarriage, loser, abortion, disappointment **-A.** success, winner) *-Ex. Our efforts ended in failure., a failure of justice, a failure in the electricity supply, Somchai was a failure in business.*

fain (เฟน) *adv.* ด้วยความยินดี, ด้วยความเต็มใจ *-adj.* เต็มใจ, ยินดี, ปรารถนา, ใฝ่ฝัน, จำต้อง

faint (เฟนทฺ) *adj.* สลัวๆ, เลือนๆ, อ่อนกำลัง, เป็นลม, หน้ามืด, วิงเวียน, ขาดความกล้า, ขี้ขลาด, กลัว *-n.* การขาดสติอย่างกะทันหัน *-vi.* สลบชั่วคราว, สลัว, อ่อนแอ, ท้อแท้ใจ **-faintish** *adj.* **-faintly** *adv.* **-faintness** *n.* (**-S.** timid, weak, dim, obscure, pale, feeble, dizzy) *-Ex. Faint heart never won fair lady., Udom made a faint attempt to stand up.*

faint-hearted (เฟนทฺ' ฮาร์ท' ทิด) *adj.* ขาดความกล้า, ขี้ขลาด, ตาขาว, โลเล **-faint-heartedly** *adv.* **-faint-heartedness** *n.* (**-S.** timid, timorous, cowardly, spiritless)

fair[1] (แฟร์) *adj.* ยุติธรรม, ถูกต้อง, ซื่อสัตย์, ใหญ่พอสมควร, มาก, ปานกลาง, ดีพอใช้, สวยงามไม่มีจุดด่างพร้อย, สะอาด, ชัดเจน, มีผิวพรรณดี, มีเสน่ห์ *-adv.* สุภาพ, ยุติธรรม *-n.* สิ่งที่สวยงาม, หญิงสาว, หญิงอันเป็นที่รัก *-vt.* คัดหรือลากเส้นให้ชัดเจนหรือเรียบร้อย, เชื่อมต่อให้เรียบ **-fair to middilng** พอไปวัดไปวา **-bid fair** ดูเหมือน **-fair and square** ซื่อสัตย์, ตรงไปตรงมา **-see fair** ตัดสินอย่างยุติธรรม **-fairness** *n.* (**-S.** disinterested, proper, honourable, sunny, clear, just, adequate, attractive **-A.** cloudy, biased) *-Ex. a fair number, a fair story, a fair share, play fair, That's not fair!, fair skin, This land is so green and fair.*

fair[2] (แฟร์) *n.* งานแสดงผลิตผลทางเกษตรและสัตว์เลี้ยง, ตลาดนัด, นิทรรศการสินค้า, งานแสดงและขายสินค้าเพื่อเรี่ยไรเงินการกุศล (**-S.** exhibition, show, festival, mart)

fairground (แฟร์' เกรานฺด) *n.* บริเวณตลาดนัด, บริเวณแข่งขัน, บริเวณจัดงาน

fair-haired (แฟร์' แฮร์ดฺ) *adj.* ซึ่งมีผมสีทอง, เป็นคนโปรดของนาย (**-S.** favourite)

fairing (แฟร์' ริง) *n.* โครงสร้างภายนอกของพาหนะที่ช่วยลดแรงต้านทานเช่นที่ตัวเครื่องบิน

fairly (แฟร์' ลี) *adv.* อย่างตรงไปตรงมา, อย่างยุติธรรม, อย่างเที่ยงธรรม, ปานกลาง, อย่างเหมาะสม, โดยความเป็นจริง, โดยสิ้นเชิง (**-S.** justly, rather, suitably, clearly)

fair-minded (แฟร์' ไม' ดิด) *adj.* ซึ่งมีใจยุติธรรม, เที่ยงธรรม **-fair-mindedly** *adv.* **-fair-mindedness** *n.* (**-S.** just, impartial, unprejudiced **-A.** biased, bigoted)

fair play การตัดสินอย่างยุติธรรม, การเล่นอย่างยุติธรรม, พฤติกรรมที่เที่ยงธรรม

fair sex เพศหญิง (**-S.** women)

fair-spoken (แฟร์' สโพค' เคิน) *adj.* มีวาจาไพเราะ, ปากหวาน, พูดดี

fair-trade (แฟร์' เทรด') *vt.* **-traded, -trading** ขาย (สินค้า) ในราคาที่ไม่ต่ำกว่าที่ผู้ผลิตกำหนดไว้

fairway (แฟร์' เว) *n.* ทางที่ไม่ถูกสกัดกั้น, บริเวณที่ไม่ถูกสกัดกั้น, เส้นทางที่ผ่านได้, ส่วนของแม่น้ำท่าเรือหรืออื่นๆ ที่ผ่านได้

fair-weather (แฟร์' เวธ' เทอะ) *adj.* สำหรับอากาศที่ดีเท่านั้น

fairy (แฟร์' รี) *n., pl.* **fairies** เทพธิดา, นางฟ้า, (คำสแลง) ชายที่รักร่วมเพศ *-adj.* เกี่ยวกับเทพธิดา, เกี่ยวกับนางฟ้า, คล้ายนางฟ้า **-fairylike** *adj.* (-S. elf) *-Ex. Somchai told a fairy tale about having been a chairman in the club.*

fairyland (แฟร์' รีแลนด) *n.* แดนสวรรค์, แดนสุขาวดี, แดนที่สวยงามมาก

fairy ring วงแหวนเชื้อราที่ขึ้นตามหญ้า (เมื่อก่อนเชื่อว่าเกิดจากการเต้นรำของนางฟ้า)

fairy tale เทพนิยาย, เรื่องโกหก, เรื่องประหลาด (-S. fairy story, folk tale, invention)

fait accompli (เฟทาคอนพลี') *n., pl.* **faits accomplis** สิ่งที่สำเร็จไปแล้ว, ข้อเท็จจริงที่เกิดขึ้นแล้ว

faith (เฟธ) *n.* ศรัทธา, ความมั่นใจ, ความเชื่อถือ, ความเลื่อมใส, ความยึดมั่น, ความเชื่อในศาสนา, ความซื่อสัตย์ **-put one's faith in** มั่นใจใน, เชื่อใจใน **-lose faith in** สงสัย **-in good faith** ด้วยศรัทธา, ด้วยความจริงใจ **-keep faith with** รักษาคำมั่น (-S. belief, creed, confidence, trust, loyalty, fidelity) *-Ex. put faith in human goodness, pin one's faith on, keep faith, a breach of faith*

faith cure, faith healing วิธีการรักษาโรคด้วยการสวดมนต์และความศรัทธาทางศาสนา, การทำให้หายจากโรคโดยวิธีดังกล่าว

faithful (เฟธ' ฟูล) *adj.* ซื่อสัตย์, รักษาสัจจะ, ไว้ใจได้, น่าเชื่อถือ, ยึดมั่นในข้อเท็จจริง *-n., pl.* **-ful/-fuls** สมาชิกผู้เคร่งครัดต่อหลักปฏิบัติของกลุ่ม, ผู้ยึดมั่นในข้อเท็จจริง **-the faithful** ผู้ศรัทธา, ผู้ศรัทธาและเคร่งครัดต่อหลักปฏิบัติของศาสนาคริสต์หรืออิสลาม **-faihfully** *adv.* **-faithfulness** *n.* (-S. loyal, true, devoted, reliable)

faithless (เฟธ' ลิส) *adj.* ไม่ซื่อสัตย์, ไม่มีสัจจะ, ไม่น่าไว้ใจ, เชื่อถือไม่ได้, ไม่เลื่อมใสในศาสนา **-faithlessly** *adv.* **-faithlessness** *n.* (-S. treacherous, perfidious) *-Ex. Udom proved to be a faithless friend.*

fake (เฟค) *adj.* ปลอม, เทียม, ซึ่งเป็นเรื่องที่กุขึ้น *-v.* **faked, faking** *-vt.* ปลอมแปลง, ทำเทียม, กุขึ้น, เสแสร้ง, แกล้ง *-vi.* แกล้ง, แสร้ง *-n.* สิ่งที่ปลอมแปลง, ของเทียม, เรื่องที่กุขึ้น, ผู้ปลอมแปลง, ผู้เสแสร้ง (-S. counterfeit, bogus, insincere) *-Ex. to fake blindness, fake (up) a report, fake illness, a fake dollar bill*

faker (เฟ' เคอะ) *n.* ผู้ปลอมแปลง, ผู้เสแสร้ง, ผู้ทำเทียม

fakery (เฟ' คะรี) *n.* การปลอมแปลง, การเสแสร้ง, การทำเทียม (-S. imitation, fraud)

fakir (ฟะเคียร์') *n.* พระมุสลิมหรือฮินดูที่เชื่อว่าสามารถทำปาฏิหาริย์ได้, พระมุสลิมหรือฮินดูที่ชอบทรมานตัวเอง เป็นเวลาหลายปี

Falange (ฟะ' แลนจ) *n.* (ภาษาสเปน) พรรคฟาสซิสต์ของสเปน **-Falangist** *n.*

falchion (ฟอล' ชัน) *n.* ดาบสั้นและกว้างชนิดหนึ่งที่ปลายดาบโค้ง นูนออก มีปลายแหลม, ดาบ

falcon (ฟอล' เคิน) *n.* เหยี่ยว, นกตระกูล Falconidae (โดยเฉพาะจำพวก *Falco*) มีปีกแหลม มีจะงอยปากแหลมที่โค้งลง, เหยี่ยวล่านก

fall (ฟอล) *v.* **fell, fallen, falling** *-vi.* ตก, ร่วง, หล่น, ล้ม, ลด, ถอย, เหินห่าง, สูญเสีย, ตาย, พังลง, เสื่อม, (แสง) ส่อง, เกิดปรากฏ, กลายเป็น, ผิดหวัง, เคลื่อนลง *-vt.* ล้ม (ต้นไม้) *-n.* การตก, การร่วง, การหล่น, การล้ม, การลด, การถอย, การเหินห่าง, การสูญเสีย, การตาย, การพังลง, การเสื่อม, สิ่งที่ตกลงมา, ฤดูใบไม้ร่วง, การลดระดับ, น้ำตก, การลาดลง, การตกอยู่ห้วงแห่งอารมณ์ **-fall among** ปรากฏขึ้น **-fall away** ละทิ้ง, ไปจาก, ถดถอย, ผอมลง **-fall back** ถอน, เคลื่อนกลับ **-fall back on /upon** เพิ่งพา, ถอยกลับ **-fall down on** ทำให้ผิดหวัง, กระทำด้วยความผิดหวัง **-fall due** ถึงกำหนด **-fall foul of** ชนกับ, ปะทะกับ **-fall in** เห็นด้วย, ยอมแพ้ **-fall in with** ร่วมมือ, เห็นด้วย **-fall out /with** ทะเลาะ, ออกจากที่ประจำ, ปรากฏขึ้น **-fall short** ไม่เพียงพอ, ไม่ได้มาตรฐาน **-fall through** ล้มเหลว **-fall to** เริ่มกระทำ **-the Fall (of Man)** ตัณหา, การกระทำบาป การสูญเสียความบริสุทธิ์และการถูกขับออกจากสวนอีเดน (-S. drop, lessen, surrender, descend) *-Ex. the fall of an apple, the fall of Rome, Niagara Falls, The horse fell down., night fell, His eye fell on her.*

fallacious (ฟะเล' ชัส) *adj.* หลอกลวง, ลวง, ซึ่งทำให้เข้าใจผิด, ผิดพลาด, ซึ่งทำให้ผิดหวัง **-fallaciously** *adv.* **-fallaciousness** *n.* (-S. false, wrong, incorrect, imprecise, delusive -A. true, accurate)

fallacy (แฟล' ละซี) *n., pl.* **-cies** การหลอกลวง, การทำให้เข้าใจผิด, ความผิดพลาด, การอ้างเหตุผลหรือความเชื่อที่ผิด (-S. sophism, delusion, misbelief, illusion) *-Ex. The fallacy that wealth always means happiness.*

fallen (ฟอล' เลิน) *adj.* ซึ่งตกลงมา, ซึ่งล้มลง, เสื่อมเสีย, เสื่อมเสียชื่อเสียงหรือเกียรติยศ, ซึ่งสูญเสียพรหมจารี, ซึ่งถูกทำลาย, ซึ่งถูกพิชิต, ตาย (-S. immoral, disgraced, slain) *-Ex. a fallen tree, a fallen fortress, a fallen soldier, Snow had fallen during the night.*

faller (ฟอล' เลอะ) *n.* อุปกรณ์หรือเครื่องมือประเภทตกลงมา, ผู้โค่นต้นไม้

fallible (ฟอล' ละเบิล) *adj.* ซึ่งกระทำผิดได้, ซึ่งถูกหลองลวงได้, ยากที่จะไม่ผิด, ซึ่งย่อมกระทำผิดได้ **-fallibility, fallibleness** *n.* **-fallibly** *adv.* (-S. errant, imperfect, frail)

falling sickness โรคลมบ้าหมู

falling star ลูกอุกกาบาต, ดาวตก, ผีพุ่งไต้ (-S. meteor)

fallopian tube ท่อนำไข่, ท่อทางเดินของไข่จากรังไข่ไปยังมดลูก

fallout (ฟอล' เอาท) *n.* การตกลงมา, การตกลงมาของฝุ่นกัมมันตภาพรังสี, ฝุ่นกัมมันตภาพรังสีที่ตกลงมา, เหตุการณ์ที่เกิดขึ้นอย่างไม่คาดฝัน, ผลที่เกิดขึ้นอย่างไม่คาดฝัน

fallow (แฟล' โล) *adj.* เกี่ยวกับที่ดินที่ไถคราดทิ้งไว้, ซึ่งยังไม่ได้เพาะปลูก *-n.* ที่ดินดังกล่าว *-vt.* ไถคราด (ที่ดิน) ทิ้งไว้ **-fallowness** *n.* (-S. uncultivated, unploughed, barren) *-Ex. the fallow land*

false (ฟอลซ) *adj.* **falser, falsest** ไม่จริง, ไม่ถูกต้อง,

F

ผิด, ปลอม, เท็จ, หลอกลวง, เป็นตัวเสริมหรือตัวแทน, ไม่ซื่อสัตย์, ไม่ถูกทำนอง, ไม่เหมาะสม *-adv.* อย่างไม่ซื่อสัตย์, ทรยศ **-play (a person) false** ทรยศ, หลอกลวง **-falsely** *adv.* **-falseness** *n.* (-S. untrue, artificial, fake, counterfeit, unfaithful)

falsehood (ฟอลซฺ' ฮูด) *n.* การพูดโกหก, คำโกหก, การหลอกลวง, ความไม่จริง, ความผิดพลาด, ความไม่ซื่อ, ความทุจริต, ของปลอม, สิ่งที่ไม่แท้, ความคิดหรือความเชื่อที่ไม่จริง (-S. untruth, lie, fabrication, deceit, deception)

F

falsetto (ฟอลเซท' โท) *n., pl.* **-tos** เสียงสูงที่ผิดธรรมชาติ (โดยเฉพาะเสียงของผู้ชาย), เสียงแหลมผิดธรรมชาติ, ผู้ที่ร้องเสียงดังกล่าว *-adj.* เกี่ยวกับเสียงดังกล่าว, ซึ่งร้องด้วยเสียงดังกล่าว *-adv.* เป็นเสียงดังกล่าว **-falsettist** *adj.*

falsies (ฟอล' ซีซฺ) *n. pl.* (ภาษาพูด) ที่หนุนรองด้านในของยกทรง

falsify (ฟอล' ซะไฟ) *v.* **-fied, -fying** *-vt.* ทำให้ไม่ถูกต้อง, ปลอมแปลง, พิสูจน์ให้เห็นว่าผิดหรือปลอม, แสดงให้เห็นว่าผิดหรือปลอม, ใช้ผิด, ทำผิด *-vi.* กล่าวคำเท็จ **-falsifiable** *adj.* **-falsification** *n.* **-falsifier** *n.* (-S. counterfeit, fake, refute, contradict, misrepresent)

falsity (ฟอล' ซิที) *n., pl.* **-ties** ความไม่จริง, ความเท็จ, ความไม่ถูกต้อง, ความไม่ซื่อสัตย์, การทรยศ, ความหลอกลวง, สิ่งที่ไม่จริง, ของปลอม

falter (ฟอล' เทอะ) *vi.* เดินสะดุด, เดินโซเซ, เดินตัวสั่น, พูดตะกุกตะกัก, ลังเล, รีรอ, วอกแวก, แกว่งไปแกว่งมา, พูดอ้ำๆ อึ้งๆ *-n.* การเดินสะดุด, การเดินโซเซ, การพูดตะกุกตะกัก, การรีๆ รอๆ, เสียงพูดที่อ้ำๆ อึ้งๆ **-falterer** *n.* **-falteringly** *adv.* (-S. stumble, hesitate, fluctuate) *-Ex. My voice began to falter., Yopa faltered at the door, wondering if she should go in., Somchai faltered as Daeng tried to find the right words to show his gratitude.*

fame (เฟม) *n.* ชื่อเสียง, กิตติศัพท์, เกียรติยศ, เกียรติคุณ, ศักดิ์ศรี, ข่าวลือ, การเล่าลือ *-vt.* **famed, faming** ทำให้มีชื่อเสียง, เลื่องลือ (-S. renown, celebrity, notability, honour) *-Ex. His fame was based on his enormous wealth., Edison gained fame as an inventor.*

famed (เฟมดฺ) *adj.* มีชื่อเสียง, โด่งดัง

familial (ฟะมิล' เลียล) *adj.* (ภาษาฝรั่งเศส) เกี่ยวกับหรือมีลักษณะของครอบครัว, เป็นกรรมพันธุ์

familiar (ฟะมิล' เยอร์) *adj.* คุ้นเคย, คุ้น, ชิน, สนิทสนม, เห็นเสมอ, รู้จัก, ใกล้ชิด, ตามสบาย, ไม่มีพิธีรีตอง, ง่ายๆ, เชื่อง *-n.* เพื่อนคุ้นเคย, เพื่อนสนิท, แขกประจำ, คนรับใช้ สันตะปาปาหรือบิชอพ **-familiarly** *adv.* (-S. acquainted, intimate, common) *-Ex. familiar friend, Somchai spoke in a familiar way., to write in a familiar style, in familiar language, Sombut has too much familiar a manner with people he meets for the first time.*

familiarity (ฟะมิลลีแอ' ริที) *n., pl.* **-ties** ความคุ้นเคย, ความสนิทสนม, ความเคยชิน, ความใกล้ชิด, การไม่มีพิธีรีตอง, ความรอบรู้, ความชำนาญ (-S. intimacy, knowledge, know-how, acquaintance with, naturalness)

familiarize (ฟะมิล' เลียไรซฺ) *vt.* **-ized, -izing** ทำให้คุ้นเคย, ทำให้เคยชิน, ทำให้รอบรู้, ทำให้รู้จัก **-familiarization** *n.*

family (แฟม' มะลี) *n., pl.* **-lies** ครอบครัว, ตระกูล, สกุล, วงศ์ญาติ, วงศ์ตระกูล, วงศ์, ลูก, ลูกหลาน, แก๊งมาเฟียที่มีหัวหน้ามาเฟียเป็นผู้นำ *-adj.* เกี่ยวกับครอบครัว (ตระกูล, สกุล, วงศ์, พันธุ์) **-in a/the family way** ตั้งครรภ์ (-S. house, clan, class, group, kin) *-Ex. Your whole family is all of your relatives., The cat and the tiger both belong to the cat family., a happy family of three, a happy family, in a family way, family Bible, family circle, family name*

family man คนที่มีครอบครัว

family name สกุล, ชื่อสกุล

family planning การวางแผนครอบครัว

family tree แผนภูมิลำดับศักดิ์ของวงศ์ตระกูล (-S. genealogical tree)

famine (แฟม' มิน) *n.* ภาวะข้าวยากหมากแพง, ทุพภิกขภัย, ความอดอยาก, ความขาดแคลนอย่างร้าย, วาตภัย, ความหิวจัด, ความอดตาย (-S. starvation, dearth, drought, insufficiency) *-Ex. a wheat famine*

famish (แฟม' มิชฺ) *vt.* ทำให้อดอยาก, ทำให้อดตาย *-vi.* อดอยาก, อดตาย **-famishment** *n.* (-S. starve)

famous (เฟม' เมิส) *adj.* มีชื่อเสียง, โด่งดัง, ดียิ่ง, ชั้นหนึ่ง, ยอดเยี่ยม **-famously** *adv.* **-famousness** *n.* (-S. celebrated, well-known, illustrious -A. obscure) *-Ex. a famous man, a famous building*

fan[1] (แฟน) *n.* พัด, พัดลม, เครื่องเป่า, สิ่งที่แผ่คล้ายพัด, เครื่องหว่านข้าว *v.* **fanned, fanning** *-vt.* พัด, กระตุ้น, ปลุกระดม, ขับไล่, แผ่ออกคล้ายพัด *-vi.* พัด, กระพือปีก, ปลิวสะพัด, แผ่ออกคล้ายพัด **-fanner** *n.* (-S. ventilator, blower) *-Ex. A fan was held in the hand., an electric fan, gan-tailed*

fan[2] (แฟน) *n.* คนที่คลั่งในสิ่งหนึ่งสิ่งใด, ผู้เชื่อถือสิ่งหนึ่งสิ่งใดอย่างคลั่งไคล้ (-S. devotee, enthusiast, admirer, follower, supporter) *-Ex. a baseball fan, a movie fan*

fanatic (ฟะแนท' ทิค) *n.* ผู้มีความกระตือรือร้นอย่างคลั่งไคล้, *-adj.* ที่คลั่งไคล้อย่างไม่มีเหตุผล (-S. zealot, activist)

fanatical (ฟะแนท' ทิเคิล) *adj.* คลั่งไคล้, กระตือรือร้นอย่างมาก **-fanatically** *adv.* **-fanaticalness** *n.* (-S. enthusiastic, zealous, extreme, radical)

fanaticism (ฟะแนท' ทิซิซึม) *n.* ลักษณะที่คลั่งไคล้, ความคลั่งในสิ่งใดสิ่งหนึ่ง

fancied (แฟน' ซีด) *adj.* ไม่จริง, ซึ่งนึกฝันเป็นที่ต้องการ

fancier (แฟน' ซีเออะ) *n.* ผู้คลั่งไคล้, ผู้หลง, ผู้ติด, นักผสมพันธุ์พืชหรือสัตว์ (-S. expert, devotee, follower)

fanciful (แฟน' ซิฟูล) *adj.* เพ้อฝัน, ซึ่งนึกฝัน, ไม่จริง **-fancifully** *adv.* **-fancifulness** *n.* (-S. imaginary, illusory, fantastic, whimsical, extravagant) *-Ex. a fanciful tale, fanciful costumes, fanciful creatures, a fanciful writer*

fanciless (แฟน' ซิลิส) *adj.* ไร้จินตนาการ, ไร้ความ

เพ้อฝัน

fancy (แฟน' ซี) *n., pl.* **-cies** จินตนาการ, ความนึกฝัน, ความนึกคิด (อย่างไม่มีเหตุผล), ความนึกคิดแบบนักศิลปะ, รสนิยม *-adj.* **-cier, -ciest** แห่งจินตนาการ, ซึ่งมีการประดับตกแต่ง, ไม่สม่ำเสมอ, มีสีสันแพรวพราว, ลวดลาย, (ราคา) แพงมาก *-vt.* **-cied, -cying** จินตนาการ, นึกฝัน, ชอบ **-fancy oneself** ยโส, ชมตัวเอง **-fancily** *adv.* **-fanciness** *n.* (-S. supposition, imagination, liking, illusion, fantasy, fondness) *-Ex. a wild fancy, I have a fancy that Somchai won't come., fancy basket, fancy price, I fancy myself in ancient Rome.*

fancy dress ชุดแฟนซีที่ใช้ในงานสโมสรสันนิบาต

fancy-free (แฟน' ซีฟรี') *adj.* ปราศจากอิทธิพลใดๆ, ไม่ชอบใคร

fancy man คนรักของหญิง, แมงดา

fancy woman หญิงโสเภณี, เมียลับ (-S. fancylady)

fandango (แฟนแดง' โก) *n., pl.* **-gos** การเต้นระบำสเปนชนิดหนึ่งแบบ 3 จังหวะโดยมีเครื่องประกอบเสียงที่เป็นลูกกลม 2 ลูกขยับ, เครื่องดนตรีสำหรับการเต้นดังกล่าว, การกระทำที่ไร้สาระ

fanfare (แฟน' แฟร์) *n.* เสียงแตรที่ดังกังวาน, การแสดงโอ้อวด, การโฆษณา, การประชาสัมพันธ์, การประโคม, แตรเดี่ยว (-S. ostentation, publicity)

fang (แฟง) *n.* เขี้ยว, รากฟัน, ส่วนที่คล้ายเขี้ยว **-fanged** *adj.* (-S. canine tooth)

fang

fanjet (แฟน' เจท) *n.* เครื่องยนต์ที่มีใบพัดขนาดใหญ่ที่นำอากาศเข้า, เครื่องบินที่ใช้เครื่องยนต์ดังกล่าว

fanlight (แฟน' ไลท) *n.* หน้าต่างครึ่งวงกลมที่มีซี่โครงคล้ายพัด, กรอบประตู, กรอบหน้าต่าง

fanny (แฟน' นี) *n., pl.* **-nies** (คำสแลง) ก้น ตะโพก อวัยวะเพศของหญิง

fantail (แฟน' เทล) *n.* หางที่คล้ายพัด, นกพิราบที่มีหางคล้ายพัด, ปลาเงินปลาทองที่มีหางคล้ายพัด

fantail

fantasia (แฟนเท' เซีย) *n.* เพลงเพ้อฝัน,ดนตรีเพ้อฝันที่จับทำนองต่างๆ มาผสมผสานกันอย่างไม่มีรูปแบบที่แน่นอน

fantasize (แฟน' ทะไซซ) *vi., vt.* **-sized, -sizing** จินตนาการ, นึกฝัน, สร้างจินตนาการ

fantastic (แฟนแทส' ทิค) *adj.* เกี่ยวกับการจินตนาการ, เกี่ยวกับการนึกฝัน, แปลกประหลาด, น่ามหัศจรรย์, ใหญ่อย่างไม่น่าเชื่อ, มากมายอย่างไม่น่าเชื่อดีเยี่ยม *-n.* คนที่ประหลาด **-fantastically** *adv.* **-fantasticalness** *n.* (-S. fantastical, whimsical, fanciful, odd) *-Ex. Sombut told some fantastic story about riding a subway under the sea., the fantastic shapes of many insects*

fantasy (แฟน' ทะซี) *n., pl.* **-sies** การจินตนาการ, การนึกฝัน, ความคิดฟุ้งซ่าน, เพลงจินตนาการ, ลวดลายหรือสิ่งประดับที่ประหลาด, เรื่องเพ้อฝัน, ผลิตผลของจินตนาการ *-vi., vt.* **-sied, -sying** จินตนาการ, นึกฝัน (-S. myth, dream, hallucination) *-Ex. The report of dragons in the cave proved a fantasy.*

FAO ย่อจาก Food and Agriculture Organization of the United Nations องค์การอาหารและเกษตรแห่งสหประชาชาติ

FAQ ย่อจาก Frequently Asked Questions (คอมพิวเตอร์) เอกสารใน USENET ซึ่งเป็นที่เก็บคำตอบของคำถามที่ผู้ใช้ที่เข้ามาใหม่มักจะถามกันบ่อยมาก FAQ จะเก็บคำตอบของคำถามทั่วไปที่ผู้ใช้ซึ่งคุ้นเคยกันอยู่แล้ว ผู้ใช้รายใหม่ก็สามารถค้นหาอ่านได้ใน FAQ ก่อนที่ส่งคำถามมา

far (ฟาร์) *adj., adv.* **farther, farthest/further, furthest** ไกล, ห่าง, มาก, ทีเดียว, ต่อไป **-as/so far as,** ตราบใดที่, สำหรับ, ตาม...พยายาม, ที่สุด **-by far** โดยมาก, เป็นปริมาณมาก **-far and away** โดยมาก **far and near** ทุกหนทุกแห่ง **-far and wide** ทุกหนทุกแห่ง **-far gone** ป่วยมาก, เมา, เป็นหนี้ **-go far** สำเร็จ, ประสบความสำเร็จ **-so far** ตามขนาด, จนกระทั่งปัจจุบันนี้ (-S. outlying, distant, remote -A. near, close) *-Ex. Sombut is far from the land., Never goes far (away) from home., A post driven far (down) into the ground.*

farad (แฟร์' เริด) *n.* หน่วยความจุไฟฟ้า

faraway (ฟา' ระเว) *adj.* ไกล, ห่างไกล, เป็นความฝัน *-Ex. Somchai wants to travel to all the faraway places., a fareway look*

farce (ฟาร์ซ) *n.* ละครตลก, เรื่องตลก, เรื่องที่น่าขบขัน, เนื้อยัดไส้ *-vt.* **farced, farcing** สอดแทรกเรื่องตลก, ปรุงแต่ง, ยัด, ใส่ *-Ex. The election was a farce.*

farcical (ฟาร์' ซิเคิล) *adj.* เกี่ยวกับละครตลก, เกี่ยวกับเรื่องตลก, คล้ายละครหรือเรื่องตลก, น่าหัวเราะ, เหลวไหลน่าหัวเราะ **-farcicality, farcicalness** *n.* **-farcically** *adv.* (-S. funny -A. serious)

fare (แฟร์) *n.* ค่าโดยสาร, คนโดยสารที่จ่ายค่าโดยสาร, ผู้ว่าจ้างรถโดยสาร, อาหาร *-vi.* **fared, faring** กินอาหาร, มีประสบการณ์, ปรากฏ, ไป, ท่องเที่ยว **-farer** *n.* (-S. ticket price, charge, fee, fare payer, diet, food) *-Ex. The taxi driver had several fares this morning., bus fare, How did you fare on your visit?, All will fare well if Somchai tells the truth.*

Far East ประเทศทั้งหลายในตะวันออกไกล เอเชียตอนใต้และเอเชียอาคเนย์ **-Far Eastern** *adj.*

farewell (แฟร์เวล') *interj.* สวัสดี, พบกันใหม่, ลาก่อน, ขอให้เป็นสุข *-n.* คำร่ำลา, คำอวยพรในการจากไป, การจากไป, งานเลี้ยงอำลา, การแสดงอำลา *-adj.* ที่สุด, เป็นการอำลา (-S. goodbye, adieu, so long) *-Ex. a farewell dinner*

far-fetched (ฟาร์' เฟชทฺ') *adj.* ซึ่งไม่น่าเป็นไปได้, ถูกนำมาจากแดนไกล

far-flung (ฟาร์' ฟลัง') *adj.* ยาวเหยียด, กว้างไพศาล (-S. widespread)

farina (ฟะรี' นะ) *n.* อาหารที่ทำจากธัญพืชและผลิตภัณฑ์จากพืช เช่น แป้งข้าว แป้งมันเทศ

farinaceous (แฟระเน' ชัส) *adj.* ซึ่งทำด้วยแป้งข้าว, ซึ่งประกอบด้วยแป้ง, ซึ่งมีลักษณะเป็นแป้ง

farm (ฟาร์ม) *n.* ฟาร์ม, ไร่, นา, สถานที่เลี้ยงสัตว์, บ่อ

เลี้ยงสัตว์, สถานที่ฝากเลี้ยง, วิธีการเก็บภาษีแบบเหมาเก็บภาษี, เขตเหมาเก็บภาษี *-vi.* ทำฟาร์ม, ทำไร่, ทำนา, ฝากเลี้ยง *-vt.* ทำฟาร์ม (-S. farmland, farmstead, homestead) *-Ex. a sheep farm, mixed farm, Sawai lived on a farm., We farm 100 acres and use the rest for pasture.*

F

farmer (ฟาร์' เมอะ) *n.* ชาวนา, ชาวไร่, เจ้าของฟาร์ม, ผู้รับเลี้ยง (เด็ก), ผู้เหมาเก็บภาษี, ผู้รับเหมา (-S. grower, cultivator, tiller)

farm hand ผู้ที่รับจ้างทำงานในไร่นา

farmhouse (ฟาร์ม' เฮาซฺ) *n.* บ้านไร่, บ้านนา, บ้านในฟาร์ม

farming (ฟาร์' มิง) *n.* การทำไร่, การทำนา, การทำฟาร์ม, การเหมารับรายได้, การเหมาจ่าย, การเหมาเก็บภาษี (-S. agriculture, agronomy)

farmland (ฟาร์ม' แลนดฺ) *n.* ที่ดินเพาะปลูก, ที่ดินที่เหมาะสำหรับเพาะปลูก

farmstead (ฟาร์ม' สเทด) *n.* ฟาร์มพร้อมด้วยสิ่งก่อสร้างบนฟาร์ม

farmyard (ฟาร์ม' ยาร์ด) *n.* บริเวณฟาร์ม, บริเวณรอบ ๆ สิ่งปลูกสร้างบนฟาร์ม

faro (แฟร์' โร) *n.* การเล่นไพ่ชนิดหนึ่งที่ผู้เล่นพนันกันด้วยไพ่ที่ดึงออกจากกล่อง

far-off (ฟาร์' ออฟ') *adj.* ไกล (-S. distant, remote)

far-out (ฟาร์' เอาทฺ') *adj.* (ภาษาพูด) สุดขีด อย่างยิ่ง ลึกซึ้ง เลยเถิด

farrago (ฟะเร' โก) *n., pl.* **-goes** ส่วนผสมที่ยุ่งเหยิง, จับฉ่าย

farrier (แฟร์' รีเออะ) *n.* ช่างตีเหล็กใส่เกือกม้า **-farriery** *n.*

farseeing (ฟาร์' ซีอิง) *adj.* ซึ่งมองการณ์ไกล, สุขุมรอบคอบ, ซึ่งสามารถเห็นสิ่งที่อยู่ไกลได้ชัด

farsighted, far-sighted (ฟาร์' ไซ' ทิด) *adj.* สายตายาว, ซึ่งมองสิ่งที่อยู่ไกลได้ชัดกว่าสิ่งที่อยู่ใกล้,ซึ่งมองการณ์ไกล, ซึ่งมองไปไกล, ฉลาด **-farsightedly** *adv.* **-farsightedness** *n.* (-S. long-sighted, hyperopic, prudent)

fart (ฟาร์ท) *n.* (คำสแลง) การปล่อยลมออกทางทวารหนัก การผายลม บุคคลที่น่ารังเกียจ *-vi.* (คำสแลง) ผายลม เสียเวลา

farther (ฟาร์' เธอะ) *adv.* ไกลออกไปอีก, ห่างออกไปอีก, มากขึ้นไปอีก *-adj.* ไกลกว่า, ไปข้างหน้าอีก *-Ex. the farther side of the hill, Dang run farther than Dum.*

farthermost (ฟาร์' เธอะโมสทฺ) *adj.* ไกลที่สุด

farthest (ฟาร์' เธสทฺ) *adj.* ไกลที่สุด, ห่างที่สุด, ยาวที่สุด, ขยายออกมากที่สุด *-adv.* ไกลที่สุด, ห่างที่สุด, มากที่สุด *-Ex. to run farthest, the farthest planet*

farthing (ฟาร์' ธิง) *n.* เหรียญบรอนซ์ที่ใช้ในประเทศอังกฤษสมัยก่อน มีค่า ¼ เพนนี, สิ่งที่มีค่าน้อยมาก

farthingale (ฟาร์' ธิงเกล) *n.* โครงสำหรับถ่างกระโปรงให้กว้างออก ใช้กับหญิงยุโรปสมัยศตวรรษที่ 16-17

fasces (แฟส' ซีซ) *n. pl.* มัดไม้ที่หุ้มขวานที่มีใบขวานโผล่ออกมา เป็นสัญลักษณ์การทรงอำนาจของผู้ปกครองชั้นสูงของกรุงโรมโบราณ

fascia (แฟช' เชีย) *n., pl.* **-ciae/-cias** พังพืด, แถบ, สาย, ผ้าพันแผล **-fascial** *adj.*

fascicle (แฟส' ซิเคิล) *n.* มัดเล็ก ๆ, พวกเล็ก ๆ, เล่มแยกของหนังสือ, มัดเส้นใยเล็ก ๆ ภายในกล้ามเนื้อ, ช่อดอก, ช่อใบ

fascinate (แฟส' ซะเนท) *v.* **-nated, -nating** *-vt.* ทำให้หลงเสน่ห์, ชวนเสน่ห์, ตรึงใจ, กระตุ้นความสนใจ, ทำให้หลงรัก, ทำให้ตะลึงงัน *-vi.* จับใจ, ตรึงใจ (-S. attract, charm, seduce, enrapture, enthrall, charm, engross, bewitch)

fascinating (แฟส' ซะเนทิง) *adj.* ซึ่งทำให้หลงเสน่ห์, ที่ตรึงใจ, ที่ชวนให้หลงใหล, มีเสน่ห์ **-fascinatingly** *adv.* (-S. captivating, enthralling, attractive, seductive, charming)

fascination (แฟสซะเน' ชัน) *n.* การทำให้หลงเสน่ห์, ความตรึงใจ, การชวนให้หลงใหล, เสน่ห์, อำนาจดึงดูดใจ (-S. charm, attraction, magic, seduction, bewitchment)

fascinator (แฟส' ซะเนเทอะ) *n.* บุคคลหรือสิ่งที่ทำให้หลงเสน่ห์, ผ้าพันศีรษะของสตรีชนิดหนึ่งซึ่งเป็นผ้าถักหรือผ้าลูกไม้

fascism (แฟช' ชิซึม) *n.* ลัทธิชาตินิยมของรัฐบาลเผด็จการ(โดยเฉพาะของอิตาลีสมัยก่อนสงครามโลกครั้งที่ 2) มีลักษณะก้าวร้าวและแบ่งผิว, ปรัชญาและหลักการของลัทธิดังกล่าว

fascist (แฟช' ชิสทฺ) *n.* ผู้ยึดถือลัทธิฟาสซิส, ผู้เผด็จการ *-adj.* เกี่ยวกับลัทธิฟาสซิส **-fascistic** *adj.* **-fascistically** *adv.*

fashion (แฟช' ชัน) *n.* แฟชั่น, รูปแบบ, วิธีการ, สิ่งที่กำลังนิยมกัน, แบบสมัยนิยม, คนที่มีชื่อเสียงเป็นที่นิยม, ความนิยมกัน *-vt.* ทำให้เป็นรูปร่าง, ทำให้คล้อยตาม **-in fashion** ตามสมัย **-out of fashion** ล้าสมัย **-follow/be in the fashion** ทำตามที่คนอื่น ๆ ทำ (-S. make, style, mode, shape, form)

fashionable (แฟช' ชันนะเบิล) *adj.* ตามแฟชั่น, ทันสมัย, ตามสมัยนิยม *-n.* บุคคลที่ทันสมัย **-fashionableness, fashionability** *n.* **-fashionably** *adv.* (-S. modish, elegant, smart, natty, voguish -A. outdated)

fast[1] (ฟาสทฺ) *vi.* อดอาหาร, ลดอาหารการกิน, กินเจ *-n.* การอดอาหาร, การลดอาหารการกิน, การกินเจ, ระยะเวลาที่อดอาหาร *-Ex. Many Christians fast on Fridays., Sombut ended his fast with a light diet.*

fast[2] (ฟาสทฺ) *adj.* เร็ว, (เดิน) เร็ว, แน่น, ติดแน่น, ด้าน, ดื้อ, คงทน, มั่นคง, ซื่อสัตย์, (สี) ไม่ตก, (หลับ) สนิท*-adv.* แน่น, (หลับ) สนิท, เร็ว, มั่นคง **-take (a) fast hold of** ยึดแน่น **-hard and fast rules** กฎที่ไม่สามารถทำลายได้, กฎที่เข้มงวดเกินไป **-stand fast** ยืนกราน ไม่ถอย **-fast asleep** หลับสนิท **-play fast and loose with** ไม่น่าเชื่อถือ (เพราะมีนิสัยที่เปลี่ยนได้ง่าย) (-S. quick, rapid, swift, loyal, devoted, lasting, constant) *-Ex. The colour is fast and will not fade.*

fastback (ฟาสทฺ' แบค) *n.* รถยนต์ที่มีส่วนท้าย

fasten (ฟาส' เซิน) *vt.* ผูกแน่น, รัดแน่น, มัดแน่น, ยึด, ตรึง, ติด, รวมที่, ให้ความสนใจ, เพ่ง *-vi.* เชื่อมติด, เกาะแน่น, มีใจจดจ่อ (-S. affix, bind, attach) *-Ex. Did you fasten all the doors?, The children fastened their attention on the magician.*

fastener (ฟาส' เซินเนอะ) *n.* กระดุม, ขอเกี่ยว, สิ่งยึด,

fastening 331 **faucet**

ที่ยึด, ที่กลัด, ที่เหน็บ

fastening (ฟาส' ซะนิง) *n.* สิ่งที่ยึด, ที่ยึด, การยึด, การติด, ที่กลัด

fast-food (ฟาส' ฟูด) *n.* อาหารราคาถูกที่เตรียมได้ง่าย, อาหารฟาสต์ฟู้ด *-adj.* เกี่ยวกับอาหารที่บริการรวดเร็ว, เกี่ยวกับอาหารที่นำออกไปเสิร์ฟได้รวดเร็ว

fastidious (แฟสทิด' เดียส) *adj.* เอาใจยาก, จู้จี้พิถีพิถัน **-fastidiously** *adv.* **-fastidiousness** *n.* (-S. discriminating, fussy, finicky, critical)

fastness (ฟาสทฺ' นิส) *n.* ความแข็งแรง, ความมั่นคง, ความเร็ว, ความรวดเร็ว *-Ex. a mountain fastness*

fat (แฟท) *adj.* **fatter, fattest** อ้วน, อ้วนท้วน, พี, มีน้ำมันมาก, มีไขมันมาก, สมบูรณ์, อุดมสมบูรณ์, มีกำไร, ร่ำรวย *-n.* ไขมัน, ความอ้วน, ส่วนดีที่สุด, ส่วนที่เกินจำเป็น *-vt., vi.* **fatted, fatting** ทำให้อ้วน (-S. corpulent, obese, oily, rich) *-Ex. a fat man, fat meat, plant with fat leaves, fat pastures*

fatal (เฟท' เทิล) *adj.* ซึ่งทำให้ตายได้, ถึงตาย, ร้ายกาจ, เป็นอันตราย, เคราะห์ร้าย, ที่ทำให้เกิดความหายนะหรือล้มเหลวได้, เป็นเรื่องโชคชะตา **-fatalness** *n.* (-S. deadly, mortal, lethal, malignant, destrtuctive, disastrous) *-Ex. a fatal wound, a fatal mistake*

fatalism (เฟท' เทลลิซึม) *n.* พรหมลิขิตนิยม, ความเชื่อหรือยอมรับในเรื่องโชคชะตาหรือพรมลิขิต **-fatalist** *n.* **-fatalistic** *adj.* **fatalistically** *adv.* (-S. stoicism, resignation)

fatality (เฟแทล' ลิที) *n., pl.* **-ties** คนตายโดยอุบัติเหตุ, ความหายนะถึงตาย, อุบัติเหตุถึงตาย, โชคชะตา, พรหมลิขิต, ความหายนะ, ลักษณะที่ทำให้ถึงแก่ความตาย (-S. death, mortality, casualty, disaster)

fatally (เฟท' เทิลลี) *adv.* ในลักษณะที่ทำให้ถึงตาย, ตามโชคชะตา, ตามพรหมลิขิต

fatback (แฟท' แบค) *n.* ไขมันหรือเปลวจากส่วนบนของเนื้อหมูจากข้างลำตัว

fate (เฟท) *n.* โชคชะตา, พรหมลิขิต, เคราะห์กรรม, ความหายนะ, ความพินาศ, ความตาย, จุดจบ *-vt.* **fated, fating** กำหนดโชคชะตา (-S. fortune, lot, death, defeat) *-Ex. the will of Fate, It is my fate to be..., We wondered about the fate of the missing pilot.*

fated (เฟ' ทิด) *adj.* ตามดวง, ซึ่งพรหมลิขิตได้กำหนดไว้, ซึ่งพรหมลิขิตได้กำหนดไว้ให้ประสบความหายนะ (-S. destined, doomed)

fateful (เฟท' ฟูล) *adj.* เป็นเรื่องความเป็นความตาย, ซึ่งพรหมลิขิตได้กำหนดไว้, ถึงตายได้, ซึ่งอาจเกิดความหายนะได้, เป็นลางร้าย, เกี่ยวกับการพยากรณ์ **-fatefully** *adv.* **-fatefulness** *n.* (-S. prophetic, critical, momentous) *-Ex. a fateful day, a fateful speech, a fateful arrow*

fathead (แฟท' เฮด) *n.* (คำสแลง) คนโง่ คนทึ่ม **-fatheaded** *adj.* (-S. fool)

father (ฟา' เธอะ) *n.* บิดา, พ่อ, ผู้บังเกิดเกล้า, พ่อตา, พ่อสามี, ผู้ปกครอง, พระ, พ่อบุญธรรม, คำเรียกชื่อผู้อาวุโสเพื่อแสดงความเคารพ, ผู้อาวุโสที่สุดของกลุ่ม, ผู้นำของเมือง, ผู้ก่อตั้ง, ผู้มาก่อน, แบบเริ่มแรก *-vt.* ให้กำเนิด, ริเริ่ม, เป็นพ่อ, ยอมรับตัวเองเป็นพ่อ **-the Father** พระผู้เป็นเจ้า **-fatherhood** *n.* (-S. male parent, forefather, originator, leader, priest) *-Ex. Father of Thai poetry, a father a proposal, The scientist fathered many inventions.*

father-in-law (ฟา' เธอะอินลอ') *n., pl.* **fathers-in-law** พ่อตา, พ่อสามี

fatherland (ฟา' เธอแลนด) *n.* ประเทศบ้านเกิดเมืองนอน, ประเทศของบรรพบุรุษ, ปิตุภูมิ (-S. homeland, motherland)

fatherless (ฟา' เธอะลิส) *adj.* ไม่มีพ่อ, ไม่มีพ่อตามกฎหมาย **-fatherlessness** *n.*

fatherly (ฟา' เธอะลี) *adj., adv.* คล้ายพ่อ, ในลักษณะของพ่อ, รัก เมตตา เป็นห่วงและอ่อนโยนเหมือนพ่อ **-fatherliness** *n.* *-Ex. Somchai was given some fatherly advice.*

fathom (แฟธ' เธิม) *n., pl.* **-oms/-om** หน่วยความยาวที่เท่ากับ 6 ฟุต หรือ 1.83 เมตร (ส่วนใหญ่ใช้วัดความลึกของน้ำ) ใช้อักษรย่อว่า fath., ไม้หน้าตัดกว้าง 1 ตารางฟาธอม *-vt.* วัดความลึกด้วยเสียง, เข้าใจละเอียด **-fathomable** *adj.* (-S. measure, estimate, comprehend, penetrate) *-Ex. I can't fathom your meaning.*

fathomless (แฟธ' เธิมลิส) *adj.* เหลือที่จะหยั่งความลึกได้, ซึ่งหยั่งไม่ถึง, ซึ่งไม่อาจวัดปริมาณได้, ซึ่งไม่อาจเข้าใจได้ **-fathomlessness** *n.*

fatigue (ฟะทีก') *n.* ความเหนื่อย, ความเพลีย, ความเมื่อยล้า, สาเหตุของความเหนื่อย, การออกแรง, งานที่หนัก, งานกรรมกร, งานที่ใช้แรง *-vt., vi.* **-tigued, -tiguing** เหนื่อยกาย, เหนื่อยใจ **-fatigue duty** ชุดใช้แรงงาน (ของทหาร) (-S. exhaustion, weariness, tiredness, lassitude, lethargy) *-Ex. Too much work and too little sleep cause fatigue., Running can fatigue a person.*

fatigued (ฟะทีกดฺ') *adj.* เหนื่อย, เหน็ดเหนื่อย

fatly (แฟท' ลี) *adv.* อุ้ยอ้าย, เหมือนคนอ้วน, มีน้ำมันมาก

fatness (แฟท' นิส) *n.* ความอ้วน, ความพุงพลุ้ย, ความร่ำรวย, ความอุดมสมบูรณ์ (-S. obesity, plumpness, stoutness, corpulence, flabbiness)

fatten (แฟท' เทิน) *vt., vi.* ทำให้อ้วน, เลี้ยงให้อ้วน, ทำให้สมบูณ์ (ดิน), อ้วนขึ้น **-fattener** *n.*

fattish (แฟท' ทิชฺ) *adj.* ค่อนข้างอ้วน (-S. somewhat fat)

fatty (แฟท' ที) *adj.* **-tier, -tiest** ซึ่งประกอบด้วยไขมัน, คล้ายไขมัน, ซึ่งมีการสะสมของไขมันมากเกินไป *-n., pl.* **-ties** (ภาษาพูด) คนอ้วน **-fattiness** *n.* (-S. greasy, oily, sebaceous)

fatty acid กรดไขมันกลุ่มใหญ่ที่เกิดจากการรวมตัวของโมเลกุลกรดไขมัน พบได้ทั้งพืชและสัตว์

fatuity (ฟะทู' อิที) *n., pl.* **-ties** ความทึ่ม, ความโง่, คำพูดโง่ๆ, เรื่องโง่ๆ **-fatuitous** *adj.*

fatuous (แฟช' ชูอัส) *adj.* ทึ่ม, โง่, ไม่จริง, ลวงตา **-fatuously** *adv.* **-fatuousness** *n.* (-S. silly, inane, brainless, ludicrous)

faubourg (โฟ' บูร์ก) *n.* ชานเมือง, ส่วนของเมืองที่อยู่ด้านนอก

faucet (ฟอ' ซิท) *n.* อุปกรณ์สำหรับควบคุมการไหล

F

ของของเหลวจากท่อ, ก๊อกไขน้ำ, หัวก๊อก

faugh (ฟอ) *interj.* คำอุทาน แสดงความรังเกียจ เช่น ฮึ่ม! ว้า!

fault (ฟอลทฺ) *n.* ความผิดพลาด, ข้อบกพร่อง, ความคลาดเคลื่อน, ชั้นหินที่หักหรือเคลื่อนลง, การเสิร์ฟลูกออก, การเสิร์ฟลูกติดเนต *-vt.* พบความผิด **-at fault** รู้สึกผิด, งงงวย **-find fault (with)** จับผิด **-to a fault** มากเกินไป (-S. defect, flaw, mistake, error, misdeed) *-Ex. Her only fault is that Somsri is too fussy., punishment for my faults, some faults in the machinery, The valves are at fault., It's not my fault.*

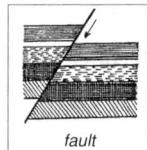

fault

faultless (ฟอลทฺ' ลิส) *adj.* ไม่มีความผิด, สมบูรณ์ **-faultlessly** *adv.* **-faultlessness** *n.* (-S. perfect, flawless, ideal, blameless, spotless, impeccable)

faulty (ฟอล' ที) *adj.* **-ier, -iest** ซึ่งมีข้อบกพร่อง, ซึ่งมีข้อผิดพลาด **-faultily** *adv.* **-faultiness** *n.* (-S. damaged, defective, fallacious)

faun (ฟอน) *n.* เทวดารูปคนแต่มีหู เขา หางและขาหลังคล้ายแพะ

fauna (ฟอ' นะ) *n., pl.* **-nas/-nae** สัตว์ประจำเขตภูมิภาคหนึ่ง, เรื่องราวหรือเรื่องเขียนเกี่ยวกับสัตว์ดังกล่าว **-faunal** *adj.* **-faunally** *adv.*

faux pas (โฟพา') *n., pl.* **faux pas** ความประพฤติที่ผิด, ความผิดพลาด

favour, favor (เฟ' เวอะ) *n.* ความกรุณา, การกระทำที่กรุณา, ความสงเคราะห์, ความประทับใจ, ความนิยม, ความเข้าข้าง, ไมตรีจิต, บุญคุณ, การสนับสนุน, ความเห็นพ้อง, ของขวัญ, ของระลึก, เครื่องหมาย, สิทธิพิเศษ, ผลประโยชน์ *-vt.* โปรดปราน, ชื่นชอบ, ให้, เข้าข้าง, สนับสนุน, ทำด้วยความเอาใจใส่ **-be (stand) high in a person's favour** เป็นที่เคารพของเขา **-in favour of** สนับสนุน, เข้าข้าง **-in one's favour** เพื่อผลประโยชน์ของ **-out of favour with** ไม่นิยม **-by (with) your favour** โดยการอนุญาตของคุณ **-favourer, favorer** *n.* (-S. benefit, approval, courtesy, approbation, bias, boon, esteem)

favourable, favorable (เฟ' เวอะระเบิล) *adj.* ซึ่งได้รับการสนับสนุน, เห็นด้วย, ซึ่งเป็นที่นิยมชมชอบ, เป็นที่โปรดปราน, ซึ่งอำนวยประโยชน์ **-favourableness, favorableness** *n.* **-favourably, favorably** *adv.* (-S. beneficial, approving, positive, agreeable) *-Ex. a favourable answer, a favourable breeze*

favoured, favored (เฟ' เวอดฺ) *adj.* ซึ่งเป็นที่โปรดปราน, ซึ่งได้รับสิทธิพิเศษ, ซึ่งได้รับการสนับสนุน

favourite, favorite (เฟ' เวอะริท) *n.* คนโปรด, ของโปรด, ผู้แข่งขันที่มีหวังชนะมากที่สุด *-adj.* ซึ่งเป็นที่โปรดปราน, ซึ่งได้รับการสนับสนุน (-S. preference, choice, beloved) *-Ex. Tom is his favourite., his favourite son*

favouritism, favoritism (เฟ' เวอะริทิสซึม) *n.* ความลำเอียง, การเลือกที่รักมักที่ชัง, ฉันทาคติ

fawn[1] (ฟอน) *n.* ลูกกวาง (โดยเฉพาะที่ยังไม่หย่านม), สีเหลืองอมน้ำตาล *-vi.* (กวาง) ให้กำเนิดลูก

fawn[2] (ฟอน) *vi.* ประจบ, กระดิกหางและแสดงความชอบหรือขอความสงสาร **-fawner** *n.* **-fawningly** *adv.* *-Ex. A dog often fawns on his master., A person will often fawn on a rich relative.*

fax (แฟคซฺ) ย่อจาก facsimile *n.* โทรสาร *-vt.* **faxed, faxing** ส่งเอกสารทางโทรสาร

fay (เฟ) *n.* เทพธิดา, นางฟ้า, ภูตน้อย

faze (เฟซฺ) *vt.* **fazed, fazing** ก่อกวน, รบกวน, ทำให้กังวล (-S. disturb, disconcert, embarrass)

FBI ย่อจาก Federal Bureau of Investigation สำนักงานสอบสวนและสืบสวนของกรมตำรวจ (สหรัฐอเมริกา), Federation of British Industries สหพันธ์อุตสาหกรรมของอังกฤษ

fealty (ฟี' อัลที) *n., pl.* **-ties** ความจงรักภักดี, ความซื่อสัตย์ (-S. loyalty)

fear (เฟียร์) *n.* ความกลัว, ความหวาดกลัว, ภยาคติ, ความรู้สึกกังวล, สิ่งที่น่ากลัว *-vt.* กลัว, หวาดกลัว **-for fear of** เพื่อที่จะหลีกเลี่ยงหรือป้องกัน *-Ex. a feeling of fear, Did not go for fear that Udom might be hurt.*

fearful (เฟีย' ฟูล) *adj.* น่ากลัว, ซึ่งทำให้น่ากลัว, รู้สึกกลัว, เต็มที่ **-fearfully** *adv.* **-fearfulness** *n.* (-S. afraid, terrified, apprehensive) *-Ex. That was a fearful animal., a fearful accident, a fearful nuisance*

fearless (เฟีย' ลิส) *adj.* ไร้ความกลัว, ไม่หวาดหวั่น, กล้า **-fearlessly** *adv.* **-fearlessness** *n.* (-S. intrepid, dauntless, brave, bold, courageous, valiant, heroic)

fearsome (เฟีย' เซิม) *adj.* น่ากลัว, น่าหวาดหวั่น, กลัว **-fearsomely** *adv.* **-fearsomeness** *n.* (-S. formidable, daunting, awesome, menacing)

feasance (ฟี' เซินซฺ) *n.* กระทำกรรม, กรรม

feasible (ฟี' ซะเบิล) *adj.* ที่กระทำได้, ที่เป็นไปได้, ที่ดำเนินการได้, เหมาะสม **-feasibility, feasibleness** *n.* **-feasibly** *adv.* (-S. possible, reasonable, attainable, practicable -A. unworkable, impractical, impossible) *-Ex. In spite of the cost, your plan is feasible.*

feast (ฟีสทฺ) *n.* พิธีฉลอง, งานเลี้ยง, ช่วงการจัดงานฉลอง, อาหารมากมาย, สิ่งที่ทำให้พอใจ *-vt.* จัดงานเลี้ยง, เลี้ยงฉลอง, ทำให้ยินดี, ทำให้เพลิดเพลิน *-vi* ร่วมพิธีฉลอง, ร่วมงานเลี้ยง **-feaster** *n.* *-Ex. the Feast of St. John, a village feast, the feast of New Year, to feast one's eyes*

feat[1] (ฟีท) *n.* ความดีความชอบ, ความสำเร็จ, ความสามารถ, ฝีมือ (-S. accomplishment, deed, performance) *-Ex. Swimming across the swift stream is a difficult feat.*

feat[2] (ฟีท) *adj.* ชำนาญ, คล่องแคล่ว, เหมาะสม, สะอาดหมดจด, เรียบร้อย (-S. skillful, dexterous)

feather (เฟธ' เธอะ) *n.* ขนนก, ขน, สภาพ, ลักษณะ, ชนิด, สิ่งที่คล้ายขนนก, สิ่งที่เบามาก, สิ่งเล็กๆ น้อย *-vt.* ประดับขนนกแก่ *-vi.* เกิดขนนกขึ้น **-feathers** ขนนก, เสื้อผ้า **-feather in one's cap** การกระทำที่น่าสรรเสริญ **-featherless** *adj.* (-S. plumage, plume, pinion) *-Ex. a*

featherbedding 333 feedback

bird's feathers, feather-bed, feather-weight

featherbedding (เฟธ' เธอะเบดดิง) *n.* การขอร้องให้นายจ้างจ้างเจ้าหน้าที่เกินความต้องการ, การจัดให้มีคนมากเกินความต้องการ

featherbrain (เฟธ' เธอะเบรน) *n.* คนโง่, คนทึ่ม, คนสะเพร่า **-featherbrained** *adj.*

featheredge (เฟธ' เธอะเอจฺ) *n.* ขอบที่คม, ขอบที่บาง *-vt.* **-edged, -edging** ทำขอบให้บาง

featherstitch (เฟธ' เธอะสทิช) *n.* การเย็บถักแบบหนึ่งที่คล้ายขนนกหรือมีลายซิกแซก

featherweight (เฟธ' เธอะเวท) *n.* พิกัดนักมวยรุ่นเบา (น้ำหนัก 118-126 ปอนด์ หรือ 53.5-57 กิโลกรัม), คนที่มีน้ำหนักเบา, สิ่งที่เบา, สิ่งหรือบุคคลที่ไม่สำคัญ *-adj.* เบา, ไม่สำคัญ, เกี่ยวกับพิกัดนักมวยรุ่นเบา

feathery (เฟธ' เธอะรี) *adj.* ซึ่งมีขนนกปกคลุม, คล้ายขนนก, เบา, ไม่สำคัญ **-featheriness** *n.* (-S. fluffy, fleecy, plumy)

featly (ฟีท' ลี) *adv.* อย่างชำนาญ, อย่างเชี่ยวชาญ, มีฝีมือ, อย่างแคล่วคล่อง, อย่างเรียบร้อย (-S. skillfully, nimbly)

feature (ฟี' เชอะ) *n.* หน้าตา, ลักษณะโฉมหน้า, ภูมิประเทศ, ลักษณะเฉพาะ, หนังตัวจริง (ไม่รวมหนังตัวอย่าง), สารคดีพิเศษ, รูป, แบบ *-vt.* **-tured, -turing** เป็นลักษณะเฉพาะ, เป็นลักษณะสำคัญ, ทำให้เด่น (-S. highlight, attribute, characteristic, attraction, article) *-Ex. The main features of the programme were a play and a song., The shop is featuring raincoats in its sale today., The ballet was a feature of the show., The feature began at 8:00.*

featured (ฟี' เชอดฺ) *adj.* เด่น, เป็นจุดเด่น, เป็นลักษณะเฉพาะ, เป็นลักษณะสำคัญ

featureless (ฟี' เชอะลิส) *adj.* ไม่น่าสนใจ, ไร้จุดเด่น, ไม่มีลักษณะพิเศษเฉพาะ (-S. uninteresting)

feaze (ฟีซฺ, เฟซฺ) *vt.* ดู faze

febrific (ฟิบริฟ' ฟิค) *adj.* มีไข้, ที่ทำให้เป็นไข้

febrifuge (เฟบ' ระฟิวจฺ) *adj.* ซึ่งขจัดไข้, ซึ่งลดไข้ *-n.* ยาลดไข้

febrile (ฟี' เบริล) *adj.* เป็นไข้, เกี่ยวกับไข้ (-S. feverish)

February (เฟบ' บรัวรี) *n. pl.* **-aries** เดือนกุมภาพันธ์ ใช้อักษรย่อ Feb.

fecal (ฟี' เคิล) *adj.* เกี่ยวกับอุจจาระ

feces, faeces (ฟี' ซีซฺ) *n., pl.* อุจจาระ, มูล, กาก, ตะกอน, สิ่งปฏิกูล

feckless (เฟค' ลิส) *adj.* ไม่ได้ผล, ใช้การไม่ได้, อ่อนแอ, ไร้ค่า, ไม่เอาถ่าน, ขี้เกียจ **-fecklessness** *n.* **-fecklessly** *adj.* (-S. ineffective, useless)

fecund (ฟี' เคินดฺ) *adj.* ที่ทำให้เกิดผล, มีผลหรือลูกดก, อุดมสมบูรณ์, ที่สร้างสรรค์ **-fecundity** *n.* (-S. fruitful, productive, fertile)

fecundate (ฟี' เคินเดท) *vt.* **-dated, -dating** ทำให้เกิดผล, ให้ลูกมาก, ทำให้ตั้งครรภ์, ทำให้ดินดี **-fecundation** *n.*

fed[1] ย่อจาก a federal agent/official (คำสแลง) เจ้าหน้าที่รัฐบาล

fed[2] (เฟด) *vt., vi.* กริยาช่อง 2 และ 3 ของ feed **-fed up** น่าเบื่อหน่าย, น่ารังเกียจ *-Ex. Udom fed his chickens.*

federal (เฟด' เดอะเริล) *adj.* สหพันธ์, สหรัฐ, สมาพันธรัฐ, สันนิบาต, พันธมิตร *-n.* ผู้นิยมการปกครองแบบสหรัฐ (สหพันธรัฐ, สันนิบาต, พันธมิตร) **-federally** *adv.*

federalism (เฟด' เดอะเริลลิซึม) *n.* การจัดให้มีสหรัฐหรือสมาพันธรัฐ, ระบบการปกครองแบบสหรัฐหรือสมาพันธรัฐ

federalist (เฟด' เดอะเริลลิสทฺ) *n.* ผู้นิยมและสนับสนุนการปกครองในรูปสหรัฐหรือสมาพันธรัฐ *-adj.* เกี่ยวกับการปกครองแบบสหรัฐหรือสมาพันธรัฐ

federalize (เฟด' เดอะรัลไลซ) *vt.* **-ized, -izing** ตั้งรัฐบาลแบบสหรัฐหรือสมาพันธรัฐ **-federalization** *n.*

federate (เฟด' เดอะเรท) *vt., vi.* **-ated, -ating** รวมเข้าเป็นสหรัฐหรือสมาพันธรัฐ, จัดให้มีการปกครองในรูปสหรัฐหรือสมาพันธรัฐ *-adj.* ซึ่งเป็นสหรัฐหรือสมาพันธรัฐ, เป็นพันธมิตร (-S. ally, amalgamate)

federation (เฟดเดอะเร' ชัน) *n.* การรวมเข้าเป็นสหรัฐหรือสมาพันธรัฐ, การรวมเข้าเป็นกลุ่ม (เช่น สหรัฐ, สมาพันธรัฐ, สหพันธ์, สันนิบาติ, พันธมิตรหรืออื่นๆ), การจัดตั้งพรรคการเมือง, กลุ่มการเมือง **-federative** *adj.* **-federatively** *adv.* (-S. league, confederacy, alliance, combination)

fedora (ฟิดอร์' ระ) *n.* หมวกสักหลาดชนิดหนึ่ง มียอดเป็นแอ่งไปตามความยาว

fedora

fee (ฟี) *n.* ค่าธรรมเนียม, ค่าเล่าเรียน, เงินรางวัล, ค่าตอบแทน, ค่าบริการ *-vt.* **feed, feeing** ให้ค่าธรรมเนียม, จ่ายค่าเล่าเรียน, ให้เงินรางวัล, ให้ค่าตอบแทน, จ่ายค่าบริการ (-S. payment, charge, remuneration) *-Ex. a doctor's fee, an admission fee*

feeble (ฟี' เบิล) *adj.* **-bler, -blest** อ่อนกำลัง, อ่อนแอ, อ่อนปัญญา, อ่อนคุณธรรม, ด้อย, ไม่เต็มเต็ง, เบาบาง **-feebly** *adv.* **-feebleness** *n.* (-S. infirm, frail, sickly, ineffective, weak, incomplete) *-Ex. a feeble old woman a feeble attempt*

feeble-minded (ฟี' เบิลไม' ดิด) *adj.* อ่อนปัญญา, ซึ่งมีสติปัญญาอ่อน, ซึ่งมีจิตใจอ่อนแอ, โง่, ทึ่ม **-feeble-mindedly** *adv.* **-feeble-mindedness** *n.* (mentally defective, retarded, stupid, idiotic)

feed (ฟีด) *v.* **fed, feeding** *-vt.* ป้อน, ให้อาหาร, เลี้ยง, เลี้ยงให้อ้วน, ให้, จัดให้, ทำให้พอใจ, ทำให้ที่ดินเป็นทุ่งเลี้ยงสัตว์ *-vi.* กิน, กินอาหาร, เข้ามา *-n.* อาหารสำหรับสัตว์, ปริมาณอาหารที่จัดสำหรับ 1 มื้อ, วัตถุดิบ (ภาษาพูด) อาหารมื้อใหญ่ **-feed oneself** ป้อนอาหารเข้าปากตัวเอง **-feed a person up** ให้อาหารอย่างดี, บำรุงเลี้ยง **-be fed up (with)** เบื่อ, เบื่อหน่าย (-S. provide for, crop, encourage, nourish, nurture, fodder, provision) *-Ex. Sawai feeds the animals on hay.*

feedback (ฟีด' แบค) *n.* ส่วนที่ได้กลับคืนจากกระบวนการหรือระบบ, ข้อมูลที่สะท้อนผลที่เกิดขึ้นจากกระบวนการหรือผลิตภัณฑ์, การประเมินค่า

feeder 334 **felon**[1]

F

feeder (ฟี' เดอะ) *n.* ผู้ป้อนอาหาร, เครื่องป้อนอาหาร, เครื่องป้อนวัตถุดิบเข้าเครื่อง, สิ่งที่ช่วยในการทำงาน เช่น เส้นทางต่างๆ ในระบบการจราจร, สายไฟฟ้าขนาดกลางซึ่งเชื่อมระหว่างแหล่งจ่ายไฟฟ้าและบ้านเรือนที่ใช้ไฟฟ้า, สายส่งสัญญาณระหว่างเครื่องผู้รับและเครื่องส่งสัญญาณ

feedlot (ฟีด' ลอท) *n.* ที่ดินเลี้ยงสัตว์เพื่อขุนให้อ้วนแล้วขาย

feedstuff (ฟีด' สทัฟ) *n.* อาหารสัตว์

feel (ฟีล) *v.* **felt, feeling** *-vt.* รู้สึก, สำนึก, ซาบซึ้ง, เห็นใจ, เข้าใจ, สัมผัส, คลำ *-vi.* สัมผัส, คลำ, คลำหา, รู้สึก, เห็นใจ *-n.* การรู้สึก, การสัมผัส, ประสาทสัมผัส **-feel like** (ภาษาพูด) ปรารถนา **-feel one's way** ไปข้างหน้าอย่างระมัดระวัง **-feel (like) oneself** สบายดี **-feel up to** รู้สึกสบายที่จะกระทำ, รู้สึกมีความสามารถที่จะทำ (**-S.** sense, perceive, touch, handle *-Ex. feel my pulse, Feel how fast it is., feel the sand between my fingers, feel cold, feel angry, I feel as if I had lost a father., I've no feeling in my fingers.*

feeler (ฟี' เลอะ) *n.* แผ่นเหล็กวัดความห่าง, ผู้สัมผัส, หนวดสัมผัส (ของแมลง), ความคิดเห็น, ทัศนคติ, วิธีการหยั่งดู (**-S.** antenna, tentacle, probe) *-Ex. The politician's feeler met with no response.*

feeling (ฟี' ลิง) *n.* ความรู้สึก ความคิดเห็น, การรับรู้, อารมณ์, จิตใจ, ความเห็นใจ, ความสำนึก *-adj.* (ความรู้สึก) ไว, เห็นใจ, มีอารมณ์ **-feelingly** *adv.* (**-S.** sensation, opinion, attitude) *-Ex. good feeling, a dizzy feeling, a feeling of happiness, The boys hurt the girl's feelings., Has Somchai any feeling for the suffering of others?*

feet (ฟีท) *n. pl.* พหูพจน์ของ foot **-sweep off one's feet** ให้กำลังใจอย่างเต็มที่

feign (เฟน) *vt.* แกล้งทำ, แสร้งทำ, เสกสรรค์, ปลอม, ประดิษฐ์ (แบบหลอกลวงหรือปลอม), เลียนแบบ *-vi.* แสร้ง, ปั้นเรื่อง **-feigner** *n.* (**-S.** simulate, affect, pretend, fake) *-Ex. to feign friendship, to feign illiness*

feigned (เฟนด) *adj.* แสร้ง, ปลอม, ปลอมแปลง, เลียนแบบ, ปั้นขึ้นเอง (**-S.** pretended, counterfeit)

feint (เฟนท) *n.* การโจมตีแบบกลลวง, การเสแสร้งเพื่อเบนความสนใจ *-vt., vi.* โจมตีแบบกลลวง, เสแสร้ง *-Ex. to feint with the right hand and strike with the left hand, Dang made a feint at reading but was really listening to sports news.*

feldspar, felspar (เฟลดฺ' สพาร์) *n.* แร่สำคัญของหินภูเขาไฟส่วนใหญ่ประกอบด้วยอะลูมิเนียมซิลิเกตของธาตุแคลเซียม โซเดียมและโปแตสเซียม **-feldspathic, feldspathose** *adj.*

felicitate (ฟิลิส' ซิเทท) *vt.* **-tated, -tating** แสดงความยินดี, อวยพร, ทำให้มีความสุข **-felicitator** *n.*

felicitation (ฟิลิสซิเท' ชัน) *n.* การแสดงความยินดี, การอวยพร (**-S.** congratulation, greeting, salutation)

felicitous (ฟิลิส' ซิทัส) *adj.* เหมาะสม, ถูกกาลเทศะ, เป็นมงคล, ใช้ถ้อยคำหรือสำนวนที่เหมาะสม, สุข **-felicitously** *adv.* **-felicitousness** *n.* (**-S.** apt, appropriate, fitting, germane **-A.** inappropriate, untimely)

felicity (ฟิลิส' ซิที) *n., pl.* **-ties** ความสุข, ภาวะที่เป็นสุขแหล่งของความสุข, ความสามารถ, ความเชี่ยวชาญ, โชคดี (**-S.** bliss)

felid (ฟี' ลิด) *n.* สัตว์ตระกูลแมว (**-S.** Felidae)

feline (ฟี' ไลน) *adj.* เกี่ยวกับสัตว์ตระกูล Felidae ซึ่งได้แก่ แมว เสือ สิงโต เสือดาวและอื่นๆ, คล้ายแมว, ลับๆ ล่อๆ, ทรยศ, กะล่อน *-n.* สัตว์ตระกูล Felidae **-felinely** *adv.* **-felinity** *n.* (**-S.** catlike, sinuous, insidious)

fell[1] (เฟล) *vi., vt.* กริยาช่อง 2 ของ fall

fell[2] (เฟล) *vt.* ทำให้ล้มลง, ชกล้ม, ตีล้ม, ยิงตก, ทำให้ตาย, ตัด, โค่น *-n.* จำนวนไม้ที่ถูกโค่นลงในฤดูหนึ่ง **-fellable** *adj.* **-feller** *n.* (**-S.** level, floor, ground) *-Ex. to fell a tiger, to fell an opponent with a kick, to fell a tree, a fell disease The little girl fell down the steps.*

fell[3] (เฟล) *adj.* ดุ, น่ากลัว, โหดร้าย, ซึ่งทำลาย **-fellness** *n.*

fell[4] (เฟล) *n.* หนังสัตว์, เนื้อเยื่อบางๆ ใต้ผิวหนัง

fell[5] (เฟล) *n.* ภูเขาที่มีแต่หิน (เขาหัวโล้น), พื้นที่โล่งๆ

fellah (เฟล'ละ) *n., pl.* **fellahs/fellaheen** ชาวไร่ชาวนาหรือกรรมกรในประเทศอาหรับ

fellatio (ฟะเล' ชีโอ) *n.* การอมหรือการเลียลึงค์ (เพื่อกระตุ้น)

feller[1] (เฟล' เลอะ) *n.* ดู fellow

feller[2] (เฟล' เลอะ) *n.* คนโค่นต้นไม้, คนตัดไม้, เครื่องตัดต้นไม้, ช่างเย็บตะเข็บ

felloe (เฟล' โล) *n.* ขอบล้อ, ขอบวงล้อรูปพัด (**-S.** felly)

felloe

fellow (เฟล' โล) *n.* คนผู้ชาย, เด็กผู้ชาย, เพื่อน, เพื่อนฝูง, เพื่อนร่วมงาน, คนชั้นเดียวกัน, สิ่งประกอบเป็นคู่, ของคู่กัน, นักศึกษาบัณฑิตวิทยาลัยที่ได้รับทุนการศึกษา, สมาชิกของสมาคมวิชาการ, ผู้วิจัยในมหาวิทยาลัย *-adj.* เกี่ยวกับชั้นหรือกลุ่มเดียวกัน, ซึ่งอยู่ในสภาพเดียวกัน (**-S.** companion, mate, colleague, peer) *-Ex. my fellow-workers, fellow-men, my school fellows, fellow of St John's College*

fellow man, fellowman (เฟลโลแมน') *n., pl.* **-men** พี่น้องร่วมชาติ

fellowship (เฟล' โลชิพ) *n.* ตำแหน่งผู้วิจัยในมหาวิทยาลัย, ตำแหน่งสมาชิกของสมาคมวิชาการ, ความสัมพันธ์ของมนุษย์, มิตรภาพ, การคบหา, ความเป็นมิตร, สมาคมของบุคคลที่มีอาชีพ รสนิยม ความสนใจหรืออื่นๆ เดียวกัน, บริษัท, กลุ่มนักวิจัยในมหาวิทยาลัย (**-S.** companionship, sociability, comradeship, club, league) *-Ex. a warm fellowship, Somchai was admitted into the fellowship of the organization., With the help of a fellowship, the young scientist could carry on his research.*

fellow traveller ผู้สนับสนุนหรือมีความเห็นใจต่อกลุ่มแต่มิได้เป็นสมาชิกของกลุ่มนั้น

felly (เฟล' ลี) *n.* ดู felloe

felon[1] (เฟล' เลิน) *n.* ผู้กระทำความผิดอาญาร้ายแรง

felon² 335 **fermentation**

เช่น ฆ่า ข่มขืน, คนชั่วช้า *-adj.* ร้ายกาจ, โหดร้าย (**-S.** criminal, culprit)

felon² (เฟล'เลิน) *n.* ฝีตะมอย, ฝีที่ปลายนิ้ว

felonious (ฟะโล' เนียส) *adj.* เกี่ยวกับความผิดอาญาร้ายแรง, ร้ายกาจ, โหดร้าย, ชั่วช้า (**-S.** base, vile, wicked, evil)

felonry (เฟล' เลินรี) *n.* ผู้กระทำความผิดอาญาร้ายแรงทั้งหลาย เช่น ทำฆาตกรรม ข่มขืน ปล้น

felony (เฟล' ละนี) *n., pl.* **-nies** ความผิดอาญาร้ายแรง เช่น ฆาตกรรม วางเพลิง ข่มขืน

felt¹ (เฟลทฺ) *vt., vi.* กริยาช่อง 2 และช่อง 3 ของ feel

felt² (เฟลทฺ) *n.* สักหลาดที่ไม่ใช่ผ้าทอ, สิ่งที่ทำจากสักหลาดดังกล่าว (เช่น หมวก), วัตถุอัดที่ประกอบด้วยใยหิน เศษผ้า เศษกระดาษหรืออื่นๆ ใช้เป็นวัตถุฉนวนกันไฟฟ้าหรือความร้อน *-adj.* เกี่ยวกับหรือทำด้วยสักหลาด *-vt., vi.* คลุมด้วยสักหลาด, อัดเข้าด้วยกันเป็นแผ่น *-Ex. We felt the sand blowing in our faces., Father wears a felt hat.*

felting (เฟล' ทิง) *n.* การอัดเพื่อทำสักหลาด, สักหลาด, วัตถุที่ทำสักหลาด

felucca (ฟะลัค' คะ) *n.* เรือใบขนาดเล็กที่เคยใช้แล่นในมหาสมุทรเมดิเตอร์เรเนียน มีเสา 2-3 เสา

felucca

fem. ย่อจาก female ผู้หญิง, feminine เหมือนผู้หญิง

female (ฟี' เมล) *n.* ผู้หญิง, เด็กผู้หญิง, สัตว์ตัวเมีย, พืชที่ให้เกสรตัวเมีย *-adj.* เกี่ยวกับเพศหญิงหรือเพศตัวเมีย, เกี่ยวกับพืชที่ให้เกสรตัวเมีย **-femaleness** *n.* (**-S.** woman, lady, girl)

feminine (เฟม' มะนิน) *adj.* เกี่ยวกับผู้หญิง, เกี่ยวกับเพศหญิง, คล้ายผู้หญิง, อ่อนแอ, อ่อนโยน *-n.* คำที่เป็นเพศหญิงในทางไวยากรณ์ **-femininely** *adv.* **-feminineness** *n.* (**-S.** delicate, gentle, tender)

femininity (เฟมมะนิน' นิที) *n., pl.* **-ties** ความเป็นหญิง, ความเป็นเพศหญิง, ลักษณะของเพศหญิง, คุณสมบัติของเพศหญิงหรือสตรี (**-S.** womanliness)

feminism (เฟม' มะนิซึม) *n.* ลัทธิให้ความเสมอภาคทางสังคมและการเมืองแก่สตรี, องค์กรหรือการกระทำที่มุ่งหมายให้ความเสมอภาคของสิทธิสตรี

feminist (เฟม' มะนิสทฺ) *n.* ผู้สนับสนุนกระบวนการเพื่อความเสมอภาคของสิทธิสตรี *-adj.* ที่สนับสนุนกระบวนการเพื่อความเสมอภาคของสิทธิสตรี **-feministic** *adj.*

femme fatale (เฟมฟะเทล') *n., pl.* **femmes fatales** หญิงที่มีเสน่ห์ที่ทำให้ผู้ชายหลงใหลจนได้รับอันตราย, หญิงมีเสน่ห์ที่ลึกลับ

femur (ฟี' เมอะ) *n., pl.* **femurs/ femora** กระดูกโคนขา, ส่วนที่ 3 ของขาแมลง **-femoral** *adj.*

fen (เฟน) *n.* ที่ลุ่ม, หนอง, บึง **-The Fens** บริเวณหนองบึงทางภาคตะวันออกของอังกฤษ

fence (เฟนซฺ) *n.* รั้ว, เครื่องกั้น, คอกล้อม, เพนียด, ศิลปะหรือกีฬาฟันดาบ, บุคคลผู้รับและจำหน่ายของโจร, สถานที่รับและจำหน่ายของโจร *-v.* **fenced, fencing** *-vt.* ทำการล้อมรั้ว, ปิดกั้นด้วยรั้ว, ป้องกัน *-vi.* เล่นหรือฝึกฝนการฟันดาบ, ล้อมรั้ว, กีดกั้น, พูดหลบหลีก **-sit on the fence** ไม่เข้าข้างฝ่ายใดจนกว่าจะเห็นว่าฝ่ายใดจะได้เปรียบ **-come down on the right side of the fence** ร่วมกับผู้ชนะเมื่อมีการทะเลาะวิวาทเกิดขึ้น **-fenceless** *adj.* (**-S.** barrier, enclosure, receiver) *-Ex. a wire fence, fence off a piece of land*

fencer (เฟน' เซอะ) *n.* ผู้ล้อมรั้ว, ผู้ฟันดาบ, นักดาบ, ม้าที่ได้รับการฝึกฝนกระโดดข้ามรั้ว, นักวิ่งกระโดดข้ามเครื่องกีดขวาง, ผู้มีอาชีพซ่อมแซมและสร้างรั้ว

F

fencing (เฟน' ซิ่ง) *n.* การฟันดาบ, ศิลปะการฟันดาบ, การพูดหลบหลีก, รั้ว, วัสดุสำหรับทำรั้ว

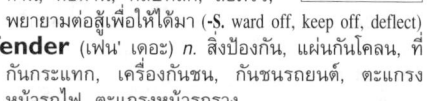

fencing

fend (เฟนดฺ) *vt.* ป้องกัน, พิทักษ์, ปัดเป่า, ผลักออกไป, ปัดออกไป *-vi.* ต้าน, ต่อต้าน, หลบหลีก, ล้อมรั้ว, พยายามต่อสู้เพื่อให้ได้มา (**-S.** ward off, keep off, deflect)

fender (เฟน' เดอะ) *n.* สิ่งป้องกัน, แผ่นกันโคลน, ที่กันกระแทก, เครื่องกันชน, กันชนรถยนต์, ตะแกรงหน้ารถไฟ, ตะแกรงหน้ารถราง

fenestration (เฟนนิสเทร' ชัน) *n.* การประกอบหน้าต่างของตึก, การเปิดรู, การทำให้มีรูหรือช่อง, การศัลยกรรม สร้างทางเปิดเข้าไปยังหูส่วนในเพื่อช่วยให้การรับฟังเสียงดีขึ้น

Fenian (ฟี' เนียน) *n.* สมาชิกขององค์การปฏิวัติชาวไอริช, นักรบโบราณของชาวไอริช *-adj.* ที่เกี่ยวกับสมาชิกกลุ่มดังกล่าว **-Fenianism** *n.*

fennel

fennel (เฟน' เนิล) *n.* พืชไม้ดอกสีเหลืองจำพวก *Foeniculum vulgare*, ยี่หร่า, เม็ดยี่หร่า

fenugreek (เฟน' นูกรีก) *n.* พืชจำพวก *Trigonella foenumgraecum* มีใบที่ใช้เป็นอาหารสัตว์ เมล็ดใช้เป็นยา, เมล็ดของพืชดังกล่าว

fenugreek

feoff (เฟฟ, ฟีฟ) *vt.* มอบที่ดินศักดินาให้แก่, ให้ค่าธรรมเนียม **-feoffment** *n.*

feoffor, feoffer (เฟฟ' เฟอ') *n.* ผู้มอบที่ดิน (**-A.** feoffee)

feral (เฟอร์' เริล) *adj.* ในสภาพธรรมชาติ, ไม่เชื่อง, ดุร้าย (**-S.** wild, savage)

fer-de-lance (เฟอ' เดลแลนซฺ') *n., pl.* **fer-de-lance** งูพิษขนาดใหญ่ จำพวก *Bothrops atrox* พบในทวีปอเมริกาตอนกลาง

ferment (*n.* เฟอร์' เมินทฺ *v.* เฟอร์เมนทฺ') *n.* เชื้อหมัก, เชื้อฟู, สารที่ทำให้เกิดความหมักในสารอื่น, เอนไซม์ การหมัก, การบูด, การเร่ง, ความไม่สงบ, ความสับสนอลหม่าน *-vt.* หมัก, ทำให้เกิดการหมักหรือบูด, ทำให้เกิดการสลายตัวของคาร์โบไฮเดรต, ปลุกปั่น, กระตุ้น *-vi.* เกิดการหมัก, เกิดการบูด, มีอารมณ์ตื่นเต้น, เกิดความอลหม่าน **-fermentability** *n.* **-fermentable** *adj.* (**-S.** agitate, provoke) *-Ex. The whole nation was in a ferment over the border war.*

fermentation (เฟอร์เมินเท' ชัน) *n.* การหมัก,

กระบวนการหมัก, กระบวนการเปลี่ยนแหลงทางเคมีในสารประกอบอินทรีย์เชิงซ้อนโดยเอนไซม์เป็นกระบวนการสันดาปที่ให้พลังงาน, การปลุกปั่น, ความตื่นเต้น **-fermentative** *adj.*

fermium (เฟอร์' เมียม) *n.* ธาตุกัมมันตรังสีชนิดหนึ่ง ใช้สัญลักษณ์ Fm

F

fern (เฟิร์น) *n.* ต้นเฟิน **-ferny** *adj.*

fern

fernery (เฟอร์' นะรี) *n., pl.* **-ies** สถานที่ปลูกเฟิน, กระถางปลูกเฟิน

ferocious (ฟะโร' เชิส) *adj.* ดุร้าย, ทารุณ,โหดร้าย, สุดขีด, รุนแรง **-ferociously** *adv.* **-ferociousness** *n.* (-S. fierce, savage, brutal, extreme) *-Ex. a ferocious lion*

ferocity (ฟะรอส' ซิที) *n., pl.* **-ties** ความดุร้าย, ความทารุณ, ความโหดร้าย

ferreous (เฟอ' เรียส) *adj.* เกี่ยวกับธาตุเหล็ก, ซึ่งประกอบด้วยธาตเหล็ก, คล้ายธาตุเหล็ก

ferret (เฟอร์' ริท) *n.* สัตว์เลี้ยงคล้ายพังพอน มีสีขาวตาแดง ใช้ไล่กระต่ายและหนูออกจากรู *-vt.* ขับออก,ไล่ออก, ล่าสัตว์โดยใช้เฟอเร็ต, ค้นหา, สืบหา **-ferreter** *n.* **-ferrety** *adj.* *-Ex. Detectives ferreted out the criminals.*

ferric (เฟอร์' ริค) *adj.* ซึ่งประกอบด้วยธาตุเหล็ก (โดยเฉพาะที่มี 3 วาเลนซี)

Ferris wheel ชิงช้าสวรรค์

ferro-, ferr- คำอุปสรรค มีความหมายว่า เหล็ก

ferroconcrete (เฟอร์โรคอน' ครีท) *n.* คอนกรีตเสริมเหล็ก (-S. reinforced concrete)

ferroelectric (เฟอร์โรอีเลค' ทริค) *adj.* เกี่ยวกับสารที่มีขั้วไฟฟ้าซึ่งเกิดขึ้นเองเนื่องจากสนามไฟฟ้า *-n.* สารที่มีสมบัติดังกล่าว

ferrous (เฟอร์' รัส) *adj.* ซึ่งประกอบด้วยเหล็ก (โดยเฉพาะชนิด 2 วาเลนซี)

ferrule (เฟอร์' เริล) *n.* หัวหุ้ม, แถบโลหะสำหรับครอบ, ที่รัดโลหะ, สายครอบ, สายยึด *-vt.* **-ruled, -ruling** ใส่หัวหุ้มโลหะ, ใส่สายยึด, ใส่ที่รัดโลหะ

ferry (เฟอร์' รี) *n., pl.* **-ries** การข้ามฟาก, กิจการข้ามฟาก, เรือข้ามฟาก, สัมปทานการดำเนินกิจการข้ามฟาก, การขนส่งทางเครื่องบิน, เส้นทางการขนส่งทางเครื่องบิน *-v.* **-ried, -rying** *-vt.* ส่งข้ามฟาก *-vi.* ข้ามฟาก *-Ex. We ferried over to the island., to ferry troops across a river*

ferryboat (เฟอร์' รีโบท) *n.* เรือข้ามฟาก

fertile (เฟอร์' ไทล) *adj.* ซึ่งมีดินดี, อุดมสมบูรณ์, ให้ผลให้ลูกได้, ซึ่งให้กำเนิด, ซึ่งมีอวัยวะที่ให้กำเนิดสปอร์ **-fertilely** *adv.* **-fertileness** *n.* (-S. fecund, fruitful, productive, virile -A. sterile, barren) *-Ex. fertile land, a fertile pollen, a fertile seed, a fertile egg*

fertility (เฟอร์ทิล' ลิที) *n.* ความอุดมสมบูรณ์, ความสามารถให้ผลหรือลูกได้, อำนาจหรือความสามารถในการสืบพันธุ์, อัตราการเกิด

fertilization (เฟอร์เทิลไลเซ' ชัน) *n.* การผสมพันธุ์, การทำให้มีลูก, การทำให้เกิดผล, การทำให้ดินอุดมสมบูรณ์, ความอุดมสมบูรณ์ **-fertilizational** *adj.*

fertilize (เฟอร์' เทิลไลซ) *v.* **-ized, -izing** *-vt.* ผสมพันธุ์, ทำให้มีลูก, ทำให้เกิดผล, ทำให้ที่ดินอุดมสมบูรณ์ *-vi.* เพิ่มความอุดมสมบูรณ์ **-fertilizable** *adj.* (-S. enrich, inseminate, fructify)

fertilizer (เฟอร์' เทิลไลเซอะ) *n.* ปุ๋ย

ferule (เฟอ' รัล) *n.* ไม้เรียว (ใช้ลงโทษเด็ก) *-vt.* **-uled, -uling** ตีด้วยไม้เรียว

fervency (เฟอร์' เวินซี) *n.* ความอบอุ่นมาก, ความร้อนรน, ความเร่าร้อน, ความมีศรัทธาสูง, ความกระตือรือร้น (-S. ardency, zeal)

fervent (เฟอร์' เวินทฺ) *adj.* อบอุ่นมาก, ร้อนรน, เร่าร้อน, มีศรัทธาสูง, กระตือรือร้น **-fervently** *adv.* **-ferventness** *n.* (-S. burning, ardent, zealous, fervid, intense, keen)

fervid (เฟอร์' วิด) *adj.* ร้อนรน, เร่าร้อน, กระตือรือร้น, ร้อน, เผาไหม้ **-fervidly** *adv.* **-fervidness** *n.* (-S. impassioned, fervent, intense) *-Ex. a fervid loyalty, fervid oratory*

fervour, fervor (เฟอร์' เวอะ) *n.* ความอบอุ่นมาก, ความร้อนรน, ความเร่าร้อน, ความร้อนจัด (-S. ardour, intensity, devoutness) *-Ex. to speak with fervour*

fescue (เฟส' คิว) n. หญ้าจำพวก *Festuca* ใช้เลี้ยงสัตว์

festal (เฟส' เทิล) *adj.* เกี่ยวกับการเลี้ยงฉลอง **-festally** *adv.*

fester (เฟส' เทอะ) *vi.* เป็นหนอง, เกิดแผลเปื่อย, เน่าเปื่อย, ระทมทุกข์ *-vt.* ทำให้เป็นหนอง, ทำให้ระทมทุกข์ *-n.* แผลเปื่อย, แผลหนอง, ตุ่มหนอง (-S. suppurate, rankle, decompose, rot)

festival (เฟส' ทะเวิล) *n.* วันเฉลิมฉลอง, วันเทศกาล, วันนักขัตฤกษ์, งานเฉลิมฉลอง, งานรื่นเริงตามฤดูกาล, *-adj.* เกี่ยวกับงานเฉลิมฉลอง, เกี่ยวกับวันหยุด (-S. carnival, feast day) *-Ex. Christmas is a festival.*

festive (เฟส' ทิฟว) *adj.* เกี่ยวกับการเลี้ยงฉลอง, เกี่ยวกับการเฉลิมฉลอง, รื่นเริง **-festively** *adv.* **-festiveness** *n.* (-S. joyful, merry, holiday) *-Ex. a festive occasion, a festive scene*

festivity (เฟสทิฟ' วิที) *n., pl.* **-ties** การเฉลิมฉลอง, งานเฉลิมฉลอง, เวลาแห่งการเฉลิมฉลอง (-S. jollity, merriment, celebration)

festoon (เฟสทูน') *n.* ระย้า, พวงระย้าที่ทำด้วยดอกไม้ใบไม้หรือริบบิ้นแขวนห้อยอยู่ 2 จุด, การประดับด้วยระย้า *-vt.* ประดับด้วยระย้า, ห้อยระย้า (-S. garland, wreathe, beribbon) *-Ex. Workmen festooned the building with garlands and streamers.*

festoonery (เฟสทูน' เนอะรี) *n., pl.* **-ies** การประดับด้วยระย้า

fetal, foetal (ฟีท' เทิล) *adj.* เกี่ยวกับหรือมีลักษณะของทารกในครรภ์

fetation (ฟีเท' ชัน) *n.* การตั้งครรภ์, การพัฒนาของตัวอ่อน (-S. pregnancy, gestation)

fetch (เฟช) *vt.* ไปเอามา, นำมา, ทำให้มา, ขายได้, ได้, สูด (ลมหายใจ), ถอนใจ, นำกลับ, ทำให้เกิดขึ้น *-vi.* ไปเอามา, ใช้ทางอ้อม, เอากลับ *-n.* การไปเอามา, อุบาย,

แผนการ, เขตคลื่นลม **-fetch a breath** ถอนใจ, สูดลมหายใจ **-a far/long fetch** ช่วงไกล, ระยะไกล **-fetch and carry** ทำงานรับใช้, เป็นขี้ข้า **-fetch out** เอาออกให้หมด **-fetch up** หยิบเอามา, ทำให้หยุด (-S. bring, get, carry, go for, sell for) *-Ex. Please fetch me the key from my desk.*

fetching (เฟชฺ' ชิง) *adj.* มีเสน่ห์, ซึ่งดึงดูดใจ **-fetchingly** *adv.* (-S. attractive, charming, enchanting, captivating) *-Ex. What a fetching girl!*

fete, fête (เฟท) *n.* (ภาษาฝรั่งเศส) วันหรืองานเลี้ยงฉลองทางศาสนา วันเฉลิมฉลอง วันหยุด การเลี้ยงเฉลิมฉลอง งานรื่นเริง *-vt.* (ภาษาฝรั่งเศส) เลี้ยงฉลองต้อนรับ เลี้ยงฉลองเป็นเกียรติแก่ *-Ex. The famous warrior was feted in every town that he visited.*

feticide (ฟี' ทิไซดฺ) *n.* การฆ่าหรือการทำลายทารกในครรภ์, การทำแท้ง **-feticidal** *adj.*

fetid, foetid (เฟท' ทิด, ฟี' ทิด) *adj.* ซึ่งมีกลิ่นเหม็น **-fetidly, foetidly** *adv.* (-S. stinking)

fetish (เฟท' ทิช) *n.* เครื่องราง, สิ่งที่เชื่อว่ามีอำนาจเวทมนตร์, สิ่งที่นับถือทางไสยศาสตร์ (-S. fetich, talisman, amulet)

fetishism, fetichism (เฟท' ทิชซึม) *n.* ความเชื่อในเรื่องเครื่องราง, การใช้สิ่งของที่ทำให้เกิดความพอใจทางเพศ, ความเชื่อแบบงมงาย **-fetishist** *n.* **-fetishistic** *adj.*

fetlock (เฟท' ลอค) *n.* กระจุกขนหลังข้อเท้าม้า, ปุ่มกลางข้อเท้าม้า, ข้อต่อหลังข้อเท้าม้า

feto-, feti-, fet- คำอุปสรรคมีความหมายว่า ตัวอ่อน

fetor, foetor (ฟี' เทอะ) *n.* กลิ่นเหม็นรุนแรง

fetter (เฟท' เทอะ) *n.* โซ่ตรวน, เครื่องพันธนาการ, สิ่งผูกมัด *-vt.* ใส่โซ่ตรวน, บังคับ (-S. confine, restrain, tie, chain, shackle) *-Ex. Prisoners are sometimes placed in fetters.*

fettle (เฟท' เทิล) *n.* ภาวะ, สภาพ, ท่าทาง, การสูญเสียวัตถุดิบที่ใช้ในการทำเตาเผา *-vt.* **-tled, -tling** ซ่อมแซมพื้นที่ตั้งเตาไฟ (-S. state, condition, form)

fetus, foetus (ฟี' ทัส) *n., pl.* **-tuses** ตัวอ่อน, ทารกในครรภ์

feud (ฟิวดฺ) *n.* ความอาฆาตพยาบาทที่ต่อเนื่องกันเป็นเวลายาวนาน (โดยเฉพาะระหว่างตระกูล เผ่า) การทะเลาะวิวาท *-vi.* ทะเลาะวิวาท, อาฆาตพยาบาทกัน (-S. quarrel, conflict, vendetta, hostility, enmity)

feudal[1] (ฟิว' เดิล) *adj.* เกี่ยวกับที่ดินศักดินา, เกี่ยวกับทรัพย์สินที่เป็นมรดกตกทอด, เกี่ยวกับระบบศักดินา

feudal[2] (ฟิว' เดิล) *adj.* เกี่ยวกับการอาฆาตพยาบาทที่ต่อเนื่องกันเป็นเวลายาวนาน, เกี่ยวกับการทะเลาะวิวาท

feudalism (ฟิว' เดิลลิซึม) *n.* ระบบศักดินา, วิธีการทางศักดินา, ลัทธิศักดินา **-feudalist** *n.* **-feudalistic** *adj.* (-S. feudal system)

fever (ฟี' เวอะ) *n.* ไข้, อุณหภูมิร่างกายที่สูงกว่าปกติ, โรคที่มีอาการไข้, ความตื่นเต้นอย่างมาก *-vt.* เป็นไข้ *-vi.* มีไข้ **-fevered** *adj.* *-Ex. yellow fever, fever of excitement, scarlet fever, typhoid fever*

feverfew (ฟี' เวอะฟิว) *n.* พืชมีดอกสีขาวเล็กๆ จำพวก *Chrysanthemum parthenium*

feverfew

feverish (ฟี' เวอะริช) *adj.* ตื่นเต้น, กระสับกระส่าย, มีไข้, เป็นไข้, เกี่ยวกับลักษณะอาการของไข้, คล้ายอาการเป็นไข้, ซึ่งทำให้เกิดไข้ได้ **-feverishly** *adv.* **-feverishness** *n.* (-S. burning, flushed, red-faced, agitated, restless) *-Ex. feverish excitement, feverish activety, feverish dreams, in feverish haste*

few (ฟิว) *adj.* น้อย (เกิน 1), ไม่มาก (แต่เกิน 1), สองสาม *-n.* จำนวนเล็กน้อย, จำนวนน้อย *-pron.* จำนวนน้อย **-no fewer than** ไม่น้อยกว่า **-some few** จำนวนเล็กน้อย **-every few minutes/hours/days** ทุกๆ 2-3 นาที/ชั่วโมง/วัน **-quite a few** จำนวนมาก, มาก **-the few** จำนวนจำกัด **-fewness** *n.* (-S. sporadic, scare, scant -A. many, ample) *-Ex. very few friends, Few realize this fact., Few of his friends were present.*

fewer (ฟิว' เออะ) *adj.* คุณศัพท์ขั้นกว่าของ few

fey (เฟ) *adj.* ที่มีลางสังหรณ์, ซึ่งลิขิตว่าจะตาย, เหนือหลักธรรมชาติ, เกี่ยวกับเวทมนตร์คาถา, ซึ่งรู้เหตุการณ์ล่วงหน้า, ประหลาด **-feyly** *adv.* **-feyness** *n.*

fez (เฟซฺ) *n., pl.* **fezzes** หมวกสักหลาดที่มียอดแบน, หมวกแขก, หมวกตรุกี

fiancé (ฟีอานเซ') *n.* (ภาษาฝรั่งเศส) คู่หมั้นชาย

fiancée (ฟีอานเซ') *n.* (ภาษาฝรั่งเศส) คู่หมั้นหญิง

fiasco (ฟีแอส' โค) n. *pl.* **-cos/-coes** การล้มเหลวอย่างสิ้นเชิง (-S. failure)

fiat (ไฟ' เอิท, ไฟ' แอท) *n.* คำสั่ง, พระราชกฤษฎีกา, พระบรมราชโองการ, คำพิพากษา

fib (ฟิบ) *n.* คำโกหกเล็กๆ น้อยๆ, ความผิดเล็กๆ น้อยๆ *-vi.* **fibbed, fibbing** พูดโกหกเล็กๆ น้อยๆ **-fibber** *n.* (-S. trivial lie, falsehood) *-Ex. Dang fibbed about washing his ears, but he couldn't fool his mother.*

fiber (ไฟ' เบอะ) *n.* ดู fibre

fibre, fiber (ไฟ' เบอะ) *n.* เส้นใย, สิ่งที่มีลักษณะเป็นเส้น, ลักษณะที่สำคัญ, แก่นแท้, รากฝอย **-fibrelike, fiberlike** *adj.* **-fibred, fibered** *adj.* (-S. thread, strand, tendril, character) *-Ex. synthetic fibre, nerve fibre, muscle fibers, wood fibers, wool fiber*

fibreboard, fiberboard (ไฟ' เบอะบอร์ด) *n.* กระดานไม้อัด

fibrefill, fiberfill (ไฟ' เบอะฟิล) *n.* เส้นใยสังเคราะห์อย่างเบาใช้ยัดใส่หมอน เบาะและที่หนุนต่างๆ

fibreglass, fiberglass (ไฟ' เบอะกลาส) *n.* เส้นใยแก้วใช้เป็นฉนวน, วัสดุสร้างลำตัวเรือและอื่นๆ

fibre optics, fiber optics เทคนิคการถ่ายทอดแสงหรือภาพผ่านเส้นใยโปร่งใส, เส้นใยโปร่งใส

fibril (ไฟ' บริล) *n.* เส้นใยเล็กๆ, เส้นใยละเอียด, ขนเล็กๆ ของรากอ่อนของพืชบางชนิด **-fibrillar, fibrillary** *adj.*

fibrillation (ฟิบระเล' ชัน) *n.* การเกิดเป็นเส้นใยเล็กๆ, การสร้างเส้นใยเล็กๆ, ภาวะการสั่นกระตุกของเส้นใย

F

กล้ามเนื้อ

fibrin (ไฟ' บริน) *n.* โปรตีนชนิดหนึ่งที่ทำให้โลหิตแข็งตัวหรือจับตัวเป็นลิ่มโลหิต **-fibrinous** *adj.*

fibrinogen (ไฟบริน' นะเจน) *n.* โปรตีนในพลาสมาที่มีส่วนสำคัญในการทำให้โลหิตแข็งตัว (fibrinogen จะเปลี่ยนเป็น fibrin โดยเอนไซม์ thrombin ในสภาพที่มีแคลเซียมอิออน)

fibroid (ไฟ' บรอยด) *adj.* ซึ่งคล้ายเส้นใยหรือเนื้อเยื่อเส้นใย, ซึ่งประกอบด้วยเนื้อเยื่อเส้นใย *-n.* เนื้องอกที่ส่วนใหญ่ประกอบด้วยกล้ามเนื้อเรียบ

fibrosis (ไฟโบร' ซิส) *n.* การสร้างหรือเกิดเนื้อเยื่อเส้นใยมากผิดปกติ **-fibrotic** *adj.*

fibrous (ไฟ' บรัส) *adj.* ซึ่งประกอบด้วยหรือมีลักษณะของเส้นใย, เหนียว **-fibrously** *adv.* **-fibrousness** *n.* *-Ex. the fibrous trunk of a coconut palm*

fibula (ฟิบ' บิวละ) *n., pl.* **-lae/las** กระดูกน่อง **-fibular** *adj.*

-fic คำปัจจัย มีความหมายว่า ที่กระทำ, ที่ผลิต

-fication คำปัจจัย มีความหมายว่า การผลิต, การทำ ใช้เติมหลังคำกริยาที่ลงท้ายด้วย -fy เพื่อทำให้เป็นคำนาม เช่น glorify เป็น glorification

fiche (ฟีช) *n.* ฟิล์มขนาดเล็กที่สามารถเก็บข้อมูลได้ปริมาณมาก

fichu (ฟิช' ชู) *n.* ผ้าพันคอสตรีอย่างบางชนิดหนึ่งเป็นรูปสามเหลี่ยม โดยคล้องปิดไหล่และผูกปลายบริเวณอก

fickle (ฟิค' เคิล) *adj.* เปลี่ยนแปลงได้, เอาแน่ไม่ได้, เหลาะแหละ, แล้วแต่อารมณ์, หลายใจ **-fickly** *adv.* **-fickleness** *n.* (-S. unstable, changeable, inconstant, volatile) *-Ex. Sombut is too fickle to be relied upon.*

fiction (ฟิค' ชัน) *n.* นวนิยาย, นิทาน, เรื่องโกหก, เรื่องที่แต่งขึ้น, สิ่งที่เสกสรรขึ้น, ความเท็จ, การเสกสรรเรื่องขึ้น **-fictional** *adj.* **-fictionality** *n.* **-fictionally** *adv.* **-fictioneer** *n.* **-fictionist** *n.* (-S. story, tale, yarn)

fictionalize (ฟิค' ชะนะไลซ) *vt.* **-ized, -izing** ทำให้เป็นลักษณะนวนิยาย, สร้างเรื่องขึ้น **-ficitionalization** *n.*

fictitious (ฟิคทิช' ชัส) *adj.* ซึ่งเป็นเรื่องโกหก, ไม่จริง, เป็นจินตนาการ, ไม่มีตัวตน, ซึ่งแต่งขึ้น, ปลอม **-fictitiously** *adv.* **-fictitiousness** *n.* (-S. imaginary, bogus, spurious)

fictive (ฟิค' ทิฟว) *adj.* ซึ่งเป็นจินตนาการ, ไม่เป็นจริง **-fictively** *adv.*

fiddle (ฟิด' เดิล) *n.* ซอ, ไวโอลิน, กรอบหน้าโต๊ะสำหรับกันไม่ให้ถ้วยชามเลื่อนตก *-v.* **-dled, -dling** *-vi.* เล่นซอหรือไวโอลิน, ส่ายมือไปมาอย่างหลับหูหลับตา, ทำความผิด, แย่งของ *-vt.* เล่นซอหรือไวโอลิน, หลอกลวง **-fit as a fiddle** เหมาะสมมาก, สุขภาพดีเยี่ยม **-play second fiddle** เป็นมือรองของ **-fiddler** *n.* (-S. violin, fraud, swindle, wangle) *-Ex. Father fiddles while the children dance., to fiddle a tune, Sombut fiddled with his watch.*

fiddle-faddle (ฟิ' เดลเฟ' เดล) *n., interj.* ความไร้สาระ, สิ่งที่ไม่มีความสำคัญ *-vi.* **-dled, -dling** ปล่อยเวลาผ่านไปอย่างไร้ค่า, ชักช้า, เถลไถล, ละเลย

fiddler crab ปูจำพวก *Uca* ตัวผู้มีก้ามที่ใหญ่มากข้างหนึ่ง

fiddlesticks (ฟิด' เดิลสทิคซฺ) *interj.* คำอุทานใช้แสดงความไม่พอใจเล็กๆ น้อย, เหลวไหล

fiddling (ฟิด' ลิง) *adj.* เล็กน้อย, ไม่สำคัญ (-S. insignificant, trivial petty)

fidelity (ฟิแดล' ลิที) *n., pl.* **-ties** ความซื่อสัตย์, ความจงรักภักดี, ความแม่นยำ, ความถูกต้อง, ความเที่ยงตรง, ความสามารถส่งหรือรับสัญญาณได้อย่างถูกต้อง (-S. allegiance, loyalty, commitment, precision) *-Ex. a dog's fidelity to his master, Udom reported the news with fidelity., fidelity to one's cause*

fidget (ฟิด' จิท) *vi.* เคลื่อนหรือเดินไปมาอย่างกระสับกระส่าย, อยู่ไม่สุข, หงุดหงิด, อารมณ์เสีย *-vt.* ทำให้หงุดหงิด, ทำให้กระสับกระส่าย, ทำให้อารมณ์เสีย *-n.* ภาวะหงุดหงิด, ความกระสับกระส่าย, ผู้ที่มีใจหงุดหงิด, ผู้กระสับกระส่าย **-fidgety** *adj.* (-S. squirm, twitch, bother, agitate) *-Ex. The teacher told the children not to fidget so much.*

fido (ฟิ' โด) *n., pl.* **-dos** เหรียญที่มีตำหนิ

fiduciary (ฟิดู' เชียรี) *n., pl.* **-aries** ผู้ได้รับมอบหมายอำนาจหรือทรัพย์สิน, ผู้ได้รับความไว้วางใจ *-adj.* ขึ้นอยู่กับความไว้วางใจของประชาชน, ขึ้นอยู่กับความเชื่อใจ, เกี่ยวกับความสัมพันธ์ระหว่างผู้ได้รับมอบหมายกับหลักการของเขา

fie (ไฟ) *interj.* คำอุทานที่แสดงความไม่พอใจ

fief (ฟีฟ) *n.* ที่ดินศักดินา

field (ฟีลดฺ) *n.* ทุ่งนา, ทุ่งกว้าง, บริเวณที่มีแร่, เขตเหมืองแร่, สนาม, สนามกีฬา, สนามรบ, อาณาจักร, ขอบเขต, สาขาวิชาที่ถนัด, แผนก, พื้น, ลาน, พื้นผิวผ้าใบ, ผิวหน้าของเหรียญหรือโล่ *-vt.* ได้ลูก (บอล), จับลูกได้ *-vi.* เป็นคนรับลูกในการเล่น (บาสเกตบอล คริกเกต) *-adj.* ซึ่งเกิดขึ้นหรือเล่นบนสนาม, เกี่ยวกับปฏิบัติการบนสนามรบ, เกี่ยวกับสนามหรือทุ่ง, ซึ่งเพาะปลูกบนที่เป็นทุ่ง, ซึ่งทำงานในทุ่ง (-S. area, region, profession, meadow, department, limits) *-Ex. a cornfield, plough the fields, magnetic field*

field day วันเล่นกีฬา, วันแห่งการแข่งขันบนสนาม, วันปิกนิก, วันรื่นเริง, วันแห่งการรบบนสนาม, วันฝึกซ้อมบนสนาม, วันที่มีการแสดงบนสนาม

fielder (ฟีล' เดอะ) *n.* ผู้รับลูกในการเล่นกีฬา (เช่น เบสบอล บาสเกตบอล)

field event กีฬาประเภทกรีฑาที่เล่นกลางแจ้ง เช่น ขว้างจานเหล็ก พุ่งหลาวและกระโดดไกล (ไม่รวมกีฬาประเภทลู่)

fieldfare (ฟีลดฺ' แฟร์) นกจำพวก *Trudus pilaris* มีขนสีน้ำตาลอมแดง หัวสีขี้เถ้า พบในยุโรปตอนเหนือ

field glasses กล้องส่องทางไกลแบบสองลำกล้อง

field hockey กีฬาฮอกกี ใช้ผู้เล่น 2 ทีม ทีมละ 11 คน เล่นบนสนามสี่เหลี่ยมผืนผ้า การเล่นจะใช้ไม้ฮอกกีตีลูกให้เข้าประตูฝ่ายตรงข้าม

field marshal, Field Marshal จอมพล, ตำแหน่งทหารสูงสุดในกองทัพอังกฤษ, ตำแหน่งทหารสูง

field officer 339 **filament**

เป็นที่ 2 ของกองทัพฝรั่งเศส

field officer นายทหารชั้นนายพัน

fieldpiece (ฟีลดฺ' พีซ) *n.* ปืนสนาม

field sport กีฬากลางแจ้ง โดยเฉพาะการล่าสัตว์ยิงนก ตกปลา

fieldstone (ฟีลดฺ' สโทน) *n.* หินตามทุ่งที่นำมาใช้ก่อสร้าง

fieldstrip (ฟีลดฺ' สทริพ) *vt.* **-stripped, -stripping** แยกส่วน (อาวุธ) เพื่อทำความสะอาดซ่อมหรือตรวจสอบ

field trip การเรียนหรือเก็บข้อมูลนอกสถานที่

fieldwork (ฟีล' เวอร์ค) *n.* การวิจัยค้นคว้าหรือสำรวจในสถานที่จริงการตั้งกองทหารบนพื้นที่ใดพื้นที่หนึ่งเป็นการชั่วคราว **-fieldworker** *n.*

fiend (ฟีนดฺ) *n.* คนที่ทารุณโหดร้าย, คนชั่วร้ายอำมหิต, ภูตผีปีศาจ, มาร, ซาตาน, (ภาษาพูด) ขี้ยา บุคคลที่สนใจบางอย่างมากเกินปกติ คนหลงใหลในบางสิ่งบางอย่าง (-S. Satan, devil, savage, addict)

fiendish (เฟน' ดิช) *adj.* ทารุณ, โหดร้าย, อำมหิต, ชั่วร้าย, (ภาษาพูด) ยากลำบาก **-fiendishly** *adv.* **-fiendishness** *n.* (-S. malicious, inhuman, brutal, difficult)

fierce (เฟียร์ส) *adj.* **fiercer, fiercest** ดุร้าย, ป่าเถื่อน, ดุเดือด, รุนแรง, บ้าคลั่ง **-fiercely** *adv.* **-fierceness** *n.* (-S. untamed, brutal, savage, ferocious -A. gentle, tame, moderate) *-Ex. a fierce fighter, a fierce fire*

fiery (เฟียร์' รี, ไฟ' เออะรี) *adj.* **-ier, -iest** ซึ่งลุกเป็นไฟ, เป็นไฟ, เป็นเพลิง, ร้อนมาก, ซึ่งมีอารมณ์รุนแรง, เผ็ดร้อน, (ม้า) คะนอง, ติดไฟได้, อักเสบ, แสบร้อน **-fierily** *adv.* **-fieriness** *n.*

fiesta (ฟีเอส' ทะ) *n.* การเฉลิมฉลองในวันหยุดทางศาสนา, วันเทศกาล, วันนักขัตฤกษ์ (-S. festival)

FIFA ย่อจาก Fédération Internationale de Football Association สมาคมฟุตบอลระหว่างประเทศ

fife (ไฟฟ) *n.* ขลุ่ย, ฟรุตขนาดเล็กใช้เล่นในวงดุริยางค์ *-vt., vi.* **fifed, fifing** เป่าเครื่องดนตรีดังกล่าว **-fifer** *n.*

fifteen (ฟิฟทีน') *n.* 15, จำนวนสิบห้า, XV, กลุ่ม 15 ชิ้น (คน ตัว อันหรือคนอื่นๆ) *-adj.* เกี่ยวกับจำนวน 15

fifteenth (ฟิฟทีนธฺ') *n.* ที่ 15, ส่วนหนึ่งใน 15 ส่วนที่เท่ากัน *-adj., adv.* ที่ 15, เป็นหนึ่งใน 15 ส่วนที่เท่ากัน

fifth (ฟิฟธฺ) *n.* ที่ 5, ส่วนหนึ่งใน 5 ส่วนเท่ากัน, ลำดับที่ 5 *-adj.* ที่ 5, เป็นหนึ่งใน 5 ส่วนที่เท่ากัน **-fifthly** *adv.*

fifth column พวกที่ให้ความช่วยเหลือแก่ข้าศึก **-fifth columnist** *n.*

fiftieth (ฟิฟ' ทีอิธฺ) *n.* ส่วนที่ 50, ลำดับที่ 50 *-adj.* ที่ 50, เกี่ยวกับจำนวน 50, เป็นหนึ่งใน 50 ส่วนที่เท่ากัน

fifty (ฟิฟ' ที) *n., pl.* **-ties** ห้าสิบ, เลข 50, จำนวนห้าสิบ, กลุ่ม 50 (คน, อัน, ชิ้นหรืออื่นๆ), ธนบัตร 50 ดอลลาร์ *-adj.* เกี่ยวกับจำนวน 50 **-fifties** ปีหรือจำนวนที่อยู่ระหว่าง 50 ถึง 59

fifty-fifty (ฟิฟทีฟิฟ' ที) *adv.* ครึ่งต่อครึ่ง, อย่างเท่ากัน *-adj.* ครึ่งต่อครึ่ง, เท่ากัน, 50%, ครึ่งดีครึ่งเลว (-S. equal, even)

fig[1] (ฟิก) *n.* พืชจำพวก *Ficus* เป็นต้นไม้จำพวกไทรและกร่าง มีผลคล้ายผลแพร์, ปริมาณเล็กน้อย, สิ่งที่ไร้ค่า, เรื่องหยุมหยิม

fig[2] (ฟิก) *vt.* **figged, figging** แต่งตัว, สวมเสื้อผ้า *-n.* เครื่องแต่งตัว, เสื้อผ้าอาภรณ์

fight (ไฟทฺ) *v.* **fought, fighting** *-vi.* ต่อสู้, สู้, สู้รบ, เอาชนะ, ทะเลาะ *-vt.* สู้รบกับ, ทำสงครามกับ, ต่อสู้กับ, ล่อให้สู้กัน, ขึ้นชกต่อยกับ *-n.* การต่อสู้, การทำสงคราม, การแข่งขัน, การดิ้นรน, การชกมวย, ความสามารถในการสู้ (-S. battle, combat, quarrel, contest, oppose) *-Ex. a fight in the streets, to show fight, fight a battle, fight for the King, fight against temptation, fight it out*

fighter (ไฟ' เทอะ) *n.* นักมวย, นักรบ, ผู้ชอบต่อสู้, นักต่อสู้ (-S. contender, battler, competitor, boxer) *-Ex. a fighter for liberty, fighter-interceptor*

fighter-bomber (ไฟ' เทอะบอมเมอะ) *n.* เครื่องบินรบที่เป็นเครื่องบินทิ้งระเบิดและเครื่องบินป้องกันภัย

fighting chance โอกาสประสบความสำเร็จหลังการต่อสู้ดิ้นรน

figment (ฟิก' เมินทฺ) *n.* สิ่งที่กุขึ้น, สิ่งที่เสกสรรขึ้น, เรื่องจินตนาการ (-A. truth, reality, verity, certainty)

figuration (ฟิกเกอะเร' ชั่น) *n.* การทำเป็นรูปเป็นร่าง, รูปร่าง, เค้าโครง, การอุปมาอุปไมย **-figurational** *adj.*

figurative (ฟิก' เกอระทิฟว) *adj.* เป็นอุปมาอุปไมย, ซึ่งแสดงเป็นรูปเป็นร่าง **-figuratively** *adv.* **-figurativeness** *n.* (-S. metaphorical, emblematic, symbolic)

figure (ฟิก' เกอะ) *n.* รูปร่าง, รูปภายนอก, รูปหล่อ, รูปสลัก, ทรวดทรง, ภาพวาด, ตัวเลข, จำนวน, จำนวนเงิน, ราคา, เครื่องหมาย, สัญลักษณ์, คนมีชื่อเสียง, รูปแบบ, อุปมาอุปไมย, แบบระบำ *-v.* **-ured, -uring** *-vt.* คำนวณ, แสดงออกเป็นรูป, สรุป, วาดภาพ, จินตนาการ, ประเมิน, คิด, คาดคะเน *-vi.* คำนวณ, ปรากฏ, (ภาษาพูด) คาดคิด **-figure on** ไว้ใจ, เชื่อใจ **-figure out** คำนวณ, คิดคำนวณ, เข้าใจ, แก้ปัญหา **-figurer** *n.* (-S. shape, body, illustration, number, compute, think) *-Ex. Somsri has a beautiful figure., King John was a terrible figure in the play., the figure of St. John in the church window, geometrical figure, See Figure 10 on page 15., Can you figure out this arithmetic problem?, I can't figure out his purpose.*

figured (ฟิก' เกอร์ดฺ) *adj.* เป็นรูป, ซึ่งแสดงเป็นรูปเป็นร่าง (-S. formed, shaped)

figurehead (ฟิก' เกอะเฮด) *n.* คนที่เป็นหัวหน้าแต่ในนาม (ไม่มีอำนาจ), รูปแกะสลักที่หัวเรือ (-S. cipher, token, puppet, sculpture)

figure of speech *n., pl.* **figures of speech** ศิลปะการพูด, การใช้อุปมาอุปไมย, ถ้อยคำสำนวนที่สละสลวย

figurine (ฟิก' เกอรีน) *n.* รูปแกะสลักเล็กๆ

figwort (ฟิก' เวิร์ท) *n.* พืชจำพวก *Scrophularia*

Fiji (ฟี' จี) ประเทศฟิจิ ประกอบด้วยหมู่เกาะฟิจิและเกาะอื่นๆ ในมหาสมุทรแปซิฟิกทางตอนเหนือของนิวซีแลนด์, ชาวเกาะฟิจิ **-Fijian** *adj., n.*

filament (ฟิล' ละเมินทฺ) *n.* เส้นใย, เส้นใยเล็กๆ, เส้นลวดที่เป็นไส้หลอดไฟ **-filamentary** *adj.* **-filamentous** *adj.* (-S. thread, fiber, strand, wire, string)

F

filar (ไฟ' เลอะ) *adj.* เกี่ยวกับเส้นใย, เกี่ยวกับเส้นด้าย, มีขีดเล็กๆ บอกระยะทางที่หน้าปัดกล้องส่องทางไกล

filbert (ฟิล' เบิร์ท) *n.* ผลไม้เปลือกหนาที่กินได้ของต้น hazel, ต้นไม้ของผลดังกล่าว

filch (ฟิลช) *vt.* ลักเล็กขโมยน้อย, หยิบฉวย **-filcher** *n.* (**-S.** steal, pilfer, purloin, swipe)

file¹ (ไฟลฺ) *n* แผงหรือแฟ้มเก็บเอกสาร, ปึกเอกสาร, เอกสารของเรื่องๆ หนึ่ง, หมวดเอกสาร, แถวเรียงของทหารหรือตัวหมากรุก, ตารางเรียง *-v.* **filed, filing** *-vt.* จัดเข้าแฟ้ม, เก็บเอกสาร, ยื่นคำร้อง *-vi.* เดินเป็นแถวตรง, ยื่นเสนอ **-on file** ซึ่งจัดไว้เป็นเรื่องๆ ในแฟ้มเก็บเอกสาร **-fileable** *adj.* **-filer** *n.* (**-S.** record, folder, data, categorize, classify, store) *-Ex. The soldiers marched in double file., Please file these in alphabetical order., to file an application, They filed out of school.*

file² (ไฟลฺ) *n.* ตะไบ, คนเจ้าเล่ห์ *-vt.* **filed, filing** ตะไบ, ถูด้วยตะไบ (**-S.** smooth, buff, scrape, abrade)

filefish (ไฟลฺ' ฟิช) *n., pl.* **-fish/ -fishes** ปลาเขตร้อนตระกูล Balistidae มีตัวแบน มีกระดูกสันหลังแบบหยาบๆ

filet mignon *n., pl.* **filets mignons** เนื้อสเต็กแผ่นกลมขนาดเล็ก

filial (ฟิล' เลียล) *adj.* เกี่ยวกับบุตรหรือธิดา, เกี่ยวกับความสัมพันธ์ระหว่างบุตรกับพ่อแม่, เกี่ยวกับพันธุกรรม, เกี่ยวกับรุ่นลูกรุ่นหลาน **-filially** *adv. -Ex. her filial love, filial respect*

filibuster (ฟิล' ละบัสเทอะ) *n.* การต่อสู้หรือทำสงครามกับชาติอื่นโดยพลการ (โดยที่ประเทศของตนมิได้ประกาศสงคราม), การปฏิบัติการที่ทหารเข้าไปในประเทศอื่นโดยพลการเพื่อสนับสนุนการปฏิวัติ, การขัดขวางการยอมรับญัตติหรือกฎหมายในสภา, ผู้ที่รุกเข้าไปในประเทศอื่นอย่างพลการเพื่อสนับสนุนการปฏิวัติ *-vi., vt.* ขัดขวางการออกกฎหมายของรัฐสภา, รุกเข้าไปประเทศอื่นโดยพลการเพื่อสนับสนุนการปฏิวัติ

filigree (ฟิล' ลิกรี) *n.* ลวดลายประดับที่เป็นเส้นสาย, สิ่งประดับลวดลายที่เป็นเส้นลวด, สิ่งประณีตหรือละเอียดอ่อน *-adj.* ซึ่งประกอบด้วยเส้นเล็กๆ *-vt.* **-greed, -greeing** ประดับด้วยลวดลายเป็นเส้น (**-S.** wirework, latticework)

filing (ไฟ' ลิง) *n.* ขี้ตะไบ, การใช้ตะไบ

Filipino (ฟิลละพี' โน) *n., pl.* **-nos** ชาวฟิลิปปินส์, ภาษาฟิลิปปินส์ *-adj.* เกี่ยวกับชาวฟิลิปปินส์, เกี่ยวกับภาษาฟิลิปปินส์

fill (ฟิล) *vt.* ทำให้เต็ม, เติมเต็ม, บรรจุ, บรรจุเต็ม, เพิ่มให้ครบ, เต็มไปด้วย, อัดเต็ม, อุด (ฟัน), จุก, ถม, จดจ่อ, ครอบครอง, เลี้ยงให้อิ่ม, (ลม) พัดเต็มใบเรือ *-vi.* เต็ม, (ลม) พัดเต็มใบเรือ *-n.* ปริมาณที่ทำให้เต็ม, สิ่งที่เติมเข้าไป, เขื่อนหรือกำแพง **-fill in** บันทึกลง, เติม, ทำให้สมบูรณ์โดยการเติม **-fill out** ทำให้ใหญ่ขึ้น **-fill up** บรรจุเต็ม, ใส่เต็ม, ทำให้เต็ม (**-S.** occupy, suffuse, complete **-A.** empty, drain) *-Ex. fill one's pockets, The tank soon filled., fill in the blank spaces, The grocer will fill the order., They filled the job yesterday.*

filler (ฟิล' เลอะ) *n.* ผู้บรรจุ, เครื่องอัด, เครื่องอัดกระป๋อง, เครื่องบรรจุ, สิ่งที่ใช้อัด (เช่น นุ่น), วัสดุอุดช่องผนังหรือพื้นก่อนลงสี, ข้อความที่ลงในช่องว่างของหน้า (สมุด, หนังสือ)

fillet (ฟิล' ลิท, ฟีเล') *n.* สายรัดผม, สายคาดผม, มงคลสวมศีรษะ, ริบบิ้นหรือเชือกสำหรับผูกผม, ชิ้นเนื้อที่ไม่มีมันหรือกระดูก, ลายประดับบนปกหนังสือ, สันหนังสือ, *-vt.* ประดับด้วยสายรัดผม, ตัดเอาชิ้นเนื้อที่ไม่มีมันหรือกระดูก

filling (ฟิล' ลิง) *n.* สิ่งที่ใส่เข้าไป, สิ่งอุด, ไส้ในขนม, สิ่งที่ใช้อุดฟัน, การเข้าเสริมตำแหน่งว่าง, การเข้าทำงานแทน, การเพิ่ม

filling station สถานีเติมน้ำมัน, ปั๊มน้ำมันข้างถนน

fillip (ฟิล' ลัพ) *n.* การเคาะนิ้ว, การดีดนิ้ว, การกระตุ้น (เล็กน้อย) *-vt.* เคาะนิ้ว, ดีดนิ้ว, เคาะเบาๆ, กระตุ้น

filly (ฟิล' ลี) *n., pl.* **-lies** ลูกม้าตัวเมีย, (ภาษาพูด) เด็กผู้หญิง

film (ฟิลฺม) *n.* ฟิล์ม, เยื่อหุ้ม, เยื่อบางๆ, ฟิล์มถ่ายรูป, ฟิล์มภาพยนตร์, ภาพยนตร์ ชั้นฟิล์มแม่เหล็กที่เคลือบบนแถวซึ่งใช้เก็บข้อมูลในเครื่องคอมพิวเตอร์ *-vt.* เอาฟิล์มหุ้ม, ถ่ายภาพยนตร์, ฉายภาพยนตร์ *-vi.* ปกคลุมด้วยฟิล์ม (**-S.** layer, coat, membrane) *-Ex. a film of oil on the water, a film of mist, They filmed the story in Africa.*

filmgoer (ฟิลฺม' โกเออะ) *n.* คนที่ไปดูภาพยนตร์เป็นประจำ **-filmgoing** *adj.*

filmstrip (ฟิลฺม' สทริพ) *n.* ฟิล์มภาพยนตร์

filmy (ฟิล' มี) *adj.* **-ier, -iest** เกี่ยวกับหรือคล้ายฟิล์ม, คลุมหรือปิดด้วยฟิล์ม **-filmily** *adv.* **-filminess** *n.* (**-S.** transparent, cobwebby, airy) *-Ex. a filmy tape, a filmy cloud, These windows are filmy from the steam.*

filter (ฟิล' เทอะ) *n.* ที่กรอง, กระดาษกรอง, สารที่ใช้กรอง, บุหรี่ก้นกรอง, อุปกรณ์ที่สามารถสกัดกั้นสัญญาณเฉพาะอย่างได้, เครื่องกรอง *-vt.* กรองออก, กรอง *-vi.* กรอง **-filterer** *n.* (**-S.** strainer, sieve, sifter) *-Ex. a filter for water that we drink, Automobile oil is filtered to keep it clean., infrared filter, filter paper*

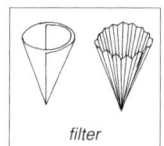

filter

filter paper กระดาษกรอง

filter tip ส่วนที่เป็นก้นกรองของบุหรี่, บุหรี่ที่มีก้นกรอง **-filter-tipped, filter-tip** *adj.*

filth (ฟิลธ) *n.* สิ่งสกปรก, ของสกปรก, ความโสโครก, ความอนาจาร, ความหยาบโลน, ความทุจริต (**-S.** dirt, dung, indecency, vileness **-A.** purity, virtue, cleanliness) *-Ex. The floods had left the streets covered with filth and rubbish.*

filthy (ฟิล' ธี) *adj.* **-ier, -iest** สกปรก, โสมม, ลามก, หยาบคาย, เลว, ทุจริต, น่ารังเกียจ **-filthily** *adv.* **-filthiness** *n.* (**-S.** unclean, dirty, vulgar)

filtrate (ฟิล' เทรท) *-vt., vi.* **-trated, -trating** กรอง *-n.* ของเหลวที่ผ่านการกรองแล้ว **-filtration** *n.* (**-S.** filter, clarify, purify, refine)

fin (ฟิน) *n.* ครีบ, ครีบปลา, ครีบโลหะ, ปีก, ส่วนยื่นคล้ายครีบของเรือใต้น้ำ *-v.* **finned, finning** *-vt.* ใช้ครีบ *-vi.* ว่ายน้ำด้วยครีบ *-Ex. an airplane fin*

finable, fineable (ไฟ' นะเบิล) *adj.* ซึ่งควรถูก

ปรับเงิน

finagle (ฟะเน' เกิล) *v.* **-gled, -gling** *-vt.* โกง, หลอกลวง, ได้มาโดยการลวง *-vi.* หลอกลวง

final (ไฟ' เนิล) *adj.* สุดท้าย, ในที่สุด, ที่สุด, จบ, เด็ดขาด, เป็นการสรุป *-n.* สิ่งสุดท้าย, ตอนจบ, การแข่งขันรอบสุดท้าย, การสอบครั้งสุดท้าย (-S. last, ending, concluding, definite) *-Ex. final analysis, final decision, the final act, the final word*

finale (ฟะนา' ลี) *n.* ฉากสุดท้าย, ตอนสุดท้าย, ตอนจบ (-S. concluding part, climax, epilogue)

finalist (ไฟ' นะลิสทฺ) *n.* ผู้เข้ารอบสุดท้าย, ผู้แข่งขันที่เข้ารอบสุดท้าย

finality (ไฟแนล' ลิที) *n., pl.* **-ties** วาระสุดท้าย, สุดท้าย, ตอนจบ, การสรุป, ความเด็ดขาด, สิ่งสุดท้าย, คำพูดสุดท้าย, การกระทำครั้งสุดท้าย (-S. conclusiveness, definitiveness, completeness)

finalize (ไฟ' นะไลซ) *vt.* **-ized, -izing** ทำให้เสร็จสมบูรณ์, กำหนดเป็นขั้นสุดท้าย, สรุปผลการเจรจา **-finalization** *n.* (-S. complete, conclude, settle)

finally (ไฟ' เนิลลี) *adv.* ในที่สุด, ในบั้นปลาย, โดยสรุป, โดยเด็ดขาด (-S. ultimately, eventually, absolutely)

finance (ไฟ' แนนซฺ) *n.* การเงิน, การคลัง การจัดการด้านการเงิน, วิชาที่ว่าด้วยการบริหารการเงินและอสังหาริมทรัพย์, แหล่งเงิน, เงินทุน *-vt.* **-nanced, -nancing** จัดเงินทุนให้แก่, ให้เครดิตแก่, ชำระเงิน (-S. banking, business, funds) *-Ex. Father will finance Dang's college education., the Minister of Finance, A banker is skilled in finance.*

financial (ฟิแนน' เชียล) *adj.* เกี่ยวกับการเงิน การคลัง เงินทุนหรือนักการเงิน **-financially** *adv.*

financial year ปีงบประมาณ

financier (ฟินเนินเชียร์') *n.* ผู้เชี่ยวชาญด้านการเงิน, นักการคลัง *-vi.* ทำหน้าที่เป็นนักการเงิน (มักทุจริตในหน้าที่)

finch (ฟินชฺ) *n.* นกขนาดเล็ก ตระกูล Fringillidae มีจะงอยสั้นเหมาะสำหรับกินเมล็ดพืช เช่น นกกระจอก

find (ไฟนฺดฺ) *vt.* **found, finding** พบ, หา, สืบหา, ค้น, ค้นพบ, สอบค้น, พบความลับ, ได้รับ, จัดหา, ไปถึง, ตัดสิน, บรรลุ, ก่อให้เกิด *-vi.* เห็นว่า, ตัดสิน, ลงความเห็น *-n.* การค้นหา, สิ่งที่ถูกค้นพบ (มักเป็นสิ่งที่มีค่า) **-find oneself** รู้ถึงความสามารถของตนและรู้วิธีใช้มัน **-find one's feet** มีความสามารถ, มั่นใจ **-find one's place** พลิกหาหน้าที่ต้องการอ่าน ค้นหาสถานภาพตัวเอง **-find one's voice/tongue** เริ่มพูด, ค้นพบเป็นครั้งแรก **-find one's way** ไปถึง, บรรลุถึง **-find a person out** พบความผิด **-be well found** มีของเยอะ, มีเสบียงเยอะ **-all found** ทุกสิ่งทุกอย่างที่ต้องการ **-find fault with** บ่น, วิจารณ์, หาเรื่อง, จับผิด (-S. discover, uncover, unearth, retrieve, obtain) *-Ex. I found a penny in the sand., I've found your watch; it was under your pillow.*

finder (ไฟนฺ เดอะ) *n.* ผู้ค้นหา, สิ่งที่ใช้ค้นหา, กล้องโทรทรรศน์, กล้องส่องทางไกล, เครื่องวัด, เครื่องตรวจสอบ

fin-de-siècle (แฟน ดะซีเอก' เคิล) *adj.* ปลายศตวรรษที่ 19, เกี่ยวกับศิลปวรรณกรรมปลายศตวรรษที่ 19

finding (ไฟนฺ' ดิง) *n.* การค้นหา, การตรวจสอบ, การค้นพบ, สิ่งที่ค้นพบ, ผลของการค้นหา, ผลของการค้นคว้า, คำพิพากษา, คำวินิจฉัย **-findings** เครื่องมือช่าง, เครื่องมือเครื่องใช้เล็กๆ น้อย (-S. discovery, verdict)

fine[1] (ไฟนฺ) *adj.* **finer, finest** ดีเลิศ, เยี่ยม, วิเศษ, ชั้นสูง, งดงาม, วิจิตร, หรูหรา, ประณีตไพเราะ, น่าชม, น่าฟัง, น่าดู, ละเอียดอ่อน, บอบบาง, มีขนาดเล็ก, มีสุขภาพดี, (มีด) คม, ชำนาญ, บริสุทธิ์, มีส่วนประกอบโลหะบริสุทธิ์มากหรือตามที่กำหนดไว้ *-adv.* ดีเลิศ, เยี่ยม, ประณีต, ละเอียดอ่อน *-vi., vt.* **fined, fining** ทำให้บริสุทธิ์ขึ้น, ทำให้ลดขนาดลง, ทำให้ใสโดยการกรอง (-S. choice, exquisite, delicate, pure, precise, sharp) *-Ex. fine gold, a fine distinction, a fine piece of work, a fine woman*

fine[2] (ไฟนฺ) *n.* เงินค่าปรับ, เงินสินไหมทดแทน *-vt.* **fined, fining** เรียกร้องเงินค่าปรับ **-in fine** สั้น, สรุป, สังเขป

fine[3] (ไฟนฺ) *n.* (ดนตรี) ตอนจบ, (ดนตรี) วาระสุดท้าย (-S. end)

fineable (ไฟ' นะเบิล) *adj.* ดู finable

fine art วิจิตรศิลป์, ศิลปะที่เน้นเรื่องความสวยงาม เช่น ภาพวาด รูปปั้น ดนตรี, ภาพเขียนสถาปัตยกรรมและปฏิมากรรม

fine-drawn (ไฟนฺ' ดรอน') *adj.* บอบบาง, อย่างละเอียด, บางที่สุด

fine-grained (ไฟนฺ' เกรนดฺ) *adj.* เป็นเม็ดละเอียด, เป็นเนื้อละเอียด

finely (ไฟนฺ' ลี) *adv.* ดีเลิศ, ประณีต, งดงาม, ละเอียด

fineness (ไฟนฺ' นิส) *n.* ความดีเลิศ, ความประณีต, ความงดงาม, ความละเอียด, ปริมาณเนื้อโลหะบริสุทธิ์ในโลหะผสม

finery[1] (ไฟ' เนอะรี) *n., pl.* **-ies** เสื้อผ้าอาภรณ์ที่หรูหรา *-Ex. The women came to the party in their best finery.*

finery[2] (ไฟ' เนอะรี) *n., pl.* **-ies** เตาหลอมสำหรับเปลี่ยนเหล็กหล่อเป็นเหล็กเหนียวที่ตีเป็นรูปร่างขึ้นได้

fines herbes อาหารผักสับละเอียดใช้ใส่ในน้ำแกง น้ำซอสและอื่นๆ

finespun (ไฟนฺ' สพัน) *adj.* ซึ่งปั่นหรือดึงเป็นเส้นละเอียด, ซึ่งผ่านการกลั่นมาอย่างดี, สละสลวยมาก

finesse (ฟะเนส') *n.* กลเม็ด, กลวิธี, อุบาย, ความพลิกแพลง, ความเชี่ยวชาญ, ความคล่องแคล่ว *-vt., -vi.* **-nessed, -nessing** ใช้กลเม็ด (-S. artifice, stratagem, tact, discretion, craft)

fine-toothed comb, fine-tooth comb (ไฟนฺ' ทูธดฺ' โคม, ไฟนฺ' ทูธ-) *n.* หวีที่มีซี่ฟันถี่, การตรวจสอบอย่างละเอียด **-go over (though) with a fine tooth comb** ค้นอย่างละเอียด, ตรวจสอบอย่างละเอียด

finger (ฟิง' เกอะ) *n.* นิ้วมือ, ความยาวเป็นนิ้วมือ (ประมาณ 4 นิ้ว), ความกว้างของนิ้วมือ (เป็นหน่วยวัด), สิ่งที่คล้ายนิ้วมือ, ส่วนที่ยื่นออกของเครื่องจักร *-vt.* แตะด้วยนิ้ว, เล่น (ดนตรี) ด้วยนิ้ว *-vi.* ใช้นิ้วมือเล่นดนตรี, ถือโดยใช้นิ้ว **-have a subject at one's fingers'ends** คุ้นเคยกับ **-lay a finger on** แตะ, สัมผัส **-put one's finger on** ระบุ, ชี้บ่ง **-his fingers are all thumbs** เขางุ่มง่าม

fingerboard 342 **fireboat**

มาก **-not lift a finger** อย่าพยายาม, ไม่ต้องทำอะไร **-fingerer** *n.* **-fingerless** *adj.* (-S. touch, feel, handle, stroke)

fingerboard (ฟิง' เกอะบอร์ด) *n.* แป้นเคาะนิ้วของเครื่องดนตรี, แผ่นดีดนิ้วของเครื่องดนตรี

finger bowl ชามใส่น้ำล้างนิ้วมือหลังอาหาร

F

fingering (ฟิง' เกอะริง) *n.* วิธีการใช้นิ้วมือเล่นเครื่องดนตรี, วิธีการใช้นิ้วจับ, การให้คะแนนขณะใช้นิ้วเล่นเครื่องดนตรี

fingerling (ฟิง' เกอะลิง) *n.* ลูกปลาขนาดเล็กมาก โดยเฉพาะลูกปลาแซลมอนและปลาเทราต์

finger mark เส้นลายนิ้วมือ

fingernail (ฟิง' เกอะเนล) *n.* เล็บมือ

finger post ป้ายชี้ทางที่มีเครื่องหมายชี้เป็นนิ้วมือ

fingerprint (ฟิง' เกอะพรินทฺ) *n.* ลายพิมพ์นิ้วมือ, เครื่องหมายเฉพาะตัวบุคคล *-vt.* พิมพ์ลายพิมพ์นิ้วมือ (โดยเฉพาะที่พิมพ์ด้วยหมึก), ระบุความแตกต่างจากลักษณะเฉพาะตัว *-Ex. Police examined the gun for fingerprints., The police fingerprinted the prisoner.*

fingertip (ฟิง' เกอะทิพ) *n.* ปลายนิ้ว, ปลอกหุ้มปลายนิ้ว **-at one's fingertips** ใกล้มือ, หาได้ง่าย

finial (ฟีน' เนียล, ไฟ' เนียล) *n.* ส่วนยอด ยอดภูเขา,ยอดอาคาร, ยอดตึก, ยอดเจดีย์, ส่วนยอดของเครื่องเฟอร์นิเจอร์

finical, finicky (ฟิน' นิเคิล, -คี) *adj.* ละเอียดลออเกินไป, พิถีพิถันเกินไป, จู้จี้เกินไป **-finically** *adv.* **-finicalness, finickiness** *n.* (-S. overcritical, fussy, fastidious)

finicking, finikin (ฟิน' นิคิง, -คิน) *adj.* ดู finical

fining (ไฟน' นิง) *n.* ของเหลวที่ใสสะอาด, ยาหรือสารที่ทำให้ใส

finis (ฟิน' นิส, ฟีนี', ไฟ' นิส) *n., pl.* **finises** สุดท้าย, ตอนจบ, วาระสุดท้าย, การสรุป (-S. end, conclusion)

finish (ฟิน' นิช) *vt.* ทำให้เสร็จ, ทำจบ, เสร็จ, สำเร็จ, จบ, สิ้นสุด, ยุติ, เอาชนะได้สิ้นเชิง, ทำให้แพ้, ทำลาย, ฆ่า *-vi.* สิ้นสุด, สำเร็จ, เสร็จ, ยุติ *-n.* บทสุดท้าย, ตอนจบ, วาระสุดท้าย, มูลเหตุที่ทำให้เสร็จ, สาเหตุของความหายนะ, ยาขัดเงา, ผิวหน้าที่เกลี้ยงเกลา, ความมันเป็นเงา **-finisher** *n.* (-S. complete, accomplish, discharge, cease, terminate, overcome, exterminate) *-Ex. put a fine finish on the wood, finish off the works, finish up one's work, I've finished up the pudding.*

finished (ฟิน' นิชทฺ) *adj.* ปลาย, สิ้นสุด, เสร็จ, ยุติ, สมบูรณ์, ดีเยี่ยม, ประณีตงดงาม (-S. completed, accomplished, exhausted, ended)

finishing school โรงเรียนสอนผู้หญิงเกี่ยวกับวิธีการเข้าสังคมที่ถูกต้อง

finite (ไฟ' ไนทฺ) *adj.* มีขอบเขต, มีเขตจำกัด, ไม่ใหญ่หรือเล็กเกินไปจนวัดไม่ได้, (คณิตศาสตร์) ไม่ใช่ศูนย์ *-n.* สิ่งที่มีขอบเขต **-finitely** *adv.* **-finiteness** *n.* (-S. limited, bounded, terminable -A. infinite, eternal)

fink (ฟิงคฺ) *n.* (คำสแลง) บุคคลที่น่าชัง ผู้เปิดเผยความลับ ผู้ทำลายการหยุดงาน *-vi.* (คำสแลง)แจ้งความลับแก่ฝ่ายตรงข้าม เป็นจารบุรุษที่ทำลายการหยุดงาน

Finland (ฟิน' ลันดฺ) ประเทศฟินแลนด์เป็นสาธารณรัฐในยุโรป **-Finlander** *n.*

Finn (ฟิน) *n.* ชาวฟินแลนด์, ผู้พูดภาษาฟินแลนด์, ภาษาฟินแลนด์

finnan haddie (ฟินนัน แฮด' ดี) *n.* ปลาเฮดดอกปิ้งหรือย่าง

finnicky (ฟิน' นิคี) *adj.* ดู finicky

Finnish (ฟิน' นิช) *n.* ภาษาฟินแลนด์, ภาษาประจำชาติของฟินแลนด์ *-adj.* เกี่ยวกับประเทศหรือประชาชนของฟินแลนด์

finny (ฟิน' นี) *adj.* **-nier, -niest** เหมือนครีบ, มีปลามาก, มีครีบ

fiord (ฟยอร์ด, ฟโยร์ด) *n.*อ่าวแคบที่อยู่ระหว่างหน้าผาสูง, อ่าวในนอรเวย์ (-S. fjord)

fipple flute ขลุ่ยหรือปี่ที่มีที่ฝาบังคับปริมาณลมที่ปลายบน

fir (เฟอร์) *n.* ต้นสนจำพวก *Abies,* ไม้ของต้นไม้ดังกล่าว (-S. coniferous tree)

fire (ไฟ' เออะ) *n.* ไฟ, ไฟไหม้, การลุกเป็นไฟ, ความร้อนที่ใช้หุงต้ม, การเปล่งแสง, ความเร่าร้อน, ความกระตือรือร้น, ความมีชีวิตชีวา, ความเข้มข้นของแอลกอฮอล์ในเหล้า, ประกายไฟ, การยิงอาวุธปืน, วัตถุที่เปล่งแสง (เช่นดาว), อุปกรณ์ที่ทำให้เกิดการลุกไหม้ *-v.* **fired, firing** *-vt.* ยิงกระสุน, ยิง, ปล่อยขีปนาวุธ, จุดไฟ, ใส่เชื้อเพลิง, ทำให้ร้อน, เผาไหม้, ให้ความร้อนอย่างช้ามากเพื่อทำให้แห้ง, ทำให้ลุกเป็นไฟ, กระตุ้นอารมณ์, ทำให้ระเบิด, ไล่ออก, เลิกจ้าง *-vi.* ติดไฟ, ไฟไหม้, มีอารมณ์เร่าร้อน, ตื่นเต้น, ยิงปืน, ปล่อยขีปนาวุธ, เปลี่ยนเป็นสีเหลืองหรือสีน้ำตาล (ก่อนที่พืชจะเจริญเติบโตเต็มที่), เกิดการติดไฟ ในลูกสูบเครื่องยนต์ **-on fire** กำลังลุกไหม้, ตื่นเต้นมาก **-open fire** ยิง **-play with fire** เล่นกับไฟ, ทำในสิ่งที่เสี่ยง **-set fire to** ทำให้ติดไฟ **-under fire** ถูกโจมตี **-set fire to something, set some thing on fire** ทำให้ลุกไหม้ **-catch/take fire** ติดไฟ, ลุกไหม้ **-strike fire from** ทำให้เกิดประกายไฟ **-fire and sword** การเผาผลาญและการฆ่า **-lay a fire** นำกระดาษไม้หรือเชื้อเพลิงอื่นๆ มารวมกัน **-make a fire** นำกระดาษ ไม้หรือเชื้อเพลิงอื่นๆ มารวมกันแล้วทำให้ติดไฟ **-light a fire** จุดไฟ **-under fire** กำลังถูกยิง **-between two fire** ซึ่งถูกยิงมาจาก 2 ทิศทาง **-a running fire** การยิงติดต่อกัน, คำถามหรือการวิจารณ์ที่ติดต่อกัน **-fire away** (ภาษาพูด) เริ่มเจรจา **-fireless** *adj.* **-firer** *n.* (-S. flame, ardour, light, excite, discharge) *-Ex. fire and water, set fire to, light a fire, Fire!, fire-brick, gun-fire, Mr. Danai fired his secretary after only one week., His house was on fire.*

fire alarm สัญญาณไฟไหม้, เครื่องเตือนไฟไหม้ (เช่น ระฆัง กระดิ่ง ไซเรนและอื่นๆ)

firearm (ไฟ' เออะอาร์ม) *n.* อาวุธปืนขนาดเล็ก, อาวุธปืน

fireball (ไฟ' เออะบอล) *n.* ขีปนาวุธติดวัตถุระเบิดหรือเชื้อเพลิง, ดาวตก, ผีพุ่งใต้, ลูกอุกกาบาต, (ภาษาพูด) คนที่มีกำลังมหาศาล

fireboat (ไฟ' เออะโบท) *n.* เรือดับเพลิง

firebomb (ไฟ' เออะบอม) *n.* ลูกระเบิดเพลิง

firebox (ไฟ' เออะบอคซฺ) *n.* ห้องสำหรับเผาไหม้, เตาของเครื่องจักร, กล่องบรรจุเครื่องสัญญาณแจ้งเหตุไฟไหม้, กล่องสัญญาณเตือนไฟ

firebrand (ไฟ' เออะแบรนดฺ) *n.* ไม้หรือวัตถุที่กำลังติดไฟ, ผู้ก่อความไม่สงบหรือการทะเลาะวิวาท, ผู้ปลุกระดม (-S. agitator, demagogue, troublemaker)

firebreak (ไฟ' เออะเบรคฺ) *n.* แนวป้องกันไฟ, แนวที่ดินหรือสิ่งก่อสร้างที่ใช้สกัดกั้นไฟไหม้

firebrick (ไฟ' เออะบริค) *n.* อิฐทนไฟ

fire brigade หน่วยดับเพลิง, กองดับเพลิง

firebug (ไฟ' เออะบัก) *n.* (ภาษาพูด) คนวางเพลิง คนที่ชอบวางเพลิง

fire clay, fireclay (ไฟ' เออะเคล) *n.* ดินเหนียวทนไฟใช้ทำภาชนะทนไฟและอิฐทนไฟ

firecracker (ไฟ' เออะแครคเคอะ) *n.* ประทัด, ประทัดไฟ, ประทัดจีน

fire-damp (ไฟ' เออะแดมพฺ) *n.* ก๊าซที่ติดไฟ ส่วนมากประกอบด้วยก๊าซมีเทน (มักพบในเหมืองแร่)

firedog (ไฟ' เออะดอก) *n.* ที่วางท่อนไม้ในเตาไฟ

fire drill การซ้อมดับเพลิง

fire-eater (ไฟ' เออะอีทเทอะ) *n.* นักเล่นกลที่แสดงการกินไฟ, คนที่โมโหง่าย

fire engine รถดับเพลิง

fire escape อุปกรณ์สำหรับหนีไฟ

fire fight การรบอย่างประปราย

fire fighter พนักงานดับเพลิง **-fire fighting** *n.*

firefly (ไฟ' เออะไฟล) *n., pl.* **-flies** หิ่งห้อย เป็นแมลงอยู่ในตระกูล Lampyridae (-S. lighting bug)

firefly

fireguard (ไฟ' เออะการ์ด) *n.* กรอบโลหะหน้าเตาไฟ, ที่กั้นไฟ

firehouse (ไฟ' เออะเฮาซฺ) *n.* สถานีดับเพลิง

fire irons เหล็กแหย่ไฟ

firelight (ไฟ' เออะไลทฺ) *n.* แสงจากไฟ (เตาไฟ)

fireman (ไฟ' เออะเมิน) *n., pl.* **-men** พนักงานดับเพลิง, ทหารเรือที่มีหน้าที่ดูแลด้านเชื้อเพลิง

fireplace (ไฟ' เออะเพลส) *n.* เตาผิงข้างกำแพง, เตาไฟ, ที่ตั้งเตาไฟ *-Ex. Father built a fireplace in the back yard.*

fireplug (ไฟ' เออะพลัก) *n.* ก๊อกน้ำประปาข้างถนนสำหรับฉีดน้ำดับเพลิง (-S. fire hydrant)

firepower (ไฟ' เออะเพาเออะ) *n.* อำนาจกระสุนที่ยิง, กำลังกระสุนที่ยิง, จำนวนกระสุนที่ยิงได้

fireproof (ไฟ' เออะพรูฟ) *adj.* ทนไฟ, ป้องกันไฟ, ไม่ไหม้ไฟ *-vt.* ทำให้ทนไฟ, ป้องกันไฟ, ทำให้พ้นจากอัคคีภัย (-S. incombustible, unburnable, non-flammable) *-Ex. Many buildings built today are fireproof., fireproof building*

fire-raising (ไฟ' เออะเรสซิง) *n.* การวางเพลิง

fire-resistant (ไฟ' เออะรีซิสทันทฺ) *adj.* ทนไฟ, ต้านไฟ **-fire-resistance** n.

fireside (ไฟ' เออะไซดฺ) *n.* บริเวณข้างเตาผิง, บ้าน, ชีวิตในครอบครัว *-adj.* ข้างเตาผิง, อบอุ่น, อ่อนโยน (-S. hearth) *-Ex. We all sat around the fireside.*

fire station สถานีดับเพลิง (-S. firehouse)

firetrap (ไฟ' เออะแทรพฺ) *n.* สิ่งก่อสร้างที่ติดไฟได้ง่าย, สิ่งก่อสร้างที่ไม่ได้ติดบันไดหนีไฟ

firewalk (ไฟ' เออะวอค) *n.* การเดินลุยไฟ

fire warden พนักงานดับเพลิง, พนักงานป้องกันเพลิง

firewater (ไฟ' เออะวอเทอะ) *n.* (คำสแลง) เครื่องดื่มผสมแอลกอฮอล์

firewood (ไฟ' เออะวูด) *n.* ฟืน, ไม้ที่ใช้ทำเป็นเชื้อเพลิง

fireworks (ไฟ' เออะเวิร์คซฺ) *n. pl.* ดอกไม้เพลิง, ประทัด (-S. pyrotechnic display, outburst, uproar)

firing (ไฟ' เออะริง) *n.* การยิง, การจุดไฟ, การก่อไฟ, เชื้อเพลิง, การเผาเครื่องเคลือบดินเผาหรือแก้ว

firing line แนวยิงกระสุน, ตำแหน่งที่ยิงกระสุนไปยังข้าศึก, กองทหารที่ยิงกระสุนจากแนวหรือตำแหน่งดังกล่าว

firm[1] (เฟิร์ม) *adj.* แน่น, ไม่นิ่ม, แน่นหนา, แข็งแรง, มั่นคง, เหนียวแน่น, หนักแน่น, เด็ดขาด, แน่นอน, แน่วแน่ *-adv.* อย่างแน่น, อย่างมั่นคง *-vt., -vi.* ทำให้มั่นคง **-firmly** *adv.* **-firmness** *n.* (-S. steady, stiff, stable, fixed, constant, durable) *-Ex. The flesh is firm., firm purpose, a firm offer*

firm[2] (เฟิร์ม) *n.* บริษัท, ห้าง, ห้างหุ้นส่วน, ห้างร้าน, ร้านค้า, กงสี, ธุรกิจ (-S. company, concern, corporation, partnership)

firmament (เฟอร์' มะเมินทฺ) *n.* หลังคาสวรรค์, ท้องฟ้า **-firmamental** *adj.* (-S. heaven, vault, sky)

first (เฟิร์สทฺ) *adj.* แรก, ที่หนึ่ง, ชั้นหนึ่ง, อันดับหนึ่ง, สำคัญที่สุด, เอก, เริ่ม, เป็นพื้นฐาน, เป็นเสียงสูง *-adv.* ก่อน, เป็นครั้งแรก, เป็นอันดับแรก, ข้อที่ 1, สมัครใจ *-n.* สิ่งที่เป็นที่หนึ่ง, อันดับหนึ่ง, ชั้นหนึ่ง, ตำแหน่งชนะเลิศ, ผู้ที่สอบได้ที่ 1, เกียร์หนึ่ง, เกียรตินิยมอันดับหนึ่ง, ผู้ได้เกียรตินิยมอันดับหนึ่ง, สินค้าชั้นหนึ่ง, เสียงสูง, เครื่องดนตรีที่ให้เสียงสูง **-first and last** ทั้งหมด **-first off** ทันที, แต่แรกเริ่ม (-S. original, highest, chief, basic -A. last, end) *-Ex. the first arrival, The first astronomers were priests., First in a race, the first of two in a race, the first of September, at first sight, In the first place*

first aid การปฐมพยาบาล **-first-aid** *adj.*

first-born (เฟิร์ธ' บอร์น') *adj.* เกี่ยวกับคนหัวปี, เกี่ยวกับคนแรก *-n.* ลูกคนหัวปี

first-class (เฟิร์สทฺ' แคส') *adj., adv.* ชั้นหนึ่ง, ชั้นเยี่ยม, โดยการขนส่งชั้นหนึ่ง, โดยสารชั้นหนึ่ง

first cousin ลูกของลุงหรือป้า

first day วันอาทิตย์, วันแรกของสัปดาห์

first finger นิ้วชี้

first foot คนแรกที่เข้าไปในบ้านในปีใหม่ **-first-footing** *n.*

first fruits ผลไม้ครั้งแรกของฤดู, ผลผลิตครั้งแรก

firsthand (เฟิร์สทฺ' แฮนดฺ') *adj., adv.* เป็นมือแรก, เป็นมือหนึ่ง, ที่ได้มาโดยตรง, ที่ได้มาจากแหล่งดั้งเดิม,

ไม่ผ่านมือใคร *-Ex. a firsthand account*

first lady, First Lady ภรรยาของประธานาธิบดี หรือประมุขของประเทศ, สุภาพสตรีหมายเลขหนึ่งของประเทศ

first-line (เฟิร์สทฺ' ไลนฺ') *adj.* ซึ่งพร้อมที่จะปฏิบัติการได้ทันที (โดยเฉพาะการออกรบ), สำคัญที่สุด, ดีเลิศ

firstling (เฟิร์สทฺ' ลิง) *n.* อันดับแรก, รุ่นแรก

firstly (เฟิร์สทฺ' ลี) *adv.* อันแรก, แรก, เริ่มแรก

first mate เจ้าหน้าที่บนเรือสินค้าที่มีตำแหน่งรองจากกัปตัน (-S. first officer)

first night การแสดงรอบปฐมทัศน์, การแสดงรอบกลางคืนรอบแรก

first offender ผู้กระทำความผิดทางกฎหมายเป็นครั้งแรก

first person บุรุษที่1 (เช่น I เป็นสรรพนามบุรุษที่ 1), รูปแบบความเรียงที่ใช้สรรพนามบุรุษที่ 1

first-rate (เฟิร์สทฺ' เรท') *adj.* ชั้นหนึ่ง, ดีเยี่ยม, ดีเลิศ, อันดับหนึ่ง, ดีมาก *-adv.* ดีมาก (-S. first-class, premier, superb, superlative) *-Ex. a first-rate book*

first-strike (เฟิร์ส' สไทรคฺ') *adj.* (อาวุธนิวเคลียร์) ที่โจมตีก่อนเพื่อทำลายกำลังข้าศึกในการโต้ตอบกลับ

first water เพชร พลอยหรือมุกน้ำหนึ่ง, เพชร พลอยหรือมุกชั้นดีเลิศ

firth (เฟิร์ธ) *n.* อ่าวยาวและแคบที่เว้าเข้าของชายฝั่งทะเล

fiscal (ฟิส' เคิล) *adj.* เกี่ยวกับงบประมาณ, เกี่ยวกับเรื่องการเงิน **-fiscally** *adv.* (-S. financial, economic, monetary)

fiscal year ปีงบประมาณ

fish (ฟิช) *n., pl.* **fish/fishes** ปลา, เนื้อปลา, สัตว์น้ำ, (ภาษาพูด) คนอ่อนหัด *-vt.* ตก ปลา, จับปลา, ล้วงออก, ดึงออก, ค้นหา, ใช้ตะขอเกี่ยวขึ้น, ตกเบ็ดเอา *-vi.* ตกปลา, ค้นหาบางอย่างโดยใช้อุบาย **-drink like a fish** ดื่มมาก **-feel like a fish out of water** รู้สึกไม่สบาย **-fish in troubled water** เปลี่ยนสถานการณ์ที่ไม่ดีให้กลับเป็นประโยชน์ **-fishlike** *adj. -Ex. A herring is a fish., Dum went fishing., a fishing village, Surachai fished in his pocket for a dime.*

fishable (ฟิช' ชะเบิล) *adj.* ซึ่งตกปลาได้

fish ball/cake ลูกชิ้นปลา, ชิ้นปลาหั่น

fishbowl (ฟิช' โบล) *n.* อ่างปลา, (ภาษาพูด) ที่ที่ไม่เป็นส่วนตัว

fisher (ฟิช' เชอะ) *n.* ชาวประมง, คนหาปลา, สัตว์ที่จับปลาเป็นอาหาร, *pl.* **fishers/fisher** สัตว์จำพวก *Martes pennanti* คล้ายสุนัขจิ้งจอก มีสีน้ำตาลเข้มหรือดำ พบในทวีปอเมริกาเหนือ

fisherman (ฟิช' เชอะเมิน) *n., pl.* **-men** ชาวประมง, คนจับปลา, เรือจับปลา (-S. angler, fisher, piscator)

fisherman's knot การผูกเชือก 2 เส้นเข้าด้วยกัน

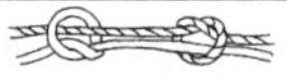

fisherman's knot

fishery (ฟิช' เชอะรี) *n., pl.* **-eries** อาชีพการประมง, ท่าจับปลา, เทคนิคการจับปลา, ธุรกิจในการจับปลา, สถานที่จับปลา, สัมปทานในการจับปลา *-Ex. Sardine fisheries are an important marine industry., Salmon were taken in large numbers at Pacific fisheries.*

fishhook (ฟิช' ฮุค) *n.* ตะขอเกี่ยวของเบ็ดตกปลา

fishing (ฟิช' ชิง) *n.* การจับปลา, เทคนิคการจับปลา, สถานที่จับปลา

fishing pole ไม้ตกปลาที่มีสายเบ็ดและเบ็ดตกปลาที่มีเป็นตะขอแขวนอยู่

fishing rod คันเบ็ดซึ่งงอได้ (ใช้กับสายเบ็ดและลูกรอก)

fish line สายเบ็ด

fishmeal (ฟิช' มิล) *n.* ปลาป่นที่ใช้ผสมในอาหาร

fishmonger (ฟิช' มองเกอะ, -มังเกอะ) *n.* คนขายปลา, พ่อค้าขายปลา

fishnet (ฟิช' เนท) *n.* แห

fishplate (ฟิช' เพลท) *n.* แผ่นโลหะหรือไม้คู่สำหรับประกบยึดตรึงข้อต่อหรือคาน 2 ชิ้นเข้าด้วยกัน

fishwife (ฟิช' ไวฟฺ') *n., pl.* **-wives** หญิงค้าปลา, หญิงปากร้าย, หญิงปากตลาด

fishy (ฟิช' ชี) *adj.* **-ier, -iest** คล้ายปลา (กลิ่น รส หรืออื่นๆ), ซึ่งประกอบด้วยปลา, (ภาษาพูด) เหลือเชื่อไม่น่าเป็นไปได้ น่าสงสัย, ทื่อ, ปราศจากความรู้สึก **-fishily** *adv.* **-fishiness** *n.* (-S. fishlike, piscine, improbable, dull, expressionless, dubious)

fissile (ฟิส' เซิล) *adj.* ซึ่งสามารถแบ่งแยกได้, ที่แยกออกได้ง่าย, ร้าวง่าย **-fissility** *n.*

fission (ฟิส' ชัน) *n.* การแยกออก, การแบ่งเซลล์, การแบ่งตัว, การแตกตัวของนิวเคลียสของอะตอมออกเป็นอะตอมที่มีน้ำหนักน้อยกว่าและเกิดพลังงานขึ้นอย่างมหาศาล (-S. splitting, division, rupture) *-Ex. nuclear fission, a fission bomb, fission products, atomic fission*

fissionable (ฟิส' ชันนะเบิล) *adj.* ซึ่งแตกตัวได้, ซึ่งแบ่งตัวได้ **-fissionability** *n.* (-S. fissile)

fissure (ฟิส' เชอะ) *n.* ร่อง, ช่อง, รอยแยก, รอยประสาน, การแยกออก *-vt., vi.* **-sured, -suring** แยกออก, แบ่งแยก, แยกตัว, แตกแยกออก (-S. cleft, crack, groove, fracture) *-Ex. a fissure in the earth*

fist (ฟิสทฺ) *n.* หมัด, กำปั้น, เครื่องหมายนิ้วหรือมือเพื่อเรียกความสนใจ, (ภาษาพูด) การคว้า การจับ *-vt.* กำหมัด, ใช้หมัดชก

fistful (ฟิสทฺ' ฟูล) *n., pl.* **-fuls** เต็มมือ, กำมือหนึ่ง, กำหนึ่ง

fistic (ฟิส' ทิค) *adj.* เกี่ยวกับการชกมวย

fisticuffs (ฟิส' ทิคัฟซฺ) *n. pl.* การใช้หมัดชก, การชกมวย (-S. boxing, fistfight)

fistula (ฟิส' ชะละ) *n., pl.* **-las/-lae** แผลชอนทะลุ, ท่อ **-fistulous, fistular** *adj.* (-S. duct, tube, pipe)

fit[1] (ฟิท) *adj.* **fitter, fittest** เหมาะสม, สมควร, สอดคล้อง, ถูกต้อง, (สุขภาพ) ปกติ, (สุขภาพ) สมบูรณ์ *-v.* **fitted/fit, fitted, fitting** *-vt.* ทำให้เหมาะสม, ปรับ, ปรับปรุง, ทำให้พอดี, เตรียม, จัดหา *-vi.* เหมาะสมกับ, คู่ควรกับ, สอดคล้องกับ *-n.* ความเหมาะสม, ความได้ขนาด, ความสอดคล้องกัน, การประกอบกันได้ **-fit out/up** จัดหาเตรียม, จัดหาเสื้อผ้า เครื่องเฟอร์นิเจอร์หรืออื่นๆ (-S. proper, appropriate, adequate, qualified, healthy, well) *-Ex. This hat fits me nicely., fit the punishment to the*

fit² 345 **flagrant**

crime, A training which will fit him for the work., fit up a room, fit up with electric light

fit² (ฟิท) *n.* อาการปัจจุบันของโรค, การกระตุกชั่วคราว อย่างปัจจุบันทันด่วน, ปฏิกิริยาทางอารมณ์ที่รุนแรง เช่น ตื่นเต้นมาก โกรธมาก **-by/in fits and starts** ขึ้นๆ ลงๆ, เป็นพักๆ, เดินๆ หยุดๆ

fitful (ฟิท' เฟิล) *adj.* เป็นครั้งคราว, เดินๆ หยุดๆ, เป็นพักๆ **-fitfully** *adv.* **-fitfullness** *n.* (-S. irregular, broken, uneven, variable) *-Ex. The baby's fitful crying in the middle of the night., a fitful sleep*

fitly (ฟิท' ลี) *adv.* อย่างเหมาะสม, อย่างสมควร, ในเวลาที่เหมาะสม (-S. suitably)

fitness (ฟิท' เนส) *n.* สภาพที่เหมาะสม, สภาพที่สมบูรณ์จากการออกกำลังกายและรับประทานอาหารที่ครบถ้วน (-S. vigour, competency, worthiness)

fitting (ฟิท' ทิง) *adj.* เหมาะสม, สมควร, สอดคล้อง *-n.* การกระทำที่เหมาะสม, สิ่งที่เหมาะสม, การสวมได้เหมาะ, ขนาดเสื้อผ้าที่เหมาะ, เครื่องมือ, อุปกรณ์ **-fittingly** *adv.* **-fittingness** *n.* (-S. fit, appropriate, right, suitable, due) *-Ex. The hymn "Thailand is Beautiful" is a fitting tribute to our country., Udom went to the tailor a fitting of his suit.*

five (ไฟฟว) *n.* ห้า, จำนวนห้า, เลข 5 (V), กลุ่มที่มี 5 คน (ชิ้น ส่วน อันหรืออื่นๆ), 5 ขวบ, ไพ่ 5 แต้ม, (ถุงมือ รองเท้า) ขนาดเบอร์ห้า, พันธบัตรดอกเบี้ยร้อยละ 5, ธนบัตรมูลค่า 5 ดอลลาร์ *-adj.* เป็นจำนวน 5 **-take five** หยุดพัก (สัก 5 นาที)

fivefold (ไฟฟว' โฟลด) *adj.* ซึ่งประกอบด้วย 5 ส่วน, เป็น 5 เท่า *-adv.* เป็น 5 เท่า

fix (ฟิคซฺ) *v.* **fixed, fixing** *-vt.* ทำให้แน่น, ติด, ติดแน่น, กำหนดแน่นอน, เจาะจง, ก่อตั้ง, จับ, มอบหมาย, เพ่งมอง, เพ่งความสนใจ, ซ่อมแซม, จัดให้เรียบร้อย, จัดให้เป็นระเบียบ, เตรียมอาหาร, แก้แค้น, ลงโทษ, จัดการ, หลอกให้ทำในสิ่งที่ไม่สมควร, ทำให้ (สี) ไม่ตก, ทำให้ (ภาพถ่าย) คงที่ด้วยน้ำยาคงสภาพโดยการขจัดซิลเวอร์เฮไลด์ออก, เปลี่ยนไนโตรเจนในอากาศให้เป็นสารประกอบที่มีประโยชน์ (เช่น ปุ๋ย) *-vi.* เพ่งความสนใจ, ติดแน่น, เตรียม, วางแผน *-n.* ฐานะลำบาก, สภาพที่กลืนไม่เข้าคายไม่ออก, (คำสแลง) การฉีดเฮโรอีน **-fix on/upon** ตัดสินใจ **-fix up** จัดหา, ตระเตรียม, จัดให้มี **-fixable** *adj.* **-fixer** *n.* (-S. fasten, decide on, repair, punish, arrange, plan) *-Ex. fix a shelf to the wall, fix the mind*

fixate (ฟิค' เซท) *v.* **-ated, -ating** *-vt.* ทำให้มั่นคง, ทำให้คงที่, ทำให้ติดแน่น, ให้ความสนใจ, เรียกให้สนใจ *-vi.* ติดแน่น, ให้ความสนใจ

fixation (ฟิคเซ' ชัน) *n.* การทำให้ติดแน่น, เกาะแน่น, การครอบงำ, การฝังใจ (-S. obsession, preoccupation, mania, compulsion)

fixative (ฟิค' ซะทิฟว) *adj.* ซึ่งยึดติด, ซึ่งเกาะติด, ซึ่งทำให้ยึดติด *-n.* สารยึดติด, สารเกาะติด, สารที่ทำให้การระเหยช้าลง

fixed (ฟิคซฺท) *adj.* ติดแน่น, ซึ่งได้กำหนดไว้, ซึ่งได้ทำให้มั่นคงหรือถาวร, แน่นอน, มั่นคง, ถาวร, ไม่ผันแปร, เป็นระเบียบ **-fixedly** *adv.* **-fixedness** *n.* (-S. fastened, rigid, definite)

fixings (ฟิค' ซิงซฺ) *n. pl.* (ภาษาพูด) อุปกรณ์ เครื่องประกอบ เครื่องตกแต่ง

fixture (ฟิคซฺ' เชอะ) *n.* สิ่งที่ยึดติด, สิ่งที่เกาะติด, สิ่งที่ติดตั้ง, บุคคลหรือสิ่งของที่อยู่ในตำแหน่งหรือฐานะเดิมมานาน, วันพิธีเปิดการแข่งขันตามกำหนดการล่วงหน้า

fizz (ฟิซฺ) *vi.* ส่งเสียงดังฟู่ (เช่นเสียงเครื่องดื่มที่เป็นฟอง), เป็นฟอง *-n.* เสียงฟู่, การเป็นฟอง, น้ำโซดา, เครื่องดื่มที่เป็นฟอง, เครื่องดื่มผสมโซดา (-S. bubble, sputter)

fizzle (ฟีซฺ' เซิล) *vi.* **-zled, -zling** ดังเสียงฟู่, (ภาษาพูด) ล้มเหลวในที่สุด (หลังจากเริ่มมาอย่างดี) *-n.* เสียงฟู่, (ภาษาพูด) ความล้มเหลว

fjord (ฟยอร์ด) *n.* อ่าวแคบและยาวที่อยู่ระหว่างหน้าผาสูงชัน (-S. fiord)

flabbergast (แฟลบ' เบอะแกสทฺ) *vt.* ทำให้ประหลาดใจ, ทำให้ตกตะลึง (-S. astound, amaze, confound)

flabby (แฟลบ' บี) *adj.* **-bier, -biest** อ่อน, ปวกเปียก, อ่อนแอ, เหลาะแหละ, ไม่แน่ไม่นอน **-flabbily** *adv.* **-flabbiness** *n.* (-S. flaccid, unfirm, pendulous, limp)

flaccid (แฟลค' ซิด) *adj.* อ่อน, ปวกเปียก, อ่อนแอ, ไม่แข็ง, ไม่แน่น **-flaccidity, flaccidness** *n.* **-flaccidly** *adv.* (-S. flabby, drooping)

flag¹ (แฟลก) *n.* ธง, ธงชาติ, ธงเรือ, ธงบัญชาการ, สัญลักษณ์บอกจังหวะดนตรี, สัญลักษณ์หรือเครื่องหมายที่ดึงดูดความสนใจ, ข้อความที่พาดหัวข่าว *-vt.* **flagged, flagging** ประดับด้วยธง, ให้สัญญาณด้วยธง, ตีธง, โบกธง (-S. standard, ensign, colours, pennant, signal, indicate, label, wave down)

flag² (แฟลก) *n.* พืชที่มีใบยาวคล้ายดาบ เช่น พืชพวก iris, ใบยาวคล้ายดาบของพืช เช่น ใบต้นข้าว

flag³ (แฟลก) *vi.* **flagged, flagging** ห้อยย้อย, หย่อนยาน, ลดลง, ช้าลง, เหนื่อยลง (-S. tire, weaken, fail)

flag⁴ (แฟลก) *n.* แผ่นหินแบนที่ใช้ปูพื้น *-vt.* **flagged, flagging** ปูพื้นด้วยแผ่นหินดังกล่าว

flagellate (แฟลจฺ' จะเลท) *vt.* **-lated, -lating** หวด, เฆี่ยน *-adj.* ซึ่งมีแส้, เกี่ยวกับสิ่งมีชีวิตที่มีหางเหมือนแส้ *-n.* จุลชีพที่มีหางเหมือนแส้ เช่น ยูกลีนา **-flagellation** *n.* **-flagellant** *n.* **-flagellator** *n.*

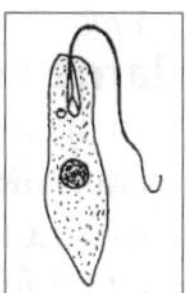

flagellate

flagging¹ (แฟลก' กิง) *adj.* อ่อนกำลัง, อ่อนปวกเปียก, หย่อนยาน, ห้อยย้อย **-flaggingly** *adv.*

flagging² (แฟลก' กิง) *n.* หินแบนหรือหินแผ่นสำหรับปูพื้น, พื้นที่ปูด้วยแผ่นหินแบนหรือหินแผ่น

flagitious (ฟละจิส' ชัส) *adj.* ชั่วร้ายมาก, โหดเหี้ยม, มีชื่อเสียงในทางที่เลว **-flagitiously** *adv.* **-flagitiousness** *n.* (-S. heinous, flagrant)

flagon (แฟลก' กัน) *n.* ภาชนะที่มีที่จับและท่อสำหรับเทของเหลวออกมาใช้สำหรับใส่เครื่องดื่มแอลกอฮอล์

flagpole (แฟลก' โพล) *n.* ไม้ที่ติดธง, เสาธง

flagrant (เฟล' เกรินทฺ) *adj.* เด่นชัด, โจ่งแจ้ง, โต้งๆ, ฉาวโฉ่, ลุกไหม้, เผาไหม้ **-flagrance, flagrancy** *n.*

F

-flagrantly *adv.* (-S. glaring, obvious, outrageous, wicked -A. hidden, clandestine, concealed)

flagship (แฟลก' ชิพ) *n.* เรือที่มีทหารเรือที่มีตำแหน่งสูงกว่าเรือเอกอยู่, เรือที่มีผู้บังคับการกองเรืออยู่, ผู้นำหรือกลุ่มที่มีความสำคัญ

flagstaff (แฟลก' สทาฟ) *n.* เสาธง

flagstone (แฟลก' สโทน) *n.* แผ่นหิน, แผ่นหินสำหรับปูพื้น (-S. flag, slab)

flail (เฟล) *n.* ไม้นวดข้าว, ไม้ตี *-vt.* ตำด้วยไม้นวดข้าว, ตี, เฆี่ยน *-vi.* ตำข้าว, เฆี่ยน (-S. beat, strike, swing wildly, thrash)

flair (แฟลร์) *n.* สติปัญญา, ความสามารถ, พรสวรรค์, ความฉลาด, (-S. talent, aptitude, gift, discernment, discrimination) *-Ex. to have a flair for bargains, to have a flair for computers, Models must be able to wear fashionable dresses with a flair.*

flak (แฟลคฺ) *n.* การยิงปืนต่อสู้อากาศยาน, (ภาษาพูด) การวิจารณ์ที่รบกวน การโต้เถียงอย่างเผ็ดร้อน การอภิปรายอย่างเผ็ดร้อน (-S. flack, criticism, hostility)

flake (เฟลค) *n.* แผ่นบางๆ, ชิ้นเล็กๆ, เกล็ดหิมะ, (คำสแลง) คนที่ดูไม่ปกติ *-vi., vt.* **flaked, flaking** ปอกเป็นแผ่นบางๆ, ทำให้แตกออกเป็นชิ้นเล็กชิ้นน้อย, หั่นเป็นแผ่นบางๆ, ปกคลุมไปด้วยเกล็ดหิมะ, กลายเป็นแผ่นบางๆ (-S. chip, shaving, peeling, fragment)

flaky, flakey (เฟล' คี) *adj.* **-ier, -iest** เป็นสะเก็ด, เป็นชั้น, เป็นแผ่น, (คำสแลง) ประหลาด น่าสงสัยไม่อาจคาดการณ์ได้ **-flakily** *adv.* **-flakiness** *n.*

flambeau (แฟลม' โบ) *n., pl.* **-beaux/-beaus** คบเพลิง, เชิงเทียนไขขนาดใหญ่ที่ประดับลวดลาย

flamboyant (แฟลมบอย' เอินทฺ) *adj.* หรูหรา, สวยหรู, มีสีสัน, เกี่ยวกับสถาปัตยกรรมแบบกอธิกของฝรั่งเศส *-n.* ต้นไม้มีฝักจำพวก *Delonix regia* **-flamboyantly** *adv.* **-flamboyance, flamboyancy** *n.* (-S. extravagant, colorful, elaborate, ornate, vivid) *-Ex. in flamboyant attire, flamboyant speech, a flamboyant piece of jems*

flame (เฟลม) *n.* เปลวไฟ, เปลวเพลิง, การลุกเป็นไฟ, ความสว่างโชติช่วง, ความเร่าร้อนแห่งอารมณ์, ความเจิดจ้าของสี, (ภาษาพูด) คนรัก *-v.* **flamed, flaming** *-vi.* ลุกเป็นไฟ, มีอารมณ์เร่าร้อน, ระเบิด, ปะทุ, เดือดดาล *-vt.* ทำให้ลุกเป็นไฟ, ทำให้แดงฉาน, ใช้เปลวไฟแจ้งสัญญาณ **-flamer** *n.* (-S. blaze, conflagration, brightness, ardour) *-Ex. Sulphur burns with a blue flame., The whole town was in flames.*

flame tree ต้นหางนกยูง

flaming (เฟลม' มิง) *adj.* ที่ลุกไหม้, ที่ลุกเป็นเพลิง, เร่าร้อน, บันดาลโทสะ, ที่มีสีแดงจ้า **-flamingly** *adv.* (-S. blazing, ardent, furious, brilliant, damned)

flamingo (ฟละมิง' โก) *n., pl.* **-gos/-goes** นกกระเรียน, นกตระกูล Phoenicopteridae ซึ่งมีขายาวมาก เท้าเหมือนตีนเป็ด จะงอยงอยาวลง ขนสีแดงเข้มหรือสีชมพู

flammable (เฟลม' มะเบิล) *adj.* ติดไฟได้ง่าย, ลุกเป็นไฟได้ง่าย **-flammability** *n.* *-Ex. Gasoline is highly flammable.*

flamy (เฟล' มี) *adj.* **-ier, -iest** คล้ายเปลวไฟ

flan (แฟลน) *n.* ขนมทาร์ตสอดไส้คัสตาร์ด ผลไม้หรือเนย, คัสตาร์ดที่ราดด้วยคาราเมล, แผ่นโลหะที่ถูกประทับภาพ

flange (เฟลนจฺ) *n.* ริมขอบที่เป็นปีกยื่นออก เช่น ครีบท่อนโลหะ ริมขอบนูนของท่อนโลหะ ครีบล้อรถ

flank (แฟลงคฺ) *n.* สีข้างหนึ่งของคนหรือสัตว์ระหว่างซี่โครงกับตะโพก, เนื้อของบริเวณดังกล่าว, ด้านข้าง, ส่วนข้าง, ด้านปีก, ปีกขวาหรือปีกซ้าย, ปีกกองทหาร *-vt.* อยู่ด้านข้าง, ประจำด้านข้าง, อยู่ด้านซ้ายหรือด้านขวา, อยู่ปีกซ้ายหรือปีกขวา (-S. side, haunch, wing) *-Ex. the left/right flank, a flank attack, the flank of a mountain, Trees flanked the street.*

flannel (แฟลน' เนิล) *n.* ผ้าสักหลาดแบบอ่อน, ผ้าสักหลาดของฝรั่งเศส, ผ้าสักหลาดไม่มีลาย, ชิ้นผ้าสักหลาด *-vi., vt.* **-nelled, -nelling/-neled, -neling** สวมหรือปกคลุมด้วยผ้าสักหลาด, ถูด้วยผ้าสักหลาด **-flannels** เนื้อผ้าด้านนอก (โดยเฉพาะกางเกง) ที่ทำด้วยผ้าสักหลาด **-flannelly** *adj. -Ex. a flannel nightgown*

flap (แฟลพ) *v.* **flapped, flapping** *-vt.* ตีปีกบิน, กระพือปีก, ปิด-เปิด, โบกสะบัด, ตี *-vi.* กระพือปีก, โบกสะพัด, ตีสะบัด, เปิด-ปิด, พับลง, ออกเสียงคล้ายเสียงกระพือปีก, (ภาษาพูด) อารมณ์เสีย *-n.* การกระพือปีก, การโบกสะบัด, การตีสะบัด, สิ่งที่พับหรือห้อยลงมา, ที่ปิด-เปิด, ขอบหมวก, พับหนังหรือเนื้อ, (คำสแลง) ความตื่นเต้นสถานการณ์ฉุกเฉิน, ปีกเครื่องบินที่ซ่อนหรือพับอยู่, แผ่นพับ, แผ่นบานพับ, แผ่นลิ้นประตู, เครื่องปัด, เครื่องพัด, ชายเสื้อ **-flapless** *adj.* **-flappy** *adj.* (-S. flutter, beat, wave, agitate, fuss) *-Ex. Birds flap their wings when they fly., the flap of an envelope, a tent flap, the flap of wings*

flap-eared (แฟลพ' เอียร์ดฺ) *adj.* ซึ่งมีหูยานลง, ซึ่งมีหูลู่ลง

flapper (แฟลพ' เพอะ) *n.* สิ่งที่มีหน้ากว้างและแบนสำหรับตบตีให้เกิดเสียงดัง, ที่ตบแมลงวัน, ลูกนกหรือลูกเป็ดที่เพิ่งหัดบิน, เครื่องแขวนให้ลมพัดกระทบให้เกิดเสียงเพื่อขู่นก, หญิงวัยรุ่น, หญิงที่ยังไม่เคยเข้าสังคม

flare (แฟลร์) *v.* **flared, flaring** *-vi.* ลุกไหม้เป็นเพลิงโชติช่วงอย่างกะทันหัน, ส่องแสงสว่างแวววับ, เดือดดาล, เกิดอารมณ์ขึ้นอย่างกะทันหัน, กางออก, บานออก, แผ่ออก *-vt.* ทำให้ลุกไหม้เป็นเพลิงโชติช่วงอย่างกะทันหัน, แสดงออกอย่างโอ้อวด, ให้สัญญาณด้วยแสงสว่างที่ลุกโชติ *-n.* แสงสว่างแวววับ, การลุกไหม้เป็นเพลิงโชติช่วงอย่างกะทันหัน, เครื่องมือหรือวัตถุที่ทำให้เกิดการลุกไหม้หรือแสงสว่างดังกล่าว, การปะทุขึ้นของอารมณ์, การค่อยๆ ขยายออกหรือแผ่ออก, แสงสะท้อนที่กระทบเลนส์กล้องถ่ายรูปที่ทำให้ภาพมัว **-flare out/up** เดือดดาลอย่างกะทันหัน (-S. blaze, sparkle, burn, widen, erupt) *-Ex. a flare of trumpets, a flare of temper, The candles flared in the church., The flare on the road showed danger., a flare of hatred*

flares (แฟลร์ซฺ) *n.* กางเกงขาม้า, กางเกงขายาวที่มีขาบานตั้งแต่ใต้เข่า

flare-up (แฟลร์' อัพ) *n.* การลุกไหม้เป็นเพลิงโชติช่วงอย่างกะทันหัน,การปะทุขึ้นของอารมณ์หรือความคิดอย่างกะทันหัน, ช่วงเวลาที่สั้นมาก, การโด่งดังของชื่อเสียงที่สั้นมาก, การระบาดของโรคอย่างกะทันหัน (-S. fury, furor)

flaring (แฟล' ริง) *adj.* ซึ่งลุกโชติช่วง, สว่างแววาบ, หรูหรา, ซึ่งค่อยๆ บานออก (-S. blazing, flaming)

flash (แฟลช) *n.* แสงวาบ, แสงแลบ, การปรากฏขึ้นชั่วแวบหนึ่ง, เวลาชั่วขณะ, (คำสแลง) การแสดงที่ฉูดฉาดหรูหรา, การแสดงโอ้อวด, ข่าวสั้นและด่วนทางโทรเลข, เพลิงที่เกิดขึ้นอย่างกะทันหันจากวัตถุระเบิด, ไฟแฟลช, การสรุปเนื้อหาเพื่อความเข้าใจ, (ภาษาพูด) ผู้ที่เป็นที่ดึงดูดใจของคนอื่น, ภาพถ่ายด้วยไฟแฟลช, ภาษาโค้ดของโจร *-vi.* เป็นแสงวาบขึ้นมา, เป็นเพลิงวาบขึ้นมา, (คำสแลง) พูดหรือกระทำด้วยอารมณ์ที่ปะทุขึ้นมาอย่างกะทันหัน,ปะทุขึ้นมาอย่างกะทันหัน,เกิดขึ้นอย่างกะทันหัน *-vt.* ปรากฏขึ้นอย่างกะทันหัน, ทำให้เป็นแสงหรือเพลิงวาบขึ้นมา, สั่งด่วน, ติดต่อกันอย่างทันที, เพิ่มกำลังไหลของกระแสน้ำ, โอ้อวด *-adj.* (คำสแลง) หรูหรา, โอ้อวด, กะทันหัน, ด่วน, รวดเร็ว, เกี่ยวกับโจรขโมยหรืออันธพาล **-flash in the pan** ความเพียรพยายามชั่วครั้งชั่วคราวที่ไม่ได้ผล, ผู้มีความพยายามดังกล่าว, ผู้ประสบความสำเร็จชั่วประเดี๋ยว **-flasher** *n.*(-S. flare, streak, sudden show, gleam, outbreak, moment, second)

flashing (แฟลช' ชิง) *n.* การกระทำของคนหรือสิ่งของที่เกิดขึ้นอย่างกะทันหัน, แผ่นมุงข้อต่อของหลังคา

flashlight (แฟลช' ไลท) *n.* ไฟฉาย, หลอดไฟแฟลชที่ใช้ในการถ่ายรูป, แสงสว่างแวบจากหลอดไฟแฟลช, ไฟสัญญาณแวบวับ (ของรถดับเพลิงรถตำรวจ เป็นต้น)

flashy (แฟลช' ชี) *adj.* **-ier, -iest** เป็นแสงวาบ, โด่งดังชั่วประเดี๋ยว, ไม่มีรสนิยม, ที่เสแสร้ง, หรูหรา โอ้อวด **-flashily** *adv.* **-flashiness** *n.* (-S. showy, garish, tasteless, pretentious, meretricious)

flask (ฟลาสค) *n.* ขวดแก้วคอยาวก้นป่อง, กระติกน้ำ, ถุงใส่กระสุนของนักล่าสัตว์, ขวดแก้วหรือขวดโลหะแบนที่ใช้ใส่ของเหลว เช่น เหล้า บรรจุอยู่ (-S. bottle, phial, cruet, flagon, carafe, pitcher)

flat[1] (แฟลท) *adj.* **flatter, flattest** แบน, ราบ, เรียบ, แฟบ, ตื้น, ซึ่งถูกโค่นหรือปราบเรียบ, แน่นนอน, เด็ดขาด, ไร้ชีวิตชีวา, ไม่มีรสชาติ, ไร้สาระ, ไม่มีจุดหมายปลายทาง, (สี) ด้าน, (สี) ไม่ชัดเจน, (ภาพ) ไม่คม, ทื่อ, (เสียง) ต่ำ, (ตลาด) ซบเซา, (ราคา) เหมือนกันหมด *-n.* ส่วนที่ราบ, พื้นราบ, รองเท้าพื้นราบ, เรือท้องราบและตื้น, รถพื้นราบ, ยางรถที่แบน, เสียงต่ำครึ่งเสียง (เช่น A flat, B flat, D flat) *-v.* **flatted, flatting** *-vt.* ทำให้แบน, ลดเสียงลงครึ่งหนึ่ง *-vi.* (ดนตรี) ลดเสียงลงครึ่งหนึ่ง *-adv.* ในแนวราบ, แน่นอน, เด็ดขาด, (เสียง) ต่ำกว่าปกติ, แม่นยำ, เที่ยงตรง, ไม่มีดอกเบี้ย **-fall flat** ล้มเหลวสิ้นเชิง **-flatly** *adv.* **-flatness** *n.* (-S. level, stale, dull, prostrate, shallow, depressed, inactive)

flat[2] (แฟลท) *n.* ห้องชุดของชั้นหนึ่ง ๆ ของอาคารที่พัก (-S. apartment)

flatboat (แฟลท' โบท) *n.* เรือท้องแบนขนาดใหญ่ (ใช้สำหรับน้ำตื้น)

flatcar (แฟลท' คาร์) *n.* ตู้รถไฟที่ไม่มีส่วนข้างหรือส่วนบน, ตู้รถไฟที่มีส่วนพื้นเท่านั้น

flatfish (แฟลท' ฟิช) *n., pl.* **-fish/-fishes** ปลาออร์เดอร์ Pleuronectiformes เช่น ปลาเฮลิบัต

flatiron (แฟลท' ไอเอิน) *n.* เตารีด, เหล็กแบนสำหรับผ้าให้เรียบ

flat-out (เฟลท' เอาทฺ) *adj.* (ภาษาพูด) พยายามอย่างสุดความสามารถ พยายามอย่างเต็มที่ เร่งอย่างสุดกำลัง

flatten (แฟลท' เทิน) *vt.* ทำให้แบนหรือเรียบ *-vi.* กลายเป็นแบน, กลายเป็นเรียบ **-flatten out** ทำให้แบนหรือแผ่ออก **-flattener** *n.* (-S. level, smooth, crush, raze)

flatter[1] (แฟลท' เทอะ) *vt.* ยกยอ, ประจบ, (ภาพ, รูป) สวยเกินความเป็นจริง *-vi.* ใช้วิธีการประจบหรือยกยอ **-flatterer** *n.* **-flatteringly** *adv.* (-S. laud, extol, cajole, eulogize, adulate, puff up -A. deride)

flatter[2] (แฟลท' เทอะ) *n.* ผู้ทำให้แบน, สิ่งที่ทำให้แบน, ค้อนตีเหล็กให้แบน

flattery (แฟลท' เทอะรี) *n., pl.* **-teries** การยกยอ, การประจบ, การสอพลอ, คำยกยอ, คำสรรเสริญเกินความจริง, คำสอพลอ (-S. adulation, overpraise, laudation, cajolery)

flattish (แฟลท' ทิช) *adj.* ค่อนข้างแบน

flatulent (แฟลช' ชะเลินทฺ) *adj.* ซึ่งทำให้เกิดก๊าซในทางเดินอาหาร, ท้องอืด, ท้องเฟ้อ, โอ้อวด, ยโส **-flatulence, flatulency** *n.* **-flatulently** *adv.* (-S. pompous)

flatwise (แฟลท' ไวซ) *adv.* ด้านข้าง (-S. flatways)

flaunt (ฟลอนท) *vt.* โอ้อวด, เดินโอ้อวด, ดูหมิ่น, เหยียดหยาม *-vi.* โอ้อวด, เดินโอ้อวด, แสดงโอ้อวด, โบก (ธง) *-n.* การโอ้อวด, การโบก (ธง) **-flaunter** *n.* **-flauntingly** *adv.* (-S. exhibit, draw attention to, brandish) *-Ex. Somsri flaunts her expensive dress.*

flaunty (ฟลอน' ที) *adj.* **-tier, -tiest** โอ้อวด, หยิ่ง, ยโส **-flauntily** *adv.* **-flauntiness** *n.*

flautist (ฟลอ' ทิสท) *n.* นักเป่าขลุ่ย

flavour, flavor (เฟล' เวอะ) *n.* รส, กลิ่น, รสชาติ, กลิ่นหอม, สารที่ให้กลิ่นหรือรสดังกล่าว, ลักษณะเฉพาะของบางอย่าง *-vt.* ให้กลิ่น, แต่งกลิ่น, ปรุงรส **-flavourless, flavorless** *adj.* **-flavourfully, flavorfully** *adv.* (-S. taste, savour, tastiness, character, seasoning) *-Ex. the flavour of food, the flavour of wine, Add some flavour/ flavouring to it.*

flavouring, flavoring (เฟล' เวอะริง) *n.* สิ่งที่ให้กลิ่น, สิ่งปรุงรส, ของชูรส (-S. seasoning agent) *-Ex. chocolate flavouring*

flaw (ฟลอ) *n.* รอยร้าว, มลทิน, ตำหนิ, ข้อบกพร่อง, จุดด่างพร้อย, ช่องโหว่ *-vt.* ทำให้เกิดรอยร้าว (มลทิน, ตำหนิ, ข้อบกพร่อง, จุดด่างพร้อย, ช่องโหว่) *-vi.* เป็นรอยร้าว, เกิดจุดด่างพร้อย **-flawless** *adj.* **-flawlessly** *adv.* **-flawlessness** *n.* (-S. blemish, fault, defect, disfigurement) *-Ex. a flaw in a gem, a flaw in someone's behaviour*

flax (แฟลคซ) *n.* ปอ, ป่าน, พืชจำพวก *Linum*, ใยป่าน, ใยปอ, พืชที่ใช้ทำผ้าลินิน, พืชคล้ายป่าน, สีเหลืองอ่อนปนเทา

F

F

flaxen (แฟลค' เซิน) *adj.* เกี่ยวกับหรือ คล้ายป่าน, เกี่ยวกับสีเหลืองอ่อนปนเทาของป่านหรือปอ (-S. flaxy) *-Ex. Dang's flaxen hair*

flay (เฟล) *vt.* ลอกหลัง, ถลกหนัง, ตำหนิอย่างรุนแรง, ปอกลอก, เอาทรัพย์สินไป

flea (ฟลี) *n.* หมัด, เห็บ, แมลงดูดเลือดออร์เดอร์ Siphonaptera เป็นปรสิตบนร่างสัตว์ สามารถกระโดดได้เก่งมาก, แมลงปีกแข็งที่คล้ายหมัด **-flea in one's ear** คำตำหนิ, คำด่า

fleck (เฟลค) *n.* จุด, ด่าง, ปาน, แต้ม, จำนวนเล็กน้อย, *-vt.* ทำให้เป็นจุด, แต้ม (-S. mark, speckle, spot) *-Ex. a fleck of dust, a fleck of snow, Clouds flecked the sky.*

fled (เฟลด) *vi., vt.* กริยาช่อง 2 และช่อง 3 ของ flee *-Ex. The bandits fled, but the police caught them.*

fledge (เฟลจฺ) *v.* **fledged, fledging** *-vt.* เลี้ยง (ลูกนก) จนบินได้, ประดับด้วยขนนก, ติดขนนกที่ลูกธนู *-vi.* มีขนยาวขึ้นสำหรับบิน

fledgeling, fledgling (เฟลจฺ' ลิง) *n.* ลูกนกที่เริ่มมีปีก, คนที่ไม่มีประสบการณ์ (-S. tyro)

flee (ฟลี) *v.* **fled, fleeing** *-vi.* หนี, หลบหนี, เคลื่อนที่อย่างรวดเร็ว, บิน *-vt.* หลบหนีจาก **-fleer** *n.* (-S. vanish, run away, rush, escape)

fleece (ฟลีซ) *vt.* **fleeced, fleecing** ลอกขนแกะ, ลอกขนสัตว์, ปอกลอก, รีดไถ, คลุมไปทั่ว *-n.* ขนแกะ, ขนสัตว์, ผ้าขนแกะ, ผ้าขนสัตว์, สิ่งที่มีลักษณะคล้ายขนแกะ **-fleecer** *n.* (-S. defraud, cheat, bleed)

fleecy (ฟลี' ซี) *adj.* **-ier, -iest** ซึ่งทำด้วยหรือคลุมด้วยขนแกะหรือขนสัตว์, ซึ่งคล้ายขนแกะหรือขนสัตว์ **-fleecily** *adv.* **-fleeciness** *n. -Ex. the fleecy clouds*

fleer (เฟลียร์) *vi., vt.* หัวเราะเยาะ, เยาะเย้ย, ยั่วเย้า, ดูถูก, เหยียดหยาม *-n.* การพูดเยาะเย้ย, การแสดงสีหน้าที่ดูถูก, การดูถูก **-fleeringly** *adv.* (-S. mock, deride, jeer)

fleet¹ (ฟลีท) *n.* กองเรือรบ, จำนวนหรือทั้งหมดของบริษัทเดินเรือ, กองเรือ, กองบิน, ขบวนรถยนต์

fleet² (ฟลีท) *adj.* รวดเร็ว *-vi.* เคลื่อนที่อย่างรวดเร็ว, บินผ่านไปอย่างรวดเร็ว, หายวับไป, ผ่านพ้นไปอย่างรวดเร็ว *-vt.* ทำให้เวลาผ่านไปอย่างรวดเร็ว, เปลี่ยนทิศทาง, เปลี่ยนตำแหน่ง **-fleetly** *adv.* **-fleetness** *n.* (-S. fast, swift, quick, agile -A. slow)

fleet-footed (ฟลีท' ฟุท' ทิด) *adj.* ซึ่งวิ่งได้เร็ว

fleeting (ฟลี' ทิง) *adj.* ซึ่งหายวับไป, ซึ่งผ่านไปอย่างรวดเร็ว, ชั่วคราว, ประเดี๋ยวเดียว **-fleetingly** *adv.* **-fleetingness** *n.* (-S. transient, fugitive, transitory, brief -A. abiding, lasting) *-Ex. We saw a burglar fleeing from the petrol station.*

Fleming (เฟลม' มิง) *n.* ชาว Flanders, ชาวเบลเยียมที่พูดภาษา Flemish

Flemish (เฟลม' มิช) *adj.* เกี่ยวกับ Flanders *-n.* ชาว Flanders, ชื่อภาษาราชการภาษาหนึ่งของเบลเยียม

flesh (เฟลช) *n.* เนื้อ, เนื้อที่ประกอบด้วยกล้ามเนื้อและไขมัน, เนื้อเยื่อกล้ามเนื้อและไขมัน, ความอ้วน, น้ำหนัก, ร่างกาย, มนุษย์, สิ่งมีชีวิตทั้งหลาย, ญาติพี่น้อง, ลูกในไส้, เนื้อผลไม้ *-vt.* เพิ่มรายละเอียด, ทำความสะอาดหนัง, เอาเนื้อเลี้ยง (สัตว์ล่าเนื้อ), ทำให้มีความต้องการหรือมีอารมณ์, คลุมด้วยเนื้อหรือสิ่งที่คล้ายเนื้อ, ลอกเอาเนื้อออก *-vi.* อ้วนขึ้น, มีเนื้อมีหนัง **-in the flesh** ปรากฏอยู่ต่อหน้าต่อตา (-S. muscle, tissue, obesity, human, mankind) *-Ex. The flesh of sheep is called mutton., appeared in the flesh, one's own flesh and blood*

flesh and blood ญาติพี่น้อง, ลูกในไส้, เลือดเนื้อเชื้อไข, ร่างกาย, เนื้อหนังมังสา, ความเป็นจริงแห่งโลก (-S. relatives, family, kin, blood relations)

flesh side หนังสัตว์ด้านที่ติดกับเนื้อ

flesh tights เสื้อรัดรูปสีเนื้อ (-S. fleshings)

flesh wound แผลที่เนื้อ (ไม่ถึงกระดูก)

fleshy (เฟรช' ชี) *adj.* **-ier, -iest** มีเนื้อมาก, อ้วน, ประกอบด้วยเนื้อ, คล้ายเนื้อ **-fleshiness** *n.*

fletcher (เฟรช' เชอะ) *n.* คนที่ทำลูกธนู

fleur-de-lis,fleur-de-lys (เฟลอร์ดะลี') *n., pl.* **fleurs-de-lis/fleurs-de-lys** ตราดอกไอริสเป็นเหรียญตราเครื่องอิสริยาภรณ์ของราชวงศ์ฝรั่งเศส, ดอกไอริส, ต้นไอริส

flew (ฟลู) *vi., vt.* กริยาช่อง 2 ของ fly

flex (เฟลคซฺ) *vt., vi.* งอ, โค้ง, เคลื่อนไหวโดยใช้กล้ามเนื้อ *-n.* การงอ, การโค้ง, สายไฟฟ้าที่งอได้, สายที่งอได้, แถบที่งอได้ (-S. tilt, bend, angle, crook, bow -A. straighten) *-Ex. to flex the finger, to flex a muscle*

flexible (เฟลค' ซะเบิล) *adj.* งอได้, งอได้ง่าย, เปลี่ยนแปลงได้, แก้ได้, ดิ้นได้, ละมุนละไม, คล่อง, พลิกแพลงได้ **-flexibility, flexibleness** *n.* **-flexibly** *adv.* (-S. supple, pliant, pliable, limber, adjustable) *-Ex. The wire was so flexible., a flexible fishing rod, Our present plans are flexible.*

flexile (เฟลค' เซิล) *adj.* ดู flexible (-S. pliant, tractable, adaptable)

flexion (เฟลค' ชัน) *n.* การงอ, การโค้ง, ตำแหน่งที่งอ, สภาพที่งอ (-S. flection)

flexitime (เฟลค' ซิไทม) *n.* ระบบจ้างแรงงานที่ให้ลูกจ้างมีความยืดหยุ่นในการเลือกช่วงเวลาทำงาน แต่ต้องทำงานให้ครบจำนวนชั่วโมงทั้งหมดที่ได้ตกลงกัน

flexor (เฟลค' เซอะ) *n.* กล้ามเนื้อที่งอข้อต่อ

flextime (เฟลคซฺ' ไทม) *n.* ดู flexitime

flexure (เฟลค' เชอะ) *n.* การงอ, การโค้ง, ความคดเคี้ยว, สภาพที่งอ, สภาพที่โค้ง, สภาพที่คดเคี้ยว, ส่วนที่งอโค้ง, ส่วนพับ, ส่วนที่คดเคี้ยว **-flexural** *adj.* (-S. curvature)

flick¹ (ฟลิค) *n.* การเคาะเบาๆ, การเฆี่ยนเบาๆ, การดีด, การกระเดาะ, การขยับอย่างรวดเร็ว, เสียงเบาๆ ที่เกิดจากการเคาะ (ตี, เฆี่ยน, ดีด) *-vt.* เคาะเบาๆ, เฆี่ยนเบาๆ, ดีด, กระเดาะ, ขยับอย่างรวดเร็ว, หวดเบาๆ *-vi.* กระตุก, สะบัด, กระพือปีก, โฉบ (-S. strike, flip, snap, waggle) *-Ex. The rider flicked his horse with his whip., Dang flicked the insect off his coat.*

flick² (ฟลิค) *n.* (คำสแลง) ภาพยนตร์

flicker[1] (ฟลิค' เคอะ) *vi., vt.* กระพือปีก, สะบัด, โฉบ, ลั่น, แลบ *-n.* แสงริบหรี่, แสงหรือเพลิงที่จวนจะดับ, การกระพือปีก, การสะบัด, การโฉบ, การลั่น, การแลบ (ลิ้น, ไฟ), สภาพที่เดี๋ยวผลุบเดี๋ยวโผล่ **-flickery** *adj.* (-S. glimmer, flash, flutter, quiver, vibrate) *-Ex. The fire flickered a few tumes and then went out., a flicker of an eyelash, A candle flickers in the wind.*

flicker[2] (ฟลิค' เคอะ) *n.* นกหัวขวานจำพวก *Colaptes auratus* (-S. woodpecker)

flied (ไฟลด) *vi.* กริยาช่อง 2 และช่อง 3 ของ fly

flier, flyer (ไฟล' เออะ) *n.* สิ่งที่บินได้ (เช่น นก, แมลง), นักบิน, ผู้โดยสารบนเครื่องบิน, ผู้ที่เคลื่อนที่ด้วยความเร็วสูง, สิ่งที่เคลื่อนด้วยความเร็วสูง, ส่วนของเครื่องจักรที่เคลื่อนด้วยความเร็วสูง, (ภาษาพูด) การลงทุนที่นอกเหนือไปจากธุรกิจประจำของตน, ขั้นบันได (-S. aviator) *-Ex. Birds and insects that have wings are fliers.*

flight[1] (ไฟลท) *n.* การบิน, ลักษณะการบิน, ความสามารถในการบิน, ระยะทางที่บิน, ฝูงบิน, ตารางการบิน, สายการบิน, การบินในอวกาศ, กองบินน้อย, ขั้นบันได, การบินย้ายถิ่นของนก, การเคลื่อนที่อย่างรวดเร็ว *-vi.* บินเป็นฝูง, อพยพเป็นฝูง *-Ex. a zigzag flight, the flight of time, a flight of geese*

flight[2] (ไฟลท) *n.* การหนี, การจากไปอย่างเร่งรีบ **-put to flight** บังคับให้หนี **-take flight, take to flight** ล่าถอย, หนี (-S. fleeing, exodus, decamping)

flighty (ไฟล' ที) *adj.* **-ier, -iest** เปลี่ยนใจง่าย, เหลาะแหละ, ไม่แน่นอน, ไม่รับผิดชอบ, จิตฟุ้งซ่าน **-flightily** *adv.* **-flightiness** *n.* (-S. unstable, frivolous, fickle, changeable, unsteady)

flimsy (ฟลิม' ซี) *adj.* **-sier, -siest** ไม่มั่นคง, บอบบาง, อ่อนกำลัง, อ่อนแอ, ไม่เพียงพอ, ไม่มีประสิทธิภาพ *-n., pl.* **-sies** กระดาษบางใช้สำหรับทำสำเนาข้อความที่เขียนบนกระดาษนั้น, สำเนา **-flimsily** *adv.* **-flimsiness** *n.* (-S. weak, inadequate, unsteady, slight, delicate, trifling -A. substantial, strong) *-Ex. The cloth in Dang's dress is flimsy., Tissue paper is flimsy., a flimsy excuse*

flinch (ฟลินช) *vi.* ถอย, หด, ผงะ, ถอยหนี, หดตัวด้วยความประหลาดใจหรือความเจ็บปวด *-n.* การถอย, การหด *-Ex. When the man started to hit the horse, it flinched., Somchai flinches at the sight of blood.*

fling (ฟลิง) *v.* **flung, flinging** *-vt.* เหวี่ยง, ขว้าง, โยน, ทุ่ม, สลัดทิ้ง, โผ, โผน, โถม, กราดสายตา, ผลัก *-vi.* โผ, โผน, โถม *-n.* การเหวี่ยง (ขว้าง, โยน, ทุ่ม, สลัด, ทิ้ง, โผ, โผน, กราดสายตา, ผลัก), ระบำหรือการเต้นรำแบบเหวี่ยงแขนขาของสกอต, (ภาษาพูด) ความพยายาม **-at one fling** ประเดี๋ยวเดียว **-take a fling at** ลองทำ **-flinger** *n.* (-S. throw suddenly, cast, hurl, launch, propel) *-Ex. Udom flings darts at the dartboard., fling out of a room, Sawai gave his hat a fling in the air.,The party was in full fling.*

flint (ฟลินท) *n.* หินไฟ, หินเหล็กไฟ, หินกระทบให้เกิดประกายไฟ

flintlock (ฟลินท' ลอค) *n.* ไกปืนของปืนคาบศิลาประกอบด้วยชิ้นหินเหล็กไฟที่จะไปกระทบชนวนท้ายกระสุนปืน, ปืนคาบศิลา (-S. gunlock)

flintlock

flinty (ฟลิน' ที) *adj.* **-ier, -iest** ซึ่งประกอบด้วยหรือคล้ายหินเหล็กไฟ, ซึ่งแข็งเหมือนหินเหล็กไฟ, ทารุณ, เข้มงวด, ไร้ความปรานี, โหดร้าย **-flintily** *adv.* **-flintiness** *n.* (-S. hard, obdurate) *-Ex. The horse's hoofs struck sparks on the flinty rocks., a flinty look*

flip (ฟลิพ) *v.* **flipped, flipping** *-vt.* โยน, ดีด (เหรียญ), เหวี่ยงขึ้นในอากาศให้หมุนคว้าง, สะบัด, พลิก (ไพ่), โบก, กระตุก (เบ็ด), หวด (แส้) *-vi.* ดีดนิ้ว, โยนขึ้นไปในอากาศ, กระพือ, (คำสแลง) มีปฏิกิริยาโต้ตอบอย่างตื่นเต้น, ตีลังกา *-n.* การโยน, การดีดเหรียญ, การเหวี่ยงขึ้น, การสะบัด, การกระตุก (เบ็ด), การตีลังกา **-flip out** กลายเป็นบ้าหรือ ไร้เหตุผล, ตื่นเต้น (-S. flick, jerk, twirl, toss, pitch) *-Ex. The boys flipped a penny., On the first flip the coin landed tails up., flip (up) a coin, flip the dust from his boots, to flip the ash from a cigarette, to flip the pages of a book*

flip chart แผ่นกระดาษขนาดใหญ่ที่ถูกหนีบรวมกันไว้ที่ขอบบนของแผ่นกระดานบนขาตั้ง 3 ขา ใช้สำหรับแสดงข้อมูลหรือประชาสัมพันธ์ซึ่งสามารถฉีกกระดาษออกได้

flip-flop (ฟลิพ' ฟลอพ) *n.* การตีลังกากลับ, เสียงดังกระทบไปมา, เสียงดังเตาะแตะ, (ภาษาพูด) การเปลี่ยนทิศไปทางทิศตรงกันข้ามอย่างฉับพลัน, รองเท้าแตะ

flippant (ฟลิพ' เพินท) *adj.* ทะลึ่ง, ทะเล้น, ไม่จริงจัง, ซึ่งเป็นการหยอกเล่น, ไร้มารยาท **-flippancy** *n.* **-flippantly** *adv.* (-S. frivolous, superficial, offhand, disrespectful) *-Ex. Somchai was annoyed by her flippant answer to such an important question.*

flipper (ฟลิพ' เพอะ) *n.* ครีบกว้าง (ของแมวน้ำหรือปลาวาฬ), แผ่นยางตีนเป็ดของนักประดาน้ำ

flipperty-flopperty (ฟลิพ' เพอที ฟลอพ' เพอที) *adj.* ห้อยย้อย, ลดต่ำลง, หย่อนยาน, หุบลง

flip side (ภาษาพูด) ด้านหลัง ด้านหลังของแผ่นเสียง

flirt (เฟลิร์ท) *vi.* จีบ, พูดจาเกี้ยว, ทำเล่นๆ, เคลื่อนอย่างกระตุกหรือสั้น, สะบัด, โบก *-vt.* โยนทิ้ง, สะบัด, ทิ้ง, ดีดทิ้ง, แกว่ง, โบก, กระดิก, เคลื่อนที่อย่างรวดเร็ว *-n.* ผู้ที่พูดจาเกี้ยว, การขว้างทิ้ง, การกระตุก, การโถม, การพุ่ง (-S. toy with, trifle with, coquet) *-Ex. Udom flirted with all the girls by telling them how beautiful they were., No boys take Danai seriously because they know he is a flirt., to flirt with an opionion, The dancer flirted her skirts as she whirled about.*

flirtation (เฟลิร์เท' ชัน) *n.* การจีบ, การพูดจาเกี้ยวพาราสี, การเคลื่อนอย่างกระตุกหรือสั้น, การรักเล่นๆ (-S. dalliance, coquetry)

flirtatious (เฟลิร์เท' เชิส) *adj.* เจ้าชู้, ชอบพูดจาเกี้ยวพาราสี, เกี่ยวกับการเคลื่อนอย่างกระตุกหรือสั้น **-flirtatiously** *adv.* **-flirtatiousness** *n.* (-S. coquettish, provocative, amorous)

flit (ฟลิท) *v.* **flitted, flitting** *-vi.* โผ, โถม, โฉบ, บินวับไป, ผ่านไปแวบเดียว, ผ่านไปอย่างรวดเร็ว, จากไป, ย้ายถิ่น, โยกย้าย *-vt.* ขจัด, เอาออก *-n.* การเคลื่อนผ่านไปอย่างรวดเร็ว, (ภาษาพูด) คนที่ทำตัวแปลกๆ (-S. dart, whisk, flitter, flutter) *-Ex. The bird flitted from branch to branch.*

F

flitch (ฟลิช) *n.* เนื้อเบคอน, เนื้อปลาเฮลิบัต, แผ่นกระดานตัดตามแนวยาวของต้นไม้, แผ่นไม้หลายๆ แผ่นที่นำมาต่อกันเป็นชิ้นเดียวกัน *-vi.* ตัดเป็นแผ่นๆ

flitter[1] (ฟลิท' เทอะ) *vt., vi.* โฉบ, กระพือปีก, บินไปมาอย่างรวดเร็ว, ทำๆ หยุดๆ, เต้นๆ หยุดๆ, สั่นเทา

flitter[2] (ฟลิท' เทอะ) *n.* ผู้โผ, ผู้โฉบ, สิ่งที่บินวับไป, สิ่งที่ผ่านไปอย่างรวดเร็ว

float (โฟลท) *vi.* ลอย, ล่องลอย, ปลิวสะบัด, ลอยน้ำ, เคลื่อนตัวไปมา, เคลื่อนตัวลงอย่างแผ่วเบา, ขึ้นลงอย่างอิสระ (อัตราการเปลี่ยนเงินตรา) *-vt.* ทำให้ลอย, ทำให้ล่องลอย, ท่วม, ทำให้ล่องมาตามน้ำ, ปล่อย, ลงมือเริ่มโครงการ, ขายหุ้น, ขึ้นลงอย่างอิสระ (อัตราแลกเปลี่ยนเงินตรา) *-n.* สิ่งที่ลอย, สิ่งที่ล่องลอย, ทุ่น, การลอย, การทำให้ลอย, การกู้เรือ, การเริ่มลงมือ, การเริ่มโครงการ, ไม้ก๊อกลอยที่ติดเหยื่อปลา, รถโฆษณาที่นำสินค้าออกแสดง, รถแห่, อุปกรณ์ที่ทำให้ผิวหน้าปูนเรียบ, เครื่องดื่มที่เสิร์ฟพร้อมไอศกรีม, การปล่อยให้อัตราแลกเปลี่ยนเงินตราขึ้นลงอย่างอิสระ **-floatable** *adj.* (-S. afloat, drift, launch) *-Ex. Dust floats in the air., The child floated the boat in his bath., float a company*

floatation (โฟลเท' ชัน) *n.* การลอย, การเริ่มโครงการ, การก่อตั้งกิจการ, การแยกสารให้บริสุทธิ์ (-S. flotation)

floating (โฟล' ทิง) *adj.* ซึ่งลอยอยู่, ซึ่งล่องลอยอยู่, ซึ่งเคลื่อนจากที่เดิม, ซึ่งโยกย้ายถิ่นที่อยู่, ไม่คงที่, ที่ลงทุนชั่วคราว, เกี่ยวกับอวัยวะส่วนที่เคลื่อนไหวได้ (-S. unsteady, buoyant, drifting, sailing, variable)

flocculent (ฟลอค' คิวเลินทฺ) *adj.* เป็นก้อนปุย, มีลักษณะเป็นปุย, คล้ายขนแกะ **-flocculence** *n.* **-flocculently** *adv.*

flock[1] (ฟลอค) *n.* ฝูง, โขยง, กลุ่ม, หมู่, ผู้คนจำนวนมาก, ฝูงชน, กลุ่มก้อน *-vi.* รวมกลุ่ม, จับกลุ่ม, ออ (-S. herd, group, brood, company, collection, convey) *-Ex. a flock of sheep, A crowd of people flocked to the town hall to hear the speaker., A minister visits the sick of his flock., People flocked to the exhibit.*

flock[2] (ฟลอค) *n.* ปุยขน, กระจุกขน, ปอยขน, สิ่งที่นอนก้นที่มีลักษณะเป็นปุย *-vt.* ยัดด้วยปุยขน, คลุมด้วยปุยขน

floe (โฟล) *n.* แผ่นน้ำแข็งลอยที่กว้างใหญ่, ก้อนน้ำแข็งลอยที่แยกออกจากแผ่นดังกล่าว

flog (ฟลอก) *vt.* **flogged, flogging** ตี, เฆี่ยน, หวด, (ภาษาพูด) ด่าว่า **-flogger** *n.* (-S. whip, lash, flay)

flood (ฟลัด) *n.* น้ำท่วม, อุทกภัย, การไหลบ่าของกระแสน้ำ, น้ำขึ้น, ไฟส่องที่จ้ามากที่มีลำแสงกว้าง *-vt.* ท่วม, เต็มไปด้วย, น้ำขึ้น, สองแสงจ้า *-vi.* ท่วม, ไหลบ่า **-the Flood** น้ำท่วมโลกตามพระคัมภีร์ไบเบิล (-S. inundation, deluge, torrent, profusion, overabundance) *-Ex. a flood of ideas, a flood of tears, The long, heavy rains flooded the countryside.*

floodlight (ฟลัด' ไลทฺ) *n.* แสงสว่างที่จ้ามาก และมีลำแสงกว้างใหญ่, หลอดไฟส่องที่มีลำแสงที่กว้างและจ้ามาก *-vt.* **-lighted/-lit, -lighting** ส่องไฟที่มีลำแสงกว้างและจ้ามาก *-Ex. to floodlight a football field*

floor (ฟลอร์) *n.* พื้น, พื้นห้อง, ก้น (ทะเล, ถ้ำ, น้ำ), ชั้นอาคาร, ชั้นต่ำสุด, ชั้นพื้นฐาน *-vt.* ปูพื้น, ทำให้ล้มลง, ทำให้สับสน, ทำให้งง **-take the floor** อภิปราย (-S. level, story, stage)

flop (ฟลอพ) *v.* **flopped, flopping** *-vi.* ล้มลงอย่างกะทันหันและเกิดเสียงดัง, (ภาษาพูด) ล้มเหลว, เปลี่ยนอย่างกะทันหัน, เดินลงส้นหนัก, (คำสแลง) เข้านอน *-vt.* วางลงด้วยเสียงดัง *-n.* การล้มลงอย่างกะทันหัน, การวางลงอย่างกะทันหัน, การเปลี่ยนอย่างกะทันหัน, (ภาษาพูด) ความล้มเหลว **-flopper** *n.* (-S. thud, bump, collapse, slump, droop -A. flourish, succeed) *-Ex. The fish flopped about in the net., to flop the pages of a book*

floppy disk แผ่นแม่เหล็กบันทึกข้อมูลแบบบางซึ่งใช้เก็บข้อมูลทางคอมพิวเตอร์

flora (ฟลอร์' ระ) *n., pl.* **floras/florae** พืชของเขตหนึ่งโดยเฉพาะ, ระบบพืชของเขตหนึ่งโดยเฉพาะ, จุลชีพที่อาศัยอยู่ในอวัยวะบางส่วน

floral (ฟลอร์' รัล) *adj.* เกี่ยวกับหรือประกอบด้วยดอกไม้, เกี่ยวกับเทพเจ้าแห่งบุปผา **-florally** *adv. -Ex. a floral agreement, a floral print, floral designs*

florescence (ฟลอเรส' เซินซฺ) *n.* ระยะเวลาที่ดอกไม้บาน **-florescent** *adj.*

floriculture (ฟลอร์' ริคัลเชอะ) *n.* การปลูกดอกไม้, การปลูกพืชดอก **-floricultural** *adj.* **-floriculturist** *n.*

florid (ฟลอร์' ริด) *adj.* แดง, คล้ายดอกไม้, ประดับมากเกินไป, หรูหรา, เต็มไปด้วยดอกไม้ **-floridness** *n.* **-floridly** *adv.* (-S. overdecorated, gaudy, overelaborate, ornate, verbose -A. simple, plain, unadorned)

Florida (ฟลอร์' ริดะ) รัฐฟลอริดาของสหรัฐอเมริกา **-Floridian, Floridan** *adj., n.*

florist (ฟลอร์' ริสทฺ) *n.* คนขายดอกไม้ พืชไม้ดอกและพืชไม้ประดับ **-floristry** *n.* **-floristic** *adj.*

floss (ฟลอส) *n.* เส้นใยไหม, ขี้ไหม, ไหมจุรี, เส้นใยที่คล้ายไหม, เส้นชำระร่องฟัน *vi., vt.* ทำความสะอาดด้วยไหมขัดฟัน **-flosser** *n.* (-S. floss silk)

flossy (ฟลอส' ซี) *adj.* **-ier, -ies** เกี่ยวกับเส้นใยไหม, เกี่ยวกับขี้ไหม, เกี่ยวกับเส้นใยที่คล้ายไหม, ฟู, เป็นปุยนิ่ม, หรูหรา, ทันสมัย

flotage, floatage (โฟล' ทิจ) *n.* การลอยตัว, สิ่งที่ลอยตัวได้

flotation (โฟลเท' ชัน) *n.* การลอย, การปล่อย, การเริ่มโครงการ, การแยกสารให้บริสุทธิ์

flotilla (โฟลทิล' ละ) *n.* กองเรือรบขนาดเล็ก, กองเรือรบที่ประกอบด้วยเรือเล็ก

flotsam (โฟลท' เซิม) *n.* ซากเรืออับปางและสินค้าที่ลอยอยู่, คนที่สิ้นเนื้อประดาตัว (-S. wreckage, remains, debris)

flounce[1] (เฟลานฺซฺ) *vi.* **founced, founcing** ขยับตัว, โยกตัว, สะบัดตัว, กระฟัดกระเฟียด, เดินส่ายตัว *-n.* การกระทำดังกล่าว

flounce[2] (เฟลานฺซฺ) *n.* จีบกระโปรง, ผ้าจีบ, รอยจีบ, ลายหยักขอบกระโปรง *-vt.* **founced, founcing** เย็บรอยจีบหรือลายหยัก

flounder[1] (เฟลานฺ' เดอะ) *vi.* ดิ้น, ดิ้นรน, บากบั่น, ตะเกียกตะกาย *-n.* การดิ้นรน, การบากบั่น, การตะเกียกตะกาย *-Ex. Dang floundered about in the water after he fell in.*

flounder[2] (เฟลานฺ' เดอะ) *n., pl.* **-der/-ders** ปลาทะเลตัวแบนตระกูล Bothidae และ Pleuronectidae

flour (เฟลา' เออะ) *n.* แป้ง, แป้งหมี่, แป้งข้าว, ผงละเอียดอ่อน *-vt.* ทำให้เป็นแป้ง, บดให้ป่นเป็นแป้ง, โรยแป้ง, ลงแป้ง *-Ex. The cook floured the crab before he fried it.*

flourish (ฟลอร์' ริช) *vi.* เจริญ, รุ่งเรือง, เฟื่องฟู, มั่งคั่ง, งอกงาม, โอ้อวด *-vt.* แกว่ง, โบก, เดินอวด, ประดับหรูหรา *-n.* การแกว่ง, การโบก, การแสดงโอ้อวด, สำนวนสละสลวย, การประดับด้วยลายดอกไม้, ภาวะที่เจริญรุ่งเรือง **-flourishing** *adj.* **-flourisher** *n.* (-S. prosper, thrive, twirl, bloom, blossom, grow) *-Ex. Mango trees flourish in warm climates, a flourish of trumpets, Business flourished last year., a flourish of flags*

floury (เฟลาร์' เออรี) *adj.* เกี่ยวกับหรือคล้ายแป้ง, ซึ่งปกคลุมด้วยแป้ง

flout (เฟลาท) *vt.* เยาะเย้ย, ดูหมิ่น, หมิ่นประมาท, เหยียดหยาม *-vi.* แสดงการเยาะเย้ย, แสดงการดูหมิ่น *-n.* การเยาะเย้ย, การดูหมิ่น, คำพูดที่เยาะเย้ยหรือดูหมิ่น **-flouter** *n.* **-floutingly** *adv.* (-S. mock, gibe at, disdain, deride) *-Ex. The girl flouted her teacher's advice.*

flow (โฟล) *vi.* ไหล, ไหลเวียน, ออกจาก, หลั่ง, ดำเนินไปอย่างราบรื่นและติดต่อกัน, เต็มไปด้วย, ขึ้น, โบกสะบัด *-vt.* ทำให้ไหล, ท่วม, ไหลบ่า *-n.* การไหล, การไหลเวียน, สิ่งที่ไหล, กระแสน้ำ, การไหลบ่า, การหลั่ง, การมีประจำเดือน, การเคลื่อนตัวของพลังงาน **-flowingly** *adv.* (-S. move, circulate, stream, issue) *-Ex. The river flows into the lake., The crowd flowed out of the theatre., Many people are flowing into the grounds., a big flow of oil*

flower[1] (เฟลา' เออะ) *n.* ดอกไม้, พืชดอก, พืชที่ออกดอก, การออกดอก, การบานของดอกไม้, สิ่งประดับด้วยดอกไม้, ระยะที่รุ่งเรืองหรืองดงามที่สุด, ตัวอย่างที่ดีที่สุด, ผลิตภัณฑ์ที่ดีที่สุด *-vi.* ให้ดอก, เจริญเติบโตเต็มที่ *-vt.* ปกคลุมด้วยดอกไม้, ประดับด้วยดอกไม้ **-flowers** ผงเคมีที่ละเอียด **-flowerless** *adj.* **-flowerlike** *adj.* (-S. bloom, blossom, peak, zenith, choicest) *-Ex. flowers and vegetables, the flower of, in the flower of his youth*

flower[2] (เฟลา' เออะ) *n.* บุปผาชนของกลุ่มฮิปปี้ ที่ใช้ดอกไม้เป็นสัญลักษณ์แห่งความรักและความสงบ

flowerer (เฟลา' เออะเรอะ) *n.* พืชที่ออกดอกในช่วงเวลาหนึ่งหรือแบบหนึ่งโดยเฉพาะ

flowery (เฟลา' เออะรี) *adj.* **-ier, -iest** ซึ่งปกคลุมหรือประดับด้วยดอกไม้, เป็นลายดอก, มีดอกมาก, เป็นสำนวนสละสลวย, คล้ายดอกไม้ **-flowerily** *adv.* **-floweriness** *n.* (-S. floral, ornate, elaborate, bombastic) *-Ex. a flowery garden, a flowery speech*

flowing (โฟล' อิง) *adj.* ซึ่งไหล, หลั่งไหล, ไปคล่องแคล่ว, ไปอย่างราบรื่น, ย้อย, อุดมสมบูรณ์, มีมากเกิน **-flowingly** *adv.* (-S. facile, drifting, smooth)

flown[1] (โฟลน) *vi., vt.* กริยาช่อง 3 ของ fly *-Ex. The geese have flown south.*

flown[2] (โฟลน) *adj.* มีมากเกิน

fl. oz. ย่อจาก fluid ounce หน่วยการวัดปริมาตรของเหลวในหน่วยออนซ์

flu ย่อจาก influenza ไข้หวัดใหญ่

fluctuate (ฟลัค' ชูเอท) *v.* **-ated, -ating** *-vi.* ผันแปร, ขึ้นๆ, ลงๆ, แกว่งไปมา, เปลี่ยนแปลง *-vt.* ทำให้ผันแปร, ทำให้ขึ้นๆ ลงๆ, ทำให้เปลี่ยนแปลง **-fluctuant** *adj.* (-S. waver, alternate, oscillate)

fluctuation (ฟลัคชูเอ' ชัน) *n.* การผันแปร, การขึ้นๆ ลงๆ, การเปลี่ยนแปลง, ความเป็นคลื่น, การแกว่งไปมา (-S. variation, oscillation, vacillation, wavering)

flue (ฟลู) *n.* ปล่องควัน, ท่ออากาศ, ท่อไอน้ำร้อน, ช่องเป่าลมของปี่ (-S. passage, duct, channel)

fluent (ฟลู' เอินท) *adj.* ซึ่งพูดหรือเขียนได้อย่างคล่องแคล่ว, ราบรื่น, ง่าย, หลั่งไหล **-fluency** *n.* **-fluently** *adv.* (-S. articulate, eloquent, smooth, flowing, easy -A. halting, uneven)

fluff (ฟลัฟ) *n.* สิ่งที่นิ่มและเบา, ก้อนปุยนิ่มและเบา, ขนอ่อน, (ภาษาพูด) ความผิดพลาด, สิ่งที่ไร้ค่า *-vt.* ทำให้เป็นปุย, สลัดขน, (ภาษาพูด) ทำให้เสียหาย *-vi.* เป็นปุย, (ภาษาพูด) ทำผิดพลาด (-S. fuzz, lint, pile, mistake) *-Ex. Grandmother fluffs up the pillows., Soft feathers, bits of cotton, wool, etc, are fluff.*

fluffy (ฟลัฟ' ฟี) *adj.* **-ier, -iest** เป็นปุยเบาและนิ่ม, เต็มไปด้วยปุย, คล้ายขนอ่อน, เป็นกระเชิง, เหลาะแหละ **-fluffily** *adv.* **-fluffiness** *n.* (-S. feathery) *-Ex. a fluffy hair, a fluffy dog*

fluid (ฟลู' อิด) *n.* ของเหลว, ของไหล, สิ่งที่ไหลได้ *-adj.* เกี่ยวกับของเหลว, ซึ่งไหลได้, เกี่ยวกับสารที่เปลี่ยนรูปได้ง่าย, ซึ่งเปลี่ยนแปลงได้ง่าย, ไม่แน่นอน, ไม่มั่นคง **-fluidity, fluidness** *n.* **-fluidly** *adv.* (-S. flowing substance, liquid, solution)

fluke[1] (ฟลูค) *n.* ส่วนที่เป็นเงี่ยงของสมอเรือหรือฉมวก, เงี่ยงเบ็ด, ส่วนปลายรูปสามเหลี่ยมของหางปลาวาฬ (-S. barb)

fluke[1]

fluke[2] (ฟลูค) *n.* โชคดีอย่างไม่คาดคิด, ฟลุก, ความโชคดีโดยบังเอิญ, การได้แต้มโดยบังเอิญ (-S. godsend, lucky stroke)

flume (ฟลูม) *n.* ร่องน้ำแคบและตื้น, รางน้ำไหลที่แคบและตื้น *-vt.* **flumed, fluming** ขนส่งโดยทางร่องน้ำหรือรางน้ำไหลที่แคบและตื้น

flummox (ฟลัม' มัคซฺ) *vt.* (คำสแลง) ทำให้ยุ่งใจ ทำให้งง

flung (ฟลัง) *vt., vi.* กริยาช่อง 2 และช่อง 3 ของ fling *-Ex. The boy flung a pebble into the pond.*

flunk (ฟลังคฺ) *vi.* (ภาษาพูด) ล้มเหลว สอบตก *-vt.* (ภาษาพูด) สอบตก ทำคะแนนไม่ผ่าน (-S. fail)

flunky, flunkey (ฟลัง' คี) *n., pl.* **-ies/-eys** สุนัขรับใช้ตัวผู้, บริวารที่เป็นชาย, ทาสรับใช้, ผู้ประจบสอพลอ

fluor (โฟล' เออะ) *n.* แร่ฟลูออไรต์

fluorescence (ฟลูเรส' เซินซฺ) *n.* การเรืองแสง, คุณสมบัติในการเรืองแสง, รังสีที่ปล่อยออกจากการเรืองแสง **-fluoresce** *vi.*

fluorescent (ฟลูเรส' เซินทฺ) *adj.* ซึ่งเรืองแสง *-n.* ตะเกียงเรืองแสง

fluorescent lamp หลอดไฟฟ้ามีแสงที่เกิดจากการเรืองแสงจากสารเรืองแสงที่ฉาบไว้ข้างในหลอด

fluoridate (ฟลู' ออริเดท) *vt.* **-dated, -dating** ใส่สารประกอบฟลูออรีนเข้าไปในน้ำดื่มเพื่อลดฟันผุ **-fluoridation** *n. -Ex. to fluoridate water to reduce tooth decay*

fluorination (ฟลูริเน' ชัน) *n.* ปฏิกิริยาเคมีที่เกิดจากการใส่ฟลูออรีนเข้าไปในสารประกอบ

fluoride (ฟลู' อะไรดฺ) *n.* สารประกอบฟลูออรีนกับธาตุอื่นๆ

fluorine (ฟลู' อะรีน) *n.* ธาตุที่อยู่ในสถานะก๊าซมีสีเหลืองอ่อน เป็นก๊าซพิษ ใช้สัญลักษณ์ F

flurry (เฟลอ' รี) *n., pl.* **-ries** หิมะที่ตกปรอยๆ, ฝนตกลงมาอย่างประปราย, ความตื่นเต้นหรืองงงวยที่เกิดขึ้นอย่างกะทันหัน, ความเกรียวกราว, ความหวั่นไหวของตลาดหุ้น, ลมที่พัดมาอย่างกะทันหัน *-v.* **-ried, -rying** *-vt.* ทำให้ยุ่งใจ, ทำให้ตื่นเต้น *-vi.* ตกลงมา (-S. fluster, shower, burst, disturbance) *-Ex. a flurried manner, Mother was flurried with the many preparations for her party.*

flush^{1} (ฟลัช) *n.* อาการหน้าแดง, การไหลทะลัก, การไหลพุ่ง, ความตื่นเต้นหรือมีอารมณ์ที่เกิดขึ้นมาอย่างกะทันหัน, กำลังวังชา, ความกระชุ่มกระชวย, การแตกหน่อของพืช, ระยะที่มีไข้, การทำความสะอาดด้วยน้ำ *-vt.* หน้าแดงขึ้น, ทำให้หน้าแดงขึ้น, ท่วม, ล้างด้วยน้ำที่ไหลพุ่ง, ทำให้ตื่นเต้น *-vi.* หน้าแดงขึ้น, แดงขึ้น, ไหลพุ่ง, ไหลทะลัก, ทำความสะอาดด้วยน้ำ *-adj.* ราบ, เรียบ, ที่ติดต่อกัน, โดยตรง, อุดมสมบูรณ์, เต็มไปด้วย, แดงเรื่อ, หน้าแดง, เต็มไปด้วยกำลังวังชา, แข็งแรง, มีชีวิตชีวา *-adv.* ในระดับเดียวกัน, เป็นแนวราบ, โดยตรง **-flusher** *n.* **-flushness** *n. -Ex. The girl flushed when the young man complimented her., The team was flushed with victory., to flush out a pipe*

flush^{2} (ฟลัช) *vt.* ทำให้ตื่นตกใจและบินหนี, ทำให้ตื่นตกใจ, ไล่นก *-vi.* บินหนี *-n.* นกที่บินหนี, กลุ่มนกที่บินหนี

flush^{3} (ฟลัช) *n.* ไพ่ชุดเดียว, ไพ่ชุดเดียว 5 ใบ

fluster (ฟลัส' เทอะ) *vt.* ทำให้งงงวย, ทำให้ยุ่งใจ, ทำให้มึนเมา, ทำให้สลึมสลือ *-vi.* งงงวย, สลึมสลือ *-n.* ความตื่นเต้น, ความยุ่งยากใจ (-S. flurry, upset, disturb, agitate, confound)

flute (ฟลูท) *n.* ขลุ่ย, สิ่งที่มีลักษณะคล้ายขลุ่ย, แก้วไวน์ทรงสูง *-v.* **fluted, fluting** *-vi.* ทำให้เกิดเสียงขลุ่ย, เป่าขลุ่ย *-vt.* ขับร้องเสียงคล้ายขลุ่ย, เป่าขลุ่ย, ทำให้เกิดร่อง

fluting (ฟลูท' ทิง) *n.* การเป่าขลุ่ย, เสียงเป่าขลุ่ย, ร่อง, ราง, การทำร่องหรือราง, การตกแต่งโดยใช้วัสดุรูปทรงกระบอก

flutist (ฟลูท' ทิสทฺ) *n.* คนเป่าขลุ่ย (-S. flautist)

flutter (ฟลัท' เทอะ) *vi.* กระพือปีก, ตีปีก, เคลื่อนไปมาอย่างรวดเร็ว, สั่นระริก, (ใจ) สั่น, เต้นไม่สม่ำเสมอ *-vt.* กระพือปีก, ตีปีก, ทำให้กระวนกระวายใจ, ทำให้ยุ่งยากใจ *-n.* การกระพือปีก, ความตื่นเต้น, ความกระวนกระวายใจ, การสั่นระริก, การเล่นพนันเพื่อสนุก **-flutterer** *n.* (-S. wave, flap, flitter, flit, shake) *-Ex. The clothes flutter on the clothes-line., The crowd was in a flutter.*

fluvial (ฟลู' เวียล) *adj.* เกี่ยวกับแม่น้ำ, พบในแม่น้ำ, เกิดขึ้นในแม่น้ำ (-S. fluviatile)

flux (ฟลัคซฺ) *n.* ท้องร่วง, โรคบิด, การไหล, การเปลี่ยนแปลงอยู่ตลอดเวลา, อัตราการไหลของของเหลวอนุภาคหรือพลังงาน, ความหวั่นไหว *-vt.* ทำให้ละลาย, ทำให้เป็นของเหลว, ถ่าย, ระบาย *-vi.* ละลาย, ไหล (-S. change, flow, instability -A. rest)

fly^{1} (ไฟลฺ) *v.* **flew, flown, flying** *-vi.* บิน, ขับ (เครื่องบิน), เหาะ, ปลิว, ล่องลอยในอากาศ, เคลื่อนที่ไปในอากาศหรืออวกาศโดยเครื่องบิน จรวดหรือดาวเทียม, เคลื่อนที่อย่างรวดเร็วและกะทันหัน, หนี, หลบหนี, ผ่านไปอย่างรวดเร็ว, ระเบิด, **flied, flying** (บาสเกตบอล) ตบลูกขณะที่ลูกลอยขึ้น *-vt.* ทำให้ล่องลอยในอากาศ, ชักว่าว, ขับ (เครื่องบิน, เรือบิน, ยานอวกาศ), ขนส่งทางอากาศ, หนี *-n., pl.* **flies** การบิน, การขับ (เครื่องบิน), การเหาะ, การปลิว, การล่องลอยในอวกาศ, ช่วงระยะการบิน, แถบ เสื้อที่ปิดคลุมกระดุม, ผ้าเต็นท์, ผ้ากระโจม, กระดาษปะหน้าและหลังของหนังสือ **-flyable** *adj.* (-S. flutter, wing, travel by air, take flight, flee, bolt)

fly^{2} (ไฟลฺ) *n., pl.* **flies** แมลงวัน, แมลงปีกคู่ออร์เดอร์ Diptera (โดยเฉพาะแมลงตระกูล Muscidae เช่นแมลงวัน), แมลงปลอมที่ใช้เป็นเหยื่อล่อปลา

fly^{2}

fly^{3} (ไฟลฺ) *adj.* **flier, fliest** ฉลาด, หลักแหลม, มีไหวพริบ, คล่องแคล่ว, ว่องไว, (คำสแลง) ทันสมัย มีเสน่ห์ (-S. sharp, quick)

flycatcher (ไฟลแคช' เชอะ) *n.* นกตระกูล Muscicapidae ชอบจับแมลงในอากาศกินเป็นอาหาร, นกตระกูล Tyrannidae

fly-fish (ไฟล' ฟิช) *vi.* ตกปลาด้วยเหยื่อล่อปลา (คล้ายแมลง) **-fly-fishing** *n.*

flying (ไฟล' อิง) *adj.* เกี่ยวกับการบิน, ล่องลอย, เหมือนบิน, ที่แกว่งไปมา, ที่ปลิว, ที่สะบัด, ที่เคลื่อนที่อย่างรวดเร็ว, แพร่กระจาย, เร่งรีบ, สั้น, ชั่วประเดี๋ยว *-n.* การบิน (-S. speedy, swift, fluttering, hasty)

flying fish ปลาบินเป็นปลาตระกูล Exocoetidae สามารถบินทวนกระแสน้ำ

flying saucer จานบินที่เชื่อว่ามาจากนอกโลก

flyover (ไฟล' โอเวอะ) *n.* สะพานข้ามถนน

flyweight (ไฟล' เวท) *n.* นักมวยรุ่นที่มีน้ำหนักต่ำสุด (ไม่เกิน 112 ปอนด์หรือ 51 กิโลกรัม), นักกีฬาที่มีน้ำหนักไม่เกิน 112 ปอนด์, สิ่งที่มีขนาดเล็กหรือเบาหรือไม่สำคัญ

flywheel (ไฟล' วีล) *n.* ล้อเฟืองที่ติดอยู่กับข้อเหวี่ยงเพื่อเพิ่มแรงเหวี่ยงและความเร็วของเครื่องยนต์, ล้อช่วยแรง

FM ย่อจาก frequency modulation การเปลี่ยนแปลงความถี่

foal (โฟล) *n.* ลูกม้าหรือลูกลา (โดยเฉพาะที่มีอายุต่ำกว่า 1 ปี) *-vt., vi.* คลอด, ออกลูก (-S. filly, pony)

foam (โฟม) *n.* ฟอง, ฟองเหงื่อ, ฟองน้ำลาย (เช่น ในคนที่เป็นโรคกลัวน้ำหรือโรคลมบ้าหมู), ฟองที่เกิดจากการฉีดน้ำยาดับเพลิง, ฟองน้ำ, ทะเล *-vi.* เกิดฟอง, ปล่อยฟอง *-vt.* ทำให้เกิดฟอง **-foamless** *adj.* **-foamy** *adj.* (-S. froth, effervescence, bubble, fizz) *-Ex. the foam on top of the liquid, The sea foams during storms.*

fob[1] (ฟอบ) *n.* สายห้อยนาฬิกาที่เอว และใส่ไว้ในกระเป๋ากางเกง, กระเป๋านาฬิกาที่กางเกง

fob[2] (ฟอบ) *vt.* **fobbed, fobbing** โกง, หลอกลวง

FOB, f.o.b. ย่อจาก free on board ไม่คิดค่าส่งสินค้าลงเรือ (ขึ้นรถหรือเครื่องบิน), ส่งถึงท่า

focal (โฟ' เคิล) *adj.* เกี่ยวกับจุดโฟกัส, ที่วัดจากจุดโฟกัส **-focally** *adv.* **-focalize** *vt.* **-focalization** *n.*

foci (โฟ' ไซ) *n. pl.* พหูพจน์ของ focus

focus (โฟ' เคิส) *n., pl.* **-cuses/-ci** จุดโฟกัส, จุดรวมแสง, จุดความสนใจ, จุดศูนย์รวม, จุดแรกเริ่มของโรค, จุดศูนย์กลางของแผ่นดินไหว *-v.* **-cused, -cusing/-cussed, -cussing** *-vt.* ทำให้รวมกันที่จุดหนึ่ง, ทำให้รวมแสง, เพ่งความคิด, ปรับให้ภาพชัด *-vi.* รวมกันที่จุดหนึ่ง, รวมแสง, เพ่งความสนใจ **-in focus** ชัดเจน, คมชัด **-out of focus** เฉ, เบลอ **-focuser** *n.* (-S. hub, center, core, pivot) *-Ex. focus lens of a microscope, to bring into focus, Kasorn focused her attention on studying.*

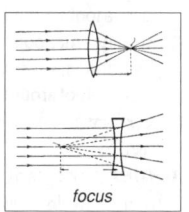

focus

fodder (ฟอด' เดอะ) *n.* อาหารปศุสัตว์, วัตถุดิบ *-vt.* เลี้ยงด้วยอาหารปศุสัตว์

foe (โฟ) *n.* ศัตรู, ผู้ที่อยู่ฝ่ายข้าศึก, ปรปักษ์, คู่ต่อสู้, ผู้หน่วงเหนี่ยว, ผู้ต่อต้าน, สิ่งที่เป็นภัย (-S. enemy, opponent, adversary)

foetus (ฟี' ทัส) *n., pl.* **-tuses** ดู fetus **-foetal** *adj.*

fog (ฟอก) *n.* หมอก, ควันหมอก, ความยุ่งเหยิงใจ, ความคลุมเครือ, ฟองจากเครื่องดับเพลิง, ความไม่คมชัดของภาพถ่าย, ฝ้ามัวของกระจกหน้ารถยนต์ เลนส์กล้องถ่ายรูปและอื่นๆ *-v.* **fogged, fogging** *-vt.* ปกคลุมด้วยหมอก, ทำให้เกิดฝ้ามัวขึ้น, ทำให้ยุ่งเหยิง, ทำให้งง *-vi.* ปกคลุมไปด้วยหมอก, ไม่ชัดเจน (-S. mist, mistiness, haze, perplexity) *-Ex. Susan was in a fog and couldn't decide what to do.*

foggy (ฟอก' กี) *adj.* **-gier, -giest** มีหมอกลง, เต็มไปด้วยหมอก, คล้ายหมอก, สลัว, ไม่ชัด, เลอะเลือน, คลุมเครือ, มีฝ้ามัว **-foggily** *adv.* **-fogginess** *n.* (-S. misty, unclear, hazy, confused -A. clear) *-Ex. It is often foggy near lakes in the morning., a foggy notion*

foghorn (ฟอก' ฮอร์น) *n.* เครื่องส่งเสียงหรือเขาสัตว์สำหรับเป่าเสียงเตือนเรือในหมอก

fogy, fogey (โฟ' กี) *n., pl.* **-gies/-geys** คนที่ทึมทึบ, คนที่มีความคิดล้าสมัย

foible (ฟอย' เบิล) *n.* ข้อบกพร่องเล็กๆ น้อยๆ, จุดอ่อน, จุดอ่อนของใบดาบที่อยู่ระหว่างปลายดาบกับกลางดาบ (-S. frailty, fault, defect)

foil[1] (ฟอยล) *vt.* ป้องกันความสำเร็จ, กีดกัน, สกัดกั้น, ทำลาย แผน, ทำให้แพ้, ทำให้สับสน *-n.* การตรวจสอบ, ร่องรอยของสัตว์, การสกัดกั้น, การหยุดยั้ง (-S. thwart, check, frustrate, baulk -A. support) *-Ex. The policeman foiled the robber's plans.*

foil[2] (ฟอยล) *n.* แผ่นโลหะบาง, กระดาษหุ้มตะกั่วที่ใช้ห่อบุหรี่, แผ่นบางฉาบปรอทหลังกระจก, โลหะที่เป็นฐานของเพชรพลอยที่เจียระไนแล้ว *-vt.* ปกคลุมด้วยกระดาษหุ้มตะกั่ว, รองรับด้วยกระดาษหุ้มตะกั่ว

foil[3] (ฟอยล) *n.* ดาบปลายทู่ชนิดหนึ่ง, การฟันดาบด้วยดาบดังกล่าว (-S. rapier, fencing)

foil[3]

foist (ฟอยซฺท) *vt.* ยัดเยียด, หลอกขาย, หลอกใส่เข้าไป, เอามาใส่ให้อย่างปกปิดหรือคดโกง (-S. sneak, insinuate, insert)

fold[1] (โฟลด) *vt.* พับ, ทบ, ห่อ, ไขว้, ปิด, ผนึก, หุ้ม, ถอดออก *-vi.* พับ, (ภาษาพูด) คว่ำไพ่ (แสดงว่าถอนตัวจากเกมนั้น), ปิด, (ภาษาพูด) ล้มเหลว *-n.* การพับ, รอยพับ, ส่วนพับ, ส่วนทบ, ส่วนไขว้ **-fold up** ล้มเหลว, ประสบความล้มเหลว **-foldable** *adj.* (-S. double, enfold, collapse, pleat, crease -A. smooth, even) *-Ex. fold a piece of paper, fold one's arms, the folds of a garment, Somsri folded the puppy in her arms.*

fold[2] (โฟลด) *n.* คอกสัตว์, โบสถ์, สมาชิกโบสถ์, กลุ่มคนที่มีคนเชื่อมั่นเหมือนกัน *-vt.* เอาเข้าคอก, ใส่คอก

-fold คำปัจจัย มีความหมายว่า เกี่ยวกับหลายส่วน

foldaway (โฟลดฺ' อะเว) *adj.* ที่ออกแบบมาเพื่อสะดวกต่อการพับเก็บ

folder (โฟล' เดอะ) *n.* เครื่องพับกระดาษ, หน้ากระดาษที่พับได้โดยไม่ต้องเย็บเล่ม, คนพับกระดาษ, ที่เก็บกระดาษเอกสาร

folding door ประตูแบบเป็นบานพับ

foliage (โฟ' ลิอิจ) *n.* ใบพืช, ใบ, กลุ่มใบ, การประดับด้วยใบ **-foliaged** *adj.*

folio (โฟ' ลีโอ) *n., pl.* **-lios** กระดาษพับสอง, หนังสือขนาดสี่หน้ายก, หนังสือขนาดใหญ่ประมาณ 12x15 นิ้ว, เลขหน้าในหนังสือ *-vt.* **-lioed, -lioing** ใส่เลขหน้า (หนังสือ) *-adj.* เกี่ยวกับกระดาษที่มีขนาดดังกล่าว

folk (โฟค) *n., pl.* **folk/folks** ประชาชน, ชาวบ้าน *-adj.* เกี่ยวกับขนบธรรมเนียมและความเชื่อของชาวบ้านหรือสามัญชน, ซึ่งกำเนิดในหมู่สามัญชน **-folks** (ภาษาพูด) คนทั่วไป สมาชิกของครอบครัว พ่อแม่ **-folkish** *adj.*

-folkishness *n.* (-S. people, population, clan, relatives) *-Ex. Our neighbours are friendly folks., Grandmother's folks came from China., a folk saying*

folk dance การเต้นรำพื้นเมือง, ระบำพื้นเมือง, ดนตรีประกอบการเต้นรำ **-folk dancer** *n.* **-folkdancing** *n.*

folklore (โฟค' ลอร์) *n.* ตำนาน, คติชาวบ้าน, ความเชื่อหรือขนบธรรมเนียมประเพณีของชาวบ้าน **-folkloric** *adj.* **-folklorist** *n.* **-folkloristic** *adj.* (-S. legend, myth, tradition)

folk medicine วิชาแพทย์แผนโบราณ, ยาพื้นบ้าน

folk song เพลงลูกทุ่ง, เพลงพื้นบ้าน

folk tale เรื่องที่เล่าลือกันมา (-S. folk story)

follicle (ฟอล' ลิเคิล) *n.* ถุงเล็กๆ, ถุงเมล็ดที่มีเซลล์เดียว, ช่องว่างในรังไข่ที่บรรจุไข่ที่สุกแล้ว **-follicular** *adj.*

follow (ฟอล' โล) *vt.* ติดตาม, ตามหลัง, ยอมตาม, ทำตาม, เดินตาม, มองตาม, ลอกตาม, เอาอย่าง, เชื่อฟัง, เนื่องมาจาก, เป็นผลสืบเนื่องจาก, ดำเนินต่อไป, เข้าใจ *-vi.* ต่อมา, เป็นผลสืบเนื่องมาจาก, รับใช้, ตามไป, เข้าใจ *-n.* การติดตาม **-follow out** ปฏิบัติตาม, ดำเนินการ **-follow up** ติดตามต่อเนื่อง, ติดตามอย่างใกล้ชิด (-S. succeed, chase, pursue, result, ensue, trail, imitate, understand -A. precede, misjudge) *-Ex. The policeman followed the thief., Sunshine followed rain., follow a leader, Page 10 follows page 9., to follow up someone's work*

follower (ฟอล' โลเออะ) *n.* ผู้ติดตาม, ผู้ตาม, บริวาร, สาวก, ลูกศิษย์, ผู้สนับสนุน, ผู้รับใช้, ผู้เลียนแบบ (-S. disciple, adherent, devotee, escort)

following (ฟอล' โลอิง) *n.* กลุ่มผู้ติดตาม, กลุ่มผู้สนับสนุน, กลุ่มผู้รับใช้ *-prep.* หลังจาก *-adj.* ซึ่งตามมา **-the following** สิ่งที่ตามมา (-S. followers, fans, supporters)

follow-up (ฟอล' โลอัพ) *n.* การติดตามอย่างใกล้ชิด, จดหมายตาม, หนังสือที่ออกตาม, ผู้ติดตามความคืบหน้า *-adj.* เกี่ยวกับการติดตามอย่างใกล้ชิด, เกี่ยวกับการปฏิบัติตามหลังสิ่งที่ได้ทำมาก่อน

folly (ฟอล' ลี) *n., -pl.* **-lies** ความโง่, ความเขลา, การกระทำที่โง่ๆ, เรื่องที่สิ้นเปลืองมากแต่ไร้ประโยชน์

foment (โฟเมนทฺ') *vt.* กระตุ้น, ปลุกระดม, ส่งเสริม, ชโลมด้วยน้ำอุ่น, ทายา **-fomenter** *n.* (-S. stir up, incite, arouse, urge)

fomentation (โฟเมนเท' ชัน) *n.* การกระตุ้น, การปลุกระดม, การชโลมด้วยน้ำอุ่น, การทายา, ยาที่ใช้ทา (-S. instigation, incitement)

fond (ฟอนดฺ) *adj.* ชอบ, รัก, ติดอกติดใจ, โง่, งมงาย (-S. liking for, warm, keen on, devoted, naive, deluded -A. distant, averse, hostile, cool, uninterested)

fondant (ฟอน' ดันทฺ) *n.* ขนมหวานเชื่อมน้ำตาลชนิดหนึ่ง

fondle (ฟอน' เดิล) *v.* **-dled, -dling** *-vt.* ลูบไล้ด้วยความรัก, จับด้วยความรัก, กอด *-vi.* แสดงความชอบหรือความรัก(โดยกิริยา คำพูด หรือการกอด) **-fondler** *n.* (-S. caress, stroke, cuddle)

fondly (ฟอน' ลี) *adv.* อย่างรักใคร่, ด้วยความชอบ, อย่างงมงาย (-S. lovingly, foolishly)

fondness (ฟอนดฺ' นิส) *n.* ความชอบ, ความรัก, ความงมงาย (-S. tenderness, affection, devotion, preference)

font[1] (ฟอนทฺ) *n.* แท่นใส่น้ำมนต์ที่ใช้พรมในพิธี baptism ของศาสนาคริสต์, อ่างน้ำมนต์, โอ่งน้ำมนต์, ที่ใส่น้ำมันของตะเกียง **-fontal** *adj.* (-S. receptacle)

font[2]**, fount** (ฟอนทฺ) *n.* ชุดตัวพิมพ์, (คอมพิวเตอร์) รูปแบบอักขระ, แบบ ขนาด และรูปร่างของตัวอักขระโดยทั่วไปจะหมายถึงตัวอักษรและตัวเลขเท่านั้น, ลักษณะหรือรูปแบบของตัวอักขระที่เขียนหรือประดิษฐ์ขึ้น เช่น ตัวอักขระแบบสุโขทัย หรือแบบอยุธยา แบบ London, แบบ Times แบบ Courier เป็นต้น แบบตัวอักขระที่ใช้จะมีการกำหนดขนาดของแต่ละรูปแบบไว้เสร็จ เช่น ตัวอักขระแบบสุโขทัยขนาด 48 พอยต์ หรือขนาด 36 พอยต์ เป็นต้น

food (ฟูด) *n.* อาหาร, โภชนาการ, สิ่งที่บำรุงร่างกายของสิ่งมีชีวิต, สิ่งบริโภค (-S. fare, nutriment, sustenance, nourishment, aliment)

foodstuff (ฟูด' สทัฟ) *n.* สิ่งที่สามารถใช้เป็นอาหารได้ (-S. food)

fool (ฟูล) *n.* คนโง่, คนไม่เต็มบาท, คนเซ่อ, คนที่ถูกแกล้งให้เป็นตัวตลก, ตัวตลก *-vt.* หลอกลวง, โกง, ต้ม -vi. เล่นตลก, ทำโง่ๆ, แกล้งทำ **-act/play a fool** ทำอะไรโง่ๆ **-make a fool of** หลอกลวง, โกง **-be a fool for one's pain** กระทำสิ่งที่ไร้ผล ไร้รางวัลหรือไร้คำขอบคุณ **-be no fool** ฉลาด **-a fool's errand** การกระทำที่ไร้ผล **-fool's paradise** ฝันหวาน **-All Fools' day** 1 เมษายน **-April fool** คนที่ถูกหลอกลวง, คนที่กระทำสิ่งที่ไร้ผล ไร้รางวัลหรือไร้การขอบคุณ **-fool around** เสียเวลา **-fool with** ล่นโง่ๆ หรือไม่ระมัดระวัง (-S. simpleton, dunce, oaf, deceive, trick, dupe)

foolery (ฟูล' ละรี) *n., pl.* **-ies** การกระทำหรือคำพูดที่โง่ๆ (-S. foolish conduct, mischief, silliness)

foolhardy (ฟูล' ฮาร์ดี) *adj.* **-dier, -diest** บ้าบิ่น, บ้าระห่ำ, มุทะลุ, สะเพร่า **-foolhardily** *adv.* **-foolhardiness** *n.* (-S. rash, impetuous, reckless)

foolish (ฟูล' ลิช) *adj.* โง่, ทึ่ม, น่าหัวเราะ, ไร้สาระ, เหลวไหล, ดื้อ, ไม่มีเหตุผล **-foolishly** *adv.* **-foolishness** *n.* (-S. silly, simple, inane, witless)

foolproof (ฟูล' พรูฟ) *adj.* ไม่มีภัย, ไม่มีอันตราย, ไม่มีการล้มเหลว (-S. never-failing, certain, garanteed) *-Ex. a foolproof machine, a foolproof plan*

foolscap (ฟูลซฺ' แคพ) *n.* กระดาษพิมพ์หรือกระดาษเขียนภาพ ขนาด 13x16 นิ้ว

fool's cap หมวกของตัวตลก

foot (ฟุท) *n., pl.* **feet** เท้า, ฝีเท้า, หน่วยความยาวเป็นฟุต (30.48 เซนติเมตร), ส่วนที่คล้ายเท้า, จังหวะการเคลื่อนที่, จังหวะในโคลง, แท่นเหยียบของจักรเย็บผ้า, ส่วนที่อยู่ล่างสุด, ส่วนที่นอนก้น, ตะกอน, ฐาน, ส่วนที่อยู่ตรงข้ามกับส่วนบนหรือยอด *-vi.* เดิน, เต้นรำ, รวมค่าของตัวเลขในแถวเดียวกัน *-vt.* เดิน, เต้นรำ, รวมค่าของตัวเลขในแถวเดียวกัน, จ่ายเงิน, แบ่งของโดยใช้เท้า **-on foot** เดิน **-foot-and-mouth disease, hoof-and-**

football 355 **force**

mouth disease โรคติดต่อร้ายแรงในวัวควายและสัตว์มีกีบอื่นๆ, มีลักษณะอาการปากเปื่อยเท้าเปื่อย, โรคเท้าเปื่อยปากเปื่อยของสัตว์ (-S. base, bottom -A. head)

football (ฟุท' บอล) *n.* กีฬาฟุตบอล, กีฬารักบี้, ลูกฟุตบอล

footed (ฟุท' ทิด) *adj.* ซึ่งมีเท้า

foothill (ฟุท' ฮิล) *n.* เนินเตี้ยๆ ที่อยู่ต้นเขา

foothold (ฟุท' โฮลดฺ) *n.* จุดยึดสำหรับปีนขึ้นเขา, ตำแหน่งที่มั่นคง *-Ex. to get a firm foothold, foothold in the cliff*

footing (ฟุท' ทิง) *n.* จุดที่มั่นคง, รากฐาน, ที่วางเท้า, การเดินเท้า, ความมั่นคง, การลงเท้าอย่างมั่นคง, การย่างเข้าสู่ตำแหน่ง, การมีความสัมพันธ์ (-S. foundation, standing, basis, relations) *-Ex. Somchai lost his footing and fell down on the road., to get a footing in a community*

footman (ฟุท' เมิน) *n., pl.* **-men** คนรับใช้ที่เป็นชาย, ทหารราบ

footnote (ฟุท' โนท) *n.* หมายเหตุข้างท้าย, หมายเหตุ *-vt.* **-noted, -noting** ใส่หมายเหตุ

footpace (ฟุท' เพส) *n.* การเดินก้าวเท้า, แท่น, ส่วนที่ยกขึ้นของพื้นห้อง

footpath (ฟุท' พาธ) *n.* ทางเท้า, ทางสำหรับผู้เดินถนน

footpound (ฟุท' เพานดฺ') *n.* หน่วยงานหรือพลังงานของ แรงที่เคลื่อนวัตถุหนัก 1 ปอนด์เป็นระยะทาง 1 ฟุตต่อวินาที ใช้อักษรย่อว่า ft-lb

foot-poundal (ฟุท' เพานฺ' เดิล) *n.* หน่วยของงานที่เท่ากับงานของแรง 1 เพานด์เดลที่กระทำตลอดระยะทาง 1 ฟุต

footprint (ฟุท' พรินทฺ) *n.* รอยเท้า, บริเวณที่ยานอวกาศจะลงจอด, พื้นที่ที่เป็นเป้าหมายเมื่อใช้ในวัตถุประสงค์บางอย่าง

footstep (ฟุท' สเทพ) *n.* ฝีเท้า, รอยเท้า, การก้าวเท้า, เสียงก้าวเท้า, ระยะห่างของก้าว, ขั้นบันได **-follow in a person's footsteps** ทำต่อเนื่อง, เลียนแบบ (-S. pace, footfall, trace, step) *-Ex. We heard a man's footsteps in the hall.*

footstool (ฟุท' สทูล) *n.* ที่วางเท้าขณะนั่ง

footwear (ฟุท' แวร์) *n.* สิ่งที่ใช้สวมเท้า (รองเท้า, ถุงเท้า) (-S. footgear)

footwork (ฟุท' เวิร์ค) *n.* ฟุตเวิร์ก, การใช้เท้า, จังหวะเท้า, งานที่ต้องเดิน, (ภาษาพูด) วิธีการจัดการ กลเม็ด

footworn (ฟุท' วอร์น) *adj.* สึกเนื่องจากการเดินมาก, ปวดเท้า, เท้าบวม

fop (ฟอพ) *n.* คนที่หยิ่งยโสมาก, คนขี้โอ่, คนที่แต่งตัวหรูหรา (-S. dandy, coxcomb, poseur)

foppery (ฟอพ' พะรี) *n.* เสื้อผ้าที่โก้หรู, นิสัยหยิ่งยโสมาก, นิสัยขี้โอ่, นิสัยช่างแต่งตัว, ความโง่

foppish (ฟอพ' พิช) *adj.* ขี้โอ่, ช่างแต่งตัว, หยิ่งยโสมาก **-foppishly** *adv.* **-foppishness** *n.*

for (ฟอร์) *prep.* สำหรับ, เพื่อ, ในเรื่อง, เหมาะกับ, เกี่ยวกับ, เป็นระยะเวลา, แทนที่, เพื่อผลประโยชน์ของ, เพื่อแลกเปลี่ยน, เพื่อเป็นการทำโทษ, เพื่อเป็นเกียรติแก่, เพื่อช่วยเหลือ, เนื่องจาก *-conj.* เนื่องจาก, เพราะว่า *-Ex. pay for, exchange this for that, act as agent for, work for myself, a house for sale, Take me for granted.*

forage (ฟอร์' ริจ) *n.* อาหารปศุสัตว์, การหาอาหารปศุสัตว์, การออกหาเสบียงอาหาร *-v.* **-aged, -aging** *-vi.* หาอาหาร *-vt.* ค้นหา, สะสมอาหาร **-forager** *n.* (-S. search for, seek, scrounge for) *-Ex. The soldiers went on a forage through the farmyards., to forage in the refrigerator*

forasmuch (ฟอร์เอซมัช') *conj.* เนื่องจาก, เนื่องด้วย

foray (ฟอ' เร) *n.* การจู่โจมอย่างรวดเร็ว (มักเพื่อปล้นสะดม), การโจมตีอย่างรวดเร็ว *-vi., vt.* **-ayed, -aying** โจมตี, จู่โจม, ปล้นสะดม, ทำลาย, ล้างผลาญ (-S. raid, invade, destroy) *-Ex. an enemy foray on a town*

forbade, forbad (ฟอร์เบด') *vt.* กริยาช่อง 2 ของ forbid *-Ex. Father forbade us to go out.*

forbear[1] (ฟอร์แบร์') *v.* **-bore, -borne, -bearing** *-vt.* อดทน, อดกลั้น, หักห้าม, บังคับจิตใจ, ข่มใจ, ละเว้น *-vi.* อดทน, ข่มใจ **-forbearer** *n.* **-forbearingly** *adv.* (-S. refrain form, abstain from, avoid, give up -A. rush into, pursue, insist on, persist)

forbear[2] (ฟอร์' แบร์) *n.* ดู forebear บรรพบุรุษ

forbearance (ฟอร์แบร์' เรินซฺ) *n.* การอดทน, การอดกลั้น, การข่มใจ, ขันติ (-S. restraint, patience, tolerance, abstinence) *-Ex. Uncle Yai looked on our pranks with forbearance.*

forbid (ฟอร์บิดฺ') *vt.* **-bade/-bad, -bidden/-bid, -bidding** ห้าม, ยับยั้ง, ไม่อนุญาต, ขัดขวาง, ทำให้เป็นไปไม่ได้ **-forbidder** *n.* (-S. ban, proscribe, debar, prohibit, interdict) *-Ex. Smoking is forbidden., I forbid you to do it.*

forbiddance (ฟอร์บิด' เดินซฺ) *n.* การห้าม, การไม่อนุญาต, การขัดขวาง

forbidden (ฟอร์บิด' เดิน) *vt.* กริยาช่อง 3 ของ forbid, *-adj.* ต้องห้าม, ซึ่งไม่ได้รับอนุญาต, ที่มีโอกาสเกิดน้อยมาก (-S. prohibited, banned, debarred)

forbidding (ฟอร์บิด' ดิง) *adj.* ไม่เป็นมิตร, น่ากลัว, เป็นอันตราย, มีภัยคุกคาม **-forbiddingly** *adv.* (-S. stern, harsh, hostile, frightening, menacing, repulsive) *-Ex. His behaviour was so forbidding that we shrank back., a forbidding appearance, a forbidding coast*

forbore (ฟอร์บอร์') *vt., vi.* กริยาช่อง 2 ของ forbear *-Ex. Sombut forbore long enough, and now we must speak.*

forborne (ฟอร์บอร์น') *vt., vi.* กริยาช่อง 3 ของ forbear

force (ฟอร์ส) *n.* กำลัง, แรง, พลังงาน, พลัง, อำนาจ, อนุภาพ, อิทธิพล, ผลบังคับทางกฎหมาย, อำนาจจูงใจ, อำนาจจิต, พลังจิต, กองทัพ, กลุ่ม *-vt.* **forced, forcing** บังคับ, ผลักดัน. รุน, ดัน, ยัดเยียด, เร่ง, ใช้กำลัง **-in force** ซึ่งปฏิบัติการอยู่, มีผล **-forceable** *adj.* **-forceless** *adj.* **-forcer** *n.* (-S. power, potency, compulsion, validity, vehemence) *-Ex. the force of the wind, by force of circumstances..., force of gravity, The dyne is the*

F

unit of force., The rule is not in force., His Majesty's forces

forced (ฟอร์ซฺทฺ) *adj.* ซึ่งถูกบังคับ, ซึ่งถูกบีบบังคับ, ใช้แรง, ฝืนใจ, ไม่เป็นไปตามธรรมชาติ **-forcedly** *adv.* (-S. enforced, compulsory, compelled)

forceful (ฟอร์ซฺ' เฟิล) *adj.* มีอำนาจ, มีพลัง, เข้มแข็ง, เด็ดเดี่ยว **-forcefully** *adv.* **-forcefulness** *n.* (-S. vigorous, potent, energetic, persuasive)

F

forcemeat (ฟอร์ซฺ' มีท) *n.* เนื้อวัว เนื้อปลา เนื้อเป็ดหรือเนื้อไก่สับใส่เครื่องเทศ

forceps (ฟอร์' เซพซฺ) *n., pl.* **-ceps** คีมหนีบ (-S. pincers, tongs)

forcible (ฟอร์' ซะเบิล) *adj.* ใช้กำลัง, มีกำลัง, มีพลัง **-forcibleness** *n.* **-forcibly** *adv.*

ford (ฟอร์ด) *n.* ที่ตื้นของแม่น้ำลุยข้ามได้ *-vi.* ลุยน้ำข้าม **-fordable** *adj.*

fore (ฟอร์) *adj.* ข้างหน้า, อยู่ข้างหน้า, ด้านหน้า, ที่หนึ่ง, แรกเริ่ม, ก่อน, ไปข้างหน้า *-adv.* ด้านหน้า, ก่อน, ไปข้างหน้า *-n.* ส่วนหัว, ส่วนหน้า *-prep.* ก่อน **-fore and aft** หัวและท้ายเรือ **-to the fore** อยู่ส่วนหน้า

fore- คำอุปสรรค มีความหมายว่า ก่อน, ข้างหน้า, เหนือกว่า เช่น *forearm, foreground, forehead*

forearm[1] (ฟอร์' อาร์ม) *n.* ส่วนของแขนที่อยู่ระหว่างศอกกับข้อมือ, แขนช่วงแรก, ขาหน้าของสัตว์สี่เท้า

forearm[2] (ฟอร์อาร์ม') *vt.* ติดอาวุธก่อน, ติดอาวุธล่วงหน้า, เตรียมการล่วงหน้า

forebear (ฟอร์' แบร์) *n.* บรรพบุรุษ (-S. forbear, forefather, ancestor, predecessor)

forebode (ฟอร์โบด') *v.* **-boded, -boding** *-vt.* ทำนาย, บอกเหตุล่วงหน้า, เป็นลางสังหรณ์ *-vi.* ทำนาย, พยากรณ์, มีความรู้สึกล่วงหน้า **-foreboder** *n.* (-S. augur, presage, signify, indicate)

foreboding (ฟอร์โบ' ดิง) *n.* ลาง, นิมิต, สังหรณ์ *-adj.* ซึ่งบอกเหตุล่วงหน้า (มักเป็นเหตุร้าย) **-forebodingly** *adv.* **-forebodingness** *n.* (-S. prediction, omen, intuition, prophecy)

forecast (ฟอร์' คาสทฺ) *v.* **-cast/-casted, -casting** *-vt.* ทำนาย, คาดคะเน, พยากรณ์ *-vi.* พยากรณ์, ทำนาย *-n.* การทำนาย, การพยากรณ์, คำทำนาย, คำพยากรณ์ **-forecaster** *n.* (-S. predict, foretell, prophesy, guess, prognosticate) *-Ex. a weather forecast, a forecast of a premier election*

foreclose (ฟอร์โคลซฺ') *v.* **-closed, -closing** *-vt.* ยึดทรัพย์สินที่จำนองไว้, เพิกถอนสิทธิการถ่ายถอนจำนองหรือคำมั่น, กำจัด, ขจัด, ขัดขวาง, ป้องกัน *-vi.* เพิกถอนสิทธิการถ่ายถอนจำนอง, เพิกถอนคำมั่น **-foreclosable** *n.*

foreclosure (ฟอร์โคล' เซอะ) *n.* การเพิกถอนสิทธิ, การถ่ายถอนจำนองหรือคำมั่น

foredoom (ฟอร์ดูม') *vt.* ถูกลิขิตล่วงหน้า, ถูกกำหนดล่วงหน้า, ถูกกำหนดวาระสุดท้ายล่วงหน้า *-n.* วาระสุดท้ายที่ถูกกำหนดไว้ล่วงหน้า

forefather (ฟอร์' ฟาเธอะ) *n.* บรรพบุรุษ (-S. forebear, forerunner)

forefinger (ฟอร์' ฟิงเกอะ) *n.* นิ้วชี้ (-S. index finger)

forefoot (ฟอร์' ฟุท) *n., pl.* **-feet** ขาหน้าของสัตว์สี่เท้า, กระดูกงูเรือส่วนหน้า

forefront (ฟอร์' ฟรันทฺ) *n.* ส่วนหน้าสุด, ส่วนที่สำคัญที่สุด (-S. front, head, vanguard)

forego[1] (ฟอร์โก') *vt.* **-went, -gone, -going** มาก่อน, นำหน้า **-foregoer** *n.* **-foregone** *adj.*

forego[2] (ฟอร์โก') *vt.* ดู forgo

foregoing (ฟอร์โก' อิง) *adj.* ที่ไปก่อน, ซึ่งอยู่ก่อน, เกี่ยวกับอันก่อน, ที่กล่าวมาก่อน

foreground (ฟอร์' เกรานดฺ) *n.* ตอนหน้า, ส่วนหน้า, ทัศนียภาพที่อยู่ใกล้, ส่วนที่มีความสำคัญที่สุด

forehand (ฟอร์' แฮนดฺ) *adj.* เกี่ยวกับหน้ามือ (ตีลูกเทนนิสหรือแบดมินตัน), ซึ่งอยู่ข้างหน้า, ซึ่งกระทำมาก่อน *-n.* การตีด้วยหน้ามือ, ตำแหน่งที่เหนือกว่า, ตำแหน่งที่ได้เปรียบ, ส่วนหน้าของตัวม้าที่อยู่ข้างหน้าผู้ขี่, ส่วนหน้าของตัวม้าที่อยู่ข้างหน้าผู้ขี่ *-adv.* ซึ่งตีด้วยหน้ามือ **-forehanded** *adj.*

forehead (ฟอร์' เฮด) *n.* หน้าผาก, ส่วนหน้า

foreign (ฟอร์' ริน) *adj.* ต่างประเทศ, ต่างชาติ, ภายนอกประเทศ, เกี่ยวกับหรือมาจากต่างประเทศ, ต่างถิ่น, ไม่เกี่ยวข้อง, ไม่เหมาะสม, ซึ่งมาจากสิ่งหรือแหล่งอื่น, แปลก, ไม่คุ้นเคย **-foreignism** *n.* **-foreignness** *n.* (-S. alien, peculiar, odd, remote, unknown) *-Ex. The foreign Office, Dishonesty is foreign to his nature., foreign goods, foreign exchange, foreign policy*

foreign affairs การต่างประเทศ, เรื่องราวหรือความสัมพันธ์ระหว่างประเทศ

foreland (ฟอร์' เลินดฺ) *n.* แหลม, ฝั่งข้างหน้า, แผ่นดินที่อยู่ข้างหน้า, แผ่นดินที่ใกล้ฝั่ง

foreleg (ฟอร์' เลก) *n.* ขาหน้าของสัตว์สี่เท้า

foreman (ฟอร์' เลินดฺ) *n., pl.* **-men** หัวหน้าคนงาน, หัวหน้าคณะลูกขุน **-foremanship** *n.* *-Ex. the foreman of a jury*

foremast (ฟอร์' มาสทฺ) *n.* เสากระโดงหน้าของเรือ

foremost (ฟอร์' โมสทฺ) *adj.* หน้าสุด, ก่อนสุด, ชั้นเยี่ยม, สำคัญที่สุด *-adv.* ส่วนหน้า, ที่สำคัญที่สุด (-S. leading, first, principal, paramount) *-Ex. Somchai was the foremost singer of his day.*

forename (ฟอร์' เนม) *n.* ชื่อตัว, ชื่อแรก

forenamed (ฟอร์' เนมดฺ) *adj.* ซึ่งตั้งชื่อมาก่อน, ซึ่งได้กล่าวมาแล้ว

forenoon (ฟอร์' นูน) *n.* ระยะเวลาตั้งแต่ตะวันขึ้นจนถึงเที่ยง *-adj.* เกี่ยวกับระยะเวลาดังกล่าว, ก่อนเที่ยง

forensic (ฟะเรน' ซิค) *adj.* เกี่ยวกับกฎหมาย, เกี่ยวกับศาลยุติธรรม, เกี่ยวกับการใช้สำนวนโวหาร **-forensics** วิชาเกี่ยวกับศิลปะแห่งการพูดหรือเขียนเพื่อจูงใจคน **-forensically** *adv.*

forensic medicine นิติเวชศาสตร์ (-S. medical jurisprudence)

forepart (ฟอร์' พาร์ท) *n.* ส่วนหน้า, ช่วงหน้า, ตอนหน้า

foreplay (ฟอร์' เพล) *n.* การกระตุ้นความรู้สึกทางเพศก่อนการร่วมสังวาส

forerun (ฟอร์รัน') *vt.* **-ran, -run, -running** วิ่งนำ

ไปก่อน, นำหน้า, บอกกล่าวล่วงหน้า, คาดคะเน, ทำนาย, ดักหน้า

forerunner (ฟอร์' รันเนอะ) *n.* บรรพบุรุษ, ผู้นำหน้า, ผู้เบิกทาง, ผู้เป็นกองหน้า, ลางสังหรณ์, เครื่องนำทาง (-S. herald, harbinger, predecessor)

foresaid (ฟอร์' เซด) *adj.* ซึ่งได้กล่าวไว้ก่อนแล้ว

foresail (ฟอร์' เซล) *n.* ใบเรือล่างสุดของเสากระโดงหน้า

foresee (ฟอร์ซี') *vt.* **-saw, -seen, -seeing** รู้ล่วงหน้า, มองเห็นล่วงหน้า **-foreseeable** *adj.* **-foreseer** *n.* (-S. presage, anticipate, augur, divine, forbode) -*Ex. Dang foresaw that his team would lose, in the foreseeeable future*

foreshadow (ฟอร์แชด' โด) *vt.* บอกลาง, ส่อให้เห็นล่วงหน้า, แสดงนิมิตบอกล่วงหน้า **-foreshadower** *n.* (-S. signal, prefigure, bode, signify, foretell)

foreshow (ฟอร์โช') *vt.* **-showed, -shown/-showed, -showing** แสดงให้เห็นล่วงหน้า, บอกกล่าวล่วงหน้า, บอกลาง, ส่อให้เห็นล่วงหน้า (-S. foreshadow)

foreside (ฟอร์' ไซดฺ) *n.* ด้านหน้า, ส่วนหน้า, ด้านบน

foresight (ฟอร์' ไซทฺ) *n.* การมองเห็นการล่วงหน้า, ความคิดลึกซึ้งเกี่ยวกับเหตุการณ์ล่วงหน้า **-foresighted, foresightful** *adj.* **-foresightedly** *adv.* **-foresightedness** *n.* (-S. forethought, discernment, prudence, caution)

foreskin (ฟอร์' สคิน) *n.* หนังหุ้มลึงค์

forest (ฟอร์' ริสทฺ) *n.* ป่า, เขตป่าและทุ่งที่สงวนไว้สำหรับการล่าสัตว์ -*vt.* ปลูกต้นไม้, ทำให้กลายเป็นป่า -*adj.* เกี่ยวกับป่า (-S. woods, woodland)

forestall (ฟอร์สทอล') *vt.* ป้องกัน, ขัดขวาง, ยับยั้ง, ชิงทำก่อน, ดักหน้า, ป้องกันการขายโดยวิธีการต่างๆ (เช่น กว้านซื้อทำให้ราคาสูงขึ้น) **-forestaller** *n.* **-forestallment** *n.* (-S. ward off, frustrate, avert, fend off)

forestation (ฟอริสเท' ชัน) *n.* การปลูกป่า

forestay (ฟอร์' สเท) *n.* เชือกสายระโยงจากกระโดงหน้าไปยังหัวเรือ, สายระโยงล่างสุดของเสากระโดงเรือหน้า

forester (ฟอ' ริสเทอะ) *n.* ผู้เชี่ยวชาญการอนุรักษ์ป่า, ผู้เชี่ยวชาญการป่าไม้, เจ้าหน้าที่อนุรักษ์ป่า, เจ้าหน้าที่ป่าไม้, ผู้อาศัยอยู่ในป่า, ผีเสื้อราตรีสีดำตระกูล Agaristidae มีจุดสีเหลืองหรือสีขาว 2 จุดบนปีกแต่ละข้าง

forestry (ฟอร์' ริสทรี) *n.* การป่าไม้, ศาสตร์แห่งการปลูกและรักษาป่า, ผืนป่า

foretell (ฟอร์เทล') *vt.* **-told, -telling** ทำนาย, คาดคะเน, คาดการณ์, เป็นลางบอก **-foreteller** *n.* (-S. foresee, fore- cast, prognosticate, augur, bode) -*Ex. Who can foretell what will be the outcome?*

forethought (ฟอร์' ธอท) *n.* การมองการณ์ไกล, การคาดการณ์ล่วงหน้า **-forethoughtful** *adj.* **-forethoughtfully** *adv.* **-forethoughtfulness** *n.* (-S. prudence, precaution, anticipation)

foretime (ฟอร์' ไทมฺ) *n.* อดีตกาล, อดีต, แต่ก่อน

foretoken (ฟอร์โท' เคิน) *n.* การเตือนล่วงหน้า, ลาง, นิมิต -*vt.* เป็นลางบอก (-S. omen, prognostic)

foretold (ฟอร์' โทลดฺ) *vt.* กริยาช่อง 2 และช่อง 3 ของ foretell

forever (ฟอร์เอฟ' เวอะ) *adv.* ถาวร, นิรันดร, ตลอดไป, ต่อเนื่อง, ไม่สิ้นสุด -*n.* ระยะเวลาที่ยาวนานมาก (-S. eternally, perpetually, incessantly constantly)

forevermore (ฟอร์เอฟเวอมอร์') *adv.* ชั่วนิรันดร

forewarn (ฟอร์วอร์น') *vt.* เตือนล่วงหน้า (-S. prewarn, alert, precaution)

forewent (ฟอร์เวนทฺ') *vt., vi.* กริยาช่อง 2 ของ forego

foreword (ฟอร์' เวิร์ด) *n.* คำนำ, สารบัญ (-S. prologue, preface, introduction)

forex (ฟลอ' เรคซฺ) *n.* ย่อจาก foreign exchange การแลกเปลี่ยนเงินตราต่างประเทศ

forfeit (ฟอร์' ฟิท) *n.* ค่าปรับ, การทำโทษ, สิ่งที่ถูกริบ, เงินค่าปรับ, การสูญเสียสิทธิพลเมือง -*vt.* สูญเสีย (เนื่องจากถูกริบ), ใช้หนี้จากการทำผิด -*adj.* ที่สูญเสียเนื่องจากถูกริบหรือปรับ **-forfeitable** *adj.* **-forfeiter** *n.* **-forfeiture** *n.* (-S. fine, penalty, amercement) -*Ex. forfeit one's health, They forfeited the game.*

forgave (ฟอร์เกฟว') *vt., vi.* กริยาช่อง 2 ของ forgive -*Ex. Somchai forgave me when I apologized for my lateness.*

forge[1] (ฟอร์จ) *n.* เตาหลอม, เตาหล่อ, เตาเผาโลหะ, โรงตีโลหะ -*v.* **forged, forging** -*vt.* หลอมโลหะ, หล่อโลหะ, ตีโลหะ, ประดิษฐ์, ปลอมแปลง, ปลอมลายมือ -*vi.* ปลอมแปลง, หลอมโลหะ **-forger** *n.* **-forgeable** *adj.* (-S. mold, counterfeit) -*Ex. to forge a check, A black-smith forges horseshoes.,He forged my signature on a cheque.*

forge[2] (ฟอร์จ) *vi.* **forged, forging** เคลื่อนไปข้างหน้าอย่างช้าๆ, บุกบั่น, ก้าวไปข้างหน้าอย่างมั่นคงหรือด้วยความเร็วที่เพิ่มขึ้น (-A. lag, retreat)

forgery (ฟอร์' เจอะรี) *n., pl.* **-ies** การปลอมแปลงลายมือ, การปลอมแปลงเอกสาร, สิ่งที่ปลอมแปลง (-S. falsification, faking, imitation)

forget (ฟอร์เกท') *v.* **-got, -gotten/ -got, -getting** -*vt.* ลืม, จำไม่ได้, ลืมเลือน, ลืมเอ่ยถึง, ไม่สนใจ -*vi.* ลืม, ละเลย **-forget oneself** ลืมตัว, กระทำสิ่งที่ไม่เหมาะสม **-forgettable** *adj.* **-forgetter** *n.* -*Ex. I've forgotten how to do it., Udom forgot the step and fell down., Somchai did not forget to thank his host.*

forgetful (ฟอร์เกท' ฟุล) *adj.* ชอบลืม, สะเพร่า, ไม่สนใจ, ไม่ระมัดระวัง, ซึ่งทำให้ลืม **-forgetfully** *adv.* **-forgetfulness** *n.* (-S. heedless, negligent, absent-minded)

forging (ฟอร์' จิง) *n.* การหลอมโลหะ, การหล่อโลหะ, สิ่งที่หลอมหรือหล่อขึ้น, การหลอกลวง

forgive (ฟอร์กิฟว') *v.* **-gave, -given, -giving** *vt.* ยกโทษให้, อภัย, ยกหนี้, เลิกผูกพยาบาท -*vi.* อภัย **-forgive and forget** ไม่ถือสาในเรื่องเก่า **-forgivable** *adj.* **-forgiver** *n.* (-S. remit, pardon, acquit, excuse, exonerate) -*Ex. I will forgive you for not coming if you will promise., Please forgive me.*

forgiveness (ฟอร์กิฟว' นิส) *n.* การยกโทษ, การให้อภัย, การยกหนี้ (-S. pardon, amnesty, exoneration)

forgiving (ฟอร์กิฟว' วิง) *adj.* ซึ่งยกโทษให้, ซึ่ง

F

forgo 358 forsook

เป็นการยกโทษ **-forgivingly** *adv.* **-forgivingness** *n.*

forgo (ฟอร์โก') *vt.* **-went,-gone,-going** ละทิ้ง, สละ, ยอมสละ, เลิก, จากไป (-S. quit, relinquish, renounce, adjure, refrain from)

forgot (ฟอร์กอท') *vt., vi.* กริยาช่อง 2 และช่อง 3 ของ forget

forgotten (ฟอร์กอท' เทิน) *vt., vi.* กริยาช่อง 3 ของ forget *-Ex. a forgotten book*

fork (ฟอร์ค) *n.* ส้อม, ง่าม, คราด, กิ่งก้านสาขา, ทางแยก, สิ่งที่แยกออกเป็นง่ามๆ *-vt.* ทำให้แยกออก, ทำให้เป็นง่าม, รุก (หมากรุก), (ภาษาพูด) จ่าย *-vi.* แยกออกเป็นกิ่งก้านสาขา, ใช้เครื่องมือที่มีลักษณะดังกล่าว **-fork over /out/up** ส่ง, จ่าย **-tuning fork** เครื่องมือสามง่ามทำด้วยเหล็กกล้าหรืออะลูมิเนียมซึ่งเมื่อเคาะแล้วจะให้เสียงดนตรีออกมา **-forkful** *n.* (-S. branch, diverge, split) *-Ex. The farmer forked the hay on to the waggon., We came to a fork in the road., The road to Chiang Mai forks to the left.*

forked (ฟอร์คฑฺ, ฟอร์' คิด) *adj.* เป็นง่าม, เป็นกิ่งก้าน (-S. forky, branching, diverging, separated)

forlorn (ฟอร์ลอร์น') *adj.* โดดเดี่ยว, ถูกทอดทิ้ง, ไม่มีเพื่อนฝูง, ไม่มีความสุข, น่าสงสาร, ระทมทุกข์, สิ้นหวัง, สิ้นเนื้อประดาตัว **-forlornly** *adv.* **-forlornness** *n.* (-S. pitiful, abandoned, deserted, miserable -A. cheerful) *-Ex. The old woman looked forlorn sitting by the low fire with her cat.*

form (ฟอร์ม) *n.* รูปแบบ, รูปร่าง, ทรวดทรง, สัณฐาน, สภาพ, ลักษณะ, แบบฟอร์ม, แบบแผน, ระเบียบ, วิธีการ, องค์ประกอบ, ประเภท, พิธีการ, พิธี, มารยาท, แบบพิมพ์, แบบคำพูด, สำนวน, แบบเขียน, ขนาด, ขั้น, ระดับ, ความสามารถ, ฝีเท้า *-vt.* สร้างเป็นรูปร่าง, ก่อรูปแบบ, ผลิต, ประกอบ, ทำ, จัด, เรียง, จัดแถว, จัดตั้ง, คิด, เกิด ความคิด *-vi.* เป็นรูปเป็นร่างขึ้น, กลายเป็น, จัดขึ้น (-S. formation, arrangement shape, type, system, document, organization) *-Ex. Clock made in the form of a globe., A diamond is one form of carbon., form of government, The substance of the book is good, but it lacks form., fill up the form, A sheet of ice has formed right across the river.*

formal (ฟอร์' เมิล) *adj.* เป็นพิธีการ, ตามรูปแบบ, ตามธรรมเนียมปฏิบัติ, ตามประเพณี *-n.* งานสังคมที่ต้องใส่ชุดราตรี **-formally** *adv.* **-formalism** *n.* **-formalness** *n.* **-formalist** *n.* (-S. ceremonious, official, standard) *-Ex. They has been a suggestion, but no formal offer.*

formaldehyde (ฟอร์แมล' ดะไฮดฺ) *n.* ยาฆ่าเชื้อโรคที่มีกลิ่นฉุนแสบจมูก

formalin (ฟอร์' มะลิน) *n.* สารละลายฟอร์มัลดีไฮด์ 40% ใช้เป็นยาฆ่าเชื้อโรค, ยาดับกลิ่น, ยาดอง

formality (ฟอร์แมล' ลิที) *n., pl.* **-ties** ระเบียบ, แบบแผน, พิธีรีตอง, ความเคร่งครัดในระเบียบ, ความเข้มงวด, ธรรมเนียมปฏิบัติ (-S. etiquette, conventionality, custom) *-Ex. legal formalities, the formalities of a wedding*

formalize (ฟอร์' มะไลซฺ) *vt.* **-ized, -izing** ทำให้เป็นระเบียบแบบแผน, ทำให้มีระเบียบ, ทำให้เป็นทางการ **-formalization** *n.*

format (ฟอร์' แมท) *n.* รูปแบบและขนาดของหนังสือ, รูปลักษณะและขนาดของกระดาษ, รูปแบบ, แผนการรวมทั้งหมด, การจัดเก็บข้อมูล (ของคอมพิวเตอร์) *-vt.* **-matted, -matting** วางแผนหรือจัดให้มีรูปแบบ, จัดเก็บข้อมูล (ของคอมพิวเตอร์) (-S. plan, system, layout)

formation (ฟอร์เม' ชัน) *n.* การสร้าง, การก่อรูป, วิธีการก่อรูป, สิ่งที่สร้างขึ้น **-formational** *adj.* (-S. evolution, development, construction, structure, creation, make-up) *-Ex. the formation of a business, the formation of a tooth, a rock formation*

former[1] (ฟอร์' เมอะ) *adj.* แต่ก่อน, ก่อน, อันก่อน, อดีต, สมัยก่อน (-S. anterior, preceding, previous, earlier) *-Ex. in former times, my former occupation, In former years means in time gone by.*

former[2] (ฟอร์' เมอะ) *n.* ผู้สร้าง, ผู้ก่อ, เครื่องก่อ

formerly (ฟอร์' เมอะลี) *adv.* เมื่อก่อน, ในระยะแรกเริ่ม, สมัยก่อน, แต่ก่อน (-S. previously, once upon a time) *-Ex. People formerly traveled in carriages.*

formic (ฟอร์' มิค) *adj.* เกี่ยวกับมด, ที่ประกอบด้วยกรดฟอร์มิก **-formicary** *n.*

formidable (ฟอร์' มิดะเบิล) *adj.* น่ากลัว, น่าสะพรึงกลัว, น่าเกรงขาม, ยาก, ลำบาก, ซึ่งเอาชนะยาก, เหนือกว่ามาก, มีอำนาจมาก, มีกำลังมาก **-formidableness, formidability** *n.* **-formidably** *adv.* (-S. dangerous, awesome, difficult -A. ordinary) *-Ex. a formidable army, a formidable obstacle*

Formosa (ฟอร์โม' ซะ) *n.* จีนไต้หวัน, จีนคณะชาติ

formula (ฟอร์' มิวละ) *n., pl.* **-las/-lae** สูตร (คณิตศาสตร์, วิทยาศาสตร์), กฎ, เกณฑ์, หลัก, ตำรับ, ตำรา, ใบสั่งแพทย์, คำกล่าวเป็นพิธีตามความ เชื่อทางศาสนา **-formuarlize** *vt.* (-S. recipe, prescription, principles) *-Ex. molecular formula, H_2O is the formula for water.*

formulary (ฟอร์' มิวละรี) *n., pl.* **-ies** รวมสูตร, ประมวลสูตร, ตำรับยา, หนังสือพิธีทางศาสนา *-adj.* เกี่ยวกับสูตร, ซึ่งเป็นลักษณะของสูตร

formulate (ฟอร์' มิวเลท) *vt.* **-lated, -lating** แสดงออกในรูปสูตร, ใช้สูตรแสดง, คิดสูตร, คิดตำรับยา, คิดวิธีหรือระบบ, กำหนดสูตร **-formulation** *n.* **-formulator** *n.* (-S. specify, define, compose)

fornicate (ฟอร์' นิเคท) *vi.* **-cated, -cating** ลักลอบได้เสียกันก่อนแต่งงาน **-fornicator** *n.*

fornication (ฟอร์นิเค' ชัน) *n.* การลักลอบได้เสียกันก่อนแต่งงาน, การเป็นชู้ (-S. copulation, coitus)

forsake (ฟอร์เซค') *vt.* **-sook, -saken, -saking** ทอดทิ้ง, ละทิ้ง, ตัดขาด, เลิก (-S. renounce, abandon, discard, relinquish) *-Ex. We should not forsake our friends when they are in trouble*

forsaken (ฟอร์เซ' เคิน) *vt.* กริยาช่อง 3 ของ forsake. *-adj.* ซึ่งถูกทอดทิ้ง, ซึ่งถูกละทิ้ง (-S. deserted, discarded, desolate)

forsook (ฟอร์ซุค') *vt.* กริยาช่อง 2 ของ forsake

forsooth (ฟอร์ซูธ') *adv.* ตามความจริง, จริงๆ แล้ว

forspent (ฟอร์ซฺเพนทฺ') *adj.* หมดเรี่ยวแรง

forswear, foreswear (ฟอร์สแวร์') *vt., vi.* **-swore, -sworn, -swearing** สาบานว่าจะเลิก, ปฏิเสธด้วยคำสาบาน, เบิกความเท็จ, สาบานเท็จ, เป็นพยานเท็จ

forsworn (ฟอร์สวอร์น') *vt., vi.* กริยาช่อง 3 ของ forswear *-adj.* เป็นการสาบานเท็จ, ที่ให้การเท็จ

forsythia (ฟอร์ซิธ' เธีย) *n.* พืชไม้ดอกสีเหลืองจำพวก *Forsythia*

fort (ฟอร์ท) *n.* ป้อม, ป้อมปราการ (-S. fortress, stronghold, donjon)

forte[1] (ฟอร์ท) *n.* ความถนัด, ส่วนที่แข็งของใบดาบที่อยู่ระหว่างกลางดาบกับด้ามดาบ

forte[2] (ฟอร์ท) *adv., adj.* ดัง, กร้าว, อย่างแรง *-n.* (ดนตรี) การเล่นเสียงดัง

forth (ฟอร์ธ) *adv.* ไปข้างหน้า, ไปข้างนอก, ออกมา, ออกไป *-prep.* ออกจาก, มาจาก **-from this day forth** ตั้งแต่วันนี้เป็นต้นไป **-and so forth** และอื่นๆ ที่เท่าเทียมกับ (-S. forward, abroad) *-Ex. from that day forth, The plants put forth new shoots.*

forthcoming (ฟอร์ธคัม' มิง) *adj.* กำลังจะมาถึง, กำลังจะปรากฏ, มีพร้อม, เตรียมพร้อม *-n.* การกำลังจะมาถึง, การกำลังจะปรากฏ (-S. ready, available, impending, coming) *-Ex. the forthcoming holidays, The grants are not forthcoming., We put notices of forthcoming programmes on the bulletin board.*

forthright (ฟอร์ธ' ไรทฺ) *adj.* ตรงไปตรงมา, โดยตรง, โผงผาง, เปิดเผย, เฉียบขาด *-adv.* โดยตรง, อย่างตรงไปตรงมา, ทันที *-n.* ทางตรง **-forthrightness** *n.* **-forthrightly** *adv.*

forthwith (ฟอร์ธวิธ') *adv.* โดยตรง, ทันที, ไม่รีรอ (-S. instantly, immediately, directly)

fortieth (ฟอร์' ทิเอธ) *adj.* ที่ 40, 1 ใน 40 ส่วนที่เท่าๆ กัน *-n.* ส่วนที่ 40, สมาชิกอันดับที่ 40

fortification (ฟอร์ทะฟิเค' ชั่น) *n.* การสร้างความแข็งแกร่ง, การสร้างป้อมปราการ, การป้องกัน, ศิลปะหรือวิชาสร้างสิ่งก่อสร้างสำหรับป้องกันข้าศึก, เครื่องป้องกันข้าศึก, สิ่งก่อสร้างที่ใช้ป้องกันข้าศึก (กำแพงเมือง, ป้อมปราการ, มูลดิน, สนามเพลาะหรืออื่นๆ) (-S. reinforcement, battlement, rampart) *-Ex. The fortification of the fortress went forward rapidly., Proper diet, rest, and exercise are fortification against illness.*

fortify (ฟอร์' ทะไฟ) *vt.* **-fied, -fying** ทำให้แข็งแรง, เสริมความแข็งแกร่ง, เสริมกำลัง, จัดการป้องกัน, สร้างสิ่งป้องกันข้าศึก, เพิ่มสมรรถภาพ, เพิ่มประสิทธิภาพ, เพิ่มไวตามิน, เพิ่มปริมาณแอลกอฮอล์ *-vi.* สร้างสิ่งป้องกัน (ป้อมปราการ, กำแพงเมือง, มูลดิน, สนามเพลาะ หรืออื่นๆ) **-fortifiable** *adj.* **-fortifier** *n.* **-fortifyingly** *adv.* (-S. strengthen, reinforce, invigorate, support, enrich) *-Ex. to fortify a fort, a fortified port, to fortify us against colds*

fortissimo (ฟอร์ทิส' ซะโม) *adj., adv.* (เสียงดนตรี) ดังมาก *-n., pl.* **-mos/-mi** เสียงดนตรีที่เล่นเสียงดังมาก

fortitude (ฟอร์' ทิทิวดฺ, -ทูด) *n.* ความอดทน, ความแข็งแกร่ง, ความทรหด, ความกล้าหาญ (-S. courage, bravery, grit, endurance, patience) *-Ex. to face illness with fortitude*

fortitudinous (ฟอร์' ทิทิวดฺเนิส, -ทูด'-) *adj.* อดทน, แข็งแกร่ง, ทรหด, กล้าหาญ

fortnight (ฟอร์ท' ไนทฺ) *n.* ระยะเวลา 14 คืน, 2 สัปดาห์

fortnightly (ฟอร์ท' ไนทฺลี) *adj.* ซึ่งเกิดขึ้นทุก 2 สัปดาห์ *-adv.* ทุก 2 สัปดาห์ *-n., pl.* **-lies** สิ่งตีพิมพ์ที่ออกทุก 2 สัปดาห์

fortress (ฟอร์ท' ทริส) *n.* ป้อมปราการ, สถานที่ปลอดภัย *-vt.* สร้างป้อมปราการ (-S. fort, fortification)

fortuitous (ฟอร์ทู' อิทัส, -ทิว-) *adj.* บังเอิญ, โชคดี **-fortuitousness** *n.* **-fortuitously** *adv.* (-S. chance, unexpected, haphazard)

fortuity (ฟอร์ทู' อิที, -ทิว-) *n., pl.* **-ties** ความบังเอิญ, เหตุบังเอิญ

fortunate (ฟอร์' ชะเนท) *adj.* โชคดี, เคราะห์ดี **-fortunately** *adv.* **-fortunateness** n. (-S. lucky, blessed) *-Ex. You are fortunate to be so healthy.*

fortune (ฟอร์' เชิน) *n.* โชค, โชคชะตา, โชคลาภ, ชะตากรรม, ทรัพย์สมบัติจำนวนมาก, ความสำเร็จ, ความรุ่งเรือง, ผู้รับมรดก *-v.* **-tuned, -tuning** *-vi.* เกิดขึ้นอย่างไม่คาดคิด *-vt.* มอบทรัพย์สมบัติจำนวนมากให้ **-tell a person's fortune** ทำนายโชคชะตา **-fortuneless** *adj.* (-S. fate, chance, lot, wealth, prosperity, luck, destiny) *-Ex. By good fortune, rather than skill, Udom arrived safely., seek one's fortune, make a fortune*

fortuneteller (ฟอร์' เชินเทลเลอะ) *n.* ผู้ทำนายโชคชะตา, หมอดู, โหร (-S. soothsayer, prophet)

forty (ฟอร์' ที) *n., pl.* **-ties** จำนวน 40, เครื่องหมายแสดงจำนวน 40 (เช่น 40, XL, XXXX), กลุ่มที่มี 40 (ชิ้น, อัน, แท่งหรืออื่นๆ) *-adj.* ที่40 **-forties** จำนวนหรือปีระหว่าง 40-49

forty-niner (ฟอร์ทีไน' เนอะ) *n.* ผู้ที่ไปขุดทองในแคลิฟอเนียร์ในปี ค.ศ. 1849

forty winks (ภาษาพูด) การงีบหลับชั่วครู่

forum (ฟอร์' รัม) *n., pl.* **forums/fora** สภา, ที่ประชุมสำหรับการอภิปราย, ตลาดหรือสนามกว้างของเมืองสมัยโรมัน, ศาล, วิธีการอภิปรายปัญหา **-the Forum** ตลาด หรือสนามกว้างของเมืองโบราณสมัยโรมโบราณ (-S. assembly, meeting, court, debate, market place, symposium) *-Ex. The country hotel became a political forum for the local people., The citizens held a forum to discuss the community situation.*

forward (ฟอร์' เวิร์ด) *adj.* ไปข้างหน้า, ก้าวหน้า, ล่วงหน้า, เกี่ยวกับอนาคต, กล้า, กระตือรือร้น *-adv.* ไปข้างหน้า อยู่ข้างหน้า, ก้าวหน้า, ล้ำหน้า, ล่วงหน้า *-n.* นักกีฬาที่อยู่ข้างหน้า, กองหน้า *-vt.* ส่งไป, ส่งออก, ส่งล่วงหน้า, ส่งต่อ, สนับสนุน **-backward(s) and forward(s)** ไปๆ มาๆ, ประเดี๋ยวข้างหน้าประเดี๋ยวข้างหลัง **-forwardable** *adj.* (-S. advancing, progressing, precocious, bold,

F

impudent) *-Ex. forward ranks, forward prices, payment forward, a forward manner, Let us move forward., Forward march!*

forwardness (ฟอร์' เวิร์ดนิส) *n.* ความพร้อม, ภาวะที่อยู่ข้างหน้า, ความกล้า (-S. boldness, presumption, impudence)

F

forwards (ฟอร์' เวิร์ดซฺ) *adv.* ไปข้างหน้า, อยู่ข้างหน้า *-Ex. to move forwards*

forwent (ฟอร์เวนทฺ') *vt.* กริยาช่อง 2 ของ forgo *-Ex. We forwent dinner to see the play.*

forzando (ฟอร์ซาน' โด) *adj., adv.* (ดนตรี) อย่างรวดเร็วและรุนแรง *-n., pl.* **-dos/-di** ดนตรีที่รุนแรง

fosse, foss (ฟอส, โฟส) *n.* คูเมือง, ท้องร่อง, ลำคลอง

fossil (ฟอส' เซิล) *n.* ซากสัตว์หรือพืชที่เป็นหิน, สิ่งที่ขุดออกจากพื้นดิน, สิ่งที่ล้าสมัย, คนที่ล้าสมัย *-adj.* เกี่ยวกับซากสัตว์หรือพืชที่เป็นหิน, ซึ่งขุดจากพื้นดิน, เกี่ยวกับยุคดึกดำบรรพ์, ล้าสมัย, เก่า, หัวดื้อ, ดื้อรั้น (-S. remains, reliquae, remnant)

foster (ฟอส' เทอะ) *vt.* เลี้ยงดู, สนับสนุน, ให้กำลังใจ, อุปถัมภ์ *-adj.* ซึ่งได้รับการเลี้ยงดู, ซึ่งได้รับการอุปถัมภ์ **-fosterer** *n.* (-S. promote, take care of, nurse, cherish) *-Ex.to foster an appreciation of music, to foster a child*

foster brother พี่น้องที่ร่วมแม่นมเดียวกัน

foster child ลูกเลี้ยง

foster home สถานที่เลี้ยงดูเด็กกำพร้า

fosterling (ฟอส' เทอะลิง) *n.* ลูกเลี้ยง

foster mother แม่เลี้ยง (-S. step-mother)

foster parent พ่อเลี้ยงหรือแม่เลี้ยง

fought (ฟอท) *vi., vt.* กริยาช่อง 2 และช่อง 3 ของ fight

foul (เฟาลฺ) *adj.* เหม็น, เน่า, สกปรก, เปรอะเปื้อน, เสีย, ไม่น่าสนใจ, ชั่วร้าย, ร้ายกาจ, เลวร้าย, น่าเกลียด, เลวทราม, ทารุณ, ลามก, ไม่เหมาะสำหรับการเดินเรือ, ผิดกติกา, ผิดกฎ, ยุ่ง, พันกันยุ่ง *-adv.* หยาบคาย, ผิดกติกา *-n.* สิ่งปกปรก, สิ่งที่ผิดกติกา, สิ่งที่ผิดกฎ, การปะทะกัน, การขัดขวาง, ความพัวพัน *-vt.* ทำให้สกปรก, ทำให้เปรอะเปื้อน, ทำผิดกติกา, ทำผิดกฎ, ขัดขวาง, ทำให้เสื่อมเสีย *-vi.* กลายเป็นสกปรก, เปรอะเปื้อน, ผิดกติกา, ผิดกฎ, เสื่อมเสีย **-fall/run foul of** ชนกับ, ปะทะกับ, โจมตี, ทะเลาะ **-foul up** ทำให้ยุ่ง, ทำให้ไม่มีระเบียบ, ทำให้เสีย **-foully** *adv.* **-foulness** *n.* (-S. filthy, dirty, unclean, detestable, disgusting, wicked, dishonourable, immoral) *-Ex. foul weather, a foul proof, a foul taste, In boxing it is a foul to hit below the belt., Our plans were fouled up.*

foulard (ฟลูลาร์ด') *n.* แพรหรือสิ่งทอที่นิ่มและมีลายดอก สำหรับทำเนกไทหรือผ้าพันคอ

foul line เส้นฟาวล์, เส้นจำกัดบริเวณในการเล่นกีฬา

foulmouthed (เฟา' เมาธฺดฺ') *adj.* ซึ่งใช้ภาษาหยาบคาย, ปากเสีย, ปากร้าย

foul-up (เฟาลฺ' อัพ) *n.* ความสับสนวุ่นวาย, ความติดขัด, อุปสรรค

found[1] (เฟานฺดฺ) *vt., vi.* กริยาช่อง 2 และช่อง 3 ของ find

found[2] (เฟานฺดฺ) *vt.* ก่อตั้ง, วางรากฐาน, สร้าง *-vi.* ก่อตั้ง, สร้าง (-S. set up, establish) *-Ex. Have you found your new model?, to found a colony in a new country, to found a new business*

found[3] (เฟานฺดฺ) *vt.* หลอมหล่อ, หลอม, หล่อ

foundation (เฟานฺเด' ชัน) *n.* รากฐาน, พื้นฐาน, การสร้าง, การสถาปนา, มูลนิธิ, เงินทุนสนับสนุน, เครื่องรัดลำตัวผู้หญิง, เครื่องสำอางที่ใช้รองพื้นผิวหน้า **-foundational** *adj.* (-S. basis, bottom, institution, endowment) *-Ex. The foundation of Bangkok was in 1782.*

founder[1] (เฟานฺ' เดอะ) *n.* ผู้ก่อตั้ง, ผู้สร้าง (-S. builder, constructor, creator) *-Ex. Mr. Dansai was the founder of our local sports club., The Pilgrims were the founders of he holy city.*

founder[2] (เฟานฺ' เดอะ) *vi.* ล้มลง, อับปาง, ทรุดลง, (สัตว์) ไม่สบายเนื่องจากกินมากเกินไป, (ม้า) เป็นง่อย, ล้มเหลว *-vt.* ทำให้ล้มลง, ทำให้ล้มเหลว, ทำให้ทรุดลง, ทำให้เสียหาย, ทำให้ม้าเป็นง่อย (-S. cave in, collapse, stumble -A. endure, last)

foundling (เฟานฺดฺ' ลิง) *n.* เด็กที่ถูกทอดทิ้ง (-S. orphan, waif, outcast)

foundress (เฟานฺ' เดรส) *n.* ผู้ก่อตั้งที่เป็นหญิง, ผู้ก่อสร้างที่เป็นหญิง

foundry (เฟานฺ' ดรี) *n., pl.* **-ries** โรงหล่อ, โรงหลอม, กระบวนการหล่อ, ทักษะในการหล่อ, สิ่งที่ได้จากการหล่อ

fount (ฟอนทฺ) *n.* น้ำพุ, แหล่ง, แหล่งกำเนิด, ที่มา, ที่เก็บน้ำมัน, ที่เก็บน้ำหมึก

fountain (เฟานฺ' เทิน) *n.* น้ำพุ, น้ำพุเทียม, น้ำพุที่ใช้ดื่ม, แหล่งกำเนิด, สายน้ำพุ, เครื่องปล่อยน้ำออกมาเป็นสาย, เครื่องกดเครื่องดื่มผสมน้ำโซดา (มักมีก๊อกน้ำ) (-S. spring, fount, origin) *-Ex. a drinking fountain, a soda fountain, The men built a fountain in the park., A library is a fountain of knowledge.*

fountainhead (เฟานฺ' เทินเฮด) *n.* น้ำพุ, แหล่งน้ำ, แหล่งสำคัญ, แหล่งกำเนิด

fountain pen ปากกาหมึกซึม

four (ฟอร์, โฟร์) *n.* 4, เลข 4, เครื่องหมายเลขสี่ (4, IV, IIII), กลุ่มที่มี 4 อัน (ชุด, ชิ้น, แท่งหรืออื่นๆ), ไพ่ 4 แต้ม, 4 นาฬิกา, 16 นาฬิกา, เครื่องยนต์ 4 สูบ, รถยนต์ 4 สูบ, 4 ขวบ, 4 ปี *-adj.* เป็นจำนวน 4 **-on all fours** คลาน, ที่เท่ากันหมด **-a four** เรือกรรเชียง

four-fold (ฟอร์' โฟลดฺ) *adj.* ประกอบด้วย 4 ส่วน, 4 เท่า *-adv.* เป็น 4 เท่า

fourscore (ฟอร์' สคอร์') *n., adj.* แปดสิบ, สี่คูณยี่สิบ (-S. eighty)

fourteen (ฟอร์ทีน') *n.* 14, เลข 14, เครื่องหมายเลขสิบสี่ (14, XIV), กลุ่ม 14 คน (ชิ้น อัน), หนึ่งใน 14 ส่วนเท่าๆ กัน *-adj.* ส่วนที่ 14, สมาชิกลำดับที่ 14

fourteenth (ฟอร์ธทีน') *n., adj., adv.* ที่ 14, ลำดับที่ 14

fourth (ฟอร์ธ) *adj.* ที่ 4 *-n.* ส่วนที่ 4, สมาชิกลำดับที่ 4, หนึ่งใน 4 ส่วนที่เท่าๆ กัน *-adv.* ในตำแหน่งที่ 4, ที่ 4 **-Fourth** วันชาติของสหรัฐอเมริกา (วันที่ 4 กรกฎาคม)

fourth estate ฐานันดรที่ 4 (นักหนังสือพิมพ์, อาชีพนักหนังสือพิมพ์

fourthly (ฟอร์ธ' ลี) *adv.* ที่ 4, ลำดับที่ 4

Fourth of July วันอิสรภาพหรือวันชาติของสหรัฐอเมริกา (-S. Independence Day)

fowl (เฟาล) *n., pl.* **fowls/fowl** สัตว์ปีก, สัตว์พวกเป็ดไก่, เนื้อของสัตว์ดังกล่าว, นก *-vi.* ล่าสัตว์ปีกที่เป็นสัตว์ป่า (-S. chicken, hen, poultry)

fowler (เฟา' เลอะ) *n.* นักล่านก

fowling (เฟา' ลิง) *n.* กีฬายิงนก, การยิงนก, การดักนก

fox (ฟอคซฺ) *n., pl.* **foxes/fox** สุนัขจิ้งจอก, หนังสุนัขจิ้งจอก, บุคคลเจ้าเล่ห์, (คำสแลง) คนที่มีเสน่ห์ *-vt.* หลอกลวง, โกง, ซ่อมด้วยหนังสุนัขจิ้งจอก, ทำให้มึนเมา *-vi.* กระทำอย่างเจ้าเล่ห์, (หน้าหนังสือเก่าๆ) เปลี่ยนสีเป็นสีเหลืองเก่าๆ หรือมีจุดด่างเกิดขึ้น **-play the fox** กระทำอย่างเจ้าเล่ห์

Fox (ฟอคซฺ) *n., pl.* **Foxes/Fox** เผ่าอินเดียนแดงเผ่าหนึ่งในทวีปอเมริกาเหนือ, ภาษาของเผ่าดังกล่าว

foxglove (ฟอคซฺ' กลัฟวฺ) *n.* พืชจำพวก *Digitalis* โดยเฉพาะ *Digitalis purpurea* เป็นสมุนไพรที่ใช้ทำยากระตุ้นหัวใจ

foxhound (ฟอคซฺ' เฮานดฺ) *n.* สุนัขพันธุ์หนึ่งที่ใช้ล่าสุนัขจิ้งจอก

foxy (ฟอค' ซี) *adj.* **-ier, -iest** คล้ายสุนัขจิ้งจอก, เจ้าเล่ห์, ซึ่งเปลี่ยนเป็นสีเหลืองเพราะเก่า, สีเหลืองหรือน้ำตาลอมแดง, (คำสแลง) ที่มีเสน่ห์ **-foxily** *adv.* **-foxiness** *n.* (-S. crafty)

foyer (ฟอย' เออะ) *n.* ทางเข้าห้องโถง, ลอบบี้โรงแรม (-S. lobby, anteroom)

fracas (เฟร' เคิส) *n.* เสียงทะเลาะวิวาท, เสียงอึกทึกครึกโครม (-S. disturbance, brawl, uproar)

fraction (แฟรค' ชัน) *n.* เศษส่วน, ส่วนน้อย, เศษน้อย, เศษ, จำนวนเล็กน้อย, การแตกออกเป็นชิ้นเล็กชิ้นน้อย *-vt.* หารหรือแบ่งออกเป็นเศษส่วน (-S. part, portion -A. whole) *-Ex. a complex/compound fraction, a fraction of your work*

fractional (แฟรค' ชันเนิล) *adj.* เกี่ยวกับเศษส่วนที่เป็นจำนวนเล็กน้อย, ไม่สำคัญ, เป็นเศษเล็กเศษน้อย **-fractionally** *adv.* (-S. fractionary)

fractious (แฟรค' ชัส) *adj.* ชอบทะเลาะวิวาท, หัวดื้อ, ดื้อรั้น, ขี้โมโห **-fractiously** *adv.* **-fractiousness** *n.* (-S. cross, irritable, ill-humoured, unruly)

fracture (แฟรค' เชอะ) *n.* การแยก, การแตกร้าว, รอยแตกร้าว, กระดูกหัก *-v.* **-tured, -turing** *-vi.* แตกร้าว, ร้าว *-vt.* ทำให้แตก, ทำให้ร้าว **-fractural** *adj.* (-S. rift, crack, break, split) *-Ex. The X-ray showed a bad fracture of her arm., The bones of old people fracture easily.*

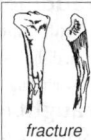

fracture

fragile (แฟรจ' ไจลฺ) *adj.* เปราะ, หักง่าย, แตกง่าย, เสียหายง่าย, อ่อนแอ, บอบบาง, อ่อน **-fragilely** *adv.* **-fragility** *n.* (-S. frail, brittle, delicate, feeble -A. strong, durable) *-Ex. a fragile vase*

fragment (แฟรจ' เมินทฺ) *n.* เศษที่แตกออก, ชิ้นที่แตกออก, ส่วนที่ยังทำไม่เสร็จ, ส่วนที่ยังไม่สมบูรณ์, สะเก็ด *-vi.* แตกตัวออก, แตกออกเป็นเศษ *-vt.* แยกออกเป็นชิ้นๆ, ทำให้แตกออกเป็นชิ้นๆ **-fragmented** *adj.* (-S. portion, particle, fraction part, piece, segment, chip, division -A. whole, all, entirety, totality, all, everything) *-Ex. A fragment of stone fell from the top of the wall.*

fragmental (แฟรกเมน' เทิล) *adj.* เป็นเศษ, เป็นชิ้น, เป็นสะเก็ด, ขาดๆ วิ่นๆ, ไม่ปะติดปะต่อกัน, ไม่สมบูรณ์ **-fragmentally** *adv.*

fragmentary (แฟรก' เมินทะรี) *adj.* ที่ประกอบไปด้วยชิ้นส่วนที่ไม่ปะติดปะต่อกัน **-fragmentarily** *adv.* **-fragmentariness** *n.* (-S. broken, disconnected, incomplete -A. unified, intact)

fragrance (เฟร' เกรินซฺ) *n.* กลิ่นหอม, ความหอม *-Ex. the fragrance of lilacs*

fragrancy (เฟร' เกรินซี) *n.* ดู fragrance

fragrant (เฟร' เกรินทฺ) *adj.* หอม, มีกลิ่นหอม **-fragrantly** *adv.* (-S. perfumed, aromatic, odorous)

frail[1] (เฟรล) *adj.* อ่อนแอ, บอบบาง, แตกง่าย, เปราะ, ชำรุดง่าย, จิตใจอ่อนแอ, ใจง่าย **-frailly** *adv.* **-frailness** *n.* (-S. delicate, breakable, weak) *-Ex. Fine china is frail.*

frail[2] (เฟรล) *n.* ตะกร้าที่สานด้วยใบกก (โดยเฉพาะเพื่อใส่ผลไม้แห้ง)

frailty (เฟรล' ที) *n., pl.* **-ties** ความอ่อนแอ, ความบอบบาง, ความเปราะ, ความชำรุดง่าย, การมีจิตใจอ่อนแอ, ความใจง่าย, ความผิดที่กระทำไปเพราะมีจิตใจที่อ่อนแอ (-S. debility, infirmity, weakness)

frambesia, framboesia (แฟรมบี' เซีย) *n.* โรคคุดทะราด เป็นโรคติดต่อที่เป็นแผลเรื้อรัง

frame (เฟรม) *n.* กรอบ, โครง, ร่าง, ร่างกาย, โครงสร้าง, องค์ประกอบ, ระบบ, ภาพถ่ายแต่ละภาพในม้วนฟิล์ม, กรอบแว่น, รอบหนึ่ง (การตีเบสบอล), ยกหนึ่งๆ (มวย) *-v.* **framed, framing** *-vt.* ประกอบ, ก่อ, สร้าง, ติดตั้ง, ร่าง, กำหนด, คิด, วางแผน, ประพันธ์, ใส่กรอบ, ใส่วงกบ, ใส่ความ, ใส่ร้าย *-vi.* พยายาม, จัดการ **-framer** *n.* (-S. form, framework, structure) *-Ex. frame of a building, a wooden frame, His great frame was supported on thin legs., the frame of society, frame an idea, frame words, Somchai framed his reply carefully., to frame a picture*

frame-up (เฟรม' อัพ) *n.* (ภาษาพูด) การใส่ร้ายปรักปรำผู้บริสุทธิ์

framework (เฟรม' เวิร์ค) *n.* โครงร่าง, เค้าโครง, โครงสร้าง, กรอบ, วงกบ (-S. frame, structure, plan) *-Ex. the framework of building*

framing (เฟรม' มิง) *n.* การสร้าง, การก่อ, การใส่กรอบ, การคิด, การวางแผน

franc (แฟรงคฺ) *n.* เหรียญเงินตราของฝรั่งเศส เบลเยียม ลักเซมเบิร์ก ซีนีกัล สวิตเซอร์แลนด์ ตาฮิติ และอื่นๆ มีค่าเท่ากับ 100 centimes (ใช้อักษรย่อ F., f., Fr., fr.)

France (ฟรานซฺ) ประเทศฝรั่งเศส

F

franchise (แฟรน' ไชซ) *n.* สัมปทาน, สิทธิพิเศษ, สิทธิในการเป็นผู้แทนจำหน่าย, อาณาบริเวณที่สิทธิดังกล่าวครอบคลุมถึง, สิทธิพลเมืองจากรัฏฐาธิปัตย์หรือรัฐบาล, ข้อกำหนดยกเว้นในสัญญา *-vt.* **-chised, -chising** ให้สิทธิดังกล่าว, ให้สัมปทาน, ให้สิทธิพิเศษแก่ (-S. freedom, right, liberty, suffrage, privilege, the vote -A. slavery, bondage, deprivation, serfdom, oppression)

franchisee (แฟรนไชซี') *n.* ผู้ได้รับสัมปทาน, ผู้ได้รับสิทธิพิเศษ, ผู้ได้รับสิทธิในการเป็นผู้แทนจำหน่าย, ผู้ได้รับสิทธิจากรัฏฐาธิปัตย์หรือรัฐบาล

Franciscan (แฟรนซิส' เคิน) *adj.* เกี่ยวกับ St. Francis of Assisi *-n.* พระโรมันคาทอลิกตามประเภทของ St. Francis

Francis of Assisi, Saint นักบุญผู้ก่อตั้งระบบพระโรมันคาทอลิกแบบ Franciscan

francium (แฟรน' เซียม) *n* ธาตุกัมมันตรังสีชนิดหนึ่ง ใช้สัญลักษณ์ Fr

Franco- คำอุปสรรค มีความหมายว่า ฝรั่งเศส

francolin (แฟรง' คะลิน) *n.* นกจำพวก *Francolinus*

Francophile, Francophil (แฟรง' คะฟิล) *adj.* ซึ่งเป็นมิตรหรือชอบฝรั่งเศสหรือชาวฝรั่งเศส *-n.* ผู้ที่เป็นมิตรหรือชอบฝรั่งเศสหรือชาวฝรั่งเศส

Franco-Prussian War สงครามระหว่างฝรั่งเศสและรัสเซีย ในปี ค.ศ. 1870-71

frangible (แฟรง' จะเบิล) *adj.* แตกได้, หักได้ **-frangibility, frangibleness** *n.*

frangipane (แฟรง'จะเพน) *n.* ขนมอบเปลือกแข็งใส่ครีมอัลมอนด์และน้ำตาล

frangipani (แฟรงจะเพน' นี) *n., pl.* **-panis/-pani** น้ำหอมกลิ่นของต้นไม้จำพวก *Plumeria*, ต้นไม้ดังกล่าว, ขนมอบเปลือกแข็งใส้ครีมอัลมอนด์และน้ำตาล

frank[1] (แฟรงค) *adj.* เปิดเผย, ตรงไปตรงมา, ไม่อ้อมค้อม, ไม่แอบแฝง, ด้วยน้ำใสใจจริง, ชัดแจ้ง *-n.* เครื่องหมายหรือลายเซ็นอนุญาตให้ผ่านโดยไม่ต้องชำระเงิน, การประทับตราแสดงการยกเว้นการเสียค่าแสตมป์ *-vt.* ประทับตรายกเว้นการเสียค่าแสตมป์, ส่งโดยไม่คิดมูลค่า, อนุญาตให้ผ่านได้ **-frankly** *adv.* **-frankness** *n.* (-S. honest, candid, open, artless, sincere, ingenuous, plain, straightforward -A. deceptive, secretive, hypocritical, insincere, deceitful)

frank[2] (แฟรงค) *n.* ดู frankfurter

Frankenstein (แฟรง' เคินสไทน) สิ่งมีชีวิตจากศพและได้ทำลายผู้ที่สร้างตน **-Frankenstein's monster**

frankfurter, frankforter (แฟรงค' เฟอะเทอะ) *n.* ไส้กรอกเยอรมัน, ไส้กรอกเนื้อวัว, ไส้กรอกเนื้อวัวผสมเนื้อหมู (-S. sausage)

frankincense (แฟรง' คินเซินซ) *n.* ยางไม้หอมจากต้นไม้จำพวก *Boswellia* ใช้ทำเครื่องสำอางและผสมในยาสำหรับรมควัน (-S. olibanum)

franking machine เครื่องประทับจดหมายหรือไปรษณียภัณฑ์ว่า "ค่าแสตมป์ชำระแล้ว"

Frankish (แฟรง' คิช) *adj.* เกี่ยวกับชนชาติหรือภาษา Franks *-n.* ภาษาเยอรมันสาขาหนึ่ง

Franklin, Benjamin (แฟรงค' ลิน) รัฐบุรุษ นักการทูต นักประพันธ์ นักวิทยาศาสตร์และนักประดิษฐ์ชาวอเมริกัน (ค.ศ. 1706-90)

frankly (แฟรงค' ลี) *adv.* อย่างเปิดเผย, ตรงไปตรงมา, ไม่อ้อมค้อม, ด้วยน้ำใสใจจริง, ชัดเจน

frantic (แฟรน' ทิค) *adj.* คลั่ง, มีอารมณ์รุนแรง (ด้วยความตื่นเต้น โกรธ กลัว เจ็บปวดหรืออื่นๆ), บ้า, มีสติฟั่นเฟือน **-frantically, franticly** *adv.* **-franticness** *n.* (-S. mad, raging, distracted, furious, frenzied, violent, deranged, crazy, delirious, insane, angry, rabid -A. calm, quiet, composed, peaceful, subdued, meek, mild, docile, tractable, bland, easy, gentle, kind, cool, self-possessed, collected)

frappé (ฟระเพ') *n.* น้ำผลไม้แช่เย็นจนขึ้นเกล็ดน้ำแข็ง, เหล้าที่เทลงบนก้อนน้ำแข็ง *-adj.* เยือกเย็น, เย็นเป็นน้ำแข็ง

fraternal (ฟระเทอร์' เนิล) *adj.* เป็นพี่เป็นน้อง, เกี่ยวกับภราดรภาพ, เกี่ยวกับคณะสงฆ์, เกี่ยวกับสมาคมฉันพี่ฉันน้องที่เป็นชาย **-fraternalism** *n.* **-fraternally** *adv.* (-S. brotherly, consanguineous, kindred, congenial) *-Ex. fraternal parties, fraternal countries, fraternal relations*

fraternity (ฟระเทอร์' นิที) *n., pl.* **-ties** องค์การหรือสมาคมเชื่อมความสัมพันธ์ฉันพี่น้องระหว่างนักศึกษาชาย (มักใช้อักษรกรีก 4 ตัวตั้งชื่อและมีพิธีลับ), กลุ่มของบุคคลที่มีจุดประสงค์ ความสนใจหรืออื่นๆ ที่เหมือนกัน, บุคคลในกลุ่มอาชีพเดียวกัน, ความเป็นพี่เป็นน้อง, ความสัมพันธ์ระหว่างพี่น้อง

fraternize (แฟรท' เทอะไนซ) *vi.* **-nized, -nizing** สัมพันธ์กันฉันพี่น้อง, สนิทสนมกันฉันพี่น้อง **-fraternization** *n.* **-fraternizer** *n.* (-S. consort, socialize, band together, associate, cooperate, harmonize, mingle, amalgamate, unionize, coalesce)

fratricide (เฟร' ทริไซด) *n.* ผู้ฆ่าพี่ผู้ฆ่าน้อง, การฆ่าพี่ฆ่าน้อง **-fratricidal** *adj.*

Frau (โฟร, เฟรา) *n., pl.* **Frauen** (ภาษาเยอรมัน) คำเรียกนำหน้าชื่อของสุภาพสตรีชาวเยอรมัน

fraud (ฟรอด) *n.* การโกง, การหลอกลวง, การฉ้อฉล, พฤติการณ์ที่หลอกลวง, เล่ห์, ผู้หลอกลวง, ของปลอม **-in fraud of/to the fraud of** เพื่อหลอกลวง, เพื่อฉ้อโกง **-a pious fraud** การล่อลวงโดยหวังดี (-S. deception, deceit, guile, duplicity, cheating, artifice, imposture, chicanery, swindling, trick, treason -A. integrity, honesty, good faith) *-Ex. That man selling furs is a fraud.*

fraudulent (ฟรอ' จะเลินท) *adj.* หลอกลวง, ฉ้อโกง, ฉ้อฉล **-fraudulence, fraudulency** *n.* **-fraudulently** *adv.* (-S. dishonest, deceitful, criminal -A. upright, honest, reliable, law-abiding, truthful, trustworthy)

fraught (ฟรอท) *adj.* เต็มไปด้วย, ที่บรรทุกเต็มไปด้วย, ที่รบกวน (-S. weighted, laden, full of, loaded, charged, burdened, distracted, agitated) *-Ex. a voyage fraught with dangers*

Fräulein (ฟรอย' ไลน) *n., pl.* **-lein/-leins** (ภาษาเยอรมัน) คำเรียกนำหน้าชื่อหญิงที่ยังไม่แต่งงาน

fray[1] (เฟร) *n.* การทะเลาะวิวาท, การต่อสู้, การชกต่อย,

fray² 363 **free-living**

การโต้เถียง *-vt.* ทำให้ตกใจ, ทำให้ตกตะลึง (**-S.** brawl, fracas, set-to, fight, battle, row, commotion, rumpus, disturbance, melee, scuffle, war **-A.** concord, agreement, truce, peace)

fray² (เฟร) *vt.* ทำให้หลุดลุ่ย, ทำให้เป็นฝอย, ทำให้ตึงเครียด, ทำให้ผิดหวัง, เสียดสี, ถู *-vi.* หลุดลุ่ย, เป็นฝอย (**-S.** wear out, unravel, rip, tatter, wear thin, frazzle, shred, abrade) *-Ex. Grandfather's coat collar is frayed.*

frazzle (แฟรซ' เซิล) *vi., vt.* **-zled, -zling** ทำให้หลุดลุ่ย, ใส่จนหลุดลุ่ย, ทำให้เป็นฝอย, หลุดลุ่ย, ทำให้หมดแรง, ทำให้เหนื่อย *-n.* สภาพที่เป็นฝอยหลุดลุ่ย, สภาพที่เหนื่อยล้า

freak¹ (ฟรีค) *n.* ความคิดประหลาด, ความคิดวิตถาร, สิ่งประหลาด, บุคคลที่ประหลาด, สัตว์หรือพืชประหลาด, พฤติกรรมที่กระทำตามอำเภอใจ, (คำสแลง) ฮิปปี้ ผู้ติดยาเสพย์ติด *-vt., vi.* มีพฤติการณ์ประหลาด (โดยเฉพาะขณะอยู่ภายใต้ฤทธิของยาเสพย์ติด), ขาดสติสัมปชัญญะ, เคลิบเคลิ้มด้วยฤทธิ์ยาเสพย์ติด *-adj.* ประหลาด, วิตถาร, นอกลู่นอกทาง, ตามอำเภอใจ, พิลึกพิลั่น (**-S.** whim, vagary, crotchet, caprice, fancy, quirk **-A.** steadiness, purpose, firmness, resolution, honesty, normalcy, conformity) *-Ex. A rabbit with 3 ears would be a freak accident, a freak shape*

freak² (ฟรีค) *vt.* ทำให้เป็นลายเป็นเส้นสีที่ประหลาด *-n.* ลาย, เส้น, ลายสี, ลายประหลาด

freakish (ฟรี' คิช) *adj.* เป็นลายเป็นเส้นที่ประหลาด, ประหลาด, วิตถาร, เพ้อฝัน, ผิดปกติ, นอกลู่นอกทาง **-freakishly** *adv.* **-freakishness** (**-S.** grotesque, aberrant, abnormal, anomalous, bizarre)

freak-out (ฟรีค' เอาท) *n.* (คำสแลง) สภาพที่บ้าคลั่ง พฤติกรรมประหลาด สภาพที่ขาดสติสัมปชัญญะ คนที่มีสภาพดังกล่าว

freaky (ฟรี' คี) *adj.* **-ier, -iest** ดู freakish **-freakily** *adv.* **-freakiness** *n.*

freckle (เฟรค' เคิล) *n.* จุดเล็กๆ สีเหลืองบนผิวหนัง (มักเนื่องจากถูกแสงแดด), กระ, จุดด่าง *-vt., vi.* **-led, -ling** ทำให้เป็นกระ, ทำให้ตกกระ, เป็นกระ **-freckled** *adj.*

freckly (เฟรค' ลี) *adj.* **-lier, -liest** เต็มไปด้วยกระ, (คำสแลง) น่าตกใจ

free (ฟรี) *adj.* **freer, freest** อิสระ, เสรี, มีอิสรภาพ, ไม่มีอะไรมาบังคับผูกพัน, เป็นไทย, ไม่มีข้อจำกัด, ไม่มีกฎเกณฑ์, ไม่มีพิธีรีตอง, ไม่ปิดบัง, เปิดเผย มีสิทธิเสรีภาพในทางการเมือง, ได้รับการยกเว้น, ได้รับการยกเว้นค่าธรรมเนียม, ไม่เสียค่าเช่า, ได้รับการยกเว้นภาษี, ปลอดภัย, ยังไม่เกิดการรวมตัวทางเคมี, ทั่วไป, ปราศจาก, หลวม, ว่าง, ปลอด, ไม่ถูกขัดขวาง, ไม่แน่นอน, ไม่คงที่ *-adv.* อย่างอิสระ, ฟรี, ไม่คิดมูลค่า *-vt.* **freed, freeing** ทำให้อิสระ, แก้, เปลื้อง, ปลด, ขจัด, ทำให้ปลอดจาก **-a free hand** ฟรี, ได้รับการยกเว้นค่าธรรมเนียม, ไม่ต้องจ่ายเงิน **-freeness** *n.* **-freely** *adv.* (**-S.** generous, liberal, bounteous, bountiful, munificent, frank, artless, candid, open, familiar, independent, loose, unconfined **-A.** enchained, enslaved, bound, imprisoned, fettered, restrained, confined, compelled, incarcerated, shut up, locked in, checked, barred) *-Ex. free men, free trade, hanging free, free from any traces of poison, do it free, free entrance, free sample, free school, free-thinker*

free alongside ship ไม่ต้องเสียค่าขนส่งจนถึงข้างเรือ, ผู้ขายเสียค่าขนส่งให้จนถึงข้างเรือ (**-S.** free alongside vessel)

freebase (ฟรี' เบส) *vt., vi.* **-based, -basing** ทำให้โคเคนบริสุทธิ์โดยการทำให้ร้อนพร้อมกับอีเทอร์ *-n.* โคเคนบริสุทธิ์

freeboot (ฟรี' บูท) *vi.* ปล้น

freebooter (ฟรี' บูทเทอะ) *n.* ผู้ปล้นสะดม, โจรสลัด

freeborn (ฟรี' บอร์น) *adj.* ซึ่งเกิดมาก็เป็นอิสระ (จากการเป็นทาส)

freedman (ฟรีด' เมิน) *n., pl.* **-men** ผู้ได้รับการปลดปล่อยเป็นอิสระจากความเป็นทาส **-freedwoman** *n. fem.*

freedom (ฟรี' เดิม) *n.* อิสรภาพ, เสรีภาพ, ความเป็นไทย, ความไม่มีกฎเกณฑ์, ความเป็นตัวของตัวเอง, ความเปิดเผย, ความเป็นกันเอง, ความไม่มีพิธีรีตอง, ความทะลึ่ง, การได้รับยกเว้นจาก, สิทธิพิเศษ, สิทธิทั้งหลายของพลเมือง (**-S.** independence, liberty, openness, frankness, outspokenness, unrestrictedness, licence, unrestraint, exemption, franchise **-A.** serfdom, slavery, incarceration, imprisonment, confinement servitude, bondage, submission, subordination, submissiveness) *-Ex. freedom of the press, She spoke on this delicate subject with great freedom., Somsri has much freedom of motion for a beginning skater.*

free enterprise ระบบเศรษฐกิจที่ส่งเสริมการแข่งขันกันโดยอิสระ โดยมีการควบคุมจากรัฐน้อยที่สุด

free fall การตกลงอย่างอิสระตามแรงดึงดูดของโลก, การลดลงอย่างรวดเร็วโดยไม่สามารถควบคุมได้

free-fall (ฟรี' ฟอล) *adj.* ที่ตกลงอย่างรวดเร็วและควบคุมไม่ได้

free-for-all (ฟรี' เฟอะออล) *n.* การแข่งขัน การโต้เถียง การต่อสู้หรืออื่นๆ ที่เปิดโอกาสแก่คนทั่วไปได้เข้าร่วม

freehand (ฟรี' แฮนด) *adj., adv.* ด้วยมือเปล่า (ไม่ใช้เครื่องมือช่วย)

freehanded (ฟรี' แฮน' ดิด) *adj.* ใจกว้าง, ใจป้ำ, มือเติบ, **-freehandedly** *adv.* **-freehandedness** *n.*

freehold (ฟรี' โฮลด) *n.* การครอบครองอสังหาริมทรัพย์อย่างอิสระ (ไม่ต้องเสียส่วนอากรแก่ผู้ใดยกเว้นกษัตริย์), อสังหาริมทรัพย์ที่ครอบครองโดยอิสระดังกล่าว, อสังหาริมทรัพย์ที่เป็นมรดกตกทอดหรือที่มีสิทธิครอบครองได้ตลอดชีวิต **-freeholder** *n.*

freelance, free lance (ฟรี' ลานซ) *n.* คนที่ทำงานอิสระ (ไม่เป็นลูกจ้างใคร), ทหารรับจ้างในสมัยกลาง *-vi., vt.* **-lanced, -lancing** ทำงานโดยอิสระ (ไม่ใช่ลูกจ้าง) *-adj.* เกี่ยวกับการทำงานโดยอิสระที่ไม่ใช่ลูกจ้าง **-freelancer** *n.*

free-living (ฟรี' ลิฟ' วิ่ง) *adj.* การดำรงชีวิตอย่างอิสระ, การดำรงชีพที่ไม่เบียดเบียนใคร, การดำรงชีวิตที่หมกมุ่นในเรื่องความใคร่ ความอยาก และความต้องการ

F

free love การนอนด้วยกันและมีความสัมพันธ์ทางเพศโดยไม่ได้แต่งงานกันตามกฎหมาย, ความรักที่ไม่มีขอบเขตหรือพรมแดน **-free-lover** *n.*

freeman (ฟรี' เมิน) *n., pl.* **-men** ผู้ที่เป็นอิสระ, ผู้มีสิทธิทั้งหลายของพลเมือง, ผู้ที่ได้รับสิทธิพิเศษ

free market ตลาดเสรี, ตลาดที่ผลิต ขายและกำหนดราคาสินค้าตามการอิสระของสภาพอุปสงค์และอุปทาน

Freemason (ฟรี' เมเซิน) *n.* สมาชิกของสมาคมร่วมสงเคราะห์ด้วยความรักฉันพี่น้องระหว่างสมาชิก

freemasonry (ฟรี' เมเซินรี) การร่วมสงเคราะห์ช่วยเหลือซึ่งกันและกัน, ความเห็นอกเห็นใจกัน, ความสามัคคี

free-minded (ฟรีไม' ดิด) *adj.* ซึ่งมีจิตใจเป็นอิสระ, ซึ่งไม่มีภาระแห่งจิต

free on board, f.o.b. *adj., adv.* (ผู้ขาย) ซึ่งเสียค่าขนส่งจนถึงเรือหรือรถหรือเครื่องบิน

free port ท่าเรือที่ไม่เก็บค่าภาษีศุลกากร, ท่าเรือที่ใช้กฎข้อบังคับกับผู้ขนส่งเหมือนกันหมด

freer[1] (ฟรี' เออะ) *n.* ผู้ปล่อยให้เป็นอิสระ, สิ่งที่ปลดปล่อย

freer[2] (ฟรี' เออะ) *adj.* คุณศัพท์ขั้นกว่าของ free

free radical อะตอมหรือกลุ่มอะตอมอิสระที่มีอิเล็กตรอนที่ยังไม่จับคู่ เช่น -CH_3, กลุ่มอะตอมดังกล่าว

free silver เหรียญเงิน (โดยเฉพาะที่ผสมกับทอง)

Free-Soil (ฟรี' ซอยล) *n.* อาณาเขตหรือกลุ่มซึ่งต่อต้านการมีทาส, เขตปลอดทาส

free-soil (ฟรี' ซอยล) *adj.* เกี่ยวกับดินแดนที่ไร้ทาส

free speech อิสรภาพในการพูดแสดงความคิดเห็น

free-spoken (ฟรี' สโพคเคิน) *adj.* ซึ่งพูดแสดงความคิดเห็นได้โดยอิสระ, ขวานผ่าซาก, พูดจากโผงผาง **-free-spokenness** *n.*

freestanding (ฟรี' สแทน' ดิง) *adj.* อิสระ, ซึ่งยืนหรือตั้งอยู่อย่างอิสระ (ไม่มีสิ่งค้ำจุนจากด้านอื่น)

Free State รัฐที่ห้ามมีทาส (ก่อนสงครามกลางเมืองในประเทศอเมริกา)

freestyle (ฟรี' สไทล) *n.* การว่ายน้ำไม่จำกัดแบบหรือท่า, การแข่งขันที่ไม่มีการกำหนดท่าทาง

free-swimming (ฟรี' สวิม' มิง) *adj.* ซึ่งสามารถว่ายไปมาได้, อิสระ, ไม่ยึดมั่น

freethinker (ฟรี' ธิง' เคอะ) *n.* ผู้มีความคิดอย่างอิสระ **-freethinking** *adj., n.* (-S. atheist, agnostic, skeptic, nonreligionist, rationalist -A. sectarian, believer, churchgoer, denominationalist, religionist)

free thought ความคิดที่อิสระ, ความคิดเสรี

free trade การค้าเสรี, การค้าระหว่างประเทศที่ไร้การควบคุมของรัฐบาลหรือที่ได้รับการยกเว้นภาษีศุลกากร, การค้าระหว่างประเทศที่อิสระ (ไม่มีการกีดกั้นจากภาษีอากร)

free trader (ฟรี' เทรเดอะ) *n.* ผู้สนับสนุนและยึดหลักการค้าเสรี

free verse บทกวีอิสระ (ไม่ยึดหลักตายตัว)

freeway (ฟรี' เว) *n.* ถนนที่ไม่จำกัดความเร็วที่ไม่เก็บค่าผ่านทาง

freewill (ฟรี' วิล') *adj.* เต็มใจ, ด้วยความสมัครใจ **-free will** *n.*

free world โลกเสรี, ชาติทั้งหลายที่ไม่ใช่คอมมิวนิสต์หรืออยู่ภายใต้การปกครองแบบเผด็จการ

freeze (ฟรีซ) *v.* **froze, frozen, freezing** *-vi.* แข็งตัว กลายเป็นน้ำแข็ง, เย็นจนแข็ง, ติดแน่นเนื่องจากเกิดน้ำแข็งขึ้น, ยึดมั่นกับบางสิ่งบางอย่าง, ตกตะลึง, สะดุ้ง, ถูกฆ่าด้วยความเย็น, หยุดอย่างกะทันหันเคลื่อนไม่ได้เนื่องจากความกลัว ช็อกหรืออื่นๆ *-vt.* ทำให้เป็นน้ำแข็ง, ทำให้แข็งตัว, ทำให้ติดแน่น (โดยการเกิดน้ำแข็งขึ้น), ทำให้เยือกแข็ง, ทำให้ได้รับผลจากความเย็นจัด, ฆ่าด้วยความเย็นจัด, ลดความทะเยอทะยาน, ทำให้ตกตะลึง, ทำให้หวาดผวา, แช่เย็น, ทำให้ชา, ทำให้หยุด (ภาพยนตร์), ถ่ายภาพขณะวัตถุเคลื่อนไหวเพื่อได้ภาพที่วัตถุนั้นหยุดนิ่ง *-n.* การทำให้เย็นจนแข็ง, ภาวะที่เย็นจนแข็ง, ภาวะที่อากาศมีอุณหภูมิต่ำกว่า 32°F เป็นเวลาหลายวัน, น้ำค้างแข็ง, การออกกฎหมายควบคุมราคาค่าเช่าและอื่นๆ **-freeze on/on to** ยึดติด, ยึดมั่น **-freeze over** ปกคลุมด้วยน้ำแข็ง **-freezable** *adj.* *-Ex. to freeze the water, The river is frozen over., The pipes froze up., I'm freezing with cold., Late frosts sometimes freeze the apple blossoms., The plants froze in last night's cold., Sawai froze in terror at the frightful sight.*

freeze-dry (ฟรีซ' ไดร) *vt.* **-dried, -drying** แช่เย็นแบบแห้ง, ทำให้แห้งโดยกระบวนการ freeze drying **-freezedryer** *n.*

freeze-drying (ฟรีซ' ไดรอิง) *n.* กระบวนการทำให้สาร (อาหาร พลาสมา ยาหรืออื่นๆ) เยือกแข็งและระเหิดเอาไอน้ำและสารละลายอื่นออก ณ ที่สุญญากาศและที่อุณหภูมิต่ำ

freezer (ฟรีซ' เซอะ) *n.* สิ่งที่ทำให้เยือกแข็ง, กระติกน้ำแข็ง, ตู้น้ำแข็ง, ตู้เย็นหรือช่องเย็นที่มีอุณหภูมิที่ 0°C หรือ 32°F หรือต่ำกว่า *-Ex. an ice cream freezer*

freezing (ฟรีซ' ซิง) *adj.* เยือกเย็น, เย็นจัด, มีอุณหภูมิที่จุดเยือกแข็งหรือต่ำกว่าจุดเยือกแข็ง, เริ่มแข็งตัว **-freezingly** *adv.* (-S. frigid, chilling, frosty)

freezing point จุดเยือกแข็ง, จุดเยือกแข็งของของเหลว (ของน้ำเท่ากับ 0°C หรือ 32°F)

free zone เขตบริเวณที่ได้รับการยกเว้นภาษีศุลกากร, เขตบริเวณที่ไม่มีควบคุมการส่งสินค้าออกหรือนำสินค้าเข้าจากรัฐบาล

freight (เฟรท) *n.* ค่าระวาง, ค่าขนส่ง, ของที่บรรทุก, การขนส่งสินค้า, ขบวนรถสินค้า *-vt.* บรรทุกสินค้า, ขนส่งสินค้า, ทำให้เต็มไปด้วย **-dead-freight** ค่าธรรมเนียมห้องบรรทุกว่าง (-S. load, charge, cargo) *-Ex. A passenger liner often carries freight., Father paid the freight on our new piano.*

freightage (เฟร' ทิจ) *n.* การขนส่งสินค้า, ค่าขนส่งสินค้า, สินค้าที่บรรทุก

freight car ตู้รถไฟที่บรรทุกสินค้า

freighter (เฟร' เทอะ) *n.* เรือบรรทุกสินค้า, เครื่องบินบรรทุกสินค้า, บุคคลผู้มีอาชีพเกี่ยวกับการขนส่งสินค้า, ผู้ส่งสินค้า, ผู้รับส่งสินค้า, ผู้เช่าเรือสินค้า

freight forwarder บุคคลหรือบริษัทรับขนส่งสินค้า

French (เฟรนช) *adj.* เกี่ยวกับฝรั่งเศส (ประชาชน ภาษา วัฒนธรรมหรืออื่นๆ) *-n.* ชาวฝรั่งเศส, ภาษาฝรั่งเศส *-vt.* ตัดออกเป็นแผ่นบางๆ **-the French** ประชาชนประเทศฝรั่งเศส

French bread ขนมปังยาวกรอบ, ขนมปังฝรั่งเศส

French dressing น้ำซอสราดสลัดที่ประกอบด้วยน้ำมันพืช น้ำส้มสายชูและเครื่องชูรสอื่นๆ

French horn แตรโค้งงอชนิดหนึ่ง, แตรฝรั่งเศส

Frenchify (เฟรน'ชะไฟ) *vt.* **-fied, -fying** ทำให้คล้ายของฝรั่งเศส (กิริยามารยาท ขนบธรรมเนียม เครื่องแต่งกายหรืออื่นๆ) **-Frenchification** *n.*

French Indochina อินโดจีน, บริเวณในเขตเอเชียอาคเนย์ที่เคยเป็นเมืองของฝรั่งเศส ได้แก่บริเวณที่เป็นเวียดนาม เขมรและลาวในปัจจุบัน

French kiss (คำสแลง) การจูบโดยใช้ลิ้นดุนกันในปากทั้งสอง (-S. soul kiss)

French leave การจากไปโดยไม่มีการสั่งลาหรือขออนุญาต

French letter (คำสแลง) ถุงยางอนามัย (-S. condom)

Frenchman (เฟรนช' เมิน) *n., pl.* **-men** ชาวฝรั่งเศส (โดยเฉพาะผู้ชาย), เรือฝรั่งเศส **-Frenchwoman** *n. fem.*

French Oceania ชื่อเดิมของ French Polynesia เป็นดินแดนในอาณานิคมของประเทศฝรั่งเศส ตั้งอยู่ทางตอนใต้ของมหาสมุทรแปซิฟิก

frenetic, frenetical (ฟระเนท' ทิค, -เคิล) *adj.* บ้าระห่ำ, บ้าคลั่ง **-frenetically** *adv.* (-S. phrenetic, phrenetical, distracted -A. composed, calm, serene)

frenzied (เฟรน' ซีด) *adj.* ตื่นเต้นอย่างมาก, บ้าระห่ำ, บ้าคลั่ง **-frenziedly** *adv.* (-S. phrensied, frantic, agitated) *-Ex. The chained dog made a frenzied attempt to get loose.*

frenzy (เฟรน' ซี) *n., pl.* **-zies** ความตื่นเต้นอย่างมาก, ความบ้าระห่ำ, ความบ้าคลั่ง, การมีอาการคลุ้มคลั่ง *-vt.* **-zied, -zying** เกิดบ้าคลั่ง (-S. phrensy, derangement, agitation, madness) *-Ex. The driver was in a frenzy., a frenzy of delight*

Freon (ฟรี' ออน) *n.* สารไฮโดรคาร์บอนที่รวมกับฟลูออรีนชนิดหนึ่ง ใช้เป็นตัวทำให้เกิดความเย็นจัด เช่น ก๊าซจำพวก dichlorodifluoromethane

freq. ย่อจาก frequency ความถี่, frequently บ่อย, frequent ถี่, frequentative ที่แสดงการกระทำที่ซ้ำ

frequency (ฟรีเควิน' ซี) *n., pl.* **-cies** ความถี่, การเกิดขึ้นถี่, อัตราการปรากฏขึ้น (-S. commonness, recurrence, persistence, repetition -A. oddity, rarity, infrequency, irregularity, singularity) *-Ex. audio frequency, resonance frequency*

freqency modulation ดู FM

frequent (ฟรี' เควินทฺ) *adj.* บ่อย, ถี่, เป็นนิสัย, เป็นนิจสิน, เป็นประจำ, มักเกิดขึ้นเสมอ *-vt.* เยี่ยมบ่อย, ไปบ่อย **-frequenter** *n.* **-frequentness** *n.* (-S. constant, common, recurrent, continual, usual, -A. unusual, rare, infrequent, irregular)

frequentation (ฟรีเควนเท' ชัน) *n.* การไปบ่อย, การเยี่ยมบ่อย, การเกิดขึ้นบ่อยๆ

frequentative (ฟรีเควนทะ' ทิฟว) *adj.* (ไวยากรณ์) เกี่ยวกับคำกริยาที่แสดงการกระทำซ้ำ *-n.* สภาพที่เกิดขึ้นบ่อย, (ไวยากรณ์) คำกริยาที่ใช้ซ้ำ

frequently (ฟรี' เควินทฺลี) *adv.* บ่อย, หลายครั้ง, ถี่เป็นประจำ, เป็นนิจศีล (-S. regularly, often, habitually -A. seldom, rarely)

fresco (เฟรส' โค) *n., pl.* **-coes/-cos** ศิลปะหรือเทคนิคการวาดภาพสีน้ำบนผนังและเพดานในขณะที่ปูนยังหมาดๆ อยู่, ภาพวาดดังกล่าว *-vt.* ระบายสีด้วยวิธีดังกล่าว **-frescoer, frescoist** *n.*

fresh[1] (เฟรช) *adj.* สด, ใหม่, สดใส, เพิ่งมาถึง, เพิ่งได้รับ, สะอาด, บริสุทธิ์, สดๆ ร้อนๆ, ยังไม่เสื่อม, ไม่มีเกลือ, ไม่ใช่ของดอง, ไม่เหนื่อย, กระฉับกระเฉง, ไม่ซีด, (สี) ไม่ตก, ไม่มีประสบการณ์, ไม่ชำนาญ, (วัว) เพิ่งคลอดลูก *-n.* การเริ่มต้น, กระแสน้ำจืดที่ไหลลงสู่น้ำเค็ม *-vt. vi.* ทำให้สด *-adv.* ใหม่, เมื่อเร็วๆ นี้, เดี๋ยวนี้ **-freshly** *adv.* **-freshness** *n.* (-S. recent, new, modern, novel, up-to-date, vital, vivid, striking, bright, unspoiled, wholesome, glowing, green, flourishing -A. used, trite, outmoded, dated, second-hand, imitaitve, unoriginal, worn, tired, faded, polluted, sickly, wan) *-Ex. take a fresh sheet of paper, fresh milk, fresh from the cow, get a breath of fresh air, fresh-faced, fresh-caught, a fresh recruit, a stream of fresh water*

fresh[2] (เฟรช) *adj.* (คำสแลง) ทะลึ่ง ไม่มีมารยาท (-A. deferential, polite, respectful, courteous)

freshen (เฟรช' เชิน) *vt.* ทำให้สดชื่น, ทำให้บริสุทธิ์, ทำให้ใหม่ *-vi.* รู้สึกสดชื่น, กลายเป็นใหม่, (ลม) พัดแรง, ลดความเค็ม, คลอด, เริ่มให้นม **-freshener** *n.* (-S. refresh, stimulate, titivate) *-Ex. the breeze freshened*

freshman (เฟรช' เมิน) *n., pl.* **-men** นิสิตใหม่, นักศึกษาปีที่ 1, มือใหม่ *-adj.* เกี่ยวกับนักศึกษาปีที่ 1, เหมาะสำหรับหรือสำหรับนักศึกษาปีที่ 1, แรกเริ่ม, ปีแรก

freshwater (เฟรช' วอเทอะ) *adj.* เกี่ยวกับน้ำจืด, คุ้นเคยกับน้ำจืด, (น้ำ) ที่มีเกลือไม่มาก

fret[1] (เฟรท) *v.* **fretted, fretting** *-vi.* รู้สึกเสียใจ, แสดงความเสียใจ, เป็นทุกข์, กัดกร่อน, สึกกร่อน, (ฟัน) ผุ, ทำให้กระเพื่อมเป็นระลอกน้ำ *-vt.* ทำให้ระคายเคือง, รบกวน, ทำให้กลัดกลุ้ม, ทำให้เป็นทุกข์, ทำให้น้ำกระเพื่อมเป็นคลื่น, ทำให้สึกกร่อน *-n.* ความกลัดกลุ้ม, ความเป็นทุกข์, ความหงุดหงิด, ความสึกกร่อน, สิ่งที่ถูกกัดกร่อน **-fretter** *n.* (-S. irritate, chafe, vex -A. please, delight) *-Ex. fret oneself with regret, What are you fretting about?, Somsri frets over little things.*

fret[2] (เฟรท) *n.* ลายประแจจีน, ลายสลัก, ลายตาข่าย, สิ่งประดับบนศีรษะที่มีลายดังกล่าว, แถบขวางที่คอกีตาร์ใช้บอกตำแหน่งการวางนิ้ว *-vt.* **fretted, fretting** ประดับด้วยลวดลายดังกล่าว

fretful (เฟรท' ฟูล) *adj.* หงุดหงิดใจ, ขี้หงุดหงิด,

F

หัวเสีย, กระวนกระวายใจ **-fretfully** *adv.* **-fretfulness** *n.* (-S. sulky) *-Ex. the fretful child*

fret saw เลื่อยการฝีมือ

fret saw

fretted (เฟรท' ทิด) *adj.* ซึ่งประดับด้วยลายสลักหรือลายประแจจีน

fretwork (เฟรท' เวิร์ค) *n.* สิ่งประดับด้วยลายสลักลวดลาย, ไม้แกะสลักลวดลาย, ไม้ตัดเป็นลวดลายต่างๆ ด้วยเลื่อยการฝีมือ

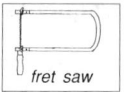

F

Freud, Sigmund (ฟรอยดฺ, ซิก' มันดฺ) นักประสาทวิทยาชาวออสเตรีย ผู้เป็นบิดาแห่งจิตเวชวิเคราะห์ (ค.ศ. 1856-1939)

Freudian (ฟรอย' เดียน) *adj.* เกี่ยวกับ Sigmund Freud หรือความเชื่อของเขา *-n.* ผู้ยึดหลักทฤษฎีของ Sigmund Freud **-Freudianism** *n.*

Freudian slip ข้อผิดพลาดของคำพูดหรือข้อเขียนเชื่อว่าเป็นการปกปิดความเชื่อหรืออารมณ์

Fri. ย่อจาก Friday วันศุกร์

friable (ไฟร' อะเบิล) *adj.* เปราะ, กรอบ, ร่วน **-friability, friableness** *n.* (-S. breakable, fragile, brittle, powdery, chalky, mealy, frangible, delicate -A. firm, solid, flexible, rugged, unbreakable)

friar (ไฟร' เออร์) *n.* พระโรมันคาทอลิก (โดยเฉพาะพระท่องเที่ยวนิกาย Franciscans และ Dominicans) **-friarly** *adv.*

friary (ไฟร' เออะรี) *n., pl.* **-ies** โบสถ์ของพระโรมันคาทอลิก, ความเป็นฉันพี่น้องของพระโรมันคาทอลิก

fricassee (ฟริค' คะซี') *n.* เนื้อตุ๋น *-vt.* **-seed, -seeing** ทำเนื้อตุ๋น

friction (ฟริค' ชัน) *n.* แรงต้านที่เกิดจากเสียดสีหรือกระทบกันของวัตถุ, การเสียดสีระหว่างวัตถุ, การกระทบกระเทือน, ความขัดแย้งทางความคิด **-frictional** *adj.* **-frictionally** *adv.* **-frictionless** *adj.* (-S. attrition, abrasion, rubbing, scraping, conflict) *-Ex. Rubbing a match on a matchbox causes friction., friction between the neingbours*

Friday (ไฟร' เด) *n.* วันศุกร์, วันที่ 6 ของสัปดาห์

Fridays (ไฟร' เดซ) *adv.* ระหว่างวันศุกร์, วันศุกร์ส่วนใหญ่

fridge (ฟริจ) *n.* (ภาษาพูด) ตู้เย็น

fried (ไฟรดฺ) *adj.* (คำสแลง) เมา *-vt., vi.* กริยาช่อง 2 และช่อง 3 ของ fry *-Ex. We fried some fish.*

friend (เฟรนดฺ) *n.* เพื่อน, สหาย, มิตร, พวกพ้อง, ผู้สนับสนุน, ผู้ช่วยเหลือ, คนคุ้นเคย, สมาชิกของกลุ่มหรือสมาคมเดียวกัน *-vt.* ทำให้เป็นเพื่อน **-make friends with** คบเป็นเพื่อนกับ **-friendless** *adj.* **-friendlessness** *n.* (-S. ally, intimate, pal, companion, associate, familiar, chum, comrade -A. enemy, rival)

friendly (เฟรนดฺ' ลี) *adj.* **-lier, -liest** เป็นมิตร, กรุณา, ให้ความช่วยเหลือ, ให้ความสนับสนุน, อบอุ่น, สะดวกสบาย *-adv.* อย่างเป็นมิตร, อย่างเพื่อน **-friendlily** *adv.* **-friendliness** *n.* (-S. helpful, kindly, cordial, benign) *-Ex. wrote a friendly letter, a friendly (football) match*

friendship (เฟรนดฺ' ชิพ) *n.* ความเป็นมิตร, มิตรภาพ, ความสัมพันธ์อย่างเพื่อน (-S. friendliness, companionship)

frier (ไฟร' เออะ) *n.* ดู fryer

fries (ไฟรซ) *n. pl.* (ภาษาพูด) มันฝรั่งทอด *-vt., vi.* กริยาเอกพจน์บุรุษที่ 3 ของ fry

frieze[1] (ฟรีซ) *n.* บัวหรือลายสักใต้ชายคา, ลวดลายเป็นลายสลักยาวบนผนัง

frieze[2] (ฟรีซ) *n.* ผ้าสักหลาดหรือไหมพรมที่มีขนข้างเดียว

frig (ฟริก) *vt., vi.* **frigged, frigging** (คำสแลง) สังวาส

frigate (ฟริก' กิท) *n.* เรือรบที่เป็นเรือใบเคลื่อนเร็วในศตวรรษที่ 18 และ 19, เรือรบที่ใหญ่กว่าเรือพิฆาต (สหรัฐอเมริกา), เรือรบเคลื่อนเร็วขนาดกลาง

fright (ไฟรท) *n.* ความกลัวอย่างมากและกะทันหัน, ความน่ากลัวอย่างกะทันหัน, ความสะดุ้งตกใจ, ความน่าขนลุกสยองเกล้า, บุคคลที่น่ากลัวมาก, สิ่งที่น่ากลัวมาก *-vt.* ทำให้สะดุ้งตกใจ (-S. panic, terror, fearfulness) *-Ex. take fright, get a fright, give a fright*

frighten (ไฟรทฺ' เทิน) *vt.* ทำให้สะดุ้งตกใจ, ทำให้ตกใจ, ขู่ขวัญ **-frightener** *n.* **-frighteningly** *adv.* (-S. scare, alarm, terrify)

frightened (ไฟร' เทินดฺ) *adj.* ตกใจ, สะดุ้งตกใจกลัว (-S. afraid, scared)

frightful (ไฟรทฺ' เฟิล) *adj.* น่ากลัว, น่าขนลุก, สยองขวัญ, น่าหวาดเสียว, น่ารังเกียจ, น่าเบื่อหน่าย, (ภาษาพูด) อย่างยิ่ง อย่างมาก **-frightfully** *adv.* **-frightfulness** *n.* (-S. dreadful, terrible, awful) *-Ex. a frightful accident, Stop making the frightful noise!*

frigid (ฟริด' จิด) *adj.* เยือกเย็นมาก, เย็นชา, ไม่ยิ้มแย้ม, จืดชืด, แข็งกระด้าง, เย็นชาต่อการร่วมสังวาส, ไม่สามารถบรรลุถึงจุดสุดยอดในการร่วมสังวาส **-frigidity, frigidness** *n.* **-frigidly** *adv.* (-S. stiff, cold, frosty, lifeless, cold-hearted -A. melting, warm) *-Ex. a frigid climate, frigid manner, frigid conversation, a frigid silence*

Frigid Zone บริเวณที่อยู่ระหว่าง Arctic Circle และขั้วโลกเหนือ หรือบริเวณที่อยู่ระหว่าง Antarctic Circle และขั้วโลกใต้

frill (ฟริล) *n.* จีบ, จีบขอบ, ครุย, ฝอย, แถบริม (เช่นชายเสื้อผ้าที่ทำเป็นครุย), การประดับขอบ, (ภาษาพูด) สิ่งที่เกินต้องการ, การเป็นรอยย่นของขอบฟิล์ม *-vt.* ประดับขอบบน, ใส่จีบ *-vi.* เป็นรอยย่น **-frilly** *adj.* (-S. ruff, ruffle, purfle) *-Ex. a frill on a dress*

fringe (ฟรินจฺ) *n.* ฝอย, ตะเข็บ, รวง, พู่, ขอบ, ขอบรอบนอก, ริม *-vt.* **fringed, fringing** ใส่ฝอย (ตะเข็บ, รวง) (-S. trimming, border, edging, edge) *-Ex. Mother fringed the napkins., a court with a fringe of cottages*

fringe benefit ผลประโยชน์พิเศษนอกเหนือจากเงินค่าจ้างที่ลูกจ้างได้รับจากนายจ้าง

frisk (ฟริสคฺ) *vi.* กระโดดโลดเต้น (เช่นในขณะที่ดีอกดีใจ) *-vt.* ค้นหาตามตัว (หาอาวุธ ของเถื่อน ยาเสพย์ติดหรืออื่นๆ), ค้นตัว *-n.* การกระโดดโลดเต้น, การค้นตัว **-friskily** *adv.* **-friskiness** *n.* **-frisky** *adj.* **-frisker** *n.* (-S. gambol, frolic, leap) *-Ex. We watched the baby lambs frisk about in the field.*

fritter (ฟริท' เทอะ) *vt.* ทำให้แตกออกเป็นชิ้นๆ, ฉีก

ออกเป็นชิ้นๆ, หั่นเป็นชิ้นๆ, ทำให้เสียเวลา *-n.* เศษเล็กเศษน้อย **-fritterer** *n.* (-S. squander, dissipate, misuse)

frivol (ฟริฟ' เวิล) *vi., vt.* **-oled, -oling/-olled, -olling** ทะลึ่ง, ตลกคะนอง, ทำอะไรเหลาะๆ แหละๆ, ใช้เวลาอย่างไม่คุ้มค่า **-frivoler, frivoller** *n.*

frivolity (ฟริวอล' ลิที) *n., pl.* **-ties** ความเหลาะแหละ, การไม่เอาจริงเอาจัง, การตลกคะนอง (-S. levity, gaiety)

frivolous (ฟริฟ' วะลัส) *adj.* เล่นๆ, ไม่จริงจัง, เหลาะแหละ, ไม่มีความหมาย **-frivolously** *adv.* **-frivolousness** *n.* (-S. senseless, dizzy, foolish) *-Ex. frivolous behaviour, Daeng is a frivolous girl in always going to parties., Do not waste study time on frivolous reading.*

friz (ฟริซ) *-vi.,vt.* **frizzed, frizzing** ม้วน, ดัด, ม้วนเป็นกระจุก, ทำให้เป็นลอน *-n.* สภาพที่เป็นลอน, สิ่งที่เป็นลอน, กระจุกผม

frizz[1] (ฟริซ) *vi., vt.* ดู friz

frizz[2] (ฟริซ) *vi., vt.* ดู frizzle[2]

frizzle[1] (ฟริซ' เซิล) *vt., vi.* **-zled, -zling** ม้วน, ม้วนเป็นกระจุก, ทำให้เป็นลอน *-n.* สภาพที่เป็นลอน, สิ่งที่เป็นลอน, กระจุกผม

frizzle[2] (ฟริซ' เซิล) *v.* **-zled, -zling** *-vi.* เกิดเสียงดังเปรี๊ยะๆ (เสียงทอด) *-vt.* ทำให้เกิดเสียงเปรี๊ยะๆ (เสียงทอด)

frizzy (ฟริซ' ซี) *adj.* **-zier, -ziest** หยิก, หยิกเป็นฝอย, เป็นลอน, งอ **-frizzily** *adv.* **-frizziness** *n.* (-S. frizzly)

fro[1] (โฟร) *adv.* จาก, ถอย **-to and fro** ไปๆ มาๆ

fro[2] (โฟร) *prep.* ดู from

frock (ฟรอค) *n.* เสื้อผ้าของผู้หญิง, เสื้อและกระโปรงเย็บติดกันเป็นชิ้นเดียวกัน, เสื้อคลุมหลวมๆ ของผู้หญิง, เสื้อผ้าทำงานของผู้หญิง, เสื้อขนสัตว์ที่กะลาสีเรือสวมใส่, เสื้อคลุมของพระคริสเตียน *-vt.* ใส่เสื้อผ้าดังกล่าว (-S. gown, dress)

frock coat เสื้อโค้ตของผู้ชายที่มีความยาวถึงเข่า

frog (ฟรอก) *n.* กบ, สัตวครึ่งบกครึ่งน้ำประเภท Anura, หมอนรองทางรถไฟ, การผูกเชือกเพื่อยึดอาวุธหรืออุปกรณ์, (ภาษาพูด) อาการเสียงแหบเนื่องจากมีเมือกที่สายเสียงของลำคอ, (คำสแลง) ชาวฝรั่งเศส

frogman (ฟรอก' เมิน) *n., pl.* **-men** มนุษย์กบ

frolic (ฟรอล' ลิค) *n.* การหยอกเย้า, ความสนุกสนาน, งานรื่นเริง, การเล่นสนุกสนาน *-vi.* **-icked, -icking** หยอกเย้า, เล่นหยอกเย้า, เล่นสนุกสนาน, กระโดดโลดเต้น *-adj.* สนุกสนาน, รื่นเริง **-frolicker** *n.* *-Ex. The little lambs frolic about the field., We are having a school frolic.*

frolicsome (ฟรอล' ลิคเซิม) *adj.* ร่าเริง, สนุกสนาน, หยอกเย้า (-S. lighthearted)

from (ฟรอม) *prep.* จาก, นับจาก, ห่างจาก, เนื่องจาก, มาจาก, ตั้งแต่, เนื่องด้วย *-Ex. from door to door, away from, absent from, free from, from memory, Praise from such a critic encourages me., a passage from Milton, from my point of view*

frond (ฟรอนด) *n.* ใบไม้ประเภทใบเฟินหรือปาล์ม **-fronded** *adj.*

front (ฟรันท) *n.* ด้านหน้า, ตอนหน้า, แถวหน้า, ส่วนหน้า, แนวหน้า, ส่วนที่สำคัญที่สุด, ลักษณะภายนอก, แนวรบ, ใบหน้า, หน้าผาก, หน้ากบ, เครื่องบังหน้า, หน้าดิน, ที่ดินริมถนน, ที่ดินตามชายหาด, อกเสื้อเชิ้ตแข็ง *-adj.* ข้างหน้า *-vt.* หันหน้าไปทาง, เผชิญหน้า, รับมือ, ต่อต้าน *-vi.* หันหน้าไปทาง (-S. anterior, face, foremost, frontage) *-Ex. the front of the house, a tree in front of the house, come to the front, front line, The front wall needs paint., Your home fronts the park, The hotel fronts the ocean.*

F

frontage (ฟรัน' ทิจ) *n.* ด้านหน้า (ของสิ่งก่อสร้างหรือที่ดิน), ที่ดินริมฝั่ง (ทะเล, แม่น้ำ, ถนน), ที่ว่างหน้าบ้าน (ระหว่างบ้านกับถนน)

frontal (ฟรัน' เทิล) *adj.* ซึ่งอยู่ข้างหน้า, ซึ่งอยู่ด้านหน้า, ซึ่งอยู่ส่วนหน้า, เกี่ยวกับหน้าผาก, เกี่ยวกับแนวยาวของร่างกาย *-n.* ที่คลุมหน้าแท่นบูชา, ส่วนที่อยู่บริเวณหน้า **-frontally** *adv.*

front bench กลุ่มที่นั่งของผู้นำพรรคการเมืองในรัฐสภาอังกฤษ, สมาชิกรัฐสภาที่นั่งอยู่ตรงหน้า **-front-bencher** *n.*

frontier (ฟรันเทียร์') *n.* ชายแดน, พรมแดน, ขอบเขต, เขตแดน, ความคิดแนวใหม่, วิวัฒนาการใหม่ *-adj.* ที่ใกล้ชายแดน **-frontiersman** *n.* **-frontierswoman** *n. fem.* (-S. border, bound) *-Ex. a town on the frontier, frontier guards, The frontier of Siam moved slowly south in the early days of her history.*

frontispiece (ฟรัน' ทิสพีส) *n.* ภาพอธิบายอยู่ในหน้าตรงข้ามหน้าแรกของหนังสือ

front-line (ฟรันท' ไลน) *adj.* ซึ่งมีชายแดนติดกับประเทศคู่สงคราม, ที่ติดกับแนวรบ, ที่อยู่แนวหน้า **-frontline** *n.*

front-page (ฟรันท' เพจ) *adj.* หน้าแรกของหนังสือพิมพ์, หน้าแรกของสิ่งตีพิมพ์ *-vt.* **-paged, -paging** ลงข่าวในหน้าแรก (โดยเฉพาะของหนังสือพิมพ์)

frontrunner (ฟรันท' รันเนอะ) *n.* ผู้วิ่งนำ

frost (ฟรอสท) *n.* ความเย็นจัดจนน้ำค้างแข็ง, ความเย็นจัดที่มีอุณหภูมิต่ำกว่าจุดเยือกแข็ง, การแข็งตัวของน้ำ, ความเยือกเย็นของอารมณ์ *-vt.* ปกคลุมไปด้วยน้ำค้างแข็ง, จับตัวเป็นน้ำแข็ง, ทำให้ผิวหน้าใสวาวเหมือนน้ำแข็ง, ทำให้เย็นจัดจนเป็นน้ำแข็ง, ตกแต่งด้วยน้ำแข็ง, (คำสแลง) ทำให้โกรธ, ฆ่าหรือทำให้ได้รับบาดเจ็บด้วยความเย็นจัด *-vi.* แข็งตัว, กลายเป็นน้ำแข็ง **-degree of frost** อุณหภูมิต่ำกว่าจุดเยือกแข็ง **-white frost, hoar frost** น้ำค้างแข็งจนเป็นคราบสีขาว **-black frost** อากาศมีความเย็นจัดต่ำกว่าจุดเยือกแข็งแต่ไม่มีคราบน้ำแข็งขาวบนพื้นดิน *-Ex. The first frost came in eartly December., Light bulbs are frosted at the factrory.*

frostbite (ฟรอสท' ไบท) *n.* เนื้อเยื่อตายหรือได้รับอันตรายเนื่องจากความเย็นจัด *-vt.* **-bit, -bitten, -biting** ทำอันตรายเนื้อเยื่อด้วยความเย็นจัด

frostbitten (ฟรอส' บิทเทิน) *adj.* ซึ่งได้รับอันตรายจากความเย็นจัด *-vt.* กริยาช่อง 3 ของ frostbite

frosted (ฟรอส' ทิด) *adj.* ปกคลุมไปด้วยน้ำค้างแข็ง,

F

มีน้ำแข็งเกิดขึ้น, ได้รับอันตรายจากความเย็นจัด, ปกคลุมไปด้วยน้ำค้างแข็ง, ขาวโพลนคล้ายคราบน้ำแข็ง (-S. frostbitten)

frosting (ฟรอส' ทิง) *n.* น้ำตาลสีขาวที่ใช้โรยหน้าขนม (-S. icing)

frosty (ฟรอส' ที) *adj.* **-ier, -iest** หนาวจัด, ซึ่งจับตัวเป็นน้ำแข็ง, ซึ่งปกคลุมไปด้วยน้ำแข็ง, ขาวเหมือนคราบน้ำแข็ง, ขาดความรู้สึกที่อบอุ่น, มีผมหงอก, แก่เฒ่า, เย็นชา **-frostily** *adv.* **-frostiness** *n.* (-S. rimy, icy, hoary) *-Ex. a frosty morning, the frosty grass, a frosty smile, a frosty stare*

froth (ฟรอธ) *n.* ฟอง, ฟองน้ำลาย, สิ่งที่ไร้ค่า, กาก, กากเดน *-vt.* ปกคลุมไปด้วยฟอง, ทำให้เกิดเป็นฟองขึ้น, *-vi.* ปล่อยฟองออก (-S. bubbles, foam, triviality) *-Ex. The foaming froth on a glass of root beer., His conversation was usually more froth than sense., Mad dogs often froth at the mouth.*

frothy (ฟรอธ' ธี) *adj.* **-ier, -iest** เป็นฟอง, ไม่สำคัญ, ขี้ปะติ๋ว **-frothily** *adv.* **-frothiness** *n.* (-S. bubbly, trivial, petty)

froward (โฟร' เวิร์ด) *adj.* ดื้อรั้น, จัดการได้ยาก, หัวแข็ง **-frowardness** *n.* **-frowardly** *adv.* (-S. perverse, refractory, willful)

frown (เฟราน) *vi.* ขมวดคิ้ว, ทำหน้านิ่วคิ้วขมวด, บึ้ง, แสดงความไม่พอใจ, ถมึงตึง *-vt.* ทำหน้านิ่วคิ้วขมวด *-n.* หน้านิ่วคิ้วขมวด **-frowner** *n.* **-frowningly** *adv.* (-S. sulk, scowl) *-Ex. When the sun shines in by eyes., Father frowned at the man's cruelty to his dog., The man's frown showed he was not pleased.*

frowsty (เฟรา' สที) *adj.* **-tier, -tiest** เหม็นอับ, เหม็นตุๆ **-frowstiness** *n.*

frowzy, frowsy (เฟรา' ซี) *adj.* **-zier, -ziest/-sier, -siest** สกปรก, ปอน, ยู่ยี่, ไม่เรียบร้อย, เหม็นอับ **-frowzily, frowsily** *adv* **-frowziness, frowsiness** *n.*

froze (โฟรซ) *vi., vt.* กริยาช่อง 2 ของ freeze

frozen (โฟร' เซิน) *vi., vt.* กริยาช่อง 3 ของ freeze *-adj.* แข็งตัวเนื่องจากความเย็นจัด, แข็งกระด้าง, หนาวมาก, ซึ่งถูกทำลายหรือได้รับอันตรายเนื่องจากความเย็นจัด, ที่เก็บรักษาไว้ในที่เย็นจัด, อุดตันเนื่องจากเกิดเป็นน้ำแข็งขึ้น, ไร้ความรู้สึก, ที่อยู่ในระดับเดิม, ยังไม่เปลี่ยนเป็นเงินสด (-S. frigid, icy, arctic) *-Ex. frozen food, frozen assets, frozen credits*

frozen assets ทรัพย์สินที่ถูกอายัด

F.R.S. ย่อจาก Fellow of the Royal Society, Federal Reserve System

fructification (ฟรัคทะฟิเค' ชัน) *n.* การออกผล, การให้กำเนิดผล, อวัยวะที่ให้กำเนิดผล

fructify (ฟรัค' ทะไฟ) *v.* **-fied, -fying** *-vi.* ให้กำเนิดผล, ออกผล *-vt.* ทำให้ได้ผล, ทำให้มีผล, ทำให้อุดมสมบูรณ์ (-S. bear fruit, fertilize)

fructose (ฟรัค' โทส) *n.* น้ำตาลชนิดหนึ่งที่หวานกว่ากลูโคสพบในน้ำผึ้งและน้ำตาลหลายชนิด (-S. levulose, fruit sugar)

frugal (ฟรู' เกิล) *adj.* ประหยัด, ตระหนี่, มัธยัสถ์, กระเหม็ดกระแหม่, มีค่าเล็กน้อย, ราคาถูก **-frugality, frugalness** *n.* **-frugally** *adv.* (-S. thrifty, prudent, economical) *-Ex. a frugal housewife, a frugal supper, be frugal of food, a frugal meal*

fruit (ฟรูท) *n., pl.* **fruits/fruit** ผลไม้, ผล, พืชผล, ผลิตผล, ผลลัพธ์, ดอกผล, ผลกำไร, บุตร, กุลบุตรกุลธิดา *-vi., vt.* กำเนิดผล, ออกผล *-Ex. This bush bears a red fruit.*

fruiterer (ฟรูท' เทอะเรอะ) *n.* คนขายผลไม้

fruitful (ฟรูท' เฟิล) *adj.* มีผลมาก, ผลดก, ซึ่งให้ลูกมาก, อุดมสมบูรณ์, ที่ให้ผลดี, มีกำไร **-fruitfully** *adv.* **-fruitfulness** *n.* (-S. prolific, fertile, productive)

fruition (ฟรูอิช' ชัน) *n.* การได้ผล, การออกผล, การติดผล, การบรรลุผล (-S. achievement, fulfilment)

fruitless (ฟรูท' ลิส) *adj.* ไร้ผล, ไม่มีประโยชน์, ไม่บังเกิดผล, เป็นหมัน **-fruitlessly** *adv* **-fruitlessness** *n.* (-S. vain, ineffective, unsuccessful)

fruit sugar ดู fructose

fruity (ฟรูท' ที) *adj.* **-ier, -iest** คล้ายผลไม้, มีกลิ่นรุนแรง, มีกลิ่นฉุน, หวาน, (คำสแลง) คลั่งไคล้ **-fruitily** *adv.* **-fruitiness** *n.*

frump (ฟรัมพ) *n.* หญิงที่แต่งตัวมอซอ, หญิงที่แต่งตัวไม่ทันสมัย

frumpish (ฟรัม' พิช) *adj.* ธรรมดา, ล้าสมัย **-frumpishly** *adv.* **-frumpishness** *n.*

frumpy (ฟรัม' พี) *adj.* **-ier, -iest** ซึ่งแต่งตัวมอซอหรือไม่ทันสมัย **-frumpily** *adv.* **-frumpiness** *n.* (-S. dowdy, shabby -A. stylish)

frustrate (ฟรัส' เทรท) *v.* **-trated, -trating** *-vt.* ทำให้ไม่ได้ผล, ทำให้ไม่สมหวัง, ทำให้พ่ายแพ้, ลบล้าง, ขัดขวาง *-vi.* กลายเป็นไม่ได้ผล, กลายเป็นไม่สมหวัง **-frustrater** *n.* (-S. foil, block, obstruct, dispirit) *-Ex. frustrate the professor in his plans, be frustrated in an attempt*

frustrated (ฟรัสเทรท' ทิด) *adj.* ผิดหวัง, หมดประตู, ท้อแท้ใจมาก, ขัดข้องใจ, ขัดข้อง

frustration (ฟรัสเทร' ชัน) *n.* ความขัดข้องใจ, ความผิดหวัง, การพบอุปสรรค, ความขัดข้อง, สิ่งที่เป็นอุปสรรค (-S. hampering, disappointment)

frustum (ฟรัส' ทัม) *n., pl.* **-tums/-ta** ส่วนที่เหลือของรูปกรวยที่ถูกตัดยอดออกโดยขนานกับฐาน

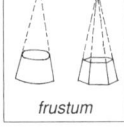

frustum

fry[1] (ไฟร์) *v.* **fried, frying** *-vt.* ทอด, ทอดน้ำมัน, (คำสแลง) ทำลายด้วยกระแสไฟฟ้าแรงสูง *-vi.* ทอด, (คำสแลง) ตายเนื่องจากถูกไฟฟ้า *-n., pl.* **fries** อาหารทอด, งานรื่นเริงที่มีการทอดอาหารกิน

fry[2] (ไฟร์) *n., pl.* **fry** ลูกปลา, ลูกกบ, ลูกสัตว์บางชนิด (-S. young fish, children)

fryer (ไฟร์' เออะ) *n.* ผู้ทำอาหารทอด, หม้อทอด, อาหารทอด (-S. frier)

frying pan กระทะท้องแบนสำหรับทอดอาหาร (-S. fry pan)

f-stop (เอฟ' สทอพ) *n.* ความกว้างของม่านปิดเลนส์

กล้องถ่ายรูป

ft. ย่อจาก foot, feet (หน่วยระยะทาง) ฟุต

FTP ย่อจาก File Transfer Protocol (คอมพิวเตอร์) โปรโตคอลแปลงแฟ้มข้อมูล โดยเข้าไปยังเครื่องแม่ข่ายในอินเตอร์เนตอื่นๆแล้วโอนย้ายแฟ้มไปมาระหว่างเครื่องแม่ข่ายนั้นกับเครื่องของเรา

fuchsia (ฟู' เชีย) *n.* พืชไม้ดอกสวยงามจำพวก *Fuchsia,* สีแดงอมม่วง *-adj.* เป็นสีแดงอมม่วง

fuck (ฟัค) *vt.* (คำหยาบคาย) เย็ด เอาเปรียบ กระทำอย่างหยาบคาย สังวาส *-vi.* (คำหยาบคาย) เย็ด กระทำสิ่งที่โง่ๆ *-interj.* คำอุทานที่แช่งด่า (อ้ายห่า อ้ายระยำบ้า) *-n.* (คำหยาบคาย) การสังวาส ผู้ร่วมสังวาส **-fucker** *n.* (-S. damn)

fucking (ฟัค' คิง) *adj., adv.* (คำสแลง) ระยำ น่าเบื่อหน่าย ชั่ว สมน้ำหน้า อย่างมาก (-S. damned)

fuddle (ฟัด' เดิล) *v.* **-dled, -dling** *-vt.* ทำให้มึนเมา, ทำให้ยุ่ง, ทำให้สับสน *-vi.* เมา *-n.* ภาวะสับสน, ภาวะที่ใจยุ่งเหยิง (-S. intoxicate, confuse)

fuddy-duddy (ฟัด' ดี ดัดดี) *n., pl.* **-dies** คนหัวโบราณ, คนหัวเก่าคร่ำครึ, คนจู้จี้

fudge (ฟัจ) *n.* ความไร้สาระ, ความโง่, การหลอกลวง, ของหวานที่ทำจากนม น้ำตาล เนยและเครื่องปรุงรส *-v.* **fudged, fudging** *-vi.* พูดไร้สาระ, พูดโง่ๆ, หลอกลวง *-vt.* หลอกลวง, หลบหนี (-S. foolishness, humbug, dodge, evade)

fuel (ฟิว' เอิล) *n.* เชื้อเพลิง, สิ่งที่บำรุงเลี้ยง, สิ่งที่กระตุ้นให้ทำงาน *v.* **-eled, -eling/-elled, -elling** *-vt.* ใส่หรือให้เชื้อเพลิง *-vi.* ได้เชื้อเพลิง (-S. combustible matter, nourishment, incentive) *-Ex. gaseous fuel, jet fuel, fuel an aeroplane, to fuel to her father's anger*

fuel cell อุปกรณ์กำเนิดกระแสไฟฟ้าโดยตรงจากกระบวนการออกซิเดชันของเชื้อเพลิง, เครื่องกำเนิดไฟฟ้าจากเชื้อเพลิงหรือจากปฏิกิริยาระหว่างเชื้อเพลิงกับตัวออกซิแดนท์ (oxidant คือ ตัวรับอิเล็กตรอนในปฏิกิริยาของ oxidation-reduction)

fug (ฟัก) *n.* อากาศที่อับ **-fuggy** *adj.* **-fuggily** *adv.*

fugitive (ฟิว' จิทิฟว) *adj.* ที่หลบหนี, ที่ลี้ภัย, ชั่วคราว, ชั่วประเดี๋ยว, แวบเดียว, ที่เปลี่ยนแปลง, หายง่าย, ร่อนเร่, ไม่ถาวร *-n.* คนที่กำลังหนี, ผู้ลี้ภัย, ผู้หลบหนี **-fugitively** *adv.* **-fugitiveness** *n.* (-S. fleeting, shifting, runaway) *-Ex. An escaped convict is a fugitive from justice., a fugitive slave*

fugue (ฟิยูก) *n.* เพลงลูกเดี่ยวที่ประกอบด้วยหลายท่วงทำนองจากเครื่องเล่นแต่ละชนิด, ระยะสูญเสียความจำ, การจำความไม่ได้

führer, fuehrer (ฟู' เรอะ) *n.* (ภาษาเยอรมัน) ผู้นำ เช่น **der Führer Adolf Hitler** ฮิตเลอร์ (-S. leader)

fulcrum (ฟัล' ครัม) *n., pl.* **-crums/-cra** จุดฟัลครัม, จุดศูนย์กลางน้ำหนักหกขึ้นหรือลง, จุดค้ำจุน, จุดรองรับน้ำหนัก, ส่วนของอวัยะที่ทำหน้าที่เป็นจุดรองรับน้ำหนัก

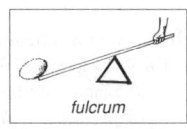

fulcrum

fulfil, fulfill (ฟุลฟิล') *vt.* **-filled, -filling** ทำให้บรรลุผล, ทำให้พอใจ, ทำให้สมบูรณ์ **-fulfiller** *n.* (-S. effect, accomplish, satisfy) *-Ex. to fulfill a requirement, to fulfill a promise, to fulfill a wilh*

fulfilment, fulfillment (ฟุลฟิล' เมินทฺ) *n.* การทำให้บรรลุผล, การบรรลุผล, การทำให้พอใจ, การทำให้สมบูรณ์ *-Ex. a fulfillment of promises*

fulgent (ฟัล' เจินทฺ) *adj.* สุกสกาว, โชติช่วง, สว่างไสว **-fulgently** *adv.*

full (ฟุล) *adj.* เต็มไปด้วย, เต็ม, บรรจุเต็ม, เต็มที่, สมบูรณ์, ทั้งหมด, มากที่สุด, อุดมสมบูรณ์, มีพ่อแม่เดียวกัน, สมบูรณ์แบบ, อวบอัด, กว้างใหญ่, ดังเต็มที่, ละเอียด, รุนแรง *-adv.* แท้จริง, แน่นอน, โดยตรง, มาก, ยิ่ง, เต็มที่, อย่างสมบูรณ์, ทีเดียว, อย่างน้อยที่สุด *-vt.* ทำให้เต็ม *-vi.* เต็ม, มีอยู่เต็ม *-n.* สภาพสูงสุด, สภาพสมบูรณ์เต็มที่ **-in full** เต็ม, ที่ไม่ได้ย่อ **-to the full** เต็มที่อย่างละเอียดถี่ถ้วน **-fulness, fullness** *n.* (-S. entire, maximum, copious) *-Ex. a full glass of milk, purse full of money, full of ideas*

fullback (ฟุล' แบค) *n.* กองหลัง, ตำแหน่งกองหลัง

full-blown (ฟุล' โบลน') *adj.* ซึ่งบานเต็มที่, ซึ่งเจริญเต็มที่

full-bodied (ฟุล' บอด' ดีด) *adj.* ซึ่งมีพลังหรือกำลังเต็มที่, เข้มข้น, รุนแรง, มีขนาดใหญ่, มีแอลกอฮอล์มาก

fuller (ฟุล' เลอะ) *n.* ผู้แต่งกายเต็มยศ, ผู้แต่งกายอย่างเป็นทางการ

fuller's earth ดินเหนียวดูดซึมใช้เป็นแป้งโรยที่กรองและขจัดไขมันจากสิ่งทอ

full-fledged (ฟุล' เฟลจดฺ') *adj.* เจริญเต็มที่, เติบโตเต็มที่, เต็มยศ, มีปีกแข็งกล้า, สุกงอม, ผ่านการฝึกซ้อมเต็มที่ (-S. qualified, trained, proficient)

full house เต็มโรง (ไพ่โปกเกอร์), ไพ่หนึ่งตองกับหนึ่งคู่

full-length (ฟุล' เลงคฺธฺ') *adj.* เหยียด, เต็มที่, ไม่ย่อ, ยาวเต็มที่

full moon พระจันทร์เต็มดวง, ช่วงที่พระจันทร์เต็มดวง

full scale เต็มมาตราส่วน, เต็มที่

full stop จุดแสดงการจบของประโยค, มหัพภาพ, การหยุดชั่วขณะของเครื่องยนต์ (-S. full point)

full-time (ฟุล' ไทมฺ') *adj.* เต็มชั่วโมง, เต็มเวลา, เต็มวัน

fully (ฟุล' ลี) *adv.* เต็มที่ (-S. completely, entirely, amply)

fulmar (ฟุล' เมอะ) *n.* นกทะเลตระกูล Procellariidae โดยเฉพาะจำพวก *Fulmarus glacialis* มีขนสีเทา

fulminate (ฟัล' มะเนท) *v.* **-nated, -nating** *-vi.* ร้องด่า, ร้องเสียงดัง, กริ้ว, ฟ้าร้อง, ตำหนิ *-vt.* ทำให้ระเบิด, ร้องด่า *-n.* วัตถุระเบิดที่ทำมาจาก fulminic acid **-fulmination** *n.* **-fulminator** *n.* **-fulminatory** *adj.*

fulsome (ฟุล' เซิม) *adj.* ที่ไม่จริงใจ, ที่เสแสร้ง, น่ารังเกียจ, น่าเบื่อหน่าย, น่ารำคาญ, มากเกินไป **-fulsomely** *adv.* **-fulsomeness** *n.* (-S. insincere, overdone, excessive -A. suitable)

fulvous (ฟัล' วัส) *adj.* สีน้ำตาลอมเหลือง, สีชา

fumarole (ฟิว' มะโรล) *n.* ช่องแยกของภูเขาไฟที่ก๊าซและความร้อนสามารถถ่ายทอดออกมาภายนอก

fumble (ฟัม' เบิล) *v.* **-bled, -bling** *-vi.* คลำ, คลำหา, คลำเปะปะ, คลำหาลูกบอล *-vt.* กระทำอย่างงุ่มง่าม, กระทำอย่างไร้สมรรถภาพ, ทำอย่างซุ่มซ่าม *-n.* การคลำ, การคลำหาลูกบอล **-fumbler** *n.* **-fumblingly** *adv.* (-S. stumble, blunder, grope) *-Ex. Dang fumbled in his pocket for his pencil., The wicketkeeper fumbled the ball.*

fume (ฟิวม) *n.* ควัน, ไอ, ไอน้ำ, สิ่งที่ระเหยออก, ควันที่มีกลิ่นฉุนมาก, อารมณ์โกรธ *-v.* **fumed, fuming** *-vt.* หายใจออกเป็นไอ, ปล่อยออกเป็นไอ, ใช้ควันรม *-vi.* พ่นควัน, แสดงอารมณ์ โกรธ **-fumingly** *adv.* (-S. smoke, exhalation) *-Ex. The shop assistant was so rude that Father fumed with rage.*

fumigate (ฟิว' มิเกท) *vt., vi.* **-gated, -gating** อบควัน, รมควัน **-fumigation** *n.* **-fumigant** *n.* *-Ex. to fumigate a sick room*

fumigator (ฟิว' มิเกเทอะ) *n.* เครื่องอบ, เครื่องรม, คนที่ปล่อยควันอบ

fun (ฟัน) *n.* ความสนุกสนาน, ความขบขัน, เรื่องน่าขัน, การหยอกล้อ, การเย้าแหย่ *-vt., vi.* **funned, funning** เล่น ตลก, (ภาษาพูด) ล้อเล่น *-adj.* (ภาษาพูด) ที่หยอกล้อ ที่ล้อเล่น ร่าเริง **-make fun of, poke fun at** หยอกล้อ, หัวเราะเยาะ, ทำให้คนอื่นหัวเราะ **-in/for fun** เป็นเรื่องล้อเล่น, ไม่จริงจัง (-S. amusement, pleasure, gaiety) *-Ex. fond of fun, Somchai's great fun*

funambulist (ฟิวแนม' บิวลิสทฺ) *n.* นักแสดงที่เดินบนเชือก

function (ฟังคฺ' ชัน) *n.* หน้าที่, การปฏิบัติงาน, ภาระกิจ, งาน, พิธี, บทบาท, (คณิตศาสตร์) จำนวนที่ขึ้นอยู่กับจำนวนอื่น, ฟังก์ชัน *-vi.* ปฏิบัติหน้าที่, กระทำ, ใช้ตำแหน่งหน้าที่ **-functionless** *adj.* (-S. responsibility, charge, purpose, affair) *-Ex. Dang's watch functions perfectly., The function of the heary is to pump blood.*

functional (ฟังคฺ' ชันเนิล) *adj.* เกี่ยวกับหน้าที่, ซึ่งปฏิบัติตามหน้าที่, ซึ่งสามารถปฏิบัติการได้, ซึ่งออกแบบมาเพื่อทำหน้าที่เฉพาะอย่าง, ซึ่งมีผลกระทบโดยไม่ทราบสาเหตุทางกายหรือการเปลี่ยนแปลงของโครงสร้าง **-functionally** *adv.* (-S. practical, useful, working, operative)

functionalism (ฟังคฺ' ชันนัลลิซึม) *n.* ทฤษฎีโครงสร้างทางสถาปัตยกรรมแผนใหม่ที่เน้นถึงวัตถุประสงค์ **-functionalist** *n.* **-functionalistic** *adj.*

functionary (ฟังคฺ' ชันนะรี) *n., pl.* **-ries** บุคคลผู้ปฏิบัติหน้าที่เฉพาะกิจ (โดยเฉพาะในงานราชการ), เจ้าหน้าที่เฉพาะกิจ

fund (ฟันด) *n.* เงินทุน, กองทุน, เงินสะสม, เงินฝาก, พันธบัตรเงินกู้, ใบกู้เงินของรัฐบาล *-vt.* ให้ทุน, จัดหาทุนแก่, ให้เงินแก่ (-S. stock, bank, endowment) *-Ex. College students often write home for funds., national investment funds, a fund of knowledge, a fund of information*

fundament (ฟัน' ดะเมินทฺ) *n.* รากฐาน, มูลฐาน, พื้นฐาน, ตะโพก, ก้น

fundamental (ฟันดะเมน' เทิล) *adj.* ซึ่งเป็นส่วนสำคัญ, เป็นรากฐาน, แท้จริง, เป็นแหล่งแรกเริ่ม, เกี่ยวกับระบบหรือคลื่นที่มีความถี่ต่ำ *-n.* หลักการขั้นมูลฐาน, มูลฐาน, ระบบที่มีความถี่ต่ำ **-fundamentally** *adv.* (-S. basic, chief, primary, prime) *-Ex. the fundamental purpose, a fundamental of reading, Government by the people is a fundamental belief of democracy.*

fundamentalism (ฟันดะเมน' เทิลอิซึม) *n.* ลัทธิเน้นความเชื่อและหลักคำสอนทั้งหมดที่บันทึกในพระคัมภีร์ไบเบิล **-fundamentalist** *n., adj.*

fundus (ฟัน' ดัส) *n., pl.* **-di** ฐานของอวัยวะ, ส่วนที่อยู่ตรงข้ามกับหรือห่างไกลจากรูเปิด **-fundic** *adj.*

funeral (ฟิว' เนอะเริล) *n.* งานศพ, การฝังศพ, พิธีฝังศพ, ขบวนแห่ศพ *-adj.* เกี่ยวกับงานศพ (-S. burial, inhumation) *-Ex. a funeral march*

funeral director ผู้จัดการศพ, สัปเหร่อ (-S. undertaker)

funeral home/parlour โรงประกอบพิธีฌาปนกิจศพ (-S. mortuary)

funereal (ฟิวเนียร์' รัล) *adj.* เกี่ยวกับงานศพหรือพิธีฝังศพ, เศร้าหมอง, มืดครึ้ม, เหมือนงานศพ**-funereally** *adv.*

fun fair สวนสนุก

fungal (ฟัง' เกิล) *adj.* เกี่ยวกับเชื้อราหรือเห็ดรา, ที่เกิดจากเชื้อราหรือเห็ดรา

fungi (ฟัน' ไจ) *n. pl.* พหูพจน์ของ fungus

fungible (ฟัน' จะเบิล) *adj.* แลกเปลี่ยนได้, ทดแทนได้ *-n.* สิ่งที่แลกเปลี่ยนได้, สิ่งที่ทดแทนได้ **-fungibility** *n.* (-S. changeable)

fungicide (ฟัน' จิไซด) *n.* สารฆ่าเชื้อรา, ยาฆ่าเชื้อรา **-fungicidal** *adj.* **-fungicidally** *adv.*

fungous (ฟัง' เกิส) *adj.* เกี่ยวกับเชื้อราหรือเห็ดรา, ที่เกิดจากเชื้อราหรือเห็ดรา

fungus (ฟัง' กัส) *n., pl.* **fungi/funguses** เชื้อรา *-adj.* คล้ายเชื้อราหรือเห็ด (-S. mushroom, mold, mildew) *-Ex. a fungus disease, a fungus growth*

funk (ฟังคฺ) ความกลัว, ความหวาดกลัว, อารมณ์เศร้าสลด *-vt.* ทำให้กลัว, ทำให้หดถอย *-vi.* หลบหลีกด้วยความกลัว

funnel (ฟัน' เนิล) *n.* กรวย, ปล่อง, สิ่งที่เป็นรูปกรวย, ท่อระบายลม *v.* **-neled, -neling/-nelled, -nelling** *-vt.* ทำให้กลายเป็นรูปกรวย, ทำให้รวมกัน *-vi.* ทำเป็นรูปกรวย, เทของผ่านกรวย

funny (ฟัน' นี) *adj.* **-nier, -niest** น่าขบขัน, น่าหัวเราะ, สนุก, ตลก, แปลกประหลาด, พิลึก, น่าสงสัย, หลอกลวง *-n., pl.* **-nies** (ภาษาพูด) เรื่องขบขัน เรื่องสนุก **-funnies** การ์ตูนตลกในหนังสือพิมพ์ **-funnily** *adv.* **-funniness** *n.* (-S. comical, humorous, odd) *-Ex. a funny story, That's funny!*

fur (เฟอร์) *n.* หนังขนสัตว์ละเอียด นิ่มและหนา, เสื้อผ้าที่ทำด้วยหนังขนสัตว์ดังกล่าว, สิ่งปกคลุมที่คล้ายหนังขนสัตว์ดังกล่าว *-vt.* **furred, furring** กุ้นขอบด้วยขนสัตว์, คลุมด้วยขนสัตว์, ทำผ้าขนสัตว์

furbelow (เฟอร์' บะโล) *n.* จีบที่ขอบกระโปรงหรือ

เพตติโค้ต, รอยจีบ, ขอบริม *-vt.* ประดับด้วยจีบที่ขอบ

furbish (เฟอร์' บิช) *vt.* สะสาง, ทำความสะอาด

furcate (เฟอร์' เคท) *adj.* เป็นง่าม, เป็นกิ่งก้านสาขา *-vi.* **-cated, -cating** กลายเป็นง่าม, แบ่งออกเป็นกิ่งก้านสาขา **-furcation** *n.* **-furcately** *adv.* (-S. forked, branching)

furious (ฟิว' เรียส) *adj.* เต็มไปด้วยความโกรธ, มีอารมณ์รุนแรง, รุนแรงมาก, บ้าระห่ำ, อลหม่าน **-furiously** *adv.* **-furiousness** *n.* (-S. very angry, raging, intense -A. pleased, tame)

furl (เฟิร์ล) *vt.* ม้วนแน่น, ม้วน, หุบ (ร่ม), ห่อ, รูด *-vi.* เป็นม้วน *-n.* การม้วน, การหุบร่มหรือพัด, การห่อปีก, สิ่งที่เป็นม้วน *-Ex. The captain ordred the crew to furl the sails of the ship.*

furlong (เฟอร์' ลอง) *n.* หน่วยระยะทางเท่ากับ 220 หลา หรือ ⅛ ไมล์ (201 เมตร) ใช้อักษรย่อว่า fur.

furlough (เฟอร์' โล) *n.* การลาพักงาน, การอนุญาตให้ลาพักงาน, การให้ออกจากงาน, เอกสารอนุญาตให้ลาพักหรือให้ออก *-vt.* อนุญาตให้ลาพักงาน, ให้ออกจากงาน

furnace (เฟอร์' เนส) *n.* เตา, เตาหลอม, บริเวณที่มีความร้อนมาก, การทดสอบที่เข้มงวดที่สุด

furnish (เฟอร์' นิช) *vt.* จัดหา, จัดให้มี, ติดตั้ง, ให้ **-furnisher** *n.* (-S. present, provide, bestow) *-Ex. A furnished house, to furnish a house.*

furnishings (เฟอร์' นิชชิงซ) *n. pl.* สิ่งที่จัดหามาให้, เครื่องติดตั้ง, เครื่องเรือน, เครื่องตกแต่งบ้าน

furniture (เฟอร์' นิเชอะ) *n.* เฟอร์นิเจอร์, เครื่องเรือน, เครื่องตกแต่งบ้าน (ตู้, เตียง, โต๊ะ, เก้าอี้ และอื่นๆ), ที่รองตัวพิมพ์หน้าหนึ่งๆ ในการเรียงพิมพ์

furore, furor (ฟิว' รอ) *n.* การปะทุของอารมณ์, ความเดือดพล่าน, ความเกรี้ยวกราด, ความโกรธมาก, ความบ้าคลั่ง, การก่อความไม่สงบ (-S. commotion, uproar, outburst)

furrier (เฟอร์' รีเออะ) *n.* พ่อค้าขายหนังขนสัตว์, ช่างทำเสื้อผ้าหนังขนสัตว์

furring (เฟอร์' ริง) *n.* การหุ้มหรือปกคลุมด้วยขนสัตว์, หนังขนสัตว์ที่ใช้หุ้ม, ซับในของหนังขนสัตว์, การแขวนหนังขนสัตว์ที่กำแพงหรือเพดานเพื่อเพิ่มช่องอากาศ

furrow (เฟอร์' โร) *n.* ร่อง, ร่องดิน, รอยย่น *-vt.* ทำให้เกิดร่อง, ทำให้เกิดรอยย่น *-vi.* เกิดเป็นร่องขึ้น, เป็นร่อง (-S. wrinkle, groove, line) *-Ex. The old man had deep furrows in his forehead.*

furry (เฟอร์' รี) *adj.* **-rier, -riest** ทำด้วยหรือประกอบด้วยหนังขนสัตว์, ใส่หนังขนสัตว์, มีลักษณะคล้ายหนังขนสัตว์ **-furriness** *n.*

further (เฟอร์' เธอะ) *adv.* ต่อไป, ไกลออกไป, นานออกไป, นอกจากนี้ *-adj.* ไกลกว่า, ขยายออกไปอีก, เพิ่มเติม, มากขึ้น *-vt.* ช่วยทำให้ก้าวไปข้างหน้า, ส่งเสริม, ผลักดัน, ก้าวหน้า **-furtherer** *n.* (-S. farther, more, additional) *-Ex. futher surprises, Our plans were furthered by a gift of money., The door is further down the hall than the window.*

furtherance (เฟอร์' เธอะเรินซ) *n.* การก้าวต่อไปข้างหน้า, การส่งเสริม, การผลักดัน

furthermore (เฟอร์' เธอะมอร์') *adj.* นอกจากนี้, มากกว่านี้, โดยเฉพาะอย่างยิ่ง (-S. further, moreover, besides)

furthermost (เฟอร์' เธอะโมสทฺ) *adj.* ไกลที่สุด

furthest (เฟอร์' ธิสทฺ) *adj., adv.* คุณศัพท์เปรียบเทียบขั้นสุดของ far (-S. farthest)

furtive (เฟอร์' ทิฟว) *adj.* ลึกลับ, ลับๆ ล่อๆ, แอบแฝง, มีนัย, มีเล่ห์กระเท่ห์ **-furtively** *adv.* **-furtiveness** *n.* (-S. covert, stealthy) *-Ex. a furtive glance, furtive behaviour*

fury (ฟิว' รี) *n., pl.* **-ries** ความโกรธ, ความโมโหร้าย, ความเดือดดาล, ความรุนแรง, ความดุเดือด, คนที่โมโหร้าย, คนที่ดุร้าย **-like fury** (ภาษาพูด) รุนแรงอย่างมาก (-S. rage, ferocity -A. calm, peace)

fuse[1] (ฟิวซ) *vt., vi.* **fused, fusing** ทำให้ละลาย, ละลายร่วมกัน, หลอมรวม, ละลาย (-S. melt, weld, blend -A. separate) *-Ex. to fuse two pieces of wire together, Copper is fused with tin in the making of bronze.*

fuse[2] (ฟิวซ) *n.* ลวดตะกั่วนิรภัย, ฟิวส์, ชนวนระเบิด, ชนวน, สายชนวน *-vt.* **fused, fusing** ต่อสายชนวนเข้ากับวัตถุระเบิด

fuselage (ฟิว' ซะลาจ) *n.* กึ่งกลางลำตัวเครื่องบิน

fusibility (ฟิว' ซะบิล' ลิที) *n.* ความสามารถที่ถูกหลอมเหลวได้, ลักษณะที่หลอมเหลวได้

fusible (ฟิว' ซะเบิล) *adj.* หลอมเหลวได้ **-fusibleness, fusibility** *n.* **-fusibly** *adv.*

fusiform (ฟิว' ซะฟอร์ม) *adj.* เป็นรูปกระสวย

fusil[1] (ฟิว' เซิล) *n.* ปืนคาบศิลา (-S. musket)

fusil[2], **fusile** (ฟิว' เซิล) *adj.* เกิดจากหลอมหล่อ, ซึ่งสามารถหลอมเหลวได้, หลอมเหลว (-S. fused, melted)

fusillade (ฟิว' ซะเลด, -ลาด) *n.* การระดมยิงพร้อมกัน *-vt.* **-laded, -lading** ระดมยิง, โหมโจมตีติดต่อกัน

fusion (ฟิว' ชัน) *n.* การหลอมละลาย, การละลาย, สิ่งที่หลอมละลาย, การผสมของสิ่งที่ต่างกัน เช่น พรรคการเมือง, ปฏิกิริยานิวเคลียร์ที่นิวเคลียสของอะตอมที่เบารวมตัวกันเป็นนิวเคลียสที่หนักขึ้น (-S. coalescence, blend, combine) *-Ex. atomic fusion, fusion point, the fusion of iron in a furnace, Bronze is made by the fusion of copper and tin.*

fuss (ฟัส) *n.* ความจู้จี้, ความพิถีพิถันเกินไป, การถกเถียง, การคัดค้าน, การบ่น, ความวุ่นวาย *-vi.* วุ่นวาย, จู้จี้, บ่น, คัดค้าน *-vt.* รบกวน **-fusser** *n.* (-S. to-do, ado, stir, bustle, objection, complain) *-Ex. Grandfather fusses over little troubles., Don't make (such) a fuss., What are you fussing about?*

fusspot (ฟัส' พอท) *n.* คนจู้จี้ (-S. fussbudget)

fussy (ฟัส' ซี) *adj.* **-ier, -iest** จู้จี้, โมโหง่าย, ชอบจับผิดในเรื่องเล็กๆ น้อยๆ, ยุ่ง, เต็มไปด้วยรายละเอียด (โดยเฉพาะมากเกินไป), ละเอียดลออ **-fussily** *adv.* **-fussiness** *n.* (-S. dainty, fastidious, finicky, over-ornate) *-Ex. Some people are fussy about what they eat., (as) fussy as a hen with one chick*

fustian (ฟัส' ชัน) *n.* ผ้าฝ้ายหรือลินินสีแก่เนื้อหยาบ, สิ่งทอสีแก่เนื้อหยาบ, ภาษาหรือคำพูดที่โอ้อวด *-adj.* ทำด้วยผ้าหรือสิ่งดังกล่าว, ที่โอ้อวด, ที่คุยโว, ไร้ค่า, ที่ราคาถูก

F

fusty (ฟัส' ที) *adj.* **-tier, -tiest** มีกลิ่นเหม็นอับ, เก่าแก่, ล้าสมัย, คร่ำครึ, หัวโบราณ, ดื้อรั้น, หัวแข็ง **-fustily** *adv.* **-fustiness** *n.* (-S. moldy, musty)

futile (ฟิว' ไทล) *adj.* ไร้ผล, ไม่มีประโยชน์, หาความจริงไม่ได้, ขี้ปะติ๋ว, ไม่สำคัญ, ไม่เอาจริงเอาจัง **-futilely** *adv.* **-futileness** *n.* (-S. useless, vain, sterile -A. fruitful) *-Ex. The sailors made a futile attempt to save the ship.*

futility (ฟิวทิล' ลิที) *n., pl.* **-ties** การไร้ผล, การไร้ประโยชน์, ความเป็นเรื่องเล็กขี้ประติ๋ว, การกระทำหรือเหตุการณ์ที่ไม่สำคัญ, เรื่องที่ไม่มีประโยชน์ (-S. triviality, worthlessness)

futon (ฟิว' ทัน) *n.* ฟูกญี่ปุ่นที่ใช้ปูเป็นเตียงหรือเป็นที่นั่งและพับเก็บได้ง่าย

future (ฟิว' เชอะ) *n.* อนาคต, ภายภาคหน้า, อนาคตกาล, สิ่งที่จะเกิดขึ้นในอนาคต *-adj.* อนาคต, ภายหน้า, ต่อไป, ภายหลัง **-futures** การซื้อขายล่วงหน้า **-futureless** *adj.* *-Ex. My future, please remember that..., My future does not look bright.*

futuristic (ฟิวเชอะริส' ทิค) *adj.* เกี่ยวกับอนาคต, ภายหน้า, ภายภาคหน้า, เกี่ยวกับลัทธิที่เชื่อว่าชีวิตถูกลิขิตไว้แล้ว **-futuristically** *adv.*

futurity (ฟิวทิว' ริที) *n., pl.* **-ties** อนาคตกาล, อนาคต, ภายภาคหน้า, เหตุการณ์ในอนาคต, ความเป็นไปได้ในอนาคต, สภาพในอนาคต

fuze (ฟิวซ) *n., -vt., vi.* **fuzed, fuzing** ดู fuse²

fuzz (ฟัซ) *n.* ฝอย, ขนปุย, ขนสักหลาด *-vi.* กลายเป็นฝอย, เบลอ, ไม่ชัดเจน *-vt.* ปกคลุมด้วยขนดังกล่าว, ทำให้เบลอ, ทำให้ไม่ชัดเจน **-the fuzz** (คำสแลง) ตำรวจ (-S. hair, down, nap, frizz) *-Ex. The little duck is covered with fuzz.*

fuzzy (ฟัซ' ซี) *adj.* **-ier, -iest** เป็นฝอย, เป็นขนปุย, เลอะเลือน, คลุมเครือ, ไม่ชัด, มึนงง **-fuzzily** *adv.* **-fuzziness** *n.* (-S. hairy, downy, linty, misty) *-Ex. A fuzzy little kitten came to the door., It was covered with soft fuzz or fur.*

-fy คำปัจจัย มีความหมายว่า ทำ, ทำให้เกิดขึ้น, ทำให้กลายเป็น

G

G, g (จี) *n., pl.* **G's, g's** พยัญชนะอังกฤษตัวที่ 7, เสียง G

Ga สัญลักษณ์ธาตุแกลเลียม (gallium)

gab (แกบ) *vi.* **gabbed, gabbing** พูดไม่มีสาระ *-n.* การพูดที่ไม่มีสาระ **-gabber** *n.*

gabardine (แกบ' บะดีน) ผ้าเนื้อแน่นหยาบใช้ทำเสื้อกันฝนชนิดหนึ่ง, เสื้อผ้าที่ทำด้วยผ้าดังกล่าว

gabble (แกบ' เบิล) *v.* **-bled, -bling** *-vi.* พูดพร่ำ, พูดฉอดๆ, (ไก่) ร้องเสียงกระต๊ากๆ *-vt.* พูดฉอดๆ *-n.* การพูดพร่ำ, การพูดอย่างเร็วๆ ที่ไร้สาระ, เสียงร้องของเป็ดหรือห่าน **-gabbler** *n.* (-S. chatter, babble, prattle) *-Ex. the gabble of geese*

gaberdine (แกบ' เบอร์ดีน) *n.* เสื้อคลุมยาวและหลวมที่ชาวยิวสวมใส่ในสมัยโบราณ, ผ้าแน่นหยาบชนิดหนึ่ง

gable (เก' เบิล) *n.* ส่วนหน้าหรือด้านข้างของบ้านหรืออาคารที่เป็นสามเหลี่ยมหน้าจั่ว, กำแพงสามเหลี่ยมหน้าจั่ว, หลังคาที่ยื่นออกมาเป็นรูปหน้าจั่ว *-vt.* **-bled, -bling** สร้างส่วนหน้าหรือด้านข้างของอาคารให้เป็นสามเหลี่ยมหน้าจั่ว

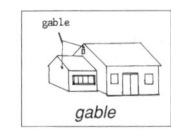

gable

gad (แกด) *vi.* **gadded, gadding** เคลื่อนไปเคลื่อนมาอย่างไม่หยุด, ร่อนเร่, ไปๆ มาๆ อย่างไร้จุดหมาย *-n.* การที่เร่ร่อนไปมา (-S. rove, roam) *-Ex. to gad about town*

gadabout (แกด' อะเบาท) *n.* คนที่ชอบเที่ยวเตร่ (โดยเฉพาะด้วยความอยากรู้อยากเห็นหรือชอบนินทา) *-adj.* ชอบเที่ยวเตร่

gadfly (แกด' ไฟล) *n., pl.* **-flies** ตัวเหลือบ, แมลงที่กัดหรือรบกวน, คนขี้กวน

gadget (แกด' จิท) *n.* เครื่องมือ, เครื่องประดิษฐ์, อุปกรณ์, สิ่งประดิษฐ์ **-gadgety** *adj.* (-S. contrivance, apparatus, invention) *-Ex. This gadget opens bottles and cracks nuts.*

gadoid (เก' ดอยด) *adj.* เกี่ยวกับปลาคอด *-n.* ปลาคอด

gadolinium (แกดโดลิน' เนียม) *n.* ธาตุโลหะชนิดหนึ่ง มีสัญลักษณ์ Gd

Gael (เกล) *n.* ชาวสกอตที่อาศัยบนภูเขาชนชาติหนึ่ง, ภาษาของชนชาติดังกล่าว

Gaelic (เก' ลิค) *adj.* เกี่ยวกับชนชาติ วัฒนธรรมและภาษาของชาว Gael *-n.* ภาษาเซลต์สาขาหนึ่ง, ชนชาติดังกล่าว

gaff (แกฟ) *n.* ตะขอเหล็กสำหรับเกี่ยวปลาขนาดใหญ่ (-S. hook)

gaffe, gaff (แกฟ) *n.* การผิดมารยาทสังคม, การเสียมารยาท, คำพูดที่เสียมารยาท

gaffer (แกฟ' เฟอะ) *n.* หัวหน้าคนงาน, คนเป่าขวดให้เป็นรูปร่างต่างๆ, ช่างควบคุมไฟในโทรทัศน์หรือภาพยนตร์

gag (แกก) *v.* **gagged, gagging** *-vt.* ปิดปาก, อุดปาก, ใช้เครื่องถ่างปาก, จำกัดการพูด, พูดโดยไม่มีบท, สอดแทรกนอกบท *-vi.* หายใจไม่ออก, พูดตลก, สอดแทรกบทตลก *-n.* เครื่องถ่างปาก, สิ่งที่ใช้อุดปาก, การจำกัดเสรีภาพในการพูด, เรื่องตลก, กลอนสด, การพูดโดยไม่มีบท (-S. plug, suppress, jest, joke, wheeze) *-Ex. The robber bound and gagged his victim., The child gagged on a piece of candy in his throat.*

gaga (กา' กา) *adj.* (ภาษาพูด) โง่ ทึ่ม ประสาท

gage¹ (เกจ) *n.* สิ่งที่ขว้างลงบนพื้นเพื่อแสดงการท้าทายให้ต่อสู้กัน, การท้าทาย, ของประกัน *-vt.* **gaged, gaging**

ประกัน, ให้คำมั่น

gage² (เกจ) *n., vt.* ดู gauge

gaggle (แกก' เกิล) *n.* ฝูงห่าน

gaiety (เก' อิที) *n., pl.* **-ties** ความเบิกบานใจ, ความร่าเริง, ความหรูหรา, งานรื่นเริงเฉลิมฉลอง (-S. joy, merriment, exuberance) *-Ex. a time of gaiety, the gaiety of New Year decorations*

gaily (เก' ลี) *adv.* ร่าเริง, เบิกบานใจ, หรูหรา *-Ex. On May Day the children danced gaily round the Maypole.*

gain¹ (เกน) *vt.* ได้มา, ได้รับ, กำไร, ชนะ, บรรลุ, ได้เปรียบ, มีภาษีดีกว่า, ได้เป็นพวก *-vi.* ก้าวหน้า, คืบหน้า, ได้กำไร, (นาฬิกา) เร็วไป, ใกล้เข้าไป *-n.* ผลกำไร, ผลประโยชน์, การมีชัย, การเพิ่ม, จำนวนที่เพิ่มขึ้น, การก้าวหน้า, การคืบหน้า, การได้มาซึ่ง, ของที่ได้มา (-S. earn, reach, improve, profits, improvement) *-Ex. Sawai gained $100 by the deal., gain a victory, The gain is greater than the loss., greedy of gain, We gained the shore after long hard rowing.*

gain² (เกน) *n.* ร่องไม้สำหรับให้ไม้ชิ้นอื่นมาประกบ *-vt.* ทำร่องไม้, ประกบเข้าด้วยกันโดยใช้ร่องไม้

gainer (เก' เนอะ) *n.* ผู้ได้รับ, ผู้มีกำไร, ผู้ได้เปรียบ, ผู้มีชัย

gainful (เกน' เฟิล) *adj.* มีกำไร, ได้รับประโยชน์, เป็นประโยชน์ **-gainfully** *adv.* **-gainfulness** *n.* (-S. lucrative, profitable) *-Ex. His mother told him to stop wishful thinking and find some gainful occupation.*

gainly (เกน' ลี) *adj.* **-lier, -liest** คล่องแคล่ว, หล่อ, สวยงาม, เรียบร้อย **-gainliness** *n.* (-S. agile, handsome)

gainsay (เกน' เซ) *vt.* **-said, -saying** ปฏิเสธ, พูดคัดค้าน, คัดค้าน, ต่อต้าน **-gainsayer** *n.* (-S. deny, dispute, oppose)

'gainst, gainst (เกนซฺทฺ) *prep.* ดู against

gait (เกท) *n.* ท่าทางการเดิน, ท่าทางการย่างก้าว, ท่าทางการวิ่ง, ความเร็วของการเคลื่อนที่ดังกล่าว *-vt.* สอนวิธีการย่างเท้าให้ม้า (-S. bearing, step, stride)

gaited (เก' ทิด) *adj.* ซึ่งมีท่าทางเฉพาะในการเดิน (การย่างเท้าและการวิ่ง)

gaiter (เก' เทอะ) *n.* ผ้าหรือหนังที่คลุมขาส่วนล่าง

gala (เก' ละ) *n.* การเฉลิมฉลอง, วันเทศกาล, การบันเทิงพิเศษ, งานรื่นเริง *-adj.* รื่นเริง, สนุกสนาน, หรูหรา (-S. party, feast) *-Ex. The party was a gala affair.*

galactic (กะแลค' ทิค) *adj.* เกี่ยวกับกาแล็กซี, เกี่ยวกับทางช้างเผือก, ที่มีขนาดใหญ่มาก

galaxy (แกล' แลคซี) *n., pl.* **-ies** กาแล็กซี, กลุ่มดาวขนาดใหญ่มาก, ทางช้างเผือก, กลุ่มชุมนุมขนาดใหญ่ของคนที่มีชื่อเสียง, กลุ่มสิ่งของที่เปล่งแสงแวววับลานตา *-Ex. The Milky Way is a galaxy., a galaxy of movie stars*

gale (เกล) *n.* ลมแรง, ลมที่มีความเร็ว 32-63 ไมล์ต่อชั่วโมง, การปะทุออกด้วยเสียงที่ดัง *-Ex. A gale drove the ship far out to sea., Gales of laughter were heard.*

galena (กะลี' นะ) *n.* แร่ตะกั่วจำพวก lead sulfide, PbS (-S. galenite)

gall¹ (กอล) *n.* สิ่งที่ขม, สิ่งที่ขมขื่น, ความขมขื่น, น้ำดี, ความทะลึ่ง, ความอวดดี (-S. impudence, rancour, venom) *-Ex. The salesman had the gall to walk in without knocking.*

gall² (กอล) *n.* แผลบนผิวหนัง, แผลที่เกิดจากการถูครูด, สิ่งที่ระคายเคือง, ภาวะที่ถูกรบกวน *-vt.* ทำให้เป็นแผล, ครูดอย่างแรง, ทำให้ขุ่นเคือง, รบกวน, กวนโทสะ *-vi.* ขุ่นเคือง, เป็นแผล (-S. sore, abrasion, vexation)

gallant (แกล' เลินทฺ) *adj.* กล้าหาญ, ชอบช่วยเหลือคนอื่น, สง่างาม, สุภาพ, ชอบเอาอกเอาใจสตรี, เจ้าชู้, จีบผู้หญิงเก่ง, มีลักษณะของอัศวิน *-n.* บุรุษที่กล้าหาญชอบช่วยเหลือผู้อื่น, บุรุษที่สง่างาม, คนเจ้าชู้, คนที่ชอบจีบผู้หญิง, คนรัก, ชู้รัก *-vt.* ขอความรักจาก, กระทำเป็นคนรักของ, เอาใจผู้หญิง *-vi.* จีบผู้หญิง **-gallantly** *adv.* (-S. brave, heroic, courtly, noble -A. fearful, impolite) *-Ex. Uncle Jim is very gallant, he pays every courtesy to ladies., The soldier is gallant, he is brave and loyal.*

gallantry (แกล' เลินทรี) *n., pl.* **-ries** ความกล้าหาญ, การชอบช่วยเหลือคนอื่น, การชอบเอาอกเอาใจสตรี, การกระทำหรือการพูดที่กล้าหาญ (-S. heroism, courage, courtesy, politeness) *-Ex. Knights of old were known for their gallantry., The soldier was decorated for gallantry., His gallantries were not gladly received.*

gall bladder ถุงน้ำดี

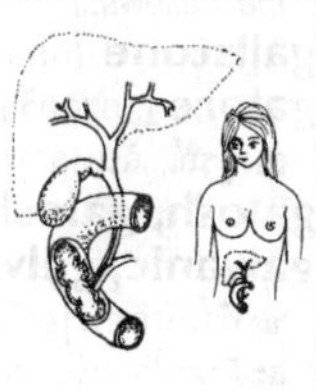

gall bladder

galleon (แกล' ลีออน) *n.* เรือใบขนาดใหญ่แบบหนึ่งที่ใช้เป็นเรือรบและเรือสินค้าในทะเลเมดิเตอร์เรเนียนในศตวรรษที่ 15-17

gallery (แกล' เลอะรี) *n., pl.* **-ies** ระเบียง, ดาดฟ้า, ทางเดินมีหลังคา, เฉลียง, ที่นั่งชั้นบนเป็นระเบียงยาวในโรงมหรสพ โรงละคร โบสถ์ ห้องประชุม, ห้องแสดงผลงานศิลปะ, ห้องถ่ายรูป, ทางใต้ดิน, อุโมงค์, คนดูโรงมหรสพหรือโรงละครที่เสียค่าบัตรต่ำสุด (-S. passage, corridor)

galley (แกล' ลี) *n., pl.* **-leys** เรือสมุทรที่ส่วนใหญ่เคลื่อนด้วยการพายและบางครั้งใช้ใบเรือช่วย, เรือแจวขนาดยาว, กองเรือรบของทหารกรีกหรือโรมันโบราณ, ห้องครัวบนเรือ, ถาดสำหรับวางตัวพิมพ์,

galley slave ทาสที่เป็นมือพายเรือ galley ในสมัยโบราณ

galliard (แกล' เยิร์ด) *n.* การเต้นรำฝรั่งเศสชนิดหนึ่ง, ดนตรีประกอบการเต้นรำดังกล่าว

Gallic (แกล' ลิค) *adj.* เกี่ยวกับ Gaul(s), เกี่ยวกับฝรั่งเศส

Gallicism (แกล' ลิซิซึม) *n.* ลักษณะเฉพาะของภาษาฝรั่งเศส, สำนวนภาษาฝรั่งเศส

gallinaceous (แกลละเน' ชัส) *adj.* เกี่ยวกับหรือคล้ายไก่, เกี่ยวกับนกประเภท Galliformes (เช่น ไก่ฟ้า ไก่ไก่งวง)

G

G

galling (กอ' ลิง) *adj.* ถูกครูด, ซึ่งทำให้เป็นบาดแผลที่ผิวหนังได้, ระคายเคือง, น่าโมโห **-gallingly** *adv.* (-S. vexing, irritating)

gallium (แกล' เลียม) *n.* ธาตุโลหะชนิดหนึ่งมีสภาพเป็นของเหลวที่เย็นจัดที่อุณหภูมิห้อง ใช้ในการผลิตสารกึ่งตัวนำและใช้ทำเครื่องวัดอุณหภูมิสูงมากๆ ได้ มีสัญลักษณ์ Ga

gallivant, galavant (แกล' ละวันทฺ) *vi.* เที่ยวไป, เที่ยวเตร่, เที่ยวหาความสำราญ, ทำอะไรเล่นๆ **-gallivanter** *n.*

gallnut (กอล' นัท) *n.* สมอดีงูชนิดหนึ่ง

Gallo- คำอุปสรรค มีความหมายว่า ฝรั่งเศส

gallon (แกล' เลิน) *n.* แกลลอน, หน่วยตวงของเหลวที่เท่ากับ 3.7853 ลิตรหรือ 231 ลูกบาศก์นิ้ว (ในอเมริกา) และเท่ากับ 4.546 ลิตรหรือ 277.42 ลูกบาศก์นิ้ว (ในอังกฤษ)

gallop (แกล' ลัพ) *vi.* ควบม้า, วิ่งควบ, วิ่งกระโดดอย่างรวดเร็วเหมือนม้า *-vt.* ทำให้ม้าวิ่งควบ *-n.* ท่าวิ่งควบของม้า (ยกขาทั้ง 4 ขึ้นควบแต่ละครั้ง), การวิ่งในท่าดังกล่าว, การไปอย่างรวดเร็ว **-galloper** *n.* **-galloping** *adj.* (-S. trot, run) *-Ex. at a full gallop, go for a gallop, Shall we go for a gallop?, The horse galloped down the street., They galloped the horses.*

gallows (แกล' โลซ) *n., pl.* **-lowses/-lows** ตะแลงแกง, ที่แขวนคอประหารชีวิตนักโทษ,สิ่งที่เป็นหลักโครงสำหรับแขวนสิ่งอื่น *-Ex. The judge sentenced the criminal to the gallows.*

gallstone (กอล' สโทน) *n.* นิ่วในถุงน้ำดี

galore (กะลอร์') *adj.* มากมาย, เยอะแยะ, อุดมสมบูรณ์, ล้นหลาม (-S. in abundance, aplenty)

galosh, galoshe (กะลอช') *n.* ปลอกหุ้มรองเท้า

galvanic, galvanical (แกลแวน' นิค, -เคิล) *adj.* ซึ่งทำให้เกิดหรือเกิดจากกระแสไฟฟ้า, เกี่ยวกับไฟฟ้า, สะดุ้งตกใจ (เนื่องจากกระแสไฟฟ้า) **-galvanically** *adv.*

galvanism (แกล' วะนิซึม) *n.* ไฟฟ้า (โดยเฉพาะจากปฏิกิริยาเคมี), การรักษาด้วยไฟฟ้า, ไฟฟ้าบำบัด

galvanize (แกล' วะไนซ) *vt.* **-nized, -nizing** กระตุ้นโดยกระแสไฟฟ้า, กระตุ้นหรือปล่อยกระแสไฟฟ้าสลับชักนำ, กระตุ้น, ปกคลุมด้วยสังกะสี **-galvanization** *n.* **-galvanizer** *n.*

galvano- คำอุปสรรค มีความหมายว่า เกี่ยวกับไฟฟ้า

galvanometer (แกลวะนอม' มิเทอะ) *n.* เครื่องมือวัดกำลังกระแสไฟฟ้า, เครื่องมือวัดกำลังกระแสไฟฟ้าในแบตเตอรี

galvanometry (แกลวะนอม' มิทรี) *n.* วิธีการหรือขบวนการวัดกำลังกระแสไฟฟ้า **-galvanometric, galvanometrical** *adj.*

gambit (แกม' บิท) *n.* การเล่นหมากรุกโดยการยอมเสียหมากเพื่อเดินได้เปรียบขึ้น, กลเม็ด, แผนที่สุขุมรอบคอบ (-S. stratagem, ploy)

gamble (แกม' เบิล) *v.* **-bled, -bling** *-vi.* พนัน, เล่นการพนัน, พนันขันต่อ, เสี่ยงโชค *-vt.* สูญเสียจากการพนัน, เสี่ยงโชค, พนันขันต่อ *-n.* การพนัน, การเสี่ยงโชค **-gambler** *n.* (-S. wager, bet, play, game) *-Ex. Father does not gamble., Somchai gambled at cards., to gamble one's reputation, to gamble with one's life*

gamboge (แกมโบจ') *n.* รง, รงทอง, ยางไม้จากต้นจำพวก *Garcinia* ใช้เป็นวัตถุย้อมสีเหลืองและเป็นยาระบาย, สีเหลืองเข้ม, สีเหลืองอมส้ม

gambol (แกม' เบิล) *vi.* **-boled, -boling/-bolled, -bolling** กระโดดโลดเต้น, เล่นซน *-n.* การกระโดดโลดเต้น, การเล่นซน (-S. skip, leap)

game (เกม) *n.* กีฬา, การกีฬา, การเล่น, การละเล่น, การหยอกเล่น, การสนุกสนาน, การแข่งขัน, รอบหนึ่ง, เกมหนึ่ง, ครั้งหนึ่ง, แต้มหรือคะแนนที่ได้, เครื่องมือที่ใช้เล่น (เช่น ไพ่, หมากรุก), กลเม็ด, กลวิธี, สิ่งที่คล้ายเกมที่ต้องอาศัยความชำนาญ ความอดทนหรืออื่นๆ, เนื้อสัตว์ที่ล่ามา, สิ่งที่ตามล่า *-adj.* **gamer, gamest** เกี่ยวกับสัตว์ที่ล่า, อย่างนักกีฬา, กล้าได้กล้าเสีย, เต็มใจเล่น *-v.* **gamed, gaming** *-vi.* เล่นพนัน, พนัน *-vt.* พนันหมด, เสียพนัน **-play the game** (ภาษาพูด) เล่นอย่างยุติธรรม เล่นตามกติกา **-gamely** *adv.* (-S. contest, fun, play) *-Ex. It's not serious; it's just a game., a game of football, indoor games, out-door games, We won six games to three., Twenty-one points make a game in handball., a game fighter*

game bird นกที่ล่าได้

gamecock (เกม' คอค) *n.* ไก่ชน, ไก่ตี

game fish ปลาที่ถูกตกเบ็ดในกีฬาตกปลา

game fowl ไก่ชน

gamekeeper (เกม' คีเพอะ) *n.* ผู้รักษาสัตว์ป่าสงวนไม่ให้ถูกล่า

gamesome (เกม' เซิม) *adj.* สนุกสนาน, ชอบเล่น, ร่าเริง **-gamesomely** *adv.* **-gamesomeness** *n.* (-S. playful)

gamester (เกม' สเทอะ) *n.* ผู้ชอบเล่นการพนัน, นักการพนัน

gamete (แกม' มีท) *n.* เซลล์สืบพันธุ์, อสุจิหรือไข่ **-gametic** *adj.*

gamin (แกม' มิน) *n.* เด็กจรจัด, เด็กชายที่ถูกทอดทิ้งให้เป็นเด็กจรจัดตามถนน

gamine (แกม' มีน) *n.* เด็กหญิงที่ซุกซนคล้ายเด็กผู้ชาย, เด็กหญิงจรจัด (-S. tomboy, hoyden)

gaming (เก' มิง) *n.* การเล่นการพนัน (-S. gambling)

gamma (แกม' มะ) *n.* พยัญชนะกรีกตัวที่ 3 (γ), ลำดับที่ 3 ของอนุกรม, หน่วยน้ำหนักที่เท่ากับหนึ่งไมโครกรัม, หน่วยกำลังสนามแม่เหล็กที่เท่ากับ 10^{-5} gauss

gamma ray รังสีที่มีความถี่สูงมากชนิดหนึ่งที่ถูกปล่อยออกจากนิวเคลียสของอะตอมที่มีกัมมันตภาพรังสี

gammer (แกม' เมอะ) *n.* หญิงชรา

gammon (แกม' มัน) *n.* ความเหลวไหล *-vt., vi.* โกง, หลอกลวง

gamp (แกมพ) *n.* ร่มขนาดใหญ่

gamut (แกม' มัท) *n.* เสียงดนตรีที่มีอยู่ทั้งหมด

gamy, gamey (เกม' มี) *adj.* **-ier, -iest** มีกลิ่นเหม็นสาบ, มีกลิ่นแรง, กล้า, ชอบชกต่อยหาเรื่อง, ที่

เสื่อมเสียชื่อเสียง **-gamily** *adv.* **-gaminess** *n.*

gander (แกน' เดอะ) *n.* ห่านตัวผู้, คนโง่, (ภาษาพูด) การมองดู การชำเลืองมอง

gang (แกง) *n.* กลุ่ม, แก๊ง, พวก, หมู่, หมู่โจร, พวกโจร, ชุด *-vt., vi.* จัดเป็นกลุ่ม, กลายเป็นกลุ่ม **-gang up** รวมกลุ่มกันต่อต้าน (-S. band, horde, crew) *-Ex. a gang of thieves, A gang is repairing the street., The rival gangs had a battle with guns.*

Ganges (แกน' จีซ) *n.* ชื่อแม่น้ำที่ไหลจากเทือกเขาหิมาลัยไปยังอ่าวเบงกอล, แม่น้ำคงคาอันศักดิ์สิทธิ์ของอินเดีย ยาว 1,560 ไมล์ **-Gangetic** *adj.*

ganglion (แกง' เกลียน) *n., pl.* **-glia/-glions** ปมประสาท, เนื้องอกเป็นถุงที่เอ็น, ศูนย์กลางของอำนาจพลังงานหรือกิจกรรม **-ganglionic** *adj.*

gangplank (แกง' แพลงค) *n.* สะพานขึ้นหรือลงเรือ (-S. gangway)

gangplank

gangrene (แกง' กรีน) *n.* เนื้อที่ตายและเน่า *-vt., vi.* **-grened, -grening** เป็นเนื้อตายเน่า, กลายเป็นเนื้อตายและเน่า **-gangrenous** *adj.* (-S. mortification)

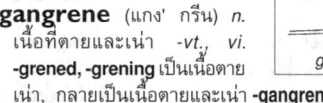

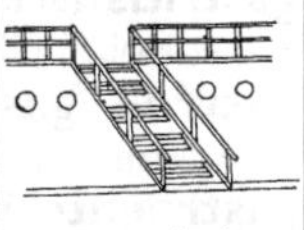

gangster (แกง' สเทอะ) *n.* สมาชิกของแก๊งอาชญากร **-gangsterism** *n.* (-S. criminal, racketeer)

gangway (แกง' เว) *n.* ทางผ่าน, ปากทางผ่าน, สะพานขึ้นหรือลงเรือ, ทางเดินในโรงมหรสพ *-interj.* ขอทางหน่อย!

gannet (แกน' นิท) *n., pl.* **-nets/-net** นกทะเลขนาดใหญ่ตระกูล Sulidae ที่มีจะงอยปากยาว ปีกยาวและหางคล้ายรูปลิ่ม

gantry (แกน' ทรี) *n., pl.* **-tries** โครงสำหรับตั้งสิ่งของ, โครงเหล็กสำหรับยกสิ่งของ, โครงติดไฟสัญญาณเหนือทางรถไฟ

gaol (เจล) *n.* (ภาษาอังกฤษแบบอังกฤษ) คุก *-vt.* (ภาษาอังกฤษแบบอังกฤษ) จำคุก **-gaoler** *n.*

gap (แกพ) *n.* ช่องว่าง, ช่องโหว่, ช่องห่าง, ความแตกต่าง, ความไม่เหมือนกัน, หุบเขาลึก, ห้วยลึก *-v.* **gapped, gapped** *-vt.* ทำให้เกิดช่องว่าง *-vi.* กลายเป็นช่องว่าง (-S. opening, break, aperture) *-Ex. an ugly gap between two pictures, fill a gap*

gape (เกพ) *vi.* **gaped, gaping** อ้าปากกว้าง, มองด้วยความสงสัยพร้อมอ้าปากกว้าง *-n.* การเปิดออกกว้าง, การจ้องและอ้าปากค้างด้วยความฉงนสนเท่ห์, การหาว, ความกว้างของปากที่เปิด **-gaper** *n.* **-gapingly** *adv.* (-S. stare, gaze, crack) *-Ex. The sleepy boy gaped., We gaped at the huge elephant.*

gar (การ์) *n., pl.* **gar/gars** ปลาน้ำจืดในอเมริกาเหนือตระกูล Lepisosteidae มีปากยาว ฟันใหญ่, ปลาเข็ม

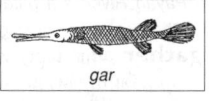

gar

garage (กะราจ', -ราช) *n.* โรงรถ, โรงเก็บรถยนต์, อู่รถยนต์ *-vt.* **-raged, -raging** เอาเข้าโรงรถหรืออู่รถยนต์

garb (การ์บ) *n.* เครื่องแต่งตัว, เครื่องแบบ, เสื้อผ้าอาภรณ์ *-vt.* แต่งตัว, สวมเสื้อ (-S. apparel, clothes, garments, attire) *-Ex. the garb of a doctor, Udom garbed himself as a scientist for the costume party.*

garbage (การ์' เบจ) *n.* ขยะ, มูลฝอย, เศษสิ่งของ, สิ่งที่ไร้ค่า, ของเลว, การพูดปด, การพูดที่ไร้สาระ, (คอมพิวเตอร์) ข้อมูลที่มีความผิดพลาดหรือข้อมูลที่ไม่ต้องการใช้แล้ว (-S. refuse, trash, rubbish)

G

garble (การ์' เบิล) *vt.* **-bled, -bling** บิดเบือนความจริง, ผสมปนเป, ทำให้สับสน, คัดเอาสิ่งที่ดีที่สุดออก *-n.* การบิดเบือนความจริง, การผสมปนเป, การคัดเอาสิ่งที่ดีที่สุดออก **-garlber** *n.* (-S. mix up, confuse, distort)

garden (การ์' เดิน) *n.* สวน, สวนสาธารณะ, อุทยานสาธารณะ, ไร่ผัก, บริเวณดินที่มีปุ๋ยมาก *-adj.* เกี่ยวกับสวน *-vi., vt.* ปลูกสวน, ทำสวน *-adj.* ที่ใช้สำหรับการเพาะปลูก, ธรรมดา, ที่แข็งแรง *-Ex. flower garden, zoological gardens, public gardens*

gardener (การ์' เดินเนอะ) *n.* ชาวสวน, คนทำสวน

gardenia (การ์ดี' เนีย) *n.* พืชไม้ดอกสีขาวจำพวก *Gardenia*

gargantuan (การ์แกน' ชวน) *adj.* ใหญ่มาก, มหึมา, เป็นจำนวนมากมาย, มหันต์ (-S. vast, huge, gigantic)

garget (การ์' จิท) *n.* เต้านมอักเสบ (ในวัวควาย)

gargle (การ์' เกิล) *vt., vi.* **-gled, -gling** ล้างคอ, กลั้วคอ, บ้วนปาก, ส่งเสียงจากลำคอ *-n.* น้ำยากลั้วคอ, น้ำยาบ้วนปาก, เสียงจากการกลั้วคอ

gargoyle (การ์' กอยล) *n.* หัวรูปสัตว์ประหลาดที่เป็นปากท่อจากรางน้ำฝน, หัวรูปสัตว์ประหลาด **-gargoyled** *adj.*

gargoyle

garish (การ์' ริช) *adj.* หรูหรา, ฉูดฉาดเกินไป **-garishly** *adv.* **-garishness** *n. -Ex. The thoroughfare was spoiled by a string of garish billboards.*

garland (การ์' เลินด) *n.* มาลัย, พวงมาลัย, พวงมาลัยสวมศีรษะหรือรอบคอ, พวงมาลัยประดิษฐ์ด้วยวัสดุต่างๆ, สัญลักษณ์แห่งชัยชนะและเกียรติยศ, ห่วง *-vt.* สวมพวงมาลัย, ประดับด้วยพวงมาลัย (-S. wreath, festoon, laurel)

garlic (การ์' ลิค) *n.* กระเทียม เป็นพืชจำพวก *Allium sativum*, หัวกระเทียม *-vt.* **-licked, -licking** ปรุงรสชาติด้วยกระเทียม **-garlicky** *adj.* **-garlicked** *adj.*

garment (การ์' เมินท) *n.* เสื้อผ้าอาภรณ์ *-vt.* สวมเสื้อผ้าอาภรณ์ (-S. clothing, clothes, apparel, dress, outfit, costume)

garner (การ์' เนอะ) *vt.* สะสม, เก็บ, รวบรวม, ได้ *-n.* ยุ้ง, ฉาง (-S. gather, store, collect, muster) *-Ex. to garner sayings from a book*

garnet (การ์' นิท) *n.* โกเมน, แร่โกเมน, สีแดงเข้ม

garnish (การ์' นิช) *vt.* ประดับ, ตกแต่ง, ปรุงแต่ง *-n.* สิ่งประดับ, สิ่งตกแต่ง, เครื่องปรุงแต่ง **-garnishment** *n.* **-garnisher** *n.* **-garniture** *n. -Ex. a garnished net, swept and garnished*

garret (แก' ริท) *n.* ห้องใต้หลังคา, ห้องบนสุด

garrison (แก' ริเซิน) *n.* กองทหารรักษาการในป้อม

garrote, garrotte, garotte 376 **gather**

G

หรือในเมือง, ที่ตั้งกองทหาร (โดยเฉพาะที่ถาวร) *-vt.* ส่งกองทหารไปรักษาการ, ส่งทหารเข้าประจำหรือยึด (-S. military troops)

garrote, garrotte, garotte (กะโรท') *n.* การประหารชีวิตนักโทษในสเปนโดยการบีบคอนักโทษด้วยปลอกเหล็ก, ปลอกเหล็กดังกล่าว, การปล้นด้วยการบีบคอเจ้าทรัพย์, เชือกรัดคอให้ตาย *-vt.* **-roted, -roting/-rotted, -rotting** ประหารชีวิตด้วยการบีบคอด้วยปลอกเหล็ก, บีบคอเจ้าทรัพย์ **-garroter, garrotter, garotter** *n.*

garrulity (กะรู' ลิที) *n.* การพูดมาก, การพูดแบบน้ำท่วมทุ่ง (-S. talkativeness, wordiness, verbosity)

garrulous (การ์' ระลัส) *adj.* พูดมาก, พูดจนน้ำท่วมทุ่ง, ปากจัด **-garrulousness** *n.* **-garrulously** *adv.* (-S. talkative, verbose, effusive, chatty, prolix, voluble)

garter (การ์' เทอะ) *n.* สายรัดถุงเท้ายาว, สายประดับลวดลายที่รัดถุงเท้ายาว, เครื่องราชอิสริยาภรณ์ชั้นสูงสุดของอังกฤษ (เป็นสายลวดลายที่รัดหัวเข่า), สมาชิกผู้ได้รับเครื่องราชอิสริยาภรณ์ดังกล่าว *-vt.* รัดด้วยสายรัดดังกล่าว, มอบอิสริยาภรณ์ดังกล่าวให้

garth (การ์ธ) *n.* ลานบ้าน, สวน

garuda (กะรู' ดะ) *n.* ครุฑ

gas (แกส) *n., pl.* **gases/gasses** ก๊าซ, อากาศธาตุ, ของเหลวหรือส่วนผสมของเหลวที่เบากว่าอากาศ, ก๊าซที่ใช้เป็นยาดมให้สลบ, ก๊าซที่ใช้เป็นเชื้อเพลิง, (คำสแลง) การพูดจาเหลวไหล, (คำสแลง) บุคคลหรือสิ่งที่ทำให้เบิกบานใจมาก *-v.* **gassed, gassing** *-vt.* ใส่ก๊าซ, ฆ่าด้วยก๊าซ *-vi.* ปล่อยก๊าซออกมา, (คำสแลง) พูดจาเหลวไหล พูดจาไร้สาระ **-gas it up** (ภาษาพูด) เติมน้ำมันเบนซินลงในถัง (-S. vapour, air)

gas chamber ห้องประหารชีวิตนักโทษด้วยก๊าซพิษ

gaseous (แกส' เซียส) *adj.* เป็นก๊าซ, มีลักษณะของก๊าซ, เต็มไปด้วยก๊าซ **-gaseousness** *n.* *-Ex. Steam is water in its gaseous state., a gasous mixture*

gas fitter ช่างติดตั้งท่อก๊าซ เตาก๊าซและอุปกรณ์อื่นๆ

gash (แกช) *vt.* ตัดให้ยาวลึก *-n.* แผลที่ตัดให้ยาวลึก *-Ex. Somchai gashed his arm on a piece of metal.*

gasholder (แกส' โฮลเดอะ) *n.* ที่เก็บก๊าซ, ถังก๊าซ

gasket (แกส' คิท) *n.* ปะเก็น, วงแหวนอัดลูกสูบให้แน่น, เชือกผูกใบเรือ, เชือกม้วนใบเรือ

gas main ท่อขนาดใหญ่สำหรับนำส่งก๊าซไปยังท่อเล็ก

gasman (แกส' แมน) *n., pl.* **-men** เจ้าหน้าที่อ่านมิเตอร์ก๊าซเพื่อคำนวณค่าก๊าซ, ช่างติดตั้งท่อก๊าซ เตาก๊าซและอุปกรณ์ก๊าซอื่นๆ

gas mask หน้ากากป้องกันก๊าซพิษ

gas mask

gas meter เครื่องวัดและบันทึกปริมาณก๊าซ

gasoline, gasolene (แกส' ซะลีน) *n.* น้ำมันเชื้อเพลิงจากปิโตรเลียมเป็นส่วนผสมของไฮโดรคาร์บอน (-S. petrol)

gasometer (แกสซอม' มิเทอะ) *n.* เครื่องวัดและเก็บก๊าซในการทดลอง

gasp (กาสพฺ) *n.* การหอบ, การอ้าปากหายใจ, การหายใจไม่ค่อยออก, การอ้าปากค้างด้วยความประหลาดใจ *-vi.* หายใจหอบ, หอบ, อ้าปากหายใจ *-vt.* พูดหอบ (-S. gulp, pant, sigh) *-Ex. gasp for breath, at one's last gasp, The boys gasped after running across the field., The fish in the boat were gasping., Surachai gave a gasp when he saw the tiger.*

gas station, filling station, service station ปั๊มน้ำมัน, สถานที่เติมน้ำมันรถ

gastric (แกส' ทริค) *adj.* เกี่ยวกับกระเพาะอาหาร

gastric juice น้ำย่อยกระเพาะอาหารที่ประกอบด้วย pepsin และน้ำย่อยอื่นๆ จากกระเพาะ

gastric ulcer แผลผนังภายในของกระเพาะเนื่องจากการกัดกร่อนของน้ำย่อยกระเพาะที่มีต่อเยื่อบุผิวภายในกระเพาะ

gastritis (แกสไทร' ทิส) *n.* กระเพาะอาหารอักเสบ (โดยเฉพาะเยื่อบุผิวกระเพาะอาหาร)

gastro-, gastr- คำอุปสรรค มีความหมายว่า กระเพาะอาหาร (-S. stomach)

gastroenteritis (แกสโทรเอนเทอไร' ทิส) *n.* ภาวะกระเพาะและลำไส้อักเสบ

gastronome (แกส' ทระโนม) *n.* คนที่พิถีพิถันในเรื่องกิน, คนที่ชอบกิน (-S. gastronomer, gastronomist)

gastronomy (แกสทรอน' โนมี) *n., pl.* **-mies** ศิลปะหรือวิทยาศาสตร์เกี่ยวกับการกินดี, วิธีการกิน, วิธีการทำอาหาร, ธรรมเนียมการกิน **-gastronomic, gastronomical** *adj.*

gastropod (แกส' โทรพอด) *n.* หอยทาก, หอยประเภท Gastropoda **-gastropodous, gastropodan** *adj.*

gastropod

gasworks (แกส' เวิร์คซฺ) *n. pl.* โรงผลิตก๊าซสำหรับให้แสงสว่างและความร้อน

gate[1] (เกท) *n.* ประตูรั้ว, ประตูกำแพง, ประตูใหญ่, ประตูเมือง, ทางเข้าออก, ทางเข้าหุบเขา, สิ่งตั้งกีดขวางบนถนนหรือทางรถไฟ, ด่าน, ประตูที่ใช้ควบคุมปริมาณน้ำหรือก๊าซ, ค่าผ่านทางที่เก็บจากผู้เข้าชมการแสดง *-vt.* **gated, gating** ทำโทษนักศึกษาโดยบังคับให้อยู่ภายในประตูรั้วมหาวิทยาลัย **-get the gate** (คำสแลง) ถูกปฏิเสธ ถูกขับไล่ ถูกเลิกจ้าง **-get a person the gate** (คำสแลง) เลิกจ้าง (-S. doorway, door, gateway, exit)

gate[2] (เกท) *n.* ทางผ่าน, ทาง, อุปนิสัย

gate-crasher (ภาษาพูด) คนที่ผ่านประตูโดยไม่ได้รับอนุญาตหรือไม่มีตั๋วผ่าน คนที่เข้าไปโดยพลการ **-gate-crash** *vt., vi.*

gateway (เกท' เว) *n.* ทางผ่าน, ทางเข้า, ประตูเข้า, วิธีการ (-S. entrance, means of access) *-Ex. The Chao Payah River is a gateway to the gulf of Thailand., Observing and listening are gateways to knowledge.*

gather (แกธ' เธอะ) *vt.* รวบรวม, รวมกัน, เก็บรวมกลุ่ม, จัดเก็บ, จัดรวม, จัดเรียงหน้า, สะสม, เพิ่ม, ค่อยๆ เพิ่ม, ขมวดคิ้ว *-vi.* รวมกัน, ชุมนุม, เก็บรวม, สะสมเพิ่ม *-n.* การเก็บรวม, การหดตัว, การขมวดคิ้ว, สิ่งที่เก็บรวม **-be gathered to one's fathers** ตาย **-gatherer** *n.* (-S.

assemble, mass) *-Ex. gather in the harvest, The people gathered together., to gather strength, By the look of your hands I gather you washed quickly.*

gathering (แกธ' เธอะริง) *n.* การรวบรวม, การรวมกัน, การเก็บรวม, การรวมกลุ่ม, สิ่งที่เก็บรวมเข้าด้วยกัน, กลุ่มคน, ผิวหนังอักเสบและบวมเป็นหนอง, ฝีหนอง (-S. meeting, assembly, crowd, convention)

Gatling gun ปืนกลสมัยโบราณแบบหนึ่งมีหลายลำกล้อง

gauche (โกช) *adj.* งุ่มง่าม, ไม่มีกิริยามารยาทที่เหมาะสม, เก้งก้าง, เป็น, เคอะเขิน **-gauchely** *adv.* **-gaucheness** *n.* (-S. clumsy, inelegant, maladroit)

gaucho (เกา' โช) *n., pl.* **-chos** คนเลี้ยงสัตว์ในทุ่งหญ้าของอเมริกาใต้

gaud (กอด) *n.* สิ่งประดับหรูหราที่ราคาถูก

gaudy[1] (กอ' ดี) *adj.* **gaudier, gaudiest** หรูหรา, ฉูดฉาด, ไม่มีรสนิยม, ขี้โอ่, โอ้อวด **-gaudily** *adv.* **-gaudiness** *n.* (-S. showy, flashy, garish) *-Ex. a gaudy orange and purple necktie*

gaudy[2] (กอ' ดี) *n., pl.* **gaudies** งานเลี้ยงฉลองอย่างเอิกเกริก

gauge, gage (เกจ) *vt.* **gauged, gauging/gaged, gaging** วัด, ประเมิน, ประมาณ, รังวัด, ตัดหรือฝนก้อนหินหรือก้อนอิฐให้มีขนาดเท่ากัน *-n.* ขนาดมาตรฐาน, เกณฑ์มาตรฐาน, วงเวียน, มิเตอร์วัด, อุปกรณ์วัดขนาด, เครื่องวัด, วิธีการประเมินค่า, วิธีการวินิจฉัย, ขนาด, เกณฑ์, หน่วยเส้นผ่านศูนย์กลางของรู, ขนาดความกว้างของทางรถไฟ, ความหนาหรือเส้นผ่านศูนย์กลางของโลหะหรือลวด **-gaugeable** *adj. -Ex. a pressure gauge, to gauge the diameter of a wire, to gauge one's speed, to gauge a person's character*

gauger, gager (เก' เจอะ) *n.* คนวัด, คนรังวัด, อุปกรณ์วัด, ผู้ประเมินค่า, เจ้าหน้าที่ศุลกากร

Gaul (กอล) *n.* เขตดินแดนในยุโรปตะวันตกสมัยโบราณได้แก่บริเวณที่เป็นอิตาลีตอนเหนือ ฝรั่งเศส เบลเยียมและเนเธอร์แลนด์ตอนเหนือส่วนที่อยู่ทางใต้ของเทือกเขาแอลป์ และส่วนที่อยู่ทางเหนือของเทือกเขาแอลป์, ชื่อมณฑลหนึ่งของอาณาจักรโรมัน

gaunt (กอนท) *adj.* ผอมแห้ง, มีแต่กระดูก, ซูบซีด, แห้งแล้ง, เปล่าเปลี่ยว, เศร้าสลด **-gauntly** *adv.* **-gauntness** *n.* (-S. emaciated, bleak) *-Ex. After her long illness, the woman was weak and gaunt., the gaunt rocky desert*

gauntlet[1] (กอนท' ลิท) *n.* ถุงมือหุ้มโลหะ, ถุงมือสำหรับฟันดาบ, ถุงมือที่ยาวถึงข้อมือ **-pick/take up the gauntlet** รับคำท้า **-throw down the gauntlet** ท้า, ท้าทาย **-gauntleted** *adj.* (-S. gantlet, challenge)

gauntlet[2] (กอนท' ลิท) *n.* การลงโทษโดยการให้เดินผ่านแถวคน 2 แถวที่ขนานกัน แล้วคนในแถวจะทำการตีหรือทำร้ายด้วยอาวุธ, แถวคน 2 แถวดังกล่าว, การทดสอบ, การฝ่าอันตราย

gauntry (กอน' ทรี) *n., pl.* **-tries** ดู gantry

gauss (เกาซ) *n., pl.* **gauss/gausses** หน่วยการเหนี่ยวนำแม่เหล็ก

gauze (กอซ) *n.* สิ่งทอบางโปร่ง, ผ้าโปร่ง, ผ้าพันแผล, ตาข่ายบาง, หมอก **-gauziness** *n.* **-gauzily** *adv.* (-S. mist, haze)

gauzy (กอ' ซี) *adj.* **-ier, -iest** คล้ายผ้าโปร่ง, บาง, โปร่ง **-gauzily** *adv.* **-gauziness** *n.* (-S. light, thin, delicate)

gave (เกฟว) *vt., vi.* กริยาช่อง 2 ของ give *-Ex. Yupin gave it to me.*

gavel (แกฟ' เวิล) *n.* ค้อนไม้ใหญ่ที่คนขายของเลหลังใช้ตีหรือเจ้าหน้าที่ตุลาการใช้เคาะโต๊ะ, ตะลุมพุก

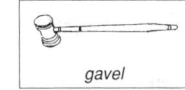

gavel

gavotte, gavot (กะโวท') *n.* การเต้นรำแบบเก่าแบบหนึ่งของชาวนาฝรั่งเศส, ดนตรีประกอบการเต้นรำดังกล่าว

gawk (กอค) *vi.* จ้องมองอย่างแปลกใจ, จ้องมองอย่างโง่ๆ *-n.* คนที่เซ่องุ่มง่าม **-gawkish** *adj.* (-S. stare, gape, goggle)

gawky (กอ' คี) *adj.* **-ier, -iest** งุ่มง่าม ซุ่มซ่าม, เงอะงะ, เหนียมอาย **-gawkily** *adv.* **-gawkiness** *n.* (-S. awkward, ungainly -A. polished)

gay (เก') *adj.* ร่าเริง, เบิกบานใจ, สนุกสนาน, หรูหรา, ฉูดฉาด, มีสีสดใส, ชอบสนุก, เสเพล, เต็มไปด้วยราคะ, รักร่วมเพศ *-n.* คนที่รักร่วมเพศ **-gayness** *n. -Ex. a gay companion, a gay gathering*

gayety (เก' อิที) *n., pl.* **-ties** ดู gaiety

gayly (เก' ลี) *adv.* ดู gaily

gaze (เกซ) *vi.* **gazed, gazing** จ้องมอง, เพ่งมอง, มองเขม็ง *-n.* การจ้องมอง, การเพ่งมอง **-gazer** *n.* (-S. stare, gape) *-Ex. Surin gazed at the scenery as the train sped on.*

gazelle (กะเซล') *n., pl.* **-zelles/-zelle** กวางชนิดหนึ่งมีคอยาวและมีเขาโค้ง

gazette (กะเซท') *n.* หนังสือพิมพ์, หนังสือราชกิจจานุเบกษาของรัฐบาล *-vt.* **-zetted, -zetting** พิมพ์หนังสือดังกล่าว (-S. journal, newspaper, periodical, paper)

gazetteer (แกซซิเทียร์') *n.* พจนานุกรมภูมิศาสตร์, นักหนังสือพิมพ์

gear (เกียร์) *n.* ล้อฟันเฟือง, เฟือง, จักรประสาน, เกียร์, เครื่องสวม, เครื่องขี่ม้า, เครื่องมือ, อุปกรณ์, เสื้อผ้า, ยุทธสัมภาระ, เสื้อเกราะ *-vt.* ใส่เกียร์, ใส่ล้อ, ฟันเฟือง, ใส่เครื่องเทียมลาก, ปรับให้พอดี *-vi.* สวมใส่พอดี, ใส่ได้พอดี *-adj.* (คำสแลง) อัศจรรย์ ดีเยี่ยม *-Ex. the steering gear, top gear, reverse gear, gear down a car, gear up, out of gear, the landing gear, hunting gear, to gear our organization*

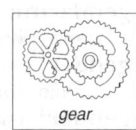

gear

gearing (เกีย' ริง) *n.* ระบบเฟืองเกียร์, เครื่องเปลี่ยนความเร็วของรถยนต์

gearshift (เกียร์' ชิฟท) *n.* คันเกียร์

gearwheel, gear wheel (เกียร์' วีล) *n.* ล้อเฟือง, ล้อฟันเฟือง (-S. cogwheel)

gecko (เกค' โค) *n., pl.* **-os/-oes** ตุ๊กแก

gee[1] (จี) *interj.* คำอุทานแสดงความประหลาดใจ ความกระตือรือร้น หรือการย้ำ เช่น โอ้โฮ

gee[2] (จี) *interj.* เสียงตวาดม้าหรือสัตว์เลี้ยงให้เลี้ยวขวา *-vt., vi.* **geed, geeing** เลี้ยวไปทางขวา

geese (กีส) *n. pl.* พหูพจน์ของ goose

geezer (กี' เซอะ) *n.* (คำสแลง) คนแก่ที่ประหลาด

Geiger counter เครื่องตรวจรังสี (โดยเฉพาะกัมมันตภาพรังสี)

geisha (เก' ชะ) *n., pl.* **-sha/-shas** (ภาษาญี่ปุ่น) หญิงญี่ปุ่นที่มีอาชีพร้องเพลง เต้นรำและบริการผู้ชาย, หญิงเกอิชา

gel (เจล) *n.* สารแขวนลอยหรือคอลลอยด์, วุ้น, เจลใส่ผม *-vi.* **gelled, gelling** กลายเป็นสารแขวนลอยดังกล่าว

gelatin (เจล' ละทิน) *n.* โปรตีนที่ได้จากกระบวนการไฮโดรไลซิสของ collagen, วุ้นที่ได้จากการเคี่ยวหนังหรือกระดูกสัตว์, เยื่อที่มีลักษณะโปร่งแสง **-gelatinize** *vt.* **-gelatinous** *adj.* (-S. gelatine)

geld (เจลดฺ) *vt.* **gelded/gelt, gelding** ตอน (สัตว์), ตัดอวัยวะสืบพันธุ์ออก (โดยเฉพาะของม้า), ทำให้หมดแรง (-S. castrate, neuter)

gelding (เจล' ดิง) *n.* สัตว์ตัวผู้ที่ถูกตอน (โดยเฉพาะม้า), ขันที

gelid (เจล' ลิด) *adj.* หนาวมาก, เป็นน้ำแข็ง **-gelidly** *adv.* **-gelidness, gelidity** *n.*

gelignite (เจล' อิกไนทฺ) *n.* ระเบิดชนิดหนึ่ง

gem (เจม) *n.* เพชรพลอย, เพชรนิลจินดา, ของมีค่า, บุคคลที่ได้รับเคารพหรือนิยมชมชอบอย่างมาก, ขนมอบทาเนย *-vt.* **gemmed, gemming** ประดับด้วยเพชรพลอย, ฝังด้วยเพชรพลอย (-S. jewel, stone, masterpiece) *-Ex. This is the gem of my record collection.*

geminate (เจม' มะเนทฺ) *vt., vi.* **-nated, -nating** ทำให้เป็นคู่, กลายเป็นคู่, ทำซ้ำ *-adj.* เป็นแฝด, ที่จับเป็นคู่, ที่รวมเป็นคู่ *-n.* คู่

gemination (เจมมะเน' ชัน) *n.* การทำซ้ำ, การเกิดเป็นคู่, การทำสำเนา, การพูดซ้ำ, การเขียนซ้ำ (-S. repeat)

Gemini (เจม' มะนิ) *n. pl.* ชื่อกลุ่มดาวคนคู่, คนที่เกิดในราศีดังกล่าว

gendarme (ชาน' ดาร์ม) *n., pl.* **-darmes** (ภาษาฝรั่งเศส)สารวัตรทหารในประเทศฝรั่งเศส, (คำสแลง) ตำรวจ

gender[1] (เจน' เดอะ) *n.* (ไวยากรณ์) เพศ, (กายภาค) เพศ, ชนิด, ประเภท (-S. sex)

gender[2] (เจน' เดอะ) *vt., vi.* กำเนิด, ให้กำเนิด, เกิด (-S. engender)

gender gap ช่องว่างระหว่างหญิงและชายในด้านความคิดเห็น วัฒนธรรม คุณค่าสังคมและอุปนิสัย

gene (จีน) *n.* พันธุ์, ยีน, หน่วยทางพันธุกรรมในโครโมโซม

genealogy (จีนีออล' ละจี) *n., pl.* **-gies** การลำดับศักดิ์ของวงศ์ตระกูล, การศึกษาเกี่ยวกับลำดับของวงศ์ตระกูล, การสืบสวนลำดับวงศ์ตระกูล, ผู้สืบวงศ์ตระกูล **-genealogical** *adj.* **-genealogically** *adv.* **-genealogist** *n.*

genera (เจน' เนอะระ) *n. pl.* พหูพจน์ของ genus

generable (เจน' เนอะระเบิล) *adj.* ซึ่งสืบพันธุ์ได้, ซึ่งให้กำเนิดได้, ซึ่งเกิดได้

general (เจน' เนอะเริล) *adj.* ทั่วไป, โดยทั่วไป, ไม่จำกัดเฉพาะสิ่งใดสิ่งหนึ่ง, ทั่วทุกด้าน, ที่อยู่ในตำแหน่งสูงสุด *-n.* เรื่องทั่วไป, นายพล, นายพลทหารบก 5 ดาว (อเมริกา), นายพลเอกทหารบก (อังกฤษ), แม่ทัพ, กฎทั่วๆ ไป, สาธารณชน **-in general** โดยทั่วไป, ตามกฎ, ปกติ (-S. universal, common, inclusive, vague, usual -A. local, exact) *-Ex. general election, the general public, The rain was quite general., postmaster general, as a general rule, in a general way*

generalissimo (เจนเนอะระลิส' ซะโม) *n., pl.* **-mos** ผู้บัญชาการทหารสูงสุด

generalist (เจน' เนอะระลิสทฺ) *n.* ผู้ชำนาญการทั่วๆ ไป **-generalism** *n.*

generality (เจนนะแรล' ลิที) *n., pl.* **-ties** หลักการทั่วไป, กฎเกณฑ์ทั่วๆ ไป, ส่วนใหญ่, ความคิดหรือคำพูดที่คลุมเครือ *-Ex. the generality of readers, talking in generalities, The generality of citizens in Japan eat well.*

generalization (เจนเนอะระลิเซ' ชัน) *n.* ลักษณะทั่วไป, หลักการหรือกฎเกณฑ์ทั่วไป, การพูดกว้างๆ, การลงความเห็น, การวางหลักเกณฑ์ (-S. generality, majority) *-Ex. It is a generalization to say that rats are afraid of cats.*

generalize (เจน' เนอะระไรซฺ) *v.* **-ized, -izing** *-vt.* วางหลัก, พูดกว้างๆ, ทำให้เป็นลักษณะทั่วไป, ลงความเห็น *-vi.* ลงความเห็นทั่วไป, พูดกว้างๆ

generally (เจน' เนอะระลี) *adv.* โดยทั่วไป, ส่วนมาก, ส่วนใหญ่, โดยปกติ, ซึ่งไม่ได้เจาะจง (-S. ordinarily, usually, chiefly) *-Ex. Generally speaking women are physically the weaker.*

general practitioner แพทย์ผู้ชำนาญทั่วไป (แตกต่างกับแพทย์ผู้ชำนาญเฉพาะทาง)

general-purpose (เจน' เนอะเริลเพอร์' เพิส) *adj.* ซึ่งมีประโยชน์หลายทาง

generalship (เจน' เนอะเริลชิพ) *n.* การบัญชากองทัพ, การนำทัพ, ยุทธวิธี, ตำแหน่งนายพล, อำนาจหน้าที่ของนายพล

general strike การหยุดงานของกรรมกรทั่วประเทศหรือในสถานที่หนึ่งๆ

generate (เจน' นะเรท) *vt.* **-ated, -ating** กำเนิด, บังเกิด, ให้กำเนิด, แพร่พันธุ์, ทำให้เกิด (-S. make, form, create, construct, procreate) *-Ex. Electricity is often generated by water power.*

generation (เจนนะเร' ชัน) *n.* การกำเนิด, การก่อให้เกิด, การแพร่พันธุ์, ยุค, สมัย, ชั้นอายุ, รุ่น**-generational** *adj.* (-S. formation, stock, creation, procreation, breeding, genesis, epoch, era) *-Ex. the generation of power*

generation gap การขาดการติดต่อหรือความเข้าใจไม่ตรงกันระหว่างคนหนุ่มกับคนที่มีอายุมากกว่า เนื่องมาจากความแตกต่างทางรสนิยม ความคิดเห็นและอื่น

generative (เจน' นะเรทิฟว) *adj.* เกี่ยวกับการสร้าง

generator 379 genuine
G

-generatively *adv.* **-generativeness** *n.*

generator (เจน' นะเรเทอะ) *n.* เครื่องกำเนิดไฟฟ้า, ไดนาโม, บุคคลที่ให้กำเนิด, สิ่งที่ให้กำเนิด, เครื่องมือผลิตก๊าซหรือไอ (-S. creator)

generic (จะเน' ริค) *adj.* เกี่ยวกับจำพวก (genus), ทั่วๆ ไป, ซึ่งไม่ได้รับการคุ้มครองจากการจดทะเบียนเครื่องหมายการค้า *-n.* ผลิตภัณฑ์ที่ไม่มีชื่อทางการค้า **-generically** *adv.* (-S. general, common)

generosity (เจนนะรอส' ซิที) *n., pl.* **-ties** ความมีใจกว้าง, ความใจดี, ความอุดมสมบูรณ์, ความมากมาย, ความไม่เห็นแก่ตัว (-S. liberality, kindness, magnanimity) *-Ex. Sawai showed generosity in praising his opponent.*

generous (เจน' เนอะเริส) *adj.* ใจกว้าง, มีน้ำใจ, ใจดี, มากมาย, ไม่เห็นแก่ตัว, อุดมสมบูรณ์, (รส) เข้มข้น **-generously** *adv.* **-generousness** *n.* (-S. munificent, liberal, altruistic, lofty, plentiful) *-Ex. generous nature, a generous conqueror, The generous explanation is that Sombut made a mistake.*

genesis (เจน' นิซิส) *n., pl.* **-ses** แหล่งกำเนิด, การให้กำเนิด, การเริ่ม, สมุฏฐาน **-Genesis** หนังสือเล่มแรกของคัมภีร์ไบเบิลที่กล่าวถึงกำเนิดโลก (-S. beginning, source, origin) *-Ex. We can see the genesis of this novel in an early short story of his.*

-genesis คำปัจจัย มีความหมายว่า การเกิด, การกำเนิด

genetic, genetical (จะเนท' ทิค, -ทิเคิล) *adj.* เกี่ยวกับพันธุศาสตร์, เกี่ยวกับหรือเกิดจากยีนในโครโมโซม, เกี่ยวกับการสร้าง, เกี่ยวกับแหล่งกำเนิด **-genetically** *adv.*

genetic engineering วิศวพันธุกรรม, เทคนิคการเปลี่ยนแปลงลักษณะ DNA ของเซลล์

genetics (จะเนท' ทิคซฺ) *n. pl.* พันธุศาสตร์, วิทยาศาสตร์ที่เกี่ยวกับพันธุกรรม, ลักษณะทางพันธุกรรม

genial (จี' เนียล, เจน' เยิล) *adj.* ใจดี, เห็นใจคนอื่น, ร่าเริง, มีมิตรไมตรีจิต, เบิกบานใจ, มีลักษณะของอัจฉริยบุรุษ **-genially** *adv.* **-geniality, genialness** *n.* (-S. cordial, lively, pleasant, affable, warm)

genie (จี' นี) *n.* มาร, วิญญาณ *-Ex. Aladdin's ginie brought him many treasures.*

genii (จี' นิไอ) *n., pl.* พหูพจน์ของ genius

genital (เจน' นิเทิล) *adj.* เกี่ยวกับอวัยวะสืบพันธุ์, เกี่ยวกับการกำเนิด, เกี่ยวกับการสืบพันธุ์ *-n.* อวัยวะสืบพันธุ์

genitalia (เจนนิเท' เลีย) *n. pl.* อวัยวะสืบพันธุ์

genitals (เจน' นิเทิลซฺ) *n. pl.* อวัยวะสืบพันธุ์

genitive (เจน' นิทิฟวฺ) *adj.* เกี่ยวกับการที่แสดงความเป็นเจ้าของ *-n.* สัมพันธการก

genius (จี' เนียส) *n., pl.* **geniuses/genii** อัจฉริยบุคคล, ความสามารถพิเศษในการสร้างสรรค์, พรสวรรค์, ความฉลาดพิเศษ, คุณสมบัติอันยอดเยี่ยม, ความหลักแหลม, ความสามารถตามธรรมชาติ, ภูตผีปีศาจ (-S. brilliance, gift, prodigy -A. idiot, moron) *-Ex. A great musician, a great inventor, or a great poet is a genius., Einstein was a mathematical genius.*

genocide (เจน' นะไซด) *n.* การฆ่าล้างเชื้อชาติ, การทำลายชนชาติ **-genocidal** *adj.*

-genous คำปัจจัย มีความหมายว่า สร้าง, ให้กำเนิด

genre (ชาน' ระ) *n.* จำพวก, ชนิด, แบบ, ประเภท, ภาพเขียนเกี่ยวกับชีวิตประจำวัน *-adj.* เกี่ยวกับชนิด

gent (เจนทฺ) *n.* (ภาษาพูด) สุภาพบุรุษ สวยงาม สง่างาม

genteel (เจนทีล') *adj.* เกี่ยวกับสังคมผู้ดี, ซึ่งได้รับการอบรมมาอย่างดี, งดงาม, สละสลวย, สุภาพ**-genteelly** *adv.* **-genteelness** *n.* (-S. elegant courteous, stylish, refined)

gentian (เจน' ชัน) *n.* พืชไม้ดอก ดอกมีสีจำพวก *Gentiana*, พืชจำพวกดีมังกร, พืชที่คล้ายกับพืชไม้ดอกดังกล่าว, รากของต้น *Gentiana lutea* ใช้เป็นยาบำรุงและยาเจริญอาหาร

gentian

gentian violet ชื่อยาฆ่าเชื้อโรคชนิดหนึ่ง

gentile (เจน' ไทล) *n.* คนที่ไม่ใช่ชนชาติยิว, คนที่เป็นคริสเตียน, คนนอกศาสนา, คนที่ไม่ใช่ชาวโมมอน *-adj.* เกี่ยวกับคนที่ไม่ใช่ยิว, คริสเตียน (ซึ่งแตกต่างจากยิว), ไม่ใช่โมมอนและไม่ใช่ยิว, เกี่ยวกับเผ่า ประชาชนหรือประเทศ (-S. Gentile)

gentility (เจนทิล' ลิที) *n., pl.* **-ties** ความสละสลวย, ภาวะที่เกิดขึ้นในตระกูลผู้ดี, บุคคลชั้นสูง, บุคคลที่เกิดในตระกูลผู้ดี (-S. refinement, nobility, courteousness)

gentle (เจน' เทิล) *adj.* **-tler, -tlest** ใจดี, ใจกว้าง, มีน้ำใจ, มีสกุลสูง, เป็นผู้ดี, สุภาพ, อ่อนโยน, น่านับถือ, ว่าง่าย, นุ่มนวล, ละมุนละไม *-vt.* **-tled, -tling** ทำให้เชื่อง, ทำให้สงบ, ทำให้อ่อนโยน, ตบเบาๆ, ลูบคลำ **-gently** *adv.* **-gentleness** *n.* (-S. placid, serene, soft, tame, smooth, calm) *-Ex. gentle manners, a gentle touch, a gentle dog, a gentle slope*

gentlefolk, gentlefolks (เจน' เทิลโฟค, -โฟคซฺ) *n. pl.* บุคคลที่มีสกุลสูง

gentleman (เจน' เทิลเมิน) *n., pl.* **-men** สุภาพบุรุษ, บุคคลที่มีสกุลสูง, คนใช้ส่วนตัวที่เป็นชาย, ห้องน้ำชาย, ผู้มีรายได้ที่ไม่ได้ทำงานเป็นอาชีพ, สมาชิกรัฐสภาอเมริกา **-gentlewoman** *n., fem. -Ex. Ladies and gentlemen,...*

gentlemanly (เจน' เทิลเมินลี) *adj.* เป็นสุภาพบุรุษ **-gentlemanliness** *n.* (-S. courteous, polite, gallant, noble)

gentlemen's agreement, gentleman's agreement *n., pl.* **gentelmen's agreements/ gentleman's agreements** การตกลงกันด้วยเกียรติยศ

gentle sex ผู้หญิง (-S. women)

gentlewoman (เจน' เทิล วูเมิน) *n., pl.* **-women** หญิงที่มีสกุลสูง, หญิงสูงศักดิ์ **-gentlewomanly** *adj.* (-S. lady)

gentry (เจน' ทรี) *n., pl.* **-tries** พวกผู้ดี, พวกมีสกุลสูง, พวกมีตระกูลสูงศักดิ์

genuflect (เจน' ยูเฟลคทฺ) *vi.* คุกเข่าเคารพหรือบูชา, แสดงความเคารพ **-genuflection** *n.*

genuine (เจน' ยูอีน) *adj.* แท้, แท้จริง, จริงใจ, ไม่เสแสร้ง **-genuinely** *adv.* **-genuineness** *n.* (-S. veritable,

genus 380 **gerund**

real, frank) *-Ex. This coat is genuine mink., Dang's friendship is genuine.*

genus (จี' เนิส) *n., pl.* **genera/genuses** จำพวก, ชนิด, ประเภท, พันธุ์ (-S. class, kind) *-Ex. The lion and tiger are different species of the same genus.*

geo- คำอุปสรรค มีความหมายว่า ธรณี, พื้นดิน

geocentric, geocentrical (จีโอเซน' ทริค, -เคิล) *adj.* จากจุดศูนย์กลางของโลก, ซึ่งมีโลกเป็นจุดศูนย์กลาง **-geocentrically** *adv.*

G

geodesic (จีอะเดส' ซิค) *adj.* เกี่ยวกับเรขาคณิตของผิวหน้าโค้ง, เกี่ยวกับเส้นที่ลากบนผิวหน้าโค้ง *-n.* เส้นดังกล่าว

geodesy (จีออด' ดิซี) *n.* ธรณีวิทยาที่เกี่ยวกับการวัดรูปร่างและพื้นที่ผืนแผ่นดินใหญ่ ตำแหน่งที่แน่นอนของจุดทางภูมิศาสตร์ ความโค้ง รูปร่างและขนาดของโลก **-geodesist** *n.*

geographer (จีออก' กระเฟอะ) *n.* นักภูมิศาสตร์

geographic, geographical (จีอะแกรฟ' ฟิค, -เคิล) *adj.* เกี่ยวกับภูมิศาสตร์, เกี่ยวกับลักษณะตามธรรมชาติ ประชากรอุตสาหกรรมและอื่นๆ ของบริเวณบนพื้นโลก **-geographically** *adv.*

geographical mile หน่วยระยะทางที่เท่ากับ 6,080 ฟุต

geography (จีออก' กระฟี) *n., pl.* **-phies** ภูมิศาสตร์, ภูมิประเทศ, ภูมิศาสตร์ตามธรรมชาติ, ลักษณะพื้นผิวโลก, หนังสือภูมิศาสตร์, บันทึกเกี่ยวกับลักษณะของพื้นผิวโลก

geologist (จีออล' ละจิสทฺ) *n.* นักธรณีวิทยา

geology (จีออล' ละจี) *n., pl.* **-gies** ธรณีวิทยา, วิทยาศาสตร์ที่เกี่ยวกับประวัติศาสตร์ทางกายภาคของโลก, หนังสือธรณีวิทยา **-geologic, geological** *adj.* **-geologically** *adv.* **-geologize** *vi., vt.*

geometric, geometrical (จีอะเมท' ทริค, -เคิล) *adj.* เกี่ยวกับเรขาคณิต, คล้ายเส้นหรือรูปต่างๆ ทางเรขาคณิต, เกี่ยวกับภาพเขียน ภาพแกะสลัก หรือสิ่งประดับต่างๆ ที่ใช้หลักเรขาคณิต **-geometrically** *adv.* *-Ex. geometric progression, geometric projection, a geometric design*

geometrician (จีออมมะทริช' ชัน) *n.* นักเรขาคณิต

geometric progression อนุกรมเรขาคณิตที่อัตราส่วนระหว่าง 2 ค่าที่อยู่ติดกันมีค่าเท่ากันหมด เช่น 1, 3, 9, 27...

geometry (จีออม' มะที) *n., pl.* **-tries** เรขาคณิต

geophysics (จีโอฟิซ' ซิคซ) *n. pl.* ธรณีฟิสิกส์ (รวมทั้ง meteorology, oceanography, seismology, volcanology, geomagnetism) **-geophysical** *adj.* **-geophysicist** *n.*

Georgian (จอร์' เจิน) *adj.* เกี่ยวกับสมัยพระเจ้ายอร์จองค์ใดองค์หนึ่ง (ที่ 1-4), เกี่ยวกับรัฐบาลจอร์เจียในรัสเซีย, เกี่ยวกับรัฐหรือประชาชนในรัฐจอร์เจีย *-n.* คนในสมัยรัชกาลพระเจ้ายอร์จของอังกฤษ, ศิลปะและวรรณคดีในสมัยดังกล่าว, ประชาชนในรัฐจอร์เจียของรัสเซีย, ชื่อภาษาหนึ่งของคอเคเซียน, ประชาชนพื้นเมืองที่อาศัยในรัฐจอร์เจียของสหรัฐอเมริกา

geotropism (จีโอท' ระพิซึม) *n.* ความโน้มเอียงเข้าแรงดึงดูดของโลก เช่น การงอกรากของพืช **-geotropic** *adj.*

geranium (จะเร' เนียม) *n.* พืชไม้ดอกจำพวกหนึ่งที่มีดอกสวยงาม จำพวก *Geranium*

geranium

geriatrics (เจอรีเอท' ทริคซ) *n. pl.* แพทยศาสตร์ที่เกี่ยวกับโรคและการดูแลรักษาผู้สูงอายุ

germ (เจิร์ม) *n.* เชื้อจุลินทรีย์, เชื้อโรค, เชื้อ, หน่อ, เมล็ด, สิ่งแรกเริ่มของชีวิต, ระยะแรกเริ่มของพัฒนาหรือเจริญเติบโต (-S. source, origin, egg, embryo) *-Ex. germ carrier, germ cell, wheat germ, the germ of war, the germ of an idea*

German (เจอร์' เมิน) *adj.* เกี่ยวกับประเทศเยอรมัน ผู้คนหรือภาษาที่ใช้, เกี่ยวกับชนชาติที่พูดภาษาเยอรมัน *-n.* ชาวเยอรมัน, ภาษาเยอรมัน

germane (เจอะเมน') *adj.* ซึ่งเกี่ยวดองกันอย่างใกล้ชิด, ซึ่งเกี่ยวข้องกัน, ซึ่งมีความสัมพันธ์กันอย่างสำคัญ **-germanely** *adv.* **-germaneness** *n.* (-S. relevant, apt, fitting)

Germanic (เจอะแมน' นิค) *adj.* เกี่ยวกับชนชาติ Teuton และภาษาที่ใช้, เกี่ยวกับชนชาติ วัฒนธรรมและภาษาเยอรมัน *-n.* สาขาภาษาของตระกูลภาษาอินเดีย-ยุโรป ได้แก่ ภาษาเยอรมัน ภาษาดัตช์ ภาษาอังกฤษ ภาษาสแกนดิเนเวีย Afrikaans Flemish Frisian และภาษา Gothic ซึ่งสาปสูญไปแล้ว

germanium (เจอะเม' เนียม) *n.* ธาตุโลหะชนิดหนึ่ง มีสัญลักษณ์ Ge

German measles โรคหัดเยอรมันเนื่องจากเชื้อไวรัส มีลักษณะอาการไข้ เจ็บคอ ผื่นแดง (-S. rubella)

German silver โลหะผสมของทองแดง สังกะสีและนิเกิล

germ cell เซลล์สืบพันธุ์

germicide (เจอ' มิไซดฺ) *n.* ตัวฆ่าเชื้อ (โรค) **-germicidal** *adj.*

germinal (เจอ' มะเนิล) *adj.* เกี่ยวกับเชื้อ, ซึ่งอยู่ในระยะแรกสุดของการเจริญเติบโต **-germinally** *adv.* (-S. seminal)

germinate (เจอร์' มะเนท) *v.* **-nated, -nating** *-vi.* เริ่มเจริญเติบโต, เริ่มเกิดขึ้น, เพาะตัว, ออกหน่อ, แตกหน่อ *-vt.* ทำให้เกิดขึ้น, ผลิต, สร้าง **-germinative** *adj.* **-germination** *n.* **-germinator** *n.* (-S. bud, sprout, grow) *-Ex. Fertile soil germinates seeds.*

gerontology (เจอรันทอล' ละจี) *n.* วิทยาศาสตร์ที่เกี่ยวกับวัยชราและปัญหาของคนชรา **-gerontological** *adj.* **-gerontologist** *n.*

gerrymander (เจอ' ริแมนเดอะ) *n.* การแบ่งเขตเลือกตั้งอย่างไม่ยุติธรรม *-vt., vi.* แบ่งเขตเลือกตั้งอย่างไม่ยุติธรรม, ทำตบตา, ทำปลอมแปลง, ใช้เล่ห์เหลี่ยมเอาชนะการเลือกตั้ง

gerund (เจอ' เรินดฺ) *n.* (ไวยากรณ์) อาการนาม คำนามที่ลงท้ายด้วย -ing ที่มาจากคำกริยา **-gerundial** *adj.*

Gestapo (กะสทา' โพ) *n.* (ภาษาเยอรมัน) ตำรวจลับนาซี

gestate (เจส' เทท) *v.* **-tated, -tating** *-vt.* ตั้งครรภ์, พัฒนาทางจิตใจ *-vi.* ตั้งครรภ์, เจริญเติบโตอย่างช้าๆ

gestation (เจสเท' ชัน) *n.* การตั้งครรภ์, กระบวนการตั้งครรภ์, ระยะการตั้งครรภ์, การพัฒนาทางจิตใจ **-gestational** *adj.* (-S. gravidity, pregnancy)

gesticulate (เจสทิค' คิวเลท) *vt., vi.* **-lated, -lating** ทำท่าทาง (โดยเฉพาะด้วยมือและแขนเวลาพูด)

gesticulation (เจสทิคคิวเล' ชัน) *n.* การแสดงลักษณะท่าทาง, การชี้มือชี้ไม้, การให้สัญญาณ **-gesticulative, gesticulatory** *adj.* **-gesticulator** *n.*

gesture (เจส' เชอะ) *n.* อากัปกิริยาที่แสดงออก, การชี้มือชี้ไม้, การให้สัญญาณ *-vi., vt.* **-tured, -turing** แสดงอัปกิริยา, แสดงท่าทางชี้มือชี้ไม้, ให้สัญญาณ **-gestural** *adj.* **-gesturer** *n.* (-S. action, sign, indication, signal, motion) *-Ex. Baby cannot talk, but she often makes gestures to tell what she wants., a friendly gesture*

get (เกท) *v.* **got, gotten/got, getting** *-vt.* ได้, ได้มา, ได้รับ, เอา, ไปเอามา, เอาไปเสีย, หามาได้, เข้าใจ, จัดเตรียม, อยู่ในสภาพรบกวน, จับได้, ติดโรค, ทำให้, ก่อให้เกิด, มีอิทธิพลต่อ, ชักชวน, มีผลทางอารมณ์, แก้แค้น, รับทุกข์ *-vi.* มาถึง, บรรลุ, ไปถึง, กลายเป็น, ได้เงิน, มีรายได้, (ภาษาพูด) จากไปอย่างรวดเร็ว *-n.* ลูกหลาน, การกลับ (ของลูกบอล) **-get about** ไปไหนมาไหน **-get around** ไปไหนมาไหน **-get across** ทำให้เข้าใจ **-get ahead** ประสบความสำเร็จ, ก้าวหน้า **-get along** จัดการ **-get at** เอา, ไปถึง, บรรลุ **-get away** หนี, หลบหนี **-get away with** กระทำสำเร็จโดยไม่ถูกจับได้หรือถูกทำโทษ **-get back** กลับ **-get by** ผ่าน **-get down to** ลง **-get home** ไปบ้าน **-get off** ออก, ลง, ไป **-get on** ขึ้น, ก้าวหน้า **-get out** ออก, รู้กัน, หลบหนี **-get there** กระทำสำเร็จ, ถึงจุดหมายปลายทาง **-get to** ติดต่อ **-get together** สะสม, รวม **-get up** ยืนขึ้น, ลุกขึ้น, ลุกจากเตียง **-get over** ปีน, ข้าม, ฟื้น **-get married** แต่งงาน **-get a glimpse/seize (of)** ดู **-get hold of** ยึด, ถือ, จับ **-get something by heart** ท่องจำ (-S. acquire, obtain, bring, attain, comprehend) *-Ex. get money, get a profit, get $300 a year, get an idea, get my hair cut, get him to cut my hair*

getaway (เกท' อะเว) *n.* การจากไป, การหลบหนี, การเริ่มแข่ง (-S. departure, escape)

get-together (เกท' ทะเกทเธอะ) *n.* (ภาษาพูด) การพบปะสังสรรค์ *-Ex. Let's get-together on Sunday.*

get up (ภาษาพูด) แบบแผน, เครื่องแต่งกาย, เครื่องแบบ

get-up-and-go (เกท' อัพแอนโก') *n.* (ภาษาพูด) พลัง พลังงาน กำลัง

geyser (ไก' เซอะ) *n.* น้ำพุร้อนที่พุ่งขึ้นจากใต้ดินเป็นช่วงๆ

ghastly (แกสทฺ' ลี) *adj.* **-lier, -liest** น่ากลัว, คล้ายภูติผี, น่ากลัวมาก *-adv.* อย่างน่ากลัว, อย่างน่าหวาดหวั่น **-ghastliness** *n.* (-S. wan, pallid, grim) *-Ex. Twenty-one children were killed in the ghastly accident., The criminal's face looked ghastly., a ghastly mistake*

ghat, ghaut (กอท) *n.* ทางลงสู่แม่น้ำ, บันไดลงสู่แม่น้ำ

gherkin (เกอร์' คิน) *n.* แตงเล็กๆ ชนิดหนึ่งมีสีเหลือง, ผลไม้มีหนามของต้น *Cucumis anguria*

ghetto (เกท' โท) *n., pl.* **-tos/-toes** ย่านที่ชาวยิวอยู่ (ตามเมืองต่างๆ ในยุโรปสมัยก่อน), ย่านที่ชนกลุ่มน้อยรวมตัวกัน, เขตบริเวณสลัมที่มีคนอยู่กันแออัด

ghost (โกสทฺ) *n.* ภูต, ผี, ปีศาจ, ภาพลวงตา, เงา, เงามืด, วิญญาณ (-S. spectre, wraith) *-Ex. The old castle was haunted by a ghost that rattled chains.*

ghostly (โกสทฺ' ลี) *adj.* **-lier, -liest** คล้ายผี, เกี่ยวกับวิญญาณ **-ghostliness** *n.*

ghost town เมืองร้างที่ไร้คนอยู่

ghost word ศัพท์ที่สร้างขึ้นมาใหม่โดยการอ่านหรือเขียนผิด

ghostwriter (โกสทฺ' ไรเทอะ) *n.* นักเขียนที่ใช้ชื่อคนอื่น **-ghostwrite** *vt., vi.*

ghoul (กูล) *n.* ปอบ, ผีที่กินซากศพ, ผู้ขโมยศพ, ผู้ที่สนุกสนานกับสิ่งที่น่าขยะแขยง **-ghoulish** *adj.* **-ghoulishly** *adv.* **-ghoulishness** *n.*

G.H.Q., GHQ ย่อจาก General Headquarters สำนักงานใหญ่

GI[1] (จี' ไอ') n., pl.**-GI's/-GIs** ทหารในกองทัพสหรัฐอเมริกา (โดยเฉพาะทหารประจำการ) *-adj.* เคร่งครัดต่อระเบียบวินัย, เกี่ยวกับรูปแบบมาตรฐานที่กำหนดไว้ในกองทัพสหรัฐอเมริกา, เกี่ยวกับกฎเกณฑ์ปฏิบัติของกองทัพสหรัฐอเมริกา, เกี่ยวกับทหารอเมริกัน

GI[2] ย่อจาก general issue เอกสารที่เผยแพร่ทั่วไป, gastrointestinal เกี่ยวกับกระเพาะและลำไส้

giant (ไจ' เอินทฺ) *n.* ยักษ์, สิ่งที่ใหญ่โตผิดปกติ, สิ่งที่มีกำลังมหาศาลผิดปกติ *-adj.* ใหญ่ผิดปกติ, แข็งแรงผิดปกติ (-S. huge, monster, colossus, titan)

giant panda หมีแพนด้าจำพวก *Ailuropoda melanoleuca*

giant panda

gibber (จิบ' เบอะ) *vi.* พูดตะกุกตะกัก, พูดไม่ชัด, พูดโง่ๆ, *-n.* การพูดตะกุกตะกัก, การพูดไม่ชัด

gibberish (จิบ' เบอะริช) *n.* การพูดหรือเขียนที่ใช้ศัพท์แปลกๆ และไม่ชัดเจน (-S. babble, gabble, nonsense, jargon)

gibbet (จิบ' บิท) *n.* ตะแลงแกงชนิดหนึ่งที่แขวนประจานนักโทษที่ถูกแขวนคอแล้ว *-vt.* **-beted, -beting/-betted, -betting** ประหารชีวิตโดยการแขวนคอแล้วประจาน

gibbon (กิบ' เบิน) *n.* ชะนี ซึ่งเป็นสัตว์จำพวก *Hylobates*

gibbous (กิบ' บัส) *adj.* ซึ่งนูนโค้ง, ที่เป็นส่วนโค้งของทรงกลม **-gibbosity** *n.* **-gibbousness** *n.* **-gibbously** *adv.*

gibe (ไจบ) *vi., vt.* **gibed, gibing** เยาะเย้ย, ถากถาง, เสียดสี **-giber** *n.* **-gibingly** *adv.* (-S. jibe, taunt, sneer)

giblets (จิบ' ลิทซฺ) *n. pl.* หัวใจ ตับ ไต กระเพาะ คอ ปีกและอื่นๆ ของสัตว์ปีก (เช่น เป็ด, ไก่), เครื่องในสัตว์ปีก

giddy (กิด' ดี) *adj.* **-dier, -diest** น่าเวียนหัว, เหลาะ-

แหละ, สะเพร่า, เลินเล่อ *-vt., vi.* **-died, -dying** ทำให้น่าเวียนหัว **-giddily** *adv.* **-giddiness** *n.* (**-S.** dizzy, unsteady) *-Ex. Riding on a merry-go-round makes me giddy., a giddy young man*

GIFT ย่อจาก gamete intra-fallopian transfer เทคนิคการนำไข่และอสุจิของคู่สมรสเข้าไปในปีกมดลูกของฝ่ายหญิงเพื่อทำการปฏิสนธิภายในร่างกาย

gift (กิฟทฺ) *n.* ของขวัญ, สิ่งที่ให้ด้วยความสมัครใจ, อำนาจการให้, สิทธิในการให้, พรสวรรค์, ความสามารถพิเศษ *-vt.* ให้, มอบให้ (**-S.** donation, presentation, boon, bonus, faculty) *-Ex. a birthday gift from grandmother, Dang has a great gift for music.*

gifted (กิฟ' ทิด) *adj.* มีพรสวรรค์, มีความสามารถพิเศษ, หลักแหลมเป็นพิเศษ **-giftedly** *adv.* **-giftedness** *n.* (**-S.** clever, talented, able, skilled)

gig (กิก) *n.* รถม้าโดยสาร 2 ล้อชนิดหนึ่ง, เรือพายชนิดหนึ่งที่ใช้ใบพายยาว 4-8 อัน *-vi.* **gigged, gigging** ขับขี่รถม้าดังกล่าว

gig

giga- คำอุปสรรค มีความหมายว่า พันล้าน

gigantic (ไจแกน' ทิค) *adj.* ใหญ่โตผิดปกติ, มหึมา, มหาศาล, คล้ายยักษ์ **-gigantically** *adv.* (**-S.** huge, large, giant, colossal)

giggle (กิก' เกิล) *vi., vt.* **-gled, -gling** หัวเราะคิกคัก **-giggler** *n.* (**-S.** snigger, titter, chuckle)

giggly (กิก' กลี) *adj.* **-glier, -gliest** ซึ่งชอบหัวเราะคิกคัก

gigolo (จิก' กะโล) *n., pl.* **-los** ผู้ชายแมงดา, ผู้ชายรับจ้างเป็นคู่เต้นรำกับผู้หญิงแก่ๆ

gild[1] (กิลดฺ) *vt.* **gilded/gilt, gilding** ฉาบทอง, ทาสีทอง, ปิดทอง, ชุบทอง, ทำให้สุกปลั่งคล้ายทอง, ทำให้สนใจ (แบบฉาบฉวย) **-gilder** *n.* (**-S.** embellish, decorate, colour) *-Ex. to gild a picture frame, the sun gilded the sky*

gild[2] (กิลดฺ) *n.* ดู guild

gilding (กิล' ดิง) *n.* การชุบทอง, การปิดทอง, แผ่นทองสำหรับปิดทอง, ผิวหน้าเป็นทอง, ผิวหน้าที่สุกปลั่งคล้ายทอง, สิ่งที่ใช้ดึงดูดความสนใจ (แบบฉาบฉวย)

gill[1] (กิล) *n.* เหงือกปลา **-gilled** *adj.*

gill[2] (กิล) *n.* หน่วยความจุของเหลวที่เท่ากับ ¼ ไพน์ (118 มิลลิลิตร)

gill[3] (กิล) *n.* ลำธารแคบๆ, สายน้ำแคบๆ

gillyflower, gilliflower (กิล' ลีเฟลาเออะ) *n.* ดอกไม้หลายจำพวก ที่ออกดอกได้ตลอดปี

gilt (กิลทฺ) *vt.* กริยาช่อง 2 และช่อง 3 ของ gild *-adj.* ซึ่งชุบทอง, คล้ายทอง, มีสีทอง *-n.* ทอง, วัตถุที่ใช้เคลือบให้ดูเหมือนทอง *-Ex a gilt statue*

gilt-edged (กิลทฺ' เอจดฺ) *adj.* เดินขอบทอง, ชั้นหนึ่ง, มีคุณค่ามาก, มีคุณภาพสูง (**-S.** gilt-edge)

gimbals (จิม' เบิลซฺ) *n. pl.* กล่องหรือโครงที่หันได้รอบทิศสำหรับบรรจุเข็มทิศ **-gimbaled** *adj.*

gimcrack (จิม' แครค) *adj.* หรูหราแต่ไร้ประโยชน์ *-n.* สิ่งหรูหราแต่ไร้ประโยชน์ **-gimcrackery** *n.*

gimlet (จิม' ลิท) *n.* สว่านมือ, เหล็กหมาดเกลียว, เหล้าผสมระหว่างยินหรือวอดก้ากับน้ำมะนาวหวาน *-vt.* เจาะรูด้วยสว่านมือ *-adj.* ซึ่งเจาะรูได้

gimlet-eyed (จิม' ลิทไอด) *adj.* ซึ่งจ้องเขม็ง

gimmick (จิม' มิค) *n.* กลไก, กลลับ, ของเล่นที่เป็นสิ่งประดิษฐ์เล็กๆ น้อยๆ, เงื่อนงำ **-gimmickry, gimmickery** *n.* **-gimmicky** *adj.*

gimp (จิมพฺ) *n.* ขลิบด้าย

gin[1] (จิน) *n.* กับดักสัตว์, หลุมพราง, กับดัก, อวน, ตาข่ายจับปลา, เครื่องบดที่เคลื่อนเป็นวงรอบโดยมีม้าลากเป็นวงกลม, เครื่องบดฝ้าย, รอกปั้นจั่นที่ตั้งอยู่บน 3 ขา, ปั้นจั่น 3 ขา *-vt.* **ginned, ginning** จับสัตว์ด้วยกับดัก, เอาเมล็ดออกจากกองฝ้าย *-Ex. a cotton gin*

gin[2] (จิน) *n.* เหล้าที่ได้จากการกลั่นเมล็ดข้าวกับผลเล็กๆ ของ juniper, เหล้าที่ใส่ตัวแต่งกลิ่น

ginger (จิน' เจอะ) *n.* ขิง (รากใต้ดินจำพวก *Zingiber officinale*), สีน้ำตาลแดงอมเหลือง, (ภาษาพูด) ความมีชีวิตชีวา

ginger ale เครื่องดื่มโซดาใส่น้ำขิง, น้ำขิงแดง

gingerbread (จิน' เจอะเบรด) *n.* ขนมขิง, เค้กกลิ่นน้ำขิง, สิ่งประดับหรูหราแต่ไม่มีรสนิยม *-adj.* ซึ่งประดับด้วยของถูกๆ *-vt.* ปรุงรสด้วยขิง, (ภาษาพูด) ทำให้ร่าเริง

gingerly (จิน' เจอะลี) *adv., adj.* ระมัดระวัง, เฝ้าคอยดู, รอบคอบ, ประณีต **-gingerliness** *n.*

gingham (จิง' แฮม) *n.* ผ้าฝ้ายลายตาราง

gingiva (จินไจ' วะ) *n., pl.* **-vae** เหงือก **-gingival** *adj.*

gingivitis (จินจะไว' ทิส) *n.* โรคเหงือกอักเสบ

gin rummy ไพ่รัมมีชนิดหนึ่ง

ginseng (จิน' เซง) *n.* ต้นโสมจำพวก *Panax pseudoginseng* (พบในจีน, เกาหลี) หรือ *Panax quinquefolium* (พบในอเมริกาเหนือ), รากของโสม

giraffe (จะราฟ') *n.,* pl. **-raffes/-raffe** ยีราฟจำพวก *Giraffa camelopardalis*

gird[1] (เกิร์ด) *v.* **girded/girt, girding** *-vt.* คาด, รัด, พัน, ผูก, มัด, ล้อม, โอบ, เตรียมตัว *-vi.* ตระเตรียม *-Ex. to gird a sword on, to gird on a sword, Mountains girded the lake., to gird oneself for a new study* (**-S.** encircle, fasten, fortify)

gird[2] (เกิร์ด) *vi., vt.* เยาะเย้ย, เสียดสี *-n.* คำเยาะเย้ย, คำเสียดสี

girder (เกิร์ด' เดอะ) *n.* คานขนาดใหญ่, เหล็กยาว, คาน, ตง

girdle (เกอร์' เดิล) *n.* สายคาด, เข็มขัด, กางเกงชั้นในของผู้หญิงที่มีรัดเอวและสะโพก, สิ่งที่ล้อมโอบลำต้นของต้นไม้เพื่อลอกเอาเปลือกออก *-vt.* **-dled, -dling** รัดเข็มขัด, ใส่สายคาด, ล้อมรอบ, เคลื่อนรอบ, ลอกเปลือกออกรอบลำต้น (**-S.** belt, ring, encircle, enclose)

girl (เกิร์ล) *n.* เด็กผู้หญิง, หญิงสาว, คนใช้เป็นหญิง, คนงานผู้หญิง, (ภาษาพูด) คนรัก (ของผู้ชาย) ผู้หญิงลูกสาว **-girlish** *adj.* **-girlishly** *adv.* **-girlishness** *n.*

girl friend (ภาษาพูด) เพื่อนผู้หญิง คนรัก (ของชาย)

Girl Guide สมาชิกขององค์การลูกเสือหญิงในอังกฤษที่ก่อตั้งโดยลอร์ด Robert Baden-Powell และน้องสาวของเขาในปี ค.ศ. 1910, เนตรนารี, อนุกาชาด

girlhood (เกิร์ล' ฮูด) *n.* ความเป็นเด็กผู้หญิง, เด็กผู้หญิงทั้งหลาย
girt[1] (เกิร์ท) *vt.* คาด, รัด, วัดเส้นรอบวง *-vi.* วัดเส้นรอบวง
girt[2] (เกิร์ท) *vt., vi.* กริยาช่อง 2 และ 3 ของ gird
girth (เกิร์ธ) *n.* ช่วงกว้าง, เส้นรอบวง *-vt.* คาดเข็มขัด, วัดเส้นรอบวง
gist (จิสทฺ) *n.* ส่วนสำคัญ, แก่นสาร, สาระสำคัญ, ประเด็น, จุดสำคัญ (-S. pith, substance)
give (กิฟว) *v.* **gave, given, giving** *-vt.* ให้, มอบให้, เอาให้, ให้โดยไม่คิดมูลค่า, แจก, ยกให้, ส่ง, ยื่น, โอน, แสดง, ผลิต, กระทำ, ทำให้เกิดขึ้น, สนใจ, เสนอ *-vi.* มอบให้, ให้โดยไม่คิดมูลค่า, ยอม *-n.* สภาพที่ยืดหยุ่นได้, ความเด้งได้ **-give (a person/thing) away** ยกให้, เสียสละ **-give in** ยอมแพ้, หยุดสู้, หยุดเถียง **-give out** ปล่อยออก, ส่งออก, สิ้นสุด, เหน็ดเหนื่อย, หยุด **-give (something) out** แจกจ่าย **-give over** หยุด **-give (a person) over** ทอดทิ้ง **-give currency to** เผยแพร่ **-give ground** ลาจาก, ถอย **-give (a person) a hand** ช่วย **-give rise to** ทำให้เกิดขึ้น **-give up** สิ้นหวัง **-give way** ยกเลิก, ล้มเหลว (-S. donate, bestow, distribute, produce, cause) *-Ex. give him the book, give the book to him, God give me patience!, Give me your hand., give a chance, The dictionary doesn't give this word., give one's life to the work, The teacher gave out the papers., The puzzle was too hard for me, so I gave up.*
give-and-take (กิฟว' เอิน เทค') *n.* การยินยอมให้แก่กัน, การยอมอ่อนข้อกัน, การแลกเปลี่ยนที่เสมอภาคกัน, การแลกเปลี่ยนข้อคิดเห็น, การร่วมมือกัน (-S. reciprocity)
giveaway (กิฟว' อะเว) *n.* การทรยศ, การเปิดเผย, อภินันทนาการเพื่อส่งเสริมการขาย, ของแจก, รางวัลสำหรับผู้ชนะการแข่งขัน (ในรายการโทรทัศน์หรือวิทยุ)
given (กิฟ' เวิน) *vt., vi.* กริยาช่อง 3 ของ give *-adj.* ซึ่งมอบให้ไว้, เป็นของขวัญ, ที่ติดเป็นนิสัย, ที่กำหนดให้ *-Ex. We agreed to meet at a given time., Somchai is given to bragging.*
given name ชื่อแรก
gizzard (กิซ' เซิร์ด) *n.* ส่วนที่เป็นกล้ามเนื้อของกระเพาะอาหารของนก สำหรับบดอาหาร, กระเพาะของสัตว์ปีก
glacé (เกลเซ') *adj.* (ภาษาฝรั่งเศส) แวววาวคล้ายเกร็ดน้ำแข็ง เกลี้ยงเกลา ใส่น้ำตาล แช่เย็น *-vt.* **-céed, -céing** (ภาษาฝรั่งเศส) แช่เย็น
glacial (เกล' ชัล) *adj.* เกี่ยวกับธารน้ำแข็ง, เนื่องจากน้ำแข็ง, เนื่องจากธารน้ำแข็ง, เย็นจัด, เยือกแข็ง, คล้ายน้ำแข็ง, คล้ายผลึกน้ำแข็ง **-glacially** *adv.* (-S. cold, frigid, icy) *-Ex. glacial era, the glacial weather, a glacial look, the glacial period*
glacial epoch, glacial period ยุคน้ำแข็ง, ยุค Pleistocene
glaciate (เกล' ชีเอท) *vt.* **-ated, -ating** ปกคลุมไปด้วยน้ำแข็งหรือธารน้ำแข็ง, ทำให้เยือกแข็ง **-glaciation** *n.*
glacier (เกล' เชอะ) *n.* ธารน้ำแข็ง **-glaciered** *adj.*
glad (แกลด) *adj.* **gladder, gladdest** ดีใจ, ยินดี, เบิกบานใจ *-vt.* **gladded, gladding** ทำให้ดีใจ **-gladly** *adv.* **-gladness** *n.* (-S. happy, delighted, pleasing) *-Ex. glad to hear the news, Glad that you are better.*
gladden (แกลด' เดิน) *vt., vi.* ทำให้ดีใจ (-S. elate, cheer up, please) *-Ex. Somsri was gladdened by the good news.*
glade (เกลด) *n.* ที่โล่งในป่า
glad hand การต้อนรับอย่างอบอุ่น แต่มักเป็นการแสร้งทำ **-glad-hand** *vt., vi.* **-glad-hander** *n.*
gladiator (แกลด' ดีเอเทอะ) *n.* นักต่อสู้, (ทาสหรือนักโทษ) คนถืออาวุธสู้กับสัตว์หรือคนด้วยกันเพื่อให้คนอื่นชม เป็นกีฬาชนิดหนึ่งในสมัยโรมันโบราณ, นักมวยที่ชกเพื่อรางวัล **-gladiatorial** *adj.* (-S. contestant, fighter, battler, contender, competitor)
gladiolus (แกลดีโอ' ลัส) *n., pl.* **-li/-luses** พืชไม้ดอกจำพวก *Gladiolus*, ส่วนกลางและส่วนที่ใหญ่ที่สุดของกระดูกสันอก

gladiolus

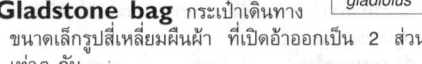

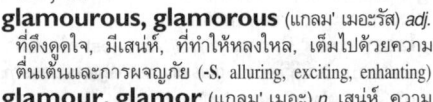

gladsome (แกลด' เซิม) *adj.* ยินดี, ดีใจ, ปีติยินดี **-gladsomely** *adv.* **-gladsomeness** *n.* (-S. joyful, merry)
Gladstone bag กระเป๋าเดินทางขนาดเล็กรูปสี่เหลี่ยมผืนผ้า ที่เปิดอ้าออกเป็น 2 ส่วนเท่าๆ กัน
glamourous, glamorous (แกลม' เมอะรัส) *adj.* ที่ดึงดูดใจ, มีเสน่ห์, ที่ทำให้หลงใหล, เต็มไปด้วยความตื่นเต้นและการผจญภัย (-S. alluring, exciting, enhanting)
glamour, glamor (แกลม' เมอะ) *n.* เสน่ห์, ความดึงดูดใจ, ความตื่นเต้นและการผจญภัย (-S. allure, charm, attraction)
glance (แกลนซฺ) *v.* **glanced, glancing** *-vi.* ชำเลืองมอง, มองผ่านๆ, มองแวบเดียว, มองผาดๆ *-vt.* ชำเลืองมอง, เฉียดผิวหน้า, โฉบผ่านหน้า *-n.* การชำเลืองมอง, การกวาดสายตาอย่างรวดเร็ว, แสงไฟที่สว่างเพียงช่วงสั้นๆ **-glancing** *adj.* **-glancingly** *adv.* (-S. gleam, graze, glimpse, look quickly) *-Ex. We just glanced at the picture., The stones hit the wall and glanced off., to take a glance at the newspaper*
gland (แกลนดฺ) *n.* ต่อม, อวัยวะคัดหลั่ง
glanders (แกลน' เดอร์ซ) *n. pl.* โรคของม้าที่ติดต่อถึงคนได้เนื่องจากเชื้อแบคทีเรีย จำพวก *Pseudomonas mallei* มีลักษณะอาการบวมที่ใต้ขากรรไกร และมีน้ำมูกไหลจากจมูกมากผิดปกติ **-glanderous** *adj.*
glandular (แกลน' จะละ) *adj.* เกี่ยวกับต่อม, มีลักษณะของต่อม, มีหน้าที่คล้ายต่อม, เกี่ยวกับสารคัดหลั่ง **-glandularly** *adv.*
glare[1] (แกลร์) *n.* แสงเจิดจ้าที่เข้าตา, การจ้องมองด้วยหน้าตาที่ดุหรือโกรธ, การจ้องเขม็ง, แสงวาววับ *-v.* **glared, glaring** *-vi.* ส่องแสงเจิดจ้า, จ้องเขม็ง, ปรากฏชัดเจน *-vt.* จ้องมองอย่างโกรธเคือง (-S. dazzle, stare, blaze) *-Ex. Udom saw the glare on the lion's face., The boy*

glared at me., The light glares on my paper.
glare[2] (แกลร์) *n.* ผิวหน้าเรียบที่ส่องแสงเจิดจ้า (เช่น ผิวหน้าก้อนน้ำแข็ง) *-adj.* เรียบเป็นมันวาว
glaring (แกล' ริง) *adj.* เจิดจ้า, บาดตา, มีแสงวาววับ, ซึ่งจ้องเขม็ง, ครึกโครม, ชัดๆ **-glaringly** *adv.* **-glaringness** *n. -Ex. glaring white, the glaring headlights, a glaring mistake*
glary (แกล' รี) *adj.* **-ier, -iest** เจิดจ้า, บาดตา, ซึ่งจ้องเขม็ง **-glariness** *n.* (-S. glaring)

G

glass (แกลส, กลาส) *n.* แก้ว, กระจก, เลนส์, แว่นขยาย, กล้องส่องทางไกล, เครื่องวัดความกดดันของอากาศ *-adj.* ซึ่งทำด้วยแก้ว, เหมือนแก้ว *-vt.* ติดกระจก, ห้อมล้อมด้วยกระจก, สะท้อน *-vi.* กลายเป็นแก้ว, ใช้อุปกรณ์ทางสายตาส่องดูวัตถุ *-Ex. made of glass, a sheet of glass*
glass blowing ศิลปะหรือกระบวนการเป่าขวดแก้วให้เป็นรูปร่างต่างๆ
glassful (แกลส' ฟุล, กลาส-) *n., pl.* **-fuls** ปริมาณความจุหนึ่งถ้วยแก้ว
glasshouse (แกลส' เฮาซฺ, กลาส-) *n.* อาคารกระจกที่แสงส่องผ่านเข้าไปได้
glassware (แกลส' แวร์, กลาส-) *n.* เครื่องแก้ว
glass wool ใยแก้วที่คล้ายขนสัตว์
glasswork (แกลส' เวิร์ค, กลาส-) *n.* การผลิตแก้วและเครื่องแก้ว, การตัดกระจก, การตกแต่งเครื่องแก้ว **-glassworker** *n.*
glassworks (แกลส' เวิร์คซฺ', กลาส-) *n. pl.* โรงงานแก้ว, โรงงานกระจก, การตัดกระจก
glassy (แกลส' ซี, กลาส' ซี) *adj.* **-ier, -iest** คล้ายแก้ว, เงียบสงบ, ไม่มีชีวิตชีวา **-glassily** *adv.* **-glassiness** *n.* (-S. shiny, glossy, expressionless, lifeless)
glaucoma (กลอโค' มะ) *n.* โรคตาที่มีความกดดันในลูกตามากกว่าปกติจนทำให้ตาบอดในที่สุด, ต้อหิน **-glaucomatous** *adj.*
glaucous (กลอ' คัส) *adj.* เขียวเหลือง, เขียวน้ำเงิน
glaze (เกลซ) *v.* **glazed, glazing** *-vt.* ติดกระจก, เคลือบ, โรยหน้า *-vi.* เป็นเงามัน *-n.* น้ำยาเคลือบ, สีเคลือบ, ความเป็นเงามัน, แผ่นน้ำแข็งบางตามพื้นดิน ต้นไม้หรืออื่นๆ ที่เกิดจากน้ำฝนที่เยือกแข็ง (-S. polish, burnish, glassy) *-Ex. The windscreen on the car is glazed with ice., glazed printing paper, to glaze a china bowl*
glazier (เกล' ซิเออะ, เกล' เซอะ) *n.* ช่างติดกระจก
glaziery (เกล' ซิเออรี, เกล' เซอะรี) *n.* งานติดกระจก
glazing (เกล' ซิง) *n.* การติดกระจก, แผ่นกระจกที่ใช้ติดหน้าต่าง ประตูหรืออื่นๆ, ผิวหน้าที่เรียบเป็นเงามัน
gleam (กลีม) *n.* แสงวาบ, แสงอ่อนๆ, ร่องรอย, จำนวนเล็กน้อย *-vi.* ส่องแสงแวบเดียว, ปรากฏขึ้นแวบเดียว **-gleamy** *adj.* (-S. flash, glimmer, beam, sparkle, shine) *-Ex. A gleam of light comes from the light-house., a gleam of hope, a gleam of sanity*
glean (กลีน) *vt.* เก็บรวงข้าวที่ร่วง, รวบรวม *-vi.* รวบรวม, ผสมผสาน **-gleaner** *n.* (-S. pick together, pluck) *-Ex. to glean corn, Surachai gleaned his facts by careful reading.*
glee (กลี) *n.* ความยินดี, ความร่าเริง (-S. exaltation, gaiety, jollity)
gleeful (กลี' เฟิล) *adj.* ยินดี, ดีใจ, ร่าเริง **-gleefully** *adv.* **-gleefulness** *n.* (-S. merry, gay, jolly)
gleesome (กลี' เซิม) *adj.* ยินดี, ดีใจ, ร่าเริง, ปลื้มปีติ (-S. joyous)
glen (กลีน) *n.* หุบเขาแคบเล็กๆ ที่อยู่โดดเดี่ยว
glib (กลิบ) *adj.* **glibber, glibbest** (พูด) คล่อง, กะล่อน, คล่องแคล่ว **-glibly** *adv.* **-glibness** *n. -Ex. a glib excuse, a glib taker*
glide (ไกลดฺ) *v.* **glided, gliding** *-vi.* ลื่นไหล, ร่อน, เคลื่อนที่อย่างเร็วและแผ่วเบา, เลื้อย, แล่นคลาน, ผสม (เสียงดนตรี) *-vt.* ทำให้ร่อน, ทำให้ลื่นไหล *-n.* การร่อน, การเคลื่อนที่อย่างเร็วและแผ่วเบา, การเลื้อย, การไหลเร็วและแผ่วเบา, เสียงดนตรีที่ผสมกัน (-S. slither, slip, flow, float, glissade, slipping, sliding) *-Ex. Skaters glided on the ice.*
glider (ไกล' เดอะ) *n.* เครื่องร่อน, สิ่งที่ช่วยในการร่อน,คนหรือสิ่งที่เคลื่อนที่อย่างรวดเร็วและแผ่วเบา

glider

glimmer (กลิม' เมอะ) *n.* แสงสลัว, แสงริบหรี่, ความรู้สึกที่เลอะเลือน *-vi.* ส่องแสงสลัว, ส่องแสงริบหรี่, ปรากฏเป็นภาพสลัวๆ (-S. sparkle, flicker, glow) *-Ex. the glimmer of a dying light, The light glimmered in the fog., a glimmer of hope*
glimpse (กลิมพฺซฺ) *n.* การมองแวบเดียว, การปรากฏขึ้นแวบเดียว, ความคิดชั่วขณะ, การสะดุดใจ, แสงริบหรี่ *-vt., -vi.* **glimpsed, glimpsing** มองแวบเดียว, สะดุดใจ (-S. glance, peep, peek) *-Ex. We glimpsed the Queen as she drove by.*
glint (กลินทฺ) *n.* แสงวาบ, แสงระยิบระยับ, จำนวนเล็กน้อย, การปรากฏขึ้นแวบหนึ่ง *-vi., vt.* ทำให้เกิดแสงวาบ (-S. coruscate, flash, gleam, sparkle) *-Ex. the glint of gold, a merry glint in her eye*
glisten (กลิส' เซิน) *vi.* ระยิบระยับ, ส่องแสงแวววับ,สะท้อนแสง *-n.* แสงระยิบระยับ (-S. sparkle, twinkle) *-Ex. Diamonds glisten when held under a light.*
glister (กลิส' เทอะ) *vi.* ส่องแสงแวววับ, ระยิบระยับ *-n.* แสงระยิบระยับ (-S. glitter, blink, gleam)
glitter (กลิท' เทอะ) *n.* แสงแวววับ, แสงระยิบระยับ, สิ่งที่เปล่งแสงแวววับ *-vi.* สะท้อนแสงแวววับ, ส่องแสงแวววับ **-glitteringly** *adv.* **-glittery** *adj.* (-S. gleam, sparkle, glint) *-Ex. The snow glitters in the sunlight., Her diamonds glittered.*
gloaming (โกลม' มิง) *n.* สายัณห์, เวลาพลบค่ำ
gloat (โกลท) *vi.* มองด้วยความอิ่มใจมาก, มองหรือครุ่นคิดด้วยความละโมบ *-n.* การมองด้วยความอิ่มใจมาก, การมองหรือครุ่นคิดด้วยความละโมบ **-gloater** *n.* (-S. relish, delight in, glory in) *-Ex. Somchai is gloating because his enemies scolded., The miser gloats over his money.*
global (โกล' เบิล) *adj.* เกี่ยวกับโลกทั้งหมด, ทั่วโลก,

ทั้งหมด, ถ้วนทั่ว, เป็นรูปโลก **-globally** *adv.* (-S. universal, worldwide)

globalization (โกลบะไลเซ' ชั่น) *n.* การทำให้แพร่หลายไปทั่วโลก, ความเปลี่ยนแปลงที่กระทบถึงกันทั่วโลก, โลกาภิวัตร **-globalize** *vt.*

globe (โกลบ) *n.* โลก, ดาวนพเคราะห์, รูปทรงกลม, ลูกโลก, สิ่งที่เป็นลูกทรงกลม *-v.* **globed, globing** *-vt.* ทำให้เป็นรูปโลก *-vi.* กลายเป็นโลก (-S. orb, sphere)

globetrotter (โกลบ' ทรอทเทอะ) *n.* บุคคลที่เดินทางไปประเทศต่างๆ รอบโลกบ่อยครั้ง **-globetrotting** *n., adj.*

globular (กลอบ' บิวละ) *adj.* เป็นรูปทรงกลม, ประกอบด้วยรูปทรงกลม, ทั่วโลก **-globularness** *n.* **-globularly** *adv.*

globule (กลอบ' บิว) *n.* สิ่งที่เป็นรูปทรงกลมเล็กๆ (-S. sphere) *-Ex. the globules of fat in the water*

globulin (กลอบ' บิวลิน) *n.* โปรตีนจำพวกหนึ่งที่ไม่ละลายในน้ำแต่ละลายในสารละลายเกลือ

glockenspiel (กลอค' เคินสเพล) *n.* เครื่องดนตรีประกอบด้วยแผ่นโลหะ (เหล็กกล้า) เป็นชิ้นๆ และมีที่ตีสำหรับเคาะเป็นเสียงดนตรี

glockenspiel

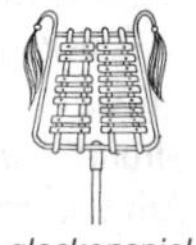

glomerate (กลอม' เมอริท) *adj.* ซึ่งเกาะกันแน่น, รวมเป็นกลุ่ม

glomerule (กลอม' มะรูล) *n.* ช่อดอกไม้ที่เป็นกลุ่มทรงกลม

glomerulus (โกลเมอ' รูลัส) *n., pl.* **-li** กลุ่มเส้นโลหิตฝอย **-glomerular** *adj.*

gloom (กลูม) *n.* ความมืด, ความมืดครึ้ม, ความหมดหวัง, ความเศร้าโศก *-vi.* มืดครึ้ม, ห่อเหี่ยวใจ, เศร้าหมอง, ซึมเศร้า *-vt.* ทำให้มืดครึ้ม, ทำให้เศร้า (-S. darkness, low spirits, shadow, depression, murk) *-Ex. Gloom was everywhere about as we entered the cave.*

gloomy (กลูม' มี) *adj.* **-ier, -iest** มืดคลึ้ม, ห่อเหี่ยวใจ, เศร้าหมอง, ซึมเศร้า, หมดหวัง, ซึ่งมองในแง่ร้าย **-gloomily** *adv.* **-gloominess** *n.* (-S. sad, depressing, dark, desolate, dispirited) *-Ex. a gloomy cave, a gloomy day, to feel gloomy*

glorification (กลอระฟิเค' ชั่น) *n.* การสรรเสริญ, การสดุดี, การสรรเสริญพระผู้เป็นเจ้า, การถวายพระเกียรติ

glorify (กลอ' ระไฟ) *vt.* **-fied, -fying** สรรเสริญ, สดุดี, ถวายพระเกียรติ, ยกย่องว่าประเสริฐ, ทำให้รุ่งโรจน์ **-glorifier** *n.* (-S. exalt, magnify, adore) *-Ex. to glorify God, glorify oneself, glorify labour, Moonlight glorified the gloomy village.*

glorious (กลอ' เรียส) *adj.* รุ่งโรจน์, ทรงเกียรติ, ปลื้มปีติยินดี, มีชื่อเสียง, สวยงามมาก, ยอดเยี่ยม **-gloriously** *adv.* **-gloriousness** *n.* (-S. famous, splendid, brilliant)

glory (กลอ' รี) *n., pl.* **-ries** ความรุ่งโรจน์, ความทรงเกียรติ, ความมีชื่อเสียง, สิ่งประเสริฐ, เกียรติยศ, เกียรติภูมิ, ความเจริญรุ่งเรือง, ความเฟื่องฟู, ความสุขสมบูรณ์, ความพอใจที่สุด, ทรงกลด (-S. adoration, renown, prestige) *-Ex. honour and glory, to the glory of God, a hymn to God's glory, the glory of the sunset*

gloss[1] (กลอส) *n.* ความแวววาว, ความเป็นเงามัน, ภาพลวงตา, การแสดงที่หลอกลวง *-vt.* เคลือบเงา, ขัดเกลา, ตกแต่งให้สวยงาม *-vi.* เป็นมันเงา **-glosser** *n.* (-S. sheen, shine, luster)

gloss[2] (กลอส) *n.* หมายเหตุ, ภาคคำแปลศัพท์ในหนังสือที่แทรกไว้เพื่ออธิบาย, คำอธิบาย, อรรถาธิบาย, การแปลที่บิดเบือน *-vi., vt.* ใส่หมายเหตุ, อธิบายเพิ่มเติม, แปลอย่างบิดเบือน **-glosser** *n.* (-S. explanation, explication, note)

glossary (กลอส' ซะรี) *n., pl.* **-ries** ภาคคำศัพท์อธิบายที่แทรกอยู่ในหนังสือ **-glossarial** *adj.* **-glossarist** *n.* (-S. lexicon, wordbook)

glossy (กลอส' ซี) *adj.* **-ier, -iest** เป็นเงามัน, เป็นเงาวาว, ที่ดูน่าสนใจ (แบบฉาบฉวย), ดูเหมือนว่าถูกต้องแต่ความจริงไม่ใช่ *-n., pl.* **-ies** กระดาษอัดภาพถ่ายที่มีผิวมัน **-glossily** *adv.* **-glossiness** *n.* (-S. gleaming, polished, shining)

glottis (กลอท' ทิส) *n., pl.* **-tises/-tides** ช่องเปิดที่ส่วนบนของกล่องเสียงระหว่างสายเสียง, ช่องสายเสียง **-glottal, glottic** *adj.*

glove (กลัฟว) *n.* ถุงมือ, นวมต่อยมวย, ถุงมือเบสบอล, ถุงมือสำหรับฟันดาบ *-vt.* **gloved, gloving** ใส่นวม, ใส่ถุงมือ **-throw down the glove** ท้าทาย **-take up the glove** รับคำท้า *-Ex. a catcher's glove*

glow (โกล) *n.* แสงที่เปล่งออกมา, แสงเรือง, ความแดงเรื่อ, สีเลือด, ความสดใสของสี, ความเร่าร้อน, ความรู้สึกที่อบอุ่น *-vi.* เปล่งแสงและความร้อนออกมาโดยไม่มีเปลว, เรืองแสง, ร้อนผ่าว, แสดงสีสดใส, เต็มไปด้วยอารมณ์ **-glowing** *adj.* **-glowingly** *adv.* (-S. gleam, colour, radiate, flush, blaze, scarlet, ardour) *-Ex. A glow came into his eyes., the glow of happiness, the glow of a firefly, to glow with pride*

glower (โกล' เออะ) *vi.* จ้องเขม็งอย่างไม่พอใจ, ถลึงตา, จ้องด้วยความไม่พอใจหรือความโกรธ *-n.* หน้าตาที่แสดงความไม่พอใจหรือความโกรธ **-gloweringly** *adv.* (-S. scowl, frown) *-Ex. The robber glowered at the bank clerk.*

glowworm (โกล' เวิร์ม) *n.* หนอนกระสือ, แมลงปีกแข็งตัวเมียหรือตัวอ่อนตระกูล Phengodidae และ Lampyridae สามารถเปล่งแสงเรืองสีเขียว

gloxinia (กลอคซิน' เนีย) *n.* ชื่อพันธุ์ไม้ดอกชนิดหนึ่งจำพวก *Sinningia speciosa* ที่มีดอกเป็นรูปประฆัง

gloze (โกลซ) *-vt., vi.* **glozed, glozing** อธิบาย

glucose (กลู' โคส) *n.* น้ำตาลชนิดหนึ่ง

glue (กลู) *n.* กาว, กาวน้ำ, ตัวยึดเกาะ *-vt.* **glued, gluing** ใช้กาวติด, ติดแน่น **-gluer** *n. -Ex. to glue a map to a piece of paper*

gluey (กลู' อี) *adj.* **gluier, gluiest** คล้ายกาว, ข้นเหนียว, เต็มไปด้วยกาว, ที่ทาด้วยกาว **-glueyness** *n.* **-gluily** *adv.*

glum (กลัม) *adj.* **glummer, glummest** มืดครึ้ม, บึ้ง, หม่นหมอง, ระทมทุกข์ **-glumly** *adv.* **-glumness** *n.* (-S. gloomy, despondent, depressed)

glut (กลัท) *v.* **glutted, glutting** *-vt.* ให้กินจนอิ่มเกิน

ไป, ใส่จนมากเกินไป, ใส่จนล้น *-vi.* กินจนอิ่มเกินไป *-n.* จำนวนที่มากเกินไป, ความเหลือเฟือ, การใส่จนมากเกินไป (-S. clog, fill up, overload)

gluten (กลู' เทิน) *n.* โปรตีนชนิดหนึ่งจากข้าวสาลีและข้าวอื่นๆ **-glutenous** *adj.*

glutinous (กลู' ทะนัส) *adj.* คล้ายกาว, เหนียว **-glutinousness, glutinosity** *n.* **-glutinously** *adv.* (-S. sticky, gummy, viscid)

glutton (กลัท' เทิน) *n.* คนที่กินมากเกินไป, คนตะกละ, คนโลภ **-gluttonize** *vt., vi.* (-S. pig, gourmand)

gluttonous (กลัท' เทินเนิส) *adj.* ตะกละ, ไม่รู้จักอิ่ม, ไม่รู้จักพอ, ที่กินอย่างมูมมาม **-gluttonously** *adv.* (-S. greedy, voracious, piggish -A. abstemious)

gluttony (กลัท' เทินนี) *n., pl.* **-ies** การกินและดื่มมากเกินไป, ความตะกละ (-S. voracity, greed, overeating, insatiability, edacity)

glycerine, glycerin (กลิส' เซอรีน) *n.* น้ำเชื่อมชนิดหนึ่งที่ใช้เป็นตัวละลาย ตัวทำให้ลื่น ตัวกันบูดในทางยาและเป็นวัตถุระเบิด (-S. glycerol)

glycerol (กลิส' เซอรอล) *n.* ดู glycerine

glycogen (ไกล' คะเจน) *n.* polysaccharide ชนิดหนึ่งที่มักเรียกว่า "anmial starch" มักสะสมที่ตับหรือเนื้อเยื่อของกล้ามเนื้อ

gm. ย่อจาก gram(me) หน่วยน้ำหนักกรัม

G.M.T. ย่อจาก Greenwich Mean Time เวลามาตรฐานกรีนวิช

gnarl[1] (นาร์ล) คำราม

gnarl[2] (นาร์ล) *n.* ปุ่มตามกิ่งหรือลำต้นของต้นไม้ *-vt.* ทำให้เกิดปุ่ม, ดัด *-vi.* เกิดเป็นปุ่ม

gnarled (นาร์ลดฺ) *adj.* เต็มไปด้วยปุ่ม, งอ, คด, ขรุขระ, ที่ฉุนเฉียวง่าย, ที่อารมณ์เสียง่าย *-Ex. The old man's hands were brown and gnarled.*

gnash (แนชฺ) *vt.* ขบฟัน, กัดฟัน, บดด้วยฟัน *-n.* การบดด้วยฟัน, การขบฟัน, การกัดฟัน (-S. grind)

gnat (แนท) *n.* แมลงบินได้ตัวเล็กและชอบกัด, ยุง **-gnatty** *adj.*

gnat

gnaw (นอ) *v.* **gnawed, gnawed/gnawn, gnawing** *-vt.* แทะ, กัด, ขบ, ทำให้สึกกร่อน, รบกวน, ทรมาน *-vi.* แทะ, กัด, เคี้ยว, เกิดการสึกกร่อน **-gnawer** *n.* **-gnawing** *n.* (-S. nibble, chew, erode, fret) *-Ex. A dog gnaws a bone.*

gnawn (นอน) *vt., vi.* กริยาช่อง 3 ของ gnaw

gneiss (ไนซฺ) *n.* หินผาชนิดหนึ่งที่มีแถบสีหลายสี **-gneissic** *adj.* **-gneissoid** *adj.*

gnome[1] (โนม) *n.* มนุษย์แคระที่อยู่ใต้ดิน (ในนวนิยาย), ปู่โสม **-gnomish** *adj.*

gnome[2] (โนม) *n.* คำสอน, คำพูดที่เป็นความจริง

gnomic (นอม' มิค, โน' มิค) *adj.* เต็มไปด้วยคติคำสอน

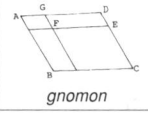

gnomon (โน' มอน) *n.* ส่วนของสี่เหลี่ยมด้านขนานที่เหลืออยู่หลังจากตัดเอาเหลี่ยมด้านขนานออกจากมุมใดมุมหนึ่ง, เครื่องมือดาราศาสตร์โบราณที่ใช้เงาของดวงอาทิตย์เพื่อแสดงเวลาของวัน **-gnomonic, gnomonical** *adj.*

gnomon

gnostic (นอส' ทิค) *adj.* เกี่ยวกับความรู้, ซึ่งมีความรู้

GNP ย่อจาก gross national product ผลิตภัณฑ์มวลรวมประชาชาติ

gnu (นู, นิว) *n., pl.* **gnus/gnu** ละมั่งแอฟริกาจำพวก *Connochaetes gnou* หัวคล้ายวัว มีเขาโค้งงอ มีหางยาว

go (โก) *v.* **went, gone, going** *-vi.* ไป, เคลื่อนไป, จากไป, กลายเป็น, กระทำ, เป็นที่รู้จัก, บรรลุ, ไปถึง, ผ่าน, พ้น, ถูกขายไป, ซึ่งเมื่อพิจารณาโดยทั่วไป, ลงเอย, ปรากฏเป็น, เป็นของ, เหมาะกับ, ใช้จ่าย, บริโภค, ก้าวหน้า, เจริญ, หมุนเวียน, มีเสียงเฉพาะ, มีข้อความ, เหนื่อยอ่อน, เสื่อมเสีย, ล้มเหลว, เริ่ม, ประกอบขึ้นเป็น, มีผลต่อ, ได้ผลลัพธ์เป็น, เหลืออยู่ *-vt.* ผ่าน, ก้าวไป, (ภาษาพูด) พนัน ร่วม มีผลต่อ อดทน อดกลั้น *-n., pl.* **goes** การไป, พลังงาน, กำลังวังชา, ความพยายาม, ความสำเร็จ, ระยะเวลาในการทำงาน *-adj.* (ภาษาพูด) ที่พร้อม ที่เตรียมพร้อม ซึ่งปฏิบัติหน้าที่ได้เหมาะสม *-interj.* คำอุทานให้เริ่มการแข่งขัน **-go about** ไปๆ มาๆ, ไปไหน มาไหน **-from the word go** แต่แรกเริ่ม **-no go** (ภาษาพูด) ไร้ผล ไม่มีประโยชน์ **-on the go** ยุ่งมาก, กระฉับกระเฉง **-go after** (ภาษาพูด) พยายามเอาชนะ **-go along** ร่วมมือ, ดำเนินการต่อไป **-go along with** ไปกับ, ประกอบกับ **-Go along with you!** (ภาษาพูด) อย่าโง่ อย่างหวังให้ (ข้าพเจ้า) เชื่อ **-go at** ต่อสู้, เข้าหา **-go better** ทำได้ดีกว่า **-go on** ต่อไป **-go over** อ่าน, ตรวจสอบ, ศึกษาอย่างละเอียด, กระทำซ้ำอย่างระมัดระวัง **-go through with** ทำให้สำเร็จ **-go beyond** เกิน **-go for** ไปหา, ไปเอามา **-go to pieces** ไม่สามารถควบคุมตัวเองได้ **-go to seed** เข้าสู่ระยะออกเมล็ด **-Go it** (ภาษาพูด) ทำให้ดีที่สุด! ทำงานหนัก! อย่าหยุด! **-Go easy** ไปสบายๆ **-Going! Going! Gone!** คำประกาศในการขายทอดตลาดที่แสดงว่าการประมูลราคาใกล้สิ้นสุดลง และสิ้นสุดลงแล้ว **-go halves/shares** แบ่งเท่าๆ กัน **-dead and gone** ตายแล้วฝัง **-go the way of all fresh** ตาย (-S. pass, move, step, proceed, walk) *-Ex. Go your way., How are things going?, The clock isn't going., go on a journey, go and have a bath, Glad to see him go.*

goad (โกด) *n.* เครื่องกระตุ้น, ปฏัก, สิ่งของที่ใช้แทงให้เจ็บ *-vt.* กระตุ้น, ไล่, ยุแหย่, ปลุกปั่น *-Ex. a goad to her ambition, Taunts from the enemies goaded the soldiers to fire.*

go-ahead (โก' อะเฮด) *n.* การอนุญาตให้ดำเนินการต่อไป, สัญญาณให้ดำเนินการต่อไป *-adj.* ซึ่งดำเนินการต่อไปโดยตรงและไม่มีการหยุดยั้งกิจการ

goal (โกล) *n.* เป้าหมาย, จุดหมาย, จุดประสงค์, หลักชัย, ประตูฟุตบอล, การเอาลูกบอลเข้าประตู, คะแนนที่ได้จากการเอาลูกบอลเข้าประตู (-S. aim, end, intent) *-Ex. to score a goal, The goal is defended by a goalkeeper.*

goalkeeper (โกล' คีเพอะ) *n.* ผู้รักษาประตู (-S. goalie, goaltender)

goat (โกท) *n.* แพะ, สัตว์มีเขากลวง จำพวก *Capra,*

แพะรับบาป, ผู้รับบาป, คนชั่ว, เสือผู้หญิง **-get one's goat** (ภาษาพูด) รบกวน ทำให้โกรธ **-goatish** *adj.*

goat

goatee (โกที') *n.* เคราแพะ

goatherd (โกท' เฮิร์ด) *n.* คนเลี้ยงแพะ, ผู้ดูแลแพะ

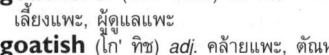

goatish (โก' ทิช) *adj.* คล้ายแพะ, ตัณหาจัด, เต็มไปด้วยราคะ **-goatishly** *adv.* **-goatishness** *n.* (-S. lustful, lecherous)

goatsucker (โกท' ซัคเคอะ) *n.* นกหากินกลางคืนในยุโรปในตระกูล Caprimulgidae

gob (กอบ) *n.* ของเสียจากการทำเหมืองถ่านหิน, ปริมาณเล็กน้อย **-gobs** (ภาษาพูด) ปริมาณมาก จำนวนมาก

gobble[1] (กอบ' เบิล) *v.* **-bled, -bling** *-vt.* กลืนหรือกินอย่างเร่งรีบหรือตะกละตะกลาม, คว้าหมับ, รับไว้อย่างกระหาย *-vi.* กินอย่างเร่งรีบ (-S. gulp, swallow, devour) *-Ex. he little boy gobbled his food and hurried out to play.*

gobble[2] (กอบ' เบิล) *vi.* **-bled, -bling** ทำเสียงในลำคอคล้ายไก่งวง *-n.* เสียงดังกล่าว **-gobbler** *n.*

go-between (โก' บิทวีน) *n.* คนกลาง, นายหน้า, พ่อสื่อ, แม่สื่อ, ผู้ไกล่เกลี่ย (-S. mediator, agent, pander)

goblet (กอบ' ลิท) *n.* ถ้วยน้ำดื่มชนิดหนึ่ง

goblet

goby (โก' บี) *n., pl.* **-by/-bies** ปลาทะเลหรือปลาน้ำจืดตัวเล็กๆ ตระกูล Gobiidae มีหนามที่เหงือก, ปลาเงือกหนาม

go-by (โก' ไบ) *n.* (ภาษาพูด) การไปโดยไม่มีการบอกกล่าว การบอกปัด การปัดออกอย่างไม่ใยดี

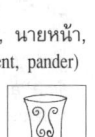

god (กอด) *n.* สิ่งที่มีอำนาจเหนือธรรมชาติ, บุคคลซึ่งเป็นที่เคารพบูชา, ผู้ปกครองที่มีอำนาจมาก, ผู้ชายที่หล่อมากๆ, ผู้วิเศษ **-God** พระเจ้า, พระผู้เป็นเจ้า, เทพเจ้า (-S. divinity, deity, godhead)

godchild (กอด' ไชด) *n., pl.* **-children** ลูกของพ่อแม่อุปถัมภ์ (โดยเฉพาะในพิธีล้างบาปทางศาสนาคริสต์)

goddamn (กอด' แดม') *interj.* คำอุทานแสดงความรู้สึกที่รุนแรง (โกรธ, ไม่พอใจ, ประหลาดใจ) *-n.* สิ่งที่มีค่าเล็กน้อย *-vt., vi.* ด่าว่า, สาปแช่ง

goddamned (กอด' แดมด) *adj., adv.* ที่สาปแช่ง, ยุ่งยาก, ซับซ้อนมาก, ยาก (-S. goddamn, damned)

goddaughter (กอด' ดอเทอะ) *n.* ลูกผู้หญิงของพ่อแม่อุปถัมภ์(โดยเฉพาะในพิธีศีลล้างบาปทางศาสนาคริสต์)

goddess (กอด' ดิส) *n.* เทพธิดา, เทพเจ้าหญิง, ผู้วิเศษที่เป็นหญิง,หญิงที่เป็นที่เคารพนับถือกันมาก,สตรีที่สวยงาม

godfather (กอด' ฟาเธอะ) *n.* พ่ออุปถัมภ์ (โดยเฉพาะในพิธีศีลล้างบาปทางศาสนาคริสต์), (คำสแลง) เจ้าพ่อ

godhead (กอด' เฮด) *n.* คุณสมบัติหรือธรรมชาติของพระเจ้า

godly (กอด' ลี) *adj.* **-lier, -liest** เลื่อมใสในศาสนา, เคร่งศาสนา, ซึ่งเป็นไปตามคำสอนและความปรารถนาของพระเจ้า **-godliness** *n.* (-S. holy, saintly, righteous, moral, God-fearing)

godmother (กอด' มาเธอะ) *n.*มารดาอุปถัมภ์ (โดยเฉพาะในพิธีศีลล้างบาปของศาสนาคริสเตียน)

godown (โก' เดาน) *n.* โกดัง, ที่เก็บของ

godparent (กอด' แพเรินท) *n.* บิดามารดาอุปถัมภ์ (โดยเฉพาะในพิธีศีลล้างบาปของศาสนาคริสเตียน)

godsend (กอด' เซนด) *n.* สิ่งที่ได้มาอย่างเหมาะเจาะ (อย่างกับพระเจ้าประทานให้), เหตุการณ์ที่เกิดขึ้นอย่างเหมาะเจาะ (อย่างกับพระเจ้าประทานให้) (-S. blessing, boon, windfall, manna, miracle, mercy)

godson (กอด' ซัน) *n.* ลูกของพ่อแม่อุปถัมภ์ที่เป็นผู้ชาย

G

Godspeed (กอดสพี้ด') *n.* โชคดี, ความสำเร็จ

godwit (กอด' วิท) *n.* ชื่อนกปากยาวและชอบลุยน้ำชนิดหนึ่ง จำพวก *Limosa*

godwit

go-getter (โก' เกท' เทอะ) *n.* (ภาษาพูด) นักธุรกิจผู้กล้าได้กล้าเสีย

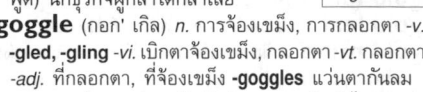

goggle (กอก' เกิล) *n.* การจ้องเขม็ง, การกลอกตา *-v.* **-gled, -gling** *-vi.* เบิกตาจ้องเขม็ง, กลอกตา *-vt.* กลอกตา *-adj.* ที่กลอกตา, ที่จ้องเขม็ง **-goggles** แว่นตากันลม

go-go dancer นักเต้นรำประเภทบิดตัวไปมาตามจังหวะต่างๆ ในไนต์คลับ

going (โก' อิง) *n.* การจากไป, การไป, สภาพของผิวหน้าถนนหนทาง, สิ่งที่มีผลกระทบต่อการก้าวไปข้างหน้า, (คำสแลง) เหตุการณ์ปัจจุบัน *-adj.* เคลื่อนที่, กระฉับกระเฉง, มีชีวิต, ทั่วไป, ตามปกติ, ปัจจุบัน, ซึ่งกำลังจากไป (-S. departure, withdrawal, ongoing) *-Ex. Never get off the train while it is going., in going order, a going concern, the going prices*

going-over (โก' อิงโอ' เวอะ) *n., pl.* **goings-over** (ภาษาพูด) การตรวจสอบ การสอบสวน การดุด่าอย่างรุนแรง การตี การเฆี่ยนเสียงดัง

goings-on (โก' อิงซ ออน') *n. pl.* (ภาษาพูด) ความประพฤติ เหตุการณ์

goiter, goitre (กอย' เทอะ) *n.* โรคคอพอก, ภาวะที่ต่อมไทรอยด์ขยายตัวอย่างเรื้อรัง (ไม่ใช่เนื่องจากเนื้องอก) ทำให้บริเวณหน้าของคอบวม **-goitrous** *adj.*

gold (โกลด) *n.* ทอง *-Ex. Some coins are made of gold.*

gold digger (ภาษาพูด) หญิงที่แต่งงานกับชายเพื่อสมบัติ

gold dust ฝุ่นทอง

golden (โกล' เดิน) *adj.* ที่มีสีทอง, ที่ทำด้วยทอง, มีค่ามาก, ยอดเยี่ยม, ประเสริฐ, งดงาม, เจริญรุ่งเรือง, มีอนาคตสดใส, ครบรอบ 50 ปี **-goldenness** *n.* **-goldenly** *adv.* (-S. splendid, precious, great, excellent) *-Ex. golden sands, The golden age of boxing is over.*

golden age ยุคทอง, ยุคเฟื่องฟู, ยุคแรกและยุคที่ดีที่สุดของคน (เป็นยุคแห่งความไร้เดียงสาและความสงบของมวลมนุษย์), ช่วงชีวิตหลังวัยกลางคน, อายุปลดเกษียณของคน

golden mean ทางสายกลางที่ประเสริฐ, วิถีทางที่ประเสริฐ

golden oldie สิ่งเก่าแก่ที่เป็นที่นิยมชมชอบกันมากในอดีต โดยเฉพาะดนตรีหรือบทเพลง และยังเป็นที่

ชื่นชอบจนถึงปัจจุบัน

goldenrod (โกล' เดินรอด) *n.* ต้นไม้จำพวก *Solidago*

goldenrod

golden rule หลักความประพฤติที่ให้ปฏิบัติต่อผู้อื่นเหมือนที่ปฏิบัติต่อตัวเอง

golden wedding การฉลองครบรอบ 50 ปีของการสมรส

goldfinch (โกลดฺ' ฟินชฺ) *n.* นกยุโรปที่ร้องคล้ายเสียงเพลง จำพวก *Carduelis carduelis*, นกในอเมริกาจำพวก *Carduelis tristis*

goldfinch

goldfish (โกลดฺ' ฟิช) *n., pl.* **-fish/-fishes** ปลาเงินปลาทอง จำพวก *Carassius auratus*

gold foil ทองที่ตีเป็นแผ่นบางๆ

gold leaf แผ่นทองบางมาก ใช้สำหรับปิดทอง

gold mine เหมืองทอง, แหล่งทรัพยากร, แหล่งเงินแหล่งทอง

gold plate เครื่องทองหรือภาชนะทอง (โดยเฉพาะจากการชุบทอง)

goldsmith (โกลดฺ' สมิธ) *n.* นายช่างทอง, พ่อค้าขายทอง

golf (กอลฺฟ) *n.* กีฬากอล์ฟ *-vi.* เล่นกอล์ฟ **-golfer** *n.*

golf course, golf links สนามกอล์ฟ

Goliath (กะไล' อัธ) *n.* นักรบยักษ์ของกองทัพฟิลิสไทน์ ที่ถูกเดวิดฆ่าด้วยก้อนหิน

golly (กอล' ลี) *interj.* คำอุทานแสดงความประหลาดใจ ตื่นเต้น

golosh, goloshe (กะลอช') *n.* ดู galosh

-gon คำปัจจัย มีความหมายว่า มุม, เป็นมุม

gonad (กอน' แนด, โก' แนด) *n.* ต่อมเพศ, อัณฑะ, รังไข่ **-gonadal, gonadic** *adj.*

gondola (กอน' ดาละ) *n.* เรือแจวโดยสารท้องแบนลำตัวยาวชนิดหนึ่งที่ใช้ในลำคลองกรุงเวนิส, กระเช้าลอยฟ้า

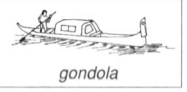

gondola

gondolier (กอนดะเลียร์') *n.* คนแจวเรือ gondola

gone (กอน, โกน) *vt., vi.* กริยาช่อง 3 ของ go *-adj.* จากไป, ผ่านไป, ที่แล้ว, อดีต, สูญเสีย, หมดหวัง, ปรักหักพัง, ตายแล้ว, อ่อนแรง, ใช้หมดแล้ว, (คำสแลง) เยี่ยมยอด ตั้งครรภ์ **-far gone** ก้าวหน้ามาก, พัวพันมาก, เหน็ดเหนื่อย, กำลังจะตาย **-gone on** (ภาษาพูด) มีความรักกับ (-S. departed, ruined, exhausted) *-Ex. My pen is gone.*

goner (กอน' เนอะ, กอ' เนอะ) *n.* (คำสแลง) บุคคลที่ตายไปแล้ว สิ่งที่ผ่านพ้นไป เรื่องราวในอดีต คนที่สาบสูญ สิ่งที่สาบสูญ

gong (กอง) *n.* ฆ้อง, ระฆังไฟฟ้า *-vi.* ตีกลอง

gonococcus (กอนนะคอค' คัส) *n., pl.* **-cocci** เชื้อหนองใน **-gonococal, gonococcic** *n.*

gonorrhea, gonorrhoea (กอนนะเรีย') *n.* โรคหนองในเนื่องจากเชื้อ gonococcus **-gonorrheal, gonorrheic** *adj.*

goo (กู) *n.* (ภาษาพูด) สารที่เหนียว สิ่งที่มีความเหนียวและหวาน มีอารมณ์รุนแรง

good (กูด) *adj.* **better, best** ดี, มีคุณธรรม, ถูกต้อง, เหมาะสม, นิสัยดี, คุณภาพดี, กรุณา, ใจดี, น่านับถือ, มีการศึกษา, เก่ง, ได้รับการอบรมดี, ไว้ใจได้, ปลอดภัย, ไม่ปลอม, มั่นคง, มีสุขภาพดี, มีประโยชน์, กินได้, ไม่เสีย, เบิกบานใจ, ดึงดูดใจ, พอเพียง, มีมากพอ, ได้เปรียบ, น่าพอใจ, ค่อนข้างใหม่, เต็ม, ค่อนข้างใหญ่ *-n.* กำไร, คุณค่า, ผลประโยชน์, ความดีเลิศ, ความกรุณา, ผลการเรียนที่ดี *-interj.* คำอุทานแสดงความพอใจหรือความเห็นด้วย, ดี *-adv.* ดี, สมบูรณ์ **-a good turn** การกระทำที่กรุณา **-His word is as good as his bond** เขาไม่เคยบิดเบือนคำสัญญาที่ให้ **-as good as** เหมาะสมที่จะปฏิบัติ **-make good** กระทำสำเร็จ, ชดเชย, พิสูจน์ว่าจริง **-all in good time** ถูกกาลเทศะ, เหมาะเจาะ **-have a good time** เพลินเพลิน **-have a good night** นอนหลับดี **-the good people** เทพธิดานางฟ้า **-for good** ตลอดไป **-for good (and all)** ตลอดไป, ในที่สุด **-the good virture** คุณงามความดี **-good and** (ภาษาพูด) อย่างมาก สมบูรณ์อย่างยิ่ง (-S. upright, just, kind, virtuous, malleable, fine) *-Ex. my good friend, This medicine is good for you., good for 10 years, a good deal, We all had a good time at the picnic., Can you tell the difference between counterfeit and good money?, Udom says Sawai's leaving town for good.*

good afternoon สวัสดีตอนบ่าย

Good Book พระคัมภีร์ไบเบิล

goodbye, good-bye, goodby, good-by (กูด' บาย) *n., pl.* **-byes/-bys** การลาจาก *-interj.* สวัสดี! ลาก่อน!

good day คำกล่าวที่ใช้ทักทายหรือบอกลา

good-for-nothing (กูด' ฟอร์นอธ' ธิง) *adj.* ไร้ค่า, ไร้คุณค่า *-n.* บุคคลที่ไร้ค่า

Good Friday วันศุกร์ก่อนวันอีสเตอร์ เป็นวันระลึกถึงการที่พระเยซูถูกตรึงบนไม้กางเขนจนตาย

good-hearted (กูด' ฮาร์ท' ทิด) *adj.* กรุณา, มีจิตใจดงาม, มีใจเมตตากรุณา **-good-heartedly** *adv.* **-good-heartedness** *n.*

good-humoured, good-humored, (กูด' ฮิว' เมอร์ด) *adj.* อารมณ์ดี, เบิกบานใจ **-good-humoredly** *adv.* (-S. amiable, affable, cheery)

good-looking (กูด' ลุค' คิง) *adj.* มีหน้าตาดี, สวยงาม, หล่อ (-S. handsome, attractive, comely)

good looks ความมีหน้าตาดี, ความสวยงาม, ความหล่อ

goodly (กูด' ลี) *adj.* **-lier, -liest** ดี, มีคุณภาพดี, มีหน้าตาดี, มาก, ใหญ่ **-goodliness** *n.* *-Ex. a goodly harvest, a goodly harvest, a goodly land, a goodly amount of food*

good morning สวัสดีตอนเช้า

good-natured (กูด' เน' เชอร์ด) *adj.* มีอารมณ์ดี, มีอารมณ์เบิกบาน **-good-naturedly** *adv.* **-good-naturedness** *n.* (-S. amiable, pleasant -A. ill-tempered,

irritable, surly)

goodness (กูด' นิส) *n.* ความดี, คุณงามความดี, ส่วนที่ดีที่สุด, ความประเสริฐ, ความดีเลิศ *-interj.* คำอุทานแสดงความประหลาดใจ ตกใจ

good night ราตรีสวัสดิ์

goods (กูดซฺ) *n. pl.* สินค้า, สังหาริมทรัพย์, ผ้า

Good Samaritan ผู้ให้ความช่วยเหลือและแสดงความเห็นอกเห็นใจผู้อื่นที่กำลังได้รับความทุกข์ยาก

good-sized (กูด' ไซซฺดฺ) *adj.* มาก, ใหญ่, โต

good-tempered (กูด' เทม' เพอร์ด) *adj.* มีมิตรไมตรี, มีอารมณ์ดี **-good-temperedly** *adv.*

good turn การกระทำที่ดี, การกระทำที่เป็นมิตรหรือช่วยเหลือ

good will, goodwill (กูด' วิล') *n.* ไมตรีจิต, ความนิยม, มิตรภาพที่ดี (ทางธุรกิจ)

goody (กูด' ดี) *n., pl.* **goodies** สิ่งที่ดี, สิ่งที่ดึงดูดใจ, ขนมหวาน *-adj.* (ภาษาพูด) ถูกต้อง *-interj.* คำอุทานแสดงความดีใจของเด็กๆ

goody-goody (กูด' ดี กูด' ดี) *adj.* (ภาษาพูด) ถูกต้อง *-n.* (ภาษาพูด) คนดี

gooey (กู' อี) *adj.* **-ier, -iest** (คำสแลง) เหนียว ซึ่งทาด้วยสารเหนียว ซึ่งมีอารมณ์รุนแรง

goof (กูฟ) *n.* (คำสแลง) คนโง่ ความผิด *-vi.* (คำสแลง) กระทำความผิด ทำพลาด, ปล่อยเวลาล่วงไปอย่างเปล่าประโยชน์ *-vt.* (คำสแลง) ทำให้ยุ่ง **-goof off** เสียเวลา, เสียงาน

goon (กูน) *n.* (คำสแลง) คนโง่ คนทึ่ม อันธพาล

goose (กูส) *n., pl.* **geese/gooses** ห่าน, เนื้อห่าน, ห่านตัวเมีย, (ภาษาพูด) คนโง่ คนทึ่ม **-cook one's goose** (ภาษาพูด) ทำลายโอกาสที่ดีของตัวเองในที่สุด

goose

gooseberry (กูส' เบอรี) *n., pl.* **-ries** ต้นไม้เตี้ยชนิดหนึ่งที่มีผลเล็กๆ กินได้

goose flesh ขนลุก (-S. goose bumps, goose pimples)

gopher[1] (โก' เฟอะ) *n.* กระรอกอเมริกาเหนือจำพวก *Citellus,* หนูชนิดหนึ่งที่มีแก้มใหญ่

Gopher[2] (โกเฟอะ) *n.* (คอมพิวเตอร์) ระบบงานบนอินเตอร์เนตเพื่อค้นหาอะไรบางอย่าง ชื่อนี้มาจากมหาวิทยาลัย Minnesota's Golden Gophers และเป็นที่รู้จักกันว่า "gofer" หมายถึงสิ่งที่โกเฟอร์ทำ คือวิ่งไปหาข้อมูล โกเฟอร์เป็นระบบงานแบบมีผู้ใช้และผู้ให้บริการ (client/server) ที่นำเสนอทรัพยากรต่างๆ บนอินเตอร์เนตเป็นเมนูชุดหนึ่ง เพราะฉะนั้นจึงเป็นการกันไม่ให้ผู้ใช้ต้องเข้าใจการทำงานของ IP Address อย่างละเอียดรวมไปถึงวิธีการดึงข้อมูลแบบอื่นๆ โกเฟอร์จะทำหน้าที่ได้หลายอย่างมากมาย เช่น การทำงานแบบที่คั่นหนังสือเพื่อให้เข้าไปใช้ได้อย่างรวดเร็วและง่ายดายโดยไม่ต้องกลับมาตั้งต้นใหม่ทุกครั้ง

gore[1] (กอร์) *n.* เลือดที่ไหลออกจากแผล, เลือดแห้ง

gore[2] (กอร์) *vt.* **gored, goring** แทงด้วยเขาหรืองา

gore[3] (กอร์) *n.* ผ้าผืนสามเหลี่ยม, ผ้าชายธง, ที่ดินที่เป็นรูปสามเหลี่ยมขนาดเล็ก *-vt.* **gored, goring** ทำให้เป็นผ้าผืนสามเหลี่ยมแคบ, ทำให้เป็นชายธง

gorge (กอร์จ) *n.* ช่องแคบระหว่างเขาสองเขาที่สูงชันมีลำธารไหลผ่าน, หุบเขา, การกินอาหารอย่างตะกละตะกลาม, อาหารในกระเพาะ, คอ, คอหอย, หลอดอาหาร, สิ่งที่กีดขวางทางเดินแคบๆ *-v.* **gorged, gorging** *-vt.* ยัด (อาหาร), กินอย่างตะกละตะกลาม, กลืน *-vi.* กินอย่างตะกละ **-gorger** *n.* (-S. canyon, ravine, glut, stuff) *-Ex. We passed through a gorge between the mountains.*

gorgeous (กอร์' เจิส) *adj.* หรูหรา, โอ่อ่า, วิเศษ, (ภาษาพูด) น่ายินดี สวยงาม **-gorgeously** *adv.* **-gorgeousness** *n.* (-S. grand, superb) *-Ex. a very gorgeous sunrise*

Gorgon (กอร์' เกิน) *n.* ปีศาจหญิงที่มีงูที่หัว และมีตาที่หากใครจ้องแล้วจะกลายเป็นหิน **-gorgon** หญิงที่น่าเกลียดน่าชัง **-Gorgonian** *adj.*

gorilla (กะริล' ละ) *n.* ลิงกอริลลา เป็นลิงขนาดใหญ่ที่สุด จำพวก *Gorilla gorilla* อาศัยอยู่ในแอฟริกาแถบเส้นศูนย์สูตร, (คำสแลง) บุคคลที่มีรูปร่างน่าเกลียดน่ากลัว อันธพาล

gorilla

gormandize (กอร์' เมินไดซฺ) *vt., vi.* **-ized, -izing** กินอย่างตะกละตะกลาม **-gormandizer** *n.*

gromless (กอร์ม' ลิส) *adj.* โง่, ทึ่ม

gory (กอ' รี) *adj.* **-ier, -iest** เต็มไปด้วยเลือด, ที่ปกคลุมไปด้วยเลือด **-goriness** *n.* **-gorily** *adv.*

gosh (กอชฺ) *interj.* คำอุทานแสดงความประหลาดใจหรือดีใจ

goshawk (กอส' ฮอค) *n.* เหยี่ยวจำพวก *Accipiter gentilis* มีขนาดใหญ่ ปีกโค้งเป็นวงกว้าง หางยาว มีขนสีเทาหรือสีน้ำตาล

gosling (กอซฺ' ลิง) *n.* ลูกห่าน, คนที่ไร้ประสบการณ์

gospel (กอส' เพิล) *n.* คำสั่งสอนของพระเยซูคริสต์, เรื่องราวเกี่ยวกับชีวิตของพระเยซูคริสต์ (โดยเฉพาะที่บันทึกในหนังสือ 4 เล่มแรกของพระคัมภีร์ไบเบิลฉบับใหม่ Matthew, Mark, Luke, John) สิ่งที่เป็นความจริง, ลัทธิหรือความเชื่อที่มีความสำคัญมาก *-adj.* เกี่ยวกับคำสั่งสอนดังกล่าว, ซึ่งเป็นไปตามคำสั่งดังกล่าว *-Ex. to take a teaching as (for) gospel, The story of Christmas is told mainly in the Gospel of a saint., Tom took his word as gospel.*

gossamer (กอส' ซะเมอะ) *n.* เยื่อบาง, ใยแมงมุม, สิ่งทอที่บางมาก, สิ่งเคลือบที่บางมาก *-adj.* บอบบาง, เบา **-gossamery** *adj.* (-S. cobweb, silky, gauze) *-Ex. a scarf of gossamer, a gossamer cloud*

gossip (กอส' ซิพ) *n.* การนินทา, การซุบซิบ, การคุยเล่น, คนที่ชอบนินทาคน, คำนินทา, คำซุบซิบ, เพื่อน, สหาย, บิดาหรือมารดาอุปถัมภ์ *-vi.* นินทา, ซุบซิบ **-gossipy** *adj.* **-gossiper** *n.* **-gossipry** *n.* (-S. hearsay, chit-chat, prattle)

gossipmonger (กอส' ซิพมองเกอะ) *n.* คนที่ชอบนินทาคนอื่น, คนที่ชอบซุบซิบ

got (กอท) *vt., vi.* กริยาช่อง 2 และช่อง 3 ของ get

Goth (กอธ) n. คนเถื่อน, คนป่า, คนหยาบคาย, คนเผ่า Germanic

Gothic (กอธ' ธิค) *adj.* เกี่ยวกับสถาปัตยกรรมแบบกอธิก (มีลักษณะยอดประตูหน้าต่างโค้งแหลม), เกี่ยวกับคนหรือภาษาของชาว Goth *-n.* ภาษา Goth, สภาปัตยกรรมแบบโกธิก **-Gothically** *adv.* **-Gothicness** *n.*

gotten (กอท' เทิน) *vt., vi.* กริยาช่อง 3 ของ get

Gouda (กู' ดะ) *n.* ชื่อเนยฮอลันดาชนิดหนึ่ง

gouge (กอจ) *n.* สิ่งแซะ ร่องชนิดหนึ่ง, ร่องที่เกิดจากการแซะ *-vt.* **gouged, gouging** แซะ, ขุด **-gouger** *n.* *-Ex. The sharp nail left a long gouge in Udom's leg., Kesorn gouged out the melon with a spoon.*

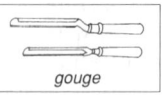

gouge

goulash (กู' ลาช) *n.* ฟักตุ๋นเนื้อวัว, สตูเนื้อวัว

gourd (กอร์ด) *n.* พืชจำพวกน้ำเต้าและบวบ, ผลน้ำเต้า, ผลบวบ, ผลน้ำเต้าแห้งที่ใช้เป็นภาชนะใส่น้ำและเป็นเครื่องประดับ

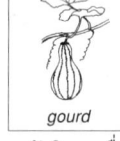

gourd

gourmand (กูร์' เมินด) *n.* คนที่ชอบกินอาหาร, นักชิมอาหาร, คนตะกละ (-S. gormand, gourmet, epicure)

gourmet (กูร์' เม) *n.* นักชิมอาหาร, นักกินและดื่ม (-S. epicurean, epicure)

gout (เกาท) *n.* โรคเกาต์, โรคข้อต่ออักเสบและปวด (มักเป็นที่เท้าและมือ โดยเฉพาะที่หัวแม่เท้า)

gouty (เกา'ที) *adj.* **-ier, -iest** เกี่ยวกับโรคเกาต์, บวมคล้ายโรคเกาต์, ที่ทำให้เกิดโรคเกาต์, เป็นโรคเกาต์**-goutily** *adv.* **-goutiness** *n.*

govern (กัฟ' เวิร์น) *vt.* ปกครอง, ครอบงำ, ควบคุม, ดูแล *-vi.* ทำหน้าที่ปกครอง, ครอบงำ **-governable** *adj.* (-S. direct, rule, oversee, manage) *-Ex. The King governed the country wisely.*

governance (กัฟ' เวิร์นเนินซฺ) *n.* การปกครอง, การควบคุม, ระบบการปกครอง, ระบบการจัดการ

governess (กัฟ' เวิร์นนิส) *n.* ผู้ปกครองที่เป็นหญิง

government (กัฟ' เวิร์นเมินทฺ) *n.* รัฐบาล, การปกครอง, ระบบการปกครอง, คณะปกครอง, รัฐสภากับสมาชิกรัฐสภา, การจัดการ, การควบคุม **-governmental** *adj.* **-governmentally** *adv.* (-S. order, rule, sway, control, command, polity -A. anarchy, chaos) *-Ex. the art of government, Government of uncivilized people is difficult.*

Government House ทำเนียบรัฐบาล

government-in-exile รัฐบาลพลัดถิ่น

governor (กัฟ' เวิร์นเนอะ) *n.* ข้าหลวง, ผู้ว่าราชการจังหวัด, ผู้ปกครอง, ผู้จัดการ (-S. supervisor, director, overseer, controller, chief, head, leader)

governor-general (กัฟ' เวิร์นเนอะเจน' เนอรัล) *n., pl.* **governors-general/governor-generals** ผู้ว่าการอาณาเขตของเครือจักรภพอังกฤษ, ผู้ว่าการที่มีอำนาจศาลเหนือผู้ว่าการของเมืองรอง

governorship (กัฟ' เวิร์นเนอะชิพ) *n.* ตำแหน่งข้าหลวง, อำนาจและหน้าที่ของข้าหลวง

gown (เกาน) *n.* เสื้อคลุมยาว, เสื้อครุย, เสื้อคลุมของพระ ผู้พิพากษา นักศึกษาและคณาจารย์ของมหาวิทยาลัย *-vt., vi.* ใส่เสื้อคลุมยาว (-S. frock, costume)

GP, G.P. ย่อจาก general practitioner แพทย์ทั่วไป

GPO, G.P.O. ย่อจาก General Post Office กรมไปรษณีย์โทรเลข

gr. ย่อจาก grade ระดับ, grain(s) ความละเอียด, gramme, gram กรัม (น้ำหนัก), grammar ไวยากรณ์, great มาก, gross ความมันวาว, group กลุ่ม

grab (แกรบ) *v.* **grabbed, grabbing** *-vt.* ฉวย, คว้า, แย่ง, โฉบ, จับ, โกยเอา, (คำสแลง) กระตุ้นความสนใจหรือความตื่นเต้น *-vi.* จับ, เกาะ, ยึด *-n.* การฉวย, การคว้า, การแย่ง, การโฉบ, สิ่งที่ถูก (ฉวย คว้า แย่ง โฉบ) **-grabber** *n.* (-S. seize, confiscate, snatch) *-Ex. grab at an opportunity, Surin grabbed the ball and threw it to first base.*

grace (เกรส) *n.* ความงดงาม, ความสวยงาม, ความนิ่มนวล, ความกลมกล่อม, ลีลาอันสวยงาม, ความสุภาพ, ความสง่า, ความเมตตา, ความกรุณา, คุณธรรม, การสวดมนต์สั้นๆ ก่อนรับประทานอาหาร *-vt.* **graced, gracing** เติมความงามให้แก่, ตกแต่งให้สวยงาม (-S. elegance, beauty, refinement) *-Ex. By God's grace the ship landed safely., have the grace to apologize*

graceful (เกรส' ฟูล) *adj.* สวยงาม, งดงาม, นิ่มนวล, กลมกล่อม, สุภาพ, สง่า, มีมารยาท, เมตตา, กรุณา **-gracefully** *adv.* **-gracefulness** *n.* (-S. elegant, comely, attractive, pleasing, refined, tasteful)

graceless (เกรส' ลิส) *adj.* ขาดความงดงาม, ขาดความกลมกล่อม, ไร้มารยาท, ไม่สุภาพ, ไม่เรียบร้อย, ไม่รู้ทำนองคลองธรรม **-gracelessly** *adv.* **-gracelessness** *n.* (-S. immoral, cursed -A. graceful, virturous, comely)

gracious (เกร' เชิส) *adj.* มีมารยาท, กรุณา, ปรานี, เมตตา, สุภาพ, สง่างาม, สวยงาม, เรียบร้อย *-interj.* คำอุทานแสดงความประหลาดใจ ความโล่งอก **-graciously** *adv.* **-graciousness** *n.* (-S. kind, courteous -A. harsh, rough, frugal) *-Ex. Grandmother is very gracious to her guests., the gracious smile of the queen*

grackle (แกรค' เคิล) *n.* ชื่อพันธุ์นกสีดำชนิดหนึ่ง

gradation (เกรเด' ชัน) *n.* กระบวนการหรือการค่อยๆ เปลี่ยนแปลง, การแบ่งลำดับ, การแบ่งขั้น, ลำดับ, ขั้น, ชั้น **-gradate** *vt., vi.* **-gradational** *adj.* **-gradationally** *adv.* (-S. sequence, progression, step, degree)

grade (เกรด) *n.* ชั้น, ระดับ, ขั้น, ขีด, ตอน, ชนิด, การเอียงลาด, สัตว์พันธุ์ผสม *-v.* **graded, grading** *-vt.* แบ่งออกเป็นขั้นๆ, แบ่งออกเป็นชนิด, ทำให้ราบ, ทำให้เปลี่ยนแปลงทีละขั้น, ผสมพันธุ์เพื่อปรับปรุงพันธุ์ *-vi.* กลายเป็นขั้นเป็นระดับ, เปลี่ยนแปลงเป็นขั้นๆ **-the grades** โรงเรียนประถม **-make the grade** บรรลุผล, ประสบความสำเร็จ (-S. step, slope, rank) *-Ex. the first grade, The teacher is grading their pupils., These fruits are graded by size., the best grade of meats, The men are grading the road.*

grade school โรงเรียนประถม (-S. elementary school)
gradient (เกร' เดียนท) *n.* เนินลาด, ทางลาด, ผิวหน้าลาด *-adj.* ซึ่งลาดขึ้น, ซึ่งลาดลง (-S. incline, slope, grade)
gradual (แกรจ' จูเอิล) *adj.* ที่ค่อยๆ เกิดขึ้น, ค่อยๆ ลาดลงทีละน้อย *-n.* เพลงสวดชนิดหนึ่งของศาสนาคริสต์, หนังสือเพลงสวดดังกล่าว **-gradually** *adv.* **-gradualness** *n.* (-S. slow progressive, moderate)
gradualism (แกรจ' จูอะลิซึม) *n.* หลักการค่อยเป็นค่อยไป **-gradualist** *n.* **-gradualistic** *adj.*
graduate (แกรจ' จูเอท) *v.* **-ated, -ating** *-vi.* สำเร็จการศึกษา, ได้รับปริญญาหรือประกาศนียบัตร, ค่อยๆ เปลี่ยนแปลง *-vt.* มอบปริญญาแก่, สำเร็จการศึกษาจาก, แบ่งออกเป็นขีดๆ *-n.* บัณฑิต, นักศึกษาบัณฑิต, ภาชนะตวงที่มีขีดบอกระดับปริมาตร *-adj.* เกี่ยวกับการศึกษาระดับที่สูงกว่าปริญญาตรี **-graduator** *n.* (-S. mark off, calibrate) *-Ex. Danai graduated this summer., Father is a college graduate., Thermometers and other instrumnts are graduated.*
graduate college บัณฑิตวิทยาลัย
graduation (แกรจจูเอ' ชัน) *n.* การสำเร็จเป็นบัณฑิต, การได้รับปริญญา, พิธีมอบปริญญาหรือประกาศนียบัตร, เครื่องหมายหรือขีดต่างๆ ที่บอกระดับหรือปริมาณต่างๆ, การจัดหรือการแบ่งตามลำดับ (-S. grading, calibration, gradation) *-Ex. the graduations on a ruler, thermometer, or measuring cup*
graft[1] (แกรฟท) *n.* กิ่งตอน, กิ่งสำหรับทาบ, ตาไม้สำหรับต่อ, การตอนกิ่ง, ส่วนของเนื้อเยื่อที่ตอนกิ่ง, การผ่าตัดเพื่อนำผิวหนังกระดูกหรือเนื้อเยื่อบางส่วนของบุคคลหนึ่งไปปลูกไว้ที่ร่างกายบริเวณอื่นหรือกับอีกบุคคลหนึ่งเพื่อใช้งาน *-vt., vi.* ตอนกิ่ง, ทาบกิ่ง, ย้ายปะ, ย้ายเพาะ, ผ่าตัดเคลื่อนย้ายผิวหนังกระดูกหรือเนื้อเยื่อ **-grafter** *n.* (-S. shoot, bud, transplant) *-Ex. The doctor grafted skin from Kasorn's leg to her burned face.*

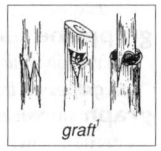

graft[1]

graft[2] (แกรฟท) *n.* การรับสินบน, การกินสินบน, สินบนหรือผลประโยชน์ที่ได้รับ *-vt., vi.* รับสินบน (-S. bribery, illegal means)
graham (เกร' ฮัม) *n.* ผงแป้งอย่างหยาบ *-adj.* ทำจากแป้งดังกล่าว
Grail (เกรล) *n.* ถ้วยหรือชามที่พระเยซูใช้ในการรับประทานอาหารมื้อสุดท้าย, สิ่งที่ใฝ่หากัน
grain (เกรน) *n.* เมล็ดข้าว, เมล็ดพืชที่ใช้เป็นอาหาร, พืชประเภทข้าว, เมล็ดเล็กๆ, หน่วยน้ำหนักที่เล็กที่สุด (0.065 กรัม), ด้านของหนังที่ถอนเอาขนออกหมด, แบบที่เป็นเม็ดเล็กๆ, ลายเนื้อในงา ไม้ หิน, ลายเส้นหรือชั้นของหิน หรือถ่านหิน, ภาวะการตกผลึก (-S. seed, particle) *-Ex. a grain of wheat, to buy grain, a grain of sand, a grain of sense, grain-dryer*
gram, gramme (แกรม) *n.* หน่วยน้ำหนักเมตริกที่เท่ากับ 15.432 grains
gramineous (กระมิน' เนียส) *adj.* เกี่ยวกับหญ้า, เหมือนหญ้า (-S. grassy)
graminivorous (แกรมมะนิฟ' เวอรัส) *adj.* ซึ่งกินหญ้าเป็นอาหาร
grammar (แกรม' มะ) *n.* ไวยากรณ์, ภาษาที่ถูกต้องตามไวยากรณ์, หนังสือไวยากรณ์, หลักไวยากรณ์, หลักพื้นฐานทางวิทยาศาสตร์หรือสาขาวิชาใดวิชาหนึ่ง
grammarian (กระแม' เรียน) *n.* ผู้เชี่ยวชาญด้านไวยากรณ์, ผู้วางหลักไวยากรณ์
grammar school โรงเรียนประถมศึกษา, โรงเรียนมัธยม (ในอังกฤษ)
grammatical (กระแมท' ทิเคิล) *adj.* เกี่ยวกับไวยากรณ์, เกี่ยวกับมาตรฐานการใช้ **-grammatically** *adv.* **-grammaticalness** *n.* **-grammaticality** *n.*
gramophone (แกรม' มะโฟน) *n.* เครื่องเล่นแผ่นเสียง
granary (เกร' นะรี, แกรน' นะรี) *n., pl.* **-ries** ยุ้งข้าว, ฉางข้าว, บริเวณที่ผลิตข้าวได้มากมาย
grand (แกรนด) *adj.* ใหญ่โต, มหึมา, ชั้นหนึ่ง, สำคัญมาก, ระดับสูงมากหรือสูงที่สุด, ดีเยี่ยม, ผึ่งผาย, งดงาม, น่านับถือ, โอ่อ่า, อวดดี, สมบูรณ์, ครอบคลุม *-n.* เปียโนขนาดใหญ่, (คำสแลง) 1,000 ดอลลาร์ **-grandly** *adv.* **-grandness** *n.* (-S. stately, impressive, main, haughty, excellent -A. ignoble, minor) *-Ex. The jury system is the grand safeguard against injustice., Napoleon's Grand Army*
grandam, grandame (แกรน' ดัม) *n.* ย่า, ยาย, หญิงชรา
grandaunt (แกรนด' อานท') *n.* พี่สาวหรือน้องสาวของปู่ย่าตายาย (-S. great-aunt)
Grand Canyon หุบเขาชัน 2 เขามีทางน้ำระหว่างเขาเป็นช่วงหนึ่งของแม่น้ำโคโลราโด
grandchild (แกรน' ไชด) *n., pl.* **-children** หลาน
granddad, grand-dad, grandad (แกรน' แดด) *n.* ปู่ (-S. grandfather) *-Ex. We called one's grandrather granddad.*
granddady, grandaddy (แกรนแดด' ดี) *n.* (ภาษาพูด) ปู่ (-S. grandfather)
granddaughter (แกรน' ดอเทอะ) *n.* หลานสาว
grand duke ผู้ครองนครที่รองลงมาจากกษัตริย์, ราชบุตรหรือราชนัดดาของพระเจ้าซาร์
grande dame *n., pl.* **grandes dames/grand dames** หญิงมีอายุที่น่านับถือ, หญิงที่มีความชำนาญเฉพาะทาง
grandee (แกรนดี') *n.* ขุนนาง, ชายที่มีฐานะทางสังคมสูง
grandeur (แกรน' เจอะ) *n.* ความสูงศักดิ์, ความสง่างาม, ความยิ่งใหญ่, สิ่งที่ใหญ่โต, สิ่งที่สูงศักดิ์ (-S. magnificence, pomp, luxury, renown) *-Ex. the grandeur of mountain scenery*
grandfather (แกรน' ฟาเธอะ) *n.* ปู่, บรรพบุรุษ
grandfather clock นาฬิกาลูกตุ้มขนาดใหญ่ที่ตั้งบนพื้นดิน
grandiloquent (แกรนดิล' ละเควนท) *adj.* โอ้อวด, ขี้คุย **-grandiloquently** *adv.* **-grandiloquence** *n.* (-S. pompous, bombastic, wordy)

G

grandiose (แกรน' ดีโอส) *adj.* ยิ่งใหญ่, หรูหรา, สง่างาม, โอ้อวด **-grandiosely** *adv.* **-grandiosity** *n.* (**-S.** imposing, impressive, pompous **-A.** paltry, trivial)

grand jury คณะลูกขุน (มักมีจำนวน 12-23 คน)

grandma (แกรน' มา) *n.* (ภาษาพูด) ย่า ยาย (**-S.** grandmother)

grand mal โรคลมบ้าหมูที่มีการหมดสติ กล้ามเนื้อเกร็งและน้ำลายฟูมปาก

G

grandmama (แกรนดฺ' มามะ) *n.* (ภาษาพูด) ย่า ยาย

grandmother (แกรนด' มาเธอะ) *n.* ยาย, ย่า, บรรพบุรุษที่เป็นหญิง **-grandmotherly** *adj.*

grandnephew (แกรนดฺ' นิฟฟิว) *n.* ลูกชายของหลาน

grandniece (แกรนดฺ' นีส) *n.* ลูกสาวของหลาน

grand opera มหาอุปรากร

grandpa (แกรนดฺ' พา) *n.* (ภาษาพูด) ปู่ ตา (**-S.** grandfather)

Grand Palace พระบรมมหาราชวัง

grandpapa (แกรนดฺ' พาพะ) *n.* (ภาษาพูด) ปู่ ตา

grandparent (แกรนดฺ' แพ' เรินทฺ) *n.* ปู่ ย่า ตา ยาย

grand piano เปียโนขนาดใหญ่มีการขึงลวดเสียงในแนวนอน ตั้งเครื่องตั้งอยู่บน 3 ขา

Grand Prix (กราน' พรี') *n., pl.* **Grand Prix** การแข่งขัน รถระหว่างประเทศ, การแข่งขันกรังปรีซ์

grand prix (กราน' พรี') *n., pl.* (ภาษาฝรั่งเศส) รางวัลยิ่งใหญ่ รางวัลสูงสุด

grandsire, grandsir (แกรนดฺ' ไซเออะ) *n.* ปู่, ตา, บรรพบุรุษ, ชายชรา

grand slam การชนะการแข่งขันนัดสำคัญทั้งหมดของฤดู, การชนะทุกครั้งในการเล่นไพ่บริดจ์, การตีลูกโฮมรันได้และนักกีฬาวิ่งเข้าเบสทันในกีฬาเบสบอล

grandson (แกรนดฺ' ซัน) *n.* หลาน

grandstand (แกรนดฺ' สแทนดฺ) *n.* ที่นั่งชมด้านหน้าที่เป็นเอกเทศของแต่ละคน, ผู้ชมที่นั่งอยู่ในที่ดังกล่าว *-vi.* แสดงด้วยใจจดใจจ่อ เพื่อให้คนดูประทับใจ **-grandstander** *n.*

grand tour การเดินทางท่องเที่ยวในยุโรป

granduncle (แกรนดฺ' อังเคิล) *n.* พี่ชายหรือน้องชายของปู่ย่าตายาย

grange (เกรนจฺ) *n.* ฟาร์ม, ไร่นา, ชนบทที่มีสิ่งก่อสร้างสำหรับทำฟาร์ม **-Grange** องค์การคุ้มครองผลประโยชน์สำหรับชาวนาอเมริกา ตั้งขึ้นเมื่อ ค.ศ. 1867

granite (แกรน' นิท) *n.* หินแกรนนิตเป็นหินอัคนีที่ประกอบด้วย feldspars และหินควอตซ์เป็นส่วนใหญ่, สิ่งที่มีความแข็ง ความคงทนและความแน่นเหมือนหินแกรนิต **-granitic** *adj.*

granny, grannie (แกรน' นี) *n., pl.* **-nies** (ภาษาพูด) ย่า ยาย คนที่จู้จี้ พยาบาลผดุงครรภ์ *-adj.* ที่เหมือนหญิงชรา, ล้าสมัย, หัวโบราณ (**-S.** grandmother)

grant (แกรนทฺ) *vt.* อนุญาต, ยอมให้, ให้, มอบให้, ตกลงตาม, โอน, ยอมรับ *-n.* สิ่งที่ให้, การให้, การอนุญาต, การโอน, การโอนทรัพย์สิน **-grantable** *adj.* **-granter** *n.* (**-S.** permit, concede, yield) *-Ex. I grant that I have made a mistake., take something for granted, I grant that you are right.*

grantee (กรานที') *n.* ผู้ได้รับสิ่งของ, ผู้ได้รับทุน, ผู้ได้รับเงิน, ผู้รับ

grant-in-aid (แกรนทฺอิน เอด') *n., pl.* **-grants-in-aid** การให้ทุน

granular (แกรน' นิวลาร์) *adj.* เกี่ยวกับเม็ดเล็กๆ, ซึ่งประกอบด้วยเม็ดเล็กๆ **-granularity** *n.* **-granularly** *adv.*

granulate (แกรน' นิวเลท) *v.* **-lated, -lating** *-vt.* ทำให้เป็นเม็ดเล็กๆ, ทำให้หยาบ *-vi.* กลายเป็นเม็ดเล็กๆ **-granulative** *adj.* **-granulator, granulater** *n. -Ex. Wind and rain granulate rock into sand.*

granulation (แกรนนิวเล' ชัน) *n.* กระบวนการหรือการทำให้เป็นเม็ดเล็กๆ, สภาพที่เป็นเม็ดเล็กๆ, เม็ดเล็กๆ, สะเก็ดแผล

granule (แกรน' นูล) *n.* เม็ดหยาบขนาดเล็กๆ, เมล็ดข้าวเล็กๆ, เศษหิน, เซลล์ขนาดเล็ก

granulocyte (แกรน' นิวโลไซทฺ) *n.* เม็ดโลหิตขาวที่มีขนาดเล็กในไซโตปลาสซึม **-granulocytic** *adj.*

grape (เกรพ) *n.* เหล้าองุ่น, ผลองุ่น, ต้นองุ่นจำพวก *Vitis,* สีม่วงอมแดง, กระสุนเหล็กขนาดเล็กรวมเป็นกลุ่ม

grapefruit (เกรพ' ฟรุท) *n.* ส้มโอ, ต้นไม้จำพวก *Citrus paradisi* (**-S.** pomelo)

grapefruit

grapeshot (เกรพ' ชอท) *n.* ลูกกระสุนเหล็กขนาดเล็กรวมเป็นกลุ่ม

grapevine (เกรพ' ไวน) *n.* ต้นองุ่น, วิธีการส่งข่าวลับถึงตัวบุคคลโดยตรง *-Ex. I heard by the grapevine that Lois is getting married.*

graph (แกรฟ) *n.* กราฟ, เส้นแสดงความสัมพันธ์ของจำนวนสองจำนวน *-vt.* ลากเส้นกราฟ, แสดงด้วยกราฟ

graphic, graphical (แกรฟ' ฟิค, -เคิล) *adj.* ชัดเจน, เกี่ยวกับภาพเขียน, เกี่ยวกับภาพวาด, เกี่ยวกับการเขียน, เกี่ยวกับศิลปะการขีดเขียน **-graphically** *adv.* **-graphicness** *n.* (**-S.** clear, vivid) *-Ex. This book gives a graphic description of a roundup.*

graphic arts ศิลปะหรือเทคนิคการทำภาพพิมพ์, ศิลปะการขีดเขียน, ศิลปะการพิมพ์

graphics (แกรฟ' ฟิคซฺ) *n. pl.* ศิลปะการวาดโดยใช้กฎทางคณิตศาสตร์, วิชาการคำนวณด้วยแผนภูมิ หรือไดอะแกรม

graphite (แกรฟ' ไฟทฺ) *n.* แร่คาร์บอนที่ใช้ทำไส้ดินสอ, ตะกั่วดำ **-graphitic** *adj.*

grapnel (แกรพ' เนล) *n.* ตะขอเหล็กสำหรับเกี่ยวเรือ, สมอที่มีตะขอเกี่ยวรอบตัว

grapnel

grapple (แกรพ' เพิล) *n.* ตะขอ, ที่จับ, การจับ, การคว้า, การชกกัน *-v.* **-pled, -pling** *-vt.* จับด้วยตะขอ, คว้าด้วยตะขอ, ยึดด้วยตะขอ *-vi.* ยึดด้วยตะขอ, ใช้ตะขอ, ต่อสู้ **-grappler** *n. -Ex. Wrestlers grapple with each other.*

grappling ion, grappling hook ตะขอเหล็ก

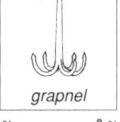

grasp (แกรสพฺ) *vt.* ยึด, จับ, กำแน่น, คว้า, เข้าใจ, รู้ซึ้ง *-vi.* พยายามยึด, พยายามจับ *-n.* การยึด, การจับ, การกำแน่น, การคว้า, การเข้าใจ, การรู้ซึ้ง, ความสามารถในการเข้าใจ **-graspable** *adj.* **-grasper** *n.* *-Ex. Dang grasps arithmetic quickly., get a grasp on the rope, to grasp a problem*

grasping (แกรส' พิง) *adj.* โลภ, ตะกละ **-graspingly** *adv.*

grass (กราส) *n.* หญ้า, สนามหญ้า, ทุ่งหญ้า, ทุ่งหญ้าเลี้ยงสัตว์ *-vt.* ปล่อยสัตว์ออกไปกินหญ้า, ปลูกหญ้าปกคลุม *-vi.* ใช้หญ้าปกคลุม, ปลูกหญ้า **-grasslike** *adj.*

grasshopper (แกรส' ฮอพเพอะ) *n.* ตั๊กแตน

grasshopper

grassland (แกรส' แลนดฺ) *n.* ทุ่งหญ้า, ดินแดนที่มีทุ่งหญ้ามาก

grassroots (แกรส' รูทซฺ) *n. pl.* สามัญชน, ตำแหน่งธรรมดา, บริเวณเกษตรกรรมของประเทศ, ประชาชนที่อาศัยอยู่ในบริเวณเกษตรกรรม, ประชาชนส่วนใหญ่ **-grassroots** *adj.*

grass widow หญิงที่แยกอยู่กับสามีชั่วคราว

grassy (แกรส' ซี) *adj.* **-ier, -iest** ปกคลุมไปด้วยหญ้า, คล้ายหญ้า, เกี่ยวกับหญ้า **-grassiness** *n.*

grate[1] (เกรท) *n.* ตะแกรง, ลูกกรง, ตาข่าย, ตะกรับในเตาไฟ, ตะแกรงร่อน *-vt.* **grated, grating** ใส่ตะแกรง, ใส่ตะกรับในเตาไฟ, ใส่ตะแกรงร่อน

grate[2] (เกรท) *v.* **grated, grating** *-vt.* ขูด, เสียดสี, ครูด, เคี้ยวฟัน, ขัด, บดให้ละเอียด, ทำให้รำคาญ, ทำให้สึกกร่อนเนื่องจากการเสียดสี *-vi.* เคี้ยวฟันดัง, ขบฟันดัง, ขูดเป็นเศษเล็กๆ, เกิดความรำคาญ (-S. mince, rasp) *-Ex. Rough dry things grate when they are rubbed together.*

grateful (เกรท' เฟิล) *adj.* เป็นการขอบคุณ, ที่แสดงความขอบคุณ, ปลื้มปีติ, เป็นที่ชื่นชมยินดี **-gratefully** *adv.* **-gratefulness** *n.* (-S. thankful, appreciative) *-Ex. We are grateful for our homes and for enough to eat.*

grater (เกร' เทอะ) *n.* ที่ขูด, ที่ครูด

gratification (แกรททะฟิเค' ชั่น) *n.* ความปลื้มปีติ, ความพึงพอใจ, สิ่งที่ทำให้พอใจ, รางวัล, เรื่องที่ทำให้น่ายินดี *-Ex. The scientist looked upon his completed work with gratification., Somchai studied medicine to his father's great gratification.*

gratify (แกรท' ทะไฟ) *vt.* **-fied, -fying** ทำให้ปลื้มปีติ, ทำให้พอใจ, ให้รางวัล **-gratifier** *n.* (-S. satisfy, delight, fulfil) *-Ex. Udom was gratified by his son's success.*

grating[1] (เกร' ทิง) *n.* ตะแกรงสำหรับครอบทางผ่าน, เหล็กดัดสำหรับติดหน้าต่างหรือประตู

grating[2] (เกร' ทิง) *adj.* เป็นเสียงขูดหรือเสียดสี, ซึ่งรบกวน *-Ex. The rusty door opened with a grating sound., a grating habit*

gratis (เกร' ทิส) *adv., adj.* ไม่เก็บเงิน, ฟรี, ให้เปล่า (-S. complimentary, free)

gratitude (แกรท' ทิทูด) *n.* ความรู้สึกขอบคุณ, ความกตัญญู (-S. thankfulness, thanks)

gratuitous (กระทู' อิทัส) *adj.* ฟรี, ให้เปล่า, ไม่สำคัญ **-gratuitously** *adv.* **-gratuitousness** *n.* (-S. gratis, free, uncalled-for)

gratuity (กระทู' อิที) *n., pl.* **-ties** ของขวัญ, เงินรางวัล (-S. gift, reward, donation)

grave[1] (เกรฟวฺ) *n.* สุสาน, หลุมฝังศพ, ป่าช้า, ความตาย (-S. tomb, sepulcher) *-Ex. The boys dug a grave.*

grave[2] (เกรฟวฺ) *adj.* **graver, gravest** ร้ายแรง, รุนแรง, สำคัญ, เอาจริงเอาจัง, ขึงขัง, วิกฤติ, มืดมัว, เศร้าซึม, ครึ้ม, (เสียง) หนัก *-n.* เสียงหนัก **-gravely** *adv.* **-graveness** *n.* (-S. serious, earnest) *-Ex. a grave look, grave consequences, grave news, grave accent, Everyone was grave at the inauguration., grave responsibilities*

grave[3] (เกรฟวฺ) *vt.* **graved, graven/graved, graving** แกะสลัก, ฝังแน่น

gravel (แกรฟ' เวิล) *n.* กรวด, หินเล็กๆ, ลูกรัง, นิ่วในไต, โรคนิ่ว *-vt.* **-eled, -eling/-elled, -elling** ปูหรือโรยกรวด, ปูหรือโรยลูกรัง, ทำให้งงงวย, ทำให้ฉงน, ทำให้ระคายเคือง, ยั่วโมโห, กระตุ้น *-Ex. to gravel a road*

gravelly (แกรฟ' วะลี) *adj.* คล้ายก้อนกรวด, (เสียง) แหบ

graven (เกร' เวิน) *vt.* กริยาช่อง 3 ของ grave[3]

graven image รูปปั้น, รูปสลัก

graver (เกร' เวอะ) *n.* เครื่องมือแกะสลัก, นักแกะสลัก

gravestone (เกรฟว' สโทน) *n.* หินบนหลุมฝังศพ

graveyard (เกรฟว' ยาร์ด) *n.* สุสาน, ป่าช้า

gravid (แกรฟ' วิด) *adj.* ตั้งครรภ์ **-gravidly** *adv.* **-gravidness, gavidity** *n.*

gravimeter (กระวิม' มิเทอะ) *n.* เครื่องวัดความถ่วงจำเพาะ

gravimetry (กระวิม' มิทรี) *n.* การวัดน้ำหนักหรือวัดความหนาแน่น **-gravimetric, gravimetrical** *adj.* **-gravimetrically** *adv.*

gravitate (แกรฟ' วิเทท) *vi.* **-tated, -tating** เคลื่อนเข้าหาจุดศูนย์กลางโลก, ดึงดูดเข้าไป

gravitation (แกรฟวิเท' ชั่น) *n.* แรงดึงดูดระหว่างของ 2 สิ่ง (มีค่าเป็นสัดส่วนกับผลคูณมวลวัตถุหารด้วยระยะทางระหว่าง 2 สิ่งนั้นยกกำลังสอง) **-gravitational** *adj.* **-gravitationally** *adv.* (-S. attraction, pull, force) *-Ex. the gravitation of people to the seashore during the summer*

gravity (แกรฟ' วิที) *n., pl.* **-ties** แรงดึงดูดของโลก, แรงศูนย์ถ่วงของโลก, น้ำหนัก, แรงดึงดูด, ลักษณะที่รุนแรง, ความจริงจัง, ความเคร่งขรึม (-S. attraction, seriousness, severity) *-Ex. Gravity keeps the moon close to the earth., the gravity of war*

gravure (เกรฟว' เยอร์) *n.* วิธีการพิมพ์ภาพประเภทหนึ่ง ที่บริเวณภาพบนแม่พิมพ์จะเป็นร่องสำหรับรับหมึกเพื่อถ่ายทอดลงบนกระดาษ, แผ่นแม่พิมพ์หรือภาพพิมพ์ของวิธีการพิมพ์ดังกล่าว

gravy (เกร' วี) *n., pl.* **-vies** น้ำของเนื้อที่ย่าง ใช้ราดอาหาร, (คำสแลง) เงินที่ได้มาหรือได้รับอย่างไม่ได้คาด

ถึงมาก่อน ลาภลอย

gray (เกร) *adj.* **grayer, grayest** สีเทา, มืด, สลัว, ผมหงอก, แก่, ชรา, เป็นกลาง *-n.* สีเทา, สภาพที่ไม่ได้ย้อมสี, ทหารฝ่ายใต้ (สงครามกลางเมืองของสหรัฐอเมริกา) *-vt., vi.* **grayed, graying** ทำให้เป็นสีเทา, กลายเป็นสีเทา **-grayly** *adj.* **-grayness** *n.* (-S. grey) *-Ex. Somsri wore a gray dress., a gray day*

grayhound (เกร' เฮานฺดฺ) *n.* ดู greyhound

grayish (เกร' อิช) *adj.* มีสีเทา, มีสีเทาอ่อนๆ

grayling (เกร' ลิง) *n., pl.* **-ling/-lings** ชื่อปลาน้ำจืดจำพวก *Thymallus* มีครีบหลังขนาดใหญ่

grayling

graze¹ (เกรซ) *v.* **grazed, grazing** -vi. เลี้ยงหญ้า *-vt.* เลี้ยงหญ้า, ให้สัตว์เลี้ยงกินหญ้า, ดูแลสัตว์ที่อยู่บนทุ่งหญ้า **-grazer** *n. -Ex. The cows graze in the pasture.*

graze² (เกรซ) *v.* **grazed, grazing** *-vt.* แตะหรือถูเบาๆ, ถากไป, เฉียดไป, เช็ด, ครูด, ทำให้ถลอก *-vi.* แตะ *-n.* การถูเบาๆ, การถากไป, การเฉียดไป, แผลถลอก, รอยข่วนเบาๆ (-S. touch, skim, scrape) *Ex. A bullet grazed his knee.*

grazier (เกร' ซิเออะ) *n.* คนเลี้ยงปศุสัตว์

grazing (เกร' ซิง) *n.* ทุ่งปศุสัตว์, ทุ่งเลี้ยงสัตว์

grease (*n.* กรีส, *v.* กรีส, กรีซ) *n.* ไขมันสัตว์, น้ำมันหล่อลื่น, หนังแกะก่อนเอาไขมันออก *-vt.* **greased, greasing** ทาน้ำมันหล่อลื่น, ทาไขสัตว์, ติดสินบน, หยอดน้ำมัน, ประจบประแจง, (คำสแลง) ฆ่า *-Ex. to grease a baking dish, to grease a car*

greasy (กรี' ซี, กรี' ซี) *adj.* **-ier, -iest** ที่ทาน้ำมันไว้, ที่ทาน้ำมันหล่อลื่นไว้, เป็นไขมัน, ประกอบด้วยไขมัน, ลื่น **-greasily** *adv.* **-greasiness** *n.* (-S. fatty, oily, smooth) *-Ex. Her hands were greasy.*

great (เกรท) *adj.* ใหญ่, ยิ่งใหญ่, สำคัญ, มีจำนวนมาก, เด่น, มีชื่อเสียง, มีตำแหน่งสูง, มีฐานะสูง, มีบุญบารมีสูง, เต็มที่, อย่างยิ่ง, (ภาษาพูด) กระตือรือร้น มีความชำนาญดีมาก ชั้นหนึ่ง, ตั้งครรภ์ *-adv.* (ภาษาพูด) ดีมาก *-n., pl.* **greats/great** คนสำคัญ, คนที่มีชื่อเสียง **-greatly** *adv.* **-greatness** *n.* (-S. large, huge, remarkable, excellent, chief, adept, terrific) *-Ex. Alexander the Great*

greataunt (เกรท' อานทฺ) *n.* ดู grandaunt

Great Britain อังกฤษ เวลส์และสกอตแลนด์

Great Dane สุนัขขนาดใหญ่พันธุ์หนึ่งที่มีขนสั้น

greaten (เกร' เทิน) *vt., vi.* ทำให้ใหญ่ขึ้น, เพิ่ม, ใหญ่ขึ้น

Greater (เกรท' เทอะ) *adj.* เกี่ยวกับเมืองและชานเมือง

great-grandchild (เกรทแกรนดฺ' ไชดฺ) *n., pl.* **-children** หลานของลูก, เหลน

great-granddaughter (เกรทแกรนดฺ' ดอ' เทอะ) *n.* เหลนสาว

great-grandfather (เกรทแกรนดฺ' ฟาเธอะ) *n.* ปู่หรือตาของพ่อหรือแม่, ทวด

great-grandmother (เกรทแกรนดฺ' มาเธอะ) *n.* ย่าหรือยายของพ่อหรือแม่, ทวด

great-grandparent (เกรทแกรนดฺ' แพเรินทฺ) *n.* ปู่ย่าตายายของพ่อหรือแม่

great-grandson (เกรทแกรนดฺ' ซัน) *n.* เหลนชาย

great-hearted (เกรท' ฮาร์ททิด) *adj.* ใจกว้าง, เอื้อเฟื้อเผื่อแผ่, กล้าหาญ, ไม่เห็นแก่ตัว

great-nephew (เกรท' นิฟฟิว) *n.* ลูกชายของหลาน (-S. grandnephew)

great-niece (เกรท' นีส) *n.* ลูกสาวของหลาน (-S. grandniece)

great-uncle (เกรท' อังเคิล) *n.* พี่ชายหรือน้องชายของปู่ย่าตายาย (-S. granduncle)

Great War สงครามโลกครั้งที่ 1 (ค.ศ. 1914-18)

greave (กรีฟ) *n.* แผ่นเกราะหุ้มขาตั้งแต่ตาตุ่มไปถึงเข่า

grebe (กรีบ) *n., pl.* **grebes/grebe** นกดำน้ำตระกูล Podicipedidae

Grecian (กรี' เชิน) *adj.* เกี่ยวกับกรีก *-n.* ชาวกรีก, ผู้เชี่ยวชาญภาษากรีกหรือวรรณคดีกรีก

Greece (กรีซ) ประเทศกรีก

greed (กรีด) *n.* ความตะกละ, ความละโมบ, ความโลภ, ความอยากได้ (-S. avidity, yearning, avarice, covetousness -A. generosity) *-Ex. the miser's greed for money*

greedy (กรี' ดี) *adj.* **-ier, -iest** ตะกละ, ละโมบ, โลภ, อยากได้ **-greedily** *adv.* **greediness** *n.* (-S. covetous, gluttonous, hoggish) *-Ex. The hungry man eats as if he were greedy., The miser is greedy., to be greedy for power*

Greek (กรีก) *adj.* เกี่ยวกับประเทศกรีก, เกี่ยวกับภาษากรีก *-n.* ชาวกรีก, ภาษากรีก

green (กรีน) *adj.* มีสีเขียว, เขียวชอุ่ม, ประกอบด้วยผัก, ยังไม่สุก, ยังไม่โตเต็มที่, อ่อนหัด, ไร้ประสบการณ์, ใหม่, สด, เร็วๆ นี้, เกี่ยวกับการอนุรักษ์ทรัพยากรธรรมชาติและปรับปรุงแก้ไขสิ่งแวดล้อม, ซึ่งถูกฆ่าใหม่ๆ, ซึ่งอิจฉา *-n.* สีเขียว, วัตถุสีเขียว, ทุ่งหญ้าสีเขียว, ใบไม้สดๆ, กิ่งไม้และใบไม้ที่ใช้เป็นอาหาร *-vt., vi.* ทำให้เป็นสีเขียว **-Green** ผู้สนับสนุนกิจกรรมที่รักษาสิ่งแวดล้อม **-greenish** *adj.* **-greenly** *adv.* (-S. verdant, fresh, raw) *-Ex. a green apple, green as grass, green-eyed*

greenery (กรีน' เนอะรี) *n., pl.* **-ies** พืชผักที่มีสีเขียว, บริเวณที่พืชผักเติบโต, เรือนกระจกที่ใช้ปลูกต้นไม้ (-S. verdure)

greengrocer (กรีน' โกรเซอะ) *n.* พ่อค้าขายผักและผลไม้สด

greengrocery (กรีน' โกรเซอะรี) *n. pl.* **-ies** ร้านขายผักและผลไม้สด

greenhorn (กรีน' ฮอร์น) *n.* คนที่อ่อนหัด, คนที่ไม่มีประสบการณ์

greenhouse (กรีน' เฮาซฺ) *n.* อาคารกระจกที่แสงแดดเข้าไปได้,เรือนกระจกที่สามารถควบคุมอุณหภูมิและความชื้นได้

greenhouse effect ภาวะเรือนกระจก, ภาวะที่โลกมีอุณหภูมิสูงขึ้นเนื่องจากมลพิษจากสิ่งแวดล้อม

greenhouse gas ก๊าซที่ทำให้เกิดภาวะเรือนกระจก

green light สัญญาณไฟสีเขียวของการจราจรที่

แสดงว่าไปได้, (ภาษาพูด) อนุญาติให้ผ่านไปได้

greenskeeper (กรีนซฺ' คีพเพอะ) *n.* คนดูแลสนามกอล์ฟ

greensward (กรีน' สวอร์ด) *n.* สนามหญ้าสีเขียว

green tea ชาเขียวที่ผ่านกระบวนการอบให้ร้อนโดยไม่มีกระบวนการทำให้เหี่ยวแห้งหรือหมักเป็นพิเศษ

Greenwich time, Greenwich mean time เวลามาตรฐานโลกที่คำนวณโดยอ้างอิงกับเวลาที่ Greenwich ในอังกฤษ

greenwood (กรีน' วูด) *n.* ไม้ที่มีใบเขียว, ป่าที่เขียวชอุ่ม

greet (กรีท) *vt.* ทักทาย, คำนับ, รับรอง, ต้อนรับ **-greeter** *n.* (-**S.** address, salute, welcome) *-Ex. greet people in the street, greeted me with a smile*

greeting (กรีท' ทิง) *n.* การทักทาย, การคำนับ, การรับรอง, การต้อนรับ, คำทักทาย, คำอวยพร, คำต้อนรับ (-**S.** salutation, bow, address)

greeting card บัตรอวยพร (-**S.** card)

gregarious (กริแก' เรียส) *adj.* ชอบสังคม, ชอบพบปะสังสรรค์, ซึ่งอาศัยอยู่กันเป็นกลุ่ม, ที่จับกันเป็นกลุ่ม **-gregariously** *adv.* **-gregariousness** *n.* (-**S.** convivial, social)

grenade (กระเนด') *n.* ลูกระเบิดขนาดเล็กสำหรับขว้างด้วยมือหรือยิงด้วยปืนไรเฟิล, ขีปนาวุธแก้วที่บรรจุสารเคมีหรือก๊าซพิษ

grenadier (เกรนนะเดียร์') *n.* ทหารราบรักษาพระองค์ของกองทัพอังกฤษ, ทหารที่มีหน้าที่ขว้างระเบิด, ปลาทะเลน้ำลึกชนิดหนึ่งมีหางเรียวยาว

grenadine (เกรนนะดีน') *n.* น้ำเชื่อมทำจากผลทับทิม

grew (กรู) *vt., vi.* กริยาช่อง 2 ของ grow *-Ex. Daeng grew taller this summer.*

grewsome (กรู' เซิม) *adj.* ดู gruesome

grey (เกร) *adj., n., vt., vi.* ดู gray **-greyish** *adj.* **-greyly** *adj.* **-greyness** *n.*

greyhen (เกร' เฮน) *n.* ไก่ป่าตัวเมีย

greyhound (เกร' เฮานฺดฺ) *n.* สุนัขพันธุ์หนึ่งที่มีขนเกรียนสั้น ตัวสูง และขายาวสามารถวิ่งได้อย่างรวดเร็ว (-**S.** grayhound)

grid (กริด) *n.* ตะแกรง, ลูกกรงเหล็ก, แผ่นตะกั่วในหม้อแบตเตอรี่, ขดลวดในหลอดวิทยุ, สายไฟฟ้า, สนามฟุตบอล, กรอบที่เกิดจากการลากเส้นในแนวตั้งและแนวนอนมาตัดกันเพื่อใช้ดูวัตถุ (-**S.** gridiron)

griddle (กริด' เดิล) *n.* กระทะท้องแบนมีที่ถือสำหรับปิ้งขนมหรือทอดอาหาร *-vt.* **-dled,-dling** ทำอาหารด้วยกระทะดังกล่าว

gride (ไกรดฺ) *vi., vt.* **grided, griding** ถู, ขูด, ครูด, บด, ทำเสียงเสียดสีดังกล่าว, แทง, ตัด *-n.* เสียงถู, เสียงขูด, เสียงครูด, เสียงบด

gridiron (กริด' ไดเอิร์น) *n.* ตะแกรงย่างเนื้อหรืออาหารอื่นๆ, สิ่งที่มีลักษณะเป็นช่องๆ คล้ายตะแกรงย่างเนื้อ, สนามฟุตบอล, โครงเหล็กสำหรับคล้องเชือกบนเวที (-**S.** grille, frame)

grief (กรีฟ) *n.* ความเศร้าโศก, ความระทมทุกข์, ความคับข้องใจ, สิ่งที่ทำให้เสียใจมาก, ปัญหา, ความยุ่งยาก **-come to grief** ผิดหวัง, สลดใจ (-**S.** sadness, trial) *-Ex. The ship came to grief on a reef.*

grief-stricken (กรีฟ' สทริคเคิน) *adj.* เสียใจ, สลดใจ, เศร้าโศก (-**S.** heart-sick, desolate, despairing -**A.** happy, joyous, elated)

grievance (กรี' เวินซฺ) *n.* ความไม่พอใจ, ความข้องใจ, ข้อข้องใจ (-**S.** affliction, injury) *-Ex. The leaking roof was the tenant's chief grievance.*

G

grievant (กรี' เวินทฺ) *n.* ผู้อุทธรณ์, ผู้ร้องทุกข์

grieve (กรีฟวฺ) *v.* **grieved, grieving** *-vi.* เสียใจ, สลดใจ *-vt.* ทำให้เสียใจ, ทำให้สลดใจ (-**S.** sorrow, distress, sadden) *-Ex. The bad boy grieves his mother., Do not grieve over the lost money.*

grievous (กรี' เวิส) *adj.* ซึ่งทำให้เศร้าโศกเสียใจ, ซึ่งทำให้ทุกข์ทรมานเป็นอย่างมาก **-grievously** *adv.* **-grievousness** *n.* (-**S.** painful, afflicting) *-Ex. a grievous wrong, a grievous mistake*

griffin

griffin, griffon, gryphon (กริฟ' ฟิน, -เฟิน) *n.* สัตว์ในเทพนิยายที่หัวและปีกเป็นอินทรีและร่างเป็นสิงโต

grill[1] (กริล) *n.* โครงสำหรับย่าง, ตะแกรงเหล็กย่าง, อาหารย่าง *-vt.* ย่าง, อัง (ไฟ), ทำเป็นช่องๆ คล้ายตะแกรงย่าง, ทรมานด้วยความร้อน, ถามคำถามอย่างละเอียด *-vi.* ย่าง, อัง (ไฟ) **-griller** *n. -Ex. We grill meat., The police grilled the suspected man for hours.*

grille

grill[2] (กริล) *n.* ดู grille

grille (กริล) *n.* ลูกกรงตาข่าย, ลูกกรงหน้าต่าง, โครงครอบ **-grilled** *adj.*

grillwork (กริล' เวิร์ค) *n.* สิ่งก่อสร้างที่เป็นโครง

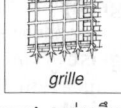

grim (กริม) *adj.* **grimmer, grimmest** เคร่งขรึม, เข้มงวด, น่ากลัว, ดุร้าย, ร้ายกาจ **-grimly** *adv.* **-grimness** *n.* (-**S.** stern, fierce, firm, obstinate) *-Ex. grim struggle, grim courage, grim smile, a grim determination, a grim tale of murder*

grimace (กริม' เมส) *n.* หน้าตาบูดบึ้ง, หน้าตาที่แสดงความเจ็บปวด *-vi.* **-maced, -macing** ทำหน้าตาบูดบึ้งหรือแสดงความเจ็บปวด **-grimacer** *n.* (-**S.** scowl, sneer, frown) *-Ex. to make a grimace, Sawai grimaced when I said I'd be late.*

grime (ไกรม) *n.* สิ่งสกปรก, ฝุ่นบนผิวหน้า *-vt.* **grimed, griming** ปกคลุมด้วยฝุ่นหรือสิ่งสกปรก (-**S.** soot, dirt) *-Ex. The old stove was covered with grime.*

grimy (ไกร' มี) *adj.* **-ier, -iest** ซึ่งปกคลุมไปด้วยฝุ่นหรือสิ่งสกปรก **-grimily** *adv.* **-griminess** *n. -Ex. The plumber's hands were grimy.*

grin (กริน) *vi., vt.* **grinned, grinning** ยิ้มกว้าง, ยิ้มเห็นไรฟัน, แยกเขี้ยวยิงฟัน *-n.* การยิ้มกว้าง, การยิ้มเห็นไรฟัน, การแยกเขี้ยวยิงฟัน **-grinner** *n.* **-grinningly** *adv.* (-**S.** smirk, smile, beam)

G

grind (ไกรนฺด) *v.* **ground, grinding** *-vt.* ทำให้ละเอียด, ฝน, บด, โม่, ถูอย่างแรง, บรรเลงเพลงดังลั่น, กดขี่, เคี่ยวเข็ญ, รบกวน *-vi.* บด, ฝน, (ภาษาพูด) ขยันมาก, (คำสแลง) ส่ายตะโพก *-n.* การบด, การฝน, เสียงบด, เสียงฝน, งานหนัก, (ภาษาพูด) นักเรียนที่ขยันมากผิดปกติ, (คำสแลง) ระบำส่ายตะโพก **-grindingly** *adv.* (-S. crush, oppress, harass, toil) *-Ex. grind corn, grind a lens, The tyrant ground down the people., The grocer grinds the coffee., Baby sometimes grinds her teeth.*

grinder (ไกรนฺ' เดอะ) *n.* คนบด, คนฝน, เครื่องบด, เครื่องฝน, (ภาษาพูด) ฟันกราม

grindstone (ไกรนฺดฺ' สโทน) *n.* ล้อหินบด, หินลับ

grindstone

gringo (กริง' โก) *n., pl.* **-gos** (คำสแลง) ชาวต่างประเทศ ชาวต่างด้าว

grip (กริพ) *n.* การจับ, การยึด, การกำ, ความสามารถในการเข้าใจ, สิ่งที่ใช้ยึด, เครื่องยึด, เครื่องหนีบ, เครื่องดาม, ทีมงานที่ทำหน้าที่จัดฉากในการถ่ายภาพยนตร์หรือโทรทัศน์ *-v.* **gripped, gripping** *-vt.* ยึดอย่างมั่นคง, สนใจจดจ่อ *-vi.* ยึดมั่น, เข้าใจ **-come to grips with** เผชิญ, พบ **-gripper** *n.* (-S. hold, perception, control -A. release, let go) *-Ex. If you grip the side of the cart you won't fall out.*

gripe (ไกรพฺ) *v.* **griped, griping** *-vt.* ยึด, จับ, กุม, กดขี่, ปวดแน่นในท้อง, (ภาษาพูด) รบกวน ทำให้เคือง *-vi.* ปวดแน่นท้อง, (ภาษาพูด) บ่น *-n.* การยึด, การจับ, การกุม, ตัวหนีบ, (ภาษาพูด) การบ่น, ด้ามถือ **-gripes** อาการปวดแน่นในท้อง **-griper** *n.*

grippe (กริพ) *n.* ไข้หวัดใหญ่ **-grippy** *adj.* (-S. influenza)

grisly (กริซฺ' ลี) *adj.* **-lier, -liest** น่ากลัว, น่าขนลุก, น่าสยดสยอง **-grisliness** *n.*

grist (กริสทฺ) *n.* เมล็ดข้าวที่จะบด, ข้าวบด, จำนวนข้าวที่บดครั้งหนึ่งๆ

gristle (กริส' เซิล) *n.* กระดูกอ่อน

gristly (กริส' ลี) *adj.* **-tlier, -tliest** ประกอบไปด้วยกระดูกอ่อน **-gristliness** *n.*

grit (กริท) *n.* หินกรวด, กรวดทราย, ฝุ่น, ผง, ความกล้าหาญ, ความทรหด, ความแข็งแกร่ง *-v.* **gritted, gritting** *-vt.* บด, ขบ (ฟัน) *-vi.* ทำเสียงบด, ทำเสียงขบ (ฟัน) (-S. sand, dirt, bravery -A. timidity, fearfulness) *-Ex. It took grit to start a farm in Bangkok., to grit one's teeth*

grits (กริทซฺ) *n. pl.* ข้าวที่ปลอกเปลือกและบดอย่างหยาบ, ข้าวที่สีแล้วแต่ยังไม่ได้โม่

gritty (กริท' ที) *adj.* **-tier, -tiest** เป็นเม็ดหยาบเล็กๆ, เป็นเม็ดกรวด, กล้าหาญ, อดทน **-grittily** *adv.* **-grittiness** *n.* (-S. sandy, plucky)

grizzle (กริซฺ' เซิล) *vt., vi.* **-zled, -zling** ทำให้เป็นสีเทา, ทำให้บางส่วนเป็นสีเทา *-n.* ผมหงอก, ผมหงอกบางส่วน, ผมวิกสีขาว *-adj.* มีสีเทาปน, เป็นสีเทา

grizzled (กริซฺ' เซิลดฺ) *adj.* ซึ่งมีผมหงอก

grizzly (กริซฺ' ลี) *adj.* **-zlier -zliest** มีสีเทา, สีเทาบางส่วน (-S. greyish, grizzled)

grizzly bear หมีขนาดใหญ่จำพวก *Ursus arctos horribilis* มีสีเทาหรือสีน้ำตาล พบในทวีปอเมริกาเหนือด้านตะวันตก

groan (โกรน) *n.* เสียงครวญคราง, เสียงพึมพำแสดงความไม่พอใจหรืออื่นๆ *-vi.* ส่งเสียงครวญคราง, ส่งเสียงพึมพำ, ส่งเสียงดังเนื่องจากรับน้ำหนักมาก, ถูกบีบคั้น, รับน้ำหนักมากเกินไป *-vt.* ส่งเสียงครวญคราง **-groaner** *n.* **-groaningly** *adv.* (-S. moan, sob) *-Ex. The sick woman groans at times., The wounded man sank down with a groan.*

grocer (โกร' เซอะ) *n.* คนขายของชำ

grocery (โกร' ซะรี) *n., pl.* **-ies** ร้านขายของชำ, ของชำ, เครื่องอุปโภคบริโภค (-S. grocer's store)

grog (กรอก) *n.* ส่วนผสมของเหล้ากับน้ำ, เหล้า

groggy (กรอก' กี) *adj.* **-gier, -giest** ไม่แน่นอน **-groggily** *adv.* **-grogginess** *n.*

groin (กรอยนฺ) *n.* ขาหนีบ, ต้นขา, ไข่ดัน, มุมแหลมโค้ง, ส่วนโค้งที่เชื่อมติดกัน, ส่วนยื่นเล็กๆ จากชายฝั่ง (เพื่อป้องกันการสึกกร่อนของชายฝั่ง) *-vt.* ทำให้เป็นมุมแหลมโค้ง

groom (กรูม) *n.* เจ้าบ่าว, คนเลี้ยงม้า, อัศวรักษ์, ข้าราชบริพารในราชสำนักอังกฤษ, คนใช้ผู้ชาย *-vt.* แต่งตัว, ตกแต่ง, ทำให้สะอาดหมดจด, ดูแลม้า, เตรียมการ, เตรียมตัว *-vi.* เตรียมการ **-groomer** *n. Ex. Sally was carefully groomed for the wedding.*

groomsman (กรูมซฺ' เมิน) *n., pl.* **-men** เพื่อนเจ้าบ่าว

groove (กรูฟวฺ) *n.* ร่อง, ราง, ท่อ, เพลา, ช่อง, (คำสแลง) เวลาที่เพลิดเพลิน ประสบการณ์ที่เพลิดเพลิน งานประจำ *-v.* **grooved, grooving** *-vt.* ทำเป็นร่อง, ใส่ในร่อง *-vi.* (คำสแลง) เพลิดเพลินมาก ไปด้วยกันได้ดีกับ.... เข้าใจ เห็นคุณค่ายิ่ง **-in the groove** ร่าเริง, มีชีวิตชีวา (-S. channel, furrow) *-Ex. There is a groove on your desk to lay your pencils in., nail groove, into a groove, to get into a groove*

grope (โกรพ) *v.* **groped, gorping** *-vi.* คลำหา, ค้นหาอย่างไม่แน่ใจ *-vt.* ค้นหา, สืบหา **-groper** *n.* (-S. search for, scrabble for) *-Ex. Udom groped for the doorknob in the dark., to grope for an idea*

grosgrain (โกร' เกรน) *n.* แพรต่วน

gross (โกรส) *adj.* โดยไม่มีการลด, ไม่เหมาะสม, หยาบ, หยาบคาย, น่ารังเกียจ, ใหญ่, จำนวนมากๆ, ทั้งหมด, อ้วนมาก, หนา, แน่น, หนัก *-n.* 12 โหล, หนึ่งกุรุส, จำนวนมาก, จำนวนส่วนใหญ่ *-vt.* ได้กำไรทั้งหมด **-grosses** รายได้ทั้งหมดที่ยังไม่ได้หัก **-grossly** *adv.* **-grossness** *n. -Ex. gross weight, the gross profits, the gross body of a hippopotamus, a gross mistake*

gross national product ค่าเงินของสินค้าที่ผลิตได้และการบริการทั้งหมดของประเทศ ในระยะเวลาหนึ่ง ใช้คำย่อว่า GNP

gross ton หน่วยน้ำหนักที่มีค่าเท่ากับ 2,240 ปอนด์ (1,016.06 กิโลกรัม) ซึ่งใช้ในประเทศอังกฤษ

grotesque (โกรเทสคฺ') *adj.* วิตถาร, ผิดปกติ, วิปลาส,

พิกล, พิลึก, บูดเบี้ยวผิดปกติ *-n.* สิ่งที่มีลักษณะพิลึกพิกล, ภาพศิลปะที่มีความแปลก **-grotesquely** *adv.* **-grotesqueness** *n.* (-S. misshapen, odd) *-Ex. the grotesque face of a monster*

grotto (กรอท' โท) *n., pl.* **-toes/-tos** ถ้ำ, อุโมงค์ (-S. cave)

grotty (กรอท' ที) *adj.* **-tier, -tiest** (คำสแลง) ไม่มีประโยชน์ ไม่น่าพอใจ สกปรก ถูก

grouch (เกราช) *vi.* บ่น, แสดงความไม่พอใจ *-n.* คนขี้บ่น, คนที่มีอารมณ์บูดบึ้ง (-S. complain)

grouchy (เกรา' ชี) *adj.* **-ier, -iest** บูดบึ้ง, ไม่พอใจ, คับอกคับใจ, อารมณ์ไม่ดี **-grouchily** *adv.* **-grouchiness** *n.* (-A. good-humoured, contented)

ground[1] (เกรานฺด) *n.* พื้น, พื้นดิน, ดิน, ที่ดิน, สนาม, สถานที่, บริเวณ, เขต, ท้องน้ำ, ท้องทะเล, หลักฐาน, พื้นฐาน, เหตุผลสนับสนุน, เหตุ, หลักฐานอ้างอิง, ที่มั่น *-adj.* ซึ่งตั้งอยู่บนพื้นผิวโลก, เกี่ยวกับพื้นโลก, บนบก *-vt.* วางลงบนพื้น, ตั้งลงบนพื้น, ยึดมั่น, สอนหลักการ, สอนเรื่องที่เป็นพื้นฐาน, วางรากฐาน, วางพื้นฐาน, ต่อสายลงดิน, ให้ (เครื่องบิน) จอด *-vi.* ลงสู่พื้นดิน, กระทบพื้นดิน **-grounds** ตะกอนที่อยู่ก้นของเหลว **-above ground** มีชีวิต **-below ground** ตายและฝัง **-hold/stand/keep one's ground** ยึดมั่น, ไม่ยอม **-gain ground** ก้าวหน้า, ชนะ, ได้เปรียบ **-give/lose ground** ล่าถอย, ลดลง **-cover ground** เดินทาง **-down to the ground** อย่างยิ่ง, ทุกอย่าง **-forbidden ground** เรื่องที่ต้องหลีกเลี่ยง **-common ground** ลงรอยกัน, มีพื้นฐานหรือข้อคิดเห็นเหมือนกัน (-S. earth, soil) *-Ex. under the ground, above the ground, The ship hit ground., to ground a boat, Planes were grounded by the fog.*

ground[2] (เกรานฺด) *vt., vi.* กริยาช่อง 2 และ 3 ของ grind

ground floor ชั้นล่างของบ้านหรืออาคารบนระดับพื้นดินหรือใกล้ระดับพื้นดินมากที่สุด

groundless (เกราด' ลิส) *adj.* ไร้เหตุผล, ไม่มีมูลเหตุ **-groundlessness** *n.* **-groundlessly** *adv.* (-S. uncalled-for, unwarranted, unreasonable)

groundling (เกรานฺด' ลิง) *n.* พืชหรือสัตว์ที่อาศัยอยู่บนพื้นดิน, ปลาที่อาศัยอยู่ใต้น้ำ, คนที่หยาบคาย, คนป่า, คนชั้นต่ำ

ground rule หลักความประพฤติขั้นพื้นฐาน

ground wire สายดิน

groundwork (เกรานฺด' เวิร์ค) *n.* รากฐาน, พื้นฐาน (-S. foundation, base, basis)

group (กรูพ) *n.* กลุ่ม, หมู่, พวก, เหล่า, ชุด, ฝูง, กลุ่มธาตุ, กลุ่มภาษา, กองกำลังทางอากาศ (ประกอบด้วย 2 ฝูงขึ้นไป) *-vt.* รวมเป็นกลุ่ม, จัดเป็นกลุ่ม, แบ่งออกเป็นกลุ่ม *-vi.* ชุมชน, รวมกัน **-grouping** *n.* (-S. gathering, set, cluster, classification, sort) *-Ex. group of men at the street corner, a group of figures in a picture, group of followers*

groupie (กรู' พี) *n.* (คำสแลง) ผู้ที่คลั่งไคล้ดารา

grouse[1] (เกราซฺ) *n., pl.* **grouse/grouses** ไก่ป่าหรือนกตระกูล Tetraonidae

grouse[2] (เกราซฺ) *vi.* **groused, grousing** (ภาษาพูด) บ่น ตัดพ้อ *-n.* (ภาษาพูด) การบ่น การตัดพ้อ คำบ่น **-grouser** *n.* (-S. complain, moan)

grout (เกราทฺ) *n.* ปูนสำหรับเทลงยึดก้อนหินหรือข้อต่อปูนอื่นๆ ของกำแพงหรือเขื่อน, กาก, ตะกอน *-vt.* ยาปูนดังกล่าว **-grouter** *n.*

grouty (เกรา' ที) *adj.* **-ier, -iest** อารมณ์ไม่ดี, บูดบึ้ง

grove (โกรฟวฺ) *n.* บริเวณป่าเล็กๆ, สวนผลไม้ (-S. wood)

grovel (กรัฟ' เวิล) *vi.* **-eled, -eling/-elled, -elling** หมอบคลาน, กระทำตัวเหมือนคนรับใช้, หาความสำราญกับสิ่งที่เลว **-groveler, groveller** *n.* **-grovelingly, grovellingly** *adv.* (-S. crawl, fawn) *-Ex. to grovel in the dust at the feet of a conqueror, to grovel before a king*

G

grow (โกร) *v.* **grew, grown, growing** *-vi.* เจริญ, เจริญงอกงาม, งอกขึ้น, ขยาย, เกิดขึ้น, กลายเป็น, ปรากฏขึ้น, ก้าวหน้า *-vt.* ทำให้เจริญ, ทำให้งอกขึ้น, ปล่อยให้เจริญ, ปล่อยให้งอก (-S. increase, put forth, thrive, cultivate, produce -A. decrease, fail) *-Ex. The children grow so quickly., It has grown into a big business.*

grower (โกร' เออะ) *n.* ผู้ปลูก, ผู้เติบโต, สิ่งที่เติบโต

growl (โกรล) *vi.* คำราม, บ่นด้วยความโกรธ *-vt.* เปล่งเสียงดัง *-n.* การคำราม **-growler** *n.* **-growlingly** *adv.* (-S. snarl, grumble) *-Ex. Dogs growl when they are angry., We heard the growl of the watchdog., People sometimes growl at bad luck.*

grown (โกรน) *vi., vt.* กริยาช่อง 3 ของ grow *-adj.* เจริญเติบโต, เป็นผู้ใหญ่

grown-up (โกรน' อัพ) *adj.* โตเต็มที่, เป็นผู้ใหญ่ (-S. adult, mature)

grownup (โกรน' อัพ) *n.* ผู้ที่เจริญเติบโตเต็มที่, ผู้ใหญ่ *-Ex. All the grownups sat at the large table.*

growth (โกรธ) *n.* การเจริญเติบโต, ขนาดของการเจริญเติบโต, การงอกงาม, การเป็นผู้ใหญ่, สิ่งที่เจริญเติบโต, ผลผลิต, สิ่งที่งอกขึ้น, เนื้องอก *-adj.* ซึ่งเจริญเติบโต (-S. development, increase, blooming) *-Ex. This fertilizer helps the growth of leaves., the growth of education, growth in population, the growth of production*

grub (กรับ) *n.* ตัวด้วง, ตัวอ่อนที่เดินงุ่มง่ามของแมลง, คนที่ต้องทำงานที่น่าเบื่อ, (คำสแลง) อาหาร *-v.* **grubbed, grubbing** *-vt.* ขุดราก, ขุดตอ, ถอนราก, ให้อาหาร, ค้นหา *-vi.* ขุด, ค้นหา, ใช้ชีวิตที่ต้องทำงานอย่างน่าเบื่อหน่าย, เรียนหนัก, (คำสแลง) กินอาหาร **-grubber** *n.* *-Ex. grub up weeds, to grub a stump from the ground*

grubby (กรับ' บี) *adj.* **-bier, -biest** สกปรก, โสโครก, เต็มไปด้วยตัวด้วง, น่าชัง, น่ารังเกียจ **-grubbily** *adv.* **-grubbiness** *n.* (-S. messy, dirty)

grudge (กรัจ) *n.* ความขัดข้องใจ, ความขุ่นแค้น, ความเสียใจ, ความอิจฉา, ความริษยา *-vt.* **grudged, grudging** ขัดข้องใจ, ขุ่นแค้น, เสียใจ, อิจฉา, ริษยา **-grudger** *n.* (-S. begrudge, resentment)

grudging (กรัจ' จิง) *adj.* ที่ไม่เต็มใจ, ที่ขัดข้องใจ, ที่เสียใจ, ที่อิจฉา, ที่ริษยา **-grudgingly** *adv.*

gruel (กรู' เอิล) *n.* ข้าวโอตต้มในน้ำหรือนม, ข้าวต้ม, โจ๊ก

G

gruelling, grueling (กรู' อะลิง) *adj.* เหนื่อยมาก, ทรหด, ถึงพริกถึงขิง **-gruellingly, gruelingly** *adv.* (-S. severe, exhausting, tiring)

gruesome (กรู' เซิม) *adj.* น่ากลัว, น่ารังเกียจ, น่าขยะแขยง **-gruesomeness** *n.* **-gruesomely** *adv.* (-S. fearful, grisly, frightful) *-Ex. a gruesome aut wreck*

gruff (กรัฟ) *adj.* (เสียง) แหบ, (เสียง) ห้าว, หยาบคาย, กระด้าง **-gruffly** *adv.* **-gruffness** *n.* (-S. blunt, abrupt, rude) *-Ex. a gruff voice, Grandfather sometimes talks in a gruff voice.*

grumble (กรัม' เบิล) *vi., vt.* **-bled, -bling** บ่น, คำราม, ครวญ *-n.* การบ่น, การแสดงความไม่พอใจ **-grumbler** *n.* **-grumblingly** *adv.* **-grumbly** *adj.* (-S. repine, complain, whine) *-Ex. Some children grumble about everything they have to do., a grumble of discontent*

grumpy (กรัม' พี) *adj.* **-ier, -iest** อารมณ์ไม่ดี, อารมณ์บูดบึ้ง **-grumpily** *adv.* **-grumpiness** *n.* (-S. bad-tempered, surly -A. cheery, amiable, buoyant)

grunt (กรันทฺ) *vi., vt.* ทำเสียงทางจมูก แสดงความไม่พอใจ, ทำเสียงฮึดฮัด, บ่น *-n.* เสียงฮึดฮัดแสดงความไม่พอใจ, ปลาตระกูล Haemulidae ซึ่งคำรามเสียงฮึดฮัดได้, (คำสแลง) ทหารราบของอเมริกาที่รบในสงครามเวียดนาม, คนที่ต้องทำงานที่น่าเบื่อ **-grunter** *n.* **-gruntingly** *adv.* *-Ex. Dogs bark, roosters crow, but pigs grunt., We heard the grunts of the pigs when Grandfather was feeding them.*

GSM ย่อจาก Global System for Mobile Communications ระบบตัวเลขของเทคโนโลยีเซลลูลาร์ใช้ในโทรศัพท์มือถือ

guano (กวา' โน) *n., pl.* **-nos** ปุ๋ยธรรมชาติที่ส่วนใหญ่ประกอบด้วยมูลจากนกทะเลหรือค้างคาว

guarantee (แกเรินที') *n.* การประกัน, หลักประกัน, เครื่องประกัน, คำรับรอง, ผู้รับรอง, คนรับรอง *-vt.* **-teed, -teeing** รับรอง, ประกัน, ค้ำประกัน, ให้คำมั่น, สัญญา (-S. warranty, guaranty, assurance) *-Ex. Father guaranteed to repay it if grandfather did not., The jeweller gave us a guarantee on the watch.*

guarantee fund เงินทุนค้ำประกัน

guarantor (แกเรินเทอะ') *n.* คนรับรอง, คนค้ำประกัน, ผู้รับประกัน (-S. voucher, warrantor, bondsman, signatory, surety)

guaranty (แก' เรินที) *n., pl.* **-ties** การรับรอง, การค้ำประกัน, การรับประกัน, หนังสือรับรอง, สิ่งที่ใช้ค้ำประกัน, ผู้รับประกัน *-vt.* **-tied, -tying** รับรอง, รับประกัน (-S. warranty)

guard (การ์ด) *vt.* พิทักษ์, เฝ้า, ปกป้อง, ป้องกันรักษา, ดูแล, คุ้มครอง *-vi.* ป้องกัน *-n.* ผู้พิทักษ์, ยาม, ผู้ปกป้อง, ผู้คุ้มครอง, ผู้ดูแล, อุปกรณ์ป้องกันไม่ให้ได้รับบาดเจ็บ, อุปกรณ์ป้องกันโจรกรรม, ทหารยาม, ทหารรักษาพระองค์, ทหารมหาดเล็ก **-guarder** *n.* (-S. watch over, oversee, sentry, take care, protection, defense) *-Ex. a guard on an electric saw, be on guard against burglars, a coastguard, a lifeguard, to guard against mistakes*

guarded (การ์' ดิด) *adj.* ระมัดระวัง, เตรียมพร้อม, รอบคอบ **-guardedly** *adv.*

guardhouse (การ์ด' เฮาซฺ) *n.* ป้อมยาม, บ้านพักทหารยาม, คุกขังทหารที่มีความผิดหรือเพื่อรอคำพิพากษา

guardian (การ์' เดียน) *n.* ผู้ปกครอง, ผู้คุ้มครอง, ผู้คุ้มกัน, ผู้พิทักษ์, ผู้ดูแลทรัพย์สมบัติ *-adj.* ซึ่งปกครอง, ซึ่งพิทักษ์, ซึ่งคุ้มครอง **-guardianship** *n.* (-S. protector, custodian, keeper, trustee, curator) *-Ex. Congress is the guardian of our liberties., The judge appointed a guardian for the orphan.*

guardsman (การ์ดซฺ' เมิน) *n., pl.* **-men** ยาม, ทหารองครักษ์

Guatemala (กวาทะมา' ละ) ประเทศสาธารณรัฐกัวเตมาลาในละตินอเมริกา **-Guatemalan** *adj., n.*

guava (กวา' วะ) *n.* ต้นฝรั่ง, ผลฝรั่ง

gubernatorial (กูเบอร์นะทอ' เรียล) *adj.* เกี่ยวกับข้าหลวงหรือผู้ว่าการรัฐ, เกี่ยวกับที่ทำการข้าหลวงหรือที่ว่าการของผู้ว่าการรัฐ

guerrilla, guerilla (กะริล' ละ) *n.* สมาชิกกองโจร, การสู้รบแบบกองโจร *-adj.* เกี่ยวกับกองโจร

guess (เกส) *vt., vi.* เดา, คาดคะเน, ทาย, คิดว่า, เข้าใจว่า *-n.* การเดา, การคาดคะเน **-guessable** *adj.* **-guesser** *n.* (-S. believe, conjecture, infer, think, deem, notion, estimate, theory) *-Ex. Guess what the result would be., That was a good guess., Make a guess as to how wide this box is., I guess I'll stay here.*

guesswork (เกส' เวิร์ค) *n.* การเดา, การประมาณ

guest (เกสทฺ) *n.* แขก, ลูกค้า, ผู้มาพักอาศัย, สัตว์ที่อาศัยอยู่ในรังหรือโพรงที่สัตว์อื่นทำไว้ *-vt.* ต้อนรับแขก *-vi.* เป็นแขก *-adj.* ที่เตรียมไว้สำหรับแขก (-S. caller, visitor)

guesthouse (เกสทฺ' เฮาซฺ) *n.* บ้านรับรองแขก, บ้านที่อยู่แยกต่างหากจากบ้านหรืออาคารใหญ่

guff (กัฟ) *n.* (คำสแลง) การพูดอวดดี เรื่องเหลวไหล

guffaw (กะฟอ') *n.* การหัวเราะลั่น *-vi.* หัวเราะลั่น

guidance (ไก' เดินซฺ) *n.* การแนะแนว, การแนะนำ, การนำทาง, เครื่องนำทาง, ระบบการควบคุมการบินของขีปนาวุธ *-Ex. The class is under the guidance of an execllent teacher.*

guide (ไกดฺ) *v.* **guided, guiding** *-vt.* แนะแนว, แนะนำ, นำทาง, ชี้แนะ, ควบคุม *-vi.* แนะนำ *-n.* คนนำทาง, มัคคุเทศก์, เครื่องนำทาง, สิ่งชี้นำ, หนังสือแนะนำ **-guidingly** *adv.* **-guidable** *adj.* (-S. lead, direct, conduct, pilot, directory, signal) *-Ex. A guide led me over the mountains., A guide showed me round the city., Let this rule be your guide., The Bible is my guide.*

guidebook (ไกดฺ' บุค) *n.* คู่มือ, หนังสือคู่มือทัศนาจร

guided missile ขีปนาวุธนำวิถี

guideline (ไกดฺ' ไลนฺ) *n.* เครื่องชี้แนว, เครื่องแนะแนว, นโยบาย (-S. description, rule)

guidepost (ไกดฺ' โพสทฺ) *n.* ป้ายชี้ทาง, สิ่งบอกทาง

guild (กิลดฺ) *n.* สมาคม, องค์การ, สหภาพ, ประเภท,

กลุ่ม

guilder (กิล' เดอะ) *n.* เหรียญเงินและหน่วยเงินตราของเนเธอร์แลนด์ มีค่าเท่ากับ 100 เซนต์, เหรียญทองและหน่วยเงินตราสมัยก่อนของเนเธอร์แลนด์

guildhall (กิลดฺ' ฮอล) *n.* ศาลากลาง, ห้องสมาคม

guile (ไกลฺ) *n.* ความหลอกลวง, การโกง, เล่ห์เหลี่ยม -*vt.* **guiled, guiling** หลอกลวง (-S. cunning, craft, duplicity) -*Ex. Somchai used guile to get his owh way.*

guileful (ไกลฺ' เฟิล) *adj.* เจ้าเล่ห์, ที่หลอกลวง **-guilefully** *adv.* **-guifefulness** *n.* (-S. treacherous, tricky, false)

guileless (ไกลฺ' เลส) *adj.* ไม่มีเล่ห์เหลี่ยม, จริงใจ, ตรงไปตรงมา **-guilelessly** *adv.* **-guilelessness** *n.* (-S. ingenuous, artless, sincere -A. guileful, sly, deceitful)

guillotine (กิล' ละทีน) *n.* แท่นตัดคอนักโทษ, เครื่องมือแพทย์ที่ใช้ตัดต่อมทอนซิล, เครื่องมือตัดกระดาษเป็นปึก -*vt.* **-tined, -tining** ตัดคอนักโทษ, ใช้เครื่องตัดดังกล่าว

guillotine

guilt (กิลทฺ) *n.* ความผิด, มลทิน, ความรู้สึกผิด, ความละอายใจ (-S. culpability, contriteness, stigma, shame) -*Ex. The prosecuting attorney tried to establish the guilt of the accused man., a life of guilt and shame*

guiltless (กิลทฺ' เลส) *adj.* ปราศจากความผิด, ไร้มลทิน **-guiltlessly** *adv.* (-S. innocent, blameless, pure, spotless)

guilty (กิล' ที) *adj.* **-ier, iest** มีความผิด, เกี่ยวกับความผิด, ซึ่งรู้สึกผิด **-guiltily** *adv.* **-guiltiness** *n.* (-S. culpable, criminal, felonious)

guinea (กิน' นี) *n.* เหรียญทองของอังกฤษสมัยก่อน (ค.ศ. 1660-1813) มีค่าเท่ากับ 21 ชิลลิง, (คำสแลง) ผู้มีเชื้อสายอิตาลี

Guinea (กิน' นี) ชื่อประเทศสาธารณรัฐในแอฟริกาตะวันตก **-Guinean** *adj., n.*

guinea fowl ไก่ตระกูล Numididae เป็นสัตว์เลี้ยงชนิดหนึ่ง มีขนสีดำแซมด้วยจุดสีขาว

guinea pig หนูตะเภา (สิ่งที่ใช้เป็นเครื่องทดลอง), (ภาษาพูด) คนที่ถูกใช้เป็นหนูทดลอง

guise (ไกซฺ) *n.* ลักษณะภายนอก, แบบเสื้อ, ลักษณะท่าทาง, หน้ากาก, เครื่องบังหน้า, การหลอกลวง -*vt., vi.* **guised, guising** ปลอมตัว แต่งตัว -*Ex. in the guise of, This is an old story in a now guise., under the guise of friendship*

guitar (กิทาร์') *n.* กีตาร์

guitarist (กิทา' ริสทฺ) *n.* นักเล่นกีตาร์

gulch (กัลชฺ) *n.* ธารน้ำลึกและแคบ (-S. ravine)

gulf (กัลฟฺ) *n.* อ่าว, เหวลึก, หลุมลึก, ความแตกต่างทางความคิด, การแยกออกกว้าง, การอยู่ห่างจากกันมาก, สิ่งที่กลืนกิน, สิ่งที่เขมือบ -*vt.* กลืน, เขมือบ (-S. chasm, abyss, pit, cleft) -*Ex. the Gulf of California, the Gulf of mexico*

Gulf Stream กระแสน้ำอุ่นของมหาสมุทรที่ไหลจากทางเหนือของอ่าวเม็กซิโกไปตามชายฝั่งด้านตะวันออกของสหรัฐอเมริกาและบรรจบกับกระแสน้ำแอตแลนติกเหนือทางด้านตะวันออกเฉียงใต้ของนิวเฟาแลนด์

gull[1] (กัล) *n., pl.* **gulls/gull** นกทะเลตีนเป็ด ปีกยาว ตระกูล Laridae

gull[2] (กัล) *vt.* โกง, หลอกลวง -*n.* คนที่ถูกหลอกลวงหรือโกงได้ง่าย (-S. deceive, trick)

gullet (กัล' ลิท) *n.* หลอดอาหาร, ลำคอ, คอหอย, สิ่งที่คล้ายหลอดอาหาร

gullible, gullable (กัล' ละเบิล) *adj.* ซึ่งถูกโกงหรือหลอกลวงได้ง่าย **-gullibility, gullability** *n.* **-gullibly, gullably** *adv.* (-S. credulous, ingenuous, naive)

gully (กัล' ลี) *n., pl.* **-lies** ห้วยลึก, ลำธาร, ท่อน้ำรวม, รางน้ำชายคา -*vt.* **-lied, -lying** ทำท่อน้ำรวม, ทำรางน้ำชายคา, ทำร่องน้ำ (-S. channel) -*Ex. Heavy rains gullied the village.*

gulp (กัลพฺ) *vt., vi.* ติดคอ, สำลัก, กินอย่างมูมมาม -*n.* การสำลัก, การกินอย่างมูมมาม **-gulper** *n.* **-gulpingly** *adv.* -*Ex. Dang was is such a hurry to play ball that he gulped his food., The thirsty boy drank the cool water in gulps.*

gum[1] (กัม) *n.* ยางไม้, กาวยาง, กาว, หมากฝรั่ง (หรือเรียกว่า chewing gum) -*v.* **-gummed, gumming** -*vt., -vi.* ทำให้เหนียว, ทากาว -*Ex. to gum down the flap of an envelope*

gum[2] (กัม) *n.* เหงือก -*vt.* **gummed, gumming** เคี้ยว **-beat one's gums** (คำสแลง) พูดมากเกินไป พูดน้ำท่วมทุ่ง

gumbo (กัม' โบ) *n., pl.* **-bos** ต้นกระเจี๊ยบ, น้ำแกงที่ใส่ผลของต้นดังกล่าว

gumboil (กัม' บอยล) *n.* ฝีเล็กๆ ที่เหงือก

gummy (กัม' มี) *adj.* **-mier, -miest** เหนียว, คล้ายยาง, ซึ่งถูกปกคลุมด้วยวัตถุเหนียวคล้ายยาง, เกี่ยวกับยางไม้ที่ซึมออกมา **-gumminess** *n.* (-S. sticky)

gumption (กัมพฺ' ชั่น) *n.* (ภาษาพูด) การริเริ่ม ความกล้าหาญ การรุก สามัญสำนึก (-S. intiative, acumen)

gum resin ยางไม้ที่ประกอบด้วยยางและเรซินที่ไหลออกจากต้นไม้ประเภทยาง

gum tree ต้นไม้ที่ให้ยางไม้, ต้นยูคาลิปตัส

gumwood (กัม' วูด) *n.* ไม้ของต้น gum tree

gun (กัน) *n.* ปืน, อาวุธปืน, สิ่งที่มีรูปร่างหรือใช้งานแบบปืน, กระบอกฉีด, ท่อลม, ท่อน้ำมัน, นักฆ่า, สมาชิกสโมสรนักยิงปืน -*v.* **gunned, gunning** -*vi.* ล่าด้วยปืน, ยิงด้วยปืน -*vt.* ยิงด้วยปืน, ทำให้เร็วขึ้น, เร่งความเร็ว, เติมน้ำมัน **-give something the gun** ทำให้เคลื่อนที่, เร่ง **-stick to one's guns** ยึดมั่น **-gun for** ค้นหาเพื่อทำอันตรายหรือเพื่อฆ่า -*Ex. a grease gun, guns of a fort, gun of a ship*

gunboat (กัน' โบท) *n.* เรือปืน, เรือขนาดเล็กที่ติดตั้งปืน

guncotton (กัน' คอททัน) *n.* วัตถุระเบิดแรงสูงจำพวก cellulose nitrate ที่ทำจากฝ้าย ใช้ทำวัตถุระเบิดที่ไร้ควัน

gunfire (กัน' ไฟเออะ) *n.* การยิงปืน, การใช้ปืน, ห่ากระสุน

gunlock (กัน' ลอค) *n.* ไกปืน, กลไกที่ทำให้กระสุนปืนระเบิด

gunman (กัน' เมิน) *n., pl.* **-men** มือปืน, ช่างทำปืน

(-S. assassin, desperado)

gunmetal (กัน' เมเทิล) *n.* โลหะผสมของทองแดงผสมดีบุกหรือสังกะสี, สีเทา, โลหะผสมสีเทาแก่ที่ใช้ทำปืน

gunner (กัน' เนอะ) *n.* มือปืน, ผู้ควบคุมการยิงปืนใหญ่, ผู้ชำนาญอาวุธและเครื่องกระสุนปืน, มือปืนล่าสัตว์, คนดูแลคลังแสง (-S. artilleryman)

gunnery (กัน' นะรี) *n.* ศิลปะและวิทยาศาสตร์การสร้างและใช้ปืน (โดยเฉพาะปืนใหญ่), การยิงปืน

gunny (กัน' นี) *n., pl.* **-nies** ผ้ากระสอบ (-S. burlap)

gunpoint (กัน' พอยนฺท) *n.* ปากกระบอกปืน, การเล็งปืน

gunpowder (กัน' เพาเดอะ) *n.* ดินปืน

gunrunning (กัน' รันนิง) *n.* การลักลอบนำปืนและกระสุนเข้าไปในประเทศ **-gunrunner** *n.*

gunshot (กัน' ชอท) *n.* กระสุนปืน, เครื่องกระสุนปืน, ระยะกระสุนปืน, การยิงด้วยปืน *-adj.* ซึ่งเกิดจากกระสุนปืน (-S. bullet)

gunslinger (กัน' สลิงเกอะ) *n.* นักดวลปืน, นักต่อสู้ด้วยปืน, ผู้ชำนาญการใช้ปืน (-S. gunfighter, gunman)

gunsmith (กัน' สมิธ) *n.* ช่างปืน

gunstock (กัน' สทอค) *n.* พานท้ายปืน

guppy (กัพ' พี) *n., pl.* **-pies** ปลาน้ำจืดตัวเล็กๆ จำพวก *Poecilia reticulata* หรือ *Lebistes retisulatus* เป็นปลาชนิดหนึ่งที่นิยมเลี้ยงในตู้ปลา

guppy

gurgle (เกอร์' เกิล) *v.* **-gled, -gling** *-vi.* ไหลโครก, ทำให้เกิดเสียงไหลโครก *-vt.* กลั้วคอเสียงดัง *-n.* การไหลโครก, เสียงไหลโครก, เสียงกลั้วคอ (-S. babble, purl, sputter) *-Ex. If you blow through a straw into water, you hear a gurgle., the gurgles of the happy baby*

guru (กู' รู) *n., pl.* **-rus** ผู้นำที่ฉลาด, ผู้นำทางศาสนาที่ฉลาด, ผู้นำศาสนาฮินดู, นักปราชญ์, พระอาจารย์ส่วนตัว, ที่ปรึกษา (-S. teacher, sage, mentor)

gush (กัช) *vi.* ไหลบ่า, ทะลัก, ปะทุ, พูดพล่าม, พูดมากเกินไป *-vt.* ทะลัก *-n.* การไหลบ่า, การทะลัก **-gushing** *adj.* **-gushingly** *adv.* (-S. spurt, spout, pour, flood, emanate) *-Ex. When the water-pipe burst, water gushed out., Water poured out in one big gush., Oil gushed from the well.*

gusher (กัช' เชอะ) *n.* บ่อน้ำมันที่มีน้ำมันไหลพุ่งขึ้นมา, คนพูดมาก, คนพูดพล่าม

gushy (กัช' ชี) *adj.* **-ier, -iest** ที่พูดมาก, ที่พูดพล่าม **-gushily** *adv.* **-gushiness** *n.* (-S. effusive)

gusset (กัส' ซิท) *n.* ผ้ารูปสามเหลี่ยม, วัตถุรูปสามเหลี่ยมเล็กๆ สำหรับสอดเข้าไปในเสื้อเชิ้ต รองเท้าหรืออื่นๆ เพื่อค้ำหรือยัน *-vt.* ประดับหรือแต่งด้วยผ้าดังกล่าว

gust[1] (กัสทฺ) *n.* ลมแรงที่พัดขึ้นอย่างกะทันหัน, น้ำ ไฟ หรือสิ่งอื่นๆ ที่ปะทุขึ้นอย่างกะทันหัน, อารมณ์ที่ระเบิดขึ้นอย่างกะทันหัน *-vi.* พัดแรงเป็นพักๆ, ปะทุขึ้นเป็นพักๆ (-S. flurry, squall, wind) *-Ex. The comedian was greeted by gusts of laughter.*

gust[2] (กัสทฺ) *n.* รสชาติ, รส, ความพอใจ, ความเพลิดเพลิน *-vt.* ชิมรส, ลิ้มรส, เพลิดเพลินกับ **-gustable** *adj., n.*

gustation (กัสเท' ชัน) *n.* การชิมรส, การลิ้มรส, ความสามารถในการลิ้มรส

gustative, gustatory, gustatorial (กัสเท' ทิฟว, -ทอร์รี, -ทอร์เริล) *adj.* เกี่ยวกับรส, เกี่ยวกับรสชาติ, เกี่ยวกับการลิ้มรส

gusto (กัส' โท) *n., pl.* **-toes** การเพลิดเพลินเต็มที่, ความเอร็ดอร่อย, ความชอบ, ความพอใจ (-S. relish, zest, pleasure)

gusty (กัส' ที) *adj.* **-ier, -iest** เกี่ยวกับลมแรงที่เกิดขึ้นอย่างกะทันหันเป็นพักๆ, เกี่ยวกับน้ำฝนหรือไฟที่เกิดขึ้นอย่างกะทันหันที่รุนแรงและเป็นพักๆ, เกี่ยวกับอารมณ์รุนแรงที่เกิดขึ้นอย่างกะทันหัน, ซึ่งปะทุขึ้นเป็นพักๆ, รุนแรง **-gustily** *adv.* **-gustiness** *n.*

gut (กัท) *n.* ลำไส้, ไส้ใน, (คำสแลง) ความกล้าหาญความอดทน, เอ็นสำหรับขึงไม้ตีเทนนิสหรือแบดมินตัน, เอ็นที่ใช้ทำสายไวโอลิน, ทางแคบ, ช่องแคบ *-vt.* **gutted, gutting** ควักไส้ในออก, เอาเครื่องในออก, ปล้นสะดม, ทำลาย *-adj.* (คำสแลง) ที่กระตุ้นหรือเกี่ยวกับอารมณ์หรืออวัยวะสำคัญภายใน เป็นรากฐาน

gutless (กัท' ลิส) *adj.* (คำสแลง) ไร้ความกล้าหาญไร้ความอดทน **-gutlessness** *n.* (-S. cowardly, weak, chicken-hearted -A. aggressive, daring)

gutsy (กัท' ซี) *adj.* **-ier, -est** (ภาษาพูด) มีความกล้าหาญมาก แข็งแรง **-gutsily** *adv.* **-gutsiness** *n.*

gutter (กัท' เทอะ) *n.* รางน้ำ, ท่อ, ร่อง, ราง, ขอบระหว่างหน้าหนังสือที่ติดกัน, เขตสลัม *-vi.* ไหลเป็นสาย, เป็นร่อง, เป็นราง, ไหลไปตามร่อง, (เปลวไฟเทียนไข) สั่นไปมา *-vt.* ทำเป็นร่อง, ทำเป็นราง (-S. trough, channel, drain) *-Ex. Heavy rains guttered the roadside., As the breeze blew its flame, the candle guttered and went out.*

guttersnipe (กัท' เทอะสไนพ) *n.* คนชั้นต่ำสุดของสังคม, เด็กสลัม

guttural (กัท' เทอรัล) *adj.* เกี่ยวกับลำคอ, เกี่ยวกับเสียงจากส่วนหลังของปาก *-n.* เสียงจากลำคอ, สัญลักษณ์แทนการออกเสียง **-gutturally** *adv.* **-gutturalness** *n.*

gutty (กัท' ที) *adj.* **-tier, -tiest** (ภาษาพูด) กล้าหาญมาก อาจหาญมาก

guy (ไก) *n.* (ภาษาพูด) เจ้าหมอนี่หมอโน่น คนนั้นคนนี้, คนที่แต่งตัวประหลาด *-vt.* **guyed, guying** หัวเราะเยาะ

guzzle (กัซ' เซิล) *vi., vt.* **-zled, -zling** ดื่มหรือกินอย่างตะกละตะกลาม, กินมากเกินไป **-guzzler** *n.* (-S. gulp, bolt, devour)

gym (จิม) *n.* ดู gymnasium

gymnasium (จิมเน' เซียม) *n., pl.* **-siums/-sia** โรงพลศึกษา, โรงยิม, สถานที่ออกกำลังกายและศึกษาของหนุ่มสาว

gymnast (จิม' แนสทฺ) *n.* นักกายบริหาร, นักกายกรรม, นักพลศึกษา (-S. acrobat, athlete)

gymnastic (จิมแนส' ทิค) *adj.* เกี่ยวกับกายบริหาร, เกี่ยวกับพลศึกษา **-gymnastically** *adv.* (-S. calisthenic)

gymnastics (จิมแนส' ทิคซ) *n. pl.* กายบริหาร, พลศึกษา, (ศิลปะ) การออกกำลังกาย

gyn-, gyno- คำอุปสรรค มีความหมายว่า ผู้หญิง

gynecologist (ไกนิคอล' ละจิสทฺ) *n.* นรีแพทย์, แพทย์ผู้ชำนาญโรคสตรี

gynecology (ไกนิคอล' ละจี) *n.* นรีเวชวิทยา, วิชาโรคเฉพาะสตรีทางระบบสืบพันธุ์ **-gynecologic, gynecological** *adj.*

gyp[1] (จิพ) *n.* คนใช้ผู้ชายในมหาวิทยาลัย

gyp[2] (จิพ) *n.* (ภาษาพูด) การหลอกลวง คนหลอกลวง *-vt., vi.* **gypped, gypping** (ภาษาพูด) โกง หลอกลวง

gypsum (จิบ' เซิม) *n.* แร่ยิปซัมซึ่งเป็นแคลเซียมซัลเฟต ใช้ทำปูนปาสเตอร์

Gypsy, Gipsy (จิพ' ซี) *n., pl.* **-sies** ชาวยิปซี, ภาษายิปซี *-Ex. to live a gypsy life*

gyrate (ไจ' เรท) *vi.* **-rated, -rating** หมุนเวียน, หมุนเป็นวงกลม *-adj.* เป็นลอน **-gyrator** *n.* **-gyratory** *adj.* (-S. whirl, revolve, twirl, spin, gyre)

gyration (ไจเร' ชัน) *n.* การหมุนเวียน, การหมุนเป็นวงกลม (-S. roll, rotation, circling)

gyro (ไจ' โร) *n., pl.* **-ros** ดู gyroscope, gyrocompass

gyro- คำอุปสรรค มีความหมายว่า วงแหวน, วงกลม

gyrocompass (ไจ' โรคัมเพิส) *n.* เข็มทิศระบบลูกข่าง

gyroscope (ไจ' โรสโคพ) *n.* อุปกรณ์ที่ประกอบด้วยวงล้อและชุดวงแหวนที่อยู่ในแกนหมุนอิสระ เมื่อวงล้อถูกหมุนมันจะสามารถรักษาทิศทางการหมุนได้ แม้ว่าชุดวงแหวนจะถูกหมุนก็ตาม ใช้เป็นส่วนประกอบของเข็มทิศระบบลูกข่าง **-gyroscopic** *adj.* **-gyroscopically** *adv.*

gyroscope

gyve (ไจฟฺว) *n.* โซ่ตรวน *-vt.* **gyved, gyving** ใส่โซ่ตรวน

H

H, h (เอช) *n., pl.* **H's, h's** พยัญชนะอังกฤษตัวที่ 8, เสียง H, ตัวพิมพ์ H หรือ h, รูป H, สัญลักษณ์ของธาตุไฮโดรเจน (H), ลำดับที่ 8

ha, hah (ฮา) *interj.* คำอุทานแสดงความประหลาดใจ ความโกรธ ฯลฯ

habeas corpus (เฮบีเอิส คอร์' เพิส) หมายศาลที่เรียกตัวบุคคลให้มาปรากฏต่อหน้าผู้พิพากษาหรือศาล

haberdasher (แฮบ' เบอะแดชเชอะ) *n.* คนขายเครื่องแต่งตัวของผู้ชาย, พ่อค้าขายเครื่องเย็บปักถักร้อย **-haberdashery** *n.*

habiliment (ฮะบิล' ละเมินท) *n.* อุปกรณ์แต่งตัว, เสื้อผ้า, เครื่องแต่งตัว

habit[1] (แฮบ' บิท) *n.* นิสัย, ความเคยชิน, ธรรมเนียมปฏิบัติ, การติดยาเสพย์ติด *-vt.* แต่งตัว, สวมเสื้อผ้า (-S. custom, pattern, character, attire) *-Ex. Udom got into the habit of going.*

habit[2] (แฮบ' บิท) *vt.* อาศัยอยู่ใน

habitable (แฮบ' บิทะเบิล) *adj.* ซึ่งอาศัยอยู่ได้, ที่เหมาะสำหรับอาศัย **-habitableness, habitability** *n.* **-habitably** *adv. -Ex. a habitable house*

habitant, habitan (แฮบ' บิเทินทฺ, -ทาน) *n.* ผู้อาศัย, ผู้พำนัก

habitat (แฮบ' บิแทท) *n.* ถิ่นที่อยู่ของพืชหรือสัตว์, สิ่งแวดล้อมของถิ่นที่อยู่ของพืชหรือสัตว์, ที่อยู่อาศัย (-S. environment, residence, habitation) *-Ex. A deer's habitat is the forest.*

habitation (แฮบบิเท' ชัน) *n.* ที่อยู่อาศัย, ถิ่นที่อยู่, ชุมชน, การที่อยู่รวมกัน (-S. domicile, residence) *-Ex. A place fit for the habitation of human beings., There were many kinds of habitation in the new northern town.*

habit-forming (แฮบ' บิท ฟอร์มมิง) *adj.* ที่ทำให้ติดนิสัย, ที่ทำให้เกิดความเคยชิน

habitual (ฮะบิช'ชวล) *adj.* เป็นนิสัย, เป็นความเคยชิน, เป็นประเพณี **-habitually** *adv.* **-habitualness** *n.* (-S. ordinary, regular) *-Ex. a habitual early sleeper, a habitual tea drinker, her habitual smile*

habituate (ฮะบิช' ชูเอท) *vt., vi.* **-ated, -ating** ทำให้เกิดความเคยชิน, ทำให้คุ้นเคย, ปลูกฝังความเคยชิน, ทำให้ติด, ทำให้กลายเป็นนิสัย **-habituation** *n.* (-S. accustom, acclimatize, familiarize)

habitué (ฮะบิช' ชูเอ) *n.* (ภาษาฝรั่งเศส) บุคคลที่ชอบไปสถานที่หนึ่งๆ เป็นประจำ

hacienda (ฮาซีเอ็น' ดะ) *n.* บ้านไร่

hack[1] (แฮค) *vt.* ฟัน, ตัด, สับ, คราด, ทำให้เสียหาย, ทำให้ได้รับบาดเจ็บ, ทำให้เสียรูปร่าง, (คำสแลง) ประสบความสำเร็จ *-vi.* สับ, เฉือน, ไอครอกๆ *-n.* การฟัน, การตัด, การสับ, เครื่องมือสำหรับฟันหรือสับ, การไอครอกๆ (-S. chop, cut, mangle, slash, mutilate) *-Ex. Father hacked the board in with the dull hatchet., He had a hacking cough.*

hack[2] (แฮค) *n.* นักเขียนรับจ้าง, ม้าแก่, ม้าที่เหนื่อยอ่อน, ม้าที่ให้เช่า, (ภาษาพูด) แท็กซี่ *-vt.* เช่าม้า, ใช้จนเก่า *-vi.* ขี่ม้า, ขับแท็กซี่, รับจ้างเป็นนักเขียน

hacker (แฮค' เคอะ) *n.* ผู้ทำงานอย่างหามรุ่งหามค่ำ, (คอมพิวเตอร์) ผู้เจาะระบบเครือข่ายคอมพิวเตอร์ เป็นคำที่ใช้ในหมู่นักเขียนโปรแกรมหมายถึงผู้แสวงหาความรู้ในระบบคอมพิวเตอร์เพราะความอยากรู้ เช่น บางคนมีความปรารถนาอย่างแรงกล้าที่จะเจาะเข้าไปดูขั้นตอนในการเชื่อมโปรแกรมที่ทำงานเข้าด้วยกัน ผู้แอบใช้เครื่องคอมพิวเตอร์ ผู้คลั่งไคล้การเล่นคอมพิวเตอร์

hackette (แฮค' เคท) *n.* ผู้สื่อข่าวหญิง

hackle[1] (แฮค' เคิล) *n.* ขนยาวรอบคอไก่หรือนก, สร้อยคอไก่ *-vt.* **-led, -ling** หวี, ทำให้เรียบ **-hackles** ขนคอ

hackle[1]

สัตว์ที่ตั้งขึ้นเมื่อมีความโกรธ

hackle² (แฮค' เคิล) *vt., vi.* **-led, -ling** ตัดอย่างหยาบ, เฉือนอย่างหยาบๆ

hackly (แฮค' ลี) *adj.* หยาบ

hackney (แฮค' นี) *n., pl.* **-neys** รถม้าให้เช่า, รถให้เช่า, คนที่ถูกว่าจ้างให้ทำงานหนัก, ม้าที่ถูกใช้งานหนัก, รถแท็กซี่ *-adj.* ที่ธรรมดา, ที่ให้เช่า *-vt.* **-neyed, -neying** ทำให้เป็นธรรมดา, ทำให้เก่าเนื่องจากการถูกใช้, ทำให้เป็นรถเช่า

H

hackneyed (แฮค' นีด) *adj.* ธรรมดา, สามัญ, เก่าแก่ (-S. commonplace, banal)

hacksaw (แฮค' ซอ) *n.* เลื่อยตัดโลหะ

had (แฮด) *vt., v. aux.* กริยาช่อง 2 และ 3 ของ have

haddock (แฮด' เดิค) *n., pl.* **-dock/-docks** ปลาจำพวก *Melanogrammus aeglefinus* เป็นปลาคอดชนิดหนึ่ง

Hades (เฮ' ดีซ) *n.* นรก, พญายม (-S. underworld)

hadn't (แฮด' เดินทฺ) ย่อจาก had not ไม่มี

hadst (แฮดซฺทฺ) *vt., v. aux.* กริยาช่อง 2 ของ have ใช้กับบุรุษที่ 2 เอกพจน์ (ใช้ในอดีต)

haemat-, haemato- คำอุปสรรค มีความหมายว่า โลหิต

haematology (เฮมมะทอล' ละจี) *n.* โลหิตวิทยา **-haematologic, haematological** *adj.* **-haematologist** *n.* (-S. hematology)

haemoglobin (ฮี' มะโกลบิน, เฮม' มะ-) *n.* ดู hemoglobin

haemophilia (ฮีมะฟิล' เลีย) *n.* ดู hemophilia

haemophiliac (ฮีมะฟิล' ลีแอค) *n.* ดู hemophiliac

haemorrhage (เฮม' มะริจ) *n.* ดู hemorrhage

haemorrhoid (เฮม' มะรอยด) *n.* ดู hemorrhoid

hafnium (แฮฟ' เนียม) *n.* ธาตุโลหะชนิดหนึ่งที่มี 4 วาเลนซี มีสัญลักษณ์ Hf

haft (ฮาฟทฺ) *n.* ด้ามถือของอุปกรณ์หรืออาวุธ *-vt.* ใส่ด้าม

hag (แฮก) *n.* หญิงแก่ที่น่าเกลียด, แม่มด **-haggish** *adj.* **-haggishly** *adv.* **-haggishness** *n.* (-S. crone, witch, harpy)

haggard (แฮก' เกิร์ด) *adj.* ซูบ, ซูบซีด, ซูบผอม, แห้งเหี่ยว, มีหน้าตาดุร้าย, ไม่เชื่อง *-n.* เหยี่ยวป่า, เหยี่ยวที่ไม่เชื่อง **-haggardly** *adv.* **-haggardness** *n.* (-S. careworn, gaunt) *-Ex. the old woman's haggard face, a haggard expression*

haggis (แฮก' กิส) *n.* อาหารเครื่องในที่ประกอบด้วยหัวใจ ตับและอื่นๆ ของแกะหรือลูกวัว

haggle (แฮก' เกิล) *v.* **-gled, -gling** *-vi.* ต่อรองราคา, ทะเลาะ, เถียง *-vt.* ตัดหรือฟันอย่างอุตลุด, รบกวน *-n.* การเถียง **-haggler** *n.*

hagio-, hagi- คำอุปสรรค มีความหมายว่า ศักดิ์สิทธิ์

hagiography (แฮกจีออก' ระฟี) *n., pl.* **-phies** การศึกษาและการเขียนชีวิตของนักบุญ **-hagiographic, hagiographical** *adj.* **-hagiographer** *n.*

hagiology (แฮกจีออล' ละจี) *n., pl.* **-gies** ประวัติชีวิตของนักบุญ **-hagiologist** *n.*

hagridden (แฮก' ริดเดิน) *adj.* ซึ่งมีความกลัวครอบงำ

haiku (ไฮ' คู) *n., pl.* **-ku/-kus** บทกวีแบบหนึ่งของญี่ปุ่นเป็นแบบ 17 พยางค์, บทกวีดังกล่าว

hail¹ (เฮล) *vt.* ต้อนรับ, ทักทาย, เรียก, โห่ร้องอวยชัยแก่ *-vi.* เรียก, ร้องเชิญ *-n.* การร้องเรียก, การร้องเชิญ, การต้อนรับ, การทักทาย, ระยะทางที่เสียงตะโกนไปถึง *-interj.* คำอุทานแสดงการต้อนรับ การร้องเรียกหรือร้องเชิญ **-hail from** เป็นถิ่นกำเนิดหรือถิ่นที่อยู่ (-S. address, call, signal, cheer)

hail² (เฮล) *n.* การตกของลูกเห็บ, ฝนมีลูกเห็บ, ห่ากระสุนหรืออื่นๆ *-vi., vt.* (ลูกเห็บ) ลง

hailstone (เฮล' สโทน) *n.* ลูกเห็บ

hair (แฮร์) *n.* ผม, ขน, ผ้าขนสัตว์, จำนวนน้อยมาก, ขนาดเล็กมาก, เศษ *-adj.* ที่ทำจากขนหรือผม, ที่ใช้รักษาขนหรือผม **-hairlike** *adj.*

hairbreadth (แฮร์' เบรดธฺ) *n.* เส้นยาแดงเดียว, ระยะที่แคบมาก *-adj.* ที่ใกล้มาก, ที่แคบมาก

haircloth (แฮร์' คลอธ) *n.* ผ้าขนสัตว์ (-S. cilice)

haircut (แฮร์' คัท) *n.* การตัดผม, แบบทรงผม, ทรงผม **-haircutter** *n.* **-haircutting** *n., adj.*

hairdo (แฮร์' ดู) *n., pl.* **-dos** แบบทรงผม, การแต่งผม, วิธีทำผม (-S. hairstyle, haircut)

hairdresser (แฮร์' เดรสเซอะ) *n.* ช่างแต่งผมสตรี, ช่างตัดผม (-S. beautician)

hairdressing (แฮร์'เดรสซิง) *n.* การตัดหรือแต่งผม, อาชีพตัดผม, อุปกรณ์และน้ำยาสำหรับการแต่งผม, วิธีทำผม (-S. hairdo, coiffure)

hair follicle ท่อขุมขนที่ผิวหนัง

hairline (แฮร์' ไลน) *n.* เส้นที่ยาวเรียวมาก, เส้นผม, (การพิมพ์) เส้นคม แบบเส้นคม, การเย็บอย่างละเอียด, ข้อแตกต่างที่เล็กน้อยมาก *-adj.* ที่แตกต่างกันน้อยมาก

hairnet (แฮร์' เนท) *n.* ตาข่ายคลุมผม

hairpiece (แฮร์' พีซ) *n.* วิกผม, ปอยผม

hairpin (แฮร์' พิน) *n.* กิ๊บผมเป็นรูปตัว U, ที่หนีบผมเป็นรูปตัว U *-adj.* เป็นรูปกิ๊บผม, เป็นรูป U

hair-raising (แฮร์' เรซิง) *adj.* น่ากลัว, น่าสยดสยอง, น่าขนลุก **-hair-raiser** *n.* (-S. bloodcurdling)

hair's-breadth, hairsbreath (แฮร์ซ' เบรดธ) *n.* เส้นยาแดง, ระยะที่ใกล้มาก *-adj.* แคบที่สุด, บางที่สุด, น้อยที่สุด (-S. hairbreadth)

hairspray, hair spray (แฮร์' สเพร) *n.* น้ำยาสเปรย์ฉีดผมให้ทรงรูป

hairspring (แฮร์' สพริง) *n.* ขดสปริงขนาดเล็กมากของนาฬิกา

hairy (แฮร์'รี) *adj.* **-ier, -iest** ซึ่งปกคลุมไปด้วยขน (ผม), มีผมมาก, มีขนมาก, ประกอบด้วยผมหรือขน, คล้ายผมหรือขน, (คำสแลง) ยาก ลำบาก น่ากลัว เสี่ยงอันตราย **-hairiness** *n.* (-S. hirsute, shaggy, furry) *-Ex. The ape is a hairy animal., the hairy husk of coconuts*

Haiti (เฮ' ที) ชื่อประเทศสาธารณรัฐใน West Indies มีเมืองหลวงชื่อ Port-au-Prince

Haitian (เฮ' เชิน, เฮ' ทีเอน) *adj.* เกี่ยวกับประเทศหรือประชาชนเฮติ *-n.* ประชาชนของไฮติ

haji, hajji, hadji (แฮจ' จี) *n., pl.* **hajis/hajjis/hadjis** มุสลิมที่ได้ไปนมัสการที่กรุงเมกกะ

halberd (แฮล' เบิร์ด) *n.* ง้าว **-halberdier** *n.* (-S. halbert)

halberd

halcyon (แฮล' เซียน) *n.* นกเทพยดาที่เชื่อว่ามีอำนาจทำให้ทะเลและคลื่นสงบได้ *-adj.* เงียบสงบ, มีความสุข (-S. serene, blissful)

hale[1] (เฮล) *adj.* **haler, halest** ไม่เป็นโรค, แข็งแรง, มีกำลังวังชา, ไร้ข้อบกพร่อง **-haleness** *n.* (-S. sound, healthy, robust)

hale[2] (เฮล) *vt.* **haled, haling** ดึง, ลาก, ถอน, ถอนกำลัง, นำไปสู่ *-Ex. Surachai was haled into court.*

half (ฮาฟ, แฮฟ) *n., pl.* **halves** ครึ่ง, ครึ่งเวลาของการแข่งขัน, ครึ่งรอบ, ครึ่งเกม, ครึ่งเทอม, ครึ่งปีการศึกษา, ซีกหนึ่ง ของโลก, กองหลัง *-adj.* กึ่งหนึ่ง, ส่วนหนึ่ง **-too good by half** ดีเกินไป **-one's better half** ภรรยา **-not half bad** ดีมาก, เยี่ยม *-Ex. two equal halves, the left half of the room, half the length, half-alive*

half-and-half (แฮฟ' เอิน แฮฟ') *adj.* ครึ่งหนึ่ง *-adv.* เป็น 2 ส่วนเท่าๆ กัน *-n.* ส่วนผสม 2 สิ่งที่มีจำนวนเท่าๆ กัน, ส่วนผสมของเหล้ามอลต์

halfback (ฮาฟ' แบค) *n.* ผู้เล่นกองหลัง

half-blood (ฮาฟ' บลัด) *n.* คนร่วมบิดาหรือร่วมมารดาเดียวกัน, ลูกผสม, คนที่มีบรรพบุรุษหลายชาติ **-half-blooded** *adj.*

half-breed (ฮาฟ' บรีด) *n.* ลูกผสม, เลือดผสม, พันธุ์ผสม *-adj.* เกี่ยวกับลูกผสม, เกี่ยวกับพันธุ์ผสม

half brother พี่น้องร่วมบิดาหรือร่วมมารดาเดียวกัน

half-caste (ฮาฟ' คาสทฺ) *n.* ลูกครึ่ง, ลูกผสม *-adj.* ที่เป็นลูกครึ่ง, ที่เป็นลูกผสม

half cock (ปืน) ตำแหน่งของนกสับกึ่งจะลั่นไก สภาพของนกสับที่พร้อมที่จะยิง

half-hearted (ฮาฟฮาร์ท' ทิด) *adj.* ไม่ค่อยมีความกระตือรือร้น, ไม่เต็มใจ, ไม่จริงจัง **-half-heartedly** *adv.* **-half-heartedness** *n.* (-S. apathetic, passive) *-Ex. Dum gave only half-hearted attention.*

half-life, half life (ฮาฟ' ไลฟฺ) *n.* ระยะเวลาที่อะตอมของสารกัมมันตภาพรังสีกำหนดสลายตัวเหลืออะตอมเพียงครึ่งเดียว

half-mast (ฮาฟ' มาสทฺ) *n.* ตำแหน่งธงครึ่งเสา, การชักหรือลดธงครึ่งเสา *-vt.* ชักหรือลดธงครึ่งเสา

half-moon (ฮาฟ' มูน) *n.* พระจันทร์ครึ่งซีก, พระจันทร์ครึ่งวง, สิ่งที่มีรูปร่างคล้ายพระจันทร์ครึ่งซีก

half mourning การไว้ทุกข์น้อย

half note (ดนตรี) เครื่องหมายครึ่งเสียง

halfpenny (เฮพ' นี, เฮ' เพินนี) *n., pl.* **-pennies/-pence** เหรียญบรอนซ์ของอังกฤษ มีค่าเท่ากับครึ่งเพนนี (เลิกใช้ในปี ค.ศ. 1971) *-adj.* ที่มีค่าน้อยมาก

half sister พี่น้องผู้หญิงที่ร่วมบิดาหรือร่วมมารดาเดียวกัน

half time เวลาพักระหว่างครึ่งระยะเวลาการแข่งขัน

halfway (ฮาฟ' เว) *adv.* กึ่งทาง, กลางทาง, ครึ่งทาง, กลางคัน, เกือบจะ *-adj.* กึ่งทาง, กลางคัน, บางส่วน **-meet halfway** ประนีประนอม, อะลุ้มอล่วย (-S. almost, nearly) *-Ex. Dang has read halfway through the book., the halfway mark, the governor's halfway measures*

halfway house สถานที่พักระหว่างทาง, สถานที่พักฟื้นทางจิตใจสำหรับผู้ติดยาเสพย์ติด

half-wit (ฮาฟ' วิท) *n.* คนโง่, คนที่มีสติปัญญาอ่อน, คนไม่เต็มเต็ง **-half-witted** *adj.* (-S. idot, dunce)

halibut (แฮล' ละเบิท) *n., pl.* **-but/-buts** ปลาแบนจำพวก *Hippoglossus*

H

halitosis (แฮลลิโท' ซิส) *n.* ภาวะที่มีกลิ่นปาก

hall (ฮอล) *n.* ห้องโถง, ห้องประชุม, ห้องรับประทานอาหาร, ศาล, หอ, ห้องนันทนาการ, คฤหาสน์, ทางเดินจากประตูหน้าไปยังห้องโถง, ทางเดินจากประตูหน้าไปยังคฤหาสน์ *-Ex. dining hall, lecture hall, entrance hall*

hallelujah, halleluiah (แฮลละลู' ยะ) *interj.* คำอุทานสรรเสริญพระผู้เป็นเจ้า *-n.* การอุทานสรรเสริญพระผู้เป็นเจ้า, การร้องแสดงความยินดี การสรรเสริญหรือความกตัญญู

hallmark (ฮอล' มาร์ค) *n.* ตราเครื่องหมายแสดงมาตรฐานความบริสุทธิ์ ใช้ทำเครื่องหมายที่ทอง เงินหรือวัตถุอื่นๆ โดยบริษัท Goldsmiths' Company ของอังกฤษ, เครื่องหมายแสดงความแท้และคุณภาพของสิ่งของ, ลักษณะที่เด่น, ลักษณะเฉพาะ *-vt.* ตอกหรือประทับตราเครื่องหมายดังกล่าว (-S. sign, symbol)

hallo (ฮะโล') *interj.* ฮัลโหล *-n.* การกล่าว "ฮัลโหล", การร้องแสดงความปิติยินดี *-vi., vt.* ร้องเสียงดัง, เปล่งเสียงดัง, ร้องกระตุ้น, เปล่งเสียง "ฮัลโหล", ตะโกน (-S. halloa, hallow, hollo)

halloo (ฮะลู') *vi., vt.* **-looed, -looing,** *interj., n.* ดู hallo

hallow[1] (แฮ' โล) *vt.* ทำให้ศักดิ์สิทธิ์, สักการบูชา (-S. consecrate) *-Ex. The ancient battlefield is hallowed by the patriots buried there.*

hallow[2] (แฮ' โล) *interj., n., vt., vi.* ดู hallo

hallowed (แฮล' โลดฺ) *adj.* ศักดิ์สิทธิ์, เป็นที่เคารพนับถือ, เป็นที่สักการบูชา (-S. consecrated)

Halloween, Hallowe'en (แฮลละวีน') *n.* ตอนเย็นหรือคืนวันที่ 31 ตุลาคม เป็นวันเล่นสนุกสนานเพลิดเพลินสำหรับเด็กๆ

hallucinate (ฮะลู' ซิเนท) *v.* **-nated, -nating** *-vi.* เกิดภาพหลอน *-vt.* ทำให้เกิดภาพหลอนประสาท

hallucination (ฮะลูซิเน' ชัน) *n.* ความเพ้อฝัน, ความเพ้อคลั่ง, อาการหลอนประสาท, ภาพลวงตา **-hallucinative, hallucinational** *adj.* **-hallucinatory** *adj.* (-S. illusion, delusion)

hallucinogen (ฮะลู' ซินะเจิน) *n.* สารหลอนประสาท, ยาหลอนประสาท **-hallucinogenic** *adj.*

hallway (ฮอล' เว) *n.* ระเบียง, ประตูห้องโถง

halo (เฮ' โล) *n., pl.* **-los/-loes** รัศมี, ทรงกลด, รัศมีทรงกลด, บารมี, บุญวาสนา, ความรุ่งโรจน์, วงแหวนรอบหัวหรือร่างกาย *-vt.* **-loed, -loing** ล้อมรอบด้วยทรงกลด (-S. nimbus, corona, halation)

halogen (แฮล' ละเจน) *n.* ธาตุอโลหะจำพวกฟลูออรีน คลอรีน โบรมีน ไอโอดีนและแอสตาทิน **-halogenous** *adj.*

halt[1] (ฮอลทฺ) *vi.* หยุด, ชะงัก *-vt.* ทำให้หยุด, จับกุม *-n.* การหยุด, การชะงัก (-S. cease, check) *-Ex. The officer told the boy to halt., The officer halted the boy., The car came to a halt.*

halt[2] (ฮอลทฺ) *vi.* เป็นง่อย, เดินขาเป๋, ลังเล, สองจิตสองใจ *-adj.* เป็นง่อย, ที่ขาเป๋ *-n.* การเป็นง่อย, ความไม่สมบูรณ์, ข้อบกพร่อง **-the halt** คนพิการ (-S. falter, hesitate)

halter[1] (ฮอล' เทอะ) *n.* เชือกหรือสายหนังใช้สำหรับคล้องคอสัตว์เพื่อบังคับทิศทาง, เชือกที่ใช้สำหรับแขวนคอนักโทษ *-vt.* บังคับ (ด้วยเชือก), แขวนคอ

halter[1]

halter[2] (ฮอล' เทอะ) *n., pl.* **-teres** ส่วนยื่นยาวคล้ายตะบองบนตัวแมลงใช้เป็นอวัยวะควบคุมสมดุลในการบิน

halve (ฮาฟวฺ, แฮฟวฺ) *vt.* **halved, halving** แบ่งครึ่ง, แบ่งเท่าๆ กัน, แบ่งรับผิดชอบหรือผลกำไรเท่าๆ กัน **-halve together** เชื่อมต่อ

halves (ฮาฟวฺซ, แฮฟวฺซ) *n., pl.* พหูพจน์ของ half **-by halves** ไม่สมบูรณ์, ไม่เต็มใจ **-go halves** แบ่งเท่าๆ กัน *-Ex. Two halves make a whole.*

halyard, halliard (แฮล' เยิร์ด) *n.* เชือกชักใบเรือขึ้นลง

ham (แฮม) *n.* ต้นขาหลังของหมูหรือสัตว์อื่น, ตะโพก, เนื้อที่ต้นขาหลังของหมู *-vt., vi.* **hammed, hamming** (คำสแลง) ทำท่าวางกล้าม ทำอวดตัว **-hams** ส่วนหลังของโคนขา, โคนขาและตะโพกรวมกัน

hamburger (แฮม' เบอร์เกอะ) *n.* เนื้อบดหรือเนื้อสับย่างหรืออบ, เนื้อบดหรือเนื้อสับ, แซนด์วิชสอดเนื้อย่าง (-S. hamburg) *-Ex. Surin bought a pound of hamburger for a meat loaf.*

hamlet (แฮม' ลิท) *n.* หมู่บ้านเล็กๆ, หมู่บ้านเล็กๆ ที่ไม่มีโบสถ์ของตนเอง (-S. village) *-Ex. They lived in a tiny hamlet in the Doi Intanon.*

hammer (แฮม' เมอะ) *n.* ค้อน, ตัวค้อน, ตะลุมพุก, ลูกตุ้มเล็ก, เครื่องตอก, ไกปืน, กระดูกค้อนของหูส่วนกลาง *-vt., vi.* ทุบด้วยค้อน, ตอกย้ำ **-under the hammer** สำหรับการขายทอดตลาด **-hammerer** *n. -Ex. hammer into shap, hammer down up, hammer out a plan, to hammer away at a problem*

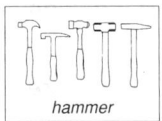

hammer

hammer and sickle สัญลักษณ์ของคอมมิวนิสต์ เป็นรูปค้อนกับเคียวและมีดาวอยู่ข้างบน

hammerhead (แฮม' เมอะเฮด) *n.* ปลาฉลามหัวค้อน จำพวก *Sphyrna,* ส่วนหัวของค้อน, ค้างคาวกินผลไม้ในแถบแอฟริกาจำพวก *Hypsignathus monstrosus* มีหัวโต, นกน้ำขายาวแถบแอฟริกาจำพวก *Scopus umbretta*

hammock (แฮม' เมิค) *n.* เปลญวน

hummy (แฮม' มี) *adj.* **-mier, -miest** เกี่ยวกับการที่แสดงเลยเถิด, ซึ่งแสดงเลยเถิด, เกินไป, เกินความจริง

hamper[1] (แฮม' เพอะ) *vt.* ทำให้ชะงัก, หยุดยั้ง, ขัดขวาง, สอดแทรก, ตัด *-n.* สิ่งกีดขวาง, สิ่งที่จำเป็นในยามปกติแต่เป็นสิ่งกีดขวางในยามมีพายุหรือยามวิกฤติ (-S. hinder, obstruct, impede) *-Ex. Bad weather hampers aeroplane travel.*

hamper[2] (แฮม' เพอะ) *n.* ตะกร้าขนาดใหญ่ *-Ex. at picnic hamper*

hamster (แฮม' สเทอะ) *n.* สัตว์คล้ายหนูชนิดหนึ่ง

hamstring (แฮม' สทริง) *n.* เอ็นร้อยหวาย, เอ็นหลังหัวเข่าสัตว์ *-vt.* **-strung, -stringing** ทำให้ขาพิการโดยตัดเอ็นที่ขา, ทำให้พิการ, ทำให้ไร้กำลัง, ทำให้ไร้อำนาจ

hand (แฮนดฺ) *n.* มือ, กำมือ, ส่วนที่คล้ายมือ, ขาหน้าของสัตว์, เข็มนาฬิกา, หน่วยความยาวที่ยาว 4 นิ้ว (มักใช้วัดความสูงของม้า), คนงาน, ลูกเรือ, ลูกจ้าง, ผู้มีความชำนาญบางอย่าง, ศิลปะการฝีมือ, ลายมือ, อำนาจ, การควบคุม, เครื่องมือ, ขาไพ่, ไพ่ในมือ, ความรู้สึกของมือ *-vt.* ส่ง, มอบ, ช่วย, แนะนำ *-adj.* ซึ่งใช้มือ, ซึ่งทำด้วยมือ **-at hand** ใกล้, แค่เอื้อม **-by hand** ด้วยมือ **-to live from hand to mouth** อยู่อย่างหาเช้ากินค่ำ **-fight hand to hand** ต่อสู้อย่างประชิดตัว **-bind (a person) hand and foot** ทำให้เคลื่อนตัวไม่ได้, มัดมือมัดเท้า **-be hand in glove with** ใกล้ชิดมาก, สนิทสนมมาก, มั่นใจใน **-on hand** มีอยู่ในครอบครอง, มี **-out of hand** ควบคุมไม่อยู่, ไม่มีวินัย **-win hands down** ชนะอย่างง่ายดาย **-Hands off!** อย่าแตะต้อง, อย่ายุ่ง **-Hands up** ยกมือขึ้น **-ask for a lady's hand** ขอแต่งงาน **-win a lady's hand** ได้รับการยินยอมจากหญิงในการแต่งงานด้วย **-clean hands** ความบริสุทธิ์, ความไร้เดียงสา **-get the upper hand of** ได้เปรียบ **-hand down** พิพากษา, ถ่ายทอด, ส่ง **-hand on** ส่งผ่าน, ส่งต่อ **-hand out** ให้, แจกจ่าย **-hand over** ยอมแพ้ (-S. palm, indicator, worker, handwriting) *-Ex. I have two hands, my right hand and my left hand., hand in hand, in the hands of the law, Please hand me my hat., I knew his hand on the envelope., the hands of a clock, Fingers are a part of the hand.*

handbag (แฮนดฺ' แบก) *n.* กระเป๋าถือ, กระเป๋าหิ้วขนาดเล็ก

handball (แฮนดฺ' บอล) *n.* กีฬาที่ส่งลูกด้วยมือ, ลูกบอลที่ทำด้วยยางที่ใช้เล่นกีฬาดังกล่าว

handbill (แฮนดฺ' บิล) *n.* ใบปลิว

handbook (แฮนดฺ' บุค) *n.* คู่มือ (-S. manual, guide)

hand brake เบรกมือ

handcart (แฮนดฺ' คาร์ท) *n.* รถเข็นขนาดเล็ก, รถลากขนาดเล็ก

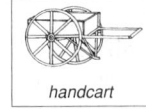

handcart

handclap (แฮนดฺ' แคลพ) *n.* การตบมือ

handclasp (แฮนดฺ' แคลสพฺ) *n.* การจับมือทักทาย

handcraft (แฮนดฺ' แครฟทฺ) *n.* ศิลปหัตถกรรม, สิ่งที่ทำขึ้นด้วยมือ *-vt.* ทำด้วยมือ **-handcrafted** *adj.*

handcuff (แฮนดฺ' คัฟ) *n.* กุญแจมือ *-vt.* ใส่กุญแจมือ,

ขัดขวาง

handful (แฮนดฺ' ฟุล) *n., pl.* **-fuls** ปริมาณเต็มมือ, ปริมาณเล็กน้อย *-Ex. a handful of nails, Only a handful of people came to the meeting.*

hand grenade ระเบิดมือ

handgun (แฮนดฺ' กัน) *n.* ปืนที่สามารถยิงด้วยมือเดียว, ปืนพก, ปืนสั้น

handicap (แฮน' ดีแคพ) *n.* อุปสรรค, ข้อเสียเปรียบ, ความบกพร่องทางกาย, การแข่งขันต่อแต้ม *-vt.* **-capped, -capping** ทำให้เสียเปรียบ, ขัดขวาง, กีดขวาง (-S. disability, disadvantage) *-Ex. a handicap to a person, A person is handicapped in writing if he cannot use his thumb.*

handicapped (แฮนดฺ' ดีแคพทฺ) *adj.* พิการ, เป็นง่อย, ปัญญาอ่อน **-the handicapped** คนพิการ, คนปัญญาอ่อน

handicraft (แฮน' ดีแครฟทฺ) *n.* การฝีมือ, หัตถกรรม (-S. handcraft, handwork)

handicraftsman (แฮน' ดีแครฟซฺเมิน) *n., pl.* **-men** ช่างการฝีมือ, ช่างหัตถกรรม (-S. craftsman)

handily (แฮน' ดะลี) *adv.* คล่องแคล่ว, ง่ายดาย, สะดวก, ประณีต, ละเอียดถี่ถ้วน

handiness (แฮน' ดีนิส) *n.* ความคล่องแคล่ว, ความประณีต, ความละเอียดถี่ถ้วน

handiwork (แฮน' ดีเวิร์ค) *n.* งานหัตถกรรม, การฝีมือ (-S. craft)

handkerchief (แฮง' เคอะชีฟ) *n., pl.* **-chiefs/ -chieves** ผ้าเช็ดหน้า, ผ้าพันศีรษะ, ผ้าสี่เหลี่ยมสำหรับพันคอ (-S. scarf)

hand-knit, hand-knitted (แฮนดฺ' นิท, -ทิด) *adj.* ซึ่งถักด้วยมือ

handle (แฮน' เดิล) *n.* ด้าม, มือถือ, ส่วนที่คล้ายด้าม, (คำสแลง) ชื่อคน, จำนวนทั้งหมดในการวางเดิมพัน, โอกาสที่จะประสบความสำเร็จ *-v.* **-dled, -dling** *-vt.* สัมผัส, แตะ, จับ, จัดการ, ฝึกควบคุม, ใช้, ลำดับ, เรียง, ค้าขาย *-vi.* กระทำ, จัดการ, ควบคุม **-fly off the handle** โกรธเคืองมาก (-S. manipulate, control, grip) *-Ex. Sawai handles the books very roughly., a difficult matter to handle*

handlebar (แฮน' เดิลบาร์) *n.* ที่สำหรับมือจับ, ราวสำหรับมือจับ, ด้ามจับจักรยานสำหรับไว้หันเลี้ยว

handler (แฮนดฺ' เลอะ) *n.* ผู้จัดการ, ผู้ดูแล, ผู้ปฏิบัติ (-S. manipulator)

handling (แฮนดฺ' ลิง) *n.* การสัมผัส, การจับด้วยมือ, การจัดการ, การรักษา, การควบคุม, วิธีการปฏิบัติ (-S. touching, manipulation)

handmade (แฮนดฺ' เมด') *adj.* ซึ่งทำด้วยมือ, ซึ่งใช้มือทำ

handmaid (แฮนดฺ' เมด) *n.* สาวใช้ (-S. handmaiden)

hand-me-down (แฮนดฺ' มีเดาน) *n.* สิ่งของที่ใช้แล้ว, เสื้อผ้าที่ใช้แล้ว, สิ่งของที่ถูกหรือด้อยคุณภาพ *-adj.* ที่ผ่านมือจากคนหนึ่งไปยังอีกคนหนึ่ง, ที่ด้อยคุณภาพ

handout (แฮนดฺ' เอาทฺ) *n.* ของให้ทาน, สิ่งที่ให้ทาน, ข่าวแถลง, สิ่งที่ให้เปล่า (-S. charity, leaflet)

handpick (แฮนดฺ' พิค') *vt.* หยิบด้วยมือ, เลือกด้วยมือตัวเองอย่างรอบคอบ **-handpicked** *adj.*

handrail (แฮนดฺ' เรล) *n.* ราวสำหรับมือจับของบันไดหรือแท่น

hand's-breadth, hand's breadth (แฮนดฺซฺ' เบรดธฺ) *n.* ความกว้างของฝ่ามือ (-S. handbreadth)

hands-down (แฮนดฺซฺ' เดาน) *adj., adv.* ได้มาอย่างง่ายดาย, ง่ายดาย, ไม่ยาก

handshake (แฮนดฺ' เชค) *n.* การจับมือกับคนอื่นเพื่อทักทายหรือบอกลา

hands-off (แฮนดฺซฺ' ออฟ') *adj.* ไม่ยุ่ง

handsome (แฮน' เซิม, แฮนดฺ'-) *adj.* **-somer, -somest** หล่อ, มีสัดส่วนดี, มาก, ใจดี, สุภาพเรียบร้อย, ชำนาญ, แคล่วคล่อง **-handsomely** *adv.* **-handsomeness** *n.* (-S. graceful, attractive, dignified) *-Ex. Dang is handsome., a handsome amount of money*

hand spring การตีลังกากลับโดยใช้มือทั้งสองยันพื้น

hand-to-hand (แฮนดฺ' ทู แฮนดฺ') *adj.* ประชิดตัว, ประชิด, ใกล้

hand-to-mouth (แฮนดฺ' ทู เมาธฺ') *adj.* หาเช้ากินค่ำ, (ภาษาพูด) หากินไปวันๆ หนึ่ง

handwork (แฮนดฺ' เวิร์ค) *n.* หัตถกรรม, การฝีมือ, ผลิตภัณฑ์ที่ทำด้วยมือ **-handworked** *adj.*

handwoven (แฮนดฺ' โว' เวิน) *adj.* ซึ่งทอด้วยมือ

handwriting (แฮนดฺ' ไรทิง) *n.* ลายมือ, สิ่งที่เขียนด้วยมือ, รูปแบบการเขียนจดหมายและการเลือกใช้คำ **-see handwriting on the wall/writing on the wall** ลางสังหรณ์, คำเตือนภัยที่จะมาถึง *-Ex. Mother's handwriting was clear and bold in spite of her age.*

handwritten (แฮนดฺ' ริเทน) *adj.* ที่เขียนด้วยมือโดยใช้ปากกา ดินสอและอื่นๆ

handy (แฮน' ดี) *adj.* **-ier, -iest** สะดวก, ง่าย, ใกล้มือ, มีประโยชน์, คล่องแคล่ว (-S. available, practical, skilful) *-Ex. Father is handy with the hammer and the saw.*

handyman (แฮน' ดีแมน) *n., pl.* **-man** คนรับจ้างทำงานจุกๆ จิกๆ, คนที่ทำงานแปลกๆ

hang (แฮง) *v.* **hung, hanging** *-vt.* แขวน, ห้อย, เกาะ, เหนี่ยว, ยึด, ติด *-vi.* แขวน, ห้อย, ยืดเยื้อ, แกว่ง, ลังเล, สองจิตสองใจ, ค้าง, เกาะ *-vt., vi.* **hanged, hanging** แขวนคอ, ตายโดยการแขวนคอ *-n.* ท่าแขวน, ความลาดเอียง, วิธีการกระทำ, ความหมาย, ความคิดเห็น, วิธีการใช้, ใจความสำคัญ **-hang around/about** อ้อยอิ่ง, เถลไถล **-hang back** ลังเล **-hang on (to)** ยึดแน่น **-hang over** ซ้อนทับ, แขวนอยู่เหนือ **-hang up** ลังเล, เลื่อน, ขัดขวาง **-let thing to hang** อย่าไปสนใจ **-hang fire** ยิงช้าลง, ทำให้ช้าลง (-S. depend, suspend, swing, execute, attach) *-Ex. hang out flags, hang in the balance, Daeng hung his head in shame., Children hang their stockings on the mantelpiece at Christmas., The hot sun made the flowers hang down., War or peace hangs on the dictator's actions., Disaster hung over the mountain village.*

hangar (แฮง' เกอะ) *n.* โรงเก็บเครื่องบิน, โรงเก็บรถ,

H

ที่พัก, ที่เก็บ (-S. shed, shelter) *-Ex. a coat hanger, a paper hanger*

hangdog (แฮง' ดอก) *adj.* เจ้าเล่ห์, น่าสังเวช, น่าอับอาย *-n.* คนที่น่าดูถูก, คนที่เจ้าเล่ห์

hanger (แฮง' เกอะ) *n.* ที่แขวน, คนแขวน, ตะขอ, แถบประดับผ้าหรือกำแพง, ดาบขนาดสั้นที่แขวนที่เข็มขัด

hang-glider (แฮง' ไกลเดอะ) *n.* เครื่องร่อนโครงสร้างเบาและปีกกว้าง มีคานยาวให้ผู้ร่อนยึดจับไว้สำหรับควบคุมการร่อน, ผู้บังคับเครื่องร่อนดังกล่าว

H

hanging (แฮง' งิ้ง) *n.* การแขวน, สิ่งที่แขวน, ความลาดเอียง, การฆ่าโดยการแขวนคอ *-adj.* ซึ่งตั้งอยู่บนที่ชันสูง, ซึ่งมองลงสู่ข้างล่าง, ที่สมควรถูกแขวนคอ, ไม่แน่นอน

hangman (แฮง' เมิน) *n., pl.* **-men** เพชฌฆาต, คนที่ประหารชีวิตคนอื่นด้วยการแขวนคอ

hangman's knot ปมแขวนคอ

hangout (แฮง' เอาทฺ) *n.* (คำสแลง) ที่ที่คนๆ หนึ่งชอบไปเป็นประจำ

hangover (แฮง' โอเวอะ) *n.* อาการเมาค้าง, สิ่งตกค้าง

hang-up (แฮง' อัพ) *n.* (ภาษาพูด) สิ่งกีดขวาง สิ่งที่กังวลอยู่

hank (แฮงคฺ) *n.* ขด (ด้าย ไหม ลวด), ม้วน (ด้าย ไหม ลวด), ห่วงใบเรือ (-S. skein, coil, loop)

hanker (แฮง' เคอะ) *n.* อยากได้, ปรารถนา, ทะเยอทะยาน **-hankering** *n.* **-hankerer** *n.* (-S. wish for, desire)

hankie, hanky (แฮง' คี) *n., pl.* **-kies** (ภาษาพูด) ผ้าเช็ดหน้า

hanky-panky (แฮง' คี แพง' คี) *n.* (คำสแลง) การหลอกลวง นิสัยที่ไม่ดี ความประพฤติที่ไม่ถูกต้องตามทำนองคลองธรรม

hansom (แฮน' เซิม) *n.* รถม้า 2 ล้อชนิดหนึ่ง

hap (แฮพ) *n.* โอกาส, โชค *-vi.* **happed, happing** ปรากฏ, เกิดขึ้น

haphazard (แฮพแฮซ' เซิร์ด) *adj.* ตามอำเภอใจ, ไม่มีการวางแผน, ไม่เป็นระเบียบ, ไร้จุดหมาย *-adv.* อย่างไม่เป็นระเบียบ, ตามอำเภอใจ *-n.* เหตุบังเอิญ, อุบัติเหตุ **-haphazardly** *adv.* **-haphazardness** *n.* (-S. accidental, random, aimless) *-Ex. a haphazard conversation, Those books piled haphazard on the table.*

hapless (แฮพ' ลิส) *adj.* ไร้โชค, โชคไม่ดี **-haplessly** *adv.* **-haplessness** *n.* (-S. unfortunate, luckless, ill-starred, forlorn)

haply (แฮพ' ลี) *adv.* บังเอิญ

happen (แฮพ' เพิน) *vi.* ปรากฏ, บังเกิดขึ้น, เกิดขึ้น, อุบัติขึ้น (-S. occur, chance, befall) *-Ex. An accident happened just as we reached the corner., Somthing has happened to Father's car.*

happening (แฮพ' เพินนิง) *n.* เรื่องราว, เหตุการณ์, กรณี (-S. occurrence, episode, incident)

happily (แฮพ' พีลี) *adv.* อย่างมีความสุข, อย่างสุขสบาย, โชคดี, อย่างเบิกบานใจ (-S. luckily, delightedly, gladly)

happiness (แฮพ' พีนิส) *n.* ความสุข, ความเบิกบานใจ, ความสุขสบาย (-S. bliss, merriness, gaiety)

happy (แฮพ' พี) *adj.* **-pier, -piest** สุข, สบาย, เป็นสุข, สบายกาย, สบายใจ, เบิกบานใจ (-S. mirthful, cheerul, joyful, blissful, proper) *-Ex. feel happy, Happy New Year, many happy returns of the day*

happy-go-lucky (แฮพ' พีโกลัค' คี) *adj.* สบายอกสบายใจ, ไม่ทุกข์ไม่ร้อน (-S. easygoing, unworried, heedless)

hara-kiri (ฮา' ระคี' รี) *n.* การฆ่าตัวตายโดยการคว้านท้องตัวเอง, การกระทำฮาราคีรี (-S. hari-kari)

harangue (ฮะแรง') *n.* คำปราศรัยที่ยืดยาวและรุนแรง, คำพูดหรือข้อเขียนที่โอ้อวดและยืดยาด, การด่าว่า *-vi., vt.* **-rangued, -ranguing** พูดยืดยาดและรุนแรง **-haranguer** *n.* (-S. sermon, oration)

harass (แฮ' เริส) *vt.* รบกวน, ก่อกวน, รังควาญ, ราวี, ทำให้เหนื่อยอ่อน, ทำให้กลัดกลุ้ม **-harasser** *n.* **-harassment** *n.* (-S. vex, bother, plague, disturb, pester) *-Ex. All that holiday at the seashore, the family was harassed by bad weather., Outlaw criminals harassed the campers, burning their camps and robbing their money.*

harbinger (ฮาร์' บินเจอะ) *n.* ผู้สืบข่าวที่ไปล่วงหน้าก่อน, ผู้คาดการณ์ล่วงหน้า *-vt.* คาดการณ์, ทำนาย, กระทำเป็นผู้สืบข่าวที่ไปล่วงหน้า (-S. precursor)

harbour, harbor (ฮาร์' เบอะ) *n.* ท่าเรือ, ที่จอดเรือ, ที่พัก, ที่ลี้ภัย *-vt.* ให้ที่พักอาศัย, ปิดบัง, ซ่อน, จอดเรือในท่า *-vi.* จอดเรือ, พักอาศัย **-harbourer, harborer** *n.* **-harbourless, harborless** *adj.*

hard (ฮาร์ด) *adj.* แข็ง, แน่น, ยาก, ลำบาก, ขยัน, ซึ่งต้องใช้ความพยายาม ความแรงหรือความอดทนมาก, รุนแรง, ดุเดือด, เลว, ทนทาน, แข็งกระด้าง, ไม่มีความเมตตา, เข้มงวด, ใจแข็ง, ปฏิเสธไม่ได้, ที่ประกอบด้วยแอลกอฮอล์มาก, เข้มข้น *-adv.* อย่างรุนแรง, อย่างเอาจริงเอาจัง, อย่างตั้งอกตั้งใจ, อย่างเข้มงวด, อย่างเสียใจจริงๆ, อย่างใกล้ชิด, มากเกิน **-hard by** ใกล้ **-hard of hearing** ไม่ค่อยได้ยิน **-hard up** (ภาษาพูด) ต้องการใช้เงินมาก ขาดแคลน (-S. firm, tough, difficult, harsh, violent, diligent) *-Ex. a hard question, a hard man, hard times, work hard, hard-riding, War brings hard times to everyone.*

hardback (ฮาร์ด' แบค) *n.* หนังสือปกแข็ง *-adj.* ที่เป็นปกแข็ง

hard-bitten (ฮาร์ด' บิท' เทิน) *adj.* ดื้อรั้น, หัวดื้อ, แข็งแกร่งจากการต่อสู้มามาก

hard-boiled (ฮาร์ด' บอยลฺดฺ') *adj.* ที่ต้มจนแข็ง, แข็งแกร่ง, แข็งกร้าว, ไม่ปรานี *-Ex. a hord-boiled judge*

hard copy ข้อมูลจากคอมพิวเตอร์ที่พิมพ์ลงกระดาษ

hard core บุคคลที่เป็นแกนกลาง, หัวกะทิ, ผู้ไม่ยอมใครง่ายๆ

hard-core (ฮาร์ด' คอร์') *adj.* ไม่ยอมใครง่ายๆ, ดื้อรั้น, เอาจริงเอาจัง (-S. rigid, die-hard, extreme)

hardcover (ฮาร์ด' คัฟเวอะ) *n.* หนังสือปกแข็ง *-adj.* ที่หุ้มปกแข็ง

hard disk (คอมพิวเตอร์) ฮาร์ดดิสก์ จานแม่เหล็กเก็บ

ข้อมูลของคอมพิวเตอร์ มีความแข็งแรงกว่าแผ่นแม่เหล็กบันทึกข้อมูลแบบบาง (floppy disk)

harden (ฮาร์ด' เดิน) *vt.* ทำให้แข็ง, ทำให้ไร้ความปรานี, ทำให้จิตใจด้าน, เสริมกำลัง, ทำให้แข็งแกร่งขึ้น *-vi.* แข็งขึ้น, (จิตใจ) ด้านหรือเหี้ยมขึ้น, มั่งคงขึ้น (-S. fortify, solidify, brace, ossify) *-Ex. Mother put the icecream in the freezer to harden., The sun hardened the clay., to harden one's heart*

hardened (ฮาร์ด' เดินดฺ) *adj.* แข็งขึ้น, ด้านขึ้น, ไม่มีความรู้สึก, มั่งคง, แข็งกล้า

hard-headed (ฮาร์ด' เฮดดิด) *adj.* โกงได้ยาก, กระดูก, ฉลาด, ดื้อ, หัวแข็ง **-hard-headedly** *adv.* **-hard-headedness** *n. -Ex. a hard-headed businessman*

hard-hearted (ฮาร์ด' ฮาร์' ทิด) *adj.* ไม่มีความรู้สึก, ไร้ความปรานี **-hardheartedly** *adv.* **-hardheartedness** *n.* (-S. heartless, callous)

hardihood (ฮาร์' ดีฮุด) *n.* จิตใจที่แข็งกล้า, ความเด็ดเดี่ยว, ความแข็งแกร่ง, ความอดทน, กำลังวังชา, อำนาจ, ความกล้าหาญ (-S. foolhardiness, impudence, bravery)

hardiness (ฮาร์' ดีนิส) *n.* ความแข็งแกร่ง, ความอดทน, ความกล้าหาญ (-S. strength, robustness) *-Ex. The hardness of the diamond is such that it can cut glass.*

hard labour, hard labor การให้นักโทษทำงานหนัก (นอกเหนือจากการถูกจำคุก)

hard-line (ฮาร์ด' ไลนฺ) *adj.* ยึดมั่นในหลักการ, ไม่ยินยอม, ไม่ประนีประนอม

hard-liner (ฮาร์ด' ไล' เนอะ) *n.* ผู้ยึดมั่นในหลักการ

hardly (ฮาร์ด' ลี) *adv.* เกือบจะไม่, แทบจะไม่, ไม่ค่อยจะ, อย่างเหน็ดเหนื่อย, รุนแรง (-S. barely, scarcely, just)

hardness (ฮาร์ด' นิส) *n.* ความแข็ง, ความกระด้าง

hard-nosed (ฮาร์ด' โนซดฺ') *adj.* ดื้อ, ดื้อรั้น **-hardnose** *n.*

hard palate เพดานปากที่แข็ง ส่วนหน้าประกอบด้วยกระดูก

hard pressed ซึ่งอยู่ในฐานะที่ลำบาก, ถูกกดขี่, ถูกบังคับ, ถูกเร่งเร้า

hard rock ดนตรีร็อกที่มีจังหวะตีแบบง่าย ๆ หนักแน่นและส่งเสียงดัง

hard sell (ภาษาพูด) การขายของแบบยัดเยียด การพยายามขายให้ได้

hard-set (ฮาร์ด' เซท') *adj.* ยึดมั่น, มั่นคง, ซึ่งอยู่ในฐานะที่ลำบาก, ดื้อรั้น, อดอยาก

hard-shell (ฮาร์ด' เชล) *adj.* ซึ่งมีเปลือกแข็ง, ดื้อรั้น, ไม่อ่อนข้อ, ไม่ประนีประนอม (-S. unyielding, obstinate)

hardship (ฮาร์ด' ชิพ) *n.* ความลำบาก, การทนทุกข์ทรมาน, การกดขี่, สิ่งที่สุดแสนจะทนได้

hardtack (ฮาร์ด' แทค) *n.* ขนมปังที่แข็ง

hardware (ฮาร์ด' แวร์) *n* เครื่องโลหะ, เครื่องกลไกที่ใช้ปฏิบัติการ, (ภาษาพูด) อาวุธยุทโธปกรณ์, อุปกรณ์อิเล็กทรอนิกส์หรือเครื่องกลไกของคอมพิวเตอร์

hardwood (ฮาร์ด' วุด) *n.* ไม้เนื้อแข็ง, เนื้อไม้แข็ง, ต้นไม้ที่ให้เนื้อไม้แข็ง *-Ex. a hardwood floor*

hardy (ฮาร์ด' ดี) *adj.* **-dier, -diest** อดทน, ทนทาน, แข็งแรง, แข็งแกร่ง, ทนต่อความเยือกเย็นของอากาศ, ทนต่อความลำบาก, กล้าหาญ, บ้าระห่ำ **-hardily** *adv.* **-hardiness** *n.* (-S. healthy, bold, impudent) *-Ex. Soldiers must be hardy., Testing space rocket calls for a hardy spirit.*

hare (แฮร์) *n., pl.* **hares/hare** กระต่ายป่าจำพวก *Lepus* *-vi.* **hared, haring** เคลื่อนไหวอย่างรวดเร็ว

hare and hounds กีฬาสุนัขล่ากระต่าย

harebell (แฮร์' เบล) *n.* พืชไม้ดอกรูปประฆัง จำพวก *Campanula rotundifolia*

harebell

hairbrained (แฮร์' เบรนดฺ') เลินเล่อ, สะเพร่า, ประมาท (-S. foolish, giddy, reckless)

harelip (แฮร์' ลิพ) *n.* ปากแหว่งหรือปากโหว่แต่กำเนิด **-harelipped** *adj.*

harem (แฮ' เริม) *n.* ส่วนของพระราชวังที่เป็นที่อยู่ของนางสนม, พระราชวังหลัง, พวกนางสนมหรือนางบำเรอ, ภรรยาและอนุภรรยา (-S. hareem)

hari-kari (ฮารี คา' รี) *n.* ดู hara-kiri

hark (ฮาร์ค) *vi.* ฟังอย่างตั้งใจและพิจารณา *-vt.* ฟัง **-hark back to** หวนกลับมายังจุดเดิม, หวนกลับ *Ex. This superstition harks back to the Middle Ages.*

harken, hearken (ฮาร์' เคิน) *vi.* ฟังอย่างสนใจ *-vt.* ตั้งใจฟัง (-S. listen)

harlequin (ฮาร์' ลิควิน, -คิน) *n.* ตัวละครตลกที่สวมเสื้อลายข้าวหลามตัด *-adj.* ที่น่าขัน, มีสีสัน

harlot (ฮาร์' เลิท) *n.* โสเภณี, หญิงสำส่อน, หญิงแพศยา (-S. prostitude, whore)

harlotry (ฮาร์' ละทรี) *n.* การเป็นหญิงโสเภณี, อาชีพหญิงโสเภณี, การขายกามารมณ์, หญิงโสเภณีทั้งหลาย (-S. prostitution)

harm (ฮาร์ม) *n.* ภัยอันตราย, ความเสียหาย, ความชั่ว, ความผิด *-vt.* ทำอันตราย, ทำให้ได้รับบาดเจ็บ **-harmer** *n.* (-S. injury, damage) *-Ex. See no harm in it., There's no harm in doing it.*

harmful (ฮาร์ม' เฟิล) *adj.* ซึ่งทำให้เกิดอันตราย, เป็นอันตราย **-harmfully** *adv.* **-harmfulness** *n.* (-S. hurtful, injurious -A. beneficial) *-Ex. Freezing weather is harmful to plants.*

harmless (ฮาร์ม' ลิส) *adj.* ไม่มีภัย, ไม่เป็นอันตราย, ไม่ได้รับบาดเจ็บ **-harmlessly** *adv.* **-harmlessness** *n.* (-S. innoxious, innocuous, mild)

harmonic (ฮาร์มอน' นิค) *adj.* ที่ประสานกัน, กลมกลืนกัน, เข้ากันสนิท, ปรองดองกัน, สามัคคี *-n.* เสียงประสาน, ทำนองประสาน **-harmonically** *adv.* (-S. cordial)

harmonica (ฮาร์มอน' นิคะ) *n.* หีบเพลงปาก, ออร์แกนปาก (-S. mouth organ)

harmonious (ฮาร์โม' เนียส) *adj.* ประสานกัน, คล้องจองกัน, กลมกลืนกัน, เข้ากันได้, เสนาะหู, สามัคคี **-harmoniously** *adv.* **-harmoniousness** *n.* (-S. accordant, agreeable, cordial, amiable) *-Ex. Family life that is*

harmonize 408 **hatch[1]**

harmonious can make a home an pleasurable place., The voices in the boys choir were harmonious.

harmonize (ฮาร์' มะไนซฺ) *v.* **-nized, -nizing** *-vt.* ทำให้เข้ากัน, ทำให้ประสานกัน, ทำให้ปรองดองกัน, ทำให้กลมกลืนกัน *-vi.* ประสานกัน, ปรองดองกัน, กลมกลืนกัน **-harmonization** *n.* **-harmonizer** *n.*

harmony (ฮาร์' มะนี) *n., pl.* **-nies** ความกลมกลืนกัน, ความตกลงกันได้, ความลงรอยกัน, การศึกษาโครงสร้างและความสัมพันธ์ของดนตรี, ดนตรีที่มีทำนองประสานกัน (-S. agreement, accord, conformity)

harness (ฮาร์' นิส) *n.* เครื่องบังเหียน, เครื่องเทียมลาก, เครื่องเทียมม้า *-vt.* เทียมม้า, ควบคุม **-work/run in double harness** ทำงานร่วมกัน **-in harness** ทำงานตามปกติ **-die in harness** ตายในขณะปฏิบัติหน้าที่การงานตามปกติ (-S. exploit, employ)

harp (ฮาร์พฺ) *n.* พิณตั้ง, สิ่งที่คล้ายพิณตั้ง *-vi.* เล่นพิณตั้ง *-vt.* ออกเสียง, เปล่งเสียง **-harp on/upon** พูดอย่างน่าเบื่อหน่าย, พูดกลับไปกลับมา **-harper** *n.* *-Ex. Sawai harped on his problems from morning till night.*

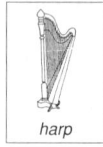

harp

harpist (ฮาร์' พิสทฺ) *n.* นักเล่นพิณตั้ง

harpoon (ฮาร์พูน') *n.* ชนัก, ฉมวก *-vt.* แทงด้วยฉมวก **-harpooner** *n.*

Harpy (ฮาร์' พี) *n., pl.* **-pies** สัตว์ประหลาดในนวนิยายที่มีหัวเป็นหญิง มีร่างเป็นนก, หญิงที่ดุร้าย

harquebus (ฮาร์' ควะเบิส) *n.* ปืนยาวโบราณชนิดหนึ่ง (-S. hackbut)

harridan (แฮ' ริเดิน) *n.* หญิงที่ดุร้าย

harrier[1] (แฮ' รีเออะ) *n.* สุนัขล่ากระต่าย, นักวิ่งข้ามทุ่ง

harrier[2] (แฮ' รีเออะ) *n.* ผู้รบกวน, เหยี่ยวจำพวก *Circus* ที่ล่าสัตว์เล็ก

harrow[1] (แฮ' โร) *n.* คราด *-vt.* คราด (ดิน), รบกวนอย่างเจ็บปวด, ทรมานจิตใจ **-harrower** *n.* **-harrowing** *adj.* **-harrowingly** *adv. -Ex. The farmer harrowed up his fields arter the plowing., The thought of her ill mother harrowed Somsri.*

harrow[2] (แฮ' โร) *vt.* ทำให้เจ็บช้ำ, แย่ง, ย่ำยี, ปล้นสะดม (-S. plunder, pillage, rob)

harry (แฮ' รี) *vt.* **-ried, -rying** รบกวน, ก่อนกวน, ทรมาน, ทำลาย (-S. harass, devastate) *-Ex. Surachai harried the speaker with many questions., The pirates harried the coasts of Siam.*

harsh (ฮาร์ชฺ) *adj.* หยาบ, สาก, ฝาด, บาด (ตา), แสบ (แก้วหู), ห้าว, ไม่น่าดู **-harshly** *adv.* **-harshness** *n.* (-S. rigorous, rough) *-Ex. The stone felt harsh to the touch., The officer was harsh with his men., harsh words, a harsh sound*

hart (ฮาร์ทฺ) *n., pl.* **harts/hart** กวางตัวผู้ (โดยเฉพาะตั้งแต่ 5 ปีขึ้นไป)

hartebeest (ฮาร์' ทะบีสทฺ) *n., pl.* **-beests/-beest** กวางชนิดหนึ่ง จำพวก *Alcelaphus*

harum-scarum (แฮ' เริม สแค' เริม) *adj., adv.* สะเพร่า, เลินเล่อ, มุทะลุ, ไม่รับผิดชอบ, ซุ่มซ่าม *-n.* คนที่สะเพร่า, คนที่เลินเล่อ, คนมุทะลุ

harvest (ฮาร์' วิสทฺ) *n.* ฤดูเก็บเกี่ยว, ผลที่เก็บเกี่ยว, การเก็บเกี่ยว, ปริมาณที่เก็บเกี่ยวได้, ผล, ดอกผล *-vt.* เก็บเกี่ยว, เก็บผล, ได้ผล, ได้รับ *-vi.* เก็บเกี่ยว (-S. result, product) *-Ex. harvest-time, harvest of wheat, The farmer hired men for the wheat harvest., His good grades are the harvest of hard work.*

harvester (ฮาร์' วิสเทอะ) *n.* ผู้เก็บเกี่ยว, เครื่องมือเก็บเกี่ยว, ผู้ได้รับดอกผล (-S. reaper)

harvest moon วันเพ็ญในฤดูเก็บเกี่ยวคือวันที่กลางวันและกลางคืนยาวเท่ากัน

has (แฮซ) *vt., v. aux.* กริยาช่อง 1 ของ have ใช้กับบุรุษที่ 3 เอกพจน์ *-Ex. Yupa has a pretty little hat.*

has-been (แฮซ' บิน) *n.* (ภาษาพูด) บุคคลหรือสิ่งของที่มีชื่อเสียงในอดีต บุคคลหรือสิ่งที่เคยประสบความสำเร็จ

hash[1] (แฮช) *n.* เนื้อสับหรือเนื้อหั่นที่บางครั้งใส่ผัก, ความยุ่งเหยิง *-vt.* สับเป็นชิ้นเล็กชิ้นน้อย, ทำให้ยุ่ง **-settle someone's hash** (คำสแลง) กำจัด ปราบ **-hash over** (ภาษาพูด) พิจารณาในรายละเอียด *-Ex. Udom made a hash of his part in the play.*

hash[2] (แฮช) *n.* (คำสแลง) กัญชา

hashish (แฮชชิช) *n.* กัญชา, ต้นกัญชา

hasn't (แฮซ' เซินทฺ) ย่อจาก has not ไม่มี

hasp (ฮาสพฺ, แฮสพฺ) *n.* บานพับสำหรับใส่กุญแจ *-vt.* ใส่บานพับ

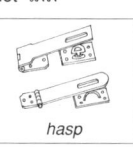

hasp

hassle (แฮส' เซิล) *n.* การทะเลาะ, การวิวาท, การรบกวน *-v.* **-sled, -sling** *-vt.* รบกวน *-vi.* โต้เถียง, ทะเละ, วิวาท (-S. quarrel, squabble, irritate, dispute, disagreement, harry, annoy, vex)

hassock (แฮส' เซิค) *n.* เบาะรองเข่า, พุ่มหญ้า

hast (แฮสทฺ) *vt., v. aux.* กริยาช่อง 1 ของ have ใช้กับบุรุษที่ 2 เอกพจน์ (ใช้ในอดีต)

haste (เฮสทฺ) *n.* ความรวดเร็ว, ความเร่งด่วน, ความเร่งรีบ, ความหุนหันพลันแล่น, การปราศจากการไตร่ตรอง *-vt., vi.* **hasted, hasting** เร่ง, เร่งรีบ, รีบ **-make haste** เร่งรีบ, รีบทำ, รีบไป *-Ex. the need of haste, breathless with haste, in haste, more haste, less speed*

hasten (เฮ' เซิน) *vt.* เร่ง, ทำให้เร่งรีบ, เร่งเร้า *-vi.* รีบ, รีบทำ, รีบไป (-S. drive, run, hurry, speed up, dispatch) *-Ex. hasten the day, hasten forward, Everyone worked hard to hasten the work.*

hasty (เฮส' ที) *adj.* **-ier, -iest** เร่งรีบ, รีบด่วน, ใจเร็ว, คร่าวๆ, ลวกๆ, โกรธง่าย **-hastily** *adv.* **-hastiness** *n.* (-S. hurried, fleeting, irritable) *-Ex. Mother cooked a hasty lunch., hasty actions, hasty remarks*

hat (แฮท) *n.* หมวก, หมวกพระราชาคณะ *-vt.* **hatted, hatting** ปกคลุมด้วยหมวก

hatband (แฮท' แบนดฺ) *n.* แถบหรือลายรอบหมวก, แถบสีดำไว้ทุกข์

hatch[1] (แฮช) *vt.* ฟักไข่, กกไข่, ฟักออกมา, ผลิต, วางแผน *-vi.* ฟักไข่เป็นตัว, กกไข่เป็นตัว *-n.* การฟักออก

จากไข่ในทันที, ลูกนกที่ฟักออกจากไข่ในทันที **-hatcher** *n.* (-S. devise, concoct, plan) *-Ex. All the eggs hatched., These chicks hatched yesterday., a hatch of chicks, The rebels hatched a scheme to get arms.*

hatch² (แฮช) *n.* ประตูเล็กบนดาดฟ้าเรือหรือพื้นของตึกหรือเครื่องบิน, ช่องในบานประตูของดาดฟ้าเรือหรือพื้นของตึกหรือเครื่องบิน, ประตูน้ำ

hatch³ (แฮช) *vt.* วาดเส้นแลเงา *-n.* เส้นแรเงา

hatchback (แฮช' แบค) *n.* รถยนต์ที่มีประตูหลังซึ่งเปิดให้กางขึ้นข้างบนได้ ทำให้ด้านหลังมีที่ว่างเก็บของได้มากขึ้น

hatchery (แฮช' ชะรี) *n., pl.* **-ies** สถานที่ฟักไข่โดยเฉพาะไข่ไก่ ไข่เป็ด ไข่ปลา

hatchet (แฮช' ชิท) *n.* ขวานด้ามเล็กๆ ขวานอินเดียนแดง, อาวุธ **-bury the hatchet** สงบศึก, ประนีประนอมกัน

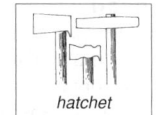

hatchet

hatchway (แฮช' เว) *n.* ทางเปิดหรือบานเปิดบนดาดฟ้า, ทางเปิด (-S. hatch, opening)

hate (เฮท) *v.* **hated, hating** *-vt.* เกลียด, ชัง, รังเกียจ, ไม่ชอบ, ไม่เต็มใจ *-vi.* รู้สึกไม่ชอบ, เกลียด, ชัง *-n.* ความเกลียด, ความชัง **-hater** *n.* (-S. abominate, abhor, execrate, loathe) *-Ex. I hate him., I hate to trouble you., I hate to hear good music badly played.*

hateable (เฮท' ทะเบิล) *adj.* น่ารังเกียจ

hateful (เฮท' เฟิล) *adj.* น่ารังเกียจ, น่าชัง, น่าเบื่อหน่าย, น่ารำคาญ, เต็มไปด้วยความเกลียด **-hatefully** *adv.* **-hatefulness** *n.* (-S. detestable, offensive, disgusting) *-Ex. Ingratitude is a hateful vice., The woman gave the man a hateful look.*

hatemonger (เฮท' มังเกอะ) *n.* ผู้ปลุกปั่นความเกลียด, ผู้ทำให้เกิดการเกลียดชัง

hath (แฮธ) *vt., v. aux.* กริยาช่อง 1 ของ have ใช้กับบุรุษที่ 3 เอกพจน์ (ใช้ในอดีต)

hatrack (แฮท' แรค) *n.* ที่แขวนหมวก

hatred (เฮ' ทริด) *n.* ความเกลียด, ความไม่ชอบอย่างรุนแรง, ความอาฆาตแค้น (-S. loathing, hostility)

hatter (แฮท' เทอะ) *n.* ช่างทำหมวก

haughty (ฮอท' ที) *adj.* **-tier, -tiest** หยิ่งยโส, โอหัง, อวดดี, จองหอง, สูงส่ง **-haughtily** *adv.* **-haughtiness** *n.* (-S. snobbish, supercilious, vain)

haul (ฮอล) *vt.* ดึง, ลาก, ฉุด, สาว, ชัก, เคลื่อนย้ายด้วยรถบรรทุก, เปลี่ยนทิศทางเดินเรือ (ตามแรงลม) *-vi.* ดึง, ลาก, เคลื่อนที่ด้วยรถ, เปลี่ยนใจ, หันหัวเรือ (ตามแรงลม), เปลี่ยนทิศทาง *-n.* การดึง, การลาก, สิ่งที่ถูกดึง, ระยะทางที่ถูกดึง, ปริมาณการลำเลียง **-in the long haul** ระยะเวลาที่ค่อนข้างนาน, ระยะทางที่ค่อนข้างไกล **-hauler** *n.* (-S. pull, tow) *-Ex. The dog hauled the sledge over the snow., The man hauls sand for a living., From Bangkok to Chiangmai was a long haul for the wagon train.*

haulage (ฮอล' ลิจ) *n.* การดึง, การลาก, การสาว, การฉุด, ค่าธรรมเนียมบรรทุก

haulm (ฮอม) *n.* ลำต้นหรือยอดของพืชประเภทถั่ว มันฝรั่งและหญ้า

haunch (ฮอนชฺ) *n.* ตะโพก, บั้นท้ายของสัตว์, ขาสัตว์, ส่วนข้างของส่วนโค้งคานหมุน *-Ex. The wolf sat on his haunches and glared at me.*

haunt (ฮอนทฺ) *vt.* สิงสู่, ปรากฏขึ้นเสมอ, สิงอยู่ในใจ, ไปเยี่ยมบ่อย, รบกวน *-vi.* ปรากฏขึ้นบ่อย *-n.* ที่ที่ไปบ่อย, ผี **-haunter** *n.* *-Ex. The boys haunt the old shack in the woods., The old shack is the favourite haunt of the boys.*

H

haunted (ฮอน' ทิด) *adj.* ซึ่งสิงอยู่, ที่ครอบงำ *-Ex. a haunted wood, a mind haunted by sad memories*

haunting (ฮอน' ทิง) *adj.* ยังคงอยู่ในความทรงจำ, ซึ่งสิงอยู่, ครอบงำ **-hauntingly** *adv.* (-S. disturbing, persistent, unforgettable)

Havana (ฮะแวน' นะ) เมืองท่าและเมืองหลวงของคิวบา *-n.* บุหรี่ซิการ์ของคิวบา

have (แฮฟว) *v.* **had, having** *-vt.* มี, เป็นเจ้าของ, ประกอบด้วย, ได้รับ, เป็น (โรค), เอา, เอาได้, รับประทาน, อนุญาต, ประสบการณ์, ผ่าน, แสดง, ดำเนินการ, มี (ลูก) *-v. aux.* ใช้เป็นกริยาช่วยที่ทำให้ประโยคใน past, present และ future perfect สมบูรณ์ **-have to** ต้อง **-had better** ควรจะ **-had rather** อยากมากกว่า **-have at (a person)** โจมตี **-Have done!** หยุด! **-have to do with** เกี่ยวกับ, เกี่ยวข้องกับ (-S. possess, own) *-Ex. have/got an illness, have a child, have my hair cut, have/got a lot of work to do, I have/got to see him at 12 o'clock., We have been here three weeks.*

haven (เฮ' เวิน) *n.* ท่าเรือ, ที่พำนักอาศัย, ที่หลบภัย *-vt.* พักอาศัย (-S. refuge, asylum, shelter, retreat, sanctuary) *-Ex. The weary travelers found haven at the inn.*

haven't (แฮฟ' เวินทฺ) ย่อจาก have not ไม่มี *-Ex. We haven't seen him all day.*

haver (เฮ' เวอะ) *vi.* พูดโง่ๆ หรือเสียเวลา, ลังเล

haversack (แฮฟ' เวอะแซค) *n.* กระเป๋าผ้าใบที่สะพายบนไหล่เดียว

havoc (แฮฟ' วอค) *n.* ความหายนะ, ความฉิบหาย, ความเสียหาย *-vt.* **-ocked, -ocking** ทำให้เสียหาย, ทำลาย **-play havoc with** สร้างความสับสน, ทำลาย **-cry havoc** เตือนอันตราย (-S. destruction, ruin, disaster) *-Ex. The earthquake caused havoc in the small town.*

haw¹ (ฮอ) *n.* ผลไม้ของต้น hawthron, พืชจำพวก *Crataegus*

haw² (ฮอ) *vi.* ลังเล, อ้ำอึ้ง *-n.* เสียงพูดแสดงความลังเล, เสียงอ้ำอึ้ง *-interj.* คำอุทานแสดงความลังเล

Hawaii (ฮะวา' อี) รัฐฮาวายในประเทศสหรัฐอเมริกา

Hawaiian (ฮะวา' เอียน) *adj.* เกี่ยวกับคนหรือภาษาในฮาวาย *-n.* ชาวเกาะฮาวาย, ภาษาท้องถิ่นของเกาะฮาวาย

Hawaiian Islands หมู่เกาะฮาวายในมหาสมุทรแปซิฟิก

hawk¹ (ฮอค) *n.* เหยี่ยว, นักหลอกลวง, คนโกง, คนที่กระหายสงคราม *-vi.* บินเหมือนเหยี่ยว, ไล่นกด้วย

เหยี่ยว, โถมเข้าใส่ **-hawklike** *adj.*

hawk² (ฮอค) *vt., vi.* เร่ขายของ, ตะโกนขายของ, นำสินค้าไปเร่ขาย (-S. peddle, vend)

hawk³ (ฮอค) *vi.* ขากเสลด, ไอออก, ขากออก

hawker (ฮอ' เคอะ) *n.* คนเร่ขาย (-S. huckster, pedlar, crier)

hawk-eyed (ฮอค' อายดฺ) *adj.* มีตาที่แหลมคมเหมือนตาเหยี่ยว

hawkish (ฮอ' คิช) *adj.* คล้ายเหยี่ยว, ชอบรบ, กระหายสงคราม

hawse (ฮอซ, ฮอซ) *n.* ส่วนหัวเรือที่มีรูโซ่สมอเรือ, รูสมอที่หัวเรือ

hawser (ฮอ' เซอะ, -เซอะ) *n.* เชือกพวน, เชือกหยาบใหญ่ที่ใช้ปล่อยสมอเรือ

hawthorn (ฮอ' ธอร์น) *n.* พืชจำพวก *Crataegus* เป็นพุ่มต้นไม้เล็กๆ ที่มีหนาม

hay (เฮ) *n.* หญ้าแห้งสำหรับให้สัตว์กิน, หญ้าหั่น *-vi.* ตัดหญ้า *-vt.* ทำฟาง, ให้ฟางเป็นอาหาร

haycock (เฮ' คอค) *n.* กองหญ้าแห้งเป็นรูปกรวย

hay fever โรคระคายเคืองของเยื่อบุเมือกของตาและทางเดินหายใจที่มีต่อละอองเกสร

hayloft (เฮ' ลอฟทฺ) *n.* เพิงเก็บหญ้าแห้งในคอกม้าหรือโรงนา

haymaker (เฮ' เมคเคอะ) *n.* คนตัดหญ้าและนำหญ้าไปตาก, (คำสแลง) หมัดต่อยที่ทำให้น็อกเอาต์

hayride (เฮ' ไรดฺ) *n.* การขี่รถม้าหรือรถบรรทุกหญ้าแห้ง

haystack (เฮ' สแทค) *n.* กองหญ้าใหญ่ในที่โล่งแจ้ง

haywire (เฮ' ไวเออะ) *n.* ลวดที่ใช้มัดฟาง *-adj.* (ภาษาพูด) ยุ่งเหยิง ที่ควบคุมไม่อยู่

hazard (แฮซฺ' เซิร์ด) *n.* อันตราย, การเสี่ยง, สิ่งที่เป็นอันตราย, สิ่งที่ทำให้เกิดความเสี่ยง, ความไม่แน่นอน, เหตุบังเอิญ, อุบัติเหตุ, สิ่งกีดขวางในสนามกอล์ฟ, เกมลูกเต๋าชนิดหนึ่งที่ใช้ลูกเต๋า 2 ลูก *-vt.* ทำให้เสี่ยง, เสี่ยง, ทำให้ประสบอันตราย (-S. risk, danger, peril) *-Ex. Papers placed near a furnace are a fire hazard., Golf courses have hazards to make the game harder., a losing hazard*

hazardous (แฮซฺ' เซิร์ดเดิส) *adj.* เต็มไปด้วยอันตราย, เสี่ยงอันตราย, เสี่ยงดวง **-hazardously** *adv.* **-hazardousness** *n.* (-S. perilous, risky, chancy) *-Ex. a hazardous sport, a hazardous climb, hazardous chemicals*

haze¹ (เฮซฺ) *n.* หมอก, เมฆหมอก, ความสลัว, ความมืดสลัว, ความเลอะเลือน *-vi.* **hazed, hazing** สลัว, เป็นหมอก (-S. mist, obscurity, vagueness)

haze² (เฮซฺ) *vt.* **hazed, hazing** กลั่นแกล้ง, ยั่วเย้า, ระราน

hazel (เฮ' เซิล) *n.* พืชต้นไม้เล็กๆ จำพวก *Corylus* ให้ผลที่กินได้, ไม้ของต้นไม้ดังกล่าว, สีน้ำตาลอ่อน, สีน้ำตาลอมเหลือง **-hazelly** *adv.* *-Ex. her hazel eyes*

hazelnut (เฮ' เซิลนัท) *n.* ผลของต้น hazel มีเปลือกแข็งสีน้ำตาลแดง

hazy (เฮ' ซี) *adj.* **-zier, -ziest** เป็นหมอก, มีหมอก, สลัว, มืดสลัว, เลอะเลือน, ไม่ชัด **-hazily** *adv.* **-haziness** *n.* (-S. foggy, cloudy)

H-bomb (เอช' บอม) *n.* ย่อจาก hydrogen bomb ระเบิดไฮโดรเจน

HCFC ย่อจาก hydrochlorofluorocarbon เป็นสารที่เอามาใช้แทน CFC แต่ก็เป็นสารที่ทำลายชั้นโอโซนในบรรยากาศ

he (ฮี) *pron.* เขาผู้ชาย, คนนั้น, ใครก็ได้ *-n., pl.* **hes** ผู้ชาย, สัตว์ตัวผู้ *-Ex. We believe that he who works hard will be rewarded.*

He ย่อจาก helium ก๊าซฮีเลียม

H.E. ย่อจาก high explosive ระเบิดอย่างแรง, His (Her) Eminence

head (เฮด) *n.* ศีรษะ, ส่วนหัว, สติปัญญา, สมอง, ตำแหน่งผู้นำ, ตำแหน่งสูงสุด, ผู้บังคับบัญชา, ต้นน้ำ, สัตว์ (การนับ), หัวข้อ, หัวข่าว, เขากวางหรือละมั่ง, จุดวิกฤติ, จุดสุดยอด, ฝาครอบ, หัวเรือ, หัวธนู, ข้างบน, ห้องน้ำ, ห้องส้วม, ส่วนบนของซี่ฟัน *-adj.* ชั้นหนึ่ง, ชั้นนำ, ที่หนึ่ง, สำคัญ, เกี่ยวกับหัว, ข้างหน้า *-vt.* นำหน้า, เป็นผู้นำ, เป็นหัวหน้า, หันหน้าไปทาง, บ่ายหน้าไปทาง, ต่อหัว, จ่าหน้า *-vi.* ไปข้างหน้า, ออกเดินทาง, เกิดเป็นหัว (ของผัก เช่น กะหล่ำปลี) **-keep one's head** ใจเย็น **-lose one's head** อารมณ์เสีย, ตื่นเต้น **-be weak in the head** ค่อนข้างปัญญาอ่อน **-off one's head** จิตฟุ้งซ่าน, พล่าน, เปิดเปิง **-shake one's head** แสดงว่า "ไม่" **-shake one's head at** แสดงความสงสัยหรือไม่เห็นด้วย **-two heads are better than one** สองหัวดีกว่าหัวเดียว, ข้อคิดเห็นหรือคำแนะนำของบุคคลที่ 2 นั้นมีประโยชน์ **-out of one's own head** จากการประดิษฐ์คิดค้นหรือความคิดของเขาเอง **-from head to foot** ทั่วร่างกาย **-keep one's head above water** ทำให้พ้นหนี้สิน **-talk a person's head off** พูดจนเขาเวียนหัว **-an old head on young shoulders** ความฉลาดของคนหนุ่มสาว **-put a thing (idea, etc.) out of one's head** หยุดคิด, เลิกล้มความคิด **-head over heels** กลับหัวลง, กลับหัวกลับหาง **-go to the head** เมา, ทำให้สับสน **-eat one's head off** กินมากและทำงานน้อย **-fall head first/foremost** ตกลงอย่างกะทันหันโดยเอาหัวลง **-take(something) into one's head** เชื่อ **-make head** ก้าวหน้า **-make head against** ต่อต้านอย่างได้ผล **-one's head off** ยิ่งยวดสุดๆ (-S. intellect, wit, leader, leadership, climax) *-Ex. count heads, head of the school, to head a parade, fifty heads of cattle, Sombut arranged his report under three heads., a head wind, to collide head on, That theory is way over my head.*

headache (เฮด' เอค) *n.* อาการปวดหัว, (ภาษาพูด) สิ่งที่ทำให้ปวดหัว

headdress (เฮด' เดรส) *n.* ผ้าโพกหัว, สิ่งที่ประดับบนหัว

headed (เฮด' ดิด) *adj.* ที่เป็นส่วนหัว, มีหัว

header (เฮด' เดอะ) *n.* ผู้ตัดหัวของสิ่งอื่น, เครื่องตัดหัว, (ภาษาพูด) การกระโดดเอาหัวลง, ท่อรวม

headfirst (เฮด' เฟิร์สทฺ') *adv.* เอาหัวลงก่อน, เอา

หัวนำ, เร่งรีบหุนหันพลันแล่น (-S. headforemost)

headgear (เฮด' เกียร์) *n.* ส่วนที่ปกคลุมหัว, หมวก, บังเหียนดึงหัวม้า, สิ่งป้องกันศีรษะ

headhunt (เฮด' ฮันท) *n.* การล่าหัวมนุษย์ *-vi., vt.* ไปตัดหัวข้าศึก, สรรหาผู้เชี่ยวชาญ นักบริหารหรือผู้มีความสามารถพิเศษจากบริษัทอื่นๆ **-headhunter** *n.* **-headhunting** *n.*

heading (เฮด' ดิง) *n.* ส่วนหน้า, ส่วนหัว, หัวข้อ, หัวเรื่อง, หัวจดหมาย, หัวข่าว, ทิศทางการเดินเรือหรือการบิน (-S. caption, title)

headland (เฮด' แลนด) *n.* แหลม, ผืนดินที่ไม่ได้ไถที่อยู่ขอบรั้วหรือขอบที่ดิน

headless (เฮด' ลิส) *adj.* ไร้หัว, ซึ่งถูกตัดหัวทิ้ง, ขาดผู้นำ, โง่ **-headlessness** *n.*

headlight (เฮด' ไลท) *n.* โคมไฟสว่างที่หน้ารถยนต์, โคมเสาเรือ (-S. headlamp)

headline (เฮด' ไลน) *n.* หัวเรื่อง, หัวข่าว *-vt.* **-lined, -lining** ใส่หัวข่าว, ใส่หัวเรื่อง *-Ex. a bit of headline news*

headliner (เฮด' ไลเนอะ) *n.* ดารา, ผู้แสดงนำ

headlong (เฮด' ลอง) *adv.* ซึ่งมีส่วนหัวยื่นไปข้างหน้า, อย่างเร่งรีบ, สะเพร่า, ประมาท *-adj.* รวดเร็ว, เร่งรีบ, สะเพร่า, (ผา) ชัน (-S. head first, foremost, hastily) *-Ex. a headlong fall, to dive headlong*

headman (เฮด' เมิน) *n., pl.* **-men** หัวหน้า, ผู้นำ, ผู้คุมงาน, มือเพชฌฆาตตัดคอ *-Ex. We met the headman of the African village.*

headmaster (เฮด' มาสเทอะ) *n.* ครูใหญ่, อาจารย์ใหญ่ **-headmastership** (-S. principal)

headmistress (เฮด' มิสทริส) *n.* ครูใหญ่ผู้หญิง, อาจารย์ใหญ่ผู้หญิง **-headmistressship** *n.*

head-on (เฮด' ออน') *adj.* ซึ่งเอาส่วนหัวปะทะกัน, ประสานงากัน, ต่อต้านหรือปะทะโดยตรง, ซึ่งหน้า *-adv.* ตรงดิ่งไปยังฝั่งตรงข้าม, เข้าหาส่วนหน้าก่อน

headphone (เฮด' โฟน) *n.* หูโทรศัพท์ (-S. headset)

headpiece (เฮด' พีซ) *n.* หมวกเกราะ, ส่วนที่คลุมหัวของเครื่องหูฟัง, สติปัญญา, หัวสมอง, ลวดลายหน้าบทของหนังสือ

headpin (เฮด' พิน) *n.* ตัวพินที่ตั้งอยู่หน้าสุดของกลุ่มในเกมโบว์ลิ่ง

headquarters (เฮด' ควอร์เทอร์ซ) *n. pl.* สำนักงานใหญ่, กองบัญชาการ *-Ex. a police headquarters*

headrest (เฮด' เรสท) *n.* ที่พิงศีรษะของเก้าอี้

headroom (เฮด' รูม) *n.* ที่ว่างโค้งส่วนบน, ที่ว่างเหนือศีรษะ

heads (เฮดซ) *n.* เหรียญที่แสดงด้านหัว, ด้านหัวของเหรียญ

head shrinker (คำสแลง) จิตแพทย์

headsman (เฮดซ' เมิน) n., *pl.* **-men** เพชฌฆาตตัดหัวนักโทษ (-S. headman)

headspring (เฮด' สพริง) *n.* ต้นน้ำ, แหล่งน้ำ, แหล่งกำเนิด

headstall (เฮด' สทอล) *n.* ส่วนของบังเหียนม้าที่หุ้มศีรษะม้า

headstand (เฮด' สแทนด) *n.* การทรงตัวในแนวตั้งที่ใช้ศีรษะและมือทั้งสองข้างดันพื้นเพื่อรับน้ำหนักตัวแทนขา

head start การออกจากจุดเริ่มต้นก่อนของผู้แข่งขันคนอื่น, การยอมให้ออกก่อน

headstone (เฮด' สโทน) *n.* แผ่นหินจารึกหน้าหลุมฝังศพ, ศิลาฤกษ์

headstream (เฮด' สทรีม) *n.* ลำธารที่เป็นแหล่งน้ำหรือต้นน้ำ

headstrong (เฮด' สทรอง) *adj.* เอาแต่ใจ, ดื้อรั้น, แน่วแน่, จงใจ, โดยตั้งใจ (-S. stubborn, willful, obstinate)

headwaters (เฮด' วอเทอร์ซ) *n. pl.* ต้นน้ำ

headway (เฮด' เว) *n.* การก้าวไปข้างหน้า, ความเจริญก้าวหน้า, ช่วงระยะเวลาหรือระยะทางระหว่างพาหนะสองคันที่วิ่งไปในทิศทางเดียวกันบนทางเดียวกัน *-Ex. Somchai is not making much headway with his study.*

headwind (เฮด' วินด) *n.* ลมปะทะ, ลมสวน, ลมต้าน

headword (เฮด' เวิร์ด) *n.* คำสำคัญที่นำหน้าข้อความ

heady (เฮด' ดี) *adj.* **-ier, iest** ซึ่งทำให้มึนเมา, น่าตื่นเต้น, รุนแรง, ซึ่งกระตุ้น, ฉลาด, เฉียบแหลม, เก่ง **-headily** *adv.* **-headiness** *n.*

heal (ฮีล) *vt.* รักษา, ทำให้หายจากโรค, ทำให้บริสุทธิ์, ทำให้ปรองดองกัน, ทำให้คืนดีกัน *-vi.* หายดี, หาย **-healable** *adj.* **-healer** *n.* (-S. remedy, treat, harmonize) *-Ex. heal the sick, heal a disease, The wound will soon heal.*

health (เฮลธ) *n.* สุขภาพ, ความสุขสบาย, การอวยพรให้สุขสบาย, ความแข็งแรง, กำลังวังชา (-S. fitness, strength)

healthful (เฮลธ' เฟิล) *adj.* เป็นประโยชน์ต่อร่างกาย **-healthfully** *adv.* **-healthfulness** *n.* (-S. wholesome) *-Ex. Milk is a healthful drink., Narn has a healthful climate.*

healthy (เฮล' ธี) *adj.* **-ier, -iest** มีสุขภาพดี, แข็งแรง, สมบูรณ์, เป็นประโยชน์ต่อร่างกาย **-healthily** *adv.* **-healthiness** *n.* (-S. salubrious, strong, robust -A. sick, ill, weak) *-Ex. healthy man, Trade is in a healthy state.*

heap (ฮีพ) *n.* กอง, (ภาษาพูด) ปริมาณมาก จำนวนมาก, (คำสแลง) รถยนต์เก่า *-vt.* กอง, สะสม, บรรจุเต็ม, ให้จำนวนมาก, ใส่มาก *-vi.* เป็นกอง (-S. load, pile, stack, gather, amass) *-Ex. a heap of stones, to heap a plate with food, to heap gifts upon someone*

hear (เฮียร์) *v.* **heard, hearing** *-vt.* ฟัง, ได้ยิน, รับฟัง, พิจารณา *-vi.* ฟัง, พิจารณา **-hearer** *n.* (-S. heed, listen) *-Ex. power of hearing, I hear the clock striking.*

heard (เฮิร์ด) *vt., vi.* กริยาช่อง 2 และ 3 ของ hear

hearing (เฮีย' ริง) *n.* การฟัง, การพิจารณา, ระยะในการได้ยิน, โสตประสาท, ความสามารถในการได้ยิน, การพิจารณาคดี *-Ex. Grandfather's hearing is not good., The boys were talking within our hearing.*

hearken, harken (ฮาร์' เคิน) *vi., vt.* ฟังอย่างตั้งใจ

hearsay (เฮีย' เซ) *n.* ข่าวลือ, เรื่องบอกเล่า, เรื่องที่ได้ยินได้ฟังมา (-S. report, rumour) *-Ex. We know this*

H

only by hearsay., It is only hearsay evidence.

hearse (เฮิร์ซ) *n.* รถบรรทุกศพ, ปะรำหน้าหลุมฝังศพ, โครง 3 เหลี่ยมสำหรับวางเทียน

heart (ฮาร์ท) *n.* หัวใจ, หน้าอก, แก่น, เนื้อแท้, จุดศูนย์กลาง, จุดสำคัญ, ความกล้าหาญ, ความรู้สึก, ความรัก, ส่วนในสุด, จิตใจ, สุขภาพจิต, สิ่งที่เป็นรูปหัวใจ, (ไพ่)โพแดง -*vt.* สนับสนุน (-S. love, courage, core, center) -*Ex. heart disease, speak from my heart, Danai puts his heart into the work., set one's heart on winning, the heart of the matter*

heartache (ฮาร์ท' เอค) *n.* ความเสียใจ, ความเศร้าโศก, ความปวดร้าวใจ (-S. anguish, despair, heartbreak, pain)

heart attack การที่หัวใจไม่สามารถปฏิบัติงานได้อย่างกะทันหัน มักเนื่องจากเส้นเลือดอุดตันหรือความดันโลหิตเพิ่มขึ้น, หัวใจวาย

heartbeat (ฮาร์ท' บีท) *n.* การเต้นของหัวใจ

heart block ภาวะการฉีดโลหิตของหัวใจห้องล่างและบนไม่ประสานกัน

heartbreaking (ฮาร์ท' เบรคคิง) *adj.* ซึ่งทำให้เสียใจมาก, ซึ่งทำให้เศร้ามาก **-heartbreakingly** *adv.* (-S. agonizing, pitiful)

heartbroken (ฮาร์ท' โบรเคิน) *adj.* อกหัก, เสียใจมาก **-heartbrokenly** *adv.* **-heartbrokenness** *n.* -*Ex. Manee was heartbroken when her dog died.*

heartburn (ฮาร์ท' เบิร์น) *n.* อาการเสียดท้อง (-S. brash, pyrosis)

hearten (ฮาร์ท' เทิน) *vt.* ให้กำลังใจ, ให้ความมั่นใจ (-S. cheer, animate, elate) -*Ex. to be heartened by good news*

heart failure หัวใจวาย, ภาวะที่หัวใจหยุดทำงาน, ภาวะที่หัวใจไม่สามารถฉีดโลหิตไปเลี้ยงส่วนต่างๆ ของร่างกายได้เพียงพอ

heartfelt (ฮาร์ท' เฟลท) *adj.* จริงใจ, โดยตั้งใจ, จริงจัง, ไม่เสแสร้ง (-S. genuine, sincere) -*Ex. our heartfelt thanks*

hearth (ฮาร์ธ) *n.* พื้นเตา, ข้างเตา, ส่วนล่างของเตาเผา, ครอบครัว, บ้าน (-S. fireside, home) -*Ex. We sat by the hearth and told stories.*

hearthstone (ฮาร์ธ' สโทน) *n.* แผ่นหินเตาเผา, บ้าน, ครอบครัว

heartily (ฮาร์ท' ทิลี) *adv.* อย่างจริงใจ, อย่างแท้จริง, ด้วยมิตรไมตรีจิต, อย่างยิ่ง, โดยสิ้นเชิง, อย่างเอร็ดอร่อย, อย่างกระตือรือร้น (-S. earnestly, warmly, absolutely)

heartland (ฮาร์ท' แลนด) *n.* ดินแดนส่วนกลางที่ยากแก่การถูกโจมตี มักมีความมั่นคงทั้งทางเศรษฐกิจและการเมือง

heartless (ฮาร์ท' ลิส) *adj.* ไม่มีหัวใจ, ไม่มีความรู้สึก, เหี้ยมโหด, ขาดความกล้าหาญ, ไร้ความกระตือรือร้น **-heartlessly** *adv.* **-heartlessness** *n.* (-S. pitiless, cold, unsympathetic)

heartrending (ฮาร์ท' เรนดิง) *adj.* ซึ่งทำให้เสียใจมาก, ซึ่งทำให้โศกเศร้ามาก **-heartrendingly** *adv.*

heartsick (ฮาร์ท' ซิค) *adj.* เป็นไข้ใจ, เสียใจอย่างมาก, ช้ำใจมาก **-heartsickness** *n.* (-S. downcast, despondent)

heartsore (ฮาร์ท' ซอ) *adj.* ดู heartsick

heartstricken (ฮาร์ท' สทริคเคิน) *adj.* เศร้าโศก, เสียใจ, ช้ำใจ (-S. heartstruck)

heartstrings (ฮาร์ท' สทริงซ) *n. pl.* ความรู้สึกหรือความรักที่ลึกซึ้งยิ่ง

heartthrob (ฮาร์ท' ธรอบ) *n.* การเต้นแรงของหัวใจ, อารมณ์รุนแรง, คนรัก

heart-to-heart (ฮาร์ท' ทูฮาร์ท') *adj.* เปิดเผย, จริงใจ -*n.* การสนทนาอย่างเปิดเผย (-S. intimate, frank, open)

heartwarming (ฮาร์ท' วอร์มมิง) *adj.* อบอุ่นใจ, เป็นที่พอใจ

heart-whole (ฮาร์ท' โฮล) *adj.* กล้าหาญ, จริงใจ, เต็มใจ, มีหัวใจที่อิสระ

heartwood (ฮาร์ท' วูด) *n.* แก่นไม้, มีสีเข้ม

hearty (ฮาร์ท' ที) *adj.* **-ier, -iest** อบอุ่นใจ, มีมิตรไมตรีจิต, ร่าเริง, จริงใจ, แท้จริง, เต็มใจ, กระตือรือร้น, แข็งแรง, มากมาย, อุดมสมบูรณ์ -*n., pl.* **-ies** คนกล้า, คนดี, สหาย **-heartiness** *n.* (-S. genial, cordial, strong, ample -A. cool, weak, mild) -*Ex. hearty applause, a hearty welcome, a hearty laugh, a hearty meal*

heat (ฮีท) *n.* ความร้อน, อุณหภูมิ, ความเผ็ดร้อน, ความดุเดือด, ความรุนแรง, ความโกรธแค้น, ความอบอุ่น, ฤดูกำหนัด, ความกดดัน, (คำสแลง) ตำรวจ อาวุธ -*vt., vi.* ทำให้ร้อน, ทำให้อุ่น, เร้าอารมณ์, ทำให้ตื่นเต้น -*Ex. heat of the sun, heat of an argument, heat-stroke, A furnace heats the house.*

heated (ฮีท' ทิด) *adj.* โกรธ, อบอุ่น, ซึ่งทำให้ร้อน, น่าตื่นเต้น, อักเสบ, ดุเดือด **-heatedly** *adv.* (-S. vehement)

heater (ฮี' เทอะ) *n.* เครื่องทำความร้อน, คนที่ทำงานเกี่ยวกับการให้ความร้อน, (คำสแลง) อาวุธ

heath (ฮีธ) *n.* ต้นไม้เตี้ยเป็นพุ่มที่ขึ้นตามทุ่ง

heathen (ฮี' เธิน) *n., pl.* **-thens/-then** คนนอกศาสนา, คนที่ไม่ยอมเชื่อว่ามีพระเจ้า, คนที่ไม่นับถือศาสนาคริสต์, คนป่าเถื่อน -*adj.* ไม่มีศาสนา, นอกศาสนา, นอกรีต, ป่าเถื่อน **-heathendom, heathenism, heathenry** *n.* **-heathenish** *adj.* (-S. infidel, pagan, idolater, atheist, agnostic) -*Ex. a heathen idol, a heathen custom*

heather (ฮี' เธอะ) *n.* ต้นไม้เตี้ยโดยเฉพาะจำพวก *Calluna vulgaris*, สีเฉดม่วงเทาถึงแดงม่วง **-heathery** *adj.*

heather

heatstroke (ฮีท' สโทรค) *n.* การล้มฟุบลงหรือไข้ที่เกิดจากการถูกความร้อนมากเกินไป

heave (ฮีฟว) *v.* **heaved/hove, heaving** -*vt.* ยกขึ้น, ชัก, ดึง, สาว, ม้วน, ทำให้นูนขึ้น, ทำให้พองขึ้น, ลากเรือให้ไปตามทิศที่ต้องการ, ครวญคราง, ถอนใจ, อาเจียน -*vi.* ขึ้นลงเป็นจังหวะ, หายใจแรง, อาเจียน, ดึง, ชัก, ยก, พองขึ้น, นูนขึ้น -*n.* การพยายามยกขึ้น, การขว้าง, การขึ้นลงของคลื่น, การอาเจียน **-heaves** โรคหอบที่เป็นกับม้า **-heave ho!** คำอุทานของกะลาสีเรือขณะยกสมอเรือขึ้น **-heave a sigh** ถอนหายใจ **-heaver** *n.* -*Ex. heave an axe, heave one's chest, heave the anchor, That is*

heaven 413 **heedless**

a long heave for a boy of his age.

heaven (เฮฟ' เวิน) *n.* ท้องฟ้า, สวรรค์, พระเจ้า, อำนาจสวรรค์, ความสุขที่สุด, สถานที่สุขที่สุด, แดนสุขาวดี **-heavens** คำอุทานแสดงความประหลาดใจ การเน้น หรืออื่นๆ เช่น โอ้ สวรรค์ **-move heaven and earth** พยายามทำที่สุด (-S. paradise, bliss, ecstasy)

heavenly (เฮฟ' เวินลี) *adj.* เกี่ยวกับสวรรค์, คล้ายสวรรค์, เหนือมนุษย์, ยอดเยี่ยม, ล้ำเลิศ **-heavenliness** *n.* (-S. blissful, sublime) *-Ex. heavently bodies, our heavenly Father, a heavenly day*

Heavenly City หมายถึง New Jerusalem

heaven-sent (เฮฟ' เวินเซนท) *adj.* ได้เวลา, เหมาะกับเวลา, เหมาะเจาะ

heavenward (เฮฟ' เวินเวิร์ด) *adv., adj.* ไปสู่สวรรค์

heavenwards (เฮฟ' เวินเวิร์ดซ) *adv.* ไปสู่สวรรค์

heavily (เฮฟ' วะลี) *adv.* อย่างหนัก, อย่างเข้มแข็ง, รุนแรง, มากมาย, งุ่มง่าม

heaviness (เฮฟ' วีนิส) *n.* ความหนัก, น้ำหนัก, ภาวะ (-S. massiveness, bulkiness)

heavy (เฮฟ' วี) *adj.* **-ier, -iest** หนัก, ที่หนาแน่นมาก, ใหญ่มาก, หนา, ดก, อุ้ยอ้าย, จำนวนมาก, มาก, สำคัญมาก, ลึกซึ้ง, รุนแรง (พายุ), เป็นภาระมาก, เศร้ามาก, น่าเบื่อ, ไม่น่าสนใจ, ที่ย่อยยาก, เกี่ยวกับไอโซโทปที่มีน้ำหนักอะตอมมากกว่าปกติ, ดีมาก *-n., pl.* **-ies** ตัวผู้ร้ายในบทละคร, (คำสแลง) คนที่มีอิทธิพล สมาชิกแก๊งอันธพาล (-S. bulky, mighty, difficult, severe)

heavy-duty (เฮฟ' วี ดิว' ที) *adj.* ทนทาน

heavy-footed (เฮฟ' วี ฟุททิด) *adj.* งุ่มง่าม, อุ้ยอ้าย

heavy-handed (เฮฟ' วี แฮนดิด) *adj.* เข้มงวด, เหี้ยมเกรียม, ไม่มีไหวพริบ, อุ้ยอ้าย, อืดอาด **-heavy-handedly** *adv.* **-heavy-handedness** *n.* (-S. awkward, thoughtless, merciless, stern)

heavy-hearted (เฮฟ' วี ฮาร์ท' ทิด) *adj.* หดหู่ใจ, สลดใจ **-heavy-heartedly** *adv.* **-heavy-heartedness** *n.* (-S. despondent, depressed)

heavy hydrogen ไอโซโทปของไฮโดรเจนที่มีน้ำหนักอะตอมมากกว่าปกติ (-S. deuterium, tritium)

heavy metal ดนตรีร็อกที่มีลักษณะเฉพาะคือ เสียงดัง รุนแรงและจังหวะย้ำที่หนัก

heavy water น้ำที่ไฮโดรเจนถูกแทนด้วย deuterium

heavyweight (เฮฟ' วีเวท) *adj.* หนัก, หนักเป็นพิเศษ, เกี่ยวกับนักมวยหรือนักมวยปล้ำรุ่นหนัก (เกิน 175 ปอนด์หรือ 79.5 กิโลกรัม) *-n.* นักมวยหรือมวยปล้ำรุ่นดังกล่าว, คนที่มีน้ำหนักเกินมาตรฐาน, (คำสแลง) คนที่มีอิทธิพลมาก

hebdomadal (เฮบดอม' เมอะเดิล) *adj.* ทุกสัปดาห์

Hebraic, Hebraical (ฮิเบร' อิค, -อิเคิล) *adj.* เกี่ยวกับชาวอิสราเอล ภาษา หรือขนบธรรมเนียมของชนดังกล่าว

Hebrew (ฮี' บรุ) *n.* ชาวอิสราเอล, สมาชิกของชนชาติที่อาศัยอยู่ในบริเวณปาเลสไตน์โบราณ และเชื่อว่าเป็นผู้สืบเชื้อสายจาก Abraham, Isaac และ Jacob, ภาษาอิสราเอล (Israelite, Hebrew, Jewish) *-adj.* เกี่ยวกับชนชาติดังกล่าว

hecatomb (เฮค'คะโทม, -ทูม) *n.* การสังหารเหยื่อจำนวนมาก

heck (เฮค) *interj.* คำอุทานแสดงความไม่พอใจ ความรังเกียจหรืออื่นๆ (-S. hell)

heckle (เฮค' เคิล) *vt.* **-led, -ling** รบกวนด้วยคำถาม, ตื๊อถาม, ซักถาม, ขัดคอ, หวี *-n.* หวี **-heckler** *n.* (-S. interrupt, bait)

hectare (เฮค' แทร์) *n.* หน่วยพื้นที่ที่เท่ากับ 100 ares หรือ 10,000 ตารางเมตรหรือ 2.471 เอเคอร์

H

hectic (เฮค' ทิค) *adj.* วุ่นวาย, น่าตื่นเต้น, เร่าร้อนใจ, เป็นไข้, เกี่ยวกับวัณโรค **-hectically** *n.* (-S. frantic, turbulent, confused)

hecto-, hect- คำอุปสรรค มีความหมายว่า หนึ่งร้อย

hectogramme, hectogram (เฮค' ทะแกรม) *n.* หน่วยน้ำหนักมีค่า 100 กรัม, ใช้อักษรย่อ hg. (-S. hektogramme, hektogram)

hectograph (เฮค' ทะแกรฟ) *n.* เครื่องพิมพ์อัดสำเนา, ขบวนการพิมพ์จากแม่พิมพ์ดังกล่าว *-vt.* พิมพ์ด้วยแม่พิมพ์ดังกล่าว **-hectographic** *adj.*

hectometre, hectometer (เฮค' ทะมีเทอะ) หน่วยความยาวที่เท่ากับ 100 เมตรหรือ 328.08 ฟุต (-S. hektometer, hektometre)

hector (เฮค' เทอะ) *n.* คนที่ชอบรังแกคนอื่น, นักเลง *-vt., vi.* รังแก

he'd (ฮีด) ย่อจาก he had เขามี, he would เขาจะ *-Ex. If he'd wanted to come, he could have., Somchai said he'd go when was ready.*

hedge (เฮจ) *n.* แนวต้นไม้เตี้ยๆ, แนวพุ่มไม้, ขอบแดน, สิ่งกีดขวาง, เครื่องล้อม, การวางเดิมพัน, คำพูดที่เป็นสองนัย *-v.* **hedged, hedging** *-vt.* ล้อมรั้ว, กั้นรั้ว, กั้น, วางเดิมพันเพื่อหลีกเลี่ยงการสูญเสีย *-vi.* วางทางหนีทีไล่, วางเดิมพันเพื่อหลีกเลี่ยงการสูญเสีย **-hedger** *n.* (-S. fence) *-Ex. We have a hedge round our garden., The policemen hedged about the man to protect him from the crowd., Dang tried to hedge when the teacher asked him about the broken window.*

hedgehog (เฮจ' ฮอก) *n.* สัตว์ตระกูล Erinaceidae มีขนแหลมคล้ายเม่น, เม่น

hedgehog

hedgerow (เฮจ' โร) *n.* แนวพุ่มไม้เป็นรั้ว

hedonic (ฮีดอน' นิค) *adj.* เกี่ยวกับความสุขสบาย, เกี่ยวกับความเพลิดเพลิน

hedonism (ฮี' เดินนิซึม) *n.* ทฤษฎีที่เชื่อว่าความสุขสบายหรือความเพลิดเพลินเป็นยอดปรารถนาที่สุด **-hedonist** *n.* **-hedonistic** *adj.* **-hedonistically** *adv.*

heed (ฮีด) *vi., vt.* เอาใจใส่, สนใจ *-n.* ความระมัดระวัง, การสังเกต **-heedful** *adj.* (-S. attention, regard, care) *-Ex. Sombut heeded his father's advice., Sawai paid no heed to the call.*

heedless (ฮีด' ลิส) *adj.* ไม่ระมัดระวัง, สะเพร่า, ไม่สนใจ, ไม่เอาใจใส่ **-heedlessly** *adv.* **-heedlessness** *n.*

heehaw 414 **Hellenistic**

(-S. reckless, inattentive, incautious)

heehaw (ฮี' ฮอ) *n.* เสียงร้องของลา, การหัวเราะหึๆ *-vi.* (ลา) ร้อง

heel[1] (ฮีล) *n.* ส้นเท้า, ส้นเท้าทั้งหมด, ส่วนหลังของกีบเท้า, ท้ายเรือ, เปลือกส่วนปลายของแถวขนมปัง, (ภาษาพูด) คนเลว *-vt.* ตามหลัง, ใส่ส้นเท้าให้, กดด้วยส้นเท้า *-vi.* ตามหลัง, ขยับส้นเท้าตามจังหวะดนตรี **-heelless** *adj.* (-S. remnant, bounder) *-Ex. a heel of bread, sole and heel, heel a cigarette*

H

heel[2] (ฮีล) *vi.* เอียง, ลาด *-vt.* ทำให้เอียง, ทำให้ลาด *-n.* การเอียงลาด

heeled (ฮีลดฺ) *adj.* มีส้นเท้า, ใส่ส้นเท้า, (ภาษาพูด) มีเงิน มั่งมี ติดอาวุธ

heeler (ฮีล' เลอะ) *n.* คนซ่อมรองเท้า

heelpiece (ฮีล' พีส) *n.* หนัง ไม้หรือวัตถุอื่นๆ ที่ใช้ทำส้นรองเท้า

heft (เฮฟทฺ) *n.* น้ำหนัก, ความหนัก, ส่วนสำคัญ *-vt.* ยกขึ้นเพื่อหยั่งน้ำหนัก, ยก *-vi.* มีน้ำหนัก

hefty (เฮฟ' ที) *adj.* **-ier, -iest** หนัก, ใหญ่, แข็งแรง, ล่ำสัน, เต็มไปด้วยกล้ามเนื้อ, (ภาษาพูด) ปริมาณมาก น้ำหนักมาก **-heftiness** *n.* **-heftily** *adv.* (-S. weighty, heavy, brawny)

hegemony (ฮิเจม' โมนี) *n., pl.* **-nies** ความเป็นเจ้าโลก, ความเป็นผู้มีอิทธิพลเหนือกว่า **-hegemonic** *adj.* (-S. leadership)

Hegira, Hejira (ฮิไจ' ระ) *n.* การหลบหนีของโมฮัมหมัดจากเมืองเมกกะไปยังเมดินา **-hegira, hejira** การหนีภัย

heifer (เฮฟ' เฟอะ) *n.* วัวสาวที่มีอายุต่ำกว่า 3 ปี และยังไม่เคยมีลูกวัว

heigh-ho (เฮ' โฮ, ไฮ'-) *interj.* คำอุทานแสดงความเหนื่อยล้า ประหลาดใจ ผิดหวัง ทักทาย ฯลฯ

height (ไฮทฺ) *n.* ความสูง, ระดับความสูง, เนินเขา, ภูเขา, ส่วนที่สูงที่สุด, จุดสุดยอด (-S. altitude, summit, uttermost) *-Ex. the height of the mountain, climb from height to height, at the height of his popularity*

heighten (ไฮ' เทิน) *vt.* เพิ่มความสูง, เพิ่มปริมาณ, ทำให้แข็งแรงขึ้น, ทำให้สำคัญขึ้น, ทำให้เด่นขึ้น, เพิ่ม, ทำให้สว่างขึ้น, ทำให้เข้มข้นขึ้น **-heightener** *n.* (-S. elevate, enhance, magnify) *-Ex. Father heightened the fence around the farm., His words heightened the tension.*

height of land สันปันน้ำ

heinous (เฮ' เนิส) *adj.* น่าเกลียด, น่าชัง, มีกลิ่นเหม็น, โหดเหี้ยมที่สุด **-heinously** *adv.* **-heinousness** *n.* (-S. odious, loathsome)

heir (แอร์) *n.* ทายาท, ผู้สืบทอด, ผู้สืบมรดก

heir apparent *n., pl.* **heirs apparent** ทายาทที่แท้จริง, ผู้สืบทอดที่แท้จริง

heir at law *n., pl.* **heirs at law** ทายาทโดยธรรม, ทายาทผู้สืบทอดมรดกตามกฎหมาย

heirdom (แอร์' เดิม) *n.* การเป็นทายาท, การสืบทอด, การสืบทอดมรดก

heiress (แอร์' ริส) *n.* ทายาทหญิง

heirloom (แอร์' ลูม) *n.* มรดกสืบทอด

heir presumptive *n., pl.* **heirs presumptive** ผู้เป็นทายาทโดยสันนิษฐาน

heirship (แอร์' ชิพ) *n.* ความเป็นทายาท, สิทธิ์ของทายาท, สิทธิการสืบทอดมรดก

heist (ไฮซฺทฺ) *vt.* (คำสแลง) ปล้น ขโมย *-n.* (คำสแลง) การปล้น การขโมย โจรกรรม **-heister** *n.*

hektogram (เฮค' ทะแกรม) *n.* ดู hectogram

held (เฮลดฺ) *vt., vi.* กริยาช่อง 2 และช่อง 3 ของ hold *-Ex. Yupa held the cat.*

Helen (เฮล' เลิน) หญิงสาวสวยที่ทำให้เกิดสงครามTrojan (-S. Helen of Troy)

helical (เฮล' ลิเคิล) *adj.* ซึ่งหมุนเป็นเกลียว, เป็นขดลวด, เป็นลาน **-helically** *adv.*

helicopter (เฮล' ลิคอพเทอะ, ฮี' ลิ-) *n.* เฮลิคอปเตอร์ *-vi., vt.* เดินทางโดยใช้เฮลิคอปเตอร์

helio-, heli- คำอุปสรรค มีความหมายว่า ดวงอาทิตย์

heliograph (ฮี' ลีอะแกรฟ) *n.* ภาพถาวรที่เกิดขึ้นบนแผ่นกระจกในสมัยที่มีการถ่ายภาพระยะแรก, เครื่องส่งสัญญาณด้วยกระจกสะท้อนแสงจากดวงอาทิตย์, เครื่องมือถ่ายภาพดวงอาทิตย์, เครื่องมือบันทึกความยาวนานและความเข้มข้นของแสงจากดวงอาทิตย์ *-vt., vi.* ติดต่อโดยเครื่อง heliograph **-heliographer** *n.* **-heliographic** *adj.* **-heliography** *n.*

heliotrope (ฮี' ลีอะโทรพ) *n.* พืชที่หันเข้าหาแสงอาทิตย์, สีม่วงแดง

heliotropism (ฮี' ลีโอทระพิซึม) *n.* การเข้าหาแสงอาทิตย์, การเจริญเติบโตเข้าหาแสงอาทิตย์

heliport (เฮล' ลิพอร์ท) *n.* ลานขึ้นลงของเฮลิคอปเตอร์

helium (ฮี' เลียม) *n.* ธาตุก๊าซเฉื่อยชนิดหนึ่งใช้สัญลักษณ์ He

helix (ฮี' ลิคซฺ) *n., pl.* **helixes/helices** ส่วนที่เป็นเกลียว, ส่วนที่เป็นขด, วงใบหู, สิ่งประดับลายวงก้นหอย, หอยโข่ง (-S. spiral, screw, volute)

hell (เฮล) *n.* นรก, ยมบาล, ปีศาจในนรก, สถานที่หรือสภาพของความทุกข์ทรมาน, คำพูดที่แสดงความโกรธ ความไม่พอใจหรือประหลาดใจ, สิ่งที่ทำให้เกิดความทุกข์ทรมาน, สถานที่การพนัน, ความชุลมุนวุ่นวาย **-be hell on** ไม่พอใจ, เป็นอันตราย

he'll (ฮีล) ย่อจาก he will, he shall เขาจะ

hellbent (เฮล' เบนทฺ) *adj.* ดื้อรั้น, มุ่งหน้าอย่างไม่ยอมกลับ

Hellene (เฮล' ลีน) *n.* ชาวกรีก (-S. Hellenian)

Hellenic (เฮเลน' นิค) *adj.* เกี่ยวกับกรีกโบราณ *-n.* ภาษากรีกโบราณ

Hellenism (เฮล' ละนิซึม) *n.* วัฒนธรรมหรือความเชื่อถือของกรีกโบราณ, ลักษณะของวัฒนธรรมกรีกโบราณ (โดยเฉพาะหลังสมัยพระเจ้าอเล็กซานเดอร์มหาราช) **-Hellenist** *n.*

Hellenistic (เฮล' ละนิสทิค) *adj.* เกี่ยวกับ Hellenists, เกี่ยวกับวัฒนธรรม ภาษาหรืออื่นๆ ของกรีกโบราณ **-Hellenistically** *adv.*

hellfire (เฮล' ไฟเออะ) *n.* ไฟนรก, สิ่งที่ทำให้ทุกข์ทรมานที่สุด

hellion (เฮล' เยิน) *n.* (ภาษาพูด) จอมยุ่ง คนอันธพาล

hellish (เฮล' ลิช) *adj.* เหมือนนรก, ร้ายกาจ, อัปรีย์, โหดเหี้ยม, น่ารังเกียจ **-hellishly** *adv.* **-hellishness** *n.* (-S. brutal, demonic, ferocious)

hello (เฮลโล', ฮะโล') *interj.* คำแสดงการทักทาย *-n., pl.* **-los** การเอ่ยคำ "ฮัลโหล" *-vi.* **-loed, -loing** กล่าวคำ "ฮัลโหล" (-S. hallo, hullo)

helm (เฮลม) *n.* หมวกเหล็ก, หมวกกันภัย, พวงมาลัย, หางเสือ, ตำแหน่งผู้นำ *-vt.* ใส่หมวกเหล็ก, ใส่หมวกกันภัย, ถือพวงมาลัย, ถือหางเสือ

helmet (เฮล' เมิท) *n.* หมวกเหล็ก, หมวกกันภัย *-vt., vi.* ใส่หมวกกันภัย **-helmeted** *adj.*

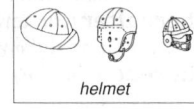

helmet

helminth (เฮล' มินธฺ) *n.* หนอน, หนอนพยาธิ, พยาธิ

helmsman (เฮลมซฺ' เมิน) *n., pl.* **-men** คนถือพวงมาลัย, คนถือหางเสือ

helot (เฮล' เลิท) *n.* ทาส

helotry (เฮล' ละทรี) *n.* ความเป็นทาส, สภาพที่เป็นทาส, ระบบทาส

help (เฮลพฺ) *vt.* ช่วยเหลือ, อนุเคราะห์, สงเคราะห์, ส่งเสริม, บรรเทา *-vi.* ให้ความช่วยเหลือ *-n.* การช่วยเหลือ, ผู้ช่วย, เครื่องช่วย, สิ่งช่วย, กลุ่มผู้ช่วยเหลือ, วิธีการช่วยเหลือ, วิธีการแก้ไข *-interj.* คำอุทานขอความช่วยเหลือ (-S. aid, assist, ease) *-Ex. Help him to climb up.*

helper (เฮล' เพอะ) *n.* ผู้ช่วยเหลือ, ผู้สงเคราะห์, ผู้อนุเคราะห์, สิ่งช่วยเหลือ (-S. aider, assistant)

helpful (เฮลพฺ' เฟิล) *adj.* ให้ความช่วยเหลือ, มีประโยชน์ **-helpfully** *adv.* **-helpfulness** *n.* (-S. useful, beneficial) *-Ex. Yupa was helpful around the farm.*

helping (เฮล' พิง) *n.* การช่วยเหลือ, สิ่งช่วยเหลือ, อาหารมื้อหนึ่งๆ (-S. assisting)

helpless (เฮลพฺ' ลิส) *adj.* ไม่มีประโยชน์, ช่วยอะไรไม่ได้, ทำอะไรไม่ถูก, ไร้อำนาจ, ไร้กำลัง, งงงัน **-helplessly** *adv.* **-helplessness** *n.* (-S. feeble, disabled, impotent)

helpmate (เฮลพฺ' เมท) *n.* เพื่อน, สหาย, ผู้ช่วยเหลือ, ภรรยา, สามี

helter-skelter (เฮล' เทอะ สเคล' เทอะ) *adv., adj.* ที่ทำอะไรไม่ถูก, ยุ่งเหยิง, ไม่มีระเบียบ, อุตลุด *-n.* ความยุ่งเหยิง, ความไม่มีระเบียบ (-S. disorderly, impetuously)

helve (เฮลฟฺวฺ) *n.* ด้ามขวาน, ด้ามฆ้อน, ด้าม

hem[1] (เฮม) *vt.* **hemmed, hemming** ปิดล้อม, ห้อมล้อม, ขลิบริม, ขลิบพับ *-n.* ขอบ, ริม, ม้วนผ้า **-hemmer** *n.* (-S. edge, border) *-Ex. Mother hemmed the dress.*

hem[2] (เฮม) *interj.* แฮ่ม! *-n.* การอุทาน "แฮ่ม!" หรือ "ฮึม!" *-vi.* **hemmed, hemming** อุทานเสียงดังกล่าว, พูดไม่เต็มปาก, พูดอึกๆ อักๆ

hem- คำอุปสรรค มีความหมายว่า โลหิต

hema- คำอุปสรรค มีความหมายว่า โลหิต

he-man (ฮี' แมน') *n., pl.* **-men** (ภาษาพูด) คนที่เป็นลูกผู้ชาย คนที่แข็งแรงทรหด (-S. virile man)

hematology (ฮีมะทอล' ละจี) *n.* โลหิตวิทยา **-hematologist** *n.* **-hematologic, hematological** *adj.*

hemi- คำอุปสรรค มีความหมายว่า ครึ่ง

hemisphere (เฮม' มิสเฟียร์) *n.* ครึ่งใดครึ่งหนึ่งของลูกทรงกลม, ซีกโลกเหนือหรือใต้ที่แบ่งด้วยเส้นศูนย์สูตร, ครึ่งใดครึ่งหนึ่งของสมองส่วนหน้าหรือสมองส่วนหลัง **-hemispheric, hemispherical** *adj.* **-hemispherically** *adv.*

H

hemlock (เฮม'ลอค) *n.* พืชจำพวก *Conium maculatum* เป็นพืชมีพิษชนิดหนึ่งใช้เป็นยากดประสาท, ยาพิษที่ทำจากพืชดังกล่าว, พืชจำพวก *Cicuta*, พืชจำพวก *Tsuga*

hemo- คำอุปสรรค มีความหมายว่า โลหิต

hemoglobin (ฮี' โมโกลบิน) *n.* สารสีแดงของเม็ดเลือดแดงที่มีหน้าที่นำออกซิเจนจากปอดสู่เนื้อเยื่อ **-hemoglobinic** *adj.* **-hemoglobinous** *adj.* (-S. haemoglobin)

hemophilia (ฮี' มะฟิลเลีย) *n.* โรคกรรมพันธุ์ที่โลหิตไหลออกไม่หยุดเป็นเวลานาน เพราะโลหิตไม่จับเป็นก้อนหรือลิ่ม **-hemophilic** *adj.*

hemophiliac (ฮีโมฟิล' เลีย) *n.* ผู้ป่วยเป็นโรคดังกล่าว

hemorrhage (เฮม' มะริจ) *n.* การไหลออกของเลือดจำนวนมาก, การสูญเสียของมีค่าจำนวนมาก *-vi.* **-rhaged, -rhaging** (เลือด) ไหลออกมาก **-hemorrhagic** *adj.* (-S. haemorrhage)

hemorrhoid (เฮม' มะรอยดฺ) *n.* ริดสีดวงทวาร **-hemorrhoidal** *adj.* (-S. haemorrhoid)

hemostatic (ฮีโมสแทท' ทิค) *adj.* ที่ห้ามเลือด *-n.* ยาห้ามเลือด (-S. haemostatic)

hemp (เฮมพฺ) *n.* กัญชา, ป่าน, ปอ **-hempen** *adj.*

hemstitch (เฮม' สทิช) *n.* ลายประดับจากการดึงเส้นด้ายออก, การเย็บอย่างเย็บริมผ้าเช็ดหน้า *-vt.* ดึงเส้นด้ายออกให้เป็นลายประดับ, เย็บโดยวิธีดังกล่าว **-hemstitcher** *n.*

hen (เฮน) *n.* ไก่ตัวเมีย, นกตัวเมีย, (คำสแลง) ผู้หญิง (โดยเฉพาะหญิงสูงอายุที่ขี้บ่น)

henbane (เฮน' เบน) *n.* พืชจำพวก *Hyoscyamus niger* ใบมีหนามขนและมีกลิ่นเหม็น เป็นพืชที่ใช้ทำยาเสพย์ติด

henbane

hence (เฮนซฺ) *adv.* เพราะฉะนั้น, ดังนั้น, ตั้งแต่นี้ต่อไป, ขณะนี้ (-S. therefore, thus) *-Ex. School starts two weeks hence.*

henceforth (เฮนซฺ' ฟอร์ธ, เฮนซฺ ฟอร์ธ') *adv.* ตั้งแต่นี้ไป, ต่อไป, ต่อไปภายหน้า (-S. from now on)

henceforward (เฮนซฺ' ฟอร์ เวิร์ด) *adv.* ดู henceforth

henchman (เฮนชฺ' เมิน) *n., pl.* **-men** คนสนิท, ผู้สนับสนุน, ผู้ติดตาม, คนรับใช้, สมาชิกของกลุ่มอาชญากร

hendecagon (เฮนเดค' คะกอน) *n.* รูปที่มี 11 ด้าน **-hendecagonal** *adj.*

henpeck (เฮน' เพค) *vt.* ด่าว่า (สามี), ดุด่า (สามี),

ชอบหาเรื่อง (สามี) **-henpecked** *adj.*

henry (เฮน'รี) *n.. pl.* **-rys/-ries** หน่วยทางไฟฟ้าซึ่งค่า 1 เฮนรีคือค่าความเหนี่ยวนำไฟฟ้าของวงจรปิด ซึ่งเมื่อมีกระแสที่ผ่านวงจรนั้นอย่างสม่ำเสมอด้วยค่า 1 แอมแปร์ต่อวินาที จะทำให้เกิดแรงเคลื่อนไฟฟ้า 1 โวลต์ ในวงจรนั้น

hepatic (ฮิแพท' ทิค) *adj.* เกี่ยวกับตับ, มีผลต่อตับ

hepatitis (เฮพพะไท' ทิส) *n., pl.* **-titides** โรคตับอักเสบ

hepta-, hept- คำอุปสรรค มีความหมายว่า เจ็ด

H

heptagon (เฮพ' ทะกอน) *n.* รูป 7 เหลี่ยม 7 มุม **-heptagonal** *adj.*

heptarchy (เฮพ' ทาร์คี) *n., pl.* **-chies** การปกครองโดยบุคคล 7 คน

her (เฮอร์) *pron.* เธอ, หล่อน, เขา *-adj.* ของเธอ *-Ex. Mother lost her purse., a letter for her, It's her., That's her money not yours.*

herald (เฮอ' เริลด) *n.* ผู้นำข่าวสารมาแจ้ง, ผู้ถือสาร, ผู้ทำหน้าที่ถือสาร ป่าวประกาศ จัดพิธีและถือทะเบียนตราประจำตระกูลขุนนาง, ผู้นำก่อน, สิ่งที่นำก่อน, ผู้ป่าวประกาศ *-vt.* ประกาศ, แถลง, แจ้งให้ทราบ, ทำนาย **-heraldic** *adj.* **-heraldically** *adv.* (-S. messenger, precursor) *-Ex. A fanfare of trumpets heralded the opening of the royal ceremony.*

heraldry (เฮอ' เริลดรี) *n., pl.* **-ries** การศึกษาเกี่ยวกับตราประจำตระกูล, ตราประจำตระกูล, เครื่องอิสริยาภรณ์ของทหาร **-heraldist** *n.*

herb (เฮิร์บ) *n.* ต้นไม้ที่มีลำต้นอ่อน (ไม่เป็นเนื้อไม้), สมุนไพร

herbage (เฮอร์' บิจ) *n.* ต้นไม้ลำต้นอ่อน เช่น หญ้า, ส่วนที่อมน้ำของพืชดังกล่าว (เช่นใบ), พืชสำหรับเลี้ยงสัตว์

herbal (เฮอร์' เบิล) *adj.* เกี่ยวกับต้นไม้ลำต้นอ่อน, เกี่ยวกับสมุนไพร *-n.* หนังสือที่เกี่ยวกับพืชและสมุนไพร

herbalist (เฮอร์' บะลิสท) *n.* ผู้หาสมุนไพร, ผู้เชี่ยวชาญสมุนไพร, พ่อค้ายาสมุนไพร, แพทย์แผนโบราณ, เภสัชแผนโบราณ

herbarium (เฮอร์แบ' เรียม) *n., pl.* **-iums/-ia** การเก็บรวบรวมสมุนไพร, ห้องเก็บตัวอย่างสมุนไพร

herbicide (เฮอร์' บะไซด) *n.* ยาฆ่าพืช, ยากำจัดวัชพืช **-herbicidal** *adj.*

herbivore (เฮอร์' บะวอร์) *n.* สัตว์ที่กินพืชเป็นอาหาร

herbivorous (เฮอร์บิฟ' เวอะเริส) *adj.* ซึ่งกินพืชเป็นอาหาร

herculean (เฮอร์' คิวเลียน) *adj.* ยากมาก, ลำบากมาก, ต้องใช้กำลังมหาศาล, มีกำลังมหาศาล, กล้าหาญมาก, ใหญ่มาก **-Herculean** เกี่ยวกับเฮอร์คิวลิส

Hurcules (เฮอร์' คิวลีซ) วีรบุรุษในนิยายกรีกที่มีกำลังมหาศาล, ชื่อกลุ่มดาว **-hurcules** คนที่ตัวโตและแข็งแรงมาก

herd[1] (เฮิร์ด) *n.* ฝูงสัตว์, ฝูงคน, กลุ่มคน *-vi., vt.* รวมเป็นฝูง, รวมเป็นกลุ่ม **-The herd** สามัญชน *-Ex. A few cows would not be a herd., Twenty-five cows would be a herd.*

herd[2] (เฮิร์ด) *n.* คนเลี้ยงสัตว์ *-vi., vt.* ต้อนสัตว์ให้เป็นกลุ่ม

herder (เฮอ' เดอะ) *n.* คนเลี้ยงปศุสัตว์, คนเลี้ยงสัตว์, ผู้คุมคุก, พัศดี

herdsman (เฮิร์ดซ' เมิน) *n., pl.* **-men** คนเลี้ยงสัตว์ (-S. herder)

here (เฮียร์) *adv.* ที่นี่, ตรงนี้, ณ ที่นี้, มาที่นี้, ประเด็นนี้, ขณะนี้, ในโลกปัจจุบันนี้, ซึ่งกำลังพิจารณาอยู่ *-n.* ที่นี้, ปัจจุบันนี้ *-interj.* ขณะนี้!, เดี๋ยวนี้!, เอาละ **-here and there** ในที่ต่างๆ **-here, there and every where** ในหลายๆ แหล่ง **-neither here nor there** ไม่สำคัญ, ไร้สาระ (-S. in this place, at this time)

hereabout, hereabouts (เฮีย' ระเบาท, -เบาทฺซฺ) *adv.* รอบที่นี้, ที่ใกล้เคียง, อยู่แถวนี้

hereafter (เฮียร์แอฟ' เทอะ) *adv.* ต่อจากนี้, หลังจากนี้ต่อไป *-n.* ชีวิตในโลกหน้า, ชาติหน้า

hereat (เฮียร์แอท') *adv.* เวลานี้, เมื่อสิ่งนี้เกิดขึ้น, เนื่องจากสิ่งนี้

hereby (เฮียร์' ไบ') *adv.* ด้วยประการฉะนี้, โดยวิธีนี้, โดยนัยนี้ *-Ex. The mayor announced, "I hereby declare a holiday".*

hereditary (ฮะเรด' ดิแทรี) *adj.* เป็นกรรมพันธุ์, เป็นพันธุกรรม, ซึ่งถ่ายทอด, ซึ่งเป็นมรดกตกทอด **-hereditarily** *adv.* **-hereditariness** *n.* (-S. congenital, inherent, inherited)

heredity (ฮะเรด' ดิที) *n., pl.* **-ties** พันธุกรรม, ลักษณะที่ถ่ายทอดทางกรรมพันธุ์

herein (เฮียร์อิน') *adj.* ในนี้, ในกรณีนี้, ในเรื่องนี้

hereinafter (เฮียร์' อิน แอฟ' เทอะ) *adv.* ดังต่อไปนี้

hereof (เฮียร์อัฟ') *adv.* บนนี้, จากนี้, ถึงเรื่องนี้

hereon, hereupon (เฮียร์' ออน, -อัพพอน) *adv.* โดยทันที, ตามนี้โดยด่วน, เกี่ยวกับเรื่องนี้

here's (เฮียร์ซ) ย่อจาก here is ที่นี่

heresy (แฮ' ริซี) *n., pl.* **-sies** ศาสนานอกรีต, ความเลื่อมใสทฤษฎีของศาสนานอกรีต, ความคิดนอกคอก (-S. apostasy, dissent, heterodoxy)

heretic (แฮ' ระทิค) *n.* ผู้เลื่อมใสในทฤษฎีของศาสนานอกรีต, ผู้มีความคิดนอกคอก *-adj.* นอกรีต, นอกคอก, ซึ่งมีความคิดนอกรีต **-heretical** *adj.* **-heretically** *adv.* (-S. apostate, recusant)

hereto (เฮียร์ทู') *adv.* ถึงตอนนี้, เกี่ยวกับเรื่องนี้, เกี่ยวกับประเด็นนี้ (-S. hereunto)

heretofore (เฮียร์ทะฟอร์) *adv.* ก่อนหน้านี้

hereunder (เฮียร์อัน' เดอะ) *adv.* อยู่ข้างล่างนี้

hereupon (เฮียระพอน') *adv.* พร้อมกันนี้, ด้วยเหตุนี้, ครั้นแล้ว

herewith (เฮียร์' วิธ) *adv.* ตามนี้, พร้อมกันนี้

heritable (แฮ' ริทะเบิล) *adj.* ซึ่งสืบทอดได้ **-heritability** *n.* **-heritably** *adv.*

heritage (แฮ' ริทิจ) *n.* มรดก, ทรัพย์สินที่ตกทอดมา, ส่วนที่ตกทอดมา, สิ่งที่สงวนไว้สำหรับคนหนึ่งๆ, สิ่งที่สืบช่วง, ประเพณีตกทอด

hermaphrodite (เฮอแมฟ' ฟระไดท) *n.* กะเทย (แท้) มีอวัยวะเพศชายและเพศหญิงในร่างเดียวกัน, ผู้ที่

มีลักษณะ 2 อย่างที่ตรงกันข้าม **-hermaphroditic** *adj.* **-hermaphroditism, hermaphrodism** *n.*

hermit (เฮอร์' มิท) *n.* ฤาษี, บุคคลที่เก็บตัว, ผู้ตัดขาดจากโลกภายนอก, ขนมหวานชนิดหนึ่งที่ใส่เครื่องเทศ **-hermitic, hermitical** *adj.*

hermitage (เฮอร์' มิทิจ) *n.* การอยู่อย่างสันโดด, การจำศีล, ที่พำนักของบุคคลที่เก็บตัว, ชีวิตของบุคคลที่ตัดจากโลกภายนอก

hermit crab ปูเสฉวน, ปูตระกูล Paguridae ที่มีเปลือกหุ้มร่างกาย

hermit crab

hernia (เฮอร์' เนีย) *n., pl.* **-nias/-niae** ส่วนหนึ่งของอวัยวะหรือเนื้อเยื่อที่โผล่ออกมา (โดยเฉพาะบริเวณช่องท้อง), ไส้เลื่อน **-hernial** *adj.*

hero (ฮี' โร) *n., pl.* **-roes** วีรบุรุษ, คนเก่ง, คนกล้าหาญ, พระเอก, ตัวสำคัญ, วีรบุรุษครึ่งเทพเจ้าในนิยายกรีกโบราณ (-S. champion, conqueror, paladin)

heroic, heroical (ฮิโร' อิค, -อิเคิล) *adj.* กล้าหาญ, เป็นวีรบุรุษ, เป็นพระเอก, หรูหรา, โอ่อ่า, สง่างาม, เกี่ยวกับโคลงวีรกรรม **-heroicalness** *n.* **-heroically** *adv.* (-S. fearless, daring, brave, legendary, grandiose)

heroin (เฮ' โรอิน) *n.* เฮโรอีน

heroine (เฮ' โรอิน) *n.* วีรสตรี, นางเอก *-Ex. Many young girls think of Florence Nightingale as their heroine.*

heroism (เฮ' โรอิซึม) *n.* ความเป็นวีรบุรุษหรือวีรสตรี, ความเป็นผู้กล้าหาญ (-S. bravery, gallantry)

heron (แฮ' เริน) *n., pl.* **-ons/-on** นกกระสา, นกตระกูล Ardeidae

heronry (แฮ' เรินรี) *n., pl.* **-ries** รังนกกระสา

herpes (เฮอร์' พีซ) *n.* โรคผิวหนังเป็นเม็ดพุพองและลามออก **-herpetic** *adj.*

herpes simplex (เฮอร์' พีซ ซิม' เพลคซฺ) *n.* โรคเริม

herpes zoster (เฮอร์' พีซ ซอส' เทอะ) *n.* งูสวัด (-S. shingles)

herpetology (เฮอร์พะทอล' ละจี) *n.* สาขาสัตววิทยาที่เกี่ยวกับสัตว์เลื้อยคลานและสัตว์ครึ่งบกครึ่งน้ำ **-herpetologic, herpetological** *adj.* **-herpetologist** *n.*

Herr (แฮร์) *n., pl.* **Herren** (ภาษาเยอรมัน) คำเรียกหรือทักทายผู้ชายเยอรมันที่เป็นการเคารพ

herring (แฮ' ริง) *n., pl.* **-ring/-rings** ปลาจำพวก *Clupea harengus*

herringbone (แฮ' ริงโบน) *n.* รูปแฉกแนวขนานที่ประกอบด้วยรูป u หรือ v ใช้เป็นลายประดับในการเย็บปักถักร้อยหรืออื่นๆ *-vi., vt.* **-boned, -boning** ตกแต่งโดยลวดลายดังกล่าว

herringbone

hers (เฮอร์ซ) *pron.* สรรพนามแสดงความเป็นเจ้าของ, ของเธอ, ของหล่อน *-Ex. Grandmother gave Kasorn a cat. It belongs to Kasorn now. It is hers.*

herself (เฮอร์เซลฟฺ') *pron.* ตัวเธอเอง, ตัวหล่อนเอง, ด้วยตัวเอง *-Ex. Dang dressed herself this morning., Kasorn made the cake herself., Mother herself sometimes puts salt instead of sugar in the cocoa.*

herstory (เฮอร์สโท' รี) *n.* ประวัติศาสตร์ที่เน้นบทบาทและทัศนคติของสตรี

hertz (เฮิร์ทซฺ) *n., pl.* **hertz** หน่วยความถี่เท่ากับหนึ่งรอบต่อวินาที ใช้อักษรย่อ Hz

he's (ฮีซ) ย่อจาก he is เขาเป็น, he has เขามี

hesitancy, hesitance (เฮซ' ซิเทินซี, -เทินซฺ) *n., pl.* **-cies** ความลังเลใจ, ภาวะสองจิตสองใจ (-S. uncertainty, reluctance)

hesitant (เฮซ' ซิเทินทฺ) *adj.* ลังเลใจ, สองจิตสองใจ, รีรอ **-hesitantly** *adv.* (-S. faltering, unsure, indecisive)

hesitate (เฮซ' ซิเทท) *vi.* **-tated, -tating** ลังเลใจ, รีรอ, สองจิตสองใจ, ชักช้า, อึกอัก **-hesitater, hesitator** *n.* **-hesitatingly** *adv.* (-S. vacillate, waver, stumble)

hesitation (เฮซซิเท' ชัน) *n.* การลังเลใจ, การรีรอ, ภาวะสองจิตสองใจ, ความชักช้า, ความอึกอัก, ความไม่แน่นอน **-hesitative** *adj.* **-hesitatively** *adv.* (-S. demurral, delay, reluctance -A. haste) *-Ex. After some hesitation, Yupa bought the blue dress.*

Hesperus (เฮส' เพอเริส) *n.* ดาวประจำเมือง, ดาวศุกร์

hetero-, heter- คำอุปสรรค มีความหมายว่า แตกต่าง, สิ่งอื่น

heterodox (เฮท' เทอะระดอคซฺ) *adj.* ไม่เป็นไปตามทฤษฎี, นอกคอก **-heterodoxy** *n.*

heterogeneous (เฮทเทอะระจี' เนียส) *n.* ต่างชนิดกัน, ไม่เหมือนกัน, ไม่ลงรอยกัน, ซึ่งประกอบด้วยต่างชนิดกัน, ไม่เป็นเนื้อเดียวกัน **-heterogeneity** *n.* **-heterogeneousness** *n.* **-heterogeneously** *adv.* (-S. varied)

heterogenesis (เฮทเทอะระเจน' นะซิส) *n.* การเปลี่ยนแปลงของร่างกายที่มีความแตกต่างกันในวงชีวิตของพืชและสัตว์ในระยะเจริญเติบโตและระยะสืบพันธุ์ **-heterogenetic** *adj.*

heterosexual (เฮทเทอะระเซค' ชวล) *adj.* เกี่ยวกับเพศตรงข้าม, ซึ่งมีความต้องการทางเพศตรงข้าม *-n.* คนที่มีความต้องการทางเพศกับเพศตรงข้าม **-heterosexuality** *n.*

heuristic (ฮิวริส' ทิค) *adj.* ที่ช่วยค้นหา, ที่ช่วยให้เรียนรู้, ที่ช่วยแก้ปัญหา, (คอมพิวเตอร์) ที่ค้นหาหลายคำตอบและเลือกคำตอบที่ดีที่สุดก่อนที่จะทำงานในขั้นต่อไปของโปรแกรม ซึ่งคล้ายวิธีลองผิดลองถูก **-heuristically** *adv.*

hew (ฮิว) *v.* **hewed, hewn/hewed, hewing** *-vt.* ผ่า, ฟัน, แทง, สับ, ตัด, โค่น, ฟาดฟัน, หักร้างถางพง *-vi.* ตัด, ผ่า, ฟัน, รักษา, ยืนหยัด **-hewer** *n.* (-S. cut, chop, trim, cleave, lop) *-Ex. hew one's way, hew trees, The warrior hewed left and left with his trusty sword.*

hewn (ฮูน) *adj.* ซึ่งถูกโค่น, ซึ่งถูกฟาดฟัน *-vt., vi.* กริยาช่อง 3 ของ hew *-Ex. The floor was supported by hewn beams.*

hex (เฮคซฺ) *vt.* ทำเวทมนตร์คาถา, ทำให้โชคร้าย *-n.* เวทมนตร์คาถา, ความเคราะห์ร้าย, ความซวย, แม่มด, สิ่งที่ไม่เป็นมงคล **-hexer** *n.*

hexa-, hex- คำอุปสรรค มีความหมายว่า หก, จำนวน 6

hexagon (เฮค' ซะกอน) *n.* รูป 6 เหลี่ยม 6 มุม

hexameter (เฮคแซม' มะเทอะ) *n.* บรรทัดโคลงหรือกวีที่ประกอบด้วย 6 จังหวะ, บรรทัดที่มี 6 จังหวะ *-adj.* ซึ่งประกอบด้วย 6 จังหวะ **-hexametric, hexametrical** *adj.*

hexapod (เฮค' ซะพอด) *n.* แมลง *-adj.* ซึ่งมี 6 ขา

hey (เฮ) *interj.* คำอุทานแสดงความประหลาดใจ ความสงสัย ดีใจหรืออื่นๆ

heyday (เฮ' เด) *n.* สมัยรุ่งเรืองที่สุด, ระยะที่ประสบความสำเร็จที่สุด, วัยหนุ่มสาวเต็มตัว, ความร่าเริงหรือเบิกบานใจอย่างมาก

Hf สัญลักษณ์ของธาตุ hafnium

Hg สัญลักษณ์ของธาตุปรอท (hydrargyrum, mercury)

hi (ไฮ) *interj.* คำอุทานทักทายหรือเรียกร้องความสนใจ

hiatus (ไฮเอ' เทิส) *n., pl.* **-tuses/-tus** รอยร้าว, รอยแตก, การหยุดชะงัก, ช่องว่าง, ส่วนที่หายไป, เสียงสระร่วมของคำหรือพยางค์ที่ต่อเนื่องกัน **-hiatal** *adj.* (-S. gab, blank)

hibernal (ไฮเบอร์' เนิล) *adj.* เกี่ยวกับฤดูหนาว

hibernate (ไฮ' เบอะเนท) *vi.* **-nated, -nating** จำศีลในฤดูหนาว, เก็บตัวอยู่ในรังในฤดูหนาว, อยู่อย่างสันโดษ, หลับในฤดูหนาว, หลบหนาว **-hibernation** *n.* **-hibernator** *n.* (-S. stagnate, vegetate, overwinter)

Hibernia (ไฮเบอร์' เนีย) หมู่เกาะของประเทศไอร์แลนด์ **-Hibernian** *adj., n.*

hibiscus (ไฮบิส' เคิส) *n.* พืชไม้ดอกขนาดใหญ่และสีฉูดฉาดจำพวก *Hibiscus*, ต้นชบา

hiccup (ฮิค' คัพ) *n.* อาการสะอึก, เสียงสะอึก *-v.* **-cupped, -cupping/-cuped, -cuping** *-vi.* สะอึก, ทำเสียงสะอึก *-vt.* เปล่งเสียงสะอึกออกมา (-S. hiccough)

hick (ฮิค) *n.* (ภาษาพูด) ตาสีตาสา คนบ้านนอก *-adj.* (ภาษาพูด) ไม่ซับซ้อน

hickory (ฮิค' คะรี) *n., pl.* **-ries** ชื่อพันธุ์ไม้ทางตอนเหนือของสหรัฐฯ จำพวก *Carya*, ไม้เนื้อแข็งจากต้นดังกล่าว

hid (ฮิด) *vt., vi.* กริยาช่อง 2 และ 3 ของ hide *-Ex. Somchai hid the money in a cupboard.*

hidden (ฮิด' ดัน) *adj.* ซึ่งปิดบังอยู่, ซ่อนเร้น, ลี้ลับ *-vt., vi.* กริยาช่อง 3 ของ hide[1] (-S. concealed, covert, vague)

hide[1] (ไฮด) *v.* **hid, hidden/hid, hidding** *-vt.* ซ่อนไว้, ปิดบัง, บัง, ปกคลุม, อำพราง *-vi.* หลบซ่อน, หาที่หลบซ่อน **-hide out** ซ่อนตัวอยู่ (-S. conceal, cover, cloak, secrete, mask, disguise)

hide[2] (ไฮด) *n.* หนังสัตว์, หนังฟอก, หนังคน *-vt.* **hided, hiding** เฆี่ยน, หวด (-S. pelt, skin, fur, integument, rind, coat)

hide-and-seek (ไฮดอันซีค') *n.* เกมซ่อนหาของเด็ก

hideaway (ไฮด' อะเว) *n.* ที่ซ่อน, ที่หลบภัย

hidebound (ไฮด' เบานด) *adj.* ใจแคบ, หัวโบราณ, ผอมโซแบบหนังติดกระดูก

hideous (ฮิด' เดียส) *adj.* น่ากลัว, น่าตกใจ, น่าเกลียดมาก, สยดสยอง, เขย่าขวัญ, ใหญ่โตอย่างน่ากลัว **-hideously** *adv.* **-hideousness** *n.* **-hideosity** *n.* (-S. very ugly, shocking, repulsive, gruesome) *-Ex. The dragon in the pantomime was a hideous sight., a hideous crime*

hideout, hide-out (ไฮด' เอาท) *n.* สถานที่หลบภัย, ที่ซ่อน (-S. retreat, hideaway)

hiding[1] (ไฮ' ดิง) *n.* การซ่อน, การหลบซ่อน, การปิดบัง, สถานที่หลบซ่อน

hiding[2] (ไฮ' ดิง) *n.* (ภาษาพูด) การเฆี่ยน การหวด (-S. flogging, beating)

hie (ไฮ) *vi., vt.* **hied, hieing/hying** รีบเร่ง

hierarchical (ไฮอะรา' คิเคิล) *adj.* เกี่ยวกับหรือมีลักษณะของการปกครองโดยลำดับขั้น **-hierarchically** *adv.* (-S. hierarchic, hierarchal)

hierarchy (ไฮ' อะราคี) *n., pl.* **-chies** การปกครองของคณะสงฆ์, การปกครองโดยลำดับขั้น, ระบบสมณศักดิ์, ขั้นของนางฟ้า

hiero-, -hier- คำอุปสรรค มีความหมายว่า ศักดิ์สิทธิ์

hieroglyph (ไฮ' เออโรกลิฟ) *n.* ดู hieroglyphic

hieroglyphic (ไฮเออระกลิฟ' ฟิค) *adj.* เกี่ยวกับอียิปต์โบราณ, ซึ่งเข้าใจได้ยาก, ซึ่งดูออกยากและเข้าใจยาก *-n.* อักษรหรือสัญลักษณ์อียิปต์โบราณ, การเขียนถึงสิ่งที่ผิดกฎหมาย **-hieroglyphics** การเขียนโดยใช้ภาษาอียิปต์โบราณ **-hieroglyphical** *adj.* *-Ex. a hieroglyphic inscription*

hieroglyphic

hi-fi (ไฮ' ไฟ') *n., pl.* **-fis** (ภาษาพูด) เครื่องรับส่งคลื่นวิทยุที่มีประสิทธิภาพสูงและชัด *-adj.* เกี่ยวกับเครื่องมือดังกล่าว

higgledy-piggledy (ฮิก' เกิลดี พิก' เกิลดี) *adj.* ยุ่งเหยิง, สับสน

high (ไฮ) *adj.* สูง, รุนแรง, ใหญ่, แพง, ที่มีเสียงสูง, สำคัญ, ระดับหัวหน้า, ชั้นสูง, จริงจัง, หยิ่ง, โอหัง, ที่เบิกบานใจ, ฟุ่มเฟือย, (คำสแลง) สะลึมสะลือด้วยฤทธิ์ยาเสพติด เมาแล้ว *-adv.* สูง, แพง, หรูหรา *-n.* สถานที่ที่อยู่ในระดับสูง, ชั้นสูง, เกียร์สูง (รถยนต์), (คำสแลง) สภาพที่เมายา (-S. lofty, important, dear, intoxicated, peak, euphoric) *-Ex. Sawai was an honest, trustworthy man with high aims., a high speed, high temperatures, We pay a high rent.*

highball (ไฮ'บอล) *n.* วิสกี้หรือเหล้าผสมโซดาหรือน้ำขิง, สัญญาณให้รถไฟออกวิ่งได้, สัญญาณให้รถไฟวิ่งด้วยความเร็วเต็มที่ *-vt.* (คำสแลง) เคลื่อนที่ด้วยความเร็วสูง

highbred (ไฮ' เบรด) *adj.* พันธุ์ดี, เป็นลักษณะของพันธุ์ดี

highbrow (ไฮ' เบรา) *n.* ผู้มีการศึกษาสูง, ผู้มีรสนิยมสูง *-adj.* ซึ่งถือดีว่ามีการศึกษาหรือรสนิยมสูง **-highbrowed** *adj.*

highchair (ไฮ' แชร์) *n.* เก้าอี้ขายาวสำหรับกินอาหารของเด็กเล็ก

high-class (ไฮ' แคลสฺ') *adj.* ชั้นสูง, มีคุณภาพสูง,

high command 419 him

ชั้นแนวหน้า

high command กองบัญชาการสูงสุด, คำสั่งหรืออำนาจสูงสุด

higher education การศึกษาในระดับสูงกว่ามัธยมศึกษา โดยเฉพาะในมหาวิทยาลัย บัณฑิตวิทยาลัยและโรงเรียนอาชีวะ

higher-up (ไฮ' เออะอัพ) *n.* (ภาษาพูด) บุคคลชั้นสูงในหน่วยงานหรือองค์กร หัวหน้า ผู้บังคับบัญชา

high explosive วัตถุระเบิดแรงสูง เช่น TNT

highfalutin, highfaluting (ไฮ' ฟะลูท' ทิน) *adj.* หยิ่ง, ยโส, โอหัง

high-fibre (ไฮไฟ' เบอร์) *adj.* (อาหาร) มีเส้นใยมาก

high fidelity การรับส่งคลื่นเสียงที่ชัดและมีเสียงรบกวนน้อยมาก

High German กลุ่มภาษาเยอรมันชั้นสูง (ภาคใต้และกลางของเยอรมัน)

high-grade (ไฮ' เกรด') *adj.* ดีเลิศ, ชั้นเยี่ยม, ชั้นสูง, ระดับสูง

high-handed (ไฮ' แฮน' ดิด) *adj.* หยิ่ง, รุนแรง, บีบคั้น, กดขี่ **-high-handedly** *adv.* **-high-handedness** *n.*

highjack (ไฮ' แจค) *vt.* ดู hijack **-highjacker** *n.*

high jump กีฬากระโดดสูงข้ามคาน **-high jumper** *n.*

highland (ไฮ' เลินด) *n.* บริเวณที่สูง, บริเวณที่ราบสูง *-adj.* เกี่ยวกับหรือมีลักษณะของบริเวณที่สูง **-highlands** บริเวณภูเขา, บริเวณดอย

highlander (ไฮ' เลินเดอะ) *n.* คนดอย, คนที่อาศัยอยู่ในบริเวณที่ราบสูง

highlight (ไฮ' ไลทฺ) *vt.* เน้น, ทำให้เด่น, ฉายแสงสว่างไปที่ *-n.* เหตุการณ์ที่สำคัญ, บริเวณที่มีแสงสว่างที่สุดบนเวทีหรือภาพ (S. climax, feature, focus)

highlighter (ไฮ' ไลเทอร์) *n.* ปากกาสำหรับเน้นข้อความเพื่อให้เห็นเด่นชัด

high-low (ไฮ' โล) *n.* เกมไฮโล, เกมโป๊กเกอร์ที่ชนะได้ทั้งจากมือไพ่สูงและไพ่ต่ำ

highly (ไฮ' ลี) *adv.* อย่างมาก, อย่างชื่นชมหรือยกย่องมาก, ในระดับสูง, ในราคาสูง (-S. very, favourably, greatly, decidedly, eminently, vastly) *-Ex. highly honoured, The man's employer spoke highly of his work.*

High Mass พิธีฉลองการรับประทานอาหารมื้อสุดท้ายของพระเยซู มีการเผาเครื่องหอม บรรเลงดนตรี และขับร้อง

high-minded (ไฮ' ไมน' ดิด) *adj.* ซึ่งมีคุณธรรม, หยิ่ง **-high-mindedly** *adv.* **-high-mindedness** *n.*

highness (ไฮ' นิส) *n.* ความสูง, ความมีเกียรติ, ความสูงส่ง **-Highness** คำยกย่องที่ใช้เรียกบุคคลในราชตระกูล, ฝ่าบาท (-S. loftiness, dignity) *-Ex. a highness of purpose, His Royal Highness, Prince Songhlar*

high-pitched (ไฮ' พิชทฺ') *adj.* (เสียง) สูง, (เสียง) แหลม, มีอารมณ์รุนแรง, ชัน, ทะเยอทะยาน

high-pressure (ไฮ' เพรชฺ' เชอะ) *adj.* ซึ่งมีความกดดันสูง, (ภาษาพูด) ดื้อรั้น ที่รุกราน ที่แข่งขัน *-vt.* **-sured, -suring** (ภาษาพูด) ที่ชักชวนหรือกระตุ้นให้ซื้อของโดยใช้กลยุทธ์ต่างๆ

high priest พระชั้นสูง, ผู้นำ, ผู้ไกล่เกลี่ย, หัวหน้าราชาคณะสงฆ์

high profile ตำแหน่งที่เด่นหรือดัง **-high-profile** *adj.*

high-rise (ไฮ' ไรซฺ) *adj.* มีหลายชั้น, เกี่ยวกับอาคารที่มีหลายชั้น *-n.* อาคารที่มีหลายชั้น

highroad (ไฮ' โรด) *n.* ทางหลวง, ทางสายใหญ่, วิธีที่สะดวก

high school โรงเรียนมัธยม **-high-school** *adj.*

high seas ทะเลหลวง

high society สังคมชั้นสูง

high-sounding (ไฮ' เซานฺ' ดิง) *adj.* ที่โอ้อวด, ที่ฟังดูใหญ่โต, ที่เสแสร้ง

high-speed (ไฮ' สพีด) *adj.* ด้วยความเร็วสูง

high-spirited (ไฮ' สพิ' ริทิด) *adj.* มีชีวิตชีวามาก, กล้าได้กล้าเสีย, ร่าเริง, กระตือรือร้น, คึกคะนอง **-high-spiritedly** *adv.* **-high-spiritedness** *n.*

high-strung (ไฮ' สทรัง') *adj.* ตึงเครียด, กระสับกระส่าย

high-tech (ไฮ' เทค) ย่อจาก high technology *adj.* ซึ่งใช้เทคโนโลยีชั้นสูง

highway (ไฮ' เว) *n.* ทางหลวง, ทางสายใหญ่, ทางคมนาคมสายสำคัญ

highwayman (ไฮ' เวเมิน) *n., pl.* **-men** โจรที่ดักปล้นตามทางสัญจร

hijack (ไฮ' แจค) *vt.* ปล้น, บีบบังคับ, หลอกลวง, ใช้กำลังควบคุม (เครื่องบิน, เรือ, รถ) ให้ไปจุดหมายที่ต้องการ *-n.* การปล้น **-hijacker** *n.*

hike (ไฮคฺ) *v.* **hiked, hiking** *-vi.* เดินทางไกลด้วยเท้า, ธุดงค์, เดินทางไกลโดยไม่ขึ้นรถ, ปลิว *-vt.* ปลิวขึ้น, สะบัดขึ้น, ขึ้นราคาอย่างรวดเร็ว, เพิ่มขึ้นอย่างรวดเร็ว *-n.* การเดินทางไกลด้วยเท้า, การเพิ่มอย่างรวดเร็ว **-hiker** *n.* (-S. walk, tramp, wander) *-Ex. We went for a hike through the woods.*

hilarious (ฮิแล' เรียส) *adj.* สนุกสนานเฮฮา, ร่าเริง, อึกทึก **-hilariously** *adv.* **-hilariousness** *n.*

hilarity (ฮิแล' ริที) *n.* ความสนุกสนานเฮฮา, ความร่าเริง, ความอึกทึก (-S. merriment, amusement, glee)

hill (ฮิลฺ) *n.* เนินเขา, ภูเขาลูกเล็กๆ, เขาเตี้ยๆ, ดอน, พืชที่ปลูกขึ้นเป็นกอง *-vt.* ทำให้กลายเป็นเนิน, ทำให้เป็นกอง, เอาดินคลุมต้นไม้ **-over the hill** (ภาษาพูด) ผ่านพ้นสมัยรุ่งเรืองหรือสมัยมีอำนาจ (-S. mound, heap, drift) *-Ex. a distant hill, a hill of beans*

hillbilly (ฮิล' บิลลี) *n., pl.* **-lies** (ภาษาพูด) คนบ้านนอก ตาสีตาสา, ชาวนาที่อยู่เขตภาคใต้ของอเมริกา *-adj.* (ภาษาพูด) เกี่ยวกับคนดังกล่าว

hillock (ฮิล' เลิค) *n.* เนินเขาเล็กๆ **-hillocky** *adj.*

hillside (ฮิล' ไซดฺ) *n.* ข้างภูเขา, ไหล่เขา

hilltop (ฮิล' ทอพ) *n.* ยอดเขา

hilly (ฮิล' ลี) *adj.* **-ier, -iest** เต็มไปด้วยเนินเขา, คล้ายเนินเขา, สูง, ชัน **-hilliness** *n.*

hilt (ฮิลทฺ) *n.* ด้ามดาบ, ด้านอาวุธ, ด้ามเครื่องมือ *-vt.* ใส่ด้าม **-(up) to the hilt** เต็มที่, อย่างยิ่ง

him (ฮิม) *pron.* เขาผู้ชาย *-Ex. I see him., Pass him*

H

Himalayas 420 **hiss**

H

the bread.

Himalayas (ฮิมมะเล' เยิซฺ) *n.* เทือกเขาหิมาลัยมียอดเขาสูงสุดชื่อเอเวอเรสต์ซึ่งสูง 27,028 ฟุต (สูงที่สุดในโลก) **-Himalayan** *adj., n.* (-S. Himalaya Mountains)

himself (ฮิมเซลฟฺ') *pron.* เขาเอง, ตัวเขาเอง *-Ex. The major himself visited our class today., Dang seated himself at his desk to draw a plan of his new boat.*

Hinayana (ฮีนะยา' นะ) *n.* นิกายหินยานของพุทธศาสนาในประเทศศรีลังกา พม่า ไทยและกัมพูชา **-Hinayanist** *n.* (-S. Theravada)

hind[1] (ไฮนฺดฺ) *adj.* **hinder, hindmost/hindermost** ข้างหลัง, ด้านหลัง *-Ex. the hind legs of a dog*

hind[2] (ไฮนฺดฺ) *n., pl.* **hinds/hind** กวางตัวเมีย, ปลาจำพวก *Epinephelus*

hinder[1] (ฮิน' เดอะ) *vt.* กีดขวาง, ขัดขวาง, กีดกัน, เป็นอุปสรรค, หยุดยั้ง *-vi.* เป็นอุปสรรค (-S. block, impede, bar) *-Ex. Are you doing to help or hinder while I'm cooking?, Hinder him from doing the work.*

hinder[2] (ไฮนฺ' เดอะ) *adj.* ด้านหลัง, ข้างหลัง

hindermost (ไฮนฺ' เดอะโมสทฺ) *adj.* ดู hindmost

Hindi (ฮิน' ดี) *n.* ภาษาฮินดูซึ่งเป็นภาษาที่ใช้กันมากที่สุดในอินเดีย, ภาษาของแขกฮินดู *-adj.* เกี่ยวกับทางเหนือของอินเดีย

hindmost (ไฮนฺดฺ' โมสทฺ) *adj.* หลังที่สุด, สุดท้าย (-S. hindermost, last, endmost)

hindquarter (ไฮนฺดฺ' ควอร์เทอะ) *n.* ส่วนหลังของสัตว์ 4 เท้า

hindrance (ฮิน' เดรินซฺ) *n.* การหยุดยั้ง, การขัดขวาง, การกีดกัน, การป้องกัน, ภาวะที่ถูกขัดขวาง, วิธีการขัดขวาง, อุปสรรค (-S. obstruction, handicap, impediment, interference, curb)

hindsight (ไฮนฺดฺ' ไซทฺ) *n.* การเข้าใจถึงปัญหาหลังเกิดเหตุการณ์

Hindu, Hindoo (ฮิน' ดู) *n.* ชาวฮินดู, แขกฮินดู, ผู้ยึดถือศาสนาฮินดู *-adj.* เกี่ยวกับชาวฮินดูของอินเดีย, เกี่ยวกับศาสนาฮินดู

Hinduism, Hindooism (ฮิน' ดูอิซึม) *n.* ศาสนาฮินดู

Hindustan (ฮินดูสทาน') ประเทศอินเดีย (ที่ชาวอาหรับเรียกกัน), อินเดียส่วนที่ชาวฮินดูอาศัยอยู่

Hindustani (ฮินดูสทา' นี) *n.* ภาษาฮินดูสตานีของอินเดียในภาคเหนือ *-adj.* เกี่ยวกับ Hindustan

hinge (ฮินจฺ) *n.* บานพับ, สายยู, หลักการ, จุดสำคัญ, ส่วนที่ปิดพับได้, กระดาษน้ำกาวใสที่ใช้ติดแสตมป์อยู่ในสมุดแสตมป์ *-v.* **hinged, hinging** *-vt.* ใส่บานพับ, ใส่สายยู, ทำให้พึ่งพา, ทำให้ขึ้นอยู่กับ *-vi.* ขึ้นอยู่กับ (-S. depend, rest) *-Ex. Good behaviours hinge on self-control.*

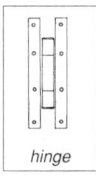

hinge

hinny (ฮิน'นี) *n., pl.* **-nies** ล่อ (เกิดจากม้าตัวผู้ผสมกับแม่ลา)

hint (ฮินทฺ) *n.* การบอกใบ้, การพูดเป็นนัย, การแนะนำ, การเตือน, การพูดเปรย *-vt., vi.* บอกใบ้, พูดเป็นนัย, พูดเปรย **-hinter** *n.* (-S. tip off, trace, advice) *-Ex. She was hinting that she wanted a new one., drop/give a hint, with a hint of suspicion*

hinterland (ฮิน' เทอะแลนดฺ) *n.* เขตหัวเมืองที่ส่งเสบียงให้แก่เรือ, ผืนแผ่นดินหลังฝั่งทะเล, เขตด้อยเจริญของประเทศ, เขตที่ห่างไกลจากตัวเมือง

hip[1] (ฮิพ) *n.* ตะโพก, (ก่อสร้าง) อกไก่ *-vt.* **hipped, hipping** สร้างหลังคาโดยใช้วัสดุดังกล่าว **-upon/on the hip** ข้อเสียเปรียบ *-Ex. Mrs. Somsri broke her hip.*

hip[2] (ฮิพ) *n.* ผลไม้สุกของต้นกุหลาบ (โดยเฉพาะกุหลาบป่า)

hip[3] (ฮิพ) *adj.* **hipper, hippest** (คำสแลง) ซึ่งรู้ทันเหตุการณ์ รอบรู้ ฉลาด **-hipness** *n.*

hipbone (ฮิพ' โบน) *n.* กระดูกตะโพก

hip boot รองเท้าบู๊ตสูงถึงตะโพก (มักทำด้วยยาง)

hip-hop (ฮิพ' ฮอพ) *n.* ดนตรีป๊อปชนิดหนึ่ง ประกอบด้วยดนตรีแร็บ มีจังหวะหนัก มักใช้เครื่องมืออิเล็กทรอนิกส์ และใช้ท่าเต้นแบบกระตุกคล้ายเบรกดานซ์

hippie (ฮิพ' พี) *n.* (คำสแลง) ฮิปปี้ บุพผาชน (-S. hippy)

hippo (ฮิพ' โพ) *n., pl.* **-pos** ม้าน้ำ, ฮิปโป

Hippocrates (ฮิพพอค' ระทีซฺ) ชื่อแพทย์ชาวกรีกที่เป็นบิดาแห่งแพทยศาสตร์ **-Hippocratic** *adj.*

Hippocratic oath คำปฏิญาณของแพทย์เกี่ยวกับจรรยาแพทย์ทุกวันนี้สืบเนื่องมาจาก Hippocrates

hippodrome (ฮิพ' พะโดรม) *n.* สนามแข่งม้าหรืออื่นๆ, สนามแข่งม้าศึกของกรีกโบราณ

hippopotamus (ฮิพพะพอท' ทะเมิส) *n., pl.* **-muses/-mi** ฮิปโป, สัตว์จำพวก *Hippopotamus amphibius*

hippopotamus

hippy (ฮิพ' พี) *n., pl.* **-pies** ดู hippie

hire (ไฮ' เออะ) *vt.* **hired, hiring** เช่า, จ้าง, ว่าจ้าง, ให้เช่า, ออกเที่ยวรับจ้าง, จ่ายเงินค่าจ้าง *-n.* การเช่า, การจ้าง, การว่าจ้าง, ค่าจ้าง **-for hire** ให้เช่า (-S. rent, lease, employ) **-hirable, hireable** *adj.* **-hirer** *n. -Ex. hire a man to do the work, a hired man*

hireling (ไฮ' เออลิง) *n.* คนรับจ้าง, ทหารรับจ้าง *-adj.* ที่รับจ้าง, ซึ่งออกเที่ยวรับจ้าง

hire-purchase system, hire purchase ระบบการเช่าซื้อ, การเช่าซื้อ

hirsute (เฮอร์' ซูท) *adj.* มีขนขึ้นเต็ม, มีขนดก, เกี่ยวกับขน **-hirsuteness** *n.*

his (ฮิซฺ) *adj.* ของเขาผู้ชาย *-Ex. Dang's dog, Spot, came home with his tail between his legs., a friend of his, His is/are better than yours.*

Hispanic (ฮิสแพน' นิค) *adj.* เกี่ยวกับคนพูดภาษาสเปนหรือวัฒนธรรมสเปน, เกี่ยวกับคนพูดละตินอเมริกา **-Hispanicism** *n.* **-Hispanicist** *n.*

hispid (ฮิส' พิด) *adj.* ซึ่งมีขนหยาบ **-hispidity** *n.*

hiss (ฮิส) *n.* เสียงฟู่, เสียงฟ่อ, เสียงเดือด, เสียงแสดงความไม่พอใจ *-vt., vi.* เปล่งเสียงดังกล่าว **-hissingly**

adv. **-hisser** *n.* *-Ex. The radiator makes a hissing sound., the hiss of a geese*

hist (ฮิสทฺ) *interj.* คำอุทานเพื่อเรียกร้องความสนใจหรือขอร้องให้คนเงียบ

histamine (ฮิส' ทะมีน) *n.* amineชนิดหนึ่งที่เกิดจาก decarboxylation ของ histidine พบในเนื้อเยื่อของสัตว์และพืชหรือโดยการสังเคราะห์ มีฤทธิ์ทำให้หลอดโลหิตขยายตัว เร่งการขับน้ำย่อยในกระเพาะ **-histaminic** *adj.*

histo-, hist- คำอุปสรรค มีความหมายว่า เนื้อเยื่อ

histogram (ฮิส' ทะแกรม) *n.* กราฟแสดงค่าของสถิติความถี่

histology (ฮิสทอล' ละจี) *n., pl.* **-gies** จุลกายวิภาคศาสตร์ของเนื้อเยื่อ **-histologic, histological** *adj.* **-histologically** *adv.* **-histologist** *n.*

historian (ฮิสทอ' เรียน) *n.* นักประวัติศาสตร์, ผู้เชี่ยวชาญเกี่ยวกับประวัติศาสตร์, นักเขียนเรื่องประวัติศาสตร์

historic (ฮิสทอ' ริค) *adj.* ที่มีชื่อในประวัติศาสตร์, ที่สำคัญในประวัติศาสตร์, เกี่ยวกับประวัติศาสตร์ (-S. historical) *-Ex. in historic times, a historic spot*

historical (ฮิสทอ' ริเคิล) *adj.* เกี่ยวกับประวัติศาสตร์, ตามประวัติศาสตร์, เกี่ยวกับเหตุการณ์ในอดีต, ที่มีความสำคัญในประวัติศาสตร์,ที่แสดงการพัฒนาหรือวิวัฒนาการตามลำดับเวลา **-historically** *adv.* **-historicalness** *n.* (-S. recorded, chronicled) *-Ex. a historical event, a historical play*

history (ฮิส' ทะรี, ฮิส' ทรี) *n., pl.* **-ries** ประวัติศาสตร์, เหตุการณ์ในอดีต, ประวัติ, เรื่องเก่าแก่, พงศาวดาร, บันทึกเหตุการณ์ในอดีต, วิชาประวัติศาสตร์, ความคิดเห็นหรือเหตุการณ์ที่สามารถเปลี่ยนแนวทางในอนาคต (-S. records, chronicles, annals, the past) *-Ex. history of England, the history of the case, natural history, a class in history*

histrionic, histrionical (ฮิสทรีออน' นิค, -นิเคิล) *adj.* เกี่ยวกับผู้แสดงหรือการแสดง, เหมือนการแสดงละคร, มารยา, เสแสร้ง **-histrionically** *adv.*

histrionics (ฮิสทรีออน' นิคซฺ) *n. pl.* การแสดงละคร, การกระทำหรือกิริยาที่เสแสร้ง, มารยา (-S. acting, performance, theatricals)

hit (ฮิท) *v.* **hit, hitting** *-vt.* ตี, ต่อย, ชก, โจมตี, ฟัน, แทง, ชน, ตำ, ทำให้ได้รับ, ตีได้สำเร็จ, ปรากฏขึ้น, มาถึง, สับ (ไพ่), ยิงด้วยอาวุธหรือขีปนาวุธ, ประสบความสำเร็จ, มีผลกระทบ, กระทบกระเทือน, ค้นพบ, (คำสแลง) ฆ่า *-vi.* ปะทะ, ชน, ปรากฏขึ้น, ประสบความสำเร็จ, จุดไฟ (อากาศผสมเชื้อเพลิงในห้องเครื่องยนต์) *-n.* การปะทะ, การชน, การตี, การต่อย, การชก, การเป็นที่นิยม **-hit it off** เข้ากันได้กับ (-S. strike, smash into, devastate, damage) *-Ex. I fired, but did not hit it., hit a ball, The arrow hit the target., hit or miss, The family was hard hit when their home was burned., The fighter landed a good hit on the jaw., The new bowler was hit for 6.*

hit-and-run (ฮิท' อัน รัน') *adj.* ที่ตีแล้วหนี, ที่โจมตีแล้วหนี, ที่ชนแล้วหนี

hitch (ฮิช) *vt.* ผูกเชือก, ผูกปม, เกี่ยวกับ, ผูกกับ, รีบดึงขึ้น, (คำสแลง) โบกรถ *-vi.* เกี่ยวอยู่, ผูกอยู่, เดินขาเป๋, (คำสแลง) โบกรถ *-n.* การผูกเชือก, การผูกปม, อุปกรณ์ที่ใช้เกี่ยว, การสะดุด, การหยุดชะงัก, อุปสรรค, การเดินขาเป๋, การดึงขึ้น (-S. snag, obstacle, attach, pull up, fasten) *-Ex. Grandfather hitched his horses to the plough., The rain put a hitch in our plans., They took a hitch round the post with a rope.*

hitchhike (ฮิช' ไฮคฺ) *vi., vt.* **-hiked, -hiking** เดินทางโดยขอโดยสารรถคนอื่นฟรีและลงเดินบ้างในระหว่างการทัศนาจร **-hitchhiker** *n.*

hitching post เสาผูกม้า ลาหรือสัตว์อื่นๆ

hither (ฮิธ' เธอะ) *adv.* มาที่นี้ *-adj.* ที่นี้, ที่ใกล้เคียง **-hither and thither/yon** ที่โน่นและที่นี่, ที่ต่างๆ *-Ex. Come hither!*

hitherto (ฮิธ' เธอะทู) *adv.* จนกระทั่งเดี๋ยวนี้, จนบัดนี้ (-S. until now, to now)

Hitler (ฮิท' เลอะ) Adolf Hitler จอมเผด็จการของเยอรมัน ผู้นำลัทธินาซี (ค.ศ. 1889-1945) **-Hitlerian** *adj.*

hit man (คำสแลง) ผู้รับจ้างฆ่า

hit-or-miss (ฮิท' ออร์ มิส') *adj.* ตามบุญตามกรรม, ไม่ระมัดระวัง

hitter (ฮิท' เทอะ) *n.* ผู้ตี

Hittite (ฮิท' ไททฺ) *n.* ชนชาติหนึ่งในเอเชียสมัยโบราณที่ปกครองดินแดนในเอเชียไมเนอร์และซีเรีย, ภาษาที่สาบสูญไปของชาติดังกล่าว *-adj.* เกี่ยวกับชนชาติดังกล่าวและภาษาที่ใช้

HIV ย่อจาก human immunodeficiency virus ไวรัสที่ทำให้เกิดโรคภูมิคุ้มกันบกพร่อง (AIDS)

hive (ไฮฟว) *n.* รังผึ้ง, กลุ่มผึ้งที่ทำรังอยู่, สิ่งที่คล้ายรังผึ้ง, สถานที่มีผู้คนจอแจ, กลุ่มคนที่เดินชุลมุน *-v.* **hived, hiving** *-vt.* ทำให้ผึ้งเข้ารัง, เก็บสะสม (น้ำผึ้ง) ไว้ในรังผึ้ง, เก็บสะสม *-vi.* เข้าไปอยู่ในรังผึ้ง, อยู่กันเป็นกลุ่ม *-Ex. The department store was a hive of activity.*

hives (ไฮฟวซฺ) *n. pl.* อาการโรคลมพิษ

hmm, hm (เฮิม) *interj.* คำอุทานแสดงการลังเลสงสัย

H.M. ย่อจาก His Majesty เจ้าชาย, Her Majesty เจ้าหญิง

ho (โฮ) *interj.* คำอุทานแสดงความประหลาดใจ ดีใจ เรียกร้องความสนใจ

hoar (ฮอร์) *n.* ภาวะขนหงอก, ผมหงอกขาว, คราบน้ำค้างแข็งที่จับอยู่ตามพื้นดินและต้นไม้*-adj.* ที่หงอกขาว, เก่าแก่

hoard (ฮอร์ด) *n.* การเก็บสะสม, การกักตุน, สิ่งที่เก็บสะสม *-vt., vi.* เก็บสะสม, กักตุน **-hoarder** *n.* (-S. stockpile, heap, accumulate) *-Ex. Some animals hoard food for the winter., We found the squirrel's hoard of nuts.*

hoarding (ฮอร์' ดิง) *n.* ป้ายโฆษณา, รั้วรอบตึกชั่วคราว

hoarfrost (ฮอร์' ฟรอสทฺ) *n.* คราบน้ำค้างแข็งที่จับอยู่ตามต้นไม้และพื้นดิน

hoarse (ฮอร์ซ) *adj.* **hoarser, hoarsest** (เสียง) แหบ, (เสียง) ห้าว, (เสียง) ต่ำ **-hoarsely** *adj.* **-hoarseness** *n.*

H

hoarsen 422 **holder**

(-S. harsh, rough, rasping) *-Ex. A cold had made Yupa's voice hoarse., Udom was hoarse from a bad cold.*

hoarsen (ฮอร์' เซิน) *vt., vi.* ทำให้เสียงแหบ, กลายเป็นเสียงแหบ

hoary (ฮอ' รี) *adj.* **-ier, -iest** หงอกขาว, เก่าแก่ **-hoarily** *adv.* **-hoariness** *n.* (-S. grey, white, old)

hoax (โฮคซฺ) *n.* การหลอกลวง, สิ่งหลอกลวง, การเล่นตลก *-vt.* หลอกลวง, เล่นตลก **-hoaxer** *n.* (-S. deception, joke, trick, fraud)

H

hob[1] (ฮอบ) *n.* ตะแกรงหรือโครงเหล็กสำหรับตั้งหม้อบนเตาไฟ, ตะปูหัวกลม

hob[2] (ฮอบ) *n.* สิ่งที่ทำให้เกิดความกลัว, เทวดาร่างเล็ก **-play/raise hob with** ทำให้เกิดความวุ่นวาย, แกล้ง, ทำให้เสีย

hobble (ฮอบ' เบิล) *v.* **-bled, -bling** *-vi.* เดินขาเป๋, เดินกะโผลกกะเผลก, ดำเนินไปอย่างไม่ราบรื่น *-vt.* ทำให้เดินขาเป๋, ขัดขวาง, กีดขวาง, เป็นอุปสรรค *-n.* การดำเนินไปอย่างไม่ราบรื่น,ที่ผูกม้าหรือสัตว์อื่น,สถานการณ์ที่ไม่ราบรื่น **-hobbler** *n.* (-S. walk lamely, shuffle, stagger)

hobby (ฮอบ' บี) *n., pl.* **-bies** งานอดิเรก **-hobbyist** *n.*

hobby-horse (ฮอบ' บี ฮอร์ซ) *n.* ม้าไม้เรียวที่เด็กเล่น, ม้าโยกเยก

hobby-horse

hobgoblin (ฮอบ'กอบลิน) *n.* สิ่งที่ทำให้เกิดความกลัว, ผีหลอกเด็ก

hobnail (ฮอบ'เนล) *n.* ตะปูหัวใหญ่และเรียบสำหรับตอกติดใต้พื้นส้นรองเท้าให้แข็งแรงขึ้น **-hobnailed** *adj.*

hobnob (ฮอบ' นอบ) *vi.* **-nobbed, -nobbing** สนทนากันอย่างสนิทสนม, ร่วมกันดื่ม, สนิทสนมอย่างมากกับ

hobo (โฮ' โบ) *n., pl.* **-bos/-boes** คนจรจัด, คนพเนจร, คนที่ร่อนเร่ทำงาน *-vi.* เร่ร่อน (-S. drifter, vagrant)

Hobson's choice (ฮอบ' เซินซฺ) การเลือกได้เพียงอย่างเดียว, การไม่มีโอกาสเลือก, การไม่มีทางเลือก

hock[1] (ฮอค) *n.* ข้อเท้าสัตว์, เนื้อขา (หมู) *-vt.* ตัดเอ็นร้อยหวายออก

hock[2] (ฮอค) *n.* เหล้าไวน์แห่งลุ่มน้ำไลน์

hock[3] (ฮอค) *vt., n.* (คำสแลง) จำนำ

hockey (ฮอค' คี) *n.* กีฬาฮอกกี

hocus (โฮ' เคิส) *vt.* **-cused, -cusing/-cussed, -cussing** หลอกลวงโกง, มอมยา, มอมเหล้าใส่ยา (-S. hoax, cheat, delude, bluff)

hocus-pocus (โฮ' เคิส โพ' เคิส) *vt., vi.* **-cused, -cusing/-cussed, -cussing** หลอกลวง, โกง, เล่นกล *-n.* คำพูดที่ไร้ความหมาย, คาถาผู้เล่นกล, การหลอกลวง, การเล่นกล

hod (ฮอด) *n.* ถังน้ำขนปูน, บุ้งกี๋ขนถ่าน

hodgepodge (ฮอจ' พอจ) *n.* ของผสม

hoe (โฮ) *n.* จอบ, เกรียงโบกปูน, เหล็กเกลี่ยไฟ *-vt., -vi.* **hoed, hoeing** ขุด, ขุดหญ้า, พรวน, สับด้วยจอบ **-hoer** *n.*

hog (ฮอก) *n., pl.* **hogs/hog** สุกร, หมู, หมูตอน, (ภาษาพูด) คนที่ตะกละเห็นแก่ตัว หรือสกปรก, แกะอายุ 1 ปีที่ยังไม่ได้โกนขน, ขนแกะดังกล่าว *-v.* **hogged, hogging** *-vt.* โก่งหลัง, (ภาษาพูด) เอาไปมากเกินไป เอาอย่างละโมบ *-vi.* โก่งหลัง, โก่งส่วนกลางขึ้น **-go the whole hog** (คำสแลง) ทำอย่างสมบูรณ์และเต็มที่

hoggish (ฮอก' กิช) *adj.* คล้ายหมู, เห็นแก่ตัว, ตะกละ, สกปรก, มอมแมม **-hoggishly** *adv.* **-hoggishness** *n.* (-S. greedy, gluttonous, dirty, filthy)

hogshead (ฮอกซ' เฮด) *n.* ถังขนาดใหญ่มีความจุ 63-140 แกลลอน, หน่วยปริมาตรหนึ่งหน่วยมีค่าเท่ากับ 63 แกลลอน

hogwash (ฮอก' วอช) *n.* อาหารหมู, เศษอาหารที่ให้หมูกิน, ของที่ไร้ค่า, การพูดการเขียนหรืออื่นๆ ที่ไม่มีความหมาย

hoi polloi (ฮอย' พะลอย') *n.* สามัญชน, ประชาชน

hoist (ฮอยซฺทฺ) *vt.* ยกขึ้น, ดึงขึ้น, ชักขึ้น *-n.* เครื่องยก, ลิฟต์, กว้าน, ปั้นจั่น, รถยก, การยก, การดึงขึ้น, ธงที่ชักขึ้น, ระดับความสูงของธงที่ชักขึ้น, การชักรอก (-S. elevate, raise, upraise, heave)

hoity-toity (ฮอย' ที ทอย' ที) *adj.* หยิ่ง, ยโส, โอหัง, ที่เสแสร้ง, เลินเล่อ, สะเพร่า *-n.* การทำตัวหยิ่ง, ความเลินเล่อ *-interj.* คำอุทานแสดงความตกใจหรือความไม่พอใจ

hokey (โฮ' คี) *adj.* **-ier, -iest** (คำสแลง) ปลอม ไม่แท้เทียม **-hokily** *adv.* **-hokiness, hokeyness** *n.*

hokeypokey, hokypoky (โฮ' คี โพ' คี) *n.* การหลอกลวง, การเล่นกล, การเล่นตลก, ไอศกรีมข้างถนน

hokum (โฮ' เคิม) *n.* ความไร้สาระ, คำพูดที่ไร้สาระ, ความไม่จริงใจ, เสียงปรบมือปลอมๆ ใช้เป็นเทคนิคแสดงความชื่นชมของผู้ชม

hold[1] (โฮลดฺ) *v.* **held, holding** *-vt.* ถือ, จับ, กุม, คว้า, เกาะ, กำ, อดทน, อดกลั้น, ยึด, ยึดครอง, ครอบครอง, ครอบคลุม, ครอบงำ, บรรจุ, จัดให้มี, ควบคุม, ขัง, ทำให้หยุด, ทำให้ชะงัก, ถือว่า, เข้าใจว่ามีความรู้สึก, อ้าง, หยิบยก *-vi.* ยังคง, ธำรง, ยึด, เกาะ, หยุดชะงัก, ทนทาน *-n.* การยึด, การถือ, การจับ, สิ่งที่ยึดไว้, การควบคุม, อำนาจควบคุม, การหยุดชะงัก, คุก, ป้อม, ป้อม ปราการ **-hold by/to** เห็นด้วย, ยึดถือ **-hold back** กักขัง, ละเว้น (-S. grasp, consider, retain, keep, persist, detain **-A.** release, drop) *-Ex. hold the baby, hold to a purpose, hold one's breath, hold a meeting, Hold on tight!, The movie is being held over another week., Sombat hold up our departure because he got up late., Grandma does not hold with all the new cooking methods.*

hold[2] (โฮลดฺ) *n.* ที่ใส่สินค้าทั้งหมดของลำเรือ, ห้องเก็บสินค้า

holdall (โฮลดฺ' ออล) *n.* กระเป๋าเดินทางขนาดใหญ่, กระเป๋าที่บรรจุของหลากหลายชนิด

hold-down (โฮลดฺ' เดาน) *n.* การอดกลั้น, การประหยัด, เครื่องยึดสิ่งของให้อยู่กับที่

holden (โฮล' เดิน) *vt., vi.* กริยาช่อง 3 ของ hold

holder (โฮล' เดอะ) *n.* ที่ยึด, ผู้ยึด, เจ้าของ, ผู้ครอบครอง, ผู้เช่า, ผู้มีกรรมสิทธิยึดครอง (-S. possessor, owner, case, sheath) *-EX. a holder for candles*

holdfast (โฮลดฺ' ฟาสทฺ) *n.* เครื่องยึด, เครื่องจับ, ตะขอ, ที่หนีบ
holding (โฮล' ดิง) *n.* การยึด, การครอบครอง, สิ่งยึด, สิ่งที่อยู่ในกรรมสิทธิครอบครอง, ที่ดินให้เช่า
holding company บริษัทคุมหุ้น, บริษัทผู้ถือหุ้น
holdout (โฮลดฺ' เอาทฺ) *n.* การยึดหน่วง, การยืนหยัด, การไม่ยอมอ่อนข้อ, คนที่ถ่วงการเซ็นสัญญาเพื่อให้ได้ผลประโยชน์มากขึ้น, คนที่ไม่ยอมเข้าร่วมกิจการ
holdup (โฮลดฺ' อัพ) *n.* การปล้น, การหยุดยั้ง, การหยุดชะงัก, (ภาษาพูด) การถูกเรียกราคาแพง *-Ex. A traffic hold up due to an accident.*
hole (โฮล) *n.* รู, โพรง, ถ้ำ, ช่อง, ร่อง, รอยโหว่ (บนร่างกาย), หลุม, จุดอ่อน, ข้อบกพร่อง, ห้องขัง, ที่หลบซ่อน, สถานการณ์ที่ยุ่งยาก *-v.* **holed, holing** *-vt.* เจาะรู, ขุดหลุม, เจาะผ่าน *-vi.* เจาะรู, ลงหลุม **-in the hole** เป็นหนี้สิน, ในภาวะที่คับแค้น **-hole out** ตี (ลูกกอล์ฟ) ลงหลุม (-S. aperture, fault, dilemma) *-Ex. a hole in the ground, The boys dug a hole where they believed the pirate treasure was buried., Bears hole up in the winter.*
hole-and-corner (โฮล' เอิน คอร์เนอร์) *adj.* เป็นความลับ, ไม่สำคัญ
holiday (ฮอล' ละเด) *n.* วันหยุด, วันพักผ่อน, วันนักขัตฤกษ์ *-adj.* เกี่ยวกับการเฉลิมฉลอง, ร่าเริง *-vi.* **-dayed, -daying** พักผ่อน (-S. festivity, festival) *-Ex. Thanksgiving is a holiday., holiday-clothes, We are in a holiday mood at New Year.*
holier-than-thou (โฮลีเออะเธินเธา') *adj.* มีศีลธรรม, น่าเคารพ, ที่ยกย่องตัวเอง
holily (โฮ' ละลี) *adj.* ศักดิ์สิทธิ์, น่าเคารพ, เคร่งศาสนา (-S. piously, devoutly, sacredly)
holiness (โฮ' ลีนิส) *n.* ความศักดิ์สิทธิ์ **-Holiness** คำเรียกสันตะปาปา (-S. piety, sanctity) *-Ex. The pilgrim felt the holiness of the shrine.*
holism (โฮ' ลิซึม) *n.* ทฤษฎีความศักดิ์สิทธิ์ **-holist** *n.*
Holland (ฮอล' เลินดฺ) ประเทศฮอลันดา, ประเทศเนเธอร์แลนด์ **-Hollander** *n.*
Hollands (ฮอล' เลินดฺซฺ) *n.* เหล้ายินชนิดหนึ่ง
holler (ฮอล' เลอะ) *vt.* ร้องดัง, ตะโกน, โอดครวญ, ร้องทุกข์ *-vi.* ตะโกน *-n.* เสียงโอดครวญ, เสียงร้องตะโกน
hollo (ฮอล' โล) *interj., n., pl.* **-los**, *-vt., -vi.* ดู hallo
hollow (ฮอล' โล) *adj.* เป็นโพรง, เป็นหลุม, กลวง, ว่าง, เว้า, มีแต่เปลือก, เปล่า, ไร้แก่นสาร, ไร้ความแน่นอน, ไม่มีความหมาย, ไม่จริงใจ, เท็จ, ปลอม, ที่หิว, ที่มีเสียงต่ำ *-n.* โพรง, หลุม, แอ่ง, ที่ว่าง, ที่กลวง, หุบเขา *-vt.* ทำให้เป็นหลุม, ทำให้ เป็นโพรง *-vi.* กลายเป็นหลุม, กลายเป็นโพรง *-adv.* เป็นหลุม, เป็นโพรง, ไร้ความหมาย, ไร้แก่นสาร **-beat all hollow** ชนะสิ้นเชิง **-hollowly** *adv.* **-hollowness** *n.* (-S. empty, sunken, valueless, pointless, artificial, void, depression) *-Ex. a hollow ball, It sounds hollow., a hollow friendship, The children hollowed out the pumpkin.*
hollow-eyed (ฮอล' โล อายดฺ) *adj.* ตาโบ๋
holly (ฮอล' ลี) *n., pl.* **-lies** ต้นฮอลลี, ต้นไม้จำพวก *Ilex*, ใบและผลของต้นดังกล่าว

holly

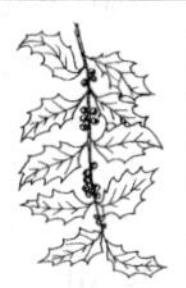

hollyhock (ฮอล' ลีฮอค) *n.* พืชไม้ดอกต้นสูงจำพวก *Alcea rosea*, ดอกของต้นดังกล่าว
Hollywood (ฮอล' ลีวูด) *n.* ฮอลลีวูด ซึ่งเป็นบริเวณหนึ่งทางด้านตะวันตกเฉียงเหนือของลอสแองเจลีส ในรัฐแคลิฟอร์เนีย, โรงถ่ายภาพยนตร์, ชื่อเมืองในรัฐแคลิฟอร์เนีย
holmium (โฮล' เมียม) *n.* ชื่อธาตุชนิดหนึ่ง มีสัญลักษณ์ Ho
holo-, hol- คำอุปสรรค มีความหมายว่า ทั้งหมด, ทั้งสิ้น
holocaust (ฮอล' ละคอสทฺ) *n.* ความหายนะ, การทำลายจนสิ้นเชิง, การเผาบูชาจนสิ้น **-Holocaust** การฆ่าล้างเผ่าพันธุ์ชาวยิวโดยนาซี ในสงครามโลกครั้งที่ 2 **-holocaustic, holocaustal** *adj.* (-S. disaster, devastation, demolition, annihilation)
hologram (ฮอล' ละแกรม) *n.* ภาพ 3 มิติ
holograph (ฮอล' ละแกรฟ) *adj.* ซึ่งเขียนทั้งหมดโดยชื่อผู้ประพันธ์ที่แสดงไว้ *-n.* ผลงานเขียนดังกล่าว
holography (โฮลอก' กระฟี) *n.* กระบวนการหรือเทคนิคการผลิตภาพ 3 มิติ **-holographic** *adj.*
holster (โฮล' สเทอะ) *n.* ซองหนังใส่ปืนพก *-vt.* นำปืนใส่ซอง
holy (โฮ' ลี) *adj.* **-lier, -liest** ศักดิ์สิทธิ์, ควรเคารพ, ควรสักการบูชา, เป็นที่เคารพบูชา, เคร่งศาสนา, ใจบุญอย่างยิ่ง, (ภาษาพูด) อย่างยิ่งเหลือเกิน *-n., pl.* **-lies** สถานที่ศักดิ์สิทธิ์, สิ่งศักดิ์สิทธิ์ (-S. pious, consecrated, hollowed) *-Ex. God's holy name, The Holy Saints*
Holy City นครศักดิ์สิทธิ์ของศาสนา, สวรรค์, กรุงเยรูซาเลม
Holy Communion พิธีศีลมหาสนิทของศาสนาคริสต์ (-S. Eucharist)
holy day วันพิธีในศาสนา, วันสำคัญทางศาสนา, วันพระ, วันเทศกาล
Holy Land ปาเลสไตน์ (-S. Palestine)
Holy Scripture, Holy Scriptures พระคัมภีร์ไบเบิล
Holy See สำนักงานของสันตะปาปา, ตำแหน่งสันตะปาปา
Holy Spirit พระจิต, วิญญาณของพระเจ้า, บุคคลที่ 3 ของ Trinity
Holy Week สัปดาห์ก่อน Easter, สัปดาห์แห่งเทศกาลคืนชีพ
homage (ฮอม' มิจ) *n.* การแสดงความจงรักภักดี, การแสดงความเคารพ, การแสดงคารวะ (-S. obeisance, deference) *-Ex. We pay homage to the memory of a great warrior.*
homburg (ฮอม'เบิร์ก) *n.* หมวกสักหลาดชนิดหนึ่งมีปีกโค้งและยอดหมวกมีร่องบุ๋ม
home (โฮม) *n.* บ้าน, ที่พัก, ที่อยู่อาศัย, ปิตุภูมิ, บ้าน

เกิดเมืองนอน, ประเทศของตน, ถิ่นกำเนิด, สถานสงเคราะห์, ฐาน, ศูนย์กลาง *-v.* **homed, homing** *-vi.* กลับบ้าน, กลับถิ่น, ไปยังจุดหมาย, นำจรวดไปยังเป้าหมายโดยคลื่นวิทยุ *-vt.* นำ (จรวด) ไปยังเป้าหมาย *-adj.* เกี่ยวกับครอบครัว, เกี่ยวกับบ้านเกิดเมืองนอน, ท้องถิ่น *-adv.* ซึ่งไปบ้าน, ซึ่งไปยังจุดหมาย, ใกล้มาก (-S. residence, centre) *-Ex. my home land, home-trade, home affairs, the home office, The carpenter grove the nail home., They are home from their travels.*

H

home-brew (โฮม' บรู) *n.* เบียร์หรือเหล้าที่กลั่นในบ้าน **-home-brewed** *adj.*

home-coming (โฮม' คัมมิง) *n.* การกลับมาบ้าน, การมาถึงบ้าน,การกลับมาเยี่ยมโรงเรียนเดิมของศิษย์เก่า, เทศกาลคืนสู่เหย้า (โรงเรียน)

home economics เคหศาสตร์, เคหเศรษฐศาสตร์, เคหกรรมศาสตร์

homeland (โฮม' แลนดฺ) *n.* มาตุภูมิ, ปิตุภูมิ, บ้านเกิดเมืองนอน (-S. fatherland, motherland)

homeless (โฮม' ลิส) *adj.* ไม่มีบ้านอยู่, ไม่มีบ้าน *-n.* คนที่ไม่มีบ้านอาศัย (-S. vagrant, vagabond, destitute)

homely (โฮม' ลี) *adj.* **-lier, -liest** ไม่สวย, ไม่ดึงดูดใจ, เรียบๆ, ธรรมดาๆ, เป็นมิตรมาก, เกี่ยวกับบ้าน **-homeliness** *n.* (-S. unpretentious, simple, welcoming, unattractive) *-Ex. The hotel had a homely atmosphere., Hash is a homely dish., The speaker used homely everday words.*

homemade (โฮม' เมด') *adj.* ซึ่งทำที่บ้าน, ที่ผลิตขึ้น ในประเทศ, ที่อย่างง่ายๆ และหยาบๆ

homemaking (โฮม' เมคิง) *n.* งานบ้าน, งานดูแลบ้าน **-homemaker** *n.*

homeo-, homoio- คำอุปสรรค มีความหมายว่า คุ้นเคย

Home Office กระทรวงมหาดไทยของอังกฤษ

home office บ้านสำนักงาน

homeopathy (โฮมีออพ'พะธี) *n., pl.* **-thies** ความเชื่อที่ว่ายาที่ใช้รักษาโรคสามารถทำให้เกิดอาการเดียวกันของโรค ถ้าให้ในปริมาณน้อยที่สุดแก่ผู้ที่ไม่เป็นโรคนั้น **-homeopathist, homeopath** *n.* **-homeopathic** *adj.*

homeowner (โฮม' โอเนอะ) *n.* ผู้มีบ้านของตัวเอง **-homeownership** *n.*

home page (คอมพิวเตอร์) หน้าแรกของข่าวสารขององค์กร มหาวิทยาลัยหรือบุคคล เป็นต้น บนเครือข่าย WWW (World Wide Web)

Homeric (โฮเมอ' ริค) *adj.* เกี่ยวกับ Homer นักกวีชาวกรีกโบราณ ผู้ประพันธ์เรื่อง Iliad และ Odyssey

home rule หลักในการปกครองของเมือง จังหวัด รัฐหรืออื่นๆ

home run (เบสบอล) การตีลูกที่ทำให้ผู้ตีสามารถทำแต้มโดยการวิ่งรอบสนามเล่น

Home Secretary รัฐมนตรีกระทรวงมหาดไทยของอังกฤษ

homesick (โฮม' ซิค) *adj.* ที่คิดถึงบ้าน **-homesickness** *n.* *-Ex. After Dang had been away from home a week, he became homesick.*

homespun (โฮม' สพัน) *adj.* ทอที่บ้าน, เรียบๆ, ง่ายๆ, ไม่เสแสร้ง *-n.* ผ้าทอที่บ้าน, ผ้าพื้นเมือง (-S. plain, simple) *-Ex. a quiet homespun manner*

homestead (โฮม' สเทด) *n.* บ้านพัก (รวมทั้งบ้านสิ่งก่อสร้างและที่ดิน) *-vt., vt.* ตั้งรกราก

homestretch (โฮม' สเทรช) *n.* ส่วนตรงของทางวิ่งช่วงสุดท้ายสู่หลักชัย, ขั้นตอนสุดท้าย

hometown (โฮม' เทาน) *n.* บ้านเกิดเมืองนอน

homeward (โฮม' เวิร์ด) *adv., adj.* ไปบ้าน *-Ex. a homeward journey*

homewards (โฮม' เวิร์ดซฺ) *adv.* ไปบ้าน *-Ex. We walked homewards.*

homework (โฮม' เวิร์ค) *n.* การบ้าน, งานบ้าน *-Ex. The teacher assigned many geometric examples for homework.*

homey, homy (โฮ' มี) *adj.* **-ier, -iest** อบอุ่น, สนิทสนม **-homeyness** *n.* (-S. cozy, hospitable)

homicidal (ฮอมมะไซ' เดิล) *adj.* ที่ฆ่าคน, ซึ่งสังหารคน, เกี่ยวกับการฆาตกรรม **-homicidally** *adv.* (-S. mortal, murderous, lethal, maniacal)

homicide (ฮอม' มะไซด) *n.* การฆ่าคน, ฆาตกรรม, ฆาตกร (-S. manslaughter, murder, assasination)

homily (ฮอม' มะลี) *n., pl.* **-lies** ธรรมเทศนา **-homilist** *n.* (-S. sermon, preaching, oration)

homing (โฮ' มิง) *adj.* กลับบ้าน, ไปบ้าน, ไปสู่จุดหมายปลายทาง

homing pigeon นกพิราบสื่อสารที่ถูกเลี้ยงและฝึกให้บินกลับบ้านเดิมได้

hominy (ฮอม' มะนี) *n.* ข้าวโพดที่กะเทาะเปลือกออก

homo¹ (โฮ' โม) *n., pl.* **homines** สิ่งมีชีวิตจำพวก *Homo* มีสายพันธุ์เช่นเดียวกับมนุษย์

homo² (โฮ' โม) *n., pl.* **homos** (คำสแลง) ผู้นิยมรักร่วมเพศ

homo-, hom- คำอุปสรรค มีความหมายว่า เหมือนกัน

homogeneous (โฮโมจี' เนียส) *adj.* ซึ่งเป็นเนื้อเดียวกัน, ซึ่งประกอบด้วยส่วนที่เหมือนกัน, มีคุณสมบัติเหมือนกัน, มีลักษณะเหมือนกัน **-homogeneity** *n.* **-homogeneously** *adv.* **-homogeneousness** *n.* (-S. alike, consistent, uniform, similar, comparable)

homogenize (ฮะมอจ' จะไนซฺ) *vt.* **-nized, -nizing** ทำให้เป็นเนื้อเดียวกัน, ทำให้อนุภาคเล็กลงจนกระจายปนในเนื้อของเหลวได้ **-homogenization** *n.* (-S. combine, coalesce, merge)

homogenized milk นมที่ไขมันแตกตัวเป็นอนุภาคเล็กๆ ซึ่งไม่แยกตัวออกชั้นผิวหน้า

homograph (ฮอม' มะแกรฟ) *n.* คำที่เขียนเหมือนกันแต่มีรากศัพท์ต่างกัน **-homographic** *adj.*

homologous (โฮมอล' ละเกิส) *adj.* ซึ่งมีความสัมพันธ์เดียวกัน, คล้ายคลึงกัน, ที่เป็นสายเดียวกัน, ซึ่งมีตำแหน่งหรือแหล่งกำเนิดเดียวกัน, ซึ่งมีแบบทางเคมีเหมือนกันแต่ต่างกันที่ส่วนประกอบบางอย่าง **-homologue, homolog** *n.* (-S. analogous)

homonym (ฮอม' มะนิม) *n.* คำที่ออกเสียงหรือสะกดเหมือนกัน แต่ความหมายและที่มาต่างกัน, บุคคล สัตว์หรือสิ่งของที่มีชื่อเรียกเหมือนกัน, สิ่งมีชีวิตที่มีชื่อเรียกเหมือนกันแต่ต่างชนิดกัน **-homonymic** *adj.*

homophobe (โฮ' มะโฟบ) *n.* ผู้ที่เกลียดกลัวพวกรักร่วมเพศ

homophobia (โฮมะโฟ' เบีย) *n.* การเกลียดหรือกลัวพวกรักร่วมเพศหรือพฤติกรรมของพวกรักร่วมเพศ

Homo sapiens (โฮ' โม เซ' เพียนซฺ) *n.* มนุษย์ปัจจุบัน (-S. human being, mankind)

homosexual (โฮมะเซค' ชวล) *adj.* ที่รักร่วมเพศ *-n.* คนรักร่วมเพศ **-homosexually** *adv.*

homosexuality (โฮมะเซคชูแอล' ละที) *n.* ความต้องการร่วมเพศกับเพศเดียวกัน

Hon., hon. (โฮน) ย่อจาก honourable ที่สมควรได้รับการยกย่อง, honorary ที่ได้รับเกียรติ

Honduras (ฮอนดุ' เริส) ชื่อประเทศสาธารณรัฐในละตินอเมริกา **-Honduran** *adj., n.*

hone[1] (โฮน) *n.* หินลับมีด, เครื่องขัดรูหรือขยายรู *-vt.* **honed, honing** ลับมีด, ขัดรู, ขยาย **-honer** *n.*

hone[2] (โฮน) *vi.* **honed, honing** คร่ำครวญ, ปรารถนา

honest (ออน' นิสทฺ) *adj.* ซื่อสัตย์, สุจริต, ซื่อตรง, จริงใจ, เปิดเผย, ยุติธรรม, แท้จริง, ไม่ปลอม, ไม่เจือปน, น่าเชื่อถือ, น่านับถือ, ถ่อมตัว, ง่ายๆ, เรียบๆ (-S. open, truthful, just, fair, sincere) *-Ex. an honest man, an honest attempt, Earn an honest living.*

honestly (ออน' นิสทฺลี) *adv.* อย่างซื่อสัตย์, อย่างสุจริต, ด้วยความจริงใจ *-interj.* คำอุทานแสดงความไม่เชื่อถือ ความตกใจ หรืออื่นๆ (-S. fairly, truthfully)

honesty (ออน' นิสที) *n., pl.* **-ties** ความซื่อสัตย์, ความสุจริต, ความจริงใจ, ความเปิดเผย, ความซื่อตรง, พืชจำพวก *Lunaria annua* มีดอกสีม่วงและสีขาว กระเปาะรังไข่มีขนาดแบนใหญ่ (-S. integrity, rectitude, openness) *-Ex. Honesty is the best policy.*

honey (ฮัน' นี) *n., pl.* **-eys** น้ำผึ้ง, น้ำหวานของดอกไม้, สิ่งที่หวานอร่อยหรือทำให้ยินดี, ที่รัก, (ภาษาพูด) สิ่งที่มีคุณภาพสูง สิ่งที่ดีเด่น *-adj.* เกี่ยวกับน้ำผึ้ง, ประกอบด้วยน้ำผึ้ง, ที่รัก *-vt.* **-eyed/-ied, -eying** ทำให้หวานด้วยน้ำผึ้ง, เยินยอ, ประจบ

honeybee (ฮัน' นี บี) *n.* ผึ้ง

honeycomb (ฮัน' นี โคม) *n.* รวงผึ้ง, รังผึ้ง, สิ่งที่คล้ายรวงผึ้ง *-vt., vi.* ทำให้เป็นรูพรุน *-adj.* ที่เหมือนรังผึ้ง **-honeycombed** *adj. -Ex. The wood was honeycombed with ant tunnels.*

honeydew (ฮัน' นี ดิว) *n.* น้ำหวานจากใบของพืชบางชนิดในฤดูร้อน, ยาเส้นผสมน้ำตาล

honeyed (ฮัน' นีด) *adj.* หวานเหมือนน้ำผึ้ง, ที่เคลือบหรือใส่น้ำผึ้ง

honeymoon (ฮัน' นีมูน) *n.* การดื่มน้ำผึ้งพระจันทร์, การทัศนาจรหรือพักผ่อนหย่อนใจของคู่สมรส *-vi.* ดื่มน้ำผึ้งพระจันทร์ **-honeymooner** *n. -Ex. They will honeymoon in Chiangmai.*

honeysuckle (ฮัน' นี ซัคเคอะ) *n.* พืชไม้พุ่มจำพวก *Lonicera,* พืชที่มีกลิ่นหอมหรือเป็นไม้ประดับ

honk (ฮองคฺ) *n.* เสียงห่านร้อง, เสียงคล้ายเสียงห่านร้อง, เสียงแตรรถยนต์ *-vi., vt.* ร้องเสียงห่าน, กดแตรรถให้ดัง **-honker** *n. -Ex. the honk of an automobile horn, We heard the geese honk., I honked the automobile horn.*

honky, honkie (ฮอง' คี) *n.* (คำสแลง) คนผิวขาว

honky-tonk (ฮอง' คี ทองคฺ) *n.* (คำสแลง) ไนต์คลับถูกๆ ที่มีการเต้นรำหรือเสียงดนตรีที่อึกทึกหนวกหู, ซ่องโสเภณี, โรงหนังถูกๆ *-adj.* (คำสแลง) เกี่ยวกับสถานที่ดังกล่าว *-vi.* (คำสแลง) ไปเที่ยวสถานที่ดังกล่าว

honour, honor (ออน' เนอะ) *n.* เกียรติยศ, ชื่อเสียง, ศักดิ์ศรี, เกียรติศักดิ์, ความเคารพ, ความนับถือ, ความบริสุทธิ์, ความซื่อสัตย์, การกระทำเพื่อเป็นการให้เกียรติ, ผู้นำชื่อเสียงมาสู่สถาบัน, ความเป็นพรหมจารี, ยศศักดิ์, เหรียญตรา *-vt.* เคารพ, นับถือ, ให้เกียรติแก่กัน, จ่ายเงินตามตั๋วแลกเงิน **-honors** ปริญญาขั้นเกียรตินิยม, หลักสูตรเพิ่มเติมสำหรับนักเรียนพิเศษ (-S. virtue, fidelity, esteem) *-Ex. The men removed their hats to honour the dead man., Do honour to means show respect and admiration for., pledge one's honour, We have the honour to inform you that..., military honours, honour a cheque*

honourable, honorable (ออน' เนอะระเบิล) *adj.* มีเกียรติ, น่าเคารพนับถือ, ซื่อตรง, ตรงไปตรงมา, น่าเชื่อถือ, มีหน้ามีตา, มีศักดิ์ศรี **-honourably, honorably** *adv.* **-honourableness, honorableness** *n.* **-honourability, honorability** *n.* (-S. virtuous, ethical)

honorarium (ออนนะแร' เรียม) *n., pl.* **-riums/-ria** รางวัลการกระทำทางวิชาชีพ

honorary (ออน' นะแรรี) *adj.* เป็นเกียรติ, เป็นเกียรติยศ, เกี่ยวกับกิตติมศักดิ์, โดยเกียรติ **-honorarily** *adv.*

honorific, honorifical (ออนนะริฟ' ฟิค, -เคิล) *adj.* ซึ่งให้เกียรติ **-honorifically** *adv.*

hood (ฮุด) *n.* หมวกครอบ, ผ้าคลุมศีรษะ, หมวกปริญญาของเสื้อชุดปริญญาของมหาวิทยาลัย, ฝาครอบเครื่องยนต์, ฝาครอบปล่องไฟ, คอที่แผ่แม่เบี้ยของงูเห่าหรืองูจงอาจ, หงอนขนบนหัวของนกหรือสัตว์บางชนิด *-vt.* ปกคลุมด้วยวัสดุดังกล่าว (-S. cowl, bonnet)

hooded (ฮุด' ดิด) *adj.* มีฝาครอบ, มีหลังคา, เป็นรูปฝาครอบหรือผ้าคลุมศีรษะ, ที่มีผิวหนังที่ยืดหยุ่นบริเวณคอเวลาแผ่แม่เบี้ย, ที่มีหงอนบนหัวนก

hoodlum (ฮูด' เลิม) *n.* อันธพาล, วายร้าย, โจร **-hoodlumism** *n.*

hoodoo (ฮู' ดู) *n., pl.* **-doos** โชคไม่ดี, โชคร้าย, ผู้นำโชคร้ายมา, บุคคลที่ไม่เป็นมงคล, สิ่งที่ไม่เป็นมงคล, เสาหินผารูปประหลาดๆ, ดู voodoo *-vt.* นำโชคร้ายมา, ทำให้ไม่เป็นมงคล **-hoodooism** *n.*

hoodwink (ฮุด' วิงคฺ) *vt.* หลอกลวง, โกง, ปิดบัง

hooey (ฮู' อี) *n.* (คำสแลง) ความเหลวไหลไร้สาระ

hoof (ฮูฟ) *n., pl.* **hoofs/hooves** กีบเท้าสัตว์, (คำสแลง) เท้าคน *-vt.* เหยียบด้วยเท้า, (คำสแลง) เดิน *-vi.* (คำสแลง) เต้นรำ เดิน **-on the hoof** มีชีวิตอยู่, ยังไม่

H

ถูกฆ่า

hoofed (ฮูฟทฺ) *adj.* ซึ่งมีกีบ

hoo-ha (ฮู' ฮา) *n.* (ภาษาพูด) ความอึกทึกวุ่นวาย *-interj.* คำอุทานแสดงความตื่นเต้นหรือประหลาดใจ

hook (ฮุค) *n.* ตะขอ, ขอ, ตะขอแขวน, เบ็ดปลา, เคียว, สิ่งที่มีรูปร่างคล้ายตะขอ, กับดัก, หลุมพราง, หมัดสอยดาว, คุ้งแม่น้ำ, (คำสแลง) วิธีดึงดูดความสนใจ *-vt.* เกี่ยวติด, ใช้ตะขอเกี่ยว, ใช้เบ็ดตก, ต่อยหมัดตวัดหรือสอยดาว (ภาษาพูด) ล่อหลอกลวง, (คำสแลง) ล้วงกระเป๋า ขโมย *-vi.* ยึดติดหรือเกี่ยวโดยตะขอ, โค้งงอคล้ายตะขอ, (คำสแลง) เป็นโสเภณี **-by hook or by crook** โดยวิธีการวิธีหนึ่ง **-hook, line, and sinker** (ภาษาพูด) ทั้งหมด ทั้งสิ้น (-S. holder, snare, crook, catch, fastener) *-Ex. Coats are hung on clothes hooks., Dang hooked the door to keep it closed., a crochet hook, to hook a fish*

hook

hookah, hooka (ฮุค' คะ) *n.* กล้องสูบยายาวที่ต่อผ่านไอน้ำ

hookah, hooka

hooked (ฮุคทฺ) *adj.* คล้ายตะขอ, ที่งอคล้ายตะขอ, เป็นตะขอ, (คำสแลง) ที่ติดยาเสพย์ติด ถูกครอบงำ ที่แต่งงานแล้ว **-hookedness** *n.*

hooker[1] (ฮุค' เคอะ) *n.* ตะขอ, (คำสแลง) โสเภณี ผู้ที่ทำให้คนอื่นติดยาเสพย์ติด

hooker[2] (ฮุค' เคอะ) *n.* เรือโบราณที่เก้งก้าง, เรือที่เชื่องช้า, เรือที่พายไม่คล่องมือ

hookup (ฮุค' คัพ) *n.* แผนภูมิแสดงการเชื่อมต่อของส่วนต่างๆ ของอุปกรณ์อิเล็กทรอนิกส์, การเชื่อมต่อของส่วนต่างๆ, ร่างแหหรือการเชื่อมต่อของสถานีวิทยุหรือโทรทัศน์

hookworm (ฮุค' เวิร์ม) *n.* พยาธิปากขอ

hooky, hookey (ฮุค' คี) *n.* (ภาษาพูด) การขาดโรงเรียนโดยไม่มีเหตุผลที่สมควร

hooligan (ฮู' ลิเกิน) *n.* (คำสแลง) อันธพาล นักเลง **-hooliganism** *n.* (-S. ruffian, hoodlum)

hoop (ฮูพ) *n.* ขอบตะแกรง, แถบโลหะหรือไม้ที่คาดถัง, ห่วงเหล็ก, วัตถุที่เป็นวงแหวน, ห่วงบาสเกตบอล *-vt.* คาดด้วยแถบโลหะ, ใส่ห่วง, ใส่ขอบตะแกรง, ล้อมรอบ (-S. ring, band)

hoot[1] (ฮูท) *vi.* ร้องเสียงอย่างนกเค้าแมว, ตะโกนออกอย่างไม่เห็นด้วยหรือเย้ยหยัน *-vt.* ใช้เสียงตะโกนโจมตีด้วยความไม่เห็นด้วยหรือเย้ยหยัน, ขับออก, ไล่ *-n.* เสียงร้องของนกเค้าแมว, เสียงที่คล้ายเสียงนกเค้าแมว, การร้องหรือตะโกนด้วยความไม่พอใจหรือเย้ยหยัน **-hooter** *n.* (-S. jeer, deride, howl, roar) *-Ex. The crowd hooted at the speaker.*

hoot[2]**, hoots** (ฮูท, ฮูทซฺ) *interj.* คำอุทานแสดงความไม่พอใจ

hop[1] (ฮอพ) *v.* **hopped, hopping** *-vi.* กระโดด, กระโดดสองขา, กระโดดขาเดียว, รีบเดินทางในระยะสั้น *-vt.* กระโดดข้าม, ขึ้นรถ, (ภาษาพูด) ขึ้นเครื่องบิน *-n.* การกระโดด, การกระโดดขาเดียว, การรับลูกกระดอนของลูกบอล, (ภาษาพูด) การขึ้นเครื่องบิน การเดินทางในระยะสั้น การเต้นรำ งานเต้นรำ (-S. bound, skip) *-Ex. Children like to hop on one foot., The rabbit took a hop., to hop a fence, to hop a train*

hop[2] (ฮอพ) *n.* พืชไม้เถาจำพวก *Humulus lupulus,* ต้นฮอพ **-hops** ดอกฮอพ (ใช้ปรุงเบียร์) **-hop up** ทำให้ตื่นเต้น, ทำให้กระตือรือร้น

hop[2]

hope (โฮพ) *n.* ความหวัง, ความปรารถนา, ความคาดหมาย, สิ่งที่หวังไว้, ตัวเก็ง, ความมั่นใจ, ความไว้วางใจ *-v.* **hoped, hoping** *-vt.* หวัง, คาดหมาย, ปรารถนา *-vi.* หวังไว้, เชื่อถือ, เชื่อใจ, ไว้วางใจ **-hope against hope** ยังคงหวังอยู่แม้สถานการณ์จะไม่อำนวยให้ **-hoper** *n.* (-S. expectation, trust, confidence, desire) *-Ex. a hope of success, I hope you will come., I hope to be able to come., The oldest son is the hope of the family.*

hopeful (โฮพ' เฟิล) *adj.* เต็มไปด้วยความหวัง, มีความหวัง *-n.* ตัวเก็ง, ผู้มีความหวัง **-hopefulness** *n.* (-S. expectant, confident, auspicious) *-Ex. I'm quite hopeful of our success., The doctor is very hopeful about the sick baby., His good appetite is a hopeful sign that Udom is getting well.*

hopefully (โฮพ' ฟะลี) *adv.* ด้วยความหวัง, อย่างมีความหวัง

hopeless (โฮพ' ลิส) *adj.* ไร้ความหวัง, สิ้นหวัง, ที่รักษาไม่หาย **-hopelessly** *adv.* **-hopelessness** *n.* (-S. despondent, desperate, despairing, incurable, worthless -A. hopeful, promising) *-Ex. I feel hopeless of success., a hopeless attempt*

hopper (ฮอพ' เพอะ) *n.* ผู้กระโดด, สิ่งที่กระโดด, กรวยใส่วัสดุ, (ภาษาพูด) รถแช่เย็น ที่เก็บของ *-Ex. Manee dropped meat into the hopper of the food grinder while I turned the crank.*

hopscotch (ฮอพ' สคอช) *n.* การเล่นตั้งเต

horde (ฮอร์ด) *n.* ฝูงชนกลุ่มใหญ่, ฝูงคนจำนวนมาก, ชนเผ่าเลี้ยงสัตว์ของมองโกล, พวกอนารยชน *-vi.* **horded, hording** รวมเป็นกลุ่ม (-S. pack, multitude, throng) *-Ex. a horde of locusts, a horde of crickets, a gypsy horde*

horehound (ฮอร์' เฮานดฺ) *n.* พืชจำพวก *Marrubium vulgare* มีน้ำขมใช้เป็นยาได้

horehound

horizon (ฮะไร' เซิน) *n.* ขอบฟ้า, ขอบเขต, เส้นขอบฟ้า, ระดับความสนใจ, ตำแหน่ง, ชั้น (-S. skyline, scope, prospect) *-Ex. Reading can broaden our horizon.*

horizontal (ฮอร์ริซอน' เทิล) *adj.* เป็นแนวนอน, เป็นมุมฉากกับเส้นตั้งตรง, ขนานกับแนวพื้นดิน, ภายในขอบเขตเดียวกันของสังคมหรืออาชีพ *-n.* เส้นในแนวนอน **-horizontality** *n.* **-horizontally** *adv.* (-S.

level, flat) *-Ex. The surface of water in a pan is always a horizontal.*

hormone (ฮอร์' โมน) *n.* ฮอร์โมน, สารเคมีที่เกิดขึ้นในอวัยวะหรือต่อมของร่างกายและเข้าสู่กระแสโลหิต ออกฤทธิ์กระตุ้นการปฏิบัติงานของเซลล์หรืออวัยวะอื่นๆ, สารสังเคราะห์ที่มีฤทธิ์ดังกล่าว **-hormonal, hormonic** *adj.*

horn (ฮอร์น) *n.* เขาสัตว์, กระบอกใส่เหล้าหรือดินปืนที่ทำด้วยเขาสัตว์, สิ่งที่มีลักษณะเป็นเขา, แหลม (ทะเล), มุมแหลม, เครื่องกระจายเสียงที่มีรูปร่างคล้ายเขาสัตว์, แตรรูปเขา, เครื่องเป่า, (คำสแลง) โทรศัพท์ *-vt.* บุกรุก, แทงด้วยเขา, ทิ่มด้วยเขา **-lock horns** ไม่เห็นด้วย, ขัดแย้ง **-horn in** บุกรุก (-S. outgrowth, excrescence) *-Ex. a shoe horn, a drinking horn, a French horn, an automobile horn*

horn

hornbill (ฮอร์น' บิล) *n.* นกขนาดใหญ่ตระกูล Bucerotidae มีจะงอยปากใหญ่

horned (ฮอร์นด) *adj.* ซึ่งมีเขา, ซึ่งมีส่วนที่เป็นหงอน

hornet (ฮอร์' นิท) *n.* ตัวต่อขนาดยักษ์ตระกูล Vespidae

horn of plenty ดู cornucopia

hornpipe (ฮอร์น' ไพพ) *n.* ปี่ที่ทำจากเขาใช้สำหรับเป่าเพลงเต้นรำในอังกฤษ, การเต้นรำตามเพลงเป่าจากปี่เป่าเขา

horny (ฮอร์น' นี) *adj.* **-ier, -iest** คล้ายเขาสัตว์, ประกอบด้วยเขาสัตว์, (คำสแลง) เต็มไปด้วยราคะ **-horniness** *n.* (-S. lustful)

horologist (โฮรอล' ละจิสท) *n.* ผู้เชี่ยวชาญเกี่ยวกับ horology (-S. horologer)

horology (โฮรอล' ละจี) *n.* ศิลปะหรือวิทยาศาสตร์ในการทำเครื่องบอกเวลาหรือวัดเวลา **-horological, horologic** *adj.*

horoscope (ฮอร์' ระสโคพ) *n.* แผนภาพการผูกดวงทางโหราศาสตร์, การผูกดวงทางโหราศาสตร์ **-horoscopic** *adj.* **-horoscopy** *n.*

horrendous (ฮอเรน' เดิส) *adj.* น่ากลัว **-horrendously** *adv.*

horrible (ฮอร์' ระเบิล) *adj.* น่ากลัว, น่าสยดสยอง, ไม่เป็นที่พอใจอย่างยิ่ง **-horribly** *adv.* **-horribleness** *n.* (-S. repulsive, loathsome, abhorrent, grim) *-Ex. a horrible accident*

horrid (ฮอร์' ริด) *adj.* น่ากลัว, น่าสยดสยอง, น่าขนพองสยองเกล้า, เป็นที่ไม่พอใจอย่างยิ่ง **-horridly** *adv.* **-horridness** *n.* (-S. revolting, horrible, disagreeable)

horrific (ฮอริฟ' ฟิค) *adj.* น่ากลัว **-horrifically** *adv.*

horrify (ฮอร์' ระไฟ) *vt.* **-fied, -fying** ทำให้กลัว, ทำให้หวาดกลัว, ทำให้ขนพองสยองเกล้า **-horrification** *n.* (-S. appal, shock, terrify) *-Ex. The accident horrified us.*

horror (ฮอร์' เรอะ) *n.* ความน่ากลัว, ความน่าหวาดกลัว, ความน่าขนพองสยองเกล้า, ความน่าเบื่อหน่ายที่สุด, ความน่าขยะแขยง, ความเลวร้ายมาก **-the horrors** (ภาษาพูด) ความน่ากลัว ความเจ็บปวด ฯลฯ ที่เกิดขึ้นอย่างกะทันหัน (-S. dread, consternation, dismay, disgust) *-Ex. I have a horror of fire., Mother has a horror of mice.*

horror-struck (ฮอร์' เรอะสทรัค) *adj.* ที่ตกใจ, ที่กลัวมาก, หวาดสะดุ้ง, ที่ได้รับการเขย่าขวัญ (-S. horror-stricken, aghast)

hors d'oeuvre (ออร์เดิร์ฟ') *n., pl.* **hors d'oeuvres** (ภาษาฝรั่งเศส) ของว่างก่อนอาหารหลัก (-S. appetizer)

horse (ฮอร์ส) *n., pl.* **horses/horse** ม้า, สัตว์ตระกูล Equidae (ได้แก่ ม้า ลา ล่อ), ทหารม้า, โครงไม้ที่มี 4 ขา, สิ่งของที่เหมือนม้า, ม้า (ตัวหมากรุก), กำลังม้า, แรงม้า, (คำสแลง) เฮโรอีน *-v.* **horsed, horsing** *-vt.* จัดให้มีม้า, วางบนหลังม้า, กระตุกเชือกให้ม้าวิ่ง *-vi.* ขึ้นขี่ม้า **-a dark horse** ม้ามืด

horseback (ฮอร์ส' แบค) *n.* หลังม้า, บริเวณเนินทรายเนินกรวดหรือหิน *-adv., adj.* บนหลังม้า *-Ex. Udom likes to ride on horseback., He is a good horseback rider.*

horseflesh (ฮอร์ส' เฟลช) *n.* เนื้อม้า, ฝูงม้า

horsefly (ฮอร์ส' ไฟล) *n., pl.* **-flies** แมลงดูดเลือดตระกูล Tabanidae มักดูดเลือดสัตว์เลี้ยงลูกด้วยนม

horsehair (ฮอร์ส' แฮร์) *n.* ขนที่แผงคอม้าหรือที่หางม้า, ผ้าที่ทำจากขนม้า *-adj.* ที่ปกคลุมด้วยขนม้า

horselaugh (ฮอร์ส' แลฟ) *n.* (ภาษาพูด) การหัวเราะก๊าก การหัวเราะเสียงลั่น

horseman (ฮอร์ส' เมิน) *n., pl.* **-men** คนขี่ม้า, นักขี่ม้า, นักเลี้ยงม้า **-horsemanship** *n.* **-horsewoman** *n., fem.* (-S. rider, equestrian, dragoon, jockey)

horsepower (ฮอร์ส' เพาเออะ) *n.* แรงม้าซึ่งมีค่าเท่ากับ 550 ฟุต-ปอนด์ต่อวินาที, กำลังของม้าในการลากจูง

horseradish (ฮอร์ส' แรดดิช) *n.* พืชจำพวก *Armoracia rusticana*, รากของพืชดังกล่าว ใช้เป็นเครื่องปรุงอาหาร และเป็นยา

horse sense (ภาษาพูด) สามัญสำนึก (-S. common sense)

horseshit (ฮอร์ส' ชิท) *n.* (คำสแลง) ความเหลวไหล ความไร้สาระ การโกหก, ความไม่น่าเป็นไปได้ *-interj.* (คำสแลง) คำอุทานที่แสดงความไม่เชื่อ

horseshoe (ฮอร์ส' ชู) *n.* เกือกม้าเหล็กรูปตัว U, สิ่งที่เป็นรูปตัว U *-vt.* **-shoed, -shoing** ใส่เกือกม้า

horsewhip (ฮอร์ส' วิพ) *n.* แส้ม้า *-vt.* **-whipped, -whipping** เฆี่ยนด้วยแส้ม้า

hortative, hortatory (ฮอร์' ทะทิฟว, -ทอรี) *adj.* เกี่ยวกับการหนุนนำ, เกี่ยวกับการสนับสนุนหรือให้กำลังใจ

horticulture (ฮอร์' ทิคัลเชอะ) *n.* การปลูกพืชสวน, วิชาพืชสวน **-horticultural** *adj.* **-horticulturist** *n.*

hosanna, hosannah (โฮแซน' นะ) *n.* การร้อง "hosanna", การตะโกนร้องสรรเสริญ *-interj.* คำอุทานสรรเสริญพระเจ้าหรือพระเยซูคริสต์

hose (โฮซ) *n., pl.* **hose/hoses** ถุงเท้ายาว, เครื่องถุงเท้า, กางเกงรัดรูปของชายสมัยก่อน, กางเกงยืด, เสื้อกางเกงชั้นใน, ท่อที่ยาวและยืดหยุ่นใช้ส่งน้ำหรือก๊าซ

-vt. **hosed, hosing** ใช้ท่อดังกล่าวฉีดล้างหรือรด *-Ex. Dang used the hose to sprinkle the lawn., The brownie in the play wore hose.*

hosier (โฮ' เซียร์) *n.* ช่างหรือพ่อค้าขายเครื่องถุงเท้าและกางเกงชั้นใน

hosiery (โฮ' ซะรี) *n.* ร้านขายถุงเท้าและเสื้อกางเกงชั้นใน, ธุรกิจที่เกี่ยวกับการขายถุงเท้าและเสื้อกางเกงชั้นใน, เครื่องถุงเท้าและเสื้อกางเกงชั้นใน

hospice (ฮอส' พิส) *n.* บ้านพักรับรองพระธุดงค์ แขกที่มาทัศนาจรหรืออื่นๆ โดยเฉพาะที่ทางวัดเป็นฝ่ายจัด, บ้านพักสำหรับผู้ป่วยหรือคนจน, ที่พักสำหรับผู้ป่วยระยะสุดท้าย

H

hospitable (ฮอส' พิทะเบิล) *adj.* มีมิตรไมตรีจิต, มีอัธยาศัยดี, ที่ชอบต้อนรับแขก, มีมารยาทเจ้าของบ้าน, ที่ต้อนรับขับสู้, ที่เมตตากรุณา, ต้อนรับความคิดใหม่ๆ **-hospitably** *adv.* (-S. cordial, receptive, welcoming, convivial) *-Ex. Grandmother is very hospitable., She loves to have guests.*

hospital (ฮอส' พิเทิล) *n.* โรงพยาบาล, โรงซ่อม, คลินิกสัตว์, สถานสงเคราะห์ของมูลนิธิ

hospitality (ฮอสพิแทล' ละที) *n., pl.* **-ties** ความมีมิตรไมตรีจิต, ความเอื้อเฟื้อเผื่อแผ่, ความมีใจเมตตากรุณา, ความมีมารยาทของเจ้าบ้าน (-S. welcome, conviviality, cordiality, bountifulness)

hospitalization (ฮอสพิเทิลลิเซ' ชัน) *n.* การนำเข้ารักษาในโรงพยาบาล, การรักษาในโรงพยาบาล, เงินประกันที่จ่ายค่ารักษาพยาบาลบางส่วนหรือทั้งหมด

hospitalize (ฮอส' พิเทิลไลซ) *vt.* **-ized, -izing** นำเข้ารักษาในโรงพยาบาล

host[1] (โฮสทฺ) *n.* เจ้าบ้าน, เจ้าภาพ, เจ้าของบ้าน, เจ้าของโรงแรม, ผู้จัดรายการ, ผู้จัดการ, สัตว์หรือพืชที่ซึ่งปรสิตอาศัยกินอยู่, ผู้รับบริจาคเปลี่ยนถ่ายอวัยวะ *-vt.* ทำหน้าที่เป็นเจ้าบ้านหรือเจ้าภาพ (-S. landlord, landlady, innkeeper, party-giver) *-Ex. Dang was a fine host at his birthday party.*

host[2] (โฮสทฺ) *n.* จำนวนมากมาย, กลุ่มใหญ่, หมู่ใหญ่, กองทัพ (-S. multitude, crowd, myriad) *-Ex. Father has a host of friends., a host of daffodils*

host[3] (โฮสทฺ) *n.* ขนมปังศักดิ์สิทธิ์ในพิธีศีลมหาสนิท

hostage (ฮอส' ทิจ) *n.* ตัวประกัน, ของค้ำประกัน *-Ex. The bandits asked ransom for their hostage.*

hostel (ฮอส' เทิล) *n.* ที่พักราคาประหยัด, ที่พักรับรองเยาวชนที่เดินทางมาด้วยเท้าหรือจักรยาน, โรงแรม *-vt., vi.* เดินทางและพักในที่พักรับรองดังกล่าว

hosteler (ฮอส' ทะเลอะ) *n.* ผู้เข้าพักในโรงแรม, ผู้จัดการโรงแรมหรือที่พัก, เจ้าของหรือผู้ดูแลโรงแรมหรือที่พัก

hostelry (ฮอส' เทิลรี) *n., pl.* **-ries** ที่พักรับรอง, โรงแรม

hostess (โฮส' ทิส) *n.* เจ้าบ้านที่เป็นหญิง, เจ้าของโรงแรมที่เป็นผู้หญิง,พนักงานบริการที่เป็นหญิง(เช่นบนเครื่องบิน, ภัตตาคารและอื่นๆ), พาร์ตเนอร์ *-vt., vi.* ทำหน้าที่เป็นเจ้าภาพหรือพนักงานบริการที่เป็นหญิง

hostile (ฮอส' ไทล, ฮอส' เทิล) *adj.* เป็นปรปักษ์, ที่ต่อต้าน, มีเจตนาร้าย, เป็นศัตรู, ไม่เป็นมิตร, ไม่รับแขก *-n.* ศัตรู **-hostilely** *adv.* (-S. contrary, unfriendly, antagonistic) *-Ex. the hostile army, be hostile to new ideas*

hostility (ฮอลทิล' ละที) *n., pl.* **-ties** ความเป็นปรปักษ์, การต่อต้าน, การมีเจตนาร้าย, การเป็นศัตรู, การไม่เป็นมิตร, การไม่รับแขก **-hostilities** สงคราม, การทำสงคราม (-S. enmity, animosity, opposition, aversion)

hostler, ostler (ฮอส' เลอะ, ออส' เลอะ) *n.* คนดูแลม้า (โดยเฉพาะที่โรงแรม), พนักงานขับรถของโรงแรม

hot (ฮอท) *adj.* **hotter, hottest** ร้อน, เร่าร้อน, กระตือรือร้น, เป็นไข้, ใจร้อน, เผ็ดร้อน, มีความรู้สึกรุนแรง, (คำสแลง) เต็มไปด้วยราคะ, (ภาษาพูด) ใหม่ล่าสุด ซึ่งติดตามอย่างใกล้ชิด เป็นที่นิยมมาก ตลก น่าตื่นเต้นที่สุด น่าสนใจที่สุด, (ดนตรี) เร้าอารมณ์มาก, (คำสแลง) เป็นของที่เพิ่งขโมยมา *-adv.* อย่างรีบร้อน *-vt.* **hotted, hotting** (ภาษาพูด) ทำให้ตื่นเต้น เพิ่มความตื่นเต้น **-hotly** *adv.* **-hotness** *n.* (-S. burning, torrid, peppery, passionate, furious, fresh, popular -A. cold) *-Ex. hot wind, hot with fever, Pepper is hot., a hot argument*

hotbed (ฮอท'เบด) *n.* ที่เพาะปลูก, แหล่งเพาะ

hot-blooded (ฮอท'บลัดดิด) *adj.* เร่าร้อน, เลือดร้อนง่าย, มีอารมณ์รุนแรง (-S. ardent, rash)

hotchpotch (ฮอช' พอช) *n.* น้ำซุปหรือเนื้อต้มกับผัก (มักใส่ข้าวบาร์เลย์), จับฉ่าย

hot dog ไส้กรอกแดง, แซนด์วิชใส่ไส้กรอก

hotel (โฮเทล') *n.* โรงแรม, โรงแรมขนาดใหญ่

hotelier (โฮเทลเลียร์') *n.* ผู้จัดการหรือเจ้าของโรงแรม

hotfoot (ฮอท' ฟุท) *n., pl.* **-foots** การเล่นพิเรนโดยการจุดก้านไม้ขีดไฟแล้ววางในรองเท้าของผู้อื่น *-vi.* (ภาษาพูด) เดินอย่างเร่งรีบ เดินอย่างรีบร้อน *-adv.* อย่างรีบร้อน

hothead (ฮอท' เฮด) *n.* คนที่โมโหง่าย, คนใจร้อน, คนหุนหันพลันแล่น

hotheaded (ฮอท' เฮดดิด) *adj.* โมโหง่าย, ใจร้อน, หุนหันพลันแล่น **-hotheadedly** *adv.* **-hotheadedness** *n.*(-S. fiery, hasty, impulsive)

hothouse (ฮอท' เฮาซฺ) *n.* ที่เพาะพืชที่มีอุณหภูมิอุ่น *-adj.* ที่ปลูกที่ในดังกล่าว, ที่ต้องการดูแลอย่างดี

hotline, hot line (ฮอต' ไลน) *n.* โทรศัพท์หรือวิธีสื่อสารกันโดยตรงระหว่างผู้นำของประเทศในกรณีวิกฤติการณ์, ระบบการสื่อสารโดยตรง (มักใช้โทรทัศน์) เมื่อต้องการความช่วยเหลืออย่างเร่งด่วน

hot plate อุปกรณ์หุงต้มที่ใช้ขดลวดไฟฟ้า, จานเหล็กสำหรับทำให้อาหารร้อนหรืออุ่น

hot rod (คำสแลง) รถยนต์ที่มีความเร็วสูงเนื่องจากถอดเอาบางชิ้นส่วนออก

hot seat (ภาษาพูด) ตำแหน่งที่มีปัญหา, (คำสแลง) เก้าอี้ไฟฟ้าที่ใช้ประหารชีวิตนักโทษ

hot tempered ซึ่งโกรธง่าย

Hottentot (ฮอท' ทันทอท) *n., pl.* **-tot/-tots** สมาชิกชนชาติหนึ่งของชาวแอฟริกาตอนใต้, ภาษาของชนชาติดังกล่าว *-adj.* เกี่ยวกับชนชาติและภาษาดังกล่าว

hound (เฮานฺดฺ) *n.* สุนัขล่าเนื้อ (โดยเฉพาะพันธุ์ที่มีหน้ายาว หูใหญ่และหย่อน), สุนัข, คนต่ำช้า, ผู้มีศรัทธาแรงกล้า *-vt.* ล่าสัตว์, ไล่ตาม, กระตุ้น, ส่งเสริม (-S.

harass, pursue, impel) *-Ex. The bill collectors hounded him to pay his debts.*

hour (เอา' เออะ) *n.* ชั่วโมง, 60 นาที, เวลาหนึ่งเวลาใด, ปัจจุบัน, เวลาทำงาน, ระยะทางเดิน 1 ชั่วโมง, งานที่ทำเสร็จใน 1 ชั่วโมง *-Ex. half an hour, quarter of an hour, Keeps early hours., office hours*

hour glass นาฬิกาทราย, แก้วบรรจุทรายบอกชั่วโมง

hour hand เข็มนาฬิกา

houri (ฮุ' รี, เฮา'-) *n., pl.* **-ris** หญิงพรหมจรรย์ที่สวยงามจากสวรรค์สำหรับชาวมุสลิมที่เคร่งครัดศาสนาทั้งหลาย

hourly (เอา' เออะลี) *adj.* ทุกชั่วโมง, แต่ละชั่วโมง, บ่อย, ต่อเนื่องกัน *-adv.* ทุกชั่วโมง, บ่อย, ต่อเนื่องกัน (-S. frequently) *-Ex. an hourly train, Trains to Huahin run hourly., We expect his answer hourly.*

house (*n., adj.* เฮาซฺ, *v.* เฮาซ) *n., pl.* **houses** บ้าน, ที่พักอาศัย, โรงเรือน, ครอบครัว, บริษัท, สถาบัน, รัฐสภา, วงศ์ตระกูล, คนดูในโรงละครหรือมหรสพ, บ่อนคาสิโน, ห้องโถง, (คำสแลง) ซ่อง *-v.* **housed, housing** *-vt.* จัดบ้านหรือที่พักให้อยู่, ให้ที่อยู่อาศัย, มี, ซ่อนไว้ *-vi.* พำนัก, หลบซ่อน, อยู่ *-adj.* เกี่ยวกับบ้าน, เหมาะสำหรับเป็นบ้าน (-S. dwelling, habitation, household, firm, parliament) *-Ex. from house to house, religious house*

house arrest การกักกันผู้ต้องหาไว้ในที่อยู่ของเขา

houseboat (เฮาซฺ' โบท) *n.* บ้านบนน้ำ

housebreaking (เฮาซฺ' เบรคคิง) *n.* การบุกรุกเข้าบ้าน, การขโมยงัดบ้าน **-housebreaker** *n.*

housefly (เฮาซฺ' ไฟล) *n., pl.* **-flies** แมลงวันบ้านจำพวก *Musca domestica*

household (เฮาซฺ' โฮลด) *n.* สมาชิกในครอบครัว, กลุ่มคนที่อาศัยอยู่ในที่เดียวกัน, ที่พัก *-adj.* เกี่ยวกับครอบครัว, เกี่ยวกับงานบ้าน, ทั่วไป, ธรรมดา

householder (เฮาซฺโฮล' เดอะ) *n.* เจ้าของบ้าน, หัวหน้าครอบครัว

household word ชื่อที่ใช้สำหรับเรียกกันทั่วๆ ไป

housekeep (เฮาซฺ' คีพ) *vi.* ดูแลบ้าน

housekeeper (เฮาซฺ' คีพเพอะ) *n.* หญิงดูแลบ้าน, แม่บ้าน, ผู้จัดการในเรื่องงานบ้าน

housekeeping (เฮาซฺ' คีพพิง) *n.* การดูแลบ้าน, การเป็นแม่บ้าน, งานประจำที่น่าเบื่อ

housemaid (เฮาซฺ' เมด) *n.* คนใช้ผู้หญิง

House of Lords สภาสูง, สภาขุนนาง

House of Representatives สภาผู้แทนราษฎร

house-proud (เฮาซฺ' เพราดฺ) *adj.* ที่สนใจงานบ้าน

housetop (เฮาซฺ' ทอพ) *n.* หลังคาบ้าน

housewarming (เฮาซฺ' วอมมิง) *n.* งานขึ้นบ้านใหม่

housewife (เฮาซฺ' ไวฟฺ) *n., pl.* **-wives** แม่บ้าน, กล่องใส่เข็ม ด้ายและอุปกรณ์ตัดเย็บอื่นๆ **-housewifely** *adj.*

housewifery (เฮาซฺ' ไวฟฺเฟอรี) *n.* งานบ้าน, งานดูแลบ้าน, งานแม่บ้าน

housework (เฮาซฺ' เวิร์ค) *n.* งานบ้าน

housing[1] (เฮา' ซิง) *n.* การเคหะ, การจัดบ้านพักให้, บ้านพัก, สิ่งที่เป็นกรอบหรือโครงสำหรับเป็นที่ยึดของสิ่งอื่น (-S. lodgings, accommodation, shelter) *-Ex. The governor has promised better housing for the city., the housing problem*

housing[2] (เฮา' ซิง) *n.* สิ่งประดับที่ใช้ปกคลุมหลังม้าหรือสัตว์อื่น

hove (โฮฟวฺ) *vt., vi.* กริยาช่อง 2 และช่อง 3 ของ heave *-Ex. The ship hove into sight.*

hovel (ฮัฟ' เวิล) *n.* บ้านพักเล็กๆ ที่โกโรโกโส, ที่อยู่ที่สกปรกและโกโรโกโส, โรงวัวควายหรือสัตว์เลี้ยงอื่นๆ *-vt.* **-eled, -eling/-elled, -elling** อาศัยอยู่ในบ้านดังกล่าว (-S. cabin, hut, shack, hole, shanty)

hover (ฮัฟ' เวอะ) *vt.* บินฉวัดเฉวียน, บินร่อน, โฉบ, เตร่อยู่ใกล้ๆ *-n.* การบินฉวัดเฉวียน, การบินร่อน, การอยู่ใกล้ๆ **-hoverer** *n.* **-hoveringly** *adv. -Ex. Hawks hovered over the henhouse., to hover between life and death*

hovercraft (ฮัฟ' เวอะแครฟทฺ) *n.* เรือที่แล่นได้อย่างรวดเร็วเหนือน้ำในลุ่มน้ำและที่ราบเรียบ โดยแล่นบนเบาะ อากาศที่พุ่งออกจากพัดลมขนาดใหญ่ที่อยู่ใต้เรือ

how[1] (เฮา) *adv.* อย่างไร, อย่างไรบ้าง, เท่าใด, เพียงใด, ด้วยเหตุผลใด, อะไร *-conj.* อย่างไร, อะไร, อย่างไรก็ตาม *-n.* วิธี, หนทาง **-and how!** (ภาษาพูด) แน่นอน! **-how come** (ภาษาพูด) ทำไม เป็นอย่างไร **-how so** เกิดขึ้นได้อย่างไร *-Ex. Tell me how it happened., How did it happen?, How do you make that cake? Teach me how to do it., How about having a rest?*

how[2] (เฮา) *interj.* คำอุทานเชิงทะเล้น

howbeit (เฮาบี' อิท) *adv.* อย่างไรก็ตาม *-conj.* แม้ว่า (-S. nevertheless)

howdah, houdah (เฮา' ดะ) *n.* ที่นั่งบนหลังช้าง (-S. canopied seat)

howdah

howe'er (เฮาแอร์') *adv., conj.* ดู however

however (เฮาเอฟ' เวอะ) *adv.* อย่างไรก็ตาม, แม้ว่า, ยังคง, แต่กระนั้นก็ดี, อย่างไร *-conj.* อย่างไรก็ตาม (-S. nevertheless) *-Ex. The sky looks clear; however, I shall take an umbrella.*

howitzer (เฮา' อิทเซอะ) *n.* ปืนใหญ่กระบอกสั้นที่ใช้ยิงลูกกระสุนให้สูงโด่งลงสู่สนามเพลาะได้, ปืนครก (-S. cannon)

howl (เฮาล) *vt., vi.* หอน, ร้องโหยหวน, ร้องโห่, (คำสแลง) หัวเราะเสียงดัง *-n.* เสียงหอน, เสียงร้องโหยหวน (คำสแลง) เรื่องตลก (-S. yowl, roar, scream) *-Ex. The wind howls through the trees.*

howler (เฮา'เลอะ) *n.* บุคคลที่ร้องโหยหวนหรือหัวเราะดัง, สิ่งที่เปล่งเสียงโหยหวน, ลิงขนาดใหญ่ในแอฟริกาจำพวก *Alouatta* มีหางยาว ซึ่งชอบร้องเสียงโหยหวน, (คำสแลง) ความผิดที่น่าหัวเราะ

howling (เฮา' ลิง) *adj.* ซึ่งทำให้เกิดเสียงร้องโหยหวน, โดดเดี่ยว, (คำสแลง) ใหญ่มาก จำนวนมาก

howsoever (เฮาโซเอฟ' เวอะ) *adv.* อย่างไรก็ตาม, ถึงอย่างไรก็ตาม

how-to (เฮา' ทู) *adj.* (ภาษาพูด) ซึ่งสอนหรืออธิบาย

วิธีการทำ

hoyden (ฮอย' เดิน) *n.* เด็กหญิงที่มีลักษณะและอุปนิสัยคล้ายเด็กผู้ชาย, เด็กหญิงที่แก่นแก้ว *-adj.* แก่น, ซน, เอะอะ, ร่าเริง **-hoydenish** *adj.*

hr ย่อจาก hour ชั่วโมง

H.R.H., HRH ย่อจาก His/Her Royal Highness พระวรวงศ์เธอ, พระองค์เจ้า

HTML ย่อจาก Hyper Text Markup Language (คอมพิวเตอร์) เป็นภาษาโปรแกรมภาษาหนึ่งที่ใช้ในการสร้างเว็บเพจบนเครือข่ายอินเตอร์เนต โดยจะเรียกว่า เอกสารไฮเปอร์เท็กซ์ ซึ่งเป็นลักษณะของข้อความที่เชื่อมโยงถึงกันไม่ว่าข้อความนั้นจะอยู่ที่ใดก็ตาม โดยการคลิกที่ข้อความนั้น เอกสารที่มีความสัมพันธ์กับการเชื่อมโยงนั้นจะถูกเปิดขึ้นมาให้โดยอัตโนมัติ เอกสารนี้ชื่อแฟ้มมักจะมีนามสกุล .HTML

HTTP ย่อจาก Hyper Text Transfer Protocol (คอมพิวเตอร์)เป็นโปรโตคอลที่ใช้จัดการเชื่อมโยงระหว่างเอกสารไฮเปอร์เท็กซ์ฉบับหนึ่งกับฉบับอื่นๆ HTTP เป็นกลไกของเวิลด์ไวด์เว็บ (WWW) ซึ่งใช้เปิดเอกสารที่เกี่ยวข้องเมื่อเราคลิกที่ตัวเชื่อมโยงในไฮเปอร์เท็กซ์โดยไม่สนใจว่าเอกสารนั้นจะอยู่ที่ใด

hub (ฮับ) *n.* ดุ้มล้อ, จุดศูนย์กลาง, ศูนย์กลางของกิจกรรม (-S. pivot, centre, core) *-Ex. Bangkok comercial is a hub of industry.*

hubbub (ฮับ' บับ) *n.* เสียงดังสับสน, เสียงอึกทึกวุ่นวาย, ความโกลาหล (-S. uproar, tumult) *-Ex. There was a terrible hubbub from the crowd when the referee disallowed the goal.*

hubby (ฮับ' บี) *n., pl.* **-bies** (ภาษาพูด) สามี

hubris (ฮิว' บริส) *n.* ความหยิ่งยโส, ความโอหัง, ความมั่นใจมากเกินไป **-hubristic** *adj.*

huckaback (ฮัค'คะแบค) *n.* ผ้าลินินหยาบชนิดหนึ่ง

huckleberry (ฮัค' คัลเบอรี) *n., pl.* **-ries** ผลไม้สีน้ำเงินดำลูกเล็กๆ และกินได้จำพวก *Gaylussasia,* ต้นไม้ของผลไม้ดังกล่าว

hucklebone (ฮัค' เคิลโบน) *n.* ตาตุ่ม

huckster (ฮัค' สเทอะ) *n.* พ่อค้าขายปลีกเล็กๆ น้อยๆ, พ่อค้าเร่, ทหารรับจ้างด้วยสินจ้างถูกๆ, พนักงานขายที่คะยั้นคะยอ, นักโฆษณา *-vi., vt.* ขายปลีกเล็กๆ น้อยๆ **-hucksterism** *n.*

huddle (ฮัด' เดิล) *v.* **-dled, -dling** *-vt.* จับกลุ่ม, รวมกลุ่ม, เบียดเสียด, ยัดเยียด, ทำอย่างรีบเร่ง, ใส่เสื้อผ้าอย่างเร่งรีบ *-vi.* เบียดเสียด, ยัดเยียด, ประชุม หดม้วน, กอดกันกลม *-n.* กลุ่ม, ก้อน, กอง, ความวุ่นวาย, ความสับสน, การประชุม, การปรึกษาหารือ, การจับกลุ่มกัน **-huddler** *n.* (-S. crowd, cluster, cuddle) *-Ex. The ice skaters huddled around the fire., a huddle of cars*

Hudson Bay ชื่ออ่าวขนาดใหญ่ในแคนนาดาตอนเหนือ

hue¹ (ฮิว) *n.* สี, เฉดสี, แบบอย่าง, ลักษณะภายนอก

hue² (ฮิว) *n.* เสียงร้องโวยวาย, เสียงเจี๊ยวจ๊าว **-hue and cry** การร้องโวยวาย

hued (ฮิวด) *adj.* ซึ่งมีสี, มีลักษณะ

huff (ฮัฟ) *n.* อารมณ์โกรธ, อารมณ์เดือดดาล *-vt.* ทำให้โกรธ, ทำให้เคือง, รังแก, ขู่เข็ญ *-vi.* พ่น, เป่า, หายใจแรง, พูดอย่างขุ่นเคือง, หยิ่ง, ยโส (-S. anger, sulky)

huffish (ฮัฟ' ฟิฃ) *adj.* ขุ่นเคือง, ฉุน, หยิ่งยโส **-huffishly** *adv.* **-huffishness** *n.* (-S. insolent, peevish)

huffy (ฮัฟ'ฟี) *adj.* **-ier, -iest** ที่โกรธง่าย, หยิ่ง **-huffily** *adv.* **-huffiness** *n.*

hug (ฮัก) *v.* **hugged, hugging** *-vt.* กอด, รัด, ยึดมั่นใน, อยู่ใกล้ๆ, เลียบฝั่ง *-vi.* ใกล้ชิด, ยึดติด *-n.* การกอด, การรัด **-huggable** *adj.* **-hugger** *n.* (-S. embrace, cuddle, squeeze, cling to, harbour) *-Ex. Mother hugs the baby lovingly., to hug a belief*

huge (ฮิวจฺ) *adj.* **huger, hugest** ใหญ่มาก, ใหญ่โต, มหึมา, มหาศาล **-hugely** *adv.* **-hugeness** *n.* (-S. immense, colossal, monstrous) *-Ex. The elephant is a huge animal.*

hugger-mugger (ฮัก'เกอะ มัก'เกอะ) *n.* ความสับสน, ความลับ *-adj.* ที่สับสน, ที่เป็นความลับ *-vt.* รักษาความลับ *-vi.* ทำตัวลึกลับ

huh (ฮิว) *interj.* คำอุทานแสดงความประหลาดใจ ความไม่เชื่อ การดูถูกและอื่นๆ

hula-hula (ฮู' ละ ฮู' ละ) *n.* การเต้นระบำฮาวายที่มีการโบกมือและแขน (-S. hula dance, hula)

hulk (ฮัลค) *n.* ซากเรือเก่าๆ, เรือขนาดใหญ่ที่มีน้ำหนักมาก, เรือเสียที่จอดเป็นคลังเก็บพัสดุ, คนอุ้ยอ้าย *-vi.* มีลักษณะที่อุ้ยอ้าย, เคลื่อนที่อย่างงุ่มง่าม *-Ex. Somchai was such a hulk of a man that he had difficulty getting into small spaces.*

hulking (ฮัล' คิง) *adj.* อุ้ยอ้าย, ใหญ่และหนัก, งุ่มง่าม (-S. unwieldy, bulky, cumbersome) *-Ex. The giant's hulking form filled the entrance.*

hulky (ฮัล' คี) *adj.* ดู hulking

hull¹ (ฮัล) *n.* เปลือก (ผลไม้) *-vt.* เอาเปลือกออก **-huller** *n.* (-S. husk, shell, calyx, capsule) *-Ex. to hull peas*

hull² (ฮัล) *n.* ลำเรือ, ตัวเรือ, ลำเครื่องบิน, ส่วนกลางที่อยู่ต่ำสุดของลำเรือ *-vt.* เจาะทะลุลำเรือ

hullabaloo, hullaballoo (ฮัล' ละบะลู) *n., pl.* **-loos** เสียงอึกทึก, เสียงเอะอะโวยวาย

hum (ฮัม) *v.* **hummed, humming** *-vi.* (ผึ้ง) ร้องหึ่งๆ, ฮัมเพลงในลำคอ, ร้องฮัมในลำคอ, วุ่นอยู่กับงาน *-vt.* ฮัมเพลงในลำคอ *-n.* การฮัมเพลงในลำคอ, เสียงฮัมเพลง **-hummer** *n.* (-S. drone, buzz, mummur) *-Ex. The sound you make is a hum., Hundreds of bees* hummed *about the hivi., the hum of an engine*

human (ฮิว' เมิน) *adj.* เกี่ยวกับมนุษย์, ประกอบด้วยมนุษย์, เป็นลักษณะของมนุษย์, อ่อนแอ, เห็นอกเห็นใจ, มีมนุษยธรรม *-n.* มนุษย์ **-humanness** *n.* (-S. fleshy, mortal, considerate) *-Ex. the human race, human beings, I can't do everything; I'm only human.*

humane (ฮิว เมน') *adj.* มีมนุษยธรรม, เห็นอกเห็นใจ, มีเมตตากรุณา **-humanely** *adv.* **-humaneness** *n.* (-S. compassionate, kind, sympathetic)

humanism (ฮิว' มะนิซึม) *n.* ลัทธิมนุษยธรรม, การศึกษาเกี่ยวกับเรื่องของมนุษย์, มานุษยวิทยา, นิสัยมนุษย์, ความรักเพื่อนมนุษย์, ความเชื่อถือในมนุษย์แทน

การบูชาพระเจ้า

humanist (ฮิว' มะนิสทฺ) *n.* ผู้ศึกษาเกี่ยวกับมนุษย์, ผู้มีใจเมตตากรุณามนุษย์, ผู้ศึกษาอักษรศาสตร์ของกรีกและละติน, นักลัทธิมนุษยธรรม **-humanistic** *adj.* **-humanistically** *adv.*

humanitarian (ฮิวแมนนะแท' เรียน) *adj.* ใจบุญ มีใจเมตตากรุณาต่อมนุษย์, มีมนุษยธรรม *-n.* ผู้มีมนุษยธรรม, ผู้มีใจเมตตากรุณาต่อมนุษย์, ผู้ใจบุญ **-humanitarianism** *n.*

humanity (ฮิวแมน' นะที) *n., pl.* **-ties** มนุษย์, มนุษยชาติ, ความเป็นมนุษย์, ลักษณะธรรมชาติของมนุษย์, มนุษย์ธรรม **-the humanities** มนุษยศาสตร์, การศึกษาเกี่ยวกับภาษาและวรรณคดีของกรีกและละติน (-S. mankind, humankind, man) *-Ex. This is a history or humanity., a great contribution to humanity*

humanize (ฮิว' เมินไนซ) *vt., vi.* **-ized, -izing** ทำให้จิตใจเมตตากรุณา, ทำให้มีลักษณะของมนุษย์, กลายเป็นลักษณะของมนุษย์ **-humanization** *n.* **-humanizer** *n.* (-S. considerate, civilize, refine)

humankind (ฮิว' เมินไคนฺดฺ) *n.* มนุษย์, มนุษยชาติ (-S. human beings)

humanly (ฮิว' เมินลี) *adv.* เกี่ยวกับหรือมีลักษณะของมนุษย์, โดยวิธีการของมนุษย์, เกี่ยวกับมนุษย์ปุถุชน, อยู่ในขอบเขตความสามารถของมนุษย์

human nature ลักษณะธรรมชาติของมนุษย์

humanoid (ฮิว' มะนอยดฺ) *adj.* ซึ่งคล้ายมนุษย์ *-n.* สิ่งที่คล้ายมนุษย์

humble (ฮัม' เบิล) *adj.* **-bler, -blest** ถ่อมตัว, นอบน้อม, อ่อนน้อม, ต่ำต้อย *-vt.* **-bled, -bling** ลดต่ำ, ทำให้ต่ำลง, ทำลายอิสรภาพ อำนาจ กำลังใจหรืออื่นๆ, ทำให้ถ่อมตัว, หมอบราบ **-humbleness** *n.* **-humbler** *n.* **-humbly** *adv.* (-S. meek, modest) *-Ex. in a humble voice, my humble birth, a humble home*

humblebee (ฮัม' เบิลบี) *n.* ดู bumblebee, ผึ้งป่า, แมลงภู่

humbug (ฮัม' บัก) *n.* การหลอกลวง, การโกหก, การตบตา, มารยา, ผู้หลอกลวง, นักต้ม, ความไร้สาระ, สิ่งที่ไร้สาระ *-v.* **-bugged, -bugging** *-vt.* หลอกลวง, โกง *-vi.* กระทำการหลอกลวง *-interj.* เหลวไหล! **-humbugger** *n.* **-humbuggery** *n.* (-S. hoax, trick, swindle, deceit, nonsense, rubbish, balderdash)

humdinger (ฮัม' ดิง' เงอะ) *n.* (คำสแลง) ผู้ที่เด่นมาก สิ่งที่เด่นมาก

humdrum (ฮัม' ดรัม) *adj.* จืดชืด, ไม่มีรสชาติ, น่าเบื่อ *-n.* ความจืดชืด, ความไม่มีรสชาติ, ความน่าเบื่อ, การพูดที่น่าเบื่อ (-S. dull, mundane, monotonous, tedious)

humeral (ฮิว' เมอะเริล) *adj.* เกี่ยวกับกระดูกต้นแขน, เกี่ยวกับหรือใกล้กับหัวไหล่

humerus (ฮิว' เมอะเริส) *n., pl.* **-meri** กระดูกต้นแขน, กระดูกแขน, กระดูกปีกนกหรือไก่

humid (ฮิว' มิด) *adj.* ชื้น, เปียกชื้น **-humidly** *adv.* (-S. moist, muggy, dank, soggy) *-Ex. The air is humid before a rain.*

humidify (ฮิวมิด' ดะไฟ) *vt.* **-fied, -fying** ทำให้ชื้น **-humidification** *n.* **-humidifier** *n.*

humidity (ฮิวมิด' ดะที) *n., pl.* **-ties** ความชื้น, ความชื้นสัมพัทธ์ (-S. dampness, moisture) *-Ex. Weather forecasts tell the temperature and humidity.*

humiliate (ฮิวมิล' ลีเอท) *vt.* **-ated, -ating** ทำให้ขายหน้า, ทำให้เสียเกียรติ (-S. mortify, disgrace, embarrass, subdue) *-Ex. Jack was humiliated when his little sister outran him.*

humiliation (ฮิวมิลลีเอ' ชัน) *n.* การทำให้ขายหน้า, การทำให้เสียเกียรติ, ความอัปยศอดสู (-S. mortification, indignity, debasement) *-Ex. The child's tantrum brought great humiliation upon the mother.*

humility (ฮิวมิล' ละที) *n.* ความถ่อมตัว, ความนอบน้อม (-S. meekness, modesty, submissiveness) *-Ex. Sawai accepted the honours with humility.*

humming (ฮัม' มิง) *adj.* ซึ่งทำให้เกิดเสียงหึ่ง, (ภาษาพูด) ยุ่งมาก กระฉับกระเฉง มีชีวิตชีวา

hummingbird (ฮัม' มิงเบิร์ด) *n.* นกที่เล็กที่สุดของโลกตระกูล Trochilidae มีปากยาว ขนสีสดสวย และมีเสียงหึ่มๆ เมื่อมันกระพือปีก

hummingbird

hummock (ฮัม' เมิค) *n.* เนินดิน, เนินน้ำแข็ง **-hummocky** *adj.* *-Ex. In the lake, hummocks served as stepping stones.*

humour, humor (ฮิว' เมอะ) *n.* ความตลกขบขัน, อารมณ์ขัน, เรื่องขบขัน, อารมณ์ชั่วคราว *-vt.* ทำให้พึงพอใจ, ยอมตาม, ปรับตัวเข้ากับ **-out of humour** ไม่พอใจ, เคือง, ฉุน **-humourless, humorless** *adj.* (-S. pleasantry, wit, comedy, temper, whim) *-Ex. The comedian amused us with his humour., Father was in a bad homour because he was late for work., a humour magazine, in a good humour*

humoral (ฮิว' เมอะเริล) *adj.* เกี่ยวกับของเหลวในร่างกาย

humourist, humorist (ฮิว' เมอะริสทฺ) *n.* นักประพันธ์เรื่องขำขัน, ผู้มีอารมณ์ขัน **-humouristic, humoristic** *adj.*

humourous, humorous[1] (ฮิว' เมอะเริส) *adj.* ตลก, ขบขัน, ในเชิงตลก, ซึ่งมีนิสัยเป็นคนตลก **-humourously, humorously** *adv.* **-humourousness, humorousness** *n.* (-S. funny) *-Ex. a humorous story, a humorous situation*

humourous, humorous[2] (ฮิว' เมอะเริส) *adj.* เกี่ยวกับของเหลวในร่างกาย, เปียกชื้น

hump (ฮัมพฺ) *n.* ปุ่ม, โคก, หนอก, หลังค่อม, เนินกลม, ความหดหู่ *-vt.* ทำให้เป็นปุ่มขึ้น, ทำให้โค้ง, พยายามมาก, (คำสแลง) ผสมพันธุ์กับ, (ภาษาพูด) แบกขึ้นหลังหรือไหล่ *-vi.* (คำสแลง) บากบั่น เร่งรีบ **-the Hump** ภูเขาหิมาลัย **-over the hump** ผ่านระยะที่ลำบากที่สุด ซึ่งกินเวลานานที่สุดหรืออันตรายที่สุด **-humped** *adj.* **-humpy** *adj.* (-S. protuberance, knob) *-Ex. a camel's hump*

humpback (ฮัมพฺ' แบค) *n.* หลังโกง, หลังค่อม

humpbacked (ฮัมพฺ' แบคทฺ) *adj.* ซึ่งมีโหนกบนหลัง, ที่หลังโก่ง, หลังค่อม (-S. hunchbacked)

humph (ฮัมฟฺ) *interj., n.* คำอุทานแสดงความไม่เชื่อ ดูถูกหรืออื่นๆ

humus (ฮิว' เมิส) *n.* ดินที่เกิดจากการสลายตัวของพืชและสัตว์

hun (ฮัน) *n.* คนป่า, คนป่าเถื่อนที่ร้ายกาจ, (คำสแลง) ชาวเยอรมัน ทหารเยอรมันในสงครามโลกครั้งที่ 1 และ 2 **-Hun** นักรบชาวเอเชียสมัยโบราณที่ปกครองทวีปเอเชียส่วนใหญ่และยุโรปส่วนกลางในศตวรรษที่ 5 **-Hunnish** *adj.*

hunch (ฮันชฺ) *vt.* ทำให้โค้ง, ทำให้โก่ง, ทำให้ค่อม, ทำให้นูนขึ้น *-vi.* ผลัก, ดัน, ยืน, นั่งหรือเดินหลังโค้ง *-n.* โหนก, การรู้สึกล่วงหน้า *-Ex. I have a hunch that our team will win., The boy hunched over in his seat, and the teacher told him to sit up.*

hunchback (ฮันชฺ' แบค) *n.* คนหลังค่อม

hunchbacked (ฮันชฺ' แบคทฺ) *adj.* ซึ่งมีหลังค่อม

hundred (ฮัน' เดริด) *n., pl.* **-dred/-dreds** ร้อย, เลขร้อย *-adj.* ที่มีค่าเท่ากับ 100 **-hundreds** ตัวเลขระหว่าง 100 ถึง 999

hundredfold (ฮัน' เดริดโฟลด) *adj.* เป็น 100 เท่า, ซึ่งประกอบ 100 ส่วน *-adv.* เป็น 100 เท่า *-n.* จำนวนมาก

hundredth (ฮัน' เดริดธ) *adj.* ที่หนึ่งร้อย, เป็นหนึ่งใน 100 ส่วนเท่าๆ กัน *-n.* ส่วนที่ร้อย, สมาชิกลำดับที่ร้อย

hundredweight (ฮัน' เดริดเวท) *n., pl.* **-weight/-weights** หน่วยน้ำหนักที่เท่ากับ 100 ปอนด์ในอเมริกาและเท่ากับ 112 ปอนด์ในอังกฤษ ใช้อักษรย่อว่า cwt

hung (ฮัง) *-vt., vi.* กริยาช่อง 2 และช่อง 3 ของ hang

Hungarian (ฮังแก' เรียน) *n.* ชาวฮังการี, ภาษาฮังการี *-adj.* เกี่ยวกับภาษา วัฒนธรรมหรือประชาชนของฮังการี

hunger (ฮัง' เกอะ) *n.* ความหิว, อาการเจ็บปวดหรืออ่อนเพลียเนื่องจากต้องการอาหาร, ความต้องการมาก *-vi.* รู้สึกอยาก, รู้สึกหิว *-vt.* ทำให้หิว (-S. famine, starvation, ravenousness, desire, appetite) *-Ex. Dang's hunger made him eat too fast., People hunger for peace.*

hunger strike การอดอาหารประท้วง **-hunger striker** *n.*

hungry (ฮัง' กรี) *adj.* **-grier, -griest** ที่หิวกระหาย, ที่ต้องการมาก, ที่ปรารถนา, ที่ข้าวยากหมากแพง **-hungrily** *adv.* **-hungriness** *n.* (-S. ravenous, famishing, greedy) *-Ex. feel hungry, a hungry look, hungry for knowledge*

hung-up (ฮัง' อัพ) *adj.* เต็มไปด้วยปัญหาที่ยุ่งยาก, เป็นห่วง, กังวลใจ, ติดขัด

hunk (ฮังคฺ) *n.* (ภาษาพูด) ก้อนใหญ่ ชิ้นใหญ่ *-Ex. a hunk of clay*

hunker (ฮัง' เคอะ) *vi.* นั่งขัดสมาธิ, นั่งพับขา, ยึดติดกับตำแหน่ง **-hunkers** ก้น, ตะโพก **-on one's hunkers** นั่งพับขา

hunks (ฮังคฺซฺ) *n. pl.* **hunks** บุคคลที่มีอารมณ์ร้าย, คนขี้เหนียว

hunky (ฮัง' คี) *n., pl.* **-kies** (คำสแลง) คนงานจากต่างประเทศที่ไม่มีความชำนาญ ชาวยุโรปตะวันออก

hunt (ฮันทฺ) *vt. vi.* ล่า, ล่าสัตว์, ค้นหา, ตามหา *-n.* การล่า, การล่าสัตว์, กลุ่มคนที่ออกล่า, การค้นหา (-S. chase, pursue, trail, seek) *-Ex. to hunt animals*

hunter (ฮัน' เทอะ) *n.* ผู้ล่า, พราน, ผู้ค้นหา, สุนัขล่าสัตว์, ม้าที่มีความแข็งแรงและวิ่งได้เร็วเพื่อใช้ล่าสัตว์ *-Ex. The hunter fired his gun at the tiger.*

hunting (ฮัน' ทิง) *n.* การล่า, การล่าสัตว์, การค้นหา *-adj.* เกี่ยวกับการล่าสัตว์, เกี่ยวกับการล่าหรือค้นหา

huntress (ฮัน' ทริส) *n.* นายพรานหญิง, ม้าตัวเมียที่ใช้ขี่ออกล่าสัตว์

huntsman (ฮันทฺซฺ' เมิน) *n., pl.* **-men** นายพราน, สมาชิกของกลุ่มนายพรานที่ทำหน้าที่ควบคุม

hurdle (เฮอร์' เดิล) *n.* รั้วสำหรับแข่งกระโดดข้าม, เครื่องกีดขวาง, อุปสรรค, รั้วชั่วคราว *-v.* **-dled, -dling** *-vt.* กระโดดข้ามรั้ว, กระโดดข้าม, เอาชนะอุปสรรค, สร้างสิ่งกีดขวาง, ล้อมรั้ว *-vi.* กระโดดข้ามรั้วขวาง **-hurdler** *n.* (-S. difficulty, obstacle, barricade, handicap)

hurdy-gurdy (เฮอร์' ดี เกอร์' ดี) *n., pl.* **-gurdies** เครื่องดนตรีรูปร่างคล้าย กีตาร์ชนิดหนึ่ง

hurl (เฮิร์ล) *vt.* ขว้าง, เหวี่ยง, ปา, โยน, สลัด, ดีด, ร้องเสียงดัง *-vi.* ขว้าง (อาวุธ), เคลื่อนไหวอย่างรวดเร็ว *-n.* การขว้าง, การเหวี่ยง **-hurler** *n.* (-S. propel, fling, heave) *-Ex. The angry boys hurled stones at the dog who bit them., The crowd hurled insults at the umpire.*

hurling (เฮิร์ล' ลิง) *n.* กีฬาไอริชที่คล้ายฮอกกี้

hurly (เฮิร์ล' ลี) *n., pl.* **-lies** ความวุ่นวาย, ความเกรียวกราว

hurly-burly (เฮิร์ลลี' เบอร์'ลี) *n., pl.* **-burlies** *n.* ความวุ่นวาย, ความเกรียวกราว, การเอะอะโวยวาย *-adj.* วุ่นวาย, เกรียวกราว, เอะอะโวยวาย

hurrah (ฮะรา') *interj.* คำอุทานแสดงความปิติยินดี ความพอใจหรืออื่นๆ *-vi., vt.* กล่าวคำว่า "ไชโย!" "ดีแล้ว!" *-n.* การร้องเสียงดังกล่าว, ความเกรียวกราว, ความวุ่นวาย (-S. hurray, hooray, hubbub, commotion) *-Ex. Hurrah for the winner!, The team shouted "Hurrah! We won!"*

hurricane (เฮอ' ริเคน) *n.* พายุเฮอร์ริเคน เป็นพายุหมุนที่รุนแรงของเขตร้อน มีความเร็วตั้งแต่ 74 ไมล์ต่อชั่วโมง เป็นพายุที่รุนแรงที่สุด, สิ่งที่มีความเร็วและกำลังแรงเหมือนพายุเฮอร์ริเคน

hurricane lamp ตะเกียงปล่องแก้วกันลม

hurried (เฮอ' รีด) *adj.* รีบเร่ง, รีบร้อน, ฉุกละหุก,ด่วน **-hurriedly** *adv.* **-hurriedness** *n.* (-S. rushed, hasty, speedy) *-Ex. Somsri sent a hurried letter to a friend., It was a hurried performance.*

hurry (เฮอ' รี) *n., pl.* **-ries** ความรีบเร่ง, ความรีบร้อน, ความฉุกระหุก *-v.* **-ried, -rying** *-vi.* รีบเร่ง, รีบร้อน, เร่งด่วน, จากไปอย่างรวดเร็ว *-vt.* ทำให้รีบเร่ง, ทำให้รีบร้อน **-hurrier** *n.* (-S. rush, hasten, move, hustle)

hurry-scurry, hurry-skurry (เฮอ' รี สเคอ'

hurst 433 **hydro**

รี) *n., pl.* **-ries** ความรีบเร่ง, ความรีบร้อน, ความฉุกละหุก, ความลุกลี้ลุกลน *-vi.* **-ried, -rying** เคลื่อนไหวหรือทำงานอย่างเร่งรีบและสับสน *-adj., adv.* ฉุกละหุก, ลุกลี้ลุกลน, รีบเร่ง, รีบร้อน

hurst (เฮิร์สทฺ) *n.* เนินเขา

hurt (เฮิร์ท) *v.* **hurt, hurting** *-vt.* ทำให้ได้รับบาดเจ็บ, ทำให้เจ็บปวด, ทำอันตราย, ทำให้เจ็บใจ, ทำให้เสียใจ *-vi.* รู้สึกเจ็บปวด, เป็นอันตราย, เป็นผลเสีย *-n.* การทำให้ได้รับบาดเจ็บ, บาดแผล, ความเจ็บปวดทางใจ, ความเจ็บปวด, สิ่งที่ทำให้เกิดอันตราย **-hurter** *n.* (**-S.** injure, wound, harm, ache, damage, distress) *-Ex. My shoe hurts my heel., It won't hurt your car to leave it in the rain., Your remarks hurt me very much.*

hurtful (เฮิร์ท' เฟิล) *adj.* ซึ่งทำให้ได้รับบาดแผล, เป็นอันตราย, ซึ่งทำให้เสียหาย **-hurtfully** *adv.* **-hurtfulness** *n.* (**-S.** injurious, damaging, noxious, detrimental)

hurtle (เฮอร์' เทิล) *v.* **-tled, -tling** *-vi.* พุ่ง, เคลื่อนไปอย่างรวดเร็วมาก, เบียดและผลักอุตลุด, กระทบ, ชน *-vt.* ขว้างหรือปาอย่างแรง, ขับอย่างเร่งรีบ, กระทบ, ชน *-n.* การกระทบ, การชน (**-S.** fling, rush, crash) *-Ex. The plane hurtled through the air., The boys hurtled out of the room.*

husband (ฮัซ' เบินดฺ) *n.* สามี, พ่อบ้าน, ผู้ควบคุมการใช้สอยให้ประหยัด *-vt.* ควบคุม, ใช้อย่างประหยัด, เป็นสามี, หาสามีให้, ไถนา, เพาะปลูก (**-S.** spouse) *-Ex. to husband one's supplies, husband and wife*

husbandman (ฮัซ' เบินดฺเมิน) *n., pl.* **-men** ชาวนา

husbandry (ฮัซ' เบินดรี) *n.* การทำไร่ไถนา, การปศุสัตว์, การเกษตร, การทำฟาร์ม, วิชาที่เกี่ยวกับการเพาะปลูกและเลี้ยงสัตว์, การจัดการอย่างระมัดระวังและประหยัด (**-S.** tillage, agronomy, budgeting) *-Ex. By good husbandry Dang had amassed a considerable wealth.*

hush (ฮัช) *interj.* คำอุทานขอให้เงียบ *-vi., vt.* เงียบ, ปิดบัง, ทำให้สงบ, บรรเทา *-n.* ความเงียบ *-adj.* เงียบ (**-S.** silence, quiet) *-Ex. Hush! You will wake the baby., A hush came over the crowd as the mayor rose to speak.*

hush-hush (ฮัช' ฮัช') *adj.* (ภาษาพูด) ลับเฉพาะ ลับสุดยอด ไม่เปิดเผย ลึกลับ

hush money (ภาษาพูด) เงินค่าปิดปาก เงินสินบน

husk (ฮัสคฺ) *n.* เปลือก, เปลือกนอก, เปลือกผลไม้หรือเมล็ด, แกลบ, กรอบที่ใช้ค้ำยัน *-vt.* เอาเปลือกออก **-husker** *n.* *-Ex. to husk corn*

husky[1] (ฮัส' คี) *adj.* **-ier, -iest** มั่นคง, มีเปลือกมาก, (เสียง) แหบ **-huskily** *adv.* **-huskiness** *n.* (**-S.** throaty, hoarse, sturdy) *-Ex. His voice was husky from shouting.*

husky[2] (ฮัส' คี) *n., pl.* **-ies** คนแข็งแรงและตัวใหญ่ *-adj.* **-ier, -iest** แข็งแรงใหญ่โต

husky[3]**, huskie** (ฮัส' คี) *n., pl.* **-kies** สุนัขเอสกิโมใช้ลากของ

hussar (ฮะซาร์') *n.* ทหารม้ารักษาพระองค์ของฮังการีสมัยศตวรรษที่ 15, ทหารม้าของยุโรปที่แต่งกายหรูหรา

hussy (ฮัซ' ซี) *n., pl.* **-sies** หญิงเลว, หญิงแพศยา

hustings (ฮัส' ทิงซฺ) *n. pl.* เวทีชั่วคราวสำหรับปรากฏตัวของผู้สมัครรับเลือกตั้งเป็นสมาชิกรัฐสภาของอังกฤษ, เวทีการหาเสียง, วิธีการเลือกตั้ง

hustle (ฮัส' เซิล) *v.* **-tled, -tling** *-vi.* เร่งรีบ, รีบ, เบียดดัน, ผลัก, (คำสแลง) หากินโดยวิธีไม่สุจริต เป็นโสเภณี *-vt.* ดัน, ผลัก, ผลักไล่, เร่ง, กระตุ้น (คำสแลง) ตื๊อขายของ *-n.* การกระทำที่กระฉับกระเฉง, ความเร่งรีบ, (คำสแลง) คนหลอกลวง วิธีหาเงินด้วยการโกง (**-S.** jostle, push, goad) *-Ex. We hustled the injured boy to the doctor., Mother told us to hustle to school., We went to school in a hustle.*

hustler (ฮัส' เลอะ) *n.* นักธุรกิจ, คนที่รีบเร่ง, (คำสแลง) คนที่ทำงานไม่สุจริต โสเภณี (**-S.** go-getter)

hut (ฮัท) *n.* กระท่อม *-vt., vi.* **hutted, hutting** สร้างที่กำบัง

hutch (ฮัช) *n.* รังเลี้ยงสัตว์, กระท่อม, ตู้, กรง, ลัง, หิ้งใส่ถ้วยชาม *-vt.* เอาไว้ในรัง

huzzah, huzza (ฮะซา') *interj., n., vi., vt.* ดู hurrah

hyacinth (ไฮ' อะซินธฺ) *n.* ไม้ดอกมีลำต้นเป็นหัว จำพวก *Hyacinthus orientalis* ดอกเป็นรูประฆัง มีหลายสี, ดอกของพืชดังกล่าว, พลอยสีน้ำเงินม่วงชนิดหนึ่ง, สีน้ำเงินม่วง **-hyacinthine** *adj.*

hyacinth

hybrid (ไฮ' บริด) *n.* ลูกผสม, พันธุ์ผสม, พันธุ์ทาง, ลูกเลือดผสม, คำผสม *-adj.* เป็นพันธุ์ผสม, เป็นคำผสม **-hybridism, hybridity** *n.* (**-S.** cross-breed, composite) *-Ex. Some orchids are hybrids., The mule is a hybrid animal.*

hydra (ไฮ' ดระ) *n., pl.* **-dras/-drae** สัตว์น้ำจืดชนิดหนึ่ง มีร่างเป็นลำ มีปากที่ปลายหนึ่งเปิดซึ่งล้อมรอบด้วยส่วนเทนทาเคิลที่คล้ายหนวด

hydra

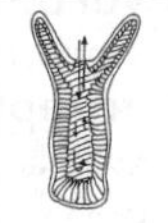

hydrangea (ไฮเดรน' เจีย) *n.* พืชไม้ดอกขนาดใหญ่จำพวก *Hydrangea*, ดอกของพืชดังกล่าว

hydrant (ไฮ' เดรินทฺ) *n.* หัวก๊อกน้ำประปาสาธารณะ, หัวก๊อกน้ำดับเพลิง, ก๊อกน้ำ

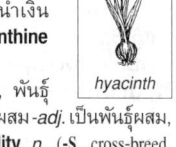

hydrant

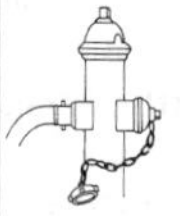

hydrate (ไฮ' เดรท) *n.* สารประกอบที่มีโมเลกุลของน้ำอยู่ด้วย *-vt., vi.* **-drated, -drating** รวมกับน้ำ **-hydrated** *adj.* **-hydration** *n.* **-hydrator** *n.*

hydraulic (ไฮดรอ' ลิค) *adj.* ซึ่งใช้น้ำในการขับเคลื่อน, เกี่ยวกับ hydraulics, ที่สามารถแข็งตัวเมื่อผสมกับน้ำ เช่น ซีเมนต์ **-hydraulically** *adv.*

hydraulics (ไฮดรอ' ลิคซฺ) *n. pl.* ธาราศาสตร์, วิชาที่เกี่ยวกับกฎของของเหลวว่าด้วยกำลังและการเคลื่อนไหว

hydride (ไฮ' ไดรดฺ) *n.* สารประกอบที่เกิดจากไฮโดรเจนกับอีกธาตุหนึ่งหรือกลุ่มธาตุหนึ่ง

hydro (ไฮ' โดร) *adj.* เกี่ยวกับพลังงานไฟฟ้าที่ได้จากพลังงานน้ำ *-n., pl.* **-dros** พลังไฟฟ้าที่ได้จากพลังงานน้ำ, เครื่องกำเนิดพลังงานดังกล่าว

H

hydro-, hydr- คำอุปสรรค มีความหมายว่า น้ำ, ของเหลว, ไฮโดรเจน
hydrocarbon (ไฮดระคาร์' เบิน) *n.* สารประกอบไฮโดรเจนกับคาร์บอน
hydrodynamics (ไฮโดรไดแนม' มิคซฺ) *n. pl.* วิชาที่เกี่ยวกับแรงของการเคลื่อนไหวของของเหลว, พลังงานที่เกี่ยวกับการเคลื่อนที่ของของเหลว
hydroelectric (ไฮโดรอีเลค' ทริค) *adj.* เกี่ยวกับพลังงานไฟฟ้าที่ได้จากพลังงานน้ำ **-hydroelectricity** *n.*
hydrofoil (ไฮ' โดรฟอยลฺ) *n.* เรือปีกน้ำ, ปีกที่ติดกับข้างเรือให้แฉลบน้ำไปข้างหน้า
hydrogen (ไฮ' ดระเจิน) *n.* ธาตุไฮโดรเจน ใช้สัญลักษณ์ H **-hydrogenous** *adj.*
hydrogenate (ไฮดระ' จะเนท) *vt.* **-ated, -ating** รวมกับไฮโดรเจน, ใส่ไฮโดรเจนเข้าไป **-hydrogenation** *n.*
hydrogen bomb ระเบิดไฮโดรเจน
hydrogen peroxide ของเหลวที่ไม่คงที่ชนิดหนึ่ง ใช้เป็นยาฆ่าเชื้อโรคและยาฟอกสี มีสูตรเคมี H_2O_2
hydrology (ไฮดรอล' ละจี) *n.* การศึกษาเกี่ยวกับน้ำ **-hydrologic, hydrological** *adj.* **-hydrologist** *adv.*
hydrolysis (ไฮดรอล' ลิซิส) *n., pl.* **-ses** การสลายตัวของสารประกอบเป็นสารประกอบอื่นโดยการเติมน้ำ, ปฏิกิริยาการรวมตัวของน้ำกับเกลือเพื่อทำให้เกิดกรดและเบส **-hydrolytic** *adj.*
hydrometer (ไฮดรอม' มะเทอะ) *n.* เครื่องมือหาความถ่วงจำเพาะของของเหลว, เครื่องมือวัดดีกรีของสุรา **-hyrometric, hydrometrical** *adj.* **-hydrometry** *n.*
hydropathy (ไฮดรอพ' พะธี) *n., pl.* **-thies** การบำบัดด้วยน้ำ **-hydropathist** *n.* (-S. hydrotherapy)
hydrophobia (ไฮดระโฟ' เบีย) *n.* โรคกลัวน้ำ, ความรู้สึกกลัวน้ำ **-hydrophobic** *adj.* **-hydrophobicity** *n.*
hydroplane (ไฮ' ดระเพลน) *n.* เครื่องบินน้ำ, เรือเร็วขนาดเล็กที่วิ่งตามผิวน้ำ *-vi.* **-planed, -planing** แล่นเรือเร็วไปตามผิวน้ำ, เดินทางด้วยเรือเร็วขนาดเล็ก
hydroponics (ไฮดระพอน' นิคซฺ) *n. pl.* การเพาะปลูกโดยให้รากอยู่ในสารละลายที่มีแร่ธาตุผสมอยู่ **-hydroponic** *adj.* **-hydroponically** *adv.* **-hydroponicist** *n.*
hydrosphere (ไฮ' ดระสเฟียร์) *n.* น้ำบริเวณรอบพื้นผิวโลก (รวมทั้งน้ำในบรรยากาศ)
hydrostatics (ไฮดระสแทท' ทิคซฺ) *n. pl.* การศึกษาสมบัติทางกายภาคของน้ำหรือของเหลวในภาวะปกติและภายใต้ความดัน **-hydrostatic, hydrostatical** *adj.* **-hydrostatically** *adv.*
hydrous (ไฮ' เดริส) *adj.* ซึ่งประกอบด้วยน้ำ
hydroxide (ไฮดรอค' ไซดฺ) *n.* สารประกอบที่ประกอบด้วยหมู่ hydroxyl (-OH)
hydroxy (ไฮดรอค' ซี) *adj.* ที่ประกอบด้วยหมู่ hydroxyl
hydroxyl (ไฮดรอค' ซิล) *n.* กลุ่มหรืออนุพันธ์ที่มีไฮโดรเจนและออกซิเจนอย่างละหนึ่งอะตอมเป็นองค์ประกอบ (-OH) **-hydroxylic** *adj.*
hyena, hyaena (ไฮอี' นะ) *n.* สัตว์กินเนื้อเป็นอาหารชนิดหนึ่งตระกูล Hyaenidae ในแอฟริกาและเอเชียเป็นสัตว์ที่ออกหากินในเวลากลางคืน ชอบกินซากศพ
hygiene (ไฮ' จีน) *n.* สุขวิทยา, ความสะอาด **-hygienic** *adj.* **-hygienist** *n.* **-hygienically** *adv.*
hygienics (ไฮจีเอน' นิคซฺ) *n. pl.* สุขวิทยา
hygro-, hygr- คำอุปสรรค มีความหมายว่า เปียก, ชื้น, ความชื้น
hygrometer (ไฮกรอม' มะเทอะ) *n.* เครื่องวัดความชื้นอากาศ
hygrometric (ไฮกระเมท' ทริค) *adj.* เกี่ยวกับเครื่องวัดความชื้นอากาศหรือการวัดความชื้นอากาศ
hygrometry (ไฮกรอม' มิทรี) *n.* การวัดความชื้นอากาศ
hygroscope (ไฮ' กระสโคพ) *n.* เครื่องวัดความเปลี่ยนแปลงของความชื้นในอากาศ **-hygroscopic** *adj.* **-hygroscopically** *adv.* **-hygroscopicity** *n.*
hying (ไฮ' อิง) *vi., vt.* กริยา -ing ของ hie
hymen (ไฮ' เมิน) *n.* เยื่อพรหมจารี **hymenal** *adj.*
hymn (ฮิม) *n.* เพลงสวดสรรเสริญ, เพลงศาสนา *-vt.* สวดเพลงสรรเสริญ, สวดเพลงศาสนา *-vi.* ร้องเพลงสรรเสริญ (-S. paean, carol, anthem)
hymnal (ฮิม' เนิล) *n.* หนังสือสวด, หนังสือเพลงสรรเสริญ *-adj.* เกี่ยวกับเพลงสวด, เกี่ยวกับเพลงสรรเสริญ (-S. hymnbook, hymnary)
hyper- คำอุปสรรค มีความหมายว่า เหนือ
hyperactive (ไฮเพอะแอค' ทิฟวฺ) *adj.* ซึ่งกระทำมากเกินไป, ซึ่งดำเนินกิจการมากเกินไป **-hyperactively** *adv.* **-hyperactivity** *n.*
hyperbola (ไฮเพอร์' บะละ) *n., pl.* **-las/-lae** (คณิตศาสตร์) ส่วนของที่ราบของรูปกรวยที่ถูกตัดตรง เส้นโค้งซึ่งเกิดเมื่อกรวยถูกตัดโดยแผ่นระนาบที่ระนาบใดๆ (-S. conic section)

hyperbola

hyperbole (ไฮเพอร์' บะลี) *n.* การพูดเกินความจริงอย่างตั้งใจและชัดเจน, การเขียนหรือพูดที่เลยเถิด **-hyperbolize** *vt., vi.*
hyperbolic, hyperbolical (ไฮเพอร์บอล'ลิค, -ลิเคิล) *adj.* ซึ่งเกินความจริง, เกี่ยวกับ hyperbola **-hyperbolically** *adv.*
hypercritic (ไฮเพอะคริท' ทิค) *n.* คนที่ชอบวิจารณ์เกินความจริง **-hypercritical** *adj.* **-hypercritically** *adv.* **-hypercriticism** *n.*
hypermarket (ไฮเพอร์มาร์ค' เคท) *n.* ร้านขายของขนาดใหญ่มากที่ผู้ซื้อต้องบริการตัวเอง มักเป็นร้านขายอาหาร
hypermedia (ไฮเพอร์มี' เดีย) *n.* (คอมพิวเตอร์) วิธีการสร้างข้อมูล (เช่น ตัวอักขระ ภาพ เสียง) จากเครื่องหลายเครื่องเพื่อให้ได้ข้อมูลที่เกี่ยวข้องกันซึ่งสามารถเชื่อมต่อและเข้าถึงกันได้
hypersensitive (ไฮเพอะเซน' ซะทิฟวฺ) *adj.* ซึ่งมีความรู้สึกไวมาก **-hypersensitivity** *n.*
hypersonic (ไฮเพอะซอน' นิค) *adj.* เกี่ยวกับความเร็วที่เร็วกว่าความเร็วของเสียงอย่างน้อย 5 เท่า

hypertension (ไฮ' เพอะเทนชัน) *n.* โรคความดันโลหิตสูง, การมีความตึงตัวมากเกินไป

hypertensive (ไฮ' เพอะเทนซิฟว) *adj.* เกี่ยวกับความดันโลหิต, ซึ่งทำให้เกิดความดันโลหิตสูง

hypertrophy (ไฮเพอร์' ทระฟี) *n., pl.* **-phies** ภาวะที่เนื้อเยื่อของอวัยวะขยายตัวมากกว่าปกติ, การเจริญเติบโตมากเกินไป *-vi., vt.* **-phied, -phying** เจริญเติบโตมากเกินไป **-hypertrophic** *adj.*

hyphen (ไฮ' เฟิน) *n.* เครื่องหมายขีดสั้นๆ (-) ที่ใช้เชื่อมคำผสมหรือต่อคำระหว่างบรรทัดอื่นๆ *-vt.* ใส่เครื่องหมายดังกล่าว **-hyphenated** *adj.*

hyphenate (ไฮ' ฟะเนท) *vt.* **-ated, -ating** ใส่เครื่องหมายขีดสั้นๆ, เชื่อมคำด้วยเครื่องหมายดังกล่าว **-hyphenation** *n.*

hypno-, hypn- คำอุปสรรค มีความหมายว่า นอน, หลับ

hypnosis (ฮิพโน' ซิส) *n., pl.* **-ses** การสะกดจิต

hypnotherapy (ฮิพโนเธอร์' ระพี) *n., pl.* **-pies** การบำบัดโดยการสะกดจิต

hypnotic (ฮิพนอท' ทิค) *adj.* เกี่ยวกับการสะกดจิต, ซึ่งทำให้หลับ, ที่ถูกสะกดจิตได้ง่าย *-n.* ยานอนหลับ, ผู้ถูกสะกดจิต, ผู้ถูกสะกดจิตได้ง่าย **-hypnotically** *adv.*

hypnotist (ฮิพ' นะทิสทฺ) *n.* ผู้สะกดจิต

hypnotize (ฮิพ' นะไทซฺ) *vt.* **-tized, -tizing** สะกดจิต, ทำให้หลับ **-hypnotization** *n.* **-hypnotizable** *adj.* **-hypnotizer** *n.* (-S. entrance, fascinate)

hypo-, hyp- คำอุปสรรค มีความหมายว่า ภายใต้, ใต้, ด้อย, น้อยกว่า

hypocrisy (ฮิพอค' ระซี) *n., pl.* **-sies** การเสแสร้ง, การแสร้งทำ, การหลอกลวง (-S. deceit, deception) *-Ex. His sympathy is rank hypocrisy.*

hypocrite (ฮิพ' พะคริท) *n.* ผู้เสแสร้ง, ผู้แสร้งทำ, ผู้หลอกลวง **-hypocritical** *adj.* **-hypocritically** *adv.* (-S. impostor, deceiver) *-Ex. When the bully said he was sorry that he had hit the little boy, he was a hypocrite.*

hypodermic (ไฮพะเดอร์' มิค) *adj.* เกี่ยวกับการฉีดยาเข้าใต้ผิวหนัง, เกี่ยวกับส่วนที่อยู่ใต้ผิวหนัง, ที่กระตุ้นโดยการฉีดยาเข้าใต้ผิวหนัง *-n.* การฉีดยาเข้าใต้ผิวหนัง, เข็มฉีดยาเข้าใต้ผิวหนัง, กระบอกฉีดยาเข้าใต้ผิวหนัง **-hypodermically** *adv.* *-Ex. a hypodermic injection*

hypotension (ไฮ' โพเทนชัน) *n.* ภาวะความดันโลหิตต่ำกว่าปกติ **-hypotensive** *adj.*

hypothesis (ไฮพอธ' ธะซิส) *n., pl.* **-ses** สมมติฐาน, ข้อสมมติ (-S. theory, supposition, assumption) *-Ex. Columbus set sail on the hypothesis that the earth is round.*

hypothesize (ไฮพอธ' ธะไซซฺ) *v.* **-sized, -sizing** *-vt.* สร้างสมมติฐาน *-vi.* ให้เป็นสมมติฐานก่อน

hypothetical, hypothetic (ไฮพะเธท' ทิเคิล, -ทิค) *adj.* เป็นสมมติฐาน, เป็นข้อสมมติ, เกี่ยวกับสมมติฐาน **-hypothetically** *adv.* (-S. supposed, assumed)

hysteria (ฮิสที' เรีย) *n.* โรคฮิสทีเรีย, โรคจิตประสาทซึ่งไม่มีความผิดปกติของอวัยวะ แต่ไม่สามารถควบคุมอารมณ์และการแสดงออก (-S. frenzy, delirium)

hysteric (ฮิสเทอ' ริค) *n.* การหัวเราะหรือร้องไห้ที่ไม่สามารถควบคุมได้, คนที่เป็นโรคฮิสทีเรีย

hysterical (ฮิสเทอ' ริเคิล) *adj.* เกี่ยวกับหรือทำให้เกิดฮิสทีเรีย, ซึ่งมีอาการหัวเราะหรือร้องไห้ที่ควบคุมไม่อยู่, (ภาษาพูด) ขบขันมาก ซึ่งทำให้อดหัวเราะไม่ได้ **-hysterically** *adv.*

I

I

I, i. (ไอ) *n., pl.* **I's, i's** พยัญชนะอังกฤษตัวที่ 9 ซึ่งเป็นสระ, สิ่งที่มีรูปร่างคล้ายตัวอักษร I, ลำดับที่ 9

I (ไอ) *pron.* สรรพนามบุรุษที่ 1 ใช้แสดงตัวผู้พูดหรือผู้เขียน

ibid. (อิบ' บิด) ในที่เดียวกัน (ใช้ในการอ้างอิงในหนังสือถึงสิ่งที่ได้กล่าวไปแล้ว)

ibidem (ไอบิ' เดม) *adv.* ในหนังสือเล่มเดียวกัน, ในบทหรือหน้าเดียวกัน

IBM ย่อจาก International Business Machines Corporation บริษัท ไอบีเอ็ม

ICBM, I.C.B.M. ย่อจาก intercontinental ballistic missile ขีปนาวุธข้ามทวีป

ice (ไอซฺ) *n.* น้ำแข็ง, พื้นผิวที่เป็นน้ำแข็ง, สิ่งที่คล้ายน้ำแข็ง, ท่าทีเฉยเมย, (คำสแลง) สินบน เพชรชนิดเลว, ของหวานใส่น้ำแข็ง, ไอศกรีม *-v.* **iced, icing** *-vt.* ปกคลุมไปด้วยน้ำแข็ง, ทำให้เปลี่ยนเป็นน้ำแข็ง, แข็งตัว, คลุมด้วยสิ่งที่คล้ายน้ำแข็ง, (คำสแลง) ฆ่า *-vi.* แข็งตัว, ปกคลุมไปด้วยน้ำแข็ง **-break the ice** ประสบความสำเร็จในระยะเริ่มแรก, ทำให้บรรยากาศมีชีวิตชีวา **-cut no ice** ไม่สามารถทำให้ประทับใจได้, ไม่ได้ผล (-S. frozen water, rime, icicle, stiffness) *-Ex. a block of ice, ice-breaker,*

iceberg (ไอซฺ' เบิร์ก) *n.* ก้อนน้ำแข็งขนาดใหญ่มากที่ลอยอยู่ในน้ำทะเล, ภูเขาน้ำแข็ง, (ภาษาพูด) คนที่อยู่อย่างสันโดษ

icebound (ไอซฺ' เบานฺดฺ) *adj.* ติดแน่นอยู่ในน้ำแข็ง

icebox (ไอซฺ' บอคซฺ) *n.* ช่องน้ำแข็งในตู้เย็น, ตู้เย็น (-S. refrigerator)

icebreaker (ไอซฺ' เบรคเคอะ) *n.* เรือฝ่าน้ำแข็ง, เครื่องมือทุบน้ำแข็งให้แตกเป็นชิ้นเล็กๆ, สิ่งที่ลดความตึงเครียดหรือพิธีรีตองทั้งหลาย

icecap (ไอซฺ' แคพ) *n.* ภูเขาน้ำแข็งที่มีน้ำแข็งแผ่ออกจากศูนย์กลางซึ่งกินพื้นที่กว้าง

iced (ไอซฺทฺ) *adj.* ที่ปกคลุมไปด้วยน้ำแข็ง, ที่แช่เย็น,

มีครีมขาวเคลือบหน้า

Iceland (ไอซฺ' เลินดฺ) เกาะขนาดใหญ่ในมหาสมุทรแอตแลนติกระหว่างกรีนแลนด์กับกลุ่มประเทศสแกนดิเนเวีย เมื่อก่อนเป็นของเดนมาร์ก ปัจจุบันเป็นประเทศเอกราช **-Icelander** *n.*

ice water น้ำแข็งที่ละลาย, น้ำเย็นจัด

icicle (ไอ' ซิเคิล) *n.* เสาน้ำแข็ง, (ภาษาพูด) คนที่มีนิสัยเฉยเมย บุคคลที่ไร้อารมณ์ **-icicled** *adj.*

icily (ไอ' ซะลี) *adv.* เมินเฉย, เฉยเมย, ไม่สนใจใยดี, จืดชืดมาก

iciness (ไอ' ซีนิส) *n.* ภาวะที่เย็นเยือกหรือหนาวมาก (-S. frigidity)

icing (ไอ' ซิง) *n.* ครีมผสมจากน้ำตาล เนยและเครื่องปรุงรสใช้โรยหน้าขนม

icon[1] (ไอ' คอน) *n.* รูปบูชา, ภาพคน, ภาพวาด, รูปภาพ, ภาพของพระผู้เป็นเจ้า **-iconic** *adj.* (-S. image, idol, figure)

icon[2] (ไอคอน) *n.* (คอมพิวเตอร์) เมนูรูปภาพ รูปภาพที่ใช้แทนฟังก์ชันการทำงานในโปรแกรม เป็นรูปที่แสดงสัญลักษณ์ของอุปกรณ์บางอย่าง เช่น แปรงลงสี ดินสอ เครื่องพิมพ์หรือแฟ้มข้อมูล ใช้แสดงบนจอภาพของไมโครคอมพิวเตอร์

iconoclast (ไอคอน' นะแคลสทฺ) *n.* ผู้ทำลายรูปบูชา, ผู้ทำลายภาพพจน์ **-iconoclastic** *adj.* **-iconoclastically** *adv.* **-iconoclasm** *n.*

ICU ย่อจาก intensive care unit หน่วยรักษาพยาบาลอย่างเข้มงวด

icy (ไอ' ซี) *adj.* **icier, iciest** เต็มไปด้วยน้ำแข็ง, คล้ายน้ำแข็ง, เย็นเยือก, หนาว, สั่น, ไร้ความรู้สึก, เย็นชืด, จืดชืด, เมินเฉย **-icily** *adv.* **-iciness** *n.* (-S. frigid, cold, unwelcoming) *-Ex. an icy wind, an icy road*

ID[1] ย่อจาก Intelligence Department แผนกข่าวกรอง, Idaho รัฐไอดาโฮในสหรัฐอเมริกา

ID[2] (ไอ' ดี) *n., pl.* ID's/IDs (ภาษาพูด) บัตรประชาชน (-S. identity card)

id (อิด) *n.* ที่มาของตัณหา, ที่มาของความต้องการ, ที่มาของพลังงาน

I'd (ไอดฺ) ย่อจาก I would, I should ฉันจะ หรือ I had ฉันมี *-Ex. I'd have come if I'd known you wanted me to.*

idea (ไอเดีย') *n.* ความนึกคิด, มโนคติ, ความคิดเห็น, ความเชื่อ, ความเข้าใจ, มโนธรรม, ข้อคิดเห็น, แผน, วิธี, เป้าหมาย (-S. image, concept, goal) *-Ex. the idea of Democracy, get some idea of it, I'd no idea Udom would do that., What a silly idea!*

ideal (ไอเดียล') *n.* อุดมคติ, อุดมการณ์, ความคิดเห็นอันเลิศ, แบบอย่างอันดีเลิศ, เป้าหมายอันดีเลิศ, สิ่งที่เป็นเพียงความนึกฝัน, คนหรือสิ่งที่ถูกจัดไว้ให้เป็นแบบอย่างที่สมบูรณ์ *-adj.* ดีเลิศ, เป็นแบบอย่างสุดยอด, สมบูรณ์, เป็นเพียงความนึกฝัน, เพ้อฝัน, ไม่มีจริง, ไม่เป็นความจริง, เกี่ยวกับอุดมการณ์, เกี่ยวกับอุดมคติ (-S. imaginary, perfect, standard, model) *-Ex. realize one's ideals, the ideal of liberty*

idealism (ไอดี' อะลิซึม) *n.* ทฤษฎีความคิดเห็นอันดีเลิศ, ความเพ้อฝัน, อุดมคตินิยม, การดำเนินชีวิตตามอุดมคติ

idealist (ไอดี' อะลิสทฺ) *n.* ผู้ยึดถืออุดมการณ์, ผู้ยึดถืออุดมคติ, ผู้เพ้อฝัน, นักศิลปะผู้เพ้อฝัน, นักประพันธ์เรื่องเพ้อฝัน (-S. romanticist, perfectionist, Utopian)

idealistic (ไอดีอะลิส' ทิค) *adj.* เกี่ยวกับการยึดถืออุดมการณ์หรืออุดมคติ, เกี่ยวกับผู้ยึดถืออุดมการณ์หรืออุดมคติ, ที่เพ้อฝัน **-idealistically** *adv.* **-ideality** *n.* (-S. unrealistic, impracticable)

idealize (ไอดี' อะไลซฺ) *v.* **-ized, -izing** *-vt.* ทำให้เป็นแบบอย่าง, ทำให้ดีเลิศ, ทำให้เป็นอุดมคติหรืออุดมการณ์ *-vi.* เป็นแบบอย่าง, เป็นอุดมคติหรืออุดมการณ์, เป็นความนึกฝัน **-idealization** *n.* **-idealizer** *n.*

ideally (ไอดี' อะลี) *adv.* ซึ่งเกี่ยวกับอุดมการณ์หรืออุดมคติ, อย่างสมบูรณ์, ดีเลิศ, เป็นความนึกคิด, เป็นความเพ้อฝัน, เป็นทฤษฎี, เป็นหลักการ

idem (ไอ' เดม) *pron.* สิ่งที่เคยได้กล่าวมาแล้ว

identical (ไอเดน' ทิเคิล) *adj.* เหมือนกัน, เหมือนกันทุกอย่าง, อย่างเดียวกัน **-identically** *adv.* **-identicalness** *n.* (-S. equal, like, similar) *-Ex. The writing on the two papers is identical., The papers were identical except for one detail.*

identification (ไอเดนทิฟิเค' ชัน) *n.* การหาเอกลักษณ์, การชี้ตัว, การบอกชื่อ, การแยกแยะออกว่าคืออะไร, การวินิจฉัยชนิด, การชันสูตร, การพิสูจน์ชนิด (-S. recognition, establishment, ascertainment) *-Ex. Although Somchai was certain of his identification of the thief, he said nothing., Sawai showed his doctor's license as identification at the bank.*

identify (ไอเดน' ทิไฟ) *vt.* **-fied, -fying** ชี้ตัว, หาเอกลักษณ์, บอกชื่อ, จำแนกแยกแยะ, พิสูจน์เอกลักษณ์ **-identifiable** *adj.* **-identifier** *n.* (-S. recognize, name, ascertain, select) *-Ex. The policeman told the man to identify himself, to tell who he was.*

identity (ไอเดน' ทิที) *n., pl.* **-ties** เอกลักษณ์, ลักษณะเฉพาะตัว, สถานะ, ความเหมือนกัน, รูปพรรณสัณฐาน (-S. self, individuality, specification, identification, sameness) *-Ex. an identity certificate, mistaken identity, We quickly noticed the identity of the two projects.*

identity card บัตรประชาชน (-S. ID card, I.D.)

ideo- คำอุปสรรค มีความหมายว่า ความคิด, ความนึกคิด

ideogram, ideograph (ไอ' ดีอะแกรม, อิด' ดีอะแกรม, -แกรฟ) *n.* ตัวเขียนแสดงความคิดเห็นหรือความหมาย, เครื่องหมายแสดงความคิดเห็นหรือความหมาย

ideologic, ideological (ไอดีอะลอจ' จิค, -จิเคิล) *adj.* เกี่ยวกับความนึกคิด, เกี่ยวกับลัทธิ, เกี่ยวกับมโนคติ **-ideologically** *adv.*

ideologist (ไอดีออล' ละจิสทฺ) *n.* นักคิด, ผู้เคร่งลัทธิ, นักลัทธิ, บุคคลที่ชอบคิดชอบฝัน

ideology (ไอดิออล' ละจี) *n., pl.* **-gies** มโนคติวิทยา, การศึกษาเกี่ยวกับธรรมชาติและแหล่งกำเนิดของความคิด, ความคิดที่เป็นไปไม่ได้, ระบบความนึกคิด, อุดมการณ์

ides (ไอดฺซ) *n., pl.* วันที่ 15 ของเดือนมีนาคม, พฤษภาคม, กรกฎาคมหรือตุลาคมและวันที่ 13 ของเดือนอื่นๆ ของปี (ตามปฏิทินโรมันโบราณ)

id est (อิด' เอสทฺ) (ภาษาละติน) กล่าวคือ นั่นก็คือ

idiocy (อิด' ดีอะซี) *n., pl.* **-cies** ความโง่ที่สุด, พฤติกรรมที่โง่มาก, การกระทำหรือการพูดที่โง่มาก (-S. foolishness, folly, stupidity, absurdity -A. sense)

idiom (อิด' เดียม) *n.* สำนวน, ภาษาเฉพาะท้องถิ่น, ภาษาจากความเคยชิน, ลักษณะจำเพาะ (-S. dialect, colloquialism) *-Ex. the idiom of the Orient, the Chinese idiom, Shakespeare's idiom*

idiomatic (อิดดีอะแมท' ทิค) *adj.* เกี่ยวกับสำนวน, เกี่ยวกับภาษาเฉพาะถิ่น, ซึ่งมีลักษณะหรือแบบจำเพาะ **-idiomatically** *adv.*

idiopathic (อิดดีอะแพธ' ธิค) *adj.* ซึ่งไม่รู้สาเหตุของโรค, เกี่ยวกับโรคที่ไม่รู้สาเหตุหรือเกิดขึ้นเอง

idiopathy (อิดดีออพ' พะธี) *n., pl.* **-thies** โรคที่เกิดขึ้นเองโดยไม่ทราบสาเหตุ

idiosyncrasy (อิดดีอะซิง' คระซี) *n., pl.* **-sies** ลักษณะเฉพาะ, คุณสมบัติเฉพาะ, นิสัยเฉพาะ, ส่วนประกอบเฉพาะ, สำนวนเฉพาะ, การตอบสนองเฉพาะ, การแพ้ยาเฉพาะ **-idiosyncratic** *adj.* **-idiosyncratically** *adv.* (-S. quirk, trait, oddity)

idiot (อิด' เดียท) *n.* คนที่โง่มาก, คนปัญญาอ่อนมากแต่กำเนิด (-S. simpleton, fool, blockhead, nitwit)

idiotic (อิดดีออท' ทิค) *adj.* โง่มาก, ที่แสดงความโง่ออกมา **-idiotically** *adv.* (-S. stupid, inane, absurd)

idle (ไอ' เดิล) *adj.* **idler, idlest** ไม่ทำงาน, ว่าง, เฉยๆ, เกียจคร้าน, อยู่เปล่าๆ, อยู่ว่าง, ใช้การไม่ได้, ไม่มีเหตุผล, ไร้ผล, ไม่มีประโยชน์, ไร้สาระ, (เครื่องยนต์) หมุนเปล่าๆ *-v.* **idled, idling** *-vi.* ปล่อยเวลาให้ล่วงเลยไปโดยเปล่าประโยชน์, เดินเตร่, เปิดเครื่องยนต์แต่ไม่ได้ใช้งาน *-vt.* ทำให้เสียเวลาไปเปล่าๆ, ทำให้ไม่ทำงาน, (เครื่องยนต์) ทำให้หมุนเปล่า **-idleness** *n.* **-idly** *adv.* (-S. inactive, unemployed, unused, useless, dally, lazy) *-Ex. the idle man, It is idle to cry over things that have already happened., Dang idled away his time during school., Father let the motor of the car idle.*

idler (ไอดฺ' เลอะ) *n.* คนเกียจคร้าน

idol (ไอ' เดิล) *n.* รูปบูชา, วัตถุบูชา, เทวรูป, สิ่งศักดิสิทธิ์ที่ไม่ใช่พระเจ้า, บุคคลหรือสิ่งที่ประชาชนนับถือหรือหลงใหลอย่างมาก, มิ่งขวัญ, จินตนาการ, ความเชื่อผิดๆ **-idolater** *n.* **-idolatress** *n. fem.* **-idolism** *n.* (-S. image, beloved, effigy, hero)

idolatry (ไอดอล' ละทรี) *n., pl.* **-tries** การเคารพบูชาทางศาสนา, การบูชารูปปั้น, การหลงใหลอย่างหลับหูหลับตา **-idolatrous** *adj.* **-idolatrously** *adv.* **-idolatrousness** *n.*

idolize (ไอ' ดะไลซฺ) *vt., vi.* **-lized, -lizing** ทำให้หลงใหลอย่างหลับหูหลับตา, หลงใหลอย่างหลับหูหลับตา, บูชา, เลื่อมใสอย่างมาก **-idolization** *n.* **-idolizer** *n.* (-S. adore, worship, glorify)

idyll, idyl (ไอ' เดิล) *n.* บทกวีที่ว่าด้วยความงามของภูมิประเทศตามธรรมชาติ, บทกวีบรรยายเหตุการณ์, ดนตรีหรือเพลงลูกทุ่ง

idyllic (ไอดิล' ลิค) *adj.* เกี่ยวกับบทกวีที่ว่าด้วยความงามของภูมิประเทศตามธรรมชาติ, ที่งดงามอย่างเรียบๆ **-idyllically** *adv.*

i.e. (ไอ' อี) ย่อจาก id est (ภาษาละติน) มีความหมายว่า that is นั่นคือ

if (อิฟ) *conj.* ถ้า, ถ้าหาก, เผื่อ, สมมติว่า, หาก, แม้ว่า *-n.* ความไม่แน่นอน, ข้อสมมติ, เงื่อนไข *-Ex. If A=B, and B=C, then A=C., If it were raining, if it should rain*

iffy (อิฟ' ฟี) *adj.* **-fier, -fiest** (ภาษาพูด) ไม่แน่นอน น่าสงสัย (-S. doubtful, uncertain)

igloo (อิก' ลู) *n.* กระท่อมน้ำแข็งหลังคากลมของชาวเอสกิโม

igloo

igneous (อิก' เนียส) *adj.* ซึ่งเกิดขึ้นภายใต้ความร้อนจัด, เกี่ยวกับหรือมีลักษณะของไฟ

ignite (อิกไนทฺ') *v.* **-nited, -niting** *-vt.* ทำให้ลุกไหม้, ทำให้ติดไฟ, ย่าง, กระตุ้น *-vi.* ติดไฟ, ลุกไหม้ **-ignitable, ignitible** *adj.* **-igniter, ignitor** *n.* (-S. light, fire, burn, kindle) *-Ex. Udom ignited the waste paper in the alley with a match., Dry paper ignites more easily than wet paper.*

ignition (อิกนิช' ชัน) *n.* การติดไฟ, ภาวะที่ติดไฟ, กระบวนการเผาไหม้ของเครื่องยนต์

ignoble (อิกโน' เบิล) *adj.* ต่ำช้า, เลวทราม, ต่ำต้อย, มีคุณภาพเลว, ชั้นต่ำ, ไพร่ **-ignobility, ignobleness** *n.* **-ignobly** *adv.* *-Ex. His cheating proved him to be an ignoble person., to suffer an ignoble defeat*

ignominious (อิกนะมิน' เนียส) *adj.* น่าอับอาย, อัปยศอดสู, เสียชื่อเสียง, น่ารังเกียจ, น่าดูถูก **-ignominiously** *adv.* **-ignominiousness** *n.* (-S. humiliating, disgraceful, scandalous)

ignominy (อิก' นะมินนี) *n., pl.* **-ies** ความน่าอับอาย, ความอัปยศอดสู, ความเสื่อมเสียชื่อเสียง, ความน่าดูถูก ความน่ารังเกียจ (-S. disgrace, shame)

ignoramus (อิกนะเร' เมิส) *n., pl.* **-muses** คนโง่, ผู้เบาปัญญา, คนที่ไม่รู้ (-S. numskull)

ignorance (อิก' เนอะเรินซฺ) *n.* ความไม่รู้, ความไม่รู้เรื่องราว, ความไม่รู้ข่าวคราว, ความโง่ (-S. inexperience, illiteracy, stupidity) *-Ex. Our ignorance of the lesson was due to having been absent.*

ignorant (อิก' เนอะเรินทฺ) *adj.* ไม่รู้, ไม่รู้เรื่อง, ไม่รู้ข่าวคราว, ไม่ได้รับการศึกษา **-ignorantly** *adv.* (-S. unaware of, insensitive, stupid, uneducated) *-Ex. be ignorant of the fact, an ignorant answer to the question, an ignorant error, be ignorant of conditions at the high levels*

ignore (อิกนอร์') *vt.* **-nored, -noring** ไม่สนใจ, ละเลย, ไม่ยอมรับรู้ **-ignorable** *adj.* **-ignorer** *n.* (-S. overlook, disregard -A. heed) *-Ex. The cricketer ignored the boos of the crowd.*

iguana (อิกวา' นะ) *n.* แย้จำพวกหนึ่ง ตระกูล Iguanidae พบในแถวอเมริกากลาง มีความยาวเต็มที่กว่า 5 ฟุต

iguana

ikon (ไอ' คอน) *n.* ดู icon

il- คำอุปสรรค มีความหมายว่า ลบล้าง, ปฏิเสธ, ภายใน, ด้านใน

ileum (อิล' เลียม) *n., pl.* **ilea** ลำไส้เล็กท่อนปลายที่ต่อจากเจจูนัมไปจนถึงซีกัม

ilium (อิล' เลียม) *n., pl.* **ilia** กระดูกตะโพก

ilk[1] (อิลคฺ) *n.* ตระกูล, จำพวก, ชนิด, แหล่ง *-adj.* เหมือนกัน (-S. kind, sort, class)

ilk[2]**, ilka** (อิลคฺ, อิลคะ) *adj.* แต่ละ, ชิ้นละ, อันละ

ill (อิล) *adj.* **worse, worst** ไม่สบาย, ป่วย, เป็นโรค, เลว, ชั่ว, โหดร้าย, น่ารังเกียจ, ไม่เหมาะสม, ยุ่งยาก, ไม่ชำนาญ, มุ่งร้าย *-n.* ความเลว, ความเลวร้าย, ผลร้าย, อันตราย, โชคร้าย, บาดเจ็บ, บาป *-adv.* **worse, worst** อย่างไม่สบาย, อย่างชั่วร้าย, อย่างเลวร้าย, อย่างเลว, อย่างไม่พอใจ, อย่างมุ่งร้าย, อย่างไม่เหมาะสม, ไม่สะดวก, ลำบาก **-ill at ease** ไม่สบายใจ, ไม่สะดวก (-S. unwell, sick, afflicted, bellicose, hurtful)

I'll (ไอลฺ) ย่อจาก I shall, I will ฉันจะ *-Ex. I hope I'll see him today., I am sure that I'll never go there again.*

ill-advised (อิล' เอิดไวซฺดฺ') *adj.* ไม่รอบคอบ, ทะลึ่ง, ไม่บังควร, อวดดี **-ill-advisedly** *adv.* (-S. imprudent, unwise, incautious)

ill-boding (อิล' โบ' ดิง) *adj.* โชคไม่ดี, ฤกษ์ไม่ดี, ไม่เหมาะสม, ไม่เป็นมงคล

ill-bred (อิล' เบรด') *adj.* ที่อบรมไม่ดี, ที่ขาดการอบรม, หยาบคาย (-S. rude, impolite, coarse)

ill-considered (อิล' คอน' ซิ' เดอร์ดฺ) *adj.* ไม่เหมาะสม, ไม่พิจารณาให้ดี

ill-disposed (อิล' ดิสโพซฺดฺ) *adj.* ไม่เป็นมิตร, มุ่งร้าย, ใจร้าย, มีเจตนาไม่ดี

illegal (อิลลี' เกิล) *adj.* ผิดกฎหมาย, ผิดกฎ, ผิดกติกา *-n.* คนเข้าเมืองอย่างผิดกฎหมาย **-illegality** *n.* **-illegally** *adv.* (-S. illicit, illegitimate, felonious)

illegible (อิลเลจ' จะเบิล) *adj.* (ลายมือ) อ่านไม่ออกหรืออ่านออกได้ยาก **-illegibleness, illegibility** *n.* **-illegibly** *adv.*

illegitimacy (อิลละจิท' ทะมะซี) *n., pl.* **-cies** ความผิดกฎหมาย, ความไม่ชอบด้วยกฎหมาย, ลูกนอกกฎหมาย

illegitimate (อิลละจิท' ทะเมิท) *adj.* ผิดกฎหมาย, ไม่ชอบด้วยกฎหมาย, (ลูก) นอกกฎหมาย, ผิดปกติ, ผิดทำนองคลองธรรม, ผิดหลักการ **-illegitimately** *adv.* (-S. unlawful, bastard, illogical)

ill fame ชื่อเสียงไม่ดี, ชื่อเสียงเลว

ill-fated (อิล' เฟ' ทิด) *adj.* โชคร้าย, โชคไม่ดี

ill-favoured, ill-favored (อิล' เฟ' เวอร์ดฺ) *adj.* น่าเกลียด, ไม่น่าดู, เคราะห์ร้าย (-S. ugly, plain, unattractive)

ill feeling ความมุ่งร้าย, การมีเจตนาไม่ดี, การมีใจเป็นปฏิปักษ์ (-S. hostility, hatred, dislike)

ill-founded (อิล' เฟานฺ' ดิด) *adj.* ซึ่งมีหลักฐานอ่อน, ไม่ยืนยันด้วยเหตุผล

ill-gotten (อิล' กอท' เทิน) *adj.* ได้มาโดยวิธีที่เลวหรือร้าย, ได้มาโดยมิชอบ

ill-humoured, ill-humored (อิล' ฮิว' เมอร์ดฺ) *adj.* อารมณ์ไม่ดี, อารมณ์ร้าย, ไม่สบายใจ, กลัดกลุ้ม **-ill-humoredly** *adv.*

illiberal (อิลลิบ' เบอเริล) *adj.* ใจแคบ, ที่ไม่ได้รับการอบรม, หยาบคาย, ขี้เหนียว **-illiberality** *n.* **-illiberally** *adv.*

illicit (อิลิส' ซิท) *adj.* ผิดกฎหมาย, ไม่ชอบด้วยกฎหมาย, เถื่อน, ไม่ได้รับอนุญาต **-illicitly** *adv.* **-illicitness** *n.* (-S. unlawful, outlawed, unofficial)

illimitable (อิลิม' มิทะเบิล) *adj.* ไม่มีขอบเขต, ไม่มีที่สิ้นสุด **-illimitability, illimitableness** *n.* **-illimitably** *adv.*

Illinois (อิลละนอย', -นอยซฺ') รัฐอิลลินอยส์ของอเมริกา **-Illinoisan** *adj., n.*

illiteracy (อิลิท' เทอะระซี) *n., pl.* **-cies** การไม่สามารถอ่านและเขียนหนังสือได้, การไร้การศึกษา, การไม่รู้หนังสือ, การไม่มีความรู้ในสาขาหนึ่ง

illiterate (อิลิท' เทอะริท) *adj.* ไม่สามารถอ่านและเขียนหนังสือได้, ไม่รู้หนังสือ, ไม่มีการศึกษา, ไม่มีความรู้ในสาขาหนึ่ง *-n.* คนไม่รู้หนังสือ (อ่านไม่ออกและเขียนไม่ได้) **-illiterately** *adv.* **-illiterateness** *n.* *-Ex. an illiterate letter*

ill-mannered (อิล' แมน' เนอร์ดฺ) *adj.* ซึ่งมีมารยาทเลว, ไม่สุภาพ, หยาบคาย (-S. impolite, rude)

ill-natured (อิล' เน' เชอร์ดฺ) *adj.* มีอารมณ์ไม่ดี, มีเจตนาร้าย, ขุ่นหมอง **-ill-naturedly** *adv.* **-ill nature** *n.* (-S. moody, irritable)

illness (อิล' นิส) *n.* การไม่สบาย, การเจ็บไข้ได้ป่วย, อาการคลื่นเหียนอาเจียน, ความเลวร้าย *-Ex. Grandmother's illness kept her at home on New Year day., He was troubled by flu and other illnesses.*

illogical (อิลอจ' จิเคิล) *adj.* ไร้เหตุผล, ไม่มีเหตุผล **-illogically** *adv.* **-illogicalness, illogicality** *n.*

ill-omened (อิล' โอ' เมินดฺ) *adj.* ลางร้าย, ไม่เป็นมงคล (-S. ill-starred)

ill-spent (อิล' สเพนทฺ') *adj.* สูญเสีย, สิ้นเปลือง

ill-starred (อิล' สทาร์ดฺ') *adj.* ลางร้าย, ไม่เป็นมงคล (-S. ill-fated, unlucky, doomed)

ill-tempered (อิล' เทม' เพอร์ดฺ) *adj.* อารมณ์ร้าย

ill-timed (อิล' ไทมฺดฺ) *adj.* ผิดจังหวะ, ผิดเวลา, ไม่ถูกต้องกาลเทศะ (-S. badly timed, inopportune, mistimed)

ill-treat (อิล' ทรีท') *vt.* ปฏิบัติต่ออย่างไม่ดี, ทำไม่ดีต่อ **-ill-treatment** *n.* (-S. abuse, maltreat, injure)

illume (อิลูม') *vt.* **-lumed, -luming** ส่องสว่าง, ทำให้สว่าง

illuminance (อิลู' มะเนินซฺ) *n.* ความสว่าง

illuminant (อิลู' มะเนินทฺ) *n.* สิ่งที่ให้ความสว่าง *-adj.* ที่ให้แสงสว่าง

illuminate (อิลู' มะเนท) *v.* **-nated, -nating** *-vt.* ให้

illumination 439 **imbed**

ความสว่าง, ส่องสว่าง, ประดับด้วยดวงไฟ, ทำให้กระจ่าง, ทำให้รู้, ทำให้เข้าใจ, อธิบาย, ตกแต่ง, ปกคลุมด้วยรังสี, ระบายสีประกอบ *-vi.* กลายเป็นสว่างไสว, เกิดปัญญา, ปกคลุมด้วยรังสี *-adj.* ที่สว่างไสว, ที่เข้าใจดี *-n.* ผู้มีสติปัญญาเลิศ **-illuminative** *adj.* (**-S.** brighten, enlighten, explicate, decorate) *-Ex. The floodlights illuminated the football field.*

illumination (อิลูมะเน' ชัน) *n.* การส่องแสงสว่าง, การให้ความสว่าง, การประดับด้วยดวงไฟ, การทำให้กระจ่าง, การอธิบาย, ความสว่าง, แหล่งของแสง, การประดับประดาด้วยสีสัน, การระบายสีประกอบ (**-S.** lighting, gleam, elucidation, enlightenment)

illuminator (อิลู'มะเนเทอะ) *n.* ผู้ให้ความกระจ่าง, สิ่งที่ให้ความสว่าง, เครื่องมือให้ความสว่าง

illumine (อิลู' เมิน) *vt.* **-mined, -mining** ดู illuminate **-illuminable** *adj.*

ill-use (*n.* อิล' ยูส', *v.* -ยูซ) *vt.* **-used, -using** ปฏิบัติต่ออย่างไม่ดี, ทำทารุณ, บีบคั้น *-n.* การปฏิบัติต่อที่ไม่ดี, การทารุณ, การบีบคั้น (**-S.** maltreatment)

illusion (อิลู' ชัน) *n.* มายา, สิ่งลวงตา, การหลอกลวง, ภาพลวงตา, ภาพหลอน, ผ้าบาง **-illusive** *adj.* **-illusively** *adv.* **-illusiveness** *n.* **-illusional** *adj.* (**-S.** fantasy, deception, delusion, fallacy, misconception) *-Ex. The shadow of the rock on the snowbank created the illusion of an animal standing there., A flimsy shelter gives an illusion of safety in a storm.*

illusionary (อิลู' ชันนะรี) *adj.* เป็นมายา, ลวงตา, หลอกลวง

illusory (อิลู' ซะรี) *adj.* ที่หลอกลวง, ที่เป็นมายา, ไม่แท้จริง (**-S.** -illusive) **-illusoriness** *n.* **-illusorily** *adv.*

illustrate (อิ' เลิสเทรท) *v.* **-trated, -trating** *-vt.* แสดงให้เห็น (ด้วยภาพตัวอย่างหรืออื่นๆ), อธิบาย, ยกตัวอย่าง, ทำให้เข้าใจ *-vi.* อธิบายด้วยตัวอย่าง **-illustratable** *adj.* (**-S.** depict, picture, exemplify, clarify)

illustration (อิเลิสเทร' ชัน) *n.* ภาพประกอบ, ภาพอธิบาย, การอธิบายด้วยภาพประกอบ, การยกตัวอย่าง, ความชัดเจน **-illustrational** *adj.* (**-S.** picture, clarification, example) *-Ex. Children like story-books with illustrations of the important happenings., The teacher gave an illustration of how to make a paper box.*

illustrative (อิลัส' ทระทิฟว) *adj.* มีภาพประกอบ, มีตัวอย่างประกอบ, เป็นภาพประกอบ, เป็นการอธิบาย **-illustratively** *adv.*

illustrator (อิลัส' เทรเทอะ) *n.* ผู้วาดภาพประกอบ, ผู้ยกตัวอย่างประกอบการอธิบาย

illustrious (อิลัส' เทรียส) *adj.* มีชื่อเสียง, เด่น, รุ่งโรจน์, สว่างไสว **-illustriously** *adv.* **-illustriousness** *n.* (**-S.** noble, notable, distinguished) *-Ex. an illustrious hero, an illustrious deed*

ill will ความมุ่งร้าย, เจตนาร้าย, ความเป็นปฏิปักษ์ (**-S.** animosity, hostility, enmity, malice)

ill-wisher (อิล' วิช' เชอะ) *n.* ผู้สาปแช่ง, ผู้แช่งด่า

illy (อิล' ลี) *adv.* เลว, ระยำ, ร้าย

ILO, I.L.O. ย่อจาก International Labour Organization องค์การแรงงานระหว่างประเทศ

I'm (ไอม) ย่อจาก I am ฉันเป็น

image (อิม' มิจ) *n.* รูปภาพ, รูปจำลอง, รูปถ่าย, รูปปั้น, ภาพ, ภาพบนจอ, ภาพบนกระจก, ภาพในใจ, รูปแบบ, สิ่งที่ปรากฏขึ้น, ภาพพจน์, ภาพแห่งความนึกคิด, มโนภาพ, มโนคติ, จินตนาการ, สัญลักษณ์, เครื่องหมาย, รูปบูชา *-vt.* **-aged, -aging** วาดภาพ, นึกภาพในใจ, คิดคะนึง, สะท้อนภาพ, แสดงเครื่องหมาย, เหมือนกับ (**-S.** representation, reproduction, picture, concept, emblem, incarnation) *-Ex. A photograph of you is an image of you., The boy had an image of the aeroplane he was going to build., In olden times, some people worshipped images.*

imagery (อิม' มิจรี) *n., pl.* **-ries** ภาพในใจ, มโนภาพ, รูปภาพ, จินตนาการ, การอุปมาอุปไมยให้เห็นภาพ

imaginable (อิแมจ' จินะเบิล) *adj.* เท่าที่จะนึกภาพได้, เท่าที่จะเป็นไปได้, เท่าที่จะคิดคะนึงได้ **-imaginably** *adv.* (**-S.** thinkable, credible, supposable)

imaginary (อิแมจ' จินะรี) *adj.* เพ้อฝัน, ไม่จริง, เป็นมโนภาพหรือจินตนาการ **-imaginarily** *adv.* **-imaginariness** *n.* (**-S.** fanciful, illusory, fictitious)

imagination (อิแมจจิเน' ชัน) *n.* จินตนาการ, การวาดมโนภาพ, การวาดภาพในใจ, การนึกเอาเอง, มโนภาพ, พลังความนึกคิด, ความสามารถในการคิดหาหนทาง, เจ้าความคิด (**-S.** fancy, vision, inspiration, unreality) *-Ex. The writings of H. G. wells are full of imagination., It was only his imagination when Udom thought he heard voices.*

imaginative (อิแมจ' จิเนทิฟว) *adj.* ช่างจินตนาการ, ซึ่งนึกเอาเอง, เป็นมโนภาพ, ไม่เป็นความจริง **-imaginatively** *adv.* **-imaginativeness** *n.* (**-S.** inventive, creative, fanciful, whimsical) *-Ex. an imaginative artist, an imaginative story*

imagine (อิแมจ' จิน) *v.* **-ined, -ining** *-vt.* จินตนาการ, นึกเอาเอง, สร้างมโนภาพ, วาดภาพในใจ, นึกคิด, วางแผน, คาดการณ์ *-vi.* นึกเอาเอง, คาดการณ์ (**-S.** picture, conceive suppose, guess) *-Ex. Imagine a taller building than you have ever seen., Imagine that you are in ancient Rome.*

imam (อิมาม') *n.* พระมุสลิมในสุเหร่า, ตำแหน่งผู้นำทางศาสนาของมุสลิม

imamate (อิมา' เมท) *n.* ที่ทำการของอิหม่าม, อาณาเขตการปกครองของอิหม่าม

imbalance (อิมแบล' เลินซ) *n.* ภาวะที่ขาดความสมดุล, ความบกพร่องของการประสานงานในการทำงาน

imbecile (อิม' บะซีล, -ไซล) *n.* คนโง่หรือคนเบาปัญญา (ฉลาดกว่า idiot) *-adj.* โง่, เบาปัญญา, เซ่อ **-imbecilic** adj. (**-S.** idiotic, witless, senseless, absurd, inane) *-Ex. an imbecile remark*

imbecility (อิมบะซิล' ละที) *n., pl.* **-ties** ความโง่, ความเบาปัญญา, ความไม่เต็มบาท

imbed (อิมเบด') *vt.* ดู embed

imbibe (อิมไบบฺ') *v.* **-bibed, -bibing** *-vt.* ดื่ม, ดูดซึม, สูบเข้า, รับและซึมซับเข้าในใจ *-vi.* ดื่มเครื่องดื่มที่ผสมแอลกอฮอล์ **-imbiber** *n.* **-imbibition** *n.* (-S. drink, swallow, absorb)

imbrication (อิมบริเค' ชัน) *n.* การซ้อนกัน, การวางซ้อนกัน

imbroglio (อิมโบรล' โย) *n., pl.* **-glios** ภาวะยุ่งเหยิง, ความซับซ้อน, ความสับสน, สถานการณ์ที่ลำบาก, ความเข้าใจผิด, ความไม่ลงรอยกัน, กองที่ยุ่งเหยิง(-S. complexity, confusion, conflict)

imbrue (อิมบรู') *vt.* **-brued, -bruing** ทำให้ชุ่ม, เปื้อน, เปรอะ, เปื้อนเลือด (-S. embrue)

imbrute (อิมบรูท') *vt., vi.* **-bruted, -bruting** ทำให้ลดต่ำ, ลดต่ำ, ทำให้เสื่อมทราม, เสื่อมทรามลง, ทารุณ

imbue (อิมบิว') *vt.* **-bued, -buing** กระตุ้นจิต, ทำให้ซาบซึ้ง, ทำให้เปียกชุ่ม, ทำให้เปื้อน (-S. impregnate, inject, inculcate)

IMF, I.M.F. ย่อจาก International Monetary Fund กองทุนการเงินระหว่างประเทศ

imitable (อิม' มิทะเบิล) *adj.* ที่ลอกเลียนได้, ที่สมควรจะเลียนแบบ

imitate (อิม' มิเทท) *vt.* **-tated, -tating** เลียนแบบ, ลอกเลียน, เอาอย่าง **-imitator** *n.* (-S. mimic, emulate, parody, mirror) *-Ex. The children tried to imitate their teacher., Dang can imitate bird calls.*

imitation (อิมมิเท' ชัน) *n.* การเลียนแบบ, การลอกเลียน, การเอาอย่าง, ของเลียนแบบ, ของเทียม, ของปลอม (-S. mimicry, copy, emulation, replica, counterfeit) *-Ex. Imitation is a form of flattery., In imitation of...*

imitative (อิม' มิเททิฟว) *adj.* ซึ่งเลียนแบบ, ที่มักลอกแบบ, เป็นการเอาอย่าง, ที่เป็นของปลอม **-imitatively** *adv.* **-imitativeness** *n.* (-S. copied, emulating, mimicking)

immaculate (อิมแมค' คิวลิท) *adj.* ไม่มีจุดด่างพร้อย, ไม่มีมลทิน, ไม่มีราคี, บริสุทธิ์, ไม่มีปมด้อย, ไม่มีข้อบกพร่อง, มีสีเดียว **-immaculacy, immaculateness** *n.* **-immaculately** *adv.* (-S. clean, pure, virtuous, incorrupt) *-Ex. immaculate white linen, Our clothes were immaculate.*

immanent (อิม' มะเนินท) *adj.* อยู่ภายใน, ดำรงอยู่ภายใน, อยู่ภายในจิต, ซึ่งมีอยู่ทุกหนทุกแห่ง **-immanence, immanency** *n.* **-immanently** *adv.* (-S. inherent)

immaterial (อิมมะเทีย' เรียล) *adj.* ไม่สำคัญ, ไม่ใช่วัตถุ, ไม่มีตัวตน, ไร้แก่นสาร **-immaterially** *adv.* **-immaterialism** *n.* **-immaterialist** *n.* **-immateriality** *n.* (-S. unimportant, inconsequential, bodiless)

immature (อิมมะเทียว' เออะ) *adj.* ยังไม่เจริญเติบโตเต็มที่, ยังไม่สุกงอม, ยังไม่สมบูรณ์, ยังไม่บรรลุนิติภาวะ, ยังเยาว์วัย, ยังอ่อน **-immaturely** *adv.* **-immatureness, immaturity** *n.* (-S. green, unripe, crude) *-Ex. an immature ear of corn, His behaviour is immature for his age.*

immeasurable (อิเมช' เชอะระเบิล) *adj.* ซึ่งไม่สามารถจะวัดได้, ไม่มีขอบเขต, นับไม่ถ้วน, เหลือคณานับ **-immeasurableness, immeasurability** *n.* **-immeasurably** *adv.* (-S. limitless, infinite, boundless) *-Ex. the immeasurable depth of the sea*

immediacy (อิมี' ดีอะซี) *n., pl.* **-cies** ความฉับพลัน, ความไม่รีรอ, ความใกล้ชิด, ความตรงไปตรงมา (โดยไม่มีการขัดจังหวะ)

immediate (อิมี' ดีอิท) *adj.* ฉับพลัน, ไม่รีรอ, ทันที, กะทันหัน, โดยตรง, ใกล้ชิด **-immediateness** *n.* (-S. primary, direct, next) *-Ex. My immediate aim is..., an immediate reply, for immediate use*

immediately (อิมี' ดีอิทลี) *adv.* อย่างฉับพลัน, ไม่รีรอ, ทันที, โดยกะทันหัน, โดยตรง, อย่างใกล้ชิด *-conj.* ทันทีที่, โดยตรง

immedicable (อิเมด' ดิคะเบิล) *adj.* ไม่สามารถจะรักษาให้หายได้, ไม่มีทางรักษาให้หายได้ (-S. incurable)

immemorial (อิมมะมอ' เรียล) *adj.* เก่าแก่หรือโบราณมากจนจำไม่ได้ **-immemorially** *adv.* (-S. ancient, timeless, dateless)

immense (อิเมนซฺ') *adj.* ใหญ่มาก, มหึมา, มโหฬาร, มากมาย, กว้างขวาง, ไม่มีขอบเขต, เหลือคณานับ, (ภาษาพูด) ดีมาก เลิศ ยอดเยี่ยม **-immensely** *adv.* **-immenseness** *n.* (-S. huge, vast, massive, gigantic, titanic -A. small, little) *-Ex. an immense amount, an immense area*

immensity (อิเมน' ซิที) *n., pl.* **-ties** ความกว้างขวาง, ความใหญ่โต, ความมโหฬาร, ความไม่มีขอบเขต, สิ่งที่มีขนาดมโหฬาร

immensurable (อิมเมน' เชอะระเบิล) *adj.* ดู immeasurable

immerge (อิมเมิร์จฺ') *vi.* **-merged, -merging** จุ่มลง, ใส่ลงในของเหลว, แช่ **-immergence** *n.*

immerse (อิเมิร์ส') *vt.* **-mersed, -mersing** จุ่มลง, แช่, จิ้ม, ฝัง, หมกมุ่น, ใส่ใจ, รดน้ำมนต์ **-immersible** *adj.* **-immersed** *adj.* (-S. submerge, plunge, purify, absorb) *-Ex. to immerse clothes in dye, Somchai was immersed in his work.*

immersion (อิเมอร์' ชัน) *n.* การจุ่ม, การแช่, การจุ่มร่างลงในน้ำในพิธีศีลล้างบาปของศาสนาคริสต์, การหมกมุ่น, การมีใจจดใจจ่อ

immigrant (อิม' มะเกรินท) *n.* ผู้อพยพออกจากประเทศหนึ่งเพื่อไปตั้งรกรากอีกประเทศ, พืชหรือสัตว์ที่เข้าไปอาศัยอยู่ในถิ่นที่อยู่ใหม่ *-adj.* เกี่ยวกับการอพยพเข้าไปอยู่ในประเทศหรือถิ่นใหม่ (-S. incomer, new arrival, expatriate) *-Ex. We have special schools for teaching immigrants our language and government.*

immigrate (อิม' มะเกรท) *v.* **-grated, -grating** *-vi.* อพยพ (จากต่างประเทศ), เข้ามาอยู่ในถิ่นใหม่ *-vt.* ทำให้ต้องออกจากประเทศ, ส่งออกจาก

immigration (อิม' มะเกร' ชัน) *n.* การอพยพ (จากต่างประเทศ), การเข้ามาอยู่ในถิ่นใหม่, กลุ่มผู้อพยพ

imminence, imminency (อิม' มะเนินซฺ, -ซี) *n.* สภาวะจวนตัว, สภาวะฉุกเฉิน, สิ่งที่ใกล้เข้ามา, อันตรายที่ใกล้เข้ามา

imminent (อิม' มะเนินทฺ) *adj.* จวนตัว, ฉุกเฉิน, ใกล้เข้ามา, ใกล้อันตราย, ฉุกละหุก **-imminently** *adv.* (-S. impending, approaching, threatening, coming) *-Ex. an imminent storm*

immiscible (อิมิส' ซะเบิล) *adj.* ซึ่งไม่สามารถผสมเข้ากันได้, ผสมไม่ได้ **-immiscibly** *adv.* **-immiscibility** *n.*

immitigable (อิมมิท' ทิกะเบิล) *adj.* ซึ่งไม่ยินยอม, ดื้อรั้น, ที่ไม่สามารถบรรเทาได้

immobile (อิโม' บิล, -บีล, -ไบล, -เบิล) *adj.* เคลื่อนที่ไม่ได้, ไม่สามารถเคลื่อนที่ได้, หยุดนิ่ง, ไม่ขยับเขยื้อน, ตายตัว (-S. stable, motionless, static, immotive)

immobilize (อิโม' บะไลซ) *vt.* **-lized, -lizing** ทำให้เคลื่อนที่ไม่ได้, ทำให้หยุดเคลื่อนไหว, ทำให้หยุดนิ่ง **-immobilization** *n.* (-S. freeze, halt, render)

immobility (อิโมบิล' ลิที) *n.* การไม่สามารถเคลื่อนไหวได้, ภาวะที่ไม่สามารถเคลื่อนไหวได้

immoderate (อิมมอด' เดอะริท) *adj.* ไม่พอเหมาะ, เกินไป, ไม่มีเหตุผล, เลยเถิด **-immoderately** *adv.* **-immoderation, immoderateness, immoderacy** *n.* (-S. excessive, lavish, inordinate)

immodest (อิมอด' ดิสทฺ) *adj.* ไม่เรียบร้อย, ไม่สุภาพ, ไม่ถ่อมตัว, หยิ่ง, ถือตัว **-immodestly** *adv.* **-immodesty** *n.* (-S. impudent, improper, shameless)

immolate (อิม'มะเลท) *vt.* **-lated, -lating** บูชายัญ, สังเวย, ฆ่าสังเวย, ทำลาย **-immolation** *n.* **-immolator** *n.*

immoral (อิมมอ' เริล) *adj.* ผิดศีลธรรม, ผิดทำนองคลองธรรม, เลว, ชั่ว **-immorally** *adv.* (-S. wicked, evil, sinful)

immorality (อิมมอแรล' ลิที) *n., pl.* **-ties** การผิดศีลธรรม, การผิดทำนองคลองธรรม

immortal (อิมอร์' เทิล) *adj.* อมตะ, ไม่รู้จักตาย, ตลอดกาล, ชั่วนิรันดร, เกี่ยวกับสิ่งที่ไม่รู้จักตาย, ที่ไม่ถูกลืม *-n.* สิ่งที่ไม่รู้จักตาย, สิ่งที่ไม่ตาย, ผู้ที่มีชื่อเสียงอมตะ, เทพเจ้า **-immortally** *adv.* (-S. deathless, endless, lasting) *-Ex. Soontornpoo's immortal poetry, the immortal of music*

immortality (อิมอร์แทล' ลิที) *n., pl.* **-ties** ความไม่ตาย, ชีวิตนิรันดร, ชีวิตอมตะ, ชื่อเสียงอมตะ

immortalize (อิมอร์' ทัลไลซ) *vt.* **-ized, -izing** ทำให้ไม่รู้จักตาย, ทำให้เป็นอมตะ, ทำให้อยู่ชั่วนิรันดร์ **-immortalization** *n.* (-S. commemorate, eternalize)

immovable (อิมูฟ' วะเบิล) *adj.* เคลื่อนไม่ได้, ซึ่งทำให้เคลื่อนไม่ได้, ไม่เคลื่อนไหว, หยุดนิ่ง, ไม่เปลี่ยนแปลง, ไร้อารมณ์, เมินเฉย, ไม่ยอมแพ้ *-n.* สิ่งที่เคลื่อนไม่ได้, อสังหาริมทรัพย์ **-immovableness, immovability** *n.* **-immovably** *adv.* (-S. fixed, steadfast, motionless, stationary) *-Ex. Once Somsri decides a thing, she is immovable.*

immune (อิมมูน') *adj.* มีภูมิคุ้มกันโรค, ได้รับการยกเว้น *-n.* ผู้มีภูมิคุ้มกันโรค, ผู้ได้รับการยกเว้น (-S. exempt from, invulnerable, free from) *-Ex. After being vaccinated, a person is immune against smallpox for a number of years., The fortress was immune against attack from the sea.*

immunity (อิมมิว' นิที) *n., pl.* **-ties** สภาวะที่มีภูมิคุ้มกัน, ภูมิคุ้มกัน, อิสรภาพ (-S. protection from, exemption, liberty)

immunize (อิม' มิวไนซ) *vt.* **-nized, -nizing** ทำให้มีภูมิคุ้มกันโรค, ทำให้ยกเว้น, ทำให้รอดจาก **-immunization** *n.* (-S. inoculate, vaccinate, shield)

immuno- คำอุปสรรค มีความหมายว่า ภูมิคุ้มกันโรค

immunology (อิมมิวนอล' ละจี) *n.* ภูมิคุ้มกันวิทยา, การศึกษาเกี่ยวกับภูมิคุ้มกันโรคและการสร้างภูมิคุ้มกันโรค **-immunologist** *n.* **-immunologic, immunological** *adj.* **-immunologically** *adv.*

immure (อิเมียว' เออะ) *vt.* **-mured, -muring** กักขัง, คุมขัง, ขังคุก, สร้างกำแพงล้อมรอบ **-immurement** *n.*

immutable (อิมิว' ทะเบิล) *adj.* เปลี่ยนแปลงไม่ได้, ไม่มีการเปลี่ยนแปลง **-immutability, immutableness** *n.* **-immutably** *adv.*

imp (อิมพฺ) *n.* ปีศาจน้อย, ภูติผีปีศาจ, เด็กซน, เด็กดื้อ, อนุชนรุ่นหลัง, หน่อไม้ *-vt.* ซ่อมแซมขนปีกให้นกเพื่อปรับปรุงการบิน, ตกแต่งด้วยปีก

impact (อิม' แพคทฺ) *n.* การกระทบ, การปะทะ, แรงกระทบ, แรงปะทะ, ผลกระทบกระเทือน, อิทธิพล *-vt.* กระทบ, ปะทะ, อัดแน่น *-vi.* มีผลต่อ, กระทบ, ปะทะ (-S. shock, collision, smash, impression, influence) *-Ex. impact test, the point of impact, the impact of the boat against the dock*

impacted (อิมแพค' ทิด) *adj.* ที่อัดแน่น, ซึ่งถูกกระทบกระเทือน, อุดตัน

impaction (อิมแพค' ชัน) *n.* การกระทบ, การปะทะ, การติดกันแน่น, การถูกอัดแน่น, ภาวะที่ถูกอัดแน่น, ภาวะอุดตัน

impair (อิมแพร์') *vt.* ทำให้เลวลง, ลดคุณค่า, ทำให้อ่อนแอ, ทำให้เสียหาย, ทำให้ได้รับบาดเจ็บ **-impairment** *n.* (-S. diminish, injure) *-Ex. Reading in poor light impaired his sight.*

impala (อิมพา' ละ) *n., pl.* **-las/-la** ละมั่งแอฟริกาจำพวก *Aepyceros melampus* มีเขางอคด กระโดดเก่ง

impala

impale (อิมเพล') *vt.* **-paled, -paling** แทงทะลุ, เสียบ, เสียบทะลุ, ทำให้หมดหวัง **-impalement** *n.* **-impaler** *n.* (-S. empale, spike, pierce, disembowel)

impalpable (อิมแพล' พะเบิล) *adj.* ซึ่งไม่รู้สึกจากการสัมผัส, ที่คลำไม่พบ, ที่เข้าใจยาก, ยากที่จะเข้าใจ **-impalpability** *n.* **-impalpably** *adv.* (-S. intangible, unclear, obscure, recondite)

impanel (อิมแพน' เนิล) *vt.* **-eled, -eling/-elled, -elling** เอาเข้าอยู่ในรายชื่อคณะลูกขุน, เลือกจากรายชื่อคณะลูกขุน **-impanelment** *n.* (-S. empanel)

imparity (อิมแพ' ริที) *n., pl.* **-ties** การขาดความเสมอภาค, ความไม่เท่ากัน, ความไม่เสมอกัน, การขาดสมดุล

impart (อิมพาร์ท') *vt.* บอก, แจ้ง, เล่าเรื่อง, เผย, ให้, มอบ, แบ่งให้, ส่ง **-impartable** *adj.* **-impartation** *n.* **-imparter** *n.* (-S. divulge, disclose, contribute, afford)

I

impartial (อิมพาร์' เชิล) *adj.* ยุติธรรม, ไม่เอนเอียง, ไม่เข้าข้างใคร, มีใจเป็นธรรม, ไม่มีอคติ **-impartiality, impartialness** *n.* **-impartially** *adv.* (-S. just, unbiased, disinterested, neutral) *-Ex. The umpire was completly impartial.*

impartible (อิมพาร์ท' ทะเบิล) *adj.* ไม่สามารถแบ่งแยกได้, ที่แบ่งแยกไม่ได้ **-impartibility** *n.* **-impartibly** *adv. -Ex. an impassable swamp, impassable routes after a heavy snow*

impassable (อิมแพส' ซะเบิล) *adj.* ที่ห้ามผ่าน, ที่ผ่านไม่ได้, ที่เอาชนะไม่ได้ **-impassability, impassableness** *n.* **-impassably** *adv.* (-S. obstructed, insuperable)

impasse (อิม' แพส, อิมแพส') *n.* ทางตัน, สภาวะที่อับจน (-S. stalemate, deadlock, standstill)

impassible (อิมแพส' ซะเบิล) *adj.* ไม่รู้สึกเจ็บปวด, ไม่รู้สึกทุกข์ร้อน, ไม่มีอารมณ์, ไม่สะดุ้งสะเทือน, เมินเฉย, เย็นชา **-impassibility, impassibleness** *n.* **-impassibly** *adv.*

impassion (อิมแพช' ชัน) *vt.* กระตุ้นอารมณ์, ทำให้เร่าร้อน, ทำให้มีอารมณ์, ทำให้กระตือรือร้น

impassioned (อิมแพช' ชันดฺ) *adj.* เต็มไปด้วยอารมณ์, เร่าร้อน, กระตือรือร้น **-impassionedly** *adv.* (-S. passionate, amorous, ardent)

impassive (อิมแพส' ซิฟวฺ) *adj.* ไม่มีอารมณ์, ใจเย็น, เมินเฉย, สงบ, ไม่มีความรู้สึก, ไม่รู้สึกทุกข์ร้อน **-impassively** *adv.* **-impassiveness, impassivity** *n.* (-S. expressionless, emotionless) *-Ex. Your speech left the mob completely impassive.*

impaste (อิมเพสทฺ') *vt.* **-pasted, -pasting** ทากาว, ทาแป้งเปียก, ทำให้เป็นกาวหรือแป้งเปียก, ทาสีอย่างหนา

impatience (อิมเพ' เชินซฺ) *n.* การขาดความอดทน, ความกระสับกระส่าย, ความใจร้อน, ความหุนหันพลันแล่น (-S. restiveness, agitation, irritability, anxiety) *-Ex. The horse restrain its impatience by pawing the ground.*

impatient (อิมเพ' เชินทฺ) *adj.* ไม่อดทน, ขาดความอดทน, ใจร้อน, หุนหันพลันแล่น, กระสับกระส่าย **-impatiently** *adv.* (-S. restive, nervous, agitated, eager, anxious) *-Ex. I was impatient with her complaints., an impatient answer*

impeach (อิมพีช') *vt.* กล่าวโทษ, ฟ้องร้อง, ทำคดีชั้นพิจารณา, กล่าวหา, ทำให้ไม่น่าเชื่อถือ **-impeacher** *n.* (-S. charge, accuse, censure) *Ex. impeach him with/of a crime, be impeached for treason*

impeachable (อิมพีช' ชะเบิล) *adj.* ที่ฟ้องร้องได้, ที่กล่าวโทษได้ **-impeachability** *n.*

impeachment (อิมพีช' เมินทฺ) *n.* การกล่าวโทษ, การฟ้องร้อง, การกล่าวโทษเจ้าหน้าที่ฝ่ายบริหารชั้นสูงของรัฐบาลโดยสภาผู้แทนราษฎรต่อสภาสูง (senate) ของสหรัฐอเมริกา, การไม่เชื่อถือ, ภาวะที่ถูกกล่าวโทษดังกล่าว

impeccable (อิมเพค' คะเบิล) *adj.* ไม่มีมลทิน, ไม่ด่างพร้อย, ไม่มีข้อบกพร่อง, ไม่ทำบาป, ไม่ทำผิด **-impeccability** *n.* **-impeccably** *adv.* (-S. flawless, faultless, perfect)

impeccant (อิมเพค' เคินทฺ) *adj.* ไม่มีบาป, ไม่ทำบาป **-impeccancy** *n.* (-S. sinless, blameless)

impecunious (อิมพิคิว' เนียส) *adj.* ไม่มีเงิน, ยากจน **-impecuniously** *adv.* **-impecuniousness, impecuniosity** *n.* (-S. poor, penniless, impoverished)

impedance (อิมพีด' เดินซฺ) *n.* ความต้านทานต่อไฟฟ้ากระแสสลับ (มักมีหน่วยเป็นโอห์ม)

impede (อิมพีด') *vt.* **-peded, -peding** ต้าน, ต้านทาน, ขัดขวาง, หน่วงเหนี่ยว **-impeder** *n.* (-S. retard, hold back, block, interfere, restrain) *-Ex. His progress was impeded by the heavy rain.*

impediment (อิมเพด' ดะเมินทฺ) *n.* การต้านทาน, การขัดขวาง, การหน่วงเหนี่ยว, อุปสรรค, การพูดติดอ่าง, ความบกพร่องในการพูด, สิ่งที่ขัดขวางการแต่งงาน (โดยเฉพาะความสัมพันธ์ทางครอบครัว) **-impedimental, impedimentary** *adj.* (-S. barrier, bar, obstacle, stutter, hesitancy)

impedimenta (อิมเพดดะเมน' ทะ) *n. pl.* สิ่งที่ขัดขวาง, สิ่งที่ถ่วงความก้าวหน้า

impel (อิมเพล') *vt.* **-pelled, -pelling** กระตุ้น, ผลักดัน, โน้มน้าว *-Ex. The current impelled the boat., Fear impelled him to lie.*

impellent (อิมเพล' เลินทฺ) *adj.* ซึ่งผลักดัน, ซึ่งกระตุ้น *-n.* สิ่งที่ผลักดัน, สิ่งกระตุ้น

impeller (อิมเพล' เลอะ) *n.* ผู้กระตุ้น, ผู้ผลักดัน, สิ่งกระตุ้น, ลูกบิด, ลูกหมุน, เครื่องผลักดัน

impend (อิมเพนดฺ') *vi.* ใกล้เข้ามา, ใกล้จะเกิดขึ้น, คุกคาม, แขวนอยู่ (-S. threaten)

impendent (อิมเพน' เดินทฺ) *adj.* ใกล้เข้ามา, ใกล้ชิด, ใกล้จะบังเกิดขึ้น, ใกล้จะถึง, ที่คุกคาม **-impendence, impendency** *n.*

impending (อิมเพน' ดิง) *adj.* ใกล้เข้ามา, ใกล้จะบังเกิดขึ้น, ที่คุกคาม (-S. imminent, coming, approaching, near)

impenetrability (อิมเพนนิทระบิล' ลิที) *n.* สภาวะที่ไม่สามารถผ่านเข้าไปได้, การไม่สามารถผ่านเข้าไปได้

impenetrable (อิมเพน' นิทระเบิล) *adj.* ซึ่งผ่านเข้าไปไม่ได้, ไม่ยอมรับ, หัวดื้อ, เข้าใจยาก **-impenetrably** *adv.*

impenitent (อิมเพน' นะเทินทฺ) *adj.* ไม่สำนึกผิด, หัวดื้อ, ดื้อดึง *-n.* คนที่ดื้อรั้น **-impenitence, impenitency** *n.* **-impenitently** *adv.* (-S. remorseless, unrepentant, obdurate, uncontrite)

imperative (อิมเพอ' ระทิฟวฺ) *adj.* ซึ่งเลี่ยงไม่ได้, จำเป็น, เชิงบังคับ *-n.* คำสั่ง, ความจำเป็น, ข้อบังคับ, กฎเกณฑ์, น้ำเสียงขอร้องหรือเป็นเชิงบังคับ, มาลาเชิงบังคับของไวยากรณ์ **-imperatively** *adv.* **-imperativeness** *n.* (-S. important, mandatory, imperious) *-Ex. imperative necessity, imperative tone of voice, imperative mood, imperative sentence*

imperceptible (อิมเพอร์เซพ' ทะเบิล) *adj.* เล็กน้อย, นิดหน่อย, ไม่รู้สึก **-imperceptibility** *n.* **-imperceptibly** *adv.* (-S. unnoticeable, gradual) *-Ex. an almost* *imperceptible sound*

imperceptive (อิมเพอร์เซพ' ทิฟว) *adj.* ที่ไร้ความรู้สึก, ที่ด้อยลงในการรับความรู้สึก (การได้ยิน ความเข้าใจ, ความเห็น) **-imperceptivity, imperceptiveness** *n.* (-S. impercipient, fault)

imperfect (อิมเพอร์' ฟิคท) *adj.* บกพร่อง, มีปมด้อย, ไม่สมบูรณ์, ไม่บริบูรณ์, หดแคบ, (ไวยากรณ์) เกี่ยวกับคำกริยารูปอดีตกาลที่ยังไม่สำเร็จ *-n.* (ไวยากรณ์) กาลที่ยังไม่สมบูรณ์, (ไวยากรณ์) กริยาที่ยังไม่สมบูรณ์ **-imperfectly** *adv.* **-imperfectness** *n.* (-S. defective, faulty, flawed, incomplete) *-Ex. Dang's spelling paper was imperfect.*

imperfection (อิมเพอร์เฟค' ชัน) *n.* ข้อบกพร่อง, ความบกพร่อง, ความไม่สมบูรณ์ (-S. deformity, defect, flaw)

imperforate (อิมเพอร์' ฟะเรท) *adj.* ไม่เป็นรู, ที่ไม่มีรูเปิด *-n.* แสตมป์ที่ไม่มีรอยปรุ **-imperforation** *n.*

imperial (อิมเพีย' เรียล) *adj.* เกี่ยวกับอาณาจักร, เกี่ยวกับจักรพรรดิ, เกี่ยวกับจักรพรรดินี, เกี่ยวกับจักรวรรดิ, ยิ่งใหญ่, โอ่อ่า, ชั้นพิเศษ *-n.* จักรพรรดิ, จักรพรรดินี, สิ่งของที่มีขนาดหรือคุณภาพพิเศษ, หลังคารถม้าโดยสาร, ขนาดกระดาษพิมพ์หรือกระดาษวาดที่เท่ากับ 23 x 31 นิ้ว (อเมริกา) หรือ 22 x 30, 22 x 32 นิ้ว (อังกฤษ) **-imperially** *adv.* (-S. sovereign, majestic, grand, dominant) *-Ex. the prince's imperial robes, imperial power*

imperialism (อิมเพีย' เรียลลิซึม) *n.* ลัทธิจักรวรรดินิยม, ลัทธิล่าอาณานิคม, การปกครองระบบจักรวรรดินิยม **-imperialist** *n., adj.* **-imperialistic** *adj.* **-imperialistically** *adv.* *-Ex. Japanese imperialism*

imperil (อิมเพอ' ริล) *vt.* **-iled, -iling/-illed, -illing** เป็นอันตรายต่อ, ทำให้เกิดอันตราย, เป็นภัยต่อ **-imperilment** *n.* (-S. endanger, jeopardize, hazard) *-Ex. Floods imperiled the village.*

imperious (อิมเพอ' เรียส) *adj.* โอหัง, ยโส, เป็นเชิงบังคับ, ครอบงำ, เผด็จการ, จำเป็น, ด่วน **-imperiously** *adv.* **-imperiousness** *n.* (-S. commanding, overbearing) *-Ex. With an imperious demand Kason ordered us to leave the room.*

imperishable (อิมเพอ' ริชชะเบิล) *adj.* ไม่ตาย, ไม่เสื่อมเสีย, ไม่เสีย, ทนทาน **-imperishably** *adv.* **-imperishability, imperishableness** *n.* (-S. enduring, immortal, timeless)

imperium (อิมเพีย' เรียม) *n., pl.* **-ria** การควบคุม, อำนาจสูงสุด, การปกครอง, เขตการปกครอง, เขตอำนาจ, อาณาจักร, อำนาจการควบคุมฝ่ายบริหาร

impermanent (อิมเพอร์' มะเนินท) *adj.* ไม่ถาวร, ชั่วคราว **-impermanence, impermanency** *n.* **-impermanently** *adv.* (-S. transitory, temporary, passing, fleeting)

impermeable (อิมเพอร์' เมียอะเบิล) *adj.* ซึ่งผ่านไม่ได้, ไม่สามารถผ่านได้ **-impermeability, impermeableness** *n.* **-impermeably** *adv.* (-S. impenetrable)

impermissible (อิมเพอร์มิส' ซะเบิล) *adj.* ไม่อนุญาต, ไม่ยอม **-impermissibility** *n.* **-impermissibly** *adv.*

impersonal (อิมเพอร์' ซะเนิล) *adj.* ไม่ใช่ส่วนตัว, ที่ไม่มีอารมณ์ความรู้สึกมาเกี่ยวข้อง, ที่ไม่มีการติดต่อ, ไม่มีลักษณะของมนุษย์, (ไวยากรณ์) ไม่ระบุบุรุษสรรพนาม *-n.* (ไวยากรณ์) คำกริยาหรือสรรพนามที่ไม่ได้ระบุนาม **-impersonally** *adv.* (-S. disinterested, objective, detached, unbiased, formal) *-Ex. impersonal criticism, impersonal forces, an impersonal approach*

impersonality (อิมเพอร์ซะแนล' ลิที) *n.* การขาดลักษณะของมนุษย์, การไม่มีอารมณ์เกี่ยวข้อง, การขาดความห่วงต่อความต้องการของแต่ละบุคคล, การขาดผู้ติดต่อหรือผู้จัดการ

impersonalize (อิมเพอร์' ซะนะไลซ) *vt.* **-ized, -izing** ทำให้ไม่ใช่ส่วนตัว, ทำให้ไม่มีอารมณ์ความรู้สึก, ทำให้ไม่มีลักษณะของบุคคลหรือมนุษย์

impersonate (อิมเพอร์' ซะเนท) *vt.* **-ated, -ating** แกล้งทำเป็น, เสแสร้ง, แสดงออก, เลียนแบบ, ปลอมแปลง **-impersonation** *n.* **-impersonator** *n.* (-S. imitate, mimic, mock)

impertinence (อิมเพอร์' ทะเนินซ) *n.* ความทะลึ่ง, ความโอหัง, ความหยาบคาย, ความไม่เหมาะสม

impertinency (อิมเพอร์' ทิเนินซี) *n.* ดู impertinence

impertinent (อิมเพอร์' ทิเนินท) *adj.* ทะลึ่ง, โอหัง, ที่ยุ่งไม่เข้าเรื่อง, ไม่เหมาะสม, หยาบคาย, ไม่ตรงประเด็น **-impertinently** *adv.* (-S. impudent, rude) *-Ex. It is impertinent to ask questions that are too personal., Be impertinent to the present case.*

imperturbable (อิมเพอร์เทอร์' บะเบิล) *adj.* ใจเย็น, สุขุม, เงียบ, ไม่ตื่นเต้นง่าย **-imperturbability** *n.* **-imperturbably** *adv.* (-S. calm, inexcitable, unflappable, unruffled)

imperturbation (อิมเพอร์เทอร์เบ' ชัน) *n.* การปราศ- จากการถูกรบกวน, ความสงบ, ความเงียบ, ความใจเย็น (-S. calmness, serenity)

impervious (อิมเพอร์' เวียส) *adj.* ที่เข้าไม่ได้, ที่ผ่านไม่ได้, ที่ไม่อนุญาตให้เข้า, ที่ไม่ถูกรบกวน, ที่ไม่ถูกกระทบกระเทือน, ไม่สะดุ้งสะเทือน **-imperviously** *adv.* **-imperviousness** *n.* (-S. impermeable, impenetrable)

impetigo (อิมพะไท' โก) *n., pl.* **-gos** โรคผิวหนังชนิดเป็นตุ่มพุพอง (โดยเฉพาะเป็นกับเด็กที่ใบหน้า) **-impetiginous** *adj.*

impetuosity (อิมเพชชูออส' ซิที) *n.* ความหุนหันพลันแล่น, ความบุ่มบ่าม, ความรุนแรง, ความใจร้อน, การกระทำที่ใจร้อนหรือหุนหันพลันแล่น, การกระทำที่มีแรงกระตุ้นมาก

impetuous (อิมเพช' ชูเอิส) *adj.* หุนหันพลันแล่น, บุ่มบ่าม, รุนแรง, ใจร้อน, มีแรงกระตุ้นมาก **-impetuously** *adv.* **impetuousness** *n.* (-S. hasty, rash, violent) *-Ex. An impetuous man often does things that he regrets later., an impetuous wind*

impetus (อิม' พะเทิส) *n., pl.* **-tuses** แรงผลักดัน, แรงกระตุ้น, แรงดลใจ, การส่งเสริม (-S. propulsion, stimulus, actuation) *-Ex. The growth in population has given an impetus to the birth control.*

impiety (อิมไพ' อะที) *n., pl.* **-ties** การขาดความเลื่อมใสศรัทธา, การขาดความเคารพ, การกระทำที่ขาดความเคารพ (-S. godlessness, unholiness, profanity)

impinge (อิมพินจฺ') *vt., vi.* **-pinged, -pinging** กระทบ, กระแทก, ปะทะ, บุกรุก, รุกราน, มีผลต่อ **-impinger** *n.* **-impingement** *n.* (-S. collide, intrude, impress, strike)

impious (อิม' พีเอิส) *adj.* ไม่เลื่อมใส, ไม่ศรัทธา, ไม่เคารพนับถือ, ไม่นับถือศาสนา, หยาบคาย, ดูหมิ่น **-impiously** *adv.* **-impiousness** *n.* (-S. godless, unholy)

impish (อิม' พิช) *adj.* เหมือนผีตัวเล็ก, ซุกซน, เกเร **-impishly** *adv.* **-impishness** *n.* (-S. mischievous, rascally, prankish)

implacable (อิมแพลค' คะเบิล) *adj.* ซึ่งไม่สามารถปลอบโยนได้, ไม่ปรานี, ไม่โอนอ่อน **-implacability, implacableness** *n.* **-implacably** *adv.* (-S. unappeasable, unpacifiable, inexorable, relentless)

implant (อิมแพลนทฺ') *vt.* สอดใส่, ใส่เข้าไปใน, ฝัง, ปลูกฝัง, ย้ายใส่ *-vi.* (ไข่ที่ผสมแล้ว) ฝังตัวในผนังมดลูก *-n.* เนื้อเยื่อที่ปลูกฝัง, สิ่งที่ปลูกฝัง **-implantable** *adj.* (-S. instill, insinuate, embed, graft)

implantation (อิมแพลนเท' ชัน) *n.* การปลูกฝัง, การใส่, การสอดใส่, การฝังตัวของไข่ที่ผสมแล้วในผนังมดลูก

implausible (อิมพลอซ' ซะเบิล) *adj.* เหลือเชื่อ, ไม่น่าเชื่อถือ, ไม่มีเหตุผล **-implausibility, implausibleness** *n.* **-implausibly** *adv.*

implead (อิมพลีด') *vt.* ฟ้องร้อง, ดำเนินคดีในศาล, กล่าวโทษ, กล่าวหา, ร้องทุกข์

implement (*n.* อิม' พละเมินทฺ, *v.* อิม' พละเมนทฺ) *n.* เครื่องมือ, อุปกรณ์เครื่องใช้ไม้สอย, วิธีการ *-vt.* ทำให้เป็นผล, ทำให้สำเร็จ, จัดเครื่องมือให้ **-implemental** *adj.* **-implementation** *n.* **-implementer, implementor** *n.* (-S. utensil, tool, appliance, device) *-Ex. Harrows and spades are garden implements.*

impletion (อิมพลี' ชัน) *n.* การใส่, การบรรจุ

implicate (อิม' พลิเคท) *vt.* **-cated, -cating** ทำให้พัวพัน, นำมาซึ่ง, เกี่ยวข้องกับ, มีส่วนร่วม **-implicative** *adj.* **-implicatively** *adv.* (-S. concern, associate, incriminate, compromise, connect)

implication (อิมพลิเค' ชัน) *n.* สิ่งที่พัวพัน, สิ่งที่เกี่ยวข้อง, การพัวพัน, การทำให้เกี่ยวข้อง, ความหมายโดยนัย, การสันนิษฐาน

implicit (อิมพลิส' ซิท) *adj.* ที่บอกเป็นนัย, ที่แสดงนัย, มีความหมายว่า, อย่างไม่ต้องสงสัย, อย่างแน่นอน **-implicitly** *adv.* **-implicitness** *n.* (-S. absolute, implied, inferred, latent, unhesitating)

implied (อิมไพลดฺ') *adj.* ที่บอกเป็นนัย, ที่แสดงนัย, มีความหมายว่า, เป็นที่เข้าใจว่า (-S. deducible, inferred)

implode (อิมโพลด') *v.* **-plode, -ploding** *-vi.* ระเบิดหรือกระทบอย่างรุนแรง *-vt.* ทำให้กระทบกันอย่างรุนแรง, ทำลาย (ตึก)

implore (อิมพลอร์') *vt., vi.* **-plored, -ploring** ขอร้อง, เรียกร้อง, วิงวอน, อ้อนวอน **-imploration** *n.* **-implorer** *n.* **-imploringly** *adv.* (-S. beseech, entreat, request, solicit, plead with) *-Ex. to implore aid*

implosion (อิมโพล' ชัน) *n.* การระเบิดภายใน, การแตกร้าวภายใน, การเปล่งเสียงอัดระหว่างลิ้นกับเพดาน, **-implosive** *adj.* **-implosively** *adv.*

imply (อิมไพล') *vt.* **-plied, -plying** บอกเป็นนัย, แสดงนัย, มีความหมายว่า (-S. insinuate, hint, infer, presume, indicate)

impolite (อิมพะไลทฺ') *adj.* ไม่สุภาพ, หยาบคาย, ไม่มีมารยาท **-impolitely** *adv.* **-impoliteness** *n.* (-S. uncivil, rude, discourteous, ungallant, impudent)

impolitic (อิมพอล' ละทิค) *adj.* ไม่เหมาะ, ไม่ใช่แผนหรืออุบายที่ดี, ไม่ฉลาด, ไม่สุขุม (-S. injudicious, indiscreet)

imponderable (อิมพอน' เดอะระเบิล) *adj.* วัดไม่ได้, ไม่สามารถประเมินค่าได้, ไม่สามารถประมาณการได้ *-n.* สิ่งที่ไม่สามารถจะวัดหรือประเมินค่าได้ **-imponderability** *n.* **-imponderably** *adv.*

import (*n.* อิม' พอร์ท, *v.* อิมพอร์ท') *n.* สินค้าเข้า, การนำสินค้าเข้าประเทศ, ความหมาย, ความสำคัญ *-vt.* นำสินค้าเข้าประเทศ, นำเข้ามา, (คอมพิวเตอร์) ส่งผ่านข้อมูลจากที่หนึ่งไปยังอีกที่หนึ่ง, แสดงนัย, มีความหมาย, เกี่ยวข้อง, พัวพัน *-vi.* มีความหมาย, มีความสำคัญ **-importability** *n.* **-importable** *adj.* **-importer** *n.* (-S. foreign commodity, drift, significance) *-Ex. Machines, tools, and other articles brought into our country are imports.*

importance (อิมพอร์' เทินซฺ) *n.* ความสำคัญ, การวางท่าทาง (-S. significance, momentousness, graveness, note)

important (อิมพอร์' เทินทฺ) *adj.* สำคัญ, มีความหมาย, เด่น, ยโส, มีอิทธิพลมาก, มีอำนาจมาก, มีฐานะสูง, ใหญ่โต **-importantly** *adv.* (-S. significant, principal, eminent, substantial, serious) *-Ex. an important matter, It is important to learn and to read., The governor of a state is an important man.*

importation (อิมพอร์เท' ชัน) *n.* การนำสินค้าเข้าประเทศ, สินค้านำเข้า

importunate (อิมพอร์' ชะนิท) *adj.* ที่รีบด่วน, ที่เร่งด่วน, ที่รบเร้า, ที่เรียกร้อง, ที่รบกวน **-importunately** *adv.* **-importunateness** *n.* (-S. insistent, persistent, earnest, urgent)

importune (อิมพอร์ทูน') *v.* **-tuned, -tuning** *-vt.* รบเร้า, เรียกร้อง, รบกวน *-vi.* รบเร้าไม่หยุด, เรียกร้องไม่หยุด **-importunely** *adv.* **-importuner** *n.* (-S. beg, beseech, implore, solicit)

importunity (อิมพอร์ทู' นิที) *n., pl.* **-ties** การรบเร้า, การเรียกร้อง, การขอร้องอย่างไม่หยุด

impose (อิมโพซ') *v.* **-posed, -posing** *-vt.* จัดเก็บภาษี, กำหนด, กำหนดให้มี, กำหนดโทษ, บังคับเอา, ยัดเยียดให้, รบกวน, หลอกลวง, เอาเปรียบ, จัดหน้า (กระดาษเพื่อเตรียมพิมพ์) *-vi.* เอาเปรียบ **-imposer** *n.* (-S. enforce, charge, obtrude, trespass) *-Ex. The judge imposed a heavy fine., He imposed on his friends by vistiting them too often.*

imposing (อิมโพ' ซิง) *adj.* ประทับใจมาก, ซาบซึ้งใจ

imposition 445 **imprison**

มาก, เด่น, โอ่อ่า **-imposingly** *adv.* (-S. impressive, lofty)

imposition (อิมพะซิ' ชัน) *n.* การจัดเก็บภาษี, การกำหนดภาษี, การกำหนดโทษ, การกำหนดให้มี, การบังคับเอา, การยัดเยียด, การรบกวน, การหลอกลวง, การจัดหน้าเพื่อเตรียมพิมพ์ (-S. enforcement, charge, intrusion, obstrusion)

impossibility (อิมพอสซะบิล' ลิที) *n., pl.* **-ties** ความเป็นไปไม่ได้, สิ่งที่เป็นไปไม่ได้ *-Ex. The impossibility of knowing what will happen tomorrow., It is an impossibility to live yesterday over.*

impossible (อิมพอส' ซะเบิล) *adj.* ซึ่งเป็นไปไม่ได้, ซึ่งทำไม่ได้, ที่ไม่มีทางจะบังเกิดขึ้น, ซึ่งรับไม่ได้ **-impossibly** *adv.* **-impossibleness** *n.* (-S. inconceivable, unimaginable, incredible, ludicrous, unbearable) *-Ex. It is impossible for me to sing well when I have a cold., It is impossible for me to be there on time., an impossible person*

impost¹ (อิม' โพสทฺ) *n.* ภาษี, ภาษีศุลกากร, น้ำหนักแบกของม้าแข่ง (-S. tax, tribute, duty)

impost² (อิม' โพสทฺ) *n.* ตอม่อโค้ง

impostor, imposter (อิมพอส' เทอะ) *n.* คนหลอกลวง, นักต้ม, คนโกง (-S. deceiver, fake, fraud, trickster) *-Ex. Udom isn't really a doctor, but an impostor.*

imposture (อิมพอส' เชอะ) *n.* การหลอกลวง, การโกง (-S. cheating, fraud, trickery, deceit)

impotence, impotency (อิม' พะเทินซฺ, -ซี) *n.* ความอ่อนแอ, การปราศจากกำลังหรืออำนาจ, การหย่อนหรือไร้สมรรถภาพทางเพศ (-S. powerlessness, inability, feebleness, inadequacy, weakness)

impotent (อิม' พะเทินทฺ) *adj.* อ่อนแอ, ไร้สมรรถภาพ, ไร้หรืออ่อนกำลัง, ไร้อำนาจ, ไร้หรือหย่อนสมรรถภาพทางเพศ **-impotently** *adv.* (-S. weak, unable, ineffectual)

impound (อิมเพานดฺ') *vt.* ขัง, กักขัง, กักกัน, ยึด, **-impoundment** *n.* (-S. confine, enclose, imprison)

impoverish (อิมพอฟ' เวอะริช) *vt.* ทำให้ยากจน, ทำให้มีคุณภาพเลว, ทำให้เสื่อม, ทำให้อ่อนกำลัง **-impoverishment** *n.* *-Ex. The soil was impoverished.*

impoverished (อิมพอฟ' เวอะริชทฺ) *adj.* ยากจน, อ่อนกำลัง, เสื่อม, (ดิน) เลว (-S. indigent, destitute, depleted) *-Ex. impoverished rubber*

impracticable (อิมแพรค' ทิคะเบิล) *adj.* ที่ทำไม่ได้, ที่ไม่เหมาะ, ที่ผ่านไม่ได้, ที่ใช้ไม่ได้, ที่จัดการไม่ได้ **-impracticability, impracticableness** *n.* **-impracticably** *adv.* (-S. unachievable, unrealizable) *-Ex. an impractical scheme, an impractical man*

impractical (อิมแพรค' ทิเคิล) *adj.* ที่ทำไม่ได้, ที่ปฏิบัติไม่ได้, ที่จัดการไม่ได้, ที่เพ้อฝัน **-impracticality, impracticalness** *n.* **-impractically** *adv.* (-S. unworkable, useless, theoretical, idealistic -A. realistic, practical, viable)

imprecate (อิม' พริเคท) *vt.* **-cated, -cating** สาปแช่ง, แช่งด่า **-imprecatory** *adj.* **-imprecator** *n.*

imprecation (อิมพริเค' ชัน) *n.* การสาปแช่ง, การแช่ง (-S. execration, curse, malediction)

imprecise (อิมพริไซซฺ') *adj.* คลุมเครือ, ไม่แน่ชัด, ไม่แม่นยำ **-imprecisely** *adv.* **-imprecision** *n.*

impregnable (อิมเพรก' นะเบิล) *adj.* ที่ไม่สามารถตีให้แตกได้, ที่ไม่สามารถชนะได้, เหนียวแน่น **-impregnably** *adv.* **-impregnability** *n.* (-S. unattackable, invincible, irrefutable) *-Ex. an impregnable fort in the mountains*

impregnate (อิมเพรก' เนท) *vt.* **-nated, -nating** ทำให้ตั้งครรภ์, ปฏิสนธิ, ทำให้อิ่มตัว, ทำให้เต็มไปด้วย *-adj.* ที่เต็มไปด้วย **-impregnation** *n.* **-impregnator** *n.* (-S. fill, saturate, imbue, inseminate)

impresario (อิมพระซา' รีโอ) *n., pl.* **-os** ผู้จัดการ, นักจัดรายการ, ผู้อำนวยการจัดการแสดง

impress¹ (*v.* อิมเพรส', *n.* อิม' เพรส) *vt.* ประทับใจ, ทำให้รู้สึก, ฝังใจ, มีผลต่อความคิดเห็น, มีผลต่อ, กด, ประทับตรา, ทำร่องรอย *-n.* การทำให้ประทับใจ, รอยประทับ, รอยจารึก (-S. imprint, affect, emphasize, urge) *-Ex. to impress wax with a seal, I was impressed by his wit.*

impress² (*v.* อิมเพรส', *n.* อิม' เพรส) *vt.* เกณฑ์เข้าทำงานเพื่อสาธารณประโยชน์, ยึดให้เป็นสาธารณประโยชน์ *-n.* การเกณฑ์คนมาทำงานเพื่อสาธารณประโยชน์ **-impressment** *n.*

impressible (อิมเพรส' ซะเบิล) *adj.* ที่โน้มน้าวจิตใจได้ง่าย, ที่ประทับใจได้ง่าย **-impressibility** *n.* **-impressibly** *adv.* (-S. impressionable)

impression (อิมเพรช' ชัน) *n.* รอยประทับ, รอยกด, รอยพิมพ์, สิ่งที่ประทับใจ, สิ่งพิมพ์ที่เกิดจากการพิมพ์ครั้งหนึ่งหนึ่ง, การทาสีเพียง 1 ครั้ง **-impressional** *adj.* (-S. imprint, mark, effect, influence) *-Ex. The rabbit left the impression of its feet in the snow.*

impressionable (อิมเพรช' ชันนะเบิล) *adj.* ที่โน้มน้าวจิตใจได้ง่าย, ที่ประทับใจง่าย **-impressionably** *adv.* **-impressionability** *n.* (-S. susceptible, sensitive, responsive, receptive)

impressionism (อิมเพรช' ชะนิซึม) *n.* ทฤษฎีการเขียนภาพจากความประทับใจหรือการประพันธ์วรรณคดีให้ประทับใจ (โดยเฉพาะปลายศตวรรษที่ 17 ในฝรั่งเศส), ดนตรีรูปหนึ่งที่ทำให้ผู้ฟังสึกถึงปรากฏการณ์ธรรมชาติ **-impressionist** *n.* **-impressionistic** *adj.* **-impressionistically** *adv.*

impressive (อิมเพรส' ซิฟว) *adj.* ที่ประทับใจ, ที่ซาบซึ้งใจ, ที่รุนแรง **-impressively** *adv.* **-impressiveness** *n.* (-S. inspiring, affecting, rousing) *-Ex. The fireman's impressive talk made the boys more careful with matches.*

imprimatur (อิมพริมา' เทอะ) *n.* ใบอนุญาตให้จัดพิมพ์หรือลงข่าว, ใบอนุญาต, การอนุญาต, การอนุมัติ

imprint (*n.* อิม' พรินทฺ, *v.* อิมพรินทฺ') *n.* รอยกด, รอยประทับ, ผลกระทบ, ชื่อสำนักพิมพ์บนหน้าแรกของหนังสือ *-vt.* กด, ประทับ, ประทับใจ, ตรึงใจ *-Ex. imprint a paper with a royal seal, the imprint of a foot*

imprison (อิมพริซ' เซิน) *vt.* จำคุก, เอาเข้าคุก, กักขัง

I

(-S. incarcerate, intern, detain, confine) *-Ex. to imprison a lion in a cage*

imprisonment (อิมพริซฺ' เซินเมินทฺ) *n.* การจำคุก, การเอาเข้าคุก, การถูกจำคุก, การกักขัง *-Ex. The imprisonment took place January 1st., In summer, Udom resented his imprisonment in the school.*

improbability (อิมพรอบอะบิล' ลิที) *n., pl.* **-ties** ความเป็นไปไม่ได้, สิ่งที่เป็นไปไม่ได้

improbable (อิมพรอบ' อะเบิล) *adj.* ไม่น่าจะเป็นไปได้, ไม่น่าจะเกิดขึ้น **-improbably** *adv.* **-improbableness** *n.* (-S. unlikely, doubtful, ridiculous, dubious) *-Ex. It is improbable that you will ever see a golden hen.*

improbity(อิมโพร' บิที) *n., pl.* **-ties** ความไม่ซื่อสัตย์ (-S. dishonesty, falsity)

impromptu (อิมพรอมพฺ' ทู) *adj.* ซึ่งไม่ได้ตระเตรียมมาก่อน, กะทันหัน, ทันควัน, เฉพาะหน้า *-adv.* อย่างไม่ได้ตระเตรียมมาก่อน *-n.* การพูดหรือการแสดงที่ไม่ได้ตระเตรียมมาก่อน, กลอนสด, เพลงหรือบทประพันธ์ที่แต่งขึ้นมาอย่างทันทีทันควัน (-S. extemporaneous, spontaneous, unprepared, improvised)

improper (อิมพรอพ' เพอะ) *adj.* ไม่เหมาะสม, ไม่ถูกต้อง, ผิดพลาด, ไม่สมควร, ผิดปกติ **-improperly** *adv.* **-improperness** *n.* (-S. unbecoming, unsuitable, indiscreet, smuttly, obscene -A. suitable) *-Ex. a speech improper to the occasion, improper language*

improper fraction เศษส่วนที่เศษมากกว่าหรือเท่ากับส่วน

impropriate (อิมโพร' พรีเอท) *vt.* **-ated, -ating** ให้สมบัติหรือรายได้ของวัดตกอยู่กับฆราวาส **-impropriation** *n.* **-impropriator** *n.*

impropriety (อิมโพรไพร' อะที) *n., pl.* **-ties** ความไม่เหมาะสม, ความไม่ถูกต้อง, ความไม่บังควร, ความผิดพลาด, การใช้คำที่ไม่เหมาะสม (-S. incorrectness, indecorum, immodesty)

improve (อิมพรูฟว') *v.* **-proved, -proving** *-vt.* ทำให้ดีขึ้น, ปรับปรุง, แก้ไข *-vi.* ดีขึ้น, มีค่ามากขึ้น **-improve on/upon** ปรับปรุง, แก้ไข **-improver** *n.* **-improvable** *adj.* **-improvability** *n.* (-S. ameliorate, correct, develop) *-Ex. improve one's French, improve on/upon the first attempt*

improvement (อิมพรูฟว' เมินทฺ) *n.* การทำให้ดีขึ้น, การปรับปรุง, การแก้ไข, ภาวะหรือสภาพที่ดีขึ้น, สิ่งที่ถูกปรับปรุงให้ดีขึ้น, สิ่งที่ช่วยทำให้ดีขึ้น (-S. amelioration, reform, development, betterment) *-Ex. Notice the improvement in your work.*

improvident (อิมพรอฟ' วะเดินทฺ) *adj.* เลินเล่อ, ไม่ได้ตระเตรียมมาก่อน, ไม่ระวัง, ไม่คิดถึงอนาคต, ไม่ประหยัด **-improvidence** *n.* **-improvidently** *adv.* (-S. thriftless, careless, unfrugal, incautious -A. careful)

improvisation (อิมพรอฟวิเซ' ชัน) *n.* การแสดงหรือประพันธ์อย่างไม่ได้มีการตระเตรียมมาก่อน, การว่ากลอนสด, สิ่งที่กระทำหรือประพันธ์ขึ้นอย่างทันทีทันควัน **-improvisational** *adj.*

improvise (อิม' พระไวซ) *vt., vi.* **-vised, -vising** กระทำหรือประพันธ์อย่างไม่ได้มีการตระเตรียมมาก่อนหรืออย่างทันทีทันควัน, ว่ากลอนสด **-improviser, improvisor, improvisator** *n.* (-S. extemporize, devise, contrive, concoct) *-Ex. As Somchai sang, Sawai improvised words to fit the speech.*

imprudent (อิมพรูด' เดินทฺ) *adj.* ไม่รอบคอบ, เลินเล่อ, ประมาท, บุ่มบ่าม **-imprudence** *n.* **-imprudently** *adv.* (-S. unwise, indiscreet, improvident, injudicious) *-Ex. It is imprudent to cross against the traffic lights.*

impudence, impudency (อิม' พิวเดินซ, -ซี) *n.* ความทะลึ่ง, ความยโส, ความโอหัง, ความอวดดี, ภาษาหรือคำพูดที่ทะลึ่งหรือยโส (-S. insolence, boldness, audacity, pertness)

impudent (อิม' พิวเดินทฺ) *adj.* ทะลึ่ง, ยโส, อวดดี, โอหัง **-impudently** *adv.* (-S. brazen, saucy, bold) *-Ex. The impudent boy threw a snowball at the teacher.*

impugn (อิมพิวนฺ') *vt.* กล่าวหา, ตำหนิ, แย้ง, ปะทะคารม **-impugnable** *adj.* **-impugner** *n.* **-impugnation** *n.* (-S. challenge, attack, dispute, query, berate)

impulse (อิม' พัลซฺ) *n.* แรงดลใจ, แรงกระตุ้น, แรงผลักดัน, กระแสประสาท (-S. impetus, propulsion, force, inspiration, whim, urge) *-Ex. a man of impulse, be driven by impulse, the impulse of the storm*

impulsion (อิมพัล' ชัน) *n.* การกระตุ้น, การผลักดัน, สิ่งดลใจ, แรงดลใจ

impulsive (อิมพัล' ซิฟว) *adj.* มีแรงกระตุ้น, หุนหันพลันแล่น, ใจเร็ว **-impulsively** *adv.* **-impulsiveness** *n.* (-S. rash, hasty, impromptu) *-Ex. an impulsive action, an impulsive person, an impulsive smile, an impulsive force*

impunity (อิมพิว' นิที) *n., pl.* **-ties** การได้รับการยกเว้นโทษ, การได้รับนิรโทษ (-S. indemnity, excusal, pardon) *-Ex. Only stupid people think they can steal with impunity.*

impure (อิมเพียว' เออะ) *adj.* **-purer, -purest** ไม่บริสุทธิ์, ไม่สะอาด, มีสิ่งเจือปน, ใจไม่สะอาด, ผิดศีลธรรม **-impurely** *adv.* **-impureness** *n.* (-S. adulterated, alloyed, polluted, tainted, immoral, lustful) *-Ex. Do not drink impure water because it may make you ill., There are laws against impure drugs and foods.*

impurity (อิมเพียว' ระที) *n., pl.* **-ties** ความไม่บริสุทธิ์, ความไม่สะอาด, การมีสิ่งเจือปน, สิ่งที่ไม่บริสุทธิ์ (-S. adulteration, admixture, pollutant, contaminant) *-Ex. the impurities in water*

imputable (อิมพิว' ทะเบิล) *adj.* ซึ่งถูกกล่าวหาได้, ซึ่งถูกใส่ความได้ **-imputability** *n.* **-imputably** *adv.* (-S. attributable, ascribable)

imputation (อิมพิวเท' ชัน) *n.* การกล่าวหา, การใส่ความ, การใส่ร้าย, การให้ร้าย **-imputative** *adj.* **-imputatively** *adv.*

impute (อิมพิวทฺ') *vt.* **-puted, -puting** กล่าวหา, ใส่ความ, ใส่ร้าย, ให้ร้าย (-S. ascribe, reproach, blame)

in (อิน) *prep.* ใน, ภายใน, ข้างใน, ในระหว่าง, ในสภาพ, โดยวิธี, ด้วยเป้าหมาย, ในภาวะ, ในข้อที่ว่า *-adv.* ใน, ภายใน, อยู่ข้างใน, ในบ้าน, ในที่ทำงาน, ในตำแหน่ง, ในเป้าหมาย, ในการบริหารงาน, สอดคล้องกับ *-adj.* อยู่ภายใน, ใกล้เข้ามา, ภายในอำนาจ, (ภาษาพูด) เป็นที่นิยม นำแฟชั่น นำสมัย *-n.* บุคคลที่มีอำนาจ, สมาชิกพรรคการเมืองที่มีอำนาจ *-vt.* **inned, inning** เก็บสะสม, ใส่ **-in that** เนื่องจาก, เพราะว่า **-in so far as** ในขอบเขต *-Ex. in my house, in the army, in the rain, in a crowd, In my view*

in. ย่อจาก inch(es) นิ้ว (ความยาว)

-ina คำปัจจัย ประกอบหลังคุณศัพท์เพื่อให้เป็นเพศหญิง

inability (อินอะบิล' ลิที) *n.* การขาดความสามารถ, การไม่มีความสามารถ, การไร้กำลังหรือปัจจัย (-S. incapability, incapacity, impotence, unfitness, ineligibility) *-Ex. inability to pay a debt*

in absentia (อิน แอบ เซน' ชะ) (ภาษาละติน) ไม่มา, ขาดไป, ไม่อยู่ (-S. in absence)

inaccessible (อินแอคเซส' ซะเบิล) *adj.* เข้าไม่ถึง, เข้าไปไม่ได้, เข้าได้ยาก **-inaccessibility** *n.* **-inaccessibly** *adv.* (-S. unapproachable, impenetrable, unreachable) *-Ex. an inaccessible goal*

inaccuracy (อินแอค' คิวระซี) *n., pl.* **-cies** ความไม่แม่นยำ, ความไม่ละเอียด, ความไม่เที่ยง, ความไม่แน่นอน, ความผิด, สิ่งที่ผิดพลาด (-S. error, fault, mistake, incorrectness) *-Ex. A slight inaccuracy in direction may throw an pilot far off his course.*

inaccurate (อินแอค' คิวริท) *adj.* ไม่แม่นยำ, ไม่ละเอียด, ไม่เที่ยง, ไม่แน่นอน **-inaccurately** *adv.* **-inaccurateness** *n.* (-S. inexact, imprecise, faulty)

inaction (อิคแอค' ชัน) *n.* ความขี้เกียจ, การไม่ทำอะไร, การไม่ดำเนินกิจการ, การอยู่เฉยๆ (-S. idleness, immobility, stagnation)

inactivate (อินแอค' ทะเวท) *vt.* **-vated, -vating** ทำให้เฉื่อยชา, ทำให้ขี้เกียจ, หยุดยั้งการปฏิบัติงานของ **-inactivation** *n.*

inactive (อินแอค' ทิฟว) *adj.* เฉื่อยชา, อยู่เฉยๆ ไม่ทำอะไร, ขี้เกียจ, ไม่เคลื่อนไหว, ที่ไม่เกิดปฏิกิริยา **-inactively** *adv.* **-inactivity, inactiveness** *n.* (-S. inert, motionless, idle) *-Ex. Sickness made Daeng inactive., an inactive volcano*

inadequate (อินแอด' ดิเควท) *adj.* ไม่เพียงพอ **-inadequateness** *n.* **-inadequacy** *n.* **-inadequately** *adv.* (-S. unfit, insufficient, deficient) *-Ex. The sleeping room is inadequate for our large group.*

inadmissible (อินแอดมิส' ซะเบิล) *adj.* ไม่สามารถจะรับได้, ไม่สามารถจะยอมรับได้ **-inadmissibility** *n.* **-inadmissibly** *adv.*

inadvertence, inadvertency (อินแอดเวอร์' เทินซฺ, -ซี) *n.* การขาดความสนใจ, ความไม่ตั้งใจ, ความเลินเล่อ, ความประมาท

inadvertent (อินแอดเวอร์' เทินทฺ) *adj.* ขาดความสนใจ, ไม่ตั้งใจ, เลินเล่อ, ประมาท **-inadvertently** *adv.* (-S. accidental, unintentional, unplanned)

inadvisable (อินแอดไว' ซะเบิล) *adj.* ไม่ฉลาด, ไม่สมควร **-inadvisability** *n.* (-S. unwise, injudicious) *-Ex. It is inadvisable to skate on the pond ice.*

inalienable (อินเอล' เลียนะเบิล) *adj.* ที่โอนกันไม่ได้, ที่แบ่งแยกไม่ได้, ที่ยึดครองไม่ได้ **-inalienability** *n.* **-inalienably** *adv.* (-S. inherent, inviolable) *-Ex. Liberty is an inalienable right.*

inamorata (อินแอมมะรา' ทะ) *n., pl.* **-tas** คนรักที่เป็นหญิง, หญิงคนรัก **-inamorato** คนรักที่เป็นชาย, ชายคนรัก

inane (อินเนน') *adj.* **-aner, -anest** โง่, ขาดความคิด, ว่างเปล่า *-n.* สิ่งว่างเปล่า **-inanely** *adv.* (-S. empty, ludicrous, fatuous, trifling)

inanimate (อินแอน' นะมิท) *adj.* ไม่มีชีวิต, ไม่มีชีวิตจิตใจ, เซื่องซึม, ไม่สดใส **-inanimately** *adv.* **-inanimateness, inanimation** *n.* (-S. lifeless, apathetic)

inanition (อินอะนิช' ชัน) *n.* ความขาดแคลน, การขาดอาหาร, การบำรุงเลี้ยงไม่เพียงพอ, ภาวะจิตใจท้อแท้, ภาวะขาดพลัง, ความว่างเปล่า

inanity (อินแนน' นิที) *n., pl.* **-ties** การขาดความคิด, ความโง่, ความว่างเปล่า, สิ่งที่ไม่มีความหมาย

inapplicable (อินแอพ' พลิคะเบิล) *adj.* ใช้ไม่ได้, ไม่เหมาะสม, ซึ่งนำไปปฏิบัติไม่ได้ **-inapplicability** *n.* **-inapplicably** *adv.* (-S. irrelevant, immaterial)

inapposite (อินแอพ' พะซิท) *adj.* ไม่เกี่ยวข้อง, ไม่เหมาะสม **-inappositely** *adv.* **-inappositeness** *n.*

inappreciable (อินอะพรี' ชะเบิล) *adj.* ไม่สำคัญ, เล็กน้อย, แทบจะไม่รู้สึก, แทบจะไม่เห็น **-inappreciably** *adv.* (-S. infinitesimal, miniscule, minute)

inapprehensible (อินแอพพรีเฮน' ซะเบิล) *adj.* ซึ่งไม่สามารถเข้าใจได้ **-inapprehension** *n.*

inapprehensive (อินแอพพรีเฮน' ซิฟว) *adj.* ขาดความเข้าใจ, ไม่รู้, ไม่ตระหนักถึง **-inapprehensively** *adv.*

inappropriate (อินอะโพร' พรีอิท) *adj.* ไม่เหมาะสม, ไม่คู่ควร **-inappropriately** *adv.* **-inappropriateness** *n.* (-S. improper, unfitting, inapposite, untimely) *-Ex. The dress is inappropriate for a party.*

inapt (อินแอพทฺ') *adj.* ไม่เหมาะ, ไม่สมควร, ไม่ชำนาญ, ไม่คล่องแคล่ว **-inaptly** *adv.* **-inaptness** *n.* (-S. inept, clumsy, unsuitable, impertinent)

inaptitude (อินแอพ' ทะทูด) *n.* การขาดความเหมาะสม, การขาดความชำนาญ, ความเก้งก้าง

inarticulate (อินอาร์ทิค' คิวลิท) *adj.* ที่พูดไม่เก่ง, ที่พูดไม่เป็น, ที่นิ่งเฉย, ที่น้ำท่วมปาก, ที่พูดไม่ออก, ที่ไม่เชื่อมต่อกัน **-inarticulately** *adv.* **-inarticulateness** *n.* (-S. unintelligible, incoherent)

inasmuch as (อินเอิซมัช' แอซ) เมื่อเป็นเช่นนั้น, ดังนั้น (-S. since, insofar as)

inattention (อินอะเทน' ชัน) *n.* การไม่สนใจ, การขาดความสนใจ (-S. negligence, distraction, disregard)

inattentive (อินอะเทน' ทิฟว) *adj.* ที่ไม่สนใจ, ที่

inaudible 448 **inception**

I

ไม่เอาใจใส่ **-inattentiveness** *n.* **-inattentively** *adv.* (-S. negligent, forgetful, unconcerned)

inaudible (อินออ' ดะเบิล) *adj.* ไม่ได้ยิน **-inaudibility** *n.* **-inaudibly** *adv.*

inaugural (อินออ' กิวเริล) *adj.* เกี่ยวกับการเข้ารับตำแหน่งเป็นทางการ, เกี่ยวกับการริเริ่ม, เกี่ยวกับการเปิดฉาก, เกี่ยวกับการสถาปนา, เกี่ยวกับการเปิดทำการ *-n.* คำปราศรัยในการเข้ารับตำแหน่ง, พิธีเข้ารับตำแหน่ง (-S. maiden, dedicatory)

inaugurate (อินออ' กิวเรท) *vt.* **-rated, -rating** เริ่มเป็นทางการ, เปิดฉาก, เข้ารับตำแหน่งเป็นทางการ, เปิดทำการ **-inauguration** *n.* **-inaugurator** *n.* (-S. install, begin, initiate) *-Ex. to inaugurate a prime minister, to inaugurate a police, to inaugurate a new office*

Inauguration Day วันเข้ารับตำแหน่งเป็นทางการของประธานาธิบดีสหรัฐอเมริกา (วันที่ 20 มกราคมหลังจากได้รับเลือกตั้ง)

inauspicious (อินออสพิช' เชิส) *adj.* ไม่เป็นมงคล, เป็นลางร้าย, เป็นผลร้าย **-inauspiciously** *adv.* **-inauspiciousness** *n.* (-S. unpropitious, unfortunate)

inbeing (อิน' บี' อิง) *n.* สภาพที่อยู่ในสิ่งอื่น, สันดาน, ธาตุแท้, เนื้อหา

in-between (อิน' บิทะวีน') *n.* สิ่งที่อยู่ระหว่างกลาง *-adj.* ซึ่งอยู่ระหว่างกลาง

inboard (อิน' บอร์ด) *adj., adv.* ภายในลำเรือหรือลำเครื่องบิน, ซึ่งอยู่ใกล้ศูนย์กลาง, ซึ่งมีเครื่องยนต์อยู่ภายในลำเรือ *-n.* เครื่องยนต์ที่ติดตั้งอยู่กลางลำเรือ, เรือที่มีเครื่องติดตั้งอยู่กลางลำ

inborn (อิน' บอร์น) *adj.* ตั้งแต่เกิด, โดยกำเนิด, โดยธรรมชาติ (-S. innate, inherent, connate) *-Ex. an inborn talent*

inbound (อิน' เบานฺดฺ') *adj.* ซึ่งแล่นกลับ, ที่เข้าประเทศ, ที่เข้าสถานี *-vt., vi.* ส่งลูก (บาสเกตบอล) จากนอกสนามเข้ามาในสนาม

inbreathe (อิน' บรีธ') *vt.* **-breathed, -breathing** หายใจเข้า, สูดอากาศเข้าไปในปอด, ดลใจ

inbred (อิน' เบรด) *adj.* ตั้งแต่เกิด, แต่แรกเกิด, โดยกำเนิด, เป็นของท้องถิ่น, เกี่ยวกับการผสมพันธุ์โดยเชื้อสายที่ใกล้ชิด (-S. inherent, innate)

inbreed (อิน' บรีด) *vt.* **-bred, -breeding** ผสมพันธุ์ด้วยเชื้อสายที่ใกล้ชิด, ผสมพันธุ์จากพ่อแม่ที่มีเชื้อสายโลหิตเดียวกัน **-inbreeding** *n.* **-inbreeder** *n.* (-S. breed)

Inc. ย่อจาก incorporated บริษัท

incalculable (อินแคล' คิวละเบิล) *adj.* เหลือคณานับ, ที่นับไม่ไหว, ที่คาดการณ์ไม่ได้, ที่ไม่แน่นอน **-incalculability, incalculableness** *n.* **-incalculably** *adv.* (-S. immeasurable, incomputable, boundless, unpredictable)

incalescent (อินคะเลส' เซินทฺ) *adj.* ร้อนระอุ, เร่าร้อน **-incalescence** *n.*

incandesce (อินเคินเดส') *vi., vt.* **-desced, -descing** ลุกโชติช่วง, ทำให้ลุกโชติช่วง, เร่าร้อน

incandescence (อินเคินเดส' เซินซฺ) *n.* การลุกโชติช่วง, แสงไฟที่ลุกโชติช่วง, แสงจากหลอดไฟ, อารมณ์ที่เร่าร้อน

incandescent (อินเคินเดส' เซินทฺ) *adj.* ลุกโชติช่วง, เกี่ยวกับแสงไฟที่ลุกโชติช่วง, สว่างจ้า, ปราดเปรื่อง, เร่าร้อน **-incandescently** *adv.* (-S. bright, dazzling)

incandescent lamp หลอดไฟฟ้าที่มีเส้นลวดภายใน

incantation (อินแคนเท' ชัน) *n.* การร่ายเวทมนตร์, การเสกเป่า, คาถา, เวทมนตร์คาถา, พิธีร่ายเวทมนตร์คาถา **-incantational** *adj.* **-incantatory** *adj.*

incapable (อินเค' พะเบิล) *adj.* ไม่สามารถ, ไม่มีความสามารถ, ขาดคุณสมบัติ **-incapability, incapableness** *n.* **-incapably** *adv.* (-S. unfit, unable, inadequate, incompetent -A. capable)

incapacitate (อินคะแพส' ซะเทท) *vt.* **-tated, -tating** ทำให้ไร้ความสามารถ, ทำให้ขาดคุณสมบัติ **-incapacitation** *n.*

incapacity (อินคะแพส' ซิที) *n., pl.* **-ties** การไร้ความสามารถ, การขาดคุณสมบัติ (-S. incapability, inadequacy, unfitness)

incarcerate (อินคาร์' เซอะเรท) *vt.* **-ated, -ating** จำคุก, กักขัง, คุมขัง **-incarceration** *n.* **-incarcerator** *n.* (-S. jail, intern, impound, detain)

incarnate (อินคาร์' เนท) *adj.* ซึ่งจุติมา, ซึ่งเป็นตัวเป็นตน, มีสีเลือด *-vt.* **-nated, -nating** จุติมา, ปรากฏในรูปร่าง, มาเกิดใหม่, กำหนดรูปร่างให้ (-S. embodied, fleshly)

incarnation (อินคาร์เน' ชัน) *n.* การกำหนดรูปร่างให้, ร่างแปลงกาย, การจุติลงมาเกิด, การปรากฏอยู่ในร่างใหม่ (-S. embodiment, avatar)

incaution (อินคอ' ชัน) *n.* การขาดความระมัดระวัง, ความเลินเล่อ, ความประมาท

incautious (อินคอ' เชิส) *adj.* ไม่ระมัดระวัง, เลินเล่อ, ประมาท **-incautiously** *adv.* **-incautiousness** *n.* (-S. unalert, rash -A. cautious, wary)

incendiary (อินเซน' เดียรี) *adj.* ที่ทำให้เกิดเพลิงไหม้ได้, เกี่ยวกับวัตถุระเบิดที่ลุกไหม้เมื่อระเบิด, เกี่ยวกับการลอบวางเพลิง, เกี่ยวกับการวางเพลิง, ซึ่งเป็นการก่อความไม่สงบ, เป็นการก่อกวนความสงบ *-n., pl.* **-ies** ผู้ลอบวางเพลิง, วัตถุระเบิด, ผู้ก่อกวนความสงบ **-incendiarism** *n.* (-S. inflammatory, arousing, subversive)

incense[1] (อิน' เซนซฺ) *n.* เครื่องหอม, ธูป, กำยาน, กลิ่นหอม *-v.* **-censed, -censing** *-vt.* เผาเครื่องหอม, ใช้เครื่องหอมรม, จุดธูปบูชา *-vi.* จุดธูปบูชา, จุดเครื่องหอม *-Ex. We burn incense to make a room smell sweet or fragrant., the sweet incense of blossoms*

incense[2] (อินเซนซฺ') *vt.* **-censed, -censing** ทำให้โกรธ **-incensement** *n.*

incentive (อินเซน' ทิฟว) *n.* สิ่งกระตุ้น, เครื่องกระตุ้น, สิ่งดลใจ, เครื่องส่งเสริม *-adj.* ที่กระตุ้น, ที่ดลใจ (-S. stimulant, encouragement, impulse) *-Ex. A desire for wealth was his incentive.*

incept (อินเซพทฺ') *vt.* เริ่มต้น, รับ, กลืน (อาหาร)

inception (อินเซพ' ชัน) *n.* การเริ่ม, การเริ่มแรก

(-S. beginning, commencement)
inceptive (อินเซพ' ทิฟว) *adj.* ที่เริ่มต้น, (ไวยากรณ์) เริ่มแรกเกี่ยวกับกริยา *-n.* (ไวยากรณ์) คำกริยาที่แสดงการเริ่มต้น **-inceptively** *adv.* (-S. inchoative)
incessant (อินเซส' เซินท) *adj.* ต่อเนื่อง, ไม่หยุดยั้ง, ติดต่อกัน **-incessancy, incessantness** *n.* **-incessantly** *adv.* (-S. ceaseless, endless, recurrent)
incest (อิน' เซสท) *n.* การร่วมประเวณีระหว่างหญิงชายที่มีบิดามารดาเดียวกัน
incestuous (อินเซส' ชูเอิส) *adj.* เกี่ยวกับการร่วมประเวณีระหว่างหญิงชายที่มีบิดามารดาเดียวกัน, ซึ่งมีความผิดจากการร่วมประเวณีดังกล่าว **-incestuously** *adv.* **-incestuousness** *n.*
inch[1] (อินช) *n.* หน่วยความยาวที่เท่ากับ 1/12 ฟุตหรือ 2.54 เซนติเมตร, จำนวนเล็กน้อยมาก *-vt. -vi.* เคลื่อนที่ทีละน้อย, เคลื่อนที่ทีละนิ้ว **-inch by inch, by inches** ทีละเล็กทีละน้อย **-every inch** โดยสมบูรณ์ทุกอย่าง **-within an inch of** ใกล้, ใกล้ชิด, เสี่ยวยาแดง *-Ex. to inch along the icy walk*
inch[2] (อินช) *n.* เกาะ (โดยเฉพาะเกาะเล็กๆ ที่อยู่ใกล้ฝั่ง)
inchmeal (อินช' มีล) *adv.* ทีละนิ้ว, ทีละน้อย, ทีละนิด (-S. little by little, gradually)
inchoate (อินโค' อิท) *adj.* เพิ่งเริ่ม, ขั้นต้น, ไม่สมบูรณ์, ยังไม่เจริญเติบโตเต็มที่ **-inchoately** *adv.* **-inchoateness** *n.*
inchoation (อินโคเอ' ชัน) *n.* การเริ่ม, ระยะเริ่ม **-inchoative** *adj.*
incidence (อิน' ซะเดินซ) *n.* การบังเกิด, เหตุการณ์, การที่รังสีหรือลำแสงกระทบผิวหน้า (-S. rate, occurrence, degree)
incident (อิน' ซะเดินท) *n.* สิ่งที่เกิดขึ้น, เหตุการณ์, เรื่องราว, ส่วนปลีกย่อย, บทแทรก *-adj.* ซึ่งมักเกิดขึ้น, ที่เกี่ยวข้องกับ, ซึ่งกระทบ (-S. event, happening, disturbance) *-Ex. Risks and dangers are incident to the life of a warrior.*
incidental (อินซะเดน' เทิล) *adj.* ซึ่งมักเกิดขึ้น, บังเอิญ, เล็กน้อย *-n.* สิ่งบังเอิญ, สิ่งเล็กๆ น้อยๆ (-S. accidental, by chance, concomitant) *-Ex. an incidental remark*
incidentally (อินซะเดน' ทะลี) *adv.* โดยบังเอิญ, อย่างเกี่ยวเนื่องกัน, แล้วแต่โอกาสจะอำนวยให้, อนึ่ง, ในโอกาสนี้ (-S. by the way, by chance) *-Ex. Sawai talked about Huahin, but mentioned his work there only incidentally.*
incinerate (อินซิน'นะเรท) *vt., vi.* **-ated, -ating** เผาให้เป็นเถ้าถ่าน **-incineration** *n.* (-S. burn, cremate)
incinerator (อินซิน' นะเรเทอะ) *n.* เตาเผาให้เป็นเถ้าถ่าน, ผู้เผาของให้เป็นเถ้าถ่าน
incipient (อินซิพ' เพียนท) *adj.* เริ่มเกิดขึ้น, แรกเริ่ม **-incipience, incipiency** *n.* **-incipiently** *adv.* (-S. beginning, commencing, starting)
incise (อินไซซ') *vt.* **-cised, -cising** ตัด, ผ่าเข้า, ผ่าตัด, แกะสลัก, เชือด (-S. cut, slit, etch)
incised (อินไซซด') *adj.* ซึ่งถูกผ่าออก, เป็นรอยผ่า, เป็น รอยบาก, เป็นรอยตัดหรือรอยแกะสลัก
incision (อินซิช' ชัน) *n.* การผ่า, การกรีด, การสลัก, รอยผ่า, รอยบาก, รอยตัด, รอยแหวะ, รอยเชือด, การแกะสลัก, ความหลักแหลม, ความแหลม, ความคม, ความเฉียบขาด
incisive (อินไซ' ซิฟว) *adj.* แหลม, คม, ลึกซึ้ง, หลักแหลม **-incisively** *adv.* **-incisiveness** *n.* (-S. penetrating, astute, shrewd)
incisor (อินไซ' เซอะ) *n.* ฟันตัด, ฟันหน้า
incite (อินไซท') *vt.* **-cited, -citing** กระตุ้น, ยุยง, ปลุกปั่น **-inciter** *n.* **-incitation** *n.* (-S. instigate, provoke, foment) *-Ex. incite my curiosity, to incite the crew to mutiny*
incitement (อินไซท' เมินท) *n.* การกระตุ้น, การยุยง, การปลุกปั่น, สิ่งกระตุ้น, สิ่งดลใจ, แรงผลักดัน (-S. instigation, stimulation, impetus)
incivility (อินซะวิล' ลิที) *n., pl.* **-ties** ความหยาบคาย, ความไม่มีมารยาท, ความไม่สุภาพ (-S. unmannerliness, discourtesy)
incl. ย่อจาก inclosure สิ่งที่อยู่ภายใน, including ประกอบด้วย, inclusive รวมทั้ง
inclasp (อินแคลสพ') *vt.* กลัดขอ, ปิดล้อม, กอด
inclement (อินเคลม' เมินท) *adj.* รุนแรง, ไม่ปรานี, ไม่มีความกรุณาปรานี **-inclemency** *n.* **-inclemently** *adv.* (-S. stormy, nasty, pitiless)
inclinable (อินไคล' นะเบิล) *adj.* โน้มเอียง, สนับสนุน
inclination (อินคละเน' ชัน) *n.* ความโน้มเอียง, การเบี่ยงเบน, ผิวหน้าที่เอียงลาด, มุมระหว่างเส้น 2 เส้นหรือที่ราบ 2 ที่ราบ, สิ่งที่ชอบ (-S. disposition, penchant, bend, propensity) *-Ex. Surachai expressed his consent by a slight inclination of the head., inclination of an orbit, His present inclinations are toward a business career.*
incline (อินไคลน') *v.* **-clined, -clining** *-vi.* โน้มเอียง, โน้มน้าว, เบี่ยงเบน, ก้ม, โค้ง, ค่อนข้าง, เอียงลาด, พิง *-vt.* ทำให้โน้มเอียง, โค้ง, ชักจูง, ทำให้โค้งหรืองอ *-n.* ผิวหน้าที่ลาดเอียง **-incliner** *n.* **-inclinometer** *n.* (-S. slope, slant, deviate, bias) *-Ex. The car went slowly up the incline., Italic type inclines to the right.*
inclined (อินไคลนด') *adj.* ที่โน้มเอียง, ที่โน้มน้าว, ที่เอนเอียง, ที่บ่ายเบน, เป็นมุม (-S. disposed, liable, prone) *-Ex. an inclined surface*
inclose (อินโคลซ') *vt.* **-closed, -closing** ดู enclose
include (อินคลูด') *vt.* **-cluded, -cluding** ประกอบด้วย, รวมอยู่, ใส่ไว้ใน, คลุมถึง, นับรวมเข้า **-includable, includible** *adj.* (-S. incorporate, contain, embrace) *-Ex. The site includes the lake., The class of Carnivores includes lions, tigers,...*
including (อินคลู' ดิง) *prep.* รวมทั้ง, ประกอบด้วย
inclusion (อินคลู' ชัน) *n.* การรวมเข้าไป, สิ่งที่รวมเข้าด้วยกัน
inclusive (อินคลู' ซิฟว) *adj.* รวมด้วย, ครอบคลุม, กินวงกว้าง, รวมทุกอย่าง, ทั้งหมด **-inclusive of** รวมทั้ง

-inclusively *adv.* **-inclusiveness** *n.* (-S. including, counting, comprehensive)

incoercible (อินโคเออร์' ซะเบิล) *adj.* ที่บังคับไม่ได้, ที่กดหัวไม่ได้, ที่ผลักดันไม่ได้

incogitant (อินคอจ' จิเทินทฺ) *adj.* ไม่เกรงใจ, ไม่คำนึงถึงคนอื่น

incognito (อินคอก' นิโท) *adj., adv.* ซึ่งไม่ระบุนาม, ซึ่งไม่เปิดเผยชื่อเสียงเรียงนาม *-n., pl.* **-tos** ผู้ไม่เปิดเผยชื่อเสียง, การไม่เปิดเผยชื่อเสียง, นามแฝง **-incognita** *n., fem., pl.* **-tas**, *adj., adv.* (-S. disguised, unidentified)

incognizant (อินคอก' นิเซินทฺ) *adj.* ไม่รู้ถึง, ไม่รู้ตัว, มิได้คาดไว้ **-incognizance** *n.* (-S. unaware, unsuspecting)

incoherence, incoherency (อินโคเฮีย' เรินซฺ, -ซี) *n.* การไม่เกาะติดกัน, การไม่รวมตัวกัน, ความร่วน, สิ่งที่ไม่เกาะติดกัน, ความไม่สัมพันธ์กัน

incoherent (อินโคเฮีย' เรินทฺ) *adj.* ไม่เกาะติดกัน, ไม่ปะติดปะต่อ, ไม่ต่อเนื่อง, ไม่สัมพันธ์กัน, ร่วน, ไม่เข้ากัน **-incoherently** *adv.* (-S. disconnected, disjointed, muddled)

incombustible (อินเคิมบัส' ทะเบิล) *adj.* ไม่สันดาป, ไม่เผาไหม้ *-n.* สารที่ไม่สันดาป, สารที่ไม่ไหม้ **-incombustibility** *n.*

income (อิน' คัม) *n.* รายได้, เงินได้, รายรับ, สิ่งที่เพิ่มเข้ามา, การเข้ามา (-S. revenue, receipts)

income tax ภาษีรายได้

incoming (อิน' คัมมิง) *adj.* ที่เข้ามา, ที่ตามมา, ที่สืบช่วง, ที่สืบทอด *-n.* การเข้ามา, รายได้, รายรับ (-S. coming in, entering, succeeding)

incommensurable (อินคะเมน' เชอะระเบิล) *adj.* ที่เปรียบเทียบไม่ได้, ที่ไม่ได้สัดส่วน, ไม่มีมาตรฐาน *-n.* สิ่งที่เปรียบเทียบไม่ได้, สิ่งที่ไม่ได้มาตรฐาน **-incommensurability** *n.* **-incommensurably** *adv.*

incommensurate (อินคะเมน' เชอะริท) *adj.* ไม่ได้สัดส่วน, ไม่เพียงพอ, ซึ่งเปรียบเทียบไม่ได้ **-incommensurately** *adv.* **-incommensurateness** *n.*

incommode (อินคะโมด') *vt.* **-moded, -moding** ทำให้ไม่สะดวก, ขัดขวาง, เป็นอุปสรรค **-incommodity** *n.*

incommodious (อินคะโม' เดียส) *adj.* ไม่สะดวก, ไม่สบาย, คับแคบ **-incommodiously** *adv.* **-incommodiousness** *n.*

incommunicable (อินคะมิว' นิคะเบิล) *adj.* ที่ติดต่อกันไม่ได้, ที่ถ่ายทอดออกเป็นคำพูดไม่ได้, ที่ไม่ชอบพูดจา **-incommunicability** *n.* **-incommunicably** *adv.*

incommunicado (อินคะมิวนิคา' โด) *adj., adv.* ที่ขาดการติดต่อกับผู้อื่น

incommutable (อินคะมิว' ทะเบิล) *adj.* ซึ่งไม่สามารถเปลี่ยนแปลงได้ **-incommutability** *n.* **-incommutably** *adv.*

incomparable (อินคอม' พะระเบิล) *adj.* ซึ่งไม่สามารถเปรียบเทียบได้, ดีเลิศ, หาที่เปรียบไม่ได้ **-incomparability, incomparableness** *n.* **-incomparably** *adv.* (-S. matchless, inimitable, paramount)

incompatible (อินเคิมแพท' ทะเบิล) *adj.* ที่เข้ากันไม่ได้, ที่ขัดแย้งกัน, ที่ตรงกันข้าม, ที่ต่อต้านกัน, ซึ่งไม่สามารถจะเป็นพร้อมกันได้ **-incompatibility** *n.* **-incompatibly** *adv.* (-S. inharmonious, conflicting, discordant)

incompetence, incompetency (อินคอม' พะเทินซฺ, -ซี) *n.* การไร้ความสามารถ, ความไม่เหมาะสม, การขาดคุณสมบัติ

incompetent (อินคอม' พะเทินทฺ) *adj.* ไม่มีความสามารถ, ไม่มีคุณสมบัติตามกฎหมาย *-n.* ผู้ไร้ความสามารถ **-incompetently** *adv.* (-S. inexpert, unskilful, unable, incapable -A. competent) *-Ex. As a mechanic, I am completely incompetent.*

incomplete (อินเคิมพลีท') *adj.* ไม่สมบูรณ์, เพียงบางส่วน **-incompletely** *adv.* **-incompleteness, incompletion** *n.* (-S. undone, unfinished, undone) *-Ex. incomplete reaction, an incomplete trip report*

incompliant (อินเคิมไพล' เอินทฺ) *adj.* ไม่ยอม, ไม่ยินยอม, ไม่อนุโลม **-incompliance, incompliancy** *n.* **-incompliantly** *adv.*

incomprehensible (อินคอมพริเฮน'ซะเบิล) *adj.* ไม่สามารถจะเข้าใจได้, ที่เข้าใจยาก, ที่ไม่มีขอบเขต **-incomprehensibleness, incomprehensibility** *n.* **-incomprehension** *n.* **-incomprehensibly** *adv.* **-incomprehensive** *adj.* (-S. illegible, unintelligible, complicated, unfathomable)

incompressible (อินเคิมเพรส' ซะเบิล) *adj.* ที่อัดไม่ได้, ที่กดไม่ได้ **-incompressibility** *n.*

incomputable (อินเคิมพิว' ทะเบิล) *adj.* ที่คำนวณไม่ได้, เหลือคณานับ **-incomputably** *adv.*

inconceivable (อินเคินซีฟ' วะเบิล) *adj.* ไม่น่าเชื่อ, สุดที่จะนึกได้, ประหลาด **-inconceivability, inconceivableness** *n.* **-inconceivably** *adv.* (-S. unimaginable, unthinkable -A. believable) *-Ex. A square circle is inconceivable., Light travels at an inconceivable speed.*

inconclusive (อินเคินคลู' ซิฟวฺ) *adj.* ไม่เด็ดขาด, ไม่ใช่ผลสุดท้าย, ไม่มีผลสรุป, ไม่ลงเอย **-inconclusively** *adv.* **-inconclusiveness** *n.* (-S. indecisive, vague)

incongruent (อินคอง' กรูเอินทฺ) *adj.* ไม่ลงรอย, ซึ่งทาบกันไม่สนิท **-incongruence** *n.* **-incongruently** *adv.*

incongruity (อินคองกรู' อิที) *n., pl.* **-ties** ความเข้ากันไม่ได้, ความไม่ลงรอยกัน, สิ่งที่ไม่ลงรอยกัน (-S. incompatibility, inappropriateness)

incongruous (อินคอง' กรูเอิส) *adj.* ไม่เหมาะสม, ไม่ลงรอยกัน, ไม่สามัคคีกัน, ไม่เข้ากัน **-incongruously** *adv.* (-S. discordant, clashing, contrary to)

inconsiderable (อินเคินซิด' เดอะระเบิล) *adj.* เล็กน้อย, ไม่สำคัญ, ไม่น่าสนใจ **-inconsiderableness** *n.* **-inconsiderably** *adv.* (-S. insignificant, trifling)

inconsiderate (อินเคินซิด' เดอะริท) *adj.* ที่ไม่เกรงใจ, ที่ไม่คำนึงถึงคนอื่น, ที่เลินเล่อ, ที่ไม่สนใจ, ที่หุนหันพลันแล่น **inconsiderately** *adv.* **-inconsiderateness, inconsideration** *n.* (-S. thoughtless, undiscerning)

inconsistence, inconsistency (อินเคินซิส' เทินซฺ, -ซี) *n.* ความไม่สอดคล้องกัน, ความไม่ลงรอยกัน, ความขัดกัน, สิ่งที่ไม่สอดคล้องกัน

inconsistent (อินเคินซิส' เทินทฺ) *adj.* ที่ไม่สอดคล้องกัน, ที่ไม่ลงรอยกัน, ที่เข้ากันไม่ได้, ที่ขัดกัน, ที่ไม่เป็นไปตามที่ว่า, ที่ไม่แน่นอน **-inconsistently** *adv.* (-S. incompatible, incongruous, discrepant, erratic, changeable) *-Ex. Her actions are inconsistent with her words., The man's report was so inconsistent that we didn't believe any of it., Sawai's an inconsistent person, cheerful one minute and depressed the next.*

inconsolable (อินเคินโซ' ละเบิล) *adj.* ที่ไม่สามารถปลอบใจได้, ที่เศร้าโศก, ที่สิ้นหวัง **-inconsolability, inconsolableness** *n.* **-inconsolably** *adv.* (-S. miserable, desolate)

inconsonant (อินคอน' ซะเนินทฺ) *adj.* ที่ไม่สอดคล้องกัน, ที่ไม่ประสานกัน **-inconsonantly** *adv.* **-inconsonance** *n.*

inconspicuous (อินเคินสพิค' คิวเอิส) *adj.* ที่ไม่เด่น, ที่ไม่เตะตา **-inconspicuously** *adv.* **-inconspicuousness** *n.* (-S. unobtrusive, unremarkable, indistinct) *-Ex. an inconspicuous part in a picture, inconspicuous dress*

inconstant (อินคอน' สเทินทฺ) *adj.* ที่เปลี่ยนแปลงได้, ที่ไม่คงที่ **-inconstancy** *n.* **-inconstantly** *adv.* (-S. variable, fickle) *-Ex. an inconstant friend, inconstant winds*

incontestable (อินเคินเทส' ทะเบิล) *adj.* ที่โต้แย้งไม่ได้, ที่เถียงไม่ได้ **-incontestability** *n.* **-incontestably** *adv.* (-S. indisputable, irrefutable)

incontinent[1] (อินคอน' ทะเนินทฺ) *adj.* ที่ควบคุมไม่อยู่, ที่บังคับไม่ได้, ที่กลั้นไม่อยู่, ที่มักมากในกาม **-incontinence** *n.* **-incontinently** *adv.* (-S. unrestrained, lustful, dissolute)

incontinent[2] (อินคอน' ทะเนินทฺ) *adv.* ทันที, อย่างฉับพลัน

incontrollable (อินเคินโทรล' ละเบิล) *adj.* ที่ควบคุมไม่ได้

incontrovertible (อินคอนทระเวอร์' ทะเบิล) *adj.* ที่โต้แย้งไม่ได้, ที่เถียงไม่ได้, ที่ลบล้างไม่ได้, ที่ไม่มีทางโต้แย้ง **-incontrovertibility** *n.* **-incontrovertibly** *adv.* (-S. undeniable, undubitable)

inconvenience, inconveniency (อินเคินวี' เนียนซฺ, -ซี) *n.* ความไม่สะดวก, ความไม่สะดวกสบาย, สิ่งที่ไม่สะดวกสบาย *-vt.* **-ienced, -iencing** ทำให้ไม่สะดวกสบาย, รบกวน (-S. awkwardness, trouble) *-Ex. A fuel shortage is an inconvenience., The fuel shortage inconvenienced us.*

inconvenient (อินเคินวี' เนียนทฺ) *adj.* ที่ไม่สะดวก, ที่ยุ่งยาก **-inconveniently** *adv.* (-S. troublesome, tiresome, cumbersome, awkward)

inconvertible (อินเคินเวอร์' ทะเบิล) *adj.* ที่ไม่สามารถเปลี่ยนได้, ที่เปลี่ยนแปลงไม่ได้ **-inconvertibility, inconvertibleness** *n.* **-inconvertibly** *adv.*

inconvincible (อินเคินวิน' ซะเบิล) *adj.* ซึ่งไม่สามารถทำให้เชื่อได้

incoordinate (อินโคออร์' ดะนิท) *adj.* ไม่ประสานกัน, ไม่พร้อมเพรียงกัน

incoordination (อินโคออร์ดะเน' ชัน) *n.* การไม่ประสานกัน, ความไม่พร้อมเพรียงกัน

incorp. ย่อจาก incorporated ที่เข้าร่วมกัน

incorporate[1] (อินคอร์' พะเรท) *v.* **-ated,-ating** *-vt.* รวมเข้าด้วยกัน, รวมเข้าเป็นรูปบริษัท, ทำให้รวมกัน *-vi.* รวมเข้าด้วยกัน *-adj.* ซึ่งรวมเข้าด้วยกัน **-incorporative** *adj.* (-S. coalesce, combine) *-Ex. an incorporated company, I will incorporate your ideas in my report. The business was incorporated.*

incorporate[2] (อินคอร์' พะเรท) *adj.* ไม่ใช่วัตถุหรือสสาร, ไม่เป็นตัวตน

incorporated (อินคอร์' พะเรททิด) *adj.* ที่เป็นรูปบริษัท, ซึ่งรวมตัวกัน

incorporation (อินคอร์พะเร' ชัน) *n.* การรวมเข้าเป็นบริษัท, การรวมตัวกัน

incorrect (อินคะเรคทฺ') *adj.* ไม่ถูกต้อง, ไม่เหมาะสม **-incorrectly** *adv.* **-incorrectness** *n.* (-S. inexact, inaccurate, faulty, wrong, inappropriate) *-Ex. It is incorrect to say, I seen the boy yesterday., His report of the accident was incorrect.*

incorrigible (อินคอ' ระจะเบิล) *adj.* ที่แก้ไขไม่ได้, ที่ติดแน่น, ไม่เปลี่ยนแปลงได้ง่าย *-n.* บุคคลที่แก้ไขไม่ได้ **-incorrigibility, incorrigibleness** *n.* **-incorrigibly** *adv.* (-S. incurable, inveterate, hopeless)

incorruptible (อินคะรัพ' ทะเบิล) *adj.* ไม่เสื่อมเสีย, ซื่อตรง, ไม่สามารถติดสินบนได้, ไม่เน่าเปื่อย, ไม่สลายตัว **-incorruptibility** *n.* **-incorruptibly** *adv.* (-S. virtuous, moral, imperishable)

increase (*v.* อินครีส', *n.* อิน' ครีส) *vt., vi.* **-creased, -creasing** เพิ่ม, ทำให้มากขึ้น, เพิ่มพูน *-n.* การเพิ่มมากขึ้น, ผลจากการเพิ่มพูน, ผลิตผล, ผลกำไร, ดอกเบี้ย **-increasable** *adj.* **increasingly** *adv.* **-increaser** *n.* (-S. add, expand, extend, boost) *-Ex. The increase is due to better cultivation.*

incredible (อินเครด' ดะเบิล) *adj.* ไม่น่าเชื่อ, เหลือเชื่อ **-incredibility, incredibleness** *n.* **-incredibly** *adv.* (-S. inconceivable, unbelievable, doubtful) *-Ex. Somchai told a tale of incredible adventures.*

incredulity (อินคระดู' ละที) *n.* ความไม่เชื่อถือ, ความกังขา, ความสงสัย (-S. disbelief, doubt, dubiousness)

incredulous (อินเครจ' จุเลิส) *adj.* ไม่เชื่อ, กังขา, น่าสงสัย **-incredulousness** *n.* **-incredulously** *adv.* (-S. skeptical, distrustful, suspicious) *-Ex. an incredulous smile*

increment (อิน' คระเมินทฺ) *n.* การเพิ่มขึ้น, จำนวนที่เพิ่มขึ้น, ผลกำไร **-incremental** *adj.* (-S. gain, adjunct, expansion)

incriminate (อินคริม' มิเนท) *vt.* **-nated, -nating** กล่าวโทษ, ใส่ร้าย, กล่าวหา, ฟ้องร้อง, ดำเนินคดีฟ้องร้อง **-incrimination** *n.* **-incriminatory** *adj.* (-S. accuse,

I

indict, inculpate)

incrust (อินครัสทฺ') *vt.* หุ้มด้วยเปลือก, ตกแต่งด้วยของมีค่า *-vi.* กลายเป็นเปลือก **-incrustation** *n.*

incubate (อิน' คิวเบท) *v.* **-bated, -bating** *-vt.* ฟักตัว, กกไข่, อบ, บ่ม, ให้ความร้อนเพื่อเพาะเป็นตัว *-vi.* กกไข่, ฟักไข่, พัฒนา, เกิดเป็นตัว

incubation (อินคิวเบ' ชั่น) *n.* การฟักตัว, การกกไข่, การเพาะให้เป็นตัว, การเกิดเป็นตัว, การเก็บตัวอ่อนในตู้อบ **-incubative** *adj.* **-incubational** *adj.*

incubator (อิน' คิวเบเทอะ) *n.* เครื่องอบ, เครื่องฟักไข่, เครื่องเพาะเชื้อ, ตู้อบเด็กทารก, คนเพาะเชื้อ, คนใช้เครื่องฟักไข่

I

incubus (อิน' คิวเบิส) *n., pl.* **-bi/-buses** ผีที่เข้ามานอนทับคนที่กำลังหลับ (โดยเฉพาะผีผู้ชายที่เข้าร่วมประเวณีกับผู้หญิงที่กำลังหลับ), สิ่งที่ครอบงำจิตใจ, ภาระที่หนัก, ฝันร้าย

inculcate (อินคัล' เคท) *vt.* **-cated, -cating** พร่ำสอน, พร่ำบ่น, ทำให้รับความคิดหรือความรู้สึก (โดยการย้ำ) **-inculcation** *n.* **-inculcator** *n.* (-S. impress, instill, infuse, imbue, implant, teach)

inculpable (อินคัล' พะเบิล) *adj.* ไม่มีความผิด, ไร้มลทิน, ไม่มีที่ติ

inculpate (อินคัล' เพท) *vt.* **-pated, -pating** กล่าวหา, กล่าวโทษ, ใส่ร้าย, ฟ้องร้อง **-inculpation** *n.* **-inculpatory** *adj.* (-S. charge, arraign, incriminate, blame)

incumbency (อินคัม' เบินซี) *n., pl.* **-cies** หน้าที่, ภาระกิจ, ตำแหน่ง, การงาน, การพิง, การกด

incumbent (อินคัม' เบินทฺ) *adj.* ซึ่งดำรงตำแหน่ง, ซึ่งมีหน้าที่, เป็นภารกิจ, ซึ่งวางพิงหรือขดอยู่ *-n.* ผู้ดำรงตำแหน่งหน้าที่ **-incumbently** *adv.* (-S. obligatory, lying, reclining) *-Ex. It is incumbent on you as a citizen to do so.*

incunabulum (อินคิวแนบ' บิวเลิม) *n., pl.* **-la** สิ่งที่มนุษย์ทำขึ้นในช่วงแรกๆ,หนังสือโบราณก่อนศตวรรษที่ 16 **-incunabular** *adj.*

incur (อินเคอร์') *vt.* **-curred, -curring** ก่อให้เกิด, ทำให้เกิด, ประสบ, ได้รับ (-S. acquire, provoke) *-Ex. to incur many debts, His disrespect incurred my anger.*

incurable (อินเคียว' ระเบิล) *adj.* ซึ่งรักษาไม่หาย, ซึ่งไม่สามารถเปลี่ยนแปลงได้ *-n.* บุคคลที่เป็นโรคที่รักษาไม่หาย **-incurability, incurableness** *n.* **-incurably** *adv.* (-S. cureless, unhealable, fatal) *-Ex. an incurable disease*

incurious (อินเคียว'เรียส) *adj.* ไม่อยากรู้ไม่อยากเห็น, ไม่สนใจใยดี **-incuriosity, incuriousness** *n.* **-incuriously** *adv.*

incursion (อินเคอร์' ชั่น) *n.* การบุกรุก, การโจมตี, การรุกล้ำ **-incursive** *adj.* (-S. inroad, raid, attack, onslaught, foray, assault)

incus (อิง' เคิส) *n., pl.* **incudes** กระดูกรูปทั่งซึ่งเป็นกระดูกอันกลางของหูช่องกลาง

indebted (อินเดท' ทิด) *adj.* เป็นหนี้, เป็นหนี้บุญคุณ (-S. obliged, in debt, beholden) *-Ex. We are indebted to you for your help.*

indebtedness (อินเดท' ทิดนิส) *n.* ความเป็นหนี้, ความเป็นหนี้บุญคุณ, หนี้สิน

indecency (อินดี' เซินซี) *n., pl.* **-cies** ความหยาบคาย, ความอนาจาร, ความไม่เหมาะสม, การกระทำที่หยาบคายหรืออนาจาร,คำพูดหรือข้อเขียนที่หยาบคายหรืออนาจาร (-S. indecorum, impropriety, rudeness, impurity)

indecent (อินดี' เซินทฺ) *adj.* หยาบคาย, อนาจาร, ไม่เหมาะสม **-indecently** *adv.* (-S. indelicate, ribald, coarse) *-Ex. Somchai is in an indecent hurry to get his money back.*

indecipherable (อินดีไซ' เฟอระเบิล) *adj.* ซึ่งอ่านไม่ออก, ซึ่งแปลไม่ออก, ที่เข้าใจยาก **-indecipherability, indecipherableness** *n.* **-indecipherably** *adv.* (-S. illegible, unclear, indistinct)

indecision (อินดีซิช' ชั่น) *n.* การไม่สามารถตัดสินใจได้, ความลังเล, ความไม่เด็ดขาด *-Ex. Her indecision about what dress to wear made her late for the party.* (-S. indecisiveness, hesitancy)

indecisive (อินดีไซ' ซิฟว) *adj.* ไม่เด็ดขาด, ซึ่งตัดสินใจอย่างไม่เด็ดขาด, ลังเล, ไม่ชัดเจน **-indecisiveness** *n.* **-indecisively** *adv.* (-S. irresolute, fluctuating, unsettled)

indeed (อินดีด') *adv.* จริงๆ, โดยแท้จริง *-interj.* คำอุทานที่แสดงความประหลาดใจ สงสัยหรือประชด (-S. truly, in fact, positvely, veritably)

indef. ย่อจาก indefinite ไม่แน่นอน, ไม่จำกัด

indefatigable (อินดิแฟท' ทิกะเบิล) *adj.* ไม่รู้จักเหน็ดเหนื่อย, ไม่ย่อท้อ **-indefatigableness, indefatigability** *n.* **-indefatigably** *adv.* (-S. tireless, assiduous, industrious -A. sluggish)

indefensible (อินดีเฟน' ซะเบิล) *adj.* ไม่สามารถป้องกันได้, ไม่สามารถรักษาไว้ได้ **-indefensibility, indefensibleness** *n.* **-indefensibly** *adv.* (-S. inexcusable, intenable, unmaintainable)

indefinable (อินดิไฟ' นะเบิล) *adj.* ซึ่งนิยามไม่ได้, ที่ให้ความหมายไม่ได้, คลุมเครือ, ไม่ชัดแจ้ง, ที่วินิจฉัยไม่ได้ *-n.* สิ่งที่ไม่สามารถวินิจฉัยได้ **-indefinably** *adv.* **-indefinability, indefinableness** *n.* (-S. indescribable, obscure)

indefinite (อินเดฟ' ฟะนิท) *adj.* ไม่มีกำหนด, ไม่ตายตัว, ไม่แน่นอน, ไม่ชัดแจ้ง **-indefinitely** *adv.* **-indefiniteness** *n.* (-S. imprecise, inexact, ambiguous, equivocal, confused -A. precise, exact) *-Ex. a suffering of indefinite duration, an indefinite stay, The plans are still indefinite*

indefinite article (ไวยากรณ์) คำนำหน้านามที่ไม่กำหนดแน่ชัด ได้แก่ a, an

indefinite pronoun (ไวยากรณ์) สรรพนามที่ไม่กำหนดแน่ชัด เช่น any, some, somebody

indelible (อินเดล' ละเบิล) *adj.* ที่ลบไม่ออก, ที่ถูไม่ออก, ที่ลบไม่ได้, ที่ขัดไม่ออก **-indelibility, indelibleness** *n.* **-indelibly** *adv.* (-S. inerasable, imperishable) *-Ex indelible ink*

indelicate (อินเดล' ลิคิท) *adj.* ไม่ประณีต, หยาบ, หยาบคาย **-indelicacy** *n.* **-indelicateness** *n.* **-indelicately** *adv.* (-S. vulgar, coarse, immodest)

indemnify (อินเดม' นิไฟ) *vt.* **-fied, -fying** ชดใช้ค่าเสียหาย, ทำขวัญ, คุ้มครอง (ความเสียหาย) **-indemnifier** *n.* (-S. compensate, insure)

indemnity (อินเดม' นิที) *n., pl.* **-ties** การชดเชยค่าเสียหาย, สิ่งชดเชย, เงินชดเชยค่าเสียหาย, ค่าสินไหมทดแทน, การป้องกัน, การคุ้มครอง (-S. repayment, compensation, insurance)

indemonstrable (อิมดิมอน' สทระเบิล) *adj.* ที่เผยแสดงไม่ได้, ที่พิสูจน์ไม่ได้ **-indemonstrably** *adv.* **-indemonstrableness, indemonstrability** *n.*

indent[1] (อินเดนทฺ') *vt.* ย่อหน้า, ทำให้เป็นรอยบาก, ทำให้เป็นรูปฟันเลื่อย, ทำให้เว้า, ทำให้เป็นรอยเว้า, ออกใบสั่งสินค้า *-vi.* เป็นรอยบาก, กลายเป็นรูปฟันเลื่อย, กลายเป็นรอยเว้า, เซ็นสัญญา, ออกใบสั่งสินค้า *-n.* ย่อหน้า, รอยบาก, รอยเว้า, รอยเว้าๆ แหว่งๆ, การสั่งซื้อสินค้า, สัญญาซื้อขายสินค้า *-Ex. The edge of the saw is indented., We indent the first line of each paragraph in a story.*

indent[2] (อินเดนทฺ') *vt.* กดเป็นรอยบากหรือรอยเว้า, กดพิมพ์เป็นรอยเว้าๆ แหว่งๆ *-n.* รอยกดพิมพ์ (-S. impress, stamp in)

indentation (อินเดนเท' ชั่น) *n.* รอยตัด, รอยบาก, รอยกด, รอยเว้าคล้ายซี่เลื่อย, การทำให้เพิ่มรอยบาก, รอยกดพิมพ์, การย่อหน้า

indention (อินเดน' ชั่น) *n.* การทำให้เกิดรอยตัด รอยบาก รอยเว้าหรือรอยกด, การย่อหน้า

indenture (อินเดน' เชอะ) *n.* สัญญา, ข้อตกลง, สัญญาผูกมัด, เอกสารสิทธิ, เอกสาร, รอยเว้า, รอยบาก *-vt.* **-tured, -turing** ใช้สัญญาผูกมัด, ทำให้เกิดรอยเว้ารอยบากหรือรอยกด (-S. contract, covenant)

independence (อินดิเพน' เดินซฺ) *n.* อิสรภาพ, เอกราช, ความเป็นอิสระ, ความไม่ขึ้นอยู่กับการควบคุมหรือสนับสนุนของคนอื่น, รายได้ที่พอเลี้ยงปากเลี้ยงท้อง (-S. independency, freedom, liberty -A. subjugation) *-Ex. to gain independence from another country*

Independence Day วันที่ได้รับอิสรภาพ, วันหยุดราชการของสหรัฐอเมริกา (4 กรกฎาคม) เพื่อระลึกถึงการประกาศอิสรภาพของประเทศในวันที่ 4 กรกฎาคม ค.ศ. 1776

independency (อินดิเพน' เดินซี) *n., pl.* **-cies** ความเป็นอิสระ, ประเทศที่เป็นเอกราช

independent (อินดิเพน' เดินทฺ) *adj.* เป็นอิสระ, ไม่ขึ้นใคร, เป็นตัวของตัวเอง, ไม่อยู่ภายใต้การช่วยเหลือหรือสนับสนุนจากผู้อื่น, มีเงินเพียงพอที่จะช่วยตัวเอง, มีความเชื่อมั่นในตัวเอง *-n.* คนที่อิสระ, คนที่เป็นตัวของตัวเอง, ผู้ออกเสียงอิสระ (ไม่ขึ้นอยู่พรรคการเมืองใดๆ) **-independently** *adv.* (-S. separate, free -A. subject, dependent) *-Ex. an independent nation, independent of the government*

in-depth (อิน' เดพธฺ') *adj.* ลึกซึ้ง, ถี่ถ้วน (-S. profound, thorough)

indescribable (อินดิสไครบฺ' บะเบิล) *adj.* สุดที่จะพรรณนา, เกินจะบรรยาย **-indescribability, indescribableness** *n.* **-indescribably** *adv.* (-S. undescribable, unutterable) *-Ex. an indescribable fear of the dark*

indestructible (อินดิสทรัค' ทะเบิล) *adj.* ไม่สามารถทำลายได้ **-indestructibility, indestructibleness** *n.* **-indestructibly** *adv.* (-S. durable, perennial, immortal)

indeterminable (อินดิเทอร์' มินะเบิล) *adj.* ที่หาค่าไม่ได้, ที่กำหนดไม่ได้, ที่วินิจฉัยไม่ได้, ที่ตัดสินใจไม่ได้ **-indeterminableness** *n.* **-indeterminably** *adv.*

indeterminate (อินดีเทอร์' มินิท) *adj.* ไม่แน่นอน, ไม่จำกัด, ไม่แน่ชัด, คลุมเครือ, ยังไม่ตกลงใจ, ยังไม่ตัดสิน, ซึ่งไม่สามารถวิเคราะห์ได้สมบูรณ์โดยหลักของวิชาสถิติศาสตร์ **-indeterminateness** *n.* **-indeterminately** *adv.* (-S. unfixed, indefinite, unclear)

indetermination (อินดีเทอร์มิเน' ชั่น) *n.* ภาวะที่ไม่แน่นอน, ภาวะที่ยังไม่ตกลงใจหรือตัดสินใจ

index (อิน' เดคซฺ) *n., pl.* **-dexes/-dices** ดรรชนี, เครื่องชี้, เข็มชี้, นิ้วชี้, เลขกำลังในพีชคณิต, สารบัญสิ่งตีพิมพ์ที่ต้องห้ามในศาสนาโรมันคาทอลิก *-vt.* จัดให้มีสารบัญ, จัดให้มีดรรชนี, ใส่ดรรชนี, เป็นเครื่องชี้ทาง **-indexer** *n.* **-indexical** *adj.* (-S. guide, pointer, indicator) *-Ex. The index comes at the end of a book., The index finger is the one next to the thumb.*

index finger นิ้วชี้ (-S. forefinger)

India (อิน' เดีย) ประเทศอินเดีย

India ink หมึกอินเดียอิงก์ เป็นน้ำหมึกสีดำใช้สำหรับนักเขียนหนังสือหรือวาดภาพ

Indian (อิน' เดียน) *n.* ชาวอินเดีย, ชาวอินเดียนแดง, ภาษาอินเดีย, ภาษาอินเดียนแดง *-adj.* เกี่ยวกับชาวอินเดียหรือภาษาอินเดีย, เกี่ยวกับชาวอินเดียนแดงหรือภาษาอินเดียนแดง, เกี่ยวกับบริเวณประเทศอินเดีย ปากีสถาน บังคลาเทศและศรีลังกา

Indiana (อินดีแอน' นะ) ชื่อรัฐในสหรัฐอเมริกา **-Indianian** *adj., n.*

Indian corn ข้าวโพด ดู maize

Indian file เป็นแถวเรียงหนึ่ง

Indian Ocean มหาสมุทรอินเดีย

Indian summer ระยะเวลาที่อากาศร้อนและแห้งในตอนต้นของฤดูหนาวในสหรัฐอเมริกาและแคนนาดา, ช่วงเวลาสุดท้ายของชีวิตที่มีความสงบสุข

India rubber, india rubber ต้นยางอินเดีย

Indic (อิน' ดิค) *adj.* เกี่ยวกับอินเดีย, เกี่ยวกับภาษาตระกูล Indo-Aryan ซึ่งได้แก่ภาษาสันสกฤต ภาษาฮินดู ภาษาเออร์ดู ภาษาเบงกาลีและอื่นๆ *-n.* ภาษาหนึ่งในตระกูลอินโด-ยูโรเปียนที่ใช้ในอินเดียและศรีลังกา

indicate (อิน' ดิเคท) *vt.* **-cated, -cating** ชี้บอก, ชี้แนะ, แสดง, ทำให้รู้ (-S. demonstrate, reveal, betoken, imply) *-Ex. The hands on the clock indicate the time., Smoke in the room indicated to us that there was a fire., Dark clouds indicate a storm.*

indication (อินดิเค' ชั่น) *n.* การชี้บอก, สิ่งที่บอก, เครื่องหมายแสดง, อาการของโรค, ระดับขีดแบ่งของเครื่องมือ (-S. sign, specification, demonstration) *-Ex. The indication of rain made us cancel the picnic.*

indicative (อินดิค' คะทิฟว) *adj.* เป็นการชี้บอก, ซึ่งชี้แนะ, เป็นดรรชนี, ที่เกี่ยวกับคำกริยาบอกเล่าในไวยากรณ์ *-n.* มาลาบอกเล่าในไวยากรณ์, คำกริยาในมาลาบอกเล่าของไวยากรณ์ **-indicatively** *adv.* (-S. indicatory, suggestive, symbolic)
indicator (อิน' ดิเคเทอะ) *n.* ดรรชนี, เครื่องชี้นำ, สิ่งชี้นำ (-S. pointer, guide, sign) *-Ex indicator card, The indicator shows a full gas tank.*
indices (อิน' ดิซีซฺ) *n. pl.* พหูพจน์ของ index
indict (อินไดทฺ') *vt.* ฟ้อง, ฟ้องร้อง, ดำเนินคดี, กล่าวหา, กล่าวโทษ **-indictable** *adj.* **-indicter, indictor** *n.* **-indictee** *n.* (-S. accuse, charge, impeach)
indiction (อินดิค' ชัน) *n.* ปีงบประมาณทุก 15 ปีของอาณาจักรโรมัน
indictment (อินไดทฺ' เมินทฺ) *n.* การฟ้องร้อง, การดำเนินคดี, การกล่าวหา, การกล่าวโทษ, ข้อกล่าวหา, ข้อกล่าวโทษ (-S. charge, impeachment, accusation)
indifference, indifferency (อินดิฟ' เฟอะเรินซฺ, -ซี) *n.* การขาดความสนใจ, ความเมินเฉย, ความไม่ลำเอียง, ความเป็นกลาง (-S. apathy, disinterest -A. concern) *-Ex. Somsri did not conceal her indifference to our projects.,*
indifferent (อินดิฟ' เฟอะเรินทฺ) *adj.* ไม่สนใจ, เมินเฉย, ไม่ใยดี, ไม่ลำเอียง, ไม่สำคัญ, เป็นกลาง *-n.* บุคคลผู้เมินเฉย **-indifferently** *adv.* (-S. apathetic, ordinary, unconcerned, cool -A. concerned, avid) *-Ex. Dang's father explained why he should make an effort to work harder, but Dang seemed quite indifferent.*
indigence, indigency (อิน' ดิเจินซฺ, -ซี) *n.* ความยากจน
indigenous (อินดิจ' จะเนิส) *adj.* ท้องถิ่น, พื้นเมือง, แต่กำเนิด, โดยกำเนิด **-indigenously** *adv.* **-indigenousness** *n.* (-S. native, original, aboriginal) *-Ex. The rubber tree is indigenous to the southern Thailand.*
indigent (อิน' ดิเจินทฺ) *adj.* ยากจน, ขัดสน *-n.* คนยากจน **-indigently** *adv.* (-S. poor, needy, penniless)
indigested (อินดิเจส' ทิด, -ได-) *adj.* ไม่มีระเบียบ, ไม่มีรูปแบบ, ไม่มีรูปร่าง, ยังไม่ย่อย, ที่สับสน
indigestible (อินดิเจส' ทะเบิล, -ได-) *adj.* ไม่ย่อย, ย่อยยาก **-indigestibility** *n.* **-indigestibly** *adv.*
indigestion (อินไดเจส' ชัน, -ดิ-) *n.* การไม่ย่อย, อาการอาหารไม่ย่อย, การย่อยไม่สมบูรณ์หรือเสื่อม, ความป่วย **-indigestive** *adj.* (-S. dyspepsia, hyperacidity) *-Ex. Eating too fast may give you indigestion.*
indign (อินไดนฺ') *adj.* ไม่เหมาะสม, ไม่สมควร, น่าละอาย **-indignly** *adv.* (-S. disgraceful, shameful)
indignant (อินดิก' เนินทฺ) *adj.* เดือดดาล, ไม่พอใจมาก, ขุ่นเคือง **-indignantly** *adv.* (-S. incensed, irate, wrathful) *-Ex. Surin was indignant because he was treated meanly and unfairly.*
indignation (อินดิกเน' ชัน) *n.* ความเดือดดาล, ความไม่พอใจมาก, ความขุ่นเคือง (-S. wrath, fury, rage) *-Ex. The unjust law aroused the indignation of the citizens.*
indignity (อินดิก' นะที) *n., pl.* **-ties** ความเสียเกียรติ, ความเสื่อมเสีย, การเหยียดหยาม, การสบประมาท, การดูถูก (-S. insult, dishonour) *-Ex. Somsri didn't mind washing dishes but thought it was an indignity that she had to wear a dirty apron.*
indigo (อิน' ดิโก) *n., pl.* **-gos/-goes** สีคราม, พืชจำพวก *Indigofera* ที่ใช้ทำสีคราม
indirect (อินดะเรคทฺ', -ได-) *adj.* อ้อมค้อม, ไม่ตรงไปตรงมา, ไม่ซื่อตรง **-indirectly** *adv.* **-indirectness** *n.* (-S. roundabout, meandering, digressive, divious, rambling)
indirection (อินดะเรค' ชัน, -ได-) *n.* ความไม่ตรง, ความอ้อมค้อม, ความไม่ตรงไปตรงมา, การขาดจุดหมายปลายทาง, การโกง
indirect object (ไวยากรณ์) กรรมรอง
indiscernible (อินดิสเซิร์น' นะเบิล) *adj.* ที่ดูไม่ออก, ที่สังเกตไม่ออก **-indiscernibly** *adv.* (-S. imperceptible, hidden, indefinite)
indiscipline (อินดิส' ซะพลิน) *n.* การขาดวินัย, การขาดระเบียบวินัย
indiscreet (อินดิสครีท') *adj.* ไม่รอบคอบ, ไม่ระวัง, เลินเล่อ **-indiscreetly** *adv.* **-indiscreetness** *n.* (-S. rash, unwise, incautious, immodest)
indiscrete (อินดิสครีท') *adj.* ไม่แยกออกเป็นส่วน ๆ, ที่ติดแน่น **-indiscretely** *adv.* **-indiscretness** *n.*
indiscretion (อินดิสเครช' ชัน) *n.* การขาดความระมัดระวัง, ความเลินเล่อ, ความประมาท, การขาดความรอบคอบ (-S. slip, imprudence, tactlessness)
indiscriminate (อินดิสคริม' มินิท) *adj.* ไม่เจาะจง, ไม่มีการจำแนก, ไม่รู้จักแยกแยะ, ตามอำเภอใจ, สุ่มตัวอย่าง, ที่ขาดการพิจารณา **-indiscriminately** *adv.* **-indiscriminateness** *n.* **-indiscrimination** *n.* **-indiscriminative** *adj.* (-S. uncritical, careless, wholesale, mixed)
indiscriminating (อินดิสคริม' มะเนททิง) *adj.* ไม่เจาะจง, ไม่เลือกที่รักมักที่ชัง, ซึ่งขาดการพิจารณา
indispensable (อินดิสเพน' ซะเบิล) *adj.* จำเป็นอย่างยิ่ง, ที่ขาดเสียไม่ได้ *-n.* บุคคลหรือสิ่งที่จำเป็นอย่างยิ่ง **-indispensability** *n.* **-indispensably** *adv.* (-S. necessary, needed, key) *-Ex. Machinery is indispensable in industry.*
indisposed (อินดิสโพซดฺ') *adj.* ป่วย, ไม่สบาย, ไม่เต็มใจ, ไม่สมัครใจ, ไม่พอใจ, ไม่ชอบ (-S. unwell, ailing, ill -A. healthy, well, fit) *-Ex. We are indisposed to go., Father is indisposed with a headache.*
indisposition (อินดิสพะซิช' ชัน) *n.* ความป่วย, ความไม่สบาย, ความไม่พอใจ, ความไม่เต็มใจ (-S. illness, ailment, unwillingness, reluctance)
indisputable (อินดิสพิว' ทะเบิล) *adj.* ที่โต้แย้งไม่ได้, ที่ปฏิเสธไม่ได้ **-indisputability, indisputableness** *n.* **-indisputably** *adv.* (-S. unquestionable, undeniable)
indistinct (อินดิสทิงคฺทฺ') *adj.* ไม่ชัดเจน, สลัว, คลุมเครือ **-indistinctly** *adv.* **-indistinctness** *n.* (-S. blurred, obscure, mumbled) *-Ex. The voices on the radio were*

indistinctive 455 **indulge**

indistinct.

indistinctive (อินดิสทิงคฺ' ทิฟวฺ) *adj.* ไม่ชัดเจน, ไม่สามารถระบุได้ **-indistinctively** *adv.* **-indistinctiveness** *n.*

indistinguishable (อินดิสทิง' กวิชชะเบิล) *adj.* ที่จำแนกไม่ได้, ที่แยกแยะไม่ได้, ที่เข้าใจยาก **-indistinguishableness, indistinguishability** *n.* **-indistinguishably** *adv.* (-S. indiscernible, imperceptible, unnoticeable)

indite (อินไดทฺ') *vt.* **-dited, -diting** ประพันธ์, เขียน, แต่งบทกวี **-inditement** *n.* **-inditer** *n.*

indium (อิน' เดียม) *n.* ธาตุโลหะชนิดหนึ่ง มีสัญลักษณ์ In

individual (อินดะวิจ' จวล) *n.* บุคคล, ตัวบุคคล, คนๆ เดียว, สิ่งมีชีวิตเดียว, ปัจเจกชน *-adj.* แต่ละบุคคล, ตัวบุคคล, เฉพาะราย, ส่วนบุคคล, ส่วนตัว, โดยตัวคนเดียว, ตัวต่อตัว, โดยลำพัง (-S. unique, distinctive, personal) *-Ex. A bicycle is an individual means of travelling., an individual hair style*

individualism (อินดะวิจ' จวลลิซึม) *n.* ทฤษฎีทางสังคมที่ยึดถือในสิทธิเสรีภาพของบุคคล,ความคิดหรือการกระทำที่อิสระ, การแสวงหาผลประโยชน์ของตัวเองมากกว่าชนของส่วนรวม, ทฤษฎีที่เชื่อว่าปัจเจกชนนั้นเป็นสิ่งที่แน่นอน, ทฤษฎีที่เชื่อว่าการกระทำทั้งหลายนั้นเนื่องมาจากการแสวงหาผลประโยชน์ของตัวเอง **-individualist** *n.* **-individualistic** *adj.* **-individualistically** *adv.*

individuality (อินดะวิจูแอล' ละที) *n., pl.* **-ties** คุณสมบัติหรือลักษณะเฉพาะของบุคคล, สภาพหรือลักษณะที่แบ่งแยกไม่ได้ (-S. uniqueness, distinctiveness, peculiarity) *-Ex. His marked individuality was reflected in his book.*

individualize (อินดะวิจ' จวลไลซฺ) *vt.* **-ized, -izing** ทำให้เป็นเฉพาะราย, ทำให้เป็นเฉพาะบุคคล, ปรับให้เหมาะกับแต่ละบุคคล **-individualization** *n.*

individually (อินดะวิจ' จวลลี) *adv.* โดยส่วนตัว, เฉพาะราย, โดยลำพัง, เป็นรายบุคคล (-S. singly, apart, personally) *-Ex. Udom spoke to each person individually.*

indivisible (อินดะวิซ' ซะเบิล) *adj.* ที่แบ่งแยกไม่ได้, ที่แบ่งออกเป็นส่วนๆ ไม่ได้ **-indivisibility, indivisibleness** *n.* **-indivisibly** *adv.*

Indo- คำอุปสรรค มีความหมายว่า อินเดีย

Indo-china, Indo-China, Indo China (อิน' โด ไช' นะ) แหลมอินโดจีน (ประกอบด้วยเวียดนาม ลาว กัมพูชา ไทย พม่า และมาเลเซีย)

indocile (อินดอส' เซิล) *adj.* ไม่เชื่อง, สอนยาก, ฝึกยาก, ดื้อ **-indocility** *n.*

indoctrinate (อินดอค' ทระเนท) *vt.* **-nated, -nating** ปลูกฝังความเชื่อ, สั่งสอนทฤษฎี หลักการ ลัทธิและอื่นๆ, สอนให้ซึมซาบ **-indoctrination** *n.* **-indoctrinator** *n.* (-S. instruct, inculcate, imbue, instill, brainwash)

indolence (อิน' ดะเลินซฺ) *n.* ความเกียจคร้าน

indolent (อิน' ดะเลินทฺ) *adj.* เกียจคร้าน, เจ็บปวดเล็กๆ น้อยๆ **-indolently** *adv.* (-S. inactive, inert -A. lively) *-Ex. Sombut was too indolent to learn to play tennis.*

indomitable (อินดอม' มิทะเบิล) *adj.* ไม่สามารถเอาชนะได้, ทรหด, ไม่ย่อท้อ **-indomitability, indomitableness** *n.* **-indomitably** *adv.* (-S. unconquerable, unbeatable)

Indonesia (อินดะนี' ซะ, -ชะ) ประเทศอินโดนีเซีย ประกอบด้วยเกาะต่างๆ ที่สำคัญคือ สุมาตรา ชวา, Celebes, Kalimantan และเกาะเล็กๆ อีก 3,000 เกาะ เมืองหลวง ชื่อจาการ์ต้า

Indonesian (อินดะนี' เชียน, -เซียน) *n.* ชาวอินโดนีเซีย, ภาษา อินโดนีเซีย (ชื่อทางการ Bahasa Indonesia) *-adj.* เกี่ยว กับแหลมมลายู, เกี่ยวกับอินโดนีเซีย (ประชาชน ภาษา วัฒนธรรมและอื่นๆ)

indoor (อิน' ดอร์) *adj.* ในร่ม *-Ex. Table tennis is usually an indoor sport.*

indoors (อินดอร์ซ') *adv.* ในบ้าน, ในร่ม *-Ex. It is cold outdoors and warm indoors.*

Indra (อิน' ดระ) พระอินทร์

indubitable (อินดู' บิทะเบิล) *adj.* ไม่ต้องสงสัย, แน่นอน **-indubitably** *adv.* (-S. unarguable, undeniable)

induce (อินดิวซฺ') *vt.* **-duced, -ducing** ชักจูง, ชักนำ, ชักชวน, เหนี่ยวนำ, มีอิทธิพลต่อ, ทำให้เกิดขึ้น, พิสูจน์, หาความจริงด้วยการสังเกตข้อเท็จจริง **-inducement** *n.* **-inducer** *n.* **-inducible** *adj.* (-S. instigate, persuade, cause) *-Ex. Dang tried to induce Surin to go skating., Too little sleep induces a tired feeling.*

inducement (อินดิวซฺ' เมินทฺ) *n.* การจูงใจ, การชักจูง, การชักนำ, สิ่งจูงใจ, สิ่งดลใจ, มูลเหตุ(-S. incentive, attraction, lure) *-Ex. The prize was an inducement to study.*

induct (อินดัคทฺ') *vt.* ทำให้เข้ารับตำแหน่งหน้าที่, นำมา, เกณฑ์, เกณฑ์ทหาร, นำเข้า, นำเข้าเป็นสมาชิกใหม่ *-Ex. to induct a Lord Mayor, The soldiers will be inducted at Camp Yai.*

inductance (อินดัค' เทินซฺ) *n.* การเหนี่ยวนำ (กระแสไฟฟ้า, สนามแม่เหล็กไฟฟ้า), ตัวเหนี่ยวนำ, ขดลวดเหนี่ยวนำ

induction (อินดัค' ชัน) *n.* การชักนำ, การชักจูง, การเหนี่ยวนำกระแสไฟฟ้าสลับ, การเหนี่ยวนำสนามแม่เหล็กไฟฟ้า, การหาความจริงด้วยการสังเกตข้อเท็จจริง, การพิสูจน์, การใช้เหตุผลจากส่วนย่อยๆ ไปหาส่วนรวม

inductive (อินดัค' ทิฟวฺ) *adj.* อุปนัย, เกี่ยวกับการเหนี่ยวนำกระแสไฟฟ้าหรือสนามแม่เหล็ก, ที่ชักนำ, มีอิทธิพลต่อ **-inductively** *adv.* **-inductiveness** *n.* (-S. leading, influencing)

inductor (อินดัค' เทอะ) *n.* อุปกรณ์ที่ชักนำกระแสไฟฟ้าสลับ, ขดลวดชักนำ, ผู้เข้าประจำตำแหน่งหน้าที่

indue (อินดิว') ดู endue

indulge (อินดัลจฺ') *v.* **-dulged, -dulging** *-vi.* หมกมุ่น, ทำตามความต้องการ, ปล่อยตัว *-vt.* ทำตามความต้องการความรู้สึกหรืออื่นๆ, ทำตามใจตัว **-indulger** *n.* (-S. yield to, satisfy -A. deny, forbid) *-Ex. to indulge in daydreaming, indulge a child*

indulgence (อินดัล' เจินซฺ) *n.* การหมกมุ่น, การทำตามต้องการ, การทำตามความรู้สึก, การปล่อยตัว, การทำตามใจตัว, ความหลงระเริง, การยินยอม, การยืดเวลาการชำระหนี้ *-vt.* **-genced, -gencing** ทำให้หมกมุ่น, ทำให้ตามใจตัว (-S. gratification, satisfaction, appeasement) *-Ex. We request your indulgence in this matter., Smoking is one indulgence.*

indulgent (อินดัล' เจินทฺ) *adj.* หมกมุ่น, ตามใจตัว, ที่ปล่อยตัว, ที่หลงผิด, ที่ซ่องเสพสุขอย่างไม่ลืมตา **-indulgently** *adv.* (-S. pampering, permissive, tolerant -A. austere, strict) *-Ex. Father was indulgent toward our pranks.*

I

induplicate (อินดิว' พลิคิท) *adj.* ที่พับเข้า, ที่ม้วนเข้า, ที่เข้าข้างใน

indurate (อิน' ดูเรท) *v.* **-rated, -rating** *-vt.* ทำให้แข็ง, ทำให้ด้าน, ทำให้ดื้อ, ทำให้ไร้ความรู้สึก, ทำให้คุ้นเคย, ยืนยัน *-vi.* กลายเป็นแข็ง, ยึดมั่น *-adj.* ที่ยึดมั่น, ดื้อ, ที่ไม่มีความรู้สึก **-indurative** *adj.* (-S. harden)

induration (อินดะเร' ชัน) *n.* การทำให้แข็งตัว, การทำให้ด้าน, การแข็งตัวเป็นหิน, บริเวณเนื้อเยื่อที่แข็ง

industrial (อินดัส' เทรียล) *adj.* ขยัน, อุตสาหะ, เกี่ยวกับอุตสาหกรรม, ซึ่งพัฒนาทางด้านอุตสาหกรรม, เกี่ยวกับคนงานที่ทำงานในอุตสาหกรรม *-n.* คนงานที่ทำงานในอุตสาหกรรม, ผลิตผลอุตสาหกรรม

industrialist (อินดัส' เทรียลลิสทฺ) *n.* นักอุตสาหกรรม

industrialize (อินดัส' เทรียลไลซฺ) *v.* **-ized, -izing** *-vt.* ทำให้เป็นอุตสาหกรรม *-vi.* กลายเป็นอุตสาหกรรม **-industrialization** *n.*

industrious (อินดัส' เทรียส) *adj.* ขยันหมั่นเพียร, อุตสาหะ, ชำนาญ, ฉลาด **-industriously** *adv.* **-industriousness** *n.* (-S. diligent, assiduous, laborious, zealous)

industry (อิน' ดัสทรี) *n., pl.* **-tries** ความขยันหมั่นเพียร, ความอุตสาหะ, อุตสาหกรรม, ธุรกิจการค้าทั่วไป, เจ้าของกิจการและผู้จัดการทั่วไป, การทำงานที่มีระบบ (-S. diligence, assiduity, industriousness, perseverance) *-Ex. European industry has grown since the war., Industry will bring one good marks in school.*

indwell (อินดเวล') *-v.* **-dwelt, -dwelling** *-vt.* ดำรงอยู่ใน, อาศัยอยู่, มีอยู่ใน *-vi.* อยู่, อยู่ใน **-indweller** *n.*

inearth (อินเอิร์ธ') *vt.* ฝัง, ใส่ใน

inebriant (อินอี' บรีเอินทฺ) *adj.* ซึ่งทำให้มึนเมา, ซึ่งทำให้เบิกบานใจ, ซึ่งทำให้เคลิบเคลิ้ม *-n.* ของมึนเมา

inebriate (อินอี' บรีเอท) *vt.* **-ated, -ating** ทำให้มึนเมา, ทำให้เบิกบานใจ, ทำให้เคลิบเคลิ้ม *-n.* ขี้เมา, คนเมา *-adj.* เมา, เมาเหล้า **-inebriated** *adj.* **-inebriation** *n.*

inebriety (อินอีไบร' อะที) *n.* ความมึนเมา, การเมาเหล้า

inedible (อินเอด' ดะเบิล) *adj.* กินไม่ได้, ไม่เหมาะสำหรับกิน **-inedibility** *n.* (-S. unconsumable, poisonous)

ineducable (อินเอจ' จูคะเบิล) *adj.* ซึ่งไม่สามารถให้การศึกษาหรือถ่ายทอดความรู้ได้

ineffable (อินเอฟ' ฟะเบิล) *adj.* ซึ่งไม่อาจจะพรรณนาได้, ซึ่งไม่อาจจะอธิบายได้, ที่พูดไม่ได้, ที่กล่าวถึงไม่ได้ **-ineffableness, ineffability** *n.* **-ineffably** *adv.* (-S. inexpressible, unutterable)

ineffaceable (อินเอเฟ' ซะเบิล) *adj.* ซึ่งไม่สามารถลบออกได้ **-ineffaceably** *adv.* **-ineffaceability** *n.*

ineffective (อินเอเฟค' ทิฟว) *adj.* ไม่ได้ผล, ไร้ประสิทธิภาพ, ไร้ความสามารถ, ไม่เพียงพอ **-ineffectively** *adv.* **-ineffectiveness** *n.* (-S. futile, vain, useless)

ineffectual (อินอิเฟค' ชวล) *adj.* ไร้ผล, ไม่ได้ผลเป็นที่พอใจ, ไม่มีประโยชน์, ไม่เพียงพอ, อ่อนแอ **-ineffectuality, ineffectualness** *n.* **-ineffectually** *adv.* (-S. fruitless, abortive, inadequate)

inefficacious (อินเอฟฟิเค' เชิส) *adj.* ไม่ได้ผล, ไม่ได้ผลเป็นที่พอใจ **-inefficaciously** *adv.* **inefficaciousness** *n.*

inefficacy (อินเอฟ' ฟิคะซี) *n.* การไร้อำนาจหรือความสามารถที่จะทำให้เกิดผลเป็นที่พอใจ, การไม่ได้ผล

inefficiency (อินอิฟิช' เชินซี) *n.* การไม่มีประสิทธิภาพ, การไร้สมรรถภาพ, การกระทำที่สูญเปล่า *-Ex. Lack of training made her an inefficient worker., an inefficient method of supervision*

inefficient (อินอิฟิช' เชินทฺ) *adj.* ไม่มีประสิทธิภาพ, ไร้สมรรถภาพ **-inefficiently** *adv.* (-S. ineffective, incompetent)

inelastic (อินอิแลส' ทิค) *adj.* ไม่ยืดหยุ่น, ไม่ปรับตัว, ไม่พลิกแพลง, ไม่ยอม **-inelasticity** *n.*

inelegance, inelegancy (อินเอล' ละเกินซฺ, -ซี) *n.* ความไม่งดงาม, ความไม่ประณีต, ความหยาบ, สิ่งที่ไม่งดงาม, สิ่งที่ไม่ประณีต, สิ่งที่หยาบ

inelegant (อินเอล' ละเกินทฺ) *adj.* ไม่งดงาม, ไม่ประณีต, หยาบ **-inelegantly** *adv.* (-S. gauche, crude)

ineligible (อินเอล' ลิจะเบิล) *adj.* ขาดคุณสมบัติที่จะได้รับการรับเลือก, ขาดคุณสมบัติ, ไม่สมควรที่จะได้รับเลือก **-ineligibility** *n.* **-ineligibly** *adv.* (-S. unfit, undesirable)

inept (อินเอพทฺ') *adj.* ไม่เหมาะสม, ไม่ชำนาญ, โง่, งุ่มง่าม **-ineptitude, ineptness** *n.* **-ineptly** *adv.* (-S. unskilful, clumsy, unfit) *-Ex. an inept choice, inept remarks, an inept engineer*

inequality (อินอิควอล' ละที) *n., pl.* **-ties** ความไม่เท่ากัน, ความไม่ยุติธรรม, ความลำเอียง, ความไม่เสมอภาค

inequitable (อินเอค' ควิทะเบิล) *adj.* ไม่เสมอภาค, ไม่ยุติธรรม **-inequitably** *adv.*

inequity (อินเอค' ควิที) *n., pl.* **-ties** ความไม่เสมอภาค, ความไม่ยุติธรรม (-S. unfairness, injustice) *-Ex. We live and work differently from one another because of inequality of talents or opportunity.*

ineradicable (อินอิแรด' ดิคะเบิล) *adj.* ที่กำจัดไม่ได้, ที่ทำลายไม่ได้ **-ineradicably** *adv.*

inerasable (อินอีเร' ซะเบิล) *adj.* ที่ลบออกไม่ได้, ที่ลบทิ้งไม่ได้, ไม่สามารถจะลบออกได้

inerrant (อินเออ' เรินทฺ) *adj.* ไร้ความผิด **-inerrancy** *n.*

inert (อินเนิร์ท') *adj.* เฉื่อยชา, ไม่มีชีวิตชีวา, เหงาหงอย, ไม่มีปฏิกิริยาโต้ตอบ, ไม่มีฤทธิ์ทางยา **-inertly**

inertia 457 **infarction**

adv. **-inertness** *n.* (-S. motionless, immobile)

inertia (อินเนอร์' เชีย) *n.* ความเฉื่อย, ความไม่มีชีวิตชีวา, การอยู่กับที่ **-inertial** *adj.* (-S. inertness, immobility)

inescapable (อินอิสเคพ' พะเบิล) *adj.* ซึ่งไม่สามารถหนีรอดได้, ที่หลบหนีไม่พ้น, ที่หลบหนีไม่ได้ **-inescapably** *adv.* (-S. unavoidable, ineludible)

in esse (อิน เอส' ซี) (ภาษาละติน) ตามความเป็นจริง (-S. actually)

inessential (อินอิเซน' เชิล) *adj.* ไม่สำคัญ, ไม่จำเป็น, ไม่มีแก่นสาร *-n.* สิ่งที่ไม่สำคัญ

inestimable (อินเอส' ทะมะเบิล) *adj.* ซึ่งประเมินค่าไม่ได้, หาค่ามิได้, ล้ำค่า, มากเกินที่จะประเมินค่าได้ **-inestimably** *adv.* (-S. immeasurable, precious) *-Ex. Vaccines have been of inestimable value to the world's health.*

inevitable (อินเอฟ' วิทะเบิล) *adj.* ซึ่งหลีกเลี่ยงไม่ได้, แน่นอน, จำเป็น *-n.* สิ่งที่จำเป็น, สิ่งที่ไม่สามารถหลีกเลี่ยงได้ **-inevitability** *n.* **-inevitably** *adv.* (-S. ineluctable, destined) *-Ex. An increase in taxes was inevitable.*

inexact (อินอิกแซคทฺ') *adj.* ไม่แน่นอน, ไม่แน่ชัด, ไม่ถูกต้องที่สุด, ไม่แม่นยำ **-inexactitude, inexactness** *n.* **-inexactly** *adv.* (-S. imprecise, erroneous)

inexcusable (อินเอคซคิว' ซะเบิล) *adj.* ซึ่งให้อภัยไม่ได้ (-S. unpardonable, unforgivable, blameworthy)

inexhaustible (อินอิกซอส' ทะเบิล) *adj.* ไม่รู้จักหมด, ไม่สิ้นสุด, ใช้ไม่หมด, ไม่รู้จักเหนื่อย **-inexhaustibility, inexhaustibleness** *n.* **-inexhaustibly** *adv.* (-S. boundless, limitless) *-Ex. Somchai uses water as if the supply were inexhaustible.*

inexistent (อินอิกซิส' เทินทฺ) *adj.* ซึ่งไม่ได้ดำรงอยู่ **-inexistence** *n.*

inexorable (อินเอค' เซอะระเบิล) *adj.* ไม่ยอมแพ้, ไม่ย่อท้อ, ไม่เปลี่ยนแปลง, ยืนหยัด, เหนียวแน่น, ซึ่งเปลี่ยนแปลงไม่ได้, ไม่ปรานี, ไม่ยอมผ่อนปรน **-inexorability, inexorableness** *n.* **-inexorably** *adv.* *-Ex. an inexorable enemy*

inexpedient (อินอิคสพี' เดียนทฺ) *adj.* ไม่เหมาะสม, ไม่สะดวก, ไม่ฉลาด, ไม่สมควร **-inexpedience, inexpediency** *n.* **-inexpediently** *adv.* (-S. injudicious, imprudent)

inexpensive (อินอิคสเพน' ซิฟวฺ) *adj.* ไม่แพง, ถูก **-inexpensively** *adv.* **-inexpensiveness** *n* (-S. cheap, reasonable, economical)

inexperience (อินอิคสเพีย' เรียนซฺ) *n.* การไม่มีประสบการณ์, ความอ่อนหัด, การขาดความชำนาญ

inexperienced (อินอิคซเพีย' เรียนซฺทฺ) *adj.* ไม่มีประสบการณ์, อ่อนหัด, ขาดความชำนาญ (-S. untrained, undrilled, fresh) *-Ex. The inexperienced nurse needs much help.*

inexpert (อินเอค' สเพิร์ท) *adj.* ไม่ชำนาญ **-inexpertly** *adv.* **-inexpertness** *n.* (-S. amateur, inept)

inexpiable (อินเอคซฺ' พีอะเบิล) *adj.* ซึ่งไม่สามารถจะล้างบาปได้, ที่ชดเชยไม่ได้, ที่ลบล้างไม่ได้ **-inexpiably** *adv.*

inexplicable (อินเอคซฺ' พลิคะเบิล) *adj.* ซึ่งอธิบายไม่ได้ **-inexplicability, inexplicableness** *n.* **-inexplicably** *adv.* (-S. unexplainable, perplexing) *-Ex. For some inexplicable reason, the crowd suddenly became quiet.*

inexplicit (อินอิคซพลิส' ซิท) *adv.* ไม่ชัดเจน, คลุมเครือ **-inexplicitly** *adv.* **-inexplicitness** *n.*

inexpressible (อินอิคซเพรส' ซะเบิล) *adj.* ซึ่งไม่สามารถจะอธิบายได้ **-inexpressibly** *adv.* **-inexpressibility, inexpressibleness** *n.* (-S. undefinable, ineffable)

in extenso (อินเอคซเทน' โซ) ความยาวสูงสุด

inextinguishable (อินอิคซทิง' กวิช' ชะเบิล) *adj.* ที่ดับไม่ได้, ที่หยุดยั้งไม่ได้, ที่ขจัดไม่ได้ **-inextinguishably** *adv.* (-S. unquenchable, lasting)

in extremis (อินเอคซฺทรี' มิส) (ภาษาละติน) ใกล้ตาย, ขั้นสุดท้าย, ตอนปลาย

inextricable (อินเอคซฺ' ทริคะเบิล) *adj.* ที่แก้ไม่ได้, ที่หนีไม่รอด, ที่เอาไม่ออก **-inextricability, inextricableness** *n.* **-inextricably** *adv.* (-S. involved, inescapable)

infallible (อินแฟล' ละเบิล) *adj.* ไม่รู้จักผิดพลาด, ไม่ทำผิดพลาด, แน่นอนที่สุด *-n.* บุคคลที่ไม่ทำผิดพลาด, บุคคลที่ถูกตลอด, สิ่งที่ถูกต้องตลอด **-infallibility, infallibleness** *n.* **-infallibly** *adv.* (-S. unerring, reliable, foolproof) *-Ex. Weather forecasts do not claim to be infallidble.*

infamous (อิน' ฟะเมิส) *adj.* เสียชื่อเสียง, เลวทราม, น่าเกลียดชัง, แย่มาก, ซึ่งสูญเสียสิทธิพลเมืองบางอย่าง **-infamously** *adv.* **-infamousness** *n.* (-S. heinous, disreputable, wicked) *-Ex. an infamous criminal, an infamous day in history*

infamy (อิน' ฟะมี) *n., pl.* **-mies** การมีชื่อเสียงในทางที่เลว, นิสัยหรือความประพฤติที่เลว, การสูญเสียสิทธิของพลเมืองบางอย่างเนื่องจากกระทำความผิดกฎหมาย, การกระทำที่เลวที่ทุกคนในสังคมรับรู้ (-S. dishonour, disgrace) *-Ex. The traitor brought ruin and infamy upon his family., The criminal led a life of infamy.*

infancy (อิน' เฟินซี) *n., pl.* **-cies** วัยทารก, ระยะแรกๆ, สภาวะที่ยังเป็นตัวอ่อน, ระยะแรกของการมีชีวิต (-S. beginning, origin) *-Ex. Fifty years ago the airplane was still in its infancy.*

infant (อิน' เฟินทฺ) *n.* ทารก, ผู้คนที่อยู่ในสภาวะทารก *-adj.* เกี่ยวกับทารก, ในระยะแรกเริ่ม (-S. baby, beginner)

infanticide (อินแฟน' ทะไซดฺ) *n.* การฆ่าทารก, ผู้ฆ่าทารก **-infanticidal** *adj.*

infantile (อิน' เฟินไทลฺ) *adj.* คล้ายทารก, มีลักษณะของทารก, เกี่ยวกับทารก, ในระยะแรกเริ่ม (-S. babyish, childish) *-Ex. infantile paralysis, an infantile disease, infantile behaviour*

infantile paralysis โรคโปลิโอ (-S. poliomyelitis)

infantry (อิน' เฟินทรี) *n., pl.* **-tries** กองทหารราบ

infantryman (อิน' เฟินทรีเมิน) *n., pl.* **-men** ทหารราบ

infarct (อินฟาร์คทฺ') *n.* บริเวณเนื้อตายเนื่องจากโลหิตอุดตัน **-infarcted** *adj.*

infarction (อินฟาร์ค' ชัน) *n.* การเกิดบริเวณเนื้อตาย

I

infatuate 458 infinitude

เนื่องจากโลหิตอุดตัน, บริเวณเนื้อตายเนื่องจากโลหิตอุดตัน

infatuate (อินแฟช' ชูเอท) *vt.* **-ated, -ating** ทำให้หลง, ทำให้หลงรัก, ทำให้หลงเสน่ห์, ทำให้โง่ *-adj.* ที่หลง, ที่หลงรัก *-n.* คนที่ตกอยู่ในความหลง

infatuated (อินแฟช' ชูเอทิด) *adj.* ที่หลงรัก, ที่หลง, ที่หลงเสน่ห์, โง่, ขาดสติ **-infatuatedly** *adv.* (-S. enamoured, fascinated)

infatuation (อินแฟชชูเอ' ชั่น) *n.* การหลงรัก, การหลง, การหลงเสน่ห์ (-S. fancy, passion, mania)

infeasible (อินฟี' ซะเบิล) *adj.* ที่ปฏิบัติไม่ได้, ที่เป็นไปไม่ได้ **-infeasibility** *n.*

infect (อินเฟคทฺ') *vt.* ทำให้ติดเชื้อ ทำให้ติดโรค, ทำให้เปื้อน, ทำให้มัวหมอง, มีผลต่อความรู้สึกหรือการกระทำ **-infector** *n.* (-S. pollute, taint, contaminate) *-Ex. A cut may become infected if not properly cleaned and cared for.*

infection (อินเฟค' ชั่น) *n.* การติดเชื้อ, การติดโรค, โรคติดต่อ, ภาวะติดเชื้อ, เชื้อโรค, อิทธพล, การทำให้มัวหมอง (-S. pollution, tainting, contamination) *-Ex. The infection of the cut was hard to cure.*

infectious (อินเฟค' เชิส) *adj.* ที่ทำให้ติดเชื้อ, ที่ทำให้ติดโรค, ที่ติดผู้อื่น, ที่มีผลต่อผู้อื่น **-infectiously** *adv.* **-infectiousness** *n.* (-S. catching, contagious, communicable, transmissible) *-Ex. an infectious disease, Enthusiasm is often infectious.*

infective (อินเฟค' ทิฟว) *adj.* ดู infectious **-infectiveness, infectivity** *n.*

infecund (อินฟี' เคินดฺ) *adj.* ไม่ได้ผล, เป็นหมัน, ไม่ออกผล **-infecundity** *n.*

infelicitous (อินฟะลิส' ซะเทิส) *adj.* ไม่เหมาะสม, ไม่สมควร, โชคร้าย **-infelicitously** *adv.*

infelicity (อินฟะลิส' ซะที) *n., pl.* **-ties** ความไม่เป็นสุข, โชคร้าย, เคราะห์ร้าย, ความไม่เหมาะสม, ความไม่สมควร, สิ่งที่ไม่เหมาะสม, การกระทำที่ไม่เหมาะสม(-S. unhappiness, misfortune)

infer (อินเฟอร์') *v.* **-ferred, -ferring** *-vt.* อนุมาน, สรุป, ส่อให้เห็น, ลงความเห็น, ชี้ให้เห็นว่า, แนะนำ *-vi.* อนุมาน, สรุป **-inferable** *adj.* **-inferably** *adv.* **-inferrer** *n.* (-S. deduce, conclude, indicate) *-Ex. From his staggering, I inferred that the man was drunk.*

inference (อิน' เฟอเรินซฺ) *n.* การอนุมาน, การสรุป, สิ่งที่ส่อให้เห็น, ข้อสรุป, ข้อวินิจฉัย(-S. deduction, presumption, implication) *-Ex. Her inferences seem logical, but I question the evidence on which they are based., By inference we may expect a heavy rain.*

inferential (อินฟะเรน' เชิล) *adj.* เกี่ยวกับการอนุมาน, เกี่ยวกับการสรุป, เกี่ยวกับความสามารถในการอนุมาน **-inferentially** *adv.*

inferior (อินเฟีย' เรีย) *adj.* ด้อยกว่า, ต่ำกว่ามาตรฐาน, ชั้นต่ำ, ชั้นเลว, แย่, รอง, อยู่ใต้, อยู่ล่าง, อยู่ต่ำ *-n.* คนที่อยู่ในสถานะที่ต่ำกว่าผู้อื่น, (การพิมพ์) ตัวอักษรที่ห้อยอยู่ใต้ตัวอักษรหลัก **-inferiority** *n.* **-inferiorly** *adv.* (-S. poor, low-grade -A. superior, better) *-Ex. inferior in social position, an inferior officer, inferior limit*

inferior complex ปมด้อย, ความรู้สึกต่ำต้อย, การขาดความมั่นใจในตัวเอง

infernal (อินเฟอร์' เนิล) *adj.* เกี่ยวกับนรก, เหมือนนรก, เหมือนภูติผีปีศาจ, ร้ายกาจ, โหดเหี้ยม **-infernally** *adv.* (-S. hellish, diabolical, demoniac) *-Ex. the infernal regions, infernal heat*

inferno (อินเฟอร์' โน) *n., pl.* **-nos** นรก, ไฟนรก, บริเวณที่คล้ายนรก (-S. hell) *-Ex. Before the fire department arrived, the house was an inferno.*

infertile (อินเฟอร์' เทิล) *adj.* (ดิน) ไม่อุดมสมบูรณ์, ไม่ได้ผล, เป็นหมัน **-infertility** *n.* (-S. barren, arid, sterile)

infest (อินเฟสทฺ') *vt.* รังควาญ, รบกวน, เข้าไปอยู่และสร้างความรำคาญ, เกาะและแย่งอาหารจากสิ่งที่ไปเกาะ **-infestation** *n.* **-infester** *n.* (-S. beset, overrun) *-Ex. Locusts infest many parts of Asia and Africa., Mosquitoes infested the swamps.*

infidel (อิน' ฟะเดิล) *n.* ผู้ที่ไม่เชื่อ, ผู้ไม่เลื่อมใสศาสนา, คนนอกศาสนา, คนนอกรีต, ผู้ไม่เลื่อมใสศาสนาอื่นแต่เลื่อมใสในศาสนาคริสต์หรืออิสลาม *-adj.* ไม่เลื่อมใสศาสนา, ไม่เลื่อมใส, เกี่ยวกับคนนอกศาสนา(-S. disbeliever, agnostic, irreligionist)

infidelity (อินฟะเดล' ละที) *n., pl.* **-ties** ความไม่ซื่อสัตย์, ความไม่เลื่อมใสศาสนา, การนอกใจ, การนอกรีต (-S. adultery, intrigue)

infield (อิน' ฟีลดฺ) *n.* (เบสบอล) สนามที่รวมพื้นที่ของฐานทั้ง 4, สนามกีฬารูปวงรี, ทุ่งนา, ทุ่งปศุสัตว์

infighting (อิน'ไฟทิง) *n.* การต่อสู้ในระยะกระชั้นชิด, การต่อสู้แบบประจัญบาน, การต่อยวงใน, การต่อสู้ระหว่างคู่อริหรือกลุ่มคู่อริ **-infighter** *n.*

infiltrate (อินฟิล' เทรท) *v.* **-trated, -trating** *-vt.* ซึมทะลุ, แทรกซึม, ทำให้แทรกซึม *-vi.* แทรกซึม *-n.* สิ่งที่แทรกซึมเข้าไปมักเป็นสิ่งแปลกปลอมที่สะสมอยู่ในเซลล์หรือเนื้อเยื่อของร่างกาย **-infiltrative** *adj.* **-infiltrator** *n.* (-S. pervade, permeate, percolate)

infiltration (อินฟิลเทร' ชั่น) *n.* การซึมทะลุ, การแทรกซึม, สิ่งที่แทรกซึมเข้าไป, การแฝงตัวเข้าไปปะปนกับข้าศึก, ภาวะที่ถูกแทรกซึม

infinite (อิน' ฟะนิท) *adj.* ไม่มีที่สิ้นสุด, ไม่มีขอบเขต, เหลือคณานับ, ไม่หมดสิ้น *-n.* สิ่งที่ไม่มีที่สิ้นสุด, บริเวณที่ไม่มีขอบเขต, อวกาศ **-the Infinite/the Infinite Being** พระผู้เป็นเจ้า **-infinitely** *adv.* **-infiniteness** *n.* (-S. boundless, limitless, vast) *-Ex. infinite space, infinite power, infinite series, infinite care*

infinitesimal (อินฟินนิเทส' ซิเมิล) *adj.* เล็กน้อยมาก, เล็กน้อยจนวัดไม่ได้ *-n.* จำนวนหรือปริมาณที่น้อยมากๆ (-S. tiny, minute, microscopic)

infinitive (อินฟิน' นิทิฟว) *n.* รูปกริยาที่เป็นคำที่ตั้งต้นด้วย to *-adj.* เกี่ยวกับรูปกริยาดังกล่าว **-infinitival** *adj.*

infinitive clause อนุประโยคที่ประกอบด้วย infinitive

infinitude (อินฟิน' นิทูด) *n.* จำนวนหรือปริมาณที่ไม่มี

ที่สิ้นสุด, ภาวะที่ไม่มีที่สิ้นสุด

infinity (อินฟิน' นิที) *n., pl.* **-ties** ความไม่มีที่สิ้นสุด, ความไม่มีขอบเขต, สิ่งที่ใหญ่โตมาก, จำนวนที่ไม่มีที่สิ้นสุด, จำนวนหรือปริมาณที่มากมายเหลือคณานับ, ระยะที่แสงที่กระทบวัตถุแล้วสะท้อนกลับเป็นลำแสงขนาน, ทางยาวโฟกัสที่สามารถถ่ายภาพได้ชัดทุกระยะ (-S. endlessness, boundlessness)

infirm (อินเฟิร์ม') *adj.* อ่อนแอ, อ่อนกำลัง, ไม่แข็งแรง, ไม่มั่นคง, ชรา, ไม่แน่วแน่ **-infirmly** *adv.* **-infirmness** *n.* (-S. feeble, weak, decrepit, unstable -A. robust, strong)

infirmary (อินเฟอร์' มะรี) *n., pl.* **-ries** สถานที่พยาบาลคนเจ็บป่วย, โรงพยาบาล, ร้านขายยา(-S. hospital, dispensary)

infirmity (อินเฟอร์' มะที) *n., pl.* **-ties** ความอ่อนแอ, ความเจ็บป่วย, ความอ่อนกำลัง, ความบกพร่อง, ความเปราะ, ความเสื่อมทางศีลธรรม (-S. disability, weakness -A. strength, vigour) *-Ex. the infirmity of age, Dang's only infirmity is a quick temper.*

infix (อินฟิคซฺ') *vt.* มัด, ผูก, ฝัง, กรอก, พิมพ์ใส่

inflame (อินเฟลม') *v.* **-flamed, -flaming** *-vt.* ทำให้ลุกเป็นไฟ, ทำให้ร้อน, กระตุ้นอารมณ์หรือความต้องการ, ทำให้เร่าร้อน, ทำให้โกรธ, ยั่ว, ยุ, ทำให้อักเสบ *-vi.* ลุกเป็นไฟ, โกรธมาก, ร้อนเผา, มีอารมณ์รุนแรง, อักเสบ **-inflamer** *n.* (-S. incite, arouse, incense) *-Ex. The murder of their neighbour inflamed the townspeople., Dang's arm was inflamed.*

inflammable (อินแฟลม' มะเบิล) *adj.* ลุกเป็นไฟได้, ลุกไหม้ได้, โกรธง่าย, ยุยงได้ง่าย, มีอารมณ์รุนแรงได้ง่าย *-n.* สิ่งที่ลุกเป็นไฟได้ **-inflammability, inflammableness** *n.* **-inflammably** *adv.* (-S. flammable, burnable, ignitible) *-Ex. Gasoline is highly inflammable.*

inflammation (อินฟละเม' ชั่น) *n.* การอักเสบ, การติดไฟ, การลุกเป็นไฟ, การมีอารมณ์รุนแรง (-S. soreness, festering) *-Ex. the inflammation of public feeling*

inflammatory (อินแฟลม' มะทอรี) *adj.* เกี่ยวกับการอักเสบ, ซึ่งกระตุ้นอารมณ์อย่างแรง, ที่ทำให้เดือดดาล, ที่ยั่วโทสะ **-inflammatorily** *adv.* (-S. sore, rousing)

inflatable (อินเฟลท' ทะเบิล) *adj.* ซึ่งทำให้พองได้ *-n.* สิ่งที่พองได้

inflate (อินเฟลท') *v.* **-flated, -flating** *-vt.* ขยาย, ทำให้พอง, ทำให้เงินเฟ้อ, ทำให้ราคาของสูงขึ้น *-vi.* ขยายตัว, พองตัว, พองลม, สูงขึ้น **-inflater, inflator** *n.* (-S. expand, dilate, augment) *-Ex. Dang inflated his chest when he marched in the parade.*

inflated (อินเฟล' ทิด) *adj.* ที่พองตัว, ที่พองลม, ที่ขยายตัว, ที่วางภูมิ, (คำพูด) โผงผาง, ที่สูงขึ้นผิดปกติ (-S. dilated, escalated, magnified)

inflation (อินเฟล' ชั่น) *n.* การพองตัว, การพองลม, การขยายตัว, การลำพอง, การสูงขึ้นอย่างผิดปกติ, ภาวะเงินเฟ้อ **-inflationary** *adj.*

inflect (อินเฟลคทฺ') *vt.* ทำให้งอ, ทำให้โค้ง, ทำให้เฉ, เปลี่ยนเสียงหรือท่องทำนอง, (ไวยากรณ์) ทำให้ผันตามบุรุษและพจน์ *-vi.* (ไวยากรณ์) ผันไปตามบุรุษและพจน์ **-inflective** *adj.* **-inflector** *n.*

inflection, inflexion (อินเฟลค' ชั่น) *n.* การทำให้งอ, การทำให้โค้ง, การเปลี่ยนแปลง, การเปลี่ยนแปลงเสียงพูด, (ไวยากรณ์) การผันคำตามบุรุษและพจน์ **-inflectional** *adj.* **-inflectionally** *adv.* (-S. curvature, modulation)

inflexed (อินเฟลคซฺทฺ') *adj.* ที่โค้งเข้า, ที่โค้งลง, ที่งอเข้า, ที่งอลง

inflexible (อินเฟลค' ซะเบิล) *adj.* ไม่ยืดหยุ่น, ไม่ปรับตัว, งอไม่ได้, แน่วแน่, ดื้อรั้น, ไม่ยอม, มั่นคง, ไม่เปลี่ยนแปลง **-inflexibility, inflexibleness** *n.* **-inflexibly** *adv.* (-S. firm, unyielding, rigid -A. flexible) *-Ex. an inflexible opinion*

inflict (อินฟลิคทฺ') *vt.* กำหนด, ก่อให้เกิด, ลงโทษ, ทำโทษ, ทำให้ได้รับความทุกข์ **-inflictive** *adv.* **-inflicter, inflictor** *n.* (-S. exact, impose)

infliction (อินฟลิค' ชั่น) *n.* การลงโทษ, การทำโทษ, การทำให้ได้รับความทุกข์ (-S. administration, affliction)

in-flight (อิน' ไฟลทฺ') *adj.* เกี่ยวกับการบิน, ที่เสนอให้ในขณะบิน, ที่เกิดขึ้นในระหว่างการบิน

inflorescence (อินโฟลเรส' เซ็นซฺ) *n.* การบานของดอกไม้, การออกดอก, ลักษณะการออกดอก, ลักษณะการออกดอกบนแกน, ส่วนที่เป็นดอกของพืช, กลุ่มดอก, พวงดอกของพืช **-inflorescent** *adj.*

inflow (อิน' โฟล) *n.* สิ่งที่ไหลเข้ามา, การไหลเข้า, การดูดเข้า

influence (อิน' ฟลูเอินซฺ) *n.* อิทธิพล, อำนาจชักจูง, สิ่งชักจูง, ผู้มีอิทธิพลโน้มน้าว *-vt.* **-enced, -encing** มีอิทธิพลต่อ, มีอำนาจโน้มน้าว **-influenceable** *adj.* **-influencer** *n.* (-S. control, power, impact, prestige) *-Ex. Sunlight has an influence on health., Weather influences our lives., Will you use your influence to help me?*

influent (อิน' ฟลูเอินทฺ) *adj.* ที่ไหลเข้า *-n.* สาขา, พืชหรือสัตว์ที่มีบทบาทสำคัญต่อชุมชนชีวิตของบริเวณหนึ่ง, การไหลเข้า

influential (อินฟลูเอน' เชิล) *adj.* มีอิทธิพล, มีอำนาจชักจูง, มีผลกระทบกระเทือน, มีผลสะท้อน *-n.* คนที่มีอิทธิพล **-influentially** *adv.* (-S. dominant, significant, powerful, potent) *-Ex. The mayor of of our town is an influential man.*

influenza (อินฟลูเอน' ซะ) *n.* โรคไข้หวัดใหญ่เป็นโรคติดเชื้อไวรัสที่มักเป็นกับทางเดินหายใจ ทำให้เยื่อเมือกทางเดินหายใจบริเวณศีรษะและคออักเสบ, โรคติดเชื้อไวรัสเฉียบพลันที่เป็นกับม้าและสุกร **-influenzal** *adj.* (-S. flu)

influx (อิน' ฟลัคซฺ) *n.* การไหลเข้า, การไหลบ่าเข้า, การทะลักเข้า, บริเวณที่สายน้ำบรรจบหรือไหลลงสู่ทะเล, บริเวณปากแม่น้ำลำธาร (-S. inrush, intrusion)

inform (อินฟอร์ม') *vt.* บอก, แจ้ง, รายงานให้ความรู้, ทำให้เต็มไปด้วย, ทำให้มีชีวิตชีวา, ดลใจ *-vi.* แจ้ง, บอก, รายงาน, ให้ความรู้, ฟ้องร้อง (-S. apprise, advise) *-Ex. Please inform me when Yapa arrives.*

informal (อินฟอร์' เมิล) *adj.* ไม่มีพิธีรีตอง, ไม่เป็นทางการ, กันเอง, ไม่เคร่งครัด **-informally** *adv.* (-S. unceremonious, unofficial, easy -A. formal, constrained) *-Ex.*

I

an informal party

informality (อินฟอร์แมล' ละที) *n., pl.* **-ties** การไม่มีพิธีรีตอง, ความไม่เป็นทางการ, ความกันเอง, ความไม่เคร่งครัด (-S. simplicity, unpretentiousness, ease)

informant (อินฟอร์' เมินทฺ) *n.* ผู้บอก, ผู้แจ้ง, ผู้ให้ความรู้

information (อินฟอร์เม' ชัน) *n.* ความรู้, ข่าว, ข้อมูล, การบอกข่าว, การบอกให้ทราบ, การให้ความรู้, การรวบรวมข้อมูล, การฟ้องร้อง **-informational** *adj.* (-S. knowledge, data, news, word, notice) *-Ex. Do you have any information on taxes?*

informative (อินฟอร์' มะทิฟวฺ) *adj.* ซึ่งให้ความรู้, ซึ่งแจ้งให้ทราบ, ซึ่งให้ข้อมูล **-informatively** *adv.* **-informativeness** *n.* **-informatory** *adj.* (-S. instructive, educational)

informed (อินฟอร์มดฺ') *adj.* ซึ่งมีความรู้, ซึ่งสันทัดกรณี (-S. knowledgeable, well-briefed)

informer (อินฟอร์ม' เมอะ) *n.* ผู้บอกให้รู้, ผู้แจ้งข่าว (ให้ฝ่ายตรงข้าม), ผู้ทรยศ (-S. betrayer, traitor, informant)

infra- คำอุปสรรค มีความหมายว่า ข้างล่าง, ใต้

infraction (อินแฟรค' ชัน) *n.* การทำให้แตก, การละเมิด, การฝ่าฝืน (-S. violation, breach)

infrared (อินฟระเรด') *n.* รังสีใต้แดง, รังสีอยู่ใต้แถบสีแดงของสเปกตรัม มีความยาวคลื่นแสงประมาณ 750 นาโนเมตร เป็นรังสีที่มองไม่เห็น *-adj.* เกี่ยวกับรังสีดังกล่าว

infrasonic (อินฟระซอน'นิค) *adj.* เกี่ยวกับคลื่นเสียงที่มีความถี่ต่ำกว่าระดับที่หูมนุษย์จะได้ยิน

infrastructure (อิน' ฟระสทรัคเชอะ) *n.* สิ่งที่เป็นโครงสร้างพื้นฐาน เช่น ถนนหนทาง สิ่งก่อสร้าง **-infrastructural** *adj.*

infrequency, infrequence (อินฟรี' เควินซี, -เควินซฺ) *-n.* การเกิดขึ้นน้อย, ความไม่ถี่, การเกิดขึ้นนานๆ ครั้ง

infrequent (อินฟรี' เควินทฺ) *adj.* ที่เกิดขึ้นน้อย, ไม่ถี่, ที่เกิดขึ้นนานๆ ครั้ง **-infrequently** *adv.*

infringe (อินฟรินจฺ') *v.* **-fringed, -fringing** *-vt.* ละเมิด, ฝ่าฝืน, ล่วงล้ำ *-vi.* ล่วงล้ำ **-infringer** *n.* (-S. violate, transgress)

infringement (อินฟรินจฺ' เมินทฺ) *n.* การฝ่าฝืน, การละเมิด, การล่วงล้ำ

infuriate (อินฟิว' รีเอท) *vt.* **-ated, -ating** ทำให้โกรธ, ทำให้เดือดดาล *-adj.* โกรธ, เดือดดาล **-infuriatingly** *n.* **-infuriation** *n.* (-S. anger, exasperate, incense, anger, madden, inflame, provoke)

infuse (อินฟิวซฺ') *vt.* **-fused, -fusing** กรอกใส่, ใส่, ฉีด, ซึมซาบ, แช่, ชง, เทลงใน **-infusible** *adj.* **-infusibility** *n.* **-infuser** *n.* **-infusive** *adj.* (-S. imbue) *-Ex. The coach infused enthusiasm into the boys., to infuse one's fellows with confidence*

infusion (อินฟิว' ชัน) *n.* การชง, การแช่, การแช่สมุนไพร, ของเหลวที่ได้จากการแช่สมุนไพร, การฉีดยาเข้าเส้นเลือด, สารละลายที่ใช้ฉีดยาเข้าเส้นเลือด

ingather (อินแกธ' เธอะ) *vt., vi.* เก็บรวม, รวบรวม, เก็บเกี่ยว

ingeminate (อินเจม' มะเนท) *vt.* **-nated, -nating** ทำซ้ำ, ย้ำ, พูด ทบทวน **-ingemination** *n.* (-S. repeat)

ingenerate (อินเจน' เนอะเรท) *vt.* **-ated, -ating** ทำให้เกิด, กำเนิด, ก่อให้เกิด *-adj.* แต่กำเนิด, โดยกำเนิด

ingenious (อินเจน' เยิส) *adj.* ช่างประดิษฐ์, เฉลียวฉลาด, คล่องแคล่ว, ปราดเปรียว, เจ้าความคิด **-ingeniously** *adv.* **-ingeniousness** *n.* (-S. clever, adroit, deft)

ingenuity (อินจะนู' อิที) *n., pl.* **-ties** ความเป็นช่างประดิษฐ์, ความเฉลียวฉลาด, ความเป็นเจ้าความคิด, ความแคล่วคล่อง, สิ่งประดิษฐ์ *-Ex. Edison used his ingenuity to invent the electric lamp.*

ingenuous (อินเจน' นูอัส) *adj.* เปิดเผย, ซื่อ, ตรงไปตรงมา, ไม่มีเล่ห์เหลี่ยม, ไร้เดียงสา **-ingenuously** *adv.* **-ingenuousness** *n.* (-S. sincere, frank, naive) *-Ex. the ingenuous question of a child*

ingest (อินเจสทฺ') *vt.* นำเข้าไปในร่างกายโดยทางปาก **-ingestion** *n.* **-ingestive** *adj.*

ingle (อิง' เกิล) *n.* ไฟในเตา, เปลวไฟ, เตาไฟ

inglenook, ingle nook (อิง' เกิลนุค) *n.* มุมข้างเตาฝาผนัง, ม้านั่งข้างเตา

inglorious (อินกลอ' เรียส) *adj.* น่าอับอาย, เสื่อมเสียชื่อเสียง, ไร้เกียรติ **-ingloriously** *adv.* **-ingloriousness** *n.* (-S. disgraceful, ignoble)

ingoing (อิน' โกอิง) *adj.* ที่กำลังเข้ามา, ที่เข้ามาใหม่

ingot (อิง' เกิท) *n.* ก้อนโลหะ, ลิ่มโลหะ

ingraft (อินแกรฟทฺ') *vt.* ดู engraft

ingrain (อินเกรน') *vt.* ยึดติด, ฝังแน่น, ย้อมสีให้เส้นใยก่อนทอผ้า *-adj.* ติดแน่น, ที่ย้อมสีเส้นใยก่อนการทอผ้า *-n.* เส้นใยที่ถูกย้อมสีก่อนการทอ

ingrained (อิน' เกรนดฺ') *adj.* ติดแน่น, ติดตัว, ฝังแน่น, ฝังอยู่ในเนื้อเส้นใย (-S. fixed, implanted)

ingrate (อิน' เกรท) *n.* คนที่อกตัญญู *-adj.* อกตัญญู

ingratiate (อินเกร' ชีเอท) *vt.* **-ated, -ating** ทำให้ (ตัวเอง) เป็นที่โปรดปราน, ทำให้ถูกใจ, เอาใจ, ประจบ **-ingratiatingly** *adv.* **-ingratiatory** *adj.* **-ingratiation** *n.* *-Ex. The friendly animal quickly ingratiated itself to Somchai.*

ingratitude (อินแกรท' ทิทูด) *n.* ความอกตัญญู

ingredient (อินกรี' เดียนทฺ) *n.* ส่วนประกอบ, ส่วนผสม (-S. element, component) *-Ex. the ingredients of a cake*

ingress, ingression (อิน' เกรส, อินเกรซ' ชัน) *n.* การเข้า, สิทธิในการเข้า, ทางเข้า, ทางผ่าน **-ingressive** *adj.* **-ingressiveness** *n.* (-S. entrance, approach)

ingroup (อิน' กรูพ) *n.* กลุ่มที่มีผลประโยชน์ ความคิดเห็นหรืออื่นๆ ที่เหมือนกัน

ingrowing (อิน' โกรอิง) *adj.* ซึ่งงอกเข้าไปในเนื้อ, ซึ่งงอกเข้าข้างใน, ซึ่งเกิดเข้าข้างใน

ingrown (อิน' โกรน) *adj.* ซึ่งงอกอย่างผิดปกติเข้าไปในเนื้อ, ซึ่งเกิดเข้าข้างใน

ingrowth (อิน' โกรธ) *n.* การงอกเข้าข้างใน, สิ่งที่เกิดจากการงอกเข้าข้างใน

inguinal (อิง' กวิเนิล) *adj.* เกี่ยวกับขาหนีบ

inhabit (อินแฮบ' บิท) *vt.* อาศัยอยู่ใน, อยู่ใน, มีอยู่ใน **-inhabitability** *n.* **-inhabitable** *adj.* **-inhabitation** *n.* **-inhabiter** *n.* (-S. dwell in, occupy, settle) *-Ex. Eskimos inhabit the northern countries.*

inhabitancy, inhabitance (อินแฮบ' บิเทินซี, -เทินซ) *n.* สถานที่อยู่อาศัย, ที่อยู่อาศัย, ระยะการอยู่อาศัย, สภาพที่มีคนอยู่อาศัย

inhabitant (อินแฮบ' บิเทินทฺ) *n.* ผู้อยู่อาศัย, สัตว์ที่อยู่อาศัย, ผู้อาศัย, พลเมือง (-S. resident, dweller, citizen) *-Ex. Deer are inhabitants of the woods., Most of the inhabitants of this town are miners.*

inhalant (อินเฮ' เลินทฺ) *adj.* ที่ใช้สูดเข้า *-n.* ยาสำหรับสูดเข้าปอด, สิ่งที่สูดเข้าปอด

inhalator (อิน' ฮะเลเทอะ) *n.* เครื่องมือช่วยสูดอากาศหรือยาเข้าปอด

inhale (อินเฮล') *v.* **-haled, -haling** *-vt.* สูดเข้าปอด, หายใจเข้า *-vi.* สูด, สูบ **-inhalation** *n.* (-S. gasp) *-Ex. We inhale air when we breathe in.*

inhaler (อินเฮ' เลอะ) *n.* เครื่องมือสูบอากาศหรือยาเข้าปอด, เครื่องช่วยหายใจ, ผู้สูด, ผู้สูบ

inharmonic (อินฮาร์มอน'นิค) *adj.* ซึ่งไม่สอดคล้อง

inharmonious (อินฮาร์โม'เนียส) *adj.* ไม่ลงรอยกัน, ไม่ประสานกัน, ไม่กลมกลืนกัน **-inharmoniously** *adv.* **-inharmoniousness** *n.* (-S. discordant, conflicting, jangling)

inhere (อินเฮียร์') *vi.* **-hered, -hering** มีอยู่ใน, มีแต่กำเนิด **-inherence, inherency** *n.*

inherent (อินเฮีย' เรินทฺ) *adj.* ซึ่งมีอยู่แต่กำเนิด, ซึ่งมีอยู่อย่างถาวรและไม่แยกจากกัน, ประจำตัว **-inherently** *adv.* (-S. inborn, inbred) *-Ex. the inherent polarity of magnet*

inherit (อินแฮ' ริท) *vt.* รับช่วง, สืบช่วง, สืบทอด, สืบลักษณะทางกรรมพันธุ์ *-vi.* สืบทอด, รับมรดก, กลายเป็นทายาท **-inheritability, inheritableness** *n.* **-inheritable** *adj.* (-S. suceed to, accede to, assume) *-Ex. Somsri inherits her curly hair from her mother., Father inherited a house and land from his brother who died.*

inheritance (อินแฮ' ริเทินซ) *n.* สิ่งที่รับช่วงมา, สิ่งที่สืบทอดมา, ลักษณะทางกรรมพันธุ์ที่สืบทอดกันมา, การรับช่วง, การสืบทอด, สิทธิในการรับมรดก, สิทธิในการรับช่วง (-S. heritage, legacy, endowment) *-Ex. Mother's inheritance from her aunt was a diamond ring., His fortune came to him by inheritance, not by hard work.*

inheritance tax ภาษีมรดก

inheritor (อินแฮ' ริเทอะ) *n.* ผู้รับมรดก, ทายาท **-inheritress, inheritrix** *n. fem.*

inhibit (อินฮิบ' บิท) *vt.* ขัดขวาง, ยับยั้ง, สกัดกั้น, ห้าม **-inhibitory, inhibitive** *adj.* (-S. hinder, hamper, restrain)

inhibition (อินฮิบิช' ชัน) *n.* การขัดขวาง, การยับยั้ง, ตัวสกัดกั้น, การห้าม, การสะกดกลั้น, การข่มใจ, หิริโอตัปปะ (-S. constraint, restraint, control -A. laxity, freedom)

inhibitor, inhibiter (อินฮิบ' บิเทอะ) *n.* ตัวขัดขวาง, ตัวยับยั้ง, ตัวสกัดกั้น, ผู้ห้าม

inhospitable (อินฮอส' พิทะเบิล) *adj.* ไม่ต้อนรับ, ไม่มีไมตรีจิต, ไม่อารี, ไม่เอื้ออำนวย, ไม่เหมาะสำหรับอยู่อาศัย **-inhospitableness** *n.* **-inhospitably** *adv.* (-S. unwelcoming, unsociable, desolate)

inhospitality (อินฮอสพิแทล' ละที) *n.* การไม่มีไมตรีจิต, การไม่ต้อนรับ, การไม่เอื้ออำนวย

in-house (อิน' เฮาซฺ) *adj., adv.* ซึ่งเกิดขึ้นภายในหน่วยงาน

inhuman (อินฮิว' เมิน) *adj.* ไร้ความปรานี, ไม่ใช่ลักษณะของมนุษย์, ทารุณ, โหดร้าย **-inhumanness** *n.* **-inhumanly** *adv.* (-S. cruel, brutal, merciless -A. humane)

inhumane (อินฮิวเมน') *adj.* ขาดมนุษยธรรม, ขาดความกรุณาปรานี, ผิดมนุษย์, ทารุณ, โหดร้าย **-inhumanely** *adv.* (-S. inhuman, inconsiderate, merciless)

inhumanity (อินฮิวแมน' นะที) *n., pl.* **-ties** การขาดมนุษยธรรม, การขาดความกรุณาปรานี, การกระทำที่ผิดมนุษย์ (-S. cruelty, brutality, savagery, ferocity, ruthlessness)

inhume (อินฮิวมฺ') *vt.* **-humed, -huming** ฝัง, ฝังดิน **-inhumation** *n.* **-inhumer** *n.* (-S. bury, inter)

inimical (อินิม' มิเคิล) *adj.* ไม่เป็นมิตร, เป็นปฏิปักษ์, มีเจตนาร้าย, เป็นอันตราย **-inimically** *adv.* (-S. hostile, unfriendly, adverse -A. friendly, useful)

inimitable (อินิม' มิทะเบิล) *adj.* ซึ่งไม่สามารถจะเลียนแบบได้, เลิศล้ำ **-inimitability, inimitableness** *n.* **-inimitably** *adv.* (-S. peerless, incomparable, ideal)

iniquitous (อินิค' ควิเทิส) *adj.* ไม่ยุติธรรม, ไม่ซื่อตรง, ไร้ศีลธรรม, ชั่วช้า **-iniquitously** *adv.* **-iniquitousness** *n.* (-S. wicked, vile, outrageous)

iniquity (อินิค' ควิที) *n., pl.* **-ties** ความอยุติธรรม, การไร้ศีลธรรม, ความชั่วช้า (-S. wickedness, knavery, offence)

initial (อินิช' เชิล) *adj.* แรกเริ่ม, ตอนแรก, ดั้งเดิม, เบื้องแรก *-n.* อักษรตัวแรก, ชื่อแรก, คำย่อ, ชื่อย่อ *-vt.* **-tialed, -tialing/-tialled, -tialling** เขียนอักษรย่อ, เขียนชื่อย่อ, ลงนามขั้นแรก (-S. primary, first) *-Ex. iniutial prosperity, an initial word, initial a note*

initially (อินิช' เชิลลี) *adv.* ครั้งแรก

initiate (อินิช' ชีเอท) *vt.* **-ated, -ating** ริเริ่ม, เริ่มนำ, นำเข้า, นำไปให้รู้จัก *-adj.* เริ่มแรก, ซึ่งนำเข้าไปครั้งแรก *-n.* ผู้ถูกไปขึ้นครู, ผู้ถูกถ่ายทอดความรู้, ผู้ถูกพาไปให้รู้จัก **-initiator** *n.* (-S. start, begin, commence, institute) *-Ex. Somchai will initiate a drive to raise fund., initiate a new plan, Sombut was initiated into the study of English.*

initiation (อินิชชีเอ' ชัน) *n.* การนำเข้าครั้งแรก, การนำเข้าเป็นสมาชิก, พิธีนำเข้า, การริเริ่ม, การปฐมนิเทศ (-S. beginning, launch, enrolment) *-Ex. the initiation of a new rule*

initiative (อินิช' ชีอะทิฟว) *n.* การริเริ่ม, การนำเข้า, อำนาจในการตัดสินใจของตนเอง *-adj.* เป็นการริเริ่ม, เป็นการเริ่มต้น (-S. beginning, inventiveness, originality) *-Ex. have the initiative, take the initiative, Sombut has plenty of initiative for the job.*

initiatory (อินิช' ชีอะทอรี) *adj.* ริเริ่ม, เริ่มต้น, ขั้น

แรก, ก้าวแรก, เข้าเป็นสมาชิก (-S. introductory)

inject (อินเจคทฺ') *vt.* ฉีด, ฉีดยา, พ่น, เป่า, ล่วงล้ำ, พูดแทรก, เข้าวงโคจร **-injector** *n.* **-injectable** *adj.* (-S. instill, insert, inoculate) *-Ex. to inject glucose into the veins, The doctor injected medicine into Udom's sore ear., Yai tried to inject some common sense into the talk.*

injection (อินเจค' ชัน) *n.* การฉีด, สิ่งที่ฉีดเข้า, ของเหลวที่ฉีดเข้าร่างกาย, ยาฉีด, ยาพ่น (-S. vaccination, infusion, imbuing) *-Ex. a polio injection, fuel injection*

I

injudicious (อินจูดิช' เชิส) *adj.* ไม่ฉลาด, ไม่สุขุม **-injudiciously** *adv.* **-injudiciousness** *n.* (-S. imprudent, inadvisable, indiscreet)

injunction (อินจังคฺ' ชัน) *n.* คำสั่ง, คำสั่งศาล, คำตักเตือน **-injunctive** *adj.* (-S. command, order) *-Ex. Somsuk obeyed his father's injunction to study laws.*

injure (อิน' เจอะ) *vt.* **-jured, -juring** ทำอันตราย, ทำให้ได้รับบาดเจ็บ, ทำให้เสียหาย, ทำผิด, ทำร้ายจิตใจ, ประทุษร้าย, กระทบกระเทือน **-injurer** *n.* (-S. hurt, damage, impair) *-Ex. Frost will injure the fruit., Dang felt injured at being left behind.*

injurious (อินจัว' เรียส) *adj.* ที่ทำให้บาดเจ็บ, ที่เป็นอันตราย **-injuriously** *adv.* **-injuriousness** *n.* (-S. hurtful, pernicious) *-Ex. an injurious wound*

injury (อิน' จะรี) *n., pl.* **-ries** อันตราย, ภัย, ความเสียหาย, บาดแผล, คำสบประมาท, การล่วงละเมิด, การก้าวร้าว (-S. harm, hurt, detriment) *-Ex. Reading in a dim light may cause injury to the eyesights.*

injustice (อินจัส' ทิส) *n.* ความอยุติธรรม, ความไม่เป็นธรรม, การล่วงละเมิดสิทธิของผู้อื่น, การกระทำที่ไม่ยุติธรรม, ความผิด (-S. unfairness, inequity, bias)

ink (อิงคฺ) *n.* หมึก, หมึกเขียน *-vt.* ทาหรือเขียนด้วยหมึก **-inky** *adj. -Ex. ink-bottle, ink-spot, ink-stain*

inker (อิง' เคอะ) *n.* ลูกกลิ้งหมึกของแท่นพิมพ์, ที่พิมพ์หมึก, คนที่ใช้หมึกเขียน

inkhorn (อิงคฺ' ฮอร์น) *n.* ที่ใส่หมึก, ขวดหมึก

ink-jet (printer) (อิงคฺ' เจท') *n.* (เครื่องพิมพ์) ระบบการพิมพ์ใช้วิธีพ่นหยดหมึกขนาดเล็กซึ่งแห้งได้เร็วลงบนสิ่งที่ต้องการจะพิมพ์

inkling (อิงคฺ' ลิง) *n.* การรู้เพียงเล็กน้อย, ข้อสังเกตเล็กๆ น้อยๆ (-S. hint, suggestion, idea)

inkstand (อิงคฺ' สแทนดฺ) *n.* ที่วางขวดหมึกและปากกา, ที่เก็บหมึก

inkwell (อิงคฺ' เวล) *n.* ที่เก็บหมึก, ขวดหมึก

inky (อิง' คี) *adj.* **-ier, -iest** ดำสนิท, มืดมิด, คล้ายหมึก, เปื้อนหมึก, เกี่ยวกับหรือประกอบด้วยหมึก **-inkiness** *n.* (-S. black, ebony)

inlaid (อิน' เลด) *adj.* เลี่ยม, ฝัง, ฝังเลี่ยม *-Ex. an inlaid design of gold in a gold bracelet, an inlaid box*

inland (*adj.* อิน' เลินดฺ, *n., adv.* อิน' แลนดฺ, อิน' เลินดฺ) *adj.* ชั้นใน, ภายในประเทศ, ภายในดินแดน, ท้องถิ่น *-adv.* ภายในประเทศ, เข้าไปในประเทศ *-n.* บริเวณภายในประเทศ (-S. domestic, internal) *-Ex. inland river, inland trade, to travel inland*

inlander (อิน' เลินเดอะ) *n.* ผู้อยู่ภายในประเทศ

in-law (อิน' ลอ) *n., pl.* **in-laws** ญาติที่เกิดจากแต่งงาน

inlay (อิน' เล) *vt.* **-laid, -laying** เลี่ยม, ฝัง, ใส่ภาพถ่ายเข้าในอัลบั้ม *-n.,pl.* **-lays** สิ่งเลี่ยม, สิ่งฝังเลี่ยม, วัสดุที่ใช้ในการอุดฟัน **-inlayer** *n.*

inlet (อิน' เลท) *n.* เวิ้ง, ปากทาง, ทางเข้า, ทางแคบๆ ระหว่างเกาะ *-vt.* **-let, -letting** ใส่เข้าไป, สอด

inlier (อิน' ไลเออะ) *n.* พื้นที่หรือการเรียงชั้นของหินดั้งเดิมที่ถูกปกคลุมด้วยชั้นหินใหม่

in loc. cit. (ภาษาละติน) ในที่ๆ กล่าวถึง

in loco parentis (อินโล' โค พะเรน' ทิส) (ภาษาละติน) ในที่หรือในตำแหน่งในปัจจุบัน

inly (อิน' ลี) *adv.* ไปข้างใน, อย่างสนิทสนม, ที่เข้าใจอย่างลึกซึ้ง

inmate (อิน' เมท) *n.* ผู้ที่ถูกกักอยู่ในโรงพยาบาล คุกหรืออื่นๆ, ผู้ที่อยู่ด้วยกัน, ผู้ที่อยู่ที่เดียวกัน (-S. patient, prisoner)

in memoriam (อิน มะมอ' เรียม) (ภาษาละติน) เพื่อระลึกถึง

inmesh (อินเมิช') *vt.* ดู enmesh

inmost (อิน' โมสทฺ) *adj.* ซึ่งอยู่ลึกเข้าไปที่สุด, ในสุดลึกซึ้ง, ส่วนก้นบึ้ง (-S. intimate, central, private) *-Ex. the inmost part of the cave, a person's inmost thoughts*

inn (อิน) *n.* โรงแรมเล็กๆ, โรงแรม, ห้องพักนักเรียน (ในอังกฤษ), ร้านเหล้าเล็กๆ *-vi., vt.* พักที่โรงแรม (-S. hostel, hotel, guesthouse) *-Ex. Stagecoaches used to stop at inns along the way.*

innards (อิน' เนอร์ดซฺ) *n. pl.* (ภาษาพูด) อวัยวะภายในร่างกาย เครื่องยนต์

innate (อิน' เนท, อินเนท') *adj.* ซึ่งมีอยู่แต่กำเนิด, โดยกำเนิด, แต่ดั้งเดิม, ในตัว, โดยสันดาน **-innately** *adv.* **-innateness** *n.* (-S. inborn, inherent)

inner (อิน' เนอะ) *adj.* ภายใน, ข้างใน, ส่วนตัว, ลับเฉพาะ, ที่สำคัญ ที่คลุมเครือ, ที่ซ่อนเร้น **-innerly** *adv.* **-innerness** *n.* (-S. internal, interior, secret, obscure) *-Ex. Father always carries his wallet in an inner pocket.*

inner city บริเวณที่เก่าแก่และมีคนหนาแน่นของตัวเมือง เป็นบริเวณที่เสื่อมโทรมและมีคนจนอยู่มาก

inner man จิตใจ, วิญญาณ, กระเพาะ

innermost (อิน' เนอะโมสทฺ) *adj.* ในสุด, เข้าไปในสุด, ที่เป็นความลับ *-n.* ส่วนในสุด, ส่วนที่อยู่ลึกที่สุด *-Ex. the innermost room of a castle*

inner tube ยางในรถยนต์

innervate (อินเนอร์' เวทฺ) *vt.* **-vated, -vating** มีเส้นประสาทไปถึง, ครอบคลุมด้วยเส้นประสาท, กระตุ้น (เส้นประสาท, กล้ามเนื้อ, ร่างกายให้ทำงาน)

innervation (อินเนอร์เว' ชัน) *n.* การมีเส้นประสาทไปถึง, การครอบคลุมด้วยเส้นประสาท, การกระตุ้น (เส้นประสาท, กล้ามเนื้อ, ร่างกาย) ให้ทำงาน **-innervational** *adj.*

innerve (อินเนิร์ฟวฺ') *vt.* **-nerved, -nerving** หล่อเลี้ยงด้วยพลังงานประสาท, ทำให้มีชีวิตชีวา, ทำให้แข็งแรง,

กระตุ้น

inning (อิน' นิง) *n.* สมัยมีอำนาจ, ตาทำแต้มในการแข่งขัน, โอกาสการเรียกคืนที่ดินที่เป็นหนองหรือน้ำท่วม **-innings** เป็นฝ่ายได้ตีลูกคริกเกต

innkeeper (อิน' คี' เพอะ) *n.* ผู้ดูแลโรงแรม, เจ้าของโรงแรม, ผู้จัดการโรงแรม (-S. hotelier, publican)

innocence (อิน' นะเซินซฺ) *n.* ความไร้เดียงสา, ความบริสุทธิ์, ความไร้มลทิน, ความซื่อ, ความไม่รู้ตัว, ความไม่เป็นภัย, บุคคลที่ไร้เดียงสา, สิ่งที่ไร้เดียงสา, พืชไม้ดอกสีน้ำเงินและขาวจำพวก *Collinsia verna* (-S. innocuousness, blamelessness -A. guilt) *-Ex. We accept a person's innocence until he is proved guilty., the innocence of a child*

innocent (อิน' นะเซินทฺ) *adj.* ไร้เดียงสา, บริสุทธิ์, ไร้มลทิน, ซื่อ, ไม่รู้ตัว, ไม่เป็นภัย, ไม่รุนแรง, ไร้มารยา *-n.* บุคคลที่ไร้เดียงสา, เด็กเล็กๆ ผู้ไม่มีมารยา **-innocently** *adv.* (-S. artless, blameless, unmalicious, stainless) *-Ex. The man was innocent of the crime., Little babies are innocent.*

innocuous (อินนอค' คิวเอิส) *adj.* ไม่มีอันตราย, ไม่เป็นภัย, ไม่เป็นพิษ, ไม่รุกราน, ไม่น่ากลัว **-innocuously** *adv.* **-innocuousness** *n.* (-S. harmless, safe -A. noxious)

innovate (อิน' นะเวท) *v.* **-vated, -vating** *-vt.* ทำให้เกิดการเปลี่ยนแปลง, เปลี่ยนแปลงใหม่, ปรับปรุง *-vi.* นำสิ่งใหม่เข้ามา **-innovator** *n.* **-innovative** *adj.* **-innovatory** *adj.*

innovation (อินนะเว' ชัน) *n.* สิ่งใหม่, วิธีการใหม่, นวัตกรรม, การนำสิ่งใหม่หรือวิธีการใหม่เข้ามา **-innovational** *adj.* (-S. change, alteration, transformation) *-Ex. The train was a great innovation in transportation.*

innoxious (อินนอค' เชิส) *adj.* ไม่มีอันตาย, ไม่มีพิษมีภัย (-S. harmless, innocuous)

innuendo (อินนิวเอน' โด) *n., pl.* **-does/-dos** การเหน็บแนม, การพูดเสียดสี

innumerable (อินิว' เมอระเบิล) *adj.* มากมาย, เหลือคณานับ **-innumerableness, innumerability** *n.* **-innumerably** *adv.* (-S. numerous, numberless, incalculable) *-Ex. the innumerable stars*

inoculate (อินอค' คิวเลท) *vt.* **-lated, -lating** ปลูกฝี, ฉีดวัคซีน, นำใส่หรือฉีดเชื้อเข้าไปในร่างกายเพื่อสร้างภูมิคุ้มกัน, เพาะความคิด, ใช้ความคิด **-inoculable** *adj.* **-inoculative** *adj.* **-inoculator** *n.* (-S. inject, immunize) *-Ex. to inoculate a nutrient with germs to study their growth*

inoculation (อินอคคิวเล' ชัน) *n.* การปลูกฝี, การฉีดวัคซีน, การใส่หรือฉีดเชื้อเข้าในร่างกายเพื่อสร้างภูมิคุ้มกัน, การเพาะหรือใส่ความคิดให้ (-S. injection, immunization)

inoffensive (อินอะเฟน' ซิฟวฺ) *adj.* ไม่เป็นภัย, ไม่ทำอันตราย, ไม่รุกราน, ไม่ทำร้ายคนอื่น, ไม่น่ารังเกียจ **-inoffensively** *adv.* **-inoffensiveness** *n.* (-S. innocuous, harmless, safe -A. offensive) *-Ex. an inoffensive speech*

inoperable (อินออพ' เพอระเบิล) *adj.* ซึ่งปฏิบัติไม่ได้, ซึ่งกระทำการผ่าตัดไม่ได้ **-inoperably** *adv.*

inoperative (อินออพ' พะเรทิฟวฺ) *adj.* ไม่ได้ผล, ไม่มีการกระทำ, ไม่ได้กระทำ **-inoperativeness** *n.* (-S. inefficient, useless, futile)

inopportune (อินออพเพอะทูน') *adj.* ไม่เหมาะสม, ไม่ถูกกาละ, ไม่ได้จังหวะ **-inopportunely** *adv.* **-inopportuneness** *n.* (-S. untimely, unfavourable)

inordinate (อินออร์' ดิเนท) *adj.* มากเกินไป, เกินควร, เลยเถิด, ไม่มีการบังคับตัวเอง, ไม่เป็นระเบียบ **-inordinateness** *n.* **-inordinately** *adv.* (-S. immoderate, extreme)

inorganic (อินออร์แกน' นิค) *adj.* เกี่ยวกับอนินทรียสาร, ไม่มีองค์ประกอบของสิ่งมีชีวิต, ไม่มีลักษณะของสิ่งมีชีวิต (เคมี) ที่ไม่มีองค์ประกอบของกลุ่มไฮโดรคาร์บอน, ไม่ใช่เกิดขึ้นโดยธรรมชาติ, มาจากภายนอก **-inorganically** *adv.*

inorganic chemistry วิชาเคมีที่เกี่ยวกับอนินทรียสาร, อนินทรีย์เคมี

inosculate (อินออส' คิวเลท) *vt., vi.* **-lated, -lating** เชื่อมต่อโดยรูปเปิด, เชื่อม **-inosculation** *n.*

inpatient (อิน' เพ' เชินทฺ) *n.* คนป่วยใน, คนไข้ที่อยู่และรับการรักษาในโรงพยาบาล

in perpetuum (อิน เพอเพท' ทูอุม) (ภาษาละติน) ตลอดไป

input (อิน' พุท) *n.* สิ่งที่ใส่เข้า, สิ่งที่ป้อนเข้า, การป้อนเข้า, การนำเข้า, ทางเข้า, กำลังกระแสไฟฟ้า, ข้อมูลสำหรับแก้ปัญหา, ข้อมูลที่ป้อนเข้าเครื่องคอมพิวเตอร์, วัตถุดิบ อุปกรณ์และเงินทุนในการผลิต *-vt.* **putted/put, putting** ใส่ข้อมูลหรือโปรแกรมลงในคอมพิวเตอร์ *-adj.* เกี่ยวกับข้อมูลที่ป้อนเข้า

inquest (อิน' เควสทฺ) *n.* การสอบสวนคดี, การพิจารณาคดี (โดยเฉพาะที่เกี่ยวกับการชันสูตรศพ), ผู้พิจารณาคดี (-S. inquiry, investigation)

inquietude (อินไคว' อะทูด) *n.* ความกระสับกระส่าย, ภาวะที่ถูกรบกวน

inquire (อินไคว' เออะ) *v.* **-quired, -quiring** *-vt.* ถามหา, ไต่ถาม, สอบถาม *-vi.* ถาม, สอบถาม, สืบสวน, สอบสวน **-inquire after** ถามทุกข์สุข **-inquirer** *n.* (-S. enquire, query, search) *-Ex. What Udom inquired, is his name?, inquire into the cause of the accident, inquire about/after his health*

inquiring (อินไคว' เออริง) *adj.* ที่ชอบสอบถาม, ที่ที่ชอบค้นหา, ซึ่งอยากรู้อยากเห็น **-inquiringly** *adv.* (-S. investigative, curious, exploring)

inquiry (อินไคว' รี) *n., pl.* **-ies** การสอบสวน, การตรวจสอบ (-S. enquiry, examination, scrutiny)

inquisition (อินควิซิช' ชัน) *n.* การสอบสวนอย่างเป็นทางการ, การสอบสวนอย่างขู่เข็ญ, การสืบสวน, การวินิฉัย, ศาลพระสเปนสมัยก่อนที่มีชื่อเกี่ยวกับการทารุณ (โดยเฉพาะที่มีการขู่เข็ญหรือทารุณเพื่อหาความผิด) **-inquisitional** *adj.* (-S. investigation, interrogation, inquest)

inquisitive (อินควิซ' ซิทิฟวฺ) *adj.* ที่ชอบสอบสวน, ที่ชอบสอบถาม, ที่อยากรู้อยากเห็น **-inquisitively** *adv.*

I

-**inquisitiveness** *n.* (-S. prying, snooping, intrusive) -*Ex. an inquisitive mind, an inquisitive gossip*

inquisitor (อินควิซ' ซิเทอะ) *n.* ผู้ทำการสอบสวน, เจ้าหน้าที่ผู้ทำการสอบสวน, ผู้ซอบถาม, สมาชิกของศาลพระสเปนสมัยก่อนที่มีชื่อเกี่ยวกับการทารุณ **-inquisitorial** *adj.* **-inquisitorially** *adv.*

in re (อินรี') *prep.* (ภาษาละติน) ในเรื่องของ

I.N.R.I. ย่อจาก Iesus Nazarenus Rex Iudaeorum หมายถึง Jesus of Nazareth, King of the Jews กษัตริย์ของชาวยิว

inroad (อิน' โรด) *n.* การรุกล้ำ, การบุกรุก, การจู่โจม (-S. incursion, intrusion, assault)

inrush (อิน' รัช) *n.* การไหลเข้า, การไหลบ่า, การไหลพุ่งเข้าไป

insane (อินเซน') *adj.* สติไม่ปกติ, สติวิปลาส, เป็นโรคจิต, บ้า, วิกลจริต, ไร้เหตุผล, โง่มาก **-insanely** *adv.* **-insaneness** *n.* (-S. demented, deranged, foolish -A. sensible) -*Ex. an insane ward in a hospital, an insane idea*

insanitary (อินแซน' นะแทรี) *adj.* ไม่ถูกอนามัย, ไม่สะอาด, ไม่ถูกสุขลักษณะ, ที่ทำให้เกิดโรคได้ (-S. impure, contaminated, septic)

insanity (อินแซน' นะที) *n., pl.* **-ties** ความมีสติที่ไม่ปกติ, ภาวะสติวิปลาส, ความวิกลจริต, ความโง่มาก (-S. derangement, dementia) -*Ex. Climbing on the icy cliff is sheer insanity.*

insatiable (อินเซ' เชอะเบิล) *adj.* ไม่สามารถพอใจได้, ไม่สามารถสนองความพอใจได้, ไม่รู้จักพอ **-insatiability, insatiableness** *n.* **-insatiably** *adv.* (-S. insatiate, greedy, voracious)

insatiate (อินเซ' ชีเอท) *adj.* ไม่อิ่ม, ที่ไม่รู้จักพอ **-insatiately** *adv.* **-insatiateness** *n.*

inscribe (อินสไครบฺ') *vt.* **-scribed, -scribing** จารึก, เขียนใส่, สลัก, แกะสลัก, ลงทะเบียน, ลงชื่อ, เขียนมอบ, เขียนคำอุทิศ, ลงรายการจารึกในความทรงจำ **-inscriber** *n.* (-S. write, engrave) -*Ex. We inscribed his name on the rock., The ring was inscribed with his initials.*

inscription (อินสคริพ' ชัน) *n.* ข้อความที่จารึก, สิ่งที่จารึกไว้, คำอุทิศ, การลงทะเบียน **-inscriptional, inscriptive** *adj.* (-S. engraving, lettering, legend)

inscrutable (อินสครู' ทะเบิล) *adj.* ไม่สามารถจะวินิจฉัยได้, ไม่สามารถหยั่งรู้ได้, ยากที่จะเข้าใจได้, ลึกลับ, ลับลมคมใน **-inscrutability, inscrutableness** *n.* **-inscrutably** *adv.* (-S. mysterious, cryptic, unfathomable) -*Ex. His inscrutable expression kept us wondering.*

insect (อิน' เซคทฺ) *n.* แมลงมีขา 3 คู่ ลำตัวแบ่งเป็น 3 ส่วนคือ หัว อก และท้อง และมักมีปีก 1 คู่, บุคคลที่โดนดูถูก, คนที่ไม่สำคัญ -*adj.* เกี่ยวกับแมลง **-insectivial** *adj.*

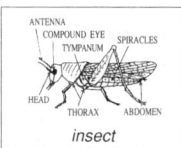

insect

insecticide (อินเซค' ทะไซดฺ) *n.* ยาฆ่าแมลง **-insecticidal** *adj.* **-insecticidally** *adv.* (-S. pesticide)

insectivore (อินเซค' ทะวอร์) *n.* สัตว์หรือพืชที่กินแมลงเป็นอาหาร

insectivorous (อินเซคทิฟ' วะเริส) *adj.* ซึ่งกินแมลงเป็นอาหาร

insecure (อินซิเคียว' เออะ) *adj.* ไม่ปลอดภัย, ไม่มั่นคง, ไม่มั่นใจ, เชื่อถือไม่ได้, น่าสงสัย **-insecurely** *adv.* **-insecureness** *n.* (-S. unstable, shaky, vulnerable)

insecurity (อินซิเคียว' ริที) *n., pl.* **-ties** ความไม่ปลอดภัย, ความไม่มั่นคง, ความไม่มั่นใจ, สิ่งที่ไม่แน่นอน (-S. diffidence, timidity, peril, fragility)

inseminate (อินเซม' มะเนท) *vt.* **-nated, -nating** หว่านเมล็ด, เพาะเชื้อ, ฉีดน้ำกามเข้าในช่องคลอด, ทำให้ตั้งครรภ์ **-insemination** *n.*

insensate (อินเซน' เซท) *adj.* ไร้ความรู้สึก, ไม่มีความเข้าใจ, ขาดสติ, ไม่มีเหตุผล, โง่, ไม่ปรานี **-insensately** *adv.* **-insensateness** *n.*

insensible (อินเซน' ซะเบิล) *adj.* ไม่มีความรู้สึก, ไม่รู้สึกตัว, สลบ, ตายด้าน, ที่เล็กจนสัมผัสไม่ได้, ที่ไม่มีความหมาย **-insensibleness, insensibility** *n.* **-insensibly** *adv.* (-S. unconscious, indifferent) -*Ex. be insensible to pain, Somchai was knocked insensible by a fist.*

insensitive (อินเซน' ซะทิฟว) *adj.* ไม่รู้สึก, ตายด้าน, ไม่รู้สึกไวต่อ, ที่ไม่ตอบสนองต่อ **-insensitively** *adv.* **-insensitiveness, insensitivity** *n.* (-S. unfeeling, dull, unaffected) -*Ex. The dentist made Noi's tooth insensitive before she filled it.*

insentient (อินเซน' เชินทฺ) *adj.* ไม่มีความรู้สึก, ไม่มีชีวิตชีวา **-insentience** *n.*

inseparable (อินเซพ' เพอะระเบิล) *adj.* ที่แยกไม่ได้, ที่แบ่งแยกกันไม่ได้, ที่ใกล้ชิดกันมาก -*n.* สิ่งที่ไม่สามารถจะแบ่งแยกออกจากกัน, เพื่อนสนิท, ความคิดที่แยกออกจากกันไม่ได้ **-inseparableness, inseparability** *n.* **-inseparably** *adv.* (-S. indivisible, constant, intimate -A. separable) -*Ex. two inseparable friends*

insert (*v.* อินเซิร์ท', *n.* อิน' เซิร์ท) *vt.* ใส่เข้า, สอด, แทรก, บรรจุ, ปลูก -*n.* สิ่งแทรก, ใบแทรก **-inserter** *n.* (-S. introduce, interject) -*Ex. The book's illustrations are four-colour inserts.*

inserted (อินเซอร์' ทิด) *adj.* ซึ่งใส่ไว้, ซึ่งสอดแทรกไว้, ที่เชื่อมต่อโดยการเติบโตตามธรรมชาติ

insertion (อินเซอร์' ชัน) *n.* การใส่ไว้, การสอดแทรกไว้, สิ่งที่ใส่ไว้, สิ่งที่สอดแทรกไว้, การปลูก (-S. inset, addition, supplement) -*Ex. the insertion of advertisements in a newspaper*

inset (อิน' เซท) *vt.* **-set, -setting** สอด, แทรก, ใส่ -*n.* สิ่งที่สอดแทรกเข้าไป, ใบแทรก, ภาพแทรก, แผ่นภาพ หรือแผนที่ในกรอบ, การไหลเข้า, ช่องทาง (-S. insert, infix)

inshore (อินชอร์') *adj.* เลียบฝั่ง, ชิดฝั่ง -*adv.* เข้าหาฝั่ง

inside (อินไซดฺ') *n.* ส่วนใน, เครื่องใน, ลักษณะภายใน -*prep.* ข้างใน, ภายใน, ด้านใน -*adj.* ข้างใน, ภายใน, อยู่ภายใน, เป็นความลับ -*adv.* ข้างใน, ด้านใน, ในร่ม,

(คำสแลง) ในคุก **-inside out** กลับด้านในออก, (ภาษาพูด) โดยสมบูรณ์ (-S. interior, internal) *-Ex. the inside of the house, inside work, Leave it inside.*

inside job (ภาษาพูด) อาชญากรรมที่กระทำโดยคนภายในที่คุ้นเคยกัน

insider (อินไซ' เดอะ) *n.* คนวงใน, ผู้รู้เรื่องภายใน, ผู้รู้เรื่องราวเบื้องหลัง

insidious (อินซิด' เดียส) *adj.* มีเล่ห์กระเท่ห์, ร้ายกาจ, ที่ทำอย่างลับๆ, ที่หลอกลวง **-insidiously** *adv.* **-insidiousness** *n.* (-S. cunning, crafty, artful) *-Ex. insidious gossip*

insight (อิน' ไซทฺ) *n.* การเข้าใจอย่างถ่องแท้, การเข้าใจอย่างลึกซึ้ง, การมองทะลุ **-insightful** *adj.* **-insightfully** *adv.* (-S. judgement, perception, awareness) *-Ex. to gain an insight into her mind*

insignia, insigne (อินซิก' เนีย, -นีอะ) *n., pl.* **-nia/-nias** ตราประจำตำแหน่ง, ตราเกียรติยศ, เครื่องหมายเกียรติยศ, แถบเกียรติยศ, เครื่องราชอิสริยาภรณ์ (-S. badge, mark, medallion)

insignificance, insignificancy (อินซิกนิฟ' ฟิเคินซฺ, -ซี) *n.* ความไม่สำคัญ, การไร้ความหมาย (-S. triviality)

insignificant (อินซิกนิฟ' ฟิเคินทฺ) *adj.* ไม่สำคัญ, เป็นเรื่องเล็กน้อยเกินไป, ไม่มีความหมาย **-insignificantly** *adv.* (-S. unimportant, scanty, trival) *-Ex. an insignificant amount, an insignificant person*

insincere (อินซินเซียร์') *adj.* ไม่ซื่อสัตย์, ไม่จริงใจ **-insincerely** *adv.* (-S. false, faithless, treacherous)

insincerity (อินซินเซีย' ริที) *n., pl.* **-ties** ความไม่ซื่อสัตย์, ความไม่จริงใจ, การหลอกลวง (-S. hypocrisy)

insinuate (อินซิน' นิวเอท) *vt., vi.* **-ated, -ating** บอกเป็นนัย, พูดเป็นเชิง, แย้ม, สอดแทรก **-insinuatory** *adj.* **-insinuative** *adj.* **-insinuator** *n.* (-S. intimate, suggest, infiltrate, implant) *-Ex. The lawyer insinuated that the witness was lying.*

insinuating (อินซิน' นิวเอททิง) *adj.* เป็นนัย, ที่ประจบประแจง, น่าสงสัย **-insinuatingly** *adv.* (-S. doubtful, suggestive)

insinuation (อินซินนิวเอ' ชั่น) *n.* การพูดเป็นนัย, การพูดเป็นเชิง, การประจบประแจง (-S. implication, allusion, infiltration, implanting)

insipid (อินซิพ' พิด) *adj.* ไม่มีรสชาติ, ไม่น่าสนใจ, จืดชืด, ไม่มีชีวิตชีวา **-insipidity, insipidness** *n.* **-insipidly** *adv.* (-S. dull, inanimate, monotonous)

insipience (อินซิพ' เพียนซฺ) *n.* ความโง่ **-insipient** *adj.*

insist (อินซิสทฺ') *vi., vt.* ยืนยัน, ยืนกราน, ยืนหยัด, เรียกร้อง **-insister** *n.* **-insistingly** *adv.* (-S. urge, maintain, assert) *-Ex. Mother insists that we wear our overshoes when it rains.,*

insistence, insistency (อินซิส' เทินซฺ, -ซี) *n.* การยืนยัน, การยืนหยัด, การยืนกราน, ความหัวรั้น, การเรียกร้อง (-S. assertion, declaration, persistence, repetition)

insistent (อินซิส' เทินทฺ) *adj.* ยืนยัน, ยืนหยัด, ยืนกราน, หัวรั้น **-insistently** *adv.* (-S. emphatic, determined, incessant) *-Ex. When father was ill, the doctor was insistent that he should stay in bed at least 4 days.*

in situ (อิน ไซ' ทู) (ภาษาละติน) ในตำแหน่งแรกเริ่ม, ในจุดแรกเริ่ม

insobriety (อินซะไบร' อะที) *n.* ความไม่สุขุม, ความไม่ยั้งคิด, ความเมา

insofar (อินโซฟาร์') *adv.* ตราบเท่าที่, เท่าที่

insole (อิน' โซล) *n.* พื้นในของรองเท้า

insolence (อิน' ซะเลินซฺ) *n.* ความอวดดี, ความทะลึ่ง, ความไร้มารยาท (-S. disrespect, incivility, audacity) *-Ex. The teacher told Dang that she would not put up with his insolence.*

insolent (อิน' ซะเลินทฺ) *adj.* ทะลึ่ง, อวดดี, ไร้มารยาท *-n.* คนที่อวดดี, คนที่ไร้มารยาท **-insolently** *adv.* (-S. impertinent, impudent, cheeky)

insoluble (อินซอล' ลูเบิล) *adj.* ไม่ละลาย, ไม่สามารถทำให้ละลายได้, ที่แก้ไขไม่ได้, ที่แก้ไม่ตก **-insolubility, insolubleness** *n.* **-insolubly** *adv.* (-S. unsolvable, indissolvable, complicated, intricate) *-Ex. Grease is insoluble in cold water., an insoluble problem*

insolvable (อินซอล' วะเบิล) *adj.* ที่อธิบายไม่ได้, ที่แก้ไขไม่ได้, ที่แก้ไม่ตก **-insolvability** *n.* **-insolvably** *adv.* (-S. insoluble)

insolvency (อินซอล' เวินซี) *n., pl.* **-cies** สภาพล้มละลาย, ความไม่สามารถที่จะใช้หนี้สินได้เพียงพอ (-S. bankruptcy, indebtedness, penury)

insolvent (อินซอล' เวินทฺ) *adj.* ล้มละลาย, ไม่สามารถใช้หนี้สินได้เพียงพอ, เกี่ยวกับบุคคลที่ล้มละลาย *-n.* บุคคลที่ล้มละลาย (-S. ruined, penniless)

insomnia (อินซอม' เนีย) *n.* การนอนไม่หลับ, โรคนอนไม่หลับ (-S. sleeplessness, wakefulness, restlessness)

insomniac (อินซอม' นิแอค) *n.* ผู้นอนไม่หลับ, ผู้เป็นโรคนอนไม่หลับ *-adj.* ที่นอนไม่หลับ, ซึ่งทำให้นอนไม่หลับ

insomuch (อินโซมัช') *adv.* ดังนั้น, ตราบเท่าที่, ถึงขั้นที่ (-S. inasmuch)

insouciance (อินซู' ซีเอินซฺ) *n.* ความไม่สนใจ, ความเมินเฉย, ความไม่แยแส, ความไร้กังวล

insouciant (อินซู' ซีเอินทฺ) *adj.* ไร้ความกังวล, ไม่สนใจ **-insouciantly** *adv.* (-S. carefree, nonchalant, casual)

inspect (อินสเพคทฺ') *vt.* ตรวจตราอย่างละเอียด, ตรวจสอบอย่างละเอียด **-inspective** *adj.* (-S. examine, scrutinize, investigate) *-Ex. Father inspects tools at the factory., The general inspected the troops.*

inspection (อินสเพค' ชั่น) *n.* การตรวจตราอย่างละเอียด, การตรวจสอบอย่างละเอียด, การตรวจการณ์ (-S. scan, scrutiny, check) *-Ex. The inspection of aircraft before they fly is very important.*

inspector (อินสเพค' เทอะ) *n.* นายตรวจ, จเร, ผู้ตรวจสอบ, ผู้สังเกตการณ์ **-inspectorship** *n.* **-inspectoral, inspectorial** *adj.* (-S. examiner, auditor)

inspiration (อินสพะเร' ชั่น) *n.* การดลใจ, การเร้าใจ, การกระตุ้น, การดลบันดาล, การก่อให้เกิด, สิ่งดลใจ, ผู้

ดลใจ, แรงดลใจ, แรงดลใจจากสิ่งศักดิ์สิทธิ์, ผลของการที่ถูกดลใจ, ภาวะที่ถูกดลใจ, การหายใจเข้า (-S. stimulus, motivation, creativity)

inspirational (อินสพะเร' ชันเนิล) *adj.* เป็นการดลใจ, เกี่ยวกับการดลใจ **-inspirationally** *adv.*

inspiratory (อินสไพ' ระทอรี) *adj.* เกี่ยวกับการหายใจเข้า

inspire (อินสไพ' เออะ) *v.* **-spired, -spiring** *-vt.* ดลใจ, กระตุ้น, เร้าใจ, ปลุกปั่น, ผลักดัน, ดลบันดาล, ทำให้เกิด, หายใจเข้า *-vi.* ดลใจ, หายใจเข้า **-inspirable** *adj.* **-inspirer** *n.* (-S. motivate, stimulate, animate, ignite)

I

inspired (อินสไพ' เออร์ดฺ) *adj.* ที่เร้าใจ, ซึ่งเกิดจากการดลใจ **-inspiredly** *adv.* (-S. dazzling, thrilling, intuitive)

inspirit (อินสพิ' ริท) *vt.* ก่อให้จิตวิญญาณหรือชีวิตเข้าไปใน, ทำให้มีชีวิต **-inspiritingly** *adv.* (-S. enliven, animate)

instability (อินสทะบิล' ละที) *n., pl.* **-ties** ความไม่มั่นคง, ความไม่แน่นอน, การไม่มีเสถียรภาพ, ความลังเลใจ (-S. impermanence, temporariness)

instable (อินสเท' เบิล) *adj.* ไม่มั่นคง, ไม่คงที่, ไม่แน่นอน (-S. unstable)

install, instal (อินสทอล') *vt.* **-stalled, -stalling** ติดตั้ง, สถาปนา, ประกอบ, แต่งตั้ง, ทำให้เข้ารับตำแหน่งเป็นทางการ **-installer** *n.* (-S. place, establish, locate) *-Ex. We had a new oil burner installed in our home., The officers in our club will be installed tonight.*

installation (อินสเทอะเล' ชัน) *n.* การติดตั้ง, การสถาปนา, การแต่งตั้ง, เครื่องมือที่ติดตั้ง, ที่ทำการ, กองบัญชาการ, ค่าย (-S. establishment, positioning, plant)

installment, instalment[1] (อินสทอล' เมินทฺ) *n.* เงินใช้หนี้ที่จ่าย เป็นงวดๆ, งวด, ส่วน, ตอน

installment, instalment[2] (อินสทอล' เมินทฺ) *n.* การติดตั้ง, การสถาปนา

instance (อิน' สเทินซฺ) *n.* กรณี, ตัวอย่าง, ข้อแนะนำ, การฟ้องร้องคดี, ความรีบด่วน *-vt.* **-stanced, -stancing** ยกตัวอย่าง, ยกอุทาหรณ์ **-at the instance of** โดยการดลใจหรือการแนะนำของ **-for instance** ตัวอย่างเช่น **-for the first instance** ก่อนอื่น (-S. case, example, instigation) *-Ex. Helping the old man across the road was an instance of Dang's generous nature.*

instancy (อิน' สเทินซี) *n., pl.* **-cies** ความรีบด่วน, ความเร่งด่วน, สภาวะที่เร่งด่วน

instant (อิน' สเทินทฺ) *adj.* รีบด่วน, เร่งด่วน, ชั่วประเดี๋ยว, ทันทีทันใด, ของเดือนนี้, ที่เตรียมได้ง่าย, ที่ละลายน้ำได้ง่าย *-adv.* ทันทีทันใด, ฉับพลัน *-n.* ช่วงเวลาประเดี๋ยวเดียว, เดือนนี้, เวลาที่เฉพาะเจาะจง, อาหารหรือเครื่องดื่มที่ใช้เวลาเตรียมเพียงเล็กน้อย (-S. immediate, pressing) *-Ex. Come this instant., Don't wait an instant.*

instantaneous (อินสเทินเท' เนียส) *adj.* ทันทีทันใด, ฉับพลัน **-instantaneously** *adv.* **-instantaneousness** *n.* **-instantaneity** *n.* (-S. immediate, abrupt, sudden) *-Ex. an instantaneous explosion, an instantaneous reply*

instantiate (อินสแทน' ชีเอท) *vt.* **-ated, -ating** ยกตัวอย่างประกอบ

instantly (อิน' สเทินทฺลี) *adv.* ทันทีทันควัน, ฉับพลัน, รีบด่วน *-conj.* ทันที, เร็วที่สุดเท่าที่จะเร็วได้, โดยตรง (-S. immediately, suddenly) *-Ex. to obey one's master's order instantly*

instant replay การถ่ายทอด (โทรทัศน์) ซ้ำทันทีหลังจากมีการบันทึกเทปไว้

instar (อิน' สทาร์) *n.* แมลงหลังระยะตัวอ่อนระหว่างการลอกคราบ

instate (อินสเทท') *vt.* **-stated, -stating** มอบตำแหน่งให้, แต่งตั้ง (-S. install, induct, invest)

in statu quo (อินสเท' ทู โคว') (ภาษาละติน) ในสภาวะซึ่ง

instead (อินสเทด') *adv.* แทนที่, แทน **-instead of** แทนที่ (-S. in place of, in preference to)

instep (อิน' สเทพ) *n.* หลังเท้า, ส่วนเท้าของถุงเท้าหรือรองเท้า

instigate (อิน' สทะเกท) *vt.* **-gated, -gating** กระตุ้น, ยุยง, ส่งเสริม, ปลุกปั่น **-instigative** *adj.* **-instigator** *n.* (-S. urge, initiate, incite, inspire)

instigation (อินสทะเก' ชัน) *n.* การกระตุ้น, การยุยง, การส่งเสริม, สิ่งดลใจ (-S. initation, incitement)

instill, instil (อินสทิล') *vt.* **-stilled, -stilling** ค่อยๆ ใส่เข้าไป, ค่อยๆ สอนให้ซึมซาบ, ใส่เข้าไปทีละหยด **-instillation** *n.* **-instiller** *n.* **-instillment, instilment** *n.* (-S. inject, infuse, indoctrinate, implant) *-Ex. to instill respect for the rights of others*

instinct[1] (อิน' สทิงคฺทฺ) *n.* สัญชาตญาณ, ความรู้สึกหรือแรงผลักดันโดยกำเนิด, ความรู้สึกโดยตรงโดยไม่ตั้งใจ **-instinctual** *adj.* (-S. tendency, intuition, talent) *-Ex. Mother's instinct is to love and protect her children., Dang has an instinct for music.*

instinct[2] (อินสทิงคฺทฺ') *adj.* มีชีวิตชีวา, เต็มไปด้วยความมั่นใจ, โดยสัญชาตญาณ

instinctive (อินสทิงคฺ' ทิฟวฺ) *adj.* เกี่ยวกับสัญชาตญาณ, เกี่ยวกับนิสัยดั้งเดิม, ที่เกิดขึ้นทันทีทันใดโดยไม่ได้ผ่านกระบวนการคิด **-instinctively** *adv.* (-S. inborn, innate, inherent) *-Ex. Babies have an instinctive fear of loud noises.*

institute (อิน' สทะทิวทฺ, -ทูท) *n.* สถาบัน, สมาคม, องค์การ, วิทยาลัย, สถาบันหนึ่งของมหาวิทยาลัย *-vt.* **-tuted, -tuting** จัดตั้ง, จัดให้มี, ริเริ่ม, สร้าง, ก่อตั้ง **-institutor, instituter** *n.* (-S. establish, organization, association, school, league)

institution (อินสทะทิว' ชัน, -ทู-) *n.* สถาบัน, หน่วยงาน, สถานที่ตั้งของสถาบัน, ประเพณี, สถานที่สำหรับคนพิการหรือคนมีปัญหาทางจิต

institutional (อินสทะทิว' ชันเนิล, -ทู-) *adj.* เกี่ยวกับสถาบัน, เกี่ยวกับหลักการของสถาบัน, เกี่ยวกับระบบ, เกี่ยวกับประเพณีนิยม, เป็นลักษณะของกิจการสังคม **-institutionally** *adv.* (-S. organized, established, conventional)

instruct (อินสทรัคทฺ') *vt.* สั่งสอน, แนะนำ, ชี้แนะ,

instruction 467 **insurgent**

ออกคำสั่ง *-vi.* เป็นผู้สั่งสอน (-S. inform, command, require, educate, tutor) *-Ex. Our teacher instructs us in reading., Father instructed the men to dig the ditch.*

instruction (อินสทรัค' ชัน) *n.* การสั่งสอน, การแนะนำ, การชี้แนะ, การศึกษา, คำสั่ง, คำสอน **-instructional** *adj.* (-S. education, information, discipline) *-Ex. The teacher gives free instruction in knitting., Mother read the instructions for making the sweater.*

instructive (อินสทรัค' ทิฟว) *adj.* เป็นการสั่งสอน, เป็นการแจ้งข่าว **-instructively** *adv.* **-instructiveness** *n.* (-S. informative, educational, educative)

instructor (อินสทรัค' เทอะ) *n.* ผู้สอน, ครู, อาจารย์, อาจารย์ในมหาวิทยาลัยที่มีตำแหน่งต่ำกว่าผู้ช่วยศาสตราจารย์ **-instructorship** *n.* (-S. educator, lecturer, demonstrator)

instructress (อินสทรัค' ทริส) *n.* ผู้สอน ครูหรืออาจารย์ที่เป็นผู้หญิง

instrument (อิน' สทระเมินทฺ) *n.* เครื่องมือ, อุปกรณ์, วิธีการ, เอกสารสิทธิ, บุคคลที่ถูกผู้อื่นใช้เป็นเครื่องมือ, เครื่องกล, เครื่องอิเล็กทรอนิกส์, เครื่องดนตรี *-vi.* ติดตั้งเครื่อง, เสนอเอกสารสิทธิให้แก่ (-S. tool, implement, device, means, agent) *-Ex. Dentists use many special instruments., A screwdriver is an instrument for putting in screws.*

instrumental (อินสทระเมิน' เทิล) *adj.* เป็นเครื่องมือ, เป็นสื่อ, เป็นเครื่องช่วย, มีประโยชน์, เกี่ยวกับเครื่องมือ, เกี่ยวกับเครื่องดนตรี *-n.* การแต่งดนตรีสำหรับเครื่องดนตรี **-instrumentally** *adv.* (-S. helpful, useful, functional)

instrumentalist (อินสทระเมน' ทะลิสทฺ) *n.* ผู้เล่นดนตรี

instrumentality (อินสทระเมนแทล' ละที) *n., pl.* **-ties** คุณภาพของการเป็นเครื่องมือ, วิธีการ, สภาวะที่เป็นเครื่องมือ, ความเป็นเครื่องช่วย, สาขาที่มีอำนาจในการตัดสินใจ

instrumentation (อินสทระเมนเท' ชัน) *n.* การใช้เครื่องมือ, การใช้อุปกรณ์, การจัดให้มีเครื่องมือ (โดยเฉพาะเครื่องดนตรี), รายการเครื่องมือ, การศึกษาค้นคว้าและฝึกเครื่องดนตรีหรือเครื่องมือ, ศาสตร์ที่เกี่ยวกับการทำและใช้เครื่องมือเครื่องไม้

insubordinate (อินซะบอร์' ดะนิท) *adj.* ไม่เชื่อฟัง, ไม่คล้อยตาม, ไม่อ่อนน้อม, ขัดคำสั่ง *-n.* บุคคลที่ไม่เชื่อฟัง, คนดื้อ, คนที่ขัดคำสั่ง **-insubordinately** *adv.* **-insubordination** *n.* (-S. disobedient, rebellious)

insubstantial (อินซับสแทน' เชิล) *adj.* เปราะบาง, ไม่มาก, เล็กน้อย, ไม่จริง, ไม่มั่นคง **-insubstantiality** *n.* (-S. slight, unreal, flimsy -A. substantial, real)

insufficiency (อินซะฟิช' เชินซี) *n., pl.* **-cies** ความไม่เพียงพอ, ความขาดแคลน, อวัยวะที่ทำงานไม่ปกติ, ความล้มเหลว

insufficient (อินซะฟิช' เชินทฺ) *adj.* ไม่เพียงพอ **-insufficiently** *adv.* (-S. inadequate, deficient, scant)

insular (อิน' ซะลาร์) *adj.* เกี่ยวกับเกาะหรือหมู่เกาะ, ซึ่งอยู่บนเกาะ, โดดเดี่ยว, แยกตัวอยู่ต่างหาก, ใจแคบ **-insularity, -insularism** *n.* **-insularly** *adv.* (-S. insulated, isolated, detached)

insulate (อิน' ซะเลท) *vt.* **-lated, -lating** ปกคลุมด้วยฉนวน, ป้องกันไม่ให้กระแสไฟฟ้ารั่ว, แยกตัวโดดเดี่ยว (-S. envelop, enwrap, isolate, separate) *-Ex. Many homes are insulated., Electric wires are insulated to prevent injury to people and damage to buildings.*

insulation (อินซะเล' ชัน) *n.* วัตถุที่ใช้ทำเป็นฉนวน, การปกคลุมด้วยฉนวน, การแยกออกต่างหาก (-S. isolation, separation)

insulator (อิน' ซะเลเทอะ) *n.* ฉนวน

insulin (อิน' ซะลิน) *n.* ฮอร์โมนชนิดหนึ่งผลิตจากกลุ่มเนื้อเยื่อชื่อ islets of Langerhans ของตับอ่อน มีฤทธิ์ควบคุมการสันดาปของกลูโคสและคาร์โบไฮเดรตอื่นๆ, ยารักษาโรคเบาหวาน

insult (*v.* อินซัลทฺ', *n.* อิน' ซัลทฺ) *vt.* ดูถูก, สบประมาท, หมิ่นประมาท, โจมตี, จู่โจม *-n.* การดูถูก, การสบประมาท บาดแผล **-insulter** *n.* **-insulting** *adj.* **-insultingly** *adv.* (-S. abuse, injure, mortify, humiliate) *-Ex. Sir, that is an insult!, to insult a person*

insuperable (อินซู' เพอะระเบิล) *adj.* ซึ่งไม่สามารถเอาชนะได้, ซึ่งไม่สามารถจะผ่านพ้นไปได้ **-insuperability, insuperableness** *n.* **-insuperably** *adv.* (-S. unconquerable, invincible, insurmountable)

insupportable (อินซะพอร์ท' ทะเบิล) *adj.* ซึ่งไม่สามารถจะอดทนได้, สุดที่จะอดกลั้นได้, ซึ่งไม่สามารถรักษาไว้ได้ **-insupportableness** *n.* **-insupportably** *adv.* (-S. intolerable, unbearable, untenable)

insuppressible (อินซะเพรส' ซะเบิล) *adj.* สุดที่จะควบคุมไว้ได้, ซึ่งไม่สามารถที่จะควบคุมไว้ได้ **-insuppressibly** *adv.*

insurable (อินชัว' ระเบิล) *adj.* ที่ประกันภัยให้ได้, ที่รับประกันได้ **-insurability** *n.*

insurance (อินชัว' เรินซฺ) *n.* การประกัน, การประกันภัย, กรมธรรม์, จำนวนเงินที่ประกัน, เบี้ยประกัน (-S. guarantee, assurance, warranty) *-Ex. life insurance, an insurance policy, The insurance on that burned house build a new one.*

insure (อินชัวร์') *v.* **-sured, -suring** *-vt.* ประกันภัย, ทำประกัน, รับรองให้ *-vi.* ทำประกัน, รับประกัน, ออกกรมธรรม์ (-S. assure, guarantee, warrant) *-Ex. Our garage was insured for $200., Somchai insured his home against fire damage.*

insured (อินชัวร์ดฺ') *n., pl.* **insured/-sureds** ผู้ได้รับการประกันภัย, ผู้มีประกันภัย

insurer (อินชัว' เรอะ) *n.* บริษัทประกัน, ผู้รับรอง, ผู้รับประกัน

insurgence (อินเซอร์' เจินซฺ) *n.* การจลาจล, การกบฏ (-S. rebellion, insurrection)

insurgency (อินเซอร์' เจินซี) *n., pl.* **-cies** สภาวะเกิด การจลาจล, สภาวะเกิดการกบฏ

insurgent (อินเซอร์' เจินทฺ) *n.* ผู้ก่อการจลาจล, ผู้ก่อการกบฏ, ผู้ต่อต้านการปกครอง *-adj.* ที่ก่อจลาจล,

I

insurmountable 468 **intelligent**

ที่ก่อการกบฏ, ที่ลุกลาม **-insurgently** *adv.* (-S. rioter, malcontent, rebel, seditious, rioting, rebellious) *-Ex. The insurgent soldiers were defeated.*

insurmountable (อินเซอร์' เมานฺ' ทะเบิล) *adj.* ซึ่งเอาชนะไม่ได้, ไม่สามารถจะผ่านได้ **-insurmountability insurmountableness** *n.* **-insurmountably** *adv.* (-S. invincible, impassable, insuperable)

insurrection (อินซะเรค' ชัน) *n.* การกบฏ, การต่อต้านรัฐบาลอย่างเปิดเผย, การจลาจล **-insurrectional** *adj.* **-insurrectionism** *n.* **-insurrectionist** *n.* (-S. revolt, uprising, sedition, mutiny) *-Ex. Unjust laws led to armed insurrection among the people.*

I

insurrectionary (อินซะเรค' ชันนะรี) *adj.* เกี่ยวกับการกบฏ, ซึ่งทำให้เกิดการกบฏ *-n., pl.* **-aries** กบฏ

insusceptible (อินซะเซพ' ทะเบิล) *adj.* ดื้อ, ไม่รับ, ไม่ถูกกระทบกระเทือนได้ง่าย **-insusceptibility** *n.* **-insusceptibly** *adv.*

intact (อินแทคทฺ') *adj.* ไม่เปลี่ยนแปลง, ไม่เสื่อมเสีย, ไม่ถูกกระทบกระเทือน, เหมือนเดิม **-intactness** *n.* (-S. unmutilated, faultless, whole) *-Ex. After the bombing only the church remained intact.*

intaglio (อินแทล' โย) *n., pl.* **-glios** พิมพ์ด้วยแม่พิมพ์แกะ, รอยพิมพ์แกะ, การแกะสลักลงพื้นผิววัสดุที่แข็ง เช่น โลหะ หิน ให้เป็นแบบ *-vt.* **-glioed, -glioing** แกะสลัก (ผิววัสดุที่แข็ง)

intake (อิน' เทค) *n.* ทางเข้า, ปากท่อทางน้ำเข้า, ปริมาณที่นำเข้า, สิ่งที่นำเข้า, การนำเข้า *-Ex. The intake of one pump is obstructed by mud.*

intangible (อินแทน' จะเบิล) *adj.* ที่สัมผัสไม่ได้, ที่จับไม่ได้, ที่คลุมเครือ, ไม่มีรูปร่าง *-n.* สิ่งที่ไม่สามารถจะสัมผัสได้ **-intangibility, intangibleness** *n.* **-intangibly** *adv.* (-S. untouchable, vague, subtle) *-Ex. an intangible value, intangible suspicions, Good will is an intangible.*

integer (อิน' ทะเจอะ) *n.* (คณิตศาสตร์) จำนวนเต็ม, สิ่งที่สมบูรณ์, หน่วยที่สมบูรณ์

integrable (อิน' ทะกระเบิล) *adj.* ซึ่งทำให้เป็นจำนวนเต็มได้

integral (อิน' ทะเกริล) *adj.* ทั้งหมด, สมบูรณ์, ถ้วนทั่ว, เกี่ยวกับจำนวนเต็ม *-n.* (คณิตศาสตร์) จำนวนเต็ม, หน่วยที่สมบูรณ์ **-integrality** *n.* **-integrally** *adv.* (-S. entire, whole, undivided)

integral calculus แคลคูลัสที่เกี่ยวกับจำนวนเต็ม เพื่อคำนวณปริมาตร พื้นที่ และผลจากสมการทางคณิตศาสตร์

integrant (อิน' ทะเกรินทฺ) *adj.* ซึ่งประกอบด้วยจำนวนเต็ม *-n.* จำนวนเต็ม, ส่วนประกอบ

integrate (อิน' ทะเกรท) *v.* **-grated, -grating** *-vt.* ทำให้รวมตัวกันเป็นก้อน, รวบรวม, (คณิตศาสตร์) คำนวณ, ยกเลิกการแบ่งแยกผิวหรือศาสนาทำให้ได้รับความเสมอภาคเหมือนกัน *-vi.* รวมตัวกันเป็นกลุ่ม, ประสานกัน **-integrative** *adj.* (-S. unify, desegregate, unite, mingle) *-Ex. to integrate theory with practice*

integrated (อิน' ทะเกรททิด) *adj.* ที่รวมตัวกัน, ที่ประสานกัน, ซึ่งได้รับการยกเลิกการแบ่งแยกผิวหรือศาสนา (-S. united, amalgamated, desegregated)

integration (อันทะเกร' ชัน) *n.* การรวมกันเป็นก้อนหรือกลุ่ม, การผสมกัน, การปรับตัวให้เข้ากับสิ่งแวดล้อม, สหศึกษา, การยกเลิกการศึกษาแบบแบ่งแยกผิว, (คณิตศาสตร์) การคำนวณหาค่าสมการหรือฟังก์ชัน **-integrational** *adj.* (-S. amalgamation, unification, incorporation -A. separation, disunity) *-Ex. the integration of parts of a car, the integration of races in a college*

integrator (อิน' ทะเกรเทอะ) *n.* ผู้รวม, ผู้ผสม, เครื่องผสม

integrity (อินเทก' กระที) *n.* การยึดถือหลักคุณธรรม, ความซื่อสัตย์, ความสมบูรณ์, ความมั่นคง, สภาพที่สมบูรณ์, ความเป็นอันหนึ่งอันเดียวกัน (-S. honesty, wholeness, decency, candour) *-Ex. a person of moral integrity, The integrity of the Thailand was preserved by the unity among people.*

integument (อินเทก' กิวเมินทฺ) *n.* ส่วนที่ปกคลุมของร่างกาย (ผิวหนัง, เปลือกหุ้ม), เนื้อเยื่อที่ห่อหุ้มรังไข่ของดอก **-integumentary** *adj.* (-S. skin, shell, hide, husk, rind)

intellect (อิน' ทะเลคทฺ) *n.* ปัญญา, สติปัญญา, ความสามารถในการคิดและหาความรู้, ความสามารถในการเข้าใจเหตุผล, ผู้มีปัญญาสูง **-intellective** *adj.* (-S. mind, reason, understanding) *-Ex. the intellect of the age, Man is a creature of intellect.*

intellection (อินทะเลค' ชัน) *n.* การเข้าใจ, การคิด, กระบวนการคิดและใช้เหตุผล

intellectual (อินทะเลค' ชวล) *adj.* เกี่ยวกับการใช้ปัญญา, เกี่ยวกับปัญญา, ซึ่งมีปัญญาสูง, ใช้สติปัญญา (แทนการใช้อารมณ์) *-n.* ผู้มีปัญญาสูง, ผู้ทำงานเกี่ยวกับสิ่งที่ต้องใช้ปัญญา, ผู้ที่มีเหตุผลสูง, ผู้ที่ใช้สติปัญญา (แทนการใช้อารมณ์) **-intellectuality, intellectualness** *n.* **-intellectually** *adv.* (-S. cerebral, mental, erudite, studious) *-Ex. an intellectual work, an intellectual achievement, an intellectual man*

intellectualism (อินทะเลค' ชวลลิซึม) *n.* ลัทธิการใช้ปัญญา, หลักการใช้ปัญญา **-intellectualist** *n.* **-intellectualistic** *adj.*

intelligence (อินเทล' ละเจินซฺ) *n.* สติปัญญา, ความสามารถในการเข้าใจ, เชาวน์, ความเฉลียวฉลาด, ไหวพริบ, ความรู้จักคิด, ข่าวสาร, ความลับของศัตรู **-intelligential** *adj.* (-S. brain, intellect, wit) *-Ex. Sombut shows high intelligence for a boy of his age.*

intelligence quotient (IQ, I.Q.) ระดับสติปัญญาเป็นค่าของ mental age หารด้วย chronological age มักคูณด้วย 100 อีกทีหนึ่ง เช่น เด็กอายุสิบขวบที่มี mental age เท่ากับเด็กอายุสิบเอ็ดขวบโดยทั่วไป เด็กคนนั้นมี IQ เท่ากับ 1.1 หรือ 110

intelligence test การทดสอบระดับสติปัญญา

intelligent (อินเทล' ลิเจินทฺ) *adj.* มีสติปัญญา, ฉลาด, มีไหวพริบดี, มีความเข้าใจหรือความรู้ดี, (เครื่องโดยเฉพาะเครื่องคอมพิวเตอร์) ที่สามารถปรับการทำงานให้เข้า

กับภาวะต่างๆ ได้ดี **-intelligently** *adv.* (-S. clever , bright, brilliant, smart) *-Ex. An intelligent child learns quickly.*

intelligentsia (อินเทล' ลิเจินทฺ' เซีย) *n. pl.* วงการวิชาการ, วงการปัญญาชน

intelligible (อินเทล' ลิจะเบิล) *adj.* ที่สามารถเข้าใจได้ดี, ที่สามารถเข้าใจได้ง่าย **-intelligibility, intelligibleness** *n.* **-intelligibly** *adv.* (-S. comprehensible, lucid, explicit) *-Ex. The old man's talking was barely intelligible.*

intemperance (อินเทม' เพอเรินซฺ) *n.* การดื่มสุราของมึนเมาเป็นนิจ, การหลงระเริง, การไม่บังคับตัวเอง, การไม่ยับยั้งชั่งใจ

intemperate (อินเทม' เพอะริท) *adj.* ซึ่งดื่มสุราของมึนเมาเป็นนิจ, ที่หลงระเริง, ไม่บังคับตัวเอง, ไม่ยับยั้งชั่งใจ **-intemperately** *adv.* **-intemperateness** *n.* (-S. immoderate, self-indulgent, inordinate, intoxicated)

intend (อินเทนดฺ') *vt.* ตั้งใจ, ปรารถนา, มีเจตนา, มุ่งหมาย, มีความหมาย *-vi.* มีเจตนา, มีความมุ่งหมาย **-intender** *n.* (-S. resolve, aim, propose) *-Ex. What do you intend to do next?*

intendance (อินเทน' เดินซฺ) *n.* การควบคุม, การดูแล, แผนควบคุมการบริหาร, แผนกสมุหเทศาภิบาล

intendancy (อินเทน' เดินซี) *n., pl.* **-cies** สำนักงานหรือตำแหน่งของผู้ควบคุมหรือผู้ตรวจการณ์, สำนักงานผู้อำนวยการ, สำนักงานข้าหลวง, สำนักงานสมุหเทศาภิบาล

intendant (อินเทน' เดินทฺ) *n.* ผู้ควบคุม, ผู้ดูแล, ผู้ตรวจการณ์, ผู้อำนวยการ, ข้าหลวง, สมุหเทศาภิบาล

intended (อินเทน' ดิด) *adj.* ซึ่งมีเจตนา, ซึ่งตั้งใจว่า, ที่มุ่งหมายไว้, ที่หมั้นหมาย *-n.* (ภาษาพูด) คู่หมั้น **-intendedly** *adv.*

intense (อินเทนซฺ') *adj.* **-tenser, -tensest** เข้มข้น, หนาแน่น, ลึกซึ้ง, รุนแรง, เร่าร้อน, เอาจริงเอาใจ **-intensely** *adv.* **-intenseness** *n.* (-S. strong, deep, fervid, fervent -A. weak, feeble) *-Ex. the intense cold, an intense worker, an intense pain, an intense desire to succeed*

intensify (อินเทน' ซะไฟ) *v.* **-fied, -fying** *-vt.* ทำให้เข้มข้นขึ้น, ทำให้หนาแน่นขึ้น, ทำให้รุนแรงขึ้น *-vi.* กลายเป็นเข้มข้นขึ้น, กลายเป็นหนาแน่น, กลายเป็นรุนแรงขึ้น **-intensification** *n.* **-intensifier** *n.* (-S. increase, deepen) *-Ex. Udom intensified his efforts., Sombut was given medicine when the pain intensified.*

intensity (อินเทน' ซะที) *n., pl.* **-ties** ความเข้มข้น, ความหนาแน่น, ความรุนแรง, ความเร่าร้อน, การเอาจริงเอาจัง, (สี) ความเข้ม (-S. ardour, strength, severity -A. weakness) *-Ex. The force increased in intensity., the intensity of his anger*

intensive (อินเทน' ซิฟว) *adj.* เข้มข้น, ละเอียด, คร่ำเคร่ง, รุนแรง, (การเพาะปลูก) หนาแน่น, (ไวยากรณ์) ที่แสดงการเน้น **-intensively** *adv.* **-intensiveness** *n.* (-S. in-depth, concentrated) *-Ex. intensive readings, intensive farming*

intent (อินเทนทฺ') *n.* เจตนา, ความตั้งใจ, ความมุ่งหมาย, จุดประสงค์, ความหมาย, ความสำคัญ *-adj.* ที่ยึดมั่น, ที่แน่วแน่, ที่มุ่งหมายไว้, ที่ตั้งใจไว้ **-to all intents and purposes** สำหรับเป้าหมายที่กระทำได้นั้น, ในเชิงปฏิบัตินั้น **-intently** *adv.* **-intentness** *n.* (-S. purpose, aim, intention, meaning) *-Ex. The young engineer was intent on succeeding., Udom read with an intent to learn.*

intention (อินเทน' ชัน) *n.* เจตนา, ความตั้งใจ, ความมุ่งหมาย, เป้าหมาย (-S. plan, purpose) *-Ex. with the intention of helping him, with good intentions*

intentional (อินเทน' ชันเนิล) *adj.* ที่ทำอย่างตั้งใจ, ที่มีเจตนา, ที่มีเป้าหมาย **-intentionally** *adv.* **-intentionality** *n.* (-S. deliberate, planned, wilful)

I

inter (อินเทอร์') *vt.* **-terred, -terring** ฝัง (-S. entomb, bury, inhume)

inter- คำอุปสรรค มีความหมายว่า ระหว่าง, ท่ามกลาง, ด้วยกัน, ซึ่งกันและกัน

interact (อินเทอะแรคทฺ) *vi.* ทำปฏิกิริยากับ, มีปฏิกิริยาต่อ **-interaction** *n.*

interactive (อินเทอร์แอค' ทิฟว) *adj.* (เครื่องอิเล็กทรอนิกส์) ซึ่งสามารถถ่ายข้อมูลได้สองทางระหว่างอุปกรณ์กับผู้ใช้

interbreed (อินเทอะบรีด') *v.* **-bred, -breeding** *-vt.* ทำให้ผสมพันธุ์กันระหว่างพันธุ์ต่างๆ, ทำให้ผสมพันธุ์กัน *-vi.* ผสมพันธุ์ระหว่างพันธุ์ต่างๆ (-S. crossbreed)

intercalate (อินเทอร์' คะเลท) *vt.* **-lated, -lating** สอดคั่นไว้, สอดเข้าระหว่างกลาง, แทรก, พูดแทรก, เพิ่มเติม, เพิ่มวัน (ของปฏิทิน) **-intercalation** *n.*

intercede (อินเทอะซีด') *vi.* **-ceded, -ceding** ขอร้อง, ร้องขอ, ขอความกรุณาเพื่อบุคคลอื่นที่กำลังลำบาก, ไกล่เกลี่ย, พยายามให้มีการประนีประนอมกัน **-interceder** *n.* (-S. arbitrate, intervene, interpose) *-Ex. Dum's sister interceded for him when their father was about to punish him.*

intercellular (อินเทอะเซล' ลูเลอะ) *adj.* ที่อยู่ระหว่างเซลล์

intercept (*n.* อิน' เทอะเซพทฺ, *v.* อินเทอะเซพทฺ') *vt.* ขัดขวาง, สกัดกั้น, บัง, ตัด, ยับยั้ง, ทำให้หยุด, ดักฟัง, (คณิตศาสตร์) รวมพื้นที่ หรือขอบเขตของจุด 2 จุดหรือเส้น 2 เส้นเข้าด้วยกัน *-n.* การขัดขวาง, การยับยั้ง, การทำให้หยุด, การดักฟัง, (คณิตศาสตร์) ระยะจากจุดเริ่มต้นไปยังจุดที่เส้นตรงหรือเส้นโค้งตัดกับแกนกราฟ **-interceptive** *adj.* (-S. arrest, obstruct, block, stop) *-Ex. an intercept station*

interception (อินเทอะเซพ' ชัน) *n.* การขัดขวาง, การสกัดกั้น, การยับยั้ง, การทำให้หยุด, การดักฟัง

interceptor, intercepter (อินเทอะเซพ' เทอะ) *n.* ผู้ขัดขวาง, สิ่งขัดขวาง, เครื่องบินประจัญบานที่มีความเร็วสูงและติดอาวุธพร้อมสรรพ

intercession (อินเทอะเซช' ชัน) *n.* การขอร้อง, การร้องขอความกรุณาเพื่อบุคคลอื่นที่กำลังลำบาก, เพลงสวดมนต์ถึงพระผู้เป็นเจ้าเพื่อขอความกรุณาเพื่อบุคคลอื่นที่กำลังลำบาก **-intercessional** *adj.* (-S. mediation, pleading)

interchange (*v.* อินเทอะเชนจฺ', *n.* อิน' เทอะเชนจฺ) *vt., vi.* **-changed, -changing** แลกเปลี่ยน, แลกเปลี่ยนซึ่งกันและกัน, สับเปลี่ยน, สับกัน, เปลี่ยนที่กัน *-n.* การแลกเปลี่ยน, การสับเปลี่ยน, การเปลี่ยนที่กัน(-S. exchange, trade, swap, barter) *-Ex. The parts of there machines may be interchanged., an interchange of consuls between two countries*

interchangeable (อินเทอะเชน' จะเบิล) *adj.* ที่แลกกันได้, ที่เปลี่ยนกันได้ **-interchangeability, interchangeableness** *n.* **-interchangeably** *adv.* (-S. exchangeable, correlative)

intercity (อินเทอะซิ' ที) *adj.* ระหว่างเมือง

intercollegiate (อินเทอะคะลี' จิท) *adj.* ระหว่างมหาวิทยาลัย, ระหว่างวิทยาลัย

intercom (อิน' เทอะคอม) *n.* ระบบที่ใช้ในการติดต่อระหว่างบริเวณ 2 บริเวณ

intercommunicate (อินเทอะคะมิว' นิเคท) *vi.* **-cated, -cating** เชื่อมสัมพันธ์กัน, ติดต่อกัน, แลกเปลี่ยนข่าวสารกัน, แลกเปลี่ยนซึ่งกันและกัน **-intercommunication** *n.* **-intercommunicative** *adj.*

interconnect (อินเทอะคะเนค') *vt., vi.* เชื่อมต่อระหว่างกัน **-interconnection** *n.*

intercontinental (อินเทอะคอนทะเนน' เทิล) *adj.* ระหว่างทวีป, ที่สามารถเดินทางระหว่างทวีปได้ *-Ex. an intecontinental flight, an intercontinental missile*

intercostal (อินเทอะคอส' ทัล) *adj.* ระหว่างซี่โครง, ซึ่งอยู่ระหว่างซี่โครง *-n.* กล้ามเนื้อระหว่างซี่โครง, ช่องระหว่างซี่โครง **-intercostally** *adv.*

intercourse (อิน' เทอะคอร์ส) *n.* การติดต่อกัน, การไปมาหาสู่กัน, การแลกเปลี่ยนความคิดกัน, การร่วมประเวณี (-S. intercommunication, association, congress) *-Ex. The intercourse between the two countries has been peaceful.*

intercultural (อินเทอะคัล' เชอะรัล) *adj.* ระหว่างวัฒนธรรมที่แตกต่างกัน

intercurrent (อินเทอะเคอ' เรินทฺ) *adj.* ที่เกิดขึ้นในเวลาเดียวกัน **-intercurrently** *adv.*

interdenominational (อินเทอะดินอมมะเน' ชันเนิล) *adj.* เกี่ยวกับนิกายต่างๆ

interdepartmental (อินเทอะดี'พาร์ทเมน' เทิล) *adj.* ระหว่างแผนก **-interdepartmentally** *adv.*

interdependence, interdependency (อินเทอดิเพน' เดินซฺ, -ซี) *n.* การพึ่งพาอาศัยกัน

interdependent (อินเทอะดิเพน' เดิน) *adj.* พึ่งพาอาศัยซึ่งกันและกัน **-interdependently** *adv.*

interdict (*v.* อินเทอะดิคทฺ', *n.* อิน' เทอะดิคทฺ) *n.* คำสั่งห้าม, กฎหมายที่เป็นคำสั่งห้าม, ข้อห้าม, การห้าม *-vt.* ห้าม, ขัดขวางโดยการทิ้งระเบิดหรือยิงติดต่อกัน **-interdiction** *n.* **-interdictor** *n.* **-interdictive, interdictory** *adj.* (-S. prohibition, ban, embargo)

interdisciplinary (อินเทอะดิส' ซะพลินแนรี) *adj.* เกี่ยวกับกฎที่แตกต่างกันระหว่างสถาบันการศึกษา

interest (อิน' เทอะเรสทฺ, -เทรสทฺ) *n.* ความสนใจ, ความเอาใจใส่, เรื่องที่น่าสนใจ, บุคคลที่น่าสนใจ, ผลประโยชน์, ส่วนได้ส่วนเสีย, สิทธิตามกฎหมาย, พวกที่มีผลประโยชน์, หุ้นส่วน, ผลกระทบกระเทือน, ลักษณะสำคัญ, ดอกเบี้ย *-vt.* กระตุ้นความสนใจ, เกี่ยวข้อง, นำเข้ามาร่วม, แสดงความสนใจ, เอาประโยชน์ (-S. share, profit, attraction, attract, arouse)

interested (อิน' เทอะริสทิด, -เทรสทิด) *adj.* ที่สนใจ, ที่เอาใจใส่, มีบทบาท, ซึ่งมีส่วนได้ส่วนเสีย, ซึ่งมีผลประโยชน์ **-interestedness** *n.* **-interestedly** *adv.* (-S. attentive, intent, concerned)

interesting (อิน' เทอะริสทิง, -เทรสทิง) *adj.* น่าสนใจ, น่าเอาใจใส่, น่าทึ่ง **-interestingly** *adv.* (-S. absorbing, fascinating, appealing)

interface (อิน' เทอะเฟส) *n.* ผิวหน้าที่อยู่ระหว่าง 2 ส่วน, จุดที่อยู่ระหว่าง 2 ส่วนที่แตกต่างกัน, (คอมพิวเตอร์) จุดเชื่อมต่อระหว่างเครื่องคอมพิวเตอร์กับอุปกรณ์อื่น *-v.* **-faced, -facing** *-vt.* ทำให้ติดกัน *-vi.* ติดต่อประสานงานกัน

interfere (อินเทอะเฟียร์') *vi.* **-fered, -fering** แทรกแซง, ยุ่ง, สอดแทรก, ก้าวก่าย, ขัดขา, รบกวน, แย้งกัน **-interferer** *n.* *-Ex. Udom allowed nothing and no one to interfere with his plans., interfere in the work, Leave me alone! Don't interfere!*

interference (อินเทอะเฟีย' เรินซฺ) *n.* การแทรกแซง, การสอดแทรก (คลื่น), การรบกวน, สิ่งรบกวน, สิ่งขัดขวาง **-interferential** *adj.* (-S. intrusion, intervention, hindrance) *-Ex. The heavy snowfall was a serious interference to travel.*

interferon (อินเทอะเฟีย' รอน) *n.* สารโปรตีนชนิดหนึ่งจากเซลล์ที่ถูกเชื้อไวรัสรุกราน มันมีฤทธิ์ป้องกันการแพร่พันธุ์ของเชื้อไวรัส

intergalactic (อินเทอะกะแลค' ทิค) *adj.* ที่เกิดขึ้นระหว่างกาแล็กซี

interim (อิน' เทอะริม) *n.* ช่วงเวลาหยุดพักระหว่างเวลาเหตุการณ์ กระบวนการหรืออื่นๆ *-adj.* ระหว่างเวลา, ชั่วคราว, กลางคัน (-S. temporary, provisional)

interior (อินเทีย' เรีย) *adj.* ภายใน, ข้างใน, ธาตุแท้, ส่วนลึก, ภายในประเทศ, ส่วนตัว, ลี้ลับ *-n.* ส่วนใน, อุปนิสัย, เรื่องภายใน, ส่วนในของประเทศ, ลักษณะภายใน **-interiority** *n.* **-interiorly** *adv.* (-S. inside, internal, inward) *-Ex. the interior of a country, the interior of our house*

interior decoration การออกแบบและตกแต่งภายในบ้าน ห้อง สำนักงานหรืออื่นๆ

interj. ย่อจาก interjection การอุทาน

interject (อินเทอะเจคทฺ') *vt.* พูดสอดขึ้น, สอดเข้า **-interjector** *n.* (-S. insert, insinuate, add)

interjection (อินเทอะเจค' ชัน) *n.* การพูดสอดขึ้น, การสอดเข้า, การอุทาน, คำอุทาน, เสียงอุทาน **-interjectional** *adj.* (-S. insertion, insinuation) *-Ex. Ah! and ouch! are interjections.*

interlace (อินเทอะเลส') *v.* **-laced, -lacing** *-vi.* ถักหรือร้อยเข้าด้วยกัน, ไขว้กัน, ทับกัน, พัวพัน, ผสมผสานกัน *-vt.* ทำให้ผสมผสานกัน, คลุกเคล้ากัน, ผสมกัน

-interlacement *n.* *-Ex. to interlace strips of cloth*
interlard (อินเทอะลาร์ด') *vt.* สอดแทรก, ปรุงแต่ง
interlay (อินเทอะเล') *vt.* **-laid, -laying** วางอยู่ระหว่าง, วางซ้อน, ประกบ **-interlayer** *n.*
interleaf (อิน' เทอะลีฟ) *n., pl.* **-leaves** แผ่นหน้าเปล่าๆ ที่แทรกลงในหน้าหนังสือ
interleave (อินเทอะลีฟว') *vt.* **-leaved, -leaving** สอดใบแทรก, สอดใบแทรกสำหรับเขียนข้อความ
interline (อินเทอะไลนฺ') *vt.* **-lined, -lining** สอดแทรกคำระหว่างบรรทัด, เขียนคำหรือข้อความระหว่างบรรทัด, ใส่ซับใน (ให้ผ้า) **-interlineation** *n.*
interlinear (อินเทอะลิน' เนียร์) *adj.* ระหว่างบรรทัด, ซึ่งเขียนหรือพิมพ์แทรกระหว่างบรรทัด, ซึ่งมีภาษาไม่เหมือนกันหรือต่างแบบกันในแต่ละบรรทัด
interlink (อิน' เทอะลิงคฺ') *vt.* เชื่อมต่อกัน
interlock (อิน' เทอะลอค) *vi., vt.* ประสานกัน, เชื่อมต่อกัน, เชื่อมเกี่ยวกัน *-n.* การประสานกัน, การเชื่อมต่อกันหรือเกี่ยวกัน, (คอมพิวเตอร์) อุปกรณ์ที่มีการเชื่อมต่อระบบที่ป้องกันการรบกวนจากบุคคลอื่น
interlocution (อินเทอะโลคิว' ชั่น) *n.* การสนทนา, การเจรจา (-S. conversation)
interlocutor (อินเทอะลอค' คิวเทอะ) *n.* ผู้สนทนา, ผู้เจรจา (-S. conversationalist)
interlocutory (อินเทอะลอค' คิวทอรี) *adj.* เกี่ยวกับการเจรจา, ระหว่างการสืบสวนสอบสวน
interlope (อินเทอะโลพ') *vi.* **-loped, -loping** ดำเนินกิจการโดยไม่มีใบอนุญาต, รุกล้ำไปในบริเวณที่หวงห้ามโดยไม่มีใบอนุญาต, พูดสอดขึ้น, ยุ่งเรื่องของคนอื่น **-interloper** *n.* (-S. trespass, encroach)
interlude (อิน' เทอะลูด) *n.* การหยุดพักระหว่างฉาก, การแสดงสลับฉาก, ดนตรีบรรเลงสลับฉาก (-S. interval, intermission, respite) *-Ex. an interlude of sunshine*
interlunar (อินเทอะลู' เนอะ) *adj.* เกี่ยวกับช่วงของเดือนที่ไม่มีดวงจันทร์ปรากฏให้เห็น (4 วันหน้าและหลังของเดือนตามจันทรคติ)
intermarriage (อินเทอะแม' ริจ) *n.* การแต่งงานระหว่างหญิงชายที่มีชนชาติ ศาสนาหรือเผ่าพันธุ์ต่างกัน, การแต่งงานระหว่างหญิงชายจากครอบครัวหรือกลุ่มเดียวกัน
intermarry (อินเทอะแม' รี) *vi.* **-ried, -rying** แต่งงานระหว่างหญิงชายที่ชนชาติ ศาสนาหรือเผ่าพันธุ์ต่างกัน, แต่งงานระหว่างหญิงชายจากครอบครัวหรือกลุ่มเดียวกัน
intermediary (อินเทอะมี' เดียรี) *adj.* ระหว่างกลาง, ระหว่างเวลา, เป็นคนกลาง, เป็นสื่อ, เป็นสื่อนำทำหน้าที่ไกล่เกลี่ย *-n., pl.* **-aries** คนกลาง, สื่อ, คนไกล่เกลี่ย (-S. mediator, middleman)
intermediate[1] (อินเทอะมี' เดียทฺ) *adj.* ปานกลาง, อยู่ระหว่างกลาง, อยู่ระหว่างทาง *-n.* สิ่งที่อยู่ระหว่างกลาง, ผลิตผลระหว่างทาง (ของกระบวนการทางเคมี), รถยนต์ขนาดกลาง, คนไกล่เกลี่ย, คนกลาง, ตัวสื่อ **-intermediacy, intermediateness** *n.* **-intermediation** *n.* **-intermediately** *adv.* **-intermediator** *n.* (-S. halfway, middle, mid, transitional) *-Ex. an intermediate stage, an intermediate zone*
intermediate[2] (อินเทอะมี' เดียท) *vt.* **-ated, -ating** ทำหน้าที่เป็นคนกลาง, ทำหน้าที่เป็นคนไกล่เกลี่ย, สอดแทรก
interment (อินเทอร์' เมินทฺ) *n.* การฝัง, พิธีฝัง (-S. burial, funeral)
intermezzo (อินเทอะเมท' โซ, -เมด' โซ) *n., pl.* **-zos/-zi** เพลงสั้นที่คั่นระหว่างการแสดงหลัก, การแสดงสั้นๆ คั่นการแสดงหลัก
interminable (อินเทอร์' มินะเบิล) *adj.* ไม่มีที่สิ้นสุด, ไม่รู้จักจบ, น่าเบื่อ **-interminably** *adv.* (-S. ceaseless, incessant, wearisome) *-Ex. To the sick boy, the stay in bed seemed interminable.*
intermingle (อินเทอะมิง' เกิล) *vt., vi.* **-gled, -gling** ผสมเข้าด้วยกัน (-S. mix, combine, mingle, fuse) *-Ex. The thief soon intermingled with the crowd.*
intermission (อินเทอะมิช' ชั่น) *n.* ช่วงระยะหยุดพัก, การหยุดพักสลับฉาก, การหยุดพัก **-intermissive** *adj.* (-S. interval, interlude, pause) *-Ex. an intermission between the acts of a play*
intermit (อินเทอะมิท') *vt., vi.* **-mitted, -mitting** หยุดพัก, หยุดชั่วคราว **-intermitter** *n.*
intermittent (อินเทอะมิท' เทินทฺ) *adj.* เดินๆ หยุดๆ, เป็นพักๆ, ไม่ต่อเนื่อง, ไม่สม่ำเสมอ, มีลักษณะหมุนเวียน **-intermittence** *n.* **-intermittently** *adv.* *-Ex. an intermittent rain*
intermix (อินเทอะมิคซฺ') *vt., vi.* ผสม, ผสมผสาน, ปนเป, คลุกเคล้า (-S. combine)
intermixture (อินเทอะมิคซฺ' เชอะ) *n.* การผสมผสาน, การปนเป, การคลุกเคล้า, ของผสม, สิ่งที่เกิดจากการผสมผสานกัน, สิ่งที่ใส่ลงไปผสม
intern[1] (อิน'เทิร์น) *vt.* กักกัน (เชลย เรือหรืออื่นๆ), กักตัว *-n.* ผู้ถูกกักกัน, ผู้ถูกกักขัง, สิ่งที่ถูกกักขัง(-S. confine, detain)
intern[2] (อิน' เทิร์น) *n.* แพทย์ฝึกหัด, ครูฝึกหัด *-vi.* ทำหน้าที่เป็นแพทย์ฝึกหัด, ทำหน้าที่เป็นครูฝึกหัด **-internship** *n.* (-S. interne, resident)
internal (อินเทอร์' เนิล) *adj.* ภายใน, ข้างใน, เกี่ยวกับส่วนใน, เกี่ยวกับเรื่องภายในประเทศ, ภายในร่างกาย, ภายในจิตใจ *-n.* อวัยวะภายใน, เครื่องใน **-internality** *n.* **-internally** *adv.* (-S. inward, interior, domestic) *-Ex. an internal war, internal debts, an internal organ, internal affairs of another*
international (อินเทอะแนช' ชันเนิล) *adj.* ระหว่างประเทศ, เกี่ยวกับความสัมพันธ์ระหว่างประเทศ **-International** องค์การสังคมนิยมหรือคอมมิวนิสต์ระหว่างประเทศในศตวรรษที่ 19 และ 20, สหภาพแรงงานระหว่างประเทศ **-internationality** *n.* **-internationally** *adv.* (-S. global, worldwide, universal) *-Ex. international conventions, international date line, the International of Justice, The United Nations is an international organization.*
internationalism (อินเทอะแนช' ชะนัลลิซึม) *n.* หลักการระหว่างประเทศ, การร่วมมือระหว่างประเทศโดยเฉพาะเรื่องนโยบายและเศรษฐกิจ **-internationalist** *n.*

I

interne (อิน' เทิร์น) *n.* ดู intern **-interneship** *n.*
internecine (อินเทอร์นี' ซิน) *adj.* ซึ่งทำลายกันเอง, เกี่ยวกับความขัดแย้งหรือการต่อสู้กันเอง, เกี่ยวกับการฆ่ากันเอง
internee (อินเทอร์นี') *n.* ผู้ถูกกักกันหรือกักขัง
Internet (อิน' เทอะเนท) *n.* ชื่อเครือข่ายหนึ่งของเครือข่ายคอมพิวเตอร์
internist (อิน' เทอร์นิสทฺ) *n.* แพทย์ผู้เชี่ยวชาญด้านอายุรศาสตร์
internment (อินเทิร์น' เมินทฺ) *n.* การกักกัน, การกักขัง, สภาวะที่ถูกกักขัง (-S. confinement)
internuncio (อินเทอะนัน' ซีโอ) *n., pl.* **-os** ทูตผู้แทนขององค์สันตะปาปา **-internuncial** *adj.* **-internuncially** *adv.*
interpenetrate (อินเทอะเพน' นะเทรท) *vt.* **-trated, -trating** *-vt.* ทะลุตลอด, ผ่านเข้าไป, ซึมเข้าไป *-vt.* ทะลุผ่าน, ซึมผ่าน **-interpenetration** *n.* **-interpenetrative** *adj.*
interplanetary (อินเทอะแพลน' นะแทรี) *adj.* ที่เกิดขึ้นระหว่างดาวนพเคราะห์ *-Ex. an interplanetary rocket, interplanetary travel*
interplay (อิน' เทอะเพล) *n.* การมีอิทธิพลซึ่งกันและกัน, การปฏิบัติต่อกันและกัน, อิทธิพลที่มีต่อกันและกัน *-vi.* **-played, -playing** มีอิทธิพลต่อกันและกัน, มีบทบาทต่อกันและกัน
Interpol (อิน' เทอะโพล) องค์การตำรวจสากล, องค์การตำรวจระหว่างประเทศ
interpolate (อินเทอร์' พะเลท) *v.* **-lated, -lating** *-vt.* แก้ไขข้อความโดยการสอดแทรก, แทรกคำลงในข้อความ, สอดแทรก *-vi.* ทำการสอดแทรก **-interpolater, interpolator** *n.* **-interpolative** *adj.* **-interpolation** *n.* (-S. interpose, insert)
interpose (อินเทอะโพซฺ') *vt., vi.* **-posed, -posing** สอดแทรก, ก้าวก่าย, กีดกั้น, ขวาง, พูดสอด **-interposal** *n.* **-interposer** *n.* **-interposition** *n.* (-S. intervene, intercede, mediate) *-Ex. interpose a veto, Somchai interposed a commen., Just as the argument reached a plead, the mother interposed.*
interpret (อินเทอร์' เพริท) *vt.* อธิบาย, ชี้แจง, แปล, ตีความ *-vi.* แปล, อธิบาย **-interpretability, interpretableness** *n.* **-interpretable** *adj.* (-S. elucidate, explicate, illuminate, decipher) *-Ex. What the man said in French had to be interpreted into English., Can you interpret the poem in your own words?*
interpretation (อินเทอร์พระเท' ชัน) *n.* การอธิบาย, การชี้แจง, การแปล, การแสดงดนตรีเพื่อแสดงความหมายที่แฝงอยู่ **-interpretational** *adj.* (-S. explication, explanation, clarification) *-Ex. An interpretation of the speech was broadcast at 8:00., Your interpretation of the language made its meaning clear.*
interpreter (อินเทอร์' พระเทอะ) *n.* ผู้แปล, ล่าม, ผู้อธิบาย, (คอมพิวเตอร์) ตัวแปลคำสั่งทางหน้าจอมาเป็นภาษาเครื่องเพื่อทำงานตามคำสั่งนั้น (-S. translator, transcriber)
interracial (อินเทอะเร' เชียล) *adj.* ระหว่างเชื้อชาติ, เกี่ยวกับบุคคลหรือกลุ่มคนที่มีเชื้อชาติต่างกัน
interregnum (อินเทอะเรก' เนิม) *n., pl.* **-nums/-na** ช่วงระยะเวลาของประเทศที่ไม่มีผู้ปกครอง, ช่วงระยะเวลาระหว่างรัชกาล, ช่องว่างที่ไม่มีรัฐบาล, ช่องว่างของความต่อเนื่อง
interrelate (อินเทอะริเลท') *vt., vi.* **-lated, -lating** ทำให้มีความสัมพันธ์ซึ่งกันและกัน, มีความสัมพันธ์ซึ่งกันและกัน **-interrelation** *n.* **-interrelated** *adj.*
interrogate (อินเทอ' ระเกท) *vt., vi.* **-gated, -gating** สอบถาม, ซักถาม, (คอมพิวเตอร์) ส่งสัญญาณเพื่อการตอบสนองที่ถูกต้อง (-S. question, examine, quiz, probe)
interrogation (อินเทอระเก' ชัน) *n.* การสอบถาม, การซักถาม, คำถาม, เครื่องหมายคำถาม (-S. inquiry, questioning, examination) *-Ex. The prisoner was forced to undergo interrogation by the police.*
interrogation mark, interrogation point เครื่องหมายคำถาม
interrogative (อินทะรอก' กะทิฟว) *adj.* เกี่ยวกับการสอบถาม, เกี่ยวกับคำถาม *-n.* สรรพนาม (คุณศัพท์หรือวิเศษณ์) ที่ใช้เป็นคำถาม (-S. questioning, quizzing, curious) *-Ex. an interrogative sentence, an interrogative look*
interrogator (อินเทอ' ระเกเทอะ) *n.* ผู้สอบถาม, ผู้ซักถาม, เครื่องส่งสัญญาณวิทยุเพื่อให้ตอบทันที
interrogatory (อินทะรอก' กะทอรี) *n., pl.* **-ries** การซักถาม, การสอบถาม *-adj.* เป็นคำถาม, เป็นการซักถาม **-interrogatorily** *adv.*
interrupt (อินทะรัพทฺ') *vt., vi.* ขัดขวาง, ทำให้หยุด, ยับยั้ง, พูดสอด, ตัดบท, ขัดจังหวะ **-interrupted** *adj.* **-interruptive** *adj.* (-S. disturb, interfere, discontinue, cease) *-Ex. The ringing of the telephone interrupted his sleep., Bad weather interrupted air travel for a few days.*
interrupter (อินทะรัพ' เทอะ) *n.* ผู้ขัดขวาง, สิ่งขัดขวาง, อุปกรณ์เปิดปิดวงจรไฟฟ้า
interruption (อินทะรัพ' ชัน) *n.* การขัดขวาง, สิ่งที่ขัดขวาง, ภาวะที่ถูกขัดขวาง, การหยุด, การชะงักงัน, ช่วงระยะเวลาที่หยุด (-S. disruption, interference, disturbance, halt, cessation) *-Ex. There was an interruption in the cricket match during the storm.*
interscholastic (อินเทอะสคะแลส' ทิค) *adj.* ระหว่างโรงเรียน
intersect (อินเทอะเซคทฺ') *vt., vi.* ตัด, ขวางผ่าน, (เส้น) ตัดกัน **-intersectional** *adj.* (-S. divide, bisect, cross) *-Ex. First Street intersects Second Avenue.,*
intersection (อินเทอะเซค' ชัน) *n.* การตัด, ผลจากการตัดชุมทาง, ทางสี่แยก, ทางที่ถนนตั้งแต่ 2 สายขึ้นไปพบกัน, (คณิตศาสตร์) จุดหรือบริเวณที่เส้นตรงหรือพื้นที่ตัดกัน สมาชิกในเซตที่มีค่าเหมือนกับเซตอื่น *-Ex. There is a traffic light at the intersection of Suriwong and Rajchawong streets.,*
interspace (อิน' เทอะสเพส) *n.* ช่องว่าง, ช่วงว่าง

intersperse 473 **intone**

I

-vt. **-spaced, -spacing** ทำให้เกิดช่องว่าง, ใส่ลงในช่อง

intersperse (อินเทอะสเพิร์ส') *vt.* **-spersed, -spersing** ทำให้กระจาย, กระจาย, โปรย **-interspersion** *n.* (-S. scatter, distribute, vary) *-Ex. The field is interspersed with flower-beds in the shape of stars., Dun interspersed his speech with little jokes and comments.*

interstate (อิน' เทอะสเทท) *adj.* ระหว่างรัฐ *-n.* โครงข่ายทางหลวงที่เชื่อมรัฐทั้ง 48 รัฐ ในสหรัฐอเมริกา *-Ex. an interstate highway*

interstellar (อิสเทอะสเทล' เลอะ) *adj.* ระหว่างดวงดาว, ท่ามกลางดวงดาว

interstice (อินเทอร์' สทิส) *n., pl.* **-stices** ช่องแคบเล็กๆ ระหว่างเซลล์หรือสิ่งของ

interstitial (อินเทอะสทิช' เชิล) *adj.* เกี่ยวกับช่องแคบเล็กๆ ระหว่างเซลล์หรือสิ่งของ **-interstitially** *adv.*

intertwine (อิน' เทอะทไวน) *v.* **-twined, -twining** *-vt.* ทำให้สานกัน, ทำให้พันกัน *-vi.* สานกัน, พันกัน, ร้อยกัน (-S. entwine, interwind, interlace)

interval (อิน' เทอะเวิล) *n.* เวลาระหว่าง, ช่วงระหว่าง, ช่วงห่าง, เวลาว่าง, เวลาพัก, (ดนตรี) ความแตกต่างของเสียง **-at intervals** เป็นช่วงๆ, เป็นครั้งคราว **-intervallic** *adj.* (-S. pause, break, recess, intermission, gap, distance) *-Ex. After a brief interval, the programme continued., The interval between the two lawns was filled with flowers. to wake at intervals through the night*

intervene (อินเทอะวีน') *vi.* **-vened, -vening** แทรกแซง, ก้าวก่าย, เกิดขึ้นระหว่าง, เกิดขึ้นโดยบังเอิญและขัดขวาง, ยุ่ง **-intervener, intervenor** *n.* **-intervenient** *adj.* (-S. intrude, intercede, occur, interfere) *-Ex. Only an instant intervened between the flash of lightning and the thunder., He intervened in the quarrel between the two brothers.*

intervention (อินเทอะเวน' ชัน) *n.* การแทรกแซง, การก้าวก่าย **-interventional** *adj.* **-interventionism** *n.* **-interventionist** *n.* (-S. interference, mediation, arbitration) *-Ex. the intervention of one country in the affairs of another, A friend's intervention prevented a fight between the two men.*

interview (อิน' เทอะวิว) *n.* การสัมภาษณ์, การเข้าพบเพื่อสอบถาม, รายงานการสัมภาษณ์, การพูดหรือตอบคำถามผู้แทนสื่อมวลชน *-vt., vi.* สัมภาษณ์ **-interviewer** *n.* **-interviewee** *n.* (-S. meeting, discussion, evaluation, interlocution) *-Ex. Every new student has an interview with a guidance counselor., The President granted a personal interview.*

intervocalic (อินเทอะโวแคล' ลิค) *adj.* หลังตัวสระและก่อนตัวสระ, ที่อยู่ระหว่างสระ

interweave (อินเทอะวีฟว') *vt., vi.* **-wove, -woven, -weaving** พันกัน, สานกัน, ผสมผสาน, คลุกเคล้า (-S. weave, intertwine, mingle) *-Ex. to interweave silk with cotton, to interweave fact and imagination in a story*

intestate (อินเทส' เทท) *adj.* ไม่ได้ทำพินัยกรรมไว้, ไม่ถูกครอบครองโดยพินัยกรรม *-n.* คนตายที่ไม่ได้ทำพินัยกรรมไว้ **-intestacy** *n.*

intestinal (อินเทส' ทะเนิล) *adj.* เกี่ยวกับลำไส้ **-intestinally** *adv.* *-Ex. an intestinal tract*

intestine (อินเทส' เทิน) *n.* ลำไส้ *-adj.* ภายในประเทศ, เกี่ยวกับเรื่องภายใน

intimacy (อิน' ทะมะซี) *n., pl.* **-cies** ความคุ้นเคย, ความใกล้ชิด, ความสนิทสนม, ความรู้เรื่องราวอย่างละเอียด, ความเข้าใจลึกซึ้ง, ความสนิทสนมในทางเพศ, ความเป็นเรื่องส่วนตัว (-S. closeness, familiarity, comradeship) *-Ex. The boys' intimacy allowed them to share their personal problems.*

intimate[1] (อิน' ทะเมิท) *adj.* คุ้นเคย, ใกล้ชิด, สนิทสนม, ละเอียด, ส่วนตัว, ที่สนิทสนมในทางเพศ, ในสุด, ลึกซึ้ง, แก่นแท้ *-n.* เพื่อนสนิท **-intimately** *adv.* **-intimateness** *n.* (-S. close, near, familiar, friendly, secret) *-Ex. an intimate friend, intimate feelings, Somchai told his intimate friend some of his deepest secrets., His years in Thailand gave him an intimate knowledge of the country.*

intimate[2] (อิน' ทะเมท) *vt.* **-mated, -mating** แนะนำ, ชี้แนะ, บอกเป็นนัย, ประกาศ, แจ้ง **-intimater** *n.* (-S. signify, announce, inform, communicate)

intimation (อินทะเม' ชัน) *n.* คำแนะนำ, การประกาศอย่างเป็นทางการ (-S. announcement, statement, implication)

intimidate (อินทิม' มิเดท) *vt.* **-dated, -dating** ทำให้กลัว, ขู่ขวัญ, ขู่, คุกคาม **-intimidation** *n.* **-intimidator** *n.* (-S. frighten, scare, daunt, awe, threaten, subdue)

intinction (อินทิงค' ชัน) *n.* การจุ่มขนมปังหรือแผ่นขนมลงในเหล้าองุ่น (พิธีหนึ่งของศาสนาคริสต์)

into (อิน' ทู) *prep.* เข้าไปข้างใน, เข้ามาข้างใน, เข้าไป, กลายเป็น, ไปยัง *-Ex. come into the garden, read a meaning into, enquire into, get into difficulty, driven into rebellion*

intolerable (อินทอล' เลอะระเบิล) *adj.* เหลือที่จะทนได้, สุดที่จะทนได้, เกินไป, มากเกินไป **-intolerability, intolerableness** *n.* **-intolerably** *adv.* (-S. unendurable, unbearable, insufferable) *-Ex. his intolerable manners, the intolerable heat*

intolerance (อินทอล' เลอะเรินซ) *n.* การขาดความอดทน, การไม่สามารถอดทนได้, การถือทิฐิ, การแพ้ยา อาหาร สารเคมีหรืออื่นๆ (-S. bigotry, prejudice, bias -A. tolerance) *-Ex. Religious intolerance in their homelands brought many early settlers to Australia.*

intolerant (อินทอล' เลอะเรินท) *adj.* ไม่อดทน, ไม่อดกลั้น, ไม่ยอม, ถือทิฐิ **-intolerantness** *n.* **-intolerantly** *adv.* (-S. narrow-minded, biased, partial, insular) *-Ex. Somchai was too intolerant to be a good teacher.*

intonation (อินโทเน' ชัน) *n.* ลักษณะหรือท่วงทำนองเสียง, เสียงสูงต่ำ, การอ่านหรือออกเสียงสูงต่ำ, การเปล่งเสียงเฉพาะ **-intonational** *adj.* (-S. pitch, timbre, incantation)

intone (อินโทน') *v.* **-toned, -toning** *-vt.* ออกเสียงสูงต่ำ, อ่านออกเสียงสูงต่ำ, เปล่งเสียงเฉพาะ *-vi.* ออกเสียงเฉพาะ

-intonate *vt.* **-intonement** *n.* **-intoner** *n.* (-S. voice, utter, pronounce)

intoxicant (อินทอค' ซิเคินทฺ) *adj.* ซึ่งทำให้มึนเมา, เกี่ยวกับของมึนเมา *-n.* ของมึนเมา (เหล้า, ยาบางชนิด)

intoxicate (อินทอค' ซิเคท) *v.* **-cated, -cating** *-vt.* ทำให้มึนเมา, ทำให้กระตือรือร้น, ทำให้เบิกบานใจ, ทำลาย *-vi.* กระตุ้น (-S. inebriate, befuddle, exhilarate) *-Ex. Drinking too much whisky will intoxicate one.*

intoxication (อินทอคซิเค' ชัน) *n.* ความมึนเมา, ความมัวเมา, ความตื่นเต้นเกินเหตุ (-S. drunkenness, inebriation) *-Ex. Who can resist the intoxication of the first school?*

I

intra- คำอุปสรรค มีความหมายว่า ภายใน

intractable (อินแทรค' ทะเบิล) *adj.* ไม่เชื่อง, ดื้อ, หัวแข็ง, ว่ายาก, ที่ควบคุมยาก, ที่รักษาได้ยาก **-intractability, intractableness** *n.* **-intractably** *adv.* (-S. stubborn, obstinate, perverse -A. docile, compliant, tractable, manageable)

Intranet (อิน' ทราเนท) เครือข่ายที่มีรูปแบบคล้ายอินเตอร์เนตขนาดย่อมซึ่งอาจจะอยู่หรือไม่อยู่ในเครือข่ายอินเตอร์เนตก็ได้ เครือข่ายนี้มักจะตั้งขึ้นเฉพาะภายในองค์กรที่มีการจัดการเครือข่ายลักษณะเดียวกับเครือข่ายอินเตอร์เนต โดยมีเครือข่ายย่อยๆ ซับซ้อนกันอยู่มากมาย พนักงานภายในองค์กรสามารถจะกำหนด IP Address กันเองได้ โดยไม่ต้องยื่นเรื่องขอผู้จัดการเครือข่ายให้วุ่นวาย นอกจากนี้ยังสามารถเชื่อมต่อเครือข่ายอินเทอร์เน็ตกับเครือข่ายอินเตอร์เนตภายนอกได้อีกด้วย

intransigent (อินแทรน' ซะเจินทฺ) *adj.* ไม่ประนีประนอม, ไม่ยอม, ไม่ยอมอ่อนข้อ, ดื้อ, หัวแข็ง **-intransigence, intransigency** *n.* **-intransigently** *adv.* (-S. uncompromising, implacable, inveterate)

intransitive (อินแทรน' ซิทิฟว) *adj.* (ไวยากรณ์) ไม่มีกรรม *-n.* (ไวยากรณ์) กริยาที่ไม่มีกรรม **-intransitively** *adv.* **-intransitiveness** *n.*

intransitive verb กริยาที่ไม่มีกรรม

intrapreneur (อินทระพระเนอร์') *n.* ผู้จัดการเครือข่าย, ผู้จัดการในองค์กรธุรกิจขนาดใหญ่ที่ใช้ทักษะในการจัดการเพื่อพัฒนาและวางตลาดสินค้าใหม่หรือการบริการใหม่ให้อยู่ภายในเครือข่ายของบริษัทแม่

intrastate (อินทระสเทท') *adj.* เกี่ยวกับหรือที่มีอยู่ภายในรัฐ (โดยเฉพาะในสหรัฐอเมริกา)

intrauterine (อินทระยู' เทอะริน) *adj.* ที่พบหรืออยู่ภายในมดลูก

intravenous (อินทระวี' เนิส) *adj.* ภายในหลอดเลือดดำ, เข้าไปในหลอดเลือดดำ *-n.* สาร (ยา สารอาหารและอื่นๆ) ที่ฉีดเข้าไปหลอดเลือดดำ **-intravenously** *adv.*

intrench (อินเทรนช') ดู entrench

intrepid (อินเทรพ' พิด) *adj.* ไม่กลัว, ปราศจากความกลัว, กล้า, กล้าหาญ **-intrepidity, intrepidness** *n.* **-intrepidly** *adv.* (-S. fearless, undaunted, bold, reckless) *-Ex. The intrepid squadron crept closer to the enemy lines.*

intricacy (อิน' ทริคะซี) *n., pl.* **-cies** ลักษณะที่ยุ่งยาก, ลักษณะที่ยากแก่การเข้าใจ, ความสลับซับซ้อน, การกระทำที่ยุ่งยากหรือสลับซับซ้อน, สิ่งที่ยุ่งยากซับซ้อน

intricate (อิน' ทริคิท) *adj.* ที่ซับซ้อน, ยุ่ง, ยากที่จะเข้าใจ **-intricateness** *n.* **-intricately** *adv.* (-S. tangled, complex, complicated, perplexing) *-Ex. an intricate instrument, an intricate plot, The story was too intricate to follow., an intricate design*

intrigue (อินทรีก') *v.* **-trigued, -triguing** *-vt.* วางอุบาย, วางแผนร้าย, ได้มาโดยกลอุบาย, ทำให้สนใจ *-vi.* วางอุบาย, ลักลอบเป็นชู้ *-n.* อุบาย, แผนร้าย, การลักลอบเป็นชู้, การใช้กลอุบายให้ได้มา, การทำให้ประหลาดใจ **-intriguer** *n.* **-intriguing** *adj.* **-intriguingly** *adv.* (-S. scheme, plot, charm) *-Ex. They are intriguing against the government., The story of your adventures intrigues me., They were accused of political intrigues.*

intrinsic, intrinsical (อินทริน' ซิค, -เคิล) *adj.* ภายใน, ซึ่งอยู่ภายใน, เกี่ยวกับธรรมชาติของมัน **-intrinsically** *adv.* **-intrinsicalness** *n.* (-S. real, true, inherent, native)

intro (อิน'โทร) *n.* (ภาษาพูด) การแนะนำ การแนะนำให้รู้จัก การแนะนำตัว คำนำ สิ่งที่ถูกนำเข้า

intro- คำอุปสรรค มีความหมายว่า ภายใน

introduce (อินทระดูซ') *vt.* **-duced, -ducing** แนะนำ, แนะนำตัว, นำเข้า, นำสู่, เข้าสู่, เริ่มนำ, อารัมภบท, เกริ่น, เผยแพร่ **-introducer** *n.* **-introducible** *adj.* (-S. present, acquaint, begin, start off) *-Ex. introduce a new custom, The actors were introduced with a sound of trumpets.*

introduction (อินทระดัค' ชัน) *n.* การแนะนำ, การแนะนำตัว, การแนะนำให้รู้จัก, การนำเข้า, สิ่งที่ถูกนำเข้า, การอารัมภบท, การเริ่ม, คำนำ, การเผยแพร่ (-S. preface, start, insertion) *-Ex. give an introduction to, Before the introduction of electric light, people used lamps, candles, or gas lights., The introduction to the book told about the writer.*

introductory, introductive (อินทระดัค' ทะรี, -ทิฟว) *adj.* เป็นการนำเข้า, เป็นการแนะนำ, เป็นการนำไปสู่, เกี่ยวกับอรัมภบท **-introductorily** *adv.* (-S. prefatory, precursory, initial)

introit (อิน' โทรอิท) *n.* เพลงสรรเสริญที่ใช้เริ่มพิธีฉลองการเสวยกระยาหารครั้งสุดท้ายของพระเยซูคริสต์

intromit (อินทระมิท') *vt.* **-mitted, -mitting** ส่ง, นำเข้าสู่, นำเข้า **-intromittent** *adj.* **-intromission** *n.* **-intromitter** *n.*

introrse (อินทรอสฺ') *adj.* หันหน้าเข้าข้างใน **-introrsely** *adv.*

introspect (อินทระสเพคทฺ') *vt., vi.* ใคร่ครวญ, ทบทวนความคิดของตน, พินิจพิจารณาตัวเอง **-introspective** *adj.* **-introspectively** *adv.* **-introspectiveness** *n.*

introspection (อินทระสเพค' ชัน) *n.* การใคร่ครวญ, การทบทวนความคิดของตัวเอง, การพินิจพิจารณาตัวเอง

introvert (อิน' ทระเวิร์ท) *n.* ผู้ที่ชอบครุ่นคิดแต่เรื่อง

ของตัว, ผู้ที่ถูกครอบงำด้วยความคิดและความรู้สึกของตัวเอง *-adj.* ซึ่งครอบงำด้วยความคิดและความรู้สึกของตัวเอง *-vt.* หันเข้าข้างใน, ครุ่นคิดแต่เรื่องของตัวเอง, ครอบงำด้วยความคิดและความรู้สึกของตัวเอง, ฝังตัวอยู่, หุ้มตัวอยู่ **-introverted** *adj.* **-introversion** *n.* **-introversive** *adj.* **-introversively** *adv.*

intrude (อินทรูด') *vt., vi.* **-truded, -truding** บุกรุก, รุกล้ำ, ก้าวก่าย, ก้าวร้าว **-intruder** *n.* (-S. interfere, invade, obtrude) *-Ex. intrude one's views upon others, A loud crash intruded on the silence of the night.*

intrusion (อินทรู' ชัน) *n.* การบุกรุก, การล่วงล้ำ, การก้าวก่าย, การก้าวร้าว, การผลักดัน, สิ่งที่ถูกดันขึ้นมา, หินหลอมเหลวที่ปะทุออกมาจากดิน (-S. trespass, obtrusion, interruption) *-Ex. The criminal law protects our homes from intrusion., The card players resented by advice as an intrusion.*

intrusive (อินทรู' ซิฟว) *adj.* เกี่ยวกับการบุกรุก, ที่ล่วงล้ำ, ที่รุกล้ำ, ที่ก้าวก่าย, ที่ก้าวร้าว, ที่ผลักดัน, ที่โผล่ออก **-intrusively** *adv.* **-intrusiveness** *n.* (-S. trespassing, interfering, obtrusive)

intrust (อินทรัสท') *vt.* ดู entrust

intuition (อินทูอิช' ชัน) *n.* การรู้โดยสัญชาตญาณ, การรู้โดยความรู้สึกที่เกิดขึ้นเองในใจ, การหยั่งรู้ด้วยความเข้าใจอันซาบซึ้ง, ความสามารถในการเข้าใจโดยสัญชาตญาณ **-intuitional** *adj.* **-intuitionally** *adv.* **-intuitionism** *n.* (-S. feeling, sixth sense, instinct, insight) *-Ex. to know someone's troubles by intuition*

intuitive (อินทู' อิทิฟว) *adj.* โดยสัญชาตญาณ, โดยความรู้สึกที่เกิดขึ้นเองในใจ, โดยการหยั่งรู้ **-intuitively** *adv.* **-intuitiveness** *n.* (-S. instinctive, innate inherent) *-Ex. an intuitive judge of character, an intuitve sense of danger*

intumesce (อินทูเมส') *vi.* **-mesced, -mescing** พองตัว, ขยายตัว, บวมตัว **-intumescence** *n.* (-S. swell, expand)

intwine (อินทไวน') *-vt., vi.* **-twined, -twining** ดู entwine

inundant (อินอัน' เดินท) *adj.* ซึ่งไหลบ่า, ซึ่งท่วม

inundate (อิน' อันเดท) *vt.* **-dated, -dating** ท่วม, ไหลบ่า, ทำให้เต็มไปด้วย **-inundation** *n.* **-inundator** *n.* **-inundatory** *adj.* (-S. flood, overflow, deluge, overrun) *-Ex. Heavy rains inundated the farm.*

inurbane (อินเออร์เบน') *adj.* ไม่มีมารยาท, หยาบคาย, ไม่ได้รับการอบรม **-inurbanity** *n.*

inure, enure (อินเนียว' เออะ) *vt.* **-ured, -uring** ทำให้คุ้นเคยกับ, ทำให้ชินกับ, ทำให้อดทน *-vi.* มีผล, มีผลบังคับใช้, มีประโยชน์ **-inurement** *n.* (-S. harden, habituate)

in vacuo (อินแวค' คิวโอ) (ภาษาละติน) ในสุญญากาศ

invade (อินเวด') *vt., vi.* **-vaded, -vading** บุกรุก, รุกราน, ล่วงล้ำ, เหยียบย่ำ, เข้ามาแผ่ผลร้ายไปทั่ว **-invader** *n.* (-S. attack, plunder, trespass, spread) *-Ex. Do not invade the rights of others., An enemy invaded the country and conquered it.*

invaginate (อินแวจ' จะเนท) *vt., vi.* **-nated, -nating** สอดซ้อน, เวิ้งเข้า, เข้าปลอก, หักกลับ **-invagination** *n.*

invalid[1] (อิน' วะลิด) *n.* คนป่วย *-adj.* ที่เจ็บป่วย, ที่ทุพพลภาพ, ที่ล้มหมอนนอนเสื่อ *-vt.* ทำให้เป็นโรค, ทำให้ทุพพลภาพ, ทำให้ล้มหมอนนอนเสื่อ, ให้ออกจากงานเนื่องจากเจ็บป่วย (-S. patient, sufferer)

invalid[2] (อินแวล' ลิด) *adj.* ใช้การไม่ได้, ไม่มีผลบังคับ, โมฆะ, อ่อนแอ, ไร้กำลัง **-invalidity** *n.* **-invalidly** *adv.* (-S. weak, inoperative, abolished) *-Ex. The old man was a helpless invalid after he lost the use of his legs.*

invalidate (อินแวล' ลิเดท) *vt.* **-dated, -dating** ทำให้ไร้ผล, ทำให้โมฆะ, ทำให้ใช้การไม่ได้ **-invalidation** *n.* **-invalidator** *n.* (-S. cancel, annul, nullify)

invaluable (อินแวล' ลูอะเบิล) *adj.* หาค่ามิได้, ล้ำค่า, สุดที่จะประเมินค่าได้, มีค่ามาก **-invaluableness** *n.* **-invaluably** *adv.* (-S. priceless, precious, costly) *-Ex. an invaluable treasure*

invariable (อินแว' รี อะเบิล) *adj.* ไม่เปลี่ยนแปลง, คงที่, ถาวร, สม่ำเสมอ *-n.* สิ่งที่ไม่เปลี่ยนแปลง, สิ่งที่คงที่, สิ่งที่ถาวร **-invariableness, invariability** *n.* **-invariably** *adv.* (-S. unvarying, unchangeable, constant, unalterable) *-Ex. a man of invariable habits*

invariant (อินแว' รีเอินท) *adj.* ไม่เปลี่ยนแปลง, คงที่ *-n.* ค่าที่คงที่ **-invariance** *n.* (-S. constant)

invasion (อินเว' ชัน, -ชัน) *n.* การรุกราน, การบุกรุก, การถลันเข้าไป, การแพร่ (ของโรค) (-S. occupation, incursion, intrusion, obtrusion) *-Ex. invasion of locusts*

invasive (อินเว' ซิฟว) *-adj.* ซึ่งรุกราน, ที่แพร่กระจาย (เชื้อโรค), ที่ละเมิดเรื่องส่วนตัว **-invasively** *adv.* **-invasiveness** *n.*

invective (อินเวค' ทิฟว) *n.* การประณามอย่างรุนแรง, การกล่าวดูหมิ่น, การด่าว่าอย่างรุนแรง, คำประณาม, คำด่าว่า *-adj.* เกี่ยวกับการประณาม (การกล่าวดูหมิ่น, การด่าว่า, คำประณาม) **-invectiveness** *n.* **-invectively** *adv.* (-S. castigation, denunciation)

inveigh (อินเว') *vi.* กล่าวโจมตีอย่างรุนแรง, ประณามอย่างรุนแรง **-inveigher** *n.* (-S. rail, protest, complain, denounce)

inveigle (อินวี' เกิล) *vt.* หลอกล่อ, ล่อลวง, หลอกเอา **-inveiglement** *n.* **-inveigler** *n.* (-S. delude, cajole, decoy)

invent (อินเวนท') *vt.* ประดิษฐ์, สร้างสรรค์, เนรมิต, คิดค้นเอง, เสกสรร, กุเรื่อง **-inventible** *adj.* (-S. discover, devise, create, fabricate) *-Ex. Sombut invented excuses for arriving home so late.*

invention (อินเวน' ชัน) *n.* การประดิษฐ์, สิ่งประดิษฐ์ใหม่, วิธีการประดิษฐ์, การสร้างสรรค์, การคิดค้นเอง, การกุเรื่อง, เรื่องที่กุขึ้น (-S. creativity, ingenuity, creation, falsehood, lie -A. imitativeness) *-Ex. The safety razor is a useful invention., The lightning rod is one of Bejamin Franklin's invention., The story of Prararm Praluk and the Ramayana is pure invention., "Alice in Wonderland" shows both poetic and comic invetion.*

inventive (อินเวน' ทิฟว) *adj.* เกี่ยวกับการประดิษฐ์,

เป็นการประดิษฐ์, เกี่ยวกับการคิดค้นเอง, ที่สร้างสรรค์ **-inventively** *adj.* **-inventiveness** *n.* (-S. ingenious, creative, innovative, gifted) *-Ex. inventive powers, Sawai turned his inventive mind to designing new machines.*

inventor (อินเวน' เทอะ) *n.* นักประดิษฐ์

inventory (อิน' เวนทอรี) *n., pl.* **-ries** รายการสิ่งของ, รายการทรัพย์สิน, รายการสินค้า, แค็ตตาล็อก, สิ่งของทรัพย์สินหรือสินค้าในรายการดังกล่าว, การทำรายการดังกล่าว *-vt.* **-ried, -rying** ทำรายการสิ่งของ, สรุป **-inventorial** *adj.* **-inventorially** *adv.* (-S. list, record, catalogue)

I

inverse (อินเวิร์ส', อิน' เวิร์ส) *adj.* กลับกัน, ตรงกันข้าม, กลับหัวกลับหาง, คว่ำ, ที่ผกผัน *-n.* สภาพที่กลับกัน, สิ่งที่กลับกัน, สิ่งที่ตรงกันข้าม **-inversely** *adv.* (-S. opposite, converse, reverse)

inversion (อินเวอร์' ชัน, -ชัน) *n.* การกลับกัน, การพลิกกลับ, ความตรงกันข้าม, สิ่งที่กลับกัน, ส่วนที่กลับกัน, การรักร่วมเพศ, การเปลี่ยนกระแสตรงเป็นกระแสสลับ, (ไวยากรณ์) การสลับตำแหน่งคำในประโยค, (ดนตรี) การเรียบเรียงทำนองใหม่โดยสลับตัวโน้ตเสียงสูงกับโน้ตเสียงต่ำ **-inversive** *adj.* (-S. overturn, reverse, contrary)

invert (*v.* อินเวิร์ท', *n., adj.* อิน' เวิร์ท) *vt., vi.* กลับกัน, พลิกกลับ, คว่ำ, กลับ หัวกลับหาง, สับเปลี่ยน *-adj.* ซึ่งกลับ, ซึ่งสับเปลี่ยน *-n.* ผู้พลิกกลับ, ผู้รักร่วมเพศ **-invertible** *adj.* **-inverter** *n.* (-S. upturn, overturn, reverse) *-Ex. If you invert a capital "M" it looks likea "W".*

invertebrate (อินเวอร์' ทะบริท) *adj.* ที่ไม่มีกระดูกสันหลัง, เกี่ยวกับสัตว์ที่ไม่มีกระดูกสันหลัง, อ่อนแอ, ไร้ความสามารถ, ไม่รักศักดิ์ศรี *-n.* สัตว์ไม่มีกระดูกสันหลัง

invest (อินเวสทฺ') *vt.* ลงทุน, ใช้จ่าย, สวม, ปกคลุม, ให้, มอบ, พระราชทาน, ทำให้มี, แวดล้อม, ครอบงำ *-vi.* ลงทุน **-investor** *n.* **-investable** *adj.* (-S. spend, install, attire, endow) *-Ex. invest in a new dress, Sawai invested in bank stock., to invest a person with the right to vote*

investigate (อินเวส' ทะเกท) *vt., vi.* **-gated, -gating** สำรวจ, สืบสวน, ไต่สวน, สอบสวน **-investigable** *adj.* **-investigatory** *adj.* (-S. search, inquire, inspect, consider) *-Ex. Police investigated the cause of the fire.*

investigation (อินเวสทะเก' ชัน) *n.* การสำรวจ, การสืบสวน, การไต่สวน, การสอบสวน **-investigational** *adj.* (-S. research probe, inquiry) *-Ex. an investigation of the accident*

investigator (อินเวส' ทะเกเทอะ) *n.* ผู้สำรวจ, ผู้สอบสวน (-S. researcher, prober, examiner)

investiture (อินเวส' ทะเชอะ) *n.* การมอบ, การมอบหมายอำนาจหน้าที่หรือตำแหน่ง, การปกคลุม, สิ่งที่ปกคลุม, สิ่งตกแต่ง

investment (อินเวสทฺ' เมินทฺ) *n.* การลงทุน, เงินลงทุน, ข้อตกลง, การล้อมเมืองโดยกองทัพ, การมอบอำนาจหน้าที่, การมอบตำแหน่ง, สิ่งปกคลุม, เสื้อผ้าอาภรณ์ (-S. venture, installation) *-Ex. an investment in bank stocks, an investment of one's money, The original investment doubled in value., The new office was a valuable investment.*

inveterate (อินเวท' เทอะริท) *adj.* เป็นนิสัย, เป็นสันดาน, เรื้อรัง **-inveteracy** *n.* **-inveterately** *adv.* (-S. confirmed, habitual, chronic)

invidious (อินวิด' เดียส) *adj.* ที่ทำให้เกิดความอิจฉาริษยาหรือความไม่พอใจ, เป็นภัย, เป็นอันตราย, ไม่ยุติธรรม, ที่ใส่ร้าย **-invidiously** *adv.* **-invidiousness** *n.* (-S. prejudicial, offensive, unpleasant, repugnant)

invigorate (อินวิก' กะเรท) *vt.* **-ated, -ating** เสริมกำลัง, เติมพลัง, ทำให้แข็งแรง, ทำให้มีชีวิตชีวา **-invigoratingly** *adv.* **-invigorator** *n.* **-invigoration** *n.* **-invigorative** *adj.* (-S. animate, energize, fortify, exhilarate) *-Ex. The tired man was invigorated by a rest.*

invincible (อินวิน' ซะเบิล) *adj.* ซึ่งไม่สามารถเอาชนะได้, ไม่สามารถทำให้แพ้ได้, ที่ทำลายไม่ได้ **-invincibleness, invincibility** *n.* **-invincibly** *adv.* (-S. invulnerable, undefeatable, insuperable) *-Ex. an invincible foe*

inviolable (อินไว' อะละเบิล) *adj.* ที่ล่วงละเมิดไม่ได้, ที่ฝ่าฝืนไม่ได้, ที่ขัดขืนไม่ได้, ที่ทำลายไม่ได้, ที่ทำให้เสียหายไม่ได้ **-inviolably** *adv.* **-inviolability** *n.* (-S. unbroken, untouchable, sacred)

inviolate (อินไว' อะลิท) *adj.* ไม่ถูกล่วงละเมิด, ไม่เสียหาย, ไม่ถูกทำลาย, ไม่เสื่อม **-inviolacy, inviolateness** *n.* **-inviolately** *adv.* (-S. intact, unbroken, untouched)

invisible (อินวิซ' ซะเบิล) *adj.* ที่มองไม่เห็น, ไม่ปรากฏ, ซ่อนเร้น, เล็กจนมองไม่เห็น **-invisibly** *adv.* **-invisibility, invisibleness** *n.* (-S. concealed, unseeable -A. visible)

invitation (อินวิเท' ชัน) *n.* การเชื้อเชิญ, การเชิญ, คำเชิญ, บัตรเชิญ, ความดึงดูดใจ, การชักจูง **-invitational** *adj.* (-S. bidding, summons, welcome, provocation)

invite (อินไวทฺ') *vt.* **-vited, -viting** เชื้อเชิญ, เชิญ, ขอร้อง, ร้องขอ, ก่อให้เกิด, นำมาซึ่ง (-S. welcome, solicit, call for, seek) *-Ex. The proposal seems to invite discussion., His behaviour invites criticism.*

invitee (อินไวที') *n.* ผู้ถูกเชิญ

inviting (อินไว' ทิง) *adj.* เป็นการเชื้อเชิญ, ที่ดึงดูดใจ **-invitingly** *adv.* (-S. attractive, alluring, appealing) *-Ex. an inviting offer of a new job*

in vitro (อิน วี' โทร) (ภาษาละติน) ในหลอดแก้ว, ในสิ่งแวดล้อมที่ทำเทียมขึ้น

in vitro fertilisation เทคนิคการปฏิสนธิเด็กหลอดแก้ว

in vivo (อิน วี' โว, -ไว') (ภาษาละติน) ในร่างกายที่มีชีวิต

invocate (อิน' วะเคท) *vt.* **-cated, -cating** เรียกผี, ขอร้อง, อุทธรณ์, วิงวอน (-S. invoke)

invocation (อินวะเค' ชัน) *n.* การเรียกผี, การขอร้อง, การวิงวอน, การอุทธรณ์, คำวิงวอน, คาถาอาคม **-invocational** *adj.* (-S. request, entreaty)

invoice (อิน' วอยซฺ) *n.* ใบส่งของ, ใบแจ้งรายการสินค้าที่ขายให้ รวมทั้งราคาและอื่นๆ *-vt.* **-voiced, -voicing** ทำใบส่งของให้, ส่งใบส่งของ

invoke (อินโวค') *vt.* **-voked, -voking** เรียกผี, ปลุกผี,

ขอร้อง, อุทธรณ์, วิงวอน, ก่อให้เกิด, นำมาซึ่ง **-invoker** *n.* (-S. call for, beseech, implore, initiate) *-Ex. to invoke a deity's blessing, to invoke the protection of the law*

involuntary (อินวอล' เลินแทรี) *adj.* ไม่ได้ตั้งใจ, ไม่รู้ตัว, ไม่ได้บังคับ, โดยอัตโนมัติ **-involuntarily** *adv.* **-involuntariness** *n.* (-S. reflex, unconscious, reluctant)

involute (อิน' วะลูท) *adj.* ซับซ้อน, ยุ่งเหยิง, ที่ม้วนเข้า, ที่ขดใน *-n.* เส้นโค้งที่ม้วนเข้า *-vi.* **-luted, -luting** ม้วนเข้า, ขดใน, กลับสู่รูป ขนาดหรือสภาพที่ปกติ

involution (อินวะลู' ชัน) *n.* การพัวพัน, การยุ่งเกี่ยว, การม้วนเข้าด้านใน, การร่วมด้วย, สภาพที่พัวพัน, สิ่งที่ซับซ้อนหรือยุ่งเหยิง, การเสื่อมถอย, การเสื่อมโทรม, (ไวยากรณ์) รูปประโยคที่ซับซ้อน **-involutional** *adj.* **-involutionary** *adj.*

involve (อินวอลว') *vt.* **-volved, -volving** รวมทั้ง, รวมถึง, เกี่ยวพัน, พัวพัน, มีผลต่อ, ทำให้ยุ่งยาก, ทำให้ลำบาก, ทำให้เดือดร้อน, หมกมุ่น, มีใจจดใจจ่อ, ม้วนเข้า, ม้วนในห่อ, พับ, ล้อมรอบ **-involvement** *n.* **-involver** *n.* (-S. implicate, entangle, associate, engage) *-Ex. 3 cars were involved in the accident., Learning to play the piano involves many hours of practice.*

invulnerable (อินวัล' เนอะระเบิล) *adj.* ซึ่งไม่สามารถจะทำลายได้, อยู่ยงคงกระพัน **-invulnerability, invulnerableness** *n.* **-invulnerably** *adv.* (-S. unwoundable by, insusceptible to)

inward (อิน' เวิร์ด) *adv.* สู่ภายใน, เข้าข้างใน, ภายใน, ภายในใจ *-adj.* ที่คุ้นเคย, ข้างใน, ภายใน, อยู่ภายใน, ภายในประเทศ *-n.* ส่วนใน, ส่วนที่อยู่ภายใน *-Ex. Your face showed your inward happiness.*

inwardly (อิน' เวิร์ดลี) *adv.* ภายใน, ข้างใน, โดยส่วนตัว, อย่างลับๆ, อย่างใกล้ชิด (-S. inside, privately)

inwardness (อิน' เวิร์ดนิส) *n.* ความในใจ, ความรู้สึกในใจ, ความหมายที่ลึกซึ้ง, แก่นสาร, ธาตุแท้, ความคุ้นเคย

inwards (อิน' เวิร์ดซ) *adv.* ภายใน

iodide (ไอ' อะไดด) *n.* สารประกอบของ iodine ที่มีประจุบวก

iodine (ไอ' อะดีน, -ดิน, -ไดน) *n.* ธาตุอโลหะชนิดที่มีสีดำอมเทา ใช้สลายในแอลกอฮอล์เป็นยาฆ่าเชื้อ มีสัญลักษณ์ I

ion (ไอ' เอิน, ไอ' ออน) *n.* อะตอมหรือกลุ่มของอะตอมที่มีประจุบวกหรือลบโดยขึ้นอยู่กับการได้หรือสูญเสียอิเล็กตรอน

ionic (ไอออน' นิค) *adj.* เกี่ยวกับไอออน, ที่ประกอบด้วยไอออน

ionize (ไอ' อะไนซ) *vt., vi.* **-ized, -izing** แยกออกหรือเปลี่ยนเป็นไอออน, ทำให้เกิดไอออน, กลายเป็นไอออน **-ionization** *n.* **-ionizer** *n.*

ionosphere (ไอออน' นะสเฟียร์) *n.* บริเวณหนึ่งของชั้นบรรยากาศโลกที่อยู่ระหว่างชั้นที่มีไอออนอยู่ระหว่าง 30-250 หรือ 50-400 กิโลเมตรไมล์จากผิวโลก **-ionospheric** *adj.*

iota (ไอโอ' ทะ) *n.* จำนวนเล็กน้อยมาก, พยัญชนะตัวที่ 9 ของภาษากรีก (-S. particle, jot)

IOU, I.O.U. (ไอ โอ ยู') *n., pl.* **IOU's** ย่อจาก I owe you หลักฐานการยืมเงินหรือเป็นหนี้ที่มีลายเซ็นของลูกหนี้

-ious คำปัจจัย มีความหมายว่า มีลักษณะหรือคุณสมบัติของ เต็มไปด้วย เป็นคำเสริมท้ายทำให้เป็นคุณศัพท์

Iowa (ไอ' โอวา) ชื่อรัฐในภาคกลางของสหรัฐอเมริกา *n.* ชื่อแม่น้ำที่ผ่านรัฐนี้ *-pl.* **-wa/-was** ชื่อเผ่าอินเดียนแดงที่อาศัยในรัฐนี้, ภาษา Siouan ที่ใช้กันในรัฐนี้ **-Iowan** *adj., n.*

IP ย่อจาก Internet Protocol โปรโตคอลสื่อสารที่ใช้บนอินเตอร์เนต

ipecac (อิพ' พิแคค) *n.* รากแห้งของต้นไม้จำพวก *Cephaelis ipecacuanha* ใช้เป็นยาขับเสมหะ หรือทำให้อาเจียน, ต้นดังกล่าว

IQ, I.Q. ย่อจาก intelligence quotient การทดสอบระดับสติปัญญา

Iran (อิแรน', ไอแรน', อิราน') ประเทศอิหร่าน, ประเทศเปอร์เซีย (สมัยก่อน) (-S. Persia)

Iranian (อิเร' เนียน, ไอเร' เนียน) *adj.* เกี่ยวกับประเทศอิหร่าน, เกี่ยวกับชาวอิหร่านหรือภาษาอิหร่าน *-n.* ภาษาอิหร่าน, ชาวอิหร่าน

Iraq (อิแรค', อิราค') ประเทศอิรัก อยู่ทางเหนือของซาอุดิอาระเบีย เมืองหลวงชื่อแบกแดด

Iraqi (อิแรค' คี, -ราค' คี) *n., pl.* **-qis** ชาวอิรัก, ภาษาอิรัก *-adj.* เกี่ยวกับอิรัก

irascible (อิแรส' ซะเบิล, ไอ-) *adj.* โกรธง่าย, โมโหร้าย, ที่เป็นผลมาจากความโกรธ **-irascibility, irascibleness** *n.* **-irascibly** *adv.* (-S. irritable, touchy, edgy)

irate (ไอ' เรท, ไอเรท') *adj.* โกรธจัด, โมโหมาก, เดือดดาลมาก **-irately** *adv.* **-irateness** *n.* (-S. enraged, wrathful, infuriated, furious)

ire (ไอ' เออะ) *n.* ความโกรธ (-S. wrath, rage, fury)

ireful (ไอ' เออเฟิล) *adj.* โกรธ, โมโห, เดือดดาล, เต็มไปด้วยความโกรธ **-irefully** *adv.* **-irefulness** *n.*

Ireland (ไอ' เออเลินด) ประเทศไอร์แลนด์

irenic, irenical (ไอเรน' นิค, -เคิล) *adj.* เกี่ยวกับการส่งเสริมความสงบหรือสันติภาพ, สงบ, สันติ **-irenically** *adv.* (-S. peaceful, pacific)

iridescent (เออริเดส' เซินท) *adj.* ซึ่งมีสีรุ้ง, มีสีสันสดใส **-iridescence** *n.* **-iridescently** *adv.*

iris (ไอ' ริส) *n., pl.* **irises/irides** ม่านตา, พืชไม้ดอกจำพวกหนึ่งที่มีใบยาวคล้ายดาบ ดอกมีหลายสี, รุ้ง, สิ่งที่คล้ายรุ้ง, ภาวะที่มีแสงวาบและมีสีเปลี่ยนคล้ายรุ้ง **-Iris** ผู้ส่งข่าวของเทพเจ้า

Irish (ไอ' ริช) *adj.* เกี่ยวกับชนชาติ ภาษาและวัฒนธรรมไอร์แลนด์ *-n.* ชาวไอร์แลนด์, ภาษาไอร์แลนด์ **-Irishism** *n.*

irk (เอิร์ค) *vt.* รบกวน, ทำให้ระคายเคือง, ทำให้รำคาญ (-S. upset, annoy, vex)

irksome (เอิร์ค' เซิม) *adj.* น่ารำคาญ, น่าเบื่อ, เซ็ง **-irksomely** *adv.* **-irksomeness** *n.* (-S. annoying, boring, tedious) *-Ex. Somsri finds it irksome to do the same tasks day after day.*

iron (ไอ' เอิร์น) *n.* ธาตุเหล็ก มีสัญลักษณ์ Fe, สิ่งที่แข็งแกร่ง, วัตถุที่ทำจากเหล็ก, เครื่องเหล็ก, เตารีด, เหล็ก

I

สำหรับเผาตีตราสัตว์เลี้ยง ไม้ และวัตถุอื่น, ไม้ตีกอล์ฟที่ส่วนหัวทำด้วยเหล็ก, ฉมวกเหล็ก, ยาบำรุงที่ประกอบด้วยธาตุเหล็ก, โกลนม้า, (คำสแลง) ปืนพก *-adj.* ทำด้วยเหล็ก, คล้ายเหล็ก, แข็งแกร่งคล้ายเหล็ก, ไม่ยืดหยุ่น, ไม่ยอม, โหดเหี้ยม, ทารุณ, แข็งแรง *-vt.* รีดด้วยเตารีด, ใส่เหล็ก, ใส่โซ่ตรวน *-vi.* รีดผ้า **-irons** โซ่ตรวน **-in irons** ถูกล่ามโซ่ตรวน **-irons in the fire** เรื่องที่เป็นห่วงอยู่ **-strike while the iron is hot** ถือโอกาส, ฉวยโอกาส **-iron out** ทำให้เรียบ, ทำให้เรียบร้อย **-ironer** *n.* *-Ex. an iron bar, A man with an iron will is not easily changed., The prisoners were placed in irons.*

Iron Age ยุคเหล็ก (หลังยุคหินและยุคบรอนซ์) เป็นยุคที่มนุษย์เริ่มรู้จักใช้เหล็กทำเครื่องไม้เครื่องมือและอาวุธ

ironclad (ไอ' เอิร์นแคลด) *adj.* ที่หุ้มด้วยเกราะ, ที่หุ้มด้วยเหล็ก, แข็งแกร่งมาก, ไม่แตกสลาย, ไม่ถูกทำลายได้ *-n.* เรือรบหุ้มเกราะ

iron curtain ม่านเหล็ก, ประเทศสหภาพโซเวียต (ในอดีต), อุปสรรคและสิ่งกีดขวางการติดต่อระหว่างประเทศ (โดยเฉพาะระหว่างสหภาพโซเวียตกับโลกภายนอก)

ironhanded (ไอ' เอิร์นแฮน' ดิด) *adj.* เข็มงวด, เฉียบขาด

iron horse (ภาษาพูด) รถไฟ, ม้าเหล็ก

ironic, ironical (ไอรอน' นิค, -เคิล) *adj.* เหน็บแนม, ประชด, เย้ยหยัน, เยาะเย้ย, ถากถาง **-ironically** *adv.* **-ironicalness** *n.* (-S. satirical, ridiculing, sardonic, paradoxical)

ironing (ไอ' เอิร์นนิง) *n.* การรีดผ้า, การรีดด้วยเตารีด, สิ่งที่ถูกรีด

ironmonger (ไอ' เอิร์นมังเกอะ) *n.* พ่อค้าเครื่องเหล็ก **-ironmongery** *n.*

ironside (ไอ' เอิร์นไซด) *n.* ผู้มีความอดทนมาก

ironsmith (ไอ' เอิร์นสมิธ) *n.* ช่างเครื่องเหล็ก, ช่างตีเหล็ก (-S. blacksmith)

ironware (ไอ' เอิร์นแวร์) *n.* เครื่องเหล็ก, เครื่องมือเครื่องใช้ที่ทำด้วยเหล็ก

irony (ไอ' ระนี, ไอ' เรอนี) *n., pl.* **-nies** การเหน็บแนม, การประชด, การเยาะเย้ย, การเย้ยหยัน, การถากถาง, ถ้อยคำที่เหน็บแนม, เรื่องเหน็บแนม, เทคนิคการเหน็บแนม (-S. satire, sarcasm) *-Ex. an irony of fate, Socratic irony*

Iroquoian (ไอร์ระควอย' เอิน) *n.* สมาชิกกลุ่มเผ่าอินเดียนแดง (Mohawk, Oneida, Onondaga, Cayuga, Seneca, Tuscarora, Cherokee, Erie, Huron และ Wyandot) *-adj.* เกี่ยวกับอินเดียนแดงเผ่าดังกล่าว

irradiate (อิเร' ดีเอท) *v.* **-ated, -ating** *-vt.* ฉายรังสี, รักษาด้วยพลังของรังสี, ส่องสว่าง, ทำให้เกิดความร้อนด้วยพลังรังสี, ทำให้กระจ่างชัด *-vi.* ฉายรังสี, ปล่อยรังสี, ส่องแสง *-adj.* สว่าง, ที่ส่องสว่าง **-irradiative** *adj.* **-irradiator** *n.* **-irradiance, irradiancy** *n.* **-irradiant** *adj.* (-S. illuminate, enlighten, expose to radiation) *-Ex. This liquid has been irradicated.*

irradiation (อิเรดีเอ' ชัน) *n.* การฉายรังสี, การส่องสว่าง, การรักษาด้วยพลังของรังสี, การใช้รังสีเอกซเรย์รักษาโรค ถ่ายฟิล์มเอกซเรย์ หรือผลิตวิตามินดีและอื่นๆ, การฉายแสงรังสีเอกซเรย์หรือรังสีอื่นๆ

irrational (อิแรช' ชันเนิล) *adj.* ไร้เหตุผล, ไม่สมเหตุสมผล, ไม่มีสติสัมปชัญญะ, (เลข) ไม่ลงตัว **-irrationalness** *n.* **-irrationally** *adv.* (-S. demented, illogical, absurd, brainless)

irrationality (อิแรชชะแนล' ลิที) *n., pl.* **-ties** ความไม่สมเหตุสมผล, การกระทำที่ไม่สมเหตุสมผล

irreclaimable (เออร์ริเคล' มะเบิล) *adj.* ที่เรียกร้องอีกไม่ได้ **-irreclaimably** *adv.* **-irreclaimability, irreclaimableness** *n.*

irreconcilable (เออเรคเคินไซ'ละเบิล) *adj.* ไม่สามารถจะปรองดองกันได้, ไม่อาจจะประนีประนอมกันได้, ที่คืนดีกันไม่ได้ *-n.* บุคคลที่ไม่สามารถจะคืนดีกันได้, ผู้ไม่ยอมประนีประนอม, ความคิดหรือความเชื่อที่ไม่สามารถประนีประนอมกันได้ **-irreconcilability** *n.* **-irreconcilably** *adv.* (-S. incompatible, discordant, implacable)

irrecoverable (เออริคัฟ' เวอะระเบิล) *adj.* ที่เอากลับคืนไม่ได้, ที่รักษาไม่ได้, ไม่สามารถทำให้หายจากโรคได้ **-irrecoverableness** *n.* **-irrecoverably** *adv.* (-S. unregainable, irredeemable)

irredeemable (เออริดีม' มะเบิล) *adj.* ที่เอาเงินคืนไม่ได้, ที่เปลี่ยนแปลงไม่ได้, ที่เอากลับไม่ได้, ไม่สามารถจะซ่อมแซมได้, ไร้ความหวัง **-irredeemably** *adv.*

irredentism (เออริเดน' ทิซึม) *n.* ลัทธิสนับสนุนการเอาดินแดนคืน หรือรวมเอาดินแดนที่มีประชาชนชาติเดียวกันมาเป็นอันหนึ่งอันเดียวกัน (โดยเฉพาะในอิตาลีสมัยปี ค.ศ. 1878) **-irredentist** *n., adj.*

irreducible (เออริดู' ซะเบิล) *adj.* ที่ลดไม่ได้, ที่ลดต่ำลงไม่ได้, ที่ตัดให้สั้นลงไม่ได้ **-irreducibleness, irreducibility** *n.* **-irreducibly** *adv.*

irrefutable (อิเรฟ' ฟิวทะเบิล) *adj.* ที่แย้งไม่ได้, ที่หักล้างไม่ได้ **-irrefutability** *n.* **-irrefutably** *adv.* (-S. incontrovertible, decisive)

irregular (อิเรก' กิวละ) *adj.* ไม่สม่ำเสมอ, ไม่แน่นอน, ไม่เป็นไปตามระเบียบแบบแผน, ไม่เรียบ, ไม่สมบูรณ์, ต่ำกว่าเกณฑ์, (ไวยากรณ์) ที่ผันคำไม่เหมือนปกติ *-n.* ผู้ที่ผิดปกติ, ผู้ที่อยู่นอกกฎเกณฑ์, ทหารที่ไม่สังกัดหน่วยใดหน่วยหนึ่งโดยเฉพาะ **-irregularly** *adv.* (-S. unsymmetric, uneven, shaky, erratic, sporadic, abnormal, immoral) *-Ex. The coastline along the lake is irregular., at irregular intervals, He kept irregular accounts.*

irregularity (อิเรกกิวแล' ริที) *n., pl.* **-ties** ความไม่สม่ำเสมอ, ความไม่แน่นอน, ความไม่เป็นไปตามระเบียบแบบแผน, สิ่งที่อยู่นอกกฎเกณฑ์ (-S. unsymmetricalness, unevenness, roughness) *-Ex. the irregularity of the coastline, an irregularity in a survey, an irregularity in the train schedules*

irrelative (อิเรล' ละทิฟว) *adj.* ที่ไม่เกี่ยวข้องกัน **-irrelatively** *adv.*

irrelevant (อิเรล' ละเวินท) *adj.* ไม่เกี่ยวข้อง, ไม่ถูกจุด, ไม่ตรงประเด็น **-irrelevance, irrelevancy** *n.* **-irrelevantly** *adv.* (-S. inapt, impertinent, unconnected) *-Ex. Dang's irrelevant remark showed that he did not*

irreligious 479 **isle**

understand the story.

irreligious (เออริลิจ' จัส) *adj.* ไม่มีศาสนา, ไม่เลื่อมใสในศาสนา, ที่ดูหมิ่นศาสนา **-irreligion** *n.* **-irreligionist** *n.* **-irreligiously** *adv.* (-S. impious, irreverent, infidel)

irremeable (อีรี' มีอะเบิล) *adj.* ที่กลับคืนไม่ได้ (-S. irreversible)

irremediable (เออริมี' ดีอะเบิล) *adj.* ไม่มีทางรักษา, ไม่สามารถจะรักษาได้, ที่แก้ไขไม่ได้, ที่ซ่อมแซมไม่ได้ **-irremediably** *adv.* **-irremediableness** *n.* (-S. incurable)

irremovable (เออริมู' วะเบิล) ไม่สามารถขจัดออกได้ **-irremovability** *n.* **-irremovably** *adv.*

irreparable (อิเรพ' เพอะระเบิล) *adj.* ที่ซ่อมแซมไม่ได้, ที่แก้ไขไม่ได้, ที่ทำให้ดีขึ้นไม่ได้ **-irreparableness, irreparability** *n.* **-irreparably** *adv.* (-S. irreversible, incurables, ruinous)

irreplaceable (เออริเพลซ' ซะเบิล) *adj.* ซึ่งไม่สามารถจะแทนที่กันได้, ซึ่งหาสิ่งอื่นมาแทนที่ไม่ได้, ซึ่งไม่สามารถถูกแทนที่ได้, ดีเลิศ (-S. invaluable, unique, precious)

irrepressible (เออริเพรส' ซะเบิล) *adj.* ซึ่งไม่สามารถกดไว้ได้, ที่ไม่สามารถควบคุมไว้ได้ **-irrepressibility** *n.* **-irrepressibly** *adv.* (-S. unrestrainable, uncontrollable, buoyant)

irreproachable (เออริโพร' ชะเบิล) *adj.* ไม่มีข้อติ **-irreproachability, irreproachableness** *n.* **-irreproachably** *adv.* (-S. blameless, faultless, stainless)

irresistible (เออริซิส' ทะเบิล) *adj.* ซึ่งไม่อาจต้านทานได้, มีเสน่ห์ **-irresistibility, irresistibleness** *n.* **-irresistibly** *adv.* (-S. overwhelming, compelling, alluring)

irresoluble (เออเรซ' ซะละเบิล) *adj.* ซึ่งแก้ไขไม่ได้, ซึ่งบรรเทาไม่ได้

irresolute (อิเรซ' ซะลูท) *adj.* ไม่ตกลงใจ, ไม่แน่ใจ, ที่ลังเลใจ **-irresolutely** *adv.* **-irresoluteness** *n.* (-S. unsure, doubtful, undetermined, hesitating) *-Ex. An irresolute person is not a good leader.*

irresolution (อิเรซซะลู' ชัน) *n.* การขาดความมั่นใจ, ความลังเลใจ

irrespective (เออริสเพค' ทิฟว) *adj.* ไม่คำนึงถึง, ไม่พิจารณาถึง **-irrespectively** *adv.* (-S. discounting, ignoring)

irresponsible (เออริสพอน' ซะเบิล) *adj.* ไม่รับผิดชอบ, ที่ขาดความรับผิดชอบ, ที่เชื่อใจไม่ได้ *-n.* ผู้ขาดความรับผิดชอบ **-irresponsibility, irresponsibleness** *n.* **-irresponsibly** *adv.* (-S. undependable, unreliable, careless)

irretrievable (เออริทรีฟ' วะเบิล) *adj.* ที่เอาคืนไม่ได้, ที่แก้ไขไม่ได้, ที่ซ่อมแซมไม่ได้ **-irretrievableness, irretrievability** *n.* **-irretrievably** *adv.* (-S. unsavable, unregainable)

irreversible (อิริเวอร์' ซะเบิล) *adj.* ที่กลับไม่ได้, ที่เปลี่ยนแปลงไม่ได้, ที่ย้อนกลับไม่ได้ **-irreversibility, irreversibleness** *n.* **-irreversibly** *adv.* (-S. unalterable, irrevocable)

irrevocable (อิเรฟ' วะคะเบิล) *adj.* ที่เอากลับคืนไม่ได้, ที่ลบล้างไม่ได้, ที่เพิกถอนไม่ได้ **-irrevocability, irrevocableness** *n.* **-irrevocably** *adv.* (-S. unchangeable, unreversible, fixed)

irrigate (เออ' ระเกท) *v.* **-gated, -gating** *-vt.* ทดน้ำ, ชำระล้างได้, ล้างด้วยของเหลว, ทำให้ชื้น, ปล่อยให้น้ำหรือของเหลวไหลผ่าน *-vi.* ทดน้ำ, จัดสรรน้ำ **-irrigable** *adj.* **-irrigative** *adj.* **-irrigator** *n.* *-Ex. The farmer irrigated an dry field.*

irrigation (เออระเก' ชัน) *n.* การชลประทาน, การทดน้ำ, การปล่อยให้น้ำหรือของเหลวไหลผ่าน, การชำระล้าง **-irrigational** *adj.* (-S. watering, sprinkling, inundating)

irritable (เออ' ริทะเบิล) *adj.* ที่ไวต่อการกระตุ้น, ที่สนองการเร้าได้ง่าย, ที่โกรธง่าย, ที่ฉุนเฉียวง่าย, ที่ระคายเคือง **-irritably** *adv.* **-irritability, irritableness** *n.* (-S. fretful, irascible, peevish, grouchy) *-Ex. irritable weakness, A baby becomes irritable., an irritable wound*

irritant (เออ' ริเทินท) *adj.* ซึ่งระคายเคือง, ซึ่งทำให้ระคายเคือง *-n.* สิ่งที่ทำให้ระคายเคืองหรือฉุนเฉียว, สิ่งกระตุ้น, สิ่งรบกวน **-irritancy** *n.*

irritate (เออ' ริเทท) *vt., vi.* **-tated, -tating** ทำให้ระคายเคือง, ทำให้ฉุนเฉียว, กวนประสาท, ทำให้อักเสบ **-irritative** *adj.* **-irritator** *n.* **-irritatingly** *adv.* (-S. infuriate, irk, provoke, vex, exasperate) *-Ex. The child's loud noises irritated him., Strong soap can irritate a baby's skin.*

irritation (เออริเท' ชัน) *n.* การทำให้ระคายเคือง, การยั่วโทสะ, การกวนประสาท, สิ่งที่ทำให้ฉุนเฉียว, ความระคายเคือง, การอักเสบ (-S. vexation, fury, rage)

irrupt (อิรัพท') *vi.* ระเบิดอย่างรุนแรง, เพิ่มอย่างรวดเร็ว (แบบผิดปกติ) **-irruptive** *adj.* **-irruption** *n.*

is (อิซ) *vi., v. aux.* กริยาเอกพจน์บุรุษที่ 3 ของ be **-as is** ตามที่เป็นอยู่ *-Ex. Who is there?, Is it raining?, The work is being done, but it is not finished yet.*

ISBN ย่อจาก International Standard Book Number รหัสมาตรฐานระหว่างประเทศสำหรับหนังสือทุกเล่มที่ได้ขึ้นรหัสไว้

isinglass (ไอ' ซินแกลส) *n.* เจลลาตินชนิดใสและบริสุทธิ์ที่ได้จากถุงอากาศของปลา, วุ้นใส

isl. ย่อจาก island เกาะ, isle เกาะขนาดเล็ก

Islam (อิซ' เลิม, อิซ' เลิม) *n.* ศาสนาอิสลาม, มุสลิม, ประชากรผู้นับถือศาสนาอิสลาม, อิสลามิกชน, ประเทศที่นับถืออิสลาม **-Islamic, Islamitic** *adj.* **-Islamism** *n.*

Islamabad (อิสลาม' มะบาด) ชื่อเมืองหลวงของปากีสถาน

Islamite (อิส' ละไมท) *n.* ชาวอิสลาม, ชาวมุสลิม (-S. Muslim)

island (ไอ' เลินด) *n.* เกาะ, ดินแดนที่อยู่โดดเดี่ยว, เนินเดี่ยว, ดอยเดี่ยว, สิ่งที่คล้ายเกาะ, ส่วนของเนื้อเยื่อที่มีลักษณะต่างจากเนื้อเยื่อที่อยู่ล้อมรอบ *-vt.* ทำให้เป็นเกาะ, ทำให้โดดเดี่ยว *-Ex. Britain is an island.*

islander (ไอ' เลินเดอะ) *n.* ชาวเกาะ

isle (ไอล) *n.* เกาะเล็กๆ *-v.* **isled, isling** *-vi.* อาศัยอยู่บนเกาะ *-vt.* ทำให้เป็นเกาะ

islet (ไอ' ลิท) เกาะเล็กมาก (-S. island)
ism (อิซึม) *n.* (ภาษาพูด) ลัทธิ ทฤษฎี ระบบ ความเชื่อ วิชาการ (-S. doctrine, theory, system)
isn't (อิซ' เซินท) ย่อจาก is not ไม่เป็น/อยู่/คือ *-Ex. Somchai isn't here.*
iso- คำอุปสรรค มีความหมายว่า เท่ากัน, เหมือนกัน
isobar (ไอ' ซะบาร์) *n.* เส้นบนแผนที่อากาศที่เชื่อมจุดของบริเวณที่มีความกดดันของบรรยากาศเท่ากัน, อะตอมที่มีน้ำหนักอะตอมเท่ากันแต่เลขอะตอมต่างกัน **-isobaric** *adj.*
isodynamic (ไอโซไดแนม' มิค) *adj.* ซึ่งมีกำลังหรืออำนาจเท่ากัน
isogon (ไอ' ซะกอน) *n.* รูปหลายเหลี่ยมที่มีมุมเท่ากัน **-isogonal, isogonic** *adj.*
isolatable, isolable (ไอ' ซะเลททะเบิล, -ละเบิล) *adj.* ที่สามารถแยกตัวออกมาได้
isolate (ไอ' ซะเลท) *vt.* **-lated, -lating** แยกออก, แยกตัวออก, ปลีกตัวออก, แยกให้อยู่ต่างหาก, ทำให้เป็นฉนวน *-adj.* ซึ่งแยกตัวออกต่างหาก *-n.* คนหรือกลุ่มคนที่แยกหัวออกจากกลุ่มใหญ่ **-isolator** *n.* (-S. separate, detach, quarantine) *-Ex. an isolated patient, He isolated himself in order to study.*
isolation (ไอซะเล' ชัน) *n.* การแยกออก, การแยกตัวออก, การปลีกตัวออก, การแยกตัวอยู่ต่างหาก, การแยกผู้ป่วยด้วยโรคติดต่อให้อยู่ต่างหาก (-S. segregation, detachment, exile, quarantine, desolation) *-Ex. The isolation of patients in hospitals helps to prevent the spread of disease.*
isolationism (ไอซะเล' ชันนิซึม) *n.* นโยบายหรือลัทธิการอยู่โดดเดี่ยว, ลัทธิโดดเดี่ยว **-isolationist** *n.*
isomer (ไอ' โซเมอะ) *n.* (เคมี) สารประกอบที่มีสูตรโมเลกุลเหมือนกันแต่มีคุณสมบัติทางเคมีและฟิสิกส์ต่างกัน เนื่องจากตำแหน่งของอะตอมในโมเลกุลต่างกัน เช่น dextrose เป็น isomer ของ lexulose
isometric, isometrical (ไอโซเมท' ริค, -ริเคิล) *adj.* มีขนาดกว้างยาวหนา หรือสูงเท่ากัน, มีมิติเท่ากัน *-n.* ภาพวาดที่มีมิติเท่ากัน **-isometrically** *adv.*
isomorphic, isomorphous (ไอซะมอร์' ฟิค, -เฟิส) *adj.* ซึ่งมีรูปร่างสัณฐานเหมือนกัน
isosceles (ไอซอส' ซะลีซ) *adj.* มีด้านเท่ากัน 2 ด้าน
isotherm (ไอ' ซะเธิร์ม) *n.* เส้นบนแผนที่อากาศที่เชื่อมต่อจุดต่างๆ ที่มีอุณหภูมิเท่ากัน, เส้นที่ลากผ่านจุดที่มีอุณหภูมิเท่ากัน
isotonic (ไอซะทอน' นิค) เกี่ยวกับการละลายที่มีแรงดันออสโมซิสเท่ากัน, ที่มีความเข้มข้นเท่ากัน **-isotonically** *adv.* **-isotonicity** *n.*
isotope (ไอ' ซะโทพ) *n.* ธาตุที่มีเลขอะตอมเหมือนกันแต่ต่างกันที่น้ำหนักอะตอมและประจุไฟฟ้า **-isotopic** *adj.* **-isotopically** *adv.* **-isotopy** *n.*
Israel (อิซ' รีเอิล) ประเทศอิสราเอล, ชาวอิสราเอล, ชาวยิว, ทายาทของ Jacob (ในพระคัมภีร์ไบเบิล), อาณาจักรยิวโบราณที่ประกอบด้วย 10 เผ่า
Israeli (อิซเร' ลี) *n., pl.* **-lis** ชาวอิสราเอล *-adj.* เกี่ยวกับอิสราเอล (ประเทศ ผู้คน ภาษาหรืออื่นๆ)
Israelite (อิซ' รีอะไลท) *n.* ชาวยิว, ชาวอิสราเอล, ชาวยิวโบราณ (ในพระคัมภีร์ไบเบิล), คนที่ได้รับคัดเลือกจากพระเจ้า *-adj.* เกี่ยวกับอิสราเอลหรือยิวโบราณ **-Israelitish, Israelitic** *adj.*
issuable (อิช' ชูอะเบิล) *adj.* ที่ออกให้ได้, ที่พิมพ์ออกได้, ที่แสดงความเห็นได้ **-issuably** *adv.*
issuance (อิช' ชูเอินซ) *n.* การออกคำสั่ง, การปล่อยออกมา, การจัดพิมพ์ออกมา, สิ่งที่ปล่อยออกมา
issuant (อิช' ชูเอินท) *adj.* เป็นร่างที่ยืนตรงและเห็นแต่ส่วนหน้าโผล่ออกมา, ที่โผล่ออกมา
issue (อิช' ชู) *n.* การปล่อยออกมา, การออกคำสั่ง, การตีพิมพ์ออกมา, สิ่งที่ปล่อยออก, สิ่งตีพิมพ์, จำนวนหรือปริมาณที่ปล่อยออกมาแต่ละครั้ง, ฉบับ, ชุด, หัวข้อปัญหา, ผลที่เกิดขึ้น, บุตร, ทายาท, การส่งเสบียงอาหาร อาวุธยุทธภัณฑ์และสิ่งอื่นๆ ไปให้ทหาร, ทางออก, ผลผลิต, ผลกำไร *-vt., vi.* **-sued, -suing** ไหลออก, ปล่อยออก, ตีพิมพ์, ออกคำสั่ง, จ่าย, แจก **-at issue** ที่กำลังเป็นปัญหา, ที่กำลังถกเถียงกัน **-take issue** ไม่เห็นด้วย **-issuer** *n.* (-S. consequence, outcome, result, printing, copy, distribution, offspring, discharge) *-Ex. The teacher will issue books to us., the third issue of the newspaper, Taxes are an issue in the elections., monetary issue, to issue a decree or proclamation, Lava issues from a volcano.*
-ist คำปัจจัย มีความหมายว่า ผู้เชี่ยวชาญ, ผู้ชำนาญการ, ผู้ปฏิบัติการ, ผู้ศรัทธา
isthmus (อิส' เมิส) *n., pl.* **-muses/-mi** พื้นดินแถบเล็กๆ ที่เชื่อมระหว่างพื้นดินผืนใหญ่, เนื้อเยื่อที่เชื่อมระหว่างอวัยวะ **-isthmian** *adj.*
-istic คำปัจจัย มีความหมายว่า ลักษณะ ใช้กับคำคุณศัพท์ที่ได้มาจากคำนาม
IT ย่อจาก information technology เทคโนโลยีข่าวสาร, เทคโนโลยีข้อมูล
it (อิท) *pron.* มัน, นั่น, ตัว, คน, บุคคลที่ไม่เจาะจง, (ภาษาพูด) คนสำคัญ สิ่งสำคัญ *-n.* คนเล่นกีฬาที่พยายามสกัดฝ่ายตรงข้าม *-Ex. Where is the book? It is over there.*
Italian (อิแทล' เยิน) *adj.* เกี่ยวกับอิตาลี (ประเทศ ภาษา ผู้คนและอื่นๆ) *-n.* ชาวอิตาลี, ภาษาอิตาลี
Italic (อิแทล' ลิค) *adj.* เกี่ยวกับอิตาลีโบราณ ประชาชนหรือวัฒนธรรม *-n.* สาขาหนึ่งของภาษาตระกูล Indo-European
italic (อิแทล' ลิค) *adj.* เกี่ยวกับแบบหนังสือตัวเอน *-n.* หนังสือแบบตัวเอน *-Ex. Most of this sentence is printed in italic.*
italicize (อิแทล' ละไซซ) *vt.* **-cized, -cizing** พิมพ์ด้วยตัวหนังสือเอน, ขีดเส้นใต้คำ, เน้น **-italicization** *n.*
Italy (อิท' ทะลี) ประเทศอิตาลีที่อยู่ทางตอนใต้ขอบทวีปยุโรป (-S. Italia)
itch (อิช) *vi.* รู้สึกคัน, คัน *-vt.* ทำให้คัน, รบกวน, ทำให้ระคายเคือง *-n.* ความรู้สึกคัน, ความอยากได้, ความปรารถนา, โรคหิด *-Ex. My mosquito bite itches., The old beggar hads the itch.*

itchy (อิช' ชี) *adj.* **-ier, -iest** ที่ทำให้คัน, มีอาการคัน, ที่ประหม่า **-itchily** *adv.* **-itchiness** *n.*

item (ไอ' เทิม) *n.* เรื่อง, อัน, ชิ้น, สิ่งของในรายการ, รายการในบัญชี, ข่าว, มาตรา, ข้อ *-vt.* ลงรายการ, ลงบันทึก *-Ex. Apples, bread, and sugar are items on Mother's shopping list., a short item about the fires*

itemize (ไอ' ทะไมซฺ) *vt.* **-ized, -izing** ลงรายการ, ลงบันทึก, ลงรายละเอียด **-itemization** *n.* (**-S.** list, record, detail) *-Ex. to itemize a telephone bill*

iterance (อิท' เทอะเรินซฺ) *n.* การซ้ำ, การย้ำ

iterant (อิท' เทอะเรินทฺ) *adj.* ซึ่งเป็นการย้ำ, ที่ซ้ำ, ที่ย้ำ

iterate (อิทฺ' ทะเรท) *vt.* **-ated, -ating** กล่าวซ้ำ, กล่าวย้ำ, ทำซ้ำ, ย้ำ **-iteration** *n.*

iterative (อิท' ทะเรทิฟวฺ) *adj.* ที่ซ้ำ, ที่ย้ำ, ที่กล่าวซ้ำ

itinerancy, itineracy (ไอทิน' เนอะเรินซี, -ระซี) *n., pl.* **-ies** การเดินทางจากที่หนึ่งไปยังอีกที่หนึ่ง, การท่องเที่ยวไปในที่ต่างๆ, การเร่, การธุดงค์, กลุ่มผู้เดินทางไปในที่ต่างๆ, การหมุนเวียนไปประจำที่ต่างๆ

itinerant (ไอทิน' เนอะเรินทฺ) *adj.* ที่ท่องเที่ยวไปในที่ต่างๆ, ที่หมุนเวียนประจำในที่ต่างๆ, ซึ่งเดินทางและทำงานไปในที่ต่างๆ *-n.* ผู้ที่ท่องเที่ยวไปในที่ต่างๆ, ผู้ที่เดินทางและทำงานไปในที่ต่างๆ **-itinerantly** *adv.* (**-S.** nomadic, wandering, traveling **-A.** settled, fixed)

itinerary (ไอทิน' เนอะเรียรี) *n., pl.* **-ies** เส้นทาง, รายละเอียดของการเดินทาง, บันทึกการเดินทาง, คู่มือการเดินทาง *-adj.* เกี่ยวกับการเดินทาง

itinerate (ไอทิน' นะเรท) *vi.* **-ated, -ating** เดินทางจากที่หนึ่งไปยังอีกที่หนึ่ง, เร่ร่อน, ท่องเที่ยว, เดินทางและทำงานในที่ต่างๆ **-itineration** *n.*

-itis คำปัจจัย มีความหมายว่า อักเสบ

it'll (อิท' เทิล) ย่อจาก it will, it shall มันจะ

its (อิทซฺ) *pron.* ของมัน *-adj.* ที่แสดงความเป็นเจ้าของของมัน *-Ex. The bird is on the tree, its song is beautiful., The flower is beautiful, its fragrance is sweet.*

it's (อิทซฺ) ย่อจาก it is มันเป็น/อยู่/คือ, it has มันมี *-Ex. It's raining., I think it's too cool to swim., Well, it's been a long time.*

itself (อิทเซลฟฺ') *pron.* ตัวมันเอง, ตัวของมันเอง, ตัวเอง, ตัวเดียว, อันเดียว *-Ex. The cat licks itself with its tongue., The road curves round and crosses itself., The box itself weighs a pound without anything in it.*

itty-bitty, itsy-bitsy (อิท' ที บิท' ที, อิท' ซี บิท' ซี) *adj.* (ภาษาพูด) เล็กที่สุด

IUCD ย่อจาก intrauterine contraceptive device ห่วงคุมกำเนิด

IUD ย่อจาก intrauterine device อุปกรณ์คุมกำเนิดที่ใช้สอดเข้าไปในมดลูก

IV ย่อจาก intravenous ภายในหรือรับเข้าสู่เส้นเลือดดำ

I've (ไอฟวฺ) ย่อจาก I have ฉันมี *-Ex. Oh, I've seen that movie!*

-ive คำปัจจัย มีความหมายว่า ชอบ, มีลักษณะเป็น, เกี่ยวกับ, มีความโน้มน้าว

IVF ย่อจาก in vitro fertilisation เทคนิคการปฏิสนธิเด็กหลอดแก้ว

ivory (ไอ' วะรี) *n., pl.* **-ries** งาช้าง, สิ่งที่ทำด้วยงาช้าง, งาสัตว์อื่น, เนื้อฟัน, ที่ดีดเปียโน, ลูกเต๋า, สีงาช้าง *-adj.* ประกอบด้วยหรือทำด้วยงาช้าง, ที่มีสีงาช้าง

ivory tower สถานที่ที่แยกอยู่ต่างหาก ซึ่งห่างไกลจากสภาพความเป็นจริง, ความคิดอิงแต่หลักการโดยไม่คำนึงถึงความเป็นจริง

ivy (ไอ' วี) *n., pl.* **ivies** ไม้เลื้อยจำพวก *Hedera helix*

-ize, -ise คำปัจจัย มีความหมายว่า ทำให้เป็นเช่นนั้น, กลายเป็น, บังเกิด

J

J, j (เจ) *n., pl.* **J's, j's** พยัญชนะอังกฤษตัวที่ 10, เสียงเจ, อักษร J หรือ j, รูปตัว J หรือ j, ลำดับที่สิบ, สัญลักษณ์หน่วยพลังงานทางฟิสิกส์ของ joule

jab (แจบ) *vt., vi.* **jabbed, jabbing** ทิ่ม, แหย่, แทง, กระทุ้ง, แย็บ, ต่อยอย่างรวดเร็ว, ฉีดยาเสพย์ติด *-n.* การทิ่ม, การแหย่, การแทง, การกระทุ้ง, การแย็บ, การต่อยอย่างรวดเร็ว, การฉีดยาเสพย์ติด (**-S.** prod, poke, bump) *-Ex. Somchai jabbed me with his elbow.*

jabber (แจบ' เบอะ) *vi., vt.* พูดอย่างรวดเร็วและไม่ชัดเจน, พูดรัว, พูดไม่มีสาระ, พูดพึมพำ *-n.* การพูดอย่างรวดเร็วและไม่ชัดเจน, การพูดรัว, การพูดไม่มีสาระ, การพูดพึมพำ **-jabberer** *n. -Ex. I can't understand you when you jabber like that.*

jabot (แจบ' โบ) *n.* ระบายประดับเสื้อซึ่งเย็บติดกับปกคอเสื้อของผู้หญิง

jabot

jack (แจค) *n.* เครื่องยกของหนัก, แม่แรง, ปั้นจั่น, เครื่องหมุนเหล็กง่ามที่ใช้ย่างเนื้อ, ไพ่แจ๊ก (ต่ำกว่าควีนแต่สูงกว่าสิบ), ธงเล็กๆ บนหัวเรือ, (คำสแลง) เงิน *-vt.* จับปลาโดยใช้ไฟล่อ, ยกของโดยใช้แม่แรง *-vi.* จับปลาโดยใช้ไฟล่อ **-Jack** (ภาษาพูด) ชื่อที่ใช้เรียกคนสนิท (บางทีก็เรียกเป็น John), ทหารเรือ, กะลาสีเรือ **-jack up** ยกโดยใช้แม่แรง, (ภาษาพูด) ขึ้น (ราคาเงินเดือน ฯลฯ) *-Ex. a jack-of-all-trades, to jack up a car to replace a tire, The ship was flying the British Union Jack.*

jackal (แจค' เคิล) *n., pl.* **-als/-al** หมาใน, คนที่ไม่ซื่อสัตย์, คนหลอกลวง

jackass (แจค' แคส) *n.* ลาตัวผู้, คนโง่, คนทึ่ม

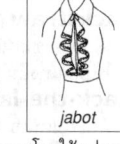

jackboot (แจค' บูท) *n.* รองเท้าบู๊ตขนาดใหญ่และสูงจนถึงเข่า

jackdaw (แจค' ดอ) *n.* นกกาจำพวก *Corvus monedula* ชอบทำรังบนยอดหอคอยและสิ่งปรักหักพัง

jacket (แจค' คิท) *n.* เสื้อคลุมขนาดสั้น, เสื้อแจ็กเกต, เสื้อชั้นนอก, สิ่งปกคลุม, เปลือกหุ้ม, เปลือกมันฝรั่ง, ปกหนังสือ, ปลอกกระดาษสำหรับใส่แผ่นเสียง, ปลอกหุ้มกระสุนปืน, ชุดหรือซองใส่เอกสาร, กล่องพลาสติกหรือกระดาษที่ใช้เก็บแผ่นดิสก์ *-vt.* ใส่ปลอกหุ้ม, หุ้มห่อ (-S. case, cover, casing)

jack-in-the-box (แจค' อินเธอะบอคซฺ) *n., pl.* **-boxes** กล่องของเล่นที่มีตุ๊กตาโผล่พรวดออกมาเมื่อเปิดกล่อง

jack-in-the-pulpit (แจค' อินเธอะพุล' พิท) *n.* ต้นไม้เนื้ออ่อนจำพวก *Arisaema triphyllum*

jackknife (แจค' ไนฟฺ) *n., pl.* **-knives** มีดพับขนาดใหญ่, การกระโดดน้ำในท่าโค้งตัวเอามือแตะปลายเท้าก่อนพุ่งลงสู่พื้นน้ำ *-v.* **-knifed, -knifing** *-vt.* ตัดด้วยมีดดังกล่าว, ทำให้โค้งงอ *-vi.* ทำท่าโค้งงอ

jackleg (แจค' เลก) *adj.* ไม่ชำนาญ, ไม่เหมาะสม, ไม่มีคุณธรรม *-n.* คนหรือสิ่งที่เชื่อถือไม่ได้

jack-of-all-trades (แจคเอิฟออล' เทรดซฺ) *n., pl.* **jacks-of-all-trades** บุคคลผู้แคล่วคล่องในงานสารพัดอย่าง (-S. factotum, handyman)

jack-o'-lantern (แจค' อะแลนเทิร์น) *n., pl.* **-lanterns** ฟักทองกลวงที่เจาะรูตา จมูก และปาก แล้วใส่เทียนไขหรือตะเกียงไว้ข้างใน (ในคืนวันเทศกาลฮาโลวีน)

jack-o'-lantern

jackplane (แจค' เพลน) *n.* กบไสไม้ให้เรียบ

jackpot (แจค' พอท) *n.* เงินกองกลางที่เพิ่มขึ้นในการเล่นการพนันหรือโป๊กเกอร์, รางวัลใหญ่, รางวัลที่หนึ่ง, เงินพนันจำนวนมาก **-hit the jackpot** (ภาษาพูด) ประสบความสำเร็จมาก ประสบโชคลาภอย่างกะทันหัน (-S. kitty, reward, bonanza)

jack rabbit กระต่ายขนาดใหญ่ชนิดหนึ่งในทวีปอเมริกาเหนือ มีขาหลังที่แข็งแรงและหูยาวมาก

jacks (แจคซฺ) *n. pl.* ชื่อเกมเด็กเล่นชนิดหนึ่ง

jackscrew (แจค' สครู) *n.* แม่แรงที่หมุนเป็นเกลียว

jackstraw (แจค' สทรอ) *n.* แท่งไม้หรือแท่งพลาสติกเล็กๆ ที่ใช้เล่นเกม **-jackstraws** เกมเก็บแท่งไม้ โดยไม่ให้โดนแท่งอื่น

Jack-the-lad (แจคเธอะแลด) *n.* ชายหนุ่มผู้มีความมั่นใจในตนเอง

Jacob's ladder (เจ' เคิบซแลด' เดอะ) *n.* บันไดเชือกที่มีกระดานเหยียบ, บันไดเชือก, บันไดขึ้นสวรรค์ (ในพระคัมภีร์ไบเบิล)

jade[1] (เจด) *n.* หยก, แร่หยก (jadeite หรือ nephrite), สิ่งที่ทำจากหยกสีเขียว, สีเขียวหยก *-adj.* ที่ทำจากหยก, ที่มีสีหยก

jade[2] (เจด) *n.* ม้าเลว, ม้าแก่, ม้าที่ใช้การไม่ได้, หญิงร้าย *-vt., vi.* **jaded, jading** ทำให้อ่อนเพลีย, ทำให้น่าเบื่อ, ทำให้หมดเปลือง

jaded (เจ' ดิด) *adj.* อ่อนเพลีย, เหน็ดเหนื่อย, น่าเบื่อ, เลือน, หมดเปลือง, เสเพล **-jadedly** *adv.* **-jadedness** *n.* (-S. satiated, glutted, weary)

jag[1] (แจก) *n.* ปุ่ม, รอยขรุขระ, ขอบที่คม *-vt.* **jagged, jagging** ทำให้มีปุ่ม, เฉือน, ทำเครื่องหมาย **-jaggy** *adj.*

jag[2] (แจก) *n.* (คำสแลง) สภาพที่มึนเมา การเที่ยวมึนเมา ระยะที่มึนเมา, ปริมาณเล็กน้อย

jagged (แจก' กิด) *adj.* เป็นเหลี่ยมแหลม, เป็นซี่ฟัน, ขรุขระ **-jaggedly** *adv.* **-jaggedness** *n.* (-S. notched, pointed, toothed)

jaguar (แจก' วาร์) *n., pl.* **-uars/-uar** สัตว์ตระกูลเสือจำพวก *Panthera onca* อยู่ในเขตร้อนของทวีปอเมริกา, เสือจากัวร์

jai alai (ไฮ เออะไล') *n.* กีฬาชนิดหนึ่งคล้ายแฮนด์บอลที่เล่นกันบนสนามที่มีกำแพง 3 ด้าน

jail (เจล) *n.* คุก *-vt.* เอาเข้าคุก (-S. prison, detention center)

jailbird (เจล' เบิร์ด) *n.* (ภาษาพูด) คนที่ติดคุก คนขี้คุก

jailbreak (เจล' เบรค) *n.* การแหกคุก

jailer, jailor (เจ' เลอะ) *n.* ผู้คุมคุก

jailhouse (เจล' เฮาซฺ) *n.* คุก, ตะราง

jalopy (จะลอพ' พี) *n., pl.* **-ies** (คำสแลง) รถเก่าแก่

jalousie (แจล' ละซี) *n.* บานเกล็ด, หน้าต่างบานเกล็ดที่เลื่อนบานกระจกขึ้นลงได้

jam[1] (แจม) *v.* **jammed, jamming** *-vt.* อัด, ยัด, เบียด, ดัน, อัดใส่, อัดจนติดขัด, ส่งคลื่นวิทยุรบกวน *-vi.* อุดตัน, อัดแน่น, ติดขัด *-n.* การอัด, การยัด, การเบียด, การอุดตัน, การแออัด, การอัดแน่น, การติดขัด, การจราจรติดขัด, อุปสรรค, การขลุกขลัก, สถานการณ์ที่ลำบาก **-jammer** *n.* **-jammable** *adj.* (-S. squeeze, wedge) *-Ex. be in/get into a jam, jam-packed, jam-session*

jam[2] (แจม) *n.* ผลไม้กวน

Jamaica (จะเม' คะ) เกาะจาเมกาทางใต้ของคิวบา เคยเป็นอาณานิคมของอังกฤษ มีเมืองหลวงคือคิงส์ตัน **-Jamaican** *adj., n.*

jamb, jambe (แจม) *n.* เสาข้างใดข้างหนึ่งของประตูหรือหน้าต่าง, กำแพงข้างเตาผิง

jam-packed (แจม' แพคทฺ') *adj.* (ภาษาพูด) อัดแน่นใส่เข้าเต็มที่

jam session การแสดงดนตรีร่วมกันอย่างไม่ได้ตระเตรียมมาก่อน, (ภาษาพูด) การอภิปรายโดยไม่ได้ตระเตรียมมาก่อน

jangle (แจง' เกิล) *v.* **-gled, -gling** *-vi.* ส่งเสียงดังจากการกระทบกันของโลหะ, ส่งเสียงดังกรุ๊งกริ๊ง, พูดอย่างโกรธเคือง *-vt.* ทำให้โลหะกระทบกัน, ทำให้เคือง, ทำให้รำคาญใจ *-n.* เสียงทะเลาะวิวาท, การโต้เถียง, เสียงโลหะกระทบกัน (-S. clank, clink, irritate) **-jangler** *n.* *-Ex. The bells jangled unpleasantly., the jangle of an alarm clock, That banging on the organ jangles my nerves.*

janitor (แจน' นิเทอะ) *n.* ภารโรง, คนเฝ้าประตู, คนดูแลอาคาร **-janitorial** *adj.*

janitress (แจน' นิเทรส) *n.* ภารโรงหญิง

January (แจน' ยัวรี) *n., pl.* **-ries** เดือนมกราคม ใช้อักษรย่อ Jan.

Jap (แจพ) *n.* (คำสแลง) ชาวญี่ปุ่น *-adj.* เกี่ยวกับญี่ปุ่น (-S. Japanese)

Japan (จะแพน') ประเทศญี่ปุ่น

Japanese (แจพพะนีซ', -นีซ') *n., pl.* **-nese** คนญี่ปุ่น, ภาษาญี่ปุ่น *-adj.* เกี่ยวกับญี่ปุ่น (ภาษา คน และวัฒนธรรม)

jape (เจพ) *vi., vt.* **japed, japing** แหย่, ใช้อุบาย *-n.* การแหย่, อุบาย **-japer** *n.* **-japery** *n.*

jar[1] (จาร์) *n.* กระปุก, ขวดปากกว้าง, เหยือก, โอ่ง, ไห, โถ, ปริมาณที่จุได้ในภาชนะดังกล่าว *-vt.* **jarred, jarring** บรรจุใส่ภาชนะ (-S. container, vessel, flagon)

jar[2] (จาร์) *v.* **jarred, jarring** *-vt.* ทำให้เกิดเสียงสะเทือนระคายหู, ทำให้สั่นสะเทือน *-vi.* เกิดเสียงสะเทือนรบกวนประสาท, สั่นสะเทือน, ขัดแย้ง, ชนโครม, ไม่เห็นด้วย *-n.* เสียงสั่นสะเทือนระคายหู, การสั่นสะเทือน, ความกระทบกระเทือนจิตใจหรือความรู้สึก, อาการช็อก, ความไม่เห็นด้วย **-jarringly** *adv.* (-S. vibrate, clash, annoy) *-Ex. The thunder jarred the whole house., News of the accident jarred him., Jumping from the tree gave me a jar., His ideas jarred with mine.*

jardinière (จาร์ดิเนียร์') *n.* สิ่งที่ใส่หรือรองรับไม้ประดับดอกไม้หรือสิ่งประดับอื่นๆ, แจกันดอกไม้, กระถางต้นไม้, ผักหั่นและต้มสุก

jargon (จาร์' เกิน) *n.* ภาษาเฉพาะอาชีพ, คำพูดที่เหลวไหล, คำพูดที่ไร้สาระ, คำพูดที่ทำให้เข้าใจยาก, ภาษาผสมผสาน *-vi.* พูดภาษาเฉพาะอาชีพ พูดภาษาที่เหลวไหลหรือไร้สาระ, พูดภาษาที่ผสมผสานหรือเข้าใจยาก **-jargonist, jargoneer** *n.* **-jargonistic** *adj.*

jasmine, jasmin (แจซ' มิน, แจส' มิน) *n.* ต้นมะลิจำพวก *Jasminum,* ไม้ดอกที่กลิ่นคล้ายมะลิ, สีเหลืองอ่อน (-S. jessamine)

jasper (แจส' เพอะ) *n.* หินควอตซ์จำพวกโมราชนิดหนึ่งมีสีแดง เหลืองหรือน้ำตาล, เครื่องหินสีขาวสมัยโบราณของ Wedgwood

jaundice (จอน' ดิส, จาน' ดิส) *n.* โรคดีซ่าน เนื่องจากมีสารของน้ำดีในโลหิตมากขึ้นกว่าปกติทำให้ผิวหนังเหลืองตาขาวเหลือง อ่อนเพลีย เบื่ออาหาร, ความอคติ, ความอิจฉาริษยา *-vt.* **-diced, -dicing** ทำให้รู้สึกอคติ (เนื่องจากความอิจฉา ความเสียใจหรืออื่นๆ) **-jaundiced** *adj.*

jaunt (จอนทฺ, จานทฺ) *vi.* เดินทางในระยะสั้น, ท่องเที่ยวในระยะสั้น *-n.* การเดินทางหรือท่องเที่ยวในระยะสั้น (-S. short tour, ramble, airing)

jaunty (จอน' ที, จาน' ที) *adj.* **-tier, -tiest** ง่ายดาย, คล่องแคล่ว, ทันสมัย, เรียบร้อย, มีอิสระ, ที่เชื่อมั่น **-jauntily** *adv.* **-jauntiness** *n.* (-S. buoyant, perky, stylish)

Javanese (แจฟวะนีซ, -นีซ) *adj.* เกี่ยวกับเกาะชวา ชาวชวา หรือภาษาชวา *-n., pl.* **-nese** ชาวชวา, ภาษาชวา

javelin (แจฟวฺ' ลิน, แจฟ' วะลิน) *n.* หลาว, แหลน, ทวน, หอก, กีฬาพุ่งหลาว

jaw (จอ) *n.* ขากรรไกร, กราม, ส่วนที่คล้ายขากรรไกร, ที่ยึด, ที่จับ, ก้ามหนีบ *-vi.* พูดคุยเสียงดัง **-jaws** ทางเดินระหว่างหุบเขา, สถานการณ์ที่อันตราย *-Ex. The teeth are set in the jaw.*

jawbone (จอ' โบน) *n.* กระดูกขากรรไกร, กระดูกกราม, กระดูกขากรรไกรล่าง *-vt., vi.* **-boned, -boning** พยายามจูงใจด้วยหลักคุณธรรมหรือด้วยอำนาจ

jay (เจ) *n.* นกที่มีเสียงจ้อกแจ้กชนิดหนึ่งในตระกูล Corvidae, (ภาษาพูด) คนพูดมาก คนโง่

jaybird (เจ' เบิร์ด) *n.* ดู jay

jaywalk (เจ' วอค) *vi.* ข้ามถนนอย่างไม่ระมัดระวังหรือผิดกฎหมาย

jazz (แจซ) *n.* ดนตรีแจ๊ส, การเต้นรำหรือระบำแจ๊ส, (คำสแลง) ความมีชีวิตชีวา การพูดเสแสร้ง สิ่งที่ไม่มีสาระ *-vt.* เล่นดนตรีแจ๊ส, (คำสแลง) พูดโกหก *-vi.* (คำสแลง) พูดโกหก **-jazzer** *n.*

jazzy (แจซ' ซี) *adj.* **-ier, -iest** เกี่ยวกับหรือเป็นลักษณะของดนตรีแจ๊ส, (คำสแลง) มีชีวิตชีวา ปราดเปรียว **-jazziness** *n.* **-jazzily** *adv.*

J

jealous (เจล' เลิส) *adj.* อิจฉา, ริษยา, ขี้หึง, หึงหวง, หวงแหน, ระแวง, เสแสร้ง, เอาแต่ใจตนเอง, ทนไม่ได้ **-jealously** *adv.* **-jealousness** *n.* (-S. envious, desirous, suspicious, protective) *-Ex. Mr. X is jealous of Mr. Y's success., Somchai was so jealous that he won't let her talk to other boys.*

jealousy (เจล' ละซี) *n., pl.* **-ies** ความอิจฉา, ความริษยา, ความหึงหวง, การเฝ้า, การระมัดระวังและเตรียมพร้อม (-S. distrust, envy, watchfulness)

jean (จีน) *n.* ผ้ายีน **-jeans** กางเกงยีน

jee (จี) *interj.* ดู gee

jeep (จีพ) *n.* รถจี๊ป, รถทหารขนาดเล็ก

jeer (เจียร์) *vi., vt.* พูดเยาะเย้ย, เย้ยหยัน, หัวเราะเยาะ *-n.* การพูดเยาะเย้ย, การหัวเราะเยาะ **-jeerer** *n.* **-jeeringly** *adv.* (-S. mock, sneer at) *-Ex. Only poor sports jeer the losing team., the jeers from the crowd, The bad boys jeered at the boy who made the mistake.*

Jehovah (จิโฮ' วะ) *n.* ชื่อของพระผู้เป็นเจ้าในพระคัมภีร์ฉบับเก่าของพระคัมภีร์ไบเบิล (Old Testament)

jejune (จิจูน') *adj.* ขาดแคลนคุณค่าทางอาหาร, ไม่น่าสนใจ, น่าเบื่อ, ยังไม่เจริญเติบโตเต็มที่ **-jejunely** *adv.* **-jejuneness** *n.*

jejunum (จะจู' เนิม, จี-) *n., pl.* **-na** ส่วนกลางของลำไส้เล็กอยู่ระหว่าง duodenum กับ ileum **-jejunal** *adj.*

jell (เจล) *vi.* กลายเป็นวุ้นแข็ง (โครงสร้าง) ชัดเจนขึ้น *-vt.* ทำให้แข็ง, ทำให้เป็นรูปร่าง *-n.* วุ้น

jelly (เจล' ลี) *n., pl.* **-lies** วุ้น, วุ้นผลไม้, อาหารวุ้น, สิ่งที่คล้ายวุ้น *-vt., vi.* **-lied, -lying** ทำให้เป็นวุ้น, กลายเป็นวุ้น **-jellylike** *adj.*

jellyfish (เจล' ลีฟิช) *n., pl.* **-fish/ -fishes** แมงกะพรุน, (ภาษาพูด) คนเหลาะแหละ คนที่อ่อนแอ

jellyfish

jennet, genet (เจน' นิท) *n.* ม้าสเปนตัวเล็กๆ, ลาตัวเมีย

jenny (เจน' นี) *n., pl.* **-nies** ที่ปั่นฝ้ายสมัยโบราณ, สัตว์ตัวเมีย (โดยเฉพาะลาหรือนกตัวเมีย)

jeopardize (เจพ' เพอะไดซ) *vt.* **-ized, -izing** เป็นอันตรายต่อ, เป็นภัยต่อ, ทำร้าย, ทำอันตราย (-S. endanger, imperil, risk, venture) *-Ex. The father jeop-*

jeopardy 484 **jibe, gybe**

ardized his life to save his trapped son from the burning house.

jeopardy (เจพ' เพอะดี) *n., pl.* **-ies** อันตราย, ภัย, การเสี่ยงอันตราย, การเสี่ยงต่อการถูกพบความผิด *-Ex. to be in jeopardy of one's life*

jeremiad (เจระไม' แอด) *n.* ความเศร้าหมอง, การโอดครวญ, ความโทมนัส (-S. lamentation)

Jeremiah (เจระไม' อะ) *n.* ชื่อคนสอนศาสนาคนหนึ่งในศตวรรษที่ 6 และ 7 ก่อนคริสต์ศักราช, ชื่อหนังสือเล่มหนึ่งในพระคัมภีร์ไบเบิล

jerk[1] (เจิร์ค) *n.* การกระตุก, การเกร็งกระตุก, การสะบัด, การกระชาก, การฉุด, การเหวี่ยง, การเคลื่อนไหวอย่างรวดเร็วและกะทันหัน, (คำสแลง) คนเซ่อ คนโง่, การยกน้ำหนักจากไหล่ขึ้นตรงเหนือศีรษะ, การพูดอย่างกระหืดกระหอบ *-vt.* กระตุก, เกร็งกระตุก, สะบัด, กระชาก, ฉุด, เหวี่ยง *-vi.* กระตุก, เคลื่อนไหวอย่างรวดเร็วและกะทันหัน, พูดตะกุกตะกัก **-the jerks** การเกร็งกระตุกของกล้ามเนื้อ **-jerk off** (คำสแลง) กระทำกามอัตโนมัติ *-Ex. The baby jerked her hand away from the hot store., The car stopped quickly and jerked our heads., The train stopped with a jerk.*

jerk[2] (เจิร์ค) *vt.* แล่เนื้อเป็นแผ่นบางๆ แล้วตากให้แห้ง

jerky[1] (เจิร์ค' คี) *adj.* **-ier, -iest** ที่กระตุก, ที่เคลื่อนไหวอย่างรวดเร็ว, (คำสแลง) โง่ **-jerkily** *adv.* **-jerkiness** *n.*

jerky[2] (เจิร์ค' คี) *n.* เนื้อแผ่นบางๆ ที่ถูกตากแดดให้แห้ง

jerry-built (เจอ' รีบิลทฺ) *adj.* ที่สร้างอย่างถูกๆ และบอบบาง, ที่สร้างขึ้นอย่างรีบร้อนและลวกๆ

jessamine (เจส' ซะมิน) *n.* ต้นมะลิ

jest (เจสทฺ) *n.* คำพูดล้อเล่น, คำพูดตลก, คำพูดหยอกเล่น, การล้อเล่น, เรื่องตลก, เรื่องขบขัน, สิ่งที่ขบขัน *-vi.* พูดล้อเล่น, พูดตลก, พูดหยอกเล่น *-vt.* หยอกเล่น, ล้อเล่น (-S. witticism, quip, fun)

jester (เจส' เทอะ) *n.* ตัวตลก, จำอวด, ผู้ที่พูดล้อเล่น, ผู้ที่พูดตลก (-S. joker, comedian, buffoon)

Jesuit (เจซ' ซูอิท) *n.* สมาชิกโรมันคาทอลิกนิกายหนึ่งที่ก่อตั้งโดย Ignatius แห่ง Loyola ในปี ค.ศ. 1554 **-jesuit** คนที่มีเล่ห์เหลี่ยม, คนร้อยเล่ห์ **-Jesuitic, Jesuitical** *adj.* **-Jesuitically** *adv.* **-Jesuitism, Jesuitry** *n.*

Jesus (จี' เซิซ, -เซิส) *n.* พระเยซูคริสต์, พระผู้เป็นเจ้า *-interj.* คำอุทานแสดงความไม่เชื่อ ความผิดหวัง ความเจ็บปวดหรืออื่นๆ

Jesus Christ พระเยซูคริสต์, คำอุทานแสดงความไม่เชื่อ ความผิดหวัง ความเจ็บปวดหรืออื่นๆ

jet[1] (เจท) *n.* ของเหลว ก๊าซหรือฝุ่นที่พ่นออกมาเป็นลำ, สิ่งที่พุ่งออกมาเป็นลำ, หัว, ท่อ, หัวท่อก๊าซ, เครื่องบินเจ๊ต, เครื่องยนต์เจ๊ต *-vt., vi.* **jetted, jetting** เดินทางด้วยเครื่องบินเจ๊ต, เคลื่อนที่อย่างรวดเร็ว, พุ่งออกเป็นลำ, พ่นออกเป็นลำ, ฉีดออกมา *-adj.* เกี่ยวกับการขับเคลื่อนด้วยเครื่องยนต์เจ๊ต (-S. spurt, spray, nozzle) *-Ex. Somchai shot a jet of water from his pistol., a gas jet*

jet[2] (เจท) *n.* ถ่านหินอัดแน่นชนิดหนึ่ง มีความมันเงาและมักใช้เป็นเครื่องประดับสีดำมัน, หินอ่อนสีดำ *-adj.* เกี่ยวกับหรือทำด้วยถ่านหินดังกล่าว, มีสีดำและมัน

jet-black (เจท' แบลค) *adj.* ที่มีสีดำเงา

jet engine เครื่องยนต์เจ๊ต (โดยเฉพาะเครื่องบิน) ที่ทำให้เกิดการเคลื่อนที่ไปข้างหน้าโดยแรงดันของลำของเหลว ก๊าซหรืออากาศพุ่งออกไปทางด้านหลัง

jet lag อาการเหนื่อยอ่อนที่เกิดจากการเดินทางโดยเครื่องบินเป็นระยะทางไกลมากและข้ามเขตเวลาโลก ทำให้นาฬิกาชีวภาพของร่างกายปรับตัวกับเวลาใหม่ไม่ทัน

jet plane เครื่องบินเจ๊ตที่ขับเคลื่อนด้วยเครื่องยนต์เจ๊ต

jetport (เจท' พอร์ท) *n.* ท่าอากาศยานสำหรับเครื่องบินเจ๊ต

jet propulsion การขับเคลื่อนด้วยแรงพุ่งของก๊าซหรือของเหลว

jetsam (เจท' เซิม) *n.* สินค้าที่โยนทิ้งจากเรือลงทะเลเพื่อทำให้เรือทรงตัวได้ดีขึ้นในเวลาฉุกเฉิน, สิ่งของที่ถูกโยนทิ้ง

jet set กลุ่มคนรวยที่นิยมขับเครื่องบินเจ๊ตหาความสุขสำราญจากทวีปหนึ่งไปยังอีกทวีปหนึ่ง **-jet-setter** *n.*

jet-ski (เจท' สกี) *n.* ยานยนต์ขับเคลื่อนบนผิวน้ำคล้ายกระดานสกีน้ำ

jettison (เจท' ทะเซิน) *n.* การโยนสินค้าลงทะเลเพื่อทำให้เรือเบาขึ้นและทรงตัวได้ดีขึ้นในเวลาฉุกเฉิน, สินค้าที่ถูกโยนทิ้งดังกล่าว *-vt.* โยนของลงทะเลเพื่อทำให้เรือเบาและทรงตัวได้ดีขึ้น, โยนทิ้ง

jetty (เจท' ที) *n., pl.* **-ties** เขื่อนที่ยื่นลงไปในทะเล (เพื่อต้านคลื่นหรือลมไม่ให้เข้าท่าเรือมากเกินไป)

Jew (จู) *n.* ชาวยิว, ผู้นับถือศาสนายิว (Judaism), ผู้สืบเชื้อสายจากชนชาติฮีบรู (Hebrews) ตามพระคัมภีร์ไบเบิล, ชาวอิสราเอล **-jew** (คำสแลง) ต่อรองราคาให้ต่ำลง กดราคาให้ต่ำลง **-Jewry** *n.*

jewel (จู' เอิล) *n.* เพชรพลอย, สิ่งประดับที่ทำด้วยเพชรพลอย, ทรัพย์สินที่มีค่า, ของมีค่า, บุคคลที่มีค่ามาก, บุคคลที่ดีเลิศ, เม็ดเพชรพลอยในนาฬิกา *-vt.* **-eled, -eling/ -elled, -elling** ประดับด้วยเพชรพลอย (-S. treasure, gem) *-Ex. Jewel-merchant, The pin was jeweled with diamonds.*

jeweler, jeweller (จู' อะเรอะ) *n.* พ่อค้าซื้อขายหรือซ่อมเพชรพลอย นาฬิกา ทองรูปพรรณหรือสิ่งของมีค่าอื่นๆ

Jewess (จู' อิส) *n.* หญิงชาวยิว

Jewish (จู' อิช) *adj.* เกี่ยวกับหรือมีลักษณะของยิว **-Jewishness** *n.* **-Jewishly** *adv.*

Jezebel (เจซ' ซะเบล) *n.* (ไบเบิล) ราชินีคนหนึ่งของกษัตริย์ Ahab (กษัตริย์องค์หนึ่งของยิว) ซึ่งเป็นหญิงที่ชั่วร้าย **-jezebel** หญิงชั่วร้ายที่ไร้ยางอาย

jib[1] (จิบ) *vi.* **jibbed, jibbing** หยุดชะงัก, ผงะหลัง, ลังเล *-n.* ม้าหรือสัตว์เทียมพาหนะอื่นที่หยุดชะงัก **-jibber** *n.* (-S. balk at, recoil from, refuse)

jib[2] (จิบ) *vi., vt.* **jibbed, jibbing** เคลื่อนที่ไปด้านข้างหรือถอยหลัง *-n.* ใบเรือใหญ่รูปสามเหลี่ยม

jib boom เสาที่ยื่นโผล่ออกจากหัวเรือสำหรับขึงใบเรือรูปสามเหลี่ยม

jibe, gybe (ไจบฺ) *v.* **jibed, jibing/gybed, gybing** *-vi.* เคลื่อนไปข้างหน้า, เปลี่ยนทิศทาง *-vt.* ทำให้เคลื่อนไปข้างหน้า, ทำให้เปลี่ยนทิศทาง *-n.* การเคลื่อนที่ไป

jiffy 485 **job lot**

ข้างหนึ่ง, การเปลี่ยนทิศทาง

jiffy (จิฟ' ฟี) *n., pl.* **-fies** (ภาษาพูด) ระยะเวลาสั้นๆ

jig (จิก) *n.* การเต้นรำจังหวะเร็ว (มักเป็น 3 จังหวะ), ดนตรีที่ประกอบการเต้นรำดังกล่าว, เครื่องทำความสะอาดมุกด้วยวิธีการสั่นสะเทือน, อุบาย, มุขตลก, เบ็ดที่เกี่ยวเหยื่อที่ดูเหมือนเคลื่อนที่ไปมา *-vt., vi.* **jigged, jigging** เต้นรำในจังหวะเร็ว, เต้นเขย่า, เต้นกระตุก เคลื่อนที่อย่างรวดเร็ว, ใช้อุปกรณ์ดังกล่าว, จับปลาด้วยอุปกรณ์ดังกล่าว **-in jig time** อย่างรวดเร็ว **-the jig is up** (คำสแลง) หมดหวัง หมดโอกาส

jigger (จิก'เกอะ) *n.* เครื่องร่อนแร่, เครื่องเขย่า, ช่างคุมเครื่องร่อนแร่, รอก, เรือใบเล็กๆ, ใบเรือล่างสุดบนเสากระโดงเรือหลัง, หน่วยวัดปริมาตรที่เท่ากับ 1½ ออนซ์

jiggered (จิก' เกอร์ดฺ) *adj.* (ภาษาพูด) ยุ่งเหยิง ฉิบหาย ตายโหง

jiggle (จิก'เกิล) *vt., vi.* **-gled, -gling** เคลื่อนขึ้นเคลื่อนลง, กระตุก, เคลื่อนแบบกระตุก *-n.* การเคลื่อนขึ้นเคลื่อนลง, การเคลื่อนแบบกระตุก *-Ex. The coins jiggled in his pocket.*

jigsaw, jig saw (จิค' ซอ) *n.* เลื่อยการฝีมือ มีใบมีดในแนวตั้งใช้สำหรับเลื่อยสลักลาย เลื่อยเป็นเส้นโค้ง

jigsaw puzzle ชุดของเล่นกระดาษต่อ

jihad (จีฮาด') *n.* สงครามศาสนาที่ถือเป็นหน้าที่ของชาวมุสลิมตามคำสอนในพระคัมภีร์โกหร่าน, สงครามพิทักษ์ศาสนามุสลิม, การต่อสู้เพื่อพิทักษ์ความเลื่อมใสหลักการหรือความคิด

jilt (จิลทฺ) *vt.* ปฏิเสธ, ขว้างทิ้ง, สลัดทิ้ง *-n.* หญิงผู้สลัดคนรักทิ้ง (-S. abandon, reject, discard)

Jim Crow (คำสแลง) การแบ่งแยกผิวดำออกต่างหาก การเหยียดคนผิวดำ

jim-dandy (จิม' แดน' ดี) *adj.* (ภาษาพูด) ดีกว่าดีเลิศ มีคุณภาพดีกว่า *-n., pl.* **-dies** (ภาษาพูด) คนที่มีความชำนาญเฉพาะด้าน

jimjams (จิม' แจมซฺ) *n. pl.* (คำสแลง) ความกลัวมาก การเพ้อที่สั่นระริก อาการเพ้อที่เนื่องจากการดื่มสุรามากเกินไป

jimmy, jimmie (จิม' มี) *n., pl.* **-mies** เหล็กงัดขนาดสั้น, ชะแลงขนาดสั้น *-vt.* **-mied, -mying** งัดด้วยชะแลง

jimson weed ต้นดอกลำโพง จำพวก *Datura stramonium* มีดอกสีขาว ใบมีพิษ

jimson weed

jingle (จิง' เกิล) *vt., vi.* **-gled, -gling** ทำเสียงกรุ๋งกริ๋ง, ทำเสียงโลหะกระทบกัน, ทำให้เกิดเสียงสัมผัส, ส่งเสียงดังกล่าว *-n.* บทกวีที่มีเสียงสัมผัสต่อเนื่องกัน, เสียงที่มีความสอดคล้องกัน **-jingly** *adj.* (-S. tinkle, clink) *-Ex. We heard the jingle of the bells., Our teacher reads jingles to us.*

jingo (จิง' โก) *n., pl.* **-goes** ผู้แสดงความรักชาติอย่างรุนแรงและโวยวาย, ผู้แสดงความรักชาติโดยการรุกราน *-adj.* เกี่ยวกับผู้รักชาติดังกล่าว, เกี่ยวกับลัทธิรักชาติที่รุนแรงและรุกราน **-by jingo!** คำอุทานที่แสดงการย้ำความประหลาดใจ (-S. chauvinist, ultranationist -A. pacifist)

jingoism (จิง' โกอิซึม) *n.* การแสดงความรักชาติอย่างหลับหูหลับตา, การแสดงความรักชาติที่รุนแรงและโวยวาย, การแสดงความรักชาติแบบรุกราน **-jingoistic** *adj.* **-jingoist** *n.* **-jingoistically** *adv.*

jink (จิงคฺ) *vi.* เคลื่อนไหวอย่างรวดเร็ว *-n.* การเคลื่อนไหวอย่างรวดเร็ว

jinnee, jinni (จินนี) *n., pl.* **jinn** ภูตผีปิศาจที่สามารถปรากฏกายในรูปคนและสัตว์และสามารถทำให้คนและสัตว์ทำความดีหรือความชั่วได้ (ศาสนาอิสลาม)

jinrikisha (จินริค' ชอ) *n.* รถลาก (-S. jinricksha, jinriksha)

jinrikisha

jinx (จิงคฺซฺ) *n.* (ภาษาพูด) ผู้ที่นำโชคร้ายมา ตัวซวย สิ่งที่นำโชคร้ายมา *-vt.* (ภาษาพูด) นำโชคร้ายมาทำให้ประสบเคราะห์ร้าย (-S. hex, curse, evil eye)

jitney (จิท' นี) *n., pl.* **-neys** รถเมล์ขนาดเล็กที่เก็บค่าโดยสารถูก (เมื่อก่อน 5 เซนต์ต่อคน), (คำสแลง) เหรียญ 5 เซนต์

jitter (จิท' เทอะ) *n.* ความกระวนกระวายใจ, ความตกอกตกใจ *-vi.* กระสับกระส่าย, ไม่สบายใจ, กระวนกระวายใจ (-S. tremble, fidget)

jitterbug (จิท' เทอะบัก) *n.* การเต้นรำบิดตัวแบบหนึ่ง, การเต้นรำจิทเทอบัก, ผู้เต้นรำแบบจิทเทอบัก *-vi.* **-bugged, -bugging** เต้นรำแบบจิทเทอบัก

jittery (จิท' ทะรี) *adj.* **-ier, -iest** เครียด, กระวนกระวายใจ, กระสับกระส่าย **-jetteriness** *n.* (-S. fidgety)

jiujitsu (จูจิท' ซู) *n.* ดู jujitsu (-S. jiujutsu)

jive (ไจฟวฺ) *n.* ดนตรีประเภทเต้นเขย่า, ดนตรีแจ๊สและนักดนตรีแจ๊ส, (คำสแลง) การพูดที่ไร้สาระ การพูดที่หลอกลวง *-v.* **jived, jiving** *-vi.* เล่นดนตรีประเภทเต้นเขย่า, เล่นดนตรีแจ๊ส, (คำสแลง) พูดไม่มีสาระ *-vt.* (คำสแลง) หลอกลวง

job (จอบ) *n.* งาน, ชิ้นงาน, งานจ้าง, งานเหมา, งานปลีกย่อย, ภาระหน้าที่, ตำแหน่งงาน, เรื่องราว, (ภาษาพูด) การโจรกรรม, งานที่ยุ่งยาก *-v.* **jobbed, jobbing** *-vi.* ทำงานเป็นชิ้นๆ, ทำงานปลีกย่อย, ทำงานเบ็ดเตล็ด, จัดการ, เป็นตัวกลาง, ทำงานที่แปลก *-vt.* ซื้อ-ขายผ่านคนกลาง, ซื้อเป็นจำนวนมาก, มอบงาน, โกง, หลอกลวง *-adj.* เกี่ยวกับงานหรือธุรกิจเฉพาะอย่าง, เกี่ยวกับการซื้อ-ขายหรือจัดการ **-on the job** ตื่นเต้น, เฝ้าสังเกต (-S. piece of work, task, duty) *-Ex. My brother has a job as an office boy., Repairing the street is a big job., What kind of job do you have?*

jobber (จอบ' เบอะ) *n.* พ่อค้าขายส่ง, คนงานที่ทำงานเป็นชิ้นๆ, ผู้ทำงานเบ็ดเตล็ด, ผู้ทำงานปลีกย่อย, ตัวกลางที่ทำหน้าที่ซื้อ-ขายหุ้น, ผู้ใช้ตำแหน่งหน้าที่การงานในการหาผลประโยชน์แก่ตัวเอง (-S. wholesaler, middleman)

jobbery (จอบ' บะรี) *n.* การใช้ตำแหน่งหน้าที่การงานในการทำผลประโยชน์แก่ตัวเอง, การคอร์รัปชั่น

jobless (จอบ' ลิส) *adj.* ไม่มีงานทำ, เกี่ยวกับบุคคลที่ตกงาน *-n.* กลุ่มคนที่ไม่มีงานทำ, กลุ่มคนตกงาน **-joblessness** *n.*

job lot จำนวนสินค้าที่ซื้อขายครั้งหนึ่งๆ, จำนวน

J

เบ็ดเตล็ด, จำนวนปลีกย่อย

jockey (จอค' คี) *n., pl.* **-eys** นักขี่ม้าแข่งอาชีพ, คนนำทาง, (คำสแลง) คนขับยานพาหนะ *-v.* **-eyed, -eying** *-vt.* ขี่ม้าแข่ง, จัดการ, โกง, หลอกลวง, โยกย้ายพลิกแพลง *-vi.* ขี่ม้าแข่ง, หาผลประโยชน์ด้วยการพลิกแพลงหลอกลวง, โกง (-S. rider, equestrian, manipulate, deceive) *-Ex. Jockeys usually do not weigh very much.*

jockstrap, jock strap (จอค' สแทรพ) *n.* กระจับหุ้มอวัยวะสืบพันธุ์ของชายในการแข่งกีฬา

jocose (โจโคส') *adj.* ที่ขบขัน, ตลก, ขี้เล่น, ล้อเล่น, ยั่วเย้า **-jocosely** *adv.* **-jocoseness** *n.* (-S. jesting)

jocosity (โจคอส' ซะที) *n., pl.* **-ties** การหยอกเย้า, การล้อเล่น, ความตลกคะนอง, เรื่องตลก, คำพูดที่หยอกเย้า

J

jocular (จอค' คิวเลอะ) *adj.* ขบขัน, ล้อเล่น, ขี้เล่น, หยอกเย้า **-jocularly** *adv.* (-S. humorous, witty, playful)

jocularity (จอคคิวแล' ระที) *n., pl.* **-ties** ความขบขัน, ความตลก, การพูดตลก, การพูดหยอกเย้า, นิสัยตลก, นิสัยขี้เล่น, การกระทำที่ขี้เล่น

jocund (จอค' เคินดฺ, โจ' เคินดฺ) *adj.* ร่าเริง, มีชีวิตชีวา, เบิกบานใจ, ดีใจ **-jocundly** *adv.* (-S. merry, cheerful, gay -A. sad, sober) *-Ex. His jocund remarks kept us in good spirits.*

jocundity (โจคัน' ดะที) *n., pl* **-ties**. ความร่าเริง, ความเบิกบานใจ, คำพูดหรือการกระทำที่แสดงความดีใจหรือเบิกบาน (-S. gaiety)

jodhpurs (จอด' เพอร์ซ) *n. pl.* รองเท้าบู๊ตแบบหนึ่งที่หุ้มข้อเท้าขึ้นไปถึงหัวเข่า

jog[1] (จอก) *v.* **jogged, jogging** *-vt.* ชนเบาๆ, กระทุ้งเบาๆ, ผลักเบาๆ, เขย่าเบาๆ, ทำให้ทำงานโดยการกระทุ้งเบาๆ, กระตุ้น, กระทุ้งให้ม้าวิ่งเหยาะๆ *-vi.* เดินเหยาะ, ย่าง, เดินเอื่อยๆ, ย่ำต๊อก, เดินเนิบๆ, วิ่งเหยาะย่าง (ม้า) *-n.* การผลักเบาๆ, การกระทุ้งเบาๆ, การเขย่าเบาๆ, การเคลื่อนที่อย่างเป็นจังหวะ **-jogger** *n.* (-S. trot, tramp, stimulate, shake) *-Ex. The old horse jogged along., to jog someone's elbow*

jog[2] (จอก) *n.* เส้นหรือผิวหน้าที่ไม่เรียบหรือไม่สม่ำเสมอ, การโค้ง, การงอ, การเปลี่ยนทิศทางอย่างรวดเร็ว *-vi.* **jogged, jogging** หมุนอย่างรวดเร็ว

joggle[1] (จอก' เกิล) *v.* **-gled, -gling** *-vt.* เขย่าเบาๆ, เคลื่อนไปเคลื่อนมา, กระตุกเบาๆ, กระทุ้งเบาๆ *-vi.* สั่นคลอน, กระตุก *-n.* การเขย่าเบาๆ, การกระตุกเบาๆ, การกระทุ้งเบาๆ, ข้อต่อกันเลื่อน (-S. jolt, shake) *-Ex. to joggle someone's elbow*

joggle[2] (จอก' เกิล) *n.* วิธีการเชื่อมระหว่างผิววัสดุโดยวัสดุชิ้นหนึ่งมีรอยบุ๋ม อีกชิ้นหนึ่งมีส่วนที่ยื่นออกมาซึ่งสวมกันได้พอดี, รอยบุ๋มหรือส่วนที่ยื่นออกมาดังกล่าว *-vt.* **-gled, -gling** เชื่อมวัสดุด้วยวิธีดังกล่าว

jog trot การเหยาะย่าง, การทำสิ่งที่น่าเบื่อ

john (จอน) *n.* (คำสแลง) ห้องน้ำ ห้องส้วม โสเภณีชาย

John (จอน) สาวกคนหนึ่งของพระเยซูคริสต์ เชื่อกันว่าเป็นผู้ประพันธ์ส่วนหนึ่งของพระคัมภีร์ไบเบิล, ชื่อหนังสือในพระคัมภีร์ไบเบิล, ชื่อคนของผู้ชายอังกฤษ

John Bull ชาวอังกฤษ, ฉายาสำหรับเรียกชาวอังกฤษ

Johnny-come-lately (จอน' นีคัมเลท' ลี) *n., pl.* **Johnny-come-latelies/Johnnies-come-lately** (ภาษาพูด) ผู้ที่มาสาย ผู้มาใหม่

Johnny Reb (ภาษาพูด) คนที่เพิ่งฝึกหัดใหม่

join (จอยนฺ) *vt.* เชื่อม, ติด, ต่อ, ทำให้ติดกัน, ทำให้เชื่อมกับ, รวมเข้าด้วยกัน, ร่วมเป็นสมาชิก, สมรสกับ, ลากเส้นระหว่าง *-vi.* ร่วม, เข้าร่วม, ติดกัน *-n.* การเข้าร่วม, การเชื่อม, ที่เชื่อมต่อ (-S. connect, merge, unite) *-Ex. join two pieces of wood, join the line A to the line B*

joinder (จอยนฺ' เดอะ) *n.* การร่วมกัน, การร่วมมือกัน, การร่วมฟ้อง, การเชื่อมต่อกัน

joiner (จอย' เนอะ) *n.* ผู้ร่วม, สิ่งร่วม, ผู้เชื่อมต่อ, ช่างไม้, สิ่งเชื่อมต่อ, (ภาษาพูด) บุคคลผู้เป็นสมาชิกของหลายสโมสร หลายสมาคมหรืออื่นๆ

joinery (จอย' นะรี) *n.* ศิลปะการเชื่อมต่อ, วิชาช่างไม้ (เครื่องไม้ บันได ประตู หน้าต่างหรืออื่นๆ)

joint (จอยนฺทฺ) *n.* ข้อต่อ, รอยต่อ, หัวต่อ, เดือย, ปล้อง, ข้อ, ตาไม้, ตะเข็บ, รอยตัดของชิ้นเนื้อที่จะนำไปย่าง, บริเวณที่บรรจบกัน, (คำสแลง) สถานเริงรมย์ถูกๆ และสกปรก *-adj.* ที่ร่วมกัน, ที่สัมพันธ์กัน, ในเวลาเดียวกัน, ที่เชื่อมโยงกัน *-vt., vi.* เชื่อมกัน, ต่อกัน, ติดกัน, แยก (เนื้อ) บริเวณรอยต่อ **-out of joint** เคลื่อนจากที่, ไม่เหมาะสม, ยุ่งเหยิง (-S. juncture, intersection)

jointly (จอยนฺทฺ' ลี) *adv.* ร่วมกัน, โดยร่วมมือกัน, พร้อมกัน (-S. together, cooperatively, mutually)

joint resolution มติร่วม, มติร่วมของสภา

joist (จอยซฺทฺ) *n.* ตงรองพื้น, รอดรองพื้น *-vt.* ตีตงรองพื้น, ตีรอดรองพื้น

jojoba (โฮโฮ' บะ) *n.* ชื่อพืชจำพวกหนึ่งที่เมล็ดให้น้ำมันซึ่งสามารถนำไปใช้ทำเครื่องสำอางแทนน้ำมันจากปลาวาฬ

joke (โจค) *n.* เรื่องตลก, เรื่องเล่นๆ, เรื่องล้อเล่น, เรื่องขำขัน, คำตลก, สิ่งขบขัน, อุบายง่ายๆ *-v.* **joked, joking** *-vi.* ล้อเล่น, พูดเล่น, พูดล้อเลียน, พูดตลก *-vt.* ทำตลก, เล่นตลก **-no joke** เรื่องที่จริงจัง **-jokingly** *adv.* (-S. jest, witticism, trick, hoax)

joker (โจ' เคอะ) *n.* ผู้เล่นตลก, ตัวตลก, ไพ่โจ๊กเกอร์ที่จะนับเป็นแต้มอะไรก็ได้, ข้อเท็จจริงที่ทำให้ผลเปลี่ยนแปลง, วิธีการที่ทำให้ดีขึ้น, ความยุ่งยากที่ถูกปกปิดไว้, (คำสแลง) อ้ายหมอนี่ คนโง่

jollification (จอลละฟิเค' ชัน) *n.* งานเฉลิมฉลองที่สนุกสนาน, งานรื่นเริง, การเฉลิมฉลอง

jollify (จอล' ละไฟ) *vt., vi.* **-fied, -fying** (ภาษาพูด) รื่นเริง สนุกสนาน หาความสุข (-S. frolic)

jollity (จอล' ละที) *n., pl.* **-ties** อารมณ์ที่รื่นเริง, ความรื่นเริง, ความสนุกสนาน, งานเฉลิมฉลองที่สนุกสนาน

jolly (จอล' ลี) *adj.* **-lier, -liest** รื่นเริง, สนุกสนาน, เบิกบานใจ, มีความสุข *-vt., vi.* **-lied, -lying** พูดดีกับ, พูดด้วยอารมณ์ดี *-adv.* อย่างยิ่ง, มาก *-n., pl.* **-lies** ความสนุกสนาน, ความตื่นเต้นที่มีความสุข **-jolliness** *n.* **-jollily** *adv.*

jolly boat เรือบดที่อยู่กับเรือใหญ่

Jolly Roger ธงโจรสลัด เป็นธงพื้นดำมีรูปหัวกะโหลก

สีขาว

jolt (โจลทฺ) *vt.* กระทุ้ง, กระแทก, เขย่า, ทำให้สั่นไหว, ทำให้ส่าย, ต่อยจนมึน, ทำให้งงงวย, บุกรุก, ทำให้วุ่นวาย *-vi.* กระตุก, สั่นไหว, ส่ายโคลงเคลง *-n.* การสั่นไหว, การชกโครมจนมึนงง, การเล่นเขย่า, สิ่งที่ทำให้เกิดการสั่นไหว, ความพ่ายแพ้อย่างกะทันหัน, การปฏิเสธอย่างกะทันหัน, สิ่งที่ทำให้ประหลาดใจ **-jolter** *n.* **-joltingly** *adv.* **-jolty** *adj.* **-joltiness** *n.* (-S. bump into, shake, jerk) *-Ex. The car with a flat tyre jolted along.*

jolterhead (โจล' เทอร์เฮด) *n.* คนโง่, คนทึ่ม

Jonah (โจ' นะ) ชื่อคนสอนศาสนาชาวยิว

jonquil (จอง' ควิล) *n.* พืชไม้ดอกจำพวก *Narcissus jonquilla* ใบมีลักษณะแคบและยาว มีดอกสีเหลือง

jonquil

Jordan (จอร์' ดัน) ประเทศจอร์แดน (ชื่อเป็นทางการคือ The Hashemite Kingdom of Jordan), ชื่อแม่น้ำที่ไหลผ่านจอร์แดนและซีเรีย **-Jordanian** *adj., n.*

josh (จอชฺ) *vt., vi.* หยอกเย้า, หยอกล้อ, หยอกเล่น, ล้อเล่น *-n.* การหยอกเย้า, การหยอกล้อ **-josher** *n.*

joss (จอส) *n.* พระพุทธรูปของจีน, รูปปั้นบูชาของจีน

joss house ศาลเจ้าของจีน, วัดจีน

joss paper กระดาษเงินกระดาษทอง

joss stick ธูป

jostle (จอส' เซิล) *vt., vi.* **-tled, -tling** กระแทก, ผลัก, ดัน, กระทุ้ง, อยู่ชิดกัน, ต่อสู้กัน, รบกวน, เบียดเสียด, แก่งแย่ง, พยายามล้วงกระเป๋า *-n.* การดัน, การกระแทก, การเบียดเสียด **-jostler** *n.* (-S. bump into, push, elbow) *-Ex. Daeng jostled his way through the crowd.*

jot (จอท) *vt.* **jotted, jotting** เขียนอย่างรวดเร็วหรือสั้นๆ, จดอย่างรวดเร็วสั้นๆ *-n.* ส่วนที่น้อยที่สุด, จำนวนนิดหน่อย **-jotter** *n.* (-S. write down) *-Ex. not care a jot, jot down his address, a jot of truth in his story*

jotting (จอท' ทิง) *n.* การเขียนหรือจดอย่างรวดเร็วหรือสั้นๆ, บันทึก (-S. note)

joule (จูล) *n.* หน่วยงานหรือพลังงาน (เมตร-กิโลกรัม-วินาที) ที่เท่ากับงานที่กระทำโดยแรง 1 นิวตัน ในระยะทาง 1 เมตร หรือเท่ากับ 10^7 เอิร์กส์ หรือหน่วยพลังงานไฟฟ้าที่เท่ากับกระแสไฟฟ้า 1 แอมแปร์ไหลผ่านความต้านทาน 1 โอห์มในเวลา 1 วินาที อักษรย่อ J., j.

jounce (เจานฺซฺ) *vt., vi.* **jounced, jouncing** เคลื่อนหรือขยับขึ้นลง, กระแทก, กระโดด, เด้ง *-n.* การกระแทก, การเด้ง, การขยับขึ้นลง **-jouncy** *adj.*

journal (เจอร์' เนิล) *n.* วารสาร, นิตยสาร, หนังสือพิมพ์ (โดยเฉพาะหนังสือพิมพ์รายวัน), บันทึกประจำวัน, รายงานการประชุม, บันทึกรายวันการเดินเรือ, สมุดบันทึกรายวัน, สมุดบันทึกรายรับ-รายจ่าย, ส่วนของแกน, ส่วนบนด้านในของท่อหุ้มเพลาหมุนล้อ (-S. daybook, diary, publication)

journalese (เจอร์เนิลลีซ') *n.* รูปแบบการเขียนความเรียงแบบสุกเอาเผากินหรือแบบเชิงข่าว

journalism (เจอร์' เนิลลิซึม) *n.* การศึกษาด้านการหนังสือพิมพ์, กิจการหนังสือพิมพ์, วัตถุดิบในการเขียนข่าว, รูปแบบการเขียนข่าว, การเขียนข่าว, การรวบรวมข่าว, หนังสือพิมพ์ (-S. newspaper writing, print media, reporting)

journalist (เจอร์' นะลิสทฺ) *n.* นักหนังสือพิมพ์, บุคคลผู้มีอาชีพเกี่ยวกับการทำหนังสือพิมพ์, ผู้เขียนบันทึก, ผู้เขียนอนุทิน **-journalistic** *adj.* **-journalistically** *adv.* (-S. newswoman, newsman, columnist)

journey (เจอร์' นี) *n., pl.* **-neys** การเดินทาง, ระยะทางที่เดิน, ระยะเวลาของการเดินทาง, ช่วงวิถี, การผ่านจากระยะหนึ่งไปยังอีกระยะหนึ่ง *-vt., vi.* **-neyed, -neying** เดินทาง **-journeyer** *n.* (-S. voyage, trip) *-Ex. Wish him a safe journey., a day's journey*

journeyman (เจอร์' นีเมิน) *n., pl.* **-men** ผู้ผ่านการฝึกงานแล้ว, ผู้ชำนาญงาน

joust (จัสทฺ, เจาซฺทฺ, จูสทฺ) *n.* การประลองยุทธ์ระหว่างอัศวิน 2 คนบนหลังม้า, การต่อสู้, การแข่งขัน *-vi.* ประลองยุทธ์บนหลังม้า (ระหว่างอัศวิน), ต่อสู้, แข่งขัน

Jove (โจฟวฺ) *n.* ดู Jupiter **-by Jove!** คำอุทานแสดงความประหลาดใจหรือต้องการเน้น **-Jovian** *adj.*

jovial (โจ' เวียล) *adj.* เบิกบานใจ, ร่าเริง, สนุกสนาน, เกี่ยวกับ Jove **-jovially** *adv.* **-joviality** *n.* (-S. jolly, mirthful, convivial)

jowl[1] (โจล, เจาลฺ) *n.* ขากรรไกร (โดยเฉพาะขากรรไกรล่าง), แก้ม (-S. jaw, cheek)

jowl[2] (โจล) *n.* ชิ้นเนื้อที่ขากรรไกรของคนอ้วน, เนื้อแก้มหมู, เนื้อเยื่อที่ห้อยย้อย, ถุงกระเพาะนก, เหนียงคอสัตว์, ขนรอบคอไก่ **-jowly** *adj.*

joy (จอย) *n.* ความปีติยินดี, ความปลื้มปีติ, ความดีอกดีใจ, สิ่งที่ทำให้ดีอกดีใจ, ความสุขสบาย *-vi.* **joyed, joying** รู้สึกปีติยินดี, ดีใจ, เบิกบานใจ(-S. ecstasy, pleasure, exultation) *-Ex.jump for joy, My children are a great joy to me.*

joyful (จอย' เฟิล) *adj.* ปีติยินดี, ปลื้มปีติ, ดีอกดีใจ, เบิกบานใจ, รื่นเริง, ซึ่งทำให้มีความสุข **-joyfully** *adv.* **-joyfulness** *n.* (-S. elated, delighted, cheering)

joyless (จอย' ลิส) *adj.* ไม่มีความสุข, ไม่รื่นเริง, เศร้า, หดหู่ใจ, หม่นหมอง, ซึ่งทำให้ไม่เบิกบานใจ **-joylessly** *adv.* **-joylessness** *n.* (-S. gloomy, miserable, despondent)

joyous (จอย' เอิส) *adj.* เบิกบานใจ, ปลื้มปีติ, ดีอกดีใจ, รื่นเริง **-joyously** *adv.* **-joyousness** *n.* (-S. merry, festive)

joy ride (คำสแลง) การขับรถเพื่อความสนุกสนานโดยขาดความระมัดระวัง การขับรถที่ไม่ได้รับอนุญาตจากเจ้าของ (มักเป็นรถที่ขโมยมา)

joystick (จอย' สทิค) *n.* (คำสแลง) ที่บังคับเครื่องบิน พวงมาลัยรถยนต์ อุปกรณ์ที่ใช้เลื่อนตำแหน่งทางหน้าจอของคอมพิวเตอร์

jubilant (จู' บะเลินทฺ) *n.* ดีอกดีใจ, ปลื้มปีติยินดีร่าเริง **-jubilance** *n.* **-jubilantly** *adv.* (-S. rejoicing, glad) *-Ex. The crowd was jubilant when the football team won.*

jubilate (จู' บะเลท) *vi.* **-lated, -lating** มีความดีอกดีใจ, มีความปลื้มปีติ, มีความร่าเริง, เฉลิมฉลอง

jubilation (จูบะเล' ชัน) *n.* ความปลื้มปีติ, ความดีอกดีใจ, ความรื่นเริง, ความยินดีปรีดา, การเฉลิมฉลองด้วยความรื่นเริง (-S. elation, exultation, joy)

jubilee (จู' บะลี) *n.* การเฉลิมฉลอง, งานเฉลิมฉลอง,

ความปลื้มปีติ, ความดีอกดีใจ **-silver jubilee** การฉลองครบรอบ 25 ปี **-golden jubilee/the fiftieth anniversary** การฉลองครบรอบ 50 ปี **-diamond jubilee** การฉลองครบรอบ 60, 75 ปี (-**S.** celebration, festivity, gala, anniversary)

Judaic (จูเด' อิค) *adj.* เกี่ยวกับ Judaism, เกี่ยวกับยิว

Judaism (จู' ดีอิซึม) *n.* ศาสนายิว, ความเลื่อมใสในศาสนายิว, ชาวยิวทั้งหลาย **-Judaical** *adj.* **-Judaically** *adv.* **-Judaist** *n.* **-Judaistic** *adj.*

Judas (จู' เดิส) *n.* Judas Iscariot ผู้เป็นสาวกของพระเยซูและต่อมาได้ทรยศหักหลังพระเยซู, ผู้ทรยศ, เพื่อนทรยศ **-judas** บานหน้าต่างขนาดเล็กที่ติดที่ประตู

J

judge (จัจ) *n.* ผู้พิพากษา, ตุลาการ, ผู้ตัดสินในการแข่งขัน, ผู้วินิจฉัย, ผู้นำยิวระหว่างสมัยที่โจซัวตายกับการขึ้นครองราชบัลลังก์ของซอล *-v.* **judged, judging** *-vt.* พิพากษา, ตัดสิน, ชี้ขาด, วินิจฉัย, เลือกเอา, พิจารณาลงความเห็น, เดา, ประมาณ, (ไบเบิล) ปกครอง *-vi.* เป็นผู้พิพากษา, ตัดสิน, ออกความเห็น, พิจารณา **-judgeship** *n.* **-judger** *n.* (-**S.** sentence, decree, examine) *-Ex. Judge of the High Court, I' ve no judge of music., A man should be judged by his deeds, not his words., Judge wheather Somsuk's right or wrong.*

judgement, judgment (จัจ' เมินทฺ) *n.* การพิจารณา, การพิจารณาอรรถคดี, การตัดสิน, การวินิจฉัย, การชี้ขาด, การเลือกเอา, การลงความเห็น, ความเห็น, คำวินิจฉัย, ความโชคร้ายซึ่งเป็นการลงโทษจากพระเจ้า **-Judgement, Judgment** การพิพากษาครั้งสุดท้ายของพระเจ้าที่มีต่อมนุษย์ทั้งหลาย, วาระสุดท้ายของโลก **-judgemental, judgmental** *adj.* (-**S.** discrimination, ruling, opinion, wisdom) *-Ex. the judgment of the Court, the Day of Judgment, Form a judgment..., an error of judgment, In his judgment this car is the best buy.*

Judgement Day, Judgment Day การพิพากษาครั้งสุดท้ายของพระเจ้าที่มีต่อมนุษย์ทั้งหลาย, วาระสุดท้ายของโลก

judicable (จู' ดิคะเบิล) *adj.* สมควรที่จะได้รับการตัดสิน, ที่เลือกเอาได้, ที่ชี้ขาดได้

judicative (จู' ดิเคทิฟว) *adj.* เกี่ยวกับการพิจารณาคดี, ที่สามารถตัดสินได้, ซึ่งมีสิทธิพิจารณาคดี, ซึ่งมีสิทธิตัดสิน (-**S.** judging)

judicature (จู' ดิคะเชอะ) *n.* การให้ความยุติธรรม, ผู้พิพากษาทั้งหลาย, อำนาจตุลาการ, ระบบศาล

judicial (จูดิช' เชิล) *adj.* เกี่ยวกับการตัดสินอรรถคดีตามกฎหมาย, เกี่ยวกับศาลยุติธรรม, เกี่ยวกับผู้พิพากษา, เกี่ยวกับกฎหมาย, เกี่ยวกับการตัดสินใจอย่างยุติธรรม, ซึ่ง, เกิดจากพระผู้เป็นเจ้า **-judicially** *adv.* (-**S.** legal, juridical, impartial, unbiased) *-Ex. the judicial power, a judicial mind*

judiciary (จูดิช' ชีเออะรี) *adj.* เกี่ยวกับการตัดสินอรรถคดีของศาลยุติธรรม, เกี่ยวกับการพิจารณาคดีตามกฎหมาย, เกี่ยวกับกฎหมาย, เกี่ยวกับผู้พิพากษา *-n., pl.* **-aries** การพิจารณาคดีตามกฎหมาย, ศาลยุติธรรม, ระบบศาล, กระทรวงยุติธรรม, ผู้พิพากษาทั้งหลาย

judicious (จูดิช' เชิส) *adj.* รอบคอบ, สุขุม, มีเหตุมีผล, ฉลาด, เหมาะสม, สมควร **-judiciously** *adv.* **-judiciousness** *n.* (-**S.** discreet, sensible, prudent -**A.** foolish, silly) *-Ex. By judicious negotiation the king avoided war.*

judo (จู' โด) *n.* ยูโด, ศิลปะการป้องกันตัววิธีหนึ่งของญี่ปุ่น, กีฬายูโด **-judoist** *n.*

jug (จัก) *n.* คนโท, เหยือก, กระโถน, สิ่งที่บรรจุในภาชนะดังกล่าว, (คำสแลง) เรือนจำ *-vt.* **jugged, jugging** ใส่ลงในเหยือก, ต้มเปื่อย, ตุ๋น, (คำสแลง) เอาเข้าเรือนจำ

juggernaut (จัก' เกอะนอท) *n.* สิ่งที่ใหญ่โตและมีกำลังมหาศาล, สิ่งที่คนพากันยึดมั่นและยอมเสียสละ **-Juggernaut** รูปบูชาของพระกฤษณะ

juggle (จัก' เกิล) *vt., vi.* **-gled, -gling** เล่นกล, เล่นโยนรับของมากกว่า 2 ชิ้นสลับกัน, เล่นปาหี่, เล่นตบตา, แสดงลวดลาย, หลอกลวง *-n.* การเล่นกล, การเล่นปาหี่, การเล่นตบตา, การแสดงลวดลาย, การหลอกลวง (-**S.** falsify, fake, manipulate) *-Ex. The clown juggled three oranges and a lemon., The treasurer juggled the figures to make the company seem more prosperous than it was.*

juggler (จัก' เกลอะ) *n.* นักเล่นกล, นักเล่นปาหี่, ผู้หลอกลวง, ผู้เล่นตบตา, ผู้แสดงลวดลาย

jugular (จัก' กิวละ) *adj.* เกี่ยวกับคอ, เกี่ยวกับหลอดเลือดดำใหญ่ที่คอที่เลือดไหลจากสมอง *-n.* หลอดเลือดดังกล่าว

juice (จูส) *n.* น้ำผลไม้, น้ำจากเนื้อเยื่อพืชหรือสัตว์, ของเหลวของร่างกาย, ส่วนสำคัญ, แก่นสาร, หัวกะทิ, น้ำสกัด, (คำสแลง) ไฟฟ้า น้ำมันเชื้อเพลิง เงิน ความกระปรี้กระเปร่า เครื่องดื่มที่มีแอลกอฮอล์ *-v.* **juiced, juicing** *-vt.* สกัดน้ำจาก *-vi.* (คำสแลง) ดื่มเครื่องดื่มที่มีแอลกอฮอล์ **-juice up** (คำสแลง) เติมพลัง กระตุ้น **-juiceless** *adj.* (-**S.** liquid, fluid, serum) *-Ex. tomato juice, apple juice*

juicy (จู' ซี) *adj.* **-ier, -iest** ฉ่ำ, มีน้ำมาก, น่าสนใจมาก, ตื่นเต้น, เร้าอารมณ์, เต็มไปด้วยสีสัน **-juicily** *adv.* **-juiciness** *n.* (-**S.** wet, sappy, vivid, sensational) *-Ex. a juicy orange*

jujitsu, jujutsu (จูจิท' ซู, จูจูท' ซู) *n.* ศิลปะป้องกันตัวแบบหนึ่งโดยใช้น้ำหนักและกำลังของคู่ต่อสู้ทำลายการรุกของคู่ต่อสู้เอง (-**S.** jiujitsu, jiujutsu)

juju (จู' จู) *n.* ของขลัง, เครื่องลาง, อำนาจเวทมนตร์, คาถา

jukebox, juke box (จูค' บอคซฺ) *n.* ตู้เพลง (เล่นโดยการหยอดเหรียญ), (คอมพิวเตอร์) อุปกรณ์สำหรับเก็บจานข้อมูลในรูปซีดีรอม และสามารถดึงข้อมูลออกมาใช้ได้

julep (จู' เลิพ) *n.* เครื่องดื่มรสหวานชนิดหนึ่ง (บางทีใส่ยา)

Julian (จูล' เยิน) จูเลียส ซีซาร์ จักรพรรดิของจักรวรรดิโรม

Julian calendar ปฏิทินที่ก่อตั้งขึ้นโดยจูเลียส ซีซาร์ ปีหนึ่งมี 365 วัน (และ 366 วันทุก 4 ปี) ปีหนึ่งมี 12 เดือน เดือนหนึ่งมี 30 วันหรือ 31 วัน ยกเว้นเดือนกุมภาพันธ์ ซึ่งปกติมี 28 วัน (แต่มี 29 วันทุก 4 ปี)

julienne (จู' ลีเอน') *adj.* ซึ่งตัดออกเป็นชิ้นบางๆ *-n.* น้ำแกงเนื้อใส่ผักหั่นเป็นชิ้นบางๆ

July (จูไล') *n., pl.* **-lies** เดือนกรกฎาคม ใช้อักษรย่อ Jul.

jumble (จัม' เบิล) *v.* **-bled, -bling** *-vt.* ปนเป, ทำยุ่งเหยิง, ทำวุ่น, ผสมกันยุ่ง *-vi.* ผสมกันยุ่ง *-n.* สิ่งที่ผสมกันยุ่ง, ความสับสน, ภาวะที่สับสน, ภาวะที่ยุ่งเหยิง (**-S.** mix, disorganize, disorder, hodgepodge, farrago, mess) *-Ex. The things in Mother's sewing basket were jumbled up.*

jumbo (จัม' โบ) *n., pl.* **-bos** คนตัวใหญ่มาก, สัตว์หรือสิ่งของที่ใหญ่โตมาก *-adj.* ใหญ่โตมาก, มหึมา (**-S.** giant, gigantic, immense) *-Ex. a jumbo ice-cream cone*

jumbo jet เครื่องบินขนาดใหญ่ที่สามารถบรรจุผู้โดยสารครั้งละหลายร้อยคน

jump (จัมพ) *vi.* กระโดด, กระดก, ทะลึ่งพรวด, ผลุดลุก, ลิงโลด, ไปอย่างรวดเร็ว, (ภาษาพูด) กระทำอย่างรวดเร็ว เปลี่ยนอย่างกะทันหัน, กระโดดร่ม (จากเครื่องบิน), เลื่อนตำแหน่งขึ้นอย่างรวดเร็ว, เชื่อทันที, กระโจนเข้าใส่, เข้าเล่นงาน, ตะครุบ, กิน (หมากรุกตัวอื่น) *-vt.* กระโดด, ทำให้กระโดด, กระโดดข้าม, กระโดดขึ้น (รถ รถไฟ), ทำให้เพิ่มขึ้นอย่างรวดเร็ว, (คำสแลง) จากไปอย่างรวดเร็ว, ตะครุบ, ยึดเอา, กิน (หมากรุกตัวอื่น), จู่โจม, เลื่อนตำแหน่งขึ้นอย่างรวดเร็ว, แพ้คดีเพราะไม่ได้ปรากฏตัวต่อศาล *-n.* การกระโดด, สิ่งกีดขวาง, การกระโดดร่ม, การขึ้นพรวดขึ้นอย่างกะทันหัน (เช่น ราคา), การเปลี่ยนอย่างกะทันหัน, การกระโดดแข่งขัน **-jump bail** หลบหนีในระหว่างที่ถูกประกันตัวไป **-jump down someone's throat** ตะคอกใส่ **-jump on/all over someone** (คำสแลง) ดุด่า ต่อว่า **-the jumps** ความกังวลใจ, ความกระสับกระส่าย, ความกลัว **-get/have the jump on** ได้เปรียบได้เริ่มก่อน **-on the jump** อย่างเร่งรีบ (**-S.** leap, skip, spring) *-Ex. jump to conclusions, jump at a chance, The conversation jumped from one subject to another.*

jump ball ลูกบาสเกตบอลที่กรรมการโยนขึ้นกลางอากาศให้คู่ต่อสู้แย่งกัน

jump bid การประมูลที่ให้ราคาสูงเกินไป

jumper[1] (จัม' เพอะ) *n.* ผู้กระโดด, สิ่งที่กระโดด, แมลงที่กระโดด, เครื่องเจาะรูที่เด้งขึ้น, สายต่อข้ามวงจรไฟฟ้า, สายต่อระหว่างวงจรไฟฟ้า

jumper[2] (จัม' เพอะ) *n.* เสื้อเสวตเตอร์ไร้แขน, เสื้อคลุมไร้แขนของสตรี

jump suit เสื้อชูชีพของทหารพลร่ม, ชุดทำงานที่เป็นกางเกงติดเสื้อแบบหนึ่ง

jumpy (จัม' พี) *adj.* **-ier, -iest** ซึ่งเปลี่ยนแปลงอย่างกะทันหัน, น่ากลัว, อกสั่นขวัญหาย **-jumpily** *adv.* **-jumpiness** *n.* (**-S.** nervous, anxious, bumpy)

junction (จังคฺ' ชัน) *n.* การเชื่อมต่อ, ภาวะที่เชื่อมต่อ, หัวต่อ, ชุมทาง, ที่บรรจบ, จุดประสาน, จุดเชื่อมต่อ, สิ่งเชื่อมต่อ **-junctional** *adj.* (**-S.** joint, juncture, intersection) *-Ex. The Chao Praya River is formed by the junction of many smaller rivers.*

juncture (จังคฺ' เชอะ) *n.* วิกฤตการณ์, จุดเชื่อมต่อ จุดประสาน, ชุมทาง, ที่บรรจบ, หัวต่อ, สิ่งเชื่อมต่อ (**-S.** union, joint, crisis) *-Ex. at this juncture, an important historical juncture*

June (จูน) *n.* เดือนมิถุนายน ใช้อักษรย่อ Jun.

Juneau (จู' โน) ชื่อเมืองท่าและเมืองหลวงของรัฐอลาสกา

jungle (จัง' เกิล) *n.* ป่า, ป่าทึบ, ดง, สิ่งผสมผสานที่ยุ่งเหยิง, ความสับสน, การแข่งขันที่รุนแรงหรือโหดร้าย, (คำสแลง) ค่ายพักที่จอแจ **-jungly** *adj.* (**-S.** wilds, jumble, mess)

jungle fever โรคไข้จับสั่น

jungle law กฎการอยู่ร่วมในป่า ผู้แข็งแรงกว่าย่อมเป็นผู้รอด ผู้อ่อนแอกว่าย่อมเป็นเหยื่อของผู้แข็งแรงกว่า

J

junior (จู' เนียร์) *adj.* ที่อายุน้อยกว่า, ที่อ่อนอาวุโส, ที่อ่อนวัยกว่า, มีคุณวุฒิด้อยกว่า, อยู่ชั้นเรียนต่ำกว่า, รอง, เกี่ยวกับนักศึกษามหาวิทยาลัยปีที่ 3 *-n.* ผู้มีอายุน้อยกว่า, นักศึกษาปีที่ 3, ขนาดเสื้อเอวสั้นของผู้หญิง (**-S.** minor, secondary subordinate, immature **-A.** senior, adult) *-Ex. Daeng is Dum's junior by several years., the junior partner*

juniority (จูเนีย' ระที) *n.* ความเป็นผู้ที่อ่อนวัยกว่า, ความเป็นผู้ที่มีอาวุโสน้อยกว่า

juniper (จู' นิเพอะ) *n.* ต้นสนจำพวก *Juniperus* ให้ผลสีม่วงที่ใช้เป็นยาขับปัสสาวะ และแต่งกลิ่นให้เหล้ายิน

juniper

junk[1] (จังคฺ) *n.* สิ่งของเก่าแก่, สิ่งของที่ไม่ใช้แล้ว, ของสัพเพเหระ, ของไร้ค่า, ของปลอม, คำพูดที่ไร้สาระ, (คำสแลง) ยาเสพย์ติด *-vt.* (ภาษาพูด) โยนทิ้ง (เป็นของที่ไม่มีค่าหรือไม่ใช้แล้ว) *-adj.* ถูกๆ, ไร้ค่า, ที่เป็นเศษขยะ (**-S.** rubbish, trash) *-Ex. Let's throw away that old junk in the attic., We finally junked our old car.*

junk[2] (จังคฺ) *n.* เรือกำปั่น, เรือสำเภา, เรือใบท้องแบนของจีน

junk[2]

Junker (ยุง' เคอะ) *n.* สมาชิกของฝ่ายปกครองของปรัสเซียตะวันออกที่นิยมระบบทหาร หัวรุนแรงและเผด็จการ

junket (จัง' คิท) *n.* อาหารที่ใส่นมหวานและน้ำเชื่อมคล้ายเต้าฮวย, งานเลี้ยง, การท่องเที่ยวอย่างมีความสุข, การท่องเที่ยวโดยรัฐบาลออกเงินให้ *-vi.* เลี้ยงต้อนรับ, ท่องเที่ยว *-vt.* จัดงานเลี้ยง **-junketeer, junketer** *n.*

junk food อาหารที่มีคุณค่าทางโภชนาการต่ำและมีแคลอรีสูง เช่น แฮมเบอร์เกอร์ ลูกกวาด ขนมกรุบกรอบที่ได้จากการทอด

junkie, junky (จัง' คี) *n., pl.* **-ies** ผู้มีความกระตือรือร้นมาก, (คำสแลง) ผู้ติดยาเสพย์ติด ขี้ยา คนที่ติดในสิ่งใดสิ่งหนึ่งมาก

junk mail โฆษณาที่ส่งทางไปรษณีย์โดยที่ผู้ได้รับไม่ได้เรียกหา

junkyard (จังคฺ' ยาร์ด) *n.* สถานที่เก็บของโกโรโกโส, สถานที่เก็บของเก่า

junta (จัน' ทะ) *n.* กลุ่มทหารเล็กๆ ที่บริหารประเทศ (โดยเฉพาะอย่างยิ่งหลังการรัฐประหารและก่อนที่จะมีการ

junto 490 **juvenile delinquency**

จัดตั้งรัฐบาลตามรัฐธรรมนูญ), สภาการเมือง, คณะกรรมการที่ตั้งขึ้นเอง

junto (จัน' โท) *n., pl.* **-tos** คณะกรรมการที่ตั้งขึ้นเอง (โดยเฉพาะที่มีจุดประสงค์ทางการเมือง), กลุ่มอิทธิพลทางการเมือง, ฝ่าย, พรรค

Jupiter (จู' พิเทอะ) *n.* เทพเจ้าแห่งสวรรค์และดินฟ้าอากาศ (หรือ Jove), ดาวพฤหัสบดี

jural (จัว' เริล) *adj.* เกี่ยวกับกฎหมาย, ด้านนิตินัย **-jurally** *adv.*

Jurassic (จูแรส' สิค) *adj.* เกี่ยวกับยุคที่สองของยุคมีโสโซอิก เป็นยุคที่มีไดโนเสาร์ สัตว์เลี้ยงลูกด้วยนมยุคแรกๆ นกและสัตว์เลื้อยคลานที่มีปีก

J

juridical, juridic (จูริด' ดิเคิล, -ดิค) *adj.* เกี่ยวกับการพิจารณา อรรถคดีตามกฎหมาย, เกี่ยวกับกฎหมาย **-juridically** *adv.* (-S. judicial)

jurisdiction (จัวริสดิค' ชัน) *n.* อำนาจในการตัดสินคดี, อำนาจศาล, อำนาจในการควบคุม, ขอบเขตอำนาจ **-jurisdictional** *adj.* **-jurisdictionally** *adv.* (-S. sphere, authority, command)

jurisprudence (จัวริสพรูด' เดินซฺ) *n.* นิติศาสตร์, ปรัชญาของกฎหมาย, ระบบกฎหมาย, แผนกกฎหมาย **-jurisprudential** *adj.* **-jurisprudentially** *adv.*

jurisprudent (จัวริสพรูด' เดินทฺ) *adj.* มีความชำนาญทางกฎหมาย *-n.* ผู้เชี่ยวชาญกฎหมาย, ผู้ศึกษาด้านกฎหมาย

jurist (จัว' ริสทฺ) *n.* นักกฎหมาย, ทนายความ, ผู้พิพากษา, ผู้เชี่ยวชาญกฎหมาย, ผู้เขียนเรื่องราวเกี่ยวกับกฎหมาย (-S. jurisprudent)

juristic, juristical (จูริส' ทิค, -ทิเคิล) *adj.* เกี่ยวกับนักกฎหมาย, เกี่ยวกับกฎหมาย, เกี่ยวกับศาลยุติธรรม **-juristically** *adv.*

juristic act นิติกรรม, การกระทำของบุคคลเพื่อเปลี่ยนแปลง ยุติหรือมีผลต่อนิติสัมพันธ์

juristic person นิติบุคคล

juror (จัว' เรอะ) *n.* ลูกขุน, ตุลาการ, กรรมการตัดสิน, ผู้ให้คำปฏิญาณ

jury[1] (จัว' รี) *n., pl.* **-ries** คณะลูกขุน, คณะตุลาการ, คณะกรรมการผู้พิจารณาการให้รางวัลและการตัดสิน *-vt.* **-ried, -rying** พิจารณาคดีโดยคณะลูกขุน

jury[2] (จัว' รี) *adj.* ใช้ชั่วคราว, ชั่วคราว

juryman (จัวรี' เมิน) *n., pl.* **-men** ดู juror

just (จัสทฺ) *adj.* ยุติธรรม, เที่ยงธรรม, พอดี, สมควร, พอเหมาะ, สมเหตุสมผล, ถูกต้องแม่นยำ *-adv.* อย่างแท้จริง, เพิ่ง, เกือบจะ, เพียง, ตอนนี้ **-justness** *n.* (-S. upright, virtuous, reasonable, merited, accurate) *-Ex. just a week, do just run and put on my hat, It's just ready., a just man, That's just wonderful.*

justice (จัส' ทิส) *n.* ความยุติธรรม, ความเที่ยงธรรม, ความเป็นธรรม, ความถูกต้อง, กระบวนการยุติธรรม, การธำรงไว้ซึ่งความยุติธรรม, ผู้พิพากษา, ตุลาการ **-bring to justice** นำขึ้นศาล **-do justice to** ให้ความยุติธรรมแก่ (-S. impartiality, integrity, equity) *-Ex. Sombut loved justice and hated any unfairness.*

justice of the peace *n., pl* **justices of the peace** เจ้าหน้าที่ท้องถิ่นผู้มีอำนาจหน้าที่ในการพิจารณาคดีเล็กๆ น้อย

justiciable (จัสทิช' ชีอะเบิล) *adj.* ซึ่งตัดสินโดยใช้กฎหมายหรือโดยศาลยุติธรรม **-justiciability** *n.*

justiciary (จัสทิช' ชีเออรี) *adj.* เกี่ยวกับการพิจารณาอรรถคดีโดยศาลยุติธรรม *-n., pl.* **-aries** ที่ทำการหรืออำนาจหน้าที่ของตุลาการชั้นสูงในอังกฤษสมัยกลาง **-the justiciary** ตุลาการ

justifiable (จัส' ทะไฟอะเบิล) *adj.* ที่แก้ตัวได้, ที่โต้แย้งได้, ที่อ้างเหตุผลสนับสนุนได้ **-justifiability, justifiableness** *n.* **-justifiably** *adv.* (-S. legitimate, sustainable, vindicable) *-Ex. We argued about whether it was justifiable for a starving person to steal bread.*

justification (จัสทะฟิเค' ชัน) *n.* เหตุผลข้อเท็จจริงหรือการอธิบายที่สนับสนุนหรือเป็นหลักฐานแก้ตัว, การแสดงความบริสุทธิ์, การพิสูจน์ความบริสุทธิ์จากเหตุผลหรือข้อเท็จจริง, การมีเหตุผลอันสมควร (-S. reason, proof, warranty) *-Ex. in justification of one's action, It can be said for your justification that..., Do you have any justification for accusing this man of killing?*

justifier (จัส' ทะไฟเออะ) *n.* ผู้แก้ต่าง, ผู้แก้ตัว, ผู้แสดงความบริสุทธิ์, ผู้แสดงหลักฐานแก้ตัว

justify (จัส' ทะไฟ) *v.* **-fied, -fying** *-vt.* แสดงความบริสุทธิ์, พิสูจน์ว่าถูกต้อง, สนับสนุนความบริสุทธิ์หรือความถูกต้อง, (การพิมพ์) จัดหน้ากระดาษให้เหมาะสมสำหรับพิมพ์ *-vi.* แสดงเหตุผลอันสมควร, พิสูจน์ว่ามีคุณสมบัติสมควรที่จะเป็นผู้ประกันได้, (การพิมพ์) จัดหน้ากระดาษให้เหมาะสมสำหรับพิมพ์ **-justification** *n.* (-S. legitimize, explain, sustain vindicate) *-Ex. Daeng could not justify his behaviour., The heavy rain justifies your coming late.*

justle (จัส' เซิล) *vt., vi.* ดู jostle

justly (จัสทฺ' ลี) *adv.* อย่างยุติธรรม, อย่างซื่อสัตย์, โดยความเป็นธรรม, ตามข้อเท็จจริง, แม่นยำ, แน่ชัด (-S. honestly, fairly, equitably, accurately)

jut (จัท) *vi., vt.* **jutted, jutting** ขยายออก, ยื่นออก, โผล่ออก *-n.* สิ่งที่ยื่นออกมา (-S. project, protrude, beetle) *-Ex. A peninsula juts into the gulf.*

jute (จูท) *n.* ปอกระเจา

jute

Jutland (จัท' เลินดฺ) แหลมที่ประกอบด้วยประเทศเดนมาร์กและเยอรมนีตอนเหนือ (-S. Jylland)

juvenescent (จูวะเนส' เซินทฺ) *adj.* อ่อนเยาว์ **-juvenescence** *n.*

juvenile (จู' วะไนล) *adj.* เกี่ยวกับเด็กและเยาวชน, อ่อนวัย, เยาว์, รุ่นเด็ก, ยังไม่เจริญเติบโตเต็มที่, เด็ก, ทารก *-n.* เยาวชน, เด็ก, บทบาทของเด็กหนุ่ม, พระเอกที่แสดงเป็นเด็กหนุ่ม, ลูกม้า, นกมีปีกที่ยังไม่กล้าแข็งพอ, พืชหรือสัตว์ที่ยังไม่เติบโตเต็มที่, หนังสือสำหรับเด็กอ่าน **-juvenileness** *n.* **-juvenilely** *adv.* (-S. junior, naive) *-Ex. juvenile years of my life, juvenile behaviour*

juvenile delinquency การกระทำผิดของเด็กและ

เยาวชน, ความประพฤติผิดของเด็กและเยาวชน

juvenile delinquent เด็กหรือเยาวชนผู้กระทำผิด

juvenilia (จูวะนิล' เลีย) *n. pl.* ผลงานของเด็ก (โดยเฉพาะงานเขียน), วรรณกรรมหรือศิลปกรรมสำหรับเด็กและเยาวชน

juxta- คำอุปสรรค มีความหมายว่า ข้าง, ข้างเคียง, ใกล้

juxtapose (จัค' สทะโพซ) *vt.* **-posed, -posing** วางข้างๆ, วางแนบ, เรียงชิดกัน (-S. side by side, compare)

juxtaposition (จัคสทะโพซิช' ชัน) *n.* การวางชิดกัน, การวางเคียงกัน **-juxtapositional** *adj.*

k

K, k (เค) *n., pl.* **K's, k's** พยัญชนะอังกฤษตัวที่ 11, เสียง K สิ่งที่มีรูปร่างคล้ายตัวอักษร K, k, ลำดับที่ 11

K (เค) ย่อจาก kelvin องศาเคลวิน (หน่วยของอุณหภูมิประเภทหนึ่ง), สัญลักษณ์ของธาตุโปแตสเซียม

Kabul (คา' บุล) ชื่อเมืองหลวงของอัฟกานิสถาน, ชื่อแม่น้ำที่ไหลผ่านอัฟกานิสถานและปากีสถาน

Kaffir, Kafir (แคฟ' เฟอะ) *n., pl.* **Kaffir/-firs, Kafir/-irs** ชนเผ่าผิวดำเผ่าใดเผ่าหนึ่งทางใต้ของแอฟริกาใต้

Kaiser (ไค' เซอะ) *n.* จักรพรรดิเยอรมนีหรือออสเตรีย, จักรพรรดิ, ผู้เผด็จการ

kale (เคล) *n.* พืชจำพวก *Brassica oleracea* var. *acephala* คล้ายกะหล่ำปลี, กะหล่ำปลี, (คำสแลง) เงิน

kaleidoscope (คะไล' ดะสโคพ) *n.* กล้องภาพลานตาที่เกิดจากการสะท้อนภาพของแผ่นกระจกหลายแผ่นประกบกันในกล้อง **-kaleidoscopic, kaleidoscopical** *adj.* **-kaleidoscopically** *adv.*

kamikaze (คามะคา' ซี) *n.* กองบินกล้าตายที่มีหน้าที่ขับเครื่องบินที่บรรทุกระเบิดเข้าชนเครื่องบินข้าศึก, เครื่องบินบรรทุกระเบิดดังกล่าว, (คำสแลง) คนที่หุนหันพลันแล่น *-adj.* เกี่ยวกับการกระทำดังกล่าว, (คำสแลง) ที่บ้าบิ่น ที่หุนหันพลันแล่น

Kampuchea (แคมพูเชีย') ชื่อเป็นทางการของประเทศเขมร (ค.ศ. 1976-1989) **-Kampuchean** *adj., n.*

kangaroo (แคงกะรู') *n., pl.* **-roo/-roos** จิงโจ้, สัตว์ตระกูล Macropodidae อาศัยในออสเตรเลียและเกาะใกล้เคียง

Kansas (แคน' เซิส) ชื่อรัฐในสหรัฐอเมริกา, ชื่อแม่น้ำในรัฐแคนซัส **-Kansan** *adj., n.*

kaolin, kaoline (เค' อะลิน) *n.* ดินสีขาวใช้ทำเครื่องเคลือบ

kapok (เค' พอค) *n.* นุ่นของต้นนุ่น

kapok

kappa (แคพ' พะ) *n.* พยัญชนะกรีกตัวที่ 10

karakul (แคร์' ระเคิล) *n.* ชื่อแกะพันธุ์หนึ่งในเอเชีย, หนังของแกะดังกล่าว

karaoke (คาราโอ' เค) *n.* ความบันเทิงที่คนสามารถร้องเพลงตามทำนองเพลงที่ถูกบันทึกไว้

karat, carat (แค' เริท) *n.* กะรัตเป็นหน่วยวัดความบริสุทธิ์ของทอง ทองบริสุทธิ์ 100% เท่ากับ 24 กะรัต

karate (คะรา' ที) *n.* มวยคาราเต้เป็นศิลปะการป้องกันตัวชนิดหนึ่งของญี่ปุ่น

K

karma (คาร์' มะ) *n.* กรรม, ผลของการกระทำ, โชคชะตา **-karmic** *adj.*

Karen (คะเรน') *n., pl.* **-rens/-ren** ชาวกะเหรี่ยง, ภาษากะเหรี่ยง

Kashmir (แคช' เมียร์) ชื่อรัฐหนึ่งในเอเชียตะวันตกเฉียงใต้ประชิดกับอินเดีย ปากีสถาน มณฑลซินเกียงของจีนและธิเบต ซึ่งทั้งอินเดียและปากีสถานต่างก็เรียกร้องสิทธิเหนือรัฐแคชเมียร์ตั้งแต่ปี ค.ศ. 1947 **-Kashmirian** *adj., n.* (-S. Cashmere)

Katmandu, Kathmandu (คาทมานดู') ชื่อเมืองหลวงของเนปาล

katydid (เค' ทีดิด) *n.* ตั๊กแตนขนาดใหญ่จำพวกหนึ่ง ตัวผู้สามารถทำเสียงคล้ายเพลงได้

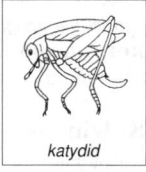

katydid

kava (คา' วะ) *n.* ต้นไม้จำพวก *Piper methysticum* รากนำมาทำเครื่องดื่มได้, เครื่องดื่มที่ทำจากรากของต้นดังกล่าว

kayak, kaiak (ไค' แอค) *n.* เรือล่าสัตว์ของชาวเอสกิโมหุ้มด้วยหนังสัตว์มีน้ำหนักเบา, เรือแคนูขนาดเล็ก *-vt., vi.* เดินทางด้วยเรือดังกล่าว **-kayaker** *n.*

kayo (เค' โย) *n., pl.* **-os** (คำสแลง) น็อกเอ๊าต์ (ในการชกมวย) *-vt.* **-oed, -oing** (คำสแลง) ทำให้น็อกเอ๊าต์

kazoo (คะซู') *n., pl.* **-zoos** ของเล่นที่เป็นเครื่องดนตรีชนิดหนึ่งที่คล้ายขลุ่ย

keek (คีค) *vi.* มองลอด, มองผ่านอย่างรวดเร็ว *-n.* การมองอย่างรวดเร็ว (-S. peep, peek)

keel (คีล) *n.* กระดูกงูเรือ, โครงเรือ, สันตามยาว (เรือ) *-vt., vi.* พลิก, คว่ำ, เอียง **-on an even keel** ในสภาพที่สมดุลหรือมั่นคง *-Ex. The canoe keeled over and we swam to shore.*

keelhaul (คีล' ฮอล) *vt.* ใช้เชือกมัด (คน) ติดพื้นเรือแล้วลาก (เป็นการลงโทษอย่างหนึ่ง), ประณาม, ด่าอย่างรุนแรง

keen (คีน) *adj.* คม, แหลม, คมกริบ, หลักแหลม, ไวมาก, กล้า, รุนแรง, กระตือรือร้น, ขะมักเขม้น, ดีเลิศ, ยอดเยี่ยม **-keenly** *adv.* **-keenness** *n.* (-S. incisive,

keep 492 **keynote**

astute, shrewd, assiduous)

keep (คีพ) *v.* **kept, keeping** *-vt.* เลี้ยงดู, เก็บ, สงวนไว้, รักษาไว้, กักขัง, ป้องกันรักษา, หน่วงเหนี่ยว, ธำรงไว้, ผดุงไว้, กักตัว, ดำเนินกิจการ, ยังคงเป็นอยู่, ให้ความช่วยเหลือทางการเงิน, เฉลิมฉลอง, ปิดบัง *-vi.* รักษา, ผดุงไว้, ดำเนินต่อไป, หน่วงเหนี่ยว, รอไว้ *-n.* การรักษาไว้, การสนับสนุน,ตัวตึกที่แข็งแรงที่สุดของปราสาทสมัยกลาง, ส่วนที่แข็งแกร่งแน่นหนาที่สุด, คุก **-keep hold (of)** หน่วง, เหนี่ยว, ยึดไว้ **-keep (something) in mind** จำไว้ **-for keeps** ด้วยความตั้งใจอย่างจริงจัง, ในที่สุด (-S. maintain, persevere, accumulate, collect, guard, support, hide, celebrate, detain) *-Ex. keep a promise, keep it going, keep it clean, keep him out, keep them together, keep accounts, keep in touch, keep straight on, The maid was very lazy, but we kept her on., The rain kept up all day.*

K

keeper (คี' เพอะ) *n.* ผู้เก็บรักษา, ผู้เฝ้า, ผู้ดูแล, ผู้พิทักษ์, สิ่งยับยั้ง, หัวหนีบ, เหล็กบังเหียน (-S. caretaker, overseer, curator)

keeping (คี' พิง) *n.* ความสอดคล้อง, ความเข้ากับ, การดูแล, การเก็บรักษา, การเฝ้า, การสงวนไว้(-S. harmony, protection, charge)

keepsake (คีพ' เซค) *n.* สิ่งที่เป็นเครื่องเตือนใจ (-S. memento, souvenir, reminder)

keg (เคก) *n.* ถังเล็กที่มีความจุ 30 แกลลอน, หน่วยน้ำหนักที่เท่ากับ 100 ปอนด์ (-S. tank, barrel, vessel) *-Ex. I bought a keg of nails., It takes four kegs of water to fill the trough.*

kelp (เคลพฺ) *n.* สาหร่ายทะเลสีน้ำตาลขนาดใหญ่ในออร์เดอร์ Laminariales, เถ้าถ่านของสาหร่ายดังกล่าว

Kelvin (เคล' วิน) *n.* ชื่อหน่วยวัดอุณหภูมิ ใช้สัญลักษณ์ K

ken (เคน) *vt., vi.* **kenned/kent, kenning** รู้, เข้าใจ, ดู, จำได้ *-n.* ความรู้, ความเข้าใจ, สายตา

kenaf (คะแนฟ') *n.* ปอชวา

kendo (เคน' โด) *n.* กีฬาฟันดาบไม้ของญี่ปุ่น ที่มีวัสดุที่ป้องกันหัวและส่วนอื่นของร่างกาย

kennel (เคน' เนิล) *n.* บ้านสำหรับสุนัขอยู่, ลังสุนัข, คอกผสมสุนัข *-v.* **-neled, -neling/-nelled, -nelling** *-vt.* ใส่ในรังสุนัข *-vi.* พักอาศัยในลังสุนัข

keno (คี' โน) *n.* เกมเสี่ยงโชคชนิดหนึ่ง

Kentucky (เคินทัค' คี) ชื่อรัฐหนึ่งในภาคกลางด้านตะวันออกของสหรัฐอเมริกา **-Kentuckian** *adj., n.*

Kenya (เคน' ยะ, คีน' ยะ) ประเทศเคนยา เมื่อก่อนเป็นอาณานิคมของอังกฤษ เมืองหลวงชื่อ Nairobi **-Mount Kenya** ชื่อภูเขาไฟที่ดับแล้วในเคนยา **-Kenyan** *adj., n.*

kepi (เค' พี, เคพ' พี) *n., pl.* **-pis** หมวดแก๊ปทหารของฝรั่งเศสเป็นรูปทรงกลมส่วนบนแบนราบ มีปีกยื่นบังตาเป็นแนวนอน

kept (เคพทฺ) *vt., vi.* กริยาช่องที่ 2 และ 3 ของ keep

keratin (เค' ระทิน) *n.* โปรตีนซึ่งเป็นส่วนประกอบที่สำคัญของหนังกำพร้า ผม เล็บ จะงอยปาก กีบ เขา ขนนกและอื่นๆ **-keratinous, keratinoid** *adj.*

kerb (เคิร์บ) *n.* ขอบหินของถนน, ขอบ *-vt.* ใส่ขอบ, ทำขอบ (-S. curb)

kerchief (เคอร์' ชิฟ) *n., pl.* **-chiefs/-chieves** ผ้าโพกศีรษะหรือพันคอ (โดยเฉพาะสำหรับผู้หญิง) **-kerchiefed** *adj.*

kerf (เคิร์ฟ) *n.* รอยตัด, รอยผ่า, ความกว้างของรอยตัดหรือรอยผ่า *-vt.* ตัด, ผ่า, เลื่อย

kernel (เคอร์' เนิล) *n.* เนื้อในผลไม้เปลือกแข็ง, เมล็ด, แก่น, แก่นแท้, แก่นกลาง *-vt.* **-neled, -neling/-nelled, -nelling** หุ้มล้อมอยู่ภายใน (-S. grain, seed, nucleus)

kerosene, kerosine (เค' ระซีน) *n.* น้ำมันก๊าด, น้ำมันเชื้อเพลิงที่ได้จากการกลั่นน้ำมันปิโตรเลียม

ketch (เคช) *n.* เรือใบ 2 เสาชนิดหนึ่ง

ketch

ketchup (เคช' อัพ) *n.* น้ำซอสชนิดข้นสำหรับใส่เนื้อ (-S. catchup, catsup)

ketone (คี' โทน) *n.* สารที่ประกอบด้วยกลุ่มไฮโดรคาร์บอนอยู่ติดกับกลุ่มคาร์บอนิล

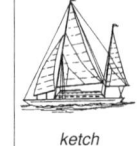

kettle (เคท' เทิล) *n.* กาต้มน้ำ, หม้อต้มน้ำ, กาน้ำชา

kettledrum (เคท' เทิลดรัม) *n.* กลองก้นกลมหน้าเดียว ส่วนล่างทำด้วยทองเหลืองหรือทองแดง

kettle of fish สถานการณ์ที่ยุ่งเหยิง, เรื่องที่เกี่ยวข้อง

key (คี) *n., pl.* **keys** ลูกกุญแจ, กุญแจ, กุญแจไขรหัส, สิ่งที่เป็นเครื่องช่วย, กุญแจไขปัญหา, คู่มือ, คำไขปัญหา, หัวใจ, สิ่งสำคัญ, คานดีดแป้นเปียโน, แป้นอักษรที่นิ้วกดของเครื่องพิมพ์ดีด, ระดับเสียง, น้ำเสียง, อุปกรณ์เปิด-ปิดวงจรไฟฟ้า, ระบบการแบ่งจำแนกสิ่งมีชีวิตออกเป็นประเภทต่างๆ, ลิ่ม, สลัก, หินโค้ง *-adj.* สำคัญ, ที่เป็นแก่นสาร, ที่เป็นหัวใจ *-vt.* **keyed, keying** ใส่ลิ่ม, ใส่สลัก, ใช้หินตกแต่ง, วาดส่วนที่เด่นของภาพ, ปรับ, ปรับสี, ปรับภาพ, ปรับเสียง, ใช้กุญแจปรับ, ใส่กุญแจ, (คอมพิวเตอร์) ใส่ข้อมูล, ระบุชนิด (-S. solution, guide, cue, interpretation, tone) *-Ex. Money is the key to her heart., A TV programme keyed to the interests of the children., The players were all keyed up before the game.*

keyboard (คี' บอร์ด) *n.* แถวก้านดีดของเปียโนหรือแถว ก้านดีดที่มีตัวอักษรของเครื่องพิมพ์ดีด, เครื่องดนตรีชนิดหนึ่ง *-vi., vt.* ใส่ข้อมูล, เล่นดนตรี **-keyboarder** *n.*

keyhole (คี' โฮล) *n.* รูกุญแจ

keyhole surgery ศัลยกรรมซึ่งใช้เทคนิคไฟเบอร์ออพติกสำหรับการผ่าตัดผ่านรูเจาะเล็กๆ บนผิวหนัง ทำให้เกิดแผลขนาดเล็กเท่ารูกุญแจแทนการผ่ายาว

keynote (คี' โนท) *n.* เสียงหลักของทำนองเพลง, ประเด็นสำคัญของคำปราศัย ความคิด การกระทำหรือ

keynote address, keynote speech 493 kilohertz

อื่นๆ *-vt.* **-noted, -noting** กล่าวคำปราศัยที่สำคัญ **-keynoter** *n.* (-S. theme, essence, gist, core)

keynote address, keynote speech คำปราศรัยที่สำคัญ

keypunch (คี' พันชฺ) *n.* เครื่องเจาะรูกระดาษ *-vt.* เจาะบัตร **-keypuncher** *n.*

keystone (คี' สโทน) *n.* หลักสำคัญ, หินบนยอดโค้ง (-S. main part, principle) *-Ex. Freedom is the keystone of democracy.*

keystroke (คี' สโทรค) *n.* การเคาะก้านพิมพ์ดีดหรือก้านดีดเปียโน

keyway (คี' เว) *n.* รางกุญแจ, รูสลัก, รูกุญแจ

key word คำไข, คำไขรหัส, คำไขปัญหา, คำสำคัญ

kg. ย่อจาก keg(s) ถังขนาดเล็ก (ปริมาตร), kilogram(s) กิโลกรัม (หน่วยน้ำหนัก)

khaki (แคค' คี, คา' คี) *n., pl.* **-kis** สีกากี, สีน้ำตาลอมเหลือง, ผ้าสีกากี, กางเกงสีกากี, เสื้อสีกากี *-adj.* สีกากี, ทำด้วยผ้ากากี *-Ex. a khaki dress*

khan (คาน, แคน) *n.* ผู้ปกครองเผ่าตาตาร์ (Tatar) เตอร์คิช (Turkish) และมองโกล, คำเรียกชื่อที่ให้เกียรติในอัฟกานิสถาน ปากีสถาน อินเดีย อิหร่าน

Khartoum, Khartum (คาร์ทูม') ชื่อเมืองหลวงของประเทศซูดาน

khedive (คะดีฟว') *n.* ตำแหน่งอุปราชตุรกีในอียิปต์

Khmer Rouge (คะแมร์' รูช) *n.* กลุ่มเขมรแดง ซึ่งนิยมระบบคอมมิวนิสต์

kibbutz (คิบูทซฺ') *n., pl.* **-butzim** นิคมในอิสราเอล

kibbutznik (คิบูทซฺ' นิค) *n.* สมาชิกของนิคมในอิสราเอล

kibitz (คิบ' บิทซฺ) *-vi.* (ภาษาพูด) ยุ่งเรื่องคนอื่น, (คนดู) ชอบให้คำแนะนำที่ไม่พึงปรารถนาแก่คนเล่น

kibosh (ไค' บอช, คิบอช') *n.* (ภาษาพูด) สิ่งที่หยุดยั้งสิ่งอื่น **-put the kibosh on** ทำให้ไม่ได้ผล, หยุดยั้ง

kick (คิค) *vt.* เตะ, ถีบ, ตีกลับ, เตะฟุตบอล, ได้คะแนน (จากการเตะลูกบอล), (คำสแลง) เลิก (ยาเสพย์ติด, นิสัยที่ไม่ดี) *-vi.* เตะ, ถีบ, ต่อต้าน, ตีกลับ, (ภาษาพูด) บ่น *-n.* การเตะ, การเตะลูกออกนอกเส้น, การไล่ออกจากงาน, การดีดกลับ (ของปืน), ข้อขัดแย้ง, (คำสแลง) การบ่น, ลูกบอลที่ถูกเตะ, วิธีการเตะลูกบอล, (คำสแลง) พลังงาน กำลัง, (คำสแลง) ความสนใจที่รุนแรงแต่ชั่วคราว ความตื่นเต้น (อย่างมีความสุข) **-kick up a dust/a fuss/a row** ทำยุ่ง, ก่อกวน **-kick one's heels** เสียเวลาคอย **-kick up one's heels** (ภาษาพูด) เพลิดเพลิน, เตะ **-kick off** เริ่มเล่นฟุตบอลใหม่โดยการเตะจากกลางสนาม **-kick out** ไล่, ขับออก **-kick the habit** เลิกนิสัย, เลิกเสพย์ยา (-S. boot, object to, oppose, complain about)

kickback (คิค' แบค) *n.* ผลสะท้อนกลับอย่างรวดเร็ว, (คำสแลง) เงินทุจริตจากผลกำไรที่แบ่งให้ (-S. rebound, recoil, ricochet)

kickboxing, Thai kickboxing (คิค' บอคซิง) *n.* ศิลปะการต่อสู้ที่ใช้ทั้งมือและเท้า, ศิลปะมวยไทย

kicker (คิค' เคอะ) *n.* ผู้เตะ, ข้อได้เปรียบ, สภาพหรือสถานการณ์ที่ได้เปรียบ, การเปลี่ยนแปลงที่ทำให้ประหลาดใจ, (ภาษาพูด) เครื่องยนต์ที่ติดตั้งบนเรือใบ

kickoff (คิค' ออฟ) *n.* การเตะลูกครั้งแรก, การเขี่ยลูก, การเตะสะบัดเท้าเพื่อเอารองเท้าออก, (ภาษาพูด) การเริ่มต้น ระยะแรกเริ่ม

kicky (คิค' คี) *adj.* **-ier, -iest** (คำสแลง) สวยงาม น่าตื่นเต้น มีเสน่ห์

kid (คิด) *n.* ลูกแพะ, หนังลูกแพะ, (ภาษาพูด) เด็ก คนหนุ่มหรือคนสาว *-vt., vi.* **kidded, kidding** ให้กำเนิด, (ภาษาพูด) ล้อ ล้อเล่น หยอกเย้า สัพยอก หลอก **-kids** ถุงมือหรือรองเท้าที่ทำจากหนังดังกล่าว **-kidder** *n.* **-kiddingly** *adv.* **-kiddish, kidlike** *adj.* (-S. tease, banter, jest) *-Ex. white kid gloves*

kidney (คิด' นี) *n., pl.* **-neys** ไต, เนื้อไตของสัตว์, ชนิด, ประเภท

kidney bean ถั่วรูปไตจำพวก *Phaseolus vulgaris*, เมล็ดรูปไต

kidney bean

kidney machine ไตเทียม

kidney stone นิ่วในไต

kidvid (คิด' วิด) *n.* วิดีโอสำหรับเด็ก

kill (คิล) *vt.* ฆ่า, สังหาร, ทำให้ตาย, ทำลาย, ประหาร, ทำให้หยุด, ระงับ, ทำให้เป็นกลาง, เอาชนะโดยสิ้นเชิง, ปล่อยเวลาให้สูญเปล่า *-vi.* ทำให้ตาย, กระทำฆาตกรรม, ถูกฆ่าตาย *-n.* การฆ่า, การสังหาร, สัตว์ที่ถูกฆ่า, ผู้ฆ่า, ผู้ถูกฆ่า **-kill off** ฆ่าหรือทำลายโดยสิ้นเชิง (-S. slay, execute) *-Ex. The senators killed the tax bill., We killed an hour looking out the window.*

killer (คิล' เลอะ) *n.* ผู้ฆ่า, มือสังหาร (-S. slayer, murderer, assassin)

killer whale ปลาโลมาที่ชอบฆ่าสัตว์อื่น โดยเฉพาะพวกที่มีลายเทาสลับดำจำพวก *Orcinus orca* พบในทะเลหลายแห่ง

killing (คิล' ลิง) *n.* การฆ่า, การประหาร, การสังหาร, การทำลาย, เหยื่อทั้งหมดที่ได้จากการล่า, ความสำเร็จทางการเงินอย่างมาก *-adj.* ซึ่งถูกฆ่า, ถึงตาย, เหนื่อยอ่อน, (ภาษาพูด) ขบขันมาก **-killingly** *adv.* (-S. murder, homicide, bonanza)

killjoy, kill-joy (คิล' จอย) *n.* ผู้ทำลายความสุขหรือความสนุกสนานของผู้อื่น

kiln (คิล, คิลน) *n.* เตาเผา *-vt.* เผาในเตา, อบแห้งในเตาเผา (-S. furnace, oven)

kiln-dry (คิล' ไดร) *vt.* **-dried, -drying** ทำให้แห้งในเตาเผา

kilo (คิล' โล, คี' โล) *n., pl.* **-los** กิโลกรัม, กิโลเมตร

kilo- คำอุปสรรค มีความหมายว่า หนึ่งพัน

kilocycle (คิล' ละไซเคิล) *n.* หน่วยที่เท่ากับ 1,000 รอบต่อวินาที, หนึ่งพันรอบ

kilogramme, kilograme (คิล' ละแกรม) *n.* หน่วยน้ำหนักมาตรฐานมีค่าเท่ากับ 1,000 กรัม หรือ 2.2046 ปอนด์

kilohertz (คิล' ละเฮิร์ทซฺ, -แฮร์ทซฺ) *n.* หน่วยความถี่ที่เท่ากับ 1,000 รอบต่อวินาที ใช้อักษรย่อ kHz

K

kilometre, kilometer (คะลอม' มิเทอะ) *n.* หน่วยความยาวมาตรฐานมีค่าเท่ากับ 1,000 เมตร หรือ 3280.8 ฟุต หรือ 0.621 ไมล์ **-kilometric** *adj.*

kiloton (คิล' ละทัน) *n.* หน่วยน้ำหนักหรือความจุมีค่าเท่ากับ 1,000 ตัน, แรงระเบิดที่เท่ากับแรงระเบิดของ TNT หนึ่งพันตัน

kilowatt (คิล' ละวอท) *n.* หน่วยกำลังที่เท่ากับ 1,000 วัตต์ ใช้อักษรย่อ kw

kilt (คิลท) *n.* กระโปรงสั้นพับจีบ สำหรับผู้ชายสกอตนุ่ง (มักใช้ผ้าสักหลาดตาหมากรุก), กระโปรงสั้นตาหมากรุกทั่วไป *-vt.* ถกกระโปรงขึ้น, พับเป็นรอยจีบตรง

kilter (คิล' เทอะ) *n.* (ภาษาพูด) สภาพที่ดี

kimono (คะโม' โน) *n., pl.* **-nos** เสื้อกิโมโนของญี่ปุ่น เป็นเสื้อคลุมหลวม แขนสั้น มีแถบผ้ารัดเอว, เสื้อคลุมหลวมของผู้หญิง

kin (คิน) *n.* ญาติ, ญาติพี่น้อง, ความสัมพันธ์ในวงศ์ตระกูล, ความเกี่ยวดองกัน, กลุ่มคนที่สืบเชื้อสายจากบรรพบุรุษที่เดียวกัน, สิ่งหรือบุคคลที่มีความคล้ายคลึงกัน *-adj.* ที่เป็นญาติ, ที่เกี่ยวข้องกัน **-of kin** เป็นญาติกัน, เกี่ยวดองกัน (-S. kinsfolk, relatives, folks) *-Ex. John is a kin to me.*

kind[1] (ไคนฺด) *n.* ชนิด, จำพวก, ประเภท, กลุ่ม, พรรคพวก, พันธุ์, ลักษณะ, คุณสมบัติ, แบบ, รูปแบบ **-in kind** แบบเดียวกัน (เป็นสินค้า แทนที่จะเป็นเงิน) **-of a kind** ชนิดเดียวกัน, มีคุณภาพต่ำ (-S. class, sort, species, character) *-Ex. a new kind of, things of this kind, other kinds of things*

kind[2] (ไคนฺด) *adj.* กรุณา, ปรานี, ใจดี, หวังดี, เมตตา, อดทน, ที่เห็นพ้องด้วย (-S. good, benevolent, loving)

kindergarten (คิน' เดอะการ์เทิน) *n.* โรงเรียนอนุบาล

kindergartner, kindergartener (คิน' เดอะการ์ทเนอะ, -การ์ด-) *n.* เด็กโรงเรียนอนุบาล, ครูโรงเรียนอนุบาล

kindhearted (ไคนฺด' ฮาร์ททิด) *adj.* กรุณา, ใจดี, ปรานี, หวังดี, มีไมตรีจิต **-kindheartedness** *n.* **-kindheartedly** *adv.* (-S. gracious, tenderhearted)

kindle[1] (คิน' เดิล) *v.* **-dled, -dling** *-vt.* จุดไฟ, ก่อไฟ, ทำให้ลุกเป็นไฟ, กระตุ้น, ปลุก, เร้าอารมณ์ *-vi.* เริ่มลุกไหม้, มีอารมณ์เร่าร้อน, ลุกวาว **-kindler** *n.* (-S. inflame, ignite, excite -A. discourage) *-Ex. to kindle a fire, His eyes kindled with joy., The dry wood kindled immediately., The insult kindled his anger., to kindle with enthusiasm*

kindle[2] (คิน' เดิล) *vt., vi.* **-dled, -dling** ให้กำเนิด, คลอดลูก *-n.* คอกลูกสัตว์ (แมว กระต่าย หรืออื่นๆ) (-S. bear, give birth)

kindless (ไคนฺด' ลิส) *adj.* ไร้ความกรุณา, ไร้ความปรานี, ไม่มีใจเมตตา, ผิดธรรมชาติ (-S. unkind, inhuman)

kindliness (ไคนฺด' ลีนิส) *n.* ความกรุณา, ความปรานี, ความมีใจเมตตา, ความใจดี, ความหวังดี, การกระทำที่มีใจเมตตา (-S. benevolence)

kindling (ไคนฺด' ลิง) *n.* สิ่งที่ลุกไหม้ได้, การกระทำที่เป็นการกระตุ้น, การปลุก, การเร้าอารมณ์

kindly (ไคนฺด' ลี) *adj.* **-lier, -liest** เมตตา, กรุณา, ปรานี, ใจดี, หวังดี, มีใจเป็นมิตร, อ่อนโยน, ที่ช่วยเหลือ *-adv.* อย่างกรุณา, อย่างเป็นมิตร, อย่างอ่อนโยน, อย่างจริงใจ, โปรด, กรุณา, อย่างเห็นด้วย **-kindliness** *n.* (-S. kindhearted, benign, charitable, cordial) *-Ex. Will you kindly explain what you mean?*

kindness (ไคนฺด' นิส) *n.* ความกรุณา, ความเมตตา, ความปรานี, ความเป็นมิตร, ความอ่อนโยน, การกระทำหรืออุปนิสัยที่มีใจเมตตากรุณา, ความรู้สึกเป็นมิตร (-S. amiability, mildness, indulgence) *-Ex. Treat him with great kindness.*

kindred (คิน' ดริด) *n.* ญาติพี่น้อง, ตระกูล, วงศ์, วงศ์ตระกูล, เครือญาติ, ความเกี่ยวดอง, ความสัมพันธ์โดยกำเนิดหรือโดยการสืบเชื้อสาย, ความสัมพันธ์ตามธรรมชาติ *-adj.* เกี่ยวกับแหล่งกำเนิด, ซึ่งมีความเชื่อความคิดเห็นหรือความรู้สึกที่เหมือนกัน, เกี่ยวกับญาติพี่น้อง **-kindredness** *n.* (-S. relationship, relatives, affinity) *-Ex. kindred languages, kindred studies*

kine (ไคนฺ) *n. pl.* วัว (-S. cows, cattle)

kinematics (คินนะแมท' ทิคซฺ) *n. pl.* กลศาสตร์การเคลื่อนไหวที่ไม่อ้างถึงแรงหรือมวล **-kinematic, kinematical** *adj.*

kinetic (คิเนท' ทิค, ไค-) *adj.* เกี่ยวกับการเคลื่อนไหว, ซึ่งเกิดจากการเคลื่อนไหว, ซึ่งมีลักษณะที่เคลื่อนไหว **-kinetically** *adv.*

kinetic energy พลังงานจลน์, พลังงานที่เกี่ยวกับการเคลื่อนไหวของวัตถุ

kinetics (คิเนท' ทิคซฺ, ไค-) *n. pl.* จลนศาสตร์, สาขาวิชากลศาสตร์ที่เกี่ยวกับการกระทำของแรงที่ทำให้เกิดการเคลื่อนไหวของมวล

kinfolk (คิน' โฟค) *n. pl.* ญาติพี่น้อง (-S. kinfolks, kinsfolk)

king (คิง) *n.* กษัตริย์, พระเจ้าแผ่นดิน, พระราชา, ประมุข, พระเจ้าอยู่หัว, ผู้นำเผ่า, ไพ่รูปกษัตริย์, หมากรุกที่เดินข้ามกระดานจนได้เป็นเจ้า *-vt.* ทำให้เป็นกษัตริย์ *-adj.* ที่สำคัญ, ที่เป็นหลัก (-S. ruler, sovereign, monarch) *-Ex. The lion is the king of the jungle.*

king cobra งูจงอาง, งูจำพวก *Ophiophagus hannah* มีความยาวเต็มที่ถึง 15 ฟุต เป็นงูพิษขนาดใหญ่ที่สุด พบในแถบเอเชียตะวันออกเฉียงใต้และหมู่เกาะฟิลิปปินส์ (-S. hamadryad)

kingcup (คิง' คัพ) *n.* ชื่อพันธุ์พืชที่มีดอกสีเหลือง

kingdom (คิง' เดิม) *n.* ราชอาณาจักร, การปกครองที่มีกษัตริย์เป็นประมุข, อาณาจักร, จำพวก, ความเป็นผู้มีอำนาจสูงสุดของพระผู้เป็นเจ้าหรือของพระเยซูคริสต์ (-S. realm, territory, category) *-Ex. Sweden is a kingdom., the United Kingdom, the Kingdom of God*

kingdom come โลกภายหน้า, ภาวะที่เวลาสิ้นสุดลง (-S. the next world)

kingfisher (คิง' ฟิชเชอะ) *n.* นกกินแมลงตระกูล Alcedinidae ที่มีหัวใหญ่ จะงอยปากยาว

kingfisher

King James Bible พระคัมภีร์ไบเบิลฉบับภาษาอังกฤษที่

ถอดความมาในสมัยพระเจ้าเจมส์ที่ 1 ของอังกฤษ และตีพิมพ์ในปี ค.ศ. 1611

kingly (คิง' ลี) *adj.* **-lier, -liest** เป็นกษัตริย์, เหมือนกษัตริย์, ในฐานะกษัตริย์, เกี่ยวกับกษัตริย์ *-adv.* อย่างกษัตริย์ **-kingliness** *n.* (-S. noble, royal, regal) *-Ex. a kingly treasure, his kingly rights*

king of beasts สิงโต

king of birds นกอินทรี

kingpin (คิง' พิน) *n.* ตัวตั้งโบว์ลิ่งที่อยู่ข้างหน้าสุด, ตัวตั้งโบว์ลิงที่ศูนย์กลางหรือตัวที่ 5, บุคคลที่เป็นตัวสำคัญของกลุ่ม, ส่วนสำคัญ

king post เสาเอก, เสาตั้งคาน

king's English ภาษาอังกฤษที่ถูกต้อง โดยยึดหลักของอังกฤษ (-S. queen's English)

king's evidence หลักฐานพยานจากจำเลย (-S. queen's evidence)

kingship (คิง' ชิพ) *n.* ความเป็นกษัตริย์, การปกครองโดยกษัตริย์, พระบาทสมเด็จพระเจ้าอยู่หัว (-S. monarchy)

king-size, king-sized (คิง' ไซซ, -ไซซด) *adj.* ซึ่งมีขนาดใหญ่กว่าธรรมดา, ใหญ่พิเศษ, (เตียง) ใหญ่กว่าขนาด 76x80 ตารางนิ้วหรือ 1.9x2.0 ตารางเมตร

Kingston (คิง' สเทิน) ชื่อเมืองหลวงของจาไมก้า

kink (คิงค) *n.* ส่วนงอ, ส่วนโค้ง, ข้อบกพร่อง, รอยด่างพร้อย, อาการปวดกล้ามเนื้อที่ปวดบริเวณคอหรือหลัง, ความคิดประหลาด *-vt., vi.* ทำให้งอ, ทำให้คด (-S. bend, curl, quirk) *-Ex. Don't lit that lamp cord kink., a kink in the neck*

kinkajou (คิง' คะจู) *n.* ชื่อสัตว์กินเนื้อชนิดหนึ่งในทวีปอเมริกากลางและใต้

kinky (คิง' คี) *adj.* **-ier, -iest** มีส่วนงอ, (คำสแลง) ประหลาด ซึ่งวิปริตทางเพศ **-kinkily** *adv.* **-kinkiness** *n.* (-S. twisted, coiled, peculiar, abnormal)

kinship (คิน' ชิพ) *n.* ความเป็นญาติมิตร, ความสัมพันธ์ทางครอบครัว, ความเกี่ยวดอง, ความสัมพันธ์โดยธรรมชาติ (-S. blood relationship, family ties, affinity) *-Ex. They are bound together by kinship as well as ideas., There is a kinship between checkers and chess.*

kinsman (คินซ' เมิน) *n., pl.* **-men** ญาติผู้ชาย, ผู้ที่มีวัฒนธรรมหรือพื้นฐานอย่างเดียวกัน

kinswoman (คินซ' วุมเมิน) *n., pl.* **-women** ญาติผู้หญิง, ผู้ที่มีวัฒนธรรมหรือพื้นฐานอย่างเดียวกัน

kip (คิพ) *n.* (คำสแลง) เตียงนอน, หนังลูกวัว *-vi.* **kipped, kipping** (คำสแลง) เข้านอน

kipper (คิพ' เพอะ) *n.* ปลาแซลมอนหรือเฮอริง *-vt.* ทำ (เนื้อปลา) ให้สะอาด ใส่เกลือ ตากให้แห้งหรืออบ

kirk (เคิร์ค) *n.* โบสถ์นิกายคริสตศาสนาประจำชาติของสกอตแลนด์

kismet (คิซ' เมท, คิซ-) *n.* ชะตากรรม, โชคชะตา, พรหมลิขิต (-S. destiny, fate, doom)

kiss (คิส) *vt., vi.* จูบ, จุมพิต, สัมผัสอย่างนุ่มนวล, (ลูกบิลเลียด) แตะเฉียดเบาๆ *-n.* การจูบ, การจุมพิต, การสัมผัสอย่างแผ่วเบา, ขนมที่ทำจากไข่ขาวและน้ำตาล, ขนมหวานผสมช็อกโกเลตหรืออื่นๆ **-kissable** *adj.* **-kisser** *n.* (-S. touch gently, caress, brush, graze)

kit (คิท) *n.* ชุดเครื่องมือ, ชุดอุปกรณ์, ภาชนะใส่ชุดเครื่องมือ, ชิ้นส่วนสำคัญที่ประกอบเป็นชุด, ชุด, กลุ่ม *-vt., vi.* **kitted, kitting** จัดหามาให้, จัดหาเครื่องประกอบ **-the whole kit and caboodle** ทั้งหมด (-S. gear, outfit) *-Ex. a travel kit, a first-aid kit, a sewing kit*

kit bag ย่ามสะพายหลัง

kitchen (คิช' เชิน) *n.* ครัว, ห้องครัว, เครื่องครัว, กลุ่มคนที่ทำหน้าที่ในครัว

kitchenette (คิชชะเนท') *n.* ครัวที่มีขนาดกะทัดรัด

kitchen garden สวนครัว **-kitchen gardener** *n.*

kitchenware (คิช' เชินแวร์) *n.* เครื่องครัว, เครื่องมือเครื่องใช้ในครัว

kitchen utensils ดู kitchenware

kite (ไคท) *n.* ว่าว, เรือเบาที่สามารถแล่นเมื่อมีลมพัดเอื่อยๆ, คนที่ละโมบ, เช็คที่ไม่มีเงิน, นกเหยี่ยวขนาดเล็ก *-v.* **kited, kiting** *-vi.* ลอยได้เหมือนว่าว, ลอยสูงขึ้น, ได้เงินจากเช็คดังกล่าว *-vt.* ออกเช็คดังกล่าว

kith (คิธ) *n.* เพื่อน, เพื่อนบ้าน, คนรู้จัก, ญาติ, กลุ่มคนที่อาศัยอยู่ในบริเวณเดียวกัน **-kith and kin** เพื่อน, คนคุ้นเคย, ญาติ

kitsch (คิช) *n.* ศิลปะหรือวรรณคดีที่ไร้ค่าหรือมีค่าต่ำ *-adj.* เกี่ยวกับศิลปะหรือวรรณคดีดังกล่าว **-kitschy** *adj.*

kitten (คิท' เทิน) *n.* ลูกแมว *-vt., vi.* คลอดลูกแมว

kittenish (คิท' เทินนิช) *adj.* ขี้เล่นเหมือนลูกแมว, เหมือนลูกแมว **-kittenishly** *adv.* **-kittenishness** *n.*

kittiwake (คิท' ทิเวค) *n., pl.* **-wakes/-wake** นกนางนวลจำพวก *Rissa tridactyla* ที่มีนิ้วเท้าหลังสั้นมาก

kittle (คิท' เทิล) *vt.* **-tled, -tling** ทำให้จั๊กจี้, กระตุ้น, ยั่ว, ทำให้สับสน *-adj.* ยาก, ที่ไม่สามารถคาดเดาได้

kitty (คิท' ที) *n., pl.* **-ties** ลูกแมว, ชื่อเล่นสำหรับแมว, กองทุนเงินเดิมพัน (เงินชัก), เงินกองกลาง

kiwi (คี' วี) *n., pl.* **-wis** นกกีวี, ผลกีวี

kiwi

kiwi fruit ผลกีวี เปลือกเป็นขนมีสีน้ำตาล เนื้อเป็นสีเขียวอ่อน เรียกอีกชื่อว่า Chinese gooseberry

kleptomania (เคลพทะเม' เนีย) *n.* โรคจิตที่ชอบขโมย **-kleptomaniac** *n., adj.*

klieg light (คลีก) ไฟที่มีแสงสว่างมากใช้ในโรงถ่ายภาพยนตร์

kloof (คลูฟ) *n.* หุบเขาลึก

km ย่อจาก kilometre(s), kilometer(s) (หน่วยความยาว) กิโลเมตร

knack (แนค) *n.* ความชำนาญพิเศษ, ความสามารถพิเศษ, ความแคล่วคล่องพิเศษ, ฝีมือที่ยอดเยี่ยม (-S. talent, skill) *-Ex. It takes practice to get the knack of serving in tennis.*

knapsack (แนพ' แซค) *n.* ย่ามสะพายหลัง

knave (เนฟว) *n.* คนไม่ซื่อ, คนโกง, คนพาล, ไพ่ตัวแจ๊ก, คนต่ำต้อย, คนใช้ผู้ชาย **-knavish** *adj.*

knavery (เน' เวอะรี) *n., pl.* **-ies** ความไม่ซื่อ, การคดโกง, การกระทำที่ไม่ซื่อ, เล่ห์เหลี่ยม (-S. trickery,

cunning, chicanery, deception)
knavish (เนฟว' วิช) *adj.* ไม่ซื่อ, คดโกง **-knavishly** *adv.* **-knavishness** *n.* (-S. dishonest, roguish -A. decency)
knead (นีด) *vt.* นวด, ปั้น, กด, บี้ **-kneader** *n.* (-S. manipulate, press, squeeze) *-Ex. Grandmother kneads the bread dough with her hands., Clay should be kneaded before being molded.*
knee (นี) *n.* เข่า, ตัก, ส่วนของกางเกงรอบบริเวณเข่า *-vt.* **kneed, kneeing** กระทบด้วยเข่า, แตะด้วยเข่า *-Ex. I've hurt my knee., take a child on one's knee*
knee breeches กางเกงขาสั้น
kneecap (นี' แคพ) *n.* กระดูกสะบ้าหัวเข่า, ที่ป้องกันหัวเข่า *-vt.* **-capped, -capping** ทำให้พิการโดยทำหัวเข่าให้บาดเจ็บ (-S. patella)

K

knee-deep (นี' ดีพ') *adj.* จมถึงระดับหัวเข่า, ลึกถึงเสมอหัวเข่า, ที่พัวพัน, ที่ถลำลึก
knee-high (นี' ไฮ') *adj.* สูงแค่หัวเข่า *-n.* ถุงเท้าหรือถุงน่องที่สูงระดับเข่า
kneehole (นี' โฮล) *n.* ช่องใต้โต๊ะสำหรับสอดหัวเข่า
knee jerk ปฏิกิริยาเหยียดขาที่เนื่องจากการเคาะที่หัวเข่า (ที่เอ็นกระดูกสะบ้า) (-S. patellar reflex)
knee-jerk (นี' เจิร์ค) *adj.* (คำสแลง) โดยอัตโนมัติ, ที่คาดการณ์ได้
kneel (นีล) *vi.* **knelt/kneeled, kneeling** คุกเข่า, คุกเข่าลง **-kneeler** *n. -Ex. kneel (down) on one's knees*
knell (เนล) *n.* เสียงระฆังมรณะ, เสียงแห่งยามมรณะ, ลางมรณะ, ลางแห่งความล้มเหลว *-vi.* (ระฆัง) ส่งเสียงแห่งยามมรณะ *-vt.* เคาะระฆังเรียกประชุม
knelt (เนลทฺ) *vi.* กริยาช่อง 2 และ 3 ของ kneel
knew (นิว) *vt., vi.* กริยาช่อง 2 ของ know
Knickerbocker (นิค' เคอะบอคเคอะ) *n.* ผู้สืบเชื้อสายชาวดัตช์ที่มาตั้งรกรากที่นิวยอร์ก, ชาวนิวยอร์ก
knickerbockers (นิค' เคอะบอคเคอร์ซฺ) *n. pl.* กางเกงหลวมยาวแค่เข่า (-S. knickers)
knickers (นิค' เคิร์ซฺ) *n. pl.* กางเกงขาสั้นมียางรัดที่ใต้เข่า, กางเกงชั้นในสตรี (-S. knickerbockers)
knickknack (นิค' แนค) *n.* เรื่องเล็กๆ น้อยๆ, ของเล็กๆ น้อยๆ (-S. nicknack, trifle, kickshaw)
knife (ไนฟฺ) *n., pl.* **knives** มีด, อาวุธที่คล้ายมีด, กริช, ดาบสั้น, ใบมีด *-v.* **knifed, knifing** *-vt.* (ใช้มีด) ตัด, ผ่า, เฉือน, (คำสแลง) เอาชนะด้วยการโกง *-vi.* ผ่าด้วยมีด, เจาะด้วยมีด **-under the knife** ผ่านการศัลยกรรม **-knifer** *n.*
knife-edge (ไนฟฺ' เอจ) *n.* คมมีด, สิ่งที่คม, ลิ่ม
knight (ไนทฺ) *n.* อัศวิน, ผู้พิทักษ์สตรีสาวที่อยู่ในความลำบากในสมัยกลาง, ม้า (หมากรุก), ผู้สนับสนุนที่ซื่อสัตย์ *-vt.* แต่งตั้งให้เป็นอัศวิน
knighthood (ไนทฺ' ฮุด) *n.* ตำแหน่งอัศวิน, ความเป็นอัศวิน, ลักษณะหรือคุณสมบัติของอัศวิน, กลุ่มอัศวิน
knightly (ไนทฺ' ลี) *adj.* เกี่ยวกับหรือเป็นของอัศวิน, สูงศักดิ์, สูงส่ง, กล้าหาญ, ซึ่งประกอบด้วยอัศวิน *-adv.* อย่างอัศวิน, ในลักษณะของอัศวิน **-knightliness** *n.* (-S. chivalrous, gallant)
knish (คะนิชฺ') *n.* ขนมแป้งต้มยัดไส้สำหรับทอดหรือปิ้ง
knit (นิท) *v.* **knitted/knit, knitting** *-vt.* ถัก, ชุน, ขมวด, เชื่อมต่อ, ประสาน, ย่น *-vi.* เชื่อมติดกัน, (หน้าผาก คิ้ว) ย่น *-n.* ผ้าที่ได้จากการถัก, วิธีการผลิตผ้าดังกล่าว **-knitter** *n.* (-S. unite, weave, join) *-Ex. Mother knits sweaters for the children., The families were knit together by common interests., The mystery story plot was closely knit.*
knitting (นิท' ทิง) *n.* การถัก, การชุน, ผลงานถัก, ผลงานชุน, การเชื่อมต่อ (-S. knitted work)
knitwear (นิท' แวร์) *n.* สิ่งถัก, เสื้อผ้าที่ทำด้วยการถัก
knob (นอบ) *n.* ลูกบิด, หัวกลม, ตุ่ม, ปุ่ม, ก้อนหัวกลม, เขาหรือเนินเขากลมๆ **-knobbed** *adj.* (-S. lump, doorknob, knot, node)
knobby (นอบ' บี) *adj.* **-bier, -biest** เป็นปุ่ม, เต็มไปด้วยปุ่ม **-knobbiness** *n.*
knock (นอค) *vt.* เคาะ, ตี, ทุบ, กระแทก, ชก, ต่อย, ชน, (คำสแลง) วิจารณ์ *-vi.* ชน, กระทบ, เกิดเสียงดัง, (คำสแลง) วิจารณ์ *-n.* การเคาะ, เสียงเคาะ, การวิจารณ์ในทางที่ไม่ดี, เสียงเครื่องยนต์ที่ไม่ปกติ **-knock about/around** ล่องลอยไร้จุดหมาย, ร่อนเร่, เถลไถล ปล่อยเวลาให้ผ่านไปโดยเปล่าประโยชน์ **-knock down** ต่อยล้ม, ลดค่า, ได้รับ, มีรายได้, ขายโดยการประมูล **-knock it off** (คำสแลง) หยุด **-knock off** หยุดกระทำ, ทำเสร็จ, ขจัด, (คำสแลง) สังหาร ฆาตกรรม, ทำให้พ่ายแพ้ **-knock out** ชกคู่ต่อสู้ล้มลุกไม่ขึ้น, ทำลาย, ทำให้เสียหาย **-knock over** (คำสแลง) ขโมย **-knock together** ปะติดปะต่ออย่างเร่งรีบ, ทำให้ชนกัน **-knock up** ตื่นขึ้น, เคาะประตูปลุก, ทำให้เสียหาย, (คำสแลง) ทำให้ตั้งครรภ์ (-S. bang, strike, collide with, smash into) *-Ex. knock on at the door, knock in a nail, Surachai had knocked about for years., One fighter tried to knock the other one down., If there is no doorbell, just knock., The furniture was knocked down before shipment.*
knockabout (นอค' อะเบาทฺ) *adj.* หยาบๆ, อึกทึก, เอะอะ *-n.* เรือใบขนาดเล็ก
knockdown (นอค' เดานฺ) *adj.* ซึ่งทำให้ล้มลง, ที่ลดลง, ที่มีกำลังเหนือกว่า *-n.* สิ่งที่ทำให้ล้มลง, การทำให้ล้มลง, การชกให้ล้มลง, หมัดน็อก, การลดต่ำลง
knocker (นอค' เคอะ) *n.* ที่เคาะประตู, ผู้เคาะประตู, (คำสแลง) เต้านมผู้หญิง
knock-knee (นอค' นี) *n.* การโค้งที่ผิดปกติของขาที่บริเวณหัวเข่าเคลื่อนเข้าหากัน แต่ข้อเท้าแยกห่างออกจากกัน **-knock-kneed** *adj.*
knockout (นอค' เอาทฺ) *n.* การทำให้ล้มลง, การชกล้มลง, การที่ถูกชกล้มลง, หมัดน็อกอ๊าต์, (คำสแลง) บุคคลหรือสิ่งที่มีเสน่ห์และน่าสนใจมาก *-adj.* ซึ่งสามารถทำห้าล้มลงได้
knoll[1] (โนล) *n.* เนินเขากลมเล็กๆ, ปุ่มเล็กๆ, ส่วนยื่นหัวกลมเล็กๆ, โคก, เนิน, ดอย (-S. hump, hill)
knoll[2] (โนล) *vt.* เคาะระฆัง *-vi.* (ระฆัง) มีเสียงลางมรณะ *-n.* การตีระฆัง
knot (นอท) *n.* ปม, เงื่อน, โบว์, ปัญหาที่ซับซ้อน, เงื่อนงำ,

ความเกี่ยวดอง, ความผูกพัน, ความรู้สึกอึดอัด, กลุ่มเล็ก, กระจุก, ตาไม้, หน่วยความเร็วหนึ่งไมล์ทะเลหรือ 6,080 ฟุตต่อชั่วโมง, ไมล์ทะเล (6,080 ฟุต) *-v.* **knotted, knotting** *-vt.* ผูกปม, ผูกเงื่อน, ทำให้เกี่ยวดองกัน, ทำให้เป็นทองแผ่นเดียวกัน *-vi.* เกี่ยวพันกัน, เกี่ยวดองกัน, กลายเป็นทองแผ่นเดียวกัน (-S. loop, joint, knur, cluster) *-Ex. tie a rope in a knot, knot a rope, shoulder-knot, a knot in wood, a knot of people*

knothole (นอท' โฮล) *n.* รูตาไม้ของแผ่นกระดาน, รูตาไม้

knotty (นอท' ที) *adj.* **-tier, -tiest** เต็มไปด้วยปม, ยากที่จะแก้ไข **-knottiness** *n.* (-S. complicated, intricate, lumpy)

know (โน) *v.* **knew, known, knowing** *-vt.* รู้, รู้ดี, รู้จัก, รู้ว่า, ทราบ, เข้าใจ, จำได้, ตระหนักดี, วินิจฉัยออก, มองออก, ชำนาญ, (โบราณ) สังวาส *-vi.* รู้, รู้จัก, จำได้ **-know the ropes** เข้าใจ, คุ้นเคยกับ **-in the know** (ภาษาพูด) รู้ความลับ รู้เรื่องภายใน **-knower** *n.* (-S. understand, perceive, realize, comprehend, identify)

knowable (โน' อะเบิล) *adj.* ที่เรียนรู้ได้

know-how (โน' ฮาว) *n.* ความชำนาญ, ความรู้ว่าจะทำอย่างไร (-S. expertise, dexterity, adroitness)

knowing (โน' อิง) *adj.* รู้ดี, หลักแหลม, เฉลียวฉลาด, รอบรู้, หูไวตาไว, มีสติ, มีความตั้งใจ **-knowingly** *adv.* **-knowingness** *n.* (-S. perceptive, astute, shrewd, wise) *-Ex. When asked who had broken the window, the boys exchanged knowing looks.*

know-it-all (โน' อิทออล) *n.* (ภาษาพูด) ผู้ที่ทำตัวเหมือนกับเป็นผู้รู้คนเดียวและไม่รับฟังผู้อื่น

knowledge (นอล' ลิจ) *n.* ความรู้, ความคุ้นเคย, การเข้าใจ, ความตระหนักรู้, ข่าว, ข้อมูลเฉพาะบางเรื่อง (-S. learning, information, erudition, adeptness)

knowledgeable (นอล' ลิจะเบิล) *adj.* มีความรู้, เฉลียวฉลาด **-knowledgeability, knowledgeableness** *n.* **-knowledgeably** *adv.* (-S. educated, erudite, cultivated)

known (โนน) *vt., vi.* กริยาช่อง 3 ของ know *-n.* ปริมาณที่รู้แล้ว, สิ่งที่ทราบแล้ว *-adj.* เป็นที่รู้จักกันโดยทั่วไป (-S. admitted, declared, recognized)

knuckle (นัค' เคิล) *n.* ข้อนิ้วมือ, ข้อเท้าสัตว์, ส่วนที่เป็นหัวกลมของข้อที่ยื่นออกมา *-vt.* **-led, -ling** กด นวดหรือตีโดยใช้ข้อ

knucklebone (นัค' เคิลโบน) *n.* กระดูกข้อนิ้วมือ

knucklehead (นัค' เคิลเฮด) *n.* (ภาษาพูด) คนโง่ คนทึ่ม

knur (เนอร์) *n.* ตาไม้, ปุ่ม, ปม

knurl (เนิร์ล) *n.* ลูกบิดลูกกลิ้งของพิมพ์ดีด, ปุ่ม, ปุ่มบนต้นไม้, สัน *-vt.* ทำเป็นปุ่ม, ทำเป็นปม, ทำเป็นสัน **-knurled, knurly** *adj.*

KO (เค' โอ') *vt.* **KO'd, KO'ing** (คำสแลง) ต่อยล้มลง *-n., pl.* **KO's** (คำสแลง) การต่อยล้มลง (-S. K.O., k.o.)

koala (โคอา' ละ) *n.* สัตว์มีถุงหน้าท้องจำพวก *Phascolarctos cinereus* คล้ายหมี ไม่มีหาง ใบหูใหญ่ ขนสีเทา เดินอุ้ยอ้าย

kohl (โคล) *n.* ผงทาหนังตาหรือคิ้วให้ดำ ทำจากแอนติโมนีซัลไฟด์ หรืออื่นๆ

kohlrabi (โคลรา' บี) *n., pl.* **-bies** พืชจำพวก *Brassica oleracea* var. *gongylodes* ส่วนของลำต้นเป็นกระเปาะกลมที่กินได้

kola (โค' ละ) *n.* ดู cola

kook (คูค) *n.* (คำสแลง) คนประหลาด คนโง่ คนบ้า **-kooky, kookie** *adj.* **-kookiness** *n.*

kookaburra (คุค' คะเบอระ) *n.* ชื่อพันธุ์นกหัวขวานจำพวก *Dacelo gigas* ที่ร้องเสียงคล้ายเสียงหัวเราะ

Koran (คะราน', -แรน', คอ'-) *n.* พระคัมภีร์โกหร่านของอิสลาม **-Koranic** *adj.* (-S. Quran)

Korea (คะเรีย') ประเทศเกาหลี, เกาหลีเหนือ (North Korea หรือ Democratic People's Republic), เกาหลีใต้ (South Korea หรือ Republic of South Korea)

K

Korean (โคเรียน') *adj.* เกี่ยวกับเกาหลี (ประชาชน ภาษาหรืออื่นๆ) *-n.* ชาวเกาหลี, ภาษาเกาหลี

Korean War สงครามเกาหลี (1950-1953)

kosher (โค' เชอะ) *adj.* กินได้ (ตามกฎของยิว), แท้จริง, (คำสแลง) เหมาะสม สมควร ถูกต้อง *-vt.* ทำให้เหมาะสม (ตามกฎของยิว) *-Ex. a kosher restaurant*

koto (โค' โท) *n., pl.* **-tos** ขิมญี่ปุ่น

kowtow (เคา' เทา) *vi.* คุกเข่าลงเอาหน้าผากแตะพื้น, แสดงความนอบน้อม *-n.* การคุกเข่าลงเอาหน้าผากแตะพื้น, การแสดงความนอบน้อม (-S. kneel, fawn)

Kr สัญลักษณ์ของธาตุโลหะ krypton

kraal (คราล) *n.* หมู่บ้าน, คอกล้อมปศุสัตว์ *-vt.* ปิดคอก

krait (ไครท) *n.* งูสามเหลี่ยม เป็นงูพิษจำพวก *Bungarus* อาศัยอยู่ในแถบเอเชียอาคเนย์และหมู่เกาะบริเวณข้างเคียง

Kremlin (เครม' ลิน) ที่ทำการของรัฐบาลรัสเซียในกรุงมอสโก, พระราชวังเครมลิน, ป้อมทำการเครมลิน, ป้อมทำการของเมืองในรัสเซีย, รัฐบาลรัสเซีย

Kremlinologist (เครมลินอล' ละจิสท) *n.* ผู้เชี่ยวชาญการศึกษาเกี่ยวกับการปกครองและนโยบายการปกครองของรัสเซีย **-Kremlinology** *n.*

Krishna (คริช' นะ) ชื่อเทพกฤษณะของฮินดู **-Krishnaism** *n.*

krona (โคร' นะ) *n., pl.* **-nur** หน่วยเงินตราของไอซ์แลนด์ ,*-pl.* **-nor** หน่วยเงินตราของสวีเดน

kris (คริส) *n.* กริช

krone (โคร' นะ) *n., pl.* **-ner** เหรียญอะลูมินัมและบรอนซ์เป็นหน่วยเงินตราของเดนมาร์ก มีค่าเท่ากับ 100 ore ใช้อักษรย่อ kr.

krypton (คริพ' ทอน) *n.* ธาตุชนิดหนึ่งเป็นก๊าซเฉื่อยที่มีอยู่จำนวนเล็กน้อยในบรรยากาศ ใช้สัญลักษณ์ Kr

kudos (คู' โดซ, -ดอส) *n.* การสรรเสริญ, ความรุ่งโรจน์ (-S. prestige, glory, tribute)

kudu, koodoo (คู'ดู) *n., pl.* **kudu/-dus, koodoo/-doos** ละมั่งแอฟริกาขนาดใหญ่จำพวก *Tragelaphus* มีแถบสีขาวกลางหลัง มีเขายาวที่บิดเป็นเกลียว

Ku Klux Klan (คู' คลัคซฺ' แคลน) *n.* องค์การลับในภาคใต้ของสหรัฐอเมริกาที่กระทำการกีดกันสิทธิของนิโกรที่ได้รับหลังสงครามกลางเมือง, องค์การลับในอเมริกาที่มีจุดประสงค์ส่งเสริมความรักชาติอเมริกัน

kukri (คุค' รี) *n.* ชื่อมีดสั้นของชาวกุรข่า

kukri

kümmel (คัม' เมิล) *n.* เหล้าผสมเครื่องเทศจำพวกยี่หร่า, เมล็ดยี่หร่า, เมล็ดของ cumin

kumquat, cumquat (คัม' ควอท) *n.* ส้มเมืองจีน, ต้นส้มเมืองจีน

kung fu (คัง' ฟู) *n.* ศิลปะการป้องกันตัวแบบหนึ่งของจีน, มวยกังฟู, มวยจีน

Kurd (เคิร์ด) *n.* สมาชิกชนชาติหนึ่งในบริเวณ Kurdistan เป็นชนชาตินักรบที่พูดภาษา Kurdish **-Kurdish** *adj., n.*

Kuwait (คูเวท', -ไวทฺ') ประเทศคูเวต เป็นประเทศในแถบอาหรับ **-Kuwaiti** *adj., n.*

kW, kw ย่อจาก kilowatt กิโลวัตต์

kwashiorkor (ควอชีออร์' คอร์) *n.* ชื่อโรคเขตร้อนที่เกิดจากการขาดโปรตีนในอาหาร มักเกิดกับเด็ก

kWh, kwh, kWhr, kwhr ย่อจาก kilowatt-hour กิโลวัตต์ชั่วโมง

kyphosis (ไคโฟ' ซิส) *n.* หลังโกง **-kyphotic** *adj.*

L

L, l (แอล) *n., pl.* **L's, l's** พยัญชนะอังกฤษตัวที่ 12 *-adj.* ตัว L หรือ l, ลำดับที่ 12 **-L** ตัวเลข 50 ของโรมัน

L ย่อจาก length ความยาว, liter ลิตร, longitude เส้นแวง

l ย่อจาก latitude เส้นรุ้ง, length ความยาว, liter ลิตร, left ด้านซ้าย, law กฎหมาย

la[1] (ลา) *n.* เสียงที่ 6 ของลำดับเสียงดนตรี, เสียง "ลา"

la[2] (ลา, ลอ) *interj.* คำอุทานแสดงความประหลาดใจหรือเน้นย้ำ

lab (แลบ) *n.* (ภาษาพูด) ห้องปฏิบัติการทดลอง

label (เล' เบิล) *n.* ฉลาก, ป้าย, คำอธิบาย, คำนิยาม, เครื่องหมาย, สัญลักษณ์, ฉายา, แสตมป์ทากาวแห้งข้างหลัง, แผ่นแคบๆ *-vt.* **-beled, -beling/-belled, -belling** ติดฉลาก, ติดป้าย, ตราหน้า, อธิบาย, แบ่งแยกประเภทหรือชนิด **-labeler, labeller** *n.* (-S. ticket, tag) *-Ex. The doctor put a label on the medicine bottle., The label on my scarf says 100% wool., Somsri labeled all her books., to label someone a liar*

labia (เล' เบีย) *n.* พหูพจน์ของ labium

labial (เล' เบียล) *adj.* เกี่ยวกับริมฝีปาก, คล้ายริมฝีปาก, เป็นเสียงริมฝีปาก (เช่น การเป่าขลุ่ย), เกี่ยวกับการออกเสียงด้วยริมฝีปาก (เช่น เสียง p, v, m, w) *-n.* เสียงริมฝีปาก, พยัญชนะที่ออกเสียงด้วยริมฝีปาก **-labially** *adv.*

labiate (เล' บีเอท, -อิท) *adj.* คล้ายริมฝีปาก, เกี่ยวกับพืชตระกูลมินต์, มีสองริมฝีปาก, มีสองกลีบ *-n.* พืชดังกล่าว

labile (เล' เบิล, -ไบลฺ) *adj.* มักเปลี่ยนแปลง, ไม่มั่นคง, ไม่คงที่ **-lability** *n.* (-S. changeable)

labium (เล' เบียม) *n., pl.* **-bia** ริมฝีปาก

labour, labor (เล' เบอะ) *n.* แรงงาน, ใช้แรงงาน, งาน, อาชีพ, ความอุตสาหะ, ความเจ็บปวดและความพยายามในการคลอดลูก, ระยะเวลาในการคลอดลูกดังกล่าว, กรรมกร, ฝ่ายกรรมกร *-vi.* ทำงาน, พยายาม, กระทำด้วยความลำบาก, คลอดลูก, ไปข้างหน้าด้วยความลำบาก *-vt.* กระทำอย่างละเอียด, เหน็ดเหนื่อยกับ, พากเพียร (-S. work, toil, exertion -A. idleness, idle) *-Ex. They laboured night and day on the new bridge., Somsri laboured over the composition., the labours of the ants, In Saudi Arabia labour enjoys high wages., The little train laboured up the steep hill.*

laboratory (แลบ' ระทอรี, แลบ' บะ-, ละบอ' ระทะริ, -ทริ) *n., pl.* **-ries** ห้องปฏิบัติการ, ห้องทดลองค้นคว้า, ห้องวิจัย, เวลาที่ทำการค้นคว้าวิจัยในห้องปฏิบัติการ *-adj.* เกี่ยวกับห้องปฏิบัติการ

Labour Day วันแรงงานสากล (1 พฤษภาคม), วันกรรมกร, วันแรงงาน (ในสหรัฐฯ แคนาดาและประเทศอื่นๆ บางประเทศถือเอาวันจันทร์แรกของเดือนกันยายนเป็นวันแรงงาน)

laboured, labored (เล' เบอร์ด) *adj.* ไม่ง่าย, ยาก, ลำบาก, กินแรงมาก, เปลืองแรงมาก, ไม่คล่อง, ฝืด

labourer, laborer (เล' เบอเรอะ) *n.* กรรมกร, คนงาน, ผู้ทำงานที่ใช้แรงกาย (โดยเฉพาะที่ไม่ต้องอาศัยความชำนาญมาก), ผู้ทำงานหนัก, ผู้กระทำด้วยความลำบาก (-S. blue-collar worker)

laborious (ละบอ' เรียส) *adj.* ใช้แรงงานมาก, ลำบาก, ยาก, ต้องใช้ความเพียรพยายามมาก, อุตสาหะ **-laboriously** *adv.* **-laboriousness** *n.* (-S. toilsome, difficult, arduous, strenuous, hard)

labor-saving (เล' เบอร์ เซวิง) *adj.* ทุ่นแรงงาน

labor union สหภาพแรงงาน

Labrador (แลบ' เรอะดอร์) ชื่อแหลมในภาคตะวันออกเฉียงเหนือของทวีปอเมริกาเหนือ ประกอบด้วย Newfoundland และ Quebec ของแคนาดา **-Labradorean, Labradorian** *adj., n.*

Labrador retriever สุนัขพันธุ์หนึ่งที่มีขนสั้นหนาสีดำหรือเหลือง

Labrador retriever

laburnum (ละเบอร์' เนิม) *n.* ต้นไม้ฝักจำพวกหนึ่ง

labyrinth (แลบ' บะรินธฺ) *n.* หูส่วนในซึ่งประกอบด้วย vestibule, cochlea และ canals, ห้องหูชั้นใน, ทางวกวน, เขาวงกต, สิ่งที่วกเวียน, ความยุ่งยากสับสน **-labyrinthine** *adj.* (-S. intricacy, maze, coil, tangle, puzzle, perplexity)

lac (แลค) *n.* ครั่ง, แมลงครั่ง, ดู shellac

lac, lakh (แลค) *n.* หนึ่งแสนรูปี, จำนวนมากมายไม่จำกัด

lace (เลส) *n.* ลูกไม้, ดิ้น, ดิ้นเงิน, ดิ้นทอง, สายถัก, สาย

lacerate 499 **lager**

รัดรองเท้า, สิ่งทอลายฉลุ, เหล้าจำนวนเล็กน้อยที่เติมลงในอาหารหรือเครื่องดื่ม *-v.* **laced, lacing** *-vt.* ผูกสาย, รัด, ปัก, ถัก, ประดับด้วยลายลูกไม้, ร้อย, สอด, เฆี่ยนเป็นแนว, เติมเหล้าเล็กน้อยลงในอาหารหรือเครื่องดื่ม *-vi.* ผูกด้วยสายรัดรองเท้า, ผูกเชือก, ต่อว่า, โจมตี

lacerate (*v.* แลส' เซอเรท, *adj.* -ริท, -เรท) *vt.* **-ated, -ating** ฉีกขาด, ทำให้บุบสลาย, ทำให้เสียรูปร่าง, ทรมานจิตใจ, ทำให้ทุกข์ใจ *-adj.* ฉีกขาด, (พืช) มีขอบหยัก **-lacerable** *adj.* (-S. mangle) *-Ex. The cup Udom held shattered; lacerating his hand., Such sharp criticism lacerated her pride.*

laceration (แลสเซอเร' ชั่น) *n.* การฉีกขาด, การบุบสลาย, การเสียรูปร่าง, การทรมานจิตใจ, การทุกข์ใจ, บาดแผลที่ฉีกขาด, บาดแผลที่บุบบู้บี้

lacewing (เลส' วิง) *n.* แมลงชนิดหนึ่ง

lacewing

lacework (เลส' เวิร์ค) *n.* ลูกไม้

lachrymal (แลค' ริเมิล) *adj.* เกี่ยวกับน้ำตา, ทำให้เกิดน้ำตา

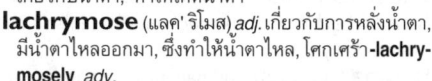

lachrymose (แลค' ริโมส) *adj.* เกี่ยวกับการหลั่งน้ำตา, มีน้ำตาไหลออกมา, ซึ่งทำให้น้ำตาไหล, โศกเศร้า **-lachrymosely** *adv.*

lacing (เล' ซิง) *n.* การผูกสาย, การร้อย, สายผูก, สายรัด, สิ่งทอลายฉลุ, เหล้าเล็กน้อยที่เติมในอาหารหรือเครื่องดื่ม

lack (แลค) *n.* การขาดแคลน, ความไม่เพียงพอ, ความไม่มี, ความบกพร่อง *-vi.* ขาดแคลน, ขาด, ไม่มี, มีน้อย *-vt.* ขาดแคลน, ปราศจาก *-Ex. for lack of money, no lack of money, The room lacks colour., The necessary materials are lacking., The room is lacking in colour.*

lackadaisical (แลคคะเด' ซิเคิล) *adj.* ขาดความกระตือรือร้น **-lackadaisically** *adv.*

lackey (แลค' คี) *n., pl.* **-eys** คนใช้ชายที่สวมเครื่องแบบ, คนใช้ผู้ชาย, ผู้ติดตาม *-vt., vi.* **-eyed, -eying** ทำหน้าที่เป็นคนใช้ชายที่สวมเครื่องแบบ

lacklustre, lackluster (แลค' ลัสเทอะ) *adj.* ไม่วาว, ไม่สง่าผ่าเผย, ไม่มีชีวิตชีวา, ไม่สดใส, มัว (-S. lacking brilliance, dull, vapid)

laconic (ละคอน' นิค) *adj.* ใช้คำน้อย, กะทัดรัด, พูดสั้นๆ **-laconically** *adv.* (-S. concise)

lacquer (แลค' เคอะ) *n.* น้ำมันแล็กเกอร์, ครั่ง, น้ำมันจากต้นยางจำพวก *Toxicodendron verniciflua* ใช้เป็นน้ำมันชักเงา, เครื่องเรือนหรือสิ่งของที่เคลือบด้วยน้ำมันแล็กเกอร์ *-vt.* ทาด้วยน้ำมันแล็กเกอร์ **-lacquerer** *n.*

lacrimal (แลค' ริเมิล) *adj.* เกี่ยวกับน้ำตา, เกี่ยวกับอวัยวะสร้างน้ำตาและท่อน้ำตา, ซึ่งอยู่ใกล้อวัยวะดังกล่าว

lacrosse (ละครอส') *n.* กีฬาชนิดหนึ่งที่ใช้สวิงตีลูกบอลเล็ก ใช้คนเล่นชาย 10 คนหรือหญิง 12 คนในแต่ละทีม

lactate (แลค' เทท) *vi.* **-tated, -tating** ให้น้ำนม, คัดหลั่งน้ำนม *-n.* เกลือหรือเอสเทอร์ของ lactic acid

lactation (แลคเท' ชั่น) *n.* การให้น้ำนม, การคัดหลั่งน้ำนม, ระยะเวลาการสร้างน้ำนม **-lactational** *adj.*

lacteal (แลค' ทีล) *adj.* เกี่ยวกับนม

lactic (แลค' ทิค) *adj.* เกี่ยวกับน้ำนม, ได้จากน้ำนม

lactic acid กรดแล็กติกเป็นของเหลวใสที่พบได้ในกระบวนการหมักของการทำนมเปรี้ยวหรือในผลิตผลการสันดาปของกล้ามเนื้อ ใช้ในอุตสาหกรรมเครื่องหนัง

lactose (แลค' โทส) *n.* น้ำตาลชนิดหนึ่งที่ได้จากนมและให้กลูโคสกับกาแล็กโทส เมื่อผ่านกระบวนการ hydrolysis, น้ำตาลนม

lacuna (ละคิว' นะ) *n., pl.* **-nae/-nas** ช่องว่าง, ส่วนที่ขาดไป, หลุมเล็ก, โพรง, แอ่ง, ข้อบกพร่อง

lacy (เล' ซี) *adj.* **lacier, laciest** คล้ายลูกไม้, เป็นลูกไม้ลายฉลุ *-Ex. a lacy pattern of carving on a window*

lad (แลด) *n.* เด็กหนุ่ม, คนหนุ่ม, คำเรียกหรือทักทายคนหนุ่ม, เจ้าหนู, อ้ายหนู, พ่อหนุ่มน้อย

ladder (แลด' เดอะ) *n.* บันได, สิ่งที่คล้ายบันได, ขั้นบันได, สิ่งที่เป็นขั้นตอน, สิ่งที่เป็นอนุกรม, ไหมยุ่ง, เส้นด้ายยุ่ง *-vt., vi.* มีหรือทำให้เป็นขั้น (-S. bridge, steppingstone) *-Ex. to climb a ladder, the ladder of fame, a step-ladder*

ladder-back chair เก้าอี้ที่มีพนักพิงเป็นขั้นๆ

ladder truck รถดับเพลิงซึ่งติดบันไดยาวที่เคลื่อนขึ้นเองได้

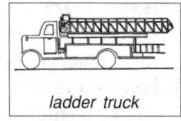

ladder truck

laddie (แลด' ดี) *n.* เด็กหนุ่ม, เด็กชาย (-S. boy)

lade (เลด) *vt., vi.* **laded, laded/laden, lading** บรรทุก, แบกภาระ, รับเอาไว้มาก, ตักของเหลว

laden (เลด' เดิน) *adj.* มีภาระหนัก, บรรจุของไว้มาก *-vt., vi.* บรรทุก, แบกภาระ, ใส่ของ *-Ex. Trees laden with fruit., a laden heart*

lading (เล' ดิง) *n.* การบรรทุก, การใส่, การตักของบรรทุก, น้ำหนักบรรทุก, การกดดัน

ladle (เลด' เดิล) *n.* ทัพพี, ทัพพีด้ามยาว, จวัก, ภาชนะรูปทัพพี *-vt.* **-dled, -dling** ตักหรือเทด้วยทัพพี **-ladleful** *n.*

lady (เล' ดี) *n., pl.* **-dies** สุภาพสตรี, หญิง, ผู้หญิง, ภรรยา *-adj.* ผู้หญิง **-Lady** ตำแหน่งของหญิงที่เป็นภรรยาของขุนนางที่มียศถาบรรดาศักดิ์สูงกว่าบารอนเนตหรืออัศวิน, หญิง, ท่านผู้หญิง *-Ex. ladies and gentlemen, Mother is the lady of the house.*

lady-killer (เล' ดีคิลเลอะ) *n.* ผู้ชายที่ผู้หญิงหลงใหลมาก, เสือผู้หญิง (-S. philanderer)

ladylike (เล' ดีไลค) *adj.* เหมาะกับสุภาพสตรี

ladylove (เล' ดีลัฟว) *n.* หญิงคนรัก, เมียน้อย, หญิงชู้

ladyship (เล' ดีชิพ) *n.* ตำแหน่งท่านผู้หญิงหรือคุณหญิง

lady-slipper (เล' ดีซลิพเพอะ) *n.* รองเท้านารี (กล้วยไม้) (-S. lady's-slipper)

laevo- คำอุปสรรค มีความหมายว่า ทางซ้ายมือ (-S. levo-)

lag (แลก) *vi.* **lagged, lagging** ล้าหลัง, อยู่หลัง, ล้า, เดินช้า, สูญเสียกำลัง, อ่อนลง *-n.* ความล้าหลัง, การเดินช้า, ความชักช้า, คนที่ล้าหลัง, สิ่งที่ล้าหลัง, ความช้าลง **-lagger** *n.* (-S. linger, delay, tarry) *-Ex. The wounded soldier lagged behind the others., to go forward without lag*

lager (ลา' เกอะ) *n.* เบียร์คาร์บอเนตสีเหลืองอ่อนที่เก็บ

L

laggard 500 **lamprey**

ไว้ 6 อาทิตย์ถึง 6 เดือน ก่อนนำออกขาย (-S. lager beer)

laggard (แลก' เกอร์ด) *n.* ผู้ล้าหลัง, สิ่งที่ล้าหลัง, ผู้เถลไถล, ผู้ปล่อยเวลาให้ผ่านไปโดยเปล่าประโยชน์ *-adj.* ล้าหลัง, เชื่องช้า **-laggardly** *adv., adj.*

lagging (แลก' กิง) *n.* การปกคลุมด้วยวัตถุฉนวนเพื่อกันความร้อน, วัตถุฉนวนดังกล่าว, สิ่งปกคลุมดังกล่าว

lagoon (ละกูน') *n.* บึงน้ำเค็ม, บึง, บึงเค็มบนเกาะหินปะการัง, บึงถ่ายเทขนาดใหญ่ที่คนสร้างขึ้น

laic, laical (เล' อิค, -เคิล) *adj.* ฆราวาส, คนสามัญ, ไม่ชำนาญ *-n.* ฆราวาส, คนที่ไม่ชำนาญ

laid (เลด) *vt., vi.* กริยาช่อง 2 และ 3 ของ lay *-Ex. Udom laid out the rug.*

lain (เลน) *vi.* กริยาช่อง 3 ของ lie *-Ex. Somchai has lain in bed for an hour trying to sleep.*

lair (แลร์) *n.* ถ้ำสัตว์, ที่หลบซ่อนของสัตว์ป่า, ที่หลบซ่อน, ที่นอน, เตียง *-vi.* ไปที่หลบซ่อน, พักในที่นอน, มีที่นอน (-S. burrow) *-Ex. The fox returned to his lair at dawn.*

laird (แลร์ด) *n.* เจ้าของที่ดิน **-lairdly** *adj.* (-S. lord)

laissez faire (เลสเซ แฟร์') *n.* ทฤษฎีที่ว่ารัฐบาลควรเข้ายุ่งเกี่ยวในเรื่องเศรษฐกิจให้น้อยที่สุด, ทฤษฎีการไม่ยุ่งเรื่องของผู้อื่น **-laissez-faire** *adj.* (-S. laisser faire)

laissez-passer (เลเซพาเซ') *n.* การอนุญาต, บัตรอนุญาต, พาสปอร์ต

laity (เล' อิที) *n., pl.* **-ties** กลุ่มฆราวาส, กลุ่มผู้ทำงานสักการบูชา, ผู้ไม่ชำนาญ, ผู้อยู่นอกวงการอาชีพหนึ่ง

lake¹ (เลค) *n.* ทะเลสาบ, บึงขนาดใหญ่มาก

lake² (เลค) *n.* สารสีย้อม, สีย้อมแดงจากครั่ง

lam¹ (แลม) *vt., vi.* **lammed, lamming** (คำสแลง) ตีหวด เฆี่ยน

lam² (แลม) *n.* (คำสแลง) หนี หลบซ่อน *-vi.* **lammed, lamming** (คำสแลง) หนีอย่างรวดเร็ว หลบหนี

lama (ลา' มะ) *n.* พระสงฆ์ในธิเบต (-S. priest)

Lamaism (ลา' มะอิซึม) *n.* ศาสนาพุทธในธิเบตและมองโกเลีย เป็นนิกายมหายาน **-Lamaist** *adj., n.* **-Lamaistic** *adj.*

lamasery (ลา' มะเซอรี) *n., pl.* **-series** วัดในธิเบต

lamb (แลม) *n.* ลูกแกะ, เนื้อลูกแกะ, บุคคลที่มีมิตรไมตรีจิต, คนใจดี, คนที่ถูกโกงได้ง่าย *-vi.* คลอดลูกแกะ **-the Lamb** พระเยซูคริสต์

lambada (แลมบา' ดะ) *n.* การเต้นรำลามกที่มีการย้ายและเบียดสะโพกซึ่งกันและกัน *-v.* เต้นรำดังกล่าว

lambaste, lambast (แลมเบสทฺ', -แบสทฺ') *vt.* **-basted, -basting** ด่ารุนแรง, ตีแรง, หวดแรง

lambda (แลม' ดะ) *n.* พยัญชนะตัวที่ 11 ของกรีก (Λ หรือ λ)

lambent (แลม' เบินทฺ) *adj.* แวววาบ, ระยิบระยับ, หลักแหลม, เปล่งแสงสว่างอย่างนิ่มนวล **-lambently** *adv.* **-lambency** *n.* (-S. brilliant, radiant)

lambkin (แลม' คิน) *n.* ลูกแกะเล็กๆ, บุคคลที่มีอายุน้อยและไร้เดียงสา (โดยเฉพาะเด็กเล็กๆ)

Lamb of God พระเยซูคริสต์ (-S. Christ)

lambskin (แลม' สคิน) *n.* หนังลูกแกะ, แผ่นหนังเขียนหนังสือที่ทำจากหนังลูกแกะ

lame¹ (เลม) *adj.* ขาเสีย, ขาพิการ, ขาเป๋, พิการ, ใช้ไม่ได้, อ่อนแอ, (เหตุผล) ไม่เพียงพอ, ฟังไม่ขึ้น *-vt.* **lamed, laming** ทำให้พิการ, ทำให้บกพร่อง *-n.* (คำสแลง) คนหัวโบราณ **-lamely** *adv.* **-lameness** *n.* (-S. crippled) *-Ex. Somchai is on crutches because he was lamed by a bad fall., a lame duck, a lame excuse*

lame² (เลม) *n.* สิ่งทอเส้นโลหะที่ทอกับเส้นไหมหรืออื่นๆ, สิ่งที่ทอดิ้นเงินดิ้นทอง

lamella (ละเมล' ละ) *n., pl.* **-lae/-las** โครงสร้างที่บางเป็นแผ่นหรือเป็นเกล็ด **-lamellar** *adj.* **-lamellarly** *adv.*

lament (ละเมนทฺ') *vt., vi.* เสียใจ, โศกเศร้า, โทมนัส *-n.* ความโศกเศร้า, ความเสียใจ, ความโทมนัส (-S. sorrow, grieve)

lamentable (แลม' เมินทะเบิล, ละเมน'-) *adj.* น่าเสียใจ, น่าโศกเศร้า, เคราะห์ร้าย **-lamentably** *adv. -Ex. a lamentable sight, a lamentable performance*

lamentation (แลมเมินเท' ชัน) *n.* การแสดงความเสียใจ, ความโศกเศร้า

Lamentations ชื่อหนังสือเล่มหนึ่งในพระคัมภีร์ไบเบิล

lamented (ละเมน' ทิด) *adj.* โศกเศร้า, เสียใจ, อาลัย **-lamentedly** *adv.*

lamina (แลม' มินะ) *n., pl.* **-nae/-nas** แผ่นบาง, ชิ้นบาง, เกล็ด, ชั้นซ้อน, แผ่นใบ **-laminable** *adj.*

laminar (แลม' มิแนร์) *adj.* ประกอบเป็นชั้น, เป็นชั้น, เป็นกระแสชั้น (-S. laminal)

laminar flow

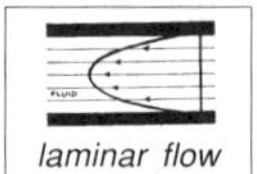

laminar flow กระแสชั้น (อนุภาคของของเหลวซึ่งเป็นชั้นที่แยกจากกัน)

laminate (*v.* แลม' มิเนท, *adj., n.* -นิท) *v.* **-nated, -nating** *-vt.* แยกออกเป็นชั้นๆ, แบ่งออกเป็นชั้นๆ, ทำเป็นแผ่นบาง, วางซ้อนเป็นชั้นๆ *-vi.* แยกออกเป็นชั้นบางๆ *-n.* สิ่งที่เป็นชั้นๆ, การเป็นชั้นๆ, ชั้นบางๆ, แผ่นบางๆ *-adj.* เกี่ยวกับสิ่งดังกล่าว **-laminator** *n.*

laminated (แลม' มิเนทิด) *adj.* มีลักษณะเป็นชั้นๆ, มีลักษณะเป็นแผ่นบาง, ตกสะเก็ด

lamination (แลมมิเน' ชัน) *n.* การเป็นชั้นๆ, การเป็นแผ่นบาง, สภาพที่เป็นชั้น, การทำเป็นชั้นบางๆ, การตกสะเก็ด, ชั้นบาง, แผ่นบาง

lamp (แลมพฺ) *n.* ตะเกียง, ประทีป, โคม, หลอดไฟ, ดวงดาว, ตะวัน, คบไฟ, เครื่องกำเนิดความร้อนหรือแสง, (คำสแลง) ดวงตา *-vt.* (คำสแลง) มองดู (-S. torch, light, lantern, bulb)

lampblack (แลมพฺ' แบลค) *n.* สีย้อมดำสนิททำจากเถ้าเขม่าควัน, เขม่าดำ

lamplighter (แลมพฺ' ไลเตอร์) *n.* ผู้จุดตะเกียง

lampoon (แลมพูน') *n.* ถ้อยคำเหน็บแนมอย่างรุนแรง, ถ้อยคำถากถางอย่างรุนแรง *-vt.* เหน็บแนมอย่างรุนแรง, ถากถางอย่างรุนแรง **-lampooner, lampoonist** *n.* **-lampoonery** *n.* (-S. abuse, satire)

lamprey

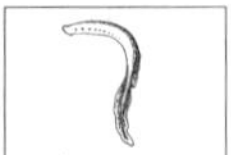

lamppost (แลมพฺ' โพสทฺ, แลม'-) *n.* เสาดวงไฟถนน

lamprey (แลม' พรี) *n., pl.* **-preys**

lampshade 501 **languishing**

ปลาในตระกูล Petromyzoniformes คล้ายปลาไหล มีปากกลมสำหรับดูด มีซี่ฟันเป็นหนามสำหรับเจาะลงไปในเนื้อปลาอื่นเพื่อดูดเลือด

lampshade (แลมพฺ' เชด) *n.* ที่บังตะเกียง

LAN ย่อจาก local area network โครงข่ายคอมพิวเตอร์เฉพาะบริเวณ เช่น ในอาคารเดียวกัน คอมพิวเตอร์ที่เชื่อมโยงกันเหล่านี้จะทำงานร่วมกันได้ ดึงโปรแกรมหรือข้อมูลจากกันและกันได้ แต่การทำเช่นนี้จะต้องใช้ซอฟต์แวร์ช่วยด้วย

lance (ลานซฺ, แลนซฺ) *n.* หอก, ทวน, ทหารหอก, ทหารทวน, หลาว, ฉมวก, มีดผ่าตัดขนาดเล็กชนิดหนึ่ง *-vt.* **lanced, lancing** กรีด (-S. spear, shaft) *-Ex. to lance a boil*

lance corporal สิบตรี

lanceolate (แลน' ซีอะลิท, -เลท) *adj.* คล้ายหัวหอก

lanceolate

lancer (แลน' เซอะ) *n.* ทหารม้าถือทวน

lancers (แลน' เซอร์ซฺ) *n. pl.* การเต้นรำสี่คนแบบหนึ่ง, กลุ่มคนเต้นรำสี่คนดังกล่าว, เพลงสำหรับการเต้นรำดังกล่าว

lancet (แลน' ซิท) *n.* มีดผ่าตัดสำหรับกรีด เป็นมีดสองคมปลายแหลมขนาดเล็ก

lancinate (แลน' ซิเนท) *vt.* **-nated, -nating** แทง, ทิ่ม **-lancination** *n.*

land (แลนดฺ) *n.* ที่ดิน, พื้นดิน, แผ่นดิน, ประเทศ, เขต, ดินแดนของประเทศ, ผลประโยชน์ตามกฎหมายที่ได้จากที่ดิน, ทรัพยากรตามธรรมชาติ *-vt.* ตั้งรกราก, นำไปสู่, ยึด, จับ, จับจอง, นำขึ้นบก *-vi.* ขึ้นบก, ขึ้นฝั่ง, สู่ **-land on** ด่าอย่างรุนแรง (-S. soil, ground, country, alight) *-Ex. by land and sea, plough land, low land, mountain land, to land a cargo, to land an aeroplane, to land from a ship, a safe landing, landing-ground, landing-place, to land in a strange city, to land in jail, to land in great difficulties, We landed a three-pound trout.*

landed (แลน' ดิด) *adj.* มีที่ดิน, ประกอบด้วยที่ดิน, เป็นเจ้าของที่ดิน

landfall (แลนดฺ' ฟอล) *n.* การเข้าหาแผ่นดิน, การเห็นแผ่นดิน, แผ่นดิน, ที่ดิน

land-grabber (แลนดฺ' แกรบเบอะ) *n.* ผู้แย่งชิงที่ดิน, ผู้ยึดที่ดิน

landgrave (แลนดฺ' เกรฟวฺ) *n.* ขุนนางเยอรมัน **-landgraviate** *n.*

landholder (แลนดฺ' โฮลเดอะ) *n.* ผู้มีกรรมสิทธิ์ในที่ดิน, ผู้ครอบครองที่ดิน **-landholding** *adj., n.*

landing (แลน' ดิง) *n.* การขึ้นบก, การลงสู่พื้นดิน, สถานที่ที่ขึ้นบก *-Ex. The landing of Thai marines were on Phuket.*

landing field สนามบิน, พื้นที่สำหรับนำเครื่องบินขึ้นหรือลง

landing gear ล้อลงดิน

landing strip ลานบินขึ้นลงสำหรับเครื่องบิน, ถนนเสริมสำหรับเป็นลานบิน, ลานบินขึ้นลงเล็กๆ ในชนบท

landlady (แลนดฺ' เลดี) *n., pl.* **-dies** เจ้าของที่ผู้หญิง, เจ้าของโรงแรมที่เป็นผู้หญิง, เจ้าของบ้านเช่าที่เป็นผู้หญิง

landless (แลนดฺ' ลิส) *adj.* ไม่มีที่ดินของตนเอง

landlocked (แลนดฺ' ลอคทฺ) *adj.* ไม่มีทางออกสู่ทะเล, ล้อมรอบไปด้วยแผ่นดิน, ล้อมรอบไปด้วยแผ่นดินของประเทศอื่น, อยู่ในน้ำที่ไม่มีทางออกสู่ทะเล

landlord (แลนดฺ' ลอร์ด) *n.* เจ้าของที่ดิน, เจ้าของบ้านเช่า, เจ้าของโรงแรม (-S. owner, proprietor)

landlubber (แลนดฺ' ลับเบอะ) *n.* ผู้ไม่ชำนาญทะเลหรือการเดินเรือ

landmark (แลนดฺ' มาร์ค) *n.* หลักปักปันเขตที่ดิน, หลักเขตที่ดิน, เครื่องหมายชี้บ่ง (-S. watershed) *-Ex. The invention of radio was a landmark in history.*

landmass (แลนดฺ' แมส) *n.* ทวีป, ผืนดินขนาดใหญ่มาก

land mine กับระเบิด (ที่ฝังอยู่ใต้ผิวดิน)

landowner (แลนดฺ' โอเนอะ) *n.* ผู้มีกรรมสิทธิ์ในที่ดิน **-landownership** *n.* **-landowning** *adj., n.*

land reform การปฏิรูปที่ดินของรัฐบาลเพื่อให้เกษตรกรที่ไร้ที่ดินทำการเพาะปลูก, การปฏิรูปที่ดิน

landscape (แลนดฺ' สเคพ) *n.* ภาพภูมิประเทศ, ภาพทิวทัศน์, ทิวทัศน์, ลักษณะภูมิประเทศ *-v.* **-scaped, -scaping** *-vt.* ทำให้ทิวทัศน์ดีขึ้น *-vi.* ทำงานเป็นนักจัดสวน **-landscaper** *n.* (-S. view, scenery)

landslide (แลนดฺ' สไลดฺ) *n.* แผ่นดินถล่ม, แผ่นดินทลาย, การได้รับคะแนนเสียงอย่างท่วมท้น (-S. rockfall, land slip)

landslip (แลนดฺ' สลิพ) *n.* ดู landslide

landsman (แลนซฺ' เมิน) *n., pl.* **-men** ผู้อาศัยหรือทำงานอยู่บนบก, กะลาสีเรือเที่ยวแรก, กะลาสีเรือที่ไม่มีความชำนาญ

landward (แลนดฺ' เวิร์ด) *adv.* เข้าหาแผ่นดิน, ลึกเข้าไปในแผ่นดิน *-adj.* หันไปทางแผ่นดิน, มุ่งสู่แผ่นดิน (-S. landwards)

lane[1] (เลน) *n.* ซอย, ตรอก, ถนนแคบๆ, ทางแคบๆ, ช่องถนนที่ให้รถผ่านได้หนึ่งคันต่อครั้ง, ทางวิ่งแข่งของนักกรีฑาแต่ละคน, ทางวิ่งของลูกบิลเลียด *-Ex. a green country lane*

lane[2] (เลน) *adj.* เดี่ยว, โดด, คนเดียว, สันโดษ

language (แลง' กวิจ) *n.* ภาษา, ระบบการใช้ถ้อยคำ, ความสามารถในการใช้ถ้อยคำ, ระบบการใช้เครื่องหมายสัญลักษณ์ ท่าทางหรืออื่นๆ เพื่อการสื่อสาร, วิธีการสื่อสารของสัตว์, ภาษาศาสตร์, วิธีการหรือลักษณะการเขียน, ความสามารถในการพูด *-Ex. the English language, a dead language, plain language, bad language, strong language, the language of science, the German language, the language of animals*

languid (แลง' กวิด) *adj.* อ่อนเปลี้ย, เพลียแรง, อ่อนกำลัง, เฉื่อยชา, เหนื่อย, โรยรา, ละห้อย, เหี่ยวแห้ง, ไม่ใยดี **-languidly** *adv.* **-languidness** *n.* (-S. drooping)

languish (แลง' กวิช) *vi.* อ่อนกำลัง, อ่อนเพลีย, อ่อนเปลี้ย, หดหู่, ไม่ใยดี, อิดโรย, ร่วงโรย, ละห้อย, โรยรา, ทำหน้าตาเศร้าหมอง **-languisher** *n.* **-languishment** *n.*

languishing (แลง' กวิชิง) *adj.* อ่อนกำลัง, อ่อนเพลีย, อ่อนเปลี้ย, เพลียแรง, อิดโรย, หดหู่, เศร้าหมอง, ไม่ใยดี

L

languor 502 **lariat**

-languishingly *adv.*
languor (แลง' เกอะ) *n.* ความอ่อนเพลีย, ความอ่อนเปลี้ยเพลียแรง, ความเซื่องซึม, ความเชื่องช้า **-languorous** *adj.* **-languorously** *adv.*
lank (แลงค) *adj.* (ขน)ชัน, เรียบตรง, ไม่หยิก, ยาวเรียว, ไม่ตั้งตรง, ยาวเหยียด, บอบบาง **-lankly** *adv.* **-lankness** *n.* (-S. lanky) *-Ex. Somchai had a lank figure.*
lanky (แลง' คี) *adj.* **lankier, lankiest** ผอมสูง, ผอมโย่ง, ผอมเห็นกระดูก, ยาวเหยียด **-lankily** *adv.* **-lankiness** *n.* (-S. spare, gaunt)
lanolin, lanoline (แลน' นะลิน, -ลีน) *n.* ไขมันขนแกะ
lantern (แลน' เทิร์น) *n.* โคมไฟ, โคม, โป๊ะ, ห้องโคมไฟบนยอดประภาคาร

lantern

lanthanide series (แลน' ธะไนด, -นิด) กลุ่มธาตุหายาก
lanthanum (แลน' ธะเนิม) *n.* ธาตุโลหะชนิดหนึ่ง
lanyard (แลน' เยิร์ด) *n.* เชือกสั้น, เชือกเส้นเล็ก, เชือกดึงกระสุนที่ใช้ยิงปืนในสมัยโบราณ (-S. laniard)
Lao (ลา' โอ) *adj., n., pl.* **Lao/Laos** ภาษาลาว, ภาษาภาคตะวันออกเฉียงเหนือของไทย
Laos (เล' อาส, ลา' โอส) *n.* ประเทศลาว เมืองหลวงชื่อเวียงจันทน์ **-Laotian** *n., adj.*
lap[1] (แลพ) *n.* หน้าตัก, ตัก, ที่เป็นแอ่ง, ชายเสื้อ, กระพุ้งผ้า, การควบคุม, ความรับผิดชอบ, การพับ, การพัน, การคาด, การห่อ, การวางซ้อน, การวิ่งรอบ, ส่วนที่เกย *-v.* **lapped, lapping** *-vt.* พับ, พัน, คาด, ห่อ, วางซ้อน, วิ่งแซงหน้าไปหนึ่งรอบ, ก่อเชื่อม, ทับเกย, วิ่งรอบ *-vi.* พับ, พัน, วางซ้อน, เกย
lap[2] (แลพ) *vt., vi.* **lapped, lapping** ชะล้าง, เลียของเหลวเข้าปาก, เลียกิน, (คลื่น) ซัดสาด *-n.* การชะล้าง, การเลียกิน, การซัดสาด, เสียงซัดสาด, สิ่งที่เลียกิน **-lap up** เลียกิน, กินหรือดื่มอย่างมูมมาม, เชื่อง่าย **-lapper** *n.* *-Ex. to lap up milk, The waves lapped against the side of the boat.*
La Paz (ลาพาส') ชื่อเมืองหลวงของโบลิเวีย
lap dog สุนัขตัวเล็กๆ ที่เลี้ยงไว้
lapel (ละเพล') *n.* ปกคอแบะของเสื้อ
lapful (แลพ' ฟุล) *n., pl.* **-fuls** เต็มตัก
lapidarian (แลพพะแด' เรียน) *adj.* ดู lapidary
lapidary (แลพ' พะแดรี) *n., pl.* **-daries** ช่างเจียระไน, ช่างเจียระไนเพชรพลอยหรือหยก, ศิลปะการเจียระไนเพชรพลอยหรือหยก, ผู้เชี่ยวชาญการดูเพชรพลอยหรือหยก *-adj.* เกี่ยวกับการเจียระไนเพชรพลอยหรือหยก, เกี่ยวกับลักษณะการเจียระไน

lapel

lapis lazuli (แลพ' พิส แลซซิวไล, -ลี) *n.* หินแร่สีน้ำเงินเข้ม, ไพฑูรย์, สีน้ำเงินเข้ม
Lapland (แลพ' แลนด) บริเวณตอนเหนือของนอร์เวย์ สวีเดน ฟินแลนด์ และแหลมโคลา (Kola) ของรัสเซีย เป็นที่อยู่อาศัยของชาวแลปป์
Lapp (แลพ) *n.* ผู้ที่อาศัยอยู่ใน Lapland, ภาษาที่คนเหล่านี้ใช้กัน มีความคล้ายคลึงกับภาษา Finnish
lapse (แลพซ) *n.* การพลาดพลั้ง, การละเลย, การผิดพลาด, การตกลงมา, การลดลงมา, ระยะเวลาที่ผ่านไป, การสิ้นสุดของสิทธิหรือสิทธิพิเศษ (เนื่องจากการละเลยหรือการพลาดพลั้ง), การสิ้นสุดการประกันภัย (เนื่องจากการไม่จ่ายเงินค่าประกันภัยหรือการหมดอายุสัญญา) *-vi., vt.* **lapsed, lapsing** ตกลงมา, ลดลงมา, สิ้นสุด, หมดสิ้น, เป็นโมฆะ, ผ่านพ้นไป **-lapsable, lapsible** *adj.* **-lapser** *n.* (-S. mistake, error, slip, elapse) *-Ex. a lapse of the tongue, a lapse of memory, Somsri has lapsed from her former good behaviour., a lapse into crime, a lapse into savagery, His attention lapsed during the long speech., after the lapse of several hours, after a long lapse, His lease lapsed when Udom didn't pay the rent., Udom was notified of the lapse of his driver license after he failed to renew it.*
laptop (แลพ' ทอพ) *n.* เครื่องคอมพิวเตอร์ชนิดที่เป็นแบบกระเป๋าหิ้วที่ใช้แบตเตอรี่
lapwing (แลพ' วิง) *n.* ชื่อพันธุ์นกจำพวก *Vanellus*
larboard (ลาร์' บอร์ด) *adj.* เกี่ยวกับกราบเรือด้านซ้าย *-n.* กราบเรือด้านซ้าย
larceny (ลาร์' ซะนี) *n., pl.* **-nies** การลักขโมย **-larcenous** *adj.* **-larcenously** *adv.* **-larcenist, larcener** *n.*
larch (ลาร์ช) *n.* ต้นสนจำพวก *Larix* ให้ไม้ที่ทนทาน, ไม้ของต้นไม้ดังกล่าว

larch

lard (ลาร์ด) *n.* น้ำมันหมู *-vt.* ใส่น้ำมันหมู, ยัดไส้เนื้อหมู, เสริมใส่, ตกแต่ง, ขัดเกลา **-lardy** *adj.*
larder (ลาร์' เดอะ) *n.* ห้อง (ตู้) เก็บอาหาร
lares and penates (เล' รีซแอนดฺพีเน' ทีซ) *n.* ผีบ้านผีเรือน, พระภูมิเจ้าที่
large (ลาร์จ) *adj.* **larger, largest** ใหญ่, ใหญ่โต, มหึมา, ส่วนมาก, กว้าง, กว้างขวาง, (ลม) ดี *-adv.* อย่างใหญ่โต, อย่างมากมาย, อย่างคุยโว, ตามลม **-at large** อย่างอิสระ, เต็มที่, หลบหนี, มากมาย **-largeness** *n.* (-S. big, great)
large-hearted (ลาร์จฺ' ฮาร์ททิด) *adj.* กรุณา, ใจกว้าง, ใจดี, ใจใหญ่
large intestine ลำไส้ใหญ่
largely (ลาร์จฺ' ลี) *adv.* อย่างมาก, อย่างใหญ่โต, โดยทั่วไป (-S. mostly, generally) *-Ex. largely responsible*
large-minded (ลาร์จฺ' ไมนฺดิด) *adj.* ใจกว้าง, มีความคิดกว้าง
large-scale (ลาร์จฺ' สเคล') *adj.* อย่างมาก, อย่างใหญ่
largess, largesse (ลาร์เจส', ลาร์' จิส) *n.* การให้ของ, การให้ปัน, สิ่งของที่มอบให้, ความมีใจกว้าง
largo (ลาร์' โก) *adj., adv.* ช้าๆ, เนิบๆ *-n.* การเคลื่อนไหวที่ค่อนข้างจะช้า
lariat (แลร์' รีเอิท) *n.* บ่วงยาวสำหรับจับปศุสัตว์, เชือกผูกม้าให้กินหญ้าอยู่กับที่ *-vt.* ผูกหรือไล่จับด้วยบ่วงดังกล่าว (-S. lasso)

lark[1] (ลาร์ค) *n.* นกเล็กร้องเพราะตระกูล Alaudidae

lark[2] (ลาร์ค) *n.* การเล่นสนุก, ความสนุกสนาน, การกระโดดโลดเต้น *-vi.* สนุกสนาน, เล่นซน **-larker** *n.* **-larkish, larky** *adj.* (-S. frolic, prank)

larkspur (ลาร์ค' สเพอร์) *n.* พืชจำพวก *Delphinium*

larkspur

larva (ลาร์' วะ) *n., pl.* **-vae/-vas** ลูกน้ำ ตัวอ่อน, หนอนตัวอ่อน **-larval** *adj. -Ex. A caterpillar is the larva of a moth or butterfly.*

laryngeal (ละริน' เจียล, -เจิล)*adj.* เกี่ยวกับกล่องเสียง, ซึ่งอยู่ที่กล่องเสียง *-n.* เสียงดังกล่าว

laryngitis (ลารินไจ' ทิส) *n.* โรคกล่องเสียงอักเสบ **-laryngitic** *adj.*

laryngo- คำอุปสรรค มีความหมายว่า กล่องเสียง

larynx (ลาร์' ริงคฺซฺ) *n., pl.* **larynxes/larynges** กล่องเสียง, อวัยวะเปล่งเสียงที่คอ

lascivious (ละซิฟ' เวียส) *adj.* เต็มไปด้วยกามตัณหา, ลามก, โป๊, ยั่วราคะ, กระตุ้นกำหนัด, มีราคะ **-lasciviously** *adv.* **-lasciviousness** *n.* (-S. lustful, lewd)

laser (เล' เซอะ) *n.* แสงเลเซอร์, l(ight) a(mplification by) s(timulated) e(mission of) r(adiation)

laser disc แผ่น CD ที่ใช้แสงเลเซอร์

laser printer เครื่องพิมพ์ระบบคอมพิวเตอร์ที่ใช้แสงเลเซอร์

laser surgery ศัลยกรรมที่ใช้เลเซอร์

lash[1] (แลช) *n.* การเฆี่ยน, การหวด, การตี, การโบย, แส้, ปลายแส้, สิ่งที่ทำให้เจ็บปวด (เหมือนถูกแส้เฆี่ยน), คำพูดที่เจ็บปวด, การด่า, การเหน็บแนม, ขนตา *-vt.* เฆี่ยน, หวด, ตี, โบย, ด่า, พูดเหน็บแนม *-vi.* ตีอย่างแรง, ด่าว่า, เคลื่อนที่อย่างรวดเร็ว, พุ่งไปยัง **-lasher** *n. -Ex. The rider used a lash to make his horse go faster., It used to be a common punishment to lash criminals., The caged lion lashed its tail., The wind lashed the trees., Sombut lashed me with a torrent of angry words.*

lash[2] (แลช) *vt.* ผูกด้วยเชือก *-Ex. The Indians lashed poles together to make the framework for a tepee.*

lashing[1] (แลช' ชิง) *n.* การเฆี่ยน, การโบย, การด่าอย่างเจ็บแสบ **-lashings** จำนวนมากมาย

lashing[2] (แลช' ชิง) *n.* การผูกหรือมัดด้วยเชือก, เชือกที่ใช้มัด

lass (แลส) *n.* เด็กผู้หญิง, หญิงสาว, คนรัก (ผู้หญิง) (-S. lassie)

lassie (แลส' ซี) *n.* หญิงสาว, เด็กหญิง

lassitude (แลส' ซิทูด, -ทิวด) *n.* ความอ่อนเพลีย, ความเหน็ดเหนื่อย, ความเซื่องซึม, ความเมินเฉย

lasso (*n.* แลส' โซ, แลส' ซู, *v.* แลซู') *n., pl.* **-sos/-soes** บ่วงจับปศุสัตว์, บาศ *-vt.* **-soed, -soing** จับด้วยบ่วง **-lassoer** *n.*

last[1] (ลาสทฺ, แลสทฺ) *adj.* สุดท้าย, ล่าสุด, สายสุด, ที่คงเหลืออยู่สิ่งเดียว, ก่อนสิ้นชีพ, ที่สุด, อย่างยิ่ง, คนเดียว, โดดเดี่ยว, ล่าสุด, ใหม่เอี่ยม, แต่ละ *-adv.* สุดท้าย, ครั้งล่าสุด, โดยสรุป, ในที่สุด *-n.* คนสุดท้าย, การปรากฏตัวครั้งสุดท้าย, การพูดถึงครั้งสุดท้าย, ตอนจบ, ข้อสรุป **-at (long) last** ในที่สุด (-S. final, latest -A. first) *-Ex. the last day of the month, the last day of the holiday, for the (third and) last time, for the last few weeks, last Wednesday, these last (just mentioned) people, at last, X came last., When did you last see him?*

last[2] (ลาสทฺ, แลสทฺ) *vi.* ต่อไป, ต่อเนื่อง, ยืนหยัด, ทนทาน *-vt.* ยืนหยัด, คงไว้, ยังคงมีชีวิตอยู่ **-laster** *n. -Ex. This paint has lasted very well., How long will this performance last?, The rain lasted 3 days., This much bread ought to last for two days., Stone buildings last longer than wooden ones.*

last[3] (ลาสทฺ, แลสทฺ) *n.* หุ่นจำลองเท้าคน (สำหรับสวมซ่อมรองเท้าหรือทำรองเท้า) *-vt.* ทำรูปแบบด้วยหุ่นดังกล่าว **-stick to one's last** ยืนหยัดในการงานที่ตนเชี่ยวชาญ, ไม่ยุ่งเรื่องคนอื่น **-laster** *n.*

L

last-ditch (ลาสทฺ' ดิทชฺ', แลสทฺ'-) *adj.* ด่านสุดท้าย, แผนสุดท้าย, พยายามครั้งสุดท้าย

lasting (แลส' ทิง) *adj.* ทนทาน, ทน, คงทน, ยืนหยัด, ถาวร *-n.* สิ่งทอที่ทนทานแข็งแรง **-lastingly** *adv.* **-lastingness** *n.* (-S. stable, continuing, permanent, enduring, fixed)

Last Judgment วันโลกาวินาศ, วันล้างโลก, วันตัดสินครั้งสุดท้ายของพระเจ้า

lastly (แลสทฺ' ลี) *adv.* ในที่สุด, โดยสรุป, สุดท้ายนี้

last name นามสกุล, ชื่อสกุล (-S. surname)

last straw แรงกดหรือปัจจัยสุดท้ายที่ทำให้ไม่อาจจะต้านได้ในที่สุด

Last Supper อาหารค่ำมื้อสุดท้ายของพระเยซูคริสต์กับสาวกทั้ง 12 คน ก่อนที่พระองค์จะถูกตรึงบนไม้กางเขนจนตาย

last word คำปิด, คำพูดสุดท้าย, งานชิ้นสุดท้าย, สิ่งล่าที่สุดที่ทันสมัยที่สุด

Las Vegas (ลาสเว' เกิส) ชื่อเมืองในรัฐเนวาดาด้านตะวันออกเฉียงใต้

Lat. ย่อจาก Latin, Latvia

lat. ย่อจาก latitude

latch (แลช) *n.* กลอน, สายยู, สลัก, สลักประตู, กลอนหน้าต่าง, สลักกุญแจ *-vt., vi.* ลงกลอน, ใส่สลัก, ลั่นกุญแจ **-latch onto** ได้รับ, เข้าใจ, ยึดไว้ *-Ex. "Lift the latch and come in!", Grandfather latched the barn door after the cow was stolen.*

latchet (แลช' ชิท) *n.* สายเชือกผูกรองเท้า

latchkey (แลช' คี) *n.* กุญแจปิดเปิดสลักประตูหรือหน้าต่าง, ลูกกุญแจสายยู *-adj.* เกี่ยวกับเด็กที่ไม่มีคนดูแลหลังโรงเรียนเลิกเนื่องจากผู้ปกครองไปทำงาน

latchstring (แลช' สทริง) *n.* เชือกสอดรูประตูเพื่อดึงสลักขึ้นจากภายนอก

late (เลท) *adj.* **later/latter, latest/last** สาย, ช้า, ล่า, ล่วงเลยมานาน, ดึก, ค่ำ, มืด, เร็วๆ นี้, อันก่อน, เพิ่งตาย, อดีต, ภายหลัง, ตอนหลัง *-adv.* **later, latest/last** สาย, ช้า, ล่า, ไม่นานมานี้, ภายหลัง **-of late** เมื่อเร็วๆ นี้, เมื่อไม่นานมานี้ **-lateness** *n. -Ex. late for school,* *late hours, late 18th century, the late headmaster, the late government, of late years, Help came too late.*

latecomer (เลท' คัมเมอะ) *n.* ผู้มาสาย, ผู้มาทีหลัง

lated (เล' ทิด) *adj.* สาย, ค่ำ, มืด

lateen (ละทีน', แล-) *adj.* เกี่ยวกับใบเรือรูปสามเหลี่ยม

lateen

lately (เลท' ลี) *adv.* เมื่อเร็วๆ นี้, เมื่อไม่นานมานี้ (-S. of late, recently)

latent (เลท' เทินท) *adj.* แฝงอยู่, ซ่อนเร้น, แอบแฝง, ศักยะ **-latency** *n.* **-latently** *adv.* *-Ex. his latent strength, a latent disease*

latent heat ความร้อนแฝง

latent period ระยะซ่อนเร้น, ระยะแฝงของโรคก่อนที่จะมีอาการโรคปรากฏ, ระยะเวลา, ระยะการกระตุ้นกับปฏิกิริยาที่เกิดขึ้น (-S. latency)

later (เล' เทอะ) *adj., adv.* คุณศัพท์หรือกริยาวิเศษณ์เปรียบเทียบของ late **-later on** ต่อมา

lateral (แลท' เทอเริล) *adj.* เกี่ยวกับด้านข้าง *-n.* ด้านข้าง, ข้าง, การส่งลูกบอลไปทางข้าง, เสียงจากข้างลิ้น (การออกเสียง) *-vi.* ส่งลูกบอลไปทางข้าง **-laterally** *adv.* *-Ex. a lateral pass*

latest (เล' ทิสท) *adj., adv.* ล่าสุด, ทันสมัยที่สุด, เกิดขึ้นหลังสุด **-at the latest** อย่างสายที่สุด, อย่างช้าที่สุด **-the latest** สิ่งล่าสุด, ข่าวล่าสุด, สิ่งที่ใหม่ที่สุด (-S. most recent, current)

latex (เล' เทคซ) *n., pl.* **latices/latexes** ยางสีขาวคล้ายน้ำนมจากพืช แข็งตัวเมื่อถูกอากาศ, น้ำยางสีขาวข้นจากยางสังเคราะห์

lath (ลาธ, แลธ) *n., pl.* **laths** ไม้ระแนง, แผ่นระแนง, ไม้ซีก, ไม้ชิ้นบางๆ แคบๆ, ขัดแตะ *-vt.* ปิดหรือคลุมด้วยไม้ระแนง

lathe (เลธ) *n.* เครื่องกลึง *-vt.* **lathed, lathing** ตัดเฉือน เลื่อยหรือกระทำอย่างอื่นบนเครื่องกลึง

lather (แลธ' เธอะ) *n.* ฟองสบู่, ฟอง, (คำสแลง) ภาวะที่ตื่นเต้น ภาวะที่เร่าร้อน *-vi.* กลายเป็นฟอง, เป็นฟอง *-vt.* ใส่ฟอง, ปกคลุมไปด้วยฟอง **-lathery** *adj.* *-Ex. Somchai lathered his hair with shampoo., Most soap won't lather in salt water.*

lathing (แลธ' ธิง) *n.* การใส่ไม้ระแนง, ไม้ระแนงจำนวนหนึ่ง

Latin (แลท' ทิน) *n.* ภาษาละติน (เป็นภาษาที่ใช้ในกรุงโรมและอาณาจักรโรมันโบราณ), ภาษาละตินดัดแปลง, ชาวโรมโบราณ, สมาชิกนิกาย Latin Church (โรมัน-คาทอลิกแบบหนึ่ง) *-adj.* เกี่ยวกับภาษาที่ดัดแปลงมาจากภาษาละติน (ได้แก่ สเปน โปรตุเกส ฝรั่งเศส อิตาลีและโรมาเนีย), เกี่ยวกับนิกาย Latin Church, เกี่ยวกับชาวโรมโบราณ

Latin America ทวีปอเมริกากลางหรือละตินอเมริกาเป็นบริเวณที่ใช้ภาษาสเปน โปรตุเกสและฝรั่งเศสเป็นภาษาทางการ

latish (เล' ทิช) *adj., adv.* ค่อนข้างสาย, ค่อนข้างช้า

latitude (แลท' ทะทูด, -ทิวด) *n.* เส้นรุ้ง, เส้นขวางขนานกับเส้นศูนย์สูตรของโลก, ความมีอิสรภาพในการกระทำ การออกความเห็นและอื่นๆ, ความสามารถของน้ำยาในการทำให้ภาพชัดเจน **-latitudinal** *adj.* **-latitudinally** *adv.* *-Ex. twenty degrees north (south) of latitude, The Thai government allowed its people great latitude in their religious belief.*

latrine (ละทรีน') *n.* ห้องส้วม, สถานที่ใช้เป็นห้องส้วม (-S. toilet)

latter (แลท' เทอะ) *adj.* อันหลัง, ครึ่งหลัง, ส่วนที่สอง, ระยะหลัง, ต่อมา, ใกล้จบ *-Ex. We measured Dum and Daeng and found the latter was taller., the former... the latter*

latter-day (แลท' เทอะเด) *adj.* ในเวลาต่อมา, ช่วงระยะเวลาต่อมา, ปัจจุบัน, สมัยหลังๆ

latterly (แลท' เทอะลี) *adv.* เมื่อเร็วๆ นี้, ในเวลาต่อมา, ในสมัยหลังๆ

lattermost (แลท' เทอะโมสท) *adj.* ล่าสุด, หลังสุด, สุดท้าย

lattice (แลท' ทิส) *n.* โครงตาข่าย, โครงร่างที่ประกอบด้วยชิ้นไม้หรือโลหะขัดเป็นตารางหรือขัดแตะกัน, หน้าต่าง ประตูหรือสิ่งก่อสร้างที่ขัดเป็นตาราง, ผลึกตาข่ายหรือช่องตาข่าย *-vt.* **-ticed, -ticing** จัดเป็นร่างตาข่าย, กลายเป็นร่างตาข่าย **-latticelike** *adj.*

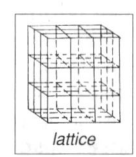

lattice

latticework (แลท' ทิสเวิร์ค) *n.* ผลงานที่เป็นชิ้นไม้หรือโลหะที่ขัดแตะกันเป็นตาราง, โครงตาข่าย (-S. latticing)

laud (ลอด) *vt.* สรรเสริญ, ชมเชย, สดุดี, ยกย่อง *-n.* การสรรเสริญ, เพลงสรรเสริญ **-Lauds** ชั่วโมงแห่งการร้องเพลงสรรเสริญภาวนาในตอนเช้า (ศาสนาโรมันคาทอลิก) (-S. extol, praise)

laudable (ลอ' ดะเบิล) *adj.* น่าสรรเสริญ, น่ายกย่อง, น่าสดุดี **-laudability, laudableness** *n.* **-laudably** *adv.* (-S. admirable)

laudanum (ลอ' ดะเนิม) *n.* ทิงเจอร์ฝิ่น, ยาฝิ่นผสมแอลกอฮอล์

laudation (ลอเด' ชัน) *n.* การสรรเสริญ, การยกย่อง, การสดุดี, คำสรรเสริญ, คำยกย่อง, คำสดุดี

laudatory (ลอ' ดะทอรี) *adj.* แสดงการสรรเสริญ (-S. laudative)

laugh (ลาฟ, แลฟ) *vi.* หัวเราะ, ยิ้ม *-vt.* หัวเราะ *-n.* การหัวเราะหรือการส่งเสียงคล้ายเสียงหัวเราะของคน, สิ่งที่ทำให้ขำขัน **-laugh at** ขำ, หัวเราะเยาะ **-laugh off** พูดจาเยาะเย้ย **-have the last laugh** ประสบความสำเร็จในที่สุดหลังจากดูเหมือนจะล้มเหลว **-laugher** *n.* (-S. chuckle, snigger) *-Ex. to laugh loudly, to laugh over a letter, to burst out laughing, to laugh at (a joke), to laugh at (a person), to have a good laugh at, to give a loud laugh*

laughable (ลาฟ' ฟะเบิล, แลฟ'-) *adj.* น่าหัวเราะ, น่าเย้ยหยัน **-laughableness** *n.* **-laughably** *adv.* (-S. ridiculous) *-Ex. The kitten's awkward attempts to catch the lizard were laughable.*

laughing (ลาฟ' ฟิง, แลฟ'-) *n.* การหัวเราะ *-adj.*

เป็นการหัวเราะ, น่าหัวเราะ **-laughingly** *adv.*

laughing gas ก๊าซหัวเราะหรือ nitrous oxide เป็นก๊าซที่ไม่ติดไฟ มีกลิ่นหอม บางครั้งเมื่อสูดเข้าไปจะทำให้เกิดความรู้สึกอยากหัวเราะ ใช้เป็นยาสลบ

laughingstock (แลฟ' ฟิงสทอค) *n.* สิ่งที่น่าหัวเราะ, สิ่งที่น่าหัวเราะเยาะ, ตัวตลก

laughter (ลาฟ' เทอะ, แลฟ'-) *n.* การหัวเราะ, เสียงหัวเราะ, อาการขบขัน, สิ่งที่น่าหัวเราะ (-S. hilarity, merriment)

launch[1] (ลอนชฺ) *vt.* ปล่อย (เรือ) ลงน้ำ, ปล่อย (ดาวเทียม, ทุ่นระเบิด), เหวี่ยง, ยิง, ทำให้เริ่มปฏิบัติการ, เริ่ม, ยื่น (คำคัดค้าน), ออกคำสั่ง *-vi.* เริ่ม, เข้าร่วม, ลงมือ *-n.* การปล่อย, การเริ่มปฏิบัติการ, การเข้าร่วม *-adj.* เกี่ยวกับสิ่งที่ใช้ในการปล่อยจรวด (-S. send off, propel) *-Ex. The ship was named when it was launched., to launch a satellite, to launch a new enterprise, to launch an attack, to launch a glider*

launch[2] (ลอนชฺ) *n.* เรือบด, เรือยนต์

launcher (ลอน' เชอะ) *n.* ผู้ปล่อย, ผู้ลงมือ, สิ่งที่ปล่อย, เครื่องปล่อยขีปนาวุธ

launch pad แท่นยิงจรวดขีปนาวุธ (-S. launching pad)

launder (ลอน' เดอะ) *vt.* ซักเสื้อผ้า, ซัก, ซักรีด, ปิดบังแหล่งที่มาของเงิน *-vi.* ซักรีด, ทนต่อการซักรีด *-n.* ทางน้ำแร่หรือกากแร่ในน้ำ **-launderer** *n.* **-laundering** *n.*

laundry (ลอน' ดรี) *n., pl.* **-dries** เสื้อผ้าที่จะซัก, ห้องซักผ้า, สถานที่ซักผ้า

laundry list รายการอันยืดยาว

laundryman (ลอน' ดรีเมิน, -แมน) *n., pl.* **-men** คนซักรีดที่เป็นชาย, คนเก็บและส่งเสื้อผ้าซักรีด **-laundrywoman** *n., fem.*

laureate (*n., adj.* ลอ' รีอิท, *v.* -เอท) *adj.* ซึ่งประดับตกแต่งด้วยใบ laurel เพื่อเป็นเกียรติ, ซึ่งสมควรได้รับเกียรติหรือได้รับการยอมรับเป็นพิเศษในสาขาใดสาขาหนึ่ง *-n.* ผู้ได้รับเกียรติยศ, ผู้ได้รับรางวัลเป็นเกียรติยศ, ดู poet laureate *-vt.* **-ated, -ating** ให้เกียรติ **-laureateship** *n.*

laurel (ลอ' เริล) *n.* พืชเขียวชอุ่มขนาดเล็กจำพวก *Laurus nobilis* ของยุโรป, ใบของพืชดังกล่าวที่ใช้ประดับเป็นสัญลักษณ์แห่งเกียรติยศ, เกียรติยศที่ได้รับ, การสรรเสริญ *-adj.* เกี่ยวกับพืชตระกูล Lauraceae *-vt.* **-reled,-reling/-relled,-relling** ประดับหรือสวมด้วยใบ laurel, มอบเกียรติยศแก่, สวมมาลัยลอเรล **-look to one's laurels** มุ่งหวังสำหรับเกียรติยศที่ตนจะได้รับ **-rest on one's laurels** พอใจในความสำเร็จหรือเกียรติยศที่ตนมีอยู่

laurel

lav. ย่อจาก lavatory ห้องน้ำ

lava (ลา' วะ, แลฟ' วะ) *n.* หินละลายที่พ่นออกจากปล่องภูเขาไฟ, สารแข็งตัวจากหินละลายของภูเขาไฟ

lavage (ละวาจฺ', แลฟ' วิจฺ) *n.* การล้าง, การชำระล้าง, การฉีดล้าง, การล้างท้อง, ของเหลวที่ใช้ล้างท้อง

lavaliere, lavalier, lavallière (แลฟวะเลียร์', ลา-) *n.* สร้อยคอชนิดหนึ่ง, สร้อยเพชรพลอย

lavation (แลเว' ชัน) *n.* การชำระล้าง, กระบวนการชำระล้าง

lavatory (แลฟ' วะทอรี) *n., pl.* **-ries** ห้องน้ำ, อ่างล้างมือล้างหน้า

lave (เลฟว) *vt., vi.* **laved, laving** ล้าง, ชำระล้าง *-n.* สิ่งที่เหลืออยู่

lavender (แลฟ' เวินเดอะ) *n.* สีม่วงอ่อน, พืชไม้ดอกสีม่วงอ่อนที่มีกลิ่นหอมจำพวก *Lavandula*, ดอกไม้แห้งของพืชดังกล่าว, น้ำหอมกลิ่นลาเวนเดอร์, น้ำชำระล้างกลิ่นลาเวนเดอร์ *-adj.* สีม่วงอ่อน *-vt.* ใส่น้ำหอม

lavender

laver (เล' เวอะ) *n.* อ่างทองเหลืองขนาดใหญ่ที่ใช้ล้างมือล้างเท้าในการประกอบพิธีศาสนาของยิว, น้ำมนต์สำหรับใช้ในพิธีศีลล้างบาป, สิ่งที่ใช้ชำระล้างบาป, สาหร่ายขนาดใหญ่เหมือนริบบิ้นกินได้

lavish (แลฟ' วิช) *adj.* ฟุ่มเฟือย, สุรุ่ยสุร่าย, ใจป้ำ, มากเกินไป, เกินขอบเขต *-vt.* ให้หรือใช้จ่ายอย่างใจกว้าง **-lavishly** *adv.* **-lavishness** *n.* (-S. profuse) *-Ex. lavish hospitality, lavish praises, lavish money, to be lavish with money, to be lavish of praise, to lavish one's attention on unworthy objects, to lavish care on one's children, a lavish gift, lavish expenditures*

law (ลอ) *n.* กฎหมาย, กฎ, กฎข้อบังคับ, คำสั่ง, วิชากฎหมาย, ความรู้ทางกฎหมาย, ระบบกฎหมาย, ประมวลกฎหมาย, อาชีพที่เกี่ยวกับกฎหมาย, การดำเนินคดี, ผู้บังคับให้เป็นไปตามกฎหมาย (โดยเฉพาะตำรวจ), หลักความประพฤติ, กฎทางคณิตศาสตร์ *-vi., vt.* ดำเนินคดี, ฟ้องร้อง **-the Law** บัญญัติสิบประการของโมเสส, คำสั่งสอนในพระคัมภีร์ไบเบิล **-the law** (ภาษาพูด) ตำรวจ *-Ex. Roman law, a court of law, the divorce law, to have made a new law about military service, the law of God, the law of Nature, the law of Health*

law-abiding (ลอ' อะไบดิง) *adj.* ปฏิบัติตามกฎหมาย *-Ex. A law-abiding citizen will not throw litter about.*

lawbreaker (ลอ' เบรเคอะ) *n.* ผู้ฝ่าฝืนกฎหมาย, ผู้กระทำผิดกฎหมาย **-lawbreaking** *adj., n.*

lawful (ลอ' เฟิล) *adj.* ถูกต้องตามกฎหมาย, เป็นที่ยอมรับของกฎหมาย, ปฏิบัติตามกฎหมาย, เคารพกฎหมาย **-lawfully** *adv.* **-lawfulness** *n.* *-Ex. It is lawful for him to..., a lawful act, a lawful marriage*

lawless (ลอ' ลิสฺ) *adj.* ไม่มีกฎหมาย, เหนือกฎหมาย, ไม่มีขื่อไม่มีแป, ผิดกฎหมาย **-lawlessly** *adv.* **-lawlessness** *n.* *-Ex. a lawless city, a lawless bandit*

lawmaker (ลอ' เมเคอะ) *n.* ผู้บัญญัติกฎหมาย, ผู้ร่างกฎหมาย, สมาชิกสภานิติบัญญัติ **-lawmaking** *adj., n.*

lawman (ลอ' เมิน) *n., pl.* **-men** ผู้รักษากฎหมาย เช่น นายอำเภอหรือตำรวจ

lawn[1] (ลอน) *n.* สนามหญ้า, ที่โล่งกลางป่า **-lawny** *adj.* *-Ex. a tennis lawn, a croquet lawn*

lawn[2] (ลอน) *n.* ผ้าลินินบาง, ผ้าฝ้ายบาง, ผ้าละเอียดชั้นดี, ผ้าลินินหรือผ้าฝ้าย **-lawny** *adj.*

L

lawn mower เครื่องตัดหญ้า
lawn tennis กีฬาเทนนิส โดยเฉพาะเมื่อเล่นบนสนามหญ้า
lawsuit (ลอ' ซูท) *n.* การฟ้องร้องคดี (-S. suit)
lawyer (ลอ' เยอะ) *n.* ทนายความ, นักกฎหมาย *-vi.* ทำงานเป็นทนาย **-lawyerly** *adj.*
lax (แลคซฺ) *adj.* หย่อน, ไม่ตึง, ไม่แน่นหนา, หละหลวม, เหลวไหล, ไม่แน่ชัด, คลุมเครือ, ลวกๆ, ปล่อยปละละเลย *-n.* สระเสียงเบา **-laxly** *adv.* **-laxness** *n.* *-Ex. lax discipline, lax (tense) vowels, to have lax morals, lax behaviour, a lax rope*
laxation (แลคเซ' ชัน) *n.* ความหย่อน, ความหละหลวม, ความเหลวไหล, ความไม่แน่ชัด, ความคลุมเครือ, การถ่ายอุจจาระ
laxative (แลค' ซะทิฟว) *n.* ยาถ่าย, ยาระบาย, ยาแก้ท้องผูก *-adj.* เกี่ยวกับยาถ่าย, ระบายท้อง, หลวม, หย่อน, ท้องเดิน *-Ex. Never take a laxative unless you are told to.*
laxity (แลค' ซิที) *n.* ความหย่อน, ความหลวม, ความเหลวไหล, การปล่อยปละละเลย
lay¹ (เล) *v.* **laid, laying** *-vt.* วาง, ปู, พาด, ลาด, ปล่อย, ทา, ตีแผ่, เผยแพร่, นำเสนอ, ฝัง, ลงราก, กำหนด, ตั้ง, วางแผน, วางโครง, ออกไข่, ทิ้งระเบิด, กำหนดโทษ, วางเดิมพัน, พนัน, กะ, วัด, กด, ระงับ, บรรเทา, มุ่งหมาย, เล็งปืน *-vi.* วางไข่, ออกไข่, พนัน, วางเดิมพัน, พนัน, วางโครงการ, นอนลง, เอนลง, เข้าประจำที่ *-n.* ตำแหน่งที่วางลง, ท่าที่วางหรือนอนลง, หุ้น, ลักษณะการฟั่นเชือก, (คำสแลง) คู่ร่วมสังวาส การสังวาส อาชีพเป็นอาชญากร **-lay aside** ทิ้ง, ปฏิเสธ, เก็บ **-lay down** ยอมแพ้, ยอม, เก็บสะสม **-lay into** (คำสแลง) โจมตี ด่า **-lay off** ไล่ออก, เลิกจ้าง, (คำสแลง) หยุด **-lay out** ขยายออก, แผ่ออก, วางแผน, จ่ายเงิน, (คำสแลง) ทำให้หมดสติ ด่า **-lay over** หยุดสักพักก่อนไปต่อ *-Ex. Yupa laid her book aside when her mother called to her., to lay away New Year presents, to lay away money, Lay your gloves in the drawer., Hens lay eggs., Oil on the road will lay the dust., We always lay the dinner-table for Mother., to lay by money for a vacation, Some animals lay in food for the winter., Workers were laid off while the factory was closed., to lay off a handball court, to lay the paint on in a thin coat, to lay out a garden, to lay out money, to lay up a supply of groceries*
lay² (เล) *vi.* กริยาช่อง 2 ของ lie
lay³ (เล) *adj.* เกี่ยวกับฆราวาส (ตรงกันข้ามกับสงฆ์)
lay⁴ (เล) *n.* เรื่องเล่าหรือบทกวีสั้นๆ โดยเฉพาะที่มีการร้อง (เพลง)
lay brother ผู้ทำหน้าที่ธุรการและการใช้แรงงานทั่วไปในโบสถ์
lay-by (เล' ไบ) *n.* ที่จอดข้างถนน, ที่จอดเรือข้างแม่น้ำหรือลำคลอง
layer (เล' เออะ) *n.* ชั้น, ชั้นดิน, สิ่งที่เป็นชั้น, ระดับ, ไก่ที่ออกไข่, กิ่งก้านที่ถูกกดติดดินให้เป็นราก *-vt., vi.* ทำเป็นชั้น, ขยายพันธุ์โดยการทาบกิ่ง (-S. tier, fold, thickness) *-Ex. The cake has 2 layers with icing in between., A bricklayer lays bricks., That hen is a good layer.*
layette (เลเอท') *n.* ของใช้ทั้งชุดสำหรับทารกแรกเกิด (เสื้อ กางเกง ผ้าอ้อม แป้ง สบู่และอื่นๆ)
lay figure หุ่นคนที่ต่อเชื่อมกัน, คนที่ถูกเชิดเป็นหุ่น
layman (เล' เมิน) *n., pl.* **-men** ฆราวาส (ไม่ใช่สงฆ์), บุคคลธรรมดา (ไม่ใช่ผู้ชำนาญการของอาชีพ) (-S. non-professional, outsider) *-Ex. Even a layman can understand this book on space.*
layoff (เล' ออฟ) *n.* การเลิกจ้าง (โดยเฉพาะการเลิกจ้างแบบชั่วคราว), ระยะเวลาที่ไม่มีงานทำหรือเลิกจ้าง (-S. unemployment, dismissal)
layout (เล' เอาทฺ) *n.* โครงงาน, แผนงาน, การแผ่ออก, การออกแบบ, สถานที่, สถานการณ์, สภาพ, ชุดเครื่องมือหรืออุปกรณ์ (-S. plan)
layover (เล' โอเวอะ) *n.* การหยุดพัก, การหยุด, การหยุดระหว่างทาง
lay reader ฆราวาสที่ช่วยบาทหลวงทำพิธีทางศาสนาบางอย่าง
lazar (แลซ' เซอะ, เล'-) *n.* คนจนที่เป็นโรคที่น่ารังเกียจ โดยเฉพาะโรคเรื้อน
laze (เลซฺ) *vi., vt.* **lazed, lazing** ขี้เกียจ, ปล่อยเวลาให้ล่วงเลยไปโดยเปล่าประโยชน์ *-n.* เวลาที่ปล่อยให้ล่วงเลยไปโดยเปล่าประโยชน์, เวลาแห่งความเฉื่อยชา
lazy (เล' ซี) *adj.* **-zier, -ziest** เกียจคร้าน, เฉื่อยชา, เชื่องช้า, ปล่อยเวลาให้ล่วงไปโดยเปล่าประโยชน์ *-vi., vt.* **-zied, -zying** ขี้เกียจ **-lazily** *adv.* **-laziness** *n.* (-S. indolent, slow, sluggish) *-Ex. a lazy boy, a lazy horse, the lazy river*
lazybones (เล' ซีโบนซฺ) *n.* คนขี้เกียจ
lb ย่อจาก pound ปอนด์
L/C, l/c ย่อจาก letter of credit เอกสารสินเชื่อ
lea (ลี) *n.* ทุ่ง, ทุ่งหญ้า, สนาม
leach (ลีชฺ) *vt., vi.* กรอง, โกรก, กรองทิ้ง *-n.* การกรอง, ที่กรอง, สิ่งที่ถูกกรองออกมา **-leachable** *adj.* **-leacher** *n.*
lead¹ (ลีด) *v.* **led, leading** *-vt.* นำ, พา, จูง, ชักจูง, จูงให้, ทำให้เกิดขึ้น, ล่อให้เกิดขึ้น, นำหน้า, พูดนำ, สั่ง, บัญชา, เป็นหัวหน้า, เล็ง *-vi.* เป็นตัวนำ, นำไปสู่, นำหน้า, นำทาง, โจมตี, เล่นก่อน *-n.* ตำแหน่งนำ, การนำ, ผู้นำ, สิ่งนำ, สำคัญที่สุด, ชั้นนำ *-adj.* ทำเป็นผู้นำ **-lead off** ริเริ่ม (-S. conduct, guide) *-Ex. The peasant led me through the forest., to lead by the hand, to led by a star, to led by arguments, to lead the way, The channel leads into.., to lead to results, to lead an army, to lead the prayers, to lead one's life, leading event, leading lady, Somchai usually follows his sister's lead., The footprints were a lead in solving the crime., This road leads to the river., to lead a good life*
lead² (เลด) *n.* ตะกั่ว เป็นธาตุโลหะหนักที่ค่อนข้างนิ่ม มักรวมตัวกับกำมะถันเป็นซัลไฟด์, สิ่งที่ทำด้วยตะกั่วหรือโลหะผสมตะกั่ว, ผลิตภัณฑ์ตะกั่ว, ไส้ดินสอดำ, ลูกดิ่ง,

ลูกกระสุนปืน, ตะกั่วดำ (แกรไฟต์), เส้นตะกั่วที่ใช้ถ่างบรรทัดในการเรียงพิมพ์ *-vt.* ใส่ตะกั่ว, หุ้มตะกั่ว, คั่นบรรทัดด้วยเส้นตะกั่ว, ติดให้อยู่กับที่ด้วยตะกั่ว, ถ่างสายเบ็ดตกปลาด้วยตะกั่ว *-adj.* ทำด้วยตะกั่ว, ประกอบด้วยตะกั่ว

leaden (เลด' เดิน) *adj.* หนัก, หนักอึ้ง, ไม่มีรสชาติ, ดื้อ, ไม่มีชีวิตชีวา, สีเทา, เฉื่อยชา, เชื่องช้า, งุ่มง่าม, ประกอบด้วยตะกั่ว **-leadenly** *adv.* **-leadenness** *n. -Ex. a leaden box, leaden clouds, a leaden silence, My legs were leaden from fatigue., leaden spirits, a leaden sky*

leader (ลีด' เดอะ) *n.* ผู้นำ, หัวหน้า, ผู้บัญชา, ผู้นำวงดนตรี, นักร้องนำ, ผู้สวดนำ, ฟิล์มถ่ายรูปเปล่าๆ ที่โผล่ออกจากม้วนฟิล์ม, เทปที่โผล่ออกจากม้วนเทป, บทนำ, เรื่องเอก, ท่อน้ำ, เอ็น **-leaderless** *adj. -Ex. The band leader directs the band., the leader of the guitar section, an orchestra leader*

leadership (ลีด' เดอะชิพ) *n.* ตำแหน่งผู้นำ, ความเป็นผู้นำ, ความสามารถในการนำ, การนำ *-Ex. The man showed great leadership., leadership to the struggle, good leadership*

lead-free (เลด' ฟรี) *adj.* ไร้สาร, ไร้สารตะกั่ว, ไร้สาร tetraethyl lead *-n.* เป็นคำเรียกสั้นๆ ของ lead-free petrol และปัจจุบันมักใช้ว่า unleaded petrol หรือ unleaded

leading[1] (ลี' ดิง) *adj.* หัวหน้า, สำคัญที่สุด, ชั้นนำ, ชั้นแนวหน้า, นำหน้า, ชี้นำ, นำทาง, แนะนำ *-n.* การนำ, การชี้นำ (-S. first, foremost)

leading[2] (เล' ดิง) *n.* สิ่งปกคลุมที่ทำด้วยตะกั่ว, โครงหรือกรอบตะกั่ว, เส้นตะกั่วที่ใช้ถ่างบรรทัดในการพิมพ์

leadoff (ลีด' ออฟ) *n.* การตั้งต้น, การเริ่มต้น *-adj.* เกี่ยวกับผู้เริ่มเล่นตีลูกเบสบอล

lead pencil (เลด) ดินสอดำ

lead poisoning (เลด) อาการพิษตะกั่ว, ความตายหรือการได้รับบาดเจ็บจากลูกปืน

lead time (ลีด) ช่วงเวลาระหว่างการวางแผนงานกับการเริ่มผลิต

leaf (ลีฟ) *n., pl.* **leaves** ใบไม้, ใบ, กลีบดอก, หน่วยหน้าหนังสือ 2 หน้า (หนึ่งแผ่น), แผ่นโลหะบางๆ, ชั้น, มีใบ, ปกคลุมด้วยใบ *-vi.* ผลิใบ, พลิกหน้าหนังสืออย่างรวดเร็ว *-vt.* พลิกหน้าหนังสือ **-turn over a new leaf** เริ่มใหม่ **-leafless** *adj.* **-leaflike** *adj. -Ex. leaf of a tree, tobacco leaf, a leaf out of a book, gold leaf, leaf-eating, a table leaf*

leafage (ลี' ฟิจฺ) *n.* ใบไม้ต่างๆ

leaflet (ลีฟ' ลิท) *n.* ใบปลิว, ใบแทรก, ใบอ่อน, ส่วนที่คล้ายใบ *-vt., vi.* **-leted,-leting/-letted,-letting** แจกใบปลิว **-leafleteer, leafleter** *n.*

leafstalk (ลีฟ' สทอค) *n.* ก้านใบ

leafy (ลีฟ' ฟี) *adj.* **leafier, leafiest** มีใบมาก, คล้ายใบ *-Ex. a leafy design*

league[1] (ลีก) *n.* สหพันธ์, สันนิบาต, สมาคม, กลุ่มคน, พันธมิตร, คณะ, ประเภท, สมาคมนักกีฬา, กลุ่มนักกีฬา *-vt., vi.* **leagued, leaguing** เป็นพันธมิตร, รวมกัน, รวมกลุ่ม **-leaguer** *n. -Ex. All the teams in the 4 divisions of the Football League compete for the Cup., the League of Nations, a baseball league, in league with*

league[2] (ลีก) *n.* หน่วยระยะทาง (ประมาณ 3 ไมล์ หรือ 3 นอต ในอังกฤษและอเมริกา)

League of Nations สันนิบาตชาติ (ตั้งขึ้นตามสนธิสัญญาแวร์ซาย ในปี ค.ศ. 1920 และสลายตัวในเดือนเมษายนของปี ค.ศ. 1946)

leak (ลีค) *n.* รูรั่ว, รอยรั่ว, รอยร้าว, รอยแยก, ร่อง, ช่อง, วิธีการรั่วไหล, การรั่วไหล, การหลบหนี, การรั่วของกระแสไฟฟ้า, (คำสแลง) การถ่ายปัสสาวะ *-vi.* รั่ว, รั่วไหล, ซึม *-vt.* ทำให้รั่ว, ทำให้ลอดเข้ามา, ทำให้ซึม, ทำให้รู้ความลับ **-leaker** *n. -Ex. Father found a leak in the water-pipe., The water was leaking through the leak in the pipe., The news of the party leaked out.*

leakage (ลี' คิจฺ) *n.* การรั่ว, การรั่วไหล, สิ่งที่รั่วออก, จำนวนที่รั่วออก (-S. leak) *-Ex. the leakage of gas from the stove, the leakage of military information, The broken faucet had a leakage of water., leakage of news*

leaky (ลี' คี) *adj.* **leakier, leakiest** รั่ว, ซึม, ไม่น่าไว้ใจ, ไว้ใจไม่ได้ **-leakiness** *n. -Ex. a leaky faucet*

lean[1] (ลีน) *v.* **leaned/leant, leaning** *-vi.* เอียง, เอน, ลาด, โน้มเอียง, พาดพิง, พึ่งพา *-vt.* เอียง, เอน, ทำให้เอียง, ทำให้เอน *-n.* การเอียง, การเอน **-leaner** *n. -Ex. to lean on his arm, to lean against the wall, the leaning tower of Pisa, to lean out of the window, to lean forward, to lean on you, to lean a ladder against the wall, to lean my head on your shoulder*

lean[2] (ลีน) *adj.* ผอม, ไม่ค่อยมีเนื้อ, ไม่ค่อยเต็ม, ไม่อุดมสมบูรณ์, ขาดแคลน, ซึ่งมีสารสีมากกว่าน้ำมัน *-n.* ส่วนของเนื้อที่มีเนื้อมากกว่ามัน, ส่วนที่ผอม, ส่วนที่ไม่ค่อยมีเนื้อ **-leanly** *adv.* **-leanness** *n.* (-S. spare, thin, skinny)

leaning (ลีน' นิง) *n.* การเอนเอียง, ความโน้มน้าว

leant (เลนทฺ) *vi., vt.* กริยาช่อง 2 และ 3 ของ lean

lean-to (ลีน' ทู) *n., pl.* **lean-tos** เพิงหมาแหงน *-adj.* มีลักษณะดังกล่าว

leap (ลีพ) *v.* **leapt/lept/leaped, leaping** *-vi.* กระโดด, เผ่น, โจน, ข้าม, จู่โจม *-vt.* กระโดดข้าม, ผ่านข้าม, ทำให้กระโดด *-n.* การกระโดด, การเผ่น, การโจน, การข้าม, ระยะที่กระโดดได้, ที่ที่กระโดดจาก, ที่ที่กระโดดถึง, การเปลี่ยนแปลงอย่างกะทันหัน, การเพิ่มขึ้นอย่างกะทันหันและแน่นอน **-by leaps and bounds** รวดเร็วมาก **-leaper** *n.* (-S. spring, skip, jump) *-Ex. The horse leaped over the fence., The house made a high leap., The house leaped the ditch., a ten-foot leap*

leapfrog (ลีพ' ฟรอก) *n.* เกมกระโดดข้ามตัวคนที่ยืนโก้งโค้ง *-vi., vt.* **-frogged, -frogging** กระโดดข้าม

leap year ปีที่มี 366 วัน โดยเดือนกุมภาพันธ์มี 29วัน มีขึ้นทุก 4 ปี, ปีอธิกสุรทิน

learn (เลิร์น) *v.* **learned/learnt, learning** *-vt.* เรียน,

เรียนรู้, ศึกษา, หาความรู้, รู้มาว่า, ได้ข่าวมาว่า, สั่งสอน *-vi.* เรียนรู้, รู้, รู้ข่าว **-learnable** *adj.* **-learner** *n.* *-Ex. to learn history, to learn how to do it, to learn to control your language, I have just learned from your letter that you are still in Paris.*

learned (เลิร์น' นิด, เลิร์นดฺ) *adj.* มีความรู้มาก, คงแก่เรียน, เกี่ยวกับการเรียนรู้ **-learnedly** *adv.* **-learnedness** *n.* (-S. erudite, scholarly) *-Ex. a learned man, a learned book*

learning (เลิร์น' นิง) *n.* การเรียนรู้, การศึกษา, ความรู้, การปรับบุคลิกภาพจากการปฏิบัติ ฝึกฝนหรือประสบการณ์ (-S. schooling, education)

lease (ลีส) *n.* สัญญาเช่า, ทรัพย์สินที่ให้เช่า, ระยะเวลาที่ให้เช่า *-vt.* **leased, leasing** ให้เช่า, เช่าไว้ **-new lease on life** ชีวิตใหม่ที่มีความหวังดีขึ้น **-leasable** *adj.* **-leaser** *n.* *-Ex. We lease the house from the local council., Sombut leased the land for a year., How long is your lease on that house?*

L

leasehold (ลีส' โฮลดฺ) *n.* ทรัพย์สินครอบครองที่ได้จากการเช่า *-adj.* ได้จากการเช่า **-leaseholder** *n.*

leash (ลีช) *n.* สายหนังรั้งหัวสุนัขหรือสัตว์อื่น, การข่ม, การหยุดยั้ง, การบังคับ, การควบคุม *-vt.* รั้ง, ข่ม, หยุดยั้ง, บังคับ, เชื่อมต่อ

leasing (ลีซ' ซิง) *n.* การโกหก, ความเท็จ

least (ลีสทฺ) *adj.* น้อยที่สุด, เล็กที่สุด, สำคัญน้อยที่สุด *-n.* สิ่งที่เล็กน้อย, จำนวนน้อยที่สุด, ปริมาณน้อยที่สุด *-adv.* เล็กที่สุด, น้อยที่สุด **-at (the) least** อย่างน้อยที่สุด (-S. slightest, smallest, fewest, lowest) *-Ex. the least amount, without the least preparation, To say the least; Udom has been very foolish., at least five hundred*

leastwise (ลีสทฺ' ไวซฺ) *adv.* อย่างน้อยที่สุด, อย่างไรก็ตาม (-S. leastways)

leather (เลธ' เธอะ) *n.* หนังฟอก, ผลิตภัณฑ์หนังฟอก *-adj.* เกี่ยวกับหรือคล้ายหนังฟอก *-vt.* คลุมด้วยหนังฟอก, เฆี่ยนด้วยสายหนัง

leathern (เลธ' เธิร์น) *adj.* ทำด้วยหนังฟอก, คล้ายหนังฟอก

leatherneck (เลธ' เธอะเนค) *n.* (คำสแลง) ทหารเรือ

leathery (เลธ' เธอะรี) *adj.* คล้ายหนัง, เหนียวและยืดหยุ่น **-leatheriness** *n.*

leave[1] (ลีฟวฺ) *v.* **left, leaving** *-vt.* จากไป, ออกจาก, จาก, ทิ้งไว้, เหลือไว้, หยุด, ยกเลิก, ไม่สนใจ, ปล่อย *-vi.* จากไป, ออกจาก **-leave off** หยุด, ทอดทิ้ง **-leaver** *n.*

leave[2] (ลีฟวฺ) *n.* การอนุญาต, การอนุญาตให้ลา, ระยะเวลาที่อนุญาตให้ลา **-beg leave** ขออนุญาต **-by your leave** ด้วยการอนุญาตของคุณ **-on leave** ได้รับอนุญาตให้ลาพัก **-take leave to** กล่าวอำลาต่อ **-take one's leave** จากไป

leave[3] (ลีฟวฺ) *vi.* **leaved, leaving** ผลิใบ, ออกใบ

leaved (ลีฟวฺดฺ) *adj.* มีใบ, เต็มไปด้วยใบ

leaven (เลฟ' เวิน) *n.* ส่าเหล้า, เชื้อหมักให้ฟู, เชื้อหมักขนมปังหรือเค้กให้ฟู *-vt.* ทำให้เกิดฟองก๊าซด้วยเชื้อหมัก, ทำให้ฟู, ใส่เชื้อ, ทำให้ค่อยๆ เปลี่ยนแปลง, ค่อยๆ มีผลกระทบ

leavening (เลฟ' เวินนิง) *n.* สารที่ทำให้ฟู, เชื้อหมักให้ฟู, ส่าเหล้า

leaves (ลีฟวฺซฺ) *n.* พหูพจน์ของ leaf

leave-taking (ลีฟวฺ' เทคคิง) *n.* การลาจาก, การจากไป

leavings (ลีฟ' วิงซฺ) *n. pl.* สิ่งที่เหลืออยู่, เศษ, ส่วนที่เหลือ, ซากศพ, ขยะ (-S. scrap)

leavy (ลี' วี) *adj.* คล้ายใบ, มีใบอยู่

Lebanon (เลบ' บะเนิน, -นอน) ประเทศเลบานอนอยู่ทางเหนือของอิสราเอล เมืองหลวงชื่อกรุงเบรุต **-Lebanese** *adj., n.*

lecher (เลช' เชอะ) *n.* ผู้หมกมุ่นในกามกิจมากเกินไป, ผู้มักมากในกามตัณหา (-S. rake)

lecherous (เลช' เชอเริส) *adj.* มักมากในกามตัณหา, หมกมุ่นในกามตัณหา, กระตุ้นราคะ, เต็มไปด้วยราคะ **-lecherously** *adv.* **-lecherousness** *n.*

lechery (เลช' เชอรี) *n., pl.* **lecheries** ความมักมากในกามตัณหา, การหมกมุ่นในกามตัณหา

lectern (เลค' เทิร์น) *n.* แท่นอ่านพระคัมภีร์ในโบสถ์, แท่นสำหรับกล่าวคำปราศรัย

lector (เลค' เทอะ) *n.* ผู้อ่านพระคัมภีร์ในโบสถ์, อาจารย์มหาวิทยาลัยโดยเฉพาะในยุโรป

lecture (เลค' เชอะ) *n.* คำบรรยาย, คำปราศรัย, คำปาฐกถา, คำสั่งสอน *v.* **-tured, -turing** *-vi.* บรรยาย, ปราศรัย, แสดงปาฐกถา *-vt.* บรรยาย, สั่งสอน *-Ex. The teacher will give a lecture on cowboys at the meeting tonight., The teacher will lecture tonight., Mother lectures me every time I forget to wash my hands before eating.*

lecturer (เลค' เชอะเรอะ) *n.* ผู้บรรยาย, ผู้ปราศรัย, ผู้แสดงปาฐกถา

lectureship (เลค' เชอะชิพ) *n.* ตำแหน่งของผู้บรรยาย, หัวข้อบรรยาย

led (เลด) *vt., vi.* กริยาช่อง 2 และ 3 ของ lead *-Ex. Dang led the horse to the barn.*

ledge (เลจ) *n.* หิ้ง, หิ้งผนัง, ขอบหรือแนวที่ยื่นโผล่จากกำแพง, แนวหินที่โผล่ขึ้นเกือบถึงระดับน้ำทะเล, ชั้นหินใต้ดิน **-ledgy** *adj.* *-Ex. the ledge high up on the cliff, a window ledge*

ledger (เลจ' เจอะ) *n.* บัญชีแยกประเภท, แผ่นหินบนหลุมฝังศพ

lee (ลี) *n.* ที่หลบลม, ที่กำบัง, ที่บังลม, การคุ้มครอง, บริเวณที่ลมพัดเข้าหา, บริเวณใต้ลม *-adj.* ใต้ลม, ตามลม *-Ex. the lee of a ship, the lee side of an island, the lee of the hill*

leeboard (ลี' บอร์ด) *n.* แผ่นกระดานลอยขวางข้างเรือใบใช้ป้องกันไม่ให้เรือแล่นออกนอกทาง

leech (ลีชฺ) *n.* ปลิง, ทาก, สิ่งที่ใช้ดูดเลือด, ผู้กระทำตัวเป็นกาฝาก *-vt.* ใช้ปลิงดูดเลือด, ดูดเลือด, รักษา *-vi.* กระทำตัวเป็นกาฝาก

leek (ลีค) *n.* ชื่อพันธุ์กระเทียม

leer (เลียร์) *vi.* ชายตามองอย่างเสน่หา, มองค้อน *-n.* การชายตามองอย่างเสน่หา, การมองค้อน **-leeringly** *adv.*

lees (ลีซ) *n. pl.* ตะกอน, กาก

lee shore ฝั่งลมพัดเข้าหา, ที่ที่มีอันตราย
lee tide, leeward tidal current กระแสน้ำที่ไหลไปทางทิศที่ลมพัด
leeward (ลี' เวิร์ด', ลู' เอิร์ด) *adj., adv.* ใต้ลม, ทางที่ลมพัด *-n.* สถานที่ใต้ลม, ไปทางใต้ลม *-Ex. They anchored the ship to the leeward of the island., It will be warmer on the leeward side of the lake.*
leeway (ลี' เว) *n.* การลอยของเรือเนื่องจากลมที่เบนห่างจากทิศทางที่กำหนดไว้, มุมเบี่ยงเบนของการลอยดังกล่าว, ระยะเบี่ยงเบนหรือมุมเบี่ยงเบนของเครื่องบินเนื่องจากลมพัด, เวลาเพิ่มเติม, สิ่งเพิ่มเติม (-S. scope)
left[1] (เลฟทฺ) *adj.* ซ้าย, ข้างซ้าย, ด้านซ้าย, มือซ้าย, ทางซ้าย, ปีกซ้าย, ฝ่ายซ้าย (นิยมลัทธิสังคมนิยมหรือคอมมิวนิสต์) *-n.* ด้านซ้าย, สิ่งที่อยู่ทางซ้ายมือ, การหันซ้าย, การเลี้ยวซ้าย, กลุ่มสมาชิกรัฐสภา (โดยเฉพาะในยุโรป) ที่นั่งอยู่ทางด้านซ้ายของประธานสภา (มักเป็นกลุ่มสมาชิกที่นิยมลัทธิสังคมนิยม), สมาชิกของกลุ่มดังกล่าว, หมัดซ้าย, การชกด้วยหมัดซ้าย *-adv.* ไปทางซ้าย **-the Left** ผู้นิยมการปฏิรูประบบการเมือง สังคมและเศรษฐกิจของประเทศ
left[2] (เลฟทฺ) *-vt., vi.* กริยาช่อง 2 และ 3 ของ leave
left-hand (เลฟทฺ' แฮนดฺ') *adj.* ทางด้านซ้าย, ด้วยมือซ้าย *-Ex. a left-hand turn, a screw with a left-hand thread*
left-handed (เลฟทฺ' แฮน' ดิด) *adj.* ถนัดมือซ้าย, ใช้มือซ้าย, เหมาะสำหรับมือซ้าย, อยู่ทางด้านซ้าย, หมุนทวนเข็มนาฬิกา, คลุมเครือ, น่าสงสัย, งุ่มง่าม, ซุ่มซ่าม *-adv.* ด้วยมือซ้าย, ไปทางซ้ายมือ, ทวนเข็มนาฬิกา **-left-handedly** *adv.* **-left-handedness** *n.* **-left-hander** *n. -Ex. a left-handed person, Can you write left-handed?*
leftist (เลฟ' ทิสทฺ) *n.* ผู้นิยมฝ่ายซ้าย, สมาชิกฝ่ายซ้าย (ผู้นิยมลัทธิสังคมนิยมหรือการปฏิรูประบบสังคม การเมืองหรือเศรษฐกิจ) *-adj.* ฝ่ายซ้าย **-leftism** *n.*
leftover (เลฟทฺ' โอเวอะ) *n.* สิ่งที่เหลืออยู่, ของเหลือ, สิ่งที่ค้างไว้ *-adj.* เหลือ, กินเหลือ **-leftovers** อาหารที่เหลือและเก็บเอาไว้กินอีก (-S. scrap, remainder, remnant)
leftward (เลฟทฺ' เวิร์ด) *adv., adj.* ไปทางซ้าย, ทางด้านซ้าย **-leftwards** *adv.*
left wing ปีกซ้าย, ฝ่ายซ้าย, ฝ่ายเอียงซ้าย (ของพรรคการเมือง) **-left-wing** *adj.* **-left-winger** *n.*
lefty (เลฟ' ที) *n., pl.* **-lefties** (คำสแลง) คนถนัดมือซ้าย มักใช้เป็นชื่อเล่น
leg (เลก) *n.* ขา, ส่วนล่างของร่างกายตั้งแต่หัวเข่าจนถึงตาตุ่ม, สิ่งที่คล้ายขา, ส่วนของเครื่องแต่งกายที่ปกปิดขา, ขาสัตว์ที่เป็นอาหาร, ขาโต๊ะ, ขาเก้าอี้, ขาค้ำ, ขาปลอม, ด้านสามเหลี่ยมที่ไม่ใช่ด้านฐานหรือด้านตรงข้ามมุมฉาก, ช่วงการเดินทางหรือเดินเรือ *-vi.* **legged, legging** เคลื่อนด้วยเท้า **-not have a leg to stand on** ขาดเหตุผลที่รัดกุมหรือดีพอในการโต้แย้งหรือออกความคิดเห็น **-pull someone's leg** หยอกล้อ, ล้อเลียน **-shake a leg** (คำสแลง) เร่งรีบ เต้นรำ **-stretch one's leg** เดินหลังจากนั่งมานาน **-legless** *adj. -Ex. my right leg, leg of mutton, a wooden leg, the leg of my trousers*
legacy (เลก' กะซี) *n., pl.* **-cies** มรดก, มรดกตกทอด, ของขวัญ **-legatee** *n.* (-S. estate, bequest) *-Ex. The servant received a large legacy from her deceased master., The national Thai Constitution is a legacy from the previous rulers who founded our country.*
legal (ลี' เกิล) *adj.* ถูกต้องตามกฎหมาย, ชอบด้วยกฎหมาย, ตามกฎหมาย, แห่งนิตินัย **-legally** *adv. -Ex. Lawyers and judges deal with legal matters., What is the legal age for obtaining a driver's license?*
legalism (ลี' เกิลลิซึม) *n.* การยึดถือกฎหมายหรือระเบียบมากเกินไป **-legalist** *n.* **-legalistic** *adj.* **-legalistically** *adv.*
legality (ลิแกล' ลิที) *n., pl.* **-ties** ความถูกต้องตามกฎหมาย, ความชอบด้วยกฎหมาย, การปฏิบัติตามกฎหมาย, หน้าที่หรือความรับผิดชอบด้วยกฎหมาย
legalize (ลี' เกิลไลซฺ) *vt.* **-ized, -izing** ทำให้ถูกต้องตามกฎหมาย, ให้อำนาจ **-legalization** *n.* (-S. license)
legal separation ข้อตกลงในการแยกกันอยู่ของสามีภรรยาที่ไม่ใช่การหย่า
legal-size (ลี' เกิลไซซฺ) *adj.* (กระดาษ) ซึ่งมีขนาดประมาณ $8^1/_2$ x 13 นิ้ว (-S. legal-sized)
legal tender ตั๋วเงินที่ใช้ชำระหนี้ได้ตามกฎหมาย
legate (เลก' กิท) *n.* ทูต, ทูตขององค์สันตะปาปา, ผู้บัญชาการกองพลทหารม้าผสมทหารราบของโรมัน,ตำแหน่งหรือที่ทำการของทูต, ตำแหน่งหรือที่ทำการของทูตขององค์สันตะปาปา **-legateship** *n.* **-legatine** *adj.*
legation (ลิเก' ชัน) *n.* ทูต,คณะทูต, สถานทูต
legato (ลิกา' โท) *adj., adv.* (เสียงดนตรี) รับกันหรือไม่ติดขัด
legator (ลิเก' เทอะ) *n.* ผู้ยกมรดกให้, ผู้ทำพินัยกรรมยกมรดกให้
legend (เลจ' เจินดฺ) *n.* ตำนาน, เรื่องที่เล่าลือกันต่อๆ มา, ตัวอักษรบนโล่เหรียญหรืออนุสาวรีย์,คำสลัก,คำอธิบายภาพ, ตารางอธิบายบนแผนที่แผนภูมิ, ประมวลเรื่องราวของยุค, คนที่น่าสนใจ, ผู้เป็นตัวเอกของเรื่อง (-S. saga, myth, fiction, fable) *-Ex. There are many old Indian legends.*
legendary (เลจ' เจินแดรี) *adj.* เกี่ยวกับตำนาน, เป็นที่รู้จัก (-S. fanciful) *-Ex. a legendary hero, His deeds became legendary throughout the country.*
legendry (เลจ' เจินดรี) *n.* หนังสือรวบรวมเรื่องเล่าลือหรือตำนานต่างๆ, ตำนานหรือเรื่องเล่าต่างๆ
legerdemain (เลจเจอะดิเมน') *n.* การเล่นกล, ความชำนาญหรือวิธีการในการเล่นกล, การหลอกลวง, มารยา, เล่ห์เหลี่ยม (-S. deception)
-legged คำปัจจัย มีความหมายว่า มีขา, มีจำนวนหรือชนิดของขาที่ระบุไว้
legging (เลก' กิง, -กิน) *n.* ที่ปกคลุมขา, ที่หุ้มขา
leggy (เลก' กี) *adj.* **-gier, -giest** มีขายาวอย่างงุ่มง่าม, มีขายาวที่สวย, เกี่ยวกับขา **-legginess** *n.*
legible (เลจ' จะเบิล) *adj.* อ่านออกได้, อ่านออกได้ง่ายหรือชัดเจน **-legibly** *adv.* **-legibility** *n.*
legion (ลี' เจิน) *n.* กองพลทหารม้าผสมทหารราบของ

L

legionary 510 **lenient**

โรมัน, กองทหารหรือทหารผสม, กองทหารขนาดใหญ่, กลุ่มคนขนาดใหญ่, กองสิ่งของขนาดใหญ่ *adj.* มากมาย (-S. horde, multitude)

legionary (ลี' เจินแนร์) *adj.* เกี่ยวกับ legion ประกอบเป็น legion *-n., pl.* **-aries** ทหารของ legion

legionnaire (ลีจะแนร์') *n.* สมาชิกของ legion

legislate (เลจ' จิสเลท) *v.* **-lated, -lating** *-vi.* ทำให้เป็นกฎหมาย, ออกกฎหมาย, บัญญัติกฎหมาย *-vt.* บัญญัติหรือควบคุมโดยกฎหมาย (-S. ordain, enact) *-Ex. The State Senate will legislate a new tax bill.*

legislation (เลจจิสเล' ชัน) *n.* การออกกฎหมาย, การบัญญัติกฎหมาย, นิติบัญญัติ, กฎหมาย *-Ex. The bill has gone to Congress for legislation., The minister asked for legislation to provide for new highways.*

legislative (เลจ' จิสเลทิฟว, -ละทิฟว) *adj.* มีหน้าที่บัญญัติกฎหมาย, เกี่ยวกับนิติบัญญัติ, เกี่ยวกับกฎหมาย, เกี่ยวกับสภานิติบัญญัติ *-n.* สภานิติบัญญัติ **-legislatively** *adv.* (-S. congressional) *-Ex. the legislative power, legislative assembly, new legislative measures, legislative reforms*

legislator (เลจ' จิสเลเทอะ, -เลทอร์) *n.* ผู้บัญญัติกฎหมาย, สมาชิกสภานิติบัญญัติ *-Ex. Senators and Representatives are legislators.*

legislature (เลจ' จิสเลเชอะ) *n.* สภานิติบัญญัติ, หน่วยนิติกรของรัฐบาล (-S. congress)

legit (ละจิท') *adj.* (คำสแลง) ถูกต้องตามกฎหมาย, เป็นความจริง

legitimacy (ละจิท' ทะมะซี) *n.* ความถูกต้องตามกฎหมาย, ความชอบด้วยกฎหมาย, ความถูกต้องสมควร, ความมีสิทธิ์ตามกฎหมาย, ความถูกต้องตามทำนองคลองธรรม, ความถูกต้องตามขนบธรรมเนียมประเพณี

legitimate (*adj.* ละจิท' ทะเมิท, *v.* -เมท) *adj.* ถูกต้องตามกฎหมาย, ชอบด้วยกฎหมาย, ถูกต้องสมควร, มีสิทธิตามกฎหมาย, ถูกต้องตามทำนองคลองธรรม, ถูกต้องตามขนบธรรมเนียมประเพณี, โดยการสมรสที่ชอบด้วยกฎหมาย *-vt.* **-mated, -mating** ทำให้ถูกต้องตามกฎหมาย, ทำให้ชอบด้วยกฎหมาย, มอบอำนาจ **-legitimation** *n.* **-legitimately** *adv.* (-S. lawful, legal, licit) *-Ex. a legitimate claim, a legitimate inference, for legitimate purposes, the legitimate heir to a throne, a legitimate excuse*

legitimize (ละจิท' ทะไมซ) *vt.* **-mized, -mizing** ทำให้ถูกต้องตามกฎหมาย, ทำให้ชอบด้วยกฎหมาย, มอบอำนาจ **-legitimization** *n.*

legman (เลก' แมน) *n., pl.* **-men** ผู้มีหน้าที่ติดต่อธุรกิจภายนอกสำนักงาน, ผู้สื่อข่าวที่รวบรวมข่าวจากแหล่งข่าวภายนอก

legume (เลก' กูม, ลิกูม') *n.* พืชฝัก ตระกูล Fabales, ฝักของพืชดังกล่าว, ถั่ว

legume

leguminous (ละกิว' มะเนิส) *adj.* เกี่ยวกับพืชฝักตระกูล Fabales, มีฝัก, ให้ฝัก

lei[1] (เล' อี, เล) *n., pl.* **leis** พวงมาลัย, พวงดอกไม้ ใบไม้และอื่นๆ (-S. wreath)

lei[2] (เล) *n.* พหูพจน์ของ leu

leisure (ลี' เชอะ, เลช' เชอะ) *n.* เวลาว่าง, การว่างจากงาน, ความสบายที่ไม่รีบร้อน *-adj.* ว่าง, มีเวลาว่าง **-at leisure** อย่างสบาย, อย่างช้า, ไม่มีงานทำ **-at one's leisure** เมื่อมีเวลาหรือมีโอกาส **-leisured** *adj.* (-S. ease) *-Ex. a life of leisure, I am quite at leisure., leisure time*

leisurely (ลี' เชอลี, เล'-) *adj.* ไม่รีบร้อน, ไม่เร่งร้อน, สบายๆ *-adv.* ด้วยท่าทางที่ไม่รีบร้อน *-Ex. a leisurely walk, at a leisurely pace, a leisurely inspection, We strolled leisurely through the garden.*

leitmotif, leitmotiv (ไลทฺ' โมทีฟ) *n.* ท่วงทำนองเพลงนำที่สำคัญ, เพลงนำ, เพลงเอก, หัวข้อเอก

lemma (เลม' มะ) *n., pl.* **-mas/-mata** ทฤษฎีบทแทรก, ข้อเสนอเสริมแทรก, บทแทรก, หัวข้อบทคำแปลศัพท์, บทแทรก

lemming (เลม' มิง) *n., pl.* **-mings/-ming** สัตว์ที่ใช้ฟันแทะตัวเล็กๆ จำพวก *Lemmus* รูปร่างคล้ายหนู พบในยุโรป

lemming

lemon (เลม' เมิน) *n.* มะนาว, ต้นมะนาว (*Citrus limon*), (คำสแลง) ของที่ไม่ดี คนที่ใช้การไม่ได้ *-adj.* สีเหลืองอ่อน, ทำจากมะนาว, มีรสมะนาว **-lemony** *adj.*

lemonade (เลมมะเนด') *n.* น้ำมะนาว

lemur (ลี' เมอะ) *n.* สัตว์คล้ายลิงที่มีหน้าคล้ายสุนัขจิ้งจอกในประเทศ Madagascar **-lemurine** *adj.* **-lemuroid** *adj., n.*

lend (เลนดฺ) *v.* **lent, lending** *-vt.* ให้ยืม, ให้ยืมเงิน, ให้, มอบให้, ปรับตัว *-vi.* ยืม, ยืมเงิน, กู้เงิน **-lender** *n.* **-lendable** *adj. -Ex. Will you lend me your pencil?, Boy Scouts lend help to old people., Bam lent assistance to the man., This tool lends itself to many uses.*

length (เลงธฺ, เลงคธฺ) *n.* ความยาว, ส่วนยาว, ระยะเวลา, ช่วงเวลา, ระยะทาง, ส่วนใหญ่ **-at length** ในที่สุด, เต็มที่, โดยสมบูรณ์ **-go to any length** ไม่คำนึงถึงอุปสรรคที่อาจขวางอยู่ (-S. extent, term) *-Ex. The length of the boat is 36 feet., The length of the show depends on how many reels of film are shown., at arm's length, at full length*

lengthen (เลงคฺ' เธิน, เลง'-) *vt., vi.* ทำให้ยาวขึ้น, ยาวขึ้น **-lengthener** *n.* (-S. increase) *-Ex. Mother had to lengthen Dang's dress., The shadows lengthen as evening comes on.*

lengthwise (เลงธฺ' ไวซ, เลงคฺธฺ'-) *adj., adv.* ตามยาว (-S. lengthways)

lengthy (เลง' ธี, เลงคฺ'-) *adj.* **lengthier, lengthiest** ยาวมาก, (คำพูด) ยืดยาวเกินไป, น้ำท่วมทุ่ง **-lengthily** *adv.* **-lengthiness** *n.* (-S. interminable) *-Ex. Dang gave a lengthy talk on snakes.*

lenient (ลี' เนียนทฺ, ลีน' เยินทฺ) *adj.* ผ่อนผัน, กรุณา,

Lenin 511 **letter of credit**

ปรานี, โอนอ่อน **-leniency, lenience** *n.* **-leniently** *adv.* (-S. mild) *-Ex. The magistrate is more lenient toward first offenders.*

Lenin (เลน' นิน) Vladimir Ilyich (วแลด' ดะเมออิล' ยิค) (ค.ศ. 1870-1924) หรือ Nikolai Lenin นายกรัฐมนตรีโซเวียต (ค.ศ. 1917-24)

lenitive (เลน' นะทิฟว) *adj.* ซึ่งบรรเทา, ซึ่งบรรเทาความปวด *-n.* สิ่งที่ใช้บรรเทาปวด เช่น ยาแก้ปวด

lens (เลนซ) *n.* เลนส์, แว่น, กระจกส่องภาพในกล้อง, ชุดเลนส์, ย่อจาก contact lens *-vt.* ถ่ายรูป, ถ่ายหนัง

lent (เลนท) *vt., vi.* กริยาช่อง 2 และ 3 ของ lend *-Ex. Dum lent me his bat.*

Lent (เลนท) *n.* ฤดูถือบวช, ฤดูกินเจ, ฤดูเข้าพรรษา, ฤดูถือบวชในศาสนาคริสต์ตั้งแต่ Ash Wednesday จนถึงวัน Easter **-Lenten** *adj.*

lentil (เลน' ทิล) *n.* ชื่อพันธุ์ถั่วจำพวก *Lens culinaris* มีเม็ดรูปร่างคล้ายเลนส์นูน, เม็ดถั่วดังกล่าว

lento (เลน' โท) *adj.* ช้า *-adv.* อย่างช้า

Leo (ลี' โอ) *n.* ราศีสิงห์, ดาวสิงห์, กลุ่มดาวที่อยู่ระหว่างกลุ่มดาว Virgo กับกลุ่มดาว Cancer, คนราศีสิงห์

leonine (ลี' อะไนน) *adj.* เกี่ยวกับสิงโต, คล้ายสิงโต

leopard (เลพ' เพิร์ด) *n., pl.* **-ards/-ard** เสือดาว เป็นสัตว์จำพวก *Panthera pardus* ในตระกูลแมว, หนังเสือดาว, แมวที่คล้ายเสือดาว, ชื่อเหรียญทองในสมัยเอ็ดเวิร์ดที่ 3 ของอังกฤษมีรูปเสือดาวที่เหรียญ, ชื่อเหรียญเงินในสมัยพระเจ้าเฮนรีที่ 5 ของอังกฤษ **-leopardess** *n., fem. -Ex. Yai has a leopard coat.*

leotard (ลี' อะทาร์ด) *n.* เสื้อ กางเกงชิ้นเดียวที่รัดรูปสำหรับนักกายกรรมหญิงและนักเต้นบัลเล่ต์

leotard

leper (เลพ' เพอะ) *n.* ผู้เป็นโรคเรื้อน

leprechaun (เลพ' ระคอน) *n.* ผีแคระ, ผีเตี้ย

leprosy (เลพ' ระซี) *n.* โรคเรื้อน (-S. -Hansen's disease)

leprous (เลพ' เริส) *adj.* เป็นโรคเรื้อน, คล้ายโรคเรื้อน, เป็นเกล็ด

lesbian (เลซ' เบียน) *adj.* รักร่วมเพศในผู้หญิง *-n.* หญิงรักร่วมเพศ **-lesbianism** *n.*

lese majesty, lèse-majesté (เลซแมเจสเท', -แมจ' จิสที) *n.* ความผิดอาญาฐานหมิ่นพระบรมเดชานุภาพ, ความผิดฐานละเมิดต่อประมุขของรัฐ, ความผิดฐานหมิ่นประมุขของรัฐ, การหักหาญจารีตประเพณีหรือธรรมเนียมปฏิบัติ

lesion (ลี' เชิน) *n.* บาดแผล, แผล, รอยแผลแถบหนึ่งของผิวหนัง, รอยโรคของเนื้อเยื่อ

less (เลส) *adv.* น้อยกว่า, แทบจะไม่ *adj.* น้อยกว่า, เล็กน้อย, ไม่ใหญ่นัก, ไม่มากนัก *-n.* จำนวนที่น้อยกว่า *-prep.* ลบออก, ปราศจาก *-Ex. Ten is less than a dozen., I had less than a dollar to spend., They were in Europe four months less five days., This will cost $10 more or less.*

-less คำปัจจัย มีความหมายว่า ปราศจาก *-Ex. fatherless*

lessee (เลสซี') *n.* ผู้เช่า

lessen (เลส' เซิน) *vi.* น้อยลง *-vt.* ทำให้น้อยลง, ลดลง, ลดคุณค่า, บรรเทา, ผ่อนคลาย *-Ex. The sound lessened as we went away., to lessen the costs, to lessen his reputation*

lesser (เลส' เซอะ) *adj.* น้อยกว่า, เล็กน้อย *-adv.* น้อย *-Ex. a lesser river, a lesser nation, Sombut did the lesser part of the work., the lesser of two dangers*

lesson (เลส' เซิน) *n.* บทเรียน, บทเรียนบทหนึ่ง, ชั่วโมงเรียน, เครื่องเตือนสติ, ตัวอย่างที่เป็นบทเรียน, ตอนหนึ่งในพระคัมภีร์ไบเบิลที่อ่านให้คนทั้งหลายฟังในพิธี *-vt.* สั่งสอน, ตักเตือน, ให้บทเรียนแก่

lessor (เลส' ซอร์, เลสซอร์') *n.* ผู้ให้เช่า

lest (เลสท) *conj.* เพื่อไม่ให้, เพื่อว่า, โดยเกรงว่า, มิฉะนั้น *-Ex. We watched all night lest the bandits should return., I was afraid lest I should be too late.*

let[1] (เลท) *v.* **let, letting** *-vt.* ให้, อนุญาต, ขอให้, ปล่อย, ทำให้เกิด *-vi.* ให้เช่า **-let off** ปล่อยให้หนี **-let alone** ปล่อยตามลำพังไม่รบกวน **-let down** ทำให้ผิดหวัง, ทรยศ, ละทิ้ง, ลดลง **-let up** หยุด

let[2] (เลท) *n.* อุปสรรค, การเล่น (เทนนิส แบดมินตัน) ที่ลูกถูกเนต *-vt.* **letted/let, letting** ขัดขวาง, ขวางทาง, เป็นอุปสรรคต่อ

-let คำปัจจัย มีความหมายว่า เล็ก

letdown (เลท' ดาวน) *n.* การลดลง, การแฟบลง, ความหดหู่ใจ, ความผิดหวัง, การลดระดับความสูงเครื่องบิน

lethal (ลี' เธิล) *adj.* เกี่ยวกับความตาย, ทำให้ตาย, เป็นอันตรายถึงตาย, ถึงตาย, ร้ายแรง **-lethally** *adv.* **-lethality** *n.* (-S. deadly, fatal)

lethargic (ลิธาร์' จิค) *adj.* เฉื่อยชา, เซื่องซึม, ซึม, ง่วง, ง่วงเหงาหาวนอน, เมินเฉย, เฉยเมย **-lethargically** *adv.* (-S. drowsy, sluggish)

lethargy (เล' เธอะจี) *n., pl.* **-gies** ความเฉื่อยชา, ความเมินเฉย

let's (เลทซ) ย่อจาก let us *-Ex. Turn off the TV and let's find a good book instead.*

letter[1] (เลท' เทอะ) *n.* จดหมาย, อักษร, ตัวหนังสือ, ตัวพยัญชนะ, แบบ, ตัวพิมพ์, ตัวเรียงพิมพ์, ศัพท์, สาส์น, หนังสือ, หนังสืออนุญาต *-vt., vi.* เขียนหนังสือ, สลักหนังสือ **-letters** วรรณคดี, ความรู้ **-to the letter** ตามลายลักษณ์อักษร **-letterer** *n.*

letter[2] (เลท' เทอะ) *n.* ผู้ให้เช่า

letter box ตู้จดหมาย, กล่องรับจดหมาย

lettered (เลท' เทอร์ด) *adj.* มีการศึกษา, มีความรู้, มีตัวอักษรกำกับ, เกี่ยวกับตัวอักษรหรือเรียนรู้, เกี่ยวกับวรรณคดี

letterhead (เลท' เทอะเฮด) *n.* ตัวหนังสือที่พิมพ์อยู่ตรงหัวกระดาษจดหมาย (โดยเฉพาะที่บอกชื่อและที่อยู่), กระดาษจดหมายที่มีตัวหนังสือดังกล่าว

lettering (เลท' เทอะริง) *n.* การลงอักษร, กระบวนการลงอักษร, การเขียนหนังสือบนป้าย, อักษรหรือตัวหนังสือที่เขียน *-Ex. The lettering on the poster is very even.*

letter of credit หนังสือจากธนาคารหนึ่งไปยังอีก

L

ธนาคารหนึ่งให้จ่ายเงินในจำนวนที่ระบุไว้แก่บุคคลที่ระบุไว้
letter-perfect (เลท' เทอะเพอร์' ฟิคทฺ) *adj.* แน่นอน, แน่ชัด, แม่นยำ, สมบูรณ์, รู้ดี, ถูกต้องตามตัวอักษร
letterpress (เลท' เทอะเพรส) *n.* ตัวพิมพ์, หนังสือที่พิมพ์ด้วยตัวเรียงพิมพ์
lettuce (เลท' เทิสฺ) *n.* ผักกะหล่ำ, ผักกาดหอม, ผักจำพวก *Lactuca sativa,* (คำสแลง) ธนบัตร
letup (เลท' อัพ) *n.* การหยุด, การบรรเทา, การระงับ, การน้อยลง
leuco- คำอุปสรรค มีความหมายว่า ขาว, สีอ่อน, ไม่มีสี
leukemia (ลูคี' เมีย) *n.* โรคโลหิตชนิดหนึ่งที่มีเม็ดโลหิตขาวผิดปกติและมาก อาการอาจเฉียบพลันหรือเรื้อรัง และถึงตายเสมอ **-leukemic** *adj.* **-leukemoid** *adj.* (-S. leukaemia)
leukocyte (ลู' คะไซทฺ, -โค-) *n.* เม็ดโลหิตขาว **-leukocytic** *adj.* **-leukocytoid** *adj.*
leukorrhea (ลูคะเรีย') *n.* โรคระดูขาว, โรคมุตกิต **-leukorrheal** *adj.*
Levant (ละแวนทฺ') *n.* ดินแดนจรดชายฝั่งด้านตะวันออกของทะเลเมดิเตอร์เรเนียนและอีเจียน (โดยเฉพาะซีเรีย เลบานอนและอิสราเอล), หนังแพะอย่างดีของโมร็อกโก
levee[1] (เลฟ' วี) *n.* เขื่อนกันน้ำท่วมจากแม่น้ำ, เขื่อน, เนินรอบบริเวณไร่นาที่จะทดน้ำเข้า, ที่จอดเครื่องบิน *-vt.* **leveed, leveeing** สร้างเขื่อน
levee[2] (เลฟ' วี, ละวี', -เว') *n.* งานสโมสรสันนิบาต, งานต้อนรับผู้มีเกียรติ
level (เลฟ' เวิล) *adj.* ราบ, เรียบ, เป็นแนวนอน, เท่ากัน, ระดับเดียวกัน, สุขุม,รอบคอบ *-n.* เครื่องวัดระดับ, การวัดระดับ, การหาระดับ, แนวราบ, แนวนอน *-v.* **-eled, -eling/-elled,-elling** *-vt.* ทำให้ราบ, ทำให้เรียบ, ทำให้ได้ระดับ, ยกหรือลดระดับ, ทำให้ล้มลงสู่แนวพื้นดิน, ชกล้มลง, ทำให้เสมอภาคกัน, ทำให้เข้ากัน (สี), เล็งเป้า, หันตาไปทางทิศใดทิศหนึ่ง *-vi.* ทำให้ราบ, ทำให้เรียบ, เล็ง, ใช้เครื่องวัดระดับ, บินขนานกับพื้น, บอกความจริง *-adv.* โดยแนวราบ, เป็นเส้นแนวนอน **-one's level best** อย่างดีที่สุด, เต็มที่, เต็มความสามารถ **-find one's/its level** ดูความสามารถหรือฐานะของตัวเอง **-levelly** *adv.* **-levelness** *n. -Ex. Water finds its own level., on a level with, a high level of excellence, a level surface road, level country, Jim is level with Tom in class., to run level with, in a level voice, level-headed, to level the sunken floor, to level a gun, to level criticism, The plane climbed to 8,000 feet and then leveled off.*
leveler, leveller (เลฟ' เวิลเลอะ) *n.* ผู้วัดระดับ, ผู้หาระดับ, เครื่องรังวัดหาระดับ, สิ่งหรืออุปกรณ์ที่วัดหรือหาระดับ,ผู้ที่ต้องการจะล้มล้างความไม่เท่าเทียมทางสังคม
levelheaded (เลฟ' เวิลเฮดดิด) *adj.* สุขุม, รอบคอบ **-levelheadedness** *n.* **-levelheadedly** *adv.*
lever (เลฟ' เวอ, ลี' เวอะ) *n.* ชะแลง, เหล็กงัด, ไม้คาน, คาน, เครื่องงัด, วิธีการ *-vt.* งัดด้วยไม้หรือเหล็กงัด (-S. crowbar)
leverage (เลฟ' เวอริจฺ, ลี' เวอริจฺ) *n.* การงัด, กำลังงัด, พลัง, อิทธิพล, อำนาจกระทำ, อำนาจงัดง้าง, อำนาจเพิ่มผลทางการเงิน *-vt.* **-aged, -aging** ให้อำนาจเพิ่มผลทางการเงิน (-S. influence)
leviable (เลฟ' วีอะเบิล) *adj.* ซึ่งอาจเก็บภาษีได้, ซึ่งต้องเสียภาษี
leviathan (ละไว' อะเธิน) *n.* สัตว์ทะเลประหลาดขนาดใหญ่ ซึ่งอาจเป็นพวกจระเข้ (ในพระคัมภีร์ไบเบิล), สัตว์ทะเลขนาดใหญ่ เช่น ปลาวาฬ, สิ่งใหญ่โตที่มีอำนาจมาก เช่น เรือเดินสมุทร (-S. giant)
levier (เลฟ' วีเออร์) *n.* ผู้เรียกเก็บภาษี ค่าปรับ ฯลฯ
levis, Levis, Levi's (ลี' ไวซฺ) *n. pl.* ชื่อเครื่องหมายการค้าของกางเกงยีน, กางเกงยีน
lavitate (เลฟ' วะเทท) *v.* **-tated, -tating** *-vi.* ล่องลอยอยู่ในอากาศ *-vt.* ทำให้ล่องลอยอยู่ในอากาศ **-levitator** *n.*
Leviticus (ละวิท' ทิเคิส) *n.* ชื่อหนังสือในพระคัมภีร์ไบเบิล
levity (เลฟ' วิที) *n., pl.* **-ties** ความคะนอง, ความตลกคะนอง, ความไม่สำรวม, ความไม่เอาจริงเอาจัง, ความเบา
levo-, laevo-, lev- คำอุปสรรค มีความหมายว่า ซ้าย
levy (เลฟ' วี) *n., pl.* **levies** การจัดเก็บ, การชักส่วน, การเกณฑ์, การเก็บภาษี, ทหารเกณฑ์ *-v.* **levied, levying** *-vt.* จัดเก็บ, จัดเก็บภาษี, เกณฑ์, เรียกระดม *-vi.* จัดเก็บ, จัดเก็บภาษี, ชักส่วน, หักเงินส่วนแบ่ง, ยึดทรัพย์สิน, อายัดทรัพย์สิน (-S. assessment) *-Ex. The government levies a tax on all car-owners., green levies and veteran soldiers, Congress levies taxes for national defense., the greatest levy of troops, Higher levies are made necessary.*
lewd (ลูด) *adj.* ลามก, กระตุ้นกำหนัด, เกี่ยวกับโลกีย์วิสัย, เลวทราม, ชั่วช้า, แพศยา **-lewdly** *adv.* **-lewdness** *n.*
lexical (เลค' ซิเคิล) *adj.* เกี่ยวกับคำหรือศัพท์, เกี่ยวกับพจนานุกรม
lexicographer (เลคซิคอก' ระเฟอะ) *n.* ผู้เขียนหรือรวบรวมพจนานุกรม
lexicography (เลคซิคอก' ระฟี) *n.* การเขียนหรือรวบรวมพจนานุกรม **-lexicographic, lexicographical** *adj.* **-lexicographically** *adv.*
lexicon (เลค' ซิคอน, -เคิน) *n.* พจนานุกรม ปทานุกรม โดยเฉพาะภาษาโบราณ เช่น ละติน, ศัพท์เฉพาะทาง
liability (ไลอะบิล' ละที) *n., pl.* **-ties** หนี้, หนี้เงิน, หนี้สิน, ความรับผิดชอบ, ภาระหน้าที่, ด้านลูกหนี้ของบัญชี, ข้อเสียเปรียบ, ความโน้มเอียง, ความโน้มน้าว, อาพันธภาพ (-S. accountability)
liable (ไล' อะเบิล, ไล' เบิล) *adj.* โน้มเอียง, โน้มน้าว, อาจจะ, ง่ายต่อ, รับผิดชอบ (ตามกฎหมาย) *-Ex. You are liable to have an accident unless you cross the street with the green light., We are not liable for lost hats and coats.*
liaison (ลี' อะซาน, ลีเอ' ซาน, -เซิน) *n.* การติดต่อ, การติดต่อประสานงาน, ความสัมพันธ์ฉันชู้สาวระหว่างหญิงกับชาย, การออกเสียงสัมผัส (-S. communication, affair)
liana (ลีอา' นะ, ลีแอน' นะ) *n.* ชื่อพันธุ์ไม้เลื้อยเมืองร้อน

(-S. liane)

liar (ไล' อาร์) *n.* ผู้โกหก, ผู้มุสา

lib. ย่อจาก liberation อิสรภาพ, เสรีภาพ

libation (ไลเบ' ชัน) *n.* การกรวดน้ำ, การเทเหล้าองุ่นหรือของเหลวลงดินเพื่อเป็นการบวงสรวง, ของเหลวที่เทออกดังกล่าว, เครื่องดื่มของเมา, การดื่มสุรา **-libational** *adj.*

libel (ไล' เบิล) *n.* การหมิ่นประมาท, การกล่าวโทษใส่ร้าย, การใส่ร้าย, โทษฐานหมิ่นประมาท, สิ่งที่หมิ่นประมาทหรือใส่ร้ายผู้อื่น *-vt.* **-beled, -beling/-belled, -belling** ตีพิมพ์เรื่องราวที่หมิ่นประมาทผู้อื่น, ใส่ร้าย (-S. calumny)

libelant, libellant (ไล' เบิลเลินท) *n.* ผู้หมิ่นประมาท, ผู้ใส่ร้าย

libeler, libeller (ไล' เบิลเลอะ) *n.* ผู้หมิ่นประมาท, ผู้ใส่ร้าย

libelous, libellous (ไล' เบิลเลิส) *adj.* เป็นการหมิ่นประมาท, เป็นการใส่ร้าย **-libelously, libellously** *adv.* (-S. slanderous)

liberal (ลิบ' เบอเริล, ลิบ' เริล) *adj.* ใจกว้าง, ใจป้ำ, โอบอ้อมอารี, ตามอารมณ์, ตามอำเภอใจ, มากมาย, อุดมสมบูรณ์ *-n.*ผู้มีใจกว้าง มีใจป้ำ, ผู้มีใจโอบอ้อมอารี **-Liberal** สมาชิกพรรคลิเบอรัลของอังกฤษ **-liberally** *adv.* **-liberalness** *n.* (-S. open handed) *-Ex. Father gave us liberal helpings of ice cream., a liberal donation, to be liberal of (with) one's advice, a person of liberal views, a liberal translation*

liberal arts ศิลปศาสตร์ (ประกอบด้วยวิชา social sciences, natural sciences, humanities และ arts), ศาสตร์ 7 อย่างที่เกี่ยวกับศิลปะสมัยก่อนคือดาราศาสตร์ ตรรกวิทยา ไวยากรณ์ การพูด เลขคณิต เรขาคณิต ดนตรี

liberal education การศึกษาที่ตั้งอยู่บนรากฐานของศิลปศาสตร์หรือ liberal arts

liberality (ลิบบะแรล' ลิที) *n., pl.* **-ties** ความมีใจกว้าง, ความมีใจป้ำ,ความมีใจเอื้อเฟื้อเผื่อแผ่,ความอุดมสมบูรณ์, สิ่งของบริจาคอย่างใจกว้าง, ความกว้างขวาง, ความเต็มเปี่ยม *-Ex. We owe this new auditorium to the liberality of the townspeople., In early days the South Island Colony showed it liberality by welcoming settlers of different beliefs and religions.*

liberalize (ลิบ' เบอรัลไลซฺ) *vt., vi.* **-ized, -izing** ทำให้เสรี, ทำให้อิสระ, ทำให้อุดมสมบูรณ์ **-liberalization** *n.* **-liberalizer** *n.*

liberate (ลิบ' บะเรท) *vt.* **-ated, -ating** ปล่อยให้เป็นอิสระ, ปลดเปลื้อง, ปลดปล่อย, (คำสแลง) ปล้นจากศัตรูที่แพ้ในช่วงสงคราม **-liberation** *n.* **-liberator** *n.* (-S. free, deliver, release)

Liberia (ไลบิ' เรีย) ชื่อประเทศสาธารณรัฐประเทศหนึ่งในแอฟริกาตะวันตก ก่อตั้งขึ้นโดยทาสจากสหรัฐฯ ที่ได้รับอิสรภาพในปี ค.ศ. 1821 เมืองหลวงชื่อ Monrovia **-Liberian** *adj., n.*

libertarian (ลิบเบอแท' เรียน) *n.* ผู้สนับสนุนหรือยึดถือหลักแห่งอิสรภาพหรือเสรีภาพในการคิดหรือประพฤติ, นักเสรีนิยม *adj.* เกี่ยวกับเสรีนิยม, เกี่ยวกับลัทธิเสรีนิยม **-libertarianism** *n.*

libertine (ลิบ' เบอทีน, -ทิน) *n.* ผู้ประพฤติที่ไม่อยู่ในศีลธรรม, ผู้ประพฤติอย่างตามใจชอบ, ผู้ปล่อยตัว, ผู้หลงระเริง *-adj.* ไม่อยู่ในศีลธรรม, ตามใจชอบ, ปล่อยตัว, หลงระเริง, โลกีย์วิสัย **-libertinism, libertinage** *n.*

liberty (ลิบ' เบอร์ที) *n., pl.* **-ties** อิสรภาพ, เสรีภาพ, ความเป็นอิสระ, สิทธิไปไหนมาไหนได้อย่างเสรี **-take liberties** ถือวิสาสะ **-at liberty** อิสระ, ไม่มีงานทำ (-S. freedom) *-Ex. the liberty of the people, You are at liberty to go where you please.*

libidinous (ลิบิด' ดิเนิส) *adj.* โลกีย์วิสัย, แห่งราคะ, กระตุ้นราคะ, กระตุ้นกำหนัด, มักมากในกาม **-libidinously** *adv.* **-libidinousness** *n.*

libido (ลิบี' โด, -ไบ'-) *n.* ตัณหา,ความใคร่, ราคะ **-libidinal** *adj.*

Libra (ไล' บระ, ลี'-) *n., pl.* **-brae** ชื่อหมู่ดาวตาชั่งอยู่ระหว่าง Virgo และ Scorpio, ราศีตุล

librarian (ไลแบร' เรียน) *n.* บรรณารักษ์ **-librarianship** *n.*

library (ไล' บระรี, -แบรรี) *n., pl.* **-braries** ห้องสมุด, หอเก็บหนังสือ, การเก็บรวมโปรแกรมมาตรฐานของคอมพิวเตอร์

Library of Congress ห้องสมุดแห่งชาติของสหรัฐอเมริกาในกรุงวอชิงตัน ตั้งขึ้นเมื่อปี ค.ศ. 1800

libretto (ลิเบรท' โท) *n., pl.* **-tos/-ti** หนังสือบทละครอุปรากร, หนังสือบทเพลง **-librettist** *n.*

Libya (ลิบ' เบีย, -ยะ) ประเทศลิเบียในแอฟริกาตอนเหนือ **-Libyan** *adj., n.*

Libyan (ลิบ' เบียน, ลิบ' เยิน) *adj.* เกี่ยวกับลิเบีย *-n.* ชาวและภาษาลิเบีย

lice (ไลซฺ) *n.* พหูพจน์ของ louse

licence, license (ไล' เซินซฺ) *n.* ใบอนุญาต, การอนุญาต, การอนุมัติ, สิทธิ์การดำเนินการ, สิทธิ์ในการใช้สิทธิบัตรของคนอื่นโดยถูกต้องตามกฎหมาย *-vt.* **-censed, -censing** ออกใบอนุญาต, ให้อำนาจ **-licensable** *adj.* (-S. permit) *-Ex. Father has a driving license., One must have a license to fish; to hunt; to marry and to do many other things., to be given full license to do, license plate, license tag*

licensee (ไลเซินซี') *n.* ผู้ได้รับใบอนุญาต

licenser, licensor (ไล' เซินเซอะ) *n.* ผู้อนุญาต, ผู้ออกใบอนุญาต

licentiate (ไลเซน' ชีเอท, -อิท, -เชิท) *n.* ผู้ได้รับอนุญาตให้ประกอบอาชีพในสาขาใดสาขาหนึ่ง, ปริญญาโทจากบางมหาวิทยาลัยในยุโรป **-licentiateship** *n.*

licentious (ไลเซน' เชิส) *adj.* มักมากในกาม, หมกมุ่นในโลกีย์วิสัย, ไม่มีศีลธรรม, ผิดกฎหมาย, แหกคอกประเพณี, ไม่คำนึงถึงกฎเกณฑ์ **-licentiously** *adv.* **-licentiousness** *n.* (-S. wanton, lewd)

lichee (ลี' ชี) *n.* ดู litchi

lichen (ไล' เคิน) *n.* พืชผสมระหว่าง fungus กับ alga ซึ่งอยู่รวมกันแบบเกื้อกูลซึ่งกันและกัน, โรคผิวหนัง

lichen

พุพอง *-vt.* ปกคลุมด้วย lichen **-lichenous, lichenose** *adj.*

licit (ลิซ' ซิท) *adj.* ถูกกฎหมาย, ชอบด้วยกฎหมาย **-licitly** *adv.* **-licitness** *n.*

lick (ลิคฺ) *vt., vi.* เลีย, เลียออก, เลียกิน, ไฟ (แลบ), ตี, เฆี่ยน, ชนะ, มีชัย *-n.* การเลีย, ปริมาณอาหารที่เลียกินครั้งหนึ่ง, ปริมาณเล็กน้อย, การตี, การเฆี่ยน, การกระทำอย่างรวดเร็ว **-licks** โอกาส **-lick into shape** ทำให้สมบูรณ์ **-lick and a promise** การกระทำอย่างเร่งรีบแบบพอเป็นพิธี *-Ex. The dog licked the milk from his pan., Cows lick large pieces of rock salt., Dang would like to lick the bully at school., Mother put a lick of sugar in the pudding., Flames licked up the walls of the burning house.*

licking (ลิค' คิง) *n.* การตี, การเฆี่ยน, การหวด, ความผิดหวัง, ความปราชัย, การเสื่อมถอย

L

lickspittle (ลิค' สพิทเทิล) *n.* บุคคลที่น่าดูถูก, ผู้ยกยอ, ผู้ประจบประแจง

licorice, liquorice (ลิค' คะริส, ลิค' เคอะริช, ลิค' ริช) *n.* พืชชะเอมจำพวก *Glycyrrhiza glabra*, รากชะเอมซึ่งมีรสหวาน, ชะเอมเทศ

lictor (ลิค' เทอะ) *n.* ผู้ติดตามผู้พิพากษาของกรุงโรมโบราณ มือถือขวานอยู่เสมอ

lid (ลิด) *n.* ฝา, ฝาปิด, ฝาปิดภาชนะ, หนังตา, สิ่งปกปิด, (คำสแลง) หมวก กัญชาจำนวนเล็กน้อยประมาณ 1 ออนซ์ **-lidded** *adj.* (**-S.** top, cover) *-Ex. the lid of a box*

lido (ลี' โด) *n.* สถานที่พักผ่อนตามชายทะเล, แหล่งว่ายน้ำสาธารณะ

lie[1] (ไล) *n.* คำเท็จ, คำโกหก, ความเท็จ, การหลอกลวง, การพูดโกหก, สิ่งที่หลอกลวง, แย้ง *-v.* **lied, lying** *-vi.* พูดโกหก, โกหก *-vt.* ใช้วิธีการหลอกลวงแก่, ใช้วิธีการหลอกลวงทำให้ (**-S.** fabrication)

lie[2] (ไล) *vi.* **lay, lain, lying** นอน, หมอบ, นอนลง, เอนลง, เอกเขนก, วาง, พิง, พักแรม *-n.* การวาง, ที่พักของสัตว์, ช่วงเวลาพัก **-lie down on the job** ทำน้อยกว่าที่ควร **-lie in** นอนอยู่บนเตียง **-lie over** เลื่อนไป **-lie to** (เรือ) เกือบหยุดอยู่กับที่ **-lie off** (เรือ) จอดอยู่ไกลจากฝั่ง (**-S.** recline, rest)

lie detector เครื่องจับการพูดเท็จ *-Ex. The prisoner refused to submit to the lie detector.*

lief (ลีฟ) *adv.* อย่างดีใจ, อย่างเต็มใจ *-adj.* เต็มใจ, ต้องการ, สมัครใจ, ยินยอม, เป็นที่รัก

liege (ลีจ) *n.* เจ้า, ผู้ครอบครองที่ดินโดยได้สิทธิจากกษัตริย์ (ในสมัยศักดินา), ขุนนางผู้ใหญ่ *-adj.* มีหน้าที่จงรักภักดีต่อกษัตริย์, เกี่ยวกับความสัมพันธ์ระหว่างผู้ครอบครองที่ดินกับกษัตริย์

lien (ลีน, ลี' เอิน) *n.* การยึดทรัพย์สินของลูกหนี้เพื่อที่จะนำมาชำระหนี้หรือจนกว่าจะนำเงินมาชำระหนี้

lieu (ลู) *n.* การแทน **-in lieu of** แทนที่

lieutenant (ลูเทน' เนินทฺ, เลฟเทน'-) *n.* ร้อยโท, เรือโท **-lieutenancy** *n.*

lieutenant colonel พันโท, นาวาโท

lieutenant commander นาวาตรี

lieutenant general พลโท

lieutenant governor รองผู้ว่าราชการ

life (ไลฟฺ) *n., pl.* **lives** ชีวิต, สิ่งมีชีวิต, การดำรงชีวิต, ช่วงระยะเวลาที่มีชีวิต, ชั่วชีวิต, ชีวประวัติ, ความยืดหยุ่น, วิธีการดำรงชีวิต, สิ่งมีค่าของชีวิต, บุคคลที่มีค่าของชีวิต, ช่วงระยะเวลาแห่งอำนาจ ความรุ่งเรือง ฯลฯ, โทษจำคุกตลอดชีวิต, ฟอง *-adj.* ชั่วชีวิต, มีชีวิต **-as large/big as life** ใหญ่เท่าตัวจริง, เป็นความจริง **-for dear life** ช่วยชีวิตด้วยความเร็วหรือกำลังสุดๆ **-not on your life** ไม่อย่างแน่นอน

life belt เข็มขัดชูชีพ, สายชูชีพ

lifeblood (ไลฟฺบลัด') โลหิตแห่งชีวิต, โลหิต, สิ่งที่จรรโลงชีวิต

lifeboat (ไลฟฺ' โบท) *n.* เรือชูชีพ

life buoy ห่วงชูชีพ

life cycle วงจรชีวิต, วัฏจักรชีวิต

life expectancy ช่วงอายุของชีวิต, ระยะเวลาที่มีชีวิตอยู่

life-giving (ไลฟฺ' กิฟวิง) *adj.* ให้ชีวิต, บำรุงชีวิต

lifeguard (ไลฟฺ' การ์ด) *n.* เจ้าหน้าที่คอยช่วยชีวิตคนตกน้ำ

Life Guards กองทหารรักษาพระองค์, กองทหารม้ารักษาพระองค์ของอังกฤษ

life history ชีวประวัติ, วงจรชีวิต, วัฏจักรชีวิต

life insurance การประกันชีวิต

life jacket, life vest เสื้อชูชีพ

lifeless (ไลฟฺ' ลิส) *adj.* ไม่มีชีวิต, ตาย, ไม่มีสิ่งมีชีวิต, ไม่มีชีวิตชีวา, มืดมน, จืดชืด, ไม่รู้สึก **-lifelessly** *adv.* **-lifelessness** *n.*

lifelike (ไลฟฺ' ไลคฺ) *adj.* คล้ายมีชีวิต, เหมือนจริง *-Ex. That statue is so lifelike; I thought it would move.*

lifeline (ไลฟฺ' ไลนฺ) *n.* สายดึงนักประดาน้ำขึ้นลง, สายชูชีพ, เส้นชีวิต, วิถีทางจรรโลงชีวิต

lifelong (ไลฟฺ' ลอง) *adj.* ตลอดชีวิต, ชั่วชีวิต *-Ex. a lifelong friendship*

life preserver ห่วงชูชีพ (ทำให้คนลอยน้ำ)

lifer (ไล' เฟอะ) *n.* (คำสแลง) ผู้ถูกศาลตัดสินลงโทษจำคุกตลอดชีวิต, ผู้อุทิศชีวิตทำงานอย่างเดียวนั้นตลอดชีวิต

life raft แพชูชีพ

lifesaver (ไลฟฺ' เซเวอะ) *n.* ผู้ช่วยชีวิตคนอื่น, เจ้าหน้าที่ชายฝั่งที่คอยช่วยชีวิตคนตกน้ำหรือจมน้ำ **-lifesaving** *n., adj.* (**-S.** lifeguard)

life-size (ไลฟฺ' ไซซฺ) *adj.* เกี่ยวกับขนาดธรรมชาติของสิ่งมีชีวิต, เกี่ยวกับขนาดธรรมชาติของคนที่มีชีวิตอยู่ (**-S.** life-sized)

life span ระยะยาวแห่งชีวิต, ช่วงอายุ, ช่วงชีวิต

life style, lifestyle (ไลฟฺ' สไตลฺ) *n.* วิถีทางการดำเนินชีวิต, ลีลาชีวิต

lifetime (ไลฟฺ' ไทมฺ) *n.* ช่วงระยะเวลาของการดำรงชีวิต, ตลอดชีวิต, ชั่วชีวิต *adj.* ตลอดชีวิต, ชั่วชีวิต *-Ex. This watch has a lifetime guarantee.*

lifework (ไลฟฺ' เวิร์ค) *n.* ผลงานสมบูรณ์หรือสำคัญในช่วงชีวิตนี้, งานที่สำคัญที่สุดในช่วงชีวิต

lift (ลิฟทฺ) *vt.* ยก, ยกขึ้น, ชูขึ้น, แบกขึ้น, เงยขึ้น, โยงขึ้น, ลำเลียงขึ้น, ยกระดับ,ทำให้เสียงดังขึ้น, ถอน, เพิกถอน *-vi.* ขึ้น, ลอยขึ้น, เลื่อนขึ้น, ลอยขึ้นและกระจาย *-n.* การยก, การแบกขึ้น, การยกระดับขึ้น, ระยะทางที่ถูกยกขึ้น, น้ำหนักหรือปริมาณที่ถูกยกขึ้น, เครื่องยก, ลิฟต์, บันไดไฟฟ้า, ระดับชั้น ระดับน้ำขึ้น, การขนส่งด้วยเครื่องบิน **-lifter** *n.* (-S. hoist, raise) *-Ex. to lift (up) a box, too heavy to lift, to lift the soul out of despair, The clouds lifted., Fog lifted., Lift up your hands., Lift up your head., With a lift of his hand Sombat signaled to his driver.*

liftoff, lift-off (ลิฟทฺ' ออฟ) *n.* การที่จรวดเคลื่อนขึ้นจากฐานปล่อยจรวด, การบินขึ้น, เวลาที่เคลื่อนขึ้นหรือบินขึ้น

lift pump เครื่องปั๊มน้ำ, เครื่องสูบน้ำขึ้น

ligament (ลิก' กะเมินทฺ) *n.* เอ็น, เอ็นยึด, เอ็นขึง, สายขึง

ligate (ไล' เกท) *vt.* **-gated, -gating** ผูก, มัด, รัด, รัดเส้นโลหิตที่มีเลือดไหลออกอยู่ **-ligation** *n.* (-S. tie)

ligature (ลิก' กะเชอะ) *n.* การผูก, การมัด, การรัด, สิ่งที่ใช้ผูก มัดหรือรัด, การผูกเป็นเงื่อน, ตัวหนังสือควบกัน (เช่น am), สายรัด *-vt.* **-tured, -turing** ผูก, มัด, รัด, ผูกเป็นเงื่อน

light[1] (ไลทฺ) *n.* แสง, แสงสว่าง, ความสว่าง, ไฟ, ดวงไฟ, ตะเกียง, โคม, โคมไฟ, ประทีป, แหล่งกำเนิดแสง, ประภาคาร, ไฟสัญญาณ, อรุณ, กลางวัน, ผู้มีชื่อเสียง, ดารา, การปรากฏ, สิ่งที่ใช้ติดไฟ, การรู้ *-adj., adv.* สว่าง, มีแสงสว่าง, ซีด, ขาว, จาง, มีครีมหรือนมมาก, เปล่งปลั่ง, ผ่องใส *-v.* **lighted/lit, lighting** *-vt.* จุดไฟ, จุดบุหรี่, เปิดไฟ, ติดไฟ, ส่องสว่าง, ทำให้สว่าง, นำทางด้วยไฟ, ไฟฉายหรือดวงไฟ *-vi.* ติดไฟ, ลุกเป็นไฟ, จุดบุหรี่, จุดซิการ์, กลายเป็นสว่าง, มีชีวิตชีวา **-in the light of** เมื่อพิจารณาถึง

light[2] (ไลทฺ) *adj.* เบา, ไม่หนัก, ขนาดเบา, เบาแรง, บอบบาง, เล็กน้อย, นิดหน่อย, ว่องไว, คล่องแคล่ว, จาง, ง่าย, จัดการได้ง่าย, ไม่ลำบาก, เริงรมย์, เล่นๆ, (อาหาร) เบา, มีทรายมาก, ร่าเริง, เหลาะแหละ, ปล่อยตัว, มักมากในกาม, เสเพล, เปลี่ยนแปลงง่าย, งงงัน, ติดอาวุธขนาดเบา, มีสินค้าบรรทุกเล็กน้อย, (ลม) มีความเร็วไม่เกิน 7 ไมล์ต่อชั่วโมง *-adv.* อย่างเบา, ไม่มาก *-vi.* **lighted/lit, lighting** ลง, ลงจากรถ, ลงจากม้า, ลงมาเกาะ, ลงเดิน, ปรากฏขึ้นอย่างบังเอิญ **-light into** โจมตี, กล่าวโจมตี **-light out** จากไปอย่างรวดเร็ว **-make light of** ไม่ต้องเอาจริงเอาจัง, ถือเป็นเรื่องเล็ก **-lightish** *adj.*

light air ลมที่มีความเร็ว 1-3 ไมล์ต่อชั่วโมง

lighten[1] (ไล' เทิน) *vi.* เบาขึ้น, จางขึ้น, สว่างขึ้น, โล่งอก, เบิกบาน, แววววับ, สว่าง *-vt.* ทำให้สว่างขึ้น, ส่องแสงสว่าง, ทำให้เบาขึ้น, ทำให้จางขึ้น, รู้, แวววับ **-lightener** *n.* (-S. brighten)

lighten[2] (ไล' เทิน) *vt.* ทำให้เบาขึ้น, ลดน้ำหนัก, ลดภาระ, ลดหย่อน, ทำให้โล่งอก, ทำให้เบิกบานใจ *-vi.* ลดลง, ลดหย่อน, เบาขึ้น, ง่ายขึ้น, สบายใจขึ้น **-lighten up** สบายใจขึ้น **-lightener** *n.* (-S. diminish, reduce)

lighter[1] (ไล' เทอะ) *n.* ผู้จุดไฟ, เครื่องจุดไฟ, ไฟแช็ก

lighter[2] (ไล' เทอะ) *n.* เรือขนส่งสินค้าขึ้นลงจากเรือใหญ่ในระยะสั้น *-vt., vi.* ขนส่งด้วยเรือดังกล่าว

lightface (ไลทฺ' เฟส) *n.* ตัวพิมพ์ชนิดบาง *adj.* เป็นตัวพิมพ์ชนิดบาง **-light-faced** *adj.*

light-fingered (ไลทฺ' ฟิงเกอร์ด) *adj.* มือเบา, นิ้วเรียวยาว, ชำนาญการล้วงกระเป๋า **-light-fingeredness** *n.*

light-footed (ไลทฺ' ฟุททิด)*adj.* เดินอย่างเบาและสง่างาม **-light-footedly** *adv.* **-light-footedness** *n.* (-S. light-foot)

lightheaded (ไลทฺ' เฮดดิด) *adj.* เลินเล่อ, สะเพร่า, วิงเวียนศีรษะ **-lightheadedly** *adv.* **-lightheadedness** *n.*

lighthearted (ไลทฺ' ฮาร์ทิด) *adj.* เบิกบานใจ, ร่าเริง, ไม่มีอะไรเป็นห่วง **-lightheartedly** *adv.* **-lightheartedness** *n.* (-S. gay, carefree)

light heavyweight นักมวยรุ่นที่มีน้ำหนัก 161-175 ปอนด์ อยู่ระหว่างรุ่นมิดเดิลเวตกับเฮฟวีเวต

lighthouse (ไลทฺ' เฮาซฺ) *n.* ประภาคาร

lighthouse

lighting (ไล' ทิง) *n.* การจุดไฟ, การส่องแสงสว่าง, การจัดไฟ, อุปกรณ์ติดตั้งการส่องแสงสว่าง

lightly (ไลทฺ' ลี) *adv.* เบา, เบาบาง, เล็กน้อย, นิดหน่อย, อย่างง่ายๆ, ไม่ลำบาก,ร่าเริง, เบิกบานใจ, อย่างสะเพร่า, อย่างเลินเล่อ, ว่องไว, คล่องแคล่ว, ไม่สนใจ, ล่องลอย (-S. slightly)

light-minded (ไลทฺ' ไมนฺดิด) *adj.* เหลาะแหละ, ไม่เอาจริงเอาจัง, สะเพร่า, เลินเล่อ **-light-mindedly** *adv.* **-light-mindedness** *n.*

lightness[1] (ไลทฺ' นิส) *n.* ความสว่าง, การมีสีอ่อน, การมีสีซีด

lightness[2] (ไลทฺ' นิส) *n.* ความเบา, การมีน้ำหนักเบา, ความแคล่วคล่อง, การไม่มีภาระ, ความเบิกบานใจ, ความอ่อนช้อย, ความเก๋, ความเลินเล่อ, ความสะเพร่า *-Ex. The lightness of the box made it easy to lift., We were amazed at the lightness of the magistrate's sentence., the lightness of his step*

lightning (ไลทฺ' นิง) *n.* ฟ้าแลบ *-vi.* ปล่อยไฟแลบ, (ฟ้า) แลบ *-adj.* เกี่ยวกับหรือคล้ายฟ้าแลบ

lightning arrester สายล่อฟ้า, อุปกรณ์ล่อฟ้า

lightning bug, lightning beetle แมลงหิ่งห้อย

lightning rod สายล่อฟ้า

lightproof (ไลทฺ' พรูฟ) *adj.* ซึ่งไม่ให้แสงผ่านได้

lights (ไลทฺซฺ) *n. pl.* ปอด (โดยเฉพาะของแกะ สุกร และสัตว์เลี้ยงชนิดอื่นๆ), เครื่องในสัตว์

lightship (ไลทฺ' ชิพ) *n.* เรือทอดสมอที่ให้สัญญาณไฟเพื่อช่วยการเดินเรือของเรืออื่นๆ

lightsome[1] (ไลทฺ' เซิม) *adj.* เบา, คล่องแคล่ว, ว่องไว, เบิกบาน, ร่าเริง, เหลาะแหละ, สะเพร่า, เลินเล่อ, เปลี่ยนแปลงง่าย

lightsome[2] (ไลทฺ' เซิม) *adj.* ปล่อยแสง, สะท้อนแสง, ส่องแสงสว่าง, สว่างไสว

lightstruck (ไลทฺ' สทรัค) *adj.* ถูกแสง, ต้องแสง

lightweight (ไลทฺ' เวท) *adj.* เบา, มีน้ำหนักเบา,

L

ไม่จริงจัง, เหลาะแหละ, สะเพร่า, เลินเล่อ, เกี่ยวกับนักมวยรุ่นไลต์เวต *-n.* บุคคลที่มีน้ำหนักเบากว่าปกติ, นักมวยที่มีน้ำหนัก 126-135 ปอนด์ อยู่ระหว่างรุ่นเฟเธอร์เวตกับรุ่นเวลเทอร์เวต

lightwood (ไลทฺ' วูด) *n.* ไม้สำหรับติดไฟ, ไม้สน

light-year (ไลทฺ' เยียร์) *n.* ปีแสง, ระยะทางที่แสงเดินทางในเวลาหนึ่งปี (ประมาณ 5,880,000,000,000 ไมล์)

ligneous (ลิก' เนียส) *adj.* คล้ายไม้, เป็นไม้

lignify (ลิก' นิไฟ) *vt., vi.* **-fied, -fying** เปลี่ยนให้เป็นไม้หรือวัสดุคล้ายไม้ **-lignification** *n.*

lignite (ลิก' ไนทฺ) *n.* ถ่านลิกไนต์ เป็นถ่านหินในรูปที่ยังไม่สมบูรณ์ มักมีสีดำอมน้ำตาล มีลักษณะคล้ายเนื้อไม้ **-lignitic** *adj.*

likable, likeable (ไล' คะเบิล) *adj.* น่ารัก, น่าชื่นชอบ **-likableness, likability** *n.*

L

like[1] (ไลคฺ) *adj.* เหมือนกัน, คล้ายกัน, อย่างเดียวกัน, จวนจะ, ดูเหมือน *-prep.* เหมือนกับ, คล้ายกับ, เป็นลักษณะเฉพาะของ, อย่างเดียวกันกับ, ดูเหมือน *-adv.* ประมาณใกล้กับ, ใกล้จะ, เกือบจะ, โดยประมาณ, ดูเหมือน *-conj.* เหมือนกับ, ยังกับ *-n.* สิ่งที่เหมือนกัน, คนที่เหมือนกัน, ชนิด, ประเภท *-vi.* **liked, liking** เกือบจะ **-like anything** อย่างมากๆ, อย่างยิ่ง, เต็มที่ *-Ex. It looks like a bird., A fellow like Edison could invent it., What's it like?, What's Udom like?, It's just like his impudence to..., I wish I could write like that; like you., Don't speak to me like that!, It looks like rain.*

like[2] (ไลคฺ) *vt., vi.* **liked, liking** ชอบ, อยาก, ปรารถนา **-likes** สิ่งที่ชอบ, สิ่งที่ปรารถนา (-S. relish, enjoy)

-like คำปัจจัย มีความหมายว่า เหมือน, คล้าย

likelihood (ไลคฺ' ลีฮุด) *n.* ความเป็นไปได้, ความน่าจะเป็นไปได้ (-S. possibility, liability, prospect)

likely (ไลคฺ' ลี) *adj.* **-lier, -liest** เป็นไปได้, น่าจะเป็นไปได้, เหมาะสม, สมควร, มีหวัง *-adv.* เป็นไปได้ *-Ex. Udom is likely to go., It is likely to happen., It is likely that it will happen., the most likely, quite likely*

like-minded (ไลคฺ' ไมนฺดิด) *adj.* มีใจเดียวกัน, มีจุดประสงค์เดียวกัน **-like-mindedly** *adv.* **-like-mindedness** *n.*

liken (ไล' เคิน) *vt.* เปรียบเทียบ, เปรียบเสมือน *-Ex. liken one's living to a battle*

likeness (ไลคฺ' นิส) *n.* ความเหมือนกัน, ความคล้ายคลึงกัน (-S. similarity) *-Ex. There was much likeness between the twins., in the likeness of a sailor, a likeness of Grandmother as a young girl*

likewise (ไลคฺ' ไวซฺ) *adv.* นอกจากนั้น, อนึ่ง, ด้วย, ในทำนองเดียวกัน (-S. moreover, also) *-Ex. Danai jumped into the water and the boy did likewise., Somsri must go to bed early; and Yupa likewise.*

liking (ไล' คิง) *n.* ความชอบ, การชื่นชอบ, ความรู้สึกชื่นชอบ (-S. love) *-Ex. The artist has a liking for painting landscapes.*

lilac (ไล' แลค, -เลิค, -ลาค) *n.* พืชไม้ดอกสีม่วงแดงหรือสีขาวที่มีกลิ่นหอม ดอกเป็นช่อขนาดใหญ่ *-adj.* สีม่วงอ่อน

lilt (ลิลทฺ) *n.* จังหวะเพลงที่ได้จังหวะ, การร้องเพลงเป็นจังหวะ *-vt., vi.* ร้องเพลงเป็นจังหวะ, ร้องอย่างร่าเริง, กระโดดโลดเต้นอย่างรวดเร็ว **-lilting** *adj.* **-liltingly** *adv.* *-Ex. We heard the lilt of Umpai's song as she danced down the gardenpath.*

lily

lily (ลิล' ลี) *n., pl.* **lilies** พืชไม้ดอกรูปกรวยหรือรูประฆังจำพวก *Lilium*, ดอกของพืชดังกล่าว, ตรารูปดอก lily *-adj.* ขาวเหมือนดอกลิลลี, สวยงาม

lily-livered (ลิล' ลีลิฟเวอร์ดฺ) *adj.* ขี้ขลาด, ตาขาว

lily-white (ลิล' ลีไวทฺ') *adj.* ขาวเหมือนดอกลิลลี, บริสุทธิ์, ขาวสะอาด, เกี่ยวกับกลุ่มที่นิยมการแยกเอานิโกรออกไป

Lima (ลี' มะ, ไล'-) ชื่อเมืองหลวงของเปรู, ชื่อเมืองในรัฐโอไฮโอ

limb[1] (ลิม) *n.* แขน, ขา, ปีก, กิ่ง, ก้าน, แขนง, ส่วนยื่น, สมาชิก **-out on a limb** อันตราย, เสี่ยงภัย **-limbless** *adj.*

limb[2] (ลิม) *n.* ขอบรอบ, ขอบโค้ง, ส่วนขอบโค้งของกลีบหรือใบ

limber[1] (ลิม' เบอะ) *adj.* งอได้, ยืดหยุ่น, อรชร, อ่อนนิ่ม *-vi., vt.* ทำให้งอได้, ทำให้ดัดได้, ยืดหยุ่นได้, เปลี่ยนแปลงได้ **-limberness** *n.* (-S. lithe, flexible)

limber[2] (ลิม' เบอะ) *n.* รถสองล้อที่ใช้ลากปืนใหญ่และกระสุนปืน *-vt., vi.* ใช้รถดังกล่าวลาก, ใช้รถดังกล่าวติดกับปืนใหญ่

limbo[1] (ลิม' โบ) *n., pl.* **-bos** การเต้นระบำงอตัวลอดไม้ขวาง

limbo[2] (ลิม' โบ) *n., pl.* **-bos** สถานที่ที่ถูกทอดทิ้งหรือถูกลืม, สถานที่หรือสภาวะที่อยู่ระหว่างสองปลายสุด **-Limbo** บริเวณขอบนรกหรือสวรรค์ เป็นสถานที่ของวิญญาณทารกซึ่งยังไม่ได้ล้างบาปและของคนดีซึ่งตายก่อนที่พระเยซูคริสต์จะลงจุติ

Limburger (cheese) (ลิม' เบอร์เกอะ) *n.* เนยนิ่มชนิดหนึ่งที่มีกลิ่นและรสแรง (-S. Limburg (cheese))

lime[1] (ไลมฺ) *n.* ปูนขาว, แคลเซียมออกไซด์ (Ca0), ตัง, กาวจับนก, สารประกอบแคลเซียมที่ใช้ผสมกับดินที่ขาดธาตุแคลเซียม *-vt.* **limed, liming** ใส่ปูนขาวลงในดิน, ทากาวจับนกบนกิ่งไม้, จับนกด้วยกาวจับนก, ฉาบด้วยปูนขาว

lime[2]

lime[2] (ไลม) *n.* พืชมะนาวจำพวก *Citrus aurantifolia*, ผลของต้นดังกล่าว *-adj.* ทำด้วยมะนาว, รสมะนาว, สีเหลืองอมเขียว

limeade (ไลมฺ' เอด') *n.* น้ำมะนาว

limelight (ไลมฺ' ไลทฺ) *n.* ไฟสำหรับฉายตัวละครบนเวทีสมัยก่อน, แสงไฟหินปูน, จุดที่ประชาชนสนใจ, สายตาของประชาชน

limestone (ไลมฺ' สโทน) *n.* หินปูน

limewater (ไลมฺ' วอเทอะ) *n.* น้ำปูนใส, น้ำที่มีปริมาณแคลเซียมคาร์บอเนตหรือแคลเซียมซัลเฟตมากกว่าปกติ

limey (ไล' มี) *n.* (คำสแลง) กะลาสีเรือหรือทหาร

limit 517 **lingual**

อังกฤษ, ชาวอังกฤษ *adj.* (คำสแลง) ของอังกฤษ

limit (ลิม' มิท) *n.* ขอบเขต, เขต, เขตจำกัด, ขีดจำกัด, วงจำกัด, จำนวนจำกัด *-vt.* จำกัด, กำหนด **-the limit** คนหรือสิ่งที่สุดๆ **-limitable** *adj.* **-limiter** *n.* **-limitation** *n.* *-Ex. the limit of my power, to set a limit to, to go beyond the limit, within limits, within the limits of*

limited (ลิม' มิทิด) *adj.* จำกัด, ถูกจำกัด, แคบ, มีขอบเขต *-n.* รถไฟหรือรถเมล์ที่รับผู้โดยสารจำกัดจำนวน **-limitedly** *adv.* **-limitedness** *n.* *-Ex. A limited number of people can enter the cinema.*

limited edition การพิมพ์จำกัดจำนวน

limiting (ลิม' มิททิง) *adj.* จำกัด, มีขอบเขต

limitless (ลิม' มิทลิส) *adj.* ไม่มีขอบเขต **-limitlessly** *adv.* **-limitlessness** *n.*

limn (ลิม) *vt.* **limned, limning** บรรยาย, อธิบาย, พรรณนา, วาด, ร่างภาพ **-limner** *n.*

limousine (ลิมมะซีน', ลิม'-) *n.* รถเก๋งขนาดใหญ่, รถเก๋งรับส่งคนโดยสารตามท่าอากาศยานและสถานีรถไฟ

limp[1] (ลิมพฺ) *vi.* เดินปวกเปียก, เดินกระโผลกกระเผลก, เดินขาเป๋ *-n.* กระทำอย่างอ่อนระโหย, การดำเนินไปด้วยความลำบากมาก, การดำเนินไปอย่างเชื่องช้าหรือไม่ก้าวหน้า **-limper** *n.* **-limpingly** *adv.*

limp[2] (ลิมพฺ) *adj.* ปวกเปียก, อ่อน, กระโผลกกระเผลก, เหนื่อยอ่อน, อ่อนกำลัง, ไร้พลัง, ไม่มีความหนักแน่น **-limply** *adv.* **-limpness** *n.*

limpet (ลิม' พิท) *n.*หอยทะเลที่มักพบติดอยู่ตามหินใต้น้ำ

limpid (ลิม' พิด) *adj.* ชัดเจน, ใส, กระจ่าง, เงียบสงบที่สุด, ไร้กังวล **-limpidity, limpidness** *n.* **-limpidly** *adv.* (-S. transparent)

linage (ไล' นิจฺ) *n.* จำนวนบรรทัด, จำนวนแถว, คำพิมพ์ต่อบรรทัด, การจัดบรรทัด (-S. lineage)

linchpin (ลินชฺ' พิน) *n.* เดือยบังคับล้อ, หมุด, สลัก, จุดสำคัญ, ประเด็นสำคัญ

Lincoln, Abraham (ลิง' เคิน) (ค.ศ. 1809-65) ประธานาธิบดีคนที่ 16 ของสหรัฐฯ, ชื่อเมืองหลวงของรัฐเนบราสก้าในสหรัฐฯ

linden (ลิน' เดิน) *n.* ชื่อต้นไม้ตระกูล Tiliaceae มีดอกสีเหลืองหรือขาวที่มีกลิ่นหอมใช้เป็นไม้ประดับ *-adj.* เกี่ยวกับต้นไม้ดังกล่าว

line[1] (ไลนฺ) *n.* เส้น, สาย, เชือก, เส้นแบ่ง, เส้นระดับ, ลายเส้น, สายโทรเลข, สายโทรศัพท์, เส้นโลหะ, เส้นเขต, เส้นทางคมนาคม, เส้นโน้ตเพลง, เส้นวิ่ง, เส้นทางเดินรถเดินเรือ, สายการบิน, สายเบ็ด, สายเชือก, แถว, แนว, แนวหน้า, วิธีการ, ข้อความ, จดหมายสั้นๆ, การค้าหรืออาชีพ, บริษัทขนส่ง, (คำสแลง) โคเคนที่ใช้สูดหนึ่งครั้ง *-v.* **lined, lining** *-vi.* เรียงเป็นแนว, เรียงเป็นเส้นตรง, จัดแถว *-vt.* ทำให้เป็นแนวเดียวกัน, นำเข้ามา, จ้าง, จัดแถว, วาดเส้น, วัดด้วยเส้น **-lines** หนังสือทะเบียนสมรส, โชคชะตา, บทพูดในละคร **-draw the/a line** จำกัดขีดขั้น **-come/bring/get into line** ชักชวนทำให้ตกลง **-in line** เห็นด้วยกัน **-read between the lines** ค้นหาความหมายที่ซ่อนเร้นอยู่ **-marriage lines** หนังสือทะเบียนสมรส **-all along the line** ทุกจุด **-hard lines** (คำสแลง) ดวงจู๋ **-linable, lineable** *adj.* (-S. thread)

line[2] (ไลนฺ) *vt.* **lined, lining** ใส่ซับในให้, ใส่, จัดหา **-line one's pockets** หาเงินโดยไม่สุจริต

lineage[1] (ลิน' นิจฺ) *n.* เชื้อสาย, วงศ์ตระกูล, วงศ์, ราชวงศ์ (-S. ancestry, descent) *-Ex. a family of fine lineage*

lineage[2] (ไลนฺ' นิจฺ) *n.* ดู linage

lineal (ลิน' เนียล) *adj.* เป็นเส้นตรง, ซึ่งสืบเชื้อสายโดยตรง **-lineally** *adv.* **-lineality** *n.* (-S. linear)

lineament (ลิน' เนียเมินทฺ) *n.* โฉมหน้า, ลักษณะรูปร่าง, ลักษณะเฉพาะ **-lineamental** *adj.* (-S. feature)

linear (ลิน' เนียร์) *adj.* เป็นแนวตรง, เป็นเส้นตรง, ตามระยะยาว, เป็นแนวยาว, ลายเส้นตรง, คล้ายเส้น, เกี่ยวกับใบยาวแคบ **-linearly** *adv.*

lineate (ลิน' นีเอท, -อิท) *adj.* เป็นเส้น, เป็นเส้นตามยาว, เป็นลายเส้น

lineation (ลินนีเอ' ชัน) *n.* การลากเส้น, การขีดเส้น, การแบ่งออกเป็นเส้นๆ, การใช้เส้นแสดง, เค้าโครง, โครงร่าง, กลุ่มของเส้น

lineman (ไลนฺ' เมิน) *n., pl.* **-men** ช่างติดตั้งหรือซ่อมแซมสำรองโทรศัพท์ โทรเลขหรือสายอื่นๆ (-S. linesman)

linen (ลิน' เนิน) *n.* ผ้าลินิน, สิ่งทอลินิน, ผ้าที่ทอจากเส้นใยต้นแฟลกซ์, เส้นใยของต้นแฟลกซ์ *-adj.* ทำจากผ้าลินิน *-Ex. a linen dress*

line of fire วิถีกระสุน

liner[1] (ไล' เนอะ) *n.* สายเดินเรือสมุทร, สายการบิน, คนเขียนหรือลากเส้น, ช่างเขียนภาพด้วยปากกาหรือดินสอ, ดินสอเขียนคิ้วหรือหนังตา

liner[2] (ไล' เนอะ) *n.* ผ้าซับใน, ซับใน, ที่บุรอง, ผู้ผลิตเครื่องบุรองหรือเครื่องซับใน

linesman (ไลนฺซฺ' เมิน) *n., pl.* **-men** ดู lineman, ผู้กำกับเส้น

lineup (ไลนฺ' อัพ) *n.* การเรียงแถว, การจัดแถว, กลุ่มคน, กองสิ่งของ, เทคนิคการสืบสวนผู้ต้องหาโดยให้พยานชี้ตัวผู้ต้องสงสัยจากแถวคน, รายชื่อผู้เล่น, กลุ่มคนที่มีอุดมการณ์หรือจุดประสงค์คล้ายคลึงกัน

linger (ลิง' เกอะ) *vi.* อ้อยอิ่ง, เกร่, เอ้อระเหย, ยังคงมีชีวิตอยู่, ยังเหลืออยู่, ไม่รู้จักหาย, อืดอาด *-vt.* ปล่อยเวลาให้ผ่านไปอย่างไม่รีบร้อน, เอ้อระเหย**-lingerer** *n.* **-lingering** *adj.* **-lingeringly** *adv.* *-Ex. Mother told Dang not to linger on his way to school.*

lingerie (ลานจะเร', ลอน-, แลน-) *n.* เสื้อและกางเกงชั้นในของสตรี

lingo (ลิง' โก) *n., pl.* **-goes** ภาษา, ภาษาต่างด้าว, ภาษาเฉพาะถิ่น, ภาษาอาชีพ, ภาษาที่เข้าใจยากของคนๆ หนึ่ง

lingua franca (ลิง' กวะ แฟรง' คะ) *n., pl.* **lingua francas/linguae francae** ภาษากลาง, ภาษาที่ผู้พูดภาษาอื่นนิยมใช้กัน, ภาษาผสม (อิตาลี ฝรั่งเศส สเปน ตุรกี กรีกและอาหรับ) ที่ใช้กันในบริเวณชายฝั่งของทะเลเมดิเตอร์เรเนียน

lingual (ลิง' เกวิล) *adj.* เกี่ยวกับลิ้น, เกี่ยวกับภาษาซึ่งออกเสียงโดยใช้ลิ้นช่วย (โดยเฉพาะด้วยปลายลิ้น) *-n.* เสียงจากลิ้น **-lingually** *adv.*

L

linguist (ลิง' กวิสทฺ) *n.* ผู้เชี่ยวชาญหลายภาษา, ผู้พูดได้หลายภาษา, ผู้เชี่ยวชาญในภาษาศาสตร์

linguistic (ลิงกวิส' ทิค) *adj.* เกี่ยวกับภาษา, เกี่ยวกับภาษาศาสตร์ **-linguistically** *adv.*

linguistics (ลิงกวิส' ทิคซฺ) *n. pl.* ภาษาศาสตร์, นิรุกติศาสตร์

liniment (ลิน' นะเมินทฺ) *n.* ยาทาถูนวด

lining (ไล' นิง) *n.* ชั้นบุใน, ซับใน, เครื่องบุใน, สิ่งบุรอง, การบุรอง *-Ex. The tailor sewed the lining into Father's coat.*

link (ลิงคฺ) *n.* สิ่งเชื่อมต่อ, การเชื่อม, ข้อลูกโซ่, ข้อต่อ, ห่วงเชื่อม, เครื่องประสาน, เครื่องเกี่ยวดอง, หน่วยสื่อสาร, กระดุมหรือที่หนีบของแขนเสื้อเชิ้ต, หน่วยความยาว 7.92 นิ้ว (หน่วยวัด), ส่วนที่เป็นโค้งเว้าของแม่น้ำลำธาร *-vt., vi.* เชื่อม, ต่อ, ประสาน (-S. bind) *-Ex. A chain is made of links., Facts that join together to make a complete story are links., A noted criminal is linked with the bank robbery.*

linkage (ลิง' คิจฺ) *n.* การเชื่อมต่อ, การต่อ, การประสาน, การผนึก, การปฏิบัติการร่วมกัน, เครื่องต่อ, ลิ้นร่วม

links (ลิงคฺซฺ) *n. pl.* สนามกอล์ฟ

linkup (ลิงคฺ' อัพ) *n.* การพบกัน, การเชื่อมต่อ, สิ่งเชื่อมต่อ

lino, linoleum (ลิโน' เลียม) *n.* พรมน้ำมัน, ฝ้าย, สิ่งทออาบน้ำมัน, สลักนูนของพรมน้ำมัน

linotype (ไลนฺ' นะไทพฺ) *n.* เครื่องเรียงตัวพิมพ์ *-vt., vi.* **-typed, -typing** พิมพ์ด้วยเครื่องดังกล่าว **-linotypist, linotyper** *n.*

linseed (ลิน' ซีด) *n.* เมล็ดของต้นแฟลกซ์ (flax) (-S. flaxseed)

linseed oil น้ำมันลินซีดจากเมล็ดของต้นแฟลกซ์ (flax) ใช้ทำสี หมึก พรมน้ำมันและอื่นๆ

linseed

lint (ลินทฺ) *n.* ผ้าสำลี, ผ้าพันแผล, สำลี **-lintless** *adj.* **-linty** *adj.*

lintel (ลิน' เทิล) *n.* ขื่อประตู

lion (ไล' เอิน) *n., pl.* **lions/lion** สิงโต, ราชสีห์, สัตว์ตระกูลแมวจำพวก *Panthera leo,* ชายที่แข็งแรงและกล้าหาญมาก, ผู้ที่มีชื่อเสียง, บุคคลสำคัญ, สิ่งสำคัญ, กลุ่มดาวสิงห์, สิงโตที่ใช้เป็นเครื่องหมายแทนประเทศอังกฤษ, สมาชิกสโมสรไลออนสากล, เหรียญเงินตราที่มีรูปสิงโตอยู่บนเหรียญ **-Lion** ราศีสิงห์

lionhearted (ไล' เอินฮาร์ทิด) *adj.* กล้าหาญ, กล้า

lionize (ไล' เอินไนซฺ) *vt.* **-ized, -izing** ยกย่องเป็นผู้มีชื่อเสียง, ชมสิ่งที่น่าสนใจหรือสถานที่น่าสนใจ **-lionization** *n.* **-lionizer** *n.*

lion's share ส่วนแบ่งที่มากที่สุด, ส่วนแบ่งที่มากอย่างไม่สมเหตุสมผล

lip (ลิพ) *n.* ฝีปาก, สิ่งหรือส่วนที่คล้ายริมฝีปาก, ขอบภาชนะ, ริม, (คำสแลง) การพูดทะลึ่งหรืออวดดี *-vt.* **lipped, lipping** ใช้ริมฝีปากแตะ, ตีลูกกอล์ฟข้ามขอบหลุม *-adj.* เกี่ยวกับริมฝีปาก **-hang on the lips of** ตั้งใจฟัง **-lipless** *n. -Ex. The word was just on my lips., lip-reading, lip-service*

lipstick (ลิพ' สติค) *n.* ลิปสติก, ชาดทาปาก, ครีมทาริมฝีปาก

liquate (ไล' เควท) *vt.* **-quated, -quating** เผาให้ละลาย, ละลาย **-liquation** *n.*

liquefy (ลิค' ควิไฟ) *vt., vi.* **-fied, -fying** ทำให้เป็นของเหลว, กลายเป็นของเหลว **-liquefiable** *adj.* **-liquefier** *n. -Ex. Ice cream liquefies quickly in hot weather. Great heat is needed to liquefy metals.*

liqueur (ลีเคอร์', ลิ-) *n.* เหล้า, สุรา (-S. alcohol)

liquid (ลิค' ควิด) *adj.* เป็นของเหลว, เกี่ยวกับหรือประกอบด้วยของเหลว, ไหลคล้ายน้ำ, ใส, ใสแจ๋ว, รื่น, เก๋, งดงาม, อิสระ, ไม่ถูกบังคับ, เงินสด *-n.* ของเหลว **-liquidness** *n.* **-liquidly** *adv.* (-S. fluid, wet, smooth, soft) *-Ex. in the linquid state, liquid foods, liquid eyes, liquid sounds, to pour the liquid into the bottle, The Thai dog watched me with his big liquid eyes., His liquid assets were some government bonds.*

liquidate (ลิค' ควิเดท) *v.* **-dated, -dating** *-vt.* ชำระหนี้, ชำระบัญชี, สะสาง, เปลี่ยนเป็นเงินสด, กำจัดโดยการฆ่าทิ้ง *-vi.* ชำระหนี้หรือบัญชี **-liquidator** *n.*

liquidation (ลิควิเด' ชั่น) *n.* การชำระหนี้, การชำระบัญชี, การเปลี่ยนให้เป็นเงินสด

liquidity (ลิควิด' ดิที) *n.* สภาพที่เป็นของเหลว, ความคล่องตัว, ความสามารถจะเปลี่ยนเป็นเงินสดได้

liquidize (ลิค' ควิไดซฺ) *vt.* **-ized, -izing** ทำให้เป็นของเหลว (-S. liquefy)

liquid measure หน่วยวัดความจุของเหลว เช่น 4 gills = 1 pint, 2 pints = 1 quart, 4 quarts = 1 gallon

liquor (ลิค' เคอะ) *n.* น้ำกลั่น, เหล้ากลั่นจำพวกบรั่นดีหรือวิสกี้ (ต่างจากเหล้าองุ่นหรือเบียร์ที่ต้องผ่านการหมักหรือ fermentation), สารที่เป็นของเหลว, สารละลาย, น้ำเนื้อ *-vt., vi.* ดื่มหรือทำให้ดื่มเหล้า

lira (เลีย' ระ) *n., pl.* **lire/liras** เหรียญและหน่วยเงินตราของอิตาลี, เหรียญและหน่วยเงินตราของตุรกี

Lisbon (ลิซฺ' เบิน) ชื่อเมืองท่าและเมืองหลวงของโปรตุเกส

lisle (ไลลฺ) *n.* ด้ายฝ้ายชนิดหนึ่งที่ใช้ทำถุงมือถุงเท้า *-adj.* ซึ่งทำด้วยฝ้ายดังกล่าว

lisp (ลิสพฺ) *n.* ข้อบกพร่องในการพูดที่ชอบออกเสียง s และ z เป็นเสียงคล้าย th, การพูดเสียงไม่ชัดคล้ายเด็กๆ *vt., vi.* ออกเสียงบกพร่องดังกล่าว, พูดเสียงไม่ชัดคล้ายเด็กๆ **-lisper** *n.* **-lispingly** *adv. -Ex. Yupin spoke with a lisp.*

lissome, lissom (ลิส' เซิม) *adj.* อ่อนระทวย, อรชร, คล่องแคล่ว, ว่องไว **-lissomely, lissomly** *adv.* **-lissomeness, lissomness** *n.*

list[1] (ลิสทฺ) *n.* รายการ, รายชื่อ, บัญชีรายชื่อ, สารบาญ, รายชื่อหลักทรัพย์, ขอบ, ริม, ขอบผ้า, แผ่นยาว, ลายเส้น, แถบยาว, แถบสี, คันนา *-vt.* ทำด้วยแถบหรือริ้วผ้า, ทำเป็นร่อง, ใส่ขอบ, ใส่บัว, ตัดออกเป็นชิ้นยาว, ลงรายการ, ลงรายชื่อ, ลงบัญชี *-vi.* จัดไว้ขายในราคา, ลงรายชื่อ **-lister** *n.* **-listing** *n. -Ex. list price, an export list, packing list, shopping list, Our teacher wrote a*

list of spelling words on the blackboard., Mother listed the groceries she expected to buy.

list[2] (ลิสฺทฺ) *n.* การเอียงไปข้างหนึ่ง *-vi.* เอียงข้าง *-vt.* ทำให้เอียงข้าง

list[3] (ลิสทฺ) *vt., vi.* ฟัง, ได้ยิน

listen (ลิส' เซิน) *vi.* ฟัง, ตั้งใจฟัง, เชื่อฟัง, คอยฟัง *-vt.* ฟัง, ได้ยิน *-n.* การฟัง **-listen in** แอบฟัง, ฟังประกาศ **-listenable** *adj.* **-listener** *n.* (-S. hear, heed -A. ignore, neglect, disregard)

listing (ลิส' ทิง) *n.* การรวบรวมรายชื่อ, การรวบรวมรายการ, การถูกรวมอยู่ในรายชื่อ, การลงรายการ, การลงรายชื่อ, รายชื่อ, รายการ, บัญชีรายชื่อ, สารบาญ, บันทึก

listless (ลิส' ลิส) *adj.* ไม่มีความโน้มเอียง, ไม่สนใจในสิ่งใด, เมินเฉย, เฉยเมย **-listlessly** *adv.* **-listlessness** *n.* (-S. languid, apathetic) *-Ex. The damp weather makes us all feel listless.*

lit (ลิท) *vt., vi.* กริยาช่อง 2 และ 3 ของ light *-Ex. The candles were lit., The bird lit on a bush.*

lit. ย่อจาก literature วรรณคดี

litany (ลิท' เทินนี) *n., pl.* **-nies** เพลงสวดหรือการอธิษฐานแบบถามตอบที่ต่อเนื่องกัน

litchi (ลี' ชี) *n.* ต้นลิ้นจี่ *(Litchi chinensis)* (-S. lichee)

liter, litre (ลีท' เทอะ) *n.* ลิตร

literacy (ลิท' เทอระซี) *n.* ความสามารถอ่านออกเขียนได้, การรู้หนังสือ

literal (ลิท' เทอเริล) *adj.* ตามตัวอักษร, ตามตัวหนังสือ, ตามตัวพยัญชนะ, แท้จริง, ไม่เลยเถิด **-literally** *adv.* **-literalness** *n.* (-S. verbal , exact, precise, strict) *-Ex. literal error, literal translation, numerical or literal*

literalism (ลิท' เทอเริลลิซึม) *n.* การยึดถือตามตัวอักษร, ความแท้จริง, การไม่บิดเบือนจากความหมายตามตัวอักษร **-literalistic** *adj.* **-literalist** *n.*

literary (ลิท' เทอแรรี) *adj.* เกี่ยวกับหนังสือ, เกี่ยวกับวรรณคดี, เกี่ยวกับผลงานประพันธ์, เกี่ยวกับผลงานวรรณคดี, มีเนื้อหาสาระดี, (สำนวน) โผงผาง, อวดความรู้ **-literariness** *n.* (-S. well-read, bookish) *-Ex. literary property, literary history, literary studies*

literate (ลิท' เทอริท) *adj.* สามารถอ่านและเขียนหนังสือได้, มีการศึกษา, ให้ความรู้ดี, มีความรู้ดีทางด้านวรรณคดี, เข้าใจง่าย, แจ่มแจ้ง *-n.* ผู้สามารถอ่านและเขียนหนังสือได้, ผู้มีความรู้ดี **-literately** *adv.* (-S. educated)

literati (ลิททะรา' ที, -เร' ไท) *n. pl.* ผู้มีปัญญา, ผู้มีความรู้, บัณฑิต, วงการผู้มีความรู้

literatim (ลิททะเร' ทิม, -ราท'-) *adv.* คำต่อคำ, อักษรต่ออักษร, ตามตัวอักษร, แท้จริง

literature (ลิท' ทะระเชอะ, ลิ' ทระ-) *n.* วรรณคดี, การประพันธ์, การเขียนหนังสือ, อักษรศาสตร์, เรื่องเขียนที่เกี่ยวกับเรื่องใดเรื่องหนึ่งโดยเฉพาะ, อาชีพนักประพันธ์, อาชีพนักอักษรศาสตร์, ผลงานประพันธ์, ผลงานเขียน, ผลงานวรรณคดี, สิ่งตีพิมพ์, สรรพหนังสือ (-S. writings, letters) *-Ex. In school we study literature., Shakespeare; Sriprad; and Dickens created different kinds of literature., modern literature, Thai literature, medical literature*

lithe (ไลธฺ) *adj.* **lither, lithest** งอได้, โค้งได้, อรชร, อ่อนระทวย **-lithely** *adv.* **-litheness** *n.* (-S. lithesome, lissom)

lithium (ลิธ' เธียม) *n.* ธาตุโลหะนิ่มสีเงิน เป็นโลหะที่เบาที่สุด

litho (ลิธ' โธ) *n., pl.* **-os** ดู lithograph *-vt., vi.* **-oed, -oing**

litho- คำอุปสรรค มีความหมายว่า หิน (-S. lith-)

lithograph (ลิธ' ธะแกรฟ) *n.* สิ่งพิมพ์หิน, สิ่งพิมพ์เรียบ, สิ่งพิมพ์ด้วยวิธีการ lithography *-vt., vi.* พิมพ์ด้วยวิธีดังกล่าว **-lithographer** *n.*

lithography (ลิธอก' กระฟี) *n.* ศิลปะหรือกระบวนการพิมพ์บนแผ่นหินหรือวัตถุอื่นที่เรียบ **-lithographic** *adj.* **-lithographically** *adv.*

lithoid, lithoidal (ลิธ' ธอยด, ลิธธอย' เดิล) *adj.* คล้ายหิน

lithology (ลิธาล' ละจี) *n.* การศึกษาเกี่ยวกับส่วนประกอบของหิน **-lithologic, lithological** *adj.* **-lithologically** *adv.*

lithosphere (ลิธ' โธสเฟียร์) *n.* เปลือกโลก

litigable (ลิท' ทิกะเบิล) *adj.* ฟ้องร้องได้, ให้ศาลตัดสินได้, เอาเรื่องได้

litigant (ลิท' ทิเกินทฺ) *n.* ผู้ฟ้องร้อง, ผู้ดำเนินคดี *-adj.* เกี่ยวกับการฟ้องศาล, เกี่ยวกับการดำเนินคดี

litigate (ลิท' ทิเกท) *vt., vi.* **-gated, -gating** ฟ้องร้อง, ดำเนินคดี, โต้แย้ง **-litigator** *n.*

litigation (ลิทิเก' ชัน) *n.* การฟ้องร้อง, การดำเนินคดี

litigious (ลิทิจ' เจิส) *adj.* เกี่ยวกับการฟ้องร้อง, เกี่ยวกับการดำเนินคดี, ชอบฟ้องร้อง, ชอบโต้แย้ง, ชอบถกเถียง **-litigiously** *adv.* **-litigiousness** *n.*

litmus (ลิท' เมิส) *n.* สารสีน้ำเงินที่ได้จาก lichen ใช้ทดสอบความเป็นกรดและด่าง ซึ่งมันจะเปลี่ยนเป็นสีน้ำเงินเมื่อถูกด่างและเป็นสีแดงเมื่อถูกกรด

litre, liter (ลี' เทอะ) *n.* ลิตร

Litt.D., Litt D ย่อจาก Doctor of Letters, Doctor of Literature

litten (ลิท' เทิน) *adj.* จุดไฟแล้ว, ลงมาแล้ว

litter (ลิท' เทอะ) *n.* เกี้ยว, แคร่, เปลหาม, เตียงหาม, คานหาม, ฟาง, หญ้าแห้ง, สิ่งหมักหมมบนพื้นดินของป่า, สิ่งเรี่ยราดกระจัดกระจาย, ลูกสัตว์ครอกหนึ่ง *-vt.* ทิ้งเรี่ยราด, ทิ้งกระจุยกระจาย, ทิ้งระเกะระกะ, ปูหญ้าหรือฟาง *-vi.* ออกลูก (สัตว์) *-Ex. The children cut out pictures and made a litter all over the floor., a litter of 4 puppies*

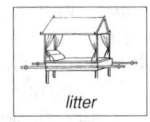

litter

littérateur, litterateur (ลิทเทอระเทอ') *n.* นักวรรณคดี

litterbug (ลิท' เทอบัก) *n.* บุคคลผู้เที่ยวทิ้งสิ่งของระเกะระกะไปตามถนนหรือที่สาธารณะ, ผู้ชอบทิ้งเศษกระดาษหรือสิ่งของบนถนน

little (ลิท' เทิล) *adj.* **littler/less/lesser, littlest/least**

L

Little Bear 520 **loadstar**

เล็ก, น้อย, ไม่มาก, จ้อย, หน่อย, สักหน่อย, ปลีกย่อย, หยุมหยิม, (ใจ) แคบ, คับแคบ *-adv.* **less, least** ไม่เลย, แทบจะไม่, ไม่บ่อย *-n.* จำนวนเล็กน้อย, ระยะสั้น, ระยะเวลาสั้น **-make little of** ดูถูก **-not a little** มาก **-in little** เล็กน้อย **-little by little** ทีละเล็กทีละน้อย **-littleness** *n.* (-S. small, young, mean)

Little Bear กลุ่มดาวหมีน้อยหรือ Ursa Minor

little finger นิ้วก้อย

little people นางฟ้า, ผีตัวเล็ก, สามัญชน

littoral (ลิท' ทะเริล) *adj.* เกี่ยวกับฝั่งทะเลสาบ ฝั่งทะเลหรือฝั่งมหาสมุทร

liturgy (ลิท' เทอจี) *n., pl.* **-gies** พิธีสวด, พิธีสักการบูชา **-liturgical** *adj.* **-liturgically** *adv.*

livable (ลิฟ' วะเบิล) *adj.* สะดวกสบาย, น่าอยู่, อยู่รวมกันได้, เป็นเพื่อนกันได้ **-livableness, livability** *n.*

live[1] (ลิฟว) *vi., vt.* **lived, living** มีชีวิตอยู่, ดำเนินชีวิต, อยู่, อาศัย, อยู่ในความทรงจำ, อยู่ได้ด้วย, กิน, เลี้ยงปากเลี้ยงท้อง, มีอายุ, ผ่านชีวิต, ผ่านพ้นอันตราย **-live in** กินนอนอยู่ภายในที่ทำงาน **-live out** กินนอนอยู่ภายนอกที่ทำงาน, อยู่จนวาระสุดท้าย **-live it up** (คำสแลง) อยู่อย่างฟุ้มเฟือยและปล่อยตัว **-live up to** ปฏิบัติตามหลักการที่ยึดถือ **-live well** อยู่อย่างดีมีความสุข, อยู่อย่างมีศีลธรรมจรรยา (-S. exist, be, dwell)

live[2] (ไลฟว) *adj.* มีชีวิต, เกี่ยวกับชีวิต, มีสิ่งมีชีวิต, เต็มไปด้วยพลัง, ขะมักเขม้น, มีชีวิตชีวา, ทันสมัย, กระดอน, สด, กำลังเล่น, ขับเคลื่อน, มีอำนาจ, ยังคงใช้กันอยู่, ประกอบด้วยผู้คนจริงๆ *-adv.* (รายการ) สด

liveable (ลิฟ' วะเบิล) *adj.* ดู livable

live-in (ลิฟว' อิน) *adj.* อยู่ในบ้านที่ตนเองทำงาน

livelihood (ไลฟว' ลีฮุด) *n.* การดำรงชีวิต, วิธีการดำเนินชีวิต, ชีวิต *-Ex. to earn one's livelihood by teaching music*

livelong (ลิฟว' ลอง, ไลฟว'-) *adj.* (ระยะเวลา) ทั้งหมด *-Ex. the livelong day*

lively (ไลฟว' ลี) *adj.* **-lier, -liest** มีชีวิตชีวา, มีพลัง, มีชีวิตจิตใจ, ร่าเริง, ฮึกเหิม, เร้าอารมณ์, ชัดเจน, แข็งแรง, สดใส, ได้ผล, เป็นฟอง, กระดอน, เด้ง, กระฉับกระเฉง *-adv.* คล่องแคล่ว, ว่องไว **-liveliness** *n.* (-S. active, quick, vital, energetic) *-Ex. That horse is very lively., a lively tune, We had a lively day., a lively interest, a lively ball*

liven (ไล' เวิน) *vt.* ทำให้มีชีวิตชีวา, เร้าอารมณ์, ทำให้เบิกบานใจ *-vi.* เบิกบานใจ, มีชีวิตชีวา, สดใสขึ้น (-S. rouse, brighten) **-livener** *n.* *-Ex. Yupin's cheerfulness livens every day.*

liver[1] (ลิฟ' เวอะ) *n.* ตับ, ตับสัตว์

liver[2] (ลิฟ' เวอะ) *n.* ผู้มีชีวิตแบบใดแบบหนึ่งหรือที่ใดที่หนึ่งโดยเฉพาะ, ผู้อาศัย

liveried (ลิฟ' วะรีด) *adj.* สวมเสื้อพิเศษเฉพาะ

liverish (ลิฟ' เวอริช) *adj.* คล้ายตับ, ตับพิการ, มีอารมณ์ร้าย, โกรธง่าย, ฉุนเฉียว **-liverishness** *n.*

liverwurst (ลิฟ' เวอะเวิร์สฺท) *n.* ไส้กรอกที่ทำจากตับ, ไส้กรอกที่มีตับผสมอยู่มาก (-S. liver sausage)

livery (ลิฟ' เวอรี) *n., pl.* **-eries** เสื้อผ้าอาภรณ์ชุดพิเศษ (สำหรับขุนนางหรือคนใช้ใส่), เครื่องแบบของคนใช้, เสื้อผ้าพิเศษ, เครื่องแบบของสมาชิกสมาคม, อาชีพเลี้ยงม้าหรือดูแลม้าให้แขกหรือคนจ้าง, การโอนทรัพย์สิน (-S. suit, uniform, costume, dress)

liveryman (ลิฟ' เวอรีเมิน) *n., pl.* **-men** คนรับใช้ที่ใส่เครื่องแบบเฉพาะ, สมาชิกของสมาคมต่างๆ ในกรุงลอนดอน, คนดูแลโรงม้าและรถม้า

lives (ไลฟวซ) *n.* พหูพจน์ของ life

livestock (ไลฟว' สทอค) *n.* ปศุสัตว์

live wire ลวดไฟฟ้า, ลวดไฟฟ้าที่มีกระแสไฟฟ้าไหลอยู่, สายไฟฟ้าที่ไม่ได้ต่อลงดิน, บุคคลที่กระฉับกระเฉง

livid (ลิฟ' วิด) *adj.* สีฟกช้ำ, สีเขียวฟกช้ำ, โกรธ, ซีดเหมือนคนตาย **-lividity, lividness** *n.* (-S. discoloured, bruised, ashen) *-Ex. a face livid with anger*

living (ลิฟ' วิง) *adj.* มีชีวิตอยู่, ไม่ตาย, มีอยู่, แรง, ขะมักเขม้น, คุกรุ่น, ไหล, คล้ายมีชีวิต, เกี่ยวกับบุคคลที่มีชีวิตอยู่, เกี่ยวกับการครองชีพ, พอเพียงสำหรับการครองชีพ, ในสภาพธรรมชาติ, แน่นอนที่สุด *-n.* การดำรงชีพ, วิธีการครองชีพ, คนที่มีชีวิตอยู่, เงินเดือนของพระ (ศาสนาคริสต์)

living room ห้องนั่งเล่น, ห้องรับแขก

lizard (ลิซ' เซิร์ด) *n.* สัตว์เลื้อยคลานประเภทจิ้งจก ตุ๊กแก จิ้งเหลน กิ้งก่า เหี้ย แย้ จระเข้

'll คำย่อของ will หรือ shall

llama (ลา' มะ) *n., pl.* **-mas/-ma** สัตว์เคี้ยวเอื้องขนปุยจำพวก *Lama* พบในอเมริกาใต้, ผ้าที่ทำจากหนังของสัตว์ดังกล่าว

llano (ลา' โน) *n., pl.* **-nos** ชื่อทุ่งราบในอเมริกาใต้

LL. B., LLB ย่อจาก Bachelor of Laws นิติศาสตรบัณฑิต

LL.D., LLD ย่อจาก Doctor of Laws นิติศาสตรดุษฎีบัณฑิต

LL.M.,LLM ย่อจาก Master of Laws นิติศาสตรมหาบัณฑิต

loach (โลช) *n.* ปลาน้ำจืดในตระกูล Cobitidae

load (โลด) *n.* ของบรรทุก, เครื่องบรรทุก, น้ำหนักบรรทุก, ระวางน้ำหนักบรรทุก, ภาระ, สิ่งที่เป็นภาระ, น้ำหนักถ่วง, ปริมาณงาน, ปริมาณไฟฟ้าที่ผลิตได้, อุปกรณ์รับไฟฟ้า *-vt.* บรรทุก, ใส่, ถ่วง, บรรจุ, มอบให้อย่างมากมาย, ลำเอียง, เพิ่มกำลังไฟฟ้า, เพิ่ม *-vi.* บรรทุก, บรรจุกระสุน, ใส่วัสดุ **-loads** จำนวนมากมาย **-get a load of** (คำสแลง) มองดู ฟัง **-have a load on** ดื่มเมาแล้ว **-loader** *n.* (-S. cargo, burden)

loaded (โล' ดิด) *adj.* มีของบรรทุก, บรรทุกของไว้, มีสินค้าบรรทุก, มีกระสุน, มีวัตถุระเบิด, แฝงอารมณ์ไว้, (คำสแลง) เมาเหล้า ร่ำรวยมาก, ถ่วงด้วยตีบุก, เพิ่มน้ำหนัก (-S. wealthy)

loading (โล' ดิง) *n.* การบรรทุก, ของบรรทุก, สินค้าบรรทุก, น้ำหนักบรรทุก

load line เส้นบอกระดับการจมลงของเรือสินค้า, เส้นระดับบรรทุกที่ข้างเรือ (-S. Plimsoll line/mark)

loadstar (โลด' สทาร์) *n.* ดู lodestar

loadstone (โลด' สโทน) *n.* แร่แม่เหล็ก, ชิ้นแร่แม่เหล็กที่ทำเป็นแม่เหล็ก (-S. lodestone)
loaf[1] (โลฟ) *n., pl.* **loaves** ก้อนขนมปัง, ขนมปังแถวหนึ่ง, ขนมเค้กแถวหนึ่ง, อาหารที่เป็นก้อน, (คำสแลง) หัวหรือสมอง
loaf[2] (โลฟ) *vi.* เดินเตร่, เดินเล่น, เอ้อระเหย, ปล่อยเวลาให้ผ่านไปโดยเปล่าประโยชน์ *-vt.* ปล่อยเวลาให้ผ่านไปโดยเปล่าประโยชน์
loafer (โล' เฟอะ) *n.* ผู้เดินเตร่, ผู้ปล่อยเวลาให้ผ่านไปโดยเปล่าประโยชน์, รองเท้าพื้นราบที่ไม่ผูกเชือกสำหรับใส่เดินเล่น
loam (โลม) *n.* ดินอย่างดีสำหรับทำเครื่องปั้นดินเผา, ดินที่อุดมสมบูรณ์ *-vt.* ปกคลุมด้วยดินดังกล่าว **-loamy** *adj.*
loan (โลน) *n.* การให้ยืม, การให้กู้, สิ่งที่ให้ยืม, เงินที่ให้กู้ *-vt., vi.* ให้ยืม, ให้กู้ (-S. credit) *-Ex. The farmer gave us the loan of his cart., Dang got a loan of money from the bank to start his business., The bank loaned Father B100,000.*
loaner (โลน' เนอะ) *n.* ผู้ให้ยืม, เจ้าหนี้, สิ่งที่ให้ยืมใช้แทนของเดิมที่นำไปซ่อม
loanword (โลน' เวิร์ด) *n.* คำที่ยืมมาจากภาษาอื่น
loath (โลธ) *adj.* ไม่เต็มใจ, ลังเล **-nothing loath** ไม่ลังเล, เต็มใจ **-loathness** *n.*
loathe (โลธ) *vt.* **loathed, loathing** รังเกียจ, เกลียดชัง, เกลียด, ไม่ชอบ **-loather** *n.* (-S. detest, abhor, hate) *-Ex. Many people loathe spiders.*
loathing (โล' ธิง) *n.* ความรังเกียจ, ความเกลียดชัง, ความไม่ชอบ
loathly (โลธ' ลี) *adv.* อย่างไม่เต็มใจ, อย่างลังเล, น่ารังเกียจ
loathsome (โลธ' เซิม) *adj.* น่ารังเกียจ, น่าเกลียด, น่าขยะแขยง **-loathsomely** *adv.* **-loathsomeness** *n.*
loaves (โลฟวฺซ) *n.* พหูพจน์ของ loaf
lob (ลอบ) *vt., vi.* **lobbed, lobbing** ตีลูก (เทนนิส) โด่งและไกล, ยิง (ลูกกระสุน) โด่ง, เคลื่อนไหวช้า *-n.* การตีลูก (เทนนิส คริกเกต) โด่ง, คนงุ่มง่าม **-lobber** *n.*
lobar (โล' บาร์, -เบอะ) *adj.* เกี่ยวกับพู, กลีบ, ลอน
lobate (โล' เบท) *adj.* เป็นพู, กลีบ, ลอน **-lobately** *adv.*
lobby (ลอบ' บี) *n., pl.* **-bies** ห้องพักแขก, ระเบียง, ห้องพักผ่อนของสภา, ห้องรับรอง, กลุ่มคนผู้รณรงค์หาเสียงสนับสนุนเกี่ยวกับนิติบัญญัติ *-vt., vi.* **-bied, -bying** พยายามวิ่งเต้นให้สมาชิกนิติบัญญัติสนับสนุนการออกกฎหมายฉบับใดฉบับหนึ่ง *-Ex. a hotel lobby, Many groups are lobbying against an increase in gasoline prices.*
lobe (โลบ) *n.* พู, กลีบ, ลอน, ตุ้ม **-lobed** *adj.*
lobelia (โลบีล' ยะ, -บี' เลีย) *n.* ชื่อพันธุ์ไม้จำพวก *Lobelia* ดอกมีสีน้ำเงิน แดง เหลืองหรือขาว

lobelia

loblolly (ลอบ' ลอลลี) *n., pl.* **-lies** ชื่อพันธุ์ต้นสน (-S. loblolly pine)
lobster (ลอบ' สเทอะ) *n., pl.* **-sters/ -ster** กุ้งก้ามกรามในตระกูล Nephropidae, เนื้อของกุ้งดังกล่าว *-vi.* จับกุ้งดังกล่าว **-lobstering** *n.*
lobule (ลอบ' บิวลฺ) *n.* พูเล็กๆ, กลีบเล็กๆ, ลอนเล็กๆ **-lobular** *adj.* **-lobulate** *adj.*
local (โล' เคิล) *adj.* เฉพาะแห่ง, เฉพาะที่, มีผลเฉพาะแห่ง, (รถ) ซึ่งหยุดทุกสถานที่, แคบ *-n.* รถไฟหรือรถเมล์ที่หยุดทุกสถานี, สาขาของสมาคม สโมสร สหภาพหรือองค์การ, คนท้องถิ่น, ร้านเหล้าประจำท้องถิ่น (-S. limited, regional -A. general, worldly) *-Ex. the local doctor, our local customs, local government*
local colour รายละเอียดหรือลักษณะต่างๆ ของท้องถิ่นในเรื่องที่นักประพันธ์จะต้องรู้เพื่อเพิ่มความสมจริง
locale (โลแคล') *n.* สถานที่เกิดเหตุ, สถานที่ของเรื่องราว, ที่เกิดเหตุ
locality (โลแคล' ละที) *n., pl.* **-ties** สถานที่, ตำแหน่งที่, ตำแหน่งที่ตั้ง, ถิ่นที่อยู่, ลักษณะเฉพาะที่เฉพาะถิ่น
localize (โล' เคิลไลซ) *vt.* **-ized, -izing** ทำให้จำเพาะอยู่เฉพาะส่วนเฉพาะที่, จำกัด, จำกัดวง **-localizable** *adj.* **-localization** *n.* **-localizer** *n.* (-S. limit, locate, confine)
locally (โล' เคิลลี) *adv.* เฉพาะแห่ง, เฉพาะที่, เฉพาะส่วน, เกี่ยวกับสถานที่
locate (โล' เคท, โลเคท') *v.* **-cated, -cating** *-vt.* หาที่ตั้ง, กำหนดที่ตั้ง, หาแหล่งที่ตั้ง, ตั้งอยู่, ตั้งรกราก, สำรวจที่ดินหรือถิ่นที่อยู่ *-vi.* ตั้งอยู่, ตั้งรกราก, ก่อตั้ง **-locater, locator** *-n.* (-S. find) *-Ex. Dang lost his knife and did not locate it for a week., Can you locate Rayong on this map?, That town is located east of the Chaopraya river., The parents would like to locate in the West when they retire.*
location (โลเค' ชัน) *n.* ตำแหน่งที่ตั้ง, ตำแหน่ง, สถานที่, การวัด, การกำหนดที่ตั้ง, การหาแหล่งที่ตั้ง, การให้เช่า, สถานที่ถ่ายฉากภายนอก **-locational** *adj.* (-S. site) *-Ex. a central location for a new post office, the location of a missing person*
loc. cit. ย่อจากภาษาละติน loco citato ตามที่อ้างอิงไว้ในข้อความที่กล่าวมาแล้ว
loch (ลอค) *n.* ทะเลสาบ, อ่าวยาวและแคบที่มีแผ่นดินล้อมรอบบางส่วน (-S. lake)
loci (โล' ไซ) *n.* พหูพจน์ของ locus
lock[1] (ลอค) *n.* กุญแจ, เครื่องมือที่ใช้ปิด, เครื่องกัก, เครื่องกัน, นกสับ, การติดขัด, ห้องกักอากาศ, ช่องระหว่างประตูน้ำ *-vt.* ใส่กุญแจ, ปิดประตู, เชื่อมต่อ, สับติด, ลั่น, เกี่ยว, ขัน, กอดรัด, สร้างประตูน้ำ *-vi.* เชื่อมติด, เกี่ยว, สับติด, ขัน **-lock, stock, and barrel** ทั้งสิ้น, ทั้งหมด, สมบูรณ์ **-under lock and key** ใส่กุญแจไว้อย่างปลอดภัย **-lock up** ทำให้แน่ใจว่าจะต้องเป็นอย่างที่ต้องการ, ล็อกประตูบ้าน, เก็บใส่ไว้ในกล่องปิดฝา, จำคุก (-S. bolt, fasten, hook -A. undo, unfasten, open)
lock[2] (ลอค) *n.* กระจุกผม, ปอยผม **-locks** ผมที่ศีรษะ, ปอยขน, ปอยฝ้ายหรือเส้นใย (-S. tuft)
locker (ลอค' เคอะ) *n.* ตู้, ลิ้นชัก, ห้องเล็ก, ห้องเย็น, ผู้ใส่กุญแจ, อุปกรณ์ใส่กุญแจ (-S. cabinet)
locket (ลอค' คิท) *n.* ตลับหรือกล่องเล็กที่มักทำเป็นจี้

L

ห้อยคอสำหรับใส่สิ่งของที่ระลึก (-S. case)

lockjaw (ลอค' จอ) *n.* โรคบาดทะยักซึ่งมีอาการขากรรไกรแข็ง (-S. tetanus, trismus)

locknut (ลอค' นัท) *n.* นอตหรือแหวนเกลียวกันหลวม (-S. lock nut)

locksmith (ลอค' ซมิธ) *n.* ช่างทำกุญแจ, ช่างซ่อมกุญแจ

lock step วิธีการเดินแถวที่ก้าวเท้าให้พร้อมกับเท้าของคนที่อยู่ข้างหน้า

lockup (ลอค' อัพ) *n.* คุก, เรือนจำ, การจำคุก, การใส่กุญแจ, การปิด

loco (โล' โค) *adj.* (คำสแลง) บ้า *-n.* ดู locoweed *-vt.* **-coed,-coing** วางยาพิษด้วย locoweed, (คำสแลง) เป็นบ้า

locomotion (โลคะโม' ชัน) *n.* การเคลื่อนจากที่หนึ่งไปยังอีกที่หนึ่ง, การเคลื่อนที่, อำนาจการเคลื่อนที่ (-S. progress, movement, advance -A. stillness, rest)

locomotive (โลคะโม' ทิฟว) *n.* หัวรถจักร, หัวรถไฟ *-adj.* ซึ่งขับเคลื่อนด้วยกลไกหรืออำนาจของมันเอง, เกี่ยวกับหัวรถจักร, เคลื่อนไหวไม่หยุดนิ่ง

locomotor (โลคะโม' เทอะ, โล'-) *adj.* เกี่ยวกับการเคลื่อนที่, มีผลต่อการเคลื่อนที่ *-n.* เครื่องจักรหรือสิ่งที่มีกำลังในการเคลื่อนที่ **-locomotory** *adj.*

locoweed (โล' โควีด) *n.* พืชจำพวก *Astragalus* และ *Oxytropis* ทำให้เกิดโรคในวัว ควาย แกะ และม้า

locus (โล' เคิส) *n., pl.* **loci** สถานที่, ตำแหน่ง, ตำแหน่งของ gene ในโครโมโซม, (คณิตศาสตร์) ชุดของจุดทั้งหมด เส้นทั้งหมดหรือผิวหน้าทั้งหมดที่มีลักษณะตามที่ต้องการ (-S. site, place)

locust (โล' เคิสทฺ) *n.* ตั๊กแตนจำพวกหนึ่งมักอพยพกันเป็นฝูงใหญ่ๆ, ต้นไม้จำพวก *Robinia pseudoacacia* ซึ่งกิ่งก้านมีหนามและดอกสีขาว, ไม้ของต้นดังกล่าว

locution (โลคิว' ชัน) *n.* สำนวน, สำนวนโวหาร, วิธีการพูด

lode (โลด) *n.* ทางแร่, สายแร่

lodestar (โลด' สทาร์) *n.* ดาวชี้นำ, ดาวนำทาง, ดาวเหนือ, สิ่งนำทาง, สิ่งชี้ทาง (-S. loadstar)

lodestone (โลด' สโทน) *n.* ดู loadstone

lodge (ลอจฺ) *n.* กระท่อม, บ้านพักในป่า, บ้านเล็กๆ, บ้านเล็กของคนเฝ้าประตูที่อยู่ใกล้รั้ว, โรงแรม, สาขาของสมาคมลับ, บ้านอินเดียนแดง, ถ้ำของสัตว์, โพรงที่สัตว์อยู่ *-v.* **lodged, lodging** *-vt.* มีถิ่นที่อยู่, พำนัก, เป็นที่พำนัก, ให้อยู่, ใส่, รับรอง, นำสู่, มอบ, เสนอ *-vi.* พักชั่วคราว, พำนัก (-S. shelter, house) *-Ex. a small lodge in the woods, We lodged in a boarding-house for a week., A piece of steel lodged in my eyes., to board and lodge you, to lodge a blow on, to lodge a complaint*

lodger (ลอจ' เจอะ) *n.* ผู้พำนักอยู่ในบ้านเช่าของคนอื่น (-S. boarder)

lodging (ลอจ' จิง) *n.* การพำนัก, การพัก, ที่พำนักชั่วคราว **-lodgings** ห้องให้เช่า (ในบ้านของคนอื่น) (-S. boarding) *-Ex. a lodging for the night*

lodgment, lodgement (ลอจ' เมินทฺ) *n.* การพำนัก, การพัก, การเสนอ, การเก็บไว้, สิ่งที่สะสมอยู่, สิ่งที่หมักหมมอยู่, ตำแหน่งที่ยึดได้จากข้าศึก

loft (ลอฟทฺ, ลาฟทฺ) *n.* ห้องเพดาน, ห้องบนโรงม้าหรือโรงรถ, ห้องหอ, ห้องระเบียงใกล้เพดานโบสถ์, ห้องชั้นบนของโกดังหรือโรงงาน, รังนกพิราบ, การตีลูกกอล์ฟสูงโด่ง, การยิงโด่ง *-vt.* เก็บไว้ในห้องเพดานหรือห้องบน, ตีลูกโด่ง, ยิงโด่ง, สร้างห้องเพดานหรือห้องชั้นบน *-vi.* ตีลูกโด่ง **-lofter** *n.* (-S. garret, attic) *-Ex. a hay loft, a choir loft*

lofty (ลอฟ' ที) *adj.* **loftier, loftiest** สูงตระหง่าน, สูงมาก, สูงส่ง, ชั้นสูง, โอหัง, อวดดี **-loftily** *adv.* **-loftiness** *n.* (-S. tall) *-Ex. the lofty mountain peaks, a lofty tower, with an attitude of lofty scorn, a lofty abstraction, his lofty ambitions, a lofty manner*

log (ลอก, ลาก) *n.* ซุง, ท่อนซุง, ท่อนไม้, บันทึกเหตุการณ์ *-v.* **logged, logging** *-vt.* ตัดต้นไม้ให้เป็นท่อน, บันทึก, เดินเรือหรือบิน *-vi.* ตัดต้นไม้ออกเป็นท่อนๆ แล้วนำไปโรงเลื่อย

loganberry (โล' เกินเบอรี) *n., pl.* **-ries** ผลไม้ขนาดใหญ่สีแดงเข้มของพืชจำพวก *Rubus loganobaccus*, ผลไม้สีแดงอมม่วงรสเปรี้ยวมากของพืชดังกล่าว

loganberry

logarithm (ลอ' กะริธเธิม, ลอก'-) *n.* เลขกำลังของฐาน (base) ที่ทำให้ฐานมีค่าเท่ากับค่าที่กำหนดให้ เช่น ลอกของฐาน 10 ให้เป็น 100 คือ 2 ใช้อักษรย่อว่า log **-logarithmic** *adj.* **-logarithmically** *adv.*

loge (โลจ) *n.* ห้องเล็กๆ, คอก, แผงลอย, ที่นั่งตอนหน้า, ที่นั่งชั้นพิเศษในโรงภาพยนตร์

logger (ลอก' เกอะ) *n.* คนตัดไม้, เครื่องตัดหรือยกลากไม้

loggerhead (ลอก' เกอะเฮด, ลาก'-) *n.* เต่าทะเลหัวโตจำพวก *Caretta*, เครื่องมือชนิดหนึ่ง, คนโง่, คนทึ่ม **-at loggerheads** ทะเลาะกัน

loggia (ลอจ' จะ, ลอ'-, -เจีย) *n., pl.* **-gias/-gie** ระเบียง, ระเบียงตากลมอย่างน้อยหนึ่งด้าน, บริเวณตัวอาคารที่ตากลมข้างหนึ่ง

logging (ลอก' กิง) *n.* อาชีพการตัดไม้

logic (ลอจ' จิค) *n.* ตรรกวิทยา, ตรรก, เหตุผล, การตัดสินด้วยเหตุผล, การอนุมานด้วยเหตุผล *-Ex. formal logic, mathematical logic, Your logic is at fault., to be guided by logic; not by feelings*

logical (ลอจ' จิเคิล) *adj.* มีเหตุผล, เกี่ยวกับตรรกวิทยา, เกี่ยวกับการตัดสินด้วยเหตุผล **-logicality, logicalness** *n.* **-logically** *adv.* (-S. clear, rational) *-Ex. It is logical to look for a fire if you smell smoke.*

-logical คำปัจจัย มีความหมายว่า เกี่ยวกับเหตุผล ตรรกวิทยา (-S. -logic)

logician (โลจิช' ชัน) *n.* ผู้เชี่ยวชาญในตรรกวิทยา

logistic[1] (โลจิส' ทิค) *adj.* เกี่ยวกับตรรกวิทยา (-S. logistical) **-logistically** *adv.*

logistic[2] (โลจิส' ทิค) *n.* ตรรกสัญลักษณ์, การคำนวณทางคณิตศาสตร์, วิชาคำนวณ *-adj.* เกี่ยวกับการคำนวณ **-logistically** *adv.*

logistics (โลจิส' ทิคซฺ) *n. pl.* พลาธิการทางทหาร,

logjam 523 **long-standing**

การส่งกำลังบำรุงทางทหาร

logjam (ลอก' แจม) *n.* การที่ท่อนซุงในแม่น้ำทับถมกันจนเคลื่อนที่ไม่ได้, ภาวะยุ่งเหยิงจนหยุดชะงัก

logo ย่อจาก logotype แบบที่เป็นสัญลักษณ์, เครื่องหมาย

logogram (ลอก' โกแกรม, ลอก' กะแกรม) *n.* สัญลักษณ์หรืออักษรย่อหรือศัพท์โดดที่ใช้แทนคำ (-S. logograph) **-logogrammatic** *adj.*

logrolling (ลอก' โรลลิง) *n.* การสนับสนุนกัน, การลงบัตรให้แก่กัน, การช่วยกันกลิ้งท่อนไม้, การยกยอกัน

logy (โล' จี) *adj.* **-gier, -giest** เฉื่อยชา, เซื่องซึม, ขาดกำลังวังชา **-loginess** *n.*

-logy คำปัจจัย มีความหมายว่า วิทยา, ภาษา, ศาสตร์

loin (ลอยน) *n.* เนื้อตะโพก, เนื้อท่อนกลางของคนและสัตว์ **-loins** บริเวณอวัยวะสืบพันธุ์ **-gird (up) one's loins** พร้อมทดสอบกำลังและความอดทน

loincloth (ลอยนฺ' คลอธ) *n.* ผ้าขาวม้า, ผ้าเตี่ยว

loiter (ลอย' เทอะ) *vi.* เดินเตร่, เดินเอ้อระเหย, เถลไถล, ปล่อยเวลาให้ผ่านไปโดยเปล่าประโยชน์ *-vt.* ปล่อยเวลาให้ผ่านไปโดยเปล่าประโยชน์ **-loiterer** *n. -Ex. Do not loiter in the hall., Don't loiter on your way to school., No loitering is allowed in the courthouse halls.*

loll (ลอล) *vi., vt.* เอน, เอนกาย, เอกเขนก, ห้องแกว่งไปแกว่งมา *-n.* การกระทำดังกล่าว **-loller** *n.* (-S. lean, recline, relax, lounge) *-Ex. Sit up; do not loll about in your seat., The sick cat lay with his tongue lolling out of his mouth.*

lollipop, lollypop (ลอล' ลีพอพ) *n.* ขนมที่ติดกับปลายไม้

lollop (ลอล' เลิพ) *vi.* เอน, เอนกาย, เอกเขนก (-S. loll, lounge)

London (ลัน' เดิน) กรุงลอนดอน เป็นเมืองหลวงของอังกฤษและเครือจักรภพอังกฤษ, ชื่อเมืองในภาคตะวันออกเฉียงใต้ของ Ontario ในแคนาดา

lone (โลน) *adj.* โดดเดี่ยว, คนเดียว, สันโดษ, โทน, ไร้เพื่อน, อ้างว้าง, ไม่มีคนอยู่, หงอยเหงา, วังเวง, โสด **-loneness** *n.* (-S. isolated, solitary) *-Ex. A lone wolf is one that does not travel with the pack., The man had a lone baht.*

lonely (โลน' ลี) *adj.* **-lier, -liest** โดดเดี่ยว, คนเดียว, สันโดษ, โทน, ไร้เพื่อน, หงอยเหงา, วังเวง, ไม่มีคนอยู่, ที่ไกลคน **-lonelily** *adv.* **-loneliness** *n. -Ex. in lonely thought, feeling lonely, a lonely place, We saw a lonely traveler on the road., a lonely mountain village*

loner (โล' เนอะ) *n.* ผู้อยู่สันโดษ, คนสันโดษ

lonesome (โลน' เซิม) *adj.* เงียบเหงา, หงอยเหงา, อ้างว้าง, วังเวง, ที่ไกลคน, ไม่มีคนอยู่ *-n.* ความอ้างว้าง **-lonesomely** *adv.* **-lonesomeness** *n. -Ex. a lonesome widow, a lonesome road*

long[1] (ลอง, ลาง) *adj.* ยาว, ไกล, นาน, ยาวนาน, ช้า, สูง, เสียงยาว *-n.* ระยะเวลาอันยาวนาน, สิ่งที่ยาว *-adv.* ยาวนาน, ตลอดระยะเวลาที่กำหนดไว้, ตลอด, ทั้ง, ไกล **-before long** ไม่ช้า **-the long and (the) short to** ใช้คำไม่กี่คำสำหรับเรื่องทั้งหมด **-as/so long as** ตราบใดที่, ยาวเท่ากัน (-S. extended, expanded -A. short, brief)

long[2] (ลอง) *vi.* ปรารถนา, ใคร่จะ, อยาก

longan (ลอง' เกิน) *n.* ลำไย, ต้นลำไย (*Euphoria longana*)

longbow (ลอง' โบ) *n.* คันธนูขนาดใหญ่ **-draw/pull the longbow** เล่าเรื่องเกินจริง

long distance โทรศัพท์ทางไกล

long division การหารยาว

long-drawn-out (ลอง' ดรอน' เอาทฺ') *adj.* ยืดยาว, ยืดเยื้อ (-S. long-drawn)

longevity (ลานเจฟ' วะที, ลอน-) *n.* ชีวิตอันยืนยาว, ระยะยาวนานของชีวิต, ช่วงชีวิต

longhair (ลอง' แฮร์) *n.* ผู้มีความรู้, บัณฑิต, นักศิลปะ, ศิลปิน *adj.* เกี่ยวกับความรู้หรือรสนิยม (-S. longhaired)

longhand (ลอง' แฮนดฺ) *n.* การเขียนด้วยมือ, การเขียนลายมือ *-Ex. People always sign their names in longhand.*

long-headed, longheaded (ลอง' เฮดดิด) *adj.* มีศีรษะยาว, มองการณ์ไกล, หลักแหลม **-long-headedness** *n.*

longhorn (ลอง' ฮอร์น) *n.* วัวอังกฤษพันธุ์หนึ่งที่มีเขายาว เป็นชนิดที่เกือบจะสูญพันธุ์แล้ว

longhorn

longing (ลอง' กิง) *adj.* รู้สึกหรือแสดงความปรารถนา *-n.* ความต้องการ, ความปรารถนา **-longingly** *adv.*

longitude (ลอง' จะทูด, -ทิวด, ลอน'-) *n.* ระยะตามยาวของพื้นผิวโลก, ระยะตามยาว, เส้นแวง

longitudinal (ลองจะทูด' เดินเนิล, -ทิวด'-, ลอน-) *adj.* ตามยาว, เกี่ยวกับการศึกษาเรื่องพัฒนาการของบุคคลหรือกลุ่มในช่วงเวลาหลายปี **-longitudinally** *adv. -Ex. The planks of a boat are longitudinal.*

long johns (ภาษาพูด) เสื้อกางเกง (ในตัวเดียวกัน) รัดรูปแขนยาวที่ใช้ใส่ชั้นในในฤดูหนาว

long jump กระโดดไกล

long-lived (ลอง' ไลฟวฺด, -ลิฟวฺด) *adj.* อายุยืน, ทนทาน, อยู่ได้นาน

long-range (ลอง' เรนจฺ') *adj.* ใช้ยิงระยะไกล, มุ่งการณ์ไกล

long-run (ลอง' รัน') *adj.* ระยะยาว

longshore (ลอง' ชอร์) *adj.* พบตามชายฝั่ง, ทำงานตามชายฝั่ง, ชายฝั่ง *-adv.* ตามชายฝั่ง

longshoreman (ลอง' ชอร์เมิน) *n., pl.* **-men** กรรมกรท่าเรือ

long shot การเลือกแทง (ม้า) ที่มีโอกาสถูกน้อยมาก, การกระทำที่มีโอกาสประสบทั้งความสำเร็จอย่างใหญ่หลวงหรือความล้มเหลวอย่างมาก, การถ่ายภาพในระยะไกล **-not by a long shot** ไม่โดยเด็ดขาด

longsighted (ลอง' ไซทิด) *adj.* สายตายาว, มองการณ์ไกล **-longsightedly** *adv.* **-longsightedness** *n.*

long-standing (ลอง' สแทนดิง) *adj.* นาน, ยาวนาน (-S. longstanding)

L

long-suffering (ลอง' ซัฟ' เฟอริง) *adj.* ซึ่งทนทุกข์ทรมานเป็นเวลายาวนาน *-n.* การอดทนเป็นเวลานาน **-long-sufferingly** *adv.* (-S. long-sufferance)
long-term (ลอง' เทิร์ม) *adj.* ระยะยาว, กินเวลานาน
long ton หน่วยน้ำหนักเท่ากับ 2,240 ปอนด์
longways (ลอง' เวซฺ) *adv.* ดู lengthwise
long-winded (ลอง' วิน' ดิด) *adj.* พูดหรือเขียนเสียยืดยาว, ยืดยาวจนน่าเบื่อหน่าย, หายใจลึกได้, ไม่เหนื่อยง่าย **-long-windedly** *adv.* **-long-windedness** *n.*
longwise (ลอง' ไวซฺ) *adv.* ดู lengthwise
loo (ลู) *n.* (คำสแลง) ห้องน้ำ ห้องส้วม
look (ลุค) *vi.* ดู, มอง, เห็น, เพ่ง, สนใจ, ชำเลือง, โน้มเอียง, ปรากฏ, ดูเหมือน, เผชิญหน้า *-vt.* ดู, มอง, ปรากฏ, แสดงออก, ระวัง, พิจารณา, ตรวจสอบ *-n.* การดู, การมอง, การเห็น, การชำเลือง, การค้นหา, ลักษณะ *-interj.* เข้าใจไหม!, สนใจหน่อย! **-look after** คอยจ้องดู, ดูแล **-look down on/upon** ดูถูกเหยียดหยาม **-look in (on)** เยี่ยมเยือน **-look upon** พิจารณา **-looks** ลักษณะทั่วไปโดยเฉพาะลักษณะที่น่าดู (-S. view, see, seem, aspect)
looker-on (ลุค' เคอะออน) *n., pl.* **lookers-on** คนมอง, คนดู
looking glass กระจกแก้ว
lookout (ลุค' เอาทฺ) *n.* การระมัดระวัง, การเตรียมพร้อม, ผู้คอยดู, การมองภาพ, ทัศนียภาพ *-Ex. A person watching for something to happen is on the lookout., The policeman's look-out is a high tower., The lookout saw the train coming.*
look-see (ลุค' ซี) *n.* การสำรวจหรือการตรวจสอบอย่างรวดเร็ว
loom[1] (ลูม) *n.* เครื่องทอผ้า, หูก, กี่, ศิลปะและกระบวนการทอ, ส่วนของพายที่อยู่ระหว่างด้ามพายกับใบพาย *-vt.* ทอผ้า
loom[2] (ลูม) *vi.* ปรากฏขึ้นลางๆ, ค่อยๆ ปรากฏขึ้น *-n.* การปรากฏขึ้นลางๆ (-S. appear) *-Ex. The outline of a truck loomed out of the mist and seemed to fill the road.*
loon[1] (ลูน) *n.* นกกินปลาหางสั้นขนาดใหญ่ตระกูล Gaviiformes

loon[1]

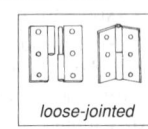

loon[2] (ลูน) *n.* คนโง่, คนขี้เกียจ, คนไร้ค่า
loop[1] (ลูพ) *n.* ห่วง, ขมวด, วง, บ่วง, รูห่วง, การตีลังกา, วงจรปิดของไฟฟ้าหรือแม่เหล็ก, ทางวงแหวน, ทางหลบรถ, เส้นกลับ, การกลับ, ห่วงคุมกำเนิดที่ใช้ใส่เข้าไปในช่องคลอด *-vt.* กลายเป็นห่วง, ทำเป็นห่วง, ทำให้เคลื่อนที่เป็นรูปวงแหวน *-vi.* ทำให้เป็นห่วง, กลายเป็นห่วง **-the Loop** ย่านธุรกิจในชิคาโก
loop[2] (ลูพ) *n.* รูกำแพง, รูเล็กๆ หรือแคบๆ
loophole (ลูพ' โฮล) *n.* รูกำแพง, รูเปิด, ช่องบนกำแพงสำหรับยิงข้าศึก, ทางหนี, วิธีการหนี
loopy (ลู' พี) *adj.* **-ier, -iest** (คำสแลง) บ้า โง่
loose (ลูสฺ) *adj.* **looser, loosest** หลวม, ไม่แน่น, ว่าง, ไม่มีงานทำ, หย่อน, กระชับ, แพศยา, กว้าง, ใจกว้าง *-adv.* หลวม, หย่อน, ไม่แน่น *-vt.* ทำให้เป็นอิสระ, ปล่อยให้เป็นอิสระ, แก้มัด, คลายปม, ปล่อยขีปนาวุธ, ทำให้หลวม *-vi.* ยิงปืนหรือธนู, ปล่อยอาวุธ **-on the loose** อิสระ, ไม่ถูกควบคุมตัว **-break loose** หนี **-let loose (with)** ปล่อยจากการควบคุม, ทำให้เป็นอิสระ **-loosely** *adv.* **-looseness** *n.* (-S. unattached, slack, free) *-Ex. The horses are running loose., The horses have got loose., to let the animal loose, to let loose the lions, the loose end of a rope, The knot has become loose.*
loose-jointed (ลูส' จอยนฺ' ทิด) *adj.* มีข้อต่อหลวม, ประกอบขึ้นอย่างลวกๆ, งอไปมาได้, ขยับได้, ถอดออกได้ **-loosejointedly** *adv.* **-loosejointedness** *n.*

loose-jointed

loose-leaf (ลูส' ลีฟ) *adj.* (ใบหรือแผ่น) แยกออกได้
loose-limbed (ลูส' ลิมดฺ') *adj.* มีแขนขาอ่อน, มีแขนขาที่คล่องแคล่ว
loosen (ลู' เซิน) *vt.* แก้, คลาย, ทำให้หลวม, ทำให้หย่อน, ปลดออก, คลายออก, ทำให้หายท้องผูก, ลดหย่อน *-vi.* หลวม, คลาย **-loosen up** หลวม, จ่ายไม่อั้น, พูดไม่หยุด **-loosener** *n. -Ex. Loosen the rope; it's too tight., loosened morals, The rain has loosened the stones., The skin of the face loosens with age.*
loose-tongued (ลูส' ทังดฺ) *adj.* พูดพล่อย, พูดไม่ยั้งปาก, ปากจัด, ปากร้าย
loot (ลูท) *n.* ของที่ปล้นสะดมมา, ของที่แย่งชิงมา, ของขโมย, ของเชลย, (คำสแลง) ของขวัญ เงิน, การปล้นสะดม *-vt., vi.* ปล้นสะดม, แย่งชิง **-looter** *n.* (-S. plunder) *-Ex. The thieves looted the store., They took their loot with them.*
lop[1] (ลอพ) *vt.* **lopped, lopping** ตัด, เล็ม, ตัดออก, ขจัดส่วนเกิน, ตัดหัว, ตัดแขนหรือส่วนอื่นออก *-n.* สิ่งที่ถูกตัดออก **-lopper** *n.* (-S. cut, chop)
lop[2] (ลอพ) *vi.* **lopped, lopping** ห้อย, ยาน, ย้อย, โงนเงน, เที่ยวเตร่, กระโดดอย่างรวดเร็ว *-adj.* ห้อย, ย้อย *-Ex. to lop off the branches of the tree, a lop-eared spaniel*
lope (โลพ) *v.* **loped, loping** *-vi.* วิ่งเหยาะย่าง, สาวเท้ายาวๆ *-vt.* ทำให้ (ม้า) วิ่งเหยาะย่าง *-n.* การวิ่งเหยาะย่าง, การสาวเท้ายาว **-loper** *n. -Ex. The cowboy walks with a lope., The horse loped along.*
lop-eared (ลอพ' เพียร์ดฺ) *adj.* ซึ่งมีหูยาน
lopsided (ลอพ' ไซดิด) *adj.* เอียงข้าง, หนักไม่เท่ากัน, ไม่สมดุล, ไม่สมมาตร **-lopsidedly** *adv.* **-lopsidedness** *n.* (-S. uneven, askew)
loquacious (โลเคว' เชิส) *adj.* พูดมาก, โว, ช่างพูด **-loquaciously** *adv.* **-loquaciousness** *n.* (-S. talkative)
loquacity (โลแควส' ซะที) *n.* การพูดมาก, การช่างพูด
loran (ลอ' แรน) *n.* ระบบวิทยุนำร่องในระยะไกลเพื่อหาตำแหน่งของยานหรือเรือ ย่อมาจาก Lo(ng) Ra(nge) N(avigation)
lord (ลอร์ด) *n.* เจ้าศักดินา, ขุนนาง, เจ้าของที่ดิน, ท่านลอร์ด, สมาชิกสภาขุนนาง, ผู้นำในการค้า, เจ้านาย, เจ้าเหนือหัว, พระผู้เป็นเจ้า, พระเยซูคริสต์, ดาวนพเคราะห์ที่มีอิทธิพล

Lord Chancellor 525 **lousy**

ครอบงำ *-interj.* คำอุทานแสดงความประหลาดใจ *-vi.* มีอำนาจหรืออิทธิพล, ตั้งตัวเป็นเจ้าเหนือหัว (-S. ruler, master, leader)

Lord Chancellor, Lord High Chancellor อธิบดีศาลสูงสุด, ประธานสภาขุนนาง

lordly (ลอร์ดฺ' ลี) *adj.* **-lier, -liest** สูงศักดิ์, สูงส่ง, สง่าผ่าเผย, หยิ่ง, ยโส, โอหัง, เกี่ยวกับท่านลอร์ด, ซึ่งมีลักษณะของท่านลอร์ด, เกี่ยวกับหรือมีลักษณะของขุนนาง *-adv.* ในลักษณะของขุนนาง **-lordliness** *n.* (-S. lofty)

Lord Mayor นายกเทศมนตรีเมืองใหญ่

Lord's Day, the วันอาทิตย์

lordship (ลอร์ด' ชิพ) *n.* ตำแหน่งหรือฐานะขุนนางชั้นลอร์ด, อำนาจและหน้าที่ของท่านลอร์ด, เขตการปกครองของท่านลอร์ด

lore (ลอร์) *n.* ความรู้, เรื่องเก่าๆ, นิยายที่เล่าลือกันมา, ตำนาน, การสั่งสอน, กระบวนการสอน, บทเรียน, พื้นที่บริเวณระหว่างตาและจะงอยปากด้านบนของนกหรือระหว่างตาและรูจมูกของงูหรือปลา *-Ex. Indian lore, gypsy lore, bird lore*

lorgnette (ลอร์นเยท') *n.* แว่นตาที่มีด้ามถือ

lorgnette

lorgnon (ลอร์นิโอน') *n.* แว่นตา, แว่นตาละคร

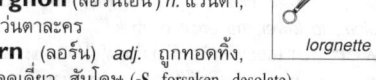

lorn (ลอร์น) *adj.* ถูกทอดทิ้ง, โดดเดี่ยว, สันโดษ (-S. forsaken, desolate)

lorry (ลอ' รี) *n., pl.* **-ries** รถยนต์บรรทุก (โดยเฉพาะขนาดใหญ่), รถบรรทุกที่วิ่งบนราง (ในเหมืองหรือโรงงาน), รถม้าที่ไม่มีด้านข้าง (-S. motor truck)

Los Angeles (ลอสแอน' จะเลิส, -ลีซ, ลาสแอน'-, -แอง' จะ-) ชื่อเมืองท่าในรัฐแคลิฟอร์เนีย สหรัฐอเมริกา

lose (ลูซ) *v.* **lost, losing** *-vt.* ขาดทุน, สูญ, สูญเสีย, เสีย, แพ้, ทำให้สูญเสีย, ทำให้หายนะ, (หมอ) ไม่สามารถรักษาชีวิต (ของคนไข้), พลาด, เสียโอกาส, ทำให้หมกมุ่นอยู่ใน *-vi.* ได้รับความเสียหาย, แพ้, เล่นเสีย, (นาฬิกา) เดินช้า **-lose out** แพ้ **-losable** *adj.* (-S. mislay, fail -A. find, succeed) *-Ex. If you lose your pencil; you will have to use a pen., The farmer lose his fruit because of the storm., Unless everyone plays well; we may lose the game., We will lose no time in getting to school., Dang and Bum lost their ways in the woods.*

loser (ลู' เซอะ) *n.* ผู้สูญเสีย, ผู้แพ้, (คำสแลง) คนขี้คุก

losing (ลู' ซิง) *adj.* ทำให้สูญเสีย, ทำให้แพ้, แพ้ *-n.* การแพ้, การสูญเสีย **-losings** สิ่งที่สูญเสียไป, การเล่นเสีย

loss (ลอส, ลาส) *n.* การขาดทุน, การสูญ, การสูญเสีย, การเสีย, การแพ้, การหาย, ความเสียหาย, ความผิดพลาด, การทำลาย, ความหายนะ, การสูญเสียทหาร, จำนวนทหารที่สูญเสียไป, ภาวะที่ไม่แน่นอน, ภาวะที่งงงวย **-at a loss** งง, ไม่เข้าใจ (-S. privation, deprivation)

loss leader สิ่งของที่ขายในราคาขาดทุนเพื่อดึงดูดลูกค้าให้มาที่ร้าน

lost (ลอสทฺ, ลาสทฺ) *adj.* สูญหายไป, เสียไป, ไม่พบ, หาย, สูญเสียเปล่า, แพ้, ถูกทำลาย, พินาศ, หมกมุ่น, ไม่มีคนรู้, ไร้ความหวัง **-Get lost!** (คำสแลง) หลีกไปอย่ารบกวน *-Ex. to be lost in the forest, to be lost in the distance, a lost friend, lost hopes, The harvest was lost because of too much rain., a lost opportunity, lost time, the lost in thought, a lost cause, All my advice was lost on him.*

lost cause ต้นเหตุหรือเหตุที่พ่ายแพ้

lot (ลอท) *n.* สลาก, ฉลาก, การจับสลาก, การจับฉลาก, ส่วนแบ่ง, โชคชะตา, ชะตากรรม, ผืนดิน, สถานที่ถ่ายภาพยนตร์ (โดยเฉพาะโรงถ่ายภาพยนตร์), ประเภทของคน, ชุด, รุ่น, ภาษี, ทั้งมวล, กอง, ทั้งหมด *-adv.* มาก *-v.* **lotted, lotting** *-vt.* จับฉลาก, จับสลาก, แบ่งออกเป็นส่วนๆ *-vi.* จับฉลาก, จับสลาก (-S. part, quota, portion, chance, group) *-Ex. Our team has had a lot of luck recently., We drew lots to see who would go to the shops for Mother., This lot of coconuts came by train., The class chose their representative by lot., Poverty is his lot., an empty lot, a lot of, a great lot of, a good lot of, You can have the lot.*

loth (โลธ) *adj.* ดู loath

lotion (โล' ชั่น) *n.* น้ำยาสำหรับทาหรืออาบ

lottery (ลอท' เทอรี) *n., pl.* **-teries** ลอตเตอรี่, ระบบการแจกจ่ายรางวัล (-S. draw, chance)

lotto (ลอท' โท) *n.* เกมชนิดหนึ่งคล้ายเกม bingo

lotus (โล' เทิส) *n.* บัว, พืชน้ำจำพวก *Nelumbo nucifera*, ลายบัว, พืชฝักจำพวก *Lotus* (-S. lotos)

loud (เลาดฺ) *adj.* ดัง, (เสียง) สูง, กึกก้อง, อึกทึก, ฉูดฉาด, บาดตา, ยืนยัน, เน้น, หยาบคาย *-adv.* ดัง, อึกทึก **-loudly** *adv.* **-loudness** *n.* **-loudish** *adj.* *-Ex. a loud voice, a loud noise, a loud group, a loud party, a loud necktie*

louden (เลา' เดิน) *vt., vi.* ทำให้เกิดเสียงดัง, ทำให้ดังขึ้น, ดัง, ดังขึ้น

loudmouthed (เลาดฺ' เมาธฺด, -เมาธฺท) *adj.* พูดเสียงดังน่ารำคาญ **-loudmouth** *n.*

loundspeaker (เลาดฺ' สพีคเคอะ) *n.* เครื่องขยายเสียง

Louisiana (ลูอีซีแอน' นะ, -อะ-) รัฐหลุยเซียนา เป็นรัฐทางใต้ในสหรัฐฯ

lounge (เลานฺจฺ) *v.* **lounged, lounging** *-vi.* เอน, พิง, เอกเขนก, นั่งเล่น, เดินทอดน่อง, เดินเตร่ *-vt.* ปล่อยเวลาให้ผ่านไปโดยเปล่าประโยชน์ *-n.* เก้าอี้โซฟาสำหรับนั่งเล่น, สถานที่นั่งเล่น, ห้องนั่งพักหรือคอย, ห้องสังสรรค์ในรถไฟ เครื่องบินหรือเรือ, ห้องดื่มค็อกเทล, ห้องพักสาธารณะ, การนั่งเล่น, การเดินเตร่ **-lounger** *n.* (-S. saunter, loaf) *-Ex. We watched TV in the bus station lounge.*

loupe (ลูพ) *n.* แว่นขยายของช่างเพชรพลอยหรือช่างซ่อมนาฬิกา

louse (เลาซฺ) *n., pl.* **lice** แมลงปรสิตเล็กๆ ที่อยู่บนคนและสัตว์ (เหา หมัด เล็น ไร โลน เห็บ), แมลงประเภท Anoplura *-vt.* **loused, lousing** เอาแมลงดังกล่าวออก **-louses** (คำสแลง) คนที่น่ารังเกียจ คนชั่ว **-louse up** (คำสแลง) ทำให้เสีย ทำให้ยุ่ง

lousy (เลา' ซี) *adj.* **lousier, lousiest** มีเหา (หมัด เล็น โลนหรือไร), (คำสแลง) ต่ำช้า ชั่ว น่าเหยียดหยาม เลว,

มีมาก **-lousily** *adv.* **-lousiness** *n.*

lout[1] (เลาทฺ) *n.* คนที่โง่ งุ่มง่ามและมีมารยาทเลว *-vt.* ดุว่า, ด่า, ยั่วเย้า, ถือเป็นตัวตลก **-loutish** *adj.* **-loutishly** *adv.* **-loutishness** *n.*

lout[2] (เลาทฺ) *vi., vt.* แสดงความคารวะ, น้อมศีรษะให้, คำนับ

louver, louvre (ลู' เวอะ) *n.* บานเกล็ด, ระบบบานเกล็ด **-louvered** *adj.*

louver, louvre

lovable, loveable (ลัฟ' วะเบิล) *adj.* น่ารัก, น่าชื่นชอบ **-lovability, lovableness** *n.* **-lovably** *adv.* (-S. amiable, winning, charming, attractive)

lovage (ลัฟ' วิจฺ) *n.* ชื่อพันธุ์ไม้จำพวก *Levisticum officinale* บางครั้งใช้เป็นพืชสมุนไพร

love (ลัฟวฺ) *n.* ความรัก, ความชอบมาก, ความใคร่, ความต้องการทางเพศ, เรื่องรักๆ ใคร่ๆ, กามเทพ, ความเป็นห่วง, สิ่งที่ชอบ, ความรักของพระผู้เป็นเจ้า *-v.* **loved, loving** *-vt.* รัก, ชอบมาก, ต้องการ, ได้ประโยชน์มากจาก *-vi.* รัก, รักใคร่ **-for the love of** เพื่อ, โดยคำนึงถึง **-in love** มีความรัก, มีความชอบมาก (-S. fondness, passion, adore)

love affair เรื่องรักๆ ใคร่ๆ

lovebird (ลัฟ' เบิร์ด) *n.* นกแก้วตัวเล็กๆ (โดยเฉพาะจำพวก *Agapornis*

lovelorn (ลัฟวฺ' ลอร์น) *adj.* อกหัก, พลาดรัก, ถูกคนรักทอดทิ้ง

lovely (ลัฟวฺ' ลี) *adj.* **-lier, -liest** สวยงาม, น่ารัก, ดีงาม, เป็นที่น่าเบิกบานใจ *-n., pl.* **-lies** คนหรือสิ่งที่น่ารัก **-loveliness** *n.* **-lovelily** *adv.* (-S. beautiful, attractive, enjoyable -A. ugly, offensive) *-Ex. such lovely music*

lovemaking (ลัฟวฺ' เมคคิง) *n.* การจีบ, การเกี้ยวพาราสี, การสังวาส

love match การแต่งงานด้วยความรัก

love potion ยาเสน่ห์, ยากระตุ้นความรักความใคร่

lover (ลัฟ' เวอะ) *n.* คนรัก, คนที่ชอบ, นักรัก **-lovers** คู่รัก, ผู้รัก **-loverly** *adv., adj.* (-S. sweetheart, beau) *-Ex. a lover of music*

lovesick (ลัฟวฺ' ซิค) *adj.* เป็นไข้ใจ, ป่วยด้วยโรครัก **-lovesickness** *n.*

loving (ลัฟ' วิง) *adj.* แสดงความรัก, รู้สึกรัก, ชอบ, รัก **-lovingly** *adv.* **-lovingness** *n.* (-S. devoted) *-Ex. Yupa has a loving nature.*

loving cup ถ้วยใหญ่มีที่ถือ, ถ้วยรางวัล, ถ้วยใหญ่สำหรับดื่มอวยพร

low[1] (โล) *adj.* ต่ำ, ระดับต่ำ, น้อย, ตกต่ำ, เตี้ย, หย่อน, งอลง, อ่อนเพลีย, อ่อนแรง, มีคุณค่าอาหารต่ำ, ค่าต่ำ, หดหู่ใจ, ต่ำต้อย, เลว, ชั่ว, หยาบช้า, เกียร์ต่ำ, เสียงต่ำ, เสียงแผ่ว *-adv.* ต่ำ, ต่ำต้อย, ถูก, มีค่าต่ำ, อย่างนิ่มนวล, อย่างเงียบเชียบ *-n.* สิ่งที่อยู่ต่ำ, ราคาต่ำ, ค่าต่ำ, เกียร์แรก, เกียร์ต่ำ, ระบบความกดดันอากาศต่ำ, คะแนนต่ำ, ความเลว, ความหยาบคาย **-lowness** *n.* (-S. inferior, scant)

low[2] (โล) *vi., vt.* (วัว) ร้อง, เปล่งเสียงคล้ายเสียงวัว *-n.* การร้องเสียงคล้ายเสียงวัว, เสียงวัวร้อง, เสียงคล้ายเสียงวัวร้อง

lowborn (โล' บอร์น) *adj.* ซึ่งเกิดในตระกูลชั้นต่ำ

lowboy (โล' บอย) *n.* ตู้ลิ้นชักชนิดเตี้ย

lowbred (โล' เบรด) *adj.* หยาบช้า, ไม่ได้รับการอบรม, ไพร่

lowbrow (โล' เบรา) *n.* ผู้ไม่ได้รับการอบรม, ผู้ไม่ได้รับการศึกษาที่เหมาะสม, *adj.* ไม่ได้รับการอบรม, ไม่ได้รับการศึกษาที่เหมาะสม

Low Church สาขานิกายโบสถ์อังกฤษ Anglican Church ที่ให้ความสนใจเรื่องพิธีรีตองน้อย **-Low-Church** *adj.*

low comedy ละครชวนหัว, การแสดงความขบขันด้วยการแสดงทางกาย (มักเป็นเรื่องลามก)

lowdown (*n.* โล' ดาวนฺ, *adj.* -ดาวนฺ') *n.* (คำสแลง) ข้อเท็จจริง, ความจริง, โฉมหน้าอันแท้จริง, เบื้องหลัง *-adj.* น่าดูถูก, ต่ำช้า, เลว

lower[1] (โล' เออะ) *vt.* ทำให้ต่ำลง, ลดลง, ลดเสียง, ทำให้ต่ำต้อย, ลดเกียรติ, ทำให้ระดับเสียงต่ำลง *-vi.* ลดลง, น้อยลง, จมลง *-adj.* คุณศัพท์เปรียบเทียบของ low, เกี่ยวกับระยะเริ่มแรกของยุค, อยู่ในระดับต่ำกว่า *-n.* คนเกิดในตระกูลต่ำ **-lowers** ฟันหรือขากรรไกรล่าง *-Ex. a lower pace, a lower class, a lower note, Lower one's voice., to lower the price of milk*

lower[2] (เลา' เออะ) *vi.* (ท้องฟ้า) มืดลง, มืดมน, ขมวดคิ้ว, บูดบึ้ง *-n.* ลักษณะอาการที่คุกคาม, การขมวดคิ้ว, หน้าตาบูดบึ้ง

lowercase (โล' เออะเคส) *n.* ตัวพิมพ์ตัวเล็ก *-adj.* เกี่ยวกับตัวพิมพ์เล็ก *-vt.* **-cased, -casing** พิมพ์หรือเปลี่ยนเป็นตัวพิมพ์เล็ก

lower house สภาล่างของรัฐสภา (House of Commons)

lowering (เลา' เออริง) *adj.* ฟ้ามืด, อากาศทำท่าจะมีฝน, ขมวดคิ้ว, บูดบึ้ง, หดหู่ใจ, โกรธ **-loweringly** *adv.*

lowest common multiple ตัวคูณร่วมน้อย (-S. least common multiple)

low frequency ความถี่วิทยุ 30-300 กิโลเฮิรตซ์

Low German กลุ่มภาษา West Germanic ได้แก่ภาษาอังกฤษ ภาษาฮอลแลนด์ ภาษา Frisian ภาษา Plattdeutsch และอื่นๆ

low-key (โล' คี') *adj.* เข้มข้นน้อย, น้อยไป, น้อย (-S. low-keyed)

lowland (โล' เลินดฺ, -แลนดฺ) *n.* บริเวณพื้นที่ต่ำ, บริเวณพื้นที่ราบ *-adj.* เกี่ยวกับบริเวณพื้นที่ราบ, เกี่ยวกับบริเวณพื้นที่ต่ำ **-the Lowlands** บริเวณที่ต่ำในสกอตแลนด์ภาคใต้ ภาคกลางและภาคตะวันออก **-lowlander, Lowlander** *n.*

Low Latin ภาษาละตินยุคกลาง

lowly (โล' ลี) *adj.* **-lier, -liest** ถ่อมตัว, ต่ำต้อย, สามัญ *-adv.* อย่างถ่อมตัว, อย่างต่ำต้อย, แผ่วเบา, นิ่มนวล **-lowliness** *n.* (-S. humble)

Low Mass พิธีฉลองการเสวยกระยาหารมื้อสุดท้ายของพระเยซูคริสต์ ไม่มีการเผาเครื่องหอมและไม่มีการบรรเลงดนตรี

low-minded (โล' ไมนฺดิด) *adj.* มีจิตใจต่ำ, หยาบ-

low-pitched 527 **lumbar**

คาย **-low-mindedness** *n.* **-low-mindedly** *adv.*
low-pitched (โล' พิชทฺ') *adj.* เสียงต่ำ, ลาดต่ำ
low-pressure (โล' เพรช' เชอะ) *adj.* มีความกดดันต่ำ, มีการต้านทานต่ำ, สบาย, ชักจูงอย่างเงียบๆ
low profile รูปแบบหรือลักษณะที่เกือบจะมองไม่ออก
low-spirited (โล' สพิริทิด) *adj.* มีจิตใจหดหู่ **-low-spiritedly** *adv.* **-low-spiritedness** *n.*
low-tech (โล' เทค) *adj.* ซึ่งใช้เทคโนโลยีง่ายๆ หรือดั้งเดิม
low tide กระแสน้ำลด, เวลากระแสน้ำลด, จุดต่ำสุดของการลดลง
lox[1] (ลอคซฺ) *n.* ปลาแซลมอนรมควัน
lox[2] (ลอคซฺ) *n.* ออกซิเจนเหลว
loyal (ลอย' เอิล) *adj.* จงรักภักดี,ซื่อสัตย์ **-loyally** *adv.* (-S. faithful, true, devoted)
loyalist (ลอย' อะลิสทฺ) *n.* ผู้ซื่อสัตย์, ผู้จงรักภักดี, ผู้ยังคงจงรักภักดีต่ออังกฤษในระหว่างการประกาศเป็นเอกราชของอเมริกา **-Loyalist** ผู้จงรักภักดีต่อสาธารณรัฐในระหว่างสงครามกลางเมืองของสเปน **-loyalism** *n.*
loyalty (ลอย' เอิลทึ) *n., pl.* **-ties** ความจงรักภักดี, ความซื่อสัตย์, ตัวอย่างของความจงรักภักดีหรือความซื่อสัตย์ (-S. allegiance, fidelity) *-Ex. a loyalty to one's country, loyalty to a friend*
lozenge (ลาซฺ' เซินจฺ) *n.* ยาอม, ลูกกวาด, รูปสี่เหลี่ยมขนมเปียกปูน, รูปสี่เหลี่ยมด้านเท่าที่มีมุมตรงกันข้ามเท่ากัน, เพชรพลอย
LP (เอลพี') *n.* แผ่นเสียงขนาดใหญ่ หมุน 33⅓ รอบต่อนาที มาจากคำว่า Long Playing
LPG ย่อจาก liquefied petroleum gas
LSD, LSD 25 ย่อจาก l(y)s(ergic acid) d(iethylamide) ยาหลอนประสาทรุนแรงชนิดหนึ่ง
lubber (ลับ' เบอะ) *n.* คนอุ้ยอ้าย ร่างใหญ่และทึ่ม, กะลาสีเรืออุ้ยอ้ายหรือไม่ชำนาญ *-adj.* ซุ่มซ่าม, อุ้ยอ้าย, โง่ **-lubberly** *adv., adj.* **-lubberliness** *n.* (-S. lout)
lubricant (ลู' บริเคินทฺ) *n.* สารหล่อลื่น, น้ำมันหล่อลื่น *-adj.* หล่อลื่น, ใช้หล่อลื่น
lubricate (ลู' บริเคท) *v.* **-cated, -cating** *-vt.* หล่อลื่น, ทำให้ลื่น *-vi.* เป็นตัวหล่อลื่น, ใส่สารหรือน้ำมันหล่อลื่น **-lubrication** *n.* **-lubricative** *adj.* **-lubricator** *n.*
lubricity (ลูบริส' ซิที) *n., pl.* **-ties** ความลื่น, ความสามารถหล่อลื่น, ความไม่มั่นคง, ความไม่ยั่งยืน, ความไม่แน่นอน, ความเหลาะแหละ, ความแพศยา, ความมักมากในกาม **-lubricious, lubricous** *adj.* (-S. slipperiness, shiftiness)
lucid (ลู' ซิด) *adj.* แจ่มแจ้ง, สว่าง, โปร่งใส, สามารถเข้าใจได้ง่าย, ฉลาด, หลักแหลม, มีเหตุผล, มีจิตที่ปกติ **-lucidity, lucidness** *n.* **-lucidly** *adv.* (-S. shining, bright) *-Ex. a lucid style, a lucid explanation, An insane person often has lucid stream., the lucid waters of a mountain lake*
Lucifer (ลู' ซะเฟอะ) *n.* ตัวมาร, ภูติผีปีศาจ, ซาตานที่ถูกขับออกจากสวรรค์, ดาวพระศุกร์ที่ปรากฏเป็นดาวประกายพฤกษ์ (morning star)
luck (ลัค) *n.* โชค, โชคดี, เคราะห์ดี, โชคชะตา **-in luck** โชคดี **-out of luck** โชคไม่ดี
luckless (ลัค' ลิส) *adj.* ไม่มีโชค, โชคไม่ดี **-lucklessly** *adv.* **-lucklessness** *n.*
lucky (ลัค' คี) *adj.* **luckier, luckiest** โชคดี, มีโชค, นำโชค **-luckily** *adv.* **-luckiness** *n. -Ex. lucky person, be lucky at games, a lucky chance, a lucky guess, lucky venture*
lucrative (ลู' คระทิฟวฺ) *adj.* มีกำไรงาม, ให้ผลกำไร, ให้ผลตอบแทน **-lucrativeness** *n.* **-lucratively** *adv.* (-S. remunerative)
lucre (ลู' เคอะ) *n.* ผลกำไรเป็นเงิน, เงิน
lucubrate (ลู' คิวเบรท, -คะ-) *vi.* **-brated, -brating** ทำงานเขียนหรือศึกษาอย่างมุมานะ (โดยเฉพาะในเวลากลางคืน), เขียนอย่างขยันมาก **-lucubrator** *n.*
lucubration (ลูคิวเบร' ชัน, -คะ-) *n.* การทำงานเขียนหรือศึกษาอย่างมุมานะ (โดยเฉพาะในเวลากลางคืน), บทประพันธ์ที่เขียนขึ้นมาอย่างยากลำบาก
luculent (ลู' คิวเลินทฺ) *adj.* ชัดเจน **-luculently** *adv.*
ludicrous (ลู' ดิเคริส) *adj.* น่าหัวเราะ, น่าเย้ยหยัน, ไร้สาระจนน่าหัวเราะ **-ludicrously** *adv.* **-ludicrousness** *n.*
luff (ลัฟ) *n.* ส่วนที่กว้างที่สุดของเรือ, การแล่นเรือทวนลม *-vi.* แล่นทวนลม
lug (ลัก) *vt.* **lugged, lugging** ลาก, ดึง, ฉุดคร่า, ดึงดัน, ดึงลาก *-n.* การลาก, การดึง, การฉุดคร่า, ส่วนที่คล้ายหู, หู, ใบหู, ส่วนที่โผล่ออกมา, ห่วงหนังของเครื่องบังเหียนม้า, (คำสแลง) คนงุ่มง่าม คนซุ่มซ่าม *-Ex. Somchai was trying to lug the television set into the bedroom.*
luggable (ลัก' กะเบิล) *n.* คอมพิวเตอร์ที่ใหญ่กว่า laptop แต่ก็สามารถหิ้วไปไหนได้
luggage (ลัก' กิจ) *n.* กระเป๋าเดินทาง (-S. baggage, bags)
lugger (ลัก' เกอะ) *n.* เรือใบขนาดเล็กที่มี 2-3 กระโดง
lugubrious (ละกู' บรีเอิส, -กิว'-) *adj.* โศกเศร้า, สลดใจ, ละห้อย, ม่อย **-lugubriously** *adv.* **-lugubriousness** *n.*
Luke (ลูค) *n.* สาวกของนักบุญ Paul เป็นนายแพทย์ เชื่อว่าเป็นผู้ประพันธ์หนังสือ *the third Gospel* และ *the Acts* ซึ่งเป็นหนังสือเล่มหนึ่งของพระคัมภีร์ไบเบิล, หนังสือดังกล่าว
lukewarm (ลูค' วอร์ม) *adj.* อุ่น, อุ่นพอควร, ไม่อร่อย, ไม่เต็มใจ, มีความกระตือรือร้นเล็กน้อย, เมินเฉย **-lukewarmly** *adv.* **-lukewarmness** *n. -Ex. a lukewarm bath, the lukewarm applause*
lull (ลัล) *vt.* ทำให้นอนหลับ, กล่อม, ทำให้สงบ, ทำให้เงียบ, ทำให้นิ่ง, หลอกให้รู้สึกว่าปลอดภัย *-vi.* เงียบสงบ, บรรเทา *-n.* ภาวะเงียบสงบ, ภาวะหยุดนิ่ง *-Ex. to lull a baby to sleep, The raging ocean was lulled., The sound of the waves lulled me to sleep., a lull in the storm, a lull in conversation*
lullaby (ลัล' ละไบ) *n., pl.* **-bies** เพลงกล่อม, เพลงกล่อมเด็กให้หลับ *-vt.* **-bied, -bying** กล่อมให้หลับ
lumbago (ลัมเบ' โก) *n.* อาการปวดเอว
lumbar (ลัม' เบอะ, -บาร์) *adj.* เกี่ยวกับเอว, เกี่ยวกับ

L

ท่อนกลางของร่างกายคนหรือสัตว์
lumber[1] (ลัม' เบอะ) *n.* เศษไม้, ไม้ที่เลื่อยออกเป็นท่อนๆ, ของระเกะระกะที่ไม่มีประโยชน์และเก็บกองไว้,ของสัพเพเหระ *-vt.* เลื่อยไม้ออกเป็นท่อนๆ, กองระเกะระกะ, กองเรี่ยราด *-vi.* ตัดท่อนไม้ออกเป็นท่อนๆ **-lumberer** *n.*
lumber[2] (ลัม' เบอะ) *vi.*เคลื่อนที่อย่างอุ้ยอ้ายหรืองุ่มง่าม, ขยับอย่างอุ้ยอ้าย (-S. plod, trudge) *-Ex. The tractors lumbered up the steep incline., The bear lumbered up to our car.*
lumberjack (ลัม' เบอะแจค) *n.* ช่างตัดไม้, ผู้โค่นต้นไม้, คนเลื่อยไม้ขาย, ช่างเลื่อยไม้, เสื้อขนสัตว์หรือเสื้อหนังยุคแรกๆ ที่ช่างตัดไม้ใส่ (-S. lumber jacket)
lumberman (ลัม' เบอะเมิน) *n., pl.* **-men** ดู lumberjack
lumberyard (ลัม' เบอะยาร์ด) *n.* ลานเก็บไม้ขาย

lumen (ลู' เมิน) *n., pl.* **-mina/-mens** ช่องภายในหลอดหรือท่อ, หน่วยความสว่างของแสง, ช่องเซลล์
luminary (ลู' มะเนอรี) *n., pl.* **-naries** สิ่งที่เปล่งแสงสว่าง, สิ่งที่ให้แสงสว่าง, ผู้มีชื่อเสียง, ผู้เป็นสิ่งดลใจของผู้อื่น
luminesce (ลูมะเนสฺ') *vi.* **-nesced, -nescing** ให้แสงสว่าง
luminescence (ลูมะเนส' เซินซฺ) *n.* ความสามารถในการเรืองแสง, แสงเรือง **-luminescent** *adj.*
luminiferous (ลูมะนิฟ' เฟอเริส) *adj.* เปล่งแสง
luminous (ลู' มะเนิส) *adj.* เปล่งแสง, ปล่อยแสง, สะท้อนแสง, กระจายแสง, หลักแหลม, ฉลาดมาก, แจ่มแจ้ง, แจ่มใส, โปร่งใส **-luminously** *adv.* **-luminousness** *n.* (-S. shining, bright) *-Ex. The stars are luminous., a luminous way of writing*
lump[1] (ลัมพฺ) *n.* ก้อน, ก้อนบวม, ก้อนนูน, กอง, ก้อนน้ำตาลสี่เหลี่ยม, จำนวนมาก, ส่วนมาก, ส่วนใหญ่ *-adj.* เป็นก้อน, ประกอบจากหลายๆ ก้อนรวมกัน *-vt.* รวมกัน, โป๊ะ, ทำให้เป็นก้อน *-vi.* กลายเป็นก้อน, เคลื่อนที่หรือขยับตัวอย่างอุ้ยอ้าย (-S. mass)
lump[2] (ลัมพฺ) *vt.* ทน, อดทน, อดกลั้น, กล้ำกลืน
lumpish (ลัมพฺ' พิช) *adj.* เป็นก้อนๆ, อุ้ยอ้าย, โง่, ทึ่ม, เชื่องช้า **-lumpishly** *adv.* **-lumpishness** *n.*
lump sum เงินก้อน
lumpy (ลัม' พี) *adj.* **lumpier, lumpiest** เป็นก้อน, ปกคลุมไปด้วยก้อน, ไม่เรียบ **-lumpily** *adv.* **-lumpiness** *n.*
lunacy (ลู' นะซี) *n.* ความบ้า, ความวิกลจริต
lunar (ลู' เนอะ) *adj.* เกี่ยวกับพระจันทร์, วัดโดยการหมุนรอบของดวงจันทร์, เกี่ยวกับธาตุเงิน
lunar eclipse จันทรคราส
lunar month เดือนตามจันทรคติ
lunar year ปีตามจันทรคติ
lunate (ลู' เนท, -นิท) *adj.* รูปเสี้ยว **-lunately** *adv.* (-S. lunated)
lunatic (ลู' นะทิค) *n.* คนบ้า, คนวิกลจริต, ผู้สติวิปลาส *-adj.* บ้า, วิกลจริต, มีสติวิปลาส, สำหรับคนบ้าอยู่ (-S. insane person, insane) *-Ex. a lunatic idea or scheme, a lunatic asylum*
lunch (ลันชฺ) *n.* อาหารเที่ยง, อาหารกลางวัน, มื้ออาหารระหว่างอาหารเช้ากับอาหารเย็น, มื้ออาหารเบาๆ, ห้องอาหารมื้อเที่ยง, ห้องอาหารกลางวัน *-vi.* รับประทานอาหารมื้อเที่ยง *-vt.* จัดอาหารมื้อเที่ยงให้ **-out to lunch** (คำสแลง) บ้า **-luncher** *n. -Ex. We eat lunch at school.*
luncheon (ลัน' เชิน) *n.* อาหารมื้อเที่ยง, อาหารกลางวัน
luncheonette (ลัน เชินเนท') *n.* ห้องอาหารมื้อเที่ยง, ห้องอาหารกลางวัน, ร้านอาหารมื้อเบาๆ, ห้องรับประทานอาหาร
lunchroom (ลันชฺ' รูม) *n.* ห้องอาหารมื้อเที่ยง, ห้องอาหารกลางวัน, ห้องรับประทานอาหารที่อยู่ในโรงเรียนหรือสำนักงานที่ผู้คนสามารถเข้าไปรับประทานได้
lune (ลูน) *n.* รูปพระจันทร์ครึ่งซีก, รูปเสี้ยวพระจันทร์, รูปวงจันทร์
lung (ลัง) *n.* ปอด **-at the top of one's lungs** ดังที่สุดเท่าที่จะดังได้, ดังสุดกู่
lunge (ลันจฺ) *n.* การทิ่ม, การแทง, การพุ่งใส่, การถลัน, การเคลื่อนไปข้างหน้าอย่างรวดเร็ว *-vi., vt.* **lunged, lunging** ทิ่ม, แทง, พุ่งใส่, ถลัน, เคลื่อนไปข้างหน้าอย่างรวดเร็ว **-lunger** *n.* (-S. stab)
lungfish (ลัง' ฟิช) *n., pl.* **fishes/fish** ปลาที่มีอวัยวะหายใจ ปอดและเหงือก

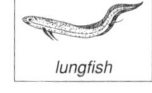

lungfish

lupine[1] (ลู' พิน) *n.* พืชฝักจำพวก *Lupinus*
lupine[2] (ลู' ไพน) *adj.* คล้ายหรือเกี่ยวกับหมาป่า, โหดร้าย, อำมหิต, สังหารชีวิต
lupus (ลู' เพิส) *n.* ชื่อโรคผิวหนังชนิดหนึ่ง
lurch[1] (เลิร์ช) *n.* การเอียงวูบ, การเซถลา, การซวนเซ *-vi.* เซ, เอียง
lurch[2] (เลิร์ช) *n.* สภาวะที่ผู้ชนะทำคะแนนห่างไกลจากผู้แพ้มาก **-leave in the lurch** ปล่อยทิ้งไว้ให้อยู่ในสภาพที่ลำบากใจ, ทอดทิ้งในยามยาก, คาราคาซัง
lurcher (เลอ' เชอะ) *n.* ผู้ซุ่มซ่อน, ขโมย, จารชน
lure (ลฺ' เออะ) *n.* สิ่งล่อ, เครื่องล่อ, เหยื่อล่อ, เสน่ห์, แรงดึงดูด, เหยื่อตกปลา *-vt.* **lured, luring** ล่อ, ดึงดูดใจ, ล่อใจ **-lurer** *n.* (-S. temptation) *-Ex. The boys lured the rabbit into the barn by holding out a carrot., The lure of the cinema drew Surin to town., Father has many bright coloured lures in his fishing kit., Gold was the lure that started a rush to the northern village.*
lurid (ลุ' ริด) *adj.* แดงฉาน, สว่างไสวอย่างน่ากลัว, น่าขนลุก, น่ากลัว, เสียวสยอง, ฉูดฉาดเกินไป **-luridly** *adv.* **-luridness** *n.* (-S. violent) *-Ex. the lurid details of a crime, the lurid career of a criminal*
lurk (เลิร์ค) *vi.* ซุ่มซ่อน, ดักซุ่ม, แอบแฝง, สิงสู่, คอยอยู่ *-Ex. The boys lurked in the bushes; waiting to see the rabbit come out., Some anxiety still lurked in her mind.*
luscious (ลัช' เชิส) *adj.* หอมหวาน, หวานฉ่ำ, รสดี, กลิ่นดี, มีเสน่ห์, ติดอกติดใจ, หวานมากเกินไป, กลิ่นมากเกินไป **-lusciously** *adv.* **-lusciousness** *n.* (-S. delectable) *-Ex. a luscious ripe peach, the luscious music*

lush[1] (ลัช) *adj.* เขียวชอุ่ม, เขียวขจี, ฉ่ำ, อุดมสมบูรณ์, มีมาก, รุ่งเรือง, เจริญ **-lushly** *adv.* **-lushness** *n.* (-S. abundant, dense)

lush[2] (ลัช) *n.* (คำสแลง) คนขี้เหล้า, คนขี้เมา *-vt., vi.* (คำสแลง) ดื่ม (เหล้า)

lust (ลัสท) *n.* ความต้องการทางเพศ, ราคะ, กามตัณหา, โลกีย์, ความปรารถนา, ตัณหา, ความกระตือรือร้น, ความทะเยอทะยาน *-vi.* มีกามตัณหาสูง, ชอบโลกีย์, ปรารถนา (-S. craving, lechery, desire, want) *-Ex. a lust for power, a lust for gold, The pirate chief lusted for treasure.*

luster, lustre (ลัส' เทอะ) *n.* ความเป็นเงา, ความเป็นมัน, ความรุ่งโรจน์, โคมระย้า, สิ่งทอที่เป็นมัน, เคลือบเงาของเครื่องปั้นดินเผา *-vt.* ฉาบเงา, ทำให้เป็นเงา *-vi.* กลายเป็นเงา **-lusterless** *adj. -Ex. The athlete's victory added new luster to his fame.*

lustful (ลัส' เฟิล) *adj.* เต็มไปด้วยตัณหา, ละโมบ, ตะกละ, มักมากในโลกีย์วิสัย **-lustfully** *adv.* **-lustfulness** *n.*

lustral (ลัส' เทริล) *adj.* เกี่ยวกับพิธีกำจัดสิ่งอัปมงคล

lustrous (ลัส' เทริส) *adj.* เป็นมันเงา, เป็นมันระยับ, แวววาว, รุ่งโรจน์, ดีเลิศ, วิเศษ **-lustrously** *adv.* **-lustrousness** *n.* (-S. luminous, bright, glowing)

lusty (ลัส' ที) *adj.* **lustier, lustiest** แข็งแรง, มีกำลังวังชา, มีชีวิตชีวา **-lustily** *adv.* **-lustiness** *n.* (-S. hearty, robust, vigorous)

lutenist, lutanist (ลู' เทินนิสท) *n.* ผู้เล่นขลุ่ย

lute[1] (ลูท') *n.* เครื่องดนตรีประเภทพิณคล้ายน้ำเต้า *-vt., vi.* **luted, luting** เล่นด้วยเครื่องดนตรีดังกล่าว

lute[2] (ลูท') *n.* สารเหนียวสำหรับอุดหรือเชื่อม *-vt.* **luted, luting** อุดหรือเชื่อมต่อด้วยสารเหนียวดังกล่าว

lutecium (ลูที' ชีเอิม) *n.* ธาตุโลหะชนิดหนึ่ง

Lutheran (ลู' เธอะเริน) *adj.* เกี่ยวกับ Martin Luther และคำสั่งสอนของเขา *-n.* ผู้ยึดถือหลักปฏิบัติของ Martin Luther, สมาชิกของนิกายลูเธอรัน **-Lutheranism** *n.*

lutist (ลู' ทิสท) *n.* ผู้เล่น lute, ช่างทำ lute

Luxembourg, Luxemburg (ลัค' เซิมเบิร์ก) ชื่อประเทศเล็กๆ ที่อยู่ระหว่างเยอรมนี ฝรั่งเศสและเบลเยียม มีเนื้อที่ประมาณ 999 ตารางไมล์, ชื่อเมืองหลวงของประเทศดังกล่าว

luxuriant (ลัคชู' เรียนท) *adj.* เจริญรุ่งเรืองมาก **-luxuriantly** *adv.* **-luxuriance, luxuriancy** *n.*

luxuriate (ลัคชู' ริเอท) *vi.* **-ated, -ating** อยู่อย่างเพลิดเพลิน, อยู่อย่างฟุ่มเฟือย, เจริญงอกงาม, รุ่งเรือง, มีความปีติยินดีมาก **-luxuriation** *n.* (-S. revel)

luxurious (ลัคชู' เริส) *adj.* ฟุ่มเฟือย, หรูหรา, บำรุงความสุข, โอ่อ่า **-luxuriously** *adv.* **-luxuriousness** *n.* (-S. rich) *-Ex. A luxurious banquet was given in honour of the luxurious new hotel.*

luxury (ลัค' ชะรี) *n., pl.* **-ries** ความฟุ่มเฟือย, ความหรูหรา, การเพลิดเพลินหาความสุขสบาย, ความโอ่อ่า, สิ่งอำนวยความสุขสบายอย่างฟุ่มเฟือย *-adj.* เกี่ยวกับความฟุ่มเฟือย, เกี่ยวกับการเพลิดเพลินหาความสุขสบายอย่างฟุ่มเฟือย (-S. richness, comfort)

-ly คำปัจจัย ทำให้คำคุณศัพท์เป็นกริยาวิเศษณ์ เช่น scholarly, secondly ทำให้คำนามมีความหมายว่า ทุกๆ เช่น daily, hourly ทำให้เป็นคุณศัพท์ที่มีความหมายว่า ดูเหมือน เช่น manly, scholarly

lyceum (ไลซี' เอิม) *n.* สถานศึกษา, สถานที่สอนหนังสือ, สถานที่บรรยาย **-Lyceum** ห้องกีฬาที่อริสโตเติลใช้สอนหนังสือ

lychee (ลี' ชี) *n.* ดู litchi ลิ้นจี่

Lycra (ไล' คระ) *n.* ชื่อการค้าของเส้นใยสังเคราะห์และสิ่งทอที่เป็นมันวาวชนิดหนึ่งโดยเฉพาะสำหรับชุดกีฬา

lye (ไล) *n.* สารละลายน้ำของ potassium hydroxide หรือ sodium hydroxide, สารละลายจากการชะล้าง กรองหรือชง

lying (ไล' อิง) *n.* การพูดเท็จ, การโกหก *-adj.* เท็จ, โกหก, ปลอม

lymph (ลิมฟ) *n.* น้ำเหลือง, น้ำพืช, น้ำในแม่น้ำลำธาร, น้ำบริสุทธิ์

lymphatic (ลิมแฟท' ทิค) *adj.* เกี่ยวกับต่อมน้ำเหลือง, ประกอบด้วยต่อมน้ำเหลือง, เหี่ยวยาน, ปวกเปียก, เชื่องช้า *-n.* ท่อน้ำเหลือง

lymph gland, lymph node ต่อมน้ำเหลือง ประกอบด้วยกลุ่มหลอดน้ำเหลืองที่มีน้ำเหลืองและเซลล์น้ำเหลือง (lymphocytes)

lynch (ลินช) *vt.* แขวนคอหรือประหารชีวิตโดยศาลเตี้ยจากกลุ่มคนที่ไม่มีอำนาจทางกฎหมาย **-lyncher** *n.* **-lynching** *n.*

lynx (ลิงคฺซ) *n., pl.* **lynxes/lynx** แมวป่าที่มีช่วงขายาว หางสั้น และหูมักตั้งชูขึ้น โดยเฉพาะแมวจำพวก *Lynx*, ขนของแมวดังกล่าว

lynx-eyed (ลิงคฺซ' ไอด) *adj.* ตาคมกริบ, ตาไว (-S. sharp-sighted)

lyonnaise (ไลอะเนซฺ') *adj.* ต้มกับหัวหอมที่หั่นเป็นชิ้นๆ

lyre (ไล' เออะ) *n.* พิณตั้ง (เครื่องดนตรีของกรีกโบราณ)

lyrebird (ไล' เออะเบิร์ด) *n.* นกออสเตรเลียในตระกูล Menuridae ตัวผู้มีหางยาว

lyric (เลอ' ริค) *adj.* เป็นลักษณะของเพลง (โดยเฉพาะที่บรรยายความรู้สึก), เกี่ยวกับบทกวีที่มีลักษณะดังกล่าว, บรรยายความรู้สึกที่รุนแรง, เกี่ยวกับการขับร้อง, เกี่ยวกับหรือเหมาะสำหรับพิณตั้ง (lyre) *-n.* บทกวีอิสระ, เนื้อเพลง

lyrical (เลอ' ริเคิล) *adj.* ซึ่งเป็นเพลง, เกี่ยวกับการขับร้อง, ซึ่งเป็นกวี, เร้าอารมณ์ **-lyrically** *adv.*

lyricist (เลอ' ริซิสท) *n.* ผู้เขียนเนื้อร้องของเพลง, นักกวีผู้บรรยายความรู้สึกที่เป็นลักษณะเพลงที่ร้องกับพิณ

-lysis คำปัจจัย มีความหมายว่า สลายตัว, แตกตัว, ทำลายตัว

M

M, m (เอม) *n., pl.* **M's, m's** พยัญชนะอังกฤษตัวที่ 13, เสียงของพยัญชนะดังกล่าว, ตัวพิมพ์ของพยัญชนะดังกล่าว, อุปกรณ์สำหรับพิมพ์อักษรดังกล่าว *-adj.* เกี่ยวกับอักษรดังกล่าว, ที่ 13, รูปร่างเหมือน M **-M** เลขโรมันที่หมายถึง 1,000

M ย่อจาก March มีนาคม, Marquis ตำแหน่งขุนนางระดับหนึ่งในประเทศแถบยุโรป, Monday วันจันทร์, Monsieur นาย, สุภาพบุรุษ

m ย่อจาก mark เงินมาร์ก, month เดือน, minute(s) นาที, meter(s) เมตร, mile(s) ไมล์, milli- มิลลิ-, million ล้าน

M

ma (มา) *n.* แม่

M.A., MA ย่อจาก Master of Arts, Military Academy

ma'am (แมม, มาม, เมิม) *n.* แหม่ม, คำเรียกทักทายราชินีหรือเจ้าหญิงอังกฤษ, มาดาม

macabre (มะคา' บระ, -คาบ' , -คา' เบอะ) *adj.* น่ากลัว, น่าขยะแขยง, น่าขนลุก, เกี่ยวกับความตาย (-S. macaber)

macadam (มะแคด' เดิม) *n.* ถนนที่โรยด้วยหินเป็นชั้นๆ, หินหักที่ใช้โรยถนนดังกล่าว **-macadamize** *vt.*

Macao (มะเคา') มาเก๊า เป็นอาณานิคมหนึ่งของโปรตุเกสในภาคใต้ของจีน **-Macanese** *n.* (-S. Macau)

macaroni (แมคคะโร' นี) *n.* มะกะโรนีเป็นอาหารข้าวที่ทำเป็นหลอดกลวงสั้นๆ ของอิตาลีมักรับประทานกับน้ำซอสมะเขือเทศ

macaw (มะคอ') *n.* นกแก้วหางยาวขนสวยชนิดหนึ่ง (โดยเฉพาะจำพวก *Ara*)

macaw

mace¹ (เมส) *n.* ดอกจันทน์เทศ

mace² (เมส) *n.* คทา **-macebearer** *n.*

macerate (แมส' เซอเรท) *vt., vi.* **-ated, -ating** แช่ให้ยุ่ย, ทำให้ยุ่ย, ทำให้บาง **-macerator** *n.* **-maceration** *n.*

machete (มะเชท' ที) *n.* มีดขนาดใหญ่ที่ใช้ตัดต้นอ้อยและเป็นอาวุธ, ปลาชนิดหนึ่ง

Machiavellian (แมคีอะเวล' เลียน, -เยิน) *adj.* เกี่ยวกับหลักการของ Machiavelli, มีเล่ห์เหลี่ยม, หลอกลวง, ไม่ซื่อสัตย์ *-n.* ผู้ยึดถือหลักการของ Machiavelli **-Machiavellianism** *n.*

machinate (แมค' คะเนท) *vi., vt.* **-nated, -nating** วางแผน **-machinator** *n.*

machination (แมคคะเน' ชัน) *n.* การวางแผน, การวางเล่ห์เพทุบาย, แผน, เล่ห์เพทุบาย

machine (มะชีน') *n.* เครื่องจักร, เครื่อง, จักร, อุปกรณ์, ระบบที่ซับซ้อน, ระบบการทำงาน, การปฏิบัติงาน, กิจกรรมของพรรคหรือองค์การ *-adj.* เกี่ยวกับเครื่องจักร, ทำด้วยเครื่องจักร, เป็นมาตรฐาน *-vt.* **-chined, -chining** กระทำด้วยเครื่อง, เตรียมด้วยเครื่อง **-machinable** *adj.* *-Ex. sewing-machine, printing-machine, Surachai treats me like a machine; not a human being.*

machine gun ปืนกล **-machine-gun** *vt.*

machinery (มะชีน' นะรี, -ชีน' รี) *n., pl.* **-eries** เครื่องจักร, เครื่องกล, ระบบชิ้นส่วนของเครื่องจักร, กลุ่มเครื่องกล, ระบบ, ระบบการทำงาน, เครื่องกลไก

machine shop โรงกลึง, โรงกลึงโลหะ

machine tool เครื่องกลึง, เครื่องตัดหรือทำโลหะให้เป็นรูปร่างต่างๆ **-machine-tool** *adj., vt.*

machinist (มะชีน' นิสทฺ) *n.* ผู้คุมเครื่อง, ช่างเครื่อง, ช่างซ่อมเครื่อง, ทหารช่าง

machismo (มาชิซฺ' โม, มาชีซฺ'-) *n.* ความเป็นลูกผู้ชาย, ความมีลักษณะเป็นชาย, ความแข็งขัน

macho (มา' โช) *n., pl.* **-chos** คนที่มีความเป็นลูกผู้ชาย, ผู้ชายที่แข็งขัน *-adj.* แข็งขัน, แข็งแรง, มีความเป็นลูกผู้ชาย

Macintosh (แมค' คินทอช) *n.* ชื่อคอมพิวเตอร์ระบบหนึ่งที่ผลิตโดยบริษัทแอปเปิลคอมพิวเตอร์ ลักษณะการทำงานจะเป็นแบบกราฟิกทั้งหมด

mackerel (แมค' เคอเริล, แมค' เริล) *n., pl.* **-el/-els** ปลาว่ายเร็วจำพวก *Scomber scombrus* พบในมหาสมุทรแอตแลนติกตอนเหนือ เป็นปลาชนิดหนึ่งที่มนุษย์นิยมกินเป็นอาหาร

mackerel

Mackinaw coat (แมค' คะนอ) *n.* เสื้อขนสัตว์หนาชนิดหนึ่ง

mackintosh (แมค' คินทอช) *n.* เสื้อฝนชนิดหนึ่งที่ทำด้วยผ้ายาง, ผ้าดังกล่าว, เสื้อฝน

macro (แมค' โคร) *n., pl.* **-ros** คำสั่งที่ประกอบด้วยคำสั่งย่อยหลายๆ คำสั่ง ซึ่งแทนด้วยสัญลักษณ์เพียงสัญลักษณ์เดียว

macro- คำอุปสรรค มีความหมายว่า ใหญ่, โต, ยาว, มากเกิน

macrobiotics (แมคโครไบออท' ทิคซฺ) *n. pl.* ระบบโภชนาการที่รับประทานอาหารธรรมชาติ เช่น ธัญพืช ข้าวกล้องและผักที่ปลอดสารพิษ

macrocosm (แมค' โครคอซึม) *n.* โลกกว้างใหญ่ไพศาล, จักรวาล, สิ่งที่ซับซ้อน, ส่วนทั้งหมด **-macrocosmic** *adj.*

macroeconomics (แมคโครเอคะนอม' มิคซฺ, -อีคะ-) *n.* เศรษฐศาสตร์มหัพภาค **-macroeconomic** *adj.*

macron (เม' ครอน, -เคริน) *n.* เส้นแนวนอนแสดงเสียงยาว

macroscopic, macroscopical (แมคโครสคอพ' พิค, -เคิล) *adj.* ซึ่งมองด้วยตาเปล่าได้, เกี่ยวกับหน่วยใหญ่

mad (แมด) *adj.* **madder, maddest** บ้า, วิกลจริต, มีสติฟั่นเฟือน, โกรธ, คลั่ง, คลั่งไคล้, ตื่นเต้นมาก, หลงใหล, โง่มาก, ไร้เหตุผล, มีความกระตือรือร้นมาก, ร่าเริงมาก, เป็นโรคกลัวน้ำ *-vt., vi.* ทำให้เป็นบ้า *-n.* อารมณ์โกรธ **-have a mad on** โกรธ **-mad as a hatter/March hare** บ้าสุดๆ *-Ex. to go mad, to drive a person mad, a mad*

Madagascar 531 **magistrate**

bull, to be mad with anger, to be mad on dancing, to be mad about Yupin, a nice fellow; but a bit mad

Madagascar (แมดดะแกส' เคอะ) ชื่อประเทศที่เป็นเกาะในมหาสมุทรอินเดียทางฝั่งมหาสมุทรด้านตะวันออกเฉียงใต้ของแอฟริกา เมืองหลวงชื่อ Antananarivo ชื่อทางการคือ Democratic Republic of Madagascar **-Madagascan** *adj., n.*

madam (แมด' เดิม) *n., pl.* **madams/mesdames** (เมดาม', -แดม') มาดาม, คำสุภาพที่ใช้เรียกผู้หญิง, คุณนาย, แม่เล้า

madame (แมด' เดิม, มะแดม', -ดาม', แม-) *n., pl.* **mesdames** คุณนาย, ชื่อหรือคำให้เกียรติที่ใช้เรียกผู้หญิงที่แต่งงานแล้วเป็นคำภาษาฝรั่งเศสเทียบเท่ากับ Mrs.

madcap (แมด' แคพ) *adj.* ไม่ไตร่ตรอง, ไม่ยั้งคิด, บ้าระห่ำ *-n.* บุคคลที่ไม่ไตร่ตรอง, ผู้ไม่ยั้งคิด (โดยเฉพาะเด็กผู้หญิง) *-Ex. You never know what that madcap will do next.*

mad cow disease โรควัวบ้า, โรค BSE

madden (แมด' เดิน) *vt.* ทำให้บ้า, ทำให้คลั่ง, ทำให้โกรธ *-vi.* กลายเป็นบ้า, คลั่ง, โกรธ **-maddening** *adj.* **-maddeningly** *adv.*

madder[1] (แมด' เดอะ) *n.* พืชจำพวก *Rubia* มีดอกเล็กสีเหลืองรากของมันใช้ทำสีย้อมได้, รากสีแดงของพืชดังกล่าว, สีแดงสดใส *-adj.* เกี่ยวกับพืชดังกล่าว

madder[1]

madder[2] (แมด' เดอะ) *adj.* คุณศัพท์เปรียบเทียบของ mad

madding (แมด' ดิง) *adj.* บ้า, คลั่ง, วิกลจริต

made (เมด) *adj.* ซึ่งทำขึ้น, ประดิษฐ์ขึ้น, แน่นอนว่าจะประสบความสำเร็จหรือโชคดี **-have/got it made** (คำสแลง) รับประกันความสำเร็จ (-S. invented)

Madeira (มาเดีย' ระ) ชื่อหมู่เกาะของโปรตุเกสในมหาสมุทรแอตแลนติก, เกาะใหญ่ของหมู่เกาะดังกล่าว, ชื่อเหล้าองุ่นที่ทำจากบริเวณดังกล่าว, ชื่อแม่น้ำในบราซิล

mademoiselle (แมดดะมะเซล', แมมเซล') *n., pl.* **mesdemoiselles** คำให้เกียรติที่ใช้พูดกับหรืออ้างถึงหญิงที่ยังไม่ได้แต่งงาน เป็นคำภาษาฝรั่งเศสเทียบเท่ากับ Miss

made-to-order (เมด' ทะออร์' เดอะ) *adj.* ทำตามสั่ง, ทำตามความต้องการ

made-up (เมด' อัพ') *adj.* ประดิษฐ์ขึ้น, ปั้นแต่งขึ้น, กุเรื่องขึ้น, นำใส่เข้าด้วยกัน

madhouse (แมด' เฮาซฺ) *n.* โรงพยาบาลบ้า, โรงพยาบาลรักษาโรคจิต, สถานที่ที่ยุ่งเหยิง โกลาหลและมักอึกทึก *-Ex. The noise and litter of the children's party made the place a madhouse.*

Madison (แมด' ดิเซิน) เมืองหลวงของรัฐวิสคอนซินในสหรัฐอเมริกา

madly (แมด' ลี) *adv.* บ้า, บ้าระห่ำ, รุนแรงมาก, คลั่งไคล้, โง่ (-S. insanely, furiously, foolishly)

madman (แมด' แมน, -เมิน) *n., pl.* **-men** คนบ้า, คนวิกลจริต, คนสติเฟื่อง, คนคลั่ง (-S. lunatic)

madness (แมด' นิส) *n.* ความบ้า, ความวิกลจริต, สภาพหรือภาวะที่บ้า, ความคลั่ง, ความคลั่งไคล้, โรคกลัวน้ำ, ความโง่บรม, ความโกรธจัด, ความกระตือรือร้นอย่างมาก (-S. insanity)

Madonna (มะดอน' นะ) พระแม่มารี (The Virgin Mary), รูปภาพหรือรูปปั้นของพระแม่มารี **-madonna** คำภาษาอิตาลีที่ใช้เรียกผู้หญิงเทียบเท่ากับ madam

madras (แม' เดริส, มะดราส', -แดรส) *n.* สิ่งทอใยฝ้ายบางชนิดหนึ่งที่ทอสลับกับแถบหรือรูป, สิ่งทอผ้าม่านชนิดหนึ่ง, ผ้าสี่เหลี่ยมชนิดหนึ่งที่มักใช้ทำผ้าเช็ดหน้าหรือผ้าโพกศีรษะ *-adj.* ทำด้วยผ้าดังกล่าว

madrigal (แม' ดริเกิล) *n.* เพลงประสานเสียง, บทกวีที่ร้องกับพิณและดนตรี **-madrigalist** *n.*

madwoman (แมด' วุเมิน) *n., pl.* **-women** หญิงบ้า

maelstrom (เมล' สเทริม) *n.* น้ำวนหรือสิ่งวนที่รุนแรงมาก, ภาวะที่ยุ่งเหยิงไม่เป็นระเบียบ, ห้วงมหาภัย

maenad (มี' แนด) *n.* หญิงบ้า **-maenadic** *adj.*

maestoso (ไมสโท' โซ) *adj., adv.* สง่าผ่าเผย, อย่างสง่าผ่าเผย, ใหญ่หลวง, มาก

maestro (ไมซฺ' โทร, มาเอส' โทร) *n., pl.* **-tros/-tri** นักประพันธ์ ครูหรือผู้นำวงดนตรีที่สง่าผ่าเผยหรือมีชื่อเสียง, คำให้เกียรติที่ใช้เรียกหรืออ้างอิงบุคคล, ผู้ชำนาญในศิลปะสาขาใดสาขาหนึ่ง

Mafia (มา' เฟีย) *n.* มาเฟีย, องค์การลับ, สมาคมลับ, องค์การลับในเกาะซิซิลีหรืออิตาลี, อั้งยี่ (-S. mafia, Maffia)

Mafioso (มาฟีโอ' โซ) *n., pl.* **-si** (-ซี) สมาชิกมาเฟีย

magazine (แมก' กะซีน, แมกกะซีน') *n.* นิตยสาร, ห้องเก็บดินปืนหรือวัตถุระเบิดอื่นๆ, อาคารหรือสถานที่สำหรับเก็บอาวุธและสัมภาระ, รังกระสุน, กล่องใส่กระสุนในปืนอัตโนมัติ, กระสุนปืนรวมทั้งแก๊ป ปลอกกระสุนและหัวตะกั่ว *-Ex. The magazine of a rifle holds cartridges.*

magenta (มะเจน' ทะ) *n.* สีแดงม่วง *-adj.* สีดังกล่าว

maggot (แมก' เกิท) *n.* ตัวอ่อนที่ไร้ขาของแมลง, ความคิดวิตถาร, ความคิดแปลกๆ **-maggoty** *adj.*

magic (แม' จิค) *n.* คาถาอาคม, เวทมนตร์คาถา, อาถรรพ์, ของวิเศษ, อำนาจวิเศษ, ศิลปะในการเล่นกล, การเล่นกล *-adj.* น่าอัศจรรย์, สวยงามจนน่าหลงใหล, เกี่ยวกับคาถาอาคม, เกี่ยวกับเวทมนตร์คาถา *-vt.* ใช้เวทมนตร์ **-magically** *adv.* **-magical** *adj. -Ex. The magician pulled the rabbit out of the hat by magic., The magic of the music made us feel like dancing., a magic wand, a magic spell*

magician (มะจิช' เชียน) *n.* นักเล่นกล, ผู้วิเศษ, นักเล่นคาถาอาคม, นักปลุกผี (-S. sorcerer)

magic lantern เครื่องฉายภาพจากสไลด์หรือฟิล์ม

magisterial (แมจจิสเทีย' เรียล) *adj.* เกี่ยวกับนาย, อย่างวางอำนาจ, เชื่อถือได้, มีหลักฐาน, ในฐานะเป็นต้นตำรับ, ในฐานะเป็นผู้เชี่ยวชาญ **-magisterially** *adv.*

magistracy (แมจ' จิสทระซี) *n., pl.* **-cies** ตำแหน่งหรืออำนาจหน้าที่ของพนักงานปกครองหรือผู้พิพากษา, กลุ่มผู้พิพากษา, กลุ่มพนักงานปกครอง

magistrate (แมจ' จิสเทรท, -ทริท) *n.* ผู้พิพากษา, พนักงานผู้ปกครอง **-magistratical** *adj.*

M

magma (แมก' มะ) *n.* สารแขวนลอยที่มีตะกอนละเอียดจำนวนเล็กน้อยในน้ำ, สารคล้ายยาพวกที่ประกอบด้วยอินทรียวัตถุ, วัตถุละลายที่อยู่ใต้พื้นผิวโลกที่กลายเป็นหินภูเขาไฟ **-magmatic** *adj.*

Magna Carta, Magna Charta (แมก' นะ คาร์' ทะ) กฎหมายที่ยิ่งใหญ่, รัฐธรรมนูญฉบับแรกของอังกฤษในสมัยพระเจ้าจอห์น ประกาศเมื่อวันที่ 15 มิถุนายน ค.ศ. 1215 นับเป็นรัฐธรรมนูญที่เก่าแก่ที่สุดในโลก, รัฐธรรมนูญบรรทัดฐานที่รับรองสิทธิ์ของประชาชน

magna cum laude (มาก' นาคุม ลาว' เด, แมก' นะ คัม ลอ' ดี) เกียรตินิยม

magnanimity (แมกนะนิม' มะที) *n.* ความมีใจกว้าง, ความมีใจเอื้อเฟื้อเผื่อแผ่, ความสูงส่ง, ความไม่เห็นแก่ตัว, ความมีจิตใจสูงส่ง, การกระทำที่มีใจสูงส่ง

magnanimous (แมกแนน' นะเมิส) *adj.* ใจกว้าง, มีใจเอื้อเฟื้อเผื่อแผ่, มีจิตใจสูงส่ง, สูงส่ง **-magnanimously** *adv.* (-S. noble, generous)

M

magnate (แมก' เนท, -นิท) *n.* ผู้มีอิทธิพลมาก, ผู้มีความสำคัญมาก, นักธุรกิจที่มีอิทธิพลมาก

magnesia (แมกนี' จะ, -ชะ) *n.* สารแมกนีเซียมออกไซด์สีขาว (MgO) เป็นยาระบาย **-magnesian, magnesic** *adj.*

magnesium (แมกนี' เซียม) *n.* ธาตุโลหะเบาสีเงิน เวลาเผาไหม้ให้แสงสว่างจ้า

magnet (แมก' นิท) *n.* แม่เหล็ก, คนหรือสิ่งที่น่าสนใจ

magnetic (แมกเนท' ทิค) *adj.* เกี่ยวกับแม่เหล็ก, มีคุณสมบัติเป็นแม่เหล็ก, เกี่ยวกับสนามแม่เหล็กโลก, เกี่ยวกับเข็มทิศแม่เหล็ก, มีเสน่ห์ **-magnetically** *adv.* *-Ex. a magnetic needle, the North Magnetic Pole, That actor has a magnetic personality.*

magnetic field สนามแม่เหล็ก

magnetic needle เข็มหรือท่อนแม่เหล็กที่บอกทิศทางของสนามแม่เหล็กโลก หรือบอกตำแหน่งโดยประมาณของขั้วโลกเหนือและใต้

magnetic pole ขั้วแม่เหล็ก เป็นบริเวณที่แม่เหล็กหันไปทางที่เส้นเหนี่ยวนำรวมเข้าหากัน (ขั้วใต้) หรือบริเวณที่เส้นเหนี่ยวนำหันเหออก (ขั้วเหนือ)

magnetics (แมกเนท' ทิคซฺ) *n. pl.* วิทยาศาสตร์ที่เกี่ยวกับแม่เหล็ก, แม่เหล็กศาสตร์

magnetic tape เทปแม่เหล็กที่เคลือบด้วย iron oxide ด้านเดียว (single tape) หรือสองด้าน (double tape) ทำให้มันไวต่อกระแสจากแม่เหล็กไฟฟ้า

magnetism (แมก' นะทิซึม) *n.* คุณสมบัติของแม่เหล็ก, อำนาจแม่เหล็ก, ตัวที่ทำให้เกิดอำนาจแม่เหล็ก, วิทยาศาสตร์ที่เกี่ยวกับปรากฏการณ์ของแม่เหล็ก, เสน่ห์, อำนาจดึงดูด *-Ex. Somchai won everybody over by the magnetism of his personality.*

magnetite (แมก' นะไทท) *n.* แร่เหล็กออกไซด์สีดำเป็นแร่เหล็กที่สำคัญสามารถถูกแม่เหล็กดึงดูดไว้ดีมาก

magnetize (แมก' นะไทซฺ) *v.* **-ized, -izing** *-vt* ทำให้มีคุณสมบัติของแม่เหล็ก, มีอิทธิพลต่อ, สะกดจิต, ทำให้งงงวย, ทำให้หลงเสน่ห์ *-vi.* กลายเป็นแม่เหล็ก **-magnetization** *n.* **-magnetizer** *n.* **-magnetizable** *adj.*

magneto (แมกนี' โท) *n., pl.* **-tos** เครื่องกำเนิดไฟฟ้าขนาดเล็กที่ประกอบด้วยแกนโลหะรูปกระบอกที่หมุนรอบอยู่ในสนามแม่เหล็ก

magnetoelectricity (แมกนิโทอีเลคทริส' ซิที) *n.* ไฟฟ้าที่เกิดจากอำนาจของแม่เหล็ก, แม่เหล็กไฟฟ้า, ไฟฟ้าเหนี่ยวนำจากแม่เหล็ก **-magnetoelectric** *adj.*

magnetometer (แมกนะทอม' มะเทอะ) *n.* เครื่องวัดความเข้มข้นของสนามแม่เหล็ก (โดยเฉพาะสนามแม่เหล็กของโลก), เครื่องตรวจจับอุปกรณ์ที่เป็นแม่เหล็ก เช่น อาวุธ **-magnetometric** *adj.* **-magnetometry** *n.*

magnification (แมกนะฟิเค' ชัน) *n.* การขยาย, สภาพที่ถูกขยาย, อำนาจการขยาย, ส่วนที่ขยาย

magnificence (แมกนิฟ' ฟะเซินซฺ) *n.* ความดีเลิศ, ความโอ่อ่า, ความงดงาม, ความสง่า, ความภาคภูมิ, ความผึ่งผาย

magnificent (แมกนิฟ' ฟะเซินทฺ) *adj.* โอ่อ่า, งดงาม, สง่า, ดีเลิศ, ภาคภูมิ, ผึ่งผาย, สูงส่ง **-magnificently** *adv.* (-S. grand) *-Ex. a magnificent palace, a magnificent procession, a magnificent idea*

magnify (แมก' นะไฟ) *v.* **-fied, -fying** *-vt.* เพิ่มขนาด, ขยาย, ทำให้ใหญ่ขึ้น, พูดขยาย, ทำให้ตื่นเต้นมากขึ้น, ยกยอ, สรรเสริญ *-vi.* เพิ่มขนาด, ขยาย **-magnifier** *n.* *-Ex. The microscope magnified by 100 times the tiny cells on the slide., to magnify the difficulties of an undertaking as an excuse not to eat*

magniloquent (แมกนิล' ละเควินทฺ) *adj.* โอ้อวด, อวดอ้าง, คุยโว, ฟุ้งเฟ้อในถ้อยคำ **-magniloquently** *adv.* **-magniloquence** *n.*

magnitude (แมก' นะทูด, -ทิวดฺ) *n.* ขนาด, ความใหญ่, ความสำคัญ, ขนาดใหญ่, จำนวน, มิติ, ความสว่างของดวงดาวที่ดูด้วยตาเปล่าจากโลก (-S. size, extent) *-Ex. the magnitude of the universe, Sawai was overcome by the magnitude of the task.*

magnolia (แมกโน' เลีย, -โนล' ยะ) *n.* ต้นไม้พุ่มจำพวก *Magnolia* มีดอกใหญ่หอม มีเปลือกหอม, ดอกไม้ของต้นดังกล่าว ซึ่งเป็นดอกไม้ประจำรัฐหลุยเซียนาและมิสซิสซิปปี้ของสหรัฐอเมริกา *-adj.* เกี่ยวกับต้นไม้ดังกล่าว

magnolia

magnum (แมก' เนิม) *n.* ขวดเหล้าขนาดใหญ่ที่มีความจุประมาณ 1.5 ลิตร *-adj.* เกี่ยวกับกระสุนที่มีแรงระเบิดมากกว่ากระสุนธรรมดาที่มีขนาดเดียวกัน **-Magnum** ปืนพกที่ใช้กระสุนที่มีแรงระเบิดมาก

magnum opus (แมก' เนิม โอ' เพิส) งานใหญ่ (โดยเฉพาะงานของนักประพันธ์หรือศิลปิน)

magpie (แมก' ไพ) *n.* นกกางเขน เป็นนกตระกูล Corvidae, คนช่างพูด, คนชอบเก็บสะสมของเล็กๆ น้อยๆ

Magyar (แมก' ยาร์) *n.* คนเผ่าที่พูดภาษา Ugric ในฮังการี *-adj.* เกี่ยวกับคนเผ่าดังกล่าวหรือภาษาหรือวัฒนธรรมของพวกเขา

maharajah, maharaja (มาฮะรา' จะ) *n.* มหาราชา

maharanee, maharani (มาฮะรา' นี) *n.* มหารานี, ภรรยาของมหาราช, เจ้าหญิงอินเดีย

mahatma (มะฮาท' มะ, -แฮท'-) *n.* มหาตมะ, ปราชญ์,

พราหมณ์

Mahayana (มาฮะยา' นะ) *n.* นิกายมหายานของศาสนาพุทธ ดู Hinayana

mah-jongg, mahjong (มา' จอง', -จาง') *n.* ไพ่นกกระจอก

mahogany (มะฮอก' กะนี, -ฮาก-) *n., pl.* **-nies** ต้นมะฮอกกานี, ไม้มะฮอกกานี, สีน้ำตาลแดง *-adj.* เกี่ยวกับหรือทำด้วยไม้มะฮอกกานี, สีน้ำตาลแดง

mahogany

mahout (มะเฮาทฺ') *n.* คนขี่ช้าง, ควาญช้าง

maid (เมด) *n.* เด็กผู้หญิง, หญิงที่ยังไม่แต่งงาน, คนใช้ผู้หญิง, หญิงแก่ที่ยังไม่แต่งงาน, หญิงบริสุทธิ์

maiden (เม' เดิน) *n.* เด็กผู้หญิง, หญิงสาว, หญิงที่ยังไม่แต่งงาน, เครื่องมือคล้ายกิโยตินที่เคยใช้ในสกอตแลนด์, ม้าสาว, การแข่งม้าสาว *-adj.* เกี่ยวกับเด็กผู้หญิงหรือหญิงสาวยังไม่แต่งงาน, ปรากฏขึ้นครั้งแรก, ทำครั้งแรก, ครั้งแรก, บริสุทธิ์, (ม้า) ที่ยังไม่เคยชนะการแข่งขัน, (รางวัล) สำหรับม้าสาวเท่านั้น, ยังไม่เคยลอง **-maidenliness** *n.* **-maidenly** *adj.* (-S. virgin)

maidenhair (เม' เดินแฮร์) *n.* ต้นเฟินจำพวก *Adiantum* (-S. maidenhair fern)

maidenhair

maidenhead (เม' เดินเฮด) *n.* ความบริสุทธิ์, ความเป็นสาว, เยื่อพรหมจารี

maiden name ชื่อสกุลของหญิงก่อนแต่งงาน

maid of honor เพื่อนเจ้าสาว, นางพระกำนัล, หญิงที่ยังไม่แต่งงานที่เป็นหญิงรับใช้พระราชินี

maidservant (เมด' เซอร์' เวินทฺ) *n.* หญิงรับใช้

mail (เมล) *n.* จดหมาย หีบห่อหรือวัสดุที่ส่งทางไปรษณีย์, ไปรษณีย์, รถไฟ เรือ เครื่องบิน บุคคลหรือพาหนะสำหรับส่งไปรษณียภัณฑ์ *-adj.* เกี่ยวกับไปรษณีย์ *-vt.* ส่งทางไปรษณีย์ **-mailability** *n.* **-mailable** *adj.* *-Ex. the Indian mail, Has my mail come yet?, the Bangkok mail, mail-train*

maillot (มาโย', ไม' โอ, ไมโอ') *n.* เสื้อรัดรูปของนักเต้นระบำ นักกายกรรม, เสื้ออาบน้ำรัดรูปของผู้หญิง, กระโปรงถักที่รัดรูป

mailman (เมล' เมิน, -แมน) *n., pl.* **-men** บุรุษไปรษณีย์

mail order การสั่งซื้อทางไปรษณีย์ **-mail-order** *adj.*

maim (เมม) *vt.* ทำให้เสียแขนขา, ทำให้ส่วนของร่างกายขาดไป, ทำให้พิการ, ทำให้เสื่อมเสีย *-n.* สภาพบาดเจ็บทางกาย, บาดแผลทางกาย, ข้อบกพร่อง, มลทิน **-maimer** *n.* (-S. mutilate, cripple) *-Ex. A leg wound maimed the soldier for life.*

main[1] (เมน) *adj.* ส่วนใหญ่, ชั้นนำ, สำคัญที่สุด, มีกำลังมาก, ใช้เดี่ยวได้, เกี่ยวกับเสากระโดงเรือเอก *-n.* ท่อสำคัญ, ท่อหลัก, กำลัง, ความพยายามที่รุนแรง, มหาสมุทร, ทะเลหลวง, แผ่นดินใหญ่ (-S. chief) *-Ex. main body of an army, main points of an argument, main road, main line, main drain, main-mast*

main[2] (เมน) *n.* การชนไก่

main chance โอกาสอันดีที่เป็นประโยชน์แก่ตัวเอง

main clause อนุประโยคที่เป็นประโยคได้

mainframe (เมน' เฟรม) *n.* คอมพิวเตอร์ชนิดใหญ่ที่สุด ใช้โดยองค์กรใหญ่ๆ เช่น ธนาคาร, หน่วยประมวลผลกลางของคอมพิวเตอร์ขนาดใหญ่

mainland (เมน' แลนดฺ', -เลินดฺ) *n.* แผ่นดินใหญ่, บริเวณที่เป็นแผ่นดินใหญ่ของประเทศหรือเขตหนึ่ง (แตกต่างจากบริเวณที่เป็นเกาะใกล้เคียง) **-mainlander** *n.* (-S. principal land)

mainline (เมน' ไลนฺ) *n.* เส้นสำคัญของถนนหรือทาง *-adj.* มีสภาพเป็นหลักใหญ่ *-vt.* **-lined, -lining** (คำสแลง) ฉีดยา (เสพย์ติด) เข้าหลอดเลือดใหญ่ **-mainliner** *n.*

mainly (เมน' ลี) *adv.* ส่วนใหญ่, โดยทั่วไป, ส่วนมาก

mainmast (เมน' แมสทฺ, -เมิสทฺ) *n.* เสากระโดงเรือที่สองนับจากข้างหนึ่ง, เสากระโดงเรือหน้าที่ใหญ่ที่สุด, เสากระโดงเรือเดี่ยวของเรือ

M

mainsail (เมน' เซล, -เซิล) *n.* ใบเรือล่างสุดของ mainmast

mainspring (เมน' สพริง) *n.* กำลังสำคัญ, สายสำคัญ

mainstay (เมน' สเท) *n.* บุคคลหรือสิ่งที่เป็นหัวเรี่ยวหัวแรง, เชือกโยงหรือแกนแนวของ mainmast, หลักสำคัญ *-Ex. Bread is a mainstay of daily diet.*

mainstream (เมน' สทรีม) *n.* ทางสำคัญ, ทางหลัก, แนวโน้มที่สำคัญ, แม่น้ำที่มีสาขา

maintain (เมนเทน') *vt.* ผดุงไว้, ธำรงไว้, บำรุง, รักษาไว้, ค้ำ, เกื้อกูล, อนุรักษ์, ดำเนินต่อไป, ยืนยัน, ยึดมั่น, ออกค่าใช้จ่าย **-maintainable** *adj.* **-maintainer** *n.* (-S. continue, support, uphold, declare -A. cease) *-Ex. I maintain that this is the right way to solve the problem., to maintain public order, to maintain oneself, He maintained that he was wrong., to maintain an opinion*

maintenance (เมน' เทินเนินซฺ, -ทะ-) *n.* การผดุงไว้, การบำรุง, การรักษาไว้, การดำเนินต่อไป, วิถีชีวิต, การดำเนินชีวิต, วิธีการดำเนินชีวิต *-Ex. the maintenance of an opinion, the maintenance of quiet, the maintenance of one's health, The camp counselors receive maintenance and a small salary.*

maître d'hôtel (เมเทรอะโดเทล') (ภาษาฝรั่งเศส) หัวหน้าคนใช้, ผู้จัดการโรงแรม, น้ำซอสเนยผสมผักชีฝรั่งน้ำมะนาว หรือน้ำส้มสายชู

maize (เมซฺ) *n.* ข้าวโพด, สีเหลืองอ่อนที่คล้ายข้าวโพด (-S. corn)

majestic (มะเจส' ทิค) *adj.* สง่าผ่าเผย, สูงส่ง, ตระหง่าน, มีอำนาจ, น่าเกรงขามและน่าเคารพนับถือ, ใหญ่โต **-majestically** *adv.* (-S. stately, grand, splendid, majestical) *-Ex. Somchai bowed in the majestic presence of the king., The majestic mountains rose high above the plain.*

majesty (แมจ' จิสที) *n., pl.* **-ties** ความสง่าผ่าเผย, ความมีอำนาจ, ความใหญ่โต, อำนาจสูงสุด, ความศักดิ์สิทธิ์, พระเจ้าแผ่นดิน, ในหลวง, คำยกย่องที่ใช้เรียก

พระเจ้าแผ่นดินและพระราชวงศ์ นำหน้าด้วย Your/His/Her **-majestic** *adj.* (-S. grandeur) *-Ex. the majesty of the sea, to offend against majesty, Her Majesty smiled.*

majolica (มะจอ' ลิคะ) *n.* เครื่องเคลือบดินเผาของอิตาลีที่เคลือบด้วย tin oxide, เครื่องเคลือบที่คล้ายเครื่องเคลือบดังกล่าว

major (เม' เจอะ) *n.* พันตรี, ผู้บรรลุนิติภาวะ, วิชาเอก, ผู้มีตำแหน่งหรือความสามารถสูง *-adj.* ใหญ่, สำคัญ, ส่วนใหญ่, บรรลุนิติภาวะ, เกี่ยวกับวิชาเอก *-vi.* เรียนเป็นวิชาเอก (-S. larger, leading) *-Ex. a major suit, the major part, the major industries, a major party, Carelessness is a major cause of accidents., The major portion of the earth's surface is water., to major in physics*

major general พลตรี ตำแหน่งที่อยู่ระหว่าง พลโท (lieutenant general) และพลจัตวา (brigadier general)

M

majority (มะจอ' ระที, - จาร์'-) *n., pl.* **-ties** ส่วนใหญ่, ส่วนมาก, จำนวนที่มากกว่า, คะแนนเสียงข้างมาก, ตำแหน่งพันตรี, นิติภาวะ *-Ex. The majority of children in town go to our school., a majority of the votes for captain., to be elected by an absolute majority, The plan was passed by a majority of nine., The majority of people enjoy watching television., Yai had a majority of eight votes for class president.*

make (เมค) *v.* **made, making** *-vt.* ทำ, ทำให้เกิดขึ้น, สร้างขึ้น, ทำให้เป็น, ก่อ, นำมาซึ่ง, เปลี่ยนให้เป็น, ประกอบขึ้นเป็น, เตรียม, ปรุง, บรรลุ, ถึง, ทำรายได้, ประพันธ์, เขียน, ประกาศเป็นกฎหมาย, แต่งตั้ง, ตั้งชื่อ, กลายเป็น, แปล, ประเมิน, ประมาณ, รวมเป็นเท่ากับ, เดินหรือเดินทางด้วยอัตราความเร็วหนึ่ง, มาทันเวลา, ปรากฏใน, สับไพ่, ได้แต้ม, ปิดกระแสไฟฟ้า *-vi.* ทำขึ้น *-n.* แบบ, ลักษณะ, กิริยามารยาท, ยี่ห้อ, เครื่องหมายการค้า, ลักษณะธรรมชาติ, การกระทำ, กระบวนการ, จำนวนที่ผลิตขึ้น, ผลผลิต **-make believe** แกล้งเป็น, แสร้ง **-make for** ไปข้างหน้า, เข้าหา, โจมตี, ช่วยส่งเสริม **-make a fool/ass of** หลอกลวง, ต้ม **-make off** วิ่งหนี, หนี *-Ex. God made the world., to make a coat out of this cloth, to make this cloth into a coat, shoe-making, paper-making, hay-making, bread-making, to make a fire, to make a bed, to make a friend, to make a living, to make money, Two and two make four., I make the total fiftyseven., How do you make that out?, I can't make it out.*

make-believe (เมค' บะลีฟว) *n.* การเสแสร้ง, การแกล้งทำ, ผู้เสแสร้ง, ผู้แกล้งทำ *-adj.* แกล้งทำ, กุเรื่องขึ้น, ไม่จริง (-S. pretence) *-Ex. Dang hunted make-believe lions and tigers among the furniture., The make-believe animals looked real at a distance.*

maker (เมค' เคอะ) *n.* ผู้สร้างสรรค์, พระเจ้า, กวี, ผู้ออกตั๋วเงิน, ผู้ทำ, ผู้ประดิษฐ์ **-meet one's Maker** ตาย

makeready (เมค' เรดดี) *n.* กระบวนการทำรูปแบบที่พร้อมเสร็จ

makeshift (เมค' ชิฟท) *n.* สิ่งที่ใช้แทนชั่วคราว, แผนเฉพาะหน้า *-adj.* เฉพาะกาล, ชั่วคราว, เฉพาะหน้า

make-up, makeup (เมค' คัพ) *n.* เครื่องสำอางเสริมสวย, เครื่องสำอางแต่งหน้า, การสอบซ่อม, ลักษณะ, อุปนิสัย, การแต่งตัวของนักแสดง *-adj.* เกี่ยวกับสิ่งดังกล่าว

making (เมค' คิง) *n.* การกระทำ, การสร้าง, โครงสร้าง, ส่วนประกอบ, การเสริมแต่ง, วิธีการก้าวหน้า, สมรรถนะ, สิ่งที่สร้างขึ้น, ปริมาณที่ทำขึ้น

mal- คำอุปสรรค มีความหมายว่า ผิดปกติ, ป่วย, เป็นโรค

maladjusted (แมละจัส' ทิด) *adj.* ซึ่งปรับตัวได้ไม่ดี **-maladjustment** *n.*

maladroit (แมลละดรอยท') *adj.* ไม่ชำนาญ, ไม่คล่องตัว, อุ้ยอ้าย (-S. awkward) **-maladroitly** *adv.* **-maladroitness** *n.*

malady (แมล' ละดี) *n., pl.* **-dies** โรค, ความเจ็บป่วย

Malagasy (แมลละแกส' ซี) *n., pl.* **-gasy/-gasies** ประชาชนท้องถิ่นของสาธารณรัฐ Madagascar, ภาษาที่ประชาชนดังกล่าวใช้ *-adj.* เกี่ยวกับชาว Malagasy หรือภาษาของพวกเขา

malaise (มะเลซ', แม-) *n.* อาการป่วย, ความไม่สบายหรืออ่อนแอของร่างกาย, อาการกระเสาะกระแสะ

malapropism (แมล' ละพรอพพิซึม) *n.* การใช้คำผิดความหมาย โดยเฉพาะคำพ้องเสียง

malapropos (แมลแลพระโพ') *adj.* ไม่เหมาะสม *-adv.* อย่างไม่เหมาะสม

malaria (มะแล' เรีย) *n.* มาลาเรีย, ไข้จับสั่น, ไข้มาลาเรีย, ไข้ป่า, อากาศเป็นพิษ, อากาศที่เป็นอันตรายต่อสุขภาพ **-malarial, malarian, malarious** *adj.*

malarkey, malarky (มะลาร์' คี) *n.* (คำสแลง) คำพูดหรือข้อเขียนที่เป็นเท็จหรือปิดบังความเป็นจริง

Malawi (มา' ลาวี) ชื่อสาธารณรัฐในภาคตะวันออกเฉียงใต้ของแอฟริกา เมืองหลวงชื่อ Lilongwe, ชื่อทะเลสาบ **-Malawian** *adj., n.*

Malay (เม' เล, มะเล') *adj.* เกี่ยวกับมลายู (ประเทศ ภาษา วัฒนธรรมหรืออื่นๆ) *-n.* ชาวมลายู, ภาษามลายู

Malaya (มะเล' ยะ) คาบสมุทรมลายู

Malayan (มะเล' เอิน) *adj.* ดู Malay *-n.* แมวชนิดหนึ่ง

Malay Archipelago หมู่เกาะมลายู

Malaysia (มะเล' ซะ, -ชะ) มาเลเซีย ประกอบด้วยมลายู ซาบาห์ และซาราวัก เป็นประเทศหนึ่งของเครือจักรภพอังกฤษ มีเมืองหลวงชื่อ Kuala Lumpur, ดู Malay Archipelago **-Malaysian** *adj., n.*

malcontent (แมล' เคินเทนท) *adj.* ไม่พอใจ, ไม่สบายใจต่อสถานการณ์ การบริการ ระบบหรืออื่นๆ ในปัจจุบัน *-n.* บุคคลผู้ไม่พอใจ

mal de mer (แมล เดอ แมร์') (ภาษาฝรั่งเศส) อาการเมาคลื่น เมาเรือ

male (เมล) *adj.* ชาย, ตัวผู้, ผู้, ผู้ชาย, เกี่ยวกับเพศชาย, ประกอบด้วยผู้ชาย, เกี่ยวกับเกสรตัวผู้ *-n.* ผู้ชาย, เด็กชาย, ตัวผู้, สัตว์ตัวผู้, พืชตัวผู้ **-maleness** *n.* (-S. masculine) *-Ex. male animal, male plant, A rooster is a male chicken., male choir voice, male gamete, male crew*

malediction (แมลละดิค' ชัน) *n.* การด่า, การแช่งด่า, การสาปแช่ง **-maledictory** *adj.* (-S. curse, slander)

malefactor (แมล' ละแฟคเทอะ) *n.* ผู้กระทำผิดกฎหมาย, ผู้ฝ่าฝืนกฎหมาย, ผู้กระทำผิด, ผู้กระทำการชั่วร้าย **-malefaction** *n.*

malefic (มะเลฟ' ฟิค) *adj.* ชั่วร้าย, ซึ่งทำความชั่ว, มีเจตนาร้าย, มีผลร้าย

maleficent (มะเลฟ' ฟะเซินท) *adj.* ซึ่งทำชั่ว, ซึ่งเป็นอันตราย, ซึ่งเลวร้าย, ซึ่งมีผลร้าย **-maleficence** *n.*

male menopause ภาวะวัยกลางคนของชายบางคนที่มีความต้องการทางเพศน้อยลง และอาการอื่นๆ

malevolence (มะเลฟ' วะเลินซฺ) *n.* ความประสงค์ร้าย, ความมุ่งร้าย, ความเกลียด

malevolent (มะเลฟ' วะเลินทฺ) *adj* ประสงค์ร้าย, มุ่งร้าย, เป็นอันตราย, ชั่ว, เลว, เป็นภัย **-malevolently** *adv.* (-S. hostile)

malfeasance (แมลฟี' เซินซฺ) *n.* การกระทำที่ไม่ชอบด้วยกฎหมายของเจ้าพนักงาน, ความประพฤติที่ไม่เหมาะสม หรือผิดกฎหมายของข้าราชการหรือเจ้าพนักงาน, การทุจริตต่อหน้าที่, การละเลยหน้าที่ที่ต้องปฏิบัติ **-malfeasant** *adj.*

malformation (แมลฟอร์เม' ชัน) *n.* การสร้างหรือการก่อขึ้นที่ผิดปกติ (โดยเฉพาะที่เกี่ยวกับโครงสร้างของสิ่งมีชีวิต), การเกิดหรือการสร้างที่บกพร่อง, ความผิดรูปหรือผิดส่วน **-malformed** *adj.*

malfunction (แมลฟังคฺ' ชัน) *n.* การไม่สามารถปฏิบัติงานได้อย่างปกติ, การปฏิบัติอย่างบกพร่อง *-vi.* ปฏิบัติหน้าที่บกพร่อง

Mali (มา' ลี) ชื่อสาธารณรัฐในภาคตะวันตกของแอฟริกา เคยเป็นอาณานิคมของฝรั่งเศส เมืองหลวงชื่อ Bamako

malice (แมล' ลิส) *n.* ความมุ่งร้าย, ความประสงค์ร้าย, การผูกพยาบาท *-Ex. Stress is usually inspired by malice.*

malicious (มะลิช' เชิส) *adj.* มุ่งร้าย, ประสงค์ร้าย, ปองร้าย, มุ่งร้าย, ผูกพยาบาท **-maliciously** *adv.* **-maliciousness** *n.*

malign (มะไลน') *vt.* พูดให้ร้าย, กล่าวร้าย, กล่าวหา, ใส่ร้าย, ทำให้เสียชื่อเสียง *-adj.* มีผลร้าย, ร้าย, มีเจตนาร้าย, เป็นภัย **-maligner** *n.* (-S. defame, slander) *-Ex. a malign environment, a malign look, Cancer is a malign tumour in the body., to malign an innocent person by spreading gossip*

malignancy (มะลิก' เนินซี) *n.* ความมุ่งร้าย, การกล่าวร้าย, การกล่าวหา, การทำให้เสียชื่อเสียง, ความร้าย, การมีภัยร้ายแรง **-malignancies** เนื้อร้าย (-S. malignance)

malignant (มะลิก' เนินทฺ) *adj.* ร้าย, มีภัย, มีเจตนาร้าย, อันตรายมาก, ถึงตาย, มักทำให้ตายได้ **-malignantly** *adv.* (-S. spiteful, vicious) *-Ex. a malignant tumour, his malignant fury, a malignant disease*

malignity (มะลิก' นะที) *n.* ความร้าย, การมีอันตรายมาก, ความมุ่งร้าย, ความประสงค์ร้าย, การกระทำที่ประสงค์ร้าย

malinger (มะลิง' เจอะ) *vi.* แสร้งทำเป็นป่วย (โดยเฉพาะเพื่อเลี่ยงงาน) **-malingerer** *n.*

mall (มอล, มาล, แมล) *n.* บริเวณกว้างใหญ่สำหรับเป็นที่เดินเล่น (มักมีต้นไม้ที่ให้ร่มเงา), แถบที่ดินที่อยู่กลางระหว่างถนนสองสาย, ตะลุมพุก, บริเวณทางเดินเล่นที่มีหลังคา

mallard (แมล' เลอร์ดฺ) *n., pl.* **-lard/-lards** เป็ดป่าจำพวก *Anas platyrhynchos* เป็นบรรพบุรุษของเป็ดบ้าน

mallard

malleable (แมล' ลีอะเบิล) *adj.* ซึ่งสามารถถูกตีออกเป็นแผ่นบางหรือรูปร่างต่างๆ ได้, ดัดแปลงได้, เปลี่ยนแปลงได้ **-malleability, malleableness** *n.* (-S. adaptable) *-Ex. to work with malleable iron*

mallet (แมล' เลิท) *n.* ตะลุมพุก, ไม้ตีคลี, ไม้ตีลูกโครเก้ (croquet)

malleus (แมล' ลีเอิส) *n., pl.* **mallei** กระดูกรูปค้อนในช่องหูส่วนกลาง

mallow (แมล' โล) *n.* พืชไม้ดอกจำพวก *Malva* มีใบเป็นหัวแฉก ดอกสีม่วง ชมพูหรือขาว *-adj.* เกี่ยวกับพืชดังกล่าว

mallow

malmsey (มาม' ซี) *n.* เหล้าองุ่นอย่างแรง, องุ่นที่ใช้ทำเหล้าดังกล่าว

malnutrition (แมลนูทริช' ชัน) *n.* การขาดแคลนโภชนาการ, ภาวะการขาดแคลนอาหาร

malodor (แมลโล' เดอะ) *n.* กลิ่นเหม็น, กลิ่นไม่ดี, กลิ่นไม่น่าดม **-malodorously** *adv.* **-malodorousness** *n.* **-malodorous** *adj.*

malpractice (แมลแพรค' ทิส) *n.* การปฏิบัติหน้าที่บกพร่องหรือไม่ถูกต้อง, การประกอบโรคศิลป์ที่บกพร่องหรือไม่ถูกต้อง, การประพฤติผิด **-malpractitioner** *n.*

malt (มอลทฺ) *n.* ข้าวหมัก, ข้าวมอลต์ เป็นโภชนาหารที่มีประโยชน์ในการช่วยย่อยอาหารจำพวกแป้งและใช้ในการกลั่นเหล้า *-adj.* ทำด้วยข้าวหมักดังกล่าว *-vt.* เปลี่ยนให้เป็นข้าวหมัก, ผสมกับข้าวมอลต์, ทำเหล้าจากข้าวหมัก *-vi.* กลายเป็นข้าว (สำหรับทำเหล้า) หมัก

Malta (มอล' ทะ) ชื่อเกาะในทะเลเมดิเตอร์เรเนียนระหว่างเกาะซิซิลีและแอฟริกา เคยเป็นฐานทัพเรือของอังกฤษ, ชื่อรัฐอิสระรัฐหนึ่งที่ประกอบด้วยเกาะดังกล่าวและเกาะเล็กๆ อีก 2 เกาะ เคยเป็นอาณานิคมของอังกฤษ ปัจจุบันนี้เป็นสมาชิกของเครือจักรภพ และมีเมืองหลวงชื่อ Valletta

Malthusian (แมลธู' เซียน) *adj.* เกี่ยวกับทฤษฎีของ T.R. Malthus ซึ่งกล่าวไว้ว่าอัตราเกิดของพลเมืองเร็วกว่าปริมาณอาหารที่เพิ่มขึ้น ทำให้อาหารการกินไม่เพียงพอ เครื่องอุปโภคบริโภคไม่เพียงพอ นอกจากจะเกิดสงคราม ทุพภิกขภัย โรคหรือลดการเกิดของพลเมืองเสีย **-Malthusianism** *n.*

maltreat (แมลทรีท') *vt.* กระทำการทารุณ, ปฏิบัติต่ออย่างไม่ดี, กระทำผิด **-maltreatment** *n.* (-S. mistreat, injure) *-Ex. The bad rider maltreated his horse.*

mama (มา' มะ, มะมา') *n.* แม่ (-S. mamma)

mambo (มาม' โบ) *n., pl.* **-bos** การเต้นรำจังหวะเร็วแบบหนึ่งที่กำเนิดจากแคริบเบียน *-vi.* เต้นรำด้วยจังหวะ

M

ดังกล่าว

mamma¹ (มา' มะ, มะมา') *n.* แม่ (-S. mama, mother)

mamma² (แมม' มะ) *n., pl.* **-mae** เต้านม, อวัยวะคัดหลั่งน้ำนมของสัตว์เลี้ยงลูกด้วยนม

mammal (แมม' เมิล) *n.* สัตว์เลี้ยงลูกด้วยนม **-mammalian** *adj., n.*

mammary (แมม' มะรี) *adj.* เกี่ยวกับเต้านม, คล้ายสัตว์เลี้ยงลูกด้วยนม

mammon (แมม' เมิน) *n.* ทรัพย์สมบัติ, ทรัพย์ศฤงคาร **-mammonism** *n.*

mammoth (แมม' เมิธ) *n.* สัตว์ขนาดใหญ่คล้ายช้างที่เลี้ยงลูกด้วยนม เป็นสัตว์จำพวก *Mammuthus* ซึ่งสูญพันธุ์ไปแล้ว มีขนยาว งาโค้งมาก และมีฟันกรามเป็นสัน *-adj.* มหึมา, ใหญ่โตมาก, มีปริมาณมาก (-S. huge, enormous)

mammoth

mammy (แมม' มี) *n., pl* **-mies** แม่

man (แมน) *n., pl.* **men** คนผู้ชาย, สัตว์จำพวก *Homo sapiens*, คนเรา, มนุษย์, ผู้ชาย, บุรุษ, มนุษยชาติ, บุคคล, สามี, คนงานที่เป็นผู้ชาย, ลูกน้องที่เป็นผู้ชาย คนใช้ผู้ชาย, ตัวหมากรุก, เรือกำปั่น, (คำสแลง) เพื่อน ใช้เรียกเล่นๆ *-vt.* **manned, manning** หาคนให้, ประจำตำแหน่ง *-interj.* (คำสแลง) คำอุทานแสดงความประหลาดใจ ความกระตือรือร้น **-as one/a man** โดยเอกฉันท์ **-be one's own man** โดยอิสระ **-man and boy** ระหว่างและตั้งแต่วัยเด็ก **-the Man** (คำสแลง) คนผิวขาว ตำรวจ **-to a man** ทุกคน, ไม่มีการยกเว้น, ทั้งหมด (-S. human being)

man about town คนสังคมจัด, ผู้มีบทบาทมากในสังคม, ชาวกรุง, บุรุษหรูหราในวงสังคม

manacle (แมน' นะเคิล) *n.* ตรวน, กุญแจมือ, สิ่งขัดขวาง, สิ่งควบคู่ *-vt.* **-cled, -cling** ใส่กุญแจมือ, ใส่ตรวน, ขัดขวาง, ยับยั้ง (-S. handcuff)

manage (แมน' นิจ) *v.* **-aged, -aging** *-vt.* จัดการ, จัด, ควบคุม, ดูแล, บริหาร, ปกครอง, ทำให้เกิดขึ้น, ประสบความสำเร็จ, มีอิทธิพลต่อ, พลิกแพลง, ปฏิบัติ, ถือ (อาวุธ เครื่องมือ) *-vi.* จัด, จัดการ, ควบคุม, ดำเนินการ *-n.* การจัดการ (-S. direct, manipulate) *-Ex. to manage a horse, to manage a grocery business, I just managed to get there in time.*

manageable (แมน' นิจจะเบิล) *adj.* จัดการได้, ควบคุมได้, ปกครองได้, ไม่เหลือมือ **-manageably** *adv.* **-manageability, manageableness** *n.* (-S. compliant)

management (แมน' นิจเมินทฺ) *n.* การจัดการ, การบริหาร, การควบคุม, การปกครอง, ความสามารถในการจัดการ, ผู้จัดการ, คณะผู้จัดการ, คณะผู้บริหาร(-S. administration)

manager (แมน' นิจเจอะ) *n.* ผู้จัดการ, ผู้ควบคุม, ผู้ปกครอง, ผู้บริหาร **-managership** *n. -Ex. sales manager, a general manager, a stage manager, the manager of a team*

managerial (แมนนะเจอ' เรียล) *adj.* เกี่ยวกับผู้จัดการ, เกี่ยวกับการจัดการ **-managerialism** *n.* **-managerially** *adv.*

managing editor บรรณาธิการจัดการ

Managua (มานา' กวา) ชื่อทะเลสาบในภาคตะวันตกของนิการากัว, ชื่อเมืองหลวงของนิการากัว

mañana (มาเนีย' นา) *n.* (ภาษาสเปน) พรุ่งนี้, อนาคต *-adv.* พรุ่งนี้, ในอนาคต

man-at-arms (แมน' แอท อาร์มซฺ') *n., pl.* **men-at-arms** ทหาร, ทหารม้าที่ติดอาวุธหนัก

manatee (แมน' นะที, แมนนะที') *n.* ชื่อสัตว์ชนิดหนึ่งที่อยู่กันเป็นฝูงในตระกูล Trichechidae มีครีบหน้า 2 ครีบและมีหางคล้ายช้อน

Manchuria (แมนชุ' เรีย) บริเวณหนึ่งในภาคตะวันออกเฉียงเหนือของจีน ประกอบด้วย 9 จังหวัด เป็นแหล่งกำเนิดของราชวงศ์แมนจู **-Manchurian** *adj., n.*

mandamus (แมนเด' เมิส) *n.* คำสั่งของศาลสูง

mandarin (แมน' ดะริน) *n.* ขุนนางจีน, ส้มจีน, ต้นไม้จำพวก *Citrus reticulata -adj.* เกี่ยวกับการแต่งกายแบบจีน, ใช้ภาษาสูงและมีความคิด **-Mandarin** ภาษาจีนกลาง, ภาษากลางของภาษาจีน **-mandarinism** *n.*

mandate (แมน' เดท) *n.* คำสั่ง, อาณัติ, อาณัติปกครอง, คำสั่ง, อำนาจที่ได้รับมอบหมาย, ประกาศิต, กฤษฎีกา *-vt.* **-dated, -dating** มอบอำนาจ, มอบอาณัติปกครอง, ให้อำนาจ, ออกประกาศิตหรือกฤษฎีกา **-mandator** *n.* (-S. command, decree) *-Ex. to receive a mandate in the elections to change foreign policy*

mandatory (แมน' ดะทอรี) *adj.* เกี่ยวกับคำสั่ง, มีลักษณะเป็นคำสั่ง, เกี่ยวกับหรือมีลักษณะของอาณัติ, เกี่ยวกับข้อบังคับ, จำเป็น, ซึ่งได้รับคำสั่ง *-n., pl.* **-ries** ประเทศที่ได้รับมอบอาณัติการปกครอง **-mandatorily** *adv.* (-S. obligatory, mandatary)

mandible (แมน' ดะเบิล) *n.* กระดูกขากรรไกรล่าง, ส่วนล่างของปากนก **-mandibular** *adj.*

mandolin (แมนดะลิน', แมน' ดะลิน) *n.* เครื่องดนตรีชนิดหนึ่งที่มีสายสี่คู่สำหรับดีด, กล่องเสียงเป็นไม้รูปผลแพร์ **-mandolinist** *n.*

mandolin

mandrake (แมน' เดรค) *n.* พืชมีพิษจำพวก *Mandragora officinarum* มีรากคล้ายคน, รากของพืชดังกล่าว

mandrel, mandril (แมน' เดริล) *n.* ด้ามจับ, ด้ามจับโลหะที่จะตี, แกนยึดวัตถุที่จะกลึง, พลั่วที่ใช้ในการขุดแร่

mandrill (แมน' ดริล) *n.* ลิงขนาดใหญ่ที่ดุร้ายจำพวก *Mandrillus sphinx* ในภาคตะวันตกของแอฟริกา

mandrill

mane (เมน) *n.* แผงคอสัตว์ (เช่น ม้า สิงโต), ผมคนซึ่งยาวและหนา **-maned** *adj.* **-maneless** *adj.*

man-eater (แมน' อีเทอะ) *n.* มนุษย์กินคน, สัตว์ที่กินเนื้อคนเป็นอาหาร (โดยเฉพาะเสือ สิงโต ปลาฉลาม) **-man-eating** *adj.*

manège, manege (แมเนฌ', มะ-) *n.* ศิลปะการฝึกและขี่ม้า, การเคลื่อนไหวของม้าที่ได้รับการฝึกแล้ว, โรงเรียนฝึกม้าและฝึกขี่ม้า

manes, Manes (เม' นีซฺ) *n. pl.* วิญญาณของผู้ตาย, ดวงวิญญาณ, เงา

maneuver, manoeuvre (มะนู' เวอะ, -นิว'-) *n.* การซ้อมรบ, วิธีการยักย้ายหรือหลบหลีก, การยักย้าย, การหลบหลีก, อุบาย, แผนการ *-vt.* ซ้อมรบ, ยักย้าย, หลบหลีก *-vi.* ซ้อมรบ, วางแผน, ออกอุบาย **-maneuverable** *adj.* **-maneuverer** *n.* **-maneuverability** *n.* (-S. plan) *-Ex. The general cut off the enemy army from its supplies by a clever maneuver., The admiral maneuvered his fleet so well that the enemy battleship could not escape., The two ships maneuvered so that they were in a position to attack., Our team scored by using an unexpected maneuver., The driver maneuvered his car into the narrow parking space., to send new recruits out on maneuvers*

manful (แมน' เฟิล) *adj.* มีความเป็นลูกผู้ชาย, กล้าหาญ, เด็ดเดี่ยว, ทรหด, หนักแน่น **-manfully** *adv.* **-manfulness** *n. -Ex. Dum accepted his assignment in a manful spirit.*

manganese (แมง' กะนีส, -นีซฺ) *n.* ธาตุโลหะแข็งและเปราะ สีขาวอมเทาใช้ในการทำโลหะผสมเพื่อเสริมความแข็ง

mange (เมนจฺ) *n.* โรคผิวหนังที่เกิดจากการกัดของหมัดเห็บ เล็น หรือไร

manger (เมน' เจอะ) *n.* รางหญ้า, รางใส่อาหารให้ม้าหรือวัวกิน

mangle[1] (แมง' เกิล) *vt.* **-gled, -gling** ทำให้เสียรูปเสียร่าง, ตัด เฉือนหรือขยี้จนเสียรูปเสียร่าง, ทำให้เสีย, ทำให้เสียหาย, ทำให้บุบบู้บี้, ทำให้แหลกเหลว **-mangler** *n.*

mangle[2] (แมง' เกิล) *n.* เครื่องรีดน้ำออกจากผ้า, เครื่องบีบผ้าที่ซักแล้วด้วยลูกกลิ้ง *-vt.* **-gled, -gling** รีดน้ำออกจากผ้า, กลิ้งให้เรียบ **-mangler** *n.*

mango (แมง' โก) *n., pl.* **-goes/-gos** ผลมะม่วง, ต้นมะม่วง (*Mangifera indica*)

mangosteen (แมง' กะสทีน) *n.* มังคุด, ต้นมังคุด

mangrove (แมง' โกรฟว) *n.* ต้นโกงกาง, พืชจำพวกโกงกาง *-adj.* เกี่ยวกับพืชดังกล่าว

mangy (แมน' จี) *adj.* **-gier, -giest** เป็นโรคเรื้อนสุนัข, เป็นขี้เรื้อน, น่าดูถูก, น่าเหยียดหยาม, เลว, ชั่วช้า, ซอมซ่อ **-mangily** *adv.* **-manginess** *n.* (-S. dirty, mean)

manhandle (แมน' แฮนเดิล) *vt.* **-dled, -dling** ปฏิบัติต่ออย่างไม่ดี, ปฏิบัติต่ออย่างกระด้าง, ผลักไส, กระทำโดยแรงมนุษย์ (ไม่ได้ใช้เครื่องกลไก)

manhole (แมน' โฮล) *n.* รูหรือปากทางเข้าท่อขนาดใหญ่, ช่องสำหรับเข้าไปตรวจหรือซ่อมแซม

manhood (แมน' ฮุด) *n.* ความเป็นชาย, ความเป็นลูกผู้ชาย, ความกล้าหาญ, ความเด็ดเดี่ยวหรือทรหด, ผู้ชายทั้งหลาย, ความเป็นมนุษย์ *-Ex. to arrive at manhood, Courage to stand up for your own beliefs is a sign of manhood., The manhood of the nation answered the call to arms.*

man-hour (แมน' เอาเออะ, แมน' เอาร์) *n.* ชั่วโมงการทำงานโดยคนหนึ่งคน เป็นหน่วยเวลาการทำงานในอุตสาหกรรม

manhunt, man hunt (แมน' ฮันทฺ) *n.* การตามล่าอาชญากร นักโทษแหกคุกหรืออื่นๆ โดยเจ้าหน้าที่ของรัฐ, การตามหาคนอย่างคร่ำเคร่ง

mania (เม' เนีย, เมน' ยะ) *n.* ความบ้า, ความตื่นเต้นหรือกระตือรือร้นอย่างมากเกินปกติ, ความคลั่ง, ความบ้าคลั่ง (-S. madness) *-Ex. Mrs. Olds has a mania for antiques.*

-mania คำปัจจัย มีความหมายว่า บ้า, คลั่ง

maniac (เม' นีแอค) *n.* คนบ้า, คนคลั่ง, คนวิกลจริต, คนที่คลั่งไคล้ในบางสิ่ง *-adj.* บ้า, คลั่ง, วิกลจริต **-maniacal** *adj.* **-maniacally** *adv.*

maniacal (มะไน' อะเคิล) *adj.* เกี่ยวกับความบ้า, เกี่ยวกับความคลั่ง, เกี่ยวกับอาการบ้าหรือคลั่ง **-maniacally** *adv.*

manic (แมน' นิค, เมน'-) *adj.* เกี่ยวกับหรือเป็นบ้า, เกี่ยวกับลักษณะอาการบ้าคลั่ง

manic-depressive (แมน' นิคดีเพรส' ซิฟว) *adj.* เกี่ยวกับอาการโรคจิตที่มีอาการตื่นเต้นหรือคลั่งสลับกับอาการเศร้าซึม *-n.* บุคคลที่เป็นโรคจิตดังกล่าว

manicure (แมน' นิเคียวร์) *n.* การตกแต่งมือและเล็บมือ, อาชีพการตัด ขัดและตกแต่งเล็บมือ, ช่างแต่งเล็บ *-vt.* **-cured, -curing** แต่งเล็บ

manicurist (แมน' นิเคียวริสทฺ) *n.* ช่างแต่งเล็บ

manifest (แมน' นะเฟสทฺ) *adj.* ชัดแจ้ง, เป็นที่เข้าใจดี, ประจักษ์, ปรากฏชัดแจ้ง, เกี่ยวกับความรู้สึกที่แสดงออกซึ่งสิ่งที่ถูกกดดันไว้ *-vt.* แสดง, ประจักษ์, พิสูจน์, เปิดเผย *-vi.* ชัดแจ้ง, ปรากฏชัดแจ้ง *-n.* รายการสินค้าที่บรรทุกโดยเรือ, รายการสินค้าหรือรายชื่อผู้โดยสารของเครื่องบิน **-manifestable** *adj.* **-manifestly** *adv.* (-S. evident, obvious, plain) *-Ex. The evidence made it manifest that the thief was guilty., Tom manifested an interest in chemistry even as a child.*

manifestation (แมนนะเฟสเท' ชั่น, -เฟิส-) *n.* การสำแดง, การแสดง, การปรากฏ, วิธีการปรากฏหรือแสดง, เครื่องบ่งชี้, การเดินขบวน, การแห่แหน (-S. sign)

manifesto (แมน' นะเฟส' โท) *n., pl.* **-tos/-toes** การแถลงการณ์, ประกาศ, การประกาศนโยบาย, การแสดงออกซึ่งความคิด วัตถุประสงค์ นโยบาย (-S. public declaration)

manifold (แมน' นะโฟลดฺ) *adj.* หลายชนิด, หลากหลาย, มากมาย, นานา, หลาย, ซึ่งกระทำหลายสิ่งหลายอย่างในครั้งเดียวกัน *-n.* สิ่งที่มีหลายส่วนหลายลักษณะ, สิ่งจำลอง, (เครื่องกลไก) ห้องที่มีทางออกหลายทาง *-vt.* ถ่ายสำเนา, อัดสำเนา **-manifoldly** *adv.* **-manifoldness** *n.* **-manifolder** *n. -Ex. his manifold duties, a manifold interest in science*

manikin (แมน' นิคิน) *n.* คนร่างเล็ก, คนแคระ, เล็ก, หุ่นคนสำหรับสอนวิชากายวิภาควิทยา (-S. manakin, mannikin, dwarf, pygmy)

Manila (มะนิล' ละ) เมืองหลวงและเมืองท่าของ

M

Manila paper 538 **manufacture**

ฟิลิปปินส์อยู่ทางตะวันตกเฉียงใต้ของเกาะลูซอนบริเวณทางเข้าของทะเลจีนใต้, ป่านมนิลา, กระดาษมนิลา (-S. Manilla)

Manila paper กระดาษสีน้ำตาลอ่อนที่ทำจากป่านมนิลา (ปัจจุบันทำจากวัสดุอื่น)

man in the street สามัญชน, คนทั่วๆ ไป

manipulate (มะนิพ' พิวเลท, -ยะ-) *vt.* **-lated, -lating** จัดการ, จับต้อง, ใช้, ยักย้าย, เปลี่ยนแปลงให้เหมาะสม **-manipulation** *n.* **-manipulator** *n.* **-manipulable, manipulatable** *adj.* **-manipulative, manipulatory** *adj.* *-Ex. to manipulate a dislocated arm joint, to manipulate an electronic device, to manipulate public opinion by spreading rumours, The book-keeper manipulated the expense accounts in order to steal from the company that employed him.*

mankind (แมนไคนดฺ') *n.* มนุษย์, มนุษยชาติ, คน, ผู้คนทั้งหลาย (-S. the human race, the male sex)

M

manlike (แมน' ไลคฺ) *adj.* คล้ายคน, มีลักษณะเป็นคน, เกี่ยวกับหรือสำหรับคน, มีความเป็นลูกผู้ชาย

manly (แมน' ลี) *adj.* **-lier, -liest** มีความเป็นลูกผู้ชาย, เข้มแข็ง, เกี่ยวกับหรือเหมาะสำหรับคน *-adv.* อย่างลูกผู้ชาย **-manliness** *n.* (-S. courageous, resolute) *-Ex. a manly appearance*

man-made (แมน' เมด') *adj.* เกิดจากคน, ทำโดยมนุษย์, เทียม, ไม่แท้, ไม่ใช่โดยธรรมชาติ

manna (แมน' นะ) *n.* อาหารที่ชาวอิสราเอลได้รับโดยปาฏิหาริย์ (ตามพระคัมภีร์ไบเบิล), สิ่งที่กำลังเป็นที่ต้องการอย่างมากแล้วได้มาอย่างไม่คาดฝัน, น้ำยางหวานจากต้น European ash *(Fraxinus ornus)* แต่ก่อนใช้เป็นยาถ่าย *-Ex. The words of praise were manna to the discouraged boy.*

mannequin (แมน' นิคิน) *n.* หุ่นมนุษย์สำหรับแสดงแบบเสื้อ, นางแบบ, ดู manikin

manner (แมน' เนอะ) *n.* กิริยา, ลักษณะท่าทาง, มารยาท, วิธีการกระทำ, กิริยาท่าทาง, ชนิด, จำพวก, ประเภท, ลักษณะ, แฟชั่น, สมบัติผู้ดี **-manners** ขนบธรรมเนียมประเพณี **-by all manner of means** แน่นอน **-in a manner of speaking** พูดไปแล้ว, ถ้าจะว่าไป **-to the manner born** ตามลักษณะโดยกำเนิด *-Ex. Sawai has a self-confident manner., manners and customs of the Romans, good manners, bad manners, a bad-mannered person*

mannered (แมน' เนอร์ดฺ) *adj.* มีกิริยามารยาท, ตามนิสัย, มีผล (-S. affected)

mannerism (แมน' เนอริซึม) *n.* การยึดถือกิริยามารยาทหรือขนบธรรมเนียมประเพณีที่มีลักษณะเฉพาะ, นิสัยความเคยชิน, ธรรมเนียมปฏิบัติ **-mannerist** *adj., n.* **-manneristic** *adj.*

mannerly (แมน' เนอะลี) *adj.* มีกิริยามารยาทดี, สุภาพ, *-adv.* อย่างสุภาพ, โดยมีกิริยามารยาทที่ดี **-mannerliness** *n.*

mannish (แมน' นิช) *adj.* คล้ายผู้ชาย, เกี่ยวกับหรือมีลักษณะของผู้ชาย **-mannishly** *adv.* **-mannishness** *n.*

manoeuvre (มะนู' เวอะ, -นิว'-) *n., vt., vi.* **-vred, -vring** ดู maneuver

man of God นักบุญ, ผู้ที่พระเจ้าดลใจให้มาสั่งสอนประชาชน, พระ (-S. saint, clergyman)

man of the world ผู้จัดเจนโลก, ผู้จัดเจนในโลกีย์วิสัย (-S. worldly man)

man-of-war (แมนเนิฟวอร์', -นะ-) *n., pl.* **men-of-war** เรือรบ (-S. warship)

manor (แมน' เนอะ) *n.* คฤหาสน์และที่ดินที่โอบล้อมคฤหาสน์ภายในของขุนนางหรือเจ้าของที่ดินผู้ทำหน้าที่ควบคุมและเก็บค่าธรรมเนียม, คฤหาสน์ของขุนนางหรือเจ้าของที่ดินดังกล่าว, คฤหาสน์, บ้านหลังใหญ่ **-manorial** *adj.*

manpower (แมน' เพาเออะ) *n.* แรงงาน, กำลังทหารทั้งหมดของประเทศหนึ่งในยามสงคราม (-S. man power)

mansard (roof) (แมน' ซาร์ด) *n.* หลังคาแบบหนึ่งที่เป็น 2 ชั้น

manse (แมนซฺ) *n.* บ้านและที่ดินอันเป็นที่อยู่อาศัยของพระ

manservant (แมน' เซอร์เวินทฺ) *n., pl.* **menservants** คนใช้ชาย (โดยเฉพาะคนใช้ส่วนตัวของนายผู้ชาย) (-S. man servant)

mansion (แมน' ชัน) *n.* คฤหาสน์, บ้านใหญ่โตมาก *-Ex. to dwell in a mansion*

man-sized, man-size (แมน' ไซซดฺ, -ไซซฺ) *adj.* เกี่ยวกับขนาดของคนหรือสำหรับคน, ใหญ่

manslaughter (แมน' สลอเทอะ) *n.* การฆ่าคน, ฆาตกรรม, การฆ่าคนโดยไม่ได้ไตร่ตรองมาก่อน

mansuetude (แมน' สวิทูด, -ทิวดฺ) *n.* ความอ่อนโยน, ความสุภาพ

mantel (แมน' เทิล) *n.* หิ้งบนเตาไฟผิง, หิ้งเหนือเตาไฟผิง

mantilla (แมนทิล' ละ, -ที' อะ) *n.* ผ้าคลุมศีรษะที่ทำด้วยไหมหรือลูกไม้โดยเฉพาะที่คลุมถึงไหล่ที่ใช้ในประเทศสเปนและประเทศในอเมริกาใต้

mantilla

mantis (แมน' ทิส) *n., pl.* **-tises/-tes** ตั๊กแตนตำข้าว

mantle (แมน' เทิล) *n.* เสื้อคลุมไร้แขน, สิ่งคลุม, สิ่งห่อ, เครื่องปกคลุม, ปลอก, เยื่อหุ้ม, ไส้ตะเกียงเจ้าพายุ, หิ้งบนเตาผิง, ชั้นของภายในโลกที่อยู่ระหว่างผิวโลกกับแกนกลาง *-v.* **-tled, -tling** *-vt.* คลุม, ปกคลุม, หุ้ม, ห่วง *-vi.* หน้าแดง, ปกคลุม *-Ex. Snow mantled the ground., Ivy mantled the old tower.*

manual (แมน' นวล) *adj.* เกี่ยวกับมือ, ด้วยมือ, ทำด้วยมือ, เกี่ยวกับหัตถกรรม, เกี่ยวกับคู่มือ *-n.* สมุดคู่มือ, การฝึกหัดจับปืนยาว, แป้นก้านดีดเสียงของเครื่องดนตรี **-manually** *adv.*

manufactory (แมนนิวแฟค' ทะรี, -ยะ-) *n., pl.* **-ries** โรงงาน (-S. factory)

manufacture (แมนนิวแฟค' เชอะ, -ยะ-, แมนนะ-) *vt.* **-tured, -turing** ผลิต, ทำ, สร้าง, เปลี่ยนเป็นรูปแบบหรือวัตถุที่มีประโยชน์, ประดิษฐ์, กุเรื่องขึ้น, ปลอมขึ้น *-n.* การผลิต, การสร้าง, การทำ, การประดิษฐ์,

manumit 539 **margin**

สิ่งที่ผลิตขึ้น **-manufacturer** *n. -Ex. The manufacture of motorcars is a big business., to manufacture shoes, manufactured goods, a manufacturing goods, the manufacture of shoes*

manumit (แมนนิวมิท') *vt.* **-mitted, -mitting** ปล่อยจากความเป็นทาส, ปลดปล่อยทาส **-manumission** *n.*

manure (มะเนียว' เออะ) *n.* ปุ๋ย, ปุ๋ยธรรมชาติ, ปุ๋ยคอก, มูลที่ใช้เป็นปุ๋ย *-vt.* **-nured, -nuring** ใส่ปุ๋ย

manuscript (แมน' นิวสคริพทฺ', -ยะ-) *n.* ต้นฉบับ, หนังสือ เอกสาร จดหมายหรืออื่นๆ ที่เขียนด้วยมือ, การเขียนด้วยมือ *-adj.* ซึ่งเขียนด้วยมือ, ต้นฉบับ

Manx (แมงคฺซฺ) *adj.* เกี่ยวกับชาว Isle of Man และภาษาของเขา *-n.* ภาษาที่ใช้บนเกาะดังกล่าว, แมวบ้านหางกุดชนิดหนึ่ง

Manx cat

many (เมน' นี) *adj.* **more, most** มาก, เป็นจำนวนมาก *-n.* จำนวนมาก *-pron.* คนหรือสิ่งของจำนวนมาก **-the many** มนุษย์ส่วนใหญ่ (-S. multifarious, diversified) *-Ex. many people, many things, a great many people*

many-sided (เมน' นีไซดิด) *adj.* หลายด้าน, มีหลายด้าน, หลายประเด็น, หลากหลาย, นานา **-many-sidedness** *n.*

Maoism (เมา' อิซึม) *n.* ลัทธิเมาเซตุง **-Maoist** *adj., n.*

Maori (มา' โอรี, เมา' รี, เมออ' รี) *n., pl.* **-ris/-ri** คนพื้นเมืองที่มีผิวสีน้ำตาลของนิวซีแลนด์, ภาษาโปลีนีเซียนที่คนพื้นเมืองดังกล่าวใช้ *-adj.* เกี่ยวกับคนพื้นเมืองดังกล่าวและภาษาที่ใช้

map (แมพ) *n.* แผนที่, กะ, (คำสแลง) ใบหน้า *-vt.* **mapped, mapping** ทำแผนที่, ร่างแผน, สำรวจเพื่อทำแผนที่ **-wipe off the map** ไม่มีตัวตน, สูญหายไป **-put on the map** ทำให้เป็นที่รู้จัก **-mapper** *n.*

maple (เม' เพิล) *n.* พืชจำพวก *Acer* ปลูกไว้เป็นไม้ร่ม ไม้ประดับ, ไม้ของต้นดังกล่าว, (คำสแลง) พินของโบว์ลิ่ง *-adj.* เกี่ยวกับต้นไม้ดังกล่าว

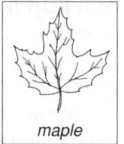

maple

mapping (แมพ' พิง) *n.* การทำแผนที่, การกะ

mar (มาร์) *vt.* **marred, marring** ทำให้เสื่อมเสีย, ทำให้เสียหาย, ทำลาย, ทำให้เสียโฉม, ทำให้เสียรูปเสียร่าง *-n.* สิ่งที่เสียหาย *-Ex. Don't mar the table top by leaving a wet glass on it.*

marabou (แม' ระบู) *n.* นกกระสาขนาดใหญ่จำพวก *Leptoptilos crumeniferus*, ขนของนกดังกล่าว, วัสดุที่ทำด้วยขนนกดังกล่าว, ใยไหมดิบที่สามารถย้อมสีได้โดยไม่ต้องขจัดเอายางธรรมชาติออก

marabou

maraca (มะรา' คะ, -แรค' คะ) *n.* น้ำเต้าหรือเครื่องเล่นรูปน้ำเต้าของเด็กที่เขย่าดังเผาะแผะโดยใส่เมล็ดผลไม้หรือเม็ดกรวดเล็กๆ มักใช้เขย่าเป็นคู่เสียงดนตรี

maraschino (แมระสคี' โน, -ชี'-) *n.* เหล้าแรงชนิดหนึ่งที่กลั่นจากผลของต้นเชอร์รี่ป่าตระกูล marasca

marathon (แม' ระธอน) *n.* การวิ่งทนระยะทางไกล, การวิ่งแข่งระยะทาง 26 ไมล์กับอีก 385 หลา

maraud (มะรอด') *vi.* เที่ยวปล้นสะดม *-vt.* ปล้นสะดม *-n.* การปล้นสะดม **-marauder** *n.*

marble (มาร์' เบิล) *n.* หินอ่อน, สิ่งสลักด้วยหินอ่อน, วัสดุที่คล้ายหินอ่อน, ลูกหินหรือลูกแก้วที่เด็กเล่น *-adj.* ประกอบด้วยหินอ่อน, คล้ายหินอ่อน (แข็ง เย็น ลื่น ขาวและอื่นๆ) *-vt.* **-bled, -bling** ระบายสีหินอ่อน, ทำเป็นลายหินอ่อน, คาดหินอ่อน **-marbles** เกมเล่นลูกหินของเด็ก, (คำสแลง) สติสัมปชัญญะ เชาวน์ **-marbled, marbly** *adj. -Ex. the marble columns in the church*

marcel (มาร์เซล') *vt.* **-celled, -celling** ดัดผมด้วยเหล็กพิเศษให้เป็นคลื่นต่อเนื่องกัน *-n.* วิธีการดัดผมดังกล่าว (-S. marcel wave)

march[1] (มาร์ช) *vi.* เดินแถว, ไปข้างหน้าอย่างสม่ำเสมอ *-vt.* ทำให้เดินแถว, ทำให้เดินขบวน *-n.* การเดินแถว, การเดินขบวน, การเดินด้วยท่าทางที่องอาจ, ระยะทางที่เดินแถวครั้งหนึ่ง, การก้าวไปข้างหน้า, ความก้าวหน้า, การเคลื่อนไปข้างหน้า, ดนตรีและจังหวะสำหรับประกอบการเดินแถว *-Ex. The soldiers marched well., By the right; quick march!, Udom marched off in a temper., a day's march, line of march, a slow march, a quick march, The band played a march.*

M

march[2] (มาร์ช) *n.* ชายแดน, พรมแดน, แนวเขตแดน **-the Marches** บริเวณชายแดนระหว่างอังกฤษกับสกอตแลนด์และระหว่างอังกฤษกับเวลส์ *-vi.* ชิดพรมแดน, ประชิดพรมแดน

March (มาร์ช) *n.* เดือนมีนาคม, เดือนที่ 3 ของปีที่มี 31 วัน

marcher (มาร์' เชอะ) *n.* ผู้เดินแถว, ผู้เดินขบวน, ผู้อาศัยอยู่ตามชายแดน, ผู้ดูแลพรมแดนของอังกฤษ

marchioness (มาร์' ชันนิส, มาร์ชันเนส') *n.* ภรรยาหรือภรรยาหม้ายของ marquis, หญิงที่มีตำแหน่งหรือฐานะเทียบเท่า marquis

Mardi Gras (มา ดี กรา') (ภาษาฝรั่งเศส) วันก่อนวันถือบวชในศาสนาคริสต์ เป็นวันที่มีการเฉลิมฉลองอย่างสนุกสนาน, Shrove Tuesday

mare[1] (แมร์) *n.* ม้าตัวเมียที่โตเต็มที่, สัตว์ตัวเมียที่โตเต็มที่

mare[2] (แมร์) *n.* ภูตผีปีศาจที่เคยเชื่อว่าทำให้คนฝันร้าย

mare[3] (มา' เร, -รี, แม' รี) *n., pl.* **maria** ทะเล, พื้นที่ราบ มืดและกว้างใหญ่บนดวงจันทร์ ดาวพุธหรือดาวอังคาร

mare's-nest (แมร์ซฺ' เนสทฺ) *n.* สิ่งที่คิดว่าเป็นการค้นพบที่วิเศษแต่กลายเป็นสิ่งลวงตาหรือการหลอกลวง, สถานการณ์ที่ยุ่งเหยิง

margarine, margarin (มาร์' จะรีน, -ริน) *n.* เนยเทียมที่ทำจากน้ำมันพืช (บางทีผสมกับน้ำมันสัตว์และน้ำนม)

margarita (มาร์การี' ทะ) *n.* เครื่องดื่มน้ำมะนาวผสม tequila ในแก้วที่ขอบจุ่มเกลือมาก่อน

margin (มาร์' เจิน) *n.* ขอบ, ริม, ข้าง, ขอบเขต, ช่องว่าง, จำนวนที่เผื่อเหลือเผื่อขาด, เงินทดรองสำหรับ

marginal 540 marmot

ความสูญเสีย, ค่าแตกต่างระหว่างราคาทุนกับราคาขาย, จุดรายได้ต่ำสุด ซึ่งถ้าต่ำกว่านี้แล้วการผลิตจะขาดทุน, ร่อแร่, เกือบขาดทุน *-vt.* ใส่ขอบ, ทำให้มีริมหรือข้าง, วางเงินทดรอง (-S. rim, verge, brink) *-Ex. When Somsri writes a composition; she leaves a margin on her paper., Dum gave himself a margin of ten minutes to catch the train., along the margin of the river*

marginal (มาร์' จะเนิล) *adj.* เกี่ยวกับขอบหรือริมหรือข้าง, เกี่ยวกับขอบเขต, ซึ่งอยู่ที่ขอบหรือพรมแดน, เกือบใช้ไม่ได้, เกือบขาดทุน, ร่อแร่, พิมพ์หรือเขียนที่ขอบ, ขายในราคาเกือบขาดทุน **-marginality** *n.* **-marginally** *adv.*

marginalise (มาร์' เจินนัลไลซ) *vt.* ทำให้ดูไม่สำคัญ

marigold (แม' ริโกลด) *n.* พืชไม้ดอกสีเหลืองจำพวกดาวเรือง โดยเฉพาะจำพวก *Tagetes*

marigold

M

marijuana, marihuana (แมริวา' นะ, มา-, -ฮวา'-) *n.* กัญชา, ใบและดอกแห้งของกัญชา

marimba (มะริม' บะ) *n.* เครื่องดนตรีคล้ายระนาด

marimba

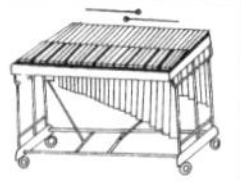

marina (มะรี' นะ) *n.* ที่จอดเรือเล็กๆ สำหรับซ่อมและบริการเรือ

marinade (แมระเนด') *n.* น้ำซอสสำหรับจุ่มเนื้อ ผักหรืออื่นๆ ก่อนที่จะนำไปหุงต้ม, เนื้อที่จุ่มด้วยซอสดังกล่าว *-vt.* **-naded, -nading** ดู marinate

marinate (แม' ริเนท) *vt.* **-nated, -nating** จุ่มในน้ำซอสมะเขือเทศผสมกระเทียมและเครื่องเทศ **-marination** *n.*

marine (มะรีน') *adj.* เกี่ยวกับทะเล, มีอยู่ในทะเล, เกิดจากทะเล, เกี่ยวกับการเดินเรือ, เหมาะสำหรับการใช้ในทะเลหรือบนเรือ *-n* นาวิกโยธิน, เรือเดินสมุทร, ภาพทะเล, กรมทางเรือ *-Ex. a marine plant, to take out marine insurance*

Marine Corps นาวิกโยธินของสหรัฐอเมริกา

marionette (แมรีอะเนท') *n.* หุ่นกระบอก

marital (แม' ริเทิล) *adj.* เกี่ยวกับการแต่งงาน, เกี่ยวกับการสมรส, เกี่ยวกับสามี **-maritally** *adv.*

maritime (แม' ริไทม) *adj.* เกี่ยวกับการเดินเรือสมุทร, เหมาะสำหรับการใช้บนพื้นทะเลหรือบนเรือทะเล, เกี่ยวกับทะเล, เกี่ยวกับการอาศัยทะเล

marjoram (มาร์' จะเริม) *n.* ต้นไม้ยืนต้นในตระกูลมินต์

marjoram

mark¹ (มาร์ค) *n.* คะแนน, เครื่องหมาย, หมาย, แกงได, รอย, จุด, แต้ม, เป้า, เป้าหมาย, วัตถุประสงค์, สัญลักษณ์, มาตรฐาน, ความสำคัญ, ชื่อเสียง, เส้นเริ่มออกวิ่ง, คะแนนโบว์ลิ่ง, พรมแดน *-vt.* ทำเครื่องหมาย, ทำรอย, ทำให้เป็นแผลเป็น, เป็นมลทิน, ทำให้เป็นจุด, ชัด, กะ, แสดงให้ปรากฏชัด, เพ่งเล็ง, มุ่งหมาย, บันทึก, ระวัง, สังเกต *-vi.* สังเกต, พิจารณา **-beside the mark** ไม่ตรงประเด็น, นอกประเด็น **-make one's mark** ประสบความสำเร็จ **-wide of the mark** ไม่แม่นยำ, ไม่ตรงเป้าประเด็น

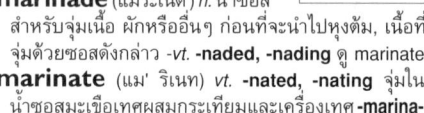

mark² (มาร์ค) *n.* หน่วยเงินตราของเยอรมนี, เหรียญเงินสมัยก่อนของสกอตแลนด์, หน่วยน้ำหนักสมัยก่อนของยุโรป

Mark (มาร์ค) ชื่อนักบุญผู้เขียนหนังสือเล่มหนึ่งของพระคัมภีร์ไบเบิล, ชื่อหนังสือเล่มหนึ่งของพระคัมภีร์ไบเบิล

markdown (มาร์ค' เดาน) *n.* การลดลงของราคา, จำนวนที่ลดลงของราคา

marked (มาร์คุท) *adj.* น่าสังเกต, เด่นชัด, ชัดเจน, แจ่มแจ้ง, มีรอย, มีเครื่องหมาย **-markedly** *adv.* **-markedness** *n.* (-S. conspicuous) *-Ex. The patient showed a marked improvement after being given the new drug., The lumbermen cut the marked trees., a marked man*

marker (มาร์' เคอะ) *n.* ผู้ทำเครื่องหมายหรือร่องรอย, สิ่งที่ทำเครื่องหมายหรือร่องรอย, สิ่งที่เป็นเครื่องหมาย, เครื่องชี้บ่ง

market (มาร์' คิท) *n.* ตลาด, ที่ชุมนุมการซื้อขาย, สถานที่ที่ใช้สำหรับการซื้อและการขาย, ร้านขายอาหาร, การค้าขาย, กลุ่มคนที่กระทำกิจการซื้อขาย, การตลาด, ธุรกิจ, ความต้องการสินค้า, กลุ่มผู้ซื้อ, ราคาหรือค่าปัจจุบัน *-vi.* ซื้อหรือขายในตลาด *-vt.* วางตลาด, นำสู่ตลาด, ขาย **-be in the market for** พร้อมที่จะซื้อ, ต้องการซื้อ **-be on the market** สำหรับขาย, หาซื้อได้ **-marketeer** *n.* **-marketer** *n.* **-marketability** *n.* **-marketable** *adj.*

marketing (มาร์' คิททิง) *n.* การตลาด, การซื้อหรือขายในตลาด

market order คำสั่งซื้อหรือขายในราคาตลาดปัจจุบัน

marking (มาร์ค' คิง) *n.* รอย, ร่องรอย, แผลเป็น, แต้ม, เครื่องหมาย, การทำรอย, การทำแต้ม *-Ex. The markings on the moon look like a face.*

marksman (มาร์คซฺ' เมิน) *n., pl.* **-men** นักแม่นปืน **-marksmanship** *n.*

markup (มาร์ค' อัพ) *n.* ราคาขายที่คนขายเพิ่มขึ้นในการตั้งราคาขาย, ความแตกต่างระหว่างราคาทุนกับราคาขาย, การเพิ่มราคา, ปริมาณราคาที่เพิ่มขึ้น

marl (มาร์ล) *n.* ดินร่วนที่ประกอบด้วยดินเหนียวกับแคลเซียมคาร์บอเนต (ปูน), ดิน *-vt.* ใส่ดินดังกล่าวเพื่อเป็นปุ๋ย **-marly** *adj.*

marlin (มาร์' ลิน) *n., pl.* **-lin/-lins** ปลาทะเลขนาดใหญ่จำพวก *Makaira nigricans* มีขากรรไกรบนยาวคล้ายปลายหอก

marmalade (มาร์' มะเลด) *n.* ขนมกวนคล้ายวุ้นที่ทำด้วยผลไม้กับเปลือกผลไม้ชิ้นเล็กๆ เช่น เปลือกส้ม

marmoreal (มาร์มอ' เรียล) *adj.* เกี่ยวกับหินอ่อน, คล้ายหินอ่อน **-marmoreally** *adv.* (-S. marmorean)

marmoset (มาร์' มะเซท, -เซท) *n.* ลิงขนาดเล็กในภาคใต้และกลางของทวีปอเมริกาในตระกูล Callithricidae มีขนนิ่มและยาวรูปร่างบางคล้ายกระรอก หางงอแต่ไม่สามารถยึดจับกิ่งไม้ได้

marmoset

marmot (มาร์' เมิท) *n.* สัตว์ที่ใช้ฟันแทะ จำพวก *Marmota* มีหางเป็นพวง

maroon[1] (มะรูน') *adj.* ซึ่งมีสีแดงเข้ม

maroon[2] (มะรูน') *vt.* ปล่อยเกาะ, แยกให้อยู่ต่างหากโดยปราศจากเสบียงอาหารหรือความหวัง *-n.* ทาสชาวนิโกรในศตวรรษที่ 17 และ 18 ที่อาศัยอยู่ในหมู่เกาะ West Indies และ Suriname, ลูกหลานของทาสดังกล่าว

marquee (มาร์คี') *n.* ที่กำบังคล้ายหลังคาที่ยื่นออกมาบังเหนือทางเดิน, ส่วนยื่นเหนือทางเข้าโรงมหรสพ

marquess (มาร์' ควิส) *n.* ยศขุนนางที่ต่ำกว่าท่านดยุค แต่สูงกว่าท่านเอิร์ลหรือท่านเคานต์, ดู marquis **-marquessate** *n.*

marquetry, marqueterie (มาร์' คะทรี) *n.* เครื่องไม้ประดับมุกหรืออื่นๆ

marquis (มาร์' ควิส) *n., pl.* **-quises** ดู marquess **-marquisate** *n.*

marquise (มาร์คีซ') *n.* ภรรยาหรือภรรยาม่ายของท่าน marquis, หญิงที่มียศเทียบเท่าท่าน marquis, เพชรพลอยรูปไข่มีหลายเหลี่ยม

marquisette (มาร์คิเซท', -ควิ-) *n.* สิ่งทอเบาชนิดหนึ่ง

marriage (แมร์' ริจ) *n.* การแต่งงาน, การสมรส, ภาวะที่แต่งงานกัน, พิธีสมรส, ความสัมพันธ์กันอย่างใกล้ชิด, การรวมกันอย่างสนิท

marriageable (แมร์' ริจะเบิล) *adj.* แต่งงานได้, เหมาะสมในการแต่งงาน **-marriageability** *n.*

married (แมร์' รีด) *adj.* แต่งงานแล้ว, เกี่ยวกับการแต่งงาน, เกี่ยวกับบุคคลที่แต่งงานแล้ว *-n.* คนที่แต่งงานแล้ว (-S. wedded, conjugal, connubial, marital) *-Ex. a married life, a married couple, a married woman*

marrow (แมร์' โร) *n.* ไขกระดูก, เนื้อเยื่อไขมันที่นิ่มและเป็นทางในโพรงกระดูก, ส่วนในสุด, กำลัง **-marrowy** *adj.*

marry[1] (แมร์' รี) *vt.* **-ried, -rying** แต่งงาน, สมรส, เอาเป็นภรรยาหรือสามี, ทำพิธีสมรส, ร่วมกันอย่างสนิทสนม *-vi.* แต่งงาน **-marrier** *n. -Ex. The priest married them., Mr. A married his daughter to a rich man.,I shall never marry.*

marry[2] (แมร์' รี) *interj.* คำอุทานแสดงความประหลาดใจหรือความโกรธ

Mars (มาร์ซ) *n.* ดาวอังคาร, เทพเจ้าแห่งสงครามของโรมันโบราณ

Marseilles, marseilles (มาร์เซ', -เซลซ') *n.* ผ้าฝ้ายหนาที่ทอเป็นรูปหรือลายต่างๆ มักใช้เป็นผ้าปูที่นอนหรืออื่นๆ

marsh (มาร์ช) *n.* ที่ดินต่ำและชื้น มักไม่มีต้นไม้และมักมีน้ำท่วม

marshal (มาร์' เชิล) *n.* จอมพล, นายอำเภอ, พนักงานศาล, นายตำรวจ, เจ้าหน้าที่ชั้นสูงในราชสำนัก, พิธีกร, สมุหพระราชพิธี *-vt.* **-shaled, -shaling/-shalled, -shalling** จัดให้เหมาะสม, จัดให้ชัดเจน, นำ **-marshalcy, marshalship** *n. -Ex. the marshal of a parade, to marshal ideas for a debate*

marsh gas ผลิตผลการสลายตัวเป็นก๊าซของอินทรียสาร ส่วนใหญ่เป็นก๊าซมีเธน (methane)

marshland (มาร์ช' แลนด) *n.* บริเวณที่ลุ่ม

marshmallow (มาร์ช' แมโล, -มะโล) *n.* ขนมหวานที่ทำจากรากของต้น marsh mallow, ขนมหวาน

marsupial (มาร์ซู' เพียล) *n.* สัตว์จำพวกจิงโจ้ *-adj.* เกี่ยวกับหรือเหมือนกระเป๋า, เกี่ยวกับสัตว์ที่มีกระเป๋าที่หน้าท้อง

marten

marten (มาร์' เทิน) *n., pl.* **-tens/-ten** สัตว์ชนิดหนึ่งคล้ายพังพอน

martial (มาร์' เชิล) *adj.* ชอบรบ, เกี่ยวกับหรือคล้ายสงคราม, กล้าหาญ, เหมาะสำหรับการรบ, เกี่ยวกับนักรบ, เกี่ยวกับกองทัพ **-martialism** *n.* **-martialist** *n.* **-martially** *adv.*

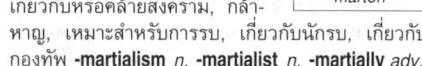

martial art ศิลปะการต่อสู้ป้องกันตัว

martial law กฎอัยการศึก

Martian (มาร์' ชัน) *adj.* เกี่ยวกับดาวอังคารหรือเทพเจ้าแห่งสงคราม *-n.* ชาวดาวอังคาร

martin (มาร์' ทิน) *n.* นกนางแอ่นชนิดหนึ่ง

martinet (มาร์' เทินเนท, มาร์เทินเนท') *n.* ผู้เคร่งครัดในระเบียบวินัย (-S. disciplinarian)

martingale (มาร์ท' อิงเกล) *n.* บังเหียนม้า, เครื่องบังเหียน, ไม้ค้ำเสากระโดง, ไม้ค้ำ, การเพิ่มเงินเดิมพันในการพนัน (-S. martingal)

martini (มาร์ที' นี) *n., pl.* **-nis** เหล้าค็อกเทล ที่ประกอบด้วยเหล้ายิน (หรือวอดก้า) กับ dry vermouth

martyr (มาร์' เทอะ) *n.* ผู้ยอมรับการทรมานจากความตายแต่ไม่ยอมละทิ้งซึ่งศาสนาของตน, ผู้ได้รับการทรมานหรือถูกทำให้ตายแต่ไม่ยอมละทิ้งความยึดมั่นในความเชื่อหรืออุดมการณ์ของตัว, ผู้ได้รับการทรมานอย่างรุนแรงหรือเนืองนิจ, ผู้เรียกร้องความเห็นอกเห็นใจหรือความสนใจโดยแสร้งได้รับความทุกข์ทรมานหรืออื่นๆ *-vt.* ฆ่าให้ตายหรือทรมานจากการที่ไม่ยอมเปลี่ยนความเชื่อ, ทรมานหรือทำให้ทนทุกข์อย่างหนัก

martyrdom (มาร์' เทอะเดิม) *n.* ความทุกข์ทรมาน, ความตาย, สภาวะของ martyr, ความทุกข์ทรมานอย่างแสนสาหัส

MARV ย่อจาก Manoeuvrable Re-entry Vehicle ขีปนาวุธติดหัวรบที่สามารถควบคุมให้หลีกหนีการป้องกันของข้าศึกได้

marvel (มาร์' เวิล) *n.* บุคคลหรือสิ่งของที่ทำให้ประหลาดใจหรือชื่นชม, สิ่งที่น่าพิศวง, บุคคลที่น่าพิศวง, ความประหลาดใจ, ความพิศวง *-vt., vi.* **-veled, -veling/-velled, -velling** ประหลาดใจ, พิศวง

marvellous, marvelous (มาร์' เวิลเลิส) *adj.* น่าประหลาดใจ, น่าพิศวง, ดีเลิศ, ดีเด่น, ยิ่งใหญ่, เหลือเชื่อ, ไม่น่าเป็นไปได้ **-marvelously** *adv.* (-S. wondrous)

Marx (มาร์คซ) Karl (Heinrich) (ค.ศ. 1818-1883) นักสังคมนิยมผู้ก่อตั้งระบบคอมมิวนิสต์

Marxism (มาร์คซฺ' ซิซึม) *n.* ลัทธิของคาร์ลมาคซ์ที่เกี่ยวกับการเมือง สังคมและเศรษฐกิจ เป็นลัทธิเจ้าตำรับของระบบคอมมิวนิสต์ **-Marxist, Marxian** *adj., n.* (-S. Marxianism)

Mary (แม' รี, เม' รี) *n.* พระมารดาของพระเยซูคริสต์

marzipan (มาร์' ซิแพน, มาร์ท' ซิ-, -พาน) *n.* ขนมที่ทำจากน้ำอัลมอนด์ (almond) และไข่ดาว

mascara (แมสคา' ระ) *n.* เครื่องสำอางที่ใช้ป้ายขนตา

-vt. **-caraed, -caraing** ป้ายเครื่องสำอางดังกล่าว

mascot (แมส' คาท', -เคิท) *n.* ตัวนำโชค, ผู้นำโชค

masculine (แมส' คิวลิน, -คยะ-) *adj.* ชาย, เพศชาย, มีลักษณะของชาย, มีความเป็นชาย, เข้มแข็ง *-n.* เพศชาย (ไวยากรณ์) เพศชาย, คำนามที่เป็นเพศชาย **-masculinely** *adv.* **-masculinity** *n.* (-S. virile, strong) *-Ex. Dum's voice is very masculine., Somsri likes to wear very masculine clothes.*

maser (เม' เซอร์) *n.* เครื่องมือขยาย microwave โดยการแผ่รังสีที่ถูกกระตุ้น, เครื่องมือสร้างลำรังสีที่เล็กมาก เข้มข้นมากแทบไม่มีการบ่ายเบน, ย่อจาก m(icrowave) a(mplification by) s(timulated) e(mission of) r(adiation)

mash (แมช) *n.* ก้อนเละ, ก้อนที่เกิดจากการคลุกเคล้ากัน, ก้อนอาหารที่ให้กับม้าและวัวควาย, ข้าวต้มข้น *-vt.* ทำให้เละ, ทำเป็นก้อนเละคลุกเคล้ากับน้ำร้อน *-Ex. The elephant's heavy feet mashed down the grass., Mother mashed the potatoes., The baby ate a mash of bananas and water.*

M

mashie (แมช' ชี) *n.* ไม้กอล์ฟที่มีหัวเป็นเหล็กแบบหนึ่ง

mask (แมสคฺ, มาสคฺ) *n.* หน้ากาก, เครื่องกำบัง, สิ่งปิดบัง, สิ่งปกคลุม, มารยา, การหลอกลวง, ผู้สวมหน้ากาก, การเต้นรำสวมหน้ากาก, สิ่งที่คล้ายใบหน้า, ใบหน้า, ส่วนหัว, ปลอกสวมปากสุนัข *-vt.* ปิดบัง, กำบัง, ปกคลุม, ใส่หน้ากาก *-vi.* ใส่หน้ากาก, ปลอมแปลงตัว *-Ex. Each dancer took off his mask at midnight., Clouds masked the moon.*

masked (แมสคฺทฺ, มาสคฺทฺ) *adj.* สวมหน้ากาก, ใช้หน้ากาก, ปลอมแปลง, ซ่อนเร้น, คล้ายหน้ากาก

masker (แมส' เคอะ, มาส'-) *n.* ผู้สวมหน้ากาก (-S. masquer)

masking tape (แมส' คิง, มาส'-) เทปปิดคลุมผิวหน้าหรือบริเวณที่ไม่ต้องการถูกสีทาหรือสีพ่น

masochism (แมส' ซะคิซึม, แมซ'-) *n.* กามวิตถารชนิดหนึ่งที่ได้รับความสุขหรือความพอใจเมื่อตัวเองถูกโบยตีหรือทำให้เจ็บ (ตรงกันข้ามกับ sadism), ความสุขหรือความพอใจดังกล่าว **-masochist** *n.* **-masochistic** *adj.* **-masochistically** *adv.*

mason (เม' เซิน) *n.* ช่างก่อตึก, ช่างก่ออิฐ, ดู Freemason *-vt.* ก่อตึก, ก่ออิฐ

masonic, Masonic (เมซาน' นิค, มะ-) *adj.* เกี่ยวกับ Masons (Freemasons) หรือ Masonry (Freemasonry)

masonry (เม' เซินรี) *n.* อาชีพก่ออิฐก่อตึก, ศิลปะการก่ออิฐก่อตึก, สิ่งก่อสร้างที่เกิดจากการก่ออิฐ, ดู Freemasonry

masque (แมสคฺ, มาสคฺ) *n.* งานรื่นเริงที่มีการแสดงของนักแสดงสมัครเล่นในอังกฤษสมัยศตวรรษที่ 17, บทละครสำหรับการแสดงดังกล่าว, ละครสวมหน้ากาก **-masquer** *n.* (-S. mask)

masquerade (แมสคะเรด') *n.* การรื่นเริงสวมหน้ากาก, หน้ากากที่สวมในงานดังกล่าว, การเสแสร้ง, การปิดบัง, การซ่อนเร้น, การปลอมตัว *-vi.* **-aded, -ading** ปลอมตัว, เข้าร่วมงานรื่นเริงสวมหน้ากาก **-masquerader** *n. -Ex. The rich miser masquerades as a poor man., The spy masqueraded as a reporter.*

mass (แมส) *n.* มวล, ก้อน, กอง, ปึก, จำนวนมาก, ปริมาณมาก, ภาพหรือขนาดสามมิติ, ส่วนใหญ่, ส่วนสำคัญ, ขนาด, ความใหญ่โต, ทั้งมวล, ความเทอะทะ, ความหนาแน่น *-adj.* กว้างขวาง, ครอบคลุม, จำนวนมาก, มากมาย *-vi.* รวมกันเป็นก้อน, รวมกันเป็นกอง *-vt.* ทำให้รวมกันเป็นก้อนหรือกอง, วาดภาพหรือให้สีในลักษณะทั่วไป **-in the mass** ทั้งหมด, ทั้งมวล **-the masses** ประชาชนจำนวนมาก (โดยเฉพาะชนชั้นกรรมกร) *-Ex. Mashed potatoes make a mass of potatoes., The mass of people voted for a new park., The flags were massed at the head of the parade., a mass of people, the great mass of people, mass production*

Mass (แมส) *n.* พิธีฉลองการเสวยกระยาหารมื้อสุดท้ายของพระเยซูคริสต์, ดนตรีประกอบพิธีดังกล่าว

Massachusetts (แมสซะชู' ซิทซฺ) รัฐแมสซาชูเซตส์ เมืองหลวงชื่อ Boston

massacre (แมส' ซะเคอะ) *n.* การฆาตกรรมหมู่, การฆ่าคนจำนวนมากอย่างไม่จำเป็น *-vt.* **-cred, -cring** ฆ่าคนจำนวนมากๆ อย่างไม่จำเป็น, ฆาตกรรมหมู่ **-massacrer** *n.* (-S. carnage) *-Ex. The massacre of helpless prisoners is a savage act.*

massage (มะซาจฺ') *n.* การนวดกล้ามเนื้อ, เทคนิคการนวดกล้ามเนื้อ *-vt.* **-saged, -saging** นวด **-massager** *n.*

massage parlor โรงนวด, สถานบริการ (อาบ อบ) นวด

masseur (มะเซอ', แม-, -ซัวร์') *n.* หมอนวดผู้ชาย, นักนวดกล้ามเนื้อที่เป็นผู้ชาย

masseuse (มะซูซ', แม-) *n.* หมอนวดที่เป็นหญิง, นักนวดกล้ามเนื้อที่เป็นหญิง

massive (แมส' ซิฟว) *adj.* เป็นก้อนใหญ่, เป็นกองใหญ่หนาแน่น, เป็นก้อนใหญ่และหนัก, ใหญ่ (เช่น หัวเรือ หน้าผาก), มาก, ไม่เป็นชั้น, เป็นเนื้อเดียวกัน, มีผลต่อก้อนเนื้อเยื่อขนาดใหญ่ที่ต่อเนื่องกัน **-massively** *adv.* **-massiveness** *n. -Ex. Our way was blocked by a massive door., his massive features, massive evidence*

mass media สื่อมวลชน (เช่น โทรทัศน์ วิทยุ หนังสือพิมพ์ วารสาร นิตยสารและอื่นๆ)

mass meeting การชุมนุมขนาดใหญ่

mass number จำนวนของนิวตรอนและโปรตอนในนิวเคลียสของอะตอม

mass production การผลิตสินค้าเป็นจำนวนมาก **-mass-produce** *vt.*

mast[1] (แมสทฺ, มาสทฺ) *n.* เสาเรือ, เสาตรง *-vt.* ใส่เสาเรือ

mast[2] (แมสทฺ, มาสทฺ) *n.* ผลไม้ของต้นโอ๊กหรือต้นไม้ป่าอื่นๆ ที่ใช้เป็นอาหารหมูและสัตว์เลี้ยงอื่นๆ

mastectomy (แมสเทค' ทะมี) *n., pl.* **-mies** การผ่าตัดเอาเต้านมออก

master (มาส' เทอะ, แมส' เทอะ) *n.* นาย, เจ้านาย, นายจ้าง, กัปตันเรือสินค้า, กัปตันเรือ, ผู้บังคับการ, หัวหน้า

ครอบครัว, เจ้าบ้าน, ผู้เชี่ยวชาญ, ผู้มีชัย, ผู้มีอำนาจ, คนเก่ง, ผู้ช่วยผู้พิพากษา, มหาบัณฑิต, ผู้สำเร็จปริญญาโท, เด็กผู้ชาย, สิ่งที่ผลิตโดยเครื่องกลไก, อุปกรณ์ควบคุมสิ่งอื่น -*adj.* เป็นนาย, เป็นหัวหน้า, เป็นผู้นำ, เกี่ยวกับการควบคุม, เกี่ยวกับการนำ, วางอำนาจ, ใหญ่ยิ่ง, เชี่ยวชาญ -*vt.* ปราบปราม, มีชัย, ทำตัวเป็นนาย, กลายเป็นผู้เชี่ยวชาญ **-masterdom** *n. -Ex. The music teacher is a master of his subject., Udom has learned to master his temper., Dang has mastered the alphabet., servant and his master, dog and his master, master of the house, master of my fate, master of a College, master and boys, Master John isn't here.*

master-at-arms (มาส' เทอะ เอิทอาร์มซฺ, แมส'-) *n., pl.* **masters-at-arms** ทหารเรือชั้นจ่ามีหน้าที่ควบคุมวินัยในเรือ, เจ้าหน้าที่ควบคุมความมีระเบียบวินัย

master builder ผู้รับเหมาก่อสร้าง, สถาปนิก

masterful (แมส' เทอะเฟิล) *adj.* มีความเป็นนาย, มีอำนาจ, วางอำนาจ, ครอบงำ, เชี่ยวชาญ, เก่ง **-masterfully** *adv.* **-masterfulness** *n. -Ex. The tennis champion has a masterful serve., The little girl didn't like her older brother's masterful tone.*

master hand ผู้เชี่ยวชาญ, ความเชี่ยวชาญ

master key ลูกกุญแจที่สามารถเปิดได้หลายกุญแจในสถานที่หนึ่งๆ

masterly (แมส' เทอลี) *adj.* คล้ายนาย, มีลักษณะเป็นนาย, เชี่ยวชาญ, ชำนาญ, เก่ง -*adv.* ในลักษณะที่เป็นนาย **-masterliness** *n. -Ex. a masterly touch on the piano*

mastermind (แมส' เทอะไมนฺดฺ) *vt.* วางแผนอย่างชำนาญ, ควบคุมอย่างชำนาญ -*n.* ผู้ริเริ่มโครงการ, ผู้ริเริ่มความคิด, ผู้ชำนาญ

Master of Arts ศิลปศาสตรมหาบัณฑิต, ปริญญาโททางศิลปศาสตร์ (M.A., MA, A.M., AM)

master of ceremonies พิธีกร, ผู้อำนวยงานพิธี, สมุหพระราชพิธี

Master of Science ปริญญาวิทยาศาสตรมหาบัณฑิต (M.S., MS, M.Sc., MSc, S.M., SM, Sc.M., ScM)

masterpiece (แมส' เทอร์พีส) *n.* งานชิ้นเอก, งานชิ้นดีที่สุด (-S. -masterwork)

master sergeant จ่านายสิบเอก, พันจ่าอากาศเอก

mastership (แมส' เทอะชิพ) *n.* ความเป็นนาย, ความมีอำนาจ, การควบคุม, การบังคับบัญชา, ความสามารถ, ความรอบรู้, ความเก่ง

masterwork (แมส' เทอะเวิร์ค) *n.* ดู masterpiece

mastery (มาส' เทอรี, แมส'-) *n., pl.* **-teries** ความเป็นนาย, อำนาจปกครอง, อำนาจควบคุม, อำนาจบังคับบัญชา, ความเข้าใจ, ความรอบรู้, ชัยชนะ, การเรียนรู้, ความเชี่ยวชาญ *-Ex. to have complete mastery over one's own temper, a good mastery of arithmetic*

masthead (แมสทฺ' เฮด) *n.* หัวเสา, ส่วนสูงสุดของเสา, ข้อความระบุชื่อผู้พิมพ์ เจ้าของและกองบรรณาธิการของหนังสือพิมพ์ นิตยสารหรือสิ่งตีพิมพ์อื่นๆ, ป้ายชื่อ -*vt.* ชักขึ้น

mastic (แมส' ทิค) *n.* ชื่อยางเรซินชนิดหนึ่ง

masticate (แมส' ทิเคท) *vt.* **-cated, -cating** เคี้ยว, บด **-mastication** *n.* **-masticator** *n.*

mastiff (แมส' ทิฟ) *n.* สุนัขขนาดใหญ่พันธุ์หนึ่งที่มีขนสั้น (-S. Old English mastiff)

mastitis (แมสไททฺ' ทิส) *n.* ภาวะเต้านมอักเสบ

mastodon (แมส' ทะดอน) *n.* สัตว์เลี้ยงลูกด้วยนมขนาดใหญ่คล้ายช้างในตระกูล Mastodontidae **-mastodonic** *adj.* **-mastodont** *adj., n.*

mastodon

mastoid (แมส' ทอยดฺ) *adj.* คล้ายเต้านมหรือหัวนม, เกี่ยวกับส่วนยื่นคล้ายหัวนมของกระดูกขมับหลังใบหู, เกี่ยวกับปุ่มกกหูของกระดูกขมับ -*n.* ส่วนดังกล่าว

mastoiditis (แมสทอยได' ทิส) *n.* ปุ่มกกหูของกระดูกขมับอักเสบ

masturbate (แมส' เทอะเบท) *vi., vt.* **-bated, -bating** กระตุ้นอวัยวะเพศของตัวเองเพื่อให้ถึงจุดสุดยอด **-masturbation** *n.* **-masturbator** *n.* **-masturbatory** *adj.*

mat[1] (แมท) *n.* พรมเช็ดเท้า, เสื่อ, ที่รองจานอาหาร (ตะเกียง แจกันหรืออื่นๆ), พรมปูพื้น -*v.* **matted, matting** -*vt.* ปูพรม, ปูเสื่อ, ทำเป็นเสื่อหรือพรม -*vi.* พัวพัน, ยุ่งเกี่ยว

mat[2] (แมท) *n.* กระดาษแข็งสำหรับรองภาพถ่ายภาพเขียนหรืออื่นๆ, ที่รอง, ผิวหน้าที่ด้าน -*vt.* **-matted, -matting** ใส่กระดาษรอง, ใส่ที่รอง, ทำให้ผิวหน้าด้าน -*adj.* ด้าน, ไม่เป็นเงา

matador (แมท' ทะดอร์) *n.* นักต่อสู้วัวผู้ฆ่าวัวในกีฬาสู้วัวของสเปน

match[1] (แมช) *n.* ไม้ขีดไฟ, ไม้ เชือกหรือไส้สำหรับจุดดินปืน

match[2] (แมช) *n.* คู่ปรับ, ผู้ที่เหมือนหรือคล้ายอีกคนหนึ่งในบางอย่าง, ผู้ที่เท่าเทียม, ผู้ที่ทำได้เท่าเทียม, การสมรส, การเข้าคู่กัน, เกมกีฬา, การแข่งขัน, การเข้าแข่งขัน -*vt.* เท่าเทียม, เสมอเหมือน, เป็นคู่ปรับ, ปรับตัว, เหมาะกับ, ต่อต้าน, เผชิญคู่ปรับ, สมรส, เข้าคู่, เข้าชุด -*vi.* เท่ากับ, เหมาะกับ, เข้าชุดกับ, เข้าคู่, เข้าสมรส **-matchable** *adj.* **-matcher** *n. -Ex. to meet one's match*

matchbox (แมช' บอกซฺ) *n.* กล่องไม้ขีดไฟ

matchless (แมช' ลิส) *adj.* ไม่มีที่เปรียบเทียบ **-matchlessly** *adv.* **-matchlessness** *n. -Ex. The great pianist played with matchless skill.*

matchlock (แมช' ลอค) *n.* นกปืนแบบเก่าที่ชนวนท้ายปลอกกระสุนปืนติดไฟด้วยไม้ขีดไฟที่ติดไฟช้า, ปืนสั้นที่มีนกปืนดังกล่าว

matchmaker[1] (แมช' เมคเคอะ) *n.* แม่สื่อชักนำการแต่งงาน, ผู้จัดคู่แข่งขันกีฬา **-matchmaking** *n.*

matchmaker[2] (แมช' เมคเคอะ) *n.* ผู้ทำไม้ขีดไฟ **-matchmaking** *n.*

mate[1] (เมท) *n.* เพื่อน, สามีหรือภรรยา, เพื่อนร่วมสำนัก โรงเรียน บ้านหรืออื่นๆ, หนึ่งในสัตว์ตัวผู้ตัวเมียคู่หนึ่ง, ผู้ช่วยจ่านายสิบทหารเรือ, ผู้ช่วยนายเรือ -*v.* **mated, mating** -*vt.* ร่วม, ร่วมคู่, แต่งงาน, สมรส,

M

ผสมพันธุ์ *-vi.* ร่วม, ผสมพันธุ์, เป็นเพื่อน (-S. counterpart, spouse) *-Ex. Udom and his mates left the school grounds., Birds mate in the spring and build their nests.*

mate² (เมท) *n., interj., vt.* **mated, mating** ดู checkmate

material (มะเทีย' เรียล) *n.* วัตถุ, ส่วนประกอบ, วัสดุ, ปัจจัย, เนื้อหา, เนื้อความ, สาระ, กลุ่มของความคิด ข้อเท็จจริงหรือข้อมูล, สิ่งทอ *-adj.* ประกอบด้วยวัตถุ, ทางกาย, เป็นปัจจัยสำคัญ, เกี่ยวกับวัตถุพยาน **-materials** อุปกรณ์, เครื่องมือ (-S. matter, essential)

materialism (มะเทีย' เรียลลิซึม) *n.* ลัทธิยึดเอาวัตถุเป็นสำคัญ, ลัทธิวัตถุนิยม, ลัทธิเห็นแก่เงินทอง, ลัทธิยึดถือความสุขทางกาย

materialist (มะเทีย' เรียลลิสทฺ) *n.* ผู้ยึดถือเอาวัตถุเป็นสำคัญ, ผู้ยึดถือลัทธิ materialism, ผู้เห็นแก่เงินทอง, ผู้ยึดถือความสุขทางกายยิ่งกว่าคุณค่าทางใจ *-adj.* เกี่ยวกับคนหรือสิ่งดังกล่าว **-materialistic** *adj.* **-materialistically** *adv.*

M

materialize (มะเทีย' เรียลไลซฺ) *v.* **-ized, -izing** *-vt.* ทำให้เป็นของวัตถุ, เปลี่ยนเป็นเงิน, ทำให้ปรากฏเป็นรูปทางกาย, ทำให้เป็นจริงเป็นจัง *-vi.* ปรากฏเป็นรูปเป็นร่าง, ปรากฏให้เห็นจริง, กลายเป็นความจริง **-materialization** *n.*

materially (มะเทีย' เรียลลี) *adv.* อย่างมาก, ทางกาย, เกี่ยวกับวัตถุ (-S. considerably) *-Ex. The music teacher's ideas helped materially in planning the play., The enemy was strong materially but weak in leadership.*

materiel, matériel (มะเทีย' เรียล, -เทียรีเอล') *n.* วัสดุ ของใช้ต่างๆ, อาวุธ กระสุนปืนและเครื่องไม้เครื่องมือทั้งหลาย

maternal (มะเทอร์' เนิล) *adj.* เกี่ยวกับมารดา, มีลักษณะของมารดา, เหมาะกับมารดา, โดยผ่านมารดา **-maternally** *adv. -Ex. one's maternal language, one's maternal grandparents, maternal plant, Your mother's father is your maternal grandfather.*

maternity (มะเทอร์' นะที) *n., pl.* **-ties** ความเป็นมารดา, สภาวะที่เป็นมารดา *-adj.* เกี่ยวกับมารดา, เกี่ยวกับหญิงมีครรภ์

matey (เม' ที) *adj.* มีมิตรจิต, มีไมตรี, เข้าสังคมได้, รู้จักมักคุ้นได้ *-n.* เพื่อนสนิท

math (แมธ) *n.* ย่อจาก mathematics คณิตศาสตร์

math. ย่อจาก mathematical, mathematics, mathematician

mathematical (แมธธะแมท' ทิเคิล) *adj.* เกี่ยวกับคณิตศาสตร์, ใช้หลักคณิตศาสตร์, ใช้ในคณิตศาสตร์, แน่นอน, แม่นยำ **-mathematically** *adv.* (-S. mathematic) *-Ex. mathematical proof, mathematical chance, Engineers need mathematical training.*

mathematician (แมธธะมะทิช' ชัน, แมธมะ-) *n.* นักคณิตศาสตร์, ผู้เชี่ยวชาญวิชาคณิตศาสตร์

mathematics (แมธธะแมท' ทิคซฺ) *n. pl.* คณิตศาสตร์, วิธีการหรือคุณสมบัติทางคณิตศาสตร์

matinee, matinée (แมททะเน', แมท' ทะเน) *n.* การรื่นเริงหรือการแสดงมหรสพในเวลากลางวัน (โดยเฉพาะในตอนบ่าย)

matriarch (เม' ทรีอาร์ค) *n.* ผู้เฒ่าหญิงผู้ปกครองครอบครัวหรือเผ่า, แม่ผู้เป็นหัวหน้าครอบครัว **-matriarchal** *adj.*

matriarchy (เม' ทรีอาร์คี) *n., pl.* **-archies** ระบบสังคมที่มีแม่เป็นหัวหน้าครอบครัว **-matriarchic** *adj.*

matrices (เม' ทระซีซ, แม'-) *n.* พหูพจน์ของ matrix

matricide (เม' ทระไซด, แมท'-) *n.* การฆ่าแม่ของตัวเอง, มาตุฆาต, ผู้ฆ่ามารดาของตัวเอง **-matricidal** *adj.*

matriculant (มะทริค' คิวเลินทฺ, -ยะ-) *n.* ผู้สมัครเข้าเป็นนักศึกษา, ผู้สมัครเข้าเป็นสมาชิก

matriculate (*v.* มะทริค' คิวเลท, -ยะ-, *n.* -ลิท, -เลท) *vt., vi.* **-lated, -lating** สมัครเข้าเป็นนักศึกษา, สมัครเข้าเป็นสมาชิก *-n.* ผู้ได้รับเป็นนักศึกษาหรือสมาชิก **-matriculation** *n.* (-S. enroll)

matrimony (แม' ทระโมนี) *n., pl.* **-nies** พิธีสมรส, การสมรส, การมีเรือน **-matrimonial** *adj.* **-matrimonially** *adv.*

matrix (เม' ทริคซฺ) *n., pl.* **-trices/ -trixes** บ่อเกิด, ศูนย์, ส่วนสร้าง, สารระหว่างเซลล์ของเนื้อเยื่อ, แม่พิมพ์หล่อตัวพิมพ์ตะกั่ว, หินที่ฝังอยู่เป็นก้อนๆ, พื้นที่ฝังส่วนอื่น, ตัวเลขซึ่งวางเรียงกันและบอกตำแหน่งโดยอาศัยแถวและคอลัมน์, แถวอันดับของจำนวนเลข, ครรภ์, มดลูก

matron (เม' เทริน) *n.* หญิงมีสามีแล้ว (โดยเฉพาะที่มีลูกหรือที่มีฐานะดีในสังคม), หญิงผู้ดูแลเรื่องภายในหน่วยงาน, ผู้คุมที่เป็นหญิง **-matronal** *adj.* **-matronhood** *n.*

matronly (เม' เทรินลี) *adj.* เกี่ยวกับ matron, อายุกลางคน **-matronliness** *n.*

matted¹ (แมท' ทิด) *adj.* ปกคลุมไปด้วยก้อนที่สานกันยุ่ง, ปูพรม, ปูเสื่อ, เป็นก้อนหนา

matted² (แมท' ทิด) *adj.* มีผิวหน้าที่ด้าน

matter (แมท' เทอะ) *n.* วัตถุ, สสาร, สาระ, เนื้อหา, สิ่งที่อยู่ในช่องว่าง, วัตถุทางกาย, สารเฉพาะอย่าง, สารที่ถูกขับถ่ายออกจากร่างกาย, หนอง, สิ่งตีพิมพ์, สิ่งขีดเขียน, สถานการณ์, สภาวะ, ธุรกิจ, ความสำคัญ, ความลำบาก, เหตุผล, สาเหตุ, สำเนา, แบบ *-vi.* เป็นสิ่งสำคัญ มีความหมาย, มีหนอง **-no matter** ไม่สำคัญ (-S. substance, weight, content, issue) *-Ex. His speech contained very little matter., a matter of business, a serious matter, the matter in question, a matter of fact, What's the matter?, What's the matter with you?, It does not matter (to me) what you do.*

matter-of-fact (แมทเทอะเอิฟแฟคทฺ') *adj.* เป็นความจริง, ไม่เพ้อฝัน, จริงจัง, ธรรมดา **-matter-of-factly** *adv.* **-matter-of-factness** *n. -Ex. We discussed our differences in a matter-of-fact tone.*

matting¹ (แมท' ทิง) *n.* สิ่งทอที่ใช้ทำเสื่อ พรม ผ้าปูคลุมหรือห่อต่าง ๆ

matting² (แมท' ทิง) *n.* ผิวหน้าด้านที่ค่อนข้างหยาบ

mattock (แมท' เทิค) *n.* เครื่องมือขุดดินคล้ายจอบชนิดหนึ่ง รูปคล้าย pickax แต่ปลายหนึ่งกว้างแทนที่จะ

แหลม

mattress (แม' เทริส) *n.* ฟูก, แผ่นวัตถุคลุมผิวหน้าเขื่อนและอื่นๆ เพื่อกันการสึกกร่อน *-Ex. The campers made a mattress of pine branches.*

maturate (แมช' ชะเรท) *vi.* **-rated, -rating** เป็นหนอง, เป็นผู้ใหญ่, เจริญเติบโตเต็มที่, สุก **-maturative** *adj.*

maturation (แมชะเร' ชั่น) *n.* การเจริญเติบโตเต็มที่, ความเป็นผู้ใหญ่, การครบอายุ, การสุด, ระยะที่ 2 ของกระบวนการสร้างเซลล์สืบพันธุ์เป็นระยะที่เกิดเป็นไข่และหรือตัวอสุจิ **-maturational** *adj.*

mature (มะเทียว', -ทัว', -ชัว') *adj.* เจริญเติบโตเต็มที่, เป็นผู้ใหญ่, ครบอายุ, สุก, สมบูรณ์ *-v.* **-tured, -turing** *-vt.* ทำให้สุก, บ่ม, ทำให้สมบูรณ์, ทำให้เจริญเติบโตเต็มที่ *-vi.* เจริญเติบโตเต็มที่, สุก, ถึงกำหนด, เป็นผู้ใหญ่ **-maturely** *adv.* **-matureness** *n.* (-S. grown, adult) *-Ex. When a kitten is mature; it is called a cat., Most animals mature faster than human beings., a mature mind, A green peach is not mature., It will be several years before plans for the housing project are mature., When your savings bond matures; you can collect its full value.*

maturity (มาทัว' ระที, -เทียว'-, -ชัว'-) *n.* ความเจริญเติบโตเต็มที่, ความสุก, ความเป็นผู้ใหญ่, ความสมบูรณ์, ภาวะที่สมบูรณ์, การถึงกำหนด, เวลาที่กำหนด (-S. ripeness)

matutinal (มะทูท' เทินเนิล, -ทิวท'-, แมทูไท' เนิล, -ทิว-) *adj.* เกี่ยวกับหรือเกิดขึ้นในตอนเช้า **-matutinally** *adv.*

matzo, matsah (มาท' ซะ, -โซ) *n., pl.* **matzos/matzoth/matzot** ขนมกรอบขนาดใหญ่ที่ชาวยิวกินกันในเทศกาล Passover มักเป็นรูปสี่เหลี่ยมและเป็นลอน

maudlin (มอด' ลิน) *adj.* สะอึกสะอื้น, ซึ่งทำให้เศร้า, ชวนให้เศร้าหรือเร้าอารมณ์ (-S. sentimental)

maul (มอล) *n.* ค้อนหนักชนิดหนึ่ง (เช่นที่ใช้สำหรับตอกเข็มตึก), กระบอกหนัก *-vt.* จัดการหรือใช้อย่างไม่นิ่มนวล, ทำให้เสียโฉม, ทำให้ได้รับบาดเจ็บ **-mauler** *n.* *-Ex. The lion mauled the hunter.*

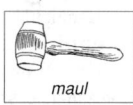

maul

maunder (มอน' เดอะ) *vi.* พูดเพ้อเจ้อ, พูดพล่อย, ไปๆ มาๆ อย่างไร้จุดหมาย, กระทำอย่างกับใจไม่อยู่กับตัว **-maunderer** *n.*

Maundy Thursday (มอน' ดี) วันพฤหัสบดีของสัปดาห์ศักดิ์สิทธิ์ (Holy Week) ของศาสนาคริสต์ เป็นวันระลึกถึงการเสวยกระยาหารมื้อสุดท้ายของพระเยซูคริสต์และการล้างเท้าสาวกของพระองค์ในวันนั้น

Mauritania (มอระเท' นีอะ, -เทน' ยะ) ชื่อทางการคือ Islamic Republic of Mauritania ซึ่งเป็นประเทศสาธารณรัฐในภาคตะวันตกเฉียงเหนือของแอฟริกาส่วนใหญ่อยู่ในทะเลทรายซาฮารา เมื่อก่อนเป็นอาณานิคมของฝรั่งเศส **-Mauritanian** *adj., n.*

Mauritius (มอริช' เชียส, -ริช' เชิส) ชื่อเกาะหนึ่งในมหาสมุทรอินเดียอยู่ทางด้านตะวันออกของมาดากัสการ์, ชื่อประเทศสาธารณรัฐ **-Mauritian** *adj., n.*

mausoleum (มอซะลี' เอิม, -ซะ-) *n., pl.* **-leums/-lea** อนุสาวรีย์บรรจุศพ, อนุสาวรีย์ขนาดใหญ่, สุสานบรรจุศพหลายศพ **-Mausoleum** ชื่อสุสานขนาดใหญ่ที่ Halicarnassus ในเอเชียไมเนอร์สร้างเมื่อประมาณ 350 ปีก่อนคริสต์กาล **-mausolean** *adj.*

mauve (โมฟว) *n.* สีม่วงอมน้ำเงินซีด, สีย้อมสีม่วงที่ได้จากสาร aniline เป็นสีย้อมน้ำมันดิน *-adj.* เกี่ยวกับสีดังกล่าว

maverick (แมฟ' เวอริค) *n.* วัวที่ยังไม่ตีตรา (โดยเฉพาะลูกวัวที่ไม่มีแม่), ผู้เป็นอิสระและแยกตัวออกจากเพื่อนฝูง

mavin, maven (เม' เวิน) *n.* ผู้เชี่ยวชาญ (โดยเฉพาะในเรื่องกิจวัตรประจำวัน)

maw (มอ) *n.* ปาก คอ คอหอยหรือหลอดอาหารของสัตว์ (โดยเฉพาะสัตว์เลี้ยงลูกด้วยนมที่กินเนื้อเป็นอาหาร), กระเพาะใต้ลำคอไก่หรือเป็ด, กระเพาะ (โดยเฉพาะของสัตว์), โพรงที่คล้ายขากรรไกรสัตว์

M

mawkish (มอ' คิช) *adj.* จืดชืด, ไร้ชีวิตชีวา, ละห้อยและไม่สบาย, โศกเศร้า **-mawkishly** *adv.* **-mawkishness** *n.*

maxi- คำอุปสรรค มีความหมายว่า ยาวมาก, ใหญ่มาก

maxilla (แมคซิล' ละ) *n., pl.* **-lae** ขากรรไกร (โดยเฉพาะขากรรไกรบน), ส่วนยื่นข้างหลังส่วนที่คล้ายขากรรไกรล่างของแมลง **-maxillary** *adj., n.*

maxilla

maxim (แมค' ซิม) *n.* ข้อเขียนที่เป็นความจริง, หลักการ, คติพจน์, ความจริง, หลักปฏิบัติ (-S. aphorism)

maximal (แมค' ซิเมิล) *adj.* มากสุด, สูงสุด, ใหญ่สุด **-maximally** *adv.* (-S. highest)

maximize (แมค' ซิไมซ) *vt.* **-mized, -mizing** ทำให้มีจำนวนมากที่สุด **-maximization** *n.* **-maximizer** *n.*

maximum (แมค' ซิเมิม) *n., pl.* **-mums/-ma** จำนวนที่มากที่สุด, ค่าสูงสุด, ค่ามากที่สุด *-adj.* มากสุด, สูงสุด, ใหญ่สุด, เกี่ยวกับจำนวนหรือค่าที่สูงสุด

May (เม) *n.* เดือนพฤษภาคม

may[1] (เม) *v. aux.* **might** อาจจะ, อาจ, คงจะ, สามารถจะ, บางที, ขอให้ *-Ex. Somchai may come., That might be difficult., May I leave this with you?, Dang asked if Surachai might leave it with me., Sombut died (so) that others might live.*

may[2] (เม) *n.* ดู maiden

Maya (มา' ยะ, ไม' อะ) *n., pl.* **Mayas/Maya** ชาวอินเดียนแดงเผ่าหนึ่งในทวีปอเมริกากลาง, ภาษาของชาวอินเดียนแดงเผ่าดังกล่าว *-adj.* เกี่ยวกับชาวมายารวมทั้งภาษาและวัฒนธรรมของพวกเขา

maybe (เม' บี) *adv.* บางที, อาจจะ, เป็นไปได้

May day วันแรกของเดือนพฤษภาคม เป็นวันกรรมกร (เมื่อก่อนเป็นเทศกาลรื่นเริงที่มีการเลือกนางงาม May Queen) ปัจจุบันมักมีการเดินขบวนที่เกี่ยวกับกรรมกรและการเมือง

Mayflower (เม' เฟลาเวอร์) ชื่อเรือเดินสมุทรที่นำ

กลุ่มโปรเตสแตนต์ ผู้เคร่งศาสนา (Pilgrim Fathers) จากอังกฤษไปยังอเมริกาในปี ค.ศ. 1620 **-mayflower** พืชไม้ดอกที่ออกดอกในเดือนพฤษภาคมในอเมริกาหรือยุโรป

mayfly (เม' ฟลาย) *n., pl.* **-flies** ชื่อแมลง

mayhap (เมแฮป', เม' แฮป) *adv.* บางที (-S. mayhappen)

mayhem (เม' เฮม, เม' เอิม) *n.* การกระทำความผิดที่จงใจทำให้ผู้อื่นได้รับบาดเจ็บ, การประทุษร้าย (-S. violence)

mayn't (เม' เอินทฺ, เมนทฺ) ย่อจาก may not

mayonnaise (เมอะเนซ', เม' อะเนซ) *n.* น้ำราด (สลัด) ทำด้วยไข่แดง น้ำส้มหรือน้ำมะนาว เครื่องปรุงรสและน้ำมัน ใช้ราดแซนด์วิชหรืออาหารผักอื่นๆ ด้วย

mayor (เม' เออะ, แมร์, เมร์) *n.* นายกเทศมนตรี, หัวหน้าพนักงานปกครองเมืองหรือหมู่บ้าน **-mayoral** *adj.*

mayoralty (เม' อะเริลที, แม' เริล-, แม'-) *n., pl.* **-ties** สำนักนายกเทศมนตรี, สำนักหัวหน้าพนักงานปกครองเมืองหรือหมู่บ้าน

mayoress (เม' เออริส, แม' เออริส) *n.* นายกเทศมนตรีหญิง, หญิงที่ได้รับเลือกจากนายกเทศมนตรีให้เป็นสุภาพสตรีหมายเลขหนึ่งของเมือง

Maypole (เม' โพล) *n.* เสาสูงประดับด้วยดอกไม้และริบบิ้น เป็นเสาที่มีการเต้นระบำรอบเสาในงานเฉลิมฉลองวัน May Day

Maypole

May Queen เด็กผู้หญิงหรือหญิงที่ได้รับเลือกเป็นนางงามวัน May Day

maze (เมซ) *n.* ทางคดเคี้ยว, ระบบการสื่อสารที่ยุ่งเหยิง, เขาวงกต, สภาวะที่สับสน, ความยุ่งเหยิง, ความวกเวียน, การเคลื่อนวกเวียน *-vt.* **mazed, mazing** สับสน, งุนงง **-mazy** *adj.* **-mazily** *adv.* *-Ex. I was in such a maze I couldn't answer., the inside of a radio is a maze of wires*

mazurka, mazourka (มาซัวร์' คะ, -ซัวร์'-) *n.* การเต้นระบำโปแลนด์จังหวะเร็ว 3 จังหวะ, ดนตรีประกอบการเต้นรำดังกล่าว

M.B.A., MBA ย่อจาก Master of Business Administration ปริญญาโททางบริหารธุรกิจ

M.D., MD ย่อจาก Doctor of Medicine

Md สัญลักษณ์ของธาตุ mendelevium

ME ย่อจาก Maine ชื่อรัฐหนึ่งในสหรัฐอเมริกา

me (มี) *pron.* ฉัน

mead (มีด) *n.* เหล้าชนิดหนึ่งที่ทำจากการหมักน้ำผึ้งและน้ำ *-Ex. After the battle the warriors drank mead in the castle hall.*

meadowlark (เมด' โดลาร์ค) *n., pl.* **-larks/-lark** นกขับร้องจำพวก *Sturnella* มีปากและหลังสีน้ำตาลอมดำ ส่วนที่หน้าอกมีสีเหลือง

meagre, meager (มี' เกอะ) *adj.* ขาดแคลน, น้อย, ไม่พอเพียง, ยากจน, ผอม **-meagerly** *adv.* **-meagerness** *n.* (-S. poor, scanty)

meal[1] (มีล) *n.* มื้ออาหาร, อาหารที่กินในมื้อหนึ่งๆ, เวลารับประทานอาหาร

meal[2] (มีล) *n.* ผงหยาบของข้าวบด, ข้าวป่น, สารป่น

meal ticket บัตรที่รับประทานอาหาร, บัตรอาหาร, (คำสแลง) ผู้ที่เป็นที่พึ่งของคนอื่นในเรื่องรายได้หรือการเลี้ยงชีพ

mealtime (มีล' ไทมฺ) เวลารับประทานอาหาร

mealy (มี' ลี) *adj.* **mealier, mealiest** เป็นผง, เป็นของป่น, เป็นข้าวป่น, ซึ่งมีลักษณะของข้าวป่น, เป็นแป้ง, ปกคลุมไปด้วยแป้งหรือผงป่น, เป็นจุดๆ, เป็นแต้ม, ซีด **-mealiness** *n.* (-S. powdery) *-Ex. a dish of mealy potatoes, a mealy dough*

mealy-mouthed (มี' ลีเมาธฺทฺ', -เมาธฺดฺ') *adj.* พูดอ้อมๆ แอ้มๆ, ไม่พูดตรงไปตรงมา, ไม่กล้าบอกความจริง

mean[1] (มีน) *v.* **meant, meaning** *-vt.* มุ่งหมาย, มีเจตนา, ตั้งใจ, หมายถึง, ทำให้เกิดขึ้น, นำมาซึ่ง, มีความหมายต่อ, มีความสำคัญต่อ *-vi.* ตั้งใจ, มุ่งหมาย **-mean well** มีเจตนาดี (-S. intend) *-Ex. I mean to go., This present is meant for you., Sombut means well., I mean what I say., What does this word mean?*

mean[2] (มีน) *adj.* ต่ำต้อย, ชั้นต่ำ, ไม่สำคัญ, ถ่อย, สกปรก, เลว, ใจแคบ, ขี้เหนียว, เห็นแก่ตัว, สร้างความเดือดร้อน, ร้าย, (คำสแลง) เชี่ยวชาญ

mean[3] (มีน) *n.* ค่าเฉลี่ย, จำนวนเฉลี่ย, จำนวนกลาง, วิธีการ, เครื่องมือ, ทรัพย์สมบัติที่มีจำนวนมาก *-adj.* ระหว่างกลาง, โดยเฉลี่ย

meander (มีแอน' เดอะ) *vi.* วกเวียน, ร่อนเร่, พูดวกเวียน *-n.* ทางวกเวียน, ทางเขาวงกต, การวกเวียน, การเคลื่อนที่วกเวียนไปมา **-meandrous** *adj.* (-S. twist, turn)

meaning (มีน' นิง) *n.* ความหมาย, จุดประสงค์, เป้าหมาย, ความสำคัญ *-adj.* มีความหมาย, มุ่งหมายไว้, ตั้งใจไว้ **-meaningly** *adv.* *-Ex. I do not understand the meaning of your question., What is the meaning of this sentence?, What was his meaning?, a meaning smile*

meaningful (มีน' นิงเฟิล) *adj.* มีความหมาย, สำคัญ **-meaningfully** *adv.* **-meaningfulness** *n.* (-S. significant)

meaningless (มีน' นิงลิส) *adj.* ไร้ความหมาย, ไม่สำคัญ, ไม่มีค่า, ไร้จุดประสงค์ **-meaninglessly** *adv.* **-meaninglessness** *n.*

means (มีนซ) *n. pl.* วิธีการ, เครื่องมือ, ทรัพย์สินจำนวนมากมาย, จำนวนมากมาย **-by all means** แน่นอน **-by no means** ไม่เลยไม่มีทาง

mean solar time เวลาที่วัดโดยมุมชั่วโมงของดวงอาทิตย์เฉลี่ย (-S. mean time)

meant (เมนทฺ) *vt., vi.* กริยาช่อง 2 และ 3 ของ mean

meantime (มีน' ไทมฺ) *n.* เวลาแทรก, เวลาในระหว่างนั้น *-adv.* ในเวลาระหว่างนั้น, ระหว่างเวลานั้น, ในเวลาเดียวกัน (-S. meanwhile)

measled (มี' เซิลดฺ) *adj.* เป็นโรคหัด

measles (มี' เซิลซ) *n. pl.* โรคหัด

measly (มีซ' ลี) *adj.* **-slier, -sliest** เป็นโรคหัด, เกี่ยวกับหรือคล้ายโรคหัด, จนมาก, ไม่น่าพอใจมาก

measurable (เมช' เชอระเบิล) *adj.* วัดได้, ประมาณได้, กะได้ **-measurability, measurableness** *n.* **-measurably** *adv.*

measure (เมซ' เชอะ) *n.* การวัด, กระบวนการวัด, ขนาดที่วัดได้, ปริมาณที่วัดได้, เครื่องมือ, หน่วยการวัด, มาตรฐานการวัด, ปริมาณที่แน่นอน, มาตรการ, ระบบการวัด, จำนวนที่พอควร, กฎหมาย, จังหวะ, หน่วยเมตริก, การเต้นรำที่สง่าและช้า *-v.* **-ured, -uring** *-vt.* วัด, หาค่า, ประมาณ, กะ, ประเมิน, พิจารณาเปรียบเทียบ, เป็นวิธีการ, ปรับ, เดินทาง *-vi.* วัด, หาค่า, ยอมรับวิธีการ **-for good measure** เป็นส่วนพิเศษ **-measure one's length** ล้มลง **-measure swords** ทดสอบความพร้อมเพรียง, ต่อสู้ด้วยดาบ, ต่อสู้, แข่งขัน **-measurer** *n.* (-S. extent, action, calculate)

measured (เมซ' เชอร์ด) *adj.* ได้จากการวัด, ซึ่งหาค่าแล้ว, ไตร่ตรองและรอบคอบ, สม่ำเสมอ, แน่นอน, เป็นจังหวะ **-measuredly** *adv.*

measurement (เมซ' เชอะเมินทฺ) *n.* การวัด, ขนาดที่วัด, ระบบการวัด, หน่วยวัด *-Ex. A yardstick is used in the measurement of length., The measurements of the room are six feet by eight.*

meat (มีท) *n.* เนื้อสัตว์ที่ใช้เป็นอาหาร, อาหาร, ส่วนที่กินได้, ส่วนสำคัญ, จุดสำคัญ, ของโปรด, สิ่งที่ชอบทำ, อาหารมื้อสำคัญ

meatball (มีท' บอล) ลูกชิ้น, (คำสแลง) คนโง่ คนน่าเบื่อ

meatus (มีเอ' เทิส) *n., pl.* **-tuses/-tus** รูเปิด, ทางเปิด, ช่องเปิด, โพรงในกระดูก

meaty (มีท' ที) *adj.* **meatier, meatiest** คล้ายเนื้อ, เต็มไปด้วยเนื้อ, มีสาระ **-meatiness** *n.*

Mecca (เมค' คะ) เมืองศาสนาในภาคตะวันตกของซาอุดิอาระเบียเป็นที่ประสูติของศาสดาของศาสนาอิสลาม เป็นศูนย์กลางทางศาสนาของชาวมุสลิมทั่วโลก **-mecca** สถานที่ที่มีผู้คนจำนวนมากไปเยี่ยมหรือต้องการจะไปเยี่ยม, จุดหมายที่คนต้องการจะทำให้สำเร็จ**-Meccan** *adj., n. -Ex. New York City is a mecca for tourists.*

mechanic (มะแคน' นิค) *n.* ช่าง, ช่างเครื่อง, ช่างกล *-Ex. We took the car to a mechanic for repairs.*

mechanical (มะแคน' นิเคิล) *adj.* เกี่ยวกับเครื่องจักรเครื่องกล, เป็นเครื่องกลไก, เนื่องจากเครื่องกลไก, ใช้เครื่องกลไก, เกิดจากการเสียดสี, เกี่ยวกับการออกแบบหรือการประดิษฐ์เครื่องกลไก, เกี่ยวกับการใช้หรือความรู้เรื่องเครื่องกลไก, ไม่มีจิตใจ, ไม่เป็นตัวของตัวเอง, อัตโนมัติ, เป็นนิสัย, เป็นกิจวัตร, ซึ่งยึดถือวัตถุนิยม *-n.* แผ่นกระดาษแข็ง สำหรับปิดงานศิลป์ต่างๆ **-mechanically** *adv.*

mechanics (มะแคน' นิคซฺ) *n. pl.* กลศาสตร์, กลศาสตร์ประยุกต์, ระบบเครื่องกลไก, โครงสร้าง, วิธีการตามปกติ, วิธีดำเนินการ, รายละเอียด

mechanism (เมค' คะนิซึม) *n.* ระบบเครื่องกลไก, เครื่องกลไก, กลวิธาน, วิธีการ, โครงสร้าง, ส่วนที่เป็นเครื่องกลไก, อุปกรณ์ที่เป็นเครื่องกลไก, วิธีการหรือวิธีดำเนินการตามปกติ, เทคนิค, ทฤษฎีที่ว่าทุกสิ่งทุกอย่างในจักรวาลเกิดจากสารที่กำลังเคลื่อนที่, ลัทธิวัตถุนิยม, ความเชื่อที่ว่ากระบวนการทั้งหลายในธรรมชาติสามารถอธิบายได้ด้วยหลักกลศาสตร์ของนิวตัน, ความเชื่อที่ว่ากระบวนการทั้งหลายของสิ่งมีชีวิตอาจอธิบายได้ด้วยหลักทางฟิสิกส์และเคมี, กระบวนการและปฏิกิริยาของแรงจิต **-mechanistic** *adj.*

mechanize (เมค' คะไนซ) *vt.* **-nized, -nizing** ทำให้เป็นเครื่องกลไก, เคลื่อนด้วยเครื่องกลไก, นำเครื่องจักรเครื่องกลเข้าสู่, จัดให้มีรถถังหรือยานหุ้มเกราะอื่นๆ **-mechanization** *n.* **-mechanizer** *n.*

medal (เมด' เดิล) *n.* เหรียญ, เหรียญที่ระลึก *-vi.* **-aled, -aling/-alled, -alling** ประดับเหรียญให้ **-medallic** *adj.*

medallist, medalist (เมด' เดิลลิสท) *n.* ผู้ออกแบบแกะสลักหรือทำเหรียญ, ผู้ได้รับเหรียญ, ผู้ชนะการเล่นกอล์ฟโดยวิธี medal play

medallion (มะแดล' เยิน) *n.* เหรียญขนาดใหญ่, แผ่นที่มักเป็นรูปกลมและมีภาพหรือลวดลาย, แผ่นสี่เหลี่ยมที่มีรูปภาพหรือลวดลาย, แผ่นอนุญาตการขับรถแท็กซี่ที่ใช้ติดกับรถ

meddle (เมด' เดิล) *vi.* **-dled, -dling** เข้ายุ่ง, ยุ่ง, เสือก **-meddler** *n. -Ex. Do not meddle in your neighbour's affairs., Don't meddle with the things in my desk drawer.*

M

meddlesome (เมด' เดิลเซิม) *adj.* ชอบยุ่ง, ชอบเสือก **-meddlesomeness** *n.* (-S. interfering)

media (มี' เดีย) *n.* พหูพจน์ของ medium **-the media** สื่อมวลชน เช่น วิทยุ โทรทัศน์ หนังสือพิมพ์ แม็กกาซีน

mediaeval (มีดีอี' เวิล, มิ-, เมด-, มะดี' เวิล) *adj.* ดู medieval **-mediaevalism** *n.* **-mediaevalist** *n.*

medial (มี' เดียล) *adj.* เกี่ยวกับหรืออยู่ตรงกลาง, ระหว่างกลาง, กึ่งกลาง, เกี่ยวกับค่าหรือจำนวนเฉลี่ย, ธรรมดา, ปกติ *-n.* ตัวอักษรที่อยู่ตรงกลาง **-medially** *adv.*

median (มี' เดียน) *adj.* เกี่ยวกับแนวหรือเส้นที่แบ่งสิ่งหนึ่งออกเป็น 2 ส่วนเท่าๆ กัน, แนวหรือเส้นกึ่งกลาง, อยู่ตรงกลาง, ระหว่างกลาง *-n.* เลขกลางในกลุ่มเลขที่เรียงลำดับความมากน้อย, ค่าเฉลี่ยของเลขกลาง, จำนวนของกลุ่มเลขที่เรียงลำดับความมากน้อย, แนวแบ่ง, เส้นแบ่ง **-medianly** *adv.*

mediate (*v.* มี' ดีเอท, *adj.* -อิท, -เอิท) *v.* **-ated, -ating** *-vt.* ไกล่เกลี่ย, ทำให้เกิดการประนีประนอมกัน *-vi.* เป็นสื่อ, เข้าอยู่ระหว่างกลาง *-adj.* เป็นการไกล่เกลี่ย, เป็นการทำให้เกิดการประนีประนอม **-mediator** *n.* **-mediately** *adv.* (-S. reconcile, settle)

mediation (มีดีเอ' ชัน) *n.* การไกล่เกลี่ย, การทำให้เกิดการประนีประนอมกัน **-mediative** *adj.* **-mediatory** *adj.*

medic (เมด' ดิค) *n.* แพทย์, นักศึกษาแพทย์, เจ้าหน้าที่แพทย์

medical (เมด' ดิเคิล) *adj.* เกี่ยวกับการแพทย์, เกี่ยวกับการรักษา **-medically** *adv.*

medicament (มะดิค' คะเมินทฺ, เมด' ดิคะ-) *n.* ยา, สิ่งหรือสารที่ใช้ในการบำบัดโรค

Medicare (เมด' ดิแคร์) *n.* โครงการสวัสดิการสังคมของสหรัฐอเมริกาที่ให้ความช่วยเหลือประกันการได้รับการเยียวยาหรือการรักษาพยาบาลในโรงพยาบาลแก่ประชาชนที่มีอายุตั้งแต่ 65 ปีขึ้นไป

medicate (เมด' ดิเคท) *vt.* **-cated, -cating** รักษา

ด้วยยา, ให้ยา **-medicative** *adj.*

medication (เมดดิเค' ชั่น) *n.* การใช้ยา, การใช้ยาให้เป็นประโยชน์, ยา, สารหรือสิ่งที่ใช้บำบัดโรค

medicinal (มะดิส' ซะเนิล) *adj.* เกี่ยวกับยา, ซึ่งมีคุณสมบัติของยา, ซึ่งใช้ในการบำบัดโรค **-medicinally** *adv. -Ex. medicinal preparations, medicinal crops, Some mineral water has a medicinal taste.*

medicine (เมด' ดิเซิน) *n.* ยา, สารที่ใช้เป็นยา, สิ่งที่ใช้ในการบำบัดโรค, แพทยศาสตร์, เวชกรรม, อายุรกรรม, การบำบัดโรคด้วยยา (ไม่รวมศัลยกรรมและสูติกรรม) *-vt.* **-cined, -cining** ให้ยา, เยียวยา **-take one's medicine** รับการลงโทษ (โดยเฉพาะสำหรับการกระทำความผิดที่ตนกระทำ) (-S. drug) *-Ex. a doctor of medicine, a bottle of medicine*

medicine man หมอผี, บุคคลที่ชาวอินเดียนแดงเชื่อว่ามีอำนาจวิเศษเหนือธรรมชาติ, คนขายยาแผนโบราณ, คนขายยาประเภทยาบรรจุเสร็จที่ไม่ใช่ยาอันตรายหรือยาควบคุมพิเศษ

M

medico (เมด' ดิโค) *n., pl.* **-cos** หมอ, แพทย์, นักเรียนแพทย์

medieval (มีดีอี' เวิล, มิด-, เมด-, มะดี' เวิล) *adj.* เกี่ยวกับยุคกลาง, สมัยเก่า, ล้าสมัย **-medievally** *adv.*

medievalist (มีดี' เวิลลิสทฺ) *n.* ผู้เชี่ยวชาญเรื่องราวในยุคกลาง, ผู้ยึดถือหลักปฏิบัติ ความเชื่อ ศิลปะ วัฒนธรรม ขนบธรรมเนียมหรืออื่นๆ ของยุคกลาง

mediocre (มีดีโอ' เคอะ, มี' ดีโอเคอะ) *adj.* เกี่ยวกับคุณภาพปานกลาง, ไม่ดีไม่เลว, สามัญ, เกือบไม่พอ

mediocrity (มีดีออค' ระที) *n., pl.* **-ties** คุณภาพที่ปานกลาง, ความสามัญ, ความไม่ดีไม่เลว, ความเกือบไม่พอ, ความสามารถปานกลาง, ความสำเร็จปานกลาง, บุคคลที่มีความสามารถปานกลาง

meditate (เมด' ดะเทท) *v.* **-tated, -tating** *-vi.* คิดคำนึง, ไตร่ตรอง, เพ่งพิจารณาดู, มุ่งหมาย, เข้าฌาน *-vt.* มุ่งหมาย, วางแผน **-meditator** *n.* (-S. intend, purpose, reflect) *-Ex. to meditate upon the wonders of nature, to meditate on the plot of a play, After our fight I meditated revenge but finally decided to forget the whole thing.*

meditation (เมดดะเท' ชั่น) *n.* การคิดคำนึง, การไตร่ตรอง, การเพ่งพิจารณาดู, การมุ่งหมาย, การเข้าฌาน *-Ex. Many churches set aside a room for meditation.*

meditative (เมด' ดะเททิฟว) *adj.* ซึ่งไตร่ตรอง, ซึ่งเพ่งพิจารณา, ซึ่งมุ่งหมาย **-meditatively** *adv.*

Mediterranean (เมดดิเทอเร' เนียน) *n.* ทะเลเมดิเตอร์เรเนียน, บุคคลที่มีลักษณะร่างกายของประชาชนที่อาศัยอยู่บนแถบทะเลเมดิเตอร์เรเนียน *-adj.* เกี่ยวกับหรือตั้งอยู่บนหรือใกล้ทะเลเมดิเตอร์เรเนียน, เกี่ยวกับประชาชนเผ่า Caucasoid ที่อาศัยอยู่รอบบริเวณทะเลเมดิเตอร์เรเนียน

medium (มี' เดียม) *n., pl.* **-diums/-dia** สายกลาง, ภาวะที่อยู่ตรงกลาง, สิ่งที่อยู่ระหว่างกลาง, สื่อ, มัชฌิม, สิ่งที่แสงหรือเสียงผ่านไป, ที่อยู่สิ่งมีชีวิต, สิ่งแวดล้อม, วิธีการ, เครื่องมือ, สารสำหรับเก็บหรือแสดงตัวอย่าง, อาหารเพาะเชื้อ *-adj.* ซึ่งอยู่ระหว่างกลาง, เป็นสายกลาง (-S. mean, agency, means, instrument)

medley (เมด' ลี) *n., pl.* **-leys** เพลงผสม, ของผสมผสาน, สิ่งผสม *-adj.* ซึ่งผสมกัน, ผสมผเส *-Ex. There was a medley of sounds in the busy street.*

medulla (มิดัล' ละ) *n., pl.* **-dullas/-dullae** ส่วนในสุด, ส่วนเนื้อ, ไขกระดูก **-medullary** *adj.*

medulla oblongata (ออบลางกาท' ทะ, -ลอง-, -เกท' ทะ) ส่วนล่างหรือหลังสุดของสมองที่ต่อเนื่องกับไขสันหลัง

medusa (มะดู' ซะ, -ดิว'-, -ซะ) *n., pl.* **-sas/-sae** แมงกะพรุน (-S. jellyfish)

meed (มีด) *n.* ค่าตอบแทน, รางวัล

meek (มีค) *adj.* ถ่อมตัว, ว่าง่าย, เชื่อง, ผ่อนตาม **-meekly** *adv.* **-meekness** *n.*

meerschaum (เมียร์' เชิม, -ชอม, -เชามฺ) *n.* แร่ hydrous magnesium silicate, $H_4Mg_2Si_3O_{10}$ เป็นก้อนสีขาวคล้ายดินเหนียว ใช้ทำกล้องยาสูบและอื่นๆ, กล้องยาสูบชนิดหนึ่งที่ทำด้วยแร่ดังกล่าว

meet[1] (มีท) *v.* **met, meeting** *-vt.* พบ, ประสบ, เผชิญ, กลายเป็น, ทำให้คุ้นเคยกับ, บรรจบ, สบตา, ขัดแย้ง, ต่อต้าน, ต้องใจ *-vi.* พบ, เผชิญ, ประชุมกัน, ชุมนุม, ตกลง *-n.* การชุมนุม, การประชุม, ผู้ชุมนุม, สถานที่ชุมนุม (-S. face, join, fulfil) *-Ex. We had a meeting of all the players this morning., The meeting of the armies took place this morning., a chance meeting with a friend on the street, a meeting of the faculty, The town meeting voted to increase taxes.*

meet[2] (มีท) *adj.* เหมาะสม, เหมาะ, สมควร, พอควร **-meetly** *adv.*

meeting (มีท' ทิง) *n.* การชุมนุม, การพบกัน, กลุ่มคนที่ชุมนุมกัน, การดวลกัน, การต่อต้าน, การชุมนุมทางศาสนา, สถานที่ชุมนุม

meetinghouse (มีท' ทิงเฮาซฺ) *n.* บ้านชุมนุมทางศาสนา

mega (เมก' กะ) *adj.* (คำสแลง) ดีเลิศ ยิ่งใหญ่ ประสบความสำเร็จ สำคัญ

mega- คำอุปสรรค มีความหมายว่า ใหญ่, โต, หนึ่งล้าน (-S. meg-)

megabyte (เมก' กะไบทฺ) *n.* 2^{20} ไบต์ หรือ 1,048,576 ไบต์, ย่อว่า mb เท่ากับหนึ่งล้านไบต์ ใช้บอกขนาดหน่วยความจำ เช่น คอมพิวเตอร์ขนาด 16 เมกะไบต์หมายความว่า มีขนาดหน่วยความจำ 16 ล้านไบต์ หรือบอกความจุของสื่อ เช่น จานแม่เหล็กหรือจานบันทึกว่ามีความจุ 1.2 เมกะไบต์ ก็หมายความว่า เก็บข้อมูลได้ 1.2 ล้านตัวอักษร เป็นต้น

megacycle (เมก' กะไซเคิล) *n.* หนึ่งล้านไซเกิลต่อวินาที, Mc, mc, ปัจจุบันถูกแทนที่การใช้ด้วย megahertz

megahertz (เมก' กะเฮิร์ทสฺ, -แฮร์ทซฺ) *n., pl.* **-hertz** หน่วยที่เท่ากับหนึ่งล้านไซเกิลต่อวินาที, ย่อว่า MHz

megalith (แมก' กะลิธ) *n.* หินขนาดใหญ่ **-megalithic** *adj.*

megalo- คำอุปสรรค มีความหมายว่า ใหญ่, โต (-S. megal-)

megalomania (เมกกะโลเม' เนีย, -เมน' ยะ) *n.* โรคจิตชนิดหนึ่งที่มีอาการหลงละเมอถึงความยิ่งใหญ่ ความร่ำรวย หรืออื่นๆ, ความหลงละเมอถึงความยิ่งใหญ่ ความร่ำรวยหรือสิ่งใหญ่โตอื่นๆ **-megalomaniac** *adj., n.* **-megalomaniacal** *adj.* **-megalomanic** *adj.*

megalopolis (เมกกะลอพ' พะลิส) *n., pl.* **-lises** เมืองที่ใหญ่โตมาก, มหานคร (โดยเฉพาะที่ประกอบด้วยเมืองใหญ่หลายเมืองรวมกัน) **-megalopolitan** *adj., n.*

megaphone (เมก' กะโฟน) *n.* เครื่องกระจายเสียง *-vt., vi.* **-phoned, -phoning** ขยายเสียงด้วยเครื่องดังกล่าว **-megaphonic** *adj.*

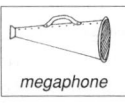

megaphone

megaton (เมก' กะทัน) *n.* หนึ่งล้านตันของ TNT, หน่วยวัดแรงอาวุธนิวเคลียร์ **-megatonnage** *n.*

meiosis (ไมโอ' ซิสฺ) *n.* วิธีการแบ่งเซลล์ที่ทำให้เกิดเซลล์เพศ (gametes) ประกอบด้วยการแบ่งนิวเคลียสสองหนที่ต่อเนื่องกันอย่างรวดเร็วได้ 4 gametocytes ซึ่งมีโครโมโซมครึ่งหนึ่งของที่พบใน somatic cells, การกล่าวที่น้อยกว่าความจริง **-meiotic** *adj.* **-meiotically** *adv.*

Mekong (เม' คาง, -คอง') แม่น้ำโขง

melancholia (เมลเลินโค' เลีย) *n.* โรคจิตที่มีอาการหดหู่ใจหรือซึมเศร้า **-melancholiac** *adj., n.*

melancholy (เมล' เลินคอลลี) *n., pl.* **-cholies** ภาวะจิตใจหดหู่, ใจคอเหี่ยวแห้ง, อาการครุ่นคิดมาก, ภาวะที่มีน้ำดีดำออกมามาก, น้ำดีดังกล่าว *-adj.* หดหู่ใจ, ซึมเศร้า, สลดใจ, ซึ่งทำให้สลดใจ, ครุ่นคิดหนัก **-melancholic** *adj.* **-melancholically** *adv.* (-S. gloomy, dismal, gloom) *-Ex. a melancholy mood, The old abandoned house was a melancholy sight.*

Melanesia (เมละนี' จะ, -ชะ, -เซีย) ส่วนหนึ่งของ Oceania ประกอบด้วยหมู่เกาะในตอนใต้ของมหาสมุทรแปซิฟิก ทางทิศตะวันออกเฉียงเหนือของออสเตรเลีย

Melanesian (เมละนี' เซียน) *adj.* เกี่ยวกับ Melanesia, เกี่ยวกับประชาชน ภาษา วัฒนธรรมหรืออื่นๆ ใน Melanesia *-n.* ชนชาติหนึ่งที่มีผิวดำ ผมหยิก อาศัยอยู่ในหมู่เกาะ Melanesia และนิวกินี, ภาษาที่ชนชาติดังกล่าวใช้

mélange (เมลอนซฺ', - ลอนจฺ, -ลางซฺ', ลางจฺ') *n.* ของผสมผสาน

melanoma (เมลละโน' มะ) *n., pl.* **-mas/-mata** เนื้องอกที่ประกอบด้วยเซลล์ที่มี melanin สะสมอยู่

meld[1] (เมลดฺ) *vt., vi.* ประกาศและแสดงคะแนน (โดยการนับคะแนนไพ่ในมือ) *-n.* การประกาศและแสดงคะแนนดังกล่าว

meld[2] (เมลดฺ) *vt., vi.* รวมกัน, ผสมกัน

melee, mêlée (เม' เล, เมเล') *n.* การต่อสู้เป็นมวยหมู่อย่างชุลมุน

meliorate (มีล' ยะเรท) *vi., vt.* **-rated, -rating** ทำให้ดีขึ้น, บรรเทา, แบ่งเบา, ปรับปรุง **-meliorable** *adj.* **-melioration** *n.* **-meliorative** *adj.* **-meliorator** *n.*

melliferous (มะลิฟ' ฟะเริส) *adj.* ซึ่งให้น้ำผึ้ง, ซึ่งผลิตน้ำผึ้ง

mellifluous (มะลิฟ' ลูเอิสฺ) *adj.* คล่อง, ไพเราะ, ไหลเหมือนน้ำผึ้ง, หวานเหมือนน้ำผึ้ง **-mellifluously** *adv.* **-mellifluousness** *n.*

mellow (เมล' โล) *adj.* สุก, ฉ่ำ, โตเต็มที่, สุขุม, กลมกล่อม, เบิกบาน, รื่นเริง, (ดิน) ร่วน, อุดมสมบูรณ์, มึน, เมาหน่อยๆ *-vt., vi.* ทำให้สุก, กลายเป็นสุก **-mellowly** *adv.* **-mellowness** *n.*

melodeon (มะโล' เดียน) *n.* หีบเพลงชักแบบหนึ่ง, ออร์แกนแบบหนึ่ง

melodic (มะลอด' ดิค) *adj.* ไพเราะ, สละสลวย **-melodically** *adv.* (-S. melodious)

melodious (มะโล' เดียส) *adj.* ไพเราะ, สละสลวย, เป็นเสียงดนตรี, เป็นเสียงหวาน **-melodiously** *adv.* **-melodiousness** *n.* (-S. tuneful, musical)

melodrama (เมล' ละดรามะ, -แดรมมะ, เมล' โล-) *n.* ละครประโลมโลก, ละครเกินความจริง, ละครยั่วยวน **-melodramatic** *adj.* **-melodramatically** *adv.* **-melodramatist** *n.*

melody (เมล' ละดี) *n., pl.* **-dies** ทำนองเพลง, เสียงดนตรีที่ไพเราะ, บทกวีสำหรับร้องเป็นเพลง *-Ex. The song has a beautiful melody., The melody is familiar but I don't know the words to that song., You sing the melody and I will harmonize.*

melon (เมล' เลิน) *n.* ผลไม้จำพวกแตง, (คำสแลง) ผลกำไรมากที่แบ่งให้กับผู้ถือหุ้น เงินจำนวนมาก

melt (เมลทฺ) *vi., vt.* **melted, melting** ละลาย, หลอม, สูญไป, ผ่านไป, เปลี่ยนเป็น, ใจอ่อน *-n.* การหลอมเหลว, กระบวนการหลอมเหลว, ภาวะที่หลอมเหลว, สิ่งที่หลอมเหลว, ปริมาณที่หลอมละลายครั้งหนึ่งๆ, ม้าม (โดยเฉพาะของวัว ควาย หมู และอื่นๆ) **-meltable** *adj.* **-meltingly** *adv.* **-melter** *n.* (-S. fuse, relent) *-Ex. The iron melted., Manee melted the sugar in hot water., The sugar has melted in my tea.*

melting point จุดหลอมเหลว, อุณหภูมิที่ของแข็งหลอมละลาย

member (เมม' เบอะ) *n.* สมาชิก, ชาวคณะ, ส่วนของร่างกาย, องค์ประกอบ, องค์, หน่วย, ส่วน, ข้างหนึ่งของสมการ **-membered** *adj.*

membership (เมม' เบอร์ชิพ) *n.* สมาชิกภาพ, การเป็นสมาชิก, จำนวนสมาชิกทั้งหมด *-Ex. a membership in a club, The membership in the art class is limited to 30., a membership committee*

membrane (เมม' เบรน) *n.* เยื่อบุผิว, เยื่อแผ่น, เยื่อหุ้มเซลล์, ผิวหนังบางๆ **-membraned** *adj.*

membranous (เมม' บระเนิส, เมมเบร'-) *adj.* ประกอบหรือคล้ายเยื่อบุผิว, ซึ่งมีลักษณะเป็นเยื่อบุหรือเป็นแผ่นบาง (-S. membranaceous)

memento (มะเมน' โท) *n., pl.* **-tos/-toes** สิ่งที่เป็นเครื่องระลึกถึงอดีต, ของที่ระลึก, สิ่งที่เป็นเครื่องเตือนให้คิดถึงเหตุการณ์ในอนาคต

M

memo (เมม' โม) *n., pl.* **-os** ข้อเขียนเตือนความจำ, ดู memorandum
memoir (เมม' วาร์, -วอร์) *n.* บันทึกความจริงหรือเหตุการณ์ที่เกี่ยวกับเรื่องใดเรื่องหนึ่งเฉพาะ, เหตุการณ์ประวัติศาสตร์หรืออื่นๆ ที่ผู้เขียนเป็นผู้รู้และรวบรวมจากแหล่งต่างๆ, บันทึกชีวิตและประสบการณ์ของคนๆ หนึ่ง, ประมวลรายงานเรื่องทางวิทยาศาสตร์หรือวิชาอื่นๆ, ชีวประวัติบุคคล
memorabilia (เมมมะระบิล' เลีย, -บิล' ยะ, -บีล'-) *n. pl.* เรื่องหรือเหตุการณ์ที่ควรจำ
memorable (เมม' มะระเบิล) *adj.* ควรจำ, พึงระลึกจดจำ, น่าจดจำ, ซึ่งจะลืมเสียไม่ได้ **-memorably** *adv.* **-memorability** *n. -Ex. This play has many memorable part.*
memorandum (เมมมะแรน' เดิม) *n., pl.* **-dums/-da** บันทึกความจำ, บันทึก, หนังสือบริคณห์สนธิ, ข้อความที่บันทึกไว้, เอกสารข้อสัญญา, จดหมายเหตุ, สารหรือหนังสือไม่เป็นทางการ(โดยเฉพาะระหว่างพนักงานบริษัท)
memorial (มะมอ' เรียล) *n.* สิ่งเตือนความจำ, ที่ระลึก, อนุสรณ์, เครื่องระลึกถึง, จดหมายเหตุ, ข้อแถลงความจริงที่ใช้เป็นมูลแห่งการอุทธรณ์หรือฎีกา *-adj.* เตือนความจำ, เป็นที่ระลึก, เป็นอนุสรณ์, เกี่ยวกับความจำ **-memorially** *adv. -Ex. Many towns have erected memorials to the men who were killed in war., A memorial library was dedicated to the founder of the town.*
memorialize (มะมอ' เรียไลซ) *vt.* **-ized, -izing** ระลึกถึง, กระทำพิธีระลึกถึง, ทำให้เป็นอนุสรณ์แก่
memorize (เมม' มะไรซฺ) *vt.* **-rized, -rizing** จำ, จำใส่ใจ, ท่องจำ **-memorization** *n. -Ex. to memorize a speech*
memory (เมม' มะรี, เมม' รี) *n., pl.* **-ries** ความจำ, ความทรงจำ, การจำ, การระลึกถึง, ความหลัง, สิ่งที่ผ่านพ้นไปแล้ว, ระยะเวลาแห่งความหลัง, ชื่อเสียง, บุคคลหรือสิ่งที่จำไว้, การระลึกถึง, อนุสรณ์, ส่วนความจำของเครื่องคอมพิวเตอร์ เป็นที่เก็บข้อมูลและคำสั่งต่างๆ (ซึ่งรวมทั้ง disk, core, drum) ส่วนที่ใช้เป็นที่เก็บและดึงข้อมูลและคำสั่งมาใช้ได้อย่างรวดเร็วที่สุดเรียกว่า main memory *-Ex. one of my proudest memories*
men (เมน) *n.* พหูพจน์ของ man *-Ex. For many years men thought the world was flat., Two men entered the shop.*
menace (เมน' เนิสฺ) *n.* สิ่งที่คุกคาม, การคุกคาม, ภัย, อันตราย, ภยันตราย *-vt., vi.* **-aced, -acing** คุกคาม, ขู่, เป็นภัย, เป็นอันตราย **-menacingly** *adv. -Ex. Careless drivers are a menace to public safety., The rising river menaced the city.*
ménage, menage (เมเนจ', มะ-) *n.* การบ้านการเรือน, ครอบครัว, กิจการเรื่องภายใน
menagerie (มะแนจ' จะรี) *n.* การรวบรวมสัตว์ป่าหรือสัตว์ประหลาด (โดยเฉพาะเพื่อเปิดให้ประชาชนชม), สถานที่ที่เก็บสัตว์ดังกล่าว
menarche (มะนาร์' คี) *n.* การมีประจำเดือนครั้งแรก
mend (เมนดฺ) *vt.* ซ่อมแซม, แก้ไข, ปะ, แก้, ทำให้ถูกต้อง, ปรับปรุง *-vi.* ดีขึ้น, เจริญขึ้น *-n.* การซ่อมแซม, การแก้ไข, การแก้, การปะ, การทำให้ถูกต้อง, ที่ที่ซ่อมแซมหรือแก้ไขแล้ว **-on the mend** กำลังพักฟื้น **-mendable** *adj.* **-mender** *n.* (-S. repair, reform, heal) *-Ex. to mend a road, to mend a clock*
mendacious (เมนเด' เชิส) *adj.* ไม่แท้, ปลอม, โกหก, ไม่ซื่อสัตย์ **-mendaciously** *adv.* **-mendaciousness** *n.* (-S. false)
mendacity (เมนแดส' ซะที) *n., pl.* **-ties** ความมุสา, ความขี้ปด, การพูดหลอกลวง, ความไม่ซื่อสัตย์, ความไม่บริสุทธิ์ใจ, ความเท็จ, ความหลอกลวง
Mendel (เมน' เดิล) Gregor Johann (1822-84) พระและนักพฤกษศาสตร์ชาวออสเตรียผู้เป็นบิดาแห่งพันธุศาสตร์, ดู Mendel's laws
mendelevium (เมนดะลี' เวียม) *n.* ธาตุกัมมันตรังสีที่มนุษย์สร้างขึ้น มีสัญลักษณ์คือ Md
Mendel's laws กฎพันธุศาสตร์ของ Gregor Mendel
mendicant (เมน' ดิเคินทฺ) *adj.* เกี่ยวกับการขอทาน, หาเลี้ยงชีพด้วยการขอทาน, เป็นลักษณะของขอทาน *-n.* ขอทาน, พระที่อาศัยทานจากคนบริจาคในการเลี้ยงชีพ **-mendicancy, mendicity** *n.* (-S. beggar)
mending (เมน' ดิง) *n.* เสื้อผ้าที่ซ่อมแซม, การซ่อมแซมเสื้อผ้า, ผู้ซ่อมแซมเสื้อผ้า
menfolk (เมน' โฟค) *n. pl.* คนผู้ชายหลายคน (โดยเฉพาะของครอบครัวหรือของชุมนุม) (-S. menfolks)
menial (มี' เนียล, มีน' เยิล) *adj.* เกี่ยวกับคนใช้, อย่างคนใช้, เป็นขี้ข้า, ต่ำต้อย *-n.* คนใช้, ขี้ข้า **-menially** *adv.* (-S. boring, dull) *-Ex. Do you consider washing dishes a menial job?*
meninges (มะนิน' จีซ) *n. pl.* เยื่อ 3 เยื่อที่หุ้มสมองและไขสันหลัง ได้แก่ เยื่อ dura mater, pia mater, arachnoid **-meningeal** *adj.*
meningitis (เมนนินไจ' ทิส) *n.* เยื่อ meninges อักเสบ **-meningitic** *adj.*
meniscus (มะนิส' เคิส) *n., pl.* **-nisci/-niscuses** รูปวงเดือน, เลนส์ที่มีส่วนที่เป็นรูปวงเดือน, เลนส์นูนข้างเว้าข้าง, แผ่นกลมของกระดูกอ่อนที่อยู่ระหว่างปลายกระดูกในข้อต่อ, ส่วนที่เป็นรูปเสี้ยวพระจันทร์ที่ปรากฏอยู่ที่ผิวหน้าของลำของเหลว,ส่วนที่เป็นรูปเสี้ยวพระจันทร์
Mennonite (เมน' เนินไนทฺ) *n.* ชาวโปรเตสแตนต์นิกายหนึ่งที่ชอบใช้ชีวิตอย่างง่ายๆ และแต่งตัวอย่างเรียบๆ *-adj.* เกี่ยวกับคนดังกล่าว
menopause (เมน' นะพอซ) *n.* ช่วงประจำเดือนหมด (ระหว่างอายุ 40-50 ปีในหญิง) **-menopausal** *adj.*
menses (เมน' ซีซ) *n. pl.* การมีประจำเดือน, การมีระดู
men's room ห้องน้ำชาย
menstrual (เมน' สทรูเอิล, -สเทริล) *adj.* เกี่ยวกับประจำเดือน, เกี่ยวกับระดู
menstruate (เมน' สทรูเอท, -สเทรท) *vi.* **-ated, -ating** มีประจำเดือน, มีระดู
menstruation (เมนสทรูเอ' ชัน, -สเทร' ชัน) *n.* การมีประจำเดือน, การมีระดู, ระยะเวลาที่มีประจำเดือน
mensurable (เมน' เชอะระเบิล) *adj.* ซึ่งวัดได้

mensural 551 **meretricious**

-mensurability *n.*
mensural (เมน' เชอะเริล) *adj.* เกี่ยวกับการวัด
mensuration (เมนชะเร' ชัน) *n.* เรขาคณิตที่เกี่ยวกับการวัดความยาว พื้นที่หรือปริมาตร, การวัด, กระบวนการวัด **-mensurative** *adj.* (-S. measuring)
menswear (เมนซ' แวร์) *n.* เสื้อผ้าหรือเครื่องนุ่งห่มสำหรับผู้ชาย (-S. men's wear)
-ment คำปัจจัย ประกอบเป็นคำนามที่มีความหมายเกี่ยวกับการกระทำ, ผล, ผลิตผลหรือวิธีการ
mental (เมน' เทิล) *adj.* เกี่ยวกับจิตใจ, เกี่ยวกับจิต, สำหรับคนไข้โรคจิต, ซึ่งกระทำโดยจิต **-mentally** *adv.*
mental age ระดับความสามารถของสมองหรือความสามารถของบุคคล เพื่อเปรียบเทียบกับอายุบุคคลนั้น
mental deficiency ความบกพร่องทางจิต
mentalist (เมน' เทิลลิสทฺ) *n.* ผู้อ่านจิตใจ
mentality (เมนแทล' ลิที) *n., pl.* **-ties** ความสามารถทางจิต, อำนาจจิต, การทำงานของจิต, ปัญญา *-Ex. These instructions can be understood by persons of average mentality.*
mental retardation ดู mental deficiency, ภาวะปัญญาอ่อน, ความบกพร่องทางจิต
menthol (เมน' ธอล, -โธล, -ธาล, -เธิล) *n.* การบูรได้จากน้ำมัน peppermint ใช้ใส่ในยา เครื่องสำอาง บุหรี่ ฯลฯ
mention (เมน' ชัน, -ชัน) *vt.* กล่าวถึง, เอ่ยถึง, อ้างอิง, กล่าวชม, พูดพาดพิง *-n.* การอ้างถึง, การเอ่ยถึง, การกล่าวถึง, คำอ้าง, คำชมเชย **-not to mention** นอกเหนือจาก **-mentionable** *adj.* (-S. refer to, name, cite) *-Ex. to mention his name, too bad to mention, I should mention that..., Don't mention it!*
mentor (เมน' เทอะ, -ทอร์) *n.* ที่ปรึกษาที่ชาญฉลาดและไว้ใจได้, ครูหรือผู้ฝึก *-vt., vi.* ให้คำปรึกษา, แนะนำ **-Mentor** ที่ปรึกษาของ Odysseus **-mentorship** *n.*
menu (เมน' นู) *n., pl.* **menus** รายชื่ออาหารในภัตตาคารหรือร้านอาหาร, รายการอาหาร, อาหารดังกล่าว, รายการการทำงานต่างๆ บนจอคอมพิวเตอร์
meow, meou (เมียว, มีเอา') *n.* เสียงร้องของแมว *-vi.* ทำหรือร้องเสียงดังกล่าว (-S. miaow, miaou)
Mephistopheles (เมฟฟะสตอฟ' ฟะลีซ) *n.* หัวหน้าภูตผีปีศาจ **-Mephistophelean, Mephistophelian** *adj.* (-S. Mephisto)
mercantile (เมอร์' เคินทีล, -ไทล) *adj.* เกี่ยวกับพ่อค้าหรือการค้า, เกี่ยวกับธุรกิจการค้าขาย
mercenary (เมอร์' ซะเนอรี) *adj.* ทำงานเพื่อเงินและรางวัลเท่านั้น, รบเพื่อเงินหรือสิ่งตอบแทนเท่านั้น, รับจ้าง, โลภ, เห็นแก่เงิน *-n., pl.* **-naries** ทหารรับจ้าง, ผู้รับจ้างหาเงิน, ลูกมือ, ลูกจ้าง **-mercenarily** *adv.* **-mercenariness** *n. -Ex. mercenary marriage, mercenary troops*
mercer (เมอร์' เซอะ) *n.* พ่อค้าผ้า
mercerize (เมอร์' ซะไรซ) *vt.* **-ized, -izing** ใส่ด่างลงไปในสิ่งทอเพื่อเพิ่มความคงทน ความเป็นเงามันและการติดสีย้อมได้ดีขึ้น
merchandise (เมอร์' ชันไดซ, -ไดซฺ) *n.* สินค้า, วัตถุที่ซื้อขายกัน *-vt., vi.* **-dised, -dising** ค้าขาย, ส่งเสริมการขาย, วางแผนการขาย **-merchandiser** *n.* (-S. goods) *-Ex. Department stores carry many kinds of merchandise.*
merchandize (เมอร์' ชันไดซ) *vi., vt.* **-dized, -dizing** ดู merchandise **-merchandizer** *n.*
merchant (เมอร์' ชันทฺ) *n.* พ่อค้า, ผู้ค้า, เจ้าของร้าน, คนขายของ *-adj.* เกี่ยวกับการค้า, เกี่ยวกับธุรกิจการค้า, เกี่ยวกับพาณิชย์, เกี่ยวกับเรือพาณิชย์สมุทร
merchantable (เมอร์' ชันทะเบิล) *adj.* วางตลาดได้, นำออกขายได้ (-S. marketable)
merchantman (เมอร์' ชันทฺเมิน) *n., pl.* **-men** เรือสินค้า
merchant marine เรือพาณิชย์สมุทร, เรือสมุทรของชาติหนึ่งที่เกี่ยวกับการพาณิชย์, เจ้าหน้าที่และลูกเรือของเรือดังกล่าว
merciful (เมอร์' ซะเฟิล) *adj.* กรุณาปรานี, เมตตา, มีความอนุเคราะห์ดี, เห็นอกเห็นใจ **-mercifully** *adv.* **-mercifulness** *n.*
merciless (เมอร์' ซะลิส) *adj.* ไร้ความปรานี, ไม่สงสาร, ไม่เห็นอกเห็นใจ **-mercilessly** *adv.* **-mercilessness** *n.* (-S. pitiless) *-Ex. a merciless tyrant, the sun's merciless heat*
mercurial (เมอร์คิว' เรียล) *adj.* เกี่ยวกับธาตุปรอท, เกี่ยวกับเทพเจ้า Mercury, เกี่ยวกับดาวพุธ, กระฉับกระเฉง, มีชีวิตชีวา, คล่องแคล่ว, ไว (เหมือนปรอท), เปลี่ยนแปลงง่าย, เหลาะแหละ, หลายใจ *-n.* ยาที่มีสารปรอทอยู่ **-mercurially** *adv.* **-mercurialness** *n.*
mercuric (เมอร์คิว' ริค) *adj.* เกี่ยวกับปรอท (โดยเฉพาะที่มี 2 วาเลนซี)
Mercurochrome (เมอร์คิว' ระโครม) ชื่อทางการค้าของ merbromin **-mercurochrome** ยาแดง
mercury (เมอร์' คิวรี, -คะรี) *n.* ธาตุปรอท เป็นธาตุโลหะชนิดหนึ่งที่เป็นของเหลวในอุณหภูมิปกติ ใช้ทำปรอทวัดไข้หรือวัดความกดดันของอากาศ สารประกอบใช้เป็นยาฆ่าเชื้อ ยาต้านซิฟิลิส ยาขับปัสสาวะ, พืชจำพวก *Mercurialis*, ผู้สื่อข่าว, ผู้เดินข่าว **-Mercury** ดาวพุธ, เทพเจ้าโรมันที่เป็นคนเดินสาส์นของพระเจ้าและเป็นเทพเจ้าแห่งการพาณิชย์ การขโมย การพูดและการเดินทาง

Mercury

mercy (เมอร์' ซี) *n., pl.* **-cies** ความเมตตา, ความกรุณาปรานี, ความอนุเคราะห์, ความเห็นอกเห็นใจ, อำนาจของผู้พิพากษาในการให้อภัยโทษหรือลดหย่อนผ่อนโทษ, พร **-at the mercy of** ขึ้นอยู่กับ, อยู่ภายใต้อำนาจของ
mercy killing การตายอย่างสงบหรือไม่เจ็บปวด, การฆ่าหรือทำให้ตายอย่างสงบ
mere (เมียร์) *adj.* เป็นเพียง, เท่านั้น, เฉยๆ, บริสุทธิ์, ไม่มีสิ่งเจือปน, แท้ๆ, อุดมสมบูรณ์
merely (เมียร์' ลี) *adv.* เท่านั้น, เป็นเพียง, ง่ายๆ, เฉยๆ, บริสุทธิ์, ไม่มีสิ่งเจือปน
meretricious (แมระทริช' เชิส) *adj.* บาดตา, ฉูดฉาดและหรูหราแต่ไม่มีราคา, หลอกลวง, ไม่จริงใจ, แพศยา,

M

merganser 552 **mess**

M

ชั่วช้า **-meretriciously** *adv.* **-meretriciousness** *n.* (-S. tawdry)

merganser (เมอร์แกน' เซอร์) *n., pl.* **-sers/-ser** เป็ดกินปลาชนิดหนึ่ง มีปากแคบงอโค้งที่ปลายและเป็นซี่ฟันที่ขอบ

merge (เมิร์จฺ) *vt., vi.* **merged, merging** ทำให้รวมตัว, ผสมกับ, กลมกลืน, กลายเป็น**-mergence** *n.* (-S. unite) *-Ex. Dawn merged into day., Dum merged into the crowd., Traffic merges here., Several small trucking companies merged and formed one large company.*

merger (เมอร์' เจอะ) *n.* การรวมตัวของหน่วยงานธุรกิจการค้าให้เป็นหน่วยเดียวกัน, การรวมตัวกันเป็นบริษัทตั้งแต่ 2 บริษัทขึ้นไป (-S. coalition)

meridian (มะริด' เดียน) *n.* วงกลมสมมติที่ลากผ่านขั้วโลกเหนือขั้วโลกใต้ และจุดใดจุดหนึ่งบนพื้นผิวโลก, ครึ่งวงกลมดังกล่าวที่อยู่ระหว่างขั้วโลกทั้งสอง, วงกลมขนาดใหญ่ของท้องฟ้าที่ลากผ่านขั้วของมันและจุดที่ตรงศีรษะบนท้องฟ้า, สมัยที่รุ่งเรืองที่สุด, จุดสุดยอด *-adj.* เกี่ยวกับวงกลมดังกล่าว, เกี่ยวกับเที่ยงวัน, เกี่ยวกับสมัยที่รุ่งเรืองที่สุด, เกี่ยวกับจุดสุดยอด *-Ex. the meridian of his life*

meringue (มะแรง') *n.* ส่วนผสมที่ทำจากไข่ขาวตีกับน้ำตาลจนเป็นฟอง, ขนมอบที่ทำจากส่วนผสมดังกล่าว

merino (มะรี' โน) *n., pl.* **-nos** แกะพันธุ์หนึ่งในสเปนที่มีขนละเอียด, ขนแกะดังกล่าว, สิ่งถักที่ทำจากขนสัตว์หรือขนสัตว์กับฝ้าย *-adj.* เกี่ยวกับแกะหรือขนแกะดังกล่าว

merino

merit (เมอ' ริท) *n.* ความดีเลิศ, ข้อดี, คุณความดี, บุญกุศล *-vt.* สมควรกับ, เหมาะสม, ควรได้รับ **-merits** ข้อถูกผิด, ความสมควร **-meritless** *adj.* (-S. excellence, worth, value, credit) *-Ex. Danai's essay has many merits and few faults., Dang's work merits the highest praise., You will be judged on your own merits., Bad conduct merits punishment.*

meritocracy (เมอริทอค' ระซี) *n.* บุคคลประเภทที่ประสบความสำเร็จด้วยความสามารถของตัวเองไม่ใช่ด้วยสิทธิพิเศษของชนชั้น **-meritocrat** *n.* **-meritocratic** *adj.*

meritorious (เมอริทอ' เรียส) *adj.* มีความดีความชอบ, มีคุณความดี, มีข้อดี, น่าสรรเสริญ, ควรได้รับการยกย่อง **-meritoriously** *adv.*

merl, merle (เมอร์ล) *n.* นกดำ

merlin (เมอร์' ลิน) *n.* นกเหยี่ยวชนิดหนึ่ง

mermaid (เมอร์' เมด) *n.* นางเงือก, ผู้หญิงที่ว่ายน้ำเก่ง

merman (เมอร์' แมน) *n., pl.* **-men** สัตว์ทะเลประหลาดที่สมมติกันขึ้น มีหัว ร่างและแขนของผู้ชายและหางเป็นปลา

merman

merriment (เมอร์' ริเมินทฺ) *n.* ความรื่นเริง, ความสรวลเสเฮฮา, ความสนุกครึกครื้น

merry (เมอร์' รี) *adj.* **-rier, -riest** ร่าเริง, เบิกบานใจ, ครึกครื้น, รื่นเริง, สนุกสนาน, ซึ่งทำให้เกิดความสุข, เพลิดเพลิน, บันเทิงใจ **-make merry** เฉลิมฉลอง, รื่นเริง **-merrily** *adv.* **-merriness** *n.* (-S. cheerful)

merry-andrew (เมอร์' รี แอน' ดรู) *n.* ตัวตลก

merry-go-round (เมอร์' รี โก เราน์ดฺ) *n.* ม้าหมุนที่วนอย่างรวดเร็ว, การหมุนเวียนอย่างรวดเร็วของเวลา ธุรกิจ สิ่งของหรืออื่นๆ

merrymaking (เมอร์' รีเมคกิง) *n.* งานเฉลิมฉลอง, งานสนุกสนาน *-adj.* เข้าร่วมงานเฉลิมฉลอง **-merrymaker** *n.*

merrythought (เมอร์' รีธอท) *n.* กระดูกสองง่ามที่หน้าอกสัตว์จำพวกนก เป็ด ไก่ แต่ก่อนใช้สำหรับอธิษฐาน

mesa (เม' ซะ) *n.* พื้นที่ที่มีส่วนบนแบนและมีผนังเป็นหินชัน พบมากในบริเวณที่แห้งแล้งในสหรัฐอเมริกาและเม็กซิโก

mesdames (เมดาม') *n.* พหูพจน์ของ madame, madam

mesdemoiselles (เมดมัวเซล') *n.* พหูพจน์ของ mademoiselle, ย่อว่า Mlles.

mesh (เมช) *n.* ตาของแห, ตาของตะแกรง, ตาของตาข่าย, วิธีการจับ, วิธีการยึด, ร่างแห, ตาข่าย, สิ่งถัก, สิ่งทอ *-vt., vi.* จับกัน, จับด้วยตาข่ายหรือร่างแห, (เฟือง) กินกัน, ทำให้เข้ากัน , ก่ายกัน, ประสานกัน **-meshy** *adj.* *-Ex. Small fish can get through the meshes in a fisherman's net., meshes of lace costume, The teeth of a zipper mesh., to be caught in the meshes of the law*

meshwork (เมช' เวิร์ค) *n.* ตาข่าย, ร่างแห

mesmerism (เมซ' เมอริซึม, เมส'-) *n.* การสะกดจิต, การทำให้หลงเสน่ห์, การทำให้งง, การทำให้จับใจ **-mesmeric** *adj.* **-mesmerist** *n.* **-mesmerically** *adv.*

mesmerize (เมซ' เมอไรซ) *vt.* **-ized, -izing** สะกดจิต, ทำให้หลงเสน่ห์, ทำให้งง, ทำให้จับใจ **-mesmerization** *n.* **-mesmerizer** *n.* (-S. hypnotize, spellbind)

Mesolithic (เมสโซลิธ' ธิค) *adj.* เกี่ยวกับยุคหิน

meson (เมส' ซอน, เมซ'-, เม' ซอน, -ซอน, มี'-) *n.* อนุภาคที่มีมวลระหว่างอิเล็กตรอนกับโปรตอนมีประจุเป็นกลางหรือเป็นบวกหรือลบ

Mesozoic (เมสโซโซ' อิค, เมซ-, -ซะโซ'-) *adj.* เกี่ยวกับยุคเมื่อประมาณ 70-220 ล้านปีก่อน เป็นยุคที่เริ่มมีพืชไม้ดอก นก ฯลฯ และเป็นยุคที่ไดโนเสาร์สูญพันธุ์ไปจากโลก

mesquit, mesquite (เมสคีท', เมส' คีท) *n.* ต้นไม้จำพวก *Prosopis* มีฝักคล้ายถั่วที่มีน้ำตาลมากใช้เป็นอาหารสัตว์

mess (เมส) *n.* สภาพที่สกปรกหรือไม่เป็นระเบียบ, การสะสมหรือกองยุ่งเหยิงไปหมดของสิ่งของ, ภาวะที่ยุ่งเหยิง, ความสับสน, สถานการณ์ที่ลำบากใจ, กลุ่มคนที่รับประทานอาหารร่วมกันอยู่เป็นประจำ, สถานที่กลุ่มคนดังกล่าวรับประทานอาหารที่เพียงพอสำหรับครั้งหนึ่ง, อาหารหนึ่งจาน, บุคคลที่กำลังมีเรื่องยุ่ง *-vt.* จัดหาอาหารให้, ทำยุ่ง, ทำให้สกปรกหรือไม่เป็นระเบียบ *-vi.* ร่วมรับประทานอาหาร, ทำสกปรกหรือทำยุ่ง **-mess around/about** เที่ยวยุ่ง, ปล่อยเวลาให้ล่วงเลยไปโดยเปล่าประโยชน์ (-S.

message 553 **meteorite**

chaos) *-Ex. The careless campers left the picnic grounds in a mess., You've made a complete mess of your painting., How did you get into such a mess?, a mess of fish*

message (เมส' ซิจฺ) *n.* สาร, ข่าวสาร, ข่าวคราว, จดหมายหรือคำพูดที่ฝากไปให้บุคคลอื่น, ความหมาย, ถ้อยคำ (โทรเลขหรือโทรศัพท์) *-vt., vi.* **-saged, -saging** ส่งข่าวสาร

messenger (เมส' เซินเจอะ) *n.* ผู้ส่งสาร, ผู้ถือจดหมาย, ผู้นำข่าว, ทูตสวรรค์, เครื่องชี้บ่ง, ลาง

Messiah (มะไซ' อะ) *n.* ผู้มาโปรดโลก, ผู้มาโปรดชนชาวยิว, พระเยซูคริสต์ **-Messiahship** *n.* **-messianism** *n.* **-Messianic** *adj.* (-S. Messias)

Messrs., messieurs (เมส' เซอซ) พหูพจน์ของ Mr.

messy (เมส' ซี) *adj.* **messier, messiest** สกปรก, ไม่เป็นระเบียบหรือยุ่งเหยิง, ซึ่งทำให้สกปรก, ไม่เป็นระเบียบหรือยุ่งเหยิง, ยุ่งยากใจ, ลำบากใจ **-messily** *adv.* **-messiness** *n.* (-S. untidy)

mestizo (เมสที' โซ) *n., pl.* **-zos/-zoes** ลูกผสม, คนเชื้อสายสเปนผสมกับอินเดียนแดง, คนเชื้อสายยุโรปผสมกับอินเดียนแดงหรือนิโกรหรือมลายู, คนฟิลิปปินส์ที่มีเชื้อสายผสมชนชาติอื่น

met (เมท) *vt., vi.* กริยาช่อง 2 และ 3 ของ meet

meta- คำอุปสรรค มีความหมายว่า ทีหลัง, ไปตาม, เกิน, ท่ามกลาง, ที่มีน้ำน้อยที่สุด (-S. met-)

metabolic (เมททะบอล' ลิค) *adj.* เกี่ยวกับการสันดาป, เกี่ยวกับกระบวนการสันดาป

metabolism (มะแทบ' บะลิซึม) *n.* การสันดาป, การเผาผลาญ, การเปลี่ยนแปลงของเนื้อเยื่อ, ผลรวมของการเปลี่ยนแปลงทางเคมี ซึ่งมีผลต่อโภชนาการประกอบด้วย anabolism ซึ่งเป็นกระบวนการใช้พลังงานที่เปลี่ยนโมเลกุลใหญ่ และ catabolism หรือกระบวนการสร้างพลังงานที่เปลี่ยนโมเลกุลใหญ่เป็นโมเลกุลเล็ก

metabolize (มะแทบ' บะไลซ) *vt., vi.* **-lized, -lizing** สันดาป, เผาผลาญ, ผ่านหรือเปลี่ยนแปลงโดยกระบวนการสันดาป

metal (เมท' เทิล) *n.* โลหะ, ธาตุโลหะ, โลหะผสม, สารผสมที่มีโลหะ, หินโรยถนน, แก้วหลอมเหลวในหม้อหรือถังโลหะ *-adj.* ทำด้วยโลหะ *-vt.* **-aled, -aling/-alled, -alling** ใส่โลหะ, ปกคลุมด้วยโลหะ, โรยหิน

metallic (มะแทล' ลิค) *adj.* เกี่ยวกับหรือประกอบด้วยโลหะ, เกี่ยวกับลักษณะธรรมชาติของโลหะ **-metallically** *adv.*

metalliferous (เมททะลิฟ' เฟอเริส, เมทเทิลลิฟ'-) *adj.* ประกอบด้วยโลหะหรือแร่

metallurgy (เมท' ทะเลอร์จี, เมท' เทิล-) *n.* เทคนิคหรือวิทยาศาสตร์เกี่ยวกับการแยกโลหะออกจากแร่, เทคนิคหรือวิทยาศาสตร์ของการทำโลหะผสม, เทคนิคหรือวิทยาศาสตร์ของการใช้โลหะหรือทำโลหะในรูปลักษณะต่างๆ **-metallurgical, metallurgic** *adj.* **-metallurgically** *adv.* **-metallurgist** *n.*

metalware (เมท' เทิลแวร์) *n.* เครื่องใช้ในครัวที่เป็นโลหะ

metalwork (เมท' เทิลเวิร์ค) *n.* กระบวนการทำเครื่องโลหะ, เครื่องโลหะ

metalworking (เมท' เทิลเวิร์คคิง) *n.* การทำหรือเทคนิคการทำเครื่องใช้หรืออุปกรณ์ที่เป็นโลหะ **-metalworker** *n.*

metamorphic (เมททะมอร์' ฟิค) *adj.* เกี่ยวกับ metamorphosis หรือ metamorphism

metamorphism (เมททะมอร์' ฟิซึม) *n.* การเปลี่ยนแปลงรูปแบบหรือลักษณะ

metamorphose (เมททะมอร์' โฟซ, -โฟซ) *vt.,vi.* **-phosed, -phosing** เปลี่ยนรูปแบบหรือธรรมชาติของ, เปลี่ยนแปลง, ทำให้เกิดการเปลี่ยนแปลงแบบ metamorphism หรือ metamorphosis (-S. transform)

metamorphosis (เมททะมอร์' ฟะซิส, -มอร์โฟ' ซิส) *n., pl.* **-ses** การเปลี่ยนแปลงรูปร่างโครงสร้างหรือสารที่สมบูรณ์, การเปลี่ยนแปลงที่สมบูรณ์, การเปลี่ยนแปลงของแมลงจากตัวอ่อน (larva) เป็นแมลง, การเปลี่ยนแปลงของโครงสร้างหรืออวัยวะของพืช

metaphor (เมท' ทะฟอร์, -เฟอะ) *n.* คำอุปมา, การใช้คำอุปมา **-metaphoric, metaphorical** *adj.* **-metaphorically** *adv.*

metaphysical (เมททะฟิส' ซิเคิล) *adj.* เกี่ยวกับ metaphysics, เกี่ยวกับโรงเรียนปรัชญาทางบทกวีในอังกฤษสมัยศตวรรษที่ 17, สมมติขึ้นเอง, เลื่อนลอย, แต่งขึ้นเอง **-metaphysically** *adv.*

metaphysics (เมท' ทะฟิซซิคซฺ, เมททะฟิซ' ซิคซฺ) *n. pl.* ปรัชญาที่เกี่ยวกับความจริงในธรรมชาติ, ปรัชญา (โดยเฉพาะในสาขาต่างๆ ที่เข้าใจได้ยาก)

metastasis (มะแทส' ทะซิส) *n., pl.* **-ses** การแพร่กระจายของเชื้อโรคจากส่วนหนึ่งของร่างกายไปยังอวัยวะส่วนอื่นที่ไม่เกี่ยวข้องกัน เช่น การกระจายของเซลล์เนื้อร้ายไปตามร่างกาย โดยทางกระแสเลือดหรือระบบน้ำเหลือง **-metastatic** *adj.* **-metastatically** *adv.*

metatarsus (เมทะทาร์' เซิส) *n., pl.* **-tarsi** กระดูกฝ่าเท้าซึ่งเป็นกระดูกยาว 5 ชิ้น ที่อยู่ระหว่างกระดูกนิ้วเท้ากับกระดูกข้อเท้า **-metatarsal** *adj., n.*

metathesis (มะทาธ' ธะซิส) *n., pl.* **-ses** การย้ายหรือสับเปลี่ยนคำพยางค์หรือเสียงในคำๆ หนึ่ง **-metathetic, metathetical** *adj.*

mete[1] (มีท) *vt.* **meted, meting** แบ่งสรร, จ่ายแจก, วัด

mete[2] (มีท) *n.* เส้นแบ่ง, ขอบเขต

metempsychosis (มิเทมซิโค' ซิซ, เมทเทิมไซ-) *n., pl.* **-ses** การย้ายที่อยู่ของวิญญาณ (โดยเฉพาะจากคนตายไปยังคนเป็นหรือสัตว์ หรือจากสัตว์ไปยังร่างมนุษย์หรือสัตว์อื่น)

meteor (มี' ทีเออะ, -ออร์) *n.* ดาวตก, ผีพุ่งใต้

meteoric (มีทีออ' ริค) *adj.* เกี่ยวกับหรือประกอบด้วยดาวตกหรือผีพุ่งใต้, รุ่งเรืองชั่วคราว, เกี่ยวกับบรรยากาศ, เกี่ยวกับอุตุนิยมวิทยา **-meteorically** *adv.*

meteorite (มี' ทีอะไรทฺ) *n.* ลูกอุกกาบาต, หินหรือแร่หรือโลหะที่ตกลงมาจากอวกาศภายนอกสู่โลก, ดาวตก,

สะเก็ดดาว **-meteoritic** *adj.*

meteoroid (มี' เทียรอยดฺ) *n.* สะเก็ดดาวหางหรือวัตถุก้อนเล็กที่วิ่งไปในอวกาศ

meteorological (มีเทียระลอจ' จิเคิล, -ออระ-) *adj.* เกี่ยวกับอุตุนิยมวิทยา, เกี่ยวกับปรากฏการณ์ในบรรยากาศ

meteorology (มีเทียรอล' ละจี) *n.* อุตุนิยมวิทยา, วิทยาศาสตร์ที่เกี่ยวกับบรรยากาศและปรากฏการณ์ทั้งหลายในบรรยากาศ รวมทั้งลมฟ้าอากาศ **-meteorologist** *n.*

meter[1] (มี' เทอะ) *n.* เมตร, หน่วยความยาวเท่ากับ 39.37 นิ้ว, จังหวะในเพลงหรือโคลง ฉันท์ กาพย์ กลอน มาตรา

meter[2] (มี' เทอะ) *n.* มาตร, เครื่องวัด, เครื่องมือวัดปริมาตรของสาร *-vt.* วัดด้วยเครื่องมือ

-meter คำปัจจัย มีความหมายว่า วัด, หน่วยวัด

methadone (เมธ' ธะโดน) *n.* ยาเสพย์ติดชนิดหนึ่งที่ได้จากการสังเคราะห์ มีฤทธิ์คล้ายมอร์ฟีนและเฮโรอีน ใช้รักษาผู้ติดเฮโรอีน เป็นยาระงับปวดและลดไข้

methane (เมธ' เธน) *n.* ก๊าซติดไฟ ไร้สี ไร้กลิ่นชนิดหนึ่ง

methanol (เมธ' ธะนอล, -โนล) *n.* เมทิลแอลกอฮอล์

methinks (มีธิงคฺซฺ') *v.* ฉันคิดว่า

method (เมธ' เธิด) *n.* วิธีการ, วิธีดำเนินการ, วิธี, ระเบียบ, แบบแผน, ระบบ *-adj.* การใช้ the Method **-The Method** ทฤษฎีและเทคนิคของการแสดงที่ผู้แสดงทำตัวให้เหมือนกับบุคลิกลักษณะนิสัยของผู้ที่เขาเอาอย่าง *-Ex. Studying a language by hearing it spoken is a good method of learning., to use method in one's studies*

methodical (มะธอด' ดิเคิล) *adj.* มีระเบียบ, มีเหตุผล, อดทน, รอบคอบ **-methodically** *adv.* **-methodicalness** *n.* (-S. methodic) *-Ex. a methodical outline, a methodical person*

Methodist (เมธ' ธะดิสทฺ) *n.* สมาชิกนิกายโปรเตสแตนต์นิกายหนึ่ง ที่มี John และ Charles Wesley และคนอื่นๆ เป็นผู้ก่อตั้งโดยเน้นถึงศีลธรรมจรรยาของบุคคลและสังคม **-methodist** ผู้ที่ยึดถือระเบียบแบบแผนหรือระบบอย่างเคร่งครัด *-adj.* เกี่ยวกับ Methodists หรือ Methodism

methodize (เมธ' ธะไดซฺ) *vt.* **-ized, -izing** ทำให้เป็นระบบ **-methodizer** *n.*

methodology (เมธธะดอล' ละจี) *n.* วิธี, วิธีการ, หลักการ, กฎ, การศึกษาเกี่ยวกับกฎเกณฑ์, การวิเคราะห์และประเมินผลการสอน **-methodological** *adj.* **-methodologically** *adv.* **-methodologist** *n.*

methyl alcohol (CH_3OH) ของเหลวไร้สีและมีพิษชนิดหนึ่ง ใช้เป็นเชื้อเพลิง ตัวทำละลาย และตัวต้านการแข็งตัว ใช้ในการสังเคราะห์สารอินทรีย์ (-S. methanol)

meticulous (มะทิค' คิวเลิส, -ยะ-) *adj.* พิถีพิถันมาก, เข้มงวดมากในเรื่องเล็กๆ น้อยๆ, จู้จี้ **-meticulously** *adv.* **-meticulousness, meticulosity** *n.*

métier (เมเทีย') *n.* สายอาชีพ, วิชาชีพ, สายงาน (-S. forte)

metonymy (มะทอน' นะมี) *n., pl.* **-mies** การเรียกชื่อสิ่งหนึ่งโดยใช้สิ่งอื่นแทน **-metonymic, metonymical** *adj.*

metre (มี' เทอะ) *n.* ดู meter[1]

metre-kilogram-second (มี' เทอะคิ' ละแกรมเซค' เคินดฺ) *adj.* เกี่ยวกับระบบที่ใช้เมตร กิโลกรัม และวินาทีเป็นหน่วยหลักของความยาว มวลและเวลา ย่อว่า mks

metric (เม' ทริค) *adj.* เกี่ยวกับเมตร, เกี่ยวกับระบบเมตริก

metrical (เม' ทริเคิล) *adj.* เกี่ยวกับจังหวะในเพลงหรือโคลง กลอน ฉันท์ กาพย์, เกี่ยวกับการวัด ชั่งและตวง **-metrically** *adv.*

metrication (เมทริเค' ชั่น) *n.* กระบวนการเปลี่ยนแปลงเป็นระบบเมตริก **-metricate** *vt.*

metric system ระบบเมตริก, ระบบหนึ่งที่เกี่ยวกับการวัด ชั่งและตวง หน่วยหลักคือเมตร กรัมและลิตร

metric ton หน่วยน้ำหนักที่เท่ากับ 1,000 กิโลกรัม หรือ 2,204.62 ปอนด์

metro (เม' โทร) *n., pl.* **-ros** รถไฟใต้ดิน

metrology (มิทรอล' ละจี) *n.* วิทยาศาสตร์หรือระบบของน้ำหนักและการวัด **-metrologist** *n.* **-metrological** *adj.* **-metrologically** *adv.*

metronome (เม' ทระโนม) *n.* เครื่องมือทำจังหวะ(โดยเฉพาะในการช่วยฝึกดนตรี) **-metronomic** *adj.*

metronome

metropolis (มะทรอพ' พะลิส) *n., pl.* **-lises** เมืองเอก, เมืองขนาดใหญ่, นครหลวง, เมืองที่เป็นศูนย์การค้าหรืออื่นๆ

metropolitan (เมโทรพอล' ลิเทิน, -ทระ-) *adj.* เกี่ยวกับเมืองเอก (เมืองขนาดใหญ่ นครหลวง เมืองศูนย์กลางการค้าหรืออื่นๆ) *-n.* ผู้อาศัยอยู่ในเมืองใหญ่

-metry คำปัจจัย มีความหมายว่า การวัด

mettle (เมท' เทิล) *n.* อารมณ์เฉพาะ, ใจ, ความกล้าหาญ, น้ำใสใจคอ **-on one's mettle** ซึ่งอยู่ในสภาวะที่ถูกกระตุ้นให้กระทำให้ดีที่สุด

mettlesome (เมท' เทิลเซิม) *adj.* กล้าหาญ, มีอารมณ์ (-S. mettled)

MeV ย่อจาก million electron volts

mew[1] (มิว) *n.* เสียงแมวร้อง *-vi.* ทำเสียงดังกล่าว

mew[2] (มิว) *n.* นกนางนวลทะเล (โดยเฉพาะจำพวก *Larus canus)*

Mexican (เมค' ซิเคิน) *adj.* เกี่ยวกับเม็กซิโก *-n.* ชาวเม็กซิโก

Mexico (เมค' ซิโค) เม็กซิโก เป็นประเทศสาธารณรัฐในตอนใต้ของทวีปอเมริกาเหนือมีเมืองหลวงชื่อ Mexico City, ชื่อรัฐในเม็กซิโกตอนกลาง **-Gulf of Mexico** อ่าวเม็กซิโกของมหาสมุทรแอตแลนติก อยู่ระหว่างสหรัฐอเมริกา คิวบา และเม็กซิโก

mezzanine (เมซฺ' ซะนีน, เมซซะนีน') *n.* ชั้นล่างที่อยู่ระหว่างชั้นหนึ่งกับชั้นสองของตัวตึก,ที่นั่งชั้นต่ำสุดของที่นั่งที่เป็นวงเหนือพื้นขึ้นไป

mezzo (เมท' โซ, เมด' โซ, เมซ' โซ) *adj.* กลาง, ตรงกลาง *-adv.* เสียงระหว่างเสียง soprano กับเสียง contralto
mezzo-soprano (เมซ' โซ ซะพรา' โน, -แพรน'-) *n., pl.* **-nos/-ni** เสียงหรือส่วนของเสียงที่อยู่ระหว่างเสียง soprano กับเสียง contralto, บุคคลที่มีเสียงดังกล่าว *-adj.* เกี่ยวกับหรือเหมาะกับเสียงดังกล่าว
mho (โม) *n.* หน่วยการนำไฟฟ้า
miaow, miaou (เมียว) *n., vi.* เสียงร้องของแมว, ร้องเสียงแมว (-S. meow, meou)
miasma (ไมแอซ' มะ, มี-) *n., pl.* **-mata/-mas** สิ่งที่ปล่อยออกจากพื้นดินที่เมื่อก่อนเชื่อว่าทำให้เกิดโรคระบาดในบริเวณบางส่วนของโลก เช่น ไข้มาลาเรีย สิ่งที่เป็นพิษที่ถูกปล่อยออกจากอินทรียสาร, อำนาจมืด, อิทธิพลร้าย, บรรยากาศที่เป็นพิษ **-miasmic, miasmal, miasmatic** *adj.*
Michigan (มิช' ชิเกิน) ชื่อรัฐในสหรัฐอเมริกา
mickle (มิค' เคิล) *adj., adv., n.* มาก
micro- คำอุปสรรค มีความหมายว่า เล็ก, จิ๋ว (-S. micr-)
microbe (ไม' โครบ) *n.* จุลินทรีย์ **-microbial, microbic** *adj.*
microbiology (ไมโครไบออล' ละจี) *n.* จุลชีววิทยา, วิทยาศาสตร์ที่เกี่ยวกับโครงสร้าง หน้าที่ ประโยชน์และอื่นๆ ของเชื้อจุลินทรีย์ **-microbiological, microbiologic** *adj.* **-microbiologist** *n.*
microchip (ไม' โครชิพ) *n.* ชิ้นซิลิคอนขนาดเล็กที่เก็บแผงวงจรไฟฟ้า
microcircuit (ไม' โครเซอร์คิท) *n.* วงจรจิ๋ว **-microcircuitry** *n.*
microcomputer (ไมโครเคิมพิว' เทอะ) *n.* เครื่องไมโครคอมพิวเตอร์, เครื่องคอมพิวเตอร์ขนาดเล็ก ราคาถูก แต่ก็มีลักษณะของคอมพิวเตอร์อย่างสมบูรณ์ กล่าวคือ ประกอบด้วยส่วนที่เป็นฮาร์ดแวร์ (hardware) และซอฟต์แวร์ (software) ส่วนหน่วยประมวลผลกลางจะประกอบด้วยวงจรเบ็ดเสร็จที่ทำด้วยสารกึ่งตัวนำ (semi conductor) หน่วยความจำมีแรม (RAM) ไว้สำหรับเก็บโปรแกรมและข้อมูลที่จะนำมาใช้เพื่อประมวลผล มีรอม (ROM) ไว้สำหรับเก็บชุดคำสั่งที่ต้องการเก็บถาวร ลักษณะทั่วไปก็จะเป็นเช่นเดียวกับคอมพิวเตอร์ธรรมดา มีความยาวของคำ (word length) ตั้งแต่ 4, 8, 12, 16, 32 บิต ราคาถูกกว่าเครื่องขนาดเมนเฟรม (mainframe) มาก เพราะใช้ส่วนประกอบที่สามารถผลิตได้ง่ายกว่าและผลิตขายได้จำนวนมากกว่า ทำให้ต้นทุนในการผลิตเฉลี่ยน้อยลง นิยมใช้กันทั้งภายในครัวเรือนและธุรกิจขนาดเล็กทั่วๆ ไป
microcopy (ไม' โครคอพพี) *n., pl.* **-copies** ภาพย่อมาก
microcosm (ไม' โครคอซึม) *n.* โลกน้อยๆ, โลกของสิ่งที่มีขนาดเล็กมากๆ, พิภพเล็กๆ, มนุษย์ที่เปรียบเสมือนกับจักรวาล, สิ่งที่เปรียบเหมือนกับพิภพหรือจักรวาล **-microcosmic** *adj.* **-microcosmically** *adv.*
microdot (ไม' โครดอท) *n.* จุดจิ๋ว
microeconomics (ไมโครเอคคะนอม' มิคซ, -อีคะ-) *n. pl.* เศรษฐศาสตร์จุลภาค
microfiche (ไม' โครฟีช) *n., pl.* **-fiche/-fiches** แผ่นฟิล์มขนาดจิ๋ว
microfilm (ไม' โครฟิลฺม) *n.* ฟิล์มจิ๋วที่ใช้ฉายหนังหรือถ่ายภาพโดยลดขนาดภาพที่ถ่ายลงได้มาก *-vt., vi.* ถ่ายฟิล์มจิ๋วดังกล่าว
microgram (ไม' โครแกรม) *n.* หน่วยของมวลในระบบเมตริกที่เท่ากับหนึ่งส่วนล้านกรัม
microgroove (ไม' โครกรูฟว) *n.* ร่องเข็มที่แคบมากของแผ่นจานเสียง
micrometer (ไมครอม' มะเทอะ) *n.* เครื่องมือวัดสิ่งที่มองผ่านทางกล้องจุลทรรศน์, เครื่องมือที่วัดระยะทางมุมหรืออื่นๆ ที่เล็กมาก
microminiature (ไมโครมิ' นีอะเชอร์, -มิ' นิเชอร์) *adj.* ซึ่งมีขนาดเล็กยิ่งยวด
micron (ไม' ครอน) *n., pl.* **-crons/-cra** ความยาวที่เท่ากับหนึ่งในล้านส่วนของหนึ่งเมตรหรือหนึ่งในพันของมิลลิเมตร
Micronesia (ไมคระนี' ซะ, -ชะ) ส่วนหนึ่งของ Oceania ประกอบด้วยหมู่เกาะเล็กๆ ทางเหนือของเส้นศูนย์สูตรและทางตะวันออกของฟิลิปปินส์
microorganism (ไมโครออร์' เกินนิซึม) *n.* เชื้อจุลินทรีย์, สัตว์หรือพืชที่มีขนาดเล็กมากที่มองเห็นด้วยกล้องจุลทรรศน์เท่านั้น
microphone (ไม' คระโฟน) *n.* เครื่องขยายเสียง, เครื่องเปลี่ยนคลื่นเสียงเป็นความเปลี่ยนแปลงของกระแสไฟฟ้าหรือ voltage ใช้ในการบันทึกหรือถ่ายทอดเสียง **-microphonic** *adj.*
microphotograph (ไมโครโฟ' ทะแกรฟ) *n.* ภาพจิ๋ว, ภาพที่ขยายขึ้นจากไมโครฟิล์ม **-microphotographic** *adj.* **-microphotography** *n.*
microprocessor (ไมโครพรอ' เซสเซอร์) *n.* ไมโครโปรเซสเซอร์, ตัวประมวลผลจุลภาค, หน่วยประมวลผลกลาง (CPU) ทั้งหมด ซึ่งประกอบด้วยชิป (chip) ที่มักจะเป็นวงจรเบ็ดเสร็จขนาดใหญ่หรือวีแอลเอสไอ (VLSI) มีหน่วยควบคุม หน่วยคำนวณ รวมอยู่ในชิป (chip) อันเดียวนำมาใช้ในไมโครคอมพิวเตอร์ทำให้คอมพิวเตอร์มีขนาดเล็กลงได้มาก
microscope (ไม' คระสโคพ) *n.* เครื่องจุลทรรศน์
microscopic (ไมคระสคอพ' พิค) *adj.* เล็กจนมองด้วยตาเปล่าไม่เห็น, เล็กมาก, จิ๋ว, เกี่ยวกับกล้องจุลทรรศน์, เกี่ยวกับการใช้กล้องจุลทรรศน์ **-microscopically** *adv.* (-S. microscopical) *-Ex. a microscopic animal or plant*
microscopy (ไมครอส' คะพี) *n.* การใช้กล้องจุลทรรศน์, การส่องด้วยกล้องจุลทรรศน์ **-microscopist** *n.*
Microsoft Windows (ไม' โครซอฟทฺ วิน' โดซ) *n.* ระบบปฏิบัติการแบบกราฟิกที่ผลิตโดยบริษัทไมโครซอฟต์คอร์เปอเรชั่น ทำหน้าที่จัดการวิธีการทำงานของโปรแกรมต่างๆ บนเครื่องคอมพิวเตอร์
microwave (ไม' โครเวฟว) *n.* คลื่นแม่เหล็กไฟฟ้าที่มีความถี่สูงมากที่สุด, เตาอบไมโครเวฟ *-adj.* เกี่ยวกับคลื่นดังกล่าว, เกี่ยวกับเตาอบไมโครเวฟ *-vt.* **-waved, -waving** ทำอาหารด้วยเตาอบดังกล่าว
micturate (มิค' ทยูเรท, -ทะ-) *vi.* **-rated, -rating**

ปัสสาวะ, ขับปัสสาวะ **-micturition** *n.*
mid[1] (มิด) *adj.* ตรงกลาง, ปานกลาง, กลาง, พอประมาณ *-n.* ตำแหน่งกลาง, ตรงกลาง
mid[2] (มิด) *prep.* ตรงกลาง
mid- คำอุปสรรค มีความหมายว่า ตรงกลาง, จุดกลาง, ส่วนกลาง
midair (มิดเออะ') *n.* จุดในอากาศที่ไม่ได้อยู่ใกล้กับพื้นโลก, กลางอากาศ
Midas (ไม' เดิส) *n.* กษัตริย์แห่ง Phrygia ที่สามารถแตะอะไรให้เป็นทองได้ (นิยายกรีกโบราณ)
midday (มิด' เด) *n.* เที่ยงวัน, เที่ยง, กลางวัน *-adj.* เกี่ยวกับตอนเที่ยงวันหรือกลางวัน *-Ex. the midday meal*
midden (มิด' เดิน) *n.* กองขยะ, กองมูลสัตว์
middle (มิด' เดิล) *adj.* กึ่งกลาง, ตอนกลาง, กลาง, ปานกลาง, พอประมาณ *-n.* จุดกลาง, ตอนกลาง, ส่วนกลาง, สื่อกลาง *-vt., vi.* **-dled, -dling** ใส่ไว้ตรงกลาง (-S. median, central)

M

middle age อายุวัยกลางคน (40-65 ปี)
middle-aged (มิด' เดิล เอจดฺ') *adj.* วัยกลางคน (ประมาณ 40-65 ปี), เกี่ยวกับหรือเหมาะกับบุคคลวัยกลางคน
middlebrow (มิด' เดิลบราว) *adj.* ฉลาดปานกลาง *-n.* ผู้ฉลาดปานกลาง
middle class ชนชั้นกลาง **-middle-class** *adj.*
middle ear ส่วนกลางของหู ประกอบด้วยเยื่อแก้วหู กระดูกเล็กๆ ของหูส่วนกลาง ได้แก่ กระดูกค้อน (hammer) โคลน (stirrup) และทั่ง (anvil) หรือ malleus, stapes, incus
Middle East ตะวันออกกลาง เป็นบริเวณตั้งแต่ลิเบียจนถึงอัฟกานิสถานโดยรวมถึงอียิปต์ ซูดาน อิสราเอล จอร์แดน เลบานอน ซีเรีย อิรัก อิหร่าน และประเทศต่างๆ ในคาบสมุทรอาระเบีย
Middle English ภาษาอังกฤษในระหว่างสมัยปี ค.ศ. 1100-1500
middleman (มิด' เดิลแมน) *n., pl.* **-men** คนกลาง, พ่อค้าคนกลาง
middle-of-the-road (มิด' เดิลเอิฟเธอะโรด') *adj.* ปานกลาง, ไม่ชอบความรุนแรง
middle-sized (มิด' เดิลไซซฺดฺ) *adj.* ซึ่งมีขนาดกลาง
middleweight (มิด' เดิลเวท) *n.* บุคคลที่มีน้ำหนักปานกลางหรือน้ำหนักโดยเฉลี่ยของคนทั่วไป, นักมวยหรือคู่ต่อสู้ที่มีน้ำหนัก 147-160 ปอนด์
middling (มิด' ลิง, -ลิน) *adj.* ปานกลาง, ดีพอใช้, ซึ่งมีสุขภาพดีพอใช้ *-adv.* ปานกลาง **-middlings** ผลิตภัณฑ์ที่มีคุณภาพหรือขนาดปานกลาง (-S. medium)
middy (มิด' ดี) *n., pl.* **-dies** เสื้อครึ่งตัวของสตรีที่มีปกคอเสื้อแบบทหารเรือ (-S. middy blouse)

middy blouse

midge (มิจ) *n.* แมลงตัวเล็กๆ ในตระกูล Chironomidae คล้ายยุง
midget (มิด' จิท) *n.* คนแคระ, คนที่ตัวเล็กมาก, สัตว์หรือสิ่งที่เล็กมากกว่าขนาดปกติ *-adj.* แคระ, เล็กมากกว่าขนาดปกติ (-S. dwarf) *-Ex. a midget racing car*
MIDI ย่อจาก Musical Instrument Digital Interface อุปกรณ์ที่ช่วยผสมเสียงดนตรีจากหลายๆ แหล่ง
midi system ระบบ home stereo ขนาดกลาง ประกอบด้วย CD ระบบบันทึกและเล่นเทป วิทยุ amplifier และ speakers
midland (มิด' เลินดฺ) *n.* ส่วนกลางหรือส่วนในของประเทศ *-adj.* เกี่ยวกับบริเวณส่วนกลางหรือส่วนในประเทศ, เกี่ยวกับ Midland **-Midland** ภาษาอังกฤษที่พูดกันในภาคกลางของประเทศอังกฤษ, ภาษาอังกฤษในภาคใต้ของรัฐอิลลินอยส์ อินเดียนา โอไฮโอ เพนซิลวาเนีย นิวเจอร์ซี ภาคตะวันตกของเวอร์จิเนีย เคนตักกี้และภาคตะวันออกของเทนเนสซี *-Ex. The midland plains of Thailand are a great farming district for rice.*
midnight (มิด' ไนทฺ) *n.* เที่ยงคืน, เวลา 24.00 น., ความมืดมาก *-adj.* เกี่ยวกับเที่ยงคืน, คล้ายเที่ยงคืน, มืดมาก **-burn the midnight oil** ทำงานหรือดูหนังสือดึกมาก
midpoint (มิด' พอยนฺทฺ) *n.* จุดกลาง
midrib (มิด' ริบ) *n.* เส้นกึ่งกลางใบ
midriff (มิด' ริฟ) *n.* ภาพวาดส่วนต่างๆ ของร่างกายมนุษย์, กะบังลม, ส่วนกลางของร่างระหว่างทรวงอกกับเอว, เครื่องแต่งกายรัดรูปส่วนดังกล่าว, เครื่องแต่งกายที่เปิดให้เห็นส่วนดังกล่าว *-adj.* เกี่ยวกับเครื่องแต่งกายดังกล่าว
midsection (มิด' เซคชัน) *n.* ส่วนกลาง, ตอนกลาง, กะบังลม
midshipman (มิด' ชิพเมิน, มิดชิพ'-) *n., pl.* **-men** ว่าที่เรือตรี, นักเรียนทำการในกองทัพเรือ, บัณฑิตระดับนายทหารที่จบจากโรงเรียนทหารเรือ
midships (มิด' ชิพซฺ) *adv., adj.* กลางเรือ *-n.* ส่วนกลางของเรือ
midst[1] (มิดสฺทฺ, มิทสฺทฺ) *n.* ส่วนที่อยู่ตรงกลางของกลุ่มคนหรือสิ่งของ, ระยะเวลาของเหตุการณ์ที่เกิดขึ้น, อาณาบริเวณ, แก่นกลาง (-S. interior, middle)
midst[2] (มิดสฺทฺ, มิทสฺทฺ) *prep.* ระหว่างกลาง
midstream (มิด' สตรีม) *n.* กลางลำน้ำ, กลางสายน้ำ, กลางสาย, กลางกระแส
midsummer (มิด' ซัม' เมอะ) *n.* ช่วงกลางฤดูร้อน *-adj.* เกี่ยวกับช่วงกลางฤดูร้อน
midterm (มิด' เทิร์ม) *n.* ช่วงตอนกลางของภาคเรียนหรือชีวิตการทำงาน, การสอบตอนช่วงกลางของภาคเรียน *-adj.* เกิดขึ้นในช่วงระยะเวลาหรือการสอบดังกล่าว
midway (มิด' เว, -เว') *adv., adj.* กึ่งกลาง, ตรงกลาง, ระหว่างกลาง *-n.* สถานที่หรือส่วนที่อยู่ระหว่างกลาง
midweek (มิด' วีค) *n.* กลางสัปดาห์, วันพุธ *-adj.* กับกลางสัปดาห์ **-midweekly** *adj., adv.*
midwife (มิด' ไวฟ) *n., pl.* **-wives** หมอตำแย, นางพยาบาลผดุงครรภ์
midwifery (มิดไวฟฺ' รี, -ฟะรี, มิดวิฟ' รี) *n.* การผดุงครรภ์, การคลอดลูกกลางบ้าน, วิชาผดุงครรภ์
midwinter (มิด' วิน' เทอร์) *n.* ช่วงกลางฤดูหนาว *-adj.* เกี่ยวกับช่วงกลางฤดูหนาว

midyear (มิด' เยียร์) *n.* ช่วงกลางปี, การสอบช่วงกลางปี *-adj.* เกิดขึ้นช่วงกลางปี, เกิดขึ้นช่วงกลางปีการศึกษา

mien (มีน) *n.* ลักษณะ, ท่าทาง

miff (มิฟ) *vt., vi.* รุกราน, ทำให้ขุ่นเคือง, ทำผิด *-n.* การทะเลาะเล็กๆ น้อยๆ

might[1] (ไมทฺ) *n.* อำนาจ, ความสามารถ, ประสิทธิภาพ, กำลังกาย, แรง, อำนาจหรือกำลังที่เหนือกว่า (-S. power, strength, energy)

might[2] (ไมทฺ) *v. aux.* กริยาช่อง 2 ของ may

mignonette (มินยะเนท') *n.* พืชไม้ดอกสีแดงอมเหลืองหรือน้ำตาลจำพวก *Reseda odorata*, สีเขียวอมเหลืองอ่อน *-adj.* เกี่ยวกับพืชดังกล่าว

migraine (ไม' เกรน) *n.* อาการปวดศีรษะข้างเดียว ซึ่งมักมีอาการระคายเคือง คลื่นเหียน อาเจียน ท้องผูกหรือท้องร่วง และมักมีอาการกลัวแสง **-migrainous** *adj.*

migrant (ไม' เกรินทฺ) *adj.* ซึ่งอพยพ, เกี่ยวกับการย้ายถิ่น *-n.* ผู้อพยพไปอยู่ที่อื่น, สัตว์หรือสิ่งที่ย้ายถิ่น (-S. drifter, gypsy)

migrate (ไม' เกรทฺ) *vi.* **-grated, -grating** อพยพ, ย้ายถิ่น, อยู่ไม่เป็นที่ **-migrator** *n.* (-S. journey, move) *-Ex. Ducks and geese migrate southward in the fall.*

migration (ไมเกร' ชัน) *n.* การอพยพ, การย้ายถิ่น, กลุ่มผู้ย้ายถิ่น, กลุ่มสัตว์ที่ย้ายถิ่น, การเคลื่อนที่หรือการเปลี่ยนของอะตอมภายในโมเลกุล, การเคลื่อนผ่านผนังเส้นเลือดของเม็ดเลือดขาว **-migrational** *adj.* (-S. journey, voyage)

migratory (ไม' กระทอรี) *adj.* ซึ่งย้ายถิ่น, ซึ่งอพยพ, ร่อนเร่, พเนจร (-S. unsettled, itinerant, transient)

mikado (มิคา' โด) *n., pl.* **-dos** ตำแหน่งจักรพรรดิในสมัยก่อนของญี่ปุ่น

mike (ไมคฺ) *n.* เครื่องกระจายเสียง *-vt.* **miked, miking** อัดหรือขยายเสียงโดยใช้เครื่องกระจายเสียง

mil (มิล) *n.* หน่วยความยาวที่เท่ากับ 0.001 นิ้ว ใช้วัดเส้นผ่าศูนย์กลางของเส้นลวด, หนึ่งมิลลิลิตร, หนึ่งลูกบาศก์เซนติเมตร, หน่วยวัดมุมที่เท่ากับมุมที่ปิดโดย 1/6400 ส่วนของเส้นรอบวง

milady, miladi (มิเล' ดี) *n., pl.* **-dies** หญิงสูงศักดิ์ชาวอังกฤษ, หญิงที่มีรสนิยมสูง, คุณหญิง, ท่านผู้หญิง

milage (ไม' ลิจฺ) *n.* ดู mileage

mild (ไมลฺดฺ) *adj.* อ่อน, อ่อนโยน, เบา, ไม่รุนแรง, ไม่มากเกินไป, ไม่ฉุน, ไม่เผ็ด, ไม่แรง, เมตตา, กรุณา **-mildly** *adv.* **-mildness** *n.*

milden (ไมลฺ' เดิน) *vt., vi.* ทำให้อ่อน, กลายเป็นอ่อน, ทำให้เบาบาง, กลายเป็นเบาบาง

mildew (มิล' ดิว, -ดู) *n.* โรคเชื้อราชนิดหนึ่งที่เป็นกับพืช เป็นชั้นสีขาวคล้ายนุ่นบนผิวหน้า, เชื้อราดังกล่าว, ผิวหน้าสีขาวหรือที่เปลี่ยนสีเนื่องจากเชื้อรา *-vt., vi.* ทำให้เป็นโรคเชื้อราดังกล่าว, เป็นโรคเชื้อราดังกล่าว **-mildewy** *adj.* *-Ex. The dampness at the seashore mildewed some of my papers.*

mile (ไมลฺ) *n., pl.* **miles/mile** ไมล์, ระยะทางที่เท่ากับ 5,280 ฟุตหรือ 1,760 หลา หรือ 1.6097 กิโลเมตร ย่อว่า mi.

mileage (ไม' ลิจฺ) *n.* ระยะทางเป็นไมล์ที่ไปในระยะเวลาหนึ่ง, ระยะทางนับเป็นไมล์, ค่าเดินทางที่คิดเป็นจำนวนเงินต่อหนึ่งไมล์, ค่าขนส่งที่คิดเป็นจำนวนเงินต่อหนึ่งไมล์, จำนวนไมล์ที่รถสามารถวิ่งไปได้ต่อเชื้อเพลิงปริมาณหนึ่ง (-S. milage)

milepost (ไมลฺ' โพสทฺ) *n.* หลักไมล์ตามข้างทาง

miler (ไม' เลอะ) *n.* ผู้เข้าวิ่งแข่งในระยะทางหนึ่งไมล์, นักวิ่งระยะทางหนึ่งไมล์

milestone (ไมลฺ' สโตน) *n.* หลักไมล์, เหตุการณ์สำคัญในชีวิตหรือประวัติศาสตร์

milieu (มีลยู', มีล' ยู) *n., pl.* **-lieus/-lieux** สิ่งแวดล้อม, สื่อ, ภาวะ, สภาพ

militant (มิล' ลิเทินทฺ) *adj.* บุกรุก, เข้มแข็ง, กระฉับกระเฉง, เกี่ยวกับการทำสงคราม *-n.* ผู้ทำสงคราม **-militancy** *n.* **-militantly** *adv.*

militarism (มิล' ละทะริซึม) *n.* จิตใจเข้มแข็งของการเป็นทหาร, ลัทธินิยมการพร้อมรบ, ลัทธินิยมการจัดให้มีกำลังทางทหารที่เข้มแข็งและมีมาก, ลัทธิทหาร **-militarist** *n.* **-militaristic** *adj.*

militarize (มิล' ลิทะไรซฺ) *vt.* **-rized, -rizing** จัดให้มีกำลังทางทหาร อาวุธและสัมภาระต่างๆ, ทำให้มีจิตใจทางทหาร **-militarization** *n.*

military (มิล' ละเทอรี) *adj.* ทางทหาร, เกี่ยวกับทหาร, กำลังทหาร, เรื่องราวของสงครามหรือภาวะแห่งสงคราม, เหมาะกับทหาร, เกี่ยวกับชีวิตของทหาร **-the military** กำลังทางทหาร, สภาพทางทหาร **-militarily** *adv.* (-S. martial, soldierly)

militate (มิล' ละเทท) *vi.* **-tated, -tating** กระทำทางทหาร, ต่อสู้, ตอบโต้, รบ, ยืนหยัด

militia (มะลิช' ชะ) *n.* กลุ่มทหารกองหนุน, ชายที่อยู่ในระหว่างเข้าประจำการทหาร, กลุ่มทหารพลเรือน (ต่างจากทหารอาชีพ) **-militiaman** *n.*

milk (มิลคฺ) *n.* น้ำนม, ของเหลวที่คล้ายน้ำนม (เช่นน้ำมะพร้าว) *-vt.* รีดน้ำนม, รีด, ปอก, ปั่นทอน *-vi.* ให้น้ำนม **-cry over spilt milk** เสียใจต่อสิ่งที่ล่วงเลยไปแล้ว (-S. tap, extract)

milker (มิล' เคอะ) *n.* คนรีดนม, เครื่องรีดนม, วัวหรือสัตว์ที่ให้นม

milkmaid (มิลคฺ' เมด) *n.* หญิงรีดนมวัว, หญิงที่ทำงานในโรงรีดนม

milkman (มิลคฺ' แมน) *n., pl.* **-men** ชายผู้ขายหรือส่งนม

milk of magnesia ยาน้ำแมกนีเซียมไฮดรอกไซด์ เป็นยาลดกรดและยาระบาย, $Mg(OH)_2$

milkshake (มิลคฺ' เชค) *n.* เครื่องดื่มที่ประกอบด้วยนมเย็นและไอศกรีมที่เขย่าหรือปั่นให้เข้ากันด้วยเครื่อง

milksop (มิลคฺ' ซอพ) *n.* ชายที่มีลักษณะท่าทางคล้ายหญิงหรืออ่อนแอ

milk tooth ฟันน้ำนม

milkweed (มิลคฺ' วีด) *n.* พืชที่ให้น้ำยางสีขาวหรือใบ (โดยเฉพาะจำพวก *Asclepias*)

milky (มิล' คี) *adj.* **milkier, milkiest** เกี่ยวกับหรือคล้ายนม, มีสีขาว, ให้น้ำนมมาก, เชื่อง, ถ่อมตัว, ซีด

M

Milky Way ทางช้างเผือกบนท้องฟ้า ประกอบด้วยดาวจำนวนมากมายจนนับไม่ถ้วนและอยู่ไกลมากจนไม่สามารถเห็นด้วยตาเปล่าได้ชัด เป็นกาแล็กซีที่รวมทั้งสุริยจักรวาลเข้าไปด้วย

mill[1] (มิล) *n.* โรงเครื่องจักรเครื่องกล, โรงงานโรงสี, โรงโม่, โรงบดวัตถุ, เครื่องบด, โรงประกอบหัตถกรรม, หน่วยงานที่ผลิตสิ่งใดๆ ขึ้นเป็นจำนวนมาก *-vt.* บด, โม่, ทำขอบให้เป็นหยักหรือเป็นร่อง, ต่อสู้, เอาชนะ, ตี, ชก, ต่อย *-vi.* เคลื่อนไหวอย่างช้าๆ เป็นวงกลมหรืออย่างชุลมุน **-through the mill** ผ่านความยากลำบาก (**-S.** shop, factory, plant)

mill[2] (มิล) *n.* หน่วยเงินตราที่เท่ากับ 0.001 ดอลลาร์, $\frac{1}{10}$ เซนต์ ใช้ในการคำนวณ

millage (มิล' ลิจ) *n.* อัตราภาษีที่คิดเป็น mill ต่อดอลลาร์

millennium (มิเลน' เนียม) *n., pl.* **-niums/-nia** ระยะเวลาหนึ่งพันปี, การฉลองครบรอบ 1,000 ปี, ระยะเวลา 1,000 ปี ที่พระเยซูคริสต์จะปกครองโลก (ตามพระคัมภีร์ไบเบิล), ระยะเวลาแห่งความถูกต้องและความสุข **-millennial** *adj.* **-millennialism** *n.* **-millennialist** *n.*

millepede (มิล' ละพีด) *n.* กิ้งกือ

millepore (มิล' ละพอร์) *n.* hydrozoan จำพวกหนึ่งที่มีผิวหน้าเรียบและมีรูมาก

millesimal (มิเลส' ซะเมิล) *adj.* หนึ่งในพัน *-n.* ที่พัน

millet (มิล' ลิท) *n.* ข้าวจำพวก *Panicum miliaceum* มีเมล็ดเล็ก ใช้เป็นอาหารคน นกหรือสัตว์เลี้ยงอื่นๆ, ข้าวเดือย, ข้าวฟ่าง, เมล็ดของพืชดังกล่าว

milli- คำอุปสรรค มีความหมายว่า หนึ่งในพัน

milliampere (มิลลีแอม' เพียร์) *n.* หนึ่งในพันส่วนของหนึ่งแอมแปร์

milliard (มิล' เยิร์ด, -ยาร์ด) *n.* หนึ่งพันล้าน ปัจจุบันมักใช้ billion

milligram (มิล' ลิแกรม) *n.* $\frac{1}{1,000}$ กรัม; 0.0154 grain, ย่อว่า mg

milliliter, millilitre (มิล' ลิลีเทอะ) *n.* $\frac{1}{1,000}$ ลิตร; 0.338 fluid ounce, ย่อว่า ml

millimeter, millimetre (มิล' ลิมีเทอะ) *n.* $\frac{1}{1,000}$ เมตร; 0.03937 นิ้ว, ย่อว่า mm

milliner (มิล' ลิเนอะ) *n.* ช่างออกแบบทำหรือขายหมวกผู้หญิง

millinery (มิล' ลิเนอรี) *n.* หมวกผู้หญิงและสินค้าจำพวกหมวกผู้หญิง, โรงงานทำหมวกผู้หญิง, ร้านขายหมวกผู้หญิง

milling (มิล' ลิง) *n.* การสีข้าว, การโม่แป้ง, การบด, การทำขอบที่เป็นร่องของเหรียญ, การเคลื่อนไหวเป็นวงกลมหรืออย่างชุลมุน

million (มิล' เยิน) *n.* หนึ่งล้าน, จำนวนมาก *-adj.* จำนวนหนึ่งล้านที่เป็นตัวเลข

millionaire (มิลยะแนร์') *n.* เศรษฐีเงินล้าน, บุคคลที่รวยมาก

millionth (มิล' เยินธฺ) *adj.* ที่ล้าน, หนึ่งในล้านส่วนที่เท่ากัน *-n.* ที่ล้าน, หนึ่งในล้านส่วนที่เท่ากัน

millipede (มิล' ลิพีด) *n.* กิ้งกือ, สัตว์ประเภท Diplopoda

millisecond (มิล' ลิเซคเคินดฺ) *n.* หนึ่งในพันของหนึ่งวินาที

millstone (มิล' สโทน) *n.* แผ่นหินกลมและหนาของโม่หิน, ภาวะที่หนัก, เรื่องหนักอก

millstream (มิล' สทรีม) *n.* กระแสน้ำที่ไหลเข้าหากังหันน้ำ

millwork (มิล' เวิร์ค) *n.* งานช่างไม้จากโรงงาน, งานในโรงงาน, งานช่างไม้สำเร็จรูป **-millworker** *n.*

millwright (มิล' ไรทฺ) *n.* ช่างทำเครื่องบดวัตถุ, ช่างโรงงานประกอบหัตถกรรม

milord (มิลอร์ด') *n.* ชายสูงศักดิ์ชาวอังกฤษ

milquetoast (มิลคฺ' โทสทฺ) *n.* คนขี้ขลาด, คนที่ถูกขู่ขวัญได้ง่าย, คนขี้ปอด

milt (มิลทฺ) *n.* น้ำคัดหลั่งจากอวัยวะเพศของปลา, อวัยวะเพศดังกล่าว **-milter** *n.*

mime (ไมม) *n.* ศิลปะหรือเทคนิคการแสดงท่าทางแทนคำพูด, ละครใบ้, โขน, การแสดงท่าทางล้อเลียน, ละครล้อเลียนของกรีกโบราณ, ผู้แสดงท่าทางหรือละครดังกล่าว *-v.* **mimed, miming** *-vt.* ล้อเลียน, แสดงล้อเลียน, จำลอง *-vi.* แสดงละครใบ้ **-mimer** *n.*

mimeograph (มิม' มีอะแกรฟ) *n.* เครื่องอัดสำเนาด้วยกระดาษไข *-vt.* อัดสำเนาด้วยกระดาษไขบนเครื่องอัดสำเนา

mimesis (มิมี' ซิส, ไม-) *n.* การจำลอง, การอัดสำเนา

mimetic (มิเมท' ทิค, ไม-) *adj.* ซึ่งล้อเลียน, เป็นการล้อเลียน, จำลอง **-mimetically** *adv.*

mimic (มิม' มิค) *vt.* **mimicked, mimicking** ล้อเลียน, ล้อ, จำลอง *-n.* นักล้อเลียน, สิ่งที่ล้อเลียนสิ่งอื่น, คนเลียนแบบ, นักแสดงละครล้อเลียน *-adj.* เป็นการล้อเลียน, มักล้อเลียน, เป็นการเลียนแบบ **-mimicker** *n.* (**-S.** imitate, copy, imitator) *-Ex. the mimic habits of a monkey, a mimic battle*

mimicry (มิม' มิครี) *n., pl.* **-ries** การล้อเลียน, ความคล้ายกันอย่างมาก

mimosa (มิโม' ซะ, ไม-, -ซะ) *n.* พืชเขตร้อนจำพวกหนึ่งที่มีดอกเล็ก *-adj.* เกี่ยวกับพืชดังกล่าว

min. ย่อจาก minimum อย่างน้อยที่สุด, minor ส่วนน้อย, minute นาที, minister รัฐมนตรี, ministry กระทรวง

minaret (มินนะเรท', มิน' นะเรท) *n.* หอสูงชะลูดที่ติดกับสุเหร่ามุสลิม เป็นที่ซึ่งมีการร้องแจ้งเวลาสวดมนต์

minatory (มิน' นะทอรี) *adj.* คุกคาม, ขู่เข็ญ, ข่มขู่, เป็นลางร้าย

mince (มินซฺ) *v.* **minced, mincing** *-vt.* สับละเอียด, ตัดออกเป็นชิ้นๆ ที่เล็กมาก, ลดเสียง, พูดเสียงอ่อนลง *-vi.* เดินด้วยก้าวสั้นๆ อย่างนุ่มนวล, พูดหรือประพฤติอย่างมีมารยาท *-n.* สิ่งที่สับละเอียด, ขนมสับ, เนื้อสับ **-not mince matters** พูดอย่างตรงไปตรงมา **-mincer** *n.* *-Ex. Mother minced the onion., Pigeons mince along the pavement., a mince pie*

mincemeat (มินซฺ' มีท) *n.* แอปเปิลสับผสมเนื้อลูกเกดและอื่นๆ, เนื้อสับ

mince pie ขนมพายไส้เนื้อสับ

M

mincing (มิน' ซิง) *adj.* งดงาม, นุ่มนวล, มีมารยาท **-mincingly** *adv.*

mind (ไมนฺดฺ) *n.* จิต, ใจ, จิตใจ, จริต, ความคิด, ความสามารถในการเข้าใจ, ปัญญา, เหตุผล, ข้อคิดเห็น, ความตั้งใจ, สติสัมปชัญญะ, ความจำ, การระลึกถึงความตายของคนอื่นๆ *-vt.* ใส่ใจ, สนใจ, ระวัง, เชื่อฟัง, ดูแล, เป็นห่วง, คัดค้าน, สังเกต, จำได้ *-vi.* เชื่อฟัง, สังเกต, เข้าใจ, ระวัง, เป็นห่วง **-bear/keep in mind** จำ **-have a good/great mind to** ชอบ **-make up one's mind** ตัดสินใจ **-out of one's mind** บ้า, วิกลจริต **-never mind** ไม่เป็นไร *-Ex. His mind was filled with sad thoughts., a cultivated mind, to call to mind, to bear in mind, an open mind, to speak one's mind, to know one's mind, to change one's mind, in a good (bad) state of mind, peace of mind, in his right mind, out of his mind, Don't mind me!, Mind the step!, Mind the baby., Do you (would you) mind if I smoke?, I do not mind what you do., Never mind!, absent-minded*

minded (ไมนฺ' ดิด) *adj.* ใส่ใจ, โน้มเอียง, โน้มน้าว, มีใจเอนเอียง (-S. inclined, disposed)

mindful (ไมนฺดฺ' เฟิล) *adj.* สนใจ, ใส่ใจ **-mindfully** *adv.* **-mindfulness** *n.* (-S. careful) *-Ex. Father was always mindful of the needs and feelings of his family.*

mindless (ไมนฺดฺ' ลิส) *adj.* ไร้เหตุผล, สะเพร่า, เลินเล่อ, ไม่ระวัง, โง่ **-mindlessly** *adv.* **-mindlessness** *n.*

mind's eye มโนภาพ, การนึกไปเอง

mine[1] (ไมนฺ) *pron.* ของฉัน, ซึ่งเป็นของฉัน

mine[2] (ไมนฺ) *n.* เหมือง, เหมืองแร่, บ่อแร่, แหล่งที่อุดมสมบูรณ์, ทุ่นระเบิด, ระเบิดที่ซ่อนไว้ *-vi., vt.* **mined, mining** ขุด, ขุดแร่, ขุดใต้ดิน, ทำทาง, โจมตี, ทำลายหรือทำให้เสื่อมเสียโดยวิธีลับหรือวิธีช้าๆ, วางทุ่นระเบิด *-Ex. coal mine*

minefield (ไมนฺ' ฟีลดฺ) *n.* บริเวณที่มีทุ่นระเบิด

minelayer (ไมนฺ' เลเออะ) *n.* เรือวางทุ่นระเบิด

miner (ไม' เนอะ) *n.* ผู้ทำงานในเหมือง, ผู้วางทุ่นระเบิด

mineral (มิน' เนอเริล, มิน' เริล) *n.* แร่, ชั้นแร่ *-adj.* เกี่ยวกับแร่, เกี่ยวกับถ่านหิน, ซึ่งประกอบด้วยแร่, ซึ่งประกอบด้วยถ่านหิน **-minerals** น้ำแร่, น้ำโซดา *-Ex. Chiangmai has rich mineral deposits.*

mineralogy (มินนะแรล' ละจี) *n.* แร่วิทยา, วิทยาศาสตร์หรือการศึกษาเกี่ยวกับแร่ **-mineralogist** *n.* **-mineralogical** *adj.* **-mineralogically** *adv.*

mineral spring น้ำแร่ตามธรรมชาติ

mineral water น้ำละลายเกลือแร่หรือก๊าซ (โดยเฉพาะเพื่อใช้เป็นยา)

minestrone (มินนะสโตร' นี) *n.* ซุปผักและไก่ (หรือเนื้อ) ผสมชิ้น pasta เล็กๆ

minesweeper (ไมนฺ' สวีเพอะ) *n.* เรือกวาดทุ่นระเบิด

Ming (มิง) ชื่อราชวงศ์ของจีน (ค.ศ. 1368-1644) เป็นยุคที่มีความเจริญทางศิลปะมาก (โดยเฉพาะเครื่องเคลือบดินเผา สิ่งทอและภาพเขียน)

mingle (มิง' เกิล) *v.* **-gled, -gling** *-vi.* ผสม, ปนกัน, รวมกัน, ประสาน, เข้าร่วม *-vt.* ผสม, ทำให้เข้าร่วม, เกิดขึ้นจากการผสมผสาน **-mingler** *n.* (-S. blend, mix, combine) *-Ex. The waters of the Mae Ping and Mae Wung rivers mingle at Nakornsawun., The soldiers were forbidden to mingle with their prisoners.*

mini- คำอุปสรรค มีความหมายว่า (กระโปรง) สั้นมาก, สิ่งที่เล็กกว่าปกติ

miniature (มิน' นีอะเชอะ, มิน' นิเชอะ) *n.* รูปเล็ก, ภาพเล็ก, แบบที่ย่อส่วนลงมาก, ภาพเขียนที่เล็กมาก, ศิลปะการเขียนภาพเล็กมาก *-adj.* ซึ่งย่อส่วนลงมาก, ลดลง **-in miniature** ขนาดที่ย่อส่วนลงมาก **-miniaturist** *n.* (-S. small, diminutive, little) *-Ex. a set of miniature furniture, Inside Somsri's locket is a miniature of Grandmother as a young girl.*

miniaturize (มิน' นีอะเชอะไรซฺ, มิน' นิเชอะไรซฺ) *vt.* **-ized, -izing** ผลิตขนาดที่ย่อลงมาก **-miniaturization** *n.*

Mini Disc แผ่นซีดี (CD) เล็ก

minim (มิน' นิม) *n.* หน่วยความจุของเหลวที่น้อยที่สุด มีค่าเท่ากับ $^{1}/_{60}$ fluid dram หรือประมาณหนึ่งหยด, จำนวนเล็กน้อย *-adj.* เล็กที่สุด, เล็กมาก (-S. smallest)

minima (มิน' นิมะ) *n.* พหูพจน์ของ minimum

minimal (มิน' นิเมิล) *adj* น้อยที่สุด, ซึ่งมีค่าน้อยที่สุด, ซึ่งเป็นไปได้น้อยที่สุด, เล็กที่สุด **-minimally** *adv.* (-S. least)

minimize (มิน' นะไมซฺ) *vt.* **-mized, -mizing** ลดขนาดลงให้มากที่สุด, ทำให้มีค่าน้อยลง, ดูถูก **-minimization** *n.* **-minimizer** *n.* (-S. reduce, belittle -A. increase)

minimum (มิน' นะเมิม) *n., pl.* **-mums/-ma** จำนวนน้อยที่สุด, ค่าที่น้อยที่สุด *-adj.* น้อยที่สุด (-S. least, lowest)

mining (ไม' นิง) *n.* การทำเหมือง, การวางทุ่นระเบิด

minion (มิน' เยิน) *n.* ลูกมือ, คนรับใช้, สมุนรับใช้บุคคลที่เป็นที่เคารพยกย่องอย่างมาก, ข้าราชการผู้น้อย

miniscule (มิน' นิสคิล) ดู minuscule

miniseries, mini-series (มิน' นีซีรีซฺ) *n., pl.* **-ries** ละครชุดทางโทรทัศน์

miniskirt (มิน' นีสเคิร์ทฺ) *n.* กระโปรงสั้นมาก (โดยเฉพาะที่อยู่เหนือเข่าตั้งแต่ 3 นิ้วขึ้นไป)

ministate (มิน' นีสเทท) *n.* รัฐอิสระเล็กๆ

minister (มิน' นิสเทอะ) *n.* พระ, รัฐมนตรี, ผู้รับใช้, ผู้รับใช้พระผู้เป็นเจ้า *-vi.* ทำหน้าที่เป็นพระ, ช่วยเหลือ, รับใช้, ทำให้เกิดขึ้น *-vt.* จัดการ, จัดให้มี (-S. parson, priest, preacher)

ministerial (มินนิสเทีย' เรียล) *adj.* เกี่ยวกับพระ, เกี่ยวกับรัฐมนตรี, เกี่ยวกับการรับใช้, เป็นเครื่องมือ **-ministerially** *adv.*

ministrant (มิน' นิสเทรินทฺ) *adj.* ซึ่งช่วยเหลือ, ซึ่งจัดการ *-n.* ผู้ช่วยเหลือ, ผู้จัดการ

ministration (มินนิสเทร' ชัน) *n.* การให้ความช่วยเหลือ, การทำหน้าที่เป็นพระ, การจัดการ **-ministrative** *adj.*

ministry (มิน' นิสทรี) *n., pl.* **-tries** กระทรวง, คณะรัฐมนตรี, คณะสงฆ์, การบริการ, การช่วยเหลือ

mink (มิงคฺ) *n., pl.* **minks/mink** สัตว์คล้ายนากจำพวก *Mustela vison,* ขนของสัตว์ดังกล่าว, เครื่องแต่งกายที่

ทำจากขนสัตว์ดังกล่าว
minnow (มิน' โน) *n., pl.* **-nows/-now** ปลาน้ำจืดขนาดเล็กที่มักใช้เป็นเหยื่อ (-S. minny)
minor (ไม' เนอะ) *adj.* น้อย, เกี่ยวกับผู้เยาว์, เกี่ยวกับชนหมู่น้อย *-n.* ผู้เยาว์, ผู้มีการศึกษาน้อย, ชนหมู่น้อย, วิชารอง (เสริมหรือรองจากวิชาเอก) *-vi.* เลือกวิชารอง (-S. subordinate)
minority (ไมนอ' ระที, มิ-, -นาร์'-) *n., pl.* **-ties** ชนหมู่น้อย, กลุ่มที่น้อยกว่า, กลุ่มสมาชิกรัฐสภาที่มีเสียงข้างน้อย, ความเป็นผู้เยาว์ (-S. childhood, infancy) *-Ex. minority areas, to be in the minority, a minority of the votes cast in the election, a minority opinion, a minority group*
minster (มิน' สเทอะ) *n.* โบสถ์, โบสถ์สำคัญ
minstrel (มิน' สเทริล) *n.* นักดนตรีในยุคกลางผู้ที่ร้องเพลงหรือท่องบทกวีไปด้วย, นักดนตรี, นักร้อง, นักกวี, ตัวตลกที่ร้องเพลงด้วย *-Ex. A band of minstrels amused the king and queen.*
minstrelsy (มิน' สเทริลซี) *n., pl.* **-sies** ศิลปะหรือการแสดงของ minstrel, เพลงที่ร้อง การเต้นรำและการแสดงอื่นๆ ของ minstrel
mint[1] (มินทฺ) *n.* ต้นมินต์ *Mentha*, พืชจำพวกสะระแหน่, พืชในตระกูลมินต์, ขนมรสมินต์ *-adj.* เกี่ยวกับพืชดังกล่าว
mint[2] (มินทฺ) *n.* โรงกษาปณ์, จำนวนมาก *-adj.* ไม่ได้ใช้, ไม่ได้ประทับตรา *-vt.* ทำให้เป็นเหรียญเงินตรา, สร้างขึ้น, ทำขึ้น **-minter** *n. -Ex. Many pennies are minted in London., Pennies are made at the mint., Udom made a mint of money from his business.*
mintage (มิน' ทิจ) *n.* การทำเหรียญกษาปณ์, การทำขึ้น, เงินที่ทำขึ้น, คนทำเหรียญกษาปณ์
minuend (มิน' ยูเอนดฺ) *n.* เลขตัวตั้งที่ถูกลบ
minuet (มินยูเอท') *n.* การเต้นรำสามจังหวะอย่างช้าในสมัยศตวรรษที่ 17, ดนตรีประกอบการเต้นรำดังกล่าว
minus (ไม' เนิส) *prep.* ลบ, ลบออก, ปราศจาก, ไร้ *-adj.* เกี่ยวกับการลบ, เป็นลบ *-n.* เครื่องหมายลบ, จำนวนลบ, การขาดแคลน, การสูญเสีย
minuscule (มินัส' คิยูล, มิน' นิสคิยูล) *adj.* เล็กมาก, จิ๋ว, เล็ก *-n.* ตัวอักษรที่เล็กมาก **-minuscular** *adj.*
minus sign เครื่องหมาย (-), เครื่องหมาย 'ลบ'
minute[1] (มิน' นิท) *n.* นาที, ระยะเวลาอันสั้น, การสรุป, บันทึกความจำ *-vt.* **-uted, -uting** จับเวลาเป็นนาที, บันทึกเป็นนาที **-minutes** รายงานการประชุม **-up to the minute** ทันสมัย **-the minute (that)** ทันทีที่ (-S. instant, moment, flash) *-Ex.the minute hand, Wait a minute., Half a minute!, In a minute., I'll do it this minute., The minute (that) I see him.*
minute[2] (ไมนิวทฺ', -นูท', มิ-) *adj.* เล็กมาก, เล็กน้อยมาก, ไม่สำคัญ, สำคัญเล็กน้อย, เป็นเรื่องขี้ปะติ๋ว, เกี่ยวกับรายละเอียดเล็กๆ น้อยๆ **-minuteness** *n.* (-S. fine, little, slender)
minute hand เข็มบอกนาทีของนาฬิกา
minutely[1] (มิน' นิทลี) *adj.* ทุกนาที, เกิดขึ้นทุกนาที *-adv.* ทุกนาที, บ่อยหรือต่อเนื่อง
minutely[2] (ไมนิว' ลี, -นูท'-, มิ-) *adv.* อย่างละเอียด, ในรายละเอียด
Minuteman, minuteman (มิน' นิทแมน) *n., pl.* **-men** ทหารกองหนุนของอเมริกาในสมัยทำสงครามกับอังกฤษ
minutiae (มินู' ชีอี, -นิว'-, -ชีไอ) *n. pl.* รายละเอียดเล็กๆ น้อยๆ, เรื่องเล็กๆ น้อยๆ
minx (มิงคฺซฺ) *n.* หญิงแพศยา, หญิงกล้า, หญิงทะเล้น, หญิงจัดจ้าน
Miocene (ไม' โอซีน, ไม' อะ-) *adj.* เกี่ยวกับช่วง Tertiary ของยุค Cenozoic ของประวัติศาสตร์โลกที่เริ่มมีสัตว์เล็มหญ้าเกิดขึ้น
miracle (มิ' ระเคิล) *n.* เรื่องอัศจรรย์, ความอัศจรรย์ (-S. wonder, marvel) *-Ex. If the water in a river suddenly turned uphill; it would be a miracle., It was a miracle that no one was hurt in the wreck.*
miracle play ละครยุคกลางที่แสดงเกี่ยวกับเรื่องราวในพระคัมภีร์
miraculous (มิแรค' คิวเลิส, -ยะ-) *adj.* อัศจรรย์, ปาฏิหาริย์, อภินิหาร, อาเพศ **-miraculously** *adv.* **-miraculousness** *n.* (-S. prodigious, wonderful, remarkable) *-Ex. Radio is one of the miraculous inventions of our time.*
mirage (มิราจ') *n.* สิ่งลวงตา, ภาพลวงตา (เช่น เห็นเป็นเงาปรากฏบนอากาศเหนือทะเลทรายในระยะไกล) (-S. illusion, phantasm)
mire (ไม' เออะ) *n.* บึง, หนอง, ตม, โคลน, เลน, หล่ม, ปลัก *-v.* **mired, miring** *-vt.* ทำให้ติดหล่ม, พัวพันกับสิ่งยุ่งยาก, ทำให้เปื้อนเปรอะ *-vi.* ติดหล่ม (-S. mud, bog) *-Ex. Father's car got stuck in the deep mire.*
mirk (เมิร์ค) *n.* ดู murk **-mirky** *adj.*
mirror (มิ' เรอะ) *n.* กระจก, ผิวหน้าสะท้อนแสง, สิ่งที่เป็นตัวแทนที่แท้จริง, แบบแผนของการเลียนแบบ *-vt.* สะท้อนแสง, เป็นตัวแทนที่แท้จริง, ส่อง, ส่องเป็นเงา (-S. glass)
mirror image ภาพบนกระจก, ภาพกระจก
mirth (เมิร์ธ) *n.* ความรื่นเริง, ความเบิกบานใจ, การสรวลเสเฮฮา **-mirthful** *adj.* **-mirthfully** *adv.* **-mirthfulness** *n.* **-mirthless** *adj. -Ex. New Year is a time for generosity and mirth.*
MIRV (เมอร์ฟ) *n., pl.* **-MIRV's** จรวดขีปนาวุธติดหัวรบนิวเคลียร์หลายลูก ซึ่งแต่ละลูกสามารถยิงไปยังเป้าหมายต่างๆ กัน ย่อจาก m(ultiple) i(ndependently targeted) r(eentry) v(ehicle) *-vt.* MIRVed, MIRVing ติดหัวรบดังกล่าว **-MIRVed** *adj.*
miry (ไม' รี) *adj.* **mirier, miriest** เป็นลุ่ม, เป็นหนอง, เป็นหล่ม, เป็นโคลน (-S. muddy)
mis- คำอุปสรรค มีความหมายว่า ไม่สบาย, ผิด *-Ex. a misdeed, to misspell, to mistreat*
misadventure (มิสเอิดเวน' เชอะ) *n.* โชคไม่ดี, โชคร้าย (-S. mishap, misfortune) *-Ex. death by misadventure, They had several misadventures on the trip.*
misalliance (มิสอะไล' เอินซฺ) *n.* ความสัมพันธ์ที่

M

misanthrope 561 **misfit**

ไม่เหมาะสม, การเกี่ยวดองกันที่ไม่เหมาะสม

misanthrope (มิส' เซินโธรพ, มิซ'-) *n.* ผู้เกลียดมนุษย์ **-misanthropic, misanthropical** *adj.* **-misanthropically** *adv.* (-S. misanthropist)

misanthropy (มิสแอน' ธระพี, มิแซน'-) *n.* ความเกลียดชังมนุษย์, ความไม่ชอบหรือไม่ไว้วางใจมนุษย์

misapprehend (มิสแอพรีเฮนดฺ') *vt.* เข้าใจผิด **-misapprehension** *n.*

misappropriate (มิสอะโพร' พรีเอท) *vt.* **-ated, -ating** ใช้ในทางที่ผิด, ยักยอก **-misappropriation** *n.* (-S. misapply, embezzle, steal)

misbegotten (มิสบีกอท' เทิน) *adj.* ไม่ถูกกฎหมาย, ไม่ชอบด้วยกฎหมาย, ไม่ดี (-S. misbegot)

misbehave (มิสบีเฮฟว') *vi., vt.* **-haved, -having** ประพฤติไม่ดี, ประพฤติไม่เหมาะสม **-misbehavior** *n.* **-misbehaver** *n.*

misc. ย่อจาก miscellaneous, miscellany

miscalculate (มิสแคล' คิวเลท) *vt., vi.* **-lated, -lating** คำนวณผิด, วินิจฉัยผิด **-miscalculation** *n.* (-S. err, misjudge)

miscall (มิสคอล') *vt.* เรียกชื่อผิด

miscarriage (มิสแค' ริจ, มิส' แคร์-) *n.* ความล้มเหลว, การไม่สามารถส่งถึงจุดหมายปลายทางได้, การแท้งลูกโดยธรรมชาติ, การคลอดก่อนกำหนด

miscarry (มิสแค' รี) *vi.* **-ried, -rying** ประสบความล้มเหลว, หลงทาง, สูญเสียในระหว่างทาง, แท้งลูกโดยธรรมชาติ

miscast (มิสแคสทฺ') *vt.* **-cast, -casting** วางตัวแสดงไม่เหมาะสม

miscegenation (มิซิจะเน' ชัน, มิเซจะ-) *n.* การสมรสระหว่างหญิงชายที่มีเชื้อชาติต่างกัน,การผสมพันธุ์ระหว่างเชื้อชาติ

miscellaneous (มิสซะเล' เนียส) *adj.* ต่าง ๆ นานา, หลากหลาย, เบ็ดเตล็ด, จิปาถะ **-miscellaneously** *adv.* **-miscellaneousness** *n.* (-S. mingled, mixed) *-Ex. The boy had a collection of miscellaneous coins in his pocket.*

miscellany (มิส' ซะเลนี, มิเซล' ละนี) *n., pl.* **-nies** ปกิณกะ, เรื่องเบ็ดเตล็ด, เรื่องจิปาถะ (-S. medley, collection)

mischance (มิสแชนซฺ', มิส' แชนซฺ) *n.* โชคร้าย, อุบัติเหตุ (-S. mishap, misfortune) *-Ex. By mischance; Udom slipped and fell.*

mischief (มิส' ชิฟ) *n.* ความซุกซน, การชอบรบกวน, ความประพฤติหรือการกระทำที่ทำให้เกิดอันตรายหรือความลำบาก, อันตราย, ความลำบาก, ความร้าย (-S. damage, harm -A. advantage, help) *-Ex. Letting air out of car tyres for fun is mischief., Somsri is a little mischief., People who carry tales about others can do great mischief., Somsri is full of mischief and is the life of every party.*

mischief-maker (มิส' ชิฟเมคเคอะ) *n.* ผู้ก่อการร้าย, ผู้ก่อความลำบาก **-mischief-making** *n., adj.*

mischievous (มิส' ชะเวิส) *adj.* เป็นอันตราย, เป็นภัย, ซึ่งทำความเสียหายหรือความบาดเจ็บแก่, ซุกซน **-mischievously** *adv.* **-mischievousness** *n.* (-S. injurious, damaging) *-Ex. a mischievous trick, Dang is a mischievous person., That mischievous boy tied knots in my socks.*

miscible (มิส' ซะเบิล) *adj.* ผสมกันได้ **-miscibility** *n.*

misconceive (มิสเคินซีฟว') *vt., vi.* **-ceived, -ceiving** เข้าใจผิด, มีความเห็นที่ผิด **-misconception** *n.*

misconduct (*n.* มิสคอน' ดัคทฺ, *v.* มิสเคินดัคทฺ') *n.* ความประพฤติที่ผิดหรือไม่เหมาะสม, การกระทำผิด *-vt.* ประพฤติผิด, กระทำผิด (-S. wrongdoing, delinquency) *-Ex. to punish for misconduct, to misconduct one's duty*

misconstrue (มิสเคินสทรู') *vt.* **-strued, -struing** เข้าใจผิด, แปลผิด, ตีความผิด, วินิจฉัยผิด **-misconstruction** *n.*

miscount (*v.* มิสเคานทฺ', มิส' เคานทฺ, *n.* มิส' เคานทฺ) *vt., vi.* นับผิด, คำนวณผิด *-n.* การนับผิด, การคำนวณผิด

miscreant (มิส' ครีเอินทฺ) *adj.* สารเลว, เข้าใจผิด, เชื่อในสิ่งที่ผิด *-n.* คนสารเลว, คนชั่วร้าย, ผู้นอกรีต, ผู้ไม่ยอมเชื่อ **-miscreancy** *n.*

miscue (มิส' คิว', -คิว) *vi.* **-cued, -cuing** กระทำผิด, แทงไม่ถูกลูกบิลเลียด *n.* การแทงไม่ถูกลูกบิลเลียด

misdeal (มิส' ดีล', -ดีล) *vt., vi.* **-dealt, -dealing** แจกไพ่ผิด, ตกลงผิด, จัดการผิด *-n.* การจัดการผิด **-misdealer** *n.*

misdeed (มิสดีด', มิส' ดีด) *n.* การกระทำที่ผิดศีลธรรม, การกระทำที่ชั่วร้าย (-S. sin) *-Ex. The robber was punished for his misdeeds.*

misdemeanour, misdemeanor (มิสดิมี' เนอะ) *n.* ผู้กระทำผิด, ผู้กระทำผิดอาญาประเภทเบา (-S. offence, fault)

miser (ไม' เซอะ) *n.* คนขี้เหนียว, คนตระหนี่, คนโลภ, คนที่ไม่มีความสุข (-S. skinflint, niggard)

miserable (มิส' เซอระเบิล, มิซ' ระ-) *adj.* ทุกข์ยาก, ไม่มีความสุข, ยากจน, น่าดูถูก, เลว, น่าสังเวช **-miserableness** *n.* **-miserably** *adv.* *-Ex. feeling miserable, a miserable life, a miserable little house, You miserable coward!*

miserly (ไม' เซอลี) *adj.* ขี้เหนียว, ตระหนี่ **-miserliness** *n.*

misery (มิซ' เซอะรี) *n., pl.* **-eries** ความทุกข์ยาก, ความยากเข็ญ, ความไม่มีความสุขอย่างมาก, ความเจ็บปวด (-S. suffering, distress, hardship)

misfeasance (มิซฟี' เซินซ) *n.* การกระทำผิดกฎหมาย **-misfeasor** *n.*

misfire (มิสไฟ' เออะ) *vi.* **-fired, -firing** ไม่ติดไฟ, (เครื่อง) ไม่ติด, ไม่เกิดผล *-n.* การไม่ติดไฟ, การที่เครื่องไม่ติด, การไม่ระเบิด (-S. miscarry, fail)

misfit (*v.* มิส' ฟิท', -ฟิท, *n.* มิส' ฟิท) *n.* เครื่องแต่งกายที่ผิดขนาด, ผู้ที่ไม่สามารถปรับตัวเข้ากับสิ่งแวดล้อมได้ถูกต้อง *-vt., vi.* **fitted, -fitting** ผิดขนาด, ไม่เหมาะสม (-S. eccentric, nonconformist) *-Ex. Her dress was a*

M

misfortune 562 **mission**

misfit., He felt like a misfit in the new school until he become acquainted.

misfortune (มิสฟอร์' ชัน) *n.* โชคไม่ดี, โชคร้าย, ความทุกข์ยาก, ความยากเข็ญ (-S. tragedy)

misgive (มิสกิฟว') *vt., vi.* **-gave, -given, -giving** สงสัย, แคลงใจ, หวั่นหวาด

misgiving (มิสกิฟ' วิง) *n.* ความสงสัย, ความแคลงใจ, ความไม่ไว้วางใจ, ความหวั่นหวาด (-S. premonition, doubt, distrust -A. confidence) *-Ex. Udom had misgivings about his ability to give the speech.*

misgovern (มิสกัฟ' เวิร์น) *vt.* ปกครองไม่ดี, จัดการไม่ได้ **-misgovernment** *n.*

misguide (มิสไกดฺ') *vt.* **-guided, -guiding** ถูกนำไปในทางที่ผิด, ได้รับการแนะนำที่ผิด, ซึ่งเข้าใจผิด **-misguidance** *n.* **-misguidedly** *adv.* **-misguidedness** *n.*

mishandle (มิส' แฮน' เดิล) *vt.* **-dled, -dling** จัดการอย่างไม่ถูกหรืออย่างเลวๆ, ใช้ผิด, ทำผิด, กระทำการทารุณ (-S. mismanage)

M

mishap (มิส' แฮพ) *n.* อุบัติเหตุ, เหตุร้าย, เคราะห์ร้าย (-S. misadventure) *-Ex. The spilling of the gravy was the only mishap at the party.*

mishmash (มิช' แมช) *n.* ความยุ่งเหยิง, ของจับฉ่าย, สิ่งที่คลุกเคล้ากัน, สิ่งที่ผสมผเสกัน (-S. mishmosh)

misinform (มิสอินฟอร์ม') *vt.* ให้ข้อมูลผิด, แจ้งข่าวผิดๆ **-misinformant, misinformer** *n.* **-misinformation** *n.* (-S. mislead)

misinterpret (มิสอินเทอร์' พริท) *vt.* แปลผิด, ถอดความผิด, ตีความหมายผิด, เข้าใจผิด, อธิบายผิด **-misinterpretation** *n.* **-misinterpreter** *n.*

misjudge (มิสจัจฺ') *vt., vi.* **-judged, -judging** วินิจฉัยผิด, ตัดสินผิด, ประเมินผิด, พิจารณาผิด, ตัดสินหรือพิจารณาอย่างไม่ยุติธรรม **-misjudgment, misjudgement** *n. -Ex. The football player misjudged the ball and struck out.*

mislay (มิสเล') *vt.* **-laid, -laying** วางผิดที่, ทำพลัด, ทำหาย

mislead (มิสลีด') *vt.* **-led, -leading** นำผิด, ชักนำไปในทางที่ผิด, ทำให้เข้าใจผิด **-misleading** *adj.* **-misleadingly** *adv.* (-S. cheat) *-Ex. Somsri's smile was misleading; for she was really sad.*

mismanage (มิส' แมน' นิจ) *vt., vi.* **-aged, -aging** จัดการอย่างผิดๆ, จัดการอย่างไม่มีประสิทธิภาพหรือไม่ซื่อสัตย์ **-mismanagement** *n.*

mismatch (*v.* มิสแมช', *n.* มิส' แมช) *vt.* นำเข้าคู่ผิด, จับคู่อย่างผิดๆ หรืออย่างไม่เหมาะสมกัน *-n.* คู่ที่ไม่เหมาะสมกัน

misnomer (มิสโน' เมอะ, มิส' โน-) *n.* ชื่อที่ใช้ผิดที่, ชื่อที่ตั้งขึ้นอย่างผิดๆ หรือไม่เหมาะสม, ความผิดพลาดในการตั้งชื่อบุคคลหรือสิ่งของ

misogamy (มิซอก' กะมี) *n.* การเกลียดการแต่งงาน **-misogamist** *n.*

misogyny (มิซอจ' จะนี) *n.* การเกลียดผู้หญิง **-misogynic, misogynous, misogynistic** *adj.* **-misogynist** *n.*

misplace (มิสเพลส') *vt.* **-placed, -placing** ใส่ผิดที่ **-misplacement** *n.* (-S. mislay) *-Ex. Her trust was not misplaced., I have misplaced the letter with his new address., to misplace a comma*

misprint (*n.* มิส' พรินทฺ, *v.* มิสพรินทฺ') *n.* การพิมพ์ผิด *-vt.* พิมพ์ผิด

misprision (มิสพริช' ชัน) *n.* ความบกพร่องต่อเจ้าหน้าที่, การดูหมิ่นพระบรมเดชานุภาพ, การดูหมิ่นศาล

mispronounce (มิสโพรเนานฺซฺ', -พระ-) *vt., vi.* **-nounced, -nouncing** ออกเสียงผิด **-mispronunciation** *n. -Ex. Surachai mispronounces "granted" as "granite."*

misquote (มิสโควท') *vt., vi.* **-quoted, -quoting** อ้างผิด, คัดผิด **-misquotation** *n.*

misread (มิสรีด') *vt., vi.* **-read** (เรด'), **-reading** (รีด' ดิง) อ่านผิดๆ, แปลผิด, ตีความผิด (-S. misunderstand) *-Ex. to misread an instruction, Kasorn sometimes misreads my expression and thinks I am angry.*

misremember (มิสรีเมม' เบอะ) *vt., vi.* จำผิด, จำไม่ได้

misrepresent (มิสเรพรีเซนทฺ') *vt.* แทนผิด, เป็นตัวอย่างที่ผิด **-misrepresentation** *n.*

misrule (*n.* มิสรูล', มิส' รูล, *v.* มิส' รูล', มิส-) *n.* กฎที่เลว, การปกครองที่เลวหรือไม่ฉลาด, ความไม่มีระเบียบแบบแผน, ความเอะอะโวยวายอย่างไม่มีกฎหมาย *-vt.* **-ruled, -ruling** ปกครองไม่ดี, จัดการไม่ได้ (-S. mismanagement)

miss[1] (มิส) *vt.* พลาด, ทำพลาด, ตี, ต่อย, แทง, ฟัน, ขว้าง, ปาพลาด, พลาดโอกาส, พลาดรถไฟหรือพาหนะอื่นๆ, ทำหาย, คิดถึง, หลบหลีก, หนี, ไม่สามารถเข้าใจ *-vi.* พลาด, ทำพลาด *-n.* การพลาด, การทำพลาด, การละเว้น (-S. lose, fail)

miss[2] (มิส) *n., pl.* **misses** นางสาว, คำทักทายหญิงที่ยังไม่แต่งงาน, คำเรียกที่ให้เกียรติสำหรับหญิงที่ยังไม่แต่งงาน (-S. young lady, girl)

missal (มิส' เซิล) *n.* หนังสือสวดมนต์และการปฏิบัติต่างๆ ของพิธีฉลองการรับประทานอาหารมื้อสุดท้ายของพระเยซูคริสต์

misshape (มิสเชพ') *vt.* **-shaped, -shaping** ทำให้ผิดรูปผิดแบบ, สร้างผิด, แสดงท่าทางที่ผิด

misshapen (มิสเช' เพิน) *adj.* ผิดรูปผิดแบบ, ผิดสัณฐาน **-misshapenly** *adv.* **-misshapenness** *n.* (-S. deformed)

missile (มิส' เซิล, -ไซลฺ) *n.* ขีปนาวุธ, ขีปนาวุธนำวิถี *-adj.* ใช้เป็นขีปนาวุธได้, ใช้ขับเคลื่อนขีปนาวุธ (-S. projectile)

missilery, missilry (มิส' เซิลรี) *n.* วิทยาศาสตร์การสร้างและใช้ขีปนาวุธ

missing (มิส' ซิง) *adj.* ขาดแคลน, ไม่มา, ไม่พบ, หายไป (-S. lost, absent, gone) *-Ex. Kasorn counted her books and found that one was missing., She is said to be missing.*

mission (มิช' ชัน) *n.* คณะผู้แทน, ภาระหน้าที่ของคณะผู้แทน, คณะทูต, สถานทูต, การปฏิบัติงานทางทหาร

missionary 563 **mitigate**

(มักได้รับมอบหมายจากสำนักงานใหญ่),การเคลื่อนที่หรือการวิ่งสู่เป้าหมายของจรวดขีปนาวุธ, การทดลองหรือการดำเนินการยิงจรวดขีปนาวุธ, สถานที่ที่มีการทดลองหรือการดำเนินการดังกล่าว, โบสถ์ที่ไม่มีพระอยู่ประจำ, งานมอบหมาย *-adj.* เกี่ยวกับลักษณะแบบของเครื่องเรือนสมัยตอนต้นศตวรรษที่ 20, เกี่ยวกับ mission *-vt.* ส่งไปปฏิบัติงาน, จัดตั้งการปฏิบัติการทางศาสนา *-Ex. The government sent out a mission of experts to study farming conditions in other countries., goodwill mission, trade mission to Thailand, combat mission*

missionary (มิช' ชันแนรี) *n., pl.* **-aries** มิชชันนารี, ผู้ถูกส่งไปเผยแพร่ศาสนา งานการศึกษาหรืองานทางการแพทย์, บุคคลที่ส่งไปดังกล่าว *-adj.* เกี่ยวกับ mission (-S. evangelist, missioner)

Mississippi (มิสซะซิพ' พี) ชื่อรัฐหนึ่งในภาคใต้ของสหรัฐอเมริกา

missive (มิส' ซิฟว) *n.* จดหมาย, สาร (-S. epistle, message)

misspeak (มิสสพีค') *vt., vi.* **-spoke, -spoken, -speaking** พูดผิด, ออกเสียงผิด

misspell (มิสสเพล') *vt., vi.* **-spelled/-spelt, -spelling** สะกดผิด

misspend (มิสสเพนดฺ') *vt.* **-spent, -spending** ใช้จ่ายฟุ่มเฟือย, ใช้จ่ายในทางที่ผิด

misstate (มิสสเทท') *vt.* **-stated, -stating** กล่าวผิด, แถลงผิดๆ, กำหนดผิดๆ **-misstatement** *n.*

misstep (มิสสเทพ', มิส' สเทพ) *n.* วิถีทางที่ผิด, ความผิดพลาด

mist (มิสทฺ) *n.* หมอก, สิ่งที่คล้ายหมอก, ความพร่ามัว *-vi.* พร่ามัว *-vt.* ทำให้พร่ามัวด้วยหมอก, พรมใบไม้ (-S. fog, haze, film) *-Ex. The air is sometimes filled with mist before sunrise., The sky misted over., It's misting; not raining., a mist of tears, Tears misted her eyes.*

mistake (มิสเทค') *n.* ความผิด, ความผิดพลาด, ความเข้าใจผิด, ความนึกคิดที่ผิด *-v.* **-took, -taken/-took, -taking** *-vt.* เข้าใจผิด, ตีความหมายผิด, ประเมินค่าผิด *-vi.* ผิดพลาด **-and no mistake** แน่นอน **-mistakable** *adj.* **-mistakably** *adv.* (-S. error, blunder) *-Ex. I mistook your meaning., I mistook the time., to be mistaken about a fact, a mistaken kindness, mistaken in doing that, If I am not mistaken it is..., to mistake Mr. A for Mr. B, Sombut's wearing a green hat; you can't mistake him., a mistake of fact, Correct your mistakes., by mistake*

mistaken (มิสเท' เคิน) *adj.* ผิดพลาด, ซึ่งกระทำผิด **-mistakenly** *adv.* (-S. incorrect, false) *-Ex. Kasem was mistaken about the score of the football match.*

mister (มิส' เทอะ) *n.* นาย, คำให้เกียรติที่ใช้เรียกชาย, คุณ, คำเรียกอย่างไม่เป็นทางการที่ใช้เรียกนายทหารกัปตันเรือสินค้าหรือนักเรียนนายร้อย *-Ex. my father; Mr. Smith, Mr. President*

mistletoe (มิส' เซิลโท) *n.* พืชไม้ดอกสีเหลือง จำพวก *Viscum* มีผลเล็กๆ สีขาวใช้ประดับในเทศกาลคริสต์มาส

mistook (มิสทุค') *vt., vi.* กริยาช่อง 2 และ 3 ของ mistake *-Ex. Yupa mistook my umbrella for hers.*

mistral (มิส' เทริล, มิสทราล') *n.* ลมเหนือที่หนาวและแห้งในภาคใต้ของฝรั่งเศสและบริเวณใกล้เคียง

mistreat (มิสทรีท') *vt.* ทำไม่ดีต่อ, กระทำการทารุณ, ใช้ในทางที่ผิด **-mistreatment** *n.*

mistress (มิส' ทริส) *n.* นายผู้หญิง, คุณนายผู้หญิง, หญิงผู้เป็นเจ้าของสัตว์, หญิงผู้มีอำนาจ, ครูหญิง, ภรรยาลับ, หญิงอันเป็นที่รัก

mistrial (มิส' ไทร' เอิล, มิส' ไทรเอิล) *n.* การพิจารณาคดีที่ไม่มีข้อยุติ, การพิจารณาคดีที่สิ้นสุดลงโดยไม่มีข้อยุติ

mistrust (มิสทรัสทฺ', มิส' ทรัสทฺ) *n.* การขาดความไว้วางใจ, การขาดความมั่นใจ, ความไม่วางใจ *-vt., vi.* ไม่ไว้วางใจ **-mistrustful** *adj.*

misty (มิส' ที) *adj.* **mistier, mistiest** มีหมอกคลุม, พร่ามัว, ไม่ชัด, คลุมเครือ **-mistily** *adv.* **-mistiness** *n.* *-Ex. It is a misty morning., The windscreen of Father's car is misty.*

M

misunderstand (มิสอันเดอร์สแทนดฺ') *vt.* **-stood, -standing** เข้าใจผิด, ตีความหมายผิด, แปลผิด (-S. mistake, misconstrue)

misunderstanding (มิสอันเดอร์สแทน' ดิง) *n.* ความเข้าใจผิด, ความไม่สามารถจะเข้าใจได้, ความไม่เห็นด้วย (-S. mistake) *-Ex. Their misunderstanding of the formula caused them to make a mess of the drug., Their misunderstandings last only a short time.*

misunderstood (มิสอันเดอร์สทุด') *adj.* เข้าใจผิด, ตีความหมายผิด, พิจารณาผิด, วินิจฉัยผิด *-Ex. Udom misunderstood me and put out my hat instead of my cat.*

misusage (มิสยู' ซิจ, มิส'-) *n.* การใช้ในทางที่ไม่ควร, การปฏิบัติตัวอย่างไม่ดี

misuse (*n.* มิสยูซฺ', *v.* มิส' ยูซฺ', มิสยูซฺ') *n.* การใช้ในทางที่ผิดหรือไม่สมควร *-vt.* **-used, -using** ใช้ในทางที่ผิด, ใช้ในทางที่ไม่ควร (-S. misapply) *-Ex. to misuse a word, to misuse study time, to misuse a horse by making him run too fast, The misuse of privileges sometimes causes them to be withdrawn.*

mite[1] (ไมทฺ) *n.* แมลงชนิดหกขาของตระกูล Acari, เล็น, ไร, เห็บ

mite[1]

mite[2] (ไมทฺ) *n.* เงินจำนวนเล็กน้อย, สิ่งของหรือสิ่งมีชีวิตที่มีขนาดเล็กมาก, เหรียญที่มีค่าน้อยมาก (-S. bit)

miter, mitre (ไม' เทอะ) *n.* หมวกพระคาทอลิกชั้นบิชอป มีลักษณะกลมและสูง, หมวกพระชั้นสูงของยิว, ปากไม้เป็นมุมเอียง 45 องศา, ข้อต่อที่มีลักษณะเอียงดังกล่าว *-vt.* ประทานหมวกดังกล่าว, เลื่อนตำแหน่งให้เป็นบิชอปหรือพระชั้นสูงของยิว, ตัดไม้ให้เป็นมุมเอียงดังกล่าว, ทำข้อต่อให้เป็นมุมเอียงดังกล่าว

miter, mitre

mitigate (มิท' ทะเกท) *vt., vi.* **-gated, -gating** ทำให้เบาบาง, ทำให้ลดน้อยลง, แบ่งเบา, ทำให้บรรเทาลง,

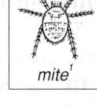

mitosis 564 **mode**

ทำให้อ่อนโยนขึ้น, อ่อนลง, ลดลง, บรรเทาลง **-mitigation** *n.* **-mitigatory** *adj.* **-mitigable** *adj.* **-mitigator** *n.* **-mitigative** *adj.* (-S. abate, assuage, lessen)

mitosis (ไมโท' ซิส, มิ-) *n., pl.* **-ses** การแบ่งนิวเคลียสของเซลล์อย่างอ้อม เป็นกระบวนการที่ซับซ้อนของการปรับตัวของนิวเคลียสในระยะ prophase metaphase anaphase และ telophase ได้สอง daughter cells ที่โครโมโซมและส่วนของ deoxyribonucleic acid (DNA) เหมือนกับเซลล์แม่ **-mitotic** *adj.* **-mitotically** *adv.*

mitral (ไม' เทริล) *adj.* คล้าย miter, ซึ่งมีรูปร่างคล้ายลิ้นสองแฉก

mitt (มิท) *n.* ถุงมือ, (คำสแลง) มือ, ดู mitten

mitten (มิท' เทิน) *n.* ถุงมือที่คลุมสี่นิ้วรวมกันและแยกนิ้วหัวแม่มือออกต่างหาก, ถุงมือผู้หญิงชนิดปล่อยนิ้วให้โผล่ออก

mix (มิคซฺ) *v.* **mixed/mixt, mixing** *-vt.* ผสม, ปรุง, ปนกัน, ใส่รวมกัน, รวมกันยุ่งเหยิง, รวมกัน *-vi.* รวมกัน, คบค้า, ผสมพันธุ์ *-n.* การรวมกัน, การผสมกัน, การปรุง, ส่วนผสม, น้ำโซดา น้ำขิง น้ำผลไม้หรือน้ำที่ใช้เติมลงในวิสกี้หรือเหล้าอื่นๆ, สูตร **-mixable** *adj.* (-S. mingle, blend -A. separate, withdraw)

M

mixed (มิคสฺทฺ) *adj.* ซึ่งผสมกัน, ซึ่งรวมกัน, ประกอบด้วยหลายสิ่งหลายอย่าง, ยุ่งเหยิง *-Ex. a bowl of mixed nuts, a mixed chorus*

mixed marriage การสมรสระหว่างบุคคลที่มีเชื้อชาติหรือนับถือศาสนาต่างกัน

mixed media งานศิลปะที่ประกอบด้วยหลายสื่อ

mixer (มิค' เซอะ) *n.* บุคคลหรือสิ่งที่ทำการผสม, ผู้ที่เข้าสังคมหรือทำการติดต่อเก่ง, เครื่องปั่น, การเต้นระบำหรือการชุมนุมกันอย่างไม่เป็นทางการ, ระบบเสียงผสมและปรับเสียงระบบหนึ่งที่เป็นระบบไฟฟ้า *-Ex. an electric mixer, a cement mixer*

mixture (มิคซฺ' เชอะ) *n.* สารผสม, ส่วนผสม, สิ่งทอด้วยเส้นใยหลายสี, การผสม, สภาพที่ผสมกัน *-Ex. a mixture of fact and fiction*

mix-up (มิคซฺ' อัพ) *n.* ความสับสน, ความยุ่งเหยิง, การต่อสู้

mizzen, mizen (มิซฺ' เซิน) *n.* ใบเรือหน้าและหลังของเสา mizzenmast ของเรือ *-adj.* เกี่ยวกับ mizzenmast

mizzenmast (มิซฺ' เซินแมสทฺ, -เมิร์ส) *n.* กระโดงเรือที่ 3 จากหน้าของเรือที่มีตั้งแต่ 3 กระโดงขึ้นไป

ml ย่อจาก milliliter, millilitre

Mn สัญลักษณ์ทางเคมีของ manganese

mnemonic (นีมอน' นิค) *adj.* ช่วยความจำ, เกี่ยวกับกระบวนหรือวิธีการช่วยความจำ **-mnemonically** *adv.*

moa (โม' อะ) *n.* นกบินไม่ได้ตระกูล Dinornithiformes ที่สูญพันธุ์ไปแล้ว มีลักษณะคล้ายนกกระจอกเทศ พบในบริเวณประเทศนิวซีแลนด์

moa

moan (โมน) *n.* การครวญคราง, เสียงครวญคราง, เสียงลมที่คล้ายเสียงครวญคราง, การโทมนัส *-vt., vi.* ครวญคราง, คราง (-S. groan, bewail)

moat (โมท) *n.* คู, คูกำแพงเมือง *-vt.* ล้อมรอบด้วยคูเมือง

mob (มอบ) *n.* ฝูงชนที่กำลังอลหม่านหรือก่อการจลาจล, กลุ่มคนที่ยุยงคนอื่นให้กระทำการอลหม่าน, สัตว์, ฝูงชน, มวลชน, (คำสแลง) แก๊งอาชญากร *-vt.* **mobbed, mobbing** ชุลมุนวุ่นวาย, โจมตีอย่างรุนแรง, ก่อการจลาจล **-mobbish** *adj.* (-S. gathering, crowd) *-Ex. The boys mobbed the umpire when he gave the batsman out., Autograph hunters mobbed the popular actor., The angry crowd mobbed the police station., Do you think for yourself; or do you run with the mob?, The police broke up the mob violence.*

mobile (โม' ไบลฺ,-เบิล, -บิล, -บีล) *adj.* ซึ่งเคลื่อนที่ได้, ซึ่งเคลื่อนไหวไปมาได้รวดเร็ว, เปลี่ยนแปลงได้ง่าย, เปลี่ยนแปลงอยู่เสมอ *-n.* รูปปั้นที่เคลื่อนที่ได้ **-mobility** *n. -Ex. mobile troops, mobile warfare, mobile medical team, the actor's mobile features*

mobilize (โม' บะไลซฺ) *vt., vi.* **-lized, -lizing** เคลื่อนพล, ระดมพล, ระดม, เกณฑ์ **-mobilizable** *adj.* **-mobilization** *n.* **-mobilizer** *n.*

mobster (มอบ' สเตอร์) *n.* (คำสแลง) สมาชิกของแก๊งอาชญากร

moccasin (มอค' คะเซิน) *n.* รองเท้าหนัง (โดยเฉพาะหนังกวาง) ของอินเดียนแดง, รองเท้าหรือรองเท้าแตะส้นแข็ง

moccasin

mock (มอค) *vt.* เยาะเย้ย, เย้ยหยัน, หัวเราะเยาะ, ล้อเลียน, ยั่ว, ท้าทาย, หลอกลวง, ทำให้ผิดหวัง *-vi.* เยาะเย้ย, เย้ยหยัน, หัวเราะเยาะ *-n.* การหัวเราะเยาะ, การเยาะเย้ย, สิ่งจำลอง, สิ่งเลียนแบบ, สิ่งล้อเลียน, การเลียนแบบ, สิ่งไม่บังควร *-adj.* หลอกลวง, ทำคล้าย *-adv.* อย่างไม่จริงใจ **-mocker** *n.* **-mockingly** *adv.* (-S. scorn, ridicule, scoff, sham)

mockery (มอค' เคอรี) *n., pl.* **-eries** การเยาะเย้ย, การเย้ยหยัน, การหัวเราะเยาะ, สิ่งที่เยาะเย้ย, การเลียนแบบ, สิ่งที่ไม่เพียงพอ, สิ่งที่ไม่บังควร (-S. ridicule, derision, travesty) *-Ex. Dang teased Noi all morning until she cried at his mockery., a mockery of justice*

mock-heroic (มอคฮิโร' อิค) *adj.* เลียนแบบ, ล้อเลียน *-n.* สิ่งล้อเลียนสิ่งที่หรือบุคคลที่สำคัญ **-mock-heroically** *adv.*

mockingbird (มอค' คิงเบิร์ด) *n.* นกร้องจำพวก *Mimus polyglottos* ชอบร้องเลียนเสียงของนกอื่น

mock-up (มอค' อัพ) *n.* หุ่นจำลอง (มีขนาดเท่าตัวจริง)

mod (มอด) *adj.* เกี่ยวกับแบบเสื้อแปลกๆ *-n.* วัยรุ่นอังกฤษที่ชอบสวมชุดแต่งกายแปลกๆ

modal (โม' เดิล) *adj.* เกี่ยวกับแบบหรือวิธี, เกี่ยวกับแบบหรือสมัยนิยม, เกี่ยวกับกริยาช่วยในภาษาอังกฤษแสดงมาลา (mood) **-modally** *adv.*

modality (โมแดล' ละที) *n., pl.* **-ties** แบบ, วิธี, แบบนิยม, สมัยนิยม, การใช้วิธีบำบัดหรือสิ่งใช้บำบัด (มักเป็นกายภาพบำบัด), ประสาทสัมผัสอันหนึ่งอันใด

mode (โมด) *n.* วิธีการ, แบบ, ลักษณะการกระทำ

(เกี่ยวกับปรัชญา Kant), ความเป็นจริงหรือการเป็นอยู่หรือความเป็นไปได้, แบบนิยม, แฟชั่น, สมัยนิยม -*Ex. mode of thinking, mode of production, out of mode*

model (มอด' เดิล) *n.* แบบ, หุ่นจำลอง, ตัวอย่าง, บุคคลตัวอย่าง, สิ่งที่เป็นตัวอย่าง, แบบโครงสร้าง -*adj.* เป็นตัวอย่าง -*v.* **-eled, -eling/-elled, -elling** -*vt.* สร้างตามแบบ, สร้างแบบ, แสดง -*vi.* สร้างแบบ, สร้างหุ่น **-modeler, modeller** *n.* (-S. standard) -*Ex. a model of the thing to be made, working model, clay model, the latest model of the Toyota Car, Let him be your model., a model father, quite a model school*

modem (โม' เดม, -เดิม) *n.* อุปกรณ์สื่อสารข้อมูลชนิดหนึ่งซึ่งแปลงสัญญาณจากเครื่องคอมพิวเตอร์ให้เป็นสัญญาณที่ส่งผ่านสายโทรศัพท์ได้ และแปลงสัญญาณที่มาจากสายโทรศัพท์กลับเป็นสัญญาณสำหรับเครื่องคอมพิวเตอร์ ย่อมาจาก MOdulator-DEModulator

moderate (*adj., n.* มอด' เดอริท, *v.* -เรท) *adj.* ปานกลาง, พอสมควร, พอประมาณ, ไม่รุนแรง, ไม่มากเกินไป, เพลาๆ -*n.* ผู้มีข้อคิดเห็นไม่รุนแรง, ผู้ยึดถือในหลักการศาสนาหรืออื่นๆ อย่างพอสมควร, สมาชิกของพรรคการเมืองที่มีนโยบายแบบไม่รุนแรง -*v.* **-ated, -ating** -*vt.* บรรเทา, ทำให้น้อยลง, เป็นพิธีกร, เป็นประธานการดำเนินงาน -*vi.* บรรเทาลง, ลดลง, เป็นพิธีกร, เป็นประธาน (-S. limited, average)

moderation (มอดดะเร' ชั่น) *n.* ความไม่รุนแรง, การกระทำที่พอประมาณ, การรู้จักประมาณ, การหลีกเลี่ยงความรุนแรง, ความพอควร, การละเว้นของมึนเมา **-in moderation** พอควร, พอประมาณ (-S. temperance, mildness)

moderato (มอดดะเร' โท, โมด-) *adj., adv.* ในจังหวะที่เร็วพอประมาณ

moderator (มอด' ดะเรเทอะ) *n.* พิธีกร, ประธานการประชุม, ผู้ดำเนินรายการ, สารที่ใช้ลดความเร็วของนิวตรอน (-S. master of ceremony)

modern (มอด' เดิร์น) *adj.* ทันสมัย, ไม่ห่างไกล, ไม่โบราณ, เกี่ยวกับประวัติศาสตร์หลังยุคกลาง -*n.* บุคคลในยุคปัจจุบัน, บุคคลที่มีรสนิยมทันสมัย, แบบตัวพิมพ์สมัยใหม่ที่มีเส้นตรงหนัก **-modernity** *n.* **-modernly** *adv.* **-modernness** *n.* (-S. fresh, recent, new -A. ancient, former)

Modern English ภาษาอังกฤษตั้งแต่กลางศตวรรษที่ 15 เป็นต้นมา

modernism (มอด' เดอร์นิซึม) *n.* แบบสมัยใหม่, ความคิดสมัยใหม่, วิธีการใหม่, สิทธิการใช้ของใหม่หรือวิธีการใหม่หรือแบบใหม่ **-Modernism** การเปลี่ยนแปลงของความคิดของนิกายโรมันคาทอลิกที่ตีความหมายในพระคัมภีร์ไบเบิล โดยอาศัยหลักปรัชญาหรือวิทยาศาสตร์สมัยใหม่, ความคิดสมัยใหม่ของนิกายโปรเตสแตนต์ **-modernist** *n., adj.*

modernize (มอด' เดิร์นไนซ) *v.* **-ized, -izing** -*vt.* ทำให้ทันสมัย, ทำให้เป็นรูปแบบใหม่ -*vi.* กลายเป็นสมัยใหม่, รับข้อคิดเห็น แบบหรือวิธีใหม่ **-modernization** *n.* **-modernizer** *n.* (-S. renew, update)

modest (มอด' ดิสทฺ) *adj.* ถ่อมตัว, ไม่รุนแรง, พอประมาณ, เรียบๆ, สุภาพ, สงบเสงี่ยม **-modestly** *adv.* (-S. meek, bashful)

modesty (มอด' ดิสที) *n.* ความถ่อมตัว, ความไม่รุนแรง, ความพอประมาณ, ความไม่หรูหรา

modicum (มอด' ดิเคิม) *n.* ปริมาณเล็กน้อย, ความพอควร

modification (มอดดะฟิเค' ชั่น) *n.* การแก้ไข, การดัดแปลง, การแปร, แบบดัดแปลงมา, การเปลี่ยนแปลง, การปรับตัว, การลดหย่อน, การใช้คำประกอบกริยา, คำประกอบกริยา **-modificatory** *adj.* (-S. refinement, variation, adjustment) -*Ex. The modification of the plans for the new hotel reduced expenses., We made a few modifications in the school New Year program.*

modifier (มอด' ดะไฟเออะ) *n.* ผู้แก้ไขหรือดัดแปลงหรือปรับปรุงหรือแปรเปลี่ยน, สิ่งที่แก้ไขหรือดัดแปลงหรือแปรเปลี่ยน, คำประกอบกริยา

modify (มอด' ดะไฟ) *vt., vi.* **-fied, -fying** แก้ไข, ดัดแปลง, แปร, เปลี่ยนแปลง,ปรับปรุง, ลดความรุนแรง, ลดหย่อน **-modifiable** *adj.* (-S. alter, transform, convert) -*Ex. to modify one's demands, to modify the terms of a contract, Adjectives modify nouns.*

modish (โม' ดิช) *adj.* เป็นไปตามสมัยนิยม, ทันสมัย **-modishly** *adv.* **-modishness** *n.* (-S. stylish)

modiste (โมดีสทฺ', มอ-) *n.* ช่างทำหรือพ่อค้าขายของแฟชั่น (โดยเฉพาะเสื้อผ้าสตรีและหมวกสตรี)

modular (มอจ' จะเลอะ) *adj.* เกี่ยวกับหน่วยของขนาดหรือแบบมาตรฐานที่สามารถนำมาปรับเข้ากันได้, เกี่ยวกับ module หรือ modulus

modulate (มอจ' จะเลท) *v.* **-lated, -lating** -*vt.* ปรับ, ลดหย่อน, ทำให้เบาบางลง, ปรับเสียง, ปรับคลื่นวิทยุ -*vi.* ปรับคลื่น, ปรับ **-modulator** *n.* **-modulatory** *adj.* -*Ex. to modulate the voice*

modulation (มอจจะเล' ชั่น) *n.* การปรับ, การลดหย่อน, การทำให้เบาบางลง, การปรับเสียง, การปรับคลื่นวิทยุ

module (มอจ' จูล) *n.* มาตรฐานหรือหน่วยการวัด, เกณฑ์วัด, ส่วนประกอบที่ประกอบกับขนาดอื่นได้, ส่วนอิสระที่ทำงานของตัวของมันเองได้

modulus (มอจ' จะเลิส) *n., pl.* **-uli** ค่าสัมประสิทธิ์ (coefficient) ที่เกี่ยวกับคุณสมบัติทางฟิสิกส์, เลขจำนวนที่เมื่อคูณด้วย logarithms ของระบบหนึ่งจะให้ logarithms ของอีกระบบหนึ่ง, เลขจำนวนที่สามารถหารเลขสองจำนวนที่กำหนดให้ได้ผลหารเท่ากัน

modus operandi (โม' เดิสโอพะราน' ดี) วิธีการทำงาน, แบบฉบับการทำงาน

modus vivendi (โม' เดิสวีเวน' ดี) วิธีการดำเนินชีวิต, การตกลงชั่วคราวระหว่างบุคคลหรือกลุ่มบุคคล

Mogul (โม' เกิล, -กัล, โมกัล') *n.* ชาวมองโกลผู้พิชิตอินเดีย, ผู้สืบเชื้อสายชาวมองโกลดังกล่าว, ชาวมองโกล **-mogul** บุคคลสำคัญซึ่งมีอำนาจหรือมีอิทธิพล

mohair (โม' แฮร์) *n.* ผ้าขนแพะแองโกรา, เสื้อคลุมขนแพะแองโกรา, สิ่งทอที่ทำจากขนแพะแองโกรา -*adj.*

M

ทำด้วยขนแพะดังกล่าว

Mohammedan (โมแฮม' มิเดิน) *adj.* มุสลิม *-n.* มุสลิม

Mohammedanism (โมแฮม' มิเดินนิซึม) *n.* ศาสนาอิสลาม, ศาสนามุสลิม

Mohawk (โม' ฮอค) *n., pl.* **-hawk/-hawks** ชนชาวเผ่าอินเดียนแดงเผ่าหนึ่งที่เคยอาศัยอยู่ในรัฐนิวยอร์ก, ภาษาที่อินเดียนแดงดังกล่าวใช้ *-adj.* เกี่ยวกับชาวดังกล่าวและภาษารวมทั้งวัฒนธรรมของเขา

moil (มอยล) *vi.* ทำงานหนัก, เข็น, ทำงานเหนื่อยยาก *-n.* งานหนัก, งานที่เหนื่อยยาก, ความยุ่งเหยิง, ความโกลาหล **-moiler** *n.*

moiré (มวาเร', มอ-, มอ'เร) *adj.* เป็นคลื่น, เป็นเหลือบเป็นลาย *-n.* ลายหรือเหลือบที่เป็นคลื่นบนสิ่งทอ (-S. moire)

moist (มอยซฺทฺ) *adj.* ชื้น, เปียก, ชุ่ม, น้ำตานอง, เกี่ยวกับหรือมีของเหลวหรือความชื้น **-moistly** *adv.* **-moistness** *n. -Ex. Postage stamps often stick together when the air is moist.*

moisten (มอย' เซิน) *vt., vi.* ทำให้ชื้น, ทำให้เปียก, กลายเป็นชื้นหรือเปียก **-moistener** *n.* (-S. damp, wet -A. dry) *-Ex. Mother moistens the clothes before she irons them., Her eyes moistened as Somsri read the sad news.*

moisture (มอยซฺ' เชอะ) *n.* ความชื้น, ของเหลวหรือน้ำจำนวนเล็กน้อย **-moistureless** *adj.* (-S. damp, dew -A. dryness) *-Ex. The moisture in the cellar caused mildew to form on the things stored there., Beads of moisture formed on the outside of the pitcher.*

molar[1] (โม' เลอะ) *n.* ฟันกราม *-adj.* เกี่ยวกับฟันกราม, สำหรับบด

molar[2] (โม' เลอะ) *adj.* เกี่ยวกับสสารทั้งก้อน, เกี่ยวกับสารละลายที่มีตัวละลาย (solute) หนึ่ง mole ต่อสารละลาย (solution) หนึ่งลิตร

molasses (มะแลส' ซิซ) *n.* น้ำเชื่อมหวานข้นที่เป็นส่วนที่เหลือจากการตกผลึกของน้ำตาล (-S. syrup)

mold[1]**, mould**[1] (โมลดฺ) *n.* รา, ขึ้รา, เชื้อรา *-vt., vi.* เกิดเชื้อรา

mold[1]*, mould*[1]

mold[2]**, mould**[2] (โมลดฺ) *n.* แม่พิมพ์, แบบกลวงสำหรับพอกปูนหรือสิ่งอื่นๆ, สิ่งที่เป็นรูปร่างจากแม่พิมพ์, รูปแบบ, ตัวอย่าง *-vt.* ก่อเป็นรูปร่างขึ้นจากแม่พิมพ์, ก่อร่างหล่อขึ้น, ฝึกฝน, มีอิทธิพลในการสร้างแบบขึ้น, ประดับด้วยคิ้วหรือสิ่งพอก **-moldable** *adj.* **-molder** *n.*

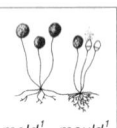

mold[3]**, mould**[3] (โมลดฺ) *n.* ดินร่วน, ดิน, พื้นดิน

molder, moulder (โมล' เดอะ) *vi.* เป็นฝุ่นเนื่องจากการเน่าเปื่อย, ผุพัง *-vt.* ทำให้ผุพัง

molding, moulding (โมล' ดิง) *n.* การพิมพ์แบบ, การปั้น, การหล่อ, การฝึกฝน, สิ่งที่หล่อขึ้น,สิ่งที่พิมพ์ขึ้น, คิ้วที่หล่อบนผนังหรือมุมตึก

molding board แผ่นกระดานสำหรับทำอาหารนวดแป้ง หั่นของและอื่นๆ

moldy (โมล' ดี) *adj.* **moldier, moldiest** เต็มไปด้วยดิน, เป็นซากไม้ผุพัง **-moldiness** *n.*

mole[1] (โมล) *n.* ไฝ

mole[2] (โมล) *n.* ตัวตุ่น เป็นสัตว์ในตระกูล Talpidae กินแมลงเป็นอาหาร ชอบขุดรูอยู่ใต้ดิน มีตาเล็กมาก

mole[3] (โมล) *n.* กำแพงหินกั้นน้ำ, หลักหรือท่าเรือที่ก่อเป็นกำแพงหิน

mole[4] (โมล) *n.* น้ำหนักโมเลกุลเป็นกรัมสาร, กรัมโมเลกุล **-molar** *adj.*

molecular (โมเลค' คิวเลอะ, มะ-, -ยะ-) *adj.* เกี่ยวกับโมเลกุล, ซึ่งประกอบด้วยหรือเกิดจากโมเลกุล **-molecularity** *n.* **-molecularly** *adv.*

molecular weight น้ำหนักโมเลกุล

molecule (มอล' ลิคูล) *n.* โมเลกุล, ปริมาณที่น้อยที่สุดของสารที่ยังผดุงไว้ซึ่งคุณสมบัติทางเคมีของสารนั้น

molehill (โมล' ฮิล) *n.* เนินดินเล็กๆ ที่ตัวตุ่นขุดอาศัยอยู่

moleskin (โมล' สคิน) *n.* หนังตัวตุ่นซึ่งมีขนนิ่มสีเทาแก่ **-moleskins** เครื่องนุ่งห่มที่ทำจากหนังตัวตุ่น

molest (มะเลสทฺ', โม-) *vt.* รบกวน, เข้ายุ่ง, รุกรานทางเพศ **-molestation** *n.* **-molester** *n. -Ex. We will not molest the animals at the zoo.*

moll (มอล) *n.* กุ๊ยหญิง, (คำสแลง) โสเภณี

mollify (มอล' ละไฟ) *vt.* **-fied, -fying** ทำให้อ่อนโยน, ลดหย่อน, ทำให้สงบ, ปลอบ, ระงับโทสะ **-mollification** *n.* **-mollifier** *n.* (-S. mitigate)

mollusk, mollusc (มอล' เลิสคฺ) *n.* สัตว์จำพวกหอยและปลาหมึก **-molluskan, molluscan** *adj., n.*

mollycoddle (มอล' ลี คอดเดิล) *n.* ผู้ชายหรือเด็กผู้ชายที่ถูกตามใจจนเคยตัว, หน้าตัวเมีย *-vt.* **-dled, -dling** ตามใจ, เอาใจ, พะนอ **-mollycoddler** *n.*

molt (โมลทฺ) *vi., vt.* เปลี่ยนขน, ลอกคราบ *-n.* การเปลี่ยนขน, การลอกคราบ, ขนหรือคราบหลุดออก **-molter** *n.* (-S. moult)

molten (โมล' เทิน) *adj.* หลอมเหลว

molto (โมล' โท) *adv.* มาก

moly (โม' ลี) *n.* ยาแก้เสน่ห์

molybdenum (มะลิบ' ดะเนิม) *n.* ชื่อธาตุโลหะชนิดหนึ่งที่มีสีขาวคล้ายเงิน

mom (มอม, มัม) *n.* แม่

moment (โม' เมินทฺ) *n.* ขณะนั้น, ชั่วครู่, ชั่วขณะ, ชั่วประเดี๋ยว, ขณะ, ความสำคัญ, ความสำคัญของขณะนั้น, โอกาส, ผลที่ตามมา, ค่าเฉลี่ยหรือค่าคาดหมายของผลคูณของตัวแปร (variables หรือ variates), ความโน้มน้าวในการทำให้เกิดการเคลื่อนไหว (โดยเฉพาะรอบแกน), ผลคูณของค่าทางกายภาพกับระยะทางตั้งฉากจากแกน (axis), ลักษณะของสิ่งของ (ปรัชญา) (-S. minute, instant, weight) *-Ex. Somchai is here at this moment., Sawai will be here at any moment., It will be ready in a moment., This will do for the moment.*

momentarily (โมเมินแท' ระลี, โม' เมินแท-) *adv.* ชั่วขณะ, ชั่วประเดี๋ยว, ประเดี๋ยวเดียว, ในเวลาที่สั้นมาก, เป็นครั้งเป็นคราว, ในขณะใดก็ได้, ซึ่งใกล้จะมาถึง

momentary (โม' เมินเทอรี) *adj.* ชั่วประเดี๋ยว, ชั่วขณะ, ประเดี๋ยวเดียว, สั้นมาก, ทุกขณะ, ซึ่งใกล้จะมาถึง,

momently 567 **monitor**

ซึ่งจวนจะเกิดอยู่แล้ว **-momentariness** *n.*
momently (โม' เมินทฺลี) *adv.* เป็นครั้งเป็นคราว, ชั่วขณะ, ชั่วประเดี๋ยว, ทุกขณะ, ทุกขณะจิต
moment of truth เวลาขณะที่นักสู้วัวกำลังจะฆ่าวัวในสนาม, วิกฤติกาล, เวลาที่สำคัญของบุคคลหนึ่ง
momentous (โมเมน' เทิส, มะ-) *adj.* มีความหมายสำคัญมาก, เกี่ยวกับวิกฤติกาล, ร้ายแรง, เอาจริงเอาจัง **-momentously** *adv.* **-momentousness** *n.* (-S. important, critical)
momentum (โมเมน' เทิม, มะ-) *n., pl.* **-ta/-tums** แรงแห่งการเคลื่อนที่, แรงกระตุ้น, แรงผลักดัน, ปริมาณการเคลื่อนที่ของวัตถุหรือระบบที่เท่ากับผลคูณของมวลของวัตถุกับความเร็วของมัน (-S. drive, energy) *-Ex. momentum of an avalanche, gaining momentum, the momentum of a bullet, The candidate's speech gave momentum to his campaign.*
monarch (มอน' เนิร์ค, -นาร์ค) *n.* กษัตริย์, พระราชา, พระมหากษัตริย์, พระราชินี, ประมุขของรัฐ, ผู้กุมอำนาจ, ผีเสื้อขนาดใหญ่สีแดงอมน้ำตาลจำพวก *Danaus plexippus* ปีกเป็นลายขาวและดำ ตัวอ่อนของมันกินใบ milkweed เป็นอาหาร **-monarchic, monarchical** *adj.*
monarchy (มอน' เนิร์คี, -นาร์-) *n., pl.* **-archies** ระบอบกษัตริย์, ราชาธิปไตย, การปกครองโดยมีกษัตริย์เป็นประมุข, อำนาจสูงสุดของประเทศที่ตกอยู่กับคนๆ เดียว
monastery (มอน' นะสเทอรี) *n., pl.* **-teries** วัด, อาราม, ที่อยู่อาศัยของพระ, ที่อยู่อาศัยของกลุ่มคน **-monasterial** *adj.* (-S. convent, abbey)
monastic (มะแนส' ทิค, โม-) *adj.* เกี่ยวกับพระหรือวัดวาอาราม, เกี่ยวกับการอยู่ที่สันโดษหรือมีวินัยวัด *-n.* พระ, สงฆ์ **-monastically** *adv.* **-monasticism** *n.* (-S. ascetic, secluded, monastical)
monaural (มอนออ' เริล) *adj.* เกี่ยวกับระบบสร้างเสียงที่สร้างสัญญาณเสียงเดียวที่ออกมาจากสัญญาณหลายเสียงที่เข้าไป **-monaurally** *adv.*
Monday (มัน' เด, -ดี) *n.* วันจันทร์, วันที่สองของสัปดาห์
monetary (มอน' นะเทอรี, มัน'-) *adj.* เกี่ยวกับเงินตรา, เกี่ยวกับเงิน, เกี่ยวกับตัวเงิน **-monetarily** *adv.*
money (มัน' นี) *n., pl.* **-eys/-ies** เงิน, ตัวเงิน, เงินตรา, ธนบัตร, สิ่งที่ใช้เป็นสื่อของการแลกเปลี่ยนทรัพย์สิน, ทรัพย์สิน **-make money** ทำเงิน, ได้กำไร **-for one's money** ตามความเห็น **-in the money** (คำสแลง) ที่หนึ่งสองและสามของการแข่งขัน, รวย **-moneyless** *adj.*
moneybag (มัน' นีแบก) *n.* ถุงใส่เงิน **-moneybags** คนรวย
moneyed (มัน' นีด) *adj.* มีเงิน, รวย
moneylender (มัน' นีเลนเดอะ) *n.* ผู้ให้ยืมเงินโดยคิดดอกเบี้ย
moneymaker (มัน' นีเมคเคอะ) *n.* ผู้หาเงิน, ผู้ประสบความสำเร็จในการหาเงินได้มาก, สิ่งที่ให้ผลกำไรเป็นเงิน **-moneymaking** *adj., n.*
money of account หน่วยเงินตราที่ใช้ในการชำระบัญชี (โดยเฉพาะที่ไม่ทำเป็นเหรียญหรือธนบัตร) เช่น mill (ของอเมริกา) หรือ guinea (ของอังกฤษ)
money order การสั่งจ่ายเงิน
monger (มัง' เกอะ, มอง'-) *n.*พ่อค้า, คนขาย, คนที่กระพือหรือเผยแพร่สิ่งเล็กๆ น้อยๆ หรือเรื่องที่ไม่ดี
Mongol (มอง' เกิล, มอน'-) *n.* ชาวมองโกเลีย, ชาวมองโกล, บุคคลที่มีลักษณะคล้ายชาวมองโกเลียหรือ Mongoloid, ภาษามองโกล
Mongolia (มองโก' เลีย, มอน-, -โกล' ยะ) ชื่อบริเวณหนึ่งในทวีปเอเชีย ที่ได้แก่มองโกเลียในหรือ Inner Mongolia และมองโกเลียนอกหรือ Outer Mongolia และ Tuva Autonomous Soviet Socialist Republic, Inner Mongolia มีชื่อทางการว่า Mongolian Autonomous Region เป็นส่วนใต้ของมองโกเลีย ซึ่งได้แก่ มณฑลต่างๆ ของจีนคือ Jehol, Chahar, Suiyuan และ Ningsia, Outer Mongolia เป็นชื่อเดิมของประเทศมองโกเลียปัจจุบัน ซึ่งมีชื่อทางการว่า Mongolian People's Republic
Mongolian (มองโก' เลียน, มอน-) *adj.* เกี่ยวกับ Mongolia, เกี่ยวกับชาวมองโกลใน Inner Mongolia, ดู Mongoloid, เป็นโรค Mongolism, เกี่ยวกับภาษามองโกล (อยู่ในตระกูลภาษา Altaic) *-n.* ชาวมองโกเลียปัจจุบัน, ผู้ที่อาศัยอยู่ใน Inner Mongolia, ภาษามองโกลซึ่งอยู่ในตระกูลภาษา Altaic, มนุษย์ที่เป็นพวก Mongoloid ในเอเชีย

M

Mongolism (มอง' เกิลลิซึม, มอน'-) *n.* ภาวะที่มีลักษณะใบหน้าคล้ายพวกมองโกลคือมีกะโหลกศีรษะกว้างและแบน ตาหยี และระดับสติปัญญาต่ำ ปัจจุบันเรียกว่า Down's syndrome (-S. Mongolian idiocy)
Mongoloid (มอง' เกิลลอยด, มอน' เกิลลอยด) *adj.* คล้ายมองโกล, เกี่ยวกับชนชาติมนุษย์ที่มีใบหน้าคล้ายพวกมองโกล (มีใบหน้ากว้าง กระดูกแก้มนูน จมูกเล็ก เส้นผมสีดำและตรง) ได้แก่ ประชาชนลาว มองโกล แมนจู จีน เกาหลี ญี่ปุ่น เวียดนาม ไทย พม่า ธิเบต เอสกิโม และชาวอินเดียนแดงบางเผ่า, เกี่ยวกับลักษณะของ Mongolism *-n.* คนที่จัดเป็นมนุษย์พวก Mongoloid ดังกล่าว, บุคคลที่เป็นโรค Mongolism
mongoose (มอง' กูส, มอน'-) *n., pl.* **-gooses** พังพอน
mongrel (มัง' เกริล, มอง'-) *n.* สัตว์หรือพืชที่เป็นพันธุ์ผสม, การผสมพันธุ์ต่างชนิดกัน, สุนัขพันธุ์ผสม *-adj.* เกี่ยวกับพันธุ์ผสมหรือพันทาง (-S. hybrid) *-Ex. Kasem's dog is a mongrel; he is part terrier and part bulldog., The hilltribe trader spoke a mongrel language of Chinese and Thai words.*
monies (มัน' นีซ) *n.* พหูพจน์ของ money
monism (มอน' นิซึม, โม' นิซึม) *n.* (ปรัชญา) ทฤษฎีที่ว่ามีเพียงสิ่งหรือหลักการเดียวเท่านั้นที่เป็นบรรทัดฐานเดียวของความเป็นจริง, การละกระบวนการหรือโครงสร้างทั้งหลายให้เหลือเป็นสิ่งเดียว, ความเชื่อที่ว่ามีเพียงปัจจัยโดยบังเอิญปัจจัยเดียวเท่านั้นในประวัติศาสตร์ **-monist** *n.* **-monistic, monistical** *adj.* **-monistically** *adv.*
monition (โมนิช' ชัน, มะ-) *n.* การเตือน, การตักเตือน, ลางบอกเหตุ, หมาย, หมายเรียกตัวจากศาล
monitor (มอน' นิเทอะ) *n.* นักเรียนผู้ทำหน้าที่ช่วย

ครูดูแลความประพฤติของนักเรียนคนอื่น, เครื่องเตือน, เครื่องบอกเหตุ, เรือรบหุ้มเกราะที่ขับเคลื่อนด้วยไอน้ำสมัยก่อนของอเมริกา, สัตว์เลื้อยคลานขนาดใหญ่จำพวกเหี้ยหรือจะกวดในตระกูล Varanidae, เครื่องรับการส่งวิทยุ, พี่เลี้ยง *-vt., vi.* ใช้เครื่องรับฟังสัญญาณเพื่อทดสอบคุณภาพของการส่งสัญญาณโทรทัศน์, ดูหรือฟังรายการโทรทัศน์หรือวิทยุ เพื่อตรวจสอบความเหมาะสม, สังเกต, ควบคุม, เป็นเครื่องเตือน, เป็นเครื่องตรวจ **-monitorship** *n.*

monitorial (มอนนิทอ' เรียล) *adj.* เกี่ยวกับ monitor, เป็นเครื่องเตือน, เป็นลางบอกเหตุ, เกี่ยวกับหมายเรียก

monitory (มอน' นิทอรี) *adj.* เป็นเครื่องเตือน, เป็นลางบอกเหตุ, เกี่ยวกับหมายเรียก *-n., pl.* **-ries** จดหมายเตือน, จดหมายที่เป็นหมายเรียก

monk (มังคฺ) *n.* พระ, สงฆ์, ผู้ออกบวช **-monkish** *adj.*

monkey (มัง' คี) *n., pl.* **-keys** ลิง, สัตว์เลี้ยงลูกด้วยนม (ที่ยกเว้นมนุษย์), ผู้ที่ซนเหมือนลิง, ทำให้ดูโง่เขลา, หยอกล้อ *-vi.* หยอกล้อ, เล่นเหมือนลิง **-make a monkey (out) of** ทำให้ดูโง่เขลา, หยอกล้อ *-Ex. as mischievous as a monkey, do not monkey with a gun*

monkey business การกระทำหรือธุรกิจไม่สุจริต, พฤติกรรมที่ไม่เอาจริงเอาจัง

monkeyshine (มัง' คีไชนฺ) *n.* การเล่นพิเรนทร์, การเล่นตลก, การกระทำที่ไม่ค่อยสุจริต

monkey wrench กุญแจเลื่อนแบบหนึ่ง

monkey wrench

monkhood (มังคฺ' ฮุด) *n.* ความเป็นพระ, พระทั้งหลาย

mono- คำอุปสรรค มีความหมายว่า เดี่ยว, หนึ่ง

monochrome (มอน' นะโครม) *n.* การทาสีหรือให้สีเพียงสีเดียว, ศิลปะหรือเทคนิคการทาสีหรือให้สีเดียว *-adj.* ซึ่งมีสีเดียว **-monochromic** *adj.* **-monochromist** *n.*

monocle (มอน' นะเคิล) *n.* แว่นตาข้างเดียว **-monocled** *adj.*

monocotyledon (มอนโนคอท' เทิล ลีด' เดิน, มอนนะ-) *n.* พืชตระกูล Liliopsida ที่เมล็ดให้ใบแรกใบเดียว **-monocotyledonous** *adj.*

monocular (โมนอค' คิวเลอะ, -ยะ-) *adj.* ซึ่งมีตาเดียวเท่านั้น, เกี่ยวกับการใช้ตาเพียงตาเดียว

monogamy (โมนอก' กะมี, มะ-) *n.* การมีคู่สมรสคนเดียว, (สัตว์) การผสมพันธุ์กับตัวผู้หรือตัวเมียตัวเดียว, การแต่งงานเพียงครั้งเดียวในชีวิต **-monogamist** *n.* **-monogamous, monogamic** *adj.*

monoglot (มอน' นะกลอท, -โน-) *n.* ผู้ที่พูดภาษาเดียว *-adj.* พูดหรือเขียนภาษาเดียว

monogram (มอน' นะแกรม) *n.* ชื่อย่อ, อักษรย่อ, อักษรไขว้ *-vt.* **-grammed, -gramming** ใส่ชื่อย่อ, ใส่อักษรย่อ **-monogrammatic** *adj.*

monograph (มอน' นะแกรฟ) *n.* เรื่องราวหรือเรื่องเขียนหรือตำราที่เกี่ยวกับเรื่องๆเดียวหรือเรื่องใดเรื่องหนึ่งโดยเฉพาะ, เอกสาร **-monographic** *adj.* (-S. treatise)

monolingual (มอนโนลิง' เกวิล, มอนนะ-) *adj.* รู้เพียงภาษาเดียว, พูดหรือเขียนได้เพียงภาษาเดียว, พูดหรือเขียนภาษาเดียว

monolith (มอน' นะลิธ) *n.* หินขนาดใหญ่มากก้อนเดียว, ปูชนียวัตถุ, อนุสาวรีย์หรือสิ่งก่อสร้างอื่นๆ ที่ทำจากหินก้อนเดียว, สิ่งที่มีลักษณะเป็นก้อนและแน่นราวกับหิน, สิ่งที่แน่นหนาและคงทนถาวรราวกับหิน **-monolithic** *adj.* **-monolithism** *n.*

monologue, monolog (มอน' นะลอก) *n.* การพูดเสียยืดยาวโดยคนๆ เดียว, บทประพันธ์ที่ใช้คนๆ เดียวพูด, การรำพึงดังๆ, บทพูดคนเดียวในละคร **-monologuist, monologist** *n.*

monomania (มอนโนเม' เนีย) *n.* โรคจิตที่เกี่ยวกับความครุ่นคิดแต่สิ่งเดียว, การครุ่นคิดแต่สิ่งเดียว, ภาวะจิตครอบงำที่มากผิดปกติ **-monomaniac** *n.* **-monomaniacal** *adj.*

Monophysite (โมนอฟ' ฟะไซทฺ, มะ-) *n.* ผู้ที่เชื่อว่าพระเยซูคริสต์มีคุณลักษณะเดียวเท่านั้นคือลักษณะของสวรรค์หรือลักษณะของมนุษย์ **-Monophysitic** *adj.*

monoplane (มอน' นะเพลน) *n.* เครื่องบินที่มีปีกชุดเดียว

monopolist (มะนอพ' พะลิสทฺ) *n.* ผู้มีเอกสิทธิ์, ผู้สนับสนุนการมีเอกสิทธิ์หรือลัทธิเอกสิทธิ์ **-monopolistic** *adj.* **-monopolistically** *adv.*

monopolize (มะนอพ' พะไลซ) *vt.* **-lized, -lizing** เอาไว้เสียคนเดียว, ทำให้เป็นเอกสิทธิ์, ทำให้เป็นผู้ถือเอกสิทธิ์ **-monopolization** *n.* **-monopolizer** *n.* (-S. corner, control, dominate)

monopoly (มะนอพ' พะลี) *n., pl.* **-lies** เอกสิทธิ์, การมีไว้แต่ผู้เดียว, การมีสิทธิทำหรือเอาไปเสียแต่ผู้เดียว, สิ่งที่อยู่ภายใต้การครอบครองโดยเอกสิทธิ์, บริษัทที่มีเอกสิทธิ์, ภาวะตลาดที่มีผู้ขายเพียงผู้เดียว *-Ex. government monopoly, to make a monopoly of, to secure a monopoly of, One bus company has a monopoly of our city's transportation.*

monorail (มอน' นะเรล, มอน' โน-) *n.* รถไฟที่วิ่งบนรางเดียว, รางดังกล่าว

monosodium glutamate (มอนโนโซ' เดียม กลู' ทะเมท) ผงสีขาวที่ใช้เสริมรสของเนื้อ

monosyllabic (มอนนะซิแลบ' บิค, มอนโน-) *adj.* ซึ่งมีหนึ่งพยางค์, ซึ่งมีศัพท์ที่มีพยางค์เดียว **-monosyllabically** *adv.*

monosyllable (มอน' โนซิล' ละเบิล, มอน' นะ-) *n.* คำที่มีพยางค์เดียว

monotheism (มอน' โนธีอิซึม, มอน' นะ-) *n.* ความเชื่อในการมีพระเจ้าองค์เดียวเท่านั้น, ลัทธิพระเจ้าองค์เดียว **-monotheist** *n.* **-monotheistic, monotheistical** *adj.* **-monotheistically** *adv.*

monotone (มอน' นะโทน) *n.* เสียงเดียว, การเปล่งเสียงเดียว, การท่องหรือร้องด้วยเสียงเดียว (ไม่มีเสียงสูงๆ ต่ำๆ), ความเหมือนกันของแบบ *-adj.* ดู monotonous **-monotonic** *adj.*

monotonous (มะนอท' เทินเนิส) *adj.* ซ้ำซาก, ซ้ำกัน, น่าเบื่อ, มีเสียงเดียว **-monotonously** *adv.* **-monoto-**

nousness *n.* (-S. tedious, tiresome, boring)

monotony (มะนอท' เทินนี) *n.* ความน่าเบื่อหน่าย, ความซ้ำซาก, ความซ้ำกัน, การมีเสียงเดียว, การไม่มีเสียงสูงต่ำ (-S. uniformity, tedium) *-Ex. The monotony of his stories bored me.*

monoxide (มะนอค' ไซดฺ) *n.* ออกไซด์ที่ประกอบด้วยออกซิเจนหนึ่งอะตอมในแต่ละโมเลกุล

Monroe, James (เมินโร' เจมสฺ) ประธานาธิบดีคนที่ 5 ของสหรัฐอเมริกา (ค.ศ. 1817-1825)

Monseigneur (มอนเซนเยอรฺ') *n., pl.* **Messeigneurs** ฝ่าพระบาท, ใต้เท้า, พระคุณเจ้า, เจ้าชาย, พระราชาคณะ

monsieur (มะเซอร์') *n., pl.* **messieurs** นาย, ท่าน (-S. Mr., Sir)

Monsignor (มอนซีน' เยอร์) *n., pl.* **-gnors/-gnori** พระคุณเจ้า, ท่าน, คำเคารพที่ใช้เรียกพระ, พระ, พระราชาคณะ

monsoon (มอนซูน') *n.* ลมมรสุม, ลมฝน, ฤดูลมมรสุม, ลมที่เปลี่ยนทิศทางตามฤดู, ลมที่พัดอยู่ระหว่างพื้นน่านน้ำกับพื้นแผ่นดิน **-monsoonal** *adj.*

monster (มอน' สเทอะ) *n.* อสุรกาย, สัตว์ประหลาด, สัตว์ประหลาดในนิยาย, สัตว์ที่น่าเกลียดน่ากลัว, สัตว์ที่มีรูปร่างผิดธรรมชาติมาก,พืชที่มีรูปร่างผิดธรรมชาติมาก, บุคคลที่กระทำความทารุณโหดร้ายเป็นที่น่ากลัว *-adj.* ใหญ่โตมาก, มหึมา, มโหฬาร (-S. beast, devil) *-Ex. A dog as big as a horse would be a monster., The dragons in fairy tales are monsters.*

monstrance (มอน' สเทรินซฺ) *n.* ภาชนะใส่น้ำมนตร์ในพิธีศีลมหาสนิทของศาสนานิกายโรมันคาทอลิก

monstrosity (มอนสทรอส' ซะที) *n.* ความเป็นอสุรกาย, ความมีลักษณะคล้ายสัตว์ที่น่าเกลียดน่ากลัว, ความทารุณโหดร้ายที่น่ากลัว, อสุรกาย, สัตว์ที่น่าเกลียดน่ากลัว (-S. horror)

monstrous (มอน' สเทริส) *adj.* น่าเกลียดน่ากลัว, น่าขนลุก, ร้ายแรง, ทารุณโหดร้าย, ใหญ่โต, มหึมา, ผิดปกติ, ผิดธรรมชาติ **-monstrously** *adv.* **-monstrousness** *n.* (-S. grotesque, unnatural, enormous, hideous -A. typical, tiny) *-Ex. The whale is a mammal with a monstrous body., The prisoner was accused of a monstrous crime.*

montage (มอนทาจ', โมน-) *n.* เทคนิคในการสร้างภาพปลอมที่เกิดจากรูปถ่ายหลายรูปโดยวิธีการซ้อนภาพหรืออื่นๆ, ภาพดังกล่าว, การซ้อนภาพให้เป็นภาพเดียว, การผสมผสานส่วนต่างๆให้เป็นหน่วยเดียวหรือภาพเดียว

Montana (มอนแทน' นะ) ชื่อรัฐในภาคตะวันตกเฉียงเหนือของอเมริกา

month (มันธฺ) *n.* เดือน, 1/12 ของปี, หนึ่งในสิบสองส่วน, ระยะเวลาประมาณ 4 สัปดาห์, เดือนตามจันทรคติ (lunar month) เป็นระยะเวลาที่ดวงจันทร์หมุนรอบโลกครบรอบ

monthly (มันธฺ' ลี) *adj.* เกี่ยวกับเดือน, ทุกเดือนซึ่งกินเวลาหนึ่งเดือน *-n., pl.* **-lies** นิตยสารรายเดือน, สิ่งตีพิมพ์ที่ออกทุกหนึ่งเดือน *-adv.* ทุกเดือน, เดือนละครั้ง *-Ex. We pay our rent monthly., Some magazines are monthlies.*

monument (มอน' นิวเมินทฺ, -ยะ-) *n.* อนุสาวรีย์, สิ่งที่เป็นอนุสาวรีย์,บุคคลที่เป็นตัวอย่าง,สิ่งที่เป็นตัวอย่าง, คำสรรเสริญสำหรับบุคคล (โดยเฉพาะที่ตายไปแล้ว) (-S. memorial) *-Ex. The citizens built a monument in honour of the victory., a monument of learning*

monumental (มอนนิวเมน' ทัล, -ยะ-) *adj.* คล้ายอนุสาวรีย์, เป็นอนุสาวรีย์, ซึ่งมีความหมายทางประวัติศาสตร์, เกี่ยวกับอนุสาวรีย์, ถาวร, มากมาย, มหันต์, กล้าหาญ **-monumentality** *n.* **-monumentally** *adv.* *-Ex. a monumental inscription, The Bankok Address is a monumental speech., Building a bridge is a monumental task.*

moo (มู) *vi.* **mooed, mooing** เปล่งเสียงวัว *-n., pl.* **moos** เสียงวัว, เสียงที่คล้ายวัวร้อง

mooch (มูช) *vt.* (คำสแลง) เอาของคนอื่นมาโดยไม่ยอมคืนหรือไม่ยอมจ่าย *-vi.* ยืม, ขอ **-moocher** *n.*

mood¹ (มูด) *n.* อารมณ์ขุ่นหมอง, อารมณ์, ใจคอ

mood² (มูด) *n.* (ไวยากรณ์) มาลาหรือประเภทของกริยา, แบบของการอ้างเหตุผลในตรรกวิทยา

moody (มู' ดี) *adj.* **moodier, moodiest** มีอารมณ์ขุ่นหมอง, ซึ่งมีอารมณ์เปลี่ยนแปลงได้ง่าย **-moodily** *adv.* **-moodiness** *n.* (-S. angry) *-Ex. a moody disposition, Everyone shuns him when Sombut is moody and unfriendly.*

moon (มูน) *n.* ดวงจันทร์, พระจันทร์, เดือน, ดวงจันทร์ของดาวนพเคราะห์, สิ่งที่เป็นรูปเสี้ยวพระจันทร์ *-vi.* รำพึง, นั่งซึม, ปล่อยความคิดไปตามอารมณ์ *-vt.* ปล่อยเวลาให้ล่วงเลยไปโดยเปล่าประโยชน์

moonbeam (มูน' บีม) *n.* แสงจันทร์

moonlight (มูน' ไลทฺ) *n.* แสงจันทร์ *-adj.* เกี่ยวกับแสงจันทร์, สว่างไปด้วยแสงจันทร์, เกิดขึ้นท่ามกลางแสงจันทร์, เกิดขึ้นในเวลากลางคืน *-vi.* ฝึกทำงานเพิ่มเติมในเวลากลางคืน

moonlit (มูน' ลิท) *adj.* ซึ่งสว่างไปด้วยแสงจันทร์ *-Ex. a moonlit landscape*

moonrise (มูน' ไรซ) *n.* การขึ้นของดวงจันทร์เหนือขอบฟ้า, เวลาที่ดวงจันทร์ขึ้นเหนือขอบฟ้า

moonshine (มูน' ไชนฺ) *n.* เหล้าเถื่อน, แสงจันทร์, การพูดหรือความคิดที่เหลวไหล, ความเหลวไหล, ความไร้สาระ (-S. nonsense) *-Ex. The moonshine made the night bright as day.*

moonshiner (มูน' ไชเนอะ) *n.* ผู้กลั่นหรือทำเหล้าเถื่อน

moonshot (มูน' ชอท) *n.* การปล่อยจรวดไปยังดวงจันทร์

moonstone (มูน' สโตน) *n.* พลอยสีน้ำเงินที่เป็นแร่จำพวกหนึ่ง, พลอยสีขาวชนิดหนึ่ง

moonstruck (มูน' สตรัค) *adj.* เป็นอันตรายต่อกายหรือจิตใจที่เนื่องจากแสงจันทร์ (-S. moonstricken)

moor¹ (มัวร์) *vt.* จอดเรือ, ผูกเรือ, ผูกแน่น, ทำให้มั่นคง *-vi.* จอดเรือ, กลายเป็นมั่นคง

moor² (มัวร์) *n.* ทุ่งพุ่มไม้เตี้ยๆ

M

Moor (มัวร์) *n.* ชาวมุสลิมผสมระหว่างอาหรับกับ Berber อาศัยอยู่ในภาคตะวันตกเฉียงเหนือของแอฟริกา, มุสลิม **-Moorish** *adj.*

moorage (มัว' ริจ) *n.* ที่จอดเรือ, ท่าจอดเรือ, ค่าจอดเรือ, การจอดเรือ, ภาวะที่ถูกผูกแน่น

mooring (มัว' ริง) *n.* การจอดเรือ, การผูกเรือ, วิธีการจอดหรือผูกเรือ

moorland (มัวร์' แลนดฺ) *n.* ทุ่งพุ่มไม้เตี้ย

moose (มูส) *n., pl.* **moose** กวางขนาดใหญ่จำพวก *Alces alces* ตัวผู้มีเขาขนาดใหญ่ มีน้ำหนักมากได้ถึง 815 กิโลกรัม (ประมาณ 1,800 ปอนด์)

moose

moot (มูท) *adj.* น่าสงสัย, เป็นที่ถกเถียงกันมาก, ซึ่งปฏิบัติไม่ได้หรือได้น้อย, ไม่จริง, เป็นทฤษฎี, เป็นสมมติฐาน *-vt.* เสนอเพื่อการถกเถียง, เสนอปัญหา, ลดหรือขจัดความสำคัญในเชิงปฏิบัติ, ถกเถียง *-n.* สภาประชาชนในอังกฤษสมัยโบราณที่มีอำนาจบริหารศาลากลาง, การถกเถียง, การอภิปราย (-S. debatable)

M

mop (มอพ) *n.* มัดผ้าหรือวัตถุที่เป็นปุยที่ปลายไม้สำหรับถูพื้น ซับ เช็ด, ผมกระเซิง *-vt.* **mopped, mopping** ถู ซับ เช็ดด้วยมัดผ้าหรือวัตถุดังกล่าว **-mop up** กวาดล้างข้าศึกที่เหลืออยู่, ทำสำเร็จ, ทำเสร็จ **-mopper** *n.*

mope (โมพ) *v.* **moped, moping** *-vi.* เซื่องซึม, ดูเซื่องซึม *-vt.* ทำเซื่องซึม *-n.* บุคคลที่เซื่องซึม **-mopes** จิตใจที่เซื่องซึม, ความเศร้าโศก, ความหดหู่ใจ **-moper** *n.* **-mopey, mopy, mopish** *adj.* **-mopishly** *adv. -Ex. Instead of going out; Udom moped all day in his room.*

moppet (มอพ' พิท) *n.* เด็กน้อย (คำที่ใช้เรียกอย่างรักใคร่)

mop-up (มอพ' อัพ) *n.* การเช็ด ถู หรือซับให้หมด, การกวาดล้างข้าศึกที่เหลืออยู่ให้หมด, การทำให้เสร็จหมด

moral (มอ' เริล, มาร์'-, มะแรล') *adj.* เกี่ยวกับศีลธรรม, เกี่ยวกับจรรยา, เกี่ยวกับหลักความประพฤติ, เกี่ยวกับธรรมจริยา, เกี่ยวกับความรู้สึกผิดชอบ, บริสุทธิ์, เกี่ยวกับจิตใจ, ขึ้นอยู่กับการสังเกต *-n.* หลักศีลธรรม, หลักธรรมจริยา **-morals** หลักความประพฤติ **-morally** *adv.* (-S. ethical)

morale (มะแรล', มอ-) *n.* ขวัญ (-S. heart)*-Ex. The morale of the troops was high as they went into action that day.*

morality (โมแรล' ลิที, มะ-, มอแรล'-) *n., pl.* **-ties** จรรยา, ศีลธรรม

morass (มะแรส', มอ-) *n.* พื้นดินที่ต่ำ นิ่มและเปียกชื้น, ที่ลุ่ม, หนอง, บึง, บ่อ (-S. fen, marsh)

moratorium (มอระทอ' เรียม) *n., pl.* **-ria/-riums** การอนุญาตของศาลให้เลื่อนการชำระหนี้หรือเลื่อนการกระทำบางอย่าง, ระยะเวลาดังกล่าว, การหยุดการกระทำบางอย่าง

moratory (มอ' ระทอรี) *adj.* ซึ่งอนุญาตให้เลื่อนการชำระหนี้

moray (มอ' เร, มอเร', มะ-) *n.* ปลาไหลเมืองร้อนในตระกูล Muraenidae มีรูเปิดที่เหงือก ไม่มีครีบหน้าอก

morbid (มอร์' บิด) *adj.* ไม่สบาย, เป็นโรค, เกี่ยวกับส่วนที่เป็นโรค, ผิดปกติ, น่ากลัว, น่าขยะแขยง **-morbidness** *n.* **-morbidly** *adv. -Ex. morbid condition, morbid anatomy, Reading many horror stories may show a morbid taste., A cancer is a morbid growth.*

morbidity (มอร์บิด' ดะที) *n., pl.* **-ties** ความเป็นโรค, ความไม่สบาย, อัตราการตาย (ที่เนื่องจากโรคใดโรคหนึ่ง), อัตราการป่วย (เนื่องด้วยโรคใดโรคหนึ่ง)

mordant (มอร์' เดินทฺ) *adj.* กัดกร่อน, แสบเสียว, เสียดสี, ซึ่งทำให้ติดสีย้อม *-n.* สารที่ใช้ติดสีย้อม, สารกัดกร่อน*-vt.* ใส่สารดังกล่าว**-mordancy** *n.* **-mordantly** *adv.*

more (มอร์) *adj.* คุณศัพท์เปรียบเทียบของ much หรือ many, มากกว่า, นอกเหนือจาก, เพิ่มขึ้น *-n.* จำนวนที่เพิ่มขึ้น, จำนวนที่มากกว่า, ปริมาณที่มากกว่า, ขนาดที่ใหญ่กว่า, สิ่งที่ใหญ่กว่าหรือมีมากกว่า *-adv.* มากกว่า, ยิ่งกว่า, นอกเหนือจาก, อีก, ต่อไป **-more and more** เพิ่มขึ้นเรื่อย **-more or less** ไม่มากก็น้อย, โดยประมาณ (-S. extra) *-Ex. more money, more things, I want to know more., some more, Any more?, not any more, no more, two more, many more,The more Udom gets; the more the better., three years or more, Work more and eat less., more and more beautiful, I believe it; more or less., more than usual, more than ever*

moreover (มอร์โอ' เวอะ) *adv.* นอกเหนือจากนั้น, นอกจากนั้น, ยิ่งกว่านั้น, อนึ่ง (-S. besides)

mores (โม' รีซฺ, -เรซ, มอ' เรซฺ, -เรซ) *n. pl.* ขนบธรรมเนียม, ประเพณี, ธรรมเนียมปฏิบัติ

Morgan (มอร์' เกิน) *n.* ชื่อม้าพันธุ์หนึ่ง

morganatic (มอร์กะแนท' ทิค) *adj.* เกี่ยวกับการสมรสระหว่างชายที่มีศักดิ์สูงกับหญิงที่ต่ำกว่าโดยที่ฝ่ายหญิงจะยอมสละสิทธิ์บางอย่างของชายที่ตนหรือบุตรควรได้ **-morganatically** *adv.*

morgue (มอร์ก) *n.* สถานที่เก็บศพ (โดยเฉพาะศพที่ยังไม่รู้ว่าเป็นใคร ในระหว่างรอการชันสูตรศพหรือรอการฝัง), ห้องเก็บเรื่องราว ภาพถ่าย เอกสารหรืออื่นๆ

moribund (มอ' ริบันดฺ) *adj.* ใกล้ตาย, จวนตาย, ร่อนแร่, จวนจะสูญพันธุ์, จวนจะหมด, ไม่เจริญ, อยู่กับที่ **-moribundity** *n.* (-S. dying, failing)

Mormon (มอร์' เมิน) *n.* คริสเตียนที่เป็นสมาชิกนิกาย Mormon Church (the Church of Jesus Christ of Latter-day Saints) ซึ่งก่อตั้งขึ้นในอเมริกาในปี ค.ศ. 1830 โดย Joseph Smith, หนังสือพระคัมภีร์ของนิกายดังกล่าว (Book of Mormon) *-adj.* เกี่ยวกับคริสเตียนดังกล่าวและความเชื่อของเขา **-Mormonism** *n.*

morn (มอร์น) *n.* เวลาเช้า

morning (มอร์' นิง) *n.* ตอนเช้า, เวลาเช้า, เวลาตั้งแต่รุ่งอรุณหรือหลังเที่ยงคืนจนถึงเที่ยงวัน, ระยะแรกเริ่ม *-adj.* เกี่ยวกับตอนเช้า (-S. dawn)

morning after เวลาเช้า (หรือเวลาอื่น) ภายหลังการกินเหล้าเมามาแล้วมีอาการตกค้างอยู่ของฤทธิ์เหล้าหลังคืนที่กินเหล้า

morning glory พืชที่มีดอกเป็นรูปกรวยจำพวก

Ipomoea

mornings (มอร์' นิงซฺ) *adv.* ในระหว่างตอนเช้าเป็นประจำ

morning sickness อาการคลื่นเหียนอยากอาเจียนในตอนเช้า เป็นอาการที่มีลักษณะเฉพาะของการตั้งครรภ์ในเดือนแรกๆ (-S. nausea)

morning star ดาวประกายพรึก, ดาวศุกร์, ดาวสว่างไสวในท้องฟ้าในทิศตะวันออก ก่อนพระอาทิตย์ขึ้นเล็กน้อย (-S. Venus)

Morocco (มะรอค' โค) โมร็อกโก เป็นราชอาณาจักรหนึ่งในภาคตะวันตกเฉียงเหนือของแอฟริกา

moron (โม' รอน, มอ' รอน) *n.* บุคคลที่มีระดับสติปัญญาต่ำ, คนโง่ **-moronic** *adj.* **-moronically** *adv.* **-moronity, moronism** *n.*

morose (มะโรส') *adj.* มีอารมณ์ขุ่นหมอง, มีอารมณ์ไม่ดี, บูดบึ้ง **-morosely** *adv.* **-moroseness** *n.* (-S. sour, gloomy, surly -A. cheerful, happy) *-Ex. Keep your spirits high and don't become morose over failure or disappointment.*

morpheme (มอร์' ฟีม) *n.* หน่วยที่เล็กที่สุดทางไวยากรณ์ภาษา เป็นหน่วยที่ไม่สามารถแบ่งแยกให้เล็กลงอีกได้ที่มีความหมายของตัวมันเอง **-morphemic** *adj.* **-morphemically** *adv.*

morphine (มอร์' ฟีน) *n.* มอร์ฟีน เป็นผลึกที่มีรสขมและมีฤทธิ์เป็นด่าง เป็นยาระงับหรือบรรเทาปวด เป็นยากดประสาทและยานอนหลับ เป็นยาเสพย์ติดชนิดหนึ่ง **-morphinic** *adj.* (-S. morphia)

morphology (มอร์ฟอล' ละจี) *n.* วิทยาศาสตร์เกี่ยวกับรูปแบบและโครงสร้างของสัตว์และพืช **-morphologic, morphological** *adj.* **-morphologically** *adv.* **-morphologist** *n.*

morrow (มอ' โร, มาร์'-) *n.* พรุ่งนี้, ตอนเช้า

Morse (มอร์ส) *n.* รหัสมอร์ส *-adj.* เกี่ยวกับรหัสมอร์ส

morsel (มอร์' เซิล) *n.* (อาหาร) คำหนึ่ง, จำนวนเล็กน้อย, เศษเล็กเศษน้อย *-vt.* แบ่งออกเป็นชิ้นเล็กชิ้นน้อย (-S. taste, bite) *-Ex. Udom threw some morsels of bread to the birds.*

mortal (มอร์' เทิล) *adj.* ต้องตาย, เกี่ยวกับมนุษย์ที่ต้องตาย, เกี่ยวกับโลกนี้, เกี่ยวกับความตายของจิตวิญญาณ, ซึ่งทำให้ตาย, ปางตาย, ร้ายกาจ, มหันต์, ถึงตาย *-n.* สิ่งมีชีวิตที่ในที่สุดก็ต้องตาย *-adv.* อย่างที่สุด **-mortally** *adv.* (-S. fatal, deadly, human -A. immortal) *-Ex. All men are mortal., Sir Lancelot gave the dragon a mortal wound., Mortals cannot know everything., We all have mortal weaknesses that we should try to overcome., a mortal wound, in mortal fear, a mortal sin, a mortal struggle, a mortal enemy, in mortal agony*

mortality (มอร์แทล' ละที) *n.* การที่ต้องตาย, ความตาย, อัตราตาย, มนุษย์ที่ต้องตาย, ความหายนะ, สิ่งมีชีวิตทั้งหลายที่ต้องตาย (-S. death, destruction)

mortar[1] (มอร์' เทอะ) *n.* โกร่ง, ครก, ปืนครก, เครื่องยิงดอกไม้ไฟ, ปูนขาวหรือปูนซีเมนต์หรือส่วนผสมของมันกับทรายและน้ำ ใช้ในการก่ออิฐ ก่อตึก *-vt.* โบกปูน

mortarboard (มอร์' ทะบอร์ด) *n.* หมวกปริญญา, กระดานโบกปูน

mortgage (มอร์' กิจ) *n.* จำนอง, การจำนอง, สิทธิจำนอง *-vt.* **-gaged, -gaging** จำนอง, ให้คำมั่น, เป็นพันธะ

mortgagee (มอร์กะจี') *n.* ผู้รับจำนอง

mortgagor, mortgager (มอร์' กิเจอะ) *n.* ผู้จำนอง

mortician (มอร์ทิช' เชียน) *n.* สัปเหร่อ, ผู้จัดการศพ

mortification (มอร์ทะฟิเค' ชัน) *n.* การได้รับความอับอายหรือถูกลบหลู่, สิ่งที่ทำให้ได้รับความอับอายหรือถูกลบหลู่, การทรมานตนเองหรือบำเพ็ญทุกรกิริยาเพื่อเอาชนะใจตัวเองและเพื่อไม่ให้มีใจกระทำบาป, ความตายของส่วนหนึ่งของร่างกาย, เนื้อตายเน่า *-Ex. The singer was overcome with mortification when his voice cracked., The soiled and worn rug was a mortification to the visitors.*

mortify (มอร์' ทะไฟ) *vt., vi.* **-fied, -fying** ลบหลู่, ทำให้ได้รับความอับอาย, ทรมานตนเอง, บำเพ็ญทุกรกิริยา, เป็นโรคเนื้อตายเน่า, เป็นโรคเนื้อเยื่อตายหรือกลุ่มเนื้อเยื่อตาย **-mortifier** *n. -Ex. It mortifies me to forget the name of a person I am introducing.*

mortise, mortice (มอร์' ทิส) *n.* บาก, ช่องเซาะในเนื้อไม้สำหรับฝังกุญแจหรือลิ้นไม้ *-vt.* **-tised/-ticed, -tising/-ticing** เซาะเป็นร่องหรือช่อง, บาก, สกัด

mortuary (มอร์' ชูเออรี) *n., pl.* **-aries** สถานที่เก็บศพเพื่อรอการฝังหรือเผาศพ *-adj.* เกี่ยวกับการฝังศพ, เกี่ยวกับความตาย (-S. funeral home)

mosaic (โมเซ' อิค) *n.* รูปหรือลวดลายที่เกิดจากการวางชิ้นเล็กๆ ของแผ่นหิน แก้วหรืออื่นๆ, เทคนิคการสร้างภาพหรือลวดลายดังกล่าว, การคงภาพถ่ายทางอากาศให้ต่อเนื่องกันเพื่อให้เกิดภาพของบริเวณพื้นที่หนึ่ง, โรคจากเชื้อไวรัสชนิดหนึ่งที่เป็นกับพืช ทำให้เกิดรอยด่างสีเขียวหรือเหลืองที่ใบ *-adj.* เกี่ยวกับหรือคล้ายรูปหรือลวดลายดังกล่าว *-vt.* **-icked, -icking** ทำด้วย mosaic, ตกแต่งด้วย mosaic **-mosaically** *adv.* **-mosaicist** *n.*

Mosaic (โมเซ' อิค) *adj.* เกี่ยวกับ Moses, เกี่ยวกับกฎข้อเขียนและหลักการของ Moses

Moscow (มอส' โค, -เคา) เมืองหลวงของรัสเซีย

mosey (โม' ซี) *vi.* (คำสแลง) จากไปอย่างรวดเร็ว เปิดหนีไป รื้อที่พัก เดินเตร่

Moslem (มอซฺ' เลิม, มอส'-) *n., adj.* มุสลิม (-S. Muslim) *-Ex. a Moslem country*

mosque (มอสค) *n.* สุเหร่า

mosquito (มะสคี' โท) *n., pl.* **-toes/-tos** ยุง **-mosquitoey** *adj.*

mosquito net/netting มุ้ง

moss (มอส, มาส) *n.* พืชตะไคร่น้ำตระกูล Bryopsida, สาหร่ายทะเล *-vt.* ปกคลุมไปด้วยสาหร่าย **-mosslike** *adj.*

moss

mossback (มอส' แบค, มาส'-) *n.* ผู้ไม่ยอมเปลี่ยนแปลง, ผู้ยึดลัทธิจารีตนิยม

M

อย่างมากๆ, คนที่ล้าสมัย, คนบ้านนอก, เต่าแก่, เต่าล้านปี, ปลาใหญ่และแก่

most (โมสทฺ) *adj.* คุณศัพท์เปรียบเทียบของ much หรือ many, มากที่สุด, ส่วนใหญ่ *-n.* จำนวนที่มากที่สุด, ปริมาณที่มากที่สุด, เลขที่สูงสุด, คนส่วนใหญ่ *-adv.* มากที่สุด, เกือบจะ **-at (the) most** อย่างมากที่สุด **-the most** (คำสแลง) จุดสุดยอด *-Ex. Most of my pupils are very young.*

-most คำปัจจัย มีความหมายว่า มากที่สุด, ส่วนใหญ่

mostly (โมสทฺ' ลี) *adv.* ส่วนมาก, ส่วนใหญ่, โดยทั่วไป, โดยธรรมดาแล้ว (-S. principally)

mot (โม) *n.* คำคม

mote (โมท) *n.* จุด, แต้ม, มลทิน, ผงธุลี

motel (โมเทล') *n.* โรงแรมสำหรับผู้เดินทางที่มักมีห้องนอนติดกับที่จอดรถ, โมเต็ล

motet (โมเทท') *n.* เพลงขับร้องที่แต่งขึ้นซึ่งประกอบด้วยหลายเสียงสำหรับพิธีในโบสถ์

M

moth (มอธ) *n., pl.* **moths** ผีเสื้อกลางคืน

moth

mothball (มอธ' บอล) *n.* ลูกเหม็น (ลูก naphthalene หรือบางทีก็เป็นการบูร) *-vt.* เก็บรักษาไว้ใช้ในอนาคต *-adj.*เก็บรักษาไว้ **-in/out of mothballs** ในสภาพที่ยังไม่ได้ใช้หรือในสภาพที่เก็บไว้เฉยๆ

moth-eaten (มอธ' อีทเทิน) *adj.* ถูกกินหรือถูกทำลายหรือทำให้เสื่อมเสียโดยผีเสื้อกลางคืน, เน่าเปื่อย, ล้าสมัย, ชรา, ทุพพลภาพ

mother (มัธ' เธอะ) *n.* แม่, มารดา, แม่ยาย, แม่เลี้ยง, หญิงผู้ทำหน้าที่เหมือนแม่,หัวหน้ากลุ่มชุมชนคริสเตียนที่เป็นหญิง *-adj.* เป็นแม่, เป็นมารดา, แม่ผู้ให้กำเนิด, มาจากแม่ *-vt.* เป็นแม่ของ, ดูแลเหมือนแม่ **-motherless** *adj.* (-S. mom, mama, nurture, native, natural) *-Ex. Kasorn likes to mother baby., The calf gets milk from its mother., Necessity is the mother of invention., Surachai speaks Thai well but Chinese is his mother tongue.*

mother country, motherland มาตุภูมิ, บ้านเกิดเมืองนอน, ประเทศที่ผู้ตั้งรกรากในถิ่นใหม่ได้อพยพจากมา

motherhood (มัธ' เธอร์ฮุด) *n.* ความเป็นมารดา, มารดา *-Ex. Manee took seriously the duties of motherhood., On Mother's Day; we honour the motherhood of the country.*

mother-in-law (มัธ' เธอร์อินลอ) *n., pl.* **mothers-in-law** แม่ยาย, แม่สามี

motherland (มัธ' เธอร์แลนดฺ) *n.* มาตุภูมิ, บ้านเกิดเมืองนอน

motherly (มัธ' เธอร์ลี) *adj.* เกี่ยวกับแม่, เหมาะกับแม่, คล้ายแม่ *-adv.* ในฐานะหรือสภาพที่เป็นแม่ **-motherliness** *n.* (-S. caring) *-Ex. a motherly hug*

mother-of-pearl (มัธ' เธอร์เอิฟวฺเพิร์ล') *n.* หอยมุก *-adj.* เกี่ยวกับหอยมุก

mother superior *n., pl.* **mother superiors, mothers superior** แม่อธิการ, หัวหน้านางชี

mother tongue ภาษาที่พูดมาตั้งแต่เด็ก, ภาษาของพ่อแม่

mother wit เชาวน์หรือสติปัญญาที่มีมาแต่กำเนิด

mothproof (มอธ' พรูฟ) *adj.* ซึ่งต่อต้านการทำลายหรือทำให้เสื่อมจากผีเสื้อกลางคืน *-vt.* ต้านการทำลายหรือทำให้เสื่อมจากผีเสื้อกลางคืน

mothy (มอธ' ธี) *adj.* **mothier, mothiest** ซึ่งถูกผีเสื้อกลางคืนทำลายหรือทำให้เสื่อม

motif (โมทีฟ') *n.* เรื่อง แบบ ความคิดหรืออื่นๆ ที่กลับมาอีก (โดยเฉพาะงานศิลปะ), ความคิดหรือลักษณะเด่น, มาตรฐาน, บรรทัดฐาน

motile (โม' ทิล, โม' เทิล) *adj.* ซึ่งสามารถเคลื่อนไหวได้เอง, เคลื่อนที่ได้ **-motility** *n.*

motion (โม' ชัน) *n.* การเคลื่อนที่, การเคลื่อนไหว, กระบวนการเคลื่อนที่หรือเคลื่อนไหว,อำนาจการเคลื่อนที่หรือเคลื่อนไหว, วิธีการหรือท่าทางในการเดิน, กิริยาท่าทาง, ข้อเสนอเป็นทางการ, การขอร้องต่อศาล, แรงดลใจ, ความโน้มน้าว *-vt., vi.* โบกไม้โบกมือหรือให้สัญญาณเคลื่อนที่ **-in motion** กำลังเคลื่อนที่ **-motional** *adj.* **-motionless** *adj.* **-motionlessly** *adv.* **-motionlessness** *n. -Ex. Every motion that the dancer made was beautiful., Dang motioned to us with his hand to tell us to hurry., Never open the door of a car that is in motion., pendulum in motion, motion of the planets*

motion picture ภาพยนตร์

motion sickness อาการเมาคลื่น เมาเรือ เมารถหรือเมาเครื่องบิน

motivate (โม' ทะเวท) *vt.* **-vated, -vating** กระตุ้น, ดลใจ **-motivation** *n.* **-motivational** *adj.* **-motivative** *adj.* **-motivator** *n.*

motive (โม' ทิฟว) *n.* สิ่งดลใจ, เหตุจูงใจ, วัตถุประสงค์, เป้าหมาย, แรงดลใจ *-adj.* ซึ่งทำให้เกิดการเคลื่อนไหว, เกี่ยวกับการเคลื่อนไหว, เป็นการกระตุ้น, เป็นสิ่งดลใจ *-vt.* **-tived, -tiving** กระตุ้น, ดลใจ **-motiveless** *adj.*

motive power แรงที่ทำให้เคลื่อนที่, อำนาจที่ทำให้เคลื่อนที่, แหล่งของพลังงานจลน์

motley (มอท' ลี) *n.* การรวมสีต่างๆ กัน, เครื่องแต่งกายสลับสีหรือหลายสีของตัวตลกประจำสำนักราชวัง, การผสมผสาน, เสียงประสาน, จับฉ่าย *-adj.* หลากหลาย, ซึ่งประกอบด้วยหลายอย่าง, มีหลายสี, สลับสี (-S. assorted, varied, mixed) *-Ex. A motley crowd filled the street., The clown was dressed in motley.*

motor (โม' เทอะ) *n.* เครื่องจักร, เครื่องยนต์, เครื่องเปลี่ยนพลังงานไฟฟ้าเป็นพลังงานกล *-adj.* ซึ่งทำให้เกิดการเคลื่อนไหว, เกี่ยวกับยานพาหนะที่ขับเคลื่อนด้วยเครื่องยนต์, ซึ่งนำกระแสประสาทที่ทำให้เกิดการเคลื่อนไหว, เกี่ยวกับการเคลื่อนไหวของกล้ามเนื้อ *-vi., vt.* ขับรถยนต์, เดินทางโดยรถยนต์ *-Ex. Our automobile motor broke down and delayed our trip., We motored across the country., a motor muscle, motor nerves*

motorbike (โม' เทอะไบคฺ) *n.* รถจักรยานยนต์สองล้อ (-S. motorcycle)

motorboat (โม' เทอะโบท) *n.* เรือยนต์

motorbus (โม' เทอะบัส) *n.* รถโดยสารประจำทางที่ขับเคลื่อนด้วยเครื่องยนต์ (-S. motor coach)

motorcade (โม' เทอะเคด) *n.* ขบวนรถยนต์

motorcar (โม' เทอะคาร์) *n.* รถยนต์, ตู้รถไฟที่ขับเคลื่อนได้เอง (-S. motor car)

motorcycle (โม' เทอะไซเคิล) *n.* รถจักรยานยนต์สองล้อ *-vi.* **-cled, -cling** ขับรถจักรยานยนต์สองล้อ **-motorcyclist** *n. -Ex. We motorcycled to Chiang Mai.*

motorist (โม' เทอะริสทฺ) *n.* ผู้ขับรถยนต์, ผู้เดินทางโดยรถยนต์

motorize (โม' เทอะไรซฺ) *vt.* **-ized, -izing** ใส่เครื่องยนต์, จัดให้มีรถยนต์ **-motorization** *n. -Ex. They have motorized the army since World War I.*

motorman (โม' เทอะเมิน) *n., pl.* **-men** ผู้ขับรถยนต์, ผู้ขับเครื่องยนต์, ผู้ขับรถรางหรือรถไฟใต้ดินที่วิ่งด้วยพลังงานไฟฟ้า

motor truck รถยนต์บรรทุก

motor vehicle รถยนต์

mottle (มอท' เทิล) *vt.* **-tled, -tling** ทำให้เป็นจุดด่างดำ, ทำให้เป็นลายพร้อย *-n.* จุดด่างดำ, ลายพร้อย, สีลายพร้อย **-mottled** *adj. -Ex. The marble table top has a mottled pattern.*

motto (มอท' โท) *n., pl.* **-toes/-tos** ภาษิตคำขวัญ, คติพจน์, คำพังเพย, หลักความประพฤติ *-Ex. "Early to bed and early to rise" was his motto., In the United States; the coins all bear the motto "In God We Trust."*

mould (โมลดฺ) *n., vt., vi.* ดู mold

moulder (โมล' เดอะ) *vi., vt.* ดู molder

moulding (โมล' ดิง) *n.* ดู molding

moult (โมลทฺ) *vi., vt., n.* ดู molt

mound[1] (เมานฺดฺ) *n.* เนิน, เนินดิน, กองดิน, เนินดินเหนือหลุมฝังศพ, กองสิ่งของ *-vt.* ทำเนินดิน, กองขึ้น (-S. pile, hill, heap)

mound[2] (เมานฺดฺ) *n.* ลูกโลกทองที่มีไม้กางเขนอยู่ข้างบนเป็นสัญลักษณ์แห่งพระราชอำนาจของกษัตริย์อังกฤษ

mount[1] (เมานฺทฺ) *vt.* ขึ้น, ปีนขึ้น, ลุกขึ้น, ขึ้นม้า, ยกขึ้น, ตั้งปืนใหญ่, วางยาม, ติดภาพ, ติดตัวอย่าง, เตรียมตัวอย่างเพื่อส่องกล้องจุลทรรศน์ *-vi.* ขึ้น, ลุกขึ้น, ขึ้นม้าหรือสัตว์อื่น *-n.* การขึ้น, ม้าหรือสัตว์อื่นหรือยานพาหนะที่ใช้ขี่, การขี่ม้า, สิ่งค้ำจุน, การวางยาม, การติดภาพ **-mountable** *adj.* **-mounter** *n.* (-S. ascend, rise, tower, climb) *-Ex. Nid mounted the horse and rode off., Nid's mount was a beautiful black horse., The temperature usually mounts at midday., Mount Everest is the tallest mountain in the world., The speaker mounted the platform., Cannon were mounted on the hilltop., to mount a jewel, to mount a picture, to mount stamps in an album*

mount[2] (เมานฺทฺ) *n.* เนินเขา, ภูเขา, เนินบนฝ่ามือ

mountain (เมานฺ' เทิน) *n.* ภูเขา, สิ่งใหญ่โตที่มีรูปร่างคล้ายภูเขา, ปริมาณมากมาย, อุปสรรคอันน่ากลัว *-adj.* เกี่ยวกับภูเขา, ซึ่งอาศัยหรือเจริญหรือตั้งอยู่บนภูเขา, คล้ายภูเขา **-the Mountain** กลุ่มหัวรุนแรงที่เป็นสมาชิกนิติบัญญัติของรัฐสภาฝรั่งเศสสมัยปฏิวัติ (-S. mount, eminence) *-Ex. a mountain of potatoes, a mountain of work, the mountain folk, a mountain hut*

mountain bike, mountain bicycle จักรยานภูเขาที่มีน้ำหนักเบา ยางหนา ที่มือจับตรงและมีหลายเกียร์

mountain dew วิสกี้

mountaineer (เมานฺทะเนียร์', เมานฺ' เทินเนียร์') *n.* ผู้อาศัยอยู่ตามภูเขา, นักขึ้นเขา, นักไต่เขา *-vi.* ขึ้นเขา, ไต่เขา

mountain goat rocky mountain goat สัตว์เคี้ยวเอื้องคล้ายแพะ มีเขาสั้นสีดำ มีขนยาวสีขาวอยู่ตามบริเวณภูเขาในทวีปอเมริกาเหนือ เป็นสัตว์จำพวก *Oreamnos americanus*

mountain lion ดู cougar

mountainous (เมานฺ' เทินเนิส) *adj.* เต็มไปด้วยภูเขา, เกี่ยวกับธรรมชาติของภูเขา, ใหญ่โตและสูง, คล้ายภูเขา **-mountainously** *adv.* (-S. alpine, high -A. flat) *-Ex. Switzerland is a mountainous country.*

mountain range เทือกเขา, บริเวณที่ราบสูง (โดยทั่วไปตั้งแต่ 2,000 ฟุตขึ้นไป)

mountebank (เมานฺทฺ' ทะแบงคฺ) *n.* คนขายยาแผนโบราณที่ประกาศชวนเชื่อหรือทำการแสดงต่าง ๆ เพื่อดึงดูดคนมาซื้อยา, คนหลอกลวง, หมอเถื่อน, หมอกำมะลอ, กำมะลอ *-vi.* ประกาศชวนเชื่อดังกล่าว, หลอกลวง **-mountebankery** *n.* (-S. quack, charlatan, fake)

mounted (เมานฺ' ทิด) *adj.* บนหลังม้า, ซึ่งขี่ม้าอยู่, เกี่ยวกับทหารม้า, ซึ่งติดตั้งอยู่, ตั้งอยู่, ติดอยู่

Mountie, Mounty (เมานฺ' ที) *n., pl.* **-ies** ตำรวจม้าของแคนาดา

mounting (เมานฺ' ทิง) *n.* การขึ้น, การขึ้นขี่, สิ่งค้ำติด

mourn (มอร์น) *vi., vt.* ไว้ทุกข์, อาลัย, เศร้าโศก, เสียใจ, คร่ำครวญ (-S. deplore, lament)

mourner (มอร์น' เนอะ) *n.* ผู้ไว้ทุกข์, ผู้ไว้อาลัย, ผู้โศกเศร้า, ผู้ไปงานศพ, ผู้สารภาพผิด

mournful (มอร์น' เฟิล) *adj.* เศร้าโศก, เสียใจ, เกี่ยวกับการไว้ทุกข์ให้คนตาย, ซึ่งทำให้เศร้าโศก, มืดมน, ไม่สดใส **-mournfully** *adv.* **-mournfulness** *n.* (-S. sorrowful, grievous -A. cheerful, joyous) *-Ex. the mournful sound of a dove*

mourning (มอร์น' นิง) *n.* การโศกเศร้า, การเสียใจ, การไว้ทุกข์, การไว้อาลัย, สิ่งที่แสดงถึงความเสียใจ เช่น เครื่องไว้ทุกข์สีดำ *-adj.* แสดงความเสียใจ **-mourningly** *adv.* (-S. grief, lamentation) *-Ex. The widow wore mourning for a year.*

mourning band ปลอกแขนไว้ทุกข์

mouse (*n.* เมาซฺ, *v.* เมาซฺ, เมาซฺ) *n., pl.* **mice** หนู, คนขี้อาย, (คำสแลง) ตาเขียว (เนื่องจากได้รับการกระทบกระเทือน), (คอมพิวเตอร์) อุปกรณ์นำเข้า (input device) ชนิดหนึ่ง มีขนาดพอเหมาะกับมือ เป็นรูปทรงกลมเล็ก ๆ สามารถเคลื่อนย้ายไปบนพื้นผิวเรียบ

M

ตัวเมาส์นี้เมื่อเชื่อมต่อกับเครื่องไมโครคอมพิวเตอร์ จะเป็นตัวเคลื่อนย้ายตัวชี้ตำแหน่ง (cursor) ไปในทิศทางที่ต้องการได้ เมาส์บางอันมีปุ่มสำหรับเลือกคำสั่ง หรือเลือกภาพที่ปรากฏบนจอได้ด้วย *-vt., vi.* **moused, mousing** ตามล่า, เที่ยวหา, เที่ยวหาหนู

mouser (เมา' เซอะ, เมา' เซอะ) *n.* แมวที่จับหนู

mousse (มูส) *n.* ของหวานใส่ครีม วุ้น และแช่ให้เย็นในแม่พิมพ์, อาหารดังกล่าวแต่ใส่เนื้อ ผักหรือปลา, โฟมใส่ผมให้อยู่ทรง

moustache, mustache (เมิสแทช', มัส' แทช) *n.* หนวด

mousy (เมา' ซี, -ซี) *adj.* **mousier, mousiest** คล้ายหนู, สีมอๆ, ทึม, เงียบ, เต็มไปด้วยหนู **-mousiness** *n.* (-S. mousey)

mouth (เมาธ) *n., pl.* **mouths** ปาก, ช่องปาก, โพรงปาก, อวัยวะที่ทำหน้าที่เคี้ยวอาหารและลิ้มรสอาหารคนหรือสัตว์ (ถือว่าต้องกินเพื่ออยู่), การเอ่ย, การพูด, การทำริมฝีปากบู้บี้, ปากแม่น้ำ, รูข้างของเครื่องดนตรีที่ใช้เป่า *-vi.* ออกเสียงโดยใช้ปาก, ใส่เข้าปาก, เคี้ยว, ถูหรือกดด้วยปาก *-vt.* พูดเสียงดัง, ทำปากบู้บี้ **-down in/at the mouth** ซึมเศร้า, ไร้สุข **-mouther** *n.* **-mouthless** *adj. -Ex. Your tongue and teeth are in your mouth., the mouth of a river, mouth of a volcano, The mayor mouthed his Fourth of July speech.*

mouthful (เมาธฺ' ฟุล) *n., pl.* **-fuls** เต็มปาก, เต็มคำ, จำนวนเล็กน้อย, ถ้อยคำที่ยากจะเอ่ย *-Ex. The sick boy could eat no more than a mouthful.*

mouth organ หีบเพลงเป่า

mouthpiece (เมาธฺ' พีส) *n.* หลอดลมของแตรไม้ซาง, ส่วนที่ปากของท่อ, ส่วนที่คล้ายปากม้าของเครื่องผูกหัวม้า, ผู้พูดแทน, โฆษก, หนังสือพิมพ์ที่เป็นปากกระบอกเสียงของคนอื่น, (คำสแลง) ทนายจำเลย

mouthwash (เมาธฺ' วอช) *n.* น้ำยาบ้วนหรือล้างปากที่ใส่ยาฆ่าเชื้อและยาดับกลิ่นปาก

mouthwatering (เมาธฺ' วอ' เทอริง) *adj.* ซึ่งชวนให้น้ำลายไหล

mouton (มู' ทาน) *n.* หนังแกะที่ทำให้คล้ายหนังแมวน้ำหรือหนังของตัว beaver

movable, moveable (มู' วะเบิล) *adj.* เคลื่อนไหวได้, เคลื่อนที่ได้, ไม่อยู่กับที่, เกี่ยวกับสังหาริมทรัพย์ (ทรัพย์ที่เคลื่อนที่ได้), ซึ่งเปลี่ยนแปลงไปแต่ละปี, ซึ่งสามารถจัดใหม่ได้ *-n.* เครื่องเรือนที่เคลื่อนที่ได้, ทรัพย์สินที่เคลื่อนที่ได้ **-movability** *n.* **-movably** *adv.*

move (มูฟว) *v.* **moved, moving** *-vi.* เคลื่อนที่, เคลื่อนไหว, เดิน, ก้าวหน้า, เจริญ, จำหน่ายไป, จากไป, ถ่ายท้อง, มีบทบาท, ดำเนินการ, เสนอ *-vt.* เคลื่อนที่, เคลื่อนไหว, กระตุ้น, ดลใจ, เร้าใจ, แหย่, ทำให้ถ่ายท้อง, จำหน่ายไป, เสนอ *-n.* การเคลื่อนที่, การเคลื่อนไหว, การเปลี่ยนถิ่นที่อยู่, การสู่จุดหมายปลายทาง, การเดินหมากรุก, แต้ม, การกระทำ **-get a move on** (คำสแลง) เริ่มเคลื่อนไหว, เร่งรีบ **-mover** *n. -Ex. The tortoise moves slowly., The water in the river moves the logs., The people were moved to the play., The city council moved to build a new playground., The inspiring speech moved us into action.*

movement (มูฟว' เมินท) *n.* การเคลื่อนไหว, การเคลื่อนที่, กิริยาท่าทาง, การเคลื่อนกำลังทางทหาร, กระบวนการ, ความพยายาม, คณะบุคคล, การดำเนินงาน (-S. motion, change) *-Ex. the movement of the dancer's feet, The detectives watched every movement of the gang members., the antislavery movement, the movement of the dance music, the quick movement of the plot*

movie (มู' วี) *n.* ภาพยนตร์, หนัง, โรงภาพยนตร์

moving (มู' วิง) *adj.* ซึ่งเคลื่อนที่, ซึ่งทำให้เคลื่อนที่, ซึ่งกระตุ้น, ซึ่งดลใจ, เร้าอารมณ์ **-movingly** *adv.* (-S. affecting, touching, poignant) *-Ex. a moving wheel, a moving force, a moving story*

moving picture ภาพยนตร์

moving staircase/stairway บันไดเลื่อน

mow (โม) *v.* **mowed, mowed/mown, mowing** *-vt.* ตัดหญ้า, ดายหญ้า, ทำลายหรือฆ่าอย่างไม่ปรานีหรือเป็นจำนวนมาก *-vi.* ตัดหญ้า, ดายหญ้า **-mower** *n.* (-S. scythe, cut, trim) *-Ex. to mow grass, The boys mowed the lawn., The machine gun mowed down the men in the enemy lines.*

mown (โมน) *vt., vi.* กริยาช่อง 3 ของ mow

Mozambique (โมเซิมบีค') ชื่อประเทศหนึ่งในภาคตะวันออกเฉียงใต้ของแอฟริกา

M.P. ย่อจาก Member of Parliament, mounted police

Mr., Mr (มิส' เทอะ) *n., pl.* **Messrs** นาย (-S. mister)

Mrs., Mrs (มิส' ซิซ) *n., pl.* **Mmes** นาง (-S. mistress)

Ms., Ms (มิซ) *n., pl.* **Mses** คำนำหน้าชื่อหรือตำแหน่งของผู้หญิง โดยไม่ได้แสดงว่าแต่งงานแล้วหรือยัง

MTV ย่อจาก Music Television โทรทัศน์ช่องที่มีดนตรีร็อก 24 ชั่วโมง

mu (มู, มิว) *n.* อักษรตัวที่ 12 ของภาษากรีก

much (มัช) *n.* จำนวนมาก, ปริมาณที่มาก, สิ่งที่สำคัญมาก *-adj.* **more, most** มาก, หลาย, ใหญ่, ไม่น้อย *-adv.* **more, most** อย่างมาก, อย่างใหญ่, เกือบจะ, โดยประมาณ (-S. great, considerable -A. little) *-Ex. Much milk is sold each day., Some people talk too much., How much pocket money do you get?, Did you have much difficulty in your task?, Much money has thus been saved., to learn much from the experience*

mucilage (มิว' ซิลิจ) *n.* เมือก, ยาง, มูก, น้ำเมือกจากต้นไม้

mucilaginous (มิวซิแลจ' จะเนิส) *adj.* เป็นน้ำเมือกเหนียว, ซึ่งให้น้ำเมือก

muck (มัค) *n.* ปุ๋ยคอก, สิ่งสกปรกและเปียกที่เป็นมูลสัตว์ พืชที่เน่าเปื่อยและอื่นๆ, สิ่งสกปรก, มูลสัตว์, ภาวะที่ยุ่งเหยิง, ฝุ่น, ผงธุลี, สิ่งเหลวไหล, คำพูดเหลวไหล, ดินหินและสิ่งอื่นๆ ที่ต้องสกัดออกเพื่อเอาแร่ *-vt.* ทำเป็นปุ๋ย, (คำสแลง) ทำให้สกปรก ทำเปื้อนเปรอะ, เอาออกให้เหลือแร่ **-muck about/around** (คำสแลง) ปล่อยเวลาให้ผ่านไปโดยเปล่าประโยชน์

M

muckrake (มัค' เรค) *vi.* **-raked, -raking** ค้นหาและเปิดเผยความเลว การฉ้อราษฎร์บังหลวงหรืออื่นๆ **-muckraker** *n.*

mucky (มัค' คี) *adj.* **muckier, muckiest** คล้ายปุ๋ยคอก, คล้ายมูลสัตว์, สกปรก, เลว, ชั่ว, (อากาศ) ชื้น

muco- คำอุปสรรค มีความหมายว่า เมือก

mucous (มิว' เคิส) *adj.* เกี่ยวกับหรือประกอบด้วยหรือคล้ายเยื่อบุเมือก, ซึ่งให้เมือก **-mucosity** *n.*

mucous membrane เยื่อบุเมือก

mucus (มิว' เคิส) *n.* เมือกบุจากเยื่อบุเมือก

mud (มัด) *n.* โคลน, เลน, ปลัก *-vt.* **mudded, mudding** ปกคลุมด้วยโคลน, กวนให้โคลนลอยขึ้น (-S. dirt, mire)

muddle (มัด' เดิล) *v.* **-dled, -dling** *-vt.* ทำให้ยุ่ง, ทำให้สับสน, ทำให้มึน, ผสมเหล้า, ทำให้ขุ่น, ทำเหลวไหล *-vi.* คิดฟุ้งซ่าน, มั่ว, กระทำเหลวไหล *-n.* ภาวะยุ่งเหยิง, ภาวะสับสน, ความป้ำๆ เป๋อๆ **-muddle through** ประสบความสำเร็จทั้งที่ทำอย่างผิดๆ พลาดๆ (-S. confuse) *-Ex. His brain was muddled by too many questions., All the papers in his desk were in a muddle., to muddle along*

muddle-headed (มัด' เดิลเฮด' ดิด) *adj.* สับสน, โง่, ป้ำๆ เป๋อๆ **-muddle-headedness** *n.*

muddy (มัด' ดี) *adj.* **-dier, -diest** เต็มไปด้วยโคลน, ปกคลุมไปด้วยโคลน, ขุ่น, ไม่ใสสะอาด, มัว, ยุ่งเหยิง, คลุมเครือ *-vt., vi.* **-died, -dying** ทำให้เป็นโคลน, ปกคลุมด้วยโคลน, ทำให้ขุ่น, ทำให้มัว, ทำให้ยุ่งเหยิง, กล่าวหา, ใส่ร้าย, กลายเป็นโคลน, กลายเป็นขุ่น **-muddily** *adv.* **-muddiness** *n.* (-S. boggy, dirty, marshy, soiled) *-Ex. The cat's feet were muddy., The water from the old well was muddy., muddy path, muddy colour, muddy voice*

mudguard (มัด' การ์ด) *n.* ที่บังโคลนของรถ

mudslinging (มัด' สลิงงิง) *n.* วิธีการกล่าวร้าย, ต่อสู้, การกล่าวร้ายป้ายสี **-mudslinger** *n.*

muesli belt ย่านร้านอาหารเพื่อสุขภาพระดับคนชั้นกลาง

muezzin (มิวเอส' ซิน) *n.* ผู้ร้องเรียกให้มาสวดมนต์ในสุเหร่ามุสลิม

muff (มัฟ) *n.* ปลอกนวมสวมมือ, ปลอกนวมสวมมือกันหนาว, ความไม่สามารถรับลูกบอลได้, ความล้มเหลว *-vt., vi.* ทำเซ่อซ่า, ทำซุ่มซ่าม, รับลูกพลาด

muffin (มัฟ' เฟิน) *n.* ขนมปังกลมลูกเล็กๆ ที่ทาเนย, ขนมปังกลมลูกเล็กๆ ที่ปิ้งบนแม่พิมพ์

muffle (มัฟ' เฟิล) *vt.* **-fled, -fling** หุ้มห่อคอหรือใบหน้า(เพื่อกันหนาวหรือเพื่อเป็นที่บัง),ห่อหุ้มเพื่อป้องกันเสียง, อุดเสียง, ระงับเสียง, หุ้มห่อหรือปกปิดอย่างหนาแน่น *-n.* สิ่งที่ห่อหุ้มดังกล่าว, เสียงที่ถูกอุดหรือระงับ, เบ้าหลอมโลหะกันควันเข้า, เตาให้ความร้อนแก่สิ่งต่างๆ โดยไม่ให้สิ่งเหล่านั้นถูกไฟ, ริมฝีปากบนและจมูกของสัตว์เคี้ยวเอื้องและสัตว์ที่ใช้ฟันแทะ(-S. cover) *-Ex. Mother muffled the telephone so that it would not wake the baby if it rang., Danai's voice sounded muffled because of his cold., Mother muffled baby up to keep her warm.*

muffler (มัฟ' เฟลอะ) *n.* ผ้าพันคออย่างหนา, สิ่งที่ใช้อุดหรือระงับเสียง, เครื่องอุดหรือเก็บเสียง *-Ex. A piano has a felt pad called a muffler between the hammers and the strings.*

mug (มัก) *n.* เหยือก, ปริมาณหนึ่งเหยือก, (คำสแลง) ใบหน้า ปาก นักเลงโต นักเลงหัวไม้ รูปผู้ร้าย *-v.* **mugged, mugging** *-vt.* ประทุษร้ายเพื่อปล้นหรือชิงทรัพย์, (คำสแลง) ถ่ายรูปผู้ร้าย *-vi.* ประทุษร้ายเพื่อปล้นหรือชิงทรัพย์, (คำสแลง) ทำหน้าเบ้ (-S. tankard, cup)

muggy (มัก' กี) *adj.* **-gier, -giest** เปียก, ชื้นและอึดอัด, เปียกชื้นและคับแคบ **-mugginess** *n.* (-S. humid, damp) *-Ex. the muggy days of August*

Muhammad (มุแฮม' เมิด) *n.* ศาสดาของศาสนาอิสลาม **-Muhammadan** *adj., n.* **-Muhammadanism** *n.*

mulatto (มะแลท' โท, มะ-, มิว-) *n., pl.* **-toes/-tos** ลูกผสมระหว่างคนผิวขาวกับนิโกร *-adj.* เกี่ยวกับสีน้ำตาลอ่อน

mulberry (มัล' เบอรี, -แบ-) *n., pl.* **-ries** ต้นหม่อน ซึ่งเป็นต้นไม้จำพวก *Morus*, ผลของต้นไม้ดังกล่าวซึ่งกินได้, สีแดงอมม่วงแก่ *-adj.* เกี่ยวกับต้นไม้ดังกล่าว

mulberry

mulch (มัลชฺ) *n.* หญ้า ฟาง ใบไม้ ปุ๋ยหรืออื่นๆ ที่ใช้คลุมพื้นดินรอบต้นไม้ *-vt.* คลุมด้วยสิ่งต่างๆ ดังกล่าว

mulct (มัลคฺทฺ) *n.* ค่าปรับ, ค่าสินไหมทดแทน *-vt.* ลงโทษปรับ, รับเงินมาโดยการโกงหรือยักยอก, โกงเอามา (-S. fine)

mule[1] (มิวล) *n.* ล่อ (ลูกลาตัวผู้และม้าตัวเมีย), ลูกผสมระหว่างลากับม้า, ลูกผสม, เครื่องปั่นฝ้าย, คนหัวดื้อ, (คำสแลง) ผู้ลักลอบนำยาเสพย์ติดเข้าประเทศ

mule[2] (มิวล) *n.* รองเท้าแตะของผู้หญิง (โดยเฉพาะสำหรับใส่อยู่กับบ้าน)

muleteer (มิวละเทียร์') *n.* คนขี่ล่อ

mulish (มิว' ลิช) *adj.* ดื้อ, หัวดื้อ, ดื้อรั้น, ว่ายาก **-mulishly** *adv.* **-mulishness** *n.*

mull[1] (มัล) *vt., vi.* ศึกษา, ครุ่นคิด, รำพึง

mull[2] (มัล) *vt.* ทำให้ร้อน ทำให้หวานและใส่เครื่องปรุงแต่ง

mullein (มัล' ลิน) *n.* วัชพืชจำพวก *Verbascum*

mullein

mullet (มัล' ลิท) *n., pl.* **-lets/-let** ปลาร่างทรงกระบอกในตระกูล Mugilidae, ปลา goatfish, ปลาดุก, ปลากระบอก, ปลากระสอ, ปลาช่อน

mulligatawny (มัลลิกะทอ' นี) *n.* น้ำซุปแกงกะหรี่ที่หมักใส่เนื้อไก่

multi- คำอุปสรรค มีความหมายว่า มาก, หลาย, นัก, หลายเท่า, มากกว่าสอง

multidisciplinary (มัลทะดิส' ซะพลินแนรี) *adj.* ซึ่งประกอบด้วยหลายสาขาวิชา

multifarious (มัลทะแฟ' เรียส) *adj.* ซึ่งมีหลายส่วนหรือรูปแบบต่างๆ กัน, หลาย, หลากหลาย, นัก, ต่างๆ นานา **-multifariously** *adv.* **-multifariousness** *n.*

M

(-S. diversified, manifold)

multifold (มัล' ทะโฟลด) *adj.* หลายเท่า

multiform (มัล' ทะฟอร์ม) *adj.* หลายแบบ **-multiformity** *n.*

multilateral (มัลทิแลท' เทอเริล) *adj.* หลายด้าน, หลายฝ่าย, ซึ่งร่วมโดยหลายรัฐ **-multilaterally** *adv.*

multilingual (มัลทิลิง' เกวิล) *adj.* ซึ่งพูดได้หลายภาษา, ซึ่งพูดหรือเขียนได้มากกว่าสองภาษาขึ้นไป **-multilingually** *adv.*

multimedia (มัลทิมี' เดีย) *n.* หลายสื่อ, สื่อรวมของการสื่อสารใช้ในการศึกษาหรือเพื่อความบันเทิง รวมทั้งในการโฆษณา ประชาสัมพันธ์ *-adj.* ใช้สื่อดังกล่าว

multimillionaire (มัลทิมิลยะแนร์) *n.* มหาเศรษฐีที่มีเงินหลายล้านดอลลาร์หรือฟรังค์หรือหน่วยเงินตราอื่นๆ

multinational (มัลทิแนช' ชะเนิล) *adj.* หลายชาติ, หลายประเทศ, หลายเชื้อชาติ, หลายสัญชาติ, เกี่ยวกับบริษัทที่มีสาขาในหลายประเทศ *-n.* บริษัทดังกล่าว

M

multiple (มัล' ทะเพิล) *adj.* หลาย, หลายเท่า, มาก, เกี่ยวกับ (วงจรไฟฟ้า) ซึ่งจัดเป็นแบบขนานหรือต่อกันได้หลายจุด *-n.* ผลคูณ, วงจรไฟฟ้าดังกล่าว (-S. manifold, many) *-Ex. 12 is a multiple of 2, 3, 4 and 6., We have received multiple requests for this book., his multiple interests*

multiple-choice (มัล' ทะเพิลชอยซฺ') *adj.* ซึ่งมีหลายคำตอบที่ต้องเลือกคำตอบที่ถูกต้องหนึ่งคำตอบ

multiple sclerosis โรคที่ทำลายบริเวณของเนื้อเยื่อสมองและไขสันหลังที่เป็นเนื้อเยื่อแข็งหรือกระด้าง ทำให้มีอาการอัมพาต อาการสั่นกระตุก ตากระตุก พูดไม่ชัดเจน เป็นโรคประสาทที่ส่วนใหญ่เป็นกับผู้ใหญ่ที่มีอายุไม่มาก

multiplex (มัล' ทะเพลคซฺ) *adj.* หลายเท่า, หลากหลาย, เชิงซ้อน, ทวีคูณ, เกี่ยวกับเครื่องมือสื่อสารที่สามารถส่งสัญญาณไกลได้หลายสัญญาณพร้อมกัน *-vt.* ส่งสัญญาณโดยระบบโทรเลขเชิงซ้อน *-n.* สถานที่ที่มีโรงภาพยนตร์ 2-3 โรงอยู่ในตึกเดียวกัน **-multiplexer, multiplexor** *n.*

multiplicand (มัลทะพลิแคนดฺ') *n.* เลขจำนวนที่ถูกคูณ

multiplication (มัล' ทะพลิเค' ชัน) *n.* การคูณ, ภาวะที่ถูกคูณ, การเพิ่มทวีคูณ, การทับทวี

multiplication table สูตรคูณ

multiplicity (มัลทะพลิส' ซะที) *n.* ความมากมาย, ความหลากหลาย, ความทับทวีคูณ, ความซับซ้อน

multiplier (มัล' ทะไพลเออะ) *n.* ตัวคูณ, ผู้คูณ, สิ่งที่เพิ่มทวีคูณ, อุปกรณ์เพิ่มผลบางอย่าง

multiply¹ (มัล' ทะไพล) *vt., vi.* **-plied, -plying** คูณ, เพิ่มจำนวนของ, ทำให้เพิ่มขึ้นมากหรือเพิ่มขึ้นหลายเท่า (-S. increase) *-Ex. Rabbits multiply at a rapid rate.*

multiply² (มัล' ทะพลี) *adv.* ซึ่งเพิ่มขึ้นหลายเท่า, อย่างมากมาย

multipurpose (มัล' ทิเพอร์เพิส) *adj.* อเนกประสงค์

multistage (มัล' ทิสเทจ) *adj.* หลายขั้นตอน, หลายระยะ

multitude (มัล' ทะทูด, -ทิวด) *n.* จำนวนมากมายของบุคคลหรือสิ่งของ, ฝูงชน, ฝูง, กลุ่ม, ความมากมาย, ความหลากหลาย *-Ex. a multitude of stars*

multitudinous (มัลทะทูด' เดินเนิส, -ทิวดฺ'-) *adj.* มากมาย, หลากหลาย, มีจำนวนมาก **-multitudinously** *adv.* (-S. numerous)

mum¹ (มัม) *adj.* เงียบ, ไม่พูดสักคำ, ไม่ปริปาก *-interj.* ไม่ต้องพูดอะไรทั้งนั้น! เงียบ! **-mum's the word** ไม่ต้องเปิดเผยสิ่งที่เจ้ารู้

mum² (มัม) *vi.* **mummed, mumming** สวมหน้ากากเล่นตลก, แต่งตัวแปลกๆ, เล่นตลก (-S. mumm)

mumble (มัม' เบิล) *vi., vt.* **-bled, -bling** พูดพึมพำ, พูดไม่ชัด, พูดอู้อี้, เคี้ยวอย่างไม่มีประสิทธิภาพ (อย่างกับไม่มีฟัน) *-n.* เสียงพึมพำ, เสียงพูดที่ไม่ชัด, คำพูดอู้อี้ **-mumblingly** *adv.* **-mumbler** *n.* (-S. murmur, mutter)

mumbletypeg (มัม' เบิลทีเพก) *n.* เกมปามีดพกให้ปักดินหรือไม้ในท่าต่างๆ

mumbo jumbo (มัม' โบ จัม' โบ) *n.* พิธีเสกเป่าที่ไร้ความหมาย, การใช้เวทมนตร์คาถาที่ไร้ความหมาย, ภาษาที่เหลวไหลหรือหลอกลวง

mummer (มัม' เมอะ) *n.* ผู้สวมหน้ากากหรือเครื่องแต่งกายแปลกๆ (โดยเฉพาะในเทศกาลงานคริสต์มาส งานปีใหม่หรืองานอื่นๆ), นักแสดง, ผู้แสดงละครใบ้โบราณที่คล้ายการสวดคฤหัสถ์

mummery (มัม' เมอรี) *n., pl.* **-meries** การแสดงของ mummer, พิธีหรือการแสดงที่แปลกๆ หรือโอ้อวด

mummify (มัม' มะไฟ) *v.* **-fied, -fying** *-vt.* ทำให้ศพแห้งและไม่เน่า, ทำให้คล้ายมัมมี่ *-vi.* ทำให้แห้ง **-mummification** *n.*

mummy¹ (มัม' มี) *n., pl.* **-mies** มัมมี่, ศพแห้งและไม่เน่าเนื่องจากใส่น้ำยา, ศพแห้งและไม่เน่าโดยธรรมชาติ, สิ่งมีชีวิตที่เหี่ยวแห้ง

mummy² (มัม' มี) *n.* แม่

mumps (มัมพฺซฺ) *n. pl.* โรคคางทูม เนื่องจากเชื้อไวรัสทำให้ต่อมน้ำลายบวม

munch (มันชฺ) *vt., vi.* เคี้ยวอย่างแรง (มักมีเสียง), เคี้ยวอย่างเอร็ดอร่อย **-muncher** *n.*

mundane (มันเดน', มัน' เดน) *adj.* เกี่ยวกับโลก, ทางโลก, ธรรมดาโลก, ปกติ **-mundanely** *adv.*

municipal (มิวนิส' ซะเพิล) *adj.* เกี่ยวกับเทศบาล, เกี่ยวกับการปกครองเมืองด้วยตนเอง, เกี่ยวกับเรื่องภายในของรัฐ **-municipally** *adv.*

municipality (มิวนิสซะแพล' ละที) *n., pl.* **-ties** เทศบาล (นคร เมือง ท้องถิ่น), การปกครองด้วยตนเอง, นครภิบาล, องค์กรบริหารราชการส่วนท้องถิ่น (-S. city, town)

munificent (มิวนิฟ' ฟะเซินทฺ) *adj.* ใจกว้างมาก, กรุณามาก **-munificently** *adv.* **-munificence** *n.* (-S. generous)

munitions (มิวนิช' ชันซฺ) *n. pl.* อาวุธยุทโธปกรณ์

mural (มิว' เริล) *adj.* เกี่ยวกับกำแพงหรือผนัง, คล้ายกำแพงหรือผนัง, ซึ่งกระทำหรือติดกับกำแพงหรือผนัง *-n.* ภาพหรือจิตรกรรมฝาผนัง

muralist (มิว' ระลิสทฺ) *n.* จิตรกรฝาผนัง, ช่างเขียน

ภาพบนกำแพงหรือฝาผนัง

murder (เมอร์' เดอะ) *n.* ฆาตกรรม, สิ่งที่ยากมากหรืออันตรายมาก *-vt.* กระทำฆาตกรรม, ฆ่าอย่างป่าเถื่อนหรืออย่างผิดมนุษย์, ทำลาย, ทำให้เสียหรือเสื่อม *-vi.* กระทำฆาตกรรม **-murderer** *n.* (-S. slaying, killing)

murderous (เมอร์' เดอเริส) *adj.* เกี่ยวกับหรือมีลักษณะของการฆาตกรรม, ผิดฐานฆาตกรรม, ซึ่งสามารถกระทำฆาตกรรม, ยากที่สุด, อันตรายยิ่ง **-murderously** *adv.* **-murderousness** *n.* (-S. homicidal, barbarous)

murk (เมิร์ค) *n.* ความมืด, ความมืดมน, ความโศกเศร้า *-adj.* มืด, มืดมน, มีแสงสว่างน้อย (-S. mirk)

murky (เมิร์ค' คี) *adj.* **murkier, murkiest** มืดมาก, มืดมนมาก, ปกคลุมไปด้วยหมอก, ไม่ชัดเจน, มอ, มัว, เคลือบคลุม **-murkily** *adv.* **-murkiness** *n.* (-S. mirky, dark, gloomy, obscure)

murmur (เมอร์' เมอะ) *n.* เสียงต่ำและไม่ชัดที่ต่อเนื่องกัน, เสียงพึมพำ, การบ่น, การบ่นอุบอิบ, เสียงเต้นของหัวใจที่มีลิ้นผิดปกติที่ได้ยินผ่านเครื่องฟังเสียง *-vi.* ทำเสียงต่ำที่ไม่ชัดเจน, บ่น, บ่นอุบอิบ *-vt.* บ่น **-murmuration** *n.* **-murmurer** *n.* **-murmuring** *adj.* (-S. mutter) *-Ex. We could hear the murmur of the running brook outside the tent., Do not murmur; speak clearly., The children murmured because they could not have a holiday.*

murmurous (เมอร์' เมอเริส) *adj.* ซึ่งบ่นอุบอิบ, เต็มไปด้วยเสียงต่ำต่อเนื่องกันที่ไม่ชัด, เกี่ยวกับเสียงเต้นของหัวใจที่มีลิ้นผิดปกติ **-murmurously** *adv.*

Murphy's Law อะไรมันจะเกิด มันก็ต้องเกิด อะไรมันจะผิด มันก็ต้องผิด

muscat (มัส' แคท, -เคิท) *n.* องุ่นชนิดหนึ่งที่มีรสหวานและมีกลิ่นหอม ใช้ทำเหล้าองุ่น, ต้นองุ่นดังกล่าว

muscatel (มัสคะเทล') *n.* เหล้าองุ่นหวานที่ทำจากองุ่น muscat (-S. muscadel)

muscle (มัส' เซิล) *n.* กล้ามเนื้อ, กำลังกล้ามเนื้อ *-vi.* **-cled, -cling** ใช้กำลังบังคับ **-muscly** *adj.*

muscle-bound (มัส' เซิล เบานฺด) *adj.* ซึ่งมีกล้ามเนื้อขยายโต (เช่น จากการออกกำลังกาย)

muscleman (มัส' เซิลแมน) *n., pl.* **-men** นักกล้าม, (คำสแลง) ยามรักษาการ ผู้คุ้มกัน

muscular (มัส' คิวเลอะ) *adj.* เกี่ยวกับกล้ามเนื้อ, ของกล้ามเนื้อ, มีกล้ามเนื้อ, ล่ำสัน **-muscularity** *n.* **-muscularly** *adv.* (-S. powerful)

muscular dystrophy โรคกล้ามเนื้อเสื่อมสลายที่หาสาเหตุไม่ได้

musculature (มัส' คิวละเชอร์) *n.* ระบบกล้ามเนื้อของร่างกายหรือส่วนของร่างกาย

muse (มิวซฺ) *v.* **mused, musing** *-vt.* รำพึง, ครุ่นคิด, ใคร่ครวญ, จ้องอย่างใคร่ครวญหรืออย่างเหม่อลอย *-vi.* ใคร่ครวญ, คิดทบทวน *-n.* การคิดทบทวน (-S. ponder)

Muse (มิวซฺ) *n.* (นิกายกรีกโบราณ) บรรดาลูกสาวของเทพเจ้า Zeus และ Mnemosyne มี 9 คนคือ Calliope แห่งบทกวีเรื่องคนกล้าหาญ, Clio แห่งประวัติศาสตร์, Erato แห่งบทกวีที่ร้องกับพิณ, Euterpe แห่งดนตรี, Terpsichore แห่งการเต้นรำ, Thalia แห่งละครชวนหัว, Melpomene แห่งละครโศก, Polyhymnia หรือ Polymnia แห่งดนตรีศาสนา, Urania แห่งดาราศาสตร์ **-muse** เทพธิดา หรืออำนาจที่ดลใจนักกวี

museful (มิวซฺ' เฟิล) *adj.* ใคร่ครวญ, คิดคำนึง

museum (มิวเซียม') *n.* พิพิธภัณฑ์

mush[1] (มัช) *n.* ข้าวเปียกเป็นก้อนแน่นที่สามารถหั่นเป็นชิ้นและนำไปทอดได้, ก้อนแน่นและนิ่ม, ความรู้สึกที่แสดงออกมากเกินไป, ความรู้สึกที่ชวนให้เอียน *-vt.* ทำเป็นข้าวดังกล่าว

mush[2] (มัช) *vi.* ไปหรือเดินทาง (โดยเฉพาะบนหิมะกับฝูงสุนัขและเลื่อนหิมะ) *-n.* การเดินทางโดยวิธีดังกล่าว *-interj.* ในแคนาดาและอลาสกาใช้เป็นคำสั่งสุนัขลากเลื่อนให้ออกเดินทางและให้ไปให้เร็วขึ้น

mushroom (มัช' รูม, -รุม) *n.* เห็ดทั่วไป, เห็ดที่กินได้, สิ่งที่บานออกคล้ายเห็ด *-adj.* เกี่ยวกับหรือประกอบด้วยเห็ด, คล้ายเห็ด, ซึ่งเจริญเติบโตอย่างรวดเร็วและมักอยู่ได้ไม่นาน *-vi.* มีรูปคล้ายเห็ด, แพร่หลายเจริญเติบโตหรือพัฒนาอย่างรวดเร็ว

mushy (มัช' ชี) *adj.* **mushier, mushiest** เป็นก้อนนิ่มและแน่น, มีเนื้อแน่น, ซึ่งแสดงความรู้สึกออกมากเกินไป **-mushily** *adv.*

music (มิว' ซิค) *n.* ดนตรี, บทประพันธ์ทางดนตรี, โน้ตเพลง, เสียงดนตรี, เสียงไพเราะ **-face the music** รับผิดชอบ (-S. melody) *-Ex. folk music, vocal music, to compose music, A composer writes music., the music of Mozart, the music of falling rain, to set a poem to music*

musical (มิว' ซิเคิล) *adj.* เกี่ยวกับดนตรี, เกี่ยวกับเสียงดนตรี, ซึ่งคล้องจองกัน, ซึ่งมีเสียงไพเราะ, ซึ่งชอบดนตรีหรือชำนาญดนตรี *-n.* ละครชวนหัวประกอบดนตรี **-musically** *adv.* **-musicality** *n.*

musicale (มิวซิแคล') *n.* การประชุมฟังดนตรี, การเล่นมโหรีในงานสังคม

music box กล่องหรือหีบที่มีเครื่องกลไกทำเสียงดนตรี (มักเป็นชนิดไขลาน)

music hall โรงมหรสพที่มีการแสดงดนตรีหรือประกอบการละเล่นอื่นๆ, โรงละครเรื่องสั้นสลับเพลงและระบำ

musician (มิวซิช' เชียน) *n.* นักดนตรี, ผู้ชำนาญในการเล่นดนตรี **-musicianship** *n.* **-musicianly** *adj.*

musicology (มิวซิคอล' ละจี) *n.* ดุริยางคศาสตร์, การศึกษาเกี่ยวกับดนตรี, ดนตรีศาสตร์ **-musicologist** *n.* **-musicological** *adj.*

musing (มิว' ซิง) *adj.* ครุ่นคิด, ใคร่ครวญ, รำพึง *-n.* การครุ่นคิด, การใคร่ครวญ, การรำพึง **-musingly** *adv.* (-S. thoughtful)

musk (มัสคฺ) *n.* สารกลิ่นรุนแรงที่ได้จากต่อมใต้ผิวหนังช่องท้องของกวาง musk ตัวผู้ ใช้ทำเครื่องสำอาง, สารสังเคราะห์ที่มีกลิ่นดังกล่าว, สารประเภทเดียวกันที่ได้จากตัวชะมด, กลิ่นชะมด, พืชที่มีกลิ่นคล้ายของชะมด

musk deer กวางขนาดเล็กไร้เขา จำพวก *Moschus moschiferus* ในภาคกลางของเอเชีย

muskellunge (มัส' กะลังจ) *n., pl.* **-lunge** ปลาขนาดใหญ่จำพวก *Esox masquinongy* ที่พบในทะเล

M

musket 578 **myopia**

สาบและแม่น้ำในทวีปอเมริกาเหนือ (-S. muskie)

musket (มัส' เคิท) *n.* ปืนขนาดใหญ่ของทหารราบในศตวรรษที่ 16 เป็นปืนแรกเริ่มของปืนไรเฟิลในปัจจุบัน, ปืนคาบศิลา

musketeer (มัสคะเทียร์') *n.* ทหารที่ถือปืนคาบศิลา

musketry (มัส' คะทรี) *n.* กองทหารปืนคาบศิลา

muskmelon (มัสคฺ' เมลเลิน) *n.* แตงไทย, ต้นแตงไทย, ต้นไม้จำพวก *Cucumis melo*

musk ox วัวขนาดใหญ่จำพวก *Ovibos moschatus*

muskrat (มัสคฺ' แรท) *n., pl.* **-rats/-rat** หนูขนาดใหญ่ในตระกูล Cricetidae มีกลิ่นชะมด พบในทวีปอเมริกาเหนือ, ขนหนูดังกล่าว

muskrat

Muslim (มัซ' เลิม, -ลิม, มัซ'-, มุซ'-, มูซ'-, มุซ'-, มูซ'-) *n.* ชาวมุสลิม *-adj.* เกี่ยวกับมุสลิม

muslin (มัซ' ลิน) *n.* ผ้าฝ้ายชนิดต่างๆ, ผ้ามัสลิน

muss (มัส) *n.* ความไม่มีระเบียบ, ความอลหม่าน, ความสับสน *-vt.* ทำให้ยุ่ง, ทำให้สับสน

mussel (มัส' เซิล) *n.* หอยสองฝา โดยเฉพาะในตระกูล Mytilidae และ Unionidae

must[1] (มัสทฺ, เมิสทฺ) *v. aux.* ต้อง, จำเป็น, จำต้อง, เป็นแน่, น่าจะ *-n* สิ่งที่ต้องทำ *-adj.* ต้องทำ

must[2] (มัสทฺ) *n.* เหล้าไวน์ใหม่, น้ำองุ่นที่พึ่งบีบจากผลองุ่น

mustache (มัส' แทช, เมิสแทช') *n.* หนวด, ขนที่ขึ้นอยู่ใกล้ปากสัตว์ (-S. moustache)

mustachio (เมิสทา' โช, -แท'-) *n., pl.* **-chios** หนวด **-mustachioed** *adj.*

mustang (มัส' แทง) *n.* ม้าขนาดเล็กในที่ราบของอเมริกา สืบเชื้อสายจากพันธุ์สเปน, ม้าป่า

mustard (มัส' เทิร์ด) *n.* มัสตาร์ดเป็นผงหรือสารเหนียวที่มีกลิ่นฉุนที่ทำมาจากเมล็ดของต้นมัสตาร์ดใช้เป็นตัวปรุงรสอาหาร, พืชจำพวก *Brassica*

mustard gas ก๊าซพิษชนิดหนึ่ง

mustard plaster ปลาสเตอร์ที่ประกอบด้วยผงมัสตาดและยาง ใช้เป็นยาแก้ระคายเคือง

muster (มัส' เทอะ) *vt., vi.* ชุมนุม, รวบรวม, รวมแถว *-n.* การชุมนุม, การรวมพล, การรวบรวม, การรวมแถว, กลุ่มคนดังกล่าว (-S. summon)

mustn't (มัส' เซินทฺ) ย่อจาก must not

musty (มัส' ที) *adj.* **-tier, -tiest** มีกลิ่นเหม็นอับ, ล้าสมัย, เก่าแก่, คร่ำครึ, เซื่องซึม, จืดชืด **-mustily** *adv.* **-mustiness** *n.* (-S. stale, mouldy)

mutable (มิว' ทะเบิล) *adj.* เปลี่ยนแปลงได้, ไม่แน่นอน, ผันแปร **-mutability, mutableness** *n.* **-mutably** *adv.* (-S. changeable, variable, fickle)

mutant (มิว' เทินทฺ) *adj.* ซึ่งเกิดการเปลี่ยนแปลง, ซึ่งเกิดจากการเปลี่ยนแปลง *-n.* สิ่งมีชีวิตแบบใหม่ที่เกิดจากกระบวนการ mutation

mutate (มิว' เทท) *vt., vi.* **-tated, -tating** เปลี่ยนแปลง, เปลี่ยนรูป, เปลี่ยนเสียง **-mutative** *adj.*

mutation (มิวเท' ชัน) *n.* การเปลี่ยนแปลง, กระบวนการเปลี่ยนแปลง, สิ่งที่เปลี่ยนแปลงหรือเปลี่ยนรูป, การเปลี่ยนรูปแบบอย่างกะทันหันจากรูปแบบของพ่อแม่, การเปลี่ยนแปลงลักษณะของยีน **-mutational** *adj.* **-mutationally** *adv.*

mute (มิวทฺ) *adj.* ใบ้, พูดไม่ได้, ไม่ปริปาก, เงียบ, ไม่ออกเสียง, ไม่แก้ตัว (เมื่อถูกกล่าวหา) *-n.* คนใบ้, คนที่ไม่แก้ตัวเมื่อถูกกล่าวหา, การไม่ออกเสียง, เครื่องหมายหยุด *-vt.* **muted, muting** อุดเสียง, ระงับเสียง, เก็บเสียง, ลดความเข้มข้นของสีลง **-mutely** *adv.* **-muteness** *n.* (-S. speechless, dumb)

mutilate (มิว' เทิลเลท) *vt.* **-lated, -lating** ตัดแขนหรือขาหรือส่วนสำคัญของร่างกายออก, ทำให้เสียโฉม, ทำให้พิการ, ทำอันตราย **-mutilator** *n.* **-mutilation** *n.* **-mutilative** *adj.* (-S. maim, damage)

mutineer (มิวเทินเนียร์') *n.* ผู้ก่อการกบฏ, ผู้ก่อการจลาจล, ผู้ลุกขึ้นขัดขืน, ผู้กำเริบ

mutinous (มิว' ทะเนิส) *adj.* ขัดขืน, เป็นการกบฏ, ซึ่งก่อการจลาจล, ขัดขืน, ควบคุมยาก **-mutinously** *adv.* **-mutinousness** *n.*

mutiny (มิว' ทะนี) *n., pl.* **-nies** การกบฏ, การจลาจล, การขัดขืน, การกำเริบ *-vi.* **-nied, -nying** ก่อการกบฏ, ก่อการจลาจล, ขัดขืน, กำเริบ (-S. rebellion)

mutt (มัท) *n.* (คำสแลง) สุนัขพันทาง คนโง่

mutter (มัท' เทอะ) *vi., vt.* พูดพึมพำ, พึมพำ, พูดอุบอิบ, พูดอยู่ในลำคอ, บ่น *-n.* การพูดพึมพำ, การพูดในลำคอ, การบ่น **-mutterer** *n.* (-S. murmur)

mutton (มัท' เทิน) *n.* เนื้อแกะ **-muttony** *adj.*

mutton chops เคราแหลมข้างบนและกว้างด้านฐาน บริเวณคางนั้นถูกโกนออก

mutton chops

muttonhead (มัท' ทันเฮด) *n.* (คำสแลง) คนเชื่องช้า คนโง่

mutual (มิว' ชวล) *adj.* ซึ่งกันและกัน, ทั้งสองฝ่าย, ร่วมกัน, สัมพันธ์กัน, มีร่วมกัน **-mutuality** *n.* **-mutually** *adv.*

muumuu (มู' มู) *n.* เครื่องแต่งกายหลวม (มักมีสีสันลวดลาย) ของหญิงฮาวาย, เครื่องแต่งกายที่คล้ายกันที่สวมใส่ในบ้าน

muzzle (มัซ' เซิล) *n.* ที่ครอบหรือสวมปากสุนัขหรือม้า, ปากปืน, ส่วนยื่นของศีรษะสัตว์ที่ได้แก่ ขากรรไกรปากและจมูก *-vt.* **-zled, -zling** ใส่ที่สวมปาก, จำกัด, หักห้าม **-muzzler** *n.* (-S. suppress, restrain)

muzzleloader (มัซ' เซิลโลเดอะ) *n.* ปืนที่ใส่กระสุนทางปากกระบอก **-muzzleloading** *adj.*

my (ไม) *adj.* ของฉัน *-interj.* คำอุทานแสดงความประหลาดใจ

mycology (ไมคอล' ละจี) *n.* วิชาพฤกษศาสตร์ที่เกี่ยวกับเชื้อราและเห็ด, เชื้อรา, เห็ด **-mycologist** *n.* **-mycologic, mycological** *adj.*

myna, mynah (ไม' นะ) *n.* นกเอเชียที่สามารถเลียนเสียงคนได้ เช่น นกสาลิกาและนกขุนทอง

myo- คำอุปสรรค มีความหมายว่า กล้ามเนื้อ

myopia (ไมโอ' เพีย) *n.* ภาวะสายตาสั้น, การด้อยความรู้หรือความอดทน, การมองการณ์ไม่ไกล **-myopic** *adj.* **-myopically** *adv.*

myosotis (ไมโอโซ' ทิส) *n.* พืชไม้ดอกจำพวก *Myosotis* เช่น ต้น forget-me-not

myriad (เมีย' เรียด) *n.* จำนวนมากมายเหลือคณานับ, จำนวนมากมายของคนหรือสิ่งของ, หนึ่งหมื่น *-adj.* มากมายเหลือคณานับ, นับไม่ถ้วน, ซึ่งมีหลายลักษณะหลายอย่างจนนับไม่ถ้วน, เป็นหมื่น (-S. countless swarm)

myriapod (มิ' รีอะพอด) *n.* สัตว์จำพวกตะขาบหรือกิ้งกือ *-adj.* เกี่ยวกับสัตว์ดังกล่าว, ซึ่งมีขามากมาย

Myrmidon (เมอร์' มะดอน, -เดิน) *n., pl.* **-dons/-dones** นักรบผู้ตาม Achilles ผู้เป็นกษัตริย์ของเขาไปทำสงคราม Trojan War (นิยายกรีกโบราณ) **-myrmidon** บุคคลผู้ทำตามคำสั่งโดยไม่มีความตะขิดตะขวงต่อคำสั่งดังกล่าว

myrrh (เมอร์) *n.* ยางไม้หอมของพืชจำพวก *Commiphora* ใช้ทำเครื่องหอมและเครื่องสำอาง

myrtle (เมอร์' เทิล) *n.* พืชไม้พุ่มจำพวก *Myrtus* มีดอกสีขาวที่หอมเป็นสัญลักษณ์แห่งความรัก *-adj.* เกี่ยวกับพืชดังกล่าว

myrtle

myself (ไมเซลฟฺ', มะ-) *pron.* ตัวของฉัน, ฉันเอง

mysterious (มิสเทีย' เรียส) *adj.* ลึกลับ, เป็นที่สงสัย, ลี้ลับ, ลับ ๆ ล่อ ๆ, ไม่สามารถอธิบายได้ **-mysteriously** *adv.* **-mysteriousness** *n.*

mystery[1] (มิส' ทะรี, มิส' ทรี) *n., pl.* **-teries** ความลึกลับ, ความลี้ลับ, สิ่งที่ไม่สามารถอธิบายได้, ความลับ, นิยายที่เกี่ยวกับการสืบหาและจับกุมอาชญากร, ความจริงที่ไม่สามารถจะล่วงรู้ได้ (ยกเว้นอำนาจสวรรค์), พิธีศีลมหาสนิทในศาสนาคริสต์, พิธีที่ประกอบเพื่อรับเข้าเป็นคริสต์ศาสนิกชน, เรื่องราวของพระเยซูคริสต์หรือพระนางมาเรีย (-S. puzzle, riddle, secrecy)

mystery[2] (มิส' ทะรี) *n., pl.* **-teries** ศิลปะการค้าขาย, สมาคมที่ตั้งขึ้นเพื่อช่วยเหลือซึ่งกันและกัน

mystery play ละครสมัยกลางที่เกี่ยวกับเรื่องราวในพระคัมภีร์ไบเบิล มักเกี่ยวกับชีวิต การตายและการฟื้นคืนชีพของพระเยซูคริสต์

mystic (มิส' ทิค) *adj.* เป็นสัญลักษณ์แห่งผีสางเวทมนตร์, ลึกลับ, เกี่ยวกับอาคมขลัง, เกี่ยวกับผู้เข้าฌานหรือผู้วิเศษ *-n.* ผู้เข้าฌาน, ผู้มีอาคมขลัง, ผู้วิเศษที่เข้าฌาน, ผู้ลึกลับ

mystical (มิส' ทิเคิล) *adj.* ลึกลับ, เกี่ยวกับผีสางเวทมนตร์, เกี่ยวกับอาคม, เป็นสัญลักษณ์แห่งผีสางเวทมนตร์ **-mystically** *adv.* **-mysticalness** *n.*

mysticism (มิส' ทะซิซึม) *n.* ความเชื่อในเรื่องผีสางเวทมนตร์, ลัทธิผีสางเวทมนตร์, ความคิดที่ลึกลับ, เรื่องประหลาดมหัศจรรย์

mystify (มิส' ทะไฟ) *vt.* **-fied, -fying** ทำให้งงงวย, ทำให้ประหลาดใจ, ทำให้ลึกลับ **-mystification** *n.*

mystique (มิสทีค') *n.* อำนาจลึกลับ, อำนาจผีสางเวทมนตร์, อาคมขลัง

myth (มิธ) *n.* เรื่องอภินิหารที่เป็นนิยายหรือตำนานที่เล่าต่อ ๆ กันมา, เรื่องราวหรือความเชื่อที่พยายามอธิบายเกี่ยวกับความจริง, เรื่องที่แต่งขึ้น, นิยายโบราณ (-S. story, legend)

mythical (มิธ' ธิเคิล) *adj.* เกี่ยวกับ myth, เกี่ยวกับเรื่องที่แต่งขึ้น, เกี่ยวกับนิยาย, เป็นเรื่องจินตนาการ **-mythically** *adv.*

mythological, mythologic (มิธธะลอจ' จิเคิล, -จิค) *adj.* เกี่ยวกับ mythology **-mythologically** *adv.*

mythologize (มิธอล' ละไจซฺ) *vi., vt.* **-gized, -gizing** ทำให้เป็นหรือเขียนเรื่องราวเกี่ยวกับหรืออธิบายเกี่ยวกับ myth **-mythologizer** *n.*

mythology (มิธอล' ละจี) *n., pl.* **-gies** การศึกษาเกี่ยวกับ myth, บรรดาเรื่องราวที่เกี่ยวกับ myth **-mythologist** *n.*

N

N

N, n (เอน) *n., pl.* **N's, n's** พยัญชนะอังกฤษตัวที่ 14, เสียงพูดของพยัญชนะ N, เครื่องหมายหรือตัวพิมพ์หรือตัวเขียนของ N *-adj.* เกี่ยวกับ N หรือ n, รูปร่างเหมือน N, ลำดับที่ 14

N ย่อจาก National แห่งชาติ, Navy นาวี, newton นิวตัน, nitrogen ธาตุไนโตรเจน, North ทิศเหนือ, November เดือนพฤศจิกายน

n ย่อจาก name ชื่อ, national แห่งชาติ, neutron นิวตรอน, noon กลางวัน, noun คำนาม, number ตัวเลข

nab (แนบ) *vt.* **nabbed, nabbing** จับ, ยึด, จับกุม (-S. catch)

nabob (เน' บอบ) *n.* บุคคล (โดยเฉพาะชาวยุโรป) ที่ร่ำรวยในอินเดียหรือประเทศอื่นในเอเชียตะวันออกไกล, บุคคลที่ร่ำรวยหรือมีอิทธิพลมาก **-nabobish** *adj.*

nacelle (นะเซล') *n.* ส่วนที่ตั้งของเครื่องยนต์ของเครื่องบิน, ห้องบรรทุกสินค้าหรือผู้โดยสารของเครื่องบินหรือเรือบิน

nacre (เน' เคอะ) *n.* ไข่มุก

nadir (เน' เดอะ, -เดียร์) *n.* จุดบนท้องฟ้าที่ตรงกับจุดที่เรายืน และอยู่ตรงกันข้ามเป็นเส้นผ่าศูนย์กลางกับจุด zenith, จุดที่ต่ำที่สุด

nag[1] (แนก) *v.* **nagged, nagging** *-vt.* ถากถาง, จู้จี้, ค่อนแคะ, แคะได้ *-vi.* หาเรื่องจับผิด, รบกวนอยู่เรื่อย *-n.* การถากถาง, การจู้จี้, การค่อนแคะ, การหาเรื่องจับผิด, การรบกวนอยู่เรื่อย, ผู้ถากถาง **-naggingly** *adv.* **-naggy** *adj.* (-S. nagger, harass, pester, harry, scold)

nag[2] (แนก) *n.* ม้าแก่หรือม้าที่ไร้ค่า, ม้า, ม้าแข่งตัวเล็ก ๆ

naiad (เน' แอด, ไน'-, -เอิด) *n., pl.* **-ads/-ades** เทพธิดาแห่งแม่น้ำ ลำธาร และน้ำพุ, พืชจำพวก *Najas* ในตระกูล Najadaceae, นักว่ายน้ำหญิง, แมลงประเภทแมลงปอ

nail (เนล) *n.* ตะปู, หน่วยความยาวในการวัดผ้าที่เท่ากับ 2¼ นิ้ว, เล็บ *-vt.* ยึดด้วยตะปู, ติด, ตรึง **-hit the nail on the head** พูดถูกจุด, ทำถูกจุด **-nail down** ทำให้แน่นอนหรือเด็ดขาดไปเลย, จัดการให้เสร็จในครั้งเดียวเท่านั้น *-Ex. Don't bite your nails.*

nailbrush (เนล' บรัช) *n.* แปรงขัดเล็บ

nail file ตะไบเล็กๆ สำหรับขัดเล็บ

naive, naïve (นาอีฟว') *adj.* ง่ายๆ ซื่อๆ, ไม่มีเล่ห์เหลี่ยม, ไม่มีมารยา, ขาดประสบการณ์ **-naively, naïvely** *adv.* (-S. simple, artless) *-Ex. a naive young woman, naive remarks, It is naive to suppose you won't have to pay for your mistakes.*

naiveté, naïveté (นาอีฟวเท', -อีฟว'-) *n.* ความง่ายๆ ซื่อๆ, ความไม่มีเล่ห์เหลี่ยมหรือมารยา, การกระทำคำพูดหรือสิ่งที่เป็นไปอย่างง่ายและซื่อ (-S. naiveness, naïveness, naivety, naïvety)

naked (เน' คิด) *adj.* เปลือย, เปลือยกาย, ไม่มี, ไม่นุ่งผ้า, เปล่า, ไม่มีอะไร, ล่อนจ้อน, ไม่มีอะไรหุ้ม, ไม่มีต้นไม้, ไม่มีเครื่องตกแต่ง, ไร้ใบ, ไร้ขน, ปราศจากความช่วยเหลือ (-S. nude, stripped) *-Ex. Baby walked out into the living-room naked., naked sword, naked absurdity, naked assertion*

namby-pamby (แนม' บีแพม' บี) *adj.* จืดชืด, ไร้สาระ, เหลาะแหละ, โหรงเหรง, อ่อนแอ, ไม่หนักแน่น *-n.* บทกวีที่จืดชืด, บุคคลที่เหลาะแหละหรือไม่หนักแน่น, อารมณ์ที่เหลาะแหละ, การแสดงความรู้สึกที่อ่อนแอ

name (เนม) *n.* ชื่อ, นาม, ชื่อเสียง, บุคคลที่มีชื่อเสียง, สกุล, แซ่ *-adj.* มีชื่อเสียง, ติดชื่อ *-vt.* **named, naming** ตั้งชื่อ, ระบุชื่อ, ออกชื่อ, บอกชื่อ, แนะนำ **-know only by name** รู้จักชื่อแต่ไม่คุ้นเคย **-name names** เจาะจงชื่อ, ระบุชื่อ **-nameable, namable** *adj.* **-namer** *n.* *-Ex. His Christian name is Tom and his family name is Smith., A noun is the name of a thing.*

nameless (เนม' ลิส) *adj.* นิรนาม, ไร้ชื่อ, ไม่รู้จักกัน, ลึกลับ, ไม่ระบุชื่อ, ไม่ใส่ชื่อไว้, ไม่มีสิทธิ์ใช้ชื่อ, ยากที่จะพรรณา **-namelessly** *adv.* **-namelessness** *n.* *-Ex. the nameless inventor of the wheel, a nameless fear, We saw a nameless grave alongside the road.*

namely (เนม' ลี) *adv.* กล่าวคือ

namesake (เนม' เซค) *n.* บุคคลที่มีชื่อเหมือนของคนอื่น, ผู้ที่มีชื่อเหมือนกัน

nanny (แนน' นี) *n., pl.* **-nies** พี่เลี้ยงของเด็ก

nano- คำอุปสรรค มีความหมายว่า หนึ่งในพันล้าน, 10^{-9}

nanosecond (แนน' โนเซค' เคิน) *n.* เศษหนึ่งส่วนพันล้านวินาที

nanotechnology (แนน' โนเทคนอล' ละจี) *n.* เทคโนโลยีที่มีหน่วยเล็กที่สุด

nap¹ (แนพ) *vi.* **napped, napping** งีบหลับ, นอนหลับไปชั่วขณะหนึ่ง, ม่อยหลับ, เผลอ *-n.* การนอนหลับในระยะเวลาอันสั้น (-S. doze, sleep) *-Ex. Somchai took a nap in the afternoon.*

nap² (แนพ) *n.* ผ้าสักหลาดมีขน, ขนอ่อนบนเนื้อผ้า, ขนอ่อนบนต้นหรือใบพืช *-vt.* **napped, napping** ยกขนขึ้นเช่น โดยการแปรง **-napless** *adj.*

napalm (เน' พาม) *n.* สารคล้ายวุ้นชนิดหนึ่งที่ติดไฟได้ง่ายใช้ทำระเบิดเพลิง *-vt.* ทิ้งระเบิดนาปาล์ม, ทิ้งระเบิดเพลิง

nape (เนพ, แนพ) *n.* หลังคอ

naphthalene, naphthalin (แนฟ' ธะลีน, แนฟ' ธะลีน) *n.* ผลึกสีขาวชนิดหนึ่งที่ได้จากน้ำมันดิน **-naphthalenic** *adj.*

napkin (แนพ' คิน) *n.* ผ้าหรือกระดาษสี่เหลี่ยมสำหรับเช็ดปากและมือ, ผ้าเช็ดตัวผืนเล็กๆ, ผ้าอ้อม, ผ้าเช็ดหน้า, ผ้าพันคอ (ในสกอตแลนด์)

napoleon (นะโพ' เลียน, -โพล' เยิน) *n.* ขนมเปลือกแข็งใส่ไส้ครีม

narcissism (นาร์ซิส' ซิซึม, นาร์' ซะซิซึม) *n.* ความรักตัวเอง, ความชื่นชมในลักษณะทางกายและใจของตัวเอง **-narcissist** *n., adj.* **-narcissistic** *adj.* (-S. narcism)

narcissus (นาร์ซิส' เซิส) *n., pl.* **-cissus/-cissuses/-cissi** พืชไม้ดอกเหมือนถ้วยจำพวก *Narcissus*

narcolepsy (นาร์' คะเลพซี) *n.* ภาวะง่วงหลับบ่อยและไม่สามารถควบคุมได้ **-narcoleptic** *adj., n.*

narcosis (นาร์โค' ซิส) *n., pl.* **-ses** ภาวะง่วงหลับหรือหมดความรู้สึกที่จะกลับคืนสู่ปกติได้

narcotic (นาร์คอท' ทิค) *n.* สารหรือยาที่มีฤทธิ์ทำให้เกิดอาการง่วงหลับหรือใกล้หมดความรู้สึก, ยาหรือสารที่ทำให้ติด *-adj.* เกี่ยวกับสารหรือยาดังกล่าว *-Ex. a narcotic effect*

narrate (แนร์' เรท, แนเรท', นะ-) *vt., vi.* **-rated, -rating** เล่าเรื่อง, บรรยาย, เล่าเหตุการณ์ ประสบการณ์หรืออื่นๆ **-narrator** *n.* (-S. describe, recount, recite, report, tell, chronicle, detail) *-Ex. The teacher narrated a story of a Burmese boy.*

narration (แนเร' ชัน, นะ-) *n.* เรื่องเล่า, เรื่องบรรยาย, การเล่าเรื่อง, การบรรยาย **-narrational** *adj.*

narrative (แน' ระทิฟว) *n.* เรื่องเล่า, เรื่องบรรยาย, การเล่าเรื่อง, การบรรยาย, เรื่องเขียนที่ประกอบด้วยเรื่องเล่า, การบรรยายเรื่องเล่า *-adj.* เกี่ยวกับเรื่องเล่า (-S. chronicle) *-Ex. The speech was a narrative of the speaker's childhood., Soontornpoo wrote a narrative poem about Soodsarkorn.*

narrow (แน' โร) *adj.* แคบ, มีเนื้อที่จำกัด, จำกัด, คับแคบ, เกือบไม่สำเร็จ, เกือบไม่พอ, ระมัดระวัง, ประหยัด, ขี้เหนียว, (เสียง) เกี่ยวกับการหดลิ้นข้างๆ, มีโปรตีนค่อนข้างมาก *-vi.* กลายเป็นแคบลง *-vt.* ทำให้แคบลง, จำกัด, ทำให้ใจแคบ *n.* ส่วนที่คับแคบ, ทางแคบ **-narrowly** *adv.* **-narrowness** *n.* *-Ex. a narrow road, in the narrow sense of the word, narrow-minded*

narwhal (นาร์' เวิล) *n.* ปลาวาฬชนิดหนึ่ง มีจมูกยาวยื่นออกมาจากบริเวณหน้า (-S. narwal, narwhale)

nary (แน' รี) *adj.* ไม่, ไม่มีทาง, เปล่า, ไม่เคย

NASA ย่อจาก National Aeronautics and Space Administration องค์การอวกาศแห่งชาติของอเมริกา

nasal (เน' เซิล) *adj.* เกี่ยวกับจมูก, ซึ่งออกเสียงผ่านช่องจมูก *-n.* เสียงผ่านช่องจมูก **-nasality** *n.* **-nasally** *adv.* *-Ex. M and n are nasal sound.*

nascent (แนส' เซินทฺ, เน' เซินทฺ) *adj.* พึ่งเริ่ม, กำลังเริ่ม, ยังใหม่, เพิ่งถูกปล่อยออกมา **-nascence, nascency** *n.*

nasturtium (แนสเทอร์' เชิม, นะ-) *n.* พืชไม้ดอกจำพวก *Tropaeolum*, ดอกของพืชดังกล่าว

nasty (แนส' ที) *adj.* **-tier, -tiest** สกปรกอย่างน่าชัง, กลิ่นเหม็น, น่าชัง, น่ารังเกียจ, ลามก, หยาบคาย, สามหาว, ร้าย, ฉุนเฉียว, เลว *-n., pl.* **-ties** คนหรือสิ่งที่น่ารังเกียจ **-nastily** *adv.* **-nastiness** *n.*

natal (เน' เทิล) *adj.* เกี่ยวกับการเกิด, จากวันเกิดเป็นต้นมา, ถิ่นกำเนิด

natality (เนแทล' ละที, นะ-) *n.* อัตราการเกิด

natation (เนเท' ชัน) *n.* การว่ายน้ำ, ศิลปะการว่ายน้ำ **-natational** *adj.*

nation (เน' ชัน) *n.* ประเทศ, ชาติ, ประชาชาติ, อาณาเขตของประเทศ, เผ่าหนึ่งของอินเดียนแดง **-nationhood** *n.* *-Ex. The whole nation will vote in the next election., the gypsy nation*

national (แนช' ชันเนิล) *adj.* แห่งชาติ, เฉพาะชาติ, เพื่อชาติ, ชาตินิยม, เกี่ยวกับทั่วทั้งชาติ *-n.* พลเมืองของชาติหนึ่ง **-nationally** *adv.*

National Guard กองทหารรักษาดินแดนของชาติเป็นส่วนหนึ่งของกองทัพของประเทศ (บางประเทศ เช่นสหรัฐอเมริกา)

nationalism (แนช' ชะเนิลลิซึม) *n.* ลัทธิชาตินิยม, ความรักชาติ, ความต้องการให้ชาติเจริญก้าวหน้าหรือเป็นอิสระ, การทำนุบำรุงศิลปะ วัฒนธรรม ประวัติศาสตร์หรืออื่นๆ ของชาติ, สำนวนภาษาเฉพาะของชาติ

nationalist (แนช' ชะนะลิสทฺ) *n.* ผู้รักชาติ, ผู้นิยมลัทธิชาตินิยม, ผู้นิยมให้ได้รับเอกราช, ผู้ต่อสู้เพื่อเอกราชเพื่อรัฐบาลหรืออื่นๆ ของชาติ *-adj.* เกี่ยวกับชาตินิยม, เกี่ยวกับความรักชาติ **-nationalistically** *adv.* (-S. nationalistic)

nationality (แนชชะแนล' ละที) *n., pl.* **-ties** สัญชาติ, ความสัมพันธ์ระหว่างทรัพย์สินกับประเทศ, ความรักชาติ, การเป็นประเทศเอกราช, ชาติ, ประชาชาติ, คุณลักษณะหรือลักษณะเฉพาะของชาติ *-Ex. Many African states were obtaining nationality.*

nationalize (แนช' ชะเนิลไลซฺ) *vt.* **-ized, -izing** ทำให้เป็นของชาติ, ทำให้อยู่ภายใต้การควบคุมของชาติ, ให้สัญชาติแก่, ทำให้เป็นประเทศหนึ่ง **-nationalization** *n.* **-nationalizer** *n.*

national park วนอุทยานแห่งชาติ

nationwide (เน' ชันไวดฺ) *adj.* ทั่วประเทศ

native (เน' ทิฟวฺ) *adj.* แต่กำเนิด, โดยกำเนิด, ของพื้นเมือง, ของท้องถิ่น, เกี่ยวกับคนพื้นเมือง, โดยสันดาน, เกี่ยวกับถิ่นกำเนิด, เป็นไปตามธรรมชาติ, ไม่เปลี่ยนแปลง *-n.* คนพื้นเมือง, คนท้องถิ่น, ต้นไม้พื้นเมือง, สัตว์พื้นเมือง **-natively** *adv.* **-nativeness** *n.* (-S. indigenous) *-Ex. The little boy's beautiful painting showed his native ability as an artist.*

nativity (เนทิฟ' วะที, นะ-) *n., pl.* **-ties** การกำเนิด, การเกิด, การประสูติ, การประสูติของพระเยซูคริสต์ **-the Nativity** วันคริสต์มาสหรือการประสูติของพระเยซูคริสต์

NATO ย่อจาก North Atlantic Treaty Organization องค์การสนธิสัญญานาโต้ (ก่อตั้งขึ้นในปี ค.ศ. 1949) ประกอบด้วย 12 ประเทศผู้ก่อตั้งและร่วมด้วยประเทศกรีก ตุรกี และเยอรมนีตะวันตก เป็นสนธิสัญญาป้องกันทางทหาร

natty (แนท' ที) *adj.* **-tier, -tiest** เรียบร้อย, ดูดี **-nattily** *adv.* **-nattiness** *n.* (-S. spruce, smart)

natural (แนช' เชอเริล, แนช' เริล) *adj.* โดยธรรมชาติ, เหมือนธรรมชาติ, เกี่ยวกับธรรมชาติ, โดยธรรมชาติของมนุษย์, ธรรมดา, ตามธรรมดา, โดยกำเนิด, แต่กำเนิด, เกี่ยวกับวิทยาศาสตร์ธรรมชาติ, มีตัวตนจริงๆ, ไม่มีมารยา, เกี่ยวกับความรู้สึกผิดชอบของมนุษย์ *-n.* บุคคลหรือสิ่งที่เหมาะสม, ก้านดีดสีขาวของเปียโน, คนโง่ **-naturalness** *n.* *-Ex. a table of natural wood, It is natural for Somsri to sing., natural science, natural phenomena, natural death, natural state*

naturalize (แนช' เชอเริลไลซ, แนช' เริลไลซฺ) *v.* **-ized, -izing** *-vt.* ให้สัญชาติ, ให้สิทธิและหน้าที่ของพลเรือน, นำสัตว์หรือพืชเข้าไปในบริเวณใหม่, ทำให้เข้ากับธรรมชาติ, ปรับตัวให้เข้ากับสิ่งแวดล้อม *-vi.* โอนสัญชาติ, ปรับตัวให้เข้ากับสิ่งแวดล้อม **-naturalization** *n.*

natural resources ทรัพยากรตามธรรมชาติ

nature (เน' เชอะ) *n.* ธรรมชาติ, สันดาน, นิสัย, ลักษณะ, ชนิด, วัตถุ, ทางโลก, จักรวาล, ผลรวมของอำนาจทั้งหมดในจักรวาล, ความไร้มารยา, ลักษณะที่แท้จริงของสิ่งของ, แรงกระตุ้น, สิ่งดลใจ, กฎของธรรมชาติ, หลักธรรมชาติ **-by nature** โดยกำเนิด

naught, nought (นอท) *n.* ศูนย์, 'o', ไม่มีอะไร, ความล้มเหลวสิ้นเชิง, ถือว่าไม่สำคัญ **-set at naught** ด่า *-Ex. The wicked shall come to naught.*

naughty (นอ' ที) *adj.* **-tier, -tiest** ไม่เชื่อฟัง, ซน, ไม่เหมาะสม, หยาบคาย **-naughtily** *adv.* **-naughtiness** *n.* (-S. disobedient, mischievous, wayward) *-Ex. One's naughtiness usually brings punishment.*

nausea (นอ' เซีย, -ชะ, -จะ, -เซีย) *n.* อาการคลื่นเหียน, ความสะอิดสะเอียน, ความเกลียดชัง **-nauseant** *adj., n.* (-S. sickness)

nauseate (นอ' ซีเอท, -ชี-, -จี-, -ซี-) *v.* **-ated, -ating** *-vt.* ทำให้คลื่นเหียน, ทำให้รู้สึกสะอิดสะเอียน *-vi.* รู้สึกคลื่นเหียน, ไม่สบาย **-nauseation** *n.* **-nauseatingly** *adv.*

nauseous (นอ' เชิส, -ซีเอิส, -ซี-) *adj.* ซึ่งทำให้คลื่นเหียน, คลื่นเหียน **-nauseously** *adv.* **-nauseousness** *n.* *-Ex. a nauseous feeling on a rough sea, the nauseous odour of rancid oil*

nautical (นอ' ทิเคิล) *adj.* เกี่ยวกับการเดินเรือ, เกี่ยวกับชาวเรือหรือเรือ **-nautically** *adv.*

nautical mile หน่วยวัดระยะทางทางทะเลหรืออากาศ

nautilus (นอท' ทะเลิส) *n., pl.* **-luses/-li** หอยวงเปลือกมุกชนิดหนึ่ง

naval (เน' เวิล) *adj.* เกี่ยวกับเรือรบ, เกี่ยวกับเรือ, เกี่ยว

N

กับกองทัพเรือ, ซึ่งมีกองทัพเรือ (-S. nautical)
nave[1] (เนฟว) *n.* ส่วนของโบสถ์ของศาสนาคริสต์ที่เป็นบริเวณชุมนุมของผู้มาโบสถ์จากประตูถึงที่บูชา
nave[2] (เนฟว) *n.* ส่วนกลางของล้อรถ (-S. hub)
navel (เน' เวิล) *n.* สะดือ, นาภี, จุดกลาง, ส่วนกลาง
navel orange ส้มชนิดหนึ่งที่มีส่วนยอดเป็นปุ่มคล้ายสะดือ
navicular (นะวิค' คิวเลอะ) *adj.* ซึ่งมีรูปคล้ายเรือ, กระดูกหรือข้อต่อที่มีรูปคล้ายเรือ
navigable (แนฟ' วิกะเบิล) *adj.* เดินเรือได้, ลึกและกว้างพอสำหรับการเดินเรือ, นำร่องได้, นำวิถีได้, ขับ (เครื่องบิน) ได้ **-navigability** *n.* **-navigably** *adv.* *-Ex. The Chaopraya River is not navigable by ocean liners., We went up in a navigable balloon.*
navigate (แนฟ' วะเกท) *v.* **-gated, -gating** *-vi.* เดินเรือ, ขับเครื่องบิน, นำทาง, นำวิถี, ค้นหา วางแผนและควบคุมเส้นทางการเดินเรือหรือการบิน *-vt.* เดินเข้าไปหรือเดินผ่านอย่างปลอดภัยและเงียบสงบ (-S. sail, guide, steer) *-Ex. The boat can easily navigate the Atlantic., I can easily navigate the Atlantic in this boat., With the small crew he was barely able to navigate the ship., On the training flight, Somchai piloted and Samai navigated.*
navigation (แนฟ วะเก' ชัน) *n.* การเดินเรือ, กระบวนการเดินเรือ, ศิลปะหรือวิทยาศาสตร์การค้นหา วางแผนและควบคุมเส้นทางการเดินเรือหรือการบิน **-navigational** *adj.* **-navigationally** *adv.* *-Ex. aerial navigation, radar navigation*
navigator (แนฟ' วะเกเทอะ) *n.* ผู้เดินเรือหรือขับเครื่องบิน, ผู้เชี่ยวชาญการเดินเรือหรือขับเครื่องบิน, ผู้สำรวจทะเล, คนขุดดินสร้างถนนหนทางหรือคลอง *-Ex. On the training flight; Udom was a pilot and Somchai was a navigator.*
navy (เน' วี) *n., pl.* **-vies** กองทัพเรือ, ราชนาวี, นาวี
nay (เน) *adv.* ไม่, และไม่เป็นเช่นนั้น *-n.* การปฏิเสธ, การออกเสียงปฏิเสธ
Nazi (นาท' ซี, แนท' ซี) *n.* สมาชิกพรรค National Socialist German Workers' party (พรรคนาซีของเยอรมนีที่มีฮิตเลอร์เป็นผู้นำ) *-adj.* เกี่ยวกับพรรคนาซี **-Nazism, Naziism** *n.*
Neanderthal (นีแอน' เดอร์ธอล, -ทาล) *adj.* เกี่ยวกับมนุษย์ยุคหิน *-n.* มนุษย์ยุคหิน
neap (นีพ) *adj.* เกี่ยวกับน้ำลด *-n.* น้ำลด
near (เนียร์) *adv.* ใกล้, ใกล้เคียง, ใกล้, เกือบจะ, ใกล้ทางลม *-adj.* ใกล้, ไม่ไกล, หวุดหวิด, เกือบจะ, (เกวียน) ด้านซ้าย, ใกล้เคียง, ในอนาคตอันใกล้ *-prep* เร็วๆ นี้, จวน, แทบ *-vt., vi.* ใกล้เข้ามา **-nearness** *n.* (-S. close, nigh) *-Ex. My house is near the river., As soon as she came near., the near relative, the nearest policeman, a near escape*
nearby (เนียร์' ไบ') *adj.* ใกล้เคียง, ถัดไป, ใกล้ชิด *-adv.* ในบริเวณใกล้เคียง (-S. adjacent)
nearly (เนียร์' ลี) *adv.* เกือบทั้งหมด, ประมาณ, เกือบเหมือน, ใกล้ชิด, ตระหนี่ (-S. almost) *-Ex. I tripped over the loose board and nearly fell., First cousins are nearly related.*
nearsighted (เนียร์' ไซทิด) *adj.* สายตาสั้น **-nearsightedly** *adv.* **-nearsightedness** *n.*
neat (นีท) *adj.* เรียบร้อย, เป็นระเบียบ, เกลี้ยงเกลา, เหมาะเจาะ, ใหญ่, ยิ่ง, อัศจรรย์, ไม่มีการเจือปน, สุทธิ **-neatly** *adv.* **-neatness** *n.* *-Ex. a neat dress,a neat translation, clean and neat, a neat garden, neat handwriting, The living room was neat after Mother cleaned and straightened it.*
Nebraska (นะแบรส' คะ) ชื่อรัฐในภาคกลางของอเมริกา
nebula (เนบ' บิวละ) *n., pl.* **-lae/-las** กลุ่มก๊าซหรือฝุ่นที่คล้ายก้อนเมฆ, ดาวตรงกลางที่ล้อมรอบด้วยก๊าซ (planetary nebula), กาแล็กซีนอก, โรคกระจกมัว **-nebular** *adj.*
nebulous (เนบ' บิวเลิส) *adj.* ไม่ชัด, คลุมเครือ, คล้ายเมฆ, ยุ่งเหยิง **-nebulously** *adv.* **-nebulousness** *n.* (-S. hazy, indistinct, nebulose)
necessarily (เนสซะแซ' ระลี, เนส' ซะแซ-) *adv.* โดยความจำเป็น, แน่แท้, ไม่มีทางอื่น *-Ex. Even though the weather report predicted rain; that does not necessarily mean it will rain.*
necessary (เนส' ซะเซอรี) *adj.* จำเป็น, ไม่มีทางอื่น, สำคัญ *-n., pl.* **-saries** สิ่งจำเป็น, ความจำเป็น
necessitate (นะเซส' ซะเทท) *vt.* **-tated, -tating** ทำให้จำเป็น, ทำให้หลีกเลี่ยงไม่ได้, บังคับ **-necessitation** *n.* *-Ex. The threat of riot necessitates prompt action by the police.*
necessity (นะเซส' ซะที) *n., pl.* **-ties** ความจำเป็น, สิ่งจำเป็น, ความหลีกเลี่ยงไม่พ้น, ความแน่แท้, ความขัดสน, ความยากจน **-of necessity** อย่างไม่มีทางหลีกเลี่ยงเป็นแน่แท้ (-S. want, need) *-Ex. Food and drink are necessities of life., physical necessity, necessity and freedom, in case of necessity*
neck (เนค) *n.* คอ, ช่วงคอ, ส่วนคอ, ช่องแคบ, ส่วนของกระดูกอวัยวะหรืออื่นๆ ที่ตีบหรือคอด, ส่วนคอฟัน *-vi.* (คำสแลง) จูบและกอดรัด *-vt.* (คำสแลง) จูบและกอดรัด รัดคอหรือตัดหัว **-stick one's neck out** เสี่ยง **-win/lose by a neck** ชนะ (แพ้) แค่เส้นยาแดง **-break one's neck** พยายามอย่างหนัก **-neck and neck** ผลการแข่งขันใกล้เคียงกันมาก **-necker** *n.*
neckerchief (เนค' เคอร์ชีฟ, -ชิฟ) *n.* ผ้าพันคอ, ผ้าสี่เหลี่ยมสำหรับพันคอ
necking (เนค' คิง) *n.* (คำสแลง) การจูบและกอดรัด
necklace (เนค' ลิส) *n.* สร้อยคอ
necktie (เนค' ไท) *n.* เนกไท
neckwear (เนค' แวร์) *n.* เครื่องสวมคอ
necrolatry (นะครอล' ละทรี, เน-) *n.* การบูชาคนตาย
necromancy (เนค' ระแมนซี) *n.* เวทมนตร์คาถา, อาคม **-necromancer** *n.* **-necromantic** *adj.*
necropolis (นะครอพ' พะลิส, เน-) *n., pl.* **-lises/-leis** สุสาน

N

necrosis (เนโคร' ซิส, นะ-) *n., pl.* **-ses** การตายของเนื้อเยื่อหรือกลุ่มของเซลล์ **-necrotic** *adj.* **-necrose** *vt., vi.*

nectar (เนค' เทอะ) *n.* น้ำหวานในดอกไม้, น้ำทิพย์, น้ำดื่มให้ชีวิตของเทพเจ้า, น้ำผลไม้, น้ำดื่มที่อร่อย **-nectarean, nectareous, nectarous** *adj. -Ex. Bees use nectar to make honey.*

nee, née (เน, นี) *adj.* โดยกำเนิด ใช้บอกสกุลเดิมของผู้หญิงที่แต่งงานแล้ว *-Ex. Mrs. Ann Foster, née Jones*

need (นีด) *n.* ความจำเป็น, ความต้องการ, สิ่งที่ต้องการ, สิ่งที่ขาดแคลน, ความคับขัน, ความยากลำบาก, ความขัดสน, ความยากจนมาก *-vt., vi.* มีความจำเป็น, จำเป็น, ต้องการ, ประสงค์ **-if need be** ในกรณีจำเป็น

needful (นีด' เฟิล) *adj.* จำเป็น, จำต้อง **-needfully** *adv.* **-needfulness** *n.* (-S. necessary, required) *-Ex. Do whatever is needful to make the patient comfortable.*

neediness (นี' ดีนิส) *n.* สภาพความจำเป็น, ความจำเป็น, ความขัดสน

needle (นีด' เดิล) *n.* เข็ม, ไม้ถักลูกไม้, เข็มเย็บผ้า, เข็มผ่าตัด, เข็มฉีดยาเข้าใต้ผิวหนัง, การฉีดยา, เข็มแม่เหล็ก, ใบเป็นรูปเข็ม, ผลึกเป็นรูปเข็ม, อนุสาวรีย์เป็นแท่งหินสี่เหลี่ยมที่เรียวและสูง *-v.* **-dled, -dling** *-vt.* เย็บด้วยเข็ม, ยุแหย่, (คำสแลง) ทำให้แรงขึ้นด้วยการเพิ่มแอลกอฮอล์ *-vi.* เย็บ **-give someone the needle** (คำสแลง) ยุแหย่ **-on the needle** (คำสแลง) ติดยาเสพย์ติด **-needlelike** *adj.* **-needler** *n. -Ex. sewing needle, compass needle, hypodermic needle*

needless (นีด' ลิส) *adj.* ไม่จำเป็น, ไม่เป็นที่ต้องการ **-needlessly** *adv.* **-needlessness** *n.* (-S. useless, superfluous, redundant)

needlework (นีด' เดิลเวิร์ค) *n.* งานเย็บปักถักร้อย (-S. needlecraft) **-needleworker** *n.*

needn't (นีด' เอินทฺ) ย่อจาก need not ไม่จำเป็นต้อง

needs (นีดซฺ) *adv.* จำเป็น, โดยจำเป็น

needy (นีด' ดี) *adj.* **needier, neediest** จำเป็น, ขัดสน, ยากจนมาก

ne'er (แนร์) *adv.* ไม่เคย

nefarious (นะแฟ' เรียส) *adj.* ชั่วช้ามาก, เลวทรามมาก **-nefariously** *adv.* **-nefariousness** *n.* (-S. infamous, atrocious)

negate (นิเกท') *vt.* **-gated, -gating** คัดค้าน, ปฏิเสธ, ลบล้าง **-negator, negater** *n.*

negation (นิเก' ชัน) *n.* การคัดค้าน, การปฏิเสธ, การลบล้าง, ข้อเขียน ข้อคิดเห็น ทฤษฎีหรืออื่นๆ ที่เป็นการคัดค้าน **-negational** *adj.*

negative (เนก' กะทิฟว) *adj.* เป็นการคัดค้าน, เป็นการปฏิเสธ, เป็นการลบล้าง, ได้ผลลบ, เกี่ยวกับขั้วลบ, ซึ่งรับอิเล็กตรอนและมีประจุเป็นลบ *-n.* การปฏิเสธ, การคัดค้าน, ฟิล์มหรือกระจกถ่ายรูปที่กลับสีดำเป็นขาว, ค่าหรือสัญลักษณ์ที่เป็นลบ, เครื่องหมายลบ, สิทธิคัดค้าน *-adv.* ไม่, ไม่ใช่เช่นนั้น (ใช้ในการติดต่อทางวิทยุ) *-interj.* ไม่, ไม่ใช่เช่นนั้น! *-vt.* **-tived, -tiving** ปฏิเสธ, คัดค้าน, แย้ง, ต้าน, ทำให้เป็นกลาง **-negatively** *adv.* **-negativeness, negativity** *n. -Ex. a negative person, a negative attitude*

neglect (นิเกลคทฺ') *vt.* ไม่สนใจ, ไม่เอาใจใส่, ละเลย, ทอดทิ้ง *-n.* ความไม่สนใจ, ความเมินเฉย, การละเลย **-neglecter, -neglector** *n. -Ex. The teachings of Buddha were neglected by his followers., His education has been neglected.*

neglectful (นิเกลคทฺ' เฟิล) *adj.* ละเลย, ไม่สนใจ, ทอดทิ้ง **-neglectfully** *adv.* **-neglectfulness** *n.*

negligee (เนกละเจ', เนก' ละเจ) *n.* เสื้อคลุมของหญิง, ชุดแต่งกายง่ายๆ ที่ใช้สวมใส่ในบ้าน

negligence (เนก' ละเจินซฺ) *n.* ความละเลย, ความไม่สนใจ, การละเลย, การทอดทิ้ง *-Ex. His negligence cost him his job at the airplane factory.*

negligent (เนก' ละเจินทฺ) *adj.* ละเลย, ไม่สนใจ, ทอดทิ้ง **-negligently** *adv.*

negligible (เนก' ละจะเบิล) *adj.* เล็กน้อย, ขี้ปะติ๋ว **-negligibility** *n.* **-negligibly** *adv.* (-S. minor)

negotiable (นิโก' ชีอะเบิล, -ชะเบิล) *adj.* โยกย้ายกันได้, เจรจากันได้, ซื้อขายกันได้ **-negotiability** *n.*

negotiate (นิโก' ชีเอท, -ซี-) *v.* **-ated, -ating** *-vi., vt.* เจรจา, จัดการ, แลกเป็นเงิน, ซื้อขาย **-negotiator** *n.*

negotiation (นิโกชีเอ' ชัน, -ซี-) *n.* การเจรจา, การประชุม **-negotiatory** *adj.* (-S. bargaining discussion)

Negress (นี' กริส) *n.* หญิงนิโกร

Negro (นี' โกร) *n., pl.* **-groes** นิโกร, คนที่มีเชื้อชาติเป็นนิโกร *adj.* เกี่ยวกับนิโกร

Negroid (นี' กรอยดฺ) *adj.* เกี่ยวกับหรือมีลักษณะของชนชาตินิโกร *-n.* นิโกร

neigh (เน) *vi.* ร้องอย่างม้า *-n.* เสียงม้า

neighbour, neighbor (เน' เบอร์) *n.* เพื่อนบ้าน, เพื่อนมนุษย์, ผู้ให้ความช่วยเหลือคนอื่น *-adj.* ใกล้เคียง *-vi.* อาศัยอยู่ใกล้เคียง, นำเข้ามาใกล้ *-vi.* อยู่ใกล้เคียง, เป็นเพื่อน *-Ex. Father is talking over the back fence with the neighbours., Love thy neighbour as thyself.*

neighborhood (เน' เบอร์ฮุด) *n.* บริเวณข้างเคียง, บริเวณใกล้เคียง, ย่าน, บริเวณ, ถิ่น, ละแวกบ้าน, จำนวนผู้คนที่อาศัยอยู่ในย่านหนึ่ง, ความใกล้เคียง **-in the neighborhood of** ประมาณ, โดยประมาณ *-Ex. a pleasant neighborhood, The town is in the neighborhood of the Songklar Lake.*

neighboring (เน' เบอริง) *adj.* ใกล้เคียง, ข้างเคียง, ถัดไป (-S. near, adjacent) *-Ex. in a neighbouring village, Somchai and Samai just bought neighbouring lots of land.*

neighborly (เน' เบอร์ลี) *adj.* เป็นเพื่อน, มีมิตรไมตรีจิต **-neighborliness** *n. -Ex. The people were very neighborly.*

neither (นี' เธอะ, ไน'-) *conj., adj., adv., pron.* ไม่ใช่ทั้งสอง, ไม่ใช่, ไม่อีก *-Ex. Neither Dang nor Dum heard Mother call., Dang didn't hear her; neither did Dum.*

nematode (เนม' มะโทด) *n.* พยาธิตัวกลม

N

neo- คำอุปสรรค มีความหมายว่า ใหม่, เร็วๆ นี้

neodymium (นีโอดิ' เมียม, นีอะ-) *n.* ธาตุโลหะชนิดหนึ่ง

neolithic (นีโอลิธ' ธิค, นีอะ-) *adj.* เกี่ยวกับระยะสุดท้ายของยุคหิน มีการขัดหรือฝนหินเพื่อทำเป็นเครื่องมือและเริ่มมีการทำกสิกรรม

neon (นี' ออน) *n.* ธาตุก๊าซเฉื่อยชนิดหนึ่งที่มีอยู่น้อยในบรรยากาศโลก

neophyte (นี' โอไฟทฺ, นี' อะ-) *n.* สมาชิกใหม่, เณร, ผู้เริ่มฝึกหัด, คริสต์ศาสนิกชนใหม่ที่ผ่านพิธีการรดน้ำมนตร์, ผู้เริ่มฝึกหัด, ผู้เริ่มทำงาน

Nepal (นะพอล', -พาล') ประเทศเนปาล **-Nepalese** *adj., n.*

nephew (เนฟ' ฟิว, เนฟวฺ'-) *n.* หลานชาย, บุตรชายของพี่หรือน้อง, บุตรชายของพี่หรือน้องของสามีหรือภรรยา

nephr-, nephro- คำอุปสรรค มีความหมายว่า ไต

nephritis (นีไฟร' เทิส, นิ-, เน-) *n.* อาการไตอักเสบ

nepotism (เนพ' พะทิซึม) *n.* ลัทธิเห็นแก่หน้าหรือเกื้อกูลญาติมิตร **-nepotistic** *adj.* **-nepotist** *n.*

Neptune (เนพ' ทูน) *n.* พระสมุทร, ทะเล, มหาสมุทร, ดาวพระเกตุ (ดาวพระเคราะห์ที่อยู่รอบนอกที่สุดของจักรวาล)

nerve (เนิร์ฟวฺ) *n.* เส้นประสาท, เนื้อเยื่อส่วนนิ่มของฟัน, เอ็น, กำลัง, พลังงาน, ความหนักแน่น, ความกล้าหาญ, ความหงุดหงิด, ความทะลึ่ง, เส้นใบ, ลายเส้น *-vt.* **nerved, nerving** ให้กำลัง, ให้กำลังใจ **-get on someone's nerves** ยั่วยุ, กระตุ้น **-nerveless** *adj.* (-S. bravery) *-Ex. The nerves control the actions of the body., The firemen had nerve to go into the burning house., When it came to asking favours; Dang never lacked nerve., Somchai had to nerve himself for danger.*

nerve-racking (เนิร์ฟวฺ' แรคคิง) *adj.* เขย่าขวัญ, ลำบากที่สุด, รบกวนที่สุด (-S. nerve-wracking)

nervous (เนอร์' เวิส) *adj.* หงุดหงิด, เป็นประสาท, กังวลใจ, เกี่ยวกับประสาท, ประกอบด้วยประสาท, มีผลต่อประสาท, แข็งแรง **-nervously** *adv.* **-nervousness, nervosity** *n.* (-S. shaky, timid) *-Ex. nervous breakdown, in a nervous state, to feel nervous about*

ness (เนส) *n.* แหลม, ส่วนที่ยื่นออกมา

nest (เนสทฺ) *n.* รัง, ที่อยู่, กลุ่มนกหรือสัตว์ที่อาศัยอยู่ในสถานที่หนึ่ง, ที่หลบภัย, ที่พักผ่อน, ชุด, กลุ่ม, ที่ซ่องสุม, บุคคลที่ซ่องสุมอยู่ด้วยกัน *-vt.* วาง, พักอยู่, สวมใส่, ซ้อนใส่ *-vi.* สร้างรัง, ทำรัง, ซ้อนกัน **-nestable** *adj.* (-S. den) *-Ex. nest of robbers, A bird has nested in the rosebush., Birds nested in the maple tree., This nest of boxes came from Japan., The boys nested the cartons to save space.*

nest egg เงินที่เก็บหรือสะสมไว้ในยามฉุกเฉิน, ไข่ธรรมชาติหรือไข่เทียมในรังที่ใช้ล่อแม่ไก่มากกไข่

nestle (เนส' เซิล) *v.* **-tled, -tling** *-vi.* อยู่อย่างเบียดกัน, เบียด, อิงแอบ, พักอาศัยอยู่อย่างสบาย, ทำรัง, ตั้งรกรากในบ้าน *-vt.* ตั้งรกรากอยู่อย่างสบาย, จัดให้มีรังอยู่, ซบ (ศีรษะ) ไว้อย่างอบอุ่น **-nestler** *n.* *-Ex. to nestle down in a warm bed, The little girl nestled her doll in her arms.*

nestling (เนสทฺ' ลิง) *n.* ลูกนกที่ยังไม่สามารถออกจากรังได้, เด็กเล็ก

net¹ (เนทฺ) *n.* รัง, มุ้ง, แห, ตาข่าย, สิ่งที่ใช้เป็นเครื่องจับ, เครื่องจับ, เครื่องดัก, ตาข่าย, ย่อจาก network เครือข่ายคอมพิวเตอร์ *-vt., -vi.* **-netted, netting** ปกคลุมด้วยแห, ทอดแห, จับ, ดัก, ตีลูกติดตาข่าย (-S. mesh) *-Ex. Somchai was caught in a net of lies.*

net² (เนทฺ) *adj.* (น้ำหนัก รายได้ กำไร) สุทธิ, (ราคา) ขาดตัว, ที่สุด, ทั้งหมด *-n.* รายได้สุทธิ, น้ำหนักสุทธิ, กำไรสุทธิ *-vt.* **-netted, netting** กำไร (-S. gain)

nether (เนธ' เธอะ) *adj.* ใต้พื้นผิวโลก, ภายใน, ข้างใต้, ต่ำกว่า

Netherlands (เนธ' เธอร์เลินดฺซฺ) ประเทศเนเธอร์แลนด์ เป็นราชอาณาจักรหนึ่งในภาคตะวันตกของยุโรป **-Netherlander** *n.* (-S. Holland)

Netiquette (เนท' ทิเควท) *n.* กฎของความประพฤติที่ไม่ได้เขียนเป็นลายลักษณ์อักษรสำหรับผู้ใช้ Internet

nettle (เนท' เทิล) *n.* พืชที่มีขนคันจำพวก *Urtica* *-adj.* เกี่ยวกับพืชดังกล่าว *-vt.* **-tled, -tling** ทำให้ระคายเคือง, กระตุ้น **-nettler** *n.* *-Ex. Udom's continual questions nettled his father.*

nettle

Netware (เนท' แวร์) *n.* ชื่อโปรแกรมจัดการอันหนึ่งของ LAN (Local Area Network), ระบบปฏิบัติการเครือข่ายที่มีผู้ใช้ได้หลายๆ คนพร้อมกัน ผลิตโดยบริษัทโนเวลล์ ซึ่งทำงานได้บนคอมพิวเตอร์ทั้งที่เป็นระบบปฏิบัติการดอส แมคอินทอช โอเอส/ทู รวมทั้งยูนิกซ์ด้วย

network (เนท' เวิร์ค) *n.* สิ่งที่คล้ายร่างแห, ตาข่าย, ร่างแห, แผนประสานซึ่งกันและกัน, ระบบหน่วยงาน อาคาร สิ่งก่อสร้าง, ที่ทำงานหรืออื่นๆ ที่สัมพันธ์กัน, กลุ่มสถานีถ่ายทอดวิทยุหรือโทรทัศน์ที่ประสานกัน, ระบบหรือการกระทำที่เชื่อมโยงกัน, เครือข่ายการเชื่อมโยงระหว่างเครื่องคอมพิวเตอร์เพื่อการสื่อสารข้อมูลหรือใช้โปรแกรมร่วมกัน, ระบบการนำเครื่องคอมพิวเตอร์หลายๆ เครื่องหรือเครื่องปลายทาง (terminal) หลายๆ เครื่องมาทำงานร่วมกันโดยอาจใช้อุปกรณ์ที่เกี่ยวข้องร่วมกัน เช่น สื่อนำข้อมูลเข้า/ออก เครื่องพิมพ์โมเด็ม (modem) เป็นต้น *-adj.* ออกอากาศผ่านสถานีของเครือข่าย *-vi.* เพิ่มความสัมพันธ์หรือแลกเปลี่ยนข้อมูลกับผู้อื่น *-vt.* ต่อกับเครือข่าย, ออกอากาศผ่านทางเครือข่าย *-Ex. a network of veins in the hand, a network of agencies*

neural (นิว' เริล, นู'-) *adj.* เกี่ยวกับประสาทหรือระบบประสาท

neuralgia (นิวแรล' เจีย, นู-, -จะ) *n.* อาการปวดประสาท **-neuralgic** *adj.*

neurasthenia (นิวแรสธี' เนีย, นู-) *n.* โรคประสาทที่มีอาการอ่อนเพลียอย่างเรื้อรัง (บางทีเหนื่อย) อ่อนแรง, อ่อนใจ, อาการจิตซึม เบื่ออาหาร นอนไม่หลับ

-neurasthenic *adj., n.*

neuritis (นิวไร' เทิส, นู-) *n.* เส้นประสาทอักเสบ **-neuritic** *adj.*

neuro- คำอุปสรรค มีความหมายว่า ประสาท, เส้นประสาท, เส้นเอ็น

neurocomputer (นิวโรเคิมพิว' เทอร์) *n.* คอมพิวเตอร์ที่กระตุ้นการทำงานของสมองมนุษย์ (-S. neural computer)

neurology (นิวรอล' ละจี, นู-) *n.* ประสาทวิทยา **-neurological** *adj.* **-neurologically** *adv.* **-neurologist** *n.*

neuron, neurone (นิว' รอน, นู'-, -เริน, -โรน) *n.* เซลล์ประสาท **-neuronal, neuronic** *adj.*

neurosis (นิวโร' ซิส, นู-) *n., pl.* **-ses** โรคประสาทที่เกี่ยวกับความผิดปกติทางอารมณ์เนื่องจากความขัดแย้งทางใจที่แก้ไขไม่ตก มีความกังวลเป็นลักษณะเฉพาะ

neurotic (นิวรอท' ทิค, นู-) *adj.* เกี่ยวกับหรือเป็นโรคประสาท, ซึ่งเกี่ยวกับเส้นประสาท *-n.* คนที่เป็นโรคประสาทซึ่งมีอารมณ์อยู่เหนือเหตุผล **-neurotically** *adv.* **-neuroticism** *n.*

neuter (นู' เทอะ, นิว'-) *adj.* (ไวยากรณ์) ไม่มีเพศ, ไร้เพศ, ไร้อวัยวะสืบพันธุ์หรือมีอวัยวะสืบพันธุ์ที่ไม่สมบูรณ์, เป็นกลาง *-n.* นามที่ไร้เพศ, สัตว์ที่ถูกตอน, แมลงที่มีอวัยวะเพศไม่สมบูรณ์, ผู้ทำตัวเป็นกลาง, พืชที่ไม่มีทั้งเกสรตัวผู้และตัวเมีย *-vt.* ตอน (สัตว์)

neutral (นิว' เทริล, นู'-) *adj.* เป็นกลาง, วางตัวเป็นกลาง, ไม่เข้าข้างใด, ไม่มีลักษณะเฉพาะ, ไร้สี, สีเทา, เข้าได้กับทุกสีหรือหลายสี, ไร้อวัยวะเพศหรือมีอวัยวะเพศที่ไม่สมบูรณ์, ไม่เป็นกรดและไม่เป็นด่าง, ไม่เป็นแม่เหล็ก, ไม่ใช่บวกและไม่ใช่ลบ *-n.* บุคคลหรือรัฐที่วางตัวเป็นกลาง, ประชาชนของชาติที่เป็นกลาง, เกียร์ว่าง **-neutrally** *adv.* (-S. unprejudiced) *-Ex. Switzerland was neutral during World War II., The referee of a game should be neutral.*

neutrality (นิวแทรล' ละที, นู-) *n.* ความเป็นกลาง, สถานะหรือนโยบายที่เป็นกลาง

neutralize (นิว' เทริลไลซฺ, นู'-) *vt.* **-ized, -izing** ทำให้เป็นกลาง, ทำให้ไม่ได้ผล, ต่อต้าน, ลบล้าง, ถอนพิษ, ประกาศตัวเป็นกลาง, เติมกรดลงไปในด่างหรือด่างลงไปในกรดเพื่อให้เป็นกลาง, ทำให้ไม่เป็นลบหรือบวก (ประจุไฟฟ้าหรือแม่เหล็ก) **-neutralization** *n.* **-neutralizer** *n.* (-S. counteract, offset)

neutron (นิว' ทรอน, นู'-) *n.* อนุภาคนิวตรอนที่ไม่มีประจุ มีมวลมากกว่าของโปรตอนเล็กน้อย เป็นส่วนหนึ่งของนิวเคลียสของอะตอมทั้งหลาย (ยกเว้นของไฮโดรเจน)

never (เนฟ' เวอะ) *adv.* ไม่เคย, ไม่แน่นอน, ไม่เลย, ไม่เป็นอันขาด *-Ex. In some countries it never rains., I'll never go there again., You should never swim alone.*

nevermore (เนฟเวอร์มอร์') *adv.* ไม่อีกแล้ว, ไม่อีกเลย (-S. never again)

nevertheless (เนฟเวอร์ธะเลส') *adv.* ถึงแม้ว่าจะเป็นเช่นนั้นก็ตาม, แต่ทว่า, ยังคง, แม้ว่า, ถึงแม้ (-S. however, yet) *-Ex. It may rain; nevertheless; we will start on our tour.*

new (นิว, นู) *adj.* ใหม่, สมัยใหม่, เป็นครั้งแรก, แปลก, ไม่คุ้นเคย, ไม่เคยชิน, แปลก, แตกต่างและดีกว่า *-adv.* อีกครั้ง, เมื่อเร็วๆ นี้, อย่างใหม่ *-n.* สิ่งที่ใหม่, แบบใหม่, ภาวะใหม่, สภาพใหม่ **-newness** *n. -Ex. to make a new start, to begin a new game, new potatoes, new bread, Is the bicycle new or secondhand?, After a rest I felt like a new man., While walking through the fields; we smelled newmown hay.*

New Age ปรัชญาชีวิตที่เน้นการหลีกเลี่ยงวัตถุนิยมของทางตะวันตก และส่งเสริมความสำคัญของจิตใจ

New Age (music) ดนตรียุคใหม่ รวมเพลงแจ๊ส เพลงลูกทุ่งและเพลงคลาสสิก โดยใช้เครื่องดนตรีไฟฟ้าประเภทต่างๆ มีลักษณะเป็นเพลงที่ทำให้เกิดความสงบในจิตใจ

newborn (นิว' บอร์น', นู'-) *adj.* เพิ่งเกิด, เกิดใหม่ *-Ex. a newborn baby, a newborn hope, a newborn courage*

newcomer (นิว' คัมเมอะ, นู'-) *n.* ผู้มาใหม่, สมาชิกใหม่, การเพิ่งมาถึง

newel (นิว' เอิล, นู'-) *n.* เสากลางหรือเสาหลักหน้าขั้นบันไดบ้าน (-S. newel post)

New England ชื่อบริเวณหนึ่งในภาคตะวันออกเฉียงเหนือของอเมริกา ได้แก่ รัฐคอนเนกติคัต นิวแฮมเชียร์ โรดไอร์แลนด์ และเวอร์มอนต์

newfangled (นิวแฟง'เกิลด, นู-) *adj.* เป็นชนิดใหม่, เป็นแฟชั่นใหม่, ชอบของใหม่, ชอบแฟชั่นใหม่

New Hampshire ชื่อรัฐในภาคตะวันออกเฉียงเหนือของสหรัฐอเมริกา

New Jersey ชื่อรัฐในภาคตะวันออกของสหรัฐอเมริกา

newish (นู' อิช, นิว'-) *adj.* ค่อนข้างใหม่

newly (นิว' ลี, นู'-) *adv.* เมื่อเร็วๆ นี้, ใหม่, เอี่ยม, แบบใหม่, วิธีการใหม่

newlywed (นิว' ลีเวด, นู'-) *n.* ผู้เพิ่งแต่งงาน

New Mexico ชื่อรัฐในภาคตะวันตกเฉียงใต้ของสหรัฐอเมริกา

news (นิวซฺ, นูซฺ) *n. pl.* ข่าว, รายงานเหตุการณ์เมื่อเร็วๆ นี้, ข่าวสาร, ความรู้ใหม่ (-S. tidings, information, intelligence)

newscast (นิวซฺ' คาสทฺ, -แคสทฺ, นูซฺ'-) *n.* การถ่ายทอดข่าวทางวิทยุหรือโทรทัศน์ **-newscaster** *n.* **-newscasting** *n.*

newsletter (นิวซฺ' เลทเทอะ, นูซฺ'-) *n.* จดหมายแจ้ง

newsman (นิวซฺ' แมน, -เมิน, นูซฺ'-) *n., pl.* **-men** ผู้สื่อข่าว, ผู้ขายหนังสือและสิ่งตีพิมพ์ที่ออกเป็นระยะๆ

newsmonger (นิวซฺ' มังเกอะ, นูซฺ'-) *n.* ผู้ซุบซิบ, ผู้นินทา

newspaper (นิวซฺ' เพเพอะ, นูซฺ'-, นิวซ'-, นูซ'-) *n.* หนังสือพิมพ์, กระดาษพิมพ์หนังสือพิมพ์

newsprint (นิวซฺ' พรินทฺ, นูซฺ'-) *n.* กระดาษเกรดต่ำสำหรับพิมพ์หนังสือพิมพ์

newsreel (นิวซฺ' รีล, นูซฺ'-) *n.* ภาพยนตร์ข่าว

newsroom (นิวซฺ' รูม, นูซฺ-) ห้องข่าว, ห้องแถลงข่าว

newsstand (นิวซฺ' สแทนดฺ, นูซฺ'-) *n.* ร้านเล็กๆ สำหรับ

N

ขายหนังสือพิมพ์ (-S. news stall)
newt (นิวทฺ, นูท) *n.* ซาลามานเดอร์ขนาดเล็กที่อยู่ได้ทั้งบนบกและในน้ำ

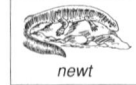

newt

New Testament พระคัมภีร์ไบเบิลเล่มใหม่ที่ประกอบด้วย the four Gospels, the Acts of the Apostles, the Letters, the Revelation of John
new wave, New Wave คลื่นลูกใหม่, ชนรุ่นใหม่, ภาพยนตร์รุ่นใหม่
New World ด้านซีกโลกตะวันตกที่ได้แก่ทวีปอเมริกาเหนือและใต้รวมทั้งเกาะต่างๆ และน่านน้ำที่ล้อมรอบ
new year ปีใหม่, วันปีใหม่, วันแรกๆ ของปี
New Year's (Day) วันที่ 1 มกราคม
New Year's Eve คืนวันที่ 31 ธันวาคม
New York รัฐนิวยอร์กในภาคตะวันออกเฉียงเหนือของสหรัฐอเมริกา, กรุงนิวยอร์กซึ่งเป็นเมืองท่าที่อยู่ในภาคตะวันออกเฉียงใต้ของรัฐนิวยอร์กบนปากแม่น้ำฮัดสัน
New Zealand (นิวซี' เลินดฺ) นิวซีแลนด์ **-New Zealander** *n.*

N

next (เนคซฺทฺ) *adj.* ถัดไป, ถัด, ข้างหน้า, ติดกัน, หน้า *-adv.* ถัดไป, ถัด, ในเวลาครั้งต่อไป *-n.* คนหรือสิ่งต่อไป *-prep.* ใกล้กับ, ใกล้ที่สุด, ข้าง **-next door (to)** ข้างบ้าน, เกือบจะ, เกือบ **-next to** ข้าง, อยู่ติดต่อกับ, ต่อจาก (-S. neighbouring, subsequently, consequent, thereafter, later, closely) *-Ex. the next house to ours, to sit next to him, the next chapter, the next best thing, next time*
next-door (เนคซฺทฺ' ดอร์, เนคซฺ'-) *adj.* ถัดไป, ที่บ้านถัดไป, ที่ห้องถัดไป
next of kin ญาติที่ใกล้ชิดที่สุด
nexus (เนค' เซิส) *n., pl.* **nexus/nexuses** วิธีการเชื่อมต่อ, การเชื่อมต่อ, อนุกรมหรือกลุ่มที่ต่อเนื่องกัน
niacin (ไน' อะซิน) *n.* วิตามินในกลุ่มบีรวม
Niagara Falls (ไนแอก' กะระ, -แอก' ระ) น้ำตกไนแองการาจากแม่น้ำไนแองการา, ชื่อเมืองในภาคตะวันตกของรัฐนิวยอร์ก
nib (นิบ) *n.* จะงอย, ปลายปากกา, ปลายแหลม *-vt.* **-nibbed, -nibbing** ซ่อมหรือขริบปลายแหลม, แทะหรือกัดอย่างเบาๆ, เล็มอย่างเบาๆ
nibble (นิบ' เบิล) *v.* **-bled, -bling** *-vi., vt.* แทะ, ตอด, ตอดเล็กตอดน้อย, กินหรือตัดออกเป็นชิ้นเล็กๆ *-n.* ชิ้นเล็กชิ้นน้อย, การแทะ, การตอด, (คอมพิวเตอร์) ครึ่งไบต์ (byte), 4 บิต (bit) **-nibbler** *n. -Ex. The rabbit nibbled the lettuce., Somsri gave the baby a nibble of her cooky., We fished all day and didn't have a nibble.*
niblick (นิบ' ลิค) *n.* ไม้ตีกอล์ฟหัวเหล็กที่มีหน้าลาดมากที่สุด ใช้ตีกอล์ฟให้สูงโด่ง
nicad, ni-cad, Nicad (นิแคด') *n.* แบตเตอรี่ที่ชาร์จไฟใหม่ได้ ประกอบด้วยนิกเกิลและแคดเมียม
Nicaragua (นิคคะรา' กวะ) ประเทศนิการากัว ในทวีปอเมริกากลาง, ชื่อทะเลสาบในประเทศดังกล่าว
nice (ไนซฺ) *adj.* **nicer, nicest** ดี, อ่อนโยน, งาม, สวย, ซึ่งทำให้เพลินหรือเบิกบานใจ, มีมิตรไมตรี, กรุณา, ประณีต, พิถีพิถัน, แน่นอน *-adv.* ดี, มีเสน่ห์ **-nicely** *adv.* **-niceness** *n.* (-S. fine) *-Ex. nice food, Somchai was very nice to me., How nice you look!, children of nice families, a nice taste in reading*
nicety (ไน' ซะที) *n., pl.* **-ties** ความละเอียดลออ, ความประณีต, ความพิถีพิถัน, ความแม่นยำ, ความแน่นอน (-S. exactness)
niche (นิช, นีช) *n.* เวิ้งหรือโพรงในผนังกำแพงมักใช้สำหรับตั้งสิ่งบูชาหรือประดับ, สถานที่หรือตำแหน่งที่เหมาะสม, ตำแหน่งหรือบทบาทของสิ่งมีชีวิตในสิ่งแวดล้อมหนึ่ง *-vt.* **niched, niching** วางในเวิ้งหรือโพรงดังกล่าว (-S. recess) *-Ex. Anong found her niche in teaching after she received her college degree.*

niche

nick (นิค) *n.* ร่อง, ช่อง, บาก *-vt.* ทำร่อง, ทำช่อง, ทำบาก, จารึกเป็นร่อง, ตัด, ผ่า, ตีเบาๆ, ต่อยเบาๆ, (คำสแลง) โกง หลอกลวง จับกุม **-in the nick of time** ในช่วงเวลาที่สำคัญ *-Ex. Kasem dropped a knife on her plate and made a nick in it., Danai nicked the table with his knife.*
nickel (นิค' เคิล) *n.* ธาตุโลหะแข็งสีเงินชนิดหนึ่ง, ชื่อเหรียญทองแดงผสมนิกเกิลของอเมริกามีค่าเท่ากับ $^1/_{20}$ ส่วนของหนึ่งดอลลาร์
nickname (นิค' เนม) *n.* ชื่อเล่น, ฉายา, ชื่อล้อ *-vt.* **-named, -naming** ให้ฉายา, ตั้งชื่อเล่น
nicotine (นิค' คะทีน, นิคคะทีน') *n.* อัลคาลอยด์เหลวมีพิษที่พบในยาสูบ **-nicotinic** *adj.*
niece (นีซ) *n.* หลานสาว, ลูกสาวของพี่หรือน้อง, ลูกสาวของพี่หรือน้องของสามีหรือภรรยา
nifty (นิฟ' ที) *adj.* **-tier, -tiest** (คำสแลง) ฉลาด เก๋ สวยงาม ดี *-n., pl.* **-ties** (คำสแลง) คนหรือสิ่งที่เก๋ สวยงาม
Nigeria (ไนจิ' เรีย) ประเทศไนจีเรีย
niggard (นิก' เกิร์ด) *n.* คนขี้เหนียวมาก, คนที่ตระหนี่มาก, คนขี้ตืดมาก *-adj.* ขี้เหนียวมาก, ขี้ตืดมาก, ตระหนี่มาก
niggardly (นิก' เกิร์ดลี) *adj.* ขี้เหนียว, ขี้ตืด, เล็กน้อย, นิดหน่อย *-adv.* อย่างขี้เหนียว, อย่างขี้ตืด **-niggardliness** *n.* (-S. miserly, parsimonious, mean, frugal)
nigger (นิก' เกอะ) *n.* นิโกร, คนผิวดำที่เนื่องจากเชื้อชาติ
nigh (ไน) *adv.* ใกล้, ใกล้ชิด, สนิท, ชิด (ขอบถนน), เกือบจะ *-adj.* **nigher, nighest** ใกล้, สนิท, สั้น, โดยตรง *-vi., vt.* เข้าหา *-prep.* ใกล้
night (ไนทฺ) *n.* กลางคืน, เวลามืดของกลางคืน, ความมืด, ความคลุมเครือ, โชคไม่ดี, การไม่รู้ *-adj.* เกี่ยวกับกลางคืน, เกิดขึ้นหรือใช้ในเวลากลางคืน **-night and day** ไม่หยุดหย่อน, ไม่รู้จักเหนื่อย, ไม่สิ้นสุด
night blindness ภาวะที่ไม่สามารถมองเห็นได้ดีหรือมองไม่เห็นในเวลากลางคืน
nightcap (ไนทฺ' แคพ) *n.* หมวกที่สวมในเวลากลางคืน, เหล้าสำหรับดื่มในเวลากลางคืน
nightclub (ไนทฺ' คลับ) *n.* ไนต์คลับ
nightfall (ไนทฺ' ฟอล) *n.* เวลามืดค่ำ *-Ex. At nightfall the stars begin to appear.*

nightgown (ไนทฺ' เกาน) *n.* ชุดนอนหลวมๆ, ชุดนอน (-S. nightdress)
nightingale (ไน' ทิงเกล) *n.* นกร้องเสียงไพเราะตัวเล็กๆ จำพวก *Luscinia*
nightlong (ไนทฺ' ลอง) *adj., adv.* ตลอดทั้งคืน
nightly (ไนทฺ' ลี) *adj.* ในเวลากลางคืน, ทำหรือเกิดขึ้นทุกคืน *-adv.* ในเวลากลางคืน, ทุกคืน *-Ex. The wolf howls nightly from the hill., the nightly howl of the wolf*
nightmare (ไนทฺ' แมร์) *n.* ฝันร้าย, สภาวะที่โศกเศร้า, ความคิดหรือประสบการณ์ที่โศกเศร้า,ภูตผีปีศาจที่คุกคามในเวลาหลับ **-nightmarish** *adj.* (-S. ordeal, trial) *-Ex. The train crash was a nightmare I shall never forget.*
nights (ไนทฺซ) *adv.* ในเวลากลางคืนเป็นประจำ
night watch ยามกลางคืน, การอยู่ยามกลางคืน, ระยะเวลากลางคืน
nihilism (ไน' ฮิลิซึม, ไน' อะ-) *n.* ลัทธิยกเลิกกฎหมายและองค์กรบริหารทั้งหลาย, ลัทธิทำลาย, หลักการของกลุ่มปฏิวัติชาวรัสเซียกลุ่มหนึ่งที่นิยมการก่อการร้าย การลอบสังหารและอื่นๆ, สภาวะที่ไร้กฎหมาย มีการก่อการร้ายและการปฏิวัติอื่นๆ,การทำลายสิ้นเชิง**-nihilist** *n.* **-nihilistic** *adj.*
Nikkei index ดัชนีหุ้นนิเคอิของญี่ปุ่น
nil (นิล) *n.* การไม่มีอะไร, ศูนย์, การปราศจาก
Nile (ไนลฺ) แม่น้ำที่ยาวที่สุดในแอฟริกาไหลลงสู่ทะเลเมดิเตอร์เรเนียน ยาว 3,485 ไมล์
nimble (นิม' เบิล) *adj.* **-bler, -blest** ว่องไว, แคล่วคล่อง, เฉียบแหลม, ฉลาด **-nimbleness** *n.* **-nimbly** *adv.* (-S. lively, alert, brisk, quick) *-Ex. Monkeys are nimble in climbing trees.*
nimbus (นิม' เบิส) *n., pl.* **-bi/-buses** ทรงกลดหรือรังสีรอบพระเศียร, เมฆ ทรงกลด บรรยากาศหรืออื่นๆ ที่ล้อมรอบบุคคลหรือสิ่งของ, เมฆที่ให้ฝนหรือหิมะ
nincompoop (นิน' เคิมพูพ) *n.* คนโง่
nine (ไนน) *n.* เก้า, แปดบวกหนึ่ง, สัญลักษณ์หรือเลขเก้า (เช่น 9, ๙ หรือ IX), อายุเก้าขวบ, ไพ่เก้าแต้ม *-adj.* เกี่ยวกับเก้า **-the Nine** เทพธิดาทั้งเก้าแห่ง Muse
ninepins (ไนนฺ' พินซฺ) *n. pl.* เกมเล่นทอยชนิดหนึ่งที่ใช้ไม้เก้าอัน
nineteen (ไนนฺ' ทีน') *n.* สิบเก้า, สิบบวกเก้า, สัญลักษณ์หรือเลขสิบเก้า (เช่น 19 หรือ XIX), จำนวน 19 คนหรือ 19 สิ่ง *-adj.* เป็นจำนวน 19
nineteenth (ไนนฺ' ทีนธฺ') *adj., adv.* ที่สิบเก้า, วันที่สิบเก้า, เป็นหนึ่งใน 19 ส่วนที่เท่าๆ กัน *-n.* ส่วนที่สิบเก้า, ที่สิบเก้า
ninetieth (ไนนฺ' ทีอิธ) *adj.* ที่เก้าสิบ, เป็นลำดับที่เก้าสิบ, เป็นหนึ่งในเก้าสิบส่วนที่เท่าๆ กัน *-n.* ส่วนที่เก้าสิบ
ninety (ไนนฺ' ที) *n., pl.* **-ties** เก้าสิบ, สัญลักษณ์หรือเลขเก้าสิบ (เช่น 90 หรือ XC), จำนวน 90 คนหรือสิ่ง *-adj.* มีทั้งหมดเก้าสิบ **-the nineties** จำนวนปี องศาหรืออื่นๆ ที่อยู่ระหว่าง 90 กับ 99
ninth (ไนธฺ) *adj., adv., n.* ที่เก้า, วันที่เก้า, เป็นหนึ่งในเก้าส่วนเท่าๆ กัน, ส่วนที่เก้า, คนที่เก้า **-ninthly** *adv.*
niobium (ไนโอ' เบียม) *n.* ธาตุโลหะสีเทาที่คล้าย tantalum
nip[1] (นิพ) *v.* **nipped, nipped** *-vt.* หนีบ, หยิก, กัด, ตัด, แหนบ, แทะ, เล็ม, ตอด, เด็ด, ยับยั้งการเจริญเติบโต, ทำให้ชะงักไป *-vi.* หลบหนี, หลีกหนี, ลอบ *-n.* การหนีบ, การหยิก, การกัด, การแหนบ, การแทะเล็ม, การเด็ด, การตอด, คำพูดเหน็บแนม, คำพูดเสียดสี, ความหนาวเหน็บ, จำนวนหรือปริมาณเล็กน้อย, เครื่องหนีบ, คีม **-nip and tuck** ใกล้เคียงมาก (-S. pinch, bite) *-Ex. The puppy gave baby a nip when she pulled its tail., Along came a blackbird and nipped off her nose., The heavy frost nipped our flowers.*
nip[2] (นิพ) *n.* การจิบ (เครื่องดื่ม), เหยือกใส่เหล้าที่จุประมาณครึ่งไพน์ *-vt., vi.* **nipped, nipping** จิบ, ดื่มเล็กน้อย
nipple (นิพ' เพิล) *n.* หัวนม, สิ่งหรือส่วนที่คล้ายหัวนม, นมหนู, ปลายกระบอกฉีด, ปลายเข็มที่ใช้แทงชนวนปืน (-S. tit, teat)
Nippon (นิพอน', นิพ' พอน) *n.* คำญี่ปุ่นที่หมายถึงญี่ปุ่น (-S. Nihon)
Nipponese (นิพพะนีซฺ', -นีส') *adj., n., pl.* **-ese** เกี่ยวกับญี่ปุ่น, ชาวญี่ปุ่น (-S. Japanese)
nippy (นิพ' พี) *adj.* **-pier, -piest** เสียว, แสบ, หนาวเหน็บ, กัดกร่อน, แคล่วคล่อง **-nippiness** *n.* (-S. chilly)
nirvana (เนอร์วา' นะ, -แวน' นะ) *n.* การหลุดพ้นจากวัฏจักรแห่งกรรม, นิพพาน, การหลุดพ้นจากความเจ็บปวด ความกังวลและโลกีย์วิสัย
nitre, niter (ไน' เทอะ) *n.* โพแทสเซียมไนเตรต, เป็นผงสีขาวที่ใช้ผลิตดินปืน ดอกไม้เพลิงและอื่นๆ, โซเดียมไนเตรตใช้ทำปุ๋ยและดินระเบิด
nitrate (ไน' เทรท) *n.* เกลือหรือเอสเตอร์ของ nitric acid, ปุ๋ยที่ประกอบด้วยโพแทสเซียมหรือโซเดียมไนเตรต *-vt.* **-trated, -trating** ใส่กรดไนตริกหรือเกลือไนเตรต, เปลี่ยนให้เป็นไนเตรต **-nitration** *n.*
nitric (ไน' ทริค) *adj.* ประกอบด้วยไนโตรเจน
nitrogen (ไน' ทระเจิน) *n.* ไนโตรเจน
nitwit (นิท' วิท) *n.* คนโง่, คนไม่เต็มเต็ง
nix (นิคซฺ) *n.* (คำสแลง) ความไม่มีอะไร *-adv.* (คำสแลง) ไม่ *-interj.* (คำสแลง) คำอุทานแสดงความไม่เห็นด้วยการเตือนหรืออื่นๆ *-vt.* (คำสแลง) คัดค้าน, ไม่เห็นด้วย, ห้าม
no (โน) *adv., adj.* ไม่, ไม่มี, ไม่ได้, ไม่เลย *-n., pl.* **-noes/-nos** คำพูด 'ไม่', การปฏิเสธ, การออกเสียงคัดค้าน, คำปฏิเสธ, เสียงค้าน
no. ย่อจาก north, northern, number
nob (นอบ) *n.* ไพ่แจ๊ก, (คำสแลง) คนรวย ผู้ดี หัว
nobelium (โนเบล' เลียม) *n.* ธาตุกัมมันตภาพรังสีที่มนุษย์สร้างขึ้น มีสัญลักษณ์ No
Nobel prizes รางวัลโนเบลจากกองทุนของ Alfred Bernard Nobel สำหรับผู้มีผลงานดีเยี่ยมในสาขาต่างๆ
noble (โน' เบิล) *adj.* **-bler, -blest** ชั้นสูง, มีตระกูล, สูงศักดิ์, ชั้นขุนนาง, สง่า, มีคุณธรรมสูง, ประเสริฐ, (เคมี) เฉื่อย *-n.* คนชั้นสูง, คนสูงศักดิ์, ผู้มีตระกูลสูง, ขุนนาง, เหรียญทองสมัยก่อนของอังกฤษ มีค่าเท่ากับครึ่งมาร์คหรือ 6 ชิลลิงและ 8 เพนนี, (ในอังกฤษ) ขุนนาง, (คำ

N

สแลง) หัวหน้าแก๊ง **-nobleness** *n.* (-S. grand, highborn, virtuous, lofty) *-Ex. the noble lord, God save our noble Queen., noble deed, noble mind, noble effort, A duke and an earl are nobles.*

nobleman (โน' เบิลเมิน) *n., pl.* **-men** คนชั้นสูง, คนสูงศักดิ์, ขุนนาง, คนตระกูลสูง

nobly (โน' บลี) *adv.* อย่างประเสริฐ, อย่างสง่างาม, อย่างกล้าหาญ, ชั้นเยี่ยม, ดีเลิศ, มีตระกูลสูง, มีคุณธรรมสูง

nobody (โน' บอดดี, -บัดดี, -เบิดดี) *pron.* ไม่มีใคร *-n., pl.* **-bodies** บุคคลที่ไม่มีความสำคัญ (โดยเฉพาะทางสังคม) *-Ex. Samai felt like a nobody in the presence of such famous people.*

nock (นอค) *n.* ร่องหรือบากที่ทำไว้บนคันธนูสำหรับดึงสายธนูมาติดไว้, มุมข้างบนของใบเรือ *-vt.* ทำร่องหรือบากดังกล่าว

nocturnal (นอคเทอร์' เนิล) *adj.* เกี่ยวกับกลางคืน, กระทำหรือปรากฏในเวลากลางคืน, ออกหากินในเวลากลางคืน, เปิดในเวลากลางคืน **-nocturnally** *adv. -Ex. a nocturnal journey, a nocturnal sound, a nocturnal activity, a nocturnal animal*

N

nod (นอด) *v.* **nodded, nodding** *-vi.* ผงกศีรษะ, ก้มศีรษะ, สัปหงก, สะเพร่า, เอนลง, ห้อย, ยาน *-vt.* ก้มศีรษะ, ผงกศีรษะ, พยักหน้าให้มา *-n.* การผงกศีรษะ, การก้มศีรษะ, การเอนลง, การหย่อนย้อย **-nodder** *n. -Ex. She nodded approval., to give a plan the nod, Dang waited for a nod from the teacher before beginning his talk., to nod a greeting to a friend, The flowers were nodding in the breeze.*

nodal (โนด' เดิล) *adj.* (เกี่ยวกับ) ปุ่ม, ปม, รอยโปน, ส่วนที่บวมหรือโน, ตาตุ่ม **-nodality** *n.* **-nodally** *adv.*

noddle (นอด' เดิล) *n.* ศีรษะ

node (โนด) *n.* ปุ่ม, ปม, รอยโปน, ส่วนที่บวมหรือโน, ตา, ตุ่ม, จุด, เส้นหรือบริเวณของคลื่นที่มีการสั่นเล็กน้อยหรือไม่มีการสั่นเลย (ฟิสิกส์), จุดใดจุดหนึ่งที่เส้นวงโคจรตัดกับเส้นวงโคจรอื่น, จุดที่ลำบาก, สถานการณ์ที่ลำบาก **-nodical** *adj.*

nodule (นอด' จูล) *n.* ปุ่มเล็ก, ปมเล็ก, ตุ่มเล็ก **-nodular, nodulose, nodulous** *adj.*

noel, noël (โนเอล') *n.* เทศกาลคริสต์มาส, เพลงคริสต์มาส

nog[1] (นอก) *n.* เครื่องดื่มที่ทำด้วยไข่ตี (บางทีผสมกับเหล้า), เหล้าแรงชนิดหนึ่ง (-S. nogg, eggnog)

nog[2] (นอก) *n.* ท่อนไม้, ชิ้นไม้, แผ่นไม้ *-vt.* **nogged, nogging** นำอิฐใส่ในช่องกำแพง

noggin (นอก' กิน) *n.* ถ้วยเล็กๆ, เหยือกเล็กๆ, เหล้าจำนวนเล็กน้อย, หัว

nohow (โน' ฮาว) *adv.* ไม่เลย

noil (นอยลฺ) *n.* เส้นใยของฝ้าย ขนสัตว์หรืออื่นๆ ที่หลุดออกมาจากการหวี

noise (นอยซฺ) *n.* เสียง (โดยเฉพาะเสียงที่ดังอึกทึก), เสียง, เสียงตะโกน, เสียงรบกวน, ข่าวลือ (โดยเฉพาะการกล่าวหา) *-v.* **noised, noising** *-vt.* ปล่อยข่าว *-vi.* พูดมาก, พูดในที่ชุมชน, ทำเสียงดัง, ประกาศดัง *-Ex. to make a noise, the noise of trains on the bridge, noise of a banging door*

noiseless (นอยซฺ' ลิส) *adj.* ไม่มีเสียง, เงียบ **-noiselessly** *adv.* **-noiselessness** *n.*

noisome (นอย' เซิม) *adj.* รุกราน, น่ารังเกียจ, เป็นภัย, เป็นอันตราย, เป็นพิษ **-noisomely** *adv.* **-noisomeness** *n.*

noisy (นอย' ซี) *adj.* **noisier, noisiest** อึกทึก, เสียงดัง, หนวกหู, เต็มไปด้วยเสียง **-noisily** *adv.* **-noisiness** *n.* (-S. loud) *-Ex. a noisy room, the noisy children*

nomad (โน' แมด) *n.* ชนชาวเผ่าที่ร่อนเร่ไปในที่ต่างๆ, ผู้ร่อนเร่, ผู้ท่องเที่ยวไปมา *-adj.* ร่อนเร่ **-nomadism** *n.* (-S. vagabond)

nomadic (โนแมด' ดิค) *adj.* ร่อนเร่ไปในที่ต่างๆ, ท่องเที่ยว, เกี่ยวกับ nomad **-nomadically** *adv.*

no man's land แนวดินแดนระหว่างกองทัพที่ประจัญหน้ากัน, บริเวณที่ยังไม่ถูกควบคุมโดยฝ่ายใด, ที่ดินที่ยังไม่เป็นของใคร, ที่ดินที่ยังไม่มีใครอ้างกรรมสิทธิ์ครอบครอง (-S. no-man's-land)

nomenclator (โน' เมินเคลเทอร์) *n.* คนขานชื่อ, คนเรียกชื่อ, ผู้ตั้งชื่อ

nomenclature (โน' เมินเคลเชอะ, โนเมน' คละ-) *n.* ระบบชื่อ, ระบบการตั้งชื่อ

nominal (นอม' มะเนิล) *adj.* เพียงในนาม, ตามที่เรียกกัน, พอเป็นพิธี, เกี่ยวกับชื่อ, เกี่ยวกับหรือทำหน้าที่เป็นนาม, ตามชื่อ, มีชื่อ *-n.* คำนามหรือคำอื่นๆ หรือกลุ่มของคำรวมทั้งคำคุณศัพท์ที่ทำหน้าที่เป็นคำนาม **-nominalistic** *adj.* **-nominally** *adv.*

nominate (นอม' มะเนท) *vt.* **-nated, -nating** เสนอชื่อเพื่อให้เลือกตั้ง, แต่งตั้ง, ตั้งชื่อ, ระบุชื่อ **-nominator** *n.* (-S. name) *-Ex. The governor nominated Somchai as Commissioner of Education.*

nomination (นอมมะเน' ชัน) *n.* การเสนอชื่อเข้ารับเลือกตั้ง, การแต่งตั้ง, ภาวะที่ถูกแต่งตั้ง *-Ex. Somsri accepted the nomination for the office of secretary., Samai sought the Republican nomination for president.*

nominative (นอม' มะนะทิฟว, -เนทิฟว) *adj.* เกี่ยวกับการเสนอชื่อเข้ารับเลือกตั้ง, เกี่ยวกับการแต่งตั้ง, เกี่ยวกับประธานของประโยค, เกี่ยวกับกรรตุการก, ซึ่งได้รับเสนอชื่อ, ซึ่งได้รับการแต่งตั้ง, ระบุชื่อ *-n.* ประธานของประโยค, กรรตุการก, แบบหรือโครงสร้างที่มีหน้าที่หรือความหมายเหมือนกัน

nominee (นอมมะนี') *n.* ผู้ได้รับการเสนอชื่อเข้ารับเลือกตั้ง (-S. candidate)

non- คำอุปสรรค มีความหมายว่า ไม่, ไม่ใช่

nonagenarian (นอนนะจะแน' เรียน, โนนะ-) *adj.* เกี่ยวกับวัยระหว่าง 90 ปี ถึง 100 ปี *-n.* บุคคลในวัยดังกล่าว

nonagon (นอน' นะกอน) *n.* รูปเก้าเหลี่ยมเก้าด้าน

nonaligned (นอนะไลนฺดฺ') *adj.* ไม่เข้าข้างใด, เป็นกลาง, วางตัวเป็นกลาง **-nonalignment** *n.*

nonce (นอนซฺ) *n.* ขณะปัจจุบัน, ชั่วขณะหนึ่ง, จุดประสงค์ปัจจุบัน

nonchalance (นอนชะลานซฺ', นอน' ชะเลินซฺ, -ลานซฺ) *n.* ความเมินเฉย, ความไม่ใยดี, ความไม่สนใจ,

ความห่างเหิน (-S. indifference, unconcern)

nonchalant (นอนชะลานทฺ', นอน' ชะเลินทฺ, -ลานทฺ) *adj.* เมินเฉย, ไม่ใยดี, ไม่สนใจ, ไม่ตื่นเต้น, ห่างเหิน **-nonchalantly** *adv.* (-S. casual, indifferent, apathetic) *-Ex. Samai greeted the famous visitors with a nonchalant air.*

noncommissioned officer (นอนคะมิชฺ' ชันดฺ) นายทหารที่ไม่ใช่ชั้นสัญญาบัตร

noncommittal (นอนคะมิท' เทิล) *adj.* ซึ่งไม่ผูกมัดตัวเอง, ซึ่งบอกปัด **-noncommittally** *adv.* (-S. neutral)

nonconductor (นอนเคินดัค' เทอร์) *n.* สารหรือวัตถุที่ไม่เป็นสื่อนำความร้อน เสียงหรือไฟฟ้า *-Ex. Glass is a nonconductor of electricity.*

nonconformist (นอนเคินฟอร์' มิสทฺ) *n.* โปรเตสแตนต์ผู้ไม่ยอมเข้ากับศาสนาคริสต์นิกายประจำชาติของอังกฤษ (Church of England), ผู้ไม่ยอมร่วมด้วย *-adj.* ไม่เชื่อในวัฒนธรรมหรือความเชื่อที่มีมานาน **-nonconformism** *n.*

nondescript (นอนดิสคริพทฺ', นอน' ดิสคริพทฺ) *adj.* ซึ่งไม่สามารถจะจัดอยู่ในพวกใดได้, พันทาง *-n.* บุคคลหรือสิ่งของที่ไม่สามารถจะจัดอยู่ในพวกใดได้

none (นัน) *pron., adv., adj.* ไม่, ไม่ใช่, ไม่มี

nonentity (นอนเอน' ทะที) *n., pl.* **-ties** บุคคลหรือสิ่งที่ไม่สำคัญ, สิ่งที่ไม่มีตัวตน (-S. cipher)

nonetheless (นันธะเลส') *adv.* อย่างไรก็ตาม, ถึงกระนั้น (-S. nevertheless)

nonpareil (นอนพะเรล') *adj.* ไม่มีที่เปรียบ, ไม่มีใครหรือสิ่งที่เทียมเท่าได้, เลิศ *-n.* สิ่งที่ไม่มีอะไรเทียบเท่าได้, บุคคลที่ไม่มีใครเทียบเท่าได้, ขนมก้อนเล็กชนิดหนึ่ง, ขนมช็อกโกแลตชนิดหนึ่ง

nonplus (นอน' พลัส, นอนพลัส') *vt.* **-plused, -plusing/ -plussed, -plussing** ทำให้ยุ่งเหยิงหรือสับสนที่สุด *-n.* ภาวะที่ยุ่งเหยิงหรือสับสนที่สุด (-S. confuse)

nonsense (นอน' เซินซฺ, นอน' เซนซฺ) *n.* ความเหลวไหล, เรื่องเหลวไหล, คำพูดหรือข้อเขียนที่เหลวไหล, การกระทำที่โง่หรือเหลวไหล, สิ่งที่ไร้สาระ *-adj.* เหลวไหล, ไม่มีความหมาย *-interj.* โง่อะไรเช่นนี้!, เหลวไหล! **-nonsensical** *adj.* **-nonsensically** *adv.* **-nonsensicalness, nonsensicality** *n.* (-S. absurdity) *-Ex. You're talking nonsense., Now! No nonsense!, And no nonsense about it!*

nonstop (นอน' สทอพ') *adj., adv.* ไม่หยุดระหว่างทาง *-Ex. a nonstop flight from Los Angeles to Bangkok*

noodle (นูด' เดิล) *n.* ก๋วยเตี๋ยว, อาหารที่เป็นเส้นยาว, บะหมี่

nook (นุค) *n.* มุม, ซอก, ตำแหน่งหรือจุดที่อยู่ไกล *-Ex. I tried to find a quiet nook for studying., Cinderella placed her broom in the chimney nook.*

noon (นูน) *n.* เที่ยงวัน, เวลา 12.00 น., จุดที่อยู่สูงสุด, สว่างสุดหรือดีที่สุด *-adj.* เกี่ยวกับหรือเกิดขึ้นตอนกลางวัน (-S. midday) *-Ex. Dang went home at noon.*

noonday (นูน' เด) *adj.* เกี่ยวกับเที่ยงวัน *-n.* เที่ยงวัน *-Ex. a noonday meal, the noonday sun*

no one ไม่มีใคร *-Ex. I saw no one., No one came.*

noose (นูส) *n.* ห่วง, บ่วง, ห่วงดัก, แร้ว, ห่วงคล้องคอ *-vt.* **noosed, noosing** ดักหรือจับด้วยห่วง, ทำห่วง, ทำบ่วง (-S. loop, snare)

nope (โนพ) *adv.* (คำสแลง) ไม่ (-S. no)

nor (นอร์) *conj.* ใช้คู่กับ neither มีความหมายว่า ไม่ ไม่เหมือนกัน และไม่ *-Ex. not a piece of bread nor a drop of water*

Nordic (นอร์' ดิค) *adj.* เกี่ยวกับมนุษย์ Caucasoid

norm (นอร์มฺ) *n.* มาตรฐาน, รูปแบบ, แบบแผน, ถัวเฉลี่ย, ค่าเฉลี่ย, มาตรฐานการศึกษา, ปกติวิสัย

normal (นอร์' เมิล) *adj.* ปกติ, ธรรมดา, โดยธรรมชาติ, เป็นประจำ, เป็นมาตรฐาน, มีจิตปกติ, เป็นมุมฉาก, ตั้งฉาก, (สารละลาย) ซึ่งประกอบด้วยจำนวนน้ำหนักของ gram-equivalent ของตัวละลายต่อลิตรของสารละลาย, ซึ่งปราศจากการติดเชื้อ *-n.* มาตรฐาน, ปกติวิสัย, รูปแบบธรรมดา, ค่าเฉลี่ย, เส้นตั้งฉาก **-normalcy, normality** *n.* (-S. usual) *-Ex. Kasorn's weight is normal., normal health, a nomal phenomenon*

normal (frequency) curve เส้นโค้งรูประฆังที่เป็นเส้นความสัมพันธ์ของการแจกแจงความถี่กับค่าต่างๆ ของตัวแปร (-S. Gaussian curve)

normalize (นอร์' เมิลไลซฺ) *v.* **-ized, -izing** *-vt.* ทำให้ปกติ, ทำให้เป็นมาตรฐาน *-vi.* กลายเป็นปกติ, กลายเป็นธรรมดา **-normalization** *n.* **-normalizer** *n.*

normally (นอร์' เมิลลี) *adv.* ตามธรรมดา, ตามกฎ, โดยทั่วไป (-S. regularly, commonly)

Norman (นอร์' เมิน) *n.* ชาวนอร์แมนที่เป็นพวกสแกนดิเนเวียนหรือชาวเหนือของยุโรปในสมัยศตวรรษที่ 10 ที่พิชิต Normandy, ชาวยุโรปเชื้อชาติผสมระหว่างสแกนดิเนเวียนกับฝรั่งเศสที่อาศัยอยู่ในนอร์มังดีและพิชิตอังกฤษในปี ค.ศ. 1066, ผู้อาศัยอยู่ในนอร์มังดี, ชื่อเมืองในภาคกลางของรัฐโอกลาโฮมาของสหรัฐอเมริกา *-adj.* เกี่ยวกับประชาชนดังกล่าว **-Normanesque** *adj.*

Norse (นอร์ซฺ) *adj.* เกี่ยวกับหรือเป็นของนอร์เวย์ *-n.* ชาวนอร์เวย์, ชาวนอร์เวย์สมัยโบราณ, ภาษานอร์เวย์

north (นอร์ธฺ) *n.* ทิศเหนือ, อุดร, ฝ่ายเหนือ, ภาคเหนือ, ตอนเหนือ, ส่วนเหนือ *-adj.* อยู่ทางเหนือ, หันไปทางเหนือ, มาจากทางเหนือ *-adv.* ไปทางเหนือ, มาจากเหนือ *-Ex. The birds fly north in the spring., Winter is cold in the Nort., north wind, north polar regions*

North America ทวีปอเมริกาเหนือ ระหว่างทวีปอเมริกากลางไปจรดมหาสมุทรอาร์กติกในตอนเหนือ **-North American**

north by east จุดบนเข็มทิศที่อยู่ห่างจากทิศเหนือไปทางตะวันออก 11° 15', อุดรภาคบูรพา

northeast (นอร์ธอีสทฺ') *n.* จุดหนึ่งบนเข็มทิศที่อยู่กึ่งกลางระหว่างทิศเหนือกับทิศตะวันออก, บริเวณในทิศทางดังกล่าว, ภาคอีสาน, ภาคตะวันออกเฉียงเหนือ *-adj.* หันไปทิศตะวันออกเฉียงเหนือ, อยู่ในบริเวณทิศตะวันออกเฉียงเหนือ, ไปทางทิศตะวันออกเฉียงเหนือ *-adv.* ไปทางทิศตะวันออกเฉียงเหนือ *-Ex. We sailed northeast for four days before sighting land.*

northeasterly (นอร์ธอีส' เทอร์ลี) *adj.* เกี่ยวกับหรือ

N

ตั้งอยู่บนบริเวณทิศตะวันออกเฉียงเหนือ, ไปทางทิศตะวันออกเฉียงเหนือ *-adv.* ไปทางทิศตะวันออกเฉียงเหนือ, จากทิศตะวันออกเฉียงเหนือ

northeastern (นอร์ธอีส' เทิร์น) *adj.* เกี่ยวกับภาคตะวันออกเฉียงเหนือ, อีสาน **-Northeasterner** *n.* *-Ex. the northeastern part of the state*

northeastward (นอร์ธอีสทฺ' เวิร์ด) *adj.* หันไปทางทิศตะวันออกเฉียงเหนือ *-adv.* ไปทางทิศตะวันออกเฉียงเหนือ *-n.* ทิศหรือบริเวณทิศตะวันออกเฉียงเหนือ

northerly (นอร์ธ' เธอะลี) *adj., adv.* เกี่ยวกับหรือตั้งอยู่ทางเหนือ, ไปทางเหนือ, จากทางเหนือ *-n., pl.* **-lies** ลมเหนือ *-Ex. They traveled in a northerly direction., a northerly breeze*

northern (นอร์' เธิร์น) *adj.* หันไปทางหรือตั้งอยู่ทางเหนือ, ไปทางเหนือ, มาจากทางเหนือ, เกี่ยวกับทิศเหนือ *-Ex. the northern part of the state, a northern gale*

northernmost (นอร์' เธิร์นโมสทฺ) *adj.* เหนือสุด

North Pole ขั้วโลกเหนือ **-north pole** ขั้วแม่เหล็ก (บริเวณที่เส้นเหนี่ยวนำแม่เหล็กกระจายตัวออก)

N

North Star ดาวเหนือ (อยู่ในกลุ่มดาว Ursa Minor) (-S. Polaris)

northward (นอร์ธ' เวิร์ด, นอร์' เธิร์ด) *adj.* ไปทางเหนือ, หันไปทางเหนือ, อยู่ทางเหนือ *-adv.* ไปทางเหนือ *-n.* ทิศเหนือ

northwest (นอร์ธเวสทฺ') *n.* พายัพ, จุดบนเข็มทิศที่อยู่กึ่งกลางระหว่างทิศเหนือกับทิศตะวันตก, ภาคพายัพ, ทิศตะวันตกเฉียงเหนือ *-adj., adv.* เกี่ยวกับบริเวณหรือทิศดังกล่าว, ไปทางพายัพ, มาจากพายัพ *-Ex. The expedition traveled northwest for three days.*

Norway (นอร์' เว) ประเทศนอร์เวย์ เมืองหลวงชื่อ Oslo

Norwegian (นอร์วี' เจิน) *adj.* เกี่ยวกับนอร์เวย์ (ประเทศ ประชาชน ภาษา วัฒนธรรม และอื่นๆ *-n.* ชาวนอร์เวย์, ภาษานอร์เวย์

nose (โนซฺ) *n.* จมูก, อวัยวะสูดอากาศหายใจ, ประสาทดมกลิ่น, ส่วนที่คล้ายจมูก, หัวสูบ, พวยกา, หัวเครื่องบิน, หัวเรือ, หัวไม้ตีกอล์ฟ, ความยาวของจมูก (คำสแลง) สายลับ *-v.* **nosed, nosing** *-vt.* ดมกลิ่น, บ่ายหน้า, ทิ่มหัว, สัมผัสหรือถูด้วยจมูก *-vi.* ดมกลิ่น, สูด, ทิ่มไปข้างหน้า, ยุ่ง **-by a nose** เส้นยาแดง **-on the nose** (คำสแลง) แม่นยำถูกต้อง ตรงเวลาที่สุด **-pay through the nose** จ่ายในราคาสูงเกินไป

nosebleed (โนซฺ' บลีด) *n.* เลือดกำเดา, เลือดจากจมูก

nose dive การจิกหัว (เครื่องบิน) ลง, การตกลงหรือบินลงมาอย่างรวดเร็ว **-nose-dive** *vi.*

nosegay (โนซฺ' เก) *n.* ดอกไม้ช่อเล็กๆ (-S. bouquet, posy)

nosepiece (โนซฺ' พีซ) *n.* ส่วนที่คลุมจมูก, ส่วนของกล้องจุลทรรศน์ที่ติดเลนส์ที่อยู่ใกล้กับตัวอย่างที่จะส่อง, สายรั้งม้าหรือสุนัขที่รัดผ่านจมูก, ส่วนของกรอบแว่นที่ตั้งจมูก

nostalgia (นาสแทล' เจีย, เนิส-, นอส-, -จะ) *n.* การครุ่นคิดอยากให้กลับมาซึ่งประสบการณ์ สิ่งของหรือความคุ้นเคยในอดีต **-nostalgic** *adj.* **-nostalgically** *adv.*

nostril (นอส' เทริล) *n.* โพรงจมูก, ช่องจมูก, รูจมูก

nostrum (นอส' เทริม) *n.* ยาบรรจุเสร็จ, ยาสามัญประจำบ้าน, ยาแผนโบราณ, ยาเถื่อน, ยากลางบ้าน

nosy, nosey (โน' ซี) *adj.* **nosier, nosiest** สอดรู้สอดเห็น, เที่ยวค้น **-nosily** *adv.* **-nosiness** *n.*

not (นอท) *adv.* ไม่

notability (โนทะบิล' ละที) *n., pl.* **-ties** ความน่าสังเกต, ความเด่น, ความมีชื่อเสียง, บุคคลที่สังเกต, บุคคลที่เด่น, บุคคลที่มีชื่อเสียง (-S. distinction)

notable (โน' ทะเบิล, นอท'-) *adj.* น่าสังเกต, เด่น, สะดุดตา, มีชื่อเสียง, น่าจดจำ, มีความสามารถ, ประหยัด, อุตสาหะ *-n.* คนที่เด่น, คนที่มีชื่อเสียง, คนที่น่าจดจำ **-notably** *adv.* (-S. well-known) *-Ex. The visit of the King was a notable occasion., My birthday is a notable date in my calendar.*

notation (โนเท' ชัน) *n.* บันทึก, หมายเหตุ, เครื่องหมาย, หนังสือ, เอกสาร, จดหมาย, กระบวนการทำบันทึก, หมายเหตุ **-notational** *adj.*

notch (นอช) *n.* บาก, รอยบาก, รอยตัด, ช่อง, ร่อง *-vt.* ทำรอยบาก, ตัด, ทำเป็นร่องหรือช่อง, สลัก **-notcher** *n.* (-S. cut, nick, mark) *-Ex. Dang cut a notch in a stick with his penknife., a notch above the others*

note (โนท) *n.* บันทึก (เป็นลายมือ) สั้นๆ, บันทึก, จดหมาย, หมายเหตุ, เครื่องหมาย, สาส์น, สาร, ธนบัตร, ใบรับรองการจ่ายเงิน, ชื่อเสียง, ความเด่น, ความสำคัญ, การใบ้, เสียงดนตรี, เครื่องหมายดนตรี, ทำนองเพลง *-vt.* **noted, noting** บันทึก, หมายเหตุ, จดจำ, สังเกต, ใส่เครื่องหมายดนตรี, แสดงถึง, ชี้บ่ง **-compare notes** แลกเปลี่ยนความคิดเห็น (-S. reminder, minute, record) *-Ex. the black notes of a piano, a high note, the note of a bird, a note of terror in her voice, to take (down) notes at a lecture, to make a note of it, to see the note in the appendix*

notebook (โนท' บุค) *n.* สมุดบันทึก, คอมพิวเตอร์แบบหิ้วไปมาได้ง่าย

noted (โน' ทิด) *adj.* มีชื่อเสียง **-notedly** *adv.* **-notedness** *n.*

note paper กระดาษบันทึก, กระดาษเขียนบันทึกหรือจดหมาย

noteworthy (โนท' เวิร์ธธี) *adj.* น่าสังเกต, เด่น, สำคัญ, น่าจดจำ, น่าเอาใจใส่ (-S. important) *-Ex. The development of the airplane was a noteworthy contribution to travel.*

nothing (นัธ' ธิง) *n.* การไม่มีอะไร, ความไม่เป็นไร, การไร้ความหมาย, ศูนย์, สิ่งที่ไม่สำคัญ, คำพูดที่ไม่สำคัญ *-adv.* ไม่เลย, ไม่มีอะไร *-Ex. It's nothing special., nothing of any importance, nothing near*

notice (โน' ทิซ) *n.* ข่าวสาร, ข้อความที่เตือน, หมายเหตุ, ข้อสังเกต, การเตือน, การสังเกต, ความสนใจ *-vt.* **-ticed, -ticing** สังเกต, ระวัง, แจ้งความ, ประกาศ, แจ้งล่วงหน้า, ออกความเห็น, ให้ความสนใจ (-S. remark, note, heed)

noticeable 591 **nude**

-Ex. to give notice that a sale will be held, a printed notice on the wall, I have had no notice of it., at short notice, at ten minutes' notice, to give a month's notice, until further notice, without notice, to bring to the notice of, I didn't notice him.

noticeable (โน' ทิซซะเบิล) *adj.* ซึ่งสามารถดึงดูดความสนใจ, น่าสังเกต, น่าสนใจ **-noticeably** *adv.* (-S. clear) *-Ex. The blue patch on Dumrong's grey shirt was quite noticeable; it could be seen easily.*

notification (โนทะฟิเค' ชั่น) *n.* การแจ้งความ, การแจ้งล่วงหน้า, การเตือนล่วงหน้า, การประกาศ (-S. notice)

notify (โน' ทะไฟ) *vt.* **-fied, -fying** แจ้งความ, แจ้ง, ประกาศ, บอกให้ทราบ **-notifiable** *adj.* **-notifier** *n.* (-S. inform, advise, tell) *-Ex. Samai notified the post office of his change of address.*

notion (โน' ชั่น) *n.* ความนึกคิด (ที่คลุมเครือหรือไม่สมบูรณ์), ความคิดเห็น, ความเชื่อ, ความคิดโง่ๆ, ความคิดชั่วขณะหนึ่ง, ความตั้งใจ, แผน **-notions** ของเล็กๆ น้อยๆ เช่น เข็ม ด้าย ฯลฯ **-notional** *adj.* (-S. idea, thought) *-Ex. Somchai had no notion of the meaning of the strange words.*

notoriety (โนทะไร' อะที) *n.* ความรู้จักกันทั่วไป, ชื่อเสียงในทางไม่ดี, บุคคลที่มีชื่อเสียงในทางไม่ดี (-S. scandal, disrepute, dishonour)

notorious (โนทอ' เรียส) *adj.* มีชื่อเสียงในทางไม่ดี, ดังกระฉ่อน, รู้จักกันทั่วไป **-notoriously** *adv.* **-notoriousness** *n. -Ex. Samai was a notorious pirate.*

notwithstanding (นอทวิธสแทน' ดิง) *prep.* โดยไม่คำนึงถึง, แต่กระนั้นก็ตาม, แม้ว่า *-adv.* อย่างไรก็ตาม *-conj.* แม้ว่า (-S. nevertheless, yet) *-Ex. The property was finally sold; notwithstanding its high price., Tired as we were; we struggled on notwithstanding*

nougat (นู' เกิท) *n.* ขนมอัลมอนด์หรือผลไม้อื่นๆ

nought (นอท) *n., adj., adv.* ดู naught

noun (เนาน) *n.* คำนาม **-nounal** *adj.*

nourish (เนอ' ริช) *vt.* บำรุงเลี้ยง, หล่อเลี้ยง, เสริมกำลัง, บำรุงกำลัง, บำรุงด้วยอาหาร, สนับสนุน, เลี้ยง, ถนอม **-nourisher** *n.* **-nourishingly** *adv.*

nourishment (เนอ' ริชเมินท) *n.* สิ่งบำรุงเลี้ยง, อาหาร, การบำรุงเลี้ยง, การบำรุงกำลัง

nouveau (นู' โว) *adj.* ใช้ก่อนคำนามหรือคำศัพท์หมายถึง เพิ่งเป็นเร็วๆ นี้

novel (นอฟ' เวิล) *n.* นวนิยาย, เรื่องเริงรมย์ที่มีความยาวมาก, กฎหมายเพิ่มเติม *-adj.* ใหม่, แตกต่าง **-novelistic** *adj.* **-novelistically** *adv.*

novelist (นอฟ' วะลิสท) *n.* ผู้แต่งนวนิยาย

novelty (นอฟ' เวิลที) *n., pl.* **-ties** ความใหม่, ความแปลก, เหตุการณ์ใหม่, ประสบการณ์ใหม่, เรื่องหรือสิ่งใหม่, สินค้าใหม่ที่แปลกและมักอยู่ในตลาดได้ชั่วคราวเท่านั้น *-Ex. It was a novelty for Dum to stay up until midnight., The little shop sold stationery and novelties.*

November (โนเวม' เบอะ) *n.* เดือนพฤศจิกายน

novice (นอฟ' วิส) *n.* ผู้เพิ่งเริ่ม, ผู้เริ่มหัด, เณร, ผู้อยู่ในระหว่างฝึกหัดเป็นพระหรือนางชี, สมาชิกใหม่ของโบสถ์หรือวัดวาอาราม **-novitiate** *n.* (-S. noviciate)

now (เนา) *adv.* ขณะนี้, เดี๋ยวนี้, บัดนี้, ปัจจุบัน, สมัยนี้, ประเดี๋ยว *-conj.* ตราบใด, เนื่องจาก *-n.* เวลาปัจจุบัน, สมัยนี้ *-adj.* ปัจจุบัน *-interj.* คำอุทานแสดงการเตือนหรือปลอบใจ **-now and again, now and then** บางครั้งบางคราว *-Ex. Narong is here now., Now is the time to sell out., I must go now., The war was now almost ended., by now, till now, before now*

nowadays (เนา' อะเดซ) *adv., n.* เดี๋ยวนี้, ปัจจุบันนี้, สมัยนี้ *-Ex. We do things differently nowadays.*

noway, no way (โน' เว) *adv.* ไม่มีทาง, ไม่มีวัน, ไม่เลย (-S. noways)

nowhere (โน' แวร์) *adv.* ไม่มีที่ไหน, ไม่มีสถานที่แห่งใด, ไม่ปรากฏที่ใด *-n.* ความไม่มีตัวตน, ความไม่มี, ความลี้ลับ, การไม่ปรากฏนาม *-Ex. My pen is nowhere to be found.*

nowise (โน' ไวซ) *adv.* ไม่เลย, ไม่ฉลาดเลย

noxious (นอค' เชิส) *adj.* เป็นอันตราย, เป็นพิษเป็นภัย **-noxiously** *adv.* **-noxiousness** *n.* (-S. pernicious)

nozzle (นอซ' เซิล) *n.* ปลายท่อ, หัวฉีด, ปากกระบอกฉีด, พวย, (คำสแลง) จมูก

nt. wt. ย่อจาก net weight น้ำหนักสุทธิ

nuance (นู' อานซฺ, นิว'-, นู' อานซ', นิว-) *n.* ความแตกต่างกันนิดหน่อยของสี คำพูด ภาษาหรืออื่นๆ **-nuanced** *adj.*

nub (นับ) *n.* ปุ่ม, ตุ่ม, ก้อนเล็กๆ, ใจความ, เม็ดเล็กๆ ของเส้นใย

nubile (นู' บิล, -ไบลฺ, -เบิล, นิว'-) *adj.* แต่งงานได้ ใช้กล่าวถึงหญิงสาว **-nubility** *n.*

nuclear (นิว' เคลียร์, นู'-) *adj.* เกี่ยวกับหรือสร้างนิวเคลียร์, เกี่ยวกับอาวุธนิวเคลียร์, ซึ่งขับเคลื่อนหรือได้พลังงานจากพลังงานนิวเคลียร์, ซึ่งมีอาวุธนิวเคลียร์

nuclear fission การแตกตัวของนิวเคลียสของอะตอมเป็นนิวเคลียสของอะตอมที่เบากว่า และมีการปล่อยพลังงานออก

nuclear fusion ปฏิกิริยาที่นิวเคลียสของอะตอมที่เบากว่ารวมกันเป็นนิวเคลียสที่หนักกว่า เช่น อะตอมของ deuterium รวมกับอะตอมของฮีเลียม

nuclear physics สาขาฟิสิกส์ที่เกี่ยวกับโครงสร้างส่วนประกอบและคุณสมบัติของนิวเคลียสของอะตอม

nuclear reactor เครื่องกำหนดปฏิกิริยาลูกโซ่ของ nuclear fission สำหรับสร้างความร้อนหรือรังสี

nuclear waste กากนิวเคลียร์

nucleus (นิว' เคลียส, นู'-) *n., pl.* **-clei/-cleuses** นิวเคลียสก้อนกลมหรือรูปรีของโปรโตปลาสซึม ภายในไซโตปลาสซึมของเซลล์พืชหรือสัตว์ โดยมีเยื่อหุ้มรอบภายในโครมาติน, ใจกลาง, แก่นกลาง, ก้อนสารสีเทาในสมองและไขสันหลัง, โครงสร้างพื้นฐานของกลุ่มอะตอม เช่น benzene ring, มวลที่มีประจุบวกภายในอะตอมประกอบด้วยนิวตรอนและโปรตอน, ส่วนหัวของดาวหาง

nude (นิวด, นูด) *adj.* เปลือย, ไม่ได้นุ่งผ้า, ไม่มีเปลือกหุ้ม, โกร๋น, ไม่ได้รับการสนับสนุน *-n.* ภาพเปลือย, คนเปลือย

N

nudge 592 nutcracker

กาย **-nudely** *adv.* **-nudeness** *n.* (-S. naked, bare, undressed, unclad) *-Ex. The museum bought three nudes from a collector.*

nudge (นัจ) *vt.* **nudged, nudging** ถอง, ดุน, ดัน, เอาศอกดุน *-n.* การดุน, การดัน, ถอง **-nudger** *n.* (-S. elbow, shove, push) *-Ex. Somchai nudged me to go ahead.*

nudism (นิว' ดิซึม, นูด'-) *n.* ลัทธิเปลือยกาย, การเปลือยกาย **-nudist** *n., adj.*

nudity (นิว' ดะที, นูด'-) *n.* การเปลือยกาย, การล่อนจ้อน, สิ่งที่เปลือย (-S. nakedness)

nugget (นัก' เกิท) *n.* ก้อน, ก้อนทอง, ก้อนเงินหรือโลหะมีค่าอื่นๆ

nuisance (นิว' เซินซฺ, นู'-) *n.* การรบกวน, การทำให้รำคาญ, สิ่งรบกวน, สิ่งที่ทำให้รำคาญ (-S. bother)

nuke (นูค) *n.* (คำสแลง) อาวุธนิวเคลียร์ *-vt.* **-nuked, -nuking** (คำสแลง) โจมตีด้วยอาวุธนิวเคลียร์, ทำอาหารในเตาอบไมโครเวฟ

N

null (นัล) *adj.* ไม่เป็นผล, ไม่มีค่า, ไม่สำคัญ, ไม่มีตัวตน, ไม่มีธาตุ, โมฆะ, เป็นศูนย์ **-null and void** ไม่ชอบด้วยกฎหมาย, ไม่ถูกต้อง, โมฆะ, ไม่มีผลบังคับ

nullification (นัลละฟิเค' ชัน) *n.* การทำให้โมฆะ, การทำให้ไร้ผล, การลบล้าง, การไม่มีผลบังคับ

nullify (นัล' ละไฟ) *vt.* **-fied, -fying** ทำให้ไร้ผล, ทำให้ไร้ค่า, ทำให้ไม่มีผลบังคับ, ทำให้โมฆะ **-nullifier** *n.*

nullity (นัล' ละที) *n.* ความไม่ได้ผล, ความไม่มีอะไร, ความไม่ถูกต้อง, ความไม่มีผลบังคับ, ความโมฆะ, สิ่งที่ไม่มีผล, สิ่งที่เป็นโมฆะ, สิ่งที่ไม่มีผลบังคับ

numb (นัม) *adj.* ชา, ไม่มีความรู้สึก, มึนงง, งงงวย *-vt.* ทำให้ชา, ทำให้ไร้ความรู้สึก, ทำให้งงงวย **-numbness** *n.* **-numbly** *adv.* (-S. torpid, dull) *-Ex. The sound of footsteps on the stairs at midnight made us numb with fear., The icy cold numbed our fingers.*

number (นัม' เบอะ) *n.* ตัวเลข, จำนวน, จำนวนทั้งหมด, สัญลักษณ์, คำ, เครื่องหมาย, กลุ่ม, (สิ่งตีพิมพ์) ฉบับ *-vt.* หาจำนวน, นับกำหนดจำนวน, มีชีวิตอยู่ (กี่ปีๆ), เป็นจำนวนทั้งหมด, ปันส่วน, แบ่ง *-vi.* เป็นจำนวน, เป็นทั้งหมด **-numbers** จำนวนมาก, (ตัวเลข) กำลัง, (ดนตรี) จังหวะ, (บทกวี) บาท, หญิงสาว, เลขทะเบียน, หมายเลขโทรศัพท์, เลขถนน **-get/have one's number** (คำสแลง) ค้นหาลักษณะ หรือจุดประสงค์ที่แท้จริงของบุคคล *-Ex. The number of people was very large., the Science of Numbers, Room Number 16, six hundred in number, For her next number; Dang will sing a folk song., The days of his life are numbered., A tour of the ice cream factory was made by a number of children.*

numberless (นัม' เบอร์ลิส) *adj.* เหลือคณานับ, นับไม่ถ้วน, ไม่มีตัวเลข *-Ex. The grains of sand on the seashore are numberless., a numberless pare*

numerable (นิว' เมอระเบิล, นู'-) *adj.* นับได้

numeral (นิว' เมอเริล, นู'-) *n.* ตัวเลข *-adj.* เกี่ยวกับตัวเลข (-S. symbol, number)

numeration (นิวมะเร' ชัน, นู-) *n.* การนับ, กระบวนการนับ, การคำนวณ, การออกเสียงนับ

numerator (นิว' มะเรเทอะ, นู'-) *n.* เลขข้างบนของเลขเศษส่วน, ผู้นับ, เครื่องนับ

numerical (นิวเมอ' ริเคิล, นู-) *adj.* เกี่ยวกับตัวเลข, มีลักษณะของตัวเลข, มีตัวเลข, แสดงออกเป็นตัวเลข, เกี่ยวกับความชำนาญในเรื่องตัวเลข **-numeric** *adj.* **-numerically** *adv. -Ex. numerical strength, numerical value*

numerous (นิว' เมอเริส, นู'-) *adj.* มีมาก, มากมาย **-numerously** *adv.* **-numerousness** *n.* (-S. many) *-Ex. We had numerous telephone calls this morning., a numerous collection of insects*

numskull (นัม' สคัล) *n.* คนโง่, คนเซ่อ, คนทึ่ม

nun (นัน) *n.* นางชี, แม่ชี, นกพิราบ, อักษรตัวที่ 14 ของพยัญชนะฮีบรู

nuncio (นัน' ชีโอ, นัน' โช, -ซีโอ, นุน' ซีโอ) *n.* ทูตถาวรขององค์สันตะปาปา, เอกอัครสมณทูต

nunnery (นัน' เนอรี) *n., pl.* **-neries** สำนักแม่ชี, ที่อยู่ของแม่ชี

nuptial (นัพ' เชิล, -เชิล) *adj.* เกี่ยวกับการสมรสหรือพิธีสมรส **-nuptials** การสมรส *-Ex. a nuptial ceremony*

nurse (เนิร์ซฺ) *n.* นางพยาบาล, หญิงดูแลคนป่วย, หญิงเลี้ยงเด็ก, แม่นม, ผึ้งงานหรือแมลงที่ทำหน้าที่เลี้ยงดูตัวอ่อนของแมลง *-v.* **nursed, nursing** *-vt.* พยาบาล, ดูแล, รักษา, ให้ (ทารก) กินนม, ถนอมอย่างดี, เลี้ยงดู *-vi.* พยาบาล, ให้ (ทารก) กินนม **-nurser** *n. -Ex. Somsri nursed the sick puppy back to health.*

nursemaid (เนิร์ซ' เมด) *n.* หญิงเลี้ยงเด็ก (-S. nurserymaid)

nursery (เนิร์ซ' เซอรี, เนิร์ซ' รี) *n., pl.* **-eries** ห้องหรือสถานที่เลี้ยงเด็ก, โรงเรียนหรือโรงเลี้ยงเด็กในเวลากลางวัน, สถานที่ปลูกต้นไม้ (โดยเฉพาะต้นอ่อน) เพื่อขายหรือเพื่อย้ายไปปลูกที่อื่น, โรงเพาะต้นไม้

nursery school โรงเรียนกินนอนสำหรับเด็กก่อนขึ้นชั้นอนุบาล

nursing bottle ขวดนม

nursing home สถานที่ดูแลรักษาคนสูงอายุหรือคนที่ไม่แข็งแรง

nursling (เนิร์ซ' ลิง) *n.* ทารก เด็กเล็กหรือลูกสัตว์ที่ได้รับการเลี้ยงดู,ลูกเลี้ยง,บุคคลหรือสิ่งที่ได้รับการอุปถัมภ์ (-S. nurseling)

nurture (เนอร์' เชอะ) *vt.* **-tured, -turing** อุปถัมภ์, สนับสนุน, เลี้ยง, บำรุง, ถนอม, ทะนุถนอม, ฝึกฝน, ให้การศึกษา *-n.* อาหาร, เครื่องบำรุง, การบำรุง **-nurturant, nurtural** *adj.* **-nurturer** *n.* (-S. feed, raise, sustain, bring up, foster)

nut (นัท) *n.* ผลไม้แห้งเปลือกแข็ง (เช่น มันฮ่อ เกาลัด), ผลไม้ในเปลือกดังกล่าว, แป้น, เกลียว, (คำสแลง) คนบ้า คนที่มีความกระตือรือร้น ลูกอัณฑะ *-vi.* **nutted, nutting** เก็บหรือหาผลไม้เปลือกแข็ง

nutant (นู' เทินท, นิว'-) *adj.* หย่อน, ย้อย, ล้มลง, ห้อย

nutcracker (นัท' แครคเคอะ) *n.* ที่บีบผลไม้เปลือก

แข็งให้แตก, นกในตระกูล Corvidae กินลูกนัทเป็นอาหาร
nutmeg (นัท' เมก) *n.* ลูกจันทน์ของต้นจันทน์เทศ (*Myristica fragrans*), ต้นจันทน์เทศ *-adj.* เกี่ยวกับต้นดังกล่าว
nutrient (นู' เทรียนทฺ, นิว'-) *adj.* บำรุงเลี้ยง, ให้อาหาร, เป็นอาหาร, เกี่ยวกับโภชนาหาร *-n.* ส่วนผสมที่มีประโยชน์ หรือสารอาหาร *-Ex. Bacteria are grown in nutrient liquids.*
nutriment (นู' ทระเมินทฺ, นิว'-) *n.* สิ่งที่ใช้บำรุงเลี้ยง, อาหาร
nutrition (นิวทริช' ชัน, นู-) *n.* การบำรุงเลี้ยง, การให้อาหาร, อาหาร, โภชนาหาร, โภชนาการ **-nutritional** *adj.* **-nutritionally** *adv.* (-S. sustenance, food) *-Ex. Proper nutrition is important for good health.*
nutritionist (นิวทริช' ชันนิสทฺ, นู'-) *n.* นักโภชนาการ
nutritious (นิวทริช' เชิส, นู'-) *adj.* ซึ่งบำรุงเลี้ยง, ซึ่งให้อาหาร, บำรุงกำลัง **-nutritiously** *adv.* **-nutritiousness** *n.* (-S. nourishing)
nuts (นัทซฺ) *interj.* (คำสแลง) คำอุทานแสดงความไม่เห็นด้วย การรังเกียจ ความหมดหวังหรืออื่นๆ *-adj.* (คำสแลง) บ้า คลั่ง โง่ **-be nuts about** (คำสแลง) คลั่ง
nuts and bolts เรื่องสำคัญ, แก่นแท้, ส่วนสำคัญ **-nuts-and-bolts** *adj.*
nutshell (นัท' เชล) *n.* เปลือกผลไม้เปลือกแข็ง **-in a nutshell** สั้นๆ ย่อๆ
nutty (นัท' ที) *adj.* **-tier, -tiest** ให้ผลไม้เปลือกแข็ง, มีผลไม้เปลือกแข็ง, อุดมสมบูรณ์, (คำสแลง) น่าหัวเราะ โง่ บ้า **-nuttily** *adv.* **-nuttiness** *n.* (-S. nutsy)
nux vomica (นัคซฺ' วอม' มิคะ) *n.* ต้นไม้เอเชียจำพวก *Strychnos nuxvomica*, ผลของต้นดังกล่าวมีสาร strychnine ที่ใช้เป็นยา

nux vomica

nuzzle (นัซ' เซิล) *vt., vi.* **-zled, -zling** ดุนด้วยจมูก (ในการดมกลิ่น), สูดด้วยจมูก, อิงแอบ, นอนชิดกับ, คุดคู้, กระแซะ, แนบชิด **-nuzzler** *n.*
N.Y. ย่อจาก New York
nylon (ไน' ลอน) *n.* ไนลอน เป็นพลาสติกชนิดหนึ่งที่ใช้ทำไหม ด้าย เสื้อผ้า **-nylons** ถุงเท้าที่ทำด้วยไนลอน
nymph (นิมฟฺ) *n.* ตัวอ่อนของแมลงหลังออกจากไข่ใหม่ๆ, หญิงสาวสวย, เทพธิดาที่อาศัยอยู่ในทะเล แม่น้ำ ป่าไม้ ภูเขา ลำธารและอื่นๆ, นางไม้
nymphomania (นิมฟะเม' เนีย, -โฟ-, -เมน' ยะ) *n.* ความต้องการทางเพศอย่างมากผิดปกติในผู้หญิง **-nymphomaniac** *adj., n.* **-nymphomaniacal** *adj.*

O

O, o (โอ) *n., pl.* **O's, o's** พยัญชนะอังกฤษตัวที่ 15 และเป็นสระตัวหนึ่ง, เสียง O, สิ่งที่มีรูป O, ตัวพิมพ์อักษร o *-adj.* เกี่ยวกับ O หรือ o, ลำดับที่ 15, รูปร่างเหมือน O
O (โอ) *interj.* คำอุทานแสดงการเน้นชื่อที่จะตามมา, คำอุทานแสดงความประหลาดใจ ความเจ็บปวด ความปรารถนา ความยินดี *-n., pl.* **O's** การใช้ O, oh เป็นคำอุทาน *-Ex. O Lord!*
O (โอ) *n., pl.* **O's** เลขศูนย์, หมู่เลือดหมู่หนึ่ง
oaf (โอฟ) *n.* คนโง่, คนทึ่ม, คนซุ่มซ่าม, คนบ้าๆ บอๆ **-oafish** *adj.* **-oafishly** *adv.*
oak (โอค) *n.* ต้นโอ๊ก จำพวก *Quercus*, ไม้โอ๊ก *-adj.* เกี่ยวกับต้นโอ๊ก
oaken (โอค' เคิน) *adj.* ทำด้วยไม้โอ๊ก
oakum (โอ' เคิม) *n.* เส้นเชือก, ด้ายดิบ
oar (ออร์) *n.* ไม้พาย, ไม้กรรเชียง, คนกรรเชียง *-vt., vi.* พาย, กรรเชียง, แจว *-Ex. Surin is the best oar of the crew.*
oarsman (ออร์ซฺ' เมิน) *n., pl.* **-men** คนพายเรือ, คนกรรเชียงเรือ, คนแจวเรือ **-oarsmanship** *n.*
OAS ย่อจาก Organization of American States
oasis (โอเอ' ซิส, โอ' อะซิส) *n., pl.* **-ses** บริเวณที่อุดมด้วยน้ำและต้นไม้ในทะเลทราย, สิ่งเกื้อกูลในยามยาก (-S. refuge, retreat)
oast (โอสท) *n.* เตาอบ hops หรือ malt หรือ tobacco
oat (โอท) *n.* ต้นโอตจำพวก *Avena sativa*, ข้าวโอต, (เครื่องดนตรี) หลอดเป่าเสียงที่ทำด้วยต้นโอต **-feel one's oats** (คำสแลง) รู้สึกเบิกบานใจ **-oaten** *adj.*
oath (โอธ) *n., pl.* **oaths** คำสาบาน, สัจจะ, คำสัตย์สาบาน, คำสบถ **-take oath** สาบาน, ให้สัจจะ
oatmeal (โอท' มีล) *n.* ข้าวโอตบดหยาบๆ, ข้าวโอตต้มที่เป็นอาหารเช้า
obdurate (ออบ' ดุริท) *adj.* ใจแข็ง, ดื้อรั้น, ดื้อดึง, ไม่ยอม **-obdurately** *adv.* **-obduracy** *n.* (-S. callous, stubborn, adamant, inflexible)
obedience (โอบี' เดียนซฺ, อะ-, -บีด' เยินซฺ) *n.* การเชื่อฟัง, การยอมตาม, การอยู่ในโอวาท, การยอมอยู่ภายใต้กฎเกณฑ์ (-S. submissiveness, docility)
obedient (โอบี' เดียนทฺ, อะ-, -บีด' เยินทฺ) *adj.* เชื่อฟัง, ยอมตาม, เชื่อฟังคำสั่ง, อยู่ในโอวาท, ยอมอยู่ภายใต้กฎเกณฑ์ **-obediently** *adv.*
obeisance (โอเบ' เซินซฺ, -บี'-) *n.* การก้มคำนับ, การปฏิบัติตาม, การเคารพ **-obeisant** *adj.*
obelisk (ออบ' บะลิสคฺ, โอ' บะ-) *n.* อนุสาวรีย์เป็นแท่งหินสูงรูปสี่เหลี่ยมและยอดเป็นพีระมิด, เครื่องหมายที่ใช้ในการอ้างอิง (-S. column, monument)

obelisk

obese (โอบีส') *adj.* อ้วนมากเกินไป

-obesity *n.* (-S. corpulent, fat, stout)
obey (โอเบ', อะ-) *vt.* เชื่อฟัง, ยอมตาม, ตอบสนอง *-vi.* เชื่อฟัง, ยอมตาม **-obeyer** *n.* *-Ex. to obey an order, to obey a person, Speak and I will obey.*
obfuscate (ออบฟัส' เคท, ออบ' เฟิสเคท) *vt.* **-cated, -cating** ทำให้งงงวย, ทำให้คลุมเครือ, ทำให้มืดมัว **-obfuscation** *n.*
obiter dictum (ออบ' บิเทอะ ดิค' เทิม, โอ'-) *n., pl.* **obiter dicta** ความเห็นประกอบ, ข้อคิดเห็นเสริม, คำพูดประกอบ
obituary (โอบิช' ชูเออรี, อะ-) *n., pl.* **-aries** ข่าวมรณกรรม *-adj.* เกี่ยวกับข่าวมรณกรรม **-obituarist** *n.*
object (*n.* ออบ' จิคทฺ, *v.* เอิบเจคทฺ', ออบ-) *n.* สิ่งของ, วัตถุ, สิ่งที่เข้าใจได้, เรื่อง, เรื่องราว, จุดหมาย, เป้าหมาย, จุดมุ่งหมาย, วัตถุประสงค์, เป้า, กรรมของกริยาหรือบุพบท, ภววิสัย *-vi.* คัดค้าน, ไม่เห็นด้วย, รังเกียจ, ไม่ยอม *-vt.* คัดค้าน **-objectless** *adj.* **-objector** *n.* (-S. aim, goal)
objection (ออบเจค' ชัน, เอิบ'-) *n.* การคัดค้าน, การไม่ชอบ, การโต้แย้ง, การไม่เห็นด้วย, ตัวคัดค้าน, เหตุผลคัดค้าน (-S. exception) *-Ex. I should like to look at your book if your have no objection., to take (make an) objection to, an objection against*
objectionable (ออบเจค' ชันนะเบิล, เอิบ-) *adj.* ซึ่งคัดค้าน, ซึ่งทำให้คัดค้าน, น่ารังเกียจ, น่าท้วงติง, น่าดูถูก **-objectionably** *adv.*
objective (ออบเจค' ทิฟว, เอิบ-) *n.* เป้าหมาย, วัตถุประสงค์, เป้า, จุดประสงค์ *-adj.* เกี่ยวกับรูปธรรม, เกี่ยวกับวัตถุ, เกี่ยวกับสิ่งของ, เป็นจริง, ไม่ลำเอียง, ไม่มีอคติ, เกี่ยวกับภววิสัย, เกี่ยวกับกรรมการก, เกี่ยวกับเป้าหมาย **-objectively** *adv.* **-objectiveness** *n.* (-S. fair, aim, unbiased) *-Ex. Learning should be our first objective in school., Is the news story objective or prejudiced?*
objectivity (ออบเจคทิฟ' วะที) *n.* การยึดถือวัตถุภววิสัย, ข้อเท็จจริงภายนอก, ความเป็นรูปธรรม
objurgate (ออบ' เจอร์เกท, เอิบเจอร์' เกท) *vt.* **-gated, -gating** กล่าวหาอย่างรุนแรง, ประณามอย่างรุนแรง, ตำหนิอย่างรุนแรง **-objurgation** *n.* **-objurgator** *n.* **-objurgatory** *adj.*
oblate (ออบ' เลท, ออบเลท') *adj.* แบนที่ขั้ว, เป็นรูปไข่
oblation (อะเบล' ชัน, ออบเล'-) *n.* การบวงสรวงขนมปังและเหล้าองุ่นในพิธีศีลมหาสนิท, การเซ่นไหว้, บวงสรวง, สิ่งที่ใช้บวงสรวงหรือเซ่นไหว้ **-oblational, oblatory** *adj.*
obligate (*v.* ออบ' บละเกท, *adj.* -กิท, -เกท) *vt.* **-gated, -gating** เป็นภาระหน้าที่, ให้คำมั่น, ทำให้มีพันธะ, ทำบุญคุณให้, เป็นเกณฑ์, บังคับ, กำหนด, ตกลง *-adj.* จำเป็น, สำคัญ, ซึ่งอยู่ในสภาวะหนึ่งเฉพาะของชีวิต *-Ex. Patriotism obligates us to serve our country.*
obligation (ออบละเก' ชัน) *n.* พันธะ, ความจำเป็น, ภาระหน้าที่, หน้าที่, ข้อผูกพัน, เกณฑ์, หนี้, การบังคับ, บุญคุณ, ความรู้สึกเป็นหนี้บุญคุณ, สัญญา, พันธบัตร, ตั๋วเงิน, เงินชำระหนี้ **-obligational** *adj.* (-S. duty, debt) *-Ex. obligations of a citizen, a matter of obligation, to repay an obligation, I feel an obligation to everyone who helps me., Samai is careful to meet his obligations promptly.*
obligatory (อะบลิก' กะทอรี, ออบ' ละกะ-) *adj.* เป็นพันธะ, เป็นภาระหน้าที่, จำเป็น, จำต้อง, เป็นข้อผูกพัน **-obligatorily** *adv.*
oblige (อะไบลจฺ, โอ-) *v.* **obliged, obliging** *-vt.* บังคับ, บีบบังคับ, เกณฑ์, ขอให้ทำ, ผูกมัด, ทำบุญคุณให้, กรุณา, ทำให้เป็นหนี้ *-vi.* ช่วยเหลือ, กระทำเพื่อแสดงเจตนาที่ดี **-obliger** *n.* (-S. gratify, accommodate) *-Ex. Because of the snowstorm; we were obliged to stay at home.*
obliging (อะไบล' จิง, โอ-) *adj.* มีน้ำใจ, เต็มใจหรืออยากทำบุญคุณให้, กรุณา, อยากช่วยเหลือ, เป็นมิตร **-obligingly** *adv.* (-S. helpful, kind) *-Ex. The police in your city are most obliging to travelers.*
oblique (อะบลีค', โอ-, -ไบลคฺ') *adj.* เอียง, ลาด, เป็นมุมเอียง, เฉ, เยื้อง, ถาก, ทแยง, ไม่ตรงไปตรงมา, อ้อมค้อม, ซึ่งได้มาด้วยเล่ห์, บิดเบือน, ซึ่งมีด้านไม่เท่ากัน, ถ่าย (รูป) เป็นมุมเอียง *-adv.* เป็นมุม 45 องศา *-vi.* **obliqued, obliquing** เป็นมุมเอียง, เอียงลาด *-n.* สิ่งที่เอียง, กล้ามเนื้อเอียง **-obliquely** *adv.* **obliqueness** *n.*
obliquity (อะบลิค' วะที) *n., pl.* **-ties** ความเอียง, การเอียง, การเอียงลาด, การเป็นมุมเอียง, ความอ้อมค้อม, ความบิดเบือน, ความไม่มีศีลธรรมจรรยา, ความไม่ซื่อตรง, มุมเอียง, ความยุ่งเหยิง, ความคลุมเครือ, ความไม่ชัดเจน, ความมีเลศนัย **-obliquity of the ecliptic** มุมเอียงระหว่างแนววงโคจรของโลกกับเส้นศูนย์สูตรของโลก มีค่าเท่ากับ 23° 27', มุมเอียงของเส้นศูนย์สูตรของโลก **-obliquitous** *adj.*
obliterate (อะบลิท' เทอเรท) *vt.* **-ated, -ating** ขจัดร่องรอยทิ้ง, ขจัด, กำจัด, ตัดทิ้ง, ทำลายสิ้นเชิง, ลบออก, ถูออก, ขัดออก, ทำให้สูญหาย **-obliteration** *n.* **-obliterative** *adj.* **-obliterator** *n.* *-Ex. The earthquake obliterated an entire city.*
oblivion (อะบลิฟ' เวียน) *n.* การถูกลืม, การสูญจากความทรงจำ, การลืมเลือน, การให้อภัย, การอภัยโทษ (-S. eclipse, extinction)
oblivious (อะบลิฟ' เวียส) *adj.* ไม่คำนึงถึง, ไม่รู้ถึง, ลืม, ซึ่งทำให้ลืม **-obliviously** *adv.* **-obliviousness** *n.*
oblong (ออบ' ลอง) *adj.* เป็นรูปไข่, เป็นรูปกลมรี, เป็นรูปสี่เหลี่ยมผืนผ้า *-n.* รูปกลมรี, รูปสี่เหลี่ยมผืนผ้า, รูปไข่ *-Ex. This is an oblong picture.*
obloquy (ออบ' ละควี) *n., pl.* **-quies** คำประณาม, ผรุสวาท, การประณาม, ชื่อเสียงเลว, ความอับอาย (-S. disgrace)
obnoxious (เอิบนาค' เชิส, ออบ-) *adj.* น่ารังเกียจ, น่าขยะแขยง, ได้รับอันตรายหรือสิ่งเลวได้ง่าย, มีกลิ่นเหม็น **-obnoxiously** *adv.* **-obnoxiousness** *n.* (-S. objectionable) *-Ex. an obnoxious odour, an obnoxious person*
oboe (โอ' โบ) *n.* ปี่ลิ้นคู่ชนิดหนึ่งที่มีเสียงแหลม

O

-oboist *n.*

obscene (ออบซีน', เอิบ-) *adj.* ลามก, อนาจาร, หยาบโลน, หยาบคาย, ทำให้เกิดกำหนัด, ทำให้เกิดตัณหา, น่ารังเกียจ, น่าขยะแขยง **-obscenely** *adv.* (-S. lewd, offensive)

obscenity (ออบซีน' นะที, เอิบ-, -เซน'-) *n.* ความลามก

obscure (ออบสเคียว', เอิบ-) *adj.* คลุมเครือ, ไม่ชัดแจ้ง, มืดมัว, มืดมน, มัว, ไม่มีชื่อเสียง, เล็กน้อย, ห่างไกล, ไกลลิบลับ *-vt.* **-scured, -scuring** ปิดบัง, ซ่อนเร้น, ทำให้สับสน, ทำให้มืดมน, ทำให้มืดมัว, ทำให้คลุมเครือ, ทำให้ด้อยลง *-n.* ความมืดมัว, ความไม่ชัดแจ้ง **-obscurely** *adv.* **-obscureness** *n.* *-Ex. Increasing darkness made the road signs obscure., obscure view, obscure sound, obscure poet, A heavy fog obscured the streetlamps., an obscure country lawyer*

obscurity (ออบสเคียว' ระที, เอิบ-) *n.* ความคลุมเครือ, ความไม่ชัดแจ้ง, ความมืดมัว, ความไม่มีชื่อเสียง, ความสับสน, สิ่งที่ไม่เด่นชัด, ผู้ที่ไม่มีชื่อเสียง (-S. ambiguity, dimness) *-Ex. Many once famous name have now passed into obscurity., the obscurity of the carving on the old statue*

obsecrate (ออบ' ซิเครท) *vt.* **-crated, -crating** ขอร้อง, อ้อนวอน **-obsecration** *n.*

obsequies (ออบ' ซิควีซ) *n. pl.* พิธีฌาปนกิจ, พิธีฝังศพ

obsequious (ออบซี' เควียส, เอิบ-) *adj.* ประจบ, สอพลอ, เอาใจ, ซื่อสัตย์, เชื่อฟัง **-obsequiously** *adv.* **-obsequiousness** *n.* (-S. slavish)

observable (เอิบเซิร์ฟ' วะเบิล) *adj.* น่าสังเกต, มองเห็นได้, เด่นชัด, น่าปฏิบัติตาม, น่าติดตาม, น่าสนใจ, น่าฉลอง **-observably** *adv.*

observance (เอิบเซิร์ฟ' เวินซ) *n.* การสังเกต, การปฏิบัติตาม, การฉลอง, พิธี, พิธีการ, การประกอบพิธี, กระบวนการ, ธรรมเนียมปฏิบัติ, กฎ, วินัยศาสนา (ของนิกายโรมันคาทอลิก), การรักษาวินัย

observant (เอิบเซิร์ฟ' เวินท) *adj.* ระวัง, เอาใจใส่, เคร่งครัด, ตาไว, คอยดู, ช่างสังเกต, ซึ่งรักษาวินัย, ซึ่งปฏิบัติตามกฎหรือระเบียบหรือหน้าที่ *-n.* ผู้ปฏิบัติตามกฎหรือระเบียบหรือหน้าที่, ผู้ประกอบพิธี, ผู้รักษาวินัย (ของนิกายโรมันคาทอลิก) **-observantly** *adv.* (-S. watchful, attentive, heedful) *-Ex. The teacher is very observant of everything that goes on.*

observation (ออบเซอร์เว' ชัน) *n.* การสังเกต, การปฏิบัติตามกฎหรือระเบียบหรือหน้าที่, ข้อสังเกต, ความเห็น, ข้อเตือนใจ, ข้อมูล,ข้อความ, ข่าว, สิ่งที่ได้จากการสังเกต, การวัดความสูงของวัตถุในท้องฟ้า (ในการเดินเรือหรือทางอากาศยาน) *-adj.* สำหรับการสังเกต **-observational** *adj.* (-S. attention, consideration) *-Ex. Careful observation(s) have proved that..., Our observation of the moon was made with a telescope., The teacher's observation was that Dumrong had finished the test quickly., to take an observation, firsthand observations, A detective must develop his observation.*

observatory (เอิบเซอร์' วะทอรี) *n., pl.* **-ries** หอสังเกตการณ์, ที่สังเกตการณ์, หอดูดาว, หอคอย, สถานีอุตุนิยมวิทยา

observe (เอิบเซิร์ฟว') *v.* **-served, -serving** *-vt.* สังเกต, มองดู, คอยดู, สังเกตการณ์, ปฏิบัติตาม, ปฏิบัติหน้าที่, รักษาวินัย, รักษากฎหมาย, ประกอบพิธี, ฉลอง, เชื่อฟัง *-vi.* สังเกต, สังเกตการณ์, ให้ความเห็น, วิจารณ์ **-observingly** *adv.* (-S. watch, survey, scrutinize, view, heed) *-Ex. to observe a suspected person, Swimmers must observe the rules of the pool., The First of May is observed as a patriotic holiday.*

observer (เอิบเซอร์' เวอะ) *n.* ผู้สังเกต, ผู้สังเกตการณ์, ผู้คอยดู, ผู้ปฏิบัติหน้าที่, ผู้รักษากฎหมายวินัย, ผู้ออกความเห็น, ผู้วิจารณ์ (-S. onlooker) *-Ex. Samai stood apart as an observer of the fight., a strict observer of the Sabbath*

obsess (เอิบเซส') *vt.* ครอบงำ, สิง, ฝังแน่นในดวงจิต, ทำให้ทุกข์ใจ, ทำให้ลำบาก, หลอกหลอน

obsession (เอิบเซช' ชัน) *n.* การครอบงำจิตใจ, การสิงหรือฝังแน่นอยู่ในดวงจิต, ความคิดครอบงำ, ภาวะที่ถูกครอบงำ, การทำให้ทุกข์ใจหรือลำบาก **-obsessional** *adj.*

obsessive (เอิบเซส' ซิฟว) *adj.* ซึ่งครอบงำ, ซึ่งสิงอยู่ในจิตใจ, ซึ่งทำให้ทุกข์ใจ *-n.* ผู้มีความคิดดังกล่าว **-obsessively** *adv.* **-obsessiveness** *n.*

obsidian (เอิบซิด' เดียน) *n.* หินละลายของภูเขาไฟ

obsolete (ออบซะลีท' , ออบ'-) *adj.* พ้นสมัย, ล้าสมัย, เลิกใช้แล้ว, เก่าคร่ำครึ *-vt.* **-leted, -leting** ทำให้ล้าสมัยด้วยการมีของใหม่มาแทน **-obsolescent** *adj.* **-obsolescence** *n.* **-obsoletely** *adv.* **-obsoleteness** *n.* (-S. ancient, archaic)

obstacle (ออบ' สทะเคิล) *n.* อุปสรรค, สิ่งที่ขัดขวางการเจริญหรือก้าวหน้า, สิ่งกีดขวาง *-Ex. Not knowing the language of another country is an obstacle to understanding its people and customs.*

obstetric, obstetrical (เอิบสเท' ทริค, -เคิล, ออบ-) *adj.* เกี่ยวกับการคลอดบุตร, เกี่ยวกับสูติเวช, เกี่ยวกับแพทยศาสตร์ที่เกี่ยวกับการดูแลการตั้งครรภ์ **-obstetrically** *adv.*

obstetrician (ออบสทะทริช' เชียน) *n.* สูติแพทย์, ผู้เชี่ยวชาญสูติศาสตร์

obstetrics (ออบสเท' ทริคซ, เอิบ-) *n.pl.* สูติศาสตร์, แพทยศาสตร์ที่เกี่ยวกับการคลอดบุตรและการดูแลการตั้งครรภ์, วิชาทำคลอด

obstinacy (ออบ' สทะนะซี) *n.* ความดันทุรัง, ความหัวแข็ง, ความดื้อดึง, ความดื้อรั้น, โรคที่รักษายาก, ภาวะการบิดยากหรือถอดยากหรือปั้นยาก, การควบคุมได้ยาก (-S. stubbornness)

obstinate (ออบ' สทะเนิท) *adj.* ดันทุรัง, หัวแข็ง, ดื้อดึง, ดื้อรั้น, รักษายาก, บังคับไม่อยู่, ข่มยาก, ควบคุมได้ยาก, เอาชนะได้ยาก **-obstinately** *adv.* **-obstinateness** *n.* (-S. headstrong) *-Ex. The donkey is obstinate.,*

Once Dang got an idea; he was so obstinate that nobody could argue him out of it.

obstreperous (เอิบสเทรพ' เพอเริส, ออบ-) *adj.* อึกทึกครึกโครม, เอะอะโวยวาย, ควบคุมได้ยาก, ซึ่งต่อต้านอย่างดื้อรั้น **-obstreperously** *adv.* **-obstreperousness** *n.* (-S. turbulent, loud, difficult, uncontrolled)

obstruct (เอิบสทรัคทฺ') *vt.* ขัดขวาง, กีดขวาง, กีดกั้น **-obstructer, obstructor** *n.* **-obstructive** *adj.* **-obstructiveness** *n.* (-S. choke, stop, bar)

obstruction (เอิบสทรัค' ชัน) *n.* สิ่งขัดขวาง, สิ่งกีดขวาง, อุปสรรค, การขัดขวาง, การกีดขวาง, ภาวะที่ถูกขัดขวาง (-S. hindrance) *-Ex. to advance without obstruction, an obstruction in the drain, Heavy rains caused obstruction of railroads and highways.*

obtain (เอิบเทน') *vt.* ได้, ได้รับ, ได้มา, ไปถึง *-vi.* ใช้บังคับ, ประสบความสำเร็จ **-obtainable** *adj.* **-obtainer** *n.* **-obtainment** *n.* (-S. get, gain, prevail) *-Ex. Dumrong went to the cupboard to obtain some coloured chalk.*

O

obtrude (เอิบทรูด', ออบ-) *v.* **-truded, -truding** *-vt.* บุกรุก, รุกล้ำ, ดัน, พุ่งออก, เสือก, ยื่น, โผล่, แลบ, ดันทุรัง, ถลัน *-vi.* ถลัน, บุกรุก, เสือก **-obtruder** *n.* **-obtrusion** *n.* (-S. intrude)

obtrusive (เอิบทรู' ซิฟว, ออบ-) *adj.* ซึ่งบุกรุก, ซึ่งรุกล้ำ, ถลันเข้าไป, โผล่พรวด, ยื่น, เสือก, โอ้อวด **-obtrusively** *adv.* **-obtrusiveness** *n.*

obtuse (เอิบทิวซฺ' , -ทูส', ออบ-) *adj.* ทื่อ, ไม่คม, ทึ่ม, คลุมเครือ, ไม่ชัดแจ้ง, ไม่รุนแรง, (เสียง) ต่ำ, เป็นมุมป้าน (มากกว่า 90 องศาแต่น้อยกว่า 180 องศา) **-obtusely** *adv.* **-obtuseness, obtusity** *n.* (-S. dull) *-Ex. Dang was obtuse when it came to people's feelings.*

obverse (*n.* ออบ' เวอร์ซฺ, *adj.* ออบเวอร์ซฺ', เอิบ-, ออบ' เวอร์ซฺ) *n.* ด้านหัวของเหรียญ, ผิวหน้า, ด้านที่เด่นชัด, ด้านตรง, ด้านที่มีผลกระทบ, ส่วนที่เป็นคู่กัน *-adj.* ซึ่งหันไปทางผู้สังเกตการณ์, ซึ่งเทียบกัน, ซึ่งมีฐานเล็กกว่าด้านบน, กลับกัน, กลับหัวกลับหาง, แง่ตรงกันข้าม **-obversely** *adv.*

obviate (ออบ' วีเอท) *vt.* **-ated, -ating** ป้องกันหรือขจัด, ทำให้ไม่จำเป็น, ปัดเป่า, หลีกเลี่ยง **-obviation** *n.*

obvious (ออบ' เวียส) *adj.* ชัดเจน, ชัดแจ้ง, เด่นชัด, เห็นได้ง่าย, เข้าใจได้ง่าย **-obviously** *adv.* **-obviousness** *n.* (-S. plain)

ocarina (ออคคะรี' นะ) *n.* ขลุ่ยรูปไข่ ซึ่งเป็นเครื่องดนตรีชนิดหนึ่ง

occasion (อะเค' ชัน, โอ-) *n.* โอกาส, จังหวะ, กาลสมัย, ฤกษ์, คราว, เหตุผล, เหตุ, ชนวน, ธุรกิจ, งาน *-vt.* ทำให้เกิดขึ้น **-occasions** สิ่งจำเป็น **-on occasion** เป็นครั้งคราว, บางครั้งบางคราว (-S. event) *-Ex. It was the first time she ever had occasion to come., A play is always a great occasion to Somsri., on this happy occasion, ceremonial occasions, This is the first occasion I have had to congratulate him on his success., Samai can show great ability on occasion.*

occasional (อะเค' ชะเนิล, โอ-) *adj.* เป็นครั้งคราว, บางครั้งบางคราว, เกี่ยวกับโอกาส, ตามโอกาส, เฉพาะกาล, เฉพาะสมัย (-S. casual, intermittent) *-Ex. We make an occasional visit to the country., occasional cause, occasional driver, occasional poem*

occasionally (อะเค' ชะเนิลลี, โอ-) *adv.* เป็นครั้งคราว, บางครั้งบางคราว, ตามโอกาส, บางโอกาส *-Ex. We see him very occasionally.*

Occident (ออค' ซะเดินทฺ, -เดนทฺ) *n.* ประเทศตะวันตก (ยุโรปและอเมริกา)

Occidental (ออคซะเดนทฺ' เทิล) *adj.* เกี่ยวกับประเทศตะวันตก (ยุโรปและอเมริกา) *-n.* ผู้คนที่อาศัยอยู่ในประเทศตะวันตก (ยุโรปและอเมริกา)

occiput (ออค' ซิพัท, -เพิท) *n., pl.* **occiputs/occipita** หัวด้านหลัง, ท้ายทอย **-occipital** *adj.*

occlude (ออคคลูด', อะ-) *v.* **-cluded, -cluding** *-vt.* ปิด, อุด, จุก, ทำให้ตัน, ทำให้ผ่านไม่ได้ *-vi.* (ฟันบนและล่าง) ขบปิด **-occludent** *adj.*

occlusion (อะคลู' ชัน) *n.* การอุด, การปิด, การจุก,การขบปิดของฟัน, ภาวะที่ถูกอุดตัน **-occlusive** *adj.*

occult (*adj.* อะคัลทฺ', อา' คัลทฺ, *v.* อะคัลทฺ') *adj.* ลึกลับ, ลี้ลับ, ไม่เปิดเผย, ซ่อนเร้น, แอบแฝง, เข้าใจยาก, เกี่ยวกับเวทมนตร์คาถา *-vt.* ปิด, อุด, ซ่อนเร้น, แอบแฝง *-vi.* ซ่อนเร้น, แอบแฝง **-occultly** *adv.* **occultness** *n.* **-occultation** *n.*

occupancy (ออค' คิวเพินซี) *n., pl.* **-cies** การครอบครอง, การยึดครอง, การพำนักอาศัย, การมีถิ่นที่อยู่, ช่วงระยะเวลาการครอบครองหรือยึดครอง

occupant (ออค' คิวเพินทฺ) *n.* ผู้ครอบครอง, ผู้ยึดครอง, ผู้พำนักอาศัย, ผู้เช่าอาศัย, ผู้เป็นเจ้าของที่มีสิทธิจากการครอบครอง (-S. inhabitant) *-Ex. The firemen used ladders to rescue the occupants of the upper floors of the building.*

occupation (ออคคิวเพ' ชัน) *n.* อาชีพ, อาชีวะ, การงาน, การครอบครอง, การยึดครอง, ช่วงระยะเวลาการครอบครองหรือยึดครอง **-occupational** *adj* **-occupationally** *adv.* (-S. vocation, calling, profession)

occupational disease โรคที่สภาพของอาชีพก่อให้เกิดขึ้น, โรคที่เกิดจากอันตรายของอาชีพ

occupational therapy อาชีวบำบัด, การรักษาโรคโดยให้ทำงานเบาๆ ที่เป็นการฝึกอาชีพไปในตัว

occupy (ออค' คิวไพ) *vt.* **-pied, -pying** ครอบครอง, ยึดครอง, ครอง, ใช้เวลา, ยุ่งอยู่, อาศัยอยู่, มีถิ่นที่อยู่, ยึดถือ, ครอง **-occupier** *n.* (-S. seize, employ, hold) *-Ex. This desk occupies too much space., A different family occupies the house next door now., The army occupied the big hotel., Father is occupied with his mail just now., She is occupied.*

occur (อะเคอร์') *vi.* **-curred, -curring** ปรากฏขึ้น, เกิดขึ้น, บังเกิดขึ้น, มีขึ้น, มีอยู่, ปรากฏแก่ใจ (-S. arise, happen) *-Ex. The word "God" occurs often in the Bible., These plants occur in Thailand only., A fresh idea occured to her.*

occurrence (อะเคอ' เริ่นซฺ) *n.* การปรากฏขึ้น, การเกิดขึ้น, การบังเกิดขึ้น, สิ่งที่ปรากฏขึ้น (โดยเฉพาะที่ไม่คาดคิดมาก่อน), เหตุการณ์, กรณี **-occurrent** *adj.* (-S. happening, event) *-Ex. An eclipse of the sun is a rare occurrence.*

ocean (โอ' เชิน) *n.* มหาสมุทร, น่านน้ำทะเลกว้างใหญ่ไพศาลที่คลุม ¾ ของพื้นผิวโลกทั้งหมด, จำนวนมากมาย, ความมหาศาล **-oceanology** *n.* **-oceanic** *adj. -Ex. the Atlantic Ocean, the Pacific Ocean, the Indian Ocean, the Arctic Ocean*

oceanography (โอชะนอก' กระฟี, โอเชีย-) *n.* มหาสมุทรศาสตร์, สมุทรศาสตร์ **-oceanographer** *n.* **-oceanographic, oceanographical** *adj.*

ocelot (ออส' ซะลอท, -เลิท, โอ' ซะ-) *n., pl.* **-lots/-lot** แมวคล้ายเสือดาว เป็นสัตว์จำพวก *Leopardus pardalis*

ocelot

ocher (โอ' เคอะ) *n.* ดินชนิดหนึ่งที่เป็นส่วนผสมของออกไซด์ของเหล็กและสารอื่นๆ มีสีเหลืองอ่อนหรือสีส้มแดง ใช้ทำสี, สีดังกล่าว **-ocherous** *adj.* (-S. ochre)

o'clock (อะคลอค', โอ-) *adv.* โดยนาฬิกา, ตามนาฬิกา, เกี่ยวกับนาฬิกา, ...โมง, ...นาฬิกา

Oct. ย่อจาก October เดือนตุลาคม

oct-, octa-, octo- คำอุปสรรค มีความหมายว่า แปด

octagon (ออค' ทะกอน) *n.* รูปแปดเหลี่ยมและแปดมุม **-octagonal** *adj.* **-octagonally** *adv.*

octahedron (ออคทะฮี' เดริน) *n., pl.* **-drons/-dra** รูปแปดเหลี่ยม **-octahedral** *adj.*

octane (ออค' เทน) *n.* สารประกอบไฮโดรคาร์บอนที่มีสูตร C_8H_{18} บางชนิดได้จากการกลั่นน้ำมันปิโตรเลียม

octave (ออค' เทฟว, -ทิฟว) *n.* เสียงแปดคู่, ระดับแปดเสียง, กลุ่มหรือสิ่งที่แปด, โคลงแปดบรรทัด, วันที่แปดที่นับต่อจากวันเทศกาล *-adj.* ประกอบด้วยแปดหรือ octave **-octaval** *adj.*

octet, octette (ออคเทท') *n.* กลุ่มนักร้องหรือนักดนตรี 8 คน, กลุ่มหนึ่ง 8 คน, โคลง 8 บรรทัด (สัมผัสแปด)

October (ออคโท' เบอะ) *n.* เดือนตุลาคม, เหล้าที่กลั่นในเดือนตุลาคม

octogenarian (ออคโทจิแน' เรียน, -ทะ-) *adj.* เกี่ยวกับ 80 ปี, ซึ่งมีอายุระหว่าง 80-90 ปี *-n.* คนที่มีอายุดังกล่าว

octopus (ออค' ทะเพิส) *n., pl.* **-puses/-podes/-pi** ปลาหมึก, สิ่งที่คล้ายปลาหมึก

ocular (ออค' คิวเลอะ) *adj.* เกี่ยวกับตา, สำหรับตา, เกี่ยวกับธรรมชาติของตา, ซึ่งเห็นด้วยตา, ซึ่งกระทำด้วยตา *-n.* แว่นหรือเลนส์ที่อยู่ใกล้วัตถุที่จะส่องดู **-ocularly** *adv.*

oculist (ออค' คิวลิสทฺ) *n.* จักษุแพทย์, ผู้เชี่ยวชาญในการวัดสายตาและประกอบแว่น ปัจจุบันใช้ว่า ophthalmologist

odd (ออด) *adj.* แปลก, ประหลาด, ผิดปกติ, ผิดคาดหมาย, ชอบกล, เกี่ยวกับจำนวนคี่, เล็กน้อย, เป็นส่วนของคู่, ชุดหรืออนุกรม, ที่เหลือ, เดี่ยว, ปลีกย่อย, เศษ, บางครั้งบางคราว, ไกลตา, พ้นหูพ้นตา, ที่ลับ **-oddly** *adv.* **-oddness** *n.* (-S. single, uneven, strange, occasional) *-Ex. It's odd that he should be late; he's usually on time., an odd old fellew who lived alone with six pet geese, I found several odd socks of different colours in my drawer., I've 40 odd dollars in my pocket., The odd player can keep score or substitute., Somchai does odd jobs during vacation.*

oddity (ออด' ดะที) *n.* คนพิกล, คนแปลกประหลาด, สิ่งประหลาด, สิ่งที่แปลก, เหตุการณ์ที่แปลกประหลาด, ความแปลกประหลาด, ความพิกล, ลักษณะที่แปลกประหลาด (-S. peculiarity, freak) *-Ex. Our tame bear was an oddity in the neighbourhood., The oddity of his behaviour made us very curious.*

oddment (ออด' เมินทฺ) *n.* ของแปลกประหลาด, เศษเล็กเศษน้อยที่เหลือ, สิ่งที่เหลือไว้, เหตุการณ์ประหลาด, นิสัยประหลาด

odds (ออดซฺ) *n.pl.* ความเป็นต่อในการพนัน, โอกาสที่จะเป็นไปได้มากกว่า, ความได้เปรียบ, ปริมาณที่ดีกว่าหรือเหนือกว่า **-at odds** ไม่ลงรอยกัน, ไม่เห็นด้วย **-by (all) odds** อย่างไม่ต้องสงสัย, แน่นอนในทุกกรณี

odds and ends ของกระจุกกระจิก, สิ่งที่เป็นเศษเล็กเศษน้อย, ปกิณกะ, ของเบ็ดเตล็ด, ของเล็กๆ น้อยๆ (-S. scraps, remnants, oddments)

ode (โอด) *n.* บทกวีสรรเสริญ, บทกวีสำหรับร้อง **-odic** *adj.*

-ode คำปัจจัย มีความหมายว่า คล้าย, ทาง

odious (โอ' เดียส) *adj.* น่ารังเกียจ, น่าเกลียด, น่าเกลียดชัง, อัปลักษณ์, น่าขยะแขยง **-odiously** *adv.* **-odiousness** *n.* (-S. hateful, offensive) *-Ex. The sight of food was odious to the seasick girl.*

odium (โอ' เดียม) *n.* ความเกลียดชังมาก, ความขยะแขยง, ความไม่ชอบอย่างมาก, ความน่าเกลียด, ความอัปลักษณ์, ความอัปยศอดสู

odor, odour (โอ' เดอะ) *n.* กลิ่น **-odorless** *adj.*

odorant (โอ' ดะเรินทฺ) *n.* สิ่งที่มีกลิ่น

odoriferous (โอดะริฟ' เฟอเริส) *adj.* มีหรือให้กลิ่น (โดยเฉพาะที่เป็นกลิ่นหอม) **-odoriferously** *adv.*

odorous (โอ' ดะเริส) *adj.* มีกลิ่นหอม **-odorousness** *n.* **-odorously** *adv.*

-odynia คำปัจจัย มีความหมายว่า ความปวด

Odysseus (โอดิส' ซีเอิส, โอดิส' ซิอูส) วีรบุรุษในสงคราม Trojan War (เทพนิยายกรีกโบราณ) ผู้วางแผนม้าไม้กล จนทำให้ทหารกรีกได้รับชัยชนะในสงครามครั้งนั้น (-S. Ulysses)

odyssey (ออด' ดิซิ) *n., pl.* **-seys** การเดินทางผจญภัยที่ยาวนาน (-S. expedition, voyage)

oedema (อีดี' มะ) *n.* ดู edema

oesophagus (อีซอฟ' ฟะเกิส) *n.* ดู esophagus

of (ออฟว, อัฟว) *prep.* ของ, แห่ง, ด้วย, โดย, เกี่ยวกับ, ถึง, ในจำพวก, ในเรื่อง, ในฐานะ, ในปริมาณ, ในจำนวน, ที่จะ, ที่มี

off (ออฟ, อาฟ) *adv.* ออกไปเสียจาก, ออก, ห่างออกไป,

ห่าง, แยกออกจาก, ไกลออกไป, พ้นไป, ไปเสีย, ไป, หลุด, ขาดออก, ขาด, พ้น, สิ้นเชิง, หมดสิ้น, หมดไป *-prep.* แยกออกจาก, ห่างออกไป, หลุด, ขาดออก, จากไป, ขาด, พ้น, จาก *-adj.* ผิด, ผิดปกติ, ผิดมาตรฐาน, ไม่เป็นที่พอใจ, ไม่เป็นผล, อิสระ, ว่าง, พัก, หยุดพัก, หยุดทำงาน, (ขับรถ) บนด้านขวา, เริ่มไป, ไม่สำคัญ, แยก, ค่อนข้างเลว *-n.* ภาวะที่อยู่ห่างออกไป, ภาวะที่หยุดพักหรือหยุดทำงาน, ภาวะที่ผิดมาตรฐานหรือค่อนข้างเลว, ภาวะที่ออกนอกเส้น *-vt.* (คำสแลง) ฆ่า *-interj.* ออกไป!, ไปให้พ้น! **-off and on** เป็นช่วงๆ, เป็นพักๆ, เดินๆ หยุดๆ **-off with!** ขจัดทิ้ง, เอาไปทิ้ง **off with you!** ไปให้พ้น! *-Ex. The cover is off the box., three miles off, In case of rain; the trip will be off., The toys were sold at five percent off the usual price., My figuring of the bill was off by one dollar., It rained off and on all day.*

offal (ออฟ' เฟิล) *n.* เนื้อเน่า, ซากสัตว์, ขยะ, มูลฝอย, ของทิ้ง, เศษเล็กเศษน้อย

off beat ไม่ใช่ทั่วไป, ไม่ใช่ธรรมเนียมปฏิบัติ

O

offence, offense (อะเฟนซฺ', ออ' เฟนซฺ, อา'-) *n.* การกระทำผิด, การกระทำผิดกฎหมาย, การรุก, การโจมตี, การทำให้ขุ่นเคือง, การก้าวร้าว, สิ่งที่ทำให้ขุ่นเคือง, สิ่งที่ละเมิด, ความรู้สึกขุ่นเคือง, ฝ่ายรุก, ฝ่ายโจมตี

offend (อะเฟนดฺ') *vi., vt.* กระทำผิด, ละเมิด, รุก, รุกราน, ทำให้ขุ่นเคือง, ทำให้ไม่พอใจ **-offender** *n.* (-S. outrage, provoke, vex) *-Ex. Such a personal guestion might offend some people., Colours that don't match offend the eyes., Are you offended with me?*

offense (อะเฟนซฺ', ออ' เฟนซฺ, อา'-) *n.* ดู offence *-Ex. Stealing is a criminal offense., an offense against good taste, The loud discords were an offense to his sense of harmony., Being left out of the game was an offense to his pride., The boxer's best offense was his left punch., Dang took offense because he thought his friends were laughing at him.*

offensive (อะเฟน' ซิฟวฺ, ออ' เฟน-, อา'-) *adj.* ซึ่งทำให้ไม่พอใจ, ซึ่งทำให้ขุ่นเคือง, ก้าวร้าว, ไม่พอใจ, ล่วงละเมิด, น่าขยะแขยง, น่ารังเกียจ, เกี่ยวกับการละเมิด, เกี่ยวกับการกระทำผิด *-n.* การล่วงละเมิด, การรุกราน **-offensively** *adv.* **-offensiveness** *n. -Ex. Somsri's loud laughter was offensive to her quiet friend., Some people think that onions have a very offensive smell., to forbid the use of offensive weapons, The troops hurled back the enemy's offensive.*

offer (ออฟ' เฟอะ, อาฟ'-) *vt.* เสนอ, กล่าวว่าจะยกให้, มอบ, ถวาย, ให้, เสนอราคา, บอกราคา, บอกขาย, ขอแต่งงาน, แสดง, ทำให้ปรากฏ, ประมูล, บูชา *-vi.* เสนอ, ให้คำแนะนำ, ปรากฏ, พยายาม *-n.* การเสนอ, การมอบให้, การขอแต่งงาน, การประมูล, สิ่งที่เสนอ, ความพยายาม, ความมุ่งหมาย **-offerer, offeror** *n. -Ex. Somsri offered her help in making the sandwiches., to offer warm congratulations, The house was offered at a low price., The dealer accepted our offer of $500 for the old car., Will the enemy offer any resistance?*

offering (ออฟ' เฟอริง) *n.* สิ่งที่เสนอให้, สิ่งที่ถวายให้, ของบูชา, ของขวัญ, สิ่งที่เสนอให้ตรวจดูหรือเพื่อขาย, การเสนอ, การมอบ, การถวาย, การบูชา (-S. contribution, gift) *-Ex. the offering of help to those in need, Anong placed her offering in the collection plate.*

offertory (ออฟ' เฟอร์ทอรี) *n., pl.* **-ries** ของบูชา, เพลงสวดในพิธีถวายของบูชา

offhand (ออฟ' แฮนดฺ', -แฮนดฺ) *adv., adj.* ไม่ได้ตระเตรียมมาก่อน, ไม่ได้คาดคิดมาก่อน, ทันทีทันใด, ฉับพลัน, ไม่นาน, เฉพาะหน้า, เฉพาะกาล, ไม่มีพิธีรีตอง, ไม่ได้ยึดหรือพิง, ไม่มีมารยาท **-offhandedly** *adv.* **-offhandedness** *n.* (-S. extempore, offhanded)

office (ออฟ' ฟิซฺ, อาฟ'-) *n.* สำนักงาน, ห้องทำงาน, สถานที่ทำงาน, ที่ทำการ, สถาบัน, ร้านค้า, กระทรวง, กรม, กอง, ตำแหน่ง, การทำงาน, หน้าที่, ภาระหน้าที่, สมรรถนะ, งาน, การบริการ **-offices** ที่ทำงานบ้านในบ้าน (เช่น ครัว หรือที่ซักหรือรีดผ้า) (-S. duty, function)

officer (ออฟ' ฟิสเซอะ, อาฟ'-) *n.* เจ้าหน้าที่, เจ้าพนักงาน, ข้าราชการ, เจ้าพนักงานตำรวจ, นายทหาร, นายเรือ, นายตำรวจ, จ่าศาล, ตำรวจศาล, สมาชิกเครื่องราชอิสริยาภรณ์บางชนิด *-vt.* จัดให้มีบุคคลดังกล่าว, บัญชาการ (-S. agent, representative)

official (อะฟิช' เชิล, โอ-) *n.* ข้าราชการ, เจ้าพนักงาน, ตุลาการของศาลศาสนา *-adj.* เป็นทางการ, เกี่ยวกับสำนักงานหรือภาระหน้าที่การงาน, เกี่ยวกับยาที่ได้รับการยอมรับในตำรับยา **-officially** *adv. -Ex. The Foreign Secretary is a high government official., It is not official that there will be no school tomorrow., official title, official souce, government officials*

officiate (อะฟิช' ชีเอท) *vi.* **-ated, -ating** ปฏิบัติหน้าที่, ประกอบพิธี, ประกอบพิธีบูชา, ใช้ตำแหน่งหน้าที่, ทำหน้าที่เป็นกรรมการหรือผู้ตัดสินการแข่งขัน **-officiation** *n.* **-officiator** *n.* (-S. conduct, manage)

officious (อะฟิช' เชิส) *adj.* เสือก, ชอบยุ่งเรื่องของคนอื่น, ซึ่งเอาอกเอาใจเกินไป **-officiously** *adv.* **-officiousness** *n.* (-S. meddlesome, impertinent)

offing (ออฟ' ฟิง) *n.* ทะเลตอนเห็นจากฝั่งไกลลิบออกไป, ตำแหน่งที่อยู่ไกลจากฝั่งมาก **-in the offing** ไกลออกไปแต่ยังมองเห็น, ในอนาคตที่คาดหมายไว้

off-limits (ออฟ' ลิม' มิทซฺ) *adj.* ห้ามเข้า

off-season (ออฟ' ซีเซิน) *n.* ช่วงเวลาหนึ่งของปีที่ธุรกิจหรือการงานบางอย่างหยุดชะงัก *-adj., adv* เกี่ยวกับช่วงเวลาดังกล่าว

offset (*n.* ออฟ' เซ็ท, *v.* ออฟเซท') *n.* สิ่งชดเชย, การหักล้างกัน, การเริ่มต้น, ขั้นบันไดฝาผนัง, หน่อแยก, แขนง, สาขา, เชื้อสาย, สายแยก, ระยะความห่างของหินสองก้อน, การวางเอียง, ระบบการพิมพ์ออฟเซต, ช่วงระยะที่แยก *-adj.* เกี่ยวกับสิ่งต่างๆ ดังกล่าว, เกี่ยวกับการชดเชย, เกี่ยวกับการพิมพ์ระบบออฟเซต, ซึ่งวางนอกเส้นกลาง, นอกศูนย์กลาง, ซึ่งวางเป็นมุมเอียง *-v.* **-set, -setting** *-vt.* วางเคียงกัน (เพื่อเปรียบเทียบ),

ชดเชย, พิมพ์ระบบออฟเซต *-vi.* แตกกิ่งก้าน, แตกหน่อ, พิมพ์ระบบออฟเซต

offshoot (ออฟ' ชูท) *n.* กิ่งก้าน, สาขา, แขนงหน่อ, เชื้อสายที่ห่างออกไป, ผลปลีกย่อย, ควันหลง

offshore (ออฟ' ชอร์') *adv.* ไกลจากฝั่ง, นอกฝั่ง, ออกจากฝั่ง *-adj.* ไปจากฝั่ง, ออกจากฝั่ง, ซึ่งอยู่ไกลจากฝั่ง, เกี่ยวกับบริษัทอเมริกันที่จดทะเบียนนอกประเทศและเสนอขายหุ้นให้กับชาวต่างประเทศเท่านั้น, เกี่ยวกับธุรกิจนอกประเทศอเมริกาที่ดำเนินงานโดยชาวอเมริกันเป็นส่วนใหญ่ *-Ex. The ship anchored two miles offshore., an offshore wind*

offside (ออฟ' ไซดฺ') *adj., adv.* นอกเส้น, นอกบริเวณ *-n.* การเล่นนอกบริเวณ

offspring (ออฟ' สพริง) *n., pl.* **-spring/-springs** ทายาท, บุตร, ลูกหลาน, ผู้สืบเชื้อสาย, ผู้สืบสันดาน, ผล, ผลิตผล, ดอกผล, ลูกสัตว์, หน่ออ่อน (**-S.** descendants, progeny) *-Ex. the offspring of a vivid imagination*

oft (ออฟทฺ) *adv.* ดู often

often (ออฟ' เฟิน, อาฟ'-, -เทิน) *adv.* บ่อยๆ, หลายครั้ง, เป็นประจำ, เป็นนิตย์, มักเป็นเสมอ, อยู่เสมอ *-adj.* บ่อยๆ

ogee (โอจี', โอ' จี) *n.* เส้นโค้งคล้ายอักษร S ที่เกิดจากการต่อกันของเส้นนูนกับเส้นเว้า, เส้นโค้งรูปหัวหอม

ogive (โอ' ไจฟว, โอไจฟว') *n.* ซี่โครงหลังคาทแยง, โค้งรูปยอดแหลม **-ogival** *adj.*

ogle (โอ' เกิล, ออก'-) *vi., vt.* **ogled, ogling** ทำตาหวาน *-n.* การมองด้วยตาหวาน **-ogler** *n.*

ogre (โอ' เกอะ) *n.* ยักษ์กินคนในเทพนิยาย **-ogreish, ogrish** *adj.*

oh (โอ) *interj., n., pl.* **oh's/ohs** คำอุทานแสดงความเจ็บปวด ความประหลาดใจ ความผิดหวังหรืออื่นๆ, คำที่ใช้เรียกร้องความสนใจ

ohm (โอม) *n.* หน่วยความต้านทานไฟฟ้าที่เป็นเมตร กิโลกรัม วินาที มีค่าเท่ากับความต้านทานของตัวนำไฟฟ้าที่มีกระแสไฟหนึ่งแอมแปร์และหนึ่งโวลต์ไหลผ่าน **-ohmic** *adj.*

oil (ออยลฺ) *n.* น้ำมัน, น้ำมันพืช, น้ำมันแร่, น้ำมันปิโตรเลียม, ของเหลวที่คล้ายน้ำมัน, น้ำมันดิบ, น้ำมันหิน, สีที่ใช้วาดรูปสีน้ำมัน, ผ้าน้ำมัน, เสื้อที่ทำด้วยผ้าน้ำมัน *-vt.* ทาน้ำมัน, หล่อลื่นด้วยน้ำมัน, หลอมเหลวให้เป็นน้ำมัน, ทำให้คล่อง, ติดสินบน *-adj.* เกี่ยวกับหรือคล้ายน้ำมัน, เกี่ยวกับการผลิตน้ำมัน, ทำด้วยน้ำมัน, ซึ่งใช้น้ำมัน **-pour oil on troubled waters** ทำให้สงบ **-strike oil** พบน้ำมันใต้พื้นดิน, รวยอย่างรวดเร็ว **-oiled** *adj.*

oilcloth (ออยลฺ' คลอธฺ) *n.* ผ้าน้ำมัน

oil well บ่อน้ำมัน, บ่อน้ำมันที่ให้ปิโตรเลียม

oily (ออย' ลี) *adj.* **oilier, oiliest** เป็นมัน, ซึ่งมีน้ำมัน, ซึ่งเยิ้มไปด้วยน้ำมัน, ซึ่งทาด้วยน้ำมัน, คล้ายน้ำมัน, เป็นลักษณะของน้ำมัน, เอาอกเอาใจ, ราบรื่น, กลมกล่อม **-oilily** *adv.* **-oiliness** *n.*

ointment (ออยนฺทฺ' เมินทฺ) *n.* ครีม, ยาขี้ผึ้ง, ยาที่เป็นครีม

OK, O.K. (โอ' เค, โอ' เค', โอเค') *adj., adv., interj.* ถูกต้อง, ถูก, ใช้ได้, ดีแล้ว, เรียบร้อย, อนุมัติ, รับรองว่าถูก, ตกลง, ครับ *-vt.* **OK'd, OK'ing/O.K.'d, O.K.'ing** ตกลง, อนุมัติ, รับรองว่าถูก, เห็นด้วย *-n., pl.* **OK's/O.K.'s** การตกลง, การอนุมัติ, การรับว่าถูก (**-S.** okay)

okapi (โอคา' พี) *n., pl.* **-pis/-pi** สัตว์เลี้ยงลูกด้วยนมในแอฟริกาจำพวก *Okapia johnstoni* คล้ายยีราฟแต่คอสั้นกว่า

okapi

okra (โอ' คระ) *n.* พืชไม้พุ่มจำพวก *Abelmoschus esculentus,* ฝักของต้นไม้ดังกล่าว, กระเจี๊ยบ, มะเขือมอญ

old (โอลด) *adj.* **older/elder, oldest/eldest** แก่, เก่าแก่, ชรา, อายุมาก, เฒ่า, เป็นระยะเวลานานมาแล้ว, สมัยเก่า, แต่ก่อน, อดีต, คร่ำครึ, นมนาน, เดิม, โบราณ, รู้จักกันมานาน, ไม่ใช้กันอีกแล้ว, ถูกแทนที่แล้ว, เป็นก่อนระยะเริ่มแรก, มีสีตกหรือสีเก่าแก่, ช่ำชอง, ชำนาญ, อาวุโส, มีอายุเท่านั้นเท่านี้ (ปี ขวบ), คุ้นเคย, เห็นเป็นประจำ, ยิ่งใหญ่, ไม่ใช่ธรรมดา *-n.* คนชรา, คนสูงอายุ, คนหรือสัตว์ที่มีอายุกลุ่มหนึ่ง, เวลายาวนาน, ของเก่าแก่ **-oldish** *adj.* **-oldness** *n.* (**-S.** aged) *-Ex. How old are you?, ten years old, an old man, old wine, twenty-year-old portwine, old books, as old as the hills, old writers*

Old English ภาษาอังกฤษสมัยปี ค.ศ. 400-1100, ตัวพิมพ์กนกสีดำ

old-fashioned (โอลดฺ' แฟช' ชันดฺ) *adj.* โบราณ, สมัยก่อน, หัวโบราณ, ล้าสมัย, เกี่ยวกับแฟชั่น แบบ หรือวิธีการที่ล้าสมัย, อนุรักษ์นิยม *-n.* เหล้าค็อกเทลชนิดหนึ่ง

Old French ภาษาฝรั่งเศสสมัยศตวรรษที่ 9-14

old maid สาวทึนทึก, สาวแก่, เกมไพ่แบบดึงคู่ชนิดหนึ่ง, คนที่มีนิสัยจู้จี้ขี้บ่นหรือเจ้าระเบียบเหมือนสาวแก่ **-oldmaidish** *adj.*

Old Norse ภาษาเยอรมันแถบสแกนดิเนเวียยุคก่อนศตวรรษที่ 14

Old Testament พระคัมภีร์ไบเบิลฉบับเก่าหรือเล่มต้นของคริสต์ศาสนา

Old World ทวีปยุโรป เอเชียและแอฟริกา, แอฟริกาและออสเตรเลีย, ซีกโลกตะวันออก (ยุโรป เอเชีย)

oleaginous (โอลีแอจ' จิเนิส) *adj.* คล้ายน้ำมัน, ประกอบด้วยหรือมีน้ำมัน, ให้น้ำมัน, เต็มไปด้วยน้ำมัน **-oleaginously** *adv.* **-oleaginousness** *n.*

oleander (โอ' ลีแอนเดอะ, โอลีแอน' เดอะ) *n.* พืชจำพวก *Nerium oleander* เช่น ต้นยี่โถ ยี่โถจีน

oleomargarine, oleomargarin (โอลีโอมาร์' จะริน) *n.* เนยเทียม

olfaction (ออลแฟค' ชัน) *n.* กลิ่น

olfactory (ออลแฟค' ทะรี, โอล-) *adj.* เกี่ยวกับกลิ่น, เกี่ยวกับฆานประสาท, เกี่ยวกับอวัยวะดมกลิ่น *-n., pl.* **-ries** อวัยวะดมกลิ่น, ฆานประสาท (**-S.** olfactive)

oligarch (ออล' ลิการ์ค) *n.* ผู้ปกครองคนหนึ่งในระบอบ oligarchy หรือคณาธิปไตย, ผู้มีอำนาจ

oligarchy (ออล' ลิการ์คี) *n., pl.* **-garchies** คณาธิปไตย, การปกครองแบบเผด็จการโดยบุคคล 2-3 คน, คณะบุคคลดังกล่าว, องค์กรการปกครองดังกล่าว, รัฐบาล

O

ของการปกครองดังกล่าว **-oligarchic, oligarchical** *adj.*

olive (ออล' ลิฟว) *n.* ต้นไม้จำพวก *Olea europaea*, ต้นโอลีฟ, ต้นมะกอก, ผลของต้นดังกล่าว, ใบของต้นดังกล่าว, พืชประเภทเดียวกับต้นดังกล่าว, พวงหรีดที่ทำด้วยใบของพืชดังกล่าว, สีเขียวมะกอก *-adj.* เกี่ยวกับต้น ผล หรือใบของพืชดังกล่าว, เกี่ยวกับสีเขียวมะกอก

olive

olive branch กิ่งก้านของต้นโอลีฟที่เป็นสัญลักษณ์แห่งสันติภาพ

olive oil น้ำมันมะกอก, น้ำมันจากผลโอลีฟ

Olympia (โอลิม' เพีย, อะ-) ชื่อที่ราบในกรีซที่มีการแข่งขันกีฬาโอลิมปิกเป็นครั้งแรก, ชื่อเมืองเอกในรัฐวอชิงตันของสหรัฐอเมริกา

Olympian (โอลิม' เพียน, อะ-) *adj.* เกี่ยวกับภูเขา Olympus หรือกีฬาโอลิมปิก *-n.* (เทพนิยายกรีก) พระเจ้า 12 องค์, ชาวโอลิมเปีย, ผู้เข้าร่วมในกีฬาโอลิมปิก

Olympic games กีฬาโอลิมปิก (ในสมัยปัจจุบัน), กีฬาที่ยิ่งใหญ่ที่สุดในสมัยกรีกโบราณ ที่จัดขึ้นทุกสี่ปีเพื่อเป็นการสักการะบูชาเทพเจ้า Zeus

omega (โอมี' กะ, -เม'-, -เมก' กะ, โอ' เมกะ) *n.* อักษรตัวที่ 24 ซึ่งเป็นตัวสุดท้ายของภาษากรีก, ตัวสุดท้าย, อันสุดท้าย, ชั้นสุดท้าย

omelet, omelette (ออม' มะลิท, -เลิท, ออม' เลิท, -ลิท) *n.* ไข่เจียว, ไข่ทอด

omen (โอ' เมิน) *n.* ลาง, เหตุบอกล่วงหน้า, ลางสังหรณ์, ลางนิมิต *-vt.* เป็นลาง, เป็นนิมิต, มีลางบอกเหตุ (-S. sign, augury)

ominous (ออม' มะเนิส) *adj.* เป็นลางร้าย, ไม่เป็นมงคล, เป็นลางสังหรณ์, เป็นลางบอกเหตุ **-ominously** *adv.* **-ominousness** *n.* (-S. sinister, threatening, portentous)

omission (โอมิช' ชัน) *n.* การละเว้น, การละเลย, การเว้น, การไม่พูดถึง, การคัดออก, การตัดทอน (-S. neglect, gap) *-Ex. The omission of your signature will disqualify your entry in the contest., Several omissions made the list incomplete.*

omit (โอมิท') *vt.* **omitted, omitting** ละเว้น, เว้น, ละเลย, เอาออก, ตัดทอน, ข้ามไป, การไม่พูดถึง, การไม่รวมด้วย **-omitter** *n.*

omnibus (ออม' นิเบิส, -นี-, -บัส) *n., pl.* **-buses** รถโดยสาร, รถยนต์โดยสาร, รถม้าโดยสาร, รวมผลงานนิพนธ์, รวมบทประพันธ์, หนังสือรวมเรื่องจิปาถะ *-adj.* ซึ่งรวมเรื่อง, เกี่ยวกับการรวมผลงานประพันธ์, หลายๆ อย่าง, ครอบคลุม *-Ex. an omnibus of mystery stories, an omnibus bill in Congress*

omnipotent (ออมนิพ' พะเทินท) *adj.* มีอำนาจทุกอย่าง, มีความสามารถทุกอย่าง, มีอำนาจที่หาที่สุดมิได้, มีอำนาจคล้ายพระเจ้า **-the Omnipotent** พระผู้เป็นเจ้า **-omnipotently** *adv.* (-S. supreme, almighty)

omnipresent (ออมนิเพรซ' เซินท) *adj.* มีอยู่ทั่วทุกแห่งในขณะเดียวกัน **-omnipresence** *n.*

omniscience (ออมนิส' เซียนซฺ, -นิช' ชันซฺ) *n.* การรอบรู้ทุกอย่าง, การรอบรู้, สัพพัญญู, พระผู้เป็นเจ้า, การตรัสรู้

omnivorous (ออมนิฟ' วะเริส) *adj.* กินทุกอย่าง, กินไม่เลือก, กินทั้งพืชและสัตว์, รับทุกอย่าง, อ่านหนังสือทุกประเภท **-omnivorously** *adv.* **-omnivorousness** *n.*

on (อาน, ออน) *prep.* บน, ที่, ตาม, ณ, ในเวลาที่, ในขณะที่, ในวันที่, เกี่ยวกับ, อยู่ในสถานการณ์, ในเรื่อง, โดย, อาศัย, ทันทีหลังจาก, ไปสู่, ไปทาง, ติดกัน, ประชิด, ประจำ *-adv.* อยู่บน, ประจำ, ประชิด, ไปสู่, ไปทาง, ติดกับ, ต่อเนื่อง, ต่อไป, ไปข้างหน้า *-adj.* เปิดอยู่, ใช้อยู่, ซึ่งกำลังเกิดขึ้น, ตามแผน, ตามกำหนด *-n.* ความเป็นอยู่, สถานการณ์, ด้านข้าง **-on and off** บางครั้งบางคราว, เป็นช่วงๆ **-on and on** อย่างมาก, ไปเรื่อย **-on to** (คำสแลง) ตระหนักถึง รู้ดี

once (วันซฺ) *adv.* ครั้งหนึ่ง, ครั้งเดียว, หนเดียว, ทีเดียว, แต่ก่อน *-adj.* เมื่อก่อน, กาลก่อน *-conj.* พอ....ก็, เมื่อไร...ก็, ถ้า....ก็ *-n.* ครั้งหนึ่ง, โอกาสเดียว, ครั้งเดียว **-once (and) for all** ในที่สุด, เด็ดขาดที่สุด **-once in a while** บางครั้งบางคราว, เป็นช่วงๆ **-once upon a time** กาลครั้งหนึ่ง **-all at once** ทันที, พร้อมกัน **-at once** ทันที, พร้อมกัน (-S. formerly) *-Ex. once a week, I saw him only once., All came at once., Once I saw a lion quite close., At the signal; all start at once.*

oncoming (ออน' คัมมิง) *adj.* ที่กำลังมา, จวน, ใกล้, *-n.* การเข้าใกล้, การเริ่มมา, การเริ่มเกิดขึ้น

one (วัน) *adj.* หนึ่ง, จำนวนหนึ่ง, วันหนึ่ง, ชิ้นหนึ่ง, ประการหนึ่ง, หนึ่งโมง, 13 นาฬิกา, เดียว, เดี่ยว, อันหนึ่งอันเดียว, อย่างหนึ่ง, สอดคล้องกัน, เหมือนกัน, ทางเดียว, เดียวเท่านั้น, แน่นอน *-n.* เลขหนึ่ง, ที่หนึ่ง, สัญลักษณ์ของหนึ่ง, สิ่งหนึ่ง, จำนวนหนึ่ง, ธนบัตรหนึ่งดอลลาร์ (บาทหรืออื่น), หนึ่งชั่วโมง, คนประหลาด, ชามหนึ่ง, ถ้วยหนึ่ง, ที่หนึ่ง, คำถามคำหนึ่ง, การตี ต่อยหรือฟันหนึ่งที, เอกภาพ, ความเป็นน้ำหนึ่งใจเดียวกัน *-pron.* บุคคลหนึ่ง, สิ่งหนึ่ง **-one another** ซึ่งกันและกัน **-one by one** ทีละคน, ทีละอย่าง **-all one** เวลาเดียวกัน, ไม่สำคัญ **-at one** เป็นน้ำหนึ่งใจเดียวกัน

-one คำปัจจัย ประกอบหลังคำวิทยาศาสตร์ที่หมายถึงอนุพันธ์ทางเคมี (โดยเฉพาะ ketone)

onerous (ออน' เนอเริส, โอน'-) *adj.* เป็นภาระ, ลำบาก, ยากยิ่ง, หนักอึ้ง, หนักหน่วง **-onerously** *adv.* **-onerousness** *n.*

oneself (วันเซลฟฺ', วันซ-) *pron.* ตัวเอง, ตนเอง, ตัวของตัวเอง **-be oneself** เป็นตัวของตัวเอง, ปกติ **-by oneself** ด้วยตนเอง, ไม่มีคนอื่น, ด้วยตัวเอง **-come to oneself** รู้ตัว (-S. one's self) *-Ex. To listen to oneself on a tape recorder is sometimes fun.*

one-sided (วัน' ไซ' ดิด) *adj.* ข้างเดียว, ด้านเดียว, ฝ่ายเดียว, เข้าข้าง, ลำเอียง, เกี่ยวกับบุคคลเดียว, ซึ่งเป็นประโยชน์แก่ฝ่ายเดียวเท่านั้น (-S. partial, unfair) *-Ex. a one-sided account of an accident, The one-sided baseball game ended with a score of 14 to 1.*

ongoing (ออน' โกอิง) *adj.* ไม่หยุดยั้ง, ต่อเนื่อง, ไปเรื่อย (-S. progressing, continuing)

onion (อัน' เยิน) *n.* หอม, หอมหัวใหญ่, หัวหอมฝรั่ง, พืชจำพวก *Allium cepa,* หัวของพืชดังกล่าว, กลิ่นของพืชดังกล่าว

onlooker (ออน' ลุคเคอะ) *n.* ผู้ชม **-onlooking** *adj., n. -Ex. I enjoy the sport as an onlooker rather than as a player.*

only (โอน' ลี) *adv.* เท่านั้น, เพียงแต่, เป็นแต่ว่า, ก็ได้แต่, เดียว, คนเดียว, ไม่มากกว่า, อันเป็นที่สุด, ดีที่สุด, เหมาะที่สุด *-adj.* เท่านั้น, คนเดียว, สิ่งเดียว, เดียว, เอก, เดี่ยว *-conj.* เพียงแต่, ยกเว้นว่า, แต่ทว่า **-only too** อย่างยิ่ง, มากๆ (-S. sole, merely, just, lone) *-Ex. the only person present, an only child, Dang exclaimed If only I could go swimming!, I am only too glad to go.*

onomatopoeia (ออนโนแมทโทพี' อะ,-มาท-) *n.* การสร้างคำ, การประกอบเป็นคำ, การเลียนเสียงในการใช้สำนวนศัพท์ที่เหมือนเสียง **-onomatopoeic, onomatopoetic** *adj.* **-onomatopoeically, onomatopoetically** *adv.*

onrush (ออน' รัช) *n.* การไหลพุ่งไปข้างหน้าอย่างแรง, การโถมไปข้างหน้า, การไหลปรูด, การกรูกันอย่างแรง **-onrushing** *adj.*

onset (ออน' เซท) *n.* การเริ่ม, การเริ่มต้น, การโจมตี, การจู่โจม (-S. attack, beginning) *-Ex. The enemy was driven back by the onset of foreign troops., They put away summer clothes at the onset of cold weather in the fall.*

onshore (ออน' ชอร์) *adj., adv.* เข้าหาฝั่ง

onslaught (ออน' สลอท) *n.* การเริ่มต้น, การใกล้เข้ามา, การโจมตี, การจู่โจม (-S. attack) *-Ex. the onslaught of enemy troops, the onslaught of a hurricane*

onto (ออน' ทู, -ทะ) *prep.* ไปยัง, (คำสแลง) รู้ถึง เข้าใจ (-S. on to) *-Ex. Let's get onto the ferry before it leaves without us.*

onus (โอ' เนิส) *n.* ความรับผิดชอบ, ภาระหน้าที่, ความหนัก, ภาระ

onward (ออน' เวิร์ด) *adv.* ไปข้างหน้า, มุ่งไปข้างหน้า, ณ ตำแหน่งข้างหน้า *-adj.* ไปข้างหน้า, มุ่งไปข้างหน้า **-onwards** *adv. -Ex. The soldiers marched onward., to continue the onward march*

onyx (ออน' อิคซฺ) *n.* หินควอตซ์ชนิดหนึ่งที่มีแถบสีขนานที่สลับกัน, หินดังกล่าวที่ย้อมสีเพื่อเป็นของประดับสีดำ (-S. onyx marble)

ooze (อูซ) *vi., vt.* **oozed, oozing** ไหลซึม, ซึมออก, เยิ้ม, รั่ว *-n.* การไหลซึม, การซึมออก, การเยิ้ม, การรั่ว, สิ่งที่ซึมออกมา, ของเหลวจากเปลือกต้นโอ๊กหรือพืชอื่นๆ ที่ใช้ในการแช่หนังฟอก **-oozy** *adj.* (-S. seep, leak) *-Ex. The blackberry juice oozed out of the crust of the pies.*

opacity (โอแพส' ซะที) *n.* ความทึบ, ความทึบแสง, ความขุ่นมัว, สิ่งทึบแสงหรือขุ่นมัว, ความคลุมเครือ, ความเข้าใจยาก, ความมีปัญญาทึบ

opal (โอ' เพิล) *n.* มุกดา, พลอยสีเหลือบเหลือง

opalescent (โอพะเลส' เซินท) *adj.* เป็นสีน้ำนม, เป็นสีเงินยวง **-opalescence** *n.* **-opalesce** *vi.*

opaline (โอ' พะลิน, -ไลน, -ลีน) *adj.* คล้าย opal

opaque (โอเพค') *adj.* ทึบ, ทึบแสง, อับแสง, ไม่โปร่งแสง, ไม่โปร่งใส, มืด, คลุมเครือ, เข้าใจยาก, โง่, ทึ่ม, ไม่ฉลาด *-n.* สิ่งที่ทึบแสง, สีทาฟิล์มให้ทึบแสง *-vt.* **opaqued, opaquing** ทำให้ทึบแสง, ทำให้มืด (-S. dull) *-Ex. An opaque window shade shuts out the sunlight.*

op. cit. ย่อจากภาษาละตินว่า opere citato ตามที่อ้างอิง

OPEC ย่อจาก Organization of Petroleum Exporting Countries องค์การประเทศที่ส่งน้ำมันออกขายนอกประเทศ

open (โอ' เพิน) *adj.* เปิด, เปิดออก, เปิดรับ, เปิดโล่ง, เปิดกว้าง, เปิดอิสระ, เปิดแก่คนทั่วไป, เปิดโอกาส, เปิดเผย, ตรงไปตรงมา, ยังว่างอยู่, ยังไม่ได้จัดการ, บางตา, กระจัดกระจาย, โล่ง, ไม่ปิดบัง, โปร่ง, แยก, ไม่เป็นน้ำแข็ง, ไม่ได้สร้างสิ่งป้องกัน, ไม่มีประทุน, ไม่ได้ใช้นิ้วแตะ, (คำ) ออกเสียงโดยไม่หุบปาก, (คำ) ไม่มีตัวสะกด, (ท้อง) ไม่ผูก, ไม่มีผลทางกฎหมาย, ยังไม่ตกลงกันได้, ใจบุญ *-vt.* เปิด, อ้า, กาง, ผึ่ง, บาน, เผยอ, ปริ, แยก, บุกเบิก, เผย, ขยายออก, ขยายความในใจ, เปิดปล่อย, ทำให้คลาย, ขจัดสิ่งกีดขวาง *-vi.* เปิดออก, กางออก, เผยออก, บานออก, เผยอออก, ปริออก, เปิดรับ, เริ่มต้น, แยกออก, แผ่ออก, พลิกไปหน้า, คลายออก, กระจายออก, เริ่มเห่า, เริ่มต้นเรียกหรือออกไพ่, ลงมือพรวนดิน *-n.* ที่เปิดเผย, ช่องว่าง, ที่โล่ง, ที่แจ้ง, น่านน้ำอันกว้างใหญ่ไพศาล, การแข่งขันที่เปิดให้เข้าแข่งโดยอิสระ (ทั้งที่เป็นอาชีพและสมัครเล่น) **-open up** ลงมือ, เริ่มต้น, เริ่มยิง, เริ่มคุ้นเคย, เปิดเผย, เพิ่มความเร็ว **-the open** ชนบท, กีฬากลางแจ้ง, สภาพที่เปิดเผย **-opened** *adj.* **-openly** *adv.* **-openness** *n.* (-S. unlocked, uncovered)

open air กลางแจ้ง, ที่โล่ง **-open-air** *adj.*

opener (โอ' เพินเนอะ) *n.* ผู้เปิด, ที่เปิด, เครื่องเปิด

openhanded (โอ' เพินแฮนดิด) *adj.* ใจดี, ใจบุญ, เอื้อเฟื้อเผื่อแผ่ **-openhandedly** *adv.* **-openhandedness** *n.*

open house บ้านหรืองานปาร์ตี้ที่เปิดประตูรับแขกโดยไม่อั้น,โรงเรียนหรือสถาบันที่เปิดการแสดงนิทรรศการหรืออื่นๆ สำหรับชุมชน

opening (โอ' พะนิง, โอพ' นิง) *n.* การเปิด, การเปิดเผย, ที่โล่ง, กลางแจ้ง, รูเปิด, ช่อง, การเริ่ม, การลงมือ, ส่วนแรก, ตอนแรก, เรื่องหรือเหตุการณ์แรก, การฉลองการเปิดปฐมฤกษ์, ตำแหน่งงานที่ว่าง, โอกาส, การเปิดเกม (-S. hole, gap, start) *-Ex. We saw the sun through an opening in the clouds., The shopkeeper said there was an opening for a delivery boy., Somsri waited for an opening to ask if she might go to the pictures., Father and Mother are going to the opening of the new play., opening in a hedge, opening time, opening remarks*

open marriage การสมรสที่คู่สมรสอนุญาตให้มีเพศสัมพันธ์กับคนอื่นที่ไม่ใช่สามีภรรยาได้

open-minded (โอ' เพินไมน฿' ดิด) *adj.* เปิดเผย, ตรงไปตรงมา, ไม่ลำเอียง, ยอมฟังข้อคิดเห็น **-open-mindedly** *adv.* **-open-mindedness** *n.* (-S. impartial, reasonable)

open-mouthed (โอ' เพินเมาธฺดฺ, -เมาธฺทฺ) *adj.* เปิดปาก, อ้าปาก, อ้าปากด้วยอาการตะลึงงัน, ตกตะลึง, มีปากกว้าง

open secret ความลับที่รู้กันทั่วไป

open sesame วิธีการยอดเยี่ยมที่ได้ผล, คาถาที่ใช้เปิดประตูถ้ำโจรในนิยายอาหรับเรื่องของ Ali Baba ใน *The Arabian Nights*

Open University มหาวิทยาลัยเปิด โดยเรียนทางไปรษณีย์หรือวิทยุและโทรทัศน์

opera (ออพ' เพอระ, ออพ' ระ) *n.* อุปรากร, ละครดนตรี (ถ้ามีการร้องเรียกว่า grand opera ถ้าไม่มีการร้องเรียกว่า comic opera), การแสดงละครดังกล่าวครั้งหนึ่งๆ, โรงละครอุปรากร, โรงละครดนตรี

operable (ออพ' เพอระเบิล) *adj.* กระทำได้, ใช้การได้, ทำการผ่าตัดได้ **-operability** *n.* **-operably** *adv.*

opera hat หมวกสูงพับได้ที่ทำด้วยผ้าไหมของผู้ชาย

O

operant (ออพ' พะเรินทฺ) *adj.* ให้ผล, ได้ผล, ซึ่งกำลังปฏิบัติ, เกี่ยวกับการปฏิบัติ, มีผลบังคับ *-n.* ผู้กระทำ, สิ่งที่กระทำ

operate (ออพ' พะเรท) *v.* **-ated, -ating** *-vi.* ทำงาน, ทำ, ปฏิบัติ, ปฏิบัติการ, ผ่าตัด, เดิน, แล่น, หมุน, ขับ, ก่อให้เกิดผล, ทำให้เกิดขึ้น, สู้รบ *-vt.* ทำ, ใช้, ปฏิบัติ, ทำให้เคลื่อนที่, ทำให้เกิดขึ้น *-Ex. Many factories operate night and day., The doctor operated on Kasorn.*

operatic (ออพพะแรท' ทิค) *adj.* เกี่ยวกับหรือคล้ายอุปรากร, พฤติกรรมที่เกินความจริงหรือคล้ายละคร

operation (ออพพะเร' ชั่น) *n.* การกระทำ, การทำงาน, ปฏิบัติการ, ศัลยกรรม, การผ่าตัด, การเดินเครื่อง, การหมุนเครื่อง, การสู้รบ, วิธีการทางคณิตศาสตร์ (เช่น การบวก การลบหรืออื่นๆ), กิจการ, กิจการทางธุรกิจ, ปฏิบัติการทางทหาร, ยุทธการ (-S. working, action, manoeuvre)

operational (ออพพะเร' ชะเนิล) *adj.* ทำได้, ปฏิบัติการได้, ใช้ได้, เกี่ยวกับปฏิบัติการทางทหาร, เกี่ยวกับศัลยกรรม, เกี่ยวกับการคำนวณหรือคณิตศาสตร์ **-operationally** *adv.* (-S. functional, working)

operative (ออพ' พะเรทิฟวฺ, -ระ-) *n.* ผู้ปฏิบัติการ, นักสืบ, สายลับ, ช่าง, คนงาน *-adj.* เกี่ยวกับปฏิบัติการ, มีอิทธิพล, มีผล, ได้ผล, เกี่ยวกับศัลยกรรม, เกี่ยวกับการงาน **-operatively** *adv.*

operator (ออพ' พะแรเทอะ) n. ผู้คุมเครื่อง, ช่าง คนงาน, ผู้ปฏิบัติการ, พนักงานโทรศัพท์, พนักงานต่อโทรศัพท์, พนักงานขับรถ, พ่อค้าซื้อขายที่ดินหรืออสังหาริมทรัพย์, ผู้ดำเนินกิจการทางอุตสาหกรรม, ผู้กระทำศัลยกรรม, สัญลักษณ์ทางคณิตศาสตร์, เครื่องหมายคำนวณ, ตัวคิดคำนวณ (-S. driver, handler) *-Ex. an X-ray operator, a telephone switchboard operator, Samai is a big mine operator.*

operetta (ออพพะเรท' ทะ) *n.* อุปรากรหรือละครเพลงอย่างสั้นและสนุก

operose (ออพ' พะโรส) *adj.* ขยัน, หมั่นเพียร

ophthalmia (ออฟแธล' เมีย) *n.* ภาวะตาอักเสบ, เกี่ยวกับตา, จักษุแพทย์ (-S. ophthalmitis)

ophthalmic (ออฟแธล' มิค) *adj.* เกี่ยวกับตา

ophthalmology (ออฟแธลมอล' ละจี, -เธิล-, ออพ-) *n.* จักษุวิทยา **-ophthalmological** *adj.* **-ophthalmologist** *n.*

ophthalmoscope (ออฟแธล' มะสโคพ) *n.* เครื่องตรวจส่องภายในลูกตา (โดยเฉพาะส่วนที่เป็นเรตินา) **-ophthalmoscopic** *adj.* **-ophthalmoscopy** *n.*

opiate (*n.* โอ' พีเอท, -อิท, *v.* -เอท) *n.* ยาที่ประกอบด้วยฝิ่น, ยาที่มีฝิ่นเจือปน, อนุพันธ์ฝิ่น, ยาที่ทำมาจากฝิ่น, ยากดประสาท, ยาเสพย์ติด, ยาทำให้ง่วงหลับ *-adj.* ประกอบด้วยหรือผสมฝิ่น, ซึ่งทำให้หลับ, ซึ่งทำให้เฉื่อยชา, ซึ่งทำให้มึนงง, ซึ่งทำให้ง่วงหลับ *-vt.* **-ated, -ating** ทำให้มึนงง, ทำให้เฉื่อยชา, ลดความเจ็บปวด, กดประสาท

opine (โอไพน฿') *vt., vi.* **opined, opining** มีความคิดเห็น, แสดงความคิดเห็น, รู้สึกว่า, เข้าใจว่า

opinion (โอพิน' เยิน, อะ-) *n.* ข้อคิดเห็น, ความคิดเห็น, ความเชื่อ, ความแน่ใจ, ทัศนะ, ข้อเสนอ, ข้อวินิจฉัย, คำวินิจฉัย (-S. view, notion)

opinionated (อะพิน' เยินเนทิด, โอ-) *adj.* ดื้อดึง, มีความเห็นที่ยึดแน่น, ถือความเห็นของตนเป็นใหญ่ **-opinionatedly** *adv.* **-opinionatedness** *n.*

opium (โอ' เพียม) *n.* ฝิ่น, ยากล่อมหรือกดประสาท

opium poppy ต้นฝิ่น

opossum (อะพอส' เซิม) *n., pl.* **-sums/-sum** สัตว์คล้ายหนูที่มีกระเป๋าหน้าท้องจำพวก *Didelphis marsupialis*

opponency (อะโพ' เนินซี) *n.* การขัดขวาง, การยับยั้ง, การต่อต้าน, การทำให้อุดตัน, ความเป็นศัตรู

opponent (อะโพ' เนินทฺ) *n.* ผู้ขัดขวาง, ผู้คัดค้าน, คู่ปรปักษ์, คู่แข่ง, ฝ่ายตรงกันข้าม *-adj.* ขัดขวาง, คัดค้าน, เป็นปรปักษ์, เป็นคู่แข่ง, เป็นฝ่ายตรงข้าม (-S. antagonist, adversary, foe) *-Ex. Korea has always been our opponent in football.*

opportune (ออพเพอร์ทูน') *adj.* เหมาะสม, เหมาะ, พอดี, เหมาะกับเวลา, ถูกกาละ, ได้เวลา **-opportunely** *adv.* **-opportuneness** *n.* (-S. timely, auspicious, convenient, favourable)

opportunity (ออพเพอร์ทู' นะที, -ทิว'-) *n., pl.* **-ties** โอกาส, จังหวะ, กาละ, โอกาสที่ดี, จังหวะที่ดี, กาละที่เหมาะสม (-S. occasion, chance, time)

opposable (อะโพ' ซะเบิล) *adj.* ต่อต้านได้, คัดค้านได้, ต่อสู้ได้, เป็นปรปักษ์ได้ **-opposability** *n.*

oppose (อะโพซฺ') *v.* **-posed, -posing** *-vt.,* ต่อต้าน, คัดค้าน, ขัดขวาง, ขัดแย้ง, ไม่เห็นด้วย, เป็นปรปักษ์, ทำให้เป็นฝ่ายตรงข้าม *-vi.* ต่อต้าน, คัดค้าน, อยู่ฝ่ายตรงกันข้าม **-opposer** *n.* (-S. check, resist, contrast) *-Ex. to oppose a tax, to oppose a dictator in open rebellion, to oppose sunlight and shadow in a picture*

opposite (ออพ' พะซิท, -ซิท) *adj.* ตรงกันข้าม, ตรงข้าม, สวนกัน, ซึ่งตั้งอยู่คนละข้าง *-n.* ผู้อยู่คนละข้าง, ผู้อยู่ตรงกันข้าม, สิ่งที่อยู่ตรงกันข้าม, คำที่มีความหมายตรงกันข้าม, ผู้ต่อต้าน, ผู้คัดค้าน, ฝ่ายตรงกันข้าม *-prep.* ตรงกันข้าม, เผชิญหน้ากัน, อยู่ด้านตรงกันข้าม, เคียงข้าง *-adv.* บนด้านตรงกันข้าม **-oppositely** *adv.* **-oppositeness** *n.* (-S. facing, opposed) *-Ex. Up is opposite to down., to stand opposite each other, opposite sides, The house is opposite the school., at the opposite end, in the opposite end*

opposition (ออพพะซิช' ชัน) *n.* การคัดค้าน, การต่อต้าน, การเป็นปรปักษ์, การต่อสู้, การสู้รบ, ความเป็นศัตรู, ผู้ต่อต้านหรือคัดค้าน, ผู้เป็นปรปักษ์, พรรคฝ่ายค้าน, การวางให้อยู่ตรงกันข้าม, ภาวะที่อยู่ตรงกันข้าม, ภาวะที่ถูกคัดค้านหรือต่อต้าน, ข้อเสนอที่คัดค้านกัน, วิธีเปรียบเทียบ, ตำแหน่งที่อยู่ตรงกันข้าม (เป็นมุม 180 องศา) **-oppositional** *adj.* **-oppositionist** *n., adj.* (-S. antagonism)

oppress (อะเพรส') *vt.* กดขี่, กด, บีบ, บังคับ, เป็นภาระหนัก, ทำให้หนักใจ, ทำให้รู้สึกเป็นทุกข์ **-oppressor** *n.* (-S. crush, afflict) *-Ex. The Pacific colonists felt that England was oppressing them by unfair taxes., Dang looks as if all the care of the world oppress him.*

oppression (อะเพรช' ชัน) *n.* การกดขี่, การบีบบังคับ, ภาวะที่ถูกกดขี่, ความรู้สึกที่ถูกกดขี่, เผด็จการ(-S. tyranny, persecution) *-Ex. The ruler's oppression caused many people to leave the country.*

oppressive (อะเพรส' ซิฟว) *adj.* เป็นการกดขี่, เกี่ยวกับการกดขี่, ซึ่งทำให้ลำบากใจ, ซึ่งทำให้เป็นทุกข์หนักอึ้ง **-oppressively** *adv.* **-oppressiveness** *n.* (-S. tyrannical) *-Ex. an oppressive law, an oppressive ruler, an oppressive worry, oppressive heat*

opprobrious (อะโพร' เบรียส) *adj.* เกี่ยวกับคำด่า, น่าเกลียดชัง, น่าอัปยศอดสู, น่าตำหนิ, น่าสบประมาท, น่าละอายใจ **-opprobriously** *adv.* **opprobriousness** *n.*

opprobrium (อะโพร' เบรียม) *n.* การตำหนิ, การสบประมาท, การประณาม, ความน่าอัปยศอดสู, เหตุแห่งความอัปยศอดสู, สิ่งที่ทำให้อัปยศอดสู

opt (ออพท) *vi.* เลือก, คัดเลือก

optative (ออพ' ทะทิฟว) *adj.* ประสงค์, ปรารถนา *-n.* รูปประโยคประสงค์, คำกริยาประสงค์ **-optatively** *adv.*

optic (ออพ' ทิค) *adj.* เกี่ยวกับสายตา, เกี่ยวกับการมองเห็น (-S. optical)

optical (ออพ' ทิเคิล) *adj.* เกี่ยวกับทัศนศาสตร์, เกี่ยวกับสายตา, เกี่ยวกับตา, ซึ่งช่วยให้มองเห็น, เกี่ยวกับวิทยาศาสตร์แห่งแสงและสายตา, ช่วยกำลังของสายตา **-optically** *adv. -Ex. A microscope is an optical instrument.*

optical disc, optical disk แผ่นเก็บข้อมูลโดยใช้แสงเลเซอร์ และเปิดอ่านโดย laser scanner หรือ laser disc

optician (ออพทิช' เชียน) *n.* ผู้เชี่ยวชาญในการทำแว่นสายตาหรืออุปกรณ์อื่นๆ ที่เกี่ยวกับตา, ช่างทำหรือพ่อค้าแว่นตา

optics (ออพ' ทิคซ) *n. pl.* วิทยาศาสตร์แสงและสายตา, ทัศนศาสตร์

optimal (ออพ' ทะเมิล) *adj.* ดีที่สุด, เหมาะที่สุด, เป็นที่น่าพอใจที่สุด **-optimally** *adv.*

optimism (ออพ' ทะมิซึม) *n.* การมองในแง่ดี, การมองในทางดี, ลัทธิความเบิกบานใจ, ทฤษฎีที่เชื่อว่าโลกที่เป็นอยู่เป็นสิ่งที่ดีที่สุดของโลกทั้งหลาย **-optimist** *n.* **-optimistic, optimistical** *adj.* **-optimistically** *adv.*

optimum (ออพ' ทะเมิม) *n., pl.* **-ma/-mums** ภาวะที่ดีที่สุด, เงื่อนไขที่เหมาะสมที่สุด, ผลลัพธ์ที่ดีที่สุด, ผลลัพธ์ที่มากที่สุด *-adj.* ดีที่สุด, เหมาะสมที่สุด (-S. best)

option (ออพ' ชัน) *n.* การเลือก, อำนาจการเลือก, สิทธิการเลือก, ทางเลือก, เรื่องราวหรือเหตุการณ์ที่ให้เลือกได้, สิ่งที่ให้เลือกได้, เอกสิทธิ์ในการขอให้ปฏิบัติตามสัญญา (-S. choice, alternative)

optional (ออพ' ชันเนิล) *adj.* ให้เลือกได้, ไม่บังคับ, เลือกได้ตามใจชอบ, มีทางเลือก **-optionally** *adv.* (-S. extra)

optometrist (ออพทอม' มะทริสท) *n.* ผู้เชี่ยวชาญในการวัดสายตาและประกอบแว่น

optometry (ออพทอม' มะทรี) *n.* การวัดสายตาและประกอบแว่น **-optometric, optometrical** *adj.*

opulent (ออพ' พิวเลินท) *adj.* มั่งคั่ง, อุดมสมบูรณ์, เจริญรุ่งเรือง, มากมาย **-opulence, opulency** *n.* **-opulently** *adv.*

opus (โอ' เพิส) *n., pl.* **opuses/opera** บทประพันธ์ (โดยเฉพาะของเพลง), ผลงานการประพันธ์

or (ออร์) *conj.* หรือ, หรือว่า, หรืออีกนัยหนึ่ง, ถ้าไม่ใช่...ก็เป็น, ในราว, ประมาณ *-prep., conj.* ก่อน, ก่อนหน้า

oracle (ออ' ระเคิล, อาร์'-) *n.* เทพยากรณ์, คำพยากรณ์, คำทำนาย, ถ้อยคำพระเจ้าดลบันดาลให้ปรากฏออกมาตามคำถาม, ทูตของพระเจ้าหรือสถานที่ที่ถ้อยคำดังกล่าวปรากฏออกมา, สถานที่อันศักดิ์สิทธิ์, ห้องพระ, คำประกาศิตของพระเจ้า (-S. prophet) *-Ex. Uncle Dang is the village oracle.*

oracular (โอแรค' คิวเลอะ, อะ-, โอ-) *adj.* เกี่ยวกับ oracle, เป็นการพยากรณ์, เป็นปริศนา, ศักดิ์สิทธิ์, คลุมเครือ **-oracularly** *adv.* **-oracularity** *n.*

oral (ออ' เริล, โอ'-) *adj.* ด้วยปาก, ปากเปล่า, เกี่ยวกับคำพูด, เกี่ยวกับปากหรือส่วนของปาก, ด้านหน้า, เกี่ยวกับเสียงที่เปล่งออกทางช่องปาก **-orally** *adv.* (-S. verbal, spoken) *-Ex. We had an oral spelling test., oral examination, oral instruction*

orange (ออ' รินจฺ, อาร์'-, ออร์นฺจฺ, อาร์นฺจฺ) *n.* ส้ม, ต้นส้ม, ต้นไม้จำพวกส้ม (*Citrus*), สีส้ม *-adj.* เกี่ยวกับส้ม, ทำด้วยส้ม, มีกลิ่นส้ม **-orangy, orangey** *adj.*

orangeade (ออรินเจด', ออร์นฺเจด') *n.* เครื่องดื่มที่ประกอบด้วย น้ำส้ม ตัวทำให้หวาน น้ำหรือน้ำโซดา, น้ำส้มคั้น

orangutan (โอแรง' อูแทน, ออแรง'-, อะ-, -แรง'

O

อะ-) *n.* ลิงอุรังอุตังเป็นลิงขนาดใหญ่ขนยาวจำพวก*Pongo pygmaeus* พบในเกาะบอร์เนียวและสุมาตรา(-S. orangoutang)

orate (โอเรท' , ออ-) *vi.* **orated, orating** กล่าวคำปราศรัย, กล่าวอย่างเป็นทางการ, แสดงสุนทรพจน์, พูดโผงผาง

oration (โอเร' ชั่น, ออ-) *n.* คำโวหาร, คำปราศรัย, คำสุนทรพจน์, การแสดงสุนทรพจน์, ศิลปะแห่งการพูด (-S. address, speech, lecture) *-Ex. a funeral oration*

orator (ออ' ระเทอะ, อาร์'-) *n.* ผู้กล่าวคำปราศรัย, ผู้แสดงสุนทรพจน์, นักโต้วาที, โจทก์, ผู้ร้องเรียน (-S. declaimer)

oratory (ออ' ระทอรี, อาร์'-) *n., pl.* **-ries** ศิลปะการแสดงสุนทรพจน์, คำสุนทรพจน์, คำโวหาร, คำปราศรัย, โบสถ์หรือห้องสวดเล็กๆ, นิกายศาสนาโรมันคาทอลิกที่พระอยู่กันแบบชุมชนและไม่ต้องให้คำสัจจะ (Saint Philip Neri ตั้งขึ้นใน ค.ศ. 1564)

orb (ออบ) *n.* วัตถุในอวกาศ, รูปทรงกลม, ลูกโลก, ลูกตา, ลูกโลกที่มีไม้กางเขนตั้งอยู่ (สัญลักษณ์แห่งอำนาจอธิปไตย), วงกลม, วงโคจรของวัตถุในอวกาศ, โลก *-vt., vi.* กลายเป็นรูปวงกลม, กลายเป็นรูปลูกโลก, หมุนรอบ, โคจร **-orbed** *adj.* **-orby** *adj.* (-S. globe, sphere)

O

orbit (ออร์' บิท) *n.* วงโคจร, วงโคจรของดวงดาว, วิถีโคจร, วิถีการดำเนินชีวิต, วิถีทาง, วิถีทางของกิจกรรม, เขตอิทธิพล, เบ้าตา, ขอบตา, ตา *-vt.,vi.* โคจร, เคลื่อนที่รอบ, ส่งเข้าไปสู่วงโคจร. สู่วงโคจร **-orbital** *adj.* **-orbiter** *n.* (-S. path, circuit)

orchard (ออร์' เชิร์ด) *n.* สวนผลไม้, สวนแปลงผลไม้, กลุ่มของต้นไม้ทั้งหมดในสวนดังกล่าว

orchestra (ออร์' เคสทระ, -คิส-) *n.*วงดนตรี, มโหรี, คอกหรือสถานที่รูปอัฒจันทร์หน้าเวทีวงดนตรี, คอกที่นั่งของคณะวงดนตรีในโรงละคร, แถวที่นั่งแถวหน้าของโรงละคร **-orchestral** *adj.* **-orchestrate** *vt., vi.* **-orchestration** *n.*

orchid (ออร์' คิด) *n.* กล้วยไม้, ดอกกล้วยไม้ *-adj.* สีม่วงอ่อน

ordain (ออร์เดน') *vt.* บรรพชา, บวช, ทำให้เป็นพระ, บัญญัติ, ออกคำสั่ง, ออกกฎหมาย, กำหนด, ลิขิต, ดลบันดาล *-vi.* ออกคำสั่ง, บัญญัติ **-ordainer** *n.* **-ordainment** *n.*

ordeal (ออร์ดีล', ออร์' ดีล) *n.* การทดสอบอย่างทรหดที่สุด, การพิสูจน์ความผิดที่ทารุณในสมัยโบราณ (เช่น การดำน้ำ การลุยไฟ), ประสบการณ์ที่ยากลำบากอย่างแสนสาหัส (-S. test, trial, tribulation, torture) *-Ex. Keeping the ship on course during the hurricane was an ordeal for the captain.*

order (ออร์' เดอะ) *n.* คำสั่ง, ใบสั่ง, คำสั่งซื้อ, ใบสั่งสินค้า, ตั๋วแลกเงิน, ธนาณัติ, หนังสือมอบอำนาจ, ระดับ, ลำดับ, ขั้น, นิกาย, คณะสงฆ์, อนุกรม, ชนิด, แบบแผน, ระเบียบ, สมณศักดิ์, เครื่องอิสริยาภรณ์, ผู้ได้รับเครื่องอิสริยาภรณ์, เสาหิน, แบบเสา, คำร้องให้รักษาระเบียบในที่ประชุม, การลงมติในที่ประชุมนิติบัญญัติ *-vt.* ออกคำสั่ง, สั่ง, สั่งซื้อ, ทำให้เป็นระเบียบ, บรรพชา, แต่งตั้งให้เป็นพระ *-vi.* ออกคำสั่ง **-call to order** ขอให้เงียบเพื่อเริ่ม (ประชุม) **-in order** เหมาะสม, เป็นระเบียบ **-in order that** เพื่อว่า **-in short order** ด้วยความรวดเร็ว **-on order** ตามคำสั่ง **-on the order of** คล้าย **-out of order** เสีย, ไม่เหมาะสม **-orderer** *n.* (-S. command)

orderly (ออร์' เดอร์ลี) *adj* มีระเบียบ, เป็นระเบียบเรียบร้อย, มีวินัย, รักษาวินัย, เกี่ยวกับคำสั่ง *-n.,pl.* **-lies** เจ้าหน้าที่ข่าวสาร, เจ้าหน้าที่ทั่วไป, ทหารที่ส่งคำสั่ง, เจ้าหน้าที่โรงพยาบาล *-adv* อย่างมีระเบียบ, ตามระเบียบ, อย่างเรียบร้อย, ตามลำดับ, ตามขั้นตอน **-orderliness** *n.* (-S. neat, methodical) *-Ex. Mother kept the house clean and orderly., An orderly person plans his work., an orderly meeting, an orderly crowd*

ordinal (ออร์' เดินเนิล, ออร์ด' เนิล) *adj.* เกี่ยวกับประเภท, เกี่ยวกับเลขที่แสดงลำดับ *-n.* เลขที่แสดงลำดับ, หนังสือพิธีการทางศาสนา, หนังสือพิธีการ, หนังสือมอบสมณศักดิ์หรือตำแหน่งทางศาสนา

ordinal number เลขแสดงลำดับ, จำนวนที่แสดงลำดับ

ordinance (ออร์' เดินเนินซฺ, ออร์ด' เนินซฺ) *n.* คำสั่ง, กฎ, พระราชกฤษฎีกา, เทศบัญญัติ, พิธีทางศาสนา

ordinarily (ออร์เดินแน' ระลี, ออร์เดินแนร์'-) *adv.* โดยปกติ, โดยธรรมดา, ตามปกติ, อย่างสามัญ, อย่างพื้นๆ, อย่างมีเหตุผล (-S. commonly, usually)

ordinary (ออร์' เดินแนรี) *adj.* ปกติ, ธรรมดา, สามัญ, พื้นๆ, ต่ำกว่าปกติ, ต่ำกว่าถัวเฉลี่ย, ระดับต่ำ *-n., pl.* **-naries** ภาวะที่ปกติ, สภาพทั่วไป, สิ่งที่ปกติ, ส่งที่เป็นธรรมเนียมปฏิบัติ, ลูกขุน, พระที่กระทำผิดและสารภาพผิด, ลายธรรมดาในตราอิสริยาภรณ์ **-out of the ordinary** ผิดธรรมดา, เป็นกรณียกเว้น **-ordinariness** *n.*

ordinate (ออร์' เดินเนท, -นิท) *n.* (คณิตศาสตร์) ระยะจากแกน x ที่วัดขนานกับแกน y

ordination (ออร์เดินเน' ชั่น) n. พิธีบวช, พิธีบรรพชา, การบวชหรือบรรพชา, การมอบตำแหน่งสมณศักดิ์, การจัดการ, การบันดาล, การแบ่งขั้นตอน, การแต่งตั้ง, การออกคำสั่ง

ordnance (ออร์ด' เนินซฺ) *n.* ปืนใหญ่, อาวุธยุทโธปกรณ์, อาวุธยุทธสัมภาระ, สรรพาวุธทางทหาร, กรมสรรพาวุธ, หน่วยงานยุทธสัมภาระ (-S. arms, armaments, weapons)

ore (ออร์) *n.* แร่, สินแร่, แร่ที่เป็นแหล่งธรรมชาติของสารอโลหะบางชนิด (เช่น กำมะถัน)

organ (ออร์' เกิน) *n.* อวัยวะ, อินทรีย์, หีบเพลง, หีบเพลงเป่า, ออร์แกน, ปากเสียง, กระบอกเสียง, หนังสือพิมพ์, นิตยสาร, เครื่องมือ, องค์, องค์การ, สถาบัน (-S. voice, instrument)

organdy, organdie (ออร์' เกินดี) *n., pl.* **-dies** สิ่งทอเนื้อละเอียดที่ทำด้วยผ้าฝ้ายหรือผ้ามัสลิน

organic (ออร์แกน' นิค) *adj.* เกี่ยวกับอวัยวะ, เกี่ยวกับอินทรีย์, เป็นองค์ประกอบ, เกี่ยวกับเนื้อเยื่อชีวิต, เกี่ยวกับกฎ, เกี่ยวกับองค์, เกี่ยวกับองค์การ **-organically** *adv.*

organism (ออร์' กะนิซึม) *n.* ร่างของสิ่งมีชีวิต, สิ่งมีชีวิต, ระบบ, องค์การ, องค์กร **-organismic,**

organist 605 **orotund**

organismal *adj.* **-organismically** *adv.* (-S. creature) *-Ex. Many microscopic organisms are found in sea water.*

organist (ออร์' กะนิสทฺ) *n.* ผู้เล่นหีบเพลง, ผู้เล่นออร์แกน

organization (ออร์กะไนเซ' ชัน, -นิ-) *n.* องค์การ, คณะ, รูป, ระบบ, องค์ประกอบ, โครงสร้างสิ่งมีชีวิต, การรวบรวม, การจัดตั้ง **-organizational** *adj.* **-organizationally** *adv.* (-S. arrangement, structure)

organize (ออร์' กะไนซ) *vt., vi.* **-ized, -izing** สร้าง, ทำให้เป็นระบบ, ทำให้เป็นอวัยวะหรืออินทรีย์, ทำให้มีสหภาพแรงงาน, เอาเข้าเป็นสมาชิกของสหภาพแรงงาน, จัดตั้ง, รวบรวม, ทำให้มีประสิทธิภาพ **-organizable** *adj.* (-S. establish)

organizer (ออร์' กะไนเซอะ) *n.* ผู้รวบรวม, ส่วนของตัวอ่อน (embryo) ที่กระตุ้นการเจริญเติบโตของส่วนอื่น

orgasm (ออร์' แกซึม) *n.* จุดสุดยอดของความรู้สึกทางเพศ, ความรู้สึกตื่นเต้นอย่างรุนแรง, อารมณ์สยิวถึงสุดขีดของการร่วมเพศ **-orgasmic, orgastic** *adj.*

orgy (ออร์' จี) *n., pl.* **-gies** การสนุกสนานกันอย่างเป็นบ้าเป็นหลัง,งานปาร์ตี้ที่มีการร่วมประเวณีอย่างสับสนปนเป, พิธีบูชาสิ่งศักดิ์สิทธิ์ที่มีการดื่มสุราและเต้นรำ, พฤติกรรมที่ปล่อยเนื้อปล่อยตัว

orient (*n., adj.* โอ' เรียนทฺ, ออ' เรียนทฺ, *v.* -เรนทฺ, -เรินทฺ) *n.* บูรพาทิศ, ไข่มุกชั้นดีของประเทศในบูรพาทิศ, ความแวววาวของไข่มุก *-adj.* ทิศตะวันออก, แวววาว *-vt.* ปรับ, ปรับตัว, ปรับปรุง, ทำให้เข้าใจ, ทำให้สอดคล้องกับ, หันไปทางตะวันออก, กำหนดตำแหน่ง **-Orient** ประเทศในแถบบูรพาทิศคือทวีปเอเชีย, ประเทศที่อยู่ทางตะวันออกและตะวันออกเฉียงใต้ของทะเลเมดิเตอร์เรเนียน

oriental (โอรีเอน' เทิล, ออ-) *adj.* เกี่ยวกับหรือเป็นลักษณะของประเทศในบูรพาทิศ, เกี่ยวกับบริเวณเอเชียตอนใต้และหมู่เกาะมลายูที่รวมทั้งฟิลิปปินส์ บอร์เนียวและชวา, เกี่ยวกับเพชรพลอยจำพวกกะรุน (corundum), (ไข่มุก) แวววาว ชั้นดีมาก *-n.* ชาวตะวันออก (โดยเฉพาะคนจีนและญี่ปุ่น) *-Ex. strange oriental music, oriental customs*

orientate (โอ' รีเอนเทท, ออ'-, ออรีเอน'-, ออ-) *vt., vi.* **-tated, -tating** ปรับตัว, ปรับ, ปรับปรุง, ทำให้สอดคล้อง, ทำให้เข้าใจ, กำหนดตำแหน่งของ, หันไปทางตะวันออก

orientation (โอรีเอนเท' ชัน, ออ-) *n.* การปรับตัว, การทำให้สอดคล้องกับ, ทำให้เข้าใจ, การกำหนดทิศทางหรือตำแหน่ง, การหาตำแหน่งของอะตอมหรือกลุ่มของอะตอมในสารประกอบ,ตำแหน่งของอะตอมหรือกลุ่มของอะตอมในสารประกอบ (-S. bearings, direction)

orifice (ออ' ระฟิส, อา'-) *n.* ปาก, รูเปิด, ทางเข้า, ช่อง **-orificial** *adj.* (-S. opening, mouth) *-Ex. The nostril is the nasal orifice.*

origami (ออระกา' มี, โอ-) *n.* เทคนิคในการพับกระดาษ, สิ่งที่เกิดจากการพับกระดาษดังกล่าว

origin (ออ' ระจิน, อา'-) *n.* แหล่งกำเนิด, ที่มา, ต้นตอ, บ่อเกิด, มูลเหตุ, การเกิด, รากฐาน, พืชพันธุ์, ระยะแรกเริ่ม, จุดเดิม, จุดเริ่มต้น (-S. beginning)

original (อะริจ' จิเนิล) *adj.* แรกเริ่ม, ต้นตอ, ต้นฉบับ, เดิม, ซึ่งมีมาแต่เดิม, เป็นราก, เป็นฐาน, ใหม่, สด, เป็นครั้งแรก, ซึ่งมีลักษณะสร้างสรรค์เองโดยเฉพาะ, ไม่เอาอย่างใคร, ไม่ซ้ำแบบใคร, เป็นของเดิม, เป็นของแท้ *-n.* ต้นฉบับ, แบบฉบับ, ของเดิม, ของแท้, ผู้มีความคิดเห็นและการกระทำที่เป็นตัวของตัวเอง, ผู้มีนิสัยแปลกประหลาด, บ่อเกิด, ต้อตอ, มูลเหตุ, รากฐาน

originality (อะริจจิแนล' ละที) *n.* ความคิดริเริ่ม, ลักษณะที่ริเริ่ม, ความใหม่เอี่ยม, ความไม่ซ้ำแบบใคร, ความแหวกแนว, นิสัยที่ไม่เอาอย่างใคร, ความเป็นตัวของตัวเองโดยเฉพาะ (-S. inventiveness, creativity)

originally (อะริจ' จิเนิลลี) *adv.* โดยดั้งเดิม, โดยมีมาแต่เดิม, อย่างไม่ซ้ำแบบใคร, ครั้งแรก, เป็นลักษณะเฉพาะ

originate (อะริจ' จิเนท) *v.* **-nated, -nating** *-vi.* กำเนิดจาก, บังเกิดจาก, เริ่มจาก *-vt.* ริเริ่ม, ให้กำเนิด, ก่อให้เกิด **-origination** *n.* **-originator** *n.* **-originative** *adj.* (-S. initiate, create) *-Ex. The fire originated in the kitchen and soon spread throughout the ship., The Chinese originated fireworks.*

oriole (โอ' รีโอล, ออ'-) *n.* นกสีฉูดฉาดในตระกูล Oriolidae, นกขมิ้น

Orion (โอไร' เอิน, อะ-) *n.* กลุ่มดาวพราน, (เทพนิยายกรีก) นายพรานที่ถูกฆ่าตายแล้วถูกวางประจำเป็นดาวพรานบนท้องฟ้า

orlon (ออร์' ลอน) *n.*ใยสังเคราะห์ชนิดหนึ่งที่มีน้ำหนักเบา ไม่ย่น ทนทาน **-Orlon** เครื่องหมายการค้าของใยสังเคราะห์ดังกล่าว

ormolu (ออร์' มะลู) *n.* โลหะผสมระหว่างทองแดงกับสังกะสี สีเหมือนทอง, โลหะชุบทอง

ornament (ออร์' นะเมินทฺ) *n.* เครื่องประดับ, ของประดับ, สิ่งประดับ, เครื่องตกแต่ง, เครื่องเชิดชู, เครื่องเสริม *-vt.* ประดับ, ตกแต่ง, เชิดชู, เสริมแต่ง**-ornamenter** *n.* (-S. adornment, decoration)

ornamental (ออร์นะเมน' เทิล) *adj.* เกี่ยวกับเครื่องประดับ, ซึ่งใช้ในการประดับ, ซึ่งใช้ในการตกแต่ง, เกี่ยวกับมัณฑนศิลป์ *-n.* สิ่งประดับ, เครื่องประดับ, พืชที่เป็นไม้ประดับ **-ornamentally** *adv.*

ornamentation (ออร์นะเมนเท' ชัน, -เมิน-) *n.* การประดับ, การตบแต่ง, การเสริมแต่ง, การเชิดชู เครื่องประดับ, สิ่งประดับ

ornate (ออร์เนท') *adj.* ซึ่งประดับไว้อย่างหรูหราหรือมากเกินไป, ฉูดฉาด, หรูหรา, ฟุ่มเฟือย **-ornately** *adv.* **-ornateness** *n.* (-S. elaborate, beautiful)

ornery (ออร์' เนอรี) *adj.* ต่ำช้า, ต่ำต้อย, เจ้าอารมณ์, มีนิสัยไม่ดี **-orneriness** *n.*

ornithology (ออร์นะธอล' ละจี) *n.* วิชาที่เกี่ยวกับนก, เรื่องราวที่เกี่ยวกับนก **-ornithological** *adj.* **-ornithologist** *n.* **-ornithologically** *adv.*

orotund (ออ' ระทันดฺ, ออ' โร-, โอ' โร-) *adj.* เกี่ยวกับเสียงที่ดังกังวานชัดเจน, น้ำท่วมทุ่ง, ฟุ่มเฟือย, เอิกเกริก **-orotundity** *n.*

O

orphan (ออร์' เฟิน) *n.* ลูกกำพร้า *-adj.* เกี่ยวกับลูกกำพร้า, สิ่งที่มีค่าทางการแพทย์ แต่ไม่ได้ผลิตออกมาเนื่องจากไม่ทำเงิน เช่น ยารักษาโรคที่ไม่ค่อยมีใครเป็น *-vt.* ทำให้กำพร้า **-orphanhood** *n.*

orphanage (ออร์' ฟะนิจ) *n.* สถานที่เลี้ยงเด็กกำพร้า, ความ (ภาวะ) เป็นเด็กกำพร้า, เด็กกำพร้า

ortho- คำอุปสรรค มีความหมายว่า ตรง, ตั้งตรง, ขวา, ถูกต้อง, มุมฉาก, เดิม, ใกล้เคียง (**-S.** orth-)

orthodontics (ออร์ธะดอน' ทิคซฺ, -โธ-) *n. pl.* ทันตกรรมจัดฟัน **-orthodontic** *adj.* **-orthodontist** *n.* (**-S.** orthodontia)

orthodox (ออร์' ธะดอคซฺ) *adj.* ดั้งเดิม, ขนานแท้, ต้นฉบับ, ต้นตำรับ, ถูกต้อง, อย่างปกติชนทั้งหลาย, เป็นธรรมเนียมปฏิบัติ, ซึ่งตกทอดมาจากโบราณกาล, เป็นทางราชการ, เป็นประเพณี **-Orthodox** เกี่ยวกับ the Eastern Orthodox Church

orthodoxy (ออร์' ธะดอคซี) *n., pl.* **-doxies** ความเชื่อหรือหลักปฏิบัติที่มีมาแต่ดั้งเดิม

orthography (ออร์ธอก' ระฟี) *n., pl.* **-phies** ศิลปะการสะกดคำให้ถูกต้อง, ส่วนของไวยากรณ์ที่เกี่ยวกับคำและการสะกดคำ, วิธีการสะกดคำ, ตัวสะกดการันต์ **-orthographer** *n.* **-orthographic, orthographical** *adj.*

orthopedics, orthopaedics (ออร์โธพี' ดิคซฺ) *n. pl.* ศัลยกรรมกระดูก, วิทยาศาสตร์การแพทย์ที่เกี่ยวกับการแก้ไข รักษาหน้าที่และสภาพของระบบโครงกระดูกข้อต่อและโครงสร้างอื่นๆ ที่เกี่ยวข้อง **-orthopedic, orthopaedic** *adj.* **-orthopedist, orthopaedist** *n.*

Oscar (ออส' เคอะ) *n.* รางวัลผลงานดีเด่นของวงการภาพยนตร์ในสหรัฐอเมริกา

oscillate (ออส' ซะเลท) *v.* **-lated, -lating** *-vi.* แกว่ง, แกว่งไกว, แกว่งไปมา, ส่าย, สั่น, รัว, สองจิตสองใจ, มีความคิดโลเล, ลังเลใจ *-vt.* ทำให้แกว่ง, ทำให้ส่าย, ทำให้โลเล **-oscillatory** *adj.* (**-S.** swing)

oscillation (ออสซะเล' ชัน) *n.* การแกว่ง, การส่าย, การสั่น, การรัว, ความมีสองจิตสองใจ, ความลังเลใจ (**-S.** vibration)

oscillator (ออส' ซะเลเทอะ) *n.* เครื่องมือทำให้มีการแกว่งหรือสั่น, วงจรไฟฟ้าที่กำหนดกระแสไฟฟ้าสลับในความถี่หนึ่ง, ผู้มีใจโลเล, สิ่งที่แกว่งหรือสั่น

osculate (ออส' คิวเลท) *vt., vi.* **-lated, -lating** จูบ, สัมผัสอย่างใกล้ชิด **-osculatory** *adj.* **-osculation** *n.*

osmium (ออซฺ' เมียม, ออซ-) *n.* ชื่อโลหะหนักชนิดหนึ่ง

osmosis (ออซโม' ซิส, ออซฺ-) *n.* ปรากฏการณ์ที่ของเหลวไหลผ่านเยื่อไปยังสารละลายที่มีความเข้มข้นน้อยกว่า, การค่อยๆ ดูดซึม, การค่อยๆ ซึมซาบ **-osmotic** *adj.* **-osmotically** *adv.*

osprey (ออส' พรี, -เพร) *n., pl.* **-preys** เหยี่ยวขนาดใหญ่จำพวก *Pandion haliaetus* กินปลาเป็นอาหาร

osprey

osseous (ออส' เซียส) *adj.* ซึ่งประกอบด้วยหรือคล้ายกระดูก

ossify (ออส' ซะไฟ) *vt., vi.* **-fied, -fying** ทำให้แข็งคล้ายกระดูก, กลายเป็นกระดูก, แข็งคล้ายกระดูก, แข็งกระด้าง, กลายเป็นไม่ผ่อนปรน, ยึดมั่น, ไม่เปลี่ยนแปลง, ดื้อ **-ossification** *n.*

ostensible (ออสเทน' ซะเบิล) *adj.* แสร้ง, โอ้อวด, เปิดเผยแก่คนทั่วไป, ที่เห็นภายนอก, แน่ชัด, ชัดเจน **-ostensibly** *adv.*

ostentation (ออสเทินเท' ชัน) *n.* การโอ้อวด, การเอาหน้า, การแสดงออก **-ostentatious** *adj.* **-ostentatiously** *adv.* **-ostentatiousness** *n.* (**-S.** show)

osteo- คำอุปสรรค มีความหมายว่า กระดูก (**-S.** oste-)

osteopathy (ออสทีออพ' พะธี) *n.* โรคกระดูก, ความเชื่อที่ว่าร่างกายที่ปกตินั้นสามารถรักษาการติดเชื้อและภาวะพิษอื่นๆ ผู้ปฏิบัติ osteopathy นั้นนอกจากใช้วิธีการวินิจฉัยโรคและการบำบัดโรคด้วยวิธีต่างๆ แล้วยังเน้นทางกายภาพบำบัด และการใช้มือช่วย **-osteopath** *n.* **-osteopathic** *adj.* **-osteopathically** *adv.*

ostler (ออส' เลอะ) *n.* ผู้ดูแลม้า

ostracize (ออส' ทระไซซฺ) *vt.* **-cized, -cizing** เอาออกไปจากสังคม, ขับออก, ขจัดออก, เนรเทศ, เอาออก, ตัดสิทธิ์, ลิดรอนสิทธิ์

ostrich (อาส' ทริช, ออส'-) *n., pl.* **-triches/-trich** นกกระจอกเทศ เป็นนกจำพวก *Struthio camelus*

otalgia (โอแทล' เจีย, -จะ) *n.* อาการปวดหู (**-S.** earache)

other (อัธ' เธอะ) *adj.* อื่น, อีก, อื่นอีก, อะไรอีก, มากกว่า, จำนวนพิเศษ, ต่างไปกว่า, ไม่เหมือนกัน, แตกต่างกัน, อันก่อน, ก่อน *-n.* สิ่งตรงกันข้าม *-pron.* สิ่งอื่น, คนอื่น *-adv.* มิฉะนั้น, ไม่เช่นนั้น, ตรงกันข้าม **-the other day/night** สองสามวันก่อน, เมื่อวานซืนนี้ **-otherness** *n.* (**-S.** different, added)

otherwise (อัธ' เธอะไวซฺ) *adv.* อีกอย่างหนึ่ง, หาไม่แล้ว, ถ้าไม่เช่นนั้น, มิฉะนั้น, อีกอย่างหนึ่ง, อีกนัยหนึ่ง, ประการอื่น *-adj.* อื่น, เป็นอย่างอื่น, แตกต่าง, ตรงกันข้าม, ลักษณะที่ตรงกันข้าม

otherworldly (อัธ' เธอะเวิร์ลลี, อัธเธอะเวิร์ล' ลี) *adj.* เกี่ยวกับโลกอื่น, เกี่ยวกับโลกหน้า, เกี่ยวกับชาติหน้า, ซึ่งมุ่งทางจิต **-otherworldliness** *n.*

otic (โอ' ทิค, ออท'-) *adj.* เกี่ยวกับหู

otiose (โอ' ชีโอส, โอ' ที-) *adj.* เรื่อยเปื่อย, ขี้เกียจ, ไร้ผล, เปล่าประโยชน์, ใช้การไม่ได้, เหลาะแหละ **-otiosely** *adv.* **-otiosity** *n.*

otitis (โอไท' ทิส) *n.* ภาวะหูอักเสบ

otology (โอทอล' ละจี) *n.* โสตวิทยา **-otological** *adj.* **-otologist** *n.*

otter (ออท' เทอะ) *n., pl.* **-ters/-ter** นาก, นากน้ำ, สัตว์จำพวก *Lutra canadensis*, ขนสั้นหนาและมันของสัตว์ดังกล่าว

otter

Ottoman (ออท' ทะเมิน) *adj.* เกี่ยวกับอาณาจักรออตโตมาน (ตุรกีสมัยก่อน) *-n., pl.* **-mans** ชาวตุรกี, เก้าอี้ตัวเตี้ยไม่มีเท้าแขนและพนักพิง

oubliette (อูบลีเอท') *n.* คุกลับใต้ดิน

ouch (เอาชฺ) *interj.* คำอุทานแสดงความเจ็บปวดอย่างกะทันหัน

O

ought[1] (ออท) *v.aux.* ควรจะ, ควร *-n.* หน้าที่, ภาระหน้าที่ *-Ex. You ought to obey your father., The piano ought to sound better when it is tuned., We ought to leave now if we are not going to be late., This girl ought to have new shoes.*

ought[2] (ออท) *n., adv.* ดู aught

ought[3] (ออท) *n.* ศูนย์, เลขศูนย์

oughtn't (ออท' เทินท) ย่อจาก ought not

oui (วี) *adv.* คำภาษาฝรั่งเศสหมายถึง yes

ounce (เอานซฺ) *n.* หน่วยน้ำหนักที่เท่ากับ 1/16 pound, หน่วยน้ำหนัก 1/12 pound troy, fluid ounce, จำนวนเล็กน้อย

our (เอา' เออะ, อาร์) *pron.* ของเรา, ของพวกเรา **-Our Father** พระผู้เป็นเจ้า **-Our Lady** พระแม่มารี *-Ex. This is our first year at school., We wrote our play in three days., This is our city.*

ours (เอาร์ซ, อาร์ซ) *pron.* ของเราเอง, ของของเรา *-Ex. Those books are ours.*

ourself (อาร์เซลฟฺ', เอาร์-) *pron.* เราเอง, ข้าพเจ้าเอง, ตัวเราเอง, พวกเรา

ourselves (อาร์เซลฟวซฺ', เอาเออะเซลฟวซฺ') *pron.* เราเอง, พวกเราเอง, ตัวเราเอง, พวกเรา *-Ex. contradictions between ourselves and the friends, We ourselves made it., We dressed ourselves., Come to visit us when we are by ourselves.*

oust (เอาซฺทฺ) *vt.* ขับออก, ขับไล่, ไล่ออก, ปลดออก, ชิง, เบียด, แย่ง, เพิกถอน (-S. eject) *-Ex. The umpire ousted him from the game.*

ouster (เอา' สเทอะ) *n.* การขับไล่, การขับออก, การปลดออก, การไล่ออก, การเพิกถอน, ผู้ถูกไล่ออก

out (เอาทฺ) *adv.* ออกไป, ออก, ข้างนอก, อยู่ข้างนอก, ออกนอกบ้าน, ออกหมด, ดับ, หมด, หมดสิ้น, หมดกำลัง, โดยสิ้นเชิง, จากต้นจนจบ, ห่างไกลกัน, พ้น, พ้นสมัย, ขาด, ขาดทุน, อย่างไม่สอดคล้อง, ผิด, ผิดพลาด, ขาด, ขาดทุน, ตก, ตกหล่น, เป็นส่วนๆ, สลบไป, หมดสติ *-adj.* นอก, ข้างนอก, ภายนอก, นอกวง, ไม่ถูกต้อง, ผิด, ผิดพลาด, ไม่มีประสบการณ์, ไม่มีความชำนาญ, ขาดแคลน, ขาด, สลบ, ไร้สติ, ไม่มีงานทำ, ไม่เป็นมิตร, หมด, หมดสิ้น, สิ้นสุด, ดับ, ไม่ทำงาน, ไร้อำนาจ, ออกข้างนอก, ไม่อยู่ในสมัยนิยม, ไม่มี, ล้มแล้ว *-n.* ภายนอก, ส่วนภายนอก, วิธีการหลบหนี, ผู้ไร้อำนาจ, ผู้ไร้ฐานะ, คำที่พิมพ์หรือเขียนตก, การพิมพ์หรือเขียนตก, สมาชิกของพรรคการเมืองฝ่ายค้าน, ศักดิ์ศรี, โฉมภายนอก, ส่วนไม่ดี, ข้อบกพร่อง, ของที่ขาดตลาดหรือหมดแล้ว *-prep.* ออกไปข้างนอก, ไปข้างนอก, ...ไปตาม *-interj.* คำอุทานแสดงความโกรธเคือง, ไปให้พ้น!, ออกไป! *-vt.* ขับไล่, ไล่ไป, ไล่ออก *-vi.* ออกไปข้างนอก, ออกไป, เป็นที่รู้จัก, เปิดเผย, บอก, แจ้ง **-out from under** ออกจากสภาวะที่ลำบาก

out- คำอุปสรรค มีความหมายว่า ออก, นอก, ไกล, เหนือกว่า, ยิ่งกว่า

out-and-out (เอาทฺ' อันเอาทฺ') *adj.* ตลอด, ทั่ว, สมบูรณ์, โดยตลอด, เต็มที่, โดยสิ้นเชิง, เปิดเผย *-Ex. That's an out-and-out lie.*

outbalance (เอาทฺแบล' เลินซฺ) *vt.* **-anced, -ancing** เหนือกว่า, ยิ่งกว่า

outbid (เอาทฺบิด') *vt.* **-bid, -bidding** บอกราคา (ในการประมูล) สูงกว่า, ประมูลสูงกว่า

outboard (เอาทฺ' บอร์ด) *adj.* นอกลำ, นอกลำเรือ, นอกกาบเรือ, นอกเครื่องบิน, ติดท้าย *-adv.* นอกลำ *-n.* เรือติดท้าย, เครื่องยนต์ติดท้ายลำเรือ

outboard motor เครื่องยนต์ติดท้ายลำเรือ

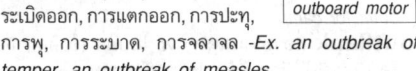

outboard motor

outbound (เอาทฺ' เบานดฺ) *adj.* ขาออก, แล่นออก

outbreak (เอาทฺ' เบรค) *n.* การระเบิดออก, การแตกออก, การปะทุ, การพุ, การระบาด, การจลาจล *-Ex. an outbreak of temper, an outbreak of measles*

outbuilding (เอาทฺ' บิลดิง) *n.* สิ่งปลูกสร้างข้างนอก, เรือนหลังนอก, เรือนนอก, ตึกนอก

outburst (เอาทฺ' เบิร์สทฺ) *n.* การระเบิดออก, การปะทุ, การเดือดพล่าน, การเดือดดาล, การหลั่งออก, การออก, การพ่นออก, การไหลออกอย่างมากและทันทีทันใด (-S. eruption) *-Ex. an outburst of anger, an outburst of lava from a volcano*

outcast (เอาทฺ' แคสทฺ) *n.* บุคคลที่ถูกขับออก, ผู้ถูกทอดทิ้ง, ผู้ถูกสังคมทอดทิ้ง, คนจรจัด, ผู้ถูกเนรเทศ, ผู้พเนจรที่ไม่มีบ้านอยู่ *-adj.* ซึ่งถูกขับออก, ซึ่งถูกทอดทิ้ง, จรจัด, ไม่มีบ้านอยู่ (-S. exile)

outcaste (เอาทฺ' แคสทฺ) *n.* จัณฑาล, ผู้ไม่มีวรรณะ, ผู้ถูกถอนวรรณะ

outclass (เอาทฺ' แคลสทฺ') *vt.* เหนือกว่า, ยิ่งกว่า, ดีกว่า

outcome (เอาทฺ' คัม) *n.* ผลลัพธ์, ผล, ผลสุดท้าย, สิ่งที่ปรากฏขึ้นภายหลัง, ทางออก, ผลที่ตามมา

outcrop (*n.* เอาทฺ' ครอพ, *v.* เอาทฺ' ครอพ') *n.* ชั้นหินที่โผล่ออกมา, หัวโผล่, ส่วนที่โผล่, สิ่งที่ปรากฏขึ้นอย่างกะทันหันหรืออย่างรุนแรง, ปะทุ, ระเบิด *-vi.* **-cropped, -cropping** โผล่, โผล่ออก

outcry (เอาทฺ' ไคร) *n., pl.* **-cries** เสียงร้องดัง, เสียงโวยวาย, การโวยวาย, การประท้วงหรือคัดค้านอย่างรุนแรง, เสียงอึกทึก, การประมูล, การเรียกราคา *-Ex. We heard Mother's outcry when she saw the mouse.*

outdated (เอาทฺเด' ทิด) *adj.* ล้าสมัย, หมดสมัย, พ้นสมัย

outdistance (เอาทฺ' ดิส' เทินซฺ) *vt.* **-tanced, -tancing** ไปไกลกว่าหรือเร็วกว่า, เห็นไกลกว่า, ผ่านเหนือกว่ามาก

outdo (เอาทฺ' ดู') *vt.* **-did, -done, -doing** เอาชนะ, พิชิต, ทำดีกว่า, ล้ำหน้า, ดีกว่า, เหนือกว่า (-S. exceed, cap) *-Ex. Samai can outdo me in every subject but science.*

outdoor (เอาทฺ' ดอร์') *adj.* นอกบ้าน, กลางแจ้ง, ภายนอก, ชายป่า *-Ex. Football is an outdoor game., an outdoor type*

outdoors (เอาทฺ' ดอร์ซฺ') *adv.* นอกบ้าน, กลางแจ้ง, ภายนอก *-n.* บริเวณภายนอก, กลางแจ้ง, นอกบ้าน, ชายป่า *-Ex. On clear days we play outdoors.*

outer (เอาทฺ' เทอะ) *adj.* ภายนอก, ส่วนนอก, ด้านนอก, นอกภาวะวิสัย, ไกลกว่า, ไกลจากใจกลาง

outermost (เอาทฺ' เทอะโมสทฺ) *adj.* นอกสุด, ไกลสุด, ห่างใจกลางที่สุด

outfield (เอาทฺ' ฟีลดฺ) *n.* สนามนอก, ตำแหน่งสนามนอก, ส่วนของสนามที่อยู่ไกลจากคนตีมากที่สุด (กีฬาคริกเกต)

outfit (เอาทฺ' ฟิท) *n.* เครื่องมือทั้งชุด, เครื่องประกอบทั้งชุด, เสื้อผ้าทั้งชุด, เครื่องแต่งกาย, เครื่องสัมภาระ, เครื่องมือ, เครื่องประกอบ, หน่วยปฏิบัติการ, บริษัทห้างร้าน, สติปัญญา, การติดตั้งเครื่องมือ *-vt., vi.* **-fitted, -fitting** ติดตั้งเครื่องมือ, ติดตั้งสัมภาระ (-S. gear) *-Ex. The Boy Scouts outfitted the camp., dentist's outfit, outfit for camp*

outflank (เอาทฺ' แฟลงคฺ') *vt.* โอบปีก (ข้าศึก), อ้อมรอบ (กำลังข้าศึก), มีชัย, ชนะ, ขัดขวาง

outflow (เอาทฺ' โฟล) *n.* การไหลออก, สิ่งที่ไหลออก, ปริมาณที่ไหลออก, การเคลื่อนออกไป (-S. gush, jet, effusion)

outgo (*n.* เอาทฺ' โก, *v.* เอาทฺ' โก') *n., pl.* **-goes** การออกไป, นอกเขต, การออกไปข้างนอก, รายจ่าย, ค่าใช้จ่าย, สิ่งที่ไหลออกไป, การไหลออกไป, การกระทำได้ดีกว่า, การเดินทางได้ไกลกว่า *-vt.* **-went, -gone, -going** ทำได้ดีกว่า

outgoing (เอาทฺ' โกอิง) *adj.* ออกไป, จากไป, ออกสังคม, เข้าสังคมเก่ง *-n.* การออกไป *-Ex. outgoing chairman, outgoing president*

outgrow (เอาทฺ' โกร') *vt.* **-grew, -grown, -growing** เจริญเติบโตเร็วกว่า, โตเกินกว่า, โตพ้น, โตเกิน, ปะทุ, โผล่, แตกกิ่งก้านสาขา, งอก

outgrowth (เอาทฺ' โกรธ) *n.* การเจริญเติบโต, การแตกกิ่งก้านสาขา, ผลเพิ่มเติม, ผลพลอยได้, เนื้องอก, ปุ่ม, ตุ่ม, กิ่งก้าน, สาขา, ส่วนงอก *-Ex. an outgrowth of new branches on the tree trunk,an outgrowht of hair, Dang's interest in horses is an outgrowth of his visit to his uncle's ranch.*

outguess (เอาทฺ' เกส') *vt.* เอาชนะด้วยปัญญา

outhouse (เอาทฺ' เฮาซฺ) *n.* เรือนนอก, อาคารนอก, ตึกนอก, เรือนเล็ก, บ้านล่าง, ห้องส้วม

outing (เอา' ทิง) *n.* การออกนอกบ้าน, การออกไปเที่ยว, กิจกรรมนอกบ้าน, ทะเลนอกฝั่ง, การแข่งขันทางกีฬา, การซ้อมการควบม้าหรือแข่งเรือ (-S. trip, tour, jaunt) *-Ex. They had a good outing at the beach.*

outlandish (เอาทฺแลน' ดิช) *adj.* พิกล, ประหลาด, พิลึกพิลั่น, บ้านนอก, เทศ, ต่างชาติ, ที่ลับตา **-outlandishly** *adv.* **-outlandishness** *n.* (-S. bizarre, freakish, weird)

outlast (เอาทฺแลสทฺ') *vt.* อยู่ได้นานกว่า, ทนกว่า, อยู่รอด *-Ex. On a long hike; she could always outlast me., Leather shoes usually outlast those made of plastic., The old man outlasted many of his friends.*

outlaw (เอาทฺ' ลอ) *n.* คนนอกกฎหมาย, คนที่หนีกฎหมาย, คนร้าย, ผู้ร้าย, อาชญากร, ม้าที่ทำให้เชื่องไม่ได้, สัตว์ที่เชื่องยาก *-vt.* ทำให้เป็นสิ่งผิดกฎหมาย, คว่ำบาตร, ประณาม, ห้าม, ประกาศให้อยู่นอกความคุ้มครองของกฎหมาย (-S. bandit, ban) *-Ex. Robin Hood was a famous outlaw., Jesse James was a notorious outlaw., The hope of the world is to outlaw war.*

outlawry (เอาทฺ' ลอรี) *n., pl.* **-ries** การทำให้ผิดกฎหมาย, ภาวะที่ผิดกฎหมาย, การประกาศไม่ให้อยู่ในความคุ้มครองของกฎหมาย, การประณาม

outlay (*n.* เอาทฺ' เล, *v.* เอาทฺเล', เอาทฺ' เล) *n.* ค่าใช้จ่าย, ค่าโสหุ้ย, รายจ่าย *-vt.* **-laid, -laying** จ่าย, ใช้จ่าย (-S. cost, expenses)

outlet (เอาทฺ' เลท) *n.* ทางออก, ช่องลม, ทางระบาย, ปากน้ำ, วิธีการออก, วิธีการผ่อนคลายทางอารมณ์, วิธีการแสดงออก, ตลาด, ร้านค้า, กล่องโลหะหรือช่องเชื่อมต่อของวงจรไฟฟ้า (หรือ outlet box) (-S. avenue) *-Ex. the outlet of the fish tank, Painting is an outlet for emotion.*

outline (เอาทฺ' ไลนฺ) *n.* เค้าโครง, รูปร่าง, สัณฐาน, เค้าหน้า,ร่าง, เส้นรอบนอก, ภาพคร่าวๆ, แผนผังสังเขป, ต้นร่าง *-vt.* **-lined, -lining** ร่างเค้าโครง, ร่างภาพคร่าวๆ, สรุปความ **-outliner** *n.* (-S. sketch, plan, drawing, diagram, delineate, edge)

outlive (เอาทฺ' ลิฟว') *vt.* **-lived, -living** มีชีวิตอยู่นานกว่า, อยู่ทนกว่า, ทนได้นานกว่า, มีอายุยืนกว่า *-Ex. Robinson Crusoe alone outlived the shipwreck.*

outlook (เอาทฺ' ลุค) *n.* ภาพ, ทัศนียภาพ, ช่องหรือหอสังเกตการณ์, ทัศนะ, ภาพอนาคต, ท่าทาง, การมอง, การสังเกต *-Ex. political outlook, further outlook, outlook for an opportunity, The business outlook for this year is favourable.*

outlying (เอาทฺ' ไลอิง) *adj.* ห่างไกล, นอกทาง, ห่างไกลจากศูนย์กลาง, รอบนอก, ชายแดน, นอกเรื่อง, นอกประเด็น (-S. remote) *-Ex. There are still some motels in the outlying districts of the town.*

outmaneuver, outmanoeuvre (เอาทฺมะนู' เวอะ) *vt.* **-vered, -vering/-vred, -vring** ชนะในเชิงเล่ห์เหลี่ยม, ชนะด้วยการพลิกแพลง

outmoded (เอาทฺโม' ดิด) *adj.* ล้าสมัย, หมดสมัย, พ้นสมัย, เลิกใช้แล้ว (-S. obsolete)

outmost (เอาทฺ' โมสทฺ) *adj.* นอกสุด, ไกลสุด, ห่างจากศูนย์กลางที่สุด

outnumber (เอาทฺ' นัม' เบอะ) *vt.* มีจำหน่ายมากกว่า

out-of-date (เอาทฺเอิฟวเดท') *adj.* หมดสมัย, ล้าสมัย, พ้นสมัย *-Ex. The old fisherman wore out-of-date clothes., Gas street lights are out-of-date in a modern city.*

outpatient (เอาทฺ' เพเชียนทฺ) *n.* คนไข้นอก, คนไข้ที่มารับการตรวจโรคหรือรักษาในโรงพยาบาลแต่ไม่อยู่ในโรงพยาบาล

outplay (เอาทฺ' เพล') *vt.* เล่นได้ดีกว่า, เอาชนะ

outpost (เอาทฺ' โพสทฺ) *n.* ด่านหน้า, ด่านที่อยู่ห่างไกล, ด่านนอก, กองทหารในด่านดังกล่าว *-Ex. Fort Suranaree was once an outpost of the Northeastern Thai Army.*

outpour (*n.* เอาทฺ' พอร์, *v.* เอาทฺพอร์') *vt., vi.* ทำให้ไหลออก, ไหลออก, หลั่งไหล, ทะลักออก *-n.* การทำให้ไหลออก, การไหลออก, การทะลักออก, การหลั่งไหล

output (เอาทฺ' พุท) *n.* ผลิตผล, ผลิตภัณฑ์, ผล, การผลิต, ปริมาณหรือจำนวนที่ผลิตได้, (ปริมาณ กำลังดัน พลังงาน) ที่ส่งออกของอุปกรณ์ไฟฟ้า, ข้อมูลที่ส่งออกมา, ปริมาณหรือจำนวนที่ส่งออก *-adj.* เกี่ยวกับข้อมูลที่ส่งออกมาจากคอมพิวเตอร์ *-vt.* **-put, -putting** ส่งข้อมูลออกมา (จากคอมพิวเตอร์) *-Ex. The coal mine's daily output is 1,000 tons.*

outrage (เอาทฺ' เรจฺ) *n.* การกระทำที่รุนแรง, การทำร้าย, การทำลาย, การข่มขืนกระทำชำเรา, การกระทำฝ่าฝืน, การเหยียดหยาม, การฝ่าฝืน, ความเจ็บแค้นใจ *-vt.* **-raged, -raging** ทำให้เจ็บแค้นใจ, ทำให้โกรธ, ก้าวร้าว, ข่มขืนกระทำชำเรา (-S. atrocity, insult, fury, violation, anger) *-Ex. During a war many acts of outrage are committed., A lynching is an outrage in a democracy., The daring train robbery and murder outraged the people of Thailand.*

outrageous (เอาทฺเร' เจิส) *adj.* รุนแรง, ซึ่งทำให้เจ็บแค้นใจ, รุนแรง, เหลือทน, ผิดธรรมดามาก, เกะกะระราน **-outrageousness** *n.* **-outrageously** *adv.* *-Ex. Kidnaping is an outrageous crime.*

outreach (*n., adj.* เอาทฺ' รีช, *v.* เอาทฺ' รีช') *vt., vi.* ไปเกิน, ยื่นเกิน, ขยายออก *-n.* การไปเกิน, การยื่นออก, การขยายออก, ระยะทางที่ขยายออก

outrigger (เอาทฺ' ริกเกอะ) *n.* โครงกรอบ, เสาและสายระโยงระยางที่ยื่นออกของเรือใบ, ไม้ที่ยื่นออกนอกตัวตึก, เรือเล็กติดโครงง่ามพายที่ค้ำอยู่นอกลำเรือ, หูกรรเชียงที่ยื่นออกนอกลำเรือ, เรือที่มีหูกรรเชียงดังกล่าว, โครงแขวนคานลอย, โครงค้ำ, โครงค้ำที่ปีกเครื่องบินหรือนอกลำเรือ

outrigger

outright (เอาทฺ' ไรทฺ, เอาทฺ' ไรทฺ', เอาทฺไรทฺ') *adj., adv.* สมบูรณ์, ทั้งหมด, เต็มที่, ราบคาบ, สิ้นเชิง, ตรงไปตรงมา, เปิดเผย, ไม่มีการยับยั้ง, ทันที, ฉับพลัน (-S. absolute, immediately) *-Ex. outright manner, Somchai always says outright just what he thinks., Dang responded outright to the appeal., The ruined building was an outright loss.*

outrun (เอาทฺ' รัน') *vt.* **-ran, -run, -running** วิ่งเร็วกว่า, วิ่งไกลกว่า, วิ่งชนะ, มีชัย, ชนะ, ฟุ้งซ่าน, เตลิดเปิดเปิง

outsell (เอาทฺ' เซล') *vt.* **-sold, -selling** ขายเกิน, ขายมากกว่า, ขายดีกว่า, ขายได้ราคาดีกว่า

outset (เอาทฺ' เซท) *n.* การเริ่ม, ระยะเริ่มแรก *-Ex. It began to rain at the outset of our trip.*

outshine (เอาทฺ' ไชนฺ') *v.* **-shone/-shined, -shining** *-vt.* วาวกว่า, แวววาวกว่า, สว่างไสวกว่า, ดีกว่า, เด่นกว่า, แจ๋วกว่า, เลิศกว่า *-vi.* ทำให้วาว, ทำให้แจ๋วกว่า, ทำให้สว่างไสว, ทำให้สดใส (-S. surpass)

outshoot (*n.* เอาทฺ' ชูท, *v.* เอาทฺ' ชูท', เอาทฺชูท') *v.* **-shot, -shooting** *-vt.* ยิงปืน ได้ดีกว่า, ยิงเลย, ยิงออกไป, ส่งออกไป *-vi.* ยิงออก, ยื่นออก, ส่งออก *-n.* การยิงออก, สิ่งที่ยิงออก, สิ่งที่ส่งออก, (เบสบอล) เส้นโค้งนอก

outside (เอาทฺ' ไซดฺ, เอาทฺ' ไซดฺ', เอาทฺไซดฺ') *n.* ข้างนอก, ด้านนอก, ผิวนอก, ภายนอก, ส่วนนอก, สิ่งภายนอก, นอกวงการ, โฉมหน้า, โฉมภายนอก *-adj.* ภายนอก, ข้างนอก, ด้านนอก, ผิวนอก, วงนอก, ไกลสุด, เต็มขีด, เต็มที่ *-prep.* ภายนอก, ข้างนอก *-adv.* ภายนอก, ข้างนอก **-at the outside** เต็มที่, เต็มขีด, มากที่สุด **-outside of** นอกจาก, ยกเว้น (-S. exterior, face, outer)

outsider (เอาทฺไซ' เดอะ, เอาทฺ' ไซเดอะ) *n.* คนวงนอก, คนนอก, คนที่ไม่ชำนาญ, คนที่ไม่เกี่ยวข้อง, ม้าแข่ง ผู้แข่ง ทีมแข่งหรืออื่นๆ ที่ไม่คาดคิดกันว่าจะชนะ

outskirt (เอาทฺ' สเคิร์ท) *n.* ชานเมือง, เขตภายรอบนอก, ขอบ, ริม

outsmart (เอาทฺสมาร์ท') *vt.* ชนะด้วยปัญญา, ฉลาดกว่า, หลอกผ่านไปได้

outsoar (เอาทฺ' ซอร์') *vt.* บินอยู่เหนือ

outspoken (เอาทฺ' สโพ' เคิน) *adj.* พูดโผงผาง, พูดตรงไปตรงมา, พูดจาขวานผ่าซาก, พูดจาเปิดเผย *-vt.* กริยาช่อง 3 ของ outspeak **-outspokenly** *adv.* **-outspokenness** *n.* (-S. frank)

outspread (*v.* เอาทฺสเพรด', *n., adj.* เอาทฺ' สเพรด) *-vt., vi.* **-spread, -spreading** แผ่ออก, ขยายออก, กระจายออก, แพร่หลาย, ปูออก, กางออก *-adj.* แพร่หลาย, ขยายออก, กระจายออก *-n.* การแผ่ออก, การขยายออก, การกระจายออก, การแพร่หลาย, สิ่งที่ขยายออก, สิ่งที่แพร่หลาย

outstanding (เอาทฺ' สแทน' ดิง, เอาทฺสแทน'-) *adj.* เด่น, สำคัญ, โผล่ออก, นูนออก, ยังไม่ได้ชำระ, ยังคงเป็นอยู่, ยังไม่ยุติ, ยังไม่สำเร็จ, ยังคาราคาซังอยู่, ค้าง, ยังแก้ไม่ตก **-outstandingly** *adv.* (-S. great, notable, unsettled)

outstrip (เอาทฺ' สตริพ') *vt.* **-stripped, -stripping** ทำได้ดีกว่า, ทำได้เหนือกว่า, ชนะ, ผ่านไป, เดินหรือวิ่งอย่างรวดเร็ว, ล้ำหน้า, ขึ้นหน้า

outward (เอาทฺ' เวิร์ด) *adj.* ภายนอก, ด้านนอก, ส่วนนอก, นอกเขต, นอกบริเวณ, เนื้อหนังมังสา, เปิดเผย, ชัดเจน, ไม่เกี่ยวข้องโดยตรง *-adv.* ไปข้างนอก, สู่ภายนอก, ออกนอก, ชัดเจน, ไปจากท่า *-n.* ส่วนที่อยู่ภายนอก, โลกภายนอก, โลกของวัตถุ **-outwardness** *n.* (-S. superficial, exterior, outer) *-Ex. an outward curve, The outward appearance of the house is very attractive., The girl's outward cheerfulness covered a deep sadness.*

outwardly (เอาทฺ' เวิร์ดลี) *adv.* ภายนอก, ด้านนอก, ข้างนอก, ผิวนอก (-S. externally)

outwards (เอาทฺ' เวิร์ดซฺ) *adv.* ดู outward

outwear (เอาทฺ' แวร์', เอาทฺแวร์') *vt.* **-wore, -worn, -wearing** สวมใส่ได้นานกว่า, ใช้ทนกว่า, มีชีวิตยืนนานกว่า, เจริญเติบโตเร็วกว่าหรือมากกว่า, สวมจนเก่า, ใช้จนเก่า, สูญเสียกำลัง, ปล่อยเวลาผ่านไปด้วยความอดทน

O

outweigh (เอาทฺเว', เอาทฺ' เว', -เว) *vt.* มีค่าเกิน, มีความสำคัญเกินไป, มีอิทธิพลเกินไป, มีภาระมากเกิน, มีน้ำหนักเกิน (-S. override)
outwit (เอาทฺวิท') *vt.* **-witted, -witting** ชนะด้วยสติปัญญา, ต้ม, หลอกลวง, คิดได้ดีกว่า (-S. cheat)
outwork (*v.* เอาทฺ' เวิร์ค', *n.* เอาทฺ' เวิร์ค) *vt.* **-worked/-wrought, -working** ทำงานได้ดีกว่า, ทำงานได้หนัก, ทำงานได้เร็วกว่า, ทำให้เสร็จ, ทำงานสำเร็จ *-n.* สิ่งก่อสร้างป้องกันข้าศึกรอบนอกที่ง่าย ๆ
ova (โอ' วะ) *n.* พหูพจน์ของ ovum
oval (โอ' เวิล) *adj.* มีรูปไข่, เป็นรูปกลมรี *-n.* สิ่งรูปไข่, ส่วนที่เป็นรูปไข่ **-ovally** *adv.* **-ovalness** *n.* *-Ex. A race track is usually oval.*
ovary (โอ' วะรี) *n., pl.* **-ries** รังไข่ **-ovarian** *adj.*
ovate (โอ' เวท) *adj.* รูปไข่, รูปกลมรี
ovation (โอเว' ชัน) *n.* การต้อนรับอย่างเอิกเกริก, การต้อนรับวีรบุรุษที่กลับคืนสู่มาตุภูมิอย่างเอิกเกริก, การปรบมือต้อนรับอย่างกระตือรือร้น, การโห่ร้องต้อนรับ
oven (อัฟ' เวิน) *n.* เตาอบ, เตา
over (โอ' เวอะ) *prep.* เหนือ, อยู่เหนือ, บน, อยู่บน, เหนือกว่า, สูงกว่า, เกินกว่า, มากกว่า, เหลือ, เกิน, ตลอด, ทั่ว, ถ้วน, ทั่วตัว, ให้ตลอด, หมด *-adv.* เหนือ, ข้าม, เลย, พลิก, เปลี่ยนข้าง, อีกครั้ง, ต่อเนื่อง, เกิน, ตลอด, ทั่ว *-adj.* เหนือ, สูงขึ้นไป, เบื้องบน, เกิน, ส่วนเกิน, ใหญ่เกินไป, มากเกินไป, สิ้นสุด, เลย, ผ่านไป, อดีต *-n.* จำนวนเกิน, ส่วนเกิน, จำนวนพิเศษ, สิ่งที่มากเกินจำเป็น, ลูกกระสุนหรือระเบิดที่ตกไกลออกไป *-vt.* ผ่านเหนือ, ข้าม *-interj.* เปิดหน้าหนังสือ, ใช้ติดต่อทางวิทยุ **-over and above** นอกจาก **-over all** ทั่วผิวหน้า, ทุกหนทุกแห่ง, ตลอด, ทั้งหมด **-over again** อีกครั้งหนึ่ง **-over and over** หลายครั้ง, ซ้ำแล้วซ้ำเล่า
over- คำอุปสรรค มีความหมายว่า เกิน, เหนือ, มากเกินไป, อยู่เหนือ, ข้าม, เพิ่มพิเศษ
overact (โอเวอะแอคทฺ') *vt., vi.* กระทำเกิน, ทำเลยเถิด, แสดงเลยเถิด
overall (*adj.* โอ' เวอะออล, *adv.* โอเวอะออล') *adv., adj.* ทั้งหมด, รวมทั้งหมด, ทั่วทุกด้าน, รวมทั้งสิ้น, กล่าวโดยสรุป
overalls (โอ' เวอะออลซฺ) *n. pl.* กางเกงทำงานหลวม ๆ ที่มีสายคาดไหล่, เสื้อคลุมกว้างใหญ่, กางเกงกันเปื้อน, กางเกงรัดรูปของทหาร
overawe (โอเวอะออ') *vt.* **-awed, -awing** ทำให้กลัว, ขู่ขวัญ
overbear (โอเวอะแบร์') *v.* **-bore, -borne, -bearing** *-vt.* ชนะ, เอาชนะ, พิชิต, เหนือกว่า, นำหน้า, ท่วม, ครอบงำ *-vi.* ให้ผลมากเกินไป, มีลูกมากเกินไป (-S. dominate)
overbearing (โอเวอะแบ' ริง) *adj.* ครอบงำ, ให้อำนาจบาตรใหญ่, ยกตนข่มท่าน, หยิ่งยโส, เผด็จการ, เอาชนะได้, คว่ำได้ **-overbearingly** *adv.*
overblown[1] (โอเวอะโบลน') *adj.* มากเกินไป, ทำมากเกินไป, ใหญ่เกินไป, พองเกินไป, โอ้อวด, อวดอ้าง, คุยโว *-vt.* กริยาช่อง 3 ของ overblow
overblown[2] (โอเวอะโบลน') *adj.* (ดอกไม้) บานเกินไป, เลยสมัยที่เจริญรุ่งเรือง, อ้วนเกินไป
overboard (โอ' เวอะบอร์ด) *adv.* ตกเรือ, ออกนอกลำเรือ, ลงทะเล, ลงน้ำ
overcast (*n.* โอ' เวอะแคสทฺ, *v.* โอเวอะแคสทฺ', โอ' เวอะแคสทฺ) *adj.* ครอบ, คลุม, ครึ้ม, มืดครึ้ม, มีเมฆมาก (ท้องฟ้ามีเมฆปกคลุมกว่า 95%) *-v.* **-cast, -casting** *-vt.* ปกคลุมด้วยเมฆมาก, ทำให้มืดครึ้ม, ทำให้เป็นทุกข์, ทำให้กลุ้ม *-vi.* มีเมฆคลุมไปทั่ว, ครึ้มฝน, (ท้องฟ้า) มืดมน, เป็นทุกข์ *-n.* การปกคลุมไปด้วยเมฆ (-S. cloudy, gloomy, dim)
overcharge (*n.* โอ' เวอะชาร์จฺ, *v.* โอ' เวอะชาร์จ, โอเวอะชาร์จ') *vt., vi.* **-charged, -charging** คิดราคาแพงเกินไป, เรียกค่าธรรมเนียม ค่าใช้จ่ายหรือค่าบริการสูงเกินไป, บรรจุหรือบรรทุกมากเกินไป, อัดไฟมากเกินไป, เสริมแต่งหรือระบายสีมากเกินไป, พูดเกินความจริง, คุยโม้ *-n.* การกระทำดังกล่าว
overcloud (โอเวอะเคลาดฺ') *vt., vi.* ทำให้มีเมฆปกคลุม, ทำให้มืดครึ้ม, ทำให้มัว, บัง, ทำให้เป็นทุกข์, มีเมฆปกคลุม, มืดครึ้ม, เป็นทุกข์
overcoat (โอ' เวอะโคท) *n.* เสื้อคลุมใหญ่กันหนาวชนิดพันหัวเข่า, เสื้อคลุมใหญ่, เสื้อคลุมกันหนาว
overcome (โอเวอะคัม') *v.* **-came, -come, -coming** *-vt.* มีชัย, เอาชนะ, พิชิต, ถูกข่มขวัญ, ถูกครอบงำ, ปกคลุม *-vi.* มีชัย, เอาชนะ, พิชิต
overcrowd (โอเวอะเคราดฺ') *vt.* ทำให้แน่นเกินไป
overdo (โอ' เวอะดู, โอเวอะดู') *v.* **-did, -done, -doing** *-vt.* ทำมากเกินไป, ทำเกินไป, ทำเลยเถิด, ต้มหรือให้ความร้อนมากเกินไป, ทำให้เหน็ดเหนื่อยเกินไป *-vi.* ทำมากเกิน, ทำเกินไป, ทำเลยเถิด (-S. overplay)
overdose (*n.* โอ' เวอะโดส, *v.* โอเวอะโดส', โอ' เวอะโดส) *n.* จำนวนหรือปริมาณที่ใช้เกินของยา, ยาเกินขนาด, การใช้ยาเกินขนาดหรือมากเกินไป *-vt.* **-dosed, -dosing** ให้ยาเกินขนาด, ให้ยามากเกินไป
overdraft (โอ' เวอะแดรฟทฺ) *n.* การเบิกเงินเกินบัญชี, กระแสลมเหนือเตาไฟ, การปล่อยลมมากเกินไป
overdraw (โอ' เวอะดรอ, โอเวอะดรอ') *vt.* **-drew, -drawn, -drawing** วาดเลยเถิด, วาดมากเกินไป, ระบายมากเกินไป, ถอนเงินเกินบัญชี, น้าวธนูมากหรือแรงเกินไป, พรรณนามากเกินไป, พรรณนาเกินความจริง
overdue (โอเวอะดิว', -ดู') *adj.* พ้นกำหนด, เกินกำหนด, เลยเวลา, เกินไป, เกินขอบเขต, คอยนานเกินไป, เจริญหรือสุกงอมเกินไป
overflow (*n.* โอ' เวอะโฟล, *v.* โอเวอะโฟล', โอ' เวอะโฟล) *vi.* ไหลบ่า, ไหลล้น, ล้น, ท่วม, เอ่อล้น *-vt.* ทำให้เต็ม, ทำให้ล้น *-n.* การล้น, การท่วม, ความเปี่ยมล้น, กระแสน้ำที่เอ่อล้น, สิ่งที่ล้นออกมา, ทางกระแสน้ำล้น
overgrow (โอ' เวอะโกร, โอเวอะโกร', โอ' เวอะโกร') *vt., vi.* **-grew, -grown, -growing** ขึ้นมากเกินไป, ขึ้นปกคลุมมากเกินไป, เจริญเติบโตมากเกินไป, โตใหญ่เกินไป **-overgrowth** *n.*
overhand (โอ' เวอะแฮนดฺ) *adj., adv.* ข้ามไหล่, ลงมาจากข้างบน, ฟาดลงมา, จากบนสู่ล่าง, เกี่ยวกับการเย็บ

O

ต่อแบบเรียบ *-n.* การตีลูกหรือส่งลูกจากข้างบนลงมา *-vt.* เย็บขอบ, เย็บต่ออย่างเรียบ

overhang (*n.* โอ' เวอะแฮง, *v.* โอเวอะแฮง', โอ' เวอะแฮง) *v.* **-hung, -hanging** *-vt.* ห้อยอยู่เหนือ, แขวนอยู่เหนือ, เงื้อม, ยื่นออก, โผล่ออก, (ภัย) ใกล้เข้ามา, คุกคาม, แผ่คลุม *-vi.* ห้อยอยู่เหนือ, แขวนอยู่เหนือ *-n.* สิ่งที่ชะโงกออกมา, ส่วนที่โผล่หรือยื่นออกมา, ส่วนเกิน

overhaul (*n.* โอ' เวอะฮอล, *v.* โอเวอะฮอล', โอ' เวอะฮอล) *-vt.* ยกเครื่อง (ยนต์), ปรับปรุงใหม่, ตรวจอย่างละเอียดเพื่อทำการซ่อมแซม, ซ่อมแซม, ยกหรือพลิกขึ้นเพื่อทำการตรวจ, ตามทัน, ไล่ทัน, ผ่อนคลาย, คลาย, ชำระ, สะสาง *-n.* การตรวจและซ่อมแซมทั่วไป (-S. inspect, repair, checkup) *-Ex. to overhaul a car's engine*

overhead (*n.* โอ' เวอะเฮด, *adj., adv.* โอ' เวอะเฮด, -เฮด', โอเวอะเฮด') *adv.* เหนือศีรษะ, อยู่ข้างบน, ลอยอยู่, ท่วมหัว, พัวพันเต็มที่ *-adj.* เหนือศีรษะ, ข้างบน, ทั่วไป, โดยเฉลี่ย, ไม่จำเพาะเจาะจง *-n.* ค่าดำเนินการโดยทั่วไป, รายจ่ายปกติ, ค่าโสหุ้ยประจำ

overhear (โอเวอะเฮียร์') *vt.* **-heard, -hearing** แอบได้ยิน, ได้ยินโดยบังเอิญ, ได้ยินโดยไม่ได้ตั้งใจ *-Ex. I sometimes overhear strange conversations when I am riding on the bus.*

overheat (โอเวอะฮีท') *vt., vi.* ให้ความร้อนมากเกินไป, กระตุ้นมากเกินไป, ทำให้ตื่นเต้นมากเกินไป, ทำให้แรงกล้า, ทำให้เร่าร้อน

overland (โอ' เวอะแลนด, -เลินด) *adv., adj.* โดยทางบก, ผ่านทางบก, ตัดผ่าน, ตัดข้ามทวีปหรือแผ่นดินใหญ่หรือข้ามประเทศ

overlap (*n.* โอ' เวอะแลพ, *v.* โอเวอะแลพ') *vt., vi.* **-lapped, -lapping** วางทับ, วางซ้อน, ทับ, ทับกัน, ซ้อนกัน, ทำให้สอดคล้องกับ, สอดคล้องกับ, คาบเกี่ยวกัน, เหลื่อม, ประจวบเหมาะกับ *-n.* การวางซ้อน, การวางทับ, ความคาบเกี่ยวกัน, ความเหลื่อมกัน, ส่วนที่เหลื่อมกัน

overlay (*n.* โอ' เวอะเล, *v.* โอเวอะเล', โอ' เวอะเล) *vt.* **-laid, -laying** ปิดบัง, ปิดคลุม, หุ้ม, บดบัง, เพิ่มกระดาษรองหรือปะหน้าเข้าไป, ใส่กระดาษปิดทับลูกโม่แท่นพิมพ์ *-n.* สิ่งที่ปิดบัง, สิ่งที่ปิดคลุมหรือหุ้ม, ชิ้นเคลือบภายนอก, แผ่นโปร่งใสที่ใช้วางทับแผนที่

overleap (โอเวอะลีพ') *vt.* กระโดดข้าม, กระโดดข้ามสิ่งกีดขวาง, ทำเลยเถิด, กระโดดข้ามหัวไป, เมินเฉย, เพิกเฉย, กระโดดไกลกว่า

overlie (โอเวอะไล', โอ'-) *vt.* **-lay, -lain, -lying** วางเหนือ, วางบน, นอนบน, นอนทับ, ทับจนหายใจไม่ค่อยออก

overload (*n.* โอ' เวอะโลด, *v.* โอเวอะโลด', โอ' เวอะโลด) *vt.* บรรทุกเกินพิกัด *-n.* บรรทุกมากหรือหนักเกินไป *-Ex. to overload a car, to overload a gun, to overload an electric circuit*

overlook (*n.* โอ' เวอะลุค, *v.* โอเวอะลุค') *vt.* มองข้าม, เมินเฉย, เพิกเฉย, ละเลย, แกล้งมองไม่เห็น, มองลงไปดูทัศนียภาพ, มองด้วยสายตาที่มุ่งร้าย, ควบคุม, ดูแล *-n.* ทัศนียภาพที่ปรากฏแก่สายตา, การสำรวจ, การสังเกต (-S. miss, disregard) *-Ex. to overlook the accounts, to overlook a fault, I'll overlook that mistake if you'll be more careful next time.*

overlord (โอ' เวอะลอร์ด) *n.* ศักดินาเหนือศักดินา, เจ้าศักดินา, เจ้าเหนือหัว, ผู้มีอำนาจหรืออิทธิพลมาก

overly (โอ' เวอะลี) *adv.* มากเกิน, เหลือเกิน, เกินไป (-S. excessively)

overmaster (โอเวอะแมส' เทอะ) *vt.* ครอบงำ, มีอำนาจเหนือ, มีชัย, พิชิต

overmatch (โอเวอะแมช', โอ'-) *vt.* มีชัย, ชนะ, พิชิต, เหนือกว่า, ดีกว่า

overnight (โอ' เวอะไนท', โอ-, โอ' เวอะไนท) *adv.* ค้างคืน, ตลอดคืน, เมื่อคืน, ในคืนก่อน, กลางคืน, รวดเร็ว, ทันทีทันใด *-adj.* ในเวลากลางคืน, ค้างคืน, ตลอดคืน, หนึ่งคืน, เมื่อคืนนี้, ในเวลาอันสั้น *-Ex. The success is not won overnight., The weather changed overnight., an overnight bag, overnight guests*

overpass (*n.* โอ' เวอะแพซ, *v.* โอเวอะแพซ') *n.* ทางข้าม, สะพานลอย, ทางผ่านสายด่วน *-vt.* ข้าม, ผ่าน, ผ่านเหนือ, เกิน, รุกราน, รุกล้ำ, มีเกิน, ชนะ, ดีกว่า, มีประสบการณ์, มองข้าม, ละเลย, เพิกเฉย

overplay (โอ' เวอะเพล', โอ' เวอะเพล, โอเวอะเพล') *vt.* ท่ามากเกินไป, ทำเลยเถิด, แสดงเกินความเป็นจริง, ตีค่าสูงเกินไป, ให้ความสำคัญเกินไป, แสดงเกินความเป็นจริง, ทำเลยเถิด

overpower (โอเวอะเพา' เออะ) *vt.* เอาชนะ, มีกำลังเหนือ, พิชิต, ทำให้หมดกำลัง, ใช้กำลังมากกว่าบังคับ **-overpowering** *adj.* **-overpoweringly** *adv.* *-Ex. No heat could overpower me., The car was overpowered.*

overrate (โอ' เวอะเรท, โอเวอะเรท', โอ' เวอะเรท') *vt.* **-rated, -rating** ตีค่าสูงเกินไป, ประเมินค่าสูงเกินไป, ประมาณมากไป

overreach (โอ' เวอะรีช, โอเวอะรีช' , โอ' เวอะรีช') *vt.* ยื่นเลย, ไปเลย, ไปถึง, ทำเลยเถิด, เอาชนะด้วยสติปัญญา *-vi* ยื่นถึง, ไปถึง, ยื่นเลย, โกง, หลอกลวง **-overreach oneself** ประสบความล้มเหลวเพราะอวดฉลาดหรือทำเลยเถิด **-overreacher** *n.*

override (โอ' เวอะไรด, โอเวอะไรด', โอ' เวอะไรด') *vt.* **-rode, -ridden, -riding** ขี่ม้าข้าม, ควบม้าข้าม, เอาชนะ, พิชิต, ข่ม, ตีตะลุย, ครอบงำ, ขี่ม้ามากเกินไป, ทำให้ม้าเหนื่อยเกินไป, ผ่านเหนือ, ยื่นหรือขยายเหนือ, (ศัลยกรรม) ซ้อนทับ *-n.* ค่าตอบแทนการขาย, ค่านายหน้า

overrule (โอเวอะรูล') *vt.* **-ruled, -ruling** ตีกลับ, ลบล้าง, ไม่ยอมตาย, ส่งกลับ, ปกครอง, ใช้อำนาจเหนือ, บังคับอยู่, พิชิต (-S. cancel, annul) *-Ex. to overrule his claim, The superior court overruled the judgment of the lower court., The editor overruled his assistant's suggestion.*

overrun (*n.* โอ' เวอะรัน, *v.* โอเวอะรัน', โอ' เวอะรัน', โอ' เวอะรัน) *v.* **-ran, -run, -running** *-vt.* ย่ำยี, เหยียบย่ำ, ท่วม, ล่วงล้ำ, บุกรุก, มีเต็มไปหมด, งอกหรือเจริญขึ้นเต็มไปหมด, แพร่หลาย, วิ่งไปได้เร็วกว่า, ไปได้เร็วกว่า,

O

มีเกิน, ไหลท่วม, โจมตี, พิชิต, มีชัยอย่างเด็ดขาด, พิมพ์เพิ่มเติม, ไล่ตามทัน *-vi.* ไหลท่วม, ไหลนอง, ทำเลยเถิด *-n.* การย่ำยี, การมีเต็มไปหมด, การไหลท่วม, การทำเลยเถิด, ส่วนเกิน

overseas (โอ' เวอะซีซ') *adv.* โพ้นทะเล, ข้ามทะเล, นอกประเทศ, ต่างประเทศ *-adj.* ต่างประเทศ, เกี่ยวกับความสัมพันธ์กับต่างประเทศ, เกี่ยวกับสินค้าต่างประเทศ (-S. abroad, oversea)

oversee (โอเวอะซี', โอ'-) *vt.* **-saw, -seen, -seeing** คุมงาน, ควบคุม, ตรวจตรา, สำรวจ, มองลงสู่เบื้องล่าง (-S. direct)

overseer (โอ' เวอะซีเออะ, -เซีย) *n.* ผู้ควบคุม, ผู้คุมงาน, นายงาน, ผู้ควบคุมงานสงเคราะห์คนจนของเจ้าหน้าที่ทางศาสนา (-S. supervisor)

overset (*n.* โอ' เวอะเซท, *v.* โอเวอะเซท', โอ' เวอะเซท', โอ' เวอะเซท) *v.* **-set, -setting** *-vt.* ทำให้คว่ำ, ทำให้ยุ่ง, ทำให้ไม่เป็นระเบียบ, ล้มล้าง, ฝังเพชร, เรียงพิมพ์แน่นเกินไป *-vi.* คว่ำ, พลิกคว่ำ, ล้มล้าง *-n.* การล้มคว่ำ, การพลิกคว่ำ, ความยุ่งเหยิง

overshadow (โอเวอะแชด' โด) *vt.* ทำให้สำคัญน้อยลง, ขับรัศมี, ข่ม, บดบัง, ทำให้มืดครึ้ม, ปกป้อง, ให้ที่อยู่ (-S. dominate)

overshoe (โอ' เวอะชู) *n.* รองเท้าหุ้มรองเท้า (เพื่อกันเปียกหรือกันหนาว)

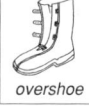

overshoe

overshoot (โอ' เวอะชูท, โอเวอะชูท', โอ' เวอะชูท') *v.* **-shot, -shooting** *-vt.* ยิงเลย, ยิงพลาด, ยิงข้าม, ทำเลยเถิด, ล้ำเขต, เทลงบน, ทำพลาดเพราะทำเลยเถิด, บินเลยเถิด *-vi.* บินเลย, ไปเลย, ยิงเลย

overshot (โอ' เวอะชอท, โอ' เวอะชอท') *adj.* ยิงข้าม, ส่งข้าม, ซึ่งมีขากรรไกรบนโผล่ออก, ซึ่งไหลอยู่บน

oversight (โอ' เวอะไซทฺ) *n.* การสังเกตพลาด, การพิจารณาพลาด, ความผิดพลาดที่เนื่องจากความเลินเล่อ, การควบคุม, การดูแลอย่างเอาใจใส่ (-S. neglect, blunder) *-Ex. The omission of his name from the list was an oversight.*

oversize (โอ' เวอะไซซ) *adj.* ใหญ่เกินไป, ใหญ่ผิดปกติ *-n.* สิ่งที่มีขนาดใหญ่เกินไปหรือใหญ่ผิดปกติ, ขนาดที่ใหญ่เกินไป (-S. oversized)

overskirt (โอ' เวอะสเคิร์ท) *n.* กระโปรงนอก, ชายเสื้อนอก

oversleep (โอเวอะสลีพ') *vi.* **-slept, -sleeping** นอนเลยเวลาที่กำหนดตื่น

overspread (โอเวอะสเพรด', โอ'-) *vt.* **-spread, -spreading** แผ่ไปทั่ว, แพร่ไปทั่ว, แพร่กระจาย, ปกคลุมไปทั่ว, ดาษดื่น

overstate (โอเวอะสเทท') *vt.* **-stated, -stating** พูดเลยเถิด, พูดเกินความจริง, คุยโว **-overstatement** *n.*

overstay (โอเวอะสเท', โอ' เวอะสเท) *vt.* อยู่นานเกินไป, อยู่เลยเวลา, ครองตลาดนานเกินปกติ, ครองนานเกินปกติ

overstep (โอเวอะสเทพ') *vt.* **-stepped, -stepping** ก้าวก่าย, ก้าวเลย

overt (โอเวิร์ท', โอ' เวิร์ท) *adj.* เปิดเผย, ไม่ปิดบัง, ชัดเจน, โจ่งแจ้ง **-overtly** *adv.*

overtake (โอเวอะเทค') *vt.* **-took, -taken, -taking** ตามทัน, ไล่ทัน, โจมตีอย่างฉับพลัน, เกิดขึ้นอย่างทันทีทันใด (-S. pass) *-Ex. Somsri ran to overtake Manee., Darkness overtook us.*

over-the-counter (โอ' เวอะเธอะเคานฺทฺ' เทอะ) *adj.* ซึ่งซื้อขายกันโดยตรง, ไม่ต้องมีใบสั่งแพทย์ (ก็ซื้อขายได้), ไม่ต้องผ่านตลาดหลักทรัพย์ (ก็ซื้อขายกันได้)

overthrow (*n.* โอ' เวอะโธร, *v.* โอเวอะโธร', โอ' เวอะโธร', โอ' เวอะโธร) *vt.* **-threw, -thrown, -throwing** โค่น, ล้มล้าง, ล้มคว่ำ, ขว้างลูกได้ไกลกว่า, ขว้างไกลเกินไป *-n.* การโค่น, การล้มล้าง, การโยนลูกได้ไกลกว่า *-Ex. Samai often overthrow first base., The country's revolution ended in the overthrow of one dictator and the setting up of another.*

overtime (*n.* โอ' เวอะไทมฺ, *v.* -ไทมฺ') *n.* ระยะนอกเวลาในการทำงาน, งานนอกเวลา, เงินพิเศษสำหรับงานนอกเวลา, ระยะนอกเวลาในการแข่งขัน สำหรับคู่ที่ได้คะแนนเท่ากัน *-adv., -adj.* นอกเวลา *-vt.* **-timed, -timing** ล้างฟิล์มนานเกินไป

overtone (โอ' เวอะโทน) *n.* เสียงประกอบ, เสียงสอดแทรก, เสียงสูงคู่แปดที่ผสมอยู่กับเสียงต่ำ, ความหมายรอง, บทบาทรอง, การแย้มให้รู้, การพูดเป็นนัย

overture (โอ' เวอะเชอะ) *n.* เพลงโหมโรง, ฉากเริ่มต้น, โคลงนำ, การเล่นนำ, บทนำ, การเริ่มต้น, ข้อวินิจฉัยที่ศาลศาสนาเสนอต่อพระราชาคณะ, การแสดงเอง, การเสนอ, การทาบทาม *-vt.* **-tured, -turing** เสนอ, ทาบทาม (-S. proposal, offer, approach)

overturn (*n.* โอ' เวอะเทิร์น, *v.* โอเวอะเทิร์น') *vt., vi.* ล้มล้าง, คว่ำ, ทำให้ล้ม, พลิกตัว *-n.* การล้มล้าง, การทำให้ล้ม, การพลิกตัว

overweening (โอ' เวอะวีน' นิง, โอ-) *adj.* หยิ่งยโส, โอ้อวด, คุยโว, อวดดี **-overweeningly** *adv.*

overweigh (โอ' เวอะเว', -เว, โอเวอะเว') *vt.* หนักเกิน, หนักกว่า, หนักเกินพิกัด, กดขี่

overweight (*n.* โอ' เวอะเวท, *adj., v.* โอ' เวอะเวท', -เวท, โอเวอะเวท') *n.* น้ำหนักเกิน, น้ำหนักเกินพิกัด, ผลที่มีมาก, อิทธิพลที่มีมากเกิน *-adj.* หนักเกิน *-vt.* น้ำหนักเกิน

overwhelm (โอเวอะเวลฺมฺ') *vt.* ครอบงำ, ปกคลุม, มีชัยท่วมท้น, คว่ำ, ล้มล้าง, ทำลาย, ทำให้ตกตะลึงมาก **-overwhelming** *adj.* **-overwhelmingly** *adv.* *-Ex. to be overwhelmed with excitement, Your generosity overwhelms me., A series of misfortunes overwhelmed him.*

overwind (โอ' เวอะไวนฺดฺ', -ไวนฺดฺ, โอเวอะไวนฺดฺ') *vt.* **-wound, -winding** ไขลานเกินไป

overwork (*n.* โอ' เวอะเวิร์ค', *v.* โอ' เวอะเวิร์ค', -เวิร์ค, โอเวอะเวิร์ค') *vi.* ทำงานมากเกินไป, ใช้เกินกำลัง, ประดับบน, ตกแต่งไปทั่ว *-vi.* ทำงานมากเกินไป *-n.* งานเกินกำลัง, งานพิเศษ, งานมากเกินไป

overwrought (โอ' เวอะรอท', โอ-) *adj.* เหน็ดเหนื่อยเกินไป, พิถีพิถันเกินไป, ละเอียดลออเกินไป, ประณีต

oviparous 613 **pachyderm**

เกินไป, เคร่งเครียดเกินไป, ตกใจง่าย, ไม่เป็นไปตามธรรมชาติ

oviparous (โอวิพ' พะเริส) *adj.* ออกไข่, ซึ่งออกไข่ **-oviparity, oviparousness** *n.* **-oviparously** *adv.*

ovoid (โอ' วอยด) *adj.* เป็นรูปไข่, เป็นรูปกลมรี *-n.* สิ่งหรือส่วนที่เป็นรูปไข่ (-S. ovoidal)

ovule (โอ' วิล, ออฟว' วิล) *n.* ไข่ภายในถุงไข่, ไข่เล็กๆ

ovum (โอ' เวิม) *n., pl.* **ova** ไข่, เซลล์ไข่

owe (โอ) *vt., vi.* **owed, owing** ติดเงิน, เป็นหนี้, เป็นหนี้บุญคุณ, มีความรู้สึกต่อ, มีเจตนาต่อ

owing (โอ' อิง) *adj.* เป็นหนี้, เป็นหนี้บุญคุณ, ยังไม่ได้ชำระ, ยังไม่ได้จ่าย, ค้างอยู่, ซึ่งควรจะมีหรือให้ **-owing to** เนื่องจาก

owl (เอาล) *n.* นกเค้าแมว (สัตว์ตระกูล Strigiformes), คนทำงานกลางคืน, คนโง่แกมหยิ่งหรืออวดฉลาด

owlet (เอา' ลิท) *n.* ลูกนกเค้าแมว

owlish (เอา' ลิช) *adj.* คล้ายนกเค้าแมว **-owlishly** *adv.* **-owlishness** *n.*

own (โอน) *adj.* ตัวเอง, ตนเอง, ด้วยตนเอง, เป็นเจ้าของ, จำเพาะ, เป็นพิเศษจำเพาะ *-n.* สิ่งที่เป็นของ (ตน เขา หล่อน) เอง *-vt.* มี, มีเป็นของตนเอง, ยอมรับ, รับว่าเป็นของ, คล้อยตาม, เชื่อฟัง *-vi.* สารภาพ, ยอมรับ **-come into one's own** ได้รับสิ่งที่พึงจะเป็นของตน **-of one's own** เป็นตัวของตัวเอง **-on one's own** โดยอิสระ, เพียงตัวคนเดียว **-owner** *n.* **-ownerless** *adj.*

ownership (โอน' เนอะชิพ) *n.* ความเป็นเจ้าของกรรมสิทธิ์ (-S. possession, title)

ox (ออคซ) *n., pl.* **oxen/ox** วัว (สัตว์จำพวก *Bos taurus*), วัวตัวผู้, สัตว์จำพวกวัว, วัวที่ตอนแล้ว

oxbow (ออคซฺ' โบ) *n.* ไม้รูปตัว U ที่คล้องรอบคอวัว โดยมีปลายติดอยู่กับแอก, ทางโค้งรูปคันศรของสายน้ำ

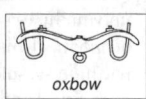

oxbow

oxen (ออค' เซิน) *n.* พหูพจน์ของ ox

Oxford (ออคซฺ' เฟิร์ด) ชื่อเมืองในตอนใต้ของอังกฤษ, ชื่อมหาวิทยาลัยออกซ์ฟอร์ดในอังกฤษ

oxide (ออคซฺ' ไซด) *n.* สารประกอบออกซิเจนกับธาตุอื่นหรือกลุ่มของธาตุ

oxidize (ออค' ซิไดซ) *v.* **-dized, -dizing** *-vt.* เปลี่ยนธาตุให้เป็น oxide, รวมตัวกับออกซิเจน, เคลือบด้วยออกไซด์, เอาธาตุไฮโดรเจนออก, เพิ่มจำนวนวาเลนซีของธาตุ, เอาอิเล็กตรอนออก *-vi.* กลายเป็นได้รับออกซิเจน **-oxidizable** *adj.* **-oxidizer** *n.*

oxy- คำอุปสรรค มีความหมายว่า แหลม, คม, เป็นออกไซด์, แทนออกซิเจน, กรด, มีออกซิเจนประกอบ

oxygen (ออค' ซิเจิน) *n.* ธาตุออกซิเจน **-oxygenic, oxygenous** *adj.*

oxymoron (ออคซิโม' รอน, -มอ' รอน) *n., pl.* **-mora** รูปของภาษาหรือสำนวนที่ใช้ถ้อยคำขัดกัน เช่น cruel kindness **-oxymoronic** *adj.*

oyster (ออย' สเทอะ) *n.* หอยนางรม, หอยมุก, เนื้อที่หลังไก่, คนที่เงียบ, คนที่ไม่พูด, สิ่งที่ให้ผลประโยชน์ *-vi.* ขุดหาหอยนางรม (-S. mollusk)

oz. ย่อจาก ounce ออนซ์

ozone (โอ' โซน) *n.* โอโซน ออกซิเจนแบบหนึ่งที่มี 3 อะตอมในหนึ่งโมเลกุล มีกลิ่นคล้ายคลอรีนอ่อนๆ เป็นก๊าซหรือของเหลวสีน้ำเงิน มีฤทธิ์เป็นยาฆ่าเชื้อ, (คำสแลง) อากาศที่บริสุทธิ์ **-ozonic, ozonous** *adj.*

ozone layer ชั้นบรรยากาศโอโซน ที่สามารถดูดรังสีอัลตราไวโอเลตที่เป็นอันตรายจากดวงอาทิตย์

ozone hole ชั้นโอโซนในบรรยากาศที่ทะลุเป็นช่องโหว่ เนื่องจากผลของสาร CFC (chlorofluorocarbon)

P

P, p (พี) *n., pl.* **P's, p's** พยัญชนะอังกฤษตัวที่ 16, เสียงของพยัญชนะดังกล่าว, ตัวพิมพ์หรือสัญลักษณ์ที่เป็นอักษร P หรือ p *-adj.* เกี่ยวกับ P หรือ p, ลำดับที่ 16, รูปร่างคล้าย p **-mind/watch one's p's and q's** ระวังคำพูดและการกระทำของตนเอง

P ย่อจาก police ตำรวจ, president ประธานาธิบดี, prince เจ้าชาย

p ย่อจาก page หน้าหนังสือ, population ประชากร, pole เสา, piano เปียโน

pabulum (แพบ' บิวเลิม, -ยะ-) *n.* โภชนาการ, อาหาร, ของบำรุง, สิ่งบำรุง, อาหารทางใจ, อาหารทารก, บทประพันธ์หรือข้อเขียนที่ไม่น่าอ่าน

pace (เพซ) *n.* ก้าว, ฝีเท้า, ระยะก้าว, จังหวะก้าว, ลักษณะการก้าว, อัตราการเคลื่อนไหว, อัตราการกระทำ, (ม้า) วิ่งควบ *-v.* **paced, pacing** *-vi.* เดินอย่างช้า, เดินเตร่, (ม้า) ควบ *-vt.* ใช้การวัด, กำหนดอัตราความเร็ว, การก้าว, ทำเป็นตัวอย่าง, วิ่งนำ, วิ่งชะลอไปกับ **-put someone through his pace** ทำให้ต้องแสดงความสามารถหรือความเชี่ยวชาญ (-S. step, gait, rate, walk) *-Ex. Father walks with a rapid pace., A man's pace is about 2 ½ feet., The boys paced off the distance for the cricket pitch., The men are working at a fast pace., to pace the floor anxiously, a pace of three miles an hour, a strutting pace, the pace of a horse*

pacemaker (เพซ' เมเคอะ) *n.* ผู้นำ, ผู้นำหน้า, ผู้กำหนดอัตราความเร็วของฝีเท้า, ผู้เป็นตัวอย่าง, ครูฝึกหัดวิ่ง, เครื่องมือที่ฝังอยู่ใต้ผิวหนังเพื่อควบคุมจังหวะการเต้นของหัวใจให้ปกติด้วยการกระตุ้นด้วยกระแสไฟฟ้า **-pacemaking** *n.*

pachyderm (แพค' คิเดิร์ม) *n.* สัตว์หนังหนามีกีบ (เช่น

P

ช้าง แรด ช้างน้ำ), คนหน้าด้าน, คนตายด้าน, คนที่เมินเฉยต่อคำวิพากษ์วิจารณ์ **-pachydermal, pachydermic** *adj.*

pacific (พะซิฟ' ฟิค) *adj.* สงบ, สงบเงียบ, นิ่มนวล, รักสันติ, มีสันติภาพ, อ่อนโยน, เกี่ยวกับมหาสมุทรแปซิฟิก **-Pacific** มหาสมุทรแปซิฟิก, เกี่ยวกับมหาสมุทรแปซิฟิก (-S. peaceful, calm, quiet) *-Ex. pacific words, the Pacific Ocean, the Pacific countries, a quiet pacific people, the pleasure of rowing a boat on pacific waters*

Pacific Rim กลุ่มประเทศแปซิฟิกที่มีความสำคัญทางเศรษฐกิจของโลก

pacificate (พะซิฟ' ฟิเคท) *vt.* **-cated, -cating** ทำให้สงบ **-pacification** *n.* **-pacificator** *n.* **-pacificatory** *adj.*

pacifier (แพส' ซะไฟเออะ) *n.* ผู้ทำให้สงบ, สิ่งที่ทำให้สงบ, ผู้ปลอบขวัญ

pacify (แพส' ซะไฟ) *vt.* **-fied, -fying** ทำให้สงบ, ปลอบขวัญ,ทำให้เงียบ, ทำให้สุขุม **-pacifiable** *adj.* (-S. quiet, calm, appease) *-Ex. to pacify a crying baby with a bottle, to pacify an angry man with kind words*

pack[1] (แพค) *n.* ห่อ, หีบห่อ, มัด, กล่องเล็ก, ตลับเล็ก, สิ่งของเป็นกลุ่ม, กลุ่มคน, ฝูงสัตว์ (ชนิดเดียวกัน), ฝูงสุนัขล่าเนื้อ, ชุดไพ่ (มักมี 52 ใบ), จำนวนมาก, แพน้ำแข็ง, ห่อบรรทุกหลังสัตว์, เครื่องหลังของทหาร, ฝูงเครื่องบิน, กองเรือรบ, การบำบัดโดยการห่อร่างกายด้วยผ้า, ผ้าที่ใช้ห่อดังกล่าว, เครื่องสำอาง, ภาชนะบรรจุ, กล่องฟิล์ม, ห่อฟิล์ม, ฉากเวทีชุดหนึ่ง *-vt.* ห่อ, มัด, ยัด, อัด, บรรจุห่อ, บรรจุหีบ, บรรจุกระป๋อง, บรรจุหรืออัดแน่น, อัดแน่น, ทุบให้แน่น, ทำให้เป็นกลุ่มเป็นก้อน, ส่งไป, บรรทุกส่ง, จัดเข้าเป็นชุด, ชก, ต่อย *-vi.* บรรจุสินค้าเป็นหีบห่อ, อัด, ทำให้แน่น, เบียดกันแน่น, ไปเป็นกลุ่ม, ไปอย่างรีบร้อน *-adj.* เป็นมัดเป็นห่อ, ซึ่งใช้ในการมัดหรือห่อ, ใช้หลังแบก (-S. bundle) *-Ex. to pack my box, to pack up a parcel, to pack goods for export, Pack as many things in as you can., Room packed with people., People packed the theater., a pack of nonsense, a pack of fools, an ice pack*

pack[2] (แพค) *vt.* คัด, เลือก, รวบรวม, รวมกลุ่ม, รวมหมู่ (-S. load, crowd)

package (แพค' คิจ) *n.* หีบ, ห่อ, มัด, ภาชนะบรรจุ, สิ่งที่ใช้ทำหีบห่อ, รายการวิทยุกระจายเสียงหรือรายการทีวีทั้งหมด, การซื้อขายเหมาทั้งชุดหรือทั้งหมด, ชิ้นส่วนทั้งชุด, ส่วนประกอบทั้งหมด, ผลประโยชน์ที่ได้ของสัญญา *-vt.* **-aged, -aging** ใส่หีบห่อ, บรรจุหีบห่อ, ขายเป็นชุด, ซื้อขายเหมาทั้งหมด, รวมกลุ่ม, รวมฝูง

packer (แพค' เคอะ) *n.* ผู้ห่อ, ผู้บรรจุหีบห่อ, เครื่องบรรจุหีบห่อ, พนักงานขนถ่ายกระเป๋าเดินทาง, เจ้าของโรงงานหรือบริษัทเครื่องกระป๋อง, พ่อค้าขายส่ง

packet (แพค' คิท) *n.* ห่อเล็กๆ, หีบเล็กๆ, มัดเล็กๆ, กล่องเล็กๆ, ชุดเล็กๆ, เรือบรรทุกไปรษณียภัณฑ์, ผู้โดยสารและสินค้าประจำสายหนึ่งๆ, เที่ยวเรือ, เงินจำนวนมาก (-S. parcel) *-Ex. a packet of seeds*

packman (แพค' เมิน) *n., pl.* **-men** พ่อค้าเร่, พ่อค้าย่อย (-S. trader)

Pac-Man (แพค' เมิน) *n.* ชื่อเกมคอมพิวเตอร์, ไวรัสคอมพิวเตอร์ชนิดหนึ่ง

pact (แพคท) *n.* สัญญา, สนธิสัญญา, อนุสัญญา, กติกา, ข้อตกลง, สนธิสัญญาพันธมิตร (-S. treaty, contract, covenant, convention, concord, protocol) *-Ex. New settlers often broke pacts they had made with the nearby Indians.*

pad[1] (แพด) *n.* เบาะ, เครื่องรอง, เครื่องบุรอง, สนับแข้ง, เบาะอาน, กระดาษซับหนาสำหรับรองเขียนหนังสือ, วัตถุสำหรับรอง (ไม้รอง ไม้หนุน), ด้ามจับ, กระดาษเป็นปึกสำหรับเขียนหนังสือ, สมุดฉีก, ที่ปล่อยจรวดวิถี, สนามบินส่วนที่เครื่องบินเตรียมตัวจะบินขึ้น, เตียงนอน, ตั่งนอน, ส่วนที่นิ่มของเท้าของสัตว์บางชนิดคล้ายเบาะรอง (เช่นสุนัข สุนัขจิ้งจอก), ใบบัว, หอพัก, บ้าน, อพาร์ตเมนต์, ช่องนางโลม, ที่ซ่องสุมของขี้ยา *-vt.* **padded, padding** บุ, รอง, บุรอง, อัด, อุด, ขยายความเกินจำเป็น, แจ้งเท็จ, ทำให้เสียงไม่ชัด, เย็บเป็นสมุดฉีก *-Ex. a pad of wool, a padded seat, My winter coat is padded heavily., Samai padded the lecture to fill up the time., Somchai took notes on a pad., The frog jumped from a lily pad., a cut pad, A cut pad made our dog limp.*

pad[2] (แพด) *n.* เสียงฝีเท้าที่เบา, เสียงคนเดิน, เสียงแปะๆ, เสียงเคาะหรือตีเบาๆ

padding (แพด' ดิง) *n.* วัตถุ (เช่น ฝ้าย ฟาง) ที่ใช้บุรอง, เครื่องรอง, เครื่องบรรจุให้เต็ม, สำนวนขยายความให้ยืดยาวโดยไม่จำเป็น, ค่าใช้จ่ายที่แจ้งเท็จ, การบุรอง (-S. filling, packing)

paddle (แพด' เดิล) *n.* พาย, ใบพาย, ใบพัดน้ำ, ไม้ทุบเสื้อ, ไม้กวนที่คล้ายพาย, ครีบของสัตว์บางชนิด (เช่นนกเพนกวิน เต่า ปลาวาฬและอื่นๆ), อวัยวะหรือส่วนที่คล้ายครีบ, ไม้ที่คล้ายใบพาย, ใบจักรเรือไฟสมัยก่อนที่ทำเป็นล้อ *-v.* **-dled, -dling** *-vi.* พายเรือ *-vt.* พายเรือ, ตีกรรเชียง, แกว่ง, กวนหรือตีด้วยพาย, เคลื่อนในน้ำด้วยการพายเรือ, ตีลูกปิงปองด้วยไม้ปิงปอง **-paddler** *n.* (-S. oar) *-Ex. Somsri used a paddle to whip up cake batter.*

paddle wheel ใบจักรของเรือกลไฟสมัยก่อน

paddock (แพด' ดอค) *n.* คอกข้างสนามม้าสำหรับปล่อย เลี้ยง หรือฝึกปศุสัตว์, คอกสำหรับวางอานม้าและขึ้นขี่ม้า, ทุ่งล้อมสำหรับรวมม้าก่อนวิ่งแข่ง, กองแร่ชั่วคราว *-vt.* ใส่ไว้ในคอกหรือทุ่งล้อม, กองแร่ไว้ชั่วคราว

paddy (แพด' ดี) *n., pl.* **-dies** ข้าว, ข้าวเปลือก, นาข้าว (-S. rice field, rice)

padlock (แพด' ลอค) *n.* กุญแจสายยู, กุญแจชนิดคล้องสายยู *-vt.* ใส่กุญแจดังกล่าว, ปิดสถานที่ทางราชการ *-Ex. The sheriff padlocked the store.*

padre (พา' ดรี) *n.* บาทหลวง, อนุศาสนาจารย์

paean (พี' เอิน) *n.* เพลงสรรเสริญ, เพลงสดุดี, เพลงสดุดีชัยชนะ, เพลงยอพระเกียรติ, เพลงสรรเสริญพระเจ้าหรือเทพเจ้า (โดยเฉพาะต่อเทพเจ้าอพอลโลของกรีก)

pagan (เพ' เกิน) *n.* พวกนอกศาสนา, พวกนอกรีตผู้ไม่ใช่คริสเตียนยิวหรือมุสลิม, ผู้ไม่นับถือพระ *-adj.* เกี่ยวกับบุคคลดังกล่าว, นอกศาสนา, นอกรีต, ไม่ใช่คริสเตียน

ยิวหรือมุสลิม **-paganish** *adj.* (-S. heathen, idolater, atheist)

page[1] (เพจ) *n.* หน้าหนังสือ, ใบ, เหตุการณ์ที่น่าเอาใจใส่, สมัยหรือระยะเวลาที่น่าเอาใจใส่, หน้าพิเศษหรือคอลัมน์พิเศษของสิ่งตีพิมพ์ *-v.* **paged, paging** *-vt.* ระบุหน้า *-vi.* พลิกหน้า (-S. leaf, sheet, side) *-Ex. Somchai checked page 72 for errors.*

page[2] (เพจ) *n.* เด็กรับใช้ที่เป็นผู้ชาย, คนหนุ่มรับใช้ผู้มีตำแหน่ง, คนหนุ่มที่ได้รับการฝึกให้เป็นอัศวิน, มหาดเล็กของราชสำนัก, คนหนุ่มรับใช้ที่สวมเครื่องแบบ, พนักงานรับใช้ในโรงแรมที่เป็นผู้ชาย *-vt.* **paged, paging** เรียกชื่อซ้ำแล้วซ้ำเล่าเพื่อให้มา, เป็นเด็กรับใช้, เป็นคนรับใช้ (-S. attendant)

pageant (แพจ' เจินท) *n.* การแห่แหนหรือการแสดงกลางแจ้ง (โดยเฉพาะที่มีการสวมเครื่องแต่งตัวแบบโบราณที่เป็นเหตุการณ์ทางประวัติศาสตร์), มหกรรมแห่ที่เอิกเกริก(มักมีขบวนรถที่ประดับสวยหรูร่วมขบวนด้วย), การแต่งกายภายนอก, การแสดงอันหรูหรา, ละครโรงใหญ่ (-S. spectacle, display, parade)

pager ย่อจาก Radio Pager

pagoda (พะโก' ดะ) *n.* เจดีย์, พระเจดีย์, ปรางค์, สถูป (-S. stupa)

paid (เพด) *vt., vi.* กริยาช่อง 2 และ 3 ของ pay *-Ex. Anong was paid every week.*

pail (เพล) *n.* ถัง, ถังรูปทรงกระบอก, ปริมาณหนึ่งถัง *-Ex. It took several pails of water to fill the fish tank.*

pailful (เพล' ฟุล) *n., pl.* **-fuls** ปริมาณหนึ่งถัง

pain (เพน) *n.* ความเจ็บปวด, ความปวดร้าว, ความเจ็บปวดทางใจ, ความทนทุกข์ทรมาน, ความเป็นทุกข์, ความน่าเบื่อหน่าย *-vt.* รู้สึกเจ็บปวด, เกิดความเจ็บปวด **-pains** ความเจ็บปวดในการคลอดลูก, ความพยายาม **-on/upon/under pain of** ต้องรับโทษถึง (-S. ache, grief) *-Ex. to bear pain, to suffer pain, to give pain, Her rudeness pained him., I've got a pain in my arm., under pain of death*

pained (เพนดฺ) *adj.* เจ็บปวด, บอบช้ำ

painful (เพน' ฟุล) *adj.* เจ็บปวด, ทุกข์ทรมาน, ยาก, ลำบาก, ระมัดระวัง **-painfully** *adv.* **-painfulness** *n.* (-S. distressing) *-Ex. Bee stings can be very painful., Any task becomes painful if delayed too long.*

painkiller (เพน' คิลเลอะ) *n.* สิ่งที่ระงับปวด, สิ่งที่บรรเทาความปวด, ยาแก้ปวด

painless (เพน' ลิส) *adj.* ไม่เจ็บปวด, ไม่มีความเจ็บปวด **-painlessly** *adv.* **-painlessness** *n.*

painstaking (เพนซฺ' เทคคิง) *adj.* อุตสาหะ, บากบั่น, พากเพียร, พยายาม, ระมัดระวัง *-n.* ความอุตสาหะ, การบากบั่นพากเพียร, ความพยายาม, การระมัดระวัง **-painstakingly** *adv.* (-S. meticulous -A. sloppy, clumsy)

paint (เพนทฺ) *n.* สี, สารสี, สีทา, วัสดุสีย้อม, การทาหรือระบายสี, ผลงานด้านการวาดภาพสี, เครื่องสำอางแต่งสีบนใบหน้า, ม้าลาย *-vt.* ทาสี, วาดสี, ทาทับ, ป้ายทับ, บรรยายหรือพรรณนาอย่างชัดเจนเป็นถ้อยคำ *-vi.* ทาสี, วาดภาพสี, ทาเครื่องสำอาง **-paint the town red** เฉลิมฉลองกันอย่างเอิกเกริก (โดยเฉพาะการเที่ยวตามคลับตามบาร์) (-S. pigment, colour, cover) *-Ex. to paint a picture, a beautifully painted picture, the art of painting, to paint in words a picture of..., to paint the door, a green-painted box, house-painting*

painter[1] (เพน' เทอะ) *n.* ช่างทาสี, ช่างสี, ช่างเขียนภาพ, จิตรกร

painter[2] (เพน' เทอะ) *n.* เชือกผูกเรือให้อยู่กับที่, เชือกหัวเรือ, เชือกผูกลากเรือ

painting (เพน' ทิ้ง) *n.* การทาสี, การระบายสี, การวาดภาพสี, ภาพวาด

pair (แพร์) *n., pl.* **pairs/pair** คู่, คู่หนึ่ง, สามีภรรยาคู่หนึ่ง, สัตว์คู่หนึ่ง, คู่รัก, ไพ่คู่, (ไพ่บริดจ์) ตัวคู่, สมาชิกพรรคฝ่ายค้านสองคนที่นัดแนะกันไม่ลงคะแนนเสียง, อีกชิ้นหนึ่ง, ขั้นบันได, ห้องข้างหนึ่ง, ชุดหนึ่ง *-vi.* เป็นคู่, จัดเป็นคู่, เข้าคู่, เข้าชุด, ประกบคู่, แต่งงาน, ทำให้แต่งงานกัน *-vt.* แยกออกเป็นคู่ๆ, กลายเป็นคู่, เป็นสมาชิกของคู่ (-S. couple, mate, match)

pajamas, pyjamas (พะจา' มาซ, พะแจม' มัซ) *n. pl.* เสื้อกางเกงชุดนอน **-pajama** *adj.*

Pakistan (พาค' คิสทาน, แพค' คีสทาน) ประเทศปากีสถาน

Pakistani (พาคิสทา' นี) *n.* ชาวปากีสถาน *-adj.* เกี่ยวกับปากีสถานหรือชาวปากีสถาน

pal (แพล) *n.* เพื่อน, เกลอ, เพื่อนที่ดี *-vi.* **palled, palling** เป็นเพื่อน

palace (แพล' ลิส) *n.* ราชวัง, วัง, ตำหนัก, ทำเนียบ, พระที่นั่ง, สถานที่อยู่เป็นทางการของประธานาธิบดีหรือบาทหลวงชั้นอาร์กบิชอปหรือบิชอป, อาคารที่อยู่ที่ใหญ่โตโอ่อ่า, อาคารนันทนาการอันใหญ่โตโอ่อ่า

paladin (แพล' ละดิน) *n.* อัศวินหนึ่งในสิบสองคนของพระเจ้า Charlemagne มหาราช, นักรบผู้กล้าหาญ, ขุนพล

palanquin, palankeen (แพลลันคีน') *n.* เกี้ยวโดยสารในอินเดียและประเทศตะวันออกสมัยก่อนใช้คนหาม 5-6 คน, แคร่, เสลี่ยง, คานหาม

palatable (แพล' ละทะเบิล) *adj.* น่ารับประทาน, ถูกปาก, น่ากิน, อร่อย, เป็นที่พอใจ, หวาน, ไพเราะ, ถูกรสนิยม **-palatability, palatableness** *n.* **-palatably** *adv.* (-S. tasty -A. distasteful)

palate (แพล' ลิท) *n.* เพดานปาก ประกอบด้วยส่วนหน้าที่เป็นส่วนกระดูก (hard palate) และส่วนกล้ามเนื้อด้านหลัง (soft palate) ซึ่งกั้นระหว่างช่องปากกับโพรงจมูก, ประสาทการชิมรส, รสนิยม *-Ex. These grapes please my palate.*

palatine[1] (แพล' ละทิน, -ไทน) *adj.* ซึ่งมีอำนาจหรือสิทธิเท่าพระเจ้าแผ่นดิน, เกี่ยวกับ count palatine หรือ earl palatine (ผู้ครองเขตซึ่งเสมอกับพระเจ้าแผ่นดิน), เกี่ยวกับวัง, เกี่ยวกับราชสำนัก, เกี่ยวกับอภิสิทธิ์แห่งราชสำนัก *-n.* ขุนนาง (count, earl) ที่มีอภิสิทธิ์เสมอกับพระเจ้าแผ่นดิน, ขุนนางในราชสำนัก, ขุนนางชั้นสูงของอาณาจักรสมัยโบราณ **-Palatine** ชื่อเนินเขาลูกหนึ่ง (ใน 7 ลูก) ที่เป็นที่ตั้งของกรุงโรมโบราณ, ผู้อยู่อาศัยใน Palatinate, หนังคลุมไหล่สมัยก่อนของสตรี

palatine[2] (แพล' ละทิน, -ไทน) *adj.* เกี่ยวกับเพดาน

P

ปาก, ใกล้ที่หรือในเพดานปาก *-n.* เพดานปาก

palaver (พะแลฟ' เวอะ) *n.* การเจรจากันอย่างยืดยาว, (โดยเฉพาะกับคนพื้นเมืองในแอฟริกา),การต่อล้อต่อเถียง, การสนทนา, การเจรจา, การคุยโว, การพูดแบบน้ำท่วมทุ่ง *-vt.* คะยั้นคะยอ, ประจบ, สอพลอ *-vi.* พูดแบบน้ำท่วมทุ่ง, เจรจา, หารือ

pale[1] (เพล) *adj.* **paler, palest** ซีด, ซีดขาว, ซีดเผือด, จาง, จืด, (สี) อ่อน, หม่นหมอง, สลัว, อ่อนกำลัง, (ความเข้มข้น) ต่ำ *-v.* **paled, paling** *-vt.* ทำให้ซีดหรืออ่อน *-vi.* กลายเป็นซีดหรืออ่อน **-palely** *adv.* **-paleness** *n.* **-palish** *adj.* (-S. faded) *-Ex. a pale moon, Mother paled as she heard the bad news.*

pale[2] (เพล) *n.* ไม้แหลม, ไม้รั้ว, รั้ว, ขอบเขต (-S. picket) *-Ex. His acts placed him beyond the pale of decent society.*

pale-, paleo- คำอุปสรรค มีความหมายว่า แก่, เก่า

paleontology (เพลีออนทอล' โลจี, -เอิน-) *n.* ชีววิทยาที่เกี่ยวกับชีวิตของพืชและสัตว์โบราณ,ข้อเขียนหรือเรื่องราวที่เกี่ยวกับชีววิทยาดังกล่าว

Palestine (เพล' เลิสไตน) (ชื่อเดิมคือ Holy Land หรือ Canaan) ประเทศโบราณในเอเชียตะวันตกเฉียงใต้บนฝั่งตะวันออกของทะเลเมดิเตอร์เรเนียน, ชื่อประเทศในอาณัติของอังกฤษสมัยก่อน ต่อมาแบ่งออกเป็นอิสราเอล ส่วนของจอร์แดน และส่วนของ United Arab Republic ในปี ค.ศ. 1948 **-Palestinian** *adj., n.*

palette (แพล' ลิท) *n.* แผ่นผสมสีของช่างเขียน, สีชนิดต่างๆ บนแผ่นดังกล่าว, ชุดสีต่างๆ ของช่างสี

palfrey (พอล' ฟรี) *n., pl.* **-freys** ม้าที่ใช้ขี่ (แตกต่างจากม้าสงคราม), ม้าที่สวมอานม้า

Pali (พา' ลี) *n.* ภาษาบาลี (ภาษาเขียนของบันทึกโบราณทางพุทธศาสนา)

palindrome (แพล' ลินโดรม) *n.* คำ วลี หรือประโยคที่อ่านตามหรืออ่านกลับก็มีความหมายเหมือนกัน

paling (เพ' ลิง) *n.* รั้วไม้, ไม้รั้ว, การทำรั้วไม้

palisade (แพลลิเซด') *n.* รั้วไม้, รั้วเหล็ก, รั้ว, ค่ายระเนียด *-vt.* **-saded, -sading** กั้นรั้วไม้, ใช้รั้วล้อมรอบ **-palisades** ทิวเขา

pall[1] (พอล) *n.* ผ้าคลุมหีบศพ, ผ้าคลุมโลง, สิ่งปกคลุม, เสื้อคลุม, ผ้าคลุมถ้วยบูชา, ผ้าคลุมไหล่ขององค์สันตะปาปาหรือพระราชาคณะ *-vt.* **palled, palling** คลุม, คลุมด้วยผ้าคลุมหีบศพ *-Ex. A pall settled over the group as soon as the news was heard.*

pall[2] (พอล) *v.* **palled, palling** *-vi.* มีผลน้อยลง, เนือยลง, จางลง, สูญเสียแรง, รู้สึกเหนื่อยหน่าย, รสจืดชืด *-vt.* ทำให้รสจืดชืด, ทำให้ไม่มีรสชาติ, ทำให้รู้สึกเหนื่อยหน่าย *-Ex. The conversation palled as we ran out of things for discussion., The holiday parties began to pall on him.*

palladium (พะเล' เดียม) *n.* ธาตุโลหะหายากชนิดหนึ่งที่แข็งกว่า platinum ใช้เป็นตัวเร่งและทำโลหะผสมสำหรับทันตกรรม

pallbearer (พอลแบ' เรอะ) *n.* ผู้ถือชายผ้าคลุมศพหรือหีบศพ

pallet[1] (แพล' ลิท) *n.* เตียงฟาง, ที่นอนที่ทำด้วยฟาง, เสื่อปูพื้น, เสื่อนอน, ที่นอนโกโรโกโส

pallet[2] (แพล' ลิท) *n.* เดือยกระตุ้นจักรหมุน (เช่น ของนาฬิกา), เครื่องมือแบนคล้ายพายสำหรับทุบดินทำหม้อหรือถ้วยชาม, แผ่นผสมสี, ตัวทำให้ฟันเฟืองหยุด, แท่นวางสินค้าสำหรับลากเก็บหรือลำเลียง

palliate (แพล' ลิเอท) *vt.* **-ated, -ating** ทำให้บรรเทา, ทำให้ลดน้อยลง, ผ่อนคลาย, พยายามปิดบัง (ความผิด), ลด **-palliation** *n.* **-palliator** *n.* (-S. mitigate, ease -A. aggravate)

palliative (แพล' ลิเอทิฟว) *adj.* ซึ่งบรรเทา, ลดหย่อน, ผ่อนคลาย *-n.* สิ่งที่บรรเทา, สิ่งที่ลดหย่อนหรือผ่อนคลาย

pallid (แพล' ลิด) *adj.* ซีด, จาง, อ่อน, ไม่เพียงพอ, ขาดแคลน (กำลังหรือความสนใจ) **-pallidly** *adv.* **-pallidness** *n.*

pallor (แพล' เลอะ) *n.* ความซีดขาว, ความซีดเผือด, สีซีด

palm[1] (พาม) *n.* ฝ่ามือ, ฝ่าเท้าหน้าของสัตว์, ส่วนของถุงมือที่ทับฝ่ามือ, มาตราวัดโดยฝ่ามือ (ถือเอา 3-4 นิ้ว เป็นความกว้างของฝ่ามือและ 7-9 นิ้ว เป็นความยาวของฝ่ามือ), ส่วนแบนของใบพาย, ปลายเหล็กสมอเรือ *-vt.* ใส่หรือซ่อนในฝ่ามือ, เอามือลูบ, ค่อยๆ แอบหยิบขึ้น **-palm off** หลอกขาย, ยัดเยียดขาย *-Ex. The magician palmed his coin after he had picked it out of the air.*

palm[2] (พาม) *n.* ต้นปาล์ม (เป็นพืชในตระกูล Palmaceae), ใบหรือกิ่งปาล์ม (เคยเป็นสัญลักษณ์ของชัยชนะ), รางวัลสำหรับผู้มีชัย, เหรียญตราแห่งเกียรติยศ, ชัยชนะ, ความสำเร็จ

palmate, palmated (พาล' เมท, พาล' เมททิด) *adj.* ซึ่งมีรูปคล้ายฝ่ามือ, เกี่ยวกับตีนเป็ด

palmer (พาม' เมอะ) *n.* ผู้แสวงบุญ (โดยเฉพาะในยุคกลาง) ที่กลับจากกรุงเยรูซาเลม, ผู้แสวงบุญ, นักธุดงค์ที่แสวงบุญ

palmetto (แพลเมท' โท) *n., pl.* **-tos/-toes** ต้นปาล์มที่ใบมีลักษณะเป็นรูปพัด (โดยเฉพาะจำพวก *Sabal palmetto*)

palmist (พาม' มิสท) *n.* นักดูลายมือ

palmistry (พาม' มิสทรี) *n.* ศิลปะการดูลายมือ, วิชาดูลายมือ **-palmist** *n.*

palmy (พาม' มี) *adj.* **palmier, palmiest** รุ่งโรจน์, เจริญ, รุ่งเรือง, เฟื่องฟู, มีต้นปาล์มขึ้นมากมาย (-S. prosperous)

palpable (แพล' พะเบิล) *adj.* ชัดเจน, โจ่งแจ้ง, แน่ชัด, สัมผัสได้ชัดเจน, คลำรู้ได้ **-palpability** *n.* **-palpably** *adv.*

palpate[1] (แพล' เพท) *vt.* **-pated, -pating** ตรวจด้วยการคลำหรือสัมผัส, สัมผัสดู, คลำดู **-palpation** *n.*

palpate[2] (แพล' เพท) *adj.* ซึ่งมีอวัยวะรับสัมผัส

palpitate (แพล' พิเทท) *vi.* **-tated, -tating** เต้น, สั่น, สั่นระริก, ระริก **-palpitation** *n.* *-Ex. The frightened puppy's heart palpitated with terror.*

palsy (พอล' ซี) *n., pl.* **-sies** อัมพาต, อาการสั่นระริก *-vt.* **-sied, -sying** ทำให้เป็นอัมพาต, ทำให้เป็นง่อยหรือสิ้นกำลัง, ทำให้ไร้ความสามารถ (-S. paralysis)

palter (พอล' เทอะ) *vi.* พูดอย่างไม่จริงใจ, กระทำอย่างไม่จริงใจ, พูดเล่นๆ, ทำเล่นๆ, ต่อรอง, ต่อล้อต่อเถียง **-palterer** *n.*

paltry (พอล' ทรี) *adj.* **-trier, -triest** เล็กๆ น้อยๆ, ไม่สำคัญ, ไม่มีสาระ, ขี้ปะติ๋ว, น่าดูถูก, น่าเหยียดหยาม **-paltriness** *n.* (-S. petty) *-Ex. paltry sum, paltry trifle, One hundred bath is a paltry donation for a millionaire to make.*

pampas (แพม' เพิซ, -เพิซ) *n. pl.* ที่ราบกว้างใหญ่ที่มีหญ้าขึ้นเต็ม ทางใต้ของทวีปอเมริกาใต้

pamper (แพม' เพอะ) *vt.*เอาใจ, ตามใจ,พะเน้าพะนอ, ป้อยอ,ทำให้พอใจ, ให้ท้าย **-pamperer** *n.* (-S. indulge) *-Ex. The boys pamper the puppy by giving it candy and cookies.*

pamphlet (แพม' ฟลิท) *n.* หนังสือเล่มเล็กๆ (มักน้อยกว่า 80 หน้า) *-Ex. a pamphlet of instructions*

pan (แพน) *n.* กระทะก้นแบน, หม้อก้นแบนและตื้น, จานตาชั่ง, ถาด, อ่าง, ภาชนะก้นแบนและตื้น, แผ่นน้ำแข็งบางและแบนที่ลอยอยู่, แอ่งพื้นดิน, ชั้นดินแข็ง, ภาชนะร่อนแร่, ที่ครอบหัว *-v.* **panned, panning** *-vt.* ร่อนแร่, ร่อนคัดแร่, ใช้กระทะผัดอาหาร, วิจารณ์อย่างรุนแรง *-vi.* ร่อนแร่, ร่อนทอง, มีผล **-pan out** มีผล, ปรากฏผล *-Ex. The venture panned out well.*

pan-, panto- คำอุปสรรค มีความหมายว่า ทั้งหมด

panacea (แพนนะเซีย') *n.* ยาแก้สารพัดโรค, ยาอเนกประสงค์, คำตอบสำหรับทุกคำถามหรือทุกปัญหา (-S. cure-all)

panache (พะแนช', -นาชฺ') *n.* ช่อขนนกประดับบนหมวก, เกราะหรือผ้าโพกหัว, ท่าทางที่โอ้อวด, การวางท่า, การโอ้อวด

Panama (แพน' นะมา) ประเทศปานามาในอเมริกากลางตอนใต้ **-Panama City** ชื่อเมืองหลวงของปานามา **-Isthmus of Panama** ชื่อคอคอดระหว่างอเมริกาเหนือกับอเมริกาใต้ **-Gulf of Panama** อ่าวปานามาเป็นส่วนหนึ่งของมหาสมุทรแปซิฟิก, หมวกปานามา **-Panamanian** *adj., n.*

Panama Canal คลองปานามา เชื่อมระหว่างมหาสมุทรแอตแลนติกกับมหาสมุทรแปซิฟิกที่บริเวณคอคอดปานามา

pancake (แพน' เคค) *n.* ขนมเบื้อง, การหย่อนเรียบลงพื้นดินของเครื่องบิน *-vi., vt.* **-caked, -caking** (เครื่องบิน) หย่อนเรียบลงพื้นดิน, ทำให้เครื่องบินลงแบบหย่อนเรียบ

pancreas (แพง' เครียส, แพน' เครียส) *n.* ตับอ่อน **-pancreatic** *adj.*

panda (แพน' ดะ) *n.* หมีแพนด้ามีอยู่ 2 จำพวกคือ 1. lesser panda เป็นสัตว์กินเนื้อจำพวก *Ailurus fulgens* พบในแถบเทือกเขาหิมาลัย 2. giant panda เป็นสัตว์กินเนื้อจำพวก *Ailuropoda melanoleuca* มีลักษณะคล้ายหมีชอบกินใบไผ่และหน่อไม้เป็นอาหาร พบในธิเบตและจีนภาคตะวันตกเฉียงใต้

panda

pandemic (แพนเดม' มิค) *adj.* แพร่หลายไปทั่วประเทศ ทวีปหรือทั้งโลก, ทั่วไป, ครอบคลุม, ซึ่งติดต่อระบาดไปทั่ว *-n.* โรคระบาด

pandemonium (แพนดะโม' เนียม) *n.* ความโกลาหล, ความเอะอะโกลาหล, ความสับสนวุ่นวาย, สถานที่ที่มีความเอะอะโกลาหล, นรก, อเวจี (-S. uproar, commotion, disorder, tumult, disturbance)

pander (แพน' เดอะ) *n.* ผู้ชักพาไปในทางชั่ว, แม่เล้า, แม่สื่อ, ผู้ชักนำให้เป็นโสเภณี *-vi., vt.* กระทำการดังกล่าว

pandit (พัน' ดิท, แพน' ดิท) *n.* บัณฑิต

pane (เพน) *n.* บานกระจกหน้าต่าง, กระจกหน้าต่าง, ตาหมากรุก, แผ่นกรุหน้าต่างหรือบานประตู, แผ่นแสตมป์หลายๆ ดวงที่อยู่ในแผ่นเดียวกัน

panegyric (แพนนิเจอ' ริค) *n.* คำสรรเสริญ, คำยกย่อง, คำสดุดี, การสรรเสริญอย่างเป็นทางการ, การสดุดีอย่างละเอียด **-panegyrical** *adj.* **-panegyrist** *n.* **-panegyrize** *vt., vi.*

panel (แพน' เนิล) *n.* บัญชีชื่อ, รายชื่อ, บัญชีคณะลูกขุน, บัญชีชื่อแพทย์, บัญชีชื่อผู้เชี่ยวชาญในสาขาหนึ่ง, คณะบุคคลผู้ดำเนินรายการอภิปรายทางโทรทัศน์หรือวิทยุกระจายเสียง,การอภิปรายกลุ่ม, แผงหรือแท่นควบคุมไฟฟ้า, หน้าบัด, นวมหรือเบาะอานม้า, ภาพหรือภาพถ่ายที่เป็นรูปสี่เหลี่ยมผืนผ้า (โดยเฉพาะที่มีส่วนสูงเป็นสองเท่าของส่วนกลาง), แผ่น, หน้า, ดิ้นหรือแถบประดับบนเครื่องแต่งกายของสตรี *-vt.* **-eled, -eling/-elled, -elling** จัดเป็นคณะ, ใส่ลานกระจก, ใส่นวมหรือเบาะอานม้า, จัดให้มีคณะลูกขุน, ดำเนินอรรถคดี *-Ex. a room paneled in pine, a panel of experts*

paneling, panelling (แพน' เนลลิง) *n.* ไม้หรือวัสดุอื่นๆ ที่ทำเป็นแผ่นๆ, ผิวหน้าของแผ่นดังกล่าว, แผ่นอัดหรือแผ่นกรุ, ผลงานการกรุประตู หน้าต่างช่องหนึ่งๆ

panelist (แพน' นะลิสทฺ) *n.* สมาชิกของกลุ่มผู้อภิปรายต่อหน้าชุมชนหรือในรายการโทรทัศน์หรือวิทยุ

pang (แพง) *n.* ความเจ็บปวดอย่างฉับพลัน, ความเสียวแสบ, อารมณ์หรือความรู้สึกที่เกิดขึ้นฉับพลัน, การหดเกร็งของกล้ามเนื้ออย่างฉับพลัน *-Ex. Samai had a pang of sorrow when he remembered his lost dog.*

panic (แพน' นิค) *n.* ความตกใจกลัว, ความหวาดกลัว, ความอกสั่นขวัญหาย, ตัวตลกที่สนุกสนาน *-adj.* เกี่ยวกับความตกใจกลัว, เกี่ยวกับเทพเจ้า Pan ในเทพนิยายกรีก *-v.* **-icked, -icking** *-vt.* ตกใจกลัว, อกสั่นขวัญหาย, ทำให้สนุกสนาน *-vi.* สนุกสนาน **-panicky** *adj. -Ex. to be seized with (a) panic, a panic fear, At the sound of the explosion; the crowd panicked.*

panic-stricken (แพน' นิคสทริค' เคิน) *adj.* ตกใจกลัว, อกสั่นขวัญหาย (-S. panic-struck)

pannier, panier (แพน' เออะ, แพน' นีเออะ) *n.* ตะกร้า (โดยเฉพาะขนาดใหญ่ที่ใช้วางบนหลังคน), ตะกร้าบรรทุกที่ห้อยอยู่ข้างตัวสัตว์พาหนะ, กระจาด, ส่วนของกระโปรงที่ยกขยายกระโปรงช่วงตะโพก

panoply (แพน' นะพลี) *n., pl.* **-plies** ชุดเสื้อเกราะ, เสื้อชุดพิธี, เครื่องหุ้มห่อทั้งชุด

panorama (แพนนะแรม' มะ, -รา' -) *n.* ทัศนียภาพ

ทั้งหมด, ภาพที่กว้างมาก, ภาพกว้างที่เปิดให้ดูทีละส่วน, ภาพหรือเหตุการณ์ที่ต่อเนื่องกัน,การสำรวจอย่างละเอียด **-panoramic** *adj.* **-panoramically** *adv. -Ex. a panorama of Thai history, a panorama of the development of transportation*

pansy (แพน' ซี) *n., pl.* **-sies** ต้น violet (*Viola tricolor hortensis*), (คำสแลง) ชายผู้รักร่วมเพศ ชายที่ชอบแต่งตัวเป็นหญิง (-S. violet)

pant (แพนทฺ) *vi.* หายใจลึกและเร็ว, ปล่อยไอออกมาอย่างเสียงดัง, หอบ, ปรารถนา, ใคร่, เต้นแรง, เต้นถี่, แล่นกระทบกับคลื่นแรงที่ต่อเนื่องกัน *-vt.* หายใจลึกและเร็ว, หอบ *-n.* การหายใจลึกและเร็ว, การหอบ (-S. gasp) *-Ex. The dog came back panting after he chased the cat up the tree., The scout panted an urgent message as he leaped from his horse.*

Pantaloon (แพนทะลูน') *n.* กางเกงขี่ม้ารัดรูป (โดยเฉพาะในสมัยศตวรรษที่ 19), กางเกงขายาวถึงข้อเท้า, ตาแก่โง่และร้าย, พ่อค้าแก่ที่โง่แห่งเมืองเวนิสที่มักถูกหลอกในเรื่องรักๆ ใคร่ๆ *-Ex. We laughed merrily at the Pantaloon.*

P

pantechnicon (แพนเทค' นิเคิน) *n.* โกดัง (โดยเฉพาะสำหรับเก็บเครื่องเรือน), รถลำเลียงเครื่องเรือนและของใช้ในบ้าน (-S. pantechnicon van)

pantheism (แพน' ธีอิซึม) *n.* ลัทธิพระเจ้าคือจักรวาล, ลัทธิพระเจ้าครอบคลุมทั้งหมดของจักรวาล **-pantheist** *n.* **-pantheistic, pantheistical** *adj.*

pantheon (แพน' ธีออน, -เอิน, แพนธี' เอิน) *n.* ปูชนียสถานที่บรรจุหลุมฝังศพหรือสิ่งที่เป็นเครื่องระลึกถึงบุคคลสำคัญของชาติที่ล่วงลับไปแล้ว, โบสถ์สำหรับสักการบูชาเทพเจ้าทั้งหลาย, เทพเจ้าทั้งหลาย, วิหารวีรบุรุษ, วิหารสถิตของบรรพบุรุษ

panther (แพน' เธอะ) *n., pl.* **-thers/-ther** เสือดำ ดู cougar, เสือดาว **-pantheress** *n., fem.*

panties (แพน' ทีซ) *n. pl.* กางเกงชั้นในของสตรีหรือเด็ก (-S. pantie)

pantograph (แพน' ทะกราฟ) *n.* เครื่องจำลอง ลอกหรือถ่ายแผนที่ แผนภูมิ ลวดลายและอื่นๆ, อุปกรณ์ต่อเชื่อมไฟฟ้า **-pantographic** *adj.*

pantomime (แพน' ทะไมมฺ) *n.* ละครใบ้, ละครเด็ก (โดยเฉพาะในเทศกาลคริสต์มาส), ผู้แสดงละครใบ้, กิริยาท่าทางในการแสดงละครใบ้, อากัปกิริยาที่แสดงเจตนาต่างๆ, การทำไม้ทำมือแสดง *-v.* **-mimed, -miming** *-vt., vi.* แสดงละครใบ้, ทำไม้ทำมือแสดง **-pantomimist** *n.* **-pantomimic** *adj. -Ex. We acted out the story in pantomime., We went to see a pantomime of Ramayana.*

pantry (แพน' ทรี) *n., pl.* **-tries** ห้องหรือตู้สำหรับเก็บอาหาร ถ้วยชาม ช้อน ส้อมและอื่นๆ, ห้องสำหรับเก็บอาหารที่จะรับประทาน, กระเพาะอาหาร

pants (แพนทฺซฺ) *n. pl.* กางเกง, กางเกงชั้นใน (โดยเฉพาะของสตรีหรือเด็ก), กางเกงยืดขายาวชั้นในของบุรุษ **-wear the pants** มีอำนาจปกครอง (เช่น ในบ้าน) **-with one's pants down** อยู่ในฐานะที่กลืนไม่เข้าคายไม่ออก

pap[1] (แพพ) *n.* หัวนม, หัวนมเทียม, สิ่งที่คล้ายหัวนม

pap[2] (แพพ) *n.* อาหารอ่อนสำหรับทารกหรือคนไข้ (เช่น ขนมปังจุ่มลงในน้ำหรือนม), สิ่งที่ไร้แก่นสาร, ข้อคิดเห็น คำพูด ข้อเขียนหรืออื่นๆ ที่ไร้แก่นสาร

papa (พา' พะ, พะพา') *n.* คุณพ่อ, พ่อ, ป๋า, คำสื่อสารที่หมายถึงอักษร p

papacy (เพ' พะซี) *n., pl.* **-cies** ตำแหน่ง, ระยะการดำรงตำแหน่งหรือฐานะหรืออำนาจปกครองของสันตะปาปา,ระบบการปกครองของศาสนานิกายโรมันคาทอลิก, การสืบตำแหน่งของสันตะปาปา

papal (เพ' เพิล) *adj.* เกี่ยวกับองค์สันตะปาปา

paparazzo (พาพะราท' โซ) *n., pl.* **-zi** ช่างภาพอิสระที่ชอบถ่ายภาพบุคคลสำคัญ มักเป็นการรุกล้ำความเป็นส่วนตัวของผู้อื่น

papaw (พอ' พอ, พะพอ') *n.* ผลไม้ขนาดเล็กของต้น *Asimina Triloba*, ต้นไม้ดังกล่าว

papaya (พะพา' ยะ) *n.* ผลมะละกอ (ของต้น *Carica papaya*)

paper (เพ' เพอะ) *n.* กระดาษ, แผ่นกระดาษ, เอกสารกระดาษ, เอกสาร, เอกสารสิทธิ, หนังสือพิมพ์, ข้อสอบ, กระดาษติดผนัง, ใบปลิว, ใบโฆษณา, บัตรฟรี, ห่อกระดาษ, แผงกระดาษ *-vt.* ปิดด้วยกระดาษ, ห่อด้วยกระดาษ, ให้เข้าชมด้วยบัตรฟรี *-vi.* ปิดกระดาษบนผนัง *-adj.* ทำด้วยกระดาษ, เกี่ยวกับหรือโดยจดหมาย สิ่งตีพิมพ์ หนังสือและอื่นๆ, เป็นเพียงกระดาษ (ไม่เป็นความจริง), เป็นครั้งแรก **-on paper** แบบพิมพ์หรือแบบเขียน *-Ex. wrapping paper, writing paper, wallpaper, Write your address on this paper., We need to have certain papers to travel in foreign countries., legal papers, official papers, Our history papers are due tomorrow., a paper of pins, Our dining room is being papered.*

paperback (เพ' เพอร์แบค) *n.* หนังสือปกอ่อน (มักเป็นฉบับราคาถูก) **-paperbacked** *adj.*

paperwork (เพ' เพอะเวิร์ค) *n.* งานขีดเขียน, งานเสมียน, งานหนังสือ, งานสารบรรณ

papier-mâché (เพ' เพอร์มะเช') *n.* สารที่ทำจากเยื่อกระดาษกับยางไม้หรือกาว ทำให้มีความเหนียวและแข็งเมื่อแห้ง

papilla (พะพิล' ละ) *n., pl.* **-lae** ส่วนยื่นที่คล้ายหัวนม, ปุ่มรับรส (เช่น บนลิ้น), ปุ่ม, สิว, ตุ่ม **-papillose, papillate** *adj.*

papillary (แพพ' พะเลอะรี, พะพิล' ละรี) *adj.* เกี่ยวกับหรือมีลักษณะของ papillae, ปกคลุมหรือมี papillae

papist (เพ' พิสทฺ) *n.* ชาวโรมันคาทอลิก **-papistry** *n.*

papoose (พะพูส', แพ-) *n.* เด็กทารกอินเดียนแดง, เด็กอินเดียนแดง

paprika (พะพรี' คะ, แพพ' ริคะ) *n.* พริกหยวก, ยาแต่งกลิ่นและสีอาหาร

Pap smear การทดสอบมะเร็งจากน้ำคัดหลั่ง (secretions) ของร่างกาย (โดยเฉพาะที่มดลูกและช่องคลอด) (-S. Pap test)

Papua (แพพ' พัว, พา' พูอา) ดู Papua New Guinea

-Territory of อาณาบริเวณหนึ่งของออสเตรเลีย เมื่อก่อนชื่อ British New Guinea **-Gulf of** ชื่ออ่าวทางด้านฝั่งตะวันออกเฉียงใต้ของนิวกินี

papuan (แพพ' พวน) *adj.* เกี่ยวกับ Papua, เกี่ยวกับชนชาติผิวดำที่เป็นชาวพื้นเมืองนิวกินี, เกี่ยวกับภาษาที่ชนชาติดังกล่าวใช้กัน *-n.* คนพื้นเมืองของนิวกินี

papyrus (พะไพ' เริส) *n., pl.* **-ri/-ruses** ต้นกกจำพวก *Cyperus papyrus* ที่ใช้ทำกระดาษกันในสมัยโบราณ

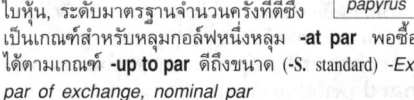

papyrus

par (พาร์) *n.* ราคาปกติ, ราคาเดิม, ปริมาณปกติ, ภาวะปกติ, เดิม, เกณฑ์, ราคาในใบหุ้น, ระดับมาตรฐานจำนวนครั้งที่ตีซึ่งเป็นเกณฑ์สำหรับหลุมกอล์ฟหนึ่งหลุม **-at par** พอซื้อได้ตามเกณฑ์ **-up to par** ดีถึงขนาด (-S. standard) *-Ex. par of exchange, nominal par*

para-, par- คำอุปสรรค มีความหมายว่า ข้าง, ใกล้, พ้น, นอก, ล้า, เสริม, เกี่ยวกับตำแหน่ง para ใน benzene

parable (แพ' ระเบิล) *n.* นิยายเปรียบเทียบ, อุปมาอุปไมย, สุภาษิต

parabola (พะแรบ' บะละ) *n.* เส้นโค้งที่เกิดจากการตัดกันของรูปกรวย ตั้งฉากกับแนวราบที่ขนานกับด้านของ paraboloid, เส้นโค้งรูปไข่

parabolic (แพระบอล' ลิค) *adj.* เกี่ยวกับรูป parabola, คล้ายหรือเป็นรูป parabola

parachute (แพ' ระชูท) *n.* ร่มชูชีพ, สิ่งที่เหมือนร่มชูชีพ (เช่น ที่อยู่หางเครื่องบินชนิดบินเร็วบางชนิด เพื่อช่วยลดความเร็วเวลาลง) *-vt., vi.* **-chuted, -chuting** ทิ้งลงด้วยร่มชูชีพ, กระโดดร่มชูชีพ **-parachutist, parachuter** *n.*

parade (พะเรด') *n.* ขบวนแห่, การเดินแถว, การเดินขบวน, สถานที่สำหรับการเดินแถว, การเดินแถวเพื่อรับการตรวจพล, สนามตรวจพล, ลานกว้างสำหรับเดินเล่น, การแสดงที่อวดตัว, การเดินอวดตัว *-vi., vt.* **-raded, -rading** เดินแห่, เดินขบวน, เดินเล่นในที่สาธารณะ, จับกลุ่มเพื่อแสดงอวดตัว, จับกลุ่มเพื่อให้ตรวจพล **-parader** *n.* (-S. procession, ostentation, march, flaunt) *-Ex. a circus parade, a military parade, The Easter parade, The mall became a parade on Sunday afternoons., evening parade, a parade of wealth*

paradigm (แพ' ระดิม, -ไดม) *n.* ตัวอย่าง, แบบ, ชุดแบบ, การสาธิต, ตารางการเปลี่ยนแปลงของคำศัพท์คำหนึ่งๆ **-paradigmatic** *adj.* **-paradigmatically** *adv.*

paradise (แพ' ระไดซฺ, -ไดซฺ) *n.* สวรรค์, แดนสุขาวดี, สวน Eden ที่พระเจ้าประทานเป็นที่อยู่อาศัยแก่อาดัมกับอีฟ, ที่ที่มีความสวยงามและความสุขที่สุด, ฟากฟ้าหิมพานต์, สุขคติ **-paradisiac, paradisiacal** *adj.* (-S. heaven)

paradox (แพ' ระดอคซฺ) *n.* คำพูดหรือข้อความที่ดูเหมือนไม่ถูกต้อง แต่ความจริงอาจถูก, คำพูดหรือข้อความที่ขัดแย้งความรู้สึกของคนทั่วๆ ไป, สิ่ง (บุคคล เหตุการณ์ คำพูด) ที่ขัดแย้ง, ข้อสรุปที่ดูเหมือนขัดกัน **-paradoxically** *adv.* (-S. contradiction) *-Ex. "Make haste slowly" is a paradox., It is a paradox that the germ which causes a disease may be used to prevent it.*

paraffin (แพ' ระฟิน) *n.* พาราฟิน เป็นไขที่กลั่นจากปิโตรเลียม ประกอบด้วย hydrocarbons, สมาชิกอนุกรม alkane, ภาษาอังกฤษแบบอังกฤษใช้ว่า kerosene *-vt.* ใส่หรือทาด้วยพาราฟิน **-paraffinic** *adj.*

paragon (แพ' ระกอน) *n.* ตัวอย่างอันยอดเยี่ยม, เพชรน้ำหนึ่งที่หนัก 100 กะรัตหรือมากกว่า, ไข่มุกกลมที่ใหญ่ผิดธรรมดา *-vt.* เปรียบเทียบ, ดีกว่า, เหนือกว่า (-S. ideal)

paragraph (แพ' ระกราฟ) *n.* วรรค, ตอน, ตอนหนึ่งของหนังสือ, ข้อความสั้นๆ, ข่าวสั้น, บทสั้น *-vt.* แบ่งออกเป็นวรรค, ย่อหน้า, แบ่งออกเป็นตอน *-vi.* เขียนบทความสั้น **-paragraphic** *adj.* **-paragrapher, paragraphist** *n.*

Paraguay (แพ' ระเกว, -ไกว) ชื่อประเทศในภาคกลางของอเมริกาใต้ **-Paraguayan** *adj., n.*

parakeet (แพ' ระคีท) *n.* นกแก้วเล็ก (-S. parrakeet)

parallax (แพ' ระแลคซฺ) *n.* การเคลื่อนจากที่ของวัตถุที่เนื่องจากผู้สังเกตเคลื่อนไหว หรือตาหรือศีรษะเคลื่อนไหว, การคลาดกันของภาพวัตถุที่เนื่องจากการมองจากจุดสองจุด, การมองคลาดหรือเคลื่อน **-parallactic** *adj.*

parallel (แพ' ระเรล) *adj.* ขนาน, เสมอ, เท่าเทียม, ประเภทเดียวกัน, ซึ่งเปรียบเทียบ, เหมือนหรือคล้ายกัน, ซึ่งมีทิศทางเดียวกัน *-n.* เส้นขนาน, สิ่งที่ขนานกัน, สิ่งเปรียบเทียบ, การเปรียบเทียบ, ความเหมือนหรือคล้ายกัน, สิ่งคล้ายคลึง, เส้นแวง, ทิศทางที่ขนานกัน, เครื่องหมายเส้นขนาน (||), การเชื่อมขนาน *-vt.* **-alleled, -alleling/-allelled, -allelling** ทำให้ขนาน, เทียบเท่า, เปรียบเทียบ (-S. equal, counterpart, likeness, comparison) *-Ex. The road parallels the river., Your experience parallels mine., The opposite sides of your desk are parallel., Railway lines are parallel., parallel circuit, parallel connection, parallel sailing, parallel veins, to draw a parallel between...*

parallelogram (แพระเลล' ละแกรม) *n.* รูปสี่เหลี่ยมด้านขนาน

paralysis (พะแรล' ลิซิส) *n., pl.* **-ses** อัมพาต, การตายด้าน, การหยุดชะงัก *-Ex. infantile paralysis, The blizzard caused paralysis of the railroads and bus lines.*

paralytic (แพระลิท' ทิค) *n.* คนที่เป็นอัมพาต *-adj.* เป็นอัมพาต (-S. palsy)

paralyze (แพ' ระไลซฺ) *vt.* **-lyzed, -lyzing** เป็นอัมพาต, ทำให้เป็นอัมพาต **-paralyzation** *n.* **-paralyzer** *n.* *-Ex. The soldier's leg is paralyzed., The traffic was paralyzed by the snowstorm.*

paramecium (แพระมี' เซียม, -เชียม) *n., pl.* **-cia** โปรโตซัวน้ำจืดมีขนจำพวกหนึ่งที่มีร่างเป็นรูปวงรีและมีร่องปากลึก

paramedic (แพ' ระเมดดิค, แพระเมด' ดิค) *n.* แพทย์ทหารพลร่ม, แพทย์เสนารักษ์ทหารพลร่ม, เจ้าหน้าที่ผู้ช่วยแพทย์, เกี่ยวกับเจ้าหน้าที่ดังกล่าว

paramedical (แพระเมด' ดิเคิล) *adj.* เกี่ยวกับเจ้าหน้าที่ผู้ช่วยแพทย์

parameter (พะแรม' มิเทอะ) *n.* ตัวแปรในทางสถิติ,

P

ปัจจัย, ปัจจัยกำหนด **-parametric** *adj.*

paramount (แพ' ระเมาท) *adj.* สำคัญยิ่ง, ยิ่งยวด, ยอดเยี่ยม, สูงสุด, อันดับหนึ่ง *-n.* เจ้าเหนือเจ้า, ผู้ปกครองชั้นสูงสุด **-paramountcy** *n.* **-paramountly** *adv.* (-S. foremost, leading, principal, dominant)

paramour (แพ' ระมัวร์) *n.* ชู้รัก, คนรัก

parang (พาราง') *n.* มีดสั้นหนักของชาวมาเลย์

paranoia (แพระนอย' อะ) *n.* ภาวะจิตบกพร่องที่มีอาการหวาดระแวงหลงผิดว่าคนอื่นจะมาทำร้ายตนและอาการอื่นๆ **-paranoid** *adj., n.* **-paranoiac** *n.*

parapet (แพ' ระเพท, -เพิท) *n.* เชิงเทิน, กำแพงบังหน้า, ราวลูกกรง, รั้ว **-parapeted** *adj.*

paraphernalia (แพระเฟอแนล' เลีย) *n. pl.* ของใช้ส่วนตัว, ทรัพย์สมบัติส่วนตัว, สินเดิม, เครื่องมือ, อุปกรณ์

paraphrase (แพ' ระเฟรส) *n.* ข้อความที่แปลความหมายข้อความอื่น, การถอดความ, การแปลความหมาย, การใช้สำนวนใหม่, การถ่ายข้อความ *-vt., vi.* **-phrased, -phrasing** ถอดความ, ถ่ายข้อความ, แปลความหมาย **-paraphraser** *n.*

paraplegia (แพระพลี' เจีย, -จะ) *n.* ภาวะอัมพาตที่ขาและส่วนล่างของร่างกาย เนื่องจากไขสันหลังอักเสบหรือได้รับบาดเจ็บ **-paraplegic** *adj., n.*

P

parapsychology (แพระไซคอล' ละจี) *n.* จิตวิทยาที่เกี่ยวกับประสาทรับความรู้สึกพิเศษ (ญาณ) **-parapsychological** *adj.* **-parapsychologist** *n.*

parasite (แพ' ระไซท) *n.* ปรสิต, กาฝาก, ผู้ที่เกาะคนอื่นกิน, พืชหรือสัตว์ที่อาศัยอยู่บนหรือในร่างกายของสิ่งมีชีวิตอื่น (host), พยาธิ, (สมัยกรีกโบราณ) นักพูดที่ได้รับอาหารฟรีเป็นค่าตอบแทน **-parasitic, parasitical** *adj.* **-parasitically** *adv.* (-S. scrounger, hanger-on, leech) *-Ex. Mistletoe growing on trees is a parasite.*

parasitic (แพระซิท' ทิค) *adj.* เกี่ยวกับปรสิต, เกี่ยวกับกาฝาก, เกี่ยวกับพยาธิ, เกี่ยวกับคนที่เกาะคนอื่นกิน **-parasitically** *adv.* (-S. parasitical)

parasol (แพ' ระซอล) *n.* ร่มกันแดดเล็กๆ หรือเบาของสตรี

parathion (แพระไธ' ออน) *n.* ยาฆ่าแมลงชนิดหนึ่งที่มีพิษมาก

paratroop (แพ' ระทรูพ) *adj.* เกี่ยวกับกองทหารพลร่ม **-paratroops** *n.pl.*

paratrooper (แพ' ระทรูเพอะ) *n.* ทหารพลร่ม, พลร่ม, ทหารร่มชูชีพ

paratyphoid (แพระไท' ฟอยด) *n.* โรคไข้รากสาดน้อย เป็นโรคติดต่อที่มีลักษณะอาการคล้ายโรคไทฟอยด์แต่มักรุนแรงน้อยกว่า เกิดจากเชื้อแบคทีเรียจำพวก *Salmonella -adj.* เกี่ยวกับโรคดังกล่าว, คล้ายโรคไทฟอยด์

parboil (พาร์' บอยล) *vt.* ต้มดิบๆ สุกๆ, ต้มครึ่งดิบครึ่งสุก, ต้มในระยะเวลาอันสั้น

parcel (พาร์' เซิล) *n.* หีบ, ห่อ, ห่อวัตถุ, ห่อเล็ก, ก้อน, รายการสินค้า, กลุ่ม, ชุด, ฝูง, ที่ดินส่วนหนึ่ง, ส่วน, เศษ *-vt.* **-celed, -celing/-celled, -celling** ทำให้เป็นห่อ, ทำให้เป็นก้อน, ทำให้เป็นกลุ่ม, ใช้ผ้าใบห่อ (เชือกโยงของเรือ), ห่อ, มัด *-adj., adv.* เป็นส่วน, เป็นห่อ (-S. package, bundle, pack) *-Ex. to send a package parcel post, a parcel post package, We got a parcel in the post today., a parcel of thieves, a parcel of lies, a parcel of land or ground, The leader parceled out the remaining food among the survivors.*

parch (พาร์ช) *vt.* ทำให้เกรียม, ทำให้แห้งเกรียม, ทำให้แห้งผาก, ทำให้กระหายน้ำ, ทำให้เหี่ยวแห้ง, ทำให้หนาวสั่น, ย่าง, อบ, ปิ้ง *-vi.* แห้งผาก, กระหายน้ำ, กลายเป็นแห้ง, กลายเป็นเกรียม *-Ex. The desert is parched by the burning sun.*

parchment (พาร์ช' เมินท) *n.* กระดาษหนัง, เอกสารหรือต้นฉบับ หรือต้นร่างที่เขียนบนกระดาษหนัง, กระดาษเหนียว, ประกาศนียบัตร, ปริญญาบัตร

parchment paper กระดาษไขกันน้ำชนิดหนึ่ง

pard (พาร์ด) *n.* เสือดาว

pardon (พาร์' เดิน) *n.* การให้อภัย, การให้อภัยโทษ, การยกโทษให้, การนิรโทษกรรม, การละเว้นโทษ *-vt.* ให้อภัย, อภัยโทษ, นิรโทษ **-pardonable** *adj.* **-pardonably** *adv. -Ex. to ask pardon for an offence, to sign a petition for a pardon, I beg your pardon., I beg your pardon; what you say is not correct., Please pardon me for bumping into you.*

pare (แพร์) *vt.* **pared, paring** ปอกเปลือก, ปอก, ตัด (ออกเป็นชิ้นๆ), ตัดเล็บ, เล็ม, เจียน, เฉือน, เหลา **-parer** *n.* (-S. trim, cut) *-Ex. to pare an apple, to pare down expenses, to pare rind from a melon*

paregoric (แพระกอ' ริค) *n.* ยาบรรเทาปวด, ทิงเจอร์ฝิ่นการบูร ใช้รักษาโรคท้องร่วง *-adj.* บรรเทาความเจ็บปวด

parent (แพ' เรินท) *n.* พ่อหรือแม่, บรรพบุรุษ, แหล่ง, แหล่งกำเนิด, สาเหตุ, ผู้ปกครอง, ผู้พิทักษ์, สิ่งมีชีวิตที่เป็นผู้ให้กำเนิด **-parenthood** *n. -Ex. His parents are still alive., the parent plant, Idleness and bad company are parents of mischief.*

parentage (แพ' เรินทิจ) *n.* ทายาท, แหล่งกำเนิด, แหล่งที่มา, บรรพบุรุษ, เทือกเถาเหล่ากอ, ความเป็นพ่อหรือแม่, ความสัมพันธ์ของพ่อแม่ *-Ex. of humble parentage, the joys and responsibilities of parentage*

parental (พะเรน' เทิล) *adj.* เกี่ยวกับพ่อหรือแม่, เกี่ยวกับตัวกำเนิด, เกี่ยวกับแหล่งกำเนิด

parenthesis (พะเรน' ธิซิส) *n., pl.* **-ses** วงเล็บ, เครื่องหมายวงเล็บ, นขลิขิต, ประโยคสอดแทรก, ข้อความหรือคำสอดแทรก

parenthetic, parenthetical (แพเรินเธท' ทิค, -เคิล) *adj.* เกี่ยวกับวงเล็บ, เกี่ยวกับนขลิขิต, เกี่ยวกับการใช้วงเล็บ **-parenthetically** *adv.*

paresis (พะรี' ซิส) *n., pl.* **-ses** ภาวะเหน็บชาเฉพาะส่วน, ภาวะอัมพาตบางส่วนหรือไม่สมบูรณ์

paretic (พะเรท' ทิค) *adj.* เป็นอัมพาตหรือเหน็บชาบางส่วนหรือไม่สมบูรณ์ *-n.* ผู้ที่เป็นอัมพาตหรือเหน็บชาบางส่วนหรือไม่สมบูรณ์

pariah (พะไร' อะ, แพ' เรีย, พาร์-) *n.* คนนอกคอก, จัณฑาล, ผู้ที่สังคมรังเกียจ, คนชั้นต่ำ, คนเลว

parietal (พะไร' อิเทิล) *adj.* เกี่ยวกับหรือประกอบด้วยผนังหุ้มหรือผนังโพรง, เกี่ยวกับกระดูกหลังหรือด้านข้างของกะโหลกศีรษะ, เกี่ยวกับภายในรั้วมหาวิทยาลัย

paring (แพ' ริง) *n.* การปอกเปลือก, การเจียน เฉือนหรือตัด, เปลือกที่ปอกออกแล้ว, เล็บที่ถูกตัดออก

Paris (แพ' ริส) ชื่อเมืองหลวงของฝรั่งเศส

parish (แพ' ริช) *n.* เขตทางศาสนา, โบสถ์ท้องถิ่น, พลเมืองทั้งหมดของเขตทางศาสนา, เขตปกครอง (ในอังกฤษ) ที่เทียบเท่าตำบล, พลเมืองทั้งหมดในเขตดังกล่าว **-parishioner** *n. -Ex. The parish voted to enlarge the church.*

Parisian (พะรี' เชิน) *n.* ชาวเมืองปารีส, ชาวปารีส *-adj.* เกี่ยวกับปารีส, เกี่ยวกับชาวปารีส

parity (แพ' ริที) *n.* ความเท่าเทียมกัน, ความเท่ากัน, ความเสมอภาค, ความเหมือนหรือคล้ายคลึงกัน, มูลค่าหรือราคาเท่ากัน, ดุลยภาพ, การตรึงกำลังกัน

park (พาร์ค) *n.* สวนสาธารณะ, อุทยาน, สวนธรรมชาติ, สถานที่พักผ่อนสาธารณะ, วนอุทยานล่าสัตว์ (ในอังกฤษ), หุบเขาอันกว้างใหญ่ (ในอเมริกา), ที่จอดรถ, สถานที่ตั้งวางอาวุธยุทโธปกรณ์, อาวุธยุทโธปกรณ์ดังกล่าว *-vt., vi.* จอดรถ, นำรถไปจอด (**-S.** estate, garden) *-Ex. an artillery park*

parka (พาร์ค' คะ) *n.* เสื้อคลุมขนสัตว์ที่มีหมวกคลุมศีรษะสำหรับใช้ในบริเวณขั้วโลก, เสื้อคลุมกันหิมะและลม

parkway (พาร์ค' เว) *n.* ถนนกว้างที่มีแนวต้นไม้อยู่กลางหรือข้างถนน

parlance (พาร์' เลินซฺ) *n.* วิธีการพูด, สำนวน, การพูดจา, การสนทนา, ภาษาเฉพาะ

parley (พาร์' ลี) *n., pl.* **-leys** การเจรจา, การประชุม, การเจรจาระหว่างคู่พิพาทสงครามในระยะเวลาที่มีการสงบศึกชั่วคราว *-vi.* เจรจาดังกล่าว, เจรจา, ประชุม, สนทนา *-Ex. Both groups of soldiers wanted to parley.*

parliament (พาร์' ละเมินทฺ) *n.* สภา, รัฐสภา, สภานิติบัญญัติ, ศาลสูงของฝรั่งเศส (ก่อนปี ค.ศ. 1789), ที่ประชุมเรื่องสาธารณะหรือเรื่องราวของชาติ *-Ex. The House of Parliament are at Westminster in London., to dissolve a parliament, a Member of Parliament*

parliamentarian (พาร์ลิเมินแท' เรียน) *n.* ผู้เชี่ยวชาญระเบียบข้อบังคับและระเบียบวาระการประชุมของรัฐสภา, สมาชิกรัฐสภา **-Parliamentarian** สมาชิกรัฐสภาอังกฤษที่ต่อต้านพระเจ้าชาร์ลส์ที่ 1

parliamentary (พาร์ละเมิน' ทะรี) *adj.* เกี่ยวกับรัฐสภา, ออกกฎหมายโดยรัฐสภา, ซึ่งมีรัฐสภา, ตามกฎเกณฑ์ของรัฐสภา (**-S.** legislative) *-Ex. to use parliamentary procedure*

parlour, parlor (พาร์' เลอะ) *n.* ห้องรับแขก, ห้องนั่งเล่น, ห้องสนทนาส่วนตัว, ห้องพักผ่อนในโรงแรม, ห้องธุรกิจ, อาคารธุรกิจ

parlor car รถตู้ของขบวนรถไฟที่มีที่นั่งเดี่ยวสำหรับการเดินทางในเวลากลางวัน

parochial (พะโร' เคียล) *adj.* เกี่ยวกับ parish, เกี่ยวกับการศึกษาใน parish, คับแคบจำกัดมาก, เกี่ยวกับจังหวัด, เกี่ยวกับท้องถิ่น **-parochially** *adv.* **-parochialism** *n. -Ex. Samai has lived in one place so long that his ideas are all parochial.*

parody (แพ' ระดี) *n., pl.* **-dies** การเขียนล้อเลียน, การเลียนแบบที่เลว, เรื่องล้อเลียน, ข้อเขียนล้อเลียน *-vt.* **-died, -dying** ล้อเลียน (บทประพันธ์ บุคคล เหตุการณ์ และอื่นๆ), เลียนแบบอย่างไม่เข้าท่าหรืออย่างขบขัน **-parodic, parodical** *adj.* (**-S.** imitation, mockery)

parol (พะโรล', แพ' เริล) *n.* ข้อแถลง, แถลงความ *-adj.* โดยปากเปล่า, โดยคำพูด, ด้วยวาจา **-by parol** โดยปากเปล่า, โดยคำพูด, ด้วยวาจา

parole (พะโรล') *n.* การปล่อยจากคุกโดยมีเงื่อนไขก่อนสิ้นสุดโทษที่พิพากษาไว้, ทัณฑ์บน, การปล่อยจากคุกโดยมีทัณฑ์บนไว้,เอกสารที่อนุญาตให้มีการปล่อยดังกล่าว, สัญญาณลับที่ใช้ผ่านยาม, คำสาบาน, คำสาบานของนักโทษเชลยศึกที่ได้รับการปลดปล่อย *-vt.* **-roled, -roling** ปล่อยตัวโดยมีทัณฑ์บน

parolee (พะโรลี') *n.* ผู้ถูกปล่อยตัวจากคุกก่อนกำหนดโดยมีการควบคุมความประพฤติ

parotic (พะโร' ทิค) *adj.* ซึ่งอยู่ใกล้หูหรือรอบหู

parotid (พะรอท' ทิด) *n.* ต่อมน้ำลายที่อยู่บริเวณฐานหูแต่ละข้าง *-adj.* เกี่ยวกับหรือใกล้ต่อมดังกล่าว

parotid

paroxysm (แพ' เริคซิซึม) *n.* การปะทุ, การระเบิดออก, การกำเริบขึ้นอย่างฉับพลันของโรค (ซึ่งมักเป็นพักๆ) **-paroxysmal** *adj.* (**-S.** seizure, attack, fit, spasm)

parquet (พาร์เค') *n.* ไม้ปาร์เก้ปูพื้น, พื้นที่ปูด้วยไม้ปาร์เก้, พื้นห้องของโรงละคร *-vt.* **-queted, -queting** ปูด้วยไม้ปาร์เก้

parquetry (พาร์' คัทรี) *n.* ลายพื้นไม้ปาร์เก้

parr (พาร์) *n., pl.* **parr/parrs** ลูกปลาแซลมอน, ลูกปลาคอดและอื่นๆ

parrakeet (แพ' ระคีท) *n.* ดู parakeet

parricide (แพ' ริไซด) *n.* การฆ่าพ่อหรือญาติสนิทของตัวเอง, ผู้กระทำดังกล่าว **-parricidal** *adj.*

parrot (แพ' เริท) *n.* นกแก้ว (เป็นสัตว์ประเภท Psittaciformes), ผู้เลียนคำพูดของคนอื่น, ผู้ที่จำขี้ปากของคนอื่นมาพูด, ผู้ที่พูดตามหรือขานรับคนอื่น *-vt.* พูดตามหรือขานรับคนอื่น *-Ex. The lazy pupil parroted the sentences in his book.*

parry (แพ' รี) *vt., vi.* **-ried, -rying** ป้องปัด, หลบหลีก, หลบเลี่ยง, พูดหลบหลีก *-n., pl.* **-ries** การป้องปัด, การหลบหลีก, การหลบเลี่ยง, การตอบอย่างคล่องแคล่ว, การตอบเลี่ยง, การพูดหรือคำพูดที่หลบหลีก (**-S.** ward off, avoid, dodge)

parse (พาร์ซ) *vt., vi.* **parsed, parsing** วิเคราะห์คำในไวยากรณ์

parsec (พาร์' เซค) *n.* หน่วยระยะทาง 3.26 ปีแสง, หน่วยระยะทางที่เท่ากับ 3.086 x 10^{13} กม.

parsimonious (พาร์ซะโม' เนียส) *adj.* ประหยัดมากเกินไป, ขี้เหนียว,ตระหนี่, ใจแคบ **-parsimoniously** *adv.* **-parsimoniousness** *n.* (**-S.** stingy, miserly)

P

parsimony (พาร์' ซะโมนี) *n.* ความประหยัดเกินไป, ความขี้เหนียว, ความตระหนี่, ความมีใจแคบ

parsley (พาร์ส' ลี) *n.* ผักชีฝรั่ง (*Petroselinum hortense*)

parsley

parsnip (พาร์' สนิพ) *n.* พืชจำพวก *Pastinaca sativa* มีรากขาวใหญ่ที่กินได้ ใช้รับประทานเป็นผักและทำเครื่องดื่ม (parsnip wine), รากของพืชดังกล่าว

parsnip

parson (พาร์' เซิน) *n.* พระ,บาทหลวง, นักเทศน์ (-S. minister) *-Ex. The parson came to visit grandmother when she was sick.*

parsonage (พาร์' ซะนิจ) *n.* ที่อยู่ของพระ, ที่อยู่ของบาทหลวง

part (พาร์ท) *n.* ส่วน, ส่วนหนึ่ง, ส่วนประกอบ, ส่วนของอวัยวะ, บริเวณ, ถิ่น, ฝ่าย, เส้นแบ่ง, ส่วนของเครื่องจักร, ปัจจัย, สมาชิก, ภาคเสียง, เสียงดนตรี, บทบาท, ผลประโยชน์หน้าที่ *-vt.* แบ่งส่วน, แบ่งแยก, แยกส่วนแยกทาง, พราก, ทำให้เสีย, จากกัน, ตัดขาด, แยกสังเคราะห์ *-vi.* แบ่งออกเป็นส่วนๆ, แยกออก, แยกทาง, แตกออก, จากไป, ตาย, ทอดทิ้ง, จ่ายเงิน **-for the most part** โดยปกติ, โดยทั่วไป **-in good part** เป็นมิตร, ส่วนใหญ่ **-in part** บางส่วน **-part and parcel** ส่วนสำคัญ **-take part** ร่วมด้วย **-take someone's part** ค้ำจุน, พิทักษ์ **-part with** ละทิ้ง (-S. portion, share) *-Ex. not the whole but a (small) part of it,This is my part of the garden., part of speech, part I of the book, part of the body, to bear a part in, for the greater part of the year, to take part in, to have no part in it, did her part*

partake (พาร์เทค') *vi.* **-took, -taken, -taking** เข้าร่วม, มีส่วน, มีส่วนแบ่ง, มีลักษณะเป็น, มีคุณสมบัติ, กินหรือดื่มร่วมกัน *-Ex. to partake in the activities of the school, to partake of a meal, Your impatience partakes of rudeness.*

parterre (พาร์แทร์') *n.* แปลงดอกไม้, พื้นที่รวมทั้งพื้นที่ปลูกสิ่งก่อสร้าง

parthenogenesis (พาร์ธะโนเจน' นะซิซ) *n.* การสืบพันธุ์โดยที่ตัวอ่อนเกิดจากไข่ซึ่งไม่ได้รับการผสมพันธุ์ **-parthenogenetic** *adj.* **-parthenogenetically** *adv.*

Parthenon (พาร์' ธะนอน, -เนิน) ชื่อโบสถ์ที่กรุงเอเธนส์สร้างเมื่อ 438 ปีก่อนคริสต์กาล เป็นผลงานทางสถาปัตยกรรมที่ดีที่สุดชิ้นหนึ่ง

partial (พาร์' เชิล) *adj.* บางส่วน, ส่วนหนึ่ง, ไม่ทั้งหมด, ไม่สมบูรณ์, เป็นส่วนประกอบ, มีอคติ, ไม่ยุติธรรม, ลำเอียง, โน้มเอียง, เป็นรอง *-n.* เสียงประกอบ **-partial to** ชอบ **-partially** *adv. -Ex. The umpire seemed to be partial to our team., I have always been partial to the colour green.*

partiality (พาร์ชีแอล' ละที, พาร์แชล'-) *n.* ความชอบเป็นบางส่วน, ความไม่สมบูรณ์, ความลำเอียง, ความชอบเฉพาะอย่าง (-S. bias, prejudice)

participant (พาร์ทิส' ซะเพินท) *n.* ผู้ร่วมกระทำ

participate (พาร์ทิส' ซะเพท) *vi., vt.* **-pated, -pating** ร่วมกระทำ, ร่วม, มีส่วนร่วม, ร่วมมือ, เข้าร่วม, มี, สมทบ, พลอยได้ **-participator** *n.* **-participation, participance** *n.*

participle (พาร์ทิซิพ' เพิล) *n.* กริยาช่อง 3, คำกริยาที่ลงท้ายด้วย -ing, คำกริยาที่ทำให้เป็นคำคุณศัพท์โดยการเติม -ing **-participial** *adj.*

particle (พาร์' ทิเคิล) *n.* อนุภาค, ส่วนที่น้อยที่สุด, ปริมาณที่น้อยที่สุด, ธุลี, ผงคลี, อณู, คำศัพท์เล็กน้อย *-Ex. There's not a particle of truth in that story., I looked at a particle of dust under the microscope.*

parti-coloured (พาร์' ทิคัลเลอร์ด) *adj.* มีหลายสีในหลายส่วน, หลากสี, หลากหลาย, หลายแบบ, แยกแยะ

particular (พาร์ทิค' คิวละ) *adj.* โดยเฉพาะ, จำเพาะ, พิเศษ, อย่างยิ่ง, ผิดธรรมดา, เจาะจง, พิถีพิถัน, จู้จี้, จุกจิก *-n.* ส่วนพิเศษ, รายละเอียด, ข้อปลีกย่อย, รายการ, ลักษณะเฉพาะ, จุดเด่นเฉพาะ **-in particular** โดยเฉพาะอย่างยิ่ง, เป็นพิเศษ **-particularly** *adv.* **-particularity** *n. -Ex. My particular opinion though others may not agree., All taxes are hard; but this particular tax is abominable., to receive a souvenir of particular size*

particularize (พาร์ทิค' คิวละไลซ) *v.* **-ized, -izing** *-vt.* ทำให้เป็นลักษณะเฉพาะ, ทำให้เป็นพิเศษ, เจาะจง, ระบุ, แจ้งละเอียด *-vi.* แยกรายละเอียด, แยกเป็นข้อๆ, เจาะจง, กวดขัน **-particularization** *n.* (-S. specify)

particularity (พาร์ทิคคิวแล' ระที) *n., pl.* **-ties** ความมีลักษณะเฉพาะเจาะจง, ความพิถีพิถันมากเกินไป

parting (พาร์ท' ทิง) *n.* การแยกออก, การแบ่งแยก, การพราก, การจากกัน, การตาย, ที่แบ่งแยก, สิ่งที่ใช้แบ่งแยก, รอยแยก, รอยร้าว, เส้นแบ่งแยก *-adj.* แบ่งแยก, ขาด, แตก, ร้าว, อำลา *-Ex. the parting of friends, parting strip, parting words, The Indian fired a parting shot at the enemy.*

partisan (พาร์' ทิเซิน) *n.* ผู้เข้าข้างฝ่ายใดฝ่ายหนึ่ง, ผู้ถือข้าง, ผู้ถือพรรคถือพวก, พลพรรค, ทหารที่ทำหน้าที่รบกวนข้าศึก, สมาชิกหน่วยกองโจรในแนวหลังข้าศึก, สมาชิกหน่วยก่อกวน *-adj.* เกี่ยวกับบุคคลดังกล่าว, ถือพรรคถือพวก, เกี่ยวกับพลพรรค, ลำเอียง, ถือข้าง, ให้ท้าย **-partisanship** *n.*

partite (พาร์' ไทท) *adj.* ซึ่งแบ่งออกเป็นส่วนๆ

partition (พาร์ทิช' ชัน) *n.* การแบ่งแยก, การแยกออก, เครื่องแบ่งแยก, สิ่งที่แบ่งแยก, กำแพงกั้น, ผนังกั้น, ฝากั้น, ฉากกั้น, เฟี้ยม, ส่วนที่กั้น, การแบ่งสรรทรัพย์สิน *-vt.* แบ่ง, แยก, แบ่งออกเป็นส่วนๆ **-partitioned** *adj.* **-partitioner** *n.* (-S. division, wall, divide, split up) *-Ex. a plywood partition between two rooms, to partition a house into rooms, The partition of the playground gave the younger children their own area.*

partly (พาร์ท' ลี) *adv.* บางส่วน, เป็นส่วน

partner (พาร์ท' เนอะ) *n.* หุ้นส่วน, ผู้มีหุ้นส่วน, ผู้ร่วมมือ, ผู้ช่วย, ผู้ร่วมกระทำ, สามีหรือภรรยา, คู่ขา,

partnership 623 **passionless**

คู่เต้นรำ, คู่เล่นข้างเดียวกัน, โครงไม้รอบรูเปิดของดาดฟ้าเรือ *-vt.* เป็นหุ้นส่วน, เป็นคู่กับ, ร่วมมือกับ (**-S.** associate, colleague) *-Ex. Two men are partners in owning the shop., Dang and Manee were partners in the last dance., I was his tennis partner once a week., Somchai and Samai were lifelong partners.*

partnership (พาร์ท' เนอะชิพ) *n.* ความเป็นหุ้นส่วน, หุ้นส่วน, ห้างหุ้นส่วน, ความสัมพันธ์ที่เป็นหุ้นส่วนกัน (**-S.** company, cooperative) *-Ex. The automobile salesman and mechanic formed a partnership to sell used cars.*

partook (พาร์ทุค') *n.* กริยาช่อง 2 ของ partake *-Ex. Everybody partook in the victory celebration.*

partridge (พาร์' ทริดจฺ) *n., pl.* **-tridges/-tridge** นกกระทา (โดยเฉพาะจำพวก *Perdix perdix*), นกในตระกูล Phasianidae

partridge

part-time (พาร์ท' ไทมฺ) *adj.* นอกเวลา, เกี่ยวกับงานนอกเวลา

parturition (พาร์ทูริช' ชัน -ทิว-, พาร์ทะ-, -ชะ-) *n.* การให้กำเนิด, การคลอดลูก

party (พาร์' ที) *n., pl.* **-ties** พรรค, พวก, พรรคพวก, คณะ, หมู่คณะ, พรรคการเมือง, คู่ความ, ฝ่าย, หน่วย, ชุด, กลุ่ม, หน่วยเฉพาะกาล, หน่วยกิจการพิเศษ, งานเลี้ยง, งานสโมสร, (แต่ละ) บุคคล *-vi.* **-tied, -tying** ไปงานเลี้ยง *-adj.* เกี่ยวกับพรรค, เกี่ยวกับพวก, เกี่ยวกับพรรคการเมือง, ซึ่งแบ่งออกเป็นส่วน **-partyer, partier** *n.* (**-S.** faction, person, festivity) *-Ex. political party, party of soldiers, reading party, card party, to go to a party, party politics, The injured party used the driver., In an election; each party has a candidate., a matter of party politics*

par value ราคาตามใบหุ้น

parvenu (พาร์' วะนู) *n.* ผู้ร่ำรวยอย่างฉับพลัน, คนที่เพิ่งร่ำรวย, ผู้ดีใหม่ *-adj.* เกี่ยวกับบุคคลดังกล่าว

pasha (แพช' ชะ, พะชา') *n.* ชื่อตำแหน่งข้าราชการชั้นสูงของตุรกีสมัยก่อน

pass (แพส, พาส) *vt.* ผ่าน, เดินผ่าน, ผ่านไป, ข้าม, แซง, ล้ำหน้า, ล่วง, พ้น, อนุมัติ, อนุญาต, ทำให้ผ่าน, ใช้เวลา, สอบไล่ได้, ประสบความสำเร็จ, ทำให้แพร่หลาย, ทำให้ยอมรับ, นำส่ง, ถ่ายทอด, ให้คำมั่น, เอ่ย, ออกเสียง, พูดจา, ได้รับอนุมัติ, ส่ง (ลูก), ประกาศ, ตัดสิน, ถ่ายอุจจาระ, ระบาย, ปัสสาวะ *-vi.* ผ่าน, ไปข้างหน้า, จากไปพ้น, สิ้นสุด, ยุติ, เกิดขึ้น, หมุนเวียน, กลายเป็น, เปลี่ยนเป็น, สอบได้, ตัดสิน, พิพากษา, ประสบความสำเร็จ, ได้รับอนุมัติ, สละสิทธิ์, ละเลย, ปล่อย, ไม่เรียก (ไพ่), ส่งลูก, บอก *-n.* ถนนหนทาง, ทาง, ทางผ่าน, ด่าน, สิทธิ์ผ่าน, การสอบผ่าน, คะแนนที่สอบผ่าน, บัตรผ่าน, บัตรอนุญาตเข้าออก, การส่งลูก, ท่าส่งลูก, การบินผ่าน, การเปลี่ยน, การล่วงของเวลา, การไม่เรียกไพ่, ค่าโดยสาร, การเดินเรือ, การแทง (ดาบ), ความพยายาม, การเคลื่อนไหว **-bring to pass** ทำให้ปรากฏขึ้น, ให้กำเนิด **-come to pass** บังเกิดขึ้น, ปรากฏขึ้น **-pass away** ตาย, สิ้นสุด **-pass for** รับไว้, รับพิจารณา **-pass out** สลบ, เป็นลม **-pass over** ไม่สนใจ, เมินเฉย **-pass up** ปฏิเสธ, ไม่ฉวยโอกาส *-Ex. I saw people passing., passing to and for, passing by the door, to pass from one state to another, The current is passing along the wire., Time passed by.*

passage (แพส' ซิจฺ) *n.* ตอนหนึ่งของข้อเขียน, ข้อปลีกย่อย, การผ่าน, การข้าม, การย้าย, การก้าวผ่าน, การอนุญาตให้ผ่าน, สิทธิ์การผ่าน, อิสรภาพในการผ่าน, ทางผ่าน, ทางไป, ระเบียง, รูเปิด, ทางเข้า, การเดินเรือ, ที่อยู่อาศัยบนเรือ, ค่าโดยสาร, การผ่านพ้นของเวลา, ความเจริญก้าวหน้า, การประกาศที่ใช้เป็นกฎหมาย, การแลกเปลี่ยนระหว่างบุคคล, การแลกหมัด, การโต้ตอบ, การทำให้ผ่าน, การย้าย, การปล่อย, การถ่ายอุจจาระหรือปัสสาวะ, การปรากฏขึ้น, เรื่องราวที่เกิดขึ้น *-vi.* **-saged, -saging** ผ่าน, ข้าม, พ้น, เดินเรือ, บิน, เข้าร่วมวิวาท (**-S.** paragraph, verse, crossing) *-Ex. a calm passage across the Pacific, The ship had a stormy passage to Bangkok., passage of time, passage of current, a passage from a poem, The passage of the law was certain.*

passageway (แพส' ซิจฺเว) *n.* ทางผ่าน, ระเบียง, เฉลียง (**-S.** corridor)

passé (พาเซ', แพ-, แพ' เซ) *adj.* ล้าสมัย, หมดสมัย, ล้าหลัง,พ้นสมัย, อดีต, ชรา, ร่วงโรย

passenger (แพส' เซนเจอะ) *n.* ผู้โดยสาร, คนโดยสาร, คนเดินทาง

passer-by, passerby (แพสฺ' เซอะไบ) *n., pl.* **passersby** คนเดินผ่าน, คนสัญจร, ผู้ผ่าน (**-S.** onlooker, bystander, looker-on)

passing (แพส' ซิง) *adj.* ผ่านไป, ข้ามไป, ชั่วคราว, ชั่วระยะเวลาอันสั้น, ซึ่งกระทำแล้ว, สอบไล่ได้, (มิติ) ผ่าน, บังเอิญ *-adv.* อย่างยิ่ง, อย่างมากเหลือเกิน *-n.* การผ่าน, การข้าม, วิถีผ่าน, สถานที่ผ่าน, ความตาย **-in passing** ตามที่โอกาสจะอำนวยให้ ตามธรรมดา (**-S.** transitory, transient, brief) *-Ex. The passing of the heroes brought people to their windows., the passing years, The passing of the Constitution Amendment gave Thai women the right to vote., a passing glance, a passing fashion, a passing grade*

passion (แพช' ชัน) *n.* อารมณ์, ความรู้สึกที่รุนแรง, ความรัก, ความใคร่, ตัณหา, กิเลส, ความโลภ โกรธ หลง, ความกระตือรือร้น, การปะทุของอารมณ์หรือความรู้สึก, ความโกรธอย่างรุนแรง, โทสะ, การทนทุกข์ทรมานของนักบุญ (เพื่อมนุษย์), การทนทุกข์ทรมานบนไม้กางเขนของพระเยซูคริสต์ **-passional** *adj. -Ex. a passion for learning, Antiques are Mrs. Wunpen's passion., Samai flew into a passion when he broke his bat.*

passionate (แพช' ชะนิท) *adj.* มีอารมณ์มาก, เร่าร้อน, กระตือรือร้น, มีความรู้สึกรุนแรง, มีอารมณ์ใคร่ได้ง่าย, โกรธง่าย, สะเทือนอารมณ์ได้ง่าย **-passionately** *adv.* (**-S.** intense) *-Ex. a passionate interest in politics*

passionless (แพช' ชันลิส) *adj.* ไร้อารมณ์, เยือกเย็น, สุขุม, ไม่มีความกระตือรือร้น, ไม่เกิดการ

P

สะเทือนอารมณ์

passive (แพส' ซิฟวฺ) *adj.* อยู่เฉยๆ, ไม่ดิ้นรน, ไม่มีปฏิกิริยา, ไม่โต้ตอบ, ไม่ร่วมด้วย, ถูกกระทำ, อดทน, เกี่ยวกับกรรมวาจก (passive voice) *-n.* กรรมวาจก (passive voice), รูปแบบที่ไม่มีปฏิกิริยา, รูปแบบที่ถูกกระทำ **-passively** *adv.* **-passiveness** *n. -Ex. passive voice, passive resistance, a passive interest in games, The boy listened to the scolding in passive silence.*

Passover (แพส' โอเวอะ) *n.* เทศกาลเฉลิมฉลองของยิวที่เริ่มตั้งแต่วันที่ 14 ของ Nisan (เดือนเจ็ดตามปฏิทินยิว) เป็นเวลา 7-8 วัน เพื่อรำลึกถึงการออกจากอียิปต์ของชาวยิวโดยมีโมเสสเป็นผู้นำ (Exodus) มีชื่ออื่นว่า pesach หรือ pesah

passport (แพส' พอร์ท) *n.* หนังสือเดินทาง, การอนุญาตให้เดินทางผ่าน, ใบผ่าน, ใบยอมรับ, สิ่งยอมรับ *-Ex. a passport to happiness*

password (แพส' เวิร์ด) *n.* คำผ่าน, สัญญาณผ่าน

past (แพสทฺ, พาสทฺ) *adj.* อดีต, ผ่านไปแล้ว, เมื่อก่อน, แต่ก่อน, สมัยก่อน *-n.* อดีตกาล, สมัยก่อน, เรื่องหรือเหตุการณ์ในอดีต, กริยาช่อง 2 *-prep.* อดีต, เมื่ออดีต, ผ่าน, พ้น, เกิน *-adv.* เลย, พ้น *-Ex. past events, for some time past, for the past hundred years, the past, in the past, my past, half past seven, past the border, We went past the post office., It was far past Dang's bedtime.*

paste (เพสทฺ) *n.* แป้งเปียก, ดินเหนียวเปียก, ยาพอก, ก้อนเส้นหมี่คลุกเนย, อาหารแห้งเคล้าไข่, สิ่งที่มีลักษณะเหนียวเหนอะ, ยาพอก, อาหารที่มีลักษณะนิ่มคล้ายแป้งเปียก, แก้วทำเพชรพลอยเทียม *-vt.* **pasted, pasting** ทาแป้งเปียก, ปิดด้วยแป้งเปียก, (คำสแลง) ชก ต่อย *-Ex. Somsri pasted the pictures in her scrapbook.*

pasteboard (เพสทฺ' บอร์ด) *n.* แผ่นกระดาษแข็ง, บัตรแข็ง, นามบัตร, ตั๋วรถไฟ, บัตรเข้าประตู *-adj.* ซึ่งทำด้วยกระดาษแข็ง, เปราะ, ไม่แข็งแรง, อ่อนแอ, ไม่แท้, บอบบาง

pastel (แพสเทล') *n.* ดินสอสี, ดินสอขี้ผึ้ง, ดินสอเทียน, ชอล์กสี, ภาพวาดหรือสิ่งขีดเขียนที่วาดด้วยดินสอหรือชอล์กดังกล่าว, เรื่องสั้นๆ หรือปกิณกะที่มีเนื้อหาเบาๆ ที่เกี่ยวกับชีวิต, สีจางและเย็นตา *-adj.* เกี่ยวกับดินสอและภาพวาดดังกล่าว, (สี) เย็นตาและจาง *-Ex. dressed in pastel blue*

Pasteur (แพสเทอร์') Louis Pasteur (ค.ศ. 1822-1895) นักเคมีและจุลชีววิทยาของฝรั่งเศส

pasteurize (แพส' เทอไรซฺ, -เชอร์-) *vt.* **-ized,-izing** ใช้ความร้อนสูงฆ่าเชื้อจุลินทรีย์บางชนิด และป้องกันการหมักหรือบูด (fermentation) **-pasteurizer** *n.*

pastiche (แพสทีช', พาส-) *n.* ผลงานเลียนแบบทางศิลปะ ดนตรีหรือวรรณคดี

pastil, pastille (แพสทีล') *n.* ยาอม, ก้อนยา, ธูปยา

pastime (แพส' ไทมฺ) *n.* เครื่องฆ่าเวลา, การฆ่าเวลา, เครื่องหย่อนใจ, งานอดิเรก, สิ่งที่ให้ความเพลิดเพลิน (-S. recreation, diversion)

pastor (พาส' เทอะ, แพส' เทอะ) *n.* พระหรือบาทหลวง (ที่ประจำและจัดการดูแลโบสถ์หนึ่งๆ)

pastoral (พาส' เทอะเริล, แพส'-) *adj.* เกี่ยวกับคนเลี้ยงแกะ, เกี่ยวกับฟาร์มเลี้ยงสัตว์, เกี่ยวกับชีวิตง่ายๆ หรือชีวิตชนบท, เกี่ยวกับชนบท, เกี่ยวกับพระหรือบาทหลวง *-n.* บทกวีนิพนธ์ บทละครหรืออื่นๆ ที่เกี่ยวกับชีวิตคนเลี้ยงแกะ ชีวิตชนบทหรือชีวิตที่อยู่อย่างง่ายๆ, ทัศนียภาพของชนบท, พระบาทหลวง, จดหมายจากพระถึงศาสนิกชน

pastry (เพส' ทรี) *n., pl.* **-tries** ขนมปิ้งรสหวานที่ทำด้วยแป้งหมี่ *-Ex. a pastry cook, a pastry brush*

pasturage (แพส' เชอริจ, แพส' ทิว-, -เทอะ-) *n.* ทุ่งเลี้ยงสัตว์, หญ้าสำหรับเลี้ยงสัตว์, กิจการเลี้ยงสัตว์ *-Ex. The horses found rich pasturage along the river.*

pasture (พาส' เชอะ, -ทิว, -เทอะ, แพส'-) *n.* ทุ่งเลี้ยงสัตว์, ฟาร์มเลี้ยงสัตว์, หญ้าสำหรับเลี้ยงสัตว์, กิจการหรือธุรกิจการเลี้ยงสัตว์ *-vt., vi.* **-tured, -turing** ปล่อยให้สัตว์กินหญ้าบนทุ่ง, (สัตว์) กินหญ้า **-pasturer** *n. -Ex. Dumrong drove grandfather's cow to the pasture., The pasture is very good this year., The sheep are pastured on the hillside.*

pasty (เพส' ที) *adj.* คล้ายแป้งเปียก *-n., pl.* **pasties** พาย โดยเฉพาะพายเนื้อ

pat (แพท) *n.* ใช้ฝ่ามือ แผ่นแบนหรือวัตถุแบนตีหรือตบเบาๆ, เสียงตีหรือเสียงตบดังกล่าว, ก้อนเล็กๆ (มักเป็นรูปแบนและสี่เหลี่ยม) *-v.* **patted, patting** *-vt.* ใช้ฝ่ามือ แผ่นแบนหรือวัตถุแบนตีหรือตบเบาๆ, ใช้ฝ่ามือหรือนิ้วมือตบหลังเบาๆ แสดงความเห็นใจหรือให้กำลังใจ *-vi.* ตีหรือตบเบาๆ, เดินหรือวิ่งด้วยฝีเท้าเบาๆ *-adj.* ตรงประเด็น, ตรงจุด, เหมาะเจาะพอดี, รู้ดีทีเดียว, พอเหมาะ-พอเจาะ, เตรียมพร้อมแล้ว, หนักแน่น, ไม่เปลี่ยนแปลง *-adv.* อย่างสมบูรณ์, เหมาะเจาะพอดี, ทันเวลา, ฉับพลัน **-pat on the neck** สรรเสริญ, ให้กำลังใจ **-stand pat** ยืนหยัด **-have (down) pat** เชี่ยวชาญ *-Ex. Udom gave the dog a pat., The waiter brought a pat of butter., to give a patted answer*

patch (แพช) *n.* แผ่นปะ, แผ่นเสริม, ตะปูเสริม, ชิ้นเล็กๆ, บริเวณเล็กๆ, ผืนดินเล็กๆ, แถบเสริมไหล่ที่แขนเสื้อ, หย่อม, แต้ม, รอยปะ, รอยแต้ม, วัสดุที่ใช้แต่งแต้มบนใบหน้า *-vt., vi.* ปะเสริม, ปะซ่อม, ปะแต่ง, ปุปะ, แก้ไข, ผสมผเสอย่างเร่งรีบ, ประนีประนอม, ไกล่เกลี่ย **-patchy** *adj.* (-S. cover, mend) *-Ex. an eye patch, a vegetable patch, a patch of brown on the black dog, The girls patched quilts for their home.*

patchwork (แพชฺ' เวิร์ค) *n.* สิ่งที่เกิดจากการปะติดปะต่อกัน, งานเย็บปักถักร้อยที่ประกอบด้วยเศษผ้าหลายๆ สีมาทำให้เข้ากัน, ของผสมผเส (-S. jumble) *-Ex. a patchwork treaty that satisfied nobody, Mother enjoys doing patchwork.*

patchy (แพช' ชี) *adj.* **patchier, patchiest** ซึ่งปะติดปะต่อกัน, ผสมผเสกัน, ไม่กลมกลืนกัน, ไม่ลงรอยกัน, ไม่สม่ำเสมอ **-patchily** *adv.* **-patchiness** *n.*

pate (เพท) *n.* หัว, กบาล, ส่วนหัว, หัวสมอง, สมอง

(-S. head, brain)

pâté (พาเท', แพ-) *n.* ขนมปังปาเต้ (ประกอบด้วยตับเนื้อ เนื้อปลา และอื่นๆ)

patella (พะเทล' ละ) *n., pl.* **-las/-lae** กระดูกสะบ้าหัวเข่า, กระดูกสะบ้า **-patellar** *adj.*

patent (แพท' เทินทฺ, เพท'-) *n.* สิทธิบัตร, สิทธิ์ที่จะได้รับประโยชน์เฉพาะตัว, สิทธิ์ในประดิษฐกรรม, ประดิษฐกรรมที่ได้จดทะเบียน, เอกสารสิทธิ์ *-adj.* ซึ่งได้รับการคุ้มครองจากสิทธิบัตร, เกี่ยวกับสิทธิบัตร, ได้จากสิทธิบัตร, ซึ่งประดิษฐ์ขึ้นเป็นคนแรก, เปิดเผย, แน่ชัด, ชัดแจ้ง, แพร่ขยาย, แผ่ออก *-vt.* ให้สิทธิบัตรแก่, ได้สิทธิบัตร, ได้รับประโยชน์เฉพาะตัว **-patentable** *adj.* (-S. evident) *-Ex. patent right, patent medicines, Samai is careful to patent each new invention so no one else can use it., Her claim that she worked all day is a patent lie.*

patentee (แพทเทินที') *n.* ผู้ได้รับสิทธิบัตร

patent leather หนังลื่น แข็งและเป็นมันที่ใช้ทำรองเท้า กระเป๋าและอื่นๆ

patentor (แพท' เทินเทอะ) *n.* ผู้ออกสิทธิบัตรให้

paternal (พะเทอร์' เนิล) *adj.* เกี่ยวกับหรือมีลักษณะของพ่อ, เหมือนพ่อ, สายพ่อ, ตกทอดหรือได้มาจากพ่อ

path (แพธ, พาธ) *n.* ทาง, ทางสายเล็ก, ทางเดิน, ทางวิ่ง, ทางแคบ, แนวทาง, แนวทางปฏิบัติ, วิถี, เส้นทาง, ทางโคจร, วิธีการ **-pathless** *adj.* (-S. way, route, course, track) *-Ex. a path by the river, path of a star, path of glory, the earth's path around the sun, the path of goodness*

pathetic, pathetical (พะเธท' ทิค, -เคิล) *adj.* น่าเวทนา, น่าสงสาร, ซึ่งทำให้สงสาร, แร้นแค้น **-pathetically** *adv.* (-S. pitiful, sorry, sad, touching)

patho- คำอุปสรรค มีความหมายว่า ทนทุกข์, โรค, ความรู้สึก, อารมณ์

pathogen, pathogene (แพธ' ธะเจน, -จีน) *n.* ตัวทำให้เกิดโรค

pathologic, pathological (พาธธะลอจ' จิค, -เคิล) *adj.* เกี่ยวกับพยาธิวิทยา, เกี่ยวกับโรควิทยา **-pathologically** *adv.*

pathology (พะธอล' ละจี', แพ-) *n.* พยาธิวิทยา, โรควิทยา, ลักษณะโรค, ความผิดปกติ **-pathologist** *n.*

pathos (เพ' ธอส) *n.* ความสามารถในการทำให้เกิดความรู้สึกสงสาร, ความสงสาร, ความเวทนา

pathway (แพธ' เว) *n.* ทาง, ทางเดิน, เส้นทางเล็ก, ทางผ่าน, เส้นทาง, วิถี, วิถีทาง (-S. path)

-pathy คำปัจจัย มีความหมายว่า ทนทุกข์, ความรู้สึก, อารมณ์, โรค, วิธีการรักษา

patience (เพ' เชินซฺ) *n.* ความอดทน, ความอดกลั้น, ขันติ, ความทรหด, เกมถอดไพ่ (-S. forbearance)

patient (เพ' เชินทฺ) *adj.* อดทน, อดกลั้น, มีขันติ, ทรหด *-n.* คนไข้, ลูกค้า, ลูกความ, เหยื่อ, ผู้ทนทุกข์ทรมาน **-patiently** *adv.* (-S. forbearing, sufferer) *-Ex. Be patient is suffering.*

patina ((แพท' ทะนะ, พะที' นะ) *n., pl.* **-nae** สนิมเขียวบนผิวหน้าของโลหะบรอนซ์เก่าๆ, ขี้เกรอะ, รอยเกรอะคราบมันวาว, คราบ, จาน, โลหะของพระเจ้า

patio (แพท' ทีโอ, พาท'-) *n., pl.* **-tios** ลานบ้านที่มีอาคารหรือกำแพงล้อมรอบ, ลานบ้าน

patois (แพ' ทวา) *n., pl.* **-tois** ภาษาท้องถิ่นหรือภาษาชนบท (โดยเฉพาะของฝรั่งเศส), ภาษาผสมของหลายภาษา

patriarch (เพ' ทรีอาร์ค) *n.* หัวหน้าครอบครัว, ผู้อาวุโสสูงสุด, บรรพบุรุษของมนุษย์ (เช่น อาดัม), บรรพบุรุษของยิว, หัวหน้าวงศ์ตระกูล, ผู้ก่อตั้ง, ผู้สร้าง, ปรมาจารย์, พระสังฆราช, พระราชาคณะ, ผู้เฒ่าแห่งเผ่าพันธุ์, ผู้เฒ่าอันเป็นที่เคารพนับถือของสังคมหนึ่ง, บิดา, พ่อ **-patriarchal** *adj.* *-Ex. Abraham is one of the great Jewish patriarchs.*

patriarchate (เพ' ทรีอาร์คิท, -เคท) *n.* ตำแหน่ง ฐานะ อำนาจ ที่อยู่อาศัย และเขตปกครองของพระสังฆราชหรือพระราชาคณะ, ดู patriarchy

patriarchy (เพ' ทรีอาร์คี) *n., pl.* **-archies** การปกครองฉันบิดากับบุตร **-patriarchic** *adj.*

patrichian (พะทริช' เชียน) *n.* สมาชิกวงศ์ตระกูลขุนนางในสมัยโรมันโบราณ, ขุนนาง, ผู้มีฐานะสูง, ผู้มีอำนาจ, ผู้ดี *-adj.* เกี่ยวกับวงศ์ตระกูลผู้ดีในสมัยโรมันโบราณ

patricide (พะ' ทระไซด, เพ'-) *n.* การฆ่าบิดา, ปิตุฆาต, ผู้ฆ่าบิดา **-patricidal** *adj.*

patrimony (แพ' ทระโมนี) *n., pl.* **-nies** มรดกของบิดามารดาหรือบรรพบุรุษ, ลักษณะที่สืบทอดทางกรรมพันธุ์, ทรัพย์สินทางศาสนา **-patrimonial** *adj.*

patriot (เพ' ทรีเอิท, -ออท, แพ') *n.* ผู้รักชาติ, ผู้รักและป้องกันประเทศชาติและผลประโยชน์ของประเทศชาติ **-patriotic** *adj.* **-patriotically** *adv.* (-S. loyalist) *-Ex. The patriot soldier served his country in troubled times.*

patriotism (เพ' ทรีอะทิซึม) *n.* ความรักชาติ, ลัทธิรักชาติ, การรักและป้องกันประเทศชาติและผลประโยชน์ของประเทศชาติ (-S. loyalty)

patrol (พะโทรล') *vt., vi.* **-trolled, -trolling** ลาดตระเวน, เดินตรวจ, ตรวจตระเวน, ตรวจตรา *-n.* พนักงานตรวจตรา, ตำรวจสายตรวจ, ตำรวจลาดตระเวน, ทหารลาดตระเวน, ยาม, การตรวจตรา, การลาดตระเวน, กองย่อยของลูกเสือตรวจการณ์ **-patroller** *n.* (-S. guard) *-Ex. The Coast Guard patrols the coast of the Gulf of Thailand., The captain sent out a patrol of six men.*

patrolman (พะโทรล' มัน) *n., pl.* **-men** ตำรวจสายตรวจ, ตำรวจลาดตระเวน, ผู้เดินตรวจ

patron (เพ' เทริน) *n.* ผู้อุปการะ, ผู้สนับสนุน, ผู้อุปถัมภ์, ผู้อุดหนุน, ลูกค้า

patronage (เพ' เทรินนิจ, แพ'-) *n.* การอุดหนุน, การอุปการะ, การอุปถัมภ์, การสนับสนุน, พระบรมราชูปถัมภ์, ตำแหน่งหน้าที่การงานที่ถูกแต่งตั้งโดยพระคุณ(-S. support) *-Ex. The food bazaar is under the patronage of the Chiangmai Club.*

patroness (เพ' ทระนิส) *n.* ผู้อุปการะที่เป็นหญิง

P

patronize (เพ' เทรินไนซฺ, แพ'-) *vt.* **-ized, -izing** สนับสนุน, อุปถัมภ์, ให้ความอุปการะ, อุดหนุน, ชุบเลี้ยง (-S. support, condescend, deal with)

patron saint นักบุญที่ยอมรับว่าเป็นผู้มีอุปการะคุณ

patronymic (แพททระนิม' มิค, -โทร-) *adj.* (ชื่อ) มาจากชื่อสกุลของบิดาหรือบรรพบุรุษ *-n.* ชื่อสกุลที่มาจากบิดาหรือบรรพบุรุษ, ชื่อสกุล, นามสกุล

patter[1] (แพท' เทอะ) *n.* เสียงเปาะแปะ (คล้ายเสียงฝนตกหรือเสียงเด็กเดิน), การกุกกัก, การทำให้เกิดเสียงดังกล่าว *-vi.* ทำให้เกิดเสียงดังกล่าว, เดินอย่างรวดเร็วและแผ่วเบา *-Ex. We heard the patter of little feet upstairs., The rain was pattering on the window-panes.*

patter[2] (แพท' เทอะ) *n.* การพูดเร็วปรื๋อ, การพูดเร็วอย่างไม่ได้สาระ, ภาษาที่ใช้เฉพาะกลุ่ม, ภาษาเฉพาะอาชีพ *-vi., vt.* พูดเร็วปรื๋อ, พูดเร็วอย่างไม่ได้สาระ, คุยจ้อ, ท่องบทสวด *-Ex. the magician's patter, the patter of the children in the nursery*

patter[3] (แพท' เทอะ) *n.* ผู้ลูบ, ผู้ตบหรือตีเบาๆ

pattern (แพท' เทิร์น) *n.* แบบฉบับ, แบบอย่าง, แบบแผน, รูปแบบ, ตัวอย่าง, แบบ, ลีลา, ลวดลาย *-vt.* ออกแบบ, วางแบบ, เลียนแบบ, ลอกแบบ, เป็นแบบ, เป็นลวดลาย *-Ex. Mother's hat is patterned after a more expensive one., Udom is a pattern for the other boys to follow., behaviour pattern, dressmaker's pattern*

patty (แพท' ที) *n., pl.* **-ties** ขนมพาย (pie) เล็กๆ ขนมปิ้งหรือขนมอบยัดไส้,ขนมแป้งอบ, ชิ้นกลมและบาง

paucity (พอ' ซะที) *n.* จำนวนเล็กน้อย, ความขัดสน, ความยากจน, ความแร้นแค้น

paunch (พอนชฺ) n. ท้อง, พุง, ท้องน้อย, พุงโต, กระเพาะแรกของสัตว์เคี้ยวเอื้อง (เช่น วัว ควาย) **-paunchiness** *n.* **-paunchy** *adj.* (-S. abdomen, potbelly) *-Ex. His large paunch was the result of eating too much candy.*

pauper (พอ' เพอะ) *n.* คนยากจนมาก, คนยากไร้, คนอนาถา, ยาจก, ขอทาน **-pauperism** *n.*

pauperize (พอ' พะไรซฺ) *vt.* **-ized, -izing** ทำให้ยากจนมาก, ทำให้ยากไร้, ทำให้อนาถา **-pauperization** *n.*

pause (พอซฺ) *n.* การหยุดชะงักชั่วคราว, การหยุดกลางคัน, การหยุดระหว่างพูด, การหยุดคิด, การหยุดอ่านกลางคัน *-vi.* **paused, pausing** หยุดชะงักชั่วคราว, หยุดคิด (-S. rest) *-Ex. Somsri waited for a pause in the talk to ask if she might go to the cinema., Mother paused to think., The man paused; cleared his throat; and continued speaking.*

pave (เพฟว) *vt.* **paved, paving** ปูพื้น, ปูทาง, ลาดทาง, แผ้วทาง,เตรียมพร้อม **-pave the way** ปูทาง, เตรียมพร้อม **-paver** *n.* (-S. surface, cover)

pavement (เพฟว' เมินทฺ) *n.* พื้นที่ปูแล้ว, พื้นที่ลาดแล้ว, วัสดุสำหรับปูหรือลาดถนน

pavilion (พะวิล' เยิน) *n.* ปะรำ, กระโจม, พลับพลา, ศาลา, หอแสดงสินค้า, กระโจมยอดแหลม, ส่วนยื่นออกมาของตัวตึก, ตึกข้างสนามกีฬาสำหรับคนดู, ส่วนฐานของเพชรพลอยที่เจียระไน

paving (เพฟว' วิง) *n.* พื้นที่ปูแล้ว,วัสดุสำหรับปูหรือลาดถนน (-S. pavement)

paw (พอ) *n.* เท้าสัตว์ (โดยเฉพาะที่มีอุ้งเล็บ), อุ้งเล็บ, อุ้งตีน, มือ (โดยเฉพาะที่ใหญ่เก้งก้าง) *-vt., vi.* ตะปบ, ตบด้วยอุ้งเล็บ, ตะกุย, เกา, ข่วน, ลูบหรือคลำหรือจับอย่างปุ่มป่าม *-Ex. The kitten batted the ball with her paw., The horse pawed the ground., Do not paw the baby chicks.*

pawl (พอล) *n.* แกนสปริง, ลิ้นสปริง, แกนบังคับ, แกนจับบังคับ

pawn[1] (พอน) *vt.* จำนำ, จำนอง, ให้ไว้เป็นหลักประกัน, ใช้ค้ำประกัน, เสี่ยง (ชีวิต) *-n.* การจำนำ, สิ่งที่ใช้จำนำ, ตัวประกัน **-pawner, pawnor** *n.* (-S. pledge) *-Ex. Samai pawned his watch for 500 ticals.*

pawn[2] (พอน) *n.* เบี้ยหมากรุก, ม้ารับใช้, เครื่องมือ, ลูกมือ (-S. puppet) *-Ex. The ambitious actor used his friends as pawns to get fame.*

pawnbroker (พอน' โบรคเคอะ) *n.* เจ้าของโรงรับจำนำ **-pawnbroking** *n.*

pawnshop (พอน' ชอพ) *n.* โรงจำนำ, โรงรับจำนำ

pawpaw (พอ' พอ) *n.* ดู papaw

pay (เพ) *v.* **paid, payed** *-vt.* จ่าย, ชำระ, ชำระหนี้, ทดแทน, ให้, ให้รางวัล, ตอบแทน, ชดใช้, ปล่อยตามลม *-vi.* จ่ายเงิน, ชำระหนี้, ให้ผล, แก้แค้น *-n.* เงินเดือน, ค่าจ้าง *-adj.* (พื้นดิน) มีแร่มากพอ, ซึ่งต้องหยอดเหรียญ **-pay off** ชำระหนี้, ทดแทน, ให้สินบน **-pay up** จ่ายหมด, จ่ายเต็มที่ (-S. discharge, give, benefit, requite)

payable (เพ' อะเบิล) *adj.* ซึ่งต้องชำระ, จ่ายได้, สามารถชำระหนี้ได้, พอจะมีกำไร

paycheck (เพ' เชค) *n.* เช็คเงินเดือน, เช็คเงินค่าจ้าง, เงินเดือน, ค่าจ้าง

payee (เพอี') *n.* ผู้ได้รับการจ่ายเงิน, ผู้รับเงิน

payer, payor (เพ' เออะ) *n.* ผู้จ่ายเงิน, ผู้มีชื่อในตั๋วเงินและต้องจ่ายเงินแก่ผู้ทรงตั๋วเงิน

payload (เพ' โลด) *n.* น้ำหนักบรรทุกที่ให้รายได้หรือผลกำไร, น้ำหนักผู้โดยสาร สินค้า หัวรบ ดินระเบิดหรืออื่นๆ

paymaster (เพ' มาสเทอะ) *n.* พนักงานจ่ายเงิน

payment (เพ' เมินทฺ) *n.* การจ่ายเงิน, การชำระหนี้, การจ่าย, รางวัล, ค่าทดแทน

payoff (เพ' ออฟ) *n.* การจ่ายเงินเดือน, การชำระหนี้, เวลาการจ่ายเงิน, เวลาการชำระหนี้, ผลลัพธ์, ผลที่ตามมา

payola (เพโอ' ละ) *n.* เงินสินบนส่วนตัว, เงินสินบนลับ

payout (เพ' เอาทฺ) *n.* การจ่ายเงิน, เงินที่จ่าย

payroll (เพ' โรล) *n.* บัญชีเงินเดือน, บัญชีผู้ได้เงินค่าจ้างหรือเบี้ยเลี้ยง, จำนวนเงินที่ต้องจ่ายดังกล่าว, จำนวนเงินที่จ่ายไป, จำนวนพนักงานทั้งหมดของบริษัทหรือหน่วยงาน

Pb สัญลักษณ์ทางเคมีหมายถึงธาตุตะกั่ว

PC ย่อจาก Personal Computer เครื่องคอมพิวเตอร์ส่วนตัว (แตกต่างจาก mainframe)

Pd สัญลักษณ์ทางเคมีหมายถึงธาตุ palladium

pea (พี) *n., pl.* **peas** ถั่ว, พืชถั่ว (*Pisum sativum*), พืชตระกูลถั่ว *-adj.* เกี่ยวกับหรือประกอบด้วยถั่ว

peace (พีส) *n.* สงบ, ไม่มีสงคราม (ความสงบ สันติภาพ), ระยะเวลาที่มีสันติภาพ, สัญญาสันติภาพ, ภาวะที่อยู่กันอย่างสันติ, การปลอดจากสิ่งรบกวน, ความเงียบสงบ *-vi.* เงียบ **-hold/keep one's peace** หยุดพูด **-keep the peace** รักษาความสงบ **-make peace** จัดการให้สงบ, เจรจาให้สงบ (-S. concord, contentment, rest) *-Ex. to make peace, the Peace of Versailles, The nation is at peace., peace and quiet, peace of mind.*

peaceable (พี' ซะเบิล) *adj.* สงบ, สงบสุข, สงบได้, รักสันติ **-peaceableness** *n.* **-peaceably** *adv.* (-S. quiet)

Peace Corps หน่วยงานอาสาสมัครเพื่อสันติภาพของอเมริกา

peaceful (พีส' เฟิล) *adj.* สงบ, สงบสุข, มีสันติภาพ, สงบเงียบ, รักสันติ **-peacefully** *adv.* **-peacefulness** *n.* (-S. quiet, pacific, harmonious, serene)

peacemaker (พีส' เมคเคอะ) *n.* บุคคลผู้พยายามไกล่เกลี่ย, ผู้ไกล่เกลี่ย **-peacemaking** *n., adj.*

peace pipe กล้องสูบยาของอินเดียนแดงในอเมริกาเหนือ

peacetime (พีส' ไทม) *n.* ยุคสันติภาพ, สมัยสันติภาพ, ช่วงระยะเวลาที่มีสันติภาพ *-adj.* เกี่ยวกับยุคหรือระยะเวลาดังกล่าว

peach[1] (พีช) *n.* ลูกท้อ, ต้นท้อ (*Prunus persica*), (คำสแลง) ผู้ที่เป็นที่รักใคร่หรือชื่นชมของคนอื่น

peach[2] (พีช) *vt.* ฟ้อง *-vi.* (คำสแลง) แอบไปบอกความลับ, เปิดเผยความลับของเพื่อนหรือผู้ร่วมงานให้แก่คนอื่น

peachy (พีช' ชี) *adj.* **peachier, peachiest** คล้ายลูกท้อ, คล้ายลูกพีช, (คำสแลง) ดีเยี่ยม ยอดเยี่ยม **-peachiness** *n.*

peacock (พี' คอค) *n., pl.* **-cocks/-cock** นกยูง, นกยูงตัวผู้, นกจำพวก *Pavo cristatus,* คนอวดดี, ผู้ที่ชอบอวดอ้าง *-vi.* อวดอ้าง, อวดดี, แสดงตัว, เดินกรีดกราย **-peacockish, peacocky** *adj.*

peafowl (พี' เฟาล) *n., pl.* **-fowls/-fowl** นกยูง (ตัวผู้หรือตัวเมีย), นกจำพวกนกยูง

pea green สีเขียวปนเหลือง

pea jacket เสื้อกะลาสี สีน้ำเงินที่ทำด้วยขนสัตว์หนา มีกระดุมสองแถว

peak[1] (พีค) *n.* ยอด, จุดสุดยอด, ยอดเขา, ยอดแหลม, ปลายยื่น, ชายคาหมวก, กระบังหมวกแก๊ป, ปีกหมวก, ส่วนยื่นของระวางเรือที่อยู่ระหว่างหัวกับท้ายเรือ, จุดยอดของกราฟ *-adj.* สูงสุด *-vt., vi.* ทำให้ยื่นขึ้นเป็นยอดแหลม, ทำให้มีลักษณะเป็นยอดแหลม, ทำให้บรรลุถึงสุดยอด (-S. point, crest, climax, summit) *-Ex. The peak of the mountain is covered with snow., Kasem pulled the peak of his cap further down.*

peak[2] (พีค) *vi.* ผอมลง, ซีดเซียว, อ่อนแอลง, เล็กลง

peaked (พีค' คิด) *adj.* ผอม, ซีดเซียว, อ่อนแอ **-peakedness** *n.*

peal (พีล) *n.* เสียงระฆังที่ยาวนานและดัง, เสียงรัวระฆัง, เสียงดังกังวานต่อเนื่อง, ระฆังชุด *-vt., vi.* ทำให้เกิดเสียงดังกังวาน, รัวระฆัง, เปล่งเสียงดังลั่น, ตะโกน, ดังกึกก้อง *-EX. We heard the peal of the church bells., The bell pealed clearly.*

peanut (พี' นัท, -เนิท) *n.* ถั่วลิสง, พืชถั่วลิสง (*Arachis hypogaea*) **-peanuts** จำนวนเงินเล็กน้อยมาก

pear (แพร์) *n.* ผลแพร์ (จากต้น *Pyrus communis*)

pearl (เพิร์ล) *n.* ไข่มุก, ไข่มุกเทียม, สิ่งที่คล้ายไข่มุก, สิ่งที่ล้ำค่า, สีไข่มุก, แม่ไข่มุก, ก้อนกลมเล็กๆ, เม็ดเล็ก *-vt.* ประดับหรือฝังด้วยไข่มุก, ทำให้คล้ายไข่มุก *-adj.* คล้ายไข่มุก, เป็นเม็ดเล็ก *-vi.* งมหาไข่มุก, มีรูปร่างลักษณะคล้ายไข่มุก **-cast pearls before swine** ให้สิ่งมีค่าแก่ผู้ที่ไม่รู้คุณค่า **-pearler** *n.*

pearl barley, pearled barley ข้าวบาร์เลย์ที่ถูกสีเป็นเม็ดกลมเล็กๆ

pearl diver, pearl fisher คนงมหาไข่มุก, คนเก็บไข่มุก

pearl gray สีเทาอมน้ำเงินอ่อน

pearly (เพิร์ล' ลี) *adj.* **pearlier, pearliest** คล้ายไข่มุก, ประดับด้วยไข่มุก **-pearliness** *n.* *-Ex. The comb is made of a pearly plastic.*

peasant (เพซ' เซินท) *n.* ชาวไร่ชาวนา, ชาวชนบท, ชาวบ้านนอก (-S. rustic)

peasantry (เพซ' เซินทรี) *n.* ชาวไร่ชาวนา (เรียกรวม), ฐานะของชาวไร่ชาวนา

peasecod, peascod (พีซ' คอด) *n.* ฝักถั่ว

peat (พีท) *n.* ถ่านหินเลน (เกิดจากต้นไม้ในหนองที่ทับถมกันจนดำ), ถ่านเลนร่วน

pebble (เพบ' เบิล) n. กรวด, กรวดเล็ก, ก้อนกรวด, หินกลมเล็กๆ (โดยเฉพาะที่เกิดจากการชะของน้ำ), หนังที่มีผิวหน้าเป็นเม็ดเล็กๆ, ผลึกหินใสที่ใช้ทำแว่นตา, เลนส์แว่นตาที่ทำจากผลึกหินใสดังกล่าว *-vt.* **-bled, -bling** ทำให้ผิวหน้าเป็นเม็ดเล็กๆ *-Ex. to pebble a path*

pebbly (เพบ' บลี, เพบ' เบิลลี) *adj.* **-blier, -bliest** ปกคลุมด้วยกรวด, เป็นเม็ดเล็กๆ ที่ผิวหน้า

pecan (พิคาน, พิแคน) *n.* พืชผลไม้เปลือกแข็งจำพวก *Carya illinoensis,* ผลไม้เปลือกแข็งของพืชดังกล่าว

pecan

peccable (เพค' คะเบิล) *adj.* ผิดพลาดได้, ซึ่งสามารถกระทำบาปได้, มีมลทิน **-peccability** *n.*

peccadillo (เพคคะดิล' โล) *n., pl.* **-loes/-los** ความผิดเล็กๆ น้อยๆ, บาปน้อยๆ, มลทินน้อยๆ (-S. indiscretion, error)

peccary (เพค' คะรี) *n., pl.* **-ries/-ry** สัตว์ตระกูล Tayassuidae มีลักษณะคล้ายหมูมีสีเทาแถบคอสีขาว พบในทวีปอเมริกา

peck[1] (เพค) *n.* หน่วยตวงวัดแห้งที่เท่ากับ 8 ควอร์ต หรือ ¼ ถังหรือ 8.81 ลิตร, ภาชนะสำหรับตวง วัดด้วยหน่วยดังกล่าว *-Ex. 4 pecks make 1 bushel.*

peck[2] (เพค) *vt., vi.* จิก, จิกกิน, จิกทะลุ, เจาะอย่างรวดเร็ว, เหน็บแนม, ถากถาง *-n.* การจิก, การจิกกิน,

P

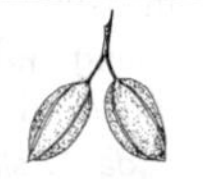

รูปที่เกิดจากการจิก *-Ex. The hen pecked Surin., The chickens pecked the corn until it was gone., Some pecks in the tree showed that a woodpecker had been there.*

pectin (เพค' ทิน) *n.* คาร์โบไฮเดรตสีขาวที่มีน้ำหนักโมเลกุลสูงชนิดหนึ่ง พบในพืชและผลไม้สุก

pectoral (เพค' เทอเริล) *adj.* เกี่ยวกับทรวงอก, สวมบนอก, เกี่ยวกับโรคของปอดหรือทรวงอก *-n.* สิ่งที่สวมบนอก, ครีบที่บริเวณทรวงอก, ส่วนของอวัยวะที่อยู่แถวทรวงอก

peculate (เพค' คิวเลท) *vt., vi.* **-lated, -lating** ยักยอก, ขโมยหรือเอาไปโดยไม่สุจริต **-peculation** *n.* **-peculator** *n.*

peculiar (พิคิว' เลีย) *adj.* ประหลาด, แปลกพิกล, เป็นพิเศษ, ไม่เคยปรากฏมาก่อน *-n.* ทรัพย์สินเฉพาะ, ลักษณะเฉพาะ, สิทธิพิเศษ, ความประหลาด **-peculiarly** *adv.* (-S. strange, queer, odd) *-Ex. a peculiar idea, This rare orchid will be of peculiar interest to a botanist., Each person's fingerprint is peculiar to himself and different from all others.*

P

peculiarity (พิคิวลิแอ' ริที) *n.* ลักษณะเฉพาะ, นิสัยประหลาด, นิสัยเฉพาะ, สิ่งที่แปลกประหลาด, คุณสมบัติเฉพาะหรือเป็นพิเศษ *-Ex. A keen sense of smell is a peculiarity of the bloodhound., Bangkok peculiarity attracts less notice and comment than in most places.*

pecuniary (พิคิว' เนียรี) *adj.* เกี่ยวกับเงิน, เป็นเงิน, เกี่ยวกับการเงิน, ซึ่งปรับเป็นเงิน **-pecuniarily** *adv.* (-S. financial)

pedagogue, pedagog (เพด' ดะกอก) *n.* ครู, ผู้ที่ทำหน้าที่หรือวางตัวเป็นครู, ผู้ที่ชอบสอน, ผู้ที่ชอบอวดความรู้ (-S. teacher)

pedagogy (เพด' ดะโกจี, -กอจ' จี) *n.* หน้าที่หรืองานของครู, การสอน, ศิลปะหรือวิธีการสอน

pedal (เพด' เดิล) *n.* ที่เหยียบ, ที่เท้าเหยียบ, แผ่นเท้าเหยียบ, แผ่นเท้าเหยียบของออร์แกนลมหรือเปียโน, คันเท้าห้ามล้อรถยนต์ *-vi., vt.* **-aled, -aling/-alled, -alling** เหยียบ, ถีบรถจักรยาน, เหยียบที่เหยียบ *-adj.* เกี่ยวกับเท้า *-Ex. Father put his foot on the brake pedal to slow down the car., Somsri likes to pedal her tricycle across the driveway., The mechanic straightened the pedal rod.*

pedant (เพด' เดินทฺ) *n.* คนที่ชอบอวดความรู้, คนที่จู้จี้เรื่องกฎเกณฑ์มาก **-pedantic** *adj.*

pedantry (เพด' เดินทรี) *n., pl.* **-ries** การชอบอวดภูมิ, การชอบอวดภูมิความรู้, การจู้จี้ในเรื่องกฎเกณฑ์มากเกินไป

peddle (เพด' เดิล) *v.* **-dled, -dling** *-vt.* เร่ขาย, เผยแพร่ *-vi.* เร่ขาย, ยุ่งในเรื่องเล็กๆ น้อยๆ (-S. hawk)

peddler (เพด' เลอะ) *n.* พนักงานเร่ขาย, ผู้เผยแพร่ **-peddlery** *n.* (-S. pedlar, pedler)

peddling (เพด' ลิง) *adj.* ชอบยุ่งในเรื่องเล็กๆ น้อยๆ, หยุมหยิม, ไม่สำคัญ

pederasty (เพด' ดะแรสที) *n.* การเล่นเพื่อน (ผู้ชายกับผู้ชาย) ทางทวารหนัก **-pederastic** *adj.* **-pederastically** *adv.*

pedestal (เพด' ดิสเทิล) *n.* แท่น, เชิง, ฐาน, ฐานเสาหรือรูปสลักหรือรูปปั้น *-vt.* **-taled, -taling/-talled, -talling** ใส่แท่น, ใส่เชิง, ใส่ฐาน **-put/set on a pedestal** ทำให้รุ่งโรจน์, ยกย่อง, ตกแต่ง *-Ex. The bust stood upon a pedestal., Somsri set her movie hero on a pedestal.*

pedestrian (พิเดส' เทรียน) *n.* ผู้เดินเท้า *-adj.* เดินด้วยเท้า, เกี่ยวกับการเดิน, ขาดรสชาติ, จืดชืด **-pedestrianism** *n.* *-Ex. crowded pedestrian traffic, a pedestrian bridge, The lecture was so pedestrian that it put many in the audience to sleep.*

pedi- คำอุปสรรค มีความหมายว่า เท้า

pediatrician (พีดีอะทริช' เชียน) *n.* กุมารแพทย์, หมอเด็ก, ผู้เชี่ยวชาญโรคของเด็ก (-S. pediatrist)

pediatrics (พีดีอะ' ทริคซฺ) *n. pl.* กุมารแพทยศาสตร์ **-pediatric** *adj.*

pedicel (เพด' ดะเซล) *n.* ก้านดอกไม้, ก้านเล็ก **-pedicellate** *adj.*

pedicle (เพด' ดิเคิล) *n.* ก้าน, ขั้ว, ปุ่มกระดูก

pedicure (เพด' ดิเคียวร์) *n.* การดูแลและรักษาเท้า, การรักษาโรคเท้า, ผู้มีอาชีพดูแลและรักษาโรคเท้า, หมอเท้า, การล้างขัดหรือทาเล็บ **-pedicurist** *n.*

pedigree (เพด' ดิกรี) *n.* เชื้อสาย, สายวงศ์ตระกูล, วงศ์วาน, สายเลือด, เครือญาติ, เทือกเถาเหล่ากอ, ประวัติและแหล่งที่มา, รากศัพท์ **-pedigreed** *adj.* (-S. line, ancestry) *-Ex. This pedigree shows that my collie is a purebred animal., The duke is a man of noble pedigree.*

pediment (เพด' ดิเมินทฺ) *n.* จั่วเตี้ย, ส่วนที่คล้ายจั่ว, ส่วนประดับเป็นรูปสามเหลี่ยม, การประดับแบบหน้าจั่ว, ยอดเขาที่สลักเป็นรูปคน **-pedimental** *adj.*

pedlar, pedler (เพด' ลาร์) *n.* พ่อค้าเร่ **-pedlary, pedlery** *n.* (-S. peddler)

pedo-¹ คำอุปสรรค มีความหมายว่า เด็ก

pedo-² คำอุปสรรค มีความหมายว่า ดิน

pedometer (พิดอม' มิเทอะ) *n.* เครื่องมือวัดจำนวนก้าวที่เดิน

peduncle (พีดัง' เคิล) *n.* ก้านดอกไม้ **-peduncular** *adj.* **-pedunculated** *adj.* (-S. stalk)

pee (พี) *vi.,vt.* ปัสสาวะ, เยี่ยว, ฉี่ *-n.* ปัสสาวะ, การปัสสาวะ (-S. urinate, urine)

peek (พีค) *vi.* แอบมอง, มองตามช่อง, มองแวบหนึ่ง *-n.* การมองตามช่อง, การแอบมอง, การมองแวบหนึ่ง (-S. spy, peep, glance, peer) *-Ex. Mother told Kasorn not to peek while she opened the parcel., Surin took a peek at the parcel.*

peel¹ (พีล) *vt.* ปอกเปลือก, ลอกเปลือก, เลาะกะเทาะ, ถอดเสื้อผ้า *-vi.* (เปลือก) ลอกออกมา, หลุด *-n.* เปลือก, เปลือกผลไม้, ผิว **-keep one's eyes peeled** เฝ้ามองอย่างใกล้ชิด หรือระมัดระวัง **-peeler** *n.* (-S. skin, pare, hull, husk) *-Ex. Banana peel is yellow or pink when*

peel² 629 **pelvic**

ripe., We peel banana before we eat them., My nose is peeling from sunburn.

peel² (พีล) *n.* ป้อมรูปเจดีย์ (ที่อยู่บริเวณพรมแดนระหว่างอังกฤษกับสกอตแลนด์)

peeling (พีล' ลิง) *n.* การปอก, การเลาะ, การกะเทาะ, สิ่งที่ถูกปอกเปลือก

peen (พีน) *n.* ด้ามหัวแหลมของค้อนที่อยู่ตรงข้ามกับด้านป้าน *-vt.* ตอก ตี หรือทำให้โค้งงอด้วยด้ามหัวแหลมดังกล่าว

peep¹ (พีพ) *vi.* แอบมอง, ลอบมอง, มองตามช่อง, มองแวบเดียว *-vt.* ปรากฏให้เห็นเพียงลางๆ *-n.* การแอบมอง, การลอบมอง, การมองตามช่อง, การมองแวบเดียว, การปรากฏขึ้นครั้งแรก *-Ex. The boys peeped through a hole in the fence to watch the game., the cry of a bird or baby chicken*

peep² (พีพ) *vi.* ร้องเจี๊ยบๆ หรือเจี๊ยกๆ, ร้องค่อยๆ, เสียงซุบซิบ *-n.* เสียงร้องเจี๊ยบๆ, เสียงร้องค่อยๆ (-S. squeak)

peeper¹ (พี' เพอะ) *n.* ผู้ซุบซิบ, ผู้เปล่งเสียงค่อยๆ, กบโดยเฉพาะตระกูล Hylidae ซึ่งร้องในช่วงต้นฤดูใบไม้ผลิ

peeper² (พี' เพอะ) *n.* ผู้แอบมอง, ผู้มองตามช่อง (คำสแลง) นักสืบ **-peepers** (คำสแลง) นัยน์ตา

peephole (พีพ' โฮล) *n.* รูหรือช่องสำหรับแอบมอง

Peeping Tom ผู้แอบมอง (โดยเฉพาะการแอบดูกามกิจที่ผู้อื่นกระทำ), ผู้ชอบดูถ้ำมอง

peep show การแสดงที่ต้องมองตามช่อง (มักเป็นการแสดงในกล่องที่มองผ่านเลนส์ขยาย), ถ้ำมอง

peer¹ (เพียร์) *n.* คนที่มีฐานะหรือตำแหน่งเท่ากัน, ขุนนาง, ท่านดยุก ท่านเอิร์ล ท่านแบรอนหรือขุนนางอื่นๆ, เพื่อน *-vt.* เข้ากันหรือเท่ากัน (-S. equal) *-Ex. In tennis he is the champion and has no peers.*

peer² (เพียร์) *vi.* มองหา, ปรากฏขึ้นรางๆ (-S. gaze, spy, snoop)

peerage (เพีย' ริจ) *n.* ตำแหน่งหรือฐานะของขุนนาง, กลุ่มขุนนางของประเทศ, รายชื่อขุนนาง

peeress (เพีย' ริส) *n.* ภรรยาหรือภรรยาหม้ายของ peer, ขุนนางหญิง

peerless (เพียร์' ลิส) *adj.* ไม่มีใครเปรียบเทียบได้, ไม่มีใครเสมอเหมือน, ไม่มีใครเทียมเท่า **-peerlessly** *adv.* **-peerlessness** *n* (-S. supreme, incomparable -A. inferior, second-rate, commonplace) *-Ex. a princess of peerless beauty*

peeve (พีฟว) *vt.* **peeved, peeving** รบกวน, ทำให้โกรธ, ทำให้ขุ่นเคือง *-n.* สิ่งที่ทำให้ขุ่นเคือง

peevish (พี' วิช) *adj.* โกรธง่าย, เจ้าอารมณ์, ฉุน, งอนเก่ง **-peevishly** *adv.* **-peevishness** *n.* (-S. fretful) *-Ex. A spoiled child became peevish when she didn't get her way.*

peg (เพก) *n.* หมุด, ตอหมุด, ตะปู, เดือย, สลัก, หลัก, ไม้ปักที่สั้น, จุกไม้, แกนซอ, ขอแขวนหมวก, ที่หนีบเสื้อผ้า, หัวข้อ, ข้ออ้าง, ขาไม้, ขา, กางเกง *-v.* **pegged, pegging** *-vt.* ตรึงหรือตอกติดด้วยหมุด ตะปู เดือยหรืออื่นๆ, ขว้างลูกเบสบอล, จำแนกชนิด, เข้าใจ *-vi.* ทำคะแนนในกีฬา, เคลื่อนไหวอย่างคล่องแคล่ว รวดเร็ว **-peg away (at)** มุ่งมั่นทำงาน **-take down a peg** ถ่อมตัว *-Ex. a tent peg, a clothes peg, Your frank criticism really took him down a peg.*

Pegasus (เพก' กะซัซ) *n.* ม้ามีปีกบินได้ที่สร้างจากร่างของ Medusa (เทพนิยายกรีกโบราณ), กลุ่มดาวม้าบิน (Winged Horse)

peg leg (ภาษาพูด) ขาไม้, บุคคลที่มีขาไม้

peignoir (เพน' วอร์) *n.* เสื้อยาวของสตรี

pejorative (พิจอร์' ระทิฟว, พี' จะเรทิฟว) *adj.* เลวลง, ต่ำช้า *-n.* คำที่ต่ำช้า, คำศัพท์เหยียดหยาม **-pejoratively** *adv.*

Peking (พี' คิง) กรุงปักกิ่ง (-S. Beijing)

Pekingese (พีคิงอีซ', -คะนีซ') *n., pl.* **Pekingese** สุนัขพันธุ์ปักกิ่ง, ภาษาปักกิ่ง, ชาวปักกิ่ง *-adj.* เกี่ยวกับปักกิ่ง (-S. Pekinese)

Peking man มนุษย์ปักกิ่งจากโครงกระดูกของมนุษย์ในยุคดึกดำบรรพ์ (ยุค Middle Pleistocene) ที่พบในถ้ำใกล้กรุงปักกิ่ง

pekoe (พี' โค) *n.* ชาดำชั้นดีจากศรีลังกา อินเดียและชวา

pelf (เพลฟ) *n.* เงิน, ทรัพย์สมบัติ, เงินทอง, ของที่ปล้นสะดมมา

pelican (เพล' ลิเคิน) *n.* นกกระทุง, นกในตระกูล Pelecanidae

pelisse (พะลีส') *n.* เสื้อคลุมผ้าขนสัตว์, เสื้อคลุมสตรีที่มีช่องสำหรับสอดแขน

pellagra (พะเล' กระ, พะแลก' กระ) *n.* โรคที่เนื่องจากการขาดแคลน niacin ในอาหารการกิน ทำให้ผิวหนังเป็นจ้ำๆ มีสีม่วงและมีอาการท้องร่วง **-pellagrous** *adj.*

pellet (เพล' ลิท) *n.* ก้อนกลมเล็ก ๆ, ลูกกลม, ลูกหิน, ลูกปืน, เม็ดขี้สัตว์, ลูกปราย, ยาเม็ดกลม, กระดาษหรือขี้ผึ้งหรือขนมที่ปั้นเป็นลูกกลม ใช้ปาหรือยิงเล่น *-vt.* ปั้นเป็นลูกกลม, ยิงหรือปาด้วยลูกกลม (-S. ball, sphere) *-Ex. A pill is a pellet of medicine.*

pelletize (เพล' ละไทซ) *vt.* **-ized, -izing** ทำให้เป็นลูกกลม

pellicle (เพล' ลิเคิล) *n.* เยื่อบาง, หนังบาง, แผ่นบาง **-pellicular, pelliculate** *adj.*

pellmell, pell-mell (เพล' เมล') *adj., adv.* ยุ่งเหยิง, สับสน, อลหม่าน, ฉุกละหุก, รีบร้อน *-n.* กลุ่มคนที่อลหม่าน, การเร่งรีบอย่างวุ่นวาย

pellucid (พะลู' ซิด) *adj.* โปร่งใส, โปร่งแสง, ชัดเจน, แจ่มแจ้ง, ใสแจ๋ว **-pellucidly** *adv.* **-pellucidity, pellucidness** *n.*

pelt¹ (เพลฑ) *vt.* ระดมยิง, ระดมขว้าง, โจมตีอย่างดุเดือด, วิ่ง *-vi.* ต่อยหรือตีอย่างดุเดือด, ฝนตกอย่างกระหน่ำ *-n.* การต่อย, การยิง, การตี, การพัดอย่างดุเดือด, การตกอย่างกระหน่ำ, การกระหน่ำ **-(at) full pelt** ด้วยความเร็วเต็มที่ **-pelter** *n.* (-S. strike, beat, rush) *-Ex. to pelt a person with snowballs, to pelt pebbles at a window, The pail pelted down., the pelt of a rain drop*

pelt² (เพลฑ) *n.* หนังสัตว์, ผิวหนัง (-S. skin)

pelvic (เพล' วิค) *adj.* เกี่ยวกับกระดูกเชิงกราน

P

pelvis (เพล' วิส) *n., pl.* **-vises/-ves** กระดูกเชิงกราน, เชิงกราน, อวัยวะรูปกรวย

pen[1] (เพน) *n.* ปากกา, ปากกาขนนก, ด้ามปากกา, ปลายปากกา (สำนวนของนักประพันธ์), ลีลาการประพันธ์ *-vt.* **penned, penning** เขียนด้วยปากกา *-Ex. to pen a letter*

pen[2] (เพน) *n.* คอก, เล้า, สัตว์ที่อยู่ในคอกหรือเล้า, ที่ล้อมรอบ, รั้วล้อม, อู่, คอกเลี้ยงเด็ก, บริเวณล้อมรั้วสำหรับเลี้ยงสัตว์ *-vt.* **penned/pent, penning** ใส่คอก, ใส่เล้า (-S. prison) *-Ex. a pig pen, a play pen, to pen in sheep*

pen[3] (เพน) *n.* ห่านฟ้าตัวเมีย

pen[4] (เพน) *n.* (คำสแลง) สถานที่ดัดสันดาน

penal (เพน' เนิล) *adj.* เกี่ยวกับการลงโทษตามกฎหมาย, เกี่ยวกับอาญา, ซึ่งระบุกำหนดโทษไว้,ใช้สำหรับทำโทษ, ต้องถูกลงโทษ, เกี่ยวกับการปรับไหม, เกี่ยวกับสินไหมทดแทน, เกี่ยวกับค่าปรับ **-penally** *adv.*

penal code ประมวลกฎหมายอาญา

penalize (เพน' นะไลซ) *vt.* **-ized, -izing** ลงโทษ, ลงทัณฑ์, ปรับเปรียบเทียบ **-penalization** *n.* (-S. punish, handicap)

P

penalty (เพน' เนิลที) *n., pl.* **-ties** การลงโทษ, การลงทัณฑ์, การลงโทษทางอาญา, ค่าสินไหมทดแทน, ค่าปรับ, ข้อเสียเปรียบ, อุปสรรค, ผลร้าย (-S. forfeit)

penance (เพน' เนินซ) *n.* การทรมานตัวเองเพื่อแสดงการสำนึกผิดที่ได้กระทำบาป, การบำเพ็ญทุกรกิริยาเพื่อไถ่บาป, การปลงอาบัติ, (นิกายโรมันคาทอลิก) การสารภาพบาปและการไถ่บาป (-S. penalty, reparation)

pence (เพนซ) *n.* พหูพจน์ของ penny

penchant (เพน' เชินท) *n.* การชอบอย่างมาก, การมีใจชอบมาก (-S. tendency, inclination, turn, bent, leaning, bias)

pencil (เพน' เซิล) *n.* ดินสอ, ดินสอวาดเขียน, สิ่งที่เรียวแหลมคล้ายดินสอ, แถบเส้นหรือรังสีที่เข้าหาหรือกระจายออกจากจุดหนึ่ง, พู่ลำแสงหรือรังสี *-vt.* **-ciled, -ciling/-cilled, -cilling** เขียนด้วยดินสอ, วาดด้วยดินสอ **-penciler, penciller** *n.* *-Ex. to pencil in an outline for a painting*

pend (เพนด) *vi.* ยังไม่ตกลง, ยังไม่ตัดสินใจ, แขวน, ห้อย

pendant (เพน' เดินท) *n.* สิ่งที่ห้อยย้อย, สิ่งประดับที่ห้อยย้อย, ต่างหู, ตุ้มหู, กระเช้า,โคมกิ่ง, โคมระย้า, โครงแขวนตะเกียง, ธงสามเหลี่ยมหรือธงปลายเรียวบนเสา (เรือ) **-pendantly** *adv.* *-Ex. ear pendants, The lady wore an emerald pendant on her necklace., glass pendants*

pendent (เพน' เดินท) *adj.* ห้อยอยู่, แขวนอยู่, วางอยู่, คาราคาซังยังไม่เสร็จ, ยังไม่ตกลงปลงใจ, ยังไม่ตัดสินใจ **-pendently** *adv.*

pending (เพน' ดิง) *prep.* จนกว่า, อยู่ในระหว่าง *-adj.* คอยอยู่, ค้างอยู่,จนกว่า, คาราคาซัง

pendulous (เพน' ดะลัส) *adj.* น้อย, ห้อยย้อย, แกว่งอิสระ, แกว่งไกว, ขึ้นๆ ลงๆ **-pendulously** *adv.*

pendulum (เพน' ดิวลัม) *n.* ลูกตุ้ม, สิ่งที่แกว่งไปมา **-pendular** *adj.*

peneplain, peneplane (พี' นะเพลน, เพน' นะ-) *n.* ผืนดินที่ถูกชะกร่อนจนเกือบจะเป็นที่ราบ

penetrable (เพน' นิทระเบิล) *adj.* ผ่านทะลุได้ **-penetrability** *n.* **-penetrably** *adv.*

penetrate (เพน' นิเทรท) *v.* **-trated, -trating** *-vt.* ผ่านทะลุ, เจาะทะลุ, แทง, ลอด, บุกเข้าไป, แทรกซึม, มองทะลุ, มองผ่าน, มองออก *-vi.* ผ่านทะลุ, แพร่กระจาย, เข้าใจ, มีผลลึกซึ้งต่อ (-S. pierce, permeate) *-Ex. The troops penetrated the enemy lines., The early morning dampness penetrated our clothes., Scientists try to penetrate the mysteries of nature.*

penetrating (เพน' นิเทรทิง) *adj.* ผ่านทะลุ, ซึมแทรก, หลักแหลม, แหลมคม, โน้มน้าวจิตใจ **-penetratingly, penetratively** *adv.* (-S. penetrative)

penetration (เพนนิเทร' ชัน) *n.* การผ่านทะลุ, การซึมแทรก, การซึมผ่าน, ความหลักแหลม, ความเฉียบแหลม (-S. entrace) *-Ex. She writes with penetration., The penetration of the jungle was slow and difficult.*

penguin (เพน' กวิน, เพง' กวิน) *n.* นกเพนกวิน เป็นนกในตระกูล Sphenisciformes พบในแถบขั้วโลกใต้

penholder (เพน' โฮลเดอะ) *n.* ที่ยึดปากกา

penicillin (เพนนิซิล' ลิน) *n.* ยาปฏิชีวนะที่ได้จากเชื้อราจำพวก *Penicillium notatum* มีฤทธิ์ต้านเชื้อแบคทีเรียมากกว่าที่จะฆ่าเชื้อแบคทีเรีย

peninsula (พะนิน' ซะละ) *n.* คาบสมุทร, แหลมที่ยื่นไปในทะเล **-peninsular** *adj.*

penis (พี' นิส) *n., pl.* **-nises/-nes** องคชาต, ลึงค์, อวัยวะเพศของชายสำหรับสืบพันธุ์และปัสสาวะ, (ภาษาพูด) ควย **-penile** *adj.*

penitence (เพน' นิเทินซ) *n.* ความสำนึกผิด, ความเสียใจสำหรับความผิดหรือบาปที่ได้กระทำไป, การสารภาพผิดต่อบาปที่กระทำไป

penitent (เพน' นิเทินท) *adj.* สำนึกผิด, เสียใจในความผิดหรือบาปที่ได้กระทำไป *-n.* ผู้สำนึกผิด, ผู้เสียใจในความผิดหรือบาปที่ได้กระทำไป, ผู้สารภาพบาป **-penitently** *adv.* (-S. contrite) *-Ex. Dumrong was penitent as soon as he had broken the window.*

penitentiary (เพนนิเทน' เชียรี) *n., pl.* **-ries** สถานที่ดัดสันดาน *-adj.* เกี่ยวกับการดัดสันดาน, เกี่ยวกับการไถ่บาป

penknife (เพน' ไนฟ) *n., pl.* **-knives** มีดพก, มีดเล็กๆ สำหรับพกใส่กระเป๋า

penman (เพน' เมิน) *n., pl.* **-men** ผู้คัดสำเนา, ผู้เขียน, ผู้คัดตัวหนังสือ, ผู้ชำนาญเกี่ยวกับการคัดลายมือ, นักเขียน, นักประพันธ์, ผู้ปลอมแปลง

penmanship (เพน' เมินชิพ) *n.* ศิลปะในการเขียนหรือคัดตัวหนังสือ, ลายมือ, วิธีการในการเขียนหรือคัดตัวหนังสือ, การประพันธ์

pen name นามปากกา (-S. pseudonym)

pennant (เพน' เนินท) *n.* ธงยาวปลายเรียวแหลมที่ชักบนเรือ, ธงสามเหลี่ยม (-S. banner)

penniless (เพน' นิลิส) *adj.* ไม่มีเงิน, สิ้นเนื้อประดาตัว **-pennilessness** *n.*

pennon (เพน' เนิน) *n.* ธงหางนกนางแอ่นที่ปลายทวนของอัศวิน, ธงปีกนก

Pennsylvania (เพนซิลเว' เนีย) ชื่อรัฐหนึ่งในภาคตะวันออกของสหรัฐอเมริกา

penny (เพน' นี) *n., pl.* **-nies/pence** เหรียญบรอนซ์ของอเมริกาที่มีค่าเท่ากับ 1/100 ดอลลาร์, เหรียญบรอนซ์อังกฤษที่มีค่าเท่ากับ 1/12 ชิลลิง, เหรียญบรอนซ์อังกฤษที่มีค่าเท่ากับ 1/100 ปอนด์, เหรียญบรอนซ์แคนาดาที่มีค่าเท่ากับ 1/100 ดอลลาร์ **-a pretty penny** เงินจำนวนมาก

penny dreadful นวนิยายถูกๆ

penny pincher คนขี้เหนียว, คนขี้ตืด, คนขี้ตระหนี่ **-penny-pinching** *n., adj.*

pennyroyal (เพน' นีรอยเอิล, เพนนีรอย' เอิล) *n.* พืชจำพวก *Mentha pulegium* หรือ *Hedeoma pulegioides* ใช้ทำยาและให้น้ำมันกลิ่นฉุน

pennyweight (เพน' นีเวท) *n.* หน่วยน้ำหนักเท่ากับ 24 grains หรือ 1/20 ของ 1 ounce

penny-wise (เพน' นี ไวซ) *adj.* ฉลาดเฉียบแหลม, ละเอียดลออในเรื่องเล็กๆ น้อยๆ **-penny-wise and pound-foolish** ถี่ลอดตาช้าง ห่างลอดตาเล็น, ละเอียดลออในเรื่องเล็กๆ น้อยๆ แต่สะเพร่าในเรื่องใหญ่

pennyworth (เพน' นีเวิร์ธ) *n.* จำนวนเล็กน้อย

penology (พีนอล' ละจี) *n.* ทัณฑวิทยา, การศึกษาเกี่ยวกับการลงโทษผู้กระทำผิดทางอาญา **-penological** *adj.* **-penologist** *n.*

pen pal เพื่อนทางจดหมาย

pensile (เพน' ซิล, -ไซล) *adj.* แขวน, ห้อย, ซึ่งสร้างรังห้อย

pension (เพน' ชัน) *n.* เบี้ยบำนาญ, เงินบำนาญ, เงินช่วยเหลือ, เงินสงเคราะห์, บ้านที่จัดไว้ให้พักเป็นห้องๆ และมีอาหารให้รับประทาน, ห้องและอาหารดังกล่าว *-vt.* ให้เบี้ยบำนาญ **-pensionable** *adj.* (-S. annuity) *-Ex. Father's company pensioned him after 33 years of service at the office.*

pensionary (เพน' ชะเนอรี) *n., pl.* **-aries** ผู้รับเงินเบี้ยบำนาญ, ผู้รับเงินสงเคราะห์, ลูกจ้าง *-adj.* เกี่ยวกับเบี้ยบำนาญ, ซึ่งรับเงินบำนาญ (-S. pensioner)

pensioner (เพน' ชันเนอะ) *n.* ผู้รับเงินเบี้ยบำนาญ, ลูกจ้าง

pensive (เพน' ซิฟว) *adj.* ครุ่นคิด, รำพึง, เป็นทุกข์ **-pensively** *adv.* **-pensiveness** *n.* (-S. reflective, wistful -A. heedless) *-Ex. a pensive mood, a pensive poem*

pent[1] (เพนท) *vt.* กริยาช่อง 2 และ 3 ของ pen *-adj.* เกี่ยวกับที่คุมขัง, ถูกคุมขัง *-Ex. Samai was pent in the city all summer., His rage was pent up.*

pentagon (เพน' ทะกอน) *n.* รูป 5 เหลี่ยม 5 มุม **-the Pentagon** ตึกกระทรวงกลาโหมของสหรัฐอเมริกา เป็นตึก 5 เหลี่ยม **-pentagonal** *adj.*

pentahedron (เพนทะฮี' เดริน) *n., pl.* **-drons/-dra** ร่าง 5 หน้า, วัตถุที่มี 5 ด้าน **-pentahedral** *adj.*

pentameter (เพนแทม' มีเทอะ) *n.* โคลง 5 จังหวะเสียง *-adj.* ซึ่งประกอบด้วย 5 จังหวะเสียง

pentane (เพน' เทน) *n.* สารไฮโดรคาร์บอนชนิดที่ห้าในชุดพาราฟิน มี 3 รูป มีสูตรเคมีเหมือนกัน มีในน้ำมันปิโตรเลียมชนิดเบา ใช้เป็นตัวทำละลายและยาสลบ, C_5H_{12}

Pentateuch (เพน' ทะทูค) *n.* หนังสือ 5 เล่มแรกของพระคัมภีร์ไบเบิล

pentathlon (เพนแทธ' ลอน) *n.* การกรีฑา 5 ประเภทซึ่งคนที่แข่งขันได้คะแนนรวมสูงสุดเป็นผู้ชนะ

Pentecost (เพน' ทิคอสท) *n.* เทศกาลเก็บเกี่ยวของยิวตรงกับวันอาทิตย์ที่เจ็ดหลังวัน Easter เป็นวันระลึกถึงการที่พระเยซูคริสต์ลงจากสวรรค์มาพบสาวกของพระองค์ **-Pentecostal** *adj.*

penthouse (เพนท' เฮาซ) *n.* บ้านเล็กบนหลังคาตึก, เพิงหมาแหงน, เพิง, บ้านหลังคาเพิงหมาแหงน, สิ่งปลูกสร้างหลังคาลาดหรือเพิงหมาแหงน, หลังคาลาดเดี่ยว, ผ้าใบกันสาด

Pentium (เพน' เทียม) *n.* ชื่อชิปหรือไมโครโปรเซสเซอร์รุ่นหนึ่งของบริษัทอินเทล (Intel)

pent-up (เพนท' อัพ') *adj.* ขังไว้, กักไว้, คุมไว้, ยับยั้งไว้ (-S. suppressed)

penult (พี' นัลท) *n.* พยางค์ที่ถัดจากพยางค์ท้ายสุด

penultimate (พีนัล' ทะเมิท) *adj.* ก่อนหลังสุด **-penultimately** *adv.*

penumbra (พีนัม' บระ, พิ-) *n., pl* **-brae/-bras** เงามัว, เงามัวที่ล้อมรอบเงามืด **-penumbral** *adj.*

penurious (พีนิว' เรียส) *adj.* ขี้ตระหนี่มากที่สุด, ขี้เหนียวที่สุด, ยากจนที่สุด, ขาดแคลนยิ่ง **-penuriously** *adv.* **-penuriousness** *n.*

penury (เพน' ยิวรี) *n.* คนยากจนที่สุด, ความขาดแคลน, ความขัดสน

peon (พี' อัน, พี' ออน) *n.* ผู้ดูแลม้าหรือลา, คนรับใช้เพื่อไถ่หนี้, คนงานที่ทำงานรายวัน, บ่าว, ข้ารับใช้, ทาส, ข้าน้ำเงิน, ผู้ส่งข่าว, ทหารส่งข่าวหรือคำสั่ง, ทหารราบ

peony (พี' อะนี) *n., pl.* **-nies** พืชจำพวก *Paeonia* ที่มีดอกใหญ่และสีฉูดฉาด, ดอกดังกล่าว

people (พี' เพิล) *n., pl.* **-ples** คน, คนเรา, ประชาชน, ประชากร, พสกนิกร, พลเมือง, ราษฎร, อาณาประชาราษฎร์, ครอบครัว, วงศ์ญาติ, วงศ์ตระกูล, ชุมชน, บุคคล, มนุษย์ *-vt.* **-pled, -pling** บรรจุคน, บรรจุพลเมือง, ตั้งรกราก, เข้าไปอาศัย (-S. population, folk, humanity)

pep (เพพ) *n.* ความฮึกเหิม, ความห้าวหาญ, กำลังวังชา, ความเผ็ดร้อน, ความคึกคัก *-vt.* **pepped, pepping** กระตุ้น **-peppy** *adj.*

pepper (เพพ' เพอะ) *n.* พืชประเภทพริกไทย, พืชจำพวก *Piper nigrum* พืชในตระกูล Piperaceae, พริกขี้หนู, พริกชี้ฟ้า, พืชจำพวก *Capsicum* ความฮึกเหิม, ความห้าวหาญ *-vt.* ใส่พริกไทย, ใส่พริก, โรยพริกไทย, ระดมยิง, ขว้างปา *-Ex. Yupa peppered her letter with commas., Danai peppered the target with bird shot until it was torn to shreds.*

pepper-and-salt (เพพ' เพอะ อัน ซอลท) *adj.* เป็นสีขาวและดำ, เป็นจุดขาวและดำ

peppercorn (เพพ' เพอะคอร์น) *n.* พวกเม็ดพริกไทย,

สิ่งเล็กที่ไม่มีค่า, เรื่องเล็กๆ น้อยๆ

pepper mill กระปุกบดพริกไทย

peppermint (เพพ' เพอมินทฺ) *n.* พืชจำพวก *Mentha piperita,* สะระแหน่, น้ำมันสะระแหน่, ขนมใส่สะระแหน่

peppermint

peppery (เพพ' พะรี) *adj.* คล้ายพริก, เผ็ด, มีกลิ่นหรือรสพริกไทย, เผ็ดร้อน, ฉุน, โกรธง่าย, โมโห

pep pill (คำสแลง) ยากระตุ้นจิตประสาท, ยาแอมเฟตามีน

pepsin (เพพ' ซิน) *n.* เอนไซม์ชนิดหนึ่งที่ย่อยอาหาร ผลิตจากกระเพาะอาหาร ทำหน้าที่เปลี่ยนโปรตีนเป็นเปปโตน เอนไซม์นี้ทำปฏิกิริยาได้เฉพาะในตัวกลางที่เป็นกรดเท่านั้น

pep talk การพูดกระตุ้น, การพูดชักจูงใจหรือพูดให้ฮึกเหิม

peptic (เพพ' ทิค) *adj.* เกี่ยวกับการย่อย, ซึ่งกระตุ้นการย่อย, เกี่ยวกับ pepsin

per (เพอร์) *prep.* แต่ละ, ต่อ, ทุก, ตาม, โดย, โดยทาง, อาศัย, ผ่าน *-Ex. $10 per day, You will receive a note per special delivery.*

per- คำอุปสรรค มีความหมายว่า ตลอด, อย่างยิ่ง, มาก, ประกอบหน้ากรดอนินทรีย์หรือเกลือของมันเพื่อหมายความว่าจำนวนธาตุมากเกินปกติ

peradventure (เพอร์เอิดเวฺน' เชอร์) *n.* ความไม่แน่นอน, ความบังเอิญ, ความอาจเป็นไปได้ *-adv.* อย่างไม่แน่นอน, อาจเป็นไปได้, บางที, อาจจะ

perambulate (เพอร์แอม' บิวเลท) *v.* **-lated, -lating** *-vt.* เดินผ่าน, เดินรอบ, เดินทางผ่าน, เดินข้าม, เดินทะเล, เดินสำรวจ *-vi.* เดินผ่าน, เดินรอบ

perambulator (เพอร์แอม' บิวเลเทอร์) *n.* รถเข็นเด็กทารก, ผู้เดินสำรวจ, ผู้เดินทางสำรวจ

per annum (เพอร์ แอน' นัม) (ภาษาละติน) ทุกปี, แต่ละปี

percale (เพอร์เคล') *n.* ผ้าฝ้ายทอละเอียดและมีขนาดกว้างกว่าผ้าฝ้ายธรรมดา

per capita (เพอร์ แคพ' พิทะ) (ภาษาละติน) ต่อคน, ต่อพลเมือง 1 คน *-Ex. a per capita tax, per capita output, per capita sugar supply*

perceive (เพอร์ซีฟว') *vt.,vi.* **-ceived, -ceiving** สังเกต, มองเห็น, มองออก, เข้าใจ, สัมผัสรู้, สำเหนียก, รู้ **-perceivable** *adj.* **-perceivably** *adv.* **-perceiver** *n.* (-S. observe, see, understand, know) *-Ex. to perceive the danger, to perceive a dim light, to perceive a faint sound, to perceive a slight change in temperature, I perceived that he would refuse.*

percent, per cent (เพอร์เซนทฺ') *adv., adj.* เปอร์เซ็นต์, ร้อยละ, ส่วนร้อย, หลักทรัพย์หรือหุ้นที่ระบุอัตราของดอกเบี้ย, อัตราร้อยละเป็นเปอร์เซ็นต์, เป็นร้อยละ (-S. per centum)

percentage (เพอร์เซน' ทิจฺ) *n.* อัตราร้อยละ, จำนวนร้อยละ, ค่าเปอร์เซ็นต์, ค่าธรรมเนียม, กำไร, ผลกำไร, ผลประโยชน์, สัดส่วนโดยทั่วไป, ส่วนเปรียบเทียบ

percentile (เพอร์เซน' ไทล) *n.* ค่าของตัวแปรที่แบ่งการแจกแจงของตัวแปรออกเป็น 100 กลุ่มที่มีความถี่ (frequencies) เท่ากัน *-adj.* เกี่ยวกับค่าตัวแปรดังกล่าว

percept (เพอร์' เซพทฺ) *n.* ผลแห่งการแลเห็น, ผลสำเหนียก, สิ่งที่มองเห็น, สิ่งที่เข้าใจ, การสัมผัสรู้

perceptible (เพอร์เซพ' ทะเบิล) *adj.* เข้าใจได้, สัมผัสรู้ได้, แลเห็นได้, มองเห็นได้, มองออกได้, สัมผัสรู้ได้, เห็นคุณค่าได้ **-perceptibility** *n.* **-perceptibly** *adv.*

perception (เพอร์เซพ' ชัน) *n.* การเข้าใจ, การแลเห็น, การมองเห็น, สัญญาณ, การหยั่งรู้, ญาณ, ความรู้สึก, ความรู้สึกสัมผัส, สิ่งที่มองเห็น, การรับรู้สัมผัส, การสำเหนียกได้ชัดเจน **-perceptional** *adj.*

perceptive (เพอร์เซพ' ทิฟว) *adj.* เกี่ยวกับอำนาจหรือความสามารถในการสัมผัสรู้, เกี่ยวกับความสามารถในการเข้าใจหรือหยั่งรู้ **-perceptiveness, perceptivity** *n.* **-perceptively** *adv.*

perceptual (เพอร์เซพ' ชวล) *adj.* เกี่ยวกับการสัมผัสรู้, เกี่ยวกับการหยั่งรู้หรือมองออก **-perceptually** *adv.*

perch[1] (เพิร์ชฺ) *n.* ราวหรือไม้หรือคอนสำหรับนกเกาะ, สิ่งสำหรับให้นกหรือสัตว์เกาะ, ที่เกาะ, ที่นั่งในที่สูง, ที่พักผ่อน, ตำแหน่งหรือฐานะสูง, หน่วยวัดความยาวที่เท่ากับ 5½ หลา, หน่วยความจุของหินเท่ากับ 24¾ ลูกบาศก์ฟุต, เครื่องมือตรวจเนื้อผ้า, ไม้, ราว, เสา *-vi.* เกาะ, พักอยู่ในที่สูง *-vt.* เกาะ, วางอยู่ในที่สูง, ตรวจเนื้อผ้า **-percher** *n.* (-S. roost)

perch[2] (เพิร์ชฺ) *n., pl.* **perch/perches** ปลาน้ำจืดจำพวก *Perca flavescens*

perchance (เพอร์แชนซฺ') *adv.* อาจจะ, บางที, โดยบังเอิญ (-S. perhaps)

percipient (เพอร์ซิพ' เพียนทฺ) *adj.* ซึ่งสังเกต, ซึ่งมีสิ่งสังเกตได้

percolate (เพอร์' คะเลท) *v.* **-lated, -lating** *-vt.* กรอง, กลั่น, ซง, ทำให้ซึมผ่าน, ทำให้ไหลผ่าน *-vi.* ปล่อยให้ไหลผ่านสิ่งกรอง, ซึมผ่าน, ซง, คึกคัก, มีชีวิตชีวา *-n.* ของเหลวที่ได้จากการกรอง **-percolation** *n.* (-S. filtrate, filter)

percolator (เพอร์' คะเลเทอะ) *n.* เครื่องกรอง, ที่กรอง, ที่ซง

per contra (เพอร์ คอน' ทระ) (ภาษาละติน) ในทางตรงกันข้าม, ตรงกันข้าม

percuss (เพอร์คัส') *vt.* เคาะ, ตอก, ตี กระทบ, เคาะตรวจอาการโรค

percussion (เพอร์คัส' ชัน) *n.* การเคาะ, การตอก, การตี, การกระทบกัน, การเคาะตรวจอาการโรค, การกระทบชนวนท้ายปลอกกระสุนปืน (-S. bump)

percussion cap แก๊ปที่ปลายกระสุนปืน, หัวทองแดงหรือหมวกกระสุนปืน

percussion instrument เครื่องดนตรีประเภทตีหรือเคาะ เช่น เปียโน กลอง ฉิ่ง ฉาบ ระนาดและอื่นๆ

percussionist (เพอร์คัส' ชันนิสทฺ) *n.* นักดนตรีที่เล่นเครื่องดนตรีประเภทตีหรือเคาะ เช่น เปียโน กลอง ฉิ่ง ฉาบ ระนาดและอื่นๆ

per diem (เพอร์ ดี' เอิม, -ได' เอิม) (ภาษาละติน)

perdition 633 **period**

แต่ละวัน, ค่าใช้จ่ายประจำวัน (-S. per day)

perdition (เพอร์ดิช' ชัน) *n.* ความหายนะ, การตกนรก, การลงนรก, นรก, การพังพินาศสิ้น, มรณกรรม (-S. hell, inferno, ruin, wrack , underworld, abyss, pit, havoc)

peregrinate (แพ' ระกริเนท) *v.* **-nated, -nating** *-vt., vi.* เดินทาง **-peregrination** *n.* **-peregrinator** *n.*

peremptory (พะเรมพฺ' ทะรี) *adj.* ไม่มีโอกาสปฏิเสธ, จำต้อง, เด็ดขาด, วางอำนาจ, เผด็จการ **-peremptorily** *adv.* **-peremptoriness** *n.* (-S. undeniable)

perennial (พะเรน' เนียล) *adj.* ตลอดปี, ตลอดกาล, ซึ่งมีทั้ง 4 ฤดู, ซึ่งมีวัฏชีวิตนานกว่า 2 ปี *-n.* พืชยืนต้น, แม่น้ำที่มีน้ำตลอดปี, สิ่งที่อยู่ประจำ **-perennially** *adv.* (-S. enduring, durable, persistent) *-Ex. a perennial plant, perennial efforts, a perennial colony, A rose is a perennial., a subject of perennial interest, a perennial candidate*

perestroika (เพเริสทรอย' คะ) *n.* นโยบายปรับปรุงระบบเศรษฐกิจและการเมืองของประธานาธิบดี Mikhail Gorbachev ของโซเวียต, การเปลี่ยนแปลงอย่างขนานใหญ่

perfect (เพอร์' เฟคทฺ) *adj.* สมบูรณ์, ดีพร้อม, ดีเลิศ, ไร้มลทิน, ไม่มีตำหนิ, ถูกต้องทั้งเพ, ทีเดียว, แท้จริง, แม่นยำ, สำเร็จ, ซึ่งมีเกสรตัวผู้และตัวเมียในดอกเดียวกัน, ซึ่งพิมพ์สองหน้า *-n.* กาล (tense) สมบูรณ์, รูปแบบที่สมบูรณ์ *-vt.* ทำให้สมบูรณ์, ทำให้สำเร็จ, ทำให้ไม่มีที่ตำหนิ, ทำให้ดีขึ้น, ทำให้มีความชำนาญเต็มที่, ปรับปรุง **-perfecter** *n.* **-perfectness** *n.* (-S. absolute) *-Ex. a perfect circle, As a work of art it is almost perfect., perfect weather, in perfect silence, perfect oneself in English*

perfectible (เพอร์เฟค' ทะเบิล) *adj.* ซึ่งทำให้สมบูรณ์ได้ **-perfectibility** *n.*

perfection (เพอร์เฟค' ชัน) *n.* ความสมบูรณ์, ความดีพร้อม, ความดีเลิศทุกประการ, การบรรลุถึงความสำเร็จ, คุณสมบัติอันดีเลิศ, การทำให้ดีพร้อม, การทำให้สมบูรณ์ (-S. faultlessness, ideal, precision) *-Ex. to aim at perfection*

perfectionist (เพอร์เฟค' ชันนิสทฺ) *n.* นักลัทธิสมบูรณ์แบบ, ผู้พอใจแต่สิ่งที่สมบูรณ์แบบ **-perfectionism** *n.*

perfidious (เพอร์ฟิด' เดียส) *adj.* โกง, ทุจริต, ไม่ซื่อสัตย์, ทรยศ, ไม่มีสัจจะ **-perfidiously** *adv.* (-S. faithless)

perfidy (เพอร์' ฟะดี) *n., pl.* **-dies** การโกง, การทุจริต, การไม่ซื่อสัตย์, การทรยศ, การหักหลัง

perforate (เพอร์' ฟะเรท) *vt., vi.* **-rated, -rating** ทำให้เป็นรู, เจาะรู *-adj.* เป็นรู, มีรูเต็ม **-perforable** *adj.* **-perforative** *adj.* **-perforator** *n.*

perforation (เพอร์ฟะเร' ชัน) *n.* การทำให้เป็นรู, การเจาะรู, การเป็นรูพรุน

perforce (เพอร์ฟอร์สฺ') *adv.* ด้วยความจำเป็น, อย่างหลีกเลี่ยงไม่พ้น *-Ex. Being a successful playwright he perforce knows a great deal about the theater.*

perform (เพอร์ฟอร์ม') *vt., vi.* กระทำ, ปฏิบัติ, ดำเนินการ, ทำให้บรรลุความสำเร็จ, แสดง, บรรเลง **-performable** *adj.* **-performer** *n.* *-Ex. to perform a ceremony, to perform a part in a play, to perform a duty, The players performed before a large audience., The boys performed their work well.*

performance (เพอร์ฟอม' เมินซฺ) *n.* การกระทำ, การปฏิบัติ, การดำเนินการ, การทำให้บรรลุผลสำเร็จ, การแสดง, การบรรเลง, พฤติการณ์, พฤติกรรม, สมรรถภาพ, สมรรถนะ (-S. show, play)

perfume (*v.* เพอร์ฟูม' , *n.* เพอร์' ฟูม) *vt.* **-fumed, -fuming** พรมน้ำหอม, พรมน้ำอบ, ทำให้กลิ่นหอมกระจาย *-n.* น้ำหอม, เครื่องหอม, กลิ่นหอม (-S. aroma, fragrance, scent) *-Ex. The breeze carried the perfume of lilacs., a bottle of perfume, The flowers perfumed the air.*

perfumer (เพอร์ฟูม' เมอะ) *n.* ผู้พรมน้ำหอม, ผู้ขายเครื่องหอม, ผู้ผลิตเครื่องหอม

perfumery (เพอร์ฟูม' เมอรี) *n., pl.* **-eries** เครื่องหอม, การผลิตเครื่องหอม, ธุรกิจการขายเครื่องหอม, สถานที่ประกอบธุรกิจเครื่องหอม, ร้านขายเครื่องหอม

perfunctory (เพอร์ฟังคฺ' โทรี) *adj.* พอเป็นพิธี, สุกเอาเผากิน, ลวกๆ **-perfunctorily** *adv.*

perfuse (เพอร์ฟิวซฺ') *-vt.* **-fused, -fusing** พรม, กระจาย, อบ, ทำให้เต็มไปด้วย, ทำให้แผ่ซ่าน **-perfusive** *adj.* **-perfusion** *n.*

P

pergola (เพอร์' กะละ) *n.* ศาลาพักร้อนที่เป็นโครงเกาะไม้เลื้อย, เพิงไม้เลื้อย, เรือนปลูกไม้เลื้อย, เรือนไม้เลื้อย, เรือนหลังคาโปร่ง

perhaps (เพอร์แฮพซฺ', เพอร์แอพซฺ', แพรพซฺ) *adv.* บางที, อย่างเป็นไปได้, กระมัง (-S. possibly)

peri- คำอุปสรรค มีความหมายว่า รอบ, เกิน, โอบล้อม

pericardium (เพอริคาร์' เดียม) *n., pl.* **-dia** เยื่อหุ้มหัวใจ **-pericardiac, pericardial** *adj.*

pericarp (เพอ' ริคาร์พ) *n.* ส่วนหุ้มห่อรังไข่หรือผลไม้ (บางทีประกอบด้วย 3 ชั้นคือ exocarp, mesocarp และ endocarp) **-pericarpial** *adj.*

perigee (เพอ' ริจี) *n.* ตำแหน่งในวงโคจรของวัตถุในอวกาศที่อยู่ใกล้โลกที่สุด **-perigean, perigeal** *adj.*

perihelion (เพอริฮี' เลียน) *n., pl.* **-lions/-lia** ตำแหน่งในวงโคจรของดาวนพเคราะห์ ดาวหางหรือดาวเทียมที่มนุษย์สร้างขึ้นที่อยู่ใกล้ดวงอาทิตย์ที่สุด

peril (เพอ' เริล) *n.* ภัย, อันตราย, ภยันตราย, ความหายนะ, การเสี่ยงภัย, มรสุมร้าย, เหตุภัยพิบัติ *-vt.* **-iled, -iling/-illed, -illing** เปิดออกสู่อันตราย (-S. danger, risk, hazard) *-Ex. The ship was in peril because of the storm., The storm perilled the ship., You cross a street between crossings at your own peril., Icebergs are a peril to ships.*

perilous (เพอ' ระเลิส) *adj.* มีภัย, มีภยันตราย, อันตราย, เต็มไปด้วยอันตราย, เสี่ยงภัย, น่ากลัว

perimeter (พะริม' มะเทอะ) *n.* เส้นรอบวง, ความยาวเส้นรอบวง, ปริมณฑล (-S. border) *-Ex. the perimeter of a circle, the perimeter of a wheel, The perimeter of a one-inch square is four inches.*

period (เพีย' เรียด) *n.* ระยะเวลา, สมัย, ยุค, ประจำ-

เดือน (ระดู), ยุคปัจจุบัน, รอบ, ระยะเวลาหนึ่งวงจรสมบูรณ์, ชั่วโมงเรียน, ยุคปัจจุบัน, เครื่องหมายมหัพภาค (.), ประโยคสมบูรณ์, การหยุดที่ปลายประโยค, ตอนของดนตรี, วิธีการของนักพูด *-adj.* เกี่ยวกับระยะเวลาแห่งประวัติศาสตร์ (-S. interval, time, era) *-Ex. We put a period after every sentence., We have reading during the first period school., prehistoric period, period of incubation, natural period, a lesson period*

periodic (เพียรีออด' ดิค) *adj.* เป็นช่วงๆ, เป็นครั้งเป็นคราว, เป็นเวลา, เกี่ยวกับประโยคทิ้งท้าย (-S. intermittent) *-Ex. the periodic changes of the moon, the periodic drip of a leaking faucet*

periodical (เพียริออด' ดิเคิล) *n.* นิตยสารหรือวารสารที่ออกตามกำหนดเวลา *-adj.* ซึ่งตีพิมพ์ตามกำหนดเวลา, เกี่ยวกับนิตยสารหรือวารสาร **-periodically** *adv.*

periodicity (พิรีโอดิส' ซะที) *n., pl.* **-ties** ภาวะการเป็นช่วงๆ หรือเป็นครั้งเป็นคราว, ภาวะการเกิดขึ้นเป็นช่วงๆ อย่างสม่ำเสมอ

periodic law กฎทางเคมีที่ว่าธาตุต่างๆ สามารถแบ่งออกโดยคุณสมบัติเป็นกลุ่มๆ (ตารางแบ่งกลุ่มนี้เรียกว่า periodic table)

P

peripheral (พะริฟ' เฟอรัล) *adj.* เกี่ยวกับหรืออยู่ที่เส้นรอบวง, เกี่ยวกับรอบนอก, ภายนอก, เกี่ยวกับการปฏิบัติการส่งและการนำข้อมูลเข้าออกและเครื่องมืออื่นๆ ซึ่งไม่ได้อยู่ใต้การควบคุมโดยตรงของเครื่องคอมพิวเตอร์ *-n.* อุปกรณ์ที่ทำงานหรือเครื่องจักรที่เกี่ยวพันและต่อเนื่องกับคอมพิวเตอร์ แต่ไม่ใช่หน่วยอุปกรณ์ที่เป็นส่วนของคอมพิวเตอร์ **-peripherally** *adv.*

periphery (พะริฟ' เฟอรี) *n., pl.* **-eries** รอบวง, ผิวรอบนอก, ส่วนภายนอก, บริเวณปลายเส้นประสาท, ขอบเขต, ขอบนอก

periphrasis (พะริฟ' ฟระซิส) *n., pl.* **-ses** การพูดอ้อมค้อม, คำพูดอ้อมค้อม (-S. periphrase)

periphrastic (เพอริแฟรส' ทิค) *adj.* อ้อมค้อม

periscope (เพอ' ริสโคพ) *n.* กล้องส่องดูเหนือผิวน้ำของเรือดำน้ำ,กล้องส่องดูภาพที่อยู่เหนือระดับสายตาตรง, กล้องส่องดูภาพที่อยู่หักสายตาเป็นมุมฉาก

perish (เพอ' ริช) *vi.* ตาย, แตกดับ, สาบสูญ, ย่อยยับ, เน่าเปื่อย, เหี่ยวแห้ง (-S. pass away)

perishable (เพอ' ริชะเบิล) *adj.* ตายได้, ย่อยยับได้, เน่าเปื่อยได้ง่าย *-n.* สิ่งที่เน่าเปื่อยได้ง่ายโดยเฉพาะอาหาร **-perishability, perishableness** *n. -Ex. Fresh fruits and vegetables are perishable foods.*

peristalsis (เพอระสแตล' ซิส) *n., pl.* **-ses** การบีบตัวของทางเดินอาหาร **-peristaltic** *adj.*

peritoneum (เพอริโทเนียม') *n., pl.* **-neums/-nea** เยื่อบุช่องท้อง **-peritoneal** *adj.*

peritonitis (เพอริโทไน' ทิส) *n.* เยื่อบุช่องท้องอักเสบ

periwig (เพอ' ริวิก) *n.* ผมปลอม

periwinkle[1] (เพอ' ริวิงเคิล) *n.* หอยในตระกูล Littorinidae เป็นหอยชนิดไม่มีกาบ ใช้กินเป็นอาหาร, เปลือกของหอยดังกล่าว

periwinkle[2] (เพอ' ริวิงเคิล) *n.* พืชจำพวก *Vinca* พังพวยฝรั่ง, พังพวยบก

perjure (เพอร์' เจอะ) *vt.* **-jured, -juring** ให้การเป็นพยานเท็จ, เบิกความเท็จ, สาบานเท็จ **-perjurer** *n.*

perjury (เพอร์' จะรี) *n., pl.* **-ries** การให้การเป็นพยานเท็จ, การเบิกความเท็จ, การสาบานเท็จ (-S. lie) *-Ex. The judge warned the prisoner that perjury was a serious offense.*

perk[1] (เพิร์ค) *vi.* เชิดหน้า, เงย, ชูคอ, กระฉับกระเฉงขึ้นมา, เสือก, ทะลึ่ง, วางมาด, วางท่า *-vt.* เชิดหน้า, เงยหน้า, แต่งตัว *-adj.* ปราดเปรียว, ว่องไว, กระปรี้กระเปร่า, อวดดี *-Ex. The little duck perked its head.*

perk[2] (เพิร์ค) *vi., vt.* กรอง, ชง, ซึมผ่าน

perky (เพอร์' คี) *adj.* **-ier, -iest** ทะลึ่ง, เสือก, อวดดี, ว่องไว, ปราดเปรียว **-perkily** *adv.* **-perkiness** *n.*

permanence (เพอร์' มะเนินซฺ) *n.* สภาพที่ถาวร, ลักษณะที่ถาวร (-S. duration, stability) *-Ex. the permanence of the universe*

permanent (เพอร์' มะเนินทฺ) *adj.* ถาวร, ยืนยง, คงทน, ยาวนาน, (สี) ไม่ตก *-n.* ดู permanent wave **-permanently** *adv.* (-S. lasting, durable, stable, enduring -A. temporary) *-Ex. The permanent school building will be ready in 1960.*

permanent wave ลอนผมถาวรที่เกิดจากการใช้ความร้อนหรือสารเคมี

permanganate (เพอร์แมง' กะเนท) *n.* เกลือชนิดหนึ่งของ permanganic acid

permeability (เพอร์เมียบิล' ละที) *n.* การซึมผ่านได้, ความสามารถในการซึมผ่านได้, ความสามารถในการแผ่ซ่านของอำนาจแม่เหล็ก

permeable (เพอร์' เมียเบิล) *adj.* ซึมผ่านได้, แผ่ซ่านได้, ซึมแทรกได้ **-permeably** *adv.*

permeate (เพอร์' มีเอท) *v.* **-ated, -ating** *-vt.* ซึมผ่าน, ซึมแทรก, แผ่ซ่าน, ซึมเข้า, ซาบ *-vi.* เต็มไปด้วย, ตลบ, แผ่ซ่าน, ซึมซ่าน **-permeation** *n.* **-permeative** *adj.* (-S. pervade) *-Ex. The odour of onions permeated the kitchen.*

Permian (เพอร์' เมียน) *adj.* เกี่ยวกับยุค Paleozoic คือประมาณ 220-270 ล้านปีก่อน เป็นยุคที่เริ่มมีสัตว์เลื้อยคลาน

permissible (เพอร์มิส' ซะเบิล) *adj.* ยอมได้, อนุญาต, อนุมัติ **-permissibility** *n.* **-permissibly** *adv.* (-S. allowable, permitted, legal) *-Ex. Stealing bases is permissible in a baseball game.*

permission (เพอร์มิช' ชัน) *n.* การอนุญาต, การอนุมัติ, การยินยอม, ใบอนุญาต, ใบอนุมัติ *-Ex. Mother gave Surachai permission to the movies.*

permissive (เพอร์มิส' ซิฟวฺ) *adj.* ซึ่งอนุญาต, ซึ่งอนุมัติ, ซึ่งยินยอม, ตามใจ, ตามแต่เห็นสมควร **-permissively** *adv.* **-permissiveness** *n.* (-S. tolerant, lenient, lax)

permit (*v.* เพอร์มิท', *n.* เพอร์' มิท, เพอร์มิท') *v.* **-mitted, -mitting** *-vt.* อนุญาต, อนุมัติ, ยินยอม, อำนวยให้, เปิดโอกาส, ตกลง *-vi.* อนุญาต, อนุมัติ, ยินยอม, เปิด

permute 635 **personage**

โอกาส, ยอมรับ *-n.* ใบอนุญาต, ใบอนุมัติ, ใบยินยอม, การอนุญาต **-permitter** *n.* (-S. tolerate, allow, grant, permission -A. forbid) *-Ex. Mother permitted Yupin to take the train alone.*

permute (เพอร์มิวทฺ') *vt.* **-muted, -muting** เรียงลำดับ, เปลี่ยนแปลง, เข้าแทนที่

pernicious (เพอร์นิช' เชิส) *adj.* เป็นอันตราย, เป็นภัย, ถึงตาย, ร้ายแรง, ร้ายกาจ **-perniciously** *adv.* **-perniciousness** *n.*

pernicious anemia โรคโลหิตจางชนิดร้ายแรงเนื่องจากขาดวิตามิน B12

pernickety (เพอร์นิค' คะที) *adj.* จู้จี้, ชอบฟื้นฝอยหาตะเข็บ, ต้องใช้ความระมัดระวังอย่างยิ่ง (-S. fussy)

perorate (เพอ' ระเรท) *vi.* **-rated, -rating** พูดเสียยืดยาว, กล่าวคำปราศรัย, กล่าวคำสรุป **-perorator** *n.*

peroration (เพอระเร' ชัน) *n.* คำสรุป, บทสรุปของคำปราศรัย **-perorational** *adj.*

peroxide (เพอรอค' ไซดฺ) *n.* ออกไซด์ที่มีออกซิเจน 2 อะตอม เช่น ไฮโดรเจนเปอร์ออกไซด์

perpendicular (เพอร์เพนดิค' คิวละ) *adj.* ตั้งฉาก, ได้ฉาก, ตั้งตรง, สูงชัน *-n.* เส้นตั้งฉาก, แนวตั้งฉาก, ตำแหน่งตั้งตรง, ไม้ตั้งฉาก, การยืนตรง, ความถูกต้อง **-perpendicularity** *n.* **-perpendicularly** *adv.* (-S. vertical, upright) *-Ex. perpendicular to the horizontal plane, perpendicular cliff, The tower of Pisa leans from the perpendiculars., The arms of a cross are perpendicular to its upright.*

perpetrate (เพอร์' พะเทรท) *vt.* **-trated, -trating** กระทำผิดกฎหมาย, ทำชั่ว, ก่อกรรมทำเข็ญ, เล่นตลก **-perpetration** *n.* **-perpetrator** *n.* (-S. do) *-Ex. Daeng perpetrated a cruel joke on his little brother.*

perpetual (เพอร์เพช' ชวล) *adj.* ตลอดไป, ถาวร, ตลอดกาล, ต่อเนื่อง, ตลอดฤดู, ตลอดปี **-perpetually** *adv.* (-S. unceasing, continual) *-Ex. a perpetual rose, to indulge in perpetual chatter*

perpetuate (เพอร์เพช' ชูเอท) *vt.* **-ated, -ating** ทำให้ถาวร, ทำให้ไม่สูญไป, ทำให้เป็นอมตะ **-perpetuation** *n.* **-perpetuator** *n.* (-S. maintain) *-Ex. King Taksin Memorial perpetuates the memory of a great Thai monarch.*

perpetuity (เพอร์พะทู' อะที) *n., pl.* **-ties** ภาวะที่เป็นอยู่อย่างถาวร, ความเป็นอมตะ, ความไม่มีที่สิ้นสุด, กรรมสิทธิ์ตลอดชีพ, เงินบำเหน็จรายปีตลอดชีพ

perplex (เพอร์เพลคซฺ') *vt.* ทำให้งงงวย, ทำให้งง, ทำให้ยุ่งยากใจ **-perplexing** *adj.* **-perplexingly** *adv.* (-S. mystify, confound) *-Ex. His strange silence perplexes me.*

perplexed (เพอร์เพลคซฺทฺ') *adj.* งงงวย, ยุ่งยากใจ, ฉงนสนเท่ห์, สลับซับซ้อน **-perplexedly** *adv.* (-S. dazed)

perplexity (เพอร์เพลค' ซะที) *n.* ความงงงวย, ความไม่แน่ใจ, ความสลับซับซ้อน *-Ex. Somchai explained each step so there would be no perplexity over what to do next., Our choice of a vacation spot is an annual perplexity.*

perquisite (เพอร์' ควิซิท) *n.* เงินเพิ่ม, เงินรางวัล, เงินกำไรที่เป็นเศษเลย, สิ่งที่ได้มาโดยสิทธิพิเศษ (-S. extra)

per se (เพอร์ ซี', เพอร์ เซ') (ภาษาละติน) โดยตัวของมันเอง, เพื่อตัวของมันเอง, ตัวเอง, ในเนื้อแท้

persecute (เพอร์' ซิคิวทฺ) *vt.* **-cuted, -cuting** ก่อกวน, แกล้ง, รบกวน, ประหาร, ข่มเหง **-persecutor** *n.* **-persecutive, persecutory** *adj. -Ex. to persecute a timid child with continuous faultfinding*

persecution (เพอร์ซิคิว' ชัน) *n.* การก่อกวน, การแกล้ง, การรบกวน, การประหาร, การข่มเหง (-S. harassment) *-Ex. The Pilgrims came to America to escape persecution for their religious beliefs.*

Perseus (เพอร์' ซีเอิส, -ซิอูส) *n.* ชื่อกลุ่มดาวทางเหนือที่อยู่ระหว่างดาว Andromeda และ Auriga

perseverance (เพอร์ซะเวีย' เรินซฺ) *n.* ความอุตสาหะ, ความพากเพียร, ความพยายาม, ความมุมานะบากบั่น **-perseverant** *adj.* (-S. tenacity, endurance)

persevere (เพอร์ซะเวียร์') *vi.* **-vered, -vering** อุตสาหะ, พากเพียร, พยายาม, ยืนหยัด, บากบั่น **-perseveringly** *adv.* (-S. endure)

Persia (เพอร์' ซะ, -ชะ) อาณาจักรเปอร์เซีย (อิหร่าน), ชื่อเดิมของอิหร่าน

Persian (เพอร์' เชิน, -ชัน) *adj.* เกี่ยวกับเปอร์เซีย ภาษาเปอร์เซีย ชาวเปอร์เซีย *-n.* ชาวเปอร์เซีย, ภาษาเปอร์เซีย, แมวขนยาวในอิหร่านและอัฟกานิสถาน (-S. Iranian)

persiflage (เพอร์' ซิฟลาจฺ) *n.* การพูดเหน็บแนม, การพูดล้อเลียน, การพูดตลกคะนอง

persimmon (เพอร์ซิม' เมิน) *n.* ต้นไม้จำพวก *Diospyros* ต้นพลับ, ลูกพลับ

persist (เพอร์ซิสทฺ', -ซิสทฺ') *vi.* ยืนกราน, ยืนหยัด, ดื้อรั้น, ดื้อ, เพียร, ทนทาน, ฝังแน่น (-S. persevere) *-Ex. Udom persists in talking in class.*

persistence, persistency (เพอร์ซิส' เทินซฺ, -ซี) *n.* การยืนกราน, การยืนหยัด, ความดื้อรั้น, ความทนทาน, ความต่อเนื่อง, การมีอยู่เรื่อยไป *-Ex. to work with persistence, a persistence of good spirits*

persistent (เพอร์ซิส' เทินทฺ) *adj.* ยืนกราน, ยืนหยัด, ดื้อ, ดื้อรั้น, ทนทาน, ฝังแน่น **-persistently** *adv.* (-S. persevering) *-Ex. a month of persistent rain, a persistent salesman*

person (เพอร์' เซิน) *n.* บุคคล, คน, ร่าง, ร่างกาย, องค์, ตัว, ผู้, นิติบุคคล, บุคลิกลักษณะ, บุรุษ (ในไวยากรณ์) (-S. individual, human being) *-Ex. any person trespassing on this property..., a nice person, a very important person*

personable (เพอร์' ซะนะเบิล) *adj.* หน้าตาดี, สวยงาม, รูปหล่อ, เป็นที่ดึงดูดใจ **-personableness** *n.* **-personably** *adv.*

personage (เพอร์' ซะนิจ) *n.* บุคคลสำคัญ, บุคคล, คน, ตัวละคร, ตัวแสดง (-S. notable, dignitary) *-Ex. There*

P

were many personages present at the coronation.

personal (เพอร์' ซะเนิล) *adj.* ส่วนตัว, ส่วนบุคคล, เฉพาะบุคคล, โดยบุคคล, เกี่ยวกับบุรุษ (ในไวยากรณ์), เกี่ยวกับทรัพย์สินส่วนตัว *-n.* ข่าวบุคคล (ในหน้าหนังสือพิมพ์), บุคคลในข่าว (-S. individual, private) *-Ex. the personal influence of the King, a personal interview with Lord X, personal appearance of Mr. X, personal abuse, his personal signature, A personal telephone call; books; clothes; and furniture are personal property.*

personal computer ดู PC, เครื่องคอมพิวเตอร์ส่วนตัว

personality (เพอร์ซะแนล' ละที) *n., pl.* **-ties** บุคลิกภาพ, บุคลิกลักษณะ, บุคคล (-S. character, nature) *-Ex. Somsri has a charming personality., personalities of the screen, to refrain from personalities, a leading personality of the stage, In their quarrel he would not stoop to personalities.*

personalize (เพอร์' ซะนัลไลซ) *vt.* **-ized, -izing** ทำให้เป็นส่วนตัว, ทำให้เป็นลักษณะส่วนบุคคล, ทำให้เป็นตัวของตัวเอง

personally (เพอร์' ซะนัลลี) *adv.* โดยส่วนตัว, โดยส่วนบุคคล, โดยตรง *-Ex. Personally I don't think much of it., I admire his paintings but he is personally unplesant.*

personal pronoun บุรุษสรรพนาม (I, we, you, he, she, it, they)

personalty (เพอร์' ซะเนิลที) *n., pl.* **-ties** สังหาริมทรัพย์

persona non grata บุคคลที่ไม่เป็นที่ยอมรับหรือต้อนรับ

personate (เพอร์' ซะเนท) *vt.* **-ated, -ating** แสดงเป็นตัวละคร, เล่นเป็นตัว, ปลอมตัว **-personation** *n.* **-personative** *adj.* **-personator** *n.*

personify (เพอร์ซอน' นิไฟ) *vt.* **-fied, -fying** ทำให้เป็นบุคคล, ทำให้เป็นลักษณะบุคคล, แปลงร่าง, ปรากฏออก **-personification** *n.* **-personifier** *n.*

personnel (เพอร์ซะเนล') *n.* เจ้าหน้าที่, พนักงาน, บุคลากร (-S. staff, workers) *-Ex. The personnel of the office got together for a picnic.*

perspective (เพอร์สเพค' ทิฟว) *n.* เทคนิคการเขียนภาพให้ได้ส่วนสัด เช่นเดียวกับที่เห็นด้วยตาจริง, ภาพที่ได้จากการเขียนด้วยเทคนิคดังกล่าว, ทัศนียภาพ, ทิวทัศน์, ทัศนวิสัย *-adj.* เกี่ยวกับเทคนิคหรือภาพดังกล่าว (-S. panorama, scene, view)

Perspex (เพอร์' สเปคซ) เครื่องหมายการค้าของกระจกพลาสติกชนิดหนึ่ง

perspicacious (เพอร์สพิเค' เชิส) *adj.* สายตาแหลม, ปัญญาเฉียบแหลม **-perspicaciously** *adv.* **-perspicacity, perspicaciousness** *n.*

perspicuous (เพอร์สพิค' คิวเอิส) *adj.* ชัดเจน, แจ่มแจ้ง, เข้าใจง่าย, ไม่คลุมเครือ **-perspicuity, perspicuousness** *n.*

perspiration (เพอร์สพะเร' ชัน) *n.* เหงื่อ, การขับเหงื่อ (-S. sweat) *-Ex. In hot weather; perspiration comes out of the skin in large quantities.*

perspiratory (เพอร์สไพ' ระทอรี) *adj.* เกี่ยวกับเหงื่อ, เกี่ยวกับการขับเหงื่อ, ซึ่งกระตุ้นการขับเหงื่อ

perspire (เพอร์สไพ') *vi., vt.* **-spired, -spiring** เหงื่อออก, ซึมออกจากรู, ขับเหงื่อ *-Ex. Samai perspired heavily whenever he played basketball.*

persuade (เพอร์สเวด') *vt.* **-suaded, -suading** ชักชวน, ชักจูง, จูงใจ, โอ้โลม, แนะนำ, ทำให้เชื่อ, กล่อม **-persuasibility** *n.* **-persuadable, persuasible** *adj.* **-persuader** *n.* (-S. induce, convince, influence) *-Ex. to persuade him that it is true, to persuade him to lead a better life*

persuasion (เพอร์สเว' ชัน) *n.* การชักชวน, การชักจูง, การจูงใจ, อำนาจหรือความสามารถในการชักชวนหรือจูงใจ, ภาวะที่ถูกชักชวน, ความมั่นใจ, ความเชื่อ, ระบบหรือรูปแบบของความเชื่อ, สำนักนิกาย, หมู่คณะ (-S. conversion, inducement, belief, potency) *-Ex. power of persuasion, art of persuasion, They go to different churches because they are of different persuasions.*

persuasive (เพอร์สเว' ซิฟว) *adj.* สามารถชักจูงได้, ซึ่งชักจูง, โน้มน้าวใจ **-persuasively** *adv.* **-persuasiveness** *n.*

pert (เพิร์ท) *adj.* ทะลึ่ง, ทะเล้น, ไม่มีมารยาท, เสือก, กล้า, กระฉับกระเฉง, ฮึกเหิม **-pertly** *adv.* **-pertness** *n.*

pert. ย่อจาก pertaining

pertain (เพอร์เทน') *vi.* เกี่ยวกับ, เป็นเรื่อง, เป็นของ, มีส่วนเกี่ยวข้องกับ (-S. relate) *-Ex. Her remark did not pertain to the question., Botany is the study of plants and all things pertaining to them.*

pertinacious (เพอร์ทะเน' เชิส) *adj.* ดื้อรั้นที่สุด, ยืนหยัด, ถือทิฐิ, หัวแข็ง, เพียร **-pertinaciously** *adv.* (-S. stubborn)

pertinacity (เพอร์ทะแนส' ซะที) *n.* ความดื้อรั้นยิ่ง, การยืนหยัด, การถือทิฐิ, ความหัวแข็ง, ความเพียร

pertinence, pertinency (เพอร์' ทะเนินซ, -ซี) *n.* ความเข้าเรื่อง, ความเกี่ยวข้อง, การตรงกับปัญหา

pertinent (เพอร์' ทะเนินท) *adj.* เข้าเรื่อง, เกี่ยวข้อง, ตรงกับปัญหา **-pertinently** *adv. -Ex. not pertinent to the argument*

perturb (เพอร์เทิร์บ') *vt.* ก่อกวน, ทำให้ยุ่งยากใจ, ทำให้ไม่สบายใจ, ทำให้ยุ่งยาก **-perturber** *n.* (-S. disturb)

perturbation (เพอร์เทิร์บเบ' ชัน) *n.* การก่อกวน, การทำให้ยุ่งยากใจ, การทำให้ยุ่งยาก **-perturbational, perturbative** *adj.*

Peru (พะรู') ชื่อประเทศสาธารณรัฐในอเมริกาใต้ เมืองหลวงชื่อ Lima

peruke (พะรูค') *n.* ผมปลอมยาว โดยเฉพาะของผู้ชายยุโรป ในสมัยศตวรรษที่ 17 และ 18, ดู periwig

peruke

perusal (พะรู' เซิล) *n.* การอ่าน, การอ่านตรวจ

peruse (พะรูซ') *vt.* **-rused, -rusing** อ่าน, อ่านตรวจ, พินิจพิจารณา, มองอย่างละเอียด, สำรวจ, อย่างละเอียด **-peruser** *n.* (-S. read) *-Ex. Samai perused the book; looking for information.*

Peruvian (พะรู' เวียน) *n.* ชาวเปรู *-adj.* เกี่ยวกับประเทศเปรู วัฒนธรรมและอื่นๆ ของเปรู

pervade (เพอร์เวด') *vt.* **-vaded, -vading** แผ่ซ่าน, แผ่ไปทั่ว, แพร่หลาย, ตลบ, ครอบคลุมไปทั่ว **-pervasion** *n.* (-S. penetrate, permeate, diffuse) *-Ex. The smell of fish pervaded the room., Cares and worries pervaded his mind.*

perverse (เพอร์เวิร์ซ') *adj.* ตรงกันข้าม, ผิดเหตุผล, ออกนอกลู่นอกทาง, ผิดปกติ, ประหลาด, วิปลาส, วิปริต, ชั่ว, ไม่ถูกต้อง, ไม่ถูกทำนองคลองธรรม, ดื้อรั้น, หัวแข็ง **-perverseness** *n.* (-S. contrary, obstinate, abnormal) *-Ex. A perverse wind blew the sailboat off its course., perverse behaviour*

perversion (เพอร์เวอ' ชัน) *n.* พฤติกรรมที่ออกนอกลู่นอกทาง, การกระทำที่ผิดปกติ, ความวิปริต, กามวิปริต, การเปลี่ยนแปลงที่ผิดปกติหรือผิดธรรมชาติ

perversity (เพอร์เวอ' ซะที) *n.* ความผิดปกติ, ความวิปริต, การออกนอกลู่นอกทาง

perversive (เพอร์เวอ' ซิฟว) *adj.* ซึ่งออกนอกลู่นอกทาง, ผิดปกติ, วิปริต, บิดเบือน, นำไปในทางผิด, ใช้ในทางผิด

pervert (*v.* เพอร์เวิร์ท', *n.* เพอร์' เวิร์ท) *vt.* ออกนอกลู่นอกทาง, นำไปในทางผิด, ใช้ในทางผิด, บิดเบือน, ทำให้เสื่อม *-n.* ผู้กระทำกามวิปริต **-perverter** *n.* **-pervertible** *adj.* (-S. debase) *-Ex. to pervert the text, to pervert the truth, Dang perverted the facts to support his argument.*

pervious (เพอร์' เวียส) *adj.* แผ่ซ่าน, ซึมผ่านได้, ลอดได้, กระทบได้, เข้าได้, ฟังเหตุผล **-perviousness** *n.*

pesky (เพส' คี) *adj.* **-kier, -kiest** น่ารำคาญ, ยุ่งยาก **-peskily** *adv.* **-peskiness** *n.*

peso (เป' โซ) *n., pl.* **-sos** ชื่อเหรียญเงินผสมทองแดงที่เป็นหน่วยเงินตราของเม็กซิโก อาร์เจนตินา โคลัมเบีย โดมินิกัน อุรุกวัย ฟิลิปปินส์ มีค่าเท่ากับ 100 centavos

pessary (เพส' ซะรี) *n., pl.* **-ries** อุปกรณ์ช่วยยึดมดลูก หรือเป็นเครื่องคุมกำเนิด

pessimism (เพส' ซะมิซึม) *n.* การมองโลกในแง่ร้าย, ลัทธิมองโลกในแง่ร้าย, การหมดอาลัยตายอยาก **-pessimist** *n.* (-S. gloom)

pessimistic (เพสซะมิส' ทิค) *adj.* มองดูในแง่ร้าย, มองโลกในแง่ร้าย, หมดอาลัยตายอยาก **-pessimistically** *adv.* (-S. depressed)

pest (เพสท) *n.* สัตว์ที่รบกวนหรือทำลาย, สิ่งที่รบกวนหรือทำลาย, โรคติดต่อที่ทำลาย (โดยเฉพาะกาฬโรค) (-S. nuisance, pestilence, annoyance, worry)

pester (เพส' เทอะ) *vt.* รบกวน, ก่อกวน, รังควาน, ตื๊อ, ตอม, ทำให้ยุ่งยากใจ **-pesterer** *n.*

pesticide (เพส' ทะไซด) *n.* ยาฆ่าแมลง, ยาปราบศัตรูพืช, ยาฆ่าสัตว์ที่รบกวนหรือทำลายสัตว์อื่น **-pesticidal** *adj.*

pestiferous (เพสทิฟ' เฟอรัส) *adj.* นำโรค, ทำให้เกิดโรค, แพร่โรคติดต่อ, ชั่วร้าย, ร้ายแรง, เป็นภัย **-pestiferously** *adv.* **-pestiferousness** *n.*

pestilence (เพส' ทะเลินซฺ) *n.* โรคติดต่อร้ายแรง, กาฬโรค, สิ่งที่เป็นภัย, สิ่งที่ชั่วร้าย *-Ex. The people of the Middle Ages lived in fear of pestilence.*

pestilent (เพส' ทะเลินทฺ) *adj.* ทำให้เกิดโรคติดต่อ, แพร่โรคติดต่อ, ติดเชื้อ, เป็นภัย, ร้ายแรง, เป็นพิษชั่วร้าย, น่ารำคาญ, ซึ่งรบกวน **-pestilently** *adv.*

pestilential (เพสทะเลน' เชิล) *adj.* นำโรคติดต่อ, เกี่ยวกับโรคร้ายแรง, เกี่ยวกับกาฬโรค, เป็นภัย **-pestilentially** *adv.* (-S. infectious)

pestle (เพส' เซิล, เพส' เทิล) *n.* สาก, ลูกบด, สิ่งที่ใช้ตอก ตำ บด ประทับตราหรืออื่นๆ *-vt., vi.* **-tled, -tling** บด, ตำ

pet[1] (เพท) *n.* สัตว์เลี้ยง, สัตว์ที่เลี้ยงไว้ดูเล่น, บุคคลหรือสิ่งอันเป็นที่รัก *-adj.* เป็นสัตว์เลี้ยง, เป็นที่รัก, ซึ่งแสดงความรัก *-v.* **petted, petting** *-vt.* ถือเป็นสัตว์เลี้ยง, เลี้ยงไว้เป็นสัตว์เลี้ยง, คลำ, ลูบ, ลูบคลำ, รัก, ทะนุถนอม, กอด *-vi.* ลูบคลำและกอด (-S. cherished, favourite, stroke)

P

pet[2] (เพท) *n.* อารมณ์ฉุน, ความไม่สบายใจ *-vi.* **petted, petting** *-Ex. Dang was in a pet from not being allowed to play outside.*

petal (เพท' เทิล) *n.* กลีบดอก **-petaled, petalled** *adj.*

-petal คำปัจจัย มีความหมายว่า เข้าหา, แสวงหา

petard (พิทาร์ด') *n.* เครื่องระเบิดประตู กำแพง หรือป้อมในการทำสงครามสมัยโบราณ, ประทัดชนิดหนึ่ง **-hoist by/with one's own petard** ติดกับดักตัวเอง

peter (พี' เทอะ) *vi.* ค่อยๆ หายไป, ค่อยๆ สลายตัวไป, มอดไป, จางไป, ค่อยๆ เหือดแห้งไป

Peter Pan ผู้ใหญ่ที่ไร้เดียงสา **-Peter Pan collar** ชื่อคอปกเสื้อกลมเล็กของสตรีและเด็ก

petiole (เพท' ทีโอล) *n.* ก้านใบ, ส่วนที่อยู่ระหว่างช่องท้องและทรวงอกของแมลง

petit (เพท' ที) *adj.* เล็กน้อย, เกี่ยวกับลหุโทษ, ไม่สำคัญ, รองลงมา (-S. small, petty, minor)

petite (พะทีท') *adj.* เล็ก, จิ๋ว ใช้กล่าวถึงหญิงร่างเล็ก *-Ex. Her doll has petite socks and shoes.*

petit four (เพท' ที ฟอร์') *n., pl.* **petits fours/petit fours** ขนมปังเล็กๆ สำหรับกินกับน้ำชา มีสีสันลวดลาย

petition (พะทิช' ชัน) *n.* การร้องเรียน, การอ้อนวอน, การร้องทุกข์, การถวายฎีกา, สิทธิ์การร้องเรียน, หนังสือร้องเรียน, ฎีกา *-vt., vi.* ร้องเรียน, ร้องทุกข์, อ้อนวอน **-petitionary** *adj.* **-petitioner** *n.* (-S. request, appeal) *-Ex. The children petitioned the school officials for a half-holiday., petition in bankruptcy*

petit mal (พะที แมล') *n.* โรคลมบ้าหมูชนิดไม่รุนแรง มีอาการหมดสติในเวลาสั้นเป็นครั้งคราว

petit point (เพท' ที พอยทฺ) ตะเข็บเล็ก, การเย็บตะเข็บเล็ก

petrel (เพ' เทริล) *n.* นกทะเลชนิดหนึ่ง

petrifaction (เพทริแฟค' ชัน) *n.* การกลายเป็นหิน,

กระบวนการกลายเป็นหิน **-petrifactive** *adj.*
petrification (เพทริฟิเค' ชัน) *n.* ดู petrifaction
petrify (เพ' ทริไฟ) *v.* **-fied, -fying** *-vt.* ทำให้เป็นหิน, ทำให้กลายเป็นหิน, ทำให้แข็งทื่อหรือตะลึงงัน (ด้วยความกลัว ตกใจหรืออื่นๆ) *-vi.* กลายเป็นหิน, แข็งทื่อ **-petrified** *adj. -Ex. Fear petrified me.*
petro- คำอุปสรรค มีความหมายว่า หิน, หินผา
petrochemical (เพโทรเคม' มิเคิล) *n.* สารที่ได้มาจากน้ำมันปิโตรเลียม เช่น น้ำมัน gasoline, kerosene, petrolatum หรืออื่นๆ **-petrochemistry** *n.*
petrodollars (เพ' โทรดอลเลอร์ซ) *n.pl.* เงินดอลลาร์จากประเทศที่ส่งน้ำมันดิบ **-petrodollar** *adj.*
petrol (เพ' โทรล) *n.* น้ำมันเบนซิน, น้ำมันปิโตรเลียม
petrolatum (เพทระเล ' ทัม) *n.* สารขี้ผึ้งที่ประกอบด้วย cholesterol, steryl alcohol, white wax และ white petrolatum ใช้เป็นตัวหล่อลื่น (lubricant) และเป็นขี้ผึ้งยา (-S. petroleum jelly)
petroleum (พะโทร' เลียม) *n.* น้ำมันปิโตรเลียม (เป็นสารผสม hydrocarbons ชนิดหนึ่ง)
petrology (พะทรอล' ละจี) *n.* การศึกษาทางวิทยาศาสตร์ที่เกี่ยวกับโครงสร้าง ส่วนประกอบ การเปลี่ยนแปลงและประเภทของหิน **-petrologic, petrological** *adj.* **-petrologically** *adv.* **-petrologist** *n.*

P

petticoat (เพท' ทิโคท) *n.* กระโปรงชั้นใน, ส่วนที่คล้ายกระโปรง, ส่วนของฉนวนที่คล้ายกระโปรง *-adj.* ของผู้หญิง, เกี่ยวกับผู้หญิง, เพศหญิง
pettifog (เพท' ทะฟอก) *vi.* **-fogged, -fogging** โต้เถียงในเรื่องเล็กๆ น้อยๆ, เป็นหมอความเรื่องเล็กๆ น้อยๆ, ใช้เล่ห์เหลี่ยมของทนายความ, โยเย, เล่นลิ้น **-pettifogger** *n.* **-pettifoggery** *n.*
pettish (เพท' ทิช) *adj.* เจ้าอารมณ์, เจ้าโทสะ, มีอารมณ์ขุ่นเคือง, งอน **-pettishly** *adv.* **-pettishness** *n.*
petty (เพท' ที) *adj.* **-tier, -tiest** เล็กน้อย, ใจแคบ, ต่ำช้า **-pettily** *adv.* **-pettiness** *n.* (-S. small) *-Ex. Many quarrels have a petty beginning., Gossip is petty.*
petty cash เงินสดย่อย, เงินสดสำหรับการใช้จ่ายเบ็ดเตล็ด
petty larceny การลักทรัพย์เล็กๆ น้อยๆ (มีค่าต่ำกว่าหนึ่งชิลลิง ตามกฎหมายอังกฤษ)
petty officer นายจ่าทหารเรือ
petulant (เพช' ชะเลินท) *adj.* เจ้าอารมณ์, โกรธง่าย, ใช้อารมณ์, งอน, กระเง้ากระงอด **-petulantly** *adv.* **-petulance, petulancy** *n.* (-S. fretful, peevish) *-Ex. He was petulant because he couldn't have a new car.*
petunia (พะทูน' ยะ) *n.* พืชไม้ดอกรูปกรวยในแถบละตินอเมริกา มีสีม่วงแดง
pew (พิว) *n.* ม้ายาวมีพนักพิงสำหรับนั่งฟังเทศน์ในโบสถ์, บริเวณที่นั่งในโบสถ์
pewee (พี' วี) *n.* นกกินแมลงชนิดหนึ่ง
pewter (พิว' เทอะ) *n.* โลหะผสมที่มีส่วนผสมของตะกั่วหรือดีบุกเป็นสำคัญ, ภาชนะที่ทำด้วยโลหะผสมดังกล่าว
peyote (เพโอท' ที, -โยท' อี, พี-) *n.* พืชตะบองเพชรจำพวก *Lophophora williamsii* ให้สารที่มีฤทธิ์หลอนประสาท, สารหลอนประสาทดังกล่าวที่อินเดียนแดงในเม็กซิโกใช้ในพิธีศาสนา
pfennig (เฟน' นิก) *n., pl.* **-nigs** ชื่อเหรียญเหล็กเคลือบทองแดงของเยอรมนีตะวันตกมีค่าเท่ากับ 1/100 deutsche mark, ชื่อเหรียญเงินตราของเยอรมนีตะวันออกที่มีค่าเท่ากับ 1/100 mark
pH (พี' เอช') สัญลักษณ์ที่เกี่ยวกับ hydrogen ion แสดงปริมาณความเป็นกรดหรือด่าง
phalanger (เฟแลน' เจอะ) *n.* สัตว์มีถุงหน้าท้องในตระกูล Diprotodontia พบในออสเตรเลีย
phalanx (เฟ' แลงคฺซ) *n., pl.* **-lanxes/-langes** แนวทหารที่จัดเรียงกันอย่างประชิดของกรีกโบราณ เช่น เป็นรูปสี่เหลี่ยม, กลุ่มคน, กลุ่มสัตว์, กลุ่มสิ่งของ, พรรคการเมือง, กลุ่มชุมชน (ประมาณ 1,800 คน) ที่อยู่ด้วยกันและมีทรัพย์สินร่วมกัน, กระดูกมือ เท้า
phallus (แฟล' ลัส) *n., pl.* **-li/-luses** องคชาต, รูปองคชาต, เม็ดละมุด (clitoris) ของหญิง **-phallic** *adj.* (-S. penis, clitoris)
phantasm, phantasma (แฟน' แทซึม, -มะ) *n.* ภาพลวงตา, ผี **-phantasmal, phantasmic** *adj.*
phantasmagoria, phantasmagory (แฟนแทซมะกอ' เรีย, -รี) *n.* ภาพหลอนที่เปลี่ยนแปลง, ภาพหรือทัศนียภาพที่เปลี่ยนแปลง **-phantasmagoric, phantasmagorical, phantasmagorial** *adj.*
phantasy (แฟน' ทะซี) *n., pl.* **-sies** ดู fantasy, ภาพหลอน, สิ่งหลอกลวง, ภาพจินตนาการ, ปีศาจที่หลอกหลอน, ภาพเพ้อฝัน, ความฝัน, การฝันเฟื่อง
phantom (แฟน' เทิม) *n.* ผีที่หลอกหลอน, ปีศาจที่หลอกหลอน, เงามืด, สิ่งที่น่ากลัว, ภาพหลอกหลอน *-adj.* เกี่ยวกับ phantom, หลอกหลอน, จินตนาการ (-S. apparition, ghost) *-Ex. In the darkness the dead tree looked like a phantom., phantom of delight, phantom target, We were scared by tales of a phantom seen in the house.*
Pharaoh (แฟ' โร, เฟ' โร) *n.* คำที่ใช้เรียกกษัตริย์อียิปต์โบราณ **-Pharaonic, Pharaonical** *adj.*
Pharisaic, Pharisaical (แฟริเซ' อิค,-เคิล) *adj.* เกี่ยวกับ Pharisee, เจ้าระเบียบ, เคร่งในรูปแบบ, เคร่งในวินัยศาสนาแต่รูปแบบภายนอก, เคร่งในพิธีการทางศาสนา, แสร้งทำ, จอมปลอม, ปากกับใจไม่ตรงกัน
Pharisee (แฟ' ริซี) *n.* ผู้ที่มีปากกับใจไม่ตรงกัน, เจ้าระเบียบ, พวกมือถือสากปากถือศีล, สมาชิกยิวโบราณที่เคร่งครัดในวินัยศาสนาแต่รูปแบบภายนอก, ผู้ที่หลอกลวง, สุภาพบุรุษจอมปลอม **-Phariseeism** *n.*
pharmaceutic, pharmaceutical (ฟาร์มะซู' ทิค, -เคิล) *adj.* เกี่ยวกับเภสัชกรรม, เกี่ยวกับเภสัชศาสตร์, เกี่ยวกับยา, เกี่ยวกับเภสัชภัณฑ์ *-n.* ยา, เภสัชภัณฑ์ **-pharmaceutically** *adv.*
pharmaceutics (ฟาร์มะซู' ทิคซ) *n. pl.* เภสัชกรรม, เภสัชภัณฑ์
pharmacist (ฟาร์' มะซิสท) *n.* เภสัชกร, คนปรุงยา
pharmacology (ฟาร์มะคอล' ละจี) *n.* เภสัชวิทยา **-pharmacological, pharmacologic** *adj.* **-pharma-**

cologist *n.* **-pharmacologically** *adv.*

pharmacopoeia, pharmacopeia (ฟาร์มะโคเพีย') *n.* เภสัชตำรับ **-pharmacopoeial, pharmacopeial** *adj.*

pharmacy (ฟาร์' มะซี) *n., pl.* **-cies** เภสัชศาสตร์, ร้านขายยา, การปรุงและจ่ายยา

pharyngeal, pharyngal (ฟะริน' เจียล, แฟรินเจียล', -เกิล) *adj.* เกี่ยวกับหรืออยู่ใกล้คอหอย, เปล่งเสียงจากคอหอย

pharyngitis (แฟรินไจ' ทิส) *n.* ภาวะเยื่อบุผิวของคอหอยอักเสบ, คอหอยอักเสบ

pharynx (แฟ' ริงคฺซฺ) *n., pl.* **pharynges/pharynxes** คอหอย (เชื่อมระหว่างปากและโพรงจมูกกับหลอดอาหาร)

phase (เฟส) *n.*ระยะ, ระยะโรค, ขั้น, ตอน, แง่, ช่วง, ด้าน, หน้า, รูปแบบ, รูป, ลำดับ *-v.* **phased, phasing** *-vt., vi.* ทำให้เป็นขั้นตอน, ทำให้ประสานกัน, ทำให้ดำเนินการไปตามแผน **-phase out** ค่อยๆ เลิกใช้ **-phasic** *adj.*

Ph.D., PhD ย่อจาก Doctor of Philosophy ปริญญาดุษฎีบัณฑิต

pheasant (เฟซฺ' เซินทฺ) *n., pl.* **-ants/-ant** ไก่ฟ้า, นกขนาดใหญ่ในตระกูล Phasianidae

phenix (ฟี' นิคซฺ) *n.* ดู phoenix

phenobarbital (ฟีโนบาร์' บิทอล, -แทล, -นะ-) *n.* ยากดประสาท ยานอนหลับและยาแก้ชัก

phenol (ฟี' โนล, -นอล, -นาล) *n.* กรดคาร์บอลิก (C_6H_5OH) ได้จากน้ำมันดิน (coal tar) ใช้เป็นยาฆ่าเชื้อและในการสังเคราะห์สารอินทรีย์ **-phenolic** *adj.*

phenomena (ฟะนอม' มะนะ) *n.* พหูพจน์ของ phenomenon

phenomenal (ฟะนอม' มะเนิล) *adj.* พิเศษ, ประหลาด, เด่น, ยอดเยี่ยม, มหัศจรรย์, เป็นปรากฏการณ์, ซึ่งรับรู้โดยประสาทสัมผัส **-phenomenally** *adv.-Ex. There has been a phenomenal growth of department stores in the past few years.*

phenomenon (ฟะนอม' มะเนิน, -นอน) *n., pl.* **-na/-nons** ปรากฏการณ์, ข้อเท็จจริง, สิ่งที่ประทับใจ, บุคคลที่ประทับใจ, คนที่ยอดเยี่ยม (-S. fact) *-Ex. The sunrise is a daily phenomenon., transient phenomenon, A man ten feet tall is a phenomenon.*

phew (ฟิว) *interj.* คำอุทานแสดงความรังเกียจหรือประหลาดใจ เช่น ว้า!, ฮื้!

phi (ไฟ, ฟี) *n.* พยัญชนะตัวที่ 21 ของกรีก

phial (ไฟ' เอิล) *n.* ขวดแก้วขนาดเล็ก, ดู vial

philander (ฟิแลน' เดอะ, ฟะ-) *vi.* จีบผู้หญิง (อย่างไม่จริงจัง) **-philanderer** *n.*

philanthropic, philanthropical (ฟิลเลินธรอพ' พิค, -เคิล) *adj.* ใจบุญ, ใจบุญสุนทาน, มีใจรักเพื่อนมนุษย์ด้วยกัน**-philanthropically** *adv.* (-S. charitable) *-Ex. Our new hospital building was given by a philanthropic banker.*

philanthropist (ฟิแลน' ธระพิสทฺ, ฟะ-) *n.* ผู้มีใจบุญ, คนใจบุญ, ผู้มีใจรักเพื่อนมนุษย์ด้วยกัน

philanthropy (ฟิแลน' ธระพี, ฟะ-, -โธร-) *n.* ความมีใจบุญสุนทาน, ความมีใจรักเพื่อนมนุษย์ด้วยกัน, พฤติกรรมในลักษณะทำบุญ, ลักษณะมูลนิธิ, องค์การทำบุญสุนทาน

philately (ฟิเลท' ลี, ฟะ-) *n.* การสะสมแสตมป์, การเล่นดวงตราไปรษณีย์ **-philatelic** *adj.* **-philatelically** *adv.* **-philatelist** *n.*

-phile คำปัจจัย มีความหมายว่า รัก, ที่รัก, เป็นมิตร, มิตร

philharmonic (ฟิลฮาร์มอน' นิค) *adj.* ชอบดนตรี, รักดนตรี, เกี่ยวกับกลุ่มนักดนตรีหรือวงดนตรี, เกี่ยวกับวงดนตรีประสานเสียง *-n.* วงดนตรีประสานเสียง (-S. fond of music, music-loving)

Philippic (ฟิลิพ' พิค, ฟะ-) *n.* การสนทนาหรือการบรรยายที่เป็นการตำหนิอย่างรุนแรง

Philippine (ฟิล' ละพีน) *adj.* เกี่ยวกับฟิลิปปินส์ ประกอบด้วยหมู่เกาะทั้งหมด 7,083 เกาะในมหาสมุทรแปซิฟิก อยู่ทางทิศอาคเนย์ของจีน

Philippines (ฟิล' ละพีนซฺ) ประเทศฟิลิปปินส์

Philistine, philistine (ฟิล' ลิสทีน, -ไทนฺ) *n.* คนที่อาศัยอยู่ใน Philistia, ชาวป่าผู้ไม่รู้จักความเจริญ, ผู้ไม่เอาใจใส่ในศิลปศาสตร์หรืออักษรศาสตร์, ผู้ไร้วัฒนธรรม, ผู้ต่อต้านวัฒนธรรม *-adj.* ไร้วัฒนธรรม, ต่อต้านวัฒนธรรม, ไม่รู้จักความเจริญ, ไม่เอาใจใส่ในศิลปะ **-philistinism** *n.*

P

philo- คำอุปสรรค มีความหมายว่า รัก

philodendron (ฟีโลเดน' เดริน, ฟิล' ละ-) *n.* ชื่อไม้เลื้อยจำพวก *Philodendron* ในทวีปอเมริกากลาง เป็นไม้ประดับ

philology (ฟิลอล' ละจี) *n.*นิรุกติศาสตร์, ภาษาศาสตร์, การศึกษาเรื่องภาษา **-philological, philologic** *adj.* **-philologically** *adv.* **-philologist** *n.* (-S. linguistics)

philosopher (ฟะลอส' ซะเฟอะ) *n.* นักปรัชญา, ปรัชญาเมธี, ปราชญ์, ผู้รู้หลักธรรม, ผู้ที่ปลงตก, ผู้เล่นแร่แปรธาตุ, ผู้มีใจเยือกเย็น ไม่สะทกสะท้านต่อภยันตราย

philosophic, philosophical (ฟิลละซอฟ' ฟิค, -เคิล) *adj.* เกี่ยวกับปรัชญา, ยึดหลักปรัชญา, คัมภีรภาพ, ไม่ดิ้นรน, ยึดหลักธรรมะ, ธรรมะธัมโม, ปลงตก, มีเหตุผลและเยือกเย็น **-philosophically** *adv.*

philosophy (ฟะลอส' ซะฟี) *n., pl.* **-phies** ปรัชญา, ระบบปรัชญา, หลักปรัชญา, ระบบหลักการ, สาขาวิชาทั้งหมด (ยกเว้นแพทยศาสตร์, วิชากฎหมาย และศาสนศาสตร์), ธรรมะ, วิทยาศาสตร์ธรรมชาติ, จริยศาสตร์, ความรักวิชาอย่างคลั่งไคล้ **-philosophize** *vi.* *-Ex. the philosophy of the plains Indians, a philosophy of education*

philtre, philter (ฟิล' เทอะ) *n.* ยาเสน่ห์, ยาปลุกกำหนัด, ยาแฝด *-vt.* ใช้ยาเสน่ห์, กระตุ้น

phlebitis (ฟลีไบ' ทิส) *n.* โรคหลอดเลือดดำอักเสบ **-phlebitic** *adj.*

phlegm (เฟลม) *n.* เสมหธาตุ, เสมหะ, เสลด, ความเฉื่อยชา, ความชาเย็น, ความอืดอาด, น้ำเมือกที่ทำให้เกิดความเฉื่อยชาของร่างกาย (ตามหลักสรีรวิทยาสมัยโบราณ) **-phlegmy** *adj.*

phlegmatic, phlegmatical (เฟลกแมท' ทิค, -เคิล) *adj.* เฉื่อยชา, อืดอาด, เนือย, ชาเย็น, เมินเฉย **-phlegmatically** *adv.* (-S. apathetic)
phloem (โฟล' เอม) *n.* ส่วนนำส่งอาหารของเนื้อเยื่อของพืช
phlogistic (โฟลจิส' ทิค) *adj.* อักเสบ, ซึ่งนำมาซึ่งการอักเสบ
phlox (ฟลอคซ) *n.* พืชไม้ดอกสีฉูดฉาดจำพวกหนึ่งในทวีปอเมริกาเหนือ, ดอกไม้ของพืชดังกล่าว
Phnom Penh (พนอม' เพน) เมืองหลวงของเขมร (-S. Pnom Penh)
-phobe คำปัจจัย มีความหมายว่า คนที่กลัว
phobia (โฟ' เบีย) *n.* ความหวาดกลัว, โรคกลัว, ความกังวลชนิดครอบงำ **-phobic** *adj.*
-phobia คำปัจจัย มีความหมายว่า กลัว, หวาดกลัว, เกลียดชัง
phoebe (ฟี' บี) *n.* นกเล็กๆ จำพวก *Sayornis* ในทวีปอเมริกาเหนือ
Phoenician (ฟินิช' เชียน, -นี' ชัน, ฟะ-) *n.* ภาษาหรือประชาชนใน Phoenicia *-adj.* เกี่ยวกับภาษาและประชาชนดังกล่าว
P
phoenix, phenix (ฟี' นิคซ) *n.* นกขนาดใหญ่ที่สวยงามในเทพนิยาย มีอายุถึง 500-600 ปี มันสามารถเผาตัวมันเองให้ตาย และจากเถ้าถ่านนั้นจะกลายเป็นนกตัวใหม่ที่มีอายุยืนนานต่อไป, ชื่อดวงดาว, ความเป็นอมตะ
phone (โฟน) *n., vt., vi.* **phoned, phoning** โทรศัพท์
phonecard (โฟน' คาร์ด) *n.* การ์ดโฟน
phone-in (โฟน' อิน) *n.* รายการวิทยุหรือโทรทัศน์ที่ผู้ฟังหรือผู้ชมสามารถโทรศัพท์เข้ามาร่วมรายการ
phoneme (โฟ' นีม) *n.* หน่วยพื้นฐานของเสียง (ซึ่งแตกต่างกันไปในแต่ละภาษา)
phonemics (โฟนี' มิคซฺ, ฟะ-) *n.pl.* การศึกษาเกี่ยวกับหน่วยพื้นฐานของเสียง (ซึ่งแตกต่างกันไปในแต่ละภาษา) **-phonemicist** *n.*
phonetic (ฟะเนท' ทิค, โฟ-) *adj.* เกี่ยวกับเสียงพูด, เกี่ยวกับการออกเสียง, ซึ่งมีการออกเสียงตรงกัน **-phonetically** *adv.*
phonetics (โฟเนท' ทิคซฺ, ฟะ-) *n.pl.* วิชาเกี่ยวกับการออกเสียงของคำศัพท์ คำพูดหรือภาษา, วิชาว่าด้วยการออกเสียง **-phonetician, phonetist** *n.*
phoney (โฟ' นี) *adj., n.* ดู phony
phonic (โฟ' นิค, ฟอน'-) *adj.* เกี่ยวกับเสียงของคำศัพท์, เกี่ยวกับเสียงของคำพูด, เกี่ยวกับเสียงของภาษา **-phonically**
phonics (ฟอน' นิคซฺ, โฟน'-) *n.pl.* วิชาสอนการอ่านการออกเสียงและการสะกดคำศัพท์, วิชาว่าด้วยการสอนการออกเสียงของภาษาขั้นพื้นฐาน
phono- คำอุปสรรค มีความหมายว่า เสียง
phonograph (โฟ' นะแกรฟ) *n.* เครื่องเล่นจานเสียง, หีบเสียง **-phonographic** *adj.*
phonology (โฟนอล' ละลี, ฟะ-) *n.* ระบบหรือปัจจัยที่เกี่ยวกับ phonetics และ phonemics **-phonological, phonologic** *adj.* **-phonologically** *adv.*
phony (โฟ' นี) *adj.* **-nier, -niest** ปลอม, ไม่แท้, เก๊ *-n., pl.* **-nies** ของปลอม, ของปลอมแปลง, ของเก๊, ผู้ปลอมแปลง, ผู้แอบอ้าง **-phoniness** *n.* (-S. phoney)
phooey (ฟู' อี) *interj.* คำอุทานแสดงความรังเกียจการปฏิเสธ การเหยียดหยามหรืออื่นๆ
phosgene (ฟอส' จีน) *n.* ของเหลวหรือก๊าซพิษไร้สีชนิดหนึ่งที่เคยใช้ในสงคราม
phosphate (ฟอส' เฟท) *n.* เกลือหรือเอสเตอร์ของ phosphoric acid, ปุ๋ยที่เป็นสารประกอบของฟอสเฟต **-phosphatic** *adj.*
phosphorescence (ฟอส' ฟะเรสเซินซ) *n.* การเรืองแสงที่ไม่มีความร้อนออกมา, การส่งแสงวาววอย่างฟอสฟอรัส **-phosphorescent** *adj.*
phosphoric (ฟอสฟอ' ริค) *adj.* ซึ่งประกอบด้วยฟอสฟอรัส (โดยเฉพาะที่เป็น 5 วาเลนซี)
phosphorous (ฟอส' ฟะเริส, ฟอสฟอ' เริส) *adj.* ประกอบด้วยฟอสฟอรัส (โดยเฉพาะที่เป็น 3 วาเลนซี)
phosphorus (ฟอส' ฟะเริส) *n.* ธาตุฟอสฟอรัส เป็นส่วนประกอบที่สำคัญของกระดูก เส้นประสาทและอื่นๆ
photo (โฟ' โท) *n., pl.* **-tos** ดู photograph
photo- คำอุปสรรค มีความหมายว่า แสง, ภาพถ่าย, การถ่ายภาพ
photocopier (โฟ' โทคอพพิเออะ) *n* เครื่องถ่ายเอกสาร
photocopy (โฟ' โทคอพพี) *n., pl.* **-copies** สำเนาที่ถ่ายภาพ, สำเนาเอกสารจากการถ่ายภาพ *-vt.* **-copied, -copying** ถ่ายภาพอัดสำเนา, ถ่ายภาพเป็นสำเนา
photoelectric (โฟโทอีเลค' ทริค) *adj.* เกี่ยวกับผลทางไฟฟ้าหรืออิเล็กตรอนที่เกิดจากแสง, เกี่ยวกับไฟฟ้าและแสง
photoelectric cell อุปกรณ์ในวงจรกระแสไฟฟ้าที่ทำให้ความดันไฟฟ้าหรือความต้านทานในส่วนหนึ่งของวงจรเปลี่ยนแปลงตามความเข้มของแสงหรือรังสีที่กระทบ
photoengraving (โฟโทเอนเกร' วิง) *n.* กระบวนการถ่ายภาพโดยการพิมพ์ด้วยแม่พิมพ์นูนถ่ายภาพ, แม่พิมพ์นูนถ่ายภาพ, ภาพถ่ายหรือสิ่งตีพิมพ์กระบวนการดังกล่าว
photo finish การเข้าเส้นชัยของการแข่งขันที่ใกล้เคียงกันมากจนต้องใช้ภาพถ่ายตัดสิน
photogenic (โฟโทเจน' นิค, โฟทะ-) *adj.* ซึ่งเกิดจากแสง, ซึ่งให้แสง, ถ่ายภาพได้สวยหรือดี, ถ่ายภาพขึ้น (ใช้ชมคน) **-photogenically** *adv.*
photograph (โฟ' ทะแกรฟ) *n.* ภาพถ่าย, รูปถ่าย *-vt., vi.* ถ่ายภาพ, ถ่ายรูป, ถูกถ่ายภาพ, ถูกถ่ายรูป (-S. picture, take, shoot)
photographer (ฟะทอก' ระเฟอะ) *n.* ช่างภาพ, ช่างถ่ายรูป, ผู้ถ่ายภาพ
photographic (โฟทะแกรฟ' ฟิค) *adj.* เกี่ยวกับการถ่ายภาพ, ซึ่งใช้หรือเกิดจากการถ่ายภาพ, เหมือนของจริง, ซึ่งสามารถจดจำสิ่งที่เห็นได้ตลอด **-photographically** *adv.* *-Ex. a photographic mind, to paint a picture in photographic detail*
photography (ฟะทอก' กระฟี) *n.* การถ่ายภาพ, การถ่ายรูป, เทคนิคการถ่ายภาพ

photogravure (โฟโทกระฟยูร์', โฟทะ-) *n.* กระบวนการพิมพ์แกะสลักด้วยการถ่ายภาพบนโลหะ, แผ่นโลหะดังกล่าว, สิ่งตีพิมพ์ด้วยกระบวนการดังกล่าว
photometer (โฟทอม' เอิทเทอะ) *n.* เครื่องมือวัดความสว่างหรือระดับความเข้มข้นของแสง
photometry (โฟทอม' มะทรี) *n.* การวัดความสว่างหรือระดับความเข้มของแสง **-photometric** *adj.* **-photometrically** *adv.*
photon (โฟ' ทอน) *n.* หน่วยวัดความเข้มของแสง
photophobia (โฟโทโฟ' เบีย) *n.* ความกลัวแสง **-photophobic** *adj.*
photoplay (โฟ' โทเพล, -ทะ-) *n.* ภาพยนตร์ละครบนเวที
photosensitive (โฟโทเซน' ซะทิฟว) *adj.* ไวต่อแสงหรือรังสีอย่างผิดปกติ **-photosensitivity** *n.*
photosphere (โฟ' โทสเฟียร์) *n.* ขอบข่ายของแสงหรือรังสี, ผิวหน้าสว่างที่มองเห็นได้ของดวงอาทิตย์เป็นชั้นตื้นๆ ของก๊าซในรูปไอออน **-photospheric** *adj.*
photostat (โฟ' โทสแทท, -ทะ-) *n.* เครื่องถ่ายสำเนา, สำเนาจากเครื่องถ่ายสำเนา *-vt.* **-stated, -stating/-statted,-statting** ถ่ายสำเนา **-Photostat** เครื่องหมายการค้าของเครื่องถ่ายสำเนา **-photostatic** *adj.*
photosynthesis (โฟโทซิน' ธะซิส, โฟทะ-) *n.* กระบวนการที่พืชสร้างคาร์โบไฮเดรตโดยรวมกันกับคาร์บอนไดออกไซด์และน้ำ เมื่อมีแสงกับคลอโรฟีลล์ **-photosynthetic** *adj.* **-photosynthetically** *adv.*
phrasal (เฟรฺ' เซิล) *adj.* เกี่ยวกับ phrase **-phrasally** *adv.*
phrase (เฟรซฺ) *n.* วลี, กลุ่มคำศัพท์, ถ้อยคำ, โวหาร, คำพูด, คำคม, คำพังเพย, สำนวน, คำคุยโว, การใช้ถ้อยคำ *-v.* **phrased, phrasing** *-vt., vi.* ใช้ถ้อยคำ, แสดงโวหาร, ประจบ (-S. expression, word) *-Ex. Bacon's clever phrases are often quoted., Uthai phrased his letter carefully.*
phraseologist (เฟรสซีออล' ละจิสทฺ) *n.* ผู้ที่ชอบใช้สำนวนโวหาร, เจ้าโวหาร
phraseology (เฟรสซีออล' ละจี) *n., pl.* **-gies** สำนวน, โวหาร, ลักษณะการใช้ถ้อยคำหรือวลี, ภาษาเฉพาะ, ถ้อยคำ, การใช้ถ้อยคำ, ถ้อยคำทั้งหลายที่ใช้ประจำ **-phraseological** *adj.* **-phraseologically** *adv.*
phrenetic (ฟริเนท' ทิค, ฟระ-) *adj.* ซึ่งมีสติฟั่นเฟือน
phrenic (เฟรน' นิค) *adj.* เกี่ยวกับกะบังลม, เกี่ยวกับจิตใจ
phrenology (ฟรินอล' ละจี, ฟระ-) *n.* การศึกษาถึงอำนาจและคุณภาพของจิตจากรูปร่างสัณฐานของกะโหลกศีรษะ **-phrenological** *adj.* **-phrenologist** *n.*
phthisis (ไธ' ซิส, ไท'-) *n.* วัณโรคปอด, การเสื่อมเสียของร่างกายหรือส่วนของร่างกาย **-phthisic** *adj., n.* **-phthisical** *adj.*
phylogeny, phylogenesis (ไฟลอจ' จะนี, ไฟโลเจน' นะซิส) *n., pl.* **-nies** การบังเกิดและวิวัฒนาการของชนิดสิ่งมีชีวิต, ระบบเชื้อชาติ, ระบบพันธุ์, ประวัติศาสตร์ของชาติวงศ์ **-phylogenetically** *adv.* **-phylogenetic, phylogenic** *adj.*
phylum (ไฟ' ลัม) *n., pl.* **-la** ระดับใหญ่ที่สุดของการแบ่งหมวดหมู่ของสัตว์
physic (ฟิซฺ' ซิค) *n.* ยาถ่าย, ยาระบาย, ยาเวชภัณฑ์, แพทยศาสตร์, อาชีพแพทย์, วิทยาศาสตร์ธรรมชาติ *-vt.* **-icked, -icking** ใช้ยารักษา, เยียวยา, ใช้ยาระบายรักษา, รักษา, บรรเทา, ทำให้หายจากโรค
physical (ฟิซฺ' ซิเคิล) *adj.* เกี่ยวกับร่างกาย, เกี่ยวกับเนื้อหนังมังสา, ทางวัตถุ, โดยรูปร่าง, โดยพละของธรรมชาติ, แท้จริง, แน่แท้, เกี่ยวกับวิทยาศาสตร์ธรรมชาติ *-n.* การตรวจร่างกาย
physical chemistry วิชาเคมีที่เกี่ยวกับความสัมพันธ์ระหว่างคุณสมบัติทางฟิสิกส์และส่วนประกอบทางเคมีของสาร, วิชาเคมีกายภาพ
physical education พลศึกษา
physical geography ภูมิศาสตร์กายภาค, ภูมิศาสตร์เกี่ยวกับลักษณะธรรมชาติและปรากฏการณ์ของพื้นผิวโลก เช่น รูปแบบสัณฐานของพื้นดิน กระแสน้ำมหาสมุทร พืช และชีวิตของสัตว์
physical therapy ดู physiotherapy กายภาพบำบัด
physician (ฟิซิชฺ' เชียน) *n.* แพทย์, หมอ, อายุรแพทย์, แพทย์อายุรเวช
physicist (ฟิซฺ' ซิซิสทฺ) *n.* นักฟิสิกส์
physics (ฟิซฺ' ซิคซฺ) *n.pl.* ฟิสิกส์, วิทยาศาสตร์ที่เกี่ยวกับสารพลังงาน การเคลื่อนไหวและแรง
physio- คำอุปสรรค มีความหมายว่า ฟิสิกส์, ธรรมชาติ
physiognomy (ฟิซีออก' นะมี, -ออน' นะมี) *n.* สีหน้า, หน้าตา, ศิลปะการดูบุคลิกจากรูปร่างหน้าตา **-physiognomic, -physiognomical** *adj.* **-physiognomist** *n.* **-physiognomically** *adv.*
physiography (ฟิซีออก' ระฟี) *n.* ภูมิศาสตร์กายภาพ, ระบบการพรรณนาธรรมชาติทั่วไป **-physiographer** *n.* **-physiographic, physiographical** *adj.*
physiology (ฟิซีออล' ละจี) *n.* สรีรวิทยา **-physiological** *adj.* **-physiologist** *n.*
physiotherapy (ฟิซีโอเธอ' ระพี) *n.* กายภาพบำบัด **-physiotherapist** *n.*
physique (ฟิซีค') *n.* ร่างกาย, รูปร่าง *-Ex. Samai was famous for his physique.*
phyto- คำอุปสรรค มีความหมายว่า พืช
pi[1] (ไพ) *n., pl.* **pies** ตัวพิมพ์ผสม, ความยุ่งเหยิง, ความสับสน *-vt.* **pied, pieing/piing** ทำให้ยุ่ง, ทำให้สับสน
pi[2] (ไพ) *n.* พยัญชนะตัวที่ 16 ของภาษากรีก, สัญลักษณ์อัตราส่วนเส้นรอบวงกับเส้นผ่านศูนย์กลาง, อัตราส่วนดังกล่าวเท่ากับ 3.14159265 หรือ $^{22}/_{7}$
pianissimo (พีอะนิส' ซิโม) *adj.* แผ่วเบามาก, นิ่มมาก *-adv.* อย่างแผ่วเบามาก, อย่างนิ่มมาก *-n., pl.* **-mos/-mi** ช่วงบรรเลงของดนตรีที่แผ่วเบามาก
pianist (พี' อะนิสทฺ, พีแอน' นิสทฺ, เพียน' นิสทฺ) *n.* นักเล่นเปียโน
piano[1] (พีอา' โน, พยา'-) *n., pl.* **-nos** เปียโน
piano[2] (พีแอน' โน, เพียน' โน) *adj., adv.* นุ่มนวล *-n.,*

P

piazza 642 **picturesque**

pl. **-anos** แผ่วเบา, นิ่ม

piazza (พีแอท' ซะ) *n., pl.* **-zas/-ze** บริเวณลานสาธารณะของเมือง (โดยเฉพาะในอิตาลี), ตลาด ระเบียงเฉลียง ทางเดินที่มีหลังคา

pica (ไพ' คะ) *n.* แบบตัวพิมพ์ 12 พอยต์, ความสูงของแบบตัวพิมพ์ดังกล่าว

picador (พิ' คะดอร์) *n., pl.* **-dors/-dores** *n.* นักขี่ม้าสู้วัวของสเปน

picaresque (พิ' คะเรสคฺ) *adj.* เกี่ยวกับบทกวีนิยาย (ของสเปน) ที่ถือเอาเรื่องของการผจญภัยของชายพเนจรมาเป็นเค้าโครงเรื่อง, เกี่ยวกับการผจญภัยแบบพเนจรในรูปนิยาย

Picasso (พิคา' โซ, -แคส' โซ) Pablo Picasso (ค.ศ. 1881-1973) จิตรกรที่มีชื่อเสียงของสเปน

picayune, picayunish (พิค' คะยูน, พิคคะยูน', -นิช) *adj.* เล็กน้อย, ไม่สำคัญ, มีใจอคติ *-n.* ชื่อเหรียญเงินตราสมัยก่อน (ในรัฐหลุยเซียนาและอื่นๆ) ที่มีค่าเท่ากับ 5 เซนต์

piccalilli (พิค' คะลิลลี) *n.* ผักดองรสเปรี้ยวเผ็ด

piccolo (พิค' คะโล) *n., pl.* **-los** ขลุ่ยสั้นชนิดหนึ่ง, ขลุ่ยผิว **-piccoloist** *n.*

P

pick[1] (พิค) *vt.* เลือก, สรร, คัด, หยิบ, จับ, แคะ, ขุด, เลาะ, แทะ, เจาะ, จิก, เด็ด, เก็บ, ถอน (ขน), ฉกฉวย, ดึงออก, หาเหตุ, หาเรื่อง, ดีด (สายพิณ สายกีตาร์และอื่นๆ) *-vi.* ขุด, เลาะ, แทะ, จิก, เด็ด, เก็บ, ล้วงกระเป๋า, ขโมย, คัด, เลือก *-n.* การเลือก, การคัด, การสรร, ผู้ถูกเลือก, สิ่งที่ถูกเลือก, ส่วนที่ต้องการที่สุด, จำนวน (พืชผล) ที่เก็บได้, การแคะ, การแหย่, การขุด, การเจาะ **-pick and choose** เลือกสรร **-pick at** หาเรื่อง, จับคลำ **-pick off** เด็ด, เก็บ, เลือกยิง **-pick on** วิจารณ์, กล่าวหา **-pick out** เลือก, คัด

pick[2] (พิค) *n.* เครื่องแคะ, เครื่องจิ้ม, อีเต้อ, จอบปากนกกระสา, เสียมปากนกกระสา

pickaback (พิค' คะแบค) *adv., adj., vt.* อยู่บนไหล่, อยู่บนหลัง

pickax, pickaxe (พิค' แอคซฺ) *n.* อีเต้อ, พลั่ว *-v.* **-axed, -axing** *-vt., vi.* ขุดด้วยอีเต้อ

picked[1] (พิคทฺ) *adj.* ซึ่งได้รับการคัดเลือกเป็นพิเศษ, กลั่นกรอง, ขุดแล้ว, ล้างแล้ว, เก็บ (ผลไม้) จากต้นไม่ใช่เก็บที่ตกที่บนพื้น

picked[2] (พิค' คิด, พิคทฺ) *adj.* ปลายแหลม, มียอดแหลม

pickerel (พิค' เคอเริล) *n., pl.* **-el/-els** ปลาเล็กๆ จำพวก *Esox*, ปลา pike

picket (พิค' คิท) *n.* เสาเข็ม, เสาปักแหลม, เสาปัก, รั้ว, ยาม, ทหารกองหน้า *-vt., vi.* ล้อมรั้ว, เป็นคนยาม, เป็นหน่วยกำลังรักษาการณ์ **-picketer** *n. -Ex. to picket a horse, to picket troops at the border*

picking (พิค' คิง) *n.* การเลือก, การสรร, การคัด, การขุด, การแคะ, การจิก, การเด็ด, การเก็บ, การดีดสายเครื่องดนตรี **-pickings** สิ่งที่ถูกเลือก (คัด ขุด), สิ่งที่เก็บขึ้นมาได้, อัฐิที่ยังเผาไม่หมด, ของโจร, สิ่งที่ควรเก็บสะสมไว้, ผลกำไรที่ได้มาโดยทุจริต

pickle (พิค' เคิล) *n.* ของดอง, อาหารดอง, ผักดอง, น้ำเกลือสำหรับดองของ, กรดหรือสารละลายสำหรับจุ่มโลหะเพื่อขจัดเอาคราบออกไซด์หรือสารอื่นๆ ออก, ความยุ่งยาก, ความลำบาก *-vt.* **-led, -ling** ดอง, แช่เกลือ, แช่ในกรด, ใส่น้ำยา *-Ex. Most pickles are made from cucumbers., Mother pickles beets; peppers; and other vegetables.*

pickled (พิค' เคิลดฺ) *adj.* (คำสแลง) เมา

picklock (พิค' ลอค) *n.* ผู้ไขแงะกุญแจ, เครื่องมือที่ขโมยใช้ไขแงะกุญแจ

pick-me-up (พิค' มีอัพ) *n.* (ภาษาพูด) เครื่องดื่มผสมเหล้าที่ใช้เป็นยากระตุ้นกำลัง ยากระตุ้น ยาบำรุงกำลัง อาหารบำรุงกำลัง

pickpocket (พิค' พอคคิท) *n.* นักล้วงกระเป๋า, ขโมยล้วงกระเป๋า

pickup (พิค' อัพ) *n.* การเก็บขึ้น, คนที่รู้จักโดยบังเอิญ, ความสามารถในการเร่งได้อย่างรวดเร็วของเครื่องจักร, ความเจริญก้าวหน้า, รถยนต์บรรทุกขนาดเล็ก, หัวปล่อยเสียงของเครื่องเล่นจานเสียง, เครื่องรับคลื่นเสียงวิทยุ, สถานีถ่ายทอดสด, เครื่องเก็บ, คนหรือสินค้าที่บรรทุก *-adj.* ผสมผสานกันชั่วคราว

picky (พิค' คี) *adj.* **pickier, pickiest** จู้จี้ที่สุด, ชอบจับผิดที่สุด, ชอบฟื้นฝอยหาตะเข็บที่สุด

picnic (พิค' นิค) *n.* การออกเที่ยวนอกบ้านและนำอาหารไปรับประทานกลางแจ้ง, (คำสแลง) ประสบการณ์ ระยะเวลาหรือการงานที่มีความสุข *-vi.* **-nicked, -nicking** ไปเที่ยวนอกบ้านและนำอาหารไปรับประทานกลางแจ้ง **-picnicker** *n. -Ex. The teacher and the children went for a picnic., We picnicked in the woods.*

picot (พี' โค) *n., pl.* **-cots** ห่วงเล็กหนึ่งๆ ของสิ่งที่เย็บปักถักร้อย

picric acid (พิค' ริค) *n.* กรดสีเหลือง รสขม และมีพิษใช้ทำวัตถุระเบิด, $C_6H_2(NO_2)_3OH$

Pict (พิคทฺ) *n.* สมาชิกชนเผ่าโบราณเผ่าหนึ่งที่อาศัยอยู่ในภาคเหนือของอังกฤษ **-Pictish** *adj., n.*

pictograph (พิค' โทแกรฟ, -ทะ-) *n.* ภาพความคิด, ภาพสัญลักษณ์ **-pictographic** *adj.*

pictorial (พิคทอ' เรียล) *adj.* เกี่ยวกับภาพ, ประกอบด้วยภาพ, ใช้ภาพแสดง, เหมือนภาพวาด *-n.* สิ่งตีพิมพ์หรือนิตยสารที่ประกอบด้วยภาพเป็นหลัก **-pictorially** *adv.* **-pictorialization** *n.* **-pictorialize** *vt.*

picture (พิค' เชอะ) *n.* ภาพ, รูปภาพ, ภาพวาด, ภาพถ่าย, แผ่นภาพ, ภาพอันสวย, ภาพยนตร์, ภาพพจน์, ภาพจินตนาการ, จอภาพ, สถานการณ์, ความเข้าใจต่อสถานการณ์ *-vt.* **-tured, -turing** แสดงเป็นภาพ, นึกภาพ, จินตนาการ, นึกหลับตา, พรรณนา, ถ่ายเป็นภาพยนตร์ *-Ex. The artist pictured a country scene., In her new dress the body is a picture., This is the picture of her mother and the picture of health., a picture of London Bridge*

picturesque (พิคเชอะเรสคฺ') *adj* สวย, งดงาม, น่าดู, เหมือนภาพวาด **-picturesquely** *adv.* **-picturesqueness** *n.* (-S. striking) *-Ex. Bangkok is a picturesque city.*

picul (พิค' เคิล, พิค' คัล) *n., pl.* **-ul/-uls** หาบ, หน่วยน้ำหนักที่เท่ากับ 133 ปอนด์ (60 กิโลกรัม) ใช้ในหลายประเทศทางเอเชียตะวันออกเฉียงใต้

piddle (พิด' เดิล) *v.* **-dled, -dling** *-vi.* เสียเวลา, มั่ว, ปัสสาวะ *-vt.* เสียเวลา, ไม่ได้ใช้ประโยชน์ **-piddler** *n.*

piddling (พิด' ลิง) *adj.* เล็กๆ น้อยๆ, ไม่สำคัญ, ขี้ปะติ๋ว

pidgin (พิด' จิน) *n.* ภาษาผสม, ภาษามั่ว, ภาษาอังกฤษผสม

pidgin English ภาษาอังกฤษผสม (เริ่มใช้ครั้งแรกในหมู่คนจีนตามท่าเรือ), ภาษามั่ว, ภาษาผสม

pie¹ (พาย) *n.* ขนมยัดไส้ที่มีเปลือกกรอบทำด้วยแป้งอบ, ขนมเค้กเป็นชั้นของครีม วุ้นหรืออื่นๆ **-(as) easy as pie** ง่ายมากๆ

pie² (พาย) *n., vt.* ดู pi¹

pie³ (พาย) *n.* นกกางเขน, นกตระกูล Corvidae

piebald (ไพ' บอลด) *adj.* สีดำสลับขาว, ลาย, สีผสม *-n.* สัตว์ลาย, สัตว์พันทาง

piece (พีส) *n.* ชิ้น, อัน, แผ่น, ท่อน, ก้อน, ผืน, ตอน, พับ, ม้วน, ผลงาน, รายการ, อย่าง, ปืนของทหาร, ปืนใหญ่, ระยะทาง, เหรียญกษาปณ์ *-vt.* **pieced, piecing** ซ่อม, ซ่อมแซม, ปะ, ต่อ, รวบรวม **-go to pieces** ไม่สามารถควบคุมตัวเองได้ **-of a piece** ชนิดเดียวกัน, คล้องจองกัน **-speak one's piece** ออกความเห็น **-piecer** *n.*

pièce de résistance อาหารสำคัญของมื้อหนึ่งๆ, เหตุการณ์สำคัญ, เรื่องสำคัญ, รายการสำคัญ

piece goods, yard goods ผ้าพับ, สินค้าเป็นพับหรือเป็นม้วนหรือเป็นชิ้น

piecemeal (พีส' มีล) *adv., adj.* เป็นชิ้นๆ, เป็นเศษๆ, เป็นอันๆ

piece of eight เหรียญเงินสมัยก่อนของสเปนมีค่าเท่ากับ 8 reals

piecework (พีส' เวิร์ค) *n.* งานที่คิดค่าแรงเป็นรายชิ้น **-pieceworker** *n.*

pied (ไพดฺ) *adj.* ลาย, ลายพร้อย, มีหลายสี, ซึ่งสวมเสื้อผ้าที่เป็นลายพร้อย *-Ex. Our black and white cat has a pied coat.*

piedmont (พีด' มอนทฺ) *n., adj.* ตีนเขา, เชิงเขา

pie-eyed (ไพ' ไอด) *adj.* (คำสแลง) เมา เมาเหล้า

pier (เพียร์) *n.* ตอม่อ, เสาสะพาน, สะพานที่ยื่นออกไปในน้ำ, เขื่อนกันคลื่น, ท่าเรือชนิดยื่นออกไปในน้ำ, เสาค้ำ, ฝาค้ำ, ฝาหรือเสากลางหน้าต่าง

pierce (เพียส) *vt.* **pierced, piercing** ทิ่ม, แทง, เจาะ, ไช, มองทะลุ, ทะลุผ่าน, ทะลวง, ค้นคว้า, (เสียง) แทรกผ่าน *-vi.* ทิ่ม, แทง, เจาะ, ไช, ทะลวง **-piercingly** *adv.* **-piercer** *n.* (-S. penetrate, bore) *-Ex. The arrow pierced the tree., Mother pierced the apple with a knife., The cold pierced her to the bone., The sun pierced the clouds., to pierce a mystery*

Pietism, pietism (ไพ' อะทิซึม) *n.* การแสร้งทำเป็นเลื่อมใส, การเน้นหนักในความศรัทธามากเกินไป **-pietistic, pietistical** *adj.* **pietistically** *adv.*

piety (ไพ' อะที) *n., pl.* **-ties** ความเคร่งครัดในทางศาสนา, ความเลื่อมใสบูชา, ความมีศรัทธาอันแก่กล้า, คำพูด ความเชื่อหรือพฤติการณ์ที่มีศรัทธาอันแก่กล้า (-S. reverence) *-Ex. the piety of a saint, prayers and other pieties*

piezoelectricity (ไพอีโซอีเลคทริซ' ซะที, พีเอ-) *n.* ไฟฟ้าที่เกิดจากการกดดันทางกลไกที่มีต่อผลึกที่ไม่นำไฟฟ้า **-piezoelectric, piezoelectrical** *adj.* **-piezoelectrically** *adv.*

piffle (พิฟ' เฟิล) *n.* ความเหลวไหล, คำพูดที่เหลวไหล, คำพูดที่ไร้สาระ *-interj.* เหลวไหล! **-piffling** *adj.*

pig (พิก) *n., pl.* **pigs/pig** หมู, สุกร, หมูป่า, เนื้อหมู, คนที่เหมือนหมู, คนรั้น, (คำสแลง) ตำรวจ คนสกปรก คนมูมมาม หญิงที่มั่วโลกีย์ นักสืบ, ม้าเลว, โลหะที่เอาออกมาจากเตาหลอม, กลีบผลส้ม *-vi.* **pigged, pigging** ออกลูกหมู, อยู่กันอย่างหมู

pigeon (พิจ' เจิน) *n., pl.* **-geons/-geon** นกพิราบ (อยู่ในตระกูล Columbidae), จานกลมทำด้วยดินเหนียวสำหรับโยนขึ้นสู่อากาศเพื่อเป็นเป้าสำหรับยิง, หญิงสาว, (คำสแลง) คนที่ถูกหลอกได้ง่าย

pigeon breast อกไก่, อกแฟบ **-pigeon-breasted** *adj.*

pigeon-hearted (พิจ' เจิน ฮาร์ทิด) *adj.* ใจเสาะ, ขี้ขลาด (-S. timid)

pigeonhole (พิจ' เจินโฮล) *n.* ช่องสำหรับนกพิราบเข้าไปอาศัย, ช่องเล็ก ๆ ของตู้หรือโต๊ะสำหรับใส่กระดาษจดหมายและอื่นๆ *-vt.* **-holed, -holing** เก็บไว้อ้างอิง, เอาซุกไว้, ใส่ในช่อง, แยกออกเป็นพวกๆ

pigeon-livered (พิจ' เจิน ลิฟเวิร์ด) *adj.* อ่อนโยน, ถ่อมตัว, นิ่มนวล

pigeon-toed (พิจ' เจิน โทดฺ) *adj.* ซึ่งมีนิ้วเท้าหรือเท้าหันเข้าข้างใน *-Ex. to walk pigeon-toed*

piggish (พิก' กิช) *adj.* คล้ายหมู, เหมือนหมู, ตะกละ, สกปรก **-piggishly** *adv.* **-piggishness** *n.*

piggy, piggie (พิก' กี) *n., pl.* **-gies** หมูตัวเล็กๆ, ลูกหมู *-adj.* **-gier,-giest**

piggyback (พิก' กีแบค) *adv., adj.* บนหลัง, บนไหล่ *-vt.* แบกบนหลัง, แบกบนไหล่ (-S. pickaback)

piggy bank กล่องใส่เงิน (โดยเฉพาะที่เป็นรูปหมูสำหรับหยอดเหรียญได้)

pigheaded (พิก' เฮดดิด) *adj.* ดื้อรั้น, หัวแข็ง **-pigheadedly** *adv.* **-pigheadedness** *n.*

pig iron เหล็กที่ยังไม่ได้หลอม

piglet (พิก' ลิท) *n.* หมูตัวเล็ก

pigment (พิก' เมินทฺ) *n.* รงควัตถุ, สีย้อม *-vt., vi.* ย้อมสี, ใส่สี, ถูกย้อมสี **-pigmentary** *adj.* *-Ex. the pigment in the skin, the pigment in plants*

pigmentation (พิกเมินเทฺ' ชัน, -เมน-) *n.* การย้อมสี, การให้สี, รงควัตถุ, สี

pigsty (พิก' สไท) *n., pl.* **-sties** เล้าหมู, คอกหมู, สถานที่สกปรก

pigtail (พิก' เทล) *n.* หางเปีย, หางหมู, ยาสูบที่เป็นม้วนเกลียว *-Ex. The little girl's pigtails came down to her waist.*

pike¹ (ไพคฺ) *n., pl.* **pike/pikes** ปลาน้ำจืดจำพวก *Esox*

P

lucius มีร่างยาวเรียวและใหญ่ มีส่วนจมูกที่ยาวและแบน

pike[1]

pike² (ไพค) *n.* หอก, ทวน, หลาว, หัวหอก, ปลายหลาว, หัวทวน, ไม้เท้าปลายแหลม (สำหรับใช้กันลื่นเวลาเดิน) *-vt.* **piked, piking** แทงหรือฆ่าด้วยหอก (ทวน หลาว)

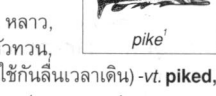

pike³ (ไพค) *n.* ถนนที่มีด่านเก็บค่าธรรมเนียมภาษีผ่าน, ภาษีด่าน

pikestaff (ไพค' แสตฟ) *n., pl.* **-staves** ด้ามหอก, ด้ามหลาว, ด้ามไม้เท้าปลายแหลม (สำหรับยันพื้นกันลื่นเวลาเดิน)

pilaster (พิแลส' เทอะ) *n.* เสาฝาผนังด้านหน้า

pilchard (พิล' เชิร์ด) *n.* ปลาทะเลขนาดเล็กจำพวกหนึ่ง

pile¹ (ไพล) *n.* กอง, กองไม้, กลุ่มสิ่งปลูกสร้างที่สูงใหญ่, กองเงินขนาดใหญ่, กองเหล็กสำหรับหลอมเครื่องปฏิกรณ์ปรมาณู, (ภาษาพูด) จำนวนมาก, หม้อแบตเตอรี่แห้ง, หม้อไฟฟ้า *-vt., vi.* **piled, piling** กอง, รวม, ถม, ทับถม, สะสม, เบียด, ทะลัก, ก่ายกอง (**-S.** collection, heap, mass) *-Ex. a pile of books, Table piled with books., The money continues piling up.*

pile² (ไพล) *n.* ตอม่อสะพาน, เสาเข็ม, เสาปัก *-vt.* **piled, piling** ใส่เสาเข็ม, ใส่ตอม่อ, ใช้เสาเข็มค้ำหรือเสริม

pile³ (ไพล) *n.* ขน, ขนนิ่ม, ขนสัตว์, ขนแกะที่อ่อนนิ่ม, ขนอ่อน, ขนกำมะหยี่, ขนพรม **-piled** *adj. -Ex. a carpet with a thick pile*

pile driver เครื่องตอกเสาเข็ม

pileous (ไพ' เลียส, พิล' เลียส) *adj.* มีขนอ่อน, มีขนนิ่ม

piles (ไพลซ) *n. pl.* ริดสีดวงทวาร

pilfer (พิล' เฟอะ) *vt., vi.* ลัก, ลักเล็กขโมยน้อย, ขโมย, ฉก, ฉกฉวย **-pilferer** *n. -Ex. A rat had pilfered from the pantry all winter.*

pilferage (พิล' เฟอริจ) *n.* การลัก, การลักเล็กขโมยน้อย, การขโมย, การฉก, การฉกฉวย, สิ่งที่ถูกลักขโมย

pilgrim (พิล' กริม, -เกริม) *n.* ผู้แสวงบุญ, ผู้จาริกแสวงบุญ, พระธุดงค์, คนธุดงค์, ผู้เดินทาง, นักท่องเที่ยว *-Ex. Many pilgrims still journey to the Holy Land every year.*

pilgrimage (พิล' กริมมิจ) *n.* การเดินทางแสวงบุญ, การจาริกแสวงบุญ, การเดินทางไกล, วิถีทางชีวิต

piling (ไพ' ลิง) *n.* กลุ่มสิ่งปลูกสร้าง, กอง, เสาเข็ม, การตอกเสาเข็ม, กองเสา, การตอกเสาเข็ม

pill¹ (พิล) *n.* เม็ด, เม็ดยา, ยาเม็ด, ยาเม็ดคุมกำเนิด, สิ่งที่น่าเบื่อหน่ายแต่จำเป็นต้องอดทน, (คำสแลง) คนน่าเบื่อ *-vt.* ให้ยาเม็ด, กลายเป็นยาเม็ด *-vi.* กลายเป็นเม็ดกลมๆ **-the pill/Pill** (ภาษาพูด) ยาเม็ดคุมกำเนิด *-Ex. Water helps in swallowing a pill., Having our team lose was a bitter pill.*

pill² (พิล) *vt., vi.* ปอกเปลือก, ทำให้หรือกลายเป็นหัวล้าน

pillage (พิล' ลิจ) *v.* **-laged, -laging** *-vt., vi.* ช่วงชิงทรัพย์, ปล้น, ปล้นสะดม *-n.* การปล้น, การปล้นสะดม, การช่วงชิงทรัพย์ **-pillager** *n. -Ex. Last month; bandits pillaged two villages in the north., A lot of pillage was recovered when the outlaw were captured.*

pillar (พิล' เลอะ) *n.* เสา, เสาหิน, เสาหลัก, เสาค้ำหลัก, ฐาน, หลักมั่น, ตอม่อ, โครงสร้างธรรมชาติที่คล้ายสิ่งปลูกสร้าง *-vt.* เป็นเสาหลัก, เป็นเสาค้ำ, เป็นหลัก **-from pillar to post** จากที่หนึ่งไปยังอีกที่หนึ่ง

pillar box ตู้ทิ้งจดหมาย, ตู้ไปรษณีย์

pillbox (พิล' บอคซ) *n.* กล่องยานัตถุ์, กล่องเล็กๆ สำหรับใส่ยา, ตลับยาเม็ด, สิ่งกำบัง, ป้อมติดปืนกล, หมวกไร้ขอบของสตรีเป็นรูปถังกลมเตี้ย, รถเล็ก

pillion (พิล' เยิน) *n.* ที่นั่งเสริม, อานเสริม, อานหลัง

pillory (พิล' ละรี) *n., pl.* **-ries** ขื่อคอและมือ, ขื่อคอ *-vt.* **-ried, -rying** ใส่ขื่อคอและมือ, ใส่ขื่อคอ, ประจาน *-Ex. The newspapers pillory dishonest politicians.*

pillow (พิล' โล) *n.* หมอน, หมอนเพลา, หมอนแกน, หมอนหนุน *-vt.* ใส่หมอนหนุน, หนุนด้วยหมอน *-vi.* วางบนหมอน, หนุนหมอน *-Ex. Dang pillowed his head on his arm.*

pillowcase, pillowslip (พิล' โลเคส, -สลิพ) *n.* ปลอกหมอน

pilot (ไพ' เลิท) *n.* คนนำร่อง, นักบินนำร่อง, นักบิน, เจ้าหน้าที่ขับเครื่องบิน, ผู้นำทาง, มัคคุเทศก์, คนจับวัว, เครื่องนำวิถี, ไฟสัญญาณ *-vt.* นำร่อง, ขับเครื่องบิน, นำทาง, เป็นมัคคุเทศก์ (**-S.** helmsman) *-Ex. The pilot landed skilfully at the airport., The ship was piloted safely through the storm.*

pilothouse (ไพ' เลิทเฮาซ) *n.* ห้องนำร่อง, ห้องนำการเดินเรือ, ห้องถือท้ายเรือ (**-S.** wheelhouse)

pilot lamp, pilot light โคมไฟฟ้าเล็กๆ เพื่อแสดงว่าเครื่องเดินหรือมีไฟ, ไฟนำร่อง, ไฟนำวิถี

pimento (พะเมน' โท) *n., pl.* **-tos** ผลไม้แห้ง, เครื่องเทศ, พริกเม็ดใหญ่

pimp (พิมพ) *n.* ไปในทางผิด, ชายผู้นำแขกให้โสเภณี, แมงดา, โสเภณีชาย *-vi.* หาแขกให้โสเภณี

pimpernel (พิม' เพอเนล, -เนิล) *n.* ชื่อพันธุ์พืชชนิดหนึ่ง

pimple (พิม' เพิล) *n.* สิว

pimply (พลิม' พลี) *adj.* **-plier, -pliest** มีสิวมาก (**-S.** pimpled)

PIN ย่อจาก Personal Identification Number รหัสลับส่วนตัวสำหรับบัตรเงินสด บัตรเครดิตหรือจุดประสงค์อื่น

pin (พิน) *n.* เข็ม, เข็มหมุด, หมุด, สลัก, ปิ่น, เข็มกลัด, ลิ่ม, เหรียญตรา, เข็มอิสริยาภรณ์, หัวเสียบ, ที่หนีบผ้า, ลูกบิด, ลูกบิดสายซอ, หลักเสาที่ปักอยู่ใกล้หลุมในสนามกอล์ฟ, ขา, การล้มลงของกีฬามวยปล้ำ, จำนวนเล็กน้อย, พินในกีฬาโบว์ลิ่ง *-vt.* **pinned, pinning** กลัดติด, กลัด, ปัก, ตรึง, ตอก, หนีบ, ล้อมคอก, กล่าวหา, ทำให้กระจ่างชัด **-pin something on someone** กล่าวหา, ป้ายสี (**-S.** bolt, peg) *-Ex. to pin the paper together, to pin my faith on you, Somchai tried to pin the tail on the donkey.*

pinafore (พิน' นะฟอร์) *n.* ผ้ากันเปื้อนของเด็ก, ผ้าอ้อมของเด็ก (**-S.** apron)

pinball machine (พิน' บอล) เครื่องเล่นไฟฟ้าโดยการดีดลูกโลหะลงหลุมเว้าผ่านสิ่งกีดขวางต่างๆ และ

ปรากฏคะแนนขึ้นบนหน้าจอ
pince-nez (แพนซฺเน', แพนซฺ' เน, พินซฺเน', พินซฺ' เน, -เนซฺ) *n.* แว่นตาที่มีขาหนีบจมูก
pincers (พิน' เซอร์ซฺ) *n.pl.* ปากคีบ, คีมปากนก, คีมเหล็ก, ก้ามปู, อวัยวะหนีบของสัตว์ **-pincerlike** *adj.*
pinch (พินชฺ) *vt.* หยิก, หนีบ, บีบ, บิด, บีบคลึง, ทำให้แสบ, ลดลง, ฉกฉวย, ทำให้กลุ้ม, กระเบียดกระเสียร, เด็ดทิ้ง, ตัดแต่ง, ขโมย, ทำให้หดเหี่ยว, (คำสแลง) ปล้น กักขัง จับกุม *-vi.* (รองเท้า) รัด, ทำให้กลัดกลุ้ม, กระเบียดกระเสียร, ประหยัด, เหน็บแนม *-n.* การหยิก, การหนีบ, จำนวนนิดเดียว, จำนวนหยิบมือ, ความอัตคัด, ความขัดสน, สถานการณ์ที่ลำบาก, ความกดดัน, (คำสแลง) ขโมย **-pinch pennies** ประหยัด **-pincher** *n. -Ex. Narong pinched my arm., I pinched my finger in the door., a pinched finger, My shoes pinches (me)., When hunger pinches.*
pinch-hit (พินชฺ' ฮิท) *vi.* **-hit, -hitting** แทนที่บุคคลอื่น, เข้าตีลูก (เบสบอล) แทน **-pinch hitter** *n.*
pincushion (พิน' คูชัน) *n.* หมอนปักเข็มหมุด
pine[1] (ไพนฺ) *n.* ต้นสนจำพวก *Pinus*, ไม้สน, สับปะรด
pine[2] (ไพนฺ) *v.* **pined, pining** *-vi.* อยากได้มาก, ใคร่จะ, ทนทุกข์ด้วยความคิดถึง, ร่วงโรย, โศกเศร้า *-vt.* ทนทุกข์ด้วยความคิดถึง (-S. long) *-Ex. That dog pined away during his owner's long absence.*
pineal (พิน' นีล) *adj.* คล้ายผลของต้นสน (เป็นรูปกรวย), เกี่ยวกับต่อม pineal body
pineal body ต่อมในสมองของสัตว์มีกระดูกสันหลังทุกชนิดอยู่บนสมองส่วน diencephalon
pineapple (ไพนฺ' แอพเพิล) *n.* สับปะรด, ต้นสับปะรด (*Ananas comosus*), (คำสแลง) ลูกระเบิดมือ
pine cone ผลของต้น pine เป็นรูปกรวย
pinfeather (พิน' เฟธเธอะ) *n.* ขนอ่อน, ขนที่เกิดใหม่
ping (พิง) *n.* เสียงดังเปรี้ยง (คล้ายเสียงลูกปืนกระทบวัตถุแข็ง), เสียงดังกล่าว *-vi., vt.* ทำให้เกิดเสียงดังกล่าว
Ping-Pong, ping-pong (พิง' พอง) เครื่องหมายการค้าของอุปกรณ์การเล่นปิงปอง, ปิงปอง
pinhead (พิน' เฮด) *n.* หัวเข็มหมุด, สิ่งที่ไม่สำคัญ, คนโง่
pinhole (พิน' โฮล) *n.* รูเล็กมาก, รูเข็ม
pinion[1] (พิน' เยิน) *n.* เฟืองตัวเล็ก, ฟันเฟืองเล็ก
pinion[2] (พิน' เยิน) *n.* ขนนก, ปีกนก, ขนปีก, ปลายปีกนก, ปีกนกที่ทำหน้าที่บิน, ปีกแมลง *-vt.* มัดปีกนก, ตัดปีกนก, มัด, จับมัด, ผูก, รัดแขน *-Ex. His arms were pinioned with a stout rope.*
pink[1] (พิงคฺ) *n.* สีชมพู, พืชจำพวก *Dianthus*, ต้น carnation, แบบที่ดีเลิศ, (คำสแลง) คนที่หัวเอียงซ้ายในทางการเมือง, เสื้อแดงของนายพราน, นักล่าสุนัขจิ้งจอก *-adj.* สีชมพู, (ภาษาพูด) เอียงซ้าย (ในลัทธิการเมือง) **-in the pink** มีสุขภาพดี **-pinkish** *adj.* **-pinkness** *n. -Ex. the pink of perfection, Sunrise turned the sky pink in the east., the pink of health*
pink[2] (พิงคฺ) *vt.* แทง, ทิ่ม, เจาะ, เจาะเป็นรู, ลูกไม้ลายประดับ, ทำให้เจ็บใจหรือรำคาญ, ตกแต่ง, ประดับ **-pinker** *n. -Ex. to be pinked in the arm during a duel*
pinkeye (พิงคฺ' ไอ) *n.* โรคเยื่อตาขาวอักเสบอย่างเฉียบพลัน เป็นโรคติดต่อที่พบในคนและสัตว์
pinkie, pinky (พิง' คี) *n., pl.* **-ies** นิ้วเล็กๆ, นิ้วก้อย
pinking shears (พิง' คิง) กรรไกรตัดผ้าที่มีใบมีดเป็นบาก
pin money เงินปลีก, เงินย่อย
pinnace (พิน' นิส) *n.* เรือใบขนาดเล็ก, เรือบดของเรือใหญ่
pinnacle (พิน' นะเคิล) *n.* ยอด, จุดสุดยอด, ขีดสุด, ยอดเจดีย์, ภูเขา ตึก หอและอื่นๆ, ส่วนที่เป็นยอดแหลม *-vt.* **-cled, -cling** วางบนยอด, เป็นจุดสุดยอด, สร้างสิ่งปลูกสร้างที่มียอดแหลม *-Ex. the pinnacle of a mountain, the pinnacle of fame*
pinnate (พิน' เนท, -นิท) *adj.* คล้ายขนนก, ซึ่งมีใบสาขาเป็นแฉกๆ **-pinnately** *adv.* **-pinnation** *n.*
pinochle, pinocle (พี' นัคเคิล) *n.* เกมไพ่ชนิดหนึ่ง, ไพ่ควีนโพดำ และแจ๊กข้าวหลามตัดของเกมไพ่ดังกล่าว
piñon (พิน' ยัน, เพน-, -โยน, -เยิน) *n.* ต้นสน (โดยเฉพาะจำพวกที่ให้เมล็ดที่กินได้) (-S. pinyon)
pinpoint (พิน' พอยนฺทฺ) *n.* เรื่องเล็กๆ น้อยๆ, หัวเข็มหมุด *-vt.* หาตำแหน่งแน่นอน, เจาะจง, ทำให้แน่ชัด, เน้น *-adj.* แน่นอน, แม่นยำ
pinprick (พิน' พริค) *n.* รูเจาะเล็กๆ, รูเข็ม, การแทงด้วยเข็ม, คำเสียดสี, การรบกวนหรือเสียดสีเล็กๆ น้อยๆ
pins and needles ความรู้สึกเหน็บชา **-on pins and needles** กังวลใจ, กระวนกระวาย
pinsetter (พิน' เซทเทอะ) *n.* เครื่องมือกวาดและตั้งตัวโบว์ลิง (-S. pinspotter)
pin stripe แถบบางมาก (โดยเฉพาะในสิ่งทอ), ริ้วละเอียด, ลายละเอียด
pint (ไพนฺทฺ) *n.* หน่วยวัดความจุของเหลว มีค่าเท่ากับ ½ ควอร์ต *-Ex. Children should have at least a pint of milk a day.*
pintle (พิน' เทิล) *n.* เดือย, เดือยหางเสือ, สลักหางเสือ, สลักประตูชนิดดิ่งลง, พุก, ขอ
pinto (พิน' โท) *adj.* เป็นจุดๆ, เป็นแต้ม, สีลาย, สีกระด่าง *-n., pl.* **-tos** ม้าสีลาย, ม้าสีด่าง
pint-size (ไพนฺทฺ' ไซซฺ) *adj.* เล็ก (-S. pint-sized)
pinup (พิน' อัพ) *n.* รูปภาพติดผนัง, ผู้หญิงในรูปภาพดังกล่าว *-adj.* เกี่ยวกับรูปภาพติดผนัง, เหมาะสำหรับติดผนัง
pinwheel (พิน' วีล) *n.* รถลมสำหรับเด็กเล่น, ประทัดชนิดหนึ่ง
pinworm (พิน' เวิร์ม) *n.* พยาธิเข็มหมุด
piny (ไพ' นี) *adj.* **pinier, piniest** เต็มไปด้วยต้นสน, เกี่ยวกับต้นสน
pioneer (ไพ' อะเนียร์) *n.* ผู้บุกเบิก, ผู้นำทาง, ผู้ริเริ่ม, กองหน้า, ผู้หักร้างถางพง, ทหารช่างหรือทหารโยธาที่นำหน้า, พืชหรือสัตว์ที่เข้าไปอาศัยอยู่ในที่แห้งแล้งได้สำเร็จ, ชื่อยานอวกาศสำรวจดวงจันทร์ของสหรัฐอเมริกา *-vi.* เป็นกองหน้า *-vt.* บุกเบิก, หักร้างถางพง, ริเริ่ม, นำทาง *-adj.* ริเริ่ม, บุกเบิก, แรกเริ่มที่สุด, ดั้งเดิม (-S.

P

innovator, invent) *-Ex. Thomas Edison was a pioneer in the use of electricity., Many pioneers travelled to California in covered waggons.*

pious (ไพ' เอิส) *adj.* เคร่งครัดในศาสนา, มีศรัทธามาก, แสร้งทำเป็นมีศรัทธาหรือมีศีลธรรม, นับถือพระ, แสดงความเคารพนับถือ **-piously** *adv.* **-piousness** *n.* (-S. devout, religious) *-Ex. to be put to pious uses, a pious rascal*

pip¹ (พิพ) *n.* เมล็ดในของผลไม้, เมล็ดพันธุ์

pip² (พิพ) *n.* แต้มบนไพ่, แต้มบนผลสับปะรด

pip³ (พิพ) *v.* **pipped, pipping** *-vt.* โผล่ออกมา, ออกมาจากไข่ *-vi.* ส่งเสียงเจี๊ยบๆ

pipe (ไพพฺ) *n.* ท่อ, ท่อนำส่ง, ท่อนำวิถี, หลอด, อวัยวะที่เป็นหลอดนำส่ง, เครื่องดนตรีประเภทปี่หรือขลุ่ย, นกหวีด, กล้องสูบยา, ยาเส้นหรือยาสูบหนึ่งกล้อง, ซิการ์, เสียงร้องเพลงของคน *-v.* **piped, piping** *-vt.* นำส่งทางท่อ, จัดให้มีท่อ, เป่าปี่หรือขลุ่ย, เปล่งเสียงแหลม, ลำต้น, การคุยกัน, จดหมายสั้นๆ, กล่องเสียงคน *-vi.* เป่าปี่, เป่าขลุ่ย, พูดเสียงแหลม, สูบยา **-pipes** ปี่สกอต **-pipe down** (คำสแลง) หยุดพูด เงียบ **-pipe up** เริ่มร้อง, เริ่มบรรเลง, พูดได้ *-Ex. Water comes from the well through a pipe.*

pipeline (ไพพฺ' ไลนฺ) *n.* ท่อส่งน้ำมันปิโตรเลียม ก๊าซธรรมชาติ น้ำหรืออื่นๆ, วิถีทางส่งสินค้า, วิถีทางส่งข่าว (โดยเฉพาะที่เป็นส่วนตัวหรือเป็นความลับ)

pipe organ ปี่หีบเพลง

piper (ไพ' เพอะ) *n.* ผู้เป่าปี่หรือขลุ่ย, ผู้เป่าปี่สกอต, คนวางท่อ **-pay the piper** รับผิดชอบ

pipette, pipet (พิเพท', ไพ-) *n.* หลอดวัดและถ่ายของเหลวจากภาชนะหนึ่งไปยังอีกภาชนะหนึ่ง

piping (ไพ' พิง) *n.* ท่อ, หลอด, การวางท่อ, เสียงขลิบขอบผ้า, เสียงแหลม, เสียงปี่, เสียงขลุ่ย *-adj.* เกี่ยวกับกล้องแห่งความสงบ, ซึ่งมีเสียงสูงหรือเสียงแหลม **-piping hot** ร้อนมาก *-Ex. a piping voice*

pipit (พิพ' พิท) *n.* นกร้องชนิดหนึ่ง

pippin (พิพ' พิน) *n.* แอปเปิล, เมล็ด

pipsqueak (พิพ' สควีค) *n.* (ภาษาพูด) คนหรือของที่ไม่สำคัญ หรือไม่มีค่า

piquant (พี' เคินทฺ) *adj.* เผ็ด, รสจัด, น่าสนใจ, ถึงใจ, มีชีวิตชีวา, ทำให้พอใจยิ่ง **-piquancy, piquantness** *n.* **-piquantly** *adv.*

pique (พีค) *vt.* **piqued, piquing** ทำให้โกรธ, ทำให้เสียใจ, สะเทือนใจ, ทำให้ตื่นเต้น, ดึงดูดความสนใจ, กระตุ้นอารมณ์, เร้าใจ *-n.* ความโกรธ, ความเสียใจ *-Ex. Anong was in a fit on pique because everyone was late for her party., Their rudeness piqued her., to pique one's curiosity*

piqué, pique (พีเค') *n.* สิ่งทอที่เป็นลายนูน

piquet (พีเค', -เคท') *n.* ชื่อเกมไพ่ชนิดหนึ่ง เล่นกัน 2 คน ด้วยไพ่ 32 ใบ

piracy (ไพ' ระซี) *n., pl.* **-cies** การกระทำที่เป็นโจรสลัด, การปล้นสะดมในน่านน้ำทะเล, การปล้นความคิด, การละเมิดลิขสิทธิ์หรือสิทธิบัตรของคนอื่น, การละเมิดเอกสิทธิ์การพิมพ์หรือบทประพันธ์ของคนอื่น

piranha (พิราน' ยะ, พะ-) *n., pl.* **-nhas/-nha** ปลาขนาดเล็กในตระกูล Serrasalmidae, ฝูงปลาดังกล่าวสามารถกินคนและสัตว์ขนาดใหญ่ในเวลาอันสั้น

piranha

pirate (ไพ' เริท) *n.* โจรสลัด, เรือโจรสลัด, ผู้ปล้นสะดม, ผู้ละเมิดลิขสิทธิ์หรือสิทธิบัตรของผู้อื่น *-vt., vi.* **-rated, -rating** ปล้นสะดม, กระทำพฤติกรรมที่เป็นโจรสลัด, ยักยอก, ละเมิดลิขสิทธิ์หรือสิทธิบัตรของผู้อื่น, พิมพ์บทประพันธ์ของคนอื่น **-piratical, piratic** *adj.* **-piratically** *adv. -Ex. The company was fined for pirating the invention.*

pirate radio การกระจายเสียงของวิทยุเถื่อน

pirouette (พิรูเอท') *n.* จังหวะการหมุนตัวบนเท้าเดียวหรือปลายเท้า (เช่น ในการเต้นรำ) *-vi.* **-etted, -etting** หมุนตัวดังกล่าว

piscatorial (พิสคะทอ' เรียล) *adj.* เกี่ยวกับชาวประมง **-piscatorially** *adv.* (-S. piscatory)

Pisces (ไพ' ซีซฺ, พิส' ซีซฺ) ชื่อกลุ่มดาวปลาคู่ที่อยู่ระหว่างกลุ่มดาว Aries และ Aquarius *-n.* ชื่อประเภท (class) ของสัตว์มีกระดูกสันหลัง รวมทั้งปลาทุกชนิด, คนที่เกิดในราศีมีน

pisciculture (พิส' ซิคัลเชอร์) *n.* การเลี้ยงปลาเป็นวิทยาศาสตร์หรืออุตสาหกรรม

piscine (พิส' ซีน, -ไซนฺ, ไพ' ซีน, -ไซนฺ) *adj.* เกี่ยวกับปลา

pish (พิช) *interj., n.* คำอุทานแสดงความรังเกียจหรือความอึดอัดใจ *-vi., -vt.* อุทานแสดงความรังเกียจหรือความอึดอัดใจ

piss (พิส) *n.* ปัสสาวะ *-vi.* ปัสสาวะ *-vt.* ปัสสาวะ **-piss off** (คำสแลง) โกรธ ผิดหวัง ขยะแขยง จากไป

pissed (พิสทฺ) *adj.* (คำสแลง) เมา โกรธ รำคาญ

pistachio (พิสแทช' ชีโอ, -โช, -ทาช' ชีโอ, -ทาช' โช) *n., pl.* **-chios** ผลไม้เปลือกแข็งของต้น *Pistacia vera*, เมล็ดของผลไม้ดังกล่าว (-S. pistachio nut)

pistil (พิส' ทิล, -เทิล) *n.* เกสรตัวเมีย (-S. gynoecium)

pistillate (พิส' ทิลิท, -เลท) *adj.* ซึ่งมีเกสรตัวเมีย ซึ่งมีเกสรตัวเมียแต่ไม่มีเกสรตัวผู้

pistol (พิส' เทิล) *n.* ปืนพก, ปืนสั้น *-vt.* **-toled, -toling/-tolled, -tolling** ยิงด้วยปืนพก, ยิงด้วยปืนสั้น (-S. short firearm)

piston (พิส' เทิน) *n.* ลูกสูบ

pit¹ (พิท) *n.* หลุม, บ่อ, บ่อแร่, ปลัก, ถังดัก, หลุมพราง, รอยโบ๋, รอยโหว่, เหมือง, นรก, อุโมงค์เก็บพืชผล, อัฒจันทร์ชั้นล่างของโรงมหรสพ, ที่นั่งดูราคาเยา, คนดูชั้นนี้, เล้าสัตว์, สังเวียนไก่หรือสัตว์ *-v.* **pitted, pitting** *-vt.* เก็บไว้ในหลุม, ทำให้เป็นหลุมเป็นบ่อ, ทำให้เป็นรอยโบ๋หรือแอ่งแผลเป็น, ฝังในหลุม, ขุดหลุม, ปล่อยไก่ให้ชนกัน, ทำให้ต่อสู้กัน, ทำให้เป็นปฏิปักษ์ต่อกัน *-vi.* กลายเป็นหลุม, กลายเป็นรอยโหว่หรือรอยโบ๋ *-Ex. a gravel pit, an arm pit, the pit of the stomach, Smallpox had pitted the man's face., to pit two wrestlers against each other*

pit² (พิท) *n.* เมล็ดในของผลไม้ *-vt.* **pitted, pitting**

เอาเมล็ดในออก *-Ex. Yupin will pit the cherries for the pie.*

pitapat (พิท' ทะแพท) *adv.* ตุบๆ ตับๆ, เปาะๆ แปะๆ *-n.* การเคลื่อนไหวหรือเสียงดังตุบๆ ตับๆ เปาะๆ แปะๆ *-vi.* **-patted, -patting** วิ่งหรือเต้นด้วยเสียงดังกล่าว

pitch[1] (พิช) *vt.* กาง (เต็นท์), ปัก (เต็นท์), ตั้ง (ค่าย), โยน, ขว้าง, เหวี่ยง, กำหนด, ยืน, ประจำ *-vi.* ถลำไปข้างหน้า, (หัว) ทิ่มลง, โยน, ขว้าง, เอียง, ลาด *-n.* ระดับ, ระดับเสียง, ตำแหน่ง, ความลาด, จุดสูงสุด, ความบิดของใบพัด, ที่ตั้ง แผงลอย, ช่วงระยะห่างของเกลียว, สถานที่แสดง **-pitch in** ร่วมด้วย, เริ่มทำงานอย่างขะมักเขม้น *-Ex. to pitch a camp, to pitch a tent, They pitched the hay into the loft., The ship pitched in the heavy seas., to pitch the roof steep, to pitch on one's head, high (low) pitch sound, The painter suddenly pitched forward off the ladder.*

pitch[2] (พิช) *n.* ยางมะตอย, น้ำมันดิบ, ยางไม้, ยางเรซิน, ยางสน *-vt.* ราดหรือทาด้วยยางหรือน้ำมันดังกล่าว (ทำให้ดำหรือมืดตื้อ)

pitch-blende (พิชฺ' เบลนดฺ) *n.* แร่สำคัญของยูเรเนียมและเรเดียม, แร่ Uraninite ที่ไม่บริสุทธิ์

pitch-dark (พิชฺ' ดาร์ค') *adj.* มืดตื้อ, ดำมืด

pitched battle (พิชทฺ) การสงครามที่ได้มีการจัดกองกำลังทหารอย่างมีระเบียบและมีการกำหนดสนามรบไว้ก่อน, การรบแบบตั้งที่มั่น, การรบที่ดุเดือด

pitcher[1] (พิช' เชอะ) *n.* เหยือกน้ำ, เหยือกน้ำที่มีสองหู, ส่วนของใบที่คล้ายเหยือกน้ำ

pitcher[2] (พิช' เชอะ) *n.* ผู้ขว้าง, ผู้โยน, ผู้ปา

pitcher plant พืชที่ใบคล้ายเหยือกน้ำ เช่น พืชตระกูล Sarraceniaceae

pitchfork (พิช' ฟอร์ค) *n.* คราดกวาดฟางหรือหญ้า, ส้อมเสียบฟางหรือหญ้า, ส้อมเสียบ *-vt.* กวาดหรือเสียบฟางหรือหญ้า

pitchman (พิช' เมิน) *n., pl.* **-men** พนักงานขายที่รบเร้ามาก, พ่อค้าขายเครื่องภาชนะเล็กๆ น้อยๆ

pitch pipe ท่อหรือหลอดสำหรับตั้งระดับเสียง

pitchy (พิช' ชี) *adj.* **pitchier, pitchiest** เกี่ยวกับหรือมีลักษณะของยางมะตอย, เหนียวเหนอะหนะ, ดำมากๆ, มืดตื้อ

piteous (พิท' เทียส) *adj.* น่าสงสาร, น่าเวทนา **-piteously** *adv.* **-piteousness** *n.*

pitfall (พิท' ฟอล) *n.* หลุมพราง, กับดัก

pith (พิธ) *n.* ไส้ในของไม้, เนื้อเยื่อส่วนในของต้น, ส่วนในของขน, ส่วนสำคัญ, แก่นสาร, สาระสำคัญ, ประเด็นสำคัญ, น้ำหนัก, ความแข็ง, ไขสันหลัง, ไขกระดูก, กำลัง, พลังแรง, ความแข็งแรง *-vt.* เอาไส้ในของไม้ออก, ทำลายไขสันหลังหรือสมอง, ฆ่าโดยการตัดไขสันหลัง

pithy (พิธ' ธี) *adj.* **pithier, pithiest** เต็มไปด้วยพลัง, มีความหมาย, เป็นสาระสำคัญ, เป็นแก่นสาร, คล้ายหรือเต็มไปด้วยยางมะตอยหรือน้ำมันดิบ **-pithily** *adv.* **-pithiness** *n.*

pitiable (พิท' ทีอะเบิล) *adj.* น่าสงสาร, น่าเวทนา, น่าดูถูก **-pitiableness** *n.* **-pitiably** *adv.*

pitier (พิท' ทีเออะ) *n.* ผู้สงสาร, ผู้เวทนา, ผู้ดูถูก

pitiful (พิท' ทิเฟิล) *adj.* น่าเวทนา, น่าสงสาร, น่าดูถูก **-pitifully** *adv.* **-pitifulness** *n.*

pitiless (พิท' ทีลิส) *adj.* ไร้ความปรานี, ไม่มีใจเมตตา, ไม่มีใจสงสาร **-pitilessly** *adv.* **-pitilessness** *n.*

pittance (พิท' เทินซ) *n.* เงินค่าครองชีพเล็กๆ น้อยๆ, เงินบริจาคเล็กน้อยสำหรับพระเป็นค่าอาหาร, การให้ทานเล็กๆ น้อยๆ, นิตยภัต, รายได้หรือค่าจ้างเล็กๆ น้อยๆ

pitter-patter (พิท' เทอะ แพทเทอะ) *n.* เสียงเบาๆ ที่ต่อเนื่องกันอย่างรวดเร็ว (เสียงฝีเท้า เสียงฝนตก เสียงเต้นของหัวใจ) *-vi.* ทำให้เกิดเสียงดังกล่าว *-adv.* เกิดเสียงดังกล่าว

pituitary (พิทู' อะเทอรี, -ทิว'-, พะ-) *n., pl.* **-taries** ดู pituitary gland *-adj.* เกี่ยวกับต่อมดังกล่าว, เกี่ยวกับร่างกายที่ใหญ่โตผิดปกติเนื่องจากมีฮอร์โมนมากเกินไปจากต่อมดังกล่าว

pituitary gland ต่อมที่ฐานสมองตรงแอ่งของกระดูก sphenoid คัดหลั่งฮอร์โมนหลายชนิดของร่างกาย, สารสกัดจากต่อมดังกล่าวของสัตว์เลี้ยง มีฤทธิ์เพิ่มความดันโลหิตทำให้กล้ามเนื้อกระเพาะหดตัวและฤทธิ์อื่นๆ

pity (พิท' ที) *n., pl.* **pities** ความสงสาร, ความเมตตา, ความเห็นอกเห็นใจ *-vt., vi.* **pitied, pitying** รู้สึกสงสาร, รู้สึกเมตตาเห็นอกเห็นใจ **-take/have pity on** แสดงความปรานีต่อ **-pityingly** *adv.* (-S. sympathy) *-Ex. It's a (great) pity that it's raining., It would be a (great) pity if it rained., What a pity!*

pivot (พิฟ' เวิท) *n.* เดือยหรือแกนสั้นที่สิ่งอื่นหมุนรอบ, แกนหมุน, เดือยหมุน, จุดตั้งแกน, หลัก, ทหารหลัก, การหมุนรอบบนเท้าหนึ่ง *-vi.* หมุนรอบบนเดือยหรือแกน, หมุนตัวรอบ *-vt.* ใส่เดือยหรือแกนตั้ง, ทำให้หมุนรอบแกน *-Ex. The argument pivots on that one point., Danai pivoted on his toe and faced me.*

pivotal (พิฟ' วะเทิล) *adj.* เกี่ยวกับหรือทำหน้าที่เป็น pivot, สำคัญยิ่ง **-pivotally** *adv.*

pix (พิคซ) *n.pl.* (คำสแลง) ฟิล์ม ภาพถ่าย

pixy, pixie (พิค' ซี) *n., pl.* **pixies** ภูตฝรั่ง (ตัวเล็กกว่ามนุษย์) **-pixieish, pixyish** *adj.*

pizza (พีท' ซะ) *n.* ขนมแบนยัดไส้ที่ทำด้วยแป้งอบโรยเนยแข็งและซอสมะเขือเทศ (แบบอิตาลี)

pizzeria (พีทซะเรีย') *n.* ร้านขายขนม

pizzicato (พิทซิคา' โท) *adj.* ซึ่งเล่นโดยการดีดสาย *-adv.* เล่นดีดสาย *-n., pl.* **-cati** โน้ตดนตรี, โน้ตเพลง

placable (แพลค' คะเบิล, เพล' คะเบิล) *adj.* ให้อภัยได้, ปลอบโยนได้ **-placability** *n.* **-placably** *adv.* (-S. forgiving)

placard (แพลค' คาร์ด, พละ-) *n.* ป้ายประกาศ, แผ่นประกาศ, ใบปลิวติดประกาศ *-vt.* ติดป้ายประกาศ, ติดใบปลิวประกาศ

placate (เพล' เคท, แพลค' เคท) *vt.* **-cated, -cating** ทำให้สงบ, ปลอบโยน, ปลอบใจ, ปิดปาก, ทำให้พอใจ **-placatory** *adj.* **-placater** *n.* **-placation** *n. -Ex. Nothing could placate Father once he had lost his temper.*

place (เพลส) *n.* สถานที่, บริเวณ, จุดหมาย, ที่, ที่พัก, เขต, ฐานะ, ตำแหน่ง, สภาพ, สถานการณ์, หน้าที่, การ

P

งาน, ที่ตั้ง, ตอนในหนังสือ, ถนนสายสั้น, บริเวณถิ่นที่อยู่, ลาน, ส่วนหนึ่งของสิ่งก่อสร้าง, โอกาสที่เหมาะ *-v.* **placed, placing** *-vt.* จัด, วาง, กะ, คาดคะเน, บรรจุ, ใส่, เอาไว้, ฝาก, มอบ, มอบหน้าที่, แต่งตั้ง, วินิจฉัย, ปรับเสียง, วางลูก, ส่งกระสุน *-vi.* ถึงเส้นชัยในอันดับหนึ่งถึงสาม, (ม้าแข่ง) เข้าเส้นชัยในอันดับที่สอง, อยู่ในอันดับ **-give place** ให้ความสำคัญ, ถูกแทนที่โดย **-go places** (คำสแลง) ประสบความสำเร็จ **-know one's place** รู้ตำแหน่งฐานะ **-out of place** ผิดปกติ, ผิดตำแหน่ง **-take place** เกิดขึ้น (-S. location, site, rank, situate) *-Ex. many trees in this place, a public place, a wet place on the floor, London is a noisy place., a place of amusement, everything in its place,That's my place!*

placebo (พละซี' โบ) *n., pl.* **-bos/-boes** ยาที่ไม่มีฤทธิ์ทางยา แต่ใช้หลอกคนไข้ที่ได้รับยานั้น, คำอธิษฐานที่สวดให้แก่ผู้ตาย (ศาสนาคริสต์นิกายโรมันคาทอลิก)

place kick ตำแหน่งเตะของกีฬาฟุตบอล **-place-kick** *vi.*

placenta (พละเซน' ทะ) *n., pl.* **-tas/-tae** รก, รกในครรภ์, ส่วนของรังไข่ของดอกที่ให้ไข่, เนื้อเยื่อของพืชที่ให้กำเนิด sporangia

P

placer[1] (เพลส' เซอะ) *n.* ผู้จัด, ผู้จัดวาง, ผู้แต่งตั้ง

placer[2] (เพลส' เซอะ) *n.* ดินทรายที่มีทองหรือโลหะมีค่าปนอยู่, ที่ที่มีการทำเหมืองดินทรายดังกล่าว

placid (แพลส' ซิด) *adj.* เงียบสงบ, จิตสงบ **-placidity, placidness** *n.* **-placidly** *adv.* (-S. undisturbed) *-Ex. The lagoon is very placid on still evenings., The old lady sat reading her Bible in placid contentment.*

placket (แพลค' คิท) *n.* รอยผ่าหรือช่องที่กระโปรงสตรี, กระเป๋า (โดยเฉพาะที่กระโปรงสตรี), กระโปรงชั้นในผู้หญิง

plagiarism (เพล' จะริซึม, -เจีย-) *n.* การขโมยความ, การขโมยคัดลอกผลงานหรือบทประพันธ์, สิ่งที่ขโมยคัดลอกมา **-plagiarist** *n.* **-plagiaristic** *adj.*

plagiarize (เพล' จะไรซฺ, -เจีย-) *vt., vi.* **-rized, -rizing** ขโมยความคิด, ขโมยคัดลอกผลงานหรือบทประพันธ์ **-plagiarizer** *n.*

plague (เพลก) *n.* โรคระบาดที่ทำให้เกิดการตายมาก, กาฬโรค, โรคห่า, ภัยพิบัติ, (ภาษาพูด) สิ่งที่น่ารำคาญ *-vt.* **plagued, plaguing** ทำให้เกิดความทุกข์, ทำให้รำคาญ, ทำให้เกิดภัยพิบัติ, ทำให้เกิดกาฬโรค **-plaguer** *n. -Ex. A plague of insects devoured the crops., The child plagued his uncle with questions.*

plaguy, plaguey (เพล' กี) *adj., adv.* รบกวน, ก่อกวน (-S. plaguily)

plaice (เพลส) *n., pl.* **plaice/plaices** ชื่อปลาแบนชนิดหนึ่ง

plaid (แพลด) *n.* ผ้าลายสกอต, ผ้าตาหมากรุก *-adj.* เป็นลายสกอต, เป็นลายหมากรุก **-plaided** *adj. -Ex. a dress of red and blue plaid wool, Somsri has a plaid suit.*

plain (เพลน) *adj.* เรียบ, ชัดแจ้ง, กระจ่าง, ง่ายๆ, ไม่มีอะไรขัด, เปลือย, เปล่า ๆ, ซื่อ, ตรงไปตรงมา, ธรรมดา, จืด, ไม่สวย, ปกติ, ไม่รวย, ไม่มีการปรุงแต่ง *-adv.* อย่างง่ายๆ, อย่างชัดเจน *-n.* บริเวณที่ราบ, ที่ราบ, ทุ่งกว้าง **-plainly** *adv.* **-plainness** *n.* (-S. lucid) *-Ex. a flat plain, the plains of Thailand, It is quite plain to me that..., to be plain with you, to speak plainly, I'm a plain man., plainly dressed, plain food*

plainclothes man (เพลน' โคลธซฺ', -โคลซฺ'-) ตำรวจนอกเครื่องแบบ, นักสืบ

plain dealing การกระทำที่ตรงไปตรงมา

plain-spoken (เพลน' สโพ' เคิน) *adj.* แน่ชัด, กระจ่างแจ้ง, ตรงไปตรงมา, ขวานผ่าซาก, พูดเปิดอก **-plain-spokenness** *n.*

plaint (เพลนทฺ) *n.* การบ่น, การร้องทุกข์, การโศกเศร้า, ข้อหา, ข้อข้องใจ

plaintiff (เพลน' ทิฟ) *n.* โจทก์, ผู้ร้องทุกข์

plaintive (เพลน' ทิฟวฺ) *adj.* เสียใจ, โศกเศร้า **-plaintively** *adv.* **-plaintiveness** *n.*

plait (เพลท, แพลท) *n.* รอยจีบ, รอยพับ, เปีย *-vt.* จีบ, พับเป็นจีบ, ถัก (เป็นเปีย) **-plaiter** *n.* (-S. braid, pleat) *-Ex. The children plaited the straw to make baskets.*

plan (แพลน) *n.* แผน, แผนการ, แผนผัง, แผนที่, โครงการ, แบบ, วิธีการ, หนทาง *-v.* **planned, planning** *-vt.* วางแผน, วางโครงการ, ออกแบบ, วางหนทาง, จัดกำลัง, ทำแผนผัง, ทำแผนที่ *-vi.* วางแผน (-S. scheme, design) *-Ex. the plan of a house, to plan a campaign, to form a plan, Dang planned a big party.*

planar (เพล' เนอะ) *adj.* เกี่ยวกับที่ราบ, แบน, เรียบ, ราบ

plane[1] (เพลน) *n.* พื้นราบ, หน้าราบ, แนวราบ, ระดับ, ขั้น, ตอน, เครื่องบิน, ปีกเครื่องบิน, แพนหางเครื่องบิน *-adj.* ราบ, แบน, เกี่ยวกับแนวราบ *-vi.* **planed, planing** บินร่อน, บินหรือแล่นถลาบนผิวน้ำ, แฉลบบนผิวน้ำ

plane[2] (เพลน) *n.* กบ, กบไสไม้, ไม้ปาดปูน, เครื่องไสโลหะ *-v.* **planed, planing** *-vt.* ไสกบ, ทำให้เรียบ, ปรับพื้นให้เรียบ *-vi.* ไสกบ *-Ex. The carpenter planed the board.*

planer (เพลน' เนอะ) *n.* เครื่องไสโลหะ, ไม้ปาดปูน

planet (แพลน' นิท) *n.* ดาวนพเคราะห์, ดาวเคราะห์

planetarium (แพลนนิแท' เรียม) *n., pl.* **-iums/-ia** หอดูดาว, ท้องฟ้าจำลอง

planetary (แพลน' นิแทรี) *adj.* เกี่ยวกับดาวนพเคราะห์, พเนจร, เคลื่อนที่, เร่ร่อน, เกี่ยวกับโลก, อยู่ใต้อิทธิพลของดวงดาว *-Ex. the planetary orbits*

planetoid (แพลน' นิทอยดฺ) *n.* ดู asteroid

plangent (แพลน' เจินทฺ) *adj.* ดังสนั่น, ดังก้อง **-plangency** *n.* **-plangently** *adv.*

plank (แพลงคฺ) *n.* แผ่นกระดาน, ไม้กระดาน, กระดานแผ่น, สิ่งที่ทำด้วยแผ่นกระดาน, สิ่งค้ำจุน, เวทีแผ่นกระดานที่นักการเมืองยืนพูดหาเสียง, สาระสำคัญของนโยบาย *-vt.* ปูกระดาน **-walk the plank** เดินปิดตาไปตาย, เดินลงสู่ทะเล (จากไม้กระดานที่ยื่นออกมาจากข้างเรือ เช่น คนที่ถูกโจรสลัดจี้บังคับ) **-planking** *n. -Ex. The new dock will be planked in a week and ready for use.*

planking (แพลง' คิง) *n.* แผ่นกระดานสำหรับปูพื้น,

การปูกระดาน

plankton (แพลงคฺ' เทิน) *n.* สิ่งมีชีวิต (พืชและสัตว์) เล็ก ๆ ที่ลอยอยู่ในน้ำตามธรรมชาติ **-planktonic** *adj.*

planner (แพลน' เนอะ) *n.* ผู้วางแผน, ผู้วางนโยบาย

plant (แพลนทฺ, พลานทฺ) *n.* พืช, ต้นไม้, พฤกษา, พืชลำต้นอ่อน, เมล็ดพืช, โรงงาน, เครื่องมือเครื่องไม้ครบชุด, อุปกรณ์ติดตั้งทั้งหมด, เครื่องจักรโรงงาน, ซ่องโจร, (คำสแลง) สิ่งหรือคนหลอกลวง *-vt.* เพาะ, ปลูก, เพาะเลี้ยง, ปักวาง, ฝัง, ตั้ง, สร้าง, แทรก, กรอกใส่, นำเข้า, วางไข่, ตั้งอยู่, (คำสแลง) วางเพื่อหลอกลวง *-Ex. We had to plant a lawn and a flower garden at our new home., Dang planted the stake in the ground., The principle of honesty should be planted in all young minds.*

plantain[1] (แพลน' ทิน) *n.* พืชจำพวก *Musa paradisiaca* คล้ายต้นกล้วย, ผลไม้ของพืชดังกล่าว

plantain[2] (แพลน' ทิน) *n.* พืชจำพวก *Plantago* เป็นวัชพืชที่มีใบกว้างชนิดหนึ่ง

plantar (แพลน' เทอร์) *adj.* เกี่ยวกับฝ่าเท้า

plantation (แพลนเท' ชัน) *n.* สวน, ไร่, ฟาร์มเพาะปลูก, นิคม, การเพาะปลูกเมล็ด *-Ex. a rubber plantation, Chiangmai plantation*

planter (แพลน' เทอร์) *n.* เจ้าของไร่, เครื่องปลูกพืช, ผู้ปลูกพืช

plantigrade (แพลน' ทิเกรด) *adj.* เดินบนฝ่าเท้า *-n.* สัตว์ที่เดินบนฝ่าเท้า

plaque (แพลค) *n.* แผ่นประดับบางที่ทำด้วยโลหะ เครื่องเคลือบหรืออื่นๆ, แผ่นดังกล่าวที่จารึกตัวหนังสือหรือภาพ, สารสะสมบนผิวหน้าซึ่งอาจจะเป็นสื่อที่แบคทีเรียเจริญได้หรือเกิดหินปูนขึ้น

plasm (แพลซฺ' ซึม) *n.* ดู plasma

plasma (แพลซฺ' มะ) *n.* ส่วนของเหลวของน้ำเหลืองและของโลหิต, โปรโตปลาสซึม, หางนม, หินควอตซ์ใสที่มีสีเขียวชนิดหนึ่ง, ก๊าซที่มีจำนวนอิเล็กตรอนกับไอออนบวกที่เท่ากันโดยประมาณ **-plasmatic** *adj.* (-S. plasm)

plaster (พลาส' เทอะ, แพลส'-) *n.* ปูนปลาสเตอร์, ปูนฉาบผนัง, ผ้ายางปิดแผล, ยาพอก, ยาเหนียวปิดแผล, ผงยิปซัม (gypsum) *-vt.* ปิดแผล, ฉาบปูน, พอกแป้ง, แนบ, พอก, ฉาบ, เสริมกลบ, ปลอบโยน **-plasterer** *n.* **-plastery** *adj. -Ex. Walls covered with plaster.*

plasterboard (พลาส' เทอะบอร์ด, แพลส'-) *n.* แผ่นกระดาษปิดฝาผนัง

plastered (แพลส' เทอร์ดฺ) *adj.* (คำสแลง) เมา

plaster of Paris ปูนขาวที่ใช้ปั้น หล่อ ฉาบ พอก หรืออุด

plastic (แพลส' ทิค) *adj.* หลอมหล่อได้, ปั้นได้, ซึ่งสามารถหลอมหล่อได้, สร้างได้, เกี่ยวกับการหล่อปั้นหรือแกะสลัก, เป็นรูปแบบ, เกี่ยวกับศัลยกรรมตกแต่ง, หลอกลวง, ไม่จริง, ผิวเผิน, ไร้รากฐาน *-n.* พลาสติก, วัตถุพลาสติก, บัตรเครดิต **-plastically** *adv.* **-plasticity** *n.*

plastic surgery ศัลยกรรมตกแต่ง

plate (เพลท) *n.* จานอาหาร, อาหารในจาน, อาหารและการบริการมื้อหนึ่ง, แผ่นโลหะ, ป้ายโลหะ (โดยเฉพาะป้ายชื่อ), แผ่นเหล็กต่อเรือ, แผ่นกระจก, แผ่นพิมพ์, เครื่องใช้ที่เป็นโลหะ, โล่รางวัล, การแข่งขันเพื่อโล่รางวัล, จานเรี่ยไรหรือรับเงินบริจาค, ภาชนะท้องเรียบ, ขั้วบวกไฟสูงของหลอดวิทยุ (หลอดสุญญากาศ) *-vt.* **plated, plating** ชุบ, ชุบไฟฟ้า, ตอกแผ่นโลหะ, พิมพ์ด้วยแผ่นพิมพ์

plateau (แพลโท') *n., pl.* **-teaus/-teaux** ที่ราบสูง, ช่วงระยะที่มีการเจริญเล็กน้อยหรือไม่มีการเจริญ *-vi.* ถึงระยะที่มีการเจริญเล็กน้อยหรือไม่มีการเจริญ

plateful (เพลท' ฟุล) *n., pl.* **-fuls** จำนวนเต็มจาน

platelet (เพลท' ลิท) *n.* เกล็ดเลือด (thrombocyte) ซึ่งเป็นรูปกลมหรือรูปไข่ขนาดครึ่งหนึ่งของเม็ดเลือดแดง มีบทบาทเกี่ยวกับการจับตัวเป็นลิ่มหรือก้อนของเลือด

platen (แพลท' เทิน) *n.* แท่นพิมพ์แบบกดกระดาษกับแผ่นเรียบ, ลูกกลิ้งแท่นพิมพ์กดเรียบ, ลูกกลิ้งของเครื่องพิมพ์ดีด

plater (เพล' เทอะ) *n.* ผู้พิมพ์, สิ่งที่พิมพ์, ม้าแข่งขันชั้นเลว

platform (แพลท' ฟอร์ม) *n.* แท่น, ชานชาลาสถานี, เวทีสำหรับกล่าวคำปราศรัย, ยกพื้น, ดาดฟ้า, แท่นยิง, แท่นปืนใหญ่, นโยบายของพรรคการเมือง, คำแถลงการณ์, การปราศรัยต่อมวลชน, การแสดงปาฐกถา *-Ex. a railroad platform, a speaker's platform, a political platform*

plating (เพล' ทิง) *n.* การชุบทอง เงินหรือโลหะอื่นๆ, ชั้นนอกของแผ่นโลหะ, เทคนิคการชุบ

platinum (แพลท' ทะนัม) *n.* ธาตุทองคำขาว

platinum blonde หญิงผมทองอ่อนหรือผมสีเงิน (มักเกิดจากการย้อมสีหรือใส่น้ำยา), สีทองอ่อนหรือสีเงิน

platitude (แพลท' ทะทูด, -ทิวดฺ) *n.* คำพูดที่ซ้ำซาก, ความซ้ำซาก, ความจำเจ **-platitudinous** *adj.* **-platitudinously** *adv.*

Plato (เพล' โท) นักปรัชญาชาวกรีก (เมื่อ 427-347 ปีก่อนคริสต์กาล)

Platonic, platonic (พละทอน' นิค, เพล-) *adj.* เกี่ยวกับเพลโตหรือปรัชญาของเขา, อุดมคติ, ความรักที่บริสุทธิ์ของชายหญิงซึ่งไม่มีเรื่องเพศเข้ามาเกี่ยวข้อง **-platonically** *adv.*

platoon (พละทูน') *n.* หมวด, หมวดทหาร, หมวดตำรวจ, หมวดเล็ก, กลุ่มคน, กลุ่มนักฟุตบอลประจำหน้าที่หนึ่งๆ *-vt., vi.* จัดเป็นหมวด, จัดเป็นกลุ่ม, จัดเป็นกอง

platter (แพลท' เทอะ) *n.* จานตื้นขนาดใหญ่, แผ่นเสียง

platypus (แพลท' ทิพิส) *n., pl.* **-puses/-pi** สัตว์จำพวก *Ornithorhynchus anatinus* พบในออสเตรเลียและแทสเมเนีย คล้ายตัวตุ่น มีปากคล้ายเป็ด มีเท้าเป็นพังผืด

plaudit (พลอ' ดิท) *n.* การตบมือแสดงความชื่นชมสรรเสริญ, การแสดงความชื่นชมอย่างกระตือรือร้น (-S. applause)

plausible (พลอ' ซะเบิล) *adj.* เป็นไปได้, มีเหตุผล, พอฟังได้, น่าเชื่อถือได้, มีฝีปากดี, นิ่มนวล **-plausibly** *adv.* **-plausibility, plausibleness** *n. -Ex. His excuse for being late sounded plausible at the time; but later* *we found out the truth.*

play (เพล) *n.* การเล่น, การล้อเล่น, การละเล่น, การหยอกล้อ, การหยอกเย้า, การแสดง, การบรรเลง, ละคร, เรื่องละคร, การปฏิบัติ, การเล่นการพนัน, การเล่นหมาก, การทิ้งไพ่, การเล่นแผ่นเสียงหรือเครื่องบันทึกเสียง, อิสรภาพ, การกวนไปมา, การกระโดดโลดเต้น *-vt., vi.* เล่น, ล้อเล่น, หยอกเย้า, แสดง, บรรเลง, เล่นละคร, ปฏิบัติ, พนัน **-playable** *adj.*

playback (เพล' แบค) *n.* การเปิดฟัง (แผ่นเสียง เทปบันทึก) ใหม่, การเล่นเทปที่อัดไว้, เครื่องเล่นเทปที่อัดไว้

playbill (เพล' บิล) *n.* รายงานการแสดง, ใบประกาศการแสดง

playboy (เพล' บอย) *n.* หนุ่มเจ้าสำราญ

player (เพล' เออะ) *n.* ผู้เล่น, นักกีฬา, ผู้บรรเลงดนตรี, เครื่องดนตรี, ผู้เล่นการพนัน

playfellow (เพล' เฟโล) *n.* เพื่อนเล่น

playful (เพล' เฟิล) *adj.* ขี้เล่น, ซน, สนุกสนาน, หยอกเล่น **-playfully** *adv.* **-playfulness** *n.* (-S. frolicsome, jolly) *-Ex. a playful puppy, a playful remark, a playful tap on the back*

playgoer (เพล' โกเออะ) *n.* ผู้ดูละคร, ผู้ชอบดูละคร **-playgoing** *n., adj.*

playground (เพล' เกรานดฺ) *n.* สนามเด็กเล่น

playhouse (เพล' เฮาซฺ) *n.* โรงภาพยนตร์, โรงละคร, บ้านเล็กๆ สำหรับเด็กเล่น, บ้านจำลองสำหรับเด็กเล่น

playing cards ไพ่, ไพ่ป๊อก

playing field สนามแข่ง

playmate (เพล' เมท) *n.* เพื่อนเล่น

playoff (เพล' ออฟ) *n.* การยืดเวลาการแข่งขัน, การแข่งขันชิงตำแหน่งชนะเลิศ

play on words การเล่นคำ

playpen (เพล' เพน) *n.* คอกสำหรับปล่อยเด็กให้เล่น

playsuit (เพล' ซูท) *n.* เสื้อกีฬาสำหรับเด็ก

plaything (เพล' ธิง) *n.* เครื่องเล่น, ของเล่น, ตุ๊กตา, คนที่ถูกหยอกเล่น

playtime (เพล' ไทมฺ) *n.* เวลาเล่น, เวลาพักผ่อน

playwright (เพล' ไรทฺ) *n.* นักเขียนบทละคร, อาชีพการเขียนบทละคร

plaza (พลา' ซะ, แพล' ซะ) *n.* ลานกว้างในตัวเมือง, ตลาดนัด

plea (พลี) *n.* คำแก้ตัว, คำแก้ต่าง, คำแก้ฟ้อง, ข้อต่อสู้ในอรรถคดี, คำขอร้อง, การขอร้อง, การวิงวอน *-Ex. the Court of Common Pleas, to make a plea for help*

plead (พลีด) *vt., vi.* **pleaded/pled/plead, pleading** แก้ต่าง, แก้ตัว, แก้ฟ้อง, ขอร้อง, วิงวอน**-pleadable** *adj.* **-pleader** *n.* **-pleadingly** *adv.* (-S. appeal, beg) *-Ex.The frightened girl pleaded with the others to stop tilting the canoe., This lawyer has pleaded before many judges., The tramp pleaded poverty when he was caught stealing.*

pleadings (พลีด' ดิงซฺ) *n. pl.* การแก้ต่าง, การเป็นทนาย, การแก้ตัว, การแก้ฟ้อง, การขอร้อง, การวิงวอน

pleasant (เพลซฺ' เซินทฺ) *adj.* สบายใจ, พอใจ, ให้ความพอใจ, ถูกใจ, สุภาพ, เรียบร้อย, ร่าเริง, มีมิตรไมตรีจิต **-pleasantly** *adv.* **-pleasantness** *n.* (-S. pleasing, welcome, gratifying)

pleasantry (เพลซฺ' เซินทรี) *n., pl.* **-ries** การหยอกล้อ, คำล้อเล่น, พฤติกรรมที่มีอารมณ์ขัน, ความตลก

please (พลีซ) *v.* **pleased, pleasing** *-vt.* ทำให้เพลิดเพลิน, ทำให้พอใจ, ทำให้ถูกใจ, กรุณา, โปรด *-vi.* ให้ความเพลิดเพลิน, ให้ความพอใจ, พอใจ, ต้องการ **-if you please** ถ้าคุณต้องการ *-Ex. This picture will please you., You will be pleased with it., a pleasing picture, I shall be very pleased to come., I shall do as I please.*

pleasing (พลีซ' ซิง) *adj.* เป็นที่พอใจ, เป็นที่ถูกใจ, ซึ่งทำให้พอใจ **-pleasingly** *adv.* **-pleasingness** *n.*

pleasurable (เพลช' เชอระเบิล) *adj.* น่าพอใจ, เป็นที่ถูกใจ, น่าสนุก, น่าสบายใจ **-pleasurability, pleasurableness** *n.* **-pleasurably** *adv.*

pleasure (เพลช' เชอะ) *n.* ความพอใจ, ความถูกใจ, ความสบาย, ความสุข, ความยินดี, ความต้องการ, ความปรารถนา *-v.* **-ured, -uring** *-vt.* ทำให้พอใจ, ทำให้ถูกใจ, ทำให้สบาย *-vi.* ยินดี, พอใจ **-pleasureful** *adj. -Ex. pleasure and pain, It's a pleasure to be able to help you.*

pleat (พลีท) *n.* รอยพับ, รอยจีบ *-vt.* พับ, จีบ

plebe (เพลบ) *n.* สามัญชน

plebeian (พลีบี' เอิน) *n.* สมาชิกสามัญชนในสมัยโรมันโบราณ, สามัญชน *-adj.* เกี่ยวกับสมาชิกสามัญชนในสมัยโบราณ, เกี่ยวกับสามัญชน **-plebeianism** *n.* **-plebeianly** *adv.*

plebiscite (เพลบ' บะไซทฺ, -ซิท) *n.* การลงคะแนนเสียงโดยประชาชนทั่วไป, การลงคะแนนชี้ขาดโดยประชาชนทั่วไป **-plebiscitary** *adj.*

plebs (เพลบซ) *n., pl.* **plebes** สามัญชน, ประชาชนทั่วไป

plectrum (เพลค' เทริม) *n., pl.* **-tra/-trums** แผ่นไม้หรือวัตถุอื่นที่ใช้ดีดสายเครื่องดนตรี

pled (เพลด) *vt., vi.* กริยาช่อง 2 และ 3 ของ plead *-Ex. Samai pled to make the trip with his father.*

pledge (เพลจฺ) *n.* คำปฏิญาณ, คำมั่นสัญญา, ข้อผูกมัด, หลักประกัน,ผู้ค้ำประกัน, การวางมัดจำ, การดื่มอวยพร *-vt.* **pledged, pledging** ให้คำปฏิญาณ, ให้คำมั่นสัญญา, ค้ำประกัน, วางมัดจำ, ดื่มอวยพร **-take the pledge** ให้คำมั่นสัญญาว่าจะไม่ดื่มสุรา **-pledger** *n.* **-pledgee** *n.* *-Ex. The boys gave a pledge to be kind to old people., to redeem one's pledge, to pledge allegiance to the flag, I'm holding his car as a pledge for the loan.*

Pleiades (พลี' อะดีซ, ไพล'-) *n. pl* กลุ่มดาวลูกไก่

Pleiocene (ไพล' โอซีน, -อะ-) *adj.* ดู Pliocene

Pleistocene (ไพลซฺ' โตซีน, -ทะ-) *adj.* เกี่ยวกับยุคเมื่อประมาณหนึ่งล้านปีก่อน เป็นยุคที่มนุษย์เริ่มกำเนิดขึ้นในโลก

plenary (พลี' นะริ, เพลน' นะ-) *adj.* เต็ม, เต็มที่, สมบูรณ์, เด็ดขาด, ครบองค์ **-plenarily** *adv.*

plenipotentiary (เพลนนิโพเทน' เชียรี, -ชะรี, -พะ-) *n., pl.* **-aries** คนที่มีอำนาจเต็มที่ *-adj.* มีอำนาจเต็ม, มีอำนาจสมบูรณ์, ให้อำนาจเต็มที่, เต็มที่, สมบูรณ์, ครบองค์

plenitude (เพลน' นิทูด, -ทิวด) *n.* ความเต็มที่, ความสมบูรณ์, ความอุดมสมบูรณ์ **-plenitudinous** *adj.*

plenteous (เพลน' เทียส) *adj.* อุดมสมบูรณ์, มากมาย, เยอะแยะ **-plenteously** *adv.* **-plenteousness** *n.* (-S. copious, abundant)

plentiful (เพลน' ทิเฟิล) *adj.* อุดมสมบูรณ์, มากมาย, เยอะแยะ (-S. abundant) **-plentifully** *adv.* **-plentifulness** *n.*

plenty (เพลน' ที) *n., pl.* **-ties** ความอุดมสมบูรณ์, ความมากมาย, ความเยอะแยะ, ความมั่งคั่ง *-adj.* อุดมสมบูรณ์, มากมาย *-adv.* เต็มที่, ทีเดียว (-S. affluence, abundance)

pleonasm (พลี' อะแนซึม, พลี' โอ-) *n.* ภาวะที่มีอวัยวะหรือส่วนของอวัยวะที่มากกว่า 2, การใช้คำมากเกินไป, สำนวนยืดยาด, คำยืดยาด **-pleonastic** *adj.* **-pleonastically** *adv.*

plethora (เพลธ' ธะระ) *n.* ความมีมากเกิน, ความอุดมสมบูรณ์เกินไป, ภาวะที่มีเม็ดเลือดแดงมากไป **-plethoric** *adj.* **-plethorically** *adv.*

pleura (พลู' ระ) *n., pl.* **-rae** เยื่อหุ้มปอด **-pleural** *adj.*

pleurisy (พลู' ระซี) *n.* โรคเยื่อหุ้มปอดอักเสบ **-pleuritic** *adj.*

plexiglass (เพลคซฺ' ซิแกลส) *n.* แผ่นกระจกทนความร้อนที่ทำด้วย polymer เบากว่ากระจกธรรมดาแต่ทนทานกว่า **-Plexiglas** เครื่องหมายการค้าของกระจกดังกล่าว

plexus (เพลค' เซิส) *n., pl.* **-uses/-us** ร่างแห, สิ่งที่ซับซ้อน, ร่างแหเส้นประสาทหรือเส้นโลหิตหรือหลอดน้ำเหลือง

pliable (ไพล' อะเบิล) *adj.* งอได้, ดัดง่าย, ยืดหยุ่น, เชื่อง่าย, ว่าง่าย, อ่อน, อ่อนโยน, นิ่มนวล, ปรับให้เข้ากับสิ่งแวดล้อมได้ **-pliability, pliableness** *n.* **-pliably** *adv.*

pliant (ไพล' เอินทฺ) *adj.* ดู pliable **-pliancy, pliantness** *n.* **-pliantly** *adv.*

plica (ไพล' คะ) *n., pl.* **-cae** กลีบ

pliers (ไพล' เออะซฺ) *n.pl.* คีม, ปากคีม, คีมปากนกแก้ว

plight[1] (ไพลทฺ) *n.* สถานการณ์ (โดยเฉพาะที่ไม่ดี), สภาพ, ชะตา, ความยากลำบาก

plight[2] (ไพลทฺ) *n.* คำมั่นสัญญา *-vt.* หมั้น, ให้คำมั่นสัญญา, รับรอง

plinth (พลินธฺ) *n.* ฐาน, เชิง, จาน

Pliocene (ไพล' โอซีน, -อะ-) *adj.* ยุคดึกดำบรรพ์เมื่อประมาณ 110 ล้านปีก่อน เป็นยุคที่มีจำนวนของสัตว์เลี้ยงลูกด้วยนมเพิ่มขึ้น

PLO ย่อจาก Palestine Liberation Organization องค์การปลดปล่อยปาเลสไตน์

plod (พลอด) *n.* เสียงเดินอย่างหนักอึ้งหรือลำบาก, ค่อยๆ เดิน, เพียรพยายาม *-vi.* **plodded, plodding** เดินอย่างหนักอึ้งหรือลำบาก, ค่อยๆ เดิน, เพียรพยายามทำงาน **-plodder** *n.* **-ploddingly** *adv.* (-S. trudge, drag) *-Ex. We heard the tired horse plodding along the road., Yai plodded away at his school work until he was first in his class.*

plop (พลอพ) *n.* เสียงดังป๋อมหรือแปะ, การตกลงไปดังป๋อมหรือแปะ *-v.* **plopped, plopping** *-vt.* วางลงดังแปะหรือป๋อม *-vi.* ทำให้เสียงคล้ายของตกน้ำ *-adv.* ดังแปะ, ดังป๋อม

plot (พลอท) *n.* ที่ดินแปลงเล็ก, แผนการ, แผนการลับ, แผนที่, แผนผัง, แผนที่หรือแผนผัง, เครื่องมือลากเส้นและวัดมุม (เช่น protractor) *-v.* **plotted, plotting** *-vt.* วางแผนลับ, เขียนแผนที่, เขียนแผนผัง, กำหนด *-vi.* วางแผนลับ, คบคิดวางแผน *-Ex. Some land near the city has been divided up into plots for new houses., a plot to kill the general of their own army, The spies plotted to destroy the bridge.,a very exciting plot*

plough, plow (เพลา) *n.* ไถ, เครื่องไถ, เครื่องกวาดหรือไถหิมะ **-Plough** ดาวไถ (Ursa Major) *-vt.* ไถกวาด, ไส, ปราบให้เรียบ *-vi.* ไถ, ไปอย่างช้าๆ, แล่นฝ่าผิวน้ำ **-plowable** *adj.* **plower** *n.*

plover (พลัฟ' เวอะ, โพล' เวอะ) *n., pl.* **plovers/plover** นกตัวสั้นๆ ในตระกูล Charadriidae

plow (เพลา) *n., vt., vi.* ดู plough

plowboy (เพลา' บอย) *n.* ลูกชาวนา, เด็กไถนา

plowman (เพลา' มัน) *n., pl.* **-men** ผู้ไถ, ชาวนา

plowshare (เพลา' แชรฺ) *n.* จานไถ

ploy (พลอย) *n.* วิธีการ, แผน (-S. maneuver, stratagem)

pluck (พลัค) *vt.* ดึง, เด็ด, ถอน, เก็บ, (คำสแลง) ปล้นปอกลอก, ดีดหรือกรีด(นิ้ว), ไม่ให้สอบผ่าน, ทำให้สอบตก *-vi.* ดึง, เด็ด, เก็บ, ฉวย *-n.* การดึง, การเด็ด, การถอน, การเก็บ, เครื่องในสัตว์ (หัวใจ ตับ ปอด), ความกล้าหาญ **-plucker** *n.* (-S. courage, heart, tug) *-Ex. Grandfather killed a chicken and plucked its feathers., The firemen showed pluck in saving the child from the burning building.*

plucky (พลัค' คี) *adj.* **pluckier, pluckiest** กล้าหาญ, กล้า **-pluckily** *adv.* **-pluckiness** *n.* *-Ex. That plucky dog will face a wildcat.*

plug (พลัก) *n.* จุก, เครื่องอุด, เครื่องเสียง, หัวเสียบ, ชิ้น (ผลไม้) ที่ตัดออกมาเพื่อดูความสุก, ไม้ก๊อก, สลัก, หัวเทียนเครื่องยนต์, ก้อนยาสูบที่อุดแน่นหรือใช้ปากเคี้ยว, (คำสแลง) ม้าชั้นเลว ม้าแก่, (ภาษาพูด) การโฆษณา, หมุดรังวัด, เหยื่อปลาเทียม *-v.* **plugged, plugging** *-vt.* อุด, จุก, เสียบ, (ภาษาพูด) โฆษณาผลิตภัณฑ์, ตัดชิ้น (ผลไม้) เพื่อดูความสุก, (คำสแลง) ยิง ชกต่อย *-vi.* (ภาษาพูด) ตรากตรำทำงาน **-plug in** เสียบสายไฟ **-plugger** *n.* *-Ex. Father plugged the hole in the pipe with a rag.*

plum (พลัม) *n.* ต้นพลัมจำพวก *Prunus*, ผลพลัม, ลูกเกดชนิดหนึ่ง สีม่วงเข้ม, สิ่งที่ดีเลิศ โดยเฉพาะงานที่ไม่ต้องเหนื่อยแต่ได้เงินมาก *-Ex. Among the jobs available she got the plum.*

P

plumage (พลู' มิจฺ) *n.* ขนนก, ขนนกทั้งตัว (-S. feathers) *-Ex. the beautiful plumage of a peacock*

plumate (พลู' เมท, -มิท) *adj.* คล้ายขนนก

plumb (พลัม) *n.* ลูกดิ่ง *-adj.* ตั้งฉาก, เป็นแนวดิ่ง *-adv.* อย่างตั้งฉาก, เป็นแนวดิ่ง, แท้จริง, โดยตรง, แม่นยำ, อย่างสมบูรณ์, อย่างเด็ดขาด *-vt.* วัดหรือหยั่งด้วยลูกดิ่ง, ค้นพบความจริง, ทิ้งดิ่ง, ทำให้ตั้งฉาก, หยั่งความลึกด้วยลูกดิ่งหรือเสียง, ตรวจสอบอย่างใกล้ชิด, ปิดด้วยตะกั่ว, ใส่ตะกั่วเพิ่มน้ำหนัก, ติดท่อตะกั่ว *-vi.* ทำงานเป็นช่างท่อน้ำ **-out of/off plumb** ไม่ตรงกับเส้นตั้งฉาก (-S. search, weight)

plumbago (พลัมเบ' โก) *n., pl.* **-gos** ดู graphite, ตะกั่วดำ **-plumbaginous** *adj.*

plumb bob ลูกดิ่ง (-S. plummet)

plumber (พลัม' เมอะ) *n.* ช่างท่อประปา, ช่างท่อน้ำ, ช่างตะกั่ว

plumbing (พลัม' มิง) *n.* การทำท่อน้ำ, กิจกรรมหรือธุรกิจการทำท่อน้ำ

plume (พลูม) *n.* ขนนก, ขนนกปักหมวก, ขนอ่อนของนก, ส่วนที่คล้ายขนนก, สัญลักษณ์แห่งเกียรติยศ, ดู plumage *-vt.* **plumed, pluming** ประดับด้วยขนนก *-Ex. All horses had plumes in their bridles., The bird plumed its feathers., Anong plumes herself on her singing.*

P

plummet (พลัม' มิท) *n.* ลูกดิ่ง, ลูกตุ้ม, สิ่งกดถ่วง, ดู plumb bob *-vi.* ตกฮวบลง, ตกดิ่งลง

plump¹ (พลัมพฺ) *adj.* อิ่มเอิบ, จ้ำม่ำ, มีเนื้อ, ค่อนข้างอ้วน, อวบแน่น *-vi., -vt.* ทำให้อิ่มเอิบ (จ้ำม่ำ) **-plumpish** *adj.* **-plumpness** *n.* **-plumply** *adv. -Ex. Our baby is plump.*

plump² (พลัมพฺ) *vi.* ตกลงมาฮวบ, พูดโพล่ง, โผล่พรวด, ถลันออกมา, ลงคะแนนสนับสนุนคนๆ หนึ่งโดยเฉพาะ *-vt.* หล่นฮวบ *-n.* การตกลงฮวบ, เสียงตกลงมาดังฮวบ *-adv.* ตกลงมาฮวบ, พูดโพล่ง, โดยตรง, อย่างฉับพลัน, ปะทะโครม, กระทบโดยตรง *-adj.* โดยตรง, ทื่อๆ, โผงผาง *-Ex. Somsri plumped the bundles on the table and plumped into a chair., The cow fell off the bridge plump into the water.*

plumy (พลู' มี) *adj.* **plumier, plumiest** คล้ายขนนก, ปกคลุมด้วยขนนก

plunder (พลัน' เดอะ) *vt.* ปล้น, ปล้นสะดม, ขโมย, โกง, ลัก, ยักยอก *-vi.* ร่วมปล้น *-n.* การปล้น, การปล้นสะดม, การขโมย, การยักยอก, ของที่ปล้นมา, ของที่ขโมยมา **-plunderer** *n.* **-plunderous** *adj. -Ex. Indians plundered the wagon train., The retreating army left its plunder behind.*

plunge (พลันจฺ) *vt., vi.* จุ่ม, จุ้ม, จ้วง, โผ, พรวด, สอด, ทำให้ถลำเข้า, ผลัก, เป็นหนี้ *-n.* การจุ่ม, การจุ้ม, การจ้วง, การโผ, การพรวด, การสอด, การถลำ, การกระโดด, การพรวดพราด, สถานที่กระโดดน้ำ, สถานที่ว่ายน้ำ, **-take the plunge** ตัดสินใจกะทันหัน *-Ex. The swimmer plunged into the pool., Samai has no money; and is plunged into debt., Dang was plunged deep in despair., Somchai took a plunge into the cool water.*

plunger (พลัน' เจอะ) *n.* ผู้กระโดดน้ำ, เครื่องสูบ, คนบ้าระห่ำ, คนไม่ยั้งคิด

plunk (พลังคฺ) *vt.* เสียบปลั๊กหรือตีสาย (กีตาร์ แบนโจ ฯลฯ), โยนเสียงดัง *-vi.* ตกลงฮวบ, ดีดสายดนตรีดัง *-n.* การดีด การตี หรือเสียงดีด เสียงตี *-adv.* ด้วยเสียงดีดสาย หรือเสียงหนักๆ **-plunker** *n.*

pluperfect (พลู' เพอฟิคทฺ, พลูเพอ'-) *adj., n.* อดีตกาล, สมบูรณ์

plural (พลู' เริล) *adj.* พหูพจน์, มีจำนวนมากกว่าหนึ่ง, มากมาย *-n.* พหูพจน์, จำนวนที่มีมากกว่าหนึ่ง, รูปแบบที่เป็นพหูพจน์

pluralism (พลู' เริลลิซึม) *n.* ทฤษฎีพหูพจน์, จำนวนมาก, หลายฝ่าย, หลายประเภท, ความมีมากเกิน, ทฤษฎีทวินิยม **-pluralist** *n., adj.* **-pluralistic** *adj.* **-pluralistically** *adv.*

plurality (พลูแรล' ละที) *n., pl.* **-ties** ความมีคะแนนมากเกิน, เสียงข้างมาก, จำนวนส่วนมาก, จำนวนที่มากกว่าหนึ่ง, ความมากมาย, การดำรงหลายตำแหน่ง

pluralize (พลู' เริลไลซฺ) *vt., vi.* **-ized, -izing** ทำให้เป็นพหูพจน์, ทำให้มีจำนวนมาก **-pluralization** *n.* **-pluralizer** *n.*

plurally (พลู' เริลลี) *adv.* มาก, ในรูปพหูพจน์

plus (พลัส) *prep.* มาก, เพิ่ม, เพิ่มเข้าไป, กับ *-adj.* เพิ่ม, บวก, ดีเป็นพิเศษ *-adv.* ด้วย, และ *-n., pl.* **pluses/plusses** จำนวนที่เพิ่มขึ้น, ของส่วนเพิ่ม, ส่วนเกิน, ผลกำไร *-Ex. An A plus is the highest mark at many schools., Good planning plus hard work make for success.*

plus fours กางเกงกีฬาที่กว้างใหญ่

plush (พลัช) *n.* สิ่งทอผ้ากำมะหยี่ขนยาว, กางเกงผ้ากำมะหยี่ขนยาว *-adj.* มั่งคั่ง, หรูหรา, ฟุ่มเฟือย **-plushily** *adv.* **-plushy** *adj.* **-plushiness** *n.*

Pluto (พลู' โท) *n.* ดาวนพเคราะห์ที่เล็กที่สุดและอยู่ไกลสุดจากดวงอาทิตย์ในระบบสุริยจักรวาล, ดาวพระยม, ยมบาล, เจ้าแห่งเมืองนรก

plutocracy (พลูทอค' ระซี) *n., pl.* **-cies** การปกครองด้วยเงิน, อำนาจเงิน, การปกครองโดยคนมีเงิน, พวกคนรวย

plutocrat (พลู' ทะแครท, -โท-) *n.* คนมีเงินที่มีอำนาจปกครอง, ผู้ปกครองด้วยอำนาจเงิน **-plutocratic** *adj.* **-plutocratically** *adv.*

plutonium (พลูโท' เนียม) *n.* ชื่อธาตุกัมมันตรังสีชนิดหนึ่ง มีสัญลักษณ์คือ Pu

pluvial (พลู' เวียล) *adj.* เกี่ยวกับฝน, เกิดขึ้นจากฝน

ply¹ (ไพล) *v.* **plied, plying** *-vt.* ใช้, ใช้สอย, ปฏิบัติงาน, ยุ่งกับงาน, ยุ่งอยู่เรื่อย, เสนอให้อยู่เรื่อย, กวนไม่หยุด, แล่นไปมา *-vi.* วิ่งหรือเดินทางไปมา, ยุ่งกับงาน (-S. work at, handle) *-Ex. to ply with food, to ply with questions, Sombut plied his oars while she watched., to ply a trade*

ply² (ไพล) *n., pl.* **plies** ความหนาหนึ่งชั้น, ชั้น, พับ, ไม้อัดแผ่นเกลียว, แผ่นซ้อน, ความโน้มเอียง *-vt., vi.* โค้ง, บิด *-Ex. Two plies of cloth go into this collar.,*

plywood 653 **pointed**

That collar is triple ply for strength.
plywood (ไพล' วูด) *n.* ไม้อัด
p.m., pm, P.M., PM หลังเที่ยง, ช่วงเวลาเที่ยงวันกับเที่ยงคืน, ย่อจาก Prime Minister นายกรัฐมนตรี
Pm สัญลักษณ์ของธาตุ promethium
pneumatic (นิวแมท' ทิค, นู-) *adj.* เกี่ยวกับอากาศ ก๊าซ หรือลม, มีอากาศอัดอยู่, ประกอบด้วยโพรงอากาศ **-pneumatically** *adv.*
pneumatics (นิวแมท' ทิคซฺ, นู'-) *n. pl.* อากาศวิทยา, ก๊าซวิทยา
pneumonia (นิวมอน' เนีย, -โม' เนีย, นู-) *n.* โรคปอดอักเสบ, โรคปอดบวม **-pneumonic** *adj.*
Po สัญลักษณ์ของธาตุ polonium
PO ย่อจาก Petty Officer, postal order, Post Office, post office box
poach[1] (โพช) *vi., vt.* ลุกล้ำ, ล้ำ, ขโมยจับสัตว์ในที่ดินของคนอื่น, ล่าสัตว์หรือจับปลาอย่างผิดกฎหมาย, ถูกย่ำเป็นเลนหรือเป็นหลุม, ชิงตีลูก, แย่ง, แหย่ **-poacher** *n.* (-S. trespass)
poach[2] (โพช) *vt.* ทอดผักหรือต้มของเหลวที่ร้อนต่ำกว่าจุดเดือดนิดหน่อย
pock (พอค) *n.* ฝี หนอง (โดยเฉพาะฝีดาษ), แผลเป็นที่เกิดจากฝี, หลุม, บ่อ
pocket (พอค' คิท) *n.* กระเป๋าเสื้อหรือกางเกง, ถุงเล็ก, หลุม, หลุมแร่, หลุมบิลเลียด, ส่วนที่คล้ายถุงหรือกระเป๋า, โพรง, ช่อง *-vt.* ใส่กระเป๋า, มีกระเป๋า, ครอบครอง, ปิดบัง, ห้อมล้อม, แทง (ลูกบิลเลียด) ลงหลุม, อดกลั้น, ข่มความรู้สึก, หน่วงเหนี่ยว *-adj.* เล็กจนใส่กระเป๋าได้, ค่อนข้างเล็ก **-in someone's pocket** อยู่ภายใต้อิทธิพลของเขา *-Ex. an empty pocket, Anything that touches his pocket.*
pocketbook (พอค' คิทบุค) *n.* กระเป๋าเล็กที่ใส่กระเป๋าได้, กระเป๋าหนังหนีบ, หนังสือฉบับกระเป๋า, สมุดพก
pocket book หนังสือฉบับกระเป๋า
pocketful (พอค' คิทฟุล) *n., pl.* **-fuls** จำนวนเต็มกระเป๋า
pocketknife (พอค' คิทไนฟฺ) *n., pl.* **-knives** มีดติดตัว
pocket money เงินติดตัว, เงินติดกระเป๋า
pocket-size (พอค' คิทไซซฺ) *adj.* ขนาดกระเป๋า, เล็กจนใส่ในกระเป๋าได้ (-S. pocket-sized)
pockmark (พอค' มาร์ค) *n.* รอยแผลฝีดาษหรือฝีหนอง *-vt.* ทำให้เกิดแผลเป็นคล้ายแผลฝีดาษ **-pockmarked** *adj.*
pod (พอด) *n.* ฝักถั่ว, รังไหม, ห้องโยง, ห้องที่แยกออกได้จากยานอวกาศ เครื่องบิน หรืออื่นๆ *-vi.* **podded, podding** ทำให้เกิดฝักหรือห้องดังกล่าว, ออกฝัก **-podlike** *adj.*
podgy (พอจ' จี) *adj.* **podgier, podgiest** อ้วนเตี้ย
podium (โพ' เดียม) *n., pl.* **-dia** ส่วนยื่นที่คล้ายเท้า, เท้าหรือมือ, พลับพลาต่ำๆ, แท่น
poem (โพ' เอิม) *n.* บทกวี, โคลง, กลอน, ฉันท์, กาพย์, กวีนิพนธ์, บทประพันธ์ร้อยแก้ว, สิ่งที่มีลักษณะเป็นบทกวี
poesy (โพ' อะซี, -ซี) *n., pl.* **-sies** ดู poetry
poet (โพ' เอิท) *n.* นักกวี, บุคคลที่มีความสามารถในการประพันธ์บทกวีและจินตนาการที่แสดงความคิดในลักษณะภาษาที่ไพเราะ (-S. versifier, bard)
poetaster (โพ' เอิทแทสเทอร์, -อะแทส-) *n.* นักกวีชั้นเลว
poetess (โพ' อิทิส) *n.* นักกวีหญิง
poetic (โพเอิท' ทิค) *adj.* เกี่ยวกับบทกวี, มีลักษณะเป็นบทกวี, เกี่ยวกับนักกวี, ซึ่งมีชื่อเสียงในการประพันธ์บทกวี *-n.* ดู poetics *-Ex. Grandmother found the minister's sermon on beauty very poetic., poetic diction, in poetic form, the poetic works of Shakespeare, a poetic landscape, a poetic story, a poetic appearance*
poetical (โพเอิท' ทิเคิล) *adj.* ดู poetic **-poetically** *adv.*
poetics (โพเอท' ทิคซฺ) *n.pl.* การวิจารณ์หรือทฤษฎีที่ว่าด้วยการเขียนบทกวี, ฉันทลักษณ์, บทกวีนิพนธ์, อารมณ์แห่งกวีนิพนธ์
poet laureate (-ลอ' รีเอท) *n., pl.* **poets laureate/poet laureates** นักกวีราชสำนัก, นักกวีที่มีชื่อเสียงที่สุด
poetry (โพ' อะทรี) *n.* การประพันธ์บทกวี, กวีนิพนธ์, ลักษณะของกวีนิพนธ์, ความรู้สึกหรือความหมายในรูปกวีนิพนธ์ *-Ex. Samai writes good prose but has no talent for poetry., a book of poetry, the poetry of a mountain sunset*
pogrom (โพกรอม', โพ' เกริม, โพกรัม', พะ-) *n.* การสังหารหมู่ (โดยเฉพาะการสังหารพวกยิว) (-S. slaughter)
poi (พอย, โพ' อี) *n.* อาหารที่ทำด้วยเผือก (taro root) ของชาวฮาวาย
poignant (พอย' เยินทฺ, พอย' เนินทฺ) *adj.* เจ็บปวด, เจ็บแสบ, สาหัส, ฉุน, เผ็ดร้อน, คมกริบ, แหลม, รุนแรง, สะเทือนอารมณ์ **-poignancy** *n.* **-poignantly** *adv.*
poinciana (พอยซีแอน' นะ, -เอ' นะ, -อา' นะ) *n.* ต้นไม้จำพวกหนึ่งที่มีดอกสีส้มหรือแดงเข้ม ต้นจำพวก *Caesalpinia*, ต้นนกยูงฝรั่ง, ต้นจำพวกผีเสื้อเหลือง
poinsettia (พอยเซท' เทีย, -เซท' ทะ) *n.* พืชจำพวก *Euphorbia pulcherrima*, ต้นจำพวกง้าวใหญ่หรือชะนี
point (พอยนฺทฺ) *n.* จุด, จุดประสงค์, จุดเครื่องหมาย, จุดทศนิยม, สิ่งที่มีปลายแหลม, สถานที่, ตำแหน่ง, ทิศทาง, ขั้น, ตอน, สิ่งที่สำคัญที่เข้าใจ, ประเด็น, จุดสำคัญ, เอกลักษณ์, ข้อแนะ, หน่วย, หน่วยวัด, ขีด, หัวกุญแจรถราง, ทหารสอดแนม, คะแนน, หน่วยน้ำหนัก (ของเพชรพลอย) ที่เท่ากับ $\frac{1}{100}$ กะรัต, หน่วยวัดตัวพิมพ์ที่เท่ากับ 0.013837 นิ้ว ($\frac{1}{72}$ นิ้ว) หรือ $\frac{1}{12}$ pica, การชี้ *-vt.* ชี้, ชี้ให้ดู, ชี้ไปทาง, เล็ง, แสดงให้เห็น, แจ้ง, ทำให้แหลม, เสริม, ใส่จุดทศนิยม, (สุนัขล่าเนื้อ) ยืนนิ่งและหันไปทางสัตว์ที่ตามล่า *-vi.* ชี้, ชี้ให้ดู, ชี้ไปทาง, เล็ง, แสดงให้เห็น, (เรือ) แล่นรับลม, (สุนัขล่าเนื้อ) ยืนนิ่งและหันไปทางสัตว์ที่ตามล่า **-in point** เข้าประเด็น, ทำได้ **-make a point of** ถือว่าสำคัญ **-in point of** เกี่ยวกับ **-to the point** เข้าประเด็น, เกี่ยวข้อง *-Ex. The stock has fallen two points., Arithmetic is not her strong point.*
point-blank (พอยนฺทฺ' แบลงคฺ') *adj.* ยิงในระยะใกล้, ในระยะเผาขน, ตรงไปตรงมา, ชัดแจ้ง *-adv.* โดยตรง, ในแนวเส้นตรง, เปิดเผย, โผงผาง
pointed (พอยนฺ' ทิด) *adj.* แหลม, แหลมคม, คมกริบ,

P

สำคัญ, มีผลโดยตรง, ชัดเจน, เด่นชัด **-pointedly** *adv.* **-pointedness** *n.* (-S. sharp, acute) *-Ex. Somsri made a pointed remark about my bad grades.*

pointer (พอยนฺ' เทอะ) *n.* ผู้ชี้นำ, เข็มชี้, พลปืนที่ทำหน้าที่ในการเล็งปืน, สุนัขล่าเนื้อพันธุ์หนึ่งที่มีขนสั้น, คำแนะนำ **-the Pointers** ชื่อดาว 2 ดวงในกลุ่มดาว Big Dipper (หรือดาวจระเข้) *-Ex. When the pointer scented the rabbit he stood absolutely still., The teacher touched each word on the blackboard with her pointer.*

pointer

pointillism (แพวน' ทะลิซึม) *n.* ทฤษฎีและเทคนิคการวาดภาพของ French impressionists ซึ่งยึดหลักทฤษฎีวิทยาศาสตร์ที่ว่าการนำจุดสีบริสุทธิ์ (เช่น สีน้ำเงินและสีเหลือง) มาประชิดกันบนพื้นขาวจะทำให้เห็นเป็นอีกสีหนึ่ง (เช่น เขียว) เมื่อมองจากที่ไกล **-pointillist** *n., adj.* **-pointillistic** *adj.*

pointless (พอยนฺทฺ' ลิส) *adj.* ไร้จุด, ทื่อ, ไร้กำลัง, ไร้ความหมาย, ไม่ได้คะแนน, ไม่ได้แต้ม **-pointlessly** *adv.* **-pointlessness** *n.*

point of view ความเห็น, แง่คิด

poise (พอยซ) *n.* ภาวะดุลยภาพ, ความเสมอภาค, ความเท่ากัน, การทรงตัว, สติ, ความสุขุม, ความมั่นใจ, อิริยาบถของร่างกาย, การบินร่อน *-v.* **poised, poising** *-vt.* ทรงตัว, ปรับตัว, ทำให้อยู่ในดุลยภาพ *-vi.* ทรงตัว, บินร่อน (-S. composure) *-Ex. The dancer poised on the toes., The earth is poised in space., the fine poise of a ballet dancer, Anyone who speaks in public must have poise., the poise of a tightrope walker*

poison (พอย' เซิน) *n.* ยาพิษ, ภัยอันตราย *-vt.* ให้ยาพิษ, ฆ่าหรือทำให้เกิดอันตรายด้วยยาพิษ, ทำลาย, ทำให้เสีย *-adj.* เป็นพิษ **-poisoner** *n.* *-Ex. Father poisoned the rats by putting rat poison in the cellar.*

poison ivy พืชจำพวก *Rhus radicans* ที่มีผลเล็กๆ สีขาว ใบมีกลุ่มละ 3 ใบ

poison ivy

poisonous (พอย' เซินนัส) *adj.* เป็นพิษ, เป็นภัย, มีพิษ, มีอันตราย, ร้าย **-poisonously** *adv.* **-poisonousness** *n.* (-S. deadly, fatal) *-Ex. a poisonous rumour*

poison-pen (พอย' เซิน เพน') *adj.* มีเจตนาร้าย, ต้องการทำลายชื่อเสียง(มักเป็นข้อเขียนที่ไม่ปรากฏนาม)

poke[1] (โพค) *v.* **poked, poking** *-vt.* แหย่, กระทุ้ง, กระแทก, ปัก, เสียบ, ดัน, กระตุ้น *-vi.* แหย่, กระทุ้ง, กระแทก, ค้นหา *-n.* การผลัก, การดัน **-poke fun (at)** หัวเราะ (-S. prod, push, thrust) *-Ex. Baby poked her finger into the paint to see what it felt like., to poke a fire, Dang gave me a poke with his elbow.*

poke[2] (โพค) *n.* ถุง, กระเป๋า, กระเป๋าใส่ธนบัตร, กระสอบ

poker[1] (โพ' เคอะ) *n.* ผู้แหย่, สิ่งที่ใช้แหย่, แท่งเหล็กหรือโลหะที่ใช้แหย่

poker[2] (โพ' เคอะ) *n.* ไพ่โป๊กเกอร์

poker face ตีหน้าตาย, ใบหน้าเฉยเมย

poky, pokey (โพ' คี) *adj.* **pokier, pokiest** ช้า, เล็ก, คับแคบ, เฉื่อยชา **-pokily** *adv.* **-pokiness** *n.*

Poland (โพ' เลินดฺ) ประเทศโปแลนด์

polar (โพ' เลอะ) *adj.* เกี่ยวกับขั้ว, ซึ่งมีลักษณะอยู่ตรงกันข้าม, จุดกลาง, เกี่ยวกับดาวเหนือ, เกี่ยวกับขั้วโลก *-Ex. a polar exploration, polar ice*

polar bear หมีขาวขนาดใหญ่จำพวก *Thalarctos maritimus*

polar bear

Polaris (โพแลร์' ริส) *n.* ดาวเหนือดวงหนึ่งอยู่ในกลุ่มดาวไถ (Ursa Minor)

polarity (โพแล' ระที) *n., pl.* **-ties** คุณสมบัติของการมีขั้วหรือมีผลตรงข้ามที่ปลายทั้งสอง, ลักษณะขั้ว, ความตรงกันข้าม

polarization (โพเลอริเซ' ชัน) *n.* การทำให้หันไปทางทิศเหนือหรือเป็นแม่เหล็ก, ภาวะรังสีของแสงซึ่งมีการสั่นในทางหรือ plane เดียวเท่านั้นหรือขนานกับ plane เดียวหรือในวงกลมหรือกลมรูปไข่

polarize (โพ' เลอไรซ) *vt., vi.* **-ized, -izing** ทำให้เป็นขั้ว, ได้รับขั้ว **-polarizable** *adj.* **-polarizer** *n.*

Polaroid (โพ' เลอรอยดฺ) เครื่องหมายการค้าของกล้องชนิดหนึ่งที่มีวัตถุที่ทำให้เกิด polarizing light โดยกระบวนการทำให้เกิดสองสี (dichroism), กล้องถ่ายรูปที่ให้ภาพสีภายในเวลาไม่กี่วินาที (มีชื่อเต็มว่า Polaroid camera, Polaroid Land camera)

polder (โพล' เดอะ) *n.* ที่ลุ่ม (โดยเฉพาะในเนเธอร์แลนด์)

Pole (โพล) *n.* ชาวโปแลนด์

pole[1] (โพล) *n.* ไม้ยาว, ไม้เสา, เสาโทรเลข, ไม้ราว, เสาธง, ไม้ถ่อ, ไม้คาน *-vt., vi.* **poled, poling** จัดให้มีไม้ดังกล่าว, ใช้ไม้ค้ำ, ใช้ไม้ถ่อเรือ, ถ่อเรือด้วยไม้ยาว

pole[2] (โพล) *n.* ขั้ว, ขั้วโลก, ขั้วแม่เหล็ก, ขั้วไฟฟ้า, ขั้วแบตเตอรี่, จุดแห่งความสนใจ, จุดที่อยู่ตรงกันข้าม, จุดขั้วของวงแหวนหรือของเส้น **-poles apart** ทัศนะ ความสนใจหรืออื่นๆ ตรงกันข้ามที่สุด

poleax, poleaxe (โพล' แอคซฺ) *n., pl.* **-axes** ขวานด้ามยาวที่ใช้เป็นอาวุธในยุคกลาง *-vt.* **-axed, -axing** ฟันหรือฆ่าด้วยขวานดังกล่าว

polecat (โพล' แคท) *n., pl.* **-cats/-cat** สัตว์เลี้ยงลูกด้วยนมจำพวก *Mustela putorius* มีลักษณะคล้ายแมว

polemics (พะเลม' มิคซฺ, โพ-) *n. pl.* ศิลปะการโต้เถียงหรือโต้แย้ง, สาขาศาสนวิทยาที่เกี่ยวกับการโต้แย้งปัญหาธรรมะ

polestar, Pole Star (โพล' สทาร์) *n.* ดาวเหนือ, ดู Polaris, ตัวนำทาง, จุดสนใจ

pole vault, pole jump กีฬากระโดดค้ำถ่อ **-pole-vault** *vi.* **-pole-vaulter** *n.*

police (พะลีส', โพ-, พลีส) *n.* ตำรวจ, เจ้าหน้าที่ตำรวจ, การควบคุมและรักษาความสงบเรียบร้อยของชุมชน *-vt.* **-liced, -licing** รักษาความสงบเรียบร้อย, ทำความสะอาด *-Ex. a police record*

police dog สุนัขโดยเฉพาะพันธุ์เยอรมันเชปเพิร์ดที่ถูกฝึกให้เป็นสุนัขตำรวจ

policeman (พะลีส' เมิน, โพ-) *n., pl.* **-men** ตำรวจ

police station สถานีตำรวจ
policy[1] (พอล' ละซี) *n., pl.* **-cies** นโยบาย, วิถีทาง, ยุทธวิธี, หลักการ, ความฉลาด, ความสุขุม (-S. strategy) *-Ex. The new librarian has changed the library policy.*
policy[2] (พอล' ละซี) *n., pl.* **-cies** กรมธรรม์ประกันภัย
policyholder (พอล' ละซีโฮลเดอะ) *n.* ผู้เอาประกันภัย
polio (โพ' ลีโอ) *n.* ดู poliomyelitis
poliomyelitis (โพลีโอไมอะไล' ทิส) *n.* โรคสารสีเทา (gray matter) ของไขสันหลังอักเสบ, โรคโปลิโอ (-S. acute anterior poliomyelitis)
polish (พอล' ลิช) *vt.* ขัด, ขัดเงา, ขัดมัน, ขัดถู, ทำให้เป็นเงาวาว, ทำให้ประณีตละเอียด, ทำให้งดงาม *-vi.* เป็นเงาวาว *-n.* สภาพที่ถูกขัดเป็นเงาวาว, สิ่งที่ใช้ขัดเงา, ความเงาวาว, ความประณีตละเอียด, ความงดงาม, ความเรียบร้อย, ความเกลี้ยงเกลา **-polisher** *n.*
Polish (โพ' ลิช) *adj.* เกี่ยวกับโปแลนด์ (ประเทศ, ภาษาหรือวัฒนธรรม) *-n.* ภาษาโปแลนด์ (เป็นภาษาสลาฟภาษาหนึ่ง)
polished (พอล' ลิชท) *adj.* ขัดเกลี้ยง, เป็นเงาวาว, ไม่มีมลทิน, เรียบร้อย, งดงาม (-S. refined)
Politburo (พอล' ลิทบิวโร, โพ' ลิท-, โพลิท'-, พะ-) *n.* ชื่อคณะกรรมการหนึ่งของพรรคคอมมิวนิสต์ในโซเวียต (อดีต)
polite (พะไลท', โพ-) *adj.* สุภาพ, มีมารยาท, นอบน้อม, มีคารวะ, มีกิริยาเรียบร้อย, ได้รับการอบรมมา **-politely** *adv.* **-politeness** *n.* (-S. courteous, civil) *-Ex. a polite answer, in polite society*
politesse (พอลลิเทส') *n.* ความสุภาพเรียบร้อย
politic (พอล' ลิทิค) *adj.* ฉลาด, มีไหวพริบ, เฉียบแหลม, ปราดเปรื่อง, สุขุม, มีเล่ห์ *-vi.* **-ticked, -ticking** ทำการรณรงค์ทางการเมือง การหาเสียง **-politicly** *adv.* *-Ex. The speaker soothed the angry audience by his politic answers.*
political (พะลิท' ทิเคิล, โพ-) *adj.* เกี่ยวกับการเมือง, เกี่ยวกับพรรคการเมือง, เกี่ยวกับรัฐหรือรัฐบาล, ซึ่งมีนโยบายหรือระบบการปกครองที่แน่นอน **-politically** *adv.*
political science รัฐศาสตร์ **-political scientist** นักรัฐศาสตร์
politician (พอลลิทิช' ชัน) *n.* นักการเมือง, บุคคลผู้แสวงตำแหน่งอำนาจโดยวิธีการที่น่าสงสัย, ผู้ดำรงตำแหน่งหน้าที่ทางการเมือง
politicize (พะลิท' ทะไซซ, โพ-) *v.* **-cized, -cizing** *-vt.* ทำให้เป็นการเมือง *-vi.* เกี่ยวข้องหรืออภิปรายเรื่องการเมือง, เล่นการเมือง **-politicization** *n.*
politicking (พอล' ลิทิคคิง) *n.* การเล่นการเมือง, การดำเนินเรื่องการเมือง
politico (พะลิท' ทิโค, โพ-) *n., pl.* **-cos** นักการเมือง
politics (พอล' ลิทิคซ) *n. pl.* การเมือง, วิชาการเมือง, รัฐศาสตร์, ศิลปะการปกครองโดยรัฐ, เรื่องการเมือง, หลักการหรือข้อคิดเห็นทางการเมือง, การใช้เล่ห์กระเท่ห์ในการแสวงหาตำแหน่งหรืออำนาจ *-Ex. enter politics, not good politics to do so, Samai is active in local politics and is running for mayor.*
polity (พอล' ละที) *n., pl.* **-ties** แบบการปกครอง, ระบบการปกครอง, องค์การปกครอง, องค์การของรัฐ
polka (โพล' คะ) *n.* การเต้นรำชนิดหนึ่งของ Bohemia, ดนตรีที่ประกอบการเต้นรำดังกล่าว *-vi.* เต้นระบำดังกล่าว
polka dot (โพ' คะ, โพล-) ลายดอกเป็นจุดเล็กๆ ของสิ่งทอ **-polka-dot** *adj.*
poll (โพล) *n.* การลงคะแนนเสียงเลือกตั้ง, การออกเสียงเลือกตั้ง, รายชื่อผู้ไปลงคะแนนเสียงเลือกตั้ง, บุคคลที่ปรากฏในรายชื่อ, การสำรวจความคิดเห็นของคนจำนวนมาก, ส่วนหลังของหัวม้า, ส่วนของหัวสัตว์บางชนิดที่อยู่ระหว่างใบหู, ส่วนปลายกว้างของหัวค้อน *-vt.* รับลงบัตรคะแนนเสียง, ได้รับคะแนนเลือกตั้ง, ออกเสียงลงคะแนน, สำรวจความคิดเห็น, ตัดผมสั้น, ตัดเขา (สัตว์) *-vi.* ลงคะแนนเลือกตั้ง, ออกเสียงเลือกตั้ง **-polls** สถานที่เลือกตั้ง **-poller** *n.* *-Ex. Father and Mother go to the polls to vote., The poll goes on all day., a large poll, The poll was 88 for Daeng and 64 for Udom., Samai polled over 8,000 votes., This magazine has the results of a poll on foreign aid., to poll the town on the building project, to poll housewives on their favourite brands*
pollack (พอล' ลัค) *n.* ชื่อพันธุ์ปลาตระกูลคอด (-S. pollock)
pollen (พอล' เลิน) *n.* ละอองเกสรดอกไม้, เรณู
pollen count การนับจำนวนเกสรในอากาศในช่วงระยะเวลาหนึ่ง
pollinate (พอล 'ละเนท) *vt.* **-nated, -nating** นำละอองสู่เกสรตัวเมีย **-pollination** *n.* **-pollinator** *n.*
polliwog (พอล' ลีวาก, -วอก) *n.* ลูกกบ (-S. pollywog)
pollster (โพล' สเทอะ) *n.* ผู้มีอาชีพสำรวจความคิดเห็นของคนทั่วไป, ผู้สำรวจประชามติ
poll tax ภาษีรายตัว, รัชชูปการ
pollutant (พะลูท' เทินท) *n.* สิ่งที่ทำให้สกปรก, ตัวทำให้สกปรก, ของเสีย
pollute (พะลูท') *vt.* **-luted, -luting** ทำให้สกปรก, ทำให้เปรอะเปื้อน, ทำให้เสียหาย **-polluter** *n.* **-pollution** *n.* (-S. defile) *-Ex. The boys polluted the well by throwing rubbish into it., The stream was so polluted with garbage that the fish died.*
polo (โพ' โล) *n.* กีฬาตีคลีบนหลังม้าประกอบด้วยผู้เล่นฝ่ายละ 4 คน, กีฬาโปโลน้ำ **-poloist** *n.*
polonium (พะโล' เนียม) *n.* ธาตุกัมมันตรังสีชนิดหนึ่ง มีสัญลักษณ์คือ Po
poltergeist (โพล' เทอร์ไกสฺท) *n.* ผีที่ชอบส่งเสียงหรือทำให้เกิดเสียงในการหลอกหลอนคน
poltroon (พอลทรูน') *n.* คนขี้ขลาดตาขาว *-adj.* ขี้ขลาด **-poltroonery** *n.*
poly- คำอุปสรรค มีความหมายว่า มาก
polyandrous (พอลลีแอน' เดริส) *adj.* เกี่ยวกับการที่หญิงมีหลายสามี, มีเกสรตัวผู้มากเหลือเฟือ
polyandry (พอลลีแอน' ดรี, พอล'-) *n.* การมีหลายสามี, การมีสามีมากกว่าหนึ่งคน, การมีเกสรตัวผู้มากเหลือเฟือ **-polyandric** *adj.* **-polyandrist** *n.*

P

polychrome (พอล' ลิโครม) *adj.* หลายสี, ประดับด้วยหลายสี *-n.* สิ่งที่มีหลายสี
polyclinic (พอลลิคลิน' นิค) *n.* คลินิกหรือโรงพยาบาลที่รักษาหลายโรค
polyester (พอลีเอส' เทอะ, พอล' ลีเอสเทอะ) *n.* สารโพลีเมอร์ที่มักเกิดจาก polyhydric alcohol กับ polybasic acid ใช้ในการผลิตเรซินสังเคราะห์ พลาสติกและเส้นใยสังเคราะห์
polyethylene (พอลีเอธ' ธะลีน) *n.* เป็นพลาสติกสังเคราะห์ชนิดหนึ่งใช้ในการทำศัลยกรรมตกแต่ง ทำอุปกรณ์ไฟฟ้าและภาชนะพลาสติก
polygamous (พะลิก' กะเมิส, โพ-) *adj.* เกี่ยวกับการมีสามีหรือภรรยาหลายคนในขณะเดียวกัน, เกี่ยวกับการมีดอกเพศเดียวหรือดอกกะเทยบนต้นเดียวกันหรือต่างต้น **-polygamously** *adv.*
polygamy (พะลิก' กะมี, โพ-) *n.* การมีสามีหรือภรรยาหลายคนในขณะเดียวกัน, การสมสู่กับสัตว์เพศตรงข้ามหลายตัวในช่วงชีวิตหนึ่ง **-polygamist** *n.*
polyglot (พอล' ลิกลอท) *adj.* รู้หลายภาษา *-n.* ภาษารวม, บุคคลผู้รู้หลายภาษา, หนังสือ (โดยเฉพาะพระคัมภีร์) ที่มีหลายภาษาในเล่มเดียวกัน (-S. multilingual)

P

polygon (พอล' ลิกอน) *n.* รูปหลายด้าน, รูปหลายเหลี่ยม, รูปหลายมุม **-polygonal** *adj.*
polygraph (พอล' ลิแกรฟ) *n.* อุปกรณ์ทำสำเนาภาพเขียนหรือภาพวาด, เครื่องมือบันทึกความดันโลหิตชีพจรการหายใจ การต้านทานไฟฟ้าของผิวหนัง, เครื่องจับเท็จ, นักประพันธ์ผลงานหลายประเภท **-polygraphic** *adj.*
polyhedron (พอลลิฮี' เดริน) *n., pl.* **-drons/-dra** รูปทรงที่มีหลายด้าน, รูปทรงหลายหน้า, รูปทรงหลายเหลี่ยม **-polyhedral** *adj.*
polymer (พอล' ละเมอะ) *n.* สารประกอบที่มีน้ำหนักโมเลกุลที่เกิดจากการรวมตัวกันของ simpler molecules เช่น paraformaldehyde เกิดจาก formaldehyde สามโมเลกุล
polymeric (พอละเมอ' ริค) *adj.* ซึ่งประกอบด้วยธาตุเดียวกันในสัดส่วนเท่ากันโดยน้ำหนัก แต่น้ำหนักโมเลกุลต่างกัน, ซึ่งมีลักษณะของ polymer **-polymerically** *adv.*
polymerization (โพลิเมอระเซ' ชัน, พะ-, พอลิ-) *n.* กระบวนการเปลี่ยนแปลงเป็นสารประกอบอื่นที่มีธาตุเดียวกันในสัดส่วนเท่ากัน แต่น้ำหนักโมเลกุลต่างกัน **-polymerize** *vi., vt.*
polymorphism (พอลลีมอร์' ฟิซึม) *n.* ภาวะที่มีหลายรูปแบบ, การมีหลายรูปแบบ, ผลึกหลายรูปแบบ **-polymorphistic** *adj.*
polymorphous (พอลิมอร์' เฟิส) *adj.* มีหลายรูปแบบ **-polymorphously** *adv.* (-S. polymorphic)
Polynesia (พอลละนี' ซะ, -ชะ) ชื่อหมู่เกาะในมหาสมุทรแปซิฟิกตอนใต้อยู่ทางตะวันออกของ Melanesia และ Micronesia ตั้งแต่หมู่เกาะฮาวายไปถึงนิวซีแลนด์
polynesian (พอลินี' เซียน, -เชียน) *adj.* เกี่ยวกับ polynesia *-n.* ประชาชนใน polynesia, ภาษาที่ใช้ใน polynesia
polynomial (พอลลิโน' เมียล) *adj.* ประกอบด้วยหลายชื่อ, ประกอบด้วยหลายคำ, ประกอบด้วยหลายจำนวน *-n.* ชื่อที่ประกอบด้วยหลายคำ
polyp (พอล' ลิพ) *n.* ติ่งเนื้องอก, สัตว์จำพวกหินปะการัง **-polypous** *adj.* *-Ex. the coral polyp*
polyphonic (พอลลิฟอน' นิค) *adj.* มีหลายเสียง, เกี่ยวกับอักษรที่มีหลายเสียง, เกี่ยวกับการประสานเสียง **-polyphonically** *adv.* (-S. polyphonous)
polyphony (พะลิฟ' ฟะนี) *n.* การมีหลายเสียง
polystyrene (พอลลิสไต' รีน) *n.* resin ที่ได้จากกระบวนการ polymerization ของ styrene ใช้ในการสร้างฐานฟัน
polysyllabic (พอลลิซิแลบ' บิค) *adj.* หลายพยางค์, เกี่ยวกับคำที่มีหลายพยางค์ **-polysyllabically** *adv.* (-S. polysyllabical)
polytechnic (พอลลิเทค' นิค) *adj.* เกี่ยวกับการสอนเทคนิคหรือวิชาหลายสาขาที่เกี่ยวกับอุตสาหกรรมและวิทยาศาสตร์เทคโนโลยี *-n.* โรงเรียนดังกล่าว
polytheism(พอล' ลิธีอิซึม) *n.* ลัทธิหลายพระเจ้า, การเชื่อในหลายพระเจ้า **-polytheist** *adj., n.* **-polytheistic, polytheistical** *adj.* **-polytheistically** *adv.*
polythene (พอล' ลิธีน) *n.* ดู polyethylene
pomace (พัม' มิส) *n.* กากผลแอปเปิลที่คั้นน้ำออกแล้ว, กากผลไม้ที่คั้นน้ำออกแล้ว, กาก
pomade (พอมเมด', พอม' เมด, โพเมด', พะ-, โพมาด', พะ-) *n.* ขี้ผึ้งใส่ผม, น้ำมันใส่ผม, ครีมใส่ผม *-vt.* **-maded, -mading** ใส่น้ำมันใส่ผม (-S. pomatum)
pome (โพม) *n.* ผลไม้ตระกูลแอปเปิล (แอปเปิล แพร์)
pomegranate (พอม' แกรนนิท, พอม' มะ-, พอมแกรน'-) *n.* ผลทับทิม, ต้นทับทิม *(Punica granatum)*
pomelo (พอม' มะโล) *n., pl.* **-los** ส้มโอ
Pomeranian (พอมเมอเร' เนียน) *n.* สุนัขเล็กๆ พันธุ์หนึ่งที่มีขนยาว ใบหูตรง หางเป็นพวงงอขึ้นมาคลุมหลัง
pommel (พัม' เมิล, พอม' เมิล) *n.* หัวกลมที่ปลายด้ามดาบ, ปุ่มที่เชิดขึ้นตรงส่วนหน้าของอานม้า *-vt.* **-meled, -meling/-melled, -melling** ตีด้วยหัวกลมที่ปลายด้ามดาบ, ต่อย, ตี (-S. pummel)
pomp (พอมพ) *n.* พิธีฉลองที่เอิกเกริก, การวางท่าทีโอ่อ่า, ท่าทางที่โอ่อ่า, การแสดงที่โอ้อวดหรือหยิ่งยโส, ความผึ่งผาย (-S. splendour) *-Ex. the pomp of a military parade*
pompadour (พอม' พะดอร์) *n.* แบบทรงผมของสตรีและบุรุษที่ม้วนตรงขึ้นไปจากหน้าผาก
pompano (พอม' พะโน) *n., pl.* **-nos/-no** ปลาจำพวก *Trachinotus*
Pompeii (พอมเพ', -อี) ชื่อเมืองโบราณในอิตาลีเป็นเมืองที่เคยถูกภูเขาไฟวิสุเวียสระเบิดทับในปี ค.ศ. 79 **Pompeian** *adj., n.*
pom-pom, pompom (พอม' พอม) *n.* ปืนยิงเร็วอัตโนมัติชนิดหนึ่ง
pompom (พอม' พอม) *n.* พู่ประดับหรือโบว์ช่อดอกไม้สำหรับติดหมวกสตรีหรือเสื้อผ้าของเด็ก
pomposity (พอมพอส' ซะที) *n.* ความเอิกเกริก, การ

ชอบวางท่า, การเดินขบวนอย่างผึ่งผาย, ความผึ่งผาย, การคุยโว

pompous (พอม' เพิส) *adj.* หยิ่งยโส, ชอบวางท่า **-pompousness** *n.* **-pompously** *adv.*

poncho (พอน' โช) *n., pl.* **-chos** ผ้าคลุมที่มีรูตรงกลางสำหรับสวมที่ศีรษะ มักใช้เป็นเสื้อกันฝน

pond (พอนดฺ) *n.* บ่อน้ำ, สระน้ำ, หนองน้ำ

ponder (พอน' เดอะ) *vi.* ครุ่นคิด, คำนึง, ไตร่ตรอง, พิจารณา *-vt.* ไตร่ตรอง, พิจารณา **-ponderer** *n.* *-Ex. Samai pondered the advantages of joining our club.*

ponderable (พอน' เดอระเบิล) *adj.* น่าพิจารณา, ไตร่ตรองได้ **-ponderability** *n.*

ponderous (พอน' เดอเริส) *adj.* หนัก, อุ้ยอ้าย เทอะทะ, งุ่มง่าม, ยืดยาด, ทื่อ **-ponderously** *adv.* **-ponderousness, ponderosity** *n.* (-S. heavy, dull) *-Ex. The new hotel is an ugly and ponderous building., This book is written in a very ponderous style., the ponderous elephants, a ponderous thinking*

poniard (พอน' เยิร์ด) *n.* ดาบสั้นสองคม, กริช *-vt.* แทงด้วยดาบสั้นสองคม, แทงด้วยกริช

pontiff, Pontiff (พอน' ทิฟ) *n.* สังฆราช, บิชอป, สันตะปาปา

pontifical (พอนทิฟ' ฟิเคิล) *adj.* เกี่ยวกับองค์สันตะปาปา, หยิ่งยโส, คุยโว, ทะนง, พลการ **-pontificals** เสื้อและสัญลักษณ์อื่นของ pontiff **-pontifically** *adv.*

pontificate (*n.* พอนทิฟ' ฟิคิท, -เคท, *v.* -เคท) *n.* ตำแหน่งสังฆราช *-vi.* **-cated, -cating** พูดจาหยิ่งยโส, พูดจาแบบชอบวางท่า, ทำหน้าที่สังฆราช **-pontificator** *n.*

pontoon (พอนทูน') *n.* เรือท้องแบน, สะพานลอยน้ำที่ใช้โป๊ะหนุน, สะพานลอยน้ำ, ทุ่นลอย, ทุ่นท่าเรือ, โป๊ะ, แพ, เรือปั้นจั่น (-S. ponton)

pony (โพ' นี) *n., pl.* **-nies** ม้าขนาดเล็ก, ม้าพันธุ์เล็ก, เหล้าแก้วเล็ก, การแปลโดยตรง, สิ่งที่มีขนาดเล็ก, 25 ปอนด์ *-vt., vi.* **-nied, -nying** (คำสแลง) จ่ายเงินชำระหนี้

ponytail, pony tail (โพ' นีเทล) *n.* ผมทรงหางม้าของเด็กผู้หญิง

poodle (พูด' เดิล) *n.* สุนัขพันธุ์ขนยาวหนาและหูห้อย

pooh (พู) *interj.* คำอุทานแสดงการดูถูกเหยียดหยาม

pooh-pooh (พู' พู) *vt.* แสดงการดูถูกเหยียดหยาม

pool[1] (พูล) *n.* แอ่งน้ำ, สระน้ำ, หนองน้ำ, บ่อน้ำ, แอ่งน้ำมันใต้ดิน, ชั้นน้ำมันใต้ดิน, ชั้นก๊าซใต้ดิน *-vi.* ทำให้เป็นบ่อหรือแอ่ง

pool[2] (พูล) *n.* เงินกองกลางในการพนัน, เงินเดิมพันทั้งหมด, เงินกงสี, ภาชนะสำหรับใส่เงินกองกลาง, จำนวนรวม, การแทงบิลเลียดที่ผู้ชนะได้เงินกองกลางทั้งหมด, ผลประโยชน์รวม, กองทุน, การรวมกำลังในการทำธุรกิจเพื่อขจัดคู่แข่งขัน *-vt., vi.* รวมกลุ่ม, ใส่เข้ากองกลาง, ร่วมหุ้นทำการค้าขาย *-Ex. If they would pool their money; they could buy a boat.*

poop[1] (พูพ) *n.* หอท้ายเรือ, ดาดฟ้าท้ายเรือ *-vt.* (คลื่น) กระทบท้ายเรือ

poop[2] (พูพ) *n.* (คำสแลง) ข้อมูล ข้อเท็จจริง ข่าว อุจจาระ *-vi.* ล้าง, ถ่ายอุจจาระ

poop[3] (พูพ) *vt.* (คำสแลง) ทำให้เหนื่อย

poor (พัวร์) *adj.* ยากจน, ขาดแคลน, ขัดสน, ขุ่นแค้น, เลว, ไม่ดี, มีคุณภาพเลว, ต่ำต้อย, น่าสงสาร, น่าสังเวช, ไม่มีรสชาติ, ไม่ดีพอ, ไม่สมบูรณ์, ไม่สำคัญ **-the poor** คนจน **-poorness** *n.* (-S. needy, indigent, penniless)

poorhouse (พัวร์' เฮาซฺ) *n.* สถานสงเคราะห์คนจน

poor laws กฎหมายสงเคราะห์คนจน

poorly (พัวร์' ลี) *adv.* อย่างเลว, อย่างไม่ดีพอ *-adj.* สุขภาพเลว, ไม่ค่อยสบาย *-Ex. Somsri dislikes water and swims poorly., Nid felt poor in bad weather.*

poor-spirited (พัวร์' สพิริทิด) *adj.* ขี้ขลาด, ตาขาว

poor white คนผิวขาว (โดยเฉพาะในภาคใต้ของอเมริกา) ที่ยากจน

pop[1] (พอพ) *v.* **popped, popping** *-vi.* ทำให้เกิดเสียงป๊อป (เสียงดังปัง เสียงระเบิดเบาๆ), ระเบิดดังด้วยเสียงเบาๆ, การเปิดขวดสุราหรือขวดเครื่องดื่ม, ยิง, ปะทุ, เคลื่อนไหวไปมาอย่างรวดเร็ว, ตาเหลือก, (คำสแลง) เสนอเลี้ยง (อาหาร) *-vt.* ทำให้เกิดเสียงดังกล่าว, ยิง, (คำสแลง) กินยาเม็ด (โดยเฉพาะกินจนเป็นนิสัย) *-n.* เสียงปะทุเบาๆ, เครื่องดื่มที่มีฟอง (ไม่ใช่เหล้า), การยิง *-adv.* ด้วยเสียงดังเบาๆ **-pop off** จากไปอย่างรวดเร็ว, ตายจากไปกะทันหัน, พูดด้วยความเคืองใจ **-pop the question** ขอแต่งงาน *-Ex. His toy gun went off with a pop., A balloon pops when it bursts., The rabbit popped out of his hole.*

pop[2] (พอพ) *adj.* เกี่ยวกับเพลงที่นิยมกัน, เกี่ยวกับศิลปะที่แพร่หลาย *-n.* ดนตรีที่นิยมกัน, ท่วงทำนองที่นิยมกัน, ศิลปะที่แพร่หลาย

pop[3] (พอพ) *n.* พ่อ (-S. pops)

pop art ศิลปะที่แพร่หลาย, ศิลปะแผนใหม่ที่ส่วนใหญ่เป็นภาพจากโฆษณาที่นำมาปะติดปะต่อกัน

pop concert การแสดงดนตรีที่นิยมกันโดยวงดนตรีใหญ่ที่มีเครื่องเล่นพร้อม

popcorn (พอพ' คอร์น) *n.* ข้าวโพดคั่ว

pope, Pope (โพพ) *n.* สันตะปาปา, สังฆราช, ผู้มีตำแหน่งหน้าที่คล้ายสังฆราช, ผู้ที่ถูกเข้าใจหรือเข้าใจเอาเองว่าถูกต้องสมบูรณ์ตลอด **-popedom** *n.*

popery (โพพ' เพอรี) *n.* ลัทธิสังฆราช, ศาสนาคริสต์นิกายโรมันคาทอลิก

popeyed (พอพ' อายดฺ) *adj.* ตาถลน, ตาเบิกโพลง

popgun (พอพ' กัน) *n.* ปืนเด็กเล่น

popinjay (พอพ' พินเจ) *n.* คนที่พูดไร้สาระมากเกินไป

popish (โพ' พิช) *adj.* เกี่ยวกับนิกายโรมันคาทอลิก **-popishly** *adv.* **-popishness** *n.*

poplar (พอพ' เลอะ) *n.* ต้นไม้จำพวก *Populus,* ไม้ของต้นดังกล่าว เป็นไม้เนื้ออ่อนที่เบาใช้ทำกระดาษ

poplin (พอพ' ลิน) *n.* สิ่งทอเนื้อละเอียดชนิดหนึ่งที่ทำจากเส้นใยสังเคราะห์หรือขนสัตว์

popover (พอพ' โอเวอะ) *n.* แป้งปิ้งที่มีแอ่งอยู่ตรงกลาง ทำจากแป้ง เกลือ ไข่และนม, ขนมมัฟฟิน

popper (พอพ' เพอะ) *n.* บุคคลหรือสิ่งที่ทำให้เกิดเสียงดังป๊อกหรือปัง (เสียงปะทุที่เบา), เครื่องคั่วข้าวโพด

P

poppet (พอพ' พิท) *n.* ก้าน, ก้านลิ้น, ลิ้นขยับขึ้น, คำที่ใช้เรียกเด็กหรือคนรักด้วยความรัก
poppy (พอพ' พี) *n., pl.* **-pies** ฝิ่น, ต้นฝิ่น, พืชจำพวก *Papaver*, สีแดงเลือดหมู
poppycock (พอพ' พีคอค) *n.* ความเหลวไหล, คำพูดที่เหลวไหล, คำพูดที่ไร้สาระ
popsy, popsie (พอพ' ซี) *n., pl.* **-sies** หญิงที่มีอายุไม่มาก
populace (พอพ' พิวลิส) *n.* ประชากร, ประชาชน, พลเมือง, พลเรือน, ราษฎร (-S. population)
popular (พอพ' พิวเลอะ) *adj.* เป็นที่นิยมกัน, เกี่ยวกับประชากร, เกี่ยวกับราษฎร, ทั่วไป, พื้นๆ, โดยประชาชน, เป็นที่ยอมรับกัน **-popularly** *adv.* (-S. favourite, approved, public) *-Ex. popular education, popular prices, a very popular master, popular with other children, a popular explanation, popular music, goods at popular prices, Folktales are of popular origin.*
Popular Front กลุ่มพรรคการเมืองฝ่ายซ้าย
popularity (พอพพิวแล' ระที) *n.* ชื่อเสียง, ความนิยม, เกียรติคุณ, ความแพร่หลาย
popularize (พอพ' พิวละไรซ) *vt.* **-ized, -izing** ทำให้เป็นที่นิยมกันทั่วไป, ทำให้เป็นที่รู้จักกันทั่วไป **-popularization** *n.* **-popularizer** *n.*
populate (พอพ' พิวเลท) *vt.* **-lated, -lating** อาศัยอยู่, พำนักอยู่, ตั้งถิ่นฐานใน, นำผู้คนเข้าไปตั้งรกรากในบริเวณหนึ่ง
population (พอพพิวเล' ชัน) *n.* ประชากร, ประชาชน, พลเมือง, จำนวนประชากร, กลุ่มพืชและสัตว์ที่อาศัยอยู่ในบริเวณหนึ่ง, การนำผู้คนเข้าไปตั้งรกราก, จำนวนทั้งหมด (-S. inhabitants) *-Ex. the adult population, the farm population*
populous (พอพ' พิวเลิส) *adj.* มีพลเมืองหนาแน่น, เต็มไปด้วยผู้คน **-populously** *adv.* **-populousness** *n.* *-Ex. This once populous community is a ghost town.*
porcelain (พอร์ส' ลิน, พอร์' ซะลิน) *n.* เครื่องเคลือบ, เครื่องถ้วยชาม, เครื่องลายคราม, กระเบื้องถ้วยชาม *-adj.* ทำจาก porcelain **-porcelaneous, porcellaneous** *adj.*
porch (พอร์ช) *n.* ระเบียง, ระเบียงประตู, เฉลียง, ปากทางเข้า, ประตูหน้าบ้าน
porcupine (พอร์' คิวไพน) *n., pl.* **-pines/-pine** เม่น, สัตว์ตระกูล Erethizontidae
pore¹ (พอร์, โพร์) *n.* รูเล็กๆ, รูขน, ขุมขน *-Ex. the pores in the skin, the pores in a leaf*
pore² (พอร์, โพร์) *vi.* **pored, poring** ไตร่ตรอง, ครุ่นคิด, พินิจ, อ่านอย่างตั้งใจ, ศึกษาอย่างตั้งใจ *-Ex. to pore over books, to pore over a problem*
poriferous (โพริฟ' เฟอเริส, พะ-) *adj.* มีรูเล็กๆ, มีขุมขน
pork (พอร์ค) *n.* เนื้อหมู, การปันส่วนด้วยเหตุผลทางการเมืองโดยรัฐบาล
porker (พอร์ค' เคอะ) *n.* หมู โดยเฉพาะลูกหมูที่ถูกขุนเพื่อเป็นอาหาร
porkpie (hat) (พอร์ค' ไพ) หมวกผู้ชายปีกกลมแบน
porky (พอร์ค' คี) *adj.* **porkier, porkiest** เหมือนหมู, เกี่ยวกับหมู, อ้วน **-porkiness** *n.*
porno, porn (พอร์' โน, พอร์น) *n., adj.* (คำสแลง) ย่อจาก ดู pornography
pornography (พอร์นอก' กระฟี) *n.* หนังสือ ภาพ เรื่องเขียน หนังและศิลปะที่ลามก **-pornographer** *n.* **-pornographic** *adj.* **-pornographically** *adv.*
porosity (โพรอส' ซะที, พะ-) *n., pl.* **-ties** ลักษณะเป็นรู, อัตราส่วนของปริมาตรของรูของสารกับปริมาตรทั้งหมดของมวลของมัน
porous (พอ' เริส, โพร์-) *adj.* เต็มไปด้วยรู, พรุน, มีรูมาก, มีขุมขนมาก, แทรกผ่านหรือซึมได้ **-porously** *adv.* **-porousness** *n.* *-Ex. A sponge is porous.*
porphyry (พอร์' ฟะรี) *n., pl.* **-ries** หินแข็งมากชนิดหนึ่งประกอบด้วยผลึกของ feldspar
porpoise (พอร์' เพิส) *n., pl.* **-poises/-poise** ปลาโลมา, สัตว์ตระกูล Phocoenidae
porridge (พอ' ริดจ, พาร์'-) *n.* ข้าวต้ม, ข้าวต้มข้าวโอต, ข้าวต้มข้าวสาลี
porringer (พอ' รินเจอะ) *n.* ถ้วยตื้นใส่ข้าวต้ม
port¹ (พอร์ท) *n.* ท่าเรือ, เมืองท่า, ท่า, ท่าอากาศยาน, ท่าด่าน (-S. harbour, anchorage)
port² (พอร์ท) *n.* ท่าทาง, อากัปกิริยา *-vt.* ถือ, ถือหรือจับ (ปืน ดาบ) ไว้ข้างหน้า *-Ex. to port the helm*
port³ (พอร์ท) *n.* เหล้าองุ่นหวานมากชนิดหนึ่ง
port⁴ (พอร์ท) *n.* ช่องกาบเรือ, ช่องขนถ่ายสินค้า, ช่องสำหรับยิงปืน, ประตูน้ำ, ประตูเมือง, ประตูใหญ่ *-Ex. a port cabin*
portable (พอร์ท' ทะเบิล) *adj.* หิ้วได้, เคลื่อนย้ายได้ด้วยมือ, สะดวก, เบา *-n.* สิ่งที่หิ้วได้, สิ่งที่เคลื่อนย้ายได้ด้วยมือ **-portability** *n.* *-Ex. a portable typewriter*
portage (พอร์' ทิจ, พอร์ทาจ') *n.* การขนย้าย, การขนส่ง, ค่าขนย้าย, ค่าขนส่ง *-vi., vt.* **-taged, -taging** ขนย้าย, ขนส่ง *-Ex. to portage a canoe*
portal (พอร์' ทัล) *n.* ประตู, ทางเข้า
portcullis (พอร์ทคัล' ลิส) *n.* ซุ้มประตูเหล็กที่หนักสำหรับปิดทางเข้าปราสาทหรือป้อม
portend (พอร์เทนด') *vt.* เป็นลาง, มีความหมาย, บอกเหตุล่วงหน้า (-S. foretell, omen) *-Ex. Ancient sailors believed that a certain species of bird following their ship would portend danger.*
portent (พอร์' เทนท) *n.* ลาง, การบอกเหตุล่วงหน้า, ความมหัศจรรย์, เรื่องปาฏิหาริย์, เรื่องประหลาด *-Ex. Some superstitious people believe that breaking a mirror is a portent of years of bad luck.*
portentous (พอร์เทน' เทิส) *adj.* เป็นลาง, บอกเหตุล่วงหน้า, ไม่เป็นมงคล, มหัศจรรย์, ทะนงตัว, ชอบวางท่า **-portentously** *adv.* **-portentousness** *n.*
porter¹ (พอร์' เทอะ) *n.* พนักงานถือกระเป๋า (ตามสถานีรถไฟหรือโรงแรม), พนักงานทำความสะอาด, พนักงานทำงานเบ็ดเตล็ด
porter² (พอร์' เทอะ) *n.* คนเฝ้าประตู, ยาม, เบียร์ชนิดหนึ่ง

P

porterhouse (พอร์' เทอะเฮาซฺ) *n.* เนื้อที่ตัดออกจากส่วนที่อยู่ระหว่างกระดูกซี่โครงกับสันนอก, โรงแรมเล็กๆ, ร้านขายเหล้าเล็กๆ

portfolio (พอร์ทโฟ' ลีโอ) *n., pl.* **-lios** กระเป๋าเอกสาร, แผงหนังสือราชการ, ตำแหน่งรัฐมนตรี, หลักทรัพย์การลงทุน

porthole (พอร์ท' โฮล) *n.* ช่องบนกำแพงหรือประตู (เช่น ช่องสำหรับยิงปืน)

portico (พอร์' ทิโค) *n., pl.* **-coes/-cos** ระเบียงทางเข้าที่มีหลังคาและเสากลม

portiere, portière (พอร์ทิเออร์', -เทียร์') *n.* ม่านประตู

portion (พอร์' ชัน) *n.* ส่วน, ส่วนหนึ่ง, ส่วนแบ่ง, กอง, ส่วนของมรดก, สินเดิมของหญิง, ชะตา, เคราะห์ *-vt.* แบ่งออกเป็นส่วน **-portioner** *n.* **-portionless** *adj.* (-S. section, segment) *-Ex. Kasem ate a small portion of the food., My portion of the money was only 5 bahts., to portion out food, Somsri portioned the food evenly among us., a widow's portion*

portland cement ซีเมนต์ชนิดหนึ่งที่แข็งตัวเมื่อถูกน้ำ

portly (พอร์ทฺ' ลี) *adj.* **-lier, -liest** ค่อนข้างอ้วน, ใหญ่โต, ผึ่งผาย, กำยำล่ำสัน, ภูมิฐาน **-portliness** *n. -Ex. A portly man took up most of the seat on the bus., The portly old gentleman bowed graciously to each of the women.*

portmanteau (พอร์ทแมน' โท, พอร์ทแมนโท') *n., pl.* **-teaus/-teaux** กระเป๋าใส่เสื้อผ้าที่ใช้ในการเดินทาง

portmanteau word คำผสม

portrait (พอร์' เทรท, -ทริท) *n.* ภาพถ่ายของคน, รูปคน, ภาพ, ภาพครึ่งตัว, รูป, รูปแกะสลัก *-Ex. The witness gave a clear portrait of the thief.*

portraitist (พอร์' เทรททิสทฺ, -ทริท-) *n.* นักเขียนภาพคน, นักถ่ายภาพคน, นักวาดรูปคน

portraiture (พอร์' ทริเชอะ) *n.* ศิลปะในการวาดหรือถ่ายภาพคน, ภาพคน, รูปคน, การพรรณนา

portray (พอร์เทร') *vt.* วาดภาพ, เขียนภาพ, ร่างภาพ, พรรณนาเป็นคำ, แสดง **-portrayable** *adj.* **-portrayer** *n. -Ex. Kasem portrayed the part of a prince in the play., The author portrayed the city as a delightful place.*

portrayal (พอร์เทร' เอิล) *n.* การวาดภาพคน, การถ่ายภาพคน, ภาพวาดหรือภาพถ่ายของคน, การพรรณนาเป็นคำ, การแสดง (เป็นตัว)

portress (พอร์' ทริส) *n.* พนักงานขนของที่เป็นหญิง, คนเฝ้าประตูหรือยามที่เป็นหญิง

Portugal (พอร์' ชะเกิล) โปรตุเกส เมืองหลวงชื่อ Lisbon

Portuguese (พอร์' ชะกีซ, -กีซฺ, พอร์ชะกีซ', -กีซ') *n., pl.* **-guese** ชาวโปรตุเกส, ภาษาโปรตุเกส *-adj.* เกี่ยวกับประชาชน ภาษา วัฒนธรรมของโปรตุเกส

Portuguese man-of-war สัตว์ทะเลขนาดใหญ่จำพวก *Physalia*, แมงกะพรุน

pose[1] (โพซ) *v.* **posed, posing** *-vi.* วางท่า, ตั้งท่า, วางมาด, แกล้งเป็น, กำหนด *-vt.* ทำให้อยู่ในท่า, ทำให้วางท่า, ทำให้เกิด *-n.* ท่าที่วาง, ท่าทาง, การวางท่า, การแสร้ง, ลักษณะท่าทางที่แสร้ง (-S. sit, model, position) *-Ex. Somsri held a pose so that the class could paint her portrait., Kasorn posed for the art class., The captain posed as a major., His gaiety was a pose to hide his fear., to pose a problem, to pose an obstacle*

pose[2] (โพซ) *vt.* **posed, posing** ทำให้งง, ทำให้ขวยเขิน

poser[1] (โพ' เซอะ) *n.* ผู้วางท่า, ผู้ตั้งท่า, ผู้แสร้งทำ, ผู้แสร้งเป็น

poser[2] (โพ' เซอะ) *n.* คำถามหรือปัญหาที่ทำให้งงงวยหรือขวยเขิน

poseur (โพเซอร์') *n.* ผู้แสร้ง, ผู้วางท่า

posh (พอช) *adj.* เก๋, หรูหรา, ฟุ่มเฟือย, เยี่ยม, ชั้นดี **-poshly** *adv.* **-poshness** *n.*

posit (พอซ' ซิท) *vt.* วางลง, วาง, จัดวาง, ตั้งสมมติฐาน, สมมติ, สันนิษฐาน

position (พะซิช' ชัน) *n.* ตำแหน่ง, ที่มั่น, ฐานะ, ฐานะสังคมที่สูง, สภาพ, ชั้น, งาน, การจัดวาง, การสันนิษฐาน *-vt.* จัดวาง, หาตำแหน่ง **-positional** *adj.* **-positioner** *n.* (-S. location, situation) *-Ex. I can't stand long in this uncomfortable position., to find the position of the ship, to position of a town on the map, The regiment was ordered to hold the position at all costs.*

positive (พอซ' ซะทิฟว) *adj.* แน่นอน, แน่ใจ, เชื่อถือได้, ยืนยันได้, เด็ดขาด, มั่นใจ, เป็นประโยชน์, สร้างสรรค์, เกี่ยวกับขั้วบวกของแม่เหล็ก, มีประจุบวก, (การทดสอบ) ได้ผลบวกของพยาธิสภาพ, มีอยู่จริง, (รูปถ่าย) มีสีถูกต้องเหมือนจริง *-n.* สิ่งที่เป็นบวก, สัญลักษณ์หรือเครื่องหมายบวก, ภาพที่มีสีถูกต้อง (ตรงกันข้ามกับภาพเนกาทีฟ), ฐานะที่ชัดเจน, รูปแบบที่แน่นอน **-positively** *adv.* **-positiveness** *n.* (-S. definite, sure) *-Ex. Are you positive that Yupa will call?, I'm positive that I heard the bell ring., positive criticism, positive contributions, positive degree, positive number, to give positive help, to make positive suggestions, a positive answer to our request*

positivism (พอซ' ซะทิฟวิซึม) *n.* ความแน่ชัด, ความแน่นอน, ความเด็ดขาด, ลัทธิความจริง, ลัทธิที่ยึดถือแต่สิ่งที่เห็นหรือพิสูจน์ได้ **-positivist** *n., adj.* **-positivistic** *adj.*

positron (พอซ' ซิทรอน) *n.* อนุภาค (particle) ที่มีมวลและการหมุนรอบ (spin) เหมือนกับของอิเล็กตรอนแต่มีประจุบวกที่มีค่าเท่ากัน, อนุภาคต้าน (antiparticle) ของอิเล็กตรอน

posse (พอส' ซี) *n.* กองกำลังติดอาวุธที่มีอำนาจตามกฎหมาย

possess (พะเซส') *vt.* มี, ครอบครอง, ครอบงำ, ควบคุม, ยึดกุม, ข่มอารมณ์, คุมสติ, ดลใจ, สามารถมีความสัมพันธ์ทางเพศกับ, ทำให้หลงเสน่ห์ **-possessor** *n.* (-S.

have, own)

possessed (พะเซสทฺ') *adj.* ถูกครอบงำทางจิตใจ, ถูกผีเข้า, เสียสติ, ข่มใจ **-possessed of** มี, ครอบครอง

possession (พะเซช' ชัน) *n.* การมี, การครอบครอง, การเข้ายึดเอา, ความเป็นเจ้าของ, สิ่งที่ครอบครอง, การควบคุม, การครอบงำความคิด, ที่ดินในครอบครอง, อาณานิคม **-possessional** *adj.*

possessive (พะเซส' ซิฟว) *adj.* เกี่ยวกับการครอบครอง, เกี่ยวกับความเป็นเจ้าของ, ปรารถนาที่จะครอบครอง, ครอบงำ, เกี่ยวกับสัมพันธการก (ทางไวยากรณ์) *-n.* สัมพันธการก, รูปแบบแห่งการครอบครอง **-possessively** *adv.* **-possessiveness** *n.* *-Ex. a possessive pronoun, Somsri's possessive habits kept her from sharing her toys.*

possibility (พอสซะบิล' ละที) *n., pl.* **-ties** ความเป็นไปได้, สิ่งที่เป็นไปได้ *-Ex. Getting 100% in the test is a possibility., What are the possibilities?, bare possibility*

possible (พอส' ซะเบิล) *adj.* เป็นไปได้, อาจเป็นไปได้, พอไปได้, บางที, พอทนได้ *-Ex. It is possible that it will rain., It is possible for a man to fly 1,000 miles an hour., How is it possible that he can get here so early?, Come; if possible., as soon as possible*

P

possibly (พอส' ซะบลี) *adv.* เป็นไปได้, อาจจะ, บางที *-Ex. Can you come?, Possibly; but I can't be sure., Possibly Mr. X will help you., We may possibly move next July.*

possum (พอส' ซัม) *n.* ดู opossum **-play possum** แสร้งทำเป็นโง่, แสร้งป่วยหรือตาย

post[1] (โพสทฺ) *n.* เสา, เสาปัก, หลัก, หลักแสดง *-vt.* ปิดประกาศ, ติดบอร์ด, ประกาศ, ประจาน, ได้ (คะแนน), ลงชื่อในใบประกาศ (-S. column, pillar) *-Ex. Somsri will post your letter., The trappers trade furs for food at the post., the starting post*

post[2] (โพสทฺ) *n.* ตำแหน่ง, ตำแหน่งการงาน, หน้าที่, ที่มั่น, กองกำลังรักษาการณ์, สถานที่ซื้อขายหลักทรัพย์, การเป่าแตรบอกเวลาเข้านอน *-vt.* จัดกำลัง, วางกำลัง, แต่งตั้งให้ประจำตำแหน่ง

post[3] (โพสทฺ) *n.* การไปรษณีย์, ไปรษณียภัณฑ์, การเก็บไปรษณียภัณฑ์, เที่ยวเมล์, ที่ทำการไปรษณีย์, ตู้ไปรษณีย์, บุรุษไปรษณีย์ *-vt.* ใส่จดหมายลงในตู้ไปรษณีย์, ส่งจดหมาย, ย้าย, บันทึกลงในบัญชี, แจ้ง *-vi.* ขี่ม้าเร็ว, ขึ้นและลง (จากม้า) ตามจังหวะการวิ่งของม้า, เดินทางอย่างรวดเร็ว *-adv.* รีบเร่ง, โดยทางไปรษณีย์, โดยเที่ยวเมล์ *-Ex. It came to me by post., This letter was posted yesterday in Bangkok., to post through the countryside and warn of the enemy's advance, He sent your birthday present by parcel post.*

post- คำอุปสรรค มีความหมายว่า ข้างหลัง, หลังจาก, ต่อมา

postage (โพส' ทิจฺ) *n.* ค่าไปรษณีย์ *-Ex. The book costs $3.50 plus nine cents postage.*

postage stamp ดวงตราไปรษณีย์

postal (โพส' เทิล) *adj.* เกี่ยวกับที่ทำการไปรษณีย์หรือการไปรษณีย์ *-Ex. Postal service is the delivering of mail.*

postal card ไปรษณียบัตร, โปสต์การ์ด

postbox (โพสทฺ' บอคซฺ) *n.* ตู้ไปรษณีย์

postcard (โพสทฺ' คาร์ด) *n.* โปสต์การ์ด, ไปรษณียบัตร

postcode (โพสทฺ' โคด) *n.* รหัสไปรษณีย์

postdate (โพสทฺ' เดท') *vt.* **-dated, -dating** ลงวันที่ช้ากว่าวันจริง

poster (โพส' เทอะ) *n.* ใบโฆษณา, ใบประกาศ, ป้ายโฆษณา, ป้ายประกาศ, โปสเตอร์

posterior (พอสเทีย' เรีย) *adj.* ภายหลัง, ข้างหลัง, ด้านหลัง, ก้น, สมัยหลัง *-n.* ด้านหลัง, ส่วนก้น, ตะโพก **-posteriority** *n.* **-posteriorly** *adv.*

posterity (พอสเทอ' ระที) *n.* ชนรุ่นหลัง, ทายาท *-Ex. If we act wisely; posterity will praise us.*

postern (โพส' เทิร์น, พอส'-) *n.* ประตูหลัง, ทางเข้าส่วนตัว, ประตูข้าง *-adj.* เกี่ยวกับหรือคล้ายประตูหลัง, ส่วนตัว, ตำแหน่งหลัง, ค่อนข้างน้อย *-Ex. The princess waited at the postern for the knight.*

post-free (โพส' ฟรี') *adj.* ไม่ต้องเสียค่าไปรษณีย์

postgraduate (โพสทฺแกรจ' จูอิท, -จะ-) *adj.* หลังได้รับปริญญาแล้ว *-n.* นักศึกษาบัณฑิตวิทยาลัย

posthaste (โพสทฺ' เฮสทฺ') *adv.* อย่างรวดเร็วมาก *-n.* ความรวดเร็วมาก, ความเร็วรีบมาก

posthumous (พอส' ทิวเมิส, พอส' ชู-, -ชะ-) *adj.* หลังมรณกรรมของผู้ประพันธ์, เกิดมาหลังมรณกรรมของบิดา, ซึ่งเกิดขึ้นหลังมรณกรรมของบิดา **-posthumously** *adv.*

postlude (โพสทฺ' ลูด) *n.* การบรรเลงปิดท้ายรายการ, บทเพลงปิดท้าย

postman (โพสทฺ' เมิน) *n., pl.* **-men** บุรุษไปรษณีย์

postmark (โพสทฺ' มาร์ค) *n.* ตราประทับบนไปรษณียภัณฑ์ *-vt.* ประทับตราบนไปรษณียภัณฑ์

postmaster (โพสทฺ' แมสเทอะ) *n.* เจ้าหน้าที่ในที่ทำการไปรษณีย์, นายไปรษณีย์, (สมัยก่อน) เจ้าของโรงม้าสำหรับผู้เดินทาง **-post-mastership** *n.*

postmaster general *n., pl.* **postmasters general** ผู้อำนวยการระบบการไปรษณีย์ของประเทศ

postmeridian (โพสทฺ มะริด' เดียน) *adj.* หลังเที่ยง

post meridiem (โพสทฺมะริด' เดียม) หลังเที่ยง, ช่วงระยะเวลาระหว่าง 12.00 น. ถึง 24.00 น., ย่อว่า P.M., p.m., PM หรือ pm

post-mortem (โพสทฺ มอร์' เทิม) *adj.* เกี่ยวกับหลังตาย, เกิดขึ้นหลังตาย, เกี่ยวกับการชันสูตรศพ, เกิดขึ้นภายหลังเหตุการณ์ *-n.* การชันสูตรศพ, การประเมินค่าหรือการนำขึ้นมาพูดภายหลัง

postnatal (โพสทฺเน' เทิล) *adj.* หลังเกิด

postnuptial (โพสทฺนัพ' เชิล, -เชิล) *adj.* หลังแต่งงาน

post office ที่ทำการไปรษณีย์, กรมไปรษณีย์

postoperative (โพสทฺแอพ' เพอระทิฟว, -เพอเรทิฟว) *adj.* หลังศัลยกรรม **-postoperatively** *adv.*

postpaid (โพสทฺ' เพด') *adj.* จ่ายค่าไปรษณีย์ล่วงหน้า

แล้ว *-Ex. a postpaid return envelope*
postpone (โพสทฺโพน') *vt.* **-poned, -poning** เลื่อน, เลื่อนไป, เลื่อนเวลา, ยืดเวลา, ถ่วงเวลา, จัดไว้ในตำแหน่งรอง **-postponable** *adj.* **-postponement** *n.* **-postponer** *n. -Ex. Do not postpone caring for your teeth.*
postprandial (โพสทฺแพรน' ดีเอิล) *adj.* หลังอาหาร (โดยเฉพาะหลังอาหารเย็น) **-postprandially** *adv.*
postscript (โพสทฺ' สคริพทฺ) *n.* ปัจฉิมลิขิต, ภาคผนวก, ภาคเสริมท้าย, คำเสริมท้าย
postulant (พอส' ทิวเลินทฺ, -ชู-, -ชะ-) *n.* ผู้สมัคร (โดยเฉพาะตำแหน่งทางศาสนา), ผู้ถามหา
postulate (พอส' ชะลิท, -ทิว-, -เลท) *vt.* **-lated, -lating** ขอร้อง, ยืนยัน, อ้าง, วางสมมุติฐาน, วางหลัก *-n.* สมมุติฐาน, หลัก, หลักฐาน, หลักการพื้นฐาน, เงื่อนไขที่ต้องมีก่อน **-postulation** *n.* (-S. assume, premise, stipulate)
posture (พอส' เชอะ) *n.* ท่าทาง, ท่า, มาด, ทัศนคติ, ตำแหน่ง, สภาพ, สภาวะ *-vi., vt.* **-tured, -turing** แสดงท่าทาง, แสร้งทำ **-postural** *adj.* **-posturer** *n. -Ex. Children learn good posture in their health lessons., erect posture, in the present posture*
postwar (โพสทฺ' วอร์') *adj.* หลังสงคราม
posy (โพ' ซี) *n., pl.* **-sies** ดอกไม้, ชื่อดอกไม้, คำขวัญสั้นๆ, หลักในใจ
pot[1] (พอท) *n.* ภาชนะบรรจุ, หม้อ, กระปุก, เหยือก, กระถาง, กาน้ำ, โหล, กระปุกและสิ่งที่บรรจุอยู่ภายใน, ภาชนะใส่เหล้า, เงินพนันกองกลางทั้งหมด, จำนวนมากมาย, ถ้วยรางวัล *-v.* **potted, potting** *-vt.* ย้ายกระถาง, บรรจุกระถาง, บรรจุขวด, ดองอาหารในโหลหรือกระปุก, ต้มในหม้อ, แทงลูกลงหลุม *-vi.* ยิงกระสุนกราด, ยิง **-go to pot** ถูกทำลาย, แย่ลง *-Ex. Pots are made of metal; glass; or pottery., Mother has potted the plants she has in the house.*
pot[2] (พอท) *n.* (คำสแลง) กัญชา
potable (โพท' ทะเบิล) *adj.* เหมาะสำหรับดื่ม *-n.* เครื่องดื่ม, ของเหลวที่ดื่มได้ **-potability, potableness** *n.*
potassium (พะแทส' เซียม, โพ-) *n.* ธาตุโลหะสีขาวเหมือนเงิน, ธาตุโพแทสเซียม **-potassic** *adj.*
potation (โพเท' ชัน) *n.* การดื่ม, เครื่องดื่ม
potato (พะเท' โท, -ทะ) *n., pl.* **-toes** มันฝรั่ง, ต้นมันฝรั่ง (-S. Irish potato, white potato) *-Ex. a sack of potato flour, patato cakes*
potato chip มันฝรั่งที่หั่นเป็นแผ่นบางๆ แล้วทอด (-S. potato crisp)
potbelly (พอท' เบลลี) *n., pl.* **-lies** พุงโต, พุงพลุ้ย **-potbellied** *adj.*
potboiler (พอท' บอยเลอะ) *n.* ผลงานทางวรรณคดีที่ทำอย่างลวกๆ
potboy (พอท' บอย) *n.* พนักงานบริการในโรงแรมเล็กๆ หรือร้านอาหาร
pot cheese เนยแข็งชนิดหนึ่ง
potency (โพ' เทินซี) *n., pl.* **-cies** กำลัง, อำนาจ, พลัง, ความแรง, ความแข็งแรง, สมรรถภาพ, ความได้ผล, บุคคลหรือสิ่งที่มีอำนาจ (-S. strength)
potent (โพ' เทินทฺ) *adj.* มีกำลัง, มีอำนาจ, มีพลัง, มีผล, แรง, สามารถ, มีอำนาจ, สามารถสืบพันธุ์ได้ **-potently** *adv. -Ex. potent reasons, potent medicine*
potentate (โพ' เทินเทท) *n.* ผู้มีอำนาจมาก, กษัตริย์, ผู้ปกครอง
potential (โพเทน' เชิล, พะ-) *adj.* เป็นไปได้, เป็นได้, กลายเป็นได้, มีความสามารถซ่อนเร้นอยู่, ซ่อนแฝง *-n.* ความเป็นไปได้, ความสามารถหรืออำนาจที่ซ่อนเร้นอยู่, ศักยะทางไฟฟ้า **-potentially** *adv. -Ex. potential resources, potential demand, military potential, Good students always try to develop their potentials.*
potential difference ความแตกต่างของขั้วไฟฟ้าทั้งสอง, ศักย์ไฟฟ้า
potentiality (พะเทนชีแอล' ละที, โพ-) *n.* ศักยภาพ, สิ่งที่ซ่อนเร้นอยู่, ความเป็นไปได้, ขีดความสามารถ
potentiate (โพเทน' ชีเอท, พะ-) *vt.* **-ated, -ating** เสริมผล, เสริมกำลัง, เสริมอำนาจ, ทำให้ได้ผล, ทำให้มีอำนาจหรือกำลังหรือแรง **-potentiation** *n.* **-potentiator** *n.*
potful (พอท' ฟุล) *n., pl.* **-fuls** ปริมาณเต็มหม้อ กระถาง โถ โหล
pothead (พอท' เฮด) *n.* (คำสแลง) ผู้เสพย์กัญชา
pother (พอธ' เธอะ) *n.* เสียงโกลาหล, ความอึกทึกครึกโครม, ความยุ่งเหยิง, กลุ่มควันที่ตลบ *-vt., vi.* (ทำให้) กลายเป็นยุ่งเหยิง, รบกวน
pothole (พอท' โฮล) *n.* รูลึก, โพรงลึก, หลุมตามถนน
pothook (พอท' ฮุค) *n.* ตะขอหรือที่แขวนหม้อหรือกาเหนือเตาไฟ, สัญลักษณ์โค้ง, อักษรโค้ง
potion (โพ' ชัน) *n.* ขนาดเครื่องดื่มที่ดื่มครั้งหนึ่ง (โดยเฉพาะที่มีฤทธิ์เป็นยาหรือยาพิษ) *-Ex. love potion, sleeping potion*
potluck (พอท' ลัค) *n.* อาหารว่างที่บ้าน (โดยไม่ได้ทำหรือซื้อมาเป็นพิเศษ)
potpie (พอทพาย') *n.* ขนมพายยัดไส้เนื้อและผัก, เนื้อตุ๋น
potpourri (โพพะรี', โพ' พูรี, พอทพัว' รี) *n.* ของผสมระหว่างกลีบดอกกุหลาบหรือดอกอื่นๆ กับเครื่องเทศในหม้อเพื่อให้มีกลิ่นหอม, ดนตรีหรือท่วงทำนองผสมผเส, ของผสม
pot roast เนื้อตุ๋น
potsherd (พอท' เชิร์ด) *n.* เศษหม้อแตก (โดยเฉพาะที่เป็นวัตถุโบราณ)
potshot (พอท' ชอท) *n.* การยิงเพื่ออาหาร, การยิงสัตว์ที่ไม่คำนึงถึงความแม่นยำหรือกฎข้อบังคับ, การยิงสัตว์หรือคนในระยะใกล้ (เช่น การซุ่มยิง), การยิงแบบไม่เล็ง
pottage (พอท' ทิจ) *n.* น้ำแกงข้นใส่ผัก (และเนื้อหรือไม่มีเนื้อ)
potted (พอท' ทิด) *adj.* ใส่หม้อ, ใส่กระถาง, ย้ายลงกระถาง, ดองในหม้อหรือโถหรือโหล, (คำสแลง) เมาเหล้า
potter (พอท' เทอะ) *n.* ผู้ทำหม้อ, ช่างปั้นหม้อ, ช่าง

P

เครื่องเคลือบ *-Ex. to potter around in the garden*

potter's field สุสานฝังคนนิรนาม คนจรจัด

potter's wheel จานหมุนของช่างทำเครื่องปั้นดินเผา

pottery (พอท' เทอรี) *n., pl.* **-teries** เครื่องปั้นดินเผา, เครื่องเคลือบ, ศิลปะในการทำเครื่องปั้นดินเผาหรือเครื่องเคลือบ, สถานที่ทำเครื่องปั้นดินเผาหรือเครื่องเคลือบ

pouch (เพาช) *n.* กระเป๋า, ถุง, ถุงใส่ยาเส้น, ถุงหน้าท้องสัตว์ประเภทจิงโจ้, อุ้ง, พวง, ห้องพัก, ส่วนเว้าเข้า, โพรง, ที่คล้ายถุง *-vt.* ใส่ถุง *-vi.* ทำเป็นกระเป๋า *-Ex. a mail pouch, a money pouch, The mother kangaroo carries her baby in a pouch.*

pouched (เพาชฺท) *adj.* มีถุง, มีถุงหน้าท้องสำหรับแบกลูกอ่อน

pouchy (เพา' ชี) *adj.* **pouchier, pouchiest** มีถุง **-pouchiness** *n.*

poult (โพลทฺ) *n.* ลูกสัตว์เลี้ยงจำพวกเป็ด ไก่ หรือสัตว์ปีก

poulterer (โพล' เทอเรอะ) *n.* พ่อค้าสัตว์ปีก (-S. poulter)

poultice (โพล' ทิส) *n.* ยาพอก *-vt.* **-ticed, -ticing** พอกยา

poultry (โพล' ทรี) *n.* สัตว์ปีก, เป็ด, ไก่ (-S. domesticated fowl)

P

poultryman (โพล' ทรีเมิน) *n., pl.* **-men** คนเลี้ยงเป็ดไก่, พ่อค้าสัตว์ปีก

pounce (เพานฺซฺ) *vi.* **pounced, pouncing** โฉบลงอย่างรวดเร็ว, โจมตี, จู่โจม, โฉบตะครุบ *-n.* อุ้งเล็บของสัตว์ประเภทเหยี่ยว **-pouncer** *n. -Ex. The cat pounced on the rolling ball of yarn.*

pound[1] (เพานฺดฺ) *n., pl.* **pounds** ปอนด์ (หน่วยน้ำหนัก), ปอนด์ (หน่วยเงินตราและธนบัตรของอังกฤษมีค่าเท่ากับ 20 ชิลลิงหรือ 240 เพนนีในสมัยก่อน ปัจจุบันมีค่าเท่ากับ 100 เพนนี) **-pound sterling** หน่วยเงินตราในประเทศต่างๆ

pound[2] (เพานฺดฺ) *vt.* ทุบ, ต่อย, ตี, ตำ, บด, กรอกใส่, ยิงกระหน่ำ *-vi.* ทุบกระหน่ำ, เดินด้วยฝีเท้าที่หนักหน่วง *-n.* การทุบกระหน่ำ, การต่อยหรือชกกระหน่ำ

pound[3] (เพานฺดฺ) *n.* สถานที่กักสัตว์เลี้ยงที่พลัดกับเจ้าของ, คอกสัตว์, บ่อปลา, สถานที่คุมขัง, คุก, ที่กักกัน *-vt.* ขังสัตว์ (รอเจ้าของมารับคืน)

poundage (เพานฺ' ดิจ) *n.* ปอนด์, ค่าเป็นปอนด์

pounder (เพานฺ' เดอะ) *n.* คนบด, คนทุบ, เครื่องตำ, เครื่องบด, เครื่องตี

pour (พอร์) *vt.* เท, ริน, ราด, หลั่ง, กรอก, ระบาย, ปล่อยออก *-vi.* ปล่อยออก, ไหล, หลั่ง, (ฝน) ตกลงมาอย่างแรง *-n.* การเท, การริน, การไหลอย่างแรง, การตกอย่างแรงของฝน **-pourer** *n. -Ex. to pour water into a glass, The people poured out of the hall., The rain poured down.*

pousse-café (พูสแคเฟ') *n.* เหล้าแก้วเล็กๆ หลังอาหาร, เครื่องดื่มหลังอาหารที่ผสมด้วยเหล้าหลายชนิด, บรั่นดีผสมกาแฟ

pout (เพาทฺ) *vi.* ยื่นปาก, บุ้ยปาก, ทำหน้าบึ้ง, ทำหน้าไม่พอใจ, โป่ง, บวม, ยื่น *-vt.* ยื่นปาก, บุ้ยปาก *-n.* การยื่นปาก, การบุ้ยปาก, อารมณ์บูดบึ้ง (-S. the pouts)

pouter (เพา' เทอะ) *n.* ผู้บุ้ยปาก, ผู้ทำหน้ามุ่ย, พันธุ์นกพิราบขายาวพันธุ์หนึ่ง

poverty (พาฟ' เวอร์ที) *n.* ความยากจน, ความขาดแคลน, ความขัดสน, ความไม่พอเพียง (-S. lack) *-Ex. None of the seeds grew because of the poverty of the soil.*

poverty-stricken (พาฟ' เวอร์ที สทริคเคิน) *adj.* ยากจน, ขัดสนมาก

POW ย่อจาก prisoner of war เชลยศึก

powder (เพา' เดอะ) *n.* ผง, ฝุ่น, แป้ง, ดินปืน *-vt.* ทำให้เป็นผง, บดเป็นผง, โรยผง, โรยแป้ง *-vi.* กลายเป็นผง, โรยแป้ง, โรยผง, บด **-powderer** *n. -Ex. to powder toast with cinnamon*

powder puff นวมนุ่นหรือปุยสำหรับแตะแป้งทาหน้า

powder room ห้องน้ำสำหรับแขกผู้หญิง

powdery (เพา' เดอะรี) *adj.* ประกอบด้วยหรือคล้ายผง, บดเป็นผงได้ง่าย, มีผงโรยหน้า

power (เพา' เออะ) *n.* อำนาจ, กำลัง, แรง, ความสามารถ, สมรรถภาพ, (ประเทศ) มหาอำนาจ, คนที่มีอำนาจ, เอกสารมอบอำนาจ, ผู้มีอำนาจ, ผู้มีอิทธิพล, กำลังทางทหาร, สิ่งศักดิ์สิทธิ์, จำนวนมาก, ปริมาณมาก, งานที่กระทำหรือพลังที่ถูกย้ายไปต่อหน่วยเวลา, อัตราเวลาของการทำงาน, พลังงานกล (แตกต่างจากแรงงาน), รูปแบบเฉพาะของพลังงานกล, อำนาจขยายของกล้อง (เป็นอัตราส่วนของเส้นผ่าศูนย์กลางของภาพกับวัตถุที่ขยาย), ส่วนกลับของความยาวโฟกัสของเลนส์ *-vt.* เติมพลัง, ทำให้ทำงาน *-adj.* มีอำนาจสูง, มีผลมาก

powerboat (เพา' เออะโบท) *n.* เรือกลไฟ, เรือยนต์

power dive การบินดิ่งลงด้วยกำลังเต็มที่ **-power-dive** *vi., vt.*

powerful (เพา' เออร์ฟุล) *adj.* มีอำนาจมาก, มีแรงมาก, มีกำลังมาก, แข็งแรง, มีสมรรถภาพสูง, ได้ผลมาก *-adv.* มากมาย **-powerfully** *adv.* **-powerfulness** *n.* (-S. forceful)

powerhouse (เพา' เออะเฮาซฺ) *n.* โรงกำเนิดไฟฟ้า, บุคคลหรือกลุ่มบุคคลที่มีอำนาจหรืออิทธิพลหรือแรงมาก (-S. power station)

powerless (เพา' เออะลิส) *adj.* ไม่สามารถทำให้เกิดผล, ไม่มีอำนาจ, ไม่มีพลัง, ไม่มีแรง, หมดหนทางช่วย **-powerlessly** *adv.* **-powerlessness** *n.* (-S. impotent) *-Ex. The men were powerless to prevent the large rock from falling.*

power of attorney เอกสารมอบฉันทะ

pow-wow (เพา' เวา) *n.* พิธี พิธีการ สภาหรือการประชุมของอินเดียนแดง, การประชุม *-vi.* ประชุม

pox (พอคซฺ) *n.* โรคแผลพุพอง (โดยเฉพาะที่เกิดจากเชื้อไวรัส), โรคซิฟิลิส

practicable (แพรค' ทิคะเบิล) *adj.* ปฏิบัติได้, ทำได้, ใช้ได้, เหมาะสม, ผ่านได้ **-practicability, practicableness** *n.* **-practicably** *adv.* (-S. feasible, workable) *-Ex. a practicable plan*

practical (แพรค' ทิเคิล) *adj.* เกี่ยวกับการปฏิบัติ, เกี่ยวกับการกระทำ, ใช้ได้, เหมาะสม, มีประโยชน์, ตาม

ความเป็นจริง, เน้นในทางปฏิบัติ, ได้ผล **-practicality, practicalness** *n. -Ex. practical agriculture, a practical book on dressmaking, It's clever; but no practical use., practical clothes for the country, a practical way of removing grease spots, a practical man*

practical joke การแกล้งคน **-practical joker** *n.* (-S. playful trick)

practically (แพรค' ทิเคิลลี, -ทิคลี) *adv.* ได้ผล, อย่างทำได้, ในทางปฏิบัติ *-Ex. Speaking practically I think we'll need at least two days for our trip., My grandfather founded our family business and still comes to the office; but my father is practically the head of the company now., Samai is practically impossible to please.*

practice (แพรค' ทิส) *n.* การปฏิบัติ, การดำเนิน, กิจวัตร, กิจการ, พิธีการ, การฟ้องร้อง, ความเป็นจริง, การวางแผน, เล่ห์ *-vt., vi.* **-ticed, -ticing** ปฏิบัติ, ประกอบพิธี, ฟ้องร้อง, ฝึกหัด **-practicer** *n.* (-S. exercise, training) *-Ex. the practice of medicine, Such bad practices are forbidden., a doctor's practice, The old doctor no longer practiced medicine., Let's go to baseball practice., Dang was not in practice to play baseball.*

practiced (แพรค' ทิสทฺ) *adj.* ชำนาญ, เชี่ยวชาญ, มีประสบการณ์, มีสมรรถภาพ (-S. expert, proficient) *-Ex. My opponent was a practiced master of the art of swordsmanship.*

practise (แพรค' ทิส) *vt., vi.* **-tised, -tising** ดู practice

practitioner (แพรคทิช' ชะเนอะ) *n.* ผู้ประกอบการงาน, ผู้ปฏิบัติ, (นิกาย Christian Science) แพทย์

praetor, pretor (พรี' เทอะ) *n.* ผู้พิพากษาสมัยกรุงโรมโบราณ, ขุนนางผู้ปกครองคนหนึ่งของกรุงโรมโบราณ **-praetorship** *n.* **-praetorial** *adj.* **-pretorial** *adj.* **-pretorian** *adj., n.*

pragmatic (แพรกแมท' ทิค) *adj.* เกี่ยวกับความเป็นจริง, เกี่ยวกับผลที่แท้จริง, เกี่ยวกับการเน้นการปฏิบัติหรือการประยุกต์, พลการ, ยุ่ง, เสือก, ดื้อรั้น, ถือทิฐิ, เกี่ยวกับสาเหตุของเหตุการณ์ **-pragmatically** *adv.* (-S. pragmatical)

pragmatism (แพรก' มะทิซึม) *n.* ลักษณะหรือพฤติการณ์ที่เน้นหนักความเป็นจริง, ปรัชญาที่เน้นหนักความเป็นจริงหรือผลที่แท้จริง, ความยุ่ง, พลการ, ความทะนง, ความหัวรั้น, ความหยิ่ง **-pragmatist** *n., adj.* **-pragmatistic** *adj.*

prairie (แพร' รี) *n.* ทุ่งหญ้ากว้างใหญ่ (ที่แทบจะไม่มีต้นไม้)

prairie dog สัตว์คล้ายหนูจำพวก *Cynomys* ชอบขุดรู

prairie schooner รถม้าสี่ล้อมีหลังคาคลุมแบบหนึ่ง

praise (เพรซฺ) *n.* การสรรเสริญ, การชมเชย, การยกย่อง, การสดุดี *-vt.* **praised, praising** สรรเสริญ, ชมเชย, ยกย่อง, สดุดี **-praiser** *n. -Ex. Narong praised my work.*

praiseworthy (เพรซฺ' เวิร์ธธี) *adj.* น่าสรรเสริญ, น่าชมเชย, น่ายกย่อง **-praiseworthiness** *n.* **-praiseworthily** *adv.* (-S. laudable) *-Ex. Helping poor people is always praiseworthy.*

praline (พรา' ลีน, เพร' ลีน) *n.* ขนมลูกนัทเชื่อมน้ำตาล

pram[1] (แพรม) *n.* รถเข็นเด็ก

pram[2] (พราม) *n.* เรือเล็กท้องแบน

prance (แพรนซฺ, พรานซฺ) *v.* **pranced, prancing** *-vi.* (ม้า) ชูขาหน้าขึ้นทั้ง 2 ขา, ขี่ม้าและทำให้ม้าชูขาหน้าขึ้นทั้ง 2 ขา, ขี่ม้าอย่างสบาย, ไปอย่างแคล่วคล่อง *-vt.* ทำให้ม้าชูขาหน้าขึ้นทั้ง 2 ขา *-n.* การทำให้ม้าชูขาหน้าขึ้นทั้ง 2 ขา, การเดินโอ้อวด **-prancer** *n.* **-prancingly** *adv. -Ex. Three horses pranced around the circus ring.*

prandial (แพรน' เดียล) *adj.* เกี่ยวกับมื้ออาหาร (โดยเฉพาะอาหารมื้อเย็น)

prang (แพรง) *vt., vi.* (คำสแลง) ทำให้เสียหาย ชน ทิ้งลูกระเบิดอย่างรุนแรง *-n.* (คำสแลง) การปะทะ การทิ้งลูกระเบิด

prank[1] (แพรงคฺ) *n.* การล้อเล่น, การเล่นตลก, การเล่นพิเรนทร์, การพูดตลก **-prankster** *n.* (-S. playful trick) *-Ex. Squirting water on me was a silly prank.*

prank[2] (แพรงคฺ) *vt.* แต่งตัวหรูหราเกินไป *-vi.* อวดโก้, แสดงโอ้อวด

prankish (แพรง' คิช) *adj.* เล่นตลก, ล้อเล่น, เล่นพิเรนทร์, ขี้เล่น **-prankishly** *adv.* **-prankishness** *n.* (-S. playful)

prate (เพรท) *vi., vt.* **prated, prating** พูดพร่ำ, พูดเรื่อยเปื่อย *-n.* การพูดพร่ำ, การพูดเรื่อยเปื่อย **-prater** *n.* **-pratingly** *adv.*

pratfall (แพรท' ฟอล) *n.* (คำสแลง) การตกลงมาแบบก้นกระแทกพื้น ความผิดพลาดที่น่าละอาย

prattle (แพรท' เทิล) *vi., vt.* **-tled, -tling** พูดพร่ำ, พูดโง่ๆ, พูดเรื่อยเปื่อย *-n.* การพูดพร่ำ, การพูดโง่ๆ, การพูดเรื่อยเปื่อย **-prattler** *n. -Ex. We enjoyed hearing the prattle of the children on the beach.*

prawn (พรอน) *n.* กุ้งนาง *-vi.* ตกกุ้ง **-prawner** *n.*

pray (เพร) *vt.* สวดมนต์, อธิษฐาน, ขอร้อง, วิงวอน, ภาวนา *-vi.* ขอได้โปรด

prayer[1] (แพร) *n.* การสวดมนต์, การอธิษฐาน, คำสวดมนต์, คำอธิษฐาน, การขอร้อง, การวิงวอน, การภาวนา, สิ่งที่อ้อนวอน, สิ่งที่ขอ, (คำสแลง) โอกาสที่จะประสบความสำเร็จ

prayer[2] (แพร' เออะ) *n.* ผู้สวดมนต์, ผู้อธิษฐาน, ผู้ขอร้อง, ผู้วิงวอน

prayer beads สายลูกประคำ

prayer book หนังสือสวดมนต์, สมุดทำวัตร

prayerful (แพร' เฟิล) *adj.* มีการสวดมนต์มาก, เคร่งศาสนา, เลื่อมใสมาก **-prayerfully** *adv.* **-prayerfulness** *n.*

prayer wheel ธรรมจักรที่ใช้ในลัทธิมหายานในธิเบต (พระลามะใช้ในการอธิษฐาน)

praying mantis ดู mantis

pre- คำอุปสรรค มีความหมายว่า ก่อน, เริ่ม, ล่วงหน้า *-Ex. a prehistoric animal, prepaid package*

P

preach (พรีช) *vt.* เทศน์, แสดงธรรม, ธรรมกถา *-vi.* เทศน์, แสดงธรรม, สั่งสอน (แบบยืดยาด) *-Ex. Dang's always preaching physical fitness yet he never takes any exercise.*

preacher (พรี' เชอะ) *n.* นักเทศน์, ผู้แสดงธรรม, ผู้สั่งสอน (แบบยืดยาด)

preachy (พรี' ชี) *adj.* **preachier, preachiest** ยืดยาด, ซ้ำๆ ซากๆ, เหมือนการเทศน์

preamble (พรีแอม' เบิล, พรี'-) *n.* อารัมภกถา, บทนำ, บทความเบื้องต้น, คำบอกเกริ่น, พระราชปรารภ (-S. preface)

preamplifier (พรีแอม' พละไฟเออะ) *n.* เครื่องขยายกำลังสัญญาณที่เข้ามา

prearrange (พรีอะเรนจฺ') *vt.* **-ranged, -ranging** จัดไว้ล่วงหน้า, จัดไว้ก่อน **-prearrangement** *n.*

precarious (พรีแค' เรียส) *adj.* ไม่แน่นอน, ไม่มั่นคง, ไม่ปลอดภัย, ล่อแหลม, อันตราย, เสี่ยง, ไม่เพียงพอ, ไม่แน่ชัด **-precariously** *adv.* **-precariousness** *n. -Ex. a precarious perch in a tree*

precaution (พรีคอ' ชัน) *n.* การระมัดระวังไว้ก่อน, การป้องกันไว้ก่อน, มาตรการป้องกันไว้ล่วงหน้า **-precautionary** *adj.* (-S. preparation, foresight) *-Ex. to wrap up well as a precaution against cold, the precautions against cold, the precautions against fire*

precede (พรีซีด') *v.* **-ceded, -ceding** *-vt.* นำก่อน, มาก่อน, นำหน้า, เสริมหน้า *-vi.* นำก่อน, มาก่อน

precedence (เพรส' ซะเดินซฺ, พรีซี' เดินซฺ) *n.* การนำก่อน, การนำหน้า, การมาก่อน, ความสำคัญกว่า, สิทธิ์การนำหน้า, การมีสิทธิ์ก่อน (-S. precedency)

precedent[1] (เพรส' ซะเดินทฺ) *n.* ตัวอย่างหรือแบบอย่างที่มีมาก่อน, เรื่องราวแต่ก่อน, ขนบธรรมเนียมหรือประเพณีที่มีมาก่อน *-Ex. There are several precedents for closing this meeting early.*

precedent[2] (พรีซี' เดินทฺ) *adj.* อยู่ก่อน, มีมาก่อน, นำหน้า

precentor (พรีเซน' เทอะ) *n.* ผู้นำการร้อง, ผู้นำร้องเพลงสวด, ต้นเสียง **-precentorial** *adj.* **-precentorship** *n.*

precept (พรี' เซพทฺ) *n.* การอบรม, การสั่งสอน, คำสั่งสอน, ศีล, ภาษิต, ธรรมะ, คติพจน์, กฎ, หนังสือคำสั่ง (-S. maxim, writ, direction, guideline) *-Ex. The precepts of our forefathers tell us to guard our liberty.*

preceptive (พรีเซพ' ทิฟวฺ) *adj.* อบรม, สั่งสอน, เป็นคติพจน์, เป็นกฎ, เป็นคำสั่ง **-preceptively** *adv.*

preceptor (พรีเซพ' เทอะ) *n.* ผู้สอน, ครู, อาจารย์, ผู้ชี้นำ, ครูใหญ่, ผู้ตั้งกฎ **-preceptorial** *adj.* **-preceptorship** *n.* (-S. instructor, teacher, tutor)

precession (พรีเซช' ชัน, พริ-) *n.* การอยู่ข้างหน้า, การนำหน้า, การมีอยู่ก่อน การโคจรของแกนของโลก **-precessional** *adj.*

precinct (พรี' ซิงคฺทฺ) *n.* ขอบเขต, บริเวณ, เขตแบ่ง, เขตปกครอง, เขตควบคุม, อาณาเขต, สิ่งแวดล้อม *-Ex. Police from the 11th precinct chased the robbers., The procession was held within the precinct of the cathedral.*

preciosity (เพรชีออส' ซะที, เพรสซี-) *n., pl.* **-ties** ความพิถีพิถัน, ความจู้จี้, ความละเอียดถี่ถ้วนโดยเฉพาะทางด้านภาษา

precious (เพรช' เชิส) *adj.* มีค่า, ล้ำค่า, เป็นที่รัก, ทูนหัว, อย่างยิ่ง, เต็มที่, พิถีพิถัน, ละเอียดถี่ถ้วน, สำคัญมาก *-adv.* อย่างมาก **-preciously** *adv.* **-preciousness** *n.* (-S. beloved, costly, dear) *-Ex. The crown was studded with precious stones., Human freedom is our most precious possession.*

precious stone เพชรพลอย

precipice (เพรส' ซิพิส) *n.* หน้าผา, เงื้อมผา, สถานการณ์ที่อันตราย, วิกฤติการณ์ *-Ex. The goat climbed down the precipice.*

precipitance, precipitancy (พรีซิพ' พิเทินซฺ, -ซี) *n., pl.* **-cies** ความหุนหันพลันแล่น, ความใจร้อน, ความเร่งรีบ, ความฉุกละหุก

precipitant (พรีซิพ' พิเทินทฺ) *adj.* หัวทิ่ม, โจน, ตกลงดิ่ง, พุ่ง, ใจเร็ว, ใจร้อน, หุนหันพลันแล่น, เร่งรีบ **-precipitantly** *adv.*

precipitate (พรีซิพ' พะเทท) *v.* **-tated,-tating** *-vt.* เร่งให้เกิดขึ้น, ทำให้ตกตะกอน, ทำให้ฝนตก, ผลัก, ส่ง, ทุ่ม, โยน *-vi.* ตกตะกอน, (ฝน) ตก, ถลำเข้าสู่ *-adj.* พุ่งลง, รีบด่วน, หุนหัน, ใจร้อน *-n.* ตะกอน **-precipitately** *adv.* **-precipitateness** *n.* **-precipitative** *adj.* **-precipitator** *n. -Ex. The employer's refusal to talk to the union precipitated the strike., Silt is precipitated at the mouth of the Chao Praya.*

precipitation (พรีซิพพะเท' ชัน) *n.* การเร่งให้เกิดขึ้น, การตกตะกอน, การถลำเข้าสู่, การพุ่ง, การถลำ, ความใจร้อน, ความเร่งรีบ, ความหุนหันพลันแล่น, ตะกอน, ผลิตผลการรวมตัวกันของไอน้ำในอากาศ (ฝน หิมะ ลูกเห็บ น้ำค้าง), ปริมาณที่รวมตัวกันดังกล่าว *-Ex. At sight of the hunters; the birds flew away in great precipitation., Somsri made the decision with precipitation., cold and cloudy with some precipitation, four inches of precipitation*

precipitous (พรีซิพ' พะเทิส) *adj.* เป็นผาสูง, เป็นเงื้อมผาสูง, สูงชันที่สุด, ใจร้อน, หุนหัน, เร่งรีบ **-precipitously** *adv.* **-precipitousness** *n. -Ex. The precipitous walls of the prison made escape impossible., the precipitous of water in a spring fresher, a precipitous action*

précis (เพรซี', เพร' ซี) *n., pl.* **précis** บทย่อ, ย่อความ, บทสรุป, สาระสำคัญ *-vt.* ย่อ

precise (พรีไซซฺ') *adj.* แม่นยำ, แน่นอน, เที่ยงตรง, ถูกต้อง, พอดี, ชัดถ้อยชัดคำ, พิถีพิถัน, เฉียบขาด, ละเอียด **-precisely** *adv.* **-preciseness** *n. -Ex. a precise explanation, her precise manners*

precision (พรีซิช' ชัน) *n.* ความแม่นยำ, ความแน่นอน, ความเที่ยงตรง, ความถูกต้อง, ความพอดี, ความชัดถ้อยชัดคำ, ความพิถีพิถัน *-adj.* เกี่ยวกับ precision ดังกล่าว **-precisionist** *n. -Ex. the precision of a clock*

P

preclude 665 **preen**

preclude (พรีคลูด') *vt.* **-cluded, -cluding** ทำให้เป็นไปไม่ได้, ทำให้สิ้นโอกาส, ป้องกัน, ขจัด, ทำให้หมดข้อสงสัย **-preclusion** *n.* **-preclusive** *adj.* **-preclusively** *adv.* *-Ex. Illness precludes my joining you at the dance.*

precocious (พรีโค' เชิส) *adj.* แก่แดด, แก่เกินวัย, โตเกินวัย, ฉลาดเกินวัย **-precociously** *adv.* **-precociousness, precocity** *n.*

precognition (พรีคอกนิช' ชัน) *n.* การล่วงรู้มาก่อน **-precognitive** *adj.*

preconceive (พรีเคินซีฟว') *vt.* **-ceived, -ceiving** คิดไว้ก่อน, ไตร่ตรองไว้ก่อน

preconception (พรีเคินเซพ' ชัน) *n.* ความคิดที่มีอยู่ก่อน, ข้อคิดเห็นที่เสนอไว้ก่อน, อคติ

precursor (พรีเคอร์' เซอะ, พรี'-) *n.* ผู้นำก่อน, ผู้มาก่อน, กองหน้า, ผู้ดำรงตำแหน่งมาก่อน, ลาง, เครื่องแสดง (-S. predecessor, forerunner)

precursory (พรีเคอร์' ซะรี) *adj.* นำก่อน, มาก่อน, เริ่มแรก, เป็นลาง, เป็นเครื่องแสดง

predacious, predaceous (พรีเด' เชิส) *adj.* กินเนื้อเป็นอาหาร, จับสัตว์อื่นเป็นอาหาร, ปล้น **-predaciousness, predacity, predaceousness** *n.*

predate (พรีเดท') *vt.* **-dated, -dating** ลงวันที่ไว้ล่วงหน้า, ลงเวลาไว้ก่อน

predation (พรีเด' ชัน) *n.* การปล้นสะดม, การกินสัตว์อื่นเป็นอาหาร, ลักษณะการปล้นสะดม, การเบียดเบียน

predator (เพรด' ดะเทอะ) *n.* ผู้ปล้นสะดม, สัตว์ที่จับสัตว์อื่นเป็นอาหาร, ผู้เบียดเบียน, สิ่งเบียดเบียน

predatory (เพรด' ดะทอรี) *adj.* ซึ่งปล้นสะดม, ซึ่งจับสัตว์อื่นเป็นอาหาร, เบียดเบียน **-predatorily** *adv.* **-predatoriness** *n.* *-EX. a predatory tribe, predatory animals*

predecease (พรีดีซีส') *vt., vi.* **-ceased, -ceasing** ตายก่อน (คนอื่น)

predecessor (เพรด' ดะเซสเซอะ, เพรดดะเซส' เซอะ, พรี'-) *n.* ผู้มาก่อน, ผู้อยู่ในตำแหน่งคนก่อน, บรรพบุรุษ, สิ่งที่มีอยู่ก่อน *-Ex. My predecessor in the job left the records in a mess., The horse and buggy was the predecessor of the car.*

predestinate (*adj.* พรีเดส' ทะนิท, *v.* -เนท) *vt.* **-nated, -nating** กำหนดล่วงหน้า *-adj.* ซึ่งกำหนดไว้ล่วงหน้า, เป็นพรหมลิขิต **-predestinator** *n.*

predestination (พรีเดสทะเน' ชัน) *n.* การกำหนดไว้ล่วงหน้า, พรหมลิขิต, โชคชะตา, ชะตากรรม, เคราะห์กรรม

predestine (พรีเดส' ทิน) *vt.* **-tined, -tining** กำหนดไว้ล่วงหน้า, กำหนดโชคชะตา

predetermine (พรีดีเทอร์' เมิน) *vt.* **-mined, -mining** กำหนดไว้ล่วงหน้า, ตัดสินใจล่วงหน้า, มีอคติล่วงหน้า **-predeterminate** *adj.* **-predetermination** *n.*

predicable (เพรด' ดิคะเบิล) *adj.* ยืนยันได้ว่า, สรุปได้ว่า, วินิจฉัยได้ว่า *-n.* สิ่งที่ยืนยันได้, สิ่งที่วินิจฉัยไว้ **-predicability, predicableness** *n.* **-predicably** *adv.*

predicament (พรีดิค' คะเมินท) *n.* สถานการณ์ที่ลำบาก, สภาพหรือฐานะที่ลำบาก, สถานการณ์ สภาพหรือฐานะเฉพาะ *-Ex. Somsri was in a predicament when she lost her key because nobody was at home.*

predicant (เพรด' ดิเคินท) *adj.* ซึ่งเทศน์ *-n.* นักเทศน์

predicate (*v.* เพรด' ดิเคท, *n., adj.* -คิท) *v.* **-cated, -cating** *-vt.* ยืนยัน, วินิจฉัยสรุป, กล่าว *-vi.* ยืนยัน *-adj.* ซึ่งยืนยัน, ซึ่งสรุป *-n.* กริยารวมทั้งกริยาวิเศษณ์และกรรม **-predication** *n.* **-predicative** *adj.* **-predicatively** *adv.*

predict (พรีดิคท') *vt., vi.* ทำนาย, บอกล่วงหน้า, พยากรณ์ **-predictability** *n.* **-predictable** *adj.* **-predictably** *adv.* **-predictive** *adj.* **-predictively** *adv.* **-predictor** *n.* (-S. prophesy, foretell) *-Ex. My almanac predicts a good harvest.*

prediction (พรีดิค' ชัน) *n.* การทำนาย, การบอกล่วงหน้า, การพยากรณ์, คำทำนาย, คำพยากรณ์

predilection (เพรดดัลเลค' ชัน, พรีด-) *n.* ความลำเอียง, ความชอบมากกว่า (-S. tendency, prejudice)

predispose (พรีดิสโพซ') *vt.* **-posed, -posing** จูงใจ, ทำให้โน้มเอียง, จัดการล่วงหน้า, จัดการก่อน, มีใจโน้มเอียงไปทาง, มักจะชอบ

predisposition (พรีดิสพะซิช' ชัน) *n.* ความมีใจโน้มเอียง, การจัดการล่วงหน้า

prednisone (เพรด' นะโซน) *n.* ยาต้านภูมิแพ้ชนิดหนึ่ง

predominant (พรีดอม' มะเนินท) *adj.* มีอำนาจเหนือ, มีอิทธิพลเหนือ, มีมากกว่า, เด่น **-predominance, predominancy** *n.* **-predominantly** *adv.* *-Ex. a predominant influence, a predominant colour*

predominate (*v.* พรีดอม' มะเนท, *adj.* -นิท) *vi.* **-nated, -nating** เหนือกว่า, มีอำนาจเหนือ, มีอิทธิพลเหนือ, มีมากกว่า, ปกครอง, ครอบงำ *-adj.* มีอำนาจเหนือ **-predominately** *adv.* **-predomination** *n.* **-predominator** *n.* *-Ex. Roses predominate in our garden.*

preeminent, pre-eminent (พรีเอม' มะเนินท) *adj.* เหนือกว่า, ดีกว่า, เด่นกว่า, มีอำนาจหรืออิทธิพลมากกว่า, ดีเลิศ, เด่นชัด **-preeminently, pre-eminently** *adv.* (-S. superior)

preempt, pre-empt (พรีเอมพท') *vt.* ครอบครอง (ที่ดิน) ก่อน, ได้มาก่อน, ยึดก่อน, บังคับซื้อ, ใช้สิทธิ์เลือกซื้อก่อน *-vi.* (ไพ่บริดจ์) เรียกไพ่ก่อน *-n.* การเรียกไพ่ก่อน **-preemptor, pre-emptor** *n.* **-preemptory, pre-emptory** *adj*

preemption, pre-emption (พรีเอมพ' ชัน) *n.* การซื้อก่อน, การใช้สิทธิซื้อก่อน, การครอบครองก่อน, การเรียกไพ่ก่อน

preemptive, pre-emptive (พรีเอมพ' ทิฟว) *adj.* เกี่ยวกับ preemption **-preemptively, pre-emptively** *adv.*

preen (พรีน) *vt.* (นก) ไซ้ขนด้วยปาก, เสยขนด้วยปาก, แต่งตัว (ตัวเอง) สวยงาม *-vi.* แต่งตัว, ภาคภูมิใจ (ตัวเอง) **-preener** *n.* *-Ex. Anong spent hours preening for the*

P

dance.

preexist, pre-exist (พรีอิกซิสทฺ' , -เอก-) *vi., vt.* มีอยู่ก่อน **-preexistence, pre-existence** *n.* **-preexistent, pre-existent** *adj.*

pref ย่อจาก preface คำนำ, preference สิทธิพิเศษ, prefix คำอุปสรรค

prefab (พรี' แฟบ) *n.* (ภาษาพูด) สิ่งที่สร้างไว้ล่วงหน้า

prefabricate (พรีแฟบ' บริเคท) *vt.* **-cated, -cating** สร้างไว้ล่วงหน้า, สร้างชิ้นส่วนไว้ก่อน (เพื่อนำมาประกอบกันทีหลัง) **-prefabrication** *n. -Ex. a prefabricated house*

preface (เพรฟ' ฟิส) *n.* อารัมภกถา, คำนำ, ส่วนนำ, สิ่งนำ, คำสวดมนต์นำ, เครื่องนำ *-vt.* **-aced, -acing** จัดให้มีส่วนนำ, เป็นส่วนนำ

prefatory (เพรฟ' ฟะทอรี) *adj.* เกี่ยวกับ preface **-prefatorily** *adv.*

prefect, praefect (พรี' เฟคทฺ) *n.* เจ้าหน้าที่ชั้นผู้ใหญ่ในฝรั่งเศสหรืออิตาลี, นายอำเภอ, เจ้าเมือง, เจ้าหน้าที่ของโรมันโบราณ, หัวหน้าชั้น, หัวหน้านักเรียน

prefecture (พรี' เฟคเชอะ) *n.* ที่ทำการ อำนาจหน้าที่เขตปกครองหรือที่อยู่อาศัยของ prefect **-prefectural** *adj.*

P

prefer (พรีเฟอร์') *vt.* **-ferred, -ferring** ชอบมากกว่า, สมัครใจมากกว่า, โอนเอียงมากกว่า, เสนอ, ยื่น, เลื่อนตำแหน่ง **-preferrer** *n.* (-S. promote) *-Ex. to prefer this to that*

preferable (เพรฟ' เฟอระเบิล) *adj.* ชอบมากกว่า **-preferability, preferableness** *n.* **-preferably** *adv.*

preference (เพรฟ' เฟอเรินซฺ) *n.* การชอบมากกว่า, สิ่งที่ชอบมากกว่า, บุริมสิทธิ, สิทธิพิเศษ, การใช้สิทธิพิเศษ (-S. partiality, choice)

preferential (เพรฟเฟอเรน' เชิล) *adj.* เกี่ยวกับการชอบมากกว่า, เกี่ยวกับบุริมสิทธิหรือสิทธิพิเศษ, ได้รับสิทธิพิเศษ **-preferentialism** *n.* **-preferentially** *adv.*

preferment (พรีเฟอร์' เมินทฺ) *n.* การชอบมากกว่า, การได้รับการชอบมากกว่า, การเลื่อนตำแหน่ง, ตำแหน่งที่มีโอกาสได้รับการเลื่อนหรือผลประโยชน์มาก

prefigure (พรีฟิก' เกอะ) *vt.* **-ured, -uring** คาดไว้ก่อน **-prefigurative** *adj.* **-prefiguratively** *adv.* **-prefigurativeness** *n.* **-prefigurement** *n.*

prefix (*v.* พรี' ฟิคซฺ, พรีฟิคซฺ', *n.* พรี' ฟิคซฺ) *n.* คำเสริมหน้า, คำอุปสรรค, คำเสริมหน้าชื่อบุคคล *-vt.* เสริมหน้า, เติมอุปสรรค **-prefixal** *adj.* **-prefixally** *adv.* **-prefixion** *n. -Ex. Somchai always prefixed "professor" to his name.*

pregnable (เพรก' นะเบิล) *adj.* เข้ายึดได้, เข้าโจมตี, ถูกโจมตีได้ **-pregnability** *n.*

pregnancy (เพรก' เนินซี) *n., pl.* **-cies** การตั้งครรภ์

pregnant (เพรก' เนินทฺ) *adj.* ตั้งครรภ์, มีครรภ์, อุดมสมบูรณ์, เต็มไปด้วยความหมาย, เป็นไปได้มาก, เต็มไปด้วยความคิดหรือจินตนาการ **-pregnantly** *adv. -Ex. a pregnant statement*

preheat (พรีฮีท') *vt.* ทำให้ร้อนก่อน

prehensile (พรีเฮน' ซิล, -เซิล, -ไซล) *adj.* ยึดเอาได้, สามารถยึดจับได้, เหมาะสำหรับการยึดจับ **-prehensility** *n.*

prehistoric (พรีฮิสทอ' ริค) *adj.* ก่อนประวัติศาสตร์, ก่อนที่มีการบันทึกเป็นประวัติศาสตร์ **-prehistorically** *adv.* (-S. prehistorical) *-Ex. prehistoric man*

prehistory (พรีฮิส' ทะรี) *n.* ยุคก่อนประวัติศาสตร์, ประวัติศาสตร์ของมนุษย์ก่อนที่มีการบันทึกเป็นประวัติศาสตร์, ประวัติศาสตร์ของเหตุการณ์ก่อนวิกฤติการณ์หรือสถานการณ์บางอย่าง, การศึกษาเกี่ยวกับประวัติศาสตร์ดังกล่าว **-prehistorian** *n.*

prejudge (พรีจัจฺ') *vt.* **-judged, -judging** ตัดสินก่อน, วินิจฉัยก่อนล่วงหน้า **-prejudger** *n.* **-prejudgment, prejudgement** *n.*

prejudice (เพรจ' จะดิส, -จุ-) *n.* อคติ, ความรู้สึกไม่ดีที่มีอยู่ก่อน, ความรู้สึกที่ไม่มีเหตุผล, ความเสียหาย, ข้อเสียเปรียบ *-vt.* **-diced, -dicing** ทำให้มีอคติ, ทำให้เสียหาย, ละเมิด, เป็นผลร้าย (-S. bias, partiality) *-Ex. a prejudice against ideas, without prejudice to, a prejudiced opinion*

prejudicial (เพรจจะดิช' เชิล, -จุ-) *adj.* เป็นผลร้าย, ทำให้เสียหาย, ไม่เป็นผลดี, ทำให้เสียเปรียบ **-prejudicially** *adv.* (-S. detrimental, hurtful)

prelacy, prelature, prelatism (เพรล' ละซี, -เชอะ, -ลิททิซึม) *n., pl.* **-cies** ตำแหน่งพระราชาคณะ, บาทหลวง

prelate (เพรล' ลิท) *n.* พระราชาคณะ, บาทหลวงชั้นสูง **-prelateship** *n.* **-prelatic** *adj.*

prelim. (คำสแลง) ย่อจาก preliminary การซกอุ่นเครื่อง, การแข่งขันอุ่นเครื่อง

preliminary (พรีลิม' มะเนอรี) *adj.* เบื้องต้น, ขั้นต้น, ขั้นเตรียมการ, ตอนต้น, อุ่นเครื่อง, เริ่มต้น, คำนำ *-n., pl.* **-naries** สิ่งที่เป็นเบื้องต้น, การซกอุ่นเครื่อง, การแข่งขันอุ่นเครื่อง, การสอบเบื้องต้น, ขั้นเบื้องต้น, คำนำ **-preliminarily** *adv. -Ex. the preliminary arrangement for a party, preliminary examination, preliminary hearing, preliminary remarks, preliminaries of introductions*

prelude (เพรล' ลูด, เพร'-, พระ'-, พรี'-) *n.* การแสดงเบิกโรง, ฉากโหมโรง, การบรรเลงนำ, การกระทำเบื้องต้น, สภาพหรือผลงานเบื้องต้น, อารัมภกถา, นิมิต, ลางบอกเหตุ, สิ่งบอกเหตุ, คำนำ *-vt., vi.* **-uded, -uding** นำ, โหมโรง, บรรเลงนำ, เขียนคำนำ **-prelusive, prelusory, -preludial** *adj.* **-prelusively** *adv. -Ex. The morning rain was a gloomy prelude to the rest of the day., an organ prelude*

prelusion (พรีลู' ชัน) *n.* ดู prelude

premarital (พรีแม' ริเทิล) *adj.* ก่อนสมรส

premature (พรีมะทัวร์') *adj.* ยังไม่เจริญเติบโตเต็มที่, ยังไม่ถึงเวลาอันควร, ก่อนถึงเวลากำหนด, ยังไม่ครบ **-prematurely** *adv.* **-prematureness, prematurity** *n. -Ex. Uthai's gray hair is premature.*

premed (พรี' เมด') *n.* หลักสูตรการศึกษาก่อนหลักสูตรแพทยศาสตร์, นักศึกษาหลักสูตรดังกล่าว, นักศึกษาเตรียมแพทย์ *-adj.* ย่อจาก premedical

premedical (พรีเมด' ดิเคิล) *adj.* เกี่ยวกับการศึกษาเตรียมแพทย์,เตรียมแพทย์

premeditate (พรีเมด' ดิเทท) *vt., vi.* **-tated, -tating** ไตร่ตรองล่วงหน้า, คิดล่วงหน้า **-premeditatedly** *adv.* **-premeditative** *adj.* **-premeditator** *n.*

premeditation (พรีเมดดิเท' ชัน) *n.* การไตร่ตรองล่วงหน้า, การคิดไว้ล่วงหน้า

premier (พรีเมียร์' , พริม' เยียร์) *n.* นายกรัฐมนตรี, อัครมหาเสนาบดี *-adj.* (ตำแหน่ง) แรก, เป็นหัวหน้า, นำหน้า, แรกเริ่ม, ครั้งแรก, แรกสุด, เก่าที่สุด **-premiership** *n.* (-S. prime minister)

premiere, première (พรีเมียร์', -แมร์') *n.* การเบิกโรง, การโหมโรง, การแสดงในที่สาธารณะครั้งแรก, การแสดงรอบปฐมทัศน์ *-vt., vi.* **-miered,-miering/ -mièred,-mièring** เบิกโรง, โหมโรง แสดงรอบปฐมทัศน์, แสดงเป็นครั้งแรก *-adj.* ครั้งแรกสุด, แรกเริ่ม, สำคัญ

premise, premiss (เพรม' มิส, พริไมซฺ') *n.* หลักฐาน, ข้อเสนอสนับสนุนการสรุปสมมติฐาน *-v.* **-ised, -ising** *-vt.* เสนอล่วงหน้า, อ้างหลักฐาน, บรรยาย, เสนอสมมติฐาน *-vi.* เสนอสมมติฐาน **-premises** ที่ดินที่รวมทั้งสิ่งปลูกสร้าง, สถานที่ (-S. assumption)

premium (พรี' เมียม) *n., pl.* **-ums** เบี้ยประกันภัย, ค่าธรรมเนียมนายหน้า, เงินแถม, เงินพิเศษ, เงินรางวัล, ค่าบริการ, เงินค่าจ้าง, เงินพิเศษที่รัฐบาลไทยเก็บจากผู้ส่งข้าวออกนอกประเทศ **-at a premium** เป็นที่ต้องการมาก ในราคาที่สูงมากเพราะขาดแคลนมาก *adj.* ถูกจัดให้มีคุณภาพมากและขายในราคาสูง (-S. reward, bonus, prize) *-Ex. The farmer received a premium for growing the biggest pumpkin., Father pays monthly premiums on his insurance.*

premonish (พรีมอน' นิช) *vt., vi.* เตือนล่วงหน้า, เป็นลาง, บอกลาง

premonition (พรีมะนิช' ชัน, เพรม-) *n.* การเตือนล่วงหน้า, การแสดงให้เห็นล่วงหน้า, นิมิต, การสังหรณ์ใจ **-premonitory** *adj.* (-S. omen, portent)

prenatal (พรีเน' เทิล) *adj.* ก่อนคลอด **-prenatally** *adv.*

preoccupation (พรีออคคิวเพ' ชัน) *n.* การเข้าครอบครองก่อน, จิตครอบงำ, การมีอคติ

preoccupy (พรีออค' คิวไพ) *vt.* **-pied, -pying** ครอบครองก่อน, ครอบงำ (ทางจิต), ทำให้ติดอกติดใจ **-preoccupancy** *n.*

preordain (พรีออร์เดน') *vt.* บวชก่อน **-preordination** *n.*

prep (เพรพ) *n.* โรงเรียนเตรียม มาจากคำว่า preparatory *-v.* **prepped, prepping** *-vi.* เข้าโรงเรียนเตรียม *-vt.* เตรียมตัว

prep. ย่อจาก preparation การเตรียม, preparatory เบื้องต้น, prepare เตรียมการ, preposition บุพบท

prepackage (พรีแพค' คิจ) *vt.* **-aged, -aging** บรรจุเสร็จก่อน

prepaid (พรีเพด') *vt.* กริยาช่อง 2 และ 3 ของ prepay, จ่ายล่วงหน้า, ชำระก่อนแล้ว

preparation (เพรพพะเร' ชัน) *n.* การเตรียม, การเตรียมการ, วิธีการเตรียมการ, สิ่งที่เตรียม, ตัวอย่างสำหรับตรวจวินิจฉัยหรืออื่นๆ *-Ex. The preparation for the picnic are almost finished., A preparation may be a medicine; a food; or anything that is prepared for some special use., necessary preparations*

preparatory (พรีแพ' ระทอรี, เพรพ'-) *adj.* เกี่ยวกับการเตรียมการ, เบื้องต้น, เป็นการนำ **-preparatorily** *adv.* (-S. introductory) *-Ex. a preparatory school, preparatory training, preparatory to a test*

preparatory school โรงเรียนเตรียม (-S. prep school)

prepare (พรีแพร์') *v.* **-pared, -paring** *-vt.* เตรียม, เตรียมการ, ตระเตรียม, เตรียมพร้อม, ฝึก, ปรุง, ผลิต *-vi.* เตรียมพร้อม **-preparedly** *adv.*

preparedness (พรีแพ' ริดนิส) *n.* ความพร้อม, การเตรียมพร้อมแล้ว, ความพร้อมรบ

prepay (พรีเพ') *vt.* **-paid, -paying** จ่ายล่วงหน้า, ชำระล่วงหน้า **-prepayment** *n.*

prepense (พรีเพนซฺ') *adj.* ไตร่ตรองไว้ล่วงหน้า, วางแผนไว้ล่วงหน้า, มีเจตนา

preponderant (พรีพอน' เดอเรินทฺ) *adj.* เหนือกว่าในด้านน้ำหนัก อำนาจ อิทธิพล จำนวนหรืออื่นๆ **-preponderantly** *adv.* **-preponderance, preponderancy** *n.*

preponderate (พรีพอน' เดอเรท) *vi.* **-ated, -ating** เหนือกว่าในด้านน้ำหนัก อำนาจ อิทธิพล จำนวนหรืออื่นๆ **-preponderation** *n.*

preposition (เพรพพะซิช' ชัน) *n.* บุพบท, สิ่งหรือตำแหน่งหรือการวางอยู่ตรงหน้า **-prepositional** *adj.* **-prepositionally** *adv.*

prepossess (พรีพะเซซ') *vt.* ครอบงำจิตมาก่อน, หมกมุ่น, ไตร่ตรองมาก่อน, ถูกใจแต่แรกเริ่ม, มีจิตโน้มเอียง **-prepossession** *n.*

prepossessing (พรีพะเซซ' ซิง) *adj.* มีจิตครอบงำ, ชื่นชอบ, ชวนใจ, ถูกใจ, มีจิตโน้มเอียง **-prepossessingly** *adv.*

preposterous (พรีพอส' เทอเริส) *adj.* ผิดปกติ, ประหลาด, วิตถาร, โง่บรม, น่าขัน, ไร้สาระที่สุด **-preposterously** *adv.* **-preposterousness** *n.* (-S. unthinkable, excessive) *-Ex. Ancient men used to think it was a preposterous idea that man could reach the moon.*

prepuce (พรี' พิวซ) *n.* หนังหุ้มลึงค์, หนังหุ้มเม็ดละมุดของหญิง **-preputial** *adj.*

prerequisite (พริเรค' ควะซิท) *adj.* ต้องมีก่อน ต้องทำก่อน, เป็นเงื่อนไขที่ต้องมีหรือทำเสร็จก่อน *-n.* สิ่งที่ต้องมีหรือทำก่อน, บุพวิชา, วิชาจำเป็นก่อนหน้า (-S. required, requirement)

prerogative (พริรอก' กะทิฟวฺ) *n.* สิทธิพิเศษ, อภิสิทธิ์, บุริมสิทธิ, อำนาจหรือสิทธิพิเศษของรัฐบาลหรือผู้แทน, สิทธิลงบัตรก่อน *-adj.* มีสิทธิดังกล่าว (-S. privilege)

presage (*n.* เพรส' ซิจฺ, *v.* พรีเซจฺ', เพลส' ซิจฺ) *n.*ลาง,

P

ลางสังหรณ์, เครื่องแสดง, คำพยากรณ์, คำทำนาย *-v.* **-aged, -aging** *-vt.* บอกลาง, เป็นเครื่องแสดง, พยากรณ์, ทำนาย *-vi.* ทำนาย **-presager** *n.*

presbyopia (เพรซบีโอ' เพีย, เพรส-) *n.* สายตายาว **-presbyopic** *adj.* **-presbyope** *n.*

presbyter (เพรซ' ไบเทอะ, เพรส'-) *n.* พระที่ทำหน้าที่เทศน์และบริหารในโบสถ์คริสเตียนสมัยก่อน, พระ, บาทหลวง, พระผู้อาวุโสในนิกายเพรสไบทีเรียน

presbyterian, Presbyterian (เพรซบิเทีย' เรียน, เพรส-) *adj.* เกี่ยวกับนิกายหนึ่งของโปรเตสแตนต์ *-n.* สมาชิกของนิกายดังกล่าว **-Presbyterianism** *n.*

presbytery (เพรซ' บะเทอรี, เพรส'-) *n., pl.* **-teries** กลุ่ม presbyters, คณะกรรมการประชุมกิจการศาสนาของนิกาย Presbyterianism, แท่นบูชา, อารามที่อยู่อาศัยของพระนิกายโรมันคาทอลิก

prescience (เพรซ' เชินซฺ, -อีเอินซฺ, พรี' เชินซฺ, -ชีเอินซฺ) *n.* ความรู้ที่มีอยู่ก่อน, การรู้ล่วงหน้า, ญาณ, ทิพยเนตร, การมองเห็นล่วงหน้า **-prescient** *adj.* **-presciently** *adv.* (-S. foresight)

prescribe (พรีสไครบฺ') *vt., vi.* **-scribed, -scribing** ออกคำสั่ง, กำหนด, บัญญัติ, ชี้แนะ, แนะนำ, สั่งยา, เสนอ **-prescriber** *n.*

prescription (พรีสคริพ' ชัน) *n.* ใบสั่งยา, บัญญัติ, กฎ, คำสั่ง, การกำหนด, การชี้แนะ, ความเคยชินที่มีมาก่อน, อายุความ, สิทธิเรียกร้อง *-adj.* ขายโดยใบสั่งแพทย์

prescriptive (พรีสคริพ' ทิฟว) *adj.* เกี่ยวกับ prescription **-prescriptively** *adv.*

presence (เพรซ' เซินซฺ) *n.* การมีอยู่, การเข้าร่วม, การปรากฏ, บริเวณใกล้เคียง, การอยู่ต่อหน้า, กริยาท่าทาง, บุคคล, ภูตผีปีศาจ, สิ่งศักดิ์สิทธิ์ *-Ex. Somchai swore an oath in the presence of witnesses., The young prince had a noble presence., The students kept their presence of mind when the fire alarm sounded.*

presence of mind สติ, ความสุขุม, ความมีจิตใจที่หนักแน่น

present[1] (เพรซ' เซินทฺ) *adj.* มีอยู่, ปรากฏอยู่, ปัจจุบัน, เดี๋ยวนี้, ต่อหน้า, เข้าร่วม, อยู่ที่นั่น, อยู่ที่นี่ *-n.* เวลาปัจจุบัน, ขณะนี้, กริยาปัจจุบัน, ของขวัญ **-presents** เอกสารปัจจุบัน **-presenter** *n.* (-S. current)

present[2] (พรีเซนทฺ') *vt.* เสนอ, ให้, ยื่น, มอบ, แนะนำ, นำตัว, นำเข้าพบ, บรรยาย, แสดงให้เห็น, เล็ง (ปืน), ฟ้องร้อง, เสนอให้ดำรงตำแหน่ง (ศาสนา) (-S. introduce) *-Ex. Mary presented her friend to the teacher., The dentist presented his bill for the work he had done.*

presentable (พรีเซน' ทะเบิล) *adj.* เสนอได้, มอบให้ได้, แสดงตัวได้, พอจะอวดได้, ให้เป็นของขวัญได้ **-presentability, presentableness** *n.* **-presentably** *adv.* *-Ex. Your report is not presentable until you have corrected it., Until you have your shoes put on you are not presentable.*

presentation (พรีเซินเท' ชัน, เพรซ-) *n.* การเสนอ, การแสดงตัว, การแนะนำตัว, การมอบของขวัญ, ของขวัญ, ของกำนัล, การเสนอพระให้บิชอปแต่งตั้งให้เป็นพระ (-S. donation, introduciton) *-Ex. The presentation of the prizes will be at 10 o'clock., the presentation of the school play, a presentation to the queen, presentation of a plan, the presentation of credentials*

present-day (เพรซ' เซินทฺ เด') *adj.* ปัจจุบัน, ขณะนี้, สมัยนี้

presentiment (พรีเซน' ทะเมินทฺ) *n.* ความรู้สึกที่ว่ามีบางสิ่งบางอย่างจะเกิดขึ้น, ความรู้สึกที่รู้ล่วงหน้า, ความสังหรณ์ใจ (-S. foreboding)

presently (เพรซ' เซินลี) *adv.* ไม่ช้า, ประเดี๋ยว, อีกสักครู่, ปัจจุบัน (-S. soon, shortly) *-Ex. Sombut will be home presently., Dang is presently staying with friends.*

presentment (พรีเซนทฺ' เมินทฺ) *n.* การแสดงออก, การแสดงตัว, การแสดงความรู้สึก, การเสนอ, การมอบ, การยื่น, ภาพ, ภาพวาด, ภาพที่ปรากฏ, รายงานของคณะลูกขุน

present participle กริยาปัจจุบันที่เติม -ing

present perfect ปัจจุบันกาลที่สมบูรณ์

preservation (เพรซเซอร์เว' ชัน) *n.* การเก็บรักษาไว้, การสงวน, การปกปักรักษา, การคุ้มครอง, การดำรง, การคงไว้, การพิทักษ์รักษา *-Ex. The preservation of life is the doctor's aim., The castle is in a good stage of preservation.*

preservationist (เพรซเซอร์เว' ชันนิสทฺ) *n.* ผู้สนับสนุนการสงวน (โดยเฉพาะการสงวนสัตว์ป่า), นักอนุรักษ์นิยม

preservative (พรีเซอร์' วะทิฟว) *n.* ยากันบูด, ตัวสงวน, วัตถุกันเน่า *-adj.* สงวน, กันบูด, กันเน่า

preserve (พรีเซิร์ฟว') *vt., vi.* **-served, -serving** สงวน, ดำรง, ปกปักรักษา, คุ้มครอง, ดอง, หมัก, อนุรักษ์ *-n.* สิ่งที่ใช้สงวน, ยากันบูด, ของดอง, ของหมัก, บริเวณป่าสงวน **-preserver** *n.* **-preservable** *adj.* (-S. guard, maintain) *-Ex. Anong is very well preserved.*

preset (พรีเซท') *vt.* **-set, -setting** ติดตั้งไว้ล่วงหน้า, ปรับไว้ล่วงหน้าแล้ว

preside (พรีไซดฺ') *vi.* **-sided, -siding** นำการประชุม, เป็นประธานการประชุม, บรรเลงนำ, ควบคุม **-presider** *n.* (-S. chair, conduct) *-Ex. Robin Hood presided over his band of merry men.*

presidency (เพรซ' ซิเดินซี) *n., pl.* **-cies** ตำแหน่งประธาน, ตำแหน่งประธานาธิบดี, ตำแหน่งนายก *-Ex. Jimmy Carter's presidency lasted four years.*

president (เพรซ' ซะเดินทฺ, -เดนทฺ) *n.* ประธาน, นายก, ประธานาธิบดี, ประมุข, ประธานบริษัท, อธิการบดี (ของมหาวิทยาลัยในอเมริกา), คณบดี (ของมหาวิทยาลัยในอังกฤษ) **-presidential** *adj.* **-presidentially** *adv.* (-S. chairman)

president-elect (เพรซ' ซะเดินทฺ' อีเลคทฺ', -อิ-) *n.* ประธานาธิบดีที่ได้รับการเลือกตั้งแต่ยังไม่ได้เข้าดำรงตำแหน่ง

presidium, Presidium (พริซิด' เดียม) *n., pl.* **-ia/-iums** คณะกรรมการบริหารที่มีอำนาจเต็มที่ของ

P

โซเวียต (อดีต) เป็นสภาบริหารสูงสุดของโซเวียต (อดีต)

press[1] (เพรส) *vt.* กด, ทับ, อัด, บีบ, รัด, กอดรัด, แนบ, คั้น, ดัน, รบกวน, บีบคั้น, กระตุ้น, ผลักดัน, เน้น, เร่ง, บังคับ, รุกเร้า, เบียดไปข้างหน้า *-vi.* กด, ทับ, อัด, รีด(ผ้า), รับการกด, เร่งรัด, ผลักหรือเบียดไปข้างหน้า *-n.* การกด (การอัด การทับ การบีบ การรัด), เครื่องบด (เครื่องอัด), เครื่องพิมพ์, แท่นพิมพ์, โรงพิมพ์, สิ่งตีพิมพ์, กระบวนการพิมพ์, ความแออัดของฝูงชน, ฝูงชน, ภาวะหรือสภาพที่ถูกบีบ, ความกดดัน, ข่าวหนังสือพิมพ์, บรรดาหนังสือพิมพ์ **-go to press** เริ่มพิมพ์

press[2] (เพรส) *vt.* เกณฑ์เข้าเป็นทหาร, เกณฑ์ให้ทำ, เกณฑ์ใช้ *-n.* การเกณฑ์เข้าเป็นทหาร

press agent เจ้าหน้าที่โฆษณา **-press-agentry** *n.*

press conference การประชุมให้ข่าวแก่นักหนังสือพิมพ์, การให้สัมภาษณ์หนังสือพิมพ์

press gallery ที่นั่งสำหรับนักหนังสือพิมพ์ในสภาอังกฤษ

pressing (เพรส' ซิง) *adj.* ด่วน, รีบด่วน *-n.* เครื่องอัด, การอัด **-pressingly** *adv.*

pressman (เพรส' เมิน) *n., pl.* **-men** นักหนังสือพิมพ์, ช่างพิมพ์, ผู้ทำธุรกิจการพิมพ์, ช่างแท่นพิมพ์

press release, news release ข่าวสำหรับหนังสือพิมพ์

pressroom (เพรส' รูม) *n.* ห้องนักข่าว, ห้องแท่นพิมพ์, ห้องพิมพ์, แท่นพิมพ์

pressure (เพรช' เชอะ) *n.* ความกดดัน, การกด, การอัด, การเบียด, การบีบ, การบีบคั้น, แรงกดดัน, แรงอัด, แรงบีบ, ความกดดันของบรรยากาศ, การรบกวน, การบีบบังคับ, ความดันกระแสไฟฟ้า *-vt.* **-sured, -suring** บีบ, บีบบังคับ, กดดัน, อัด (-S. force, compulsion) *-Ex. The pressure of my feet on the ground., pressure of air, high-pressure, low-pressure, financial pressure, pressure of business, Somsri gave up her trip because of the pressure of her parents.*

pressure cooker หม้อต้มที่สามารถเพิ่มความอัดดันจากไอน้ำ ทำให้อาหารสุกเร็วหรือเนื้อเปื่อยง่ายขึ้น

pressure gauge เครื่องวัดความกดดันของก๊าซหรือของเหลว

pressure gradient ระดับการเปลี่ยนแปลงของความกดดันบรรยากาศ

pressurize (เพรช' เชอะไรซ) *vt.* **-ized, -izing** เพิ่มความกดดัน, เพิ่มความกดดันแก่ก๊าซหรือของเหลว, รักษาระดับความกดดันปกติในห้องนักบิน, ต้มในหม้อที่เพิ่มความกดดันด้วยไอน้ำ **-pressurization** *n.* **-pressurizer** *n.*

presswork (เพรส' เวิร์ค) *n.* สิ่งตีพิมพ์, งานพิมพ์, เทคนิคการพิมพ์

prestidigitation (เพรสทะดิจจิเท' ชัน) *n.* การเล่นกล

prestige (เพรสทีจฺ') *n.* ชื่อเสียง, เกียรติคุณ, เกียรติศักดิ์, เกียรติภูมิ, ศักดิ์ศรี, บารมี (-S. reputation, importance) *-Ex. The old scientist enjoyed great prestige after many years of successful research.*

prestigious (เพรสทิจ' เจิส, -ที' เจิส) *adj.* มีชื่อเสียง, มีเกียรติ, เป็นที่เคารพนับถือ (-S. prestigeful)

presto (เพรส' โท) *adv., adj.* เร็ว, ทันที, ด้วยจังหวะที่เร็ว *-n., pl.* **-tos** จังหวะเร็ว

presumable (พรีซูม' อะเบิล) *adj.* พอสันนิษฐานได้, พอเข้าใจได้, พอคาดคะเนได้, เป็นไปได้, อาจจะ **-presumably** *adv.* (-S. probable)

presume (พรีซูม') *v.* **-sumed, -suming** *-vt.* สันนิษฐาน, สมมุติเอาว่า, อนุมาน, ทึกทัก, เข้าใจเอาเอง, ลองเชื่อ, ถือสิทธิ *-vi.* ถือสิทธิ, ทึกทัก, ทำโดยพลการ **-presumedly** *adv.* **-presumer** *n.* (-S. suppose)

presumption (พรีซัมพฺ' ชัน) *n.* การทึกทักเอาเอง, การสันนิษฐาน, การอนุมาน, การสมมุติเอาเอง, การถือสิทธิ, การทำโดยพลการ, ข้อสมมุติ, ข้อสันนิษฐาน, ความทะนง (-S. assumption, arrogance)

presumptive (พรีซัมพฺ' ทิฟว) เกี่ยวกับ presumption **-presumptively** *adv.*

presumptuous (พรีซัมพฺ' ชูเอิส, พริ-, -ชะเวิส) *adj.* ทึกทักเอาเอง, สันนิษฐานเอาเอง, ทะลึ่ง, ทะนง, บุ่มบ่าม **-presumptuously** *adv.* **-presumptuousness** *n.*

presuppose (พรีซะโพซ') *vt.* **-posed, -posing** สมมุติล่วงหน้า, คาดคะเนล่วงหน้า, สันนิษฐาน, ส่อ **-presupposition** *n.*

pretence (พรีเทนซฺ', พริ-, พรี' เทนซฺ) *n.* การแสร้งทำ, การเสแสร้ง, การอวดอ้าง, มารยา, ความหลอกลวง, การอ้างสิทธิ

pretend (พรีเทนดฺ') *vt.* แสร้งทำ, เสแสร้ง, หลอกลวง, อวดอ้าง, อ้างสิทธิ *-vi.* แสร้งทำ, อวดอ้าง *-adj.* ลวง, หลอก (-S. sham)

pretender (พรีเทน' เดอะ) *n.* ผู้เสแสร้ง, ผู้แสร้งทำ, ผู้หลอกลวง, ผู้ปลอมแปลง, ผู้อวดอ้าง

pretense (พรีเทนซฺ', พริ-, พรี' เทนซฺ) *n.* ดู pretence

pretension (พรีเทน' ชัน) *n.* การเรียกร้อง, การอ้างสิทธิ, ข้ออ้าง, การอวดอ้าง, มารยา *-Ex. We were amused by the pretensions of her dresses and jewels.*

pretentious (พรีเทน' เชิส) *adj.* อวดอ้าง, เสแสร้ง, มารยา, อวดเบ่ง **-pretentiously** *adv.* **pretentiousness** *n.* *-Ex. a pretentious display of wealth, pretentious writer*

preter- คำอุปสรรค มีความหมายว่า เกิน, มากกว่า ผ่าน, ล้น

preterit, preterite (เพรท' เทอริท) *n.* อดีตกาล, รูปกริยาในอดีตกาล *-adj.* อดีต, ที่ผ่านมา, ที่แล้วมา, ล่วงเลยไป

preternatural (พรีเทอร์แนช' เชอเริล) *adj.* ผิดปกติ, ผิดธรรมดา, ผิดธรรมชาติ, วิเศษ, กายสิทธิ์, มหัศจรรย์ **-preternaturalism** *n.* **-preternaturally** *adv.*

pretest (*n.* พรี' เทสทฺ, *v.* พรีเทสทฺ') *n.* การทดสอบเบื้องต้น, การทดสอบล่วงหน้า, การทดสอบว่านักเรียนได้เตรียมตัวการเรียนมาหรือเปล่า *-vt., vi.* ทดสอบเบื้องต้น, ทดสอบล่วงหน้า

P

pretext (พรี' เทคซฺท) *n.* ข้อแก้ตัว, ข้ออ้าง *-Ex. A pretext for coming late to school is that the alarm did not go off.*

Pretoria (พรีทอ' เรีย) ชื่อเมืองหลวงของประเทศแอฟริกาใต้

prettify (พริท' ทิไฟ) *vt.* **-fied, -fying** ทำให้สวยงาม **-prettification** *n.*

pretty (พริท' ที) *adj.* **-tier, -tiest** สวยงาม, งดงาม, สละสลวย, น่ารัก, น่าเอ็นดู, ไพเราะ, ชวนตา, ชวนใจ, มาก, มากมาย, กล้าหาญ, แข็งแรง *-adv.* อย่างพอควร, มาก, ทีเดียว *-n., pl.* **-ties** เครื่องตกแต่งที่สวยงาม, เครื่องแต่งกายที่สวยงาม, คนสวย *-vt.* **-tied, -tying** ทำให้สวยงาม, ทำให้ชวนตาชวนใจ, ทำให้ไพเราะ **-sitting pretty** (คำสแลง) ได้เปรียบ, ประสบความสำเร็จ **-prettily** *adv.* **-prettiness** *n.* **-prettyish** *adj.* (-S. fair, attractive) *-Ex. pretty flowers, pretty child, pretty girl*

pretzel (เพรท' เซิล) *n.* ขนมปังกรอบรสเค็มมักทำเป็นรูปปมหลวมๆ

prevail (พรีเวล') *vi.* มีอยู่ทั่วไป, เป็นต่อ, เหนือกว่า, มีมากกว่า, มีชัย, ชักชวน, เกลี้ยกล่อม, (ลม) พัดแรง **-prevail on/upon** ชักชวน (-S. predominate) *-Ex. Good will prevail over evil., Superstition prevails among ignorant people., Truth will prevail., She is liable to prevail upon.*

P

prevailing (พรีเวล' ลิง) *adj.* เหนือกว่า, มากกว่า, เด่น, ดาษดื่น, มีอยู่ทั่วไป, ได้ผล **-prevailingly** *adv.* (-S. current, common)

prevalent (เพรฟว' วะเลินทฺ) *adj.* มีอยู่ทั่วไป, ดาษดื่น, แพร่หลาย, เป็นที่ยอมรับโดยทั่วไป **-prevalence** *n.* **-prevalently** *adv.*

prevaricate (พริแว' ริเคท) *vi.* **-cated, -cating** โกหก, พูดกลับกลอก, พูดหลบหลีก, พูดปัดภาระ **-prevarication** *n.* **-prevaricator** *n.*

prevent (พรีเวนทฺ') *vt.* ป้องกัน, ขัดขวาง, ไปก่อน, คาดการณ์, ทำล่วงหน้า *-vi.* ขัดขวาง, เป็นอุปสรรค **-preventable, preventible** *adj.* **-preventer** *n.* (-S. avert, forestall, hinder) *-Ex. There's nothing to prevent you (from) coming.*

prevention (พรีเวน' ชัน) *n.* การป้องกัน, การขัดขวาง, การยับยั้ง, อุปสรรค, เครื่องป้องกัน *-Ex. Prevention is better than cure.*

preventive (พรีเวน' ทิฟว) *adj.* เกี่ยวกับการป้องกันโรค, ซึ่งป้องกัน *-n.* ยาป้องกัน, สิ่งป้องกัน, มาตรการป้องกัน **-preventively** *adv.* **-preventiveness** *n.* (-S. preventative) *-Ex. preventive war, preventive medicine, a preventive measure against crime*

preview (พรี' วิว) *n.* การชมก่อน, การดูก่อนการแสดง, การแสดงก่อน, การฉายภาพยนตร์ก่อน, การฉายภาพยนตร์โฆษณาก่อนภาพยนตร์จริง, สิ่งที่แสดงให้เห็นถึงการมาของอีกสิ่งหนึ่ง *-vt.* ชมก่อน, ดูก่อน, แสดงก่อน

previous (พรี' เวียส) *adj.* ก่อน, เมื่อก่อน, อันก่อน, แต่ก่อน **-previous to** ก่อน **-previously** *adv.* (-S. prior, earlier, former) *-Ex. My nephew has grown much since my previous visit.*

prewar (พรี' วอร์') *adj.* ก่อนสงคราม

prexy (เพรค' ซี) *n., pl.* **prexies** (คำสแลง) ประธาน (โดยเฉพาะอธิการบดีมหาวิทยาลัย)

prey (เพร) *n.* เหยื่อ, สัตว์ที่ล่าหรือจับกินเป็นอาหาร (โดยเฉพาะสัตว์จำพวกที่กินเนื้อเป็นอาหาร), การล่าเหยื่อ, สิ่งที่ปล้นมา *-vi.* จับกินเป็นอาหาร, มีผลร้ายต่อจิต, ทำให้ผู้อื่นเป็นเหยื่อ **-preyer** *n.* (-S. kill, victim) *-Ex. The banker turned out to be the swindler's easy prey.*

price (ไพรซฺ) *n.* ราคา, เงินรางวัล, รางวัล, ค่า, คุณค่า, มูลค่า, สิ่งที่แลกมา, ค่าตอบแทน *-vt.* **priced, pricing** กำหนดราคา, ตั้งราคา, สอบถามราคา **-beyond/without price** ซึ่งคำนวณค่าไม่ได้ **-at any price** ไม่ว่าจะเสียเท่าไรก็ตาม **-pricer** *n.* (-S. cost, sacrifice) *-Ex. The price of the ball is $2.00., The rent was priced too high for our family., We priced several cars before buying., jewels of great price, the price of fame, the price of victory*

price control การควบคุมราคา, ราคาควบคุม

price index ดรรชนีราคา, ดรรชนีแสดงระดับการเปลี่ยนแปลงของสินค้ากับการบริการ

priceless (ไพรซฺ' ลิส) *adj.* ราคาสูงจนหาค่ามิได้, (ภาษาพูด) ขบขัน (-S. invaluable, costly)

price support การพยุงราคาสินค้าโดยรัฐบาล

price war การแข่งขันตัดราคากัน

pricey (ไพร' ซี) *adj.* แพง, มีราคาสูง

prick (พริค) *n.* การแทง (ทิ่ม ตำ เจาะ), รอยแทง, เครื่องเจาะ, ประตัก, (คำสแลง) ลึงค์ ผู้ชายที่น่ารังเกียจ, ศูนย์กลางเป้าธนู, อาวุธแหลม *-vt.* แทง, ทิ่ม, ตำ, เจาะ, ลงประตัก, ทำให้เจ็บปวดมาก (คล้ายถูกแทง), ทำให้ลุกชู, วัดด้วยวงเวียน, (หู) ผึ่ง *-vi.* รู้สึกคล้ายถูกแทง, ขี่ม้าอย่างรวดเร็ว, กระตุ้นให้วิ่ง *-adj.* (หู) ตั้ง **-prick up one's ears** แสดงความสนใจอย่างกะทันหัน, ฟังอย่างตั้งใจ **-pricker** *n.* (-S. pierce, goad, sting) *-Ex. The thorn pricked my finger., the pricks of a cactus, Somchai felt a prick when the bee stung him., His conscience pricked him after telling the lie.*

pricket (พริค' คิท) *n.* เหล็กแหลมสำหรับปักเทียน, เชิงเทียนที่มีเหล็กแหลมดังกล่าว, กวางตัวผู้อายุ 2 ขวบ

prickle (พริค' เคิล) *n.* หนาม, ของแหลม, ขนเม่น, เดือยแหลม, ความรู้สึกเจ็บปวดเหมือนถูกแทง *-v.* **-led, -ling** *-vt.* แทงเบาๆ, ทำให้รู้สึกเจ็บปวดเหมือนถูกแทง *-vi.* รู้สึกเจ็บปวดเหมือนถูกแทง *-Ex. This vine is full of prickles., I fell a prickle when I use this lotion on my face., The ointment doesn't burn but it prickles.*

prickly (พริค' ลี, -เคิลลี) *adj.* **-lier, -liest** เต็มไปด้วยหนาม, เต็มไปด้วยเดือยแหลม, เต็มไปด้วยปัญหา, เจ็บปวดเหมือนถูกแทง, ไว (อารมณ์ ประสาท) **-prickliness** *n. -Ex. A cactus is a prickly plant., a prickly feeling from a wool scarf*

prickly heat โรคผิวหนังผื่นคัน (เนื่องจากต่อมเหงื่ออักเสบ)

pride (ไพรดฺ) *n.* ความภูมิใจ, ทิฐิ, ความโอหัง, ความ

หยิ่ง, ความลำพองใจ, ความทะนง, สิ่งที่น่าภูมิใจ, สิ่งที่ดีที่สุด, ภาวะที่รุ่งโรจน์, กำลังของม้า, ความดีเด่น, ฝูงสิงโต *-vt.* **prided, priding** มีความภูมิใจ, ลำพองใจ **-prideful** *adj.* **-pridefully** *adv.* **-pridefulness** *n.* (-S. conceit, self-importance, egotism) *-Ex. Grandfather's garden is his pride and joy., Grandmother prides herself on her cakes., Daeng's pride wouldn't let him admit his fault., His pride kept him from asking for money., Samai takes pride in his work., Daeng was the pride of his family.*

prie-dieu (พรี' ดิว) *n.* ที่วางเข่าเวลาสวดมนต์

prier, pryer (ไพร' เออะ) *n.* ผู้สืบเสาะ, ผู้สืบหา

priest (พรีสทฺ) *n.* พระ, พระสงฆ์, บาทหลวง, พระสอนศาสนา **-priesthood** *n.* (-S. clergyman, minister)

priestess (พรีส' ทิส) *n.* นักบวชหญิง

priestly (พรีสทฺ' ลี) *adj.* **-lier, -liest** เกี่ยวกับพระ, เหมาะกับพระ **-priestliness** *n. -Ex. to carry out priestly duties*

prig (พริก) *n.* คนพิถีพิถัน, คนเจ้าระเบียบ, (คำสแลง) นักล้วง **-priggery, priggism** *n.* **-priggish** *adj.* **-priggishly** *adv.* **-priggishness** *n.*

prim (พริม) *adj.* **primmer, primmest** เรียบร้อย, เป็นระเบียบ, สงบเสงี่ยม *-vt., -vi.* **primmed, primming** ทำให้ใบหน้าหรือปากดูเป็นคนเจ้าระเบียบ, ทำหน้าตาให้เรียบร้อย, จัดให้เป็นระเบียบเรียบร้อย **-primly** *adv.* **-primness** *n.* (-S. proper, formal, fussy) *-Ex. the prim old maid*

prim. ย่อจาก primary, primitive, primate

prima ballerina ตัวชูโรงคณะระบำบัลเลต์

primacy (ไพร' มะซี) *n., pl.* **-cies** ความเป็นอันดับหนึ่ง, ฐานะสูงสุดหรือสำคัญที่สุด, อำนาจหน้าที่ของอาร์กบิชอป (-S. supremacy)

prima donna (พรีมะ ดอน' นะ, พริม' มะ-) *n., pl.* **prima donnas** นักร้องคณะระบำบัลเลต์ที่เป็นตัวชูโรง, (ภาษาพูด) บุคคลที่ทะนงตัวและเจ้าอารมณ์

prima facie (ไพร' มะเฟ' ชี, -ชะ) ตอนพบครั้งแรก

prima facie evidence พยานหลักฐานที่พอเพียง

primal (ไพร' เมิล) *adj.* ครั้งแรก, ดั้งเดิม, สำคัญที่สุด, เป็นรากฐาน

primarily (ไพรแม' ระลี, ไพร' เมอร์-) *adv.* อย่างสำคัญ, ส่วนมาก, ส่วนใหญ่, แรกเริ่ม

primary (ไพร' มะรี, -เมอรี) *adj.* สำคัญที่สุด, อันดับแรก, ครั้งแรก, ดีเลิศ, ดั้งเดิม, เบื้องต้น, ประถม, ระยะแรก, ขั้นแรก *-n., pl.* **-ries** สิ่งที่สำคัญที่สุด, สิ่งที่อยู่ในอันดับหนึ่ง, การเลือกตั้งครั้งแรก, แม่สี, ดาวที่สว่างกว่าในกลุ่มดาวคู่ (-S. first, basic) *-Ex. primary classes in school, primary reason, The primary colours are red; blue; and yellow.*

primary school โรงเรียนประถม

primate (ไพร' เมท, -มิท) *n.* อาร์กบิชอปหรือบิชอปอันดับแรก, สัตว์เลี้ยงลูกด้วยนมประเภทหนึ่ง ได้แก่ คน ลิงและตัวลีเมอร์ **-primatal** *adj.* **-primatial, primatical** *adj.*

prime (ไพรมฺ) *adj.* สำคัญที่สุด, ดีเลิศ, ชั้นหนึ่ง, อันดับหนึ่ง, ขั้นพื้นฐาน, ขั้นมูลฐาน *-n.* ภาวะที่รุ่งโรจน์สุด, ส่วนที่ดีเลิศ, ระยะแรกเริ่ม, ฤดูใบไม้ผลิ, ชั่วโมงแรกของวัน, วัยหนุ่มสาว, รุ่งอรุณ, เครื่องหมาย *-vt., vi.* **primed, priming** ใส่ดินระเบิด, อัดดินระเบิด, เติมหรือปล่อยของเหลวเข้าไปไล่อากาศ, ตระเตรียมพร้อม **-primeness** *n.* (-S. first-rate, first-class, primary, best, top)

prime meridian เส้นแวงแรก (เป็นเส้นแวงที่ผ่านตำบล Greenwich ของอังกฤษ

prime minister นายกรัฐมนตรี, อัครมหาเสนาบดี **-prime ministry** *n.* (-S. premier)

prime number เลขที่หารลงตัวได้ด้วยเลข 1 หรือตัวของมันเอง

primer[1] (พริม' เมอะ, ไพร' เมอะ) *n.* แบบเรียนขั้นต้นสำหรับเด็กเล็ก, หนังสือที่สอนหลักการเบื้องต้น

primer[2] (ไพร' เมอะ) *n.* ผู้มีความสำคัญที่สุด, ผู้มีความรุ่งโรจน์ที่สุด, สิ่งที่สำคัญที่สุด, สิ่งดีเลิศ, ท่ออัดดินระเบิด, ชั้นแรกของสีทา

prime time เวลาที่ดีที่สุดของการกระจายเสียงคือเวลาที่มีผู้ฟังหรือผู้ชมมากที่สุด

primeval (ไพรมี' เวิล) *adj.* เกี่ยวกับยุคแรกเริ่ม, เกี่ยวกับยุคดึกดำบรรพ์

priming (ไพร' มิง) *n.* ดินระเบิด, วัตถุระเบิด, ความรุ่งโรจน์, เครื่องส่งหรือสูบฉีดน้ำมัน,ชั้นแรก,ชั้นรองพื้น

primitive (พริม' มิทิฟว) *adj.* แรกเริ่ม, เบื้องต้น, สมัยแรก, ดั้งเดิม, บรรพกาล, ดึกดำบรรพ์, ยังป่าเถื่อน, ง่ายๆ, หยาบ, พื้นฐาน *-n.* คนสมัยดึกดำบรรพ์, นักศิลปะที่เรียนด้วยตนเอง, ผลงานของนักศิลปะที่เรียนรู้ด้วยตนเอง **-primitively** *adv.* **-primitiveness** *n.* (-S. earliest, simple) *-Ex. The cavemen were primitive people., Primitive dishes were made of clay., When the boys go camping; they live in a primitive way.*

primogenitor (ไพรมะเจน' นิเทอะ, -โม-) *n.* บรรพบุรุษแรกเริ่ม, บรรพบุรุษ

primogeniture (ไพรโมเจน' นิเชอะ, -มะ-) *n.* การเป็นลูกคนแรก, สิทธิในการรับมรดกของลูกคนแรก

primordial (ไพรมอร์' เดียล) *adj.* แรกเริ่ม, ดั้งเดิม, ประถม, เกิดขึ้นก่อน **-primordially** *adv.*

primp (พริมพฺ) *vt., vi.* ตกแต่งอย่างพิถีพิถัน, แต่งตัวอย่างพิถีพิถัน

primrose (พริม' โรซ) *n.* พืชไม้ดอกสีเหลืองจำพวก *Primula*, สีเหลืองอ่อน *-adj.* เกี่ยวกับพืชดังกล่าว

primrose path วิถีทางที่ง่ายแต่ทรยศคนอื่น, วิถีทางชีวิตที่ถือเอาความพอใจเป็นใหญ่แต่ไม่รับผิดชอบ

primula (พริม' มิวละ) *n.* ดู primrose

prince (พรินซฺ) *n.* เจ้าชาย, กษัตริย์, เจ้าผู้ครองนคร, (ภาษาพูด) คนดีมีน้ำใจ **-princedom** *n.* **-princely** *adj.*

prince consort พระสวามีของกษัตริย์หญิง

princeling (พรินซฺ' ลิง) *n.* เจ้าชายน้อย, เจ้าชายที่มีตำแหน่งไม่สำคัญ (-S. princekin, princelet)

princely (พรินซฺ' ลี) *adj.* **-lier, -liest** เกี่ยวกับเจ้าชาย, ฟุ่มเฟือย, หรูหรา **-princeliness** *n. -Ex. The city has received many princely benefits from its loyal citizens., a princely family*

P

Prince of Darkness ซาตาน
Prince of Peace พระเยซูคริสต์
Prince of Wales มกุฎราชกุมารของอังกฤษ, ชื่อแหลมในอลาสกาบนช่องแคบเบริง
prince royal โอรสองค์โตสุดของกษัตริย์
princess (พริน' ซิส, -เซส, พรินเซซ') *n.* เจ้าหญิง, ชายาของเจ้าชาย, คุณหญิงของท่านเอิร์ล, กษัตริย์ที่เป็นหญิง, ผู้ปกครอง, หญิงที่มีชื่อเสียง *-adj.* เกี่ยวกับเสื้อรัดหน้าอกและกระโปรงแบบหนึ่ง (-S. princesse)
principal (พริน' ซะเพิล) *adj.* อันดับแรก, อันดับหนึ่ง, สำคัญที่สุด, หัวหน้า, ตัวการ, รายใหญ่, เงินต้น, ทุน *-n.* หัวหน้า, ผู้อำนวยการ, ครูใหญ่, อธิการบดี, ประธาน, เงินต้น, ต้นทุน, ผู้ว่าจ้าง, ตัวการสำคัญ, โครงร่างสำคัญ **-principally** *adv.* **-principalship** *n.* (-S. main, central, leading) *-Ex. principal reasons for going to school, the principal of the Royal College of Art, principal clause, principal force, principal office, principal and interest*
principality (พรินซะแพล' ละที) *n., pl.* **-ties** รัฐหรืออาณาเขตที่ปกครองโดยเจ้าชาย ดยุก เอิร์ลหรือขุนนางสำคัญอื่นๆ, รัฐนคร, ตำแหน่งหรืออำนาจของ prince, ลำดับทูตสวรรค์หรือเทพยดา

P

principle (พริน' ซะเพิล) *n.* หลัก, หลักการ, กฎ, ศีลธรรม, ลัทธิ, หลักศีลธรรม, ตัวยา **-in principle** ในแง่ทฤษฎี (-S. rule, law, essence) *-Ex. Treating people as you would like to have them treat you is a good principle., Daeng explained to the class the principles by which radio works., a mechanical principle, Somsri's one principle is her determination to take good care of her family., Sombut shows great concern for principle in business affairs.*
prink (พริงคฺ) *vt., vi.* แต่งตัว, ประดับ, ตกแต่ง, วางท่าทาง
print (พรินทฺ) *vt.* พิมพ์, ฝัง, ประทับ, สลัก, ทำให้เกิดภาพแท้จริง (จากภาพเนกาทีฟ) *-vi.* ทำให้เกิดภาพ, เกิดภาพ, อัดรูป, พิมพ์ *-n.* ภาพพิมพ์, รอยพิมพ์, ตัวพิมพ์, วิธีการพิมพ์, ผ้าพิมพ์, เครื่องพิมพ์, ตราพิมพ์, ลวดลายพิมพ์, ลายดอก **-in print** ตีพิมพ์แล้ว **-out of print** ไม่มีตีพิมพ์แล้ว (-S. imprint, mark)
printer (พริน' เทอะ) *n.* ผู้พิมพ์, เจ้าของโรงพิมพ์, ช่างพิมพ์ *-Ex. We sent your essay to the printer this morning.*
printer's devil เด็กฝึกงานหรือเด็กรับใช้ในโรงพิมพ์
printery (พริน' เทอรี) *n., pl.* **-eries** โรงพิมพ์, กิจการพิมพ์
printing (พริน' ทิง) *n.* ศิลปะกระบวนการหรือธุรกิจการพิมพ์, การพิมพ์, สิ่งตีพิมพ์, จำนวนพิมพ์ *-Ex. coloured printing, printing and dyeing, printing ink, printing machine, Dang made a lot of money in printing.*
printing press เครื่องพิมพ์
printmaker (พรินทฺ' เมคเคอะ) *n.* ผู้พิมพ์, ช่างพิมพ์, ช่างศิลปะการพิมพ์ **-printmaking** *n.*
printout (พรินทฺ' เอาทฺ) *n.* สิ่งตีพิมพ์ที่ผ่านเครื่องคอมพิวเตอร์
prior (ไพร' เออะ) *adj.* ก่อน, อันก่อน, อยู่ก่อน, รองเจ้าอาวาส, รองอธิการวัด, รองเจ้าวัด, ท่านปลัด **-prior to** ก่อนจนกว่า *-Ex. prior claims, prior to his arrival, Our present governor practiced law prior to his election.*
prioress (ไพร' เออริส) *n.* รองอธิการวัดที่เป็นหญิง
priority (ไพรออ' ระที, -อา-) *n., pl.* **-ties** การมาก่อน, การมีสิทธิก่อน, บุริมสิทธิ, สิทธิพิเศษ *-Ex. There's a long line of people waiting and those with priority will receive coupons first., In wartime; production of weapons has priority over the manufacture of luxuries.*
priory (ไพร' อะรี) *n., pl.* **-ries** สำนักศาสนาที่ปกครองโดย prior หรือ prioress
prism (พริซ' ซึม) *n.* แก้วปริซึม, ของแข็งโปร่งใสเนื้อเดียวมักมีฐานเป็นสามเหลี่ยมหรือสี่เหลี่ยม ใช้ทำให้เกิดหรือวิเคราะห์แถบคลื่นแสงหรือสีรุ้ง
prismatic (พริซแมท' ทิค) *adj.* เกี่ยวกับหรือเหมือนแก้วปริซึม, เป็นแถบคลื่นแสงหรือสีรุ้ง, หลายรูปแบบ, หลายเหลี่ยม **-prismatically** *adv.*
prison (พริซ' เซิน) *n.* คุก, เรือนจำ, ตาราง, สถานที่คุมขัง, การติดคุก (-S. jail)
prisoner (พริซ' เซินเนอะ, พริซ' เนอะ) *n.* นักโทษ, เชลยศึก, เชลย, คนคุก, ผู้ที่สูญเสียอิสรภาพ (-S. convict)
prissy (พริส' ซี) *adj.* **-sier, -siest** พิถีพิถันเกินไป, เจ้าระเบียบเกินไป **-prissily** *adv.* **-prissiness** *n.* (-S. fussy, prim, prudish)
pristine (พริส' ทีน, พริสทีน', พริส' ไทน) *adj.* เดิมที, แรกเริ่ม, เก่าแก่, ดึกดำบรรพ์, บริสุทธิ์ **-pristinely** *adv.*
prithee (พริธ' ธี) *interj.* ทรงโปรดกรุณาขอให้ท่าน
privacy (ไพร' วะซี, พริฟ' วะ-) *n., pl.* **-cies** ความโดดเดี่ยว, ความสันโดษ, การอยู่คนเดียว, ความลับ (-S. seclusion) *-Ex. Hard study usually requires privacy., Dang and his friends studied the treasure map in privacy., Governments should respect the privacy of citizens.*
private (ไพร' เวิท) *adj.* สันโดษ, ส่วนตัว, ไม่ปล่อยให้คนอื่นรู้, เป็นความลับ, เฉพาะตัว, บุคคล, รโหฐาน, โดยเอกชน, เกี่ยวกับพลทหาร *-n.* พลทหาร **-privates, private parts** อวัยวะสืบพันธุ์ **-in private** ส่วนตัว, เป็นความลับ **-privately** *adv.* (-S. personal) *-Ex. private grounds, my private affairs, a private gentleman, my private life, private business, a private bill in Parliament, Keep this private.*
privateer (ไพรวะเทียร์') *n.* เรือเอกชนที่ถูกเปลี่ยนเป็นเรือรบโดยรัฐบาลเพื่อต่อสู้หรือรังควานเรือข้าศึก *-vi.* แล่นเรือดังกล่าว
private eye (คำสแลง) นักสืบส่วนตัว นักสืบเชลยศักดิ์
privation (ไพรเว' ชัน) *n.* การขาดแคลนสิ่งจำเป็นในการดำรงชีพ, การขาดแคลน, ความคับแค้น, การเพิกถอน
privative (ไพรฟว' วะทิฟว) *adj.* ขาดแคลน, ขัดสน,

privet 673 **process¹**

คับแค้น, ซึ่งถูกถอดถอน *-n.* คำอุปสรรคหรือคำปัจจัยที่มีความหมายปฏิเสธ **-privatively** *adv.*

privet (พริฟว' วิท) *n.* พืชจำพวก *Ligustrum vulgare*

privilege (พริฟ' วะลิจ, พริฟว' ลิจ) *n.* สิทธิพิเศษ, อภิสิทธิ์, เอกสิทธิ์, ประโยชน์พิเศษ, ข้อได้เปรียบ *-vt.* **-leged, -leging** ให้สิทธิพิเศษแก่, ให้อภิสิทธิ์แก่

privileged (พริฟ' วะลิจด) *adj.* เกี่ยวกับชนชั้นอภิสิทธิ์, อย่างมีอภิสิทธิ์, มีสิทธิพิเศษ, ไม่อยู่ภายใต้การบังคับของกฎเกณฑ์ทั่วๆ ไป

privy (พริฟ' วี) *adj.* ส่วนตัว, เฉพาะตัว, ลับ, ลับตา, ที่ลับ, ซ่อนเร้น, ส่วนพระองค์ *-n., pl.* **privies** ห้องส้วม, บุคคลที่มีผลประโยชน์ร่วมกัน **-privily** *adv.*

privy council สภาองคมนตรี

privy councilor องคมนตรี

privy purse ท้องพระคลัง, พระคลังข้างที่

privy seal พระราชลัญจกร

prize¹ (ไพรซ) *n.* รางวัล, เงินรางวัล, ของรางวัลจากการประกวด, ของดีๆ, ทรัพย์เชลย, ลาภลอย, การแข่งขัน *-adj.* ชนิดรางวัล, เหมาะที่จะได้รับรางวัล, ได้รับรางวัล *-vt.* **prized, prizing** ตีราคาสูง, ประเมินค่าสูง (-S. reward, award, aim)

prize² (ไพรซ) *n.* สิ่งที่ได้มาโดยกำลัง, สิ่งที่ยึดมาได้ในการทำสงคราม, (ภาษาพูด) ชะแลง *-vt.* **prized, prizing** งัด (ด้วยคาน หรือชะแลง) *-Ex. to prize a lid off a box*

prize court ศาลทรัพย์เชลย

prizefight (ไพรซ' ไฟท) *n.* การแข่งขันชกมวยเพื่อเอารางวัล เงินหรืออื่นๆ, การแข่งขันชกมวยอาชีพ **-prizefighter** *n.* **-prizefighting** *n.*

prizer (ไพร' เซอะ) *n.* ผู้แข่งขันเอารางวัล

prize ring เวทีมวย, การชกมวย

pro¹ (โพร) *adj., n., pl.* **pros** ย่อจาก professional

pro² (โพร) *adv., adj.* ชอบ, ซึ่งสนับสนุน *-n., pl.* **pros** ผู้สนับสนุน, ข้อสนับสนุน, บัตรสนับสนุน

pro- คำอุปสรรค มีความหมายว่า ชอบ, สนับสนุน, ไปข้างหน้า, ก่อน, ตาม, แทน, ต่อหน้า

proactive (โพรแอค' ทิฟว) *adj.* ซึ่งริเริ่ม, ซึ่งมีบทบาทร่วม

probability (พรอบอะบิล' ละที) *n., pl.* **-ties** ความเป็นไปได้, การอาจจะเป็นไปได้, สิ่งที่น่าจะเป็นไปได้, ผลที่อาจเกิดขึ้น, โอกาสที่น่าจะเป็นไปได้ **-in all probability** เป็นไปได้มาก (-S. likelihood)

probable (พรอบ' อะเบิล) *adj.* เป็นไปได้, น่าจะเป็นไปได้, ค่อนข้างแน่, คง, น่าจะเกิดขึ้น **-probably** *adv.*

probable cause ข้อเท็จจริงที่น่าจะเป็นไปได้

probate (โพร' เบท, -บิท) *n.* การพิสูจน์พินัยกรรมโดยศาล *-adj.* เกี่ยวกับการพิสูจน์ดังกล่าว, เกี่ยวกับศาลดังกล่าว *-vt.* **-bated, -bating** พิสูจน์พินัยกรรม, ภาคทัณฑ์ผู้กระทำผิด

probation (โพรเบ' ชัน) *n.* การภาคทัณฑ์, การพิสูจน์, การทดสอบ, ช่วงระยะเวลาการทดสอบ **-probational, probationary** *adj. -Ex. to hire a new employee on probation*

probationer (โพรเบ' ชันเนอะ) *n.* ผู้ที่อยู่ในระหว่างการทดสอบ, ผู้ที่อยู่ในระหว่างการภาคทัณฑ์

probative (โพร' บะทิฟว, พรอบ' บะ-) *adj.* เป็นการทดสอบ, เป็นการทดลอง, เป็นการพิสูจน์, เป็นการภาคทัณฑ์, เกี่ยวกับการสืบสวน (-S. probatory)

probe (โพรบ) *v.* **probed, probing** *-vt.* ทดสอบ, ทดลอง, ตรวจสอบ, พิสูจน์, สืบสวน, แหย่หรือหยั่งด้วยเครื่องแหย่ *-vi.* แหย่หรือหยั่งด้วยเครื่องแหย่ *-n.* เครื่องแหย่, เครื่องมือยาวสำหรับตรวจดูแผลหรือทางเดินในร่างกาย, การสืบสวน **-prober** *n.* (-S. question, investigate)

probity (โพร' บะที, พรอบ' บะ-) *n.* ความซื่อสัตย์, ความซื่อตรง, ความตรงไปตรงมา

problem (พรอบ' เลิม) *n.* ปัญหา, ข้อปัญหา, โจทย์เรขาคณิต, โจทย์คณิตศาสตร์, หมากกล, เรื่องที่ต้องแก้ไขหรือต้องพิจารณากัน *-adj.* สอนยาก, เป็นปัญหา, มีปัญหา, แก้ไขยาก, ควบคุมยาก, เกี่ยวกับปัญหาสังคม (-S. question, puzzle, riddle, enigma) *-Ex. A naughty child is sometimes a problem., to tackle a problem, key problem*

problematic, problematical (พรอบบระแมท' ทิค, -เคิล) *adj.* สร้างปัญหา, น่าสงสัย, เป็นปริศนา, ยังไม่แน่นอน, เกี่ยวกับบทสร้างในเรขาคณิต *-n.* ปัญหาที่ยังไม่ได้รับการแก้ไข **-problematically** *adv.* (-S. uncertain, doubtful, questionable)

proboscis (โพรบอส' ซิส) *n., pl.* **-cises/-cides** งวงช้าง, ส่วนที่คล้ายงวงช้าง, จะงอยปาก, ส่วนของปากแมลงที่ยื่นออก (-S. trunk)

procaine (โพร' เคน) *n.* ยาระงับความรู้สึกชนิดหนึ่งที่ใช้เฉพาะแห่งหรือผ่านทางไขสันหลัง

procathedral (โพรคะธี' เดริล) *n.* โบสถ์ที่ใช้เป็นโบสถ์ชั่วคราวของพระราชาคณะ

procedure (โพรซี' เจอะ, พระ-) *n.* กระบวนการ, วิธีการ, ระเบียบการ, วิธีการปฏิบัติ, แนวทาง, ขั้นตอน, กำหนดการ **-procedural** *adj.* (-S. course, routine) *-Ex. What procedure should I follow in applying for a driver's license?*

proceed (โพรซีด', พระ-) *vi.* ดำเนินการ, กระทำการ, กระทำต่อไป, ปฏิบัติ, ลงมือ, เริ่ม, เกิดจาก, ออกจาก (-S. go on, continue, advance, flow) *-Ex. to proceed on a journey, to proceed with a speech*

proceeding (พระซี' ดิง, โพร-) *n.* การดำเนินการ, ขั้นตอน, วิธีการ, กระบวนการ, แนวทาง **-proceedings** กิจกรรมที่ดำเนินต่อเนื่องในระยะหนึ่ง, การปฏิบัติตามกฎหมาย, วิธีการทางกฎหมาย *-Ex. What a strange proceeding it all seemed!*

proceeds (โพร' ซีดซ) *n.pl.* รายได้, ผลกำไร, ผลที่เกิดขึ้น (-S. income, returns, profit) *-Ex. We bought new curtains for our club with the proceeds of our candy sale.*

process¹ (โพร' เซส, พรอส' เซส, -เซิส) *n., pl.* **processes** กระบวนการ, ระบบ, การดำเนินการ, แนวทาง, กรรมวิธี, วิธีปฏิบัติ, ขั้นตอนการปฏิบัติ, หมายศาล, ปุ่ม, ส่วนยื่น, สิ่งงอก, เนื้องอก, การทำแม่พิมพ์, การเปลี่ยนแปลง, การล้างรูป *-vt.* ทำให้ผ่านกระบวนการ,

P

ปฏิบัติการ, จัดการ, ทำแม่พิมพ์สอดสี, ล้างรูป, ฟ้อง(ศาล) *-adj.* ซึ่งผ่านกระบวนการ, เกี่ยวกับหรือผ่านกระบวนการล้างรูปหรือการพิมพ์สอดสี **-processual** *adj.* (-S. method, progress, treat) *-Ex. What process is used in making jelly?*

process² (โพรเซส', พระ-) *vi.* เข้าร่วมในขบวนแห่

procession (โพรเซส' ชัน, พระ-) *n.* ขบวน, ขบวนแห่, การดำเนินการไปข้างหน้า, การเดินไปข้างหน้า, แถวขบวน, การปรากฏออกมา *-vi.* เดินไปข้างหน้า, เดินขบวน, ดำเนินไป (-S. line, parade, march)

processional (โพรเซส' ชะเนิล, พระ-) *adj.* เกี่ยวกับขบวนแห่, เกี่ยวกับเพลงหรือการแสดงในขบวนแห่ *-n.* บทเพลงที่ใช้ในขบวนแห่, หนังสือบทเพลงหรือบทสวดมนต์ที่ใช้ในขบวนแห่

processor, processer (พรอส' เซสเซอะ) *n.* ผู้ดำเนินการ, ผู้แปรรูป, เครื่องจัด

process server เจ้าพนักงานทำหมายศาล

proclaim (โพรเคลม', พระ-) *vt.* ประกาศ, แถลง, ป่าวร้อง, ป่าวประกาศ, ประกาศสงคราม, ประกาศอย่างเปิดเผย, ประกาศสรรเสริญ (-S. announce, declare) *-Ex. to proclaim a national holiday, to proclaim one's ideas, to proclaim a law*

P

proclamation (พรอคละเม' ชัน) *n.* ประกาศ, คำประกาศ, คำแถลง, การประกาศ, การแถลง(-S. declaration)

proclivity (โพรคลิฟ' วะที) *n., pl.* **-ties** ความโน้มน้าว, ใจเอนเอียง, ความชอบ, นิสัย

proconsul (โพรคอน' เซิล) *n.* ข้าหลวงหรือผู้บัญชาการทหารของมณฑลหรือจังหวัด, ผู้ปกครองอาณาเขตที่ถูกยึดครอง **-proconsular** *adj.* **-proconsulate, proconsulship** *n.*

procrastinate (โพรแครส' ทะเนท, พระ-) *vi., vt.* **-nated, -nating** หน่วงเหนี่ยว, ทำให้ชักช้า, ผลัดวันประกันพรุ่ง, เลื่อน **-procrastination** *n.* **-procrastinator** *n.*

procreate (โพร' ครีเอท) *vt., vi.* **-ated, -ating** ให้กำเนิด, สร้าง, ออกลูก, ทำให้บังเกิด, กำเนิด, เกิด, บังเกิด **-procreation** *n.* **-procreative** *adj.* **-procreator** *n.*

proctology (พรอคทอล' ละจี) *n.* สาขาแพทยศาสตร์ที่เกี่ยวกับไส้ตรงและทวารหนัก **-proctologic, proctological** *adj.* **-proctologist** *n.*

proctor (พรอค' เทอะ) *n.* ทนาย, ผู้ดูแลความประพฤติของนักศึกษาในมหาวิทยาลัย, เจ้าหน้าที่ดูแลความสงบเรียบร้อย *-vt.* ดูแลความประพฤติ, ดูแลความสงบเรียบร้อย **-proctorial** *adj.* **-proctorship** *n.*

procuration (พรอคคิวเร' ชัน) *n.* การจัดหา, การได้มา, การหาผู้หญิงมาเป็นโสเภณี, ตำแหน่งหรืออำนาจหน้าที่ของตัวแทน, สำนักงานตัวแทน, สำนักงานทนายความหรืออัยการ, การจัดการให้คนอื่น

procurator (พรอค' คิวเรเทอะ) *n.* ตัวแทน, ทนาย, อัยการ, เจ้าหน้าที่การเงินสมัยโรมันโบราณ **-procuratorial** *adj.*

procure (โพรเคียว', พระ-) *v.* **-cured, -curing** *-vt.* จัดหา, หามาให้, ล่อลวง, หาผู้หญิงมาเป็นโสเภณี, นำมาซึ่ง, ก่อให้เกิด *-vi.* จัดหาหญิงโสเภณีมาให้ทำประเวณี, แนะนำหญิงโสเภณี **-procurable** *adj.* **-procurement, procurance, procural** *n.* (-S. gain, win)

procurer (โพรเคียว' เรอะ, พระ-) *n.* ผู้จัดหา, ผู้จัดหาหญิงโสเภณีมาให้ทำประเวณี

procuress (โพรเคียว' เรส) *n.* หญิงที่เป็น procurer

Procyon (โพร' ซีออน) ชื่อดาวขนาดใหญ่ที่สุดในกลุ่มดาวหมาน้อย

prod (พรอด) *vt.* **prodded, prodding** แยง, แหย่, กระทุ้ง, แทง, กระตุ้น, ปลุกเร้า, ลงประตัก *-n.* สิ่งที่ใช้แยง (แหย่), การแยง (แหย่) **-prodder** *n.* (-S. urge) *-Ex. The trainer prodded the elephant into the ring., to prod a lazy person into doing his work, a prod in the ribs*

prodigal (พรอด' ดิเกิล) *adj.* ฟุ่มเฟือย, สุรุ่ยสุร่าย, ไม่มีความเสียดาย, ใจป้ำ, สิ้นเปลืองยิ่ง *-n.* คนใช้จ่ายฟุ่มเฟือย, คนสุรุ่ยสุร่าย **-prodigality** *n.* **-prodigally** *adv.* (-S. profligate)

prodigious (พระดิจ' เจิส, โพร-) *adj.* มหาศาล, อย่างยิ่ง, มหันต์, ใหญ่โตมโหฬาร, มหัศจรรย์, งงงวย, แปลกประหลาด **-prodigiously** *adv.* **-prodigiousness** *n.* (-S. enormous, immense, huge) *-Ex. The sportsman ate a prodigious amount of food., The Egyptian pyramids are prodigious constructions.*

prodigy (พรอด' ดะจี) *n., pl.* **-gies** อัจฉริยบุคคล, ผู้มีความสามารถพิเศษ, สิ่งมหัศจรรย์, สิ่งแปลกประหลาด, สิ่งผิดปกติ, สิ่งที่ใหญ่โตมโหฬาร, สิ่งที่เป็นลาง *-Ex. The Grand Canyon is a prodigy of nature.*

produce (*v.* พระดิวซฺ', -ดูซฺ', โพร-, *n.* พรา' ดิวซฺ, -ดูซฺ', โพร'-) *v.* **-duced, -ducing** *-vt.* ให้กำเนิด, ผลิต, ก่อ, ก่อให้เกิด, จัดหา, แสดง, เสนอ *-vi.* ให้กำเนิด, ก่อ *-n.* ผลิตผล, ผลิตภัณฑ์, ผลิตผลทางการเกษตร, ลูก **-producibility** *n.* **-producible** *adj.* (-S. yield, create, make) *-Ex. Poor soil produces a small crop., Please produces your tickets at the gate., The lawyer produced the evidence during the trial.*

producer (โพรดิว' เซอะ, พระ-) *n.* ผู้ผลิต, ผู้ให้กำเนิด, ผู้สร้าง, ผู้อำนวยการสร้างภาพยนตร์, ผู้ควบคุมเวที *-Ex. Samai is a great steel producer., This farm is the largest producer of corn in the area., This cow is a good producer of milk.*

product (พรอด' ดัคทฺ, -เดิคทฺ) *n.* ผลิตภัณฑ์, ผลิตผล, สารที่ได้จากสารอื่น โดยผ่านการเปลี่ยนแปลงทางเคมี, ผลคูณ (-S. result, outcome) *-Ex. Cars are manufactured products., Foods are products of the farms., 18 is the product of 2 and 9., factory products, a product of the imagination, His failure was a product of laziness.*

production (โพรดัค' ชัน, พระ-) *n.* การผลิต, การสร้าง, ผลิตผล, ปริมาณที่ผลิตได้, ผลงานทางวรรณคดีหรือศิลปกรรม, การมหรสพ, การให้ความสำราญ *-adj.* เกี่ยวกับผลิตผลจำนวนมากเพื่อการขาย (-S. manufacture)

productive (โพรดัค' ทิฟวฺ, พระ-) *adj.* มีอำนาจผลิต,

ให้ผลดีหรือมาก, ทำให้เกิดผล, อุดมสมบูรณ์ **-productively** *adv.* **-productivity, productiveness** *n.* (-S. creative, fecund) *-Ex. productive capacity, productive labour, a productive inventor, productive soil, a productive oil well, productive mine, productive idea*

proem (โพร' เอิม) *n.* คำนำสั้นๆ **-proemial** *adj.*

Prof. ย่อจาก professor ศาสตราจารย์

profanation (พรอฟฟะเน' ชัน) *n.* การทำให้ต่ำช้า, การดูหมิ่น, การทำให้เสื่อมเสียความศักดิ์สิทธิ์, การทำให้เปรอะเปื้อน **-profanatory** *adj.*

profane (โพรเฟน', พระ-) *adj.* หยาบคาย, ดูหมิ่นต่อสิ่งศักดิ์สิทธิ์, ทางฆราวาส, ไม่ศักดิ์สิทธิ์, ทางโลก, ไม่ใช่ทางศาสนา *-vt.* **-faned, -faning** ดูหมิ่น, ทำลายความศักดิ์สิทธิ์ **-profanely** *adv.* **-profaneness** *n.* **-profaner** *n.* (-S. blasphemous, desecrate) *-Ex. Visitors profaned the temple by writing their names on the wall.*

profanity (โพรแฟน' นะที, พระ-) *n., pl.* **-ties** ความหยาบคาย, ถ้อยคำที่หยาบคาย, การกระทำหรือการพูดที่หยาบคาย, การทำลายความศักดิ์สิทธิ์, การสาปแช่ง (-S. blasphemy, curse, obscenity, swearword)

profess (โพรเฟส', พระ-) *vt.* ยอมรับ, แสดงตัว, อ้างตัว, นับถือ (ศาสนา), ปฏิญาณตัว, ประกาศ, เป็นศาสตราจารย์, ถือเป็นอาชีพ, ดำเนินอาชีพ, อ้างความชำนาญ *-vi.* ยอมรับ, ปฏิญาณตัว (-S. proclaim, avow, pretend)

professed (โพรเฟสทฺ', พระ-) *adj.* ปฏิญาณตัว, ประกาศตัวเป็น, ถือเป็นอาชีพ, แสร้ง, ซึ่งนับถือศาสนา **-professedly** *adv.* (-S. avowed, confirmed)

profession (โพรเฟช' ชัน, พระ-) *n.* อาชีพ, วิชาชีพ, บรรดาผู้มีอาชีพเดียวกัน, การยอมรับ, การแสดงตัว, การปฏิญาณตัว, การนับถือศาสนา, การประกาศความนับถือในศาสนา, การประกาศความศรัทธา (-S. calling, occupation, avowal, career) *-Ex. Narong is a doctor by profession.*

professional (โพรเฟช' ชะเนิล, พระ-) *adj.* เกี่ยวกับอาชีพ, โดยอาชีพ, เหมาะสมกับอาชีพ, เป็นอาชีพ, ชำนาญ, เชี่ยวชาญ, ชำนาญเฉพาะทาง *-n.* ผู้เชี่ยวชาญในวิชาชีพ, ผู้มีวิชาชีพ, ผู้เชี่ยวชาญ, นักเล่นอาชีพ **-professionalism** *n.* **-professionally** *adv.* (-S. expert)

professor (โพรเฟส' เซอะ, พระ-) *n.* ศาสตราจารย์, อาจารย์ในมหาวิทยาลัยหรือวิทยาลัย, ผู้แสดงความเลื่อมใส, ผู้สอนวิชาทางศิลปกรรม, ผู้สอนวิชากีฬา, ผู้เชี่ยวชาญ **-professorial** *adj.* **-professorially** *adv.* **-professorship, professorate, professoriate, professoriat** *n.* (-S. don, fellow)

proffer (พรอฟ' เฟอะ) *vt.* เสนอ, ยื่นให้, มอบ *-n.* การเสนอ, การยื่นให้, การมอบ (-S. offer, volunteer, suggest) *-Ex. to proffer to help, to proffer a suggestion*

proficient (โพรฟิช' เชียนทฺ, พระ-) *adj.* ชำนิชำนาญ, เชี่ยวชาญ, คล่องแคล่ว *-n.* ผู้เชี่ยวชาญ **-proficiently** *adv.* **-proficiency** *n.* *-Ex. a proficient boxer, a proficient nurse*

profile (โพร' ไฟล) *n.* รูปภายนอก, รูปโครงร่าง, รูปเส้นรอบนอก, รูปหน้าเสี้ยว, รูปด้านข้าง, โครงร่าง, ภาพเงา, การวินิจฉัยขบวนการ, ประวัติบุคคลโดยย่อ *-vt.* **-filed, -filing** วาดรูปดังกล่าว, บรรยายประวัติบุคคลโดยย่อ, วาดโครงร่าง, วาดภาพเงา (-S. outline, biography, sketch)

profit (พรอฟ' ฟิท) *n.* กำไร, ผลกำไร, ผลประโยชน์, อัตราส่วนของผลกำไรกับเงินทุน, ผลตอบแทน, ข้อได้เปรียบ *-vi., vt.* มีกำไร, ได้ประโยชน์, ได้เปรียบ, เอื้อผล, มีผลดี **-profitless** *adj.* (-S. return, income, welfare, benefit) *-Ex. Daeng's profit from selling papers was $10., profit and loss, profit margin, profit taking*

profitable (พรอฟ' ฟิทะเบิล) *adj.* ให้ผลกำไร, ได้ผลประโยชน์, มีประโยชน์ **-profitably** *adv.* **-profitability, profitableness** *n.* *-Ex. profitable business, It is profitable in stop working when you are over-tired.*

profiteer (พรอฟฟิเทียร์') *n.* ผู้เอากำไรเกินควร, ผู้ถือโอกาสค้ากำไรเกินควร, พ่อค้าหน้าเลือด *-vi.* เอากำไรเกินควร, ขูดรีดกำไรเกินควร

profit sharing ระบบธุรกิจที่ลูกจ้างได้รับการแบ่งผลกำไร **-profit-sharing** *adj.*

profligate (พรอฟ' ลิกิท) *adj.* เสเพล, หลงระเริง, ไร้ศีลธรรมจรรยาเป็นอย่างยิ่ง, สุรุ่ยสุร่าย, ฟุ่มเฟือย *-n.* บุคคลที่มีลักษณะดังกล่าว **-profligately** *adv.* **-profligateness, profligacy** *n.* (-S. extravagant, immoral, wasteful)

pro forma (โพร ฟอร์' มะ) ตามแบบ

profound (พระเฟานดฺ', โพร-) *adj.* ลึกซึ้ง, ล้ำลึก, สุดซึ้ง, สนิท, แน่นแฟ้น, ถ้วนทั่ว, ต่ำ *-n.* ทะเลลึก, มหาสมุทร, ความลึก, ความล้ำลึก **-profoundly** *adv.* **-profoundness** *n.* (-S. intense, deep)

profuse (พระฟิวซฺ', โพร-) *adj.* ฟุ่มเฟือย, สุรุ่ยสุร่าย, มากมาย, มากเกิน **-profusely** *adv.* **-profuseness** *n.* (-S. plentiful)

profusion (พระฟิว' ชัน, โพร-) *n.* ปริมาณที่มากมายเกินไป, ความฟุ่มเฟือย, ความสุรุ่ยสุร่าย (-S. abundance, excess -A. scarcity, want) *-Ex. During spring there is a profusion of flowers in our garden., Anong spent money in great profusion.*

progenitor (โพรเจน' นะเทอะ, พระ-, -ทอร์) *n.* บรรพบุรุษ, ต้นตระกูล, ปฐมาจารย์, รากเง่า, ต้นฉบับ (-S. ancestor)

progeny (พรอจ' จะนี) *n., pl.* **-nies** ลูกหลาน, ทายาท, ดอกผล, พืชรุ่นหลัง

progesterone (โพรเจส' เทอะโรน) *n.* ชื่อฮอร์โมนเพศหญิงชนิดหนึ่ง

prognosis (พรอกโน' ซิส) *n., pl.* **-noses** การทำนายอาการโรค, การทำนาย, การคาดคะเน

prognostic (พรอกนอส' ทิค) *adj.* เกี่ยวกับการทำนายอาการโรค, ซึ่งทำนาย, ซึ่งคาดคะเน *-n.* การทำนาย, การคาดคะเน, ลาง, นิมิต, สิ่งบอกเหตุการณ์ล่วงหน้า, เครื่องแสดง

prognosticate (พรอกนอส' ทิเคท) *vt.* **-cated, -cating** ทำนายจากอาการโรค, ทำนาย, คาดคะเน **-prognostication** *n.* **-prognosticator** *n.* **-prognosticative** *adj.*

P

programme, program (โพร' แกรม, -เกริม) *n.* รายการ, กำหนดการ, หมายกำหนดการ, โปรแกรม, ระเบียบวาระ, การแสดง, แผน, โครงการ, ผัง *-vi., vt.* **-grammed -gramming/-gramed, -graming** กำหนดรายการ, กำหนดระเบียบวาระ, กำหนดแผน **-programmable** *adj., n.* **-programmer, programer** *n.* *-Ex. What's the program for today?*

progress (*n.* โพร' เกรส, -เกริส, พรอก'-, *v.* โพรเกรส', พระ-) *n.* ความก้าวหน้า, การก้าวไปข้างหน้า, ความเจริญ, การเดินหน้า, การคืบหน้า, พระราชดำเนิน, การเดินทาง *-vi.* ก้าวหน้า, เดินหน้า, คืบหน้า **-in progress** เดินหน้า, คืบหน้า (-S. advance, headway, improve, grow)

progression (โพรเกรซ' ชัน, พระ-) *n.* การก้าวหน้า, การก้าวไปข้างหน้า, การเดินไป, จำนวนขั้นหรือชั้น, ลำดับในวิชาคณิตศาสตร์, ขบวน, ทิวเทือก, ลำดับของเสียงดนตรีที่ตามกันมา **-progressional** *adj.*

progressive (โพรเกรส' ซิฟว, พระ-) *adj.* เกี่ยวกับการเจริญก้าวหน้า, เจริญ, ก้าวหน้า, รุดหน้า, คืบหน้า, เพิ่มขึ้น, ตามลำดับ, เป็นขั้นตอน, เกี่ยวกับการเก็บภาษีแบบก้าวหน้า (เป็นร้อยละเพิ่มขึ้นเมื่อฐานภาษีเพิ่มขึ้น), ทวีความรุนแรง *-n.* นักปฏิรูป, ผู้ยึดถือลัทธิเจริญก้าวหน้า **-progressively** *adv.* **-progressiveness** *n.* (-S. advancing) *-Ex. A city that is progressive is one that makes improvements., progressive motion, progressive taxation*

prohibit (โพรฮิบ' บิท, พระ-) *vt.* ห้าม, ป้องกัน, ขัดขวาง **-prohibiter, prohibitor** *n.*

prohibition (โพรอิบิช' ชัน, -ฮิ-) *n.* การห้าม, ข้อห้าม, คำสั่งห้าม, ข้อละเว้น, การห้ามผลิตและขายสุรา *-Ex. a prohibition against walking on the grass*

prohibitive (โพรฮิบ' บะทิฟว, พระ-) *adj.* ซึ่งห้าม, ซึ่งขัดขวาง, ซึ่งป้องกัน, ซึ่งยับยั้ง **-prohibitively** *adv.* (-S. prohibitory)

project (*n.* พรอ' เจคท, พรอจ' จิคท, โพร' เจคท, *v.* โพรเจคท', พระ-) *n.* โครงการ, แผนการ, โครงการวิจัย, โครงการค้นคว้า, โครงการเคหะ *-vt.* เสนอ, ออกแบบ, วางแผน, ยื่นออกมา, ต่อ, ส่อง, ฉาย, ฉายเป็นเงา, ถ่ายแผนที่, ถ่ายทอด *-vi.* ปรากฏตัว, แสดงออก (-S. plan, venture, extend, propel, outline) *-Ex. a project to build a new gymnasium*

projectile (พระเจค' ไทล, โพร-, -เทิล) *n.* ขีปนาวุธ, กระสุนยิง *-adj.* ขับเคลื่อน, ขับดัน, เกิดจากการผลักดัน, ยื่นออก

projection (พระเจค' ชัน, โพร-) *n.* การวางโครงการ, การวางแผน, การออกแบบ, การยิง, การโผล่ออกมา, การนูนออกมา, การปล่อยออกมา, การส่อง, การฉาย, ภาพทอดเงา, ภาพฉาย, การคำนวณทุน, การคำนวณอัตราการก้าวหน้า, การคาดคะเน, การประเมิน, แผนการ, โครงการ **-projectional** *adj.* (-S. forecast) *-Ex. Samai disappeared behind a projection of rock.*

projectionist (พระเจค' ชันนิสท, โพร-) *n.* ผู้ฉายภาพยนตร์หรือภาพนิ่ง

projective (พระเจค' ทิฟว, โพร-) *adj.* เกี่ยวกับหรือเกิดจาก projection

projector (พระเจค' เทอะ, โพร-) *n.* เครื่องฉายภาพสไลด์, เครื่องฉายภาพนิ่ง, ผู้วางโครงการ, ผู้วางแผน, เครื่องยิง, เครื่องส่อง *-Ex. a movie projector, a sound projector*

prolapse (โพรแลพซ', โพร' แลพซ) *n.* การหย่อนย้อย, การยื่นย้อย, ส่วนที่หย่อนย้อย *-vi.* **-lapsed, -lapsing** หย่อนย้อย, ยื่นย้อย (-S. prolapsus)

proletarian (โพรละแท' เรียน) *adj.* เกี่ยวกับพวกกรรมการหรือพวกไพร่, เกี่ยวกับชนชั้นต่ำ *-n.* ชนชั้นกรรมกร, ไพร่, ชนชั้นกรรมาชีพ

proletariat (โพรละแท' เรียท) *n.* ชนชั้นกรรมกร, ชนชั้นต่ำ, ไพร่, ชนชั้นกรรมาชีพ

proliferate (โพรลิฟ' เฟอเรท, พระ-) *vi., vt.* **-ated, -ating** แพร่พันธุ์, แพร่หลาย, เผยแพร่, ขยาย, งอก, เพิ่มทวี **-proliferation** *n.* (-S. abound)

proliferous (โพรลิฟ' เฟอเริส, พระ-) *adj.* แพร่หลาย, เผยแพร่, ขยาย, งอก, เพิ่มทวี, ออกลูกมาก

prolific (โพรลิฟ' ฟิค, พระ-) *adj.* ออกลูกมาก, มีลูกมาก, แพร่หลาย, อุดมสมบูรณ์, มีผลมาก **-prolificacy** *n.* **-prolifically** *adv.* (-S. fruitful) *-Ex. The rabbit is a prolific animal.*

prolix (โพรลิคซ', โพร' ลิคซ) *adj.* ยืดยาว, น้ำท่วมทุ่ง, พูดหรือเขียนเสียยืดยาวอย่างน่าเบื่อ **-prolixly** *adv.* **-prolixity** *n.*

prolocutor (โพรลอค' คิวเทอะ) *n.* ประธาน, ประธานสภา

prologue (โพร' ลอก) *n.* บทนำ, คำนำ, อารัมภบท, การเปิดฉาก, เหตุการณ์ที่เกิดขึ้นก่อน, การเริ่มต้น (-S. introduction)

prolong (พระลอง', โพร-) *vt.* ทำให้ยาวออก, ยืดออก, ต่อ, ขยายออก, หน่วงเหนี่ยว **-prolongation** *n.* **-prolonger** *n.* (-S. prolongate, lengthen) *-Ex. to prolong a visit, to prolong a conversation, prolonged struggle*

prom (พรอม) *n.* การเต้นรำ (โดยเฉพาะที่โรงเรียนหรือมหาวิทยาลัย)

promenade (พรอมมะเนด', -นาด) *n.* การเดินเล่น (โดยเฉพาะในที่สาธารณะ), การเดินทอดน่อง, บริเวณสำหรับเดินเล่น, การเดินแสดงตัว, งานเต้นรำ (โดยเฉพาะที่โรงเรียนหรือมหาวิทยาลัย) *-v.* **-naded, -nading** *-vt.* เดินเล่น, เดินทอดน่อง *-vi.* เดินเล่น, เดินทอดน่อง, เดินพาเหรดในงานเต้นรำ **-promenader** *n.* (-S. walk, saunter) *-Ex. to promenade at the beach, to walk down the promenade*

promethium (โพรมี' เธียม) *n.* ธาตุโลหะชนิดหนึ่ง

prominence (พรอม' มะเนินซ) *n.* การนูนออก, การโผล่ออก, โหนก, ปุ่ม, เนิน, โคก, กลุ่มก๊าซเหนือผิวหน้าของดวงอาทิตย์ (-S. cliff) *-Ex. Cliff dwellers once lived on this rocky prominence in the middle of the plain.*

prominent (พรอม' มะเนินท) *adj.* เด่น, เด่นชัด, สะดุดตา, มีชื่อเสียง, โด่งดัง, ยื่นออก, โผล่ออก **-prominently** *adv.* *-Ex. The governor is a prominent citizen*

promiscuity 677 **propagandize**

in the community., a prominent place in the newspaper, A long nose is a prominent nose., prominent position, The camel has a prominent hump.

promiscuity (พรอมมิสคิว' อะที, โพรมิส-) *n., pl.* **-ties** ความสำส่อน, ความไม่เลือกหน้า, การสังวาสแบบสำส่อน, ความสับสนปนเป, ความแพศยา

promiscuous (พระมิส' คิวเอิส, โพร-) *adj.* สำส่อน, ไม่เลือกหน้า, สับสนปนเป, ยุ่งเหยิง **-promiscuously** *adv.* **-promiscuousness** *n.* (-S. lax, wanton)

promise (พรอม' มิส) *n.* สัญญา, คำมั่นสัญญา, ลักษณะหรือท่าทีที่ดี *-v.* **-ised, -ising** *-vt.* สัญญา, ให้คำมั่นสัญญา, เป็นเครื่องบอก, รับปากจะแต่งงาน, ทำให้มั่นใจ *-vi.* เป็นเครื่องบอก, แสดงอาการว่าจะเป็น **-promiser** *n.*

promised land สวรรค์, สุขาวดี

promisee (พรอมมิซี') *n.* ผู้รับสัญญา

promising (พรอม' มิสซิง) *adj.* มีอนาคตดี, มีความหวัง **-promisingly** *adv.*

promisor (พรอม' มิเซอะ, พรอมมิเซอะ') *n.* ผู้ให้คำมั่นสัญญา

promissory (พรอม' มิซอรี) *adj.* เกี่ยวกับสัญญา, เกี่ยวกับคำมั่น

promissory note คำมั่นสัญญาจะชำระเงิน

promo ย่อจาก promotion หรือ promotional

promontory (พรอม' เมินทอรี) *n., pl.* **-ries** แหลม, ส่วนของแผ่นดินสูงที่ยื่นออกไปในทะเล, โหนก, ส่วนนูน

promote (พระโมท', โพร-) *vt.* **-moted, -moting** สนับสนุน, ส่งเสริม, เลื่อน, กระตุ้น, ก่อการ, ก่อตั้ง **-promotable** *adj.* (-S. further, upgrade, advocate) *-Ex. Kasem was promoted from the second rank to the first.*

promoter (พระโม' เทอะ, โพร-) *n.* ผู้สนับสนุน, ผู้ส่งเสริม, ผู้ก่อการ, ผู้กระตุ้น, สารกระตุ้นฤทธิ์ทางเคมี

promotion (พระโม' ชัน, โพร-) *n.* การสนับสนุน, การส่งเสริม, การเลื่อน (ตำแหน่ง ฐานะหรือระดับ), การให้กำลังใจ, การก่อการ, การก่อตั้ง **-promotional, promotive** *adj.*

prompt (พรอมพฺท) *adj.* รวดเร็ว, ฉับพลัน, โดยพลัน, ทันทีทันใด, (เงิน) จ่ายได้ทันที *-vt.* กระตุ้น, ให้กำลังใจ, สนับสนุน, ถือหาง, บอกบท *-n.* เวลาจำกัดในการชำระหนี้, การกระตุ้น, การให้กำลังใจ, การบอกบท, สิ่งเตือนใจ **-promptly** *adv.* **-promptness** *n. -Ex. The good weather prompted us to go outside., The teacher prompted Somsri when she forgot her lines in the play., prompt decision, prompt cash*

prompter (พรอมพฺ' เทอะ) *n.* ผู้บอกบทการแสดง, ผู้ส่งเสริม, ผู้กระตุ้น, สิ่งกระตุ้น

promulgate (พรอม' เมิลเกท, โพรมัล' เกท) *vt.* **-gated, -gating** ประกาศใช้เป็นกฎหมาย, ประกาศ, สอน, เผยแพร่ **-promulgation** *n.* **-promulgator** *n.*

prone (โพรน) *adj.* นอนคว่ำ, หมอบลง, มีใจเอนเอียง, มีแนวโน้ม, ชอบ, ลาดชัน, เอียงลาด, เหยียด, นอบน้อมเกินไป **-proneness** *n.* **-pronely** *adv.* (-S. disposed, liable, prostrate -A. erect, upright, averse) *-Ex. Somsri is prone to forget people's names., a prone position of the plain*

prong (พรอง) *n.* ส้อม, ง่าม, คราด, เครื่องมือที่เป็นง่าม, สาขาของลำธาร *-vt.* แทงด้วยส้อมหรือง่ามหรือคราด

pronominal (โพรนอม' มิเนิล) *adj.* เกี่ยวกับหรือได้มาจากหรือมีความหมายของสรรพนาม **-pronominally** *adv.*

pronoun (โพร' เนานฺ) *n.* สรรพนาม

pronounce (พระเนานฺซฺ', โพร-) *v.* **-nounced, -nouncing** *-vt.* ออกเสียง, อ่าน, แถลง, ประกาศ, กล่าว, วินิจฉัย, ตัดสิน (คดี) *-vi.* ออกเสียง, แถลง, ประกาศ **-pronounceable** *adj.* **-pronouncer** *n.* (-S. say) *-Ex. Somchai pronounces English very badly., The minister pronounced them man and wife.*

pronounced (พระเนานฺซฺทฺ', พระ-) *adj.* แน่ชัด, ชัดแจ้ง, เด็ดขาด, ซึ่งพูดออกมา **-pronouncedly** *adv. -Ex. The cool winds from China caused a pronounced change in the weather.*

pronouncement (พระเนานฺซฺ' เมินทฺ, โพร-) *n.* การประกาศ, การแถลง, คำประกาศ, คำแถลง, ข้อคิดเห็น, ความเห็น, การออกเสียง

pronto (พรอน' โท) *adv.* (คำสแลง) ฉับพลัน รวดเร็ว

pronunciamento (โพรนันซีอะเมน' โท, -พระ-) *n., pl.* **-tos** การประกาศ

pronunciation (พระนันซีเอ' ชัน, โพร-) *n.* การออกเสียง (คำพูด ถ้อยคำ วลีและอื่นๆ), วิธีการออกเสียง **-pronunciational** *adj.-Ex. The pronunciation of the word 'quay' is the same as the pronunciation of the word 'key'.*

proof (พรูฟ) *n.* หลักฐาน, พยาน, การพิสูจน์, การทดสอบ, กำลัง, ความเข้มข้นของแอลกอฮอล์, การตรวจทาน, การตรวจปรู๊ฟ, การทดลองพิมพ์ *-adj.* เข้าไม่ได้, ต้านทาน, กันทะลุ, กันน้ำ, ไม่ซึม, ไม่หวั่นไหว, ป้องกันไฟได้, ซึ่งพิสูจน์แล้ว *-vt.* ทดสอบ, ทดลอง, ตรวจสอบ, ต้านทาน (-S. confirmation, verification, trial, evidence)

-proof คำปัจจัย มีความหมายว่า ไม่ซึม, กันทะลุ, ต้านทาน

proofread (พรูฟ' รีด) *vt., vi.* อ่านตรวจทาน, ตรวจปรู๊ฟ **-proofreader** *n.*

prop[1] (พรอพ) *vt.* **propped, propping** สนับสนุน, ค้ำจุน, ค้ำ *-n.* ไม้ค้ำ, ไม้ยัน, ตอม่อ, สิ่งหนุน, ผู้สนับสนุน (-S. support)

prop[2] (พรอพ) *n.* อุปกรณ์การแสดง (ฉาก เก้าอี้ โต๊ะ หรืออื่นๆ)

prop[3] ย่อจาก propeller สิ่งที่ขับเคลื่อน

propaganda (พรอพพะแกน' ดะ, โพรพะ-) *n.* การโฆษณา, การเผยแพร่, การแพร่ข่าว, หลักการหรือทฤษฎีที่ได้รับการโฆษณาเผยแพร่ **-Propaganda** พระราชาคณะขององค์สันตะปาปาที่มีหน้าที่ควบคุมคณะผู้สอนศาสนาจากต่างประเทศ *-Ex. the propaganda against reckless driving, Advertising is a form of propaganda.*

propagandize (พรอพพะแกน' ไดซฺ) *vt., vi.* **-dized,**

P

-dizing โฆษณา, เผยแพร่, แพร่ข่าว **-propagandism** *n.* **-propagandist** *n., adj.* **-propagandistic** *adj.* **-propagandistically** *adv.*

propagate (พรอพ' พะเกท) *v.* **-gated, -gating** *-vt.* เผยแพร่, แพร่พันธุ์, แพร่ข่าว, เพิ่ม, เพิ่มทวี, ถ่ายทอด *-vi.* แพร่พันธุ์, เพิ่มทวี **-propagator** *n.* **-propagative** *adj. -Ex. Rabbits propagate quickly.*

propagation (พรอพพะเก' ชัน) *n.* การเผยแพร่, การแพร่พันธุ์, การแพร่ข่าว, การเพิ่มทวี, การถ่ายทอด

propane (โพร' เพน) *n.* ก๊าซติดไฟชนิดหนึ่งที่พบในน้ำมันปิโตรเลียมและก๊าซธรรมชาติ ใช้เป็นเชื้อเพลิงและในการสังเคราะห์, C_3H_8

propel (โพรเพล', พระ-) *vt.* **-pelled, -pelling** ขับดัน, ขับเคลื่อนที่, ทำให้ไปข้างหน้า, ลาก, ดุน(-S. drive, compel, move, urge, thrust, shove) *-Ex. The paddle wheel propels a river boat.*

propellant (โพรเพล' เลินทฺ, พระ-) *n.* ตัวขับเคลื่อน, ตัวผลักดัน, วัตถุระเบิดที่ใช้ขับเคลื่อนขีปนาวุธหรือลูกกระสุน, น้ำมันเชื้อเพลิงที่ใช้ขับเคลื่อนจรวด

propellent (โพรเพล' เลินทฺ, พระ-) *adj.* ขับเคลื่อน, ผลักดัน *-n.* ตัวขับเคลื่อน

P

propeller (โพรเพล' เลอะ, พระ-) *n.* ใบพัด, ใบจักร, ตัวกระตุ้น, เครื่องกระตุ้น, ผู้กระตุ้น, ผู้ขับเคลื่อน

propend (โพรเพนดฺ') *vi.* โน้มเอียง, โน้มน้าว, ชอบ

propensity (พระเพน' ซะที) *n., pl.* **-ties** ความโน้มเอียง, ความโน้มน้าว, ความชอบ

proper (พรอพ' เพอะ) *adj., adv.* เหมาะสม, เหมาะ, สมควร, ถูกต้อง, ถูกกาลเทศะ, ถูกมารยาท, เกี่ยวกับบุคคลใดหรือสิ่งใดโดยเฉพาะ, อันแท้จริง, ดั้งเดิม, กับตา, โดยตัวของมันเอง, เคร่งครัด, สมบูรณ์, เต็มที่, ดี *-n.* พิธีการ, มารยาท, ความประพฤติ **-properly** *adv.* (-S. fit, suitable) *-Ex. Proper nouns always begin with capital letters., proper behaviour, proper name, proper integral, proper mass*

proper fraction เศษส่วนที่มีเศษน้อยกว่าส่วน

propertied (พรอพ' เพอร์ทีดฺ) *adj.* มีทรัพย์สิน

property (พรอพ' เพอร์ที) *n., pl.* **-ties** ทรัพย์สิน, ทรัพย์สมบัติ, สมบัติ, ที่ดิน, สิทธิครอบครอง, กรรมสิทธิ์, (ปรัชญา) ลักษณะที่ไม่สำคัญ, (ละคร) เครื่องประดับหรืออุปกรณ์ (-S. possessions, holdings, attribute, trait, feature) *-Ex. The land is my property., house-property, property owner, Stickness is a property of glue.*

prophecy (พรอฟ' ฟะซี) *n., pl.* **-cies** การทำนาย, การพยากรณ์, คำทำนาย, คำพยากรณ์, ความสามารถในการทำนาย, หนังสือพยากรณ์ (-S. prediction, forecast) *-Ex. In the Old Testament there is a prophecy of the coming of the Messiah., the gift of prophecy*

prophesy (พรอฟ' ฟะไซ) *v.* **-sied, -sying** *-vt.* ทำนาย, พยากรณ์, บอกล่วงหน้า *-vi.* เป็นลาง, ทำนาย **-prophesier** *n.* (-S. predict, foretell, presage) *-Ex. The old man prophesied that there would be a war.*

prophet (พรอฟ' ฟิท, -เฟิท) *n.* ผู้ทำนาย, ผู้พยากรณ์, ผู้ที่พระเจ้าดลใจให้มาสอนมนุษย์, ผู้เผยแพร่, ผู้รู้เหตุการณ์ล่วงหน้า **-the Prophets** ชื่อหนังสือในพระคัมภีร์ไบเบิล **-the Prophet** โมฮัมหมัด (ทูตสวรรค์หรือศาสดาของศาสนาอิสลาม) (-S. seer, forecaster) *-Ex. I'm not a weather prophet.*

prophetess (พรอฟ' ฟิทเทส) *n.* ดู prophet ที่เป็นหญิง

prophetic, prophetical (พระเฟท' ทิค, -เคิล, โพร-) *adj.* เกี่ยวกับผู้ทำนาย, เกี่ยวกับการทำนาย, ซึ่งมีหน้าที่หรืออำนาจของผู้ทำนาย, เป็นลาง (โดยเฉพาะลางร้าย) **-prophetically** *adv.* (-S. prescient) *-Ex. a prophetic remark, his prophetic wisdom*

prophylactic (โพรฟะแลค' ทิค, พรอฟะ-) *adj.* ป้องกันโรค, ป้องกัน *-n.* ยาป้องกันโรค, วิธีป้องกัน, มาตรการป้องกัน, ถุงยางคุมกำเนิด

prophylaxis (โพรฟะแลค' ซิส, พรอฟะ-) *n., pl.* **-laxes** การป้องกันโรค, การป้องกัน, วิธีป้องกัน

propinquity (โพรพิง' ควะที, -พิน'-) *n.* ความใกล้กัน, ความใกล้ชิด, ความสัมพันธ์, ความเป็นญาติ, ความคล้ายคลึงกัน

propitiate (พระพิช' ชีเอท, โพร-) *vt.* **-ated, -ating** ทำให้โน้มเอียง, ปลอบโยน, บรรเทา, ลุแก่โทษ**-propitiable** *adj.* **-propitiation** *n.* **-propitiator** *n.* **-propitiatory, propitiative** *adj.*

propitious (พระพิช' เชิส, โพร-) *adj.* เอื้ออำนวย, นิมิตดี, เป็นมงคล, ราบรื่น **-propitiously** *adv.* **-propitiousness** *n. -Ex. propitious weather, propitious omen, propitious winds, Let's choose a propitious occation to ask Dang for a raise in our allowance.*

propjet (พรอพ' เจท) *n.* เครื่องบินติดเครื่องยนต์ใบพัดขับเคลื่อน

proponent (พระโพ' เนินทฺ, โพร-) *n.* ผู้เสนอ, ผู้สนับสนุน

proportion (พระพอร์' ชัน, โพร-) *n.* สัดส่วน, อัตราส่วน, ความสัมพันธ์ที่เหมาะสมหรือสำคัญ, ขนาดที่สัมพันธ์กัน *-vt.* ทำให้เป็นสัดส่วน **-proportions** ขนาดสัดส่วน มิติ, บัญญัติไตรยางค์, ความสมดุลกัน, การได้สัดส่วน, ความสมมาตร **-proportionment** *n.* (-S. share, balance, quota) *-Ex. A great proportion of the earth's surface is under water., A normal person's body grows in proper proportions., the proportion of three to two, perfect proportion, in proportion as, out of proportion*

proportional (พระพอร์' ชะเนิล, โพร-) *adj.* ได้สัดส่วน, พอเหมาะ, พอสมน้ำสมเนื้อ, สมควร **-proportionally** *adv.* **-proportionality** *n.* (-S. proportionate)

proportionate (*adj.* พระพอร์' ชันนิท, โพร-, *v.* -ชะเนทฺ) *adj.* ได้สัดส่วน, เป็นสัดส่วน, พอเหมาะ, สมควร, พอสมน้ำสมเนื้อ *-vt.* **-ated, -ating** ทำให้เป็นสัดส่วน **-proportionately** *adv.* (-S. even)

proposal (พระโพ' เซิล, โพร-) *n.* การเสนอ, ข้อเสนอ, แผน, โครงการ, การขอแต่งงาน(-S. recommendation, offer, bid, overture, plan) *-Ex. Kasorn's proposal to have a picnic was agreed to., The young man's proposal* *was accepted by the young woman.*

propose (โพรโพซ', พระ-) *v.* **-posed, -posing** *-vt.* เสนอ, เสนอข้อคิดเห็น, ขอ (แต่งงาน), แนะนำ, แต่งตั้ง, วางแผน *-vi.* เสนอ, เสนอข้อคิดเห็น **-proposer** *n.* (-S. offer, present) *-Ex. What salary do you propose?*

proposition (พรอพพะซิช' ชัน) *n.* การสอน, ข้อเสนอ, แผน, โครงการ, หัวข้อ, ข้อวินิจฉัย, ญัตติ, เรื่องราว, ปัญหา, จุดประสงค์, ข้อเสนอเพื่อร่วมประเวณีที่ไม่ถูกกฎหมาย *-vt.* เสนอ, เสนอข้อเรียกร้อง **-propositional** *adj. -Ex. It was a tough proposition to start the slum project.*

propound (พระเพานฺดฺ', โพร-) *vt.* เสนอ, เสนอข้อคิดเห็น, เสนอโครงการ, เสนอให้พิจารณา **-propounder** *n.*

propraetor, propretor (โพรพรี' เทอะ) *n.* ข้าหลวง, ผู้ว่าราชการจังหวัด

proprietary (พระไพร' อะเทอรี, โพร-) *adj.* เกี่ยวกับเจ้าของ, เกี่ยวกับกรรมสิทธิ์, ผลิตหรือขายได้โดยผู้เป็นเจ้าของเท่านั้น, เกี่ยวกับผู้ถือสิทธิบัตร *-n., pl.* **-taries** เจ้าของ, กลุ่มเจ้าของ, กรรมสิทธิ์, สิ่งที่ครอบครอง, ยาขึ้นทะเบียน

proprietor (โพรไพร' อะเทอะ, พระ-) *n.* เจ้าของ, ผู้ครอบครองกรรมสิทธิ์ **-proprietorship** *n. -Ex. the proprietor of a ranch*

proprietress (โพรไพร' อะทริส) *n.* เจ้าของผู้เป็นหญิง, ผู้ครอบครองกรรมสิทธิ์ที่เป็นหญิง

propriety (โพรไพร' อะที, พระ-) *n., pl.* **-ties** ความเหมาะสม, ความถูกต้อง, ความสมควร, สิทธิ์, กรรมสิทธิ์ **-the proprieties** มารยาทหรือขนบธรรมเนียมประเพณี (-S. decorum, decency) *-Ex. We question the propriety of girls' staying out alone after dark.*

propulsion (โพรพัล' ชัน, พระ-) *n.* การขับดัน, การขับเคลื่อน, แรงขับดัน, แรงขับเคลื่อน **-propulsive, propulsory** *adj.*

prorate (โพรเรท', โพร' เรท) *vt., vi.* **-rated, -rating** แบ่งตามสัดส่วน **-proratable** *adj.* **-proration** *n.*

prorogue (โพรโรก') *vt., vi.* **-rogued, -roguing** ยุติการประชุม, ปิดการประชุม **-prorogation** *n.*

prosaic (โพรเซ' อิค) *adj.* ธรรมดา, จืดชืด, น่าเบื่อ, คล้ายร้อยแก้ว **-prosaically** *adv.* **-prosaicness** *n.* (-S. routine) *-Ex. The host bored his guests with prosaic jokes.*

proscenium (โพรซี' เนียม) *n., pl.* **-niums/-nia** ส่วนหน้าของเวทีที่กั้นระหว่างเวทีกับผู้ชม, ส่วนหน้า, เวที, เวทีนอกม่าน (ตอนหน้า)

prosciutto (โพรชูทฺ' โท) *n.* หมูแฮมใส่เครื่องเทศของอิตาลี

proscribe (โพรสไครบฺ') *vt.* **-scribed, -scribing** ประณาม, ห้าม, เนรเทศ, ไล่ออกไป, เพิกถอนสิทธิการเป็นพลเมือง **-proscriber** *n.* (-S. denounce, condemn)

proscription (โพรสคริพ' ชัน) *n.* การประณาม, การห้าม, การเนรเทศ, การไล่ออกไป, การเพิกถอนสิทธิการเป็นพลเมือง **-proscriptive** *adj.* **-proscriptively** *adv.*

prose (โพรซ) *n.* ร้อยแก้ว, สำนวนหรือถ้อยคำที่ไม่ใช่โคลง กลอน ฉันท์ กาพย์, ข้อความที่จืดชืดน่าเบื่อ, การขับร้องต่อ *-adj.* เกี่ยวกับ prose, จืดชืด, ธรรมดา *-vt., vi.* **prosed, prosing** เขียนร้อยแก้ว, เขียนปกิณกะ

prosecute (พรอส' ซิคิวทฺ) *v.* **-cuted, -cuting** *-vt.* ฟ้องร้อง, ดำเนินคดี, ปฏิบัติ, ดำเนินถึงที่สุด *-vi.* ฟ้องร้อง, ดำเนินคดี, ทำหน้าที่เป็นอัยการ **-prosecutable** *adj.* (-S. practise, sue) *-Ex. The city prosecuted a claim against the man for stealing., The man was prosecuted for driving through the red light., to prosecute an investigation*

prosecuting attorney อัยการ

prosecution (พรอสซิคิว' ชัน) *n.* การฟ้องร้อง, การดำเนินคดี, การดำเนินถึงที่สุด, ฝ่ายที่ฟ้องร้อง, การติดตาม *-Ex. The district attorney represented the prosecution., The prosecution of the doctor's duties never left him an idle moment.*

prosecutor (พรอส' ซิคิวเทอะ) *n.* อัยการ, ผู้ฟ้องร้อง, โจทก์

proselyte (พรอส' ซะไลทฺ) *n.* ผู้เปลี่ยนศาสนา, ผู้เปลี่ยนลัทธิ, ผู้เปลี่ยนความเลื่อมใส *-vi., vt.* **-lyted, -lyting** เปลี่ยนศาสนา, เปลี่ยนลัทธิ, เปลี่ยนความเลื่อมใส **-proselyter** *n.*

proselytize (พรอส' ซะลิไทซฺ, -ไลไทซฺ) *vt., vi.* **-ized, -izing** เปลี่ยนศาสนา, เปลี่ยนลัทธิ, เปลี่ยนความเลื่อมใส **-proselytizer** *n.*

proser (โพร' เซอะ) *n.* นักแต่งร้อยแก้ว, ผู้ประพันธ์ร้อยแก้ว, ผู้พูดเป็นร้อยแก้ว

prosody (พรอส' ซะดี) *n., pl.* **-dies** ฉันทลักษณ์, วิชาฉันทลักษณ์, วิชาเกี่ยวกับจังหวะและเสียงสัมผัสของบทกวี, แบบแผนการเปล่งเสียง **-prosodic, prosodical** *adj.* **-prosodically** *adv.*

prospect (พรอส' เพคทฺ) *n.* โอกาส, ความหวัง, ความหวังข้างหน้า, กาลภายหน้า, ผู้ที่อาจเป็นลูกค้าได้, ผู้อาจเป็นผู้สมัคร, ทัศนียภาพ *-vt., vi.* ค้นหา, สำรวจ, มีอนาคต, มีความหวัง **-prospector** *n.* (-S. outlook, expectation) *-Ex. The prospect of getting a better job pleased Father., The prospect from our front porch is very beautiful.*

prospective (พระสเพค' ทิฟว, โพร-) *adj.* อนาคต, ซึ่งหวังไว้, ซึ่งคาดคะเนไว้ **-prospectively** *adv.* (-S. potential, likely, anticipated, destined) *-Ex. We discussed prospective changes in the sports projects for next year.*

prospectus (พระสเพค' เทิส, โพร-) *n.* รายการเกี่ยวกับโครงการในอนาคต, หนังสือชักชวนให้ซื้อหุ้น

prosper (พรอส' เพอะ) *vi.* เจริญ, รุ่งเรือง, ร่ำรวย, ประสบความสำเร็จ *-vt.* ทำให้เจริญ (-S. thrive, flourish) *-Ex. His business is prospering because he works hard.*

prosperity (พรอสเพอ' ระที) *n., pl.* **-ties** ความเจริญ, ความรุ่งเรือง, ความสำเร็จ, ความมั่งคั่ง, ความเฟื่องฟู (-S. wealth, success, riches) *-Ex. We wish you great happiness and prosperity in your new job.*

P

prosperous (พรอส' เพอเริส) *adj.* เจริญ, รุ่งเรือง, มั่งคั่ง, เฟื่องฟู, ประสบความสำเร็จ, มีผลดี **-prosperously** *adv.*
prostate, prostatic (พรอส' เทท, -เท' ทิค) *adj.* เกี่ยวกับต่อมลูกหมากที่ขับน้ำอสุจิ *-n.* ต่อมลูกหมากดังกล่าว
prostate gland ต่อมลูกหมาก
prosthesis (พรอส' ธะซิซฺ, พรอสธี'-) *n., pl.* **-theses** อวัยวะเทียม, สิ่งใส่เทียม, การจัดทำสิ่งใส่เทียม, การเติมเสียงหรือพยางค์เพิ่มเติม **-prosthetic** *adj.*
prostitute (พรอส' ทะทิวทฺ, -ทูทฺ) *n.* โสเภณี, บุคคลที่ร่วมประเวณีเพื่อหาเงิน (มักเป็นหญิง), บุคคลที่ขายศักดิ์ศรีของตัวเอง *-vt.* **-tuted, -tuting** ขายตัวเป็นโสเภณี, ขายศักดิ์ศรี **-prostitutor** *n.* (-S. whore, harlot, call girl)
prostitution (พรอสทะทิว' ชัน, -ทู'-) *n.* การเป็นโสเภณี, การขายตัว, การใช้สติปัญญาหรือความสามารถไปในทางที่เสื่อมเสีย
prostrate (พรอส' เทรท) *vt.* **-trated, -trating** นอนคว่ำ, หมอบราบ, นอนราบ, หมดกำลัง, ถูกพิชิต *-adj.* ซึ่งนอนคว่ำ, ซึ่งหมอบราบ, ซึ่งถูกพิชิต, ซึ่งหมดกำลัง (-S. flat, prone, overcome)
P **prostration** (พรอสเทร' ชัน) *n.* การนอนคว่ำ, การหมอบราบ, การนอนราบ, การหมดกำลัง, ภาวะหดหู่ใจเป็นที่สุด
prosy (โพร' ซี) *adj.* **prosier, prosiest** คล้ายร้อยแก้ว, ธรรมดา, จืดชืด, น่าเบื่อ **-prosily** *adv.* **-prosiness** *n.*
protactinium (โพรแทคทิน' เนียม) *n.* ชื่อธาตุโลหะที่มีกัมมันตภาพรังสี
protagonist (โพรแทก' กะนิสทฺ) *n.* ตัวเอกในละครหรือบทประพันธ์, ตัวชูโรง, ผู้สนับสนุน, ผู้แข่งขันตัวสำคัญ
protean (โพร' ทีเอิน, โพรที'-) *adj.* เปลี่ยนแปลง, แปรปรวน (-S. changeable, versatile -A. unchangeable)
protease (โพร' ทีเอส) *n.* น้ำย่อยโปรตีน
protect (โพรเทคทฺ', พระ-) *vt.* ป้องกัน, พิทักษ์, รักษา, อารักขา, คุ้มกันอุตสาหกรรมในประเทศ โดยการจัดเก็บภาษีอากรขาเข้า **-protectable** *adj.* *-Ex. A tigress will fight fiercely to protect her cubs., to protect from the bitter cold*
protection (พระเทค' ชัน, โพร-) *n.* การป้องกัน, การคุ้มครอง, การพิทักษ์, การอารักขา, ระบบการคุ้มครองอุตสาหกรรมภายในประเทศโดยการจัดเก็บภาษีอากรขาเข้าให้สูง, เอกสารคุ้มครอง, หนังสือเดินทาง, ค่าคุ้มครอง, ค่าอารักขา (-S. security, defence) *-Ex. Police Force is the protection of people from criminals., A raincoat is a protection against rain.*
protectionism (พระเทค' ชันนิซึม, โพร-) *n.* ระบบการคุ้มครองอุตสาหกรรมภายในประเทศโดยการจัดเก็บภาษีอากรขาเข้าให้สูงสำหรับสินค้าที่เป็นคู่แข่ง **-protectionist** *n., adj.*
protective (พระเทค' ทิฟวฺ, โพร-) *adj.* ซึ่งป้องกัน, ซึ่งคุ้มครอง, ซึ่งอารักขา **-protectively** *adv.* **-protectiveness** *n.* *-Ex. protective custody, protective screen, protective tariff*
protector (พระเทค' เทอะ, โพร-) *n.* ผู้ป้องกัน, ผู้คุ้มครอง, ผู้พิทักษ์, ผู้อุปถัมภ์, เครื่องป้องกัน, อุปกรณ์ป้องกัน, ผู้สำเร็จราชการแผ่นดิน **-protectorship** *n.* **-protectoral** *adj.* *-Ex. It looks as if he has chosen him as his protector against the bigger boys., to wear a glass shield as a protector for one's eyes*
protectorate (พระเทค' เทอริท, โพร-) *n.* ดินแดนในอาณัติ, ผู้อารักขา
protectory (พระเทค' เทอรี, โพร-) *n., pl.* **-ries** สถานที่เลี้ยงเด็กกำพร้า, สถานสงเคราะห์เด็กยากจน
protectress (พระเทค' เทรส, โพร-) *n.* ผู้สำเร็จราชการแผ่นดินที่เป็นหญิง
protégé (โพร' ทะเจ, โพรทะเจ') *n.* ผู้ที่ได้รับการคุ้มครอง, ผู้ที่อยู่ในอุปถัมภ์, บุตรบุญธรรม (-S. student)
protégée (โพร' ทะเจ) *n.* protégé ที่เป็นหญิง
protein (โพร' ทีน) *n.* โปรตีน
pro tempore (โพร เทม' พะรี) (ภาษาละติน) ชั่วคราว, ชั่วขณะ (-S. pro tem)
protest (*v.* โพรเทสทฺ', พระ-, โพร' เทสทฺ, *n.* โพร' เทสทฺ) *vt.* คัดค้าน, ประท้วง, ประกาศยืนยัน, ยืนยัน, เสนอแย้ง, ปฏิเสธชำระ (บิล) *-vi.* คัดค้าน, ประท้วง, ประกาศยืนยัน *-n.* การคัดค้าน, การประท้วง, การปฏิเสธ (การชำระบิล), คำร้อง **-under protest** ไม่เต็มใจ **-protester, protestor** *n.* (-S. objection, disapprove, complaint, object, oppose) *-Ex. The boy made a protest against his mark., a protest strike*
Protestant (พรอท' เทิสเทินทฺ, -เทส'-, พระ-) *n.* ศาสนิกชนของนิกายศาสนาคริสต์ที่แยกตัวจากโรมันคาทอลิกตั้งแต่ศตวรรษที่ 16 **-protestant** ผู้ประท้วง, ผู้คัดค้าน *-adj.* เกี่ยวกับนิกายดังกล่าว, ซึ่งประท้วง **-protestantism** *n.*
protestation (พรอทเทสเท' ชัน, -เทิส-, โพรท-) *n.* การคัดค้าน, การประท้วง, การประกาศยืนยัน, การเสนอแย้ง
proto- คำอุปสรรค มีความหมายว่า แรก, แรกเริ่ม
protocol (โพร' ทะคอล) *n.* พิธีสาร, สนธิสัญญาเบื้องต้น, ต้นร่าง, พิธีทูต, พิธีการทูต, ข้อกำหนดรูปแบบของข้อมูลที่ใช้ในการสื่อสารระหว่างเครื่องคอมพิวเตอร์ *-vi., vt.* **-coled, -coling/-colled, -colling** ร่างต้นร่าง, ร่างพิธีสาร, ร่างพิธีการทูต
proton (โพร' ทอน) *n.* อนุภาคของอะตอมที่มีประจุบวกมีขนาดประจุไฟฟ้าเท่ากับของอิเล็กตรอนที่มีประจุลบ
protoplasm (โพรท' ทะแพลซึม, -โท-) *n.* ส่วนข้นที่เป็นส่วนสำคัญของเซลล์ซึ่งประกอบด้วย cytoplasm และ nucleoplasm **-protoplasmic** *adj.*
prototype (โพร' ทะไทพฺ, โพร' โท-) *n.* รูปแบบแรกเริ่ม, รูปแบบดั้งเดิม, ต้นตระกูล, บุคคลที่เป็นตัวอย่าง, สิ่งที่เป็นตัวอย่าง, มูลเดิม **-prototypal, prototypical, prototypic** *adj.* (-S. model, original)
protozoan (โพรโทโซ' เอิน, โพรทะ-) *n., pl.* **-zoa** สัตว์เซลล์เดียวในไฟลัม (phylum) Protozoa *-adj.* เกี่ยวกับ protozoans **-protozoic** *adj.* (-S. protozoon)
protozoology (โพรโทโซออล' ละจี, โพรทะ-) *n.* สัตววิทยาที่เกี่ยวกับโปรโตซัว

protract (โพรแทรคทฺ', พระ-) *vt.* ยืดออก, ขยายออก, กางออก, เลื่อนไป, ลากเส้นด้วย protractor **-protractedly** *adv.* **-protractedness** *n.* **-protractible** *adj.* **-protractive** *adj.* **-protraction** *n.* (-S. lengthen, extend)

protractile (โพรแทรค' เทิล) *adj.* ยืดได้, ขยายได้, กางได้, เลื่อนได้, ยื่นออกได้

protractor (โพรแทรค' เทอะ, โพร'-) *n.* ไม้วัดมุม, ผู้ยืด, ผู้กาง, ผู้เลื่อนเวลา, สิ่งที่ยืด, สิ่งที่กาง, กล้ามเนื้อยืดแขนขาหรือส่วนอื่นของร่างกาย

protrude (โพรทรูด', พระ-) *vi., vt.* **-truded, -truding** ยื่นออก, ถลน, โผล่ออก **-protrudent, protrusible, protrusile** *adj.* (-S. project) *-Ex. The tortoise protruded its head from its shell., to protrude his tongue*

protrusion (โพรทรู' ชัน, พระ-) *n.* การยื่นออก, การถลน, การโผล่ออก, สิ่งที่โผล่ออก, ส่วนนูน, โหนก (-S. projection)

protrusive (โพรทรู' ซิฟว, พระ-) *adj.* ยื่นออก, โผล่ออก, นูน, โปน, เป็นโหนก **-protrusively** *adv.* **-protrusiveness** *n.*

protuberance, protuberancy (โพรทู' เบอเรินซฺ, -ทิว'-, พระ-, -ซี) *n.* การยื่นออก, การโผล่ออก, การนูน, การโปน, ส่วนที่ยื่นออก, ส่วนที่นูน, โหนก, ปุ่ม (-S. swelling, bump, bulge)

protuberant (โพรทู' เบอเรินทฺ, -ทิว'-, พระ-) *adj.* ยื่นออกมา, เป็นนูนออกมา, เป็นปุ่ม, เป็นโหนก **-protuberantly** *adv.*

proud (เพราดฺ) *adj.* ภูมิใจ, ลำพองใจ, ถือดี, มีทิฐิ, สง่างาม **-do oneself proud** เป็นที่ภูมิใจ, ให้เกิดความภูมิใจ **-proudly** *adv.* (-S. content, self-satisfied)

prove (พรูฟว) *v.* **proved, proved/proven, proving** พิสูจน์, พิสูจน์ให้ปรากฏความจริง, ทดสอบความถูกต้อง, ทดลองพิมพ์ *-vi.* ปรากฏความจริง, แสดงว่า **-provability, provableness** *n.* **-provable** *adj.* **-provably** *adv.* **-prover** *n.* (-S. confirm, substantiate) *-Ex. Tests are used to prove things in laboratories.*

proven (พรู' เวิน) *vt., vi.* กริยาช่อง 3 ของ prove *-adj.* พิสูจน์แล้ว

provenance (พรอฟ' วะเนินซ) *n.* แหล่ง, แหล่งกำเนิด

provender (พรอฟ' เวินเดอะ) *n.* อาหารแห้งสำหรับสัตว์เลี้ยง, หญ้าแห้ง, อาหาร (-S. food) *-Ex. With fertile fields and ample water; there should be plenty of provender for his cattle.*

provenience (โพรวี' เนียนซฺ, -วีน' เยินซ) *n.* แหล่งกำเนิด, แหล่งที่มา, ต้นกำเนิด, สมมติฐาน

proverb (พรอฟ' เวิร์บ) *n.* สุภาษิต, คติพจน์, ถ้อยคำที่มีการกล่าวถึงเสมอ, คำพังเพย, บุคคลหรือสิ่งที่กล่าวถึงบ่อยๆ จนขึ้นชื่อ **-Proverbs** ชื่อหนังสือในพระคัมภีร์ไบเบิลว่าด้วยสุภาษิต *-vt.* ทำให้เกิดสุภาษิต (-S. adage, saying)

proverbial (พระเวอร์' เบียล, โพร-) *adj.* เกี่ยวกับสุภาษิต, เป็นคำพังเพย, ซึ่งขึ้นชื่อ, ซึ่งเลื่องลือ **-proverbially** *adv.*

provide (พระไวดฺ', โพร-) *v.* **-vided, -viding** *-vt.* จัดหาให้, ให้, เตรียมการ *-vi.* เตรียมการ, จัดหาหนทางเลี้ยงชีพ **-provider** *n.* *-Ex. The rules provide that no one over 12 years old may enter the contest., Father has provided for his old age with insurance.*

provided (พระไว' ดิด, โพร-) *conj.* ภายใต้เงื่อนไข, โดยมีข้อแม้ว่า (-S. in case)

providence (พรอฟ' วะเดนซฺ) *n.* ความสุขุม, การจัดการล่วงหน้า, การคุ้มครองของพระเจ้าที่มีต่อสรรพสิ่งทั้งหลายที่พระองค์สร้างขึ้น **-Providence** พระเจ้า (-S. foresight, discretion) *-Ex. Because of our father's providence we were all able to go to college., A special providence seemed to watch over her., With prayers for the protection of Providence; the Portuguese expedition set sail.*

provident (พรอฟ' วะเดินทฺ) *adj.* รอบคอบ, สุขุม, มองไกล, ประหยัด, ขี้เหนียว **-providently** *adv.* *-Ex. a provident man who wasted nothing*

providential (พรอฟวะเดน' เชิล) *adj.* เกี่ยวกับหรือมาจากพระผู้เป็นเจ้า, เป็นเจตจำนงของพระผู้เป็นเจ้า **-providentially** *adv.*

providing (โพรไว' ดิง, พระ-) *conj.* หาก, ถ้า, ภายใต้เงื่อนไขที่ว่า (-S. provided)

P

province (พรอฟ' วินซฺ) *n.* จังหวัด, มณฑล, ภูมิภาค, เขต, บริเวณที่ต่ำกว่าบริเวณหนึ่ง, วง **-the provinces** ส่วนภูมิภาค (-S. area) *-Ex. Thailand is divided into provinces., People from the provinces attended the great fair in the capital.*

provincial (พระวิน' เชิล, โพร-) *adj.* เกี่ยวกับจังหวัด, เกี่ยวกับมณฑล, เกี่ยวกับส่วนภูมิภาค, ใจคับแคบ, ไม่สละสลวย, บ้านนอก *-n.* ชาวต่างจังหวัด, ชาวบ้านนอก, คนใจแคบ **-provincially** *adv.* *-Ex. the provincial government, provincial accent, provincial outlook, a provincial person, Somchai lost his provincial manners after living a year in New York.*

proving ground สนามทดลอง, สถานที่ทดลอง

provision (พระวิช' ชัน, โพร-) *n.* การจัดหา, สิ่งที่จัดหามาให้, การเตรียมการ, การกำหนด, ข้อกำหนด, บทบัญญัติ, เสบียงอาหาร, การแต่งตั้งตำแหน่งทางศาสนา (โดยเฉพาะศาสนาคริสต์) *-vt.* จัดหา, จัดเสบียงอาหาร **-provisions** เสบียงอาหาร **-provisioner** *n.* (-S. condition, arrangement) *-Ex. One of the provisions of the rules is that no one over 12 may enter the contest., The campers will not hungry because they have plenty of provisions.*

provisional (พระวิช' ชะเนิล, โพร-) *adj.* ชั่วคราว, เฉพาะกาล, เผื่อเหลือเผื่อขาด, มีเงื่อนไข *-n.* แสตมป์ชั่วคราว **-provisionally** *adv.* *-Ex. a provisional government, to make provisional arrangements*

proviso (พระไว' โซ, โพร-) *n., pl.* **-sos/-soes** เงื่อนไข, ข้อกำหนดในสัญญา

provocation (พรอฟวะเค' ชัน) *n.* การยุแหย่, การยุยง, การกระตุ้น, การปลุกปั่น, การยั่ว, การก้าวร้าว, การก่อให้เกิด, สิ่งที่ยุแหย่ (ยุยง กระตุ้น)

provocative (พระวอค' คะทิฟว,โพร-) *adj.* ซึ่งแหย่, ซึ่งปลุกปั่น, ซึ่งกระตุ้น, ซึ่งปลุกปั่น, ซึ่งยั่ว, ซึ่งก้าวร้าว **-provocatively** *adv.* **-provocativeness** *n.* (-S. stimulating)

provoke (พระโวค', โพร-) *vt.* **-voked, -voking** ยุแหย่, กระตุ้น, ปลุกปั่น, ก้าวร้าว, ก่อให้เกิด, ยั่ว **-provoking** *adj.* **-provoker** *n.*

provost (พรอฟ' เวิสทฺ, โพร' โวสทฺ, -เวิสทฺ, โพร' โว, โพรโว', พระ-) *n.* ผู้เป็นประธาน, ผู้ดำรงตำแหน่งผู้บริหารชั้นสูงของมหาวิทยาลัยหรือวิทยาลัย, พระครู, หัวหน้าพระศาสนา, นายกเทศมนตรี (สกอตแลนด์) **-provostship** *n.*

provost guard (โพร' โว-) หน่วยสารวัตรทหาร

provost marshal (โพร' โว มาร์' แชล) หัวหน้าหน่วยสารวัตรทหาร

prow[1] (เพรา) *n.* หัวเรือ

prow[2] (เพรา) *adj.* อาจหาญ, องอาจ

prowess (เพรา' อิส) *n.* ความอาจหาญ, ความองอาจ, ความสามารถยอดเยี่ยม, การกระทำที่อาจหาญหรือองอาจ (-S. skill) *-Ex. The brave boxer showed great prowess by fighting the bear single-handed., Somchai proved his prowess as a swimmer by swimming across the lake three times.*

P

prowl (เพราล) *vi., vt.* เที่ยวออกหากิน, เดินด้อมๆ มองๆ *-n.* การเที่ยวออกหากิน, การเดินด้อมๆ มองๆ **-prowler** *n. -Ex. The hungry dog prowled about the alley., The man prowled about looking for something to steal.*

proximal (พรอค' ซะเมิล) *adj.* ใกล้เคียง, ใกล้ชิด **-proximally** *adv.* (-S. near)

proximate (พรอค' ซะเมิท) *adj.* ใกล้, ใกล้ชิด, ประมาณ, ใกล้เข้ามา, กำลังจะมาถึง **-proximately** *adv.*

proximity (พรอคซิม' มะที) *n.* ความใกล้ชิด, ความใกล้เคียง

proximo (พรอค' ซะโม) *adv.* เดือนหน้า

proxy (พรอค' ซี) *n., pl.* **proxies** ตัวแทน, ผู้แทน, การมอบฉันทะ *-Ex. My lawyer acted as my proxy in claiming the car., to marry by proxy*

prude (พรูด) *n.* คนเจ้าระเบียบ, คนพิถีพิถัน

prudence (พรู' เดินซฺ) *n.* ความรอบคอบ, ความสุขุม, ความพิถีพิถัน, ความระมัดระวัง, ความประหยัด, ความมัธยัสถ์ (-S. discretion, economy) *-Ex. His prudence kept him from taking any wild chances.*

prudent (พรู' เดินทฺ) *adj.* รอบคอบ, สุขุม, ระมัดระวัง, พิถีพิถัน, ฉลาด, มองการณ์ไกล, ฉลาด, ประหยัด, มัธยัสถ์ **-prudently** *adv.*

prudential (พรูเดน' เชิล) *adj.* รอบคอบ, สุขุม, ระมัดระวัง, พิถีพิถัน, มองการณ์ไกล **-prudentially** *adv.*

prudery (พรู' เดอรี) *n.* ความเจ้าระเบียบ, ความพิถีพิถันเกินไป, การกระทำหรือถ้อยคำที่พิถีพิถันเกินไป

prudish (พรู' ดิช) *adj.* เจ้าระเบียบเกินไป, พิถีพิถันเกินไป **-prudishly** *adv.* **-prudishness** *n.*

prune[1] (พรูน) *n.* ลูกพลัมแห้ง, (คำสแลง) คนโง่

prune[2] (พรูน) *vt.,vi.* **pruned, pruning** ตัดกิ่ง, เล็มกิ่ง, สะสาง, ชำระ, ตัดลง, ตัดทอน, ขจัด, เอาทิ้งไป **-pruner** *n. -Ex. The farmer prunes the dead branches of his trees.*

prune[3] (พรูน) *vt., vi.* **pruned, pruning** แต่งตัว

prurient (พรู' เรียนทฺ) *adj.* ตัณหามาก, โลกีย์มาก, ความมักมากในกาม **-prurience, pruriency** *n.* **-pruriently** *adv.*

pruritus (พรูไร' เทิส) *n.* โรคคัน, อาการคันอย่างแรง **-pruritic** *adj.*

Prussia (พรัช' ชะ) ชื่อประเทศหนึ่งในตอนเหนือของยุโรปสมัยก่อน

Prussian (พรัช' เชียน) *adj.* เกี่ยวกับประเทศปรัสเซีย (ภาษา พลเมืองและอื่นๆ) *n.* ชาวปรัสเซีย, ภาษาปรัสเซีย

pry[1] (ไพร) *vi.* **pried, prying** เที่ยวค้น, ลอดมอง, จ้องมอง, สอดส่องดู, สอดรู้สอดเห็น *-n., pl.* **pries** การทำดังกล่าว, คนที่ทำดังกล่าว (-S. peep) *-Ex. to pry into other people's affairs*

pry[2] (ไพร) *vt.* **pried, prying** งัดขึ้น, งัด, ได้มาด้วยความลำบาก *-n., pl.* **pries** เครื่องงัด, คานงัด, การงัด *-Ex. We pried up the top of the box with a knife blade.*

pryer (ไพร' เออะ) *n.* ดู prier

prying (ไพร' อิง) *adj.* สอดรู้สอดเห็น, ชอบสืบสวน, อยากรู้อยากเห็น **-pryingly** *adv.*

p.s., ps, P.S., PS ย่อจาก postscript ปัจฉิมลิขิต

psalm (ซาม) *n.* เพลงสวด, เพลงศาสนา, เพลงสวดในหนังสือ **-Psalm** เพลงสวดของพระคัมภีร์ไบเบิล *-vt.* ร้องเพลงสวด, ร้องเพลงศาสนา

psalmbook (ซาม' บุค) *n.* หนังสือเพลงสวด

psalmist (ซาม' อิสทฺ) *n.* ผู้แต่งเพลงสวด

psalmody (ซา' มะดี, แซล' มะดี) *n.* หนังสือเพลงสวด, การร้องเพลงสวด **-psalmodist** *n.*

psaltery (ซาล' เทอรี) *n., pl.* **-teries** ชื่อเครื่องดนตรีโบราณชนิดหนึ่ง

psephology (ซีฟอล' ละจี) *n.* เลือกตั้งวิทยา **-psephological** *adj.* **-psephologist** *n.*

pseud (ซูด, ซิวด) *n.* คนโกง, คนหลอกลวง

pseudo (ซู' โด, ซิว'-) *adj.* เทียม, ปลอม, โกง, หลอกลวง *-n.* คนหลอกลวง

pseud-, pseudo- คำอุปสรรค มีความหมายว่า เทียม, ปลอม, ไม่แท้, กำมะลอ, หลอก

pseudonym (ซู' ดะนิม) *n.* ชื่อปลอม, นามแฝง, นามปากกา **-pseudonymity** *n.* **-pseudonymous** *adj.* (-S. pen name, alias)

pshaw (ชอ) *interj., n.* คำอุทานแสดงความดูถูกหรือเคืองใจ ความไม่เชื่อหรืออื่นๆ

psi (พซี, ไซ) *n.* อักษรตัวที่ 23 ของพยัญชนะกรีก

psi ย่อจาก pounds per square inch

psittacosis (ซิททะโค' ซิซ) *n.* โรคติดต่อเชื้อไวรัสของนก (โดยเฉพาะนกแก้ว) ซึ่งติดต่อมายังคนได้

psoriasis (โซไร' อะซิซ, ซะ-) *n.* โรคสะเก็ดเงิน, โรคขี้เรื้อนกวาง เป็นโรคผิวหนังเรื้อรังที่กลับเป็นใหม่และเป็นกรรมพันธุ์ได้ **-psoriatic** *adj.*

psych (ไซค) *vt.* **psyched, psyching** ข่มขู่, วิเคราะห์

ทางจิต, ใช้หลักจิตวิทยา

psyche (ไซ' คี) *n.* จิตใจ, วิญญาณ **-Psyche** เทพธิดางามในเทพนิยายกรีกโบราณที่รักกับกามเทพ(-S. soul, spirit, mind)

psychedelic (ไซคะเดล' ลิค) *adj.* ซึ่งเกี่ยวกับหรือทำให้เกิดอาการประสาทหลอน, ซึ่งทำให้เกิดภาพลวงตา, เกี่ยวกับยาหลอนประสาท *-n.* ยาหลอนประสาท **-psychedelically** *adv.*

psychiatrist (ไซไค' อะทริสทฺ, ซิ-) *n.* จิตแพทย์

psychiatry (ไซไค' อะทรี, ซิ-) *n.* จิตเวชศาสตร์ **-psychiatric** *adj.* **-psychiatrically** *adv.*

psychic, psychical (ไซ' คิค, -เคิล) *adj.* เกี่ยวกับจิตใจ, เกี่ยวกับจิตวิญญาณ, กายสิทธิ์ *-n.* คนที่ไวต่อพลังจิต, สื่อวิญญาณ, กายสิทธิ์, ปรากฏการณ์ที่นอกเหนือความเชื่อทางวิทยาศาสตร์ **-psychically** *adv. -Ex. He must be psychic to know what I'm thinking!*

psycho (ไซ' โค) *n.* ผู้ที่เป็นโรคประสาท, วิชาจิตวิเคราะห์ *-adj.* เป็นโรคประสาท

psycho- คำอุปสรรค มีความหมายว่า จิต, จิตใจ, วิญญาณ

psychoactive (โซโคแอค' ทิฟว) *adj.* ซึ่งมีผลต่อจิตหรือประสาทอย่างเด่นชัด

psychoanalysis (ไซโคอะแนล' ละซิส) *n.* จิตวิเคราะห์, การใช้จิตวิเคราะห์รักษา **-psychoanalytic, psychoanalytical** *adj.* **-psychoanalytically** *adv.*

psychoanalyst (ไซโคแอน' นะลิสทฺ) *n.* นักจิตวิเคราะห์

psychoanalyze (ไซโคแอน' นะไลซฺ) *vt.* **-lyzed, -lyzing** วิเคราะห์จิต, ใช้จิตวิเคราะห์รักษา

psychogenic (ไซโคเจน' นิค) *adj.* ซึ่งเกิดจากอารมณ์หรือจิต **-psychogenically** *adv.*

psychological, psychologic (ไซคะลอจ' จิเคิล, -จิค) *adj.* เกี่ยวกับจิตวิทยา, เกี่ยวกับจิต **-psychologically** *adv.*

psychological moment ระยะเวลาที่เหมาะสมหรือเวลาที่วิกฤติในการให้ผลตามที่ต้องการ

psychologist (ไซคอล' ละจิสทฺ) *n.* นักจิตวิทยา

psychologize (ไซคอล' ละไจซฺ) *vt., vi.* **-gized, -gizing** ใช้เหตุผลทางจิตวิทยา

psychology (ไซคอล' ละจี) *n., pl.* **-gies** จิตวิทยา, วิทยาศาสตร์ในเรื่องพฤติกรรมของมนุษย์และสัตว์, ภาวะและกระบวนการทางจิตทั้งหลายของบุคคลหรือกลุ่มบุคคล

psychoneurosis (ไซโคนิวโร' ซิส, -นู-) *n., pl.* **-roses** ความผิดปกติของอารมณ์ที่มีผลต่อบุคลิกภาพ, โรคประสาท **-psychoneurotic** *adj., n.*

psychopath (ไซ' คะแพธ, -โค-) *n.* บุคคลที่ป่วยทางจิตหรือมีภาวะจิตที่ไม่มั่นคง, ผู้ต่อต้านกฎเกณฑ์ ระเบียบของสังคม, ผู้ไร้ศีลธรรมแม้มีปัญญา (-S. madman)

psychopathic (ไซโคแพธ' ธิค, -คะ-) *adj.* ซึ่งป่วยทางจิต **-psychopathically** *adv.*

psychopathology (ไซโคพะธอล' ละจี) *n.* การศึกษาที่เกี่ยวกับโรคของจิต, จิตพยาธิวิทยา **-psychopathological** *adj.* **-psychopathologist** *n.*

psychopathy (ไซคอพ' พะธี) *n.* โรคจิต

psychosis (ไซโค' ซิส) *n., pl.* **-choses** โรคจิต, ความผิดปกติของจิต, ความวิกลจริต **-psychotic** *adj.* (-S. insanity)

psychosomatic (ไซโคโซแมท' ทิค) *adj.* เกี่ยวกับจิตและกาย, เกี่ยวกับความผิดปกติทางกายที่เกิดจากหรือมีอิทธิพลจากสภาพจิตของคนไข้ *-n.* ความผิดปกติดังกล่าว **-psychosomatically** *adv.*

psychotherapy (ไซโคเธอ' ระพี) *n.* จิตบำบัด **-psychotherapist** *n.*

ptarmigan (ทาร์' มิเกิน) *n., pl.* **-gans/-gan** ไก่ป่าหรือนกจำพวก *Lagopus* ขามีขนมาก

ptero- คำอุปสรรค มีความหมายว่า ขน, ปีก

pterodactyl (เทโรแดค' เทิล) *n.* สัตว์เลื้อยคลานแต่บินได้ตระกูล Pterosauria เป็นสัตว์ที่สูญพันธุ์ไปแล้ว

PTO ย่อจาก please turn over โปรดพลิก (หน้าหนังสือ)

Ptolemy (ทอล' ละมี) นักดาราศาสตร์โบราณของกรุงอเล็กซานเดรีย, กษัตริย์อียิปต์ **-Ptolemaist** *n.*

ptomaine (โท' เมน) *n.* อินทรียสารชนิดหนึ่งเกิดขึ้นจากปฏิกิริยาการทำให้โปรตีนเน่าโดยแบคทีเรียทำให้อาหารเป็นพิษ

Pty. ย่อจาก proprietary เจ้าของ

pub (พับ) *n.* โรงเหล้าเล็กๆ, โรงแรมเล็กๆ, ภัตตาคารเล็กๆ

puberty (พิว' เบอร์ที) *n.* วัยที่เริ่มสามารถผสมพันธุ์ได้, วัยหนุ่มวัยสาว, (กฎหมายระบบ common law) วัยแรกหนุ่มอายุ 14 ปี และวัยแรกสาวอายุ 12 ปี **-pubertal** *adj.*

pubes[1] (พิว' บีซฺ) *n.* บริเวณหัวหน่าว, ขนบริเวณหัวหน่าว, กระดูกบริเวณหัวหน่าว

pubes[2] (พิว' บีซฺ) *n.* พหูพจน์ของ pubis

pubescent (พิวเบส' เซินทฺ) *adj.* ย่างเข้าสู่วัยหนุ่มวัยสาว **-pubescence** *n.*

pubic (พิว' บิค) *adj.* เกี่ยวกับหรืออยู่ที่บริเวณหัวหน่าว

pubis (พิว' บิส) *n., pl.* **pubes** กระดูกหัวหน่าว, ส่วนหน้าอกของแมลง

public (พับ' ลิค) *n.* สาธารณชน, ชุมชน, ประชาชน *-adj.* เกี่ยวกับสาธารณชน, เปิดเผยแก่สาธารณชน, เพื่อประชาชน, โดยประชาชน, ของประชาชน, โดยส่วนรวม, มีชื่อเสียง, เลื่องลือ, ระดับชาติ **-go public** ขายหุ้นแก่สาธารณะ **-in public** โดยเปิดเผย, ไม่ใช่ส่วนตัว, ในที่สาธารณะ

public-address system เครื่องขยายเสียงสำหรับคนจำนวนมากในที่สาธารณะ, ระบบกระจายเสียงสำหรับคนจำนวนมาก, ระบบเสียงตามสาย

publican (พับ' ลิเคิน) *n.* เจ้าของหรือผู้จัดการโรงขายเหล้า, (ประวัติศาสตร์โรมัน) ผู้เก็บภาษี

publication (พับลิเค' ชั่น) *n.* การประกาศ, การแถลง, การโฆษณา, การพิมพ์โฆษณา, หนังสือพิมพ์, สิ่งตีพิมพ์ (-S. book, periodical, issue)

public debt หนี้สินของรัฐ

public defender ทนายของรัฐ

public domain ที่ดินของรัฐ, สิ่งประดิษฐ์หรือ

P

ผลงานทางวรรณกรรมที่สิทธิบัตรหรือลิขสิทธิ์หมดอายุ, สาธารณสมบัติ

public house โรงขายเหล้าเล็กๆ, ภัตตาคารเล็กๆ

publicist (พับ' ละซิสทฺ) *n.* นักหนังสือพิมพ์, นักประชาสัมพันธ์, นักเขียนเรื่องราวเกี่ยวกับชุมชนหรือการเมือง, ผู้เชี่ยวชาญกฎหมายมหาชนหรือกฎหมายระหว่างประเทศ

publicity (พับลิส' ซะที) *n.* การโฆษณา, การเผยแพร่, การประชาสัมพันธ์, ชื่อเสียง *-Ex. The airman received much publicity through the radio and newspapers.*

publicize (พับ' ละไซซฺ) *vt.* **-cized, -cizing** โฆษณา, ประกาศ, เผยแพร่ (-S. air, advertise)

public law กฎหมายมหาชน, กฎหมายที่เกี่ยวกับความสัมพันธ์ระหว่างรัฐกับเอกชน

publicly (พับ' ลิคลี) *adv.* ในที่สาธารณะ, โดยเปิดเผยแก่คนทั่วไป, ในนามของชุมชน, ต่อธารกำนัล, ต่อสาธารณชน, โดยรัฐบาล, โดยกลุ่มชน (-S. generally, popularly)

public opinion มติมหาชน, ความเห็นโดยทั่วไปของสาธารณชน

P

public relations ประชาสัมพันธ์

public school (ในอเมริกา) โรงเรียนประถมหรือโรงเรียนมัธยมของรัฐบาล, (ในอังกฤษ) โรงเรียนมัธยมกินนอน (โดยเฉพาะที่เตรียมตัวเข้ามหาวิทยาลัย)

public servant ข้าราชการ, ผู้รับใช้ประชาชน

public service การบริการสาธารณะ, การบริหารประชาชน, กิจการของข้าราชการ

public-spirited (พับ' ลิค สพิ' ริทิด) *adj.* มีใจสาธารณกุศล, มีจิตใจเพื่อสาธารณชน

public utility กิจการที่เกี่ยวกับสาธารณูปโภค, สาธารณูปโภค

public works สิ่งก่อสร้าง (ถนนหนทาง เขื่อน ที่ทำการไปรษณีย์และอื่นๆ) ที่เป็นสาธารณูปโภค

publish (พับ' ลิช) *vt.* ประกาศ, โฆษณา, แถลง, ตีพิมพ์ *-vi.* ตีพิมพ์, ออกหนังสือ **-publishable** *adj.* (-S. issue, announce, promulgate) *-Ex. What year will this book be published?, to publish a will*

publisher (พับ' ลิชเชอะ) *n.* ผู้พิมพ์ผู้โฆษณา, สำนักพิมพ์, ผู้ประกาศ, ผู้แถลง, ผู้โฆษณา

puce (พิวซฺ) *n.* สีม่วงดำหรือม่วงอมน้ำตาล *-adj.* เกี่ยวกับสิ่งดังกล่าว

puck (พัค) *n.* (กีฬาฮอกกี้น้ำแข็ง) ลูกยาง สำหรับตีเข้าประตู, ลูกกลมหิมะ **-Puck** ผีซุกซนในนิทานสำหรับเด็กของเชกสเปียร์

pucker (พัค' เคอะ) *vt., vi.* พับ, ทำให้หดย่น, หน้านิ่วคิ้วขมวด *-n.* รอยพับ, รอยย่น, ภาวะยุ่งเหยิง **-puckery** *adj. -Ex. The hot iron made puckers in the piece of silk.*

puckish (พัค' คิช) *adj.* ซน, ซุกซน, เล่นพิเรนทร์ **-puckishly** *adv.* **-puckishness** *n.*(-S. mischievous, playful)

pud (พุด) *n.* ย่อจาก pudding ขนมหวาน, ขนมพุดดิง

pudding (พุด' ดิง) *n.* ขนมพุดดิง,ขนมแป้งต้มใส่นม ไข่ น้ำตาลและอื่นๆหรือยัดไส้ผลไม้, ไส้กรอก

puddle (พัด' เดิล) *n.* แอ่งน้ำเล็กๆ (โดยเฉพาะบนพื้นดิน), หลุม, ความสับสน, ความยุ่งเหยิง, โคลน, เลน, ดินเลน, โลหะที่กำลังหลอม *-v.* **-dled, -dling** *-vt.* ทำให้เป็นแอ่งหรือหลุม, กวน, คลุก, ผสม *-vi.* เล่นโคลน, ลุยโคลน **-puddler** *n. -Ex. The kitten left a puddle of milk on the floor.*

puddling (พัด' ดลิง) *n.* การเล่นคลุก (เลน ทราย โคลน), การทำให้เป็นแอ่งหรือหลุม, การเล่นหรือลุยโคลน, กระบวนการหลอมเหล็กให้ละลาย

puddly (พัด' ดลี) *adj.* **-dlier, -dliest** มีหลุมมีแอ่งมาก, เป็นโคลนเป็นเลน

pudency (พิว' เดินซี) *n.* ความเหนียมอาย, ความเขินขวย

pudendum (พิวเดน' เดิม) *n., pl.-* **denda** อวัยวะสืบพันธุ์ภายนอก (โดยเฉพาะของผู้หญิง), แคมช่องคลอด **-pudendal** *adj.*

pudgy (พัจ' จี) *adj.* **pudgier, pudgiest** อ้วนเตี้ยหรือหนา, อ้วนม่อต้อ, สั้น หนาและหยาบ **-pudginess** *n.*

pueblo (พเวบ' โล) *n., pl.* **-los/-lo** บ้านหรือหมู่บ้านอินเดียนแดงในภาคใต้ของอเมริกาหรือเม็กซิโก, หมู่บ้านอินเดียนแดง, เมือง, หมู่บ้าน, ชนบท **-Pueblo** อินเดียนแดงที่อาศัยอยู่ในบ้านดังกล่าว

puerile (พิว' ริล, -ไรลฺ, พิว' เออะริล) *adj.* เกี่ยวกับเด็ก, โง่เหมือนเด็ก, ไม่เป็นประสา **-puerilely** *adv.* (-S. childish, foolish)

puerility (พิวเออริล' ละที) *n., pl.* **-ties** ภาวะความเป็นเด็ก, ลักษณะเป็นเด็ก, ความไม่เป็นประสา, ความไม่เป็นสาระ (-S. childishness, immaturity)

puerperal (พิวเออร์' เพอเริล) *adj.* เกี่ยวกับการคลอดลูก

puerperal fever การติดเชื้อระหว่างการคลอดลูก, ภาวะโลหิตเป็นพิษหลังคลอด

Puerto Rico (เพวอทะรี' โค, พอร์-) ชื่อเกาะในตอนกลางของหมู่เกาะ West Indies เป็นเครือจักรภพของสหรัฐอเมริกา มีเมืองหลวงชื่อ San Juan

puff (พัฟ) *n.* กลุ่มควัน (หมอก ไอ), การพ่น, เสียงพ่น, สิ่งที่พ่นออก, การสูดหรือสูบเข้าปอด, กระจุกผม, ปุย, ปอย, ก้อนนูน, แป้งหรือปุยผัดหน้า, ผ้าห่ม, บทความสั้นๆ ที่เป็นการยกยอ *-vi.* พ่นควัน, พัดเป็นพักๆ, หอบ, ฮือ, พองตัว, โป่งออก *-vt.* เป่า, พัด, ผาย, สูบ, สูด, อวดดี, ยกย่อง, ทำให้เป็นปุย *-Ex. Smoke puffed from the chimney., The train puffed up the hill., the puff of a locomotive, to puff up one's cheeks, He was really puffing after that race., The kettle is puffing., The parachute puffed.*

puffball (พัฟ' บอล) *n.* เชื้อราลูกกลมจำพวกหนึ่ง

puffer (พัฟ' เฟอะ) *n.* ผู้พ่นควันหรือไอ, สิ่งเป่าควันหรือไอ, ผู้ที่สูบบุหรี่, ปลาปักเป้าจำพวกหนึ่ง

puffery (พัฟ' เฟอรี) *n.* การยกย่องเกินไป, การโฆษณาเกินไป

puffin (พัฟ' ฟิน) *n.* นกทะเลจำพวก *Fratercula*

puff pastry แป้งต้มฟู, ขนมปังนิ่มฟู

puffy (พัฟ' ฟี) *adj.* **puffier, puffiest** ท้วม, พอง, อ้วนฉุ, หยิ่งยโส **-puffily** *adv.* **-puffiness** *n.*

pug[1] (พัก) *n.* หมาจู, หมาจิ้งจอก, จมูกสิงโต, จมูกหักอย่างหมาจู
pug[2] (พัก) *vt.* **pugged, pugging** คลุกดินเลน, คลุกโคลน
pug[3] (พัก) *n.* (คำสแลง) ย่อจาก pugilist นักมวย
pugilism (พิว' จิลิซึ่ม) *n.* การชกมวย **-pugilist** *n.* **-pugilistic** *adj.*
pugnacious (พักเน' เชิส) *adj.* ชอบทะเลาะวิวาท, ชอบชกต่อย, ชอบต่อยตี, ชอบต่อสู้ **-pugnaciously** *adv.* **-pugnacity, pugnaciousness** *n.*(-S. belligerent, combative)
pug nose จมูกงอนที่สั้นและกว้าง, จมูกสิงโตหรือหมาจู **-pug-nosed** *adj.*
puissant (พิว' อิเซินทฺ, พวิส' เซินทฺ, พิวอิส' เซินทฺ) *adj.* มีอำนาจ, มีกำลัง, มีแรง **-puissance** *n.*
puke (พวูค) *n., vi., vt.* **puked, puking** อาเจียน
pukka (พัค' คะ) *adj.* แท้จริง, ไว้วางใจได้, ดีที่สุด
pulchritude (พัล' คระทูด, -ทิวดฺ) *n.* ความสวยงามทางกาย, ความงามของคน **-pulchritudinous** *adj.*
pule (พูล) *vi.* **puled, puling** ร้องอย่างคนป่วย
Pulitzer Prize ชื่อรางวัลประจำปีสำหรับผู้มีผลงานดีเด่นในศิลปะการหนังสือพิมพ์ วรรณกรรม ดนตรีและอื่นๆ ก่อตั้งขึ้นโดย Joseph Pulitzer
pull (พุล) *vt.* ดึง, ลาก, ทึ้ง, จูง, กระชาก, ถอน, เด็ด, เก็บ, ฉุด, ชัก, พาย (เรือ), ดึงดูด, ดูด, ดื่ม *-vi.* ดูด, ดื่ม, ลาก, ชัก (ปืน มีด), พาย (เรือ) *-n.* การดึง (ลาก ทึ้ง), แรงดึง (ลาก ทึ้ง), การดูดของเหลว, อิทธิพล, การพาย **-pull in** มาถึง **-pull off** กระทำสำเร็จ (โดยเฉพาะด้วยความยากลำบาก) **-pull oneself together** ควบคุมอารมณ์ **-pull out** จากไป, หยุดทำ **-pull someone's leg** หยอกล้อ **-pull through** ผ่านวิกฤติการณ์ **-puller** *n.* (-S. drag, tug)
pullet (พุล' ลิท) *n* ไก่ที่มีอายุน้อยกว่าหนึ่งปี
pulley (พุล' ลี) *n., pl.* **-leys** ลูกรอก, มู่ลี่, เครื่องกว้าน, ล้อหมุนสำหรับสวมสายพาน
Pullman (พุล' เมิน) *n.* ตู้รถนอนของรถไฟ (-S. Pullman car)
pullout (พุล' เอาทฺ) *n.* การดึงออก, การถอน, การถอยหนี, สิ่งที่ดึงออกได้ เช่น ใบแทรกในหนังสือนิตยสาร
pullover (พุล' โอเวอะ) *n.* เสื้อคลุม (โดยเฉพาะที่ใช้ถอดออกทางศีรษะ) *-adj.* ซึ่งใส่ทางศีรษะ
pulmonary (พัล' มะเนอรี, พุล'-) *adj.* เกี่ยวกับปอด, คล้ายปอด, มีผลต่อปอด, มีปอดหรืออวัยวะคล้ายปอด
pulmotor (พุล' โมเทอะ, พัล'-) *n.* เครื่องช่วยหายใจที่อัดออกซิเจนเข้าไปในปอดในกรณีที่การหายใจหยุดเนื่องจากการจมน้ำหรืออื่นๆ
pulp (พัลพฺ) *n.* ส่วนที่เป็นเนื้อผลไม้, เนื้อเยื่อในที่นิ่มและมีของเหลวมากของสัตว์หรือพืช, ส่วนนิ่มของอวัยวะ, เนื้อเยื่อยึดต่อของโพรงฟันข้างใน, หนังสือถูกๆ *-vt.* ทำให้เป็นส่วนเนื้อเยื่อ, เอาเนื้อเยื่อในออก *-vi.* กลายเป็นเนื้อเยื่อนิ่มที่มีของเหลวมาก **-pulpal** *adj.*
pulpit (พุล' พิท, พัล'-) *n.* ธรรมาสน์, ยกพื้นหรือพลับพลาเทศนา, อาชีพนักเทศน์, นักเทศน์ทั้งหลาย *-Ex. The pulpit is not very influential in this city.*
pulpwood (พัลพฺ' วุด) *n.* เนื้อไม้หรือวัสดุทำเยื่อกระดาษ
pulpy, pulpous (พัล' พี, -เพิส) *adj.* **pulpier, pulpiest** เป็นเนื้อเยื่อ, เป็นเยื่ออ่อน, คล้ายเนื้อเยื่ออ่อน, เป็นเนื้อผลไม้ **-pulpily** *adv.* **-pulpiness** *n.*
pulsar (พัล' ซาร์, -เซอะ) *n.* แหล่งพลังงานรังสีแม่เหล็กไฟฟ้าในความถี่วิทยุเป็นช่วงสั้นๆในกาแล็กซีของจักรวาล
pulsate (พัล' เซทฺ) *vi.* **-sated, -sating** เต้นเป็นจังหวะและขยายตัวรวมทั้งหดตัวเป็นจังหวะ (เช่น หัวใจ), สั่น, รัว **-pulsator** *n.*
pulsation (พัลเซ' ชัน) *n.* การเต้นเป็นจังหวะ, ชีพจร, การขยายตัวและหดตัวเป็นจังหวะ, การเต้น, การสั่น
pulse[1] (พัลซฺ) *n.* ชีพจร, การเต้นเป็นจังหวะ, ความสั่นสะเทือน, อารมณ์, จังหวะของชีวิต *-v.* **pulsed, pulsing** *-vi.* เต้น, สั่นสะเทือน *-vt.* ทำให้สั่นสะเทือน **-pulser** *n.*
pulse[2] (พัลซ) *n.* เมล็ดกินได้ของพืชฝักจำพวกถั่ว
pulverize (พัล' เวอไรซฺ) *v.* **-ized, -izing** *-vt.* ทำให้เป็นผง, บด, ขยี้, ทำลายสิ้นเชิง *-vi.* กลายเป็นผง **-pulverization** *n.* **-pulverizer** *n.* **-pulverizable, pulverable** *adj.*
puma (พิว' มะ, พู'-) *n., pl.* **pumas/puma** สิงโตภูเขา
pumice (พัม' มิส) *n.* แก้วหินภูเขาไฟที่มีลักษณะพรุนคล้ายฟองน้ำ ใช้เป็นเครื่องขัด *-vt.* **-iced, -icing** ขัดด้วยแก้วหินดังกล่าว **-pumiceous** *adj.*
pummel (พัม' เมิล) *vt.* **-meled, -meling/-melled, -melling** ตีหรือเฆี่ยนหรือต่อยหลายๆ ครั้ง
pump[1] (พัมพฺ) *n.* เครื่องสูบ, เครื่องสูบน้ำ, เครื่องสูบลม, โรงสูบ, การสูบ, การชักขึ้นชักลง *-vt.* สูบ, ใช้เครื่องสูบ, ชักขึ้นชักลง, สูบลม, สูบน้ำ, อัดออกซิเจนเข้าในปอด, ซักไซ้ไล่เลียง, สอบถาม, ล้วงเอาความลับ *-vi.* สูบ, ชักขึ้นชักลงเหมือนจับคันสูบ **-pumper** *n.* (-S. interrogate, probe) *-Ex. Kasem pumped air into the tyres., Udom pumped up his bicycle tyres with air., Somsri had a secret; but the others could not pump her.*
pump[2] (พัมพฺ) *n.* รองเท้าไม่มีเชือกร้อยแบบหนึ่ง (มักใช้กับชุดราตรีของหญิง)
pumpkin (พัมพฺ' คิน, พัม'-, พัง'-) *n.* ฟักทอง, พืชฟักทอง
pun (พัน) *n.* การใช้คำที่มีเสียงเหมือนกัน แต่มีความหมายต่างกัน *-vi.* **-punned, punning** ใช้คำดังกล่าว
punch[1] (พันชฺ) *n.* เครื่องตอกรู, เครื่องปั๊ม, หมัด, หมัดเด็ด *-vt.* เจาะ, ต่อย, ไล่แหย่ *-Ex. The conductor punched the ticket., The mechanic used a punch to stamp a number on the engine., The boxer punched the punching bag.*
punch[2] (พันชฺ) *vt.* ตอกรู, รวมกลุ่มสัตว์ด้วยการลงประตัก, ชกด้วยหมัด *n.* การชกด้วยหมัด, การบังคับอย่างได้ผล
punch[3] (พันชฺ) *n.* เครื่องดื่มของหวานที่มักผสมด้วยเหล้าชนิดหนึ่ง เสิร์ฟในชามใหญ่ แล้วตักใส่ถ้วยสำหรับดื่ม
punch-up (พันชฺ' อัพ) *n.* การถกเถียงที่รุนแรง, การต่อสู้อย่างชุลมุน
punctilio (พังคฺทิล' ลีโอ) *n,. pl.* **-os** รายละเอียดเล็กๆ น้อยๆ ข้อปลีกย่อย, ระเบียบหยุมหยิม, เจ้าระเบียบ, เจ้ายศเจ้าอย่าง
punctilious (พังคฺทิล' เลียส) *adj.* หยุมหยิม, มีข้อ

P

ปลีกย่อยเกินไป, ระเบียบหยุมหยิม, เจ้าระเบียบ, เจ้ายศเจ้าอย่าง **-punctiliously** *adv.* **-punctiliousness** *n.*

punctual (พังคฺ' ชวล) *adj.* ตรงต่อเวลา, รักษาเวลา, ตามกำหนด, ถูกต้อง, เป็นแต้ม, เป็นจุด **-punctuality** *n.* **-punctually** *adv.* **-punctualness** *n.* (-S. prompt) *-Ex. Samai was as punctual as the striking of the clock.*

punctuate (พังคฺ' ชูเอท) *v.* **-ated, -ating** *-vt.* ใส่จุดเครื่องหมายวรรคตอน, หยุดขัดจังหวะ, เน้น *-vi.* ใช้เครื่องหมายวรรคตอน **-punctuator** *n.* (-S. emphasize, mark) *-Ex. Somchai punctuated his remarks with gestures., a speech punctuated with cheer*

punctuation (พังคฺชูเอ' ชัน) *n.* การใช้จุดเครื่องหมายวรรคตอน, เครื่องหมายดังกล่าว

punctuation mark เครื่องหมายวรรคตอน

puncture (พังคฺ' เชอะ) *n.* การเจาะ, การแทง, การตำ, การทำให้แฟบ, รูเจาะ, รูแทง *-v.* **-tured, -turing** *-vt.* เจาะ, เจาะรู *-vi.* ถูกเจาะรู **-puncturable** *adj.* (-S. perforate, pierce) *-Ex. We had a puncture in our front tyre., Mary punctured the toy balloon with a pin.*

pundit (พัน' ดิท) *n.* บัณฑิต, ผู้เชี่ยวชาญ, ผู้มีความรู้มาก **-punditry** *n.*

P

pungent (พัง' เจินทฺ) *adj.* (รส) จัด, (กลิ่น) ฉุน, แสบ, เผ็ด, รุนแรง, คมกริบ, แหลมคม, กระตุ้น, เสียดแทง **-pungency** *n.* **-pungently** *adv.* *-Ex. a pungent smell, Mustard has a pungent taste., pungent gas, pungent sarcasm, a pungent remark*

punish (พัน' นิช) *vt., vi.* ลงโทษ, ทำให้ได้รับโทษ, ทำให้เจ็บปวด, ทารุณ, ใช้สิ้นเปลือง **-punisher** *n.* (-S. penalize, injure, hurt) *-Ex. The offence should be punished severely.*

punishable (พัน' นิชะเบิล) *adj.* สมควรรับการลงโทษ **-punishability** *n.*

punishment (พัน' นิชเมินทฺ) *n.* การทำโทษ, การลงโทษ, การทำให้เจ็บปวด, การทารุณ, การใช้สิ้นเปลือง (-S. penalty) *-Ex. Dang's punishment was that he had to stay at home on Saturday., Taking away a person's freedom is punishment.*

punitive (พิว' นิทิฟว) *adj.* เป็นการลงโทษ, เป็นการทำโทษ **-punitively** *adv.* **-punitiveness** *n.* (-S. punitory)

Punjab (พันจาบ', พัน' จาบ, -แจบ) มณฑลปันจาบของอินเดีย

punk[1] (พังคฺ) *n.* สารจุดไฟ, ไม้แห้งที่ใช้จุดไฟ

punk[2] (พังคฺ) *n.* (คำสแลง) สิ่งหรือบุคคลที่ไม่สำคัญ อาชญากรกระจอก หญิงโสเภณี, ดนตรีร็อกแบบหนึ่ง *-adj.* (คำสแลง) คุณภาพเลว, เกี่ยวกับดนตรีร็อกแบบหนึ่ง **-punky** *adj.*

punster (พัน' สเทอะ) *n.* คนที่ใช้คำคล้ายกันที่มีความหมายต่างกัน, คนที่ใช้คำสองนัย (-S. punner)

punt (พันทฺ) *vi.* เล่นพนัน, พนันขันต่อ **-punter** *n.*

punty (พัน' ที) *n., pl.* **-ties** ท่อนเหล็กที่ใช้ในการทำแก้ว

puny (พิว' นี) *adj.* **-nier, -niest** เล็กและอ่อนแอ

pup (พัพ) *n.* ลูกสุนัข, ลูกสัตว์ *-vi.* **pupped, pupping** ออกลูกสุนัขหรือลูกสัตว์

pupa (พิว' พะ) *n., pl.* **-pae/-pas** ดักแด้ **-pupal** *adj.*

pupil[1] (พิว' เพิล) *n.* นักเรียน, นักเรียนรุ่นเล็ก, ลูกศิษย์, ผู้เยาว์, บุคคลที่ยังไม่บรรลุนิติภาวะ (-S. student)

pupil[2] (พิว' เพิล) *n.* รูม่านตา, ช่องตาดำ

puppet (พัพ' เพิท) *n.* หุ่น, หุ่นกระบอก, หุ่นเชิด, บุคคลที่ถูกครอบงำ, ตุ๊กตาตัวเล็กๆ **-puppetry** *n.* (-S. marionette)

puppeteer (พัพพะเทียร์') *n.* คนชักหุ่นกระบอก

puppy (พัพ' พี) *n., pl.* **-pies** ลูกสุนัข (โดยเฉพาะที่มีอายุต่ำกว่า 1 ปี), ลูกสัตว์, เด็กหนุ่มที่หยิ่งยโส **-puppyhood** *n.* **-puppyish** *adj.*

purblind (เพอร์' ไบลนฺดฺ) *adj.* เกือบบอด, กึ่งบอด, ตามัว, ขาดความคิด, เซ่อ, โง่

purchase (เพอร์' เชิส) *vt.* **-chased, -chasing** ซื้อ, จัดซื้อ, ได้มาด้วยความพยายาม การเสียสละหรืออื่นๆ, ได้ที่ดินหรือทรัพย์สินด้วยการซื้อ(ไม่ใช่จากมรดกตกทอด), ยกขึ้น, งัดขึ้น *-n.* การซื้อ, การจัดซื้อ, สิ่งที่ซื้อมา, การได้มาซึ่งที่ดินหรือทรัพย์สินโดยการซื้อ (ไม่ใช่จากมรดกตกทอด), คานงัด, อุปกรณ์ยกของ, กำลังงัด **-purchasable** *adj.* **-purchaser** *n.* (-S. buy, acquire, pay for, investment) *-Ex. the purchase of New Year present, I brought my purchase home to show you.*

pure (เพียว) *adj.* บริสุทธิ์, หมดจด, ไม่มีสิ่งอื่นเจือปน, เป็นสายเลือดโดยตรง, พันธุ์แท้, โดยตรง, เกี่ยวกับนามธรรมหรือทฤษฎี (ต่างจากประยุกต์), ชัดแจ้งและจริงๆ, แน่นอน, เกลี้ยงเกลา, ขาวสะอาด, ไม่มีราคี, ไม่มีมลทิน, เป็นหญิงพรหมจารี, เต็มที่, โดยสิ้นเชิง **-pureness** *n.* (-S. unmixed, unpolluted, chaste) *-Ex. pure water, pure white, a pure note, of pure descent, pure taste*

purebred (เพียวเบรด') *adj.* พันธุ์แท้ *-n.* สัตว์หรือพืชพันธุ์แท้

purée, puree (พิวเร', พิว' เร, เพียวรี') *n.* น้ำแกงเคี่ยวจนข้นและกรอง, ซุปข้นที่เคี่ยวและกรอง (โดยเฉพาะผักหรือผลไม้) *-vt.* **puréed, puréeing/pureed, pureeing** ทำน้ำแกงหรือซุปดังกล่าว

purely (เพียว' ลี) *adv.* อย่างบริสุทธิ์, ไม่มีสิ่งเจือปน, เท่านั้น, เต็มที่, สิ้นเชิง, ทั้งหมด, อย่างไร้เดียงสา

purgation (เพอร์เก' ชัน) *n.* การถ่ายท้อง, การชำระล้าง, การทำให้บริสุทธิ์, การกวาดล้าง, การล้างบาป

purgative (เพอร์' กะทิฟว) *adj.* ถ่ายท้อง, ชำระล้าง *-n.* ยาถ่าย, ยาระบาย

purgatory (เพอร์' กะทอรี) *n., pl.* **-ries** ที่ที่คนตายไปสู่เพื่อล้างบาปโดยการได้รับการทำโทษ, ที่ที่มีการทำโทษ

purge (เพิร์จ) *v.* **purged, purging** *-vt.* ทำให้บริสุทธิ์, ชำระล้าง, ขจัด, กวาดล้าง, ล้างบาป, ถ่ายท้อง, ทำให้ไม่มีราคี *-vi.* กลายเป็นบริสุทธิ์, ชำระล้าง, ถ่ายท้อง *-n.* การทำให้บริสุทธิ์, การชำระล้าง, การกวาดล้างทางการเมือง, สิ่งที่ใช้ชำระล้าง, ยาถ่าย, ยาระบาย **-purger** *n.* (-S. cleanse, purify, elimination, exterminate) *-Ex. Somsri purged herself by confessing what she had done., to be purged of, There was a purge when the new regime took command.*

purify (เพียว' ระไฟ) *v.* **-fied, -fying** *-vt.* ทำให้บริสุทธิ์, ชำระล้าง, ล้างบาป, ชำระล้างเพื่อเข้าพิธี *-vi.* กลายเป็นบริสุทธิ์ **-purification** *n.* **-purificatory** *adj.* **-purificator** *n.* **-purifier** *n.*

purism (เพียว' ริซึม) *n.* ลัทธิบริสุทธิ์, ความพิถีพิถันในภาษา รูปแบบหรืออื่นๆ, ความเจ้าระเบียบแบบแผน **-purist** *n.* **-puristic, puristical** *adj.* **-puristically** *adv.*

Puritan (เพียว' ริเทิน) *n.* สมาชิกโปรเตสแตนต์นิกายหนึ่งในอังกฤษสมัยศตวรรษที่ 16 และ 17 ยึดถือหลักความเคร่งครัดในศาสนา **-puritan** ผู้เคร่งครัดในหลักศีลธรรมจรรยา **-Puritanism, puritanism** *n.* (-S. prude)

puritanical, puritanic (เพียวริแทน' นิเคิล, -นิค) *adj* เคร่งครัดมากในหลักศีลธรรมจรรยา, เคร่งครัดในศาสนามาก, เคร่งครัดมากเกินไป, เจ้าระเบียบเกินไป, เกี่ยวกับ Puritan หรือ Puritanism **-puritanically** *adv.*

purity (เพียว' ริที) *n.* ความบริสุทธิ์, ความสะอาดหมดจด, ความไม่มีสิ่งเจือปน, ความไม่มีราคี, ความไม่มีมลทิน, พรหมจารี (-S. virtue) *-Ex. You may count on the purity of this water.*

purl[1] (เพิร์ล) *vt., vi.* เย็บกลับ, เย็บปักแบบพลิกกลับ, เย็บประดับขอบ, พลิกเข็ม, กลับเข็ม *-n.* เข็มที่ใช้พลิกกลับ, เส้นไหมดิ้นเงินดิ้นทอง

purl[2] (เพิร์ล) *vi.* ไหลซ่าๆ, ไหลวนเป็นเสียงซ่า, ไหลริน *-n.* การไหลดังกล่าว, เสียงไหลดังกล่าว, การไหลวน, น้ำวน, เสียงน้ำวน

purlieu (เพอร์' ลู, เพิร์ล' ยู) *n.* ที่ดินตามชายป่า, บริเวณรอบนอก **-purlieus** สิ่งแวดล้อม, ละแวกใกล้เคียง, เขตสกปรกของเมือง

purlin, purline (เพอร์' ลิน) *n.* แป, ขื่อ

purloin (เพอร์ลอยน', เพอร์' ลอยน) *vt., vi.* ขโมย, ยักยอก, ลัก

purple (เพอร์' เพิล) *n.* สีม่วง, ผ้าสีม่วง (สัญลักษณ์ของราชสำนักหรือตำแหน่งสูงอื่นๆ), ตำแหน่งพระราชา, ตำแหน่งที่สูงเด่น, ตำแหน่งพระราชาคณะ, สีแดงเข้ม, สีแดงสด *-adj.* สีม่วง, สีม่วงแดง, สำนวนสละสลวยเกินไป *-vt., vi.* **-pled, -pling** ทำให้เป็นสีม่วง กลายเป็นสีม่วง **-born in/to the purple** เกิดในราชสกุลหรือตระกูลสูงศักดิ์

purplish (เพอร์' พลิช, -เพิลลิช) *adj.* สีม่วง, ค่อนข้างจะเป็นสีม่วง (-S. purply)

purport (*v.* เพอร์พอร์ท', เพอร์' พอร์ท, *n.* เพอร์' พอร์ท) *n.* ความหมายข้อความ, วัตถุประสงค์, ใจความ *-vt.* แถลง, อ้างว่า, มีใจความ, มีประสงค์ **-purported** *adj.* **-purportedly** *adv.* *-Ex. the main purport of his speech, The message purported to come from the premier., to grasp the purport of the remark*

purpose (เพอร์' เพิส) *n.* วัตถุประสงค์, ความมุ่งประสงค์, เป้าหมาย, ความมุ่งหมาย, ผล, ผลประโยชน์, เจตนา *-vt., vi.* **-posed, -posing** มุ่งประสงค์, ประสงค์, ตั้งเป้าหมาย, มีเจตนา, ตั้งใจเด็ดเดี่ยว **-of set purpose** เจตนา, ตั้งใจ **-to the purpose** ตรงประเด็น, เข้าประเด็น **-purposeless** *adj.* *-Ex. What is your purpose in going to school?, You dropped your handkerchief on purpose.*

purposeful (เพอร์' เพิสเฟิล) *adj.* มุ่งประสงค์, มีใจเจตนา, มีใจมุ่ง, มีความหมาย, สำคัญ **-purposefully** *adv.* **-purposefulness** *n.*

purposely (เพอร์' เพิสลี) *adv.* อย่างตั้งใจ, อย่างมีเจตนา, อย่างมุ่งประสงค์ต่อผล, อย่างมีใจมุ่ง

purposive (เพอร์' เพิสซิฟว) *adj.* มีจุดประสงค์, ทำตามจุดมุ่งหมาย **-purposively** *adv.*

purpura (เพอร์' พิวระ) *n.* จ้ำเขียว (พรายย้ำ), ภาวะโลหิตคั่งเป็นจุดหรือดวงตามผิวหนัง เยื่อเมือกอวัยวะภายในและเยื่ออื่นๆ **-purpuric** *adj.*

purr (เพอร์) *n.* เสียงคล้ายเสียงหายใจที่ได้ยินในเครื่องฟัง, เสียงสั่นสะเทือนของเครื่องยนต์, เสียงรัวของลมพัด, เสียงครางของแมวที่แสดงความพอใจ *-vi., vt.* ทำให้เกิดเสียงดังกล่าว, ร้องเสียงดังกล่าว

purse (เพิร์ส) *n.* ถุงเงิน, กระเป๋าเงิน, กระเป๋าถือ, สิ่งที่คล้ายถุงเงินหรือกระเป๋าเงิน, เงินรวบรวม, เงินสำหรับใช้จ่าย *-vt.* **pursed, pursing** หด, ย่น, ใส่ในถุงหรือกระเป๋าเงิน (-S. pouch, prize, money) *-Ex. The war was a great drain on the public purse., The men fought for a purse of B1,000., Dang pursed his lips to whistle.*

purser (เพอร์' เซอะ) *n.* เจ้าหน้าที่เรือ ที่มีหน้าที่เก็บเอกสารและเงิน

purse strings สิทธิหรืออำนาจในการจัดการเรื่องเงิน

purslane (เพิร์ส' เลน, -ลิน) *n.* พืชไม้ดอกสีเหลืองจำพวก *Portulaca oleracea*, ผักเบี้ยใหญ่

pursuance (เพอร์ซู' เอินซ, -ซิว'-) *n.* การติดตาม, การไล่ตาม (การดำเนินการ)

pursuant (เพอร์ซู' เอินท, -ซิว'-) *adj.* ซึ่งติดตาม, ซึ่งไล่ตาม, ซึ่งดำเนินการ **-pursuant to** เจริญรอย, ตามนั้น

pursue (เพอร์ซู', -ซิว') *v.* **-sued, -suing** *-vt.* ติดตาม, ไล่ตาม, ตามจับ, ดำเนินตาม, ปฏิบัติตาม, ดำเนินการต่อไป *-vi.* ติดตาม, ไล่ตาม, ดำเนินต่อไป, เจริญรอย **-pursuer** *n.* (-S. chase, proceed) *-Ex. The policeman pursued the speeding car.,Samai pursued law as a profession., Somsri pursued her struggle to gain fame., Siree pursues pleasure but she does not seem happy.*

pursuit (เพอร์ซิวท', -ซูท') *n.* การติดตาม, การไล่ตาม, การตามจับ, การดำเนินต่อไป, การดำเนินตาม, อาชีพ, การงาน, การเจริญรอย (-S. chase) *-Ex. the pursuit of a deer, the pursuit of fame, Singing is one of her many pursuits.*

pursuivant (เพอร์' สวิเวินท, -ซิ-) *n.* ผู้ติดตาม, ผู้ช่วยนายพิธี

purulent (พิว' รูเลินท) *adj.* มีหนอง, เกิดเป็นหนอง, คล้ายหนอง **-purulence, purulency** *n.* **-purulently** *adv.*

purvey (เพอร์เว') *vt.* จัดให้มี, จัดหา, จัดซื้อ, จัดส่ง, ป้อนเหยื่อ, จัดส่งอาหาร **-purveyor** *n.*

purveyance (เพอร์เว' เอินซ) *n.* การจัดให้มี, การจัดให้มีอาหาร, สัมภาระ, อาหาร

purview (เพอร์' วิว) *n.* ขอบเขต (อำนาจ การปฏิบัติงาน), บทบัญญัติ, บทบัญญัติของกฎหมาย, ตัวบทกฎหมาย

P

(-S. scope)
pus (พัส) *n.* หนอง
push (พุช) *vt.* ผลัก, ดัน, ยัน, ไส, แทง (บิลเลียด), รุกไปข้างหน้า, ทำให้ยื่นออก, ทำให้โผล่ออก, สนับสนุน, ส่งเสริม, รุก, เร้า, เร่งเร้า *-vi.* สนับสนุน, ส่งเสริม, ขายยาเสพย์ติด, เผยแพร่, รีบเดินทาง, ยื่นหรือขยายออก *-n.* การผลัก (ดัน ยัน), ความพยายามมาก, ความกดดัน, การเพิ่มพลัง, การบุกเข้าโจมตี, แรงผลักดันให้ก้าวหน้า **-push off** จากไป, ออกเดินทาง **-push on** เดินหน้าต่อไป
push button ปุ่มกด, ปุ่มปิดเปิดวงจรกระแสไฟฟ้า *-Ex. Our garage door opens and closes by push button.*
pushcart (พุช' คาร์ท) *n.* รถเข็น
pusher (พุช' เชอะ) *n.* ผู้ผลัก, ผู้ดัน, คนเสือก, เครื่องบินที่มีใบพัดชนิดผลักดัน (แทนที่จะเป็นลากพา), (คำสแลง) ผู้ขายยาเสพย์ติด
pushing (พุช' ชิง) *adj.* เกี่ยวกับการผลักดัน, ขยันขันแข็ง, ทะเยอทะยาน, รุกราน, ชอบเสือก, ชอบสอดแทรก (-S. ambitious)
pushover (พุช' โอเวอะ) *n.* (คำสแลง) สิ่งที่กระทำได้ง่าย คนที่พ่ายแพ้ได้ง่าย ทีมกีฬาที่พ่ายแพ้ได้ง่าย

P

push-up, pushup (พุช' อัพ) *n.* การออกกำลังแบบยึดพื้น
pushy (พุช' ชี) *adj.* **pushier, pushiest** ชอบเสือก, ชอบสอดแทรก, ระรานคนอื่น **-pushiness** *n.*
pusillanimous (พิวซิแลน' นะเมิส) *adj.* ขี้ขลาด, ตาขาว, ใจอ่อนแอ, ใจปลาซิว, ใจไม่เข้มแข็ง **-pusillanimity** *n.* **-pusillanimously** *adv.* (-S. cowardly)
puss[1] (พุส) *n.* แมว, เด็กผู้หญิง, ผู้หญิง
puss[2] (พุส) *n.* (คำสแลง) ใบหน้า ปาก
pussley, pussly (พุส' ลี) *n.* ดู purslane
pussy[1] (พุส' ซี) *n., pl.* **pussies** แมว (โดยเฉพาะลูกแมว)
pussy[2] (พัส' ซี) *adj.* **-sier, -siest** คล้ายหนอง, มีหนอง
pussy[3] (พุส' ซี) *n., pl.* **pussies** (คำสแลง) แคมช่องคลอดของหญิง การสังวาสกับผู้หญิง
pussycat (พุส' ซีแคท) *n.* ดู pussy[1]
pussyfoot (พุส' ซีฟุท) *vi.* เดินย่อง, ไปอย่างระมัดระวัง, กระทำอย่างระมัดระวังหรืออย่างขลาดๆ **-pussyfooter** *n.*
pussy willow ต้น willow หรืองิ้วขนาดเล็กจำพวก *Salix discolor*
pustulant (พัส' ชะเลินท, -ทิว-) *adj.* ทำให้เกิดหนอง *-n.* ยาหรือสารที่ทำให้เกิดหนอง
pustular (พัส' ชะเลอะ, -ทิว-) *adj.* เกี่ยวกับลักษณะของหนอง, มีลักษณะเป็นหนอง (-S. pustulous)
pustulate (พัส' ชะเลท, -ทิว-, -ลิท) *vi., vt.* **-lated, -lating** กลายเป็นหนอง, กลายเป็นตุ่มหนอง *-adj.* เป็นตุ่มหนอง **-pustulation** *n.*
pustule (พัส' ชูล, -ทูล) *n.* ตุ่มหนอง, เม็ดหนอง
put (พุท) *v.* **put, putting** *-vt.* วาง, ใส่, จัด, จัดให้มี, บรรจุ, เคลื่อน, ย้าย, บอก, แจ้ง, บรรยาย, แปล, เสนอ, แนะนำ, ยื่น, จัดเก็บ (ภาษี), ลงทุน, ประมาณ, ประเมิน, กะ, (พนัน) ขันต่อ, ผลัก, ขว้าง *-vi.* แล่น (เรือ), ออกเดินทาง *-n.* การขว้าง, การเหวี่ยง, สัญญาที่เปิดโอกาสให้ขายของได้จำนวนหนึ่ง ภายในเวลาและราคาที่กำหนดไว้ **-put about** ไปอีกทิศทางหนึ่ง **-put across** ทำให้เข้าใจ, ทำสำเร็จ, ทำให้รับด้วยดี **-put away, put aside** เก็บไว้ที่หลัง, ยกเลิก, ละทิ้ง **-put down** บันทึก, วางลง **-put forth** เสนอ, ปฏิบัติการ, แตกหน่อ, ออกจากท่าเรือ **-put forward** เสนอ **-put in** เข้าท่าเรือ, สอดแทรก **-put off** เลื่อน, ทำให้ยุ่ง **-put on** สวม, เสแสร้ง **-put out** ดับ (ไฟ), (คำสแลง) มั่วโลกีย์ **-put over** เลื่อน, ประสบความสำเร็จ **-put through** ต่อโทรศัพท์, ทำให้เกิดผล **-put up** เสนอ, ดอง, เตรียม, สร้าง, ให้ที่พัก **-put upon** เอาเปรียบอย่างไม่ยุติธรรม **-put up with** อดทน, ทนต่อ (-S. place, lay) *-Ex. Somchai put the key in his pocket., Narong put on his shoes.*
putative (พิว' ทะทิฟว) *adj.* ตามคำเล่าลือ, สมมุติ, สันนิษฐาน, อนุมาน **-putatively** *adv.*
put-down (พุท' เดานฺท) *n.* (คำสแลง) คำพูดหรือการกระทำที่มีเจตนาดูหมิ่นคนอื่น *-Ex. to put-down a rebellion, to put-down an address*
put-on (พุท' ออน) *adj.* ปลอม, แสร้ง, หลอกลวง *-n.* (คำสแลง) การโกหก, การหลอกลวง (-S. assumed)
putout (พุท' เอาทฺ) *n.* การออกนอกเกม (กีฬาเบสบอล)
putrefaction (พิวทระแฟค' ชัน) *n.* การเน่า, การเน่าเปื่อย, เน่าสลาย **-putrefactive** *adj.*
putrefy (พิว' ทระไฟ) *v.* **-fied, -fying** *-vt.* ทำให้เน่าเปื่อย, ทำให้เน่า, ทำให้เน่าสลาย *-vi.* กลายเป็นเน่าเปื่อย, เน่า, เน่าสลาย **-putrefier** *n.* (-S. rot, decompose, spoil, taint, pollute)
putrescent (พิวเทรส' เซินทฺ) *adj.* เน่า, เน่าเปื่อย **-putrescence** *n.*
putrescible (พิวเทรส' ซะเบิล) *adj.* เน่าได้, เน่าเปื่อยได้ *-n.* สารที่เน่าได้, สารที่เน่าเปื่อยได้
putrid (พิว' ทริด) *adj.* เน่าเปื่อย, เหม็นเน่า, มีกลิ่นของเนื้อเน่า, เน่าบูด, มีคุณภาพเลวมาก, เสื่อม, เสื่อมโทรม **-putridity, putridness** *n.* **-putridly** *adv.*
putt (พัท) *vt., vi.* การตีลูกกอล์ฟเบาๆ ให้ลงหลุมด้วยไม้ตีที่เรียกว่า putter *-n.* การตีดังกล่าว
puttee (พัท' ที, พูที') *n.* ผ้าพันเท้าจากตาตุ่มถึงเข่า, สนับแข้ง, ผ้าพันแข้ง
putter[1] (พุท' เทอะ) *n.* ผู้สวม, ผู้ใส่, ผู้จัด, ผู้เก็ง
putter[2] (พัท' เทอะ) *n.* ไม้ตีกอล์ฟสำหรับตีลูกกอล์ฟเบาๆ ให้ลงหลุม *-n.* คนตีลูกกอล์ฟ
putter[3] (พัท' เทอะ) *vt., vi.* ปล่อยให้เวลาผ่านไปโดยเปล่าประโยชน์, เที่ยวเอ้อระเหยลอยชาย
putty (พัท' ที) *n.* ปูนน้ำมันอุดรูหรือฉาบตัวถังรถ, ปูนหรือสารที่ใช้อุดรูรั่วหรือรอยต่อของท่อน้ำ *-vt.* **-tied, -tying** ใช้ปูนดังกล่าวอุดรูหรือฉาบ
put-up (พุท' อัพ) *adj.* (ภาษาพูด) วางแผนไว้อย่างลับๆ
puzzle (พัซ' เซิล) *n.* ปัญหา, ปัญหายุ่งยาก, ปริศนา, เรื่องฉงนสนเท่ห์, สภาวะที่ซับซ้อน *-v.* **-zled, -zling** *-vt.* ทำให้ฉงนสนเท่ห์, ทำให้งงงวย, ทำให้ยุ่ง *-vi.* ครุ่นคิดหนัก, ใคร่ครวญ, ไตร่ตรอง **-puzzle out** แก้ปัญหาโดยความ

พยายามหรือไตร่ตรอง **-puzzle over** พิจารณาอย่างลึกซึ้ง **-puzzler** *n.* **-puzzlement** *n.* (-S. confusion, enigma, confuse, confound) *-Ex. I'm puzzled about it., There is a crossword puzzle in the paper every morning., The girl's behaviour puzzled the teacher., a jigsaw puzzle*

PVC ย่อจาก polyvinyl chloride เป็นสารสังเคราะห์พวกพลาสติกประเภทหนึ่งนิยมใช้ทำวัสดุอุปกรณ์ก่อสร้างต่างๆ

pyemia (ไพอี' เมีย) *n.* ภาวะโลหิตเป็นพิษ **-pyemic** *adj.*

Pygmy (พิก' มี) *n., pl.* **-mies** สมาชิกชนผิวดำตัวเล็กในทวีปแอฟริกาแถบเส้นศูนย์สูตร, สมาชิกชนเผ่า *Negrito* ในเอเชียอาคเนย์หรือหมู่เกาะฟิลิปปินส์ **-pygmy** คนแคระ คนร่างเล็ก, สัตว์หรือพืชที่มีขนาดเล็กกว่าปกติ, สิ่งที่มีความสำคัญเล็กน้อย *-adj.* เกี่ยวกับคนแคระดังกล่าว, เล็กมาก, แทบไม่สำคัญ **-pygmyism** *n.*

pyjamas (พะจา' เมิซฺ, -แจ'-) *n. pl.* เสื้อกางเกงนอน, เสื้อกางเกงชุดนอน (-S. pajamas)

pyknic (พิค' นิค) *adj.* อ้วนกลม

pylon (ไพ' ลอน, -เลิน) *n.* เครื่องหมายบอกทางของสนามบิน, เสาหรือหอนำร่องสำหรับเครื่องบิน, หอคอยเหล็กที่ใช้เป็นที่ค้ำ, ประตูเจดีย์, เสาสูงที่ใช้พาดสายไฟฟ้าแรงสูง

pyo- คำอุปสรรค มีความหมายว่า หนอง

pyorrhea, pyorrhoea (ไพอะเรีย') *n.* การมีหนองไหลออกมามาก (เช่น เมื่อฝีหนองแตก) **-pyorrheal, pyorrhoeal** *adj.*

pyramid (เพีย' ระมิด) *n.* รูปกรวยที่มีฐานเป็นเหลี่ยม, พีระมิด (สุสานในอียิปต์), สิ่งก่อสร้างที่เป็นรูปกรวยฐานเป็นเหลี่ยม *-vi., vt.* เป็นรูปกรวยฐานเหลี่ยม, ดำเนินการสะสมกำไรแบบฉวยโอกาสอย่างต่อเนื่อง **-pyramidal** *adj.* **-pyramidally** *adv.* **-pyramidic, pyramidical** *adj.*

pyre (ไพ' เออะ) *n.* กองฟืนที่ใช้เผาศพ, กองฟืน

pyrethrum (ไพรี' เธริม, -เรธ'-) *n.* พืชไม้ดอกจำพวก *Chrysanthemum coccineum*

pyretic (ไพเรท' ทิค) *adj.* ทำให้เกิดไข้

pyrite (ไพ' ไรทฺ) *n., pl.* **pyrites** ชื่อธาตุที่ประกอบด้วยกำมะถันและเหล็ก

pyro- คำอุปสรรค มีความหมายว่า ไฟ, ความร้อน

pyromania (ไพโรเม' เนีย, -เมน' ยะ) *n.* โรคชอบวางเพลิง **-pyromaniac** *n., adj.* **-pyromaniacal** *adj.*

pyrotechnics (ไพ' โรเทค' นิคซฺ) *n. pl.* ศิลปะการทำหรือแสดงดอกไม้ไฟ **-pyrotechnist** *n.* (-S. pyrotechny)

Pythagoras (พิแธก' กะเริส) นักปรัชญาชาวกรีก **-Pythagorean** *adj., n.*

python (ไพ' ธอน, -เธิน) *n.* งูขนาดใหญ่จำพวก *Python* ไม่มีพิษแห่งเอเชีย แอฟริกาและออสเตรเลีย ฆ่าเหยื่อโดยการรัดจนตาย **-Python** งูยักษ์ที่แอบอยู่ในถ้ำแห่ง Mount Parnassus และถูกฆ่าอย่างทารุณโดย Apollo ในเทพนิยายกรีก

Q

Q, q (คิว) *n., pl.* **Q's, q's** พยัญชนะตัวที่ 17 ของภาษาอังกฤษ *-adj.* รูปตัว Q หรือ q, ลำดับที่ 17

Q ย่อจาก Quebec มณฑลควิเบกในประเทศแคนาดา, Queen ราชินี

q ย่อจาก quart ควอต, quarter หนึ่งส่วนสี่, question คำถาม

Qatar (คา' ทาร์, เคทาร์') ชื่อประเทศเอกราชประเทศหนึ่งบนคาบสมุทรในภาคตะวันออกของอาระเบียในอ่าวเปอร์เซีย มีเมืองหลวงชื่อ Doha

Q.E.D., q.e.d. ย่อจากภาษาละติน quod erat demonstrandum ซึ่งต้องพิสูจน์

quack[1] (แควค) *n.* เสียงเป็ดร้อง *-vi.* (เป็ด) ร้องก้าบๆ, ส่งเสียงเอะอะ

quack[2] (แควค) *n.* หมอเถื่อน, หมอกำมะลอ, กำมะลอ, ผู้หลอกลวง, นักต้ม, ผู้อ้างตนเป็นผู้เชี่ยวชาญ *-adj.* กำมะลอ, หลอกลวง, เก๊ *-vi.* กระทำเป็นหมอเถื่อน, ขายยาปลอม, หลอกลวง, ต้ม (คน), คุยโว **-quackish** *adj.* **-quackishly** *adv.* (-S. charlatan)

quackery (แควค' เคอรี) *n.* การรักษาของหมอเถื่อน, วิธีการของหมอเถื่อน, การต้มคน, การโฆษณาชวนเชื่อ

quad (ควาด) *n.* รูปสี่เหลี่ยม, ลานสี่เหลี่ยม, ก้อนตะกั่ว, (คำสแลง) คุก (-S. quadrangle, quadruplet)

Quadragesima (ควาดระเจส' ซิมะ, -เจ' ซิ-) *n.* วันอาทิตย์แรกของฤดูถือบวชในศาสนาคริสต์ (Lent) **-Quadragesimal** *adj.* (-S. Quadragesima Sunday)

quadrangle (ควาด' แดรงเกิล) *n.* รูปสี่เหลี่ยม, เนื้อที่รูปสี่เหลี่ยม, ลานสี่เหลี่ยม, อาคารที่สร้างรอบลานสี่เหลี่ยม **-quadrangular** *adj.*

quadrant (ควาด' เดรินทฺ) *n.* เสี้ยวหนึ่งของวงกลม (มีค่า arc เท่ากับ 90 องศา), สิ่งที่มีรูปคล้ายเสี้ยวหนึ่งของวงกลม, เครื่องมือในทางดาราศาสตร์ที่มีมาตรวัดเสี้ยวหนึ่งของวงกลม **-quadrantal** *adj.*

quadraphonic (ควาดระฟอน' นิค) *adj.* เกี่ยวกับการบันทึกหรือสร้างเสียง 4 แถบ (-S. quadrasonic)

quadrate (ควา' ดริท, -เดรท) *n.* สี่เหลี่ยมจตุรัส, สี่เหลี่ยมผืนผ้า, ชื่อกระดูกคู่หนึ่งในกะโหลกศีรษะของสัตว์มีกระดูกสันหลังชั้นต่ำหลายชนิด *-adj.* เป็นรูปสี่เหลี่ยม (จัตุรัสหรือผืนผ้า), เกี่ยวกับกระดูกดังกล่าว *-v.* **-rated, -rating** *-vt.* ทำให้ปรับตัว, ทำให้สอดคล้อง *-vi.* ปรับตัว, เห็นด้วย

quadratic (ควาแดรท' ทิค) *adj.* สี่เหลี่ยมจัตุรัส, เกี่ยวกับสมการ 2 ชั้น, เกี่ยวกับกำลังสอง 2 ครั้ง **-quadratically** *adv.*

quadratic equation สมการอย่างหนึ่ง ที่มีตัวไม่รู้ค่าเป็นจำนวนยกกำลังสอง

quadratics (ควาแดรท' ทิคซฺ) *n.pl.* สาขาพีชคณิตที่เกี่ยวกับ quadratic equation

quadrature (ควาด' ดระเชอะ) *n.* การหาพื้นที่, การสร้างพื้นที่สี่เหลี่ยมจัตุรัสที่มีพื้นที่เท่ากับพื้นที่ที่กำหนดให้, การที่โลก ดวงอาทิตย์ ดวงจันทร์และดวงดาวอื่นทำมุมฉากกัน

quadrennial (ควาเดรน' เนียล) *adj.* เกิดขึ้นทุก 4 ปี, เกี่ยวกับหรืออยู่ได้ 4 ปี *-n.* เหตุการณ์ที่เกิดขึ้นทุก 4 ปี **-quadrennially** *adv.*

quadrennium (ควาเดรน' เนียม) *n., pl.* **-niums/-nia** ระยะเวลา 4 ปี

quadri- คำอุปสรรค มีความหมายว่า 4, สี่เท่า

quadricentennial (ควาดริเซนเทน' เนียล) *n.* การฉลองครบรอบ 400 ปี

quadrilateral (ควาดริแลท' เทอเริล) *adj.* มี 4 ด้าน, มี 4 ข้าง *-n.* สี่เหลี่ยม, รูปที่มี 4 ด้าน 4 มุม, สิ่งที่มี 4 ด้าน **-quadrilaterally** *adv.*

quadrille (ควะ ดริล', ควา-) *n.* การเต้นรำ 4 คู่, ดนตรีประกอบการเต้นรำดังกล่าว

quadrillion (ควาดริล' เยิน) *n.* เลข 1 ที่เติม 0 อีก 15 ตัว (ในอเมริกาและฝรั่งเศส), เลข 1 ที่เติม 0 อีก 24 ตัว (ในอังกฤษและเยอรมนี) *-adj.* จำนวนดังกล่าว **-quadrillionth** *adj., n.*

quadripartite (ควาดริพาร์' ไทท) *adj.* แบ่งออกเป็น 4 ส่วน, ประกอบด้วย 4 ส่วน, มีผู้ร่วมด้วย 4 คน หรือ 4 ฝ่าย

quadriplegia (ควาดริพลี' เจีย, -จะ) *n.* ภาวะที่เป็นอัมพาตตั้งแต่คอลงมา **-quadriplegic** *adj., n.*

quadrivium (ควาดริฟว' เวียม) *n.* วิชาศิลปศาสตร์ชั้นสูง ในยุคกลาง (ประกอบด้วยเลขคณิต เรขาคณิต ดาราศาสตร์ และดนตรี)

quadroon (ควาดรูน') *n.* ลูกผสมที่มีเชื้อสายนิโกร 25% และเชื้อสายผิวขาวอีก 75%, ลูกผสมระหว่าง mulatto กับคนผิวขาว

quadruped (ควาด' ดรูเพด, -ดระ-) *adj.* มี 4 เท้า *-n.* สัตว์เลี้ยงลูกด้วยนมที่มี 4 เท้า **-quadrupedal** *adj.*

quadruple (ควาดรู' เพิล, ควา'-, ควะ-, -ดระ-, -ดรัพ-) *adj.* 4 เท่า, ประกอบด้วย 4 ส่วน, 4 จังหวะ *-n.* 4 จังหวะ, 4 ส่วน, 4 หน *-vt., vi.* **-pled, -pling** ทำให้เป็น 4 เท่า, กลายเป็น 4 เท่า

quadruplet (ควา' ดรูพลิท, -ดระ-, ควาดรู' พลิท, -ดรัพ' ลิท, ควะ-) *n.* กลุ่มที่มี 4 คน (อัน ชิ้น), ฝาแฝดท้องเดียวกัน 4 คน, หนึ่งในฝาแฝดที่คลอดจากท้องเดียวกัน 4 คน, คน 4 คนที่ขี่จักรยานคันเดียว, จักรยานสำหรับนั่ง 4 คน

quadruplicate (*v.* ควาดรู' พลิเคท, *adj., n.* -คิท, -เคท) *n.* สำเนา 4 ฉบับ, กลุ่มที่มี 4 คน (อัน ชิ้น) ที่เหมือนกัน *-adj.* มี 4 ส่วนที่เหมือนกัน, 4 เท่า, 4 ครั้ง, เกี่ยวกับสำเนาฉบับที่ 4 *-vt.* **-cated, -cating** ทำ 4 สำเนา, ทำให้เป็น 4 เท่า, คูณด้วย 4 **-quadruplication** *n.*

quaestor (เควส' เทอะ, ควีส'-) *n.* ประวัติศาสตร์โรมัน, อัยการแผ่นดิน, ขุนคลัง **-quaestorship** *n.*

quaff (ควาฟ, แควฟ) *-vt., vi.* ดื่มอย่างเต็มที่, ดื่มอึกใหญ่ *-n.* การดื่มอย่างเต็มที่, การดื่มอึกใหญ่ **-quaffer** *n.*

quagga

quagga (แควก' กะ) *n., pl.* **-ga/-gas** สัตว์เลี้ยงลูกด้วยนมจำพวก *Equus quagga* ในแอฟริกาใต้ คล้ายม้าลาย เป็นสัตว์ที่สูญพันธุ์ไปแล้ว

quagmire (แควก' ไมเออะ, ควาก'-) *n.* บึง, หนอง, หล่ม, บ่อเลน, ปลัก, สถานการณ์ที่ลำบากมาก (-S. bog)

quahog, quahaug (ควอ' ฮอก, ควา'-, -ฮาก) *n.* หอยกาบที่กินได้จำพวก *Mercenaria mercenaria* มีเปลือกค่อนข้างหนา

quail[1] (เควล) *n., pl.* **quails/quail** นกเล็กตระกูล Phasianidae, นกกระทา

quail[2] (เควล) *vi.* หมดกำลังใจ, กลัว, หัวหด, หดตัว (-S. recoil, flinch) *-Ex The dog quailed before his harsh master.*

quaint (เควนท) *adj.* ประหลาด, แปลก, แปลกและน่าดูอย่างโบราณ, ประณีต, ฉลาด, เชี่ยวชาญ **-quaintly** *adv.* **-quaintness** *n.* (-S. curious, odd)

quake (เควค) *vi.* **quaked, quaking** สั่นเทา, สั่นระริก, สั่น, สั่นสะเทือน, ไหว, ยวบ *-n.* แผ่นดินไหว, การสั่น, การสั่นสะเทือน (-S. shake) *-Ex. Dang quaked at the thought of his examination.*

Quaker (เควค' เคอะ) *n.* สมาชิกสมาคม Society of Friends ในอังกฤษเป็นสมาคมที่เคร่งศาสนา **-Quakerish** *adj.* **-Quakerism** *n.* **-Quakerly** *adj., adv.*

quaky (เควค' คี) *adj.* **quakier, quakiest** มักสั่น, มักสะเทือน, มีความโน้มเอียงที่จะสั่นหรือสั่นสะเทือน **-quakily** *adv.* **-quakiness** *n.*

qualification (ควอลลิฟิเค' ชัน, ควาล-) *n.* คุณสมบัติ, คุณวุฒิ, ความเหมาะสม, ข้อจำกัด, ข้อแม้ (-S. modification) *-Ex. Narong has excellent qualifications for team captain.*

qualified (ควอล' ลิไฟด, ควาล'-) *adj.* มีคุณสมบัติ, มีคุณวุฒิเหมาะสม, มีสิทธิ, มีข้อแม้, มีเงื่อนไข **-qualifiedly** *adv.*

qualify (ควอล' ลิไฟ, ควาล'-) *v.* **-fied, -fying** *-vt.* ทำให้เหมาะสม, ทำให้มีคุณสมบัติ, ทำให้มีคุณวุฒิ, เรียกชื่อ, ปรับตัว, พรรณนา *-vi.* เหมาะสม, มีคุณสมบัติ, มีคุณวุฒิ **-qualifier** *n.* **-qualifiable** *adj.* **-qualifyingly** *adv.* *-Ex. Sombut qualified for the football team by hard training., His training qualifies him for the job., The judge qualified the conviction with a recommendation of mercy., The audience qualified the speaker as a bore.*

qualitative (ควอล' ลิเททิฟว, ควาล'-) *adj.* เกี่ยวกับคุณสมบัติ, เกี่ยวกับคุณภาพ **-qualitatively** *adv.*

qualitative analysis การวิเคราะห์คุณภาพหรือลักษณะส่วนประกอบ

quality (ควอล' ลิที, ควาล'-) *n., pl.* **-ties** คุณภาพ, ลักษณะ, คุณลักษณะ, ลักษณะตามธรรมชาติ, ความดีเลิศ, คุณภาพสูง, น้ำเพชร, การประสบความสำเร็จ, ลักษณะของเสียงสระโดยเฉพาะ, (ตรรกวิทยา) ลักษณะข้อเสนอที่เป็นบวกหรือลบ *-adj.* ชั้นดีเลิศ, มีคุณภาพสูง

(-S. attribute, excellence) -Ex. Ability to think is man's outstanding quality., Surin's best qualities are honesty and truthfulness., Mother looks for quality rather than for bargains when she shops.

qualm (ความ) n. ความกระวนกระวายใจ, ความหวั่นใจ, ความไม่สบายใจ, อาการวิงเวียนศีรษะ, อาการคลื่นเหียน อาเจียน -**qualmish** adj. -**qualmishly** adv. -Ex. Somsri felt qualms about repeating the gossip she had overheard.

quandary (ควาน' ดะรี, -ดรี) n., pl. -**ries** ความไม่แน่ใจ, ความลังเลใจ, ความฉงนสนเท่ห์ (-S. uncertainty)

quantify (ควาน' ทะไฟ) vt. -**fied**, -**fying** หาจำนวน, บอกจำนวน -**quantifiable** adj. -**quantification** n.

quantitative (ควาน' ทะเททิฟฦ) adj. เกี่ยวกับปริมาณหรือจำนวน, ซึ่งวัดเป็นปริมาณหรือจำนวนได้, เกี่ยวกับการหาปริมาณหรือจำนวน, เกี่ยวกับความยาวของสระหรือพยัญชนะ -**quantitatively** adv. -**quantitativeness** n.

quantitative analysis การวิเคราะห์หาปริมาณหรือจำนวน

quantity (ควาน' ทะที) n., pl. -**ties** ปริมาณ, จำนวน, ปริมาณมาก, จำนวนมาก, ความยาวของเสียงหรือพยางค์, ความยาวสั้นของสระ (-S. amount, portion, number) -Ex. a certain quantity of, a quantity of, Thailand imports a large quantity of iron., Grandmother baked quantities of cakes for the holidays.

quantum (ควาน' เทิม) n., pl. -**ta** หน่วยของพลังงาน -**quantal** adj.

quarantine (ควอ' เรินทีน, ควา'-) n. การกักไว้อย่างเข้มงวดเพื่อป้องกันการแพร่ของเชื้อโรค, การกักเรือหรือบุคคลหรือสัตว์ที่ต้องสงสัยว่าเป็นพาหะนำเชื้อโรคติดต่อ, ระบบการป้องกันการแพร่ของเชื้อโรค, สถานที่กักกันดังกล่าว, การกักกัน (ทางสังคมหรือการเมือง), ระยะเวลา 40 วัน -vt. -**tined**, -**tining** กักไว้ (อย่างเข้มงวดเพื่อป้องกันการแพร่ของเชื้อโรค), แยกออก, ทำให้อยู่โดดเดี่ยว -**quarantinable** adj.

quark (ควอร์ค, ควาร์ค) n. อนุภาคมูลฐาน 3 ชนิดที่เป็นรากฐานของมวลทั้งหมดในจักรวาล

quarrel (ควอ' เริล, ควา-) n. การทะเลาะ, การวิวาท, สาเหตุการทะเลาะวิวาท -vi. -**reled**, -**reling**/-**relled**, -**relling** ทะเลาะ, วิวาท, ถกเถียงด้วยความโกรธ, บ่น, โทษ, จับผิด -**quarreler, quarreller** n. (-S. argument, dispute)

quarrelsome (ควอ' เริลเซิม, ควา'-) adj. ชอบทะเลาะวิวาท, ชอบหาเรื่อง, ขี้ทะเลาะ, พาล -**quarrelsomely** adv. -**quarrelsomeness** n. (-S. disputatious, cross)

quarrier (ควอ' รีเออร์, ควา'-) n. คนงานเหมืองระเบิดหิน, คนงานเหมืองหิน (-S. quarryman)

quarry[1] (ควอ' รี, ควา'-) n., pl. -**ries** เหมืองหิน, เหมืองระเบิดหิน, เหมืองเจาะหิน, บ่อหิน -vt. -**ried**, -**rying** ทำเหมืองหิน, เจาะหิน, ระเบิดหิน, ขุดหิน

quarry[2] (ควอ' รี, ควา'-) n., pl. -**ries** สัตว์หรือคนที่ถูกล่า, เหยื่อ -Ex. The hounds followed their quarry to the foxhole.

quart (ควอร์ท) n. หน่วยปริมาตรของเหลวที่เท่ากับ ¼ แกลลอนหรือ .9464 ลิตรในอเมริกา หรือ 1.136 ลิตรในอังกฤษและแคนาดา, หน่วยวัดปริมาตรแห้งที่เท่ากับ 67.2 ลูกบาศก์นิ้ว, ภาชนะขนาดจุหนึ่งควอร์ต

quarter (ควอร์' เทอะ) n. เศษหนึ่งส่วนสี่, เสี้ยว, 25 เซนต์, เหรียญ 25 เซนต์ (ของอเมริกาหรือแคนาดา), หนึ่งสลึง (¼ บาท), หนึ่งในสี่ของชั่วโมง (15 นาที), หนึ่งในสี่ของปี (3 เดือน), ภาคเรียน, ¼ ปอนด์, ¼ ไมล์, ¼ หลา (9 นิ้ว), ¼ hundredweight (เท่ากับ 25 ปอนด์ในอเมริกาหรือ 28 ปอนด์ในอังกฤษ), ความเมตตาที่ให้แก่ผู้แพ้ -vt. แบ่งออกเป็น 4 ส่วนเท่าๆ กัน, แบ่งออกเป็นส่วนๆ, จัดที่พักอาศัยให้, นำคนเข้าที่พัก, หักม้าเข้าทั้ง 4 ออกจากร่าง, แบ่งโล่ออกเป็น 4 ส่วน, วางตราหรือเครื่องหมายอิสริยาภรณ์บนหนึ่งส่วนสี่ของโล่ -vi. เข้าที่พัก, พักแรม, ตั้งทัพ, (สุนัข) เดินเที่ยวหาเหยื่อ -adj. หนึ่งในสี่ส่วน, ประกอบด้วยหนึ่งในสี่ส่วน, ตั้งฉากซึ่งกันและกัน (90 องศาหรือ ¼ ของ 360 องศา) -**quarters** ที่อยู่ที่พัก, แหล่งประจำการ, ¼ ของวงโคจรของดวงจันทร์รอบโลกตามจันทรคติ -**first quarter** ขึ้น 8 ค่ำ -**second quarter** ขึ้น 15 ค่ำ -**third quarter** แรม 8 ค่ำ -**fourth quarter** แรม 15 ค่ำ -**cry quarter** ร้องขอความเมตตา (-S. place, lodge)

quarterback (ควอร์' เทอะแบค) n. ผู้เล่นตำแหน่งกองหลังของทีมฟุตบอล, ตำแหน่งกองหลัง -vt., vi. นำทีมบุก, เล่นในตำแหน่งกองหลัง

quarterdeck (ควอ' เทอะเดค) n. ดาดฟ้าเรือจากท้ายเรือไปยังกลางเรือ

quartered (ควอร์' เทิร์ด) adj. แบ่งออกเป็น 4 ส่วน, มีที่พักอาศัย, ได้รับการจัดที่พักอาศัย, (โล่) แบ่งออกเป็น 4 ส่วน

quarterfinal (ควอร์' เทอะไฟเนิล) adj. เกี่ยวกับการแข่งขันก่อนถึงรอบสุดท้าย -n. การแข่งขันรอบก่อนสุดท้าย -**quarterfinalist** n.

quarter-hour (ควอร์' เทอะ เอา' เออะ) n. ¼ ชั่วโมง, 15 นาที

quarterly (ควอร์' เทอะลี) adj. ทุก 3 เดือนคือ 4 ครั้งใน 1 ปี -adv. ทุก 3 เดือนคือ 4 ครั้งใน 1 ปี, (โล่) โดยแบ่งออกเป็น 4 ตอน -n., pl. -**lies** สิ่งตีพิมพ์ที่ออกทุก 3 เดือน -Ex. to make quarterly payments

quartermaster (ควอร์' เทอะแมสเทอะ) n. นายทหารพลาธิการ, ทหารเรือที่มีหน้าที่ควบคุมสัญญาณและอุปกรณ์การเดินเรือ, นายดาบ

Quartermaster Corps กองทหารฝ่ายพลาธิการกองทัพบก -**Quartermaster General** เจ้ากรมพลาธิการ -**Quartermaster depot** คลังพลาธิการ -**Quartermaster Department** กรมพลาธิการ -**Quarter-master unit** หน่วยพลาธิการ

quarter note เครื่องหมายเสียงหนึ่งในสี่ส่วน

quarter round การปั้นเป็นรูปเสี้ยว

quarter sessions ศาลท้องถิ่น, ศาลอังกฤษ (ที่มีอำนาจพิจารณาคดีอาญาทั่วไปสำหรับการกระทำผิดที่ไม่ใช่การฆ่าคน) เปิดพิจารณาคดีทุกฤดูกาล, ศาลท้องถิ่นของอเมริกาในบางรัฐ

quarterstaff (ควอร์ท' เทอะสแทฟ) *n., pl.* **-staves** ตะบองปลายหุ้มเหล็กแหลมเป็นอาวุธของชาวนาอังกฤษสมัยก่อน ยาว 6-8 ฟุต

quartet, quartette (ควอร์เทท') *n.* กลุ่ม 4 คนหรือ 4 สิ่ง, กลุ่มนักร้อง 4 คน, กลุ่มผู้เล่น 4 คน, บทดนตรี 4 เสียง, บทดนตรีที่ใช้เครื่องดนตรี 4 ชิ้นบรรเลง

quarto (ควอร์' โท) *n., pl.* **-tos** ขนาดหนังสือที่เท่ากับ 9 × 12 นิ้ว ได้จากการพับกระดาษ 2 ครั้ง ให้เป็น 4 แผ่น หรือ 8 หน้า, หนังสือขนาดหน้ายกดังกล่าว *-adj.* ขนาดหน้ายกดังกล่าว

quartz (ควอร์ทซฺ) *n.* แร่ซิลิคอนไดออกไซด์ (SiO_2) ที่มีหลายชนิด, หินเขี้ยวหนุมาน **-quartzose** *adj.*

quartzite (ควอร์ท' ไซทฺ) *n.* หินเม็ดที่มีหินควอตซ์ประกอบอยู่เป็นส่วนใหญ่

quasar (เคว' ซาร์, -ซาร์) *n.* วัตถุคล้ายดาวซึ่งส่งแสงและคลื่นวิทยุแรงมาก เชื่อว่าอยู่นอกกาแล็กซี

quash (ควอช, ควาช) *vt.* ขจัดสิ้น, ยกเลิก, เพิกถอน, ทำให้ไร้ผล, ทำให้โมฆะ, ปราบ (กบฏ) **-quasher** *n.* (-S. suppress)

quasi (ควา' ซี, -ซี, เคว' ไซ, -ไซ) *adj.* คล้าย, ประหนึ่ง, ดูเหมือน *-adv.* ประหนึ่ง, คล้าย

quasi- คำอุปสรรค มีความหมายว่า คล้าย, ดูเหมือน, กึ่ง, ครึ่ง

Q

quassia (ควาช' ชะ, -เชีย, ควาส' เซีย) *n.* พืชจำพวก *Quassia*, ไม้ของพืชดังกล่าว (หรือเรียกว่า bitter wood)

quaternary (ควาท' เทอร์เนอรี, ควะเทอร์' นะรี) *adj.* ประกอบด้วยสี่, จัดเป็นสี่, ที่ 4, 4 ส่วน **-Quaternary** เกี่ยวกับยุคปัจจุบัน, เกี่ยวกับยุคหลังของ Cenozoic Era ซึ่งเริ่มตั้งแต่ 1 ล้านปีก่อน *-n., pl.* **-naries** กลุ่ม 4 คน (อัน ชิ้น), จำนวนสี่, สมัยที่สี่, ระยะที่สี่

quatrain (ควา' เทรน, ควาเทรน') *n.* บทกวี 4 บรรทัด

quatrefoil (แค' เทอะฟอยลฺ, แค' ทระ-) *n.* ใบที่ประกอบด้วย 4 ใบเล็ก, ลายประดับที่ประกอบด้วยส่วนที่คล้ายใบ 4 ใบจากศูนย์กลางเดียวกัน

quattrocento (ควาทโทรเชน' โท) *n.* ศตวรรษที่ 15 (มักหมายถึงศิลปะและวรรณคดีของอิตาลีในสมัยนั้น) **-quattrocentist** *n.*

quaver (เคว' เวอะ) *vi.* สั่น, สั่นสะเทือน, สั่นเทา *-vi.* พูดเสียงสั่น *-n.* การสั่น, เสียงสั่น, เสียงดนตรีเสียงที่ 8 **-quaverer** *n.* **-quaveringly** *adv.* **-quavery** *adj.* (-S. tremble, vibrate)

quay (คี) *n.* ท่าเรือ, สถานที่ขึ้นบก, เมืองท่า

quean (ควีน) *n.* หญิงหน้าด้าน, หญิงโสเภณี

queasy (ควี' ซี) *adj.* **-sier, -siest** คลื่นเหียนอาเจียน, ทำให้คลื่นเหียนอาเจียน, อึดอัดใจ, ไม่สบายใจ **-queasily** *adv.* **-queasiness** *n.*

Quebecois (เคเบควา') *n., pl.* **-becois** ผู้ที่อาศัยอยู่ในมณฑลควิเบก ประเทศแคนาดา

queen (ควีน) *n.* ราชินี, มเหสีของกษัตริย์, กษัตรี, หญิงที่เด่นที่สุด, เทพธิดา, เทพี, นางงาม, สิ่งที่เลิศที่สุด, ไพ่ควีน, ตัวหมากรุกฝรั่งที่มีอำนาจมากที่สุด, นางพญามด (ปลวก ผึ้ง ตัวต่อ แตน), (คำสแลง) ชายที่ชอบร่วมเพศหรือมีความใคร่ในเพศเดียวกัน (ชายรักร่วมเพศ) *-vi.* ปกครองอย่างราชินีหรือกษัตริย์ *-vt.* ทำให้เป็นราชินี, ทำให้เป็นตัวหมากรุก queen **-queendom** *n.* **-queenhood** *n.* **-queenlike** *adj.*

Queen Anne's lace พืชไม้ดอกสีขาวจำพวก *Daucus carota*

queen consort มเหสีของกษัตริย์

queen dowager มเหสีหม้ายของกษัตริย์

queenly (ควีน' ลี) *adj.* **-lier, -liest** แห่งราชินี, มีลักษณะของราชินี **-queenliness** *n.* *-Ex. a queenly woman, a queenly manner, queenly robes*

queen mother พระพันปีหลวง, พระราชชนนี

queen post เสาตั้ง, โครงเสาคู่

queen regent ราชินีผู้ปกครองแทน, กษัตรี

Queensberry rules (ควีนซฺ' เบอรี, -บรี) กฎของการชกมวย

queen-size (ควีน' ไซซฺ) *adj.* มีขนาดใหญ่กว่าปกติ แต่เล็กกว่าขนาด king-size

queer (เควียร์) *adj.* ประหลาด, พิกล, พิลึก, ชอบกล, แปลก, น่าสงสัย, จิตไม่ปกติ, คลื่นเหียน, วิงเวียน, (คำสแลง) ปลอม ไม่แท้ รักร่วมเพศ *-vt.* (คำสแลง) ทำให้เสื่อมเสีย ทำให้เกิดอันตรายแก่ *-n.* (คำสแลง) เงินปลอม คนจิตไม่ปกติ คนรักร่วมเพศ **-be queer for** (คำสแลง) คลั่งไคล้ **-queerish** *adj.* **-queerly** *adv.* **-queerness** *n.* (-S. strange, eccentric) *-Ex. Sombut has a queer sense of humour., I had to stop and sit down for a moment because I felt queer.*

quell (เควล) *vt.* ทำให้สงบ, ปราบ, ดับไฟ, ระงับ, ทำให้บรรเทา, ทำให้ลดน้อยลง **-queller** *n.* (-S. suppress, extinguish) *-Ex. The policemen quelled the riot by arresting the leaders.*

quench (เควนชฺ) *vt.* ดับ, ทำให้หมด, ระงับ, ทำให้เย็นลงทันทีโดยการจุ่มลงในของเหลว, ปราบ, เอาชนะ **-quenchable** *adj.* **-quencher** *n.* **-quenchless** *adj.* (-S. end, satisfy) *-Ex. Somchai quenched his thirst at the fountain., The rain quenched the forest fire.*

querist (เควอ' ริสทฺ) *n.* ผู้สอบถาม, ผู้ถาม

quern (เควิน) *n.* เครื่องโม่ด้วยมือแบบเก่าสำหรับโม่เมล็ดข้าว

querulous (เควอ' ยูเลิส, -ยะ-, เควอ' รู-, เควอ' ระ-) *adj.* ชอบบ่น, ขี้บ่น, เจ้าอารมณ์, ชอบโทษคนอื่น **-querulously** *adv.* **-querulousness** *n.*

query (เควีย' รี, เควอ'-) *n., pl.* **-ries** คำถาม, การสอบถาม, การตั้งกระทู้ถาม, เครื่องหมายคำถาม, ความสงสัย, ความฉงนสนเท่ห์ *-vt., vi.* **-ried, -rying** ถาม, สอบถาม, ตั้งคำถาม (-S. question, inquiry, doubt, problem)

quest (เควสทฺ) *n.* การสืบเสาะ, การสืบหา, การแสวงหา, การค้นคว้า, การผจญภัยของอัศวินสมัยกลาง, อัศวินดังกล่าว, คณะชันสูตรศพ *-vi., vt.* สืบเสาะ, สืบหา, แสวงหา, ค้นคว้า **-quester** *n.* (-S. search, pursuit) *-Ex. a prospector's quest for valuable minerals*

question (เควส' ชัน) *n.* คำถาม, ประโยคคำถาม, ปัญหา, การถาม, การสอบถาม, กระทู้, เรื่องที่อภิปราย *-vt.* ถาม, สอบถาม, สงสัย, กระทู้ถาม *-vi.* ถาม **-beyond (all)**

question ไม่ต้องสงสัย **-out of the question** เป็นไปไม่ได้, ไม่ได้พิจารณา **-questioner** *n.* (-S. inquiry, query) *-Ex. Ask me no questions and I'll tell you no lies., question-mark, a political question, It's (all) a question of (money)., The city council considered the question of repairing the streets.*

questionable (เควส' ชะนะเบิล) *adj.* น่าสงสัย, ไม่แน่นอน, ไม่คงที่, มีปัญหา, มีพิรุธ **-questionableness** *n.* **-questionably** *adv.* (-S. debatable) *-Ex. It is questionable whether Columbus was the first European to see America., I think her actions are highly questionable.*

question mark เครื่องหมายคำถาม (?) หรือเรียกว่า interrogation mark, สิ่งที่ไม่รู้

questionnaire (เควสชะเนอร์', -ชัน-) *n.* แบบข้อคำถามที่สามารถนำมาวิเคราะห์หาข้อมูลที่มีประโยชน์

quetzal (เคทซาล') *n., pl.* **-zales/-zals** ชื่อพันธุ์นกในอเมริกากลาง, หน่วยเงินตราของประเทศกัวเตมาลา

queue (คิว) n. ผมเปีย, แถวเรียง, แถวยาว, คิว *-vi.* **queued, queuing** เข้าแถวยาว, เข้าคิว, เรียงแถว *-Ex. A long queue stretched from the ticket office window.*

quibble (ควิบ' เบิล) *n.* การเล่นลิ้น, การพูดสองนัย, การพูดคลุมเครือ, การพูดตลบตะแลง, การพูดถากถาง *-vi.* **-bled, -bling** พูดเล่นลิ้น, พูดสองนัย, การพูดคลุมเครือ, พูดตลบตะแลง, พูดถากถาง, พูดเสียดสี **-quibbler** *n.* (-S. evasion)

quiche (คีช) *n.* อาหารฝรั่งเศสที่มีแป้งอบเปลือกแข็งใส่คัสตาร์ด เนย หอม เนื้อและอื่นๆ

quick (ควิค) *adj.* รวดเร็ว, เร็ว, ไว, ฉับไว, ฉับพลัน, ปราดเปรียว, คล่องแคล่ว, ใจร้อน ไม่อดทน, หลักแหลม, เข้าใจได้เร็ว *-adv.* รวดเร็ว, เร็ว *-vt.* เร้าใจ *-n.* บุคคลที่มีชีวิตทั้งหลาย, เนื้ออ่อน (โดยเฉพาะบริเวณใต้เล็บ), แก่นแท้, จุดสำคัญ **-cut to the quick** ทำให้ได้รับบาดเจ็บลึก, กระทบกระเทือนความรู้สึก **-quickly** *adv.* **-quickness** *n.* (-S. swift, brisk, alert -A. slow)

quicken (ควิค' เคิน) *vt.* ทำให้เร็วเข้า, เร่ง, ทำให้แข็งแรงขึ้น, ปลุกเร้า, ทำให้มีชีวิตชีวา, ทำให้ฟื้นคืนชีพ *-vi.* เร็วขึ้น, ไวขึ้น, มีชีวิตชีวาขึ้น, เริ่มมีลักษณะของสิ่งมีชีวิต **-quickener** *n. -Ex. Surin quickened his steps as the rain began to fall.*

quick-fire (ควิค' ไฟเออะ, -ไฟเออะ') *adj.* สำหรับยิงเร็ว (โดยเฉพาะกับเป้าที่เคลื่อนเร็ว), ยิงเร็ว (-S. quick-firing)

quick-freeze (ควิค' ฟรีซ', -ฟรีซ) *vt.* **-froze, -frozen, -freezing** ทำให้แข็งตัวเร็ว (โดยใส่ในที่มีอุณหภูมิจุดเยือกแข็ง)

quickie (ควิค' คี) *n.* ผลงานที่ผลิตออกมาโดยใช้เวลาอันสั้น, สิ่งที่ใช้หรือดื่มหรือกินอย่างรวดเร็ว, หนังสือหรือภาพยนตร์ที่ผลิตออกมาอย่างรีบร้อน, การทัศนาจรที่รีบร้อน *-adj.* กระทำอย่างรวดเร็ว, กระทำอย่างรีบร้อน, ย่อๆ โดยสังเขป

quicklime (ควิค' ไลมฺ) *n.* ปูนขาว (ที่ยังไม่ผสมน้ำ)

quicksand (ควิค' แซนดฺ) *n.* สถานการณ์ที่เปลี่ยนแปลงได้อย่างรวดเร็ว, บริเวณทรายดูด, สิ่งที่ทำให้คนถูกหลอกลวงหรือถูกทำลายได้ง่าย

quickset (ควิค' เซท) *n.* ไม้ปัก, ไม้รั้ว

quicksilver (ควิค' ซิลเวอะ) *n.* ปรอท, จิตหรืออารมณ์ที่เปลี่ยนแปลงได้ง่าย *-vt.* เคลือบปรอท *-adj.* ว่องไว, เปลี่ยนแปลงได้ง่าย

quickstep (ควิค' สเทพ) *n.* จังหวะเต้นรำแบบเร็ว, การเดินแถวที่รวดเร็ว, ดนตรีประกอบการเต้นรำจังหวะเร็ว

quick-tempered (ควิค' เทม' เพอร์ดฺ, -เทม-) *adj.* โกรธง่าย

quick time การเดินสวนสนามของทหารอเมริกันด้วยอัตราปกติ 120 ก้าวๆ ละ 30 นิ้ว ในหนึ่งนาที

quick-witted (ควิค' วิท' ทิด, -วิท-) *adj.* มีเชาวน์, มีปัญญาไว, มีปัญญาเฉียบแหลม **-quick-wittedly** *adv.* **-quick-wittedness** *n. -Ex. The quick-witted speaker had a ready anwer for every question.*

quid[1] (ควิด) *n.* ก้อนใบยาสูบที่เคี้ยวในปาก (แต่ไม่กลืน), ของที่เคี้ยวในปาก, ก้อนยาที่เคี้ยว

quid[2] (ควิด) *n., pl.* **quid/quids** หนึ่งปอนด์สเตอร์ลิง

quiddity (ควิด' ดิที) *n., pl.* **-ties** หัวใจ, แก่นแท้, แก่นสาร, ธาตุแท้, การพูดเล่นลิ้น, การพูดหลบเลี่ยง

quid pro quo (ควิดฺ โพร โคว') *n., pl.* **quid pro quos/quids pro quo** สิ่งทดแทน, สิ่งตอบแทน, หมูไปไก่มา

quiescent (ควีเอส' เซินทฺ, ไคว-) *adj.* สงบ, เงียบ, นิ่ง, เฉยเมย, เงื่องหงอย, เฉื่อยชา **-quiescence** *n.* **quiescently** *adv.* (-S. inactive)

quiet (ไคว' เอิท) *n.* ความเงียบ, ความสงบ, การปราศจากสิ่งรบกวน, ความสงัด, สันติ *-adj.* เงียบ, สงบ, สงัด, ปราศจากสิ่งรบกวน, เรียบๆ, อยู่เฉย, นิ่งเฉย *-adv.* ด้วยท่าทางที่สงบ *-vt.* ทำให้เงียบ, ทำให้สงบ, ทำให้จิตใจสงบ, บรรเทา *-vi.* กลายเป็นเงียบ **-quieter** *n.* **-quietly** *adv.* **-quietness** *n.* (-S. tranquillity, peace, serenity, calm, serene)

quieten (ไคว' เอิทเทิน) *vt.,vi.* ทำให้เงียบ, ทำให้สงบ

quietism (ไคว' อะทิซึม) *n.* ลัทธิแห่งความสงบเงียบที่เป็นลัทธิลึกลับลัทธิหนึ่งในศตวรรษที่ 17, หลักอหิงสาและความเงียบสงบ, ความสงบทางจิต **-quietist** *n., adj.* **-quietistic** *adj.*

quietude (ไคว' อะทูด, -ทิวดฺ) *n.* ภาวะแห่งความสงบเงียบ, ความนิ่งเฉย

quietus (ไควอี' เทิส) *n.* สิ่งที่ยุติลงอย่างได้ผล, การดับสูญ, การออกจากงาน, การชำระให้หมดสิ้น, ระยะเวลาแห่งความสงบ

quill (ควิล) *n.* ขนนกก้านใหญ่ของปีกนก, ก้านขนนก, ปากกาที่ทำด้วยก้านขนนก, สิ่งที่มีลักษณะคล้ายก้านขนนก, ก้านขนเม่นที่กลวงและเป็นปลายแหลม, ม้วนเปลือกไม้แห้ง, เพลาท่อสวม, ชนวนวัตถุระเบิด, ไม้ดีดเครื่องดนตรี, หลอดไม้รวก, กระสวย, หลอดด้าย, ขลุ่ย *-vt.* ถอนก้านขนนก, พันบนหลอดด้าย, แทงด้วยก้านขนนก

quilt (ควิลทฺ) *n.* ผ้านวมคลุมเตียง, ผ้าห่ม, ผ้าสำลี, สิ่งที่มีลักษณะคล้ายผ้าดังกล่าว *-vt.* เย็บผ้าดังกล่าว, ยัดไส้, เย็บปักเข้าไว้ในตะเข็บ, ใส่นวม *-vi.* เย็บผ้าดังกล่าว **-quilter** *n.*

quilting (ควิล' ทิง) *n.* การทำผ้าห่มหรือผ้านวม, วัสดุ

ที่นำมาทำผ้าห่มหรือผ้านวม, รอยจีบเป็นพับของเสื้อผ้า

quince (ควินซฺ) *n.* ผลไม้ขนาดเล็กของต้นไม้จำพวก *Cydonia oblonga* คล้ายมะตูม, ต้นไม้ที่ให้ผลดังกล่าว

quincunx (ควิน' คังคุซฺ) *n.* การจัดรูป 5 สิ่งไว้ 4 จุด ที่ 4 มุม กับอีกจุดที่จุดกลาง, การจัด 5 กลีบดอกหรือ 5 ใบ ที่เป็นชั้นนอก 2 ชั้น ชั้นใน 2 ชั้น และอีกชั้นเป็นกึ่งนอกและกึ่งใน, รูปแบบดอกเหมย **-quincuncial, quincunxial** *adj.* **-quincuncially** *adv.*

quinine (ควินีน', ไคว' ไนนฺ) *n.* สารอัลคาลอยด์ชนิดหนึ่งจากเปลือกต้น cinchona มีรสขม ใช้รักษาโรคมาลาเรีย, เกลือของสารดังกล่าว (โดยเฉพาะเกลือซัลเฟต)

Quinquagesima (ควินควะเจ' ซิมะ, -เจส' ซิ-, ควิง-) *n.* วันอาทิตย์ก่อนวันถือบวช (-S. Quinquagesima Sunday)

quinque-, quinqu- คำอุปสรรค มีความหมายว่า ห้า

quinquennial (ควินเควน' เนียล, ควิง-) *adj.* กินเวลา 5 ปี, เกิดขึ้นทุกๆ 5 ปี **-quinquennially** *adv.*

quinsy (ควิน' ซี) *n.* ภาวะคอและต่อมทอนซิลอักเสบ

quintal (ควิน' เทิล) *n.* ชื่อหน่วยน้ำหนักเท่ากับ 100 กิโลกรัม (220.46 ปอนด์)

quintessence (ควินเทส' เซินซฺ) *n.* แก่นสาร, หัวใจ, หัวกะทิ, ธาตุแท้ **-quintessential** *adj.*

Q

quintet, quintette (ควินเทท') *n.* กลุ่ม 5 คนหรือ 5 สิ่ง, คณะนักร้องหรือนักแสดง 5 คน, บทดนตรีที่ใช้เครื่องดนตรี 5 ชิ้น, บทเพลงที่ใช้คนร้อง 5 คน

quintillion (ควินทิล' เยิน) *n.* เลข 1 ที่มี 0 ตามหลัง 18 ตัว (ในอเมริกาและฝรั่งเศส) หรือมี 0 ตามหลัง 30 ตัว (ในอังกฤษและเยอรมนี) *-adj.* จำนวนดังกล่าว **-quintillionth** *adj., n.*

quintuple (ควินทู' เพิล, -ทิว'-, ควิน' ทะเพิล) *adj.* 5 เท่า, ประกอบด้วย 5 ส่วน *-n.* จำนวน 5 เท่า *-vt., vi.* **-pled, -pling** ทำให้เป็น 5 เท่า, กลายเป็น 5 เท่า, คูณด้วย 5

quintuplet (ควินทัพ' ลิท, -ทู' พลิท, -ทิว'-, ควิน' ทะเพลท) *n.* กลุ่มที่มี 5 คน (อัน ชิ้น), แฝด 5 คนจากท้องเดียวกัน, หนึ่งในฝาแฝด 5 คนจากท้องเดียวกัน

quip (ควิพ) *n.* คำคม, คำเยาะเย้ย, สำนวน, โวหาร, คำตลบตะแลง, การพูดคำดังกล่าว, การกระทำที่แปลกประหลาด, สิ่งที่แปลกประหลาด *-vt., vi.* **quipped, quipping** กล่าวคำดังกล่าว **-quipster** *n.* (-S. jest, gibe)

quire (ไควเออะ) *n.* (กระดาษ) 1 ยกที่มี 24 หรือ 25 แผ่น, แผ่นกระดาษที่พับเรียงกัน

quirk (เควิร์ค) *n.* การเล่นสำนวน, การเล่นโวหาร, การกระทำหรือคำพูดที่ตลบตะแลง, พฤติการณ์ที่ประหลาด, การบิดหรือโค้งอย่างฉับพลัน, หางตัวอักษร, การเขียนตัวอักษรเล่นหาง, มุมแหลม *-vt.* เล่นสำนวน, ถากถาง, เขียนตัวอักษรแบบเล่นหาง **-quirky** *adj.* **-quirkily** *adv.* **-quirkiness** *n.*

quirt (เควิร์ท) *n.* แส้ควบม้า, แส้ม้า *-vt.* ตีด้วยแส้ม้า

quisling (ควิซ' ลิง) *n.* ผู้ขายชาติโดยการช่วยเหลือข้าศึก, คนทรยศ (-S. traitor)

quit (ควิท) *vt.,vi.* **quit/quitted, quitting** หยุด, ยุติ, เลิก, ละทิ้ง, เพิกถอน, สลัด, ปลดเปลื้อง, ลบล้าง, ลาออก, ออกจาก, ชำระหนี้, ตอบแทน *-adj.* พ้นภาระหนี้หรือความผิด, เป็นอิสระ (-S. stop, cease)

quite (ไควทฺ) *adv.* ทีเดียว, โดยสมบูรณ์, ทั้งหมด, ทั้งสิ้น, จริงๆ, โดยแท้จริง, มากมาย (-S. entirely)

quitrent, quit-rent (ควิท' เรนทฺ) *n.* ค่าเช่าปลดปล่อย, การเว้นภาษีที่ชำระเป็นค่าแรงงาน

quits (ควิทซฺ) *adj.* เท่าเทียมกัน, ไม่แพ้ชนะกัน, เสมอกัน, ชดเชยหมดกัน, ชดเชยหายกัน **-call it quits** หยุดทำงาน, หยุดเล่น, เลิกเป็นมิตร

quittance (ควิท' เทินซฺ) *n.* การยกเลิกหนี้สินหรือภาระหน้าที่, เอกสารยกเลิกดังกล่าว, การตอบแทน, การแก้แค้น, การชดเชย

quitter (ควิท' เทอะ) *n.* (ภาษาพูด) ผู้ยอมแพ้ง่าย คนไม่เอาจริง คนละทิ้งหน้าที่

quiver¹ (ควิฟ' เวอะ) *vi.* สั่น, สั่นเทา, สั่นนิดๆ สั่นระริก, รัว, กระพือปีก *-n.* การสั่นนิดๆ แต่รวดเร็ว, การสั่น, การสั่นเทาหรือสั่นระริก, การรัว **-quivery** *adj.* *-Ex. Her voice quivers when she sings., The leaves quivered in the breeze.*

quiver² (ควิฟ' เวอะ) *n.* ถุงหรือกระบอกลูกธนู, ธนูที่อยู่ในถุงหรือกระบอก *-Ex. Robin Hood wore a quiver over his shoulder.*

quixotic, quixotical (ควิคซอท' ทิค, -เคิล) *adj.* เสียสละมากเกินไป, เป็นไปไม่ได้, เพ้อฝัน, คลั่ง **-quixotically** *adv.* **-quixotism, quixotry** *n.*

quiz (ควิซ) *n., pl.* **-quizzes** การสอบ, การสอบถาม, การซักถาม, การเล่นตลก, การหลอกลวง *-vt.* **quizzed, quizzing** ทดสอบ, สอบ, สอบถามอย่างใกล้ชิด, ซักไซ้, ซักถาม **-quizzer** *n.* (-S. examine, questioning) *-Ex. Anong did very well on the history quiz.*

quizmaster (ควิซ' แมสเทอะ) *n.* ผู้สอบถามในรายการแข่งขันตอบปัญหาทางวิทยุหรือโทรทัศน์

quizzical (ควิซ' ซิเคิล) *adj.* เป็นปัญหา, แปลก, ประหลาด, น่าสงสัย, น่าขัน, น่าหัวเราะ, ชอบล้อเลียน **-quizzically** *adv.* **-quizzicality** *n.*

quod (ควอด) *n.* (คำสแลง) คุก เรือนจำ

quoin (คอยนฺ, ควอยนฺ) *n.* มุมนอกของอาคาร, ลิ่มไม้เล็กๆ *-vt.* ป้องกันหรือประดับด้วยมุม

quoit (ควอยทฺ, คอยทฺ) *n.* กีฬาโยนห่วงให้สวมหลักปัก, ห่วงที่ใช้โยนดังกล่าว *-vt.* โยน, ขว้าง

quondam (ควอน' แดม, -เดิม) *adj.* เมื่อก่อน, อดีต

quorum (ควอ' เริม) *n.* องค์ประกอบ, องค์ประชุม, จำนวนบุคคลที่กฎหมายกำหนด

quota (โคว' ทะ) *n.* ส่วนแบ่ง (-S. share,allotment, ration)

quotable (โคว' ทะเบิล) *adj.* อ้างอิงได้, กล่าวถึงได้ **-quotability** *n.* **-quotably** *adv.*

quotation (โควเท' ชัน) *n.* สิ่งที่อ้างอิงถึง, การอ้าง, คำอ้างอิง, ราคาปัจจุบัน, ราคาตลาด (-S. excerpt) *-Ex. a quotation from the Bible, quotation of prices*

quotation mark เครื่องหมายอ้างอิง "...", อัญประกาศ

quote (โควท) *v.* **quoted, quoting** *-vt.* อ้างอิง, อ้าง,

อ้างคำพูด, เอาคำพูดของ...มา, แจ้งราคา, ใส่เครื่องหมายคำพูด "..." *-vi.* อ้างอิง *-n.* การอ้างอิง, คำอ้างอิง, เครื่องหมายอ้างอิง **-quoter** *n.* (-S. repeat, cite, refer to) *-Ex. You should quote this passage in your composition.*

quoth (โควธ) *vt.* (ภาษาโบราณ) กริยาช่อง 2 ของ say

quotidian (โควทิด' เดียน) *adj.* ทุกวัน, ประจำวัน, ปกติ, ธรรมดา, ทั่วไป *-n.* สิ่งที่เกิดขึ้นประจำวัน, ไข้ที่เกิดขึ้นประจำวัน

quotient (โคว' เชียนทฺ) *n.* ผลหาร, ผลลัพธ์ของการหาร *-Ex. If 12 is divided by 2; the quotient is 6.*

q.v. ย่อจากภาษาละติน quod vide ดู, โปรดดู

R

R, r (อาร์) *n., pl.* **R's, r's** พยัญชนะตัวที่ 18 ของภาษาอังกฤษ, เสียงพยัญชนะดังกล่าว, เครื่องหมาย R หรือ r, ตัวพิมพ์พยัญชนะดังกล่าว *-adj.* เกี่ยวกับ R หรือ r, ลำดับที่ 18, รูปร่างเหมือน R **-the three R's** คือ reading, writing, arithmetic

R (อาร์) *n.* ระดับการจำกัดอายุการเข้าชมภาพยนตร์โดยห้ามเด็กอายุต่ำกว่า 17 ปี เข้าชมภาพยนตร์บางเรื่อง ยกเว้นกรณีที่มีผู้ปกครองเข้าไปด้วย ปัจจุบันเปลี่ยนเป็น NC 17

R ย่อจาก Rabbi พระในศาสนายิว, ratio อัตราส่วน, route ทาง, resistance ความต้านทาน (ไฟฟ้า), right ด้านขวา, Road ถนน, River แม่น้ำ, rupee เหรียญรูปี

r ย่อจาก radius รัศมี, range ลำดับ, rare หายาก เลิศ, received ได้รับ, retired ปลดเกษียณ, right ด้านขวา

Ra สัญลักษณ์ของธาตุ radium

Rabat (ระบาท') ชื่อเมืองหลวงและเมืองท่าของโมร็อกโก

rabbet (แรบ' บิท) *n.* ช่องเดือยไม้, ปากรางลิ้น, รอยบาก, บาก, บากประกบ *-vi., vt.* ประกอบด้วยปากรางลิ้น, ประกบตามรอยบาก

rabbi (แรบ' ไบ) *n., pl.* **-bis** พระในศาสนายิว, อาจารย์หรือผู้มีความรู้ (คำเรียกยกย่องของยิว), ผู้นำศาสนายิว (ทำหน้าที่คล้ายดะโต๊ะของศาสนาอิสลาม), (คำสแลง) ผู้สนับสนุน เพื่อนที่มีอิทธิพลเหนือกว่า (-S. rabbin)

rabbit (แรบ' บิท) *n., pl.* **-bits/-bit** กระต่าย, ขนกระต่าย, หนังขนกระต่าย, เนยแห้งทาขนมปัง *-vi.* ล่ากระต่าย, (ภาษาพูด) พูดเรื่อยเปื่อย จากไปอย่างรวดเร็ว หนี **-rabbity** *adj.*

rabbit punch (มวย) การตีท้ายทอยหรือส่วนล่างของกะโหลกศีรษะ

rabble (แรบ' เบิล) *n.* ฝูงชนที่วุ่นวายไร้ระเบียบ **-the rabble** สามัญชน, ชนชั้นต่ำ, ประชาชนทั่วไป, ฝูงสัตว์, ฝูงแมลง, สิ่งของที่กองเรี่ยราด *-vt.* **-bled, -bling** รวมเป็นฝูงชน *-Ex. The aristocrats' contempt for the rabble led to the French Revolution.*

rabble-rouser (แรบ' เบิลเราเซอะ) *n.* ผู้ก่อความวุ่นวาย, ผู้ก่อการจลาจล, ผู้ก่อกวน **-rabble-rousing** *adj., n.*

rabid (แรบ' บิด, เร' บิด) *adj.* หัวรุนแรง, (ข้อคิดเห็นหรือการปฏิบัติ) ไม่มีเหตุผล, คลั่ง, โกรธมาก, บ้า, วิกลจริต, เป็นโรคกลัวน้ำ **-rabidly** *adv.* **-rabidness, rabidity** *n.*

rabies (เร' บีซ, -บีอีซ) *n.* โรคกลัวน้ำ, โรคพิษสุนัขบ้า

raccoon, racoon (แรคูน') *n., pl.* **-coons/-coon** สัตว์คล้ายหมีเล็กๆ แต่มีหางเป็นพวง เป็นสัตว์จำพวก *Procyon* หากินในเวลากลางคืน, ขนของสัตว์ดังกล่าว

raccoon, racoon

race¹ (เรส) *n.* การแข่งขันความเร็ว, การวิ่งแข่ง, การแข่งขัน, ความเชี่ยว, การไหลเชี่ยว, น้ำที่ไหลเชี่ยว, ร่องกลิ้งหรือร่องกระสวย *-v.* **raced, racing** *-vi.* วิ่งแข่ง, วิ่งอย่างรวดเร็ว, แข่งม้า *-vt.* วิ่งแข่ง, ทำให้วิ่งแข่ง, ทำให้วิ่งด้วยความเร็ว (-S. contest, chase)

race² (เรส) *n.* เชื้อชาติ, ชนชาติ, มนุษยชาติ, เผ่าพันธุ์, วรรณะ, วงศ์ตระกูล, เชื้อสาย, พันธุ์, จำพวก, กลุ่ม, ชนชั้น, รสนิยม (-S. people)

racecourse (เรส' คอร์ส) *n.* สนามแข่งขัน, ลู่วิ่ง, ลานวิ่ง, สนามม้า

racehorse (เรส' ฮอร์ส) *n.* ม้าแข่ง

raceme (เรซีม', ระ-) *n.* ช่อดอกเดี่ยว, ช่อดอกที่มีแกนเดียว

racer (เร' เซอะ) *n.* ผู้วิ่งแข่ง, สิ่งที่เข้าร่วมแข่งขันความเร็ว, สิ่งที่มีความเร็วสูง, งูจำพวก *Coluber*

racetrack (เรส' แทรค) *n.* ลู่วิ่ง, ลานวิ่ง, สนามวิ่งแข่ง, สนามม้า

raceway (เรส' เว) *n.* ทางน้ำ, ร่องน้ำ, ลู่วิ่ง, ลานวิ่ง, สนามม้า, ร่องวิ่งหรือร่องกระสวย (ของเครื่องทอ)

rachis (เร' คิส) *n., pl.* **rachises/rachides** โครงสร้างที่มีแกน

rachitis (ระไค' เทิส, แร-) *n.* โรคกระดูกอ่อน, โรคกระดูกสันหลังอักเสบที่เป็นโรคกระดูกอ่อน **-rachitic** *adj.*

racial (เร' เชิล) *adj.* เกี่ยวกับเชื้อชาติ ชนชาติ มนุษยชาติ เผ่าพันธุ์ วรรณะ **-racially** *adv.*

racialism (เร' เชิลลิซึม) *n.* ลัทธิชนชาติ, ลัทธิเหยียดผิว **-racialist** *n., adj.*

racism (เร' ซิซึม) *n.* ลัทธิชนชาติ, ลัทธิเชื้อชาติ, ลัทธิเผ่าพันธุ์, ลัทธิเหยียดผิว, ลัทธิเหยียดหยามชนชาติ **-racist** *n., adj.*

rack¹ (แรค) *n.* ชั้น, หิ้ง, ขั้ว, ราว, โครง, ฟันเฟือง, เครื่องทรมานดึงแขนขาในสมัยโบราณ, ความเจ็บปวดที่รุนแรงมาก *-vt.* ทรมานด้วยเครื่องดังกล่าว, ทำให้เจ็บปวดมาก, ดึง, ขูดรีด (-S. frame, stand, torment)

rack² (แรค) *n.* ความหายนะ, การทำลาย **-go to rack**

and ruin เสื่อม, เน่าเปื่อย, ถูกทำลาย

rack³ (แรค) *n.* กลุ่มเมฆที่ถูกลมพัดกระจัดกระจาย *-vi.* (เมฆ) ถูกลมพัด

rack⁴ (แรค) *n.* คอหรือส่วนต้นของกระดูกสันหลังโดยเฉพาะเนื้อแกะหรือเนื้อหมู, ซี่โครงแกะ

racket¹ (แรค' คิท) *n.* เสียงอึกทึกครึกโครม, เสียงดังมาก, เสียงหนวกหู, เสียงเอะอะอลหม่านของงานสังคม, กิจกรรมที่ผิดกฎหมาย, (ภาษาพูด) การต้มตุ๋นหลอกลวง, ธุรกิจอาชีพ, การค้าขาย *-vi.* ทำเสียงอึกทึกครึกโครม, ร่วมงานสังคมที่อึกทึกครึกโครม (-S. noise) *-Ex. The children were causing a racket.*

racket² (แรค' คิท) *n.* ไม้ตี (เทนนิส แบดมินตันและอื่นๆ), ไม้ตีลูกปิงปอง, รองเท้าหิมะขนาดเท่ากับไม้ตีเทนนิส **-rackets** กีฬาตีลูกที่ใช้คน 2 คน หรือ 4 คน ในบริเวณที่มีกำแพงล้อมรอบ 4 ด้าน โดยใช้ไม้ตีที่มีด้ามสั้น (-S. racquet)

racketeer (แรคคะเทียร์') *n.* คนต้มตุ๋นหลอกลวง, คนที่ทำกิจกรรมที่ผิดกฎหมาย, คนฉ้อโกง, คนที่ทำกิจกรรมอั้งยี่ *-vi.* การหาเงินด้วยวิธีดังกล่าว **-racketeering** *n.*

rackety (แรค' คะที) *adj.* อึกทึกครึกโครม, ชอบตื่นเต้น

rack-rent (แรค' เรนท) *n.* ค่าเช่าที่เท่ากับหรือเกือบเท่ากับค่าทรัพย์สินในหนึ่งปี *-vt.* ขูดรีดค่าเช่าสูงที่สุด **-rack-renter** *n.*

R

raconteur (แรคอนเทอร์', -เคิน-) *n.* คนที่มีความสามารถในการเล่าเรื่องหรือเกร็ดพงศาวดาร

racoon (แรคูน') *n.* ดู raccoon

racquet (แรค' คิท) *n.* ดู racket

racy (เร' ซี) *adj.* **racier, raciest** รักษารสชาติเดิม, มีชีวิตชีวา, มีพลังงาน, มีรสชาติ, เผ็ดร้อน, แหลมคม, ยั่วอารมณ์ **-racily** *adv.* **-raciness** *n.*

radar (เร' ดาร์) *n.* อุปกรณ์ตรวจจับวัตถุที่อยู่ไกลโดยใช้วิธีส่งวิทยุคลื่นสั้น

radial (เร' เดียล) *adj.* แผ่ออกจากศูนย์กลาง, แผ่รัศมี, เกี่ยวกับรัศมี, เกี่ยวกับกระดูกแขนท่อนนอก, เกี่ยวกับลูกสูบที่เคลื่อนเข้าออกจากจุดกลางหรือเพลา **-radially** *adv.*

radial (ply) tire ยางรถเรเดียลที่มีชั้นพลาสติก (เรยอนหรือไนลอน) ที่วางขวางเป็นมุม 90 องศากับทิศทางเคลื่อนที่

radian (เร' เดียน) *n.* หน่วยวัดมุมโดยเส้นโค้งของวงกลมมีความยาวเท่ากับรัศมีของความโค้งของมัน เป็นส่วนโค้ง (arc) ที่เท่ากับ 57.295 องศา

radiance, radiancy (เร' เดียนซฺ, -ซี) *n.* ความสว่างหรือแสงที่แผ่รัศมี, ความร่าเริงแจ่มใส *-Ex. Somchai would never forget the radiance of the North countryside., the radiance of her smile*

radiant (เร' เดียนทฺ) *adj.* ซึ่งออกจากจุดศูนย์กลาง, ปล่อยแสง, สว่าง, ส่องสว่าง *-n.* จุดหรือวัตถุที่รังสีแผ่ออก **-radiantly** *adv.* (-S. shining, bright)

radiant energy พลังงานที่แผ่ออกเป็นคลื่น เช่น ความร้อน แสง รังสีเอกซเรย์

radiate (เร' ดีเอท, -อิท) *vi., vt.* **-ated, -ating** แผ่รังสี, ปล่อยออกมาเหมือนรังสี, ปล่อยออกจากจุดศูนย์กลาง, แวววาวไปด้วย *-adj.* ออกจากจุดศูนย์กลาง, ซึ่งมีรังสีออกจากจุดศูนย์กลาง (-S. shine, spread) *-Ex. The sun radiates light and heat., to radiate a sense of happiness*

radiation (เรดีเอ' ชั่น) *n.* การแผ่รังสีคลื่นแม่เหล็กไฟฟ้า, พลังงานรังสี, สิ่งที่ถูกปล่อยออกจากจุดศูนย์กลาง, กัมมันตภาพรังสี **-radiational** *adj.* **-radiative** *adj.* *-Ex. the radiation of heat from the sun*

radiation sickness โรคที่เกิดจากการถูกกัมมันตภาพรังสี มีอาการคลื่นเหียนอาเจียน ปวดหัวเป็นตะคริว ท้องร่วง ผมร่วง ฟันร่วง จำนวนเม็ดเลือดลดน้อยลง เสียเลือดนาน

radiator (เร' ดีเอเทอะ) *n.* ผู้ปล่อยรังสี, สิ่งที่ปล่อยรังสี, เครื่องนำความร้อน, สิ่งที่ปล่อยกัมมันตภาพรังสี, หม้อน้ำรถยนต์, หม้อที่ต่อกับท่อน้ำร้อนริมผนัง

radical (แรด' ดิเคิล) *adj.* มูลฐาน, รากฐาน, สมุฏฐาน, หัวรุนแรง, สุดขีด, รุนแรง, (คณิตศาสตร์) เกี่ยวกับหรือกลายเป็น root, เกี่ยวกับรากศัพท์ *-n.* ผู้มีหัวรุนแรง, ผู้สนับสนุนนโยบายรุนแรงหรือนโยบายเปลี่ยนแปลงอย่างไม่ออมชอม, ฝ่ายซ้าย, กลุ่มธาตุ, เครื่องหมายหรือจำนวนกรณฑ์, รากศัพท์ **-radicalness** *n.* (-S. basic, extreme) *-Ex. This organization needs a radical change of policy., I find his ideas very radical.*

radicalism (แรด' ดิเคิลลิซึม) *n.* การยึดหลักการที่รุนแรง, ลัทธิหัวรุนแรง, หลักการหรือการกระทำของพวกหัวรุนแรงหรือพวกฝ่ายซ้าย

radicalize (แรด' ดิเคิลไลซ) *vt., vi.* **-ized, -izing** ทำให้รุนแรง, ทำให้เป็นคนหัวรุนแรง, ทำให้เป็นพวกฝ่ายซ้าย **-radicalization** *n.*

radically (แรด' ดิเคิลลี, -คลี) *adv.* เกี่ยวกับมูลฐาน (รากฐาน สาเหตุ สมุฏฐาน)

radical sign (คณิตศาสตร์) เครื่องหมาย √ หรือ $\sqrt{\ }$, เครื่องหมายกรณฑ์, เครื่องหมายราก

radicchio (ระดี' คิโอ) *n., pl.* **-chios** พืชผักชนิดหนึ่งที่รับประทานกับสลัด

radicle (แรด' ดิเคิล) *n.* รากปฐมภูมิ, รากแรก, รากฝอย, ส่วนที่คล้ายราก, ฝอยเล็กสุดของประสาทหรือหลอดต่างๆ ในร่างกาย

radii (เร' ดีไอ) *n.* พหูพจน์ของ radius

radio (เร' ดีโอ) *n., pl.* **-os** วิทยุ, สื่อการสื่อสารโดยไม่ใช้สายลวด, เครื่องมือที่ใช้การสื่อสารดังกล่าว *-adj.* เกี่ยวกับหรือส่งโดยวิทยุ, เกี่ยวกับหรือใช้รังสี *-vt., vi.* **-oed, -oing** ส่งวิทยุ, ถ่ายทอดโดยวิทยุ *-Ex. radio transmitter, radio receiver, We must radio the ship that help is coming., a radio tube*

radio- คำอุปสรรค มีความหมายว่า โดยวิทยุ, โดยรังสี, มีกัมมันตภาพรังสี, พลังงานรังสี, เป็นรังสี, ปล่อยออกจากจุดกลาง

radioactive (เรดีโอแอค' ทิฟว) *adj.* เกี่ยวกับหรือเกิดจากกระบวนการที่ธาตุบางชนิดปล่อยกัมมันตภาพรังสีเนื่องจากการสลายตัวของนิวเคลียสของอะตอมของธาตุ **-radioactively** *adv.* **-radioactivity** *n.*

radio astronomy สาขาดาราศาสตร์ที่ใช้รังสีนอก

โลกที่เป็นคลื่นวิทยุแทนแสงในการศึกษาเกี่ยวกับจักรวาล

radiocarbon (เรดีโอคาร์' เบิน) *n.* ไอโซโทป (isotope) กัมมันตรังสีที่มีมวลเท่ากับ 14 และมีค่าครึ่งชีวิตเท่ากับ 5,730 ปี ใช้ในการคำนวณอายุของวัตถุอินทรีย์ (-S. carbon-14)

radiogram (เร' ดีโอแกรม) *n.* ภาพเอกซเรย์อวัยวะภายในร่างกาย, เอกซเรย์, โทรเลข

radiograph (เร' ดีโอกราฟ, -แกรฟ) *n.* ภาพเอกซเรย์ **-radiographer** *n.* **-radiography** *n.* **-radiographic** *adj.* **-radiographically** *adv.*

radioisotope (เรดีโอไอ' ซะโทพ) *n.* ไอโซโทปที่มีกัมมันตภาพรังสี

radiology (เรดีออล' ละจี) *n.* รังสีวิทยา **-radiologist** *n.* **-radiologic, radiological** *adj.* **-radiologically** *adv.*

radiometer (เรดีออม' มะเทอะ) *n.* เครื่องมือวัดความเข้มข้นของพลังงานที่แผ่ออกเป็นคลื่น **-radiometry** *n.* **-radiometric** *adj.*

radiophone (เร' ดีโอโฟน) *n.* ดู radiotelephone

radiophoto, radiophotograph (เรดีโอโฟ' โท, -แกรฟ) *n., pl.* **-tos** ภาพที่ถ่ายทอดโดยวิทยุ

radioscopy (เรดีออส' คะพี) *n.* การตรวจสอบวัตถุโดยรังสีเอกซเรย์ **-radioscopic** *adj.*

radiotelegraph, radiotelegraphy (เรดีโอเทล' ละกราฟ, -แกรฟ, -ทะเลก' กระฟี) *n.* โทรเลขที่ส่งโดยวิทยุ, วิทยุโทรเลข **-radiotelegraphic** *adj.*

radiotelephone (เรดีโอเทล' ละโฟน) *n.* โทรศัพท์ที่ถ่ายทอดโดยคลื่นวิทยุ, วิทยุโทรศัพท์ **-radiotelephony** *n.*

radiotherapy (เรดีโอเธอ' ระพี) *n.* รังสีบำบัด

radish (แรด' ดิช) *n.* หัวผักกาด (ขาวหรือแดง) จำพวก *Raphanus sativus* ใช้กินดิบๆ, หัวไชเท้า, พืชของหัวดังกล่าว

radium (เร' เดียม) *n.* ธาตุกัมมันตรังสีสูงที่เป็นโลหะชนิดหนึ่ง มีสัญลักษณ์ Ra

radius (เร' เดียส) *n., pl.* **-dii/-uses** รัศมี, เส้นรัศมี, ความยาวของรัศมี, อิทธิพล, ขอบเขต, กระดูกแขนท่อนนอก, เส้นเลือดดำตามยาวที่สำคัญในส่วนหน้าของปีกแมลง *-Ex. All buildings within the radius of a mile will be inspected.*

radix (เร' ดิคซฺ) *n., pl.* **radices/radixes** เลขฐานของระบบเลข, ราก, รากศัพท์, สมุฏฐาน, มูลฐาน

radon (เร' ดอน) *n.* ชื่อธาตุกัมมันตรังสีที่เป็นก๊าซเกิดจากการแตกตัวของธาตุเรเดียม มีสัญลักษณ์ Rn

raffia (แรฟ' ฟีอะ) *n.* ต้นปาล์มจำพวก *Raphia ruffia* ใช้ทำเส้นใย, เส้นใยของพืชดังกล่าว

raffish (แรฟ' ฟิช) *adj.* หยาบคาย **-raffishly** *adv.* **-raffishness** *n.*

raffle[1] (แรฟ' เฟิล) *n.* การขายสินค้าโดยการจับฉลาก *-vt.* **-fled, -fling** ขายโดยการจับฉลาก **-raffler** *n.*

raffle[2] (แรฟ' เฟิล) *n.* ขยะ, มูลฝอย, ของเสีย, กาก, สิ่งที่ยุ่งเหยิง, เรื่องยุ่ง

raft[1] (ราฟทฺ, แรฟทฺ) *n.* แพ, แพชูชีพ, ซุงหรือกระดานที่ผูกติดกันเป็นแพ *-vt.* ขนส่งทางแพ, ทำให้เป็นแพ, เดินทางโดยแพ, ใช้แพลำเลียง *-vi.* เดินทางโดยแพ, โดยสารแพ *-Ex. Pioneers rafted their belongings across rivers.*

raft[2] (ราฟทฺ, แรฟทฺ) *n.* จำนวนมาก

rafter (ราฟ' เทอะ, แรฟ' เทอะ) *n.* คานค้ำหลังคา, จันทัน

rag[1] (แรก) *n.* เศษผ้า, ผ้าขี้ริ้ว, ผ้าเช็ด, เศษ, เศษที่ไม่เป็นชิ้นเป็นอัน, เศษเนื้อเปื่อย, (คำสแลง) หนังสือพิมพ์หรือนิตยสารชั้นเลว *-adj.* ทำจากเศษผ้า, เกี่ยวกับกิจการเสื้อผ้า **-chew the rag** (คำสแลง) คุย **-rags** ผ้าขี้ริ้ว

rag[2] (แรก) *vt.* **ragged, ragging** ดุด่า, หยอกล้อ, ล้อเลียน, เล่นตลก, แกล้ง *-n.* การกระทำดังกล่าว, กิจกรรมของนักศึกษาที่ทำเพื่อหาเงินบริจาค

rag[3] (แรก) *n.* หินมุงหลังคา, กระเบื้องมุงหลังคา, หินกระดานชนวน

rag[4] (แรก) *n.* บทดนตรีจังหวะ 24 *-vt.* **ragged, ragging** เล่นดนตรีดังกล่าว

ragamuffin (แรก' กะมัฟฟิน) *n.* คนที่แต่งตัวมอมแมมสกปรก, คนขอทาน, เด็กที่แต่งตัวมอมแมมสกปรก

ragbag (แรก' แบก) *n.* ถุงขยะ, ถุงใส่เศษของ, กลุ่มเศษของ

rage (เรจฺ) *n.* ความเดือดดาล, การบันดาลโทสะ, การโกรธเป็นฟืนเป็นไฟ, ความรุนแรงของลม, ความรุนแรงของอารมณ์, ความต้องการ, ความอยากอาหารหรืออื่นๆ, ความคลั่ง, ความเร่าร้อน, สิ่งที่คลั่งไคล้ใหลหลง *-vi.* **raged, raging** พูดหรือกระทำด้วยความเดือดดาล, รีบเร่งไป, ลุกลาม, โหมพัด, โหมกระหน่ำ **-ragingly** *adv.* (-S. wrath, frenzy) *-Ex. the rage of the storm, The storm raged all night., Samai was in a rage of grief., The wrongly accused prisoner raged like a mad person.*

ragged (แรก' กิด) *adj.* สวมเสื้อผ้าที่ขาดรุ่งริ่ง, สวมผ้าที่มอมแมมสกปรก, มอมแมมสกปรก, ขาดรุ่งริ่ง, ขรุขระ, ยุ่งเหยิง, หยาบ, อึกทึกแสบแก้วหู, ไม่สมบูรณ์ **-raggedly** *adv.* **-raggedness** *n.* (-S. poor, torn) *-Ex. a ragged coat, a ragged garden, a ragged cliff*

ragout (แรกู') *n.* ซุปเนื้อเปื่อยใส่เครื่องเทศและผัก *-vt.* **-gouted, -gouting** ทำซุปดังกล่าว

ragtime (แรก' ไทมฺ) *n.* จังหวะ 24 ของดนตรีเป็นจังหวะระบำชนิดหนึ่งของนิโกร, ดนตรีจังหวะดังกล่าว

ragweed (แรก' วีด) *n.* วัชพืชชนิดหนึ่งที่ทำให้เกิดไข้ละอองฟาง

rai (ไร) *n.* ไร่ (⅖ เอเคอร์)

raid (เรด) *n.* การจู่โจม, การโจมตีอย่างฉับพลัน, การโจมตี, การปล้น, การเข้าตรวจค้น, การร่วมกันทำให้ราคาหุ้นตกลง *-vt., vi.* จู่โจม, โจมตีอย่างกะทันหัน, ปล้น, เข้าตรวจค้น **-raider** *n.* *-Ex. an air raid, a police raid, The aeroplanes raided the city., The burglars raided the bank.*

rail[1] (เรล) *n.* ราว, ราวไม้, รั้ว, ราง, รางรถไฟ, วงกบ *-vt.* ใส่ราว (ราง รั้ว วงกบ) *-adj.* เกี่ยวกับรางรถไฟ

rail[2] (เรล) *vi.* ต่อว่า, ด่า, กล่าวคำคับแค้นใจ **-railer** *n.*

rail[3] (เรล) *n., pl.* **rails/rail** นกกวัก, นกในตระกูล Rallidae

railhead (เรล' เฮด) *n.* สุดทาง, ปลายทาง, จุดไกล,

R

จุดไกลสุดของทางรถไฟ, โรงพัสดุของสถานีรถไฟ

railing (เรล' ลิง) *n.* ราว, ราวลูกกรง, ราวบันได

raillery (เรล' เลอรี) *n., pl.* **-leries** การหัวเราะเย้าแหย่, การหยอกล้อ (-S. ridicule, banter)

railroad (เรล' โรด) *n.* ทางรถไฟ, บริษัททางรถไฟ, ระบบทางรถไฟ *-vt.* ขนส่งทางรถไฟ, จัดให้มีทางรถไฟ, สร้างทางรถไฟ, (ภาษาพูด) ส่งไปอย่างเร็วๆ ลวกๆ ทำให้ผ่านไปอย่างเร็วๆ ลวกๆ ตัดสินคดีอย่างเร่งรีบและลวกๆ *-vi.* ทำงานบนทางรถไฟ **-railroader** *n.* *-Ex. The Q.E.D. System bought the B & Q Railroad.*

railway (เรล' เว) *n.* ทางรถไฟ, ระบบทางรถไฟ, ทางรถ

raiment (เร' เมินทฺ) *n.* เครื่องนุ่งห่ม, เครื่องแต่งตัว, เสื้อผ้าอาภรณ์

rain (เรน) *n.* ฝน, น้ำฝน *-vi.* ฝนตก, ตกลงมาคล้ายฝน *-vt.* ส่งลงมา, ทำให้ตกลงมาเป็นจำนวนมาก, ให้อย่างมากมาย, เสนอให้อย่างมากมาย **-rains** ฤดูฝน, หน้าฝน, การหลั่งไหลลงมาอย่างแรง **-rain cats and dogs** ฝนตกลงมาอย่างหนักหรือไม่ขาดสาย **-rain out** ทำให้เลิกหรือทำให้เลื่อนไปเพราะฝนตก **-rainless** *adj.* (-S. shower, fall, drizzle) *-Ex. heavy rain, driving rain, a drop of rain, a rain of invitations, a rain of kisses, rain coat*

R

rainbow (เรน' โบ) *n.* รุ้ง, สีรุ้ง,แถบสีหลายสีที่เรียงรายกัน *-adj.* มีหลายสี

raincoat (เรน' โคท) *n.* เสื้อฝน, เสื้อกันฝน

raindrop (เรน' ดรอพ) *n.* หยดน้ำฝน

rainfall (เรน' ฟอล) *n.* ฝนตก, ปริมาณน้ำฝนที่ตกลง *-Ex. The yearly rainfall in northern Thailand is about 40 inches.*

rain gauge เครื่องวัดปริมาณน้ำฝน, มาตรวัดน้ำฝน

rainmaking (เรน' เมคิง) *n.* การทำฝนเทียม **-rainmaker** *n.*

rainproof (เรน' พรูฟ) *adj.* กันฝน, ป้องกันฝน *-vt.* ทำให้กันฝน

rainstorm (เรน' สทอร์ม) *n.* พายุฝน

rainwater (เรน' วอเทอะ, -วาท-) *n.* น้ำฝน, น้ำอ่อน

rainwear (เรน' แวร์) *n.* เสื้อฝน, เสื้อคลุมกันฝน, ผ้ากันฝน

rainy (เร' นี) *adj.* **rainier, rainiest** มีฝนตก, เปียกฝน, น้ำฝน **-raininess** *n.* *-Ex. a rainy afternoon, a rainy climate, a rainy umbrella*

rainy day เวลาขัดสน, วันที่มีฝนตก

raise (เรซ) *v.* **raised, raising** *-vt.* ยก, ยกขึ้น, ชูขึ้น, ทำให้สูงขึ้น, เงย, ยกระดับ, สร้าง, ตั้งเสา, สนับสนุน, ส่งเสริม, เลื่อนขั้น, เลี้ยง (เด็ก ไก่), ระดมพล, ปลุก, ยั่วยุ, ทำให้คืนชีพ, เพิ่มค่า, ทำให้ขนมฟู, รวบรวมเงิน, เก็บภาษี, เพาะปลูก, วางเงินพนันมากขึ้น, ติดต่อทางวิทยุ *-vi.* ยก, ยกขึ้น, เพิ่ม, เพิ่มเงินพนัน *-n.* การยกขึ้น, การเลื่อนขั้น, เงินเดือนเพิ่ม (-S. lift, elevate, erect, increase, breed)

raisin (เร' เซิน) *n.* ลูกเกด, องุ่นแห้ง

raison d'être เหตุผล

raj (ราจ) *n.* การปกครอง การครองราชย์ (ในอินเดีย)

rajah, raja (รา' จะ, -จา) *n.* ราชา, ผู้นำ, ตำแหน่งมีเกียรติของชาวฮินดู, ตำแหน่งผู้ปกครองประเทศ (ในชวา มาเลเซีย)

rake[1] (เรค) *n.* คราด, เครื่องคราด, สิ่งที่มีลักษณะคล้ายคราด, คราดกวาดเงินในวงการพนัน *-v.* **raked, raking** *-vt.* คราด, ขูด, กวาด, คุ้ย, เก็บ, เขี่ย, มองกราด, ยิงกราด, ค้นคว้า, เสาะหา *-vi.* ใช้คราด (โกย กวาด ขูด), ค้นคว้า, เสาะหา *-Ex. Surin raked the lawn., The policeman raked up new evidence of fraud., Kasem raked the library for material for his story., Somsri likes to rake the leaves in the yard.*

rake[2] (เรค) *n.* คนเสเพล, คนเหลวไหล, คนเจ้าชู้ (-S. roué)

rake[3] (เรค) *v.* **raked, raking** *-vi.* เอียง, เอียงลาด, เอียงไปข้างหลัง *-vt.* ทำให้เอียง *-n.* การเอียง, การเอียงลาด

rake-off (เรค' ออฟ) *n.* (คำสแลง) เงินหรือผลประโยชน์ที่ได้มาอย่างผิดกฎหมาย

rakish[1] (เรค' คิช) *adj.* คล้ายคราด, เสเพล, เหลวไหล **-rakishly** *adv.* **-rakishness** *n.*

rakish[2] (เรค' คิช) *adj.* งาม, ฉูดฉาด, รูปเพรียวลม, ว่องไว, (เรือ) มีรูปร่างคล้ายเรือโจรสลัด **-rakishly** *adv.* **-rakishness** *n.*

rallentando (ราลเลินทาน' โด) *adj., adv.* ค่อยๆ, ช้า

rally[1] (แรล' ลี) *v.* **-lied, -lying** *-vt.* ชุมนุม, รวบรวม, ระดมพล, รวมกำลัง, สำรวม, ปลุกระดม, ปลุกเร้าจิตใจ *-vi.* รวมกัน, มาช่วยเหลือ, หายเป็นปกติ, ตีโต้, ตีลูกกลับ, แลกหมัด *-n., pl.* **-lies** การชุมนุม, การรวบรวม, การระดมพล, การสำรวม, งานชุมนุม, การชุมนุมแข่งรถยนต์ทางไกล, การโต้กลับ, การตีลูกกลับ **-rallier** *n.* (-S. muster, revive, mass)

rally[2] (แรล' ลี) *vt., vi.* **-lied, -lying** หยอกล้อ, ล้อเลียน *-Ex. to rally troops after a battle*

rallycross (แรล' ลีครอส) *n.* กีฬาแข่งรถชนิดหนึ่งที่แข่งบนสนามขรุขระและทรหด

RAM (แรม) *n.* หน่วยความจำแบบแรม, หน่วยความจำหลักของเครื่องคอมพิวเตอร์ในขณะใช้งานอยู่ ย่อมาจาก random-access memory (หน่วยความจำเข้าถึงโดยสุ่ม) หมายถึง เป็นหน่วยความจำที่สามารถเข้าถึงได้โดยตรงในทุกตำแหน่ง โดยไม่ต้องควานหาไปตามลำดับ จะเลือกให้สุ่ม ณ ตำแหน่งใดก็ตาม จะใช้เวลาเท่ากันหมด หน่วยความจำชนิดนี้ผู้ใช้สามารถใช้ได้ทั้งในการดึงข้อมูลออกมาและบันทึกข้อมูลลงไป คือดึง (อ่าน) ข้อมูลที่เก็บในนั้นมาใช้หรือบันทึก (เขียน) ข้อมูลใหม่ลงไป แต่ข้อมูลในแรมนี้จะหายไปหมดถ้ามีการปิดไฟ

ram (แรม) *n.* แกะตัวผู้, กลุ่มดาวแกะ, เครื่องกระทุ้ง, เครื่องกระแทก, เครื่องตอกเสาเข็ม, การยัดเยียดเรื่องราวลงในสมอง *-vt., vi.* **rammed, ramming** กระทุ้ง, ตอก, กระแทก, ยัด, ยัดเยียด, ดันอย่างแรง **-rammer** *n.* (-S. strike, cram) *-Ex. The car rammed the wall., The workmen rammed earth into the hole in the dam.*

Ramadan (แรมมะดาน', ราม-) *n.* เดือน 9 ของปฏิทินอิสลาม, การอดอาหารประจำอย่างเข้มงวดตั้งแต่

พระอาทิตย์ขึ้นจนพระอาทิตย์ตกที่กระทำในเดือนนี้ (-S. Ramazan)

ramble (แรม' เบิล) *vi., vt.* **-bled, -bling** เดินเที่ยว, เดินเตร่, เดินเล่น, ท่องเที่ยว, คุยเรื่อยเปื่อย, เขียนเรื่อยเปื่อย, ขึ้นเปะปะ, เลื้อยไปทั่ว *-n.* การเดินดังกล่าว (-S. wander, stroll, stray) *-Ex. The river rambled through the valley.*

rambler (แรม' เบลอะ) *n.* ผู้เดินเที่ยว, ผู้เดินเตร่, ผู้คุยหรือเขียนเรื่อยเปื่อย, สิ่งที่ขึ้นเปะปะ, กุหลาบเลื้อย

rambunctious (แรมบังคฺ' เชิส) *adj.* ควบคุมยาก, เตลิดเปิดเปิง, อึกทึกครึกโครม, พาล **-rambunctiously** *adv.* **-rambunctiousness** *n.*

rambutan (แรมบู' เทิน) *n.* เงาะ, ต้นเงาะ

ramekin, ramequin (แรม' มะคิน) *n.* ขนมปังเนยขนาดเล็ก, อาหารอบจานเล็ก

ramification (แรมมะฟิเค' ชัน) *n.* การแตกกิ่งก้านสาขา, กิ่งก้าน, สาขา, ลักษณะหรือปัญหาที่เกี่ยวข้อง, ผลลัพธ์ (-S. offshoot, branch, result)

ramify (แรม' มะไฟ) *vt., vi.* **-fied, -fying** แตกกิ่งก้านสาขา, แตกสาขา, ขยายสาขา

ramjet (แรม' เจท) *n.* เครื่องยนต์ไอพ่นพุ่งอัดที่ใช้หลักการฉีดเชื้อเพลิงเข้าไปในลำอากาศอัด

ramp (แรมพฺ) *n.* ผิวหน้าลาดที่เชื่อมระหว่างระดับ, ทางลาด, ด้านลาด, บันไดขึ้นลงเครื่องบิน, การยืนบนขาหลัง *-vi.* ยืนบนขาหลัง, ทำให้มีด้านลาด, กระโดดหรือพุ่งด้วยความโกรธ (-S. slope, incline)

rampage (แรม' เพจ, แรมเพจ') *n.* ความโมโหโทโส, พฤติกรรมที่รุนแรง, ความตึงตัง *-vi.* **-paged, -paging** แสดงออกด้วยความโมโหโทโส, วิ่งพล่าน, ตึงตัง, อาละวาด (-S. storm, rage) **-rampageous** *adj.* **-rampageously** *adv.* **-rampageousness** *n.* **-rampager** *n.*

rampant (แรม' เพินทฺ) *adj.* รุนแรง, ตึงตัง, อาละวาด, วิ่งพล่าน, แผลงฤทธิ์, ยืนบนขาหลัง **-rampancy** *n.* **-rampantly** *adv.* *-Ex. After the owners left; the weeds grew rampant in the lawn.*

rampart (แรม' พาร์ท, -เพอร์ท) *n.* เชิงเทิน, มูลดินหรือกำแพงดินสำหรับป้องกัน, ปราการ, ป้อม, เครื่องป้องกัน *-vt.* ป้องกันด้วยเครื่องดังกล่าว (-S. fort)

ramrod (แรม' รอด) *n.* ไม้กระทุ้งดินปืน, ไม้เขี่ยลำกล้องปืนให้สะอาด, คนที่ไม่ยืดหยุ่น

ramshackle (แรม' แชคเคิล) *adj.* โคลงเคลง, หลวม, จวนล้ม, ตามอำเภอใจ, ตามอารมณ์

ran (แรน) *vi., vt.* กริยาช่อง 2 ของ run

ranch (แรนชฺ) *n.* ฟาร์มปศุสัตว์, ทุ่งเลี้ยงปศุสัตว์, บุคคลที่ทำงานในฟาร์มปศุสัตว์ *-vi., vt.* ทำฟาร์มปศุสัตว์, ทำงานเลี้ยงปศุสัตว์

rancher (แรน' เชอะ) *n.* เจ้าของฟาร์มปศุสัตว์, ผู้ทำงานในฟาร์มปศุสัตว์

rancho (แรน' โช, ราน'-) *n., pl.* **-chos** บ้านของคนทำงานในฟาร์ม

rancid (แรน' ซิด) *adj.* เหม็นหืน, เหม็นตุๆ, เหม็นเน่า **-rancidity, rancidness** *n.* **-rancidly** *adv.*

rancour, rancor (แรง' เคอะ) *n.* ความเจ็บใจ, ความคับแค้นใจ, ความอาฆาตแค้น, ความเกลียดชัง **-rancorous** *adj.* **-rancorously** *adv.* (-S. enmity, malice)

rand (แรนดฺ) *n.* แถบหนังในรองเท้าบริเวณส้นเท้า, ที่ราบสูงริมแม่น้ำ, คันนา, คันดิน, ขอบ

R & D ย่อจาก research and development

random (แรน' เดิม) *n.* โดยการสุ่ม, ส่งเดช, ไม่เลือก, เป็นไปโดยบังเอิญ, ตามบุญตามกรรม, ตามโอกาส *-adj.* โดยการสุ่ม, ตามบุญตามกรรม **-at random** โดยการสุ่ม, ตามบุญตามกรรม **-randomly** *adv.* **-randomness** *n.* (-S. haphazard, chance, casual) *-Ex. Sombut wandered at random through the streets.*

random-access memory คำย่อคือ RAM ของคอมพิวเตอร์ เป็นหน่วยความจำเข้าถึงแบบสุ่ม

R and R, R & R, r & r ย่อจาก rest and recreation (relaxation), rest and recuperation, rock and roll

randy (แรน' ดี) *adj.* มีตัณหา, มีความใคร่ทางเพศ *-n., pl.* **-dies** หญิงปากร้าย

ranee (รา' นี) *n.* (ในอินเดีย) มเหสี, ราชินี, กษัตรี, เจ้าหญิงผู้ครองแผ่นดิน (-S. rani)

rang (แรง) *vi., vt.* กริยาช่อง 2 ของ ring[2]

range (เรนจฺ) *n.* แถว, แนว, ลำดับ, ช่องระยะ, ทิว, ทิวเขา, เทือกเขา, ขอบเขต, เขต, ระยะทางจากเป้าถึงอาวุธ, เขตทดลองขีปนาวุธ, วิถีกระสุน, วิถียิง, วิถีการบินหรือเดินเรือโดยไม่ต้องเติมเชื้อเพลิง, ค่าแตกต่างระหว่างตัวแปรน้อยที่สุดกับตัวแปรมากที่สุด,ตำแหน่งชั้น, ประเภท, การจัดลำดับ, บริเวณที่กว้างใหญ่ (โดยเฉพาะที่ใช้ในการปศุสัตว์) เตาขนาดใหญ่,กลุ่มค่าทางสถิติทั้งหมด *-adj.* ซึ่งให้สัตว์กินหญ้า (บนบริเวณที่กว้างใหญ่) *-v.* **ranged, ranging** *-vt.* จัดแถว (แนว ลำดับ), จัดเป็นระเบียบ, แบ่งเป็นประเภท, ทำให้ตรงแนว, แผ่อาณาเขต, ให้สัตว์เลี้ยงกินหญ้าบนบริเวณที่กว้างใหญ่, ตั้งวิถียิง *-vi.* ผันแปรภายในขอบเขตหนึ่ง, เปลี่ยนแปลงในช่วงหนึ่ง, ขยายออก, ครอบคลุม, อยู่ในลำดับ *-Ex. beyond the range of one's vision, within the range of possibility, a wide range of prices, mountain range, The colours ranged from dark to pale., Somchai ranged the boys according to height.*

ranger (เรน' เจอะ) *n.* เจ้าหน้าที่สำรวจของกรมป่าไม้, เจ้าหน้าที่เฝ้าป่าหรืออุทยาน, ผู้ท่องเที่ยว **-Ranger** ทหารเฉพาะกิจสำหรับสงครามกองโจรหรือการจู่โจมอย่างกะทันหัน

Rangoon (แรงกูน', แรน-) ชื่อเมืองหลวงและเมืองท่าของพม่า, ชื่อเดิมของกรุงย่างกุ้ง

rani (รา' นี) *n.* ดู ranee

rank[1] (แรงคฺ) *n.* ตำแหน่ง, ยศ, ชั้น, แถว, ขบวน, รูปขบวน, กองทหาร, ช่องแถวตามแนวนอนของกระดาน *-vt.* จัดขบวน, จัดแถว, จัดตำแหน่ง *-vi.* จัดขบวน (แถว ตำแหน่ง), ประจำตำแหน่งเฉพาะ, มีตำแหน่งสูงกว่า **-pull (one's) rank on** (คำสแลง) ใช้ตำแหน่งบีบบังคับหรือทำประโยชน์ (-S. position, standing, class) *-Ex. A corporal ranks lower than a sergeant., The students were ranked according to their marks., a rank of soldiers, the rank of colonel, the rank of monk, A*

R

major ranks above a captain., I rank low in my class.

rank² (แรงค) *adj.* เจริญงอกงามมากเกินไป, มีผลผลิตมากเกินไป, รกเป็นป่า, หนาแน่นเกินไป, มีกลิ่นเหม็น, มีกลิ่นหรือรสรุนแรงเกินไป, ก้าวร้าวมาก, หยาบคาย, ฉาวโฉ่, เต็มที่, อย่างชัดๆ, เต็มตัว **-rankly** *adv.* **-rankness** *n. -Ex. Vegetation is rank in the tropics., rank language, rank poison, That's a rank insult.*

ranking (แรง' คิง) *adj.* (ตำแหน่ง) อาวุโส, เป็นที่เคารพนับถืออย่างมาก, มีตำแหน่งหน้าที่เฉพาะ *-n.* ตัวอย่างรายชื่อบุคคลหรือสิ่งของที่จัดลำดับตามความสำคัญ

rankle (แรง' เคิล) *vi., vt.* **-kled, -kling** ทำให้คับแค้นใจ, ทำให้เจ็บใจ (**-S.** anger, annoy)

ransack (แรน' แซค) *vt.* ค้นหาทุกแง่ทุกมุม, ค้นหากระจุยกระจาย, ปล้นสะดม **-ransacker** *n.* (**-S.** search, scour, plunder, comb, strip, sack, loot)

ransom (แรน' เซิม) *n.* ค่าไถ่, ค่าไถ่ตัว, การไถ่ตัว, การไถ่เชลย, การไถ่บาป *-vt.* ไถ่, ไถ่ตัว, ไถ่บาป **-ransomer** *n.* (**-S.** liberation) *-Ex. The rich man paid a ransom of $10,000 to free his son from the kidnappers., The prince offered to ransom his men who were prisoners of the enemy., Her father ransomed her., The kidnappers ransomed her as soon as the money arrived.*

R

rant (แรนทฺ) *vi., vt.* พูดโผงผาง, พูดเอะอะ, คุยโว *-n.* การพูดโผงผาง, การพูดเอะอะ, การคุยโว, คำพูดลักษณะดังกล่าว, การบรรยายที่ยืดยาวโดยไม่มีความหมาย, การหาความสุขสำราญอย่างเต็มที่ **-ranter** *n.* **-rantingly** *adv.* (**-S.** rave)

rap (แรพ) *v.* **rapped, rapping** *-vt.* เคาะ, ตี, เคาะหรือตีเป็นจังหวะ, (คำสแลง) พูดโผงผาง พูดโพล่ง ด่าว่า ตำหนิ *-vi.* เคาะ, (คำสแลง) พูด คุย สนทนา *-n.* การเคาะ, การตี, เสียงเคาะ, เสียงตี, (คำสแลง) การด่าว่า การลงโทษ การคุย การพูด การสนทนา, ดนตรีป๊อปแบบหนึ่ง เป็นการพูดยาวนานของผู้ร้องคนหนึ่งๆ กับเสียงดนตรีประกอบ, ดนตรีจังหวะแรพ **-bum rap** การลงโทษสำหรับความผิดที่ไม่ได้กระทำ, เพลงชนิดหนึ่ง, (คำสแลง) การพูดคุย **-beat the rap** สามารถหลีกเลี่ยงการถูกลงโทษ **-take the rap** รับการลงโทษ **-rap on the knuckles** การตำหนิหรือการลงโทษที่ไม่รุนแรง **-rap out** พูดอย่างเฉียบขาด **-rapper** *n.* (**-S.** strike, hit) *-Ex. I heard a rap on my window., Dang rapped the desk to get attention.*

rapacious (ระเพ' เชิส) *adj.* โลภ, ละโมบ, ตะกละ, ช่วงชิง, แย่งชิง, ปล้นสะดม **-rapaciously** *adv.* **-rapacity, rapaciousness** *n.* (**-S.** greedy, voracious)

rape¹ (เรพ) *n.* การข่มขืนกระทำชำเรา, การช่วงชิง, การชิงทรัพย์, การร่วมประเวณีกับเด็กผู้หญิง *-v.* **raped, raping** *-vt.* ข่มขืนกระทำชำเรา, ช่วงชิง, ชิงทรัพย์ *-vi.* ข่มขืนกระทำชำเรา (**-S.** ravish, violate)

rape² (เรพ) *n.* พืชจำพวก *Brassica napus* ใช้เป็นอาหารหมูและสัตว์เลี้ยงอื่นๆ

rapid (แรพ' พิด) *adj.* เร็ว, รวดเร็ว, ว่องไว, ฉับพลัน, กะทันหัน *-n.* ส่วนของสายน้ำที่ไหลเชี่ยว **-rapidity, rapidness** *n.* **-rapidly** *adv.* (**-S.** swift, quick, fast) *-Ex. a rapid river*

rapid-fire (แรพ' พิด ไฟ' เออะ) *adj.* รวดเร็ว, ต่อเนื่องกันอย่างรวดเร็ว, เกี่ยวกับปืนยิงเร็ว

rapier (เร' เพียร์, เรพ' เยอะ) *n.* ดาบเล็กสำหรับแทง, กระบี่

rapine (แรพ' อิน) *n.* การปล้น, การปล้นสะดม, การฉกชิง, การชิงทรัพย์

rapist (เรพ' พิสทฺ) *n.* ผู้ข่มขืนกระทำชำเรา

rappel (แรเพล', ระ-) *n.* วิธีการไต่เขาลงจากที่ชันโดยการใช้เชือกผูกรอบตัวแล้วค่อยๆ หย่อนตัวลงมา *-vi.* **-pelled, -pelling** ลงเขาด้วยวิธีดังกล่าว

rapport (แรพอร์', ระ-) *n.* สายสัมพันธ์, ความสามัคคี, ความเห็นอกเห็นใจ, ไมตรีจิต

rapporteur (แรพพอร์เทอร์') *n.* ผู้ถูกกำหนดให้เขียนรายงานต่อที่ประชุมใหญ่

rapprochement (แรเพริชมาน') *n.* การสร้างสายสัมพันธ์, การสร้างไมตรีจิต

rapscallion (แรพสแคล' เยิน) *n.* คนพาล, คนสารเลว

rapt (แรพทฺ) *adj.* ใจจดใจจ่อ, (จิต) ครอบงำ, ลืมตัว, ยินดีอย่างมาก, ลิงโลดอย่างมาก (**-S.** absorbed) *-Ex. We listened to the organ in rapt silence.*

rapture (แรพ' เชอะ) *n.* ความปลาบปลื้มอย่างมาก, ความลืมตัว, ความยินดีอย่างเหลือล้น, การแสดงออกซึ่งความยินดีอย่างเหลือล้น **-rapturous** *adj.* **-rapturously** *adv.*

rare¹ (แรร์) *adj.* **rarer, rarest** หายาก, น้อย, บาง, เบาบาง, ไม่ค่อยมี, ไม่บ่อย, เลิศ, ประเสริฐ, น่าชมเชย **-rareness** *n.* (**-S.** uncommon) *-Ex. a rare event, a rare and precious stone, the rare atmosphere of high mountains*

rare² (แรร์) *adj.* **rarer, rarest** (เนื้อ) ต้มเล็กน้อย, กึ่งสุก **-rareness** *n.*

rare earth ออกไซด์ของธาตุ rare-earth metals

rare-earth elements, rare-earth metals (แรร์' เอิร์ธ') ธาตุโลหะที่มีเลขอะตอม (atomic numbers) 57-71

rarefy (แร' ระไฟ) *vt., vi.* **-fied, -fying** *vi.* ทำให้หายาก, ทำให้เบาบางลง, ทำให้บริสุทธิ์, กลายเป็นหายาก, กลายเป็นเบาบาง, กลายเป็นบริสุทธิ์ **-rarefaction** *n.* **-rarefactive** *adj.*

rarely (แร' ลี) *adv.* อย่างหายาก, ไม่บ่อย, ไม่ค่อยมี, ประเสริฐ (**-S.** seldom) *-Ex. Cats rerely neglect to clean themselves.*

rareripe (แร' ไรพฺ) *adj.* สุกเร็ว *-n.* ผลไม้ที่สุกเร็ว, ผักที่โตเร็ว

rarity (แร' ระที) *n., pl.* **-ties** สิ่งที่หายาก, ความหายาก, ความไม่ค่อยมี, ความประเสริฐ, ความเบาบาง (ของอากาศหรือก๊าซ) (**-S.** infrequency, treasure)

rascal (แรส' เคิล) *n.* คนพาล, อันธพาล, คนเสเพล, คนเลว, คนทุจริต, คนโกง *-adj.* ทุจริต, เลว, สารเลว, พาล, อันธพาล (**-S.** scoundrel, rogue, knave)

rascality (แรสแคล' ละที) *n., pl.* **-ties** ความพาล, นิสัยพาล, การกระทำที่เป็นอันธพาลหรือสารเลว

rascally (แรส' เคิลลี) *adj.* มีลักษณะของคนพาล, ทุจริต, เลว, สารเลว, พาล *-adv.* โดยมีลักษณะของคนพาล (ทุจริต)

rash[1] (แรช) *adj.* หุนหันพลันแล่น, ใจร้อน, ไม่รอบคอบ, ไม่ยั้งคิด, สะเพร่า **-rashly** *adv.* **-rashness** *n.* (-S. hasty, impetuous) *-Ex. Somsri regretted her rash decision.*

rash[2] (แรช) *n.* ผื่นบนผิวหนัง (เช่น ลมพิษ), การระบาด, การแพร่หลาย

rasher (แรช' เชอะ) *n.* แผ่นเนื้อบางสำหรับทอด, การเสิร์ฟแผ่นเนื้อดังกล่าว

rasp (ราสพฺ, แรสพฺ) *vt.* ถูด้วยตะไบหยาบ, ขูด, ครูด, ทำให้ระคายเคือง, เกิดเสียงการถูด้วยตะไบที่หยาบ *-vi.* ขูด, ครูด, ตะไบ, ทำให้เกิดเสียงการถูด้วยตะไบหยาบ *-n.* เสียงขูด, การขูด **-rasper** *n.* **-raspingly** *adv.* (-S. grate) *-Ex. The man rasped the horse's hoof.*

raspberry (แรซ' เบอร์รี, -แบ-) *n., pl.* **-ries** ผลไม้ลูกเล็กๆ รสเปรี้ยวจำพวก *Rubus*, ต้นไม้พุ่มที่ให้ผลไม้ดังกล่าว, การทำเสียงแสดงอาการดูถูก

Rasputin (แรสพู' ทิน) พระผู้มีอิทธิพลมากในราชสำนักของพระเจ้าซาร์นิโคลัสที่ 2 และพระนางซารินาอเล็กซานดรา

rat (แรท) *n.* หนู (สัตว์ในตระกูล Muridae), สัตว์ที่คล้ายหนู, ม้วนผมปลอม, (คำสแลง) คนทรยศ คนที่ทิ้งเพื่อนในยามยาก คนเนรคุณ ผู้สื่อข่าว *-v.* **ratted, ratting** *-vi.* (คำสแลง) ทรยศ เป็นนักข่าว, จับหนู *-vt.* ทำผมทรงกระเซิง **-smell a rat** สงสัยการทรยศ, สังสัย **-rats** (คำสแลง) คำอุทานแสดงความผิดหวัง ความรังเกียจหรืออื่นๆ

ratable (เรท' ทะเบิล) *adj.* ประเมินได้, ตีราคาได้, เป็นสัดส่วน, ต้องเสียภาษี (-S. rateable) **-ratably** *adv.*

rat-a-tat, rat-a-tat-tat (แรท' อะแทท, -แทท) *n.* เสียงเคาะ, เสียงรัว

ratchet (แรช' ชิท) *n.* เฟืองหรือเกลียวที่มีสปริงสับให้หมุนไปทางเดียว, ซี่เฟืองมีสปริงสับดังกล่าว, ซี่เฟืองกับเฟืองล้อที่มีสปริงสับให้หมุนไปทางเดียว, เฟืองล้อดังกล่าว

rate[1] (เรท) *n.* อัตรา, อัตราเปรียบเทียบ, อัตราค่าโดยสาร, อัตราความเร็ว, ค่าบรรทุก, ราคา, ทุน, ค่าใช้จ่าย, อัตราภาษีอากร, ค่าประกันภัย, ขั้น, ระดับ, ขนาด *-v.* **-rated, -rating** *-vt.* ประเมินค่า, ตีราคา, กะ, วางราคา *-vi.* มีค่า, ถูกประเมินค่า, มีตำแหน่งหรือขั้นสูงมาก, มีฐานะ **-at any rate** ทุกกรณี, อย่างน้อยที่สุดยังคง (-S. pace) *-Ex. at a rate of 40 miles an hour, at a great rate, at my ordinary rate, The rate for picking peaches has gone up., first-rate, Dang rated her low on reading skills.*

rate[2] (เรท) *vt., vi.* **-rated, -rating** ด่า, ดุด่า, ว่าด้วยความโกรธ, ต่อว่าอย่างรุนแรง (-S. scold)

rateable (เรท' ทะเบิล) *adj.* ดู ratable

rate of exchange อัตราแลกเปลี่ยนเงินตรา (-S. exchange rate)

ratepayer (เรท' เพเออะ) *n.* ผู้ชำระภาษี, ผู้ชำระค่าโดยสาร, ผู้ชำระค่าธรรมเนียม

rather (ราธ' เธอะ, แรธ'-) *adv.* ค่อนข้าง, ค่อนข้างจะ, ออกจะ, พอสมควร, อยากมากกว่า, ตรงกันข้าม, แน่นอนทีเดียว *-interj.* คำอุทานแสดงการยืนยัน

ratify (แรท' ทะไฟ) *vt.* **-fied, -fying** ให้สัตยาบัน, ยืนยัน, อนุมัติ**-ratification** *n.* (-S. corroborate, approve)

rating[1] (เรท' ทิง) *n.* การแบ่งแยกตามชั้น, ขั้น ยศหรือระดับ, ชั้น ขั้น ยศหรือระดับของบุคคล, อันดับของบริษัท, เปอร์เซ็นต์ผู้ชมหรือผู้ฟังของรายการหนึ่ง, ค่าที่บ่งบอก, การแบ่งแยกอัตราภาษี

rating[2] (เรท' ทิง) *n.* การด่า, การประณาม, การต่อว่าอย่างรุนแรง

ratio (เร' ชีโอ, -โช) *n., pl.* **-tios** อัตราส่วน, สัดส่วน, ความสัมพันธ์ระหว่างสองจำนวน, อัตราเปรียบเทียบ, ราคาเปรียบเทียบระหว่างทองคำกับเงิน (-S. relation, rate, proportion) *-Ex. The ratio of four to two is 4/2 or 2., There was a high ratio of boys to girls in the school.*

ratiocinate (แรชชีออส' ซะเนท) *vi.* **-nated, -nating** ให้เหตุผล, อนุมานอย่างมีเหตุผล **-ratiocination** *n.* **-ratiocinative** *adj.* **-ratiocinator** *n.*

ration (เร' ชัน, แรช'-) *n.* การปันส่วน, ปริมาณปันส่วน, ปริมาณที่แบ่งปัน, อาหารปันส่วน *-vt.* ปันส่วน, แบ่งปัน, แบ่งสันปันส่วน, ปันส่วนเครื่องบริโภค **-rations** เสบียง (-S. portion, dole, allot) *-Ex. Suger; coffee; meat; petrol and other articles are rationed in some countries during wartime., The doctor had an extra ration of petrol.*

rational (แรช' ชันเนิล) *adj.* มีเหตุผล, ตามเหตุผล, ด้วยเหตุผล, รู้จักเหตุผล, สามารถเข้าใจเหตุผล**-rationally** *adv.* (-S. reasonable, logical, sane) *-Ex. Dang is a rational being., His argument was rational until he lost his temper.*

rationale (แรชชะแนล') *n.* ข้อความแห่งเหตุผล, ข้อความเหตุผลแห่งหลักการ, พื้นฐานของเหตุผล

rationalism (แรช' ชันเนิลลิซึม) *n.* หลักการให้หรือใช้เหตุผล **-rationalist** *n., adj.* **-rationalistic** *adj.* **-rationalistically** *adv.*

rationality (แรชชะแนล' ละที) *n., pl.* **-ties** ความมีเหตุผล, ความชอบธรรม, ความสามารถในการจัดให้เข้าหลักเหตุผล

rationalize (แรช' ชันเนิลไลซ) *vt., vi.* **-ized, -izing** หาเหตุผลเข้าข้างตนเอง, จัดให้เข้าหลักแห่งเหตุผล, อธิบายด้วยหลักแห่งเหตุผล, แสดงออกเป็นหลักแห่งเหตุผล, ขจัดเครื่องหมาย √ ออกจากสมการหรือค่าของคณิตศาสตร์ **-rationalization** *n.* **-rationalizer** *n.*

ratline, ratlin (แรท' ลิน) *n.* เชือกเรือที่ผูกขวางเป็นบันไดเชือก

rat race (คำสแลง) กิจการที่เหน็ดเหนื่อย

ratsbane (แรทซฺ' เบน) *n.* ยาเบื่อหนู, ยาฆ่าหนู, สารประกอบไตรออกไซด์ของสารหนู

rattan (แรแทน', ระ-) *n.* หวาย, ต้นปาล์มจำพวก *Calamus* และ *Daemonorops*, ลำต้นของพืชดังกล่าวใช้ทำเครื่องหวายและไม้เท้า

ratter (แรท' เทอะ) *n.* สัตว์ที่ใช้จับหนู (เช่น แมวและสุนัขบางชนิด), (คำสแลง) คนทรยศ

rattle[1] (แรท' เทิล) *v.* **-tled, -tling** *-vi.* ส่งเสียงรัว (เอี๊ยดๆ กรอกแกรก แกร๊กๆ), เคลื่อนที่, วิ่ง, พูดอย่างรวดเร็ว, พูดฉอดๆ *-vt.* ทำให้เกิดเสียงรัวดังกล่าว, ขับรถเสียงดัง, (ลม) พัดเสียงดัง, ทำให้ยุ่งเหยิง, ทำให้วุ่น *-n.* เสียงรัวดังกล่าว, ของเด็กเล่นที่เขย่าเสียงรัว, เสียงหายใจที่ผิดปกติ **-rattle around in** อยู่หรือทำงาน (ในบ้านหรือที่ทำงาน) ที่ใหญ่เกินความจำเป็น

rattle[2] (แรท' เทิล) *vt.* **-tled, -tling** จัดให้มีเชือกโยงเป็นขั้นบันไดของเรือ

rattlebrain (แรท' เทิลเบรน) *n.* คนขี้คุยที่โง่ **-rattle-brained** *adj.* (-S. rattlepate)

rattler (แรท' เลอะ) *n.* งูกะปะ, คนปากจัด, (คำสแลง) ขบวนรถไฟที่เร็วกว่ารถบรรทุก, ผู้ส่งเสียงรัว, สิ่งที่ส่งเสียงรัว, เครื่องฝนอิฐ

rattlesnake (แรท' เทิลสเนค) *n.* งูหางกระดิ่ง *(Crotalus และ Sistrurus)*

rattletrap (แรท' เทิลแทรพ) *n.* สิ่งของที่ส่งเสียงดังหรือรัว (เช่น รถเก่าๆ ที่แล่นเสียงดัง)

rattling (แรท' ลิง) *adj.* ส่งเสียงรัว, ส่งเสียงกรอบแกรบ, (ภาษาพูด) ดียิ่ง มีชีวิตชีวา เร็ว *-adv.* (ภาษาพูด) มาก

rattrap (แรท' แทรพ) *n.* เครื่องดักหนู, กับดักหนู, เครื่องจับหนู, ที่อับจน, (ภาษาพูด) ที่สกปรกโกโรโกโส

ratty (แรท' ที) *adj.* **-tier, -tiest** เต็มไปด้วยหนู, คล้ายหนู, (คำสแลง) ขาดรุ่งริ่ง โกโรโกโส

R

raucous (รอ' เคิส) *adj.* เข้มงวด, เสียงห้าว, เสียงแหบแห้ง **-raucously** *adv.* **-raucousness** *n. -Ex. the raucous voice of the crow*

raunchy (รอน' ชี, ราน'-) *adj.* **-chier, -chiest** (คำสแลง) เลว, ต่ำกว่ามาตรฐาน, สะเพร่า, ลามกอนาจาร, เมาเหล้า **-raunchiness** *n.*

rauwolfia (รอวูล' เฟีย, เรา-) *n.* ชื่อสมุนไพรชนิดหนึ่ง

ravage (แรฟ' วิจ) *n.* การทำให้เสียหาย, การทำลาย *-vt., vi.* **-aged, -aging** ทำให้เสียหาย, ทำให้เกิดผลร้าย, ทำลาย, ปล้นสะดม **-ravager** *n.* (-S. ruin, destroy) *-Ex. Locusts ravaged the fields., the ravage of war*

rave (เรฟว) *v.* **raved, raving** *-vi.* พูดเพ้อเจ้อ, พูดคลั่ง, ชมเชยอย่างมาก, ทำให้เกิดเสียงรุนแรง *-vt.* พูดเหมือนคนบ้า *-n.* การพูดดังกล่าว, การชมเชยอย่างมากหรืออย่างฟุ่มเฟือย **-raver** *n.* (-S. go mad, storm) *-Ex. The sick man was raving with fever., Somsri was raving about the hero of the film.*

ravel (แรฟ' เวิล) *v.* **-eled, -eling/-elled, -elling** *-vt.* ทำให้ยุ่ง, ทำให้ติดพัน, ทำให้สับสน, แก้เชือกออก, คลายออก *-vi.* คลายออก, ปลดออก, ยุ่งเหยิง *-n.* ความยุ่งเหยิง, ความซับซ้อน **-raveler, raveller** *n. -Ex. The dress began to ravel at the sleeves.*

raveling, ravelling (แรฟ' เวลลิง, แรฟว' ลิง) *n.* สิ่งที่ติดพันกันยุ่ง

raven[1] (เร' เวิน) *n.* นกสีดำมีขนเป็นมันจำพวก *Corvus corax -adj.* ดำเป็นมัน

raven[2] (แรฟ' เวิน) *vi.* ปล้น, ปล้นสะดม, กินอย่างตะกละ, กินอย่างมูมมาม, ตะกละ *-vt.* แย่งชิง, ช่วงชิง *-n.* การปล้น, การปล้นสะดม, ของที่ถูกปล้น

ravening (แรฟ' เวินนิง) *adj.* ตะกละ, แย่งชิง, ช่วงชิง *-n.* ความตะกละ, การแย่งชิง, การช่วงชิง, ของที่ถูกปล้น

ravenous (แรฟ' วะเนิส) *adj.* ตะกละเป็นที่สุด, หิวที่สุด, อยากที่สุด **-ravenously** *adv.* **-ravenousness** *n.*

ravine (ระวีน') *n.* หุบเขาลึก (มักมีลำธาร), ห้วยลึก

raving (เร' วิง) *adj.* เพ้อ, คลั่ง, เป็นพิเศษ *-adv.* เพื่อทำให้เพ้อคลั่ง *-n.* การพูดเพ้อเจ้อ, การพูดคลั่ง

ravioli (แรฟวีโอ' ลี) *n.pl.* ชื่ออาหารอิตาลีชนิดหนึ่ง

ravish (แรฟ' วิช) *vt.* ชิง, ช่วงชิง, แย่งชิง, ข่มขืนกระทำชำเรา, เต็มไปด้วยอารมณ์, อิ่มเอิบ, ปีติ **-ravisher** *n.* **-ravishment** *n.*

ravishing (แรฟ' วิชิง) *adj.* มีเสน่ห์, ดึงดูดใจ, ทำให้หลงใหล **-ravishingly** *adv.*

raw (รอ) *adj.* ดิบ, ยังไม่ได้ต้ม, ยังไม่ได้เผา, ยังไม่ได้เสริมแต่ง, หยาบ, ไร้ประสบการณ์, ยังไม่ได้รับการฝึกฝน, ยังไม่คุ้น, (หนัง) ยังไม่ได้ฟอก, (แผล) สด, หนาวเหน็บ, เย็นแสบ, ยังไม่ได้ผสมให้เจือจาง, (ชายผ้า) ยังไม่ได้เย็บ, โหด, หยาบคาย, ต่ำช้า, (ภาษาพูด) ทารุณ ไม่ยุติธรรม *-n.* แผลถลอก **-in the raw** ในสภาพธรรมชาติ, เปลือย **-rawly** *adv.* **-rawness** *n. -Ex. raw meat, raw silk, raw spirits, raw materials, a raw beginner, a raw November morning*

rawboned (รอ' โบนด) *adj.* มีเนื้อน้อย, ผอมแห้ง, ผอมเห็นกระดูก

rawhide (รอ' ไฮด) *n.* หนังที่ยังไม่ได้ฟอก, แส้ที่ทำด้วยหนังดังกล่าว *-vt.* **-hided, -hiding** หวดหรือไล่ด้วยแส้

raw material วัตถุดิบ

ray[1] (เร) *n.* รังสี, เส้นที่ออกจากศูนย์กลางของแสงหรือความร้อนหรือพลังงานรังสีอื่นๆ, ส่วนหรือเส้นที่ออกเป็นรัศมีจากโครงร่างหนึ่ง, แฉก, แววแสง, แววแห่งความหวัง *-vi.* ปล่อยรังสี, ปล่อยรัศมี, ปล่อยออกเป็นรังสี *-vt.* ปล่อยรังสี, ทำให้ถูกรังสี, ทำให้มีเส้นรัศมี, ทำให้เป็นแฉก **-rayless** *adj.* **-raylike** *adj.* (-S. beam, spark, hint) *-Ex. a ray of light, alpha rays, starfish's rays, the rays of a daisy, The news brought a ray of hope.*

ray[2] (เร) *n.* ปลาตัวแบน, ปลากระเบน

rayon (เร' ออน) *n.* ไหมสังเคราะห์ชนิดหนึ่ง, สิ่งทอที่ทำจากใยสังเคราะห์นี้

raze (เรซ) *vt.* **razed, razing** รื้อถอน, ทำลายราบ, ลบล้าง, ขจัด (-S. ruin) *-Ex. The fire razed the building.*

razor (เร' เซอะ) *n.* มีดโกน, เครื่องโกนหนวดหรือขน

razorback (เร' เซอะแบค) *n.* ปลาวาฬจำพวกหนึ่ง, หมูป่าที่มีหลังเป็นสัน

razz (แรซ) *vt.* (คำสแลง) หยอกล้อ ล้อเล่น *-n.* (คำสแลง) เสียงแสดงอาการดูถูก

razzle-dazzle (แรซ' เซิล แดซ' เซิล) *n.* (คำสแลง) ความวุ่นวาย ความสับสนอลหม่าน

Rb สัญลักษณ์ของธาตุ rubidium

RC ย่อจาก Red Cross, Roman Catholic

rcd. ย่อจาก received ได้รับ

rcpt. ย่อจาก receipt ใบเสร็จรับเงิน

Re สัญลักษณ์ของธาตุ rhenium

re[1] (เร) *n.* เสียงดนตรีเสียงหนึ่งในจำนวน 7 เสียง

re² (รี, เร) *prep.* ในกรณี, ย่อจาก in re
re. ย่อจาก reference การอ้างอิง, rupee เหรียญรูปี
re- คำอุปสรรค มีความหมายว่า แก้, ตอบ, โต้ตอบ, ปฏิ-, อีก, หลัง, ท้าย, ไปข้างหลัง
reach (รีช) *vt.* ถึง, มาถึง, ไปถึง, บรรลุ, ยื่น, เอื้อม, เป็นจำนวนถึง *-vi.* ยื่น, เอื้อม, ครอบงำ, ไปถึง, ไปจรดกับ, เจาะทะลุ *-n.* การไปถึง, การบรรลุ, การยื่น, การเอื้อม, ขอบเขต, ระยะที่ไปถึง, ช่วงระยะทาง, ช่วงแขนของนักมวย, คันเชื่อมระหว่างส่วนหน้าของรถกับเพลาหลัง, ตอนตรงของแม่น้ำระหว่างส่วนโค้งสองส่วน **-reacher** *n.* (-S. extend to, touch, span)
react (รีแอคทฺ') *vi.* แสดงปฏิกิริยาโต้ตอบ, โต้ตอบ, ตอบสนอง, แสดงผลกระทบ, ต่อต้าน, คัดค้าน *-vt.* แสดงปฏิกิริยาทางเคมี (-S. respond) *-Ex. The patient reacted favourably to the treatment., Dang's bad manners will react against him in time.*
re-act (รีแอคทฺ') *vt.* กระทำอีก
reactance (รีแอค' เทินซฺ) *n.* การต้านไฟฟ้า, การต้านการนำไฟฟ้า, ความต้านทานของขดลวดที่มีการนำไฟฟ้ากระแสสลับ
reactant (รีแอค' เทินทฺ) *n.* ผู้โต้ตอบ, สิ่งโต้ตอบ, สารที่มีปฏิกิริยาทางเคมี
reaction (รีแอค' ชัน) *n.* ปฏิกิริยา, การโต้ตอบ, การตอบสนอง, ปฏิกิริยาทางเคมี, พวกหัวเก่า, กระบวนการเปลี่ยนแปลงทางเคมี **-reactional** *adj. -Ex. reactions among the audience, chain reaction, the ear's reaction to sound, a patient's reaction to a new medicine*
reactionary (รีแอค' ชะเนอรี) *adj.* เกี่ยวกับพวกฝ่ายขวา, ชอบให้เกิดปฏิกิริยาโต้ตอบ *-n., pl.* **-aries** สมาชิกฝ่ายขวา, ผู้ชอบการมีปฏิกิริยาโต้ตอบ (มีอีกชื่อว่า reactionist) (-S. die-hard, rightist)
reactivate (รีแอค' ทะเวท) *v.* **-vated, -vating** *-vt.* กระตุ้นอีก, ทำให้มีชีวิตชีวาอีก, ฟื้นฟู *-vi.* ทำให้มีสมรรถภาพเหมือนเดิม, กระตุ้นให้ออกฤทธิ์อีก **-reactivation** *n.*
reactive (รีแอค' ทิฟวฺ) *adj.* ซึ่งสามารถโต้ตอบได้ **-reactively** *adv.* **-reactivity** *n.* **-reactiveness** *n.*
reactor (รีแอค' เทอะ) *n.* บุคคลหรือสารที่มีปฏิกิริยาโต้ตอบ, อุปกรณ์ไฟฟ้าที่ทำให้เกิดการต้านทานการนำกระแสไฟฟ้าสลับ, เครื่องปฏิกรณ์, เครื่องต้านไฟฟ้า, คนไข้หรือสัตว์ที่มีปฏิกิริยาโต้ตอบสิ่งแปลกปลอม, เครื่องปฏิกรณ์นิวเคลียร์ เป็นเครื่องมือที่ผดุงไว้ซึ่งปฏิกิริยาลูกโซ่ของนิวเคลียร์ (nuclear fission) และในอัตราความเร็วที่ควบคุมไว้, ภาชนะขนาดใหญ่สำหรับใส่สารต่างๆ ให้มีกระบวนการปฏิกิริยาเคมีเกิดขึ้น
read¹ (รีด) *v.* **read** (เรด), **reading** (รีด' ดิง) *-vt.* อ่าน, อ่านหนังสือ, ดูหนังสือ, อ่านออกเสียง, อ่านในใจ, อ่านเข้าใจ, ดูเข้าใจ, เข้าใจความหมาย, ทำนาย, คาดการณ์, ศึกษาจากการอ่านหนังสือ, ดูนาฬิกา *-vi.* อ่าน, อ่านหนังสือ, อ่านข้อมูล *-n.* สิ่งที่ใช้อ่าน, การสะกดการอ่าน **-read someone a lecture/lesson** ตำหนิ (-S. decipher, peruse) *-Ex. to read a book, to read a thermometer, Samai will read the report to the class., to read riddles, to read a fortune, to read someone's intentions, reading-room, reading-matter*
read² (เรด) *vt., vi.* กริยาช่อง 2 และ 3 ของ read *-adj.* มีความรู้จากการอ่านหนังสือ, อ่านหนังสือมามาก
readable (รี' ดะเบิล) *adj.* อ่านได้ง่าย, อ่านเข้าใจง่าย, อ่านออกได้ **-readability, readableness** *n.* **-readably** *adv.*
readdress (รีอะเดรส') *vt.* แก้ที่อยู่ของจดหมาย, พูดอีกครั้ง
reader (รีด' เดอะ) *n.* ผู้อ่าน, ผู้ตรวจเรื่อง, ผู้อ่านพระคัมภีร์, หนังสือฝึกหัดการอ่าน, ผู้บรรยายหรืออาจารย์ผู้บรรยาย (โดยเฉพาะในบางมหาวิทยาลัยในอังกฤษ), ผู้ช่วยศาสตราจารย์, ผู้ทำนาย
readership (รีด' เดอะชิพ) *n.* จำนวนผู้อ่านทั้งหมด, หน้าที่ในฐานะผู้อ่าน
readily (เรด' ดะลี) *adv.* อย่างรวดเร็ว, อย่างฉับพลัน, โดยง่ายดาย, อย่างเต็มใจ *-Ex. Sombut readily come to my aid when I needed him., Kasorn can understand readily what she reads.*
readiness (เรด' ดีนิส) *n.* ความพร้อมเพรียง, ความพร้อมมูล, การเตรียมพร้อม, ความรวดเร็ว, ความฉับพลัน, ความง่ายดาย, ความเต็มใจ, ความยินยอม (-S. promptness, willingness) *-Ex. Everything is in readiness for the picnic., He shows a readiness to cooperate.*
reading (รีด' ดิง) *n.* การอ่าน, การอ่านออกเสียง, การพิจารณากฎหมายตามวิธีของรัฐสภา, ความรู้, การแปล, จำนวนตัวเลขที่อ่านได้จากอุปกรณ์ (เช่น จากปรอทวัดอุณหภูมิ), การอ่านบทละคร, การบรรเลงดนตรี *-adj.* เกี่ยวกับการอ่าน, ใช้สำหรับอ่าน (-S. perusal, interpretation) *-Ex. Reading is easy for Kasorn., extensive reading, reading desk*
readjust (รีอะจัสทฺ') *vt.* ปรับใหม่ **-readjustment** *n.*
readout (รีด' เอาทฺ) *n.* ข้อมูลที่ป้อนออกจากคอมพิวเตอร์, การเอาข้อมูลออกมาจากคอมพิวเตอร์ *-adj.* เกี่ยวกับเครื่องมือที่ให้ข้อมูลออกมา
ready (เรด' ดี) *adj.* **readier, readiest** พร้อม, เตรียมพร้อม, เสร็จ, รวดเร็ว, ทันที, ฉับพลัน, โน้มน้าว, ชอบ, มักจะ, คล่อง, สะดวก, ง่าย *-vt.* **readied, readying** เตรียมพร้อม *-n.* (the ready) เงินสด, ความพร้อมเพรียงที่จะใช้ **-make ready** เตรียมพร้อม, แต่งตัว *-Ex. Dinner is ready., I'm ready.*
ready-made (เรด' ดี เมด') *adj.* สำเร็จรูป, ทำไว้ล่วงหน้า, ทำเสร็จแล้ว, ตัดเสร็จแล้ว, ธรรมดา
ready-mix (เรด' ดี มิคซฺ) *adj.* เกี่ยวกับผลิตภัณฑ์ที่พอผสมน้ำแล้วก็ใช้ได้, เกี่ยวกับผลิตภัณฑ์ที่ผสมไว้ให้เสร็จแล้ว
ready-to-wear (เรด' ดี ทะ แวร์') *n.* เสื้อผ้าสำเร็จรูป *-adj.* เกี่ยวกับเสื้อผ้าดังกล่าว
reagent (รีเอ' เจินทฺ) *n.* สารเคมีที่ใช้ในการวิเคราะห์ทดลองและการสังเคราะห์ทางเคมี, ตัวกระทำ
real¹ (เรียล, รีล) *adj.* แท้, จริง, แท้จริง, โดยแท้, ไม่ปลอม, จริงใจ, เกี่ยวกับตัวเลขจริง (ไม่ใช่เศษส่วนหรือเลขผสม) *-adv.* มาก, อย่างมาก *-n.* (the real) สิ่งที่มี

R

อยู่จริง (-S. true, actual)
real² (เรียล) *n., pl.* **reals** ชื่อเหรียญเงินสมัยก่อนของสเปน
real³ (เรอาล') *n., pl.* **reis** เงินสมัยก่อนของโปรตุเกสและบราซิล
real estate ทรัพย์สิน (โดยเฉพาะที่ดิน) ที่ดินและโรงเรือน
realign (รีอะไลนฺ') *vt. vi.* จัดใหม่ **-realignment** *n.*
realism (รี' อะลิซึม) *n.* ความสนใจในความเป็นจริง, ลักษณะที่เหมือนจริง, การมองสิ่งต่างๆ ตามความเป็นจริง, ลัทธินิยมความจริง, ลัทธิเขียนตามความเป็นจริง, ลัทธิที่ว่าจักรวาลเป็นสิ่งที่มีตัวตนจริงๆ **-realist** *n.*
realistic (รีอะลิส' ทิค) *adj.* เกี่ยวกับความจริง, เป็นไปได้, เป็นจริง **-realistically** *adv.*
reality (รีแอล' ละที) *n., pl.* **-ties** ความเป็นจริง, สภาพที่เป็นจริง, การคล้ายของจริง, ของจริง, ความจริง, สิ่งที่เป็นอิสระจากสิ่งอื่นๆทั้งหมดและเป็นที่มาของสิ่งทั้งหลาย **-in reality** ตามความเป็นจริง, จริงๆ (-S. fact, truth) *-Ex. Samai doubted the reality of what he heard., reality of the society, objective reality*
realization (รีอะลิเซ' ชัน) *n.* การทำให้เป็นจริง, การตระหนักถึงความเป็นจริง
realize (รี' อะไลซฺ) *vt.* **-ized, -izing** เข้าใจ, สำนึก, ทำให้เป็นจริง, ทำให้สมปรารถนา, ทำให้บรรลุผล, เปลี่ยนเป็นเงินสดหรือเงิน, ได้กำไรหรือมีรายได้, ขายได้กำไร, เปลี่ยนทรัพย์สินหรือสินค้าให้เป็นเงินสด **-realizable** *adj.* **-realizer** *n.*
really (เรียล' ลี, รีล' ลี) *adv.* โดยแท้, โดยแท้จริง, โดยความเป็นจริง, จริงๆ, โดยจริงใจ *-interj.* คำอุทานแสดงความประหลาดใจ ความโกรธหรืออื่นๆ (-S. truly, genuinely)
realm (เรลมฺ) *n.* ราชอาณาจักร, อาณาจักร, บริเวณ, แผ่นดิน, ดินแดน, ขอบเขต, ปริมณฑล *-Ex. the realm of fancy, realm of freedom, realm of literature, the realm of science*
real number ตัวเลขที่แท้จริง (ไม่ใช่เศษส่วนและไม่ใช่เลขผสม)
Realtor (รี' เอิลเทอะ, -ทอร์) เครื่องหมายการค้าของนายหน้าธุรกิจหลักทรัพย์ที่เป็นสมาชิกของ the National Association of Realtors **-realtor** นายหน้าซื้อขายหลักทรัพย์, นายหน้าซื้อขายที่ดินและโรงเรือน, นายหน้าซื้อขายอสังหาริมทรัพย์
realty (รี' เอิลที) *n.* ที่ดินโรงเรือน, หลักทรัพย์, อสังหาริมทรัพย์
ream¹ (รีม) *n.* จำนวนมาตรฐานของกระดาษที่ประกอบด้วย 500 แผ่น (เมื่อก่อน 480 แผ่น) หรือ 516 แผ่น **-reams** (ภาษาพูด) จำนวนมาก
ream² (รีม) *vt.* ขยายให้ถึงขนาดที่ต้องการ, คว้านรูให้ใหญ่ขึ้น, คั้นน้ำผลไม้, (คำสแลง) หลอกลวง ด่า
reamer (รีม' เมอะ) *n.* เครื่องคว้านรู
reanimate (รีแอน' นะเมท) *vt.* **-mated, -mating** ทำให้มีชีวิตชีวา, ทำให้คืนชีพ, ฟื้นฟู **-reanimation** *n.*
reap (รีพ) *vt.* เก็บเกี่ยว, เก็บเกี่ยวข้าว, รับผลตอบแทน *-vi.* เก็บเกี่ยวข้าว, รางวัล (-S. cut, gather, get, win) *-Ex. Somchai did the work so he should reap the benefits.*
reaper (รี' เพอะ) *n.* เครื่องเก็บเกี่ยวข้าว, ผู้เก็บเกี่ยว, ผู้รับผลตอบแทน **-the Reaper, the Grim Reaper** พญามัจจุราชที่ถือมีดโค้ง, ความตาย
reapportion (รีอะพอร์' ชัน) *vt.* แบ่งสันปันส่วนอีก **-reapportionment** *n.*
reappraise (รีอะเพรซฺ') *vt.* **-praised, -praising** พิจารณาใหม่ **-reappraisal** *n.*
rear¹ (เรียร์) *n.* ข้างหลัง, ด้านหลัง, ส่วนหลัง, แนวหลัง, กองหลัง, ท้าย, ท้ายขบวน, ห้องส้วม, (คำสแลง) บั้นท้ายก้น *-adj.* หลัง, ท้าย **-bring up the rear** ตามหลัง, อยู่ท้าย (-S. back, hindmost) *-Ex. the rear of the car, Narong was at the rear of the building., They engaged the enemy in the rear., the rear end*
rear² (เรียร์) *vt.* เลี้ยง, เลี้ยงดู, อบรมสั่งสอน, เพาะปลูก, ก่อสร้าง, ตั้ง, สร้าง, ทำให้ม้าชูเท้าหน้าขึ้น *-vi.* (ม้า) ชูเท้าหน้าขึ้น, ชูศีรษะ, ชูขึ้น (-S. nurture) *-Ex. to rear a palace, Somchai reared his head., When the horse reared; he threw his rider.*
rear admiral นายพลเรือตรี
rearm (รีอาร์มฺ') *vt., vi.* ติดอาวุธใหม่, ติดอาวุธใหม่หรืออาวุธที่ดีขึ้น **-rearmament** *n.*
rearmost (เรีย' โมสทฺ) *adj.* หลังสุด, ท้าย
rearrange (รีอะเรนจฺ') *vt.* **-ranged, -ranging** จัดใหม่, ปรับปรุง **-rearrangement** *n.* *-Ex. Mother likes to rearrange the furniture.*
rearward, rearwards (เรีย' เวิร์ด, -เวิร์ดซฺ) *adj.* ไปทางหลัง, ทางหลัง *-adv.* ถอยหลัง
reason (รี' เซิน) *n.* เหตุผล, มูลเหตุ, สติสัมปชัญญะ, ความสำนึก, การพิจารณาที่ดี, จิตปกติ, ความพอควร, ความไม่บ้า *-vi.* คิดอย่างมีเหตุผล, ชี้แจงอย่างมีเหตุผล *-vt.* คิดอย่างมีเหตุผล, คิดคำนวณในใจ, สรุป, ชี้แจงเหตุผล **-by reason of** เพราะ **-in/within reason** มีเหตุผลเหมาะสม **-stand to reason** มีเหตุผล **-with reason** เหมาะสม, ถูกต้อง (-S. cause, motive, excuse, sanity, think, argue)
reasonable (รี' เซินนะเบิล) *adj.* เหมาะสม, มีเหตุผล, พอสมควร, ไม่เกินไป, ไม่แพงไป, ราคาพอสมควร **-reasonableness** *n.* **-reasonably** *adv.* (-S. sensible, rational, fair, just) *-Ex. a reasonable decision, reasonable size, reasonable price, amount*
reasoning (รี' เซินนิง) *n.* การมีเหตุผล, การคิดอย่างมีเหตุผล, การชี้แจงอย่างมีเหตุผล, การคิดคำนวณในใจ, เหตุผล, มูลเหตุ (-S. logic, thought)
reasonless (รี' เซินลิส) *adj.* ไร้เหตุผล, ไร้สติ, ไร้ความสำนึก **-reasonlessly** *adv.*
reassure (รีอะชัวร์') *vt.* **-sured, -suring** ทำให้วางใจใหม่, รับรองใหม่, ทำให้มั่นใจใหม่, ประกันใหม่ **-reassurance** *n.* **-reassuringly** *adv.*
reave¹ (รีฟวฺ) *vt.* **reaved/reft, reaving** ชิง, แย่งชิง, ช่วงชิง, ปล้น
reave² (รีฟวฺ) *vt.* **reaved/reft, reaving** ฉีก, ทำให้

R

แตก, พราก, แยก, ตัด

reb (เรบ) *n.* ย่อจาก rebel ทหารฝ่ายกบฏ

rebate (รี' เบท, ริเบท') *n.* เงินคืน, ส่วนลด, เงินลด, ส่วนหัก, เงินภาษีที่ต้องหักคืนให้ *-vt., vi.* **-bated, -bating** หักคืน, ให้ส่วนลด, ลดส่วน, หักออก, ทำให้ทู่, ทำให้ไม่คม

rebec, rebeck (รี' เบค) *n.* ชื่อเครื่องดนตรีประเภทซอแบบหนึ่งในสมัยกลาง

rebel (*n.* เรบ' เบิล, *v.* ริเบล') *n.* กบฏ, ผู้ก่อการกบฏ, ผู้ขัดขืน, ผู้พยศ, ผู้ก่อการจลาจล, ทหารฝ่ายใต้ของสงครามกลางเมืองในอเมริกา *-adj.* กบฏ, ขัดขืน, หัวรั้น, จลาจล, หัวดื้อ *-vi.* **-belled, -belling** ก่อการกบฏ, ขัดขืน, ต่อต้าน (-S. resist) *-Ex. the rebel army, her rebel spirit, Prisoners sometimes rebel and try to escape.*

rebellion (ริเบล' เยิน) *n.* การกบฏ, การก่อการกบฏ, การจลาจล, การก่อการจลาจล

rebellious (ริเบล' เยิส) *adj.* เป็นกบฏ, ซึ่งก่อการกบฏ, ซึ่งก่อการจลาจล, ขัดขืน, ทรยศ, พยศ, ไม่เชื่อฟัง **-rebelliously** *adv.* **-rebelliousness** *n.* (-S. defiant, mutinous) *-Ex. the rebellious officers, a rebellious child*

rebirth (รีเบิร์ธ', รี' เบิร์ธ) *n.* การเกิดใหม่, การเกิดอีก *-Ex. a rebirth of interest, the rebirth of flowers after a long winter*

reborn (รีบอร์น') *adj.* เกิดใหม่, เกิดอีก

rebound (ริเบานดฺ', รี' เบานดฺ) *vi.* กระโดดขึ้นอีกครั้งหนึ่ง, สะท้อนกลับ, เด้งกลับ, ดีดกลับ, ตอบสนอง *-vt.* ทำให้สะท้อนกลับ *-n.* การเด้งกลับ, การดีดกลับ, การตอบสนอง, ลูกบอลที่สะท้อนกลับ, การรับบอลที่เด้งกลับ, การกระโดดขึ้นใหม่, การตอบสนอง **-on the rebound** หลังการสะท้อนกลับ (-S. recoil, return) *-Ex. to catch a ball on the rebound*

rebuff (ริบัฟ') *n.* การบอกปัด, การปฏิเสธ, การหยุดยั้ง, การขับออก *-vt.* บอกปัด, ปฏิเสธ, หยุดยั้ง, ขับออก (-S. reject)

rebuild (รีบิลดฺ') *vt., vi.* **-built, -building** ซ่อมแซม, สร้างใหม่, ปรับปรุงใหม่, ทำให้คืนสภาพเดิม

rebuke (ริบิวคฺ') *vt.* **-buked, -buking** ดุ, ดุด่า, ต่อว่า, ประณาม, ตำหนิ, ว่ากล่าว *-n.* การดุ, การดุด่า, การด่า, การต่อว่า, การประณาม, การตำหนิ, การว่ากล่าว **-rebuker** *n.* (-S. reprove, reprimand) *-Ex. She rebuked the driver for his carelessness., The driver listened to her rebuke in silence.*

rebus (รี' เบิส) *n.* ปริศนาทายคำหรือวลีโดยใช้ภาพสัญลักษณ์ คำ วลีหรืออื่นๆ

rebut (ริบัท') *v.* **-butted, -butting** *-vt.* โต้แย้ง, พิสูจน์แย้ง, นำสืบหักล้าง, โต้กลับ *-vi.* โต้แย้ง, พิสูจน์หรือนำสืบหักล้าง **-rebuttable** *adj.*

rebuttal (ริบัท' เทิล) *n.* การโต้แย้ง, การพิสูจน์หรือนำสืบหักล้าง, หลักฐานหักล้าง, ข้อพิสูจน์หักล้าง

recalcitrant (ริแคล' ซิเทรินท) *adj.* ดื้อรั้น, พยศ, ดื้อดึง, ไม่เชื่อฟัง, ไม่อ่อนน้อม, หัวแข็ง, หัวรั้น *-n.* บุคคลที่มีลักษณะดังกล่าว **-recalcitrance, recalcitrancy** *n.* **-recalcitrantly** *adv.*

recalcitrate (ริแคล' ซิเทรท) *vt.* **-trated, -trating** ต้าน, ต่อต้าน, ฝ่าฝืน, ไม่เชื่อฟัง **-recalcitration** *n.*

recall (ริคอล', รี' คอล) *vt.* ระลึก, รำลึก, หวนคิด, เรียกกลับ, นำกลับ, เพิกถอน, ยกเลิก, ฟื้นฟู *-n.* การระลึก, การรำลึก, การเรียกกลับ, การนำกลับ, การเพิกถอน **-recallable** *adj.* (-S. remember)

recant (ริแคนทฺ') *vt., vi.* ถอนคำ, กลับคำ, กลับความเห็น, ประกาศเลิกนับถือ **-recantation** *n.* **-recanter** *n.*

recap (รีแคพ', รี' แคพ) *vt.* **-capped, -capping** ปะยางรถ *-n.* ยางรถที่ได้รับการปะ **-recappable** *adj.*

recapitulate (รีคะพิช' ชะเลท) *vt., vi.* **-lated, -lating** สรุปความ, สรุปรวบยอด, สรุป, บรรยายสรุป, กล่าวซ้ำ, กล่าวย้ำ (-S. summarize)

recapitulation (รีคะพิชชะเล' ชัน) *n.* การสรุปความ, การสรุปรวบยอด, การบรรยายสรุป, การกล่าวซ้ำหรือย้ำ, การวิวัฒนาการซ้ำ **-recapitulative, recapitulatory** *adj.*

recapture (รีแคพ' เชอะ) *vt.* **-tured, -turing** จับอีก, จับซ้ำ, ประสบอีก, ยึดกลับคืน, รำลึก, ระลึก *-n.* การจับอีก, การจับซ้ำ, การยึดกลับคืน, การจัดเก็บอีก, การจัดเก็บซ้ำ

recast (*v.* รีแคสทฺ', -คาสทฺ', *n.* รี' แคสทฺ, - คาสทฺ) *vt.* **-cast, -casting** สร้างใหม่, ปรับปรุงใหม่ *-n.* การทำดังกล่าว, แบบที่ทำขึ้นใหม่

recd., rec'd. ย่อจาก received

recede[1] (ริซีด') *vi.* **-ceded, -ceding** ถอย, ถอยห่าง, ถอยหลัง, ลด, ตกต่ำ, ล่าถอย, ห่างออก (-S. fall back) *-Ex. to watch the waves recede from the beach*

recede[2] (รีซีด') *vt.* **-ceded, -ceding** มอบคืน, ยอมคืน

receipt (ริซีท') *n.* ใบเสร็จรับเงิน, ใบเสร็จรับของ *-vt.* ระบุว่าได้รับ, ออกใบเสร็จรับของหรือเงิน, ประทับตรารับเงิน *-vi.* ออกใบเสร็จรับของหรือเงิน **-receipts** จำนวนหรือปริมาณที่ได้รับ, การได้รับ, สิ่งที่ได้รับ, รายรับ (-S. reception)

receivable (ริซี' วะเบิล) *adj.* รับได้, พึงรับได้, ซึ่งคอยรับใบเสร็จ, พึงเก็บได้ *-n.* receivables หลักทรัพย์ที่รับได้

receive (ริซีฟวฺ') *v.* **-ceived, -ceiving** *-vt.* รับ, ได้มาซึ่ง, ได้รับ, ต้อนรับ, ประสบ, ได้ประสบ, รับภาระ, รับเข้ามา, รับน้ำหนัก, ต้านไว้, รับฟัง, รับพิจารณา, ยอมรับความจริง, ยอมรับว่าถูกต้อง *-vi.* รับ, ยอมรับ, ต้อนรับ (-S. undergo, admit)

receiver (ริซี' เวอะ) *n.* ผู้รับ, อุปกรณ์รับสัญญาณหรือคลื่น, เครื่องรับวิทยุ, ผู้รักษาทรัพย์, ผู้พิทักษ์ทรัพย์ (ตามคำสั่งศาล), เจ้าหน้าที่พิทักษ์ทรัพย์, ผู้รับของโจร, ภาชนะ, ภาชนะเก็บของเหลวที่กลั่นได้, หม้อรับไอน้ำ *-Ex. Sombut was the receiver of the football award., an ash receiver*

receivership (ริซี' เวอะชิพ) *n.* การเป็นผู้พิทักษ์ทรัพย์, การเป็นผู้รับ, ฐานะการเป็นผู้รับ

recension (ริเซน' ชัน) *n.* ฉบับปรับปรุงใหม่, การปรับปรุงใหม่, การแก้ไขเพิ่มเติม

recent (รี' เซินท) *adj.* เมื่อเร็วๆ นี้, เมื่อไม่นาน, เกี่ยวกับยุคปัจจุบัน, เกี่ยวกับยุค Holocene **-recentness, recency** *n.* **-recently** *adv.* (-S. modern, fresh, new, late) *-Ex. recent events, of recent date*

R

receptacle (ริเซพ' ทะเคิล) *n.* ที่รองรับ, ภาชนะรองรับ, ที่เก็บ, ฐานดอกไม้

reception (ริเซพ' ชัน) *n.* การรับ, การรับรอง, การต้อนรับ, งานตอบรับ, การรับวิทยุ, การรับเข้า *-Ex. After the wedding there was a reception.*

receptionist (ริเซพ' ชันนิสทฺ) *n.* พนักงานต้อนรับ, เจ้าหน้าที่ต้อนรับ

receptive (ริเซพ' ทิฟว) *adj.* เกี่ยวกับการรับ, สามารถรับได้ดี, เต็มใจรับ, เกี่ยวกับประสาทหรืออวัยวะสัมผัส **-receptively** *adv.* **-receptiveness, receptivity** *n.*

receptor (ริเซพ' เทอะ) *n.* อวัยวะสัมผัส, เครื่องรับ, ตัวรับ, กลุ่มเซลล์ที่รับการกระตุ้น, ปลายประสาทสัมผัส

recess (ริเซส', รี' เซส) *n.* การหยุดพัก, การพักผ่อน, ช่วงระยะเวลาที่ศาลปิด, ช่วงระหว่างการปิดประชุม, การปิดภาคเรียน, เวิ้ง, อ่าว, ช่องหรือส่วนเว้าของกำแพง, ซอก, ที่ซ่อน, โพรง *-vt.* วางในซอกหรือช่อง, ใส่ในที่เร้นลับ *-vi.* พักผ่อน, หยุดพัก, ปิดภาคเรียน *-Ex. Parliament will be in recess until January., Congress recessed till December., Children play during recess., Dum's trunk is a recess in the bedroom wall.*

recession[1] (ริเซส' ชัน) *n.* การถอย, การถอน, ส่วนเว้าเข้าของกำแพงหรืออาคาร, ระยะซบเซาของธุรกิจ, การตกต่ำของราคา **-recessionary** *adj.*

recession[2] (รีเซส' ชัน) *n.* การคืนกรรมสิทธิ์กลับเจ้าของเดิม, การมอบคืน

recessional (ริเซส' ชันเนิล) *adj.* เกี่ยวกับการมอบคืน, เกี่ยวกับระยะเวลาที่ศาลปิด, เกี่ยวกับการหยุดพัก

recessive (ริเซส' ซิฟว) *adj.* ถอย, ถอยกลับ, เกี่ยวกับลักษณะกรรมพันธุ์ด้อย *-n.* ลักษณะกรรมพันธุ์ด้อย **-recessively** *adv.* **-recessiveness** *n.*

recharge (รี' ชาร์จ, รีชาร์จ') *vt., vi.* **-charged, -charging** อัดกระแสไฟใหม่, บรรจุใหม่, จู่โจมใหม่, ฟ้องร้องใหม่, กล่าวหาใหม่ *-n.* การอัดกระแสไฟฟ้าใหม่, การบรรจุใหม่, การจู่โจมใหม่, การฟ้องร้องใหม่, การกล่าวหาใหม่ **-rechargeable** *adj.* **-recharger** *n.*

recherché (ระเชอร์' เช, -เช') *adj.* ซึ่งเลือกไว้ด้วยความระมัดระวัง

recidivism (ริซิด' ดะวิซึม) *n.* การกระทำผิดจนติดนิสัย, การกระทำซ้ำจนติดนิสัย **-recidivist** *n., adj.* **-recidivistic, recidivous** *adj.*

recipe (เรส' ซะพี) *n.* ตำรับ, ตำรับยา, ใบสั่งแพทย์, วิธีปรุงอาหารหรือปรุงยา, วิธีการบรรลุเป้าหมาย, เคล็ดลับ, วิธีการ

recipient (ริซิพ' เพียนทฺ) *n.* ผู้รับ *adj.* ซึ่งรับได้ **-recipience, recipiency** *n.*

reciprocal (ริซิพ' ระเคิล) *adj.* ซึ่งกันและกัน, ต่างตอบแทนกัน, เป็นไปทั้งสองฝ่าย, ทำนองเดียว, (ไวยากรณ์) เกี่ยวกับความสัมพันธ์ร่วมกัน, ซึ่งแลกเปลี่ยนผลประโยชน์ต่อกันและกัน, หมู่ไปไก่มา, ในทิศทางที่เป็นมุม 180 องศากับทิศทางที่กำหนดให้, เกี่ยวกับจำนวนกลับกัน *-n.* สิ่งที่เป็นไปทั้งสองฝ่าย, การแลกเปลี่ยนกัน, หมู่ไปไก่มา, จำนวนเลขที่กลับกัน **-reciprocality** *n.* **-reciprocally** *adv.* (-S. mutual)

reciprocate (ริซิพ' ระเคท) *v.* **-cated, -cating** *-vt.* แลกเปลี่ยนกัน, ยื่นหมูยื่นแมว, รู้สึกต่างตอบแทนกัน, ทำให้เคลื่อนไปข้างหน้าและถอยหลังสลับกัน *-vi.* ตอบแทน, สนอง, ตอบสนอง, แลกเปลี่ยน, เคลื่อนไปมา **-reciprocation** *n.* **-reciprocative, reciprocatory** *adj.* **-reciprocator** *n.* (-S. retaliate, return, swap)

reciprocity (เรสซะพรอส' ซะที) *n., pl.* **-ties** ความสัมพันธ์ซึ่งกันและกัน, การแลกเปลี่ยน, การแลกเปลี่ยนผลประโยชน์, การค้าขายระหว่างประเทศที่แลกเปลี่ยนผลประโยชน์กัน

recision (ริซิช' ชัน) *n.* การยกเลิก, การเพิกถอน

recital (ริไซ' เทิล) *n.* การเล่นดนตรีเดี่ยว, การท่อง, การท่องให้ครูฟัง, การบรรยาย, การสาธยาย, การท่องอาขยาน, การอ่านออกเสียง **-recitalist** *n.* (-S. telling) *-Ex. The soldier's recital of his travels was exciting to the children., There was a piano recital yesterday.*

recitation (เรสซะเท' ชัน) *n.* การเล่นดนตรีเดี่ยว, การท่อง, การท่องให้ครูฟัง, บทเรียนท่องจำ, การบรรยายในห้องเรียน, การอ่านออกเสียง *-Ex. a recitation in spelling*

recitative (เรสซะทะทีฟว') *n.* ดนตรีหรือเพลงที่คั่นระหว่างการพูดกับการร้อง, การอ่านบรรเลง, บทเพลงดังกล่าว *-adj.* มีธรรมชาติหรือแบบดังกล่าว

recite (ริไซทฺ') *v.* **-cited, -citing** *-vt.* ท่อง, ท่องจำ, ท่องให้ครูฟัง, ว่าปากเปล่า, ท่องอาขยาน, อ่านออกเสียง, สาธยาย *-vi.* ท่องให้ครูฟัง **-reciter** *n.* (-S. tell, narrate) *-Ex. Narong recited the poem with good expression.*

reck (เรค) *vi., vt.* เป็นห่วง ระวัง, ระมัดระวัง, มีความสำคัญ, ยี่หระ, สนใจ, เป็นห่วง

reckless (เรค' ลิส) *adj.* ไม่สนใจ, ไม่ไตร่ตรอง, ใจร้อน, สะเพร่า, ไม่ยั้งคิด, ไม่ระวัง, บุ่มบ่าม **-recklessly** *adv.* **-recklessness** *n.*

reckon (เรค' เคิน) *vt.* นับ, คำนวณ, คิดคำนวณ, คิดบัญชี, ประเมิน, นับถือ, พิจารณา, คิด, *-vi.* นับ, คำนวณ, คิดบัญชี, คิด **-reckoner** *n. -Ex. Surin is reckoning the weeks before school breaks up., Dumrong is reckoned the best man for the job.*

reckoning (เรค' เคินนิง) *n.* การนับ, การคำนวณ, การคิดคำนวณ, การคิดบัญชี, การชำระบัญชี, การคำนวณตำแหน่งของเรือ, เวลาใช้เงิน (-S. count, score) *-Ex. a day of reckoning, the reckoning of a ship's position*

reclaim (ริเคลม') *vt.* หักร้างถางพง, บุกเบิก, ทำประโยชน์ที่ดิน, ทำให้ที่ดินใช้การได้, ทำประโยชน์จากของเสีย, ปรับปรุง, ปฏิรูป *-n.* การหักร้างถางพง, การทำประโยชน์, การปฏิรูป **-reclaimant, reclaimer** *n.* **-reclaimable** *adj. -Ex. Somchai reclaimed his pen at the lost-and-found office., to reclaim desert land by irrigation*

re-claim (รีเคลม') *vt.* เรียกร้องกลับ, เรียกคืน, เรียกร้องอีก

reclamation (เรคละเม' ชัน) *n.* การหักร้างถางพง, การบุกเบิก, การทำประโยชน์ในที่ดิน, การทำประโยชน์

จากของเสีย, การปรับปรุง *-Ex. the reclamation of land*

recline (รีไคลนฺ') *v.* **-clined, -clining** *-vi.* เอนไป ข้างหลัง, พิง, เอนกาย, หนุน, เอกเขนก *-vt.* ทำให้เอนไปข้างหลัง **-reclination** *n.* (-S. lean, rest) *-Ex. Anong reclined on the sofa.*

recliner (รีไคล' เนอะ) *n.* ผู้เอนกาย, เก้าอี้มีที่เอนกายข้างหลัง (-S. reclining chair)

recluse (เรค' ลูส, ริคลูส') *adj.* อยู่อย่างสันโดษ, ปลีกตัวจากสังคม, โดดเดี่ยว *-n.* ผู้อยู่อย่างสันโดษ,ผู้ปลีกตัวจากสังคม, ผู้อยู่โดดเดี่ยว **-reclusive** *adj.* (-S. hermit, solitary)

reclusion (ริคลู' ชัน) *n.* การอยู่อย่างสันโดษ, ชีวิตที่สันโดษ, การปลีกตัวจากสังคม

recognition (เรคเคิกนิช' ชัน) *n.* การจำได้, การจำแนกออก, การรู้จัก, การยอมรับ, การทักทาย, การแสดงว่าเห็นคุณค่า, การแสดงว่ารู้จัก, การแสดงความขอบคุณ **-recognitive, recognitory** *adj. -Ex. in recognition of your long services, His acting won early recognition from the critics., the United States recognition of China*

recognizable (เรค' เคิกไนซะเบิล) *adj.* ซึ่งยอมรับได้, ซึ่งจำได้ **-recognizably** *adv.* **-recognizability** *n.*

recognizance (ริคอก' นิเซินซฺ, -คอน' นิ-) *n.* การค้ำประกัน, หนังสือค้ำประกัน, เงินประกันที่มอบให้แก่ศาล, เงินประกัน, เงินค้ำประกัน, หลักฐาน, เครื่องแสดง, เหรียญหรือเข็มประดับ

recognize (เรค' เคิกไนซฺ) *vt.* **-nized, -nizing** จำได้, จำแนกออก, รู้จัก, ยอมรับ, ทักทาย, แสดงว่าเห็นคุณค่า, แสดงว่ารู้จัก, สำนึก **-recognizer** *n.*

recoil (ริคอยลฺ', รี' คอยลฺ) *vi.* ถอยหลัง, ล่าถอย, หดตัว, (ฟิสิกส์) เปลี่ยนแปลง momentum เนื่องจากการปะทะกับอะตอมหรือนิวเคลียสหรืออนุภาค *-n.* การถอยกลับ, การล่าถอย, การหดตัว, ระยะสะท้อนกลับของปืน, แรงสะท้อนกลับมาของปืน (-S. shrink, kick) *-Ex. Somsri recoiled at the sight of the accident.*

recoilless (ริคอยลฺ' ลิส) *adj.* ไม่ถอยกลับ, ไม่สะท้อนกลับ

recollect (เรคคะเลคทฺ') *vt.* ระลึก, จำได้, รำลึก, คิดคำนึง, หวนคิด *vi.* ระลึก, จดจำ *-Ex. Sombut recollected the days of his childhood.*

recollection (เรคคะเลค' ชัน) *n.* ความทรงจำ, ข้อรำลึก, เรื่องที่จำได้, เรื่องในความทรงจำ, ช่วงระยะเวลาที่จำได้, บันทึกความทรงจำ **-recollective** *adj.* (-S. memory, recall) *-Ex. The day you describe is beyond my recollection., School days were among his happiest recollections.*

recommend (เรคคะเมนดฺ') *vt.* แนะนำ, ชี้แนะ, เสนอแนะ, ฝากฝัง, มอบ, ทำให้อยากได้, ทำให้เป็นที่ดึงดูดใจ **-recommendable** *adj.* **-recommendatory** *adj.* **-recommender** *n.* (-S. counsel, advise)

recommendation (เรคคะเมินเด' ชัน) *n.* การแนะนำ, การชี้แนะ, การเสนอแนะ, จดหมายแนะนำ, เครื่องชี้แนะ, ข้อความแนะนำ (-S. proposal, praise) *-Ex. My recommendation helped her to get the job., the doctor's recommendation, to speak in recommendation of, letter of recommendation*

recommit (รีคะมิท') *vt.* **-mitted, -mitting** มอบหมายอีก, ส่งให้พิจารณาอีก, ผูกมัดอีก, กระทำผิดอีก **-recommitment, recommittal** *n.*

recompense (เรค' เคิมเพนซฺ) *vt.* **-pensed, -pensing** ตอบแทน, ชดเชย, ชดใช้, ตอบสนอง *-n.* การชดเชย, การชดใช้, ค่าชดเชย, ค่าชดใช้, รางวัล, ค่าตอบแทน *-Ex. a recompense for his sacrifice, to recompense losses, The bank was recompensed for the loan., Narong was recompensed for his good deeds.,* The company recompensed Dang for his leg injury.

reconcilable (เรคเคินไซ' ละเบิล) *adj.* ประนีประนอมกันได้, ปรองดองกันได้, คืนดีกันได้, ไกล่เกลี่ยได้ **-reconcilability** *n.* **-reconcilably** *adv.*

reconcile (เรค' เคินไซลฺ) *vt.* **-ciled, -ciling** ประนีประนอม, ไกล่เกลี่ย, ทำให้ปรองดองกัน, ทำให้คืนดีกัน, ทำให้ลงรอยกัน, ทำให้เชื่อมกัน (-S. conciliate) *-Ex. After weeks of argument; the two were finally reconciled., They reconciled their disputes., to reconcile one's promises with what he actually did, to reconcile two quarrelling persons*

reconciliation (เรคเคินซิลลีเอ' ชัน) *n.* การประนีประนอม, การไกล่เกลี่ย, การทำให้ปรองดองกัน, การทำให้คืนดีกัน, การทำให้ลงรอยกัน **-reconciliatory** *adj.* (-S. reconcilement, conciliation)

recondite (เรค' เคินไดทฺ, ริคอน' ไดทฺ) *adj.* ลึกซึ้งมาก, ลึกลับมาก, ซอกแซก, รู้จักกันน้อย, คลุมเครือ **-reconditely** *adv.* **-reconditeness** *n.* (-S. deep, occult, secret)

recondition (รีเคินดิช' ชัน) *vt.* ซ่อมแซม, สภาพดีขึ้น, ปรับปรุง

reconnaissance (ริคอน' นะเซินซฺ, -เซินซ) *n.* การลาดตระเวน, การสำรวจ, การรังวัดปักเขตคร่าวๆ, การสอดแนม, หน่วยลาดตระเวน, รถลาดตระเวน (-S. survey, scan)

reconnoitre, reconnoiter (เรคคะนอย' เทอะ, รีคะ-) *vt., vi.* **-tred, -tring** ลาดตระเวน, สอดแนม, สำรวจ, ตรวจสอบ **-reconnoitrer, reconnoiterer** *n.* (-S. survey) *-Ex. to reconnoiter an enemy's position*

reconsider (รีเคินซิด' เดอะ) *vt., vi.* พิจารณาใหม่, พิจารณาทบทวน, คิดใหม่, แปรญัตติใหม่ **-reconsideration** *n.* (-S. rethink)

reconstitute (รีคอน' สทะทูท, -ทิวทฺ) *vt.* **-tuted, -tuting** สร้างขึ้นใหม่ **-reconstitution** *n.*

reconstruct (รีเคินสทรัคทฺ') *vt.* สร้างใหม่, ก่อสร้างใหม่, ประกอบใหม่, ประกอบเรื่องจากข้อมูล, ฟื้นฟู **-reconstructive** *adj.* (-S. remodel)

record (*n., adj.* เรค' เคิร์ด, *v.* ริคอร์ด') *n.* บันทึก, การบันทึก, สำนวน, สิ่งที่บันทึกไว้, ประวัติ, ประวัติอาชญากรรม, เอกสาร, หลักฐานที่บันทึกหรือเก็บไว้, จานเสียง, แผ่นเสียง, เทปบันทึก *-vt., vi.* บันทึก, ลงบันทึก

R

recorder 708 **recuperate**

-adj. เป็นบันทึก, เกี่ยวกับบันทึก, ยอดเยี่ยม, ทำลายสถิติ, ดีกว่าคนอื่นๆ ทั้งหมด **-go on record** แสดงข้อคิดเห็นต่อสาธารณชน **-off the record** เป็นความลับ **-on (the) record** เป็นที่รู้กัน, ถูกบันทึกเอาไว้ (-S. account, history, register, enter)

recorder (ริคอร์ด' เดอะ) *n.* ผู้บันทึก, ผู้จดบันทึก, เครื่องบันทึก, เครื่องบันทึกเสียง, ขลุ่ยชนิดหนึ่ง, ผู้พิพากษาในบางเมืองของอังกฤษ

recording (ริคอร์ด' ดิง) *n.* การบันทึก, การจดบันทึก, การบันทึกเสียง, สิ่งที่บันทึกไว้, รายการบันทึกเสียง, จานเสียง, เทปบันทึกเสียง *-adj.* เกี่ยวกับการบันทึก

recordist (ริคอร์' ดิสทฺ) *n.* เจ้าหน้าที่บันทึกเสียง (โดยเฉพาะฟิล์มภาพยนตร์)

record player เครื่องเล่นจานเสียง, จานเสียง

recount[1] (*v.* รีเคานฺทฺ', *n.* รี' เคานฺทฺ) *vt.* นับอีก, นับใหม่, คำนวณใหม่, คิดใหม่ *-n.* การนับอีก, การนับใหม่, การคำนวณใหม่, การคิดใหม่ *-Ex. The defeated candidate demanded a recount of the votes.*

recount[2] (ริเคานฺทฺ') *vt.* บรรยาย, สาธยาย, เล่า, ระบุ (-S. narrate, describe, tell) *-Ex. Somchai recounted his adventures.*

recountal (ริเคานฺ' เทิล) *n.* การนับใหม่, การคำนวณใหม่, การบรรยายใหม่, การเล่นใหม่

R

recoup (ริคูพ') *vt.* หักกลบลบหนี้, เอาคืน, เอาทุนคืน, ชดใช้, ยึดถือบางส่วนเพื่อชำระหนี้ *-n.* การกระทำดังกล่าว **-recoupment** *n.* **-recoupable** *adj.*

recourse (ริคอร์ส', รี' คอร์ส) *n.* การขอความช่วยเหลือ, การหันไปพึ่งพาอาศัยหรือขอความช่วยเหลือ, สิทธิไล่เบี้ย, สิ่งที่หันไปขอความช่วยเหลือ

recover[1] (ริคัฟ' เวอะ) *vt.* เอากลับคืน, เอามาได้อีก, กู้, ค้นพบใหม่, พบอีก, คืนสภาพ, กลับอย่างเดิม, ทำให้คืนสภาพ, ทำให้กลับอย่างเดิม, ได้ค่าสินไหมชดเชย, ได้ค่าชดเชย, ไปถึง, แยกทองจากดิน *-vi.* คืนสภาพเดิม, หายเป็นปกติ, คืนสู่ท่าป้องกัน (การฟันดาบ การพายเรือ), ชนะคดี **-recoverable** *adj.* (-S. get better, restore, regain, recuperate, mend) *-Ex. The lost dog was recovered., It will take a long time for the sick man to recover., Dum recovered his health., Somsri recovered her lost purse., to recover one's appetite; co recover lost time, Dang quickly recovered from his fever., to recover damages*

recover[2] (รีคัฟ' เวอะ) *vt.* คลุมใหม่, ปกคลุมใหม่

recovery (ริคัฟ' เวอะรี) *n., pl.* **-eries** การเอากลับคืน, การเอามาได้อีก, การกู้, การคืนสู่สภาพเดิม, การฟื้นคืนเหมือนเดิม, สิ่งที่ได้คืนมา, การได้กรรมสิทธิ์กลับคืนมา, การคืนสู่ท่าป้องกัน (ของการฟันดาบ การพายเรือ) (-S. restoration, rally) *-Ex. the recovery of a lost umbrella, Dang made a rapid recovery from his losses.*

recovery room ห้องพักฟื้น, ห้องพักฟื้นหลังการผ่าตัด

recreant (เรค' รีเอินทฺ) *adj.* ขี้ขลาด, ตาขาว, ทรยศ, หักหลัง, ไม่ซื่อสัตย์, เนรคุณ *-n.* คนขี้ขลาด, คนทรยศ, คนหักหลัง **-recreance, recreancy** *n.* **-recreantly** *adv.*

recreate (เรค' รีเอท) *vt., vi.* **-ated, -ating** พักผ่อนหย่อนใจ, หาความบันเทิง, หาความสำราญ, ฟื้นฟูกายหรือจิต **-recreative** *adj.*

re-create (รีครีเอท') *vt.* **-ated, -ating** สร้างใหม่, ผลิต, ประกอบใหม่ **-recreation** *n.* **-recreative** *adj.*

recreation (เรครีเอ' ชัน) *n.* การหาความบันเทิง, การพักผ่อนหย่อนใจ, การหาความสำราญ, นันทนาการ, ความสราญใจ, เวลาแห่งการพักผ่อนหย่อนใจ **-recreational** *adj.* *-Ex. Football was his favourite recreation.*

recrement (เรค' ระเมินทฺ) *n.* ขยะ, ของที่ปราศจากค่า, ส่วนที่ไม่มีประโยชน์ **-recremental** *adj.*

recriminate (ริคริม' มะเนท) *vi.* **-nated, -nating** ฟ้องแย้ง, กล่าวหาแย้ง, ด่ากลับ **-recrimination** *n.* **-recriminative, recriminatory** *adj.*

recrudesce (รีครูเดส') *vi.* **-desced, -descing** ระบาดขึ้นอีก, ปะทุขึ้นอีก **-recrudescence** *n.* **-recrudescent** *adj.*

recruit (ริครูท') *n.* สมาชิกใหม่, ทหารใหม่ *-v.* **-cruited, -cruiting** *-vt.* เกณฑ์ทหารใหม่, จ้างคนใหม่, รับคนใหม่, จัดให้มีเสบียงใหม่ *-vi.* เกณฑ์ทหาร, ฟื้นฟูสภาพ, ฟื้นฟูกำลัง, บำรุง, จัดหาเสบียงใหม่หรือเพิ่มเติม **-recruitment** *n.* **-recruiter** *n.* *-Ex. to recruit young men for the navy*

rect. ย่อจาก receipt ใบเสร็จรับเงิน

rectal (เรค' เทิล) *adj.* เกี่ยวกับไส้ตรง **-rectally** *adv.*

rectangle (เรค' แทงเกิล) *n.* สี่เหลี่ยมมุมฉาก

rectangular (เรคแทง' กิวละ) *adj.* รูปคล้ายสี่เหลี่ยมมุมฉาก, มีมุมฉาก, เป็นมุมฉาก **-rectangularity** *n.* **-rectangularly** *adv.*

rectifier (เรค' ทะไฟเออะ) *n.* ผู้แก้ไข, ผู้ปรับ, เครื่องปรับ, เครื่องปรับกระแสสลับให้เป็นกระแสตรง, เครื่องทำให้ไอระเหยจับตัวเป็นหยดน้ำในเครื่องกลั่น

rectify (เรค' ทะไฟ) *vt.* **-fied, -fying** ทำให้ถูกต้อง, แก้ไขให้ถูกต้อง, ปรับให้ถูกต้อง, คำนวณให้ถูกต้อง, ทำให้บริสุทธิ์โดยการกลั่นซ้ำ, เปลี่ยนกระแสสลับให้เป็นกระแสตรง, หาความยาว (ของเส้นโค้ง) **-rectifiable** *adj.* **-rectification** *n.* (-S. correct, mend, amend) *-Ex. to rectify a mistake*

rectilineal, rectilinear (เรคทะลิน' เนียล, -เนียร์) *adj.* เป็นเส้นตรง, เกิดจากเส้นตรง, มีลักษณะเป็นเส้นตรง, เคลื่อนเป็นเส้นตรง **-rectilinearly** *adv.*

rectitude (เรค' ทะทูด, -ทิวดฺ) *n.* ความเที่ยงธรรม, ความถูกต้อง, ความยุติธรรม, ความมีศีลธรรม **-rectitudinous** *adj.*

recto (เรค' โท) *n., pl.* **-tos** หน้าขวามือของหนังสือ

rector (เรค' เทอะ) *n.* อธิการโบสถ์, เจ้าคณะเขตปกครองของโบสถ์โปรเตสแตนต์, อธิการบดีของมหาวิทยาลัย **-rectorial** *adj.* **-rectorate** *n.*

rectory (เรค' เทอรี) *n., pl.* **-ries** บ้านพักของ rector

rectum (เรค' เทิม) *n., pl.* **-tums/-ta** ไส้ตรง

recumbent (ริคัม' เบินทฺ) *adj.* นอนลง, เอกเขนก, พักผ่อน, พิง, หนุน, ขี้เกียจ, เกี่ยวกับส่วนที่เอนลงทางสิ่งอื่น **-recumbency, recumbence** *n.* **-recumbently** *adv.*

recuperate (ริคิว' เพอเรท, -คู'-, -พะเรท) *v.* **-ated,**

-ating *-vt.* ฟื้นคืน, พักฟื้น, กลับมีสภาพหรือกำลังเหมือนเดิม *-vi.* ทำให้ฟื้นคืน (สุขภาพ กำลัง แรง ฐานะทางเศรษฐกิจและอื่นๆ), กู้, เอาคืน **-recuperation** *n.* **-recuperative, recuperatory** *adj.* **-recuperator** *n.* (-S. recover, recoup)

recur (ริเคอร์') *vi.* **-curred, -curring** เกิดขึ้นอีก, กลับมาอีก, กำเริบ, เกิดเป็นความคิดขึ้นมาอีก, พิจารณาอีก, หยิบยกขึ้นมาอีก

recurrence (ริเคอร์' เรินซฺ) *n.* การเกิดขึ้นอีก, การกลับมาอีก, การกำเริบ, การหันกลับ, การหยิบยกขึ้นมาพิจารณาอีก

recurrent (ริเคอร์' เรินทฺ) *adj.* เกิดขึ้นอีก, ปรากฏบ่อยๆ, หันกลับ, กลับมาอีก, กำเริบ **-recurrently** *adv.* (-S. continued)

recurring decimal (ริเคอร์' ริง) เศษทศนิยมไม่รู้จบ

recurve (รีเคิร์ฟวฺ') *vt., vi.* **-curved, -curving** วกกลับ, ย้อนกลับ **-recurvation** *n.*

recusant (เรค' คิวเซินทฺ, ริคิว'-) *n.* ผู้ที่ไม่ยอมเชื่อฟังเจ้าหน้าที่ **-recusancy** *n.*

recycle (รีไซ' เคิล) *vt.* **-cled, -cling** ทำให้หมุนเวียน, นำมาใช้อีก, ทำให้นำมาใช้ประโยชน์ได้อีก **-recyclable** *adj.*

red (เรด) *n.* สีแดง, สิ่งที่มีสีแดง, สัตว์ที่มีขนแดง, นักกีฬาที่สวมเสื้อผ้าสีแดง, (ภาษาพูด) ผู้นิยมซ้ายจัด (โดยเฉพาะคอมมิวนิสต์) *-adj.* **redder, reddest** สีแดง, มีรอยแดง, (การเมือง) ซ้ายจัด, คอมมิวนิสต์ **-in the red** ขาดทุน, เป็นหนี้ **-see red** (ภาษาพูด) โกรธ **-redly** *adv.*

redact (ริแดคทฺ') *vt.* **-dacted, -dacting** เรียบเรียงใหม่, แก้ไข, ปรับปรุง, ตรวจทาน, ร่าง (ประกาศ ข้อความหรืออื่นๆ) **-redaction** *n.* **-redactor** *n.*

red blood cell เม็ดเลือดแดง (-S. red corpuscle)

red-blooded (เรด' บลัด' ดิด) *adj.* แข็งแรง, มีพลังมาก, ตื่นเต้นเร้าใจ

redbreast (เรด' เบรสทฺ) *n.* นก robin, ปลาน้ำจืดท้องแดงชนิดหนึ่ง

redbrick, red-brick (เรด' บริค) *adj.* เกี่ยวกับมหาวิทยาลัยอังกฤษในศตวรรษที่ 19 ขึ้นไป (ยกเว้นมหาวิทยาลัยออกซ์ฟอร์ดและเคมบริดจ์)

redcap (เรด' แคพ) *n.* พนักงานขนกระเป๋าตามสถานีรถไฟ, สารวัตรทหาร

red carpet พรมสีแดงสำหรับให้แขกเมืองผู้มีเกียรติเดิน เป็นการต้อนรับที่ให้เกียรติ, การต้อนรับอย่างสมเกียรติ **-red-carpet** *adj.*

redcoat (เรด' โคท) *n.* ทหารอังกฤษ (สมัยอเมริกาเป็นอาณานิคม)

Red Cross สภากาชาด

redden (เรด' เดิน) *v.* **-dened, -dening** *-vt.* ทำให้เป็นสีแดง, กลายเป็นสีแดง *-vi.* กลายเป็นสีแดง, หน้าแดง (ด้วยความโกรธ) (-S. blush)

reddish (เรด' ดิช) *adj.* ค่อนข้างแดง, มีสีแดง **-reddishness** *n.*

rede (รีด) *vt.* **reded, reding** แนะนำ, ให้คำปรึกษา, เตือน, อธิบาย *-n.* คำแนะนำ, คำปรึกษา, โครงการ, แผนงาน, นิยาย, เรื่องเล่า

redeem (ริดีม') *vt.* **-deemed, -deeming** ซื้อคืน, ไถ่ถอน, ไถ่, เอากลับคืนมา, ปลดเปลื้องหนี้, ชำระหนี้, กู้คืน, ใช้คืน, ได้คืนมา, แลกเปลี่ยน (พันธบัตร หลักทรัพย์ ใบหุ้น คูปอง) เป็นเงินสดหรือสินค้า, ชดเชย, ชดใช้, ปฏิบัติตามสัญญา, ไถ่บาป **-redeemable** *adj.* *-Ex. to redeem a mortgage, to redeem one's honour, to redeem one's obligation, to redeem a mistake, to redeem one's reputation by good deeds, to redeem a promise, An apology redeemed her rudeness., to redeem from sin, to redeem from captivity*

redeemer (ริดี' เมอะ) *n.* ผู้ไถ่ถอน, ผู้ซื้อคืน, ผู้ไถ่บาป **-Redeemer** พระเยซูคริสต์

redemption (ริเดมพฺ' ชัน) *n.* การซื้อคืน, การไถ่ถอน, การไถ่คืน, การเอากลับคืนมา, การปลดเปลื้องหนี้, การชำระหนี้, การกู้คืน, การไถ่บาป, การช่วยชีวิต, การชดใช้, การแลกเปลี่ยน (พันธบัตร หลักทรัพย์ ใบหุ้น คูปอง) เป็นเงินสดหรือสินค้า, การปฏิบัติตามสัญญา **-redemptive, redemptory, redemptional** *adj.*

redeploy (รีดีพลอย') *vt., vi.* **-ployed, -ploying** โยกย้ายกำลังคน, สับเปลี่ยนกำลังคน **-redeployment** *n.*

redevelop (รีดิเวล' เลิพ) *v.* **-oped, -oping** *-vt.* พัฒนาขึ้นใหม่ **-redeveloper** *n.* **-redevelopment** *n.*

red flag สัญลักษณ์การปฏิวัติ, สัญญาณอันตราย

Red Guard สมาชิกกลุ่มหนุ่มสาวจีนของหน่วยปฏิวัติวัฒนธรรมสมัยเหมาเจ๋อตุง สวมปลอกแขนสีแดงและถือหนังสือสีแดงเล็กๆ ของเหมาเจ๋อตุงเป็นสัญลักษณ์

red-handed (เรด' แฮน' ดิด) *adj., adv.* ซึ่งจับได้คาหนังคาเขา **-red-handedly** *adv.*

red hat หมวกสีแดงขอบกว้างของพระราชาคณะของนิกายโรมันคาทอลิก

redhead (เรด' เฮด) *n.* ผู้มีผมแดง, เป็ดจำพวก *Aythya americana* ตัวผู้มีหัวสีแดง

red herring ปลาเฮอริ่งชนิดรมควัน, สิ่งที่เบนความสนใจ, เรื่องหรือคำพูดที่เบนความสนใจ

red-hot (เรด' ฮอท') *adj.* ร้อนจนแดง, ตื่นเต้นมาก, กระตือรือร้นมาก, รุนแรงมาก, โกรธ, ใหม่, สด *-n.* (ภาษาพูด) ไส้กรอก *-Ex. a bit of red-hot news*

redintegrate (เรดอิน' ทะเกรท, ริดิน'-) *vt.* **-grated, -grating** ทำให้ทั้งหมดมีขึ้นอีก

redirect (รีดิเรคทฺ', -ได-) *vt.* **-rected, -recting** เปลี่ยนทางใหม่ **-redirection** *n.*

redistribution (รีดิสทระบิว' ชัน) *n.* การจัดสรรใหม่ **-redistributionist** *n.*

red lead สารพิษสีแดงอมส้มที่เป็นผงของ Pb_3O_4 ใช้ในการผลิตสี แก้ว ฯลฯ

red-letter (เรด' เลท' เทอะ) *adj.* (เหตุการณ์หรือวัน) ที่น่ารำลึกถึงหรือจดจำ

red light สัญญาณไฟจราจรสีแดงซึ่งมีความหมายว่าหยุด, คำสั่งให้หยุด, สัญญาณเตือนภัย

red-light district บริเวณที่อยู่ของโสเภณีในเมือง

R

red man อินเดียนแดง (เป็นการเรียกเชิงดูถูก)
red meat เนื้อสีแดง (เนื้อวัว เนื้อแกะและเนื้อลูกแกะ) ไม่ใช่เนื้อหมู เนื้อปลา เนื้อไก่หรือเนื้อลูกวัว
redneck, red-neck (เรด' เนค) *n.* ชาวนาผิวขาวที่ไม่มีการศึกษา (เป็นคำสแลงเชิงดูถูก)
redo (รีดู') *vt.* **-did, -done, -doing** ประดับใหม่
redolent (เรด' เดิลเลินทฺ) *adj.* มีกลิ่นน่าดม, มีกลิ่นหอม, หอมกรุ่น, ทำให้หวนระลึกถึง **-redolence, redolency** *n.* **-redolently** *adv.*
redouble (รีดับ' เบิล) *v.* **-bled, -bling** *-vt.* ทำให้เป็น 2 เท่า, ทำให้ใหญ่เป็น 2 เท่า, คูณด้วย 4 (ในการเล่นไพ่บริดจ์), เพิ่มทวี *-vi.* เพิ่ม 2 เท่า, เพิ่มทวี *-Ex. As he neared the finish line; the athlete redoubled his efforts.*
redoubt (ริเดาทฺ') *n.* ที่มั่นเป็นป้อมแหลม, ที่ซ่อนที่อยู่ชั้นใน, แนวป้องกัน, ที่มั่น
redoubtable (ริเดา' ทะเบิล) *adj.* น่าหวาดกลัว, น่านับถือ **-redoubtably** *adv.*
redound (ริเดานฺดฺ') *vi.* **-dounded, -dounding** มีผลต่อ, หันไปยัง, นำสู่
red pepper พริกจำพวก *Capsicum frutescens* และ *C. annum* ผลพริกมีหลายสี (สีแดง เหลืองและอื่นๆ), พริกป่นหรือ cayenne pepper
redress (*v.* ริเดรส', *n.* รี' เดรส) *vt.* **-dressed, -dressing** ทำให้ถูกต้อง, แก้ไข, ปรับปรุง, ชดเชย, ชดใช้ *-n.* การทำให้ถูกต้อง, การแก้ไข, การชดเชย, การชดใช้ **-redressable** *adj.* **-redresser, redressor** *n.* (-S. remedy, repair) *-Ex. There is no redress for loss of honour.*
re-dress (รีเดรส') *vt.* แต่งตัวใหม่
Red Sea ทะเลแดงอยู่ระหว่างแอฟริกาตะวันออกเฉียงเหนือและอาระเบียตะวันตกเชื่อมกับทะเลเมดิเตอร์เรเนียนทางคลองสุเอซ และเชื่อมกับมหาสมุทรอินเดียทางอ่าวเอเดน
red shift (ดาราศาสตร์) การเปลี่ยนแปลงความยาวคลื่นของคลื่นแสงจากกาแล็กซีต่างๆ เมื่อกาแล็กซีนั้นๆ เคลื่อนที่ห่างออกไปจากกาแล็กซีของเรา โดยจะเห็นเป็นสีแดงมากขึ้นเรื่อยๆ ถือเป็น Doppler effect อย่างหนึ่ง
redskin (เรด' สคิน) *n.* อินเดียนแดง (เป็นคำสแลงเชิงดูถูก)
red tape ระเบียบแบบแผนที่หยุมหยิมเกินไป, แถบโบว์แดงที่ใช้ผูกหนังสือราชการ, ระเบียบราชการ
reduce (ริดิวซฺ', -ดูซฺ') *v.* **-duced, -ducing** *-vt.* ทำให้น้อยลง, ลด, ย่อ, ทำให้หมด, ทด, ปรับปรุง, ทอน, ทำให้เบาบาง, ทำให้เจือจาง, แยกสลาย, รวบรวม, รวบยอด *-vi.* กลายเป็นลดลง **-reducibility** *n.* **-reducible** *adj.* **-reducibly** *adv.* (-S. diminish, lessen, debase)
reducer (รีดู' เซอะ) *n.* ผู้ทำให้ลด, ตัวทำให้ลด, น้ำยา (oxidizing solution) ที่ใช้ลดความเข้มข้นของฟิล์มเนกาทีฟ, น้ำยาล้างรูปถ่าย
reductio ad absurdum (ริดัค' ทีโอ แอด แอบเซอร์' เดิม, -ซีโอ-) การกลายเป็นความน่าขันหรือความไม่ได้เรื่อง, การสืบหาเหตุผลจนกลายเป็นเรื่องเหลวไหล

reduction (ริดัค' ชัน) *n.* การลดลง, การลดน้อยลง, การย่อ, การทำให้หด, การทด, การปรับปรุง, การทอน, การทำให้เบาบางลง, การทำให้เจือจาง, การเอาออกซิเจนออกจากออกไซด์, การเพิ่มไฮโดรเจนแก่สาร, การได้อิเล็กตรอนของสาร, การลดวาเลนซีของธาตุที่มีประจุบวกในสารประกอบ **-reductional** *adj.* (-S. decrease)
reductive (ริดัค' ทิฟว) *adj.* ลดลง, ลดน้อยลง, ย่อ, หด, เกี่ยวกับการเปลี่ยนจากแบบหนึ่งไปยังอีกแบบหนึ่ง **-reductively** *adv.*
reductor (ริดัค' เทอะ) *n.* เครื่องลดความกดดันหรืออัตราความเร็ว, ตัวทำให้คืนสู่รูปหรือสภาพเดิม, ดู reducer
redundancy (ริดัน' เดินซี) *n., pl.* **-cies** การมีเหลือเฟือ, การมีมากเกินไป, การใช้คำมากเกินไป, ความเหลือเฟือ, ความล้น, คำพูดซ้ำซาก (-S. redundance)
redundant (ริดัน' เดินทฺ) *adj.* เหลือเฟือ, มากเกินไป, มากเกินความจำเป็น, ใช้คำมากเกินไป, น้ำท่วมทุ่ง **-redundantly** *adv.* (-S. wordy, superfluous)
reduplicate (ริดู' พละเคท, -ดิว'-) *v.* **-cated, -cating** *-vt.* ทำซ้ำ, พูดซ้ำ *-vi.* ทำให้เป็น 2 เท่า **-reduplication** *n.* **-reduplicative** *adj.* **-reduplicatively** *adv.*
redwing (เรด' วิง) *n.* ชื่อพันธุ์นกสีแดงจำพวก *Turdus iliacus*
redwood (เรด' วุด) *n.* ต้นสนจำพวก *Sequoia sempervirens*
reecho, re-echo (รีเอค' โค) *vt., vi.* **-oed, -oing** สะท้อนกลับ, ดังสะท้อน *-n., pl.* **-echoes** เสียงสะท้อนของเสียงสะท้อน
reed (รีด) *n.* พืชหญ้าลำต้นตรงจำพวก *Phragmites* และ *Arundo*, พืชจำพวกกกหรืออ้อ, ขลุ่ย, ปี่, เพลงที่ร้องกับเครื่องดนตรีดังกล่าว, ลำแฝก, ไม้รวก
reeding (รี' ดิง) *n.* ลายร่อง, ลายนูน
reed instrument เครื่องดนตรีประเภทปี่และขลุ่ย
reed organ หีบเพลงประเภทชักชนิดหนึ่ง
reedy (รี' ดี) *adj.* **-ier, -iest** เต็มไปด้วยต้นกกหรือต้นอ้อ, คล้ายต้นกกหรือต้นอ้อ, มีเสียงคล้ายปี่หรือขลุ่ย, บอบบาง, อ่อนแอ **-reedily** *adv.* **-reediness** *n.*
reef[1] (รีฟ) *n.* หินโสโครก, โขดหินใต้น้ำหรือสูงขึ้นมาเกือบพ้นระดับน้ำทะเล, ทางแร่ **-reefy** *adj.*
reef[2] (รีฟ) *n.* ส่วนของใบเรือที่ชักลงได้เมื่อมีลมจัดเกินไป *-vt.* **reefed, reefing** ลดส่วนของใบเรือดังกล่าว
reefer (รี' เฟอะ) *n.* ผู้ลดใบเรือ, ผ้าคลุมขนาดสั้น, เสื้อคลุมที่ทำด้วยผ้าหนา, เสื้อคลุมติดกระดุมสองแถว, (คำสแลง) บุหรี่ยัดไส้กัญชา
reek (รีค) *n.* กลิ่นรุนแรงที่ไม่ชวนดม, กลิ่นเหม็น, ไอ, ควัน *-v.* **reeked, reeking** *-vi.* ดมกลิ่นดังกล่าว, เต็มไปด้วยกลิ่นดังกล่าว, ส่งกลิ่นเหม็นฟุ้ง, มีควันหรือไอกระจาย *-vt.* ใช้ควันอบ, ปล่อยควัน, ปล่อยไอ **-reeky** *adj.* **-reeker** *n.* *-Ex. the reek of burning tobacco, The kitchen reeked of gas because of a leak in a pipe.*
reel[1] (รีล) *n.* หลอด, หลอดด้าย, หลอดไม้รวก, รอกม้วน, เครื่องม้วน, จานม้วน, เครื่องปั่นด้าย, ปริมาณด้ายหรือเทปหรือฟิล์มต่อม้วน *-vt., vi.* **reeled, reeling** ม้วน, ปั่นด้าย **-reel off** พูดหรือเขียนหรือผลิตออกมา

อย่างรวดเร็วและง่ายดาย **-reelable** *adj.*

reel² (รีล) *v.* **reeled, reeling** *-vi.* หมุน, เคว้ง, โซเซ, วกเวียน, หมุนเวียน, รู้สึกเวียนศีรษะ *-vt.* ทำให้หมุน (เคว้ง โซเซ) *-n.* อาการหมุน (เคว้ง โซเซ) **-reeler** *n.* *-Ex. The room reeled before his eyes when he heard the great news.*

reel³ (รีล) *n.* การเต้นรำสนุกสนานแบบหนึ่งของสกอต-แลนด์, เพลงเต้นรำดังกล่าว

reelect, re-elect (รีอิเลคทฺ') *vt.* **-lected, -lecting** เลือกตั้งใหม่, เลือกตั้งอีก, เลือกตั้งซ่อม **-reelection** *n.*

reenforce, re-enforce (รีอินฟอร์ส', -โฟร์ส') ดู reinforce

reengineering (รีเอนจะเนียร์' ริง) *n.* การรื้อปรับระบบ

reenter, re-enter (รีเอน' เทอะ) *v.* **-tered, -tering** *-vi.* เข้าไปใหม่ *-vt.* บันทึกใหม่ **-reentrance** *n.*

reentry, re-entry (รีเอน' ทรี) *n., pl.* **-tries** การเข้าไปใหม่, การกลับเข้าไปอีก, การกลับเข้าสู่บรรยากาศโลก, การได้คืนมาซึ่งกรรมสิทธิ์

reeve¹ (รีฟว) *n.* ข้าราชการบริหารระดับหัวหน้าของเมือง, ผู้ควบคุมกรรมกรระบบศักดินา

reeve² (รีฟว) *vt.* **reeved/rove, rove/roven, reeving** ร้อยเชือก, ร้อยด้าย, ใช้เชือกหรือด้ายร้อยผ่าน, ผูกรอบ

reexamine, re-examine (รีอิกแซม' มิน) *vt.* **-ined, -ining** ตรวจสอบใหม่, สอบพยานใหม่ **-reexamination, re-examination** *n.*

refection (ริเฟค' ชัน) *n.* อาหารว่าง

refectory (ริเฟค' ทะรี) *n., pl.* **-ries** โรงรับประทานอาหาร

refer (ริเฟอร์') *v.* **-ferred, -ferring** *-vt.* อ้างถึง, อ้างอิง, พาดพิง, กล่าวถึง, เกี่ยวโยงไปถึง, ค้นหา (หลักฐาน พจนานุกรม), เสนอแนะ *-vi.* อ้างถึง, อ้างอิง, ถาม, ตรวจดู, ค้นดู **-referable, referrable, referrible** *adj.* **-referral** *n.* **-referrer** *n.* (-S. attribute, send, allude) *-Ex. The teacher referred us to the library for other books on Thailand., to refer to the dangers of crossing the road without taking care, to refer a patient to a specialist, to refer to that*

referee (เรฟฟะรี') *n.* ผู้ตัดสิน (มวย ฟุตบอล), คนกลาง, ผู้ชี้ขาด *-vt., vi.* **-eed, -eeing** ทำหน้าที่เป็นผู้ตัดสิน (-S. arbiter, judge, umpire) *-Ex. to referee a football game*

reference (เรฟ' เฟอเรินซฺ, เรฟ' เรินซฺ) *n.* การอ้างอิง, การอ้างถึง, การพาดพิง, หนังสืออ้างอิง, หนังสืออุเทศ, เครื่องหมายอ้างอิง, บุคคลที่อ้างถึง, ความสัมพันธ์, หลักฐาน, หลักฐานที่ผู้สมัครงานอ้างถึง *-vt.* **-enced, -encing** อ้างถึง, อ้างอิง **-referencer** *n.* **-referential** *adj.* **-referentially** *adv.* (-S. mention, direction, notation, source)

reference book หนังสืออ้างอิง

referendum (เรฟฟะเรน' เดิม) *n., pl.* **-dums/-da** ประชามติ, การลงประชามติ, คะแนนเสียงที่ประชาชนลง

referent (เรฟ' เฟอเรินท, ริเฟอ' เรินท) *n.* สิ่งที่อ้างอิง, เหตุการณ์ที่อ้างถึง,ข้อความแรกที่ข้อความต่อไปอ้างอิงถึง

refill (*v.* รีฟิล', *n.* รี' ฟิล) *vt., vi.* **-filled, filling** ใส่อีก, เติมอีก, บรรจุอีก, ปรุงตามใบสั่งยาอีก *-n.* สิ่งที่เติมเข้าไปใหม่ (เช่น ไส้ดินสอ) **-refillable** *adj.* *-Ex. Kasorn's fountain pen ran dry; and she had to refill it., He gave him a packet of new sheets of paper to refill it.*

refine (ริไฟนฺ') *v.* **-fined, -fining** *-vt.* ทำให้บริสุทธิ์, ซัก, ฟอก, กลั่น, สกัด, ขัดเกลา, ทำให้สุภาพเรียบร้อย *-vi.* กลายเป็นบริสุทธิ์, กลายเป็นสุภาพเรียบร้อย, ขัดเกลา **-refiner** *n.* *-Ex. to refine a metal, The tennis player refined his serve by practice.*

refined (ริไฟนฺดฺ') *adj.* สุภาพเรียบร้อย, ขัดเกลา, สละสลวย, ปราศจากสิ่งสกปรก, กลั่น, กรอง, ประณีต, ละเอียดลออ (-S. subtle) *-Ex. We use refined sugar., Somsri was not expensively dressed; but her manner and speech were refined.*

refinement (ริไฟนฺ' เมินทฺ) *n.* ความสุภาพเรียบร้อย, ความประณีต, ความสำรวย, ความละเอียดลออ, การทำให้บริสุทธิ์, การกลั่นกรอง, สิ่งที่ทำให้บริสุทธิ์แล้ว, สิ่งที่ขัดเกลาแล้ว (-S. elegance, subtlety) *-Ex. the refinement of metal, a lady of great refinement, The inventor introduced many refinements into the machine before it was put into use., refinements of logic*

refinery (ริไฟ' เนอรี) *n., pl.* **-eries** โรงกลั่น, โรงกลั่นน้ำมัน, โรงทำน้ำตาล, โรงงานสกัด

refit (*v.* รีฟิท', *n.* รี' ฟิท, รีฟิท') *vt., vi.* **-fitted, -fitting** ประกอบใหม่, สวมใหม่, เปลี่ยนโฉม, ข้อใหม่, ปรับปรุง, ตกแต่ง *-n.* การประกอบใหม่ (สวมใหม่) *-Ex. to refit a ship*

reflation (รีเฟล' ชัน) *n.* การเพิ่มเงินหมุนเวียน, การทำให้ภาวะเศรษฐกิจเพิ่มขึ้น

reflect (ริเฟลคทฺ') *v.* **-flected, -flecting** *-vt.* สะท้อนกลับ, ส่องกลับ, สะท้อนภาพให้เห็น, เป็นผลสะท้อนของ *-vi.* สะท้อนกลับ, ส่องกลับ, คิด, ครุ่นคิด, ไตร่ตรอง, ส่อให้เห็น, นำมาสู่ (ชื่อเสียง การตำหนิ) (-S. mirror, ponder) *-Ex. A mirror reflects light., The newspaper reflects public opinion.*

reflection (ริเฟลค' ชัน) *n.* การสะท้อนกลับ, การส่องกลับ, สิ่งที่สะท้อนกลับ, ภาพสะท้อน, แสงสะท้อน, ความร้อนที่สะท้อนกลับ, การครุ่นคิด, การไตร่ตรอง, การตำหนิ, การกล่าวหา, การพับกลับ, การงอกลับ **-reflectional** *adj.* (-S. thought, echo) *-Ex. We could see the reflection of the bridge in the lake., An echo is caused by the reflection of a sound., angle of reflection, A week's reflection led to a new project., the reflection of light, my reflection in a mirror*

reflective (ริเฟลค' ทิฟว) *adj.* ซึ่งสะท้อนกลับ, ซึ่งมีใจนึกถึง **-reflectively** *adv.* **-reflectiveness, reflectivity** *n.*

reflector (ริเฟลค' เทอะ) *n.* สิ่งที่สะท้อนแสง, กล้องส่องทางไกล, ความร้อน เสียง หรืออื่นๆ, สารที่ใช้ป้องกันการหนีหายของนิวตรอนจากแกนกลางของ reactor

reflex (*n., adj.* รี' เฟลคซฺ, *v.* ริเฟลคซฺ') *n.* ปฏิกิริยาโต้ตอบต่อสิ่งกระตุ้น, การสะท้อนกลับ, ภาพสะท้อน, สิ่งที่สะท้อนกลับ *-adj.* เกี่ยวกับปฏิกิริยาดังกล่าว, เป็นการ

R

R

โต้ตอบ, สะท้อนกลับ *-vt.* **-flexed, -flexing** ทำให้สะท้อนกลับ, หันกลับ, หมุนกลับ, พับกลับ **-reflexly** *adv.*

reflexive (ริเฟลค' ซิฟว) *adj.* สะท้อนกลับ, ส่งกลับ, เกี่ยวกับกริยาสะท้อนกลับ *-n.* กริยาสะท้อนกลับ เช่น himself, สรรพนามสะท้อนกลับ **-reflexively** *adv.* **-reflexiveness, reflexivity** *n.*

reflux (รี' ฟลัคซฺ) *n.* การไหลกลับ, กระแสน้ำลด, กระแสทวน

reforest (รีฟอร์' ริสทฺ, -ฟาร์'-) *vt., vi.* ทำให้เป็นป่าอีก, ปลูกป่าแทนป่าที่ถูกตัดหรือถูกไฟไหม้ **-reforestation** *n.*

reform (รีฟอร์ม') *vt., vi.* ปฏิรูป, เปลี่ยนรูป, ปรับปรุง, เข้าแถวใหม่, เข้ารูปแบบใหม่, แก้ไขใหม่, กลับเนื้อกลับตัว, ดัดนิสัย *-n.* การปฏิรูป, การเปลี่ยนรูป, การแก้ไขให้ดีขึ้น, การกลับเนื้อกลับตัว **-reformable** *adj.* **-reformative** *adj.* (-S. improvement, correct, improve, betterment, amend)

re-form (รีฟอร์ม') *vt., vi.* สร้างขึ้นใหม่

reformation (เรฟเฟอร์เม' ชัน) *n.* การปฏิรูป, การเปลี่ยนรูป, การปรับปรุง, การเข้าแถวใหม่, การกลับเนื้อกลับตัว, การแก้ไขใหม่, การดัดนิสัย **-the Reformation** การปฏิรูปศาสนาในศตวรรษที่ 16 ที่ทำให้เกิดนิกายโปรเตสแตนต์ขึ้น **-reformational** *adj.*

reformatory (ริฟอร์' มะทอรี) *adj.* ปฏิรูปหรือตั้งใจจะปฏิรูปให้ดีขึ้น *-n., pl.* **-ries** โรงเรียนดัดนิสัยหรือโรงเรียนดัดสันดาน (มีอีกชื่อว่า reform school)

reformed (ริฟอร์มดฺ') *adj.* กลับเนื้อกลับตัว **-Reformed** เกี่ยวกับโบสถ์นิกายโปรเตสแตนต์

reformer (ริฟอร์' เมอะ) *n.* ผู้ปฏิรูป, ผู้แก้ไข, ผู้ปรับปรุง, ผู้ดัดนิสัย **-Reformer** ผู้นำการปฏิรูปศาสนาคริสต์ในศตวรรษที่ 16 โดยแยกตัวออกเป็นนิกายโปรเตสแตนต์, ผู้เข้าร่วมการปฏิรูปรัฐสภาอังกฤษ (ค.ศ. 1831-1832)

refract (ริแฟรคทฺ') *vt.* ทำให้หักเห, หาค่าการหักเห **-refractive** *adj.* **-refractively** *adv.* **-refractivity, refractiveness** *n.*

refraction (ริแฟรค' ชัน) *n.* การเปลี่ยนทิศทางของแสง เสียง ความร้อนหรือรังสีเมื่อผ่านตัวกลางหนึ่งไปยังอีกตัวกลางหนึ่ง, การหักเหของแสง, การหาลักษณะและปริมาณความผิดพลาดของการหักเหแสงของนัยน์ตาและการแก้ไขด้วยเลนส์, ความสามารถของตาในการหักเหแสง ให้ภาพตกที่เรตินา

refractor (ริแฟรค' เทอะ) *n.* ผู้หักเห, สิ่งหักเห, เครื่องมือตรวจส่องตาเพื่ออำนวยการหักเห (แสง) ของตา, กล้องส่องทางไกล

refractory (ริแฟรค' เทอรี) *adj.* ดื้อ, ดื้อรั้น, รั้น, ดื้อดึง, ไม่ยอมอ่อนข้อ, ไม่อ่อนน้อม, หัวแข็ง, พยศ, (โรค) รักษายาก, ดื้อยา, ต้านโรค, หลอมยาก *-n., pl.* **-ries** สสารที่สามารถรักษาไว้ซึ่งรูปแบบของมันเมื่อถูกความร้อนสูง **-refractorily** *adv.* **-refractoriness** *n.* (-S. obstinate)

refrain[1] (ริเฟรน') *vi., vt.* ระงับ, ข่มจิต, กลั้น, ละเว้น, เลิก, หยุดยั้ง *-Ex. Please refrain from interrupting me.*

refrain[2] (ริเฟรน') *n.* (เพลงหรือบทกวี) ลูกคู่, บทลูกคู่, บทซ้ำ, บทรับ, ทำนอง

refrangible (ริแฟรน' จะเบิล) *adj.* หักเหได้, หักเหแสงได้ **-refrangibility, refrangibleness** *n.*

refresh (ริเฟรชฺ') *vt.* ทำให้มีชีวิตชีวา, ทำให้สดชื่น, กระตุ้นความจำ, ก่อไฟ, เติมพลัง, อัดแบตเตอรี่, ทำให้ฟื้นคืน *-vi.* ดื่มเครื่องดื่ม, กระปรี้กระเปร่า, สดใส, ฟื้นคืน **-refresher** *n.* (-S. revive, freshen) *-Ex. to be refreshed by rest and sleep, to be refreshed by food and drink*

refreshing (ริเฟรชฺ' ชิง) *adj.* ทำให้สดชื่น, ทำให้กระปรี้กระเปร่า, ร่าเริง, กระตุ้นจิต, กระตุ้นความจำ, เติมพลัง **-refreshingly** *adv.*

refreshment (ริเฟรชฺ' เมินทฺ) *n.* เครื่องดื่ม (สิ่งที่ทำให้สดชื่นหรือกระปรี้กระเปร่า (โดยเฉพาะเครื่องดื่มหรืออาหาร), การทำให้สดชื่นหรือกระปรี้กระเปร่า **-refreshments** อาหารว่าง (-S. food, drink, renewal, repair) *-Ex. Coffee and sandwiches were the refreshments served at the party., refreshment of mind and body, a refreshment to the tired audience*

refrigerant (ริฟริจ' เจอเรินทฺ) *adj.* ทำให้เย็นเยือก, ทำให้หนาวเยือก, ทำให้เย็น, ลดอุณหภูมิ, ลดไข้, เย็นชืด *-n.* สารที่ทำให้เย็นเยือก, สารลดอุณหภูมิ, ยาลดไข้

refrigerate (ริฟริจ' จะเรท) *vt.* **-ated, -ating** ทำให้เย็นเยือก, ทำให้เย็น, แช่เย็น (-S. chill, freeze, cool) **-refrigeration** *n.* **-refrigerative, refrigeratory** *adj.*

refrigerator (ริฟริจ' จะเรเทอะ) *n.* ตู้เย็น

reft (เรฟทฺ) *vt.* กริยาช่อง 2 และ 3 ของ reave *-adj.* ถูกขโมย

refuel (รีฟิว' เอิล) *v.* **-fueled, -fueling/-fuelled, -fuelling** *-vt.* เติมเชื้อเพลิงแก่ *-vi.* เติมเชื้อเพลิง

refuge (เรฟ' ฟิวจฺ) *n.* ที่หลบภัย, ที่ลี้ภัย, ที่ปลอดภัย, ที่พึ่ง, ที่ให้ความปลอดภัย, ร่มโพธิ์ร่มไทร *-v.* **-uged, -uging** *-vt.* ให้ที่หลบภัยแก่ *-vi.* หลบภัย, ลี้ภัย *-Ex. Daeng sought refuge from the storm in a near-by hut., Music was his refuge from his many cares.*

refugee (เรฟ' ฟิวจี, เรฟฟิวจี') *n.* ผู้ลี้ภัย, ผู้หลบภัย, ผู้หนีภัย

refulgent (ริฟัล' เจินทฺ) *adj.* ส่องสว่าง, ช่วงโชติ, เจิดจ้า, สุกปลั่ง **-refulgence, refulgency** *n.*

refund[1] (*v.* ริฟันดฺ', *n.* รี' ฟันดฺ) *vt., vi.* คืนเงินให้, ชำระกลับ, ชดใช้ *-n.* การคืนเงินให้, การชำระกลับ, การชดใช้, จำนวนที่คืนให้ **-refundable** *adj.* *-Ex.Please refund my payment on the dress.*

refund[2] (รีฟันดฺ') *vt.* ให้ทุนใหม่, ให้ทุนอีก, ทดแทนพันธบัตรเก่าด้วยพันธบัตรใหม่

refurbish (ริเฟอร์' บิชฺ) *vt.* ขัดสี, ขัดเงาใหม่, ทำให้ใหม่, จัดให้ใหม่ **-refurbishment** *n.*

refusal (ริฟิว' เซิล) *n.* การปฏิเสธ, การไม่ยอม, การบอกปัด, สิทธิในการบอกปัดหรือรับได้ก่อน, การเลือก (-S. rejection, denial) *-Ex. Our plans met with a refusal., refusal of an offer, flat refusal*

refuse[1] (ริฟิวซฺ') *v.* **-fused, -fusing** *-vt.* ปฏิเสธ, ไม่ยอม, บอกปัด, (ม้า) ไม่ยอมกระโดดข้าม, ไม่ยอมให้, ไม่ยอมรับสิทธิ *-vi.* ไม่ยอมรับ, ไม่ยอม **-refuser** *n.* (-S. decline, resist, reject)

refuse[2] (เรฟ' ฟิวซฺ, -ฟิวซฺ) *n.* ขยะ, ของเสีย, กาก, เดน,

refutation 713 **registrant**

สิ่งของที่ทิ้งแล้ว, เศษที่ใช้แล้ว *-adj.* ถูกทิ้ง, ทิ้งแล้ว, ไร้ค่า (-S. rubbish, trash)

refutation (เรฟฟิวเท' ชัน) *n.* การพิสูจน์ว่าไม่จริง, การโต้แย้ง, การหักล้าง, การลบล้าง, การปฏิเสธ (-S. refutal)

refute (ริฟิวทฺ') *vt.* **-futed, -futing** พิสูจน์ว่าไม่จริง, โต้แย้ง, หักล้าง, ลบล้าง, ปฏิเสธ **-refutable** *adj.* **-refutably** *adv.* **-refuter** *n.*

regain (ริเกน') *vt.* เอากลับมา, ได้คืน, เอาคืน, กู้, มีสติอีก, กลับไปสู่, ฟื้นสติ, มาถึงอีก *-Ex. to regain leadership, to regain the main road after a detour*

regal (รี' เกิล) *adj.* เกี่ยวกับกษัตริย์, เกี่ยวกับเจ้า, ราชา, โอ่อ่า, หรูหรา, สง่าผ่าเผย **-regally** *adv. -Ex. the regal power, regal descent, a regal feast*

regale (ริเกล') *v.* **-galed, -galing** *-vt.* ให้ความเพลิดเพลินสนุกสนานแก่, ทำให้ปีติยินดี, เลี้ยงต้อนรับด้วยอาหารอันโอชะ *-vi.* เลี้ยงต้อนรับ *-n.* การเลี้ยงต้อนรับด้วยอาหารอันโอชะ, อาหารหรือเครื่องดื่มอันโอชะ **-regalement** *n.* **-regaler** *n.* (-S. amuse) *-Ex. They regaled their friends with music and a banquet.*

regalia (ริเก' เลีย, -เกล' ยะ) *n. pl.* อำนาจสิทธิ์ขาดของกษัตริย์, เครื่องหมายหรือสัญลักษณ์ของกษัตริย์, ราชกกุธภัณฑ์, เครื่องหมายเหรียญตราแสดงตำแหน่งยศหรือขั้น, เสื้อผ้าอาภรณ์อันหรูหรา

regality (ริแกล' ละที) *n., pl.* **-ties** ความเป็นกษัตริย์, อำนาจสิทธิ์ขาดของกษัตริย์, ราชอาณาจักร

regard (ริการ์ด') *vt.* พิจารณา, ถือว่า, เห็นว่า, จ้องมอง, เอาใจใส่, นับถือ, เคารพ *-vi.* สนใจ, จ้องมอง *-n.* การอ้างอิง, ความสัมพันธ์, ความคิด, ความสนใจ, การมอง, การจ้องมอง, ความนับถือ, ความเคารพ, ไมตรีจิต **-regards** ความเคารพนับถือ, ความรัก, ความปรารถนาดี (-S. respect, notice, observe, consider, hold)

regardant (ริการ์ด' เดินทฺ) *adj.* มองกลับ, มองไปข้างหลัง, ระมัดระวัง

regardful (ริการ์ด' เฟิล) *adj.* ระมัดระวัง, เอาใจใส่, สนใจ **-regardfully** *adv.*

regarding (ริการ์ด' ดิง) *prep.* เกี่ยวกับ, ในเรื่อง

regardless (ริการ์ด' ลิส) *adj.* ไม่ระมัดระวัง, ไม่คำนึงถึง, ไม่เอาใจใส่, ไม่สนใจ *-adv.* อย่างไม่ระมัดระวัง, อย่างไม่เอาใจใส่, อย่างไม่คำนึงถึง **-regardlessly** *adv.* (-S. heedless, unmindful) *-Ex. Narong continued to criticize; regardless of her feelings., regardless of the consequences*

regatta (ริกาท' ทะ, ริแกท' ทะ) *n.* การแข่งเรือ, ประเพณีการแข่งเรือ (-S. boat race)

regency (รี' เจินซี) *n., pl.* **-cies** ตำแหน่งอำนาจของผู้สำเร็จราชการแผ่นดิน, การปกครองโดยผู้สำเร็จราชการ, ระยะเวลาของการเป็นผู้สำเร็จราชการแผ่นดิน, ดินแดนที่อยู่ภายใต้การปกครองของผู้สำเร็จราชการแผ่นดิน *-adj.* เกี่ยวกับเครื่องประดับบ้านของผู้สำเร็จราชการแผ่นดินฝรั่งเศสและอังกฤษ **-the Regency** (ประวัติศาสตร์อังกฤษ ค.ศ. 1811-1820) สมัยราชการแผ่นดินของ Prince of Wales ซึ่งต่อมากลายเป็นพระเจ้ายอร์จที่ 4, (ประวัติศาสตร์ฝรั่งเศส ค.ศ. 1715-1723) สมัยราชการแผ่นดินของพระเจ้าฟิลิป ดยุกแห่งออร์ลีนส์

regenerate (*v.* ริเจน' นะเรท, *adj.* -เนอริท) *v.* **-ated, -ating** *-vt.* ทำให้เกิดใหม่, สร้างใหม่, ให้ชีวิตใหม่, ทำให้มีพลังงานใหม่ *-vi.* ปฏิรูป, สร้างรูปแบบใหม่, เกิดใหม่ *-adj.* เปลี่ยนรูป, ปฏิรูป, เกิดใหม่ (จิตวิญญาณ) **-regeneracy, regenerateness** *n.* **-regenerately** *adv.* (-S. reform, recreate)

regeneration (ริเจนนะเร' ชัน) *n.* การเกิดใหม่, การสร้างใหม่, การซ่อมแซม, การฟื้นฟู, การเกิดใหม่ (จิตวิญญาณ), การชักจูงมาให้นับถือศาสนาใหม่

regenerative (ริเจน' นะเรทิฟว, -เนอระทิฟว) *adj.* เกี่ยวกับ regeneration, โน้มน้าวที่จะเกิด regeneration

regenerator (ริเจน' นะเรเทอะ) *n.* ผู้ให้กำเนิดใหม่, สิ่งที่ให้กำเนิดใหม่, เครื่องกำเนิดความร้อนจากกระแสไฟฟ้า, เครื่องกำเนิดความร้อนกลับอีก

regent (รี' เจินทฺ) *n.* ผู้สำเร็จราชการแผ่นดิน, อุปราช, ผู้ว่าการ, สมาชิกสภามหาวิทยาลัย, ข้าหลวง *-adj.* เกี่ยวกับผู้สำเร็จราชการแผ่นดิน, ปกครอง **-regentship** *n.*

reggae (เรก' เก) *n.* ดนตรีป๊อปชนิดหนึ่งที่มีกำเนิดจากจาเมกา

regicide (เรจ' จะไซด) *n.* การปลงพระชนม์กษัตริย์, ผู้ปลงพระชนม์กษัตริย์ **-regicidal** *adj.*

regime, régime (ระฉีม', เร-) *n.* ระบบการปกครอง, ระบอบการปกครอง, ระบบสังคม, กฎเกณฑ์ที่เคร่งครัดเกี่ยวกับการกิน การออกกำลังกาย หรือกิจกรรมอื่นๆ *-Ex. under the regime of king Rama V*

regimen (เรจ' จะเมิน) *n.* กฎเกณฑ์, หลัก, กฎเกณฑ์ที่เคร่งครัดเกี่ยวกับการกิน การออกกำลังกาย หรือกิจกรรมอื่นๆ, การปกครอง, ระบบการเมือง, รัฐบาล

regiment (*n.* เรจ' จะเมินทฺ, *v.* -เมนทฺ) *n.* กรมทหาร, กองทหาร, รัฐบาล *-vt.* จัดเป็นกรมหรือกองทหาร, บริหารอย่างเคร่งครัดโดยไม่เลือกหน้า **-regimental** *adj.* **-regimentally** *adv.* **-regimentation** *n. -Ex. The dictator regimented even the children., The people did not want to be regimented by the government., regimental commander*

regimentals (เรจจะเมนทฺ' เทิลซฺ) *n. pl.* เครื่องแบบของกรมกองทหาร

regina (ริไจ' นะ, -จี'-) *n., pl.* **reginae** ราชินี, ตำแหน่งราชินี **-reginal** *adj.*

region (รี' เจิน) *n.* บริเวณ, ส่วน, แถบ, ดินแดน, แคว้น, ภูมิภาค, เขตการปกครอง, ขอบเขต, ปริมณฑล **-regional** *adj.* (-S. area, place) *-Ex. the polar regions, region of the stomach, tropical regions, an industrial region, a dairy region, the region of politics*

register (เรจ' จิสเทอะ) *n.* การลงทะเบียน, การจดทะเบียน, ทะเบียน, สมุดทะเบียน, เจ้าหน้าที่ทะเบียน, บันทึก, เครื่องบันทึก, เครื่องรับจ่ายเงินสดโดยอัตโนมัติ (หรือ cash register), การทาบกันของกระบวนการพิมพ์สอดสี *-vt.* บันทึก, ลงทะเบียน **-registrable, registered** *adj.* (-S. record, enrol, indicate)

registrant (เรจ' จิสเทรินทฺ) *n.* ทหารกองเกิน, ผู้

R

ถูกขึ้นทะเบียน, ผู้ถูกจดทะเบียน

registrar (เรจ' จิสทรารฺ, เรจจิสทรารฺ') *n.* นายทะเบียน, พนักงานทะเบียน,บริษัทที่ทำหน้าที่จดทะเบียนหลักทรัพย์หรือใบหุ้น

registration (เรจจิสเทร' ชั่น) *n.* การจดทะเบียน, การลงทะเบียน, การขึ้นทะเบียน, การส่งไปรษณียภัณฑ์ที่ลงทะเบียน, สมุดจดทะเบียน, หนังสือรับรองการจดทะเบียน, วิธีการพิมพ์สอดสีให้เข้ากัน, การทาบกันของสีในการพิมพ์สอดสี

registry (เรจ' จิสทรี) *n., pl.* **-tries** การลงทะเบียน, การจดทะเบียน, การขึ้นทะเบียน, สำนักงานทะเบียน, สำนักงานจดทะเบียน, หอทะเบียน, สัญชาติเรือสินค้าที่จดทะเบียนไว้, สมุดจดทะเบียน, รายละเอียดของทะเบียนที่จดไว้

regius (รี' เจียส, -เจิส) *adj.* ศาสตราจารย์ (ในมหาวิทยาลัยอังกฤษ) ดำรงตำแหน่งที่ตั้งขึ้นโดยหรือขึ้นอยู่กับกษัตริย์

regnal (เรก' เนิล) *adj.* เกี่ยวกับการปกครองของกษัตริย์

regnant (เรก' เนินทฺ) *adj.* ซึ่งปกครอง, มีอำนาจ, มีอยู่ทั่วไป **-regnancy** *n.*

regorge (ริกอร์จ') *v.* **-gorged, -gorging** *-vt.* สำรอกออกมา, อาเจียน, กลืนเข้าไปอีก *-vi.* ไหลกลับอีก, วนกลับ, ทะลักออก

regress (*n.* รี' เกรส, *v.* ริเกรส') *n.* การถอยหลัง, การถอยกลับ, การถอยหลังเข้าคลอง, การเสื่อมถอย *-vi.* ถอยหลัง, ถอยกลับ, เสื่อมถอย, หวนกลับสู่ภาวะเดิม **-regressor** *n.*

regression (ริเกรช' ชั่น) *n.* การถอยหลัง, การถอยกลับ, การเสื่อมถอย, การหวนกลับไปสู่ภาวะเดิม

regressive (ริเกรส' ซิฟว) *adj.* ถอยหลัง, (อัตราภาษี) ลดน้อยตามสัดส่วนของฐานภาษีที่เพิ่มขึ้น **-regressively** *adv.*

regret (ริเกรท') *vt.* **-gretted, -gretting** เสียใจ, โทมนัส, สลดใจ *-n.* ความเสียใจ, ความรู้สึกเสียใจ, ความโทมนัส, ความสลดใจ **-(one's) regrets** การปฏิเสธการเชิญอย่างสุภาพ **-regretful** *adj.* **-regretfully** *adv.* **-regretfulness** *n.* **-regretter** *n.* (-S. deplore, repent, remorse, sorrow) *-Ex. to feel regret for, to have no regrets, I regret my mistakes., I regret (that) I am unable to accept your invitation.*

regrettable (ริเกรท' ทะเบิล) *adj.* น่าเสียใจ **-regrettably** *adv.*

regroup (รีกรูพ') *vt., vi.* จัดเป็นกลุ่มใหม่

regulable (เรก' กิวละเบิล) *adj.* ควบคุมได้, บังคับได้

regular (เรก' กิวเลอะ) *adj.* ปกติ, ธรรมดา, สามัญ, เป็นประจำ, สม่ำเสมอ, เป็นกิจวัตร, ตามกฎ, มีกฎเกณฑ์, มีระเบียบ, ตามระเบียบ, ตามแบบแผน, ถูกต้องตามกฎเกณฑ์, เกี่ยวกับทหารประจำการ, (กาแฟ) มีปริมาณปกติของนมหรือครีม *-n.* ลูกค้าประจำ, ทหารอาชีพ, ทหารประจำการ,สมาชิกพรรคที่ยึดถือนโยบายของพรรค, นักกีฬาที่เข้าร่วมแข่งประจำ, เสื้อผ้าที่มีขนาดเหมาะกับคนทั่วไป, พระ, นักบวช **-regularly** *adv.* **-regularity** *n.* (-S. symmetrical)

Regular Army กองทัพทหารประจำการที่ถาวรแห่งสหรัฐอเมริกา (-S. the United States Army)

regularize (เรก' กิวละไรซฺ) *vt.* **-ized, -izing** ทำให้เป็นปกติ **-regularization** *n.*

regulate (เรก' กิวเลท) *vt.* **-lated, -lating** ควบคุม, ดูแล, ปรับ, ทำให้เป็นระเบียบ, วางระเบียบ, กำหนด, บัญญัติ **-regulatory** *adj.* (-S. control, adjust, rule)

regulation (เรกกิวเล' ชั่น) *n.* กฎ, กฎข้อบังคับ, กฎเกณฑ์, ระเบียบ, ระบบ, การควบคุม, การดูแล, การปรับ, การทำให้เป็นระเบียบ *-adj.* ปกติ, ธรรมดา, เป็นประจำ, เป็นกิจวัตร

regulator (เรก' กิวเลเทอะ) *n.* ผู้ควบคุม, คนควบคุม, เครื่องควบคุม, ตัวปรับ, เครื่องปรับ, นาฬิกามาตรฐาน

Regulus, regulus (เรก' กิวเลิส) *n., pl.* **-luses/-li** ชื่อดาวยักษ์ในกลุ่มดาว Leo, กากโลหะหลอมที่ใต้เตาหรือถ้วยเผา, ผลิตผลไม่บริสุทธิ์จากการถลุงแร่

regurgitate (ริเกอร์' จะเทท) *v.* **-tated, -tating** *-vi.* ไหลกลับ *-vt.* ทำให้ไหลกลับ, ทำให้เคี้ยวเอื้อง **-regurgitation** *n.* **-regurgitant** *adj.*

rehabilitate (รีฮะบิล' ละเทท, รีอะ-) *vt.* **-tated, -tating** พักฟื้น, ทำให้สุขภาพกลับคืนสู่ปกติ, กู้ชื่อเสียง, กู้ฐานะ **-rehabilitation** *n.* **-rehabilitative** *adj.*

rehash (รีแฮช', รี' แฮช) *vt.* ปรับปรุงใหม่, ทำในรูปแบบใหม่ *-n.* การปรับปรุงใหม่, การทำในรูปแบบใหม่, สิ่งที่ได้รับการปรับปรุงหรือปฏิรูป

rehearsal (ริเฮอร์' เซิล) *n.* การซ้อม (บท ละคร การแสดง คำปราศรัยและอื่นๆ), การฝึกซ้อม, การบรรยาย

rehearse (ริเฮิร์ส') *v.* **-hearsed, -hearsing** *-vt.* ซ้อมทำ, ทดลอง, พูดถึง *-vi.* ฝึกซ้อม

Reich (ไรคฺ) *n.* อาณาจักร, ชาติ, จักรวรรดิ, First Reich จักรวรรดิโรมันอันศักดิ์สิทธิ์ ซึ่งถือเป็นจักรวรรดิเยอรมันที่ 1 ระหว่างปี ค.ศ. 962-1806, Second Reich จักรวรรดิเยอรมันระหว่างปี ค.ศ. 1871-1919, Third Reich ประเทศเยอรมนีสมัยนาซีระหว่างปี ค.ศ. 1933-1945

reify (รี' อะไฟ) *vt.* **-fied, -fying** ทำให้เป็นรูปธรรม **-reification** *n.*

reign (เรน) *n.* การปกครองโดยกษัตริย์, อำนาจการปกครอง, อำนาจครอบงำ, อิทธิพลครอบงำ *-vi.* มีอำนาจปกครองของกษัตริย์ปกครอง, มีอำนาจปกครองสูงสุด, มีอิทธิพลสูงสุด, ครอบงำ, มีอยู่ทั่วไป (-S. dominion) *-Ex. The king reigned over his people., England was prosperous during the reign of Queen Elizabeth I.*

reimburse (รีอิมเบิร์ส') *vt.* **-bursed, -bursing** ใช้เงินคืน, ชำระเงินคืน, ใช้เงินคืนที่ออกไปก่อน **-reimbursable** *adj.* **-reimbursement** *n.* (-S. repay)

rein (เรน) *n.* บังเหียน, เชือกบังเหียน, วิธีการควบคุม, เครื่องนำ *-vt.* ดึงบังเหียน, ระงับ, หยุดยั้ง, บังคับ, ควบคุม *-vi.* ดึงบังเหียนบังคับให้ม้าหยุด, หยุดยั้ง (-S. restraint, check) *-Ex. Keep a tight rein on your temper.*

reincarnate (รีอินคาร์' เนท) *vt.* **-nated, -nating** ให้สิงร่างใหม่, ให้จุติใหม่, ทำให้กลับชาติใหม่

reincarnation (รีอินคาเน' ชั่น) *n.* การสิงอยู่ใน

ร่างใหม่, การทำให้จุติใหม่, การกลับชาติใหม่

reindeer (เรน' เดียร์) *n., pl.* **-deer/-deers** กวางขนาดใหญ่จำพวก *Rangifer* ซึ่งมีเขาทั้งตัวผู้และตัวเมีย

reinforce (รีอินฟอร์ส') *vt.* **-forced, -forcing** เพิ่มกำลังใหม่, เสริมกำลัง, สนับสนุน, ทำให้แข็งแรง, ทำให้ได้ผลยิ่งขึ้น, เพิ่ม, เสริม **-reinforcer** *n.* (-S. strengthen)

reinforced concrete คอนกรีตเสริมเหล็ก

reinforcement (รีอินฟอร์ส' เมินทฺ) *n.* การเพิ่มกำลังใหม่, การเสริมกำลัง, การสนับสนุน, การทำให้แข็งแรง, สิ่งที่ใช้เสริมกำลัง, กองกำลังเสริม, กองกำลังสนับสนุน

reinstate (รีอินสเทท') *vt.* **-stated, -stating** นำกลับ, ใส่กลับ, คืนสิทธิ **-reinstatement** *n.* (-S. return) *-Ex. When he returned from his travels; they reinstated him as president of the club.*

reinsure (รีอินชัวร์') *vt.* **-sured, -suring** ประกันอีก **-reinsurance** *n.* **-reinsurer** *n.*

reiterate (รีอิท' ทะเรท) *vt.* **-ated, -ating** กล่าวซ้ำ, กระทำซ้ำ **-reiterative** *adj.* **-reiteratively** *adv.* **-reiteration** *n.* (-S. repeat) *-Ex. to reiterate a complaint*

reject (*v.* ริเจคทฺ', *n.* รี' เจคทฺ) *vt.* ปฏิเสธ, ทิ้ง, ไม่ยอมรับ, บอกปัด, อาเจียน, ละทิ้ง *-n.* คนหรือสิ่งที่ถูกปฏิเสธหรือบอกปัด **-rejectee** *n.* **-rejection** *n.* **-rejecter, rejector** *n.* **-rejective** *adj.* (-S. rebuff) *-Ex. Mother rejected all the buns that were burnt., The judges rejected the prioner's plea for pardon.*

rejoice (ริจอยซฺ') *v.* **-joiced, -joicing** *-vi.* ดีใจ, ยินดี, ปลื้มปีติ, รื่นเริง *-vt.* ทำให้ดีใจ, ทำให้ยินดี, ทำให้ปลื้มปีติ **-rejoicingly** *adv.* (-S. delight, gladden)

rejoicing (ริจอย' ซิง) *n.* ความดีใจ, ความยินดี, ความปลื้มปีติยินดี, ความรื่นเริง

rejoin[1] (รีจอยนฺ') *vt., vi.* รวมกันอีก, กลับมารวมกันอีก, ผนึกกันใหม่

rejoin[2] (ริจอยนฺ') *vt., vi.* ตอบ, โต้ตอบ, โต้แย้ง, แก้ฟ้อง (-S. respond)

rejoinder (ริจอยนฺ' เดอะ) *n.* การโต้ตอบ, คำโต้ตอบ, การโต้แย้ง, คำโต้แย้ง (-S. reply)

rejuvenate (ริจู' วะเนท) *v.* **-nated, -nating** *-vt.* ทำให้เป็นหนุ่มขึ้นอีก, ทำให้กลับเป็นหนุ่ม, ทำให้กระปรี้กระเปร่าขึ้นอีก, ฟื้นคืน, ทำให้กลับสู่สภาพเดิม **-rejuvenation** *n.* **-rejuvenator** *n.*

relapse (ริแลพซฺ', รี' แลพซ) *vi.* **-lapsed, -lapsing** กลับสู่สภาพเดิม, กลับทรุด, กำเริบใหม่, กลับสู่ความเลวเดิม *-n.* การกลับสู่สภาพเดิม, การกลับทรุด, การกำเริบใหม่, การกลับสู่ความเลวเดิม **-relapser** *n.* (-S. weaken, regress) *-Ex. The patient has had a relapse., to relapse into obscurity, Dang ran a little way; then relapsed into his usual stride.*

relate (ริเลท') *v.* **-lated, -lating** *-vt.* บอก, เล่า, บรรยาย, ทำให้มีความสัมพันธ์กัน, ทำให้เกี่ยวข้องกัน *-vi.* เกี่ยวข้อง, เกี่ยวดอง, สัมพันธ์, สอดคล้อง, เป็นญาติกัน **-relatable** *adj.* **-relater** *n.* (-S. tell, narrate) *-Ex. Heat and volume of a gas are related., Many experts think that crime relates to slums.*

related (ริเล' ทิด) *adj.* สัมพันธ์กัน, เกี่ยวดองกัน, เป็นญาติกัน, เชื่อมกัน **-relatedness** *n.* (-S. associated) *-Ex. Reading and writing are related subject.*

relation (ริเล' ชัน) *n.* ความสัมพันธ์, ความเกี่ยวข้องกัน, ความเกี่ยวดองกัน, ญาติ, เครือญาติ, การบรรยาย, เรื่องราว

relational (ริเล' ชันเนิล) *adj.* เกี่ยวกับความสัมพันธ์, เกี่ยวกับเครือญาติ

relationship (ริเล' ชันชิพ) *n.* ความสัมพันธ์, ความเกี่ยวพัน, ความเกี่ยวดอง, ความเป็นญาติกัน, ความเกี่ยวข้องกัน (-S. connection)

relative (เรล' ละทิฟวฺ) *n.* ญาติ, ญาติพี่น้อง, เครือญาติ, สิ่งที่มีความสัมพันธ์กัน *-adj.* สัมพันธ์กัน, เกี่ยวดองกัน, เกี่ยวข้องกัน **-relativeness** *n.*

relatively (เรล' ละทิฟวฺลี) *adv.* ค่อนข้าง *-Ex. In his town; Somchai was considered relatively rich.*

relativity (เรลละทิฟว' วะที) *n.* ความสัมพันธ์, (ฟิสิกส์) ทฤษฎีสัมพัทธภาพของไอน์สไตน์ที่เกี่ยวกับการเคลื่อนที่ (motion) ว่าช่องว่าง (space) และเวลา (time) มีความสัมพันธ์กัน ทฤษฎีนี้แบ่งออกได้เป็น 2 ทฤษฎีคือ (1) ทฤษฎีเกี่ยวกับการเคลื่อนที่เป็นแบบเดียว (special (หรือ restricted) theory of relativity) (2) ทฤษฎีที่เกี่ยวกับแรงศูนย์ถ่วง (general theory of relativity)

relator (ริเลท' เทอะ) *n.* ผู้บอก, ผู้เล่า, ผู้บรรยาย

relax (ริแลคซฺ') *vt.,* ผ่อน, คลาย, ทำให้หย่อน, ทำให้อ่อนกำลังลง, ปล่อย, เพลา (มือ), ทำให้หลวม, ทำให้หายกังวล, ระบายท้อง *-vi.* ผ่อนคลาย, พักผ่อน, หย่อน, ผ่อนผัน, ลดหย่อน, หย่อนอารมณ์, หย่อนใจ **-relaxer** *n.* **-relaxedly** *adv.* (-S. slacken) *-Ex. to relax one's grip, to relax the rules, After work Dang relaxed with a mystery novel., Playing folk songs on the banjo relaxes me.*

relaxant (ริแลค' เซินทฺ) *adj.* ทำให้ผ่อนคลาย, ซึ่งผ่อนคลาย *-n.* ยาผ่อนคลาย, ยาผ่อนคลายความตึงของกล้ามเนื้อ

relaxation (รีแลคเซ' ชัน) *n.* การผ่อนคลาย, การลดหย่อน, การเพลามือ, การผ่อนคลายอารมณ์, การถ่ายท้อง, ความหลวม, การผ่อนผัน (-S. enjoyment, fun, rest)

relay (ริเล', รี' เล) *-vt.* **-layed, -laying** ถ่ายทอด, ส่งเป็นทอดๆ, ผลัด, ผลัดเปลี่ยน, สับเปลี่ยน, เปลี่ยนเวร *-n.* ม้าหรือสุนัขที่ใช้สับเปลี่ยน, ม้าผลัดในการเดินทางสมัยโบราณ, เจ้าหน้าที่ผลัดเปลี่ยน, การวิ่งผลัด, เครื่องถ่ายทอดเสียง, เครื่องถ่ายทอดภาวะกระแสไฟฟ้า, เครื่องถ่ายทอด, เครื่องหมุนต่อ *-Ex. The men worked on the tunnel in relays., to relay a message*

re-lay, relay (รีเล') *vt.* **-laid, -laying** วางใหม่, นอนใหม่, ปูใหม่

relay race การวิ่งผลัด

release (ริลีส') *vt.* **-leased, -leasing** ปล่อย, ปลด, ปลดปล่อย, ปลดเปลื้อง, แก้, คลาย, ยกเว้น, สละสิทธิ์, โอนสิทธิ์, ปลดหนี้, ยกโทษ, จำหน่าย, ทำให้พ้นจาก *-n.*

R

การปล่อย, การปลดปล่อย, การปลดเปลื้อง, การยกเว้น, การสละสิทธิ์, การอนุญาต, การปลดหนี้, หนังสือปลดหนี้, หนังสือสละสิทธิ์, เครื่องมือควบคุมการเริ่มและหยุดทำงานของเครื่องจักร, การให้ข่าว, ข่าวที่ปล่อยออกมา (-S. free, loose, deliver, freedom, liberate) *-Ex. to release the brakes of a car, The prisoner was given his release., to release from debt*

re-lease (รีลีส') *vt.* **-leased, -leasing** ให้เช่าอีก

relegate (เรล' ละเกท) *vt.* **-gated, -gating** ขับไล่, เนรเทศ, ผลักไส, ลดขั้น, ลดตำแหน่ง **-relegation** *n.*

relent (ริเลนทฺ') *vi.* ผ่อนคลาย, บรรเทา, ยกโทษ *-vt.* ทำให้ผ่อนคลาย, ทำให้บรรเทา (-S. soften)

relentless (ริเลนท' ลิส) *adj.* ไม่ผ่อนผัน, ไม่ยอมผ่อนปรน, ไม่ปรานี, ไม่ไว้หน้า, ทรหด, บึกบึน, ไม่ระย่อ **-relentlessly** *adv.* **-relentlessness** *n.* (-S. cruel)

relevant (เรล' ละเวินทฺ) *adj.* เข้าประเด็น, ตรงประเด็น, สัมพันธ์กัน, เข้าเรื่องกัน **-relevantly** *adv.* **-relevance, relevancy** *n.* (-S. pertinent, apt, related) *-Ex. The judge ruled that the evidence was relevant to the testimony.*

reliable (ริไล' อะเบิล) *adj.* ไว้วางใจ, เชื่อถือได้, น่าเชื่อถือ **-reliableness, reliability** *n.* **-reliably** *adv.* (-S. trustworthy, dependable) *-Ex. a reliable source of information, a reliable person*

R

reliance (ริไล' เอินซฺ) *n.* ความไว้วางใจ, ความเชื่อถือ, ความมั่นใจ, สิ่งที่ไว้วางใจ (-S. confidence)

reliant (ริไล' เอินทฺ) *adj.* ไว้วางใจ, เชื่อใจ, มั่นใจ, เชื่อถือ **-reliantly** *adv.*

relic, relique (เรล' ลิค) *n.* ของที่ระลึก, ของที่ตกทอด, สิ่งตกทอดที่เป็นอนุสรณ์ **-relics** พระธาตุ, ซากของคนตาย, ของตกทอด, ของที่ระลึก, อนุสรณ์, ซากสัตว์หรือพืช *-Ex. Arrow-heads and stone hammers are Stone Age relics.*

relict (เรล' ลิคทฺ) *n.* พืชหรือสัตว์ที่อาศัยอยู่ในสิ่งแวดล้อมที่เปลี่ยนไปเป็นไม่เหมาะสม, ส่วนที่เหลือ, ซากสัตว์หรือพืช, แม่หม้าย

relief (ริลีฟ') *n.* ความผ่อนคลาย, ความบรรเทา, ความโล่งอก, การผ่อนคลาย, การปลดปล่อย, การปลดเปลื้อง, การช่วยเหลือ, การสงเคราะห์, การบรรเทาทุกข์, เงินช่วยเหลือ, การเปลี่ยนเวร, การเปลี่ยนอารมณ์, สิ่งที่เปลี่ยนอารมณ์, ภาพนูนแกะสลัก, ภาพนูน, ความเด่น, ความไม่เสมอกันของระดับพื้นดิน **-in relief** นูนเด่น, ภาพนูนแกะสลัก **-on relief** ซึ่งได้รับการช่วยเหลือด้านการเงินจากรัฐบาล (-S. respite, cure, help, aid, comfort) *-Ex. It is a relief to know that you are safe., The warm sun was a relief after days of rain., Medicine brings relief to the sick., The sailor kept a lookout until 6 o'clock and then got relief.*

relief map แผนที่นูนที่แสดงระดับต่างกันของแนวพื้นดิน

relieve (ริลีฟวฺ') *vt.* **-lieved, -lieving** บรรเทา, ลด, ผ่อนคลาย, ปลดปล่อย, แบ่งเบา, ช่วยเหลือ, สงเคราะห์, ทำให้นูน, เปลี่ยนเวร, เปลี่ยนยาม, เปลี่ยนบรรยากาศ, เปลี่ยนอารมณ์ **-relievable** *adj.* **-reliever** *n.* (-S. ease, alleviate)

religion (ริลิจ' เจิน) *n.* ศาสนา, ลัทธิ, ความเลื่อมใสในศาสนา, เรื่องศาสนา, กลุ่มนักบวช, ความเลื่อมใส, ชีวิตในศาสนา, ธรรมะ, หลักธรรม *-Ex. Religion is any faith or method of worship., the Christian religion, the Buddhist religion, The stage was her religion., Mohammedan religion, profess religion*

religiosity (ริลิจจีออส' ซะที) *n.* ความเลื่อมใส, ความเป็นศาสนา, ธรรมะ **-religiose** *adj.*

religious (ริลิจ' เจิส) *adj.* เคร่งศาสนา, เลื่อมใสในศาสนา, ออกบวช *-n., pl.* **-gious** นักบวช, นักพรต, สมาชิกของนิกายศาสนาหนึ่ง **-religiously** *adv.* **-religiousness** *n.* (-S. devout, pious, faithful) *-Ex. a religious book, a religious attention to work*

relinquish (ริลิง' ควิช, -ลิน'-) *vt.* ยกเลิก, สละ, ปลดปล่อย, ถอน **-relinquishment** *n.*(-S. renounce) *-Ex. Daeng relinquished his football practice to help his mother.*

reliquary (เรล' ละเควอรี) *n., pl.* **-quaries** ที่เก็บพระธาตุ, ที่เก็บสิ่งศักดิ์สิทธิ์, ที่เก็บของตกทอด

relish (เรล' ลิช) *n.* รสชาติ, รสอร่อย, รสนิยม, เครื่องชูรส, เครื่องปรุงรส, ความอร่อย, ความชอบ, ความรื่นเริง, สิ่งที่ให้ความรื่นเริง *-vi.* มีรสชาติ *-Ex. The stunt actor had a relish for excitement., A spicy relish made the meat taste better., to find much relish in, Somsri didn't relish the idea of losing her car.*

relive (รีลิฟวฺ') *vt.* **-lived, -living** ประสบอีก, มีชีวิตอีก, มีชีวิตใหม่ **-relivable** *adj.*

relocate (รีโล' เคท) *vt., vi.* **-cated, -cating** กำหนดตำแหน่งใหม่, หาที่ใหม่, ย้ายที่ใหม่ **-relocation** *n.*

reluctance (ริลัค' เทินซฺ) *n.* ความไม่เต็มใจ, ความไม่สมัครใจ, ความฝืนใจ, ความฝืดของแม่เหล็ก *-Ex. The students returned to school with reluctance.*

reluctant (ริลัค' เทินทฺ) *adj.* ไม่เต็มใจ, ไม่สมัครใจ, ฝืนใจ, ต่อต้าน, ฝืด **-reluctantly** *adv.* (-S. unwilling, loath, averse) *-Ex. I was reluctant to spend more money.*

rely (ริไล') *vi.* **-lied, -lying** ไว้วางใจ, เชื่อใจ, วางใจ, เชื่อมั่น, อาศัย, พึ่งพาอาศัย (-S. depend)

rem (เรม) *n., pl.* **rem** ปริมาณรังสีที่มีผลทางชีวภาพเท่ากับที่เกิดจากรังสีเอกซเรย์หนึ่ง roentgen

remain (ริเมน') *vi.* ยังคง, ยังอยู่, เหลือ, ค้าง, พักอยู่ *-Ex. I shall remain here., to remain the same, to remain fixed, little remains of the town, The cathedral remains; everything else is destroyed., Worse remains to tell.*

remainder (ริเมน' เดอะ) *n.* สิ่งที่เหลืออยู่, สิ่งที่ค้างอยู่, ของเหลือ, ของตกค้าง, ซาก, เศษ, ของตกทอด, คนตกค้าง, จำนวนที่เหลือส่วน, หนังสือตกค้าง (ขายไม่ออก) *-adj.* เหลือ, ตกค้าง *-vt.* ขายเป็นของเหลือ, ขายเป็นของตกค้าง (-S. residuum, rest, balance, surplus) *-Ex. I ate part of the apple and Father ate the remainder., If you take 4 apples from 6 apples; the remainder is 2.*

remains (ริเมนซฺ') *n. pl.* บทประพันธ์ของผู้ตายที่ยังไม่ได้ตีพิมพ์, ลักษณะที่เหลืออยู่, ซากศพ, ซากสัตว์หรือพืช, เศษ, เศษอาหาร

remake (*v.* รีเมค', *n.* รี' เมค) *vt.* **-made, -making** ทำใหม่, สร้างใหม่ *-n.* สิ่งที่ทำใหม่, สิ่งที่สร้างใหม่, ภาพยนตร์ที่สร้างใหม่

remand (ริแมนดฺ') *vt.* ส่งกลับ, ส่งกลับลงไปยังศาลที่ต่ำกว่าพิจารณา, คุมขังระหว่างรอการพิจารณาคดี *-n.* การส่งกลับ, การส่งกลับลงไปยังศาลต่ำกว่าพิจารณา, บุคคลที่ถูกส่งกลับ, บุคคลที่ถูกคุมขังระหว่างรอพิจารณาคดี

remark (ริมาร์ค') *vt.* เอ่ย, พูด, กล่าว, สังเกตเห็น, ให้ข้อคิดเห็น *-vi.* สังเกตเห็น, ให้ข้อคิดเห็น *-n.* การเอ่ย, การพูด, การให้ข้อคิดเห็น, ข้อคิดเห็น, ความเห็น (-S. perceive, observe, heed)

remarkable (ริมาร์ค' คะเบิล) *adj.* พิเศษ, น่าทึ่ง, ยอดเยี่ยม, น่าสังเกต **-remarkableness** *n.* **-remarkably** *adv.* (-S. notable, striking, unusual)

remediable (ริมี' ดีอะเบิล) *adj.* แก้ไขได้, รักษาได้, เยียวยาได้ **-remediableness** *n.* **-remediably** *adv.*

remedial (ริมี' เดียล) *adj.* เป็นการรักษา, เป็นการแก้ไข, เป็นการเยียวยา, เป็นการปรับปรุง **-remedially** *adv.*

remedy (เรม' มะดี) *n., pl.* **-dies** การรักษา, วิธีการรักษา, วิธีการแก้ไข, สิ่งที่ใช้ในการรักษา, ยา, สิ่งที่ใช้ในการแก้ไข *-vt.* **-died, -dying** รักษา, เยียวยา, บรรเทา, ฟื้นฟู, ทำให้ถูกต้อง, ขจัด, กำจัด **-remediless** *adj. -Ex. remedy for an illness, remedy for an evil*

remember (ริเมม' เบอะ) *vt.* จำได้, จดจำ, ระลึกได้, รำลึกได้, หวนคิด, ส่งความคิดถึงให้, ให้รางวัล, ให้ของขวัญ, เตือนความจำ *-vi.* จำได้, จดจำ **-rememberer** *n.* (-S. recall) *-Ex. to remember a person, to remember to change at Lopburi Junction, Not so far as I remember., Please remember me to your family.*

remembrance (ริเมม' เบรินซฺ) *n.* ความทรงจำ, ความคิดถึง, การจำ, การรำลึก, ความรำลึก, เครื่องรำลึก, ช่วงเวลาแห่งความทรงจำ **-remembrances** ความเคารพ, ความนับถือ (-S. memory) *-Ex. Somsri gave me a little remembrance for my birthday., to bear it in remembrance, in remembrance of, to have in remembrance, Remembrance Day, The pin was a remembrance from her mother.*

remind (ริไมนดฺ') *vt., vi.* เตือนความจำ, เตือน, ทำให้ระลึกถึง, ทำให้จำได้ *-Ex. You remind me of your father.*

reminder (ริไมนฺ' เดอะ) *n.* สิ่งช่วยให้จำได้

remindful (ริไมนดฺ' เฟิล) *adj.* เตือนความจำ, เตือนสติ, ทำให้ระลึกถึง

reminisce (เรมมะนิส') *vi.* **-nisced, -niscing** รำลึกถึงอดีต, ระลึกถึงอดีต, ระลึกถึง, จำได้, หวนระลึกถึง

reminiscence (เรมมะนิส' เซินซฺ) *n.* การรำลึกถึงอดีต, การรำลึกถึงความหลัง, ความทรงจำ, เหตุการณ์ในอดีตที่จำได้, บันทึกความทรงจำ, ของรำลึก, สิ่งที่ทำให้รำลึกถึง, ข้อรำลึก (-S. recollection, memory)

reminiscent (เรมมะนิส' เซินทฺ) *adj.* ชวนรำลึกถึง, เตือนความทรงจำ, เกี่ยวกับการรำลึกถึงอดีต, เป็นของรำลึก **-reminiscently** *adv.*

remise (ริไมซฺ') *vt.* **-mised, -mising** ยอมจำนน, ให้อภัย, ยกหนี้, ละเว้น

remiss (ริมิส') *adj.* ไม่ระมัดระวัง, สะเพร่า, เลินเล่อ, ประมาท, เมินเฉย, บกพร่อง, เกียจคร้าน, เฉื่อยชา **-remissly** *adv.* **-remissness** *n.* (-S. lax, careless)

remissible (ริมิส' ซะเบิล) *adj.* ยกโทษให้ได้, ยกหนี้ได้, เลิกล้มได้, ผ่อนคลายได้, ยกเว้นภาษีได้ **-remissibility** *n.*

remission (ริมิช' ชัน) *n.* การอภัยโทษ, การให้อภัย, การยกหนี้, การยกเว้นภาษี, การบรรเทา, การลดน้อยลง, การปลดหนี้ **-remissive** *adj.* (-S. pardon, amnesty)

remit (ริมิท') *v.* **-mitted, -mitting** *-vt.* ส่งเงิน, อภัยโทษ, ยกโทษ, ยกหนี้, ละเว้น, ผ่อนคลาย, บรรเทา, ทำให้กลับสู่สภาพเดิม, ให้กลับ, ส่งกลับศาลชั้นต่ำกว่า *-vi.* ส่งเงิน, ลด, บรรเทาลง *-n.* การส่งกลับศาลชั้นต่ำกว่า, การส่งบันทึกจากศาลหนึ่งไปยังอีกศาลหนึ่ง **-remitment** *n.* **-remitter** *n.* **-remittable** *adj.* (-S. forward) *-Ex. The jail sentence will be remitted if you pay a fine., to remit one's efforts, to remit one's anger, to remit your mother the money in time, to remit by cheque*

remittal (ริมิท' เทิล) *n.* ดู remission

remittance (ริมิท' เทินซฺ) *n.* การส่งเงิน, การส่งคดี, เงินหรือคดีที่ส่ง

remittent (ริมิท' เทินทฺ) *adj.* เป็นพักๆ, เดี๋ยวหนักเดี๋ยวเบา, จับไข้เป็นพักๆ *-n.* ไข้ที่กลับเป็นพักๆ **-remittently** *adv.*

remnant (เรม' เนินทฺ) *n.* ส่วนที่เหลือ, เศษ, เศษเล็กเศษน้อย, เศษผ้า, เดน *-adj.* เหลืออยู่, ค้าง (-S. remainder) *-Ex. the scattered remnants of an army*

remodel (รีมอด' เดิล) *vt.* **-eled, -eling/-elled, -elling** สร้างใหม่, ปรับปรุง, เปลี่ยนแปลง, ชดเชย, ชดใช้ *-Ex. Next spring we plan to remodel our house., Mother has had her dress remodelled.*

remonstrance (ริมอน' สเทรินซฺ) *n.* การคัดค้าน, การทัดทาน, การประท้วง, การโต้แย้ง *-Ex. My speech was a remonstrance against war.*

remonstrant (ริมอน' สเทรินทฺ) *adj.* คัดค้าน, ทัดทาน, ประท้วง, โต้แย้ง *-n.* ผู้คัดค้าน, ผู้ทัดทาน, ผู้ประท้วง, ผู้โต้แย้ง **-remonstrantly** *adv.*

remonstrate (ริมอน' สเทรท, เรม' เมิน-) *v.* **-strated, -strating** *-vt.* คัดค้าน, ทัดทาน, ประท้วง, โต้แย้ง *-vi.* คัดค้านหรือโต้แย้งด้วยเหตุผล **-remonstration** *n.* **-remonstrative** *adj.* **-remonstratively** *adv.* **-remonstrator** *n.* (-S. argue) *-Ex. to remonstrate against higher wages, to remonstrate with a councilman about higher taxes*

remora (เรม' เมอระ, ระมอร์' ระ) *n.* ชื่อปลาดูดชนิดหนึ่ง

remorse (ริมอร์ส') *n.* ความสำนึกผิด, ความเสียใจอย่างมากต่อความผิดที่ได้กระทำไป, ความเห็นอกเห็นใจ (-S. compunction) *-Ex. We feel remorse when we have harmed someone.*

R

remorseful (ริมอร์ส' เฟิล) *adj.* สำนึกผิด, เสียใจมากต่อความผิดที่ได้กระทำไป **-remorsefully** *adv.* **-remorsefulness** *n.* (-S. regretful, sorry, repentant)

remorseless (ริมอร์ส' ลิส) *adj.* ไม่สำนึกผิด, ไม่มีความปรานี, ไม่มีความสงสาร, โหดเหี้ยม, ทารุณ **-remorselessly** *adv.* **-remorselessness** *n.*

remote (ริโมท') *adj.* **-moter, -motest** ไกล, ไกลโพ้น, ลึกลับ, นานมาแล้ว, ยาวนาน, โดดเดี่ยว, ไม่เกี่ยวข้องโดยตรง, ห่างๆ, ห่างเหิน, เมินเฉย *-n.* การถ่ายทอดออกอากาศสด, อุปกรณ์ควบคุมระยะไกล **-remotely** *adv.* **-remoteness** *n.* (-S. far) *-Ex. In remote times people lived in caves., the remote past, a remote land, a house remote from the village, a remote relative*

remote control การควบคุมระยะไกล (เช่น การควบคุมขีปนาวุธด้วยสัญญาณวิทยุ)

remount (รีเมานฺทฺ', รี' เมานฺทฺ) *vt., vi.* ขึ้นขี่ม้าอีก, ขึ้นไปอีก, ขับขึ้นอีก, เพิ่มม้าตัวใหม่, เพิ่มคน, กลับไปใหม่, ติดตั้งใหม่ *-n.* ม้าใหม่

removable (ริมูฟ' วะเบิล) *adj.* เอาออกได้, ย้ายได้, ถอดได้, ปลดเปลื้องได้, ลบได้, ยกไปได้ **-removability** *n.* **-removably** *adv.*

removal (ริมูฟ' เวิล) *n.* การเอาออก, การย้าย, การถอด, การเปลี่ยนแปลง, การโยกย้าย, การไล่ออก, การขับออก *-Ex. the removal of furniture to a new house*

remove (ริมูฟว') *v.* **-moved, -moving** *-vt.* เอาออก, ย้าย, โยกย้าย, ถอด, ขนของ, ลบ, ขจัด, กำจัด, ปลด, ปลดเปลื้อง, ไล่ออก, ฆ่า, ลอบฆ่า *-vi.* ย้าย, โยกย้าย, จากไป, หายไป *-n.* การเอาออก, (ย้าย โยกย้าย), ระยะทางที่อยู่แยกห่างจากกัน, การคั่นกลาง, การเลื่อนชั้น, ระดับความแตกต่าง **-remover** *n.* *-Ex. to remove the broom from the doorway, Dishonest persons are often removed from their positions., This medicine will remove your pain.*

removed (ริมูฟวดฺ') *adj.* ห่างไกล, ไกลโพ้น, เป็นญาติห่างไกล, โดดเดี่ยว, แยกออก

remunerate (ริมิว' นะเรท) *vt.* **-ated, -ating** จ่ายเงิน, ให้รางวัล, ตอบแทน, ชดเชย **-remunerable** *adj.* **-remunerator** *n.*

remuneration (ริมิวนะเร' ชัน) *n.* การจ่ายเงิน, การให้รางวัล, การตอบแทน, การชดเชย, รายได้, สินน้ำใจ, ค่าตอบแทน (-S. payment)

remunerative (ริมิว' นะเรทิฟว, -เนอระทิฟว) *adj.* เป็นรางวัล, เป็นค่าตอบแทน, มีกำไร, เป็นสินน้ำใจ **-remuneratively** *adv.* **-remunerativeness** *n.* (-S. paying)

Renaissance, renaissance, Renascence, renascence (เรนนะซานซฺ', -ซานซฺ', เรน' นะซานซฺ, -ซานซฺ, ริเน' เซินซฺ, รินแนส' เซินซฺ, -เนส'-) *n.* สมัยฟื้นฟูศิลปะ, การฟื้นฟูชีวิต พลัง ความสนใจหรืออื่นๆ, ชีวิตใหม่ *-adj.* เกี่ยวกับสมัยดังกล่าว, เกี่ยวกับลักษณะศิลปะวรรณกรรมในสมัยดังกล่าว **-the Renaissance** ความเฟื่องฟู ความรู้ทางศิลปะ วรรณกรรมในยุโรปสมัยศตวรรษที่ 14-16, สมัยดังกล่าว

Renaissance man ผู้มีความรู้กว้างขวาง

R

renal (รีน' เนิล) *adj.* เกี่ยวกับไต, เกี่ยวกับบริเวณไต

renascent (ริแนส' เซินท) *adj.* เกิดใหม่, มีพลังใหม่

rend (เรนด) *v.* **rent, rending** *-vt.* ฉีก, ฉีกขาด, ตัด, แยก, ผ่า, ดึงออก, รบกวนด้วยเสียงดัง, ทำลายจิตใจ *-vi.* ฉีก, แยก, ฉีกขาด, ผ่า, ดึงออก

render (เรน' เดอะ) *vt.* ทำให้, กระทำ, ปฏิบัติ, จัดให้มี, แสดง, ทำรายงาน, แสดงบัญชี, เสนอ, จ่าย, ส่ง, ส่งคน, ถอดความ, แปล, สละ, ฉาบปูน, ให้รางวัล, หลอมสกัด *-n.* การจ่ายเงินค่าเช่าสินค้าหรือบริการในยุคฟิวดัล **-renderable** *adj.* **-renderer** *n.*

rendering (เรน' เดอริง) *n.* การแปล, การถอดความ, การแสดง, แผนผังจำลอง, สิ่งจำลอง

rendezvous (ราน' ดะวู, -ดี-, -เด-) *n., pl.* **-vous** การนัดพบ, ที่นัดพบ, ที่ชุมนุม, ที่ชุมนุมพล *-vi., vt.* **-voused, -vousing** นัดพบ, ชุมนุมกัน *-Ex. We will rendezvous at the ranger's cabin.*

rendition (เรนดิช' ชัน) *n.* การกระทำ, การแปล, การถอดความ, การสละ, การแสดง, การให้, การทำรายงาน

renegade (เรน' นะเกด) *n.* คนทอดทิ้งเพื่อน, คนทรยศ, คนเปลี่ยนศาสนา, คนหักหลัง *-adj.* ทอดทิ้งเพื่อน, ทรยศ, เปลี่ยนศาสนา, หักหลัง

renege (รินิก', -เนก', -นีก') *vi.* **-neged, -neging** ไปตามสัญญา, ทรยศ **-reneger** *n.*

renegotiate (รีนะโก' ชีเอท) *vt., vi.* **-ated, -ating** เจรจาใหม่, ตกลงกันใหม่, ตรวจสอบงบประมาณใหม่ **-renegotiable** *adj.* **-renegotiation** *n.*

renew (รินิว', -นู') *vt.* เริ่มใหม่, ทำใหม่, เปลี่ยนใหม่, ซ่อมแซม, เสริม, เติม, ฟื้นฟู, สร้างใหม่, ทำให้เป็นหนุ่มใหม่, ทำให้มีพลังใหม่ *-vi.* เริ่มใหม่, เปลี่ยนใหม่, ต่อสัญญา, ทำให้กลับสู่สภาพเดิม **-renewability** *n.* **-renewable** *adj.* **-renewedly** *adv.* **-renewer** *n.* (-S. resume) *-Ex. Encouragement renewed his enthusiasm., to renew one's health, to renew a building*

renewal (รินิว' เอิล) *n.* การเริ่มใหม่, การเปลี่ยนใหม่, การฟื้นฟู, การสร้างใหม่, การทำให้กลับสู่สภาพเดิม, การต่อสัญญาใหม่, การรับนิตยสารต่อ, การยืนยัน, การยืนยันคำมั่นสัญญา

rennet (เรน' นิท) *n.* เยื่อบุผิวของกระเพาะที่ 4 ของลูกวัว, สารสกัด (มี rennin) จากกระเพาะลูกวัว ใช้ทำให้นมจับตัวเป็นก้อนๆ ในการทำเนยแข็ง

rennin (เรน' นิน) *n.* น้ำย่อยที่ทำให้นมเป็นก้อน พบในกระเพาะอาหารของเด็กทารก และพบมากในสัตว์เคี้ยวเอื้อง

renounce (ริเนานฺซฺ') *vt., vi.* **-nounced, -nouncing** สละ, ละทิ้ง, ประกาศสละ, ประกาศเลิก, สละบุตร, สละกรรมสิทธิ์ **-renouncement** *n.* **renouncer** *n.* *-Ex. to renounce one's religion, to renounce one's claim, to renounce an heir, The prince renounced his right to the throne.*

renovate (เรน' นะเวท) *vt.* **-vated, -vating** ทำใหม่, ปรับปรุงใหม่, ซ่อมแซม, ทำให้มีพลังใหม่, ทำให้มีชีวิตชีวาใหม่, ทำให้กลับสู่สภาพเดิม **-renovation** *n.* **-renovative** *adj.* **-renovator** *n.* (-S. revive, repair) *-Ex. The old* *house will have to be renovated before the family moves in.*

renown (ริเนาน') *n.* ชื่อเสียง, กิตติศัพท์, เกียรติคุณ (-S. fame, repute, celebrity)

renowned (ริเนานด') *adj.* มีชื่อเสียง, มีกิตติศัพท์เลื่องลือ, มีเกียรติคุณ

rent[1] (เรนท) *n.* ค่าเช่า, เงินค่าเช่า, การเช่า, ทรัพย์สินที่ให้เช่า *-vt., vi.* ให้เช่า **-for rent** ให้เช่า **-rentable** *adj. -Ex. to pay the rent, Somsri rents (out) rooms.*

rent[2] (เรนท) *n.* รอยแยก, รูฉีก, รูขาด, การแตกแยก, การแตกร้าว (ความสัมพันธ์)

rent[3] (เรนท) *vt., vi.* กริยาช่อง 2 และ 3 ของ rend (-S. tear, split)

rental (เรน' เทิล) *n.* ค่าเช่า, บ้านเช่า, ห้องเช่า, รายได้จากการให้เช่า *-adj.* เกี่ยวกับการเช่า

renter (เรน' เทอะ) *n.* ผู้เช่า, เจ้าของทรัพย์สินที่ให้เช่า

renunciation (รินันซีเอ' ชัน) *n.* การสละ, การละทิ้ง, การประกาศสละสิทธิ์, หนังสือสละสิทธิ์, การประกาศตัดบุตร **-renunciative, renunciatory** *adj.*

reopen (รีโอ' เพิน) *vt., vi.* เปิดอีก, เปิดใหม่, เริ่มใหม่, เริ่มอีก (-S. open again, resume)

reorder (รีออร์' เดอะ) *n.* การสั่ง (สินค้า) ใหม่, การสั่ง (สินค้า) อีก, การสั่งใหม่, การสั่งอีก *-vt., vi.* ทำให้เป็นระเบียบใหม่, สั่งใหม่, สั่งอีก

reorganize (รีออร์' กะไนซ) *vt., vi.* **-ized, -izing** รวบรวมใหม่, จัดระบบใหม่, ปฏิรูป, ปรับปรุง **-reorganizer** *n. -Ex. The new owner completely reorganized the firm.*

rep[1] (เรพ) *n.* ผ้าลายขวางเนื้อหนา ใช้ทำผ้าม่าน เบาะเก้าอี้และอื่นๆ

rep[2] ย่อจาก repertory theater, reputation, repetition, representative

repair[1] (ริแพร์') *vt.* ซ่อมแซม, ซ่อมปะ, แก้ไข, ปฏิสังขรณ์, ฟื้นฟู, รักษา, เยียวยา, ชดเชย, ชดใช้ *-n.* การซ่อมแซม, งานซ่อมแซม, ส่วนที่ซ่อมแซม **-repairable** *adj.* **-repairer** *n.* (-S. restore) *-Ex. to repair a flat tire*

repair[2] (ริแพร์') *vi.* ไปเป็นประจำ, ไป, ชุมนุม

repand (ริแพนด') *adj.* เป็นหยักที่ขอบ, เป็นคลื่นเล็กน้อย

reparable (เรพ' เพอระเบิล) *adj.* ซ่อมแซมได้, แก้ไขได้, ปรับปรุงได้, ปฏิสังขรณ์ได้, รักษาหรือเยียวยาได้, ชดเชยได้ **-reparably** *adv.*

reparation (เรพพะเร' ชัน) *n.* การซ่อมแซม, การแก้ไข, การปรับปรุง, การปฏิสังขรณ์, การฟื้นฟู, การชดเชย, การรักษาเยียวยา **-reparations** เงินหรือสิ่งชดเชยที่ประเทศแพ้สงครามต้องจ่าย **-reparative** *adj.* (-S. atonement)

repartee (เรพเพอร์ที', -พา-, -เท') *n.* การตอบอย่างรวดเร็วและหลักแหลม, การสนทนาที่เต็มไปด้วยการตอบดังกล่าว, ความสามารถในการตอบดังกล่าว

repartition (รีพาร์ทิช' ชัน) *n.* การแจกจ่าย, การแจกแจง, การแบ่งสันปันส่วน *-vt.* แจกจ่าย, แจกแจง, แบ่งสันปันส่วน

repast (ริพาสท', -แพสท) *n.* ปริมาณอาหารต่อมื้อ, มื้ออาหาร, เวลารับประทานอาหาร, การรับประทานอาหาร *-vi.* รับประทานอาหาร, เลี้ยงอาหาร

repatriate (รีเพ' ทรีเอท, -อิท) *vt., vi.* **-ated, -ating** ส่งคืน, ส่งกลับ, ส่งกลับถิ่นที่อยู่เดิม *-n.* ผู้ถูกส่งกลับถิ่นที่อยู่เดิม **-repatriation** *n.*

repay (ริเพ') *vt., vi.* **-paid, -paying** จ่ายกลับ, คืนเงิน, ชำระเงินคืน, ชดใช้, ตอบแทน **-repayable** *adj.* **-repayment** *n.* (-S. reimburse, indemnify) *-Ex. to repay a debt*

repeal (ริพีล') *vt.* ถอน, ยกเลิก, ลบล้าง, ละทิ้ง, เลิกล้ม, *-n.* การถอน, การยกเลิก, การลบล้าง, การละทิ้ง, การเลิกล้ม **-repealable** *adj.* **-repealer** *n.* (-S. rescindment, revoke) *-Ex. to repeal a law, the repeal of a law*

repeat (ริพีท') *vt., vi.* พูดซ้ำ, ทำซ้ำ, ย้ำ, ทำใหม่, ท่อง, ว่าตาม, ทบทวน, ทำซ้ำรอย *-n.* การกระทำซ้ำ, สิ่งที่กระทำซ้ำ, การทำสำเนา, เครื่องหมายการทำซ้ำ, การสั่งซื้อสินค้าซ้ำ, ใบสั่งซื้อสินค้าซ้ำ, ส่วนของบทเพลงที่ซ้ำ, การซ้ำรอยของประวัติศาสตร์, การส่งสัญญาณซ้ำของโทรเลข, ผู้กระทำความผิดหลายครั้งหลายหน **-repeatability** *n.* **-repeatable** *adj.* (-S. iterate, recite, rehearse) *-Ex. Don't repeat what I've told you., to repeat poetry, to repeat a success, repeated failures, repeated experiments, to make repeated changes, a repeat of last week's show, a repeat performance*

repeated (ริพี' ทิด) *adj.* กระทำซ้ำ, พูดซ้ำ **-repeatedly** *adv.*

repel (ริเพล') *v.* **-pelled, -pelling** *-vt.* ขับไล่, ผลักออก, ตีกลับ, ต้านทาน, โต้กลับ, ต้านการซึมผ่าน, ยับยั้ง, ปฏิเสธ, ขจัด, ทำให้รังเกียจ *-vi.* ขับไล่, ผลักออก, ทำให้รังเกียจ **-repeller** *n.* (-S. reject, refuse, disgust) *-Ex. to repel an attack, to repel a temptation, Water repels oil., Somchai repelled the offer of a bribe., The violence of the scene repelled me.*

repellent, repellant (ริเพล' เลินท) *adj.* ทำให้รังเกียจ, ทำให้น่าเบื่อหน่าย, ขับไล่, โต้กลับ, ต้านการซึมผ่าน *-n.* สิ่งที่ขับไล่, ยาขับไล่แมลง, ยากันเชื้องซึม, สิ่งป้องกัน **-repellence, repellency** *n.* **-repellently** *adv. -Ex. a repellent sight, a repellent thrust by the army, a water repellent, an insect repellent*

repent[1] (ริเพนท') *vi.* สำนึกผิด, เสียใจในความผิดที่กระทำไป, สำนึกบาป *-vt.* สำนึกผิด, เสียใจ, เศร้าใจ **-repenter** *n.* (-S. regret) *-Ex. If you do wrong; you are sure to repent it., Samai repented his unkind remarks.*

repent[2] (รี' เพนท) *adj.* เลื้อย, คลาน

repentance (ริเพน' เทินซ) *n.* การสำนึกผิด, การสำนึกบาป, การเสียใจในความผิดที่กระทำไป, ความเสียใจ, ความเศร้าใจ (-S. regret)

repentant (ริเพน' เทินท) *adj.* สำนึกผิด, เสียใจในความผิดที่กระทำไป, สำนึกบาป **-repentantly** *adv. -Ex. Anong apologized and was truly repentant for her rudeness.*

repercussion (รีเพอร์คัช' ชัน, เรพ-) *n.* การสะท้อนกลับ, การเด้งกลับ, สิ่งที่สะท้อนกลับ, ผลสะท้อน, เสียง

R

สะท้อน **-repercussive** *adj.* (-S. effect, result)
repertoire (เรพ' เพอร์ทวา, เรพ' พะ-) *n.* รายการละคร, องค์ประกอบทั้งหมดของงานศิลป์
repertory (เรพ' เพอร์ทอรี, เรพ' พะ-) *n., pl.* **-ries** ดู repertoire, รายการละครทั้งหมดที่แสดงประจำ, คลังเก็บสินค้า, คลังแห่งความรู้
repetition (เรพพะทิช' ชัน) *n.* การทำซ้ำ, การพูดซ้ำ, สำเนา, สิ่งที่อัดใหม่, เรื่องซ้ำ, จำลอง, การท่อง, การบรรเลงซ้ำ (-S. echo) *-Ex. There was a great deal of unnecessary repetition in his remarks., after many repetitions...*
repetitious (เรพพะทิช' เชิส) *adj.* ซ้ำ, ซ้ำๆ ซากๆ, หลายครั้งหลายหน **-repetitiously** *adv.* **-repetitiousness** *n.*
repetitive (ริเพท' ทะทิฟว) *adj.* ซ้ำ, หลายครั้ง, **-repetitively** *adv.*
repine (ริไพน') *vi.* **-pined, -pining** ไม่พอใจ, บ่น, หงุดหงิด, โอดครวญ **-repiner** *n.* **-repiningly** *adv.*
replace (ริเพลส') *vt.* **-placed, -placing** แทนที่, สวมตำแหน่ง, ทำหน้าที่แทน, รับช่วง, ชดใช้คืน **-replaceable** *adj.* **-replacer** *n. -Ex. to replace gold by paper money, I can't replace that broken cup; they are not made now., Nid replaced the book on the shelf.*
replacement (ริเพลส' เมินท) *n.* การแทนที่, การสวมตำแหน่ง, การทำหน้าที่แทน, การรับช่วง, การชดใช้คืน, บุคคลที่เข้าแทนคนอื่น, ของทดแทน (-S. substitute)
replenish (ริเพลน' นิช) *vt.* เติมเต็มใหม่, ทำให้สมบูรณ์ใหม่, เสริมกำลัง, เติมเชื้อเพลิง, เติมอีก, เติมใหม่ **-replenisher** *n.* **-replenishment** *n.* (-S. restore, refill, stock)
replete (ริพลีท') *adj.* อุดมสมบูรณ์, เต็มเปี่ยม, เต็มอิ่ม, เต็มที่, เต็มตัว, เต็ม, แน่น, อ้วน
repletion (ริพลี' ชัน) *n.* ความเต็มเปี่ยม, ความอุดมสมบูรณ์, ความเต็มตัว, ความเต็มอิ่ม
replevin (ริเพลฟว' วิน) *n.* การนำทรัพย์ที่ยึดคืน, หมายศาลเรียกค้นทรัพย์ที่ถูกยึดหรืออายัด
replica (เรพ' ลิคะ) *n.* ของจำลอง, รูปจำลอง
replication (เรพละเค' ชัน) *n.* คำตอบ, การตอบ, คำตอบของโจทก์, การตอบโต้แย้งของโจทก์, เสียงสะท้อน, เสียงก้อง, สำเนา, สิ่งจำลอง, การอัดสำเนา, การทำสิ่งจำลอง
reply (ริไพล') *v.* **-plied, -plying** *-vi.* ตอบ, ตอบได้, สนองตอบ, สะท้อน, ก้องกลับ, ตอบคำร้องของจำเลย *-vt.* ตอบ *-n., pl.* **-plies** คำตอบ, การตอบ, การตอบแก้ **-replier** *n. -Ex. to reply to your letter*
report (ริพอร์ท') *n.* รายงาน, คำแถลง, คำประกาศ, ข่าวลือ, เรื่องซุบซิบ, บันทึก, บันทึกการบรรยาย, ชื่อเสียง, เสียงดังระเบิด *-vt.* รายงาน, เขียนรายงาน, ทำรายงาน, ทำบันทึก, เขียนข่าว, ฟ้องร้อง, จดคำบรรยาย, บอก, เล่า *-vi.* ทำรายงาน, ทำหน้าที่เป็นผู้สื่อข่าว, รายงานตัว **-reportable** *adj.* (-S. relate, account) *-Ex. I do not believe the report that the Queen has abdicated., It is reported that..., Report all you see and hear., to report the debate, to report on the state of the prisons*
reportedly (ริพอร์ท' ทิดลี) *adv.* ตามที่รายงาน, ตามข่าว
reporter (ริพอร์ท' เทอะ) *n.* ผู้รายงาน, ผู้สื่อข่าว **-reportorial** *adj.* **-reportorially** *adv.*
reposal (ริโพ' เซิล) *n.* การนอนพิง, การพักผ่อน, การนอนหลับ, ความสงบ, ความสงบเงียบ, ความสุขุม
repose[1] (ริโพซ') *n.* การนอนพิง, การพักผ่อน, การนอนหลับ, ความสงบ, ความสงบเงียบ, ความสุขุม, การนิ่งเฉย, ความไม่หวั่นไหว, ความสำรวม, ความเย็นตา, ลักษณะเย็นตา *-v.* **-posed, -posing** *-vi.* นอนพิง, อิง, นอนพักผ่อน, นอนหลับ, นอนตาย, สำรวม, สงบจิต, ขึ้นอยู่กับ, ไว้วางใจ *-vt.* นอนพักผ่อน, พักผ่อน (-S. rest, relaxation) *-Ex. to labour all day and earn a night's repose, Dang reposed peacefully on the couch.*
repose[2] (ริโพซ') *vt.* **-posed, -posing** ไว้ใจ, ไว้วางใจ, วางใจ, เชื่อใจ (-S. trust)
reposeful (ริโพซ' เฟิล) *adj.* สงบเงียบ, สำรวมใจ, ไม่หวั่นไหว, เงียบ **-reposefully** *adv.*
repository (ริพา' ซะทอรี) *n., pl.* **-ries** ที่รับ, ที่รองรับ, ที่ใส่, ที่เก็บ, สุสาน, ผู้เป็นที่ไว้วางใจ, คลังสินค้า, โกดัง *-adj.* (ยา) ออกฤทธิ์ชั่วขณะ
repossess (รีพะเซส') *vt.* มีอีก, มีใหม่, ได้มาใหม่, ทำให้ครอบครองใหม่, ทำให้ครอบครองอีก, ทำให้มีอีก **-repossession** *n.*
reprehend (เรพริเฮนด') *vt.* ตำหนิ, ดุ, ด่าว่า, จับผิด, ประณาม (-S. blame)
reprehensible (เรพริเฮน' ซะเบิล) *adj.* น่าตำหนิ, น่าดุ, น่าถูกต่อว่า, น่าประณาม, น่าจับผิด **-reprehensibility** *n.* **-reprehensibly** *adv.* (-S. culpable, remiss)
reprehension (เรพริเฮน' ชัน) *n.* การตำหนิ, การดุ, การต่อว่า, การประณาม, การจับผิด **-reprehensive** *adj.* **-reprehensively** *adv.*
represent (เรพริเซนท') *vt.* แทน, พูดแทน, แสดง, แสดงให้เห็น, เป็นตัวอย่าง, เป็นเครื่องหมาย, หมายถึง, เท่ากับ, บรรยาย, พรรณนา **-representable** *adj.*
representation (เรพริเซนเท' ชัน) *n.* การแทน, การเป็นผู้แทน, เครื่องหมายแสดงออก, ตัวอย่าง, ตัวแทน, ผู้แทน, ข้อคิดเห็น, ทัศนคติ, การแสดงออก, รูป, ภาพ, รูปปั้น, การแสดงละคร, ข้อเท็จจริง, เครื่องแสดง, การบรรยาย **-representational** *adj.* (-S. likeness, argument) *-Ex. Each of the provinces has representation on Congress., That status is a good representation of a sleeping monk., Red is often used as a representation of danger., diplomatic representation*
representative (เรพระเซน' ทะทิฟว) *n.* ผู้แทน, ผู้แทนราษฎร, ตัวแทน, ผู้ดำเนินการแทน, ตัวอย่าง *-adj.* เป็นตัวแทน, เป็นผู้แทน, เป็นตัวอย่าง, เกี่ยวกับระบบการป้องกันที่มีผู้แทนราษฎร, แสดงออก, บรรยาย, คล้ายกับ, เหมือนกับ **-representatively** *adv.* **- representativeness** *n.* (-S. typical, substitute, type, delegate, agent) *-Ex. The class chose Surin for their representative., representative of the people, representative government, The Thai boy was a fine representative of his race.*

R

repress (ริเพรส') *vt.* อดกลั้น, ปราบปราม, ควบคุม, ข่มจิต, ข่มอารมณ์, ระงับ **-repressor** *n.* **-repressible** *adj.* **-repressive** *adj.* **-repressively** *adv.* **-repressiveness** *n. -Ex. Samai might have been a great actor had his family not repressed his talent., to repress one's tears*

repression (ริเพรซ' ชัน) *n.* ความอดกลั้น, การปราบปราม, การควบคุม, การข่มจิต, การข่มอารมณ์, การระงับ (-S. subjugation, control) *-Ex. Her repression of her fear made her seem very courageous.*

reprieve (ริพรีฟว') *vt.* **-prieved, -prieving** บรรเทาโทษ, บรรเทา, ลด *-n.* การบรรเทาโทษ, คำสั่งบรรเทาโทษ, การบรรเทาชั่วคราว (-S. relieve, suspension)

reprimand (เรพระมานด', -แมนด', เรพ' ระมานด, -แมนด) *vt.* ประณาม, กล่าวหาอย่างรุนแรง *-n.* การประณาม, การกล่าวหาอย่างรุนแรง (-S. censure, reproof, rebuke)

reprint (รีพรินท', รี' พรินท) *vt.* พิมพ์อีก, พิมพ์ใหม่ *-n.* การพิมพ์อีก, การพิมพ์ใหม่, สิ่งตีพิมพ์อีก, สิ่งตีพิมพ์ใหม่ **-reprinter** *n.*

reprisal (ริไพร' เซิล) *n.* การโต้ตอบด้วยกำลัง, การโต้ตอบด้วยกำลังทางทหาร, การแก้แค้น, การยึดทรัพย์สินเพื่อเป็นการโต้ตอบ

reprise (ริไพรซ', ระพรีซ') *n.* เงินค่าลดหย่อนประจำปี, การบรรเลงซ้ำ, การปรากฏอีก, การปฏิบัติอีก *-vt.* **-prised, -prising** บรรเลงซ้ำ, ชดเชย, ชดใช้

reproach (ริโพรช') *vt.* ต่อว่า, ดุ, ตำหนิ, ประณาม, ทำให้ถูกตำหนิ, ทำให้ขายหน้า *-n.* การต่อว่า, การดุ, การตำหนิ, การติเตียน, การทำให้ขายหน้า, ข้อตำหนิ, สิ่งที่ทำให้ขายหน้า, สิ่งที่ทำให้เสื่อมเสีย **-reproachable** *adj.* **-reproacher** *n.* **-reproachingly** *adv.* (-S. blame, chide) *-Ex. The reproach made us sorry.*

reproachful (ริโพรช' เฟิล) *adj.* น่าตำหนิ, น่าต่อว่า, น่าประณาม, น่าอับอาย **-reproachfully** *adv.* **-reproachfulness** *n.* (-S. shameful) *-Ex. The football team gave Dang a reproachful look when he fumbled the ball.*

reprobate (เรพ' ระเบท, -บิท) *n.* คนสารเลว, คนเลวทราม, คนสำมะเลเทเมา, คนเหลือขอ, คนที่พระเจ้าทอดทิ้งและไม่สามารถจะช่วยได้ *-vt.* **-bated, -bating** ประณาม, ตำหนิ, สาปแช่ง, ทอดทิ้ง, ปฏิเสธ, ไม่ยอมรับ *-adj.* แย่มาก

reprobation (เรพระเบ' ชัน) *n.* การประณาม, การตำหนิ, การสาปแช่ง, การทอดทิ้ง, การปฏิเสธ, การไม่ยอมรับ **-reprobative** *adj.*

reproduce (รีพระดิวซ', -ดูซ') *vt.* ทำสำเนา, อัดสำเนา, ถอดแบบ, จำลอง, ลอก, คัด, พิมพ์ใหม่, สืบพันธุ์, แพร่พันธุ์, ทำพันธุ์, ทำให้ระลึกถึง *-vi.* สืบพันธุ์, แพร่พันธุ์, ถอดแบบ **-reproducer** *n.* **-reproducible** *adj.* (-S. copy, breed) *-Ex. This gramophone record almost exactly reproduces the sound of the orchestra., Mules do not reproduce.*

reproduction (รีพระดัค' ชัน) *n.* การสืบพันธุ์, การแพร่พันธุ์, การถอดแบบ, การจำลอง, การทำสำเนา, การอัดสำเนา, การพิมพ์อีก, กระบวนการสืบพันธุ์ตามธรรมชาติ, สำเนา, สิ่งที่ถอดแบบ, สิ่งจำลอง (-S. duplicate, copy) *-Ex. the reproduction of sound, animal reproduction, This is an excellent reproduction of the portrait in the museum.*

reproductive (รีพระดัค' ทิฟว) *adj.* เกี่ยวกับหรือทำให้เกิด reproduction **-reproductively** *adv.* **-reproductiveness** *n.*

reproof, reproval (ริพรูฟ', -เวิล) *n.* การตำหนิ, การติเตียน, การกล่าวหา, การดุ, การประณาม (-S. censure, rebuke, scolding) *-Ex. Anong deserves reproof for rudeness.*

reprove (ริพรูฟว') *vt.* **-proved, -proving** กล่าวคำตำหนิ, ตำหนิ, ติเตียน, กล่าวหา, ต่อว่า, ดุ, ประณาม, แสดงความไม่เห็นด้วย **-reprovable** *adj.* **-reprover** *n.* **-reprovingly** *adv.* (-S. censure, condemn) *-Ex. Somsri reproved me for letting her oversleep.*

reptile (เรพ' ไทล์, -เทิล) *n.* สัตว์เลื้อยคลาน (จัดอยู่ในสัตว์ประเภท Reptilia), คนเลวทราม, คนสารเลว *-adj.* เกี่ยวกับลักษณะดังกล่าว

reptilian (เรพทิล' เยิน, -เลียน) *adj.* คล้ายสัตว์เลื้อยคลาน, เลวทราม

republic (ริพับ' ลิค) *n.* สาธารณรัฐ, รัฐที่มีประมุขของรัฐที่มาจากการเลือกตั้งหรือแต่งตั้งไม่ใช่กษัตริย์

republican (ริพับ' ลิเคิน) *adj.* เกี่ยวกับสาธารณรัฐ, สนับสนุนสาธารณรัฐ, เหมาะกับพลเรือนของสาธารณรัฐ, Republican เกี่ยวกับพรรค Republican Party ในอเมริกา *-n.* ผู้สนับสนุนการปกครองแบบสาธารณรัฐ **-Republican** สมาชิกพรรค Republican Party ในอเมริกา **-republicanize** *vt. -Ex. Uthai had republican sentiments.*

repudiate (ริพิว' ดีเอท) *vt.* **-ated, -ating** บอกปัด, ไม่ยอมรับ, ปฏิเสธ, ทอดทิ้ง **-repudiator** *n.* **-repudiation** *n.* (-S. reject, disown) *-Ex. to repudiate a statement, to repudiate an old friend, to repudiate a contract, Narong repudiated his family., to repudiate a debt*

repugn (ริพูน') *vt., vi.* ต่อต้าน, คัดค้าน, เป็นปฏิปักษ์

repugnance, repugnancy (ริพัก' เนินซ,-ซี) *n.* การต่อต้าน, การคัดค้าน, การเป็นปฏิปักษ์, ความรังเกียจอย่างแรง, ความเกลียดชัง, ความรู้สึกสะอิดสะเอียน

repugnant (ริพัก' เนินท) *adj.* ต่อต้าน, คัดค้าน, เป็นปฏิปักษ์, รังเกียจอย่างแรง, เกลียดชัง, สะอิดสะเอียน **-repugnantly** *adv.*

repulse (ริพัลซ') *vt.* **-pulsed, -pulsing** ขับออก, ขับไล่ไสส่ง, ขับไส, ผลัก, ปัดแข้งปัดขา *-n.* การขับออก, การขับไล่, การขับไล่ไสส่ง, การผลัก, การปัดแข้งปัดขา, การปฏิเสธ (-S. repel, rebuff) *-Ex. The bitter old man repulsed all offers of friendship., to repulse the enemy, the repulse of the enemy, Her kindness met with a repulse.*

repulsion (ริพัล' ชัน) *n.* การขับออก, การขับไล่ไสส่ง, การผลัก, การปัดแข้งปัดขา, ความรู้สึกเกลียดชัง, ความรู้สึกสะอิดสะเอียน, การเป็นปฏิปักษ์

R

repulsive (ริพัล' ซิฟว) *adj.* ทำให้รู้สึกเกลียด, ทำให้รู้สึกสะอิดสะเอียน, ขับออก, ขับไล่ไสส่ง, ผลักออก **-repulsively** *adv.* **-repulsiveness** *n.* *-Ex. Rotten eggs have a repulsive odour.*

reputable (เรพ' พิวทะเบิล) *adj.* มีชื่อเสียง, น่าเคารพ, น่านับถือ, ได้มาตรฐาน, ดี **-reputability** *n.* **-reputably** *adv.* (-S. honourable) *-Ex. It pays to buy from a reputable firm.*

reputation (เรพพิวเท' ชัน) *n.* ชื่อเสียง, กิตติศัพท์, ความโด่งดัง, ความมีหน้ามีตา (-S. name, esteem)

repute (ริพิวทฺ') *n.* ชื่อเสียง, กิตติศัพท์, ความโด่งดัง *-vt.* **-puted, -puting** มีชื่อว่า, ขนานนามว่า, ถือว่า *-Ex. through good and evil repute, a man of good repute, Somchai is reputed to be an able lawyer.*

reputed (ริพิว' ทิด) *adj.* มีชื่อเสียง, โด่งดัง, เป็นที่เลื่องลือกัน **-reputedly** *adv.* (-S. supposed)

req. ย่อจาก request คำเรียกร้อง

request (ริเควสทฺ') *n.* การขอร้อง, การเรียกร้อง, การอ้อนวอน, ความต้องการ, คำขอร้อง, คำเรียกร้อง, คำอ้อนวอน, สิ่งที่ขอร้อง, ความต้องการ *-vt.* ขอร้อง, เรียกร้อง, อ้อนวอน, ขอ, ถามหา **-by request** ตามคำขอร้อง **-requester, requestor** *n.* (-S. desire, appeal)

Requiem (เร' ควีเอม, เรค' วีเอิม, รี' ควี-) *n.* พิธีมิสซาสำหรับวิญญาณคนตาย

R

requiescat (in pace) (เรควีเอส' คาท อินพา' เช, -อินเพ' ซี) (ภาษาละติน) ขอให้ผู้ตายไปสู่สุคติ

require (ริไคว' เออะ) *vt., vi.* **-quired, -quiring** ต้องการ, ประสงค์, ปรารถนา, ขอร้อง, เรียกร้อง (-S. need, demand, want)

requirement (ริไคว' เออะเมินทฺ) *n.* ความต้องการ, ความประสงค์, ความปรารถนา, การเรียกร้อง, สิ่งที่ต้องการ, สิ่งที่เรียกร้อง, สิ่งจำเป็น (-S. necessity, need)

requisite (เรค' ควะซิท) *adj.* จำเป็น, ต้องการ *-n.* สิ่งที่ขาดเสียมิได้, สิ่งจำเป็น

requisition (เรคควะซิช' ชัน) *n.* การเรียกร้อง, ความต้องการ, คำเรียกร้อง, ปัจจัยที่ต้องการ, ปัจจัยที่จำเป็น, แบบหนังสือเรียกร้อง *-vt.* เรียกร้อง, ต้องการ

requital (ริไคว' เทิล) *n.* การชดเชย, การตอบแทน, การตอบสนอง, การโต้ตอบ, การแก้แค้น, สิ่งที่ชดเชย, สิ่งตอบแทน, รางวัล, การทำโทษ

requite (ริไควทฺ') *vt.* **-quited, -quiting** ชดเชย, ตอบแทน, ตอบสนอง, โต้ตอบ, แก้แค้น **-requiter** *n.* (-S. repay)

reredos (เรีย' ดอส) *n.* ฉากประดับหลังที่บูชา

reroute (รีรูท', -เราทฺ') *vt.* **-routed, -routing** ส่งโดยทางที่แตกต่างกันออกไป

rerun (*v.* รีรัน', *n.* รี' รัน) *vt.* **-ran, -run, -running** วิ่งใหม่, หมุนใหม่, เดินเครื่องใหม่ *-n.* การวิ่งใหม่, การหมุนวิ่ง, การฉายภาพยนตร์อีกครั้ง, ภาพยนตร์ดังกล่าว, การเดินเครื่องใหม่

resale (รี' เซล) *n.* การขายใหม่ **-resalable** *adj.*

rescind (ริซินดฺ') *vt.* ยกเลิก, เลิกล้ม, ลบล้าง, เพิกถอน **-rescindable** *adj.* **-rescinder** *n.* (-S. cancel)

rescission (ริซิช' ชัน) *n.* การยกเลิก, การเลิกล้ม, การลบล้าง, การเพิกถอน, การเรียกกลับคืน **-rescissory** *adj.*

rescript (รี' สคริพทฺ) *n.* พระราชวินิจฉัยขององค์จักรพรรดิโรมันหรือองค์สันตะปาปา, พระราชกำหนด, พระราชกฤษฎีกา, คำแถลง, คำประกาศ, สิ่งที่เขียนใหม่, เอกสารที่เขียนใหม่

rescue (เรส' คิว) *vt.* **-cued, -cuing** ช่วยเหลือ, ช่วยชีวิต, ช่วยให้รอด, ใช้กำลังแย่งเอาไป *-n.* การช่วยเหลือ, การช่วยชีวิต, การช่วยให้รอด, การใช้กำลังแย่งเอาไป **-rescuable** *adj.* **-rescuer** *n.* (-S. save, free, release, liberate) *-Ex. The sailor rescued the man from the sinking ship., The rescue of the pilots lost at sea was difficult.*

research (ริเซิร์ชฺ', รี' เซิร์ชฺ) *n.* การวิจัย, การค้นคว้า, การวินิจฉัย, การสืบเสาะ, การสำรวจ *-vi.* วิจัย, ค้นคว้า *-vt.* ทำการวิจัย, ทำการค้นคว้า **-researchable** *adj.* **-researcher, researchist** *n.* (-S. scrutinize, study, investigate, inquiry, probe) *-Ex. Many scientists are engaged in research to discover the causes of the AIDS.*

resection (ริเซค' ชัน) *n.* การชำแหละ, การตัดออกบางส่วน, การขจัดเอาส่วนของอวัยวะหรือเนื้อออก, การเฉือนออก

resemblance (ริเซม' เบลินซฺ) *n.* ความคล้ายคลึงกัน, ความเหมือนกัน (-S. similarity, likeness, kinship, affinity) *-Ex. Anong shows a great resemblance to her father; both in appearance and character.*

resemble (ริเซม' เบิล) *vt.* **-bled, -bling** คล้ายคลึงกับ, เหมือนกับ *-Ex. Tigers resemble cats.*

resend (รีเซนดฺ') *vt.* **-sent, -sending** ส่งใหม่, ส่งกลับ, ส่งอีก

resent (ริเซนทฺ') *vt.* ขุ่นเคือง, ไม่พอใจ, แค้นใจ *-Ex. Udom resents being called a coward.*

resentful (ริเซนทฺ' เฟิล) *adj.* ขุ่นเคืองใจ, ไม่พอใจ, แค้นใจ **-resentfully** *adv.* **-resentfulness** *n.* (-S. indignant)

resentment (ริเซนทฺ' เมินทฺ) *n.* ความขุ่นเคืองใจ, ความไม่พอใจ, ความแค้นใจ (-S. dudgeon, outrage) *-Ex. It is not hard to feel resentment when you are treated unfairly.*

reservation (เรสเซอร์เว' ชัน) *n.* การสงวน, การจอง, การรักษาไว้, การสำรอง, ที่สงวน *-Ex. Somsri has a reservation for the train., military reservation, an Indian reservation*

reserve (ริเซิร์ฟวฺ') *vt.* **-served, -serving** สงวน, จอง, รักษาไว้, สำรอง *-n.* ทุนสำรอง, เงินสะสม, คนสำรอง, ที่สงวน, กองหนุน, สิ่งที่สงวนไว้, ป่าสงวน, เขตสงวน, ความสงบเสงี่ยม, การสงวนท่าที, การไม่พูดมาก *-adj.* ซึ่งสงวนไว้ **-in reserve** สำรองไว้ในอนาคต, สิ่งทดแทน, อะไหล่, ส่วนสำรอง, อวัยวะสำรอง *-Ex. to reserve money for future use, reserve of stores, reserves of a bank, reserves of an army, Somchai reserves all rights in his inventions.*

reserved (ริเซิร์ฟวดฺ') *adj.* สงวนไว้, สำรองไว้, จองไว้,

รักษาไว้, สงบเสงี่ยม, สงวนท่าที **-reservedly** *adv.* **-reservedness** *n. -Ex. reserved seats, reserved list, This seat is reserved., Anong is reserved with strangers but very gay with her friends.*

reservist (ริเซอร์' วิสท) *n.* ทหารกองหนุน

reservoir (เรซ' เซอวาร์, เรซ' ซะ-, -วอร์) *n.* อ่างเก็บน้ำ, บ่อเก็บน้ำ, ที่สะสม, ห้องหรือที่เก็บของเหลวหรือก๊าซ, โพรงเก็บ, ถุงหรือโพรงในเนื้อเยื่อที่เก็บน้ำคัดหลั่ง, สิ่งที่สำรองไว้มาก (-S. tank) *-Ex. Chiang Mai city had several reservoirs supplying its water., air reservoir, an ink reservoir in a fountain pen*

reshuffle (รีชัฟ' เฟิล) *n.* การสับเปลี่ยน *-vt.* **-fled, fling** สับเปลี่ยน, สับไพ่

reside (ริไซด') *vi.* **-sided, -siding** อยู่อาศัย, อยู่เป็นเวลานาน, พำนักอยู่อย่างถาวร, อยู่ประจำ, อยู่กับ (-S. dwell, live, stay) *-Ex. In this democratic country it is with the people that the real power resides.*

residence (เรซ' ซิเดินซ, -เดนซ) *n.* ที่อยู่อาศัย, ถิ่นที่อยู่, ที่อยู่, การอยู่อาศัย, การมีถิ่นที่อยู่, ช่วงระยะเวลาการอยู่อาศัย (-S. dwelling, home) *-Ex. The White house is the residence of the US president., Proof of residence is required for voting., official residence*

residency (เรซ' ซิเดินซี) *n., pl.* **-cies** ที่อยู่อาศัย, ถิ่นที่อยู่, ช่วงระยะการฝึกหัดความชำนาญสาขาใดสาขาหนึ่งของแพทย์ในโรงพยาบาล, จวน, ทำเนียบ

resident (เรซ' ซิเดินท, -เดนท) *n.* ผู้อยู่อาศัย, แพทย์ที่กำลังฝึกหัดความชำนาญสาขาใดสาขาหนึ่งในโรงพยาบาล, นกที่ไม่อพยพย้ายถิ่น *-adj.* ซึ่งอยู่อาศัย, ประจำอยู่, อยู่เป็นหลักแหล่ง (ไม่อพยพย้ายถิ่น), ในเนื้อแท้ *-Ex. Nid is a resident member of the club.*

residential (เรซซะเดน' เชิล) *adj.* เกี่ยวกับถิ่นที่อยู่, เกี่ยวกับการอยู่อาศัย, สำหรับอยู่อาศัย **-residentially** *adv. -Ex. residential requirements for voting, residential construction, residential quarter, the residential section*

residual (ริซิจ' จุเอิล) *adj.* ที่เหลือ, ส่วนเหลือ, เหลือ, ตกค้าง, เกี่ยวกับการจ่ายส่วนที่เหลือ, เกี่ยวกับดินที่แร่ธาตุ (ที่ละลายได้) ถูกละลายไป *-n.* จำนวนที่เหลือ, จำนวนที่ค้างอยู่, ผลค้าง, เศษส่วนที่เหลืออยู่ **-residuals** ส่วนที่ต้องจ่ายเพิ่มเติมแก่ผู้แสดง (ในการฉายภาพยนตร์หรือเทปทีวีซ้ำ) **-residually** *adv.*

residuary (ริซิจ' จุเออรี) *adj.* เกี่ยวกับส่วนที่เหลือ

residue (เรซ' ซะดิว, -ดู) *n.* ที่เหลือ, ส่วนที่เหลือ, กาก, ส่วนที่ตกค้าง, จำนวนที่เหลือ, อะตอมหรือกลุ่มอะตอมที่ถือว่าเป็นส่วนประกอบของโมเลกุล, ส่วนที่เป็นของแข็งที่เหลืออยู่บนกระดาษกรอง ในกระบวนการกรองของเหลว, ส่วนที่เหลือของทรัพย์สินหลังการชำระหนี้ทั้งหมด *-Ex. There was a residue of ash after the fire.*

residuum (ริซิจ' จุเอิม) *n., pl.* **-ua** ดู residue (-S. remainder)

resign (ริไซน') *vt., vi.* ลาออก, ลาออกจากตำแหน่ง, ยอม, สละ, ยอมอยู่ใต้อิทธิพล, ยินยอม, สละตำแหน่ง, จำนน *-Ex. Father resigned his position for a better one.*

resignation (เรซซิกเน' ชัน) *n.* การลาออก, การลาออกจากตำแหน่ง, ใบลาออก, การยอม, การจำนน, การสละ, การยอมอยู่ใต้อิทธิพล (-S. submission, patience) *-Ex. to send in my resignation, the resignation of the government, to accept one's fate with resignation*

resigned (ริไซนด') *adj.* ยอม, ยอมตาม, จำนน **-resignedly** *adv.* **-resignedness** *n. -Ex. to be resigned to one's fate, resigned post, resigned mind*

resile (ริไซล') *vt.* **-siled, -siling** ถอยกลับ

resilience, resiliency (ริซิล' เยินซ, -เลียนซ, -ซี) *n.* ความสามารถในการกลับสู่สภาพเดิม, ความหดได้, ความยืดหยุ่น, ความสามารถในการฟื้นคืนสู่ปกติ *-Ex. Rubber bands have their resilience., the resilience of a patient after an operation, resilience after disappointment*

resilient (ริซิล' เยินท, -เลียนท) *adj.* กระโดดกลับ, ดีดกลับ, เด้งกลับ, กลับสู่สภาพเดิม, ฟื้นคืนสภาพเดิม **-resiliently** *adv. -Ex. Watch springs are made of a resilient metal., to have a resilient nature*

resin (เรซ' เซิน) *n.* ยางเรซิน, ยางไม้, ยางสน *-vt.* ใส่หรือทาด้วยยางดังกล่าว

resinous (เรซ' เซินเนิส) *adj.* ประกอบด้วยเรซิน, เกี่ยวกับลักษณะของเรซิน (-S. resiny)

resist (ริซิสท') *vt.* ต้าน, ต่อต้าน, ต้านทาน, สกัดกั้น, ทนต่อ, ขัดขืน, ขัดขวาง *-vi.* ต้าน, ต่อต้าน, อดกลั้น, กลั้น, ทน, อดทน *-n.* เครื่องต้านทาน (กระแสไฟฟ้า) **-resister** *n.* (-S. withstand, confront) *-Ex. to resist the force of the wind, to resist temptation, The prisoner resisted arrest., He did not resist; but surrendered quietly., to resist temptation*

resistance (ริซิส' เทินซ) *n.* การต้าน, การต่อต้าน, การต้านทาน, สกัดกั้น, การทนต่อ, การขัดขืน, การขัดขวาง, ความทน, ความอดทน, ความอดกลั้น **-Resistance** องค์การใต้ดินที่ต้องการโค่นล้มรัฐบาล (-S. fight) *-Ex. A healthy person has greater resistance to disease., resistance to pressure, resistance to movement, electrical resistance, a resistance wire, His firm and stubborn resistance spoiled our plans.*

resistant (ริซิส' เทินท) *adj.* ต้าน, ต่อต้าน *-n.* ผู้ต่อต้าน, ผู้ขัดขืน, ผู้อดทน, สิ่งต่อต้าน, สิ่งสกัดกั้น *-Ex. a resistant nature, Some rose bushes are more resistant to disease than others.*

resistible (ริซิส' ทะเบิล) *adj.* ต้านทานได้ **-resistibility** *n.*

resistor (ริซิส' เทอะ) *n.* อุปกรณ์ต้านกระแสไฟฟ้าในวงจร

resole (รีโซล') *vt.* **-soled, -soling** ใส่พื้นรองเท้าใหม่ *-n.* พื้น (รองเท้า) ใหม่

resoluble (ริซอล' ลิวเบิล, เรซ' เซิลลิวเบิล) *adj.* แก้ไขใหม่ได้, ลงมติใหม่ได้ **-resolubility, resolubleness** *n.*

resolute (เรซ' ซะลูท) *adj.* แน่วแน่, เด็ดเดี่ยว, ยืนหยัด, ตัดสินใจแล้ว **-resolutely** *adv.* **-resoluteness** *n.*

R

resolution 724 **respire**

(-S. determined, firm) *-Ex. a resolute effort to succeed*

resolution (เรซะลู' ชัน) *n.* ความแน่วแน่, ความเด็ดเดี่ยว, การยืนหยัด, การตัดสินใจแล้ว, มติ, การลงมติ, การแก้ปัญหา, การยุบลงของส่วนที่บวมหรืออักเสบ (-S. resolve, determination)

resolvable (ริซาล' วะเบิล, -ซอล'-) *adj.* แก้ไขได้, แก้ปัญหาได้, ละลายได้ **-resolvability** *n.*

resolve (ริซาลว', -ซอลว') *vt.* **-solved, -solving** ตกลงใจ, ตัดสินใจ, มีมติ, แยกออก, แยกวิเคราะห์, แยกสลาย *-vi.* ตกลงใจ, ตัดสินใจ, แยกออก, แยกสลาย *-n.* การตกลงใจ, การตัดสินใจ, ความแน่วแน่, มติ **-resolver** *n.* (-S. determine) *-Ex. Office of the premier calls for a man of great resolve., Assembly resolved to adjourn the first week in August.*

resolved (ริซอลวด', -ซาลวด') *adj.* ตกลงใจ, ตัดสินใจ **-resolvedly** *adv.*

resolvent (ริซอล' เวินท, -ซาล'-) *adj.* เกี่ยวกับการละลาย *-n.* ยาที่ทำให้การบวมหรือการอักเสบหายไป, วิธีแก้ปัญหา

resonance (เรซ' ซะเนินซ) *n.* เสียงก้อง, เสียงสะท้อน, เสียงกังวาน, เสียงรัว, การสั่นที่ทำให้เกิดเสียงก้อง, เสียงที่เกิดจากการเคาะ, (เสียง) การได้ระดับกัน, การได้เสียงคู่แปด

R

resonant (เรซ' ซะเนินท) *adj.* ก้อง, เกี่ยวกับเสียงสะท้อน, กังวาน, ซึ่งทำให้เกิดเสียงก้อง, (เสียง) ได้ระดับกัน, ได้จังหวะ **-resonantly** *adv. -Ex. the resonant walls of the cave, a resonant voice*

resonate (เรซ' ซะเนท) *v.* **-nated, -nating** *-vt.* ทำให้กังวาน, ทำให้สะท้อนกลับ, ขยายเสียงให้สั่นสะเทือน *-vi.* สะท้อนเสียง, ดังก้อง

resorb (ริซอร์บ', -ซอร์บ') *vt.* ดูดซึมออก, ดูดเข้าอีก, รับเข้าให้ **-resorption** *n.* **-resorptive** *adj.*

resort (ริซอร์ท') *vi.* อาศัย, พึ่ง, ใช้, ใช้วิธี, ใช้มาตรการ, ไป, มักไป *-n.* สถานที่ที่ผู้คนไปกันบ่อย, ที่มั่วสุม, ที่ที่มีชื่อเสียง, การไปอยู่เสมอ, การอาศัย, การใช้มาตรการอันใดอันหนึ่ง, สิ่งที่ขอความช่วยเหลือ, ผู้ที่ถูกขอความช่วยเหลือ **-resorter** *n.* (-S. go, use, employ)

resound (ริเซานด') *vi.* ดังก้อง, สะท้อนกลับ, ทำให้เกิดเสียงสะท้อนกลับ, ทำให้เสียงก้อง, ทำให้กังวาน, มีชื่อเสียง, ลือนาม *-vt.* ทำให้ดังก้อง, ร้องเสียงดัง, ประกาศด้วยเสียงอันดัง *Ex. The drums resounded through the auditorium.*

resounding (ริเซาน' ดิง) *adj.* ดังก้อง, สะท้อนกลับ, กังวาน, ดังมาก, สั่นสะเทือน, มีกำลัง, รุนแรง, ชัดแจ้ง, ยิ่งใหญ่ **-resoundingly** *adv.*

resource (ริซอร์ส', -ซอร์ส', รี' ซอร์ส, -ซอร์ส) *n.* แหล่งที่มา, หนทาง, วิธีการ, ทรัพย์สมบัติ, ทรัพยากร, ความสามารถในการจัดการกับสถานการณ์ **-resources** ทรัพยากรของประเทศ, กำลังเงิน, กำลังวัตถุ (-S. resort) *-Ex. Here is a job that will test your mental resources., natural resources, material resources, man of resource*

resourceful (ริซอร์ส' เฟิล, -ซอร์ส'-) *adj.* สามารถรับมือสถานการณ์ได้ดี, มีความชำนาญดี, มีสติปัญญาดี, เจ้าความคิด, หัวดี, อุดมสมบูรณ์ **-resourcefully** *adv.* **-resourcefulness** *n. -Ex. Somchai was very resourceful in emergencies.*

respect (ริสเพคท') *n.* ความนับถือ, ความเคารพ, ความยำเกรง, ความคารวะ, ความเอาใจใส่, ความใส่ใจ, ความสัมพันธ์, ความเกี่ยวข้อง, ประเด็น, ข้อ, ประการ *-vt.* นับถือ, เคารพ, สัมพันธ์กับ, เกี่ยวกับ, คำนึง, พิจารณา **-respects** ความเคารพนับถือ **-in respect of** เกี่ยวกับ **-respecter** *n.* (-S. regard, esteem, honour) *-Ex. in all (many) respects, to show respect to, Children should respect their elders., a much respected person, to respect the law*

respectability (ริสเพคทะบิล' ละที) *n., pl.* **-ties** ความน่านับถือ, ความน่าเคารพ, ความน่ายำเกรง, ความมีหน้ามีตา, บุคคลที่มีหน้ามีตา, ความสูงต่ำ, ความเหมาะสม, ความถูกต้องสมควร **-respectabilities** สิ่งที่ถูกต้องสมควร, สิ่งที่ถูกต้องตามทำนองคลองธรรม

respectable (ริสเพค' ทะเบิล) *adj.* น่านับถือ, น่าเคารพ, น่ายำเกรง, มีหน้ามีตา, สูงส่ง, สมควร, ถูกต้องตามทำนองคลองธรรม, มีศักดิ์ศรี, มากมาย **-respectably** *adv.* (-S. admirable, proper, appreciable) *-Ex. a respectable man, respectable appearance, respectable address, respectable coat, respectable amount, to wear respectable clothes, respectable behaviour, a respectable number, respectable talents*

respectful (ริสเพคท' เฟิล) *adj.* มีความนับถือ, มีความเคารพ, มีความยำเกรง, สุภาพเรียบร้อย **-respectfully** *adv.* **-respectfulness** *n.*

respecting (ริสเพค' ทิง) *prep.* เกี่ยวกับ, ด้วยว่า, ในกรณี *-Ex. an argument respecting the merits of the case*

respective (ริสเพค' ทิฟว) *adj.* เกี่ยวกับแต่ละบุคคลหรือแต่ละสิ่ง, แต่ละ, ทุก, ต่างก็, โดยเฉพาะ, โดยลำดับ *-Ex. according to the respective needs of the different passions*

respectively (ริสเพค' ทิฟวลี) *adv.* ตามลำดับ, ทุก, แต่ละ, ต่างก็

respell (รีสเพิล') *vt.* สะกดอีก, สะกดใหม่

respiration (เรสพะเร' ชัน) *n.* การหายใจ, กระบวนการทางเคมีและฟิสิกส์ในสิ่งมีชีวิตซึ่งออกซิเจนถูกนำไปยังเนื้อเยื่อและเซลล์โดยคาร์บอนไดออกไซด์และน้ำ, กระบวนการคล้ายกันทางเคมีที่ปราศจากการใช้ออกซิเจน (เช่น พบในเซลล์กล้ามเนื้อและแบคทีเรียที่ไม่ใช้ออกซิเจน) **-respirational** *adj. -Ex. Tuberculosis is a respiratory disease.*

respirator (เรส' พะเรเทอะ) *n.* อุปกรณ์ช่วยในการหายใจ, หน้ากากป้องกันก๊าซพิษ (หรือ gas mask), เครื่องช่วยในการหายใจ

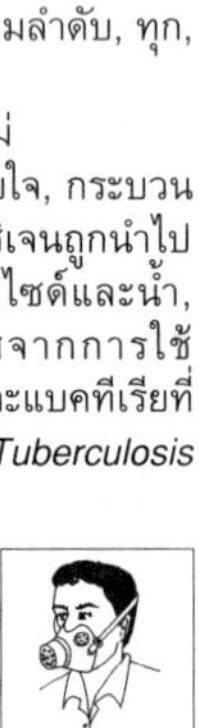

respirator

respiratory (เรส' เพอระทอรี, ริสไพ' ระ-) *adj.* เกี่ยวกับการหายใจ, สำหรับการหายใจ

respire (ริสไพ' เออะ) *v.* **-spired, -spiring** *-vi.*

หายใจ, หายใจเข้าและออกเพื่อยังชีพ, สูดอากาศ, มีชีวิตอีก, หายใจได้อย่างอิสระอีก *-vt.* หายใจ, หายใจออก **-respirable** *adj.* **-respirability** *n.*

respite (เรส' พิท) *n.* การพักผ่อน, การหยุดชั่วคราว, การทุเลา, การยืดเวลาออกไป *-vt.* **-pited, -piting** บรรเทาให้ทุเลาชั่วคราว, ยืดเวลาออกไป (-S. rest, recess) *-Ex. a short respite between classes, a respite from cold weather*

resplendent (ริสเพลน' เดินทฺ) *adj.* รุ่งโรจน์, โชติช่วง, สุกปลั่ง, สุกสกาว, งามอร่าม **-resplendence, resplendency** *n.* **-resplendently** *adv.* (-S. gleaming, bright) *-Ex. The birthday cake was resplendent with candles.*

respond (ริสพอนดฺ') *vi.* ตอบ, พูดตอบ, ตอบสนอง, โต้ตอบ, ขานรับ, รับ *-vt.* พูดตอบ *-n.* ผลตอบ, การตอบ, ฝาผนังที่ต่อกัน (-S. reply, answer, retort) *-Ex. to respond to Mother's call, to respond to a letter, to respond to kindness*

respondent (ริสพอน' เดินทฺ) *adj.* เกี่ยวกับการตอบ, เกี่ยวกับการตอบสนอง, เกี่ยวกับการโต้ตอบ, เกี่ยวกับการขานรับ, เกี่ยวกับการรับ *-n.* ผู้ตอบ, ผู้โต้ตอบ, ผู้ตอบสนอง, จำเลย, ผู้แก้คำถาม **-respondence, respondency** *n.*

responder (ริสพอน' เดอะ) *n.* ผู้ตอบ, ผู้โต้ตอบ, ผู้ตอบสนอง, เครื่องรับสัญญาณ

response (ริสพอนซฺ') *n.* คำตอบ, การตอบ, คำรับ, ผลตอบ, ความรู้สึกตอบ, การโต้ตอบ, การขานรับ (-S. answer, reply, reaction) *-Ex. Father is waiting for a response to his letter.*

responsibility (ริสพอนซะบิล' ละที) *n., pl.* **-ties** ความรับผิดชอบ, ความรู้สึกหรือรู้จักรับผิดชอบ, ภาระ, ภาระหน้าที่, สิ่งที่รับผิดชอบ, สิ่งที่เป็นภาระหน้าที่ (-S. accountability) *-Ex. to take the responsibility of, to bear the responsibility of, A family is a great responsibility., mother's responsibilities*

responsible (ริสพอน' ซะเบิล) *adj.* รับผิดชอบ, รู้สึกรับผิดชอบ, รู้จักรับผิดชอบ, เป็นภาระ, เป็นภาระหน้าที่, เชื่อถือได้ **-responsibly** *adv.* **-responsibleness** *n.* (-S. accountable) *-Ex. A responsible boy should be chosen to collect the club dues., A bus driver is responsible for the safety of the passengers.*

responsive (ริสพอน' ซิฟวฺ) *adj.* เป็นคำตอบ, เป็นการตอบ, เป็นการโต้ตอบ, เป็นการตอบสนอง **-responsively** *adv.* **-responsiveness** *n.* (-S. sympathetic) *-Ex. Samai showed his support by a responsive gesture., a responsive nature, a responsive audience*

rest[1] (เรสทฺ) *n.* การพักผ่อน, การพัก, การหยุดพัก, การนอน, การนิ่งเฉย, การอยู่เฉย, การตาย, การหยุด, ช่วงเงียบ, จังหวะหยุด, ที่พัก, ที่พักผ่อน, ที่สำหรับพัก, ที่ค้ำ *-vi.* พักผ่อนเอาแรง, นอนพัก, หลับ, หยุดนิ่ง, พัก, อาศัย, ไว้ใจ, วางบน, นั่ง *-vt.* ทำให้พัก, ทำให้สดชื่นจากการพัก, ทำให้ค้ำอยู่, ทำให้สงบ, หยุดการให้หลักฐานพยาน **-at rest** นอน, ตาย, เงียบ, หยุดนิ่งไร้กังวล, เงียบสงบ **-lay to rest** ฝัง (ศพ) **-rester** *n.* (-S. relax, relaxation, recess, peace, calm) *-Ex. to have rest so that one can work tomorrow, to rest on, A rest in music is a slight pause., Horses rest for a time., Stop and rest when you are out of breath., The kitten's eyes rested on the mouse., arm-rests on the doors, Book rests upon the table., The prisoner's freedom rests with the court., to take a rest, to go to rest, to rest on the basis of, to rest in your word*

rest[2] (เรสทฺ) *n.* ส่วนที่เหลือ, ส่วนอื่น, ส่วนที่เหลือหลังการหักค่าใช้จ่าย, ส่วนที่เป็นกำไร, ทุนสำรอง *-vi.* ยังคง, ยังเป็น, ยังเหลือ, มีเหลือ *-Ex. The rest are to stay here.*

restate (รีสเทท') *vt.* **-stated, -stating** กล่าวอีก, กล่าวใหม่, แถลงอีก, แถลงใหม่ **-restatement** *n.*

restaurant (เรส' ทะเรินทฺ, -รอนทฺ) *n.* ภัตตาคาร, ร้านอาหาร

restaurateur (เรสเทอระเทอร์', -ทัวร์) *n.* เจ้าของภัตตาคาร, ผู้จัดการภัตตาคาร (-S. restauranteur)

restful (เรสทฺ' เฟิล) *adj.* พักผ่อนเต็มที่, พักผ่อน, สงบ, สบาย, เงียบ, สงบเงียบ **-restfully** *adv.* **-restfulness** *n.* (-S. tranquil)

resting (เรส' ทิง) *adj.* พักผ่อน, อยู่เฉย, นอน

restitution (เรสทะทิว' ชัน, -ทู'-) *n.* การซ่อมแซม, การทำให้กลับสู่สภาพเดิม, การพักฟื้น, การชดใช้, การใช้คืน, การล้างบาป **-restitutive** *adj.* (-S. restoration)

restive (เรส' ทิฟวฺ) *adj.* ว่ายาก, ดื้อรั้น, ควบคุมยาก, หัวแข็ง, กระวนกระวาย, ร้อนใจ, หงุดหงิด, มีจิตใจที่ไม่สงบ **-restively** *adv.* **-restiveness** *n.* (-S. uneasy, impatient, restless)

restless (เรส' ลิส) *adj.* กระสับกระส่าย, กระวนกระวาย, ร้อนใจ, หงุดหงิด, ไม่อยู่กับที่, ไม่มีการพักผ่อน, นอนกระสับกระส่าย, ไม่อยู่เงียบ **-restlessly** *adv.* **-restlessness** *n.* (-S. unquiet, disturbed, uneasy) *-Ex. restless in warm weather, Father had a restless night because of his worry., The old man is restless., Small disturbances bother him., a restraint to freedom*

restoration (เรสทะเร' ชัน) *n.* การซ่อมแซม, การปฏิสังขรณ์, การทำให้คืนสู่สภาพหรือรูปเดิม, การทำให้คืนชีพ, การทำให้กลับคืนดี, การส่งคืน, การสร้างขึ้นใหม่ **-the Restoration** สมัยพระเจ้าชาร์ลส์ที่ 2 (ค.ศ. 1660-1685) ของอังกฤษ (-S. renewal, replacement, return) *-Ex. a restoration to health, the restoration of a painting, the restoration of a dinosaur in museum*

restorative (ริสทอ' ระทิฟวฺ) *adj.* เป็นการซ่อมแซม, เป็นการฟื้นฟู, เป็นการปฏิสังขรณ์, บำรุงเลี้ยง, บำรุงกำลัง, ซึ่งทำให้แข็งแรงเหมือนเดิม *-n.* ยาบำรุงกำลัง, สิ่งที่ทำให้คืนสู่สภาพเดิม, สิ่งที่ทำให้ฟื้นสติ

restore (ริสทอร์') *vt.* **-stored, -storing** ฟื้นฟู, ซ่อมแซม, ทำให้กลับสู่สภาพเดิม, ปฏิสังขรณ์, ทำให้แข็งแรง, บำรุงกำลัง, บำรุงร่างกาย, ส่งคืน, สร้างใหม่ **-restorable** *adj.* **-restorer** *n.* (-S. reinstate, repair) *-Ex. to restore an old building, to restore stolen money, to*

R

restore a book to the shelf

restrain (ริสเทรน') *vt.* ยับยั้ง, หยุดยั้ง, หักห้าม, อดกลั้น, กลั้น, ห้ามปราม, ดึงบังเหียน, หน่วงเหนี่ยว, รั้ง, จำกัด, คุม, ควบคุม, ข่มใจ **-restrainable** *adj.* **-restrainedly** *adv.* (-S. repress, hinder, hold, confine) *-Ex. I could not restrain my enthusiasm.*

restrainer (ริสเทรน' เนอะ) *n.* ผู้กรอง, สิ่งกรอง, สารเคมีที่มีฤทธิ์ยับยั้งปฏิกิริยาเคมี, ผู้ยับยั้ง, ผู้หักห้าม, ผู้อดกลั้น, ผู้ดึงบังเหียน, น้ำยาทำให้การปรากฏรูปขึ้นช้า (ในการล้างรูป)

restraint (ริสเทรนทฺ') *n.* การยับยั้ง, การหยุดยั้ง, การหักห้าม, การอดกลั้น, การกลั้น, การห้ามปราม, การดึงบังเหียน, การหน่วงเหนี่ยว, วิธีการยับยั้งดังกล่าว, การข่มใจ (-S. constraint, rein) *-Ex. It is necessary to keep dangerous animals under restraint., Daeng showed great restraint in not answering when his sister teased him., The harsh laws were a restraint to freedom.*

restrict (ริสทริคทฺ') *vt.* จำกัด, จำกัดวง, ยับยั้ง, หักห้าม, ควบคุม (-S. confine, curb, restrain) *-Ex. Narong restricted himself to one meal a day.*

restricted (ริสทริค' ทิด) *adj.* ถูกจำกัด, ถูกจำกัดวง, มีขอบเขต, ถูกกำหนด, คับแคบ **-restrictedly** *adv.*

restriction (ริสทริค' ชัน) *n.* การจำกัด, การจำกัดวง, การกำหนด, การบังคับ **-restrictionist** *n., adj.* (-S. restraint)

restrictive (ริสทริค' ทิฟว) *adj.* จำกัด, จำกัดวง, มีขอบเขต, ถูกกำหนด, คับแคบ, มีลักษณะจำกัด **-restrictively** *adv.* **-restrictiveness** *n.*

restroom, rest room (เรสทฺ' รูม) *n.* ห้องพัก, ห้องน้ำ (โดยเฉพาะในที่สาธารณะ)

result (ริซัลทฺ') *vi.* เป็นผล, บังเกิดเหตุ, ก่อผล, ลงเอย *-n.* ผล, ผลลัพธ์, ผลที่ตามมา, คำตอบ, มติ *-Ex. The result was that..., without any result, as a result of, the resulting illness*

resultant (ริซัล' เทินทฺ) *adj.* ซึ่งเป็นผล, ซึ่งบังเกิดผล, เป็นผลมาจาก, รวมกัน, เป็นผลลัพธ์ *-n.* ผลลัพธ์ **-resultantly** *adv.*

resume (ริซูม') *v.* **-sumed, -suming** *-vt.* เริ่มต้นใหม่, กลับคืนใหม่, คืนสู่สภาพเดิม, เข้าครอบครองใหม่ *-vi.* ดำเนินต่อไปใหม่, เริ่มต้นใหม่ **-resumable** *adj.* *-Ex. We will resume work after the holiday., Please resume your reading.*

résumé, resume, resumé (เรซ' ซะเม, เร' ซะ-, เรซะเม') *n.* ผลสรุป, เรื่องย่อ, ประวัติย่อของผู้สมัครงานที่เกี่ยวกับการศึกษา ประสบการณ์และอื่นๆ

resumption (ริซัมพฺ' ชัน) *n.* การเริ่มต้นใหม่, การกลับคืนใหม่, การคืนสู่สภาพเดิม, การเข้าครอบครองใหม่, การกลับเข้าทำงานใหม่ *-Ex. There will be a resumption of the work affer the intermission.*

resupine (รีซุไพนฺ', -ซิว-) *adj.* นอนหงาย, ชูแขน, เฉื่อยชา, ไม่ว่องไว

resurge (ริเซิร์จ') *vi.* **-surged, -surging** ลุกขึ้นมาอีก, คืนชีพ, ฟื้นคืน

resurgent (ริเซอร์' เจินทฺ) *adj.* ฟื้นคืนอีก, คืนชีพ, ลุกขึ้นมาอีก **-resurgence** *n.*

resurrect (เรซซะเรคทฺ') *vi.* คืนชีพ, ฟื้นคืนอีก, กลับมีชีวิตใหม่ *-vt.* ทำให้คืนชีพ, ทำให้กลับมีชีวิตใหม่, ทำให้ฟื้นคืนอีก *-Ex. to resurrect a forgotten opera*

resurrection (เรซซะเรค' ชัน) *n.* การคืนชีพ, การกลับมีชีวิตใหม่ **-the Resurrection** การคืนชีพของพระเยซู-คริสต์, การคืนชีพของมนุษย์ในวันพิพากษาโลก, การฟื้นคืนอีก, การกลับสู่สภาพเดิม **-resurrectional** *adj.* (-S. revival, renewal, rebirth) *-Ex. the resurrection of a forgotten style*

resuscitate (ริซัส' ซะเทท) *vt., vi.* **-tated, -tating** ทำให้ฟื้นคืนใหม่, ฟื้นฟู, ทำให้เป็นใหม่, ทำให้คืนชีพ **-resuscitation** *n.* **-resuscitative** *adj.* (-S. revive, save)

resuscitator (ริซัส' ซะเทเทอะ) *n.* ผู้ทำให้ฟื้นคืนอีก, ผู้ฟื้นฟู, ผู้ทำให้เป็นใหม่, ผู้ทำให้คืนชีพ, เครื่องช่วยให้หายใจ

ret (เรท) *vt.* **retted, retting** แช่ (ปอหรือป่าน) เพื่อทำให้เส้นใยออกจากเนื้อไม้, แช่จนนิ่ม, แช่จนเปื่อย

ret. ย่อจาก retired ปลดเกษียณ, retail การขายปลีก

retail (รี' เทล, ริเทล') *n.* การขายปลีก, การขายย่อย *-adj.* เกี่ยวกับการขายปลีก *-adv.* ซึ่งขายปลีก, ในราคาขายปลีก, ซึ่งขายโดยตรงให้กับลูกค้า *-vt., vi.* ขายปลีก, พูดต่อ, บอกต่อ **-retailer** *n.* *-Ex. Bread is sold at retail as are most other foods., That dress retails at $25., Narong buys whole sale and sells retail.*

retain (ริเทน') *vt.* สงวนไว้, รักษาไว้, เอาไว้, กัน, กั้นเอาไว้, ผูกขาด, จดจำ **-retainable** *adj.* **-retainment** *n.* (-S. keep, maintain) *-Ex. to retain your sense of humour, This picture retains its luster., to retain the earth behind the dam, to retain what one learn, to retain water, retaining wall, to retain facts*

retainer (ริเทน' เนอะ) *n.* ผู้สงวน, ผู้รักษา, ผู้ผูกขาด, คนใช้, ผู้ติดตาม, อุปกรณ์ยึดฟัน, ขดลวดยึดฟัน, ค่าธรรมเนียมล่วงหน้า *-Ex. an old family retainer*

retaining wall กำแพงยึดดิน, เขื่อน

retake (*v.* รีเทค', *n.* รี' เทค) *vt.* **-took, -taken, -taking** เอาอีก, เอาคืน, เอากลับ, ชิงกลับ, ยึดกลับ, ยึดคืน, ถ่ายภาพอีก, ถ่ายภาพใหม่ *-n.* การถ่ายภาพอีก, การถ่ายภาพใหม่

retaliate (ริแทล' ลีเอท) *vi., vt.* **-ated, -ating** ตอบโต้, ตอบแทน, แก้เผ็ด, แก้ลำ **-retaliation** *n.* **-retaliative, retaliatory** *adj.* *-Ex. to retaliate when one is injured or insulted, They were forced to retaliate.*

retard (ริทาร์ด', รี' ทาร์ด) *vt.* ทำให้ช้า, ขัดขวาง, ถ่วง, หน่วง, ทำให้ลดความเร็ว, เป็นอุปสรรค *-vi.* ทำให้ช้า, หน่วงเหนี่ยว *-n.* การทำให้ช้า, การหน่วงเหนี่ยว, การทำให้ลดความเร็ว, (คำสแลง) คนโง่ (-S. impede, detain) *-Ex. Deep snowdrifts retarded our progress.*

retardant (ริทาร์ด' เดินทฺ) *n.* สารที่มีฤทธิ์ลดความเร็วของปฏิกิริยาทางเคมี *-adj.* ซึ่งช้าหรือทำให้ช้า

retardation (รีทาร์เด' ชัน) *n.* การทำให้ช้า, ภาวะ

ที่ถูกทำให้ช้า, การหน่วงเหนี่ยว, การถูกหน่วงเหนี่ยว, สิ่งที่ทำให้ช้า, สิ่งที่หน่วงเหนี่ยว, ความชักช้า, ความปัญญาอ่อน, การเรียนได้ช้า **-retardative, retardatory** *adj.*

retarded (รีทาร์ด' ดิด) *adj.* ปัญญาอ่อน, ชักช้า, หน่วงเหนี่ยว

retarder (รีทาร์ด' เดอะ) *n.* ผู้ทำให้ช้า, ผู้หน่วงเหนี่ยว, สิ่งที่ทำให้ช้า, สิ่งที่หน่วงเหนี่ยว, สารเคมีที่ทำให้เกิดปฏิกิริยาทางเคมีช้าลงหรือไม่เกิดขึ้น, สารที่ทำให้ซีเมนต์หรือปูนปลาสเตอร์แข็งตัวช้าลง

retch (เรช) *vi.* พยายามอาเจียน, พยายามสำรอก, รู้สึกคลื่นเหียน (-S. vomit)

retention (ริเทน' ชัน) *n.* การสงวนไว้, การรักษาไว้, การเอาไว้, การกักกัน, การกันไว้, อำนาจการยึดไว้, สิ่งที่สงวนไว้, ความทรงจำ

retentive (ริเทน' ทิฟว) *adj.* ซึ่งสงวนไว้, ซึ่งรักษาไว้, ซึ่งกักกัน, มีอำนาจกันไว้, มีความทรงจำดี, สามารถเก็บไว้ได้ดี **-retentively** *adv.* **-retentiveness** *n.*

rethink (รีธิงคฺ') *vt.* **-thought, -thinking** พิจารณาใหม่, คิดใหม่

reticence (เรท' ทะเซินซฺ) *n.* การพูดน้อย, การไม่พูด, การเงียบ, การสงวนท่าที, (-S. reticency)

reticent (เรท' ทะเซินทฺ) *adj.* เงียบ, ไม่พูด, ระมัดระวัง, พิถีพิถัน, อำพราง, สงวนท่าที **-reticently** *adv.*

reticle (เรท' ทิเคิล) *n.* ลายเส้นในกล้องสำหรับหมายตำแหน่งวัตถุที่ดู, ร่างแห, ลายขีด

reticular (ริทิค' คิวละ) *adj.* คล้ายร่างแห, คล้ายตาข่าย, พัวพัน **-reticularly** *adv.*

reticulate (ริทิค' คิวลิท, -เลท) *adj.* เป็นร่างแห, เป็นตาข่าย, ปกคลุมด้วยร่างแห, ปกคลุมด้วยตาข่าย *-vt., vi.* **-lated, -lating** ทำให้ดูเหมือนตาข่าย **-reticulately** *adv.* **-reticulation** *n.*

reticulated (ริทิค' คิวลิททิด) *adj.* ดู reticulate

retina (เรท' เอินนะ) *n., pl.* **-nas, -nae** เยื่อชั้นในสุดของส่วนหลังของลูกตา มีหน้าที่รับภาพจากแก้วตา เป็นบริเวณที่เชื่อมต่อกับประสาทตาและส่วนที่ไวต่อแสง **-retinal** *adj.*

retinue (เรท' เอินนู, -นิว) *n.* กลุ่มผู้ติดตาม

retire (ริไท' เออะ) *v.* **-tired, -tiring** *-vi.* ถอยออก, ถอนตัว, ไปนอน, เข้านอน, ปลด, ปลดเกษียณ, ออกไป, จากไป, จางไป, ปลีกตัว, ซ่อนตัว, สละโลก *-vt.* ถอน, ถอนกลับ, เอาออก, ถอนตัว, รับคืนธนบัตร (-S. quit, withdraw) *-Ex. We retire at 8 o'clock., Grandfather has retired because he is getting old., to retire from the world, to retire from office, to retire on a pension*

retired (ริไท' เออร์ดฺ) *adj.* ถอนตัว, ถอยออก, ปลีกตัว, เอาออก, ปลดเกษียณ, ออกจากราชการ, อยู่อย่างสันโดษ *-Ex. Sombut lives a retired life., The retired scientist spends much of his time writing books.*

retiree (ริไทรี') *n.* ผู้ปลดเกษียณ, ผู้ออกจากราชการหรือวงการ, ผู้เลิกกิจการ (-S. retirant)

retirement (ริไทเออะ' เมินทฺ) *n.* การปลดเกษียณ, การออกจากราชการ, การเลิกกิจการ, การปลดจากประจำการ, ช่วงอายุที่ปลดเกษียณจากงาน, การอยู่อย่างสันโดษ, สถานที่สันโดษ

retiring (ริไท' ริง) *adj.* ซึ่งปลดเกษียณ, ซึ่งปลดจากการงาน, ซึ่งถอนตัวออกจากการงาน, เหนียมอาย, นิ่งเงียบ, โดดเดี่ยว, สันโดษ **-retiringly** *adv.* (-S. quiet, reserved) *-Ex. Somchai has a retiring nature.*

retook (รีทุค') *vt.* กริยาช่อง 2 ของ retake

retort[1] (ริทอร์ท') *vt.* โต้ตอบ, พูดย้อน, แย้ง, โต้แย้ง, ย้อนตอบ *-vi.* ตอบ, ย้อนตอบ, แย้ง *-n.* การกระทำดังกล่าว (-S. reply)

retort[2] (ริทอร์ท') *n.* หลอดแก้วคอยาวสำหรับกลั่น

retort [2]

retortion (ริทอร์' ชัน) *n.* การโต้ตอบ, การย้อนตอบ, การพูดย้อน, การแย้ง

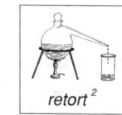

retouch (รีทัช', รี' ทัช) *vt.* ตกแต่ง, เสริมแต่ง, ขัดเกลา, ใช้สีเสริมแต่ง *-n.* ส่วนที่เสริมแต่ง, การตกแต่ง, การใช้สีเสริมแต่ง, ภาพถ่ายที่ได้จากการเสริมแต่ง **-retoucher** *n.*

retrace (ริเทรส') *vt.* **-traced, -tracing** ซ้ำรอย, ทาบทับเส้นเดิม, ย้อนกลับ, หวนกลับ, หวนรำลึก, ระลึกถึง, กลับคืน **-retraceable** *adj. -Ex. You will have to retrace your steps if you hope to find the lost watch.*

re-trace (รีเทรส') *vt.* **-traced, -tracing** ซ้ำรอย, ทาบทับเส้นเดิม

retract (ริแทรคทฺ') *vt., vi.* หดกลับ, หด, ร่น, ถอน, เพิกถอน, ถอย **-retractability** *n.* **-retractable** *adj.* **-retractive** *adj.*

retractile (ริแทรค' ไทล, -เทิล) *adj.* หดได้, ร่นได้, ถอยได้, ถอนได้ **-retractility** *n.*

retraction (ริแทรค' ชัน) *n.* การหดตัว, การร่น, การถอย, การถอน, ภาวะการหดตัว (ร่น ถอย ถอน), การเพิกถอน, การยกเลิก

retractor (ริแทรค' เทอะ) *n.* ผู้ถอนตัว, ผู้หดตัว, เครื่องปัดปลอกกระสุนจากรังปืน, เครื่องมือตรึงบาดแผลให้เปิดอยู่, กล้ามเนื้อดึงอวัยวะ

retread (*v.* รีเทรด', *n.* รี' เทรด) *vt.* ซ่อมหล่อดอกยางรถยนต์, หล่อดอก, ซ่อมปะ *-n.* ยางรถที่หล่อดอกใหม่, (คำสแลง) ผู้เข้ารับราชการอีก (-S. remould)

re-tread (รีเทรด') *vt.* **-trod, -trodden/-trod, -treading** เหยียบย่ำอีก, ย่ำอีก, ย่ำกลับ, เดินกลับ, เดินบนเส้นทางเดิม

retreat (ริทรีท') *vi., vt.* ล่าถอย, ถอย, ถอนกลับ, เพิกถอน, ยกเลิก, หลบตัว, หลบหนี, สละสิทธิ์, (แก้มหน้าผาก) ตอบ, เอียงลาด *-n.* การล่าถอย, การถอย, การถอยกลับ, แตรเลิก, แตรเย็น, สัญญาณถอย, ธงสัญญาณการยอมแพ้, การปลดเกษียณ, การถอนตัวจากวงการ, ความสันโดษ, สถานที่ลี้ภัยหรือพักฟื้น, โรงพยาบาลคนบ้า **-beat a retreat** ให้สัญญาณถอยด้วยการตีกลอง, ถอยอย่างรวดเร็ว (-S. retire, depart) *-Ex. The enemy's ships were caught in a trap and could not retreat., The army made a quick retreat.*

retrench (รีเทรนชฺ') *vt.* ตัดทอน, ตัดให้น้อยลง, ตัดทอนรายจ่าย, ประหยัด, ตัดออก *-vi.* ประหยัด, ตัดทอนรายจ่าย (-S. diminish, curtail)

R

retrenchment (รีเทรนชฺ' เมินทฺ) *n.* การตัดทอน, การตัดให้น้อยลง, การตัดทอนรายจ่าย, การประหยัด, การตัดออก, การขุดสนามเพลาะ, งานขุดสนามเพลาะป้องกัน

retribution (เรทระบิว' ชัน) *n.* เวร, กรรมสนอง, การจองเวร, ผลกรรมสนอง, การตอบแทน, การทดแทน, การแก้แค้น **-retributive, retributory** *adj.* **-retributively** *adv.* (-S. retaliation, punishment, justice)

retrieval (ริทรี' เวิล) *n.* การเอากลับคืนมา, โอกาสที่จะเอากลับคืนมา, การทำให้คืนสู่สภาพเดิม, การแก้ไข, การซ่อมแซม, การช่วยชีวิต, การกอบกู้

retrieve (ริทรีฟว') *v.* **-trieved, -trieving** *-vt.* เอากลับคืนมา, เอาคืนมา, ทำให้คืนสู่สภาพเดิม, ซ่อมแซม, กู้, ช่วยชีวิต, กอบกู้, (คอมพิวเตอร์) นำข้อมูลออกมาจากหน่วยความจำของเครื่องคอมพิวเตอร์ *-vi.* เอาคืนมา, (สุนัขล่าเนื้อ) เอาเหยื่อกลับมา, เอาสายเบ็ดกลับมา *-n.* การเอากลับคืนมา (การทำให้คืนสู่สภาพเดิม การซ่อมแซม), โอกาสที่จะเอาคืนมา (โอกาสในการทำให้คืนสู่สภาพเดิม) **-retrievable** *adj.*

retriever (ริทรีฟว' เวอะ) *n.* ผู้เอาคืนมา, ผู้ซ่อมแซม, ผู้กอบกู้, ผู้ช่วยชีวิต, สุนัขจำพวกหนึ่งที่สามารถตามสัตว์ที่ถูกยิงกลับคืนมา

retro- คำอุปสรรค มีความหมายว่า ไปข้างหลัง, ด้านหลัง, เอาคืนมา, กลับมา

retroact (รีโทรแอคทฺ') *vi.* โต้ตอบ, มีปฏิกิริยาโต้ตอบ, ต่อต้าน, มีผลย้อนหลัง, เดินกลับ

retroactive (รีโทรแอค' ทิฟว) *adj.* ย้อนหลัง, มีผลย้อนหลัง, โต้ตอบ, มีปฏิกิริยาโต้ตอบ **-retroactively** *adv.* **-retroactivity** *n.*

retrocede[1] (เรทระซีด') *vi.* **-ceded, -ceding** ถอยหลัง, ถอยกลับ, ปลดเกษียณ, ออกจากวงการ, หลับใน, เข้าข้างใน **-retrocession** *n.*

retrocede[2] (เรทระซีด') *vt.* **-ceded, -ceding** มอบคืน, คืนให้, คืนที่ดินให้ **-retrocession** *n.*

retrograde (รี' ทระเกรด) *vi.* **-graded, -grading** เคลื่อนไปข้างหลัง, ถอยหลัง, ปลดเกษียณ, เสื่อมลง, ถอยหลังเข้าคลอง, โคจรกลับ *-adj.* ซึ่งถอยหลัง, ซึ่งเสื่อมลง, ซึ่งปลดเกษียณ, ซึ่งโคจรกลับ **-retrogradation** *n.* **-retrogradely** *adv.*

retrogress (เร' ทระเกรส, เรทระเกรส') *vi.* ถอยหลัง, ถอยกลับ, ล่าถอย, ถอยหลังเข้าคลอง, เสื่อมลง, เสื่อมทราม **-retrogressive** *adj.* **-retrogressively** *adv.*

retrogression (เรทระเกรช' ชัน) *n.* การถอยหลัง, การถอยกลับ, การล่าถอย, การเสื่อมลง, การถอยหลังเข้าคลอง, การเสื่อมทราม

retrorse (ริทรอร์ส') *adj.* หันไปข้างหลัง, หมุนไปข้างหลัง, โค้งไปข้างหลัง, เอียงไปข้างหลัง, กระดกไปข้างหลัง **-retrorsely** *adv.*

retrospect (เร' ทระสเพคทฺ) *n.* การหวนกลับ, การหวนรำลึก, การคิดถึงอดีต *-vt., vi.* หวนกลับ, หวนรำลึก, คิดถึงอดีต **-in retrospect** ในการหวนรำลึก

retrospection (เรทระสเพค' ชัน) *n.* การหวนกลับ, การหวนรำลึก, การคิดถึงอดีต, การมีผลย้อนหลัง, การทบทวนสิ่งที่ผ่านไป

retrospective (เรทระสเพค' ทิฟว) *adj.* หวนกลับ, หวนรำลึก, คิดถึงอดีต, มีผลย้อนหลัง, ทบทวนสิ่งที่ผ่านไป *-n.* การแสดงผลงานทางศิลปะในช่วงชีวิตของศิลปินคนหนึ่ง **-retrospectively** *adv.*

retroussé (ระทรูเซ', เร-) *adj.* (จมูก) งอน, (จมูก) งอขึ้น

retroversion (เรทระเวอร์' ชัน) *n.* การมองกลับ, การหันกลับ, การวกกลับ, การหวนรำลึก, การแปลกลับ, การเอียงไปข้างหลัง

return (ริเทิร์น') *vi.* กลับ, กลับมา, กลับคืน, คืน, คืนสู่, กลับสู่, ย้อนกลับ, วกกลับ, ส่งคืน *-vt.* คืน, ส่งคืน, ย้อนกลับ, ตอบ, โต้ตอบ, โต้แย้ง, ได้ผล, ได้ผลกำไร, ชัก (อาวุธ) กลับ, ตีไพ่ *-n.* การกลับ, การกลับคืน, การกลับมา, การคืนสู่, การตอบ, การโต้ตอบ, การโต้แย้ง, ผลลัพธ์, ผลกำไร, ผลตอบแทน, ดอกผล, ผลการเลือกตั้ง, รายงาน, สถิติ, รายได้, รายรับ, จำนวนขาย, การตีไพ่, ลูกตีกลับ, คำตอบ *-adj.* กลับ, กลับคืน, วกกลับ, กระทำอีก, เปลี่ยนแปลง, ตอบแทน, ตอบโต้, กลับทิศ, กลับทาง, ซึ่งคืนสู่สภาพ **-returner** *n.* (-S. come back, requite, revert, answer, restore, yield) *-Ex. to return home, The pain had returned., We will return to this subject later., to return to dust, to return to old customs, to return to old rules, to return the book you lent me*

returnable (ริเทิร์น' นะเบิล) *adj.* ซึ่งกลับคืนได้ *-n.* ภาชนะที่สามารถนำกลับมาใช้ใหม่ได้

returnee (ริเทอร์นี') *n.* ผู้กลับประเทศ, ทหารที่กลับประเทศ, นักเรียนที่กลับบ้าน, นักเรียนที่กลับไปโรงเรียนใหม่

retuse (ริทูซฺ', -ทิวซฺ') *adj.* ซึ่งมีส่วนบนป้านและเว้านิดๆ (เช่น ใบไม้บางชนิด)

reunify (รียู' นะไฟ) *vt., vi.* **-fied, -fying** รวมตัวกันใหม่, ชุมนุมกันใหม่, ทำให้สามัคคีกันใหม่, พบกันใหม่ **-reunification** *n.*

reunion (รียู' เนียน) *n.* การรวมตัวกันใหม่, การชุมนุมกันใหม่, การทำให้สามัคคีกันใหม่, การพบกันใหม่

reunite (รียูไนทฺ') *vi., vt.* **-nited, -niting** รวมตัวกันใหม่, ร่วมกันใหม่ สามัคคีกันใหม่, ทำให้รวมกันใหม่ **-reuniter** *n.*

rev (เรฟว) *n.* (ภาษาพูด) การหมุนรอบ *-vt., vi.* **revved, revving** (ภาษาพูด) เร่งการหมุนรอบ, เร่งอัตราการหมุนรอบ

revaluate (รีแวล' ลิวเอท) *vt.* **-ated, -ating** ประเมินค่าใหม่, ประเมินราคาใหม่ **-revaluation** *n.*

revamp (รีแวมพฺ') *vt.* ปรับปรุงใหม่, ปรับปรุง, ซ่อมแซม, แก้ไข *-n.* การกระทำหรือผลของการกระทำดังกล่าว

reveal (ริวีล') *vt.* เปิดเผย, เผย, แสดงให้เห็น, ทำให้ปรากฏ, แสดง, แสดงให้เห็นความจริง *-n.* การเปิดเผย, การแสดงให้เห็น, การแสดง, การแสดงให้เห็นจริง, ด้านข้างหน้าต่างหรือประตู (ระหว่างด้านในกับด้านนอกของกำแพง), ความสว่าง, เรื่องที่เปิดเผย, เรื่องประหลาด **-revealment** *n.* **-revealable** *adj.* (-S. disclose, expose) *-Ex. At last the truth was revealed to us., Somsri's*

R

voice revealed her nervousness., to reveal itself, revealed religion

reveille (เรฟ' วะลี, ริแวล' ลี, -เวล'-) *n.* สัญญาณเรียกชุมนุม, แตรปลุก, กลองปลุก, สัญญาณปลุก, การชุมนุมหลังการให้สัญญาณดังกล่าว

revel (เรฟ' เวิล) *vi.* **-eled, -eling/-elled, -elling** ชอบมาก, มีความสุขมาก, หลง, สนุกสนาน, เที่ยวสำมะเลเทเมา, ครึกครื้น *-n.* ความสนุกสนาน, การเที่ยวสำมะเลเทเมา, งานสนุกสนานและอึกทึกครึกโครม, การหาความสำราญ **-reveler, reveller** *n.* (-S. delight, festivity, spree) *-Ex. The boys reveled all night long.*

revelation (เรฟวะเล' ชั่น) *n.* การเปิดเผย, การเผย, การแสดงให้เห็น, การแสดงให้เห็นความจริง, สิ่งที่เปิดเผย, การเปิดเผยของพระเจ้า, สิ่งที่ปรากฏอยู่ในพระคัมภีร์ไบเบิล **-Revelation** ชื่อหนังสือเล่มสุดท้ายของพระคัมภีร์ไบเบิลฉบับใหม่ **-revelatory** *adj.* **-revelator** *n.* (-S. disclosure, news)

revelry (เรฟ' เวิลรี) *n., pl.* **-ries** ความสนุกสนาน, การหาความสำราญ, การเที่ยวสำมะเลเทเมา (-S. festivity) *-Ex. The sound of the boys' revelry kept me from my work.*

revenant (เรฟ' วะเนินทฺ) *n.* ผู้กลับคืนถิ่น, ผี, วิญญาณ

revenge (ริเวนจฺ') *v.* **-venged, -venging** *-vt.* แก้แค้น, แก้มือ, แก้เผ็ด, ล้างแค้น, ทำโทษ, ผูกพยาบาท, แก้ลำ *-vi.* แก้แค้น *-n.* การแก้แค้น, การแก้มือ, การแก้เผ็ด, การล้างแค้น, ความต้องการแก้แค้น, โอกาสที่จะแก้แค้น, ความพยาบาท, โอกาสแก้ลำ **-revengingly** *adv.* **-revenger** *n.* (-S. avenge, retaliate)

revengeful (ริเวนจฺ' เฟิล) *adj.* ผูกพยาบาท, ต้องการแก้แค้น **-revengefully** *adv.* **-revengefulness** *n.*

revenue (เรฟ' วะนู, -นิว) *n.* รายได้ของรัฐจากภาษีอากรและอื่นๆ, รายได้, รัษฎากร, ภาษีอากร, แผนภาษีอากรของรัฐ **-revenues** รายได้, ผลกำไร, รายรับ, แหล่งของรายได้

revenue stamp อากรแสตมป์

reverberate (*v.* ริเวอร์' บะเรท, *adj.* -บะริท) *vi., vt.* **-ated, -ating** ดังก้อง, (เสียง) สะท้อนกลับ, ทำให้ดังสั่นสะเทือน, สะท้อนกัน, เด้งกลับ *-adj.* ซึ่งสะท้อนกลับ **-reverberant** *adj.* **-reverberative** *adj.* **-reverberator** *n.* **-reverberatory** *adj.* (-S. resound) *-Ex. The thunder reverberated throughout the hall.*

reverberation (ริเวอร์บะเร' ชั่น) *n.* การดังก้อง, การสะท้อนกลับ, การเด้งกลับ, เสียงก้อง, เสียงสะท้อนกลับ, สิ่งที่สะท้อนกลับ

revere (ริเวียร์') *vt.* **-vered, -vering** เคารพนับถือ, บูชา, ยำเกรง *-Ex. The whole family revered the old man.*

reverence (เรฟ' เวอเรินซฺ, เรฟวฺ' เรินซฺ) *n.* ความเคารพนับถือ, การบูชา, ความยำเกรง, การแสดงความเคารพนับถือ, การแสดงคารวะ, การโค้งคำนับ **-Reverence** คำนำหน้าชื่อพระในศาสนาคริสต์ ใช้ต่อจากคำว่า Your, His, Her *-vt.* **-enced, -encing** แสดงความเคารพนับถือ (-S. respect) *-Ex. We bow our heads in reverence for the soldiers who died.*

reverend (เรฟ' เวอเรินดฺ, เรฟวฺ' เรินดฺ) *adj.* น่าเคารพนับถือ, น่าบูชา, น่ายำเกรง, เกี่ยวกับพระ, เป็นลักษณะของพระ *-n.* (ภาษาพูด) พระ บาทหลวงในศาสนาคริสต์ (-S. clergyman)

reverent (เรฟ' เวอเรินทฺ, เรฟวฺ' เรินทฺ) *adj.* แสดงความเคารพนับถือ, มีความเคารพนับถือ, เต็มไปด้วยความเคารพนับถือ **-reverently** *adv.* (-S. respectful)

reverential (เรฟวะเรน' เชิล) *adj.* เกี่ยวกับความเคารพนับถือ, แสดงความเคารพนับถือ, มีความเคารพนับถือ, เต็มไปด้วยความเคารพนับถือ **-reverentially** *adv.*

reverie (เรฟ' เวอรี) *n.* ความเพ้อฝัน, การฝันกลางวัน, จินตนาการ, การปล่อยความคิดตามอารมณ์, ห้วงนึกคิด, บทดนตรีเพ้อฝัน (-S. daydream, fantasy)

revers (ริเวอร์', -เวียร์') *n., pl.* **-vers** ส่วนพลิกกลับของเสื้อผ้า เช่น ปกเสื้อ, ด้านกลับ

reversal (ริเวอร์' เซิล) *n.* การพลิกกลับ, การกลับกัน, การกลับหัวกลับหาง, ความตรงกันข้าม, การถอยหลัง, การกลับคำพิพากษา, การเปลี่ยนแปลงจากหน้ามือเป็นหลังมือ, ความเคราะห์ร้าย, ความปราชัย (-S. reverse)

reverse (ริเวิร์ส') *adj.* กลับกัน, กลับหัวกลับหาง, ด้านกลับ, ตรงกันข้าม, พลิกกลับ, ถอยหลัง, หมุนกลับ, เปลี่ยนแปลงจากหน้ามือเป็นหลังมือ, กลับตาลปัตร, กลับคำพิพากษา *-n.* ส่วนกลับ, ด้านตรงกันข้าม, การถอยหลัง, ด้านกลับ, ด้านหลัง, เกียร์ถอยหลัง, ความปราชัย, ความเคราะห์ร้าย, ความล้มเหลวสิ้นเชิง *-v.* **-versed, -versing** *-vt.* กลับกัน, กลับหัวกลับหาง, พลิกกลับ, หันกลับ, ถอยหลัง, เปลี่ยนไปทางทิศตรงกันข้าม, เพิกถอน, กลับคำพิพากษา, เปลี่ยนแปลงโดยสิ้นเชิง, ทำให้ไปในทิศตรงข้าม *-vi.* หันหรือเคลื่อนไปในทิศตรงกันข้าม, กลับ, พลิกกลับ, เปลี่ยนเป็นเกียร์ถอยหลัง **-reversely** *adv.* **-reverser** *n.* (-S. opposite, contrary) *-Ex. to write on the reverse side of the paper, During the war; many persons met with reverses., To back a car out of a garage; move it in reverse., Reverse your glove to pull it off., He reversed his decision.*

reversible (ริเวอร์' ซะเบิล) *adj.* กลับได้, พลิกกลับได้, กลับข้างได้, กลับหัวกลับหางได้, เปลี่ยนแปลงได้, เปลี่ยนกลับได้, แก้ไขได้, (เสื้อผ้า) ใส่กลับข้างได้ *-n.* เสื้อผ้าที่ใส่กลับข้างได้ **-reversibility** *n.* **-reversibly** *adv.*

reversion (ริเวอร์' ชั่น) *n.* การกลับกัน, การพลิกกลับ, การกลับสู่สภาพเดิม, การกลับหัวกลับหาง, การกลับทิศทาง, การสวนทิศทาง, การคืนทรัพย์สิน, สิทธิในการสืบมรดก, มรดกตกทอด **-reversionary, reversional** *adj.* (-S. return)

revert (ริเวิร์ท') *vi.* กลับสู่สภาพเดิม, คืนสู่, คืนกลับ, ทำให้กลับกัน, กลับคำพิพากษา, หมุนกลับ, กลับทิศทาง *-n.* คนหรือสิ่งที่กระทำดังกล่าว **-revertible** *adj.* (-S. return) *-Ex. Many tamed animals revert to an original state when set free.*

revery (เรฟ' เวอรี) *n., pl.* **-eries** ดู reverie

review (ริวิว', รี'-) *n.* การทบทวน, การตรวจสอบอีก, การพิจารณาใหม่, สิ่งตีพิมพ์ปฏิทัศน์, บทนิพนธ์ปฏิทัศน์, การทบทวนบทเรียน, การวิจารณ์, บทวิจารณ์, คำวิจารณ์,

R

reviewal 730 **revue**

การตรวจพล, การสังเกตการณ์ *-vt.* ทบทวน, ตรวจสอบอีก, พิจารณาใหม่, วิจารณ์, ตรวจพล, สังเกตการณ์ *-vi.* เขียนบทวิจารณ์, เขียนบทปฏิทัศน์ (-S. study, recall, retrospect) *-Ex. to review a lesson, to review the whole of the facts, to review one's opinions, to review the sentence of the court, to review this novel, a review of the subject*

reviewal (ริวิว' เอิล) *n.* การทบทวน, การตรวจสอบอีก, การพิจารณาใหม่, การวิจารณ์, การเขียนนิพนธ์ปฏิทัศน์

reviewer (ริวิว' เออะ) *n.* ผู้ทบทวน, ผู้ตรวจสอบอีก, ผู้เขียนบทวิจารณ์, ผู้เขียนนิพนธ์ปฏิทัศน์

revile (ริไวลฺ') *vt., vi.* **-viled, -viling** ต่อว่า, ด่า, ประจาน, พูดเสียดสี, ใช้ถ้อยคำหยาบคาย **-revilement** *n.* **-reviler** *n. -Ex. Somchai reviled his enemies.*

revise (ริไวซฺ') *vt.* **-vised, -vising** แก้ไขใหม่, ปรับปรุงใหม่, เปลี่ยนรูปแบบการพิมพ์ใหม่, ตรวจปรู๊ฟแก้ไขใหม่ *-n.* การแก้ไขใหม่, การปรับปรุง, การชำระ, สิ่งที่ปรับปรุงแก้ไขในปรู๊ฟที่แก้ไขใหม่ **-revisal** *n.* **-reviser, revisor** *n.* (-S. edit, alter) *-Ex. After writing our stories; we had to revise them., to revise a document, to revise one's opinion of*

revision (ริวิช' ชัน) *n.* การปรับปรุงแก้ไข, ฉบับปรับปรุงแก้ไข, กระบวนการปรับปรุงแก้ไข, การชำระใหม่ **-revisionary, revisional** *adj.* (-S. correction, review) *-Ex. Dang is working on the revision of his manuscript., This is the fourth revision of this story.*

R

revisionist (ริวิช' ชันนิสทฺ) *n.* ผู้ยึดถือหลักการที่หันเหจากหลักการหรือทฤษฎีเดิมๆ *-adj.* เกี่ยวกับบุคคลหรือการยึดถือดังกล่าว **-revisionism** *n.*

revisory (ริไว' ซะรี) *adj.* เกี่ยวกับการปรับปรุงแก้ไข ฉบับปรับปรุงแก้ไข กระบวนการปรับปรุงแก้ไข การชำระใหม่

revitalize (รีไว' เทิลไลซฺ) *vt.* **-ized, -izing** ให้ชีวิตใหม่แก่, ให้พลังใหม่, ให้กำลังใหม่, ทำให้สดชื่นอีก, ฟื้นฟูกลับสู่สภาพเดิม **-revitalization** *n.*

revival (ริไว' เวิล) *n.* การฟื้นฟู, การทำให้เกิดใหม่, การคืนชีพ, การทำให้มีพลังอีก, การทำให้มีกำลังอีก, การนำมาใช้อีก, การกระตุ้นให้สนใจศาสนา, พิธีการทางศาสนาที่กระตุ้นให้สนใจศาสนา, การฟื้นฟูความเลื่อมใส, การฟื้นฟูมาตรการทางกฎหมายและการบังคับทางกฎหมาย (-S. renewal) *-Ex. the revival of a drowned swimmer*

revivalist (ริไว' เวิลลิสทฺ) *n.* ผู้ฟื้นฟูให้มีขึ้นอีก, ผู้ฟื้นฟูความศรัทธาขึ้นใหม่ **-revivalistic** *adj.*

revive (ริไวฟฺว') *vt., vi.* **-vived, -viving** ฟื้นฟู, ทำให้คืนชีพ, ทำให้กลับมีขึ้นอีก, กระตุ้น, เร้าใจ, ทำให้เกิดขึ้นอีก, ทำให้กระปรี้กระเปร่าอีก, เกิดขึ้นอีก, เกิดขึ้นใหม่, ฉายหนังเก่า, นำกลับ, เร้าใจ **-revivability** *n.* **-revivable** *adj.* **-reviver** *n.* (-S. restore) *-Ex. Hope revived in him., to revive a fainted man, Flowers revive in water., An enough rest often revives a tired person., to revive old customs*

revivify (ริวิฟ' วะไฟ) *vt., vi.* **-fied, -fying** ทำให้คืนชีพ, ทำให้มีชีวิตใหม่, ฟื้นฟู, ทำให้มีชีวิตชีวาอีก **-revivification** *n.* **-revivifier** *n.*

revocable, revokable (เรฟ' วะคะเบิล, ริโว' คะ-) *adj.* เพิกถอนได้, ยกเลิกได้, ถอนได้, ลบล้างได้, เรียกกลับคืนได้ **-revocability** *n.* **-revocably** *adv.*

revocation (เรฟวะเค' ชัน) *n.* การเพิกถอน, การยกเลิก, การถอน, การลบล้าง, การเรียกกลับคืน **-revocatory** *adj.*

revoke (ริโวค') *vt., vi.* **-voked, -voking** ยกเลิก, เพิกถอน, ลบล้าง, เรียกกลับคืน **-revokable** *adj.*

revolt (ริโวลทฺ') *vi.* ปฏิวัติ, กบฏ, จลาจล, ทรยศ, เอาใจออกห่าง, หักหลัง, รังเกียจ, จงเกลียดจงชัง, ขยะแขยง *-vt.* ขยะแขยง, จงเกลียดจงชัง *-n.* การกบฏ, การจลาจล, การก่อการกำเริบ **-revolter** *n.* (-S. rebel, mutiny) *-Ex. Nid revolted against her family's discipline., The prisoners revolted against their guards., All the prisoners joined the revolt., Cruelty revolts decent people.*

revolting (ริโวล' ทิง) *adj.* น่ารังเกียจ, น่าขยะแขยง, เป็นกบฏ, เอาใจออกห่าง, ซึ่งก่อการกำเริบ **-revoltingly** *adv.* (-S. disgusting)

revolute (เรฟ' วะลูท) *adj.* ม้วนกลับ, ม้วนลง, งอกลับ, งอลง

revolution (เรฟวะลู' ชัน) *n.* การปฏิวัติ, การเปลี่ยนแปลงอย่างสิ้นเชิง (และมักรวดเร็ว), การเปลี่ยนแปลงอย่างขนานใหญ่, การหมุนรอบ, การโคจร, การพลิกแผ่นดิน, รอบ, วัฏจักร (-S. revolt, cycle, rotation, spin, round) *-Ex. The use of the motorcar has made a great revolution in people's lives., 3 revolutions to the right, the American Revolution, the French Revolution, industrial revolution*

revolutionary (เรฟวะลู' ชันนะรี) *adj.* เกี่ยวกับการปฏิวัติ การเปลี่ยนแปลงอย่างสิ้นเชิง การเปลี่ยนแปลงอย่างขนานใหญ่ การหมุนรอบ การโคจร การพลิกแผ่นดิน รอบ วัฏจักร *-n., pl.* **-aries** ผู้ปฏิวัติ, สมาชิกพรรคปฏิวัติ (-S. insurgent, subversive, revolutionist, rebel) *-Ex. a revolutionary project in government*

revolutionist (เรฟวะลู' ชันนิสทฺ) *n.* ผู้ปฏิวัติ

revolutionize (เรฟวะลู' ชันไนซฺ) *vt.* **-ized, -izing** ปฏิวัติ, ทำให้เกิดการเปลี่ยนแปลงอย่างสิ้นเชิง, หมุนรอบ

revolve (ริวอลว', -วาลว') *v.* **-volved, -volving** *-vi.* หมุนรอบ, โคจร, เกิดขึ้นเป็นวัฏจักร, ครุ่นคิด, คิดทบทวน *-vt.* ทำให้หมุนรอบ, ทำให้โคจร, ครุ่นคิด, คิดทบทวน, พิจารณา **-revolvable** *adj.* (-S. spin, rotate, whirl) *-Ex. A wheel; the hands on a clock; and a merry-go-round all revolve., to revolve a scheme, The moon revolves around the earth., Ideas revolved in her mind all night.*

revolver (ริวอล' เวอะ, -วาล'-) *n.* ปืนพกลูกโม่, เครื่องหมุนรอบ, สิ่งที่หมุนรอบ, หม้อหลอมชนิดหมุนรอบ, ผู้หมุนรอบ

revolver

revolving (ริวอล' วิง, -วาล'-) *adj.* หมุนรอบ, สามารถหมุนรอบ, หมุนเวียน, เป็นวัฏจักร

revue (ริวิว') *n.* ละครชุดประเภทเสียดสีทางการเมือง,

บทประพันธ์เสียดสี, บทเพลงเสียดสี

revulsion (ริวัล' ชัน) *n.* ความรู้สึกขยะแขยง, ความรังเกียจอย่างแรง, การเปลี่ยนแปลงอย่างรุนแรงและฉับพลัน, การเปลี่ยนแปลงอย่างรวดเร็วของอารมณ์, การถอยกลับ, การถอนกลับ, การดูดเลือดจากส่วนหนึ่งไปยังอีกส่วนหนึ่ง **-revulsive** *adj.* (-S. disgust)

reward (ริวอร์ด') *n.* รางวัล, เงินรางวัล, สิ่งตอบแทน *-vt.* ให้รางวัล, ตอบแทน, ชดเชย, ทดแทน **-rewardable** *adj.* **-rewarder** *n.* (-S. pay, remuneration, recompense) *-Ex. as a reward for, in reward for, to offer a reward*

rewarding (ริวอร์ด' ดิง) *adj.* คุ้มค่า, คุ้มค่าที่จะทำ **-rewardingly** *adv.*

rewind (รีไวนดฺ') *vt.* **-wound, -winding** หมุนอีก, ม้วนอีก, เลื่อยอีก, ไขอีก, กว้านอีก, ชักรอกอีก *-n.* สิ่งที่หมุน, การหมุน

rewire (รีไว' เออะ) *vt., vi.* **-wired, -wiring** จัดเส้นลวดให้ใหม่, ต่อสายไฟฟ้าใหม่

reword (รีเวิร์ด') *vt.* ใช้ถ้อยคำใหม่, เปลี่ยนสำนวนใหม่, กล่าวซ้ำ

rewrite (*n.* รี' ไรทฺ, *v.* รีไรทฺ') *vt., vi.* **-wrote, -written, -writing** เขียนใหม่, เขียนด้วยสำนวนใหม่, ประพันธ์ใหม่ *-n.* เรื่องราวที่เขียนใหม่, เรื่องเขียนที่ได้รับการปรับปรุงแก้ไข, ฉบับปรับปรุงแก้ไข **-rewriter** *n.* (-S. revise)

rhapsodic (แรพซอด' ดิค) *adj.* เกี่ยวกับหรือมีลักษณะของ rhapsody, คลั่งไคล้, กระตือรือร้นเกินไป, ยินดีเหลือล้น (-S. rhapsodical) **-rhapsodically** *adv.*

rhapsodist (แรพ' ซะดิสทฺ) *n.* ผู้พูดหรือเขียนบทกวีด้วยอารมณ์ที่คลั่งไคล้,ผู้ยกยอสรรเสริญอย่างมากเกินปกติ

rhapsodize (แรพ' ซะไดซฺ) *v.* **-dized, -dizing** *-vi.* พูดหรือเขียนบทกวีด้วยอารมณ์ที่คลั่งไคล้,กล่าวด้วยความกระตือรือร้นที่มากเกินไป, ยกย่องสรรเสริญอย่างมากเกินปกติ *-vt.* อ่านบทกวีอย่างคลั่งไคล้

rhapsody (แรพ' ซะดี) *n., pl.* **-dies** การใช้ถ้อยคำที่หรูหราและฟุ่มเฟือย, บทเพลงอิสระ

rhea (รี' อะ) *n.* นกจำพวกหนึ่งคล้ายนกกระจอกเทศแต่มีขนาดเล็กกว่าและเท้าแต่ละข้างมี 3 นิ้ว

rhea

Rhenish (เรน' นิช) *adj.* เกี่ยวกับแม่น้ำไรน์หรือบริเวณแถวแม่น้ำไรน์

rhenium (รี' เนียม) *n.* ชื่อธาตุโลหะชนิดหนึ่ง คล้ายแมงกานีส

rheostat (รี' อะสแทท) *n.* เครื่องปรับความต้านทานกระแสไฟฟ้า **-rheostatic** *adj.*

rhesus (รี' เซิส) *n.* ลิงจำพวก *Macaca mulatta* พบในอินเดีย ใช้เป็นสัตว์ทดลองทางวิทยาศาสตร์การแพทย์ เรียกชื่อเต็มๆ ว่า rhesus monkey

rhetoric (เรท' เทอริค) *n.* ศิลปะการใช้ถ้อยคำ, ศิลปะการพูด, วาทศิลป์, สุนทรียศาสตร์ทางภาษาและถ้อยคำ, การพูดแบบใช้สำนวน, ความสามารถในการใช้ภาษาได้อย่างดี, ศิลปะในการพูดชักจูงใจคน, การพูดเชิงคุยโว (-S. bombast)

rhetorical (ริทอ' ริเคิล) *adj.* เกี่ยวกับ rhetoric, คุยโว, เชิงโวหาร **-rhetorically** *adv.*

rhetorical question คำถามเชิงโวหารที่ไม่ต้องการคำตอบ

rheum (รูม) *n.* น้ำมูกหรือของเหลวที่ไหลออก, หวัด, โรคหวัด **-rheumy** *adj.*

rheumatic (รูแมท' ทิค) *adj.* เกี่ยวกับโรคไขข้ออักเสบ, เป็นโรคไขข้ออักเสบ *-n.* ผู้ที่เป็นโรคไขข้ออักเสบ **-rheumatically** *adv.*

rheumatic fever โรคชนิดหนึ่งที่มักเป็นกับเด็ก มีอาการไข้ เหงื่อออก ปวดตามข้อ เจ็บคอและโรคหัวใจ

rheumatism (รู' มะทิซึม) *n.* โรคปวดตามข้อตามกล้ามเนื้อ, โรคไขข้ออักเสบ

rheumatoid (รู' มะทอยดฺ) *adj.* คล้ายโรคไขข้ออักเสบ

rheumatoid arthritis โรคเรื้อรังที่มีอาการอักเสบตามข้อต่อ รูปสัณฐานผิดปกติและอื่นๆ

rhinal (ไร' เนิล) *adj.* เกี่ยวกับจมูก

Rhine (ไรนฺ) ชื่อแม่น้ำที่ไหลผ่านสวิตเซอร์แลนด์ เยอรมนีตะวันตกและเนเธอร์แลนด์ และลงสู่ทะเลเหนือ (-S. Rhein, Rhin, Rijn)

Rhineland (ไรนฺ' แลนดฺ, -เลินดฺ) ส่วนของประเทศเยอรมนีที่อยู่ด้านตะวันตกของแม่น้ำไรน์

rhinestone (ไรนฺ' สโทน) *n.* พลอยเทียมชนิดหนึ่งที่คล้ายเพชร

rhinitis (ไรไน' ทิส) *n.* โรคเยื่อเมือกในช่องจมูกอักเสบ

rhino[1] (ไร' โน) *n., pl.* **-nos/-no** ย่อจาก rhinoceros แรด

rhino[2] (ไร' โน) *n.* (คำสแลง) เงิน

rhino- คำอุปสรรค มีความหมายว่า จมูก

rhinoceros (ไรนอส' เซอเริส) *n., pl.* **-oses/-os** แรด เป็นสัตว์ในตระกูล Rhinocerotidae พบในทวีปแอฟริกาและทวีปเอเชีย **-rhinocerotic** *adj.*

rhizome (ไร' โซม) *n.* ลำต้นใต้ดิน **-rhizomatous** *adj.*

rho (โร) *n.* พยัญชนะตัวที่ 17 ของกรีก

rhodium (โร' เดียม) *n.* ธาตุโลหะชนิดหนึ่งในตระกูลของทองคำขาว มีสัญลักษณ์ Rh

rhododendron (โรดะเดน' เดริน) *n.* ชื่อพันธุ์ไม้พุ่มชนิดหนึ่งที่มีดอกรูประฆัง

rhomboid (รอม' บอยด) *n.* รูปสี่เหลี่ยมขนมเปียกปูน, *-adj.* เป็นรูปสี่เหลี่ยมขนมเปียกปูน **-rhomboidal** *adj.*

rhombus (รอม' เบิส) *n., pl.* **-buses/-bi** รูปสี่เหลี่ยมด้านเท่าทั้งสี่และมุมไม่เป็นมุมฉาก **-rhombic** *adj.*

rhubarb (รู' บาร์บ) *n.* ชื่อลำต้นอ่อนจำพวก *Rheum*, โกฐน้ำเต้า, ลำต้นใต้ดินของพืชดังกล่าว, (คำสแลง) การทะเลาะกันรุนแรง

rhumba (รัม' บะ, รูม'-) *n.* ดู rumba

rhyme (ไรม) *n.* เสียงสัมผัสในบทกวี, คำที่มีเสียงคล้องจอง, บทกวีที่มีเสียงคล้องจอง *-vt., vi.* **rhymed, rhyming** ประพันธ์บทกวีเป็นเสียงสัมผัส, ใช้เสียงสัมผัสประกอบ **-rhyme or reason** เหตุผลที่ถูกต้องตามหลักตรรกวิทยา **-rhymer** *n.* (-S. poem) *-Ex. The words 'snow' and 'show' rhyme.*

rhymester (ไรมฺ' สเทอะ) *n.* ผู้ประพันธ์บทกวีชนิดเลว

rhythm (ริธ' เธิม) *n.* จังหวะ, เสียงสัมผัส, จังหวะดนตรี, จังหวะสัมผัสในบทกวี, คลื่น, ลีลา, ลีลาชีวิต,

R

rhythmic gymnastics 732 ridicule

ความสอดคล้อง **-rhythmic, rhythmical** *adj.* **-rhythmically** *adv.*

rhythmic gymnastics กีฬายิมนาสติกร่ายรำที่มีการใช้อุปกรณ์มือ เช่น แถบริบบิ้น ห่วงหรือลูกบอล

rhythm method วิธีคุมกำเนิดแบบละเว้นการมีเพศสัมพันธ์ในวันที่มีโอกาสจะตั้งครรภ์ได้

riant (ไร' เอินฑฺ) *adj.* หัวเราะ, ร่าเริง

rib (ริบ) *n.* ซี่โครง, เนื้อที่มีซี่โครง, สิ่งที่คล้ายซี่โครง, กระดูกงูเรือ, เส้นใบไม้, แกนขนนก, ซี่โครงร่ม, โครงปีก, สันของภูเขา, ภรรยา, ร่อนเร่, (คำสแลง) การล้อเล่น *-vt.* **ribbed, ribbing** ทำให้มีลักษณะซี่โครง, จัดให้มีซี่โครง, ทำเป็นสัน, ไถเป็นร่อง, (คำสแลง) ล้อเล่น *-Ex. Many kinds of animals have ribs., the ribs of an umbrella, ribs of a ship's frame, the ribs of a leaf*

ribald (ริบ' เบิลดฺ) *adj.* หยาบคาย, สามหาว *-n.* คนหยาบคาย, คนสามหาว **-ribaldry** *n.*

riband (ริบ' เบินดฺ, -เบิน) ดู ribbon

ribbon (ริบ' เบิน) *n.* สายริบบิ้น, ริบบิ้น, สายสิ่งทอสาย, สิ่งที่เป็นสาย, สายริ้ว, โบ, ทางยาว, สายสะพายเครื่องอิสริยาภรณ์, แถบเหรียญตรา *-vt.* ตกแต่งด้วยริบบิ้น, ทำเป็นริบบิ้น *-vi.* ทำให้เป็นริบบิ้น **-ribbonlike** *adj. -Ex. a ribbon of blue sky*

riboflavin (ไรบะเฟล' วิน, ไร' บะเฟลวิน) *n.* วิตามินบี 2 (-S. riboflavine, vitamin B_2)

R

rice (ไรซฺ) *n.* เมล็ดข้าว (ของต้นข้าวจำพวก *Oryza sativa*, ต้นข้าว *-Ex. Rice grows in a warm climate.*

rich (ริช) *adj.* รวย, ร่ำรวย, มั่งคั่ง, มีเงิน, มีค่า, อุดม, อุดมสมบูรณ์, มีผลิตผลมาก, สวยงาม, หรูหรา, (รส) จัด, (รส) เข้มข้น, (สี) เข้ม, (เสียง) นิ่มนวล, (กลิ่น) หอมมาก, ขบขัน, น่าหัวเราะ, ชอุ่ม **-the rich** คนร่ำรวยทั้งหลาย **-richness** *n.* (-S. wealthy, abundant)

riches (ริช' ชิซ) *n. pl.* ความร่ำรวย, ความมั่งคั่ง, ความอุดมสมบูรณ์, ทรัพย์สิน *-Ex. The writing of the wise are riches open to all.*

richly (ริช' ลี) *adv.* มั่งคั่ง, อุดมสมบูรณ์

Richter scale (ริค' เทอะ) หน่วยวัดความรุนแรงของแผ่นดินไหว ได้ชื่อจาก Charles F. Richter (ค.ศ. 1900-1985) ผู้เชี่ยวชาญเรื่องแผ่นดินไหวชาวอเมริกัน

rick[1] (ริค) *n.* กองหญ้าแห้ง, กองฟางข้าว *-vt.* กอง, ทำให้เป็นกอง

rick[2] (ริค) *vt.* ทำให้เคลื่อน, ทำให้เคล็ดยอก *-n.* การเคล็ดยอก

rickets (ริค' คิทซฺ) *n.* โรคกระดูกอ่อนมักเป็นกับเด็กเนื่องจากการขาดแคลนวิตามินดีและแคลเซียม

rickety (ริค' คิที) *adj.* ล้มได้ง่าย, โคลงเคลง, ง่อนแง่น, ขี้โรค, มีข้อต่อที่อ่อนแอ, โซเซ, ไม่มั่นคง, ไม่ปกติ, เป็นโรคกระดูกอ่อน, เกี่ยวกับโรคกระดูกอ่อน **-ricketiness** *n.*

rickrack (ริค' แรค) *n.* ลายซิกแซกตามเนื้อผ้า

rickshaw, ricksha (ริค' ชอ) *n.* ดู jinrikisha, รถลากของจีน

ricochet (ริค' คะเช, ริคคะเช', -เชท) *n.* การเด้งกลับ, การกระดอนกลับ, การแฉลบ, การสะท้อน, กระสุนที่กระดอน *-vi.* **-cheted** (-เชด), **-cheting** (-เชอิง)/**-chetted** (-เชทิด), **-chetting** (-เชทิง) เด้งกลับ, กระดอน, แฉลบ, สะท้อน

ricotta (ริคอท' ทะ) *n.* เนยแข็งอิตาลีชนิดหนึ่ง

rid[1] (ริด) *vt.* **rid/ridded, ridding** ขจัด, กำจัด, ทำให้หมดไป, สลัด, ทำให้หลุด, ทำให้พ้น, ช่วยเหลือ *-Ex. to be rid of, to get rid of a bad habit, to rid oneself of debt, to get rid of a cold*

rid[2] (ริด) *vi., vt.* กริยาช่อง 2 และ 3 ของ ride

ridable, rideable (ไร' ดะเบิล) *adj.* ขี่ได้, ขับขี่ได้, (ถนนทางน้ำ) ใช้ขับขี่ผ่านได้

riddance (ริด' เดินซฺ) *n.* การขจัด, การกำจัด, การทำให้หมดไป, การสลัด, การทำให้หลุด, การทำให้พ้น, การช่วยเหลือ, การทำให้อิสระ **-good riddance** น่ายินดีที่ได้หลุดพ้น

ridden (ริด' เดิน) *vi., vt.* กริยาช่อง 3 ของ ride *-Ex. Daeng hasn't ridden his bicycle since the big snowfall.*

riddle[1] (ริด' เดิล) *n.* ปัญหา, ปริศนา, คำปริศนา, คำถามที่ทำให้งง, สิ่งที่ทำให้ฉงน, บุคคลที่เป็นปริศนา *-vi., vt.* **-dled, -dling** ทำให้พิศวงงงงวย, ออกปริศนา (-S. puzzle, enigma, mystery) *-Ex. the answer to the riddle*

riddle[2] (ริด' เดิล) *vt.* **-dled, -dling** แทงหรือเจาะเป็นรูพรุน, ร่อนด้วยตะแกรง, ทำให้เสื่อม, ตรวจสอบ, วิเคราะห์ *-n.* ตะแกรง, กระชอนที่ร่อน *-Ex. The aeroplane was riddled by bullets., to riddle sand*

ride (ไรดฺ) *v.* **rode, ridden, riding** *-vi.* ขี่ม้า, ควบม้า, ขี่รถ, เดินเรือ, ลอยลำ, จอดเรือ, โต้คลื่น, อยู่บน, ดำเนินการต่อไป, วางเดิมพัน, อาศัย *-vt.* ขี่ม้า, ขี่, อยู่บน, ควบคุม, ครอบงำ, ทำให้ขี่, จอดเรือ, เทียบท่า, กดไว้ *-n.* การเดินทางด้วยม้า, การเดินทางด้วยพาหนะ, ทางสำหรับขี่หรือขับรถ **-ride down** ใช้อย่างไม่ปรานี, ลงแส้, ย่ำยี, พิชิต **-ride out** ผ่านอุปสรรค **-take for a ride** (คำสแลง) กระทำฆาตกรรม หลอกลวง (-S. travel) *-Ex. to ride a horse, to ride a bicycle to ride twenty miles, to ride a race, to ride in a bus, Somsri enjoyed her first airplane ride.*

rider (ไร' เดอะ) *n.* ผู้ขี่, ผู้ขับ, สัตว์ที่ใช้ขี่, พาหนะที่ใช้ขับ, สิ่งที่ใช้สำหรับนั่งคร่อม, เงื่อนไขเพิ่มเติม, ข้อความเพิ่มเติม, ส่วนที่ปรับปรุง **-riderless** *adj.*

ridership (ไร' เดอะชิพ) *n.* ผู้โดยสารทั้งหมด, จำนวนผู้โดยสารโดยประมาณ

ridge (ริจฺ) *n.* สันเขา, สัน, สันหลังคา, สันปันน้ำ, เทือกเขา, ทางแคบ, หลังสัตว์, ส่วนที่นูน, คิ้ว, ริ้ว, แนวคันนา, เส้นแสดงความกดดันสูง *-vt., vi.* **-ridged, ridging** ทำให้เป็นสัน, ทำให้มีคิ้ว (ริ้วหรือแนว), กลายเป็นสันขึ้น, กลายเป็นทางแคบ, กลายเป็นคิ้วหรือริ้วหรือแนว **-ridgy** *adj.* (-S. crest) *-Ex. The ocean bottom contains ridges., the ridge of a roof, I ridged the edge of the orchard path with pebbles.*

ridgepole, ridgepiece (ริจฺ' โพล, -พีส) *n.* อกไก่, ขื่อ, ไม้ขื่อ

ridicule (ริด' ดิคิวลฺ) *n.* การหัวเราะเยาะ, การเยาะเย้ย,

การยั่วเย้า, การหยอกล้อ *-vt.* **-culed, -culing** หัวเราะเยาะ, เยาะเย้ย, ยั่วเย้า, หยอกล้อ *-Ex. to ridicule an idea or suggestion, to pour ridicule on him, to hold oneself up to ridicule*

ridiculous (ริดิค' คิวเลิส) *adj.* น่าหัวเราะ, น่าขัน, ไร้สาระ, ตลกขบขัน **-ridiculously** *adv.* **-ridiculousness** *n.* (-S. laughable) *-Ex. Men would look ridiculous wearing women's clothes.*

Riesling (รีซ' ลิง) *n.* ชื่อองุ่นพันธุ์หนึ่งในยุโรปและแคลิฟอร์เนีย, เหล้าองุ่นขาวมีกลิ่นหอมที่ทำจากองุ่นพันธุ์ดังกล่าว

rife (ไรฟฺ) *adj.* มีอยู่ทั่วไป, แพร่หลาย, อุดม, อุดมสมบูรณ์, แน่นหนา **-rifeness** *n.* *-Ex. Reports of the army's failure suddenly became rife., to be rife with gossip about the arrival of the new director*

riffle (ริฟ' เฟิล) *n.* สายน้ำที่เชี่ยวกราก, ระลอกคลื่นน้อยๆ, ร่องน้ำ, วิธีการล้างไพ่ *-vt., vi.* **-fled, -fling** ทำให้เป็นระลอกคลื่นน้อยๆ, เป็นระลอกคลื่น, พลิกหน้าหนังสืออย่างเร็ว, สับไพ่โดยแบ่งชุดไพ่ออกเป็นสองส่วน แล้วยกมุมปล่อยให้ตกลงมาเข้าหากันแบบสลับ

riffraff (ริฟ' แรฟ) *n.* คนชั้นต่ำ, คนชั้นสวะ, คนชั้นเลว, กาก, สวะ, ของเสีย, ของเหลือ

rifle[1] (ไร' เฟิล) *n.* ปืนยาว, ปืนเสายาว, ปืนไรเฟิล *-vt.* **-fled, -fling** ทำเป็นร่อง, ทำเป็นร่องดังกล่าวในลำกล้องปืน **-rifles** กองทหารปืนยาว

rifle[2] (ไร' เฟิล) *vt.* **-fled, -fling** ปล้น, ปล้นสะดม, ขโมย **-rifler** *n.*

rifleman (ไร' เฟิลเมิน) *n., pl.* **-men** ทหารถือปืนยาว, ผู้ชำนาญในการใช้ปืนยาว

rifling (ไร' ฟลิง) *n.* ระบบร่องเกลียวของลำกล้องปืน, กระบวนการนำร่องของเกลียวลำกล้องปืน

rift (ริฟทฺ) *n.* รอยแตก, รอยแยก, ช่อง, ร่อง, ร่องรอย, การแตกแยกของมิตรภาพ, ความแตกต่างของความคิดเห็น, การแตกร้าว, การถล่มลงของชั้นดิน, หุบเขาตามแนวถล่มของชั้นดิน *-vt., vi.* แตกแยก, แยกออก, แตกร้าว (-S. fissure) *-Ex. The rift in the rock was caused by an earthquake.*

rig (ริก) *vt.* **rigged, rigging** ขึงใบเรือ, ขึงสายระโยงระยาง, ประกอบใบเรือและอุปกรณ์, ประกอบ, ทำขึ้นชั่วคราว, (ภาษาพูด) แต่งตัว, แต่งกาย, กักตุนสินค้าเพื่อเก็งกำไร, วางแผนหลอกลวง *-n.* การขึงใบเรือหรือสายระโยงระยาง, การประกอบใบเรือและอุปกรณ์, เครื่องมือ, อุปกรณ์, ชุดรถม้า, เครื่องมือเจาะน้ำมัน, เครื่องแต่งกาย, เสื้อผ้า *-Ex. The tent was rigged up with new ropes., The merchants rigged the prices to keep them high., Dang was dressed in his clown's rig.*

rigamarole (ริก' กะมะโรล) *n.* ดู rigmarole

Rigel (ไร' เจิล, -เกิล) ชื่อดาวขนาดใหญ่ที่สุดในกลุ่มดาว Orion

rigging (ริก' กิง) *n.* เชือกหรือสายระโยงระยางของเรือ, เครื่องเชือก, เสื้อผ้า, เครื่องแต่งกาย

right (ไรทฺ) *adj.* ถูก, ถูกต้อง, ปกติ, สมควร, เรียบร้อย, เหมาะ, เป็นธรรม, ชอบธรรม, ยุติธรรม, ตรงไปตรงมา, (ด้าน) หน้า, (ด้าน) บน, สะดวกที่สุด, แท้จริง, (ข้าง) ขวา, ตรงไป, เป็นมุมฉาก, ซึ่งมีแกนตั้งเป็นมุมฉากกับฐาน *-n.* ธรรม, ความยุติธรรม, ความถูกต้อง, สิทธิ, สิทธิตามกฎหมาย, ความเป็นจริง, ข้อเท็จจริง, ด้านขวา, ข้างขวา, ความเหมาะเจาะ, การหันขวา, การเลี้ยวขวา, ฝ่ายที่ถูกต้อง, สมาชิกฝ่ายขวา, สมาชิกรัฐสภาที่นั่งอยู่ทางด้านขวาของประธานสภา *-adv.* เป็นเส้นตรง, โดยตรง, โดยสมบูรณ์, โดยตลอด, โดยรวดเร็ว, อย่างถูกต้อง, อย่างแม่นยำ, อย่างเหมาะสม, อย่างได้เปรียบ, อย่างดี, อย่างเต็มที่, มาก *-interj.* เห็นด้วย, เข้าใจ, ตกลง *-vt.* จัดให้อยู่ในตำแหน่งที่ถูกต้อง, ทำให้เรียบร้อย, ทำให้เหมาะสม, ทำให้สอดคล้อง, แก้แค้น, แก้ไข *-vi.* ทรงตัว, กลับสู่ตำแหน่งที่เหมาะสม, ตั้งตรง **-the Right** สมาชิกฝ่ายขวา **-by rights/right** ด้วยความยุติธรรม **-in one's own right** โดยสิทธิอันชอบธรรมของตนเอง **-in the right** ถูกต้อง, โดยชอบด้วยกฎหมาย, โดยชอบธรรม **-to rights** (ภาษาพูด) โดยเรียบร้อย **-right away/off** ฉับพลัน, ทันทีทันใด, ไม่มีการรีรอ **-right on!** (คำสแลง) ถูกต้องแน่นอน, แม่นยำ *-Ex. It wouldn't be right to do that., You were quite right; it was as you said., to get the answer right, I feel all right., I'm all right., All right!!, to have the right to, to have no right to*

rightabout-face (ไร' ทะเบาทฺเฟส') *n.* การเรียกให้กลับหลังหัน, การกลับหลังหัน, การเปลี่ยนแปลงโดยสิ้นเชิง *-interj.* คำสั่งในการทหารให้กลับหลังหัน

right angle มุมฉาก, มุม 90 องศา

righteous (ไร' เชิส) *adj.* ถูกต้อง, ชอบธรรม, มีธรรมะ, ตรงไปตรงมา, (คำสแลง) ดี เยี่ยม **-righteously** *adv.* **-righteousness** *n.*

rightful (ไรทฺ' เฟิล) *adj.* โดยชอบธรรม, ยุติธรรม, ถูกต้อง **-rightfully** *adv.* **-rightfulness** *n.* (-S. legitimate) *-Ex. rightful owner, in the rightful order, rightful property, his rightful position as leader of the company*

right-hand (ไรทฺ' แฮนดฺ') *adj.* มือขวา, ด้านขวา, ปีกขวา, ตำแหน่งที่มีเกียรติหรือเป็นที่ไว้วางใจเป็นพิเศษ, บุคคลที่มีประสิทธิภาพที่สุดหรือน่าไว้วางใจที่สุด, ความเข้มแข็ง, ผู้ช่วยเหลือที่มีประสิทธิภาพที่สุดหรือน่าไว้วางใจที่สุด *-Ex. Sombut was advised to make a right-hand turn at the next traffic light., Somchai is my right-hand man.*

right-handed (ไรทฺ' แฮน' ดิด) *adj., adv.* ถนัดขวา, สำหรับใช้กับมือขวา, หันไปทางขวา, หมุนตามเข็มนาฬิกา **-right-handedly** *adv.* **-right-handedness** *n.* **-right-hander** *n.* *-Ex. a right-handed person, a right-handed screw*

rightist (ไร' ทิสทฺ) *n.* ผู้ยึดถือลัทธิอนุรักษ์นิยม, สมาชิกพวกเอียงขวา *-adj.* ซึ่งยึดถือลัทธิอนุรักษ์นิยม, เอียงขวา **-rightism** *n.* (-S. reactionary)

rightly (ไรทฺ' ลี) *adv.* อย่างถูกต้อง

right-minded (ไรทฺ' ไมนฺ' ดิด) *adj.* มีหลักการที่ถูกต้อง **-right-mindedly** *adv.* **-right-mindedness** *n.*

rightness (ไรทฺ' นิส) *n.* ความถูกต้อง, ความเหมาะสม, ความชอบธรรม

R

right of way, right-of-way สิทธิผ่าน, สิทธิไปก่อน, ทางที่สามารถผ่านได้โดยชอบธรรม, ที่ดินที่ใช้ตัดถนน

right to die สิทธิที่จะตายของบุคคลที่ป่วยมากๆ จนไม่มีทางรักษาให้หายและทนทุกข์ทรมานมาก และมีสิทธิที่จะให้เอาเครื่องช่วยหายใจหรือชีวิตออก

rightward (ไรทฺ' เวิร์ด) *adv., adj.* ไปทางขวา **-rightwards** *adv.*

right wing สมาชิกพรรคฝ่ายขวา, พวกฝ่ายขวา, พวกอนุรักษ์นิยม **-right-wing** *adj.* **-right-winger** *n.* (-S. conservative)

rigid (ริจ' จิด) *adj.* แข็ง, ตายตัว, ไม่ยอม, ดื้อ, ไม่ยืดหยุ่น, เข้มงวด, กวดขัน, เกี่ยวกับโครงสร้างแบบตายตัว **-rigidly** *adv.* **-rigidness, rigidity** *n.* (-S. hard, inflexible) *-Ex. Iron bars are rigid.*

rigmarole (ริก' มะโรล) *n.* วิธีการที่ซับซ้อน, วิธีการหยุมหยิม, การพูดที่ไร้สาระ

rigor (ไร' กอร์, ริก' เกอะ) *n.* ความแข็งทื่อ, ความหนาวสะท้าน (-S. rigour)

rigor mortis (ริก' เกอะ มอร์' ทิส, ไร' กอร์-) การแข็งตัวของร่างที่ตายแล้ว

rigorous (ริก' กะเริส) *adj.* แข็งตัว, แข็งทื่อ, เข้มงวดมาก, กวดขันมาก, ถูกต้องที่สุด, แม่นยำ, (สภาพอากาศ) รุนแรง **-rigorously** *adv.* **-rigorousness** *n.* (-S. stern) *-Ex. Discipline at the boarding school was very rigorous., The scientist insisted on rigorous accuracy in his work., a rigorous northern winter*

R

rile (ไรลฺ) *vt.* **riled, riling** (ภาษาพูด) ทำให้ระคายเคือง, รบกวน, กวนให้ขุ่น (-S. irritate, vex)

rill (ริล) *n.* ลำธาร, สายน้ำเล็กๆ *-vi.* ไหลในลำธาร

rillet (ริล' ลิท) *n.* ลำธารเล็กๆ, สายน้ำเล็กๆ

rim (ริม) *n.* ขอบ, ริม, ขอบล้อ, กรอบล้อ, ขอบเหว *-vt.* **rimmed, rimming** ทำให้มีขอบ, ทำให้มีริม, กลิ้งรอบขอบ **-rimless** *adj.* *-Ex. the rim of the coffee cup*

rime[1] (ไรมฺ) *n., vt., vi.* **rimed, riming** ดู rhyme **-rimer** *n.*

rime[2] (ไรมฺ) *n.* เปลือกทึบแสงของเกล็ดน้ำแข็ง, เปลือกผลึก *-vt.* **rimed, riming** ปกคลุมไปด้วยเปลือกดังกล่าว **-rimy** *adj.*

rimose, rimous (ไร' โมส, ไรโมส', -เมิส) *adj.* ซึ่งมีผิวหน้าแตก **-rimosely** *adv.* **-rimosity** *n.*

rind (ไรนฺดฺ) *n.* เปลือก, เปลือกผลไม้, เปลือกเนยแข็ง, เปลือกต้นไม้, หนังสัตว์, หนังหมู *-Ex. the rind of an orange*

rinderpest (ริน' เดอะเพสท) *n.* โรคไวรัสร้ายแรงที่เป็นกับสัตว์เลี้ยง มีอาการไข้สูง ท้องร่วงและอื่นๆ, โรคลงแดง

ring[1] (ริง) *n.* วงแหวน, แหวน, ล้อ, ห่วง, สิ่งที่มีลักษณะเป็นวงแหวน, วงแหวนลูกสูบของเครื่องยนต์, วงปีของต้นไม้, ทางวงกลม, บริเวณเนื้อที่หรือช่องว่างระหว่างวงกลมสองวงที่มีจุดศูนย์กลางเดียวกัน, เนื้อที่ที่เป็นวงกลม, สนามวัวแข่ง, สนามมวย, สนามมวยปล้ำ, กลุ่มอะตอมที่จับกันและอาจแสดงรูปเป็นวงแหวน, การเกิดวงแหวนของดวงดาวหรือดาวนพเคราะห์ *-v.* **ringed, ringing** *-vt.* ล้อมวง, กลายเป็นวงแหวน, สนตะพายจมูกสัตว์, ตัดวงปีของต้นไม้ออก, ปอกเปลือก, เอาวงล้อออก, ทำให้เป็นวงล้อ *-vi.* กลายเป็นวงแหวน, จัดให้เป็นวงแหวน, บินวน **-run rings around** (ภาษาพูด) เอาชนะ, ทำได้ดีกว่า *-Ex. a ring of my finger, an iron ring, the rings (marking) in a tree, to dance in a ring*

ring[2] (ริง) *v.* **rang/rung, rung, ringing** *-vi.* สั่นกระดิ่ง, กดกระดิ่ง, เคาะระฆัง, (กระดิง ระฆัง) ส่งเสียงดัง, ส่งเสียงดังกังวาน, ดังกังวาน, ดังก้อง *-vt.* ทำให้เกิดเสียงดังกังวาน, ทิ้งเหรียญให้เกิดเสียงดัง (เพื่อทดสอบว่าเก๊หรือไม่), โทรศัพท์ *-n.* เสียงกริ่ง, เสียงกระดิ่ง, เสียงโทรศัพท์, เสียงกังวาน, ชุดระฆัง, การโทรศัพท์ **-ring a bell** กระตุ้นความจำที่เลือนลาง **-ring down the curtain** ให้สัญญาณเอาม่านลง, ปิดม่าน, ยุติ **-ring up** บันทึกการขายและราคาด้วยเครื่อง **-ring up the curtain** ให้สัญญาณเอาม่านขึ้น, เริ่ม, ริเริ่ม *-Ex. His hammer rang on the anvil., The ring of Somsri's laugh could be heard from the garden.*

ringed (ริงดฺ) *adj.* เป็นรูปวงแหวน, สวมแหวน, หมั้นแล้ว, แต่งงานแล้ว, ถูกล้อมรอบ

ring finger นิ้วนาง (โดยเฉพาะมือซ้าย)

ringleader (ริง' ลีเดอะ) *n.* ผู้นำ, หัวหน้าแก๊ง

ringlet (ริง' ลิท) *n.* ปอยผมที่ขดงอ, ลอนผม **-ringleted** *adj.*

ringmaster (ริง' มาสเทอะ, -แมส-) *n.* หัวหน้าโรงละครสัตว์

ring-necked (ริง' เนคทฺ) *adj.* (สัตว์) มีแถบสีรอบคอ

ringside (ริง' ไซดฺ) *n.* บริเวณใกล้เวทีการแสดง, บริเวณใกล้เวทีมวย, บริเวณที่สามารถมองเห็นการแสดงได้ชัดเจน

ringworm (ริง' เวิร์ม) *n.* ขี้กลาก (โรคผิวหนังชนิดหนึ่งที่เกิดจากเชื้อรา)

rink (ริงคฺ) *n.* ลานสเกตน้ำแข็ง, โรงสเกต, ลานสเกต, สนามหญ้าเด็กเล่นกลิ้งลูกบอล

rinse (รินซฺ) *vt.* **rinsed, rinsing** ล้าง, ล้างมือ, ล้างปาก, สระผม, ซักผ้า, ชะล้าง, ริน *-n.* การล้าง, น้ำที่ใช้ล้าง, น้ำยาล้างผม **-rinser** *n.* *-Ex. Kasorn washed the dishes in soapsuds and rinsed.*

rinsing (ริน' ซิง) *n.* การล้าง, น้ำที่ใช้ล้าง, ของเหลวที่ใช้ล้าง

riot (ไร' เอิท) *n.* จลาจล, ความโกลาหลที่เกิดจากกลุ่มคน, ความอลหม่าน, ความอึกทึกครึกโครม, การก่อความไม่สงบโดยบุคคลตั้งแต่สามคนขึ้นไป, ความสำมะเลเทเมา, การปล่อยอารมณ์ออกเต็มที่, (ภาษาพูด) คนหรือเหตุการณ์หรือสิ่งที่น่าขัน *-vi.* ก่อการจลาจล, ก่อความอลหม่าน *-vt.* หลงระเริง, สำมะเลเทเมา **-run riot** ปล่อยอารมณ์ออกเต็มที่, กำเริบเสิบสาน **-rioter** *n.* (-S. disorder, rampage)

riotous (ไร' เอิทเทิส) *adj.* เกี่ยวกับหรือมีลักษณะของการจลาจล, ทำให้เกิดการจลาจล, มีส่วนร่วมในการจลาจล, อลหม่าน, โกลาหล, น่าหัวเราะ, ปล่อยอารมณ์เต็มที่ **-riotously** *adv.* **-riotousness** *n.*

rip[1] (ริพ) *vt., vi.* **ripped, ripping** ตัด, ฉีก, ผ่า, ชำแหละ, กรีดขาด, คว้าน, เลื่อย, (ภาษาพูด) เคลื่อนที่อย่างรวดเร็วหรือรุนแรง *-n.* การฉีก, การตัด, การผ่า, ส่วนที่ฉีกออก,

rip² 735 **river**

ส่วนที่ตัดหรือผ่าออก **-rip into** (ภาษาพูด) กล่าวหาอย่างรุนแรง **-rip off** (คำสแลง) ขโมย หลอกลวง *-Ex. Dang ripped his coat on a nail., to rip at the seams, to rip out a seam, to sew up a rip in a coat*

rip² (ริพ) *n.* คลื่นยักษ์

riparian (ริแพ' เรียน, ไร-) *adj.* เกี่ยวกับการอาศัยอยู่บนฝั่งแม่น้ำหรือลำคลอง

rip cord เชือกที่ใช้ดึงให้ร่มชูชีพกางออก, เชือกที่ใช้ดึงให้ก๊าซในลูกบอลลูนไหลออกมา, ทำให้ลูกบอลลูนเคลื่อนตัวลงสู่พื้นดินอย่างรวดเร็ว

ripe (ไรพฺ) *adj.* สุก, สุกงอม, เจริญเต็มที่, ได้ที่, คล้ายผลไม้สุก, งอม, ถึงกำหนด, เป็นผู้ใหญ่, สูงอายุ, ถึงเวลา, ได้เวลา, สมบูรณ์, ชำนาญ **-ripely** *adv.* **-ripeness** *n.* (-S. mature) *-Ex. to pick only the ripe dark red cherries off the tree, The mangoes are ripe enough to eat., My father has ripe experience in these matters., to be ripe for the assault, ripe wine, ripe age, Soon ripe; soon rotten.*

ripen (ไร' เพิน) *vt., vi.* ทำให้สุก, ทำให้สุกงอม, ทำให้เจริญเติบโตเต็มที่, ทำให้สมบูรณ์, ทำให้เหมาะสม **-ripener** *n.* (-S. mature) *-Ex. Tomatoes ripen in the sun more quickly than they do in the shade.*

riposte, ripost (ริโพสทฺ') *n.* (การฟันดาบ) การแทงกลับอย่างฉับพลัน, การโต้ตอบอย่างฉับพลัน *-vi.* **-posted, -posting** โต้ตอบอย่างฉับพลัน

ripper (ริพ' เพอะ) *n.* ผู้ฉีก, ผู้ตัด, ผู้เจาะตะเข็บ, สิ่งที่ทำให้ฉีกขาด, ผู้ฆ่า (โดยเฉพาะฆาตกรที่หั่นศพของเหยื่อที่ถูกฆ่า), เครื่องรื้อหลังคา

ripping (ริพ' พิง) *adj.* เกี่ยวกับการฉีกขาด, (คำสแลง) ดีเลิศ เยี่ยมที่สุด **-rippingly** *adv.*

ripple (ริพ' เพิล) *v.* **-pled, -pling** *-vi.* เป็นระลอกคลื่น, กระเพื่อม, ไหลเป็นระลอกคลื่น, เป็นลอน, (เสียง) สูงๆต่ำๆ *-vt.* ทำให้เป็นระลอกคลื่น, ทำให้กระเพื่อม, ดังพึมพำ *-n.* คลื่นเล็กๆ, ระลอกคลื่น, ลอน, เสียงคลื่น, เสียงพึมพำ, เสียงน้ำไหลระลอก **-rippler** *n.* (-S. wave)

rip-roaring (ริพ' รอ' ริง) *adj.* (คำสแลง) อึกทึกครึกโครม โกลาหล อลหม่าน

ripsaw (ริพ' ซอ) *n.* เลื่อยตัดไม้ชนิดฟันหยาบ

ripsnorter (ริพ' สนอร์ท' เทอะ) *n.* (คำสแลง) สิ่งที่ดีเด่น บุคคลที่ดีเด่น สิ่งที่แข็งแรงมากหรือรุนแรงมาก บุคคลที่แข็งแรงมากหรือรุนแรงมาก **-ripsnorting** *adj.*

riptide, rip tide (ริพ' ไทดฺ) *n.* กระแสน้ำที่ต้านกระแสน้ำอื่น ทำให้เกิดความปั่นป่วนอย่างรุนแรงในทะเล

rise (ไรซฺ) *v.* **rose, risen, rising** *-vi.* ลุกขึ้น, ยืนขึ้น, ตื่นขึ้น, ยืนตรง, ลุกขึ้นต่อสู้, เจริญเติบโต, ปรากฏขึ้น, ลอยขึ้น, ผุดขึ้น, กำเนิดขึ้น, ฟูขึ้น, เลื่อนขึ้น, เพิ่มขึ้น, สูงขึ้น, นูนขึ้น, ก่อการกบฏ, กระตุ้น, ราคาสูงขึ้น, ฟื้นขึ้นจากความตาย, ปิดการประชุม *-vt.* ทำให้ลุกขึ้น, ทำให้ปรากฏขึ้น, ยกขึ้น, เลี้ยงดู, เลี้ยง *-n.* การลุกขึ้น, การยืนขึ้น, การตื่นขึ้น, การปรากฏขึ้นจากขอบฟ้า, การลอยขึ้น, การสูงขึ้น, การเพิ่มขึ้น, จำนวนที่เพิ่มขึ้น, ระดับที่เพิ่มขึ้น, ความสูง, แหล่งกำเนิด, แหล่งที่มา, จุดเริ่มต้น, การปรากฏ, การเกิดใหม่, เนินที่สูงขึ้น, การตกปลาได้ **-get a rise out of** (คำสแลง) ยั่ว กระตุ้น **-give rise to** กำเนิด, ก่อให้เกิด, ทำให้เกิด (-S. arise, progress, increase, ascent, advance) *-Ex. Somchai rose from his knees., Narong rose at 7 and went to bed at 10., to rise in the world, to rise to power, to rise to higer things, They rose in revolt., The hill rises out of a flat plain., New buildings are rising every day., The sun rose.*

riser (ไร' เซอะ) *n.* ผู้ตื่นขึ้น, ผู้ลุกขึ้น, ผู้ก่อการจลาจล, แผ่นกระดานของบันไดที่ตั้งขึ้น, เครื่องที่เลื่อนขึ้นเลื่อนลง

risible (ริ' ซะเบิล) *adj.* ชอบหัวเราะ, น่าหัวเราะ, น่าขัน, เกี่ยวกับการหัวเราะ **-risibility** *n.*

rising (ไร' ซิง) *adj.* สูงขึ้น, ลุกขึ้น, ลอยขึ้น, กำลังเจริญเติบโต, กำลังพัฒนา *-n.* การลุกขึ้น, การลอยขึ้น, การกบฏ, การแข็งข้อ, สิ่งที่ปรากฏขึ้น, สิ่งที่ลอยขึ้น, สิ่งที่ยื่นออกมา, สิ่งที่นูนขึ้น, ฝี, ฝีหนอง, สิว, การคืนชีพ *-Ex. the rising sun, rising ground, a rising wind, an eight o'clock rising, The sun's rising.*

risk (ริสคฺ) *n.* การเสี่ยง, ภัย, อันตราย, (ประกันภัย) อัตราการเสี่ยง *-vt.* เสี่ยง, เสี่ยงภัย, เสี่ยงทำ, ลอง (-S. danger, chance, venture)

risky (ริส' คี) *adj.* **riskier, riskiest** เสี่ยง, เสี่ยงภัย, มีภัย, มีอันตราย, เป็นการลอง **-riskily** *adv.* **-riskiness** *n.* (-S. dangerous) *-Ex. It is risky to let yourself get too tired while swimming.*

risqué (ริสเค') *adj.* (บทประพันธ์) ค่อนข้างลามกอนาจาร

rite (ไรทฺ) *n.* พิธีศาสนา, พิธีบูชา, พิธีการ, พิธี, พิธีกรรม, ธรรมเนียมปฏิบัติ, ประเพณี *-Ex. Marriage rites in our church are carried out in the same way each time a man and a woman are married.*

ritual (ริช' ชวล) *n.* พิธีศาสนา, พิธีบูชา, พิธีการ, พิธี, หนังสือพิธีศาสนา, หนังสือพิธีกรรม *-adj.* เกี่ยวกับพิธีศาสนา, เกี่ยวกับพิธีกรรม **-ritually** *adv. -Ex. His daily game of badminton has become a ritual with him.*

ritualism (ริช' ชวลลิซึม) *n.* ลัทธิยึดถือพิธีศาสนา, การใช้พิธีในทางศาสนา, การศึกษาเกี่ยวกับพิธีศาสนา **-ritualist** *n., adj.* **-ritualistic** *adj.* **-ritualistically** *adv.*

ritzy (ริท' ซี) *adj.* **ritzier, ritziest** (คำสแลง) หรูหรา โอ่อ่า **-ritziness** *n.*

rival (ไร' เวิล) *n.* คู่ต่อสู้, คู่แข่งขัน, คู่ปรับ, ผู้ที่มีความสามารถหรือคุณสมบัติพอจะทัดเทียมกันได้, สิ่งที่พอจะทัดเทียมกันได้ *-adj.* แข่งขันกัน, เป็นคู่ต่อสู้, เป็นคู่แข่งขัน, ชิงดี, ตีเสมอ *-vt., vi.* **-valed, -valing/-valled, -valling** แข่งขัน, ชิงดี, ตีเสมอ **-rivalry** *n.* (-S. competitor, contestant, equal)

rivalry (ไร' เวิลรี) *n., pl.* **-ries** การแข่งขันกัน, การเป็นคู่ต่อสู้กัน, การชิงดีชิงเด่น, การตีเสมอ (-S. competition, contest, duel)

rive (ไรฟฺว) *vt., vi.* **rived, rived/riven, riving** ฉีก, ฉีกขาด, ผ่า, คว้าน, เจียน, กรีดออก, งัด, หัก, ทำให้กลัดกลุ้มใจ

riven (ริฟ' เวิน) *vt., vi.* กริยาช่อง 3 ของ rive *-adj.* ผ่าออก, ฉีกออก, แยกออก, หักออก

river (ริฟ' เวอะ) *n.* แม่น้ำ, สายน้ำ **-sell down the river**

R

ทรยศหักหลัง, ทอดทิ้ง, หลอกลวง **-up the river** (คำสแลง) เข้าคุก **-riverlike** *adj.*

riverbank (ริฟ' เวอะแบงคฺ) *n.* ฝั่งแม่น้ำ

river basin ลุ่มแม่น้ำ, บริเวณผืนแผ่นดินที่มีแม่น้ำและแควไหลผ่าน

riverbed (ริฟ' เวอะเบด) *n.* ทางที่แม่น้ำไหลผ่าน

riverhead (ริฟ' เวอะเฮด) *n.* ต้นน้ำ, แหล่งที่มาของสายน้ำ

riverside (ริฟ' เวอะไซด) *n.* ฝั่งแม่น้ำ *-adj.* บนฝั่งหรือใกล้ฝั่งแม่น้ำ

rivet (ริฟ' วิท) *n.* หมุดย้ำ, หมุดเหล็ก, หมุดโลหะ, หัวหมุดย้ำ *-vt.* ตีให้เป็นหัวหมุดย้ำ, ย้ำด้วยหมุดโลหะ, ยึด, ตรึง, จ้อง, เพ่ง **-riveter** *n. -Ex. Dang riveted his feet to the floor.*

Riviera (ริเวีย' ระ) บริเวณที่พักตากอากาศอันมีชื่อเสียงชายฝั่งทะเลเมดิเตอร์เรเนียนจาก La Spezia ในอิตาลีไปทางตะวันตกของ Cannes ในฝรั่งเศส

rivulet (ริฟ' วิวลิท) *n.* สายน้ำเล็กๆ, ลำธารเล็กๆ

riyal (รียาล', -ยอล') *n., pl.* **-yals** ชื่อหน่วยเงินตราของซาอุดีอาระเบีย

RN ย่อจาก Royal Navy ราชนาวี

RNA ย่อจาก ribonucleic acid เป็น nucleic acid ที่มีบทบาทสำคัญเกี่ยวกับการสังเคราะห์โปรตีนในเซลล์

R

roach[1] (โรช) *n., pl.* **roach/roaches** ปลาน้ำจืดจำพวก *Rutilus*

roach[2] (โรช) *n.* ย่อจาก cockroach แมลงสาบ, (คำสแลง) ก้นบุหรี่ (ไส้กัญชา)

road (โรด) *n.* ถนน, ทาง, เส้นทาง, วิถี, วิถีทาง, ทางรถไฟ, ที่ทอดสมอ, อุโมงค์เหมือง **-one for the road** (คำสแลง) การดื่มเหล้าครั้งสุดท้ายก่อนออกจากโรงเหล้า **-on the road** กำลังเดินทาง, กำลังท่องเที่ยว **-take to the road** เริ่มเดินทาง (-S. street, highway)

roadability (โรดะบิล' ละที) *n.* ลักษณะของรถที่สามารถขับเคลื่อนได้อย่างดีและสะดวกสบายบนถนนหนทางที่เลว

roadbed (โรด' เบด) *n.* โครงฐานของถนน, พื้นของถนน, วัสดุที่ใช้ทำโครงฐานของถนน, เส้นทางเดินรถ, ถนนที่ถมแล้ว

roadblock (โรด' บลอค) *n.* สิ่งกีดขวางบนถนน, สิ่งที่เป็นอุปสรรค, สิ่งที่ขัดขวางความเจริญก้าวหน้า *-vt.* ปิดถนนด้วยสิ่งกีดขวาง (เช่นท่อนไม้), ตั้งสิ่งกีดขวางบนถนน

road hog คนขับรถที่เห็นแก่ตัวที่ขับรถขัดขวางทางคนอื่น

roadhouse (โรด' เฮาซฺ) *n.* โรงแรม ร้านอาหารหรือไนต์คลับที่ตั้งอยู่ริมถนน

road runner นกจำพวก *Geococcyx californianus*

road runner

roadside (โรด' ไซด) *n.* ข้างถนน, ขอบถนน, ริมถนน *-adj.* ข้างถนน, ขอบถนน, ริมถนน

roadster (โรด' สเทอะ) *n.* รถยนต์เปิดประทุนสมัยแรกๆ, ม้าสำหรับขี่บนถนน

roadway (โรด' เว) *n.* ถนน, ถนนสำหรับรถแล่น, ผืนดินที่ตั้งของถนน, ถนนที่รวมทั้งขอบผืนดิน

roadwork (โรด' เวิร์ค) *n.* การวิ่งออกกำลังกายของนักมวย

roam (โรม) *vi.* ท่องเที่ยว, ท่องเที่ยวไปเรื่อย, เดินเตร่ *-vt.* ท่องเที่ยว, เดินเตร่ *-n.* การท่องเที่ยว, การท่องเที่ยวไปเรื่อย, การเดินเตร่ **-roamer** *n.* (-S. wander, rove, ramble) *-Ex. On Sundays we like to roam through the woods.*

roan (โรน) *adj.* สีสวาด, สีน้ำตาลผสมสีขาว, สีเทาผสมสีอื่น *-n.* ม้าหรือสัตว์ชนิดอื่นๆ ที่มีสีดังกล่าว, หนังแกะนิ่มที่ใช้ทำปกหนังสือ, สีดังกล่าว

roar (รอร์) *vi.* คำราม, แผดเสียงดัง, ร้องเสียงดังก้อง, หัวเราะลั่น, ส่งเสียงดังอึกทึกครึกโครม *-vt.* เปล่งเสียงดัง, ตะโกนลั่น *-n.* เสียงคำราม, เสียงอึกทึกครึกโครม, การแผดเสียงดังลั่น, เสียงหัวเราะลั่น, เสียงสนั่น, เสียงแปร๋น **-roarer** *n.*

roaring (รอ' ริง) *n.* เสียงคำราม, การแผดเสียงคำราม, เสียงสนั่น, เสียงอึกทึกครึกโครม, โรคที่เป็นกับม้าที่ทำให้ม้าส่งเสียงดังขณะหายใจ *-adj.* ซึ่งแผดเสียงดัง, ดังสนั่น, อึกทึกครึกโครม, (ไฟ) ลุกฮือ, เดือดพล่าน, (ภาษาพูด) ประสบความสำเร็จมาก *-adv.* อึกทึก, กล้าบ้าบิ่น

roast (โรสทฺ) *vt.* ย่าง, ปิ้ง, ผิงไฟ, อบ, ทำให้อุ่น, (ภาษาพูด) ตำหนิอย่างรุนแรง *-vi.* ย่าง, ปิ้ง, ผิงไฟ, อบ *-n.* เนื้อย่าง, เนื้อปิ้ง, เนื้ออบ, สิ่งที่ถูกย่าง (ปิ้ง อบ ผิง), งานเลี้ยงที่มีการย่างเนื้อ, (ภาษาพูด) การตำหนิอย่างรุนแรง *-adj.* ย่าง, ปิ้ง, อบ **-roasting** *adj. -Ex. to roast a piece of meat, to roast beef, A roast of beef is a fine meal for Sundays., We are roasting in this summer heat.*

roaster (โรส' เทอะ) *n.* เครื่องมือสำหรับย่างหรือปิ้งเนื้อ, เตาย่างหรือปิ้งเนื้อ, ผู้ย่าง, ผู้ปิ้ง, ไก่หรือสัตว์ที่เหมาะสำหรับย่างหรือปิ้งกิน

rob (รอบ) *v.* **robbed, robbing** *-vt.* ปล้น, ชิงทรัพย์, แย่งชิง, ทำให้สูญเสีย *-vi.* ปล้น **-robber** *n.* (-S. deprive) *-Ex. The bandits robbed the man of his pocket-book., to rob a person of his money, to rob a bank*

robbery (รอบ' เบอรี) *n., pl.* **-beries** การโจรกรรม

robe (โรบ) *n.* เสื้อคลุมยาว, เสื้อชุดพิธี, เสื้อคลุย, เสื้อกระโปรงของสตรี, เสื้อคลุมชุดอาบน้ำ *-vt., vi.* **robed, robing** ใส่เสื้อคลุมยาว, แต่งตัว, สวมเสื้อ, ใส่เสื้อครุย **-robes** เสื้อผ้า, เครื่องแบบ (-S. gown) *-Ex. The judge was robed before entering a court., the judge's robe, a lounging robe, a bathrobe*

robin (รอบ' เบิน) *n.* นกเล็กจำพวกหนึ่งที่มีหน้าอกและหน้าสีแดง โดยเฉพาะนกจำพวก *Erithacus rubecula*, นก thrush ขนาดใหญ่จำพวก *Turdus migratorius*

Robin Hood โจรผู้ดีในนวนิยายของอังกฤษ, โจรผู้ดี, โจรบรรดาศักดิ์

Robinson Crusoe ตัวเอกในนวนิยายของ Daniel Defoe ซึ่งประสบภัยเรือแตกและได้ใช้ชีวิตอยู่บนเกาะร้างเป็นเวลายาวนาน

robot (โร' เบิท, -บอท, -บัท) *n.* หุ่นยนต์, มนุษย์กล, มนุษย์เครื่องยนต์, ตุ๊กตาเครื่องยนต์, คนที่ทำงานเหมือนเครื่องจักร **-robotism** *n.* **-robotic** *adj.*

robust (โรบัสทฺ', โร' บัสทฺ) *adj.* แข็งแรง, เข้มแข็ง, มีกำลังมาก, กำยำ, ที่ใช้กำลังมาก, เอางานเอาการ, หยาบ, หยาบคาย, เอะอะ, อุดมสมบูรณ์ **-robustly** *adv.* **-robustness** *n.* (-S. hardy, vigorous) *-Ex. Dang was so robust that he never caught cold.*

robustious (โรบัส' เชิส) *adj.* หยาบ, หยาบคาย, เอะอะโวยวาย, แข็งแรง, กำยำ **-robustiously** *adv.*

rock[1] (รอค) *n.* หิน, โขดหิน, ก้อนหิน, หินโสโครก, อันตราย, ภัยพิบัติ, ตังเม, สิ่งที่คล้ายก้อนหิน, รากฐานอันมั่นคง, (คำสแลง) เพชร พลอย **-on the rocks** สู่ความหายนะ สู่ภัยพิบัติ ล้มละลาย ไม่มีเงิน เหล้าไม่ผสมใส่น้ำแข็ง

rock[2] (รอค) *vi., vt.* โยก, แกว่ง, ไกว, เขย่า, ทำให้สั่นสะเทือน, ทำให้โคลงเคลง, ร่อนแร่, โคลงเคลง, ปลอบโยน, ปลอบขวัญ *-n.* การโยก, การแกว่ง, การไกว, การเขย่า, การทำให้สั่นสะเทือน, ดนตรีแบบหนึ่ง

rock-and-roll (รอค' เอินโรล') *n.* ดนตรีชนิดหนึ่งที่พัฒนาขึ้นมาจากดนตรีแบบ rhythm and blues ในช่วงทศวรรษ 1950 มีการใช้กีตาร์ไฟฟ้าและจังหวะที่หนักแน่น

rock bottom ชั้นต่ำสุด, ระดับต่ำสุด, ฐาน, พื้น **-rock-bottom** *adj.*

rockbound (รอค' เบานฺด) *adj.* เต็มไปด้วยโขดหิน, มีหินมาก

rock crystal หินควอตซ์โปร่งใสชนิดหนึ่ง

rocker (รอค' เคอะ) *n.* คนโยก, คนไกวเปล, เครื่องร่อนแร่, เครื่องเขย่า, เก้าอี้โยก, คานโค้งของ, คันโยก, เพลาโยก, คานกระเดื่อง, รองเท้าสเกตน้ำแข็ง, ม้าไม้ที่นั่งโยกไปมาได้, (ภาษาพูด) นักดนตรีร็อก ดนตรีจังหวะหนักแน่น **-off one's rocker** (คำสแลง) บ้า วิกลจริต

rocker arm คันโยก, เพลาโยก

rocket (รอค' คิท) *n.* จรวด, เครื่องยนต์จรวด, เครื่องยิงจรวด, ขีปนาวุธ, ยานอวกาศที่ขับเคลื่อนด้วยจรวด, พลุ *-vt.* ขับเคลื่อนด้วยจรวด, บรรทุกไปด้วยจรวด *-vi.* เคลื่อนที่คล้ายจรวด, (นก) บินขึ้นอย่างรวดเร็วเมื่อตกใจ

rocketry (รอค' คะทรี) *n.* วิทยาการที่เกี่ยวกับจรวด, จรวดวิทยา

Rockies (รอค' คีซฺ) เทือกเขาร็อกกี้

rocking chair เก้าอี้โยก

rocking horse ม้าไม้โยก (-S. hobbyhorse)

rocking horse

rock 'n' roll (รอค' เอินโรล') *n.* ดู rock-and-roll

rock-ribbed (รอค' ริบดฺ') *adj.* มีสัน, หินมาก, ไม่ยินยอม, เด็ดเดี่ยว, แน่นอน, แน่วแน่

rock salt เกลือสินเธาว์, เกลือบก

rocky[1] (รอค' คี) *adj.* **rockier, rockiest** เต็มไปด้วยหิน, มีหินมาก, ประกอบด้วยหิน, คล้ายหิน, เต็มไปด้วยอันตราย, เหนียวแน่น, เด็ดเดี่ยว, ยึดมั่น, ใจแข็ง, ไม่มีความปรานี *-Ex. The road to the farm was very rocky.*

rocky[2] (รอค' คี) *adj.* **rockier, rockiest** โอนเอน, โซเซ, โคลงเคลง, ไม่มั่นคง, ไม่แน่นอน, (คำสแลง) ไม่แข็งแรง อ่อนแอ

Rocky Mountains ชื่อเทือกเขาในอเมริกาเหนือตั้งแต่ภาคกลางของนิวเม็กซิโกไปยังภาคเหนือของอลาสกา

rococo (ระโค' โค, โรคะโค') *n.* สถาปัตยกรรมแบบหนึ่งที่มีกำเนิดในฝรั่งเศส เมื่อประมาณปี ค.ศ. 1720 มีลักษณะงดงามและอ่อนช้อย, สิ่งก่อสร้างที่มีลักษณะดังกล่าว, ภาพวาดหรือบทประพันธ์ที่มีลักษณะดังกล่าว *-adj.* เกี่ยวกับสถาปัตยกรรม ภาพวาดหรือบทประพันธ์ดังกล่าว, ประดับประดามากมาย

rod (รอด) *n.* ไม้, ท่อนไม้, แขนงไม้, ท่อนกลมยาว, ไม้พลอง, คันเบ็ด, ไม้วัด, หน่วยความยาวที่เท่ากับ 5½ หลาหรือ 16½ ฟุต, หน่วยพื้นที่ที่เท่ากับ 30¼ ตารางหลาหรือ 25.29 ตารางเมตร, จุลินทรีย์รูปท่อนกลมยาว, ไม้เรียว, คทา, ก้านลูกสูบเครื่องยนต์, การทำโทษ, วินัย, อำนาจกดขี่, (คำสแลง) ปืนสั้น, เซลล์รูปท่อนกลมยาวในเยื่อชั้นเรตินาของตา **-rodlike** *adj.* (-S. pole, stick, bar)

rode (โรด) *vi., vt.* กริยาช่อง 2 ของ ride *-Ex. The cowboy rode home from the range.*

rodent (โร' เดินทฺ) *adj.* เกี่ยวกับสัตว์ที่ใช้ฟันแทะ (หนู กระรอก บีเวอร์และอื่นๆ), ซึ่งใช้ฟันแทะ *-n.* สัตว์ที่ใช้ฟันแทะ (เป็นสัตว์เลี้ยงลูกด้วยนม) *-Ex. to have rodent teeth*

rodeo (โร' ดีโอ, โรเด' โอ) *n., pl.* **-deos** การแสดงความสามารถในการขี่ม้าและใช้ห่วงเชือกคล้องวัว, การต้อนจับปศุสัตว์, คอกสำหรับจับปศุสัตว์

rodomontade (รอดะเมินเทด', โรดะ-, -ทอด') *n.* การคุยโว, การคุยเขื่อง, การคุยโม้ *-adj.* คุยโว, คุยเขื่อง, คุยโม้ *-vi.* **-taded, -tading** โม้

roe[1] (โร) *n.* ก้อนไข่ปลา, น้ำอสุจิของปลา, ก้อนไข่ปู, ก้อนไข่กุ้ง

roe[2] (โร) *n., pl.* **roe/roes** กวางชนิดหนึ่ง ตัวเล็กปราดเปรียว สง่างาม (-S. roe deer)

roebuck (โร' บัค) *n., pl.* **-bucks/-buck** กวาง roe deer ตัวผู้

roentgen (เรนทฺ' เกิน, เรนทฺ' เชิน) *n.* เอกซเรย์หรือแกมมาเรย์

Roger (รอ' เจอร์) *interj.* (ภาษาพูด) ถูกต้อง, ได้รับแล้ว ทราบแล้ว (ใช้พูดตอบรับทางวิทยุ)

rogue (โรก) *n.* คนพาล, คนโกง, คนทุจริต, คนจรจัด, คนเกเร, คนที่ชอบยั่วคนอื่น, ช้างหรือสัตว์อื่นที่ดุร้ายและแยกตัวออกจากกลุ่ม, สิ่งมีชีวิตที่ผิดปกติ, พันธุ์ที่ไม่ดี, ม้าโกง, บุคคลที่มีมารยา (โดยเฉพาะเด็กหรือผู้หญิง) *-v.* **rogued, roguing** *-vi.* กระทำตัวเป็นคนพาล *-vt.* โกง, หลอกลวง, ทำลายพืชอื่น, ทำลายพันธุ์พืชที่ไม่ดีออกจากที่ดิน (-S. scoundrel) *-Ex. a rogue elephant*

roguery (โร' เกอรี) *n., pl.* **-gueries** ความพาล, พฤติกรรมของคนพาล, ความเกเร, การหลอกลวง, การโกง, การหลอกต้ม, ความเจ้าเล่ห์, มารยา

roguish (โร' กิชฺ) *adj.* พาล, หลอกลวง, โกง, เจ้าเล่ห์, มารยา, เกเร **-roguishly** *adv.* **-roguishness** *n.* (-S. mischievous)

roister (รอย' สเทอะ) *vi.* เอะอะ, ส่งเสียงอึกทึกครึกโครม, โวยวาย, วางมาด **-roisterer** *n.* **-roisterous** *adj.*

R

role, rôle (โรล) *n.* บทบาท, หน้าที่, ภารกิจ *-Ex. Nid liked playing the role of mother to children and friends alike.*

roll (โรล) *vi.* ม้วน, มวน, กลิ้ง, กลอก, บด, หมุน, คลึง, ผ่านพ้นไป, หัน, พเนจร, ออกเดินทาง, เริ่มปฏิบัติการ, ดำเนินการ *-vt.* ม้วน, มวน, กลิ้ง, กลอก, บด, ทำให้หมุน, ทำให้เป็นรูปทรงกระบอก, ห่อ, พับ, ใส่หมึกเข้าที่ลูกกลิ้ง, ปล้น, ชิงทรัพย์ *-n.* เอกสารที่ม้วน, มวนบุหรี่, สมุดรายชื่อ, บัญชีหางว่าว, ทะเบียน, ลูกโม่, ลูกรอก, เพลากลิ้ง, เครื่องลูกกลิ้ง, เครื่องบดถนน, นกตะขาบ, ลูกคลื่น, ลอน, การคลึง, เสียงพูดฉอดๆ, เสียงรัว, เสียงก้อง, เสียงร้องจ๊อกแจ๊กของนกกระจอก, การเรียกชื่อ, (คำสแลง) เงิน **-roll round** มาถึง, ปรากฏ **-roll in** มาถึงอย่างมากมาย **-roll out** แผ่ออก, (คำสแลง) ลุกขึ้นจากเตียง **-roll up** สะสม, รวบรวม **-strike off/from the rolls** เอาออกจากสมาชิก (-S. revolve, rock, rotation) *-Ex. to roll a ball, The ball rolled., to roll away, The Earth rolls round the sun., to roll over and over, to roll one's eyes, The ship is rolling., to roll along in a car, The years rolled on., The waves rolled in., a rolling plain (prairie), to roll it into a ball*

roll call การขานชื่อ, การเรียกชื่อ, เวลาขานชื่อ

roller (โรล' เลอะ) *n.* ผู้กลิ้ง, ผู้ม้วน, ผู้มวน, ลูกกลิ้ง, สิ่งที่กลิ้ง, ลูกรอก, ลูกโม่, เพลากลิ้ง, เครื่องลูกกลิ้ง, เครื่องบดถนน, นำตะขาบ, ลูกคลื่นยักษ์, ผ้าพันแผลชนิดม้วน *-Ex. Casters or the small round wheels on the legs of beds; tables and chairs are rollers., The wringer on the washing machine has 2 rollers.*

R

roller skate รองเท้าสเกตสี่ล้อสำหรับวิ่งบนพื้นกระดาน

rollick (รอล' ลิค) *vi.* กระโดดโลดเต้น, เล่นซน, เล่นอย่างร่าเริง, กระทำด้วยความร่าเริง **-rollicking, rollicksome** *adj.*

rolling (โรล' ลิง) *n.* การกลิ้ง, การม้วน, การมวน, การกลอก, การบด, การหมุน, การคลึง, เสียงกลิ้ง, เสียงม้วน *-adj.* ซึ่งกลิ้ง (ม้วน มวน), เป็นลูกคลื่น, พลิกกลับ, ขึ้นๆ ลงๆ, เซไปเซมา, ทำให้เกิดเสียงดังที่ต่อเนื่อง

rolling mill เครื่องกลิ้งอัด, โรงอัดแผ่นโลหะ, เครื่องกลิ้งและอัดแผ่นโลหะ

rolling stock พาหนะมีล้อกลิ้งบนรางรถไฟ, รถบรรทุกสินค้า

roll-on (โรล' ออน) *adj.* ซึ่งใช้ลูกกลิ้ง *-n.* ลูกกลิ้งดับกลิ่นดังกล่าว

roly-poly (โร' ลี โพ' ลี) *adj.* อ้วนจ้ำม้ำ, อ้วนตุ๊ต๊ะ *-n., pl.* **-lies** คนที่อ้วนจ้ำม่ำ, การอ้วนตุ๊ต๊ะ, ขนมที่ม้วนเป็นก้อนกลม

ROM ย่อจาก Read Only Memory รอม (หน่วยความจำอ่านอย่างเดียว)

romaine (โรเมน', โร' เมน) *n.* ผักกาดหอมชนิดที่มีหัวยาวเป็นรูปทรงกระบอก

Roman (โร' เมิน) *adj.* เกี่ยวกับกรุงโรมโบราณ, เกี่ยวกับอาณาจักรโรมันโบราณ, เกี่ยวกับชาวโรม, เกี่ยวกับศาสนานิกายโรมันคาทอลิก, เกี่ยวกับตัวพิมพ์หรือตัวหนังสือแบบโรมัน, เกี่ยวกับสถาปัตยกรรมโรมันโบราณ, เกี่ยวกับตัวเลขโรมัน *-n.* ชาวโรม, ภาษาอิตาลีในกรุงโรม **-roman** อักษรโรมัน

roman à clef นวนิยายอิงเหตุการณ์ที่เกิดขึ้นจริงๆ

Roman candle ดอกไม้เพลิงชนิดหนึ่งที่เป็นรูปทรงกระบอก, ดอกไม้เพลิงที่ปะทุเป็นสี

Roman Catholic เกี่ยวกับศาสนาคริสต์นิกายโรมันคาทอลิก, สมาชิกของศาสนาคริสต์นิกายโรมันคาทอลิก

Roman Catholic Church ศาสนาคริสต์นิกายโรมันคาทอลิก

Romance (โรแมนซ', โร' แมนซ) *n.* กลุ่มภาษา Indo-European ที่สืบทอดจากภาษาละติน *-adj.* เกี่ยวกับกลุ่มภาษาดังกล่าว

romance (โรแมนซฺ', โร' แมนซ) *n.* เรื่องรักใคร่, นวนิยายหรือบทกวีเกี่ยวกับเรื่องรักใคร่ ผจญภัยและความโลดโผน, นวนิยายผจญภัย, นวนิยายแห่งการจินตนาการ, เรื่องโกหก, ลักษณะเรื่องรักใคร่ระหว่างหญิงชาย *-v.* **-manced, -mancing** *-vi.* พูดหรือคิดเรื่องรักใคร่, เพ้อฝัน, เขียนเรื่องรักใคร่ *-vt.* จีบ, เกี้ยวพาราสี **-romancer** *n.* *-Ex. a romance of the Phuket, Somsri is always romancing., the romance of Romeo and Juliet, Many people call any love story a romance.*

Roman Empire อาณาจักรโรมันโบราณ

Romanesque (โรมะเนสคฺ') *adj.* เกี่ยวกับสถาปัตยกรรมโรมัน, เกี่ยวกับแบบโรมัน *-n.* สถาปัตยกรรมโรมัน, แบบโรมัน

Romania, România (โรเม' เนีย, -เมน' ยะ, รู-) ประเทศโรมาเนีย ในภาคตะวันออกเฉียงใต้ของยุโรป มีเมืองหลวงชื่อ Bucharest (-S. Rumania)

Romanic (โรแมน' นิค) *adj., n.* ดู Romance

Roman nose จมูกโด่ง

Roman numerals เลขโรมัน (I = 1, V = 5, X = 10, L = 50, C = 100, D = 500, M = 1,000)

Romano (โรมา' โน) *n.* เนยแข็งอิตาลีชนิดหนึ่ง

Romansch, Romansh (โรมานช', -แมนช') *n.* กลุ่มภาษาท้องถิ่นที่พูดกันในภาคตะวันออกของสวิตเซอร์แลนด์

romantic (โรแมน' ทิค) *adj.* เกี่ยวกับเรื่องรักใคร่, จินตนาการ, เป็นไปไม่ได้, เต็มไปด้วยอุดมการณ์ความต้องการผจญภัยและอื่นๆ, แสดงความรัก, เร่าร้อน, ร้อนรน, รุนแรง, เกี่ยวกับดนตรีที่เน้นหนักความอิสระของจินตนาการและการมีขนาดของวงดนตรีใหญ่ขึ้น, เชิงนวนิยาย, เพ้อฝัน, เป็นละคร *-n.* บุคคลที่เร่าร้อน (โดยเฉพาะเกี่ยวกับความรักและจินตนาการ), ผู้ยึดหลักของ romanticism **-romantically** *adv.* **-romanticist** *n.* (-S. sentimental) *-Ex. romantic tales, romantic scenes*

Romany (โร' มะนี, รอม'-) *n., pl.* **-ny/-nies** ยิปซี, ภาษายิปซี *-adj.* เกี่ยวกับชาวยิปซี, ภาษาและวัฒนธรรมของยิปซี (-S. Rommany)

Rom. Cath. ย่อจาก Roman Catholic

Rome (โรม) กรุงโรม (เมืองหลวงของอิตาลี), เมืองหลวงโบราณของอาณาจักรโรมัน, ที่ตั้งของสำนักวาติกัน

Romeo (โร' มีโอ) *n., pl.* **-os** คนรักที่เป็นผู้ชาย, ชายคู่รัก,

ชื่อพระเอกในบทละครเรื่อง *Romeo and Juliet* ของเชกสเปียร์

romp (รอมพฺ) *vi.* เล่นอึกทึกครึกโครม, วิ่งเล่น, เล่นอย่างครึ้นเครง, กระทำอย่างรวดเร็ว *-n.* การเล่นอย่างอึกทึกครึกโครม, การวิ่งเล่น, การเล่นอย่างครึ้นเครง, การกระทำอย่างรวดเร็ว, การประสบความสำเร็จอย่างรวดเร็วและง่ายดาย, คนที่เล่นดังกล่าว โดยเฉพาะเด็กหญิง (-S. play) *-Ex. Daeng and his dog romp in the yard every day., The boys have not had their romp yet today.*

romper (รอม' เพอะ) *n.* ผู้ที่เล่นอย่างอึกทึก, ผู้ที่ชนะอย่างรวดเร็วและง่ายดาย **-rompers** เสื้อคลุมหลวมๆ ที่รวมทั้งกางเกง

rondeau (รอน' โด) *n., pl.* **-deaux** บทกวี

Röntgen (เรนทฺ' เกิน) *n.* ดู Roentgen

rood (รูด) *n.* ไม้กางเขน (โดยเฉพาะที่มีขนาดใหญ่)

roof (รูฟ, รุฟ) *n., pl.* **roofs** หลังคา, หลังคาสิ่งปลูกสร้าง, หลังคารถ, โครงค้ำหลังคา, สิ่งที่คล้ายหลังคาบ้าน, เพดาปาก, ส่วนบน, แผ่นบน *-vt.* มุงหลังคา, ครอบ, ปิดคลุม **-raise the roof** (คำสแลง) ทำให้เกิดเสียงดัง เช่น ตบมือ เลี้ยงฉลอง บ่น หรือประท้วงด้วยเสียงที่ดัง, ทะเลาะกันเสียงดัง **-roofless** *adj. -Ex. a slate roof, to live under the same roof, to roof a house, A path roofed with overhanging leaves.*

roof garden สวนบนหลังคาบ้านหรือสิ่งปลูกสร้าง, ชั้นบนของสิ่งปลูกสร้างที่มีสวน ร้านอาหารและเครื่องดื่มหรืออื่นๆ

roofing (รูฟ' ฟิง) *n.* การมุงหลังคา, วัสดุที่ใช้มุงหลังคา, หลังคา, หลังคาบ้าน

rooftree (รูฟ' ทรี) *n.* สันอกไก่ของหลังคา, หลังคา

rook[1] (รุค) *n.* อีกาสีดำจำพวก *Corvus frugilegus* พบในยุโรป ชอบอยู่เป็นฝูง, นักต้ม, ผู้หลอกลวง *-vt., vi.* โกง, หลอกลวง, หลอกต้ม

rook[2] (รุค) *n.* (เกมหมากรุก) เรือ

rookery (รุค' เคอรี) *n., pl.* **-eries** ฝูงอีกา, สถานที่ผสมพันธุ์ของอีกา, สถานที่ผสมพันธุ์ของนกที่ชอบอยู่กันเป็นฝูง

rookie (รุค' คี) *n.* (คำสแลง) นักกีฬาอาชีพที่แข่งขันเป็นครั้งแรก หน้าใหม่ มือใหม่ ตำรวจที่มาใหม่

room (รูม, รุม) *n.* ห้อง, ที่ว่าง, ที่พัก, ช่องว่าง, เนื้อที่, โอกาส, คนที่อยู่ในห้อง *-vi.* กินเนื้อที่, พัก, พักอาศัย, อยู่ *-vt.* ขอให้พัก, ขอให้พักอาศัย **-rooms** ที่พักอาศัย (-S. chamber)

room and board ที่พักอาศัยและอาหาร

roomer (รูม' เมอะ) *n.* ผู้พักอาศัย

roomful (รูม' ฟุล) *n., pl.* **-fuls** เต็มห้อง, ทั้งคนและของทั้งหมดในห้อง

rooming house บ้านพักให้เช่า

roommate (รูม' เมท) *n.* ผู้ที่พักห้องเดียวกัน

roomy (รูม' มี) *adj.* **roomier, roomiest** มีห้องกว้าง, มีห้องใหญ่มีเนื้อที่มาก, ใหญ่, กว้าง **-roominess** *n.* **-roomily** *adv.*

roost (รูสทฺ) *n.* ราวเกาะ, คานเกาะ, คานนอน, กรงนกขนาดใหญ่, กรงไก่ขนาดใหญ่, ที่สำหรับพักผ่อนนอนหลับ *-vi.* เกาะบนราว, พัก, พักอาศัย, ค้างคืน **-rule the roost** ควบคุม, ครอบงำ **-come home to roost** ย้อนกลับ, โต้กลับ

rooster (รูส' เทอะ) *n.* สัตว์ปีกตัวผู้, ไก่ตัวผู้

root[1] (รูท, รุท) *n.* ราก, รากใต้ดิน, รากอากาศ, ส่วนที่เป็นราก, หน่อ, หัวใต้ดิน, สิ่งที่คล้ายราก, รากผม, รากขน, รากฟัน, ส่วนของตะปูที่ฝังอยู่, ฐาน, รากฐาน, แหล่งที่มา, แก่นแท้, รากของต้นตอ, (คณิตศาสตร์) กรณฑ์, ลูกหลาน, รากศัพท์, รากของคำ *-vt.* ยึดแน่น, หยั่งราก, ถอนราก, ถอนโคน, ทำลาย, ขจัด *-vi.* มีกำเนิดจาก, มีบ่อเกิดจาก **-take root** งอกราก, เจริญเติบโต, ยึดแน่น (-S. base) *-Ex. the root of a tree, to pull up by the roots, This trouble has its roots in the past., the root of the difficulty, deep-rooted opinion*

root[2] (รูท, รุท) *vi.* (ใช้จมูก) คุ้ยค้น, พลิก, ค้น, ค้นหา, (ภาษาพูด) ทำงานหนัก ให้กำลังใจ *-vt.* คุ้ยขึ้นด้วยจมูก (สัตว์), ขุด, ทำให้ปรากฏ, เปิดเผย **-rooter** *n.*

rootage (รู' ทิจฺ) *n.* การหยั่งราก, การเกิดราก

root beer เครื่องดื่มน้ำอัดลมที่ผสมน้ำสกัดจากรากเปลือกไม้และพืชลำต้นอ่อน

rootstock (รูท' สทอค) *n.* ลำต้นใต้ดิน, หัว, หน่อ

rope (โรพ) *n.* เชือก, ห่วงเชือก, สร้อย, เครื่องโยง, เชือกคล้อง, ก้อนเชือก, กลุ่มเส้นที่พันกัน, สิ่งที่เป็นวุ้นเหนียว, พวง *-v.* **roped, roping** *-vt.* ผูกหรือมัดด้วยเชือก *-vi.* ดึงออกเป็นเส้น, กลายเป็นเชือก, กลายเป็นห่วง **-the end of one's rope** สุดที่จะทน, หมดหนทาง **-know the ropes** (ภาษาพูด) คุ้นเคยที่สุด รู้หมด **-rope in** (คำสแลง) ล่อ หลอกลวง (-S. cable, cord, line) *-Ex. a rope of dandelions, The cowboy roped the runaway horse., The goat was roped to the stake.*

ropery (โร' เพอรี) *n., pl.* **-eries** โรงงานทำเชือก, การโกง

ropewalker (โรพ' วอคเคอะ) *n.* นักแสดงไต่เชือก **-ropewalking** *n.* (-S. ropedancer)

rorqual (รอร์' เควิล) *n.* ปลาวาฬจำพวก *Balaenoptera* มีร่องตามยาวที่บริเวณคอและมีครีบเล็กๆ ที่บริเวณหลัง

rosaceous (โรเซ' เชิส) *adj.* เกี่ยวกับพืชตระกูลกุหลาบ, เกี่ยวกับกุหลาบ, สีกุหลาบ, มีกลีบดอกกว้าง 5 กลีบคล้ายกุหลาบ

rosary (โร' เซอรี) *n., pl.* **-ries** การอธิษฐานของนิกายโรมันคาทอลิกที่มีการนับลูกประคำ,สายลูกประคำดังกล่าว

rose[1] (โรซฺ) *n.* กุหลาบ, ต้นกุหลาบ, ดอกกุหลาบ, พืชกุหลาบ, สีกุหลาบ, สิ่งประดับคล้ายดอกกุหลาบ, ลายกุหลาบ, เครื่องหอมกลิ่นกุหลาบ, หน้าต่างลายกุหลาบ, นางงาม, ปากพ่นของฝักบัวรดน้ำ *-adj.* เกี่ยวกับกุหลาบ, สีกุหลาบ, กลิ่นกุหลาบ *-vt.* **rosed, rosing** ทำให้เป็นสีแดง **-under the rose** ลับ, ส่วนตัว **-come up roses** (ภาษาพูด) กลายเป็นดี **-roselike** *adj.*

rose[2] (โรซฺ) *vi., vt.* กริยาช่อง 2 ของ rise

rosé (โรเซ') *n.* เหล้าองุ่นสีชมพูชนิดหนึ่ง

roseate (โร' ซีอิท, -เอท) *adj.* สีกุหลาบ, เหมือนกุหลาบ, ผ่องใส, สบายใจ, มีแวว, มีความหวัง, มองโลกในแง่ดี **-roseately** *adv.*

rose-colored (โรซฺ' คัลเลอร์ดฺ) *adj.* มีสีกุหลาบ, มองโลกในแง่ดี, ผ่องใส, ร่าเริง, เบิกบานใจ

rosemary (โรซฺ' แมรี) *n.* พืชไม้พุ่มจำพวก *Rosmarinus officinalis*

rosemary

rosette (โรเซทฺ') *n.* ลายรูปดอกกุหลาบ, การประดับด้วยลายดอกกุหลาบ *-Ex. The gift was tied with a green rosette., This flower stalk springs from a rosette of flat leaves.*

rose water น้ำกุหลาบ, น้ำกลิ่นกุหลาบ

rosewood (โรซฺ' วุด) *n.* ไม้เนื้อแดงที่ใช้ทำเครื่องเรือน, ต้นไม้ที่ให้ไม้เนื้อแดง

rosily (โร' ซะลี) *adv.* ด้วยสีกุหลาบ, ร่าเริง, เบิกบานใจ, มองโลกในแง่ดี, อย่างสบายใจ

rosin (รอซฺ' ซิน) *n.* ชันสน, สารชนิดหนึ่งที่กลั่นจากน้ำมันสน ใช้ทำยา ขี้ผึ้งและปลาสเตอร์ *-vt.* ทาด้วยสารดังกล่าว **-rosinous, rosiny** *adj.*

roster (รอซฺ' เทอะ) *n.* รายชื่อทหารและภารกิจหน้าที่ของแต่ละคน, บัญชีรายชื่อ, ทะเบียนชื่อ

rostrum (รอซฺ' เทริม) *n., pl.* **-tra/-trums** จะงอยปาก, ปุ่มหรือหัวที่คล้ายขอ, พลับพลา, ยกพื้น, เวทีพูด **-rostral** *adj.* **-rostrate** *adj.* (-S. platform)

rosy (โร' ซี) *adj.* **rosier, rosiest** ชมพู, แดงอมชมพู, สีกุหลาบ, ร่าเริง, เบิกบานใจ, ดีงาม, มองโลกในแง่ดี, ทำด้วยกุหลาบ, ประดับด้วยกุหลาบ **-rosiness** *n.* (-S. fresh, rubicund, promising) *-Ex. Their cheeks were rosy from the cold., his rosy prospects*

rot (รอท) *v.* **rotted, rotting** *-vi.* เน่า, เปื่อย, บูด, ผุ, ผุพัง, เสื่อม, เสื่อมโทรม, ตายไป, ซูบผอม *-vt.* ทำให้เน่า, ทำให้เปื่อย, ทำให้เสื่อมศีลธรรม, ทำให้เสื่อมโทรม, แช่น้ำให้นิ่ม, ทำให้เสีย, เหน็บแนม *-n.* การเน่า, การเปื่อย, การบูด, สิ่งที่เน่าเปื่อย, ความเสื่อมโทรมของสังคมหรือศีลธรรม,โรคเน่าเปื่อยที่เนื่องจากเชื้อแบคทีเรียหรือเชื้อรา, โรคเท้าเปื่อยในสัตว์, (คำสแลง) ความเหลวไหล คำพูดที่เหลวไหล *-interj.* คำอุทานแสดงความรังเกียจหรือความขยะแขยง (-S. decompose, degenerate)

Rotarian (โรแท' เรียน) *n.* สมาชิกสโมสรโรตารี่ *-adj.* เกี่ยวกับสโมสรดังกล่าว **-Rotarianism** *n.*

rotary (โร' ทะรี) *adj.* หมุนรอบ, หมุนรอบเพลา *-n., pl.* **-taries** เครื่องจักรที่ใช้หมุน

Rotary Club สโมสรโรตารี่ เป็นสโมสรสาขาของโรตารี่สากล (Rotary International) ตั้งขึ้นเพื่อรับใช้สังคมและส่งเสริมสันติภาพของโลก

rotate (โร' เทท, โรเทท') *vi., vt.* **-tated, -tating** หมุน, หมุนรอบ, หมุนเวียน, โคจรรอบ, สับเปลี่ยน, ทำให้หมุนรอบ, ทำให้หมุนเวียน, ทำให้สับเปลี่ยน *-adj.* รูปร่างคล้ายล้อ **-rotatable** *adj. -Ex. The earth rotates on its axis.,The farmer rotates his crops., The seasons rotate., to rotate crops, to rotate a wheel*

rotation (โรเท' ชัน) *n.* การหมุน, การหมุนรอบ **-rotational** *adj.*

rotatory (โร' ทะทอรี) *adj.* เกี่ยวกับการหมุนรอบ, ซึ่งหมุนรอบ, ซึ่งหมุนเวียน, ทำให้หมุนรอบ

rote (โรท) *n.* โดยการท่องจำอย่างเดียว **-by rote** จากความทรงจำอย่างเดียว *-Ex. to learn the alphabet by rote*

rotgut (รอท' กัท) *n.* (คำสแลง) เหล้าชั้นเลวราคาถูก

rotogravure (โรทะกระเวอะ', โรท' ทะเกรฟวเยอะ) *n.* เทคนิคการพิมพ์แบบโรตารี่ที่เป็นลูกกลิ้งทองแดง, สิ่งที่ตีพิมพ์ด้วยเทคนิคการพิมพ์ดังกล่าว, ส่วนของหนังสือพิมพ์ที่พิมพ์ด้วยเทคนิคดังกล่าว

rotor (โร' เทอะ) *n.* ส่วนที่หมุนรอบของเครื่องยนต์, ตัวที่หมุนรอบ, ปีกหมุนของเฮลิคอปเตอร์ *-Ex. the rotor of a helicopter*

rotten (รอท' เทิน) *adj.* เน่า, เปื่อย, เน่าเปื่อย, ผุพัง, เสื่อม, เสื่อมโทรม, เสื่อมทราม, เลว, น่ารังเกียจ, ใช้การไม่ได้, เปราะ, แตกง่าย, (คำสแลง) แย่มาก **-rottenly** *adv.* **-rottenness** *n.* (-S. decayed) *-Ex. a rotten egg, a rotten beam, The government was rotten.*

rotter (รอท' เทอะ) *n.* (คำสแลง) คนที่น่ารังเกียจที่สุด คนที่ใช้การไม่ได้เลย คนต่ำช้า

rotund (โรทันดฺ') *adj.* กลม, อ้วนกลม, ท้วม, เป็นวง, ทรงกลม, ดังกังวาน, ไพเราะ, กลมกล่อม **-rotundly** *adv.* **-rotundness, rotundity** *n. -Ex. a rotund phrase*

rotunda (โรทัน' ดะ) *n.* สิ่งปลูกสร้างรูปทรงกลม, หอกลม, ห้องโถงกลม

rouble (รู' เบิล) *n.* ดู ruble

roué (รูเอ', รู' เอ) (ภาษาฝรั่งเศส) คนเสเพล, คนเหลวไหล, คนขี้เหล้า, เสือผู้หญิง (-S. profligate)

rouge (รูจ) *n.* เครื่องสำอางสีแดง, ชาดทาแก้มหรือฝีปากให้แดง, ผงสีแดงที่ใช้ขัดโลหะ *-v.* **rouged, rouging** *-vt.* ทาสีแดงด้วยเครื่องสำอาง *-vi.* ใช้เครื่องสำอางทาสีแดง, ใช้ผงขัดโลหะ

rough (รัฟ) *adj.* ขรุขระ, ไม่เรียบ, สาก, หยาบ, กระด้าง, ไม่สวย, มีขนรุงรัง, ไม่ได้ตกแต่ง, ไม่ได้เสริมแต่ง, คร่าวๆ, เอะอะ, โวยวาย, ตึงตัง, หยาบคาย, เกเร, (พายุ) รุนแรง, ไม่เป็นระเบียบ, จลาจล, ยากลำบาก, หนักอึ้ง, (เสียง) แสบแก้วหู, (ยา) ฤทธิ์แรง *-n.* สิ่งที่ขรุขระ, สิ่งที่ไม่เรียบ, ตะปูเกือกม้ากันลื่น, ลักษณะที่ยังไม่ได้เสริมแต่ง, ตอนที่ลำบาก, คนเกเร, คนพาล, ความลำบาก, ต้นร่าง *-vt.* ทำให้ขรุขระ, ทำให้สาก, ทำให้รุงรัง, ใส่ตะปูกันลื่นที่เกือก, ร่างเค้าโครง, กระทำต่ออย่างหยาบคาย *-vi.* กลายเป็นขรุขระ, กลายเป็นหยาบ, กลายเป็นกระด้าง, กระทำต่ออย่างหยาบคาย *-adv.* อย่างหยาบคาย, ไม่มีที่กำบัง **-in the rough** ในภาวะที่ลำบาก **-rough it** อยู่อย่างไม่สะดวก **-roughish** *adj.* **-roughly** *adv.* **-roughness** *n. -Ex. rough cloth, rough sea, rough weather, rough working man, rough manners, to lead a rough life in the forest, rough workmanship*

roughage (รัฟ' ฟิจ) *n.* วัตถุที่หยาบ, วัตถุที่สาก, อาหารที่มีเซลลูโลสมาก (เช่น พืชผักและผลไม้)

roughen (รัฟ' เฟิน) *vt., vi.* ทำให้หยาบ, ทำให้ขรุขระ, กลายเป็นหยาบ, กลายเป็นขรุขระ *-Ex. Hands roughened by the weather.*

rough-hew (รัฟ' ฮิว') *vt.* **-hewed, -hewed/-hewn,**

-hewing ทำให้มีพื้นผิวหยาบ, ทำอย่างหยาบๆ, ทำอย่างคร่าวๆ (-S. roughhew)

roughhouse (รัฟ' เฮาซฺ) *n.* (คำสแลง) การเล่นกันอย่างอุตลุด (โดยเฉพาะภายในบ้าน) การชุลมุน *-v.* **-housed, -housing** *-vt.* (คำสแลง) เล่นกันอย่างอุตลุดชุลมุน *-vi.* (คำสแลง) ร่วมเล่นอย่างอุตลุด

roughneck (รัฟ' เนค) *n.* (ภาษาพูด) อันธพาล คนที่มีนิสัยหยาบคาย, คนงานเจาะน้ำมัน *-vi.* ทำงานดังกล่าว **-roughnecking** *n.*

roughrider (รัฟ' ไรเดอะ) *n.* คนขี่ม้าที่ทำให้ม้าหายพยศ, คนขี่ม้าป่า, คนฝึกม้าให้เชื่อง (-S. Rough Rider)

roughshod (รัฟ' ชอด) *adj.* ติดด้วยเกือกม้ากันลื่น **-ride roughshod over** ปฏิบัติอย่างโหดเหี้ยม, กดขี่, ข่มเหง

roulade (รูลาด') *n.* เนื้อหั่นที่ม้วนเป็นก้อน, การเสริมแต่งในดนตรีด้วยท่วงทำนองที่เร็วสำหรับเสียงพยางค์เดียว

roulette (รูเลท') *n.* การพนันหมุนวงล้อโดยมีลูกให้ตกตามเลขหมาย, เกมพนันรูเล็ตต์, วงล้อเล็กมีฟันสำหรับเจาะรู (โดยเฉพาะรูดวงตราไปรษณีย์) *-vt.* **-letted, -letting** ทำเครื่องหมายด้วยวงล้อดังกล่าว

round (เรานฺดฺ) *adj.* กลม, เป็นรูปวงแหวน, เป็นรูปทรงกลม, เป็นเส้นวงกลม, เป็นรูปครึ่งวงกลม, รอบหมุนเวียน, เป็นกิจวัตร, อ้อมกลับมา, มาก, เต็มที่, กลมกล่อม, อวบ, คล่องแคล่ว, ชัดเจน, ดังกังวาน, มีชีวิตชีวา, รุนแรง *-n.* สิ่งที่เป็นวงกลม, สิ่งที่เป็นรูปวงแหวน, สิ่งที่เป็นรูปทรงกลม, รอบ, การหมุนรอบ, การตรวจ, การลาดตระเวน, (การชกมวย) ยก, เกม, (กระสุน) นัด, ชุด, พัก, ครั้ง (การหัวเราะ การปรบมือ), ทางวงกลม, ทางวงแหวน, สิ่งประดับรูปวงกลมหรือทรงกลม, การร้องเพลงประสานเสียงแบบหมุนเวียน *-adv.* รอบๆ, หมุนเวียน, ตลอดเวลา, ตลอดปี *-prep.* ตลอดไป, หมุนรอบ, โคจรรอบ, อ้อมรอบ *-vt.* ทำให้เป็นวงกลม, ทำให้เป็นวงแหวน, ทำให้เป็นรูปทรงกลม, โอบล้อม, ล้อม, ล้อมจับ, อ้อม, หันไปทิศตรงกันข้าม *-vi.* กลายเป็นวงกลมหรือทรงกลม, กลายเป็นอ้วน, เจริญเติบโต, หันไปทางทิศตรงกันข้าม, อ้อม, โอบรอบ **-in the round** (เวที) ล้อมรอบไปด้วยผู้ชมเต็มไปหมด **-make one's rounds, -go the round/rounds** หมุนเวียนกระทำต่อไป, ส่งทอดเป็นจุดๆ ไปทั่ว **-round in** ลาก (เส้น) **-roundness** *n.* (-S. spherical, plump, circle, circuit, encircle) *-Ex. a round ball, a round pencil, to go round in a circle*

roundabout (เรานฺดฺ' ดะเบาทฺ) *adj.* อ้อม, อ้อมค้อม, อ้วนกลม, วกวน, เป็นวงกลม *-n.* เสื้อคลุมสั้นรัดรูปของผู้ชายหรือเด็กผู้ชาย, ม้าเวียนขึ้นลงสำหรับเด็กเล่น, วงเวียนที่ต้องขับรอบ, คำพูดวกวน, การพูดวกวน (-S. indirect)

rounder (เราน' เดอะ) *n.* ผู้เดินตรวจ, ผู้ลาดตระเวน, ผู้เดินรอบ, ผู้กระทำผิดติดนิสัย, อุปกรณ์ที่กลม, คนที่อ้วนกระปุกหลุก, เกมกีฬาชนิดหนึ่ง (ในอังกฤษ) ที่คล้ายกีฬาเบสบอล, (ภาษาพูด) ขี้เหล้า คนเสเพล

Roundhead (เรานฺดฺ' เฮด) *n.* สมาชิกพวก Parliamentary ในอังกฤษสมัยสงครามกลางเมือง, คนหัวรั้น

roundhouse (เรานฺดฺ' เฮาซฺ) *n.* โรงรถรูปทรงกลม, ห้องในเรือของดาดฟ้าด้านหลัง, หมัดเหวี่ยง

roundish (เราน' ดิช) *adj.* ค่อนข้างกลม

roundly (เรานฺดฺ' ลี) *adv.* เป็นวงกลม, เป็นรูปทรงกลม, อย่างรุนแรง, หุนหันพลันแล่น, ไม่ปรานี, เต็มที่, อย่างสมบูรณ์ *-Ex. to scold roundly, to tell a person roundly that he isn't wanted*

round robin อนุกรม, สิ่งที่ต่อเนื่อง, หนังสือร้องเรียนที่เซ็นชื่อรวมหลายคนโดยต่อเนื่องเป็นวงกลม (เพื่อไม่ให้รู้ใครเซ็นก่อน เซ็นหลัง), หนังสือเวียน, การแข่งขันที่ผู้เข้าแข่งมีโอกาสแข่งกับคนอื่นทุกอย่าง, การต่อเนื่องกัน

round-shouldered (เรานฺดฺ' โชลเดอร์ดฺ) *adj.* ไหล่โก่ง (ทำให้หลังส่วนบนโก่ง)

round table กลุ่มคนที่นั่งเป็นวงกลม (หมายความว่าแต่ละคนมีสิทธิเท่าเทียมกัน), การประชุมของกลุ่มคนดังกล่าว **-Round Table** โต๊ะกลมที่นั่งของพระเจ้า Arthur และอัศวินของพระองค์, พระเจ้าอาร์เธอร์และอัศวินทั้งหลายของพระองค์ **-round-table** *adj.*

round-the-clock (เรานฺดฺ' ธะคลอค') *adj., adv.* ตลอด 24 ชั่วโมง, ตลอดเวลา, ต่อเนื่องกัน

round trip การเดินทางไปกลับ **-round-trip** *adj.*

roundup (เรานฺดฺ' อัพ) *n.* การไล่ปศุสัตว์มารวมกัน (เพื่อตรวจตีตรา ขนส่ง ขาย หรืออื่นๆ), ผู้ขี่ม้าไล่ปศุสัตว์มารวมกัน, การจับกลุ่ม, การชุมนุม, การสรุป, บทสรุป, สาระ, ใจความสำคัญ (-S. collect, gather, rally) *-Ex. The police made a roundup of all the tramps.*

roundworm (เรานฺดฺ' เวิร์ม) *n.* พยาธิตัวกลม

rouse[1] (เราซฺ) *v.* **roused, rousing** *-vt.* ปลุก, ปลุกให้ตื่น, ทำให้ตื่น, กระตุ้น, เร้าใจ, ปลุกเร้า, ทำให้โกรธ, ยุยง, ยั่วให้โกรธ, ก่อกวน, ดึงขึ้นสุดกำลัง *-vi.* ตื่นขึ้นมา, ลุกขึ้นมา, ฮึดสู้ *-n.* การปลุก, การปลุกให้ตื่น, การกระตุ้น, การเร้าใจ, การปลุกเร้า **-rouser** *n.* (-S. awaken) *-Ex. You may rouse the sleeping baby if you make so much noise., The people of the town were roused over the kidnapping.*

rouse[2] (เราซฺ) *n.* การดื่มเหล้ารวดเดียวหมด, การดื่มจนเมา, การเลี้ยงสุรา, การเลี้ยงอาหารอย่างเอะอะโวยวาย

rousing (เรา' ซิง) *adj.* ตื่นเต้น, เร้าใจ, ปลุกใจ, (เปล่งเสียง) อึงคะนึง, กระฉับกระเฉง, แข็งแรง, มีชีวิตชีวา, สดชื่น **-rousingly** *adv.*

Rousseau (รูโซ') Jean Jacques (ค.ศ. 1712-1778) นักปรัชญาและนักเขียนชาวฝรั่งเศส

roust (เราสฺทฺ) *vt.* (ภาษาพูด) ไล่, ขับไล่, ขับออก, กระตุ้น, ปลุกให้ตื่น, จับกุม, ค้น

roustabout (เราสฺทฺ' ทะเบาทฺ) *n.* กรรมกรท่าเรือหรือบ่อเจาะน้ำมัน, กรรมกรละครสัตว์, กรรมกร, คนงานที่ไม่มีฝีมือ

rout[1] (เราทฺ) *n.* การพ่ายหนี, การแตกพ่ายกระเซอะกระเซิง, ฝูงชนที่อลหม่าน, การชุลมุนวุ่นวาย, งานชุมนุมที่อึกทึกครึกโครม, กลุ่มคน *-vt.* ทำให้แตกพ่ายหนี, ทำให้พ่ายแพ้กระเซอะกระเซิง *-Ex. The policeman routed the robbers., Our army's use of flamethrowers caused the rout of the enemy's troops.*

R

rout² (เราท) *vi., vt.* (สัตว์) ใช้จมูกขุดคุ้ย, ค้นหา, พลิกค้น, ปลุกให้ตื่น, ขับออก, ไล่ออก, ขุด *-Ex. Mother came up and routed the children from their beds.*

route (รูท, เราท) *n.* ทาง, เส้นทาง, เส้นทางเดิน, เส้นทางเดินเรือ, คำสั่งเดินทัพ *-vt.* **routed, routing** กำหนดเส้นทาง, วางเส้นทาง **-router** *n.* (-S. course, road) *-Ex. What route did you take to the city?*

routine (รูทีน') *n.* งานประจำ, กิจวัตรประจำวัน, หน้าที่ประจำ, วิธีการประจำ, ระเบียบที่ใช้ประจำ, (คอมพิวเตอร์) ชุดคำสั่งสมบูรณ์ซึ่งจัดเรียงไว้ก่อน ทำให้คอมพิวเตอร์ทำงานได้ตามผลที่ต้องการ *-adj.* เกี่ยวกับงานประจำ, ประจำวัน, เป็นกิจวัตรประจำวัน, ตามปกติ **-routinely** *adv. -Ex. Mother gets her work done early because she follows a routine., the daily routine of classes and homework*

routinier (รูทีเนียร์') *n.* ผู้ปฏิบัติตามระเบียบที่ใช้ประจำ, ผู้ยึดแบบแผนที่ตายตัว

roux (รู) *n.* อาหารที่ประกอบด้วยไขมันกับแป้งใช้ทำให้ซอส ซุป และน้ำเกรวี่ข้น

rove¹ (โรฟว) *vt., vi.* **roved, roving** ท่องเที่ยว, พเนจร, เร่ร่อนไปโดยปราศจากจุดหมายปลายทางที่แน่นอน, ใช้เหยื่อเป็นๆ ตกเบ็ด *-n.* การท่องเที่ยว, การพเนจร, การเร่ร่อน (-S. roam, ramble, wander) *-Ex. to rove all over the world*

R

rove² (โรฟว) *vt.* กริยาช่อง 2 และ 3 ของ reeve²

rover (โร' เวอะ) *n.* ผู้ท่องเที่ยว, ผู้พเนจร, ผู้ร่อนเร่, (การยิงธนู) เป้าที่เลือกยิง, เป้าที่อยู่ไกล, นักยิงธนูในระยะไกล

row¹ (โร) *n.* แถว, แนว, ถนนที่มีตึกอยู่เป็นแนวสองข้างทาง, แถวกระดานหมากรุก *-vt.* เข้าแถว (-S. series)

row² (โร) *vt.* พาย, โยกพาย, กรรเชียง *-vi.* พาย, โยกพาย, กรรเชียง, กรรเชียงเรือ, แข่งเรือโดยการกรรเชียง *-n.* การพาย, การกรรเชียง, การแข่งเรือโดยการกรรเชียง, การท่องเที่ยวโดยเรือกรรเชียง, ระยะทางที่กรรเชียง **-rower** *n. -Ex. Udom rowed the boat to the spot where we fished.*

row³ (เรา) *n.* การทะเลาะวิวาทด้วยเสียงตึงตัง, ความอลหม่านอึกทึกครึกโครม, เสียงเอะอะโวยวาย, เสียงดังอึกทึกครึกโครม *-vi.* ทะเลาะวิวาทเสียงดัง (-S. dispute, quarrel) *-Ex. to have a row with one's neighbours*

rowboat (โร' โบท) *n.* เรือพายขนาดเล็ก

rowdy (เรา' ดี) *n., pl.* **-dies** คนพาล, คนเสเพล, คนเกเร, คนที่ชอบเอะอะโวยวาย *-adj.* **-dier, -diest** พาล, เสเพล, เกเร, ชอบเอะอะโวยวาย **-rowdily** *adv.* **-rowdiness** *n.* **-rowdyish** *adj.* **-rowdyism** *n.* (-S. unruly) *-Ex. The audience became so rowdy that the singer had to stop.*

rowel (เรา' เอิล) *n.* กงจักร, ล้อที่มีฟันเฟืองโดยรอบ, ฟันเฟืองปลายเดือยส้นรองเท้าสำหรับแทงม้า, สายหนังที่ใช้สอดใต้ผิวหนังม้าเพื่อรีดหนองหรือของเหลวออก *-vt.* **-eled, -eling/-elled, -elling** แทงหรือกระทุ้ง (ม้า ฯลฯ) ด้วยสิ่งดังกล่าว

royal (รอย' เอิล) *adj.* เกี่ยวกับกษัตริย์ ราชินี ราชนิกูล ราชสำนัก, ราช, หลวง, ใหญ่, มโหฬาร, เกี่ยวกับเจ้า, ดีเลิศ, เยี่ยม, ชั้นหนึ่ง *-n.* ขนาดกระดาษ 19 X 24 นิ้ว, ใบเรือของเสาเอก, (ภาษาพูด) สมาชิกราชวงศ์ **-royally** *adv.* (-S. regal, kingly, imperial, majestic)

royal blue สีน้ำเงินเข้ม

royalist (รอย' เอิลลิสทฺ) *n.* ผู้สนับสนุนระบบกษัตริย์, สมาชิกพรรคอนุรักษ์กษัตริย์,สมาชิกพรรคอนุรักษ์กษัตริย์ในสมัยปฏิวัติของอเมริกา *-adj.* เกี่ยวกับลัทธิอนุรักษ์กษัตริย์

royal jelly อาหารเหลวที่ผึ้งงานขยอกออกมาเลี้ยงตัวอ่อนในรังผึ้ง

royalty (รอย' เอิลที) *n., pl.* **-ties** บุคคลในราชวงศ์, ตำแหน่งกษัตริย์, พระบรมราช, อำนาจกษัตริย์, ราชอาณาจักร, พระบรมเดชานุภาพ, ลักษณะของกษัตริย์, ราชนิกุล, ราชตระกูล, พระบรมวงศานุวงศ์, สัมปทานจากกษัตริย์, ภาษีสัมปทาน, ค่าภาคหลวง, ค่าธรรมเนียมการใช้สอยที่ดิน, ความมโหฬาร, ความสูงส่ง, ค่าลิขสิทธิ์ *-Ex. The feast was prepared for royalty., Persons who write books often receive royalties., Crowns and scepters are symbols of royalty.*

rozzer (รอซ' เซอะ) *n.* (คำสแลง) ตำรวจ

rpm ย่อจาก revolutions per minute รอบต่อนาที

-rrhea คำปัจจัย มีความหมายว่า ไหล, พุ่งออก (-S. -rrhoea)

R.S.V.P. ย่อจาก répondez s'il vous plaît โปรดตอบ

rub (รับ) *vt., vi.* **rubbed, rubbing** ถู, ขัด, สี, เสียดสี, นวด, ลูบ, ถูออก, ขัดออก, เสียดสี *-n.* การถู, การขัด, การสี, การนวด, การลูบ, สิ่งรบกวนความรู้สึก, สิ่งระคายเคือง, ประสบการณ์รบกวนใจ, อุปสรรค, ความลำบาก, บริเวณขรุขระหรือสากที่เกิดจากการขัด **-rub it in** (คำสแลง) เน้นย้ำ **-rub off on** ติดต่อ, ถ่ายทอด **-rub out** ขจัด, ลบ, ทำลาย, (คำสแลง) ฆ่า **-rub the wrong way** ทำให้ระคายเคือง, รบกวน (-S. spread, chafe) *-Ex. to rub the floor with a cloth, rubbed himself against a post, rubbed his hands together, to rub oil into, The wheel is rubbing against the mudguard.*

rubber¹ (รับ' เบอะ) *n.* ยาง, ยางธรรมชาติ, ยางอินเดีย, ยางสังเคราะห์, อุปกรณ์ที่ทำด้วยยาง, ผลิตภัณฑ์ยาง, ผู้ถู, ผู้นวด, ยางลบ, ยางล้อรถยนต์, (คำสแลง) ถุงยาง (คุมกำเนิด) *-adj.* ทำด้วยยาง, หุ้มด้วยยาง **-rubberlike** *adj.*

rubber² (รับ' เบอะ) *n.* การเล่นไพ่หลายเกมต่อเนื่องกันจนฝ่ายหนึ่งชนะ, เกมที่ชนะ, เกมตัดสิน

rubber band ยางรัด, แถบยางรัด

rubberize (รับ' เบอะไรซ) *vt.* **-ized, -izing** ใส่ยาง

rubberneck (รับ' เบอะเนค) *n.* (ภาษาพูด) คนที่หันไปมามองสิ่งต่างๆ เช่น นักท่องเที่ยว *-vi.* (ภาษาพูด) มองด้วยความอยากรู้อยากเห็นมาก (-S. rubbernecker)

rubber plant ต้นยาง *(Ficus elastica)* มีใบใหญ่หนาและมีลำต้นที่สูงใหญ่มาก

rubber stamp ตรายาง, (ภาษาพูด) การอนุมัติโดยไม่พิจารณาก่อน, ผู้อนุมัติตาม

rubber-stamp (รับเบอะสแทมพฺ) *adj.* ซึ่งประทับตรา *-vt.* ประทับตรา, (ภาษาพูด) อนุมัติตามพิธีโดยไม่ได้พิจารณาก่อน

rubbery (รับ' เบอรี) *adj.* คล้ายยาง **-rubberiness** *n.*

rubbing (รับ' บิง) *n.* การถู, การนวด, การทำภาพจากภาพแกะสลักโดยการใช้กระดาษทาบทับแล้วถูบนผิวหน้าจนเกิดภาพติดขึ้นมา

rubbish (รับ' บิชฺ) *n.* ของเสีย, ขยะ, สวะ, สิ่งที่เหลวไหล, สิ่งที่ไร้สาระ, สิ่งที่ไร้ค่า **-rubbishy** *adj.* (-S. debris) *-Ex. Don't talk rubbish!*

rubble (รับ' เบิล) *n.* เศษหิน, เศษอิฐ, เศษเหล็ก, เศษหัก, ชิ้นเล็กชิ้นน้อย **-rubbly** *adj.*

rubdown (รับ' เดาน) *n.* การนวด โดยเฉพาะหลังการออกกำลังหรือการอบด้วยไอน้ำ

rube (รูบ) *n.* (คำสแลง) คนบ้านนอก คนลูกทุ่ง

rubefacient (รูบะเฟ' ชันทฺ) *adj.* ทำให้ผิวหนังแดง (เลือดคั่ง) *-n.* สารที่ทำให้ผิวหนังแดง, ยาพอกหรือปลาสเตอร์ที่ทำให้ผิวหนังแดง

rubella (รูเบล' ละ) *n.* โรคหัดเยอรมัน (-S. German measles)

Rubicon (รู' บิคอน) ชื่อแม่น้ำในภาคเหนือของอิตาลี

rubicund (รู' บะคันดฺ) *adj.* (หน้า) แดง, แดงเรื่อ **-rubicundity** *n.*

rubidium (รูบิด' เดียม) *n.* ธาตุโลหะชนิดหนึ่งที่คล้ายโปแตสเซียม มีสัญลักษณ์คือ Rb

Rubik('s) cube ชื่อทางการค้าของของเล่นชนิดหนึ่งเป็นลูกบาศก์ที่ประกอบด้วย 26 ลูกบาศก์เล็กที่มีด้านสีต่างๆ ผู้เล่นต้องพยายามหมุนเล่นให้สีด้านหนึ่งของลูกบาศก์ใหญ่มีสีเดียวกัน

ruble, rouble (รู' เบิล) *n.* เหรียญเงินและหน่วยเงินตราของโซเวียต

rubric (รู' บริค) *n.* ตัวหนังสือแดง, หัวเรื่องสีแดง, เครื่องหมายสีแดง, เครื่องหมายนำทางสีแดง, ข้อควรประพฤติในพิธีทางศาสนา, ข้อควรประพฤติ, กฎ *-adj.* เขียนด้วยสีแดง **-rubrical** *adj.* **-rubrically** *adv.*

ruby (รู' บี) *n., pl.* **-bies** ทับทิม, พลอยสีแดง, สิ่งที่ทำด้วยทับทิม, สิ่งที่ประดับด้วยทับทิม

ruby-throated hummingbird นกขนาดเล็กมากชนิดหนึ่งที่มีคอสีแดงเข้ม

ruck[1] (รัค) *n.* จำนวนมาก, ปริมาณมาก, พวกชั้นต่ำ, พวกโหล่, พวกธรรมดาๆ

ruck[2] (รัค) *n., vt., vi.* พับ, รอยพับ, รอยยับ, ย่น

rucksack (รัค' แซค, รุค'-) *n.* เครื่องหลังของนักไต่เขาหรือนักทัศนาจร

ruckus (รัค' เคิส) *n.* (ภาษาพูด) ความอลหม่าน ความวุ่นวาย ความโกลาหล เสียงอึกทึกครึกโครม

ruction (รัค' ชัน) *n.* (ภาษาพูด) การทะเลาะเบาะแว้ง

rudd (รัด) *n.* ชื่อปลาน้ำจืดชนิดหนึ่งมีตาสีเหลืองส้มและครีบแดง

rudder (รัด' เดอะ) *n.* หางเสือ, เครื่องชี้แนะ, สิ่งชี้แนะ **-rudderless** *adj.*

ruddy (รัด' ดี) *adj.* **-dier, -diest** มีสีแดง, มีเนื้อหนังแดงที่มีสุขภาพดี, นองเลือด, หลั่งเลือด **-ruddiness** *n.* *-Ex. Cold weather gave her a ruddy glow., in ruddy health*

rude (รูด) *adj.* **ruder, rudest** หยาบคาย, ไม่สุภาพ, หยาบ, ไม่ประณีต, ไม่ละเอียด, ไม่ไพเราะ, ขรุขระ, สาก, รุนแรง, เจ้าอารมณ์, แข็งแรง, เจริญเติบโต, คร่าวๆ **-rudely** *adv.* **-rudeness** *n.* (-S. impolite, robust, barbaric) *-Ex. a rude manner, a rude reply, a rude person, rude cotton, rude style, rude drawing, rude truth, rude verses, rude shock*

rudiment (รู' ดะเมินทฺ) *n.* มูลฐาน, ขั้นต้น, หลักการขั้นต้น, ความรู้ขั้นต้น, พื้นฐาน, รูปแบบแรกเริ่ม, อวัยวะหรือส่วนของอวัยวะที่ยังไม่เจริญเติบโตโดยสมบูรณ์, เค้าโครง (-S. element, first principle) *-Ex. My brother has already learned the rudiments of radio., Some deer have only the rudiments of antlers.*

rudimentary (รูดะเมน' เทอรี, -ทรี) *adj.* เกี่ยวกับมูลฐาน, เกี่ยวกับขั้นต้น, เป็นพื้นฐาน, แรกเริ่ม, ยังไม่เจริญเติบโตเต็มที่, ยังไม่สมบูรณ์, ต่ำ, ขั้นปฐม **-rudimentarily** *adv.* **-rudimentariness** *n.* (-S. fundamental, rudimental)

rue[1] (รู) *vt., vi.* **rued, ruing** เสียใจ, สำนึกผิด, สลดใจ, สังเวชใจ *-n.* ความเสียใจ, ความสำนึกผิด, ความสลดใจ, ความสังเวชใจ (-S. repent) *-Ex. Samai will rue his unkindness to the children.*

rue[2] (รู) *n.* พืชจำพวก *Ruta* ใช้เป็นยา *-adj.* พืชดังกล่าว

rueful (รู' เฟิล) *adj.* ทำให้เสียใจ, ทำให้สลดใจ, น่าสงสาร, น่าเวทนา, สลดใจ, ละห้อย **-ruefully** *adv.* **-ruefulness** *n.*

ruff[1] (รัฟ) *n.* ปกคอเสื้อพับเป็นระบายรอบคอที่ใช้สวมในสมัยศตวรรษที่ 16-17, นกชายฝั่งจำพวก *Philomachus pugnax*, ขนรอบคอนก **-ruffed** *adj.*

ruff[2] (รัฟ) *n.* การทิ้งไพ่ตัวคิง, การทิ้งทับด้วยไพ่, การเอาชนะตัวคิง, เกมไพ่แบบเก่าชนิดหนึ่ง *-vt., vi.* ทิ้งไพ่ตัวคิง, ทิ้งทับด้วยไพ่, เอาชนะด้วยไพ่ตัวคิง

ruffian (รัฟ' เฟียน, -เยิน) *n.* คนพาล, อันธพาล, นักเลงโต, คนโหดเหี้ยมที่ชอบรังแกคนอื่น *-adj.* พาล, โหดเหี้ยม, ไม่เคารพกฎหมาย **-ruffianism** *n.* (-S. ruffianly, rascal)

ruffle (รัฟ' เฟิล) *v.* **-fled, -fling** ทำให้ไม่เรียบ, ทำให้ขรุขระ, ทำให้สาก, ทำให้หยาบ, (นกหรือไก่) พองขนรอบคอ, กระเพื่อม, เปิดหนังสืออย่างรวดเร็วด้วยนิ้วมือ, พับเป็นจีบ, ทำให้เคืองโกรธ *-vi.* กระเพื่อม, ย่น, เป็นคลื่น, ฉงนสนเท่ห์, เคืองใจ *-n.* ชิ้นผ้าที่จับจีบใช้ตกแต่ง, การเป็นคลื่น, การกระเพื่อม, สิ่งที่คล้ายขนปุยรอบคอนก, ความยุ่งเหยิง, สิ่งรบกวนใจ, ความเคืองใจ **-ruffly** *adj.* *-Ex. Mother ruffled the curtain borders., The rooster ruffles his feathers when you go near him., Dang's teasing ruffled Udon., The flag ruffles in the breeze.*

rug (รัก) *n.* พรม, พรมหนา, พรมขนสัตว์, หนังสัตว์ที่ใช้ปูพรม, (คำสแลง) วิกผม (-S. mat, carpet) *-Ex. Rugs are made of wool; cotton; rags; reeds; or grass., Grandmother puts her rug over her lap when she rides in the car.*

Rugby (รัก' บี) ชื่อเมืองในภาคกลางของอังกฤษ,

rugged 744 **run**

ชื่อโรงเรียนชายล้วนซึ่งมีชื่อเสียงที่ตั้งอยู่ที่เมืองดังกล่าว **-rugby** กีฬารักบี้ (หรือเรียกว่า rugby football หรือ rugger)

rugged (รัก' กิด) *adj.* มีผิวขรุขระ, มีก้อนหินมาก, ตะปุ่มตะป่ำ, สาก, มีรอยย่น, เข้มงวด, ห้าวหาญ, โผงผาง, รุนแรง, มีพายุ, ไม่ไพเราะ, แสบแก้วหู, ไม่สุภาพ, หยาบคาย, อดทน, ทนทาน, ยากแค้น **-ruggedly** *adv.* **-ruggedness** *n.* (-S. uneven, difficult, robust) *-Ex. The mountain country is very rugged., Camping out is too rugged here., rugged mountains, rugged manners, rugged life*

rugger (รัก' เกอะ) *n.* กีฬารักบี้

rugose (รู' โกส, รูโกส') *adj.* ย่น, เป็นลอน **-rugosity** *n.* (-S. rugous)

ruin (รู' อิน, -เอิน) *n.* ความพินาศ, ความหายนะ, ความย่อยยับ, การทำลาย, ซากปรักหักพัง, สถานที่ปรักหักพัง, ความล่มจม, การล้มละลาย, การสูญเสียตำแหน่งหรือฐานะ, สิ่งที่ทำให้พินาศหรือล่มจม *-vt.* ทำให้พินาศ, ทำลายให้ล่มจม, ทำให้ล้มละลาย, ทำให้ย่อยยับ, ล่อลวง (ผู้หญิง) *-vi.* ประสบความพินาศ, ประสบความหายนะ, ล่มจม, ล้มละลาย, ย่อยยับ **-ruins** ซากปรักหักพัง **-ruiner** *n.* (-S. fall, undoing, destroy) *-Ex. a beautiful ruin, the ruins of a city, the ruin of our hopes, unhappiness and ruin, Drink was his ruin., a ruined church, You've ruined my dress., ruined hopes, Gambling was his ruin.*

R

ruination (รูอะเน' ชัน) *n.* การพินาศ, การย่อยยับ, การล่มจม, การล้มละลาย, สิ่งที่พินาศ, สิ่งที่ย่อยยับ, สิ่งปรักหักพัง (-S. destruction)

ruinous (รู' อะเนิส) *adj.* ทำให้พินาศ, ซึ่งทำลาย, เป็นภัย, ย่อยยับ, ล่มจม, ประกอบด้วยซากปรักหักพัง **-ruinously** *adv.* **-ruinousness** *n.* (-S. disastrous)

rule (รูล) *n.* กฎ, หลัก, ข้อบังคับ, ระเบียบ, กติกา, วินัย, วินัยศาสนา, การปกครอง, การควบคุม, การครอบครอง, การครอบงำ, การชี้ขาด, วิธีการทางคณิตศาสตร์, ไม้บรรทัด, ไม้วัด *-v.* **ruled, ruling** *-vt.* ควบคุม, ปกครอง, ครอบงำ, ชี้ขาด, มีอิทธิพล, ตีเส้น, ขีดเส้น *-vi.* ปกครอง, ครอบงำ, ควบคุม, ชี้ขาด, ตัดสิน, มีอยู่ทั่วไป **-rule out** ไม่ยอมรับ, ปฏิเสธที่จะพิจารณา, ขจัด, กำจัด **-as a rule** โดยทั่วไป, ตามปกติ (-S. sway, power, procedure, regulation, govern, influence) *-Ex. the rules of the game, We ruled the paper for 10 spelling words., Planting gardens in the spring is the rule., The king rules over his country., The children ruled that the rules of the game should be followed carefully.*

rule of three บัญญัติไตรยางค์

rule of thumb กฎทั่วไป, หลักทั่วไป, วิธีการหยาบ ๆ

ruler (รู' เลอะ) *n.* ผู้ปกครอง, ผู้ควบคุม, ผู้ครอบงำ, ประมุข, ผู้ชี้ขาด, ไม้บรรทัด **-rulership** *n.* (-S. monarch)

ruling (รู' ลิง) *n.* การวินิจฉัย, การชี้ขาด, การลากเส้นด้วยไม้บรรทัด, เส้นตรงที่ขีดด้วยไม้บรรทัด *-adj.* ปกครอง, ครอบงำ, ควบคุม, แพร่หลาย, มีอยู่ทั่วไป (-S. decision, governing) *-Ex. the ruling of the court, the ruling classes, The ruling sentiment of the town is in favour of the new mayor.*

rum[1] (รัม) *n.* เหล้าที่กลั่นจากน้ำอ้อย, เหล้า, เครื่องดื่มของเมา **-rummy** *adj.*

rum[2] (รัม) *adj.* แปลก, พิกล, พิลึก, พิลึกพิลั่น, พิลึกกึกกือ, ประหลาด, แย่, ไม่ดี (-S. strange, queer)

Rumania (รูเม' เนีย, -เมน' ยะ) ดู Romania **-Rumanian** *adj., n.*

rumba (รัม' บะ, รุม-) *n.* การเต้นรำจังหวะรุมบ้า (กำเนิดจากชาวนิโกรในคิวบา), เพลงจังหวะรุมบ้า *-vi.* เต้นรำจังหวะรุมบ้า (-S. rhumba)

rumble (รัม' เบิล) *v.* **-bled, -bling** *-vi.* ดังก้อง, ดังฟ้าร้อง, แล่นเสียงดังก้อง *-vt.* ทำให้เกิดเสียงดังก้อง, ทำให้เกิดเสียงคำราม *-n.* เสียงดังก้อง, เสียงฟ้าร้อง, เสียงกราว, เสียงกระหึ่ม, เสียงแสดงความไม่พอใจจากกลุ่มผู้ชม, (คำสแลง) การต่อสู้ระหว่างแก๊งวัยรุ่นที่เป็นอเมริกัน **-rumbler** *n.* **-rumblingly** *adv.* **-rumbly** *adj.* (-S. boom, roll) *-Ex. Father's old car rumbled as it went down the road., During the night we heard the rumble of thunder.*

rumbustious (รัมบัส' เชิส) *adj.* อึกทึก, ไม่สงบ

ruminant (รู' มะเนินท) *n.* สัตว์เคี้ยวเอื้อง (เช่น วัว ควาย กวาง อูฐ ยีราฟ) *-adj.* เคี้ยวเอื้อง, รำพึง, ครุ่นคิด, ตรึกตรอง **-ruminantly** *adv.* *-Ex. a ruminant animal*

ruminate (รู' มะเนท) *vi., vt.* **-nated, -nating** เคี้ยวเอื้อง, รำพึง, ครุ่นคิด, ตรึกตรอง, ทบทวน **-rumination** *n.* **-ruminative** *adj.* **-ruminatively** *adv.* **-ruminator** *n.* (-S. muse, ponder)

rummage (รัม' มิจ) *vt., vi.* **-maged, -maging** ค้นทั่ว, ค้นทุกซอกทุกมุม, ค้นกระจุย, ค้นหา *-n.* การค้นทั่ว, การค้นทุกซอกทุกมุม, สิ่งของสัพเพเหระ **-rummager** *n.*

rummage sale การขายของสัพเพเหระ (โดยเฉพาะเพื่อการกุศล)

rummy[1] (รัม' มี) *adj.* **-mier, -miest** (ภาษาพูด) แปลก *-n.* ไพ่รัมมี

rummy[2] (รัม' มี) *n., pl.* **-mies** (คำสแลง) ขี้เหล้า, คนเมา *-adj.* เกี่ยวกับเหล้ารัม

rumour, rumor (รู' เมอะ) *n.* ข่าวลือ, ข่าวเล่าลือ, ข่าวโคมลอย, เรื่องซุบซิบ, เรื่องนินทา, เรื่องโจษจัน *-vt.* ปล่อยข่าวลือ, เล่าลือ, ซุบซิบ (-S. story, report, tale, hearsay, gossip)

rump (รัมพ) *n.* ตะโพกสัตว์, เนื้อตะโพก, ตะโพก, บั้นท้าย, ส่วนที่เหลือ, ส่วนท้าย, ส่วนที่ไม่สำคัญ, สมาชิกที่เหลืออยู่ของสภา

rumple (รัม' เพิล) *n.* ส่วนยับ *-vt., vi.* **-pled, -pling** ทำย่น, พับ, จีบ, ทำยู่ยี่, ทำยุ่ง, ขมวดคิ้ว, กลายเป็นย่น, กลายเป็นยู่ยี่, กลายเป็นยุ่ง (-S. crease, wrinkle) *-Ex. Anong rumpled her skirt by not hanging it properly.*

rumpus (รัม' เพิส) *n.* (ภาษาพูด) ความวุ่นวายที่อึกทึกครึกโครม ความอลหม่าน การส่งเสียงเอะอะโวยวาย

rumrunner (รัม' รันเนอะ) *n.* ผู้ค้าเหล้าเถื่อน, ผู้ลักลอบลำเลียงเหล้าเถื่อน **-rumrunning** *n.*

run (รัน) *v.* **ran/run, run, running** *-vi.* วิ่ง, วิ่งเล่น,

runabout 745 **rupture**

วิ่งหนี, วิ่งด้วยความรีบเร่ง, วิ่งแข่ง, วิ่งเอาแต้ม, เข้าแข่ง, รีบ, รีบร้อน, ขับ, แล่น, เปิดเครื่อง, เดินเครื่อง, (เครื่อง) เดิน, ว่ายทวนกระแสน้ำ (ขึ้นไปวางไข่), ร่อน, กลายเป็น, กลายเป็น (หิมะ) ละลายและไหล, หลั่งไหล, ไหลออกมา, ไหลล้น, ดำเนินการ, ปฏิบัติการ, (เวลา) ผ่านไป, เป็นจำนวน, เป็นดังต่อไปนี้, เป็นหนี้, มีผลทางกฎหมาย, สืบเนื่อง, มีอายุ, ผ่านไปอย่างรวดเร็ว, วกเวียน, เขียน, พูด, ปรากฏขึ้นอีก, มีแนวโน้ม *-vt.* เคลื่อนไปตาม, วิ่งไปตาม, กระทำ, ดำเนินการ, บัญชา, แข่งขัน, เข้าแข่ง, ขี่ม้า, ควบม้า, ตามรอย, ตามล่า, ขนส่ง, ลำเลียง, ต้อนสัตว์, ทำให้ผ่านไปอย่างรวดเร็ว, ลักลอบลำเลียง, ตีพิมพ์, เดินเครื่อง, เปิดเครื่อง, สนับสนุน, ริน, ไขน้ำ, ทำให้ไหล, ปล่อยให้ไหล, ติดโรค, ทำให้กระจาย, ทำให้แพร่หลาย, กวาดสายตา, ทำให้ผ่านไปอย่างสะดวก, ผลัก, ดัน, กินหญ้า, ขีดเส้น, ตีเส้น, เป็นมูลค่า, เย็บอย่างรีบร้อน, ได้คะแนนต่อเนื่องกัน *-n.* การวิ่ง, การวิ่งหนี, การเตลิดหนี, การวิ่งแข่ง, การแข่งขัน, ระยะทางที่วิ่ง, ระยะทางที่ไป, การเดินทางอย่างรวดเร็วและหยุดพักในเวลาอันสั้น, เส้นทาง, แนวทาง, ทางน้ำไหล, เที่ยวเรือ, เที่ยวรถ, ความต่อเนื่อง, พักหนึ่งๆ, การเคลื่อนไปข้างหน้า, ความก้าวหน้า, ทิศทาง, อิสรภาพในการไปไหนมาไหน, ทางสะดวก, การเดินเครื่อง, การเปิดเครื่อง, ระยะเวลาที่มีการเบิกเงินอย่างมากในธนาคาร, การแย่งซื้อขาย, สายน้ำเล็กๆ, การไหลของน้ำ, จำนวนมากมายของปลาที่ว่ายอยู่ในน้ำ, ท่วงทำนองที่ต่อเนื่องอย่างรวดเร็ว, การยิงหรือการตีลูกที่ต่อเนื่องกัน *-adj.* ละลาย, เหลว, หล่อ, หลอม, (ปลา) อพยพย้ายถิ่น **-a run for one's money** การแข่งขันกันอย่างใจจดใจจ่อ **-in the long run** ในที่สุด **-on the run** วิ่งขวักไขว่, รีบเร่ง, หลบหนีตำรวจ **-run across** พบโดยบังเอิญ **-run away** หนี **-run away with** หนีตาม, ควบคุมไม่อยู่, ชนะโดยง่ายดาย, ได้รางวัล **-run down** ค่อยๆ อ่อนแรง, ค้นหาสาเหตุ, กวาดสายตา, ด่าว่า **-run for it** วิ่งหนีอย่างรวดเร็ว **-run in** เพิ่มเข้าไป, พัก, (คำสแลง) จับกุม **-run on** ต่อไป, ต่อเนื่อง, ผ่านไป, คุยจ้อ **-run out** กำลังจะหมด, ปล่อยออกไป **-run over** วิ่งทัน, เกิน, เลย, ล้น, ฝึกซ้อม **-run through** วิ่งผ่าน, มองผ่าน, ใช้หมด, ใช้อย่างสุรุ่ยสุร่าย

runabout (รัน' อะเบาท) *n.* คนที่วิ่งไปๆ มาๆ จากที่หนึ่งไปยังอีกที่หนึ่ง, รถยนต์ขนาดเล็ก (มักเปิดประทุน) สำหรับวิ่งไปมา, เรือยนต์ขนาดเล็กสำหรับวิ่งไปมา

runaround (รัน' อะเรานด) *n.* (ภาษาพูด) การกระทำแบบหลบหลีก, (สิ่งตีพิมพ์) ช่องที่เว้นไว้วางภาพ

runaway (รัน' อะเว) *n.* ผู้หลบหนี, ผู้ลี้ภัย, ม้าที่ควบคุมไม่อยู่, สมาชิกที่ควบคุมไม่อยู่, การวิ่งหนี *-adj.* หลบหนี, หนีไป, ลี้ภัย, หนีตามไป, ชนะอย่างง่ายดาย, (ราคา) ขึ้นอย่างฮวบฮาบ, สิ้นเปลือง (-S. deserter) *-Ex. A fleeing robber is a runaway., A car moving without a driver is a runaway car.*

rundle (รัน' เดิล) *n.* ขั้นบันได, สิ่งที่หมุนคล้ายล้อ

rundown (รัน' เดาน) *n.* บทสรุป, การวิเคราะห์อย่างละเอียด

run-down (รัน' เดาน') *adj.* หมดแรง, เหน็ดเหนื่อย, มีสุขภาพทรุดโทรม, สิ้นหวัง, (นาฬิกา) ลานหมด (-S. exhausted) *-Ex. Dang has felt run-down ever since her operation., a run-down house*

rune (รูน) *n.* พยัญชนะภาษา Germanic โบราณ (เช่น สแกนดิเนเวียและอังกฤษ)

rung[1] (รัง) *vi., vt.* กริยาช่อง 2 และ 3 ของ ring[2] *-Ex. The church bells were rung on Sunday morning.*

rung[2] (รัง) *n.* ขั้นบันได, ซี่ล้อรถ, ไม้ยึดระหว่างขาเก้าอี้, ขั้น

run-in (รัน' อิน) *n.* (ภาษาพูด) การทะเลาะ การวิวาท, ข้อความเพิ่มเติม *-adj.* (พิมพ์) แทรก

runlet (รัน' ลิท) *n.* สายน้ำเล็กๆ, ลำธาร

runnel (รัน' เนิล) *n.* ลำธารเล็ก

runner (รัน' เนอะ) *n.* ผู้วิ่ง, นักวิ่งแข่ง, สัตว์ที่วิ่งเร็ว, ผู้ส่งข่าว, นักการตลาด, ผู้เสนอขายข้างนอก, นักค้าของหนีภาษี, ผู้ลักลอบลำเลียงสินค้า, ทางวิ่ง, เส้นทาง, แนวทาง, ผู้คุมเครื่อง, ผู้ขับรถไฟ, ผ้าปูโต๊ะหรือพรมปูที่มีขนาดยาวและแคบ, ลูกกลิ้ง, พืชไม้เลื้อย, เรือที่ใช้ลักลอบหนีภาษี, ลูกไก่, ทางไหลของโลหะที่หลอมแล้ว, ปลาจำพวก *Caranx crysos*, แคร่เลื่อนบนหิมะ, รางลิ้น, เพลาเคลื่อน

runner bean พืชถั่วฝักที่มีดอกสีแดง

runner-up (รันเนอะ อัพ') *n., pl.* **-ners-up** ผู้ที่ได้ตำแหน่งรองชนะเลิศ, ผู้ที่ได้ตำแหน่งตั้งแต่ที่ 2 ถึงที่ 10 ของการแข่งขัน

running (รัน' นิง) *n.* การวิ่ง, การวิ่งแข่ง, การวิ่งเต้น, การควบคุม, การจัดการ, การเคลื่อนที่, การไหล, ความต่อเนื่องกัน, ปริมาณของเหลวที่ไหล, การเดินเครื่อง, การเปิดเครื่อง *-adj.* วิ่ง, วิ่งแข่ง, ควบม้า, (ม้า) ที่ฝึกสำหรับวิ่งแข่ง, ซึ่งไปอย่างรวดเร็วและราบรื่น, เดินเครื่อง, เป็นเส้นขีด, เป็นของเหลว, ซึ่งไหล, ปัจจุบัน, เร็วๆ นี้, แพร่หลาย, มีอยู่ทั่วไป, ซึ่งต่อเนื่องกัน, ยืดเยื้อ, ระหว่างการวิ่ง, ซึ่งมีหนองไหล, ซึ่งมีของเหลวไหลออกมา *-adv.* ติดต่อกัน, ต่อเนื่องกัน *-Ex. running and jumping, a running fight, running expenses, three times running, a running nose*

runny (รัน' นี) *adj.* **-nier, -niest** หยด, ไหล, มีหนองไหล **-runniness** *n.*

runoff (รัน' ออฟ) *n.* ของเหลวที่ไหลออก, ปริมาณของเหลวที่ไหลออก, การแข่งขันขั้นชี้ขาด

run-of-the-mine (รัน' เอิฟเธอะไมน') *adj.* ไม่เด่น, ธรรมดาๆ, ทั่วไป (-S. run-of-the-mill, run-of-mine)

run-on (รัน' ออน) *adj.* เพิ่มเติม, ผนวก, ต่อเนื่อง, เรียงต่อ *-n.* ข้อความที่เพิ่มเติมหรือต่อเนื่อง

runt (รันท) *n.* สัตว์แคระ, สัตว์ที่มีขนาดเล็กกว่าปกติ, ลูกสัตว์ที่มีขนาดเล็กที่สุดหรืออ่อนแอที่สุดของคอก,บุคคลร่างเล็กที่น่าดูถูก **-runty** *adj.* **-runtiness** *n.*

runway (รัน' เว) *n.* ลานวิ่ง, ทางขึ้นและลงของเครื่องบิน, ทางหนี, ทางเดิน, ทางเดินของสัตว์ป่า, ลำน้ำ *-Ex. a runway for dogs*

rupee (รูพี', รู' พี) *n.* เหรียญรูปีของอินเดีย เนปาล มอริเทียส ปากีสถาน ซีเชลส์ และศรีลังกา

rupiah (รูพี' อะ) *n.* หน่วยเงินตราหลักของอินโดนีเซีย

rupture (รัพ' เชอะ) *n.* การแตกออก, การแยกออก,

R

รอยแตก, รอยแยก, การแตกร้าว, การแตกความสามัคคี, การบาดหมางกัน, ส่วนหนึ่งของเนื้อเยื่อหรืออวัยวะโผล่ออกมา (โดยเฉพาะที่ช่องท้อง) *-vt., vi.* **-tured, -turing** แตกออก, แยกออก, แตกร้าว, ทำให้แตกแยก, ทำให้แตกความสามัคคี (-S. break, breach) *-Ex. a rupture of the appendix*

rural (รุ' เริล) *adj.* เกี่ยวกับชนบท, เกี่ยวกับบ้านนอก, เกี่ยวกับการเกษตร, เกี่ยวกับไร่นา **-ruralize** *vt.* **-ruralism** *n.* **-ruralist** *n.* **-rurally** *adv.* (-S. country, rustic) *-Ex. Rural life is life in the country.*

ruse (รูซ) *n.* อุบาย, เล่ห์, เล่ห์กล, เล่ห์เหลี่ยม, กลอุบาย (-S. trick, stratagem, artifice)

rush[1] (รัช) *vt.* วิ่ง, วิ่งเข้าไป, พุ่ง, พรวดพราด, ถลัน, เร่ง, รีบเร่ง, ผลัก, ไส, ปรากฏขึ้นฉับพลัน *-vt.* กระทำอย่างเร่งรีบ, กระทำอย่างฉุกละหุก, เร่งรีบ, พรวดพราด, โจมตีอย่างฉับพลันและรุนแรง, ชนะ, จับกุม, เกี้ยว, กรูกันไป, กรูเข้ายึด, ยื้อแย่ง, แย่งซื้อ, กระโดดข้ามอย่างฉับพลัน *-n.* การวิ่ง, การวิ่งเข้าไป, การพุ่ง, การเคลื่อนที่อย่างรวดเร็ว, การปรากฏขึ้นอย่างรวดเร็ว, ความเร่งรีบ, การกระทำอย่างฉุกละหุก, การกุลีกุจอ, ภาพยนต์ที่ยังไม่ได้ตัดต่อ *-adj.* เร่งรีบฉุกละหุก, พรวดพราด, กุลีกุจอ **-rusher** *n.* (-S. run, attack, speed) *-Ex. The people rushed down the street., rushing water, They rushed him out of the room., Please rush this order through., a rush of water work, They came (all) in a rush., rush-hours, a rush-order, a rush job*

R

rush[2] (รัช) *n.* พืชต้นอ่อนจำพวก *Juncus* มีลำต้นกลวง พบในบริเวณที่ลุ่ม *-adj.* เกี่ยวกับพืชดังกล่าว

rush hour ระยะเวลาที่มีผู้คนมากมายที่เดินไปมา **-rush-hour** *adj.*

rusk (รัสคฺ) *n.* ชิ้นขนมปังแห้งที่หวาน, ขนมปังปิ้ง, ขนมปังหวานกรอบ

russet (รัส' ซิท) *n.* สีน้ำตาลอมเหลืองหรืออมแดง, ผ้าพื้นเมืองหยาบสีน้ำตาลอมเหลืองหรืออมแดง, ผลแอปเปิลที่มีสีน้ำตาลและสุกในฤดูใบไม้ร่วง, ส่วนของผลไม้ที่มีสีน้ำตาลที่เนื่องจากโรคหรือถูกแมลงกินหรือถูกยาฆ่าแมลง *-adj.* สีน้ำตาลอมเหลืองหรือแดง, ทำด้วยผ้าดังกล่าว

Russia (รัช' ชะ) รัสเซีย, อาณาจักรรัสเซียสมัยก่อนในยุโรปด้านตะวันออกและเอเชียตอนเหนือก่อนถูกโค่นล้มโดยการปฏิวัติในปี ค.ศ. 1917

Russian (รัส' ชัน) *adj.* เกี่ยวกับรัสเซีย (ผู้คน ภาษา วัฒนธรรมและอื่นๆ) *-n.* ชาวรัสเซีย, ภาษารัสเซีย

Russian roulette เกมหวาดเสียวที่ผู้เล่นแต่ละคนผลัดกันใช้ปืนพกใส่ลูกกระสุนหนึ่งลูก ปั่นลูกโม่แล้วจ่อปากกระบอกปืนที่ขมับแล้วลั่นไกปืน, กิจกรรมที่มีผลร้ายกับผู้ร่วมกระทำ

rust (รัสทฺ) *n.* สนิมเหล็ก, สนิม, ขี้สนิม, คราบสนิมบนโลหะ, สีสนิม, สิ่งที่ทำให้เสื่อม, นิสัยขี้เกียจ, โรคพืชที่เนื่องจากเชื้อราในตระกูล Uredinales เป็นตุ่มสีแดงหรือน้ำตาลหรือดำที่ใบ ลำต้นหรือส่วนอื่นๆ, เชื้อราของโรคพืชดังกล่าว (มีอีกชื่อว่า rust fungus), สีน้ำตาลอมแดง, สีสนิม *-vi., vt.* ขึ้นสนิม, ติดโรคพืชดังกล่าว, เสื่อมโทรม, กลายเป็นสีสนิม

rustic (รัส' ทิค) *adj.* เกี่ยวกับชีวิตชนบท, บ้านนอก, ธรรมดาๆ, เกี่ยวกับคนบ้านนอก, เงอะงะ, (หิน) มีผิวหยาบ *-n.* คนบ้านนอก, ชาวชนบท **-rustical** *adj.* **-rustically** *adv.* **-rusticity** *n.* (-S. rural, unrefined, countryman) *-Ex. a rustic cottage, rustic simplicity, rustic speech or manners*

rusticate (รัส' ทะเคท) *v.* **-cated, -cating** *-vi.* ไปบ้านนอก, ไปอยู่บ้านนอก, ไปหรือไปอยู่ชนบท *-vt.* ส่งไปบ้านนอก, ส่งไปอยู่บ้านนอก, ทำให้เป็นบ้านนอก, ทำให้มีลักษณะของบ้านนอก, ทำให้ผิว (หิน) หยาบ **-rusticator** *n.* **-rustication** *n.*

rustle (รัส' เซิล) *vi., vt.* **-tled, -tling** ทำให้เกิดเสียงกรอบแกรบ (คล้ายเสียงเสียดสีกันของใบไม้ ผ้าไหม กระดาษหรือเสียงฝนตก), เกิดเสียงดังกล่าว, กระทำอย่างกระฉับกระเฉง, กระทำอย่างฉับไว *-n.* เสียงดังกล่าว **-rustlingly** *adv.*

rustproof (รัสทฺ' พรูฟ) *adj.* กันสนิม *-vt.* ป้องกันสนิม

rusty (รัส' ที) *adj.* **rustier, rustiest** เป็นสนิม, ขาดการฝึกฝน *-Ex. a rusty tool, My Latin is rusty., a rusty gray*

rut[1] (รัท) *n.* ร่องทางรถบนถนน, ร่องทางเกวียน, ร่องล้อรถ, ร่อง, สภาพที่น่าเบื่อหน่ายของชีวิต *-vt.* **rutted, rutting** ทำร่องถนน

rut[2] (รัท) *n.* ความกำหนัดที่เกิดขึ้นเป็นครั้งคราวในกวางแพะ แกะและสัตว์อื่นๆ, อารมณ์เพศของสัตว์ *-vi.* **rutted, rutting** (สัตว์) มีความกำหนัด, (สัตว์) มีอารมณ์เพศ

ruth (รูธ) *n.* ความสงสาร, ความเวทนา, ความเห็นอกเห็นใจ, ความเสียใจ, ความเศร้า

Ruth (รูธ) ชื่อหนังสือเล่มหนึ่งในพระคัมภีร์ไบเบิล

ruthenium (รูธี' เนียม) *n.* ธาตุโลหะชนิดหนึ่งที่จัดอยู่ในกลุ่มของ platinum มีสัญลักษณ์คือ Ru

ruthful (รูธ' เฟิล) *adj.* น่าเวทนา, น่าสงสาร, น่าเห็นอกเห็นใจ, ทำให้เสียใจ, ทำให้เศร้า **-ruthfully** *adv.* **-ruthfulness** *n.*

ruthless (รูธ' ลิส) *adj.* ไม่มีความเมตตา, ไร้ความปรานี, โหดเหี้ยม, ทารุณ **-ruthlessly** *adv.* **-ruthlessness** *n.* (-S. cruel, inhuman, merciless, callous) *-Ex. a ruthless enemy, the ruthless landlord*

ruttish (รัท' ทิช) *adj.* เต็มไปด้วยตัณหา **-ruttishly** *adv.* **-ruttishness** *n.*

rutty (รัท' ที) *adj.* **-tier, -tiest** เต็มไปด้วยรอยล้อรถ, เต็มไปด้วยร่อง **-ruttiness** *n.*

Rwanda (รูอาน' ดะ) ชื่อสาธารณรัฐหนึ่งในภาคกลางของแอฟริกา **-Rwandan** *adj., n.*

Rx (อาร์' เอคซฺ') *n.* ใบสั่งยา, การรักษา

rye (ไร) *n.* ข้าวจำพวก *Secale cereale,* ข้าวไรย์, เมล็ดของต้นข้าวดังกล่าว, เหล้าวิสกี้ที่กลั่นจากข้าวไรย์, ขนมปังข้าวไรย์

S

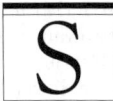

S, s (เอส) *n., pl.* **S's, s's** พยัญชนะตัวที่ 19 ของภาษาอังกฤษ, เสียงพูดของพยัญชนะดังกล่าว, สิ่งที่มีรูปเป็นตัว s, ตัวพิมพ์ของพยัญชนะดังกล่าว
S สัญลักษณ์ของธาตุ sulphur กำมะถัน
's ย่อจาก is, does, has
's ย่อจาก God's แห่งพระเจ้า
's ย่อจาก us พวกเรา
-s คำปัจจัย ประกอบเป็นคำกริยาวิเศษณ์ เช่น needs
-s คำปัจจัย ประกอบเป็นคำกริยาของประธานที่เป็นเอกพจน์บุรุษที่สาม เช่น takes
-s คำปัจจัย ประกอบเป็นคำนามที่เป็นพหูพจน์ เช่น girls
-s คำปัจจัย ประกอบเป็นคำของสิ่งที่มีสองขาหรือสองง่าม เช่น shorts, trousers, pants, scissors, shears
$ เครื่องหมายของ dollar(s) เหรียญดอลลาร์
Sabah (ซา' บา) ชื่อดินแดนส่วนหนึ่งของมาเลเซียบนเกาะบอร์เนียว
Sabbath (แซบ' บัธ) *n.* วันที่ 7 ของสัปดาห์หรือวันพักผ่อนในวันเสาร์ (สำหรับชาวยิว), วันแรกของสัปดาห์หรือวันพักผ่อนในวันอาทิตย์ (สำหรับคริสเตียนทั่วไป)
sabbatical (ซะแบท' ทิเคิล) *adj.* เกี่ยวกับวัน Sabbath, เกี่ยวกับระยะเวลาพักผ่อน ดู sabbatical year (-S. Sabbatic)
sabbatical year ปีที่เว้นจากการสอนหนังสือ (ในโรงเรียน วิทยาลัย มหาวิทยาลัย), ปีถือศีลตลอดปีของทุกๆ เจ็ดปีในหมู่ชาวยิว โดยไม่มีการใช้แรงงานทางเกษตร (ในพระคัมภีร์ไบเบิล)
saber (เซ' เบอะ) *n.* กระบี่, ดาบหนักคมหน้าเดียวชนิดหนึ่งของกองทหารม้า, (กีฬาฟันดาบ) ดาบปลายคู่ *-vt.* **-bered, -bering** ฟันดาบ

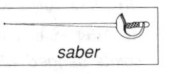

saber

saber-toothed tiger (เซ' เบอะทูธทฺไทเกอะ) *n.* เสือที่มีเขี้ยวบนยาวออกมามาก (บางทีเลยขากรรไกรล่าง)

saber-toothed tiger

Sabin vaccine วัคซีนให้ทางปากที่ประกอบด้วยเชื้อไวรัสที่มีชีวิต ใช้สร้างภูมิคุ้มกันป้องกันโรคโปลิโอ (poliomyelitis)
sable (เซ'เบิล) *n.* สัตว์เลี้ยงลูกด้วยนมจำพวก *Martes zibellina* มีลักษณะคล้ายแมว มีสีน้ำตาลเข้ม พบในแถบหนาว, หนังขนของสัตว์ดังกล่าว *-adj.* เป็นสีดำ, เป็นสีน้ำตาลเข้ม, ที่ทำด้วยหนังขนดังกล่าว
sabot (แซบ' โบ) *n.* รองเท้าไม้ชนิดหนึ่ง
sabotage (แซบ' บะทาฌฺ) *n.* การก่อวินาศกรรม, การทำลายโดยเจตนาก่อกวน *-vt.* **-taged, -taging** ก่อวินาศกรรม, ทำลาย, ทำลายโดยเจตนาก่อกวน (-S. wrecker)
saboteur (แซบ' บะเทอระ) *n.* ผู้ก่อวินาศกรรม, ผู้ทำลายโดยเจตนาก่อกวน
sabra (ซา' บระ) *n.* ชาวพื้นเมืองอิสราเอล
sabre (เซ' เบอะ) *n.* ดู saber
sac (แซค) *n.* ถุง, ส่วนที่คล้ายถุง, ถุงหรือกระเพาะในร่างกาย (-S. pouch, bag, bladder)
saccharin (แซค' คะริน) *n.* สารประกอบเป็นผลึกที่มีรสหวานกว่าน้ำตาลถึงห้าร้อยเท่า ใช้แทนน้ำตาลสำหรับผู้ที่เป็นโรคเบาหวาน
saccharine (แซค' คะริน,-ไรนฺ) *adj.* เกี่ยวกับหรือประกอบด้วยน้ำตาล, หวานเกินไป, (ยิ้ม) หวาน, ประจบเอาใจ **-saccharinity** *n.* **-saccharinely** *adv.*
saccule, sacculus (แซค' คูล, -ลัส) *n., pl.* **saccules, sacculi** ถุงเล็ก
sacerdotal (แซซเคอะโด' เทิล, แซค-) *adj.* เกี่ยวกับพระ **-sacerdotally** *adv.* **-sacerdotalism** *n.*
sachem (เซ' ชัม) *n.* หัวหน้าเผ่าอินเดียนแดง
sachet (แซเชฺ, แซช' เชฺ) *n.* ถุงหรือห่อเล็กๆ ที่ใส่เครื่องหอม, เครื่องหอมในถุงหรือห่อดังกล่าว
sack¹ (แซค) *n.* กระสอบ, ถุงผ้าหยาบขนาดใหญ่ (สำหรับใส่ข้าว มันเทศ ถ่านหิน เป็นต้น), ปริมาณบรรจุหนึ่งกระสอบ, เสื้อคลุมหลวมของสตรี (โดยเฉพาะในต้นศตวรรษที่ 18), เตียง, (คำสแลง) การไล่ออก, ฐาน (กีฬาเบสบอล) *-vt.* **sacked, sacking** ใส่กระสอบ, (คำสแลง) ไล่ออก **-hit the sack** ไปนอน **-hold the sack** กำตด, ถูกหลอก, ไม่ได้อะไรเลย (-S. pouch, bag) *-Ex. Sacks are used for potatoes, onions, wheat, and the like.*
sack² (แซค) *vt.* **sacked, sacking** ปล้น, ปล้นสะดม, ชิงทรัพย์ *-n.* การปล้น, การปล้นสะดม, การชิงทรัพย์ **-sacker** *n.* (-S. plunder, pillage)
sack³ (แซค) *n.* เหล้าองุ่นชนิดหนึ่งจากสเปนสมัยก่อน
sackcloth (แซค' คลอธ, -โคลธ) *n.* ผ้าป่านชุดไว้ทุกข์, ผ้าหยาบ **-in sackcloth and ashes** เศร้าสลด
sacking (แซค' คิง) *n.* ผ้าป่านหรือผ้าหยาบที่ใช้ทำกระสอบ
sacrament (แซค' ระเมินทฺ) *n.* พิธีศาสนาคริสต์เพื่อรับเป็นคริสต์ศาสนิกชน โดยเฉพาะพิธี Eucharist และ Baptism, สิ่งศักดิ์สิทธิ์ที่ใช้เป็นสัญลักษณ์ของพระผู้เป็นเจ้า (เหล้าองุ่นและขนมปัง), คำสาบาน, สัตย์สาบาน, สัตยาธิษฐาน **-sacramental** *adj.* **-sacramentally** *adv.* (-S. covenant, pledge) *-Ex. Matrimony is one of the seven sacraments in the Catholic Church and baptism is one of the two sacraments in many Protestant churches.*
sacred (เซ' คริด) *adj.* ที่ศักดิ์สิทธิ์, เกี่ยวกับการบูชาในทางศาสนา, เกี่ยวกับศาสนา, เป็นที่สักการะบูชา, ล่วงละเมิดไม่ได้, ล่วงเกินไม่ได้ **-sacredly** *adv.* **-sacredness** *n.* (-S. hallow) *-Ex. Things having to do with God or religion are sacred., The name of God is sacred.*
sacrifice (แซค' ระไฟซฺ) *n.* การเสียสละ, การสังเวย, การพลี, การบูชายัญ, การบวงสรวง, สิ่งที่เสียสละ, เครื่องบูชายัญ, เครื่องบวงสรวง, เครื่องสังเวย, (กีฬาเบสบอล) การตีลูกที่เสียสละทำให้ก้าวหน้าขึ้นไปอีกได้ (มีชื่ออื่นว่า sacrifice bunt, sacrifice hit, sacrifice fly) *-vt., vi.* **-ficed,**

-ficing เสียสละ, บูชายัญ, สังเวย, พลี, บวงสรวง, (กีฬาเบสบอล) ตีลูกเสียสละเพื่อให้ก้าวหน้าขึ้นไปอีก **-sacrificeable** *adj.* **-sacrificer** *n.* (**-S.** offering, victim, self-denial, yield, forgo **-A.** gain, keep) *-Ex. to sacrifice a goat at the goddess, to sacrifice everything to one's children, This goat is the sacrifice., to make sacrifices for one's children*

sacrificial (แซคระฟิช' เชิล) *adj.* เกี่ยวกับการเสียสละ, เกี่ยวกับการบูชายัญ **-sacrificially** *adv.*

sacrilege (แซค' ระลิจ) *n.* การล่วงเกินสิ่งศักดิ์สิทธิ์, การเหยียบย่ำสิ่งศักดิ์สิทธิ์, การดูหมิ่นสิ่งศักดิ์สิทธิ์, การทำลายพรหมจารี **-sacrilegist** *n.* (**-S.** profanation)

sacrilegious (แซคระลิจ' เจิส) *adj.* มีความผิดฐานล่วงเกิน เหยียบย่ำหรือดูหมิ่นสิ่งศักดิ์สิทธิ์ **-sacrilegiously** *adv.* **-sacrilegiousness** *n.*

sacrosanct (แซค' โรแซงคฺท) *adj.* ศักดิ์สิทธิ์, ล่วงเกินไม่ได้, ล่วงละเมิดไม่ได้ **-sacrosanctity** *n.*

sad (แซด) *adj.* **sadder, saddest** เสียใจ, เศร้า, เศร้าโศก, สลดใจ, ตรอมใจ, โทมนัส, ทำให้เสียใจ, (สี) มืดหรือมัว, เลว **-sadly** *adv.* **-sadness** *n.* (**-S.** sorrowful) *-Ex. a sad look, a sad event.*

sadden (แซด' เดิน) *vt., vi.* **-dened, -dening** ทำให้เสียใจ, กลายเป็นเสียใจ

saddle (แซด' เดิล) *n.* อาน, อานม้า, อานรถ, สิ่งที่คล้ายอาน, สิ่งที่เป็นแอ่งคล้ายอาน (เช่น บริเวณระหว่างยอดเขาสองลูก), สันเขา, สันหนังสือ, ส่วนหลังของเป็ดไก่, เนื้อสันหลัง (ตัดระหว่างตะโพกกับซี่โครง) *-v.* **-dled, -dling** *-vt.* ใส่อาน, บรรทุก *-vi.* ใส่อานม้า **-in the saddle** ในตำแหน่งที่มีอำนาจ *-Ex. The farmer saddled the pony for his little boy.*

sadism (แซด' ดิซึม, ซา' ดิซึม) *n.* ความวิปริตที่มีความสุขใจทางกำหนัดจากการทรมานกายหรือจิตใจผู้อื่น, การมีสุขที่ได้กระทำการโหดร้าย **-sadist** *n.* **-sadistic** *adj.* **-sadistically** *adv.*

safari (ซะฟา' รี) *n., pl.* **-ris** การเดินทางล่าสัตว์ (โดยเฉพาะในภาคตะวันออกของแอฟริกา), การเดินทางไกลหรือผจญภัย (**-S.** expedition)

safe (เซฟ) *adj.* **safer, safest** ปลอดภัย, ไม่ได้รับบาดเจ็บ, ไม่มีภัย, ไม่เป็นอันตราย, ไม่เสียหาย, ไว้ใจได้, ซื่อถือได้, มั่นคง, แน่, แน่นหนา, โดยสวัสดิภาพ *-n.* กล่องแน่นหนา (โดยเฉพาะสำหรับเก็บของมีค่า), ตู้นิรภัย, (คำสแลง) ถุงยางคุมกำเนิด **-safely** *adv.* **-safeness** *n.* (**-S.** secure, unhurt, intact) *-Ex. safe from danger, a safe place, see you safe home, to keep you safe in the house, in safe-keeping, safe and sound , Somchai came home safe after the war.*

safe-conduct (เซฟ' คอน' ดัคทฺ) *n.* เอกสารให้ผ่านได้โดยเฉพาะอย่างยิ่งในเวลาสงคราม, หนังสือเดินทาง, สิทธิในการผ่าน, บัตรอนุญาตให้พ้นการจับกุม

safecracker (เซฟ' แครคเคอะ) *n.* ผู้งัดแงะตู้นิรภัย, **-safecracking** *n.*

safe-deposit box (เซฟ' ดิพอซิท บอคซฺ) *n.* ตู้นิรภัยของธนาคาร ที่รับฝากของมีค่า

safeguard (เซฟ' การ์ด) *n.* เครื่องป้องกัน, สิ่งป้องกัน, ใบอนุญาตให้พ้นการจับกุมหรือผ่านไปโดยปลอดภัย, ผู้คุ้มกัน, ผู้คุ้มครอง *-vt.* **-guarded, -guarding** คุ้มกัน, คุ้มครอง, อารักขา (**-S.** defense, precaution) *-Ex. A dike is a safeguard against floods.*

safe house ที่หลบภัยของพวกสายลับ หรือตัวประกัน, ที่นัดพบ

safekeeping (เซฟ' คี' พิง) *n.* การเก็บไว้ในที่ปลอดภัย, การคุ้มกัน, การคุ้มครอง, การอารักขา *-Ex. I'll put these papers in the file for safekeeping.*

safe sex การมีเพศสัมพันธ์ที่ปลอดภัย เช่น ใช้ถุงยางอนามัย เพื่อป้องกันการแพร่กระจายโรคเอดส์หรือโรคติดต่อทางเพศสัมพันธ์อื่นๆ

safety (เซฟ' ที) *n., pl.* **-ties** ความปลอดภัย, การไม่ได้รับบาดเจ็บ, ความไม่มีภัย, อุปกรณ์ป้องกันภัย, เครื่องป้องกัน, (คำสแลง) ถุงยางอนามัย (**-S.** preservation, security, safeness, surety) *-Ex. The baby can play there in safety.*

safety belt เข็มขัดนิรภัย, สายรัดนิรภัย

safety glass กระจกที่แตกแล้วไม่ได้กระเด็นออก (ประกอบด้วยแผ่นแก้วสองแผ่นทาบกันโดยมีชั้นพลาสติกหรืออยู่ระหว่างกลาง), กระจกนิรภัย

safflower (แซฟ' ฟลาวเออะ) *n.* พืชจำพวกคำฝอย, ดอกของพืชดังกล่าว **-safflower oil** น้ำมันดอกคำฝอย

safflower

saffron (แซฟ' เริน) *n.* พืชไม้ดอกสีม่วง, ดอกของพืชดังกล่าว, หญ้าฝรั่น, สีเหลืองจีวรพระ

saffron

sag (แซก) *v.* **sagged, sagging** *-vi.* จมลง, ห้อยลง, หย่อนลง, ย้อยลง, โค้งลง, ลดลง, ลาดลง, ตกลง, ตกท้องช้าง, เอียงข้าง *-vt.* ทำให้จมลง, ห้อยลง, หย่อนลง (**-S.** bow, droop) *-Ex. His good spirits sagged when he thought of the burden.*

saga (ซา' กะ) *n.* นิยายเล่าลือเกี่ยวกับการผจญภัยและความกล้าหาญของยุโรปตอนเหนือในยุคกลาง, นิยายเล่าลือเกี่ยวกับการผจญภัยและความกล้าหาญ, นิยายลำดับเหตุการณ์สมาชิกครอบครัวหรือวงศ์ตระกูลหรือกลุ่มของสังคม (หรือเรียกว่า saga novel หรือ roman-fleuve), การเล่าอย่างยืดยาว

sagacious (ซะเก' เชิส) *adj.* ฉลาด, เฉียบแหลม, หลักแหลม, มีไหวพริบ **-sagaciously** *adv.* **-sagaciousness** *n.* (**-S.** shrewd, wise, intelligent, acute, keen) *-Ex. By his sagacious choice of personnel, the president saved the company from failure.*

sagacity (ซะแกส' ซิที) *n.* ความฉลาด, ความเฉียบแหลม, ความหลักแหลม, ไหวพริบ, ความปราดเปรื่อง (**-S.** acumen, judgment)

sage[1] (เซจ) *n.* คนที่ฉลาดมาก, นักปราชญ์, บัณฑิต *-adj.* **sager, sagest** ฉลาดมาก, ปราดเปรื่อง, สุขุม, รอบคอบ **-sagely** *adv.* **-sageness** *n.* (**-S.** intellectual, pundit, wise) *-Ex. Confucious is considered one of the gratest sages of China.*

S

sage² (เซจ) *n.* พืชจำพวกสะระแหน่

sage²

sagebrush (เซจ' บรัช) *n.* พืชจำพวก *Artemisia*

Sagitta (ซะจิท' ทะ) *n.* กลุ่มดาวธนู

Sagittarius (แซจจิแท' เรียส) *n.* กลุ่มดาวม้ามีหน้าเป็นคน (อยู่ระหว่างกลุ่มดาว Scorpius กับ Capriorn), กลุ่มดาวราศีลำดับที่ 9 ใน 12 ราศี, ผู้ที่เกิดในราศีดังกล่าว

sago (ซา' โก) *n., pl.* **-gos** สาคู **-sago palm** ต้นปาล์มสาคู **-sago pudding** สาคูต้มกับนมและน้ำตาล (-S. gomuti)

Sahara (ซะแฮ' ระ, ซาฮา' ระ) *n.* ทะเลทรายซาฮาราในภาคเหนือของแอฟริกา **-Saharan** *adj.*

sahip (ซา' ฮิป) *n.* (ในอินเดียสมัยก่อน) นาย ท่าน

said (เซด) *vt., vi.* กริยาช่อง 2 และ 3 ของ say *-adj.* กล่าวมาก่อน, ดังกล่าว, ดังกล่าวนั้น *-Ex Sombut said he would come.*

sail (เซล) *n., pl.* **sail/sails** ใบเรือ, ปีกกังหัน, การเดินทาง, การแล่นเรือ, เรือใบ *-vt., vi.* **sailed, sailing** เดินเรือ, แล่นเรือ, ขับเรือ **-make sail** กางใบเรือ, เริ่มเดินทาง **-set sail** เริ่มเดินทะเล **-under sail** แล่นเรือ, กางใบเรือออก **-sail into** กล่าวหา, ประณาม, ด่า, โจมตี (-S. glide, soar)

sailboat (เซล' โบท) *n.* เรือใบ

sailcloth (เซล' คลอธ) *n.* ผ้าที่ใช้ทำใบเรือ, ผ้าใบชนิดเบาและเหนียว

sailfish (เซล' ฟิช) *n., pl.* **-fish/-fishes** ปลาทะเลจำพวก *Istiophorus* มีครีบหางที่ใหญ่มากคล้ายใบเรือ

sailfish

sailing (เซ' ลิง) *n.* การเดินเรือ, วิธีการเดินเรือ

sailor (เซ' เลอะ) *n.* กะลาสีเรือ (-S. seaman)

saint (เซนท) *n.* นักบุญ, คำที่ใช้เขียนนำหน้านักบุญ, บุคคลที่มีความศักดิ์สิทธิ์ ศีลธรรมหรือคุณงามความดีมาก *-vt.* **sainted, sainting** ทำให้เป็นนักบุญ, บูชาเป็นนักบุญ (-S. paragon, venerate)

Saint Anthony's fire โรคผิวหนังอักเสบหรือเนื้อตายเน่า

Saint Bernard สุนัขขนาดใหญ่พันธุ์หนึ่ง มีขนสีน้ำตาลปนขาว

sainted (เซน' ทิด) *adj.* อยู่ในหมู่นักบุญ, คล้ายนักบุญ, มีจิตใจสะอาดบริสุทธิ์ (-S. saintly)

sainthood (เซนทฺ' ฮูด) *n.* ความเป็นนักบุญ, ฐานะของนักบุญ, นักบุญทั้งหลาย

saintly (เซนทฺ' ลี) *adj.* **-lier, -liest** คล้ายนักบุญ, เหมาะกับนักบุญ **-saintliness** *n.* (-S. godly, holy, benevolent, kindly)

Saint Patrick's Day วันที่ 17 มีนาคม เป็นวันระลึกถึงนักบุญ St. Patrick ของไอร์แลนด์

Saint Valentine's Day วันที่ 14 กุมภาพันธ์ เป็นวันระลึกถึงนักบุญ St. Valentine เป็นวันที่มีการส่งสารแห่งความรักซึ่งกันและกัน

saith (เซธ, เซ' อิธ) *vt., vi.* อักษรโบราณของ say เป็นเอกพจน์บุรุษที่ 3 ของ say

sake¹ (เซค) *n.* ผลประโยชน์, ประโยชน์, ความเห็นแก่..., วัตถุประสงค์, เป้าหมาย, จุดมุ่งหมาย, มูลเหตุ, เหตุ (-S. motive, purpose, aim) *-Ex. for the sake of, for my sake, for the children's sake*

sake² (ซา' คี, -เค) *n.* ชื่อเหล้าสาเกของญี่ปุ่นทำจากข้าว (-S. saki)

sal (แซล) *n.* เกลือ (-S. salt)

salaam (ซะลาม') *n.* การคำนับโดยการเอามือขวาแตะที่หน้าผาก, การคำนับที่มีความหมายว่า "ความสงบ"

salable (เซ' ละเบิล) *adj.* เหมาะสำหรับขาย **-salably** *adv.* **-salability, salableness** *n.* (-S. saleable)

salacious (ซะเล' เชิส) *adj.* มีตัณหา, ราคะจัด, ลามก, อนาจาร, มากโลกีย์, หยาบคายมาก **-salaciously** *adv.* **-salaciousness, salacity** *n.* (-S. lustful, lecherous)

salad (แซล' เลิด) *n.* อาหารผักสดหลายชนิดผสมกัน, ผักสดที่ใช้กินสดๆ, สลัด, ยำผักสด

salad dressing น้ำปรุงสำหรับราดสลัด ประกอบด้วยน้ำมันพืช น้ำส้มหรือไข่แดง, น้ำปรุงสลัด

salad oil น้ำมันสลัดที่ใช้ปรุงสลัด

salamander (แซล' ละแมนเดอะ) *n.* สัตว์ครึ่งบกครึ่งน้ำคล้ายกิ้งก่า, สัตว์เลื้อยคลาน (โดยเฉพาะกิ้งก่า) ที่เล่าลือว่าสามารถอยู่ในไฟได้ **-salamandrine** *adj.*

salamander

salami (ซะลา' มี) *n. pl.* **-mis** ไส้กรอกอิตาลีชนิดหนึ่งที่ใส่กระเทียมและเกลือมีรสเผ็ดร้อน

salary (แซล' ละรี) *n., pl.* **-ries** เงินเดือน **-salaried** *adj.* (-S. wage)

sale (เซล) *n.* การขาย, การแลกเปลี่ยนทรัพย์สินให้เป็นเงินหรือเงินเชื่อ, จำนวนที่ขายได้, ปริมาณที่ขายได้, โอกาสในการขายสินค้า, การขายลดราคา **-for sale** สินค้าขายสำหรับผู้ซื้อ **-on sale** สินค้าลดราคา (-S. exchange, transfer)

saleable (เซ' ละเบิล) *adj.* ดู salable

salesclerk (เซลซฺ' คลาร์ค) *n.* พนักงานขายของ

salesman (เซลซฺ' เมิน) *n.* ชายผู้เร่ขาย, พนักงานขายของที่เป็นชาย

salesmanship เทคนิคการขาย

salesperson (เซลซฺ' เพอร์ซัน) *n.* พนักงานขาย

sales talk วิธีการชักจูงให้ซื้อของ

saleswoman (เซลซฺ' วูเมิน) *n.* พนักงานขายของที่เป็นหญิง

salicylic acid (เซล' ลิไซลิคแอซิด) ผงที่ได้จาก salicin หรือ phenol ใช้เป็นยากันบูด ทำยาแอสไพริน

salience, saliency (เซ' ลิเอินซฺ, เซล' เยินซฺ, -ซี) *n., pl.* **-ences, -encies** การนูนขึ้น, ส่วนที่นูนขึ้น, ลักษณะเฉพาะ, ความเด่น, ความสะดุดตา

salient (เซ' ลีเอินทฺ, เซล' เยินทฺ) *adj.* นูนขึ้น, เด่น, สะดุดตา, เป็นลักษณะเฉพาะ, ยื่นออก, โผล่ออก, กระโดดโลดเต้น, พุ่งออก -n. ส่วนที่นูน, ส่วนที่โผล่ออก, การโผล่ออก **-saliently** *adv.* **-salientness** *n.* (-S. prominent, projecting)

saliferous (ซะลิฟ' เฟอรัส) *adj.* ให้เกลือ, ผลิตเกลือ

S

saline (เซ' ไลนฺ, เซ' ลิน) *adj.* ประกอบด้วยเกลือ, เกี่ยวกับเกลือทางเคมี **-salinity** *n.*

saliva (ซะไล' วะ) *n.* น้ำลาย **-salivary** *adj.*

salivary gland ต่อมน้ำลาย

Salk vaccine วัคซีนที่ประกอบด้วยเชื้อโปลิโอ (poliomyelitis viruses) สามชนิดและทำให้เกิดภูมิคุ้มกันต้านโรคโปลิโอ

sallow[1] (แซล' โล) *adj.* **-er, -est** ซีด, สีเหลืองอ่อน, เหลืองซีด *-vt.* **-lowed, -lowing** ทำให้ซีด **-sallowness** *n.* **-sallowly** *adv.*

sallow[2] (แซล' โล) *n.* ต้นหลิวหรือ willow

sally (แซล' ลี) *n., pl.* **-lies** การดันออกอย่างฉับพลัน, ทหารที่ออกจากวงล้อมของข้าศึก, การเดินทาง, การระเบิดออก, การปะทุ, คำพูดที่ฉลาดหรือเฉียบแหลม *-vi.* **-lied, -lying** ฝ่าวงล้อมออกมา, ออกเดินทางอย่างฉับพลัน, ตอบโต้, ปล่อยออกมา, ปะทุ, ออกข้างนอก (-S. dedouch) *-Ex. I sallied forth to have look at the town.*

salmagundi (แซลมะกัน' ดี) *n., pl.* **-dis** สลัดที่ประกอบด้วยเนื้อสับ ไข่ หัวหอม น้ำมัน และอื่นๆ, เนื้อเปื่อยผสมผัก, ของผสมผเส, การคละกัน, การปนเปกัน

salmon (แซล' เมิน) *n., pl.* **-mon/-ons** ปลาน้ำจืดจำพวก *Salmo* และ *Oncorhynchus*, ปลาแซลมอน

salmonella (แซลมะเนล' ละ) *n., pl.* **-nellae/-nellas** เชื้อแบคทีเรียรูปท่อนกลมจำพวกหนึ่งที่ทำให้เกิดโรคแก่คนและสัตว์เลือดอุ่น

S

salon (ซะโลน', แซล' โลน, ซาโลน') *n.* ห้องรับแขกในบ้านขนาดใหญ่, ห้องแสดงนิทรรศการศิลปะ, การชุมนุมสังสรรค์ในห้องดังกล่าว (โดยเฉพาะระหว่างผู้มีชื่อเสียง), ห้องโถง, ร้านแฟชั่น, การแสดงศิลปกรรมประจำปี, ระเบียงภาพวาด (-S. living room)

saloon (ซะลูน') *n.* ร้านขายเหล้า, โรงขายเหล้า, ห้องโถง, ห้องโถงใหญ่ของโรงแรม, ห้องรับแขก, โรงนันทนาการที่มีการเต้นรำ แทงบิลเลียด ยิงปืนหรืออื่นๆ (-S. pub, bar) *-Ex. billiard saloon, a dinging saloon*

saloon car ตู้ในขบวนรถไฟที่เป็นห้องโถงสำหรับผู้โดยสารนั่งเล่น, รถยนต์ขนาดใหญ่ที่จุคนได้ 4-7 คน

salt (ซอลทฺ) *n.* เกลือ, เกลือที่ใช้เป็นยาถ่าย, กระปุกเกลือ, กะลาสีเรือ (โดยเฉพาะที่มีอายุหรือประสบการณ์), บ่อเกลือ, น้ำทะเลที่ไหลสู่แม่น้ำ *-adj.* เกี่ยวกับรสเกลือ, ทำให้เกิดรสเค็ม, ดองด้วยเกลือ, เป็นบ่อเกลือ, มีเกลือเจือปน *-vt.* **salted, salting** ใส่เกลือ, ปรุงรสด้วยเกลือ, จัดให้ได้รับเกลือ, เอาแร่ดีใส่เข้าไปในชั้นแร่ (เพื่อทำให้เข้าใจผิดว่ามีแร่ดีหรือมีมากพอ) **-grain/pinch of salt** สงสัย **-worth one's salt** สมกับค่าจ้างหรือเงินเดือน **-salt away/down** เก็บสงวน **-saltness** *n.* (-S. sodium chloride, NaCl) *-Ex. Mother salts the water in which she boils potatoes.*

saltcellar (ซอลทฺ' เซลเลอะ) *n.* กระปุกเกลือ, ถ้วยเกลือ

salter (ซอล' เทอะ) *n.* พ่อค้าเกลือ, ผู้ผลิตเกลือ, ผู้ทำเกลือ, ผู้ใส่เกลือ

saltire (ซอล' ไทเออะ) *n.* กากบาททแยงมุม, กากบาทไขว้, กางเขนไขว้ **-in saltire** เป็นรูปกากบาทไขว้ **-per saltire** ไขว้กันสองทิศทาง (-S. saltier)

salt lick สถานที่สัตว์ป่าไปเลียเกลือธรรมชาติที่มีอยู่บนพื้นดิน, ก้อนเกลือสำหรับสัตว์ออกไปเลียกิน

saltpeter (ซอลทฺ' พี' เทอะ) *n.* โพแทสเซียมไนเตรตใช้ในการสร้างดินปืน ดอกไม้เพลิงและอื่นๆ, ดินประสิว (-S. saltpetre)

saltshaker (ซอลทฺ' เชเคอะ) กระปุกเกลือที่มีฝาเป็นรูๆ

saltwater, salt-water (ซอลทฺ' วอเทอะ) *adj.* เกี่ยวกับน้ำทะเล, เกี่ยวกับน้ำที่เค็ม

salty (ซอล' ที) *adj.* **-ier, -iest** เค็ม, มีเกลือ, โรยด้วยเกลือ, ปรุงด้วยเกลือ, เกี่ยวกับทะเล, แล่นในทะเล, คมคาย, เก๋, **-saltily** *adv.* **-saltiness** *n.* (-S. pungent, sharp, obscene)

salubrious (ซะลู'เบรียส) *adj.* ส่งเสริมสุขภาพ, มีประโยชน์ต่อสุขภาพ, มีสุขภาพแข็งแรง **-salubriously** *adv.* **-salubrity, salubriousness** *n.* (-S. healthful, wholesome)

saluki (ซะลู' คี) *n., pl.* **-kis** สุนัขพันธุ์หนึ่งคล้ายสุนัขเกรเฮานด์ มีขนยาวที่ใบหู ขาและต้นขา มีกำเนิดในอียิปต์และภาคตะวันตกเฉียงใต้ของเอเชีย

salutary (แซล' ลูเทอะรี) *adj.* ส่งเสริมสุขภาพ, มีประโยชน์ต่อสุขภาพ, มีประโยชน์, เอื้ออำนวยผล **-salutarily** *adv.* **-salutariness** *n.*

salutation (แซลลิวเท' ชัน) *n.* การคำนับ, การแสดงความเคารพ, การแสดงคารวะ, การยิงสลุต, คำคารวะ, การวันทยาหัตถ์, คำสรรเสริญ, คำอวยพร (-S. greeting, salute) *-Ex. Shaking hands, raising the hat are all salutations., Dear Mother is a salutation used in writing to one's mother.*

salutatorian (ซะลูทะทอ' เรียน) *n.* นักศึกษาที่กล่าวคำต้อนรับ (เป็นนักศึกษาที่ได้คะแนนยอดเยี่ยมอันดับ 2 ของชั้นปีสุดท้าย)

salutatory (ซะลู' ทะทอรี) *adj.* เกี่ยวกับการกล่าวต้อนรับ *-n., pl.* **-ries** การกล่าวคำต้อนรับ, การปราศรัยที่เป็นการต้อนรับ (-S. oration)

salute (ซะลูท') *vt., vi.* **-luted, -luting** คำนับ, แสดงความเคารพ, แสดงคารวะ, ยิงสลุต, วันทยาหัตถ์, กล่าวต้อนรับ, ทักทาย, ถามทุกข์สุข **-saluter** *n.* (-S. welcome, greet) *-Ex. A bow or handshake is also a salute., the soldier salute his officer, Somsri saluted the audience with a bow., A salute was fired on the Queen's Birthday.*

salvable (แซล' วะเบิล) *adj.* ช่วยให้รอดได้, ช่วยให้พ้นภัยได้, กอบกู้ขึ้นมาได้

salvage (แซล' วิจฺ) *n.* การกู้เรือ, การกู้ทรัพย์สินให้พ้นภัยพิบัติ, ทรัพย์สินที่กอบกู้ให้พ้นความเสียหาย, เรือที่กอบกู้ขึ้นมาได้, ค่ากู้ให้พ้นภัย, มูลค่าทรัพย์สินที่กู้ให้พ้นภัย, การใช้ของเสียให้เป็นประโยชน์, การช่วยเหลือ, การช่วยชีวิต *-vt.* **-vaged, -vaging** กู้เรือ, กอบกู้ทรัพย์สินให้พ้นภัยพิบัติ **-salvageable** *adj.* **-salvageability** *n.* **-salvager** *n.* (-S. retrieve, save, recover, rescue -A. waste)

salvation 751 **sanctuary**

-Ex. When the factory burned down, the men salvaged everthing they could from it.

salvation (แซลเว' ชัน) *n.* การช่วยเหลือให้พ้นภัยหรือการสูญเสีย, การช่วยชีวิต, การช่วยให้รอด, วิธีการช่วยเหลือดังกล่าว, การช่วยให้พ้นนรก, การทำให้พ้นบาป **-salvational** *adj.* (-S. preservation, redemption) *-Ex. the salvation of passengers in a shipwreck*

Salvation Army องค์การศาสนาคริสต์ระหว่างประเทศเพื่อชักชวนให้คนเลื่อมใสในศาสนาคริสต์ ก่อตั้งขึ้นโดย William Booth ในอังกฤษปี ค.ศ. 1865 **-Salvationist** *n.*

salve[1] (แซฟว, ซาฟว) *n.* ขี้ผึ้งทาแผล, ขี้ผึ้ง, น้ำมันขี้ผึ้ง, ยาบรรเทา, สิ่งบรรเทา, การทำให้ผ่อนคลาย, การประจบสอพลอ, การปลอบใจ *-vt.* **salved, salving** บรรเทา, บำรุงขวัญ, ทำให้ผ่อนคลาย (-S. ointment) *-Ex. Mother rubbed salve on Dang's sore finger.*

salve[2] (แซลฟว) *vt.* **salved, salving** กู้, กอบกู้, ช่วยให้รอดพ้นจากภัยหรือการสูญเสีย, ช่วยเหลือ, ช่วยชีวิต (-S. salvage)

salver (แซล' เวอะ) *n.* ถาดอาหาร, จานอาหาร

salvo[1] (แซล' โว) *n., pl.* **-vos** การยิงปืนของเรือหรือป้อมครั้งเดียวหลายกระบอกพร้อมกัน

salvo[2] (แซล' โว) *n., pl.* **-vos/-voes** การระดมยิงปืนใหญ่, การระดมยิง, เสียงสนั่นของการยิงสลุต, เสียงกราว, เสียงเชียร์ดังก้อง, เสียงตบมือดังก้อง

samara (แซม' เมอะระ, ซะแม' ระ, ซะมา' ระ) *n.* ผลไม้มีปีกที่มีเมล็ดเดี่ยว เช่น ผลของต้น elm หรือต้น maple

Samaritan (ซะแมริ' ทัน) *n.* ภาษาหรือชาวเมืองซาแมเรีย, ผู้มีจิตใจเมตตากรุณา *-adj.* เกี่ยวกับซาแมเรียในเมืองปาเลสไตน์โบราณถือลัทธิศาสนาที่สอนให้มีการทำงาน *-Ex. He gives like a good Samaritan.*

samarium (ซะแม' เรียม) *n.* ธาตุโลหะที่หายากชนิดหนึ่ง น้ำหนักปรมาณูเท่ากับ 150.35 เท่าของไฮโดรเจน มีสัญลักษณ์ทางเคมี Sm

samba (แซม' บะ, ซาม' บะ) *n.* จังหวะแซมบ้าเป็นจังหวะเต้นรำที่กำเนิดมาจากแอฟริกา *-vi.* **-baed, -baing** เต้นรำจังหวะแซมบ้า

same (เซม) *adj.* เหมือนกัน, อย่างเดียวกัน, อันเดียวกัน, เช่นเดียวกัน, เท่ากัน, อย่างเก่า, ทำนองเดียวกัน, ไม่เปลี่ยนแปลง, ไม่มีอะไรแปลก, ไม่มีอะไรใหม่ *-pron.* บุคคลประเภทเดียว, บุคคลดังกล่าว, สิ่งที่เป็นประเภทเดียว, สิ่งดังกล่าว *-adv.* ในทำนองเดียวกัน **-all the same** ไม่มีอะไรแตกต่าง, เช่นเดียวกัน, อย่างไรก็ตาม **-just the same** ในทำนองเดียวกัน **-the same** ทำนองเดียวกัน (-S. identical, equal -A. different) *-Ex. It was very cold and wet in Paris, and in London, feel (think) the same.*

Samoa (ซะโม' อะ) ชื่อหมู่เกาะทางตอนใต้ของมหาสมุทรแปซิฟิก **-Samoan** *adj., n.*

samovar (แซม' อะวาร์) *n.* กาต้มน้ำชา ทำด้วยโลหะใช้ถ่านเป็นเชื้อเพลิง มีใช้ในรัสเซีย

Samoyed, Samoyede สมาชิกชนชาติ Ural Altaic ที่อาศัยอยู่ในภาคตะวันตกเฉียงเหนือของไซบีเรีย, ภาษาที่ชนชาติดังกล่าวใช้กันเป็นภาษาหนึ่งของตระกูลภาษา Uralic, ชื่อพันธุ์สุนัขขนาดกลางที่มีขนยาวสีขาวและหนา ใช้ไล่ต้อนกวางและลากเลื่อนหิมะ

samp (แซมพ) *n.* ข้าวโพดบดอย่างหยาบๆ ของชาวอินเดียนแดง, ข้าวต้มที่ต้มด้วยข้าวโพดดังกล่าว

sampan (แซม' แพน) *n.* เรือสำปั้น, เรือแจวในเมืองจีน

sampan

samphire (แซม' ไฟร์) *n.* ชื่อพันธุ์ไม้ยุโรปชนิดหนึ่ง มีดอกเล็กๆ สีขาว และมีใบประกอบ

sample (แซม' เพิล ซาม' เพิล) *n.* ตัวอย่าง, ของตัวอย่าง, ตัวอย่างทดลอง, ของทดลอง, สินค้าตัวอย่าง, ของลอง *-vt.* **-pled, -pling** เอาเป็นตัวอย่าง, ทดลองเป็นตัวอย่าง, ตรวจสอบเป็นตัวอย่าง *-adj.* เป็นตัวอย่าง, เป็นของลอง (-S. exemplar, specimen, piece, instance) *-Ex. This book is a sample copy., Won't you sample these new cakes to see if you like them?*

sampler (ซาม' เพลอะ) *n.* ผู้เป็นตัวอย่าง, ของตัวอย่าง, ยกตัวอย่าง, ผลิตภัณฑ์ตัวอย่าง

sampling (แซม' พลิง, ซาม' พลิง) *n.* ทำการสุ่มตัวอย่าง, วิธีการสุ่มตัวอย่าง, ตัวอย่างที่สุ่มได้

Samson (แซม' เซิน) *n.* ชาวยิวผู้มีกำลังมหาศาล (ในพระคัมภีร์ไบเบิล), ผู้มีกำลังมหาศาล

samurai (แซม' มะไร) *n., pl.* **-rais** ซามูไร, นักดาบซามูไร, นักดาบ, นายทหารกองทัพบก, ผู้มีเชื้อชาตินักรบในญี่ปุ่นสมัยโบราณ

sanative (แซน' นะทิฟว) *adj.* ซึ่งมีอำนาจในการรักษา, เกี่ยวกับการพักฟื้นทั้งทางกายและทางใจ

sanatorium, sanatarium (แซนนะทอ' เรียม, -แท' เรียม) *n., pl.* **-riums/-ria** โรงพยาบาลสำหรับผู้เป็นโรคเรื้อรัง (เช่นวัณโรคหรือโรคจิต), สถานพักฟื้นของผู้ป่วย

sanctify (แซงค' ทะไฟ) *vt.* **-fied, -fying** ทำให้ศักดิ์สิทธิ์, ทำให้พ้นบาป, อวยพร, ทำให้ยุติธรรม **-sanctification** *n.* **-sanctifier** *n.*

sanctimonious (แซงคฺทะโม' เนียส) *adj.* แสร้งทำเป็นศักดิ์สิทธิ์, แสร้งทำเป็นถูกต้อง **-sanctimoniously** *adv.* **-sanctimoniousness** *n.* (-S. hypocritical)

sanctimony (แซงค' ทะโมนี) *n.* การแสร้งทำเป็นศักดิ์สิทธิ์, การแสร้งทำเป็นถูกต้อง, การแสร้งทำเป็นซื่อสัตย์ (-S. sanctimoniousness)

sanction (แซงค' ชัน) *n.* มาตรการลงโทษ, การลงโทษ, การอนุญาตเป็นทางการ, สิ่งที่สนับสนุนการกระทำ, บทลงโทษ, การให้สัตยาบัน *-vt.* **-tioned, -tioning** ลงโทษ, อนุญาต, อนุมัติ, เห็นด้วย, ยอมให้, ให้สัตยาบัน *-Ex. Somsri had no sanction for leaving college.*

sanctity (แซงค' ทิที) *n., pl.* **-ties** ความศักดิ์สิทธิ์, ความเป็นนักบุญ, ลักษณะของนักบุญ, ความสูงส่ง, ความสะอาดบริสุทธิ์, ความน่าเคารพบูชา, การเคารพบูชาจากประชาชน, สิ่งศักดิ์สิทธิ์, ความศักดิ์สิทธิ์ที่มิอาจล่วงละเมิดได้ (-S. saintliness)

sanctuary (แซงค' ชุเออะรี) *n., pl.* **-ies** สถานที่

S

ศักดิ์สิทธิ์, โบสถ์ในกรุงเยรูซาเลม, ปูชนียสถาน, ที่ลี้ภัย, ที่หลบภัย, ร่มบรมโพธิสมภาร, ที่หลบภัยในโบสถ์หรือวิหาร, ส่วนของโบสถ์ที่อยู่รอบที่บูชา, โบสถ์หรือวิหารอันเป็นที่หลบภัยสมัยก่อน, สิทธิในการให้ที่หลบภัย (เช่นในสถานทูต) และมิอาจถูกจับกุมได้, ถ้ำสัตว์, ที่ที่สัตว์ป่าสามารถผสมพันธุ์และหลบภัยจากการถูกล่าโดยนายพราน (-S. shrine, sanctum, altar)

sanctum (แซงคฺ' เทิม) *n., pl.* **-tums/-ta** สถานที่ศักดิ์สิทธิ์, สถานที่อันเป็นที่สักการบูชา, ปูชนียสถาน, ที่ซึ่งเอกชนมิอาจล่วงล้ำเข้าไปได้, สถานที่หลบภัยที่มิอาจล่วงล้ำเข้าไปได้, ห้องส่วนตัว, ห้องลับ, ถ้ำ, ห้องบูชาภายใน (-S. sanctuary, santorium)

sand (แซนดฺ) *n.* ทราย, เม็ดทรายในนาฬิกาทราย, หาดทราย, ดินทราย, สันดอนทราย, สีน้ำตาลเหลือง *-vt.* **sanded, sanding** ขัดด้วยทราย, ขัดด้วยกระดาษทราย, พรมด้วยทราย, ใส่ทราย, ฝังในทราย **-sands** ชั่วขณะเดียว, โอกาสของชีวิต, สีแดงอมเหลือง, สีทราย

sandal[1] (แซน' เดิล) *n.* รองเท้าโปร่งที่มีสายรัด, รองเท้าเปิดข้าง, รองเท้าแตะ, รองเท้าแตะที่เป็นยาง, สายรัดของรองเท้าโปร่ง

sandal[2] (แซน' เดิล) *n.* ดู sandalwood

sandalwood (แซน' เดิลวูด) *n.* ไม้จันทน์ (ของพืชจำพวก *Santalum album*), ไม้ของต้นไม้ดังกล่าว, กลิ่นหอมจากไม้ดังกล่าว

sandblast (แซนดฺ' บลาซฺทฺ) *n.* เครื่องพ่นทราย, ลำทรายที่พ่นออกมา *-vt.* **-blasted, -blasting** พ่นทราย, เป่าทราย **-sandblaster** *n.*

sandbox (แซนดฺ' บอคซฺ) *n.* กล่องทราย, หีบทราย, กระบะทราย (สำหรับแมวถ่าย), ลังทราย, ทรายซับหมึก (ในสมัยก่อน)

sander (แซน' เดอะ) *n.* ผู้ขัดทราย, นักขัดทราย, เครื่องขัดทราย

sanderling (แซน' เดอะลิง) *n.* ชื่อนกลุยทรายชนิดหนึ่งตัวเล็กสีขาวเทา พบตามหาดทราย

sand fly แมลงดูดเลือดจำพวก *Phlebotomus* เป็นพาหะนำโรคหลายชนิดสู่คน

sandhog (แซนดฺ' ฮอจ) *n.* (คำสแลง) กรรมกรขุดทราย (โดยเฉพาะกรรมกรที่ขุดอุโมงค์ใต้น้ำ)

sandlot (แซนดฺ' ลอท) *n.* ลานทราย, ลานเล่นของเด็กๆ *-adj.* เกี่ยวกับลานดังกล่าว **-sandloter** *n.*

sandman (แซนดฺ' เมิน) *n.* (เทพนิยาย) ชายที่เล่าลือกันว่าทำให้เด็กๆ นอนหลับโดยใส่ทรายเข้าไปที่ตา

sandpaper (แซนดฺ' เพเพอะ) *n.* กระดาษทราย *-vt.* **-pered, -pering** ขัดด้วยกระดาษทราย

sandpiper (แซนดฺ' ไพเพอะ) *n., pl.* **-pipers/-piper** นกชายฝั่งในตระกูล Scolopacidae, นกอีก๋อย

sandpit (แซนดฺ' พิท) *n.* หลุมทราย, บ่อทราย, ที่ดูดทราย

sandstone (แซนดฺ' สโทน) *n.* หินทราย, หินที่เกิดจากทราย (มักประกอบด้วยหินควอตซ์ ซิลิกา แคลเซียมคาร์บอเนต เหล็กออกไซด์ และดินเหนียว)

sandstorm (แซนดฺ' สทอร์ม) *n.* พายุทราย (โดยเฉพาะในทะเลทราย)

sandwich (แซนดฺ' วิช) *n.* ขนมปังแซนด์วิช, ขนมปังประกบ, สิ่งที่คล้ายขนมปังแซนด์วิช *-vt.* **-wiched, -wiching** ใส่เข้าไปในขนมปังประกบ, สอดเข้าไปประหว่างสองสิ่ง *-Ex. The little house was sandwiched in between 2 tall buildings.*

sandwich man ชายที่ห้อยป้ายที่แขวนข้างหน้าและข้างหลังของร่างกายของตนเพื่อการโฆษณาและอื่นๆ

sandy (แซน' ดี) *adj.* **-ier, -iest** ประกอบด้วยทราย, มีทรายมาก, สีทราย, สีเหลืองอมน้ำตาล

sane (เซน) *adj.* **saner, sanest** มีสุขภาพจิตดี, มีเหตุผล, มีจิตปกติ, มีสติ, มั่นคง, มีสุขภาพดี **-sanely** *adv.* **-saneness** *n.* (-S. normal, rational) *-Ex. The prisoner was found sane.*

San Francisco (แซนแฟรนซิส' โก) ชื่อเมืองท่าในภาคตะวันตกของแคลิฟอร์เนีย **-San Franciscan** *n.*

sang (แซง) *vt., vi.* กริยาช่อง 2 ของ sing *-Ex. The children sang a group of folk-songs and ballads at the school concert.*

sang-froid (ซานฟระวา') *n.* (ภาษาฝรั่งเศส) ความใจเย็น, ความสุขุม, ความสงบ, ความสงบเสงี่ยม, จิตที่มั่นคง

sanguinary (แซง' กวะแนรี) *adj.* เต็มไปด้วยเลือด, นองเลือด, หลั่งเลือด, กระหายเลือด, ประกอบด้วยเลือด, เปื้อนเลือด, โหดเหี้ยม, ชอบสังหาร, ดุร้าย, เต็มไปด้วยการสาปแช่ง **-sanguinarily** *adv.* (-S. bloodthirsty, bloodstained)

sanguine (แซง' กวิน) *adj.* ร่าเริง, เบิกบานใจ, มั่นใจ, (ใบหน้า) แดง, เปล่งปลั่ง, เต็มไปด้วยความหวัง **-sanguinely** *adv.* **-sanguineness, sanguinity** *n.*

sanguineous (แซงกวิน' นัส) *adj.* เกี่ยวกับเลือด, ประกอบด้วยเลือด, สีเลือด, มีเลือด, นองเลือด, หลั่งเลือด, (ใบหน้า) แดง, เปล่งปลั่ง, มั่นใจ, เต็มไปด้วยความหวัง

sanitarian (แซนนิแท' เรียน) *n.* ผู้เชี่ยวชาญสาธารณสุขศาสตร์

sanitarium (แซนนิแท' เรียม) *n., pl.* **-iums/-ia** สถานีอนามัย, โรงส่งเสริมสุขภาพ, สถานที่พักฟื้นคนไข้, โรงพยาบาล (-S. sanatorium)

sanitary (แซน' นิเทอรี) *adj.* เกี่ยวกับสุขภาพ, เกี่ยวกับอนามัย, ส่งเสริมสุขภาพ, ถูกอนามัย, ถูกสุขลักษณะ, สะอาด **-sanitarily** *adv. -Ex. Everything in the hospital is very sanitary.*

sanitary napkin ผ้าอนามัยของสตรีมีประจำเดือน

sanitation (แซนนิเท' ชัน) *n.* สุขอนามัย, สุขาภิบาล, การส่งเสริมสุขภาพ

sanity (แซน' นิที) *n.* การมีสุขภาพจิตที่ปกติ, จิตปกติ, การมีจิตมั่นคง, การมีเหตุผลพอควร *-Ex. from the way you've been acting yesterday, question your sanity*

sans (แซนซฺ, ซาน) *prep.* ปราศจาก, ไม่มี

Sanskrit (แซน' สคริทฺ) *n.* ภาษาสันสกฤต **-Sanskritist** *n.* **-Sanskritic** *adj.*

Santa Claus (แซน' ทะคลอซฺ) *n.* นักบุญ Saint Nicholas ที่เล่าลือกันว่านำของขวัญมาให้เด็กๆ ในเทศกาลคริสต์มาส

sap[1] (แซพ) *n.* น้ำหล่อเลี้ยงในเนื้อเยื่อของต้นไม้, ของเหลวที่หล่อเลี้ยงร่างกาย, ของเหลวที่สำคัญต่อชีวิต, กำลังวังชา, (คำสแลง) คนโง่ คนเง่า, ตะบอง, ไม้พลอง *-vt.* **sapped, sapping** ดูด (กำลัง) ออก, ตีด้วยไม้พลองหรือตะบอง

sap[2] (แซพ) *n.* อุโมงค์ *-vt., vi.* **sapped, sapping** ขุดอุโมงค์เข้าหาฐานข้าศึก, ค่อยๆ ทำลาย, ทอนกำลัง, ตัดกำลัง, เซาะ (-S. weaken, destroy, drain)

sapient (เซ' เพียนทฺ) *adj.* ฉลาด, ปราดเปรื่อง, วางท่าฉลาด **-sapience** *n.* **-sapiently** *adv.* (-S. sagacious, wise)

sapling (แซพ' ลิง) *n.* ต้นไม้อ่อน, หน่อต้นไม้, เด็ก

saponaceous (แซพพะเน' เชิส) *adj.* คล้ายสบู่, เป็นสบู่, มีลักษณะของสบู่, จับยาก, เข้าใจยาก **-saponaceousness** *n.*

saponify (ซะพอน' นิไฟ) *vt., vi.* **-fied, -fing** ทำให้ไขมัน (fat) เป็นสบู่โดยผสมกับด่าง, ทำให้สลายตัวได้แอลกอฮอล์ กรดและเกลือ, กลายเป็นสบู่ **-saponifier** *n.* **-saponifiable** *adj.*

sapor (เซ' พอร์, เซ' พะ) *n.* สิ่งที่ทำให้เกิดรส, รส, รสชาติ, ประสาทที่ทำให้เกิดรส **-saporific, saporous** *adj.*

sapper (แซพ' เพอะ) *n.* ทหารช่าง (ขุดสนามเพลาะ อุโมงค์ ฝังทุ่นระเบิดและสิ่งก่อสร้างอื่นๆ), ผู้ขุดอุโมงค์, เครื่องขุดอุโมงค์

sapphire (แซฟ' ไฟเออะ) *n.* นิลสีคราม, นิลสีน้ำเงิน, สีน้ำเงินเข้ม (-S. deep blue) *-Ex. the sapphire sea*

sapro-, sapr- คำอุปสรรค มีความหมายว่า เน่า

saprophyte (แซพ' ระไฟทฺ) *n.* สิ่งมีชีวิตที่กินของเน่าเปื่อย (เช่นเชื้อราหรือแบคทีเรีย) **-saprophytic** *adj.* **-saprophytically** *adv.*

sapsucker (แซพ' ซัคเคอะ) *n.* นกหัวขวานจำพวก *Sphyrapicus* มักเจาะเนื้อไม้เพื่อหาแมลงที่อยู่ในเนื้อไม้เป็นอาหาร

saraband, sarabande (ซาร์' ระแบนดฺ) *n.* การเต้นระบำชั้นสูงชนิดหนึ่งในศตวรรษที่ 17-18, ดนตรีประกอบการเต้นรำดังกล่าว

Saracen (ซาร์' ซะเซน) *n.* สมาชิกชนเผ่าหนึ่งแถบชายแดนซีเรียของอาณาจักรโรมันสมัยก่อนซึ่งเป็นพวกชาวอาหรับหรือมุสลิมที่เคยต่อสู้กับพวกคริสเตียนในสงคราม Crusades **-Saracenic** *adj.*

Sarawak (ซะรา' วาค) ชื่อเขตหนึ่งในมาเลเซียทางภาคตะวันตกเฉียงเหนือของเกาะบอร์เนียว มีเมืองหลวงชื่อ Kuching

sarcasm (ซาร์' คัสซึม) *n.* การถากถาง, การเหน็บแนม, การเสียดสี, การพูดกระทบกระแทก, การหัวเราะเยาะเย้ย (-S. irony, satire)

sarcastic (ซาร์แคส' ทิค) *adj.* เกี่ยวกับการถากถาง การเหน็บแนม การเสียดสี การพูดกระทบกระแทก และการหัวเราะเยาะเย้ย **-sarcastically** *adv.* (-S. biting, caustic, cutting, cynical)

sarco-, sarc- คำอุปสรรค มีความหมายว่า เนื้อ, กล้ามเนื้อ

sarcoma (ซาร์โค' มะ) *n., pl.* **-mata/-mas** มะเร็งที่เกิดที่เนื้อเยื่อ **-sarcomatoid, sarcomatous** *adj.*

sarcophagus (ซาร์คอฟ' ฟะเกิซ) *n.,pl.* **-gi/ -guses** โลงหินโบราณที่มีการสลักข้อความหรือรูป

sard (ซาร์ดฺ) *n.* แก่นหยกสีแดงอมน้ำตาล เป็นหินชนิด chalcedony (-S. sardius, sardine)

sardine (ซาร์ดีน') *n.* ปลาซาดีน นิยมทำเป็นปลากระป๋อง เป็นปลาในตระกูล Clupeidae

sardonic (ซาร์ดอน' นิค) *adj.* ถากถาง, เหน็บแนม, เสียดสี, เยาะเย้ย, หัวเราะเยาะเย้ย, พูดกระทบกระแทก **-sardonically** *adv.* **-sardonicism** *n.* (-S. scornful)

sarge (ซาร์จฺ) *n.* (ภาษาพูด) ดู sergeant

sari (ซา' รี) *n., pl.* **-ris** ชุดส่าหรีของผู้หญิงอินเดีย

sarong (ซะรอง') *n.* โสร่ง, ผ้าที่ใช้ทำโสร่ง

sarsaparilla (แซสพะริล' ละ) *n.* รากของพืชจำพวก *Smilax* เป็นยาบำรุงโลหิตและขับปัสสาวะ, รากของพืชไม้เลื้อยดังกล่าว, ยาที่สกัดจากรากดังกล่าว, เครื่องดื่มที่ผสมยาที่สกัดจากรากดังกล่าว (เช่น rootbeer)

sartorial (ซาร์ทอ' เรียล) *adj.* เกี่ยวกับช่างตัดเสื้อ, เกี่ยวกับการตัดเสื้อผ้า **-sartorially** *adv.*

sartorius (ซาร์ทอ' รีอัส) *n., pl.* **-torii** ชื่อกล้ามเนื้อชิ้นแคบและยาวที่ทอดเฉียงทางด้านหน้าของสะโพก

sash[1] (แซช) *n.* ผ้ายาวสะพาย, สายสะพาย, สายคาดเอว, แพรสะพาย, สายสะพายเครื่องราชอิสริยาภรณ์

sash[2] (แซช) *n.* กรอบกระจกหน้าต่างหรือประตูวงกบหน้าต่างหรือประตู *-vt.* **sashed, sashing** ใส่กรอบกระจกหน้าต่างหรือประตู, ใส่วงกบหน้าต่างหรือประตู *-Ex. Most house windows have to sashes which slide up and down.*

sashay (เซ' ชา) *vi.* **-shayed, -shaying** ร่อนอย่างสบาย, เดินเหิน, เดินกรีดกราย, เต้นระบำอย่างคล่องแคล่ว

sass (แซส) *n.* (ภาษาพูด) การพูดจาโอหัง *-vt.* **sassed, sassing** พูดจาอย่างยโสโอหัง

sassafras (แซส' ซะแฟรซฺ) *n.* พืชจำพวก *Sassafras albidum* พบในอเมริกาเหนือ, รากของต้นดังกล่าวใช้เป็นยาแต่งกลิ่นและรส

sassafras

sassy (แซส' ซี) *adj.* **-sier, -siest** ยโสโอหัง, หยาบคาย **-sassily** *adv.* **-sassiness** *n.* (-S. saucy)

sat (แซท) *vt., vi.* กริยาช่อง 2 และ 3 ของ sit

Satan (แซท' เทิน) *n.* ซาตาน, หัวหน้าภูตผี, พญายม, ตัวมารในศาสนาคริสต์ (-S. Beelzebub)

satang (ซะแทง') *n., pl.* **-tang** สตางค์ (เงินไทย)

satanic, satanical (ซะแทน' นิค, -เคิล) *adj.* เกี่ยวกับซาตาน, เป็นลักษณะของซาตาน, ชั่วร้าย **-satanically** *adv.*

satchel (แซช' เชิล) *n.* ถุงเล็ก (บางทีมีสายคาดไหล่), กระเป๋าหนังสือ, กระเป๋าหนังสือที่มีสายสะพายไหล่ **-satcheled** *adj.* (-S. grip, bag)

sate[1] (เซท) *vt.* **sated, sating** ทำให้พอใจอย่างเต็มที่, ทำให้อิ่มแปล้, ทำให้อิ่มอกอิ่มใจ ทำให้เอือมระอา

sate[2] (เซท, แซท) *vt., vi.* กริยาช่อง 2 และ 3 ของ sit

sateen (เซทีน') *n.* ผ้าฝ้ายหรือสิ่งทอที่ทำเหมือนแพรต่วนหรือแพรซาติน, กำมะหริด (ผ้าที่ทอด้วย

ขนสัตว์แกมไหม)

satellite (แซท' เทิลไลทฺ) *n.* ดาวเทียม, ดาวบริวาร, ดาวบริวารของดาวนพเคราะห์, ดวงจันทร์, ประเทศบริวาร, ลูกน้อง, บริวาร, ผู้ติดตาม *-Ex. The moon is a satellite of the earth.*

satiable (เซ' ชะเบิล) *adj.* ทำให้พอใจได้ **-satiability** *n.* **-satiably** *adv.*

satiate (เซ' ชีเอทฺ) *vt.* **-ated, -ating** ทำให้พอใจอย่างยิ่ง, ทำให้อิ่มแปล้, ทำให้อิ่มอกอิ่มใจ, ทำให้เอือมระอา, ทำให้น่าเบื่อ, ทำให้เอียน *-adj.* พอใจยิ่ง, อิ่มอกอิ่มใจ, เต็มอิ่ม, อิ่มแปล้ **-satiation** *n.* (-S. surfeit, satisfy, gratify, suffice)

satiety (ซะไท' อิที) *n.* ความเต็มอิ่ม, ความอิ่มแปล้, ความพอใจเป็นอย่างยิ่ง, ความมากเกิน, ความอิ่มเกินไป (-S. surfeit)

satin (แซท' ทิน) *n.* แพรต่วน, แพรเลี่ยน, เครื่องแต่งกายที่ทำด้วยแพรต่วนหรือแพรเลี่ยน *-adj.* เหมือนแพรต่วน, เหมือนแพรเลี่ยน, ลื่น, มัน, ทำด้วยหรือปกคลุมด้วยแพรต่วนหรือแพรเลี่ยน **-satiny** *adj.*

satire (แซท' ไทร์) *n.* การเหน็บแนม, การเสียดสี, การเย้ยหยัน, การถากถาง, เรื่องเหน็บแนม, เรื่องเสียดสี, บทประพันธ์เหน็บแนมหรือเสียดสี **-satiric** *adj.* **-satirically** *adv.* **-satirist** *n.*

satirize (แซท' ทะไรซฺ) *vt.* **-rized, -rizing** เหน็บแนม, เสียดสี, เย้ยหยัน, เยาะเย้ย, ถากถาง

S

satisfaction (แซททิสแฟค' ชัน) *n.* ความพอใจ, การทำให้พอใจ, ความสาแก่ใจ, ความหนำใจ, ความจุใจ, ความแน่ใจ, การชดเชย, การไถ่บาป, การแก้แค้น, สิ่งที่ชดเชย (-S. gratification, fulfillment) *-Ex. Father's new car gives him much satisfaction.*

satisfactory (แซททิสแฟค' ทะรี) *adj.* พอใจ, สาแก่ใจ, หนำใจ, จุใจ, แน่ใจ, ชดเชย, ไถ่บาป **-satisfactorily** *adv.* **-satisfactoriness** *n.* (-S. gratifying)

satisfiable (แซททิสไฟ' อะเบิล) *adj.* พอใจได้, สนองให้พอใจได้, ชดเชยได้, ใช้คืนได้

satisfied (แซท' ทิสไฟดฺ) *adj.* พอใจ, จ่ายหมดแล้ว, แน่ใจ, มั่นใจ

satisfy (แซท' ทิสไฟ) *v.* **-fied, -fying** *-vt.* ทำให้พอใจ, สนองความพอใจ, ทำให้จุใจ, ทำให้แน่ใจ, แก้ปัญหา, ขจัด, ชำระหนี้, ชดเชย, ทดแทน *-vi.* สนองความต้องการ, สนองความพอใจ, ให้ความพอใจ **-satisfyingly** *adv.* (-S. repay, pay, disburse, fulfill, please, convince) *-Ex. that satisfied my need, to satisfy a claim, Baby is perfectly satisfied with her old toys., Dang satisfied his thirst by having a drink of water.*

satrap (เซ' แทรพ) *n.* ข้าหลวงภายใต้กษัตริย์เปอร์เซียสมัยก่อน, ผู้ปกครองชั้นรอง, ขุนนาง

saturate (แซช' ชะเรท) *vt.* **-rated, -rating** ทำให้อิ่มตัว, ทำให้เต็มไปหมด, ทำให้โชก, ทำให้เปื่อย, ทำลายราบคาบ, ทำให้มีสินค้าเต็มไปหมด **-saturable** *adj.* **-saturator** *n.* (-S. impregnate, drench) *-Ex. The blotter was saturated with spile ink.*

saturation (แซชชะเร' ชัน) *n.* การทำให้อิ่มตัว, ความอิ่มตัว

Saturday (แซท' เทอเด) *n.* วันเสาร์, วันที่เจ็ดของสัปดาห์

Saturdays (แซท' เทอเดซฺ) *adv.* ในวันเสาร์

Saturn (แซท' เทิร์น) *n.* ดาวพระเสาร์, ดาวเสาร์, (เทพนิยายโรมันโบราณ) เทพเจ้าแห่งการเกษตร, ตะกั่ว, ชื่อขีปนาวุธขนาดใหญ่ของสหรัฐอเมริกาที่มีแรงขับเคลื่อนมากถึง 9 ล้านปอนด์

saturnalia (แซทเทอะเน' เลีย) *n., pl.* **-lias/-lia** การฉลองเทพเจ้า Saturn ของชาวโรมัน ซึ่งจะมีการกินเลี้ยงและดื่มฉลองกันอย่างสนุกสนาน**-Saturnian** *adj.*

saturnine (แซท' เทอะนิน) *adj.* ซึ่งเกี่ยวกับตะกั่วหรืออาการพิษตะกั่ว, มีอาการเซื่องซึม**-saturninely** *adv.*

saturnism (แซท' เทอะนิซึม) *n.* โรคพิษตะกั่ว

satyr (เซ' เทอะ) *n.* เทพารักษ์ที่อยู่ในป่า มีรูปร่างกึ่งคนกึ่งแพะ ชอบหมกมุ่นในตัณหาราคะ, ผู้ชอบหมกมุ่นในตัณหาราคะ, ผีเสื้อในตระกูล Satyridae ปีกมีสีเทาหรือน้ำตาลและมีจุดแต้มบนปีก **-satyric, satyrical** *adj.* (-S. lecher)

satyriasis (เซทะไร' อะซิส) *n.* การมีตัณหาราคะมากผิดปกติในผู้ชาย (-S. satyromania)

sauce (ซอส) *n.* น้ำชูรส, น้ำปรุงรส, น้ำปลา, น้ำจิ้ม, เครื่องชูรส, เครื่องปรุงแต่ง, ซีอิ๊ว, ผลไม้ต้ม, ผักที่ใช้กินกับเนื้อ, (คำสแลง) เหล้าแรงสูง *-vt.* **sauced, saucing** ใส่น้ำชูรส, ใส่เครื่องปรุงแต่ง (-S. condiment, relish)

sauce pan กระทะท้องแบนที่มีฝาปิดและด้ามถือ

saucer (ซอ' เซอะ) *n.* ชามกลมตื้นและเล็ก, สิ่งที่มีลักษณะกลมและตื้นคล้ายชาม **-saucerlike** *adj.*

saucy (ซอ' ซี) *adj.* **-ier, -iest** ทะลึ่ง, ซุ่มซ่าม, ไม่มีมารยาท, บุ่มบ่าม, ละลาบละล้วง, เฉียบแหลม, แคล่วคล่อง **-saucily** *adv.* **-sauciness** *n.*

Saudi Arabia (ซาอู' ดีอะเร' เบีย) ประเทศซาอุดิอาระเบีย **-Saudi Arabian** *adj., n.*

sauerbraten (เซาเออะ' เบรทัน) *n.* เนื้อ (วัว) ย่างที่แช่ในน้ำส้ม น้ำตาล และเครื่องชูรสอื่นๆ

sauerkraut (เซาเออะ' เคราทฺ) *n.* กะหล่ำปลีดองที่หั่นเป็นชิ้นเล็กๆ ใช้กินกับไส้กรอก

sauna (เซา' นะ, ซอ' นะ) *n.* การอาบ อบไอน้ำและตีร่างกายเบาๆ ด้วยกิ่งไม้ birch มีต้นกำเนิดจากฟินแลนด์

saunter (ซอน' เทอะ) *vi.* **-tered, -tering** เดินทอดน่อง, เดินเตร่, เดินเอ้อระเหยลอยชาย *-n.* การเดินทอดน่อง, (เดินเตร่) การใช้ชีวิตอย่างเฉื่อยๆ, กิริยาที่เฉื่อย**-sauterer** *n.* (-S. promenade)

saurian (ซอร์' เรียน) *n.* สัตว์จำพวกไดโนเสาร์หรือกิ้งก่า, สัตว์เลื้อยคลานในตระกูล Sauria

sausage (ซอ' ซิจ) *n.* ไส้กรอก, สิ่งที่มีลักษณะคล้ายไส้กรอก, กุนเชียง (-S. minced pork, beef)

sauté (โซ'เท) *vt.* **-téed, -téing** ทอดด้วยเนยหรือน้ำมันเพียงเล็กน้อย *-n.* อาหารที่ทอดด้วยวิธีดังกล่าว

Sauternes, sauternes (โซเทอน') *n.* เหล้าองุ่นขาวที่มีรสหวานเล็กน้อยของฝรั่งเศส

savage (แซฟ' วิจ) *adj.* ดุร้าย, ป่าเถื่อน, โหดร้าย, โหดเหี้ยม, ทารุณ, เหมือนคนบ้า, โกรธจัด, หยาบคาย, รุนแรง

-savagely *adv.* **-savageness** *n.* (-S. barbarous, wild, inhuman) *-Ex. a savage animal, savage forest, savage tribe*

savagery (แซฟ' วิจเจอรี) *n., pl.* **-ries** ความดุร้าย, ความป่าเถื่อน, ความโหดร้าย, ความโหดเหี้ยม, ความทารุณ (-S. cruelty, ferocity, barbarity)

savanna, savannah (ซะแวน' นะ) *n.* ที่ราบทุ่ง, หญ้าที่ไม่มีต้นไม้ หรือมีต้นไม้แต่อยู่กระจัดกระจาย, ที่ราบทุ่งหญ้าขนาดใหญ่ในเขตร้อน

savant (เซวานทฺ', แซฟ' เวินทฺ) *n.* ชายที่มีความรู้มากและลึกซึ้ง, นักปราชญ์, เมธี, ผู้คงแก่เรียน

save¹ (เซฟว) *v.* **saved, saving** *-vt.* ช่วยเหลือ, ช่วย, ช่วยชีวิต, ช่วยประหยัด, ประหยัด, สงวน, รักษา, คงไว้, ป้องกัน, กู้, กอบกู้, รีบไปให้ทัน, ล้างบาป, ไถ่บาป *-vi.* ประหยัด, เก็บเงิน, สงวน, ไถ่บาป **-savable, saveable** *adj.* **-saver** *n.* (-S. salvage, rescue, preserve, hoard) *-Ex. to save a life, to save unnecessary expenses, to save (one's) face, to save money, to save souls*

save² (เซฟว) *prep., conj.* ยกเว้น, แต่, นอกจาก *-Ex. Dang attended every meeting save one.*

save-all (เซฟว' ออล) *n.* วิธีการประหยัด

savin, savine (แซฟ' วิน) *n.* พืชจำพวก *Juniperus sabina*

savin

saving (เซ' วิง) *n.* การประหยัด, การอดออม, การมัธยัสถ์, การลดค่าใช้จ่าย, สิ่งที่ประหยัด, เงินที่เก็บได้ *-prep.* ยกเว้น, นอกจาก, เห็นแก่ **-savings** เงินสะสม, เงินที่ออมไว้ *-Ex. a saving of lives, a saving on fuel, a savings account book*

savings account บัญชีเงินฝากสะสม, บัญชีเงินฝากออมทรัพย์

savings bank ธนาคารออมสิน, ธนาคารที่รับฝากเงินออมทรัพย์เท่านั้นและจ่ายดอกเบี้ยให้กับผู้ฝาก

savings bond พันธบัตรรัฐบาลที่มีเงินค่าสูงถึง 50-10,000 ดอลล่าร์

savior, saviour (เซ' เวียร์) *n.* ผู้ช่วยชีวิต, ผู้ช่วยเหลือ, ผู้ช่วยให้รอด, ผู้กู้, ผู้ที่กอบกู้, ผู้ช่วยไถ่บาป, พระผู้เป็นเจ้า, พระเยซูคริสต์ (-S. preserver, rescuer, benefactor, liberator)

savor (เซ' เวอะ) *n.* รส, รสชาติ, กลิ่น, คุณสมบัติเฉพาะ, ลักษณะเฉพาะ, อำนาจกระตุ้นใจ, ความอร่อย, การทำให้ตื่นเต้น, แรงดึงดูด, เสน่ห์, ความเจริญอาหาร, ชื่อเสียง, ความบริสุทธิ์ *-v.* **-vored, -voring** *-vt.* แต่งกลิ่น, ปรุงกลิ่น, ทำให้มีรสชาติ, ชิม, ลิ้มรส *-vi.* มีรส, มีรสชาติ, มีกลิ่น, แนะนำ, ให้ข้อคิดเห็น, เพลิดเพลินสนุกสนาน **-savorous** *adj.* (-S. taste, smell, aura) *-Ex. There was a savour of suspicion in his manner., to savour the meat with pepper*

savory¹ (เซ' วะรี) *adj.* **-vorier, -riest** มีรสชาติ, รสอร่อย, ทำให้พอใจ, ทำให้ถูกใจ, ดึงดูดใจ, เผ็ดแต่มีกลิ่นหอม, สนุกสนาน *-n., pl.* **-ies** อาหารเผ็ดแต่มีกลิ่นหอม, อาหารกระตุ้นให้หิว **-savorily** *adj.* **-savoriness** *n.* (-S. pleasing, palatable, appetizing, reputable, proper)

savory² (เซ' วะรี) *n., pl.* **-ies** พืชลำต้นอ่อนจำพวก *Satureja hortensis* มีกลิ่นหอมใช้เป็นอาหารกระตุ้นให้หิว

savour (เซ' เวอะ) *n., v.* ดู savor

savoury (เซ' วะรี) *adj., n.* ดู savory1

savvy (แซฟ' วี) *adj.* **-vier, -viest** (ภาษาพูด) รอบรู้ รู้เข้าใจ เฉียบแหลม *-vt., vi.* **savvied, savvying** รู้, เข้าใจ *-n.* ความเข้าใจ, ปัญญา, ความรู้

saw¹ (ซอ) *n.* เลื่อย, เครื่องมือเลื่อย, อุปกรณ์ที่คล้ายเลื่อย *-v.* **sawed, sawed/sawn, sawing** *-vt.* เลื่อย, เลื่อยออก, ดึงไปมาเหมือนการเลื่อย *-vi.* ใช้เลื่อย, ตัดด้วยเลื่อย, เคลื่อนไปมาคล้ายเลื่อย **-sawer** *n.* *-Ex. Dang sawed the sticks for his kite out of anlod crate.*

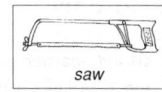

saw

saw² (ซอ) *vt., vi.* กริยาช่อง 2 ของ see *-Ex. I saw him fall from the roof.*

saw³ (ซอ) *n.* สุภาษิต, คำพังเพย, คำโบราณ, คติพจน์ (-S. saying) *-Ex. A rolling stone gathers no moss is an old saw.*

sawbones (ซอ' โบนซฺ) *n., pl.* **-bones/boneses** (คำสแลง) ศัลยแพทย์

sawbuck (ซอ' บัค) *n.* (คำสแลง) ธนบัตร 10 ดอลลาร์

sawdust (ซอ' ดัสทฺ) *n.* ขี้เลื่อย **-sawdusty** *adj.*

sawfish (ซอ' ฟิช) *n., pl.* **sawfish/-fishes** ปลาที่มีขากรรไกรบนยาวคล้ายใบเลื่อย เป็นปลาขนาดใหญ่จำพวก *Pristis*

sawfish

sawmill (ซอ' มิล) *n.* โรงเลื่อย, โรงเลื่อยจักร, แท่นเลื่อย

sawn (ซอน) *vt.,vi.* กริยาช่อง 3 ของ saw¹

sawtooth, sawtoothed (ซอ' ทูธ, -ทิด) *adj.* เป็นฟันเลื่อย, เหมือนฟันเลื่อย

sawyer (ซอ' เยอะ) *n.* ผู้เลื่อย, กรรมกรเลื่อย

saxhorn (แซคซฺ' ฮอร์น) *n.* แตรทองเหลืองชนิดหนึ่ง

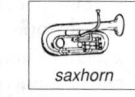

saxhorn

Saxon (แซค' เซิน) *n.* ชาวอังกฤษ, ชาวแองโกลแซกซอน, ภาษาอังกฤษโบราณ, ชาวพื้นเมืองหรือผู้ที่อาศัยอยู่ในเมือง Saxony, สมาชิกเผ่าเยอรมันที่บุกรุกเข้าไปอยู่ในอังกฤษในสมัยศตวรรษที่ 5 และ 6 **-Saxon** *adj.*

saxophone (แซค' ซะโฟน) *n.* แตรปากงอชนิดหนึ่ง **-saxophonist** *n.*

saxtuba (แซคซฺ' ทูบะ) *n.* แตรทองเหลืองขนาดใหญ่

say (เซ) *vt., vi.* **said, saying** พูด, กล่าว, บอก, เล่า, ว่า, แสดงความเห็น, แสดงข้อคิดเห็น *-n.* สิ่งที่พูด, คำพูด, สิทธิในการพูด, สิทธิในการแสดงข้อคิดเห็น, คราวที่จะพูด **-have the say** มีอำนาจ (-S. utter, pronounce) *-Ex. Narong said "Thank you"., "Thank you," said he., a say in the matter*

saying (เซ' อิง) *n.* คำพูด, คำกล่าว, คำบอก, คำเล่าลือ, คติพจน์, สุภาษิต **-go without saying** เชื่อมั่นในตนเองที่สุด (-S. maxim)

S

sayonara (ไซยะนาร์' ระ) *interj.* (ภาษาญี่ปุ่น) ลาก่อน สวัสดี

scab (สแคบ) *n.* สะเก็ดแผล, โรคผิวหนังของสัตว์ (โดยเฉพาะของแกะ), โรคหิด, การตกสะเก็ดแผล, (คำสแลง) บุคคลที่แตกแยกจากกลุ่ม คนงานที่ปฏิเสธไม่ยอมร่วมหยุดงาน -*vi.* **scabbed, scabbing** ตกสะเก็ดแผล, เป็นบุคคลที่แตกแยกจากกลุ่ม, ปฏิเสธไม่ยอมร่วมหยุดงาน (-S. eschar)

scabbard (สแคบ' -เบิร์ด) *n.* ฝักดาบ, ปลอกมีด -*vt.* **-barded, -barding** เก็บเข้าฝัก, ใส่ปลอก

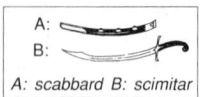

A: scabbard B: scimitar

scabby (สแคบ' บี) *adj.* **-bier, -biest** เป็นสะเก็ดแผล, ปกคลุมไปด้วยสะเก็ดแผล, เป็นหิด **-scabbiness** *n.*

scabies (สเค' บีซ) *n., pl.* **scabies** โรคหิด **-scabietic** *adj.*

scabious (สเค' เบียส) *adj.* เป็นสะเก็ดแผล, ปกคลุมไปด้วยสะเก็ดแผล, เป็นหิด

scabrous (สแคบ' บรัส) *adj.* หยาบ, ไม่ละเอียด, เต็มไปด้วยความยากลำบาก, หยาบคาย, ลามก **-scabrously** *adv.* **-scabrousness** *n.*

scaffold (สแคฟ' โฟลด) *n.* นั่งร้าน, วัสดุที่ใช้ทำนั่งร้านในการก่อสร้าง, ยกพื้นสำหรับแขวนคอนักโทษ, โครงยกพื้นสำหรับแขวนคอนักโทษ, ตะแลงแกง, โครงยกพื้น, โครงกระดูก -*vt.* **-folded, -folding** จัดให้มีนั่งร้าน (ยกพื้น ตะแลงแกง โครงยกพื้น), สร้างนั่งร้าน, วางบนนั่งร้าน, ค้ำด้วยวัสดุที่ใช้ทำนั่งร้าน (-S. platform)

S

scaffolding (สแคฟ' โฟลดิง) *n.* นั่งร้าน, ยกพื้น, โครงยกพื้น, วัสดุที่ใช้ทำนั่งร้าน, แกน, หลัก (-S. scaffold)

scalawag, scallywag (สแคล' ละแวก) *n.* อันธพาล, คนพาล, (ประวัติศาสตร์อเมริกา) คนผิวขาวภาคใต้ที่เป็นสมาชิกของพรรครีพับริกันหลังสงครามกลางเมือง

scald[1] (สคอลด) *v.* **scalded, scalding** -*vt.* ลวก, ใช้น้ำร้อนหรือของเหลวร้อนราด, ใส่น้ำเดือดหรือน้ำร้อน, ใส่ของเหลวเดือดหรือของเหลวร้อน -*vi.* ลวก, ถูกลวก -*n.* แผลน้ำร้อนลวก, แผลถูกไอน้ำ, แผลที่เกิดจากการถูกความร้อนสูง, แผลไหม้

scald[2] (สคอลด, สคาลด) *n.* ดู skald

scale[1] (สเคล) *n.* ตาชั่ง, เครื่องชั่ง, ตาชู, จานตาชั่ง, น้ำหนัก *vt., vi.* **scaled, scaling** ชั่งน้ำหนัก, ประมาณน้ำหนัก, ชั่งตวงน้ำหนัก **-Scales** กลุ่มดาวตราชู **-tip the scale(s)** ชั่งน้ำหนัก, เอนเอียง, เข้าข้าง **-turn the scale(s)** แน่นอน, ตัดสินใจ **-scalable** *adj.*

scale[2] (สเคล) *n.* สะเก็ด, เกล็ดปลา, เกล็ด, แผ่นเกล็ด, กาบ, คราบ, เปลือก, หินปูนที่เกาะฟัน, (ตา) ต้อ, สนิมน้ำ, คราบน้ำ -*v.* **scaled, scaling** -*vt.* เอา (สะเก็ด เกล็ด คราบ เปลือก) ออก -*vi.* ตก (สะเก็ด เกล็ด เปลือก คราบ), ร่วงหล่น -*Ex. We scale fish before we cook them.*

scale[3] (สเคล) *n.* การแบ่งเป็นชั้น ๆ, การแบ่งเป็นระดับ, การแบ่งเป็นขีดๆ, มาตราส่วน, มาตราส่วนแผนที่, มาตราการนับ, ไม้บรรทัดที่มีเส้นแบ่ง, เครื่องวัดที่มีเส้นแบ่ง, ระดับเสียง, ระดับชั้น, อัตรา, ความใหญ่เล็ก, ระบบเลื่อนชั้น, ขั้นบันได -*v.* **scaled, scaling** -*vt.* ขั้นบันได, ปีนไต่, บรรลุผล, ทำตามขั้นตอน, ลดตามขั้นตอน, วัดตามขั้นตอน, วัดด้วยไม้บรรทัด, ประมาณ, ประเมิน -*vi.* เพิ่มขึ้น, เลื่อนขึ้น (-S. graduated series) -*Ex. The tape measure has a scale in inches., to scale on a ruler, to scale in centimetres, the decimal scale, the social scale, wage scale*

scalene (สเค' ลีน) *adj.* (รูปกรวย) มีแกนเอียงไปที่ฐาน, (สามเหลี่ยม) มีด้านไม่เท่ากัน

scalenus (สเคลี' นัส) *n., pl.* **-ni** (กายวิภาค) มัดเนื้อกล้ามรูปสามเหลี่ยม (ข้างละสามชิ้นทางก้านคอทั้งสองข้าง) ซึ่งทอดจากกระดูกสันหลังตอนบนที่คอลงมายังซี่โครงซี่ที่หนึ่งหรือที่สอง

scaler[1] (สเคล' เลอะ) *n.* ผู้ลอกเอาเกล็ดออก, ผู้ลอกเอาเปลือกออก, สัตว์ที่ลอกคราบ

scaler[2] (สเคล' เลอะ) *n.* ผู้ชั่งตาชั่ง, ผู้ทำหน้าที่วัด (ตามมาตราส่วน), ผู้ใช้ไม้บรรทัดวัด

scaling ladder บันไดปีนกำแพง

scall, scald (สคอล) *n.* ดู scurf

scallion (สแคล' ยัน) *n.* หัวหอมที่มีหัวไม่ใหญ่, พืชจำพวกหัวหอม เช่น กระเทียม

scallop, scollop, escallop (สคอล'ลัพ) *n.* หอยแครงสองฝาตระกูล Pectinidae, หอยพัด, กล้ามเนื้อตึงของหอยดังกล่าว, เปลือกหอยดังกล่าว, แผ่นเนื้อหัน, ลายลูกไม้ที่มีลักษณะคล้ายหอยดังกล่าว, ขอบผ้าเป็นลอน -*vt., vi.* **-loped, -loping** จัดให้มีหอยดังกล่าว, ทำให้เป็นรูปพัด, ใช้ลูกไม้ลายรูปพัดประดับ, บรรจุเปลือกหอยดังกล่าว, ทำให้เป็นลอนหรือเป็นจักๆ คล้ายเปลือกหอยแครง -*Ex. Yupa scallped the edge of her doily.*

scallop

scalp (สแคลพ) *n.* หนังหัวคน, หนังหัวสัตว์, หนังหัวคนที่รวมทั้งผม ซึ่งชาวอินเดียนแดงในสมัยก่อนถือเป็นสัญลักษณ์แห่งชัยชนะ, ยอดเขาหัวโล้น -*v.* **scalped, scalping** -*vt.* ถลกหนังหัว, ซื้อขาย (หุ้น) เพื่อหวังผลกำไร, (ภาษาพูด) ขาย (ตั๋ว) ในราคาสูงกว่าราคาที่กำหนดไว้ -*vi.* (ภาษาพูด) ขายตั๋วสูงกว่าราคาที่กำหนดไว้, ซื้อขายหุ้นเพื่อหวังผลกำไร **-scalper** *n.* -*Ex. Indians used to scalp people whom they killed.*

scalpel (สแคล'เพิล) *n.* มีดเล็กตรง มีสันโค้งยาวสำหรับผ่าตัด, มีดผ่าตัด

scaly (สเค' ลี) *adj.***-ier, -iest** มีเกล็ดมาก, มีสะเก็ดมาก, ตกสะเก็ดมาก, มีคราบมาก, มีเปลือกมาก **-scaliness** *n.* (-S. squamous)

scamp (สแคมพ) *n.* อันธพาล, คนพาล, คนเสเพล, คนโกง, คนเหลวไหล -*vt.* **scamped, scamping** ทำให้เหลวไหล, ทำอย่างรีบเร่ง, ทำอย่างสะเพร่า (-S. rogue)

scamper (สแคม' เพอะ) *vi.* **-pered, -pering** วิ่งอย่างรีบเร่ง, ไปอย่างรีบเร่ง, วิ่งเล่น, กระโดดโลดเต้น -*n.* การวิ่งหรือไปอย่างรีบเร่ง, การวิ่งเล่น, การกระโดดโลดเต้น (-S. scurry, scuttle, rush) -*Ex. the puppy scampered* *after Dang, The children were scampering about in the play-ground.*

scan (สแคน) *v.* **scanned, scanning** *-vt.* ตรวจอย่างละเอียด, ตรวจอย่างระมัดระวัง, มองกวาด, ดูผ่านๆ ตา, วิเคราะห์เสียงสัมผัสของบทกวี, อ่านบทกวีโดยพิจารณาเสียงสัมผัส, (โทรทัศน์ เรดาร์) กวาดภาพ, ปรากฏภาพ *-vi.* วิเคราะห์เสียงสัมผัสของบทกวี, เขียน (บทกวี) ตามหลักเกณฑ์ของเสียงสัมผัส **-scannable** *adj.* **-scanner** *n.* (-S. inspect, scrutinize, peruse, glance) *-Ex. We scanned the classified ads.*

scandal (สแคน' เดิล) *n.* เรื่องอื้อฉาว, เรื่องฉาวโฉ่, เรื่องอัปยศอดสู, เรื่องน่าอาย, การนินทาป้ายร้าย (-S. disgrace, shame) *-Ex. The boy's bad behaviour is a scandal., The dicovery of bribery caused a great deal of scandal.*

scandalize (สแคน' เดิลไลซฺ) *vt.* **-ized, -izing** ทำให้ตกอกตกใจ, ใส่ร้ายป้ายสี, ทำให้อัปยศอดสู **-scandalizer** *n.* **-scandalization** *n.*

scandalmonger (สแคน' เดิลมังเกอะ) *n.* ผู้แพร่กระจายเรื่องอื้อฉาว, ผู้นินทาป้ายร้าย **-scandalmongering** *n.*

scandalous (สแคน' ดะเลิส) *adj.* น่าอาย, น่าอัปยศอดสู, ทำให้เสื่อมเสียชื่อเสียง, อื้อฉาว, ฉาวโฉ่ **-scandalously** *adv.* **-scandalousness** *n.* (-S. disgraceful, odious) *-Ex. What scandalous gossip!*

Scandinavia (สแคนดิเน' เวีย) กลุ่มประเทศนอร์เวย์ สวีเดน เดนมาร์ก (และบางทีรวมทั้งไอซ์แลนด์และหมู่เกาะ Faeroe), แหลมที่ประกอบด้วยนอร์เวย์และสวีเดน (มีอีกชื่อว่า Scandinavian Peninsula)

Scandinavian (สแคนดิเน' เวียน) *adj.* เกี่ยวกับประเทศแถบสแกนดิเนเวียน (ประชาชน หรือภาษาที่ใช้กัน) *-n.* ชาวสแกนดิเนเวียน, ภาษาสแกนดิเนเวียน

scandium (สแคน' เดียม) *n.* ธาตุโลหะที่หายากชนิดหนึ่ง มีสัญลักษณ์ทางเคมี Sc

scanner (สแกน' เนอร์) *n.* อุปกรณ์กวาดตรวจสัญญาณ, การตรวจข้อมูลรูปร่างของวัตถุหรืออักขระโดยใช้แม่เหล็กหรือแสง แล้วแปลงเป็นสัญญาณไฟฟ้า หรือสัญญาณเชิงตัวเลข

scansion (สแคน' ชัน) *n.* การวิเคราะห์เสียงสัมผัสของบทกวี

scant (สแคนทฺ) *adj.* **scanter, scantest** ขาดแคลน, ไม่พอเพียง, มีน้อย, เกือบไม่มี *-vt.* **scanted, scanting** ทำให้ขาดแคลน, ทำให้ลดน้อยลง, ทำให้ไม่เพียงพอ, กระทำอย่างไม่เพียงพอ **-scantly** *adv.* **-scantness** *n.* (-S. scanty, meager, sparse) *-Ex. a scant teaspoonful of baking powder in the cake*

scanty (สแคน' ที) *adj.* **-ier, -iest** ขาดแคลน, ไม่พอเพียง, มีน้อย, เกือบไม่พอ **-scantily** *adv.* **-scantiness** *n.* (-S. few, scarce) *-Ex. a scanty little dress, the scanty portions*

scapegoat (สเคพ' โกท) *n.* แพะรับบาป, ผู้รับเคราะห์แทนคนอื่น (-S. whipping boy, goat)

scapegrace (สเคพ' เกรส) *n.* อันธพาล, คนที่ใช้การไม่ได้, คนเสเพล (-S. rogue, rascal)

scapula (สแคพ' พิวละ) *n., pl.* **-lae/-las** กระดูกสะบัก, กระดูกไหล่

scar[1] (สคาร์) *n.* แผลเป็น, รอยแผล, รอยบาดแผล, รอยบอบช้ำทางจิตใจ, รอยแผลเนื้อเยื่อที่ใบไม้หลุดออก *-v.* **scarred, scarring** *-vt.* ทิ้งรอยแผลไว้, ทำให้เกิดแผลเป็น *-vi.* หายและเกิดแผลเป็น, กลายเป็นแผลเป็น *-Ex. Udom's wrist was scarred by the bite of the dog., The table top has many scars from long use., vaccination scar, scarred face leg*

scar[2] (สคาร์) *n.* หินผา, หินผาใต้ทะเล

scarab (สแคร์' เริบ) *n.* แมลงปีกแข็ง (โดยเฉพาะจำพวก *Scarabaeus sacer*)

scarce (สแคร์ซฺ) *adj.* **scarcer, scarcest** ขาดแคลน, ไม่เพียงพอ, หายาก, ไม่ค่อยพบ *-adv.* อย่างขาดแคลน, อย่างไม่เพียงพอ **-make oneself scarce** จากไป (โดยเฉพาะอย่างกะทันหัน) **-scarceness** *n.* *-Ex. Black pearls are scarce; they are not found often.*

scarcely (สแคร์ซฺ' ลี) *adv.* อย่างขาดแคลน, อย่างไม่เพียงพอ, หายาก, ไม่ค่อยพบ, บอบบาง, เกือบจะไม่, แทบจะไม่, ไม่สู้จะ (-S. just, barely) *-Ex. searcely any money, I scarcely ever smoke.*

scarcity (สแคร์' ซิที) *n., pl.* **-ties** ความขาดแคลน, ความไม่เพียงพอ, การมีน้อย, การหายาก *-Ex. There is a scarcity of meat here.*

scare (สแคร์) *v.* **scared, scaring** *-vt.* ทำให้ตกใจ, ทำให้ตกอกตกใจ, ทำให้อกสั่นขวัญหาย *-vi.* ตกใจ, ตกอกตกใจ, อกสั่นขวัญหาย *-n.* ความตกอกตกใจ, ความอกสั่นขวัญหาย, เวลาที่ตกอกตกใจ **-scarer** *n.* (-S. frighten, intimidate, daunt) *-Ex. We had a big scare when he house caught fire., The dog scared off the stranger.*

scarecrow (สแครร์' โคร) *n.* หุ่นไล่กา, สิ่งที่ใช้ขู่คน, คนผอมที่สวมเสื้อขาดหลายแห่ง, คนผอมมาก

scaremonger (สแครร์' มังเกอะ) *n.* ผู้ปล่อยข่าวที่ทำให้คนตกอกตกใจ **-scaremongering** *n.*

scarf[1] (สคาร์ฟ) *n., pl.* **scarfs/scarves** ผ้าพันคอชนิดยาว, ผ้าโพกหัวหรือสะพายไหล่ของสตรี, เนกไท, ผ้ายาวแคบที่ใช้ปูโต๊ะและอื่นๆ *-vt.* **scarfed, scarfing** พันด้วยผ้าดังกล่าว, คลุมหรือปูด้วยผ้าดังกล่าว (-S. neckpiece, band)

scarf[2] (สคาร์ฟ) *n., pl.* **scarfs** บังใบ (กบไสไม้), รอยบาก, หนังยาวข้างปลาวาฬ *-vt.* **scarfed, scarfing** ใส่บังใบ, ต่อบังใบ

scarify (สแคร์' ระไฟ) *vt.* **-fied, -fying** กรีด, ผ่าตื้นๆ, วิจารณ์อย่างรุนแรง, เร่งการงอกของเมล็ดโดยการกรีดผิวเมล็ด **-scarification** *n.* **-scarifier** *n.*

scarlet (สแคร์' ลิท) *adj.* สีแดงสด (ค่อนไปทางสีส้ม), ผ้าที่มีสีแดงสด, เครื่องแต่งกายที่มีสีแดงสด, มีสีแดงสด

scarlet fever ไข้อีดำอีแดง มีอาการเจ็บคอ ลิ้นแดงเข้ม ผิวหนังมีผื่นแดง ชีพจรเต้นเร็ว

scarp (สคาร์พ) *n.* แนวหน้าผาที่เกิดจากคลื่นทะเลเซาะกร่อน, เนินเอียงลาดชันในของป้อมปราการ, เนินชัน *-vt.*

S

scarped, scarping กลายเป็นเนินชัน (-S. slope)

scarves (สคาร์วฺซฺ) *n.* พหูพจน์ของ scarf

scary (สแคร์' รี) *adj.* **-ier, -iest** ทำให้ตกใจ, ทำให้ตกอกตกใจ, ใจฝ่อ, ขี้ตกใจ, ตกใจง่าย **-scarily** *adv.* **-scariness** *n.* (-S. frightening)

scathe (สเคธ) *vt.* **scathed, scathing** วิจารณ์อย่างรุนแรง, ทำอันตราย, ทำร้าย, ทำให้บาดเจ็บ *-n.* การได้รับบาดเจ็บ (-S. -hurt, harm)

scathing (สเคธ' ธิง) *adj.* เจ็บแสบ, เผ็ดร้อน, รุนแรง, ทำอันตราย, ทำร้าย, ทำให้บาดเจ็บ **-scathingly** *adv.* (-S. mordant)

scatter (สแคท' เทอะ) *v.* **-terred, -tering** *-vt.* ทำให้กระจัดกระจาย, ทำให้กระเจิง, สาด, โปรย, หว่าน, ทำให้แสงหรือรังสีหักเห *-vi.* กระจัดกระจาย, แตกกระเจิง *-n.* การทำให้กระจัดกระจาย, การทำให้กระเจิง, การสาด, การโปรย, การหว่าน, สิ่งที่กระจัดกระจาย **-scatterer** *n.* **-scatteringly** *adv.* **-scatterable** *adj.* *-Ex. Daeng scattered his papers (about) all over the room.*

scatterbrained (สแคท' เทอเบรนดฺ) *adj.* ไม่รอบคอบ, เลินเล่อ, ประมาท, มีจิตใจที่ไม่มุ่งมั่น

scattering (สแคท' เทอะริง) *adj.* กระจัดกระจาย, แตกกระเจิง, แพร่กระจาย, หรอมแหรม *-n.* จำนวนเล็กน้อยที่อยู่กระจัดกระจาย, การเปลี่ยนทิศทาง ดู photon เนื่องจากผลของการกระทบกระแทกหรือปฏิกิริยา

scavenge (สแคฟวฺ' เวิจ) *v.* **-enged, -enging** *-vt.* ขนขยะ, กวาดขยะ, กวาด, น้ำหรือรวบรวมสิ่งสกปรกออกจาก, ขับก๊าซเผาไหม้ออก, ขับควันออก, กินเนื้อตายเป็นอาหาร *-vi.* กวาดขยะ, เอาสิ่งสกปรกออก, ค้นหาอาหาร

scavenger (สแคฟวฺ' เวินเจอะ) *n.* คนเก็บขยะ, เครื่องเก็บขยะ, สิ่งมีชีวิตที่กินซากของสิ่งมีชีวิตอื่น, สัตว์ที่กินของเน่า

scenario (ซิแนร์' ริโอ, ซินาร์' ริโอ) *n., pl.* **-ios** บทภาพยนตร์, บทถ่ายภาพยนตร์, โครงการ, แผนการ, บทละคร (-S. script, plot)

scenarist (ซิแนร์' ริสทฺ) *n.* นักเขียนบทภาพยนตร์

scene (ซีน) *n.* ฉาก, เวที, ภาพ, เหตุการณ์, สถานที่เกิดเหตุ, (ละคร) บทหนึ่ง, (ภาพยนตร์) ตอนหนึ่ง, เรื่องราว, อุปกรณ์ประกอบฉาก, สิ่งแวดล้อม, ทัศนียภาพ, ภาพภูมิประเทศ **-behind the scenes** ส่วนตัว, เป็นความลับ (-S. view, landscape, setting, display, sight) *-Ex. The scene is a square in Venice., change the scene of confusion, appeared on the scene, The scene between Lady X and Mr Y.*

scenery (ซี' นะรี) *n., pl.* **-ries** ทิวทัศน์, ทัศนียภาพ, ภาพภูมิประเทศ, ฉากทั้งหลาย, สิ่งแวดล้อม

scenic, scenical (ซี' นิค, -เคิล) *adj.* เกี่ยวกับภาพภูมิประเทศ, เกี่ยวกับทัศนียภาพ, มีทิวทัศน์ที่สวยงามหรือดึงดูดใจ, มีฉากที่สวยงามหรือดึงดูดใจ, เกี่ยวกับฉาก **-scenically** *adv.* (-S. picturesquare, pictorial) *-Ex. the scenic delights of the mountain trees, the scenic designs*

scenography (ซีนนอก' กระฟี) *n.* วัตถุหรือภาพมิติ **-scenographer** *n.* **-scenographic** *adj.*

scent (เซนทฺ) *n.* กลิ่น, กลิ่นเฉพาะ, รอยกลิ่น, กลิ่นสาบ, น้ำหอม, ประสาทดมกลิ่น, การดมกลิ่น, เหยื่อตกปลา, เหยื่อล่าสัตว์ *-v.* **scented, scenting** *-vt.* ดมกลิ่น, ได้กลิ่น, ทำให้มีกลิ่น, ใส่น้ำหอม *-vi.* ล่าสัตว์โดยตามกลิ่น, ส่งกลิ่น (-S. perfume) *-Ex. a dog's power of scent, follow the scent, on the scent, put them off the scent, the scent of flowers, a bottle of scent, a scent bottle, The lion sented its prey.*

scepter, sceptre (เซพ' เทอะ) *n.* คทา, คทาของกษัตริย์ (เป็นสัญลักษณ์แห่งพระราชอำนาจ), พระราชอำนาจ *-vt.* **-tered, -tering** มอบคทาให้, มอบอำนาจให้

sceptic (สเคพ' ทิค) *n.* ดู skeptic

sceptical (สเคพ' ทิเคิล) *adj.* ดู skeptical

schedule (สเคจ' ดูล) *n.* รายการ, รายละเอียด, หมายกำหนดการ, ตารางเวลา, ตาราง, แผนการ, กำหนดการประจำวัน *-vt.* **-uled, -uling** กำหนดการ, กำหนด, เรียงลำดับ, วางแผน **-schedular** *adj.* (-S. timetable, agenda, catalog, plan)

schematic (สคีแมท' ทิค) *adj.* เกี่ยวกับ (แผนผัง แบบแผน โครงการ แผนการ) *-n.* แผนผัง, แบบแผน, โครงการ, แผนการ **-schematically** *adv.* (-S. plan)

scheme (สคีม) *n.* แผนผัง, แบบแผน, โครงการ, แผนการ, แผนลับ, กลเม็ด, ระบบการจัดการ, เพทุบาย, แผนร้าย, แผนภาพดวงดาว, แผนภาพอธิบาย, แผนจินตนาการ *-vt., vi.* **schemed, scheming** วางแผน, วางผัง, วางแบบแผน, วางโครงการ, ออกอุบาย, วางแผนร้าย **-schemer** *n.* (-S. plan)

schism (ซิซฺ' ซึม) *n.* การแตกแยก, การแตกความสามัคคี, การแตกร้าว, การแตกฉาน, การแตกแยกของสำนักศาสนา, ส่วนที่แตกแยกออกมา **-schismatic** *adj.* (-S. division)

schist (ชิสทฺ) *n.* หินผลึกที่มีส่วนประกอบแร่ธาตุที่จัดเป็นรูปขนานหรือลักษณะใบไม้ **-schistose, schistous** *adj.*

schizophrenia (สคิทซะฟรี' เนีย) *n.* โรคจิตที่ร้ายแรงที่สุด มีอาการขาดการติดต่อกับสิ่งแวดล้อมหรือมีบุคลิกภาพที่แตกแยก, โรคจิตเภท **-schizophrene** *n.* **-schizophrenic** *adj.* (-S. dementia praecox)

schlepp, schelp (ชเลพ) *vt., vi.* **schlepped, schelpping** (คำสแลง) ถือ แบก ลาก ดึงไปเคลื่อนที่ *-n.* คนโง่งุ่มง่าม, บุคคลที่ไม่สำคัญ (-S. carry, drag, haul)

schlock, shlock (ชลอค) *n.* (คำสแลง) ของราคาถูก สิ่งที่มีคุณภาพเลว *-adj.* ซึ่งมีคุณภาพเลว

schmaltz, schmalz (ชมาลทฺซฺ) *n.* (ภาษาพูด) ความซาบซึ้ง (โดยเฉพาะในดนตรีหรือการแสดง) **-schmaltzy, schmalzy** *adj.*

schmo (ชโม) *n., pl.* **schmoes/schmos** (คำสแลง) คนโง่ คนงี่เง่า

schnapps (ชนาพซฺ, ชแนพซฺ) *n., pl.* **schnapps**

S

เหล้ายีนชนิดหนึ่งของประเทศเนเธอร์แลนด์

schnauzer (ชเนา' เซอะ) *n.* สุนัขเยอรมันพันธุ์หนึ่งที่มีขนแข็ง สีค่อนข้างดำ

schnauzer

schnitzel (ชนิท' เซิล) *n.* เนื้อลูกวัวโดยเฉพาะ เนื้อลูกวัวชุบขนมปังทอดแบบของเวียนนา ปรุงด้วยมะนาวและกะปิฝรั่ง

schnook (ชนุก) *n.* (คำสแลง) คนโง่ คนที่ไม่สำคัญ

scholar (สคอล' เลอะ) *n.* ผู้คงแก่เรียน, นักวิชาการ, ผู้เชี่ยวชาญ, นักเรียน, นักศึกษา, ลูกศิษย์, ผู้ได้รับทุนการศึกษา *-Ex. Udom is a scholar in history.*

scholarly (สคอล' เลอะลี) *adj.* คงแก่เรียน, เป็นนักวิชาการ, เป็นผู้เชี่ยวชาญ, เป็นนักศึกษา **-scholarliness** *n.* (-S. erudite, learned)

scholarship (สคอล' เลอะชิพ) *n.* ความเป็นผู้คงแก่เรียน, ความเป็นผู้เชี่ยวชาญหรือนักวิชาการ, ทุนการศึกษา, ความรู้ (-S. erudition, learning, education, enlightment) *-Ex. Nid was give a scholarship to university because of her superior grades in high school.*

scholastic, scholastical (สคอแลส' ทิค, -เคิล) *adj.* เกี่ยวกับโรงเรียน, เกี่ยวกับผู้คงแก่เรียน, เกี่ยวกับการศึกษา **-scholastically** *adv.*

school[1] (สคูล) *n.* โรงเรียน, สถาบันการศึกษา, แผนกการศึกษา, ระบบการศึกษา, การศึกษา, การเรียนการสอน, อาคารเรียน, สถานที่เรียน, กลุ่มนักเรียน, กลุ่มนักศึกษา, ภาคเรียน, บทเรียน, ผลการเรียน (-S. academy, institute, college)

school[2] (สคูล) *n.* ฝูงปลา, ฝูงสัตว์น้ำ *-vt.* **schooled, schooling** อยู่เป็นฝูง, ไปเป็นฝูง

school age วัยเข้าเรียนของเด็ก

schoolboy (สคูล' บอย) *n.* เด็กนักเรียนชาย

school bus รถโรงเรียน

schoolfee (สคูล' ฟี) *n.* ค่าเล่าเรียน

schoolfellow (สคูล' เฟลโล) *n.* เพื่อนนักเรียน

schoolgirl นักเรียนหญิง

schoolhouse (สคูล' เฮาซ) *n.* อาคารเรียน

schooling (สคูล' ลิง) *n.* การเรียนการสอน (โดยเฉพาะในโรงเรียน (-S. training)

schoolman (สคูล' เมิน) *n., pl.* **-men** ครู, อาจารย์, ผู้อบรมสั่งสอน, (ยุคกลาง) นักเขียนวิชาศาสนวิทยาและปรัชญา, เจ้าหน้าที่ฝ่ายการศึกษา

schoolmarm (สคูล' มาร์ม) *n.* ครูผู้หญิง **-schoolmarmish** *adj.* (-S. schoolma'am, schooldame)

schoolmaster (สคูล' มาสเทอะ) *n.* ครูผู้ชาย, ครูใหญ่ **-schoolmasterly** *adj.* **-schoolmasterish** *adj.*

schoolmate (-เมท) *n.* เพื่อนร่วมโรงเรียน, เพื่อนนักเรียน, เพื่อนที่เคยเรียนมาด้วยกัน

schoolmistress (-มิสทริส) *n.* ครูใหญ่ที่เป็นผู้หญิง, ครูผู้หญิง

schoolroom (-รูม) *n.* ห้องเรียน

schoolteacher (-ทิชเชอะ) *n.* อาชีพครู

schoolwork (-เวิร์ค) *n.* การบ้านของนักเรียน

school year ปีการศึกษา

schooner (สคูลเนอะ) *n.* เรือใบที่มีเสากระโดงหน้าและกระโดงหลักตรงกลางและกางใบตามยาว, แก้วที่สูงมาก (โดยเฉพาะแก้วเบียร์), รถม้า4 ล้อชนิดหนึ่งที่มีผ้าคลุม

schooner

schottische (ชอท' ทิช) *n.* ชื่อการเต้นระบำ, ดนตรีประกอบการเต้นระบำนี้

schuss (ชูส) *n.* การลงมาโดยตรงโดยไม่ต้องลดความเร็วในการเล่นสกี *-vi.* **schussed, schussing** ลงมาโดยวิธีดังกล่าว

schwa (ชวา) *n.* เสียงสระที่ไม่เน้นเสียงในภาษาอังกฤษ, สระปานกลาง, สัญลักษณ์ในการออกเสียง

sciatic (ไซแอท' ทิค) *adj.* เกี่ยวกับกระดูกก้นหรือตะโพก, ซึ่งเกี่ยวกับหรือเนื่องจาก ดู sciatica

sciatica (ไซแอค' ทิคะ) *n.* อาการปวดอย่างรุนแรงชาตามเส้นประสาท sciatic nerve มีอาการปวดที่หลังต้นขาแล้วแผ่ลงไป

science (ไซ' เอินซ) *n.* วิทยาศาสตร์, ความรู้เกี่ยวกับรูปธรรม, วิทยาศาสตร์ธรรมชาติ, ความรู้ที่เป็นระบบ, ความเชี่ยวชาญที่ใช้หลักความจริงหรือหลักการ *-Ex. a science-degree, science master clall-room*

science fiction นวนิยายวิทยาศาสตร์, นวนิยายที่นำเอาความรู้ทางวิทยาศาสตร์มาประกอบบท

scientific (ไซเอินทิฟ' ฟิค) *adj.* เกี่ยวกับวิทยาศาสตร์, ควบคุมโดยหลักความจริงหรือหลักการ, มีระบบ **-scientifically** *adv.* (-S. empirical, systematic, demonstrable)

scientist (ไซ' เอินทิสทฺ) *n.* นักวิทยาศาสตร์ (โดยเฉพาะที่เกี่ยวกับวิทยาศาสตร์ธรรมชาติหรือฟิสิกส์)

sci-fi (ไซ' ไฟ') *n., pl.* **-fis** (ภาษาพูด) นวนิยายวิทยาศาสตร์

scilicet (ซิล'ลิเซท) *adv.* นั่นคือ, กล่าวคือ, เป็นที่รู้ว่า

scimitar (ซิม' มิเทอะ, -ทะ) *n.* ดาบโค้งงอที่คมด้านเดียว (ของชาวอาหรับหรือตุรกีสมัยโบราณ)

scintilla (ซินทิล' ละ) *n.* จำนวนเล็กน้อย, จำนวนกะจิดริด **-scintillant** *adj.*

scintillate (ซิน' ทะเลท) *vi., vt.* **-lated, -lating** เกิดประกายไฟ, เป็นประกายไฟ, เป็นประกายระยิบระยับ

scintillation (ซินทะเล' ชัน) *n.* การเกิดประกายไฟ, การเป็นประกายไฟ, การเป็นประกายระยิบระยับ, การเป็นประกายแวววับ, (ฟิสิกส์) ประกายแวววับที่เกิดจากกระบวนการ ionization ของ phosphor ที่ถูกกระทบด้วย photon หรืออนุภาค (-S. brilliance)

scintillation counter อุปกรณ์ตรวจวัดกัมมันตรังสีโดยใช้หลัก scintillation

sciolism (ไซ' อะลิซึม) *n.* ความรู้ผิวเผิน, ความรู้ตื้นๆ **-sciolist** *n.* **-sciolistic** *adj.*

scion (ไซ' เอิน) *n.* ทายาท, เด็ก, หน่อ, กิ่งอ่อน (โดยเฉพาะสำหรับต่อกิ่ง) (-S. descendant)

scissile (ซิส' เซิล) *adj.* ซึ่งแยกออกหรือแบ่งออกได้

scission (ซิส' ชัน) *n.* การตัด, การแบ่ง, การแยก, รอยแตก, ความเฉียบขาด

scissors (ซิส' เซอะ) *n.* ตัดด้วยกรรไกร, กรรไกร,

(มวยปล้ำ) การใช้ขารัดตัวหรือหัวของคู่ต่อสู้

sclera (สเคลอ' ระ) *n., pl.* **-ras/-rae** เยื่อชิ้นนอกสีขาวหนาของลูกตา, เปลือกลูกตา **-scleral** *adj.*

sclerosis (สคลีโร' ซิส) *n., pl.* **-ses** การแข็ง, การแข็งด้าน, การกระด้าง, การแข็งตัวของเนื้อเยื่อ **-sclerotic** *adj.* **-sclerosal** *adj.*

scoff[1] (สคอฟ) *vt., vi.* **scoffed, scoffing** พูดเยาะเย้ย, ล้อเลียน, เสียดสี *-n.* การพูดเยาะเย้ย, การล้อเลียน, การเสียดสี, สิ่งที่เยาะเย้ย, สิ่งที่ล้อเลียน **-scoffer** *n.* **-scoffingly** *adv.* (-S. sneer, jeer, fleer) *-Ex. When Columbus said the earth was round, people scoffed at him.*

scoff[2] (สคอฟ) *vt., vi.* **scoffed, scoffing** กินอย่างตะกละ, กินอย่างมูมมาม, ขโมย, ชิงทรัพย์ *-n.* (คำสแลง) อาหารที่เป็นปลา, ผลิตภัณฑ์อาหารปลา

scofflaw (สคอฟ' ลอ) *n.* ผู้เย้ยกฎหมาย (โดยเฉพาะผู้ที่ไม่ยอมเสียค่าปรับ)

scold (สโคลดฺ) *vt., vi.* **scolded, scolding** ดุด่า, ด่าด้วยความโกรธ, ตำหนิ, ต่อว่า, ว่า *-n.* บุคคลที่ชอบด่า **-scolder** *n.* (-S. reprimand) *-Ex. The teacher scolded her class for being disorderly during the fire drill.*

sconce[1] (สคอนซฺ) *n.* เชิงเทียนที่วางอยู่บนกำแพงหรือกระจกหรืออื่นๆ

sconce[2] (สคอนซฺ) *n.* ป้อมเล็กๆ, ป้อมปราการเล็กๆ, ม่านปิด, ของอำพราง, ที่หลบภัย

scone (สโคน) *n.* ขนมรูปกลมแบน, ขนมปังกรอบ

scoop (สคูพ) *n.* ทัพพี, กระบวย, กระชอน, ถังตัก, พลั่วตัก, ปริมาณหนึ่งทัพพี (กระบวย กระชอน ถังพลั่ว), โพรง, การตักด้วยทัพพี (กระบวย กระชอน), การฉวยโอกาส, การแทง, ข่าวตีพิมพ์ที่ออกก่อนฉบับอื่น *-vt.* **scooped, scooping** ตักด้วยทัพพี (กระบวย กระชอน) ทำให้เป็นโพรง, ตีพิมพ์ข่าวก่อน **-scooper** *n.* **-scoopful** *n.* (-S. trowel, shovel, ladle, spoon) *-Ex. The man who brought the coal shovelled it with a scoop., Udom scooped the fish into net.*

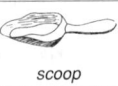

scoop

scooter (สคู' เทอะ) *n.* รถเด็กใช้เท้าถีบพื้น, รถจักรยานยนต์ชนิดเตี้ยของผู้ใหญ่มีแผ่นวางเท้า, รถสกูเตอร์, เรือใบท้องแบนมีแคร่เลื่อน (ใช้วิ่งบนหิมะหรือในน้ำ)

scope (สโคพ) *n.* ขอบเขต, วง, ลู่ทาง, แนวสายตา, การมองปัญหา, ทัศนวิสัย, วิสัย, โอกาส, อิสรภาพในการเคลื่อนที่, ความยาว (-S. space) *-Ex. The scope of his travels includes Japan and Thailand.*

-scope คำปัจจัย มีความหมายว่า เครื่องส่อง, กล้องส่อง, กล้องตรวจส่อง

scopolamine (สคะพอล' ละมิน) *n.* ยาสงบประสาทและขยายรูม่านตา, ยาฉีดเพื่อให้ลืมตัวแล้วพูดความจริง

scorbutic, scorbutical (สคอรบิว' ทิค, -เคิล) *adj.* เกี่ยวกับโรคเลือดออกตามไรฟัน, เกี่ยวกับโรคลักปิดลักเปิด

scorch (สคอร์ช) *v.* **scorched, scorching** *-vt.* ทำให้เกรียม, ทำให้ไหม้เกรียม, ทำให้ไหม้เล็กน้อย, กล่าวโจมตีอย่างรุนแรง *-vi.* ไหม้เกรียม, ไหม้เล็กน้อย, (ดวงอาทิตย์) แผดจ้า, (คำสแลง) ขับขี่ด้วยความเร็วสูง *-n.* แผลไหม้เกรียม, แผลไหม้เล็กน้อย (-S. shrivel, wither) *-Ex. I scorched a shirt when I ironed it., We had a hot summer and the grass was badly scorched.*

scorcher (สคอร์' เชอะ) *n.* ผู้ทำให้ไหม้เกรียม, สิ่งที่ทำให้ไหม้เกรียม, ความร้อนที่แผดเผา, ดวงอาทิตย์ที่แผดเผา, ผู้ขับรถเร็วเกินไป, วันที่อากาศร้อนมาก, สิ่งที่กัดกร่อน, คำเหน็บแนมที่เจ็บปวด, เรื่องราวที่ทำให้ตกอกตกใจ

score (สคอร์) *n.* รอยบาก, รอยขีด, รอยแผล, เส้นขีดหมาย, รายการบัญชี, บัญชีหนี้สิน, ประเด็น, คะแนน, ยี่สิบ, เหตุผล, มูลเหตุ, การจดคะแนน, การนับแต้ม, จำนวนมากมาย, กระทง, โน้ตเพลง *-v.* **scored, scoring** *-vt.* ทำคะแนน, ทำแต้ม, ประเมินผล, ทำรอยบาก, ขีด, จดคะแนน, นับแต้ม, ลงบัญชีหนี้สิน, มีชัย, ตำหนิ *-vi.* ทำคะแนน, ทำแต้ม, จดคะแนน, นับแต้ม, ได้เปรียบ, มีชัย, ทำรอยบาก **-pay off a score** แก้แค้น, ตอบโต้ (-S. tally, count, mark, gain) *-Ex. win by a score of, make a good score, scores of times*

scoreboard (สคอร์' บอร์ด) *n.* กระดานจดคะแนน, ป้ายบอกคะแนน

scorecard (สคอร์' คาร์ด) *n.* บัตรลงคะแนน, บัตรบันทึก, ผู้เข้าร่วมแข่งขัน

scorn (สคอร์น) *n.* การดูถูก, การดูหมิ่น, การสบประมาท, สิ่งที่ดูถูก, สิ่งที่ดูหมิ่น, การหัวเราะเยาะ *-vt., vi.* **scorned, scorning** ดูถูก, ดูหมิ่น, สบประมาท, ปฏิเสธอย่างสบประมาท **-laugh to scorn** หัวเราะเยาะ, ดูถูก **-scorner** *n.* **-scornful** *adj.* **-scornfulness** *n.* (-S. contempt) *-Ex. filled with scorn, scorned by all decent people, I would scorn to do such a thing, to have scorn for a coware*

Scorpio (สคอร์' พิโอ) *n.* กลุ่มดาวแมงป่อง, ราศีพิจิก

scorpion (สคอร์' เพียน) *n.* แมงป่อง **-the Scorpion** กลุ่มดาวแมงป่อง

scorpion

Scot (สกอต) *n.* ชาวสกอต, ชนชาติ Gaelic ที่มาจากไอร์แลนด์เหนือ เมื่อประมาณศตวรรษที่ 6 และตั้งถิ่นฐานทางด้านตะวันตกเฉียงเหนือของอังกฤษ

scotch (สคอช) *vt.* **scotched, scotching** ตัด, เฉือน, กรีด, บาด, ทำให้เจ็บ, ทำให้บาดเจ็บ, หยุด, กำจัด, ขจัด, หยุดยั้ง, อุด (-S. quash, suppress, hinder)

Scotchman (สคอช' เมิน) *n., pl.* **-men** ชาวสกอต

Scotch whisky เหล้าวิสกี้ที่ทำจากสกอตแลนด์ (โดยเฉพาะจากข้าวบาร์เลย์)

scot-free (สคอท' ฟรี) *adv.* ปลอดภัย, ไม่ต้องรับโทษ, ปราศจากหนี้, ปราศจากภาษี

Scotland (สกอท' เลินด) เป็นส่วนหนึ่งของสหราชอาณาจักรอังกฤษอยู่ทางตอนเหนือของเกาะอังกฤษ

Scotland Yard ตำรวจสันติบาลของอังกฤษ, ชื่อถนนในกรุงลอนดอน

Scotsman (สกอทซฺ' เมิน) *n., pl.* **-men** ผู้ชายชาวสกอต

Scottish (สคอท' ทิซฺ) *adj.* เกี่ยวกับชาวสกอต ประเทศสกอตแลนด์หรือภาษาสกอต *-n.* ชาวสกอต, ภาษาสกอต (ภาษาอังกฤษชนิดหนึ่ง)

Scottish terrier สุนัขพันธุ์ terrier พันธุ์หนึ่งที่มีขาสั้นและขนหยิก

Scottish terrier

scoundrel (สเคานฺ' เดริล) *n.* คนเสเพล, คนพาล, คนชั่ว, คนเลว, คนวายร้าย **-scoundrelly** *adj.* (-S. blackguard)

scour¹ (สเคาร์) *v.* **scoured, scouring** *-vt.* ขัดให้สะอาด, ขัดเงา, ขัดอย่างแรง, ถูอย่างแรง, ถูให้สะอาด, ลอกท้องร่อง, กรอกลำไส้, ถ่ายท้อง, ล้างท่อ, กลั้วท่อ, ล้างออก, ชะออก, ขจัด, กำจัด *-vi.* ขัด, ขัดให้สะอาด *-n.* การขัดให้สะอาด, การขัดอย่างแรง, การถูอย่างแรง, การลอกท้องร่อง, การกรอก, การถ่าย, การกลั้ว, การล้าง, สิ่งที่ใช้ขัด, แรงชะของกระแสน้ำ, โรคท้องร่วงในปศุสัตว์เนื่องจากการติดเชื้อที่ลำไส้ (-S. clean, scrape, cleanse) *-Ex. Kasorn scours the pots and pans with steel-wool soap pads., Boy Scouts scoured the shops for a tent., We gave the kitchen floor a good scour before we moved into the house.*

scour² (สเคาร์) *vt., vi.* **scoured, scouring** วิ่งไปอย่างรวดเร็ว, ผ่านไปอย่างฉับพลัน, เที่ยวค้นคว้า **-scourer** *n.* (-S. rush, speed)

scourge (สเคิร์จ) *n.* แส้, หวาย, เครื่องมือลงโทษ ผู้ทำลาย, สิ่งทำลาย, สิ่งที่นำมาซึ่งความหายนะ *-vt.* **scourged, scourging** เฆี่ยน, ลงแส้, โบย, หวด, ทำโทษ, วิจารณ์อย่างรุนแรง, ประณาม, ทำลาย, ขยี้, ระบาด **-scourger** *n. -Ex. a scourge of locusts*

scourings (สเคาร์' ริงซฺ) *n. pl.* การขัดให้สะอาด, การชะล้าง, การขัดถูสิ่งสกปรกที่หลุดออกมาจากการขัดถู, กากเดนชนชั้นเลวของสังคมขยะ (-S. cleansing)

scout¹ (สเคาทฺ) *n.* ทหารสอดแนม, ทหารพราน, แมวมอง, ผู้สอดแนม, ลูกเสือ, เนตรนารี, เสือป่า, เจ้าหน้าที่สังเกตการณ์, ผู้เสาะแสวงหาคนใหม่ *-vt., vi.* **scouted, scouting** ตรวจสอบ, สอดแนม, สังเกตการณ์, สอดแสวงหา **-a good scout** บุคคลที่น่าคบ **-scouting** *n.* (-S. spy, explorer, patrol)

scout² (สเคาทฺ) *vt., vi.* **scouted, scouting** ปฏิเสธอย่างเหยียดหยาม, เยาะเย้ย, หัวเราะเยาะ *-Ex. The children scouted the town for Suree's lost dog.*

scoutmaster (สเคาทฺ' มาสเทอะ) *n.* หัวหน้าหมู่ลูกเสือ, ผู้กำกับลูกเสือ

scow (สเคา) *n.* เรือบรรทุกท้องแบนสี่เหลี่ยม, เรือท้องแบนสี่เหลี่ยม, เรือเก่าแก่

scowl (สเคาลฺ) *vt., vi.* **scowled, scowling** ทำหน้านิ่วคิ้วขมวด, ทำหน้าบึ้ง, ถลึงตา, ทำหน้าขรึม *-n.* การทำหน้านิ่วคิ้วขมวด, การทำหน้าบึ้ง, การถลึงตา, การทำหน้าขรึม, ลายมือหวัด **-scowler** *n. -Ex. Joan scowls when she can't have her own way., Udom read his report with a scowl.*

scrabble (สแครบ' เบิล) *vt., vi.* **-bled, -bling** คุ้ยเขี่ย, ตะกุยหา, คลำหา, ขย้ำจับ, เขียนหวัด, เขียนขยุกขยิก, ดิ้นรน *-n.* การคุ้ยเขี่ย, การตะกุยหา, การคลำหา, การขย้ำจับ, การเขียนหวัด, การดิ้นรน **-scrabbler** *n.* **-scrabbly** *adj.* (-S. search)

scrag (สแครก) *n.* คนที่ผอมมาก, สัตว์ที่ผอมมาก, เนื้อติดกระดูก, (คำสแลง) คอ **-scraggy** *adj.* (-S. garrote)

scraggly (สแครก' ลี) *adj.* **-glier, -gliest** ไม่สม่ำเสมอ, ขรุขระ, ไม่เรียบ, โกโรโกโส, (ผม) ยุ่งเหยิง, กระเซิง **-scraggliness** *n.*

scram (สแครม) *vi.* **-mmed, -mming** (คำสแลง) จากไป ไปให้พ้น *-n.* การห้ามล้ออย่างฉับพลัน, การหยุดชะงัก, การจากไปอย่างรวดเร็ว

scramble (สแครม' เบิล) *v.* **-bled, -bling** *-vi.* ปีนป่าย, ตะกาย, ช่วงชิง, แย่งหา, เบียดเสียดเข้าไป, นำเครื่องบินขึ้นสกัดกั้นเครื่องบินข้าศึกอย่างรวดเร็ว, กระทำอย่างรีบร้อน *-vt.* รวบรวมอย่างเร่งรีบ, ผสมกันยุ่งเหยิง, ทำให้รีบเร่ง, ทำให้ไปอย่างรวดเร็ว, ทำให้สับสน, กวน *-n.* การปีนป่าย, การตะกาย, การช่วงชิง, การแย่งหา, การเบียดเสียดเข้าไป, การนำเครื่องบินขึ้นอย่างรวดเร็วเพื่อสกัดกั้นเครื่องบินข้าศึก (-S. crawl, clamber, mix) *-Ex. The children scrambled for the coins., There was a scramble for the toys., The soldiers scrambled up the hillside., Suree scrambled the eggs for breakfast.*

scrap¹ (สแครพ) *n.* ชิ้น, เศษ, จำนวนเล็กน้อย, เหลือเศษ, เล็กน้อย, ของเหลือ, ทิ้งแล้ว, ใช้แล้ว *-vt.* **scrapped, scrapping** ทำให้เป็นเศษ, ทำให้แตกแยกออก, ทิ้ง, เลิก **-scraps** เศษอาหาร, กากน้ำมัน, เศษอาหารเหลือ (-S. fragment) *-Ex. a scrap of paper, scrapbook, a scrap of lace, a scrap of evidence, to scrap worn-out tools, a load of scrap rion, scrap paper, We fed the scraps to the chickens., Cars are sometimes scrapped., The children scrapped over who should be first.*

scrap² (สแครพ) *vi.* **scrapped, scrapping** ต่อสู้, ทะเลาะวิวาท *-n.* การต่อสู้, การทะเลาะวิวาท *-Ex. metal scrap, collect scrap*

scrapbook (สแครพ' บุค) *n.* สมุดติดรูป หรือข่าวที่ตัดมาจากหน้าหนังสือพิมพ์และอื่นๆ

scrape (สเครพ) *vt., vi.* **scraped, scraping** ขูด, ขูดออก, ครูด, ถู, เช็ด, เช็ดออก, โกน, เบียด, เฉียด, แฉลบ, รวบรวมด้วยความยากลำบาก, อดออม, กระทำได้อย่างหวุดหวิด, พอดำเนินชีวิตผ่านไปได้วันๆ หนึ่ง *-n.* การขูด, การครูด, การถู, การเช็ด, การโกน, การเบียด, การเฉียด, การแฉลบ, การอดออม, การกระทำได้อย่างหวุดหวิด, เสียงกรอบแกรบ, เสียงถู, เสียงเสียดสี, บริเวณขูด (ถลอก เช็ด โกน), สถานการณ์ที่ลำบาก, สภาพที่ลำบาก, ความคิดเห็นแตกต่างกัน, การ ทะเลาะวิวาท, การต่อสู้ (-S. abrade, grind, amass, difficulty)

scraper (สเครพ' เพอะ) *n.* ผู้ขูด, ผู้ครูด, ผู้เช็ด, ผู้โกน, มีดโกน, เครื่องขูด, เครื่องถู, เครื่องเช็ด, เครื่องขุดดิน, คนขี้เหนียว, คนตระหนี่ *-Ex. We hired scrapers to* *prepare the wall for papering., The road scraper smoothed the bumpy road., Samai cleaned his shoes on the scraper.*

scrap iron เหล็กเก่าๆ สำหรับหล่อหลอมและเปลี่ยนรูปใหม่, เศษเหล็ก

scrapple (สแครพ' เพอะ) *n.* อาหารคล้ายไส้กรอกที่ทำจากหมูบด ข้าว และเครื่องชูรส

scrappy[1] (สแครพ' พี) *adj.* **-pier, -piest** ประกอบด้วยเศษ, ประกอบด้วยของเหลือ, เศษเล็กเศษน้อย, ไม่ต่อเนื่อง, กระท่อนกระแท่น **-scrappily** *adv.* **-scrappiness** *n.*

scrappy[2] (สแครพ' พี) *adj.* **-pier, -piest** ชอบต่อสู้, ชอบทะเลาะวิวาท, ชอบแข่งขัน **-scrappily** *adv.* **-scrappiness** *n.*

scratch (สแครช) *v.* **scratched, scratching** *-vt.* ข่วน, เกา, ถู, ครูด, ขูด, ขีด, ตะกุย, คุ้ยเขี่ย, ถอนตัวออกจากการแข่งขัน, ขีดออก, ขีดทิ้ง *-vi.* ข่วน, เกา, ขูด, ขีด, ตะกุย, คุ้ยเขี่ย, ทำเสียงเสียดสี, ดำเนินชีวิตไปด้วยความลำบากมาก, ถอนตัวออกจากการแข่งขัน, ไม่สามารถปฏิบัติตามคำมั่นสัญญา *-n.* รอยข่วน (เกา ถู ครูด ขูด ขีด ตะกุย), การถอนตัวจากการแข่งขัน, บุคคลที่ไม่สำคัญ, การแทงลูกบิลเลียดถูกอย่างโชคดี, (แต้ม) ศูนย์, เงิน, เงินสด, การวาดหรือทาอย่างเปะปะ, เส้นเริ่ม, เส้นออกวิ่ง **-from scratch** การไม่มีอะไรเลย, มาตัวเปล่า **-up to scratch** เข้ามาตรฐาน, น่าพอใจ, พอเพียง, ไม่ได้เปรียบหรือเสียเปรียบ, รวบรวมหรือกินอย่างรีบเร่ง **-scratcher** *n.* (S. scrape) *-Ex. to scratch her face, to scratch the table, scratch out a word, to scratch a flea-bite, to scratch at the door, a scratch on the bable, Not badly hurt; it's only a scratch.*

S

scratch pad ไฟล์ความจำที่เร็วมากและนำกลับมาใช้ได้ของการเก็บข้อมูลไว้ชั่วคราวในคอมพิวเตอร์ เรียกอีกอย่างว่า scratch file

scratch paper เศษกระดาษสำหรับจดบันทึกเล็กๆ น้อยๆ, สมุดฉีก

scratchy (สแครช' ชี) *adj.* **-ier, -iest** ทำให้เกิดเสียงเสียดสี, เกี่ยวกับการข่วน (เกา ถู ครูด ขูด ขีด ตะกุย คุ้ยเขี่ย), ไม่เรียบ, ขรุขระ, ลวกๆ, เปะปะ, กระท่อน-กระแท่น, ซึ่งทำให้คันหรือระคายเคือง **-scratchily** *adv.* **-scratchiness** *n.*

scrawl (สครอล) *vt., vi.* **scrawled, scrawling** เขียนอย่างหวัดๆ, เขียนอย่าง ลวกๆ **-scrawly** *adj.* **-scrawler** *n.* (-S. scribble)

scrawny (สครอ' นี) *adj.* **-nier, -niest** ผอมมาก, บางมาก, หนังหุ้มกระดูก, ผอมกะหร่อง **-scrawniness** *n.* (-S. skinny, lean) *-Ex. Those mango trees are too scrawy to use for lumber.*

scream (สครีม) *vt., vi.* **screamed, screaming** ร้องกรีด, ส่งเสียงแหลมดัง, หัวเราะดังลั่น, ตะโกนเสียงแหลม, พูดดังเสียงแหลม *-n.* เสียงร้องกรีด, เสียงแหลมและดัง, ผู้ที่ทำให้หัวเราะท้องแข็ง, สิ่งที่ทำให้หัวเราะท้องแข็ง, เสียงแสบแก้วหู **-screamingly** *adv.* (-S. screech, yell, screak) *-Ex. Anong screamed when she saw the mouse.*

scree (สครี) *n.* กองเศษหินที่ขอบภูเขา, หินรูปไข่

screech (สครีช) *vt., vi.* **screeched, screeching** ร้องเสียงกรีด, ส่งเสียงแหลมและดัง, ส่งเสียงแสบแก้วหู *-n.* เสียงดังกรีด, เสียงแหลมและดัง, เสียงแสบแก้วหู **-screecher** *n.* (-S. shriek) *-Ex. The children screeched when the clown fell down on them face.*

screech owl นกเค้าแมวขนาดเล็กจำพวก *Otus asio* ในทวีปอเมริกาเหนือ มีกระจุกขนคล้ายเขา, นกเค้าแมวที่ร้องเสียงแหลมและดัง

screed (สครีด) *n.* บทประพันธ์ที่ยืดยาว, จดหมายที่ไม่เป็นทางการ, บทความที่ไม่เป็นทางการ, รอยแตก, รอยฉีก

screen (สครีน) *n.* จอ, ม่าน, ฉาก, ที่บัง, เครื่องบัง, สิ่งปกปิด, ของอำพราง, จอภาพยนตร์, จอแก้ว (โทรทัศน์), ภาพยนตร์, กองกำลังคุ้มกัน, ม่านคุ้มกัน, ม่านควัน, ตะแกรงร่อน, ตะแกรงกรอง, แผ่นตาข่าย, ป้ายปิดประกาศ *-v.* **screened, screening** *-vt.* ปกคลุม, ป้องกัน, ซ่อนเร้น, คุ้มกัน, เลือก, เรียบเรียง, ร่อนด้วยตะแกรง, กรอง, ฉายภาพยนตร์, ติดม่าน, ติดฉาก *-vi.* ถ่ายภาพยนตร์, เสนอบนจอแก้ว (โทรทัศน์) **-screenable** *adj.* **-screener** *n.* (-S. sift, sieve, shield, classify, filter) *-Ex. cinema screen, X-ray screen, to screen your eyes with an eyeshade, growers screen mangoes to keep the same sizes together*

screening (สครี' นิง) *n.* การปกคลุม, การป้องกัน, การร่อน, การฉายภาพยนตร์, การติดม่าน, การติดฉาก, **-screenings** เศษที่ติดตะแกรงร่อน, แผ่นตาข่าย, แผ่นตะแกรง, สิ่งที่เป็นตาข่าย

screen land โลกภาพยนตร์, วงการภาพยนตร์

screenplay (สครีน' เพล) *n.* บทภาพยนตร์

screenwriter (สครีน' ไรเทอะ) *n.* ผู้เขียนบทภาพยนตร์ **-screenwriting** *n.*

screw (สครู) *n.* ตะปูควง, ควงตัวผู้, สลักเกลียว, เดือยเกลียว, สิ่งที่เป็นสลักเกลียว, ตัวหนอน, รูเกลียว, สิ่งที่เป็นเกลียว, ไขควง, การบิด, การหมุน, ม้าแก่, เงินเดือน, ค่าจ้าง, คนขี้เหนียว, เจ้าหน้าที่เรือนจำ, พัสดี, (คำสแลง) การสังวาส ผู้คุมนักโทษ *-v.* **screwed, screwing** *-vt.* ขันสกรู, บีบบังคับ, ขันแน่น, กวดขัน, ไช *-vi.* หมุนตะปูควง, ยึดติดด้วยตะปูควง, ไช **-have a screw loose** (คำสแลง) ชอบกล ผิดปกติ **-put the screws on** กดดัน, ผลักดัน **-screw up** (คำสแลง) ทำให้เสีย (เนื่องจากความโง่), ประหยัด, ตระหนี่, ทำหน้าตาบูดเบี้ยว **-screwable** *adj.* **-screwer** *n.* *-Ex. screw-driver, screw up a box*

screw

screwdriver (สครู' ไดรเวอะ) *n.* ไขควง, เครื่องดื่มผสมระหว่างเหล้าวอดก้ากับน้ำส้ม

screw propeller ใบจักร, ใบพัด

screwy (สครู' วี) *adj.* **-ier, -iest** (คำสแลง) โง่เง่า, พิกล, ประหลาด, วิตถาร, ขี้เหนียว, ตระหนี่, เข้าใจผิด, ไม่สอดคล้องกับความเป็นจริง **-screwiness** *n.*

scribble (สคริบ' เบิล) *vt., vi.* **-bled, -bling** เขียนอย่างรีบเร่ง, เขียนอย่างลวกๆ, เขียนหวัด, ประพันธ์อย่างรีบเร่ง, ประพันธ์อย่างลวกๆ *-n.* ลายมือหวัด, บทประพันธ์เลวๆ ซึ่งลายมือหวัด **-scribbly** *adj.* (-S. scratch, scrawl)

scribbler (สคริบ' เลอะ) *n.* ผู้เขียนหวัด, ผู้เขียนอย่างลวกๆ, ผู้ประพันธ์ผลงานชั้นเลว

scribe (สไครบ) *n.* เสมียน, ผู้คัดลอก, เจ้าหน้าที่คัดลอก, อาลักษณ์, เจ้าหน้าที่สารบรรณ, นักเขียน, นักประพันธ์, ผู้สอนกฎหมายยิว, ผู้เชี่ยวชาญกฎหมาย, นักข่าว, เครื่องขีดเขียน, เครื่องขีดไม้, ขีดเขียน, สลักอักษร *-vt., vi.* **scribed, scribing** ใช้เครื่องขีดเขียน, ขีด, เขียน, ขีดเขียนไม้ด้วยเครื่องขีดเขียน **-scribal** *adj.* (-S. clerk)

scrim (สคริม) *n.* ผ้าฝ้ายลายธรรมดา

scrimmage (สคริม' มิจ) *n.* การตะลุมบอน, การยื้อแย่ง, (กีฬารักบี้) การยืนขนานแย่ง *-vi.* **-maged, -maging** ตะลุมบอน, ยื้อแย่ง, ยืนขนานแย่ง *-Ex. There was a scrimmage over the money.*

scrimp (สคริมพฺ) *v.* **scrimped, scrimping** *-vt.* จัดให้มีน้อยลง, ไม่ช่วยเหลือเต็มที่, ทำให้ลดน้อยลง *-vi.* ประหยัด, ตระหนี่ **-scrimper** *n.* **-scrimpiness** *n.* **-scrimpy** *adj.*

scrip (สคริพ) *n.* ใบรับ, ใบกรอก, แผ่นกระดาษ, ใบหุ้น, ธนบัตรที่มีมูลค่าน้อยกว่าหนึ่งดอลลาร์ (ยกเลิกไปแล้ว), ใบรายงานผลการเรียน, กระเป๋าสตางค์ (-S. writing)

script (สคริพทฺ) *n.* ลายมือ, แบบตัวเขียน, เอกสารต้นฉบับ, ฉบับเขียน, ต้นร่าง, ต้นร่างบทละคร, ต้นร่างบทภาพยนตร์, ระบบการเขียน, กระดาษเขียนข้อสอบสำหรับนักเรียนที่เข้าสอบ, ตัวพิมพ์แบบตัวเขียน *-vt.* **scripted, scripting** เขียนต้นร่าง, เขียน, ร่าง (-S. handwriting)

scriptural (สคริพ' เชอะเริล) *adj.* เกี่ยวกับคัมภีร์, เกี่ยวกับคัมภีร์ไบเบิล, เกี่ยวกับการเขียน **-scripturally** *adv.*

Scripture (สคริพ' เชอะ) *n.* พระคัมภีร์ไบเบิล, ข้อความจากพระคัมภีร์ไบเบิล, พระคัมภีร์, หนังสือ, บทประพันธ์ (-S. Holy Scripture)

scrivener (สคริฟวฺ' เนอะ) *n.* ผู้จดต้นฉบับ, อาลักษณ์

scrod, schrod (สครอด) *n.* ลูกปลา cod, ลูกปลา haddock

scrofula (สครอฟ' ฟิวละ) *n.* วัณโรคแบบหนึ่งที่มีลักษณะบวมและสลายตัวของต่อมน้ำเลี้ยง (โดยเฉพาะที่คอ) และอาการอักเสบของข้อต่อ

scroll (สโครล) *n.* ม้วนกระดาษ หรือหนัง (โดยเฉพาะที่มีคำจารึก), รายการ, สมุดรายชื่อ, บัญชีหางว่าว, สิ่งที่เป็นรูปขดม้วน, ส่วนที่เป็นปลายขดม้วน, หัวรูปขดม้วน, ลายขดม้วน

scrooge (สครูจ) *n.* คนขี้เหนียว (-S. Scrooge)

scrotum (สโคร' เทิม) *n., pl.* **-ta/-tums** ถุงอัณฑะ **-scrotal** *adj.*

scrounge (สเครานจฺ) *vt., vi.* **scrounged, scrounging** ยืม (แบบไม่คืน), หยิบไปโดยพลการ, ค้นหา, ขอทาน, ขโมย **-scrounge around** ค้นหา, ค้นหาอาหารไป, หยิบไปโดยพลการ **-scrounger** *n.*

scrub[1] (สครับ) *v.* **scrubbed, scrubbing** *-vt.* ถูอย่างแรง, ขัดอย่างแรง, ถูสิ่งสกปรกออก, ขัดสิ่งสกปรกออก, ล้าง, ล้างก๊าซ, ทำให้อากาศบริสุทธิ์, ทำงานหนัก, เลื่อนหรือระงับ (การส่งขีปนาวุธ) *-vi.* ทำความสะอาดโดยการขัดถู *-Ex. Somsri scrubbed the table with soapy water and a brush., Dang gave his dog a good scrub.*

scrub[2] (สครับ) *n.* ต้นไม้เล็กๆ, พุ่มไม้, บริเวณกว้างที่ปกคลุมไปด้วยต้นไม้เล็กๆ หรือพุ่มไม้, สัตว์เลี้ยงพันธุ์ผสมหรือพันธุ์เลว, สิ่งที่เล็กกว่าปกติ, ของชั้นเลว, นักกีฬาชั้นสอง, ทีมนักกีฬาชั้นสอง, ไม้กวาดหรือแปรงที่ใช้จนขนสั้น (-S. inferior, undersized, stunted) *-Ex. The varsity football team practiced agains the scrubs.*

scrubber (สครับ'เบอะ) *n.* ผู้ขัด, ผู้ถู, เครื่องขัด, เครื่องถู, เครื่องล้าง

scrubby (สครับ' บี) *adj.* **-bier, -biest** เตี้ย, แคระ, ปกคลุมไปด้วยพุ่มไม้, ปกคลุมไปด้วยต้นไม้เตี้ย, เล็กกว่าปกติ, ชั้นเลว, เต็มไปด้วยขนสั้นแข็ง, ขาดกะรุ่งกะริ่ง **-scrubbiness** *n.* **-scrubbily** *adv.*

scruff (สครัฟ) *n.* หลังคอ, ต้นคอ **-scruffy** *adj.* **-scruffily** *adv.* **-scruffiness** *n.*

scrummage (สครัม' มิจ) *n.* การแย่งชิงกัน, การยืนประจัญหน้าแย่งชิงลูกกัน (ในกีฬารักบี้), การต่อสู้กัน, การทะเลาะกัน **-scrummager** *n.* (-S. scrum)

scrumptious (สครัมพฺ' ชัซ) *adj.* น่าปลื้มปีติ, ดีเลิศ, อร่อย **-scrumptiously** *adv.* **-scrumptiousness** *n.*

scrunch (สครันชฺ) *v.* **scrunched, scrunching** *-vt.* ทำให้แตกละเอียด, บด, ขบแตก, ทำให้ย่น *-vi.* ดังแกรกๆ, ขดตัว, หมอบ *-n.* เสียงบด, เสียงขบ **-scrunchable** *adj.*

scruple[1] (สครู' เพิล) *n.* ศีลธรรม, จรรยา, จำนวนน้อยมาก, ความลังเลใจ, ความกระดากใจ, ความคำนึงถึงศีลธรรมจรรยา *-vi.* **-pled, -pling** รู้สึกกระดากใจ, คำนึงถึงศีลธรรมจรรยา (-S. moral standard, reluctance) *-Ex. Somsuk did not scruple to take his brother's money.*

scruple[2] (สครู' เพิล) *n.* หน่วยน้ำหนักเท่ากับ 20 เกรน หรือ 1.3 กรัม, จำนวนเล็กน้อยมาก

scrupulous (สครู' พิวลัส) *adj.* คำนึงถึงศีลธรรมจรรยา, กระดากใจ, ตะขิดตะขวงใจ, ละเอียดรอบคอบ, ระมัดระวัง **-scrupulousness, scrupulosity** *n.* (-S. cautious)

scrutinize (สครู' ทะไนซฺ) *vt.* **-nized, -nizing** เข้าใจ, พินิจพิเคราะห์, ตรวจสอบอย่างละเอียด, ตรวจสอบอย่างพิถีพิถัน **-scrutinizer** *n.* **scrutinizingly** *adv.* (-S. probe, scan, observe, inspect, investigate)

scrutiny (สครู' ทินี) *n., pl.* **-nies** การพินิจพิเคราะห์อย่างละเอียด, การตรวจสอบอย่างละเอียด, การพิจารณาอย่างละเอียดและใกล้ชิด (-S. survey, inspection, examination, probing)

scuba (สคิว' บะ) *n.* เครื่องหายใจใต้น้ำของนักประดาน้ำประกอบด้วยถังออกซิเจนที่มัดกับตัวและท่อหายใจ

S

scud (สคัด) *vi.* **scudded, scudding** วิ่งอย่างรวดเร็ว, ไปอย่างรวดเร็ว, บินอย่างรวดเร็ว, พุ่ง, แล่นปรื๋อ, (ลูกธนู) ไปสูงเกินไปและไกลจากเป้า *-n.* การไปอย่างรวดเร็ว, เมฆที่ลอยผ่านท้องฟ้าอย่างรวดเร็ว, เมฆฝนที่ลอยปรื๋อ (-S. rush, speed) *-Ex. The ship scudded before the rising tide.*

Scud (missile) ขีปนาวุธจากพื้นดินสู่พื้นดินชนิดหนึ่งที่ทำในโซเวียต (อดีต) ที่อิรักใช้ถล่มอิสราเอลในสงครามอ่าวเปอร์เซียปี ค.ศ. 1991

scuff (สคัฟ) *v.* **scuffed, scuffing** *-vi.* เดินลากขา, ใช้เท้ากวาดถู, ถลอก, ลึก *-vt.* ขูด, ครูด, กวาด, แกว่ง, ถู *-n.* เสียงขูด (ครูด กวาด แกว่ง ถู), รองเท้าแตะส้นแบน, การเดินลากขา, ส่วนที่สึกของรองเท้า, รอยแผล **-scuffer** *n. -Ex. Dang scuffed long kickinig up the fallen leaves., Dang scuffed his new shoes while playing ball.*

scuffle (สคัฟ' เฟิล) *vi.* **-fled, -fling** ตะลุมบอน, ชุลมุนต่อสู้อย่างรีบเร่งและยุ่งเหยิง, เดินลากขา *-n.* ตะลุมบอน, การชุลมุนต่อสู้, การเดินลากขา, เสียงเดินลากขา, ท่าเดินลากขาของจังหวะเต้นรำ **-scuffle** *n.* (-S. struggle, scuff) *-Ex. There was a scuffle over the money., to scuffle of slippers on the floor*

scull (สคัล) *n.* กรรเชียงเดียวที่หางเรือ, กรรเชียงเรือ, กรรเชียงเดี่ยว, เรือกรรเชียง, เรือแข่งด้วยกรรเชียง *-vt., vi.* **sculled, sculling** กรรเชียงเรือ **-sculls** การแข่งเรือกรรเชียง **-sculler** *n.* (-S. oar)

scullery (สคัล' เลอะรี) *n., pl.* **-ies** ห้อง (เก็บ) ล้างถ้วยชาม

scullion (สคัล' ยัน) *n.* คนครัวที่ทำหน้าที่ล้างชาม, คนต่ำช้า, คนที่น่าดูถูก

sculpt (สคัลพฺทฺ) *vt., vi.* **sculpted, sculpting** แกะสลัก, แกะ, สลัก, ปั้นรูป, หล่อรูป

sculptor (สคัลพฺ' เทอะ) *n.* ช่างแกะสลัก, ช่างปั้นรูป, ช่างหล่อรูป

sculptress (สคัลพฺ' ทริส) *n.* ช่างแกะสลักที่เป็นหญิง

sculpture (สคัลพฺ' เชอะ) *n.* การแกะสลัก, การปั้นรูป, การหล่อรูป, ผลงานแกะสลัก, ผลงานการปั้นหรือหล่อรูป *-v.* **-tured, -turing** *-vt.* แกะ, สลัก, ปั้นรูป, หล่อรูป, (ธรณีวิทยา) เปลี่ยนรูปแบบของผิวดินโดยการกัดกร่อน *-vi.* ทำงานเป็นช่างแกะสลัก ปั้น หรือหล่อรูป **-sculptural** *adj.* **-sculpturally** *adv.*

scum (สคัม) *n.* ฝ้าที่ลอยอยู่บนผิวน้ำ, ขยะ, กากสวะ, สวะสังคม, คนชั้นต่ำ, คนต่ำช้า, สิ่งที่เลว *-v.* **scummed, scumming** *-vt.* ตักเอาฝ้าผิวน้ำออก, ขจัดเอาสิ่งที่ไม่ดีทิ้ง, ตักเอาฝ้าผิวน้ำออก, ขจัดเอาสิ่งที่ไม่ดีทิ้ง, เอาทิ้ง *-vi.* เกิดเป็นฝ้าผิวน้ำขึ้น, ปกคลุมไปด้วยฝ้าผิวน้ำ, กลายเป็นกาก, กลายเป็นสวะ **-scummer** *n.* **-scummily** *adv.* **-scummy** *adj.* (-S. film, crust, flotsam) *-Ex. A green scum often forms on still ponds.*

scupper[1] (สคัพ' เพอะ) *n.* ช่องระบายน้ำข้างเรือ, ช่องน้ำไหล, ร่องน้ำ, ทางระบายน้ำ

scupper[2] (สคัพ' เพอะ) *vt.* **-pered, -pering** โจมตีโดยไม่รู้ตัว, จู่โจม, จู่โจมเข้าสังหาร, ทำให้อันตราย, ทำให้จมลง

scurf (สเคิร์ฟ) *n.* สะเก็ดผิวหนัง, ขี้รังแค, เกล็ด **-scurfy** *adv.* **-scurfiness** *n.*

scurrilous (สเคอ' ระเลิส) *adj.* หยาบคาย, ด่าว่า, สามหาว, ต่ำช้า **-scurrilousness** *n.* **-scurrilously** *adv.* (-S. coarse)

scurry (สเคอ' รี) *vi.* **-ried, -rying** ไปอย่างรีบเร่ง, เร่งรีบ *-n.* การรีบเร่ง, การวิ่งอ้าว, การไปยังรีบเร่ง (-S. scuttle, scamper, dash) *-Ex. The mice scurried back into the hole.*

scurvy (สเคอ' วี) *n.* โรคลักปิดลักเปิดที่มีเลือดออกตามไรฟันเนื่องจากขาดวิตามินซี *-adj.* **-vier, -viest** น่าดูถูก, น่าเหยียดหยาม, เลวทราม, ต่ำช้า **-scurviness** *n.* **-scurvily** *adv.* (-S. despicable)

scutcheon (สคัช' ชัน) *n.* กระดอง, เกล็ด

scuttle[1] (สคัท' เทิล) *n.* ถังสูงสำหรับใส่ถ่านหิน, ตะกร้าสำหรับใส่ผัก (-S. scurry)

scuttle[2] (สคัท' เทิล) *vi.* **-tled, -tling** วิ่งอย่างรีบเร่ง, วิ่งอ้าว, รีบเร่ง

scuttle[3] (สคัท' เทิล) *vt.* **-tled, -tling** จมเรือโดยการเจาะรูท้องเรือ, ทอดทิ้ง, ทำลาย *-n.* ช่องบนหลังคา, หน้าต่างข้างเรือ, ฝาปิดทางเข้าห้องในเรือ

scuttlebutt (สคัท' เทิลบัท) *n.* ถังน้ำดื่ม, ที่ดื่มน้ำในเรือ, (คำสแลง) ข่าวลือ การนินทา

scutum (สคิว' ทัม) *n., pl.* **-ta** โล่สี่เหลี่ยมขนาดใหญ่ของทหารโรมันโบราณ, แผ่นกระดูกคล้ายโล่, กระดูกสะบ้าที่หัวเข่า (-S. scute)

Scylla (ซิล' ละ) *n.* (เทพนิยายกรีกโบราณ) เทพธิดาทะเลที่แปลงร่างเป็นปีศาจทะเล **-between Scylla and Charybdis** ระหว่างโขดหินกับปีศาจ, หนีเสือปะจระเข้

scythe (ไซธฺ) *n.* เคียวตัดหญ้า, เคียวด้ามยาว *-vt.* **scythed, scything** ตัดด้วยเคียว, ตัดหญ้าด้วยเคียว

scythe

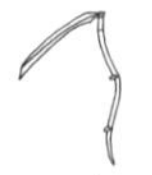

SDI ย่อจาก Strategic Defence Initative ระบบป้องกันขีปนาวุธของสหรัฐอเมริกาเป็นสงครามอวกาศชนิดหนึ่งที่มุ่งทำลายขีปนาวุธข้าศึกก่อนที่จะลงสู่เป้าหมายพื้นดิน

SE, S.E. ย่อจาก southeast southeastern เขตตะวันออกเฉียงใต้, stock exchange ตลาดหุ้น

Se ย่อจาก selenium สัญลักษณ์ของธาตุทางเคมี

sea (ซี) *n.* ทะเล, น่านน้ำที่เป็นทะเล, มหาสมุทร, ทะเลสาบขนาดใหญ่, คลื่นทั้งหลาย, จำนวนเหลือล้น, จำนวนมหาศาล, ชีวิตของกะลาสีเรือ, ชีวิตการเดินเรือ *-adj.* เกี่ยวกับทะเล, สำหรับใช้ในทะเล **-at sea** บนมหาสมุทร, ไม่แน่นอน, น่าสงสัย **-put to sea** เดินเรือในทะเล **-put out to sea** เดินเรือในทะเล (-S. water, ocean, deep)

sea anchor สมอเรือ

sea anemone สัตว์ทะเล (อยู่กับที่) ประเภท Actiniaria มีส่วนยื่นคล้ายหนวดรอบปาก

sea anemone

sea bag ถุงผ้าใบรูปทรงกระบอกที่มีเชือกรูด (โดยเฉพาะของกะลาสี

เรือ)

seabed พื้นใต้ทะเล (ส่วนใหญ่ยังไม่มีการสำรวจ เป็นเนื้อที่ประมาณ ¾ ของพื้นผิวโลก)

sea bird นกทะเล (-S. sea bowl)

seaboard (ซี' บอร์ด) *n.* เส้น (สมมุติ) ที่ทะเลบรรจบกับผืนแผ่นดิน, บริเวณชายฝั่งทะเล

seaborne (ซี' บอร์น) *adj.* ขนส่งโดยเรือทะเล, ผ่านทะเล, ล่องลอยในทะเล

sea chest หีบเก็บของส่วนตัวของกะลาสีเรือ

seacoast (ซี' คอส) *n.* บริเวณบกที่ประชิดกับทะเล, ชายฝั่งทะเล

seacock (ซี' คอค) *n.* ช่องปิดเปิดในลำเรือที่ให้น้ำทะเลเข้าได้ (-S. sea connection, sea valve)

sea cow ตัวพะยูน, ปลิงทะเล, ช้างน้ำ

sea dog กะลาสีเรือ, แมวน้ำ

seafarer (ซี' แฟเรอะ) *n.* กะลาสีเรือ, ชาวเรือ, ผู้ท่องเที่ยวในทะเล (-S. sailor)

seafaring (ซี' แฟริง) *adj.* เกี่ยวกับชาวเรือ, เกี่ยวกับการเดินเรือ, เกี่ยวกับการเดินทางในท้องทะเล *-n.* การเดินเรือทะเล, ธุรกิจการเดินเรือทะเล, อาชีพกะลาสีเรือ *-Ex. Do you enjoy seafaring?, Somsuk knew all the skills of seafaring.*

sea folk กะลาสีเรือ (-S. sailor)

seafood (ซี' ฟูด) *n.* อาหารทะเล, ปลาหรือหอยทะเลที่ใช้กินเป็นอาหารของมนุษย์

sea front บริเวณฝั่งทะเล, เขตชายทะเล

seagirt (ซี' เกิร์ท) *adj.* ล้อมรอบไปด้วยทะเล

seagoing (ซี' โกอิง) *adj.* สำหรับเดินสมุทร, เกี่ยวกับการเดินสมุทร, สู่ทะเล, แล่นในทะเล, ท่องเที่ยวในทะเล (-S. seafaring)

sea green สีเขียวอมน้ำเงิน

sea gull นกนางนวล, นกนางนวลทะเล, หญิงที่ตามสามีออกทะเล, คนตะกละ, เรือรบบรรทุกเครื่องบิน

sea hog ปลาโลมา (-S. porpoise)

sea horse ม้าน้ำ (เป็นปลาจำพวก *Hippocampus*), (เทพนิยาย) สัตว์ประหลาดที่มีส่วนหน้าเป็นม้าและส่วนหลังเป็นปลา, ดู walrus

sea horse

seal¹ (ซีล) *n.* ตราประทับ, ตราประจำตำแหน่ง, สัญลักษณ์หรือเครื่องหมายประจำตำแหน่ง, ตราราชการ, ลัญจกร, แผ่นผนึก, สิ่งที่ใช้ผนึก, ครั่งผนึก, ตะกั่วผนึก, เครื่องผนึก, เครื่องกันรั่ว, เครื่องเชื่อมโลหะ *-vt.* **sealed, sealing** ผนึก, ปิดผนึก, ปิดกาว, ประทับตรา, ตัดสินใจเด็ดขาด, รับรอง, อนุมัติ, (นิยายโมมอน) ประกอบพิธีสมรสทางศาสนา **-sealable** *adj.* (-S. imprint, pledge)

seal² (ซีล) *n.* แมวน้ำ, สัตว์ทะเลกินเนื้อตระกูล Phocidae และ Otariidae, หนังแมวน้ำ, หนังขนแมวน้ำ *-vi.* **sealed, sealing** ล่าแมวน้ำ *-Ex. Coats and coat collars are often made of seal., a Christmas seal*

sea-lane (ซี' เลน) *n.* ทางเดินเรือทะเล, เส้นทางเดินเรือทะเล

sealant (ซี' เลินทฺ) *n.* กาวผนึก, สารผนึก, น้ำยาผนึก

sea legs *n. pl.* ความสามารถในการเดินบนเรือทะเลที่โคลงเคลง, ความไม่เมาคลื่น

sealer¹ (ซีล' เลอะ) *n.* ผู้ผนึก, ผู้ปิดผนึก, เครื่องผนึก, สิ่งที่ใช้ผนึก,เจ้าหน้าที่ไปรษณีย์ที่มีหน้าที่ตรวจสอบน้ำหนักไปรษณียภัณฑ์และการปิดผนึกแสตมป์

sealer² (ซีล' เลอะ) *n.* นักล่าแมวน้ำ, เรือล่าแมวน้ำ

sea level ระดับน้ำทะเล

sea lion สิงโตทะเล

sea lion

sealskin (ซีล' สคิน) *n.* หนังแมวน้ำ, หนังขนแมวน้ำ, เครื่องแต่งกายหรือสิ่งของที่ทำด้วยหนังแมวน้ำ

seam (ซีม) *n.* ตะเข็บ, ตะเข็บผ้า, รอยเย็บ, รอยต่อ, เส้นต่อ, แนวต่อ, (ธรณีวิทยา) ชั้นบาง *-v.* **seamed, seaming** *-vt.* เย็บตะเข็บ, เย็บต่อ, ต่อ, เชื่อมต่อ, ทำให้เกิด รอยต่อ, ทำให้เกิดเป็นร่องหรือเป็นแผลเป็นหรือรอยย่น *-vi.* กลายเป็นรอยต่อหรือเป็นร่อง, เย็บตะเข็บ **-seamer** *n.* (-S. joining) *-Ex. The seam of Dang's coatsleeve is torn.*

sea-maid, sea-maiden (ซี' เมด, ซีเม' เดิน) *n.* นางเงือก, เทพธิดาทะเล

seaman (ซี' เมิน) *n., pl.* **-men** กะลาสี, ลูกเรือ, ผู้เชี่ยวชาญการเดินเรือทะเล,ผู้มีอาชีพเกี่ยวกับการเดินเรือทะเล, พลทหารเรือ **-seamanlike** *adj.* (-S. sailor)

seamanship (ซี' เมินชิพ) *n.* การเดินเรือทะเล, ความสามารถในการเดินเรือ

seamstress (ซีม' สเทรส) *n.* หญิงรับจ้างเย็บผ้า

seamy (ซี' มี) *adj.* **-ier, -iest** ไม่ราบรื่น, ไม่พอใจ, เกี่ยวกับตะเข็บ, มีลักษณะเป็นตะเข็บ, ชั่วร้าย, สกปรก **-seaminess** *n.*

séance (เซ' อานซฺ) *n.* การประชุม, การชุมนุม, การชุมนุมทางไสยศาสตร์, การชุมนุมทรงวิญญาณ

sea otter นากทะเลจำพวก *Enhydra lutris* พบทางตอนเหนือของทะเลแปซิฟิก

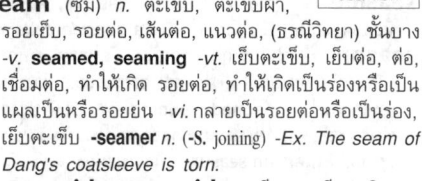

sea otter

sea plane เครื่องบินที่สามารถแล่นบนผิวน้ำได้

sea port ท่าเรือ, เมืองท่า

sea power ประเทศมหาอำนาจทางทะเล, แสนยานุภาพทางทะเล

sear (เซียร์) *v.* **seared, searing** *-vt.* ทำให้ไหม้เกรียม, ทำให้เป็นรอยไหม้, ทำให้เหี่ยวแห้ง, ทำให้ร่วงโรย, นาบ, จี้ด้วยไฟ, ทำให้เจ็บแสบ *-vi.* เหี่ยวแห้ง, ร่วงโรย, ชรา *-n.* การทำให้ไหม้เกรียม, การนาบ, แผลไหม้เกรียม, รอยไหม้เกรียม *-Ex. The hot stove seared Udom's finger., The bitter morth wind seared the leaves., The field were seared during the hot summer.*

search (เซิร์ช) *v.* **searched, searching** *-vt.* ค้น, หา, ตรวจสอบ, สอดส่อง, สอบถาม, สืบหา, สืบสวน, พินิจพิเคราะห์ *-vi.* ถามซอกแซก *-n.* การค้น, การหา, การตรวจสอบ, การสืบสวน, การสอบสวน **-search me!** คำอุทานแสดงการปฏิเสธ **-searchable** *adj.* **-searchableness** *n.* (-S. probe) *-Ex. The children all searched for the lost purse.*

S

searching (เซิร์ช' ชิง) *adj.* ตรวจสอบอย่างระมัดระวัง, ตรวจสอบอย่างละเอียด, คมกริบ, รุนแรง **-searchingly** *adv.* (-S. speculative)
searchlight (เซิร์ช' ไลทฺ) *n.* ไฟฉาย, แสงจากไฟฉาย
search party คณะสำรวจ
search warrant หมายค้นจากศาล
sea route เส้นทางเดินเรือ, ทางทะเล
seashore (ซี' ชอร์) *n.* ฝั่งทะเล, ชายทะเล
seasickness (ซี' ซิกนิส) *n.* การเมาเรือ, การเมาคลื่น **-seasick** *adj.*
seaside (ซี' ไซด) *n.* ชายทะเล, ชายหาด, ฝั่งทะเล, เมืองชายทะเล (-S. seacoast) *-Ex. a seaside cottage*
season (ซี' เซิน) *n.* ฤดู, คราว, กาล, ฤดูกาล, เทศกาล, หน้า, ตัวกำหนดเวลา, ตั้วฤดู, ระยะเวลา, ช่วงเวลา, ฤดูผสมพันธุ์ *-v.* **-soned, -soning** *-vt.* ปรุง, ปรุงรส, เพิ่มรสชาติ, คุ้นเคย, ประสบการณ์, ตากให้แห้ง *-vi.* ปรุง, ปรุงรส, คุ้นเคย **-in season** หน้า (มะม่วง ลิ้นจี่ ฯลฯ) **-out of season** หมดหน้า, หมดฤดู (-S. time, era, period) *-Ex. the four seasons, Fruit growers have had a bad season., the hunting season, the holiday season, Timber is seasoned by exposure to the air., Dang was seasoned by his early experiences.*
seasonable (ซี' เซินนะเบิล) *adj.* เหมาะกับฤดูกาล, ได้เวลา, ได้โอกาส, ได้จังหวะ, ถูกกาลเทศะ, กาล, ทันเวลา **-seasonably** *adv.* (-S. timely)
seasonal (ซี' เซินเนิล) *adj.* ตามฤดู, ตามฤดูกาล, ตามช่วงเวลา, เป็นครั้งเป็นคราว **-seasonality** *n.* **-seasonally** *adv.* (-S. periodical)
seasoner (ซี' ซะเนอะ) *n.* เครื่องชูรส, เครื่องปรุงแต่ง, เครื่องผสม
seasoning (ซี' ซะนิง) *n.* เครื่องชูรส, เครื่องปรุงแต่ง, เครื่องเทศ, การใช้เครื่องชูรส (-S. salt)
seat (ซีท) *n.* ที่นั่ง, ท่านั่ง, วิธีนั่ง, แหล่ง, ที่ตั้ง, ตำแหน่ง, ทำเนียบ, คฤหาสน์ *-vt., vi.* **seated, seating** นั่งลงไป, จัดหาที่นั่งให้, จัดตั้งเข้าที่ๆ จัดไว้ (-S. location) *-Ex. a garden seat, the seat of chair, take a seat, keep your seats, reserved seats, a seat in Parliament, hold a seat, London is the seat of government.*
seat belt เข็มขัดรัดตัวกับที่นั่ง (รถ เครื่องบินและอื่นๆ) เพื่อเพิ่มความปลอดภัยเวลาโดยสารเวลาหยุดอย่างกะทันหัน, เข็มขัดนิรภัย (-S. safety belt)
seating (ซี' ทิง) *n.* การจัดให้มีที่นั่ง, การจัดที่นั่ง, ชุดสวมเบาะ, วัสดุทำที่นั่ง, ที่นั่ง, ที่ตั้ง *-adj.* เกี่ยวกับที่นั่ง, เกี่ยวกับการจัดที่นั่ง, เกี่ยวกับการจัดให้มีที่นั่ง
SEATO ย่อจาก Southeast Asia Treaty Organization องค์การซีโต้ก่อตั้งขึ้นในกรุงมะนิลาในปี ค.ศ. 1954 ประกอบด้วยฟิลิปปินส์ ไทย สหรัฐอเมริกา ออสเตรเลีย อังกฤษ นิวซีแลนด์ ฝรั่งเศส
sea wall เขื่อนกั้นน้ำทะเล, เขื่อนทะเล
seaward (ซี' เวิร์ด) *adv., adj.* สู่ทะเล, ไปยังทะเล, หันไปทางทะเล, มุ่งไปทางทะเล, มาจากทะเล *-n.* ทิศทางสู่ทะเล, ทิศทางจากแผ่นดิน **-seawards** *adv.*
seaware (ซี' แวร์) *n.* สาหร่ายทะเล (โดยเฉพาะที่มีขนาดใหญ่ใช้ทำปุ๋ย) (-S. seaweed)
seawater (ซี' วอเทอะ) *n.* น้ำทะเล
seaway (ซี' เว) *n.* ทางทะเล, เส้นทางทะเล, การแล่นเรือผ่านคลื่น, ทะเลที่มีลูกคลื่นค่อนข้างมาก, แม่น้ำน้ำลึกหรือคลองน้ำลึกที่เรือเดินสมุทรแล่นได้
seaweed (ซี' วีด) *n.* สาหร่ายทะเล
seaworthy (ซี' เวิร์ธธี) *adj.* **-thier, -thiest** เหมาะสำหรับออกทะเล, เหมาะสำหรับเดินทะเล **-seaworthiness** *n.*
sebaceous (ซีเบ' เชิส) *adj.* เกี่ยวกับไขมัน, มีลักษณะของไขมัน, คัดหลั่งไขมัน (-S. fatty)
sec (เซค) *adj.* เหล้าองุ่นที่ไม่หวาน โดยเฉพาะแชมเปญ
secant (ซี' แคนทฺ, -เคินทฺ) *n.* (เรขาคณิต) เส้นตัด (โดยเฉพาะเส้นตัดเส้นโค้งที่สองจุด หรือมากกว่าสองจุด), (สามเหลี่ยมมุมฉาก) อัตราส่วนของด้านตรงข้ามมุมฉากกับด้านที่ติดกับมุมที่กำหนดให้, เส้นที่ลากจากจุดศูนย์กลางของวงกลมผ่านเส้นรอบวงไปจดกับเส้นสัมผัสวงกลมเดียวกัน, อัตราส่วนของความยาวของเส้นลากดังกล่าวกับเส้นรัศมีของวงกลมนั้น
secede (ซีซีด') *vi.* **-ceded, -ceding** ถอนตัว (อย่างเป็นทางการจากการเป็นพันธมิตรขององค์การ สมาคมหรืออื่นๆ), แบ่งแยกดินแดน
secession (ซีเซส' ชัน) *n.* การถอนตัวออก, การแบ่งแยกดินแดน, (ประวัติศาสตร์อเมริกา) การแยกตัวออก 11 รัฐของสหรัฐอเมริกาในปี ค.ศ. 1860-1861 ทำให้เกิดสงครามกลางเมืองขึ้นในเวลาต่อมา **-secessional** *n.* (-S. abandonment, withdrawal)
secessionist (ซีเซส' ชันนิสทฺ) *n.* ผู้ถอนตัวออก, ผู้สนับสนุนการถอนตัวออก, ผู้สนับสนุนการแบ่งแยกดินแดน **-secessionism** *n.*
secluded (ซีคลู' ดิด) *adj.* แยกตัว, เก็บตัว, สันโดษ, ตัดขาดจากโลกภายนอก, เงียบสงบ **-secludedly** *adv.* **-secludedness** *n. -Ex. Sombut secluded himself from society in his small home in the mountains.*
seclusion (ซีคลู' ชัน) *n.* การแยกตัว, การเก็บตัว, การตัดขาดจากโลกภายนอก, การแยกตัวมาอยู่อย่างสันโดษ, ความสันโดษ, สถานที่สันโดษ *-Ex. Narong sought a life of seclusion in his home.*
seclusive (ซีคลู' ซิฟวฺ) *adj.* ซึ่งแยกตัว, ซึ่งเก็บตัว, ซึ่งตัดขาดจากโลกภายนอก, ซึ่งอยู่อย่างสันโดษ, ทำให้อยู่อย่างสันโดษ **-seclusiveness** *n.*
second[1] (เซค' เคินดฺ) *adj.* ที่สอง, ชั้นสอง, ลำดับสอง, อันดับสอง, รอง, สำรอง, ด้อยคุณภาพ, ไม่สำคัญ, อื่น, เสียงระดับสอง, ลอกเลียน, (รถ) เกียร์สอง *-n.* ส่วนที่สอง, ครึ่งที่สอง, ที่สอง, ชั้นสอง, ลำดับสอง, อันดับสอง, ตัวรอง, ตัวสำรอง, ผู้ช่วย, ผู้สนับสนุน, (การชกมวย) พี่เลี้ยง, ตัวแทน, (รถ) เกียร์ที่สอง, ผลิตภัณฑ์ชั้นสอง, (กีฬาเบสบอล) *-vt.* **-onded, -onding** ช่วย, สนับสนุน, ค้ำจุน, ทำให้ก้าวหน้า, (ในขบวนการรัฐสภา) สนับสนุนเป็นทางการ, เป็นพี่เลี้ยง *-adv.* ที่สอง, ในลำดับสอง, ในลำดับรอง *-Ex. I'll be finished in just a second., Monday is the second day of the week., Somchai*

second² 767 **sectarian**

won second.

second² (เซค' เคินดฺ) *n.* วินาที, 1/60 นาที, วิลิปดา, ฟิลิปดา, 1/60 ลิปดา, ชั่วขณะ, ชั่วประเดี๋ยว (-S. instant, moment, flash) *-Ex. The train will take off in a second.*

Second Advent การจุติอีกครั้งของพระเยซูคริสต์

secondary (เซค' เคินเดอะรี) *adj.* ที่สอง, ลำดับสอง, ทุติยะ, อันดับรอง, รอง, สำรอง, ที่หลัง, ต่อเนื่อง, สังกัด, ได้มาจาก, ไม่สำคัญ, ส่งเสริม, ส่วนเสริม, เกี่ยวกับโรงเรียนมัธยม, เกี่ยวกับคาร์บอนอะตอมที่รวมตัวกับอีกสองคาร์บอนอะตอม, เกี่ยวกับแร่ที่เกิดจากอีกแร่หนึ่ง, เป็นอนุพันธุ์, เกี่ยวกับอดีต, เกี่ยวกับการเน้นเสียงที่สอง *-n., pl.* **-ies** ตำแหน่งที่สอง, ลำดับสอง, อันดับรอง, ตัวรอง, ผู้ช่วย, ตัวแทน, ขดลวดทางออกของไฟฟ้าในหม้อแปลง, ดาวที่สว่างน้อยกว่าในจำนวนสองดาว, ดาวบริวาร, ขนนกชั้นสอง **-secondarily** *adv.* **-secondariness** *n.* *-Ex. His interest in music was secondary to his interest in the theater. High schools are secondary school.*

secondary accent การเน้นพยางค์ที่เสียงอ่อนกว่า, เสียงเน้นที่อ่อนกว่า

secondary colour, secondary color สีผสม, สีผสมระหว่างแม่สีสองสี

secondary school โรงเรียนมัธยม (อยู่ระหว่างโรงเรียนประถมกับวิทยาลัยหรือมหาวิทยาลัย)

secondary sex characteristics ลักษณะเฉพาะทางเพศของแต่ละเพศ (-S. secondary sex character)

second best รองชนะเลิศ, ตำแหน่งรองชนะเลิศ, รอง **-secondbest** *adj.* (-S. second-class)

second chamber สภาสูง, วุฒิสภา

second-class (เซค' เคินคลาส) *adj.* ชั้นสอง, ประเภทสอง, ลำดับที่สอง, อันดับรอง, รอง, ด้อยคุณภาพ (-S. inadequate, inferior)

second cousin ลูกของลุง ป้า น้าอาที่มีศักดิ์เป็นลูกพี่ลูกน้องของพ่อหรือแม่, ลูกของลูกพี่ลูกน้อง

second hand (เซค' เคินแฮนดฺ) *adj.* มือสอง, อ้อม, ไม่โดยตรง, เกี่ยวกับสินค้าที่ใช้แล้ว *-adv.* ใช้แล้ว, มือสอง, โดยอ้อม, โดยผ่านคนกลาง **-second handedness** *n.* **-second handed** *adj.* (-S. used, indirect)

second lieutenant (อังกฤษ) ร้อยตรีทหารบก ร้อยตรีแห่งนาวิกโยธิน, (อเมริกา) เรืออากาศตรี ร้อยตรีทหารบก

secondly (เซค' เคินลี) *adv.* ที่สอง, ในลำดับสอง

second mate ผู้ช่วยกัปตัน (เรือพาณิชย์) (-S. second officer)

second nature นิสัยธรรมชาติ, สันดาน, นิสัยที่แสดงออกโดยอัตโนมัติ

second-rate (เซค'เคินเรท) *adj.* ชั้นสอง, ชั้นรอง, ด้อยคุณภาพ, ปานกลาง **-second-rateness** *n.* **-second-rater** *n.* (-S. second-class)

second sight ญาณ, ความสามารถในการมองเห็นเหตุการณ์ในข้างหน้าได้, ตาทิพย์

second teeth ฟันแท้, ฟันที่ขึ้นหลังฟันน้ำนม

secrecy (ซี' คริซี) *n., pl.* **-cies** ความลับ, การปิดบัง, การอำพราง, สภาพที่เป็นส่วนตัว, ความเร้นลับ, ความลึกลับ, การสงวนปากสงวนคำ (-S. secretiveness, concealment, stealth) *-Ex. Everyone was sworn to secrecy about the surprise discovery., to keep the news in secrecy*

secret (ซี'คริท) *adj.* ลับ, เป็นความลับ, เร้นลับ, ลึกลับ, ลับเฉพาะ, ปิดบัง, อำพราง, สงวนปากสงวนคำ, ปิดปาก *-n.* สิ่งที่เป็นความลับ, สิ่งที่ปกปิด, สิ่งที่อำพราง, ความลับ, ความลึกลับ, วิธีการลึกลับ, ตำราลับ, (ศาสนาคริสต์นิกายโรมันคาทอลิก) การอธิษฐานอย่างเงียบๆ **-in secret** เป็นความลับ, ลึกลับ, เป็นการส่วนตัว **-secretly** *adv.* **-secretness** *n.* *-Ex. keep it secret, a secret agreement language, my secret feelings, secret service, secret agent, secret society*

secret agent เจ้าหน้าที่สืบราชการลับ, ผู้สืบความลับ (-S. spy)

secretariat (เซคริแทร์' เรียท) *n.* กองเลขาธิการ, สำนักงานเลขาธิการ, สำนักงานเลขานุการ, สำนักงานรัฐมนตรี, ตำแหน่งเลขาธิการ, ตำแหน่งรัฐมนตรี, ตำแหน่งเลขานุการ, เจ้าหน้าที่ในหน่วยงานดังกล่าว

secretary (เซค' ริเทอะรี) *n., pl.* **-taries** เลขานุการ, เลขาธิการ, เลขานุการส่วนตัว, ผู้ทำหนังสือ, รัฐมนตรี, เจ้าหน้าที่ชั้นผู้ใหญ่ของรัฐ, โต๊ะเขียนหนังสือแบบหนึ่งที่มีตู้หนังสือ, โต๊ะเขียนหนังสือ **-secretarial** *adj.* (-S. stenographer)

secretary bird นกขายาว ตัวใหญ่จำพวก *Sagittarius serpentarius* ในแอฟริกา ขนที่มีหัวลักษณะคล้ายปากกาขนนก

secretary-general (เซคริเทอะริเจน' เนอะเริล) *n., pl.* **-taries-general** เลขาธิการใหญ่, หัวหน้าหน่วยงานของ ดู secretariat

secretary of state รัฐมนตรีกระทรวงการต่างประเทศของอเมริกา, (อังกฤษ) รัฐมนตรี

secrete¹ (ซีคริท') *vt.* **-creted, -creting** ปล่อยออก, คัดหลั่ง

secrete² (ซีคริท') *vt.* **-creted, -creting** ซ่อน, ซ่อนเร้น, ปิดบัง (-S. hide)

secretion (ซีครี' ชัน) *n.* น้ำคัดหลั่ง, การคัดหลั่ง **-secretionary** *adj.* (-S. flow)

secretive (ซี' คริทิฟว) *adj.* ปิดปาก, ไม่พูด, ลับๆ ล่อๆ **-secretively** *adv.* **-secretiveness** *n.* (-S. uncommunicative)

secretory (ซีครี' ทะรี) *adj.* เกี่ยวกับการคัดหลั่ง, ทำหน้าที่คัดหลั่ง

secret service หน่วยสืบราชการลับ, หน่วยข่าวกรอง

secret serviceman เจ้าหน้าที่สืบราชการลับ

sect¹ (เซคทฺ) *n.* สำนัก, นิกาย, นิกายศาสนา, กลุ่ม, แขนง, พรรค (-S. denomination)

sect² (เซคทฺ) *n.* ส่วน, ตอน, ช่วง, ภาค, แผนก

-sect คำปัจจัย มีความหมายว่า ตัด

sectarian (เซคแท' เรียน) *adj.* เกี่ยวกับนิกายหรือสำนักที่แยกตัวออกมา, เกี่ยวกับ ดู sect, เกี่ยวกับความ

S

sectary 768 **seductive**

ผิดที่คับแคบ, เกี่ยวกับการแบ่งพรรคแบ่งพวก *-n.* สมาชิกนิกาย, สมาชิกพรรค **-sectarianism** *n.* (-S. parochial, partisan, cultist)

sectary (เซค' ทะรี) *n., pl.* **-ries** สมาชิกนิกาย, ผู้ฝักใฝ่ในนิกายหนึ่ง, สมาชิกนิกายโปรเตสแตนต์

section (เซค' ชัน) *n.* การตัดออก, ส่วนที่ตัดออก, ส่วนตัด, ท่อน, ส่วน, ตอน, ข้อ, ชิ้น, ช่วง, มาตรา, หมวด, วรรค, หมู่, หน่วย, เหล่า, ตู้รถไฟ, (สังคม) ชั้น, (เครื่องดนตรี) ประเภท, กลุ่ม, วงการ, เครื่องหมายแบ่งตอน *-vt.* ตัด, แบ่ง, แยก, ผ่า, ผ่าตัด (-S. part, division, district) *-Ex. Grapefruit and oranges are divided inside into sections by thin walls., Miners live in the mining sections of the country.*

sectional (เซค' ชันเนิล) *adj.* เกี่ยวกับ (ส่วน ตอน ท่อน ข้อ ชิ้น ช่วง มาตรา วรรค หมู่ หน่วย เหล่า ชั้น ประเภท กลุ่ม), ประกอบด้วยหลายส่วนที่เป็นอิสระต่อกัน *-n.* เก้าอี้โซฟาที่ประกอบด้วยหลายชิ้นส่วน **-sectionally** *adv.*

sector (เซค' เทอะ) *n.* รูปตัด, รูปตัดที่อยู่ระหว่างเส้นรัศมี 2 เส้นกับส่วนของเส้นรอบวง (arc) ที่อยู่ระหว่างเส้นรัศมี 2 เส้นดังกล่าว, อุปกรณ์คณิตศาสตร์ที่ประกอบด้วยไม้บรรทัด 2 อัน ที่ติดกันที่ปลายหนึ่งและมีขีดแบ่งมาตราส่วน, เขตป้องกันทางทหารที่อยู่ในความรับผิดชอบของหน่วยหนึ่งๆ *-vt.* **-tored, -toring** แบ่งออกเป็นส่วนๆ **-sectorial** *adj.* (-S. class, grouping, category)

secular (เซค' คิวละ) *adj.* ทางโลก, ทางฆราวาส, โลกีย์, ชาตินี้, นอกวัด, ไม่ใช่ทางพระ, ไม่เกี่ยวกับเรื่องศาสนา, นานแสนนาน, ตลอดไป, ชั่วกัลปาวสาน, เกิดขึ้นครั้งเดียวในยุคหนึ่งหรือศตวรรษหนึ่ง *-n.* ฆราวาส, ชาวโลก, ปถุชน **-secularly** *adv. -Ex. a secular education in the private school*

secularize (เซค' คิวละไรซ) *vt.* **-ized, -izing** ทำให้เป็นทางโลก, แยกออกจากนอกวัด, ทำให้ไม่เกี่ยวกับเรื่องศาสนา, ทำให้ไม่ถูกบังคับจากคำสาบานทางศาสนา, เปลี่ยนให้เป็นของฆราวาส

secure (ซีเคียว') *adj.* **-curer, -curest** มั่นคง, มั่นใจ, แน่นหนา, ปลอดภัย, ไว้ใจได้, เชื่อถือได้, วางใจได้, ไร้กังวล, แน่นอน *-vt.* **-cured, -curing** ได้มา, เอามา, ทำให้ได้ผล, ทำให้มั่นใจ, ทำให้แน่นหนา, ทำให้ปลอดภัย, รับรอง, รับประกัน, จับกุม, มัดให้แน่น **-securable** *adj.* **-secureness** *n.* **-securer** *n.* (-S. safeguarded, safe, immune, firm, reliable, protect,tie, insure) *-Ex. The lock is not secure., at last we are secure from fear of war, The cat felt secure from the dog when she was up the tree.*

security (ซีเคียว' ริที) *n. pl.* **-ties** ความปลอดภัย, สวัสดิการ, ความรู้สึกปลอดภัย, สิ่งที่ทำให้ปลอดภัย, เครื่องประกันความปลอดภัย, เครื่องป้องกัน, การป้องกัน, มาตรการป้องกัน, การรับรอง, การค้ำประกัน, สิ่งค้ำประกัน, หลักทรัพย์ประกัน, หลักทรัพย์, หุ้น, ธนบัตร, พันธบัตร, คนรับรอง, คนค้ำประกัน **-securities** หลักทรัพย์, หุ้น, พันธบัตร (-S. surety, pledge, bail, gage) *-Ex. Bolting the doors and windows at night give us a feeling of security., sense of security, old age security*

Security Council สภาความมั่นคงแห่งสหประชาชาติ ประกอบด้วยสมาชิกถาวร 5 ประเทศ (สหรัฐอเมริกา โซเวียต ฝรั่งเศส อังกฤษ และจีน) และสมาชิกชั่วคราว 10 ประเทศที่มีวาระครั้งละ 2 ปี

secy ย่อจาก secretary เลขานุการ

sedan (ซีแดน') *n.* รถเก๋ง, วอ, เกี้ยว (หรือ sedan chair)

sedan chair

sedate (ซีเดท') *adj.* เงียบ, สงบ, ใจเย็น, สุขุม, ไม่ถูกรบกวนทางอารมณ์ *-vt.* **-dated, -dating** ทำให้เงียบ, ทำให้สงบ, สงบประสาท, กล่อมประสาท, บรรเทา **-sedately** *adv.* **-sedateness** *n.* (-S. calm, quiet, serene)

sedation (ซีเด' ชัน) *n.* ความเงียบ, ความสงบ, ความใจเย็น, ความสนใจที่เนื่องจากฤทธิ์ของยา, การสงบประสาท, การกดประสาท (-S. calming)

sedative (เซด' ดะทิฟว) *adj.* เงียบ, สงบ, ใจเย็น, สงบประสาท, สงบอารมณ์, กดประสาท *-n.* ยาระงับประสาท, ยาสงบอารมณ์, ยากดประสาท

sedentary (เซด' ดันเทอรี) *adj.* นั่ง, เป็นการนั่ง, ในลักษณะนั่ง, คุ้นเคยกับการนั่ง, อยู่ประจำที่, ไม่เคลื่อนย้าย, ซึ่งยึดติดอยู่กับบางอย่าง **-sedentariness** *n.* **-sedentarily** *adv.*

sedge (เซจ) *n.* พืชตระกูล Cyperaceae ที่ชอบขึ้นในที่เปียกชื้น, หญ้าแห้วหมู

sediment (เซด' ดะเมินทฺ) *n.* ตะกอน, ชั้นตะกอน, ชั้นแร่หรืออินทรียสารที่นอนก้น **-sedimentous** *adj.* (-S. less, dregs) *-Ex. ocean sediment, the sediment in a canal*

sedimentary, sedimental (เซดดะเมน' ทะรี, -เทิล) *adj.* เกี่ยวกับตะกอน, มีลักษณะเป็นตะกอน, เกิดจากการทับถมของตะกอน

sedimentation (เซดดะเมินเท' ชัน) *n.* การตกตะกอน, การทับถมเป็นตะกอน

sedition (ซีดิช' ชัน) *n.* การปลุกระดมมวลชน (ให้ต่อต้านรัฐบาล), การปลุกปั่นให้ก่อความไม่สงบหรือก่อการกบฏ, การกระทำ การพูด สิ่งตีพิมพ์หรืออื่นๆ ที่สนับสนุนการก่อความไม่สงบหรือการกบฏ, การจราจล, การต่อต้านรัฐบาล **-seditious** *adj.* (-S. rebellion, mutiny, defiance)

seduce (ซีดิวซฺ') *vt.* **-duced, -ducing** ล่อใจ, ล่อลวง, ชักจูงให้ร่วมเพศ, ล่อลวงให้ไปเสียตัว, ชักจูงให้ละทิ้งหลักการความเชื่อหรือความจงรักภักดี, ดึงดูดใจ, ยั่วยวนใจ **-seducer** *n.* **-seducible** *adj.* (-S. allure, decoy, tempt, entice) *-Ex. The football player was seduced by a bribe to lose the game.*

seduction (ซีดัค' ชัน) *n.* การล่อใจ, การล่อลวง, การชักจูงให้ร่วมเพศ, การล่อลวงให้ไปเสียตัว, การถูกล่อลวง, วิธีการล่อลวง, การยั่วยวน, ความดึงดูดใจ (-S. seducement, temptation)

seductive (ซีดัค' ทิฟว) *adj.* ล่อใจ, ล่อลวง, ยั่วยวนใจ, ดึงดูดใจ **-seductively** *adv.* **-seductiveness** *n.* (-S.

tempting)

seductress (ซีดัค' ทรีส) *n.* หญิงผู้ยั่วยวนใจ, หญิงผู้ล่อลวง

sedulous (เซจ' ดะเลิส) *adj.* ขยัน, หมั่นเพียร, อุตสาหะ, มุมานะ, อดทน **-sedulousness** *n.* (-S. assiduous)

see[1] (ซี) *v.* **saw, seen, seeing** *-vt.* เห็น, มอง, มองเห็น, ดู, นึกดู, ตรวจดู, ดูแล, หา, สังเกต, พบ, ผ่าน, เยี่ยม, ชม, ค้นพบ, ไปส่ง, ทราบ, ได้ทราบ, เข้าใจ, ชอบใจ, เห็นด้วย, ต้อนรับ, นัดพบ, ให้ความช่วยเหลือ, ดูแล, วางเดิมพัน *-vi.* เห็น, มอง, มองเห็น, สนใจ, ดูแล, พบ, ค้นพบ, สอบถาม, พิจารณา, นึก, สังเกต **-see about** ตรวจสอบ **-see off** ส่ง **-see out** ดำเนินต่อไปจนถึงที่สุด **-see through** เข้าใจ, ตรวจ, ดำเนินต่อไปจนถึงที่สุด, มานะ, อุตสาหะ **-see to** สนใจ, ดูแล (-S. look at, perceive, inquire, encounter, contemplate) *-Ex. Somchai can't see; he's blind., I saw him coming, Narong was seen to come., let me see it, see round the town, see over the school, see the sights, see life, Well, we shall see., wait and see, see who it is, See what you've done!*

see[2] (ซี) *n.* เขตอำนาจหน้าที่ของพระราชาคณะในคริสต์ศาสนา

seed (ซีด) *n., pl.* **seeds/seed** เมล็ด, เมล็ดพืช, เชื้อ, พันธุ์, ลูกหลาน, น้ำเชื้อ, น้ำกาม, ไข่ของสัตว์บางชนิด (เช่นของกุ้ง), ลูกหอยนางรม, ผู้ได้รับการคัดเลือกแล้ว, ฟองน้ำในกระจก, สิ่งที่มีลักษณะคล้ายเมล็ด *-v.* **seeded, seeding** *-vt.* หว่านเมล็ด, เร่งการเจริญเติบโต, เร่งเมฆให้กลายเป็นฝน, คลายเมล็ดออก, จัดคู่แข่งขัน (ไม่ให้คู่แข่งขันชั้นนำพบกันในระยะแรก) *-vi.* หว่านเมล็ด **-go to seed** ถึงระยะให้เมล็ด **-in seed** ในระยะให้เมล็ดสุก, หว่านเมล็ด **-the seed of Abraham** ชาวยิว *-Ex. vegetable seeds and flower seeds, Somsri helped Grandmother seed her garden., Mother seeds grapes before making fruit salad., Radishes and lettuce seed earlier in the summe than some other vegetables.*

seedbed (ซีด' เบด) *n.* แปลงสำหรับหว่านเมล็ด, แปลงเพาะ, แหล่งกำเนิด

seedcase (ซีด' เคส) *n.* เปลือกเมล็ด, ผนังที่สุกแล้วของรังไข่ (พืช) ดู pericarp

seed coat เปลือกเมล็ด, เปลือกนอกของเมล็ด

seed corn เมล็ดข้าว, เมล็ดพันธุ์

seeder (ซีด' เดอะ) *n.* ผู้หว่านเมล็ด, ผู้หว่านพืช, เครื่องหว่านเมล็ด, พืชที่ให้เมล็ดมาก, เครื่องมือคว้านเมล็ดออก (เช่น จากผลองุ่น)

seed leaf ดู cotyledon ใบยาสูบที่กว้างชนิดหนึ่งใช้ทำบุหรี่ซิการ์

seedling (ซีด' ลิง) *n.* พืชที่ปลูกด้วยเมล็ด, พืชที่ยังสูงไม่เกิน 3 ฟุต, ต้นอ่อน (-S. young plant)

seed pearl ไข่มุกที่มีน้ำหนักต่ำกว่า ¼ เกรน

seed plant พืชให้เมล็ด, พืชเมล็ด ดู spermatophyte

seedtime (ซีด' ไทม) *n.* ฤดูหว่านเมล็ด

seedy (ซี' ดี) *adj.* **seedier, seediest** มีเมล็ดมาก, มีเมล็ดในมาก, ให้เมล็ด, เก็บไว้ในสภาพที่เลว, ขาดรุ่งริ่ง, มอมแมม, โกโรโกโส, สุขภาพเสื่อม **-seedily** *adv.* **-seediness** *n.* (-S. shabby, ragged)

seeing (ซี' อิง) *conj.* ตามความเป็นจริง, ตราบที่, เมื่อพิจารณาถึง (-S. considering, in as much as)

seek (ซีค) *v.* **sought, seeking** *-vt.* ค้นหา, หา, ค้นคว้า, แสวงหา, สอดส่องหา, สืบหา, พยายามได้มา, ถามหา, สอบหา, สำรวจ *-vi.* สอบถาม, สอบหา **-be sought after** เป็นที่ต้องการ, เป็นที่แสวงหา **-seeker** *n.* (-S. search for, request, inquire)

seem (ซีม) *vi.* **seemed, seeming** ดูเหมือน, ดูคล้าย, ดูราวกับ, ดูท่าทาง, ปรากฏเป็น, ประหนึ่ง

seeming (ซีม' มิง) *adj.* ตามโฉมภายนอก, อย่างผิวเผิน, ตามที่ปรากฏ **-seemingly** *adv.* **-seemingness** *n.* (-S. apparent)

seemly (ซีม' ลี) *adj.* **-lier, -liest** เหมาะ, เหมาะสม, สมควร, บังควร, น่ารัก, น่าชม, หล่อ, งาม **-seemliness** *n.* (-S. proper, attractive)

seen (ซีน) *vt., vi.* กริยาช่อง 3 ของ see

seep (ซีพ) *vi.* **seeped, seeping** ซึมออก, ไหลซึม, ซึมรั่ว, รั่ว, แผ่, แพร่ *-n.* น้ำที่ซึมออก, บ่อน้ำที่มีน้ำไหลซึมออกมา, น้ำพุเล็ก (-S. soak through, ooze)

seepage (ซี' พิจ) *n.* การซึมออก, การไหลซึม, การซึมรั่ว, การรั่ว, สิ่งที่ซึมออก, ปริมาณที่ซึมออก

seer (ซี' เออะ) *n.* ผู้มอง, ผู้เห็น, ผู้สังเกต, ผู้พยากรณ์, ผู้ทำนายเหตุการณ์ล่วงหน้า, โหร

seeress (เซีย' ริส) *n.* ดู seer ที่เป็นผู้หญิง

seersucker (เซีย' ซัคเคอะ) *n.* ผ้าอัดจีบ, ผ้าลายย่น

seesaw (ซี' ซอ) *n.* ไม้กระดานหก, กระดานหก, การเล่นกระดานหก, การเคลื่อนที่ขึ้นลง *-adj.* ซึ่งเคลื่อนที่ขึ้นลง, ซึ่งโยกขึ้นโยกลง *-vi.* **-sawed, -sawing** เคลื่อนที่ขึ้นลง, โยกขึ้นโยกลง, ผลัดกันนำ, หันไปหันมา, แกว่งไปมา (-S. alternate, teeter, shuttle) *-Ex. The game seesawed back and forth until the home team won.*

seethe (ซีธ) *vi.* **seethed, seething** เป็นฟอง, กลายเป็นฟอง, เดือด, พล่าน, คึกคัก, เร่าร้อน, ตื่นเต้น (-S. foam, boil) *-Ex. seethe with joy, a torrent of water seethed down, I seeth with anger.*

see-through (ซี' ทรู) *adj.* โปร่ง, โปร่งใส, มองผ่านทะลุได้

segment (เซก' เมินท) *n.* ส่วน, ตอน, ท่อน, ข้อ, ปล้อง, ซีก, เสี้ยว, ชั้น, กลีบ, ส่วนตัดของรูป *-vt., vi.* **-mented, -menting** แยกหรือแบ่งออกเป็นส่วน (ตอน ท่อน ข้อ) **-segmentary** *adj.* (-S. part) *Ex. I ate only one potato segment for breakfast.*

segmental (เซกเมน' เทิล) *adj.* เกี่ยวกับ ดู segment, เกี่ยวกับคำพูดที่ตามมา, เป็นส่วนเสริม, เศษ **-segmentally** *adv.*

segmentation (เซกเมินเท' ชัน) *n.* การแบ่งออกเป็นส่วน (ตอน ท่อน ข้อ ปล้อง ซีก เสี้ยว ชัน กลีบ), ส่วน, ตอน, การแบ่งเซลล์

segregate (เซก' ริเกท) *vt., vi.* **-gated, -gating** แยกออกจากกัน, แบ่งแยก (เชื้อชาติ ผิว กลุ่ม), แยก

S

ออก, แบ่งออก, ถอนตัวออก, หันไปเกาะ, (พันธุศาสตร์) แยกออกระหว่างการแบ่งเซลล์ (ดู meiosis) หันไปรวม **-segregative** *adj.* **-segregator** *n.* (-S. separate, isolate, sequester, exclude) *-Ex. Children with infections diseases have to be segregated from those who haven't yet had them.*

segregation (เซกริเก' ชัน) *n.* การแยกตัวออก, การแบ่งแยก (เชื้อชาติ ผิว กลุ่ม), (พันธุศาสตร์) การแยกยีนส์ (genes) ในระหว่างการแบ่งเซลล์ทำให้ลูกหลานมีลักษณะเฉพาะที่แตกต่างกันออกไป **-segregational** *adj.* (-S. exclusion, discrimination, separation) *-Ex. racial segregation, segregation index, the segregation of all students who came late*

seigneur (ซีนเยอ') *n.* เจ้าผู้ครองศักดินา (ในแคนาดา), ขุนนาง, ขุนนางศักดินา **-seigneurial** *adj.* (-S. feudal lord)

seigneury (ซีน' ยะรี) *n., pl.* **-ies** (ในแคนาดา) ที่ดินศักดินาที่ได้รับพระราชทานจากกษัตริย์ฝรั่งเศส

seignior (ซีน' เยอะ) *n.* เจ้าผู้ครองศักดินา, เจ้าของที่ดิน, ขุนนาง, เจ้าศักดินา **-seigniorial** *adj.* (-S. lord, ruler)

seine (เซน) *n.* อวนกว้างใหญ่ที่ใช้แขวนแนวตั้งตรงลงไปในน้ำ มีทุ่นลอยที่ขอบบนและน้ำหนักถ่วงที่ส่วนล่าง *-vt., vi.* **seined, seining** จับปลาด้วยอวนดังกล่าว **-seiner** *n.* (-S. a fishing net)

seism (ไซ' ซึม, -เซิม) *n.* แผ่นดินไหว

S

seismic (ไซซ' มิค) *adj.* เกี่ยวกับหรือเกิดจากแผ่นดินไหว **-seismically** *adv.* **-seismicity** *n.*

seismogram (ไซซ' มะแกรม) *n.* การบันทึกของ seismograph

seismograph (ไซซ' มะกราฟ) *n.* เครื่องมือวัดและบันทึกความสั่นสะเทือนที่เกิดจากแผ่นดินไหว **-seismographer** *n.* **-seismographic, seismographical** *adj.*

seismography (ไซมอก' กระฟี) *n.* การวัดและบันทึกความสั่นสะเทือนที่เกิดจากแผ่นดินไหว ดู seismology

seismology (ไซซมอล' โลจี) *n.* วิทยาศาสตร์หรือการศึกษาเกี่ยวกับแผ่นดินไหว และปรากฏการณ์ต่างๆ ที่เกี่ยวข้อง **-seismological** *adj.* **-seismlogist** *n.*

seize (ซีซ) *v.* **seized, seizing** *-vt.* จับ, จับกุม, จับตัว, ยึด, ฉวย, ถือเอา, ยึดครอง, ยึดถือ, ชิง, ครอบงำ, ครอบครอง, เข้าใจ, ถือโอกาส *-vi.* ยึด, ฉวย, จับ, หันไปยึดถือ **-seizable** *adj.* **-seizer** *n.* **-seizor** *n.* (-S. take, grasp, apprehend) *-Ex. The angry man seized a stick and threw it at the dog that had attacked him., to seize on a chance*

seizing (ซี' ซิง) *n.* การจับ, การจับกุม, การยึด, การฉวย, การยึดครอง, การยึดถือ, วิธีการยึดถือ, วิธีการผูกมัด, ลักษณะของเงื่อนแบบหนึ่ง (-S. seising)

seizing

seizure (ซี' เซอะ) *n.* การจับ, การจับกุม, การยึด, การยึดถือ, การฉวย, การยึดครอง, อาการปัจจุบันของโรค, การเป็นลม, การเกิดอาการโรคขึ้นอย่างกะทันหัน (-S. seisure, grasp, grip)

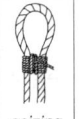

seldom (เซล' เดิม) *adv.* ไม่ค่อยจะ, ไม่บ่อยนัก, นานๆ ครั้ง, หายาก *-adj.* หายาก, ไม่บ่อยนัก **-seldomness** *n.* (-S. infrequently) *-Ex. After March, one seldom sees snow in this locality.*

select (ซีเลคทฺ') *vt., vi.* **-lected, -lecting** เลือก, เลือกเฟ้น, คัด, คัดเลือก, เลือกสรร, สรรหา *-adj.* ผ่านการเลือกเฟ้นมาแล้ว, ดีเลิศ, ชั้นหนึ่ง, ชั้นหัวกะทิ **-selectness** *n.* **-selector** *n.* (-S. choose, chosen, choice) *-Ex. Somsri likes to select her own dresses., a select brand of canned food, a select group of chemists*

selectee (ซีเลคที') *n.* ทหารเกณฑ์

selection (ซีเลค' ชัน) *n.* การเลือก, การเลือกเฟ้น, การคัด, การคัดเลือก, การเลือกสรร, การสรรหา, สิ่งที่ได้รับเลือก, สิ่งที่เลือกมาแล้ว, กระบวนการทางชีววิทยาที่พืชและสัตว์สามารถปรับตัวเข้ากับสิ่งแวดล้อมได้ดีที่สุดย่อมเป็นสิ่งมีชีวิตที่สามารถคงอยู่ต่อไปในธรรมชาติได้นานที่สุด (-S. election, discrimination) *-Ex. Dang would be a fine selection for captain of the team., a book of selections from Shakespeare, the selection of a house requires much thought*

selective (ซีเลค' ทิฟว) *adj.* มีหน้าที่หรืออำนาจในการเลือก, เกี่ยวกับการเลือก (โดยเฉพาะที่พิถีพิถันเกินไป) **-selectively** *adv.* **-selectivity** *n.* **-selectiveness** *n.* (-S. choosy)

self (เซลฟฺ) *n., pl.* **selves** ตัวเอง, ตนเอง, ธาตุแท้, อาตมา, อัตตะ, เอกลักษณ์ของบุคคล, ลักษณะธรรมชาติของบุคคล, ประโยชน์ส่วนตัว, ผลประโยชน์ส่วนตัว, สภาพปกติ, สันดาน *-adj.* เหมือนกันตลอด, เป็นแบบเดียวกัน, เหมือนกัน *-pron.* ตัวฉันเอง, ตัวเขาเอง (-S. ego, psyche, identity) *-Ex. one's own being, myself is self-control, self-discipline, You owe it to yourself to do the best work you know how.*

self- คำอุปสรรค มีความหมายว่า ตัวเอง, เอง

self-abandoned (เซลฟฺอะแบน' เดินดฺ) *adj.* คำนึงถึงตัวเองเป็นใหญ่ **-self-abandonment** *n.*

self-abnegation (เซลฟฺแอบนะเก' ชัน) *n.* การปฏิเสธตัวเอง **-self-abnegating** *adj.*

self-abuse (เซลฟฺ' แอบยูส) *n.* การกระทำตามอัตโนมัติ

self-acting (เซลฟฺ' แอค' ทิง) *adj.* อัตโนมัติ (-S. automatic)

self-addressed (เซลฟฺอะเดรสทฺ') *adj.* ระบุชื่อที่อยู่ของผู้ส่ง (บนซองจดหมายที่แนบไปด้วย)

self-aggrandizement (เซลฟฺอะแกรน' ดิซเมินทฺ) *n.* การเพิ่มอำนาจ ตำแหน่ง หรือทรัพย์สินให้ตัวเอง

self-assertion (เซลฟฺอะเซอ' ชัน) *n.* การยืนยันในความคิดของตัวเอง, การกระทำตามอำเภอใจ, ความอวดดี, ความเสือก **-self-asserting** *adj.* **-self-assertive** *adj.* **-self-assertiveness** *n.* (-S. assertiveness)

self-assured (เซลฟอะชัวดฺ') *adj.* มั่นใจในตัวเอง **-self-assurance** *n.*

self-command (เซลฟฺ' คะมานดฺ) *n.* การบังคับใจตัวเอง, การควบคุมอารมณ์, การคุมสติ
self-complacent (เซลฟฺคัมเพล' เซินทฺ) *adj.* อิ่มเอิบใจ, พึงพอใจตัวเอง
self-composed (เซลฟฺคัมโพซดฺ') *adj.* สุขุม, ใจเย็น, สงบ, หนักแน่น
self-conceit (เซลฟฺคันซีท') *n.* ความหยิ่ง, ความทะนงตัว, ความโอหัง **-self-conceited** *adj.* **-self-conceitedly** *adv.*
self-confessed (เซลฟฺคันเฟสทฺ') *adj.* ซึ่งยอมรับโดยตัวเอง, สารภาพตัวเอง
self-confidence (เซลฟฺ' คัน' ฟิดานซฺ) *n.* ความมั่นใจในตัวเอง **-self-confident** *adj.*
self-conscious (เซลฟฺ' คอน' ชัส) *adj.* สำนึกด้วยตัวเอง, ละอายใจในตัวเอง, ประหม่า, ขวยเขิน **-self-consciousness** *n.* *-Ex. Somchai was self-conscious at his first dance.*
self-contained (เซลฟฺคันเทนดฺ') *adj.* ควบคุมสติ, ควบคุมอารมณ์, ไม่สุงสิงกับใคร, พูดน้อย, มีส่วนประกอบในตัวเองพร้อม, เลี้ยงตัวเองได้ **-self-containment** *n.* (-S. impassive)
self-control (เซลฟฺคันโทรล') *n.* การบังคับตนเอง, การควบคุมตนเอง, การควบคุมอารมณ์, การควบคุมจิตใจ **-self-controlled** *adj.* (-S. self-command, self-discipline, self-restraint) *-Ex. Although angry she kept her self-control.*
self-defense (เซลฟฺดิเฟนซฺ') *n.* การป้องกันตัวเอง, การอ้างการใช้กำลังเพื่อป้องกันตัวเอง **-self-defensive** *adj.* *-Ex. the manly art of self-defense*
self-denial (เซลฟฺดิไนเอิล') *n.* การปฏิเสธความต้องการของตัวเอง, การหักห้ามใจ, การอดใจ **-self-denying** *adj.* (-S. self-self-restraint)
self-destruction (เซลฟฺดิสทรัค' ชัน) *n.* การทำลายตัวเอง **-self-destructive** *adj.*
self-determination (เซลฟฺดิเทอมะเน' ชัน) *n.* การตัดสินใจ, การตกลงใจด้วยตนเอง, สิทธิของประชาชนในการตัดสินใจเองว่าจะให้มีการปกครองในรูปใด
self-devotion (เซลฟฺดิโว' ชัน) *n.* การอุทิศตัว, การเสียสละตัวเอง
self-employed (เซลฟฺเอมพลอยดฺ') *adj.* ทำเอง, ไม่เป็นลูกจ้างใคร
self-esteem (เซลฟฺเอสทีม') *n.* การมีความเคารพในตัวเอง, การหยิ่งในศักดิ์ศรีของตัวเอง
self-evident (เซลฟฺ' เอฟว' วิเดินทฺ) *adj.* แน่ชัดในตัวของมันเอง, ไม่จำต้องพิสูจน์, ไม่จำต้องแสดงหรืออธิบายก็เข้าใจ **-self-evidently** *adv.* (-S. self-explanatory)
self-explanatory (เซลฟฺอิคซฺแพลน' นะโทรี) *adj.* ชัดแจ้งในตัวของมัน, แน่ชัด (-S. obvious)
self-expression (เซลฟฺอิคเพรส' ชัน) *n.* การแสดงออกโดยตัวของมันเอง **-self-expressive** *adj.*
selfhood (เซลฟฺ' ฮูด) *n.* สภาวะของการคิดถึงตัวเอง
self-important (เซลฟฺอิมพอร์' เทินทฺ) *adj.* ทะนงตัว, สำคัญผิดว่าตัวเองสำคัญ **-self-importantly** *adv.* **-self-importance** *n.*
self-induced (เซลฟฺอินดิวซฺทฺ') *adj.* ชักนำเอง, เกิดจากกระแสชักนำในตัวเอง, เหนี่ยวนำเอง
self-interest (เซลฟฺอิน' เทอริสทฺ) *n.* ผลประโยชน์ของตัวเอง, ประโยชน์ส่วนบุคคล, ความเห็นแก่ตัว **-self-interested** *adj.*
selfish (เซลฟฺ' ฟิช) *adj.* เห็นแก่ตัว, เพื่อผลประโยชน์ของตัวเอง **-selfishly** *adv.* **-selfishness** *n.* (-S. self-interested) *-Ex. Dumrong is too selfish to help the class raise money to give the caretaker a present., a selfish deed, a selfish thought*
selfless (เซลฟฺ' ลิส) *adj.* ไม่เห็นแก่ตัว, ไม่เห็นแก่ผลประโยชน์ส่วนตัว, ไม่คำนึงถึงตัวเอง **-selflessness** *n.* **-selflessly** *adv.*
self-loading (เซลฟฺ' โล' ดิง) *adj.* เกี่ยวกับอาวุธหรือปืนอัตโนมัติ, เกี่ยวกับอาวุธหรือปืนกึ่งอัตโนมัติ
self-made (เซลฟฺ' เมด') *adj.* สร้างตัวเอง, ทำด้วยตัวเอง
selfness (เซลฟฺ' นิส) *n.* ดู selfhood
self-possessed (เซลฟฺ' พะเซสทฺ') *adj.* ควบคุมตัวเอง, มีสติ, สามารถข่มใจตัวเองได้, สามารถข่มอารมณ์ตัวเองได้, สุขุม, ไม่หวั่นไหว, เยือกเย็น (-S. composed, poised)
self-preservation (เซลฟฺเพรสเซอะเว' ชัน) *n.* การรักษาตัวรอด, ความสามารถในการรักษาตัวรอด, สัญชาตญาณในการรักษาตัวรอด, สัญชาตญาณในการป้องกันตัว
self-proclaimed (เซลฟฺโพรเคลมดฺ') *adj.* เรียกตัวเอง, ประกาศตัวเอง
self-protection (เซลฟฺโพรเทค' ชัน) *n.* การปกป้องตัวเอง
self-recording (เซลฟรีคอร์ด' ดิง) *adj.* บันทึกเอง, บันทึกเองโดยอัตโนมัติ
self-righteous (เซลฟฺ' ไร' ชีส) *adj.* มั่นใจว่าตัวเองเป็นฝ่ายถูก, เข้าใจว่าตัวเองเป็นฝ่ายถูก
self-sacrifice (เซลฟฺ' แซค' ระไฟซฺ) *n.* การเสียสละตนเอง **-self-sacrificing** *adj.*
self-same (เซลฟฺ' เซม) *adj.* เหมือนกัน, อันเดียวกัน **-self-sameness** *n.* (-S. exact)
self-satisfaction (เซลฟฺแซททิสแฟค' ชัน) *n.* ความพอใจในตัวเอง, ความอิ่มเอิบใจ, ความพออกพอใจ **-self-satified** *adj.* (-S. complacency)
self-sealing (เซลฟฺ' ซีลิง) *adj.* ซึ่งสามารถเปิดตัวเองได้
self-seeking (เซลฟฺ' ซีคิง) *adj.* ซึ่งแสวงหาผลประโยชน์ส่วนตัว, ซึ่งแสวงหาความสุขส่วนตัว, เห็นแก่ตัว *-n.* การแสวงหาผลประโยชน์ส่วนตัว **-self-seeker** *n.* (-S. self-interested, selfish)
self-service (เซลฟฺ' เซอ' วิส) *adj., n.* การบริการตัวเอง
self-servicing (เซลฟฺ' เซอ' วิสซิง) *adj.* บริการตัวเอง
self-starter (เซลฟฺ' สทาร์ท' เทอะ) *n.* อุปกรณ์

S

self-study 772 **seminary**

ติดเครื่องยนต์ให้ทำงาน (โดยไม่ต้องใช้ข้อเหวี่ยงด้วยมือเช่นในสมัยก่อน), บุคคลที่ทำงานได้โดยไม่ต้องอาศัยคนอื่นเตือน, ผู้ริเริ่มเอง, ผู้มีความริเริ่มเอง **-self-starting** *adj.*

self-study (เซลฟฺ' สทัด' ดี) *n.* การศึกษาด้วยตัวเอง, การเรียนด้วยตัวเอง

self-styled (เซลฟฺ' สไทลดฺ') *adj.* เป็นแบบฉบับของตัวเอง, ขนานนามตัวเอง, แต่งตั้งตัวเอง

self-sufficient (เซลฟฺซะฟิช' เชินทฺ) *adj.* ซึ่งเลี้ยงตัวเองได้, ทะนงตัว **-self-sufficiency** *n.* (-S. self-sufficing)

self-will (เซลฟฺ' วิล) *n.* ความดื้อรั้น, ความเอาแต่ใจตัว, การถือทิฐิมานะ **-self-willed** *adj.*

self-winding (เซลฟฺ' ไว' ดิง) *adj.* ไขลานเอง, ไขลานโดยอัตโนมัติ, ไม่ต้องไขลาน

sell (เซล) *v.* **sold, selling** *-vt.* ขาย, ขายออก, จำหน่าย, เสนอขาย, ชักชวนให้ซื้อ, ชักนำให้ซื้อ, ทำให้ยอมรับ, ทำให้เชื่อมั่น, แลกชีวิต *-vi.* ขาย, เสนอขาย, เป็นที่ต้องการ *-n.* การขาย, วิธีการขาย **-sell out** ขายหมด **-sell up** ขายหมด, ขายทอดตลาด **-sellable** *adj.*

seller (เซล' เลอะ) *n.* ผู้ขาย, ผู้จำหน่าย, สินค้าที่ขาย (-S. retailer, vendor, tradesman)

sellout (เซล' เอาทฺ) *n.* (คำสแลง) คนทรยศ, การขายหมด, การขายเกลี้ยง, การแสดงที่ตั๋วที่นั่งถูกจำหน่ายหมด

seltzer (เซลทฺ' เซอะ) *n.* น้ำแร่ธรรมชาติที่มีฟองผุดขึ้นประกอบด้วยเกลือและสารประกอบคาร์บอเนตของโซเดียมแคลเซียมและแมกนีเซียม, น้ำแร่เทียมที่มีสารประกอบดังกล่าว (-S. Seltzer water)

selvage (เซล' วิจ) *n.* ขอบสิ่งทอกันลุ่ย, ขอบกันลุ่ย, แผ่นรูกุญแจ (-S. selvedge)

selves (เซลวฺซ) *n. pl.* พหูพจน์ของ self

semantic (ซีแมน' ทิค) *adj.* เกี่ยวกับหรือเนื่องจากความหมายแตกต่างของคำหรือสัญลักษณ์อื่น, เกี่ยวกับดู semantics **-semantically** *adv.* (-S. semantical)

semantics (ซีแมน' ทิคซฺ) *n. pl.* การศึกษาเกี่ยวกับความหมายของคำ, การศึกษาเกี่ยวกับการเปลี่ยนแปลงความหมายของคำ, การศึกษาเกี่ยวกับความหมายและสัญลักษณ์ **-semanticist** *n.*

semaphore (เซม' มะฟอร์) *n.* อุปกรณ์สัญญาณ, เสาสัญญาณ, ไฟสัญญาณ, โคมสัญญาณ, ระบบการให้สัญญาณด้วยการถือธงในท่าต่างๆ *-vt.,vi.* **-phored, -phoring** ให้สัญญาณโดยวิธีการดังกล่าว **-semaphoric** *adj.* **-semaphorist** *n.*

semasiology (ซิเมซีออล' ละจี) *n.* วิชาว่าด้วยการพัฒนาความหมายของคำ (-S. semantics)

semblable (เซม' บละเบิล) *adj.* คล้าย, คล้ายคลึง, ดูเหมือน *-n.* ความคล้าย, ความคล้ายคลึง, สิ่งที่คล้ายคลึงกัน **-semblably** *adv.*

semblance (เซม' เบลินซฺ) *n.* ลักษณะภายนอก, ความคล้ายคลึง, รูปร่างลักษณะภายนอก, รูปร่างหน้าตา (-S. look, aspect, air) *-Ex. a semblance of wealth, sembance of innocence, under the semblance of, have no semblance of truth*

semen (ซี' เมิน) *n., pl.* **semina/-mens** น้ำกามซึ่งมีตัวอสุจิ

semester (ซะเมส' เทอะ) *n.* ภาคเรียนครึ่งปีการศึกษา (ประมาณ 16 อาทิตย์), ในมหาวิทยาลัยเยอรมันภาคเรียนครึ่งปี (6 เดือน)

semi- คำอุปสรรค มีความหมายว่า กึ่ง, ครึ่ง

semiannual (เซมมีแอน' นวล) *adj.* ทุกครึ่งปี, ปีละสองหน, ครึ่งปี, อยู่ได้ครึ่งปี **-semiannually** *adv.*

semiautomatic (เซมมีออทะแมท' ทิค) *adj.* กึ่งอัตโนมัติ, (ปืน) บรรจุกระสุนแบบกึ่งอัตโนมัติ *-n.* ปืนกึ่งอัตโนมัติ

semibreve (เซม' มีบรีฟวฺ, เซม' ไมบรีฟวฺ) *n.* เครื่องหมายเต็มเสียง, จังหวะเต็มในดนตรีแสดงในโน้ตด้วยวงกลม มีรูตรงกลาง

semicircle (เซม' มีเซอเคิล) *n.* ครึ่งวงกลม, รูปครึ่งวงกลม **-semicircular** *adj.* (-S. semicircumference) *-Ex. Nid put a semicircle of stones around her flower bed., The family sat in a semicircle around the grandfather.*

semicircular cannal ท่อครึ่งวงกลม (3 ท่อ) ของหูชั้นใน มีหน้าที่เกี่ยวกับประสาทการทรงตัวของร่างกาย

semicolon (เซม' มิโคเลิน) *n.* อัฒภาค, เครื่องหมาย " ; " เป็นเครื่องหมายแยกข้อความ

semiconductor (เซมมีเคินดัค' เทอะ) *n.* สารกึ่งตัวนำไฟฟ้า, กึ่งตัวนำกึ่งฉนวน เช่น ซิลิกอนและ germanium

semiconscious (เซมมีคอน' เชิส) *adj.* ซึ่งรู้สึกตัวไม่เต็มที่ **-semiconsciousness** *n.*

semidetached (เซมมีดิแทชทฺ') *adj.* แยกออกบางส่วน, กึ่งอิสระ, (บ้าน) สองหลังติดกัน

semifinal (เซม' มีไฟเนิล) *adj.* รอบรองสุดท้าย, เกี่ยวกับการชกมวยของรองคู่เอก (มักจะเป็นรอบก่อนคู่เอก), รอบรองชิงชนะเลิศ **-semifinalist** *n.*

semilunar, semilunate (เซมมีลู' เนอะ, -เนท) *adj.* ครึ่งรูปพระจันทร์, เสี้ยวพระจันทร์

semimonthly (เซมมีมันธฺ' ลี) *adj.* เดือนละ 2 ครั้ง, ทุกครึ่งเดือน *-n.* วารสารรายปักษ์, สิ่งตีพิมพ์ที่ออกเดือนละ 2 ครั้ง, สิ่งที่ปรากฏขึ้นเดือนละ 2 ครั้ง

seminal (เซม' มะเนิล) *adj.* เกี่ยวกับน้ำกาม, ประกอบด้วยน้ำกาม, เกี่ยวกับเมล็ด, สามารถเติบโตได้, สามารถพัฒนาได้, มีพลังแพร่พันธุ์, มีอิทธิพลอย่างมากต่อเหตุการณ์ภายหน้าหรือการเจริญเติบโตภายหน้า **-seminally** *adv.* (-S. generative, productive)

seminar (เซม' มะนาร์) *n.* กลุ่มสัมมนา, สัมมนา, การประชุมสัมมนา, การประชุมของกลุ่ม, วิชาประเภทสัมมนา, การประชุมแลกเปลี่ยนข้อคิดเห็นและอภิปราย

seminarian, seminarist (เซมมะแนร์' เรียน, -ริสทฺ) *n.* นักศึกษาศาสนศาสตร์, นักศึกษาธรรมะ, นักศึกษาเทววิทยา, ผู้ศึกษาในโรงเรียนศาสนา

seminary (เซม' มะเนอรี) *n., pl.* **-ries** โรงเรียนศาสนา, โรงเรียนธรรมะ, โรงเรียนที่สอนวิชาศาสนศาสตร์ (เพื่อให้เป็นพระ), โรงเรียน (โดยเฉพาะโรงเรียนชั้นสูง),

S

Seminole 773 **sense**

โรงเรียนมัธยมหรืออุดมศึกษาสำหรับสตรี, การประชุมสัมมนา

Seminole (เซม' มะโนล) *n., pl.* **Seminole/-noles** ชาวอินเดียนแดงเผ่า Muskogean ที่อาศัยอยู่ในรัฐฟลอริดาและโอกลาโฮมา สหรัฐอเมริกา

semiology, semeiology (เซมีออล' ละจี, เซไม-) *n.* อาการโรควิทยา

semiprecious (เซมมีเพรส' ชัส) *adj.* พลอยชนิดราคาถูก, พลอยอันดับรอง

semiprivate (เซมิไพร' เวท) *adj.* ซึ่งมีความเป็นส่วนตัวเต็มที่

semipro (เซมิ' โพร) *n.* นักกีฬากึ่งอาชีพ

semiprofessional (เซมิโพรเฟส' ชันนิส) *adj.* กึ่งอาชีพ, ผู้ที่ทำงานในลักษณะกึ่งอาชีพ

Semite (เซม' ไมท) *n.* ชนชาติโบราณที่มีถิ่นกำเนิดในแถบภาคตะวันออกและภาคเหนือของแอฟริกา รวมทั้งอาหรับและฮิบรู, ชาวยิว, ชนชาติที่เชื่อว่าสืบเชื้อสายมาจาก Shem (ในพระคัมภีร์ไบเบิล)

Semitic (ซะมิท' ทิค) *n.* ภาษาหนึ่งในตระกูลภาษา Afro-Asiatic ได้แก่ภาษาอาหรับฮิบรู (ยิว) ภาษา Akkadian และภาษา Phoenician *-adj.* เกี่ยวกับภาษาดังกล่าว, เผ่ายิว

semitropical (เซมมีทรอพ' พิเคิล) *adj.* กึ่งโซนร้อน

semivowel (เซมมิ' เวาเอิล) *n.* กึ่งเสียงสระ, เสียงกึ่งสระกึ่งพยัญชนะคืออักษร y และ w

semiweekly (เซมมีวีค' ลี) *adj.* อาทิตย์ละสองครั้ง *-n.* สิ่งตีพิมพ์ที่ออกอาทิตย์ละสองครั้ง

semiyearly (เซมมีเยียร์' ลี) *adj.* ทุกครึ่งปี, ปีละสองครั้ง

semiperfidelis (เซม' เพอฟีเดลิส) ชื่อสัตย์ตลอดเวลา (คติพจน์ของทหารนาวิกโยธินของสหรัฐอเมริกา)

semolina (เซมมะลี' นะ) *n.* แป้งหมี่หยาบ

semplice (เซม' พลิเช) *adv., adj.* ง่าย, ตรงไปตรงมา

sempre (เซม' เพร) *adv.* ตลอดไป

sempstress (เซมพฺ' สทริส) *n.* ดู seamstress

sen (เซน) *n., pl.* **sen** หน่วยเงินตราของญี่ปุ่น มีค่าเท่ากับ $^1/_{100}$ เยน

senate (เซน' นิท) *n.* สภาสูง, วุฒิสภาของบางประเทศ (เช่น สหรัฐอเมริกา ฝรั่งเศส), อาคารสภาสูง, ห้องสภาสูง, สภาสูงสุดของโรมัน, สภาบริหารหรือนโยบายของบางมหาวิทยาลัย

senator (เซน' นะเทอะ) *n.* สมาชิกสภาสูง, สมาชิกวุฒิสภา **-senatorship** *n.*

senatorial (เซนนะทอ' เรียล) *adj.* เกี่ยวกับสภาสูง, เกี่ยวกับวุฒิสภา, เกี่ยวกับสมาชิกสภาสูงหรือวุฒิสภา, ประกอบด้วยสมาชิกสภาสูง, ประกอบด้วยสมาชิกวุฒิสภา **-senatorially** *adv.*

send (เซนดฺ) *v.* **sent, sending** *-vt.* ส่ง, ส่งออก, นำส่ง, ขับ, ไล่, ปล่อยออก, เปล่ง, ส่งสัญญาณ, ทำให้ปีติยินดี, ทำให้ตื่นเต้น *-vi.* ส่งข่าว, ส่งสัญญาณ **-send down** ขับออก (โดยเฉพาะขับออกจากมหาวิทยาเคมบริดจ์หรือออกซ์ฟอร์ด) **-send for** เรียก, ตามหา **-send in** ส่งสู่จุดหมายปลายทาง, เสนอ **-send off** ไปส่ง, ส่ง, เลี้ยงส่ง ขับไล่ **-send out** ส่งออก, ปล่อยออก, ตีพิมพ์ **-send packing** ไล่ออกอย่างกะทันหัน **-send someone flying** ไล่ตะเพิด **-send up** ส่งขึ้น, ส่งออก, ส่งเข้าคุก **-sender** *n.* (-S. transmit, emit, discharge -A. receive, get, take) *-Ex. to send a messenger, to send him with a message, to send him away, send to school, to send the box after you*

send-off (เซนดฺ' ออฟ) *n.* (ภาษาพูด) การไปส่ง การให้กำลังใจ การเริ่มต้น (-S. start)

Senegal (เซน' นะกอล) ชื่อสาธารณรัฐหนึ่งในภาคตะวันตกของแอฟริกา

senescence (ซิเนส' เซนซฺ) *n.* ชราภาพ

senescent (ซะเนส' ซันทฺ) *adj.* เริ่มแก่ตัว, เริ่มชรา

senile (ซี' ไนลฺ) *adj.* ชรา, สูงอายุ, ถูกกัดกร่อนจนเป็นที่ราบ **-senilely** *adv.*

senility (ซินิล' ลิที) *n.* ความชรา, ความสูงอายุ, ความแก่หง่อม

senior (ซีน' เยอะ) *adj.* อาวุโส, อายุมาก, เกี่ยวกับนักเรียนหรือนักศึกษาในปีสุดท้าย, เกี่ยวกับนักศึกษาในสองปีสุดท้าย, ก่อน, เมื่อก่อน *-n.* ผู้อาวุโส, ผู้มีอายุสูงกว่า, นักเรียนหรือนักศึกษาในปีสุดท้าย (-S. elder, older, veteran) *-Ex. the senior senator from Chiang Mai*

senior citizen ผู้สูงอายุมักเป็นผู้ที่เกษียณแล้วและรับเบี้ยบำเหน็จบำนาญ

senior high school โรงเรียนมัธยมปลาย

seniority (ซีนยอ' ริที) *n.* ความเป็นผู้มีอาวุโส, การมีอายุมาก, ตำแหน่งผู้อาวุโส

senna (เซน' นะ) *n.* พืชลำต้นอ่อนจำพวก *Cassia*, มะขามแขก, ยาระบายที่ประกอบด้วยใบมะขามแขก

señor (เซนยอร์') *n., pl.* **señores** ภาษาสเปนที่หมายถึง "Mr." นาย คุณผู้ชาย (-S. man, gentleman)

señora (เซนยอร์' ระ) *n.* ภาษาสเปนที่หมายถึง "Mrs." คุณนาย คุณผู้หญิง นาง

señorita (เซนยะรี' ทะ) *n.* ภาษาสเปนที่หมายถึง "Miss" คุณหนู หล่อน นางสาว

sensation (เซนเซ' ชัน) *n.* ความรู้สึกสัมผัส, ความรู้สึกจากการสัมผัส, ประสาทสัมผัส, อินทรียสัมผัส, อาการรู้สึก, สิ่งที่ทำให้เกิดความรู้สึกสัมผัส, ความตื่นเต้น, ความดัง, ความเกรียวกราว *-Ex. a burning match gives your fingers a sensation of heat, When the lion got loose, it caused a big sensation.*

sensational (เซนเซ' ชันเนิล) *adj.* เกี่ยวกับความรู้สึกสัมผัส, เกี่ยวกับความรู้สึกตื่นเต้น, เกรียวกราว, เกี่ยวกับความฉลาด, เกี่ยวกับไหวพริบ, เกี่ยวกับเหตุผล, ดีเยี่ยม, ดีเลิศ, อย่างยิ่ง, ยิ่งใหญ่ **-sensationally** *adv.* (-S. exciting, stimulating, sensory, starting) *-Ex. a sensational game*

sensationalism (เซนเซ' ชะนัลลิสซึม) *n.* เรื่องภาษาหรือรูปแบบที่ทำให้ตื่นเต้นเกรียวกราว, วิธีการที่ทำให้ตื่นเต้นหรือเกรียวกราว, ลัทธิที่ว่าประสบการณ์คือความรู้สึก **-sensationalist** *n.*

sense (เซนซฺ) *n.* ความรู้สึก, ไหวพริบ, ประสาททั้งห้า, ประสาทสัมผัส, อินทรียสัมผัส, เหตุผล, ความสามารถในการพินิจพิเคราะห์, สติสัมปชัญญะ, ความฉลาด,

S

senseless 774 **separate**

ความสังหรณ์, ความหมาย, นัย, แนวทาง, ทิศทาง **-make sense** มีเหตุผล, รู้สึก, ตระหนัก, เข้าใจความหมาย, เข้าใจ, ฟื้นขึ้น (จากการสลบ), สำนึก, สังหรณ์, ตื่นตัว (-S. reason, instinct, faculty, capacity, awareness, meaning, consensus) *-Ex. the sense of touch, sense of time, moral sense, sense of honour, sense of security, good sense, common sense*

senseless (เซนซฺ' ลิส) *adj.* ไร้ความรู้สึก, ไม่มีสติ, ไม่มีความหมาย, โง่เง่า, บ้า **-senselessly** *adv.* **-senselessness** *n.* (-S. unconscious, foolish, stupid) *-Ex. The object hit him and knocked him senseless., a senseless plan wastes time*

sense organ อวัยวะสัมผัส, อวัยวะประสาทสัมผัส, อวัยวะที่ไวต่อตัวกระตุ้น, ตัวรับ (-S. receptor)

sense perception ความรู้สึกสัมผัส, ความรู้สึกจากประสาทสัมผัส

sensibility (เซนซะบิล' ลิที) *n., pl.* **-ties** ความรู้สึกไว, ไหวพริบ, ความเฉียบแหลม, สติสัมปชัญญะ **-sensibilities** อารมณ์, ความรู้สึกเจ็บใจได้, ความสามารถรับการกระตุ้นจากสิ่งภายนอกได้ *-Ex. the sensibility of the body to cold and heat*

sensible (เซน' ซะเบิล) *adj.* มีเหตุผล, มีไหวพริบ, มีสติสัมปชัญญะ, ฉลาด, มากมาย, สามารถรู้สึกได้ไวต่อสิ่งกระตุ้น **-sensibleness** *n.* **-sensibly** *adv.* (-S. intelligent, wise) *-Ex. A sensible person is one who uses good sense or judgment., sensible difference, sensible of your kindness, a sensible change in the weather, I am sensible of your feelings.*

S

sensitive (เซน' ซิทิฟวฺ) *adj.* ไวต่อสิ่งกระตุ้น, รับความรู้สึกได้ง่าย, รู้สึกไว, ประสาทไว, รับอิทธิพลภายนอกได้ง่าย, ไวต่อแสง, มีเลศนัยยิ่ง, เกี่ยวกับอวัยวะสัมผัส **-sensitively** *adv.* **-sensitiveness** *n.* (-S. susceptible, predisposed, receptive, responsive) *-Ex.Somsri's tooth is sensitive to heat., The lame boy was sensitive because the children would not play with him.*

sensitivity (เซนซิทิฟ' วิที) *n., pl.* **-ties** ความรู้สึกไว, ความไวต่อสิ่งกระตุ้น, ประสาทไว, ระดับของความไวต่อสิ่งกระตุ้น, ความเฉียบแหลม, ไหวพริบ, อารมณ์, ความสามารถรับการกระตุ้นจากภายนอก (-S. responsiveness)

sensitize (เซน' ซิไทซฺ) *vt., vi.* **-tized, -tizing** ทำให้ไว, ทำให้ไวต่อสิ่งกระตุ้น, ทำให้เกิดภูมิแพ้ (โรค), ทำให้รับการกระตุ้นได้ง่าย **-sensitization** *n.* **-sensitizer** *n.* (-S. render sensitive)

sensor (เซน' เซอะ) *n.* เครื่องส่งสัญญาณชนิดหนึ่งที่ไวต่อแสง อุณหภูมิระดับรังสี, สิ่งที่รู้สึก, ตัวที่รับความรู้สึกหรือมีปฏิกิริยาต่อสิ่งกระตุ้นโดยการเคลื่อนไหว

sensory (เซน' ซะรี) *adj.* เกี่ยวกับความรู้สึก, ซึ่งนำกระแสประสาท, เกี่ยวกับ ดู sense หรือดู sensation (-S. sensorial, sensitive)

sensual (เซน' ชวล) *adj.* เกี่ยวกับราคะ, หมกมุ่นในรสชาติ, มั่วโลกีย์, แห่งกาย, เกี่ยวกับเนื้อหนังมังสา, กระตุ้นความรู้สึก, กระตุ้นรสชาติ, ทางโลก, ฆราวาส, เกี่ยวกับความรู้สึก **-sensually** *adv.* (-S. fleshly, lewd)

sensualize (เซน' ชวลไลซฺ) *vt.* **-ized, -izing** ทำให้เกิดราคะ, ทำให้หมกมุ่นในรสชาติ, ทำให้มั่วโลกีย์, ทำให้เกิดความรู้สึก, ทำให้เป็นลักษณะทางโลก **-sensualization** *n.*

sensuous (เซน' ชูอัส) *adj.* เกี่ยวกับความรู้สึก, เกี่ยวกับความรู้สึกสัมผัส, เกี่ยวกับอวัยวะสัมผัส, เกี่ยวกับโลกีย์, หมกมุ่นในกามโลกีย์ **-sensuously** *adv.* **- sensuousness, sensuosity** *n.* (-S. sensory, dissolute)

sent (เซนทฺ) *vt., vi.* กริยาช่อง 2 และ 3 ของ send

sentence (เซน' เทินซฺ) *n.* ประโยค, การตัดสิน, การตัดสินลงโทษ, การพิพากษา, การพิพากษากำหนดโทษ, การลงโทษ, คติพจน์, คำคม, สุภาษิต *-vt.* **-tenced, -tencing** ตัดสิน, พิพากษา **-sentential** *adj.* **-sentencer** *n.* (-S. judgment, opinion, verdict) *-Ex. "Dang ran home" is a sentence., His sentence was three years in prison., The judge sentenced him to a fine.*

sententious (เซนเทน' เชิส) *adj.* เต็มไปด้วยคติพจน์, เต็มไปด้วยสุภาษิต, เล่นสำนวน, ชอบสั่งสอน, เชิงเทศนา, เชิงปราชญ์, โอ้อวด **-sententiously** *adv.* **-sententiousness** *n.* (-S. pithy, terse, preachy, didactic)

sentience (เซน' เชินซฺ) *n.* ความรู้สึก, ความสามารถในการรู้สึก **-sentiently** *adv.* (-S. sentiency)

sentiment (เซน' ทะเมินทฺ) *n.* ความรู้สึก (ต่อบางสิ่งบางอย่าง), ความรู้สึก, ความรู้สึกรำลึกถึง, ความคิดเห็น, ข้อคิดเห็น, อารมณ์ (-S. feeling)

sentimental (เซนทะเมน' เทิล) *adj.* รู้สึกมากกว่าปกติ, รู้สึกเกินควร, มีอารมณ์อ่อนไหว, ซาบซึ้ง, สะเทือนอารมณ์ได้ง่าย, เห็นอกเห็นใจ (-S. warm, sympathetic, loving)

sentimentality (เซนทะเมนแทล' ลิที) *n., pl.* **-ties** การมีอารมณ์ที่อ่อนไหว, ความซาบซึ้ง, ความเห็นอกเห็นใจ, การแสดงความรู้สึกมากมาย

sentinel (เซน' ทะเนิล) *n.* ยาม, คนเฝ้ายาม, ทหารยาม, ทหารองครักษ์, (คอมพิวเตอร์) เครื่องหมายหรือสัญลักษณ์ ที่แสดงการเริ่มต้นหรือยุติลง *-vt.* **-neled, -neling/-nelled, -nelling** เฝ้ายาม, ยืนยาม, รักษาการณ์ (-S. sentry, guard, watch)

sentry (เซน' ทรี) *n., pl.* **-tries** ทหารยาม, ทหารรักษาการณ์, ทหารองครักษ์, ทหารคุ้มกัน, ยาม

Seoul (โซล, ซา' อูล) ชื่อเมืองหลวงของเกาหลีใต้อยู่ทางภาคตะวันตกของประเทศ (-S. Keijo)

sepal (ซี' เพิล) *n.* กลีบเลี้ยงของดอก **-sepaled, sepalled** *adj.*

sepal

separability (เซพ' พะระบิล' ลิที) *n.* ความสามารถที่จะแยกออกจากกันได้, ลักษณะที่แยกออกจากกันได้

separable (เซพ' พะระเบิล) *adj.* แยกออกจากกันได้ **-separably** *adv.* **-separability** *n.*

separate (เซพ' พะเรท) *vt., vi.* **-rated, -rating** แยกออก, แยก, แยกกัน, แบ่งออกจากกัน, แบ่งสรร, แยกแยะ, วินิจฉัย, สกัด, กระจายออก *-adj.* แยกออก, แบ่งออก, ไม่ต่อเนื่อง, ไม่เชื่อมกัน, เด่นชัด, ชัดเจน, กระจาย, โดดเดี่ยว, อิสระ, เฉพาะบุคคล, เอกเทศ, เดียวดาย, (วิญญาณ) หลุดออกจากกาย *-n.* สิ่งที่แยกออก,

separation 775 serenade

ลูกหลาน **-separately** *adv.* **-separateness** *n.* (-S. disjoin, divide, sever, isolate, distinct, discrete) *-Ex. two separate houses, a wall separates the two gardens, The boys are fighting; separate then!, Mr. S and Mr. Y separated and went different ways.*

separation (เซพพะเร' ชั่น) *n.* การแยกออก, การแยก, การแบ่งแยก, สถานที่แบ่งแยก, จุดหรือเส้นที่แบ่งแยก, ช่องโหว่, ช่อง, รู, โพรง, การแยกกันอยู่, การแยกตัวของส่วนล่างของขีปนาวุธออกจากส่วนบน (-S. disconnection, severance)

separationist (เซพพะเร' ชั่นนิสทฺ) *n.* ผู้แบ่งแยก, ผู้สนับสนุนหรือยึดถือลัทธิการแบ่งแยก (-S. separatist)

separator (เซพ' พะเรเทอะ) *n.* ผู้แบ่งแยก, สิ่งที่แบ่งแยก, เครื่องแบ่งแยกสัญญาณไฟฟ้า, ตัวแบ่งแยก, เครื่องแบ่งแยก, เครื่องสกัด, เครื่องแยกแร่

sepia (ซี' เพีย) *n.* รงควัตถุสีน้ำตาลดำที่ได้จากตัวปลาหมึก ใช้ทำน้ำหมึก *-adj.* สีน้ำตาลดำของน้ำหมึก

sepoy (ซี' พอย) *n.* ทหารอินเดียที่ได้รับการฝึกฝนในอังกฤษ, ทหารดังกล่าวที่รับราชการในกองทัพอังกฤษ

sepsis (เซพ' ซิส) *n., pl.* **-ses** การมีเชื้อแบคทีเรียในร่างกาย, การมีเชื้อโรคหรือพิษของมันในโลหิตหรือเนื้อเยื่อ

Sept ย่อจาก September เดือนกันยายน, Septuagint พระคัมภีร์ไบเบิลฉบับเก่า

septa (เซพ' ทะ) *n.* พหูพจน์ของ septum

septal (เซพ' ทัล) *adj.* เกี่ยวกับ septum หรือ septa

September (เซพเทม' เบอะ) *n.* กันยายน (เดือนที่ 9 ของปี มี 30 วัน)

septet, septette (เซพเทท') *n.* กลุ่มที่มี 7 คน, กลุ่มที่มี 7 สิ่ง, กลุ่มนักดนตรี 7 คน, บทเพลงที่ใช้เสียง 7 เสียง หรือเครื่องดนตรี 7 ชิ้น

septic (เซพ' ทิค) *adj.* ติดเชื้อ (โดยเฉพาะเชื้อที่ทำให้เกิดหนอง), เกี่ยวกับการมีเชื้อแบคทีเรียอยู่ในร่างกาย, เกี่ยวกับการมีเชื้อโรคหรือพิษของมันในโลหิตหรือเนื้อเยื่อ **-septicity** *n.* (-S. putrescent, putrid) *-Ex. a septic sore throat*

septic tank ถังปุ๋ยหมัก

septuagenarian (เซพชุอะจะแน' เรียน) *adj.* 70 ปี, อายุ 70 ปี, อายุระหว่าง 70-80 ปี *-n.* บุคคลที่มีอายุระหว่าง 70-80 ปี

Septuagint (เซพ' ทูอะจินทฺ) *n.* พระคัมภีร์ไบเบิลฉบับเก่า (Old Testament) ที่เก่าแก่ที่สุดของกรีก เชื่อว่าเป็นผลงานจากการแปลโดยนักปราชญ์ยิว 70-72 คน ตามคำเรียกร้องของกษัตริย์ปโตเลมีที่ 2

septicemia (เซพทิซี' เมีย) *n.* ภาวะที่มีเชื้อแบคทีเรียในโลหิต, ภาวะโลหิตเป็นพิษ **-septicemic, septicaemic** *adj.*

septum (เซพ' ทัม) *n., pl.* **-ta** ผนังกั้น, ผนังแบ่ง, ผนังเยื่อกั้นระหว่างสองโพรง **-septal** *adj.*

septuple (เซพทู' พัล) *adj.* เจ็ดเท่า *-vt.* **-pled, -pling** คูณด้วยเจ็ด

sepulcher (เซพ' พัลเคอะ) *n.* หลุมฝังศพ, สุสาน, หินสุสาน, หลุมใส่สิ่งศักดิ์สิทธิ์, ที่ตั้งสิ่งศักดิ์สิทธิ์ *-vt.* **-chered, -chering** ฝังศพ, ใส่ในหลุมฝังศพ, ฌาปนกิจศพ, หลุมฝังศพ, สุสาน (-S. vault, tomb, crypt)

sepulchral (ซะพัล' ครัล) *adj.* เกี่ยวกับสุสาน, เกี่ยวกับหลุมฝังศพ, เป็นสุสาน, ในการฝังศพ, เหมือนสุสาน, เศร้าโศก (-S. funereal, dismal)

sequacious (ซิเคว' เชิส) *adj.* เลียนแบบ, ชอบเลียนแบบ, คล้อยตาม, เอาอย่าง **-sequaciously** *adv.* **-sequacity** *n.*

sequel (ซี' เควล) *n.* บทต่อเนื่อง, เรื่องที่ต่อเนื่อง, สิ่งที่ตามมาทีหลัง, ผลที่ตาม, ผล, ผลลัพธ์, ผลสืบเนื่อง, การอนุมาน (-S. upshot, consequence) *-Ex. Winter is the sequel of fall.*

sequence (ซี' เควินซฺ) *n.* การต่อเนื่องกัน, ตอนที่ต่อเนื่องกัน, ลำดับเหตุการณ์, ลำดับ, ขั้นตอน, การเรียงลำดับ, ไพ่ที่เรียงแต้มกัน, เพลงสวดที่ต่อเนื่องกัน *-vt.* **-quenced, -quencing** เรียงตามลำดับ (-S. order, succession -A. discontinuity)

sequent (ซี' เควินทฺ) *adj.* ต่อเนื่องกัน, ติดต่อกัน, ตามลำดับ, ตามมา, เป็นผลที่ตามมา *-n.* สิ่งที่ตามมา, ผลลัพธ์, ผล

sequential (ซิเควน' เชิล) *adj.* ต่อเนื่องกัน, ติดต่อกัน, ที่ตามมา, เป็นผลลัพธ์, เป็นผลที่สุด **-sequentially** *adv.* **-sequentiality** *n.*

sequester (ซิเควส' เทอะ) *vt., vi.* **-tered, -tering** ทำให้ตัดขาด, ทำให้สันโดษ, ทำให้โดดเดี่ยว, แยกออก, แยกจาก, ยกเลิก, เพิกถอน, อายัด, ริบทรัพย์, ยึดทรัพย์ (-S. separate)

sequin (ซี' ควิน) *n.* แผ่นโลหะกลมแวววาวที่ใช้เป็นเครื่องประดับสตรี *-vt.* **-quined, -quining** ประดับด้วยโลหะแวววาว (บนเสื้อผ้า)

sequoia (ซีควาย' อะ) *n.* ชื่อต้นไม้ขนาดยักษ์ในแคลิฟอร์เนีย

sera (เซียร์' ระ) *n.* พหูพจน์ของ serum

seraglio (ซะแรล' โย) *n., pl.* **-glios** ฮาเร็ม, ส่วนของบ้านหรือวังมุสลิมที่เป็นที่อยู่ของภรรยาทั้งหลายของเจ้าของบ้าน, วังตุรกี, วังแขก (S. serail)

serape, sarape (ซะรา' พี) *n.* ผ้าคลุมไหล่ที่คล้ายผ้าห่ม มักเป็นผ้าขนสัตว์สีฉูดฉาด ใช้กันในแถบลาตินอเมริกา

seraph (เซอ' รัฟ) *n., pl.* **-aphs/-aphim** ทูตสวรรค์ที่มี 6 ปีกที่บินอยู่เหนือบัลลังก์ของพระเจ้า (ในพระคัมภีร์ไบเบิล), ทูตสวรรค์ชั้นสูงสุด **-seraphic, seraphical** *adj.* **-seraphically** *adv.*

Serbia (เซอร์' เบีย) ชื่ออาณาจักรสมัยก่อนในตอนใต้ของยุโรปปัจจุบันเป็นส่วนหนึ่งของยูโกสลาเวีย (-S. Servia)

Serbian, Serb (เซอร์' เบียน) *n.* ชาวเซอร์เบีย, ภาษาเซอร์เบีย *-adj.* เกี่ยวกับ Serbia

Serbo-Croatian ภาษาหลักของยูโกสลาเวีย เป็นภาษาสลาฟภาษาหนึ่ง *-adj.* เกี่ยวกับภาษาดังกล่าว

sere, sear (เซียร์) *adj.* แห้ง, เหี่ยว, ย่น, โรยรา, เฉา

serenade (เซอระเนด') *n.* เพลงมโหรีในยามราตรี, เพลงรักในยามราตรี, เพลงเกี้ยวของหนุ่มชาวสเปน, ดนตรีประกอบเพลงดังกล่าว *-vt., vi.* **-naded, -nading**

ร้องเพลงดังกล่าว, บรรเลงเพลงดังกล่าว, บรรเลงดนตรีประกอบเพลงดังกล่าว

serendipity (เซอรันดิพ' พิที)) *n.* โชคในการพบสิ่งที่ต้องการโดยบังเอิญ

serene (ซะรีน') *adj.* สงบ, เงียบสงบ, ในสงบ, ราบรื่น, ราบเรียบ, เยือกเย็น, ไม่มีเมฆ, ปลอดโปร่ง, สง่า, ฝ่าบาท (คำเรียกยกย่องสมาชิกราชวงศ์) **-serenely** *adv.* **-sereneness** *n.* (-S. clear, calm, tranquil) *-Ex. a serene sea, The sick man spent a serene night., serene weather, a serene disposition*

serenity (ซะเรน' นิที) *n.* ความสงบ, ความเงียบสงบ, ความราบรื่น, ความเยือกเย็น, ความปลอดโปร่ง, ความแจ่มใส

serf (เซิร์ฟ) *n.* ทาส, ข้าแผ่นดิน **-serfdom** *n.* (-S. slave) *-Ex. Noblemen used to employ serfs to work for them.*

serge (เซิร์จ) *n.* ผ้าขนสัตว์ทอลายสอง, ผ้าทอลายสองที่เป็นผ้าฝ้าย, ผ้าใยสังเคราะห์หรือผ้าไหม

sergeant (ซาร์' เจินทฺ) *n.* นายสิบ (ทหารหรือตำรวจ), นายสิบเอก (ทหารบกอังกฤษ), นายสิบโท (ทหารบกของอเมริกา), นายจ่า (ทหารนาวิกโยธินอเมริกา), นายตำรวจ, ตำรวจหญิง, ตำรวจสภา, นายตำรวจรักษาการณ์, ทนายความชั้นสูงสุด (อังกฤษ) **-sergeantship, sergeancy** *n.*

sergeant at arms ตำรวจศาล, ตำรวจสภา

sergeant at law ทนายความชั้นสูงสุด (อังกฤษ) มีอภิสิทธิ์หลายอย่างในศาล

serial (เซียร์' เรียล) *n.* สิ่งที่ต่อเนื่องกัน, สิ่งตีพิมพ์, ที่ต่อเนื่องกัน, ภาพยนตร์ที่ฉายเป็นตอนๆ *-adj.* พิมพ์ต่อเนื่องกัน, ตีพิมพ์เป็นรายสัปดาห์ (รายปักษ์ เดือน ครึ่งเดือน), เกี่ยวกับสิ่งตีพิมพ์ดังกล่าว, เป็นลำดับ, เป็นตอนๆ **-serially** *adv. -Ex. Children like to watch the serials on television.*

serialize (เซียร์' เรียไลซฺ) *vt., vi.* **-ized, -izing** ทำให้เป็นอนุกรม **-serialization** *n.*

serial number เลขอนุกรม, เลขลำดับ, หมายเลขอนุกรม, หมายเลขลำดับ, เลขหมายประจำเครื่อง (เครื่องยนต์ กล้องถ่ายรูปและอื่นๆ)

seriatim (เซียร์รีเอ' ทิม) *adv., adj.* เป็นอนุกรม, เป็นลำดับ, เป็นตอนๆ ต่อเนื่องกัน

series (เซียร์' รีซฺ) *n., pl.* **-ries** อนุกรม, ลำดับ, สิ่งที่ต่อเนื่องกัน, สิ่งที่เป็นตอนๆ, ชุด, อนุกรมเลขหมาย *-adj.* เป็นอนุกรม, เป็นลำดับ, เป็นตอนๆ, ติดต่อกัน *-Ex. a series of cricket, a series of articles, a series of lessons, a series of radio tlads, geometrical series, arithmetical series*

serif (เซ' ริฟ) *n.* เส้นเล็กๆ ของตัวพิมพ์ที่ทำให้เด่นชัด (-S. stroke, write)

serigraph (เซ' ริกราฟ) *n.* สิ่งตีพิมพ์ซิลค์สกรีนคือโดยผ่านผ้าไหม **-serigraphy** *n.* **-serigrapher** *n.*

seriocomic (เซียร์รีโอคอม' มิค) *adj.* ซึ่งจริงจังแต่ขบขัน **-seriocomically** *adv.*

serious (เซียร์' เรียส) *adj.* เคร่งขรึม, ขรึม, จริงจัง, เอาจริงเอาจัง, ไม่เหลาะแหละ, ไม่ล้อเล่น, ขึงขัง, สำคัญ, สาหัส, ร้ายแรง **-seriously** *adv.* **-seriousness** *n.* (-S. grave, solemn, earnest, important, severe) *-Ex. a serious worker, a serious attempt, I'm quite serious (about it); I mean what I say, serious reading-not mere movels, look serious, a serious look*

serjeant (ซาร์' เจินทฺ) *n.* ดู sergeant

serjeanty (ซาร์' เจินที) *n.* กฎหมายอังกฤษสมัยกลางการเช่าที่ดินแบบหนึ่งที่ผู้เช่ารับใช้กษัตริย์เท่านั้น

sermon (เซอร์' เมิน) *n.* การเทศนา, การเทศน์, การสอน, การให้โอวาท, การพูดยืดยาวที่น่าเบื่อ **-sermonize** *v.* (-S. homily, lecture) *-Ex. When his report card arrived, the boy got a sermon from his father on the meaning of hard work.*

Sermon on the Mount การเทศนาของพระเยซูคริสต์ให้กับสาวกและคนอื่นๆ เป็นการเทศน์ที่รวมถึงการอวยพรด้วย

sero- คำอุปสรรค มีความหมายว่า เซรุ่ม

serology (ซิรอล' ละจี) *n., pl.* **-gies** วิทยาศาสตร์ที่เกี่ยวกับเซรุ่มของเลือด, เซรุ่มวิทยา **-serologic, serological** *adj.* **-serologically** *adv.*

serous (เซีย' รัส) *adj.* คล้ายเซรุ่ม, ประกอบด้วยเซรุ่ม, คัดหลั่งเซรุ่ม

serpent (เซอร์' เพินทฺ) *n.* งู (โดยเฉพาะงูใหญ่และงูพิษ), คนที่ร้ายกาจ, ซาตาน, พญามาร

serpent

serpentine (เซอร์' เพินไทนฺ, -ทิน) *adj.* คล้ายงู, คล้ายงูเลื้อย, วกวน, คดเคี้ยว, คดโกง, กลับกลอก, ปลิ้นปล้อน, เจ้าเล่ห์, หักหลัง (-S. zigzag, winding)

serrate (เซอร์' ริท) *adj.* มีขอบคล้ายฟันเลื่อย (เหรียญ) มีขอบเป็นร่องคล้ายฟันเลื่อย *-vt.* **-rated, -rating** ทำให้คล้ายฟันเลื่อย

serrated (เซอร์' เรทิด) *adj.* มีขอบคล้ายฟันเลื่อย

serrated

serration (ซะเร' ชัน) *n.* ลักษณะขอบที่คล้ายฟันเลื่อย, ซี่ฟันเลื่อยซี่หนึ่ง, การมีลักษณะขอบที่คล้ายฟันเลื่อย (-S. serrature)

serried (เซอร์' ริด) *adj.* หนาแน่น, เบียดกัน

serum (เซียร์' รัม) *n., pl.* **serums/sera** ซีรั่ม, เซรุ่ม, ของเหลวสีเหลืองอ่อนใสที่แยกออกจากเลือดที่จับเป็นก้อนหรือเป็นลิ่ม

serum

servant (เซอร์' เวินทฺ) *n.* คนใช้, คนรับใช้, คนปรนนิบัติ, คนบริการ, ลูกจ้าง, ข้า, ข้าราชการ, ทาส **-servantless** *adj.* **-servantlike** *adj.* (-S. housekeeper, maid, butler) *-Ex. Teachers are public servants.*

serve (เซิร์ฟว) *vt., vi.* **served, serving** รับใช้, บริการ, คอยรับใช้, ปรนนิบัติ, บริการอาหาร, ต้อนรับแขก, ให้ความช่วยเหลือ, ช่วยเหลือ, มีประโยชน์, อำนวย, ส่งเสริม, เหมาะกับ, ตอบแทน, ตอบรับ, ออกลูก, ตีลูก,

ชดใช้, แก้เผ็ด, แจกจ่าย, (สัตว์ตัวผู้) ผสมพันธุ์กับ, รับหน้าที่, สนองความต้องการ, ส่งหมายศาล, ยื่นหมายศาล, ผูกเชือก *-n.* การรับใช้, การบริการ, การปรนนิบัติ **-serve one right** ปฏิบัติต่ออย่างสาสม **-servable, serveable** *adj.* **-server** *n.* (-S. wait on, help) *-Ex. to serve as a cook, to serve one's time, They also serve who only stand and wait., to serve in a shop, I'm waiting to be served, This area is served by the Southern Railway.*

server (เซอร์' เวอะ) *n.* ผู้รับใช้, ผู้บริการ, เครื่องรับใช้, ช้อนหรือส้อมสำหรับตักข้าวหรืออาหาร, ผู้ช่วยเหลือพระในพิธี Mass (ฉลองการเสวยกระยาหารครั้งสุดท้ายของพระเยซูคริสต์), ผู้ตีลูก (กีฬา)

service (เซอร์' วิส) *n.* การรับใช้, การบริการ, การปรนนิบัติ, การบริการอาหาร, การต้อนรับแขก, การช่วยเหลือ, การอำนวยประโยชน์, ระบบอำนวยประโยชน์, แผนกรับใช้ประชาชน, หน้าที่การงานของข้าราชการ, ทหารบก, งานบริการสาธารณะประโยชน์, การบำรุงรักษา, ชุดเครื่องมือรับประทานอาหาร, การตีลูก, การออกลูก, การส่งหมายศาล, การยื่นหมายศาล, พิธีศาสนา, การผสมพันธุ์ระหว่างสัตว์ตัวผู้กับตัวเมีย, ใช้เป็นประโยชน์, อำนวยประโยชน์, เป็นการบริการ, ลักษณะบำรุงรักษาและซ่อมแซม, เกี่ยวกับหน่วยกำลังติดอาวุธ, ให้ความช่วยเหลือ, ส่งเสริม

serviceable (เซอร์' วิสซะเบิล) *adj.* มีประโยชน์, ใช้การได้, ใช้สอยได้, ให้ความช่วยเหลือ, ใช้ทน, ใช้ได้ดี *-Ex. an overcoat of serviceable material*

serviceman (เซอร์' วิสเมิน) *n.* ทหารช่าง, เจ้าหน้าที่บำรุงกำลัง, เจ้าหน้าที่ซ่อมแซม

service station แผนกซ่อมแซม, แผนกบริการซ่อมเครื่องล้างและอัดฉีดรถยนต์, สถานีซ่อมแซม, สถานีบำรุงกำลัง, สถานีบริการ

servicewoman (เซอร์' วิสวูเมิน) ทหารหญิง

serviette (เซอร์' วิเอท) *n.* ผ้ากันเปื้อน

serviette ring ห่วงยึดผ้าเช็ดปาก

servile (เซอร์' วิล,-ไวล) *adj.* ยอมรับใช้, เหมือนทาส, เหมือนคนใช้, ประจบประแจง, ไม่เป็นตัวของตัวเอง, สิ้นคิด, (อิสระ) ไม่ออกเสียง **-servilely** *adv.* **-servility** *n. -Ex. a servile state, Flattery of one's superiors is the sigh of a servile person.*

serving (เซอร์' วิง) *n.* การรับใช้, การบริการ, การปรนนิบัติ, การบริการอาหาร, อาหารที่บริการ, การช่วยเหลือ *-adj.* ใช้ในการบริการอาหาร

servitude (เซอร์' วิทูด) *n.* ความเป็นทาส, ความเป็นข้ารับใช้, สภาพของทาส,งานรับใช้หรือทำงานหนักของนักโทษเพื่อเป็นการทำโทษ, สิทธิบางอย่างที่มีต่อทรัพย์สินของบุคคลอื่น (-S. serfdom)

servo (เซอร์' โว) *n., pl.* **-vos** กลไกควบคุมโดยสัญญาณวิทยุหรืออื่นๆ, กลไกที่เสริมกำลังสำหรับควบคุมการเคลื่อนไหว (เช่น พลังการห้ามล้อ) ซึ่งได้รับกำลังจากแหล่งควบคุมที่เรียกว่า servo-control

servo-assisted (เซอร์โว แอซซิดทิด) *adj.* ซึ่งสนับสนุนพลังควบคุมการเคลื่อนไหว

sesame (เซส' ซะมี) *n.* ต้นงา *(Sesamum indicum)* เมล็ดของมันใช้กินได้และให้น้ำมัน, เมล็ดงา (-S. benne)

sesqui- คำอุปสรรค มีความหมายว่า หนึ่งครึ่ง

sesquicentenial (เซสควิเซนเทน'เนียล) *adj.* เกี่ยวกับการครบรอบหรือฉลอง 150 ปี

sesquipedalian (เซสควิพิเด' เลียน) *adj.* คำที่ยาวมาก, ใช้กับคำยาว, (คำ ถ้อยคำ สำนวน) ยาวมาก

sessile (เซส' ไซล) *adj.* ติดกับฐาน, ไม่มีก้านแต่ตั้งอยู่บนฐานกว้าง, ติดอยู่อย่างถาวร **-sessility** *n.*

sessile

session (เซส' ชัน) *n.* การนั่งประชุม, สมัยประชุม, ระยะการประชุม, ภาคการศึกษา **-sessional** *adj.* (-S. sitting, period, term) *-Ex. The conference's morning session is from 9 o'clock to noon., The University has a summer session and a winter session.*

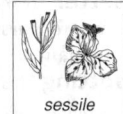

set (เซท) *v.* **set, setting** *-vt.* วาง, ตั้ง, ตั้งตรง, จัด, จัดหามา, จัดการ, เตรียมการ, เตรียม, ทำให้เข้ารูป ทำให้เข้าที่, ติด, ตอก, ปิดประกาศ, ปรับ, ตั้งเข็มนาฬิกา, ประดับ, ประทับ, ฝัง, เลี่ยม, มุ่งหมาย, กำหนด, ลงนาม, วางเพลิง, จุดไฟ, ทำให้มั่นคง, ฟักไข่, เรียงพิมพ์, ทำให้เป็นนมข้นแข็ง, ทำให้ติดกาวแข็ง, ทำโน้ตเพลง, สร้างสถิติใหม่, ประเมินค่า *-vi.* เคลื่อนลง, ตก, แข็งตัว, นั่งฟักไข่, แขวนอยู่, กลายเป็นผลไม้, มีทิศทาง, เหมาะกับ, เหมาะสม, ออกเดินทาง, เริ่มทำ, ลงลายเซ็น *-n.* การตั้ง, การจัดตั้ง, ชุด, เครื่องชุด, ตะวันตกดิน, อนุกรมสิ่งตีพิมพ์, พวก, กลุ่มเกม, ทิศทาง, เครื่องรับ (วิทยุโทรทัศน์), อุปกรณ์ติดตั้งฉากการแสดง, ฉากเวที, ลอนผม, (ไข่) หนึ่งรัง, ชุดประแจเลื่อน, การเกาะตัว *-adj.* กำหนดไว้ล่วงหน้า, กำหนดแน่นอน, เจาะจง, มีเจตนา, แข็งตัว, คงที่, แน่วแน่, ตัดสินใจ, ไม่เปลี่ยนแปลง **-set about** ออกเดินทาง, เริ่ม **-set aside** สงวน, มีชัย, เพิกถอน **-set forth** บรรยาย, เล่าเรื่อง, เผยแพร่ **-set going** เริ่มเดินเครื่อง **-set in** เริ่ม, เริ่มต้น **-set off** ทำให้ระเบิด, เริ่ม, เริ่มต้น **-set on** โจมตี, รุก, เข้าต่อสู้ **-set one's face against** คัดค้าน, ไม่เห็นด้วย **-set one's heart on** มุ่งหมาย, ตั้งเป้าหมาย **-set one's teeth** มุ่งมั่นตั้งใจมั่น **-set out** เริ่ม, เริ่มเดินทางพยายามดำเนินการ, เปิดเผย, วางขาย, แสดง **-set sail** ปล่อย, ปล่อยเป็นอิสระ **-set someone to his feet** ช่วยกู้ฐานะ, ช่วยเหลือ **-set something on fire** เผา, เผาไฟ **-set the Thames on fire** ทำให้เกิดสิ่งมหัศจรรย์ **-set to** เริ่ม, เริ่มต้น, ลงมือ **-set up** สร้าง, จัดตั้ง, ปิดประกาศ, เปิดกิจการ, เรียงตัวพิมพ์, บังเกิด **-set upon** โจมตีอย่างรุนแรง, รุม, จู่โจม (-S. place) *-Ex. the smart set, set of china, to set a crown on his head, set aside money, set aside a judgment, set the boys to work, to set the clock to wake us at 7, to set a trap, set at ease*

setback (เซท' แบค) *n.* การหยุดยั้งการก้าวหน้า, ความล้มเหลว, ความพ่ายแพ้, การถอยหลัง, กระแสน้ำทวน (-S. reverse, reversal, loss) *-Ex. Money troubles caused a temporary setback in his education., The city requires a ten-foot setback for buildings on*

S

this street.

setoff (เซท' ออฟ) *n.* สิ่งชดเชย, การชดเชย, การหักล้าง, การหักกลบลบหนี้, การลดความหนาของกำแพง, ส่วนที่ยื่นออกของฝาผนัง, ของประดับ, สิ่งที่ใช้ส่งเสริมผลของสิ่งอื่น

settee (เซที') *n.* ที่นั่งสำหรับ 2-3 คน มีพนักพิงและมีที่วางแขน (มักบุนวม)

setter (เซท' เทอะ) *n.* ผู้ประกอบ, ผู้ติดตั้ง, ผู้จัด, ผู้วาง, พันธุ์สุนัขที่ถูกฝึกให้ยืนตรงและหันจมูกไปทางเหยื่อ (ที่มีกลิ่น)

setting (เซท' ทิง) *n.* วิถีหรือสถานที่ที่ติดตั้ง, สิ่งแวดล้อม, โครงเพชรพลอย, ดนตรีประกอบ, ทิวทัศน์, ฉาก, ไข่ที่กำลังถูกกก

settle[1] (เซท' เทิล) *v.* **-tled, -tling** *-vt.* จัด, จัดการ, วาง, จ่ายเงิน, ชำระ, ปิดบัญชี, อพยพเข้า, ตั้งรกราก, ตั้งหลักฐาน, ตั้งหลักแหล่ง, ตั้งถิ่นฐาน, ทำให้สงบ, ทำให้หยุดรบกวน, ทำให้หยุดต่อต้าน, ทำให้มั่นคง, ตั้งให้ตะกอนนอนก้น, ทำให้ค่อยๆ จมลง, ทำให้แน่น, จัดการให้เสร็จสิ้น, ขจัดให้เสร็จสิ้น *-vi.* ตัดสินใจ, จัดการ, ตกลง, ชำระหนี้, ชำระบัญชี, ตั้งถิ่นฐาน, ตั้งรกราก, สงบใจ, พัก, พักผ่อน, ค่อยๆ จมลง, นอนก้น, แน่น, ตั้งครรภ์ **-settle down** ตั้งรกราก, ตั้งถิ่นฐาน, สงบใจ, เงียบสงบ, มีจิตมุ่งมั่น **-settleable** *adj.* (**-S.** set, establish) *-Ex. The bird settled on a tree., We have settled on a tree., We have settled in a cottage., Englishmen settled in Virginia., Virginia was settled by (with) Englishmen., The snow settled on the branches.*

S

settle[2] (เซท' เทิล) *n.* ม้ายาวที่มีพนักพิงและที่วางแขน (มักทำด้วยไม้)

settlement (เซท' เทิลเมินทฺ) *n.* การจัดการ, การแก้ปัญหา, การชำระหนี้, การชำระบัญชี, การตั้งถิ่นฐาน, การตั้งรกราก, การตั้งหลักฐาน, การตั้งกิจการ, นิคม, อาณานิคม, ชุมชน, การมอบทรัพย์สิน, ทรัพย์สิน, กองทุน, ถิ่นที่อยู่ตามกฎหมาย, การค่อยๆ จมลง *-Ex. a peaceful settlement of their dispute, a small settlement of Karen people, We are interested in the settlement of the Chiangmai., finally a setlement was made out of court*

settler (เซท' เลอะ) *n.* ผู้จัดการ, ผู้แก้ปัญหา, ผู้ตั้งรกราก, ผู้ตั้งถิ่นฐาน, ผู้ชำระหนี้, เครื่องกรอง, ลักษณะเด็ดขาด, ลักษณะชี้ขาด

settlings (เซท' ลิงซฺ) *n. pl.* ตะกอน

settlor (เซท' เลอะ) *n.* ผู้มอบทรัพย์สิน

set-to (เซท' ทู) *n., pl.* **-tos** การต่อสู้หรือถกเถียงกันอย่างรุนแรง (มักไม่นาน)

setup (เซท' อัพ) *n.* การจัดการ, การตั้งขึ้น, การก่อขึ้น, สิ่งก่อสร้าง, บุคคลที่มีร่างกายแข็งแรง, การดำเนินงานที่ง่าย, สิ่งที่ทำให้เมา, การติดตั้งอุปกรณ์เครื่องมืออะไหล่หรืออื่นๆ สำหรับงานหนึ่งโดยเฉพาะ, โครงการ (**-S.** plan, arrangement, scheme)

seven (เซฟวฺ' เวิน) *n.* เจ็ด, จำนวนหกบวกหนึ่ง, สัญลักษณ์, จำนวนเจ็ด (เช่น 7 หรือ VII), กลุ่มที่มี 7 คน (อัน ชิ้น), ไพ่เจ็ดแต้ม, วันที่เจ็ด, เจ็ดนาฬิกา, สิบเก้านาฬิกา, เจ็ดขวบ, เกมไพ่ชนิดหนึ่ง ดู fan-tan, เป็นจำนวนเจ็ด **-seven seas, Seven Seas** เจ็ดคาบสมุทร, มหาสมุทรทั้ง 7 แห่ง (อาร์กติก แอนตาร์กติก แปซิฟิกตอนเหนือ แปซิฟิกตอนใต้ แอตแลนติกตอนเหนือ แอตแลนติกตอนใต้ อินเดีย)

sevenfold (เซฟเวิน' โฟลดฺ) *adj.* 7 เท่า, ประกอบด้วย 7 ส่วน *-adv.* เป็น 7 เท่า

seventeen (เซฟวฺเวินทีน') *adj.* จำนวนสิบเจ็ด, จำนวนสิบบวกเจ็ด, เลขสิบเจ็ด (เช่น 17 หรือ XVII) กลุ่มที่มี 17 คน (อัน ชิ้น) *-adj.* เป็นจำนวนสิบเจ็ด (10 บวก 7) **-seventeenth** *adv.,n.*

seventeenth (เซฟวฺ' เวินทีนธฺ) *adj.* ที่สิบเจ็ด, ลำดับที่สิบเจ็ด, เป็นหนึ่งในสิบเจ็ดส่วนเท่าๆ กัน *-n.* ส่วนที่สิบเจ็ด (โดยเฉพาะที่เป็นส่วนเท่าๆ กัน), อายุ 17 ปี, เวลา 17.00 น. *-adv.* ในลำดับที่สิบเจ็ด

seventh (เซฟวฺ' เวินธฺ) *adj.* ที่เจ็ด, ลำดับเจ็ด, เป็นหนึ่งในเจ็ดส่วนเท่าๆ กัน *-n.* ที่เจ็ด, ลำดับเจ็ด, หนึ่งในเจ็ดส่วนเท่าๆ กัน, ระดับเสียงที่เจ็ด, วันที่เจ็ดของเดือน **-seventhly** *adv.*

seventh-day (เซฟวฺ' เวินเด) *adj.* เกี่ยวกับวันที่เจ็ดของสัปดาห์ได้แก่ วันเสาร์เป็นวันพักผ่อนและวันศาสนาที่สำคัญ ในศาสนาคริสต์นิกาย Seventh-Day Adventists (**-S.** Seventh-Day)

seventies *n. pl.* ตัวเลข หรือปีหรือองศาตั้งแต่ 70 ถึง 79

seventieth (เซฟวฺ' เวินทิเอธ) *adj.* ที่เจ็ดสิบ, ลำดับที่เจ็ดสิบ, เป็นหนึ่งในเจ็ดสิบเท่าๆ กัน *-n.* ส่วนที่เจ็ดสิบ, ลำดับที่เจ็ดสิบ, หนึ่งในเจ็ดสิบส่วนเท่าๆ กัน

seventy (เซฟวฺ' เวินที) *n., pl.* **-ties** เจ็ดสิบ, จำนวนเจ็ดสิบ, จำนวนสิบคูณเจ็ด, เลขเจ็ดสิบ (เช่น 70 หรือ LXX), กลุ่มที่มี 7 คน (อัน ชิ้น) *-adj.* เป็นจำนวน 70 **-seventies** จำนวน 7 ปี, องศา, 70-79

Seven Wonders of the World สิ่งมหัศจรรย์ทั้ง 7 ของโลก (พีระมิดแห่งอียิปต์ สุสานที่ Halicarnassus วิหารแห่งอาร์ทีมิสที่ Ephesus สวนลอยแห่งบาบิโลน รูปปั้นยักษ์ที่เกาะโรดส์ รูปปั้นเทพเจ้าซีอุสโดยฟิเดียสแห่งโอลิมเปีย และประภาคารยักษ์ที่เมืองอเล็กซานเดรีย)

sever (เซฟวฺ' เวอะ) *v.* **-ered, -ering** *-vt.* แยกออก, ตัดขาด, ตัดสัมพันธไมตรี, พราก, ขาด, แบ่งแยก, แยกแยะ *-vi.* แยกออกเป็นส่วนๆ, แบ่งแยก **-severedly** *adv.* **-severingly** *adv.* **-severable** *adj.* *-Ex. to sever the branch of a tree, a quarrel can sever a close friendship*

several (เซฟวฺ' เวอเริล) *adj.* หลาย, แยะ, มากกว่าสอง, นานา, เฉพาะตัว, รายตัว, แยกออก, ต่างๆ, เดี่ยว, เจาะจง, ผูกมัดบุคคลตั้งแต่สองคนขึ้นไป *-n.* หลายคน, หลายสิ่ง, นานา (**-S.** a few, some) *-Ex. Several flowers are in bloom already.*

severally (เซฟวฺ' เวอรัลลี) *adv.* หลากหลาย, ต่างๆ, นานา, ตามลำดับ (**-S.** separately)

severalty (เซฟวฺ' เวอรัลที) *n., pl.* **-ties** ความหลาย,

(หลักทรัพย์) การมีผู้ครอบครองหรือเจ้าของหลายคน
severance (เซฟ'ว' เวอเรินซฺ) *n.* การแยกออก, การตัดขาด, การตัดสัมพันธ์ไมตรี, การถูกแยกออกจากกัน, การแตกแยก, การแบ่งออกเป็นส่วนๆ, ความไม่เหมือนกัน (-S. separation)
severe (ซะเวียร์') *adj.* **-verer, -verest** รุนแรง, เข้มงวด, กวดขัน, เคร่ง, เคร่งขรึม, เคร่งครัด, เอาจริงเอาจัง, เหน็บแนม, เสียดสี, หนาวจัด, ร้ายแรง, สาหัส, ดุเดือด, ยากลำบาก, แม่นยำ **-severely** *adv.* **-severeness** *n.* (-S. cruel, harsh) *-Ex. a severe judge, a severe look*
severity (ซีเวีย' ริที) *n.* ความรุนแรง, ความเข้มงวด, ความกวดขัน, ความเคร่ง, การเอาจริงเอาจัง, ความยากลำบาก, ความแม่นยำ, การลงโทษอย่างรุนแรง, การเหน็บแนม, การเสียดสี *-Ex. They didn't go skating because of the severity of the snowstorm.*
sew (โซ) *v.* **sewed, sewn/sewed, sewing** *-vt.* เย็บ, เย็บผ้า, ซ่อมปะ, ซ่อมแซม, เย็บปิด, เย็บปิดผ้า *-vi.* เย็บ, ผูกขาด, แก้ไข **-sew up** ประสบความสำเร็จ, ทำสำเร็จ *-Ex. to sew a dress, to sew a button on*
sewage (ซู' อิจ) *n.* สิ่งโสโครก, น้ำเสีย, น้ำเน่า (ที่ไหลผ่านท่อโสโครก) (-S. sewerage)
sewer[1] (ซู' เออะ, ซิว' เออะ) *n.* ท่อน้ำเสีย, ท่อระบายของเสีย
sewer[2] (ซู' เออะ, ซิว' เออะ) *n.* ผู้เย็บ, เครื่องเย็บ
sewerage (ซู' เออะริจ) *n.* การปล่อยของเสียออกทางท่อระบาย, การขับถ่ายน้ำเสีย, ระบบท่อน้ำเสีย, น้ำเสีย, สิ่งโสโครก, คำพูดสกปรก, ความคิดสกปรก
sewing (โซ' อิง) *n.* การเย็บ, การเย็บจักร, สิ่งที่เย็บ, เส้นที่เย็บเล่ม (-S. needlework)
sewn (โซน) *vt., vi.* กริยาช่อง 3 ของ sew *-Ex. Have you sewn the rip in your dress?*
sex (เซคซฺ) *n.* เพศ, สัญชาตญาณทางเพศ, ความสนใจทางเพศ, ความรู้สึกทางเพศ, กาม, เรื่องประเวณี, การร่วมเพศ, การร่วมประเวณี *-vt.* **sexed, sexing** ตรวจดูเพศ (โดยเฉพาะของลูกไก่แรกเกิด), เพิ่มความรู้สึกทางเพศ, แบ่งเพศ **-sexless** *adj. -Ex. Women and girls belong to the female sex., both sexes, the fair (gentle, weaker) sex*
sex- คำอุปสรรค มีความหมายว่า หก (-S. sexi, "six")
sex act การร่วมประเวณี, การร่วมเพศ, การสังวาส
sexagenerian (เซคซะจะแนร์' เรียน) *adj.* บุคคลที่มี อายุ 60 หรือ 60-70 ปี
sexagenary (เซคแซจ'จะเนอะรี) *adj.* เกี่ยวกับจำนวนหกสิบ, ประกอบด้วยหกสิบ ดู sexagenerian
Sexagesima วันอาทิตย์ที่สามก่อนเทศกาล Lent
sex appeal เสน่ห์ที่ดึงดูดเพศตรงข้าม
sex chromosome โครโมโซมเพศ, โครโมโซมที่กำหนดเพศ
sexed (เซคซฺทฺ) *adj.* มีเพศ, มีลักษณะทางเพศ, เกี่ยวกับเพศ
sexism (เซคซฺ' ซึม) *n.* การแบ่งแยกเพศ, การกีดกันเพศ
sexist (เซค' ซิสทฺ) *n.* ผู้แบ่งแยกเพศ, ผู้กีดกันเพศ **-sexism** *n.*
sexless (เซคซฺ' ลิส) *adj.* ไร้เพศ, ไม่มีความต้องการทางเพศ, ไม่มีความรู้สึกทางเพศ, ไม่กระตุ้นเพศ
sexology (เซคซอล' ละจี) *n.* การศึกษาเกี่ยวกับเพศ, เพศวิทยา **-sexological, sexologic** *adj.* **-sexologist** *n.*
sext (เซคซฺทฺ) *n.* ชั่วโมงที่หกของวัน คือเที่ยงวัน
sextant (เซคซฺ' เทินทฺ) *adj.* เครื่องวัดระยะทางเป็นมุมของดวงดาวในท้องฟ้า เพื่อหาเส้นรุ้งและเส้นแวง เป็นเครื่องวัดมุมที่มีแขนโค้งยาวหนึ่งในหกของวงกลม
sextet, sextette (เซคซฺเทท') *n.* กลุ่มที่มี 6 คน (อัน ชิ้น), กลุ่มนักร้อง 6 คน, เพลงที่ประกอบด้วยเสียง 6 เสียง, เพลงที่ใช้เครื่องดนตรี 6 ชิ้น, โคลง 6 แถว, บทกวี 6 บรรทัด
sexton (เซค' สทัน) *n.* ผู้ดูแลโบสถ์
sextuple (เซคซฺทัพ' เพิล) *adj.* ประกอบด้วย 6 ส่วน, 6 เท่า, ประกอบด้วย 6 จังหวะ *-vt., vi* **-pled, -pling** ทำให้เป็น 6 เท่า, กลายเป็น 6 เท่า
sextuplet (เซคซฺทัพ' ลิท) *n.* กลุ่มที่มี 6 สิ่ง, กลุ่มที่มี 6 คน (อัน ชิ้น), หนึ่งในฝาแฝด 6 คน, ฝาแฝด 6 คน (ในการตั้งครรภ์ครั้งหนึ่ง), (ดนตรี) กลุ่มที่มี 6 จังหวะ, เสียงต่อเนื่องกัน 6 เสียง
sexual (เซคซฺ' ชวล) *adj.* เกี่ยวกับเพศ, เกี่ยวกับเพศชายและเพศหญิง, เกิดขึ้นระหว่างเพศชายกับเพศหญิง, มีอวัยวะเพศ **-sexuality** *n.*
sexual intercourse การร่วมเพศ, การร่วมประเวณี, การสังวาส (-S. sexual commerce)
sexuality (เซค' ชูแอล' ลิที) *n.* ลักษณะทางเพศ, เรื่องเพศ, กามกิจ, ความสามารถในการร่วมเพศ
sexy (เซค' ซี) *adj.* **sexier, sexiest** หมกมุ่นในกาม, มั่วโลกีย์, กระตุ้นความรู้สึกทางเพศ, น่าตื่นเต้น, น่าสนใจ **-sexily** *adv.* **-sexiness** *n.*
shabby (แชบ' บี) *adj.* **-bier, -biest** โกโรโกโส, ปอน, เก่า, มอมแมม, ขาดกะรุ่งกะริ่ง, ขาดการบำรุงรักษา, โคลงเคลง, เลวทราม, ไม่ยุติธรรม, น่าดูถูก, เลว, ไม่ได้มาตรฐาน **-shabbily** *adv.* **-shabbiness** *n.* (-S. low, mean, abject, faded) *-Ex. shabby clothes, because of the shabby way the children treated him, a shabby coat, a shabby beggar, a shabby trick*
shack (แชค) *n.* กระท่อม, กระท่อมโกโรโกโส, เพิง **-shack up** อยู่กันฉันสามีภรรยาโดยไม่ได้จดทะเบียนสมรส, มีความสัมพันธ์ทางเพศที่ผิดกฎหมาย, พำนัก, อาศัย (-S. hut)
shackle (แชค' เคิล) *n.* กุญแจมือ, โซ่ตรวน, ตรวน, ห่วงกุญแจ, ห่วง, เครื่องพันธนาการ, การผูก, การมัด, สิ่งผูกมัด, สายโซ่สมอเรือ, สายยู, อุปสรรค, สิ่งกีดขวาง *-vt.* **-led, -ling** ใส่กุญแจมือ, ใส่โซ่ตรวน, กีดขวาง, ผูกมัด **-shackler** *n.*

shad

shaddock

shad (แชด) *n., pl.* **shad/shads** ปลาเฮอริงจำพวกหนึ่ง
shaddock (แชด' ดอค) *n.* ผลไม้ของต้นไม้จำพวก

S

Citrus grandis, ส้มโอ, ต้นไม้ดังกล่าว

shade (เชด) *n.* ร่ม, ที่ร่ม, เงามืด, ความมืด, บังร่ม, โป๊ะโคม, ที่บังแดด, ที่กำบัง, กะบัง, บังตา, เงามืดในภาพ, เครื่องเตือนความจำ, ความคลุมเครือ, ผี, ปีศาจ, ลำดับแสงเงา, จำนวนเล็กน้อย, การสัมผัส, ชิ้นปลีกย่อย, สีหน้าเป็นทุกข์, อุโมงค์เก็บเหล้า, แว่นกันแดด *-v.* **shaded, shading** *-vt.* ทำให้เกิดร่มเงา, ทำให้ มืดมัว, ทำให้สลัว, บังเงา, บังร่ม, บังแดด, แรเงา, ระบายเงา, วาดเงามืด, ทำให้คำพูดนิ่มนวล, ลด *-vi.* ค่อยเปลี่ยนแปลง (-S. veil) *-Ex. to sit in the shade., in the shade of a tree, lamp-shade, eye-shade, light and shade, wrong shade of green, all shades of opinion, shade one's eyes*

shades (เชดซฺ) *n. pl.* ความมืดของกลางคืนหรือตอนเย็น, แว่นตากันแดด, ส่วนที่เหลือของบุคคล (เวลาหรือสิ่งของ)

shadiness (แชด' ดินิส) *n.* ความเป็นเงามืด, ความมืด, ความไม่ชัดเจน, ความน่าสงสัย, ความลึกลับ

shading (เช' ดิง) *n.* ความแตกต่างเล็กน้อยของสีลักษณะหรืออื่นๆ, การแลเงา, การระบายเงา, ภาพแลเงา, ความกลมกลืน *-Ex. The wallpaper samples have different shadings in the same pattern.*

shadow (แชด' โด) *n.* เงา, เงาร่ม, ร่ม, , ที่หลบภัย, จำนวนเล็กน้อย, ผี, ปีศาจ, ข้อแนะนำ, ข้อคิดเห็น, ความคล้ายคลึงกัน, เงาสะท้อน, เงาจินตนาการ, ภาพสะท้อน, ส่วนที่เป็นเงามืดในภาพ, ระยะเวลาแห่งความน่าสงสัย, ความทุกข์, ความไม่ไว้วางใจ, ความพิรุธ, ความชอบกล, ความอำพราง, การปิดบัง, การคุกคาม, ผู้ติดตามเฝ้าดู, คนผิวดำ *-vt., vi.* **-owed, -owing** ทอดเงาลงบน, ปกคลุมด้วยเงามืด, ทำให้สลัว, อำพราง, บังร่ม, บังแดด, ติดตามเฝ้าดูเป็นเงาตามตัว, ให้ที่หลบภัย, ป้องกัน, ระบายเงา, แลเงา, บอกเป็นนัย, บอกให้รู้ล่วงหน้า **-shadows** ความมืด **-shadower** *n. -Ex. a shadow cast by the mountain, evening shadowed the street, a shadow of a doubt of one's honesty, The burglar didnot know he was being shadowned by the detective., a shadow of a doubt, Dang was his brother's shadow., "Hide me under the shadow for thy wings."*

shadowbox (แชด' โดบอคซฺ) *vi.* **-boxed, -boxing** ชกมวยหน้ากระจกโดยปราศจากคู่ชกเพื่อส่องดูท่าทางการชกของตัวเอง, หลบหลีก, หลีกเลี่ยง **-shadowboxing** *n.*

shadowy (แชด' โดอี) *adj.* **-ier, -iest** คล้ายเงา, มีร่มเงา, ไม่ชัดเจน, ไม่แน่นอน, สลัว, มืดมัว, จินตนาการ **-shadowiness** *n.*

shady (เช' ดี) *adj.* **-ier, -iest** เต็มไปด้วยร่มเงา, เป็นเงามืด, ให้ร่มเงา, มืด, สลัว, คลุมเครือ, ไม่ชัดเจน, น่าสงสัย, เลว **-shadily** *adv.* **-shadiness** *n. -Ex. a shady street, a place too shady for taking photographs, a shady stock transaction*

shaft

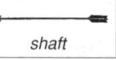

shaft (ชาฟทฺ, แชฟทฺ) *n.* ด้าม, คัน, คาน, เพลา, คันศร, ด้ามหอก, ด้ามค้อน, ด้ามหลาว, คานรถ, ก้าน, กิ่ง, ที่ตั้งเทียน, ด้ามธง, ลำ, แกน, แสง, ปล่อง, เพลารถ, ก้านพืช, ก้านของขน, สิ่งที่เป็นลำ, ลำต้น, การกระทำที่ ไม่ยุติธรรม, คำพูดที่หยาบหรือเกรี้ยวกราด, ช่องลิฟต์, น่อง, ขาอ่อน *-vt.* **shafted, shafting** ถ่อด้วยคานไม้, ดันด้วยไม้ยาว, กระทำอย่างไม่ยุติธรรม, ฉวยโอกาส **-get the shaft** ได้รับความไม่ยุติธรรม, ถูกหลอกลวง

shag (แชก) *n.* ขนหรือผมหยาบ, ขนยาวเป็นปึก, ขนปุยยาว, พรมที่มีขนปุยยาว, ยาเส้นหยาบเป็นปึก, ขนหรือผมรุงรัง, ขนหรือผมเป็นกระเซิง, พุ่มไม้หนา *-vt.* **shagged, shagging** ทำให้หยาบ, ทำให้รุงรัง, ทำให้ยุ่งเหยิง

shaggy (แชก' กี) *adj.* **-gier, -giest** ปกคลุมไปด้วยขนหยาบยาว, ขนหรือผมเป็นกระเซิง, ขนหรือผมรุงรัง, ยุ่งเหยิง, ไม่เป็นระเบียบ, หยาบ, หนา **-shaggily** *adv.* **-shagginess** *n.* (-S. long-haired) *-Ex. Dang likes shaggy dogs, and Mother likes smooth.*

shagreen (ชะกรีน') *n.* หนังที่มีลายเป็นจุดๆ ที่ทำจากหนังม้า ฉลาม แมวน้ำและสัตว์อื่นๆ, หนังหยาบจากปลาฉลามบางชนิด ใช้ขัดวัสดุอื่นๆ *-adj.* หุ้มหรือทำด้วยหนังดังกล่าว (-S. shagreened)

shah (ชา) *n.* กษัตริย์ (อิหร่าน) **-shahdom** *n.*

shake (เชค) *v.* **shook, shaken** *-vt.* เขย่า, สั่น, โยก, ทำให้สั่น, ทำให้สั่น สะเทือน, ทำให้ตัวสั่น, ทำให้สะท้าน, สลัด, สะบัด, ทอดทิ้ง, ทำให้จิตใจว้าวุ่น, ทำให้กระวนกระวาย, กวนใจ, ทำให้สงสัย, ขจัด, หนีตาม *-vi.* เขย่า, สั่น, สั่นสะเทือน, ตัวสั่น, สะท้าน, แกว่ง, ไม่มั่นคง, หวั่นไหว, จับมือกัน (แสดงความเคารพ การทักทายหรือการเห็นด้วย) *-n.* การเขย่า, การสั่น, การโยก, การทำให้สั่น, การทำให้สั่นสะเทือน, การทำให้สะท้าน, ภาวะตัวสั่น, การสั่นเทา, ไข้จับสั่น, การโคลงเคลงไปมา, การจับมือกัน (แสดงความเคารพ การเห็นด้วย หรือการทักทาย), การเขย่าลูกเต๋า, สิ่งที่เกิดจากการสั่น, รอยแตก, รอยร้าว, ทันทีทันใด **-shake down** ทำให้ลงมา, ทดสอบ **-shake off** ปฏิเสธ, จากไป, ทิ้งไว้เบื้องหลัง **-shake one's head** ปฏิเสธ, ไม่เห็นด้วย **-shake up** เขย่า, ผสม, ทำให้ผิดหวัง, รบกวน **-no great shakes** ไม่สำคัญเท่าใด **-two shakes/two shakes of a lamb's tail)** ประเดี๋ยวเดียว **-shakable** *adj.* **-shakable, shakeable** *adj. -Ex. The branches shook in the wind., Somsri shook with laughter., The wind shook the branches., Narong shook the cloth out of the window., The dog shook himself., The nurse shook the child., shake my trust*

shakedown (เชค' ดาวน) *n.* การข่มขู่, การขู่กรรโชก, การค้นอย่างละเอียด, ที่นอนชั่วคราว, การปูที่นอน, การทำให้ลงมา, การปรับ *-adj.* ทดลองบิน, ทดลองแล่นเรือ

shake-hands (เชค' แฮนซฺ) *n.* การจับมือกัน

shaken (เชค' เคิน) *vt., vi.* กริยาช่อง 3 ของ shake

shaker (เชค' เคอะ) *n.* ผู้เขย่า, ผู้สั่น, เครื่องเขย่า, เครื่องสั่น, กระปุกใส่เกลือพริกไทยหรือเครื่องชูรสอื่นๆ, เครื่องปั่นอาหาร

Shakespearean (เชคสเพีย' เรียน) *adj.* เกี่ยวกับหรือมีลักษณะของเชกสเปียร์หรือผลงานของเขา *-n.* ผู้ศึกษาหรือผู้เชี่ยวชาญผลงานของเชกสเปียร์ **-Shakespeareanism, Shakespearianism** *n.* (-S. Shakespearian)

shakeup (เชค' อัพ) *n.* การเขย่า, การเขย่าผสม, การกระตุ้นจิต, การปลุกใจ, สิ่งที่กระทำอย่างลวกๆ, บ้านที่ก่อขึ้นอย่างลวก ๆ, การเปลี่ยนแปลงอย่างมากในการดำเนินการ (เช่น การไล่ออกหรือโยกย้าย)

shako (แชค' โค) *n., pl.* **-os/-oes** หมวกทหารรูปทรงกระบอก มีปีกบังหนาและมีขนนกประดับข้างบน

shako

shaky (เช' คี) *adj.* **-ier, iest** สั่น, สั่นเทา, สั่นระริก, สั่นสะเทือน, ตัวสั่น, โอนเอน, โยกคลอน, ไม่มั่นคง, ทำท่าจะล้ม, น่าสงสัย **-shakily** *adv.* **-shakiness** *n.* (-S. rickety) *-Ex. The desk was too shaky to use.*

shale (เชล) *n.* แผ่นหิน, ชั้นแผ่นหิน, แผ่นหินผา **-shale oil** น้ำมันปิโตรเลียมจากชั้นดิน **-shaley** *adj.*

shall (แชล, ชึล) *aux. v.* กริยาช่วยที่มักใช้กับบุรุษที่ 1 เพื่อแสดงถึงอนาคตและใช้กับบุรุษที่ 2 เฉพาะในประโยคคำถาม, จะ, พึงจะ, จะต้อง, น่าจะ, ควรจะ, อยากจะ *-Ex. I shall arrive at 4 p.m, Shall we be back in time?, Shan't I know before tomorrow?, Let's start tomorrow, shall we?, You shall do as I order!*

shallot (แชล' ลอท) *n.* พืชจำพวก *Allium ascalonicum* คล้ายหัวหอม, หัวของพืชดังกล่าว

shallow (แชล' โล) *adj.* **-er, -est** ตื้นๆ, ไม่ลึก, ไม่ลึกซึ้ง, ผิวเผิน *-n.* ที่ตื้น, หาดตื้น, น้ำตื้น *-vt.,vi.* **-lowed, -lowing** ทำให้ตื้น, กลายเป็นตื้น **-shallowly** *adv.* **-shallowness** *n.* (-S. slight, shoal) *-Ex. His feeling were very shallow., The boat went aground in the shallows.*

shalom (ชาลอม', ชะโลม') *interj.* ความสงบ, คำทักทายและอำลาของชาวยิว

shalt (แชลท) *aux. v.* ดู shall ใช้เฉพาะกับ thou *-Ex. Thou shalt not steal.*

sham (แชม) *n.* การปลอมแปลง, การหลอกลวง, การแสร้ง, มารยา, การตบตา, ผู้หลอกลวง, ผู้ตบตา, นักต้ม, ของเทียม, ของหลอก, สิ่งปกคลุมให้ดูแตกต่างกันไป, ผ้าปูที่นอนหรือปลอกหมอนที่ทำให้ดูแตกต่างกันไป *-adj.* ปลอมแปลง, หลอกลวง, แสร้ง, เก๊, เทียม, ทำให้ดูแตกต่างไป *-v.* **shammed, shamming** *-vt.* เลียนแบบ, แสร้งทำ, แสร้งเป็น *-vi.* แสร้ง, แกล้ง, เลียน *-Ex. The boys had a sham battle., sham plea, sham headache*

shaman (ชา' เมิน, เช' เมิน) *n.* หมอ, บุคคลที่เป็นทั้งพระและหมอ, หมอผี, คนทรงเจ้า

shamanism (ชา' มะนิซึม) *n.* การเป็นทั้งพระและหมอ, ความเชื่อที่ว่าพระมีอำนาจรักษาโรคได้, ความเชื่อดังกล่าวในเผ่าอินเดียนแดงบางเผ่า **-shamanist** *n.* **-shamanistic** *adj.*

shamble (แชม' เบิล) *vi.* **-bled, -bling** เดินลากขา, เดินอุ้ยอ้าย, เดินตุปัดตุเป, เดินงุ่มง่าม **-shamble** *n.*

shambles (แชม' เบิลซ) *n. pl.* โรงฆ่าสัตว์ที่ที่มีการนองเลือด, ที่ที่มีการทำลายล้าง, ร้านขายเนื้อสัตว์, ที่ที่มีความโกลาหล, ความโกลาหล *-Ex. The army left the town in a shambles.*

shame (เชม) *n.* ความอับอาย, ความละอายใจ, ความอดสู, ความอัปยศอดสู, ความขายหน้า, เรื่องที่ทำให้เสียใจ, *-vt.* **shamed, shaming** ทำให้รู้สึกละอายใจ, ทำให้อับอาย, ทำให้ขายหน้า, ทำให้อัปยศอดสู **-for shame!** คุณควรละอายแก่ใจ **-put to shame** ทำให้อัปยศอดสู, เอาชนะ *-Ex. The boy who was caught cheating felt much shame., The boy's bad behaviour brought shame to the team.*

shamefaced (เชม' เฟสท) *adj.* อับอาย, ขายหน้า, ละอายใจ, อาย, เหนียมอาย, ถ่อมตัว **-shamefacedly** *adv.* **-shamefacedness** *n.*

shampoo (แชมพู') *n., pl.* **-poos** การสระผม, น้ำยาสระผม, แชมพู *-vt., vi.* **-pooed, -pooing** สระผม (โดยเฉพาะด้วยแชมพู), ล้างหวี, ทำความสะอาด (พรมเก้าอี้นวมหรืออื่นๆ) **-shampooer** *n. -Ex. Mother went to the hairdresser to get a shampoo., to shampoo the fog, to shampoo rugs*

shamrock (แชม' รอค) *n.* พืชไม้ดอกสีเหลือง ใบอยู่กันเป็นกระจุก 3 ใบ เป็นต้นไม้ประจำชาติของไอร์แลนด์

shamrock

shamus (ชา' มัส) *n.* (คำสแลง) นักสืบ ตำรวจ

Shan (ชาน, แชน) *n., pl.* **Shan/Shans** ชื่อชนหมู่น้อยที่อาศัยอยู่ตามแถบภูเขาในพม่า ลาว จีน, ชาวไทยใหญ่, ภาษาไทยใหญ่

shanghai (แชง'ไฮ, แชงไฮ) *vt.* **-haied, -haiing** ลักพาตัว

Shanghai (แชงไฮ) เมืองท่าเรือของจีน (เซี่ยงไฮ้)

shank (แชงค) *n.* กระดูกแข้ง, หน้าแข้ง, ขา (รวมทั้งขาอ่อน), ขาท่อนล่าง, เนื้อขาสัตว์, ส่วนขาของถุงเท้ายาว, ก้าน, ก้านดอกไม้, ก้านสมอเรือ, ก้านลูกกุญแจ, ก้านพืช, ก้านเครื่องมือ, ก้านเข็ม, ด้ามเหล็ก, ตัวพิมพ์ตะกั่ว, ส่วนปลาย, ส่วนหลัง, ส่วนกลางของพื้นเท้า, ระยะแรกของเวลา, ช่วงสำคัญของเวลา *-Ex. the shank of a fork, shank of a key, shank of a fishhook*

shan't (ชานท) ย่อจาก shall not จะไม่, ไม่ควร

shantung (แชนทุง') *n.* ผ้าแพรจีนเนื้อนิ่ม โดยทั่วไปไม่ย้อมสี บางชนิดทอปนกับด้าย

shanty (แชน' ที) *n., pl.* **-ties** กระท่อมที่สร้างขึ้นอย่างลวกๆ, บ้านโกโรโกโส, ห้องโกโรโกโส (S. shack)

shape (เชพ) *n.* สัณฐาน, รูป, รูปแบบ, รูปโฉม, ร่าง, รูปร่าง, โฉม, โฉมภายนอก, รูปเงา, รูปจินตนาการ, ทรวดทรง, การกำหนดสัณฐาน (รูป รูปแบบ รูปโฉม), การจัดอย่างมีระเบียบ, การซ่อมแซม, วิถีทางชีวิต, วิธีการดำเนินชีวิต, สภาพ, สภาพการณ์, เครื่องอาภรณ์แสดงละคร *-v.* **shaped, shaping** *-vt.* ก่อร่าง, ทำให้เกิดรูปร่างขึ้น, ทำให้เป็นรูปแบบ, แสดงออกเป็นถ้อยคำ, ปรับ, ทำให้สอดคล้อง, กำหนดวิถีทาง *-vi.* สรุป, เป็นรูปเป็นร่างขึ้น, เป็นรูปแบบบังเกิด, เกิด, เจริญ **-take**

S

shape ก่อร่างเป็นรูปเป็นร่างขึ้น **-shapable, shapeable** *adj.* (-S. form, pattern) *-Ex. swimming keeps a person in good shape, He shape of the box is square.*

shapely (เชพ' ลี) *adj.* **-lier, -liest** มีรูปร่างที่ดี, มีรูปแบบที่ดี, ดูงามตา, ท่าทางดี, หุ่นดี **-shapeliness** *n. -Ex. a shapely swimmer*

share (แชร์) *n.* ส่วน, ส่วนหนึ่ง, ส่วนแบ่ง, ส่วนร่วมมือ, ส่วนที่รับผิดชอบ, หุ้นส่วน *-v.* **shared, sharing** *-vt.* แบ่งส่วน, แบ่งสรร, แบ่งเฉลี่ย, แบ่ง, แบ่งกำไร *-vi.* มีส่วน, ร่วมส่วน, ร่วมหุ้น, ร่วมกันทำ, ร่วมกันรับ, ร่วมกันรับผิดชอบ **-sharable, shareable** *adj.* **-sharer** *n.* (-S. portion)

sharecropper (แชร์' ครอพเพอะ) *n.* ชาวนาที่เช่านาและจ่ายค่าเช่าด้วยการแบ่งข้าวที่ปลูกได้

shareholder (แชร์' โฮลเดอะ) *n.* ผู้ถือหุ้น, ผู้ถือหลักทรัพย์

shark[1] (ชาร์ค) *n.* ฉลาม

shark[2] (ชาร์ค) *n.* คนตะกละ, คนละโมบ, คนโกง, นักต้ม, ผู้มีความสามารถพิเศษในเรื่องใดเรื่องหนึ่ง *-v.* **sharked, sharking** *-vi.* หลอกลวง, หลอกต้ม, โกงเงิน *-vt.* กลืนอย่างตะกละ, ใช้ชีวิตอย่างคนละโมบ, หลอกต้ม

sharkskin (ชาร์ค' สคิน) *n.* หนังปลาฉลาม, สิ่งทอลายสองทำด้วยไหมหรือใยสังเคราะห์, ผ้าหนังฉลาม

sharp (ชาร์พ) *adj.* **sharper, sharpest** คม, คมกริบ, ชัด, ชัดเจน, แจ๋ว, เฉียบแหลม, เฉียบขาด, เข้มงวด, เย็นเฉียบ, เผ็ดร้อน, ฉุน, รุนแรง, เสียดแทง, แสบแก้วหู, กะทันหัน, ฉับพลัน, แหลมคม, ว่องไว, โกง, มีเล่ห์เหลี่ยม, (เสื้อผ้า) ทันสมัย, ไม่ออกเสียง, เสียงสูงข้างเดียว *-v.* **sharped, sharping** *-vt.* เพิ่มระดับเสียงครึ่งเสียง *-vi.* เพิ่มระดับเสียง, ขยับระดับเสียงให้สูงขึ้นกว่าเดิม *-adv.* เสียงสูง, เครื่องหมายเสียงสูงกว่าเดิม, ผู้เชี่ยวชาญ, คมมีด *-adj.* แหลมคม, เฉียบแหลม, ฉับพลัน, ทันที ทันใด, ตรงเวลา, (เสียงดนตรี) สูงกว่าเสียงจริง **-sharply** *adv.* **-sharpness** *n.* (-S. pointed, clear, quick, harsh, tart, stylish -A. blunt, vague, dense) *-Ex. sharp edge, sharp knife, sharp outline, sharp point, sharp eyes, a sharp rise in the road, sharp attack of disease, sharp words, sharp movements, sharp cry*

sharpen (ชาร์พ' เพิน) *vt.,vi.* **-ened, -ening** ทำให้คม, ฝนให้คม, เพิ่ม, ทำให้รุนแรงขึ้น, กลายเป็นคม, ฉับพลัน **-sharpener** *n.* (-S. edge, hone, strop) *-Ex. to sharpen the razor, This puzzle should sharpen your intelligence.*

sharper (ชาร์พ'เพอะ) *n.* คนเจ้าเล่ห์, นักต้ม, นักพนันอาชีพ

sharp-eyed (ชาร์พ' ไอด) *adj.* ตาไว, (สายตา) เฉียบแหลม, ตาคมกริบ

sharpie (ชาร์พ' พี) *n., pl.* **-ies** คนที่ว่องไวมาก, คนที่แคล่วคล่อง, คนที่มีสติปัญญาเฉียบแหลม, คนที่หลอกลวง, นักต้ม, คนที่มีเล่ห์เหลี่ยม, นักพนันอาชีพ, เรือท้องแบนที่มีใบเรือเป็นรูปสามเหลี่ยมบน, เสากระโดงเรือเดี่ยวหรือสองเสา

sharp-nosed (ชาร์พ' โนซด)) *adj.* จมูกไว, ได้กลิ่นเร็ว

sharpshooter (ชาร์พ' ชูทเทอะ) *n.* นักแม่นปืน (โดยเฉพาะปืนไรเฟิล), มือปืน, ผู้เชี่ยวชาญในการยิงปืน (โดยเฉพาะปืนไรเฟิล), นักธุรกิจผู้มุ่งผลกำไรเร็ว **-sharp-shooting** *n.*

sharp-sighted (ชาร์พ' ไซ' ทิด) *adj.* มีสายตาคม, ตาไว, มีสติปัญญาเฉียบแหลม

sharp-tongued (ชาร์ฟ' ทังด') *adj.* ปากจัด, ปากร้าย, เสียดสี, เหน็บแนม, มีคารมคมคาย, เจ้าโวหาร

sharp-witted (ชาร์พ' วิททิด) *adj.* ปัญญาไว, เฉียบแหลม, เชาวน์ไว, เฉลียวฉลาด **-sharp-wittedness** *n.*

shatter (แชท' เทอะ) *v.* **-tered, -tering** *-vt.* ทำให้แตกละเอียด, ทำให้แตกเป็นชิ้นๆ, ทำให้เสียหาย, ทำให้ป่นปี้, ทำให้เสื่อมเสีย, ทำลาย *-vi.* แตกละเอียด, แตกเป็นชิ้นๆ, เสื่อมเสีย, เสียหาย (-S. bust, break) *-Ex. When the picture fell to the floor, the glass shattered., My nerves were shattered after the accident.*

shave (เชฟว) *vt., vi.* **shaved, shaved/shaven** โกน, โกนด้วยมีดโกน, ทำให้โกร๋น, ทำให้โล้น, ผ่านไป, เฉียด, แฉลบ, ขูด, ลอก, ตัด, ลดราคา, ชิง, รีดนาทาเร้น, เหนือกว่าเล็กน้อย *-n.* การโกน, แผ่นบาง, มีดโกน, กบไสไม้, เครื่องขูด, เครื่องตัดเป็นแผ่นบาง (-S. trim) *-Ex. to shave off a thin piece of wood, a heap of shavings, to shave one's face, to shaving-soap brush, The barber gave me a shave., Somsak did not run into the telegraph pole but it was a close shave.*

shaver (เช' เวอะ) *n.* ผู้โกน, เครื่องโกน, มีดโกน, มีดโกนไฟฟ้า, มีดไสกบ, เครื่องไสกบ, เด็กผู้ชาย, อ้ายหนุ่ม, ผู้ตัดราคา, ผู้กรรโชก

Shavian (เช' เวียน) *adj.* เกี่ยวกับจอร์จ เบอร์นาร์ด-ชอว์ *-n.* ผู้ชื่นชมงานของเขา

shaving (เช' วิง) *n.* แผ่นบางมาก (โดยเฉพาะแผ่นไม้), การโกน, เครื่องโกน, มีดโกน, กบไส, การไสกบ, การแต่งหน้า

Shaw (ชอ) *n.* George Bernard Shaw (ค.ศ.1856-1950) นักแต่งบทละครและนวนิยายชาวไอริช

shawl (ชอล) *n.* ผ้าขนสัตว์หรือผ้าหนาสำหรับคลุมไหล่ (หรือคลุมไหล่และหัว) *-vt.* **shawled, shawling** ใช้ผ้าดังกล่าวคลุม

she[1] (ชี) *pron.* หล่อน, เธอ, ตัวเมีย (ใช้นำชื่อสัตว์), มัน (ใช้เป็นสรรพนามของเรือ รัฐ โลก ดวงดาว เป็นต้น), ผู้หญิง, สตรี, ตัวเมีย, เพศหญิง, สิ่งที่ถือเป็นเพศหญิง

she[2] (ชี) *pron.*ใช้เติมหน้าชื่อสัตว์ แปลว่า ตัวเมีย เช่น she-bear หมีตัวเมีย

sheaf (ชีฟ) *n., pl.* **sheaves** มัดข้าว, มัดฟาง, มัด, กลุ่ม, กอง, กำ, ฟ่อน, หน้าหรือด้านที่ยิง *-Ex. a sheaf of arrows, a sheaf of papers*

shear (เชียร์) *v.* **sheared, sheared/shorn** *-vt.* ตัด, ตัดออก, ตัดขน, ตัดเล็ม, ตัดขาด, ฟัน, เอาออก, เพิกถอน, ขจัด, ใช้เคียวตัด, แล่นผ่าน *-vi.* ตัด, ตัดขน, ตัดเล็ม, ตัดด้วยเคียว *-n.* การตัด, การตัดขนแกะ, แรงตัด, กรรไกรขนาดใหญ่, ใบมีดของกรรไกร, เครื่องตัด, แท่นตัด, สิ่งที่ตัดออก, ปริมาณขนที่ตัดออก, ขาหยั่ง, ปั้นจั่น

shearwater 783 shell shocked

รูปตัว V สำหรับยกของหนัก, อายุแกะ **-shearer** *n.* (-S. clip, cut, divest)

shearwater (เชียร์' วอเทอะ) *n.* นกทะเลชนิดหนึ่งที่มีปีกยาว จำพวก *Puffinus*

sheath (ชีธ) *n., pl.* **sheaths** ฝักดาบ, ฝักมีด, ปลอกมีด, ฝัก, ปลอก, ปลอกสายเคเบิล, เสื้อผ้ารัดรูป *-vt.* **sheathed, sheathing** สวมปลอก, ใส่ฝัก (-S. case, cover)

sheathe (ชีธ) *vt.* **sheathed, sheathing** ใส่ปลอก, ใส่ฝัก, หุ้ม, คลุม, บัง, หดเล็บเข้า **-sheather** *n.* (-S. envelop) *-Ex. to sheathe a knife or sword*

sheathing (ชี' ธิง) *n.* การสวมใส่ปลอก, การใส่ฝัก, สิ่งปกคลุม, ชั้นนอก, วัสดุที่ใช้ปกคลุม

sheath knife มีดที่มีปลอก

sheave[1] (ชีฟว) *vt.* **sheaved, sheaving** มัด, ฟ่อน, เก็บรวบรวมเป็นมัด

sheave[2] (ชีฟว) *n.* ล้อในลูกรอก,ลูกรอก, ล้อสายพาน

sheaves (ชีฟวซ) *n. pl.* พหูพจน์ของ sheaf

shed[1] (เชด) *n.* เพิง, เพิงเก็บของ, เพิงโรงงาน, กระท่อม, โรงรถ (มักเป็นแบบเปิดข้าง) *-Ex. The farmer keeps his tools in a shed.*

shed[2] (เชด) *v.* **shed, shedding** *-vt.* ปลด, ปล่อย, สลัด, ปลง, ไหล, ไหลออก, หลุด, ร่วง, ลอกคราบ, ขับออก, แยกออก, ต้านการซึมผ่าน *-vi.* ร่วง, หล่น, หลุด, สลัด, ปล่อย, ลอกคราบ *-n.* ปากกระสวยทอผ้า, ร่องกระสวย, สันปันน้ำ **-shed blood** ทำให้เลือดตก, ฆ่าอย่างรุนแรง (-S. throw off, repel)

she'd (ชีด) ย่อจาก she had เธอมี, she would เธอจะ

sheen (ชีน) *n.* ความเปล่งปลั่ง, แวววาว, ความสว่างไสว, ความสุกใส, ความรุ่งโรจน์, ความเป็นมันเงา **-sheeny** *adj.*

sheep (ชีพ) *n., pl.* **sheep** แกะ (สัตว์เคี้ยวเอื้องจำพวก *Ovis*), หนังแกะ, บุคคลที่เหนียมอายและถูกชักจูงได้ง่าย (-S. milksop)

sheepdog, sheep dog สุนัขเลี้ยงแกะ, สุนัขคุ้มกันแกะ

sheepherder (ชีพ' เฮิอร์เดอะ) *n.* ผู้เลี้ยงแกะ **-sheepherding** *n.*

sheepish (ชี' พิช) *adj.* เหนียมอาย, ละอายใจ, เหมือนแกะ (เหนียมอาย เชื่อฟัง) **-sheepishly** *adv.* **-sheepishness** *n.* (-S. grined) *-Ex. a sheepish grin*

sheep's eyes การมองด้วยสายตาที่เหนียมอาย เต็มไปด้วยความรัก

sheepskin (ชีพ' สคิน) *n.* หนังแกะ, ผ้าหนังแกะ, (ภาษาพูด) ประกาศนียบัตร

sheer[1] (เชียร์) *adj.* **sheerer, sheerest** บางใส, ไม่ได้เจือปน, ไม่เหมาะสม, สูงชัน, ตรงดิ่ง, เต็มที่, ทีเดียว, ที่สุด, แท้ **-sheerly** *adv.* **-sheerness** *n. -Ex. Somsri has a pair of sheer silk stockings., The living-room curtains are sheer.*

sheer[2] (เชียร์) *vt., vi.* **sheered, sheering** เบน, บ่ายเบน, เห, หันทิศทาง, เลี่ยง, ทำให้หันเห *-n.* การเบน, การบ่ายเบน, การหันเห, การหันทิศทาง, การเลี่ยง, ตำแหน่งที่เรือทอดสมอเดียว (-S. lamina, layer) *-Ex. The bus sheered away from the animal in the road.*

sheet[1] (ชีท) *n.* ผ้าปูที่นอน, ผ้าสี่เหลี่ยมขนาดใหญ่, ผ้าตราสังศพ, ผ้าคลุมศพ, แผ่นกระดาษ, หน้าหนังสือ, ยกหนังสือ, แผ่น, แผ่นบันทึก, แผ่นใหญ่, ผืน, ผืนใหญ่, หนังสือพิมพ์, สิ่งตีพิมพ์, วารสาร, ระวาง, ขนาด, ความกว้างขวาง, แผ่นหินผา *-vt., vi.* **sheeted, sheeting** คลุม, ปกคลุม, ปูผ้า, กางออก, ขยายออก, ห่อด้วยแผ่นหรือผืนใหญ่ *-Ex. bed-sheets, a sheet of paper, printed sheets, a sheet of glass, a sheet of water, a sheet of ice*

sheet[2] (ชีท) *n.* โซ่หรือเชือกสำหรับโยงใบเรือ **-three sheets in/ to the wind** (ภาษาพูด) เมาเหล้า

sheik, sheikh (ชีค) *n.* หัวหน้าเผ่า, หัวหน้าหมู่บ้าน, เจ้าอาหรับ, ผู้นำศาสนา (อิสลาม)

sheikdom, sheikhdom (ชีค' เดิม) *n.* ดินแดนที่อยู่ภายใต้การปกครองของ ดู sheik

shekel (เชค' เคิล) *n.* หน่วยน้ำหนักโบราณของบาบิโลน, เหรียญเงินตราที่มีน้ำหนักดังกล่าว (โดยเฉพาะเหรียญเงินของชาวยิว) **-shekels** เงินสด

sheldrake (เชล' เดรค) *n.* เป็ดชนิดหนึ่งจำพวก *Tadorna* หรือ *Casarca*

sheldrake

shelf (เชลฟ) *n., pl.* **shelves** หิ้ง, โครง, ชั้นวางหนังสือ, สิ่งของที่วางบนหิ้ง, ปริมาณความจุของหิ้ง, หินใต้น้ำที่ยื่นออก, โขดหิน, สันดอน, สันปันน้ำ **-on the shelf** เลื่อนไปชั่วคราว, ไม่มีประโยชน์, ไม่ใช่การอยู่กับที่, ตายแล้ว

S

shelf life อายุความทนในการเก็บอยู่บนหิ้ง

shell (เชล) *n.* เปลือกหอย, เปลือก, ฝัก, กระดอง, คราบ, ปลอก, ปลอกกระสุน, โกร่งดาบ, โฉมภายนอก, โลงศพภายใน, รองในโลงศพ, ลูกปืนใหญ่, ลูกปืนล่าสัตว์, เรือแข่งที่ต่อด้วยไม้บาง, กลุ่มของ ดู nucleons, สนามกีฬารูปจานกลม, โครงสิ่งก่อสร้าง, ชั้นหินผาบาง, แก้วเบียร์เล็กๆ, เสื้อสตรีไร้แขนที่ใช้สวมเป็นเสื้อชั้นใน, พิณเจ็ดสาย *-v.* **shelled, shelling** *-vt.* เอาเปลือกออก, ปอกเปลือก, ใส่ปลอก, ระดมยิง *-vi.* หลุดออกเป็นแผ่น, (เปลือก) หลุดร่วง **-shell out** (ภาษาพูด) จ่าย (เงิน)

she'll (ชีล) ย่อจาก she will, she shall เธอจะ

shellac, shellack (ชะแลค') *n.* ครั่ง, ครั่งผสมแอลกอฮอล์หรือตัวทำละลายอื่นๆ, แผ่นเสียงที่ทำจากครั่ง (โดยเฉพาะขนาดที่เล่นด้วยความเร็ว 78 รอบต่อนาที), วัสดุที่ใช้ทำแผ่นเสียงดังกล่าว, สีทาชะแล็ก *-vt.* **-lacked, -lacking** ทำชะแล็ก, ทำให้พ่ายแพ้, ทำให้คว่ำ (-S. defeat)

shellback (เชล' บาร์ค) *n.* ทหารเรือเก่า, บุคคลผู้ข้ามเส้นศูนย์สูตรของโลกด้วยเรือ

shellfire (เชล' ไฟเออะ) *n.* การยิงปืนใหญ่, การระดมยิงด้วยปืนใหญ่

shellfish (เชล' ฟิช) *n., pl.* **shellfish/-fishes** สัตว์น้ำจำพวกมีเปลือก เช่น หอย กุ้ง ปูและอื่นๆ ดู trunkfish

shell jacket เสื้อคลุมรัดรูปของทหาร

shellproof (เชล' พรูฟ) *adj.* กันกระสุนปืนใหญ่

shell shocked โรคประสาทที่เกิดเนื่องจากความเคร่งเครียดจากสิ่งแวดล้อมในสนามรบ

shelter (เชล' เทอะ) *n.* ที่กำบัง, ที่หลบภัย, ที่หลบซ่อน, ที่พักอาศัย, ที่ลี้ภัย, ที่เป็นร่มไม้ชายคา, การป้องกันหรือหลบภัยจากสถานที่ดังกล่าว, การคุ้มครอง *-v.* **-tered, -tering** *-vt.* เป็นที่กำบังหรือที่หลบภัย, ให้ที่กำบังหรือที่หลบภัย, คุ้มครอง, ปกป้อง *-vi.* หลบภัย, หลบซ่อน, ลี้ภัย **-shelterer** *n.* (-S. refuge, safety, protect, cover, harbour) *-Ex. a shelter, air-raid shelter, the shelter from, under the shelter of, shelter behind a hedge*

shelve (เชลฟ์ว) *v.* **shelved, shelving** *-vt.* ใส่หิ้ง, วางบนหิ้ง, เลื่อนการพิจารณา, ปลด, ปลดประจำการ, เลิกจ้าง *-vi.* ค่อยๆ ลาดลง *-Ex. The shelve a problem is not to solve it.*

shelves (เชลฟ์วซ) *n.pl.* พหูพจน์ของ shelf

shelving (เชลวิง) *n.* วัสดุที่ใช้ทำหิ้ง, หิ้งทั้งหลาย

shenanigan (ชะแนน' นิกัน) *n.* ความเหลวไหล, การหลอกลวง, การโกง, กลอุบาย, เล่ห์เพทุบาย, การเล่นตลก, การเล่นแง่เล่นงอน

shepherd (เชพ' เพิร์ด) *n.* คนเลี้ยงแกะ, ผู้ดูแลคนอื่น, พระ, บาทหลวง *-vt.* **-herded, -herding** เลี้ยงแกะ, เฝ้าดูอย่างระมัดระวัง, ดูแล, นำทาง, ชี้ทาง, แนะนำ, ให้คำปรึกษาทางจิตวิญญาณ (ศาสนา), (กีฬาฟุตบอล) ประกบคู่ต่อสู้ **-The good shepherd** พระเยซูคริสต์ (-S. guide, herd) *-Ex. The visitiors were shepherded through the museum.*

shepherd dog สุนัขเลี้ยงแกะ (-S. sheep dog)

S

Sheraton (เชอ' ระทัน) *adj.* เกี่ยวกับเฟอร์นิเจอร์แบบอังกฤษสมัยคริสต์ศตวรรษที่ 18 ซึ่งออกแบบโดยชาวอังกฤษชื่อ Thomas Sheraton (ค.ศ. 1751-1806)

sherbet (เชอร์' เบท) *n.* น้ำผลไม้ใส่นม ไข่ขาว และน้ำแข็ง

sherif, sharif (ชะ' รีฟ) *n.* ทายาทของโมฮัมหมัด

sheriff (เชอร์' รีฟ) *n.* นายอำเภอ, (อเมริกา) เจ้าพนักงานปราบปรามผู้ร้าย, เจ้าพนักงานมณฑลในอังกฤษ

Sherpa (เชอร์' พะ) *n., pl* **Sherpa/-pas** สมาชิกชนเผ่าธิเบตที่อาศัยอยู่บนเทือกเขาหิมาลัย และมีอาชีพเป็นลูกหาบสำหรับนักไต่เขาหิมาลัย

sherry (เชอร์' รี) *n., pl.* **-ries** เหล้าองุ่นจากตอนใต้ของสเปน, เหล้าเชอรี่

she's (ชีซ) ย่อจาก she is เธอคือ, she has เธอมี

Shetland (ชีท' เลินด) ชื่อหมู่เกาะนอกชายฝั่งสกอตแลนด์

Shetland pony พันธุ์ม้าขนาดเล็กแต่ล่ำสัน มีถิ่นกำเนิดจากหมู่เกาะ Shetland

shiatsu (ชีแอท' ซู) *n.* หัตถบำบัดชนิดหนึ่งที่ใช้มือกดส่วนต่างๆ บางส่วนของร่างกายเป็นศาสตร์ของชาวญี่ปุ่น ปัจจุบันคำที่ใช้แทนคำนี้คือ acupressure

shibboleth (ชิบ' บะลิธ) *n.* ลักษณะทดสอบ (การออกเสียง อุปนิสัย เสื้อผ้าอาภรณ์หรืออื่นๆ), คำทดสอบ, คำสั่ง, คำที่เป็นสัญญาณลับในการผ่านประตู, ความศรัทธาหรือคำสอนที่เก่าแก่พ้นสมัย, ภาษาวิชาการ

shied (ไชด) *vt., vi.* กริยาช่อง 2 และ 3 ของ shy

shield (ชีลด) *n.* โล่, แผ่นกำบัง, เครื่องบัง, สิ่งที่มีลักษณะเป็นโล่, ตราประจำตระกูล, สมาคมหรือโรงเรียน, เกราะหรือกระดองที่หน้าอก, ตราตำรวจหรือนายอำเภอ, ผู้ปกครอง, สิ่งคุ้มครอง, ฝาครอบกะบัง, เครื่องป้องกันคลื่นวิทยุรบกวน *-v.* **shielded, shielding** *-vt.* ปกป้อง, ป้องกัน, คุ้มครอง, ซ่อน, ซ่อนเร้น *-vi.* เป็นโล่ป้องกัน **-shielder** *n.* (-S. cover, protect) *-Ex. The navy is our shield against invasion.*

shieling (ชี' ลิง) *n.* ทุ่งหญ้าสำหรับเลี้ยงปศุสัตว์, ฟาร์มเลี้ยงสัตว์ในบริเวณภูเขาในฤดูร้อน

shift (ชิฟท) *vt., vi.* **shifted, shifting** เลื่อน, เคลื่อน, ย้าย, เคลื่อนย้าย, ยัก, เปลี่ยน, สับเปลี่ยน, หมุนเวียน, แกว่ง, เสี่ยง, บ่ายเบี่ยง, ผลัก, ปัด, ผลัด, เปลี่ยนเวร, เปลี่ยนเกียร์, โยกย้าย *-n.* การเสี่ยง, การบ่ายเบี่ยง, การผลัด, วิธีเปลี่ยน, วิธีเลี่ยง, วิธีการ, แผนเฉพาะการ, การเปลี่ยนเวร, เวร, ยาม, เล่ห์เพทุบาย, การเปลี่ยนเกียร์, คันเกียร์, เครื่องแต่งกายชั้นในของสตรี (-S. move, change) *-Ex. the knights of old carried shields, Father now works on the day shift, night shift, There are 2 shifts of position in the football teams., to shift the responsibility on, to desperate shiftday, (night) shift*

shiftless (ชิฟท' ลิส) *adj.* ไม่มีสมรรถภาพ, ไม่มีความสามารถ, ขาดความกระตือรือร้น, ขี้เกียจ **-shiftlessly** *adv.* **-shiftlessness** *n.*

shifty (ชิฟ' ที) *adj.* **-tier, -tiest** มีเล่ห์เหลี่ยม, ปลิ้นปล้อน, มีไหวพริบ, เปลี่ยนแปลงอยู่เสมอ, ไม่มั่นคง **-shiftiness** *n.*

shillelagh, shillalah (ชะเล' ละ) *n.* กระบอง

shilling (ชิล' ลิง) *n.* เหรียญชิลลิงของอังกฤษมีค่าเท่ากับ 1/20 ปอนด์หรือ 12 เพนนี

shilly-shally (ชิล' ลีแชล' ลี) *vi.* **-lied, -lying** โลเล, ลังเล *-n., pl.* **-lies** การโลเล, การลังเล, การเสียเวลา, การเอ้อระเหยลอยชาย *-adj.,adv.* โลเล, ลังเล

shim (ชิม) *n.* แผ่นลิ่มที่ใช้บุรอง, แผ่นลิ่มที่ใช้ทดแทนส่วนที่สึกหรอ *-vt.* **shimmed, shimming** อัดด้วยหรือบุรองด้วยแผ่นลิ่ม

shimmer (ชิม' เมอะ) *vi.* **-mered, -mering** ส่องแสงแวววาว, ส่องแสงระยิบระยับ, แสงแวววับ *-n.* แสงแวววาว, แสงระยิบระยับ, แสงแวววับ **-shimmeringly** *adv.* *-Ex. the moonlight shimmers on the sea., the shimmer of a silk gown*

shimmery (ชิม' เมอรี) *adj.* แวววาว, ระยิบระยับ, แวววับ (-S. shimmering)

shin (ชิน) *n.* หน้าแข้ง, แข้ง, กระดูกหน้าแข้ง, ส่วนล่างของขาหน้าของวัวควาย, เนื้อวัวที่ตัดจากส่วนล่างของขาหน้า, ขาหน้าส่วนล่างของแมลง *-vt., vi.* **shinned, shinning** ปีนด้วยการใช้มือทั้งสองและขาทั้งสองรวบรัดขึ้นไป *-Ex. Udom shinned up the tree.*

shinbone (ชิน' โบน) *n.* ดู tibia กระดูกหน้าแข้ง

shindig (ชิน' ดิก) *n.* งานเต้นรำที่ใหญ่โตอึกทึก, การเฉลิมฉลองอย่างมโหฬารและอึกทึกครึกโครม, การเลี้ยงฉลองที่มโหฬาร, การทะเลาะวิวาท, การเอะอะโวยวาย, การก่อความวุ่นวาย, การเต้นรำ

shine (ไชน) *v.* **shone/shined, shining** *-vi.* ส่องแสง, ส่องสว่าง, ส่องแสงระยิบระยับ, เปล่งปลั่ง, สุกใส, โชติ-

ช่วง, ดีกว่า *-vt.* ทำให้เปล่งปลั่ง, ทำให้โชติช่วง, ทำให้สุกใส, ส่องแสง, ทอแสง, ทำให้เป็นเงาวาว, ขัดเงา *-n.* ความเปล่งปลั่ง, ความโชติช่วง, ความสว่างไสว, ความแวววาว, แสงอาทิตย์, ท้องฟ้าแจ่มใส, ความเงามัน (ที่เกิดจากการขัด), การขัดรองเท้าให้เป็นเงามัน **-shine up to** พยายามประทับใจ (โดยเฉพาะเพื่อผลประโยชน์แก่ตัว) **-shining** *adj.* (-S. beam, excel, radiance, brilliance -A. dullness, matte) *-Ex. The sun is shining., to polish the metal till it shines, Her face shone with happiness., Dang does not shine as a teacher., shinning armour, Nid shines in foreign languages., come rain or come shine*

shingle[1] (ชิง' เกิล) *n.* แผ่นไม้ (กระเบื้อง อิฐ โลหะหรืออื่นๆ) ที่ใช้มุงหลังคาหรือทำผนัง, ทรงผมตัดสั้น, ป้ายเล็กๆ (โดยเฉพาะที่แขวนอยู่หน้าที่ทำงานของหมอหรือทนายความ) *-vt.* **-gled, -gling** มุงหลังคา, ปิดด้วยแผ่นดังกล่าว, ตัดผมให้สั้นโดยไล่ขึ้นไปจากต้นคอ **-shingler** *n.*

shingle[2] (ชิง' เกิล) *n.* หินกลมเล็กๆ หรือกรวดตามหาดทราย, หาดทรายที่มีหินหรือกรวดดังกล่าว

shingles (ชิง' เกิลซฺ) *n.* โรคงูสวัด, เริม, โรคผิวหนังเป็นตุ่มพุพองที่เกิดจากเชื้อไวรัส (-S. herpes zoster, zoster)

Shinto (ชิน' โท) *n.* ศาสนาชินโตในญี่ปุ่นยึดหลักการเคารพบูชาบรรพบุรุษ, ศาสนาไหว้เจ้าในญี่ปุ่น **-Shintoism** *n.* **-Shintoist** *n., adj.*

shiny (ไช' นี) *adj.* **-ier, -iest** ส่องสว่าง, เปล่งแสง, เปล่งปลั่ง, สุกใส, ระยิบระยับ, สว่างไสว, เป็นมันวาว, ได้รับการขัดเงา **-shininess** *n.*

ship (ชิพ) *n.* เรือ (โดยเฉพาะเรือทะเลขนาดใหญ่), เรือใบ, เรือกำปั่น, เรือรบ, เรือบิน, เครื่องบิน, ลูกเรือ, เรือใบที่มีกระโดงตั้งแต่สามกระโดงขึ้นไป, เรือใบที่ติดใบเต็ม *v.* **shipped, shipping** *-vt.* นำขึ้นเรือ, เอาใส่เรือ, ขนส่งทางเรือ, ลำเลียงด้วยเรือ, ขนส่งทางเรือ รถไฟ รถยนต์ เครื่องบินหรืออื่นๆ, เอาน้ำเข้าทางข้างเรือ, ติดตั้งเสากระโดงเรือหรือหางเสือ, จ้างเป็นลูกเรือ, ขับไล่ *-vi.* นำขึ้นเรือ, ทำงานบนเรือ **-ship out** ออกนอกประเทศโดยทางเรือ, ส่งออกนอกประเทศโดยทางเรือ *-Ex. go by ship, sailing ship, ship goods to India, cost of shipping the goods, ship-canal, ship's company*

-ship คำปัจจัย มีความหมายว่า ลักษณะ, สภาพ, สภาวะ, สถานการณ์, อาชีพ, ความสามารถ

shipboard (ชิพ' บอร์ด) *adj.* บนเรือ, ใช้บนเรือ, กระทำบนเรือ *-n.* ดาดฟ้าเรือ, กราบเรือ, การอยู่บนเรือ, สภาพบนเรือ **-on shipboard** บนเรือ, เรือเดินสมุทร

shipload (ชิพ' โลด) *n.* สินค้าบนเรือ, น้ำหนักสินค้าบรรทุกของเรือ

shipman (ชิพ' เมิน) *n.* กะลาสีเรือ, ลูกเรือ (-S. sailor, master of a ship)

shipmaster (ชิพ' มาสเทอะ) *n.* กัปตันเรือ, ผู้บังคับการเรือ (-S. master, captain)

shipmate (ชิพ' เมท) *n.* เพื่อนกะลาสีเรือ, ลูกเรือด้วยกัน (-S. sailor)

shipment (ชิพ' เมินทฺ) *n.* การขนส่งทางเรือ, การลำเลียงทางเรือ, การขนส่งสินค้า, การลำเลียง, น้ำหนักบรรทุก, ปริมาณสินค้าที่ขนส่งในครั้งหนึ่งๆ, ของที่ลำเลียง *-Ex. We expect a shipment of coal today.*

shipper (ชิพ' เพอะ) *n.* ผู้ขนส่งทางเรือ, ผู้ขนส่ง, บริษัทขนส่ง

shipping (ชิพ' พิง) *n.* การขนส่ง, การลำเลียง, การขนส่งทางเรือทะเล, การเดินเรือ, ธุรกิจการเดินเรือ, จำนวนเรือ (โดยเฉพาะเรือสินค้า), จำนวนตันของเรือ *-Ex. Dang's father wanted him to go into shipping.*

ship-rigged (ชิพ' ริกดฺ) *adj.* มีใบเรือขึงเต็ม, มีใบเรือขึง

shipshape (ชิพ' เชพ) *adj.* เรียบร้อย

shipside (ชิพ' ไซด) *n.* ท่าเรือ, ข้างเรือ, บริเวณข้างเรือ

shipworm (ชิพ' เวิร์ม) *n.* หอยทะเลที่เจาะเนื้อไม้ของเรือ ท่าเรือ หรือสิ่งอื่นๆ

shipwreck (ชิพ' เรค) *n.* การทำลายเรือ, การเกิดอุบัติเหตุทางเรือ, การสูญเสียเรือ, อุบัติเหตุเรือแตก, ซากเรือแตก, การทำลาย, ความหายนะ *-vt.* **-wrecked, -wrecking** ทำให้เรือแตก, ทำลายเรือ, ทำลาย, ทำให้พินาศ (-S. destroy) *-Ex. A big windstorm at sea caused the shipwreck.*

shipwright (ชิพ' ไรทฺ) *n.* ช่างไม้ต่อเรือ, ช่างไม้ซ่อมเรือ

shipyard (ชิพ' ยาร์ด) *n.* อู่เรือ, อู่ต่อเรือ, โรงงานต่อหรือซ่อมเรือ

shire (ไช' เออะ) ชื่อแขวงปกครองในอังกฤษ **-the Shires** แขวงปกครองในตอนกลางของอังกฤษ

Shire horse พันธุ์ม้าอังกฤษขนาดใหญ่พันธุ์หนึ่ง

shirk (เชิร์ค) *vt., vi.* **shirked, shirking** หนีงาน, หนีภาระหน้าที่, หนีความรับผิดชอบ

shirker (เชิร์ค' เคอะ) *n.* ผู้หนีงาน, ผู้หนีความรับผิดชอบ (-S. idler, slacker, quitter)

shirr (เชอร์) *vt.* **shirred, shirring** ทำให้เป็นรอยจีบหูรูด, อบเพื่อลอกเอาเปลือกไข่ออก

shirt (เชิร์ท) *n.* เสื้อเชิ้ต (มักเป็นแบบชาย), เสื้อชั้นใน, เสื้อนอกสมัยก่อน, เสื้อเชิ้ตพิธี **-keep one's shirt on** สงบอารมณ์, คุมสติ **-lose one's shirt** สูญเสียทุกสิ่งทุกอย่างที่มีอยู่

shirttail (เชิร์ท' เทล) *n.* ชายเสื้อเชิ้ต, บทความเสริมตอนปลายของเรื่องในหนังสือพิมพ์, หมายเหตุท้ายบทความ *-adj.* ห่างไกล, ห่างๆ, มีความสัมพันธ์ที่ไม่แน่นอน

shirtwaist (เชิร์ท' เวสทฺ) *n.* เสื้อเชิ้ตสตรีแบบชาย

shirty (เชิร์ท' ที) *adj.* **-ier, -iest** หัวเสีย, อารมณ์เสีย, กลัดกลุ้ม, โมโห

shit (ชิท) *n.* อุจจาระ, การขับถ่ายอุจจาระ, การเสแสร้ง, การพูดเกินความจริง, การพูดเหลวไหล *-vt., vi.* **shit/shat, shitting** ถ่ายอุจจาระ *-interj* คำอุทานแสดงความรังเกียจความขยะแขยงความผิดหวังหรืออื่นๆ

Shiva (ชี' วะ) *n.* พระศิวะ (-S. Siva)

shivaree (ชีฟ' วะรี) *n.* เพลงร้องหยอกล้อคู่บ่าวสาวพร้อมด้วยการทำเสียงอื่นๆ ประกอบ

shiver[1] (ชิฟว' เวอะ) *vt., vi.* **-ered, -ering** สั่น,

S

shiver² 786 **shoot**

สั่นระริก, ตัวสั่น, (ใบเรือ) ปลิวสะบัด *-n.* การสั่น, การสั่นระริก, ตัวสั่น *-Ex. The boy who didn't wear his overcoat shivered., shiver with cold, Narong was so frightened that shivers ran up and down his spine.*

shiver² (ชิฟว' เวอะ) *vt., vi.* **-ered, -ering** แตกออกเป็นชิ้นเล็กชิ้นน้อย, แตกออก, ทำให้แตกออกเป็นชิ้นเล็กชิ้นน้อย, ตีแตก *-n.* เศษ, ชิ้นที่แตก, เศษที่แตก

shoal¹ (โชล) *n.* หาดตื้น, ที่ตื้น, สันดอน *-adj.* ตื้น *-v.* **shoaled, shoaling** *-vi.* กลายเป็นตื้น *-vt.* ทำให้ตื้น, เกยตื้น

shoal² (โชล) *n.* คนจำนวนมาก, ฝูงปลา, สิ่งของจำนวนมาก *-vi.* **shoaled, shoaling** จับกลุ่ม, อยู่กันเป็นฝูง *-Ex. a shoal of fish*

shoat (โชท) *n.* ลูกหมู (-S. shote)

shock¹ (ชอค) *n.* การกระทบกระแทกอย่างกะทันหัน, อาการสะเทือน,อาการสะเทือนทางใจอย่างกะทันหัน, อาการตื่นตะลึง, ความสะดุ้งตกใจ, สาเหตุที่ทำให้เกิดอาการสะเทือนทางใจอย่างกะทันหัน, อาการช็อก (ภาวะการหมุนเวียนของกระแสโลหิตส่วนปลายลดน้อยลงมาก มีความดันโลหิตสูง ผิวหนังเย็น หัวใจมักเต้นเร็วกว่าปกติ), ผลทางกายที่เกิดจากการผ่านกระแสไฟฟ้าเข้าไปในร่างกาย, อาการสั่นกระตุก, อาการเป็นลม, อาการแน่นิ่งไปอย่างกะทันหัน *-v.* **shocked, shocking** *-vt.* ทำให้ตะลึงงัน, ทำให้สะดุ้งตกใจ, เขย่าขวัญ, ทำให้สะเทือน, กระทบอย่างแรง, ตีอย่างแรง *-vi.* ตะลึงงัน, สะดุ้งตกใจ (-S. collision, trauma, horrify, shake) *-Ex. the shock of battle, Earthquake shock, electric shock, a shock to my feelings, Her death was a great shock to me., cases of shock after airraids*

S

shock² (ชอค) *n.* ผมยุ่งเหยิง, ผมรุงรัง, ผมที่เป็นกระเซิง

shock³ (ชอค) *n.* กองมัดต้นข้าวในทุ่งนา, มัดต้นข้าว, ฟอน, กำ *-vt.* **shocked, shocking** รวมเป็นกอง, มัด, ฟอน

shock⁴ (ชอค) *n.* อุปกรณ์กันสะเทือน, โช้คอัพ

shock absorber อุปกรณ์กันสะเทือน, โช้คอัพ

shocker (ชอค' เคอะ) *n.* ผู้ที่ทำให้สะดุ้งตกใจ, สิ่งที่ทำให้สะดุ้งตกใจ, ผู้เขย่าขวัญ, สิ่งที่เขย่าขวัญ, สิ่งตีพิมพ์ที่เขย่าขวัญ, ภาพยนตร์เขย่าขวัญ, สิ่งที่เลวมาก

shocking (ชอค' คิง) *adj.* เขย่าขวัญ, ทำให้สะดุ้งตกใจ, เลวมาก **-shockingly** *adv. -Ex. The murder was a shocking conduct.*

shockproof (ชอค' พรูฟ) *adj.* กันกระแทก, กันไม่ให้เสียหายจากการถูกกระทบกระแทก

shock therapy วิธีการรักษาความผิดปกติทางจิต (เช่น โรคจิตเภท) โดยการใช้ยาหรือไฟฟ้า (-S. shock treatment)

shoddy (ชอด' ดี) *n., pl.* **-dies** เส้นใยที่ได้จากเศษผ้าขี้ริ้ว, ของเลวที่นำมาทำให้คล้ายของดี, ของกำมะลอ *-adj.* กำมะลอ, คุณภาพเลว, ทำอย่างลวกๆ, ซึ่งเอาของเลวมาทำให้คล้ายของดี, เลว, เลวทราม **-shoddily** *adv.* **-shoddiness** *n. -Ex. a shoddy piece of work*

shoe (ชู) *n.* รองเท้า, สิ่งที่คล้ายรองเท้า, เหล็กเกือกม้า, หัวหุ้มโลหะของไม้เท้า, ปลอกไม้เท้า, ปลอกเสาเข็ม, ก้านห้ามล้อ, หัวท่อ *-vt.* **shod, shod/shodden, shoeing** สวมรองเท้า, สวมปลอก, ใส่หัวหุ้มโลหะ *-Ex. to shoe a horse*

shoebill (ชู'บิล) *n.* นกแอฟริกาขนาดใหญ่จำพวก *Balaeniceps rex* คล้ายนกตะกรุม แต่มีปากแบนกว้างคล้ายรูปรองเท้า

shoehorn (ชู ฮอร์น) *n.* ช้อนใส่รองเท้า *-vt.* **-horned, -horning** ยัด, ยัดเยียด, บีบ, รัด

shoelace (ชู' เลส) *n.* เชือกผูกรองเท้า

shoemaker (ชู' เมเคอะ) ช่างทำรองเท้า, ช่างซ่อมรองเท้า

shoeshine (ชู' ไชน) *n.* การขัดรองเท้า, ความเป็นมันเงาของรองเท้าจากการขัด

shoestring (ชู' สทริง) *n.* สายผูกรองเท้า, จำนวนเงินเล็กน้อยมาก *-adj.* เล็กน้อยมาก *-Ex. They started their business on a shoestring.*

shogun (โช' กัน) *n.* ประวัติศาสตร์ญี่ปุ่น (โชกุน)

shone (โชน) *vt., vi.* กริยาช่อง 2 และ 3 ของ shine *-Ex. The sun shone brightly.*

shoo (ชู) *interj.* คำอุทานที่ใช้ไล่แมว สุนัข หรือสัตว์อื่นๆ *-vt.* **shooed, shooing** ขอร้องให้ไป, บังคับให้ไป, ไล่ไปโดยใช้เสียง "ชู" *-Ex. Dang shooed the ducks out of the cornfield.*

shoo-in (ชู' อิน) *n.* (ภาษาพูด) ผู้มีหวังชนะแน่นอน

shook (ชูค) *vt., vi.* กริยาช่อง 2 ของ shake

shook-up (ชูค' อัพ) *adj.* ถูกกระทบกระเทือนทางใจอย่างรุนแรง

shoon (ชูน) *n., pl.* พหูพจน์ของ shoe

shoot (ชูท) *v.* **shot, shooting** *-vt.* ยิง, ยิงปืน, ยิงประตู, ยิงเป้า, พุ่ง, ทอดสายตา, โผล่ออก, แลบลิ้น, แล่น (เรือ) ไปอย่างรวดเร็ว, ถ่ายภาพ, ยิงภาพ, จับภาพ, ลงสลัก, เลื่อนสลัก, ดึงสลัก, ถอนเงินออกหมด, ปล่อยออก, ขับถ่าย, ยื่น ออก, วัดความสูง (ของดวงดาว), ทำให้ระเบิด *-vi.* ปล่อยขีปนาวุธ, ปล่อยออก, ยิงออก, ยิงล่าสัตว์, พุ่ง, เคลื่อนที่ไปอย่างรวดเร็ว, (พืช) โผล่ขึ้นจากพื้นดิน, งอก, ออกหน่อ, ถ่ายภาพยนตร์, ถ่ายภาพ, ยิงภาพ, ยิงกระสวย, ยิงประตู, ปิดสลักหรือกลอนประตู, ตีลูกกอล์ฟ, โยนลูกเต๋า, เริ่ม, เริ่มพูด *-n.* การยิง, การยิงปืน, การยิงธนู, การล่าสัตว์, การแข่งขันการยิงปืนหรือธนู, การงอกของพืช, การแตกหน่อ, การถ่ายภาพ, ภาพยนตร์ตอนหนึ่ง, การปล่อยขีปนาวุธ, การปฏิบัติการอย่างรวดเร็ว, ลำเหมืองเล็กๆ, การกระตุ้น, (การกีฬา) การตีลูก, การเตะลูก, พักหนึ่ง, ปริมาณเล็กน้อย, ลำแสง **-shoot at/for** พยายามให้ได้มา **-shoot down** ยิงให้ตก **-shoot off one's mouth/face** พูดไร้สาระ, พูดชุ่ยๆ, พูดเกินความจริง **-shoot the bull** พูดอย่างไร้จุดหมาย **-shoot the works** พยายามเต็มที่ **-shoot up** เจริญเติบโตขึ้นอย่างรวดเร็ว, ยิงส่งเดช, ยิงให้บาดเจ็บ, ฉีดยาเสพย์ติดเข้าเส้น **-shooter** *n.* (-S. hit, wound) *-Ex. to shoot with a gun, to shoot dead, to shoot through the arm, pistol shooting, pheasant shooting, to shoot a picture, to shoot dice, to shoot a squirrel,*

I saw the dog shoot through the door after the cat., The bush has many news shoots., The footballer shoots the ball into the net., to shoot marbles

shooting gallery สนามยิงปืน, สนามเป้า

shooting star ดาวตก, ผีพุ่งใต้ (-S. meteor, fallingstar)

shop (ชอพ) *n.* ร้าน, ร้านค้า, ร้านขายปลีก, ร้าน เล็กๆ, โรงฝึกงาน, โรงซ่อม, สำนักงาน, ห้องทำงาน, ที่ทำงาน, อาชีพ, การงาน *-vt., vi.* **shopped, shopping** เดินดูหรือซื้อสินค้าตามร้าน **-talk shop** สนทนาเกี่ยวกับอาชีพการงาน (-S. shoppe, market, store) *-Ex. baker's shop, grocer's shop*

shopkeeper (ชอพ' คีเพอะ) *n.* เจ้าของร้าน

shoplifter (ชอพ' ลิฟเทอะ) *n.* นักล้วงของหรือขโมยของในร้านค้า **-shoplifting** *n.* **-shoplift** *vt., vi.*

shopper (ชอพ' เพอะ) *n.* ผู้เดินซื้อหรือดูของตามร้าน, คนซื้อของปลีก, ลูกค้า, ใบปลิวโฆษณาสินค้าของร้าน

shopping (ชอพ' พิง) *n.* การเดินดูและซื้อของตามร้าน, สรรพสินค้าในร้าน, ของทั้งหมดที่ซื้อ, การซ่อมเครื่องครั้งใหญ่ *-adj.* เกี่ยวกับการดูและซื้อสินค้า

shopping centre, shopping center ศูนย์การค้า

shopping mall ศูนย์การค้าครบวงจรขนาดใหญ่มีบริเวณปิดรูปแบบหนึ่ง

shoptalk (ชอพ' ทอค) *n.* การสนทนาเกี่ยวกับอาชีพการงานหรือธุรกิจการค้า

shopworn (ชอพ' วอร์น) *adj.* ตั้งแสดงไว้จนเก่า, เก่าแก่, เก่า (-S. trite, state, banal)

shoran (ชอร์' แรน) *n.* ระบบนำร่องการบินโดยสารส่งสัญญาณไปกลับทำให้สามารถคำนวณตำแหน่งของเครื่องบินได้

shore[1] (ชอร์) *n.* ฝั่ง (ทะเล ทะเลสาบ แม่น้ำ ลำคลอง), บริเวณเส้นน้ำขึ้นกับเส้นน้ำลง, ประเทศ, ฝั่งทะเล (-S. beach, coast, stand, bank)

shore[2] (ชอร์) *vt.* **shored, shoring** ค้ำด้วยเสาเอียง *-n.* เสาเอียงที่เป็นเสาค้ำ (-S. support, prop)

shore[3] (ชอร์) *vt., vi.* กริยาช่อง 3 ของ shear

shoreline (ชอร์' ไลน) *n.* แนวชายฝั่ง

shoreward (ชอร์' เวิร์ด) *adv., adj.* สู่ฝั่ง **-shorewards** *adv.*

shoring (ชอร์' ริง) *n.* ระบบการค้ำกำแพง, การค้ำ

shorn (ชอร์น) *vt., vi.* กริยาช่อง 3 ของ shear

short (ชอร์ท) *adj.* **shorter, shortest** สั้น, เตี้ย, ต่ำ, ย่อ, ตื้น, ห้วน, ระยะสั้น, สังเขป, ใกล้, ไม่นาน, ขาดแคลน, ขาด, ไม่ถึง, ไม่พอ, ไม่ดีพอ, อ่อน, น้อย, เปราะ, บอบบาง (เสียง) ไม่เน้น *-adv.* กะทันหัน, ทันใดนั้นเอง, ฉับพลัน, สั้นๆ, ย่อๆ, โดยสังเขป, ใกล้, ย่น, ไม่ถึง, ไม่พอ *-n.* สิ่งที่สั้น, เสียงสั้น, เครื่องหมายเสียงสั้น, พยางค์สั้น, เรื่องสั้น, เรื่องย่อ, ระยะใกล้, ระยะนิดหน่อย, สิ่งที่ขาดแคลน, สิ่งที่ไม่พอ *-v.* **shorted, shorting** *-vt.* ลัดวงจร (ไฟฟ้า), ทำให้สั้น, ย่อ, หดสั้น, ขัดขวาง, ขาย (หลักทรัพย์ พันธบัตร) ระยะสั้น *-vi.* ขาย (หลักทรัพย์ พันธบัตร) ระยะสั้น **-short of** น้อยกว่า, เลวกว่า, ไม่เพียงพอ **-sell short** ขายไม่พอ, ดูถูก, ดูหมิ่น **-shorts** กางเกงขาสั้น, วงจร (ไฟฟ้า) ลัด, เหล้าไม่ผสมน้ำ, ตั๋วเงินหรือพันธบัตรระยะสั้น, ความขาดแคลน, ความไม่เพียงพอ **-in short** โดยย่อ, โดยสรุป *-Ex. a short stick, short hair grass, a short journey, a short fat man, a short time, in short, It was a failure to stop short, We ran short of sugar., Father put on the brakes and we stooped short., Short pastry is tender and flaky.*

shortage (ชอร์ท' ทิจ) *n.* ความขาดแคลน, ความไม่เพียงพอ, จำนวนที่ไม่เพียงพอ, จำนวนที่ขาด (-S. deficiency, shortfall, deficit) *-Ex. There is a shortage of $50 in his bank account.*

shortbread (ชอร์ท' เบรด) *n.* ขนมปังหวานชนิดหนึ่งที่ใส่เนยมาก

shortcake (ชอร์ท' เคค) *n.* ขนมปังหรือขนมเค้กที่หวานเล็กน้อย มักจะเสิร์ฟคู่กับแยมผลไม้

short circuit (ไฟฟ้า) วงจรลัด

shortcoming (ชอร์ท' คัมมิง) *n.* ความล้มเหลว, ข้อบกพร่อง, จุดอ่อน, ปมด้อย (-S. imperfection, defect, deficit, lack)

shortcut (ชอร์ท' คัท) *n.* ทางลัด, ทางที่เร็วขึ้น *-Ex. Dang took a shortcut across the field to meet the lake.*

shorten (ชอร์ท' เทิน) *v.* **-ened, -ening** *-vt.* ทำให้สั้น, ทำให้ลดน้อยลง, ย่อ, หดสั้น, ลดขนาด, ลดกำลัง, ลดประสิทธิภาพ, ทำให้กรอบ *-vi.* หดสั้น, ลดลง, สั้นลง, เตี้ยลง **-shortener** *n.* (-S. lessen, reduce) *-Ex. Mother shortened Somsri's dress for Nid., The days begin to shorten in the fall.*

shortening (ชอร์ท' ทันนิง) *n.* น้ำมันหรือเนยที่ทำให้ขนมกรอบ, การออกเสียงสั้น, คำที่ออกเสียงสั้น

shortfall (ชอร์ท' ฟอล) *n.* จำนวนที่ขาด, ความขาดแคลน, ความไม่เพียงพอ (-S. shortage)

shorthand (ชอร์ท' แฮนด) *n.* ชวเลข

short-handed (ชอร์ท' แฮนดิด) *adj.* ขาดคน, ขาดกำลังคน, ขาดผู้ช่วยเหลือที่เพียงพอ

shorthorn (ชอร์ท' ฮอร์น) *n.* ปศุสัตว์ที่เลี้ยงเอาเนื้อ

shortie (ชอร์ท' ที) *n., adj.* ดู shorty

short-lived (ชอร์ท' ลิฟวด) *adj.* มีอายุสั้น, สั้นมาก, ชั่วคราว (-S. fleeting, ephemera)

shortly (ชอร์ท' ลี) *adv.* ในระยะอันสั้น, ไม่ช้า, โดยย่อ, โดยสรุป, ลวกๆ, คร่าวๆ (-S. briefly) *-Ex. The bus leaves shortly., to speak shortly and to the point*

short-order คนทำอาหารได้เร็วหรือทำเสร็จในเวลาอันสั้น

short-range (ชอร์ท' เรนจ) *adj.* มีระยะการยิงที่ใกล้, ระยะใกล้

short shrift ระยะเวลาอันสั้นในการพิจารณา

shortsighted (ชอร์ท' ไซทิด) *adj.* สายตาสั้น, มองการณ์แคบ **-shortsightedly** *adv.* **-shortsightedness** *n. -Ex. unable to see far-away objects clearly, Dum is rather shortsighted.*

shortstop (ชอร์ท' สทอพ) *n.* ตำแหน่งผู้เล่นเบสบอล

S

short-tempered 788 shower[1]

ในสนามระหว่างคนที่สองและฐานที่สาม, ผู้เล่นในตำแหน่งนี้
short-tempered (ชอร์ท' เทมเพิร์ด) *adj.* หุนหันพลันแล่น, ใจร้อน, โกรธง่าย
short-term (ชอร์ท' เทิร์ม) *adj.* ระยะสั้น, กินเวลาสั้น, ชั่วคราว
short ton หนึ่งตันที่หนักเท่ากับ 2,000 ปอนด์
shortwave (ชอร์ท' เวฟว) *n.* (ไฟฟ้า) คลื่นแม่เหล็กไฟฟ้าที่มีความถี่ 30-60 เมตร *-adj.* เกี่ยวกับคลื่นดังกล่าว
short-winded (ชอร์ท' วินดิด) *adj.* เหนื่อยเร็ว, สั้น, กะทัดรัด
shorty, shortie (ชอร์ท' ที) *n., pl.* **-ies** คนเตี้ย, สิ่งที่ต่ำกว่าปกติ
shot[1] (ชอท) *n.* การยิง, การยิงปืน, เสียงยิง, ลูกกระสุนปืน, ระยะที่ยิง, ระยะทางที่ขีปนาวุธสามารถไปถึง, การปล่อยขีปนาวุธ, วิถีกระสุน, วิถีจรวด, กระสุนกระจาย, ผู้ยิง, มือปืน, เสียงที่คล้ายเสียงปืน, การระเบิด, ดินระเบิด, การฉีดยา, ความพยายาม, การทดลอง, การเดา, จำนวนเล็กน้อย, ปริมาณเล็กน้อย, คำหนึ่ง, (ของเหลว) อีกหนึ่ง, การตีลูก, การตบลูก, การเตะลูกเข้าประตู, การโยนลูกเข้าห่วง, สายเคเบิลยาว 90 ฟุต, การวางเดิมพัน, โอกาส *-vt.* **shotted, shotting** ใส่ลูกกระสุน, ทำให้เป็นเม็ด *-Ex. The hunter shot the rabbit with his gun., cartridges for shotguns, The soldiers heard shots from the enemy's guns., The men wren't ever good shots, for no one hit the circle., flying shot, exchange shots, a long (close) shot*
shot[2] (ชอท) *adj.* มีสีคละ, ทำให้มีหลายสีที่เปลี่ยนแปลงได้, วาวสี, ระบายสี, เป็นเม็ดกลม, พังทลาย, เสื่อมเสียสิ้นเชิง, เป็นเม็ด (-S. variegated, ruined) *-Ex. I shot an arrow into the air.*
shot[3] (ชอท) *vt.* กริยาช่อง 2 และ 3 ของ shot
shotgun (ชอท' กัน) *n.* ปืนสั้น, ปืนล่าสัตว์ *-adj.* เกี่ยวกับปืนดังกล่าว, คลุมไปหมด
shotten (ชอท' เทิน) *adj.* (ปลา) วางไข่แล้ว, (กระดูก) เคลื่อนจากที่
should (ชูด) *aux. v.* กริยาช่อง 2 ของ shall, ต้อง, ควร, ควรจะ *-Ex. I should be glad to do for you., I should say that., They should be here soon.*
shoulder (โชล' เดอะ) *n.* ไหล่, บ่า, สะบัก, กระดูกข้อต่อที่ไหล่, ไหล่สัตว์, ส่วนหลังข้างบน, ไหล่เสื้อ, เนื้อที่ตัดจากส่วนหลังข้างบนของสัตว์, ไหล่เขา, ไหล่ถนน, ขอบถนน, ท่าแบกปืน *-v.* **-dered, -dering** *-vt.* ใช้ไหล่ดัน, ใช้ไหล่เบียด, แบก, รับผิดชอบ, รับภาระ *-vi.* ดันด้วยไหล่, เบียดด้วยไหล่ **-shoulder arms** เอาปืนขึ้นประทับไหล่ (-S. take on) *-Ex. The soldier carried his gun on his shoulder., over a person's shoulders, to shoulder the responsibility of taking, Dang shouldered Noi and marched down the hall with her.*
shoulder blade กระดูกหัวไหล่, กระดูกสะบัก
shouldn't (ชูด' เดินท) ย่อจาก should not ไม่ควร
shout (เชาท) *vt., vi.* **shouted, shouting** ตะโกน, ร้องตะโกน, ร้องเรียก, ร้องเสียงดัง, ตะเบ็งเสียง *-n.* การตะโกน, การร้องตะโกน, การร้องเรียก, เสียงร้องเรียก, เสียงตะโกน **-shouter** *n.* (-S. yell) *-Ex. The children shouted with joy.*
shove (ชัฟว) *v.* **shoved, shoving** *-vt.* ผลัก, ดัน, ผลักไส, เข็น *-vi.* ดัน *-n.* การผลัก, การดัน, การผลักไส, การเข็น **-shove off** ผลักเรือออกจากฝั่ง, จากไป, ลาจาก **-shover** *n.* (-S. propel, push, impel) *-Ex. The children shoved each other to get into the front row., to shove through the subway crowd*
shovel (ชัฟ' เวิล) *n.* พลั่ว, เสียม, เครื่องตัก, เครื่องเซาะ *-v.* **-eled, -eling/-elled, -elling** *-vt.* ตักหรือเซาะด้วยพลั่วหรือเสียม, ตักเซาะ, ช้อน, ขุด *-vi.* ใช้พลั่วหรือเสียมตักหรือเซาะ (-S. spade, scoop, dredge) *-Ex. Baby has a toy shovel for the sandpit., The boys shovelled the snow from the paths.*
show (โช) *v.* **showed, shown/showed, showing** *-vt.* แสดง, นำออกแสดง, เผยให้เห็น, นำออกฉาย, แสดงตัว, พิสูจน์ให้เห็น, บอก, อธิบาย, นำไปดู, บอกให้รู้, ชี้, อวด, อวดฝีมือ, ให้, ประทานให้, ให้ดู *-vi.* เผย, แสดงตัว, ปรากฏตัว, แสดง, ได้ที่สาม (ของการแข่งม้า) *-n.* การแสดง, การเผยให้เห็น, การปรากฏตัว, การแห่, การแสดงนิทรรศการ, การแสดงฝีมือ, รายการวิทยุหรือโทรทัศน์, ภาพยนตร์, การแสดงภาพยนตร์, ความประทับใจ, โฉมภายนอก, สิ่งลวงตา, เครื่องบอก, การแสดงละคร, การแสดงสินค้า, ตำแหน่งของผู้แข่งขันที่ได้ที่ 3 (ในการแข่งม้า), โอกาส, เรื่องราว, ร่องรอย, แร่ที่ปรากฏให้เห็น **-run the show** ควบคุมกิจการหรือสถานการณ์ **-steal the show** ได้หน้าได้ตาเป็นจุดเด่น **-stop the show** ได้รับการปรบมือจากผู้ชมมากจนต้องหยุดการแสดง **-show off** โอ้อวด **-show up** แสดงตัว เผยแสดง (-S. reveal, explain, showing, curiosity, display, pretense) *-Ex. Show me your new hat., Show me round (all over) the house., show you your room, A light carpet will show the dirt., show (no) signs of wear, The signpost shows the way to London., The diagram shows how what Somsuk had been doing., just for show*
showboat (โช' โบท) *n.* เรือที่มีการแสดงบนเรือ, เวทีบนน้ำ, คนที่ชอบแสดงการโอ้อวด *-vi.* **-boated, -boating** โอ้อวด, อวดฝีมือ
show business ธุรกิจการบันเทิง ได้แก่ ละคร ภาพยนตร์ โทรทัศน์วิทยุ เป็นต้น
showcase (โช' เคส) *n.* ตู้กระจกแสดงสินค้า, ตู้แสดง, สิ่งที่แสดงจุดเด่นของสิ่งของหรือคน (-S. exhibit)
showdown (โช' เดาน) *n.* การเปิดไพ่ในการเล่นไพ่โป๊กเกอร์, การแบไต๋, การเผชิญหน้าเพื่อปะลองครั้งสุดท้าย
shower[1] (เชา' เออะ) *n.* ฝนหรือลูกเห็บหรือหิมะที่ตกลงมาปรอยๆ, การตกลงมาเป็นจำนวนมาก, การอาบน้ำโดยการใช้ฝักบัว (หรือ shower bath), ฝักบัว, สุหร่าย, งานพิธีส่งตัวเจ้าสาว *-v.* **-ered, -ering** *-vt.* อาบน้ำด้วยฝักบัว, สาด, ราด, ให้อย่างมากมาย *-vi.* ฝนตกปรอยๆ, หิมะตกปรอยๆ, อาบน้ำฝักบัว **-showery** *n.* (-S. rain,

shower² 789 **shrug**

fall, sprinkle) *-Ex. a shower of rain, a shower of letters, The audience showered praise on the actress., take a warm shower, Letters showered on her.*

shower² (โช' เออะ) *n.* ผู้แสดง, สิ่งที่แสดง

show girl หญิงเต้นประกอบเสียงการร้องเพลง, หญิงนักแสดง เช่น นักกายกรรม นางระบำ

showing (โช' อิง) *n.* การแสดง, การนำออกแสดง, การเผยให้เห็น, นิทรรศการ, การบรรยาย, ลักษณะภายนอก (-S. display)

showman (โช' เมิน) *n.* ผู้แสดง, นักแสดง, ผู้แสดงการมหรสพ, เจ้าของโรงมหรสพ **-showmanship** *n.*

shown (โชน) *vt., vi.* กริยาช่อง 3 ของ show *-Ex. The trophies were shown on the mantel.*

show-off (โช' ออฟ) *n.* ผู้โอ้อวด, การโอ้อวด, การอวด, การคุยโว

showpiece (โช' พีส) *n.* สิ่งที่ตั้งแสดงไว้, สินค้าที่แสดงในงานนิทรรศการ

showplace (โช' เพลส) *n.* สถานที่แสดง, สถานที่แสดงนิทรรศการ, สถานที่ตัวอย่าง (-S. show place)

show room ห้องที่ใช้แสดงสินค้าหรือตัวอย่างสินค้า, ห้องโชว์, ห้องแสดงนิทรรศการ

showy (โช' วี) *adj.* **-ier, -iest** โอ้อวด, ชอบแสดง, หยิ่งยโส, วางท่า, อวดอ้าง, เอิกเกริก **-showily** *adv.* **-showiness** *n.* (-S. glaring) *-Ex. a showy corsage, showy play, a showy display of wealth*

shrank (แชรงค) *vt., vi.* กริยาช่อง 2 ของ shrink *-Ex. Somsri's dress shrank when it was washed.*

shrapnel (แชรพ' เนิล) *n.* เศษกระสุนดาวกระจาย, กระสุนลูกแตก, เศษกระสุน

shred (ชเรด) *n.* เศษ, ชิ้นเล็กชิ้นน้อย, เศษผ้า, เศษเนื้อ *-vt.* **shredded/shred, shredding** ตัดออกเป็นชิ้นเล็กชิ้นน้อย, ฉีกออกเป็นเศษ, ฉีกขาด (-S. piece, strip) *-Ex. Mother shredded the cabbage., No one shred of food was left after the picnic.*

shrew (ชรู) *n.* สัตว์กินแมลงตระกูล Soricidae คล้ายหนู แต่มีจมูกยาวแหลม

shrew

shrewd (ชรูด) *adj.* **shrewder, shrewdest** เฉียบแหลม, หลักแหลม, เฉลียวฉลาด, ว่องไว, ร้ายแรง, มุ่งร้าย **-shrewdly** *adv.* **-shrewdness** *n.* (-S. cunning, keen, sharp) *Ex. shrewd answer, shrewd bargaining, shrewd move*

shrewish (ชรู' อิช) *adj.* อารมณ์ร้าย, ปากร้าย **-shrewishly** *adv.* **-shrewishness** *n.*

shriek (ชรีค) *n.* เสียงกรีดร้อง, เสียงร้องหวีด, เสียงนกหวีด, การร้องกรีด, การร้องเสียงหลง, การเป่าเสียงนกหวีด *-v.* **shrieked, shrieking** *-vi.* ร้องกรีด, ร้องหวีด, ร้องเสียงหลง, หัวเราะเสียงหลง *-vt.* ทำให้เกิดเสียงร้องดังกล่าว **-shrieker** *n. -Ex. the shriek to sirens, siren shrieked, shriek an alarm, to shriek with laughter, The train whistle shrieked as it passed.*

shrike (ชไรค) นกในตระกูล Laniidae มีปากแข็งแรงและมีจะงอยปากงุ้ม

shrill (ชริล) *adj.* **shriller, shrillest** เสียงแหลม, เสียงกรีดร้อง, เสียงหลง, เสียงสูง, ซึ่งทำให้เกิดเสียงดังกล่าว, รุนแรง, เศร้าโศก, โหยหวน *-vt., vi.* **shrilled, shrilling** ร้องเสียงดังกล่าว **-shrillness** *n.* **-shrilly** *adv. -Ex. Whistles and alarm bells make shrill sounds., The birds shrilled loudly.*

shrimp (ชริมพฺ) *n., pl.* **shrimp/shrimps** กุ้งเล็กหางยาว (มักเป็นกุ้งทะเล), กุ้งฝอย, (คำสแลง) คนตัวเล็กที่ไม่สำคัญ *-vt.* **shimped, shrimping** จับกุ้ง **-shrimper** *n.*

shrine (ชไรนฺ) *n.* แท่นบูชา, หิ้งบูชา, ศาลเจ้า, อาราม, สถานที่บูชา, สถูป, เจดีย์บูชนียสถาน *-vt.* **shrined, shrining** ทำให้เป็นที่ศักดิ์สิทธิ์, วางไว้ในที่ศักดิ์สิทธิ์ (-S. altar) *-Ex. Mecca is a Moslem shrine.*

shrink (ชริงค) *v.* **shrank/shrunk, shrunken/shrunk, shrinking** *-vi.* หดตัว, หลบหน้า, ตัวหด, ย่น, เหี่ยว, (ขนาด) ลดลง, กลัว *-vt.* ทำให้หดตัว, ทำให้ลดลง, ทำให้ย่น *-n.* การหดตัว, การทำให้หดตัว, การลดลงของขนาด, การทำให้ขนาดลดลง, ความกลัว, ความขยาด **-shrinkable** *adj.* **-shrinker** *n. -Ex. Bady's stockings shrink when they are washed., The horse is so afraid that it shrinks every time it sees a whip.*

shrinkage (ชริง' คิจ) *n.* การหดตัว, การย่น, ปริมาณหรือขนาดที่หด, จำนวนน้ำหนักที่ลดลง, การลดลง, การลดค่า, ความแตกต่างระหว่างน้ำหนักเดิมของสัตว์กับน้ำหนักเนื้อที่จะส่งไปขาย *-Ex. the shrinkage of cotton goods, shrinkage of market value, allowance for shrinkage*

S

shrive (ชไรฟวฺ) *vt., vi.* **shrove/shrived, shriven, shriving** ยกโทษบาป (หลังการสารภาพผิด), ถ่ายบาปโดยการสารภาพบาป, ฟังคำสารภาพ, สารภาพบาป

shrivel (ชรีฟ' เวิล) *vt., vi.* **-eled, -eling/-elled, -elling** หดตัว, หด, ย่น, เหี่ยว, ทำให้หด, ทำให้ขนาดลดลง, ทำให้ไร้ประโยชน์, กลายเป็นไร้ประโยชน์ (-S. wither) *-Ex. The old apples were shrivelled.*

shroud (ชเราดฺ) *n.* ผ้าห่อศพ, ผ้าตราสัง, สิ่งที่ใช้ปกคลุม, สิ่งที่ใช้ห่อหุ้ม, ฝาครอบ, ที่ครอบ, เชือกหรือลวดขึงค้ำเสากระโดงเรือ, ปลอกสวม *-v.* **shrouded, shrouding** *-vt.* คลุมด้วยผ้าตราสัง, ปกคลุม, ซ่อนเร้น *-vi.* ซ่อนเร้น, เข้าที่หลบภัย (-S. sheet, cover) *-Ex. a shroud of mist, exhaust shroud, a shroud of mystery*

shrub¹ (ชรับ) *n.* ต้นไม้ขนาดเล็ก, ต้นไม้เตี้ยๆ

shrub² (ชรับ) *n.* น้ำผลไม้ใส่น้ำตาล (และบางครั้งใส่เหล้า)

shrubbery (ชรับ' บะรี) *n., pl.* **-ies** ต้นไม้ขนาดเล็กทั้งหลาย

shrubby (ชรับ' บี) *adj.* **-bier, -biest** เต็มไปด้วยต้นไม้ขนาดเล็กหรือต้นไม้เตี้ยๆ, คล้ายต้นไม้ขนาดเล็กหรือต้นไม้เตี้ยๆ **-shrubbiness** *n.*

shrug (ชรัก) *v.* **shrugged, shrugging** *-vt.,* ยักไหล่ (เพื่อแสดงความไม่สนใจหรือดูถูกหรืออื่นๆ) *-vi.* ยักไหล่ *-n.* เสื้อขนสัตว์เอวสั้นแบบหนึ่ง **-shrug off** ไม่สนใจ เฉยเมย, สะบัด, สลัด, บิดตัวและถอดเสื้อออก *-Ex. to raise the shoulders in a shrug, a shrug of despair, a shrug of the shoulders*

shrunk (ชรังค) *vt., vi.* กริยาช่อง 2 และ 3 ของ shrink *-Ex. These trousers have shrunk too much for me to wear them.*

shrunken (ชรัง' เคิน) *vt., vi.* กริยาช่อง 3 ของ shrink

shuck (ชัค) *n.* ฝัก, เปลือก, เปลือกหอยนางรม, เปลือกหอยสองฝา, (ภาษาพูด) สิ่งที่ไร้ค่า *-vt.* **shucked, shucking** เอาเปลือกออก, เอาฝักออก, ปอกเปลือก, แกะเปลือก *-interj.* คำอุทานแสดงความรังเกียจหรือเสียใจ *-Ex. Narong shucked a basket of corn for the picnic.*

shudder (ชัด' เดอะ) *vi.* **-dered, -dering** สั่นกระตุก, สั่นระริก, สั่นเทา, ตัวสั่น *-n.* การสั่นดังกล่าว (-S. shake) *-Ex. Mother gave a shudder when Somsri showed her the little mouse., made us all shudder, shudder of despair*

shuffle (ชัฟ' เฟิล) *v.* **-fled, -fling** *-vt.* เดินลากเท้า, เดินลากขา, เอาเท้าลากไปมาบนพื้น, เดินงุ่มง่าม, เดินอุ้ยอ้าย, หลบหลีก, หลีกเลี่ยง, สับไพ่, ผสมปนเป, สับเปลี่ยน *-vi* เอาเท้าลากไปมาบนพื้น, เต้นระบำขาลากพื้น, หลีกเลี่ยง, สับไพ่, สับเปลี่ยน *-n.* การเดินลากเท้า, ท่าทางอุ้ยอ้าย, การหลบหลีก, กลอุบายหลบหลีก, การสับไพ่, การสับเปลี่ยน, การเต้นระบำขาลากพื้น **-shuffle off** ดันไปทางข้าง, ขจัด **-shuffler** *n.* (-S. intermix, scuff, shift) *-Ex. We shuffled the book back and forth between us because we had only one copy., to shuffle a deck of cards*

S

shuffleboard (ชัฟ' เฟิลบอร์ด) *n.* กีฬาทอดจานไม้บนกระดานที่มีตารางหมายเลข, ตารางหมายเลขบนกระดานดังกล่าว

shun (ชัน) *vt.* **shunned, shunning** หนี, หลบหลีก, หลีกเลี่ยง **-shunner** *n. -Ex. Father shuns driving during times when there is heavy traffic.*

shunt (ชันท) *v.* **shunted, shunting** *-vt.* สับราง, เปลี่ยนราง, สับเปลี่ยน, เปลี่ยนเส้นทาง, ปัด, แยก, เก็บ, ระงับ *-vi.* เปลี่ยนราง, หันไปอีกทางหนึ่ง, เปลี่ยนเส้นทาง *-n.* การสับราง, การเปลี่ยนราง, เครื่องสับราง, เครื่องแยกทางไฟฟ้า, รถไฟเปลี่ยนราง, (ศัลยกรรมผ่าตัด) ทางหรือหลอดที่สร้างขึ้นใหม่, การเชื่อมต่อระหว่างท่อสองท่อในร่างกาย **-shunter** *n.* (-S. switch, turn, aside, deviate)

shush (ชันช) *interj.* คำอุทานให้คนอื่นนิ่งเงียบ *-vt.* **shushed, shushing** ทำให้เงียบ

shut (ชัท) *v.* **shut, shutting** *-vi.* ปิด, งับ, ปิดประตู, พับ, หุบ, หนีบ, เก็บ, หลับตา, หยุด, หยุดเปิด, ล้อมไว้, ใส่กลอน *-vt.* ทำให้ปิด *-adj.* ปิด, ปิดไว้ *-n.* การปิด, เวลาปิด, แนวเชื่อมต่อของโลหะ **-shut down** ปิด (โดยเฉพาะปิดชั่วคราว), (หมอก) หนาขึ้นมา, หยุดดำเนินการ **-shut down on/upon** หยุดทำ, ให้หยุด, หยุดยั้ง, บีบบังคับ **-shut in** ปิด, เก็บตัว, โอบล้อม, ล้อม **-shut off** ปิด, ปิดทาง, แยก ,ทำให้เหินห่าง **-shut out** แยกออก, ซ่อนเร้น, ป้องกัน **-shut up** จำคุก, กักขัง, ปิดสนิท, หยุดพูด, ทำให้เงียบ (-S. close) *-Ex. Do not shut the new boy out of your games., to shut the dog in the garage., Baky's eyes are shut., to shut off the water, shut the door, to shut one's eyes to*

shutdown (ชัท' เดาน) *n.* การปิด, การปิดโรงงาน, เวลาปิด (-S. cessation, stoppage) *-Ex. The summer resort shutdown during the winter.*

shut-eye (ชัท' อาย) *n.* (คำสแลง) การนอนหลับ (-S. sleep)

shut-in (ชัท' อิน) *adj.* เก็บตัว, เก็บตัวอยู่แต่ในบ้านโรงพยาบาลหรืออื่นๆ (เนื่องจากโรค) *-n.* ผู้เก็บตัว, ผู้ที่นอนป่วย *-Ex. Somsri shut the dog in the room until it stopped barking.*

shutout (ชัท' เอาท) *n.* เวลาปิด, การถูกปิด, การกันไม่ให้ฝ่ายตรงข้ามทำแต้มแต่เพียงฝ่ายเดียว, ผู้ที่ถูกกักขังอยู่ข้างนอก, (ไพ่บริดจ์) การที่ฝ่ายหนึ่งเรียกไพ่ให้สูงเพื่อกันไพ่ฝ่ายตรงข้ามทั้งหมด

shutter (ชัท' เทอะ) *n.* หน้าต่างบานเกล็ด, บานเกล็ดของหน้าต่าง, แผ่นมู่ลี่ปิดหน้าร้าน, เครื่องปิดเปิดรูแสงของกล้องถ่ายรูป

shuttle (ชัท' เทิล) *n.* กระสวยเครื่องทอผ้า, กระสวยเครื่องเย็บผ้า, กระสวยเครื่องจักร, ยานพาหนะขนส่งสาธารณะที่วิ่งไปมา เช่น รถไฟ รถเมล์ *-v.* **-tled, -tling** *-vt.* ทำให้ไปๆ มาๆ *-vi.* เคลื่อนไปเคลื่อนมา **-shuttler** *n.*

shuttlecock (ชัท' เทิลคอค) *n.* ลูกขนไก่, กีฬาแบดมินตัน, การตีลูกขนไก่ *-vt.* **-cocked, -cocking** ส่งไปส่งมา, ส่งกลับไปมา, เดินไปมา

shy[1] (ชาย) *adj.* **shier, shiest/shyer, shyest** ขี้อาย, เหนียมอาย, อาย, ใจฝ่อ, ตกใจง่าย, ขี้ประหม่า, ขี้ตื่น, ขี้ขลาด, ขี้สงสัย, ไม่ไว้วางใจ, ลังเลใจ, ขาดแคลน, ไม่เต็มจำนวน, (พืช) ไม่ค่อยเจริญเติบโต, (การพนัน) ติดเงินเดิมพัน *-vi.* **shied, shying** ถอยหลังด้วยความตกใจ, ถอยหลัง, หดตัว *-n., pl.* **shies** การถอยหลังอย่างฉับพลัน (ด้วยความตกใจ) **-fight shy of** หลีกเลี่ยง **-shyer** *n.* **-shyly** *adv.* **-shyness** *n.* (-S. bashful, modest) *-Ex. Baby is shy., Birds are very shy., The horse shied when he heard the whistle of the train., to shy away from difficult tasks*

shy[2] (ชาย) *vt., vi.* **shied, shying** ขว้าง, โยน, เหวี่ยง, ปา *-n.* การขว้าง, การโยน, การเหวี่ยง, การปา (-S. quick, sudden throw) *-Ex. Somsak shied a stone into the lake.*

shylock (ชาย' ลอค) *n.* พ่อค้าใจร้าย, พ่อค้าขูดเลือด, ผู้ให้กู้ยืมเงินที่ขูดเลือด

shyster (ชาย' สเทอะ) *n.* (คำสแลง) ทนายความที่มีใจอำมหิต ทนายความที่ใช้วิธีการที่ผิดจรรยาบรรณ

Siam (ไซแอม', ไซ' แอม) ชื่อเดิมของประเทศไทย **-Gulf of Siam** อ่าวไทย

Siamese (ไซมะมีซ, -มีส') *adj.* เกี่ยวกับประเทศไทย คนไทย ภาษาไทย วัฒนธรรมไทย, ไทย, ฝาแฝด, มีความสัมพันธ์กันอย่างใกล้ชิด, เหมือนกัน *-n., pl.* **Siamese** ชาวไทย, แมวไทย

Siamese twins ฝาแฝดที่มีตัวติดกันแต่กำเนิด

Siberia (ไซบี' เรีย) แคว้นไซบีเรียของรัสเซีย (อดีต) **-Siberian** *adj., n.*

sibilant (ซิบ' บะเลินทฺ) *adj.* เกี่ยวกับเสียงที่ออกตามไรฟัน (เช่นเสียง "S") *-n.* พยัญชนะที่มีเสียงที่ออกตามไรฟัน, เสียงซิด **-sibilantly** *adv.* **-sibilance** *n.*

sibilate (ซิบ' บะเลท) *vt., vi.* **-lated, -lating** เปล่งเสียงผ่านไรฟัน, เปล่งเสียงซิด **-sibilation** *n.*

sibling (ซิบ' ลิง) *n.* พี่ชาย น้องสาว, พี่สาว น้องชาย, ญาติสายเลือดเดียวกัน

sibyl (ซิบ' บิล) *n.* หญิงพยากรณ์สมัยโบราณ, แม่มด, หญิงดูดวง **-sibylic, sibyllic, sibylline** *adj.* (-S. prophetess)

sic (ซิค) *vt.* **sicced, siccing** โจมตี, กระตุ้นให้โจมตี

sick (ซิค) *adj.* **sicker, sickest** ป่วย, ไม่สบาย, เป็นโรค, มีโรค, คลื่นไส้, คลื่นเหียน, เป็นไข้, ไม่สบายใจ, รำคาญใจ, เอียน, ร้อนใจ, เจ็บใจ, รังเกียจ, ขยะแขยง, เสื่อมเสีย, ซีด, ขาวซีด, อมโรค, ได้พืชผลไม่ค่อยดี, มีเชื้อโรค, เปราะ, กลิ่นไม่ดี (-S. ill, ailing, queasy, bored, tired) *-Ex. sick people, feel sick, be sick, Bus rides make him sick., It makes me sick to think of what he has done., a sick headache, Somsri cares for the sick., to get sick from riding in the car, be sick of working on his model boat, sick with longing to see one's family*

sick bay โรงพยาบาลบนเรือ, ห้องยาบนเรือ, ห้องนอนบนเรือ

sickbed (ซิค' เบด) *n.* เตียงคนไข้, เตียงคนป่วย

sick building syndrome กลุ่มอาการโรคห้องปรับอากาศ มีอาการปวดหัว เคืองตา มึนงง คลื่นเหียน

sicken (ซิค' เคิน) *vt., vi.* **-ened, -ening** ทำให้ป่วย, ทำให้ไม่สบาย, ทำให้คลื่นเหียน, เกิดเจ็บป่วย, เกิดไม่สบาย, เกิดคลื่นเหียน, ทำให้รังเกียจ *-Ex. Anong sickened in the change of climate., sicken at the sight of, sicken of, Somsri sickened of sweet food. The odour of the stagnant pool sickened me.*

sickening (ซิค' คะนิง) *adj.* ทำให้หรือสามารถทำให้ป่วย (ไม่สบาย คลื่นเหียน คลื่นไส้) (-S. nauseating)

sickle (ซิค' เคิล) *n.* เคียว **-sickle** กลุ่มดาวหกดวงรูปเคียวที่อยู่ในกลุ่มดาว Leo

sickly (ซิค' ลี) *adj.* **-lier, -liest** ไม่แข็งแรง, อ่อนแอ, ขี้โรค, อมโรค, เป็นโรคมาก, มีโรคแพร่หลาย, ชวนให้คลื่นไส้, ชวนให้สะอิดสะเอียน, เบื่อหน่าย, ซีด, ไม่มีกำลัง, มืด, สลัว *-vt.* **-lied, -lying** ทำให้อ่อนนุ่ม **-sickliness** *n.* (-S. nauseating) *-Ex. a sickly child, His face had a sickly colour., a sickly complexion, a sickly climate, a sickly climate, a sickly light, a sickly smile, a sickly perfume*

sickness (ซิค' นิส) *n.* โรค, การเป็นโรค, การไม่สบาย อาการคลื่นไส้อาเจียน (-S. illness) *-Ex. A sickness caused by s poiled food.*

sickroom (ซิค' รูม) *n.* ห้องคนไข้, ห้องคนป่วย

side (ไซดฺ) *n.* ข้าง, ด้านข้างเคียง, สีข้าง, หน้า, ด้านข้าง, ด้านซี่โครง, ด้านสีข้าง, สีข้าง, กรณี, ส่วนลาด, เนิน, กลุ่มที่แข่งขัน, ฝ่าย, สายวงศ์ตระกูล, แขนง, กราบเรือ, ความหยิ่งยโส *-adj.* อยู่ทางด้านหนึ่ง, จากด้านหนึ่ง, รอง, บังเอิญ *-v.* **sided, siding** *-vt.* ทำให้มีด้านข้าง, ยืนอยู่ข้าง, สนับสนุน, เก็บเอาไว้, เก็บ *-vi.* เข้าข้าง, ยืนอยู่ข้าง, สนับสนุน **-side with** เข้าข้าง, สนับสนุน, ช่วยเหลือ **-side against** ต่อต้าน *-Ex. a pain in my side, the side of a box, by my side, the wrong side of, push it to one side, on each side, every side, all sides, There are always two sides to an argument.*

side arm อาวุธคาดเอวหรือเข็มขัด (เช่น ปืนพกหรือดาบ)

sideboard (ไซดฺ' บอร์ด) *n.* ตู้ถ้วยชามในห้องรับประทานอาหาร

sideboard

sideburns (ไซดฺ' เบิร์นซฺ) *n. pl.* เคราหน้าใบหู, ปลายเครา (-S. short whiskers)

sidecar (ไซดฺ' คาร์) *n.* รถข้างล้อเดี่ยวที่ติดกับรถจักรยานยนต์, เหล้าค็อกเทลที่ทำจากบรั่นดี น้ำส้มและน้ำมะนาว

sided (ไซ' ดิด) *adj.* มีข้าง, มีด้าน, มีริม, มีเหลี่ยม

side effect ผลข้างเคียงของยา (โดยเฉพาะผลที่เป็นอันตรายต่อร่างกาย) (-S. side-effect)

sidekick (ไซดฺ' คิค) *n.* (คำสแลง) เพื่อนสนิท ผู้ร่วมงาน

sidelight (ไซดฺ' ไลทฺ) *n.* ไฟข้าง, ไฟด้านข้าง, ไฟกราบเรือ, ข่าวบังเอิญ ข่าวทั่วไป, การบอกเป็นนัยโดยบังเอิญ

sideline (ไซดฺ' ไลนฺ) *n.* เส้นข้าง, เส้นข้างสนาม, เส้นริม, งานปลีกย่อย, งานอดิเรก, สินค้าประกอบ, งานผลพลอยได้, (ขายปลีก/การพาณิชย์) งานหรือสินค้าหรือบริการที่ได้จัดเพิ่มเติมจากกิจกรรมหลัก *-vt.* **-lined, -lining** ทำให้เข้าร่วมไม่ได้ **-sidelines** บริเวณที่เลยเส้นริมพอดี *-Ex. The spectators sit behind the side lines at a tennis match., A side line of pipe runs from the house to the garage., The artist had a side line of cabinet making., The florist carried a side line of candy.*

sideling (ไซดฺ' ลิง) *adj.* ตามขอบทาง, ตามข้างทาง, โดยทางเล็ก, เอียง, เฉียง

sidelong (ไซดฺ' ลอง) *adj.* ไปทางข้างหนึ่ง, เอียงข้าง, ลาดไปทางข้างหนึ่ง, โดยอ้อม, วกเวียน *-adv.* ไปทางข้าง, เอียงๆ เฉียงๆ (-S. oblique) *-Ex. a sidelong look*

sidepiece (ไซดฺ' พีส) *n.* ชิ้นข้าง, ส่วนข้าง

sidereal (ไซเดีย' เรียล) *adj.* เกี่ยวกับดาวฤกษ์, ถือเกณฑ์ดาวฤกษ์

sideshow (ไซดฺ' โช) *n.* การแสดงแทรกการแสดงใหญ่, เรื่องประกอบ, เรื่องปลีกย่อย, เรื่องไม่สำคัญ

sideslip (ไซดฺ' สลิพ) *vi.* **-slipped, -slipping** เลื่อนไปทางข้าง

sidesplitting (ไซดฺ' สพลิททิง) *adj.* ตลกขบขันมาก (จนทำให้หัวเราะท้องแข็ง), ตลกที่สุด

sidestep (ไซดฺ' สเทพ) *vt., vi.* **-stepped, -stepping** ก้าวไปทางด้านข้าง, หลบฉาก

S

sideswipe (ไซดฺ' สไวพฺ) *n.* การคลำไปทางข้างๆ, คำเหน็บแนม, คำเสียดสี *-vt.* **-swiped, -swiping** คลำไปทางข้างๆ, เหน็บแนม, เสียดสี

sidetrack (ไซดฺ' แทรค) *n.* รางด้านข้าง, ทางข้างๆ ลำดับรอง, ฐานะรอง *-vt., vi.* **-tracked, -tracking** สับรางเข้ารางข้าง, เปลี่ยนหัวข้อ, เบนเป้าหมาย, ทำให้ช้าลง

sidewalk (ไซดฺ' วอค) *n.* การเดินริมถนน, การเดินข้างถนน, การเดินเท้า, บาทวิถี, ทางข้างถนน

sidewall (ไซดฺ' วอล) *n.* กำแพงข้าง, ผนังข้างของยางรถ, ผนังข้าง

sideward (ไซดฺ' เวิร์ด) *adj., adv.* ไปทางด้านข้าง

sideways (ไซดฺ' เวซฺ) *adj., adv.* หันไปทางด้านข้าง, โดยอ้อม, หลบๆ หลีกๆ (-S. sideway)

siding (ไซ' ดิง) *n.* ขอบข้าง, ขอบ

sidle (ไซ' เดิล) *v.* **-dled, -dling** *-vi.* เคลื่อนไปทางข้าง, เอียงตัว, เอียงข้าง, เดินข้าง, เดินเอียง *-vt.* ทำให้เดินข้าง *-n.* การเดินเอียงข้าง *-Ex. The frightened child sidled up to his mother.*

siege (ซีจ) *n.* การโอบล้อม, การล้อม, การล้อมโจมตี, การกลุ้มรุม, ความพยายามเอาชนะการต่อต้าน, การเจ็บป่วยหรือความยากลำบากที่ต่อเนื่องกัน, บัลลังก์, ฐานะ, ตำแหน่ง *-vt.* **sieged, sieging** โอบล้อม, ล้อมรอบ (-S. campaign, drive, attempt, effort, attack -A. lull, pause) *-Ex. The hero laid siege to the lady's heart., a siege of illness, siege warfare/undergo a siege, siege artillery*

sienna (ซีเอน' นะ) *n.* ดินเผาสีน้ำตาลใช้ย้อมผ้า, สีน้ำตาล

sierra (เซีย' ระ) *n.* เทือกเขา, เทือกเขารูปฟันเลื่อย

Sierra Leone (เซียระ' เลออน) ชื่อประเทศเอกราชในแอฟริกาตะวันตก เมื่อก่อนเป็นอาณานิคมของอังกฤษ

siesta (ซิเอส' ทะ) *n.* การพักเที่ยงหรือการงีบหลับตอนเที่ยง (โดยเฉพาะในสเปนและลาตินอเมริกา), การนอนกลางวัน (-S. nap, afternoon rest)

sieve (ซีฟวฺ) *n.* ตะแกรง, กระชอน, ตาข่ายกรอง, คนปากไว, คนที่เก็บความลับไม่อยู่, ทีมฟุตบอลที่ไม่สามารถรักษาแนวป้องกันของตนได้ดี *-vt.,vi.* **sieved, sieving** ร่อน, ใช้ตะแกรงหรือกระชอนร่อน (-S. sift)

sift (ซิฟทฺ) *v.* **sifted, sifting** *-vt.* ร่อนหรือแยกออกด้วยตะแกรงหรือกระชอน, ทำให้กระจัดกระจายด้วยตะแกรงหรือกระชอน, ตรวจอย่างละเอียด, สอบถามอย่างละเอียด, เลือกพันธุ์, คัดเลือก *-vi.* ร่อน **-sifter** *n.* (-S. sieve, analyze, separate) *-Ex. Let us sift the facts before we make a decision.*

sig ย่อจาก signal สัญญาณ, signature ลายเซ็น

sigh (ไซ) *v.* **sighed, sighing** *-vi.* ถอนหายใจ, ถอนใจ, ใฝ่ฝัน, โหยหา, เพรียกร้อง *-vt.* เพรียกร้อง, โหยหา *-n.* เสียงถอนหายใจ, การถอนหายใจ, การโหยหา **-sigher** *n.* (-S. murmur)

sight (ไซทฺ) *n.* สายตา, การเห็น, กำลังสายตา, ความสามารถในการเห็น, ภาพ, ทิวทัศน์, ขอบข่ายในการเห็น, การพิจารณา, การสังเกต, สิ่งที่เห็น, สิ่งที่เห็นแล้วทำให้สะดุ้งตกใจหรือเศร้าสลด, จำนวนมาก, ปริมาณมาก *-v.* **sighted, sighting** *-vt.* เห็น, มองเห็น, สังเกต, ทอดสายตา, ปรับภาพ, เล็ง *-vi.* ส่อง, เล็ง, เล็งวัด, เล็งสายตา, เตรียมการณ์ล่วงหน้า **-at first sight** ทันที, พอมองครั้งแรก **-at sight** ทันทีที่เห็น, ทันทีที่ยื่นให้, มอง **-know by sight** จำได้จากลักษณะ **-not by a long sight** ดูเหมือนจะไม่, ไม่แน่นอน **-on/upon sight** ทันทีที่เห็น (-S. vision) *-Ex. weak sight, keen sight, Mt. Vesuvius is a wonderful sight., see the sights, catch sightof, at the sight of, at first sight, in sight (of), Somsri was a lovely sight in her wedding dress.*

sighted (ไซ' ทิด) *adj.* มีกำลังสายตา (ยาวหรือสั้น), มองการณ์ (ไกลหรือใกล้))

sightless (ไซทฺ' ลิส) *adj.* ไม่สามารถจะมองเห็นได้, ตาบอด, มองไม่เห็น **-sightlessly** *adv.* **-sightlessness** *n.* (-S. blind)

sightline (ไซทฺ' ไลน) *n.* แนวสายตา (-S. sight line)

sightly (ไซทฺ' ลี) *adj.* **-lier, -liest** น่าชม, สวยงาม, มีเสน่ห์ให้ภาพที่สวยงาม **-sightliness** *n.*

sightread (ไซทฺ' รีด) *vt., vi.* **-read, -reading** อ่านโดยไม่มีการเตรียมอ่านมาก่อน, อ่านเล่น

sightseeing (ไซทฺ' ซีอิง) *n.* การเยี่ยมชม, การท่องเที่ยวดูสิ่งของหรือทิวทัศน์ *-adj.* เยี่ยมชม, ท่องเที่ยวดูสิ่งของหรือทิวทัศน์ **-sightseer** *n.* (-S. sight-seeing) *-Ex. They spent their holiday sightseeing in Bangkok.*

sigil (ซิจ' จิล) *n.* สัญลักษณ์, ตราประทับ

sigma (ซิก' มะ) *n.* พยัญชนะตัวที่ 18 ของภาษากรีก

sigmoid (ซิก' มอยดฺ) *adj.* เป็นรูปอักษร S (-S. sigmoidal)

sign (ไซนฺ) *n.* เครื่องหมาย, เครื่องหมายทั่วไป, เครื่องหมายแสดง, สัญลักษณ์, เครื่องแสดง, ลาง, นิมิต, การบอกใบ้, อาการ, อากัปกิริยาที่ส่อให้เห็น, ร่องรอย, รอยเท้า, ราศี *-v.* **signed, signing** *-vt.* ลงนาม, เซ็นชื่อ, เขียนเครื่องหมาย, เขียนสัญลักษณ์, ทำเครื่องหมายกางเขน, ติดต่อกันด้วยสัญญาณ *-vi.* ลงนาม, เซ็นชื่อ ทำเครื่องหมาย, เขียนสัญลักษณ์, แสดงอากัปกิริยา **-sign away** เซ็นชื่อโอน **-sign off** หยุดกระจายเสียง, หยุดถ่ายทอดวิทยุหรือโทรทัศน์ **-sign on** จ้าง, เซ็นสัญญารับจ้าง, เริ่มกระจายเสียง **-sign out** เซ็นชื่อ (หรือพิมพ์ลงการ์ด), เลิกงาน **-sign up** เซ็นชื่อเข้าร่วมงาน, เซ็นสัญญารับผิดชอบ (-S. indication, symbol, write, endorse) *-Ex. to make (give) a sign when I'm ready, Clean fingernails are the sign of a gentleman., Red clouds at night are a sign of rain.*

signal (ซิก' เนิล) *n.* สัญญาณ, เครื่องหมาย, เครื่องแสดง, สัญลักษณ์, ลาง, นิมิต, สิ่งบอกใบ้, อาการ, อากัปกิริยา, สัญญาณวิทยุ, สัญญาณคลื่น *-adj.* เป็นสัญญาณ, เป็นเครื่องแสดง, น่าสังเกต, ยอดเยี่ยม, เลิศ, เด่น *-v.* **-naled, -naling/-nalled, -nalling** *-vt.* ให้สัญญาณ, ทำเครื่องหมาย, ส่งสัญญาณ *-vi.* ส่งสัญญาณ **-signaler, -signaller** *n* (-S. important, conspicuous, sign, cue) *-Ex. A green traffic light is the go signal., The policeman signalled the driver to slow down., traffic signals*

signalize (ซิก' นะไลซฺ) *vt.* **-ized, -izing** ให้สัญญาณ, ส่งสัญญาณ, ชี้บ่ง, แสดง, เป็นเครื่องแสดง, บอกใบ้, บุ้ย,

S

signally 793 **silver**

ติดสัญญาณ, ติดสัญญาณจราจร **-signalization** *n.* (-S. indicate)

signally (ซิก' นะลี) *adv.* อย่างชัดเจน, อย่างเด่นชัด, เป็นที่น่าสังเกต, อย่างสำคัญ, เป็นตัวอย่าง

signatory (ซิก' นะทอร์รี) *adj.* เกี่ยวกับการลงนาม, เกี่ยวกับการเซ็นสัญญา *-n., pl.* **-ries** ผู้ลงนาม, ผู้เซ็นสัญญา

signature (ซิก' นะเชอะ) *n.* ลายเซ็น, ลายมือชื่อ, การเซ็นชื่อ, การลงนาม, การเซ็นชื่อในเอกสาร, สัญญาณ, สัญลักษณ์, เพลงหรือท่วงทำนองสัญญาณ, วิธีใช้ของ, ตำรับยา, แผ่นกระดาษพิมพ์แล้วที่พับให้ได้ขนาดเล่ม, อักษรหรือเลขหมายที่ขอบหน้าแรกของชุดหน้ากระดาษพับเพื่อจัดให้เป็นหมวดหมู่, หน้ากระดาษที่มีอักษรหรือเครื่องหมายดังกล่าว (-S. name, autograph, imprimatur)

signboard (ไซนฺ' บอร์ด) *n.* แผ่นป้ายโฆษณา, แผ่นป้ายสัญญาณ, ผู้เซ็นสัญญา

signet (ซิก' นิท) *n.* ตราประทับเล็กๆ, ตราเล็กๆ, ลัญจกร, เครื่องประทับตรา *-vt.* **-neted, -neting** ประทับตรา

signet ring แหวนประทับตรา, แหวนตรา

significance (ซิกนิฟ' ฟิเคินซฺ) *n.* ความสำคัญ, ความหมาย, ผลที่ตามมา, ลักษณะที่สำคัญ, การมีความหมาย (-S. consequence, importance, weight -A. meaningless, trifling, triviality, irrelevance) *-Ex. I don't understand the significance of your plan., be of no significance, the significance of the bell ringing, a letter of great significance*

significant (ซิกนิฟ' ฟิเคินทฺ) *adj.* สำคัญ, มีความหมาย, มีลักษณะสำคัญ, มีผล **-significantly** *adv.* (-S. meaningful, important, pregnant, momentous) *-Ex. a significant step towards, a significant tone of voice, a signficant statement*

signification (ซิกนะฟิเค' ชัน) *n.* ความหมาย, ความสำคัญ, ความหมายที่ถูกต้อง, การบ่งชี้, การแสดงออก, การแจ้งให้ทราบเป็นทางการ

signify (ซิก' นะไฟ) *v.* **-fied, -fying** *-vt.* แสดงออก, มีความหมาย, ชี้บ่ง, บอกใบ้, บุ้ย, เป็นลาง, เป็นนิมิต, บอกให้รู้ล่วงหน้า *-vi.* มีความสำคัญ **-signifiable** *adj.*

signor (ซีนยอร์) *n.* นาย (-S. signior)

signora (ซีนยอ' ระ) *n., pl.* **-ras/-re** คุณผู้หญิง (แต่งงานแล้ว)

signorina (ซีนยะรี' นะ) *n., pl.* **-nas/-ne** คุณผู้หญิงหรือเด็กสาวที่ยังไม่แต่งงาน

signpost (ไซนฺ' โพสทฺ) *n.* เสาติดป้ายชื่อถนน, ร่องรอย, เครื่องชี้บอก

Sikh (ซีค) *n.* สมาชิกของนิกายหนึ่งของศาสนาฮินดู, แขกซิกข์ *-adj.* เกี่ยวกับแขกซิกข์

Sikhism (ซีค' คิซึม) *n.* ศาสนาซิกข์

silage (ไซ' ลิจ) *n.* อาหารสัตว์ที่ไว้ในฉาง

silence (ไซ' เลินซฺ) *n.* ความเงียบ, การไม่มีเสียง, ความนิ่งเงียบ, ความสงบ, การไม่พูด, การเก็บไว้ในใจ, การถูกลืม, การลืมเลือน, การปิดบัง, การเก็บไว้เป็นความลับ, การไร้ข่าวคราว *-vt.* **-lenced, -lencing** ทำให้เงียบ, ทำให้นิ่งเงียบ, ทำให้หยุดนิ่ง *-Ex. Mother silenced baby's crying by feeding her.*

silencer (ไซ' เลินเซอะ) *n.* ผู้ทำให้เงียบ, ผู้ทำให้นิ่งเงียบ, เครื่องทำให้เงียบ, เครื่องกำจัดเสียง

silent (ไซ' เลินทฺ) *adj.* เงียบ, นิ่งเงียบ, เงียบสงบ, ไม่พูด, ไม่ค่อยพูด, พูดน้อย, ไม่ได้กล่าวถึง, ถูกลืม, ลืมเลือน, (ภูเขาไฟ) สงบนิ่ง, ไม่ออกเสียง *-n.* หนังเงียบ **-silently** *adv.* **-silentness** *n.*

silhouette (ซิลลูเอท') *n.* ภาพคนตัวดำพื้นขาว, ภาพเงา, ร่าง, โครงร่างสีดำ, เค้าโครง *-vt.* **-etted, -etting** ทำให้ปรากฏภาพคนตัวดำพื้นขาว, วาดภาพโครงร่างสีดำ *-Ex. The cat's dark silhouette on the wall.*

silica (ซิล' ละคะ) *n.* สารประกอบซิลิคอนไดออกไซด์ (เช่น ที่เป็นทราย หินควอตซ์), ซิลิคอนไดออกไซด์

silicon (ซิล' ละคอน) *n.* ธาตุอโลหะชนิดหนึ่ง มีสัญลักษณ์ Si

silicosis (ซิลลิโค' ซิส) *n.* โรคปอดที่เกิดจากการสูดฝุ่นหินทรายที่ประกอบด้วย silica เข้าไป

silk (ซิลคฺ) *n.* เส้นไหม, ด้ายไหม, ผ้าไหม, เสื้อผ้าที่ทำด้วยผ้าไหม, ผ้าแพร, เสื้อแพร, เสื้อครุยแพรของนักกฎหมายราชสำนักชั้น Queen's Counsel, หนวดข้าวโพด *-adj.* ทำด้วยไหม, คล้ายไหม, เกี่ยวกับไหม **-hit the silk** กระโดดร่ม, ร่มชูชีพ *-Ex. made of silk, a piece of silk, a silk dress*

silken (ซิล' เคิน) *adj.* ทำด้วยไหม, คล้ายไหม, หุ้มด้วยไหม, เป็นวาวมัน, อ่อนนิ่ม, สุภาพ, ละมุนละไม, โอ่อ่า, หรูหรา (-S. suave)

silk hat หมวกดำสูงรูปทรงกระบอกที่ปกคลุมด้วยผ้าไหม เป็นหมวกแบบทางการของผู้ชาย

silkscreen (ซิลคฺ' สครีน) *n.* เทคนิคการพิมพ์ภาพด้วยหมึกผ่านผ้าไหม, ภาพพิมพ์โดยเทคนิคดังกล่าว

silk-stocking (ซิลคฺ' สทอคคิง) *adj.* ใช้เสื้อผ้าหรูหราหรือฟุ่มเฟือย, ผู้ดี, มีเงินมาก

silkworm (ซิลคฺ' เวิร์ม) *n.* ตัวไหมเป็นตัวอ่อนของผีเสื้อ กลางคืนจำพวก *Bombyx mori*

silky (ซิล' คี) *adj.* **-ier, -iest** คล้ายไหม, ลื่น นิ่ม และมันวาว, มีขนนิ่ม **-silkily** *adv.* **-silkiness** *n.*

sill (ซิล) *n.* ฐาน, ฐานกำแพง, ฐานหิน, รากฐาน, ธรณีประตูหน้าต่าง, ฐานชั้นหินใต้ท้องทะเล, คาน

silly (ซิล' ลี) *adj.* **-lier, -liest** เซ่อ, โง่, เง่า, เหลวไหล, น่าหัวเราะ, ไร้เหตุผล, งงงัน, อ่อนแอ **-sillily** *adv.* **-silliness** *n. -Ex. You are silly to believe such a liar., to give a silly answer, to silly question*

silo (ไซ' โล) *n., pl.* **-los** ฉางเก็บหญ้าสด, ฉางเก็บอาหารสัตว์, หลุมเก็บหญ้าสด, ห้องใต้ดินสำหรับเก็บขีปนาวุธและอุปกรณ์สำหรับยิง *-vt.* **-loed, -loing** เก็บเอาไว้ในฉาง

silt (ซิลทฺ) *n.* โคลน, เลน, ตะกอน *-v.* **silted, silting** *-vi.* เต็มไปด้วยโคลนเลน, อุดตันด้วยโคลนเลน *-vt.* ทำให้อุดตันหรือตื้นเขินด้วยโคลนเลนหรือตะกอน **-silty** *adj.* **-siltation** *n.*

silver (ซิล' เวอะ) *n.* ธาตุเงิน มีสัญลักษณ์ Ag, เหรียญเงิน, เครื่องเงิน, ภาชนะเงิน, สิ่งที่คล้ายเงิน, สีเงิน, สาร

S

ประกอบ silver chloride ที่ใช้ในการทำภาพถ่าย *-Ex. pure silver, a silver box, a silver mine, a silver cup*

silverfish (ซิล' เวอร์ฟิช) *n., pl.* **silverfish/-fishes** ปลาสีเงินจำพวก *carassius auratus,* แมลงไร้ปีกสีเงินผสมเทาจำพวก *Lepisma saccharina* ซึ่งชอบกินแป้ง หนังสือ กระดาษ ผนังและผักเป็นอาหาร

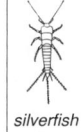

silverfish

silver jubilee การฉลองครบรอบ 25 ปี

silvern (ซิล' เวิร์น) *adj.* ทำด้วยเงิน, คล้ายเงิน

silver-plate (ซิล' เวอะเพลท) *vt.* **-plated, -plating** ชุบด้วยเงิน

silver screen ภาพยนตร์, อุตสาหกรรมภาพยนตร์

silversmith (ซิล' เวอะสมิธ) *n.* ช่างเงิน

silver-tongued (ซิล' เวอะทังด) *adj.* ชักชวน, ชักจูง, พูดคล่อง, เจ้าสำนวนโวหาร

silverware (ซิล' เวอะแวร์) *n.* เครื่องเงิน

silvery (ซิล' เวอะรี) *adj.* คล้ายเงิน, มีสีเงิน, มีเสียงใส, ประกอบด้วยหรือหุ้มหรือชุบเงิน **-silveriness** n. *-Ex. the silvery moonlight, the silvery tone of a bell*

simian (ซิม' เมียน) *adj.* เกี่ยวกับลิง, เกี่ยวกับมนุษย์วานร *-n.* ลิง, มนุษย์วานร

similar (ซิม' มะเลอะ) *adj.* เหมือนกัน, คล้ายกัน, มีรูปร่างเหมือนกัน, มีสัดส่วนเหมือนกัน, มีมุมเดียวกัน, ทำนองเดียวกัน **-similarly** *adv.* *-Ex. Pink and rose are similar colours.*

similarity (ซิมมะแลร์' ริที) *n., pl.* **-ties** ความคล้ายคลึงกัน, ความเหมือนกัน, ความเป็นอย่างเดียวกัน, สิ่งที่คล้ายคลึงกัน, จุดที่เหมือนกัน, ลักษณะที่เหมือนกัน (-S. resemblance, analogy) *-Ex. similarities between the two*

simile (ซิม' มะลี) *n.* การเปรียบเทียบ, การอุปมาอุปไมย, ตัวอย่างการเปรียบเทียบ เช่น 'หล่อนสวยเหมือนนางฟ้า'

similitude (ซิมิล' ลิทูด) *n.* ความเหมือนกัน, ความคล้ายคลึง, สิ่งที่เหมือนกัน, สิ่งที่เปรียบเทียบ, การเปรียบเทียบ, อุปมาอุปไมย (-S. similarity)

simmer (ซิม' เมอะ) *v.* **-mered, -mering** *-vi.* เคี่ยวให้เดือด, ตุ๋น, ต้ม, ทำเสียงกรุ่นๆ (เหมือนของเหลวก่อนที่จะเดือด), (ภายในจิตใจ) เดือดกรุ่นๆ *-vt.* เคี่ยว, ตุ๋น, ต้ม, เดือดกรุ่นๆ, ต้มอาหารให้ร้อนต่ำกว่าจุดเดือดเล็กน้อย *-n.* การเคี่ยวหรือต้มของเหลวให้ร้อนต่ำกว่าจุดเดือดเล็กน้อย, ภาวะที่ร้อนแต่ต่ำกว่าจุดเดือดเล็กน้อย **-simmer down** ลดปริมาตรโดยการต้มให้ร้อนต่ำกว่าจุดเดือดเล็กน้อย, สงบใจ, สงบจิต (-S. seethe) *-Ex. Mother simmered the meat for two hours., to simmer with laughter, to simmer with rage, simmer down, to cook the soup at a simmer*

Simon Legree นายที่โหดเหี้ยมไร้ความปรานี

simon-pure (ไซ' มันเพียวเออะ) *adj.* แท้จริง, จริงๆ, บริสุทธิ์

simony (ไซ' มะนี) *n.* บาปที่เกิดจากการซื้อขายตำแหน่งหรือผลประโยชน์ทางศาสนา

simp (ซิมพฺ) *n.* (คำสแลง) คนโง่เง่า คนเซ่อ

simpatico (ซิมพา' ทิโค) *adj.* เห็นอกเห็นใจ, พอใจ, เข้ากันได้, ถูกอกถูกใจ

simper (ซิม' เพอะ) *n.* การยิ้มแหยๆ, การยิ้มแห้งๆ *-v.* **-pered, -pering** *-vi.* ยิ้มแหยๆ, ยิ้มแห้งๆ *-vt.* พูดและยิ้มแหยๆ

simple (ซิม' เพิล) *adj.* **-pler, -plest** ง่ายๆ, ไม่ยุ่งยาก, ไม่สลับซับซ้อน, เข้าใจง่าย, ชัดแจ้ง, ไม่ผิวเผิน, เรียบ, ถ่อมตัว, บริสุทธิ์, เซ่อๆ, ขาดประสบการณ์หรือความรู้, ประกอบด้วยสารหรือธาตุเดียว, ไม่เจือปน, ไม่แบ่งออกเป็นส่วนต่างๆ, มีองค์ประกอบเดียว, เกี่ยวกับเส้นตรง *-n.* คนเรียบๆ, คนเซ่อ, คนโง่, สิ่งที่ง่ายๆ, สิ่งที่มีองค์ประกอบเดียว, สิ่งที่ไม่มีเจือปน, ผู้ที่ถ่อมตัว, สามัญชน, สมุนไพร *-Ex. a simple explanation, It's really quite simple!, We're very simple people and live simple lives., a simple manner, Somsri's new dress is quite simple., The clown pretended to be simple.*

simple fraction อัตราส่วนสองจำนวน

simple fracture กระดูกแตกหรือหักที่ไม่ทะลุผิวหนัง

simple interest ดอกเบี้ยเชิงเดียว

simple-minded (ซิม' เพิลไม' ดิด) *adj.* ใจซื่อ, ไร้เดียงสา, ไม่เฉลียบแหลม, ด้อยปัญญา **-simple-mindedly** *adv.* **-simple-mindedness** *n.*

simple sentence ประโยคที่มีอนุประโยคเดียว

simpleton (ซิม' พลิทัน) *n.* คนโง่, คนเง่า, คนเซ่อ

simplex (ซิม' เพลคซฺ) *adj.* ง่ายๆ, ประกอบด้วยองค์ประกอบเดียว, เชิงเดียว, อย่างเดียว, ไม่เชิงซ้อน, เกี่ยวกับระบบโทรเลขที่การสื่อสารระหว่างสองสถานีเกิดขึ้นครั้งละทิศทางเดียว *-n.* ห้องชั้นเดียว

simplicity (ซิมพลิส' ซิที) *n., pl.* **-ties** ความง่ายๆ, ความเรียบๆ, ความไม่สลับซับซ้อน, ความเข้าใจได้ง่าย, ความชัดเจน, ความตรงไปตรงมา, ความมีใจซื่อ, ความจริงใจ, ความไม่มีใจคิดโกง, ความไม่หรูหรา, ความไม่มีอะไร, ความด้อยปัญญาหรือประสบการณ์ (-S. easiness) *-Ex. the charming simplicity of a child, childlike simplicity, the simplicity of the arithmetic problems, his simplicity of dealing*

simplify (ซิม' พละไฟ) *vt.* **-fied, -fying** ทำให้ไม่ยุ่งเหยิง, ทำให้ง่ายขึ้น, ทำให้เข้าใจง่าย, ทำให้ชัดเจน **-simplification** *n.* **-simplifier** *n.* *-Ex. to simplify a question*

simplistic (ซิมพลิส' ทิค) *adj.* มองปัญหาง่ายเกินไป, ง่ายเกินไป, รวบรัดเกินไป **-simplistically** *adv.*

simply (ซิม' พลี) *adv.* ง่ายๆ, ชัดเจน, เรียบๆ, โดยความจริงใจ, อย่างไม่มีเล่ห์เหลี่ยม, อย่างบริสุทธิ์, ตรงไปตรงมา, เท่านั้น, แท้ๆ, ทั้งหมด, โง่เง่า *-Ex. The woman was dressed simply., You simply turn left the next corner.*

simulacrum (ซิมมิวเล' ครัม) *n., pl.* **-lacra** ความคล้ายคลึงกันเล็กน้อย, ความเหมือนกันเล็กน้อย, ภาพจินตนาการ, สิ่งปลอมแปลง, สิ่งลอกเลียนแบบ

simulate (ซิม' มิวเลท) *vt.* **-lated, -lating** ลอกเลียน,

ลอกแบบ, เลียนแบบ, เล่นเป็นตัว **-simulative** *adj.* (-S. dissemble, pretend, imitate, play)

simulation (ซิมมิวเล' ชั่น) *n.* การลอกเลียน, การลอกแบบ, การเลียนแบบ, การเล่นเป็นตัว, การปลอมแปลง (-S. mockup, model)

simulator (ซิม' มิวเลเทอะ) *n.* ผู้ลอกเลียน, ผู้ลอกแบบ, ผู้เลียนแบบ, เครื่องเขียนแบบ, เครื่องลอกแบบ, เครื่องจำลองสิ่งแวดล้อม

simulcast (ไซ' มัลคาสทฺ) *n.* รายการที่ออกพร้อมกันทั้งทางวิทยุและโทรทัศน์ *-vt., vi.* **-casted, -casting** ออกรายการพร้อมกันทั้งทางวิทยุและโทรทัศน์

simultaneous (ไซมัลเท' เนียส) *adj.* พร้อมกัน, เกิดขึ้นในขณะเดียวกัน, ในเวลาเดียวกัน **-simultaneously** *adv.* **-simultaneousness, simultaneity** *n.* (-S. synchronous, concurrent, contemporary) *-Ex. Their arrivals by train and air were simultaneous.*

sin[1] (ซิน) *n.* บาป, อกุศล, ความชั่ว, ความชั่วร้าย, การกระทำผิดต่อหลักศาสนาหรือศีลธรรม *-vi.* **sinned, sinning** กระทำบาป, กระทำความชั่ว, ละเมิดต่อหลักการ (-S. trespass, wrongdoing, wickedness, err)

sin[2] ดู sine

since (ซินซ) *adv.* นับตั้งแต่นั้นมา, ตั้งแต่นั้นมา, ตั้งแต่, ในเมื่อ, เนื่องด้วย, เนื่องจาก, โดยเหตุที่, เมื่อ (หลายปี) มาแล้ว *-prep.* ตั้งแต่นั้นมา, จาก, หลังจาก *-conj.* นับตั้งแต่นั้นมา, เนื่องด้วย, เนื่องจาก **-since long** นานมาแล้ว, แต่ก่อนนานมาแล้ว *-Ex. it has rained ever since, but since then he has changed his mind, The postman has passed our house long since.*

sincere (ซินเซียร์') *adj.* **-cerer, -cerest** ใจจริง, ใจซื่อ, จริงใจ, แท้จริง, ไม่ปลอม, บริสุทธิ์, ไม่ผสม, ไม่เจือปน **-sincerely** *adv.* (-S. truth, honest) *-Ex. a sincere friend, well-wisher, sincere grief*

sincerity (ซินเซีย' ริที) *n.* ความใจจริง, ความจริงใจ, ความมีใจซื่อ, ความแท้จริง, ความไม่ปลอม, ความบริสุทธิ์, ความไม่มีสิ่งเจือปน (-S. probity, honesty -A. hypocrisy) *-Ex. Although I do not agree with him, I do not doubt his sincerity.*

sine (ไซนฺ) *n.* (ตรีโกณมิติ) ในสามเหลี่ยมมุมฉาก อัตราส่วนของด้านตรงข้ามมุมที่กำหนดให้กับด้านตรงข้ามมุมฉาก ตัวย่อคือ Sin

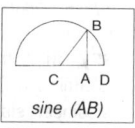

A

sine (AB)

sinecure (ไซ' นะเคียวเออะ) *n.* ตำแหน่งการงานที่ไม่ต้องทำงานมากหรือไม่ต้องทำงานเลย (โดยเฉพาะงานที่ให้ผลตอบแทนหรือกำไร), ตำแหน่งการงานที่มีแต่นาม, ตำแหน่งว่าง, ตำแหน่งศาสนาที่ได้เงินแต่ไม่ต้องสอน **-sinecurist** *n.*

sinedie (ไซนิได' อี) *adv.* ไม่มีวันกำหนดแน่นอน

sinequanon (ไซนิเควนอน') สิ่งที่สำคัญ, คุณสมบัติที่จำเป็นต้องมี, เงื่อนไขที่จำเป็นต้องมี

sinew (ซิน' นิว) *n.* เส้นเอ็น, เอ็น, แหล่งกำลัง, แหล่งอำนาจ, กำลัง, อำนาจ, ความแข็งแรง, กำลังวังชา, แก่น *-vt.* **-ewed, -ewing** ใส่เอ็น, เพิ่มกำลัง, เพิ่มกำลังวังชา *-Ex. Money, soldiers, and materials are the sinews of war., Udom strained the sinews in his ankle when he slipped.*

sinewy (ซิน' นิวอี) *adj.* มีเอ็นที่แข็งแรง, คล้ายเส้นเอ็น, มีเอ็นมาก, เหนียว, ทรหด, แข็งแรง, มีกำลังวังชา, แรง

sing (ซิง) *v.* **sang/sung, sung, sunging** *-vi.* ร้องเพลง, (นก) ร้อง, เพรียกร้อง, ขับร้อง, ทำให้เกิดเสียงดนตรี, เปล่งเสียงร้อง, ประพันธ์บทกวี, สดุดี, เป็นสุข, เกิดเสียงดัง, (หู) ดังหึ่ง, สารภาพ *-vt.* ทำให้เกิดเสียงดนตรี, ร้อง, ร้องเพลง, สรรเสริญ, สดุดี, ประกาศ, กล่อม, สวดมนต์ *-n.* การร้องเพลง, การขับร้อง, เสียงร้องเพลง, เสียงเพลง, เสียงหวีดของลูกปืน **-sing out** ตะโกนเรียกเสียงดัง **-singable** *adj.* (-S. carol, chant) *-Ex. to sing a song, Birds singing in the trees., The kettle is singing., to sing a child to sleep, They sing the words sing in chorus, My heart sang for joy.*

Singapore (ซิง' กาโปร์) ประเทศสิงคโปร์ เป็นเกาะหนึ่งทางปลายแหลมมลายู เมื่อก่อนเป็นอาณานิคมของอังกฤษ, ชื่อเมืองหลวงของเกาะนี้

singe (ซินจฺ) *vt.* **singed, singeing** ทำให้ไหม้เกรียม, ลนไฟ, ลนไฟเอาขนออก, ทำให้เสียหาย, ทำให้บาดเจ็บ *-n.* แผลไหม้เกรียม, การทำให้ไหม้เกรียม, การลนไฟ, การลนไฟเอาขนออก *-Ex. When mother got her fur at too near the fire, she singed the fur.*

singer[1] (ซิง' เกอะ) *n.* นักร้อง (โดยเฉพาะนักร้องอาชีพ), นักกวี, นกร้องไพเราะ (-S. caroler)

singer[2] (ซิง' เจอะ) *n.* ผู้ร้องเพลง, สิ่งที่ทำให้เกิดเสียงดนตรี, ผู้ลนขนสัตว์, เครื่องลนขนสัตว์

S

Singhalese (ซิงกะลีซ, -ลีซฺ) *n.* เกี่ยวกับศรีลังกา (ประเทศ ประชาชน วัฒนธรรม ภาษา) *-n.* ชาวศรีลังกา (-S. Sinhalese)

single (ซิง' เกิล) *adj.* เดี่ยว, เดียว, อย่างเดียว, คนเดียว, อันเดียว, โดดเดี่ยว, เดียวดาย, เฉพาะสิ่ง, เฉพาะอัน, รายตัว, เฉพาะคน, มีองค์ประกอบเดียว, (ใจ) ซื่อ, บริสุทธิ์ใจ, จริงใจ, ไม่แบ่งแยก, เป็นเอก, ไม่มีอะไรเปรียบเทียบได้, ใช้ได้กับทั้งหมด, ซึ่งมีกลีบดอกชุดเดียว, ซึ่งมองเห็นได้ดี, (กีฬาเทนนิส แบดมินตัน ปิงปอง) ตีเดี่ยว, ไปเที่ยวเดียว, เจาะจง *-v.* **-gled, -gling** *-vt.* เลือกเฟ้น, เจาะจง, คัดเลือก *-vi.* (กีฬาเบสบอล) ตีได้หนึ่งฐาน *-n.* คนเดียว, สิ่งเดียว, อันเดียว, ห้องเดียว, ตั๋วที่ใช้ได้คนเดียว, ตั๋วไปเที่ยวเดียว, (กีฬาเบสบอล) การตีลูกที่ทำให้ผู้ตีไปถึงฐาน แรกได้สำเร็จ **-singles** การแข่งขันเดี่ยว, ธนบัตรหนึ่งดอลลาร์, ผู้ที่ยังไม่ได้แต่งงาน *-Ex. a single hair, Each single thread must be tied separately., Paid four single pennies into his hand., a single bed, single journey ticket*

single-handed (ซิง' เกิลแฮน' ดิด) *adj.* มีจุดประสงค์เดียว, ข้างเดียว, มือเดียว, เด็ดเดี่ยว, บุกเดี่ยว, มีกำลังคนเดียว, ยึดมั่น **-single-handedness** *n.* *-Ex. The policeman made a single-handed stand against the mob.*

single-hearted (ซิง' เกิลฮาร์ท' ทิด) *adj.* ใจจริง, ซื่อสัตย์, เด็ดเดี่ยว, จงรักภักดี, มีน้ำใสใจจริง

single-minded (ซิง' เกิลไมน' ดิด) *adj.* มีจิตมุ่งมั่น,

single-space 796 **sister-in-law**

ซื่อสัตย์, จงรักภักดี, ใจเดียว, เด็ดเดี่ยว, ยึดมั่น

single-space (ซิง' เกิลสเปส') *v.* **-spaced, -spacing** *-vt.* พิมพ์บรรทัดเดียว, พิมพ์ดีดบรรทัดเดียว *-vi.* พิมพ์หรือพิมพ์ดีดบรรทัดเดียวไม่ให้มีช่องว่างระหว่างบรรทัด

singlet (ซิง' กลิท) *n.* เสื้อซับเหงื่อของผู้ชาย

singleton (ซิง' กลิทัน) *n.* สิ่งที่เกิดขึ้นครั้งเดียว, สิ่งที่มีอยู่เดี่ยวๆ, ลูกโทน, ลูกสาวคนเดียว, ไพ่ที่มีอยู่ใบเดียวของชุดไพ่

singly (ซิง' กลี) *adv.* โดดเดี่ยว, เดียวดาย, ตัวคนเดียว, ทีละคน (อัน ชิ้น), บุกเดี่ยว, มือเดี่ยว, ข้างเดียว

singsong (ซิง' ซอง) *n.* การร้องเพลงท่วงทำนองเดียว, เพลงทำนองเดียวที่น่าเบื่อหน่าย, การร้องเพลงสด, งานชุมนุม, การร้องเพลง *-adj.* (จังหวะ ท่วงทำนอง) ที่น่าเบื่อหน่าย

singular (ซิง' กิวละ) *adj.* ยอดเยี่ยม, ดีเลิศ, แปลกประหลาด, เป็นเอก, เอกเทศ, เฉพาะตัว, เกี่ยวกับสิ่งที่เป็นลักษณะเฉพาะตัว *-n.* เอกพจน์, รูปเอกพจน์ **-singularly** *adv.* **-singularness** *n.* (-S. unique, extraordinary) *-Ex. singular number, a singular example of courage, a man of singular*

sinister (ซิน' นิสเทอะ) *adj.* มุ่งร้าย, ร้าย, ร้ายกาจ, ลางร้าย, ชั่วร้าย, ไม่เป็นมงคล, อุบาทว์, อัปรีย์, ด้านซ้าย, ซ้าย **-sinisterly** *adv. -Ex. a sinister glance, a sinister design, a sinister gang of drug puhers*

sink (ซิงคฺ) *v.* **sank/sunk, sunk/sinking** *-vi.* จม, จมลง, จมหายไป, ต่ำลง, ตก, ยุบ, ลดลง, เพียบลง, ลึกลง, ถลำลง, เอียงลง, ทรุดลง, เพียบลง, เสื่อมลง, ซาลง, โบ๋, ซึมลง, แทรกซึม, นั่งลง *-vt.* ทำให้จม, ทำให้จมลง, ทำให้ต่ำลง, ทำให้ลดลง, ทำให้ยุบลง, ฝัง, ทำให้เสื่อมลง, ลด, ขุด, เจาะ, เซาะ, สลัก, โค่น, ล้ม, ลงทุน *-n.* อ่าง, อ่างล้าง, หนอง, ร่องน้ำ, ท่อน้ำ, แหล่งชั่วร้าย, หลุมน้ำ, บ่อน้ำ, มหาสมุทร (-S. fall, drop, dip, defeat) *-Ex. It won't float, it will sink., My feet sank into the mud., This side of the building has sunk (into the ground)., The patient is sinking rapidly.*

sinkage (ซิง' คิจ) *n.* การจมลง, กระบวนการจมลง, ปริมาณที่จมลง

sinker (ซิง'เคอะ) *n.* ผู้ทำให้จม, ผู้ขุดบ่อ, ผู้สลัก, ช่างแกะแม่พิมพ์, เครื่องทำให้จม, น้ำหนักถ่วง, ลูกลอย, (คำสแลง) ขนมโดนัต

sinkhole (ซิงคฺ' โฮล) *n.* บ่อหรือแอ่งเก็บน้ำ, แอ่งเก็บน้ำเสีย

sinking fund ทุนจม, เงินทุนสำหรับชำระหนี้

sinner (ซิน' เนอะ) *n.* ผู้ทำบาป, คนบาป

Sinology (ไซนอล' ละจี) *n.* การศึกษาเกี่ยวกับภาษา วรรณคดี ประวัติศาสตร์ การเมือง วัฒนธรรมหรืออื่นๆ ของจีน **-Sinologist** *n.* **-Sinological** *adj.*

sinuate (ซิน'นิวเอท) *vi.* **-ated, -ating** โค้งเข้าข้างในหรือออกไป *-adj.* เป็นคลื่น, ลอนโค้ง

sinuous (ซิน' นิวอัส) *adj.* เป็นลูกคลื่น, คดเคี้ยว, วกวน, มีเล่ห์เหลี่ยม, คดโกง, อ้อมค้อม **-sinuously** *adv.* **-sinuousness** *n.*

sinus (ไซ' นัส) *n.* เส้นโค้ง, ส่วนโค้ง, ส่วนเว้า, ทางหนองไหล, โพรงกระดูกใต้จมูก, โพรงเลือดดำ, โพรงที่มีรูแคบ, ความโค้ง, ความเว้า

sinusitis (ไซนะไซ' ทิส) *n.* โรคไซนัสอักเสบ

Sioux (ซู) *n., pl.* **Sioux** ชาวอินเดียนแดงเผ่าหนึ่งในสหรัฐอเมริกา ในรัฐดาโกต้าที่พูดภาษา Sioux

sip (ซิพ) *vt., vi.* **sipped, sipping** จิบ, ดื่มทีละนิด, ดื่มจิบ *-n.* การจิบ, การดื่มทีละนิด, การดื่มจิบ, ปริมาณเล็กน้อยของการจิบ (-S. sample, sup, taste)

siphon, syphon (ไซ' เฟิน) *n.* ท่อดูดคอห่านที่มีปลายทั้งสองยาวไม่เท่ากันใช้ถ่ายของเหลวจากที่มีระดับสูงไปยังที่มีระดับต่ำ, ขวดน้ำผสมก๊าซ, กาลักน้ำ, ท่อดูดของสัตว์, ท่อเก็บน้ำ *-vt., vi.* **-phoned, -phoning** ถ่ายของเหลวโดยใช้ท่อดูดดังกล่าว **-siphonal, siphonic** *adj. -Ex. I siphoned the gasoline out of the tan.*

sir (เซอร์) *n.* ท่าน, คุณ, ใต้เท้า, คำนำหน้าตำแหน่งอัศวินหรือบารอนเนต *-Ex. Sir John Jones, Dear Sir*

sire (ไซ' เออะ) *n.* ฝ่าบาท, ใต้ฝ่าละอองธุลีพระบาท, บิดา, บรรพบุรุษชาย, พ่อม้า, บุคคลผู้มีตำแหน่งสำคัญ, ม้าพันธุ์ตัวผู้, พ่อพันธุ์สัตว์ *-vt.* **sired, siring** แพร่พันธุ์, สืบพันธุ์, มีลูก, เป็นพ่อพันธุ์ (-S. father, beget) *-Ex. that stallion sired a champion race horse*

siren (ไซ' อะรีน) *n.* ปีศาจทะเลครึ่งคน (ผู้หญิง) ครึ่งนกเชื่อว่ามีเสียงไพเราะ ที่ทำให้กะลาสีเรือเคลิบเคลิ้มจนทำให้เรือชนโขดหินพังทลาย, หญิงสวยงามที่มีเสน่ห์ดึงดูดใจคนมาก (โดยเฉพาะที่หลอกลวงชาย), หวอ, หวูด, แตรลม *-adj.* เกี่ยวกับหวอ หวูด หรือแตรลม, ล่อลวง, ดึงดูดใจ

Sirius (เซอร์' เรียส) *n.* ดาวหมาเป็นดาวที่สว่างที่สุดในท้องฟ้าอยู่ในกลุ่มดาวหมาใหญ่ (Canis Major)

sirloin (เซอร์' ลอยนฺ) *n.* เนื้อสันนอก

sirocco (ซะรอค' โค) *n., pl.* **-cos** ลมร้อน แห้งและมีฝุ่นที่พัดผ่านแอฟริกาเหนือ, ลมร้อนนำฝนจากทางใต้ (-S. scirocco)

sirup (เซอร์' รัพ) *n.* ดู syrup

sirupy (เซอร์' ระพี) *adj.* ดู syrupy

sis (ซิส) *n.* (ภาษาพูด) พี่สาว น้องสาว

sisal (ไซ' ซัล) *n.* เส้นใยของต้นดอกโคมหรือพืชจำพวก *Agave sisalana* ใช้ทำเชือก พรม และอื่นๆ, พืชดังกล่าว

sissy (ซิส' ซี) *n., pl.* **-sies** ชายหรือเด็กผู้ชายที่มีลักษณะเป็นหญิง, คนขี้ขลาด, หน้าตัวเมีย, เด็กหญิงตัวเล็กๆ **-sissiness, sissyness** *n.* **-sissyish** *adj.* (-S. coward, milksop)

sister (ซิส' เทอะ) *n.* น้องสาว, พี่สาว, พี่น้อง (ผู้หญิง), นางชี, พี่สาวน้องสาวต่างบิดาหรือมารดา, น้องสะใภ้, นางพยาบาล, หัวหน้าพยาบาล, คำทักทายที่ใช้เรียกสตรี, สิ่งที่มีรูปแบบเหมือนกัน, สัตว์ตัวเมียท้องเดียวกัน *-adj.* เกี่ยวข้องกัน, เป็นพี่สาวหรือน้องสาว **-sisterly** *adj. -Ex. Somsri has been a sister to me.*

sisterhood (ซิส' เทอะฮูด) *n.* ความเป็นพี่สาวหรือน้องสาว, กลุ่มสตรี, กลุ่มนางชี, สมาคมสตรี, สมาคมทางศาสนาของสตรี

sister-in-law (ซิส' เทอะอินลอ) *n., pl.* **sisters in-**

S

law พี่หรือน้องสะใภ้, พี่หรือน้องสามี (ที่เป็นหญิง), พี่หรือน้องภรรยา (ที่เป็นหญิง)

sit (ซิท) *v.* **sat, sitting** *-vi.* นั่ง, เข้านั่ง, นั่งเก้าอี้, ตั้งอยู่, พักผ่อนบน, นั่งบน, อยู่บน, นั่งเงียบ, ยังคงนั่งเงียบ, นั่งเกาะ, นั่งฟักไข่, เป็นผู้แทน, ประจำตำแหน่ง, เข้าร่วมสอบ, เข้าประชุม, ดูแลเด็กทารก, (ลม) พัดจากทิศที่ระบุไว้, เหมาะสมกับ, เหมาะกับ *-vt.* ทำให้นั่ง, นั่งลง, นั่งคร่อม, จัดหาที่นั่งให้ **-sit in** เข้าร่วมเป็นผู้สังเกตการณ์ **-sit out** นั่งจนเลิก, ไม่สามารถเข้าร่วมได้ **-sit pretty** ประสบความสำเร็จ, ใช้ชีวิตอย่างสบาย **-sit tight** (ภาษาพูด) นิ่งเฉย ไม่ทำอะไร (-S. meet, settle, rest) *-Ex. to sit back in a chair, Somchai sits his horse very badly., The woodpecker is sitting on the branch., The court will sit next month., chickens sit on a roost at night.*

site (ไซท) *n.* ตำแหน่ง, สถานที่, จุด, ที่ตั้ง, แหล่งที่ตั้ง, แปลงที่ดิน, ที่ทำเล, สถานที่เกิดเหตุ *-vt.* **sited, siting** ตั้งอยู่, ประจำอยู่, ติดตั้ง, เอาไปตั้งไว้ (-S. ground, location, place)

sit-in (ซิท' อิน) *n.* การจับกลุ่มนั่งประท้วง *-Ex. I'd like you to sit in on this conference.*

sitter (ซิท' เทอะ) *n.* ผู้นั่ง, ผู้ดูแลเด็กทารกหรือเด็กเล็กในขณะที่พ่อแม่ไม่อยู่, ผู้ที่นั่งให้วาด, ไก่ที่นั่งฟักไข่, ไก่ที่ออกไข่, สัตว์ที่ล่าได้ง่าย

sitting (ซิท' ทิง) *n.* การนั่ง, การเข้านั่งที่, ช่วงระยะเวลาการนั่ง, ที่นั่ง, การนั่งฟักไข่, จำนวนไข่ทั้งหมดที่นั่งฟักในครั้งหนึ่งๆ, การนั่งประชุม, การเปิดศาล, ช่วงระยะเวลาการบริการอาหารบนเรือ *-adj.* เกี่ยวกับการนั่ง, เกี่ยวกับที่นั่ง, ในระหว่างการนั่งฟักไข่, (สัตว์) ถูกยิงได้ง่าย *-Ex. sitting hen, sitting target*

sitting duck เป้านิ่ง, เหยื่อที่ล่อลวงได้ง่าย

sitting room ห้องนั่งเล่น

situate (ซิช' ชุเอท) *vt.* **-ated, -ating** ตั้งอยู่, วางอยู่, ทำให้มีตำแหน่งอยู่ *-adj.* ซึ่งตั้งอยู่, ซึ่งมีตำแหน่งอยู่, อยู่ในฐานะ

situation (ซิชชุเอ' ชัน) *n.* สถานการณ์, ฐานะ, ตำแหน่ง, สถานที่, สถานะ, สภาพ, ภาวะ, เงื่อนไข, เหตุการณ์น่าทึ่ง (ในบทละคร นวนิยาย) **-save the situation** กู้สถานการณ์ได้ **-situational** *adj.* (-S. place, condition) *-Ex. the political situation, financial situation*

sit-up (ซิท' อัพ) *n.* ท่าบริหารที่ผู้เล่นอยู่ในท่านอนหงายเหยียดเท้าแล้วงอตัวขึ้นนั่งโดยไม่งอเท้า

situs (ไซ' ทัส) *n., pl.* **-tus** ตำแหน่งที่เหมาะสมของอวัยวะในร่างกาย, ตำแหน่ง

sitz bath อ่างอาบน้ำ, การนั่งอาบน้ำ

Siva (ซี' วะ) *n.* (ศาสนาฮินดู) พระศิวะ

six (ซิคซฺ) *n.* หก, จำนวนห้าบวกหนึ่ง, สัญลักษณ์ของเลขหก (เช่น 6 หรือ VI), ไพ่หกแต้ม, ลูกเต๋าหกแต้ม, อายุหกขวบ, หกชั่วโมง, กลุ่มละหกคน (อัน ชิ้น), เครื่องยนต์หกสูบ, เวลาหกนาฬิกา, เวลาสิบแปดนาฬิกา, **-at sixs and sevens** ยุ่งเหยิงสับสน, ไม่สอดคล้องกัน

sixpence (ซิคซฺ' เพินซฺ) *n.* จำนวน 6 เพนนี, เหรียญ 6 เพนนี (เหรียญทองแดงผสมนิกเกิลของอังกฤษ) มีค่าเท่ากับครึ่งชิลลิง

sixpenny (ซิคซฺ' เพนนี) *adj.* เป็นจำนวน 6 เพนนี, มีค่าเล็กน้อย, ถูก, ตะปูยาวสองนิ้ว

sixteen (ซิคซฺ' ทีน) *n.* สิบหก, จำนวนสิบบวกหก, สัญลักษณ์ของจำนวนสิบหก (เช่น 16 หรือ XVI), กลุ่มที่มีสิบหกคน (อัน ชิ้น)

sixteenth (ซิคซฺทีนธฺ') *n.* ส่วนที่ 16 (โดยเฉพาะที่เท่าๆ กัน), หนึ่งใน 16 ส่วนเท่าๆ กัน

sixth (ซิคซฺธฺ) *adj.* ที่ 6, ลำดับหก, หนึ่งในหกส่วนเท่าๆ กัน *-n.* ส่วนที่หกของหกส่วนที่เท่ากัน, ลำดับที่หก

sixth sense การหยั่งรู้, ความสามารถในการหยั่งรู้ (-S. intuition)

sixtieth (ซิคซฺ' ทิอิธ) *n.* ส่วนที่หกสิบของหกสิบส่วนเท่าๆ กัน, ลำดับที่หกสิบ

sixty (ซิคซฺ' ที) *n., pl.* **-ties** หกสิบ, หกคูณสิบ, สัญลักษณ์ของหกสิบ (เช่น 60 หรือ LX), กลุ่มที่มีหกสิบคน (อัน ชิ้น) จำนวนปี องศา หรืออื่นๆ ที่อยู่ระหว่าง 60-69 *-adj.* เป็นจำนวนหกสิบ

sizable (ไซ' ซะเบิล) *adj.* มีขนาดใหญ่มาก, มีขนาดใหญ่พอควร **-sizably** *adv.* **-sizableness** *n.* (-S. considerable, ample, goodly, sizeable)

size (ไซซ) *n.* ขนาด, ปริมาณ, ความสั้นยาว, ความใหญ่เล็ก, ของเขต, พื้นที่, ช่วง, สภาวะโดยแท้จริง, ความเป็นจริง *-vt.* **sized, sizing** แบ่งแยกตามขนาด, ประเมินตามขนาด, ควบคุมตามมาตรฐาน **-size up** ประเมิน, ประมาณ, วินิจฉัยได้มาตรฐานได้ขนาด (-S. magnitude, immensity, rank) *-Ex. the size of the house, all of the same size, What size do you take in boots?*

sized (ไซซด) *adj.* ได้ขนาด

sizing (ไซ' ซิง) *n.* การใช้กาวติด, การใช้แป้งเปียกติด

sizzle (ซิซ' เซิล) *vi.* **-zled, -zling** ทำเสียงซิดๆ (เสียงทอดอาหารในน้ำมัน), ร้อนมาก *-n.* เสียงดังกล่าว

skald, scald (สคอลด, สคาลด) *n.* นักกวีโบราณที่มีชื่อเสียงของสแกนดิเนเวียน **-skaldic** *adj.*

skate[1] (สเคท) *n.* รองเท้าน้ำแข็ง, รองเท้าที่มีล้อติดใต้พื้นรองเท้า, รองเท้าสเกต *-vi.* **skated, skating** วิ่งด้วยรองเท้าดังกล่าว, เล่นสเกต, เล่นสเกตน้ำแข็ง, แฉลบไป, เลื่อนผ่านไป, ร่อนผ่านไป *-Ex. a roller skate*

skate[2] (สเคท) *n.* ปลากระเบนจำพวก *Raja*

skate[2]

skate[3] (สเคท) n. บุคคล, คน, ม้าแก่, คนที่น่าดูถูก **-a cheap skate** คนขี้เหนียว

skater (สเค' เทอะ) *n.* ผู้เล่นสเกต, ผู้เล่นสเกตน้ำแข็ง

skean (สคีน) *n.* กริช

skedaddle (สคิแดด' เดิล) *vi.* **-dled, -dling** (ภาษาพูด) วิ่งหนีอย่างรีบเร่ง

skeet (สคีท) *n.* การยิงเป้าแบบหนึ่ง (โดยการโยนนกพิราบจำลองขึ้นในอากาศในมุมและระดับต่างๆ กัน)

skein (สเคน) *n.* กลุ่มด้าย, กลุ่มใยไหม, ไจด้าย, ไจไหม, เข็ดด้าย, เข็ดไหม, ความยุ่งเหยิง, ความสับสน, กลุ่มด้ายที่ยุ่งเหยิง (-S. hank, coil)

skeletal (สเคล' ลเทิล) *adj.* เกี่ยวกับโครงกระดูก

S

skeleton (สเคล' ลิเทิน) *n.* โครงกระดูก, กระดูกทั้งหมดของสัตว์ที่ก่อเป็นโครงขึ้น, คนที่ผอมมาก, สัตว์ที่ผอมมาก, โครงค้ำ, โครงร่าง *-adj.* เกี่ยวกับโครงกระดูก, คล้ายโครงกระดูก **-skeleton in one's closet** เรื่องฉาวโฉ่ภายในหรือภายในบ้าน, ความลับที่น่าอับอาย (-S. framework) *-Ex. a dinosaur skeleton, a skeleton for a play*

skellum (สแคล' ลัม) *n.* อันธพาล, วายร้าย

skepsis (สเคพ' ซิส) *n.* ความสงสัย, ความขี้สงสัย, ความสงสัยทางศาสนา (-S. scepsis)

skeptic (สเคพ' ทิค) *n.* ผู้สงสัย, ผู้มีความสงสัย, ผู้สงสัยเกี่ยวกับศาสนา (โดยเฉพาะศาสนาคริสต์) *-adj.* เกี่ยวกับสมาชิกดังกล่าว,เกี่ยวกับ skepticism **-Skeptic** (ปรัชญา)สมาชิกสำนักปรัชญากรีกโบราณที่เชื่อว่าความรู้ที่แท้จริงของสรรพสิ่งทั้งหลายนั้นไม่มี (-S. doubter)

skeptical (สเคพ' ทิเคิล) *adj.* สงสัย, ขี้สงสัย, แสดงความสงสัย, สงสัยความเชื่อทางศาสนา, เกี่ยวกับ Skepticism (-S. sceptical, suspicious, doubtful)

skepticism (สเคพ' ทิซึม) *n.* ความสงสัย, ความขี้สงสัย, ความสงสัยเกี่ยวกับความเชื่อทางศาสนา, ความไม่เชื่อเกี่ยวกับเรื่องศาสนา (โดยเฉพาะศาสนาคริสต์) **-scepticism** ทฤษฎีหรือความเชื่อที่เกี่ยวกับ Skeptics (-S. scepticism)

sketch (สเคช) *n.* ภาพที่วาดอย่างหวัดๆ, ภาพร่าง, ภาพหยาบ, ต้นร่าง, เรื่องสั้นๆ, บทละครสั้นๆ, บทประพันธ์สั้นๆ, รายการสั้นๆ, ปกิณกะ *-vt., vi.* **sketched, sketching** ร่างภาพ, วาดภาพอย่างหวัดๆ, บรรยายสั้นๆ, เขียนหวัด, เขียนชวเลข **-sketcher** *n.* (-S. plan, design, outline, drawing, draft)

sketchbook (สเคช' บุค) *n.* สมุดร่างภาพ, สมุดสำหรับเขียนหวัดๆ, สมุดบทความสั้นๆ (-S. sketch book)

sketchy (สเคช' ชี) *adj.* **-ier, -iest** เขียนหวัดๆ, วาดภาพหวัดๆ, ร่างภาพ, ไม่สมบูรณ์, ไม่ครบ **-sketchily** *adv.* **-sketchiness** *n.*

skew (สคิว) *vt.,vi.* **skewed, skewing** เบน, บ่ายเบน, เอียง, บิด, คด, ทำให้เอน, ทำให้บิดเบือน *-adj.* เบน, บ่ายเบน, เอียง, เฉียง, บิด, คด, ไม่ได้สัดส่วน, ดู asymmetric *-n.* การเบน, การบ่ายเบน, การบิด, การเฉียง, ตำแหน่งที่เบน, ตำแหน่งเฉียง **-skewness** *n.*

skewbald (สคิว' บอลด) *adj.* (ม้า) มีสีน้ำตาลสลับขาว, มีสีขาวปนสีอื่น, ลาย *-n.* ม้าที่มีสีดังกล่าว

skewer (สคิว' เออะ) *n.* เหล็กเสียบเนื้อย่าง, ไม้เสียบเนื้อย่าง, เหล็กหรือไม้สำหรับยึดติด, ไม้กลัด, มีด, ดาบ *-vt.* **-ered, -ering** ยึดหรือติดด้วยเหล็กหรือไม้เสียบ, กลัด

ski (สคี) *n., pl.* **skis** แคร่เลื่อนยาวติดกับรองเท้าใช้เดินและไถลบนหิมะ, แคร่บนน้ำ, กระดานสกีน้ำ *-vt.,vi.* **skied, skiing** เดินทางด้วยแคร่เลื่อนดังกล่าว, เลื่อนบนหิมะหรือน้ำ, แล่นบนหิมะหรือน้ำ **-skiable** *adj.* **-skier** *n.*

skid (สคิด) *n.* ไม้ขัดไม่ให้ล้อหมุน, ไม้ค้ำยัน, เครื่องบังคับล้อหมุน, ไม้บุรองไม่ให้ลื่นไถล, แผ่นรองรับน้ำหนัก, รางเลื่อน, แคร่เลื่อน, ทางลงเนิน *-vt., vi.* **skidded, skidding** วางบนเครื่องบังคับล้อหมุน, ห้ามล้อด้วยไม้จีมหรือไม้ค้ำยัน, ลดความเร็วลง, ให้เคลื่อนบนไม้รอง, เลื่อนไถลโดยใช้เครื่องบังคับล้อหมุน, ลื่นไหล (-S. slide, slip) *-Ex. The boat was placed on skids for repairing., skidproof, skidroad, The car skidded in turning the corner., a skid on the ice*

skies (สไคซ') *n.* พหูพจน์ของ sky

skiff (สคิฟ) *n.* เรือขนาดเล็กที่แล่นหรือแจวได้และนั่งคนเดียว

skiff

ski jump การกระโดดลงมาของนักเล่นสกี, กีฬาแล่นสกีลงจากเนินเขาและร่อนลงมาเป็นระยะทางไกลบนอากาศสู่พื้นหิมะข้างล่าง **-skijumper** *n.*

ski lift บันไดแขวนหรือกระเช้าไฟฟ้าสำหรับนำผู้เล่นสกีหิมะขึ้นสู่เนินเขา

skill (สคิล) *n.* ความเชี่ยวชาญ, ความชำนาญ, ความสามารถ, ฝีมือ, ความช่ำชอง, ความแคล่วคล่อง *-Ex. in wood-working*

skilled (สคิลด) *adj.* เชี่ยวชาญ, ชำนาญ, มีความสามารถ, มีฝีมือ, ช่ำชอง, แคล่วคล่อง, ต้องใช้ฝีมือ, ต้องใช้ความชำนิชำนาญ (-S. skillful) *-Ex. an example of skilled worker*

skillet (สคีล' ลิท) *n.* กระทะด้ามยาว, กระทะทอด

skillful, skilful (สคิล' ฟูล) *adj.* เชี่ยวชาญ, ชำนาญ, มีความสามารถ, มีฝีมือ, ช่ำชอง, แคล่วคล่อง **-skillfully** *adv.* **-skillfulness** *n.* (-S. proficient)

skim (สคิม) *v.* **skimmed, skimming** *-vt.* ตักเอาฝ้าของเหลวออกไป, ตักของสิ่งที่ลอยอยู่บนผิวหน้าของเหลวออก, ขว้างแฉลบ, เกิดเป็นฝ้าอยู่บนผิวหน้า, ทำให้คลุมไปด้วยฝ้า, มองผ่านไปอย่างรวดเร็ว, ดูอย่างผิวเผิน, อ่านอย่างลวกๆ *-vi.* แฉลบ ผิวหน้าไป, เฉียดผ่านไป, ดูอย่างผิวเผิน, อ่านอย่างลวกๆ, กลายเป็นฝ้าลอยอยู่บนผิวหน้า *-n.* การตักเอาฝ้าของเหลวออกไป, สิ่งที่ถูกตักออกไปจากผิวหน้า, ชั้นผิวหน้าที่เป็นฝ้าลอยอยู่**-skimmed milk, skim milk** นมที่ตักเอาฝ้าที่ลอยอยู่ออก, นมที่สกัดเอาไขมันออก (-S. top, skip glance) *-Ex. The skaters skimmed smoothly over the ice., Dang skimmed through the story., to skim the cream off milk, to skim soup, A sea-gull skims over the water., to skim a book*

skimmer (สคิม' เมอะ) *n.* ช้อนหรือทัพพีหรือพายที่ตักเอาฝ้าหรือฟองบนผิวหน้าของเหลวออก, ผู้ตักเอาฝ้าของเหลวออก

skimp (สคึมพฺ) *vt.,vi.* **skimped, skimping** ตักออก, ช้อนออก *-adj.* ขาดแคลน, ไม่เพียงพอ, ขี้เหนียว, ตระหนี่ **-skimpy** *adj.* **-skimpily** *adv.* **-skimpiness** *n.*

skin (สคิน) *n.* ผิวหน้า, หนัง, หนังสัตว์, เปลือก, เปลือกนอก, ถุงหนังสำหรับใส่ของเหลว, ภาชนะทำด้วยหนังสัตว์, ธนบัตรดอลลาร์, ชีวิต, คนขี้เหนียว, คนตระหนี่, ม้าแก่ *-v.* **skinned, skinning** *-vt.* ปอกเปลือก, ลอกเปลือก, ถลกหนัง, ขูดผิวออก, กระตุ้น, เฆี่ยน, หวด, ปกคลุม, หลอกลวง, หลอกต้ม, ทำให้พ่ายแพ้ *-vi.* (แผล) เกิดหนังขึ้นมาใหม่, ปีน, ป่าย **-by the skin of one's teeth** แค่เส้นยาแดง **-get under one's skin** ทำให้ระคายเคือง, รบกวน, มีผลมาก **-have a thick skin** ไม่มีเยื่อใยต่อคำวิจารณ์, หน้าหนา **-in one's skin** เปลือยกาย **-jump out of one's skin** สะดุ้งตกใจ, ดีใจมาก

-Ex. the skin of a sheep, made of sheep-skin, rub it into your skin, skin disease, the skin of a fruit

skin-deep (สคิน' ดีพ) *adj.* ผิวเผิน, ตื้นๆ, ไม่ลึกซึ้ง, เล็กน้อย, เกี่ยวกับความหนาของผิวหนัง *-Ex. a skin-deep cut, a beauty only skin-deep*

skin-dive (สคิน' ไดฟว) *vi.* **-dived, -diving** ดำน้ำ (ไม่ได้สวมเสื้อดำน้ำ)

skin diving การดำน้ำโดยไม่ได้สวมเสื้อดำน้ำ

skin flick (คำสแลง) ภาพยนตร์ลามกอนาจาร

skinflint (สคิน' ฟลินทฺ) *n.* คนขี้เหนียว, คนตระหนี่

skin graft การตัดเอาหนังจากส่วนของร่างกายที่สภาพดีมาปะแผลเพื่อไม่ให้มีแผลเป็น

skink (สคิงคฺ) *n.* จิ้งเหลน (สัตว์เลื้อยคลานในตระกูล Scincidae) (-S. lizard)

skink

skinless (สคิน' ลิส) *adj.* ไร้ผิวหนัง

skinner (สคิน' เนอะ) *n.* ผู้ถลกหนัง, ผู้ปอกเปลือก, กรรมกรฟอกหนัง, พ่อค้าหนังสัตว์, ผู้หลอกลวง, นักต้ม, ผู้ไล่ต้อนปศุสัตว์

skinny (สคิน' นี) *adj.* **-nier, -niest** ผอมมาก, หนังหุ้มกระดูก, เหมือนผิวหนัง, เหมือนเปลือก **-skinniness** *n.* (-S. lean, thin)

skintight (สคิน' ไททฺ') *adj.* หนังตึง, รัดมาก

skip (สคิพ) *v.* **skipped, skipping** *-vi.* กระโดด, กระโดดข้าม, กระโดดเชือก, เปลี่ยนแปลงอย่างรวดเร็ว, หนีอย่างลับๆ, ข้าม, ข้ามไป *-vt.* กระโดดข้าม, อ่านข้าม, ตกหล่น, หลบหนี, ไม่เข้าร่วม *-n.* การกระโดด, การกระโดดข้าม, การกระโดดเชือก, ท่ากระโดด, การเปลี่ยนแปลงอย่างรวดเร็ว, สิ่งที่มองผ่านไป, สิ่งที่ตกหล่น, สิ่งที่กระโดดข้าม (-S. jump, hop)

ski pole ไม้ค้ำสำหรับเล่นสกี

skipper[1] (สคีพ' เพอะ) *n.* กัปตันเรือ, ผู้บังคับการเรือ, ผู้นำทีม

skipper[2] (สคิพ' เพอะ) *n.* ผู้กระโดด, ผู้กระโดดเชือก, ผีเสื้อในตระกูล Hesperiidae และ Megathymidae

skipper[2]

skirl (สเคิร์ล) *vt., vi.* **skirled, skirling** เป่าปี่สกอต, (ปี่สกอต) ดังเสียงแหลม, *-n.* เสียงแหลมของปี่สกอต

skirmish (สเคอร์' มิช) *n.* การต่อสู้กันประปราย, การต่อสู้ระหว่างกองทหารหรือกลุ่มเล็กๆ *-vi.* **-mished, -mishing** ต่อสู้กันประปราย, ต่อสู้กันระหว่างกลุ่มเล็กๆ **-skirmisher** *n.* (-S. affair, battle, conflict, engagement)

skirt (สเคิร์ท) *n.* กระโปรง, ชายเสื้อชนิดยาว, ชายเสื้อ, ชาย, ขอบ, รอบ, นอก, สิ่งที่ห้อยย้อย, ผู้หญิง, เด็กผู้หญิง *-v.* **skirted, skirting** *-vt.* อยู่บนขอบ, ตั้งอยู่บนขอบ, เดินรอบ, หลีกเลี่ยง *-vi.* อยู่บนขอบ, อยู่บนริม

skit (สคิท) *n.* คำเหน็บแนม, คำเสียดสี, บทละครสั้นที่ขบขันหรือเหน็บแนม, เรื่องสั้นที่ขบขันหรือเหน็บแนม

skitter (สคิท' เทอะ) *v.* **-tered, -tering** *-vi.* ไปอย่างรวดเร็ว, บินแฉลบผ่านผิว, ร่อนแฉลบผิว, วิ่งอย่างรวดเร็ว (สายเบ็ด) ดึงล่อใกล้ๆ ผิวน้ำ *-vt.* ทำให้อย่างรวดเร็ว, ทำให้บินหรือร่อนแฉลบผ่าน

skittish (สคิท' ทิช) *adj.* ตื่นตระหนกง่าย, ตกใจง่าย, เหนียมอาย, หงุดหงิด, ไม่แน่นอน, ลังเลใจ **-skittishness** *n.* **-skittishly** *adv.*

skittle (สคิท' เทิล) *n.* กีฬาอย่างหนึ่งคล้ายโบว์ลิ่ง, เกมทอยหลัก 9 หลักให้ล้มด้วยลูกกลิ้งไม้

skive (สไคฟว) *vt.* **skived, skiving** ตัดออกเป็นชิ้นบางๆ, หลีกเลี่ยง

skoal (สโคล) *interj.* คำดื่มอวยพรสุขภาพ

skua (สคัว) *n.* นกเดินดินขนาดใหญ่จำพวก *Catharacta*

skulk (สคัลคฺ) *vi.* **skulked, skulking** หลบ, ซ่อน, หลบมุม, เดินลับๆ ล่อๆ, หลบหนีง่าย, แสร้งทำเป็นป่วย *-n.* ผู้หลบหนี, ผู้เดินลับๆ ล่อๆ (-S. slink)

skull (สคัล) *n.* กะโหลกศีรษะ, หัวกะโหลก, กบาล, มันสมอง (แห่งความรู้) **-skull and crossbones** หัวกะโหลกและกระดูกไขว้ เมื่อก่อนเป็นสัญลักษณ์ของธงโจรสลัด ปัจจุบันเป็นสัญลักษณ์ของวัตถุมีพิษ

skullcap (สคัล' แคพ) *n.* หมวกเล็กไร้ขอบและรัดศีรษะชนิดหนึ่ง

skunk (สคังคฺ) *n.* สัตว์เลี้ยงลูกด้วย นมขนาดเล็กสีดำจำพวก *Mephitis* หนังขนมีกลิ่นเหม็นและมีแถบสีขาวรูปตัว V, (คำสแลง) บุคคลที่น่ารังเกียจอย่างมาก *-vt.* **skunked, skunking** ทำให้พ่ายแพ้สิ้นเชิง (-S. rotter, scoundrel, blackguard)

sky (สคาย) *n., pl.* **skies** ท้องฟ้า, ท้องฟ้าเบื้องบน, สวรรค์, แดนสุขาวดี **-out of a clear sky** โดยไม่มีการเตือนล่วงหน้า, ฉับพลัน *-Ex. a cloudy sky*

sky blue สีท้องฟ้า, สีน้ำเงิน

skydive (สคาย' ไดฟ) *vi.* **-dived, -diving** กระโดดร่มให้ลอยตัวอยู่กลางอากาศให้นานที่สุดก่อนที่จะกางร่มออก **-skydiver** *n.*

Skye (สไค) *n.* ชื่อพันธุ์สุนัข Skye terrier

sky-high (สไค' ไฮ) *adj., adv.* สูงมาก

skyjack (สไค' แจค) *vt.* **-jacked, -jacking** จี้เครื่องบิน **-skyjacker** *n.* **-skyjacking** *n.*

skylark (สไค' ลาร์ค) *n.* นกจำพวก *Alauda arvensis -vi.* **-larked, -larking** เล่นส่งเสียงดังอึกทึกครึกโครม *-Ex. The children skylarked on New Year.*

skylark

skylight (สไค' ไลทฺ) *n.* ช่องกระจกบนเพดานสำหรับให้แสงลอดผ่านได้, แสงบนท้องฟ้า, หน้าต่างบนหลังคา

skyline (สไค' ไลน) *n.* เส้นขอบฟ้า, เส้นระหว่างขอบฟ้ากับโลก, ขอบฟ้า, โครงร่างของอาคารหรือภูเขาที่ถือเอาท้องฟ้าเป็นฉาก

skyrocket (สไค' รอคคิท) *n.* จรวดดอกไม้เพลิง *-vt., vi.* **-eted, -eting** ขึ้นสูงหรือประสบความสำเร็จหรือมีชื่อเสียงอย่างรวดเร็ว, ลอยขึ้นสูงอย่างฉับพลัน, ทำให้แพงขึ้นอย่างรวดเร็ว, ทำให้ประสบความสำเร็จอย่างฉับพลัน

skyscraper (สไคสเครพ' เพอะ) *n.* ตึกสูงมาก

skyward (สไค' เวิร์ด) *adv., adj.* สู่ท้องฟ้า **-skywards** *adv.*

skywritting (สไค' ไรทิง) *n.* การเขียนตัวหนังสือ

S

กลางอากาศด้วยสารเคมีจากเครื่องบิน

slab (สแลบ) *n.* แผ่นแบนกว้างที่ค่อนข้างหนาทำด้วยวัตถุแข็ง, แผ่นหนา, แผ่นไม้ซุงที่เลื่อยตามขวางและมีเปลือกติดอยู่รอบนอก *-vt.* **slabbed, slabbing** ทำให้เป็นแผ่น, ปูด้วยแผ่นดังกล่าว, เลื่อยไม้ซุงตามขวางออกมาเป็นแผ่นหนา (-S. chunk, lump, piece, portion, slice, wedge)

slack[1] (สแลค) *adj.* **slacker, slackest** หย่อน, เนือย, ผ่อน, ย้อย, ขี้เกียจ, เหนื่อยหน่าย, สะเพร่า, เฉื่อย, เชื่องช้า, อ่อนแอไม่หนักแน่น, (ฝีเท้า) เบา, ไม่สมบูรณ์ *-n.* ความหย่อนย้อย, ความขี้เกียจ, ความเหนื่อยหน่าย, ความเฉื่อย, ความเชื่องช้า *-v.* **slacked, slacking** *-vt.* ทำอย่างเชื่องช้า, ทำอย่าง เหนื่อยหน่าย, ทำอย่างลวกๆ, ทำให้หลวม, ทำให้หย่อนย้อย *-vi.* กลายเป็นหย่อน, เชื่องช้า, ขี้เกียจ **-slackly** *adv.* **-slackness** *n. -Ex. a slack rope, a slack season, slack control, a slack current in a stream, a slack time of day*

slack[2] (สแลค) *n.* เศษถ่านหิน, ช่วงที่ธุรกิจการค้าซบเซา, ระยะเงียบเหงา, กางเกงหลวม, ความไร้มารยาท

slacken (สแลค' เคิน) *vt., vi.* **-ened, -ening** หย่อน, ยาน, คลาย, หลวม, ปล่อย, กลายเป็นช้า, เนือย, เบาลง, อ่อนลง, ทำให้หย่อน, ทำให้ยาน, ทำให้ช้า (-S. lessen, decrease) *-Ex. to slacken speed, slacken one's efforts, the fire slackened, the wire slackened, My energy slackens at night.*

slacker (สแลค' เคอะ) *n.* ผู้หลบหนีหน้าที่การงาน, ผู้หลบหนีการเกณฑ์ทหาร

slack water น้ำที่ไม่มีกระแส, ระยะเวลาที่ไม่มีกระแสน้ำ

slag (สแลก) *n.* กากแร่, ขี้โลหะ, กากแร่หลอม, กากของหลอมเหลว *-vt., vi.* **slagged, slagging** เปลี่ยนให้เป็นกากดังกล่าว **-slaggy** *adj.*

slain (สเลน) *vt.* กริยาช่อง 3 ของ slay

slake (สเลค) *vt., vi.* **slaked, slaking** บรรเทา, ทำให้เย็น, ทำให้สดชื่น, ทำให้เฉื่อยชาลง, ทำให้ (หินปูน) แตกตัวด้วยน้ำ, กลั้วคอ (-S. allay)

slalom (สลา' เลิม) *n.* การเล่นสกีลงผ่านทางวกเวียนที่ปักด้วยเสาหรือสิ่งกีดขวาง *-vi.* **-lomed, -loming** เล่นสกีดังกล่าว

slam[1] (สแลม) *vt., vi.* **slammed, slamming** ปิดประตูดังและแรง, วางดังโครม, ตีเสียงดัง, ต่อว่าอย่างรุนแรง *-n.* การปิดประตูดังและแรง, การกระทบเสียงดังและแรง, การต่อว่าอย่างรุนแรง, เสียงดังที่เกิดจากการกระทบดังกล่าว (-S. bang, crash, dash, harl, smash, throw) *-Ex. Do not slam the door, the slam of the front door*

slam[2] (สแลม) *n.* (ไพ่บริดจ์) ตอง

slam-bang (สแลม' แบง) *adv., adj.* (คำสแลง) อึกทึก รุนแรง สะเพร่า

slander (สแลน' เดอะ) *n.* การทำให้เสื่อมเสียชื่อเสียง, การกล่าวร้าย, การใส่ร้ายป้ายสี, การหมิ่นประมาท *-vt., vi.* **-dered, -dering** ทำให้เสื่อมเสียชื่อเสียง, ใส่ร้ายป้ายสี, หมิ่นประมาท **-slanderous** *adj.* **-slanderer** *n.* **-slanderously** *adv. -Ex. The slander almost ruined his career., They slandered him when they accused him wrongly of crime.*

slang (สแลง) *n.* ภาษาตลาด, คำตลาด, ภาษาสแลง, ภาษาที่ใช้เฉพาะในหมู่คนหมู่หนึ่งหรืออาชีพใดอาชีพหนึ่ง, ภาษารหัสของขโมยหรือโจร *-v.* **slanged, slanging** *-vi.* ใช้ภาษาดังกล่าว, ใช้คำตลาด, ใช้คำด่า *-vt.* โจมตีด้วยภาษาหยาบ (-S. argot, cant) *-Ex. Sailors have a colourful slang of their own.*

slant (สลานทฺ, สแลนทฺ) *v.* **slanted, slanting** *-vi.* ลาด, เอียง, เบน, โน้มเอียง, แฉลบ *-vt.* ทำให้เอียงลาด, ทำให้โน้มเอียง, ทำให้บ่ายเบน *-n.* การเอียงลาด, การบ่ายเบน, การบิดเบือน, ความคิดเห็น, ทัศนคติ, อคติ (-S. incline, lean, slope, tilt, tip) **-slanting** *adj. -Ex. The roof slants downwards from the top., Mother writes without any slant to her letters., to slant a board to make a slide, to slant the news*

slantwise (สลานทฺ' ไวซฺ) *adv.* เอียง

slap (สแลพ) *n.* การตบ, การตบหน้า, การวางสิ่งที่แบนลงโครม, เสียงตบ, เสียงวางลงโครม, คำเสียดสี, คำเหน็บแนม, การหมิ่นประมาท, การปฏิเสธ *-vt., vi.* **slapped, slapping** ตบ, ตบหน้า, วางลงโครม, เหน็บแนม, หมิ่นประมาท, สบประมาท *-adv.* อย่างแรง, อย่างฉับพลัน, โดยตรง **-slapper** *n.* (-S. blow, cuff, spank, smack, whack) *-Ex. Mother slapped him gently to teach him not to do it., Mother gave the dog a slap.*

slash (สแลช) *v.* **slashed, slashing** *-vt.* เฉือน, ฟัน, ฟันอย่างแรง, แทงอย่างแรง, หวด, สลัดแส้, เฆี่ยน, ตี, ตัดลง, ตัดราคา, ลดราคา *-vi.* ฟัน (เฉือน แทง หวด เฆี่ยน ตี) อย่างแรง, วิจารณ์อย่างรุนแรง *-n.* การฟัน (เฉือน) อย่างแรง, รอยฟันที่ลึก, การเย็บเป็นทางยาว, รอยฟัน, บาดแผลที่ฟัน, การตัด, การลด, การเปลี่ยนแปลง, ใบมีดโกน, มีดโกน, เครื่องตัด, นักเรียนที่ขยันเกินไป, บริเวณที่มีซากต้นไม้ล้มระเนระนาด (-S. cut, gash, hack, lacerate, rend, rip, score, slit) *-Ex. The boy scouts' tent had a slash in one side, and the rain came in., Someone slashed the tent accidentally with a knife.*

slashing (สแลช' ชิง) *adj.* เฉียบแหลม, เจ็บแสบ, รุนแรง, ร้ายแรง, สาหัส, ดุเดือด, มากมาย, ใหญ่ยิ่ง **-slashingly** *adv.*

slat (สแลท) *n.* แผ่น (ไม้ โลหะหรือวัตถุอื่น) ยาวแคบ *-vt.* **slatted, slatting** ใส่แผ่นดังกล่าว, ทำด้วยแผ่นดังกล่าว **-slats** (คำสแลง) ซี่โครง ตะโพก ก้น, ไม้ขวางขั้นบันได *-Ex. the slat of a shutter*

slat-blue สีน้ำเงินเทา

slate (สเลท) *n.* กระดานชนวน, หินชนวน, สีหินชนวน, สีเทาอมน้ำเงินเข้ม, รายชื่อผู้สมัครรับเลือกตั้ง, รายชื่อผู้ที่จะได้รับการพิจารณาคัดเลือก *-vt.* **slated, slating** ปูด้วยหินชนวน, ปูด้วยแผ่นหิน, เสนอชื่อเข้ารับการเลือกตั้ง, กำหนดรายชื่อผู้ที่อยู่ในข่ายที่จะได้รับการพิจารณาเลือกตั้ง, กำหนด, ดุ, ด่า, วิจารณ์อย่างรุนแรง **-a clean slate** ประวัติความประพฤติที่ขาวสะอาด (-S. list, register) *-Ex. The children used slates to write on, Mother has a slate-coloured suit.*

slattern (สแลท' เทิร์น) *n.* หญิงสกปรก, โสเภณี **-slatternly** *adj.* **-slatternliness** *n.*

slaughter (สลอ' เทอะ) *n.* การฆ่าสัตว์, การฆ่าเป็นอาหาร, การฆ่า, การสังหารหมู่อย่างไม่ละเว้น, การพ่ายแพ้อย่างยับเยิน *-vt.* **-tered, -tering** ฆ่าสัตว์, ฆ่าเป็นอาหาร, ฆ่าอย่างทารุณหรือรุนแรง, สังหารหมู่ **-slaughterer** *n.* (-S. carnage, massacre, bloodshed)

slaughterhouse (สลอ' เทอะเฮาซฺ) *n* โรงฆ่าสัตว์ (-S. abattoir)

Slav (สลาฟวฺ, สแลฟวฺ) *n.* ชาวสลาฟ (ในยุโรปภาคตะวันออก ภาคตะวันออกเฉียงใต้และภาคกลาง)

slave (สเลฟวฺ) *n.* ทาส, บ่าว, คนที่ทำงานเยี่ยงทาสหรือบ่าว, คนที่อยู่ภายใต้อิทธิพลของบางสิ่งบางอย่างหรือของบุคคลอื่นโดยสิ้นเชิง, คนที่เลวทราม, มดงาน, อุปกรณ์ที่อยู่ใต้การบังคับของอีกอุปกรณ์หนึ่ง (-S. serf, servent, villein)

slave driver ผู้คุมทาส, ผู้ใช้งานทาส, ผู้ที่ควบคุมให้คนทำงานอย่างเข้มงวดกวดขัน

slaver[1] (สเล' เวอะ) *n.* ผู้ค้าทาส

slaver[2] (สเลฟวฺ' เวอะ) *vi.* **-ered, -ering** ปล่อยให้น้ำลายไหล, เปื้อนน้ำลาย, เอาอกเอาใจ, ประจบประแจง *-n.* น้ำลายไหลจากปาก (-S. saliva, drool)

slavery (สเล' วะรี) *n., pl.* **-ies** การมีทาสรับใช้, ความเป็นทาส, ระบบทาส, การทำงานหนักมาก, การทำงานเยี่ยงทาส (-S. bondage, captivity, serfdom, servitude, thrall)

slavey (สเล' วี) *n., pl.* **-eys** คนใช้ผู้หญิง

Slavic (สลา' วิค) *n.* การมีทาสรับใช้, ความเป็นทาส, ระบบทาส, การทำงานหนักมาก, การทำงานเยี่ยงทาส, ภาษาหนึ่งในตระกูลภาษา Indo-European มักแบ่งออกเป็น (1) East Slavic (Russian, Ukrainian, Belorussian) (2) West Slavic (Polish, Czech, Slovak, Sorbian) (3) South Slavic (Old Church Slavic, Bulgarian, Serbo-Croatian, Slovenian) *-adj.* เกี่ยวกับชาวสลาฟและภาษาสลาฟ

slavish (สเล' วิช) *adj.* เกี่ยวกับทาส, มีลักษณะของทาส, ชั่วช้า, ต่ำช้า, เลวทราม, ลอกเลียน, เลียนแบบ, อ่อนน้อม, ไม่มีลักษณะสร้างสรรค์ของตัวเอง **-slavishly** *adv.* **slavishness** *n.* (-S. servile) *-Ex. a slavish job, slavish imitation*

Slavonic (สละวอน'นิค) *n.* ดู Slavic

slay (สเล) *vt.* **slew/slain, slaying** ฆ่า, เข่นฆ่า, สังหาร, ฆ่าตาย, ดับ, มีผลอย่างรุนแรง, ประทับใจมาก, ทำให้หลงใหล **-slayer** *n.* (-S. murder, slaughter)

sled (สเลด) *n.* แคร่, เลื่อน, แคร่เลื่อนหิมะ *-v.* **sledded, sledding** *-vi.* นั่งแคร่เลื่อน, นั่งแคร่เลื่อนหิมะ *-vt.* ลำเลียงบนแคร่เลื่อน **-sledder** *n.*

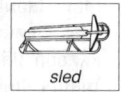

sled

sledge (สเลดจฺ) *n.* ยานพาหนะที่ลากโดยสัตว์, แคร่เลื่อน, แคร่เลื่อนหิมะ, เลื่อน *-vt., vi.* **sledged, sledging** เดินทางโดยแคร่เลื่อน, ขับขี่แคร่เลื่อน (-S. sleigh)

sledgehammer (สเลจ' แฮมเมอะ) *n.* ค้อนขนาดใหญ่ และหนักที่ต้องใช้สองมือยก

sleek (สลีค) *adj.* **sleeker, sleekest** ลื่น, เรียบเป็นมัน, อ่อนนิ่ม, มันขลับ, หวีผมหรือขนเรียบร้อย, กลมกล่อม, ไพเราะ, สุภาพเรียบร้อย *-vt.* **sleeked, sleeking** ทำให้ลื่น, ทำให้เรียบเป็นมัน, ทำให้อ่อนนิ่ม, ทำให้มันขลับ **-sleekly** *adv.* **-sleekness** *n.* (-S. sleeken)

sleep (สลีพ) *v.* **slept, sleeping** *-vi.* นอน, นอนหลับ, เผลอหลับ, อยู่นิ่ง, นอนตาย *-vt.* นอน, นอนพัก, พักผ่อน, จำศีล, ขจัด (ความปวดหัว ความมึนเมา) โดยการนอนหลับ *-n.* การนอน, การนอนหลับ, ระยะการหลับ, การอยู่นิ่งเฉย, การนอนพัก, การจำศีล, การนอนตาย **-sleep in** เผลอหลับ **-sleep on it** นอนคิดตัดสินใจ **-sleep around** สำส่อน **-sleep out** พักแรม, ค้างคืน **-sleep over** ค้างบ้านคนอื่น **-sleep with** มีเพศสัมพันธ์กับ (-S. doze, slumber, nap -A. sleeplessness)

sleeper (สลี' เพอะ) *n.* ผู้นอน, ผู้นอนหลับ, สิ่งที่อยู่นิ่งกับที่, ไม้หมอน, รางรถไฟ, รถตู้นอน, รถนอน, เบาะรองที่นั่งบนเครื่องบิน, สิ่งที่ไม่ได้รับความสนใจในระยะแรก, กางเกงนอนของเด็ก *-Ex. I'm a light sleeper., to take the sleeper for Chiangmai*

sleep-in (สลีพ' อิน) *adj.* เผลอหลับ, งีบหลับ

sleeping bag ถุงนอน

sleeping car รถนอน

sleeping pill ยานอนหลับ (-S. sleeping draught, sleeping tablet)

sleeping sickness ชื่อโรคร้ายแรงในแอฟริกา มีแมลง tsetse fly เป็นพาหะ (-S. African trypanosomiasis)

sleepless (สลิพ' ลิส) *adj.* ไม่ได้นอน, นอนไม่หลับ, ตื่นตัวอยู่, ระมัดระวัง, กระฉับกระเฉงตลอดเวลา **-sleeplessly** *adv.* **-sleeplessness** *n.* (-S. restless, wakeful) *-Ex. the sleepless sea*

sleepwalking (สลีพ' วอคิง) *n.* การเดินหลับ, การเดินละเมอ, การเดินขณะหลับ **-sleepwalker** *n.*

sleepy (สลีพ' พี) *adj.* **-ier, -iest** ง่วงนอน, ง่วง, อยากหลับ, เฉื่อยชา, ขี้เกียจ, ไม่กระฉับกระเฉง, ทำให้หลับ, ชวนให้หลับ **-sleepily** *adv.* **-sleepiness** *n.* (-S. dull, heavy, inactive)

sleepyhead (สลี' พีเฮด) *n.* (ภาษาพูด) คนขี้เซา

sleet (สลีท) *n.* แผ่นน้ำแข็งบนพื้นดินที่เกิดจากน้ำฝนแข็งตัว, ฝนตกเป็นเม็ดน้ำแข็ง, ฝนตกเป็นลูกเห็บ, ฝนลูกเห็บ, หิมะฝน *-vi.* **sleeted, sleeting** ฝนตกเป็นลูกเห็บหรือฝนหิมะ **-sleety** *adj.*

sleeve (สลีฟวฺ) *n.* แขนเสื้อ, ข้อมือเสื้อ, ชุดสวมแผ่นเสียง, จำปาจับดอกสว่าน, ปลอกหุ้ม, กระบอกสวม *-vt.* จัดให้มีแขนเสื้อ **-up one's sleeve** เก็บเป็นความลับ *-Ex. Somchai is looking so shy; he must have something up his sleeve.*

sleigh (สเล) *n.* เลื่อน, รถม้าลากบนหิมะ, แคร่เลื่อนหิมะ *-vi.* **sleighed, sleighing** เดินทางโดยเฉพาะพาหนะดังกล่าว, ขับขี่บนพาหนะดังกล่าว **-sleigher** *n.*

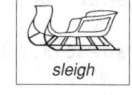

sleigh

sleight (สไลทฺ) *n.* ความเชี่ยวชาญ, ความคล่องแคล่ว, เล่ห์เหลี่ยมเพทุบาย, เชาวน์ (-S. cunning)

S

sleight of hand *n., pl.* **sleights of hand** ความพลิกแพลงของมือ, ความคล่องแคล่วของมือ, วิธีเล่นกล
slender (สเลน' เดอะ) *adj.* **-er, -est** ยาวเรียว, อรชร, อ้อนแอ้น, สะโอดสะอง, เล็กน้อย, เล็ก, มีค่าน้อย**-slenderly** *adv.* **-slenderness** *n.* *-Ex. a slender figure, Mother is slender but Father is stout., slender income, a slender hope, a slender possibility, a slender income*
slept (สเลพท) *vt.,vi.* กริยาช่อง 2 และ 3 ของ sleep
sleuth (สลูธ) *n.* นักสืบ, สุนัขตำรวจ *-vt., vi.* **sleuthed, sleuthing** ตามร่องรอย, สืบสวน (-S. private eye)
sleuthhound (สลูธ' เฮานฺด) *n.* สุนัขตำรวจ
slew[1] (สลู) *vt.* กริยาช่อง 2 ของ slay
slew[2] (สลู) *v., n.* ดู slue
slew[3] (สลู) *n.* ดู slough
slew[4] (สลู) *n.* (ภาษาพูด) จำนวนมาก ปริมาณมาก (-S. slue)
slice (สไลซฺ) *n.* แผ่นบาง, แผ่นเฉือน, ชิ้นบางๆ, ส่วนแบ่งบางๆ, ส่วน, มีดหั่น, มีดปาด, ลูก (กอล์ฟ) แฉลบข้าง *-v.* **sliced, slicing** *-vt.* เฉือน (ตัด หั่น แล่) ออกเป็นแผ่นบางๆ, ตีลูกกอล์ฟให้แฉลบข้าง *-vi.* ตีลูกกอล์ฟให้แฉลบข้าง **-sliceable** *adj.* **-slicer** *n.* (-S. piece, portion, sever) *-Ex. a slice of bread, Mother cut the watermelon into slices., to slice a roast*
slick[1] (สลิค) *adj.* **slicker, slickest** ลื่น, เป็นมัน, เรียบเป็นมัน, ไพเราะ, สุภาพ, เรียบร้อย, คล่องแคล่ว, ชำนาญ, มีเล่ห์เหลี่ยม ปลิ้นปล้อน, กลับกลอก, ชั้นหนึ่ง, ยอดเยี่ยม, มหัศจรรย์ *-n.* ที่ลื่น, ผิวลื่น, ผิวเป็นมัน, น้ำมันทำให้ลื่น, เครื่องขัดให้ลื่น, หนังสือที่ใช้กระดาษมันลื่น *-adv.* ลื่น, ฉลาด *-Ex. Udom is very slick with his hands., to slick down hair*
slick[2] (สลิค) *vt.* **slicked, slicking** ทำให้ลื่น, ทำให้มัน, ทำให้มันขลับ, ทำให้สะอาด, ทำให้ฉลาด, ทำให้สวยงาม, แต่งตัวให้สวยงาม *-n.* สิ่วชนิดหนึ่งที่มีใบกว้างกว่า 2 นิ้ว
slide (สไลดฺ) *v.* **slid, sliding** *-vi.* ลื่น, ไถล, เลื่อนไถล, ร่อน, ล่อง, ค่อยๆ ผ่านไป, ถลำลึก*-vt.* ทำให้ลื่น, ทำให้ไถล, *-n.* การลื่นไถล, การเลื่อนไหล, การร่อน, การล่อง, การค่อยๆ ผ่านไป, ผิวหน้าลื่น, สิ่งที่ลื่นไหล, รางเลื่อน, สิ่งที่พังลงมา, ดินหรือหิมะที่ไหลลงมา, ทางลื่นไหล, ฝาประกอบก้านลิ้นสูบ, ภาพยนตร์ภาพนิ่ง, กิ๊บติดผม **-let slide** ปล่อยให้เสื่อม (-S. skid, slither, slip, coast, glide) *-Ex. sliding door, a slide in a playground, a slide for the children to go down, slide down a hill*
slider (สไล' เดอะ) *n.* ผู้ลื่นไหล, เครื่องลื่นไถล
slide rule ไม้บรรทัดมีที่เลื่อนไปมาเพื่อคำนวณตามหลัก logarithm
slier (สไล' เออะ) *adj.* คุณศัพท์เปรียบเทียบขั้นกว่าของ sly
sliest (สไล' อิสทฺ) *adj.* คุณศัพท์เปรียบเทียบขั้นสุดของ sly
slight (สไลท) *adj.* **slighter, slightest** เล็กน้อย, เบา, เบาบาง, บอบบาง, อรชร, สะโอดสะอง, ไม่แข็งแรง, อ่อนแอ *-vt.* **slighted, slighting** มองข้าม, ดูถูก, ดูแคลน, ดูเบา, ไม่สนใจ *-n.* การมองข้าม, การดูถูก, การไม่สนใจ **-slightly** *adv.* **-slightness** *n.* *-Ex. a slight error, a slight hope, Yupin took her hostess' patronizing treatment before the guests as a studied slight.*
slighting (สไล' ทิง) *adj.* ดูถูก, เหยียดหยาม, ดูแคลน, ดูเบา, มองข้าม, ไม่สนใจ **-slightingly** *adv.*
slim (สลิม) *adj.* **slimmer, slimmest** ยาวเรียว, บอบบาง, ผอมบาง, ไม่เต็มที่, เล็กน้อย *-vt.,vi.* **slimmed, slimming** ทำให้บอบบาง, ทำให้มีจำนวนเล็กน้อย, กลายเป็นบอบบาง, กลายเป็นเล็กน้อย (-S. lean, narrow, thin, trim) **-slimness** *n.* **-slimmer** *n.* *-Ex. a slim excuse*
slime (สไลม) *n.* โคลน, เลน, ของเหลวที่เหนียว (โดยเฉพาะที่มีกลิ่นหรือไม่น่าดู), ของเหลวเหนียวที่คัดหลั่งจากพืชหรือสัตว์ *-vt.* **slimed, sliming** ใช้ของเหลวดังกล่าวหา, ขจัดเมือกออกจากปลา
slimline (สลิม' ไลน) *adj.* บางสะโอดสะอง, ซึ่งมีรูปร่างงามระหง
slimy (สไล' มี) *adj.* **-ier, -iest** คล้ายโคลน, คล้ายเลน, เต็มไปด้วยโคลนเลน, เต็มไปด้วยของเหลวเหนียว, ลื่นไหล, เลวทราม **-slimily** *adv.* **-sliminess** *n.* (-S. clammy, glutions, miry, muddy)
sling[1] (สลิง) *n.* ห่วงเชือกสำหรับเหวี่ยงก้อนหิน (อาวุธสมัยโบราณชนิดหนึ่ง), หนังสติ๊ก, ห่วงแขวนของ, สายสะพายปืน, สายโยง, สายผ้ายึดแขนหรือส่วนของร่างกายที่รับบาดเจ็บ, สาแหรก (สำหรับการโยงหรือหาบ), เชือกแขวนเรือเล็ก *-vt.* **slug, slinging** เหวี่ยง, ขว้าง, โยง, โยงขึ้น, แขวน, แกว่ง, ห้อย, ชักรอก (-S. sling, hurt, cast) *-Ex. He slings his knapsack over his shoulder., Boats are unloaded with slings.*
sling[2] (สลิง) *n.* เหล้า (วิสกี้ บรั่นดี ยิน) ผสมน้ำแข็ง น้ำตาล น้ำมะนาว
slingshot (สลิง' ชอท) *n.* หนังสติ๊ก, การแซงหน้าอย่างฉับพลันของรถคันหลัง
slink (สลิงคฺ) *v.* **slinked/slunk, slinking** *-vi.* เดินอย่างลับๆ ล่อๆ, (ผู้หญิง) เดินช้าๆ อย่างยั่วกิเลส *-vt.* กำเนิดเร็วก่อนกำหนด, คลอดลูกก่อนครบกำหนด *-n.* ลูกสัตว์ที่คลอดก่อนกำหนด, คนที่อ่อนแอ *-adj.* คลอดก่อนกำหนด **-slinkingly** *adv.* (-S. steal, creep) *-Ex. The leopard slinks silently through the tall grass.*
slinky (สลิง' คี) *adj.* **-ier, -iest** ลับๆ ล่อๆ, รัดรูปทรง **-slinkily** *adv.* **-slinkiness** *n.*
slip[1] (สลิพ) *v.* **slipped, slipping** *-vi.* ลื่น, ไหล, เลื่อน, เลื่อนไหล, ถลา, ไถล, ลอด, หลุด, หลบ, ก้าวพลาด, พลาด, เวลาผ่านไปอย่างรวดเร็ว, พัวพันได้ง่าย, ตกต่ำ, เสื่อม, เสื่อมโทรม *-vt.* ทำให้ไปอย่างราบรื่น, ทำให้ลื่นไหล, ถอดเสื้อผ้า, หลบหนี, แวบออกไป, หลบฉาก, สลัดออก, ปล่อย, แก้ปม, มองข้าม, ปล่อยให้ผ่านไปอย่างไม่สนใจ, เคลื่อน, ลอกคราบ, คลอดก่อนกำหนด *-n.* การลื่น, การลื่นไหล, การเลื่อนไหล, การลื่นล้มลง, การทำพลาด, ความผิดพลาด, ข้อผิดพลาด, ปลอกหมอน, เศษผ้า, กางเกงในผู้หญิง, กางเกงอาบน้ำของผู้ชาย, ผ้าอ้อม, ผ้าเตี่ยว, ประตูข้างเวทีชิ้นเล็กๆ (ไม้กระดาษ โลหะ), เครื่องปล่อย, เครื่องสลัด, ใบปรู๊ฟแก้คำผิด,

S

อัตราการเลื่อนไหล, พลังงานการเลื่อนไหล **-let slip** เปิดเผยอย่างไม่ตั้งใจ **-slip up** พลาด, ประสบความล้มเหลว **-give someone the slip** หลบหนีจากผู้ติดตาม (-S. fault, error, misstake) *-Ex. slip away, slip by, The boat slips through the water., the river slips by, time slips by, It slipped my memory., Narong let slip the name., slip on the ice, My axe slipped out of my hand., I slipped down the bank and slipped into the river, slip up, The thief gave the police the slip.*

slip[2] (สลิพ) *n.* กิ่งตอน, กิ่งทาบ, กิ่งเสียบ, ชิ้นยาวและแคบ, ผืนยาวและแคบ

slip[3] (สลิพ) *n.* ดินเหนียวและเหลว

slipcover (สลิพ' คัฟเวอะ) *n.* ปลอกผ้าสำหรับคลุมเครื่องเงิน, ชุดสวมเครื่องเรือนหรือหนังสือ

slipknot (สลิพ' นอท) *n.* ปมเป็น, ปมที่แก้ให้หลุดได้, เงื่อนกระทก (-S. slip knot)

slip-on (สลิพ' ออน) *n.* เสื้อผ้าที่ถอดออกง่าย, เสื้อผ้าที่สวมง่าย

slipover (สลิพ' โอเวอะ) *n.* เสื้อผ้าที่ใช้สวมหรือดึงออกทางศีรษะ (-S. pull-over)

slippage (สลิพ' พิจ) *n.* การเลื่อนไหล, การลื่นไหล, ปริมาณการเลื่อนไหลหรือลื่นไหล, ปริมาณงานที่สูญเสียไปเนื่องจากการเลื่อนไหล

slipper (สลิพ' เพอะ) *n.* รองเท้าแตะ, รองเท้าที่สวมสบาย *-Ex. Cinderella has glass slippers.*

slipperwort (สลิพ' เพอะเวิร์ท) *n.* พืชสกุล *Calceolaria* มีดอกคล้ายรูปรองเท้า

slipperwort

slippery (สลิพ' พะรี) *adj.* **-ier, -iest** ลื่น, ลื่นง่าย, หลุดง่าย, ลอดหลุดได้ง่าย, มีเล่ห์ เหลี่ยม, กลีบดอก, ไม่น่าไว้วางใจ, ขี้โกง, ไม่มั่นคง **-slipperiness** *n. -Ex. Fish are slippery., slippery roads, slippery ground, as slippery as an eel, a slipery sidewalk, Ice is slippery.*

slippery elm ต้น elm จำพวก *Ulmus rubra* เปลือกของต้นดังกล่าวใช้เป็นยาบรรเทาอาการระคายเคือง

slip-up (สลิพ' อัพ) *n.* ความผิดพลาด, ข้อผิดพลาด, การมองข้ามความประมาทเลินเล่อ, ความสะเพร่า

slit (สลิท) *n.* รอยตัดเป็นทางยาว, รอยแยก, รอยแตก, รอยขาด, รอยฉีก, รอยปาด, รอยแตกตะเข็บ, ช่องยาว *-vt.* **slit, sliting** ตัด (เฉือน ฉีก ผ่า ปาด) เป็นทางยาว (-S. split, opening, cut, tear) *-Ex. A ray of light streamed through the slit in the barn door., slit an envelope open, slit one's eyes*

slither (สลิธ' เธอะ) *vt., vi.* **-ered, -ering** ลื่นไหล, เลื่อนไหล, ไถล, เลื้อย **-slithery** *adj.* (-S. slink, glide, slide)

sliver (สลิฟ' เวอะ) *n.* แผ่นเล็กยาวบาง, เศษเส้นใย, สะเก็ดไม้, เศษไม้, เศษแผ่น, ปลาเล็กๆ ชิ้นหนึ่งใช้เป็นเหยื่อปลา *-vt., vi.* **-ered, -ering** ตัด (ผ่า เฉือน เหลา ซอย หั่น) เป็นชิ้นเล็กๆ(-S. splinter, slip, chip) *-Ex. Father got a sliver in his thumb while cutting wood.*

slivovitz (สลิฟ' วะวิทซฺ) *n.* เหล้าบรั่นดีมีรสขมเล็กน้อยจากยุโรปตะวันออก

slob (สลอบ) *n.* (ภาษาพูด) คนอุ้ยอ้าย โง่ เงอะงะ **-slobbish** *adj.* (-S. slattern, sloven, pig, lout)

slobber (สลอบ' เบอะ) *v.* **-bered, -bering** *-vi.* ปล่อยให้น้ำลายไหล, แสดงความรู้สึกมากเกินไป *-vt.* ทำให้เปื้อนน้ำลาย *-n.* น้ำลายไหล, ของเหลวไหลจากปาก, การพูดหรือการกระทำที่แสดงความรู้สึกมากเกินไป **-slobberer** *n.* **-slobbery** *adv.*

sloe (สโล) *n.* ผลไม้ลูกเล็กสีดำรสเปรี้ยวของต้นไม้จำพวก *Prunus alleghaniensis*, ต้นไม้ดังกล่าว

sloe-eyed (สโล' ไอดฺ) *adj.* มีตาดำมาก, มีตาดำและใหญ่, ตาเอียง, ตาเหล่

slog (สลอก) *vt., vi.* **slogged, slogging** ตีแรงๆ, ต่อยแรง, หวด, ฟาด, เดินด้วยฝีเท้าหนัก, ทำงานอย่างหนัก

slogan (สโล' เกิน) *n.* คำขวัญ, คติพจน์, คำพาดหัว, คำโฆษณา, เสียงร้องรวมพล, เสียงร้องรบ **-sloganeer** *n. -Ex. All the news that's fit to print is a famous newspaper slogan.*

sloop (สลูพ) *n.* เรือใบเสากระโดงเดี่ยวชนิดหนึ่ง, เรือคุ้มกันขนาดเล็ก, เรือปืนชายฝั่ง

sloop

slop[1] (สลอพ) *v.* **slopped, slopping** *-vt.* ปัน, ทำเลอะ, ทำล้น, ทำหก, ทำเปื้อน, เลี้ยงหมูหรือสัตว์อื่นด้วยเศษอาหาร *-vi.* ทำเลอะ, ทำล้น, ทำหก, ทำเปื้อน, ลุยเลน, ลุยโคลน, กินเสียงดัง, พูดพร่ำ *-n.* ปริมาณของเหลวที่หก (ล้น เลอะ เปื้อน), อาหารทำอย่างลวกๆ, น้ำสกปรก, หิมะกึ่งละลายที่สกปรก, เศษอาหารตามห้องครัว, ข้าวต้ม, อาหารเหลว, เลน, โคลน, เครื่องดื่มที่ไม่มีแอลกอฮอล์เจือปน **-slops** กากติดก้นหม้อกลั่น (-S. spill, splash) *-Ex. Do not slop the water out of the pail., The farmer feeds slop to the pigs., The prisoners said the food was slop., We slooped through the rain.*

slop[2] (สลอพ) *n.* (เสื้อผ้า หมอน ที่นอน ผ้าห่ม ผ้าปู) สำหรับกะลาสีเรือ, เสื้อผ้าถูกๆ, เสื้อผ้าโหล, เสื้อคลุมหลวม, เสื้อนอก

slope (สโลพ) *v.* **sloped, sloping** *-vi.* เอียง, ลาด, ทแยง *-vt.* ทำให้เอียงลาด, ทแยง, ทำให้มีระดับเอียง *-n.* พื้นเอียง, พื้นลาด, ส่วนที่เอียงลาด, การเอียง, การลาด, การทแยง, จำนวนองศาของมุมเอียง **-slops** เนินเขา, บ่อเอียง, ท่าสะพายปืน **-sloper** *n.* (-S. incline, slant, lean, pitch) *-Ex. The hill slopes downward to the river., mountain slopes, slope a roof*

sloppy (สลอพ' พี) *adj.* **-pier, -piest** เป็นเลน, เป็นโคลน, เปื้อนเลน, เปื้อนโคลน, (อาหารหรือเครื่องดื่ม) ทำอย่างลวกๆ, ลวกๆ, สุกเอาเผากิน, สะเพร่า, เลินเล่อไม่มีระเบียบ, มีอารมณ์อ่อนไหว **-sloppily** *adv.* **-sloppiness** *n.* (-S. slovenly, unkempt, slipshod) *-Ex. Melting snow makes the ground sloppy., in a sloppy way, to look sloppy at dinner, sloppy weather, sloppy sidewalks, a piece of sloppy work, sloppy cloths*

slosh (สลอชฺ) *v.* **sloshed, sloshing** *-vi.* สาด, กระเด็น, แกว่งของเหลวในภาชนะให้สะอาด *-vt.* สาด, กระเด็น *-n.* หิมะกึ่งละลาย, เลน, โคลน, เสียงกระเด็นของโคลน (-S. slush) *-Ex. We sloshed through the mud and slush of the country road.*

sloshed (สลอชทฺ) *adj.* (คำสแลง) เมา

slot (สลอท) *n.* ช่องใส่สตางค์, ช่องใส่จดหมาย, ช่องที่แคบและยาว, ช่องปีก, ช่องแคบ, ตำแหน่ง, ร่องรอยทางเดินของสัตว์ (โดยเฉพาะกวาง) *-vt.* **slotted, slotting** ทำให้มีช่องดังกล่าว (-S. aperture, slit, groove, hole) *-Ex. a slot in a piggy bank, a mail slot in door*

sloth (สลอธ) *n.* ความขี้เกียจ, ความเกียจคร้าน, ความเฉื่อยชา, สัตว์ที่เคลื่อนไหวช้ามากในตระกูล Bradypodidae มีขนยาวและมีอุ้งเท้ายาวเหมือนตะขอสำหรับจับกิ่งไม้, ฝูงหมี (-S. laziness, idleness, inactivity, slackness)

sloth bear หมีจมูกยาว ขนหยาบจำพวก *Melursus ursinus* พบในอินเดียและแหลมอินโดจีน

slothful (สลอธ' ฟูล) *adj.* ขี้เกียจ, เกียจคร้าน, เฉื่อยชา **-slothfully** *adv.* **-slothfulness** *n.* (-S. leisurely, lazy)

slot machine เครื่องจักรการพนันเป็นกล่องเหล็กใช้เหรียญหยอด, เครื่องขายของอัตโนมัติโดยการหยอดเหรียญ

slouch (สลอชฺ) *v.* **slouched, slouching** *-vi.* นั่งหรือยืนงอตัว, เดินตัวงอ, งอตัว *-vt.* งอตัว, ทำให้ลู่ต่ำลง *-n.* การงอตัว, ท่างอตัว, ท่าหลังโกง, บุคคลที่ซุ่มซ่ามอุ้ยอ้าย, การลู่ต่ำลงมา, บุคคลที่ขี้เกียจหรือไม่มีประสิทธิภาพ **-slouchily** *adv.* (-S. shamble) *-Ex. Do not slouch at your desk or you will spoil your posture.*

S

slough[1], slew (สเลา, สลู) *n.* บริเวณลุ่มหนอง, ลุ่มหนอง, ปลัก, ปลักเลน, ตม, หลุมบ่อ, ความเสื่อมทราม, ความละอายใจ, สภาพที่น่าเศร้า

slough[2] (สลัฟ) *n.* หนังชั้นนอกของงูที่ถูกลอกคราบเป็นครั้งเป็นคราว, ขุยเนื้อตายที่แยกออกจากเนื้อเยื่อเป็น, เนื้อเปื่อย, นิสัยเดิม, สิ่งที่ทิ้งหรือสลัดออกได้, ไพ่ที่ทิ้ง *-vt., vi.* **sloughed, sloughing** ลอกคราบ, สลัดออก, ละทิ้ง, ทอดทิ้ง (-S. shed, molt)

Slovak, Slovakian (สโล' แวค) *n.* ชนชาติสลาฟที่อาศัยอยู่ในสโลวาเกีย, ภาษาสโลวาเกีย *-adj.* เกี่ยวกับชาวสโลวาเกียและภาษาที่ใช้

sloven (สลัฟ' เวิน) *n.* คนที่ไม่เอาไหน, คนสะเพร่า, คนที่ประมาทเลินเล่อ, คนที่สกปรก, คนที่ไม่เป็นระเบียบ **-slovenliness** *n.* **-slovenly** *adv.* (-S. slob, slattern, drab)

slovenly (สลัฟ' เวินลี) *adj.* ไม่เอาไหน, สะเพร่า, ประมาทเลินเล่อ, สกปรก, ไม่เป็นระเบียบ **-sloveniness** *n.* (-S. careless, untidy)

slow (สโล) *adj.* **slower, slowest** ช้า, ชักช้า, เชื่องช้า, เฉื่อย, ใช้เวลานาน, รีรอ, ไม่เร่งร้อน, ล้าหลัง, ไม่กระฉับกระเฉง, รับแสงช้า, น่าเบื่อ, ไม่น่าสนใจ *-adv.* ช้า, ชักช้า *-v.* **slowed, slowing** *-vt.* ทำให้ช้า, ทำให้ชักช้า, ลดความเร็ว, ทำให้ฝืดเคือง *-vi.* ลดความเร็ว, เชื่องช้า, รีรอ, ล้าหลัง **-slowly** *adv.* **-slowness** *n.* *-Ex. slow in his speech, slow of speech, slow to anger, slow to take offence, slow trains, a slow march, slow music, pulse, slow progress, to go slow, Narong slowed up work.*

slowdown (สโล' เดาน) *n.* การลดความเร็วลง, ความล้าหลัง

slow motion เคลื่อนช้า, ชักช้า, ภาพช้า

slowpoke (สโล' โพค) *n.* (ภาษาพูด) คนที่เจริญก้าวหน้าช้า ผู้ที่กระทำการช้า

slow-witted (สโล' วิตทิด) *adj.* เข้าใจได้ช้า

SLR ย่อจาก Single-lens reflex camera รีเฟลกซ์เลนส์เดียว

slub (สลับ) *vt.* **slubbed, slubbing** ทอหยาบ, ทอเล็กน้อย, ปั่นเล็กน้อย *-n.* เส้นใยที่ปั่นทอหยาบๆ, ปมเส้นใย, ปมด้าย, เส้นใยที่ไม่สม่ำเสมอ

sludge (สลัดจฺ) *n.* เลน, โคลน, ตม, ปลัก, ขี้โล้, ขี้น้ำมัน, กากน้ำมัน, ตะกอนน้ำมัน, เลนถ่านหินหรือแร่, น้ำแข็งแตกที่ลอยเป็นเศษ,ส่วนผสมของผงละเอียดกับน้ำ, น้ำสกปรกที่เต็มไปด้วยเชื้อจุลินทรีย์ (-S. mire, ooze)

slug[1] (สลัก) *n.* ตัวบุ้ง โดยเฉพาะจำพวก *Limax maximus*, ตัวทากกินใบไม้, ชายที่ขี้เกียจ, สัตว์ที่เคลื่อนตัวอย่างเชื่องช้า, พาหนะที่วิ่งช้าๆ

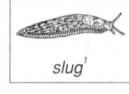

slug[1]

slug[2] (สลัก) *n.* ลูกกระสุน, กระสุน, แท่นโลหะ

slug[3] (สลัก) *vt.* **slugged, slugging** ตีอย่างแรง, ต่อยอย่างแรง, ตีลูกอย่างแรงหรือไปได้ไกลมาก, ต่อสู้อย่างทรหด, ยืนหยัด, มุ่งมั่นก้าวไปข้างหน้า

sluggard (สลัก' เกิร์ด) *n.* คนขี้เกียจ, คนเกียจคร้าน, คนเงื่องหงอย *-adj.* ขี้เกียจ, เกียจคร้าน, เงื่องหงอย

sluggish (สลัก' กิช) *adj.* ขี้เกียจ, เกียจคร้าน, เงื่องหงอย, ซบเซา, เฉื่อยชา, ฝืดเคือง **-sluggishly** *adv.* (-S. dull, slothful, slow, torpid) *-Ex. a sluggish market, a sluggish river, a sluggish brain, a sluggish motor, a sluggish sink*

sluice (สลูซ) *n.* ประตูน้ำ, ประตูน้ำชักขึ้นลง, รางน้ำ, ทางระบายน้ำ, น้ำที่เก็บไว้โดยประตูน้ำ, ฝายน้ำล้น, น้ำที่ระบายออก *-v.* **sluiced, sluicing** *-vt.* ระบายน้ำ, ถ่ายน้ำ, ปล่อยน้ำออก, ไขน้ำล้าง, ปล่อยน้ำชะล้าง *-vi.* ไหลผ่าน, ไหลทะลัก, ไหลชะล้าง, ไหลเชี่ยวกราก *-Ex. Dang sluiced the campfire.*

slum (สลัม) *n.* แหล่งเสื่อมโทรม, แหล่งสลัม, แหล่งที่อยู่อาศัยที่สกปรก, แหล่งที่อยู่อาศัยของคนจนมาก *-vi.* **slummed, slumming** เยี่ยมแหล่งเสื่อมโทรม, เยี่ยมแหล่งที่อยู่อาศัยของคนจนมาก (-S. warren, skid)

slumber (สลัม' เบอะ) *v.* **-bered, -bering** *-vi.* นอนหลับ (โดยเฉพาะหลับไปงีบหนึ่ง), อยู่ในภาวะสงบ *-vt.* นอนหลับ, ปล่อยเวลาให้ผ่านไปโดยการนอนหลับ, ฆ่าเวลาโดยการนอนหลับ **-slumberer** *n.* (-S. sleep, doze, nap) *-Ex. Father didn't want us to disturb his slumber.*

slumberous, slumbrous (สลัม' เบอรัส, สลัม' บรัส) *adj.* ง่วงนอน, หนังตาตก, ทำให้หลับ, ชวนให้หลับ, เกี่ยวกับการหลับ, เกี่ยวกับการงีบหลับ, เงียบสงัด, ขี้เกียจ, เงื่องหงอย (-S. slumbery, sleepy)

slump (สลัมพฺ) *vi.* **slumped, slumping** ตกต่ำมาก, ตกฮวบลง, ซบเซา, ล้มลง, ลู่ต่ำลง, โค้งหลังลง, ลดอย่างฉับพลันและมาก, จมลง, ถลำลง *-n.* การตกต่ำมาก, การตกฮวบฮาบ, ความซบเซา, การลดลงอย่างฉับพลันและมาก, ระยะตกต่ำ, ระยะเศรษฐกิจตกต่ำ, ระยะที่คนๆ หนึ่งกระทำอย่างเชื่องช้าหรือไม่มีประสิทธิภาพ, ท่าหลังโกง, การทรุดลง, ความเงื่องหงอย, ความเศร้าซึม (-S. fail, fall, slouch, decline) *-Ex. a slump to the floor, The boy slumped over when the ball hit him., a slump in trade*

slung (สลัง) *vt.* กริยาช่อง 2 และ 3 ของ sling*-Ex. We slung the packs on our backs and marched off*

slunk (สลังคฺ) *vt.,vi.* กริยาช่อง 2 และ 3 ของ slink*-Ex. The cat slunk slowly toward the bird.*

slur (สเลอร์) *vt.* **slurred, slurring** ทอดเสียงอย่างคลุมเครือ, ทอดเสียง, ร้องทอด, ออกเสียง, ทำอย่างรีบร้อน, ทำให้ด่างพร้อย, ทำให้มีมลทิน, ทำให้เปรอะเปื้อน, ใส่ร้าย, ปิดบังความผิด *-n.* การทอดเสียงหรือออกเสียงดังกล่าว,คำพูดให้ร้าย,คำพูดที่ทำให้เปรอะเปื้อน, การใส่ร้าย, รอยตัวหนังสือทาบทับกัน, การเขียนติดกัน, ตัวหนังสือติดกัน (-S. slight, skimp, mumble) *-Ex. Narong slurred his speech., to speak with a slur, a slur on our family name*

slurp (สเลอร์พฺ) *vt., vi.* **slurped, slurping** กินเสียงดัง, ดื่มหรือดูดเสียงดัง *-n.* (คำสแลง) เสียงกินดื่มหรือดูดเสียงดัง

slurry (สเลอร์' รี) *n., pl.* **-ries** ส่วนผสมของเหลวกับของแข็ง, น้ำที่ข้น, น้ำเลน

slush (สลัช) *n.* หิมะกึ่งละลาย, เลน, โคลน, ปลักตม, น้ำโสโครกจากห้องครัว, ส่วนผสมน้ำมันหล่อลื่นกับสารอื่น, น้ำมันผสมน้ำในอ่างเครื่องยนต์, ของเหลวที่เละเหนียว, คำพูดที่เหลวไหล *-vt., vi.* **slushed, slushing** สาดหรือทำให้เปื้อนด้วยของเหลวดังกล่าว, โปะด้วยซีเมนต์, ชะล้างโดยการสาดน้ำจำนวนมาก **-slushy** *adj.*

slut (สลัท) *n.* หญิงโสโครก, หญิงสกปรก, หญิงโสมม, หญิงที่รุ่มร่าม, หญิงโสเภณี, หญิงมั่วโลกีย์ **-sluttish** *adj.* **-sluttishness** *n.* **-sluttishly** *adv.* (-S. sloven, slattern)

sly (สไล) *adj.* **slier, sliest** มีเล่ห์กระเท่ห์, เต็มไปด้วยเล่ห์เหลี่ยม, ปลิ้นปล้อน, กลับกลอก, มีนัย, เหน็บแนม, เสียดสี, แคล่วคล่อง **-on the sly** อย่างลี้ลับ, เป็นความลับ **-slyly** *adv.* **-slyness** *n. -Ex. Dang gave me a sly wink about mother's hat.*

smack[1] (สแมค) *n.* รสชาติ, รส, กลิ่น, ปริมาณเล็กน้อย, จำนวนนิดหน่อย, ท่าทาง, ท่านอง *-vt., vi.* **smacked, smacking** มีรส, มีรสชาติ, เป็นนัย, มีท่าทาง *-Ex. a smack of pepper in the meat, a smack of the East, a smack of humour*

smack[2] (สแมค) *v.* **smacked, smacking** *-vt.* ตี, ตบ, ตีผาง, จูบเสียงดัง, ดูดเสียงดัง *-vi.* จูบเสียงดัง, กระทบดัง,ตีดัง, ตบดัง *-n.* การตีหรือตบเสียงดัง, การจูบเสียงดัง *-adv.* ฉับพลันและรุนแรง, โดยตรง (-S. slap) *-Ex. Grandfather gave his horse a smack., He smacked the naughty child's hand., to smack a whip, to smack one's lips*

smack[3] (สแมค) *n.* เรือจับปลา

smacker (สแมค' เคอะ) *n.* การจูบเสียงดัง, (คำสแลง) เงินหนึ่งดอลลาร์

smacking (สแมค' คิง) *adj.* รุนแรง, คล่องแคล่ว

small (สมอล) *adj.* **smaller, smallest** เล็ก, น้อย, จ้อย, นิด, นิดเดียว, ย่อย, มีค่าเล็กน้อย, จุ๋มจิ๋ม, จ้อย, บอบบาง, ถ่อมตัว,ตัวเล็ก, อ่อนแรง, อ่อนกำลัง, เสียงอ่อน *-adv.* ต่ำต้อย เล็กน้อย, เป็นชิ้นเล็กชิ้นน้อย, ด้วยเสียงอ่อน *-n.* สิ่งที่เล็ก **-smallish** *adj.* **-smallness** *n.* (-S. wee, little, tiny, petite) *-Ex. a small box, a small sum of money, It was small of the man to argue over the coin the boy found., small talk about the weather*

small arms อาวุธเบา, อาวุธถือมือเดียวหรือสองมือขณะยิง

small change เหรียญปลีก, สิ่งที่มีค่าน้อย

small hours ชั่วโมงเที่ยงคืน, ช่วงตอนเช้าๆ

small intestine ลำไส้เล็ก

small-minded (สมอล' ไมดิด) *adj.* ใจแคบ, เห็นแก่ตัว

smallpox (สมอล' พอคซฺ) *n.* ฝีดาษ, ไข้ทรพิษ

small-scale (สมอล' สเคล') *adj.* จำกัด, ขนาดเล็ก

small talk การสนทนาเรื่องไม่สำคัญ, การพูดเรื่องสัพเพเหระ

small-time (สมอล' ไทม) *adj.* (ภาษาพูด) กระจอกไม่สำคัญ เรื่องเล็ก

S

smart (สมาร์ท) *adj.* **smarter, smartest** เจ็บเสียว, เจ็บปวด, รุนแรง, ร้ายแรง, หลักแหลม, เฉียบแหลม, มีไหวพริบ, ฉลาด, ปราดเปรื่อง, เก๋, โก้, รูปหล่อ, สวย, คล่องแคล่ว, เก่ง, น่าดู, รวดเร็ว *-vi.* **smarted, smarting** เจ็บเสียว, เจ็บปวด, เสียว, แสบ, เจ็บแค้น, รู้สึกเสียใจ *-n.* ความเจ็บเสียว, ความเจ็บปวดหรือถูกเข็มแทง, ความเจ็บปวดเนื่องจากบาดแผล, ความเจ็บแค้น, ความเสียใจ, คนที่เฉลียวฉลาด **-smartly** *adv.* **-smartness** *n.* (-S. bright, clever, alert) *-Ex. The outfit is very smart., a smart fellow, When the nurse put medicine on the sore, it started to smart., a smart boil, smart invention*

smarten (สมาร์ท' ทัน) *vt.* **-ened, -ening** ทำให้ฉลาดขึ้น, ทำให้สวยงามขึ้น, ทำให้เก๋ขึ้น, ทำให้คล่องแคล่ว, ทำให้มีไหวพริบดีขึ้น

smash (สแมช) *v.* **smashed, smashing** *-vt.* ทำให้แตกละเอียด, ตีแตกละเอียด, ทำลายสิ้นเชิง, ตีอย่างแรง, ตีแตกพ่าย, ขว้างอย่างแรง, เหวี่ยงอย่างแรง *-vi.* ชนอย่างแรง, ชนพัง, แตกละเอียด *-n.* การทำให้แตกละเอียด, การทำลายสิ้นเชิง, การตี, การตบ, การต่อย, เสียงแตกละเอียด, การชนกันอย่างรุนแรง, การล้มละลาย, ความหายนะทางการเงิน, การประสบความสำเร็จอย่างใหญ่หลวง, สิ่งที่ประสบความสำเร็จ, น้ำผลไม้คั้น *-adj.* เกี่ยวกับความสำเร็จอย่างมาก **-smasher** *n. -Ex. When Somsri dropped the plate, it smashed., The convict smashed through the hedge., smash a record, smash success*

smashing (สแมช' ชิง) *adj.* (ภาษาพูด) ดีที่สุด

smashup 806 **smooch**

ยอดเยี่ยม ใหญ่ยิ่ง มหัศจรรย์ (-S. great, impressive)

smashup (สแมช' อัพ) *n.* การชนกันอย่างรุนแรง, อุบัติเหตุรถชนกันอย่างรุนแรง, การพังทลาย

smatter (สแมท' เทอะ) *vt., vi.* **-tered, -tering** พูดได้อย่างงูๆ ปลาๆ, สนทนาได้อย่างงูๆ ปลาๆ **-smatterer** *n.* (-S. dabble in)

smattering (สแมท' เทอริง) *n.* ความรู้ตื้นๆ, ความรู้งูๆ ปลาๆ, ความรู้แค่หางอึ่ง *-adj.* รู้ตื้นๆ, รู้เพียงผิวเผิน (-S. smatter, sprinkling)

smear (สเมียร์) *vt., vi.* **smeared, smearing** ทา, ทาเปื้อน, ละเลง, ทำเลอะ, ป้ายสี, ใส่ร้าย, ลบ, ลบออก,ทำให้ประสบ, อุปสรรค, ฆ่า *-n.* สีทา, สิ่งที่ใช้ทา, รอยเปรอะ, รอยเลอะ, การป้ายสี, การใส่ร้าย, รอยด่างพร้อย, มลทิน, ตัวอย่างเนื้อเยื่อเลือดที่ป้ายบนแผ่นกระจกของกล้องจุลทรรศน์เพื่อส่องตรวจ (-S. spread, daub) *-Ex. The baby smeared the walls with jam., a smear of jam on the baby's face, The politician smeared his opponent., The newspaper published a smear against the opposing candidate.*

smegma (สเมก' มะ) *n.* คราบอสุจิขององคชาติภายใต้หนังหุ้มหรือปุ่มคริสทอริสของหญิง

smell (สเมล) *v.* **smelled/smelt, smelling** *-vt.* ดม, ดมกลิ่น, ตรวจสอบ, สังเกต, สืบสาว, ทดสอบจากกลิ่น *-vi.* ได้กลิ่น, กลิ่นฟุ้ง, มีกลิ่น, มีกลิ่นเหม็น, ปล่อยกลิ่น, มีร่องรอย, มีนัย *-n.* กลิ่น, ประสาทกลิ่น, นาสิกประสาท, ความสามารถในการดมกลิ่น, สิ่งที่ใช้ดมกลิ่น, การดมกลิ่น, รสชาติ, อิทธิพล **-smell a rat** (คำสแลง) สงสัย **-smeller** *n.* (-S. nose, scent, sniff, reek, stink) *-Ex. sense of smell, a nice smell, I can smell onions!, We smell bacon when it is cooking., roses smell sweel, The smell of tobacco smoke came from the room.*

S

smelling salts เกลือดม (โดยเฉพาะที่ประกอบด้วยเกลือแอมโมเนียคาร์บอเนต) ใช้เป็นยาดมกระตุ้นจิต แก้อาการวิงเวียนศีรษะ ปวดศีรษะ คลื่นไส้

smelly (สเมล' ลี) *adj.* **-ier, -iest** (ภาษาพูด) ส่งกลิ่น ส่งกลิ่นรุนแรง มีกลิ่นแรง

smelt (สเมลทฺ) *vt.* **smelted, smelting** หลอม, หลอมเหลว, ถลุงแร่ *-Ex. the kitchen smelt of spice*

smelter (สเมล' เทอะ) *n.* ผู้หลอม, ผู้ถลุงแร่, เครื่องหลอม, เครื่องถลุงแร่, เตาหลอม, โรงหลอม, โรงถลุงแร่, คนงานโรงหลอม

smeltery (สเมล' เทอรี) *n., pl.* **-ies** โรงหลอม, โรงถลุงแร่

smidgen, smidgin *n.* (ภาษาพูด) จำนวนเล็กน้อย

smilax (สไม' แลคซฺ) *n.* พืชไม้เลื้อยชนิดหนึ่ง

smile (สไมลฺ) *vt.,vi.* **smiled, smiling** ยิ้ม, ยิ้มเยาะ, ยิ้มแย้ม, แสดงความเห็นชอบด้วยการยิ้ม, ยิ้มสรวล, ยิ้มร่าเริง *-n.* การยิ้ม, ลักษณะอาการที่เห็นชอบ **-smiler** *n. -Ex. a smile at a joke, smile a forced smile, crack a smile, smile on, the gods smiled on her*

smirch (สเมิร์ช) *vt.* **smirched, smircing** ทำให้เปรอะ, ทำให้เปื้อน, ทำให้เสื่อมเสียชื่อเสียง, ทำให้ด่างพร้อย, ทำให้มีมลทิน *-n.* รอยเปรอะ, รอยเปื้อน, รอยด่างพร้อย, มลทิน (-S. besmirch, stain)

smirk (สเมิร์ค) *vi.* **smirked, smirking** ยิ้มเย้ย, ยิ้มแหยๆ, ยิ้มเยาะ, แสร้งยิ้ม **-smirky** *adj.*

smite (สไมทฺ) *v.* **smote, smitten/smote, smitting** *-vt.* ตี (ตบ ต่อย ฟาด ฟัน) อย่างแรง, ทำลายยับเยิน, ทำให้พ่ายแพ้, มีผลร้าย, มีผลกระทบต่อจิตใจ, ทำให้หลงรัก *-vi.* (ตี ตบ ต่อย ฟาด ฟัน) อย่างรุนแรง, ปรากฏแก่ **-smite hip and thigh** โจมตีอย่างไร้ปรานี, เอาชนะ **-smiter** *n.* (-S. strike, hit hard, knock) *-Ex. Narong was smitten with love for Anong.*

smith (สมิธ) *n.* ช่างเหล็ก, ช่างโลหะ, ช่างตีเหล็ก, ช่างหลอมเหล็ก *-Ex. a silversmith, tinsmith, lock smith*

smithereens (สมิธธะรีนซฺ') *n. pl.* เศษเล็กๆ, ชิ้นเล็กชิ้นน้อย

smithery (สมิธ' ธะรี) *n., pl.* **-ies** งานช่างโลหะ, งานช่างเหล็ก, อาชีพช่างโลหะ, โรงตีโลหะ, โรงโลหะ, โรงหลอมเหล็ก

smithy (สมิธ' ธี) *n., pl.* **-ies** โรงโลหะ, โรงตีเหล็ก, โรงหลอมโลหะ, ช่างตีเหล็ก

smitten (สมิท' เทิน) *vt.,vi.* กริยาช่อง 3 ของ smite *-Ex. I am smitten by Somchai's charms.*

smog (สมอค) *n.* ควันหมอก, หมอกผสมควัน **-smoggy** *adj.*

smoke (สโมค) *n.* ควัน, เขม่า, ละอองควัน, สิ่งที่คล้ายหมอก, หมอก, ไอน้ำ, สิ่งที่ไม่มีความหมาย, ความไม่ชัดแจ้ง, ความคลุมเครือ, การสูบบุหรี่, ช่วงเวลาของการสูบบุหรี่, บุหรี่หรือซิการ์, ระบบอนุภาคของแข็งในก๊าซ, สีน้ำเงินอ่อน, สีควัน, เจ้าหน้าที่ดับเพลิง, คนผิวดำ, ความเร็ว *-v.* **smoked, smoking** *-vi.* มีควัน, พ่นควัน, เป็นควันโขมง, มีควันจับ, มีไอลอยขึ้นมา, สูบบุหรี่, และพ่นควันออกมา, สูบซิการ์และพ่นควันออกมา *-vt.* สูบบุหรี่หรือซิการ์และพ่นควันออกมา, รมควัน, รมควันจนดำ **-smoke out** ใช้ควันไล่ออกมา, เปิดเผย **-go up in smoke** ประสบความล้มเหลว **-smokable, smokeable** *adj. -Ex.The chimney is smoking., smoking ruin, to smoke fish, to smoke out bees*

smokehouse (สโมค' เฮาซฺ) สถานที่รมควัน, ห้องอบควัน, โรงอบเนื้อ

smokeless (สโมค' ลิส) *adj.* ไม่มีควัน, มีควันน้อย

smoker (สโมค' เคอะ) *n.* ผู้สูบบุหรี่หรือซิการ์, ตู้รถไฟสำหรับผู้สูบบุหรี่หรือซิการ์

smokestack (สโมค' สแทค) *n.* ปล่องไฟ, ปล่องไฟใหญ่, ปล่องควัน (-S. stack)

smoky (สโม' คี) *adj.* **-ier, -iest** ปล่อยควัน, พ่นควัน, มีควันตลบ, มีควันมาก, เกี่ยวกับหรือมีลักษณะของควัน **-smokily** *adv.* **-smokiness** *n. -Ex. The smoky fire made me cough., the smoky flavour of ham, eyes of a smoky blue, The room was smoky so we opened the window.*

smolder (สโมล' เดอะ) *vi.* **-dered, -dering** เผาช้าๆ โดยไม่มีควัน, กลัดกลุ้ม (-S. smoulder)

smolt (สโมลทฺ) *n.* ลูกปลาแซลมอน

smooch (สมูช) *vi.* **smooched, smooching**

(คำสแลง) จูบ จุมพิต แตะเบาๆ

smooth (สมูธ) *adj.* **smoother, smoothest** เรียบ, ลื่น, ราบ, ราบรื่น, ราบเรียบ, สงบ, เงียบสงบ, ระรื่นหู, อ่อนโยน, ไพเราะ, กลมกล่อม, ผสมกันดี, (ยางรถ) หัวโล้น, ไม่มีอุปสรรคไม่ถูกรบกวน, ไม่มีหนวดเครา, ไม่มีขน, ดึงดูดใจ, เพลิดเพลิน *-n.* การทำให้ราบรื่น, การขจัดอุปสรรค, สิ่งที่ราบรื่น, สิ่งที่ราบเรียบ **-smoother** *n.* **-smoothly** *adv.* **-smoothness** *n.* (-S. level, even, silky, suave, bland, clear, calm) *-Ex. smooth road, smooth sea, smooth temper, smooth the way for, smooth out roughness, smooth over a rough place, smooth down feathers, smooth-running engine*

smoothen (สมูธ' เธิน) *vt.,vi.* **-ened, -ening** ดู smooth

smoothie (สมูธ' ธี) *n., pl.* **-ies** (คำสแลง) ผู้มีกริยามารยาทที่ดีงาม (โดยเฉพาะที่แสดงต่อผู้หญิง) (-S. smoothy)

smooth-tongued (สมูธ' ทังด) *adj.* พูดคล่องแคล่ว, มีคารมดี, พูดจานิ่มนวลน่าฟัง

smorgasbord (สโมร์' กัสบอร์ด) อาหารบุฟเฟ่ชนิดร้อนและเย็นสำหรับรับประทานก่อนซุป

smote (สโมท) *vt.,vi.* กริยาช่อง 2 และ 3 ของ smite *-Ex. Samai smote the giant Nid with a stone from a sling.*

smother (สมัธ' เธอะ) *v.* **-ered, -ering** *-vt.* ทำให้หายใจยาก, ทำให้หายใจหอบ, ดับ, ทำให้ตาย, ขจัด, ทำลายล้าง, ข่มอารมณ์, ข่มใจ, อดกลั้น, กลบ, กลั้น, ปิดมิดชิด, ปกปิด, ปกคลุม *-vi.* หายใจออก, หายใจหอบ, ถูกข่ม, ถูกปิดบัง *-n.* ควันหนาจนหายใจลำบาก, ควันที่พ่นโขมง, สภาพที่หายใจลำบาก, สภาพที่ถูกข่มเอาไว้, สภาพที่ถูกกลบเกลื่อน, หมอกหนาจัด, ความยุ่งเหยิงอลหม่าน (-S. stifle, suffocate) *-Ex. to smother a fire, to smother a yawn*

smoulder (สโมล' เดอะ) *v., n.* ดู smolder

smudge (สมัดจฺ) *v.* **smudged, smudging** *-vi.* เกิดเป็นรอยเปื้อนเปรอะ, เกิดเป็นรอยด่างพร้อย, รมควันไล่แมลง *-n.* รอยเปื้อน, รอยเปรอะ, รอยด่างพร้อย, ควันที่ทำให้หายใจลำบาก, ควันไล่แมลง *-vt.* ทำเปื้อน, ทำเปรอะ, ทำสกปรก, รมควันไล่แมลง **-smudgy** *adj.* **-smudgily** *adv.* (-S. soil, smear, stain, smutch) *-Ex. When Kasorn rubbed the soot on her cheek, it made a smudge., Baby's face was smudged with jam.*

smudge pot หม้อรมควัน (ไล่แมลง)

smug (สมัก) *adj.* **smugger, smuggest** เชื่อมั่นในตัวเอง, อิ่มอกอิ่มใจ, สบายใจ, ไม่ชอบการสังคม, ลื่น, เรียบร้อย **-smugly** *adv.* **-smugness** *n.* (-S. complacent, conceited, superior)

smuggle (สมัก' เกิล) *vt., vi.* **-gled, -gling** ลักลอบนำสินค้าเข้าหรือออกโดยผิดกฎหมาย, แอบถือไปด้วย **-smuggler** *n. -Ex. The boys tried to smuggle his dog into his bedroom.*

smut (สมัท) *n.* ขี้เขม่า, เขม่า, เขม่าถ่านหิน, รอยเปรอะเปื้อน, รอยสกปรก, รอยด่างพร้อย, โรคเชื้อรา (ประเภท Ustilaginales) ที่เป็นกับพืช ทำให้ส่วนที่เป็นโรคนี้เปลี่ยนสีเป็นผงสีดำของสปอร์ *-vi.* **smutted, smutting** เป็นโรคดังกล่าว **-smutty** *adj.* **-smuttily** *adv.* **-smuttiness** *n.* (-S. filth)

smutch (สมัช) *vt.* **smutched, smutching** ทำให้เปรอะเปื้อน, ทำให้สกปรก, ทำให้เป็นรอยด่างพร้อย, รอยเปรอะเปื้อน, รอยสกปรก *-n.* รอยด่างพร้อย, ขี้เขม่า, เขม่าถ่าน **-smutchy** *adj.*

snack (สแนค) *n.* อาหารเบาๆ, อาหารว่าง, อาหารที่รับประทานได้อย่างรวดเร็วโดยไม่มีพิธีรีตอง *-vi.* **snacked, snacking** รับประทานอาหารว่าง, รับประทานอาหารเบาๆ (S. refreshment)

snack bar ห้องรับประทานอาหารเบาๆ

snaffle (สแนฟ' เฟิล) *n.* สายห่วงเหล็กขวางปากม้า *-vt.* **-fled, -fling** ใส่สายห่วงเหล็กขวางปากม้า, ควบคุมสายห่วงเหล็กดังกล่าว

snafu (สแน' ฟู) *n., pl.* **-fus** (คำสแลง) สถานการณ์สับสนวุ่นวาย ความยุ่งเหยิง ความวุ่นวายอลหม่าน *-adj.* สับสนวุ่นวาย, ยุ่งเหยิง, ไม่เป็นระเบียบ, วุ่นวายอลหม่าน *-vt.* ทำให้สับสนวุ่นวาย

snag (สแนก) *n.* ตอไม้, ตอไม้ใต้น้ำ, ต้นไม้ใต้น้ำที่กีดขวางทางเดินเรือ, ส่วนยื่นแหลม, ฟันที่หักคา, ฟันที่ไม่เสมอกัน, แก่ง, อุปสรรค, สิ่งขัดขวาง, หินโสโครก *-v.* **snagged, snagging** *-vt.* ติดตอไม้, ขัดขวาง, เป็นอุปสรรค, ทำให้ติดหรือชนสิ่งขัดขวางใต้น้ำ, คว้าหรือยึดเอาไปอย่างรวดเร็ว, เอาตอไม้ออก *-vi.* เป็นอุปสรรค, ยุ่งเหยิง, เจออุปสรรค (-S. drawback, hitch, catch) *-Ex. While rowing the boat, the boys struck a snag.*

snail (สเนล) *n.* หอยทากหรือหอยโข่ง (อยู่ใน class Gastropoda), คนขี้เกียจ, คนที่กระทำอะไรช้าๆ, สัตว์ที่เคลื่อนตัวได้ช้า, ความชักช้ามาก (-S. sluggard)

snail

snake (สเนค) *n.* งู (สัตว์เลื้อยคลานประเภท Ophidia หรือ Serpentes), ผู้ทรยศ, ผู้หักหลัง, คนกลับกลอก, ลวดคดเคี้ยวที่ใช้ลอกสิ่งสกปรกออกจากท่อน้ำ, วิสกี้ชั้นเลว, ชายที่ชอบหลอกลวงหญิงสาว *-v.* **snaked, snaking** *-vi.* คดเคี้ยวไปมา, เคลื่อนตัวเหมือนงู, ไปข้างหน้าอย่างคดเคี้ยว *-vt.* ไปข้างหน้าอย่างคดเคี้ยว, ไปข้างหน้าอย่างวกวน (-S. reptile, serpent, ophidian) *-Ex. The river shaked in way around the mountain.*

snake in the grass *n., pl.* **snakes in the glass** คนทรยศ, คนหักหลัง, คนกลับกลอก

snaky (สเนค' คี) *adj.* **-ier, -iest** เหมือนงู, มีงูมาก, ร้าย, ชอบหักหลัง

snap (สแนพ) *vt., vi.* **snapped, snapping** ทำให้เกิดเสียงดังแหลมกะทันหันและชัดเจน, ขบฟัน, ดีดนิ้ว, หวดแส้, ปิดดัง, งับกัดอย่างแรง, ตะครุบ, ทำให้แตกอย่างฉับพลัน, ทำหัก, พูดตะคอก, พูดอย่างรีบร้อน, ถ่ายรูป, เป็นประกาย, ยิงรวดเร็ว, สับไกปืน, ชิง, ช่วงชิง *-n.* การหวดแส้, การดีดนิ้ว, การขบฟัน, เสียงหัก, เสียงดังแหลมที่กะทันหันและชัดเจน, การพูดอย่างรวดเร็ว, การงับ, การกัดอย่างแรง, การตะครุบ, การช่วงชิง, การยื้อแย่ง, การพูดตะคอก, การถ่ายรูป, การยิงอย่างรวดเร็ว, การเปลี่ยนแปลงอย่างฉับพลัน, โอกาสที่จะรวยอย่าง

S

snapdragon 808 **snip**

รวดเร็ว, ช่วงระยะเวลาอันสั้น, การส่งลูกอย่างรวดเร็ว, ตะขอสับ, การจ้างชั่วคราว *-adj.* กะทันหัน, ฉับพลัน, เกี่ยวกับอุปกรณ์งับหรือตะขอสับ, ฉุกละหุก, ง่าย *-adv.* อย่างกะทันหัน, อย่างฉับพลัน **-snap one's fingers at** เมินเฉยดูถูก **-snap out of it** ฟื้นคืน *-Ex. After hours of waiting, his patience shapped., the snap of a twig, The wood snapped and crackled in the fireplace., The fish caught the bait with a snap., to snap at opportunity*

snapdragon (สแนพ' แดรกกัน) *n.* พืชไม้ดอกจำพวก *Antirrhinum majus* มีกลีบดอกคล้ายปากมังกร

snapping turtle เต่าน้ำจืดขนาดใหญ่ในตระกูล Chelydridae เป็นเต่าที่มีขากรรไกรแข็งแรง และกัดได้รุนแรงมาก

snappish (สแนพ' พิช) *adj.* หุนหันพลันแล่น, ฉุนเฉียว, อารมณ์ร้อน **-snappishly** *adv.* **-snappishness** *n.* (-S. captious) *-Ex. My grandfather was snappish this morning, so I tried to stay out of his way.*

snappy (สแนพ' พี) *adj.* **-pier, -piest** มีเสียงเผาะแผะ, ว่องไว, ฉับพลัน, เฉียบแหลม, คล่องแคล่ว, เย็นสบาย, ยอดเยี่ยม **-make it snappy** เร่งรีบ **-snappily** *adv.* **-snappiness** *n. -Ex. a snappy dog, a snappy step, a short snappy article, Somsri has been snappy since she lost her job.*

snapshot (สแนพ' ชอท) *n.* การถ่ายรูปอย่างรวดเร็ว (เปิดหน้ากล้องอย่างรวดเร็ว), การยิงสุ่ม, การยิงอย่างรวดเร็ว

S

snare (สแนร์) *n.* กับดัก, แร้ว, จั่น, บ่วง, ห่วง, หลุมพราง, เครื่องมือสำหรับตัดเอาเนื้องอกหรือเนื้อปูดออก *-vt.* **snared, snaring** ดักสัตว์ด้วยแร้ว (จั่น บ่วง ห่วง หลุมพราง), ล่อจับ, ดัก, หลอก, ใส่ร้ายป้ายสี (-S. trap, noose, ruse, wile, trick) *-Ex. The trapper caught the rabbit with a snare.*

snare

snare drum กลองแต๊ก

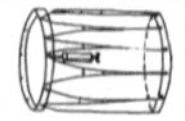

snare drum

snarl[1] (สนาร์ล) *v.* **snarled, snarling** *-vi.* เห่า, คำราม, แยกเขี้ยวคำราม, พูดอย่างโกรธเคือง, พูดตะคอก *-vt.* พูดตะคอก, แสดงความเกรี้ยวกราดคำราม *-n.* การเห่า, การคำราม, เสียงเห่า, เสียงคำราม **-snarler** *n.* **-snarlingly** *adv.* (-S. grumble, growl, murmur) *-Ex. Samai snarled commands.*

snarl[2] (สนาร์ล) *n.* ผมยุ่ง, ด้ายที่ยุ่งเหยิง, ความยุ่งเหยิง, เรื่องยุ่งเหยิง, ปมที่ยุ่ง, ปมพันไม้ *-vt., vi.* **snarled, snarling** ทำให้ยุ่งเหยิง, ทำให้สลับซับซ้อน, ตีสลักนูนบนแผ่นโลหะบาง, กลายเป็นยุ่งเหยิง, กลายเป็นสับสน (-S. tangle, complication, jam) *-Ex. Somsri has a snarl in her hair., The kitten snarled up Grandmother's wool by rolling in it., Traffic was in a snarl this afternoon., Unexpected guests snarled our schedule.*

snatch (สแนทช) *vt., vi.* **snatched, snatching** ฉก, ฉวย, ฉวยโอกาส, แย่งชิง, คว้าไป, จิก, ตอด, กระชาก, ดึง, ลักพา, คร่า, จี้เอาตัวไป *-n.* การฉกฉวย (ฉวยโอกาส แย่งชิง) เศษ, สิ่งเล็กสิ่งน้อย, ท่อน, ตอน,ช่วงระยะเวลาอันสั้น, (คำสแลง) การลักตัวไป **-snatcher** *n.* (-S. seize, grab, clutch) *-Ex. to snatch a purse, to snatch at a chance to travel, The drowning boy snatched at the rope thrown to him., Father just read snatches of the book.*

snatchy (สแนชฺ' ชี) *adj.* **-ier, -iest** เป็นพักๆ, ขาดตอน, ไม่ต่อเนื่อง, ไม่เป็นปกติ, ไม่สม่ำเสมอ

sneak (สนีค) *vt., vi.* **sneaked/snuck, sneaking** เดินหลบ, เดินลับๆ ล่อๆ, ทำลับๆ ล่อๆ, ดอด, แอบ, แอบทำ, ด้อม, ลัก, ขโมย *-n.* ผู้ที่ทำอะไรลับๆ ล่อๆ, คนมือไว, คนส่อเสียด, คนแอบทำ, ผู้สื่อข่าว (-S. skulk, slink) *-Ex. After killing the chicken, the dog sneaked into the barn., The sneak told the master about the boys who had played a trick on him.*

sneaker (สนีค' เคอะ) *n.* รองเท้าผ้าใบส้นยาง

sneaking (สนีค' คิง) *adj.* ลับๆ ล่อๆ, ซ่อนเร้นในใจ, ไม่เปิดเผย, น่าดูถูก, ส่อเสียด, ดื้อรั้น

sneak thief ขโมยผู้แอบเข้าไปในบ้าน

sneaky (สนีค' คี) *adj.* **-ier, -iest** ลับๆ ล่อๆ, ไม่เปิดเผย, ซ่อนเร้นอยู่ในใจ, ขี้โกง, หลอกลวง **-sneakily** *adv.* **-sneakiness** *n.* (-S. cowardly)

sneer (สเนียร์) *n.* การแสดงอากัปกิริยาที่เยาะเย้ย, การหัวเราะเยาะ, การเยาะเย้ย, การยิ้มเยาะ, การพูดเยาะเย้ย, คำพูดเยาะเย้ย *-vt,vi.* **sneered, sneering** หัวเราะเยาะ, เยาะเย้ย, เย้ยหยัน, ยิ้มเยาะ, ถากถาง, เหน็บแนม**-sneerer** *n.* (-S. scoff, mock, gibe, jeer) *-Ex. Dang sneers at Dum for trying so hard in school.,*

sneeze (สนีซฺ) *vi.* **sneezed, sneezing** จาม, แสดงการดูถูกโดยการย่นจมูก **-sneeze at** (คำสแลง) เยาะเย้ย, เย้ยหยัน **-sneezer** *n.* **-sneezy** *adj. -Ex. A tickling in the nose often causes one to sneeze.*

snick (สนิค) *vt., vi.* **snicked, snicking** ตัดเล็กๆ *-n.* ส่วนตัดเล็กๆ

snicker (สนิค' เคอะ) *vi.* **-ered, -ering** หัวเราะในใจ, ยิ้มในใจ, หัวเราะคิกๆ, (ม้า) ร้อง *-n.* การหัวเราะในใจ, การยิ้มในใจ, การหัวเราะคิกๆ (-S. giggle, snigger, snort)

snide (สไนดฺ) *adj.* **snider, snidest** เหยียดหยาม, ทำให้เสื่อมเสียชื่อเสียง, ถากถาง, เหน็บแนม, เลวทราม, กลับกลอก, ไม่ซื่อสัตย์, เยาะเย้ย, เย้ยหยัน

sniff (สนิฟ) *v.* **sniffed, sniffing** *-vi.* สูดอากาศ, สูดกลิ่น, สูดด้วยจมูกอย่างมีเสียง, ดม, จูบด้วยจมูก, ดูถูก, เหยียดหยาม *-vt.* สูดด้วยจมูกอย่างมีเสียง, สูดกลิ่น, ดม *-n.* การสูดอากาศ, การสูดกลิ่น, เสียงสูด, การนัดยา, กลิ่นเล็กน้อย **-sniffable** *adj.* **-sniffer** *n.* (-S. sniffle, snuff, inhale) *-Ex. to sniff perfume, to take a sniff of this perfume, Anong sniffed at my attempt to be funny.*

snifter (สนิฟ' เทอะ) *n.* แก้วเหล้าบรั่นดีขาเตี้ยปากแคบ, เหล้าจำนวนเล็กน้อยมาก

snigger (สนิก' เกอะ) *n.* ดู snicker

snip (สนิพ) *vt., vi.* **snipped, snipping** ตัดด้วยขากรรไกร, เล็ม ด้วยกรรไกร, ตัดเล็ม *-n.* การตัดหรือเล็ม

snipe 809 **snowman**

ด้วยกรรไกร, ชิ้นหรือเศษเล็กๆ ที่ถูกตัดออก, เศษ, ชิ้นเล็กชิ้นน้อย, กระท่อนกระแท่น, บุคคลที่ไม่สำคัญ, บุคคลที่หยาบคาย, บุคคลที่หยิ่งยโส (-S. cut)

snipe (สไนพฺ) *n., pl.* **snipes/snipe** นกปากซ่อม นกจะงอยปากยาวจำพวก *G. gallinago* หรือ *C. gallinago,* การดักยิง, ผู้ที่น่าเหยียดหยาม, ก้นบุหรี่หรือซิการ์ *-vi.* **sniped, sniping** ล่านกดังกล่าว, ยิงนกดังกล่าว, ดักยิง, ดักโจมตี, ใส่ร้ายป้ายสี (โดยเฉพาะการทำอย่างลับๆ)

snipe

sniper (สไน' เพอะ) *n.* มือปืนดักยิง

snippet (สนิพ' พิทฺ) *n.* เศษเล็กเศษน้อย, ชิ้นเล็กๆ ที่ถูกตัดหรือหั่นออก, ชิ้นเล็กชิ้นน้อย, ส่วนกระท่อนกระแท่น, บุคคลที่ไม่สำคัญ, คนตัวเล็ก

snippy (สนิพ' พี) *adj.* **-pier, -piest** หุนหันพลันแล่น, มีอารมณ์ร้อน, ยโส, โอหัง, วางมาด, ดูถูกเหยียดหยาม (-S. insolent, impudent)

snit (สนิท) *n.* (ภาษาพูด) สภาพที่กระสับกระส่าย

snitch (สนิช) *vt., vi.* **snitched, snitching** (คำสแลง) ฉก ชิง ช่วงชิง ขโมย, บอก, เล่า, บอกความลับ, ฟ้อง *-n.* ผู้บอก, ผู้เล่า, ผู้บอกความลับ, ผู้ฟ้อง **-snitcher** *n.*

snivel (สนิฟ' เวิล) *vi.* **-eled, -eling/-elled, -elling** ร้องไห้น้ำมูกไหล, ร้องไห้สูดจมูก, น้ำมูกไหล, สูดน้ำมูกไหล, สูดน้ำมูกเสียงดัง *-n.* การแสร้งร้องไห้, การสูดจมูก, น้ำมูกไหล **-snivels** อาการหวัดมีน้ำมูกไหล **-sniveler** *n.*

snob (สนอบ) *n.* ผู้ประจบสอพลอคนที่มีฐานะสูงแต่วางตัวปั้นปึ่งกับผู้มีฐานะต่ำกว่า, คนเห่อ, คนเสแสร้ง, คนหลอกลวง, ผู้ที่อยากเป็นผู้ดี *-Ex. an intellectual snob*

snobbery (สนอบ' บะรี) *n., pl.* **-ies** ลักษณะที่เห่อ, ความบ้าเห่อ, การประจบสอพลอคนที่มีฐานะสูงกว่าแต่วางท่าปั้นปึ่งกับผู้มีฐานะต่ำกว่า, คำพูดประจบสอพลอดังกล่าว, ความอยากเป็นผู้ดี

snobbish (สนอบ' บิชฺ) *adj.* มีลักษณะของ snob, เกี่ยวกับ snob **-snobbishly** *adv.* **-snobbishness** *n.*

snobby (สนอบ' บี) *adj.* วางมาด, วางตัวปั้นปึ่ง, บ้าเห่อ, อยากเป็นผู้ดี, หัวสูง, ดู snobbish

snood (สนูด) *n.* สายคาดศีรษะของหญิงสาวที่ยังไม่แต่งงานในสกอตแลนด์และภาคเหนือของอังกฤษสมัยก่อน, สายผูกผม *-vt.* **snooded, snooding** คาดผมด้วยสายคาด, ผูกผมด้วยสายผูก

snook (สนุค) *n.* บุคคลที่ใช้หัวแม่มือแตะปลายจมูกแล้วแกว่งนิ้วเพื่อแสดงการดูถูกเหยียดหยาม

snooker (สนุค' เคอะ) *n.* การแทงบิลเลียดที่ใช้ลูกบิลเลียดสีแดง 15 ลูกและสีอื่นๆ อีก 6 ลูก

snoop (สนูพ) *vi.* **snooped, snooping** สอดแนม, สืบข่าว, ทำลับๆ ล่อๆ *-n.* ผู้สอดแนม, ผู้สืบข่าว, ผู้ทำลับๆ ล่อๆ **-snooper** *n. -Ex. Samai snooped through my desk when I wasn't home.*

snoopy (สนู' พี) *adj.* **-ier, -iest** (ภาษาพูด) สอดรู้สอดเห็น สอดแนม ชอบยุ่งเรื่องของชาวบ้าน **-snoopily** *adv.* **-snoopiness** *n.*

snoot (สนูท) *n.* (ภาษาพูด) จมูก, ดู snop

snooty (สนูท' ที) *adj.* **-ier, iest** ดู snobbish

snooze (สนูซ) *vi.* **snoozed, snoozing** นอน, นอนหลับ, งีบหลับ, สัปหงก, นั่งสัปหงก *-n.* การงีบหลับ, การหลับไม่นาน

snore (สนอร์) *vi.* **snored, snoring** กรน, นอนกรน *-n.* การกรน, การนอนกรน, เสียงกรน **-snorer** *n.*

snorkel (สนอร์' เกิล) *n.* ท่อเครื่องมือหายใจใต้น้ำ

snort (สนอร์ท) *v.* **snorted, snorting** *-vi.* (สัตว์) หายใจรุนแรง, (สัตว์) เปล่งเสียงทางจมูก, หายใจรุนแรง, ดูถูก *-vt.* เปล่งเสียงทางจมูก, พ่นอากาศออกทางจมูก *-n.* เสียงหายใจรุนแรง, เสียงที่เปล่งทางจมูกของสัตว์, การดื่มอย่างรวดเร็ว, การแสดงอาการดูถูก **-snorter** *n.* **snortingly** *adv.* (-S. snuff) *-Ex. Somchai snorted his answer to me.*

snot (สนอท) *n.* (คำสแลง) น้ำมูก ขี้มูก คนเลวทรามคนต่ำช้า

snout (สเนาทฺ) *n.* ส่วนที่ยื่นออกของหัวสัตว์, ส่วนที่เป็นจมูกและปากของสัตว์, ปากหมู, นอแรด, ปลายกระบอกฉีด, ปากพ่น, ปากพวย, พวย, หัวเรือ, จมูกคน (ที่ใหญ่และโด่งมาก) **-snout beetle** ดู weevil *-Ex. a pig's snout*

snout beetle

snow (สโน) *n.* หิมะ, หิมะบนพื้นดิน, หิมะตก, สิ่งที่คล้ายหิมะ, คาร์บอนไดออกไซด์ในสถานะที่เป็นของแข็ง (น้ำแข็งแห้ง), โคเคน, (คำสแลง) เฮโรอีน, จุดขาวๆ บนจอโทรทัศน์ที่เกิดจากสัญญาณอ่อน *-v.* **snowed, snowing** *-vi.* หิมะตก *-vt.* ปล่อยให้ตกคล้ายหิมะ, ทำให้ตกคล้ายหิมะ, ทำให้ขาวเหมือนหิมะ, ปกคลุมด้วยหิมะ, โยนหิมะ, (คำสแลง) ชักชวน หลอกลวง *-Ex. a fall of snow, white as snow, It's snowing.*

snowball (สโน' บอล) *n.* ก้อนหิมะกลม (สำหรับขว้าง), *-v.* **-balled, -balling** *-vt.* ขว้างหิมะไปยัง *-vi.* เพิ่มทวี, ใหญ่ขึ้น, มากขึ้น *-Ex. The rumour snowballed as it passed from person to person.*

snowbell (สโน' เบล) *n.* ต้นไม้ขนาดเล็กจำพวก *Styrax* มีดอกสีขาว

snowberry (สโน' เบอรี) *n.* พืชไม้พุ่มจำพวก *Symphoricarpos albus* มีผลสีขาวที่ใช้เป็นของประดับ, พืชที่มีผลเล็กๆ สีขาว

snow-blind (สโน' ไบลนฺดฺ) *adj.* ตาพร่าชั่วคราวเนื่องจากมองแสงสะท้อนเจิดจ้าจากหิมะ **-snowblindness** *n.*

snowbound (สโน' เบานฺดฺ) *adj.* ติดอยู่ในหิมะ, ถูกปิดล้อมโดยหิมะ

snowcap (สโน' แคพ) *n.* ยอดหิมะ, ชั้นหิมะที่อยู่บนยอด **-snowcapped** *adj.*

snowfall (สโน' ฟอล) *n.* หิมะตก, ปริมาณหิมะ

snowflake (สโน' เฟลคฺ) *n.* เกล็ดหิมะ, ผลึกหิมะ, พืชยุโรปจำพวก *Leucojum*

snow line ระดับความสูงที่เหนือขึ้นไปซึ่งมีหิมะปกคลุมตลอดกาล, เส้นรุ้งแสดงเขตที่หิมะตก

snowman (สโน' แมน) *n.* รูปปั้นหิมะเหมือนคน, มนุษย์หิมะ

S

snowmobile (สโน' มะบีล) *n.* รถสำหรับเคลื่อนบนหิมะ **-snowmobiler** *n.* **-snowmobiling** *n.*

snowshoe (สโน' ชู) *n.* รองเท้าย่ำหิมะ *-vi.* **-shoed, -shoeing** ย่ำหิมะด้วยรองเท้าดังกล่าว **-snow shoer** *n.*

snowshoe

snowstorm (สโน' สทอร์ม) *n.* พายุหิมะ

snowsuit (สโน' ซูท) *n.* เสื้อกันหนาว (มักมีที่ครอบศีรษะด้วย) ของเด็ก

snow-white (สโน' ไวทฺ) *adj.* ขาวเหมือนหิมะ

snowy (สโน' วี) *adj.* **-ier, -iest** ปกคลุมไปด้วยหิมะ, เกี่ยวกับหรือคล้ายหิมะ, ขาวเหมือนหิมะ, สีหิมะ, ไม่สกปรก **-snowily** *adv.* **-snowiness** *n.* *-Ex. a snowy wither, snowy mountain peaks, a snowy sheet*

snub (สนับ) *vt.* **snubbed, snubbing** ดูถูก, ดูแคลน, เหยียดหยาม, ปฏิเสธ, บอกปัดอย่างไม่ใยดี, ไม่แยแส, ตำหนิอย่างมาก, ตรึงหรือยึดด้วยสายเคเบิล, ตรึงเวลา, หยุดยั้ง *-n.* การดูถูก, การดูแคลน, การปฏิเสธ, การบอกปัด *-adj.* (จมูก) สั้นและงอขึ้นตรงปลาย, (จมูก) แบน, ที่อ, ทู่ **-snubber** *n.* (-S. ignore, neglect) *-Ex. The boy felt snubbed because he wasn't invited., Baby has a snub nose.*

snub-nosed (สนับ' โนซดฺ) *adj.* จมูกสั้นและงอขึ้นตรงปลาย, จมูกแบน, มีปลายทู่

snuck (สนัค) *vt.,vi.* กริยาช่อง 2 และ 3 ของ sneak

snuff[1] (สนัฟ) *v.* **snuffed, snuffing** *-vt.* สูดยานัตถุ์, สูดเข้าจมูก, สูดจมูก, ดมกลิ่น *-vi.* สูดกลิ่น, ดมกลิ่น, สูดยานัตถุ์, ดูถูก, เหยียดหยาม *-n.* การสูดยานัตถุ์, การสูดเข้าจมูก, การสูดจมูก, กลิ่น, ยานัตถุ์, รสชาติ, ยาที่นัตถุ์ด้วยจมูก **-up to snuff** เฉียบแหลม, ฉลาด, พอใจได้มาตรฐาน *-Ex. I don't feel quite up to snuff today.*

snuff[2] (สนัฟ) *n.* ไส้เทียนส่วนที่ไหม้ดำ *-vt.* **snuffed, snuffing** ตัดไส้เทียน, ดับ **-snuff out** ดับ, ขยี้, ทำลาย, กดขี่

snuffbox (สนัฟ' บอคซฺ) *n.* กล่องยานัตถุ์

snuffer (สนัฟ' เฟอะ) *n.* กรรไกรตัดเทียน, เครื่องดับเทียน, ผู้ดับเทียน

snuffle (สนัฟ' เฟิล) *v.* **-fled, -fling** *-vi.* สูดจมูก, สูดเข้าจมูก, ดมกลิ่นเสียงดัง, ดมกลิ่นอย่างสุนัข, ออกเสียงทางจมูก, พูดเสียงออกทางจมูก *-vt.* ออกเสียงทางจมูก *-n.* การสูดจมูก, การสูดเข้าจมูก, เสียงสูดจากจมูก **-snuffles** อาการหวัดที่มีน้ำมูกไหล **-snuffler** *n.* **-snuffly** *adv.* (-S. snuff, sniffle)

snug (สนัก) *adj.* **snugger, snuggest** อบอุ่น, อยู่สบาย, อุ่นสบาย, เหมาะกับตัว, อุตุ, เล็กดี, จุ๋มจิ๋ม, น่าอยู่, (เรือ) ต่อได้ดี, พอสบาย, เป็นความลับ, ซ่อนเร้น *-v.* **snugged, snugging** *-vi.* อิงแอบ, นอนสบาย, นอนอุตุ, แนบ, ซุก *-vt.* ทำให้อบอุ่น, ทำให้อุ่นสบาย, ทำให้สบาย, ทำให้เหมาะกับตัว, ชักใบเรือลง (เพื่อเตรียมรับพายุ) **-snugly** *adv.* **-snugness** *n.* (-S. cozy, comfortable, homely) *-Ex. Udom lay snug in his hole., The library is snug when there is a fire in the fireplace., a snug income*

so (โซ) *adv.* ดังนั้น, เช่นนั้น, เช่นนี้, ฉันนั้น, อย่างนั้น, อย่างยิ่ง, จริงๆ, อย่างมาก, โดยแน่แท้, เหตุฉะนั้น, เหตุฉะนี้, แล้วทำไม *-conj.* ดังนั้น, ถ้า, ถ้าเช่นนั้น, โดยมีเงื่อนไขว่า, เพียงแต่, ขอให้ *-pron.* ดังนั้น, เช่นนั้น, จนกระทั่ง, จนถึงกับ, ในราว, ราวๆ นั้น, ประมาณ *-interj.* คำอุทานแสดงความตกอกตกใจ, เมินเฉย, ไม่แยแส, พอ, หยุด, อย่าขยับ *-adj.* จริง, แน่แท้ *-Ex. stand just so, and so on, and so the day ended, I hope so, I shall go so, Is that so?, Why so? So it is! Quite so, Dang's ill now, and has been so for months., You're hungry; (and) so am I., Why is she so silly?*

soak (โซค) *v.* **soaked, soaking** *-vi.* จุ่ม, ทำให้โชก, ทำให้ชุ่ม, หมัก, แช่ *-vt.* จุ่ม, ทำให้โชก, ทำให้ชุ่ม, หมัก, แช่, ทำให้เมา, จำนำ, ลงโทษอย่างหนัก, เก็บภาษีมากเกินไป, เก็บเงินมากเกินไป *-n.* การจุ่ม, การทำให้โชก, การทำให้ชุ่ม, การหมัก, การแช่, การดื่มเหล้าเมา, ขี้เหล้า **-soaker** *n.* (-S. wet, damp, drench, steep) *-Ex. Water soaked through the thin soles of Kasorn's shoes., a blotter soaks up ink*

so-and-so (โซ' อันโซ) *n., pl.* **-sos** บุคคลที่ไม่รู้ชื่อ, วายร้าย

soap (โซพ) *n.* สบู่, เกลือโลหะของกรดที่ได้จากไขมัน, *-vt.* **soaped, soaping** ถูด้วยสบู่, ใส่สบู่ลงบน, ประจบสอพลอ **-no soap** ไม่ได้ผล, โครงการที่ถูกปฏิเสธ

soapbox (โซพ' บอคซฺ) *n.* แท่นสำหรับนักพูดบนถนน

soap bubble ฟองสบู่, สิ่งที่ไม่ถาวร

soap opera ละครวิทยุหรือโทรทัศน์ในเวลากลางวัน

soapsuds ฟองสบู่

soapy (โซ' พี) *adj.* **-ier, -iest** ทาด้วยสบู่, แช่สบู่, เกี่ยวกับสบู่, เหมือนสบู่, ประจบสอพลอ, ลื่น, ลื่นไหล **-soapily** *adv.* **-soapiness** *n.*

soar (ซอร์) *vi.* **soared, soaring** บินถลา, บินเฉี่ยว, ทะยาน, ลอยสูง, ร่อนสูง, บินสูง, มีความหวังสูง, ทะเยอทะยาน *-n.* การบินถลา (บินเฉี่ยว ทะยาน), ความสูงที่ไปถึงของการกระทำดังกล่าว **-soarer** *n.* **-soaringly** *adv.* (-S. rise, fly, ascend) *-Ex. Some eagles soar above mountains.*

sob (ซอบ) *v.* **sobbed, sobbing** *-vi.* ร้องไห้สะอึกสะอื้น, ร่ำไห้, สะอื้น, ทำเสียงสะอื้น *-vt.* สะอื้น, สะอึกสะอื้น *-n.* การร้องไห้สะอึกสะอื้น, การร่ำไห้, เสียงสะอึกสะอื้น, เสียงร่ำไห้ **-sobbingly** *adv.* (-S. cry, weep, keen, wail, lament, shed tears) *-Ex. the sobs of a lost child*

sober (โซ' เบอะ) *adj.* **-er, -est** ไม่เมา, มีสติ, ปกติ, สุขุม, เยือกเย็น, เคร่งขรึม, สงบเสงี่ยม, ไม่คุยโว, ไร้จินตนาการ, มีเหตุผล *-vt., vi.* **-bered, -bering** ทำให้หรือกลายเป็นปกติ (มีสติ) **-soberly** *adv.* **-soberness** *n.* (-S. moderate clam, lucid) *-Ex. sober lives, with sober words, the sober truth*

sobriety (ซะไบร' อิที) *n.* ความมีสติ, ความสุขุม, ความสงบเสงี่ยม, ความไม่เมา, ความเยือกเย็น, ความมีเหตุผล (-S. restraint)

sobriquet (โซ' บระเค) *n.* ชื่อเล่น, ฉายา, ฉายานาม, นามแฝง, สมญานาม (-S. soubriquet) **-sobriquetical** *adj.*

so-called (โซ' คอลดฺ) *adj.* ดังกล่าว, ที่เรียกกัน, ที่

ขนานนามกัน, ที่เรียกกันผิดๆ

soccer (ซอค' เคอะ) *n.* กีฬาฟุตบอลอังกฤษ

sociability (โซชะบิล' ลิที) *n., pl.* **-ties** การชอบสังคม, การชอบวิสาสะ, การชอบอยู่เป็นหมู่, การแสดงมิตรไมตรีจิต

sociable (โซ' ชะเบิล) *adj.* ชอบสังคม, ชอบวิสาสะ, ชอบอยู่เป็นหมู่, มีมิตรไมตรีจิต **-sociably** *adv.* **-sociableness** *n.* (-S. outgoing) *-Ex. a pleasant sociable evening with friends*

social (โซ' เชิล) *adj.* เกี่ยวกับสังคม, เกี่ยวกับการคบค้าสมาคม, เกี่ยวกับการวิสาสะ, เกี่ยวกับสมาคมในวงสังคม, เกี่ยวกับการอยู่เป็นหมู่, เกี่ยวกับการไปมาหาสู่กัน, เกี่ยวกับกลุ่มชน, เกี่ยวกับระบบสังคมนิยม, ซึ่งสนับสนุนระบบสังคมนิยม, การอยู่กันเป็นหมู่ (-S. amiable) *-Ex. Geography and history are social studies., We had an social evening at our club., Human beings are social creatures., a social cimber, a social club, a social evening, a church social*

socialism (โซ' ชะลิซึม) *n.* ระบบสังคมนิยม, วิธีการของระบบสังคมนิยม, (ทฤษฎีของ Karl Marx) ระบบการปกครองหลังระบบนายทุนนิยมก่อนที่จะเข้าสู่ระบบคอมมิวนิสต์

socialist (โซ' ชะลิสท) *n.* ผู้สนับสนุนระบบสังคมนิยม, สมาชิกพรรคสังคมนิยม *-adj* เกี่ยวกับระบบสังคมนิยม, เกี่ยวกับสมาชิกพรรคสังคมนิยม

socialistic (โซชะลิส' ทิค) *adj.* เกี่ยวกับระบบสังคมนิยม, เกี่ยวกับสมาชิกพรรคสังคมนิยม, ซึ่งสนับสนุนหรือยึดหลักสังคมนิยม **-socialistically** *adv.*

socialite (โซ' ชะไลท) *n.* บุคคลที่เด่นในสังคม

sociality (โซชิแอล' ลิที) *n., pl.* **-ties** ลักษณะธรรมชาติของการชอบอยู่กันเป็นหมู่, การไปมาหาสู่กันในสังคม, การคบค้าสมาคม, การวิสาสะ

socialize (โซ' ชะไลซ) *v.* **-ized, -izing** *-vt.* ทำให้เป็นสังคม, ทำให้เหมาะสำหรับอยู่กันเป็นหมู่, ทำให้เป็นระบบสังคมนิยม, ทำให้เหมาะกับชีวิตสังคม, จัดตั้งชุมชน *-vi.* คบหาสมาคม, วิสาสะ **-socialization** *n.* **-socializer** *n.*

social-minded (โซ' เชิล' ไมดิด) *adj.* ซึ่งสนใจเกี่ยวกับสังคม, สนใจเกี่ยวกับสวัสดิการของสังคม

social science สังคมศาสตร์ **-social scientist** *n.*

social security (ในสหรัฐอเมริกา) สวัสดิการสังคม, ระบบการประกันสังคม

social studies การศึกษาหรือวิชาที่เกี่ยวกับสังคมศาสตร์

social welfare การสงเคราะห์ประชาชน, การบริการประชาชนโดยรัฐบาล **-Social Welfare Department** กรมประชาสงเคราะห์

social work งานสังคมสงเคราะห์

societal (ซะไซ' อิทเทิล) *adj.* เกี่ยวกับสังคมกลุ่มใหญ่

society (ซะไซ' อิที) *n., pl.* **-ties** สังคม, สมาคม, หมู่, คณะชุมชน, หมู่ชน, หมู่มนุษย์, การคบค้าสมาคม, การอยู่ร่วมกัน, ชนชั้น, มิตรไมตรีจิต, ความเป็นมิตร (-S. group, community)

Society of Jesus ดู Jesuit

socio- คำอุปสรรค มีความหมายว่า สังคม, สังคมศาสตร์

sociological (โซซีโอลละ' จิเคิล) *adj.* เกี่ยวกับสังคมวิทยา, เกี่ยวกับปัญหาสังคม, ซึ่งจัดเป็นกลุ่มสังคม, เกี่ยวกับสังคม **-sociologically** *adv.*

sociology (โซซีโอล' โลจี) *n.* สังคมวิทยา

sociologist (โซซีโอล' ละจิสท) *n.* นักสังคมวิทยา

sociopath (โซ' ซีอะพาธ) *n.* ผู้ต่อต้านสังคม, ผู้มีพฤติกรรมต่อต้านสังคม, ผู้มีความแปรปรวนของความต้องการทางเพศ **-sociopathic** *adj.*

sock[1] (ซอค) *n., pl.* **socks/sox** ถุงเท้าสั้น, รองเท้าของผู้เล่นละครสมัยกรีกและโรมันโบราณ, ละครตลก *-vt.* **socked, socking** สวมถุงเท้า, ฝากเงิน, ได้กำไร

sock[2] (ซอค) *vt., vi.* **socked, socking** ตี (ต่อย ทุบ ขว้าง โยน) อย่างแรง **-sock away** ออมทรัพย์, ประหยัด, เก็บไว้ **-sock in** ไม่สามารถบินได้เพราะสภาพอากาศไม่อำนวย (-S. hit hard, hard blow)

socket (ซอค' คิท) *n.* เบ้า, ส่วนบุ๋มสำหรับรองรับกระบอกตา, เบ้าตา, เบ้าข้อต่อ, โพรง, ส่วนกลาง, รู, ปลั๊กตัวเมีย, เบ้าปลายกระดูก, เบ้าเสียบ, ปลอกเสียบเสาธง, ปลอกเสียบเทียนไข *-vt.* **-eted, -eting** ทำเบ้าให้กับ, ทำเบ้าเสียบให้กับ, ตีลูกกอล์ฟด้วยปลายไม้กอล์ฟได้ **-socket wrench** กุญแจกระบอกที่เปลี่ยนหัว *-Ex. the socket of the eye, an electric light socket*

sockeye salmon (ซอค' คีอายแซลมอน) *n.* ปลาแซลมอนสีแดง

Socrates (ซอค' ระทีซ) *n.* (470-399 ปีก่อนคริสต์กาล) นักปรัชญาชาวกรีก **-Socratic** *adj.*

sod[1] (ซอด) *n.* หญ้าติดดินเป็นแผ่นๆ ที่เซาะขึ้นเพื่อนำไปปลูกขยายพันธุ์ที่อื่น, พื้นผิวหน้าดิน *-vt.* **sodded, sodding** ปกคลุมด้วยหญ้าติดดินดังกล่าว (-S. turf, lawn, green) *-Ex. Jack kicked a sod out of the lawn.*

sod[2] (ซอด) *n.* อ้ายหมอนั่น, หมอนี่

soda (โซ' ดะ) *n.* น้ำโซดา, (เครื่องดื่มผสมน้ำโซดาน้ำอัดลม) ที่มีส่วนผสมของ sodium carbonate

soda ash โซเดียมไบคาร์บอเนต, โซดาไฟ

soda fountain เครื่องบรรจุน้ำอัดลมและมีหัวก๊อกเปิดปิดได้, โต๊ะหรือเคาน์เตอร์ขายน้ำอัดลม

sodality (โซแดล' ลิที) *n., pl.* **-ties** สัมพันธไมตรี, มิตรไมตรีจิต, ความเป็นน้ำหนึ่งอันเดียวกัน, ความเป็นเพื่อน, สมาคม, สังคม, สมาคมฆราวาสเพื่อส่งเสริมวัตถุประสงค์ทางศาสนา

soda water น้ำโซดา, สารละลายอย่างอ่อนของโซเดียมคาร์บอเนต

sodden (ซอด' เดิน) *adj.* เปียกชุ่ม, เปียกชื้น, เปียกโชก, เหนอะหนะ, แช่, จุ่ม, โง่เง่า, ไร้ความรู้สึก, ทื่อ, เซ่อ, ต้มแล้ว **-soddenly** *adv.* **-soddenness** *n.* (-S. saturated, drenched, soaked, wet) *-Ex. Dang is too sodden to understand a word you say., the sodden ground, sodden biscuits*

sodium (โซเดียม) *n.* ธาตุโลหะชนิดหนึ่ง มีสัญลักษณ์ทางเคมี Na

sodium bicarbonate ผงละลายน้ำได้ชนิดหนึ่งใช้ผลิตเกลือโซดา แป้งผงสำหรับทำขนมฟู (baking soda)

S

sodium carbonate 812 solder

เครื่องดื่ม น้ำยาดับเพลิง ยาลดกรดและอื่นๆ (-S. bicarbonate of soda, baking soda)

sodium carbonate ผงสีขาวอมเทาที่มีสูตร Na_2Co_3 ใช้ในการผลิตแก้วเครื่องเคลือบ สบู่ กระดาษ เกลือโซดา ยาฟอก และอื่นๆ

sodium chloride เกลือ NaCl, เกลือแกง

Sodom (ซอด' ดึม) ชื่อเมืองโบราณที่เต็มไปด้วยสิ่งชั่วร้ายและถูกทำลายในที่สุด (ในพระคัมภีร์ไบเบิล), สถานที่เลวร้าย

sodomy (ซอด' ดะมี) *n.* การสังวาสที่ผิดธรรมชาติ (โดยเฉพาะเข้าทางทวารหนัก), การสังวาสระหว่างคนกับสัตว์ **-sodomite** *n.* **-sodomize** *v.* (-S. bestiality)

soever (โซเอฟ' เวอะ) *adv.* ในทุกกรณี, ไม่ว่าอย่างไรก็ตาม, ใดๆ ก็ตาม

sofa (โซ' ฟะ) *n.* เก้าอี้นวม, เก้าอี้โซฟา, โซฟา

Sofia (โซเฟีย) ชื่อเมืองหลวงของประเทศบัลกาเรีย

soft (ซอฟทฺ) *adj.* **softer, softest** อ่อน, อ่อนนิ่ม, นิ่ม, อ่อนแอ, อ่อนลง, นิ่มนวล, ละมุนละไม, อารี, อ่อนโยน, ละมุนละม่อม, น่วม, สบาย, อบอุ่นใจ, ไม่แข็งแรง, (น้ำ) ไม่กระด้าง, (ภาพ) ไม่คม, (เลนส์) ไม่คม, ออกเสียง “g” และ “ซี”, (เครื่องดื่ม) ที่ไม่มีแอลกอฮอล์, (เครื่องบิน) ลงอย่างนิ่มนวล, (เงินตรา) ที่มีทุนสำรองไม่พอ *-n.* สิ่งที่นิ่ม, ส่วนที่นิ่ม, ความนิ่ม, ความนิ่มนวล, ความละมุนละไม *-adv.* อ่อนโยนละมุนละไม **-softly** *adv.* **-softness** *n.* (-S. meek, gentle) *-Ex. soft cushion, soft silk, A soft breeze blew through the trees., Mother spoke softy.*

S

softball (ซอฟทฺ' บอล) *n.* กีฬาเบสบอลแบบหนึ่ง ที่ใช้ลูกที่นิ่มและใหญ่กว่า, ลูกเบสบอลดังกล่าว

soft-boiled (ซอฟทฺ' บอลดฺ) *adj.* (ไข่) ต้มไม่ให้แข็ง, คิดมาก, มีความรู้สึกไว

softbound (ซอฟทฺ' เบานฺดฺ) *adj.* หุ้มด้วยกระดาษแข็ง

soft coal ดู bituminous coal

soft-core (ซอฟทฺ' คอร์) *adj.* บอกเป็นนัย, กระตุ้นให้รู้, กระตุ้นความรู้สึกทางเพศ

softcover (ซอฟทฺ' คัฟเวอะ) *adj.* ปกอ่อน

soft drink เครื่องดื่มที่ไม่ใส่แอลกอฮอล์

soften (ซอฟ' เฟิน) *v.* **-ened, -ening** *-vt.* ทำให้นิ่ม, ทำให้นิ่มนวล, ทำให้หายกระด้าง, ทำให้อ่อนลง, ทำให้อ่อนโยน, ทำให้ละมุนละไม *-vi.* นิ่มลง, อ่อนลง, กลายเป็นอ่อนโยน, กลายเป็นละมุนละไม *-Ex. Butter softens in the heat.*

softheaded (ซอฟทฺ' เฮด' ดิด) *adj.* โง่, เง่า, เซ่อ, ไม่มีความคิดเห็นของตัวเอง **-softheadedness** *n.*

softhearted (ซอฟทฺ' ฮาร์ท' ทิด) *adj.* ใจอ่อน, เห็นอกเห็นใจคนอื่นได้ง่าย **-softheartedness** *n.*

soft palate เพดานอ่อนของช่องปาก

softshoe (ซอฟทฺ' ชู) *adj.* เกี่ยวกับการเต้นรำด้วยรองเท้าส้นนิ่ม

soft-spoken (ซอฟทฺ' สโพเคิน) *adj.* พูดนิ่มนวล, พูดละมุนละไม (-S. mild, persuasive) *-Ex. a soft-spoken young person*

software (ซอฟ 'แวร์) *n.* โปรแกรมที่เขียนแล้ว, แผนภูมิหรืออื่นๆ ที่สามารถสอดเข้าไปในโปรแกรมคอมพิวเตอร์ได้

softwood (ซอฟทฺ' วูด) *n.* ไม้ที่ค่อนข้างนิ่ม แกะสลักได้ง่าย, ไม้เนื้ออ่อน, ต้นไม้เนื้ออ่อน

softy (ซอฟ' ที) *n., pl.* **-ies** คนที่ถูกชักชวนได้ง่าย, คนที่มีอารมณ์อ่อนไหว, คนหูเบา, คนโง่, คนอ่อนแอ (-S. softie)

soggy (ซอก' กี) *adj.* **-gier, -giest** เปียกชุ่ม, เปียกโชก, เปียกชื้น, จุ่ม, แช่, ไม่มีรสชาติ, น่าเบื่อหน่าย, ทึ่ม, ทื่อ **-soggily** *adv.* **-sogginess** *n.* (-S. soaked)

soi-disant (สวาดีซาน') *adj.* (ภาษาฝรั่งเศส) เรียกตัวเอง, ขนานนามตัวเอง, แสร้งทำ, กำมะลอ, อุปโลกน์

soil[1] (ซอย) *n.* ดิน, พื้นดิน, ดินชนิดใดชนิดหนึ่ง, ที่ดิน, ดินแดน, ที่ที่เหมาะสำหรับเจริญเติบโต, ประเทศ, ภูมิลำเนา, ปิตุภูมิ, เกษตรกรรม, ชีวิตเกษตรกร (-S. land, earth) *-Ex. The soil in our garden is black and rich.*

soil[2] (ซอย) *v.* **soiled, soiling** *-vt.* ทำให้สกปรก, ทำให้เปื้อน, ทำให้ด่างพร้อย, ทำให้มีมลทิน, ทำให้มัวหมอง *-vi.* กลายเป็นสกปรก (เปื้อน ด่างพร้อย) *-n.* การทำให้สกปรก (เปื้อน ด่างพร้อย), รอยเปื้อน, รอยสกปรก, ด่างพร้อย, มลทิน, ความสกปรก, ความโสโครก, ปุ๋ย (-S. muddy, defile) *-Ex. soil one's hands, to soil a reputation*

soirée (สวาเร') *n.* (ภาษาฝรั่งเศส) งานราตรีสังคม

sojourn (โซ' เจิร์น) *vi.* **-journed, -journing** อยู่ชั่วคราว, ค้างคืน *-n.* การอยู่ชั่วคราว, การพักแรม, การค้างคืน *-Ex. This summer he plans to sojourn in Pattaya., We enjoyed our sojourn in the country.*

sol (ซอล, โซล) *n.* ระดับเสียงที่ 5 ของระดับเสียง, เสียงดนตรี G (-S. so)

solace (ซอล' ลิส) *n.* การปลอบใจ, การหย่อนใจ, การปลอบขวัญ, การปลอบ, สิ่งปลอบใจ, สิ่งปลอบขวัญ, สิ่งหย่อนใจ, สิ่งบรรเทาทุกข์ *-vt.* **-aced, acing** ปลอบใจ, หย่อนใจ, ปลอบขวัญ, บรรเทาทุกข์ **-solacer** *n.* (-S. comfort, console) *-Ex. find solace in, the solace of a sympathetic friend, One can always solace oneself with the thought that it might have been wars.*

solan (โซเลิน) *n.* ชื่อนกขนาดใหญ่คล้ายห่าน

solar (โซ' ลาร์) *adj.* เกี่ยวกับดวงอาทิตย์, โดยดวงอาทิตย์, ดวงอาทิตย์, แห่งดวงอาทิตย์, จากดวงอาทิตย์, ตามสุริยคติ, ภายใต้อิทธิพลของอาทิตย์ *-Ex. a solar elipse, solar time, solar energy*

solar battery แบตเตอรี่สำหรับเปลี่ยนพลังงานแสงอาทิตย์เป็นพลังงานไฟฟ้า

solar month เดือนตามสุริยคติ

solar plexus ร่างแหประสาทที่อยู่ส่วนบนของช่องท้อง อยู่หลังกระเพาะอาหาร และอยู่หน้าหลอดเลือดแดงใหญ่ลิ้นปี่

solar system ระบบสุริยจักรวาล

solar year ปีสุริยคติ

sold (โซลดฺ) *v.* กริยาช่อง 2 และ 3 ของ sell *-Ex. Samai sold his house for a very good price.*

solder (โซล' เดอะ) *n.* โลหะบัดกรี, โลหะผสมที่ใช้บัดกรี, สิ่งเชื่อมต่อ, เครื่องประสาน *-v.* **-dered, -dering**

soldier 813 solo

-*vt.* บัดกรี, สิ่งเชื่อมต่อ, ประสาน, ซ่อมแซม, ปะต่อ -*vi.* บัดกรี, ทำให้เชื่อมต่อด้วยบัดกรี **-solderer** *n.* -*Ex. tin solder, soldering iron*

soldier (โซล' เจอะ) *n.* ทหาร, ทหารประจำการ, ผู้เชี่ยวชาญการทหาร, ผู้รับใช้, มดหรือปลวกที่มีขากรรไกรแข็งแรง, มดทหาร, ปลวกทหาร -*vi.* **-diered, -diering** เป็นทหาร, ทำหน้าที่ทหาร, หน่วงเหนี่ยวงาน -*Ex. King Taksin was a great soldier.*

soldierly (โซล' เจอลี) *adj.* เกี่ยวกับทหาร, มีลักษณะของทหาร, กล้าหาญ, เหมาะสมกับทหาร

soldier of fortune ทหารรับจ้าง

soldiery (โซล' จะรี) *n.* เหล่าทหาร, หมู่ทหาร, กองทหาร, การฝึกฝนทางทหาร, อาชีพทางทหาร, ความเชี่ยวชาญทางทหาร (-S. soldiers)

sole[1] (โซล) *adj.* เพียงคนเดียว, อันเดียว, คนเดียว, โดดเดี่ยว (-S. lone, only, separate)

sole[2] (โซล) *n.* ฝ่าเท้า, พื้นรองเท้า, ส่วนพื้น, สิ่งที่คล้ายฝ่าเท้า, ส่วนหัวไม้กอล์ฟที่แตะพื้น -*vt.* **soled, soling** แตะหัวไม้กอล์ฟที่พื้นเตรียมตีลูก, ทำให้มีพื้นรองเท้า, ประกอบพื้นรองเท้า -*Ex. Most soles are of leather.*

solely (โซล' ลี) *adv.* แต่ผู้เดียว, โดยอันเดียว, โดดเดี่ยว, เพียงหนึ่งเท่านั้น, เท่านั้น, โดยเอกเทศ

solemn (ซอล' เลิม) *adj.* เคร่งขรึม, ขึงขัง, ถมึงทึง, น่าขนลุก, เอาจริงเอาจัง, เกี่ยวกับพิธีทางศาสนา, ตามพิธี **-solemnly** *adv.* **-solemnness** *n.* (-S. earnest, grave, serious) -*Ex. solemn ceremony, a solemn place, Bob has solemn blue eyes., The coronation of a monarch is a solemn event.*

solemnity (ซะเลิม' นิที) *n., pl.* **-ties** ความรุนแรง, ความเคร่งขรึม

solemnize (ซอล' เลิมไนซ) *vt.* **-nized, nizing** ทำพิธีอย่างเคร่งครัด, ประกอบพิธีทางศาสนา, ทำให้เคร่งขรึม (ขึงขัง ถมึงทึง น่าขนลุก เอาจริงเอาจัง) **-solemnization** *n.*

solenoid (โซ' ละนอยด) *n.* ขดลวดแม่เหล็กไฟฟ้า **-solenoidal** *adj.*

sol-fa (ซอล' ฟะ) *n.* ชุดโน้ตเสียงดนตรีที่ร้องตามลำดับ (do, re, mi, fa, sol, la, ti, do), ระบบเสียงร้องตามโน้ตดังกล่าว, วิธีการร้องเพลงตามโน้ตเพลง -*vt., vi.* **-faed, -faing** ร้องเพลงตามโน้ตเพลง

solicit (ซะลิส' ซิท) *vt., vi.* **-ited, -iting** เรียกร้อง, ชักชวน, ขอร้อง, วิงวอน, เชื้อเชิญ, จูงใจ, ล่อใจ, (โสเภณี) ดึงแขก, กระตุ้นใจ **-solicitation** *n.* -*Ex. to solicit a person for money, to solicit for help, to solicit contributions from*

solicitor (ซะลิส' ซิเทอะ) *n.* ผู้เรียกร้อง (ชักชวน ขอร้อง วิงวอน เชื้อเชิญ จูงใจ ล่อใจ กระตุ้นใจ), (ในอังกฤษ) ทนายความชั้นรองลงมาจาก barrister, อัยการ **-solicitor general** (ในอังกฤษ) ตำแหน่งรองอธิบดีกรมอัยการ, (ในอเมริกา) รองอธิบดีกรมอัยการ **-solictorship** *n.*

solicitous (ซะลิส' ซิทัส) *adj.* เป็นห่วง, กังวล, ร้อนใจ, กระวนกระวาย, อยาก, ต้องการมาก, ระมัดระวัง, พิถีพิถัน **-solicitously** *adv.* **-solicitousness** *n.* (-S. caring, concerned, eager, longing, regardful, mindful, longing)

solicitude (ซะลิส' ซิทูด) *n.* ความเป็นห่วง, ความกังวลใจ, ความร้อนใจ, ความกระวนกระวาย, ความอยาก, ความต้องการมาก, เรื่องที่เป็นห่วง

solid (ซอล' ลิด) *adj.* **-er, -est** ของแข็ง, มีสามมิติ (ความยาว ความกว้างและความหนา), ไม่มีโพรงหรือรอยแตก, เป็นรูปตัน, แข็ง, แน่น, อัดแน่น, ต่อเนื่อง, โดยสิ้นเชิง, ไม่มีการแบ่งแยก, สมบูรณ์, ทั้งหมด, พร้อมเพรียงกัน, เป็นแบบเดียวกัน, มีเหตุผล, ดี, มีจิตปกติ, มีฐานะการเงินมั่นคง, ลูกบาศก์, รุนแรง, เป็นเอกฉันท์, รวมกัน, ดีเลิศ, ยอดเยี่ยม -*n.* ของแข็ง, วัตถุที่มีสามมิติ (ความยาว ความกว้างและความหนา) **-solidly** *adv.* **solidness** *n.* (-S. compact, dense, firm, stable) -*Ex. a solid ball, Ice is the solid form of water., the solid earth, the solid state, solid rock, solid mass of clouds, solid food, a solid table, a solid vote, solid silver*

solidarity (ซอลลิแด' ริที) *n.* ความสัมพันธ์กัน (-S. stability, harmony)

solid geometry เรขาคณิตที่เกี่ยวกับรูปสามมิติ, เรขาคณิตสามมิติ

solidify (ซะลิด' ดะไฟ) *vt., vi.* **-fied, -fying** ทำให้เป็นของแข็ง, กลายเป็นของแข็ง, รวมกันแน่น, รวมกันเป็นปึกแผ่น, เป็นน้ำหนึ่งใจเดียวกัน, ทำให้เป็นผลึก, กลายเป็นผลึก **-solidification** *n.* (-S. harden) *Ex. Cold solidifies water into ice.*

solidity (ซะลิด' ดิที) *n.* ความเป็นของแข็ง, ลักษณะของแข็ง, ความแน่นหนา, ความหนักแน่น, ความแข็งแรง, ความมั่นคง, ปริมาตรลูกบาศก์

solid-state (ซอล' ลิดสเทท) *adj.* เกี่ยวกับเครื่องมืออิเล็กทรอนิกส์ (เช่น ทรานซิสเตอร์หรือผลึก) ที่สามารถควบคุมกระแสไฟฟ้าโดยไม่ต้องใช้ส่วนที่เคลื่อนไหว, เส้นใยที่ทำให้ร้อนหรือช่องว่างสุญญากาศ

soliloquy (ซะลิล' ละควี) *n., pl.* **-quies** การพูดกับตัวเอง, การพูดคนเดียว, การรำพึง **-soliloquize** *v.* **-soliloquist, soliloquizer** *n.*

solipsism (ซอล' ลิพซิซึม) *n.* ทฤษฎีการมีอยู่ของตัวเองเท่านั้น

solitaire (ซอล'ลิแทร์) *n.* การเล่นไพ่คนเดียว (มักใช้ไพ่ 52 ใบ), เพชรพลอย

solitary (ซอล' ลิเทอรี) *adj.* โดดเดี่ยว, คนเดียว, อันเดียว, สันโดษ, ไม่มีเพื่อน, เปลี่ยว, ลำพัง, อ้างว้าง, เงียบสงัด -*n., pl.* **-taries** ผู้ที่อยู่คนเดียว, ผู้ที่อยู่สันโดษ, การขังเดี่ยว **-solitarily** *adv.* **-solitariness** *n.* (-S. alone) -*Ex. a solitary monk, a solitary traveler, a solitary village, a solitary walk*

solitude (ซอล' ลิทูด) *n.* การอยู่โดดเดี่ยว, ความสันโดษ, ความอ้างว้าง, การตัดขาดจากโลกภายนอก, สถานที่วังเวง **-solitudinarian** *n.* (-S. privacy, isolation, seclusion) -*Ex. the solitude of the mountains*

solo (โซ' โล) *n., pl.* **-los** เพลงร้องเดี่ยว, เพลงบรรเลงเดี่ยว, การแสดงเดี่ยว, ลูกเดี่ยว, การเล่นไพ่คนเดียว,

S

การบินเดี่ยว *-adj.* เดี่ยว, โดดเดี่ยว, ไม่มีเพื่อน, เปลี่ยว, ลำพัง, อ้างว้าง *-adv.* ด้วยตัวของตัวเอง, ไม่มีเพื่อน *-vi.* **-loed, loing** แสดงเดี่ยว, ร้องเดี่ยว, บรรเลงเดี่ยว *-Ex. a dance solo, his first solo flight*

soloist (โซ' โลอิสทฺ) *n.* ผู้แสดงเดี่ยว, ผู้เล่นเดี่ยว, ผู้บรรเลงเดี่ยว **-soloistic** *adj.*

Solomon กษัตริย์แห่งอิสราเอลผู้ซึ่งฉลาดมาก, ปราชญ์

solon (โซ'ลอน) *n.* นักกฎหมายที่เฉลียวฉลาด, สมาชิกรัฐสภา, Solon รัฐบุรุษกรุงเอเธนส์โบราณ

so long สวัสดี, ลาก่อน (-S. good-by, goodbye)

solstice (ซอล' สทิส) *n.* ระยะเวลาของปีที่ดวงอาทิตย์อยู่ห่างจากเส้นศูนย์สูตรมากที่สุด (ในราววันที่ 21 มิถุนายน และ 22 ธันวาคม), จุดที่ถึง, จุดสุดยอด, จุดที่สุด **-solstitial** *adj.* (-S. furthiest, point)

solubility (ซอลลูบิล' ลิที) *n., pl.* **-ties** ความสามารถในการถูกละลายได้

soluble (ซอล' ลูเบิล) *adj.* ละลายได้, สามารถถูกละลายได้ **-solubly** *adv.* **-solubleness** *n. -Ex. Sugar is soluble in water.*

solute (ซอล' ลิวทฺ) *n.* ตัวละลาย, สารละลายใน solution *-adj.* อิสระ, ไม่ยึดติดกับสิ่งอื่น

solution (ซอลลิว' ชั่น) *n.* ทางออก, วิธีแก้, การแก้ปัญหา, การอธิบาย, คำตอบ, วิธีการ, สารละลาย, การละลาย, ส่วนผสมเป็นเนื้อเดียวกันของสารตั้งแต่สองอย่างขึ้นไป (-S. mixture, compound, explanation) *-Ex. The solution of the problem took me five minutes., Narong found the solution of the problem in two minutes., hit on a solution, work out a solution for, a saline solution, a sugar-and-water solution*

solvable (ซอล' วะเบิล) *adj.* แก้ไขได้, แก้ปัญหาได้, ละลายได้ **-solvability, solvableness** *n.*

solve (ซอลฟว) *vt.* **solved, solving** แก้ปัญหา, แก้ไข, แก้, อธิบาย, หาคำตอบ (-S. unravel) *-Ex. The police tried to solve the mystery., to solve a crosword puzzle, to solve the riddle of the crime, to solve the problem*

solvent (ซอล' เวินทฺ) *adj.* สามารถละลาย, ทำให้ละลาย, สามารถชำระหนี้ *-n.* ตัวละลาย, ตัวแก้ปัญหา, สิ่งที่อธิบาย **-solvency** *n.*

somatic (โซแมท' ทิค) *adj.* เกี่ยวกับโพรงของร่างกาย, เกี่ยวกับร่างกาย, เกี่ยวกับเซลล์ที่ไม่ใช่เซลล์สืบพันธุ์ **-somatically** *adv.* (-S. fleshly, somatical, corporeal)

somber (ซอม' เบอะ) *adj.* มืด, สลัว, มืดมน, โศกเศร้า, น่ากลัว, มัวซัว

sombrero (ซอมแบร์' โร) *n., pl.* **-ros** หมวกปีกกว้างของชาวเม็กซิโกและสเปน

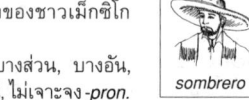

sombrero

some (ซัม) *adj.* บางส่วน, บางอัน, บางชิ้น, มีบ้าง, ไม่แน่, ไม่เจาะจง *-pron.* บางส่วน, บางอัน, บางชิ้น, บางคน, มีบางคน, ด้วยจำนวนหรือปริมาณ ที่ไม่ระบุแน่นอน *-adv.* ประมาณ, พอประมาณ, โดยประมาณ, คร่าวๆ, ในราว, ค่อนข้าง (-S. certain) *-Ex. Some man was asking for you., There are some things which annoy me very much., Some day (or other), you'll understand., I see some change in him, some nice cakes for tea*

somebody (ซัม' บอดี) *pron.* คนนั้นคนนี้ *-n.* บุคคลสำคัญ, บุคคลที่กล่าวถึง *-Ex. I think somebody has borrowed my umbrella., Having that new car makes her think she is somebody.*

someday (ซัม' เด) *adv.* บางวัน, วันใดวันหนึ่งในอนาคต *-Ex. We will go to the Dusit zoo someday before long.*

somehow (ซัม' เฮา) *adv.* ด้วยเหตุใดเหตุหนึ่ง, ด้วยเหตุผลบางประการ, ด้วยวิธีการใดก็ตาม

someone (ซัม' วัน) *pron.* บางคน, บางบุคคล, คนนั้นคนนี้

someplace (ซัม' เพลส) *adv., n.* บางที่, บางแห่ง

somersault (ซัม' เมอะซอลทฺ) *n.* การตีลังกา, การหกคะเมน, การพลิกกลับ, การเปลี่ยนแปลงจากหน้ามือเป็นหลังมือ *-vi.* **-saulted, -saulting** ตีลังกา, หกคะเมน, เปลี่ยนแปลงสิ้นเชิง (-S. somerset, summersault, summerset, complate overturn)

somerset (ซัม' เมอะซิท,-เซท) *n., vi.* ดู somersault

something (ซัม' ธิง) *pron.* บางสิ่ง, บางอย่าง, จำนวนเพิ่มเติม *-n.* สิ่งนั้นสิ่งนี้, บุคคลนั้นบุคคลนี้ *-adv.* ในบางกรณี, ค่อนข้างจะ

sometime (ซัม' ไทมฺ) *adj.* บางครั้ง, บางคราว, เวลาใดเวลาหนึ่ง *-adv.* เมื่อก่อน, แต่ก่อน, เมื่ออดีต, อดีต (-S. occasionally)

sometimes (ซัม' ไทมซฺ) *adv.* บางครั้ง, บางคราว, บางโอกาส, บางที

someway, some way, someways (ซัม' เว) *adv.* บางวิธี, บางวิธีการ, บางประการ, ด้วยวิธีการใดก็ตาม (-S. somehow)

somewhat (ซัม' วอท) *adv.* ค่อนข้าง, บ้าง, บางส่วน *-Ex. Somsri is somewhat lazy.*

somewhere (ซัม' แวร์) *adv.* บางแห่ง, บางที่, ที่ใดที่หนึ่ง *-n.* ที่ที่ไม่แน่นอน, ที่ใดที่หนึ่ง *-Ex. Mother has gone somewhere., The ball is somewhere in the cellar.*

somewheres (ซัม' แวร์ซฺ) *adv.* ดู somewhere

sommelier (ซัมมัลเย') *n.* พนักงานบริการเหล้าองุ่น

somnambulate (ซอมแนม' บิวเลท) *vi.* **-lated, -lating** เดินหลับ, เดินละเมอ **-somnambulation** *n.*

somnambulism (ซอมแนม' บิวลิซึม) *n.* การเดินหลับ, การเดินละเมอ, โรคเดินหลับหรือเดินละเมอ **-somnambulist** *n.* **-somnambulistic** *adj.*

somni-, somn- คำอุปสรรค มีความหมายว่า หลับ

somniferous (ซอมนิฟ' เฟอะรัส) *adj* ทำให้หลับ, ทำให้ง่วงนอน **-somniferously** *adv.* (-S. somnific)

somnolent (ซอม' นะเลินทฺ) *adj.* ง่วง, ง่วงหลับ, ง่วงนอน, อยากจะนอน, ทำให้หลับ **-somenolence** *n.* **-somnolently** *adv.* (-S. sleepy)

son (ซัน) *n.* บุตรชาย, ลูกบุญธรรมที่เป็นชาย, ทายาทที่เป็นชาย, โอรส, ลูกเขย, คำที่ใช้เรียกคนผู้ชายหรือ

sonant 815 **soprano**

เด็กผู้ชายที่มีอาวุโสน้อย **-The Son** พระเยซูคริสต์ **-sonly** *adj. -Ex. A boy is his father's son., Your father is your grandfather's son., a son of toil, a son of a bitch, the sons of the revolution*

sonant (โซ' เนินท) *adj.* ออกเสียง, มีเสียง, มีเสียงรัว, มีเสียงสั่น *-n.* เสียงรัว, เสียงสั่น, เสียงพยางค์, พยัญชนะที่ออกเสียงได้โดยไม่มีสระ

sonar (โซ' นาร์) *n.* ระบบการหาตำแหน่งวัตถุใต้น้ำโดยการส่งคลื่นเสียงและรับเสียงสะท้อน, เครื่องมือที่ใช้ในระบบดังกล่าว ย่อจาก sound navigation and ranging

sonata (ซะนา' ทะ) *n.* ทำนองเพลงผสมผสาน (โดยเฉพาะของเปียโน)

song (ซอง) *n.* เพลง, บทกวี, การร้องเพลง, ศิลปะการร้องเพลง, ดนตรีขับร้อง, เสียงที่ร้อง, สิ่งที่ร้อง, เสียงเพรียกร้องของนก แมลงหรืออื่นๆ **-for a song** ด้วยราคาที่ต่ำมาก *-Ex. a popular song, Short poems are set to music then they are songs., the song of birds*

songbird (ซอง' เบิร์ด) *n.* นกที่เพรียกร้อง, นกในตระกูล Oscines

songful (ซอง' ฟัล) *adj.* เต็มไปด้วยเพลง, เป็นทำนองเพลง **-songfully** *adv.* **-songfulness** *n.*

songsmith (ซอง' สมิธ) *n.* นักแต่งเพลง

songster (ซอง' สเทอะ) *n.* นักร้อง, นักแต่งเพลง, นักแต่งบทกวี (-S. singer, poet)

songstress (ซอง' สเทรส) *n.* นักร้องหญิง (โดยเฉพาะที่ร้องเพลงยอดนิยม), นักแต่งเพลงหญิง

song thrush ชื่อพันธุ์นกของยุโรป มีปีกสีน้ำตาล

sonic (ซอน' นิค) *adj.* เกี่ยวกับเสียง, เกี่ยวกับความเร็วที่เท่ากับความเร็วของเสียง

son-in-law (ซัน' อินลอ) *n., pl.* **sons-in-law** ลูกเขย

sonnet (ซอน' นิท) *n.* โครง 14 บรรทัด

sonny (ซัน' นี) *n., pl.* **-nies** อ้ายหนู, น้องชาย

son of a bitch *n., pl.* **sons of bitches** (คำสแลง) วายร้าย อ้ายหมา อ้ายสัตว์

son of Adam มนุษย์, มนุษย์เดินดิน

son of a gun *n, pl.* **sons of guns** วายร้าย, อันธพาล, คำที่ใช้ทักทาย (เจ้านั่นเจ้านี่)

Son of God พระเยซูคริสต์

Son of Man พระเยซูคริสต์

sonority (ซะนอ' ริที) *n., pl.* **-ties** ความกังวาน, ความดังสนั่น

sonorous (ซะนอ' รัส) *adj.* กังวาน, ดังสนั่น, มีเสียงดัง, ซึ่งสามารถเปล่งเสียงออกมาได้ **-sonorously** *adv.* **-sonorousness** *n. -Ex. the sonorous voices of the singer*

soon (ซูน) *adv.* **sooner, soonest** ในไม่ช้า, ไม่นาน, มิช้ามินาน, เร็ว, ก่อนกำเนิด, ในอนาคตอันใกล้, รวดเร็ว, ฉับพลัน, พร้อมเพรียง, โดยเต็มใจ, ทันที **-sooner or later** ในที่สุด, มิช้ามินาน (-S. shortly) *-Ex. I'll be back (very) soon., soon after this, soon afterwards, How soon can you come?*

sooner (ซู' เนอะ) *n.* (คำสแลง) ผู้ที่เข้าครอบครองที่ดินของรัฐก่อนได้รับอนุญาต ผู้เข้าจับจองที่ดินของรัฐ

soot (ซูท) *n.* ขี้เขม่า, เขม่าดำ, เขม่าถ่านหิน, เขม่าถ่าน (-S. ashes)

sooth (ซูธ) *n.* ความจริง, ความเป็นจริง, ข้อเท็จจริง *-adj.* ละมุนละไม, อ่อนหวาน, ปลอบโยน, จริง, แท้จริง (-S. truth)

soothe (ซูธ) *vt., vi.* **soothed, soothing** ปลอบ, ปลอบโยน, ปลอบขวัญ, ประโลมใจ, ทำให้บรรเทา, ลด (-S. calm, allay) *-Ex. This ointment will soothe the burn., Mother tried to soothe the lost child.*

soothsay (ซูธ' เซ) *vi.* **-said, -saying** คาดการณ์, ทำนาย, พยากรณ์

soothsayer (ซูธ' เซเออะ) *n.* ผู้คาดการณ์ล่วงหน้า, ผู้ทำนาย, ผู้พยากรณ์ **-soothsaying** *n.* (-S. prophet)

sooty (ซูท' ที) *adj.* **-ier, -iest** เป็นเขม่าดำ, คล้ายเขม่าดำ, คล้ายขี้เขม่า, ปกคลุมหรือทาด้วยขี้เขม่า **-sootiness** *n.* (-S. black)

sop (ซอพ) *v.* **sopped, sopping** *-vt.* จุ่มขนม (โดยเฉพาะขนมปัง) ลงในอาหารเหลว, จุ่ม, แช่, ทำให้เปียกโชก, ดูดซึม, ดูดซับ, ทำให้บรรเทา, ให้สินบน *-vi.* เปียกโชก, เปียกชุ่ม, ดูดซึม, ดูดซับ *-n.* ชิ้นขนม (โดยเฉพาะขนมปัง) สำหรับจุ่มลงในอาหารเหลว, สิ่งที่เปียกโชก, สิ่งที่ทำให้บรรเทา, สินบน, สิ่งที่ใช้สงบประสาท, คนอ่อนแอ, คนขี้เหล้า (-S. absorb)

sophism (ซอฟ' ฟิซึม) *n* การโต้แย้งโดยอ้างเหตุผลผิดๆ, การอ้างเหตุผลผิดๆ, การหลอกลวง, การตบตา (-S. fallacy, false argument)

sophist (ซอฟ' ฟิสทฺ) *n.* (ประวัติศาสตร์กรีก) ชนชั้นอาจารย์ที่เก่งด้านปรัชญาและศิลปะการพูด

sophistic, sophistical (ซะฟิส'ทิค,-เคิล) *adj.* ตอบโต้ด้วยคารมที่อ้างเหตุผลผิดๆ, เกี่ยวกับ sophistry, เกี่ยวกับ sophistist **-sophistically** *adv.* (-S. fallacious)

sophisticate (ซะฟิส' ทิเคท) *vt., vi.* **-cated, -cating** ทำให้ช่ำชองโลก, อ้างเหตุผลผิดๆ, เจือปน, ทำให้ขาดความไร้เดียงสา, ทำให้ขาดลักษณะธรรมชาติ *-n.* ผู้ช่ำชองโลก **-sophisication** *n.*

sophisticated (ซะฟิส' ทิเคทิด) *adj.* ช่ำชองโลก, มีลักษณะของชาวกรุง, ขาดความไร้เดียงสา, ขาดลักษณะธรรมชาติ, ซึ่งอ้างเหตุผลผิดๆ, ตบตา, หลอกลวง, ทำให้หลงผิด, ซับซ้อน (-S. sophisticate.) *-Ex. a sophisticated taste in dress, a sophisticated audience, sophisticated smile*

sophomore (ซอฟ' ฟะมอร์) *n.* นักเรียนหรือนักศึกษาปีที่ 2 **-sophomoric** *adj.*

soporific (ซอพพะริฟ' ฟิค) *adj.* ทำให้หลับ, ทำให้ง่วงหลับ, ทำให้หลับใหล,ทำให้เซื่องซึม *-n.* ยานอนหลับ, ยาที่ทำให้ง่วงนอน, สิ่งที่ทำให้ง่วงหลับหรือเซื่องซึม

sopping (ซอพ' พิง) *adj.* เปียกชุ่ม, เปียกโชก

soppy (ซอพ' พี) *adj.* **-pier, -piest** เปียกชุ่ม, เปียกโชก, เปียกชื้น, มีฝนตกมาก, มีอารมณ์อ่อนไหวมากเกินไป, ซาบซึ้งใจมากเกินไป, เศร้าหมอง

soprano (ซะแพรน' โน) *n., pl.* **-os** เสียงสูงสุด, เสียงร้องสูงสุด (ของผู้หญิงหรือเด็กผู้ชาย), ส่วนของเสียงดังกล่าว, ผู้ร้องเสียงสูงสุด

S

sorcerer (ซอร์' เซอะเรอะ) *n.* หมอผี, พ่อมด, ผู้วิเศษ, ผู้เล่นกล **-sorceress** *n., fem.* (-S. sorceress)

sorcery (ซอร์' ซะรี) *n.* วิชาหมอผี, วิชาพ่อมด, เวทมนตร์คาถา **-sorcerous** *adj.* **-sorcerously** *adv.* (-S. conjuration)

sordid (ซอร์' ดิด) *adj.* สกปรก, โสมม, เลวทราม, ชั่วร้าย, ชั่วช้า, เห็นแก่ตัว **-sordidly** *adv.* **-sordidness** *n.* (-S. contemptible) *-Ex. the sorded surroundings of the slums, a sorded speech*

sore (ซอร์) *adj.* **sorer, sorest** ปวด, เจ็บปวด, เจ็บแสบ, เจ็บใจ, ระทมทุกข์, ทุกข์ใจ, โกรธแค้น, ทำให้ระคายเคือง, รุนแรง, อย่างยิ่ง *-n.* ความเจ็บปวด, เรื่องเจ็บปวด, ความระทมทุกข์ *-adv.* อย่างเจ็บปวด **-soreness** *n.* (-S. inflammation, lesion, bruise, trouble, painful, distressed) *-Ex. a sore knee, sore news, a sore finger, feel sore all over, a sore on the horse's back*

sorely (ซอร์' ลี) *adv.* อย่างมาก, อย่างเจ็บปวด, โดยรีบด่วน

sorghum (ซอร์' กัม) *n.* ข้าวฟ่างจำพวก *Sorghum bicolor,* น้ำหวานจากข้าวดังกล่าว, ข้าวสมุทรโคดม

sorghum

sorority (ซะรอ' ริทิ) *n., pl.* **-ties** สมาคมหญิงหรือสโมสรหญิง (โดยเฉพาะในโรงเรียน วิทยาลัยหรือมหาวิทยาลัย)

sorption (ซอร์พ' ชัน) *n.* การดูดซับและดูดซึม **-sorptive** *adj.*

sorrel¹ (ซอ' เริล) *n.* พืชจำพวก *Rumex* ใช้ทำอาหารสลัด, พืชรสเปรี้ยวจำพวก *Oxalis*

sorrel² (ซอ' เริล) *n.* สีน้ำตาลอมแดงอ่อน

sorrow (ซอ' โร) *n.* ความเสียใจ, ความเศร้าใจ, ความระทมทุกข์, ความเศร้าโศก *-vi.* **-rowed, -rowing** แสดงความเสียใจ **-sorrower** *n.* (-S. woe, sadness) *-Ex. Much sorrow was caused by the accident., The old king had many sorrows.*

sorrowful (ซอ' ระฟูล) *adj.* เสียใจ, เศร้าใจ, ระทมทุกข์, เศร้าโศก **-sorrowfully** *adv.* **-sorrowfulness** *n.* (-S. sad) *-Ex. the sorrowful news, a sorrowful song, It was a sorrowful day when the fishing boat went down., sorrowful tears*

sorry (ซอร์' รี) *adj.* **-rier, -riest** เสียใจ, เศร้าใจ, น่าสมเพช, น่าสงสาร **-sorrily** *adv.* **-sorriness** *n.* (-S. regretful, sympathetic, remorseful, mournful)

sort (ซอร์ท) *n.* ชนิด, ประเภท, จำพวก, ตัวอย่าง, ลักษณะ, ท่าทาง, อากัปกิริยา (การพิมพ์) ขาดตัวพิมพ์บางชนิด *-vt.* **sorted, sorting** แยกประเภท, แยกกลุ่ม แบ่งกลุ่ม **-of sorts** ชนิดเลวหรือปานกลาง **-of a sort** ชนิดใดชนิดหนึ่ง **-out of sorts** อารมณ์ขุ่นเคือง **-sort of** ค่อนข้าง, ทีเดียว **-sortable** *adj.* **-sorter** *n.* (-S. kind, variety) *-Ex. An iguana is a sort of lizard., What sort of person?, Which sort?, some sorts of, something of the sort, to sort the laundry*

sortie (ซอร์' ที) *n.* การฝ่าวงล้อมออกไปโจมตีผู้โอบล้อม, กลุ่มทหารที่ฝ่าวงล้อมดังกล่าว, เที่ยวบินปฏิบัติการ *-vi.* **-tied, tieing** ฝ่าวงล้อม, บินปฏิบัติการ (-S. foray)

SOS (เอส' โอเอส') *n.* สัญญาณขอความช่วยเหลือเมื่อมีภยันตรายเกิดขึ้น (กับเรือหรือเครื่องบิน), สัญญาณขอความช่วยเหลือ, การขอความช่วยเหลือ

so-so (โซ' โซ) *adj.* ไม่สนใจไยดี, เฉยๆ, ไม่ดีและไม่เลว, โดยปกติ

sostenuto (ซอสทะนู' โท) *adj., adv.* (ดนตรี) รักษาระดับเสียง *-n., pl.* **-tos/-ti** การรักษาระดับเสียง

sot (ซอท) *n.* คนขี้เมา

sotto voce (ซอท'โท' โว' ชี) *adv., adj.* เสียงต่ำหรือเสียงค่อย (เพื่อไม่ให้ใครแอบได้ยิน), กดเสียงไว้

sou (ซู) *n.* เหรียญบรอนซ์ของทางฝรั่งเศสที่มีค่าน้อยมาก, เงินจำนวนเล็กน้อยมาก

soubrette (ซูบรีท) *n.* คนใช้หญิงในบทละคร, ผู้แสดงบทดังกล่าว, หญิงสาวทะเล้น

soufflé (ซูเฟล', ซู' เฟล) *n.* อาหารที่ทำจากไข่ตีกับนมให้เข้ากัน, ไข่ทอดฟู (-S. puffed up)

sough (เซา, ซัฟ) *vi.* **soughed, soughing** เกิดเสียงซู่ซ่า, ทำเสียงอุบอิบ, ทำเสียงน้ำไหลในลำธาร *-n.* เสียงดังกล่าว

sought (ซอท) *vt.,vi.* กริยาช่อง 2 และ 3 ของ seek *-Ex. Danai sought success for years before be found it.*

soul (โซล) *n.* วิญญาณ, จิตวิญญาณ, พลังจิต, มนุษย์, บุคคล, ส่วนที่สำคัญ, แก่นสาร, แบบฉบับ **-Soul** พระผู้เป็นเจ้า (-S. spirit, mind, person) *-Ex. body and soul, for the good of your soul, lost souls, souls in heaven, has no poetry in his soul, The leader was the soul of the expedition.*

soul brother (คำสแลง) ชาวนิโกร (ในสหรัฐอเมริกา)

soulful (โซล' ฟูล) *adj.* เต็มไปด้วยความรู้สึก, เต็มไปด้วยอารมณ์, แสลงใจ **-soulfully** *adv.* **-soulfulness** *n.*

soul kiss, French kiss การจูบโดยใช้ลิ้นดุนกัน

soulless (โซล' ลิส) *adj.* ไม่มีจิตวิญญาณ, ไม่มีจิตใจ, ไร้ความรู้สึก, ไร้ความปรานี, ชั่วช้า **-soullessly** *adv.* **-soullessness** *n.*

soul mate คู่รัก, คนที่รักกันมาก

soul (music) ดนตรีป๊อปชนิดหนึ่งของอเมริกาเหนือ มีต้นกำเนิดจากดนตรีบลูส์ของคนผิวดำ

soul-searching (โซล' เซิร์ชชิง) *n.* การวิเคราะห์จิตตัวเอง

sound¹ (เซานฺดฺ) *n.* เสียง, เสียงอักษร, เสียงเปล่ง, เสียงอึกทึกครึกโครม, ลักษณะอักษร, เสียงบันทึก, ผลของเหตุการณ์, วิชาเสียง *-v.* **sounded, sounding** *-vi.* ทำให้เกิดเสียง, ปล่อยเสียง, ได้ยิน, ประกาศ, ปรากฏ *-vt.* ทำให้เกิดเสียง, ประกาศ, ออกเสียง, ใช้เครื่องตรวจฟังเสียง **-sound off** ขานชื่อ เรียกชื่อ, บ่น, รำพึง, คุยโว (-S. din, noise, tone) *-Ex. The squeaking door sounds like the squeak of a mouse., Sound the fire alarm!, The news sounds bad to me.*

sound² (เซานฺดฺ) *adj.* **sounder, soundest** แข็งแรง, มีสุขภาพดี, สมบูรณ์, ไม่มีโรค, มีฐานะการเงินดี, มี

ความสามารถ, ไม่มีข้อบกพร่อง, ชอบด้วยกฎหมาย, ไม่ถูกขัดขวาง, ไม่ถูกรบกวน, ถ้วนทั่ว, ตลอด **-soundly** *adv.* **-soundness** *n.* (-S. whole, healthy, correct, accepted, stable, complete -A. weak, foolish, damaged, silly, untried, shaky) *-Ex. a sound business, sound advice, a sound political speech, men of sound mind and body, a sound policy, sound construction, sound sleep, a sound whipping*

sound³ (เซานฺดฺ) *v.* **sounded, sounding** *-vt.* วัดความลึก, หยั่งความลึก, วัด, ตรวจสอบ, ประเมิน *-vi.* วัดความลึก, หยั่งความลึก, ตรวจสอบ, สอบถาม *-n.* เครื่องมือยาวสำหรับวัดโพรงร่างกาย (-S. seem, appear) *-Ex. to sound a question, Somchai sounded the members.*

sound⁴ (เซานฺดฺ) *n.* ช่องแคบระหว่างสายน้ำ, ช่องแคบระหว่างเกาะกับแผ่นดิน, อ่าว, ถุงลมของปลา

sound barrier กำแพงเสียง, แรงดึงให้ช้าลงเมื่อเครื่องบินใกล้ความเร็วเสียง

sounding¹ (เซานฺ' ดิง) *adj.* ปล่อยเสียง, ทำให้เกิดเสียง, เปล่งเสียง, เสียงรัว, เสียงสั่น, โอ้อวด, วางมาด, คุยโว

sounding² (เซานฺ' ดิง) *n.* การหยั่งความลึกของน้ำ, การหยั่งความลึก, การวัดความลึก **-soundings** บริเวณน้ำที่สามารถหยั่งความลึกได้ด้วยสายถ่วงน้ำหนัก, ความลึกที่ได้จากการหยั่งดังกล่าว

sounding line สายเชือกหรือลวดที่ผูกตะกั่วหรือเครื่องถ่วงอื่นๆ เพื่อหยั่งความลึก

soundproof¹ (เซานฺดฺ' พรูฟ) *adj.* เสียงไม่สามารถผ่านได้, กันเสียง

soundproof² (เซานฺดฺ' พรูฟ) *vt.* **-proofed, -proofing** ทำให้กันเสียง, ไม่ให้เสียงผ่าน

sound track แถบบันทึกเสียงบนฟิล์มภาพยนตร์

sound wave คลื่นเสียง (โดยเฉพาะที่ได้ยินโดยหูมนุษย์)

soup (ซูพ) *n.* ซุป, น้ำแกง, สิ่งที่เหมือนน้ำแกง, หมอกหนา, กำลังเสริม (โดยเฉพาะกำลังม้า) **-in the soup** เดือดร้อน **-soup up** เพิ่มกำลัง

soupçon (ซูพซอน', ซูพ' ซอน) *n.* จำนวนเล็กน้อย, ร่องรอยเล็กน้อย, ความสงสัย, ความข้องใจ

sour (เซา' เออะ) *adj.* **sourer, sourest** เปรี้ยว, มีรสเปรี้ยว, บูดบึ้ง, บูด, หมัก, รสหมัก, ฟูขึ้น, ไม่สมใจ, ไม่มีรสชาติ, ต่ำกว่ามาตรฐาน, เลว, มีอารมณ์บูดบึ้ง, ขุ่นเคือง, (ดนตรี) มีเสียงเพี้ยน *-n.* สิ่งที่เปรี้ยว, เหล้าค็อกเทลที่ประกอบด้วยวิสกี้หรือเหล้ายินกับน้ำมะนาวและน้ำตาล, กรดหรือสารกรดที่ใช้ขจัดสบู่หรือผงซักฟอกที่ติดอยู่ *-v.* **soured, souring** *-vi.* กลายเป็นเปรี้ยว, กลายเป็นบูด, หมัก, หมักฟู, ทำให้เสื่อมเสีย, ทำให้เปรอะเปื้อน, (ดิน) เป็นกรดมากเกินไป *-vt.* ทำให้เปรี้ยว, ทำให้บูด, ทำให้เสื่อมเสีย, ทำให้เน่า, ทำให้ขมขื่น, ทำให้ขุ่นเคือง **-sourish** *adj.* **-sourly** *adv.* **-sourness** *n.* (-S. tart, acetic, acid, sharp) *-Ex. sour fruit, sour milk, Hot weather will sour milk quickly., Lemons are sour., The soup has turned sour., a sour look, a sour smell, a sour temper*

sourball (เซาร์' บอล) *n.* ขนมกลมผสมผลไม้รสเปรี้ยว

source (ซอร์ส) *n.* แหล่ง, แหล่งที่มา, แหล่งกำเนิด, ต้นตอ, บ่อเกิด, มูล, ราก, ต้นน้ำ, แหล่งข้อมูล, แหล่งข่าว, ผู้ให้ข่าว (-S. derivation, origin) *-Ex. Brazil is a well spring sources of coffee., Potatoes are a source of starch.*

sourdough (เซาร์' โด) *n.* เชื้อใส่ขนมปังให้ฟู, ผู้บุกเบิก, ผู้แสวงโชค, ผู้สำรวจแร่

sour grapes รังเกียจสิ่งที่ตัวเองไม่มีหรือไม่สามารถมีได้, องุ่นเปรี้ยว

souse (เซาซฺ) *v.* **soused, sousing** *-vt* จุ่ม, แช่, กดน้ำ, สาดน้ำ, จิ้ม, ลวก, ชง, โกรก, ทำให้เปียกชุ่ม, ทำให้เมา, ทำให้มึนเมา *-vi.* จุ่ม, แช่, สาดน้ำ, กลายเป็นเปียกชุ่ม *-n.* การจุ่ม, การแช่, การรดน้ำ, การสาดน้ำ, การจิ้ม, การลวก, การชง, การโกรก, สิ่งที่จุ่ม (แช่), น้ำจิ้ม, ขี้เมา (-S. soak, steep, drench)

south (เซาธฺ) *n.* ทิศใต้, ทักษิณ, ปักษ์ใต้, ทางใต้, ใต้, ภายใต้ *-adj.* อยู่ทางใต้, ไปทางทิศใต้, มาจากทิศใต้ *-adv.* ไปทางทิศใต้, มาทางทิศใต้ *-Ex. Father's family lived in the South., the South Pole*

southbound (เซาธฺ' เบานฺดฺ) *adj.* ไปทางใต้

southeast (เซาธฺอีสทฺ') *n.* ทิศตะวันออกเฉียงใต้, อาคเนย์, ภาคอาคเนย์ *-adv.* ไปยังหรือมาจากทิศตะวันออกเฉียงใต้ **-Southeast** ภาคอาคเนย์ของสหรัฐอเมริกา

Southeast Asia เอเชียอาคเนย์, ประเทศและดินแดนในบริเวณทิศตะวันออกเฉียงใต้ของทวีปเอเชีย (ได้แก่ บรูไน พม่า เขมร อินโดนีเซีย ลาว ไทย มาเลเซีย ฟิลิปปินส์ ติมอร์ สิงคโปร์ เวียดนาม) **-Sounth-east Asian** *adj., n*

southeaster (เซาธฺอีส' เทอะ) *n.* ลมหรือพายุจากทางทิศตะวันออกเฉียงใต้ (-S. wind)

souther (เซาธฺ' เธอะ) *n.* ลมหรือพายุจากทางใต้

southerly (เซาธฺ' เธอลี) *adj.* เกี่ยวกับหรือตั้งอยู่ทางทิศใต้, ทางทิศใต้, หันไปทางใต้, มาจากทางใต้ *-n.* ลมหรือพายุที่ไปยังหรือมาจากทางทิศใต้ *-Ex. a southerly trip, a southerly breeze*

southern (เซาธฺ' เธิร์น) *adj.* ไปยังทิศใต้, มาจากทางใต้, เกี่ยวกับทิศใต้, เกี่ยวกับภาคใต้, ชาวใต้ **-Southern** เกี่ยวกับภาคใต้, ซึ่งอยู่ทางใต้ของเส้นศูนย์สูตร, ซึ่งอยู่ทางใต้ของจักรราศี, ภาษาอังกฤษที่ใช้กันในภาคใต้ของสหรัฐอเมริกา **-southerness** *n. -Ex. a southern climate, the soutbern part of town, Father's family was southern.*

southerner (ซัธ' เธิร์นเนอะ) *n.* ชาวปักษ์ใต้, ประชาชนที่อยู่ในภาคใต้

Southern Hemisphere ซีกโลกใต้ระหว่างขั้วโลกใต้กับเส้นศูนย์สูตร

southernmost (ซัธ' เธิร์นโมสทฺ) *adj.* ใต้สุด

southpaw (เซาธฺ' พอ) *n.* (คำสแลง) บุคคลผู้ถนัดมือซ้าย นักมวยหมัดซ้าย (กีฬาเบสบอล) นักขว้างลูกมือซ้าย *-adj.* มือซ้าย, ถนัดซ้าย (-S. left-handed)

South Pole ขั้วโลกใต้ **-south pole** ขั้วใต้ของ

S

แม่เหล็ก

South Seas ทะเลที่อยู่ทางใต้ของเส้นศูนย์สูตร

southward (เซาธฺ' เวิร์ด) *adj.* ไปทางใต้, หันไปทางใต้, อยู่ทางใต้ *-adv.* ไปทางใต้ *-n.* ภาคใต้ *-Ex. to sail southward, a southward course*

southwards (เซาธฺ' เวิร์ดซฺ) *adv.* ไปทางใต้ **-southwardly** *adj., adv.*

southwest (เซาธฺเวสทฺ') *n.* ทิศตะวันตกเฉียงใต้, บริเวณทิศตะวันตกเฉียงใต้ *-adj.* ไปทางทิศตะวันตกเฉียงใต้, อยู่ทางทิศตะวันตกเฉียงใต้, มาจากทิศตะวันตกเฉียงใต้ *-adv.* ไปทางทิศตะวันตกเฉียงใต้ **-southwestern** *adj.*

southwester (เซาธฺเวส' เทอะ) *n.* ลมหรือพายุจากทิศตะวันตกเฉียงใต้, หมวกกันน้ำชนิดหนึ่งที่มีปีกกว้างมากที่ส่วนหลัง

souvenir (ซูวะเนียร์') *n.* ของที่ระลึก, ของที่เป็นอนุสรณ์, ความทรงจำ, ที่ระลึก (-S. memento)

sovereign (ซอฟ' เวอะเรน) *n.* กษัตริย์, รัฏฐาธิปัตย์, ผู้มีอำนาจสูงสุดของประเทศ, ผู้ปกครองประเทศ, เหรียญทองคำของอังกฤษที่มีค่าเท่ากับหนึ่งปอนด์สเตอลิง (เลิกใช้เมื่อปี ค.ศ. 1914) *-adj.* เกี่ยวกับกษัตริย์หรือรัฏฐาธิปัตย์, เกี่ยวกับอำนาจสูงสุดของการปกครอง, เกี่ยวกับอำนาจของกษัตริย์, ซึ่งมีอำนาจสูงสุด, สูงสุด, ใหญ่ยิ่งที่สุด, เหนือกว่าสิ่งอื่นๆ ทั้งหมด, มีอำนาจการปกครองตัวเองที่อิสระ, เกี่ยวกับอำนาจอธิปไตย, โดยสิ้นเชิง, โดยครบถ้วน, มีประสิทธิภาพ **-sovereignly** *adv.* (-S. monarch, king, queen, ruling, free) *-Ex. The ruler holds sovereign power in his country., a sovereign state, the sovereign remedy*

sovereignty (ซอฟ' เวอะเรนที) *n., pl.* **-ties** อำนาจกษัตริย์, อำนาจรัฏฐาธิปัตย์, อำนาจสูงสุดในการปกครองประเทศ, อำนาจอธิปไตย, รัฐหรือประเทศที่มีอำนาจอธิปไตย, รัฐหรือประเทศที่มีอำนาจในการปกครองตัวเองโดยอิสระ *-Ex. In a monarchy sovereignty rests with the king but in a democracy it rests with the people.*

soviet (โซ' เวียต) *n.* สภานิติบัญญัติประจำตำบลในโซเวียตซึ่งกลายเป็นสภาสูงสุดโซเวียต (Supreme Soviet), สภากลาง *-adj.* เกี่ยวกับโซเวียต, เกี่ยวกับสภานิติบัญญัติดังกล่าว **-Soviets** ข้าราชการปกครองหรือประชาชนโซเวียต

Soviet Union สหภาพโซเวียต มีเมืองหลวงชื่อกรุงมอสโคว์ มีอีกชื่อว่า Russia มีชื่อทางการว่า Union of Soviet Socialist Republics (-S. Soviet Russia)

sow¹ (โซ) *vt., vi.* **sowed, sown/sowed, sowing** หว่าน, หว่านเมล็ด, เพาะเมล็ด, ทำให้กระจาย, ทำให้แพร่หลาย **-sower** *n.*

sow² (ซอ) *n.* สุกรตัวเมีย, แม่สุกรตัวใหญ่, สัตว์เพศเมีย, ร่องไหลของเหล็กหลอม, เหล็กหลอมที่แข็งตัวในร่องรวม *-Ex. The farmer sows the grain in the spring., The field is already sown., Saw seed in the field.*

soy (ซอย) *n.* น้ำซอสถั่วเหลือง, น้ำซีอิ๊ว, ถั่วเหลือง, ถั่วแระ (-S. soybean)

soya (ซอย' ยะ) *n.* ดู soybean

soybean (ซอย' บีน) *n.* ต้นถั่วเหลือง *(Glycine max)*, เมล็ดถั่วเหลือง (-S. soja, soya)

soybean

soybean oil น้ำมันถั่วเหลือง

spa (สพา) *n.* น้ำพุแร่, บ่อน้ำแร่, สถานที่มีบ่อน้ำแร่, โรงแรมหรูหรา, โรงแรมพักฟื้นที่มีบ่อน้ำแร่

space (สเพส) *n.* อวกาศ, ช่องว่าง, ที่ว่างเปล่า, ที่ว่างเปล่าในท้องฟ้า, ทางหนีทีไล่, ที่นั่ง (ในรถไฟ เครื่องบินหรือยานพาหนะอื่นๆ), ช่องว่างระหว่างบรรทัด, ระยะห่าง, ระยะเว้น, ระยะช่อง, ระยะทาง, ระยะเวลา, หน้ากระดาษ, สลักเปิด *-vt., vi.* **spaced, spacing** เว้นช่อง, เว้นช่องบรรทัด, เว้นระยะ, เว้นวรรค (-S. capacity, expanse, margin, play) *-Ex. The earth moves through space., The space is occupied by a solid.*

spacecraft (สเพส' แครฟทฺ) *n., pl.* **spacecraft** ยานอวกาศ

spaced-out (สเพสทฺ' เอาทฺ') *adj.* (คำสแลง) เมายาเสพย์ติดหรือเหล้า

spaceless (สเพส' ลิส) *adj.* ไม่มีขอบเขต, ไม่มีที่สิ้นสุด, ไม่มีช่องว่าง (-S. limitless)

spaceman (สเพส' เมิน) *n., pl.* **-men** นักบินอวกาศ

spaceship (สเพส' ชิพ) *n.* ยานอวกาศ

space shuttle กระสวยอวกาศ (เครื่องบินและยานอวกาศลำแรกของโลก สร้างโดยสหรัฐอเมริกาในปี ค.ศ. 1981)

space station สถานีอวกาศ

space-time (คณิตศาสตร์) ตัวต่อเนื่องสี่มิติที่มีสาม spatial coordinates และหนึ่ง temporal coordinate

spacing (สเพ' ซิง) *n.* การเว้นวรรค, การเว้นช่อง, สิ่งที่เว้นวรรค, สิ่งที่เว้นช่อง, การจัดให้มีช่อง, การปรับวรรคตอน, การปรับระยะ

spacious (สเพ' เชิส) *adj.* มีเนื้อที่มาก, กว้างขวาง, กว้างใหญ่ไพศาล **-spaciously** *adv.* **-spaciousness** *n.* (-S. ample, broad, vast, extensive) *-Ex. a spacious house, spacious view*

spade¹ (สเพด) *n.* เสียม, พลั่ว, จอบ, เครื่องขุด, เครื่องแซะ *-vt.* **spaded, spading** ขุดหรือแซะด้วยเสียม (พลั่ว จอบ) **-call a spade a spade** เรียกที่อๆ, พูดตรงไปตรงมา, พูดอย่างโผงผาง **-spader** *n.*

spade² (สเพด) *n.* รูปโพดำ, ไพ่โพดำ **-spades** ชุดไพ่โพดำ, นิโกร **-in spades** สุดขีด, อย่างยิ่ง, แน่นอน, ไม่ยับยั้ง, โผงผาง *-Ex. We use a spade to dig up earth., Father spaded the earth to look for some earth worms.*

spadework (สเพด' เวิร์ค) *n.* งานพื้นฐาน

spadix (สเพ' ดิคซฺ) *n., pl.* **-dices** ดอกหน้าวัว

spadix

spaghetti (สพะเกท' ที) *n.* อาหารอิตาเลียน เป็นเส้นยาวที่ใช้กินกับเนื้อมะเขือเทศและอื่นๆ, หลอดฉนวนเล็กๆ

spake (สเพค) *vt.,vi.* กริยาช่อง 2 ของ speak

span¹ (สแพน) *n.* ช่วงห่างระหว่างปลายนิ้วหัวแม่มือกับ

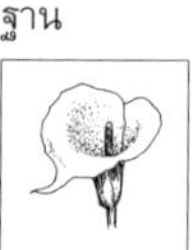

span² 819 **spat²**

ปลายนิ้วก้อยเมื่อกางนิ้วออกเต็มที่, กว้างหนึ่งคืบ (ประมาณ 9 นิ้ว), การขยายปีก, ระยะเวลา, ระยะกว้าง, ช่วงห่างของตอม่อสะพาน, ช่วงห่าง, ก้าว, สมัย, ชั่วอายุ *-vt.* **spanned, spanning** วัดเป็นคืบ, ประเมิน, ประเมินค่า, ยืดเวลาออกไป, ก้าวข้าม (-S. stretch) *-Ex. the bridge spans the river, a span of years*

span² (สแพน) *n.* ม้าคู่ (หรือสัตว์อื่น) ที่เทียมเข้าด้วยกัน

spangle (สแพง' เกิล) *n.* แผ่นโลหะเล็กบางวาววับที่ใช้เป็นเครื่องประดับ, สิ่งที่วาววับหรือแพรวพราว *-v.* **-gled, -gling** *-vt.* ประดับด้วยโลหะหรือสิ่งดังกล่าว *-vi.* วาววับหรือแพรวพราว **-spangly** *adj.*

Spaniard (สแพน' นาร์ด) ชาวสเปน

spaniel (สแพน' เยิล) *n.* สุนัขขนาดเล็กหรือปานกลางชนิดหนึ่งที่มีขนยาวและหูยาน, บุคคลที่ยอมตามผู้อื่น

Spanish (สแพน' นิช) *adj.* เกี่ยวกับสเปน (ประชาชน ภาษา วัฒนธรรมและอื่นๆ) *-n.* ชาวสเปน, ภาษาสเปน

Spanish fly แมลงวันสเปน ใช้เป็นยาขับปัสสาวะและขับเหงื่อหรือกระตุ้นกาม

Spanish Main ดินแดนในทวีปอเมริกาที่ประชิดกับทะเลแคริบเบียน

spank (สแพงคฺ) *v.* **spanked, spanking** *-vt.* ตีก้น *-vi.* ไปอย่างรวดเร็ว, (ม้า) วิ่งเร็ว *-n.* การตีก้น **-spanking** *adj.* **-spanker** *n.* (-S. move rapidly, smartly) *-Ex. Mother told baby to be good or she would spank her.*

spanner (สแพน' เนอะ) *n.* เครื่องวัด, กุญแจเลื่อน, กุญแจปากตาย, คีมปากตาย, ไม้ขวางค้ำยันช่วงห่างของตอม่อสะพาน, ตัวด้วง (-S. wrench)

spar¹ (สพาร์) *n.* หินแร่ผลึก

spar² (สพาร์) *n.* เครื่องเสาหรือไม้กลมที่ใช้ค้ำยึด (เช่นเสากระโดงเรือ ไม้ใบเรือ), โครงปีกเครื่องบิน *-vt.* **sparred, sparring** จัดให้มีเครื่องเสาหรือโครงดังกล่าว

spar³ (สพาร์) *vi.* **sparred, sparring** ต่อยมวย, ชกมวย, ซ้อมมวย, ตั้งหมัด, ต่อยหมัด, (ไก่) ต่อสู้กัน, ทะเลาะ, โต้เถียง *-n.* การชกมวย, การต่อยมวย, การตีไก่, อากัปกิริยาการต่อยมวย, การทะเลาะวิวาท

spare (สแพร์) *v.* **spared, sparing** *-vt.* ประหยัด, สงวน, มัธยัสถ์, ออม, เจียด, ไม่ใช้, ปล่อยไป, ปล่อยไว้, ยกโทษให้, อภัยโทษ, ยกชีวิต, ละเว้น, งดเว้น, เหลือไว้ *-vi.* ประหยัด, มัธยัสถ์, ให้อภัย, ยกโทษ, ไม่ทำร้าย *-adj.* สงวน, ออม, มีเหลือ, มีเกิน, ประหยัด, มัธยัสถ์, ผอม, ขาดแคลน *-n.* สิ่งที่ออมไว้, ชั้นสำรอง, สิ่งสำรอง, ของอะไหล่, (กีฬาโบว์ลิ่ง) การล้มตัวโบว์ลิ่งลงหมดด้วยลูกโยน 2 ลูก, แต้มที่ทำได้จากการโยนดังกล่าว **-sparely** *adv.* **-spareness** *n.* **-sparer** *n.*

spareribs (สแพร์' ริบซฺ) *n.pl.* เนื้อซี่โครงหมู

sparing (สแพ' ริง) *adj.* ประหยัด, มัธยัสถ์, ออม, สงวน, เจียด, ปรานี, โอนอ่อนผ่อนโยน, ขาดแคลน, จำกัด **-sparingly** *adv.* **-sparingness** n. (-S. thrifty, frugal, econominal) *-Ex. a sparing housewife*

spark¹ (สพาร์ค) *n.* ประกายไฟ, ไฟพะเนียง, การลุกเป็นไฟ, ประกายแวววาว, ประกายเพชรพลอย, จำนวนเล็กน้อย, ร่องรอยเล็กน้อย, ร่องรอยแห่งชีวิตหรือพลัง, ความมีชีวิตชีวา, ความเฉียบแหลม, เจ้าหน้าที่ควบคุมวิทยุบนเรือหรือเครื่องบิน *-v.* **sparked, sparking** *-vi.* ปล่อยประกายไฟ, ปล่อยไฟพะเนียง, เป็นประกายไฟ, เป็นประกายเพชรพลอย, ส่งแสงแวววับ *-vt.* ทำให้เกิดประกายไฟ, กระตุ้น, ทำให้มีชีวิตชีวา, เร้าใจ, ปลุกเร้า **-sparker** *n.*

spark² (สพาร์ค) *n.* เจ้าชู้, ชายชู้, ชายหนุ่ม, ผู้สะโอดสะอง, หญิงผู้สวยงาม *-vt.,vi.* **sparked, sparking** เกี้ยว, ขอความรัก, ขอแต่งงาน

sparkle (สพาร์ค' เคิล) *v.* **-kled, -kling** *-vi.* เป็นประกายไฟ, ส่องแสงแวววับ, ส่องแสงระยิบระยับ, เป็นฟองลอยขึ้น, มีชีวิตชีวา *-vt.* ทำให้เป็นประกายไฟ, ทำให้ระยิบระยับ *-n.* ประกายไฟ, แสงแวววับ, แสงระยิบระยับ, ความสุกสกาว, ความมีชีวิตชีวา (-S. glisten, glitter, flash, twinkle, dazzle, fizzle, bubble)

sparrow (สแพร์' โร) *n.* นกกระจอก

sparrow

sparrow hawk เหยี่ยวหางสั้น จำพวก *Accipter nisus* มันชอบกินนกเล็กๆ, เหยี่ยวขนาดเล็ก จำพวก *Falco sparverius*

sparse (สพาร์ส) *adj.* **sparser, sparsest** บางตา, เบาบาง, หร็อมแหร็ม, ขาดแคลน, มีน้อย **-sparsely** *adv.* **-sparsity, sparseness** *n.* (-S. scant) *-Ex. a sparse population, a sparse growth of hair*

Sparta (สพาตา) ชื่อเมืองโบราณในภาคใต้ของกรีกเป็นเมืองหลวงของ Laconia และเป็นเมืองเอกของ Peloponnesus มีชื่อเสียงเกี่ยวกับการมีทหารที่เก่งกล้ามีวินัยสูงและทรหด

Spartan (สพาร์' เทิน) *adj.* เกี่ยวกับเมือง Sparta และประชาชนที่อาศัยอยู่ในเมืองดังกล่าว, คล้ายสปาร์ตา, มีวินัยสูง, กล้าหาญ, ทรหดอดทน, ไม่เกรงกลัว *-n.* ชาวเมืองสปาร์ตา, บุคคลที่มีลักษณะนิสัยเหมือนชาวสปาร์ตา **-Spartanism** *n.* (-S. rigorous)

spasm (สแพ' ซึม) *n.* อาการกล้ามเนื้อกระตุก, การหดเกร็งของกล้ามเนื้อ, การชักกระตุกของท่อหรือรูเปิดในร่างกาย, ความรู้สึกหรือพลังที่เกิดขึ้นอย่างฉับพลัน *-Ex. a spasm of pain, a spasm of the stomach, spasm of fear, a spasm of work*

spasmodic (สแพซมอด' ดิค) *adj.* เกี่ยวกับหรือมีลักษณะของกล้ามเนื้อกระตุก, มีอาการกล้ามเนื้อกระตุก, มีอาการหดเกร็งของกล้ามเนื้อ, เกิดขึ้นอย่างรวดเร็วและไม่นาน **-spasmodically** *adv.*

spastic (สแพส' ทิค) *adj.* เกี่ยวกับหรือมีลักษณะของ ดู spasm *-n.* ผู้มีอาการกล้ามเนื้อกระตุก, ผู้ชักกระตุก, ผู้เป็นลมบ้าหมู **-spastically** *adv.* **-spasticity** *n.*

spat¹ (สแพท) *n., pl.* **spat/spats** การทะเลาะวิวาทกันเล็กๆ น้อยๆ, การตบเบาๆ, การตีเบาๆ *-v.* **spatted, spatting** *-vi.* โปรย, พ่น, ฉีด, ทำให้กระจาย, พรม, สาด *-vt.* ตบหรือตีเบาๆ *-Ex. The children had a spat over the ball game.*

spat² (สแพท) *vt.,vi.* กริยาช่อง 2 และ 3 ของ spit

S

spat³ (สแพท) *n.* ที่ครอบรองเท้า

spate (สเพท) *n.* ปริมาณมากมาย, จำนวนมากมาย, คำมากมาย, อารมณ์ท่วมท้น, น้ำท่วม, อุทกภัย, แม่น้ำที่มีน้ำล้นฝั่ง, ฝนตกหนักและกะทันหัน

spathe (สเพธ) *n.* ใบอ่อนรอบดอก, ใบอ่อนรอบช่อดอกไม้, กาบมะพร้าว, งวงมะพร้าว (-S. bract)

spathic (สแพธ' ธิค) *adj.* คล้ายหินผลึก, คล้าย spar

spatial (สเพ' เชิล) *adj.* เกี่ยวกับช่องว่าง, เกี่ยวกับอากาศ, มีอยู่ในช่องว่าง, มีอยู่ในอวกาศ **-spatiality** *n.* **-spatially** *adv.* (-S. spacial)

spatter (สแพท' เทอะ) *v.* **-tered, -tering** *-vt.* สาด, กระเด็น, โปรย, พรม, ทำให้เปื้อน, ทำให้เสื่อมเสียชื่อเสียง *-vi.* ฝนโปรยลงมา, หยดลงมา *-n.* เสียงสาด, เสียงกระเด็น, เสียงโปรย, การสาด (กระเด็น โปรย พรม), รอยกระเด็น, รอยสาด, รอยเปื้อน, จำนวนเล็กน้อย *-Ex. The rain spattered the clean car., Grease from the fryingpan spattered the stove., a spatter of grease, We heard the spatter of rain on the roof.*

spatula (สแพท' ทูละ) *n.* ช้อนปากแบนกว้างและทู่สำหรับตักหรือแผ่สารหรือยา **-spatular** *adj.*

spatulate (สแพช' ชุลิท) *adj.* เป็นรูปคล้ายรูปช้อน

spatulate

spavin (สแพฟ' วิน) *n.* โรคข้อเท้าบวมที่ขาหลังม้า, โรคปุ่มกระดูกที่งอกขึ้นบนพื้นกระดูกข้อเท้าม้า, ปุ่มกระดูกงอก

spawn (สพอน) *n.* กลุ่มไข่ปลา (หอย สัตว์สะเทินน้ำสะเทินบก), ลูกหลาน, แหล่งกำเนิด, ส่วนที่เป็น mycelium ของเห็ด *-v.* **spawned, spawning** *-vi.* วางไข่, คลอดลูก *-vt.* วางไข่, ให้กำเนิด, สร้างเป็นจำนวนมาก **-spawner** *n.* (-S. produce, generate) *-Ex. The fish spawn in fresh water., The criminal spawn of the slums.*

spay (สเพ) *vt.* **spayed, spaying** ตัดรังไข่ของสัตว์ออก

SPCA ย่อจาก Society for the Prevention of Cruelty to Animals

speak (สพีค) *v.* **spoke, spoken, speaking** *-vi.* พูด, คุย, กล่าว, แสดงความเห็น, สนทนา, เจรจา, ปราศรัย, ตรัส, บรรยาย, แถลง, แสดงถึง, เกิดเสียง, ดัง, เห่า *-vt.* พูด, เอ่ย, เปล่งเสียง, สาธยาย, พูดกับ **-so to speak** กล่าวเป็นนัยเป็นอุปมา **-speak for** พูดในนามของ **-to speak of** สมควรที่จะเอ่ยถึง (-S. talk, mention) *-Ex. The baby can't speak yet., Dang spoke little, but what he said was sensible., speak about for, Somchai spoke next, to speak Thai, so to speak*

speakeasy (สพิค' อีซี) *n., pl.* **-ies** สถานที่ขายเหล้าที่ผิดกฎหมาย

speaker (สพี' เคอะ) *n.* ผู้พูด, ผู้แสดงปาฐกถา, ผู้บรรยาย, การแสดงสุนทรพจน์, ประธานสภานิติบัญญัติ, เครื่องขยายเสียง, หนังสือฝึกพูด **-speakership** *n.* (-S. lecturer, orator) *-Ex. the Speaker or the House of Representatives, the Speaker of the House of Commons*

speaking (สพิค' คิง) *adj.* เกี่ยวกับการพูด, ซึ่งแสดงออก, มีชีวิตชีวา, ใช้สำหรับพูด, ใช้แสดงสุนทรพจน์ **-be on speaking terms (with)** รู้จักโดยผิวเผิน, ไม่ยอมพูดด้วย **-speakings** หนังสือท่องจำ, หนังสืออาขยาน

spear (สเพียร์) *n.* หลาว, แหลน, ทวน, ฉมวก, ทหารที่ถืออาวุธดังกล่าว, การแทงด้วยอาวุธดังกล่าว *-v.* **speared, spearing** *-vt.* แทงด้วยอาวุธดังกล่าว *-vi.* พุ่ง, แทงด้วยอาวุธดังกล่าว **-spearer** *n.* **-spearlike** *adj.* *-Ex. Father speared a piece of potato on his fork.*

spearfish (สเพียร์' ฟิช) *n., pl.* **spearfish/-fishes** ปลาจำพวก *Tetrapturus angustirostris* *-vi.* **-fished, -fishing** จับปลาได้ด้วยฉมวก **-spearfisher** *n.* **-spearfishing** *n.*

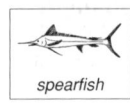

spearfish

spear gun ฉมวก

spearhead (สเพียร์' เฮด) *n.* หัวหอก, ปลายหอก, ผู้เป็นกองหน้า, ผู้นำหน้า *-vt.* **-headed, -heading** เป็นกองหน้า, นำหน้า, โจมตี (-S. lead, attack)

spearmint (สเพียร์' มินท) *n.* พืชจำพวก *Mentha spicata* ใช้เป็นตัวแต่งกลิ่นและรสเป็นพืชจำพวกสะระแหน่

spearmint

spec ย่อจาก specification รายละเอียดปลีกย่อยของผลิตภัณฑ์ กระบวนการหรืองาน, speculation การเก็งกำไร

special (สเพ' เชิล) *adj.* พิเศษ, เฉพาะ, จำเพาะ, เฉพาะอย่าง, เจาะจง, แตกต่างจากธรรมดา, ยกเว้น, ใหญ่ยิ่ง, มาก, สนิทสนม *-n.* ผู้ทำหน้าที่เฉพาะกิจ, สิ่งเฉพาะอย่าง, ฉบับพิเศษ, รถไฟพิเศษ, ขบวนพิเศษ, รายการพิเศษ **-specially** *adv.* (-S. uncommon, specific) *-Ex. a (very) special favour, special care, my own special chair, a special train, our special correspondent, a special case, her special friend, a special interest in games*

special delivery การส่งด่วนสำหรับไปรษณีย์ภัณฑ์ที่จ่ายค่าธรรมเนียมเพิ่มขึ้นกว่าปกติ

specialist (สเพช' ชะลิสท) *n.* ผู้เชี่ยวชาญ, ผู้ชำนาญการ, ผู้ชำนาญเฉพาะทาง, ผู้ชำนาญเฉพาะกิจ, ผู้ชำนาญพิเศษ **-specialistic** *adj.* *-Ex. A lawyer is a specialist in law.*

speciality (สเพชชิแอล' ที) *n., pl.* **-ties** ความชำนาญพิเศษ, สิ่งที่ชำนาญเป็นพิเศษ, ลักษณะเฉพาะ, ลักษณะเฉพาะสาขา, เรื่องที่ทำได้ดีเป็นพิเศษ, เรื่องใหม่, สิ่งใหม่, เรื่องเฉพาะกิจ, นิติกรรม, สัญญาที่ประทับตรา, ข้อปลีกย่อย (-S. specialty)

specialize (สเพช' เชลไลซ) *vi.,vt.* **-ized, -izing** เป็นผู้เชี่ยวชาญ, เป็นผู้ชำนาญการ, ศึกษาเป็นพิเศษ, ศึกษาเฉพาะสาขาทำให้เหมาะสมกับ, ปรับให้เข้าสภาวะบางอย่าง, ระบุ, กำหนดขอบเขต

species (สพี' ชี', -สพี' ซี') *n., pl.* **species** ชนิด, (พืช) ชนิดของสกุลพืช, จำพวก, รูปแบบ, อาหารของพระผู้เป็นเจ้าในรูปขนมปังหรือเหล้าองุ่น (ในพิธีระลึกถึงวันสวรรคตของพระเยซู) **-the species** มนุษย์, มนุษยชาติ *-Ex. the same species, a species of cruelty*

specifiable (สเพส' ซะไฟอะเบิล) *adj.* กำหนดได้แน่นอน, ระบุได้แน่นอน, เจาะจงได้

specific (สพิซิฟ' ฟิค) *adj.* โดยเฉพาะ, เจาะจง, พิเศษ, จำเพาะ, เป็นลักษณะเฉพาะ, ตามชนิด, ตามพันธุ์, เกี่ยวกับชนิดของพืช, ระบุ, กำหนด, (ฟิสิกส์) เปรียบเทียบ *-n.* สิ่งที่เจาะจง, สิ่งที่กำหนดหรือระบุไว้แน่นอน, ยาสำหรับโรคเฉพาะ, น้ำหนักพิกัด, เกณฑ์ **-specifically** *adv.* **-specificity** *n.* (-S. definite, particular) *-Ex. No specific reason for staying at home., He asked her to be more specific., specific orders, Penicillin is a specific for pneumonia., Quinine is a specific for malaria.*

specification (สเพสซะฟิเค' ชั่น) *n.* การเจาะจง, การกำหนดเฉพาะ, เกณฑ์, รายละเอียด, รายการ, โครงการ (-S. condition, detail) *-Ex. The architect's specifications for a bridge.*

specific gravity ความถ่วงจำเพาะ, ความหนาแน่นเปรียบเทียบ (-S. relative density)

specify (สเพส' ซะไฟ) *vt.* **-fied, -fying** กำหนด, กำหนดรายละเอียด, ระบุ, ระบุรายละเอียด, อธิบายอย่างละเอียด, ระบุชื่อ **-specifier** *n.* (-S. particularize, detail, name) *-Ex. to specify who was to inherit the house*

specimen (สเพส' ซะเมิน) *n.* ตัวอย่าง, แบบอย่าง, ผลิตภัณฑ์ตัวอย่าง, ตัวอย่างในการทดลอง, ข้อมูลสำหรับตรวจสอบ, อุทาหรณ์, สิ่งประหลาด, คนประหลาด, (-S. example, copy, model, instance, type) *-Ex. a specimen of insect, a specimen of deep sea life, a specimen of northern Thai songs*

specious (สพี' เชิส) *adj.* ดูเรียบร้อยภายนอก, น่าชมแต่ภายนอก, หน้าเนื้อใจเสือ, ปากหวานก้นเปรี้ยว, ดูคล้ายมีเหตุผล **-speciously** *adv.* **-speciousness** *n.*

speck (สเพค) *n.* จุด, จุดด่าง, รอยด่าง, รอยเปื้อน, มลทิน, จุดเล็กๆ, แต้ม, อนุภาคเล็กๆ, สิ่งที่ดูมีขนาดเล็ก *-vt.* **specked, specking** ทำให้เกิดเป็นจุด, แต้ม, ทำให้มีด่างพร้อย (-S. particle, spot, stain) *-Ex. a speck of dust, a speck of truth, glasses covered with specks, a black speck*

speckle (สเพค' เคิล) *n.* จุด, จุดเล็กๆ, แต้ม, รอยเปื้อน, รอยด่าง, รอยด่างพร้อย **-speckle** *v.*

specs (สเพคซฺ) *n. pl.* (ภาษาพูด) แว่นตา (-S. specks)

spectacle (สเพค' ทะเคิล) *n.* ภาพ, สิ่งที่ปรากฏให้เห็น, ปรากฏการณ์, ภาพที่น่าตื่นเต้น, การแสดงต่อหน้าสาธารณชน, การแสดง **-spectacles** (คำโบราณ) แว่นตา, สิ่งที่คล้ายแว่นตา **-make a spectacle of oneself** ประพฤติตัวไม่ดีในที่สาธารณะ (-S. display, event, scene) *-Ex. Grandmother wears spectacles., the spectacle of the fireworks*

spectacled (สเพค' ทะเคิลดฺ) *adj.* สวมแว่น, คล้ายแว่น, คล้ายสวมแว่นตา

spectacular (สเพคแทค' คิวเลอะ) *adj.* น่าตื่นเต้น, เกี่ยวกับการแสดงต่อหน้าสาธารณชน, เกี่ยวกับภาพที่น่าตื่นเต้น, ประทับใจ *-n.* การถ่ายทำโทรทัศน์ที่ประทับใจมาก, การแสดงที่ประทับใจมาก, ภาพที่ประทับใจมาก **-spectacularity** *n.* **-spectacularly** *adv.* (-S. daring, grand, magnificent) *-Ex. The hero came home to a spectacular celebration.*

spectator (สเพค' เทเทอะ) *n.* ผู้ชม, ผู้ดู, ผู้สังเกต, ผู้ดูเหตุการณ์ **-spectatorial** *adj. -Ex. I was just a spectator of the quarrel.*

specter (สเพค' เทอะ) *n.* ผี, สถานที่น่ากลัว, ความหวาดกลัว (-S. apparition)

spectra (สเพค' ทระ) *n. pl.* พหูพจน์ของ spectrum

spectral (สเพค' เทริล) *adj.* เกี่ยวกับภูตผีปีศาจ, คล้ายภูตผีปีศาจ, คล้ายหรือมีลักษณะของ spectrum **-spectrality, spectralness** *n.* **-spectrally** *adv.*

spectrogram (สแพค' ทระแกรม) *n.* ภาพสเปกตรัมหรือแสงแยกสี

spectroscope (สแพค' ทระสโคพ) *n.* เครื่องมือทำและวินิจฉัย spectrum

spectrum (สเพค' ทรัม) *n., pl.* **-tra/-trums** แถบคลื่นการสั่นทางแม่เหล็กไฟฟ้าที่เกิดจากการหักเหของแสงสีขาว, แถบคลื่นดังกล่าวที่มองเห็นได้ด้วยตาเปล่า มี 7 สีคือ แดง ส้ม เหลือง เขียว น้ำเงิน คราม และม่วง, แถบความถี่หรือความยาวคลื่นของคลื่นแม่เหล็กไฟฟ้าที่จัดเรียงกันตามลำดับ (แดงถึงม่วง) (-S. range, spread, scope)

specular (สเพค' คิวละ) *adj.* เกี่ยวกับหรือมีลักษณะของกระจกเงา, เหมือนกระจกเงา, เกี่ยวกับ speculum **-specularly** *adv.*

speculate (สเพค' คิวเลท) *vt., vi.* **-lated, -lating** พิจารณา, เก็ง, เดา, ครุ่นคิด, เสี่ยงโชค, คาดการณ์, ซื้อขายหากำไร, ค้าขาย (-S. conjecture, ponder, meditate, consider, contemplate) *-Ex. to speculate upon the existence of life on other planets, Samai made his fortune speculating on the stock exchange.*

speculation (สเพคคิวเล' ชั่น) *n.* การพิจารณา, การเก็ง, การเดา, การครุ่นคิด, การเสี่ยงโชค, การคาดการณ์, การซื้อขายหากำไร, การค้าขาย *-Ex. There was much speculation about whether there is life upon other planets., engage in speculation, Early speculations about the causes of AIDS prove false.*

speculative (สเพค' คิวละทิฟว) *adj.* เกี่ยวกับ (การพิจารณา การเก็ง การเดา การครุ่นคิด การเสี่ยงโชค การคาดการณ์), เป็นทฤษฎี **speculatively** *adv.* **-speculativeness** *n.*

speculator (สเพค' คิวเลเทอะ) *n.* ผู้ครุ่นคิด, ผู้เก็งกำไร, ผู้เสี่ยงโชค, ผู้ซื้อขายหากำไร

speech (สพีช) *n.* การพูด, วิธีการพูด, คำพูด, คำบรรยาย, สุนทรพจน์, วิชาเกี่ยวกับการพูด, ข่าวลือ, ภาษาของชนชาติ, ภาษา (-S. communication, conversation, dialogue) *-Ex. the power of speech, I can tell from your speech that you are a Southern Thai., Animals do not have speech., The mayor made a speech., Dang uses good speech., a graduation speech*

speechify (สพี' ชะไฟ) *vi.* **-fied, -fying** ปราศรัย **-speechifier** *n.*

speechless (สพีช' ลิส) *adj.* เงียบ, อึ้ง, ไม่พูด, พูดไม่ออก, เป็นใบ้, ไร้ถ้อยคำ, ไม่มีการกล่าวสุนทรพจน์,

S

ไม่สามารถจะถ่ายทอดเป็นคำพูดได้ **-speechlessness** *n. -Ex. Dang remained speechless throughout the scolding., a speechless rage*

speed limit ความเร็วสูงสุดที่รถยนต์สามารถวิ่งได้ตามกฎหมาย

speechmaker (สพีช' เมคเคอะ) *n.* ผู้กล่าวสุนทรพจน์, ผู้บรรยาย, ผู้กล่าวคำปราศรัย, ผู้สาธยาย **-speechmaking** *n.*

speed (สพีด) *n.* ความเร็ว, ความรวดเร็ว, ความว่องไว, ฝีเท้า, เกียร์ความเร็วของรถ, อัตราความเร็ว, ความไวของฟิล์มหรือกระดาษที่มีต่อแสง, ความเร็วหน้ากล้องถ่ายรูป, รูเปิดกว้างสุดที่ใช้เลนส์กล้องถ่ายรูป, ยาบ้า (amphetamine), ความสำเร็จ, ความเจริญรุ่งเรือง *-v.* **sped/speeded, speeding** *-vt.* เร่ง, กระตุ้น, ส่งเสริม, ทำให้สำเร็จเร็วขึ้น, เร่งความเร็ว, เร่งฝีเท้า, ส่งลูกอย่างรวดเร็ว, ทำให้ประสบความสำเร็จ *-vi.* ไปด้วยความรวดเร็ว, ขับด้วยความรวดเร็ว, เพิ่มอัตราความเร็ว, ปรับอัตราความเร็ว, อวยพร, ประสบความสำเร็จ, เจริญรุ่งเรือง **-at full/top speed/up to speed** ความเร็วสูงสุด, เต็มความสามารถ (**-S.** rapidity, hurry, rash) *-Ex. The speed is 90 miles an hour., at a great speed, at full speed, at half speed, with all possible speed, The train came speeding down the line., the speed of this train, Mother had a summons for speeding.*

speedboat (สพีด' โบท) *n.* เรือยนต์ที่มีอัตราความเร็วสูง

S

speedometer (สพิดดัม' มิเทอะ) *n.* มาตรวัดความเร็ว, มาตรบอกอัตราความเร็ว

speedup (สพีด' อัพ) *n.* การเร่งความเร็ว, การเพิ่มความเร็ว, การเร่งการผลิต (แต่ไม่ได้เพิ่มค่าจ้างตาม) (**-S.** speedup, step up)

speedway (สพีด' เว) *n.* ถนนแข่งรถยนต์

speedy (สพี' ดี) *adj.* **-ier, -iest** รวดเร็ว, ฉับพลัน, ว่องไว, ไม่ชักช้า **-speedily** *adv.* **-speediness** *n.* (**-S.** swift, fast, prompt) *-Ex. Somchai did a speedy job of painting the kitchen.*

spell[1] (สเพล) *v.* **spelled/spelt, spelling** *-vt.* สะกด, เขียนสะกด, สะกดคำ, สะกดตัวหนังสือ, แสดงถึง, ชี้แจง, นำมาซึ่ง *-vi.* สะกดคำ **-spell out** อ่านด้วยความลำบาก, อธิบายอย่างชัดเจน, ชี้แจง, เขียนสะกด *-Ex. to learn how to spell correctly, C-A-T spells cat., delay spells losses, The gloomy sky spelled denger of a storm.*

spell[2] (สเพล) *n.* เวทมนตร์, คาถา, เสน่ห์, แรงดึงดูดใจ, อิทธิพลครอบงำ, คำสาป *-Ex. The fairy cast a spell over the princess.*

spell[3] (สเพล) *n.* กะ, กะงาน, เวร, ช่วงของงาน, ครู่, ช่วงอากาศ, ระยะพัก *-v.* **spelled, spelling** *-vt.* พัก, พักผ่อน, เปลี่ยนเวร *-vi.* พัก, พักผ่อน *-Ex. a hot spell of summer, a fainting spell, a coughing spell*

spellbind (สเพล' ไบนฺด) *vt.* **-bound, -binding** ทำให้หลงเสน่ห์, ทำให้งงงวย, ทำให้หลับใหล, ทำให้เคลิบเคลิ้ม

spellbound (สเพล' เบานฺด) *adj.* หลงใหล, งงงวย, เคลิบเคลิ้ม, ถูกเวทมนตร์ *-Ex. We were spellbound by the beauty of the picture.*

speller (สเพล' เลอะ) *n.* ผู้สะกดคำ, หนังสือสะกดคำ (หรือ spelling book)

spelling (สเพล' ลิง) *n.* การสะกดคำ, การสะกดอักษร, ตัวสะกด, อักษรสะกด (**-S.** orthography) *-Ex. The spelling of cat is c-a-t.*

spelling bee การแข่งขันสะกดคำ

spelt[1] (สเพลทฺ) *vt., vi.* กริยาช่อง 2 และ 3 ของ spell

spelt[2] (สเพลทฺ) *n.* ข้าวสาลีจำพวก *Trinicum spelta* ปลูกมากในยุโรปตอนใต้และเอเชียตะวันตก ส่วนใหญ่ใช้เป็นอาหารสัตว์

spelunker (สพิลัง' เคอะ) *n.* คนที่สำรวจถ้ำเป็นงานอดิเรก

spend (สเพนดฺ) *vt., vi.* **spent, spending** ใช้เงิน, ใช้จ่าย, ใช้, ใช้เวลา, ใช้หมด, ใช้ชีวิต, ถลุง (**-S.** disburse, expend, consume) *-Ex. spend money on foolish pleasures, to spend energy, Bob spends his holidays., spend money on, spend a lot of care on*

spendthrift (สเพนดฺ' ธริฟทฺ) *n.* ผู้ใช้จ่ายสุรุ่ยสุร่าย *-adj.* สุรุ่ยสุร่าย, ฟุ่มเฟือย (**-S.** waste) *-Ex. her spendthrift habits*

spent (สเพนทฺ) *adj.* ใช้จนหมด, หมดแรง, หมดกำลัง, อ่อนเปลี้ยเพลียแรง (**-S.** worn out, debilitated) *-Ex. a spent swimmer, a spent bullet*

sperm[1] (สเพิร์ม) *n., pl.* **sperm/sperms** น้ำกามของผู้ชาย, ตัวอสุจิ **-spermous** *adj.*

sperm[2] (สเพิร์ม) *n.* ไขปลาวาฬ, ดู sperm whale, ดู sperm oil

spermaceti (สเพอ' มะเซ' ที) *n., pl.* **-tis** ไขปลาวาฬ (จากหัวปลาวาฬ) ใช้ในการทำเครื่องสำอางและอื่นๆ

spermatic (สเพอะแมท' ทิค) *adj.* เกี่ยวกับน้ำกาม, ให้กำเนิด, เกี่ยวกับลูกอัณฑะ, เกี่ยวกับอวัยวะที่ให้กำเนิดตัวอสุจิ

spermatozoon (สเพอะมะโทโซ' อัน) *n., pl.* **-zoa** ตัวอสุจิ **-spermatozoal** *adj.*

spermatozoon

spermicide (สเพอร์' มิไซดฺ) *n.* สารฆ่าตัวอสุจิ **-spermicidal** *adj.*

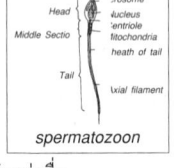

sperm oil น้ำมันสีเหลืองจาก sperm whale ใช้เป็นน้ำมันหล่อลื่น

sperm whale ปลาวาฬจมูกรูปสี่เหลี่ยมจำพวก *Physeter catadon* เป็นแหล่งสำคัญของไขปลาวาฬในอุตสาหกรรม

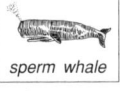

sperm whale

spew (สพิว) *vt.,vi.* **spewed, spewing** อาเจียน, สำรอก, พ่น, คาย *-n.* สิ่งที่อาเจียน (พ่น คาย) ออก

sphagnum (สแฟกฺ' เนิม) *n.* พืชมอสประเภท *Sphagnum* พบตามผิวน้ำของหนองน้ำ

sphenoid (สฟี' นอยดฺ) *adj.* เป็นรูปลิ่ม *-n.* กระดูกใหญ่ดังกล่าว **-sphenoidal** *adj.*

sphere (สเฟียร์) *n.* รูปทรงกลม, ลูกโลก, รูปกลม,

สิ่งที่เป็นรูปวงกลม, ดาวนพเคราะห์, ดาวฤกษ์, ระบบจักรวาล, ปริมณฑล, อาณาเขต, อาณาจักร, สิ่งแวดล้อม, บริเวณ, ขอบเขตความรู้, วง, วงอิทธิพล *-vt.* **sphered, sphering** ล้อมรอบ, เป็นรูปวงกลม **-sphericity** *n.* (-S. ball, globe, scope, circle) *-Ex. The earth is a sphere., sphere of influence*

spherical, spheric (สเฟีย' ริเคิล, -ริค) *adj.* เป็นรูปทรงกลม, เป็นลูกกลม, เกี่ยวกับรูปทรงกลม, เกี่ยวกับดาวนพเคราะห์หรือดาวฤกษ์, เกี่ยวกับอาณาเขต, เกี่ยวกับปริมณฑล **-sphericalness** *n.* **-spherically** *adv.* (-S. globe-shaped, round)

spheroid (สเฟีย' รอยดฺ) *n.* รูปทรงเรขาคณิตซึ่งต้นเกิดจากการหมุนรูปไข่ (ellipse) รอบแกนใดแกนหนึ่งของมัน, รูปแบนกลม **-spheroidal** *adj.* (-S. spherical)

sphinx (สฟิงคฺซฺ) *n., pl.* **sphinxes/sphinges** รูปปั้นประหลาดมีร่างเป็นสิงโตที่มีหัวเป็นคนหรือสัตว์อื่น **-Sphinx** ปีศาจที่มีหัวและนมเป็นหญิงมีร่างเป็นสิงโตและมีปีกเป็นอินทรี, บุคคลลึกลับ, สิ่งที่ลี้ลับ

sphinx

spice (สไพซฺ) *n.* เครื่องเทศ, เครื่องชูรส, สิ่งที่เพิ่มรสชาติ, รสชาติ, จำนวนเล็กน้อย *-vt.* **spiced, spicing** ใส่เครื่องเทศ, ใส่เครื่องชูรส, เพิ่มรสชาติ, ทำให้เกิดรสชาติ (-S. relish, savour, zest) *-Ex. Cloves, cinnamon, and nutmeg are spices., to spice a sauce, to spice his conversation with, the spice of wit*

spicy (สไพ' ซี) *adj.* **-ier, -iest** ใส่เครื่องเทศ, ใส่เครื่องชูรส, มีเครื่องเทศมาก, ให้เครื่องเทศมาก, มีกลิ่นหอม, เผ็ดร้อน, ฉุน, รสจัด, ไม่ค่อยเหมาะสม **-spicily** *adv.* **-spiciness** *n.* (-S. spicey) *-Ex. Gingerbread is spicy., Carnations have a spicy smell.*

spider (สไพ' เดอะ) *n.* แมงมุม

spider web ใยแมงมุม

spidery (สไพ' ดะรี) *adj.* คล้ายแมงมุม, คล้ายใยแมงมุม, เต็มไปด้วยใยแมงมุม

spiel (สพีล) *n.* การพูดกล่อม, การพูดชักชวน, การพูดโอ้อวดอย่างแคล่วคล่อง *-vt., vi.* **spieled, spieling** พูดกล่อม, พูดคล่องแคล่วเหมือนท่องมา

spiffy (สพิฟ' ฟี) *adj.* **-ier, -iest** ดี, เรียบร้อย, สวยงาม, สะอาดหมดจด **-spiffily** *adv.* **-spiffiness** *n.*

spigot (สพิก' เกิท) *n.* หัวจุก, ไม้จุก, หัวก๊อก, ด้ามเหล็กติดกับแม่แรงยกรถ (-S. peg, plug)

spike[1] (สไพคฺ) *n.* เดือยแหลม, เหล็กแหลม, ตะปูรางรถไฟ, ตะปูยักษ์, ตะปูรองเท้า, สิ่งที่ยาวแหลม, เขาแหลมของกวาง, ลูกปลาแมคเคอเรล *-vt.* **spiked, spiking** ยึดติดหรือตอกด้วยเดือยแหลม (เหล็กแหลม ตะปู), แทง, อุดใส่หรือตอกด้วยเดือยแหลม (เหล็กแหลม ตะปู), ขัดขวาง, ป้องกัน, ห้ามปราม, (ภาษาพูด) ผสมแอลกอฮอล์ (ในเครื่องดื่ม) (-S. nail, point) *-Ex. Spikes in the railway sleepers., Athletes wear shoes with spikes sticking out of the soles., a spike of grain*

spike[2] (สไพคฺ) *n.* รวงข้าว, ช่อดอกที่เป็นรวง

spill[1] (สพิล) *v.* **spilled/spilt, spilling** *-vt.* ทำหก, ทำล้น, ทำให้ทะลัก, ทำหกคะเมน, ทำให้กระเด็น, ทำตกน้ำ, ทำให้กระจาย, ทำให้ไหลออก, ทำหล่น, เปิดเผยความลับ *-vi.* หก, ล้น, ทะลัก, หกคะเมน, กระเด็น, กระจาย *-n.* สิ่งที่หก (ล้น ทะลัก กระเด็น กระจาย) **-spill the beans** เปิดเผยความลับ **-spiller** *n. -Ex. Baby often spills her milk., We had a big spill when our sledge hit the tree.*

spill[2] (สพิล) *n.* เศษ, เศษไม้, ไม้แผ่น, หมุดโลหะ, เดือยโลหะ, ท่อนโลหะเล็กๆ, ห่อกระดาษรูปกรวยที่ใช้ห่อสิ่งของ

spillage (สพิล' ลิจ) *n.* การทำหก (ล้น ทะลัก กระเด็น กระจาย), จำนวนหรือปริมาณที่หก (ล้น ทะลัก กระเด็น กระจาย)

spillover (สพิล' โอเวอะ) *n.* การหก (ล้น ทะลัก กระเด็น กระจาย), สิ่งที่หก (ล้น ทะลัก กระเด็น กระจาย)

spillway (สพิล' เว) *n.* ทางน้ำล้น, ทางน้ำท่วม

spin (สพิน) *v.* **spun, spinning** *-vt.* ปั่น, กรอ, ฟั่น, ทอ (ไหม), พ่น (ไหม), ม้วน, ทำให้หมุน, ควง, แทง (บิลเลียด), เรียบเรียง, เล่า, สาธยาย, เหวี่ยงออก, ขว้างออก, ยืดเยื้อ *-vi.* หมุน, ควง, ม้วน, เดินทางอย่างรวดเร็ว, เคลื่อนตัวอย่างรวดเร็ว, วิงเวียนศีรษะ, พลิก *-n.* การทำให้หมุน, การปั่น (กรอ ฟั่น ทอ พ่น ม้วน ควง), การเคลื่อนลง, การขับขี่เล่น, การล้นออก, การทะลัก, การหลั่งไหล, การหกล้ม, การพลิกคว่ำ (-S. rotate, whirl, twist) *-Ex. Bob spins his top., the top spins, spinning wheels, Spiders spin webs to catch insects in for food., My head is spinning., the spin of a wheel, to spin wool on a spinning wheel, to spin a tale of pirates, The bus spins merrily down the street., to spin thread, to spin a coin, a top*

spinach (สพิน' นิช) *n.* ผักขม (*Spinacia oleracea*), ใบของพืชดังกล่าว

spinal (สไพ' เนิล) *adj.* เกี่ยวกับลำกระดูกสันหลัง, เกี่ยวกับกระดูกสันหลัง **-spinally** *adv.*

spinal column ลำกระดูกสันหลัง, กระดูกสันหลัง (-S. vertebral column)

spinal cord ลำไขสันหลังที่เป็นเนื้อเยื่อประสาทในลำกระดูกสันหลัง

spindle (สพิน' เดิล) *n.* กระสวย, แกนเครื่องปั่นฝ้าย, เดือย, เดือยหมุน, แกนหมุน, เพลาหมุน, สลัก, สิ่งที่เป็นรูปกลมปลายแหลมทั้งสองข้าง, คนที่ผอมสูง, หน่วยความยาวด้ายเท่ากับ 15,220 หลา (หรือความยาวของป่านเท่ากับ 14,400 หลา) *-v.* **-dled, -dling** *-vt.* ทำให้เป็นรูปกระสวย, ใส่กระสวย, ใส่เดือยหมุน, ใส่สลัก *-vi.* แตกหน่อ (-S. rod, shaft, axis, pivot, pole)

spindly (สพิน' ลี) *adj.* **-dlier, -dliest** สูงเรียว, สูงผอม, ยาวเรียว, สูงชะลูด *-n.* คนสูงผอม, คนที่สูงเรียว, สิ่งที่ยาวเรียว, สิ่งที่สูงชะลูด

spine (สไพนฺ) *n.* ลำกระดูกสันหลัง, กระดูกสันหลัง, ส่วนที่คล้ายกระดูกสันหลัง, หนาม, หนามกระดอง, สิ่งที่แหลม, ความแข็งแกร่งของจิตใจ, ความแน่วแน่, สัน, แง่ง, สันหนังสือ (-S. spinal column, ridge)

spinel, spinelle (สพิแนล') *n.* กลุ่มแร่ที่มีส่วนประกอบส่วนใหญ่เป็นออกไซด์ของแมกนีเซียม, อะลูมิเนียม, เหล็ก, แมงกานีส, โครเมียม เป็นต้น เช่น $MgAl_2O_4$, $FeAl_2O_4$

spineless (สไพ' ลิส) *adj.* ไม่มีกระดูกสันหลัง, ไร้ความเข้มแข็ง, ไม่มีหนาม, อ่อนแอ, เหลาะแหละ, ไม่หนักแน่น **-spinelessness** *n.* (-S. irresolute, passive, weak-willed, soft) *-Ex. A snail is a spineless creature., a spineless cactus*

spinet (สพิน' นิท) *n.* เปียโนตั้งตรงขนาดเล็ก, จ้องหน่อง, เครื่องออร์แกนขนาดเล็ก

spinnaker (สพิน' นะเคอะ) *n.* ใบเรือสามเหลี่ยมขนาดใหญ่

spinner (สพิน' เนอะ) *n.* ผู้ปั่น (กรอ พัน ม้วน หมุน ควง), เครื่องปั่นด้าย, เหยื่อปลารูปช้อนหมุน, ที่ครอบหัวเครื่องบิน, คนขับรถบรรทุก

spinneret (สพินนะเรท') *n.* อวัยวะสร้างใยของแมงมุม, ตัวอ่อนของแมลง, อวัยวะพ่นไหมของตัวไหม

spinning (สพิน' นิ่ง) *n.* การปั่นด้าย, การตกปลาด้วยสายเบ็ดลูกรอก, การพัน, การม้วน, การกรอ, การหมุน, การควง

spinning wheel เครื่องปั่นด้ายด้วยมือ

spin-off (สพิน' ออฟ) *n.* วิธีการเรียกหุ้นทั้งหมดคืนสู่บริษัทแม่, ผลพลอยได้ (-S. spinoff)

spinster (สพิน' สเทอะ) *n.* หญิงโสด, หญิงที่ยังไม่เคยแต่งงาน, หญิงทึนทึก, สาวแก่, หญิงปั่นด้าย **-spinsterhood** *n.* **-spinsterish** *adj.*

spiny (สไพ' นี) *adj.* **-ier, -iest** เต็มไปด้วยหนาม, เต็มไปด้วยเดือยแหลม, คล้ายหนาม, คล้ายเดือยแหลม, ยากลำบาก, จัดการยาก, ขรุขระ, มีปัญหา **-spininess** *n.* (-S. thorny)

spiracle (สไพ'ระเคิล) *n.* รูหายใจ **-spiracular** *adj.*

spiral (สไพ' เริล) *n.* เส้นขด, เส้นขดลาน, ก้นหอย, ลายหมุนรอบ, สิ่งที่หมุนรอบ, สิ่งที่เป็นเกลียว, (กีฬารักบี้) ลูกหมุน, (เศรษฐศาสตร์) ภาวะผันแปรขึ้นหรือลงของราคา ค่าจ้าง ทุนและอื่นๆ *-adj.* เป็นขด, เป็นขดลาน, เป็นลายก้นหอย, เป็นเกลียว, วกวน *-v.* **-raled, -raling** *-vi.* เป็นขด, เป็นเกลียว *-vt.* ทำให้เป็นขด, ทำให้เป็นเกลียว, ทำให้วกวน **-spirality** *n.* **-spirally** *adv.* *-Ex. A corkscrew or a coiled bedspring is a spiral., a vicious spiral, to fly up in a spiral, a spiral flight, a spiral staircase*

spirant (สไพ' เรินทฺ) *n.* เสียงเสียดสี, เสียง (พยัญชนะ) ที่เกิดจากการออกเสียงผ่านลิ้นกับฟันหรือฟันกับริมฝีปาก *-adj.* เกี่ยวกับเสียงดังกล่าว

spire (สไพร์) *n.* ยอดแหลมของตึก, สิ่งที่คล้ายยอดแหลมของตึก, ทรงเจดีย์, ทรงกรวย, หน่อ, หน่อไม้ *-v.* **spired, spiring** *-vi.* แตกหน่อ *-vt.* แต่งด้วยยอดแหลม (-S. belfry)

spirit (สพิ' ริท) *n.* จิตใจ, วิญญาณ, ใจ, ญาณ, เจตนา, หัวใจ, ความในใจ, อารมณ์, ความเด็ดเดี่ยว, ความมุ่งมั่น, ความองอาจ, ภูตผีปีศาจ, ของเหลวระเหยที่ได้จากการกลั่น, สารละลายแอลกอฮอล์ *-vt.* **-ited, -iting** เร้าใจ, ปลุกใจ, กระตุ้น, ให้กำลังใจ, ลักพาไปอย่างลึกลับ **-spirits** อารมณ์, ความรู้สึก, ความรู้สึกเพลิดเพลิน, หัวน้ำหอม, ของเหลว ระเหยที่ได้จากการกลั่น, สารละลายแอลกอ-ฮอล์, แอลกอฮอล์ (-S. mood, disposition, mettle, intent) *-Ex. God is a spirit., body and spirit, I am with you in spirit, evil spirits, in a patriotic spirit, a spirit of progress, to show a hoble spirit, the right spirit, the spirit of the party, the letter but not the spirit of the law*

spirited (สพิ' ริทิด) *adj.* องอาจ, กล้าหาญ, มุ่งมั่น, มีชีวิตชีวา, กระฉับกระเฉง *-Ex. Grandfather has a spirited horse.*

spiritless (สพี' ริทลิส) *adj.* หงอยเหงา, ไม่มีกะจิตกะใจ, ไม่หนักแน่น, ท้อแท้ใจ **-spiritlessly** *adv.*

spirit level อุปกรณ์หาแนวตั้งตรงและแนวนอนโดยดูจากฟองอากาศในหลอดที่ใส่แอลกอฮอล์หรืออีเทอร์

spiritual (สพี' ริชวล) *adj.* เกี่ยวกับจิตวิญญาณ, เกี่ยวกับวิญญาณ, เกี่ยวกับใจ, เกี่ยวกับภูตผีปีศาจ, เกี่ยวกับความรู้สึกนึกคิด *-n.* เพลงศาสนา (โดยเฉพาะของนิโกรในภาคใต้ของสหรัฐอเมริกา), เรื่องราวที่เกี่ยวกับสำนักศาสนา **-spirituality** *n.* **-spiritualness** *n.* **-spiritually** *adv.* (-S. incorporeal, soulful, moral, sacred, divine) *-Ex. The spiritual growth of the writer., the spiritual duties of a monk, spiritual songs*

spirituous (สพี' ริชูอัส) *adj.* ประกอบด้วยแอลกอฮอล์, มีแอลกอฮอล์ผสมอยู่

spirochete (สไพ' ระคีท) *n.* เชื้อแบคทีเรียรูปขดวงในประเภท Spirochaetes บางชนิดทำให้เกิดโรคแก่คนและสัตว์

spit[1] (สพิท) *vi.,vt* **spit/spat, spitting** ถ่มน้ำลาย, พ่น, ถุย, บ้วนกระเด็น *-n.* น้ำลาย (โดยเฉพาะที่ถ่มออก), การถ่มน้ำลาย

spit[2] (สพิท) *n.* เหล็กเสียบเนื้อย่าง, เหล็กเสียบ, เดือย, เข็ม, (แผ่นดิน) แหลม *-vt.* **spitted, spitting** เสียบ, แทง (-S. pierce) *-Ex. to spit out orange seeds, spitting may spread disease, Baby spits out food she doesn't like.*

spitball (สพิท' บอล) *n.* ลูกกระดาษที่เคี้ยวในปากใช้พ่นใส่คนอื่น

spite (สไพทฺ) *n.* เจตนาร้าย, ความมุ่งร้าย, ความโกรธเคือง, ความอาฆาตแค้น *-vt.* **spited, spiting** กระทำด้วยเจตนาร้าย, กลั่นแกล้ง, ทำให้โกรธ, รบกวน **-in spite off** ไม่ว่าอย่างไรก็ตาม, แม้ว่า, ทั้งๆ ที่, โดยไม่คำนึงถึงอะไรทั้งสิ้น **-cut off one's nose to spite one's face** ทำให้ตนเองเสื่อมเสียโดยการกระทำที่มุ่งร้ายของตนเอง *-Ex. Udom went to school in spite of the pain in his leg., in spite of, in spite of all drawbacks, in spite of oneself*

spiteful (สไพทฺ' ฟูล) *adj.* มีเจตนาร้าย, มุ่งร้าย, อาฆาตแค้น **-spitefully** *adv.* **-spitefulness** *n.* *-Ex. The child is very spiteful.*

spitfire (สพิท' ไฟเออะ) *n.* บุคคล (โดยเฉพาะผู้หญิง) ที่มีอารมณ์ร้าย **-Spitfire** เครื่องบินรบเครื่องยนต์เดียวของอังกฤษที่ใช้ในสงครามโลกครั้งที่สอง

spittle (สพิท' เทิล) *n.* น้ำลาย, น้ำเมือกของจั๊กจั่น

spittoon (สพิทูน') *n.* กระโถนบ้วนน้ำลาย, กระโถน (-S. cuspidor)

spitz (สพิทซฺ) *n.* สุนัขพันธุ์หนึ่งที่มีรูปร่างเตี้ยม่อต้อ มีขนหนาและตรง มีใบหูแหลม

spitz

splanchnic (สแพลง' นิค) *adj.* เกี่ยวกับอวัยวะภายใน

splash (สแพลช) *vt.,vi.* **splashed, splashing** สาด, กระเด็น, ทำให้เปียก, ทำให้เปรอะเปื้อน, พรม, กระเด็นเปื้อน, ทำให้เป็นรอยด่าง, กระโดดน้ำ, เล่นน้ำ, ลุยน้ำ, ยิงตก, ใช้เงินอย่างฟุ่มเฟือย *-n.* เสียงสาด, เสียงกระเด็น, การสาด, การกระเด็น, ปริมาณของเหลวที่กระเด็น, รอยสาด, สีด่าง, รอยด่าง, เครื่องบินที่ถูกยิงตก, การแสดงโอ้อวด, น้ำอัดลมปริมาณเล็กน้อยที่ใช้ผสมกับวิสกี้ *-Ex. A passing car splashed muddy water on Somsri's clothers., When Dang dived into the water, we heard a big splash., When father paints, he gets splashes of paint on his shirt.*

splashboard (สแพลช' บอร์ด) *n.* กระดานกันสาด, ที่กันสาด, แผ่นกันน้ำ, แผ่นกันเปื้อน

splashdown (สแพลช' ดาวน) *n.* การนำเครื่องบินลงบนผิวน้ำ

splatter (สแพลท' เทอะ) *vt.,vi.* **-tered, -tering** สาดน้ำ, เกิดเสียงสาดกระเด็น

splay (สเพล) *-adj.* ขยายออก, แผ่ออก, กว้างและแบน, เป็นรูปตัว V, ใหญ่เทอะทะ *-v.* **splayed, splaying** *-vt.* ขยายออก, แผ่ออก, ถ่างออก, กางออก, ผายออก, เบิกออก *-vi.* เอียง, ลาด, แผ่, ขยาย *-n.* ผิวหน้าที่เป็นมุมเอียง (-S. spread, ungainly)

spleen (สพลีน) *n.* ม้าม, แหล่งอารมณ์, แหล่งโทสะ, อารมณ์โกรธ, อารมณ์ขุ่นเคือง, ความระทมทุกข์ **-spleeny** *adj.*

splendent (สเพลน' เดินท) *adj.* แวววาว, แจ่มจรัส, เป็นเงาโลหะ, เด่นชัด

splendid (สเพลน' ดิด) *adj.* ยอดเยี่ยม, วิเศษ, อัจฉริยะ, งดงาม, โอ่อ่า, โอ่โถง, น่าชมเชยยิ่ง, แจ่มจรัส, แวววาว, รุ่งโรจน์ **-splendidly** *adv.* **-splendidness** *n.* (-S. brilliant) *-Ex. a splendid place, in splendid robes, a splendid joke*

splendiferous (สเพลนดิฟ' เฟอรัส) *adj.* เยี่ยม, แจ๋ว

splendour, splendor (สเพลน' เดอะ) *n.* ความยอดเยี่ยม, ความวิเศษ, ความงดงาม, ความรุ่งโรจน์, ความแจ่มจรัส, ความแวววาว, ความอัจฉริยะ **-splendourous, splendorous** *adj.* (-S. grandeur) *-Ex. the splendour of a summer sunset, the splendour of the roval court*

splenetic (สพลิเนท' ทิค) *adj.* เกี่ยวกับม้าม, ขุ่นเคือง, โกรธเคือง, มุ่งร้าย, อาฆาตแค้น, ทำให้อารมณ์เสีย

splice (สไพลซ) *vt.* **spliced, splicing** ต่อ, ต่อเข้า, ประกบเข้า, ฟั่นเกลียวให้เข้ากัน, ร่วมกัน *-n.* การต่อกัน, การประกบกัน, การฟั่นเกลียวให้เข้ากัน, (คำสแลง) การแต่งงาน **-splicer** *n.*

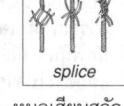

splice

spline (สไพลน) *n.* สลัก, ลิ่นสลัก, หมุดเสียบสลัก, แผ่นอุดร่อง, ไม้เขียนเส้นโค้ง

splint (สพลินท) *n.* แผ่นไม้ที่เบา, แผ่นโลหะบาง, ตอกสานตะกร้า, เฝือก, เฝือกต่อกระดูก, เครื่องดาม, เครื่องยึด, เนื้องอกที่กระดูกหน้าขาม้า *-vt.* **splinted, splinting** เข้าเฝือก

splinter (สพลิน' เทอะ) *n.* ชิ้น, เศษ, สะเก็ด, ซีกไม้, แผ่นไม้บางๆ *-v.* **-tered, -tering** *-vt.* ทำให้แตกออกเป็นชิ้นเป็นเศษ *-vi.* แตกออกเป็นชิ้นเป็นเศษ

split (สพลิท) *v.* **split, spliting** *-vt.* ผ่า, หั่น, แยก, ฉีก, ทำให้แตก, แบ่งแยก, แบ่งออกเป็นส่วนๆ, ออกหุ้นเพิ่มเติม *-vi.* แยก, แตก, แตกแยก, แบ่งแยก, ปริ, จากไป, วิ่งอย่างรวดเร็ว *-n.* การผ่า (หั่น แยก ฉีก แบ่งแยก แตกแยก ปริ), ร่อง, รอยแตก, รอยร้าว, รอยแยก, รอยฉีก, ชิ้นที่แยกออก, การแตกแยก, การแตกความสามัคคี, ผู้บอกความลับ, ตำรวจนอกเครื่องแบบ, เครื่องดื่มครึ่งขวดหรือหนึ่งแก้ว, ไอศกรีมใส่ผลไม้และน้ำหวาน, การเหยียดเท้าออก, การเป็นช่องตรงกลางของกลุ่มลูกตั้งโบว์ลิ่งหลังการโยนลูก *-adj.* แยกออก, แตกออก, แตกแยก, แบ่งแยก **-split hairs** ทำให้แตกแยก **-splitter** *n.* (-S. separate, break) *-Ex. to split along with an axe, to split off a piece with the axe, The question may split the party., split it up among you, The log split when it was dried., The party split on the question., There was a split on the tax question.*

split level (สพลิท' เลฟ' เวิล) *adj.* เกี่ยวกับบ้านที่เล่นระดับชั้นลดหลั่นกัน

split personality โรคจิตเภท, บุคลิกภาพแตกแยกในคนๆ เดียว คล้ายกับว่าเป็นบุคคลสองคน

split second พริบตาเดียว, ในฉับพลัน, เสี้ยววินาที (-S. suddenly, instantly)

splitting (สพลิ' ทิง) *adj.* ซึ่งแยกออก, รุนแรง

splotch (สพลอทช) *n.* รอยเปื้อน,รอยด่าง, รอยแต้ม, จุดด่างพร้อย, มลทิน *-vt.* **splotched, splotching** ทำให้เป็นรอย, เปื้อน **-splotchy** *adj.* *-Ex. to splotch paint on a wall*

splurge (สเพลอจ) *vt., vi.* **splurged, splurging** ใช้เงินอย่างสุรุ่ยสุร่าย, ทุ่มเทเงิน, อวดรวย, โอ้อวด *-n.* การโอ้อวด, การอวดรวย, การใช้เงินอย่างสุรุ่ยสุร่าย **-splurgy** *adj.*

splutter (สพลัท' เทอะ) *vt.,vi.* **-tered, -tering** พูดอย่างรวดเร็วอย่างละล่ำละลัก, ส่งเสียงเปาะแปะ, แตกออกเป็นฝอยลงมา, ตกลงมาเป็นฟองฝอยลง *-n.* การพูดละล่ำละลัก, เสียงหนวกหู, ความสับสนวุ่นวาย, การแตกออกเป็นฝอยหรือเม็ดเล็กๆ ลงมา *-Ex. Sausages splutter when frying., The child spluttered when he described the carnival.*

spoil (สพอยล) *v.* **spoiled/spoilt, spoiling** *-vt.* ทำให้เสีย, ทำให้แย่, ทำอันตราย, โอ๋จนเสียคน, ทำให้เสื่อมเสีย, ปล้น, แย่ง *-vi.* เสีย, เสื่อมเสีย, แย่ลง, ปล้น, แย่ง *-n.* ของโจร, สิ่งที่ปล้นมา, ของเสีย **-spoiling for** อยากมาก, ต้องการมาก (-S. damage, injure, harm) *-Ex. The hailstorm spoiled the lettuce., Some foods will spoil if not kept cold.*

spoilage (สพอย' ลิจ) *n.* การทำให้เสีย, การทำให้แย่, การทำให้เสื่อมเสีย, การโอ๋จนเสียคน, การเน่า, การเสียคน, สิ่งที่เสีย, สิ่งที่บูดเน่า, คนที่ถูกโอ๋จนเสียคน

spoiler (สพอย' เลอะ) *n.* ผู้ทำให้เสีย, ผู้ทำให้เสียคน (โดยการเอาใจหรือรักมากเกินไป), ผู้แข่งขันที่สามารถ

S

เอาชนะฝ่ายตรงข้ามที่มีชื่อเสียงได้สำเร็จ, อุปกรณ์รบกวนกระแสไฟฟ้า

spoilsport (สพอยฺ' สพอร์ท) *n.* ผู้ที่รบกวนคนอื่น

spoke[1] (สโพค) *vt., vi.* กริยาช่อง 2 ของ speak *-Ex. Somchai spoke to my father about me.*

spoke[2] (สโพค) *n.* ซี่ล้อรถ, จับพวงมาลัยเรือ, ไม้ราวบันได, ชั้นบันไดพาด *-vt.* **spoked, spoking** ใส่ซี่ล้อ

spoke[2]

spoken (สโพ' เคิน) *vt.,vi.* กริยาช่อง 3 ของ speak พูด, เอ่ย, เกี่ยวกับภาษาพูด, ทางปาก, เกี่ยวกับคำพูด (-S. said, uttered, verba) *-Ex. I have spoken to her on the telephone, but not face to face.*

spokeshave (สโพคซฺ' เชฟว) *n.* กบไส (เป็นเครื่องมือช่างไม้ที่มีใบพัดอยู่ตรงกลางสำหรับไสขอบโค้ง)

spokesman (สโพคซฺ' เมิน) *n.* โฆษก, ผู้แถลง, ผู้แถลงแทน, ผู้แถลงข่าว *-Ex. As their spokesman present their idea to the tutor.*

spokeswoman (สโพคซฺ' วูมเมิน) *n.* โฆษกหญิง, ผู้แถลงที่เป็นผู้หญิง

spolitation (สโพลิเอ' ชัน) *n.* การปล้น, การชิงทรัพย์, การทำลาย, การปล้นเรือชาติที่เป็นกลางในยามสงคราม, การทำลายเอกสาร, การทำให้เสื่อมเสีย, การทำลาย **-spolitator** *n.*

sponge (สพันจฺ) *n.* ฟองน้ำ (เป็นสัตว์ในไฟลัม Porifera), ซากของสัตว์บางชนิดที่เป็นฟองน้ำ, สารที่มีลักษณะคล้ายฟองน้ำ, ยางฟองน้ำ, พลาสติก, ฟองน้ำ, ผู้ที่อาศัยคนอื่นยังชีพ, กาฝาก, ขนมปังฟู, แป้งฟู *-v.* **sponged, sponging** *-vt.* ถูด้วยฟองน้ำ, เช็ดด้วยฟองน้ำ, ดูดซึมด้วยฟองน้ำ, ซับน้ำด้วยฟองน้ำ *-vi.* ซับน้ำ, เก็บฟองน้ำ, อาศัยคนอื่นยังชีพ **-throw in the sponge** ยอมแพ้ (-S. exploit, impose on) *-Ex. A sponge soaks up much water., It is better to work for yourself than to sponge on someone else.*

spongy (สพัน' จี) *adj.* **-ier, -iest** คล้ายฟองน้ำ, เบา, เป็นรูพรุนและซับน้ำได้ดี, เกี่ยวกับฟองน้ำ, เป็นรูพรุนแต่แข็ง (เช่นกระดูก) **-sponginess** *n.*

sponge cake ขนมเค้กชนิดหนึ่ง

sponsor (สพอน' เซอะ) *n.* ผู้ประกัน, ผู้ค้ำประกัน, ผู้อุปถัมภ์, ผู้ส่งเสริม, (ในพิธีรดน้ำมนต์ทารก) ผู้พูดแทนทารก *-vt.* **-sored, -soring** ประกัน, ค้ำประกัน, อุปถัมภ์, ส่งเสริม *-Ex. Samai's a sponsor for my application to college., I will sponsor thought.*

spontaneity (สพอนทะนี' อิที) *n., pl.* **-ties** ลักษณะของตัวมันเอง, ลักษณะที่เกิดขึ้นเอง, อากัปกิริยาของตัวมันเอง **-spontaneities** ปฏิกิริยาหรือการกระทำที่เกิดขึ้นเอง

spontaneous (สพอนเท' เนียส) *adj.* เกิดขึ้นโดยตัวของมันเอง, เกิดขึ้นเอง, เกิดขึ้นเองโดยธรรมชาติ, เป็นไปเอง, โดยสัญชาตญาณ, จากภายใน, โดยทันที **-spontaneously** *adv.* **-spontaneousness** *n.* (-S. instinctive, involuntary, natural) *-Ex. spontaneous growth, spontaneous combustion*

spoof (สพูฟ) *n.* การตบตา, การหลอกลวง, การหยอกล้อ, การล้อเล่น *-vt.* **spoofed, spoofing** หยอกล้อ, ล้อเล่น, ยั่วเย้า (-S. burlesque)

spook (สพูค) *n.* (ภาษาพูด) ภูตผีปีศาจ, คนประหลาด, นักจารกรรม, (ภาษาพูด) นักสืบ, คนผิวดำ *-v.* **spooked, spooking** *-vt.* ทำให้ตกใจ, หลอกให้ตกใจ, ทำเป็นผี *-vi.* ตกใจ, ตกอกตกใจ

spooky (สพู' คี) *adj.* **-ier, -iest** เหมือนผี, เหมือนภูตผีปีศาจ, น่ากลัว, ตกใจง่าย **-spookily** *adv.* **-spookiness** *n.*

spool (สพูล) *n.* แกนม้วนสาย, หลอดม้วน, สายม้วน, ผ้าหมึกพิมพ์ดีด, สิ่งที่พันรอบแกนหรือหลอด *-vt., vi.* **spooled, spooling** ม้วน, พัน, เอาสายพันออก (-S. reel) *-Ex. Thread, cord, and wire are often wound on spools., The film is spooled for use.*

spool

spoon (สพูน) *n.* ช้อน, ปริมาณเต็มช้อน, สิ่งที่มีลักษณะคล้ายช้อน, เหยื่อตกปลาลักษณะคล้ายช้อน, ไม้ตีกอล์ฟเบอร์ 3, พลั่ว, จอบ, คนเซ่อ, คนที่หลงรักคนอื่นข้างเดียว *-v.* **spooned, spooning** *-vt.* รับประทานด้วยช้อน, ใช้ช้อนตัก, ทำให้เป็นรูปช้อน, ตีลูกกอล์ฟขึ้นเบาๆ, หลงงมงาย, เกี้ยว, กอดจูบ, นอนแนบหลังติดพื้น *-vi.* เกี้ยว, แสดงความรัก, ตีลูกกอล์ฟขึ้นเบาๆ, ตกปลาด้วยเหยื่อที่มีลักษณะคล้ายช้อน **-born with a silver spoon in one's mouth** เกิดในตระกูลมั่งคั่ง *-Ex. to spoon the soup*

spoonerism (สพูน' นะริซึม) *n.* การกลับหรือย้ายเสียงของคำ, หลงรัก (-S. spoony)

spoon-feed (สพูน' เฟด) vt. **-fed, -feeding** ใช้ช้อนตัก, ป้อนด้วยช้อน, ได้รับการเอาใจจนเสียคน

spoonful (สพูน' ฟูล) *n., pl.* **-fuls** ปริมาณเต็มช้อน, ปริมาณเล็กน้อย

spoor (สพัว' เออะ) *n.* รอยเท้า, รอยเท้าสัตว์, กลิ่นสาบ *-vt., vi.* **spoored, spooring** ตามรอยเท้า, ไล่หลัง

sporadic (สพะแรด' ดิค) *adj.* เป็นครั้งเป็นคราว, เป็นพักๆ, เป็นระยะ, กระจัดกระจาย, บางตา **-sporadically** *adv.* (-S. occasional, irregular)

sporangium (สพะแรน' เจียม) *n., pl.* **-gia** ถุงสปอร์, ถุงหุ้มสปอร์

spore (สพอร์) *n.* สปอร์, เซลล์สืบพันธุ์ของพืช โปรโตซัว เชื้อรา หรือสาหร่ายทะเลบางชนิด

sporran ย่ามขนาดใหญ่ของผู้ชายที่คาดกับเข็มขัดหน้ากระโปรงสั้นของชาวสกอตแลนด์

sport (สพอร์ท) *n.* กีฬา, กรีฑา, การเล่น, การพักผ่อนหย่อนใจ, นันทนาการ, ความสนุกสนาน, การหยอกล้อ, การล้อเล่น, เครื่องสนุก, เครื่องเล่น, นักกีฬา, งานกีฬา, นักพนัน, นักเลง, ผู้ที่กล้าได้กล้าเสีย, สัตว์ที่มีลักษณะแตกต่างไปจากพ่อแม่ *-adj.* เหมาะสำหรับใส่นอกบ้าน, เกี่ยวกับการกีฬา *-vt., vi.* **sported, sporting** สนุกสนาน, เพลิดเพลิน, เล่นกีฬา, จู้จี้ในสิ่งเล็กๆ น้อยๆ, หยอกล้อ, ล้อเล่น, ทำให้เปลี่ยนแปลงจากลักษณะเดิม **-sportful** *adj. -Ex. a sport stadium, sport clothes, We often do things just for the sport of it., Mother teased us in sport., Somchai sported a new hat on Sunday., It is*

S

good sport to go fishing., Hockey, cricket, football, skiing, and basketball are sports.

sporting (สพอร์ท' ทิง) *adj.* เกี่ยวกับการกีฬา, เกี่ยวกับการกรีฑา, เหมาะสำหรับการกีฬา หรือกรีฑา, ชอบกีฬา, ชอบการพนัน, คล้ายนักกีฬา, สนใจการกีฬา, ยุติธรรม, มีน้ำใจนักกีฬา **-sportingly** *adv.* (-S. fair) *-Ex. sporting conduct, a sporting chance*

sporting chance (ภาษาพูด) โอกาสเท่าเทียมกัน

sportive (สพอร์' ทิฟว) *adj.* ขี้เล่น, ชอบหยอกล้อ, ชอบล้อเล่น, ชอบสนุกสนาน, เกี่ยวกับกีฬา **-sportively** *adv.* **-sportiveness** *n.* (-S. playful, gay)

sports car รถแข่ง, รถเล็กที่มีกำลังแรงม้าสูง

sportscast (สพอร์ทซฺ' คาสท) *n.* การกระจายข่าวกีฬาทางวิทยุ

sportsman (สพอร์ทซฺ' เมิน) *n.* นักกีฬา, คนที่ชอบกีฬา, คนที่มีน้ำใจนักกีฬา **-sportsmanlike, sportsmanly** *adj.*

sportsmanship (สพอร์ทซฺ' เมินชิพ) *n.* ลักษณะของนักกีฬา, ความเป็นนักกีฬา, การมีน้ำใจนักกีฬา

sportswear (สพอร์ทซฺ' แวร์) *n.* ชุดนักกีฬา

sportswriter (สพอร์ทซฺ' ไรเทอะ) *n.* นักเขียนข่าวกีฬา

sporty (สพอร์' ที) *adj.* **-ier, -iest** หรูหรา, โอ้อวด, อวดอ้าง, สวยงาม, เหมือนนักกีฬา, เหมาะสำหรับนักกีฬา **-sportily** *adv.* **-sportiness** *n.*

spot (สพอท) *n.* จุด, แต้ม, ดวง, หยด, จุดด่าง, จุดด่างพร้อย, จุดดำ, มลทิน, สถานที่, สถานที่ท่องเที่ยว, ตำแหน่ง, เงินสด, ดอลลาร์, จำนวนเล็กน้อย, ปริมาณที่ดื่ม, ปลาจำพวก *Leiostomus xanthurus*, ไฟจ้าสำหรับส่องให้สว่างมาก, ไนต์คลับ, บาร์, สินค้า, ที่อยู่ *-v.* **spotted, spotting** *-vt.* ทำให้เป็นจุด, ทำให้เปื้อนเปรอะ, จำได้, กำหนดตำแหน่ง, ทำให้กระจาย, เล็งเป้า *-vi.* ทำให้เป็นจุดเป็นแต้ม, เปื้อน, เปรอะ *-adj.* ทันที, ฉับพลัน **-hit the spot** ทำให้สมประสงค์, ฐานะ, สภาพ **-on the spot** ทันที, (ภาษาพูด) ในฐานะที่ลำบาก (-S. place, site) *-Ex. a painful spot on my face, a spot of ink on my dress, a blue cloth with red spots, a pleasant spot, The man on the spot., My dress is spotted with ink., Can you spot your father in the crowd?*

spot announcement การประกาศสั้นๆ ทางวิทยุหรือโทรทัศน์ (มักเป็นการโฆษณา)

spot check สำรวจแบบสุ่ม, สุ่มตัวอย่าง

spotless (สพอท' ลิส) *adj.* ไม่มีจุด, ไม่มีแต้ม, ไม่มีรอยเปรอะเปื้อน, ไม่มีมลทิน, บริสุทธิ์ **-spotlessness** *n.*

spotlight (สพอท' ไลท) *n.* ไฟฉายสว่างจ้า, แสงสว่างจ้าจากไฟฉายแรงสูง, จุดสนใจของประชาชน *-vt.* **-lighted, -lighting** ฉายส่องด้วยไฟฉายแรงสูง, ทำให้เห็นชัด, ทำให้เด่นชัด, เรียกร้องความสนใจ, ย้ำ, เน้น (-S. highlight, accent, feature) *-Ex. The singer stood in the spotlight so that everyone could see her easily.*

spot news ข่าวด่วน

spot-on ถูกต้องสมบูรณ์

spotted (สพอท' ทิด) *adj.* เป็นจุด, เป็นแต้ม, เปื้อน, เปรอะ, มีจุดด่างพร้อย, มีมลทิน

spotter (สพอท' เทอะ) *n.* ผู้กำหนดตำแหน่ง, ผู้วางจุด, นักสืบ, นักสังเกตการณ์, ผู้ตรวจดูรอยเปื้อนตามเสื้อผ้า, ผู้กำหนดเป้าหมายการยิงปืนใหญ่, เครื่องทำรอย, เรดาร์จารกรรม

spot test การทดสอบ ณ สถานที่เกิดเหตุ

spotty (สพอท' ที) *adj.* **-tier, -tiest** เป็นจุดๆ, เป็นแต้ม, มีรอยเปรอะเปื้อน, มีรอยด่างพร้อย, ไม่ได้มาตรฐาน, ไม่เข้าเกณฑ์, ไม่แน่นอน, เอาแน่ไม่ได้ (-S. irregular) *-Ex. The tablecloth was spotty after being used only once.*

spousal (สเพา' เซิล, -เซิล) *n.* พิธีสมรส, พิธีแต่งงาน

spouse (สเพาซฺ, สเพาซ) *n.* คู่ชีวิต, คู่สมรส, สามีหรือภรรยา *-vt.* **spoused, spousing** แต่งงาน, สมรส (-S. consort, mate, partner)

spout (สเพาทฺ) *n.* พวยกา, พวยกาน้ำ, รางน้ำ, รางลาด, ท่อพ่น, หลอดพ่น, โรงรับจำนำ, ลำน้ำ, น้ำที่พุ่งขึ้น, น้ำที่พุ่งไหล, ช่องพ่นน้ำบนหัวปลาวาฬ *-v.* **spouted, spouting** *-vt.* พ่น, พุ่ง, ไหลพุ่ง, พูดแบบน้ำไหลไฟดับ *-vi.* ปล่อยออก, พ่น, พุ่ง (-S. stream, flow, spew) *-Ex. Tea-pots and coffeepots have spouts., Tea pours through the spout., Water spouts from the fountain.*

sprain (สเพรน) *n.* การบิด, การเคล็ด *-vt.* **sprained, spraining** บิด, เคล็ด, ทำเคล็ด (-S. twist, strain)

sprang (สแพรง) *vt., vi.* กริยาช่อง 2 ของ spring *-Ex. The cat sprang at the mouse.*

sprat (สแพรท) *n.* ปลาทะเลขนาดเล็กจำพวกหนึ่ง

sprawl (สพรอล) *v.* **sprawled, sprawling** *-vi.* นอนเหยียด, นั่งเหยียด, เหยียดเท้า, เหยียดแขน, คลานอย่างเก้งก้าง, เลื้อยคลาน *-vt.* เหยียดแขนขา *-n.* ความพยายาม, การเหยียดแขนขา (-S. loll, lounge, flop, slouch) *-Ex. The tired boys sprawled on the grass.*

spray[1] (สเพร) *n.* ละลองน้ำ, น้ำกระเซ็น, น้ำที่แตกเป็นฝอย, น้ำฉีดเป็นฝอย, ของเหลวที่พุ่งออกเป็นฝอย, ของเหลวสำหรับฉีดออกเป็นฝอย, เครื่องฉีดของเหลวเป็นฝอย *-v.* **sprayed, spraying** *-vt.* เป็นละอองน้ำ, กระเซ็นเป็นละอองน้ำ, ฉีด, พ่น, พรม, โปรย *-vi.* กระเซ็น, ฉีด, พ่น, ปล่อยออกเป็นฝอย **-sprayer** *n.* (-S. shower, mist, cloud, sprinkle)

spray[2] (สเพร) *n.* กิ่งเล็กๆ ของต้นไม้

spread (สเพรด) *vt.,vi.* **spread, spreading** แผ่, แพร่, กระจาย, กาง, คลี่, ปู, ละเลง, ทา, ทำให้กระจาย, แยกออก, ยืดออก, ลาม, ซึม *-n.* การแผ่ (แพร่ กระจาย ขยาย), ผืนแผ่นดินอันกว้างใหญ่, น่านน้ำอันกว้างใหญ่, คุณสมบัติที่ถูกตีแผ่ออกได้, ผ้าปู, ความอุดมสมบูรณ์ของอาหาร, ความมากมายของอาหารบนโต๊ะ, อาหารสำหรับละเลงหรือทา, ช่วงขาดตอน, ระยะคลาดเคลื่อน, ฟาร์ม, ไร่นา **-spreadable** *adj.* **-spreadability** *n.* **-spreadably** *adv.* (-S. expand, broaden, diffusion, span,term) *-Ex. to spread its wings, to spread the cloth (on the table), The city spread itself., to spread learning, to spread out payments over 5 years., to spread butter, The branches spread.*

S

spread eagle นกอินทรีกางปีกที่เป็นสัญลักษณ์ของสหรัฐอเมริกา *-adj.* ท่ากางแขนเล่นสเกต *-v.* **-gled, -gling** *-vt.* แผ่ออก, กางออก *-vi.* กางแขน, กางปีก

spree (สพรี) *n.* ความสนุกสนาน, การเที่ยวสนุกสนาน, การดื่มอย่างสนุกสนานจนเมา, ระยะเวลาแห่งการหาความสุขอย่างเมามัน (-S. bout)

sprig (สพริก) *n.* กิ่งไม้เล็กๆ, ช่อเล็ก, ลูกหลาน, คนหนุ่ม, เด็กหนุ่ม, ทายาท, ตะปูไม่มีหัว, หมุดติดกระจก *-vt.* **sprigged, sprigging** ประดับด้วยกิ่งไม้เล็กๆ, ตัดกิ่งไม้เล็กๆ (-S. shoot, sprout, branch)

sprightly (สไพร' ลี) *adj.* **-lier, -liest** สนุกสนาน, มีชีวิตชีวา, ร่าเริง, แคล่วคล่อง, ว่องไว **-sprightliness** *n.* (-S. active, spry, cheerful, lively)

spring (สพริง) *v.* **sprang/sprung, sprung, springing** *-vi.* กระโดด, เด้ง, ดีด, ดีดตัว, ทะลัก, ไหลทะลัก, พรั่งพรู, ผลิ, โผล่, งอก, เกิด, ปรากฏ, ปรากฏขึ้นกะทันหัน, ดำเนินต่อไป, สูงชะโงก, ขึ้นสูง, ระเบิด, ปะทุ *-vt.* ทำให้กระโดด, ทำให้เด้ง, ทำให้ดีด, ทำให้ดีดตัว, ทำให้ระเบิด, ประกาศอย่างกะทันหัน, เสนอฉับพลัน, ทำให้บิด, ทำให้เคล็ด, สั่งปล่อย *-n.* สปริง, ลวดสปริง, ลาน, โลหะที่ดีดตัวได้, ความยืดหยุ่น, ฤดูใบไม้ผลิ, น้ำพุธรรมชาติ, การกระโดด, แหล่งกำเนิด, บ่อเกิด, วัตถุประสงค์, ระยะแรกเริ่ม, รอยแตกร้าว, ระยะน้ำขุ่น, รุ่งอรุณ (-S. leap, emerge, elasticity, cause, origin **-A.** wither, fade)

S

springboard (สพริง' บอร์ด) *n.* กระดานกระโดด, จุดเริ่มต้น *-Ex. His success as governor was the springboard for his prime minister campaign.*

springbok (สพริง' บอค) *n., pl.* **springbok/-boks** ละมั่งแอฟริกาจำพวก *Antidorcas marsupialis* มักกระโดดตัวลอยเวลาตกใจ (-S. gazelle)

springbuck (สพริง' บัค) *n., pl.* **springbuck/-bucks** ดู springbok

spring chicken ลูกไก่, เด็กหนุ่มเด็กสาว

Springfield (สพริง' ฟิลดฺ) เมืองหลวงของรัฐอิลลินอยส์ ประเทศสหรัฐอเมริกา

springtide (สพริง' ไทดฺ) *n.* กระแสน้ำขึ้นและลงมากในระหว่างพระจันทร์ขึ้นเต็มดวง (ก่อนหรือหลังเล็กน้อย), สิ่งที่รวดเร็วและมีมากมาย

springtime (สพริง' ไทม) *n.* ฤดูใบไม้ผลิ, ระยะแรกเริ่ม

sprinkle (สพริง' เคิล) *v.* **-kled, -kling** *-vt.* พรม, โปรย, โรย, หว่าน, (ฝน) โปรยปราย, ฉีดให้เปียก *-vi.* โปรย, โรย, หว่าน, (ฝน) โปรยปราย *-n.* การพรม, การโปรย, การโรย, สิ่งที่ใช้พรม (โรย โปรย), การฉีด, การหว่าน, ฝนที่ตกโปรยปราย, จำนวนเล็กน้อย *-Ex. Mother sprinkled the clothes with warm water., Father sprinkled the garden., It started to sprinkle this morning., Mother put just a sprinkle of pepper in the soup.*

sprinkler (สพริง' เคลอะ) *n.* เครื่องโปรย, เครื่องโรย, เครื่องฉีด, เครื่องสาด, กังหันสาด, ผู้โปรย (โรย ฉีด พรม หว่าน)

sprinkling (สพริง' คลิง) *n.* จำนวนประปราย, จำนวนเล็กน้อย, การโปรย (โรย พรม ฉีด หว่าน)

sprint (สพรินทฺ) *vi.* **sprinted, sprinting** วิ่งเต็มฝีเท้า, วิ่งด้วยความเร็วสูงสุด, วิ่งแข่ง, ไปด้วยความเร็วสูงสุด *-n.* การแข่งวิ่งในระยะสั้น, ความเร็วสูงสุดในระยะสั้น **-sprinter** *n.*

sprit (สพริท) *n.* เสากระโดงเรือขวาง

sprit

sprite (สไพรทฺ) *n.* ผีสาง, เทพยดา (-S. elf, fairy, spright)

spritsail (สพริท' เซล) *n.* ใบเรือที่ขึงอยู่บนเสากระโดงเรือขวาง

sprocket (สพรอค' คิท) ล้อฟันเฟือง, โซ่ฟันเฟือง (-S. sprocket wheel)

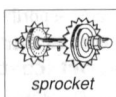

sprocket

sprout (สเพราทฺ) *v.* **sprouted, sprouting** *-vi.* แตกหน่อ, ออกหน่อ, ออกตุ่ม, งอก, โผล่ *-vt.* ทำให้แตกหน่อ (ออกหน่อ ออกตุ่ม งอก โผล่), เอาหน่อออก, เอาตุ่มออก *-n.* หน่อ, ตุ่ม **-sprouts** พืชจำพวก *Brassica oleracea gemmifera* คล้ายกะหล่ำปลี (-S. shoot, bud, push) *-Ex. Beans sprout very soon after they are planted., Mother started this plant from a sprout.*

spruce[1] (สพรูส) *n.* ต้นสนสกุล *Picea* มีใบรูปเข็มสั้น, ไม้ของต้นดังกล่าว

spruce[1]

spruce[2] (สพรูส) *adj.* **sprucer, sprucest** เรียบร้อย, งดงาม, โก้ *-vt.* **spruced, sprucing** ทำให้เรียบร้อย, ทำให้งดงาม, แต่งจนเรียบร้อย, แต่งจนงดงาม, แต่งจนโก้ **-sprucely** *adv.* (-S. trim, neat) *-Ex. Somchai looked very spurce for Sunday School., Anong spruced up the room before her friends came., Somsri will spruce up before going home.*

sprung (สพรัง) *vt.,vi.* กริยาช่อง 2 และ 3 ของ spring *-Ex. The boxer had sprung to his feet and was ready to fight.*

spry (สไพร) *adj.* **sprier, spriest/spryer, spryest** มีชีวิตชีวา, คล่องแคล่ว, ว่องไว **-spryly** *adv.* *-Ex. The old lady is very spry for her age.*

spud (สพัด) *n.* (คำสแลง) มันฝรั่ง, จอบเล็กสำหรับขุดราก, เสียม, สิ่งที่สั้นและหยาบ

spume (สพิวม) *n.* ฟอง, ฟองฝอย, ฟองลอยน้ำ *-vi.* **spumed, spuming** ปล่อยออกเป็นฟอง, ลอยขึ้นเป็นฟอง (-S. foam, froth)

spumoni, spumone ไอศกรีมอิตาเลียนที่มีหลายๆ ชั้น หลากสีหลายรส ซึ่งมักจะใส่ผลไม้กวนและถั่ว

spun (สพัน) *vt., vi.* กริยาช่อง 2 และ 3 ของ spin

spunk (สพังคฺ) *n.* ไม้จุดไฟ, ขนปุยจุดไฟ, (ภาษาพูด) ความกล้าหาญ ความกล้า จิตใจ

spunky (สพัง' คี) *adj.* **-ier, iest** (ภาษาพูด) กล้าหาญ ใจกล้า มีชีวิตชีวา

spur (สเพอร์) *n.* เดือยรองเท้า, เดือยสันรองเท้า, เดือยไก่, เดือยเหล็กสำหรับสวมเดือยไก่ชน, สิ่งกระตุ้น, สิ่งปลุกเร้า, เนินแหลม, ทิวเขาแหลม, กิ่งไม้, กิ่งสั้น, ปฏัก, ส่วนที่ยื่นโผล่ *-v.* **spurred, spurring** *-vt.* กระตุ้นม้าด้วยเดือยรองเท้า, กระตุ้น, เร่ง, ลงปฏัก, (ไก่ชน) ตีด้วย

เดือยไก่ *-vi.* ห้อตะบึง, ห้อเหยียด, กระตุ้นม้าด้วยเดือยรองเท้า **-on the spur of the moment** ฉับพลัน, ชั่ววูบ **-spurrer** *n.* (-S. prick, incitement) *-Ex. The man's hunger was a spur that drove him to work., The cowboy spurred his horse., The man's hunger spurred him to work hard.*

spurge (สเพิร์จ) *n.* พืช *Euphorbia* เช่น พอยน์เซตเทีย

spurious (สพิว' เรียส) *adj.* ไม่แท้, เก๊, ปลอม, หลอกลวง, (ลูก) นอกกฎหมาย, (พืช) ดูเหมือนกันแต่มีโครงสร้างต่างกัน **-spuriously** *adv.* **-spuriousness** *n.* *-Ex. a spurious banknote*

spurn (สเพิร์น) *vt.* **spurned, spurning** ปฏิเสธอย่างดูถูก, ดันออก, ถีบออก

spurt (สเพิร์ท) *n.* การพ่นออก, การปะทุ, การโหมกำลัง, การฉีด *-v.* **spurted, spurting** *-vt.* พ่น, ฉีด, โหมกำลัง, ทุ่มกำลัง, ปล่อยฝีเท้าเต็มที่ *-vi.* ขับออกอย่างกะทันหัน, ดันออกอย่างฉับพลัน, ปะทุ, พ่นออก *-Ex. Water spurted out of the hole in the hose., to spurt into popularity* (-S. spirt)

sputnik (สพุท' นิค) *n.* ดาวเทียมดวงแรกของโลกที่ส่งขึ้นสู่อวกาศในปี ค.ศ. 1957

sputter (สพัท' เทอะ) *v.* **-tered, -tering** *-vi.* พ่นออก, พุ่งออก, ฉีดออก, ถ่มน้ำลาย, (เครื่องยนต์) ดังเป็นพักๆ, ดังเปาะแปะ, พูดละล่ำละลัก *-vt.* ถ่มน้ำลาย, พูดละล่ำละลัก, พูดไม่ต่อเนื่องกัน *-n.* การถ่มน้ำลาย, การพ่นออก, การพุ่งออก, การปะทุ, สิ่งที่ขับออกอย่างรุนแรงและฉับพลัน **-sputterer** *n.* **-sputtery** *adj.* (-S. spatter, stutter) *-Ex. Hot chips sputter when frying., Baby sometimes sputters.*

sputum (สพิว' ทัม) *n., pl.* **-ta** เสลด, เสมหะ, น้ำลายที่ถ่มออก

spy (สไพ) *n., pl.* **spies** จารชน, จารบุรุษ, ผู้สอดแนม, นักสืบ, นักสืบราชการลับ *-v.* **spied, spying** *-vi.* สอดแนม, เป็นจารชน, เป็นนักสืบ *-vt.* สำรวจอย่างลับๆ, สืบ, สอดแนม, สะกดรอย, ประกบตัวอย่างลับๆ, มองเห็น (-S. agent, mole, undercover, notice) *-Ex. When Somsri found the thimble, she cried, 'I spy it'., A spy tries to get information about the enemy.,The policeman spied on the robbers.*

spyglass (สไพ' กลาส) *n.* กล้องโทรทรรศน์ขนาดเล็ก

squab (สควอบ) *n.* ลูกนก, ลูกนกพิราบอายุ 3 อาทิตย์หนักประมาณหนึ่งปอนด์, บุคคลที่อ้วนเตี้ย, บุคคลรูปร่างม่อต้อ, หญิงสาว, เบาะหน้า, โซฟา

squabble (สควอบ' เบิล) *vi.* **-bled, -bling** ทะเลาะ, เถียงกัน, มีปากเสียงกัน, ต่อล้อต่อเถียง *-n.* การทะเลาะ, การมีปากมีเสียงกัน **-squabbler** *n* (-S. dispute, wrangle, argue, brawl, disagreement) *-Ex. The children have been squabbling all day.*

squad (สควอด) *n.* กลุ่มคน, หมู่คน, กลุ่ม, หมู่, ทีม, คณะ, หมู่ทหาร *-Ex. a traffic squad*

squad car รถสายตรวจของตำรวจ

squadron (สควอด' เริน) *n.* กองร้อย, กองร้อยทหารม้า, ฝูงเครื่องบิน, กลุ่ม, หมู่, คณะ

squadron leader นาวาอากาศตรี, หัวหน้ากองโจรทหารอากาศ

squalid (สควอล' ลิด) *adj.* สกปรก, มอซอ, รุ่มร่าม, เสื่อมทราม, ยากแค้น, น่าสงสาร **-squalidity, -squalidness** *n.* (-S. decayed, dirty, fetid) *-Ex. a squalid existence*

squall (สควอล) *n.* ลมพายุที่เกิดขึ้นอย่างฉับพลัน (มักมีฝน หิมะ หรือลูกเห็บ), ความโกลาหลอย่างกะทันหัน, ความยุ่งยากอย่างกะทันหัน *-vi.* **squalled, squalling** พัดกระหน่ำ, เกิดพายุอย่างกะทันหัน *-Ex. The duck let out a squall when the dog chased it., The cats on the back fence squalled at the sight of the dog.*

squally (สควอล' ลี) *adj.* **-ier, -iest** มีลมพายุที่เกิดขึ้นอย่างกะทันหัน (มักมีฝน หิมะ หรือลูกเห็บ), มีมรสุม, คุกคาม, มีความยุ่งยาก, ไม่ราบรื่น

squalor (สควอล' เลอะ) *n.* ความสกปรก, ความมอซอ, ความรุงรัง, ความรุ่มร่าม, ความเสื่อมทราม, ความชั่วร้าย (-S. filth, wretchedness)

squama (สเคว' มะ) *n., pl.* **-mae** เกล็ด, สะเก็ด, แผ่นกระดูกบางๆ, สะเก็ดหนังกำพร้า

squander (สควอน' เดอะ) *vt.* **-dered, -dering** ใช้จ่ายสุรุ่ยสุร่าย, ใช้สิ้นเปลือง, ถลุง, ทำให้กระจาย, ทำให้กระจัดกระจาย *-n.* การใช้จ่ายสุรุ่ยสุร่าย, การใช้สิ้นเปลือง

square (สแควร์) *n.* สี่เหลี่ยมจัตุรัส, สิ่งที่เป็นรูปสี่เหลี่ยมจัตุรัส, พื้นที่รูปสี่เหลี่ยม, ลานกว้าง, สนามกว้าง, สี่แยก, ไม้ฉาก, ตารางหมากรุก, จำนวนยกกำลังสอง, ผู้ที่ไม่สนใจใยดี, ผู้ที่เมินเฉย, ดอกฝ้ายที่กำลังตูม, ตึกใหญ่ที่มีถนนสี่ด้าน, ถนนแถวสี่เหลี่ยม *-v.* **squared, squaring** *-vt.* ทำให้เป็นรูปสี่เหลี่ยม, ทำให้เป็นมุมฉาก, ยกกำลังสอง, คูณด้วยตัวเอง, ทำให้เสมอกัน, ทำให้ไหล่เสมอกับ, ทำให้สอดคล้อง, ปรับระดับ, ทำให้ตรง, ควบคุม, ให้สินบน, งบดุล, บัญชี, ทำตาราง *-vi.* สอดคล้อง, ตกลง *-adj.* เป็นมุมฉาก, เป็นรูปสี่เหลี่ยมจัตุรัส, ยกกำลังสอง, แน่นหนา, พอดี, เหมาะสม, ซื่อตรง, ตรงไปตรงมา, อนุรักษ์นิยม *-adv.* อย่างตั้งฉาก, เป็นรูปสี่เหลี่ยมจัตุรัส, โดยซื่อตรง, ตรงไปตรงมา, อย่างแน่นหนา **-on the square** ตรงไปตรงมา, ยุติธรรม **-square away** เตรียมตัว, เตรียมพร้อม **-square off** ตั้งท่ามวย (-S. antediluvian, conservative) *-Ex. draw a square, a square of silk, trafalgar square, a square piece, square inch, square-cut, The square of four is sixteen., Four squares equals sixteen., ten feet square, We respect square dealing.*

square dance การเต้นรำเป็นรูปสี่เหลี่ยม (ชายหญิงสี่คู่) **-square dancer** *n.*

square knot ปมหรือเงื่อนทั่วไป, ปมที่มีส่วนปลายยื่นออกมา

square-rigged (สแควร์' ริจด) *adj.* มีใบเรือสี่เหลี่ยมเป็นใบเรือหลัก

square root (คณิตศาสตร์) จำนวนรากแห่งกำลังสองของอีกจำนวนหนึ่ง เช่น รากแห่งกำลังสองของ 49 คือ 7

square sail ใบเรือสี่เหลี่ยมที่วางขวาง

squash[1] (สควอช) *vt., vi.* **squashed, squashing**

S

กด, รัด, บีบ, คั้น, บด, อัด, เบียด, ถูกกด (รัด บีบ คั้น บด อัด เบียด), ทำให้ยับเยิน, ทำลาย, ทำให้เกิดเสียงกด (รัด บีบ คั้น บด อัด เบียด), น้ำผลไม้, สิ่งที่อัดแน่น, กลุ่มที่เบียดแน่น, กีฬาเทนนิสแบบหนึ่งที่ใช้ไม้สั้น (หรือเรียกว่ากีฬา squash tennis)

squash² (สควอฺช) *n.* พืชสกุลฟักทอง แตงน้ำเต้า (พืชสกุล *Cucurbita*)

squashy (สควอช' ชี) *adj.* **-ier, -iest** บีบหรืออัดหรือคั้นได้ง่าย, เบียดเสียด, นิ่มและเปียก, สุกทั่วไปหมด **-squashiness** *n.* **-squashily** *adv.* *-Ex. Somsri stepped on the tomato and squashed it.* (-S. pulpy)

squat (สควอฺท) *v.* **squatted, squatting** *-vi.* นั่งยองๆ, นั่งขัดสมาธิ, นั่งราบ, นั่งถ่าย, หมอบ, นั่งพับเพียบ, นั่งบนพื้น, ขดตัว, ตั้งรกรากในที่ดินของรัฐเพื่อจับจอง, หักร้างถางพง *-vt.* ทำให้นั่งยอง (นั่งขัดสมาธิ นั่งราบ) *-n.* การนั่งยองๆ, การนั่งบนพื้น, การหมอบ (-S. stocky, chunky, short and thick) *-Ex. The boys squatted around the fire and told stories.*

squawk (สควอค) *n.* ร้องเสียงด้วยความเจ็บปวดหรือตกใจ (เช่น เสียงร้องของเป็ดหรือไก่), บ่นเสียงดัง, ร้องทุกข์ (-S. scream, squal) *-Ex. squawk box, The ducks squawked and the hens cackled.*

squeak (สควีค) *n.* เสียงเอี๊ยดๆ (ของบานพับเป็นต้น), เสียงจี๊ดๆ (ของหนูหรือสัตว์อื่น), การหลบหนีจากภัยหรือความตาย, โอกาส *-vt., vi.* **squeaked, squeaking** ส่งเสียงดังกล่าว **-squeak by (through)** ชนะแค่เส้นยาแดง, ประสบความสำเร็จอย่างเฉียดฉิว, รอดหวุดหวิด (-S. screech, squeal) *-Ex. A door with hinges that need oiling often squeaks., The squeaks to the barn door kept Grandmother awake.*

squeaky (สควีค' คี) *adj.* **-ier, -iest** ดังเอี๊ยดๆ, ดังเจี๊ยกๆ, ส่งเสียงแหลม

squeal (สควีล) *n.* เสียงร้องแหลม (เช่น เนื่องจากความเจ็บปวด ความกลัว) *-vt.,vi.* **squealed, squealing** ร้องเสียงแหลม, บอกเปิดเผย, ซัดทอด **-squealer** *n.*

squeamish (สควี' มิฺช) *adj.* ตกใจง่าย, คลื่นไส้, อาเจียน, รู้สึกสะอิดสะเอียนได้ง่าย, พิถีพิถันเกินไป, จู้จี้ **-squeamishness** *n.* **-squeamishly** *adv.* (-S. fussy)

squeegee (สควี' จี, สควีจี') *n.* ไม้กวาดหุ้มยางหรือทำด้วยยางสำหรับกวาดน้ำจากดาดฟ้าหรืออื่นๆ, ลูกกลิ้งยาวสำหรับเอาน้ำที่เกินออกจากภาพถ่าย (-S. squilgee, squillagee, squillgee)

squeeze (สควีฺซ) *vt.,vi.* **squeezed, squeezing** บีบ, รัด, เบียด, คั้น, กด, อัด, รีด, ขูดรีด, บังคับ, ทำให้ลดน้อยลง, สกัด, ดัน, กอด, (ไพ่บริดจ์) ทำให้ฝ่ายตรงข้ามออกไพ่ *-n.* การบีบ (รัด เบียด คั้น), จำนวนเล็กน้อย, ปริมาณเล็กน้อย, สิ่งที่บีบหรือคั้นออก, ค่าธรรมเนียม, เงินหักเก็บ, กลุ่มคนที่เบียดเสียดกัน **-squeezer** *n.* (-S. press, compress, clutch)

squelch (สเควลฺช) *v.* **squelched, squelching** *-vt.* ขยี้, บด, บดขยี้, กำจัด, ทำลาย, ขจัด, ระงับ, ดับ, บีบคั้น *-vi.* ทำให้เกิดเสียงผลัวะ (เช่น เสียงย่ำโคลน), ทำให้เกิดเสียงสาดกระเด็น, การขยี้, การกำจัด, การบีบบังคับ **-squelcher** *n.*

squib (สควิบ) *n.* การพูดล้อเล่น, เรื่องเขียนที่ล้อเล่น, การพูดหรือเขียนประเภทเยาะเย้ย, ประทัด, หลอดบรรจุดินปืนเพื่อเป็นชนวน *-v.* **squibbed, squibbing** *-vi.* พูดหรือเขียนล้อเล่น, พูดหรือเขียนเยาะเย้ย, จุดประทัด, ยิงประทัด, เกิดเสียงประทุ, เคลื่อนที่อย่างรวดเร็วและไม่สม่ำเสมอ *-vt.* เยาะเย้ย, เหน็บแนม, จุดประทัด, ยิงประทัด (-S. lampoon)

squid (สควิด) *n., pl.* **squids/squid** ปลาหมึก

squid

squill (สควิล) *n.* ไม้ชนิดหนึ่งใช้เป็นยาขับเบา, กุ้งทะเล, กั้ง, หอมทะเลจำพวก *Scilla*

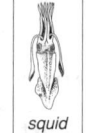

squint (สควินฺท) *n.* ตาเหล่, การชำเลืองอย่างรวดเร็ว *-vt., vi.* **squinted, squinting** มองค้อน, หรี่ตา, ชำเลืองมอง, พริ้มตา, ชม้ายตา, มองเอียงๆ *-adj.* มองค้อน, ชำเลืองมอง, หรี่ตา, เหล่ตา **-squinty** *adj.* **-squinter** *n.* *-Ex. The sun was so bright that I had to squint to see at table.*

squint-eyed (สควินทฺ' อายดฺ) *adj.* (ตา) เหล่, ตาเอียง, หรี่ตา, พริ้มตา, (ตา) เข, ชม้ายตา, มองเอียงๆ

squire (สไคว' เออะ) *n.* (ในอังกฤษ) ผู้ดีบ้านนอก, คหบดีบ้านนอก, ผู้รับใช้นักรบสมัยก่อน, นาย, ทนายความ, ตุลาการ, ผู้เอาอกเอาใจสตรี, เจ้าหน้าที่รักษาความสงบ *-vt.* **squired, squiring** รับใช้นักรบ, ปรนนิบัติ, เอาอกเอาใจ (-S. valet, attendant, page)

squirm (สเคิร์ม) *vi.* **squirmed, squirming** กระดุกกระดิก, ดิ้น, ดิ้นรน, ดิ้นไปมา, บิดงอ, รู้สึกไม่สบายใจ, รู้สึกอึดอัดใจ *-n.* การกระดุกกระดิก, การดิ้นไปมา, ความรู้สึกอึดอัดใจ **-squirmy** *adj.* **-squirmer** *n.* (-S. wriggle)

squirrel (สเควอ' เริล) *n.* กระรอก (สัตว์ใช้ฟันแทะจำพวก *Sciurus* ในตระกูล Sciuridae), หนังขนของกระรอก *-vt.* **-reled, reling** เก็บ, สะสม

squirt (สเควิท) *vt.,vi.* **squirted, squirting** พ่น, ฉีด, พุ่ง, ฉีดให้เปียก, พ่นให้เปียก *-n.* การพ่น, การฉีด, ของเหลวที่พุ่งออกเป็นลำ, บุคคลที่ไม่สำคัญและน่ารำคาญ, บุคคลร่างเล็ก, เครื่องบินไอพ่น, คนหนุ่มที่ชอบรบกวนคนอื่น (-S. spurt, jet, stream) *-Ex. squirt gun, to squirt water from a water pistol, The orange juice spurted in my eye.*

stab (สแทบ) *vt., vi.* **stabbed, stabbing** แทง, ทิ่ม, จิ้ม, เสียดแทง *-n.* การแทง, การทิ่ม, การจิ้ม, การพยายามในระยะสั้น, บาดแผลจากการแทง, ความเจ็บปวดกะทันหันที่อยู่ไม่นาน **-stab in the back** ทำร้ายข้างหลัง, ลอบกัด, ทรยศหักหลัง (-S. jab, pierce) *-Ex. The robber made a stab at the policeman with a knife., The child had a small stab in his hand from the point of the pen., a stab in the leg, to stab a roast with a fork., Their jeers stabbed Dang to the heart.*

stability (สทะบิล' ลิที) *n., pl.* **-ties** ความมั่นคง, ความสม่ำเสมอ, ความมีเสถียรภาพ, ความแน่นอน, ความแน่วแน่, ความเด็ดเดี่ยว, ความทรหดอดทน, ความ

stabilize 831 stagnate

สามารถในการต้านทานต่อการเปลี่ยนแปลง, คำสาบานของพระที่จะใช้ชีวิตในวัดวาอารามตลอดชีวิต

stabilize (สเท' บะไลซฺ) *v.* **-lized, -lizing** *-vt.* ทำให้คงที่, ทำให้สม่ำเสมอ, ทำให้มั่นคง, ทำให้มีเสถียรภาพ, รักษาระดับ, รักษามาตรฐาน *-vi.* เกิดความคงที่ (มั่นคง สม่ำเสมอ มีเสถียรภาพ) (-S. secure, brace -A. loosen)

stabilizer (สเท' บะไลเซอะ) *n.* ผู้ทำให้คงที่ (สม่ำเสมอ มั่นคง มีเสถียรภาพ), สิ่งที่ทำให้คงที่ (สม่ำเสมอ มั่นคง มีเสถียรภาพ)

stable[1] (สเท' เบิล) *adj.* **-bler, -blest** มั่นคง, สม่ำเสมอ, มีเสถียรภาพ, ไม่เปลี่ยนแปลง, ไม่ขึ้นไม่ลง, แน่วแน่, เด็ดเดี่ยว, ทรหดอดทน **-stableness** *n.* **-stably** *adv.* (-S. firm, fixed, sturdy) *-Ex. a building of stable, stable equilibrium, a stable peace, a man of stable character*

stable[2] (สเท' เบิล) *n.* โรงม้า, คอกม้า, คอกวัว, คอกสัตว์, สัตว์ในคอก, ม้าในคอก, วัวในคอก, สถานที่ฝึกม้าแข่ง *-vt.* **-bled, -bling** ขังไว้ในคอก (-S. staff) *-Ex. The farmer has three stables.*

stable boy เด็กเลี้ยงม้า, เด็กเลี้ยงสัตว์ในคอก

stableman (สเท' เบิลเมิน, -แมน) *n., pl.* **-men** ชายเลี้ยงม้า, ชายเลี้ยงสัตว์ในคอก

staccato (สทะคา' โท) *adj.* (ดนตรี) เป็นห้วงๆ, เล่นเป็นห่วงๆ, ขาดตอน, ไม่ต่อเนื่อง, บทดนตรีที่เป็นห้วงๆ, การบรรเลงที่เป็นห้วงๆ, สิ่งที่ไม่ต่อเนื่องกัน, สิ่งที่ขาดตอน, สิ่งที่ไม่สัมพันธ์กัน, ลักษณะที่ขาดตอน, ลักษณะที่ไม่สัมพันธ์กัน

stack (สแทค) *n.* กองหญ้า (ข้าว ฟาง ฟืน ไม้), กองที่ซ้อนกัน, ซุ้มปืน, สุม, จำนวนมากมาย, กลุ่มปล่องไฟบนหลังคา, บริเวณหิ้งหนังสือมากมายของห้องสมุด, หน่วยปริมาณถ่านหินหรือฟืนมีค่าเท่ากับ 108 ลูกบาศก์ฟุต *-v.* **stacked, stacking** *-vt.* กอง, สุม, ก่ายขึ้น, จัดไพ่เพื่อโกง *-vi.* กอง, สุม, ก่ายขึ้น **-blow one's stack** ควบคุมอารมณ์ไม่อยู่, เดือดดาล **-stackable** *adj.* **-stacker** *n.* (-S. heap, pile, mass) *-Ex. a big stack of plates, Mother stacked the dinner dishes in the sink., Smoke from the furnace goes out through the smoke stack.*

stadholder (สแทด' โฮลเดอะ) *n.* ผู้ว่าการจังหวัดของเนเธอร์แลนด์สมัยก่อน, ผู้ว่าการจังหวัด, ผู้ว่าการมณฑล (-S. stadtholder)

stadium (สเท' เดียม) *n., pl.* **-diums/-dia** สนามกีฬา, สนามแข่งม้าของกรีกโบราณ, สนามกีฬาที่มีอัฒจันทร์โดยรอบ, หน่วยความยาวของกรีกและโรมันโบราณ มีค่าเท่ากับ 607 ฟุต, (กีฏวิทยา) ช่วงระยะระหว่างการลอกคราบหรือเปลี่ยนขนสองครั้ง

staff (สทาฟ) *n., pl.* **staves/staffs** ไม้เท้า, ไม้ราว, เสาค้ำ, เครื่องค้ำจุน, เสา, เสาธง, ตะพด, ตะบอง, ด้าม, ไม้รังวัด, ไม้สัญญาณ, ไม้แสดงอำนาจ, คทา, ด้าม, ป้ายทาง, เส้นขีดขวางที่เป็นโน้ตเพลงห้าเส้น, คณะผู้ร่วมงาน, คณะพนักงานเสมียน, คณะเสนาธิการ, เสนาธิการ *-vt.* **staffed, staffing** จัดให้มีคณะผู้ร่วมงาน (-S. wand, team) *-Ex. on the staff, staff-officer, the staff of a business, A hospital has a staff of doctors., the editor and his staff*

stag (สแทก) *n.* กวางตัวผู้ (โดยเฉพาะกวางแดง), กวางตอนตัวผู้, สัตว์ที่ตอนแล้ว, ม้าตัวเล็ก, ชายที่มางานเต้นรำโดยไม่มีเพื่อนหญิงมาด้วย, ผู้ซื้อขายหลักทรัพย์ที่กะล่อน, ผู้เปิดเผยความลับ *-adj.* เกี่ยวกับหรือสำหรับผู้ชายเท่านั้น *-vi.* **stagged, stagging** (ผู้ชาย) ไปงานเต้นรำโดยไม่มีเพื่อนหญิงมาด้วย, เปิดเผยความลับ, เป็นจารชน

stage (สเทจ) *n.* เวที, เวทีละคร, ศิลปะละคร, การแสดงละคร, อาชีพการแสดงละคร, ร้าน, แท่น, แท่นเลนส์, รถม้าโดยสาร, ระยะทางระหว่างที่พักคนเดินทางสองแห่ง, ที่พักรถม้าโดยสาร, ระยะการเจริญเติบโต, ตอน, ระยะ, สมัย, ช่วง, โป๊ะ, โป๊ะลอยของท่าเรือ, ท่าเรือพื้นราบ, ชั้น, ขั้น, ขั้นบันได, ส่วนของจรวดที่มีเครื่องยนต์ *-vt.* **stagged, stagging** แสดงละคร, นำขึ้นแสดง (-S. platform) *-Ex. go on the stage, at this stage a boxing match, critical stage, three-stage rocket, by stages, stage by stage*

stagecoach (สเทจ' โคช) *n.* รถม้าโดยสาร

stagecraft (สเทจ' คราฟทฺ) *n.* ศิลปะการแสดงละคร, ศิลปะการเรียบเรียงหรือกำกับบทละคร

stage fright โรคประหม่าบนเวที

stagehand (สเทจ' แฮนด) *n.* เจ้าหน้าที่ควบคุมฉากและอุปกรณ์บนเวทีแสดง

stage-manage (สเทจ' แมนนิจ) *vt.* **-aged, -aging** ควบคุมการแสดงบนเวที, กำกับเวที, เป็นเจ้าภาพ, กำกับ, จัดการอย่างลับๆ

stager (สเทจ' เจอะ) *n.* ผู้ชำนาญโลก, ผู้ชำนาญการ, นักแสดง

stage-struck (สเทจ' สทรัค) *adj.* อยากจะเป็นนักแสดงบนเวที, เป็นที่ประทับใจของผู้ชมเป็นอย่างมาก

stage whisper การกระซิบเสียงดังให้คนชมได้ยิน

stagger (สแทก' เกอะ) *v.* **-gered, -gering** *-vi.* เดินโซเซ, ยืนโซเซ, โงนเงน, เซ, ส่าย, ลังเลใจ, ตะกุกตะกัก *-vt.* ทำให้โซเซ, ทำให้งงงวย, ทำให้ตะกุกตะกัก, ทำให้ลังเล, ทำให้ตกอกตกใจ, สับหลีก, จัดหลีก *-n.* การโซเซ, การโงนเงน, การส่าย, การแกว่ง, การลังเลใจ, การสับหลีก, การจัดหลีก, ที่คลุมเอียง **-staggerer** *n* **-staggery** *adj.* (-S. sway, stun) *-Ex. The sick man staggered down the pavement., stagger his resolution, The problem staggered him.*

staging (สเท' จิง) *n.* การแสดงบนเวที, ศิลปะการแสดงบนเวที, อาชีพการแสดงบนเวที, นั่งร้าน, โครงค้ำการก่อสร้าง, กิจการรถม้าโดยสาร, การหลุดออกจากกันของจรวดกับยานอวกาศเมื่อเชื้อเพลิงขับเคลื่อนจรวดหมด

stagnant (สแทก' เนินทฺ) *adj.* หยุดนิ่ง, หยุดไหล, อยู่เฉยๆ, ซบเซา, เฉื่อยชา, ไม่เจริญ **-stagnancy** *n.* **-stagnantly** *adv.* (-S. standing, still, quiet) *-Ex. Water that has stood still in a pool is stagnant., Mosquitoes breed in stagnant water.*

stagnate (สแทก' เนท) *vi.* **-nated, -nating** หยุดนิ่ง, หยุดไหล, อยู่เฉยๆ, ซบเซา, หยุดไม่เจริญ, ไม่เจริญ

S

-stagnation *n.* (-S. idle, languish)

stagy, stagey (สแทก' จี) *adj.* **-ier, -iest** เกี่ยวกับการแสดงละคร, เกี่ยวกับการแสดงบนเวที, ไม่เป็นไปตามธรรมชาติ **-staginess** *n.*

staid (สเทด) *adj.* สงบจิต, สงบประสาท, มั่นคง, สุขุม, สงบ **-staidily** *adv.* **-staidiness** *n.* (-S. calm, stable, sedate, proper) *-Ex. a staid speech, staid behavior*

stain (สเทน) *vt., vi.* **stained, staining** ทำให้เปรอะเปื้อน, ทำให้สกปรก, ทำให้เป็นรอยด่าง, แต้มสี, ทำให้ด่างพร้อย, ทำให้มัวหมอง, ทำให้มีมลทิน *-n.* สีแต้ม, สีย้อม, สีที่เปรอะเปื้อน, ด่างพร้อย, สิ่งสกปรก, แต้มสกปรก **-stainable** *adj.* **-stainer** *n.* (-S. mark, blot, tarnish, spot) *-Ex. a stain on the carpet, fruit-stains, floor-stain, without a stain on his character*

stainless (สเทน' ลิส) *adj.* ไม่สกปรก, ไม่มีรอยสกปรก, ไม่เปื้อนสี, ไม่มีจุดด่างพร้อย, ทำด้วยเหล็กกันสนิม, ไม่ขึ้นสนิม, ไม่เปรอะเปื้อน

stainless steel เหล็กไม่ขึ้นสนิม, เหล็กผสมโครเมียมอย่างน้อย 10%

stair (สแทร์) *n.* บันได, ขั้นบันได **-stairs** ขั้นบันไดหลายชั้น, ทุ่นหรือแพลอยของท่าเรือ *-Ex. Somsri passed me on the stair.*

staircase (สแทร์' เคส) *n.* ขั้นบันไดทอดหนึ่ง

stairway (สแทร์' เว) *n.* บันได, ทางบันได

stairwell (สแทร์' เวล) *n.* ปล่องบันได, ทางบันไดเป็นปล่อง

stake (สเทค) *n.* เสาหลัก, เสาเข็ม, เสาหมุด, เสาบ้าน, หลัก, หมุด, หลักปักเขต, ทั่งไม้, เงินเดิมพัน, เงินรางวัลหรือผลประโยชน์ที่จะได้, ส่วนได้เสีย, การเสี่ยง, การแข่งม้า, หุ้นผลประโยชน์, การเผาทั้งเป็น *-vt.* **staked, staking** ปักหลัก, ปักเสา, ลงเสาเข็ม, ลงหมุด, ผูกกับหลัก, ปักเขตล้อมรอบ, รังวัดปักเขต, วางเดิมพัน, เสี่ยง, สนับสนุน, ค้ำจุน, จัดให้มี **-stake out** คอยสอดส่องสำรวจ **-pull up stakes** ออกจากงาน (ถิ่นที่อยู่หรืออื่นๆ) **-stakes** เงินเดิมพัน **-at stake** วิกฤติ, เสี่ยง (-S. ante, bet, wager, gamble) *-Ex. The goat was tied to a stake., Dang staked out his garden., The soldier's life was at stake.*

stakeholder (สเทค' โฮลเดอะ) *n.* ผู้ถือเงินเดิมพัน, ผู้รักษาเงินเดิมพัน

stakehout (สเทค' เอาทฺ) *n.* การควบคุมตรวจตราโดยตำรวจ

stalactite (สทะแลค' ไททฺ) *n.* หินย้อย **-stalactitic** *adj.* **-stalactiform** *adj.*

stalagmite (สทะแลก' ไมทฺ) *n.* หินงอก **-stalagmitic** *adj.*

stale[1] (สเทล) *adj.* **staler, stalest** ไม่สด, เก่า, คร่ำครึ, เหม็นอับ, เน่าเปื่อย, ค้างคืน, ราขึ้น, มีรสเปลี่ยน, เหี่ยวย่น, จืดชืด, น่าเบื่อ, ล้าสมัย, นิ่งเฉย, ไม่ไหล, ไร้ผล (เนื่องจากการไม่เรียกร้องมากเกินไป) **-stalely** *adv.* **-staleness** *n.* (-S. decayed, faded, sour, insipid)

stale[2] (สเทล) *vi.* **staled, staling** ถ่ายปัสสาวะ

stalemate (สเทล' เมท) *n.* การคุมเชิงกันอยู่, สภาพที่อับจน, การยันกัน, สถานการณ์ที่กระทำอะไรกันไม่ได้ (-S. draw, tie, standstill) *-Ex. The teams were at a stalemate., strategic stalemate*

stalk[1] (สทอค) *n.* ก้านพืช, ลำต้น, ก้าน, แกน, ปล่องไฟสูง, ขาแก้วเหล้า, ลำเนื้อสัตว์ที่ไม่มีกระดูกสันหลัง (-S. axis, stem, peduncle, pedicel)

stalk[2] (สทอค) *vt., vi.* **stalked, stalking** ไล่ตาม, ไล่ตามสัตว์, ย่องเข้าใกล้, เดินเขย่งเท้าเข้าใกล้, ย่างสามขุม (-S. follow, haunt, purse) *-Ex. The hunter stalked the deer in the woods., The cat stalked through the door.*

stall[1] (สทอล) *n.* คอก, คอกสัตว์, แผงลอย, แผงขายของ, ที่นั่งยกพื้นของพระในโบสถ์ฝรั่ง, ที่นั่งแถวยาวในโบสถ์หรือโรงละคร *-v.* **stalled, stalling** *-vt.* ใส่คอก, ขังไว้ในคอก, ทำให้หยุด กลางคัน, ทำให้หยุด, ขัดขวาง *-vi.* หยุดกลางคัน, หยุด, ติดขัด, อยู่ในคอก **-stalls** ที่นั่งชั้นดีในโรงละคร, ห้องเล็กๆ, สถานที่จอดรถยนต์, การสูญเสียอัตราความเร็วหรือ สูญเสียการทรงตัวของเครื่องบิน (-S. compartment, booth)

stall[2] (สทอล) *n.* ข้ออ้าง, หน้าม้า, การหน่วงเหนี่ยว *-vt., vi.* **stalled, stalling** หน่วงเหนี่ยว, ล่อ, ถ่วงเวลา *-Ex. The horse stands in his stall., The girls had a stall from which to sell sweets at the fail., candy stall, a shower stall, stalled traffic*

stallion (สแทล' เยิน) *n.* ม้าตัวผู้โตเต็มที่ (โดยเฉพาะสำหรับผสมพันธุ์)

stalwart (สทอล' เวิร์ท) *adj.* แข็งแรง, แข็งแกร่ง, กำยำล่ำสัน, บึกบึน, กล้าหาญ, เด็ดเดี่ยว, ทรหด, แน่นไม่ย่อท้อ *-n.* บุคคลที่แข็งแกร่ง, บุคคลที่เด็ดเดี่ยวทรหด, บุคคลที่ไม่ย่อท้อ **-stalwartly** *adv.* (-S. strong, resolute, firm) *-Ex. a stalwart soldier, Dang was stalwart in the cause of justice., Samai was always our stalwart friend.*

stamen (สเท' เมิน) *n., pl.* **stamens/stamina** เกสรตัวผู้

stamen

stamina[1] (สแทม' มะนะ) *n.* ความแข็งแรง, ความแข็งแกร่ง, ความทรหดอดทน, สุขภาพ *-Ex. It takes stamina to be a fine athlete.*

stamina[2] (สแทม' มะนะ) *n. pl.* พหูพจน์ของ stamen

stammer (สแทม' เมอะ) *vt., vi.* **-mered, -mering** พูดตะกุกตะกัก, พูดติดอ่าง *-n.* การพูดตะกุกตะกัก, การพูดติดอ่าง **-stammerer** *n. -Ex. Children sometimes stammer when excited.*

stamp (สแทมพฺ) *v.* **stamped, stamping** *-vt.* ตอก, ตี, ประทับ, กระแทก, กระทืบ, เหยียบ, บด, กด, ขยี้, กำจัด *-vi.* กระทืบ, เหยียบ, ย่ำ *-n.* ตราประทับ, ตรา, รอยด่างประทับ, ดวงตราไปรษณียากร, ลักษณะเฉพาะ, เอกลักษณ์, เครื่องหมาย, สิ่งที่เห็นได้ชัด, เครื่องประทับตรา, เครื่องบด, เครื่องขยี้, เครื่องทุบ (-S. beat, crush, trample, fix) *-Ex. postage stamp, legal stamp, stamp-collector, stamp-book, a rubber-stamp, has set its stamp on, to stamp the address on it, have this document stamped, to stamp a letter, to stamp the* *floor*

stampede (สแตมพีด') *n.* การวิ่งอย่างอลหม่าน, การหนีของฝูงสัตว์อย่างแตกตื่น, การหลั่งไหล, การเฉลิมฉลองที่มีการแสดงขี่ม้าป่า การแสดงอื่นๆ และการเต้นรำ (ในอเมริกาและแคนาดา), การแสดงการขี่ม้าป่า, การหลั่งไหลลงคะแนนเสียงให้ผู้สมัครเลือกตั้งคนหนึ่ง *-vt., vi.* **-peded, -peding** วิ่งอลหม่าน, แตกตื่นและหนี, หลั่งไหล (-S. rush, flight) *-Ex. a stampede for the gate, The football fans stampeded over the football field when the game was over., The cowboys stampeded the cattle.*

stance (สแทนซ) *n.* ท่ายืน, ท่าตีกอล์ฟ, ท่าตีลูก, ตำแหน่งที่ตั้ง, ท่าท่าง, ทัศนคติ (-S. posture)

stanch[1] (สทานช, สทอนช, สแทนช) *vt.* **stanched, stanching** อุด, ห้ามเลือด, ทำให้หยุดไหล, หยุด, ยั้ง, ดับ, ทำให้บรรเทา, ห้ามเลือด **-stancher** *n.* (-S. staunch) *-Ex. to stanch a wound*

stanch[2] (สทานช, สทอนช, สแทนช) *adj.* ดู staunch[2]

stanchion (สแทน' ชัน) *n.* เสาค้ำ, เสาค้ำตรง, เสาตอม่อ, เสาเขต, เสาสัญญาณ *-vt.* **-chioned, -chioning** ติดตั้งเสาดังกล่าว, ค้ำจุนด้วยเสาดังกล่าว (-S. upright)

stand (สแทนด) *v.* **stood, standing** *-vi.* ยืน, ยืนตรง, ยืนตระหง่าน, ตั้ง, ตั้งอยู่, ตั้งมั่น, คงอยู่, ติดอยู่, ค้างอยู่, ยืนหยัด, ทนฝ่า, มีผลต่อไป, เข้าเป็นผู้สมัครรับเลือกตั้ง, เป็นม้าพันธุ์ *-vt.* ทำให้ยืน, ทำให้ยืนตรง, ตั้งตรง, เผชิญ, อดทน, เลี้ยงดู, ปฏิบัติหน้าที่ *-n.* การยืน, การยืนตรง, การยืนตระหง่าน, การตั้ง, การหยุด, การหยุดนิ่ง, ความแน่วแน่, ความเด็ดเดี่ยว, นโยบายแน่วแน่, ตำแหน่งแน่วแน่, จุดยืน, ตำแหน่ง, ตำแหน่งที่นั่ง, พยานในศาล, แท่นพูด, บัลลังก์, ที่จอดรถ, แผงหนังสือพิมพ์, แผง, แผงลอย, โต๊ะขนาดเล็ก, นั่งร้าน, สถานที่ธุรกิจ, ต้นไม้ที่กำลังเจริญเติบโต, ป่าไม้, ชุดเสื้อผ้า, ฐานะ, ความนิยม **-stand a chance** มีโอกาส, มีทาง **-stand by** ซื่อสัตย์, จงรักภักดี, ยึดถือ, เตรียมพร้อม **-stand on** อาศัย, ขึ้นอยู่กับ **-stand out** เด่นชัด, ชัดเจน, ยืนหยัด, แน่วแน่ **-stand up** ยืนขึ้น, ทนทาน, ทนต่อ, ผิดนัด **-stand up to** เผชิญ (-S. endure, abide) *-Ex. I'm tired to standing., stand there!, stand still, stand at attention, stand firm, stand and fight, This cloth will (won't) stand washing., to make a stand*

standard (สแทน' เดิร์ด) *n.* มาตรฐาน, เกณฑ์, กฎเกณฑ์, ข้อบังคับ, กรอบ, ข้อกำหนด, อัตราเปรียบเทียบ, สิ่งที่เป็นมาตรฐานเปรียบเทียบ, หน่วยเงินตรา, ธงราชการ, ธง, ชั้นปีโรงเรียนประถมในอังกฤษ, สิ่งค้ำจุนที่ตั้งตรง, เสาไฟฟ้า, แท่นตั้งเทียน *-adj.* เป็นมาตรฐาน, เป็นเกณฑ์, เป็นแบบอย่างที่ดีเยี่ยม, ตามปกติ, โดยทั่วไป, ตรงกำหนด, ได้ระดับ **-standards** ศีลธรรมจรรยา (-S. average, canon, norm) *-Ex. He carries the standard., A flag-pole is a standard., standard of living, be up to (below) the standard, standard deviation, a standard work on the subject, a standard author, a standard for a camera*

standard-bearer (สแทน' เดิร์ดแบ' เรอะ) *n.* ผู้ถือธง, มือธง, ผู้นำที่เด่นชัด, ผู้นำพรรคการเมือง, ผู้นำกิจการ

standardbred (สแทน' เดิร์ดเบรด) *n.* ม้าอเมริกันพันธุ์หนึ่งที่เป็นม้าแข่ง

standardize (สแทน' เดิร์ดไดซ) *vt.,vi.* **-ized, -izing** ทำให้ได้มาตรฐาน, ได้มาตรฐาน **-standardization** *n.* (-S. regulate, conform, adjust)

standard of living มาตรฐานการครองชีพ, ระดับการครองชีพ (-S. living standard)

standard time เวลามาตรฐาน

standby (สแทน' บาย) *n., pl.* **-bys** ผู้ไว้ใจได้ที่คอยให้ความช่วยเหลือในเวลาฉุกเฉิน, การเตรียมเข้าชื้อที่นั่ง (บนเครื่องบิน เรือ หรือรถโดยสาร) ที่คนอื่นสละสิทธิ์ *-adj.* เตรียมพร้อม, สำรอง

standee (สแทนดี') ผู้โดยสารยืน, ผู้ชมที่ตีตั๋วยืน

stand-in (สแทน' อิน) *n.* ตัวแทน, ตัวแสดงแทน

standing (สแทน' ดิง) *n.* ตำแหน่ง, ฐานะ, ชื่อเสียง, ความยาวนาน, จุดยืน, ที่ยืน *-adj.* ตั้งตรง, แนวตรง, ท่ายืน, นิ่ง, คงที่, อยู่นิ่ง, ไม่ไหล, ต่อเนื่อง, มาตรฐาน, มีผลในระยะยาว, เตรียมพร้อม, สำรอง, ประจำการ (-S. status, rank, place) *-Ex. The box is standing on the table., a standing ovation, a standing vote, standing orders, standing committee, a habit of long standing, a standing invitation, a standing order, a standing army, a standing pool of water*

standing room ตำแหน่งที่ยืน, จุดยืน

standoff (สแทน' ออฟ) *n.* (ภาษาพูด) การปลีกตัว, การไปยืนเสียอีกข้างหนึ่ง, ความเย็นชา, ความเสมอกัน, สิ่งที่คอยถ่วงสิ่งต่อต้าน *-adj.* ปลีกตัว, เย็นชา, ซึ่งยืนอยู่อีกข้างหนึ่ง, สำรอง

standoffish (สแทนออฟ' ฟิช) *adj.* สุขุม ใจเย็น **-standoffishness** *n.*

standout (สแทน' เอาท) *n.* (ภาษาพูด) ผู้มีความสามารถยอดเยี่ยม, สิ่งที่เด่นชัด, สิ่งที่ยอดเยี่ยม

standpipe (สแทน' ไพพ) *n.* ท่อตั้งตรงสำหรับถ่ายน้ำ

standpoint (สแทน' พอยนท) *n.* จุดยืน, หลัก, แง่คิด, ทัศนคติ (-S. position, point of view) *-Ex. From the standpoint of honour, it was a cowardly thing to do.*

standstill (สแทน' สทิล) *n.* การหยุดนิ่ง, การนิ่งเฉย, ดุษณีภาพ, ภาวะชะงักงัน (-S. stop)

stand-up (สแทน' อัพ) *adj.* ยืนตรง, ตั้งตรง, กล้าหาญ, เด็ดเดี่ยว, ตรงไปตรงมา (-S. standup)

stang (สแทง) *vt., vi.* กริยาช่อง 2 ของ sting

stank (สแทงค) *vt., vi.* กริยาช่อง 2 ของ stink

stanza (สแทน' ซะ) *n.* พยางค์โคลง, พยางค์บทกวี, บทหนึ่งของกวี (โคลง กลอน ฉันท์ กาพย์) ซึ่งโดยมากมีอย่างน้อย 2 บรรทัด **-stanzaic** *adj.*

staphylococcus (สแทฟ' ฟะโลคอก' คัส) *n., pl.* **-cocci** เชื้อจุลินทรีย์รูปร่างทรงกลม

staple[1] (สเท' เพิล) *n.* สินค้าหลัก, สินค้าสำคัญ, สินค้าสำคัญของประเทศ, วัตถุดิบสำคัญของประเทศ, วัตถุดิบหลัก, ผลิตภัณฑ์หลัก, สินค้ายืนพื้น, อาหารหลัก (เช่นขนมปัง ข้าวหรือเกลือ), ใย (ขนสัตว์ ฝ้ายป่าน ปอหรืออื่นๆ), ความยาวมาตรฐานของเส้นใยสิ่งทอ, ส่วนสำคัญ,

S

หัวข้อสำคัญ *-adj.* สำคัญ, ที่เป็นพื้น, เป็นหลัก, เป็นแก่น, ซึ่งใช้กันส่วนใหญ่ *-vt.* **-pled, -pling** แยกชนิดตามอาหารหลัก, วัตถุหลักหรือเส้นใย (**-S.** commodity, storehouse, main, chief, prime) *-Ex. Rice is the staple of many provinces in Thailand., staple of conversation*

staple² (สเท' เพิล) *n.* ลวดรูปตัว U หรือตะปูรูปตัว U ที่ใช้เย็บหนังสือ, สายยู, ห่วงสายยู *-vt.* **-pled, -pling** ตอกลวดหรือตะปูหรือห่วงดังกล่าว *-Ex. The teacher fastened the pages together with staples.*

staple²

stapler (สเท' เพลอะ) *n.* เครื่องเย็บหนังสือที่ใช้ลวดรูปตัวยู

star (สทาร์) *n.* ดาว, ดวงดาว, ดาวฤกษ์, ดวงชะตา, โชค, วาสนา, สิ่งที่มีลักษณะเป็นดาว (มี 5-6 แฉก), ดอกจัน, ตราที่มีลักษณะเป็นดาว, อินทรธนู, ดาราภาพยนตร์, ดาวกระจาย, แววาววับของเพชรพลอย, จุดขาวบนหน้าผากของม้า, บุคคลที่โด่งดังในบางอาชีพ, คนที่ติดตะรางครั้งแรกในชีวิต *-adj.* ดัง, โด่งดัง, เป็นดารา, เกี่ยวกับดาว, ยอดเยี่ยม *-v.* **starred, starring** *-vt.* ติดดาวประดับ, ทำให้เป็นดารา, แสดงเป็นตัวเอก, ทำเครื่องหมายดอกจัน *-vi.* แจ่มจรัสเหมือนดาว, เป็นดารา, นำแสดง

starboard (สทาร์' บอร์ด) *n.* กราบขวา (ของเรือหรือเครื่องบิน) *-adj.* เกี่ยวกับหรือหันไปทางกราบขวา *-adv.* หันไปทางกราบขวา, ไปยังกราบขวา

S

starch (สทาร์ช) *n.* แป้ง, สารคาร์โบไฮเดรต, อาหารแป้ง, พลังงาน, กำลัง, ความแข็งแรง *-vt.* **starched, starching** ลงแป้ง, ลงแป้งให้แข็ง *-Ex. Mother puts starch in father's collars., to starch shirts and other clothes before they are ironed*

starchy (สทาร์' ชี) *adj.* **-ier, -iest** เกี่ยวกับหรือมีลักษณะของแป้ง, ประกอบด้วยแป้ง, ลงแป้งจนแข็ง

star-crossed (สทาร์' ครอสด) *adj.* ดวงไม่ดี, ชะตาอับจน

stardom (สทาร์' เดิม) *n.* โลกดารา, การเป็นดารา

stardust (สทาร์' ดัสท) *n.* ละอองดาว, จินตนาการ, ภาพลวงตา

stare (สแทร์) *v.* **stared, staring** *-vi.* จ้องมอง, จ้อง, จ้องเขม็ง, ถลึงตา, เด่นชัด, เตะตา, เห็นโต้งๆ, (ขน) ตั้งชัน *-vt.* จ้องเขม็ง *-n.* การจ้องมอง, การจ้องเขม็ง **-stare down** จ้องให้กลัว **-stare one in the face** รีบด่วน, ฉุกเฉิน (**-S.** glare, gaze, eye) *-Ex. The hungry girl stared at the food on the table., The boy's stare frightened the baby.*

starfish (สทาร์' ฟิช) *n., pl.* **starfish/-fishes** ปลาดาว

starfish

stargaze (สทาร์' เกซ) *vi.* **-gazed, -gazing** จ้องมอง, ดูดาว, ฝันกลางวัน, ใจลอย **-stargazer** *n.*

stark (สทาร์ค) *adj.* **starker, starkest** ตายตัว, สิ้นเชิง, เคร่งครัด, เต็มตัว, ที่สุด, แข็ง, แข็งทื่อ, แข็ง (ตาย) *-adv.* ตายตัว, เต็มตัว, สิ้นเชิง, ที่สุด **-starkly** *adv.* **-starkness** *n.* (**-S.** bleak) *-Ex. a stark description, stark exposure, stark fact, stark poor, stark country, stark terror*

starlet (สทาร์' ลิท) *n.* ดาราหน้าใหม่, ดาราหญิงหน้าใหม่, ดาวดวงเล็กๆ

starlight (สทาร์' ไลท) *n.* แสงดาว *-Ex. It was a night made beautiful by starlight.*

starling (สทาร์' ลิง) *n.* นกเล็กในตระกูล Sturnidae, มุมแหลมของตอม่อสะพาน

starling

starlit (สทาร์' ลิท) *adj.* มีแสงสว่างจากดวงดาว (**-S.** starlight)

starry (สทาร์' รี) *adj.* **-rier, -riest** เต็มไปด้วยดาว, สว่างไปด้วยแสงดวงดาว, แจ่มจรัส, ประกอบด้วยดาว, คล้ายดาว, เป็นรูปดาว **-starriness** *n.* *-Ex. The sky is starry tonight., to watch with starry eyes*

starry-eyed (สทาร์' รีไอด) *adj.* เพ้อฝัน, มองโลกในแง่ดีเกินไป

Stars and Stripes ธงชาติอเมริกัน (**-S.** Old Glory, The Star-Spangled Banner)

Star-Spangled Banner ธงชาติอเมริกัน, เพลงชาติอเมริกัน บทเพลงโดย Francis Scott Key จากทำนองเพลงอังกฤษชื่อ To Anacreon in Heaven

start (สทาร์ท) *v.* **started, starting** *-vi.* เริ่ม, เริ่มต้น, ตั้งต้น, ลงมือ, ทำการ, ตั้งตัว, ยืน, โผล่, กระตุก, กระโดด, สะดุ้งตกใจ, ปรากฏออกมาอย่างฉับพลัน, คลาย, หลวม, ร่วมแข่ง *-vt.* เริ่มต้น, ตั้งต้น, ก่อให้เกิด, ทำให้ตกอกตกใจ, ทำให้คลาย, ทำให้หลวม, เสนอ, ให้สัญญาณการเริ่มแข่ง *-n.* การเริ่ม, การเริ่มต้น, สัญญาณเริ่มต้น, ระยะแรก, ส่วนแรก, จุดเริ่มแรก, การกระตุก, การนำหน้าก่อน, จุดนำหน้าก่อน, การออกวิ่ง, โอกาส, เงื่อนไข, การปะทุ *-Ex. to start our journey, to start from London, to start work, to start a business, to start him in a business*

starter (สทาร์' เทอะ) *n.* ผู้เริ่มต้น, สิ่งเริ่มต้น, ผู้ให้สัญญาณการแข่งขัน, ผู้เริ่มต้นด้วยตัวเอง, ผู้นำหน้าก่อนการแข่งขัน, เชื้อหมักฟู

Star Wars ชื่อภาพยนตร์แนววิทยาศาสตร์ที่มีชื่อเสียงเรื่องหนึ่ง และเป็นชื่อเรียกเล่นของ ดู SDI

startle (สทาร์' เทิล) *v.* **-tled, -tling** *-vt.* รบกวน, ทำให้ตื่น, ทำให้สะดุ้งตกใจ *-vi.* สะดุ้งตกใจ *-n.* สิ่งที่ทำให้สะดุ้งตกใจ, สิ่งรบกวน *-Ex. The ringing of the doorbell startled Mother.*

starvation (สทาร์เว' ชัน) *n.* การอดอาหารตาย, ความอดอยาก, ความหิวโหย, ความกระหาย *-Ex. The deserted family faced the threat of starvation.*

starve (สทาร์ฟว) *v.* **starved, starving** *-vi.* อดอาหารตาย, อดอยาก, กระหาย, หิวโหย, หนาวตาย *-vt.* ทำให้อดอาหารตาย, ทำให้อดอยาก, ทำให้กระหายมาก, ทำให้หิวโหย, ทำให้หนาวตาย (**-S.** wither, waste away, die) *-Ex. If you do not eat, you will starve., I am starving (for food)., be starved to death*

starveling (สทาร์ฟว' ลิง) *n.* ผู้อดอาหารตาย, ผู้อดอยาก, ผู้หนาวตาย, สัตว์ที่อดอาหารตาย *-adj.* อดอาหาร

stash 835 **staunch[1]**

ตาย, อดอยาก, กระหาย, ต้องการมาก, ยากจน

stash (สแทช) *vt.* **stashed, stashing** (คำสแลง) สะสม ซ่อน ซ่อนเร้น อำพราง *-n.* ที่ซ่อน, ที่เก็บสะสม, สิ่งที่เก็บสะสมไว้, สิ่งที่ซ่อนไว้

stasis (สเท' ซิส, สแทส' ซิส) *n., pl.* **stases** การหยุดไหลหรือไหลน้อยลง, ภาวะหยุดนิ่ง, ความชะงักงัน, ดุลยภาพที่เกิดจากแรงต้านกัน

state[1] (สเทท) *n.* สภาพ, สภาพการณ์, สถานการณ์, ฐานะ, ลักษณะ, อาการ, สภาพทางอารมณ์, อารมณ์, มลรัฐ, รัฐ, ประเทศ, กิจการของรัฐ, กิจการปกครอง *-adj.* เกี่ยวกับอำนาจหน้าที่, เกี่ยวกับราชการ, เกี่ยวกับพิธี, เกี่ยวกับรัฐหรือประเทศ **-in state** (ศพ) ตั้งแสดงไว้อย่างสมเกียรติ **-the state** ราชการ, รัฐบาล **-the States** สหรัฐอเมริกา, พิธี, พิธีแห่

state[2] (สเทท) *vt.* **stated, stating** กล่าว, แถลง, แจ้ง, กำหนด, สาธยาย, สาธก, (คณิตศาสตร์) ใช้เครื่องหมายแสดงถึง (-S. testify, declare, inform) *-Ex. in an unfinished state, in a (terrible) state (of confusion), an (unhappy) state of mind, liquid state, solid state, Service of the State, Secretary of State, a native state*

statehood (สเทท' ฮูด) *n.* ความเป็นมลรัฐ, สถานภาพที่เป็นมลรัฐ

statehouse (สเทท' เฮาซฺ) *n.* อาคารรัฐสภาของมลรัฐ, เมืองหลวงของมลรัฐ

stateless (สเทท' ลิส) *adj.* ไร้สัญชาติ

stately (สเทท' ลี) *adj.* **-lier, -liest** ยิ่งใหญ่, โอ่อ่า, มีเกียรติสูงส่ง, สง่าผ่าเผย *-adv.* อย่างมีเกียรติ, อย่างโอ่อ่า, อย่างสูงส่ง, อย่างสง่าผ่าเผย **-stateliness** *n.* (-S. majestic, elegant, slow) *-Ex. a stately dress, a stately palace*

statement (สเทท' เมินทฺ) *n.* คำแถลง, แถลงการณ์, ถ้อยแถลง, การแถลง, การบรรยาย, รายงานการเงิน, งบดุล, บัญชีการเงิน (-S. assertion)

statesman (สเททซฺ' เมิน) *n., pl.* **-men** รัฐบุรุษ, นักการเมือง, ผู้เชี่ยวชาญทางการเมือง **-statesmanlike, statesmanly** *adj.* **-statesmanship** *n.* (-S. politician) *-Ex. the elder statesman showed real statesmanship*

static (สแทท' ทิค) *adj.* อยู่กับที่, คงที่, ไม่มีการเปลี่ยนแปลงหรือเปลี่ยนแปลงเล็กน้อย, สถิต, ไม่กระฉับกระเฉง, อยู่ภายใต้กรอบประเพณี, เกี่ยวกับไฟฟ้าสถิต, (ฟิสิกส์) โดยน้ำหนักเท่านั้นและไม่ทำให้เคลื่อนที่ *-n.* ไฟฟ้าสถิต, การแทรกแซงของสัญญาณวิทยุหรือเรดาร์ที่เกิดขึ้นเนื่องจากการรบกวนของไฟฟ้า **-statically** *adv.* (-S. still)

static electricity ไฟฟ้าสถิต

station (สเท' ชัน) *n.* สถานี, ที่ทำการ, สถานีรถไฟ, สำนักงาน, สถานที่, อาคารสถานี, อาคารที่ทำการ, ตำแหน่งหน้าที่, ฐานะ, (กองทัพเรือ) ฐานะปฏิบัติการ, สถานีวิทยุ, สถานีโทรทัศน์, เครื่องส่งวิทยุหรือโทรทัศน์, แหล่งกำเนิด, แหล่งที่อยู่อาศัย, ฟาร์มเลี้ยงปศุสัตว์ (โดยเฉพาะแกะ), จุดรังวัดปักเขต, เขตสำรวจ, ความยาว 100 ฟุตของแนวสำรวจ, ภาพที่พระเยซูคริสต์ถูกทรมาน *-vt.* **-tioned, -tioning** อยู่ประจำ, ตั้งฐานปฏิบัติการ, ตั้งประจำ (-S. situation, location) *-Ex. hill station, naval station, police station, telegraph station, A guard was stationed at the gate., a railway station, a bus station, a man of high station in the community, My brother is stationed at an army camp nearby.*

stationary (สเท' ชะเนอะรี) *adj.* หยุดนิ่ง, ไม่เคลื่อนที่, คงที่, มีตำแหน่งที่อยู่กับที่, เคลื่อนที่ไม่ได้, ประจำที่, ไม่เคลื่อนย้าย, ไม่โยกย้าย, ไม่เปลี่ยนแปลง, อยู่ในสภาพเดิม *-n.* บุคคลหรือสิ่งที่อยู่กับที่, บุคคลหรือสิ่งที่เคลื่อนที่ (-S. still, static) *-Ex. The furnace is stationary., The size of our class has been stationary all year., a stationary bookcase, a stationary population*

stationer (สเท' ชะเนอะ) *n.* คนขายเครื่องเขียน, คนขายหนังสือ, ผู้พิมพ์, ผู้จัดพิมพ์หนังสือขาย

stationery (สเท' ชะเนอะรี) *n.* กระดาษเขียน, เครื่องเขียน (-S. writing paper)

station house สถานีตำรวจ, สถานีดับเพลิง

stationmaster (สเท' เชินมาสเทอะ) *n.* นายสถานี

station-to-station (สเท' ชันทะสเท' ชัน) *adj.* เกี่ยวกับโทรศัพท์ทางไกลที่พูดกับใครก็ได้ตามเลขหมายโทรศัพท์ *-adv.* โดยวิธีการดังกล่าว

station wagon รถยนต์โดยสารขนาดเล็กที่สามารถบรรทุกกระเป๋าเดินทางและสัมภาระอื่นๆ ได้

statistic (สทะทิส' ทิค) *n.* สถิติ, ข้อมูล, ข้อเท็จจริงเป็นตัวเลข (-S. numerical fact, datum) *-Ex. statistics of population, traffic statistics*

statistics (สทะทิส' ทิคซฺ) *n. pl.* วิชาสถิติ, สถิติ, ข้อมูล, ข้อเท็จจริงที่เป็นตัวเลข

statuary (สแทช' ชูเออรี) *n., pl.* **-ries** รูปปั้นหรือรูปสลักทั้งหลาย *-adj.* เกี่ยวกับรูปปั้นหรือรูปสลัก

statue (สแทช' ชู) *n.* รูปปั้น, รูปสลัก, รูปแกะสลัก, รูปหล่อ, ผลงานศิลปะสามมิติที่จำลองรูปคนหรือสัตว์ **-statuesque** *adj.* (-S. sculpture, figure) *-Ex. There is a statue of Abraham Lincoln in Washington.*

statuette (สแทช' ชูเอท) *n.* รูปปั้นหรือรูปสลักเล็กๆ

Statue of Liberty อนุสาวรีย์เทพธิดาแห่งเสรีภาพบนเกาะ Liberty ในอ่าวท่าเรือนิวยอร์ก

stature (สแท' เชอะ) *n.* ความสูงของสัตว์ (โดยเฉพาะของคน), ความสูงของสิ่งของ, ปริมาณการเจริญเติบโต, ระดับความสำเร็จ (-S. tallness, size)

status (สเท' ทัส, สแทท' ทัส) *n.* ฐานะ, สภาพ, สภาพการณ์, ภาวะ, ตำแหน่ง, ยศ (-S. position) *-Ex. class status, (social) status, status quo, status of the peace conference*

status quo ฐานะที่เป็นอยู่, สภาพที่เป็นอยู่, สภาพการณ์ที่เป็นอยู่

status symbol ลักษณะของฐานะ, ดัชนีวัดฐานะ

statute (สแทช' ชูท) *n.* บทบัญญัติ, พระราชบัญญัติ, กฎ, ข้อบังคับ, ระเบียบ, ลายลักษณ์อักษร *-Ex. a statute against speeding, the statures of the club*

statute book หนังสือกฎหมาย (5,280 ฟุต)

statute of limitation อายุความ, กฎหมายกำหนดระยะเวลาการบังคับตามกฎหมาย

staunch[1] (สทอนชฺ, สทานชฺ) *vt.* ดู stanch[1]

S

staunch² (สทอนชฺ) *adj.* **stauncher, staunchest** แข็งขัน, เด็ดเดี่ยว, แน่วแน่, ซื่อสัตย์, ภักดี, แข็งแรง **-staunchly** *adv.* **-staunchness** *n.* (-S. firm, resolute)

stave (สเทฟว) *n.* แผ่นไม้แคบบางที่ใช้ทำถัง ขั้นบันได หรืออื่นๆ, ขั้นบันได, ไม้ตะบอง, ไม้เท้า, ชั้น, บทกวีบทหนึ่ง, บทหรือประโยคของบทกวี, (ดนตรี) เส้นขวางบันไดเสียง 5 เส้น *-v.* **staved/stove, staving** *-vt.* ทำแตก, เจาะทะลุ, ทำบู้บี้, ตีถังเหล้าแตก *-vi.* ถูกตีแตก, ถูกเจาะทะลุ, เดินด้วยจังหวะรวดเร็ว **-stave off** ขจัดปัดเป่า (-S. rod, staff, break, crush) *-Ex. Dang staved in the side of the boat with one blow of the axe., to stave off defeat, to stave off a blow*

staves (สเทฟวซ) *n.* พหูพจน์ของ staff

stay¹ (สเท) *v.* **stayed, staying** *-vi.* อยู่, พักอยู่, อาศัยอยู่, คงอยู่, ค้างอยู่, หยุดอยู่, ยืนหยัด *-vt.* หยุด, ยั้ง, ระงับ, ยับยั้ง, ควบคุม, กำจัด, สกัด, หน่วงเหนี่ยว, คอย *-n.* การอยู่, การพักอยู่, การหยุดอยู่, การค้างอยู่, การเลื่อนการพิจารณา (-S. halt, stop, hover) *-Ex. to stay for the summer, an enjoyable stay at the farm, stay in town, stay a minute, stay to the end, The weather stayed cold for more than a month., Dang stayed his hunger with a snack before dinner., The judge stayed judgment until he could gather more facts*

stay² (สเท) *vt.* **stayed, staying** ค้ำ, ค้ำจุน, ยึด, รัด, พยุง, ยืนหยัด, สนับสนุน *-n.* สิ่งค้ำ, เครื่องค้ำ, สิ่งยึด, เครื่องรัดหน้าท้องหญิง, เชือกโยง, เสื้อในรัดรูป, แกงแนง **-stays** เครื่องรัดลำตัวผู้หญิง (-S. endurance) *-Ex. stay tube, stay bar, stay rod, stay sail*

stay³ (สเท) *n.* เชือกหรือเส้นลวดแข็งแรงสำหรับยึดเสาเรือ ปล่องไฟ หรืออื่นๆ **-in stays** หันไปทางต้นลม (ใบเรือสั่นไหว)

staying power ความสามารถในการอดทน

stead (สเทด) *n.* ตัวแทน, แทน, สถานที่แทน, สถานที่, *-vt.* **steaded, steading** เป็นประโยชน์, มีประโยชน์, รับใช้, เอื้ออำนวย **-stand in good stead** มีประโยชน์ (โดยเฉพาะในยามวิกฤติ) *-Ex. My brother went in my stead., Your new machine will stand you in good stead.*

steadfast (สเทด' เฟิสทฺ) *adj.* แน่วแน่, แน่นอน, มั่นคง, ไม่เปลี่ยนแปลง, มีศรัทธาแน่วแน่, ยึดมั่น **-steadfastly** *adv.* **-steadfastness** *n.* (-S. stedfast devoted, loya) *-Ex. a steadfast look, a steadfast faith*

steady (สเทด' ดี) *adj.* **-ier, -iest** มั่นคง, แน่นอน, สม่ำเสมอ, เป็นนิสัย, ไม่เปลี่ยนแปลง, ต่อเนื่อง, ไม่ลดละ, หนักแน่น, เด็ดเดี่ยว *-n.* บุคคลที่ได้ถูกนัดจากเพศตรงข้ามคนใดคนหนึ่งอย่างสม่ำเสมอ *-vt., vi.* **steadied, steadying** ทำให้สม่ำเสมอ, ทำให้มั่นคง, ทำให้เด็ดเดี่ยว **-go steady** ไปนัดกับเพศตรงข้ามคนใดคนหนึ่งอย่างสม่ำเสมอ **-steadier** *n.* **-steadily** *adv.* **-steadiness** *n.* (-S. constant) *-Ex. Hold the thing steady while I fix it., stand steady, a steady hand, a steady worker, steady work, Steady, now!, They are stead TV watchers., Somsri is a steady young woman., to steady a ladder*

steady state มั่นคง, สม่ำเสมอ

steak (สเทค) *n.* ชิ้นเนื้อหั่นชิ้นใหญ่ (โดยเฉพาะเนื้อวัวหรือเนื้อปลาทอด), เนื้อหั่น, เนื้อสเต็ก

steak house ร้านขายสเต็ก

steal (สทีล) *v.* **stole, stolen, stealing** *-vt.* ขโมย, ลักลอบ, ชิง, แอบเอาไป, แอบหยิบเอา *-vi.* ขโมย, ลักลอบ, ชิง, แอบเอาไป, ทำอย่างลับๆ, แอบทำ, แอบไป *-n.* สิ่งที่ถูกขโมย, สิ่งที่ได้มาด้วยราคาถูกกว่าราคาจริง, การต่อรอง **-steal someone's thunder** ขโมยความคิดเห็นของคนอื่น **-stealer** *n.* (-S. pilfer, creep, take, filch) *-Ex. Somchai stole my watch., stolen goods, to steal a kiss, to steal attention, Let's steal out of the room on tiptoe., Mother's hat was a steal at $2.00.*

stealth (สเทลธฺ) *n.* วิธีการลับๆ, พฤติการณ์ลับ, การแอบทำ (-S. secrecy, slyness, unobtrusiveness) *-Ex. Narong obtained the key by stealth while no one was home.*

stealthy (สเทล' ธี) *adj.* **-ier, -iest** ลึกลับ, แอบทำ, แอบๆ ซ่อนๆ **-stealthily** *adv.* **-stealthiness** *n.* (-S. clandestine, sly, sneaking, furtive) *-Ex. a stealthy glance, the stealthy approach*

steam (สทีม) *n.* ไอน้ำ, ไอ, หมอก, กำลัง, พลังงาน, อำนาจ *-vt., vi.* **steamed, steaming** ปล่อยไอน้ำ, พ่นไอ, เป็นไอ, เคลื่อนที่ด้วยพลังไอน้ำ, โกรธ, แสดงความโกรธ **-blow off/let off steam** ปล่อยอารมณ์ *-Ex. the steam of a kettle, driven by steam, steam-pump, steam-pipe, The ship steamed away.*

steam bath การอบไอน้ำ (ชำระล้างร่างกายและทำให้สดชื่น), ห้องอบไอน้ำ

steamboat (สทีม' โบท) *n.* เรือกลไฟ, เรือยนต์ขับเคลื่อนด้วยพลังไอน้ำ

steam boiler หม้อต้มน้ำให้เป็นไอ, หม้อไอน้ำ

steam engine เครื่องยนต์ขับเคลื่อนด้วยพลังไอน้ำ

steamer (สที' เมอะ) *n.* สิ่งที่ขับเคลื่อนด้วยพลังไอน้ำ, หม้อไอน้ำ, เรือกลไฟ

steamroller (สทีม' โรเลอะ) *n.* รถบดถนนที่ขับเคลื่อนด้วยพลังไอน้ำ, พาหนะกลิ้งที่ขับเคลื่อนด้วยพลังไอน้ำ

steamship (สทีม' ชิพ) *n.* เรือยนต์ขนาดใหญ่ (โดยเฉพาะที่ขับเคลื่อนด้วยพลังไอน้ำ)

stedfast (สเทด' ฟาสทฺ) *adj.* ดู steadfast

steed (สทีด) *n.* ม้า (โดยเฉพาะชั้นดีมาก)

steel (สทีล) *n.* เหล็กกล้า, สิ่งที่ทำด้วยเหล็กดังกล่าว, *-adj.* เกี่ยวกับเหล็กกล้า, ทำด้วยเหล็กกล้า *-vt.* **steeled, steeling** ใส่เหล็กกล้า, ทำให้คล้ายเหล็กกล้า *-Ex. stainless steel, steel industry, steel complex, steel oneself against*

steel wire ลวดเหล็ก

steel wool ใยเหล็กสำหรับขัดมันวาว, เหล็กฝอยสำหรับขัดโครงเหล็กกล้า

steelwork (สทีล' เวิร์ค) *n.* ส่วนที่เป็นเหล็กกล้า, โรงงานเหล็กกล้า **-steelworker** *n.*

steely (สที' ลี) *adj.* **-ier, -iest** ประกอบด้วยเหล็กกล้า, ทำด้วยเหล็กกล้า, คล้ายเหล็กกล้า, มีลักษณะของเหล็ก

S

กล้า **-steeliness** *n.*

steelyard (สทีล' ยาร์ด, สทีล' เยิร์ด) *n.* ตาชั่งจีน, ตาชั่งยกได้ที่มีลูกตุ้ม

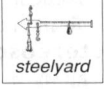

steelyard

steep[1] (สทีพ) *adj.* **steeper, steepest** สูง, ชัน, สูงชัน, (ราคา) สูงเกินไป, สูงลิ่ว, เกินไป *-n.* ที่สูงชัน **-steeply** *adv.* **-steepness** *n.* (-S. abrupt, sheer) *-Ex. The boys climbed the steep hill., steep demand, steep story*

steep[2] (สทีพ) *v.* **steeped, steeping** *-vt.* จุ่ม, จุ้ม, แช่, ทำให้เปียกชุ่ม, ทำให้เปียกโชก, ทำให้ชุ่ม, อาบ, ทำให้อิ่มตัว *-vi.* จม, แช่, อม, จมอยู่ในปลัก *-n.* การจุ่ม, การจุ้ม, ความเปียกชุ่ม, ของเหลวที่ใช้จุ่ม *-Ex. let tea steep in boiling water, to steep oneself in mathematics, to be steeped in crime*

steepen (สที' เพิน) *vt.,vi.* **-ened, -ening** ทำให้สูงชันยิ่งขึ้น, สูงชันยิ่งขึ้น

steeple (สที' เพิล) *n.* ยอดสูง, หลังคาแหลม, ยอดเจดีย์, หอคอยบนยอดเจดีย์ **-steepled** *adj.* (-S. spire)

steeplechase (สที' เพิลเชส) *n.* การแข่งม้าวิ่งข้ามสิ่งกีดขวางที่สร้างขึ้น, การวิ่งแข่งข้ามทุ่งหรือทุ่งที่มีสิ่งกีดขวาง **-steeplechaser** *n.*

steer[1] (สเทียร์) *vt., vi.* **steered, steering** คัดท้าย, ถือพวงมาลัย, คุมหางเสือ, นำทาง, ตามทาง, ชี้นำ, มุ่งหน้า *-n.* การคัดท้าย (ถือพวงมาลัย คุมหางเสือ นำทาง) **-steer clear of** หลีก, หลีกเลี่ยง (-S. guide, pilot, conduct) *-Ex. to steer a ship, They steered home after the party., steering-wheel*

steer[2] (สเทียร์) *n.* วัวตัวผู้ที่ตอนแล้ว

steerage (สเทีย' ริจ) *n.* การนำทาง, การคัดท้าย, การถือพวงมาลัย, การคุมหางเสือ, ส่วนของเรือที่ติดตั้งอุปกรณ์นำทาง, ส่วนของเรือโดยสารที่เก็บค่าโดยสารถูกที่สุด (-S. steering)

steerageway (สเทีย' ริจเว) *n.* ความเร็วพอประมาณที่เรือวิ่งได้เร็วและควบคุมได้

steering committee คณะกรรมการเตรียมการประชุม, คณะกรรมการวางระเบียบวาระการประชุม

steering gear อุปกรณ์พวงมาลัยขับขี่, อุปกรณ์คุมหางเสือ

steering wheel พวงมาลัยขับขี่

steersman (สเทียซฺ' มัน) *n.* ผู้ถือท้ายหรือพวงมาลัยขับขี่, ผู้ขับขี่, ผู้คุมเครื่อง

steeve[1] (สทีฟว) *n.* เสากระโดงยกของ *-vt.* **steeved, steeving** อัด, ยัด

steeve[2] (สทีฟว) *n.* มุมเอียงขึ้น *-v.* **steeved, steeving** *-vi.* กระดก, เอียงขึ้น *-vt.* กระดก, ทำให้เอียงขึ้น

stegosaur (สเทก' กะซอร์) *n* ไดโนเสาร์จำพวก *Stegosauria* มีเกราะเป็นกระดูกแข็งตลอดแนวหลัง มีความยาวเต็มที่ 18-25 ฟุต

stein (สไทนฺ) *n.* เหยือกเบียร์ (มักทำด้วยเครื่องปั้นดินเผา), เหยือก

stele (สที' ลี) *n., pl.* **-les/-lae** แผ่นศิลาจารึก, ศิลาจารึก, เนื้อเยื่อรูปทรงกระบอกตรงของลำต้น ราก และอื่นๆ **-stelar** *adj.*

stellar (สเทล' ละ) *adj.* เกี่ยวกับดาว, คล้ายดาวแจ่มจรัส, เป็นดารา, เป็นตัวเอก (-S. celestial)

stellate (สเทล' เลท) *adj.* เป็นรูปดาว **-stellated** *adj.* **-stellately** *adv.*

stem[1] (สเทม) *n.* ลำต้น, ก้าน, ก้านใบ, ก้านดอก, ก้านผลไม้, ลำต้นกล้วย, สิ่งที่คล้ายใบหรือก้านดอก, ส่วนที่ยาวเรียว, เท้า, ขา, ตระกูล, เชื้อสาย, เทือกเถาเหล่ากอ, ปุ่มไขลานนาฬิกา, ไส้หลอดอิเล็กทรอนิกส์, ตัวคำศัพท์, เสาหัวเรือ, หัวเรือ, บ้องยาฝิ่น, ถนนใหญ่ *-v.* **stemmed, stemming** *-vt.* เอาก้านออก *-vi.* กำเนิด, เกิดจาก (-S. axis, branch, shoot)

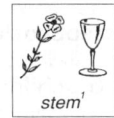

stem[1]

stem[2] (สเทม) *vt., vi.* **stemmed, stemming** หยุด, หยุดยั้ง, ยับยั้ง, สกัด, ระงับ, อุด, ต้านกระแส, ทวนกระแส, หมุนสกให้หยุดเลื่อนไหล

stemmed (สเทมดฺ) *adj.* มีก้าน, ตัดก้านออก

stem-winder (สเทมฺ' ไวนฺเดอร์) *n.* นาฬิกาไขลาน

stench (สเทนชฺ) *n.* กลิ่นเหม็น (-S. miasma)

stencil (สเทน' เซิล) *n.* กระดาษไขที่ใช้ในการพิมพ์โรเนียว, ลายฉลุ, แผ่นฉลุ *-vt.* **-ciled, -ciling** ทาสีหรือป้ายบนลายฉลุ, ทำตัวอักษรหรือเครื่องหมายด้วยลายฉลุ **-stenciler** *n.*

stenograph (สเทน' นะกราฟ) *n.* เครื่องมือเขียนชวเลข, หนังสือชวเลข

stenographer (สทะนอก' ระเฟอะ) *n.* ผู้เขียนชวเลข, ผู้จดชวเลข

stenography (สทะนอก' ระฟี) *n.* ศิลปะการเขียนชวเลข, ศิลปะการจดชวเลข **-stenographic, stenographical** *adj.*

stenosed (สทะโนซดฺ', -โนสทฺ') *adj.* ซึ่งตีบ

stenosis (สทิโน' ซิส) *n., pl.* **-ses** การที่รูปิดหรือทางเดินตีบหรือแคบ **-stenoic** *adj.*

stenothermal (สเทนนะเธอร์' มัล) *adj.* ซึ่งเจริญเติบโตในที่ที่มีอุณหภูมิช่วงสั้นๆ เท่านั้น

stenotopic (สเทนนะทอพ' พิค) *adj.* (พืชหรือสัตว์) ที่ทนต่อการเปลี่ยนแปลงเล็กน้อยของภาวะสิ่งแวดล้อม เช่น อุณหภูมิ ความชื้น

stenotype (สเทน' นะไทพฺ) *n.* เครื่องพิมพ์ดีดชวเลข, สัญลักษณ์ชวเลข

stenotypy (สเทน' นะไทพี) *n., pl.* **-ies** การเขียนชวเลข, การจดชวเลข (-S. shorthand)

stentorian (สเทนทอร์' เรียน) *adj.* มีเสียงดังมาก (-S. loud)

step (สเทพ) *n.* ก้าว, จังหวะ, ฝีเท้า, เสียงก้าว, ท่าทางในการก้าว, ตำแหน่ง, ฐานะ, ขั้น, ระดับ, ชั้น, ขั้นบันได, แผ่นเหยียบ, ธรณีประตู, วิธีการ, มาตรการ, ระยะสั้น, ช่วงสั้น, แท่นตั้งเสา, จังหวะเต้นรำ *-vt.,vi.* **stepped, stepping** ก้าว, ก้าวเป็นจังหวะ, เหยียบ, ย่างก้าว, เดินบน, เต้นรำ, ก้าววัด, ตั้งเสาบนแท่น **-in step** เป็นจังหวะ, สอดคล้อง **-take steps** เริ่มกระทำ **-watch one's step** ไปด้วยความระมัดระวัง **-step down** ลดลง, ลดระดับ **-step on it** เร่ง, เร่งรีบ **-step up** เพิ่ม, เพิ่มทวี

-Ex. take three steps, His step was steady., a great step forward, go step by step, a stone step, Samai stepped slowly into the room., step aside, to step forward, His step was fast and light., A major is one step above a captain.

stepbrother (สเทพ' บราเธอะ) *n.* ลูกชายของสามีหรือภรรยา (กับภรรยาหรือสามีคนก่อน)

stepchild (สเทพ' ไชดฺ) *n., pl.* **-children** ลูกของสามีหรือภรรยา (กับภรรยาหรือสามีคนก่อน)

step dance การเต้นรำแบบเล่นท่าตามก้าวจังหวะ

stepdaughter (สเทพ' ดอเทอะ) *n.* ลูกสาวของสามีหรือภรรยา (กับภรรยาหรือสามีคนก่อน)

step-down (สเทพ' ดาวนฺ) *adj.* ลดโวลต์ไฟฟ้า

stepfather (สเทพ' ฟาเธอะ) *n.* พ่อเลี้ยง

step-in (สเทพ' อิน) *adj.* สวมเข้า, เหยียดเท้าเข้า *-n.* **step-ins** กางเกงในของผู้หญิง

stepladder (สเทพ' แลดเดอะ) *n.* บันไดพับได้, บันไดพาด, บันไดตั้ง

stepmother (สเทพ' มัธเธอะ) *n.* แม่เลี้ยง

stepparent (สเทพ' แพร์เรินทฺ) *n.* พ่อเลี้ยงหรือแม่เลี้ยง (-S. stepfather, stepmother)

steppe (สเทพ) *n.* ที่ราบกว้างใหญ่ (โดยเฉพาะที่ไม่มีต้นไม้) **-The Steppes** ทุ่งหญ้ากว้างใหญ่ในรัสเซีย

stepped-up (สเทพ' อัพ') *adj.* เร่งความเร็ว

stepper (สเทพ' เพอะ) *n.* ผู้ก้าวย่าง, นักเต้นรำ

steppingstone ก้อนหินสำหรับเท้าเหยียบในน้ำตื้นๆ, วิธีการสำหรับก้าวไปในขั้นต่อไป, วิธีการก้าวหน้า (-S. way)

stepsister (สเทพ' ซิสเทอะ) *n.* ลูกสาวของพ่อเลี้ยงหรือแม่เลี้ยง

stepson (สเทพ' ซัน) *n.* ลูกชายของสามีหรือภรรยา (กับภรรยาหรือสามีคนก่อน)

stepwise (สเทพ' ไวซฺ) *adj.* เป็นชั้นๆ, ทีละชั้น

-ster คำปัจจัย มีความหมายว่า ผู้ที่กระทำ สร้างสรรค์หรือมีส่วนร่วม เช่น oldster, punster, gangster

stercoraceous (สเทอร์คะเร' ชัส) *adj.* ประกอบด้วยหรือเกี่ยวกับมูลสัตว์หรืออุจจาระ (-S. stercorous)

stereo (สเทอะ' รีโอ) *n., pl.* **-os** ระบบเสียงสเตอริโอ, ระบบเสียงแยก, เครื่องแยกเสียง, การทำให้เสียงแยก, การถ่ายภาพสามมิติ, แม่พิมพ์ตะกั่ว, ตัวพิมพ์ที่จำลองจากตัวเรียง *-adj.* เกี่ยวกับเสียงสเตอริโอ, เกี่ยวกับเสียงแยก, เกี่ยวกับการถ่ายภาพสามมิติ (-S. stereoscopic)

stereo- คำอุปสรรค มีความหมายว่า แข็ง, แน่น, ซึ่งมีสามมิติ

stereobate (สเทอร์' รีโอเบท) *n.* รากฐานที่ไม่มีเสา

stereogram (สเทอร์' รีอะแกรม) *n.* ภาพสามมิติ, ภาพแสดงความตัน, ดู stereograph, ภาพเอกซเรย์สามมิติ, ภาพเขียนสามมิติ

stereograph (สเทอร์' รีอะกราฟ) *n.* ภาพสามมิติที่มองเห็นด้วยกล้อง stereoscope

sterography (สเทอร์รีออก' ระฟี) *n.* ศิลปะการเขียนภาพสามมิติ, สาขาเรขาคณิตรูปตันที่เกี่ยวกับการสร้างรูปตันหรือรูปสามมิติ

stereophonic (สเทอร์รีอะฟอน' นิค) *adj.* เกี่ยวกับระบบแยกเสียงหรือแยกเครื่องขยายเสียงเพื่อทำให้ได้เสียงที่เป็นธรรมชาติมากขึ้น

stereoscope (สเทอร์' รีอะสโคพ) *n.* เครื่องมองภาพสามมิติหรือมองส่วนลึกของวัตถุ

stereoscope

stereoscopic (สเทอร์รีอะสคอพ' พิค) *adj.* เกี่ยวกับภาพสามมิติ, เกี่ยวกับกล้องมองภาพสามมิติ **-stereoscopically** *adv.*

stereoscopy (สเทอร์รีออส' คะพี) *n.* การศึกษาเกี่ยวกับ stereoscope, ภาพสามมิติ

stereotype (สเทอร์' รีอะไทพฺ) *n.* กระบวนการทำแผ่นโลหะแม่พิมพ์ที่จำลองตัวเรียงพิมพ์, แผ่นโลหะแม่พิมพ์ดังกล่าว, ข้อคิดเห็นที่ไม่เป็นตัวของตัวเอง, ข้อความที่เลียนแบบมา, ทัศนคติทั่วไปของกลุ่มสังคม *-vt.* **-typed, -typing** ทำแผ่นโลหะแม่พิมพ์ดังกล่าว, ทำให้เป็นกฎตายตัว, มีทัศนคติตายตัวของกลุ่ม **-stereotyper, stereotypist** *n.* **-stereotypic, stereotypical** *adj.*

stereotyped (สเทอร์' ริอะไทพทฺ) *adj.* ซึ่งตายตัว, ธรรมดา, พื้นๆ

stereotypy (สเทอร์' รีอะไทพี) *n., pl.* **-pies** กระบวนการของ stereotype, การกระทำซ้ำ (พูดซ้ำคำ, ท่าทางการเคลื่อนไหว) ที่ไร้ความหมาย

sterile (สเทอ' ไรลฺ, สเทอ' รีล) *adj.* ปราศจากเชื้อ, ปราศจากเชื้อจุลินทรีย์, เป็นหมัน, ไม่มีลูก, ไม่ออกผล, ไม่มีเกสรตัวผู้หรือเกสรตัวเมีย, ไม่มีผล, แห้งแล้ง, ไร้ปุ๋ย, ไร้ประโยชน์ **-sterility** *n. -Ex. sterile woman, sterile land, sterile negotiations, the sterile old mare*

sterilization (สเทอร์ระไลเซ' ชัน) *n.* การทำให้ปราศจากเชื้อ, การทำให้ปราศจากเชื้อจุลินทรีย์, การทำให้เป็นหมัน, การทำให้ไร้ผล, ภาวะที่ปราศจากเชื้อ, ภาวะที่ไร้ผล, การเป็นหมัน (-S. purification, cleansing)

sterilize (สเทอร์' ระไลซ) *vt.* **-ized, -izing** ทำให้ปราศจากเชื้อ, ทำให้ปราศจากเชื้อจุลินทรีย์, ทำให้เป็นหมัน, ทำให้ไร้ผล, ทำให้แห้งแล้ง (-S. purify, sanitize, cleanse) *-Ex. Doctors sterilize their surgical instruments after each use.*

sterling (สเทอร์' ลิง) *adj.* เกี่ยวกับเงินอังกฤษ, เกี่ยวกับเงินปอนด์สเตอลิง, (โลหะเงิน) มีความบริสุทธิ์มาตรฐาน 0.500 ทำด้วยเงินบริสุทธิ์ดังกล่าว, ยอดเยี่ยม, ล้ำเลิศ *-n.* มาตรฐานความบริสุทธิ์ของเหรียญทองอังกฤษหรือมีค่าเท่ากับ 0.91666, โลหะเงินที่มีความบริสุทธิ์ 0.500 เครื่องเงิน

stern[1] (สเทิร์น) *adj.* **sterner, sternest** เข้มงวด, กวดขัน, พิถีพิถัน, เคร่งครัด, รุนแรง, ไม่ผ่อนผัน, บูดบึ้ง **-sternly** *adv.* **-sternness** *n.*

stern[2] (สเทิร์น) *n.* ส่วนหลังของเรือ, ท้ายเรือ, ส่วนหลัง, ส่วนท้าย, บั้นท้าย, ตะโพก, ก้น, หาง

sternal (สเทอ' นัล) *adj.* เกี่ยวกับกระดูกสันอก

stern chaser ปืนใหญ่ท้ายเรือที่หันไปทางหลัง

sternforemost (สเทิร์นฟอร์' โมสทฺ) *adv.* โดยมี

ส่วนหาง, พุ่งไปข้างหน้า, งุ่มง่าม อืดอาด, เก้งก้าง

sternmost (สเทิร์น' โมสท) *adj.* ท้ายสุด, ห้องสุด, ใกล้หลังสุด

sternum (สเทอร์' เนิม) *n., pl.* **-na/-nums** กระดูกสันอก

sternward (สเทิร์น' เวิร์ด) *adv., adj.* ไปทางหลัง, ไปทางท้าย

sternwheel (สเทิร์น' วีล) *n.* พวงมาลัยเรือ

sternwheeler (สเทิร์น' วีเลอะ) *n.* เรือที่ขับเคลื่อนด้วยพวงมาลัย, เรือพวงมาลัย

steroid (สเทอร์' รอยด, สเทีย' รอยด) *n.* อินทรียสารที่ละลายได้ในไขมัน ได้แก่ ฮอร์โมนหลายชนิด เช่น sterols, adrenal และฮอร์โมนเพศ

stet (สเทท) *vt., vi.* **stettted, stetting** ให้คงที่, ไม่ตัดออก, ใส่เครื่องหมาย "stet"

stethoscope (สเทท' ธะสโคพ) *n.* เครื่องตรวจฟังของหมอ **-stethoscopi, stethoscopical** *adj.* **-stethoscopy** *n.*

stevedore (สทีฺ' วีดอร์) *n.* กรรมกรขนของขึ้นลงที่ท่าเรือ, บริษัทรับขนของขึ้นจากเรือหรือลงเรือ *-vt., vi.* **-dored, -doring** ขนของขึ้นจากเรือหรือลงเรือ

stew (สทิว) *v.* **stewed, stewing** *-vt.* ตุ๋น, เคี่ยว, ต้มอาหารโดยใช้ไฟอ่อนๆ *-vi.* ตุ๋น, เคี่ยวต้มโดยใช้ไฟอ่อนๆ, กังวลใจ, ร้อนใจ, กลัดกลุ้ม *-n.* อาหารตุ๋น, อาหารเคี่ยว, เนื้อเปื่อย, การกังวลใจ, ความร้อนใจ **-stew in one's own juice** ได้ผลจากการกระทำของตัวเอง **-stews** สภาพที่อยู่แวดล้อมที่ยัดเยียดแออัดเป็นแหล่งเสื่อมโทรม แหล่งโสเภณีหรืออื่นๆ ที่ทำให้กังวลใจได้ *-Ex. The cook stewed the prunes., lamb stew beef*

steward (สทู' เอิด) *n.* เจ้าหน้าที่บริการในเครื่องบินหรือเรือโดยสารหรือรถไฟ, เจ้าหน้าที่จัดการอาหารของโรงแรม โรงพยาบาลเป็นต้น, ผู้พิทักษ์ทรัพย์สินของผู้อื่น, มหาดเล็ก, พ่อบ้าน, ผู้จัดการแข่งขันงานเต้นรำ งานชุมนุม *-vt.,vi.* **-arded, -arding** เป็นเจ้าหน้าที่ดังกล่าว, จัดการ (-S. custodian)

stewardess (สทู' เออะดิส) *n.* เจ้าหน้าที่บริการที่เป็นหญิงโดยเฉพาะที่ทำงานในเครื่องบินโดยสาร เรือโดยสาร หรือรถไฟ

stewed (สทูด) *adj.* ตุ๋นแล้ว, เคี่ยวแล้ว, ต้มโดยใช้ไฟอ่อนเป็นเวลานานๆ, (ภาษาพูด) เมา เมาเหล้า

stick[1] (สทิค) *n.* กิ่งไม้, ไม้เท้า, ไม้พลอง, ไม้เรียว, ไม้ตีกลอง, ก้าน, สิ่งที่ลักษณะเป็นกิ่งก้าน, คัน, ด้าม, แท่ง, เสา, หนาม, เสากระโดงเรือ, กลุ่มลูกระเบิดที่ถูกปล่อยออกเป็นแถวยาว, (คำสแลง) บุหรี่ กัญชา **-the sticks** บริเวณที่อยู่ไกลจากเมือง, ไม้คุมการบรรเลงของวงดนตรี (-S. twig, branch, cane, club) *-Ex. a candy stick, stick of chalk, stick of charcoal a walking stick*

stick[2] (สทิค) *vt., vi.* **stuck, sticking** แทง, ทิ่ม, ปัก, เสียบ, ฆ่าโดยการแทง (ทิ่ม, ปัก, เสียบ), ตอก, ติด, ยึด, ยึดติด, วาง, วางแสดง, อดทน, ทนต่อ, ทำให้ยุ่งเหยิง, ทำให้งงงวย, รบกวน, เกาะ, เกี่ยว, ยืนหยัด, ติดแน่น, หยุดนิ่ง, ละอายใจ, ลังเลใจ, รีรอ *-n.* สิ่งที่ทำให้ชักช้าหรือลำบาก, ความเหนี่ยว, สิ่งที่ทำให้ยึดติดกัน **-stick around** (คำสแลง) คอยอยู่ใกล้ๆ **-stick by/to** ซื่อสัตย์, จงรักภักดี **-stick something out** ยืนหยัด, อดทน **-stick to one's ribs** บำรุงเลี้ยง **-stick up** (คำสแลง) ปล้น ใช้ปืนปล้น **-stick up for** (ภาษาพูด) สนับสนุน ค้ำจุน *-Ex. Stick these 2 pieces of paper together., Be careful or you will stick your finger with the pin., The cat stuck its nose into the milk., Stick to your work until it is done.*

sticker (สทิค' เคอะ) *n.* ฉลากติด, ผู้ที่พากเพียร, ผู้ที่เคร่งครัด, สิ่งที่ทำให้ฉงนสนเท่ห์, ผู้ติดฉลาก, ผู้โฆษณา, คนฆ่าสัตว์, ผู้ตี, สินค้าที่ขายไม่ค่อยออก

stickler (สทิค' เคลอะ) *n.* ผู้ยืนกรานในความคิดของตน, ปัญหายุ่งยาก

stickup (สทิค' อัพ) *n.* (คำสแลง) การปล้น

sticky (สทิค' คี) *adj.* **-ier, -iest** เหนียว, ติดแน่น, ยึดติด, เกี่ยวกับอากาศร้อนและชื้น, ต้องรับการรักษาอย่างระมัดระวัง, ยุ่งยาก **-stickily** *adv.* **-stickiness** *n.* (-S. tenacious, adhesive) *-Ex. Mud is sometimes sticky., Paste is sticky.*

sticky-fingered ชอบขโมย, ชอบลักเล็กขโมยน้อย

stiff (สทิฟ) *adj.* **stiffer, stiffest** แข็ง, แข็งทื่อ, ตรง, ฝืด, ไม่แคล่วคล่อง, รั้น, เก้งก้าง, แข็งแรง, รุนแรง, มีกำลัง, เด็ดขาด, เข้มงวด, ยาก, ลำบาก, เมา, เหนียว, เหนียวหนืด, แพง *-n.* ศพ, ซากศพ, ซาก, ขี้เมา, คนเมา, เจ้าหมอนั่นหมอนี่, กรรมกร *-adv.* ดื้อรั้น, แข็งทื่อ, โดยสมบูรณ์, อย่างรุนแรง, อย่างสุดขีด **-stiffish** *adj.* **-stiffly** *adv.* **-stiffness** *n.* (-S. rigid, inflexible, tense) *-Ex. stiff wire, stiff brush, stiff neck, stiff paste, soil, stiff refusal, stiff in manner, a stiff price, a stiff climb, A stiff wind blew down the branch., a stiff punishment*

stiffen (สทีฟ' เฟิน) *v.* **-ened, -ening** *-vt* ทำให้แข็ง, ทำให้แข็งทื่อ, ทำให้ตรง, ทำให้แน่น, ทำให้เหนียวหนืด *-vi.* กลายเป็นแข็งทื่อ, แข็งแกร่ง, ดื้อรั้น **-stiffener** *n.* (-S. harden, solidify, brace) *-Ex. Mother uses starch to stiffen the collars and cuffs., The pudding stiffens when it cools.*

stiff-necked (สทีฟ' เนคท) *adj.* คอแข็ง, ดื้อรั้น, ดื้อดึง

stifle (สไท' เฟิล) *v.* **-fled, -fling** *-vt.* ทำให้หายใจไม่ออก, อุดปาก, บีบคอ, ฆ่าโดยการทำให้หายใจไม่ออก, ปราบปราม, ขยี้, กำจัด, อด, กลั้น *-vi.* กลายเป็นหายใจไม่ออก, หอบ **-stifler** *n.* (-S. suffocate, suppress)

stifling (สไท' ฟลิง) *adj.* หายใจหอบ, หายใจไม่ออก, กลัดกลุ้ม, อึดอัด

stigma (สทิก' มะ) *n., pl.* **stigmata/stigmas** ความอัปยศอดสู, มลทิน, รอยด่างพร้อย, ตราพิมพ์, ตราหน้า, ตรานาบ, แผลเป็น, แต้ม, จุด, ตาของสัตว์เซลล์เดียวจำพวกโปรโตซัว, ทางเข้าระบบหายใจของแมลง, ส่วนของเกสรตัวเมียที่รับละอองเกสร

stigmatize (สทิก' มะไทซ) *vt.* **-tized, -tizing** ตีตรา, ประทับตรา, ตราหน้า, ประณาม, ทำให้มีมลทิน, ทำให้อัปยศอดสู, ทำให้เสื่อมเสียชื่อเสียง **-stigmatization** *n.* **-stigmatizer** *n.*

stile[1] (สไทล) *n.* ขั้นบันไดติดข้างรั้วหรือกำแพง, ประตู

S

รั้วหมุน (-S. step, series of steps)

stile² (สไทล) *n.* วงกบหน้าต่างหรือประตู, โครงกรอบ

stiletto (สทิเลท' โท) *n., pl.* **-tos/-toes** กริช, ดาบสั้น, เครื่องเจาะรู, หมุดเจาะรู

stiletto

still¹ (สทิล) *adj.* **stiller, stillest** ยังคง, สงบ, สงัด, เงียบสงบ, ปราศจากเสียง, ปราศจากสิ่งรบกวน, นิ่ง, ไม่ไหล, ไม่มีฟอง, เกี่ยวกับภาพนิ่ง *-n.* ความเงียบ, ความเงียบสงบ, ภาพนิ่ง, ภาพเดี่ยว *-adv.* ในขณะนี้, บัดนี้, จนกระทั่งขณะนี้, แม้กระนั้น, ยังคง, คง, ยัง, แน่นิ่ง, เงียบสงัด, ยืนหยัด, ตลอดเวลา *-v.* **stilled, stilling** *-vt.* ทำให้เงียบ, ทำให้สงบ, ทำให้นิ่ง, บรรเทา, ทำให้ลดลง *-vi.* นิ่ง, เงียบ **-still and all** อย่างไรก็ตาม (-S. calm, silent) *-Ex. keep your feet still, stand still, still air, a still evening, Daeng's still asleep, He was still asleep., Somchai toothache grew worse; still he didn't complain.*

still² (สทิล) *n.* เครื่องกลั่น, โรงกลั่น

stillbirth (สทิล' เบิร์ธ) *n.* การคลอดทารกที่ตายในครรภ์, ทารกที่ตายในการคลอด

stillborn (สทีล' บอร์น) *adj.* ซึ่งคลอดออกมาตาย

still life *n., pl.* **still lifes** ภาพสิ่งที่ไม่มีชีวิต, สิ่งที่ไม่มีชีวิต, ภาพนิ่ง, ของนิ่ง **-still-life** *adj.*

stillness (สทีล' นิส) *n.* ความนิ่ง, ความคงที่, การอยู่นิ่งเฉย, ความเงียบ, ความเงียบสงบ *-Ex. the stillness of the sea, the stillness of the night*

stilly (สทีล' ลี) *adj.* **-ier, -iest** นิ่ง, นิ่งเงียบ, เงียบ, เงียบสงัด

stilt (สทิลทฺ) *n.* ไม้ต่อขา, เสาค้ำ, สิ่งค้ำ, นกจำพวกสกุล *Himantopus mexicanus* มีขา คอ และปากยาวมักพบตามหนองน้ำ *-vt.* **stilted, stilting** ยกไม้ต่อขา, โอหัง

stilted (สทิล' ทิด) *adj.* โอ้อวด, หยิ่งทะนง, โอหัง **-stiltedness** *n.*

stimulant (สทิม' มิวเลินทฺ) *n.* ตัวกระตุ้น, อาหารกระตุ้น, เครื่องดื่มกระตุ้น, ยาบำรุง, ยากระตุ้นหัวใจ *-adj.* กระตุ้น, กระตุ้นการทำงาน, ทำให้ตื่นเต้น *-Ex. Since coffee is a stimulant, I can't drink it before going to bed.*

stimulate (สทิม' มิวเลท) *v.* **-lated, -lating** *-vt.* กระตุ้น, เร้าใจ, เร้า, ปลุกใจ, ส่งเสริม, กระตุ้นประสาท, ชูกำลัง *-vi.* เป็นตัวกระตุ้น, ชูกำลัง **-stimulator** *n.* **-stimulation** *n.* **-stimulative** *adj.* (-S. animate, arouse, urge) *-Ex. His walking stimulates the circulation., This book has stimulated my interest in astronomy.*

stimulus (สทิม' มิวลัส) *n., pl.* **-li** สิ่งกระตุ้น, ตัวกระตุ้น, ยาชูกำลัง (-S. encouragement, goad, incentive) *-Ex. Father's praise was a stimulus to better work., the stimulus of light on the retina of the eye*

sting (สทิง) *v.* **stung, stinging** *-vt.* ต่อย, ตำ, แทง, กัด, ทำให้เจ็บปวด, ทำให้ระคายเคือง, ทำให้คัน, ทำให้แสบ, ทรมานใจ, โกง, หลอกลวง *-vi.* ต่อย, ตำ, แทง, กัด, ทำให้เจ็บปวด (ระคายเคือง คัน แสบ), รู้สึกทรมานใจ *-n.* การต่อย (ตำ แทง กัด), ความเจ็บปวด, ความปวดเสียว, ความสามารถที่จะต่อย (ตำ แทง กัด), ตัวต่อย (ตำ แทง กัด), ขนพืชบางชนิดที่สามารถปล่อยของเหลวที่มีฤทธิ์ทำให้ระคายเคือง, เข็ม, หนาม, เหล็กใน *-Ex. A bee stung me., a stinging blow, My face is stinging., stinging words, The sting of the medicine made my eyes water.*

stinger (สทิง' เกอะ) *n.* ผู้ต่อย (ตำ แทง ตอก), สิ่งที่ต่อย (ตำ แทง กัด ตอก), เหล็กในของแมลง, หนามพืช, คำพูดที่เสียดสี, การกล่าวโจมตีอย่างรุนแรง, เหล้าค็อกเทลที่ประกอบด้วยบรั่นดี เมนทอลและน้ำแข็ง

stingy (สทิน' จี) *adj.* **-gier, -giest** ขี้เหนียว, ตระหนี่, ใจแคบ, ขาดแคลน, ไม่เพียงพอ **-stingily** *adv.* **-stinginess** *n.* (-S. greedy) *-Ex. The stingy man would not spend money on anyone but himself.*

stink (สทิงคฺ) *v.* **stank/stunk, stunk, stinking** *-vi.* ส่งกลิ่นเหม็น, มีกลิ่นเหม็น, รุกราน, เสื่อมทราม, มีจำนวนมาก (โดยเฉพาะเงิน) *-vt.* ทำให้เหม็น, ไล่ด้วยกลิ่นเหม็น, ได้กลิ่นเหม็นของ *-n.* กลิ่นเหม็น, ความเหม็นโฉ่, ความยุ่งเหยิง, เรื่องอื้อฉาว **-stinks** วิชาเคมีหรือวิทยาศาสตร์ธรรมชาติ (-S. stench, malodour) *-Ex. garbage stinks, The stink of the spoiled fish made me sick.*

stinking (สทิง' คิง) *adj.* มีกลิ่นเหม็น, ส่งกลิ่นเหม็น, เหม็น, เหม็นโฉ่, ฉาวโฉ่, น่ารังเกียจ, เลวทราม **-stinkingly** *adv.* **-stinkingness** *n.* (-S. foul-smelling, offending)

stint (สทินทฺ) *v.* **stinted, stinting** *-vt.* จำกัด, หน่วงเหนี่ยว, หวง, ยุติ, ทำให้หยุดชะงัก *-vi.* ประหยัด, ตระหนี่, หยุดทำ, ยับยั้ง *-n.* การกำจัด, การหน่วงเหนี่ยว, การควบคุม, ปริมาณจำกัด, จำนวนจำกัด, งานที่น่าเบื่อ, งานที่กำหนดปริมาณ, การหยุด **-stinter** *n.* (-S. period, quota) *-Ex. to stint oneself, to stint money, to stint an allowance*

stipend (สไท' เพินดฺ) *n.* ค่าจ้าง, เงินเดือน, การจ่ายเงินเป็นคราวๆ, เงินค่าครองชีพ, เงินปีสำหรับพระ **-stipendiary** *adj.* (-S. pay, fee, allowance, income, hire, honorarium)

stipple (สทิพ' เพิล) *vt.* **-pled, -pling** ทาสีหรือสลักหรือวาดเป็นแต้มๆ หรือเป็นจุดๆ *-n.* วิธีการทาสีหรือสลักหรือวาดเป็นแต้มๆ หรือเป็นจุดๆ, ผลงานด้วยวิธีการดังกล่าว **-stippler** *n.* **-stippling** *n.*

stipulate (สทิพ' พิวเลท) *v.* **-lated, -lating** *-vi.* ระบุ, กำหนด, วางเงื่อนไข *-vt.* ระบุ, กำหนด, สัญญา, รับรอง, นัดหมาย (-S. require)

stipulation (สทิพพิวเล' ชัน) *n.* การระบุ, การกำหนด, เงื่อนไข, เงื่อนบังคับ, สัญญา, ข้อตกลง, ข้อกำหนด **-stipulatory** *adj.* (-S. provision, condition)

stipule (สทิพ' พูล) *n.* ใบเลี้ยง, ใบอ่อนที่ฐานของใบรวม

stir¹ (สเทอร์) *vt., vi.* **stirred, stirring** กวน, คน, แกว่ง, ไกว, ค่อยๆ เคลื่อน, เขย่า, แหย่, ขยับ, คุ้ย, เขี่ย, ปลุก, ปลุกเร้า, กระตุ้น, ทำให้ตื่นเต้น, ก่อให้เกิด, ขยับ, เคลื่อนไปมา, ดำเนินการ, หมุนเวียน, แพร่หลาย, มี

stir^2 841 **stolid**

อารมณ์ *-n.* การกวน (คน แกว่ง ไกว), เสียงกวน, ความตื่นเต้น, ความโกลาหล, ความรู้สึก, อารมณ์, การคุ้ยเขี่ย **-stirrer** *n.* (-S. mix budge waken)

stir^2 (สเทอร์) *n.* (คำสแลง) คุก ตะราง เรือนจำ

stirring (สเทอ' ริง) *adj.* ปลุกเร้า, กระตุ้น, ตื่นเต้น, เคลื่อนไปมา, กระฉับกระเฉง, มีชีวิตชีวา **-stirringly** *adv.* (-S. exciting) *-Ex. These are stirring times., a stirring performance by the football team*

stirrup (สเทอร์ อัพ) *n.* โกลน, ห่วงเหล็กสำหรับเหยียบ, เชือกโกลน, สายโกลน, กระดูกโกลนในช่องหู (หรือ stapes), โครงค้ำ

stitch (สทิช) *n.* ตะเข็บ, เข็มหนึ่ง, วิธีการเย็บปัก, วิธีการเย็บตะเข็บ, ผลงานเย็บปัก, ผลงานเย็บตะเข็บ, จำนวนเล็กน้อย, ส่วนหนึ่ง, อาการเจ็บปวดอย่างกะทันหัน *-vt., vi.* **stitched, stitching** ปักเข็ม, เย็บตะเข็บ, เย็บปัก, เย็บติด, เย็บเล่ม *-Ex. Mother stitched the hem in Mary's dress., Grandmother got a stitch in her back when she bent over to pick up her glove., to stiches in a shirt, put stitches into a wound, A stitch in time saves nine.*

stitchery (สทิช' ชะรี) *n.* งานเย็บปักถักร้อย

stoat (สโทท) *n., pl.* **stoat/stoats** สัตว์ชนิดหนึ่งคล้ายหนู ขนเปลี่ยนเป็นสีน้ำตาลได้

stoat

stock (สทอค) *n.* คลังสินค้า, พัสดุ, สินค้าในร้าน, สต็อก, ของสะสม, จำนวนที่สะสมไว้, ก้าน, ด้าม, โคนต้น, ลำต้น, ตอไม้, เขียงไม้, ฐาน, ก้านสมอเรือ, ปศุสัตว์, บริษัทหุ้นส่วน, หลักทรัพย์ของบริษัท, พันธบัตร, ไม้ค้ำเรือ, แท่นต่อเรือ, ไม้หมอนใต้ท้องเรือ, พืชพันธุ์, เชื้อสาย, เทือกเถาเหล่ากอ, ตระกูล *-adj.* มีอยู่ในร้าน, สะสมไว้, ธรรมดา, สามัญ, เกี่ยวกับการเลี้ยงปศุสัตว์, เกี่ยวกับหุ้นบริษัทเป็นหุ้นส่วน, คร่ำครึ *-v.* **stocked, stocking** *-vt.* จัดให้มีปศุสัตว์, จัดให้มีสินค้า, ใส่สินค้าในร้าน, ปล่อยปศุสัตว์ออกมา *-vi.* แตกหน่อ, งอกหน่อ, สั่งสินค้า **-stocks** ตรวนขื่อคาที่ใช้สอดมือสอดเท้านักโทษสมัยก่อน, อุโมงค์ เผาอิฐ, คณะละครแสดงหมุนเวียน, ไพ่ที่ยังแจกไม่หมด, วัตถุดิบ, ลำต้นใต้ดิน **-take/put stock in** เชื่อใจ, ไว้วางใจ **-stock account** บัญชีสินค้า **-stocker** *n. -Ex. The grocer's shop stocks butter, sugar, and eggs., stock of a rifle, common stock, The family come from Burmese stock., stock-size, Does this shop stock men's socks?*

stockade (สทอค' เคด) *n.* เสาล้อม, รั้ว, รั้วเพนียด, บริเวณที่ล้อมรอบด้วยรั้วเพนียด, คุกทหาร *-vt.* **-aded, -ading** ล้อมด้วยรั้วเพนียด, ใช้รั้วเพนียดล้อมป้องกัน

stockbreeder (สทอค' บรีเดอะ) *n.* คนผสมพันธุ์สัตว์, คนเลี้ยงปศุสัตว์

stockbroker (สทอค' โบรเคอะ) *n.* นายหน้าซื้อขายหุ้น, นายหน้าซื้อขายหลักทรัพย์ **-stockbroking** *n.* **-stockbrokerage** *n.* (-S. broker)

stock car รถยนต์ที่ใช้สำหรับแข่ง, รถแข่ง

stock certificate ใบหุ้น, พันธบัตร, บัตรหุ้น

stock company บริษัทหุ้นส่วน, คณะละครประจำโรง

stock dividened เงินปันผลสำหรับหุ้นส่วน

stock exchange ตลาดค้าหุ้น, ตลาดหลักทรัพย์, สำนักงานค้าหุ้นหรือหลักทรัพย์

stockholder (สทอค' โฮลเดอะ) *n.* หุ้นส่วน, เจ้าของปศุสัตว์, เจ้าของฟาร์มปศุสัตว์

Stockholm (สทอค' โฮม) ชื่อเมืองหลวงของสวีเดน

stocking (สทอค' คิง) *n.* ถุงเท้ายาว, สิ่งที่คล้ายถุงเท้ายาว **-in one's stocking feet** ใส่ถุงเท้าโดยไม่มีรองเท้า **-stockinged** *adj.*

stocking mask หน้ากากถุงน่องที่ใช้สวมปล้นธนาคาร

stock in trade (สทอคอินเทรด') *n.* สินค้าคงเหลือ, สินค้าในมือ, สินค้าที่ต้องมีอยู่เป็นประจำ

stockman (สทอค' เมิน) *n.* ผู้เลี้ยงปศุสัตว์, คนงานปศุสัตว์, เจ้าหน้าที่พัสดุ, ผู้ดูแลพัสดุ

stock market ตลาดหลักทรัพย์, ตลาดหุ้น

stockpile (สทอค' ไพล) *n.* คลังพัสดุ, คลังสินค้า, คลังแสง, คลังอาวุธยุทธภัณฑ์ *-vt.* **-piled, -piling** เก็บไว้ในคลังดังกล่าว **-stockpiler** *n.* (-S. stock)

stockroom (สทอค' รูม) *n.* ห้องพัสดุ, ห้องเก็บของ, ห้องสินค้า (-S. stock room)

stocky (สทอค' คี) *adj.* **-ier, -iest** ม่อต้อ, อ้วนเตี้ย, ล่ำสันกำยำ, แข็งแรง **-stockily** *adv.* **-stockiness** *n.* (-S. pudgy) *-Ex. Narong is a stocky youngster.*

stockyard (สทอค' ยาร์ด) *n.* คอกปศุสัตว์ชั่วคราว

stodgy (สทอด' จี) *adj.* **-ier, -iest** หนัก, แน่น, อัดแน่น, ยัดแน่น, ตื้อ, เพียบ, น่าเบื่อหน่าย, คร่ำครึ, ไม่มีรสชาติ, หยุมหยิม, เต็มไปด้วยรายละเอียดมากเกินไป **-stodgily** *adv.* **-stodginess** *n.*

stoic (สโท' อิค) *n.* สมาชิกหรือผู้ยึดถือหลักปรัชญาของสำนักหลักปรัชญาดังกล่าว **-stoic** ผู้ปฏิบัติตามหลักปรัชญาดังกล่าว *-adj.* เกี่ยวกับสำนักปรัชญาของกรีกสมัย 300 ปีก่อนคริสต์กาลที่ก่อตั้งขึ้นโดย Zeno ผู้สอนหลักการขจัดตัณหาราคะ, ปลงตก **-stoically** *adv.* **-stoicalness** *n. -Ex. Somsri was a stoic through all her troubles.*

stoicism (สโท' อิซิซึม) ปรัชญาของ stoic, การปฏิบัติตามหลักของ stoic

stoke (สโทค) *vt., vi.* **stoked, stoking** คุ้ย, เขี่ยและใส่ฟืน (แก่กองไฟ), ควบคุมเตา, ใส่เชื้อเพลิง, เขี่ยถ่านหินในเตา, ควบคุมไฟในเตาให้ติดดี

stocker (สโท' เคอะ) *n.* กรรมการคุมเตา, พนักงานดับเพลิง, อุปกรณ์ใส่ถ่านหินหรือเชื้อเพลิงอื่นๆ เข้าเตาไฟ

stole^1 (สโทล) *vt., vi.* กริยาช่อง 2 ของ steal

stole^2 (สโทล) *n.* ผ้าคลุมไหล่ของผู้หญิง (ทำด้วยผ้าขนสัตว์หรือสิ่งทออื่นๆ), ผ้าคลุมไหล่ของบาทหลวงในขณะประกอบพิธี, ผ้าคลุมยาว

stolen (สโท' เลิน) *vt., vi.* กริยาช่อง 3 ของ steal

stolid (สทอล' ลิด) *adj.* **-er, -est** ไม่หวั่นไหวง่าย, ไม่ตื่นเต้นง่าย, เยือกเย็น, เฉื่อยชา **-stolidity, stolidness**

S

n. **-stolidly** *adv.*

stoma (สโท' มะ) *n., pl.* **-mata/-mas** ช่องเล็กๆ, รูเปิดเล็กๆ, ช่องที่ผิวใบ ลำต้นหรือส่วนอื่นๆ ของพืช, ปากหรืออวัยวะที่คล้ายปาก

stomach (สทัม' มัค) *n.* กระเพาะอาหาร, กระเพาะ, โพรงย่อยอาหาร, ท้อง, ท้องน้อย, ช่องท้อง, ความอยากอาหาร, ความภูมิใจ, ความหยิ่ง, ความทะนง, ความเสียใจ, ความโกรธ *-vt.* **-ached, -aching** ใส่เข้าไปในกระเพาะอาหาร, เก็บไว้ในกระเพาะอาหาร, โกรธ, เสียใจ *-Ex. I have no stomach for boxing., We can no longer stomach your rudeness.*

stomachache อาการปวดกระเพาะอาหาร

stomachic (สโทแมค' คิค) *adj.* เกี่ยวกับกระเพาะอาหาร, มีประโยชน์ต่อกระเพาะอาหาร *-n.* ยารักษากระเพาะอาหาร

stomp (สทอมพฺ) *vt., vi.* **stomped, stomping** กระทืบ, เหยียบ, ย่ำ *-n.* การกระทืบ, การเหยียบ, การย่ำ, ดนตรีแจ๊สที่มีจังหวะกระทืบเท้า, การเต้นรำตามจังหวะดังกล่าว

stone (สโทน) *n.* หิน, ก้อนหิน, กรวด, หินพลอย, พลอย, เพชรพลอย, หน่วยน้ำหนัก (โดยเฉพาะหน่วยน้ำหนักอังกฤษที่มีค่าเท่ากับ14ปอนด์),สิ่งที่คล้ายก้อนหิน, เมล็ดในของผลไม้, หินลับมีด, หินพิมพ์, แท่นหินเรียงพิมพ์, นิ่ว, โรคนิ่ว, ศิลาจารึกหน้าหลุมฝังศพ, ป้ายหินบอกระยะทาง, อนุสาวรีย์, ลูกเห็บ, ลูกอัณฑะ *-adj.* ทำด้วยหิน, ประกอบด้วยหิน, มีลักษณะเป็นหิน, เป็นเครื่องหิน *-vt.* **stoned, stoning** ขว้างก้อนหิน, ฆ่าโดยการขว้างหินเข้าใส่, ปูด้วยหิน, ใส่หิน, เอาหินออก **-cast the first stone to be** เป็นผู้กล่าวโทษคนแรก **-leave no stone unturned** พยายามสุดขีดและทุกวิถีทางเพื่อประสบความสำเร็จ **-stoner** *n.* (-S. flint) *-Ex. built of stone, stone-cutter, Stone wall, built stone by stone*

S

Stone Age ยุคหินของประวัติศาสตร์มนุษยชาติก่อนยุคบรอนซ์กับยุคเหล็ก เป็นยุคที่มนุษย์ใช้หินเป็นเครื่องมือและอาวุธ

stone-broke (สโทน' โบรค') *adj.* ไม่มีเงิน, ถังแตก

stonechat (สโทน' แชท) *n.* นกกินแมลงขนาดเล็กชนิดหนึ่ง

stoned (สโทนดฺ) *adj.* (คำสแลง) เมา เมาเหล้า เมายา อยู่ภายใต้ฤทธิ์ของกัญชาหรือยาเสพย์ติด

stone-deaf (สโทน' เดฟ') *adj.* หูหนวกสนิท

stonemason (สโทน' เมเซิน) *n.* ช่างหิน **-stone masonry** *n.*

stonewall (สโทน' วอล) *vt.,vi.* **-walled, -walling** สกัด, ยับยั้ง, ระงับ, ต้าน

stony, stoney (สโท' นี) *adj.* **-ier, -iest** เต็มไปด้วยหิน, มีหินมาก, เหมือนกัน, แข็งเหมือนหิน, ไร้ความรู้สึก, ไร้ความปรานี, ไม่มีสีหน้า, ทารุณ, โหดเหี้ยม, ใจแข็ง, ถังแตก, ไม่มีเงินเลย, ตกอกตกใจ (-S. icy, heartless, pitiless) *-Ex. The ground was too stony to walk on with bare feet.*

stood (สทูด) *vt.,vi.* กริยาช่อง 2 และ 3 ของ stand

stooge (สทูจ) *n.* เป็นลูกคู่ตัวตลก, เป็นลูกมือ, ช่วยเหลือ

stool (สทูล) *n.* ม้านั่งเดี่ยว, ตั่ง, ตั่งพักเท้า, ม้ารองเข่า, ตอ, ตอไม้, ราวไม้เกาะของนก, รากที่แตกหน่อใหม่, นกเกาะบนราวไม้ที่ใช้เป็นเหยื่อล่อ, เป็ดเทียมหรือนกเทียมที่ใช้เป็นเหยื่อล่อ, นกต่อ, ถังอุจจาระ, ม้านั่งถ่ายอุจจาระ, อุจจาระ, ที่นั่งอันเป็นสัญลักษณ์แห่งอำนาจ *-vi.* **stooled, stooling** แตกหน่อ, ถ่ายอุจจาระ, เป็นนกต่อ, ล่อลวง, หลอกล่อ

stoop[1] (สทูพ) *n.* ธรณีประตู, เฉลียงประตู,ระเบียงเล็กๆ

stoop[2] (สทูพ) *v.* **stooped , stooping** *-vi.* ก้ม, ก้มลง, โค้ง, โก้งโค้ง, ห่อตัว, ยืนย่อตัว, ถ่อมตัว, (เหยี่ยว) ถลาลง, โฉบลง, ลดลง, ยอม, ยินยอม *-vt.* โค้ง, โค้งศีรษะ, ถ่อมตัว *-n.* การก้ม (ก้มลง โค้ง), ท่าก้ม, ท่าโค้งลง, การถ่อมตัว, การโฉบลง **-stooper** *n.* (-S. nod, bend, kneel, bow) *-Ex. That girl does not stand straight; she stoops., Do not stoop to stealing.*

stop (สทอพ) *v.* **stopped, stopping** *-vt.* หยุด, ห้าม, ยับยั้ง, ยุติ, จอด, เลิก, ขัดขวาง, ป้องกัน, ตัดขาด, อุด, จุก, ปิด, พัก, (มวย) ชนะน็อกเอาต์, หรี่แสง, หยุดชำระ, ใส่จุด, ใส่เครื่องหมาย "." *-vi.* หยุด, ยุติ, เลิก *-n.* การหยุด, การยุติ, การห้าม, การยับยั้ง, การเลิก, การพัก, การค้าง, การจอด, การอุด, การปิด, จุก, ที่อุด, อุปสรรค, สิ่งกีดขวาง, อุปกรณ์หยุดการเคลื่อนที่, การยุติการชำระ, การอุดรูเครื่องดนตรี (เครื่องเป่า) เพื่อทำให้เกิดเสียงดนตรี, คันพิณ 6 สาย, สลักเสียงหีบเพลง, เครื่องอุด, เครื่องหมายวรรคตอน, จุดเครื่องหมาย, ตัวดึง, กลอนประตู **-stop down** ลดรูเปิดเครื่องถ่ายรูป **-stop off** หยุดชั่วคราว, ป้องกัน **-stop over** พักค้าง **-stoppable** *adj.* (-S. halt, cease, desist) *-Ex. to stop the train, to stop him doing that, to stop the work, Here I must stop; I'll go on tomorrow., Can't stop here talking., Stop to dinner at the hotel for three days, Put a stop to, a door-stop, put in the stops, full stop*

stopcock (สทอพ' คอค) *n.* ก๊อกปิดเปิดน้ำ, สลักท่อ, ลูกสูบ

stopgap (สทอพ' แกพ) *n.* สิ่งทดแทน, สิ่งชดเชย, ตัวแทนชั่วคราว

stoplight (สทอพ' ไลทฺ) *n.* ไฟสัญญาณห้ามล้อ, ไฟจราจร, ไฟจอดรถ

stoplight

stopover (สทอพ' โอเวอะ) *n.* การหยุดพักระหว่างทาง

stoppage (สทอพ' พิจ) *n.* การหยุด, การยุติ, การเลิก, การห้าม, การอุด, การกีดขวาง, สิ่งกีดขวาง, การถูกหยุด, การถูกห้าม (-S. arrest, shutdown)

stopper (สทอพ' เพอะ) *n.* ผู้หยุด, ผู้ห้าม, สิ่งกีดขวาง, สิ่งที่ทำให้อุดตัน, จุก *-vt.* **-pered, -pering** ปิด, อุด, จุก (-S. plug)

stopwatch (สทอพ' วอทช) *n.* นาฬิกาจับเวลา

storage (สทอ' ริจ) *n.* การเก็บ, การเก็บรักษา, สถานที่เก็บ, สถานที่เก็บรักษา, ค่าเก็บรักษาของเครื่องมือเก็บข้อมูลของคอมพิวเตอร์, แหล่งเก็บข้อมูล (-S. saving, hoarding)

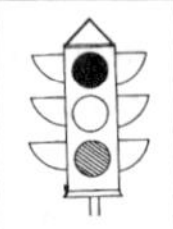

storage battery หม้อแบตเตอรี่เก็บไฟฟ้า
store (สทอร์) *n.* ร้าน, ร้านค้า, ห้องพัสดุ, ห้องเก็บของ, พัสดุ, สิ่งที่เก็บสะสมไว้ *-vt.* **stored, storing** เก็บสะสม, เก็บรักษา, ใส่ไว้ในห้องพัสดุ, ป้อนข้อมูลลงในเครื่องคอมพิวเตอร์, เก็บข้อมูลไว้ **-stores** เสบียงอาหาร เครื่องใช้และพัสดุที่จำเป็น, การเก็บสะสม, การเก็บรักษา, ปริมาณมาก, จำนวนมาก **-in store** เตรียมพร้อม, สำรองไว้, ใกล้ที่จะเกิดขึ้น **-set/lay store by** มีความนับถือมาก *-Ex. lay in a store of, Keep plenty of food instore., in store for the future, Somsri has plenty of stores in her store-cupboard., the Co-operative Store, Store up, store away, I stored my furniture during the war.*
storehouse (สทอร์' เฮาซฺ) *n.* คลังสินค้า, โกดัง, ห้องพัสดุ, ที่เก็บสินค้าหรือพัสดุ, แหล่งขุมทรัพย์, ยุ้ง, ฉาง, โรงเก็บ
storekeeper (สทอร์' คีเพอะ) *n.* ผู้ดูแลคลังสินค้า, เจ้าของคลังสินค้า, เจ้าของร้าน, เจ้าหน้าที่ควบคุมพัสดุของทหาร, คนขายของ **-storekeeping** *n.*
storeroom (สทอร์' รูม) *n.* ห้องเก็บของ, ห้องพัสดุ, ห้องแสดงสินค้า (-S. warehouse)
storeyed, storied (สทอร์' รีด) *adj.* เป็นชั้น, แบ่งเป็นชั้น (-S. notable)
stork (สทอร์ค) *n.* นกกระสา, นกในตระกูล Ciconiidae, สัญลักษณ์การเกิดของเด็ก
storm (สทอร์ม) *n.* พายุ, มรสุม, ลมมรสุม, ลมที่มีความเร็ว 64-72 ไมล์ต่อชั่วโมง, การโจมตีทางทหารอย่างรุนแรง, การระดมยิง, การโหมกระหน่ำ, ฝนหิมะหรือลูกเห็บที่ตกกระหน่ำลงมาอย่างรุนแรง, ความโกลาหล, ความเกรียวกราว, การโจมตีหรือกล่าวหาอย่างรุนแรง *-v.* **stormed, storming** *-vi.* (ฝน หิมะ ลูกเห็บ พายุ) โหมกระหน่ำ, ระดมยิง, ยิงกระหน่ำ, ถลันออกไปด้วยความโกรธ, พูดอย่างรุนแรง *-vt.* โจมตีอย่างรุนแรง, โหมกระหน่ำ, พูดอย่างรุนแรง **-storm in a teacup** ความโกลาหล, ความเกรียวกราว (-S. barrage, deluge) *-Ex. a storm at sea, a snowstorm, a thunder-storm, a political storm, brainstorm*
storm center ศูนย์กลางพายุ, ศูนย์กลางกลียุค, ศูนย์กลางความสับสนวุ่นวาย
storm door ประตูหรือหน้าต่างชั้นนอกสำหรับต้านลมมรสุม
stormy (สทอร์' มี) *adj.* **-ier, -iest** มีลมพายุ, มีมรสุม, โกลาหล, สับสนวุ่นวาย, ดุเดือด, รุนแรง **-stormily** *adv.* **-storminess** *n.* (-S. boisterous, turbulent, violent, rough) *-Ex. a very stormy month, a stormy argument, stormy weather, a stormy meeting*
story (สทอร์' รี) *n., pl.* **-ries** เรื่องราว, นิยาย, นิทาน, เรื่องโกลาหล, เทพนิยาย, เรื่องเล่าลือ, ประวัติ, พงศาวดาร, การบรรยาย, ข่าว, รายงานข่าว, การเล่านิยาย, การโกหก, เรื่องโกหก *-vt.* **-ried, -rying** เรียบเรียงเป็นนิยาย, เล่านิยาย (-S. narrative) *-Ex. the story of my life, I'll tell you the whole story of how it happened., a short story in a magazine*
storyteller (สทอ' ริเทลเลอะ) *n.* คนเล่านิยายหรือนิทาน, คนเขียนนิยายหรือนิทาน, (คำสแลง) คนโกหก **-storytelling** *n.*
stoup, stoop (สทูพ) *n.* อ่างน้ำมนตร์, ถ้วยเหล้าใบใหญ่, กาเหล้า
stout (สเทาทฺ) *adj.* **stouter, stoutest** แน่นหนา, มั่นคง, กล้าหาญ, องอาจ, แน่วแน่, เด็ดเดี่ยว, แข็งแรง, มีพลัง,กำยำล่ำสัน, หยาบหนา, หนาและเตี้ย, เบียร์ดำฤทธิ์แรง, คนขนของที่แข็งแรงมาก, เสื้อพิเศษสำหรับคนอ้วนเตี้ย **-stoutish** *adj.* **-stoutly** *adv.* **-stoutness** *n.* (-S. obese, fat, large) *-Ex. His wrists were bound with stout cords., the stout self-confidence of the pioneers*
stouthearted (สเทาทฺ' ฮาร์ท' ทิด) *adj.* กล้าหาญ, เด็ดเดี่ยว, ไม่กลัว
stove[1] (สโทฟวฺ) *n.* เตา, เตามีฝาปิด, ห้องอบ, ตู้อบ, เตาเผา
stove[2] (สโทฟวฺ) *vt., vi.* กริยาช่อง 2 และ 3 ของ stave
stovepipe (สโทฟวฺ' ไพพฺ) *n.* ปล่องเตาไฟ
stow (สโท) *vt.* **stowed, stowing** เก็บ, เก็บรักษา, บรรจุ, ใส่, กอง, หยุด, ทำให้อยู่หรือพัก, หยุด **-stow away** แอบซ่อนอยู่ในเรือหรือเครื่องบินเพื่อเลี่ยงการจ่ายค่าโดยสารหรือเพื่อหลบหนีผู้ติดตาม (-S. pack, cram, jam) *-Ex. The crew stowed the cargo quickly so that they could sail on the next tide.*
stowage (สโท' อิจ) *n.* การเก็บ, การเก็บรักษา, การบรรจุ, การใส่, สิ่งที่เก็บใส่, สิ่งที่บรรจุ, ค่าบรรจุ, ค่าคลังสินค้า, ค่าโกดัง, สถานที่บรรจุ
stowaway ผู้ซ่อนตัวในเรือเพื่อเดินทางฟรี
strabismus (สทระบิส' มัส) *n.* อาการตาเหล่หรือตาเข **-strabismal, strabismic** *adj.*
straddle (สแทร์ด' เดิล) *v.* **-dled, -dling** *-vi.* ถ่างขา, กางขา, ยืนกางขา, นั่งกางขา, นั่งคร่อม, คร่อม *-vt.* ถ่างขา, สนับสนุนทั้งสองข้าง, เหยียบเรือสองแคม *-n.* การถ่างขา, การกางขา, การเดินหรือนั่งกางขา, ระยะถ่าง, ระยะกาง, ระเบิดติดกันเป็นแถว, การยิงติดกันเป็นแถว **-straddler** *n.*
Stradivarius (สแทรเดอเวอร์' เรียส) *n.* ชื่อไวโอลินหรือเครื่องดนตรีอื่นๆ ที่ประดิษฐ์โดย Antonio Stradivarius ชาวอิตาลี
strafe (สเทรฟ) *vt.* **strafed, strafing** ยิงกราดจากเครื่องบิน, กระหน่ำ **-strafer** *n.*
straggle (สแทรก' เกิล) *vi.* **-gled, -gling** หลงทาง, หลงพวก, พลัดฝูง, พลัดพราก, ล้าหลัง, กระจัดกระจาย, เรี่ยราด **-straggler** *n.* *-Ex. The children straggled in one by one., Untidy vines straggled over the fence.*
straggly (สแทรก' ลี) *adj.* **-glier, -gliest** พลัดพราก, กระจัดกระจาย
straight (สเทรท) *adj.* **straighter, straightest** ตรง, โดยตรง, ตรงแน่ว, ต่อเนื่องกัน, ตรงไปตรงมา, ซื่อตรง, สม่ำเสมอ, ไม่เปลี่ยนแปลง, มีระเบียบ, เรียบร้อย, (เหล้า) ไม่เจือปน, ปกติ, ชอบด้วยกฎหมาย, ดวด (เหล้า), (ไพ่) เรียงแต้ม *-adv.* เป็นทางตรง, เป็นแนวตรง, ยืนตรง, โดยตรง, ซื่อสัตย์, สม่ำเสมอ, แน่วแน่, ทันที, ฉับพลัน

S

-*n.* ความตรง, เส้นตรง, แนวตรง, ทางตรง **-straightly off** ทันที, ฉับพลัน, โดยตรง **-straight away** ทันที, ฉับพลัน, โดยตรง **-straightly** *adv.* **straightness** *n.* (-S. direct, honest, continuous) *-Ex. a straight line, go straight there, straight on across, sit straight, a straight answer, a straight piece of information, to shoot straight, to go straight in because he's waiting*

straight-arm (สเทรท' อาร์ม) *vt.* **-armed, -arming** ยื่นแขนสกัดฝ่ายตรงข้าม

straightaway (สเทรท' อะเว) *adj.* โดยตรง, เป็นแนวตรง *-n.* ทางตรง, แนวตรง *-adv.* ทันที, ฉับพลัน (-S. directly, immediately)

straightedge (สเทรท' เอดจฺ) *n.* ไม้วัดเส้นตรง

straighten (สเทรท' เทิน) *vt., vi.* **-ened, -ening** ทำให้ตรง, กลายเป็นตรง, ทำให้เรียบร้อย, ทำให้ดี, กลายเป็นดี **-straightener** *n.*

straight face ใบหน้าที่เฉยเมย, ใบหน้าที่ปราศจากความรู้สึก

straightforward (สเทรทฟอร์' เวิร์ด) *adj.* ตรงไปข้างหน้า, โดยตรง, ไม่อ้อมค้อม, ซื่อตรง, ไม่คดโกง *-adv.* ตรงไปข้างหน้า, ต่อเนื่องกัน **-straightforwardly** *adv.* **-straightforwardness** *n.* (-S. honest, candid, clear-cut)

straight man ตัวประกอบตัวตลก, ผู้ช่วยตัวตลก

straightway (สเทรท' เว') *adv.* โดยตรง, ทันที, ฉับพลัน (-S. straightaway)

strain[1] (สเทรน) *v.* **strained, straining** *-vt.* ทำให้ตึง, ขึงให้แน่น, ทำให้เครียด, ทำให้เคล็ด, ทำให้ตึงเครียด, ขยายเกินไป, ต้องการมากเกินไป, เทของเหลวผ่านที่กรอง, กรองออก, ใช้อำนาจหน้าที่ไปในทางที่ผิด, กอดรัด, ยับยั้ง *-vi.* ดึงอย่างแรง, ทำให้ตึง, พยายามเต็มที่, ตึงเครียด, เอียง, บิด, งอ, ไหลหยด, ไหล *-n.* การทำให้ตึง, ภาวะกล้ามเนื้อเคล็ด, การพยายามเต็มที่, การพยายามสุดกำลัง, รูปงอคดเนื่องจากถูกดึง, ความตึงเครียด, การออกแรงมากเกินไป, การหลั่งไหล **-strains passage** บทเพลง, บทดนตรี, ระดับเสียง, แบบฉบับ *-Ex. The clothes-line was strained by the wet clothes hanging on it., Father lifted a heavy rock in the garden and strained his back., The strain kept father from working., Mother strained the orange juice to get out the seeds and pulp., The strain on the telephone wires., Daeng strained to lift the table.*

strain[2] (สเทรน) *n.* พันธุ์, ชนิด, เชื้อชาติ, วงศ์, สกุล, บรรพบุรุษ, ทายาท, ร่องรอย (-S. ancestry, descent) *-Ex. an Arabian strain in horses, horse of good strain, strain selection, There was a strain of hardworking in that family., There was a strain of sadness in your voice.*

strained (สเทรนดฺ) *adj.* ใช้กำลัง, ออกแรง, ฝืน, ไม่เป็นไปตามธรรมชาติ, เครียด

strainer (สเทรน' เนอะ) *n.* ผู้กรอง, เครื่องกรอง, ที่กรอง, อุปกรณ์การกรอง (-S. filter, sieve)

strainer

strait (สเทรท) *n.* ช่องแคบ, ทางผ่านที่แคบ, ที่คับแคบ, สภาพที่ลำบาก, ความเคร่งเครียด, ภาวะจนตรอก, ความคับแค้น *-adj.* แคบ, คับแค้น, เคร่งครัดในระเบียบ **-straitly** *adv.* **-straitness** *n.*

straiten (สเทรท' เทิน) *vt.* **-ened, -ening** ทำให้ลำบาก, ทำให้เคร่งเครียด, จำกัด, ทำให้แคบ, ทำให้คับแคบ, เคร่งครัดในระเบียบ (-S. restrict)

straitjacket (สเทรท' แจคคิท) *n.* เครื่องนุ่งห่มที่รัดแขนบังคับสำหรับคนไข้โรคจิตหรือผู้คลุ้มคลั่ง (-S. straighjacket)

strait-laced (สเทรท' เลสทฺ') *adj.* พิถีพิถันเกินไป, ผู้ดีเกินไป, รัดเกินไป (-S. straight-laced)

strake (สเทรค) *n.* แผ่นไม้ขนาบลำเรือ, ดาดฟ้า

strand[1] (สแทรนดฺ) *n.* ชายหาด, ชายทะเล, หาด, ริมแม่น้ำ, ริมทะเลสาบ *-v.* **stranded, stranding** *-vt.* เกยหาด, เกยฝั่ง, ติด, ทำให้อยู่ในฐานะที่ทำอะไรไม่ได้ *-vi.* เกยหาด, เกยฝั่ง (-S. desert, maroon, reject) *-Ex. a strand of hair, a strand of beads*

strand[2] (สแทรนดฺ) *n.* เกลียว, เกลียวเชือก, สายเชือก, ด้าย, เส้นลวด, เส้นใย *-vt.* **stranded, stranding** เกลียว, ฟั่น, ควั่น (-S. thread, fibre, rope) *-Ex. The lost boy was stranded in the strange town without money., A ship was stranded on the big rocks.*

strand line แนวชายฝั่ง

strange (สแทรนจฺ) *adj.* **stranger, strangest** แปลก, ประหลาด, ผิดแปลก, ผิดตา, แปลกหน้า, ไม่รู้จัก, ไม่คุ้นเคย, ไม่เคยชิน, คาดไม่ถึง, แปลกถิ่น, ต่างถิ่น *-adv.* แปลกประหลาด **-strangely** *n.* (-S. off, queer, unfamiliar, foreign, unusual) *-Ex. strange visit, strange customs, Sleep in a strange bed., strange behaviour*

stranger (สเทรน' เจอะ) *n.* คนแปลกหน้า, ผู้มาใหม่, ผู้ไม่คุ้นเคยกับบางสิ่ง, ผู้ไม่ได้เป็นสมาชิกของครอบครัว ชุมชนหรือกลุ่ม, แขกแปลกหน้า, คนต่างถิ่น, บุคคลที่ 3 ผู้ไม่ใช่คู่กรณี (-S. newcomer) *-Ex. There were many strangers in town over the holiday.*

strangle (สแทรง' เกิล) *vt., vi.* **-gled, -gling** รัดคอ, เค้นคอ, บีบคอ, จำกัด, บีบบังคับ, บีบคอจนหายใจไม่ออก

strangulate (สแทรง' กิวเลท) *vt., vi.* **-lated, -lating** บีบ, รัด, รัดคอ, รัดเส้นโลหิต **-strangulation** *n.*

strap (สแทรพ) *n.* สายหนัง, หนังรัด, สายรัด, เข็มขัดหนัง, สายหิ้ว, สายผ้า, สายโลหะ, ห่วงหนังยืนเกาะในรถ, นางโลม, หญิงมั่วโลกีย์, แส้หนัง, ครีมยางปิดแผล *-vt.* **strapped, strapping** ยึดด้วยหนังรัด, รัดเข็มขัด, รัด, มัด, พัน, ฝน (มีดโกน) ด้วยสายหนัง **-strapless** *adj.* (-S. band) *-Ex. a leather strap, to strap the luggage to the car*

strapping (สแทรพ' พิง) *adj.* ใหญ่โต, แข็งแรง, ล่ำสันกำยำ

stratagem (สแทรท' ทะเจม) *n.* กลยุทธ์, ยุทธวิธี, เล่ห์เหลี่ยม, อุบาย, กุศโลบาย

strategic (สทระที' จิค) *adj.* เกี่ยวกับหรือมีลักษณะของ strategy, เกี่ยวกับ (กลยุทธ์ ยุทธวิธี), เป็นยุทธปัจจัย **-strategically** *adv.* *-Ex. strategic importance in defending, strategic moves*

strategics (สทระที' จิคซฺ) *n.* ยุทธศาสตร์, ยุทธวิธี, กลยุทธ์, วิชาว่าด้วยการรบทางทหาร
strategist (สแทรท' ทะจิสทฺ) *n.* ผู้เชี่ยวชาญยุทธศาสตร์ (ยุทธวิธี กลยุทธ์)
strategy (สแทรท' ทะจี) *n., pl.* **-gies** แผนการณ์, วิธีการ, อุบาย, กุศโลบาย, ยุทธศาสตร์, ยุทธวิธี, กลยุทธ์ **-strategist** *n. -Ex. strategy and tactics*
stratification (สแทรททะฟิเค'ชัน) *n.* การแบ่งออกเป็นชั้นๆ, ความเป็นชั้นๆ, ลักษณะเป็นชั้นๆ, การแบ่งเป็นชนชั้นของสังคม,ชนชั้นของสังคม, กลุ่มของสังคม, การเกิดเป็นชั้นๆ, การจมทับถมกันเป็นชั้น
stratify (สแทรท' ทะไฟ) *v.* **-fied, -fying** *-vt.* เกิดเป็นชั้นๆ, แบ่งเป็นชั้นๆ, ใส่เมล็ดพืชตามชั้นของพื้นผิวดิน *-vi.* เกิดเป็นชั้นๆ, ทับถมเป็นชั้นๆ, กลายเป็นชนชั้น
stratocumulus (สเทรโทคิว' มิวลัส) *n., pl.* **-li** กลุ่มเมฆก้อนกลมดำใหญ่มีลักษณะเป็นกลุ่มๆ เป็นแนวหรือเป็นคลื่น
stratosphere (สแทรท' ทะสเฟียร์) *n.* บริเวณชั้นบนของบรรยากาศที่อยู่เหนือพื้นดินประมาณ 15 ไมล์
stratum (สเทร' ทัม) *n., pl.* **-ta/-tums** ชั้น, ชั้นพื้นดิน, ชั้นหิน, ชนชั้น, ระดับชั้น, ชั้นเนื้อเยื่อ, ชั้นเซลล์, ชั้นมหาสมุทร, ชั้นบรรยากาศ **-stratous** *adj. -Ex. social strata, privileged stratum, a low stratum of society*
straw (สทรอ) *n.* ฟาง, ฟางข้าว, กองฟาง, สิ่งที่ทำด้วยฟาง, สิ่งที่มีค่านิดเดียวหรือไม่มีค่า, หลอดดูดของเหลว, หมวกฟาง *-adj.* ซึ่งใช้ฟาง, ทำด้วยฟาง, มีค่าเล็กน้อย, ไร้ค่า **-catch/clutch/grasp at a straw** ฉวยโอกาส **-strawy** *adj. -Ex. a heap of straw, not care a straw, a straw basket, not worth a straw*
strawberry (สทรอ' เบอะรี) *n.* พืชสตรอเบอรี มีผลสีแดง
stray (สเทร) *vi.* **strayed, straying** บ่ายเบน, หันเห, หลงทาง, พลัดพราก, เร่ร่อน, พเนจร *-n.* สัตว์หลงทาง, ผู้หลงทาง, คนพเนจร, ผู้เร่ร่อน *-adj.* หลงทาง, พลัดพราก, พเนจร, ร่อนเร่ **-strayer** *n.* (-S. rove, roam, lost, deviate) *-Ex. Little Red Riding Hood strayed away from the path to pick flowers., A stray puppy shivering with the cold., to stray from the point*
streak (สทรีค) *n.* เส้นหลายสี, ริ้วลาย, เส้น, ทาง, ชั้น, ช่วง, การต่อเนื่อง, สายแร่ *-v.* **streaked, streaking** *-vt.* ทำให้เป็นเส้นหลายสี, ทำให้เป็นริ้วลาย *-vi.* กลายเป็นเส้นหลายสี, กลายเป็นริ้วลาย, วิ่ง, ไปอย่างรวดเร็ว, พุ่ง, แล่น, ห้อเหยียด **-streaky** *adj.* (-S. stripe, band, trace)
stream (สทรีม) *n.* ลำธาร, สายน้ำ, แม่น้ำเล็กๆ, กระแส, กระแสน้ำ, ลำแสง, การไหลที่ต่อเนื่อง *-v.* **streamed, streaming** *-vi.* ไหล, ไหลเวียน, พุ่ง, ปลิวเป็นทาง, หลั่งไหล, สะบัดพริ้ว *-vt.* ไหล, ทำให้ไหล **-on stream** ในกระบวนการผลิต (-S. beck, brook, river) *-Ex. sitting by a little stream, with the stream, against the stream, up stream, down stream, a stream of paint down the side, a stream of people*
streamer (สทรีม' เมอะ) *n.* สิ่งที่ไหล, สิ่งที่ปลิวเป็นทาง, ธง, ชายธง, สายที่สะบัดพริ้ว, ลำแสง, การพาดหัวข่าวเต็มหน้า
streamlet (สทรีม' ลิท) *n.* ลำธารหรือสายน้ำเล็กๆ
streamline (สทรีม' ไลนฺ) *n.* รูปเพรียวลม, ทางเพรียวลม *-vt.* **-lined, -lining** ทำให้เพรียวลม, ปรับปรุงให้มีประสิทธิภาพดีขึ้น *-Ex. Aeroplanes must be streamlined to fly well.*
streamlined (สทรีม' ไลนฺดฺ) *adj.* เพรียวลม, ปรับปรุงให้มีประสิทธิภาพสูงสุด, ทันสมัย
stream of consciousness เกี่ยวกับความคิดหรือความคิดเห็นต่อเนื่อง
street (สทรีท) *n.* ถนน, ถนนหนทาง, ทางรถ, ทางสำคัญ, ทางหลัก, บุคคลตามถนน *-adj.* เกี่ยวกับถนน, เหมาะสำหรับสวมใส่เพื่อเดินตามถนน **-on/in the street** ตกงาน, ร่อนเร่ (-S. avenue, road, passage)
streetcar (สทรีท' คาร์) *n.* รถรางที่วิ่งตามถนน, รถไฟฟ้าที่มีราง
streetwalker (สทรีท' วอคเคอะ) *n.* โสเภณีตามถนน **-streetwalking** *n.* (-S. prostitute, whore)
strength (สเทรงธ) *n.* กำลัง, พลัง, แรง, ความแข็งแรง, อำนาจจิต, ความกล้าหาญ, ความหนักแน่น, กำลังทหาร, กำลังกองทัพ, จำนวนทหารหรือเรือ, อำนาจความต้านทาน, แหล่งพลัง, อำนาจการขึ้นหรือพยุงราคา **-on the strength of** อยู่บนรากแห่ง (-S. power, force, will) *-Ex. the strength of an athlete, strength of will, man of great strength, fighting strength, position of strength, in full strength, the strength of a rope, the strength of a drug*
strengthen (สเทรง' เธิน) *v.* **-ened, -ening** *-vt.* ทำให้แข็งแรงขึ้น, ให้พลัง, เพิ่มประสิทธิภาพ *-vi.* แข็งแรงขึ้น, มีพลังมากขึ้น, มีประสิทธิภาพมากขึ้น **-stengthener** *n.* (-S. fortify) *-Ex. The men strengthened the bridge by putting more timbers under it.*
strenuous (สเทรน' นิวอัส) *adj.* แข็งแรง, มีพลัง, เข้มแข็ง, บากบั่น, พากเพียร, อุตสาหะ, ใช้กำลังมาก **-strenuously** *adv.* **-strenuousness, strenuosity** *n.* (-S. demanding, arduous, tough, uphill) *-Ex. a strenuous campaigner, strenuous efforts, a strenuous schedule*
streptococcus (สเทรพทะคอค' คัส) *n., pl.* **-cocci** เชื้อแบคทีเรียรูปทรงกลม บางชนิดทำให้เกิดโรคในคน เช่น โรคต่อมทอนซิลอักเสบ **-streptococcal, streptococcic** *adj.*
streptomycin (สเทรพทะไม' ซิน) *n.* ยาปฏิชีวนะที่มีสูตร $C_{21}H_{39}O_{12}N_7$ ได้จากเชื้อ *streptomyces griseus* ส่วนใหญ่ใช้ในการรักษาวัณโรค
stress (สเทรส) *n.* ความตึงเครียด, ความบังคับ, การบีบคั้น, ความฉุกละหุก, เสียงหนัก, เสียงเน้น, เสียงครุ, การกด, การดัน, แรงกดดัน, ตัวกระตุ้น, สิ่งกระตุ้น *-vt.* **stressed, stressing** เน้นเสียง, เน้นหนัก, ออกเสียงหนัก (-S. emphasis) *-Ex. In saying the word 'kitten' we stress the first syllable., The rafters in the building are under constant stress.*
stretch (สเทรทช) *v.* **stretched, stretching** *-vt.* ขึง, ดึง, ยื่น, ยื่นออก, ยืด, ขยายออก, เหยียด, ถ่างแผ่,

S

เอื้อม, ทำสุดขีด, พยายามเต็มที่, โค่นล้ม, ผูกคอตาย *-vi.* ลดลง, ลดถอย, ยื่น, เหยียด, เอื้อม, ขึง, แผ่ *-n.* การขึง (ดึง ยื่น ยืด ถ่าง เหยียด แผ่ เอื้อม), ความยืดหยุ่น, จำคุก, โทษจำคุก *-adj.* ยืดหยุ่น, ยืดหดได้ **-streth one's legs** เดินเล่น, ออกไปเดินเล่นยืดแข้งยืดขาหลังจากนั่งเป็นเวลานาน **-stretchability** *n.* -stretchable *adj.* (-S. pull, extend, strain, extension) *-Ex. Somchai stretched himself on the bed., Narong stretched and yawned., to stretch one's legs, stretched out his hand, The plain stretched out before me.*

stretcher (สเทรช' เชอะ) *n.* เครื่องดึง (ยืด ถ่าง ขยาย แผ่), กรอบขึงผ้าภาพวาด, เปลหาม, ไม้ยันเท้าการตีกรรเชียง, ขาเหยียบ, อิฐแนวข้าง, คำพูดโอ้อวด (-S. litter, tie, brace) *-Ex. a curtain stretcher, stretcher bearer stretcher-party, a glove stretcher*

stretchy (สเทรช' ชี) *adj.* **-ier, -iest** ยืด (กาง ถ่าง ขยาย แผ่) ออกได้, ยืดหยุ่น (-S. extendable, elastic)

strew (สทรู) *vt.* **strewed, strewed/strewn, strewing** โปรย, หว่าน, โรย, พรม, แผ่, กระจาย (-S. sprinkle, sow) *-Ex. Narong strewed his clothes all over the room., The walk was strewn with leaves.*

stria (สไทร' อะ) *n., pl.* **striae** ริ้ว, แถบ, แคบ, เส้น, ร่อง, ลายเส้นขนาน, ร่องเสียดสี, ร่องหิน, ร่องเสา (-S. narrow, furrow, ridge)

stricken (สทริค' เคิน) *vt., vi.* กริยาช่อง 3 ของ strike *-adj.* ได้รับความเดือดร้อน, เป็นโรค, เสียใจ, ถูกตี, ถูกต่อย, ได้รับผลกระทบ, บาดเจ็บ (-S. hurt, crippled, impaired)

strict (สทริคทฺ) *adj.* **stricter, strictest** เข้มงวด, เคร่งครัด, กวดขัน, แม่นยำ, แน่นอน, สมบูรณ์, ถ้วนทั่ว, ถูกต้อง, รอบคอบ **-strictly** *adv.* **-strictness** *n.* (-S. close, exact, stern, severe) *-Ex. The headmaster is very strict.*

striction (สทริค' ชั่น) *n.* การหด, การหดตัว, การหดแคบ, การจำกัด, การควบคุม, การทำให้คับแคบ, ความคับแคบ

stricture (สทริค' เชอะ) *n.* การกล่าวหา, การกล่าวโทษ, การตำหนิอย่างรุนแรง, การตีบตัว, การหดตัว, การจำกัด, การควบคุม

stride (สไทรดฺ) *v.* **strode, stridden, striding** *-vt.* จัดการได้ง่าย, เดินก้าวยาว, ก้าวยาว, เดินจังหวะยาว, เดินกางขา *-vi.* เดินก้าวยาว, เดินข้าม, ก้าวข้าม, เดินถ่างขา *-n.* การเดินหรือก้าวยาว, ก้าวยาว, ช่วงก้าวยาว, จังหวะก้าวยาว, กางเกง, ทางเดินปกติ, การก้าวหน้า **-take in one's stride** จัดการอย่างสงบหรือด้วยความสำเร็จ **-strider** *n.* (-S. step, pace, walk) *-Ex. Bob measured the football field with 100 strides., The teacher strode to the back of the room to open the window.*

strident (สไทร' เดินทฺ) *adj.* เสียงพร่า, เสียงจิ้งหรีด, เสียงห้าว, กร้าน **-stridence, stridency** *n.* **-stridently** *adv.* (-S. shrill, loud, harsh)

strife (สไทรฟฺ) *n.* ความขัดแย้งอย่างรุนแรง, การต่อสู้กัน, การปะทะกัน, การดิ้นรน, การทะเลาะวิวาท, ความสับสนอลหม่าน, ความพยายามเต็มที่, การแข่งขัน (-S. discord, contention -A. peace, concord)

strike (สไทรค) *v.* **struck, struck/stricken, striking** *-vt.* ตี, ตอก, ทุบ, ต่อย, ชก, ปะทะ, พุ่ง, โจมตี, จู่โจม, เคาะ, โขก, เขก, ชน, ขูด, ขีด (ไม้ขีดไฟ), พิมพ์, ประทับตรา, ทำเหรียญ, กด, อัด, เจาะพบ (น้ำมัน) จับ, ก่อ, ประสบ, ตกลง, ตบมือเป็นสัญญาณ, ยกเลิก, รื้อ, ถอน, ประทับใจ, กระทบจิตใจ, แทง, ทิ่ม,ปัก, สอด,ไช, หยั่งราก, เกิดราก, ไปถึง, ประสบ, ค้นพบ, ครอบงำ, กระทบ, สัมผัส, ทำสัญญา, ให้สัตยาบัน, ประเมิน, ประมาณ, ออกไข่, เลิกจากคณะลูกขุน *-vi.* ตี, ตอก, ทุบ, ต่อย, ชก, ปะทะ, พุ่ง, โจมตี, ตะปบ, งับ, กัด, ประทับใจ, ปรากฏขึ้นฉับพลัน, เกิดเสียงปะทะ, ขีด (ไม้ขีดไฟ), ตีกรรเชียง, เคาะหรือตีหรือดีดให้เกิดเสียง (ดนตรี), หยั่งราก, งอกราก, ดำเนิน, กระทำ, ลดธง (โดยเฉพาะเพื่อแสดงการยอมแพ้), ชักธงขาว (เพื่อแสดงการยอมแพ้), (ปลา) กินเหยื่อ, (นาฬิกา) เคาะเสียงดัง, แทง, ทิ่ม, ยกเลิก, รื้อ, ถอน, กระทบให้เกิดประกายไฟฟ้า, พยายาม, ดิ้นรน, ต่อสู้ *-n.* การตี (ตอก ต่อย ชก ปะทะ ทุบ พุ่ง โจมตี, เคาะ โขก เขก ชน ขูด ขีด), การโยนลูกกระทบลูกตั้งโบว์ลิ่งล้มหมด, แต้มที่ได้จากการโยนดังกล่าว, ความแรงของเบียร์, การลากเหยื่อโดยปลาที่กินเหยื่อ, การกระตุกสายเบ็ดให้เบ็ดติดปากปลา, จำนวนเหรียญกษาปณ์ที่พิมพ์ครั้งหนึ่งๆ, การเจาะพบน้ำมัน, การพบสายแร่ **-strike off** เริ่มแสดง, เริ่มร้องเริ่มต้น, ทำให้เกิดขึ้น **-have two strikes against one** อยู่ในสถานการณ์ที่วิกฤติ (-S. beat, hit) *-Ex. Somchai struck the man with a stick., to struck him down, to struck him dead, to struck at him with a sword, The Thai army struck the enemy on the flank., to strike a ball, to strike a light, to strike a note, The clock struck twelve., His head struck the floor., His head struck against the table., it strikes me that, very striking in appearance, The men at the factory struck.*

strikebreaker (สไทรค' เบรคเคอะ) *n.* ผู้ทำลายการหยุดงานประท้วง

striker (สไทร' เคอะ) *n.* ผู้หยุดงานประท้วง, ผู้ตี (ต่อย ชก ตอก ทุบ ปะทะ พุ่ง โจมตี จู่โจม เคาะ โขก เขก ชน ขูด ขีด พิมพ์ ประทับตรา), ผู้ช่วยช่างตีเหล็ก, ค้อนตีระฆังหรือกระดิ่ง, เข็มชนวนปืน, นักพุ่งฉมวกจับปลา

striking (สไทร' คิง) *adj.* ซึ่งตี (ต่อย ชก ตอก ทุบ ปะทะ พุ่ง โจมตี จู่โจม เคาะ โขก เขก ชน ขูด ขีด พิมพ์ ประทับตรา), ประทับใจ, ยอดเยี่ยม, เด่นชัด, น่าตะลึง, หยุดงานประท้วง **-strikingly** *adv.* **-strikingness** *n.* *-Ex. striking proof, a striking example of efficiency, a striking dress*

string (สทริง) *n.* เชือก, ด้าย, สายเชือก, สายป่าน, ป่าน, สายดึง, เชือกร้อย, สายร้อย, สายกระโปรง, สายสร้อย, บรรทัด, แถว, ห่วง, ทาง, อนุกรม, ฝูงสัตว์ที่คนๆหนึ่งเป็นเจ้าของ, สายซอ, สายเอ็น, เครื่องสายดนตรี, กลุ่มผู้แข่งขันในสายเดียวกัน *-v.* **strung, strunging** *-vt.* จัดให้มีสาย, ใส่สาย, ขึงด้วยสายหรือเชือก, ร้อย, สน, เชื่อมต่อเป็นสาย, จัดเป็นอนุกรม, จัดเป็นลำดับ,

S

ประดับด้วยสาย, ดึงสายออก, ทำให้ตึงเครียด, ทำให้ตึง, ฆ่าโดยการแขวนคอ *-vi.* กลายเป็นสาย, ก่อตัวเป็นสาย, ต่อเนื่อง, เรียงกันเป็นแถว **-strings** เงื่อนไข **-pull strings/wires** ใช้เส้นหรืออำนาจ (ของเพื่อนฝูง) ทำให้ประสบความสำเร็จ **-string along** เห็นด้วย, ปล่อยให้รอคอย, ทำให้ไม่แน่ใจ, โกง, หลอกลวง *-Ex. tie up a parcel with string, a string of beads, to string beads for a necklace, a string of lanterns, a string of cars, to string a tennis racket*

stringed (สทริงดฺ) *adj.* มีเส้น, มีสาย, เกี่ยวกับเครื่องดนตรีประเภทสาย

stringed instrument เครื่องดนตรีประเภทสาย

stringent (สทริน' เจินทฺ) *adj.* เข้มงวด, กวดขัน, เคร่งระเบียบ, แน่นหนา, รุนแรง, รีบด่วน, ฉุกละหุก, มีน้ำหนัก **-stringently** *adv.* **-stringency** *n.* (-S. strict, severe, exact)

string quarted คณะเล่นซอสี่คน, บทดนตรีสำหรับคณะเล่นซอสี่คนหรือเครื่องดนตรีประเภทสายสี่ชนิด

strip[1] (สทริพ) *v.* **stripped, stripping** *-vt.* ลอก, ปอก, เปลื้อง, รื้อ, ถอน, ขจัด, กล้อน, ปล้น, กวาด, ถอด, แก้ผ้า, เปลือยกาย, รีดนม, ตัดเนื้อหา *-vi.* เปลื้องผ้า, ถอดผ้า, ระบำเปลื้องผ้า (-S. divest, unclothe, plunder) *-Ex. a strip of paper, The hunter stripped the skin from the rabbit., The hungry children stripped the cupboard of all the food., The boys stripped and went swimming.*

strip[2] (สทริพ) *n.* สายยาว, ชิ้นยาว, ริ้ว, แผ่นยาวเล็ก, ภาพเขียนหรือภาพถ่ายที่ถ่ายเนื่องกันเป็นอนุกรม, ลานสนามบิน, แผ่นแสตมป์, ถนนที่มีร้านค้าสองข้างทาง, ระบำเปลื้องผ้า, ใบยาสูบไร้ก้าน, แผ่นหนุน, สายแผ่นเหล็ก, การขุดกลางแจ้ง *-vt.* **stripped, stripping** ตัดฉีกหรือทำให้เป็นแผ่นเล็กยาว (-S. band, ribbon, shred)

strip dancer นางระบำเปลื้องผ้า

stripe[1] (สไทรพฺ) *n.* ริ้ว, ผ้าริ้ว, ลายยาว, ลาย, แถบ, ชนิด, บั้ง, แถบยศ, เสื้อลายขวางของนักโทษ *-vt.* **striped, striping** ทำให้เป็นริ้วหรือลายยาว (-S. belt, band)

stripe[2] (สไทรพ) *n.* การตี, การเฆี่ยน, การโบย, การหวด, รอย (เฆี่ยน โบย หวด) (-S. welt)

striped (สไทรพฺทฺ, สไทร' พิด) *adj.* เป็นริ้ว, เป็นลายยาว, มีแถบ *-Ex. The candy cane was striped red and white.*

stripper (สทริพ' เพอะ) *n.* ผู้ปอก, ผู้ลอก, ผู้เปลื้อง, ผู้ถอด, ผู้รื้อ, ผู้ถอน, กรรมกรเหมืองแร่กลางแจ้ง, (คำสแลง) นักระบำเปลื้องผ้า

striptease (สทริพ' ทีซฺ) *n.* การเต้นระบำเปลื้องผ้า **-stripteaser** *n.*

stripy (สไทร' พี) *adj.* **-ier, -iest** มีริ้ว, มีลายยาว, มีแถบ

strive (สไทรฟวฺ) *vi.* **strove, striven/strived, striving** พยายามหนัก, มุ่งมั่น, ฝ่าฟัน, ดิ้นรน, ต่อสู้, แข่งขัน **-striver** *n.* **-strivingly** *adv.* (-S. apply, try, attempt)

strobe (สทรอบ) *n.* ดู stroboscope

stroboscope (สทรอ' เบอะสโคพ) *n.* เครื่องมือแสดงระยะต่างๆ ของการเคลื่อนไหวของสัตว์, ดวงไฟที่สามารถให้แสงสว่างจ้ามากในช่วงระยะเวลาอันสั้น ใช้ร่วมกับกล้องถ่ายรูป

strode (สโทรด) *vt., vi.* กริยาช่อง 2 ของ stride

stroke[1] (สโทรค) *n.* การตี, การทุบ, การตอก, การเคาะ, การตีกรรเชียง, การพายเรือ, วิธีการตีกรรเชียงหรือพายเรือ, การตีเทนนิส, ขีดหนังสือ, เสียงตีของนาฬิกาหรือระฆัง, การตีของนาฬิกาหรือระฆัง, อาการปัจจุบันทันด่วนของโรค, การปะทุของโรคอย่างกะทันหัน, การเป็นลม, การเต้นของหัวใจ, ชีพจร, การกระพือปีก, มือพายใกล้ท้ายเรือ (หรือ stroke oar), การลากปากกาดินสอ แปรงหรือมีดแกะสลัก, ระยะพุ่ง, ระยะวิ่ง, การดำเนินการ, ความพยายาม, เหตุการณ์หรือโอกาสที่เกิดขึ้นอย่างกะทันหัน *-vt., vi.* **stroked, stroking** ลากเส้น, ขีดเขียน, ตีกรรเชียง, พายเรือ, ตีลูกบอล (-S. hit, blow knock, smack) *-Ex. The lumberjack lopped off the branch with one stroke of his axe., a stroke of lightning, a stroke of a swimmer, a stroke of an oar, on the stroke of midnight, The painter completed the picture with a few strokes.*

stroke[2] (สโทรค) *vt.* **stroke, stroking** ลูบ, คลำ *-n.* การลูบ, การคลำ *-Ex. Anong stroked her kitten by the stroke of her mother's hand.*

stroll (สโทรล) *v.* **strolled, strolling** *-vi.* เดินทอดน่อง, เดินเล่น, เดินเตร่, ร่อนเร่, พเนจร *-vt.* เดินทอดน่อง, เดินเล่น *-n.* การเดินทอดน่อง, การเดินเล่น, การร่อนเร่, การพเนจร (-S. ramble, saunter, walk) *-Ex. The girls have gone for a stroll through the woods., They strolled about for an hour.*

stroller (สโทรล' เลอะ) *n.* ผู้เดินเล่น, ผู้เดินทอดน่อง, ผู้พเนจร, ผู้ร่อนเร่, คนจรจัด, รถเข็นสี่ล้อใส่เด็กเล็ก

strong (สทรอง) *adj.* **stronger, strongest** แข็งแรง, มีกำลัง, เข้มแข็ง, แข็งแกร่ง, แข่งขัน, แน่นหนา, มั่นคง, กล้าหาญ, มีอำนาจ, มีอิทธิพล, ร่ำรวย, หนักแน่น, เด็ดเดี่ยว, ไม่เปลี่ยนแปลง, ชัดเจน, รุนแรง, (เสียง) ดัง, (กลิ่น) ฉุนหรือแรง, เต็มที่, เข้มข้น, เน้นเสียง, (ราคา) ขึ้นเรื่อย, มีอำนาจหักเหแสงสูง *-adv.* อย่างแข็งแรง, อย่างเข้มแข็ง, อย่างเข้มข้น **-strongish** *adj.* (-S. acute, robust, powerful, sound) *-Ex. a strong man, a long strong pull, I'm very strong, a strong government, strong wind, a strong army, a strong bar*

strong-arm (สทรอง' อาร์ม) *adj.* รุนแรง, โหดเหี้ยม, ใช้กำลังคุกคาม *-vt.* **-armed, -arming** โจมตี, จู่โจม, ใช้กำลังที่รุนแรง

strongbox (สทรอง' บอคซฺ) *n.* ตู้นิรภัย *-Ex. to keep valuable papers in a strongbox*

stronghold (สทรอง' โฮลดฺ) *n.* ที่มั่น, ป้อม, ป้อมปราการ, ศูนย์กลางสำคัญ, แหล่งสำคัญ, กองบัญชาการ (-S. fort, fortress, rampart) *-Ex. Ancient Greece was a stronghold of democracy.*

strongman (สทรอง' เมิน) *n.* บุคคลที่มีความสามารถพิเศษ, คนแข็งแรง, คนเข้มแข็ง, ผู้เผด็จการ

strong-minded (สทรอง' ไมดิด) *adj.* เด็ดเดี่ยว,

ใจเข้มแข็ง **-strong-mindedly** *adv.* **-strong-mindedness** *n.* (-S. strong-willed)

strontium (สทรอน' เชียม) *n.* ธาตุแท้ชนิดหนึ่งเป็นโลหะจำพวกปูนคล้าย calcium มีสีเหลือง น้ำหนักปรมาณูเท่ากับ 87.62 ในทางเคมีใช้อักษรย่อว่า Sr ออกไซด์ของโลหะนี้เรียกว่า strontia ใช้ในการทำดอกไม้เพลิงเพื่อให้เป็นสีแดง

strop (สทรอพ) *n.* สายหนังสำหรับลับมีดโกน, เชือกห่วงของลูกรอก, สายหนังหรือโลหะของลูกรอก, สายหนังเชือกหรือสายโลหะสำหรับร้อยสายพาน

strophe (สโทรฟี) *n.* การเต้นจากขวาไปซ้ายของคณะนักร้องประสานเสียง (กรีกโบราณ), พยางค์หรือบทกวี

strove (สโทรฟว) *vi.* กริยาช่อง 2 ของ strive

struck (สทรัค) *vt., vi.* กริยาช่อง 2 และ 3 ของ strike *-adj.* (โรงงานอุตสาหกรรม) ปิดเพราะคนงานประท้วง

structural (สทรัค' เชอะเริล) *adj.* เกี่ยวกับโครงสร้างหรือการก่อสร้าง, มีความสำคัญต่อโครงสร้าง, เกี่ยวกับโครงสร้างในแง่ธรณีวิทยา, เกี่ยวกับโครงสร้างโมเลกุล, เกี่ยวกับความสัมพันธ์ระหว่างธาตุ **-structurally** *adv.*

structure (สทรัค' เชอะ) *n.* โครงสร้าง, โครง, โครงร่าง, องค์ประกอบ, ลักษณะ, วิธีการสร้าง, สิ่งก่อสร้าง, ส่วนประกอบที่หยาบกว่าของหิน, แบบแผน, โครงสร้างสังคม *-vt.* **-tured, -turing** สร้าง, ประกอบ, จัดทำ, จัดตั้ง, ก่อสร้าง (-S. construction) *-Ex. the structure of the human body, the structure of a sentence, The new bridge will be the largest structure of this type in the world.*

S

strudel (สทรูด' เดิล) *n.* แป้งอบเปลือกแข็งใส่ไส้ผลไม้เนยแข็ง และอื่นๆ

struggle (สทริก' เกิล) *vt., vi.* **-gled, -gling** ดิ้นรน, ต่อสู้, แข่งขัน **-struggler** *n.* (-S. effort, conflict, fight) *-Ex. The poor man had to struggle to feed his children., The lion struggle to get out of his cage., A great struggle to keep the fire from spreading.*

strum (สทรัม) *vt., vi.* **strummed, strumming** เล่นเครื่องดนตรีประเภทสายอย่างไม่คล่องหรือไม่ชำนาญ, ทำให้เกิดเสียงโดยการเล่นดังกล่าว *-n.* วิธีการเล่นดังกล่าว, เสียงที่เกิดจากการเล่นดังกล่าว **-strummer** *n.*

strumpet (สทรัม' พิท) *n.* โสเภณี

strung (สทรัง) *vt., vi.* กริยาช่อง 2 และ 3 ของ string **-strung out** (คำสแลง) ติดยาเสพติดย์อย่างรุนแรง *-Ex. We strung tinsel on the Christmas tree.*

strut[1] (สทรัท) *vt, vi.* **strutted, strutting** เดินวางมาด, เดินทำท่าทำทาง *-Ex. The peacock strutted and spread his tail.*

strut[2] (สทรัท) *n.* ไม้ค้ำ, ไม้เท้าแขน, ไม้ยัน, เสาค้ำ *-vt.* **strutted, strutting** ค้ำ, ยัน, หนุน (-S. flounce)

struts[2]

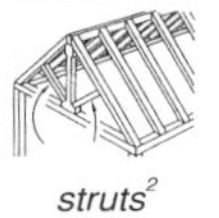

strut beam คานรับ

strychnine (สทริค' นิน) *n.* อัลกาลอยด์มีพิษชนิดหนึ่ง เป็นสารผลึกสีขาว มีรสขมจัด มีฤทธิ์ทำลายระบบประสาทอย่างรุนแรง

stub (สทับ) *n.* โคนต้นไม้, ตอไม้, รากที่เหลืออยู่, ตอที่เหลืออยู่, ก้นบุหรี่, เศษที่เหลืออยู่, โคนฟัน, ปลายทู่, ปลายทู่ของปากกา, ดินสอที่ใช้จนสั้นนิดเดียว, หางด้วนของสุนัข, ต้นขั้วตั๋ว *-vt.* **stubbed, stubbing** ถอนราก ถอนโคน, ปราบให้สิ้นซาก, ขุดรากขุดโคน, สะดุดเอา, ตำ, ขจัด, ขยี้ (-S. tip, end)

stubble (สทับ' เบิล) *n.* ตอ, ตอที่เหลืออยู่, โคนต้นที่เหลืออยู่, ส่วนงอกที่สั้นแต่หนา **-stubbled** *adj.* **-stubbly** *adj.*

stubborn (สทับ' เบิร์น) *adj.* **-er, -est** ดื้อดึง, ดื้อรั้น, หัวรั้น, แข็งกระด้าง, ควบคุมยาก, ว่ายาก, รับมือยาก, รักษายาก, ยืนหยัด, แน่วแน่ **-stubbornly** *adv.* **-stubbornness** *n.* (-S. cross-grained, doged, dour -A. flexible) *-Ex. stubborn as a mule, stubborn resistance, stubborn problems, a stubborn effort, a stubborn cold in the head*

stubby (สทับ' บี) *adj.* **-bier, -biest** เหมือนตอ, เหมือนตอไม้, มีตอไม้, อ้วนเตี้ย, สั้นหนา, สั้นใหญ่, มีขนแข็ง **-stubbiness** *n.* (-S. stiff, stubbly) *-Ex. a stubby beard, stubby fingers, Baby's toes are stubby., stubby bristles, a stubby field*

stucco (สทัค' โค) *n., pl.* **-coes/-cos** ไม้ฉาบปูน, ปูนพอกผนัง, ปูนฉาบ, การฉาบปูน, การพอกปูน *-vt.* **-coed, -coing** ฉาบปูน, พอกปูน

stuck (สทัค) *vt., vi.* กริยาช่อง 2 และ 3 ของ stick **-stuck on** หลงรัก *-Ex. Daeng stuck the stamp on the envelope.*

stuck-up (สทัค' อัพ) *adj.* (ภาษาพูด) หยิ่ง ยโส โอหัง อวดดี (-S. snobbish)

stud[1] (สทัด) *n.* ตะปูหัวใหญ่, กระดุมคอเสื้อ, กระดุมหน้าอกเสื้อเชิ้ต, ปุ่ม, สลักเกลียว, แกน, สลัก, เสากลาง, โครงผนัง, ระดับสูงสุดของห้อง *-vt.* **studded, studding** ใส่ตะปูหัวใหญ่, ใส่ปุ่ม, เกลื่อนกลาด, กระจัดกระจาย, ทำเป็นปุ่ม *-Ex. Rocks stud the mountain.*

stud[2] (สทัด) *n.* ม้าพันธุ์, ม้าตัวผู้ไว้ทำพันธุ์, สัตว์ตัวผู้ไว้ทำพันธุ์, คอกม้า, ฝูงสัตว์ไว้ทำพันธุ์ **-at stud** ไว้ทำพันธุ์

studding (สทัด' ดิง) *n.* โครงผนัง, วัสดุโครง, ไม้โครง, ความสูงสุดของห้อง

studdingsail (สทัด' ดิงเซล) *n.* ใบเรือ, ใบเรือเสริม, ใบเรือเล็กที่ช่วยเสริมใบเรือใหญ่

studdingsail

student (สทิว' เดินท) *n.* นักเรียน, นักศึกษา, ผู้ศึกษา, ผู้วิเคราะห์, ผู้สืบสวนสอบสวน, ผู้พิจารณา (-S. learner, pupil, apprentice)

studied (สทัด' ดิด) *adj.* มีการศึกษา, มีความรู้, ระมัดระวัง, คิดไว้ก่อน, รอบคอบ, มีสติปัญญา **-studiedly** *adv.* **-studiedness** *n.*

studio (สทิว' ดิโอ) *n., pl.* **-dios** ห้องทำงาน, ห้องทำงานช่างเขียน, ห้องกระจายเสียงวิทยุ โทรทัศน์, ห้องแสดงรายการวิทยุโทรทัศน์, ห้องถ่ายทำภาพยนตร์, สถานที่ถ่ายทำภาพยนตร์, ห้องชุดขนาดเล็ก

studio couch โซฟาบุนวมที่พับเป็นเตียงได้

studious (สทิว' เดียส) *adj.* ขยันเรียน, เอาใจใส่การเรียน, มีใจจดใจจ่อ, กระตือรือร้น, อดทน, บากบั่น, อุตสาหะ **-studiously** *adv.* **-studiousness** *n.* (-S. eager, bookish, diligent -A. illiterate, careless) *-Ex. a studious attention to detail, with studious politeness*

study (สทัด' ดี) *n., pl.* **-ies** การศึกษา, การเรียน, การเล่าเรียน, การค้นคว้า, การดูหนังสือ, การพิเคราะห์พิจารณา, การสืบสวนสอบสวน, การวิจัย, สิ่งที่ศึกษา, สิ่งที่ค้นคว้า, รายงานการค้นคว้า, สาขาวิชา, ความพยายาม, ความมานะบากบั่น, การทดลองวาดหรือประพันธ์, ห้องค้นคว้า, เพลงฝึกซ้อม, สิ่งที่ใช้ฝึกฝนการเรียน *-vt., vi.* **-ied, -ying** ศึกษา, เรียน, เล่าเรียน, ค้นคว้า, ดูหนังสือ, พิเคราะห์พิจารณา, พยายาม, มานะบากบั่น (-S. reading, research, learning) *-Ex. study a subject, study at the University under Dr. X, study the passage carefully, to study arithmetic, to study to become a doctor, did better in science than in English studies, to study a problem, made a special study of this subject*

stuff (สทัฟ) *n.* ปัจจัย, วัตถุดิบ, ไส้ขนม, ยัดไส้, เนื้อแท้, แก่นแท้, ธาตุแท้, ความเชี่ยวชาญ, ความเชี่ยวชาญเฉพาะอย่าง, การกระทำเฉพาะอย่าง, สัพเพเหระ, ของเลว, คำพูดที่ไร้สาระ, เรื่องเหลวไหล *-v.* **stuffed, stuffing** *-vt.* ยัดไส้, ใส่ไส้, บรรจุ, อัด, เบียด *-vi.* กินจนอิ่มเกินไป, กินอย่างตะกละ (-S. belongings, gear, objects, material, essence) *-Ex. Cotton is the best stuff for children's clothes., If there were less stuff in this room, it would look prettier., The doll is stuffed with cotton., sweet stuff, household stuff, stuff goods, None of your stuff!*

stuffed shirt (ภาษาพูด) บุคคลที่หยิ่งยโสโอหัง คนอวดดี คนรวย คนมีฐานะสูง

stuffing (สทัฟ' ฟิง) *n.* การยัด, การอัด, การบรรจุ, การทำให้เต็ม, การทำให้อ้วน, การยัดไส้, สิ่งยัดไส้, สิ่งที่ใช้ยัดไส้, สัตว์ตายที่ถูกยัดไส้ (สตัฟ) ไว้ดูเล่น, เครื่องอัดกันน้ำหรือของเหลวรั่ว

stuffy (สทัฟ' ฟี) *adj.* **-ier, -iest** อบอ้าว, อุดอู้, หายใจไม่ค่อยออก, บูดบึ้ง, น่าเบื่อหน่าย, โอ้อวด, โอหัง, ล้าสมัย, อยู่ในกรอบประเพณี **-stuffily** *adv.* **-stuffiness** *n.* (-S. stifling, airless) *-Ex. a stuffy talk*

stultify (สทัล' ทะไฟ) *vt.* **-fied, -fying** ทำให้ดูโง่เขลา, ทำให้น่าหัวเราะ, ทำให้ไร้สาระ, ทำให้เสื่อมราคา, ทำให้เสื่อมเสีย, ทำให้ไร้ค่า, ลบล้าง, (กฎหมาย) แถลงแก่ศาลว่ามีจิตฟั่นเฟือนไม่สมประกอบ **-stultification** *n.*

stumble (สทัม' เบิล) *v.* **-bled, -bling** *-vi.* สะดุด, สะดุดเท้า, พลาดเท้า, ก้าวพลาด, เตะโดนตอ, ผิดพลาด, เดินโซเซ, ทำผิดพลาด, ลังเล, พูดติดอ่าง, พบโดยบังเอิญ, มาถึงโดยบังเอิญ *-vt.* ทำให้สะดุด, เกี่ยวขา, ทำให้สงสัย, ทำให้ฉงนสนเท่ห์ *-n.* การสะดุดเท้า, การก้าวพลาด, การผิดพลาด, การทำพลาด **-stumblingly** *adv.* (-S. trip, blunder) *-Ex. Somsri stumbled on the garden hose and fell.*

stumblebum (สทัม' เบิลบัม) *n.* (คำสแลง) นักมวยชั้นสอง, นักมวยที่เอาแต่ดื่มเหล้า, บุคคลงุ่มง่าม ไร้สมรรถภาพ

stumbling block อุปสรรค, สิ่งขัดขวาง, สิ่งกีดขวาง, สิ่งที่ถ่วงความเจริญ

stump (สทัมพ) *n.* ตอ, ตอไม้, สิ่งที่กุดด้วน, ส่วนที่เหลือ, เศษ, เศษดินสอ, โคนที่เหลือ, ก้านที่เหลือ, เวทีพูดเรื่องการเมือง, ที่เท้าแขนของโซฟา, การสะดุดเท้า, การทดสอบ, เสาหนึ่งในสามเสาในกีฬาคริกเก็ต, ม้วนผ้าหรือกระดาษสำหรับลบเส้นดินสอ *-vt.* **stumped, stumping** ทำให้เหลือโคน, ตัดโคน, ขุดตอไม้, ทำให้งงงวย, ทำให้เสื่อมเสียเกียรติ, ทำให้ตะกุกตะกัก, แสดงปาฐกถาทางการเมืองในที่ต่างๆ **-stumps** ขา, เท้า **-stumper** *n.* **-stumpiness** *n.* **-stumpy** *adj. -Ex. a stump of tail, The squirrel sat on a tree stump., cigarette stump, pencil stump, Narong stumped the whole country before the election., Samai stumped into the house in his heavy boots.*

stun (สทัน) *vt.* **stunned, stunning** ทำให้สลบ, ทำให้งงงวย, ทำให้ประหลาดใจ, ทำให้หูอื้อ *-n.* การทำให้สลบ (งงงวย ประหลาดใจ หูอื้อ), การถูกทำให้สลบ, ความงงงวย, ความรู้สึกประหลาดใจ, เหตุการณ์ที่ทำให้งงงวย *-Ex. A blow on the head stunned the boy., We were stunned at the news of the accident.*

stung (สทัง) *vt., vi.* กริยาช่อง 2 และ 3 ของ sting

stunk (สทังคฺ) *vt., vi.* กริยาช่อง 2 และ 3 ของ stink

stunner (สทัน' เนอะ) *n.* ผู้ทำให้สลบ (งงงวย ประหลาดใจ หูอื้อ), บุคคลที่มีความสวยงามมาก, บุคคลที่ยอดเยี่ยมมาก, สิ่งที่สวยงามหรือยอดเยี่ยม

stunning (สทัน' นิง) *adj.* ทำให้สงบ, ทำให้งงงวย, ทำให้ประหลาดใจ, ทำให้หูอื้อ, สวยล้ำเลิศ, ยอดเยี่ยม, ล้ำเลิศ (-S. beautiful, brilliant, marvellous -A. prosaic, dull,ordinary, commonplace, routine)

stunt[1] (สทันทฺ) *vt.* **stunted, stunting** หยุดยั้งหรือขัดขวางการเจริญเติบโต *-n.* การเจริญเติบโตที่หยุดชะงักหรือช้าลง, คนแคระ, สิ่งแคระแกร็น **-stuntedness** *n.* (-S. impede)

stunt[2] (สทันทฺ) *n.* การแสดงความสามารถหรือความคล่องแคล่ว, การแสดงที่ทำให้ตะลึงพรึงเพริด, การแสดงผาดโผน *-vi.* **stunted, stunting** แสดงดังกล่าว (-S. exploit, feat, act)

stuntman (สทัน' เมิน) *n.* ผู้แสดงผาดโผนแทนดาราภาพยนตร์

stuntwoman (สทัน' วูมเมิน) *n.* หญิงที่แสดงผาดโผนแทนดาราหญิง

stupa (สทู' พะ) *n.* สถูป

stupefaction (สทูพะแฟค' ชัน) *n.* การทำให้มึนงง, ความมึนงง, ความไม่รู้สึก, ความงงงวย, ความประหลาดใจอย่างที่สุด, ภาวะที่กึ่งสลบ **-stupefactive** *adj.*

stupefy (สทู' พะไฟ) *vt.* **-fied, -fying** ทำให้มึนงง, ทำให้ไม่มีความรู้สึก, ทำให้กึ่งสลบ, ทำให้ประหลาดใจที่สุด, ทำให้ตะลึงงัน **-stupefier** *n.* (-S. stun, daze, numb) *-Ex. We were stupefied by the news of the accident.*

stupendous (สทูเพน' ดัส) *adj.* ทำให้ประหลาดใจ,

S

ทำให้มึนงง, ใหญ่โตอย่างน่าทึ่ง, มหาศาล **-stupendously** *adv.* **-stupendousness** *n.* (**-S.** amazing, enormous, wonderful) *-Ex. The Thai Pagoda is stupendous.*

stupid (สทิว' พิด) *adj.* **-er, -est** โง่, เง่า, เซ่อ, ทึ่ม, โฉดเขลา, บัดซบ, เชื่องช้า, หงอยซึม, น่าเบื่อหน่าย, ไม่มีรสชาติ, ไม่น่าสนใจ, มึนงง, งงงวย, ตะลึงงัน **-stupidly** *adv.* **-stupidness** *n. -Ex. a stupid person, a stupid talk*

stupidity (สทิวพิด' ดิที) *n., pl.* **-ties** ความโง่, ความเง่า, ความเซ่อ, ความทึ่ม, ความโฉดเขลา, การกระทำหรือการพูดที่โง่หรือโฉดเขลา, ความคิดที่โฉดเขลา

stupor (สทิว' เพอะ) *n.* อาการกึ่งสลบหรือเกือบสลบ, อาการมึนงง, อาการไม่รู้สึก **-stuporous** *adj. -Ex. He had so little sleep that he was in a stupor.*

sturdy (สเทอ' ดี) *adj.* **-dier, -diest** แข็งแรง, แข็งแกร่ง, มั่นคง, ทนทาน, เหนียว, ถาวร, หนักแน่น, กล้าหาญ, เด็ดเดี่ยว, งอกงาม **-sturdily** *adv.* **-sturdiness** *n.* (**-S.** robust, stalwart, stout) *-Ex. a sturdy resolve to make better grades.*

sturgeon (สเทอร์' เจิน) *n.* ปลาขนาดใหญ่ในตระกูล Acipenseridae เป็นแหล่งของไข่ปลาคาเวียร์ พบในน้ำจืดและน้ำเค็มแถบทวีปอเมริกา

stutter (สทัท' เทอะ) *vt., vi.* **-tered, -tering** พูดติดอ่าง, พูดตะกุกตะกัก **-stutterer** *n.* **-stutteringly** *adv. -Ex. 'N-n-n-no' the boy stuttered., Narong no longer speaks with a stutter.*

S

sty[1] (สไท) *n., pl.* **sties** คอกหมู, เล้าหมู, ที่สกปรก, สถานที่สกปรก *-vt., vi.* **stied, stying** ใส่หรือเลี้ยงไว้ในคอกหมูหรือที่สกปรก, อยู่ในที่สกปรก, อยู่ในเล้าหมู *-Ex. Mother said the house was as dirty as a sty.*

sty[2] (สไท) *n., pl.* **sties** โรคกุ้งยิง มีอาการบวมและอักเสบคล้ายฝีเล็กๆ ที่ขอบหนังตา (**-S.** stye)

stygian (สทิจ' เจียน) *adj.* เกี่ยวกับแม่น้ำ Styx, มืด, น่าสะพรึงกลัว, เหมือนนรก, ผูกมัด, ล่วงละเมิดมิได้, กลับไม่ได้

style (สไทล) *n.* ชนิด, รูปแบบ, ลักษณะ, ท่าทาง, สำนวน, โวหาร, ทำนอง, ท่วงทำนอง, วิธีการ, วิธีการเขียน, แบบอย่าง, ลีลา, คำขนานนาม, ปากกาสมัยโบราณสำหรับเขียนบนแผ่นขี้ผึ้ง, สิ่งที่คล้ายปากกาดังกล่าว, เข็มเครื่องเล่นจานเสียง, เข็มนาฬิกาแดด, วิธีการจับเวลา, แกนดอกไม้, เดือย, หนาม, แผ่นหาง, ระบบการเรียงพิมพ์ *-vt.* **styled, styling** ขนานนาม, เรียกชื่อ, ตั้งชื่อ, ทำให้เข้ากับรูปแบบ, ออกแบบ, ทำให้ทันสมัย (**-S.** vogue, fashion, chic, mode, trend) *-Ex. High-button shoes are not in style., There are different styles of dancing., style of architecture, her out of style, What style of man is he?, to style hats*

stylish (สไท' ลิช) *adj.* ทันสมัย, เข้ารูปแบบปัจจุบัน, เก๋, สวยงาม **-stylishly** *adv.* **-stylishness** *n.* (**-S.** chic, fashionable, modish, vognish, dapper) *-Ex. Her dress was stylish ten years ago but it is out of date now.*

stylist (สไท' ลิสท) *n.* ผู้เชี่ยวชาญรูปแบบ, นักออกแบบ, นักกีฬามีชื่อเสียงมีวิธีการเล่นที่ถูกต้องและได้ผล, นักตกแต่ง, นักสำนวน

stylistic (สไทลิส' ทิค) *adj.* เกี่ยวกับรูปแบบ, เกี่ยวกับสำนวน, เกี่ยวกับโวหาร, เกี่ยวกับลักษณะท่าทาง **-stylistically** *adv.*

stylistics (สไทลิส' ทิคซ) *n.* การศึกษาเกี่ยวกับสำนวนโวหาร

stylo, styli-, styl- คำอุปสรรค ดู style

stylus (สไท' ลัส) *n., pl.* **-li/-luses** เข็มจานเสียง, ปากกาปากแหลมสมัยก่อนที่ใช้เขียนบนแผ่นขี้ผึ้ง, เข็มนาฬิกาแดด, เข็มวาดภาพ, (พืช) ท่อรังไข่, แกนดอกไม้

stymie, stymy (สไท' มี) *n.* ตำแหน่งลูกกอล์ฟที่อยู่ระหว่างหลุมกับลูกกอล์ฟของฝ่ายตรงข้าม, สถานการณ์ที่ยากลำบาก (**-S.** foil)

styptic (สทิพ' ทิค) *adj.* ทำให้หดตัว, ฝาด, สมาน, ห้ามเลือด *-n.* ยาห้ามเลือด, สารที่ทำให้เนื้อเยื่อหดตัว

styptic pencil ไม้คล้ายดินสอที่ประกอบด้วยสารหดตัว (โดยเฉพาะสารส้ม)

Styx (สทิคซ) *n.* (เทพนิยายกรีกโบราณ) แม่น้ำในนรกเป็นที่อยู่ของวิญญาณผู้ตาย

suable (ซู' อะเบิล) *adj.* ฟ้องร้องได้ **-suability** *n.*

suasion (สเว' ชัน) *n.* การแนะนำ, การชักชวน, การพูดจูงใจ, การโน้มน้าว **-suasive** *adj.* **-suasively** *adv.* **-suasiveness** *n.*

suave (สวาฟว) *adj.* **suaver, suavest** กลมกล่อม, อ่อนโยน, ละมุนละไม, สุภาพ, ขัดเกลา, มีฤทธิ์อ่อน, ประจบ **-suavely** *adv.* **-sauveness** *n.* **-sauvity** *n.*

sub (ซับ) *n.* เรือใต้น้ำ, ตัวแทน, สิ่งแทน, ตัวรอง, ดู substratum *-vi.* **subbed, subbing** เป็นตัวแทน, เคลือบฟิล์มด้วย (**-S.** substitute)

sub- คำอุปสรรค มีความหมายว่า ใต้, เกือบ

subalpine (ซับเอ' พิน) *adj.* รอง, มีความสำคัญน้อยลง, เกี่ยวกับข้อเสนอลำดับรอง *-n.* ผู้มีตำแหน่งรอง, (อังกฤษ) นายร้อยโท, ผู้ซึ่งต้องอยู่ในบังคับบัญชา, ข้อเสนอลำดับรอง

subaqueous (ซับเอ' เควียส) *adj.* อยู่ใต้น้ำ

subatomic (ซับอะตอม' มิค) *adj.* เล็กกว่าอะตอม, ภายในอะตอม, เกี่ยวกับส่วนประกอบของอะตอม (เช่น อิเล็กตรอน โปรตรอน หรือนิวตรอน)

subclass (ซับ' คลาส) *n.* จำพวกรอง, ประเภทรอง, กลุ่มรอง

subconscious (ซับคอน' เชิส) *adj.* เกี่ยวกับจิตใต้สำนึก, เกี่ยวกับภวังค์จิต, เกี่ยวกับอุปวิชาญ, ภายในไม่สมบูรณ์, รู้สึกตัวบางส่วน *-n.* จิตใต้สำนึก, ภวังค์จิต, อุปวิชาญ, ความรู้สึกตัวบางส่วน **-subconsciously** *adv.*

subcontinent (ซับคอน' ทินันท) *n.* อนุทวีป (เช่น เกาะกรีนแลนด์)

subcontract (ซับคอน' แทรคท) *n.* สัญญารับช่วง, สัญญารับเหมาช่วง *-vt.,vi.* **-tracted, -tracting** ทำสัญญารับช่วง, ทำสัญญารับเหมาช่วง **-subcontractor** *n.*

subdivide (ซับดิไวด', ซับ' ดิไวด) *v.* **-vided, -viding** *-vt.* แบ่งย่อย, แบ่งอีก, แบ่งละเอียด, ซอย *-vi.* แบ่งย่อย, ปลีกตัวออก **-subdivider** *n. -Ex. The guyer sudbivide* *the farm into acre lots., The second part of this book subdivides into six short chapters.*

subdivision (ซับดิวิช' ชัน) *n.* การแบ่งย่อย, การแบ่งอีก, ส่วนแบ่งย่อย, ส่วนแบ่งละเอียด, ข้อปลีกย่อย, การปลีกตัวออกไป, ที่ดินจัดสรรขนาดย่อย **-subdivisional** *adj. -Ex. The family built a house in the new subdivision.*

subdue (ซับดู', ซับดิว') *vt.* **-dued, -duing** ทำให้ลดน้อยลง, ทำให้อ่อนลง, ลดเสียงลง, ทำให้เชื่อง, เอาชนะ, พิชิต, ทำให้สงบ, ข่มอารมณ์, บรรเทา **-subduer** *n. -Ex. The army subdued the enemy and captured the town., The heavy drapes sudued the noise from the street.*

subgroup (ซับ' กลุพ) *n.* กลุ่มย่อย, กลุ่มรอง, จำพวกย่อย, จำพวกรอง

subhuman (ซับฮิว' เมิน) *adj.* เกือบจะเป็นมนุษย์, ต่ำกว่ามนุษย์

subjacent (ซับเจ' เซินท) *adj.* อยู่ใต้, ข้างล่าง, เป็นพื้นฐาน, เป็นรอง **-subjacency** *n.*

subject (ซับ' จิคท) *n.* เรื่อง, กรณี, ประเด็น, ปัญหา, ข้อ, หัวข้อ, สาขาวิชา, สาเหตุ, มูลเหตุ, ประชากร, ไพร่ฟ้าข้าแผ่นดิน, ผู้อยู่ใต้บังคับบัญชา, ผู้รับการทดสอบ, (ไวยากรณ์) ประธานประโยค, (ปรัชญา) ตัวหลัก, ตัวของตัวเอง *-adj.* ภายใต้การควบคุม, เปิดเผย, อยู่ในสังกัด, อยู่ในความควบคุม, จำเป็น, จำต้อง, โน้มเอียง, โน้มน้าว *-vt.* **-jected, -jecting** ควบคุม, ครอบงำ, ทำให้ยอม, ทำให้เชื่อฟัง, ยื่น, เสนอ *-Ex. What subject is under discussion?, The Thai monasteries was the subject of the painting., The English are subjects of Queen Elizabeth II., History is one subject he is taking at school.*

subjection (ซับเจค' ชัน) *n.* การพิชิต, การเอาชนะ, การทำให้อยู่ภายใต้การควบคุม, การทำให้อยู่ในสังกัด, การอยู่ภายใต้การควบคุม, การอยู่ในสังกัด

subjective (ซับเจค' ทิฟว) *adj.* อยู่ภายในใจ, จิตวิสัย, อัตวิสัย, ส่วนตัว, แต่ละบุคคล, เกี่ยวกับจิตใจของผู้ดู, เกี่ยวกับผู้ดู **-subjectiveness, -subjectivity** *n.* (-S. biased, emotional)

subjoin (ซับจอย') *vt.* **-joined, -joining** เพิ่มตรงปลาย, เสริม, ผนวก, ต่อท้าย

subjugate (ซับ' จะเกท) *vt.* **-gated, -gating** เอาชนะ, พิชิต, ปราบปราม, ทำให้เป็นข้ารับใช้, ทำให้เชื่อฟัง **-subjugation** *n.* **-subjugator** *n.*

subjunctive (ซับจังค' ทิฟว) *adj.* เกี่ยวกับเวลาในไวยากรณ์, แสดงเงื่อนไข, สมมติ

sublease (ซับ' ลีส) *vt.* **-leased, -leasing** ให้เช่าช่วง, แบ่งให้เช่า, เช่าช่วง *-n.* การให้เช่าช่วง

sublet (ซับ' เลท) *v.* **-let, -leting** *-vt.* ให้เช่าช่วง, แบ่งให้เช่า *-n.* การให้เช่าช่วง, การแบ่งให้เช่า, ทรัพย์สินที่ให้เช่าช่วง

sublimate (ซับ' ละเมท) *v.* **-mated, -mating** *-vt.* ทำให้บริสุทธิ์, ทำให้สูงส่ง, เปลี่ยนจากของแข็งเป็นก๊าซ, ระเหิด *-vi.* กลายเป็นบริสุทธิ์, กลายเป็นสูงส่ง, กลายก๊าซ, ระเหิด

sublime (ซับไลม') *adj.* สูงส่ง, เลิศ, ประเสริฐ, บริสุทธิ์ขึ้น, สุดขีด, น่าศรัทธา, สง่าผ่าเผย, หยิ่งยโส, ไว้ตัว *-n.* ความสูงส่ง, ความเลิศ, ความประเสริฐ, ความสุดขีด, จุดสุดขีด *-v.* **-limed, -liming** *-vt.* ทำให้สูงส่ง, ระเหิด, เปลี่ยนจากของแข็งเป็นก๊าซ *-vi.* เปลี่ยนจากของแข็งเป็นก๊าซ, ระเหิด **-sublimity** *n. -Ex. hear sublime music, a sublime conceit, sublime ignorance, from the sublime to the ridiculous*

subliminal (ซับลิม' มะนัล) *adj.* อ่อนเกินที่จะกระตุ้นความรู้สึกหรือการบีบตัวของกล้ามเนื้อ

sublingual (ซับลิง' กวล) *adj.* ใต้ลิ้น *-n.* ต่อมใต้ลิ้น

sublunary (ซับลู' นะรี) *adj.* ใต้ดวงจันทร์, อยู่ระหว่างโลกกับดวงจันทร์, เกี่ยวกับโลก, เกี่ยวกับโลกมนุษย์, โลกีย์ทางโลก (-S. sublunar)

submachine gun ปืนขนาดเบากึ่งอัตโนมัติหรืออัตโนมัติ

submarine (ซับ' มะริน) *n.* เรือดำน้ำ, เรือใต้น้ำ, สิ่งที่อยู่ในน้ำ, สัตว์น้ำ, สิ่งมีชีวิตที่อาศัยอยู่ใต้ผิวน้ำ *-adj.* ใต้น้ำ, ในน้ำ, ใต้ผิวน้ำ, เกี่ยวกับเรือใต้น้ำ

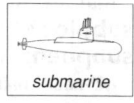

submarine

submerge (ซับเมิร์จ') *vt., vi.* **-merged, -merging** จมลงใต้น้ำ, ดำน้ำ, จุ่ม, แช่ **-submergence** *n.* **-submergible** *adj.* **-submergibility** *n.* (-S. deluge, dip, plunge) *-Ex. Water submerges the small island at high tide., The submarine submerged.*

submerse (ซับเมิร์ส') *vt.* **-mersed, -mersing** จุ่มลง, แช่, ดำน้ำ, ทำให้อยู่ใต้น้ำ **-submersion** *n* (-S. submerge)

submersible (ซับเมอร์' ซะเบิล) *adj.* จุ่มได้, แช่ได้, ทำให้จมลงในน้ำได้ *-n.* เรือใต้น้ำ

submicroscopic (ซับ' ไมคระสคอ' พิค) *adj.* เล็กเกินไปที่จะมองเห็นด้วยกล้องจุลทรรศน์ธรรมดา

submission (ซับมิช' ชัน) *n.* การยอม, การจำนน, การยอมแพ้, การอ่อนน้อม, การยอมตามคำพิพากษาของอนุญาโตตุลาการ, สิ่งที่ยอมจำนน, การเสนอให้พิจารณา (-S. surrender, assent, yielding) *-Ex. Lack of ammunition forced the gun crew into submission., In submission the shy little boy gave the school bully his apple.*

submissive (ซับมิส' ซิฟว) *adj.* ยอม, ยอมจำนน, อ่อนน้อม, ว่าง่าย, ถ่อมตัว, สอนง่าย **-submissiveness** *n.* (-S. docile, obedient) *-Ex. The submissive child obeyed without question.*

submit (ซับมิท') *v.* **-mitted, -mitting** *-vt.* ยอม, ยอมตาย, ยอมจำนน, อ่อนน้อม, เสนอ, เสนอให้พิจารณา *-vi.* ยอมจำนน, ยอมตาม, เข้าใจว่า **-submittal** *n.* (-S. bend, defer, bow, surrender -A. resist) *-Ex. The team submitted to the umpire's decision., Somchai submitted his drawings to the teacher.*

subnormal (ซับนอร์' มัล) *adj.* ต่ำกว่าปกติ, น้อยกว่าปกติ, ด้อยกว่าปกติ, น้อยกว่าค่าเฉลี่ย *-n.* บุคคลที่ (มีสติปัญญา) ด้อยกว่าคนทั่วไป

suborder (ซับ' ออเดอะ) *n.* หน่วยย่อย
subordinate (ซับบอร์' ดิเนท) *adj.* เป็นรอง, ใต้บังคับบัญชา, สำคัญน้อยกว่า, ในสังกัด, เป็นบริวาร, เป็นข้า, ขึ้นอยู่กับ, (ไวยากรณ์) เสริมแต่ง *-n.* คนที่เป็นรอง, สิ่งที่เป็นรอง *-vt.* **-nated, -nating** ทำให้อยู่ในลำดับรอง, ทำให้อยู่ในบังคับบัญชา **-subordinately** *adv.* **-subordination** *n.* **-subordinative** *adj.* (-S. minor, secondary, second) *-Ex. In the army, a captain is subordinate to a major., The army's movements were subordinate to the plans of the general., The employer expected loyalty from his subordinates.*
subordinate clause อนุประโยคเสริมแต่ง, มุขประโยค
suborn (ซะบอร์น') *vt.* **-orned, -orning** ให้สินบน, ตัดสินบน, ยุยงส่งเสริม, ชักนำให้เป็นพยานเท็จ **-subornation** *n.* **-suborner** *n.*
subphylum (ซับ' ไฟลัม) *n., pl.* **-la** (ชีววิทยา) ไฟลัมรอง ไฟลัมย่อย
subplot (ซับ' พลอท) *n.* แผนย่อย
subpoena (ซับพี' นะ) *n.* หมายศาล, หมายเรียก *-vt.* **-naed, -naing** เรียกตัวด้วยหมายศาลหรือหมายเรียก (-S. subpena, summons, summon)
subrogate (ซับ' ระเกท) *vt.* **-gated, -gating** แทนที่, ทำแทน, สวมรอย, เรียกร้องแทน
subscribe (ซับสไครบ') *v.* **-scribed, -scribing** *-vt.* ลงนามเป็นสมาชิก, บอกรับเป็นสมาชิก, บริจาค, ออกค่าบำรุง, เซ็นชื่อข้างท้าย, เซ็นชื่อเห็นด้วย *-vi.* บริจาค, บอกรับ, สั่งจอง, สั่งซื้อ, ออกค่าบำรุง, ช่วยเหลือ, เห็นด้วย **-subscriber** *n.* (-S. agree)
subscript (ซับ' สคริพท) *adj.* เขียนข้างใต้, ลงนามข้างท้าย *-n.* เครื่องหมายข้างใต้
subscription (ซับสคริพ' ชัน) *n.* การลงนามข้างท้าย, การเขียนไว้ข้างใต้, ชื่อข้างท้าย, การบอกรับเป็นสมาชิก, การสั่งซื้อ, การบริจาค, การออกค่าบำรุง, การเห็นด้วย **-subscriptive** *adj.* (-S. agreement) *-Ex. a subscription to charity*
subsequence (ซับ' ซะเควินซ) *n.* เหตุการณ์ภายหลัง, เหตุการณ์ที่ตามมา, สิ่งที่ตามมา, ข้อเท็จจริงที่ตามมา (-S. afterwards, consequently, later)
subsequent (ซับ' ซะเควินท) *adj.* ภายหลัง, ซึ่งตามมา, ต่อมา, ครั้นแล้ว, หลังจากที่, ก็ **-subsequently** *adv.*
subserve (ซับเซิร์ฟว') *vt.* **-served, -serving** ส่งเสริม, สนับสนุน, อำนวยประโยชน์, มีประโยชน์ต่อ, ผลักดัน
subservient (ซับเซิร์ฟ' เวียนท) *adj.* ส่งเสริม, ช่วย, สนับสนุน, รับใช้, ยอมจำนน, อ่อนน้อม **-subservience, subserviency** *n.* **-subserviently** *adv.* (-S. obsequious)
subset (ซับ' เซท) *n.* เซตย่อย
subside (ซับไซด') *vi.* **-sided, -siding** จมลง, ทรุด, ตกตะกอน, นอนก้น, ลดลง, บรรเทาลง, ถอยลง **-subsidence** *n.* (-S. abate, decrease, ease, diminish)
subsidiary (ซับซิด' เดียรี) *adj.* เสริม, ส่งเสริม, ช่วยเหลือ, สังกัด, เป็นองค์ประกอบ, รอง, ลูกมือ, ไม่ใช่ตัวการ, บริษัทสาขา **-subsidiarily** *adv.* (-S. aiding, ancillary, auxiliary, helpful)
subsidize (ซับ' ซิไดซ) *vt.* **-dized, -dizing** สงเคราะห์เงิน, ให้ความช่วยเหลือด้านการเงิน, บำรุง, อุดหนุน, ให้สินบน, ติดสินบน **-subsidization** *n.* **-subsidizer** *n.* (-S. finance, fund, sponser, support)
subsidy (ซับ' ซิดี) *n., pl.* **-dies** การสงเคราะห์เงิน, การให้ความช่วยเหลือด้านการเงิน, เงินสงเคราะห์, เงินช่วยเหลือ, เงินบำรุง, เงินอุดหนุน (-S. aid, allowance, grant)
subsist (ซับซิสท') *vt.* **-sisted, -sisting** มีอยู่, ยังชีพ, ยังอยู่, อยู่รอด, ประทังชีพ, ดำรงชีพ, (ปรัชญา) ดำรงอยู่อย่างไม่มีที่สิ้นสุด (-S. exist, be, live, continue, endure) *-Ex. Man cannot subsist without food and water., The widow subsists on her late husband's savings., Ancient ceremonies still subsist in many countries.*
subsistence (ซับซิส' เทินซ) *n.* การมีอยู่, การยังชีพ, การอยู่รอด, การดำรงชีพ, วิธีการยังชีพ, วิธีการอยู่รอดหรือดำรงชีพ, แหล่งอาหารและปัจจัยการยังชีพอื่นๆ, สิ่งที่มีอยู่, สิ่งที่เป็นของจริง **-subsistent** *adj.* (-S. existence, keep, living, sustenance) *-Ex. The aborigines used to depend on hunting and fishing for their subsistence.*
subsoil (ซับ' ซอยล) *n.* ชั้นใต้ผิวดิน, ดินข้างใต้
subsonic (ซับซอน' นิค) *adj.* (เกี่ยวกับความเร็ว) น้อยกว่าความเร็วของเสียงในอากาศที่สูงจากระดับน้ำทะเล, ดู infrasonic
substance (ซับ' สเทินซ) *n.* สาร, สสาร, แก่นสาร, เนื้อหนังมังสา, ร่างกาย, ธาตุแท้, ความหมายสำคัญ, เนื้อหา, ใจความ, ความแน่นหนา, ส่วนสำคัญ, ทรัพย์สิน (-S. body, fabric, gist, stuff, pith) *-Ex. a solid substance, substance of last speech, waste one's substance, We agree with you in substance., a man of substance*
substandard (ซับสแทน' เดิร์ด) *adj.* ต่ำกว่ามาตรฐาน, ไม่ใช่ภาษามาตรฐาน, ไม่ถึงขนาด, ต่ำกว่าระดับปกติ (-S. subnormal, inferior, poor)
substantial (ซับสแทน' เชิล) *adj.* มากมาย, ยิ่งใหญ่, มีเนื้อหา, มีใจความ, มีแก่นสาร, มีตัวตน, เป็นเนื้อหนังมังสา, เป็นพื้นฐาน, มั่งคั่ง, มีอิทธิพล, อุดมสมบูรณ์, แน่นหนา, เป็นความจริง, เป็นของจริง *-n.* สิ่งที่มีตัวมีตน, สิ่งสำคัญ, สิ่งที่เป็นแก่นสาร, สาระสำคัญ, ข้อใหญ่ใจความ **-substantiality, substantialness** *n.* **-substantially** *adv.* (-S. big, goodly, large, ample) *-Ex. a substantial bridge, a substantial house, a substantial sum of money, a substance meal substantial agreement*
substantiate (ซับสแทน' ชิเอท) *vt.* **-ated, -ating** พิสูจน์, ยืนยันด้วยพยานหลักฐาน, ทำให้มีลักษณะเป็นของจริง, ยืนยัน, ทำให้มีแก่นสาร **-substantiation** *n.* (-S. confirm, authenticate, prove, verify)
substantive (ซับ' สแทนทิฟว) *adj.* เกี่ยวกับคำนามหรือสรรพนาม, อิสระ, มีการอยู่อย่างอิสระ, สำคัญ, แท้จริง, ธาตุแท้, มีแก่นสาร, มากมาย, ยิ่งใหญ่, (สีย้อม) ย้อมสีได้โดยไม่ต้องมีตัวเสริม *-n.* คำนาม, สรรพนาม, ถ้อยคำที่ใช้แทนคำนาม **-substantively**

S

adv. **-substantiveness** *n.*
substation (ซับ' สเทชัน) *n.* สถานีย่อย, สถานีรอง, สาขา, สถานีสาขา (-S. branch)
substituent (ซับสทิช' ชูเอินทฺ) *n.* อะตอมหรือกลุ่มอะตอมที่แทนที่อะตอมหรือกลุ่มอะตอมอื่นในโมเลกุลของสารประกอบเดิม
substitute (ซับ' สทิทิวทฺ) *n.* ตัวแทน, ผู้แทน, สิ่งแทน, วัตถุแทน, คำแทน *-vt., vi.* **-tuted, -tuting** แทน, แทนที่, ทำการแทน, เข้าแทนที่, สับเปลี่ยน **-substitutable** *adj.* **-substitution** *n.* **-substitutional, substitutionary** *adj.* **-substitutionally** *adv.* (-S. agent, deputy, replacement, supply) *-Ex. Let's substitute mango for pineapple., The doctor could not come, so he sent a substitute.*
substratum (ซับ' สเทรทัม, -สแทรททัม) *n., pl.* **-strata, -stratums** ฐาน, ฐานรอง, รากฐาน, ชั้นรอง, ชั้นล่าง, ชั้นใต้ผิวดิน **-substrative** *adj.*
subsume (ซับซูม) *vt.* **-sumed, -suming** พิจารณา, พิเคราะห์, ทำให้เป็นกฎ, จัดเป็นหมวดหมู่
subteen (ซับ' ทีน) *n.* บุคคลที่ใกล้จะเป็นวัยรุ่น
subterfuge (ซับ' เทอะฟิวจฺ) *n.* คำบอกปัด, การบอกปัด, วิธีการหลีกเลี่ยง, คำอ้าง
subterranean (ซับทะเร' เนียน) *adj.* ใต้ดิน
subterrestrial (ซับทะเรส' เทรียล) *adj.* ใต้พื้นโลก, ใต้ดิน
subtitle (ซับไท' เทิล) *n.* หัวข่าวรอง, หัวข่าวเล็ก, หัวข้อเล็ก, หัวข้อย่อย, ข้อย่อย, ชื่อย่อย, คำอธิบายข้างใต้ของภาพยนตร์ (มักเป็นคำแปล), ชื่อหนังสือรอง *-vt.* **-tled, -tling** พาดหัวข่าวเล็ก, เขียนหัวข้อย่อย, บรรยายเป็นภาพ, อธิบายคำแปลข้างใต้ของภาพยนตร์
subtle (ซับ' เทิล) *adj.* **subtler, subtlest** บาง, ละเอียด, บอบบาง, เข้าใจยาก, ลึกลับ, ลี้ลับ, เฉียบแหลม, มีเล่ห์เหลี่ยม, ชำนาญ, ฉลาด **-subtleness** *n.* **-subtly** *adv.* (-S. delicate, nice, ingenious, faint) *-Ex. a subtle distinction, the subtle difference, subtle device, subtle observer, subtle enemy, subtle smile, a subtle mind, a subtle wit, a subtle trick to outwith another*
subtlety (ซับ' เทิลที) *n., pl.* **-ties** ความบอบบาง, ความละเอียดอ่อน, ความเฉียบแหลม, เล่ห์เหลี่ยม, ความฉลาด, สิ่งที่ละเอียดอ่อน, สิ่งที่เข้าใจยาก *-Ex. We cannot follow the subtleties of your argument.*
subtotal (ซับโท' ทัล, ซับ' โททัล) *n.* ยอดรวมของส่วนหนึ่ง *-adj.* ไม่ทั้งหมด, ยังไม่สมบูรณ์ *-vt., vi.* **-taled, -taling** หาค่ารวมของส่วนหนึ่ง
subtract (ซับแทรคทฺ') *vt., vi.* **-tracted, -tracting** ถอนออก, ลบออก, ลบ, เอาออก, หัก, ชัก **-subtraction** *n.* **-subtracter** *n.* (-S. withdraw, deduct) *-Ex. If you subtract 3 from 6, you have 3.*
subtrahend (ซับ' ทระเฮนดฺ) *n.* จำนวนที่ลบออกจากอีกจำนวนหนึ่ง
subtropical (ซับทรอพ' พิเคิล) *adj.* ใกล้เขตร้อน, ประชิดเขตร้อน, เกี่ยวกับบริเวณระหว่างเขตร้อนกับเขตอบอุ่น, กึ่งร้อนกึ่งอบอุ่น
suburb (ซับ' เบิร์บ) *n.* ชานเมือง, รอบนอกเมือง, ส่วนที่อยู่รอบนอก *-Ex. I live in a suburb and work in town.*
suburban (ซะเบอร์' เบิน) *adj.* ชานเมือง, รอบนอกเมือง, คับแคบ, ลูกทุ่ง, เกี่ยวกับบริเวณชานเมืองหรือรอบนอกเมือง *-n.* ผู้ที่อาศัยอยู่แถวชานเมือง
suburbanite (ซะเบอร์' บะไนทฺ) *n.* ผู้อยู่อาศัยแถวชานเมือง
subvention (ซับเวน' ชัน) *n.* เงินช่วยเหลือ, เงินสงเคราะห์, การช่วยเหลือ, การบรรเทา, การสงเคราะห์ **-subventionary** *adj.*
subversive (ซับเวอร์' ซิฟว) *adj.* เป็นการโค่นล้มหรือล้มล้าง, มีแนวโน้มที่จะโค่นล้มหรือล้มล้าง **-subversively** *adv.* **-subversiveness** *n.*
subvert (ซับเวิร์ท') *vt.* **-verted, -verting** โค่นล้ม, ล้มล้าง, ทำลาย, ทำให้เสื่อมเสีย **-subverter** *n.*
subway (ซับ' เว) *n.* รถไฟใต้ดิน (อังกฤษเรียกว่า underground หรือ tube), (อังกฤษ) อุโมงค์สั้นๆ สำหรับยานพาหนะ (-S. underpass)
succeed (ซัคซีด') *vi.* **-ceeded, -ceeding** ประสบความสำเร็จ, บรรลุผล, เจริญ, รับช่วง, ตามหลัง, เกิดต่อเนื่อง (-S. flourish, prosper, thrive)
success (ซัคเซส') *n.* ความสำเร็จ, ผลสำเร็จ, การประสบความสำเร็จ, ชัยชนะ, สิ่งที่ประสบความสำเร็จ, บุคคลที่ประสบความสำเร็จ (-S. ascendancy, fame, luck, triumph -A. loss) *-Ex. Udom had success in making his kite., The man won success by working very hard., The singer was a great success.*
successful (ซัคเซส' ฟูล) *adj.* ประสบความสำเร็จ, เป็นผลสำเร็จ, มีชัยชนะ **-successfully** *adv.* **-successfulness** *n.* (-S. prosperous, thriving, lucky)
succession (ซัคเซส' ชัน) *n.* การต่อเนื่อง, ลำดับ, การสืบมรดก, การรับช่วง, สิทธิการรับช่วง, สิทธิการสืบมรดก, ผู้สืบช่วงต่อ, ทายาท, ผู้สืบสันดาน, ผู้สืบสันตติวงศ์, ผู้สืบตระกูล, ลักษณะต่อเนื่อง **-successional** *adj.* **-successionally** *adv.* (-S. chain, course, cycle, sequence, order, series)
successive (ซัค' เซสซิฟว) *adj.* ต่อเนื่อง, เป็นลำดับ, ตามลำดับ, รับช่วง, ตามหลัง, ติดๆ กัน **-successively** *adv.* **-successiveness** *n.* (-S. consecutive, following, sequent)
successor (ซัคเซส' เซอะ) *n.* ผู้รับช่วง, ผู้สืบมรดก, ทายาท, ผู้สืบตระกูล, ผู้สืบสันดาน, สิ่งที่รับช่วง, สิ่งที่ต่อเนื่อง, ผู้ประสบความสำเร็จ
succinct (ซัคซิงคฺทฺ') *adj.* **-er, -est** รวบรัด, กะทัดรัด, สรุป, ย่อ, ไม่เยิ่นเย้อ, รัดรูป **-succinctly** *adv.* **-succinctness** *n.* (-S. terse, concise, condensed -A. verbose)
succor (ซัค' เคอะ) *n.* การช่วยเหลือ, การสงเคราะห์, การบรรเทา, ผู้ช่วยเหลือ (สงเคราะห์ บรรเทา), สิ่งที่ช่วยเหลือ, สิ่งที่บรรเทา *-vt.* **-cored, -coring** ช่วยเหลือ, สงเคราะห์, บรรเทา **-succorable** *adj.* **-succorer** *n.* (-S. aid, help, assistance, relief, support, assist, relieve)
succulent (ซัค' คิวเลินทฺ) *adj.* ฉ่ำ, มีน้ำมาก, อุดม

succumb 854 **suffuse**

สมบูรณ์, บำรุงจิตใจ, (พืช) มีเนื้อเยื่อและมีน้ำมาก **-succulence, succulency** *n.* **-succulently** *adv.* (-S. luscious, lush, rich, juicy) *-Ex. This is the most succulent watermelon I have ever tasted.*

succumb (ซะคัม') *vi.* **-cumbed, -cumbing** ยอม, ยอมจำนน, เชื่อฟัง, ตกอยู่ในอำนาจ, ได้รับโรค, ได้รับบาดแผล, แก่, ตาย (-S. yield, submit, die -A. persist, endure) *-Ex. Fighting against overwhelming odds, he finally succumbed to debt., He succumbed to AIDS., When he was 100, he quietly succumbed.*

such (ซัช) *adj.* เช่นนั้น, เช่นนี้, ดังนั้น, ดังนี้, นั้น, นั้นๆ, นั่น, แท้, จริงๆ, แน่นอน *-pron.* คนเช่นนี้, คนเช่นนั้น, สิ่งนี้, สิ่งนั้น **-as such** ดังนั้น, ดังนี้, เช่นนั้นเช่นนี้ **-such as** เช่น, ตัวอย่างเช่น **-such and such** เป็นต้น, เป็นอาทิ *-Ex. I never heard such lovely singing., such a big one, Such animals are carnivores.*

suchlike (ซัช' ไลค) *adj.* เช่นนั้น, เช่นนี้, เหมือนกัน *-pron.* บุคคลเช่นนั้น, บุคคลเช่นนี้

suck (ซัค) *v.* **sucked, sucking** *-vt.* ดูด, ดูดด้วยปาก, ดูดนิ้ว, จิบ, ดูดซึม, ดูดซับ, ดูดนม *-vi.* ดูด *-n.* การดูด, แรงดูด **-suck in** โกง, หลอกลวง (-S. sip, draw in, swallow, gulp) *-Ex. to suck milk, to suck a sweet, Dry earth sucks in water., Blotting paper sucks up ink.*

sucker (ซัค' เคอะ) *n.* ผู้ดูด, สิ่งดูด, เครื่องดูด, ผู้ที่ถูกหลอกต้มได้ง่าย, ทารก, ลูกสัตว์ที่ดูด, อวัยวะดูด, ปลาน้ำจืดในตระกูล Catostomidae, ลูกสูบ, ท่อดูด, หลอดดูด, หน่อ, รากดูด *-v.* **-ered, -ering** *-vi.* เอาหน่อทิ้ง, เอารากดูดทิ้ง *-vt.* แตกหน่อ, งอกรากดูด (-S. dupe, butt, victim)

sucker

suckling (ซัค' ลิง) *n.* ทารกหรือลูกสัตว์ที่ยังกินนมอยู่

Sucre (ซู'เคร) ประธานาธิบดีคนแรกของโบลิเวีย Antonio Jose' de, ชื่อเมืองหนึ่งอยู่ทางตะวันออกเฉียงใต้ของเมืองลาปาซ (เมืองหลวงโบลิเวีย)

sucrose (ซู' โครส) *n.* น้ำตาลโมเลกุลคู่ชนิดหนึ่ง

suction (ซัค' ชัน) *n.* การดูด, การดึงดูด, แรงดูด, แรงดึงดูด, การทำให้เกิดแรงดึงดูด

Sudan (ซูแดน') ชื่อบริเวณหนึ่งในภาคเหนือของทวีปแอฟริกา และทางใต้ของทะเลทรายซาฮารา อยู่ระหว่างมหาสมุทรแอตแลนติกและทะเลแดง, ชื่อสาธารณรัฐในภาคตะวันออกเฉียงเหนือของแอฟริกา มีเมืองหลวงชื่อ Khartoum (คาร์ทูม) **-Sudanese** *adj., n.*

sudden (ซัด' เดิน) *adj.* ทันที, ทันใด, ฉับพลัน, กะทันหัน, รวดเร็ว, โดยปัจจุบัน, อย่างคาดคิดไม่ถึง, อย่างไม่มีการเตือนมาก่อน **-all of a sudden** รวดเร็วมากและคาดไม่ถึง, เกิดขึ้นอย่างฉับพลัน **-suddenly** *adv.* **-suddenness** *n.* (-S. swift, quick, hasty, rash) *-Ex. Father made a sudden trip to the country., All of a sudden the door opened.*

suds (ซัดซ) *n. pl.* น้ำสบู่ ฟองสบู่, (คำสแลง) เบียร์

sue (ซู) *v.* **sued, suing** *-vt.* ฟ้อง, ฟ้องร้อง, ขอร้อง, เกี้ยวผู้หญิง *-vi.* ยื่นฟ้อง, ดำเนินคดีต่อศาล, ขอร้อง, เกี้ยว (ผู้หญิง) **-suer** *n.* (-S. charge, indict, beg, solicit) *-Ex. to sue him in a law-court, to sue for a divorce*

suede (สเวด) *n.* หนังนิ่ม, หนังลูกแกะ, หนังกลับชนิดนิ่ม, สิ่งทอคล้ายหนังดังกล่าว *-Ex. a suede jacket*

suet (ซู' อิท) *n.* เนื้อเยื่อไขมันแข็งบริเวณไตของวัวแกะและสัตว์อื่นๆ ใช้ทำสบู่และเทียนไข

Suez (ซูเอซ) เมืองท่าในอียิปต์ ใกล้ปลายคลองสุเอซด้านใต้ **-Gulf of Suez** อ่าวสุเอซ เป็นส่วนหนึ่งของทะเลแดง **-Isthmus of Suez** คอคอดสุเอซเชื่อมระหว่างทวีปเอเชียกับทวีปแอฟริกา

suffer (ซัฟ' เฟอะ) *vt., vi.* **-fered, -fering** ประสบ, ได้รับ, ได้ผ่าน, ทน, อดทน, ยอม, ประสบ, อนุญาต **-sufferable** *adj.* **-sufferableness** *n.* **-sufferably** *adv.* **-sufferer** *n.* **-sufferingly** *adv.* (-S. bear, feel, undergo) *-Ex. suffer pain, suffer without complaining, suffer injury, Grandmother suffer when she broke her arm., The poor man has suffered many hardships., suffer criticism, suffer from floods*

sufferance (ซัฟ' เฟอะรันซฺ, ซัฟ' รันซ) *n.* ความอดทน, ฐานยอมทน, ความอดกลั้น, ความสามารถทนต่อความเจ็บปวด ความยากลำบากหรืออื่นๆ

suffering (ซัฟ' เฟอะริง) *n.* ความอดทน, ความอดกลั้น, สิ่งที่อดทน, ความเจ็บปวด, ความหายนะ, โรค (-S. agony, anguish, discomfort, hardship, misery) *-Ex. The sufferings of our soldiers in the desert.*

suffice (ซะไฟซฺ') *vt., vi.* **-ficed, -ficing** พอเพียง, พอ, พอใจ (-S. serve, satisfy, content, do) *-Ex. That will not suffice for my needs.*

sufficiency (ซะฟิช' ชันซี) *n., pl.* **-cies** ความพอเพียง, จำนวนที่พอเพียง, ปริมาณที่พอเพียง, สัมภาระที่พอเพียง

sufficient (ซะฟิช' ชันท) *adj.* พอ, พอเพียง, พอใจ, เต็มที่ (-S. adequate, competent, enough) **-sufficiently** *adv.* *-Ex. We have sufficient coal for the winter.*

suffix (ซัฟ' ฟิคซฺ) *n.* คำต่อท้าย, อาคม, ปัจจัย, สิ่งต่อท้าย, เครื่องหมายต่อท้าย *-vt.* **-fixed, -fixing** ต่อท้าย, เสริมท้าย, เติมปัจจัย **-suffixal** *adj.* **-suffixion** *n.* **-suffixation** *n.* *-Ex. The suffix "ness" is added to "weak" to form the word "weakness".*

suffocate (ซัฟ' ฟะเคท) *v.* **-cated, -cating** *-vt.* ฆ่าโดยการทำให้หายใจไม่ออก, ทำให้หายใจไม่ออก, ขัดขวางการหายใจ, รัดคอ, อุดปาก, ทำให้สำลัก, ทำให้หอบ, ดับ, ขัดขวาง, ขยี้, เอาชนะ *-vi.* หายใจไม่ออก, สำลัก, หอบ, รู้สึกอึดอัดเพราะไม่มีอากาศพอเพียง **-suffocatingly** *adv.* **-suffocation** *n.* **-suffocative** *adj.* (-S. choke, strangle) *-Ex. I thought I would suffocate by the excitement.*

suffragan (ซัฟ' ฟระแกน) *n.* ผู้ช่วยสังฆนายก, (ศาสนาคริสต์) รองสังฆนายก

suffrage (ซัฟ' ฟริจฺ) *n.* สิทธิในการออกเสียง, คะแนนเสียง, การสวดมนต์, การอธิษฐาน *-Ex. Woman suffrage was granted long time ago in Thailand.*

suffragette (ซัฟ' ระเจท') *n.* หญิงที่ปลุกระดมให้หญิงคนอื่นไปออกคะแนนเสียง

suffuse (ซะฟิวซฺ') *vt.* **-fused, -fusing** แผ่, กระจาย, ระบาย, ป้าย, ทำให้นอง, ทำให้เปียกชุ่ม, ทำให้ซาบซึ้ง

Sufi 855 **sultan**

-suffusion *n.* **-suffusive** *adj.* (-S. pervade, spread)

Sufi (ซู' ฟี) *n.* ชื่อสมาชิกนิกายมุสลิม **-Sufism** *n.* **-Sufistic** *adj.*

sugar (ชู' กะ) *n.* น้ำตาล, สารประกอบคาร์โบไฮเดรตชนิดหนึ่งมีทั้งน้ำตาลโมเลกุลคู่ เช่น ซูโครส และโมเลกุลเดี่ยว เช่น กลูโคส มีรสหวาน ละลายน้ำได้, กระปุกน้ำตาล, ก้อนน้ำตาล, (คำสแลง), เงิน, ที่รัก, คำพูดที่ไพเราะ, ยาเสพย์ติด *-v.* **-ared, -aring** *-vt.* ใส่น้ำตาล, โรยน้ำตาล, ผสมน้ำตาล, ทำให้เป็นที่พอใจ, เคลือบด้วยน้ำตาล *-vi.* กลายเป็นน้ำตาลหรือผลึกน้ำตาล (-S. sweeten) *-Ex. We talk of sugaring the pill when we combine bad news with something more comforting.*

sugar beet ต้นบีต *(Beta vulgaris)* มีรากหัวสีขาวที่ใช้ทำน้ำตาล

sugar cane ต้นอ้อย *(Saccharum officinarum)*

sugar cane

sugarcoat (ชู' เกอะโคท) *vt.* **-coated, -coating** เคลือบน้ำตาล, ทำให้ดูดีขึ้น, ทำให้พอใจ, ทำให้ดึงดูดใจ

sugarplum (ชู' เกอะพลัม) *n.* ลูกกวาด, ตังเม, ขนม, น้ำตาล

sugary (ชูก' กะรี) *adj.* **-ier, -iest** ใส่น้ำตาล, คล้ายน้ำตาล, หวาน, หวานเกินไป, ไพเราะ, ล่อเหยื่อ **-sugariness** *n.* (-S. sweet, saccharine, agreeable, honeyed, fulsome)

suggest (ซักเจสทฺ') *vt.* **-gested, -gesting** แนะนำ, ชักชวน, เสนอ, เสนอแนะ, บอกเป็นนัย, แย้ม, กระตุ้น, ชวนให้นึกถึง **-suggester** *n.* (-S. propose, imply, advise, recommend, intimate) *-Ex. to suggest a remedy, to suggest that he should, This weather suggests spring., It suggests rain., The lawyer suggested that the witness was not speaking the truth.*

suggestible (ซักเจส' ทะเบิล) *adj.* ถูกแนะได้ง่าย, ถูกชักชวนได้ง่าย **-suggestibility** *n.*

suggestion (ซักเจส' ชัน) *n.* การแนะนำ, การชักชวน, การเสนอ, การเสนอแนะ, ร่องรอย, สิ่งที่บอกเป็นนัย, เค้าโครง, ข้อชวนคิด, สิ่งที่ชวนคิด (-S. proposal, motion, plan, indication) *-Ex. There was a suggestion of a Thai accent in his speech., Father gave us a suggestion as to how we might save money.*

suggestive (ซักเจส' ทิฟว) *adj.* ซึ่งแนะนำ, ซึ่งเสนอแนะ, เป็นนัย, เป็นการแย้ม, เป็นข้อชวนคิด, เต็มไปด้วยข้อชวนคิด, เชิงแนะ **-suggestively** *adv.* **-suggestiveness** *n.* (-S. meaningful) *-Ex. This painting is suggestive of a hill of upper Chiang Mai.*

suicidal (ซูอิไซ' เดิล) *adj.* เป็นการฆ่าตัวตาย, เป็นอันตรายต่อชีวิต, ทำให้ฆ่าตัวตาย, เป็นการฆ่าตัวเอง **-suicidally** *adv.*

suicide (ซู' อิไซดฺ) *n.* การฆ่าตัวตาย, อัตวินิบาตกรรม, การฆ่าตัวเอง, การทำลายตัวเอง, การทำลายผลประโยชน์หรืออนาคตของตัวเอง (-S. self-destruction, self-murder, hara-kiri, self-immolation)

sui generis เป็นแบบฉบับของเขา, เป็นลักษณะเฉพาะ

suit (ซูท) *n.* คำร้อง, คำขอร้อง, การขอร้อง, การขอแต่งงาน, การเกี้ยวพาราสี, การฟ้องร้อง, การฟ้องร้องคดี, คดี, ฎีกา, ชุดเสื้อผ้า, ชุด, ชุดไพ่ดอกสีเดียวกัน, ผู้ติดตาม *-v.* **suited, suiting** *-vt.* ทำให้เหมาะกับ, ทำให้เหมาะสม, เหมาะสม, จัดให้มีชุดเสื้อผ้าหรืออื่นๆ *-vi.* เหมาะกับ, เหมาะ, เหมาะสม, คู่ควรกับ (-S. case, cause, lawsuit, clothing) *-Ex. Father's winter suit is brown., A picnic on the last day of the holiday suited the children very well., Hearts, clubs, spades and diamonds are the 4 suits.*

suitable (ซู' ทะเบิล) *adj.* เหมาะสม, สมควร, เหมาะ, คู่ควรกับ **-suitability, suitableness** *n.* **-suitably** *adv.* (-S. apt, becoming, due, righ, fit) *-Ex. That dress is not suitable for the picnic.*

suitcase (ซูท' เคส) *n.* กระเป๋าเสื้อผ้ารูปสี่เหลี่ยม, หีบรูปสี่เหลี่ยม

suite (สวีท) *n.* ชุด, กลุ่ม, คณะ, กลุ่มผู้ติดตาม, ข้าราชบริพาร, ชุดเครื่องเรือน, ห้องชุด, ชุดเพลง (-S. apartment, rooms, series, escort, train) *-Ex. a suite of furniture, a bedroom suite, a suite of rooms*

suiting (ซู' ทิง) *n.* สิ่งทอสำหรับทำชุดเสื้อผ้า

suitor (ซู' เทอะ) *n.* ชายที่เกี้ยวผู้หญิง, โจทก์, ผู้ร้องทุกข์, ผู้ฟ้องร้อง, ผู้ขอร้อง (-S. young man)

sulfa (ซัล' ฟะ) *adj.* เกี่ยวกับยาซัลฟา (-S. sulfanilamide)

sulfate (ซัล' เฟท) *n.* เกลือหรือเอสเตอร์ของกรดกำมะถัน *-v.* **-fated, -fating** *-vt.* ใส่กรดกำมะถันหรือเกลือซัลเฟต, เกิดเป็นสารซัลเฟตที่ขั้วตะกั่วของแบตเตอรี่ *-vi.* กลายเป็นเกลือซัลเฟต

sulfide (ซัล' ไฟด) *n.* สารประกอบกำมะถัน

sulfur (ซัล' เฟอะ) *n.* ธาตุกำมะถัน

sulfuric acid กรดกำมะถัน (H_2SO_4) มักผลิตจากซัลเฟอร์ไดออกไซด์ ใช้ในการผลิตปุ๋ย, สารเคมีวัตถุระเบิด สีย้อมและกลั่นน้ำมันปิโตรเลียม

sulk (ซัลคฺ) *vi.* **sulked, sulking** เคืองใจหรือโกรธเคืองโดยไม่ยอมปริปากพูด *-n.* ความเคืองใจ, อารมณ์ขุ่นมัว **-sulks** อารมณ์ขุ่นมัว, ผู้มีอารมณ์ขุ่นมัว *-Ex. The girl sulks when she does not get her own way.*

sulky (ซัล' คี) *adj.* **-ier, -iest** *adj.* เคืองใจ, โกรธเคือง, อารมณ์บูดบึ้ง, เสียใจ, มืดสลัว *-n.* รถม้าสองล้อที่นั่งเดี่ยว **-sulkily** *adv.* **-sulkiness** *n.* *-Ex. Mother said that no one likes a sulky person.*

sullen (ซัล' เลิน) *adj.* **-er, -est** บึ้งตึง, ไม่พูดไม่จา, โกรธ, เคือง, มีอารมณ์บูดบึ้ง, มืดสลัว, เชื่องช้า, เฉื่อยชา **-sullenly** *adv.* **-sullenness** *n.* (-S. morose, brooding, sour)

sully (ซัล' ลี) *vt.* **-lied, -lying** ทำให้เปรอะเปื้อน, ทำให้สกปรก, ทำให้มัวหมอง, ทำให้เสื่อมเสียชื่อเสียง, ทำให้มีมลทิน, ทำให้ด่างพร้อย *-n.* รอยเปรอะเปื้อน, มลทิน, จุดด่างพร้อย (-S. dirty, soil)

sulphur (ซัล' เฟอะ) *n.* กำมะถัน ดู sulfur, สีเหลืองอมเขียว, สีมะนาว (-S. sulfur)

sultan (ซัล' เทิน) *n.* ประมุขของประเทศมุสลิม,

S

สุลต่าน, สุลต่านของตุรกีสมัยก่อน

sultanate (ซัล' ทะเนท) *n.* อำนาจ ตำแหน่ง ฐานะหรือพระราชอำนาจของสุลต่าน, ราชอาณาจักรของสุลต่าน

sultry (ซัล' ทรี) *adj.* **-trier, -triest** อบอ้าวและชื้น, ร้อนและชื้น, เหงื่อไหล, ร้อนมาก, ให้ความร้อนมาก, มีอารมณ์ร้อน, มีอารมณ์รุนแรง, มั่วโลกีย์, กระตุ้นกำหนัด **-sultriness** *n.* **-sultrily** *adv.* (-S. hot, humid, close, sticky) *-Ex. The jungle has a sultry climate.*

sum (ซัม) *n.* ผลบวก, ยอด, จำนวนรวม, จำนวนทั้งหมด, จำนวนเงิน, เลขคณิต, โจทย์เลขคณิต, ข้อสรุป, ใจความย่อ, หัวข้อ, สาระสำคัญ, จุดสุดยอด *-vt.* **summed, summing** รวม, รวบยอด, มีใจความย่อ, สรุป **-sum up** สรุป (-S. tally, score, whole) *-Ex. The sum of 4 and 2 is 6., Daeng sometimes has trouble doing his sums., Somsri has a small sum for pocket-money each week.*

sumac, sumach (ซู' แมค, ชู' แมค) *n.* พืชสกุล *Rhus*, วัสดุฟอกหนังที่ทำจากใบและเปลือกของพืชดังกล่าว, ไม้ของพืชดังกล่าว

sumac

Sumerian (ซู' เมอร์เรียน) *adj.* เกี่ยวกับดินแดน Sumer ประชาชนและภาษาดังกล่าว *-n.* ประชาชนใน Sumer, ภาษาดังกล่าว

summa cum laude เกียรตินิยมอันดับหนึ่ง

summarize (ซัม' มะไรซฺ) *vt., vi.* **-rized, -rizing** สรุป, รวบยอด, รวบรัด **-summarization** *n.* **-summarizer** *n.* (-S. abridge, condense, precis)

summary (ซัม' มะรี) *n.* การสรุป, ใจความสำคัญ, ใจความรวบรัด, บทความย่อ, สาระสำคัญ, จุดสำคัญ *-adj.* สรุป, รวบรัด, เฉพาะใจความสำคัญ, โดยสังเขป, รวดเร็ว, โดยตรง **-summarily** *adv.* **-summariness** *n.* (-S. abridgment, abstract, digest) *-Ex. A summary of what happened at the meeting., summary justice, summary punishment*

summation (ซัมเม' ชัน) *n.* การรวม, การบวก, การรวบรัด, ผลรวม, ผลบวก, ข้อสรุป, ข้อโต้แย้งสรุป

summer (ซัม' เมอะ) *n.* ฤดูร้อน, หน้าร้อน, ยุคเฟื่องฟู, ช่วงที่ดีที่สุดหรือสมบูรณ์ที่สุดก่อนที่เริ่มตกต่ำลง *-adj.* เกี่ยวกับฤดูร้อน, ระหว่างฤดูร้อน, เหมาะสำหรับฤดูร้อน *-v.* **-mered, -mering** *-vi.* ใช้เวลาในฤดูร้อน *-vt.* เลี้ยงในฤดูร้อน, จัดการในฤดูร้อน **summerly** *adj., adv. -Ex. Summer is the hottest season., summer resort, summer house, summer school, summer-time*

summersault (ซัม' เมอะซอลทฺ) *n., v.* ตีลังกา, ม้วนหน้า (-S. summerset)

summer school โรงเรียนที่เปิดสอนในฤดูร้อน

summertime (ซัม' เมอะไทมฺ) *n.* ฤดูร้อน

summing-up (ซัม' มิงอัพ') *n., pl.* **summings-up** ข้อสรุป, บทความสรุป

summit (ซัม' มิท) *n.* จุดสุดยอด, จุดสุดขีด, สุดยอด, ความต้องการสูงสุด, ระดับสูงสุด, ปริมาณสูงสุด (-S. acme, apex, crown, head, height, peak) *-Ex. It is a hard climb to the summit of the hill., summit conference (meeting)*

summon (ซัม' เมิน) *vt.* **-moned, -moning** เรียก, เรียกตัว, เรียกประชุม, ออกหมายเรียก, ปลุกเร้า, ปลุกให้ตื่น, กระตุ้น **-summoner** *n.* (-S. arous, bid, cite, convoke, call) *-Ex. The teacher summoned the boy to her desk., The witness was summoned to appear in court., The diver had to summon all his courage to swim among the crocodiles.*

summons (ซัม' เมินซฺ) *n., pl.* **-monses** การเรียกตัว, การออกหมายเรียก, การขอร้อง, การเรียกร้อง, หมายศาล, หมายเรียก, การเรียกตัวให้มาประชุมรัฐสภา (-S. subpoena, call) *-Ex. The army officer received his summons for active duty.*

sump (ซัมพฺ) *n.* หลุม, บ่อ, แอ่งน้ำ, แอ่งเกรอะ, ห้องเกรอะของเครื่องยนต์, อ่างน้ำมันเครื่อง, หลุมหรือท่อรับน้ำ (-S. pit)

sumptuous (ซัมพฺ' ชูอัส) *adj.* ฟุ่มเฟือย, หรูหรา, โอ่อ่า, โอ่โถง **-sumptuously** *adv.* **-sumptuousness** *n.* (-S. costly, dear, grand, lavish, rich, superb) *-Ex. Cinderella went from the kitchen to a sumptuous banquet.*

sun (ซัน) *n.* ดวงอาทิตย์, ดาวที่เป็นศูนย์กลางสุริยจักรวาลอยู่ห่างจากโลกประมาณ 93 ล้านไมล์ มีเส้นผ่านศูนย์กลางประมาณ 864,000 ไมล์, ตะวัน, พระอาทิตย์, ดาวฤกษ์, แสงตะวัน, ผู้นำ, ความรุ่งโรจน์, อากาศตามฤดูกาล, วัน, ปี, พระอาทิตย์ขึ้นหรือพระอาทิตย์ตก *-vt., vi.* **sunned, sunning** ตากแดด, ให้ถูกแสงอาทิตย์, ผึ่งแดด **-place in the sun** ตำแหน่งที่ได้เปรียบ, ข้อได้เปรียบ, ความเด่น, จุดเด่น *-Ex. The sun sets in the west., to sit in the sun room, never gets the sun, sun in my eyes*

sunbath (ซัน' บาธ) *n.* การอาบแดด

sunbathe (ซัน' เบธ) *vi.* **-bathed, -bathing** อาบแดด

sunbeam (ซัน' บีม) *n.* ลำแสงอาทิตย์ *-Ex. A sunbeam danced on the wall.*

sunburn (ซัน' เบิร์น) *n.* อาการผิวหนังอักเสบเนื่องจากแพ้แดด *-vt., vi.* **-burned/-burnt, -burning** ถูกแสงแดดจนผิวหนังอักเสบหรือดำเกรียม *-Ex. People with light skins are apt to sunburn more easily than people with dark skins., Somsri put a cream on her sunburn.*

sunburst (ซัน' เบิร์สทฺ) *n.* การปรากฏขึ้นอย่างฉับพลันของแสงอาทิตย์ผ่านกลุ่มเมฆ, การระเบิดของดอกไม้เพลิง, แสงสะท้อนแววาวับของเพชรพลอย

sun-cured (ซัน' เคียวดฺ) *adj.* (ปลา เนื้อ) ตากแดดจนแห้ง

Sundae (ซัน' ดี, ซัน' เด) *n.* ไอศกรีมใส่ผลไม้ น้ำเชื่อม ครีมหรืออื่นๆ

Sunday (ซัน' ดี,-เด) *n.* วันอาทิตย์, วันแรกของสัปดาห์, **-a month of Sundays** ระยะเวลาอันยาวนานเหลือเกิน

Sunday school โรงเรียนสอนศาสนาในวันอาทิตย์, สมาชิกของโรงเรียนดังกล่าว

sun deck ชั้นดาดฟ้าสำหรับอาบแดด

sunder (ซัน' เดอะ) *v.* **-dered, -dering** *-vt.* แยก,

S

แยกออก, แบ่ง, ตัดขาด *-vi.* แยกออก, ตัดขาด (-S. divide, part, sever, sunder, divorce)

sundew (ซัน' ดิว) *n.* พืชเล็กๆ สกุล *Drosera* พบตามบึงหนอง มีขนเหนียวที่ใช้จับแมลง

sundew

sundial (ซัน' ไดอัล) *n.* นาฬิกาแดด

sun disk จานพระอาทิตย์, สัญลักษณ์พระอาทิตย์

sundown (ซัน' ดาวน) *n.* เวลาพระอาทิตย์ตก

sundries (ซัน' ไดรซ) *adj.* (ผลไม้ เนื้อ) ตากแห้ง

sundry (ซัน' ไดร) *adj.* ต่างๆ นานา, หลากหลาย **-all and sundry** ทุกๆ คน *-Ex. We have sundry matters to discuss., sundry goods, all and sundry*

sunflower (ซัน' เฟลาเออะ) *n.* ต้นทานตะวัน, ต้นไม้สกุล *Helianthus,* เมล็ดของต้นทานตะวัน นำมาสกัดเป็นน้ำมันได้

sunflower

sung (ซัง) *vt., vi.* กริยาช่อง 2 และ 3 ของ sing

sunglass (ซัน' กลาส) *n.* แว่นรวมแสงแดดที่ทำให้เผาไหม้ได้ **-sunglasses** แว่นตากันแดด (-S. burning glass)

sunk (ซังคฺ) *vt., vi.* กริยาช่อง 2 และ 3 ของ sink *-Ex. The lake has sunk because of the dry weather.*

sunken (ซัง' เคิน) *vt., vi.* กริยาช่อง 3 ของ sink *-adj.* จมลง, อยู่ใต้น้ำ, โบ๋, อยู่ใต้ระดับ, เป็นแอ่ง, ต่ำกว่าพื้นดิน (-S. drawn, hollow, buried, lower) *-Ex. The sunken rocks were a danger to passing boats., The invalid's sunken cheeks.*

sun lamp หลอดแสงอัลตราไวโอเลตที่ใช้ในการบำบัดโรคและใช้อาบแดดด้วยแสงอาทิตย์เทียม, หลอดไฟแต่งแสงในการถ่ายทำภาพยนตร์

sunless (ซัน' ลิส) *adj.* ไม่มีพระอาทิตย์, ไม่มีแสงอาทิตย์

sunlight (ซัน' ไลท) *n.* แสงอาทิตย์, แสงแดด *-Ex. We sat in the sunlight to get warm.*

sunlit (ซัน' ลิท) *adj.* มีแสงอาทิตย์, มีแสงแดด *-Ex. The sunlit orchard was very pleasant.*

sunny (ซัน' นี) *adj.* **-nier, -niest** มีแสงแดดมาก, แดดกล้า, อบอุ่นด้วยแสงอาทิตย์, เกี่ยวกับแสงอาทิตย์, คล้ายดวงอาทิตย์, ร่าเริง, สบายใจ **-sunnily** *adv.* **-sunniness** *n.* (-S. bright, clear, radiant) *-Ex. This is a sunny day., a sunny afternoon, a sunny balcony, a sunny disposition*

sun-proof (ซัน' พรูฟ) *adj.* ทนแดด, แสงแดดไม่ส่องทะลุ

sunrise (ซัน' ไรซ) *n.* ดวงอาทิตย์ขึ้น, บรรยากาศที่พระอาทิตย์ขึ้น, เวลาที่พระอาทิตย์โผล่ขึ้นมาบางส่วนเหนือขอบฟ้า (-S. cockcrow, dawn, daylight) *-Ex. Grandfather gets up at sunrise., the sunrise from the mountain top*

sunset (ซัน' เซท) *n.* พระอาทิตย์ตกดิน, อัสดงคต, เวลาที่พระอาทิตย์ตกดิน, วัยดึก, วัยชรา *-Ex. We watched the sunset over the lake.* (-S. dusk, eventide, gloaming)

sunshade (ซัน' เชด) *n.* ที่บังแดด

sunshine (ซัน' ไชน) *n.* การส่องสว่างของดวงอาทิตย์, แสงอาทิตย์, แสงแดด, ความร่าเริง, ความสุขสบาย, บ่อเกิดแห่งความสุข, บ่อเกิดแห่งความร่าเริง, อากาศที่ปลอดโปร่ง, ความผ่องใส **-sunshiny** *adj. -Ex. The sunshine came through the window.*

sunspot (ซัน' สพอท) *n.* จุดบอดบนดวงอาทิตย์ เป็นจุดสีดำที่มีผลต่อระบบสนามแม่เหล็กและปรากฏการณ์อื่นๆ

sunstroke (ซัน' สโทรค) *n.* โรคลมแดด เป็นภาวะแพ้แดดจัด ผิวหนังร้อน ชัก เป็นลม และอาจตายได้ (-S. insolation, siriasis)

sunup (ซัน' อัพ) *n.* พระอาทิตย์ขึ้น

sup[1] (ซัพ) *vi.* **supped, supping** รับประทานอาหารมื้อค่ำ, จัดให้มีอาหารมื้อค่ำ, เลี้ยงสัตว์ตอนเย็น

sup[2] (ซัพ) *vt., vi.* **supped, supping** จิบ, ดื่ม, ซด

super- คำอุปสรรค มีความหมายว่า เหนือ, เกิน

super (ซูพ' เพอะ) *n.* ผู้ควบคุม, สินค้าพิเศษ (ขนาด คุณภาพและอื่นๆ), ตัวแสดงพิเศษ, เรื่องพิเศษ, ตารางฟุต, นาฬิกา *-adj.* ชั้นพิเศษ, ดีวิเศษ, สุดขีด, เกินปกติ (-S. extraordinary) *-Ex. super truck, super secrecy*

superable (ซูพ' เพอะระเบิล) *adj.* เอาชนะได้, พิชิตได้ **-superableness** *n.* **-superably** *adv.*

superabundant (ซูเพอะบัน' เดินท) *adj.* มีมากมายเกินไป, มีเหลือล้น, มีมากเกินต้องการ **-superabundance** *n.* (-S. excessive)

superannuated (ซูเพอะแอน' นูเอทิด) *adj.* ออกเพราะวัยชราหรือปลดเกษียณโดยได้รับบำเหน็จบำนาญ, แก่เกินไป, ล้าสมัย, หมดสมัย

superb (ซูเพิร์บ') *adj.* ดีเลิศ, ยอดเยี่ยม, ดีเยี่ยม, รวย, มากมาย, ใหญ่ยิ่ง, โอ่อ่า, สง่างาม **-superbly** *adv.* **-superbness** *n. -Ex. The view from the window was superb., superb performance, superb courage*

supercago (ซูเพอะคา' โก) *n., pl.* **-goes/-gos** เจ้าหน้าที่เรือพาณิชย์ที่มีหน้าที่ดูแลสินค้าในเรือและธุรกิจการค้า

supercharge (ซู' เพอะชาจ) *vt.* **-charged, -charging** เพิ่มมากเกินไป, ใส่มากเกินไป, อัดมากเกินไป, เพิ่มความกดดันมากเกินไป

supercilious (ซูเพอะซิล' เลียส) *adj.* ทะนงตัว, วางมาด, อวดภูมิ, หยิ่ง, ยโส

superconductivity ปรากฏการณ์ที่ความต้านทานไฟฟ้าของโลหะหรือโลหะผสมลดลงตามอุณหภูมิและเกือบจะเป็นศูนย์ที่อุณหภูมิศูนย์สัมบูรณ์

superego (ซูเพอะ' อีโก) *n., pl.* **-gos** ส่วนของจิตที่เหนืออัตตา

superficial (ซูเพอะฟิช' เชิล) *adj.* ผิวเผิน, อยู่ผิวนอก, ใกล้ผิวหน้า, ตื้นๆ, ไม่ลึกซึ้ง, ไม่สำคัญ **-superficially** *adv.* **-superficialness** *n.* **-superficiality** *n.* (-S. exterior, external, on the surface, casual) *-Ex. superficial knowledge, superficial study of a lesson, superficial wound*

superfine (ซูเพอะไฟน) *adj.* ดีเยี่ยม, ประณีตเป็น

พิเศษ, ละเอียดอ่อนเป็นพิเศษ, เรียบร้อยเป็นพิเศษ

superfluity (ซูเพอะฟลู' อิที) *n., pl.* **-ties** ความเกินต้องการ, ส่วนเกิน, จำนวนที่เกิน, สิ่งที่ฟุ่มเฟือย, ความไม่จำเป็น (-S. redundancy)

superfluous (ซูเพอร์' ฟลูอัส) *adj.* มากเกินพอ, มากเกินไป, ไม่จำเป็น, ฟุ่มเฟือย, เกินความต้องการ **-superfluously** *adv.* **-superfluousness** *n.* (-S. excess, extra, spare, supernumerary) *-Ex. superfluous remark, superfluous words in a composition*

superheterodyne (ซูเพอะเฮท' เทอะระดิน) *adj.* รับสัญญาณวิทยุ โครงการเปลี่ยนคลื่นให้มีความถี่ต่ำลงแล้วถ่ายทอดขยายความถี่เป็นชั้นๆ *-n.* เครื่องรับวิทยุด้วยระบบดังกล่าว

superhighway ถนนใหญ่สำหรับขับรถด้วยความเร็วสูงมาก มีช่องทางอย่างต่ำ 2 ช่องทางไป และ 2 ช่องทางมา

superhuman (ซูเพอะฮิว' เมิน) *adj.* เหนือมนุษย์, มีอำนาจและความสามารถมากกว่ามนุษย์, เหนือคนธรรมดา (-S. heroic, prodigious, valiant) **-superhumanity** *n.* **-superhumanly** *adv.*

superimpose (ซูเพอะอิมโพซฺ') *vt.* **-posed, -posing** เพิ่ม, ใส่, เสริม, เติม **-superimposition** *n.*

superintend (ซูเพอะอินเทนดฺ') *vt.* **-tended, -tending** ควบคุม, จัดการ, อำนวยการ, ดูแล (-S. administer, control, direct, inspect) **-superintendence** *n.*

superintendent (ซูเพอะอินเทน' เดินทฺ) *n.* ผู้ควบคุม, ผู้จัดการ, ผู้อำนวยการ, ผู้ดูแล,ผู้คุมงานก่อสร้าง (-S. chief, controller, manager) *-Ex. the superintendent of schools, the superintendent of a block of flats*

superior (ซูเพีย' เรีย) *adj.* อยู่เหนือ, อยู่ข้างบน, เบื้องบน, ดีกว่า, เหนือกว่า, สูงกว่า, มากกว่า, ยอดเยี่ยม, ดีเลิศ, (ดาวนพเคราะห์) มีวงจรนอกวงจรโลก, ยโส, โอหัง *-n.* สิ่งที่เหนือกว่า, ผู้บังคับบัญชา, ผู้อาวุโส, เจ้าอาวาสหรือสำนักนางชี **-superiority** *n.* (-S. higher, better, greater, haughty) *-Ex. The headmaster is superior to the other members of the staff., superior weapons, a superior officer, Somchai is my superior.*

superiority complex ปมเขื่อง, ความรู้สึกว่าตนเหนือกว่าผู้อื่น

superlative (ซูเพอร์' ละทิฟว) *adj.* สูงสุด, สุดยอด, เกินไป, มากไป, เกี่ยวกับคุณศัพท์เปรียบเทียบหรือกริยาวิเศษณ์เปรียบเทียบสูงสุด *-n.* ผู้อยู่สูงสุด,ผู้ที่ดีที่สุด, ระดับสูงสุด, แบบยอดเยี่ยม, ถ้อยคำ, วิจารณ์สุดขีด **-superlatively** *adv.* (-S. excellent, greatest, highest, perless) *-Ex. a lady of superlative beauty*

superliner (ซู' เพอะไลเนอะ) *n.* เรือโดยสารชั้นยอดเยี่ยม (-S. ocean liner)

superman (ซู' เพอะแมน) *n.* ผู้มีอำนาจและความสามารถเหนือมนุษย์, ยอดมนุษย์จากการวิวัฒนาการที่ปรัชญาเยอรมัน Nietzsche เคยบรรยายไว้ *-Ex. Narong was called the superman of the boxing ring because of his skill and strength.*

supermarket (ซู' เพอะมาร์คิท) *n.* ตลาดสรรพสินค้าขนาดใหญ่ที่ผู้ซื้อต้องหาสินค้าเอง

supernal (ซูเพอร์' เนิล) *adj.* บนสวรรค์, บนท้องฟ้า, นอกโลก, เกี่ยวกับสิ่งศักดิ์สิทธิ์, สูงส่ง

supernatural (ซูเพอะแนช' เชอเริล) *adj.* เหนือธรรมชาติเกี่ยวกับสิ่งปาฏิหาริย์, อภินิหาร, ศักดิ์สิทธิ์, ประหลาด, มหัศจรรย์, เกินปกติ, คาดไม่ถึง, เกี่ยวกับภูตผีปีศาจ, เทพยดานางฟ้า *-n.* สิ่งที่เหนือธรรมชาติ, การกระทำของเทพเจ้า **-the supernatural** สิ่งที่เหนือธรรมชาติ, ปรากฏการณ์หรืออำนาจเหนือธรรมชาติ **-supernaturally** *adv.* **-supernaturalness** *n. -Ex. Many things that are now explained by science were once thought to be supernatural.*

supernova (ซูเพอะโน' วา) *n., pl.* **-vae/-vas** ดาวฤกษ์ที่ระเบิดตัวเองจนสว่างกว่าดวงอาทิตย์ถึง 100 ล้านเท่า

supernumerary (ซูเพอะนู' มะเรอรี) *adj.* เกิน, มากเกิน, มีจำนวนเกิน, เกี่ยวกับผู้ช่วยเหลือในเวลาจำเป็น, จำนวนพิเศษ, เป็นตัวสำรอง *-n.* สิ่งที่เกิน, สิ่งที่สำรองไว้เป็นพิเศษ, สิ่งที่มีไว้เพื่อเวลาจำเป็น, ข้าราชการพิเศษ, คนงานพิเศษ, นักการ

superpose (ซูเพอะโพซฺ') *vt.* **-posed, -posing** วางบน, ไว้บน, วางไว้ให้เข้ากัน **-superposition** *n.*

superpower (ซู' เพอะเพาเออะ) *n.* มหาอำนาจ, อภิมหาอำนาจ, ชาติมหาอำนาจ (ที่มีอิทธิพลทางการเมืองเหนือประเทศอื่น)

supersaturate (ซูเพอะแซช' ชะเรท) *vt.* **-rated, -rating** ภาวะ metastable state ของสารละลายที่ละลายสารไว้ได้มากกว่าที่ละลายได้ในสารละลายอิ่มตัว

superscribe (ซู' เพอะสไครบ) *vt.* **-scribed, -scribing** เขียนบน, ทำเครื่องหมายบน, จ่าหน้าซอง, เขียนด้านหน้า **-superscription** *n.*

superscript (ซู' เพอะสคริพทฺ) *n.* ตัวหนังสือหรือเครื่องหมายข้างบนหรือบนมุมขวา *-adj.* ซึ่งเขียนหรือทำเครื่องหมายข้างบนหรือบนมุมขวา

supersede (ซูเพอะซีด') *vt.* **-seded, -seding** แทน, แทนที่, แย่งที่, เข้ามาแทนที่ **-supersession** *n.* **-superseder** *n.* (-S. replace, void) *-Ex. Automobiles have superseded the horse and carriage.*

supersonic (ซูเพอะซอน' นิค) *adj.* เหนือเสียง, เร็วกว่าความเร็วเสียง, สามารถไปเร็วกว่าเสียง **-supersonically** *adv.*

supersonics (ซูเพอะซอน' นิคซฺ) *n. pl.* สาขาวิทยาศาสตร์ที่เกี่ยวกับปรากฏการณ์ที่เร็วกว่าเสียง

superstition (ซูเพอะสทิช' ชัน) *n.* ความเชื่อถือทางไสยศาสตร์, การถือผีถือสาง, ระบบความเชื่อดังกล่าว, ประเพณีหรือการกระทำที่ยึดถือทางไสยศาสตร์,ความเชื่องมงาย, ความเชื่อที่ผิด, ความกลัวอย่างไม่มีเหตุผล (โดยเฉพาะที่เกี่ยวกับศาสนา) (-S. credulity, gullibility, notion)

superstitious (ซูเพอะสทิช' เชิส) *adj.* เชื่อทางไสยศาสตร์, ถือผีถือสาง, เชื่องมงาย, เชื่อผิดๆ, กลัวอย่างไม่มีเหตุผล (โดยเฉพาะที่เกี่ยวกับศาสนา).**-superstitiously** *adv.* **-superstitiousness** *n.* (-S. credulous)

S

-Ex. Superstitious people think it is bad luck for 13 people to sit at a table.

superstructure (ซู' เพอะสทรัคเชอะ) *n.* ส่วนที่อยู่เหนือฐาน, โครงสร้างส่วนบน, ส่วนบน, ส่วนของสะพานที่อยู่เหนือฐานรองรับ

supervene (ซูเพอะวีน') *vi.* **-vened, -vening** เกิดขึ้นโดยบังเอิญ, เข้าครอบงำ, เกิดขึ้นอย่างไม่ได้คาดคิดถึง, เกิดขึ้นตามมา **-supervenient** *adj.* **-supervention** *n.*

supervise (ซู' เพอะไวซ) *vt.* **-vised, -vising** ดูแล, ควบคุม, จัดการ, อำนวยการ, ตรวจตรา (-S. administer, conduct, control) *-Ex. Somsri supervised the painters when they mixed the colours for the room.*

supervision (ซูเพอะวิช' ชัน) *n.* การดูแล, การควบคุม, การจัดการ, การอำนวยการ, การควบคุมการก่อสร้าง, การตรวจตรา (-S. care, charge, over sight) *-Ex. The room is under my supervision.*

supervisor (ซู' เพอะไวเซอะ) *n.* ผู้ดูแล, ผู้ควบคุม, ผู้ควบคุมการสอน, นิเทศศึกษา **-supervisory** *adj.* (-S. manager, chief, steward, foreman)

supine (ซูไพนฺ') *adj.* นอนหงาย, เฉื่อยชา, เกียจคร้าน, ขี้เกียจ, หงายฝ่ามือออก *-n.* (ภาษาละติน) คำนามที่มาจากกริยา, คำ infinitive ของกริยาที่นำหน้าด้วย to **-supinely** *adv.* **-supineness** *n.* (-S. spineless, abject)

supp. ย่อจาก supplementary เสริม, ผนวก, supplement ภาคผนวก

supper (ซัพ' เพอะ) *n.* อาหารมื้อเย็น, อาหารเย็น, อาหารค่ำ, อาหารมื้อสุดท้ายของวัน

supplant (ซะพลานทฺ') *vt.* **-planted, -planting** แทนที่, เข้าแทนที่, แย่งที่ (-S. replace, displace, oust, remove) *-Ex. Machines have supplanted mankind in mamy jobs., The prince tried to supplant the king on the king on the throne.*

supple (ซัพ' เพิล) *adj.* **-pler, -plest** นิ่มนวล, นุ่ม, อ่อนลง, ปวกเปียก, งอโค้งได้ง่าย, เปลี่ยนใจได้ง่าย, ยินยอม, จำนน, อ่อนข้อ, ยอมตาม, คล้อยตาม, ขี้ประจบ **-suppleness** *n.* (-S. bending, elastic, flexible, pliant) *-Ex. The supple young plants with stood the storm.*

supplement (ซับ' พลิเมินท) *n.* ส่งเสริม, สิ่งผนวก, ภาคผนวก, ส่วนเสริม, เพิ่มเติม, มุมเสริม 180 องศาหรือครึ่งวงกลม *-vt.* **-mented, -menting** ทำให้สมบูรณ์, เสริม, ผนวก, เพิ่มเติม **-supplementary** *adj.* **-supplementation** *n.* **-supplemental** *adj.* (-S. extra, postscript, additon, codicil) *-Ex. Anong took vitamins and minerals as a supplement to her diet.*

supplementary angle มุมเสริม 180 องศาหรือครึ่งวงกลม

suppliant (ซัพ' พลิเอินทฺ) *adj.* อุทธรณ์, เรียกร้อง, อ้อนวอน, วิงวอน *-n.* ผู้อุทธรณ์, ผู้อ้อนวอน **-suppliantly** *adv.* **-supplicant** *adj.* (-S. begging, craving, entreating)

supplicate (ซัพ' พลิเคท) *vt.,vi.* **-cated, -cating** อุทธรณ์, เรียกร้อง, อ้อนวอน, วิงวอน **-supplication** *n.* **-supplicatory** *adj.* (-S. beg, importune, implore) *-Ex. The condemned criminal supplicated the governor for mercy.*

supply (ซะไพล') *v.* **-plied, -pling** *-vt.* จัดหา, จัดส่ง, ส่งเสบียง, บรรจุ, เสริม, ผนวก, ให้, ชดเชย, ชดใช้, แทนที่ *-vi.* แทนที่, รักษาการแทน *-n.* การจัดหา, การจัดส่ง, การให้, พัสดุ, เสบียง, สิ่งที่จัดหาให้, สิ่งของจำเป็นทางทหาร, ค่าใช้สอย, ผู้ทำการแทน, ผู้เข้าทำแทนตำแหน่งที่ว่าง **-supplier** *n.* (-S. furnish, provide)

support (ซะพอร์ท') *vt.* **-ported, -porting** ค้ำ, จุน, ยัน, สนับสนุน, หนุน, อุดหนุน, รับ, พยุง, ช่วยเหลือ, อดทน, อดกลั้น, เป็นตัวประกอบ, เป็นตัวรอง *-n.* การค้ำ (จุน ยัน สนับสนุน), สิ่งค้ำจุน, ผู้สนับสนุน, การครองชีพ, ผู้ให้ความช่วยเหลือ, ตัวประกอบ, ตัวหนุน, การบรรเลงเพลงประกอบ, ผ้าหรือแผ่นไม้ที่ใช้วาดภาพ (-S. uphold, back, advocate, cham-pion) *-Ex. a beam supporting the roof., Dang supports his aged mother., a fact which supports this idea, support a resolution, support a family, support an argument, A support holding up the roof., in support of, means of support*

supportable (ซะพอร์' ทะเบิล) *adj.* ค้ำจุนได้, สนับสนุนได้, ทนได้, อดกลั้นได้ **-supportability** *n.* **-supportably** *adv.* (-S. maintainable)

supporter (ซะพอร์' เทอะ) *n.* ผู้ค้ำจุน, ผู้สนับสนุน, ผู้ช่วยเหลือ, เครื่องค้ำ, เครื่องหนุน, สายรัดถุงเท้ายาว, ที่ยึด (-S. adherent, advocate, fan, patran) *-Ex. a supporter of city planning*

supportive (ซะพอร์' ทิฟว) *adj.* ค้ำจุน, ยัน, สนับสนุน **-supportively** *adv.*

suppose (ซะโพซ') *vt., vi.* **-posed, -posing** ทึกทักเอา, คาดคะเน, สมมติ, อนุมาน, นึกเอา, คิด, จินตนาการ (-S. assume, conjecture, expect, infer) *-Ex. Let us suppose that, to suppose you were King*

supposed (ซะโพดฺ') *adj.* ทึกทักเอา, คาดคะเน, สมมติ, อนุมาน, นึกเอา, คิดเอา, จินตนาการ **-supposedly** *adv.* (-S. believed) *-Ex. Samai is the supposed autor of the anonymous publication.*

supposing (ซะโพ' ซิง) *conj.* ซึ่งทึกทักเอา, ในกรณีที่

supposition (ซัพพะซิ' ชัน) *n.* การคาดคะเน, การทึกทักเอา, การสมมติ, ข้อสมมติ, สมมติฐาน, จินตนาการ, การนึกคิด **-suppositional** *adj.* **-suppositionaly** *adv.* (-S. hypothesis, conjecture, doubt, guess, idea, surmise)

suppositious (ซัพพะซิ' เชียส) *adj.* ซึ่งเป็นการสมมติ

suppositive (ซะพอ' ซิทิฟว) *adj.* สมมติเอา, ไม่แท้, ปลอมแปลง, แอบอ้าง, จินตนาการ *-n.* คำสมมติ **-suppositively** *adv.*

suppository (ซะพอ' ซิทอรี) *n., pl.* **-ries** ยาเหน็บทวารหรือช่องคลอด

suppress (ซะเพรส') *vt.* **-pressed, -pressing** ปราบ, ปราบปราม, ระงับ, เลิก, ยกเลิก, หยุดยั้ง, กลั้น, กด, บีบ, ห้าม, ขยี้, ทำลาย, ขจัด, อำพราง, ปิดบัง **-suppressant** *n.* **-suppressible** *adj.* (-S. beat down, check, conquer, quash, stop) *-Ex. to suppress criticism, to suppress news, The police suppressed the riot., Somchai*

S

suppressant 860 **surge**

tried to suppress his laughter., His publication was sup pressed.

suppressant (ซะเพรส' เซินทฺ) *n.* ยาระงับ, สารระงับ, ยาระงับอาการ

suppression (ซะเพรส' ชัน) *n.* การระงับ, การหยุดยั้ง, การปราบปราม, การเลิก, การขจัด, การอำพราง, การปิดบัง (-S. restraint, curb, check, repression) *-Ex. the suppression of a revolt, the suppression of news*

suppurate (ซัพ' พิวเรท) *vi.* **-rated, -rating** มีหนอง, เป็นหนอง, กลัดหนอง, สุก **-suppuration** *n.* **-suppurative** *adj.* (-S. ooze, fester)

supra- คำอุปสรรค มีความหมายว่า เหนือ, ข้างบน

supremacy (ซะเพรม' มะซี) *n., pl.* **-cies** ความอยู่สูงสุด, อำนาจสูงสุด (-S. predominance, primacy) *-Ex. Shakespeare' s supremacy among poets, the supremacy of a monarch, the supremacy of an army*

supreme (ซะพรีม') *adj.* **-er, -est** สุดยอด, สุดขีด, มีอำนาจสูงสุด, สำคัญที่สุด, เกี่ยวกับรัฏฐาธิปัตย์, ยิ่งใหญ่ที่สุด **-supremely** *adv.* **-supremeness** n. (-S. best, highest, greatest) *-Ex. supreme importance, the Supreme court, the Supreme (Being), Supreme Soviet, an act of supreme courage*

Supreme Being พระเจ้า

Supreme Court ศาลฎีกา, ศาลสูงสุด

S

Supreme Soviet สภานิติบัญญัติของโซเวียต ประกอบด้วยสภาสูง (Soviet of the Union) และสภาล่าง (Soviet of Nationalities)

sur- คำอุปสรรค มีความหมายว่า เหนือ, เสริม, เพิ่มเติม, บน

surcease (เซอซีส') *v.* **-ceased, -ceasing** *-vi.* หยุดกระทำ, เลิก, สิ้นสุด, ยุติ *-vt.* หยุดกระทำ, จากไป *-n.* การหยุด, การสิ้นสุด

surcharge (เซอร์' ชาร์จ) *n.* การเก็บเงินเพิ่ม, การเก็บภาษีเพิ่ม, เก็บหรือภาษีที่เก็บเพิ่ม, ราคาเพิ่ม, เงินปรับเพิ่ม, ค่าใช้จ่ายพิเศษ, น้ำหนักเพิ่มหรือเกิน, ภาระเพิ่ม, การเกินน้ำหนักบรรทุกหรือบรรจุ, การพิมพ์เปลี่ยนค่าดวงตราไปรษณีย์, ดวงตราไปรษณีย์ที่ถูกพิมพ์เปลี่ยนค่า, จำนวนที่เกิน, การเก็บเกิน *-vt.* **-charged, -charging** เก็บเงินเพิ่ม, เก็บภาษีเพิ่ม, เก็บเพิ่ม, บรรทุกเกิน, หมายเหตุของการตกหล่นของเงินที่ต้องจ่าย, เรียกเก็บเกิน, พิมพ์เปลี่ยนค่าดวงตราไปรษณีย์

surcingle (เซอร์' ซิงเกิล) *n.* เข็มขัดรอบท้องม้าสำหรับเป็นที่ยึดของอานและส่วนอื่นๆ, สายคาดเสื้อคลุม, สายคาด

surcoat (เซอร์' โคท) เสื้อคลุมภายนอก, เสื้อคลุมเสื้อเกราะสมัยกลาง

surcoat

surd (เซิร์ด) *adj.* ไม่มีเสียง, ไม่มีเหตุผล, (คณิตศาสตร์) เกี่ยวกับรากไม่รู้จบ *-n.* พยัญชนะเสียงใส, (คณิตศาสตร์) รากไม่รู้จบ

sure (ชัวร์) *adj.* **surer, surest** แน่นอน, มั่นใจ, ยืนยัน, เชื่อมั่น, ไว้ใจได้, ไม่ต้องสงสัย, มั่นคง, ไม่เปลี่ยนแปลง, ไม่มีปัญหา *-adv.* แน่นอน, มั่นใจ, ไม่ต้องสงสัย **-for sure** แน่นอน, มั่นใจ **-make sure** ให้แน่ใจ **-sure enough** แน่นอน, มั่นใจ **-to be sure** ไม่ต้องสงสัยแน่นอน **-sureness** *n.* (-S. arrured, certain, trusty) *-Ex. I' m sure (that) he will come., You may be sure (that) I come., sure of a fact, make sure of a fact, Will you go? I' m not sure.*

sure-fire (ชัวร์' ไฟเออะ) *adj.* ทำงานแน่นอน, ได้ผลแน่นอน, เชื่อถือได้

sure-footed (ชัวร์' ฟุททิด) *adj.* ซึ่งยืดแน่น

surely (ชัว' ลี) *adv.* แน่นอน, มั่นคง, ไม่ผิดพลาด, ไม่ต้องสงสัย, อย่างมั่นใจ, ไม่เปลี่ยนแปลง, จริงๆ (-S. certainly, definitely, inevitably)

surety (ชัว' ที) *n., pl.* **-ties** เครื่องประกัน, การประกัน, การค้ำประกัน, การรับรอง, ผู้ค้ำประกัน, การรับรอง, ผู้ประกัน, ผู้ค้ำประกัน, ความแน่นอน, ความมั่นคง, สิ่งที่ทำให้แน่นอน **-suretyship** *n. -Ex. The governor gave the formers surety for their crops.*

surf (เซิร์ฟ) *n.* คลื่นซัดฝั่ง, น้ำคลื่นซัดฝั่งที่แตกเป็นฟองฝอย, เสียงคลื่นซัดฝั่ง *-vi.* เล่นแผ่นกระดานโต้คลื่น **-surfy** *adj. -Ex. We stood on the rocks and watched the surf.*

surface (เซอร์' ฟัส) *n.* ผิวหน้า, ผิว, ผิวนอก, ผิวพื้น, โฉมภายนอก, ด้านหน้า, โฉมหน้า, การขนส่งทางพื้นดินหรือทางเรือ (ไม่ใช่ทางอากาศ ใต้ดินหรือใต้น้ำ) *-adj.* เกี่ยวกับผิวหน้า (ผิว ผิวนอก ผิวพื้น), ผิวเผิน, ตื้นๆ, เกี่ยวกับทางพื้นดินหรือทางทะเล *-v.* **-faced, -facing** *-vt.* ทำให้มัน, ขัดมัน, ทำให้เกลี้ยงเกลา *-vi.* โผล่ขึ้นเหนือพื้นน้ำ, ทำเหมืองบนพื้นดิน หรือใกล้พื้นผิวดิน, กระทำบนผิวหน้า *-Ex.the surface of the earth, to rise to the surface, the surface of things, surface tension, surface mail, scratch the surface (of), surface-to-air, the underground and surface, be happy on the surface, a surface interest*

surface-to-air จากพื้นดินสู่อากาศ

surface-to-surface จากพื้นดินสู่พื้นดิน

surface-to-underwater จากพื้นดิน หรือผิวน้ำสู่ใต้น้ำ

surfboard (เซิร์ฟ' บอร์ด) *n.* กระดานโต้คลื่น

surfboarding (เซิร์ฟ' บอร์ดดิง) *n.* การเล่นกระดานโต้คลื่น

surfboat (เซิร์ฟ' โบท) *n.* เรือกรรเชียงแข็งแรงสำหรับโต้คลื่น มีส่วนหัวและหางสูง

surfeit (เซอร์' ฟีท) *n.* ส่วนเกิน, จำนวนเกิน, ความมากมายเกินไป, ความล้น, การรับประทานหรือดื่มมากเกินไป, ความรู้สึกไม่สบายที่เกิดจากการรับประทานหรือดื่มมากเกินไป *-v.* **-feited, -feiting** *-vt.* ทำให้เกิน, ทำให้อิ่มไป *-vi.* ทำมากไป, มั่วสุมมากไป, รับประทานหรือดื่มมากเกินไป (-S. excess, glut, plethora)

surfer (เซอร์' เฟอะ) *n.* ผู้เล่นกระดานโต้คลื่น

surfing (เซอร์' ฟิง) *n.* กีฬาโต้คลื่น

surge (เซิร์จ) *n.* คลื่นแรง, คลื่นยักษ์, ลูกคลื่นแรง, ลักษณะขึ้นๆ ลงๆ, กระแสไฟฟ้าที่เกิดขึ้นอย่างรุนแรง, คลื่นรบกวนมาก, การวน *-vt., vi.* **surged, surging**

surgeon 861 survey

ขึ้นๆ ลงๆ, กระเพื่อม,พล่าน, ซัดไปมา, โซเซ, เป็นระลอก, เพิ่มขึ้นอย่างฉับพลัน, แกว่งไปมาอย่างรุนแรง, รวน (-S. billow, eddy, gush, heave) *-Ex. The waves surged over the rocks on the coast.*

surgeon (เซอร์' เจิน) *n.* ศัลยแพทย์

Surgeon General (เซอ' เจิน) *n., pl.* **Surgeons General/Surgeon Generals** เจ้ากรมการแพทย์ทหาร, ผู้อำนวยการสำนัก Public Health Survice ของสหรัฐอเมริกา

surgery (เซอ' จะรี) *n., pl.* **-ies** ศัลยกรรม, ศัลยศาสตร์, วิชาการผ่าตัดทางแพทย์, ห้องศัลยกรรม, ห้องผ่าตัด, ห้องแพทย์, ห้องตรวจโรคและจ่ายยา

surgical (เซอ' จิเคิล) *adj.* เกี่ยวกับศัลยกรรม, เกี่ยวกับศัลยศาสตร์, เกี่ยวกับการผ่าตัด *-Ex. surgical instruments, surgical operation*

Suriname (ซูเรนา' มะ) ชื่อประเทศในอเมริกาใต้ **-Surinamese** *n.*

surly (เซอร์' รี) *adj.* **-lier, -liest** บูดบึ้ง, บึ้งตึง, หยาบคาย, ไร้มารยาท, ไม่เป็นมิตร, มืดมน, มืดมัว **-surlily** *adv.* **-surliness** *n.* (-S. churlish, gruff, sullen, morose) *-Ex. Narong was in a surly mood after he got the news.*

surmise (เซอะไมซฺ') *v.* **-mised, -mising** *-vt.* คาดการณ์, เดา, ทาย, ดาดคะเน, เก็ง, นึก, คิด *-vi.* เดา, ทาย *-n.* การดาดการณ์ (เดา ทาย คาดคะเน เก็ง นึก คิด) *-Ex. Samai surmised that our absence resulted from ilness., It was only a surmise; but it preved correct.*

surmount (เซอร์เมานฺทฺ') *vt.* **-mounted, -mounting** อยู่ข้างบน, ข้าม, เอาชนะ, พิชิต, ปีน, ป่าย, ขึ้น, อยู่เหนือ, วางบน, คลุมยอด **-surmountable** *adj.* **-surmounter** *n.* (-S. conquer, exceed, master, pass) *-Ex. to surmount difficulties, The fort surmounts the hill., The mountain surmounts the village., surmount a temptation*

surname (เซอร์' เนม) *n.* นามสกุล, ชื่อสกุล, แซ่ *-vt.* **-named, -naming** ตั้งชื่อสกุล, เรียกชื่อสกุล (-S. last name)

surpass (เซอพาส') *vt.* **-passed, -passing** เลย, ล้ำ, เกิน, เลยเถิด, เหนือกว่า, ดีกว่า, ข้าม (-S. exceed, best, eclipse, outdo, excel)

surpassing (เซอร์พาส' ซิง) *adj.* มากมาย, เลย, เกิน, เลยเถิด, พิเศษ, เลิศล้ำ (-S. excellent)

surplice (เซอร์' พลิส) *n.* เสื้อคลุมสีขาวแขนยาวของพระ

surplus (เซอร์' พลัส) *adj.* เป็นส่วนเกิน, เป็นส่วนเหลือ *n.* ส่วนเกิน, ส่วนล้น, จำนวนที่เกิน, จำนวนที่ล้น, เงินที่เหลือ (-S. excess, extra, odd, unused) *-Ex. a surplus of money, foreign trade surplus*

surplusage (เซอร์' พละซิจ) *n.* จำนวนที่เกิน, จำนวนที่ล้น, ส่วนเกิน, ส่วนล้น, ส่วนเหลือ, คำที่เกิน

surprise (เซอไพรซฺ') *vt.* **-prised, -prising** ทำให้ประหลาดใจ, จู่โจม, ค้นพบอย่างกะทันหัน และโดยไม่ได้คาดคิดมาก่อน, ล้วงเอาอย่างฉับพลันโดยไม่เตือนก่อน, ทำให้เปิดเผยโดยไม่ให้รู้ตัว, ทำให้กระทำโดยไม่ให้รู้ตัว *-n.* การทำให้ประหลาดใจ, การกระทำดังกล่าว, การจู่โจมไม่ให้รู้ตัว, ความรู้สึกประหลาดใจ, สิ่งที่ทำให้ประหลาดใจ **-take by surprise** ทำให้ประหลาดใจ, ค้นพบโดยไม่ได้คาดคิดมาก่อน **-surprising** *adj.* **-surprisingly** *adv.* **-surpriser** *n.* (-S. amaze, astonish, astound, stun) *-Ex. I was surprised to see him there., I was pleasantly surprised to hear your news., I shouldn't be surprised if it rains., to surprise the enemy to surprised him in the act of, I felt some surprise at seeing him there.*

surprising (เซอไพร' ซิง) *adj.* ทำให้ประหลาดใจ, ไม่คาดคิดมาก่อน (-S. astonishing, amazing, staggering) *-Ex. Her loss in weight was surprising, considering how much she ate., surprising success*

surrealism (เซอรีล' อะลิซึม) *n.* แบบศิลปะและวรรณคดีแบบหนึ่งในศตวรรษที่ 20 เน้นหนักเรื่องจิตใต้สำนึก และสิ่งเหนือความจริง **-surrealist** *n., adj.* **-surrealistic** *adj.*

surrender (ซะเรน' เดอะ) *v.* **-dered, -dering** *-vt.* ยอม, ยอมแพ้, ยอมจำนน, ยอมตาม, ตามใจ, สละ, ละทิ้ง, ปล่อย, ทอดทิ้ง, คืน, ยกเลิก, มอบตัว *-vi.* ยอมแพ้, ยอมจำนน, ยอมตาม, มอบตัว *-n.* การยอมแพ้, การยอมจำนน, การยอมตาม, การมอบตัว, การสละ, การละทิ้ง (-S. yield, waive, forego, cede, resign) *-Ex. The robbers surrendered to the police., the surrender of the enemy, He surrendered to despair.*

surreptitious (เซอะเรพทิช' เชิส) *adj.* ลับๆ ล่อๆ, ซ่อนเร้น, แอบทำ, ลอบทำ, มีเลศนัย **-surreptitiously** *adv.* **-surreptitiousness** *n.* (-S. stealthy, furtive, covert, sly)

surrey (เซอร์' รี) *n., pl.* **-reys** รถม้าสี่ล้อสองที่นั่งชนิดหนึ่ง

surrogate (เซอร์' ระเกท) *n.* ตัวแทน, ผู้รักษาการแทน, ตุลาการท้องถิ่น (ในบางรัฐของสหรัฐอเมริกา) *-vt.* **-gated, -gating** แทนที่ทำ, ให้เป็นตัวแทน

surround (ซะเราน฿ดฺ') *vt.* **-rounded, -rounding** ล้อมรอบ, โอบล้อม, แวดล้อม, ห้อมล้อม *-n.* สิ่งที่โอบล้อม, บริเวณแวดล้อม (-S. encompass, enclose, encircle) *-Ex. A fence surrounds the garden., There is a linoleum surround in the nursery.*

surroundings (ซะเราน฿' ดิงซฺ) *n. pl.* สภาพแวดล้อม, สิ่งแวดล้อม, การอ้อมล้อม *-Ex. The children have always lived in pleasant surroundings.*

surtax (เซอร์' แทคซฺ) *n.* ภาษีส่วนเพิ่ม, อัตราภาษีเพิ่ม *-vt.* **-taxed, -taxing** จัดเก็บภาษีเพิ่ม (-S. extra tax)

surveilance (เซอร์เว' เลินซฺ) *n.* การควบคุม, การตรวจตรา, การดูแล (-S. watch, care)

surveillant (เซอร์เว' เลินทฺ, -เวล' เลินทฺ) *adj.* ควบคุม, ตรวจตรา, ดูแล *-n.* ผู้ควบคุม, ผู้ตรวจตรา, ผู้ดูแล

survey (เซอร์เว') *v.* **-veyed, -veying** *-vt.* สำรวจ, รังวัด, ตรวจสอบ, พินิจพิเคราะห์, ตรวจตรา *-vi.* สำรวจ, รังวัด *-n.* การสำรวจ, การรังวัดปักเขต, ฝังรังวัดปักเขต, บันทึกการรังวัดปักเขต **-surveyor** *n.*

S

surveying (เซอร์เว' อิง) *n.* การสำรวจรังวัด, อาชีพการสำรวจรังวัด, การตรวจสอบ, การพินิจพิเคราะห์, การสำรวจ

survival (เซอร์ไว' เวิล) *n.* การอยู่รอด, การรอดตาย, การดำรงอยู่, การเหลืออยู่, สิ่งที่ดำรงอยู่, บุคคลที่ยังมีชีวิตอยู่, สิ่งหรือบุคคลที่เหลืออยู่ *-Ex. the survival of the fittest, Superstitions are survivals of former days.*

survival of the fittest (ชีววิทยา) หลักของการอยู่รอดของสิ่งมีชีวิต (สัตว์หรือพืช) ที่มีรูปแบบที่เหมาะสมที่สุดเท่านั้น

survive (เซอไวฟว') *vt., vi.* **-vived, -viving** อยู่รอด, รอดตาย, ดำรงอยู่, เหลืออยู่, ยังคงมีชีวิตอยู่, ยังชีพอยู่, มีชีวิตอยู่ต่อไป **-survivor** *n.* (-S. outlast, outlive, subsist) *-Ex. All the families survived the flood., The mother survived all 3 of her children., The old flag has survived 3 wars.*

susceptibility (ซะเซพทะบิล' ลิที) *n., pl.* **-ties** ความรู้สึกไว, ความอ่อนแอทางใจ, การถูกกระทบกระเทือนทางใจได้ง่าย **-susceptibilities** การมีอารมณ์ที่อ่อนไหว, อัตราความเป็นแม่เหล็ก (-S. sensibility, vulnerability)

susceptible (ซะเซพ' ทะเบิล) *adj.* รู้สึกไว, มีจิตใจอ่อนแอ, สะเทือนใจง่าย, หวั่นไหวง่าย, ประทับใจได้ง่าย **-susceptibleness** *n.* **-susceptibly** *adv.* (-S. sensitive, vulnerable, sensitive -A. resistant, distant) *-Ex. a susceptible child, susceptible of proof, susceptible to solution, susceptible of error, to be susceptible to colds, a message suscepible of several meanings*

S

susceptive (ซะเซพ' ทิฟว) *adj.* รู้สึกไว, มีอารมณ์อ่อนไหว

suspect (ซะสเพคท') *vt., vi.* **-pected, -pecting** สงสัย, ข้องใจ, กังขา, คาดคิด, คาดคะเน *-n.* ผู้ต้องหา, ผู้ต้องสงสัย *-adj.* สงสัย, ข้องใจ, กังขา, ระแวง (-S. mistrust, distrust, feel) *-Ex. I suspect him of stealing., I suspect that man., the suspected man*

suspend (ซะสเพนด') *v.* **-pended, -pending** *-vt.* แขวน, ลอยตัว, เลื่อน, หยุด, งด, ยกเลิกชั่วคราว, ให้พักงาน, ทำให้กังวลใจ *-vi.* หยุดชั่วคราว, หยุดชำระหนี้, ลอยตัว, แขวนอยู่ (-S. hang, cease, defer, swing -A. reinstate, confirm) *-Ex. The swing was suspended from a broad branch of the tree., Work on the road was suspended because of the rain., Dang was suspended from the team for his rough play., to suspend judgment, to suspend a pupil from school*

suspended animation การหยุดปฏิบัติงานชั่วคราว

suspender (ซะสเพน' เดอะ) *n.* สายแขวนกางเกง, สายหนังดึงกางเกง, สายแขวน, สายดึงถุงเท้า, ผู้แขวน, สิ่งแขวน

suspense (ซะสเพนซ') *n.* ภาวะจิตที่ไม่แน่นอน, ความใจจดใจจ่อ, ความไม่แน่นอนใจ, การไม่กล้าตัดสินใจ, ภาวะที่คาราคาซังอยู่ **-suspenseful** *adj.* (-S. anxiety, doubt, tension, wavering) *-Ex. Our next move is still in suspense.*

suspension (ซะสเพน' ชัน) *n.* การแขวน, การลอยตัว, ความสงสัย, ความใจจดใจจ่อ, ความไม่แน่นอนใจ, การหยุดชั่วคราว, การงดการชำระหนี้, การให้พักงาน, การพักตำแหน่ง, สิ่งที่แขวนอยู่, สิ่งที่ลอยตัวอยู่, เครื่องแขวน, เครื่องลอยตัว *-Ex. a suspension of judgment, suspension from school, suspension of a meeting*

suspension bridge สะพานแขวน, สะพานโยง, สะพานเหนี่ยวด้วยสายลวด

suspensory (ซะสเพน' ซะรี) *adj.* พยุง, แขวน, ดึง, ทำให้ลอยตัว, หยุดยั้ง, พักงาน, เลื่อน, หน่วงเหนี่ยว, ไม่แน่นอน, ยังไม่ตัดสินใจ, ยังไม่ชี้ขาด, ไม่สบายใจ, ใจจดใจจ่อ

suspicion (ซะสพิช' ชัน) *n.* ความสงสัย, ความกังขา, ความระแวง, ร่องรอย, นัย *-vt.* **-cioned, -cioning** สงสัย ความกังขา, ความระแวง, ร่องรอย, นัย **-suspicious** *adj.* **-suspiciously** *adv.* **-suspiciousness** *n.* (-S. doubt, distrust, trace, wariness -A. trust, faith) *-Ex. have a suspicion, under suspicion, above suspicion, groundless suspicion, strong suspicion against, with suspicion*

sustain (ซะสเทน') *vt.* **-tained, -taining** สนับสนุน, ค้ำจุน, ประคองไว้, รับภาระ, รักษาไว้, ยังชีพ, ผดุงไว้, ช่วยเหลือ, ทำต่อไป, ยืนยัน **-sustainable** *adj.* **-sustainment** *n.* (-S. bear, carry, uphold, endorse) *-Ex. There was barely sufficient air to sustain life., to sustain a note, sustain losses, The Supreme Court sustained the decision of the lower courts., to sustain a broken leg, to sustain a high note, to sustain a discussion*

sustenance (ซัส' ทะเนินซ) *n.* วิธีการยังชีพ, การบำรุงเลี้ยง, วิธีการดำรงชีพ, ขบวนการสนับสนุน, การสนับสนุน, การค้ำจุน, การยังชีพ (-S. food, support, subsistence, nourishment)

susurration (ซูซะเร' ชัน) *n.* การทำเสียงแผ่วเบา, การกระซิบ (-S. susurrus)

suttee, sati (ซูที', ซัท' ที) *n.* การเผาตัวเองของหญิงหม้ายฮินดูสมัยก่อนเพื่อให้ตายตามสามีที่ตายไปแล้ว, หญิงหม้ายฮินดูที่เผาตัวเองเพื่อตายตามสามี

suture (ซู' เชอะ) *n.* การเย็บแผล, การเย็บ, การเย็บติด, การเย็บตะเข็บ, รอยเย็บ, รอยเย็บแผล, ตะเข็บ, รอยประสาน, รอยเชื่อมต่อ *-vt.* **-tured, -turing** เย็บแผล, เย็บ, เย็บติด, เย็บตะเข็บ, เย็บต่อ, ประสาน, เชื่อมต่อ **-sutural** *adj.*

suzerain (ซู' ซะริน, -เรน) *n.* รัฐหรือผู้ปกครองที่มีอำนาจควบคุมทางการเมืองเหนืออีกรัฐหนึ่ง, เจ้านครสมัยศักดินา, ประเทศเหนือหัว

suzerainty (ซู' ซะเรนที) *n., pl.* **suzerainties** ตำแหน่งหรืออำนาจหน้าที่ของ suzerain, อาณาจักรของ suzerain

svelte (สเวลท) *adj.* **svelter, sveltest** ยาวเรียว, สูงโปร่ง, อรชรอ้อนแอ้น, เรียบร้อย, อ่อนโยน

swab (สวาบ) *n.* ผ้าผืนใหญ่หรือวัตถุอื่นที่ใช้ซับพื้น,

ฟองน้ำ ผ้า สำลีหรือวัตถุซับอื่นๆ ที่ใช้ซับแผลหรือทายา, แปรงสำหรับขัดปืน, (คำสแลง) กะลาสีเรือ, อินทรธนู *-vt.* **swabbed, swabbing** ซับล้างหรือทาด้วย swab, เช็ดลากหรือซับพื้นด้วย swab (-S. swob) *-Ex. The doctor swabbed Daeng's wound with mercurochrome.*

swaddle (สวอด' เดิล) *vt.* **-dled, -dling** พัน, ห่อ, โพก *-n.* ผ้าอ้อม, ผ้าหุ้มห่อทารก (-S. swathe)

swag (สแวก) *n.* เฟื่องระย้า, พู่ห้อย, ของล้ำค่า, เงิน, ห่อกระเป๋าเดินทาง, การปล้น, ของที่ปล้นมา, การเดินซวนเซ, จำนวนมาก *-vi.* **swagged, swagging** เดินซวนเซ, ย้อย, ห้อย, จมลง, เดินทางไปมาด้วยห่อกระเป๋า

swage (สเวจ) *n.* เครื่องมือโลหะที่เย็นทำให้เป็นรูปต่างๆ, เหล็กตอกโลหะให้เป็นรูปต่างๆ, เบ้าเหล็ก *-vt.* **swaged, swaging** งอโลหะให้เป็นรูปต่างๆ, อัด, บีบ

swagger (สแวก' เกอะ) *v.* **-gered, -gering** *-vi.* เดินวางท่า, เดินเชิดหน้า, วางท่าอย่างใหญ่, คุยโว หรือโอ้อวดเสียงดัง *-vt.* หลอกลวง, พูดหลอกลวง, ขู่ขวัญ *-n.* การเดินวางท่า, การเดินเชิดหน้า, การวางท่าใหญ่โต, การคุยโวโอ้อวดเสียงดัง (-S. bluster, boast, hector, strut) *-Ex. The boy swaggered into the classroom and sat in the front seat.*

Swahili (สวาฮี' ลี) *n., pl.* **Swahili/-lis** สมาชิกชนชาติมุสลิมตามชายฝั่งตะวันออกของแอฟริกา, ภาษา Bantu ที่ชนชาติดังกล่าวใช้

swain (สเวน) *n.* คู่รัก, คนรัก, ชายหนุ่มลูกทุ่ง, ชายหนุ่มบ้านนอก, ผู้ขอแต่งงานด้วย (-S. lad, lover) *-Ex. a swain and his shepherdess*

swallow[1] (สวอล' โล) *n.* นกนางแอ่นในตระกูล Hirundinidae

swallow[2] (สวอล' โล) *v.* **-lowed, -lowing** *-vt.* กลืน, กลืนเข้าไปในท้อง, ขยอก, กลืนน้ำลาย, ยอมรับโดยไม่มีการถาม, ยอมรับอย่างง่ายดาย, เอากลับ, เอาคืน, อดกลั้น, ออกเสียงคลุมเครือ *-vi.* กลืน, ปริมาณที่กลืน, ความสามารถในการกลืน, สิ่งที่กลืนในครั้งหนึ่งๆ, ทางเดินอาหารส่วนคอ, คอหอย, ร่องเชือก **-swallower** *n.* (-S. gulp, stomach, enqulf, swamp) *-Ex. The thirsty boy asked for a swallow of water., The boy swallows everything anyone tells him., Some swallows build their nests in barns., Samai drained his glass at one swallow., a swallow of water, to swallow insults., to swallow one's pride, to swallow anger*

swallow-tailed coat เสื้อราตรีหางยาว, เสื้อหางยาว

swam (สแวม) *vt., vi.* กริยาช่อง 3 ของ swim *-Ex. The little fishes swam right over the dam.*

swami (สวา' มี) *n., pl.* **-mis** (ศาสนาฮินดู) ครูศาสนา, โยคี, ปราชญ์, ผู้คงแก่เรียน, ผู้รอบรู้ (-S. swamy)

swamp (สวอมพฺ) *n.* หนอง, หนองน้ำ, ที่ลุ่มหนอง, บึง, ปลัก, ตม *-v.* **swamped, swamping** *-vt.* ท่วม, ทำให้ท่วม, จุ่ม, ทำให้อยู่ในหนองน้ำ, ทำให้หมดหนทาง, เอาต้นไม้ออก, ตัดต้นไม้เป็นท่อนๆ *-vi.* จม, ทำให้ท่วม, ติดตาม, ท่วมท้น **-swampy** *adj.* **-swampiness** *n.* (-S. mire, bog, fen, marah, slough) *-Ex. The boat was swamped by a big wave., Mother said she was swamped with work., The ship swamped and went to the bottom., Somchai was swamped with homework.*

swank (สแวงคฺ) *n.* ความสวยงาม, ความโก้เก๋, ผู้คุยโวโอ้อวด, ผู้วางท่าเกินไป *-vi.* **swanked, swanking** เดินวางท่า, วางท่าวางทาง **-swanky** *adj.*

swanky (สแวง' คี) *adj.* **-ier, -iest** โอ้อวด, โก้เก๋, วางท่าวางทาง, ฟุ่มเฟือย, หรูหรา **-swankily** *adv.* **-swankiness** *n.* (-S. flash, showy)

swap, swob (สวอพ) *vt., vi.* **swapped, swapping** แลกเปลี่ยน, แลกของ, ค้าขาย *-n.* การแลกเปลี่ยน (-S. bandy, barter, trade) *-Ex. Daeng swapped a ball for a bat.*

sward (สวอร์ด) *n.* พื้นหญ้า, สนามหญ้า, การเจริญเติบโตของหญ้า (-S. swarth)

sware (สแวร์) *vt., vi.* กริยาช่อง 2 ของ swear

swarf (สวอฟ) *n.* เศษ, เศษโลหะ, เศษไม้

swarm[1] (สวอร์ม) *n.* ฝูงผึ้งที่อพยพออกจากรัง, ฝูงผึ้ง, ฝูง, กลุ่มใหญ่, จำนวนมากมาย *-vt., vi.* **swarmed, swarming** (ผึ้ง) อพยพออกจากรัง, ไปเป็นกลุ่มใหญ่, จับกลุ่ม, มีมากเกินไป, เต็มไปด้วย **-swarmer** *n.* (-S. mass, throng, army, bevy, crowd, herd) *-Ex. a swarm of ants, a swarm of mosquitoes, Chinese swarmed to SE Asia in the 19th century., swarms of people, Bees are swarming in the flower garden., The barn is swarming with flies swarms of stars., a pond swarming with ducks*

swarm[2] (สวอร์ม) *vt., vi.* **swarmed, swarming** ปีนป่าย, ปีนต้นไม้, ปีนเสา

swarthy (สวอร์' ธี) *adj.* **-ier, -iest** สีดำ, สีมืด (-S. black, brown, dark, dusky) *-Ex. The Indian's swarthy complexion was partly natural, partly due to exposure to the sun.*

swash (สวอช) *n.* การสาด, การซัด, การแตกกระจายของน้ำที่สาดหรือซัด, เสียงสาดหรือซัดของน้ำ, พื้นที่ถูกน้ำซัดสาด, ทางน้ำไหลพุ่ง, สันดอนน้ำซัดสาด *-vt., vi.* **swashed, swashing** สาด, ซัด, ปะทะ, กระทบ, โซเซ, เดินวางท่าวางทาง (-S. splash)

swashbuckler (สวอช' บัคเลอะ) *n.* คนพาล, คนเสเพล, ผู้ก่อความวุ่นวาย, ผู้วางมาดใหญ่โต, ผู้ไม่รู้จักกลัวตาย **-swashbucking** *adj.*

swastika (สวาส' ทิคะ) *n.* เครื่องหมายสวัสดิกะ, เครื่องหมายกากบาทที่แขนทั้งสองหักเป็นมุมฉาก, เครื่องหมายพรรคนาซี

swastika

swat (สวาท) *vt.* **swated, swating** ตบ, ตี, ตีลูกอย่างแรง (โดยเฉพาะเพื่อไปให้ไกล) *-n.* การตบ, การตี, การตีลูกบอลอย่างแรง

swath (สวอธ, สวาธ) *n.* รัศมีการตัดหญ้า หรือข้าวด้วยเคียว, ส่วนที่ถูกตัดออกโดยเคียว, หญ้าหรือต้นข้าวที่ถูกตัดออก, การตวัดรอบหนึ่ง, แถบ, แถว, แนว **-cut a swath** ดึงดูดความสนใจมาก (-S. swathe)

swathe[1] (สวอธ, สเวธ) *vt.* **swathed, swathing**

S

ห่อ, พัน, โอบ, หุ้มรอบ *-n.* การห่อ, การพัน, การโอบ, การหุ้มรอบ

swathe² (สวอธ', สเวธ) *n.* ดู swath

sway (สเว) *v.* **swayed, swaying** *-vi.* แกว่ง, ไกว, โยก, โอน, เอน, ไปๆ มาๆ, ไหว, ขึ้นๆ ลงๆ, ใช้อำนาจ, ปกครอง *-vt.* ทำให้แกว่ง (ไกว โยก โอน), ครอบงำ, มีอิทธิพลต่ออารมณ์หรือจิตใจ, ทำให้เปลี่ยนแปลง, ใช้อาวุธ, รำหรือตวัดดาบ, ปกครอง *-n.* การแกว่ง, การไกว, การโยก, การปกครอง, การครอบงำ, อำนาจปกครอง, อิทธิพล, อำนาจครอบงำ **-swayer** *n.* (-S. ben, incline, lean, rock, swing, wave) *-Ex. The trees swayed in the wind., My resolution never sways., sway a nation, under the sway*

sway-back (สเว' แบค) *n.* ส่วนที่โค้งลงของลำสันหลังของม้า *-adj.* โค้งลง

swear (สแวร์) *v.* **swore, sworn, swearing** *-vi.* สาบาน, ปฏิญาณ, กล่าวคำปฏิญาณ, ให้คำปฏิญาณ, สบถ, สาปแช่ง, กล่าวคำสาปแช่ง *-vt.* ปฏิญาณ, ให้คำมั่น, ยืนยัน **-swear by** กล่าวคำปฏิญาณเข้ารับตำแหน่ง **-swear off** ตัดสินใจเลิก (โดยเฉพาะของมึนเมา) **-swear out** ทำให้ศาลออกหมายศาลโดยการกล่าวหาภายใต้การปฏิญาณตน (-S. affirm, assert, avow, declare, curse, warrent) **-swearer** *n.* *-Ex. to swear (by Heaven) to do this, swear loyalty, a sworn enemy*

sweat (สเวท) *n.* เหงื่อ, การที่เหงื่อออก, สิ่งที่คัดหลั่งจากต่อมเหงื่อ, ระยะเวลาเหงื่อออก, ความกังวลใจ, หยาดน้ำ, หยาดเหงื่อ, ความเหนื่อยยาก, การทำงานหนัก, งานหนัก, ความกังวล *-vt., vi.* **sweated, sweating** ขับเหงื่อ, หลั่งเหงื่อ, (น้ำ ของเหลว) ซึมออก, เค้นออก, เปียกชุ่มไปด้วยเหงื่อ, ทำให้เหงื่อออก, ลดน้ำหนักโดยการทำให้เหงื่อออก, ทำให้ทำงานหนัก, ใช้งานหนักแต่ให้ค่าจ้างต่ำ, หลอมโลหะผสมเพื่อเอาส่วนประกอบที่มีจุดหลอมเหลวต่ำออก, ทำให้ใบยาสูบฟู **-sweat blood** ทำงานหนัก, กังวลใจ, คอยด้วยความกระวนกระวาย **-sweat out** อดทน, อดกลั้น, คอยจนถึงที่สุด, มุมานะ (-S. perspiration, distress, worry, anxiety, strain) *-Ex. Sweat ran from the man's forehead., Cold water pipes sweat when it is very warm., sweat blood, sweating-bath, The hard gallop across the fields sweated Somchai's horse., A glass of ice water sweats.*

sweater (สเวท' เทอะ) *n.* ผู้ที่ทำงานหนัก, เสื้อที่ทำด้วยขนสัตว์, เครื่องทำให้เหงื่อออก, ยาขับเหงื่อ, นายจ้างที่ใช้คนงานให้ทำงานหนักมากแต่ให้ค่าจ้างต่ำ

sweatshop (สเวท' ชอพ) *n.* ร้านค้าหรือโรงงานที่จ้างคนงานในราคาถูกแต่ทำงานนาน ภายใต้สิ่งอำนวยความสะดวกที่เลว

Swede (สวีด) *n.* ชาวสวีเดน

Sweden (สวี' เดิน) *n.* ประเทศสวีเดน เป็นราชอาณาจักรหนึ่งในตอนเหนือของยุโรป อยู่ทางด้านตะวันออกของแหลมสแกนดิเนเวียนมีเมืองหลวงชื่อ Stockholm (สตอกโฮล์ม)

Swedish (สวี' ดิช) *adj.* เกี่ยวกับประเทศสวีเดน ชาวสวีเดนหรือภาษาสวีเดน *-n.* ชาวสวีเดน, ภาษาสวีเดน (เป็นภาษาหนึ่งของ Germanic)

sweep (สวีพ) *vt., vi.* **swept, sweeping** กวาด, ปัด, ปัดกวาด, ขยับ, ขจัด, ทำให้ผิวหน้าสะอาด, พัด, หันไปทาง, มองไปทาง, กวาดตา, พาเอาไป, ชนะท่วมท้น, กวาดทุ่นระเบิด, ปัดพื้น, กวาด, ปัดกวาด, ผ่านไปอย่างรวดเร็ว, โฉบ, เคลื่อนย้ายอย่างรวดเร็ว *-n.* การกวาด, การปัดกวาด, การกวาดสายตา, แนวเขตที่ต่อเนื่อง, การมีชัยอย่างท่วมท้น, ที่กวาดปล่องไฟ, พายยาว, สิ่งที่กวาดมารวมกัน, การกวาดทุ่นระเบิด **-sweeper** *n.* (-S. clean, remove, glance, skin, tear, zoom brush) *-Ex. Somsri likes to sweep the path., The rushing water swept away everything in its path., a daily sweep, Fire swept the forest, to sweep up dead leaves, to sweep off the snow, The waves swept me off the raft., The wind and the flood swept away the crops., The army swept our Italy, Anong swept out of the room, Sweep by*

sweeping (สวี' พิง) *adj.* กว้างใหญ่ไพศาล, กว้างขวาง, กินเนื้อที่อันกว้างขวาง, ครอบคลุม, ท่วมท้น, เด็ดขาด *-n.* การกวาด, การปัดกวาด, การขจัด, การมีชัยชนะเด็ดขาด **-sweepings** สิ่งที่ถูกกวาดทิ้ง **-sweepingly** *adv.* (-S. extensive) *-Ex. a sweeping majority of votes, sweeping reforms, Put the sweepings in the dust can.*

sweepstakes (สวีพ' สเทคซฺ) *n.* การพนันขันต่อ, สลากกินแบ่งม้า, การพนัน, จับสลาก, ฉลากพนัน

sweet (สวีท) *adj.* **sweeter, sweetest** หวาน, มีรสหวาน, มีรสดี, (นม) สด, ไม่ใส่เกลือ, ไพเราะ, หอม, มีกลิ่นดี, น่าพอใจ, ที่รัก, เป็นที่รัก, มีค่า, จัดการได้ง่าย, งดงาม, นิ่มนวล, (อากาศ) สดชื่น, ไม่มีกลิ่น, ไม่มีกรด, ไม่เปรี้ยว, ไม่มีสารกัดกร่อน, ไม่มีสารกำมะถัน, น่าตกใจ *-n.* รสหวาน, กลิ่นน่าดม, ความหวาน, รสดี, สิ่งที่หวาน, สิ่งที่น่ารัก, เสียงไพเราะ, ความสดชื่น **-sweet on** หลงรัก **-sweets** มันฝรั่งหวาน, ของหวาน, ขนมหวาน, คนรัก, สุดที่รัก **-sweetly** *adv.* **-sweetness** *n.* (-S. honeyed, charming, beloved, fair, sweetened) *-Ex. Sugar is sweet., sweet sleep, a sweet sight, sweet music, a sweet voice, sweet friend, a sweet nature, It's very sweet of them to ask me.*

sweetbread (สวีท' เบรด) *n.* ตับอ่อนของสัตว์โดยเฉพาะของลูกวัวหรือลูกแกะ

sweetbriar, sweetbrier (สวีท' ไบรเออะ) *n.* ต้นกุหลาบจำพวก *Rosa eglanteria* มีลำต้นสูง ดอกสีชมพู กิ่งก้านมีหนาม

sweet corn ต้นข้าวโพดที่มีเมล็ดหวาน (โดยเฉพาะจำพวก *Zea mays*), ฝักข้าวโพดเล็กๆ ที่ยังอ่อนอยู่

sweeten (สวีท' เทิน) *v.* **-ened, -ening** *-vt.* ทำให้หวาน, ทำให้อ่อน, ทำให้นิ่ม, ทำให้เป็นกรดน้อยลง, ทำให้หอม, เพิ่มคุณค่า, บรรเทา, ขจัดกลิ่น, เพิ่มเงินเดิมพัน *-vi.* หวานขึ้น, กลมกล่อมขึ้น, หอมขึ้น, ไพเราะขึ้น, นิ่มนวลขึ้น **-sweetener** *n.* (-S. honey, sugar, pacity) *-Ex. Please sweeten my coffee., A friend's kindness sweetened his lot.*

S

sweetening (สวีท' เทินนิง) *n.* สิ่งที่ทำให้หวาน, การทำให้หวาน, การมีรสหวานขึ้น *-Ex. Some recipes call for honey instead of sugar as sweetening.*

sweetheart (สวีท' ฮาร์ท) *n.* คนที่รัก, ที่รัก, บุคคลที่มีมิตรไมตรีจิตและใจดี, สิ่งที่ดี, ผู้ที่เป็นที่นิยมชมชอบของบุคคลอื่น (-S. admirer, beau, lover)

sweetie (สวีท' ที) *n.* (ภาษาพูด) คนรัก ที่รัก

sweet pea พืชถั่วจำพวก *Lathyrus odoratus* มีดอกหอม

sweet pea

sweet potato มันเทศ, ต้นมันเทศ (*Ipomoea batatas*)

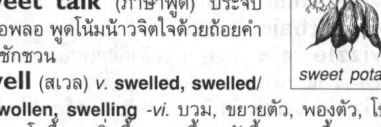

sweetshop (สวีท' ชอพ) *n.* ร้านที่ขายขนมหวาน

sweet talk (ภาษาพูด) ประจบสอพลอ พูดโน้มน้าวจิตใจด้วยถ้อยคำที่ชักชวน

sweet potato

swell (สเวล) *v.* **swelled, swelled/swollen, swelling** *-vi.* บวม, ขยายตัว, พองตัว, โป่ง, ล้น, โตขึ้น, เพิ่มขึ้น, นูนขึ้น, ดังขึ้น, แรงขึ้น, คุยโว, โอ้อวด, วางมาดใหญ่โต *-vt.* ทำให้บวม (ขยายตัว พองตัว), เพิ่มขนาด, เพิ่มกำลัง *-n.* การบวม (ขยายตัวพองโต), ส่วนที่บวม (ขยายตัว พองโต), ที่ดินที่ค่อยๆ นูนขึ้น, เสียงที่ค่อยๆ ดังขึ้น, อารมณ์ที่ค่อยๆ มากขึ้น, คนที่แต่งกายหรูหรา, คนที่เด่นในสังคม, คนชั้นแนวหน้า *-adj.* ชอบสังคม, ทันสมัย, ชั้นแนวหน้า, ชั้นหนึ่ง, เด่นในสังคม (-S. ballon, dilate, expand, increase) *-Ex. A balloon swells when the air is blown into it., The river swells when the snow melts., His arm is swelling (up)., a swollen arm, swell out*

sweel head (ภาษาพูด) ความอวดดี หยิ่ง โอหัง

swelling (สเวล' ลิง) *n.* การบวม, การพอง, การโป่ง, การขยายตัว, ส่วนที่บวม (พอง โป่ง ขยายตัว), โรคบวม (-S. bruise, lump, inflammation, dilation)

swelter (สเวล' เทอะ) *v.* **-tered, -tering** *-vi.* ร้อนอบอ้าว, ร้อนระอุ, ได้รับความทุกข์จากความร้อน *-vt.* ร้อนอบอ้าว, ร้อนระอุ, ไหลออก, ซึมออก *-n.* ความร้อนอบอ้าว, ความร้อนระอุ, เหงื่อโชก, อารมณ์เครียด **-sweltering** *adj.* **-sweltry** *adj. -Ex. People in the city often swelter in the summer.*

sweltering (สเวล' เทอะริง) *adj.* ร้อนอบอ้าว, ร้อนระอุ, ร้อนจนเป็นลม

swept (สเวพท) *vt., vi.* กริยาช่อง 2 และ 3 ของ sweep

swerve (สเวิร์ฟว) *vt., vi.* **swerved, swerving** หักเลี้ยว, เลี้ยวอย่างฉับพลัน, หันอย่างฉับพลัน, เปลี่ยนทิศอย่างฉับพลัน *-n.* การหักเลี้ยว, การเลี้ยวหรือเปลี่ยนทิศอย่างฉับพลัน (-S. bend, deflect, diverge, turn, aside) *-Ex. He never swerved from his duty., a swerved change*

swift (สวิฟท) *adj.* **swifter, swiftest** รวดเร็ว, เร็ว, ว่องไว, ฉับพลัน, ฉับไว, ทันที, ทันควัน *-n.* นกปีกยาวคล้ายนกนางแอ่นในตระกูล Apodidae, จิ้งจกจำพวก *Sceloporus*, ตะกร้าด้าย **-swiftness** *n.* (-S. abrupt, express, fast, hurried, nimble, sudden) *-Ex. the swift runner, a swift reply to a letter, The swift has sooty-black wings., a swift change, a swift response*

swift

swig (สวิก) *n.* (ภาษาพูด) ปริมาณเครื่องดื่มคำใหญ่ (โดยเฉพาะเหล้า), ดื่มอึกใหญ่ **-swigger** *n.* **-swig** *v.* (-S. mouthful, gulp) *-Ex. Narong took a quick swig of the cold cider.*

swill (สวิล) *v.* **swilled, swilling** *-vi.* ดื่มเต็มที่, ดื่มอย่างตะกละ, ดื่มมากเกินไป *-vt.* ล้าง, ดื่มอึกใหญ่ *-n.* อาหารเหลว, อาหารกึ่งเหลว, ขยะ, เศษอาหาร, เศษอาหารในครัว, เศษอาหารติดจานหรือก้นหม้อ, เหล้าชั้นเลว, การดื่มอึกใหญ่, การกลั้วคอ, การล้าง, น้ำล้างชาม **-swiller** *n.* (-S. gulp, swig, quaff) *-Ex. The farmer feeds his pigs swill., The pigs swill their food.*

swim (สวิม) *v.* **swam, swum, swimming** *-vi.* ว่าย, ว่ายน้ำ, ลอยน้ำ, ลอยคว้าง, ล่องลอย, ท่วม, จุ่ม, แช่, วิงเวียนศีรษะ *-vt.* ว่ายข้าม, ว่ายผ่าน, ว่ายน้ำ, ทำให้ว่ายน้ำ, ทำให้ลอยตัว *-n.* การว่าย, การว่ายน้ำ, การลอยตัว, การร่อน, การลื่นไหล **-in the swim** ขยันขันแข็ง, คึกคัก, มีบทบาทมาก **-swimmer** *n. -Ex. The boys could not swim the river., The balloon went swimming through the air., strawberries swimming in cream, a swim in the lake, My head is swimming from excitement., Somchai swims well, to swim the channel across the river, swimming-bath*

swim bladder ถุงลมของปลา, กระเพาะปลา

swimming (สวิม' มิง) *n.* การว่าย, การว่ายน้ำ, การแข่งขันว่ายน้ำ, อาการวิงเวียนศีรษะ *-adj.* สำหรับว่ายน้ำ, ใช้ในการว่ายน้ำ, ท่วม, ล้น, เต็มไปด้วย, วิงเวียนศีรษะ (-S. dizzy, giddy)

swimmingly (สวิม' มิงลี) *adv.* ด้วยความสำเร็จอันยิ่งใหญ่, ไร้อุปสรรค, ไม่ลำบากเลย, อย่างราบรื่น

swimming pool สระว่ายน้ำ

swimming suit ชุดอาบน้ำ, ชุดว่ายน้ำ

swindle (สวิน' เดิล) *vt.,vi.* **-dled, -dling** โกง, ฉ้อโกง, หลอกต้ม, หลอกลวง *-n.* การโกง, การฉ้อโกง, การหลอกต้ม, การหลอกลวง (-S. cheat, deceive, defraud, trick) **-swindler** *n. -Ex. The dishonest salesman tried to swindle father by selling him a car that was no good.*

swine (สไวน) *n., pl.* **swine** หมู, หมูบ้าน, สัตว์ในตระกูล Suidae, คนสารเลว, คนเลวทราม, คนตะกละและคนหยาบคาย, คนที่น่าดูถูกเหยียดหยาม (-S. hog, pig, wretch)

swineherd (สไวน' เฮิร์ด) *n.* คนเลี้ยงหมู

swing¹ (สวิง) *n.* เพลงแจ๊สแบบหนึ่งที่นิยมในสมัย ค.ศ. 1935 มักใช้วงดนตรีวงใหญ่บรรเลง

swing² (สวิง) *v.* **swung, swinging** *-vt.* แกว่ง, ไกว, แกว่งไกว, กวัดแกว่ง, โล้, ห้อย, แขวน, แขวนคอ, หัน, หันเห, เปลี่ยนแปลง *-vi.* แกว่ง, ไกว, กวัดแกว่ง, โล้, เคลื่อนสลับทิศ, ห้อย, แขวน, ทำให้หมุน, ส่ายตะโพก, เปลี่ยนคู่สมสู่, แขวนคอตาย *-n.* การแกว่ง, การแกว่งไกว, ระยะที่แกว่ง, เส้นทางที่แกว่ง, จังหวะ, การส่าย

S

swinish 866 **swordsman**

ตะโพก, ก้าวของจังหวะ, การเปลี่ยนแปลง, การขึ้นๆ ลงๆ, อิสรภาพ, การดำเนินการ, สิ่งที่แกว่ง, ชิงช้า *-adj.* เกี่ยวกับการแกว่ง, เกี่ยวกับการห้อยหรือแขวน, เกี่ยวกับการส่ายตะโพก **-in full swing** ด้วยความเร็วเต็มที่ **-swingy** *adj.* (**-S.** dangle, hang, suspend, sway, vibrate, wave) *-Ex. swinging to and for, a swinging bell, The battle swung to and fro., The road swings round to the right., swing a club, swing the weight round and throw it., The swing of a pendulum, the swing of a club*

swinish (สไว' นิช) *adj.* เหมือนหมู, หยาบคายและตะกละ

swipe (สไวพฺ) *n.* การตีหรือตบอย่างแรง, การตีหรือตบลูกอย่างแรง, การหวด, คนขัดถูตัวม้าให้สะอาด, เหล้าจอกใหญ่ *-vt., vi.* **swiped, swiping** ตีอย่างแรง, ตบอย่างแรง, หวด, ขโมย, ดื่มเหล้าจอกใหญ่ (**-S.** strike, smack, pilfer)

swirl (สเวิร์ล) *v.* **swirled, swirling** *-vi.* หมุน, หมุนรอบ, วน, วนเวียน, วิงเวียนศีรษะ *-vt.* ทำให้หมุน, บิด, งอ *-n.* การหมุน, การหมุนรอบ, การวน, สิ่งที่บิดงอ, เส้นขดงอ, ความยุ่งเหยิง, ความสับสน **-swirly** *adj.* (**-S.** churn, eddy, spi, surge, twist) *-Ex. The snowflakes swirled through the air., a swirl of events, a swirl of hair*

swish (สวิช) *v.* **swished, swishing** *-vt* เฆี่ยน, หวด, สะบัดแส้, ลงแส้, เกิดเสียงเสียดสีของแพรหรือฝนตก *-vi.* เกิดเสียงเฆี่ยน (หวด สะบัดแส้ เสียงเสียดสีของแพร), เสียงฝนตก, เฆี่ยน, หวด, สะบัดแส้ *-n.* เสียงดังกล่าว, ไม้นวด, ไม้เฆี่ยน, ไม้หวด, การตีด้วยไม้ดังกล่าว, ชายรักร่วมเพศที่มีลักษณะเป็นหญิง *-Ex. The liontamer's whip swished through the air., The cold wind swished past the corner of the house., We heard the swish of the water against the boat.*

Swiss (สวิส) *adj.* เกี่ยวกับสวิตเซอร์แลนด์, เกี่ยวกับชาวสวิส *-n.* ชาวสวิส

Swiss Guard สมาชิกกองคุ้มกันองค์สันตะปาปาของสวิตเซอร์แลนด์

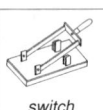

switch (สวิทชฺ) *n.* ที่เปิดปิด, หัวเปิดปิด, การเปิดปิด, การเปลี่ยน, เครื่องเปลี่ยน, เครื่องสับเปลี่ยน, สะพานไฟ, กิ่งไม้ยาว (โดยเฉพาะที่ใช้เฆี่ยน), ไม้เฆี่ยน ไม้เท้า, การหวด, การเฆี่ยน, หน่อไม้ยาว, กระจุกขนปลายทางหางสัตว์บางชนิด, ผมปลอมของสตรี *-v.* **switched, switching** *-vt.* เปลี่ยน, สับเปลี่ยน, สับเปลี่ยนกระแสไฟ, ฉก, ฉวย, เฆี่ยนหรือหวดด้วยไม้เรียว, หัน, หันเห, แกว่ง, กระดิกหาง *-vi.* เฆี่ยน, หวด, เปลี่ยนทิศทาง, แลกเปลี่ยน, กระดิกหาง **-switchable** *adj.* (**-S.** change, deflect, divert, shift, reversal) *-Ex. The man switched the dog with a stick., One switch hit the dog's ear., A cow switches her tail to drive the flies off., Bob switched coats with Jack., Electric lights are turned on by a switch., Switch the light on so that you can see to read.*

switch

switchback (สวิช' แบค) *n.* ถนนที่โค้งไปมา เช่น ถนนบนภูเขา, ถนนคดเคี้ยว, ทางคดเคี้ยว

switchblade (สวิช' เบลดฺ) *n.* มีดพับสปริง

switchboard (สวิช' บอร์ด) *n.* แผงไฟฟ้า, แผงสายโทรศัพท์, แผงสับเปลี่ยนไฟฟ้าหรือโทรศัพท์, แผงปิดเปิด *-Ex. a telephone switchboard*

switchman (สวิช' เมิน) *n.* ผู้ควบคุมแผงวงจรรถไฟ

Switzerland (สวิท' เซอเลินดฺ) *n.* ประเทศสวิตเซอร์แลนด์ เมืองหลวงชื่อ Bern

swivel (สวิฟ' เวิล) *n.* ห่วงสับ, เดือยสับ, ขอสับ, หัวต่อหมุน(**-S.** swing) *-Ex. swivel chair, swivel table, The swivel of a revolving stool., Samai swiveled around and faced me.*

swivel

swivel chain โซ่หมุน

swivel chair เก้าอี้หมุน

swizzle (สวิซ' เซิล) *n.* เหล้าค็อกเทลใส่น้ำมะนาว น้ำตาล และน้ำแข็งก้อนเล็กๆ

swizzle stick ไม้เล็กๆ สำหรับคนเครื่องดื่ม, ที่คนอันเล็กๆ

swollen (สโว' เลิน) *adj.* ขยายใหญ่, พองตัว, บวม, โอ้อวด, คุยโว, ทะนงตัว, โอหัง (**-S.** bloated, distended, tumid)

swoon (สวูน) *vi.* **swooned, swooning** สลบ, เป็นลม *-n.* การสลบ, การเป็นลม, จิตที่เคลิบเคลิ้ม (**-S.** swound, faint) *-Ex. The woman swooned when she saw a mouse run across the floor., to swoon with pain, fall into a swoon*

swoop (สวูพ) *v.* **swooped, swooping** *-vi.* โฉบลง, ถลาลง, จิกลง, จู่โจม, โจมตี อย่างฉับพลัน *-vt.* ชิง, หยิบเอาไป, คว้าไป *-n.* การโฉบลง, การถลาลง, การจิกลง, การจู่โจม, การโจมตีอย่างฉับพลัน (**-S.** lunge, dive, drop) *-Ex. The aeroplane swooped down upon the enemy and then got away.*

swop (สวอพ) *v.* ดู swap

sword (ซอร์ด) *n.* ดาบ, กระบี่, มีดยาว, สัญลักษณ์กำลังทางทหาร การทำโทษหรืออื่นๆ, สาเหตุทำให้ตายหรือมีการทำลาย, สงคราม, การต่อสู้, การฆ่าฟัน, ความรุนแรง **-at sword's points** เตรียมพร้อมที่จะต่อสู้ **-draw the sword** เปิดฉากรบ **-cross swords** ต่อสู้, โต้เถียง, ไม่เห็นด้วยอย่างมาก **-put to the sword** ฆ่า, ประหาร **-swordlike** *adj.* (**-S.** blade, cross, swords, argue, dispute, spar) *-Ex. The pen is mightier than the sword., draw a sword*

sword bayonet ดาบปลายปืน

sword bearer ผู้ถือดาบของกษัตริย์หรือดาบในพิธี

swordfish (ซอร์ด' ฟิช) *n., pl.* **swordfish/-fishes** ปลาทะเลขนาดใหญ่จำพวก *Xiphias gladius* มีขากรรไกรบนยาวคล้ายกระบี่

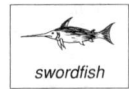

swordfish

sword grass หญ้าที่มีใบคล้ายดาบ

swordplay (ซอร์ด' เพล) *n.* การฟันดาบ, วิชาฟันดาบ

swordsman (ซอร์ดซ' เมิน) *n.* นักดาบ, นักฟันดาบ,

ทหาร **-swordsmanship** *n.*

swore (สวอร์) *vt., vi.* กริยาช่อง 2 ของ swear

sworn (สวอร์น) *vt., vi.* กริยาช่อง 3 ของ swear *-adj.* ได้ให้คำปฏิญาณ, สาบานแล้ว, ให้คำมั่นแล้ว, ยืนยันแล้ว *-Ex. Narong made a sworn statement in court saying he knew nothing of the crime.*

swum (สวัม) *vt., vi.* กริยาช่อง 3 ของ swim *-Ex. Daeng has swum this river often.*

swung (สวัง) *vt., vi.* กริยาช่อง 2 และ 3 ของ swing *-Ex. Daeng swung his little sister in the swing.*

Sybarite (ซิบ' บะไรท) *n.* ประชาชนในเมือง Sybaris, ผู้ที่ใช้ชีวิตอย่างหรูหราและฟุ่มเฟือย **-sybaritic** *adj.* **-sybaritically** *adv.* **-sybaritism** *n.* (-S. epicurean, hedonist)

sycamore (ซิค' คะมอร์) *n.* ต้นไม้จำพวก *Platanus occientalis* หรือจำพวก *Ficus sycomorus,* ผลไม้ของต้นไม้ดังกล่าว, ต้น sycamore maple

sycamore

sycophant (ซิค' คะเฟินท) *n.* คนประจบสอพลอ, คนเลียแข้งเลียขา **-sycophantic, sychophantical** *adj.* **-sycophatism** *n.*

syllabary (ซัล' ละเบอะรี) *n., pl.* **-ies** ตารางพยางค์, ชุดเครื่องหมายพยางค์, ตาราง 50 เสียงพยางค์

syllabic (ซิแลบ' บิค) *adj.* เกี่ยวกับพยางค์, เกี่ยวกับเครื่องหมายพยางค์, ออกเสียงชัดตามพยางค์, เกี่ยวกับบทกวีที่ยึดหลักกลุ่มหนึ่งของพยางค์

syllable (ซิล' ละเบิล) *n.* พยางค์, ส่วนหนึ่งของถ้อยคำหรือคำพูด, เครื่องหมายของพยางค์ *-vt.* **-bled, -bling** เอ่ยเป็นพยางค์, แบ่งเป็นพยางค์, ใช้พยางค์ *-Ex. The words 'boat' and 'school' have one syllable.*

syllabus (ซิล' ละบัส) *n., pl.* **-buses/-bi** หลักสูตร, สาระสำคัญ, บทสรุปของการพิจารณาของศาล (-S. course, of study, curriculum)

syllogism (ซิล' ละจิซึม) *n.* การอ้างเหตุผล หรืออนุมานตามลำดับขั้นตอน ประกอบด้วย 2 หลักคือหลักใหญ่ (major premise) กับหลักเล็ก (minor premise) **-syllogistic** *adj.*

sylph (ซิลฟ) *n.* หญิงที่มีรูปร่างอรชร, สิ่งซึ่งจินตนาการว่ามีอยู่ในอากาศ **-sylphlike** *adj.*

sylvan (ซิล' เวิน) *adj.* เกี่ยวกับป่า, อาศัยอยู่ในป่า, มีป่ามากมาย, มีต้นไม้มากมาย, ทำด้วยต้นไม้หรือกิ่งไม้ *-n.* บุคคลที่อาศัยอยู่ในบริเวณป่า, นางไม้, เทพารักษ์ (-S. silvan) *-Ex. a sylvan glen*

symbiosis (ซิมบีโอ' ซิส) *n., pl.* **-ses** การอยู่ร่วมกันของสิ่งมีชีวิตสองชนิด (โดยเฉพาะที่ให้ประโยชน์ซึ่งกันและกัน) **-symbiotic, symbiotical** *adj.* **-symbiotically** *adv.*

symbol (ซิม' เบิล) *n.* สัญลักษณ์, เครื่องหมาย, เครื่องแสดง, นัย, อักษร รูปหรือสิ่งอื่นๆ ที่ใช้เป็นสัญลักษณ์หรือเครื่องหมายของสิ่งอื่น *-vt.* **-boled, -boling** เป็นสัญลักษณ์, เป็นเครื่องหมาย (-S. token, emblem, sign) *-Ex. The lion is the symbol of Great Britain., In arithmetic we use "+" as a symbol for an addition., chemical symbols*

symbolic, symbolical (ซิมบอล' ลิค,-เคิล) *adj.* เป็นสัญลักษณ์, เป็นเครื่องหมาย, เป็นเครื่องแสดง, เป็นนัย, เกี่ยวกับชนิดของคำที่แสดงความสัมพันธ์กัน **-symbolically** *adv.* **-symbolicalness** *n.*

symbolism (ซิม' บะลิซึม) *n.* การใช้สัญลักษณ์หรือเครื่องหมาย, การแสดงด้วยสัญลักษณ์หรือเครื่องหมาย, การแสดงนัย *-Ex. Bible stories are rich in symbolism.*

symbolize (ซิม' บะไลซ) *vt., vi.* **-ized, -izing** เป็นสัญลักษณ์, เป็นเครื่องหมาย, เป็นเครื่องแสดง, แสดงด้วยสัญลักษณ์หรือเครื่องหมาย **-symbolization** *n.* (-S. stand for, represent, personify, emblematize, embody)

symmetrical (ซิเมท' ริ-เคิล) *adj.* เป็นสัดส่วนรับกัน, สมมาตร, มีด้านหรือเหลี่ยมตรงข้ามที่เหมือนกัน, มีส่วนประกอบที่เป็นสัดส่วนรับกัน, มีผลต่อส่วนที่เหมือนกันพร้อมกัน (-S. balanced, proportional, regular) *-Ex. The arrangement of a butterfly's wings is symmetrical., A circle has symmetrical halves.*

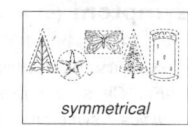

symmetrical

symmetry (ซิม' มะทรี) *n., pl.* **-tries** การมีสัดส่วนที่รับกัน, ความสมมาตร, การมีด้านหรือเหลี่ยมตรงข้ามที่เหมือนกัน, การมีส่วนประกอบที่เป็นสัดส่วนรับกัน, การมีผลต่อส่วนที่เหมือนกันพร้อมกัน, ความสวยงามเนื่องจากมีสัดส่วนที่รับกัน, การหมุนเวียนหรือการเคลื่อนของแนวราบที่ไม่ทำให้รูปเปลี่ยนแปลงแม้ว่าตำแหน่งจะเปลี่ยนไป (-S. agreement, balance, evenness, harmony, order, proportion) *-Ex. A face with regular features has symmetry but is not always interesting.*

sympathetic (ซิมพะเธท' ทิค) *adj.* เห็นอกเห็นใจ, มีใจเหมือนกัน, เข้าข้าง, เห็นด้วย, ถูกใจ, พอใจ, เกี่ยวกับระบบประสาทอัตโนมัติ ที่ประกอบด้วยเส้นประสาทและปมประสาทจากบริเวณทรวงอกและเอวของประสาทสันหลัง มีหน้าที่ตรงข้ามกับระบบประสาท parasympathetic **-sympathetically** *adv.* (-S. kindly, kind, caring, feeling, pitying, tender, warm) *-Ex. Mother is sympathetic towards the sick woman., a sympathetic person, sympathetic words, sympathetic strike*

sympathize (ซิม' พะไธซ) *vi.* **thized, -thizing** เห็นอกเห็นใจ, มีใจเหมือนกัน, เข้าข้าง, เห็นด้วย, พอใจ, ถูกใจ **-sympathizer** *n.* **-sympathizingly** (-S. commiserate, condole, feel for, pity, agree, understand) *-Ex. Many poor people sympathized with the patriots cause in the Revolution.*

sympathy (ซิม' พะธี) *n., pl.* **-thies** ความเห็นอกเห็นใจ, ความมีใจเหมือนกัน, การเข้าข้าง, การเห็นด้วย, ความพอใจ, ความภูมิใจ **-sympathies** ความรู้สึกเห็นอกเห็นใจ, ความสอดคล้อง, ความคล้องจองกัน (-S. compassion, pity, harmony, agreement) *-Ex. Sympathy with others in their troubles., to feel sympathy for the flood victims, Father is in sympathy with our plans., They are in sympathy with each other., sympathy* *strike*

symphonic poem บทกวีที่ไร้รูปแบบแน่นอน สำหรับดนตรีประสานเสียงของวงดนตรีวงใหญ่

symphony (ซิม' ฟะนี) *n., pl.* **-nies** วงดนตรีใหญ่, ดนตรีวงใหญ่, ดนตรีประสานเสียง, เพลงประสานเสียง, ความสอดคล้องกันของเสียง, ความสอดคล้องกัน, ความคล้องจองกัน, ความเข้ากันได้ **-symphonic** *adj.* (-S. euphony, harmony, unison)

symposium (ซิมโพ' เซียม) *n., pl.* **-siums/-sia** การประชุมสัมมนา, การประชุมอภิปรายปัญหาเฉพาะ, ข้อคิดเห็นต่างๆ ที่ประมวลเข้ากันในปัญหาเฉพาะงานเลี้ยงเหล้าและเครื่องดื่มพร้อมด้วยการอภิปราย (-S. forum, panel)

symptom (ซิมพฺ' เทิม) *n.* อาการ, ลักษณะอาการ, อาการโรค, เครื่องแสดง, เครื่องหมาย, เครื่องชี้บอก (-S. expression, indication, mark, note, sign, token, warning) *-Ex. Chills and fever are symptoms of the flu., clinical symptoms, symptoms of measles*

symptomatic (ซิมพฺทะแมท' ทิค) *adj.* เกี่ยวกับอาการ, เกี่ยวกับอาการโรค, เป็นเครื่องแสดง, เป็นเครื่องชี้บอก **-symptomatically** *adv.*

syn- คำอุปสรรค มีความหมายว่า ด้วย, ด้วยกับ, ร่วม, เหมือนกัน (-S. sy-, syl-, sym-, sys-)

synagogue (ซิน' นะกอก) *n.* โบสถ์ยิว, โบสถ์ศาสนายิว, กลุ่มชาวยิวที่เข้าร่วมพิธีทางศาสนา **-synagogal, synagogical** *adj.* (-S. synagog)

S

synapse (ซีน' แนพซฺ) *n.* ช่องว่างซึ่งเป็นส่วนเชื่อมต่อระหว่างเซลล์ประสาท (neurons) ซึ่งเป็นบริเวณที่กระแสประสาทถูกส่งผ่านไปในระบบประสาทของสัตว์ มักเกิดมีซีนแนพซ์นี้ระหว่างปลาย axon ของเซลล์ประสาทหนึ่งกับ dendrite ของเซลล์ประสาทอีกเซลล์หนึ่ง

synchronic (ซิง' คระนัล) *adj.* ดู synchronous, เกี่ยวกับช่วงระยะเวลาหนึ่งที่อ้างอิงถึงประวัติศาสตร์ของมัน

synchronize (ซิง' คระไนซฺ) *vi.,vt.* **-nized, -nizing** เกิดขึ้นในเวลาเดียวกัน, ทำให้เป็นจังหวะเดียวกัน, ทำให้สอดคล้องกัน, ทำให้พร้อมกัน, ทำให้คล้องจองกัน **-synchronization** *n.* (-S. concur, coincide, accord) *-Ex. The sound and action in the movie synchronized perfectly., synchronized swimming*

synchronous (ซิง' คระนัส) *adj.* เกิดขึ้นในเวลาเดียวกัน, พร้อมกัน, ในสมัยเดียวกัน, ด้วยจังหวะเดียวกัน, ในอัตราความเร็วเดียวกัน, ตรงกัน, สอดคล้องกัน **-synchronously** *adv.* **-synchronousness** *n* (-S. simultaneous)

syncline (ซิน' ไคลน) *n.* ส่วนลาดที่มีลักษณะเป็น synclinal, แนวหินที่โค้งลง

syncopate (ซิง' คะเพท) *vt.* **-pated, -pating** ย่อคำโดยตัดอักษรหรือเสียงตรงกลาง, เน้นเสียงดนตรีที่จังหวะที่ไม่เน้นเสียง, ลัด, ย่อ **-syncopation** *n.* **-syncopator** *n.*

syncope (ซิง' โคพ, ซิน' โคพ) การย่อคำโดยตัดตัวอักษรหรือเสียงตรงกลาง

syndetic (ซินเดท' ทิค) *adj.* ซึ่งรวมเอาความเชื่อและหลักการต่างๆ

syndicate (ซิน' ดิคิท) *n.* สมาคม, องค์การ, องค์การรัฐวิสาหกิจ, กงสี, ตัวแทนซื้อขายข่าวหรือหนังสือพิมพ์และสิ่งตีพิมพ์อื่นๆ, บริษัทรวมข่าวหนังสือพิมพ์, คณะกรรมการบริหารของมหาวิทยาลัยหรือของเทศบาล, องค์กรควบคุมนักโทษ **-syndication** *n.* (-S. association) *-Ex. A motion picture syndicate, a manufacturer syndicate*

syndrome (ซิน' โดรม) *n.* กลุ่มของอาการโรค, ลักษณะกลุ่มของอาการโรค **-syndromic** *adj.*

synecdoche (ซิเนค' ดะคี) *n.* เทคนิคการยกเฉพาะส่วนของการพูด, วิธีการอุปมาอุปไมยเฉพาะส่วน

synergetic, synergic (ซินเนอะเจท' ทิค) *adj.* ทำงานร่วมกัน

synergism (ซิน' นะจิซึม) *n.* การเสริมฤทธิ์ซึ่งกันและกัน

synergist (ซิน' นะจิสทฺ) *n.* ยาที่เสริมฤทธิ์กัน, อวัยวะที่ทำงานร่วมกัน

synergy (ซิน' นะจี) *n., pl.* **-gies** การทำงานร่วมกัน, อำนาจร่วมกัน

synod (ซิน' นอด) *n.* การประชุมทางศาสนา, การชุมนุมของผู้แทนโบสถ์หรือพระ, สภาสงฆ์, สภา, เถรสมาคม **-synodal** *adj.* (-S. council, assembly)

synonym (ซิน' นะนิม) *n.* คำพ้อง (ในภาษาเดียวกัน) คำที่มีความหมายเหมือนกันหรือใกล้เคียงกัน, คำหรือถ้อยคำที่เป็นอีกชื่อหนึ่งของบางสิ่งบางอย่าง **-synonymic, synonymical** *adj.* **-synonymity** *n.*

synonymous (ซินอน' นะมัส) *adj.* มีลักษณะเป็นคำพ้อง, มีความหมายเหมือนกัน **-synonymously** *adv.* (-S. like)

synonymy (ซินอน' นะมี) *n., pl.* **-mies** ลักษณะคำพ้อง, ลักษณะที่มีความหมายเหมือนกัน, การมีความหมายเหมือนกัน, การศึกษาเกี่ยวกับคำที่มีความหมายเหมือนกัน, ระบบคำพ้อง, ชุดคำพ้อง, รายชื่อที่มีความหมายเหมือนกัน, รายชื่อวิทยาศาสตร์ของชนิด หรือกลุ่มเฉพาะอย่าง

synopsis (ซินอพ' ซิส) *n., pl.* **-ses** สรุป, สรุปความ, ข้อใหญ่ใจความ, สาระสำคัญ, ข้อสรุป, บทสรุป (-S. abstract, brief)

synoptic (ซินอฟ' ทิค) *adj.* เกี่ยวกับบทสรุป, เกี่ยวกับสาระสำคัญ, เกี่ยวกับข้อใหญ่ใจความ, เกี่ยวกับเค้าโครง, เกี่ยวกับพระคัมภีร์ไบเบิลหนึ่งในสี่เล่มของศาสนาคริสต์ที่กล่าวถึงชีวิต คำสอน และการตายของพระเยซู

syntactic, syntactical (ซินแทค' ทิค, -คัล) *adj.* เกี่ยวกับ syntax **-syntactically** *adv.*

syntax (ซิน' แทคซฺ) *n.* การศึกษาเกี่ยวกับโครงสร้างของประโยคที่ถูกต้องตามหลักไวยากรณ์ของภาษาหนึ่ง, การสร้างประโยค, รูปแบบหรือโครงสร้างของลำดับคำในประโยคและวลี

synthesis (ซิน' ธิซิส) *n., pl.* **-ses** การสังเคราะห์, การประสม, การปะติดปะต่อ, ส่วนประกอบทั้งหมดที่

ซับซ้อนที่รวมกัน, การอ้างเหตุผลที่สรุปโดยตรงจากสมมุติฐานและกฎเกณฑ์ที่มีอยู่ **-synthesist** *n.* (-S. amalgamation, combination, integration, blen)

synthesize (ซิน' ธิไซซฺ) *vt., vi.* **-sized, -sizing** สังเคราะห์, ประสม, ปะติดปะต่อ, อ้างเหตุผลสรุปโดยตรงจากสมมุติฐานและกฎเกณฑ์ที่มีอยู่

synthetic (ซินเธท' ธิค) *adj.* เกี่ยวกับการสังเคราะห์, เกี่ยวกับการประสม, เกี่ยวกับการปะติดปะต่อ, เป็นของเทียม, ไม่ใช่โดยธรรมชาติ, ไม่แท้, ไม่จริง, เกี่ยวกับภาษาที่มีการเปลี่ยนแปลงท้ายศัพท์มากมาย (เช่น ภาษาละติน) *-n.* สารสังเคราะห์, สิ่งที่เกิดจากการสังเคราะห์, สิ่งที่เกิดจากการสังเคราะห์ทางเคมี **-synthetically** *adv.* (-S. artificial, fake, mock) *-Ex. synthetic fabrics, Fibers nylon and rayon are synthetics., the synthetic applause*

syphilis (ซิส' ฟะลิส) *n.* โรคซิฟิลิส เป็นโรคติดต่อเรื้อรังที่เกิดจากเชื้อ *Treponema pallidum*

syphilitic (ซิฟฟะลิท' ทิค) *adj.* เกี่ยวกับโรคซิฟิลิส, เป็นโรคซิฟิลิส *-n.* คนที่เป็นโรคซิฟิลิส

syphon (ไซ' เฟิน) *n., v.* ดู siphon

Syria (ซี' เรีย) ประเทศซีเรีย ชื่อทางการคือ Syrain Arab Republic เป็นประเทศหนึ่งในภาคตะวันตกเฉียงใต้ของเอเชีย มีเมืองหลวงชื่อ Damascus เคยเป็นเมืองขึ้นของฝรั่งเศส และเป็นส่วนหนึ่งของอาณาจักรโรมัน

Syriac (ซี' ริแอค) *n.* ภาษาซีเรียโบราณ

Syrian (ซี' เรียน) *adj.* เกี่ยวกับซีเรียหรือชาวซีเรียหรือภาษาซีเรีย *-n.* ชาวซีเรีย, ภาษาซีเรีย

syringe (ซะรินจฺ', เซอร์' รินจฺ) *n.* กระบอกฉีดยา, กระบอกฉีด, อุปกรณ์พ่นน้ำ, กระบอกฉีดยาที่มีเข็มฉีดยาติดอยู่ ใช้ฉีดยาเข้าใต้ผิวหนังหรือเรียกว่า hypodermic syringe *-Ex. to syringe the ears*

syrinx (เซอร์' ริงคซฺ) *n., pl.* **syringes** ท่อต่อระหว่างหูและคอ, หลอดเสียง, อวัยวะส่งเสียงของนก, เทพารักษ์ภูเขา (Syrinx), ขลุ่ยแถว, เฉลียงแคบในสุสานโบราณของอียิปต์

syrup (ซี' รัพ) *n.* น้ำเชื่อม, น้ำผลไม้ผสมน้ำและต้มกับน้ำตาล, สารละลายน้ำตาล 950 กรัม แล้วเติมน้ำจนครบหนึ่งลิตร (หรือเรียกว่า simple syrup) **-syrupy** *adj.* (-S. sirup) *-Ex. corn syrup, apple syrup*

system (ซิส' เทิม) *n.* ระบบ, ระบอบ, ระเบียบแผน, รูปการ, แผนการ, รูปแบบ, กฎเกณฑ์, วิธีการ, หลักการแบบแผน, รูปการ, ระบบการแบ่งประเภท, กลุ่มดวงดาว, สมมติฐานการจัดตำแหน่งและหมวดหมู่ของดวงดาว, จักรวาล, โลก, ร่าง, ร่างกาย, ชั้นหินสำคัญที่ประกอบด้วยชั้นทับถมและมวลภูเขาไฟที่เกิดขึ้นในยุคหนึ่งๆ, ระบบรูปแบบผลึก (ประกอบด้วย hexagonal, isometric, monoclinic, orthorhombic, tetragonal, triclinic), ระบบเสียง, ระบบอุปกรณ์เสียง, โน้ตเพลงรวม **-systemless** *adj.* (-S. organization, arrangment) *-Ex. a railroad system, solar system, nervous system, railway system, The Pitman system of shorthand writing., the digestive system, the metric system, the natural system, systems analysis, You ought to follow some system., have some system in your work*

systematic (ซิสทะแมท' ทิค) *adj.* เป็นระบบ, เป็นระบอบ, มีกฎเกณฑ์, มีหลักเกณฑ์, มีแบบแผน, มีระเบียบ, เป็นหมวดหมู่ **-systematical** *adj.* **-systematically** *adv.* (-S. efficient, methodical, orderly, organized, precise) *-Ex. a systematic check*

systematize (ซิส' ทะมะไทซฺ) *vt.* **-tized, -tizing** จัดให้เป็น (ระบบ ระบอบ ระเบียบ วิธีการ หลักการแบบแผน รูปการ แผนการ รูปแบบ กฎเกณฑ์), แบ่งประเภท, จัดเป็นหมวดหมู่ **-systematisation, systematization** *n.* **-systemiser, systemizer** *n.* (-S. classify, arrange, order)

systemic (ซิสเทม' มิค) *adj.* เกี่ยวกับระบบ, เกี่ยวกับระบบทั้งหมดของร่างกาย, เกี่ยวกับร่างกายทั้งหมด, เกี่ยวกับอวัยวะหรือระบบเฉพาะของร่างกาย, ดูดซึมโดยพืชซึ่งจะเป็นอันตรายต่อแมลงในเวลาต่อมา *-n.* ยาฆ่าแมลงชนิดที่ต้องให้พืชดูดซึมเข้าไปก่อนและฆ่าแมลงที่มากินส่วนของพืชนั้น **-systemically** *adv.*

Szechwan (เซ' ชวน) ชื่อมณฑลเสฉวน อยู่ในภาคตะวันตกเฉียงใต้ของจีน (-S. Szechuan)

T

T, t (ที) *n., pl.* **T's, t's** พยัญชนะตัวที่ 20 ของภาษาอังกฤษ

tab¹ (แทบ) *n.* ส่วนที่โผล่ออก, ชาย, แถบ, ส่วนปกหูของหมวก, สายประดับ, เศษผ้า, เศษกระดาษ, ปุ่ม, ป้าย, แผ่นโลหะเล็กๆ, หัวหุ้มโลหะที่ปลายเชือกผูกรองเท้า, เครื่องหมายติดปกเสื้อของนายทหาร *-vt.* **tabbed, tabbing** ทำให้มี tab **-keep tab(s) on** คอยดูแล (-S. flap, strip, tag)

tab² (แทบ) *n.* (ภาษาพูด) บิล เช็ค, ปุ่มกดไปข้างซ้าย (บนแป้นเครื่องพิมพ์ดีด), รายงานย่อ

tab ย่อจาก table โต๊ะ

Tabasco (ทะบาส' โก) *n.* น้ำจิ้มรสเผ็ดที่ทำมาจากพริก

tabby (แทบ' บี) *n., pl.* **-bies** แมวลาย, แมวบ้าน (โดยเฉพาะแมวตัวเมีย), หญิงโสดปากจัด, สิ่งทอลายเรียบในเสื้อ, เป็นลาย, เป็นริ้ว, เป็นลายคลื่น, ปูนที่มีส่วนผสมของเปลือกหอยนางรม ปูนขาว ทรายและน้ำ

tabernacle (แทบ' เบอะแนคเคิล) *n.* ปะรำ, กระโจม, ศาลเจ้า, ห้องพระ, ที่อยู่อาศัย, ที่พักอาศัยชั่วคราว, เนื้อหนังมังสาอันเป็นที่อยู่อาศัยของจิตวิญญาณ, แท่นค้ำเสากระโดงเรือ, งานนักขัตฤกษ์ของชาวยิว **-tabernacular** *adj.* (-S. tent)

T

table (เท' เบิล) *n.* โต๊ะ, บัญชี, แผ่น, แผ่นไม้, แผ่นหิน, แผ่นจารึก, คำจารึก, ผิวหน้าเรียบ, ตาราง, ตารางสูตรคูณ, แผ่นตารางหมากรุก, ตารางรายการ, ที่ราบสูง, ชั้นแบน, เหลี่ยมบนของเพชรพลอยที่เจียระไน *-adj.* เกี่ยวกับการตั้งโต๊ะ, เหมาะสำหรับตั้งไว้บนโต๊ะ, เหมาะสำหรับรับประทานบนโต๊ะ *-vt.* **-bled, -bling** วางบนโต๊ะ, หน่วงเหนี่ยว, กำหนดไว้ในวาระการประชุม, ค้ำหรือเสริมให้แน่น **-on the table** เลื่อนกำหนด **-turn the tables** เปลี่ยนแปลงสถานการณ์ไปทางตรงกันข้าม **-under the table** เมาเหล้า, ให้สินบน, รับสินบน **-wait on table** รับใช้, บริการอาหาร (-S. bend, board, counter, slab, diagram, record) *-Ex. multiplication table, time-table, The table of contents in a book., Moses received the Ten Commandments on tables of stone., operating table, the tables of the law, logarithmic table*

tableau (แทบ' โล, เทโบล') *n., pl.* **tableaux/tableaus** ภาพ, รูป, ฉาก, ละครนิ่ง, เรื่องในละคร, ภาพวาด, ฉากหรือรูปปั้นที่มีชีวิตชีวา

tableau curtain ม่านหน้าเวทีละครชนิดที่เลื่อนเข้ามาบรรจบกันตรงกลางพอดี

tablecloth (เท' เบิลคลอธ) *n.* ผ้าปูโต๊ะ

table d' hôte (ทา' เบิลโดท') *n., pl.* **tables d' hôte** อาหารชุดที่บริการด้วยปริมาณและในเวลาซึ่งกำหนดไว้ตายตัว, อาหารเหมาอิ่มในภัตตาคาร

tableland (เท' เบิลแลนด) *n.* ที่ราบสูง

table linen ผ้าปูโต๊ะ, ผ้าเช็ดปาก

table set ชุดรับประทานอาหาร เช่น ช้อน ช้อนส้อม มีด

tablespoon (เท' เบิลสพูน) *n.* ช้อนโต๊ะ, ปริมาณที่มีค่าเท่ากับ ½ ออนซ์ หรือ 3 ช้อนชา

tablespoonful (เท' เบิลสพูนฟูล) *n., pl.* **-fuls** ปริมาณหนึ่งช้อนโต๊ะ

tablet (แทบ' ลิท) *n.* ยาเม็ดแบน, ป้าย, แผ่นหนังสือ, แผ่นจารึก, สมุดฉีก, สมุดบันทึก, แผ่นเหล็ก, ก้อนแบน *-vt.* **-leted, -leting** จัดให้มีแผ่นเล็ก, ทำให้เป็นแผ่นหรือก้อนแบน, จารึกบนแผ่นเล็ก **-tablets** ชุดทั้งหมด (-S. pad, notebook)

table tennis กีฬาปิงปอง

tableware (เท' เบิลแวร์) *n.* ภาชนะต่างๆ ที่ใช้ในการรับประทานอาหารบนโต๊ะ

tabloid (แทบ' ลอยด) *n.* หนังสือพิมพ์ที่มีขนาดประมาณครึ่งหนึ่งของขนาดหน้าหนังสือพิมพ์ธรรมดา, จุลสาร, หนังสือพิมพ์ขนาดเล็ก

taboo, tabu (ทะบู') *n., pl.* **-boos, -bus** ข้อห้าม, สิ่งห้าม, ศีลห้าม *-vt.* **-booed, -booing** ห้าม *-adj.* ต้องห้าม, เป็นข้อห้าม (-S. banned, for bidden)

tabor, tabour (เท' เบอะ) *n.* กลองเล็กชนิดหนึ่งซึ่งใช้ร่วมกับปี่

tabor

tabular (แทบ' บูเลอะ) *adj.* เกี่ยวกับโต๊ะ, เกี่ยวกับตาราง, ซึ่งคำนวณเป็นตาราง, เป็นแบบโต๊ะ, ราบรื่น, เป็นแผ่น **-tabularly** *adv.*

tabulate (แทบ' บูเลท) *vt.* **-lated, -lating** ใส่ลงในตาราง, จัดเป็นตาราง, ทำให้หน้าเรียบ *-adj.* เป็นแผ่น, เป็นตาราง, เป็นชั้นบางๆ **-tabulation** *n.*

tabulator (แทบ ' บูเลเทอะ) *n.* ผู้ทำตาราง, ผู้ตีตาราง, แป้นเลื่อนบนพิมพ์ดีด, เครื่องพิมพ์ดีดที่มีอุปกรณ์พิมพ์ตัวอักษรลงตารางได้

tachometer (เทคอม' มิเทอะ) *n.* เครื่องมือวัดความเร็ว, เครื่องมือวัดการหมุนรอบต่อนาที **-tachometric** *adj.* **-tachometry** *n.*

tachy- คำอุปสรรค มีความหมายว่า เร็ว

tachycardia (แทคคิคาร์' เดียร์) *n.* ภาวะที่ทำให้หัวใจเต้นเร็วผิดปกติ โดยเฉพาะเต้นเร็วเกิน 100 ครั้งต่อนาที

tacit (แทส' ซิท) *adj.* นิ่งเงียบอยู่ในที่, ซึ่งนิ่งเป็นนัย, เงียบ, ไม่พูดอะไร, รู้แก่ใจ, โดยปริยาย, อย่างนัยๆ โดยไม่ปริปาก **-tacitly** *adv.* (-S. implicit, inferred, silent, unstated)

taciturn (แทส' ซิเทิร์น) *adj.* ขรึมๆ ไม่ค่อยพูด, สงบปากสงบคำ, เงียบขรึม, พูดน้อย, เงียบ **-taciturnly** *adv.* **-taciturnity** *n.* (-S. aloof, cold, distant, dumb, quite)

tack (แทค) *n.* ตะปูแหลมสั้นและหัวแบน, การเย็บหยาบ (มัดยาว), การผูก, เชือกดึงใบเรือ, มุมล่างและบนของใบเรือ, การเปลี่ยนใบทวนลมเป็นการรับลม, ด้านใบเรือขณะแล่น, วิถีทาง, แนวทาง, นโยบาย, ขั้นตอน, เงื่อนไขแถมท้าย, การเคลื่อนเป็นรูป Z *-v.* **tacked, tacking** *-vt.* กลัด, ตอกติด, ใช้ตะเข็บเย็บติด, ดึงใบเรือ, เปลี่ยนใบเรือ, เพิ่ม, ผนวก, แถมท้าย, เคลื่อนเป็นรูป Z *-vi.* เปลี่ยนทิศทาง, เปลี่ยนวิถีทาง, เปลี่ยนนโยบาย **-on the wrong tack** ผิดทาง, เข้าใจผิด **-tacker** *n.* (-S. pin, nail, course, bearing, method) *-Ex. The sign was tacked on the the garage tack board., Daeng tacked up the notice., The ship tacked around the buoy., Somsuk's thoughts went off on a new tack.*

tackle (แทค' เคิล) *n.* กว้าน, เครื่องขันกว้าน, เครื่องเชือก, รอกตะขอยกของหนักหรือดึงใบเรือ *-vt., vi.* **-led, -ling** จัดการ แก้ปัญหา, รับมือ, เล่นงาน, จับคนที่พาลูกมือวิ่งในกีฬารักบี้ **-tackling** สายระโยงระยางของเรือ **-tackler** *n.* (-S. apparatus, equipment, gear, tools) *-Ex. Fishing tackle is the equipment used by a fisherman in fishing., One football player tackled the other., The referee said Daeng's was a fair tackle., Father will tackle any work that has to be done.*

tacky[1] (แทค' คี) *adj.* **-ier, -iest** เหนียว, ยังแห้งไม่ทั่ว

tacky[2] (แทค' คี) *adj.* **-ier, -iest** (ภาษาพูด) โกโรโกโส **-tackiness** *n.* **-tackily** *adv.*

taco (ทา' โค) *n., pl.* **-cos** ขนมปังของชาวเม็กซิกัน, ขนมปัง tortilla แบบหนึ่ง

tact (แทคท) *n.* ประสาทสัมผัส, การมีไหวพริบหรือปฏิภาณดี, การมีประสบการณ์ในชีวิตมาก (-S. address, delicacy, skill, diplomacy) *-Ex. Teacher's tact saved the boy from embarrassment.*

tactful (แทคท' ฟูล) *adj.* มีไหวพริบดี, มีปฏิภาณดี, ฉลาด, เชี่ยวชาญ, ซึ่งหยั่งรู้ได้, มีไหวพริบ **-tactfully** *adv.* **-tactfulness** *n.* (-S. diplomatic, discreet, polite, sensitive) *-Ex. The tactful hostess pretended not to notice when spilled my coffee.*

tactic (แทค' ทิค) *n.* กลยุทธ์ ดู tactics, ระบบหรือรายละเอียดของ tactics (-S. approach, policy, method, trick)
tactical (แทค' ทิเคิล) *adj.* เกี่ยวกับยุทธวิธี, เกี่ยวกับยุทธวิธีที่เชี่ยวชาญหรือฉลาด **-tactically** *adv.* (-S. artful, clever, cunning, smart)
tactician (แทคทิช' ชัน) *n.* นักกลยุทธ์, นักการทหาร, นักวางยุทธวิธี
tactics (แทค' ทิคซฺ) *n.* ยุทธวิธี, กลยุทธ์, การทหาร, วิธีการให้ประโยชน์ที่เหนือกว่าหรือให้ได้ความสำเร็จ (-S. maneuvers, strategy) *-Ex. the tactics of flattering one's superior*
tactile (แทค' ไทล) *adj.* สัมผัส, เกี่ยวกับประสาทสัมผัส, สัมผัสได้, แตะได้ **-tactility** *n.* **-tactilely** *adv.*
tactless (แทคทฺ' ลิส) *adj.* ไม่มีไหวพริบ, ไม่มีปฏิภาณ, ไม่รู้จักกาลเทศะ, ไม่มีประสบการณ์ในชีวิต, ไม่ฉลาด, ไม่เหมาะ **-tactlessly** *adv.* **-tactlessness** *n.*
tactual (แทค' ชวล) *adj.* เกี่ยวกับประสาทสัมผัส, เกิดจากประสาทสัมผัส, โดยการสัมผัส **-tactually** *adv.*
tadpole (แทด' โพล) *n.* ลูกกบ, ลูกอ๊อด
tael (เทล) *n.* 1 ตำลึง (จีน), ชื่อหน่วยน้ำหนักในประเทศตะวันออกไกล, ชื่อเงินตราสมัยก่อนของจีน
taffrail (แทฟ' เรล) *n.* ราวท้ายเรือ
taffy (แทฟ' ฟี) *n., pl.* **-fies** ขนมชนิดหนึ่งที่ทำมาจากน้ำตาล, ลูกอม, ขนมหวานสำหรับอม
tag[1] (แทก) *n.* หัวหุ้มปลายเชือกผูกรองเท้า, หูหลังรองเท้า, แผ่นกลม, โลหะกลม, ป้ายติดราคา, สายโยง, สายคาด, ชายหรือปลายหางของสิ่งหนึ่งๆ, กระจุกขนบนร่างของแกะ, สิ่งต่อท้าย, คำลงท้าย, คำพูดตอนจบ, บทลูกคู่, ฉายา, นามเสริม, ภาษิตหรือคำพูดที่ใช้กันจนน่าเบื่อ *-v.* **tagged, tagging** *-vt.* ติดป้ายบอกราคา, ติดแผ่นกลม, ติดกระจุก, ต่อ, ติดตาม, ต่อท้าย, ทำให้รวมกัน, ตัดกระจุกขนแกะ, ประมาณ, ไล่หลัง, ตั้งราคา *-vi.* ติดตามอย่างใกล้ชิด (-S. label, identification, tab) *-Ex. a price tag, Christmas tags, a question tag, a shipping tag, a luggage tag, The chickens tagged after their mother.*
tag[2] (แทก) *n.* การเล่นไล่จับของเด็ก, การไล่จับในกีฬาเบสบอล *-vt.* **tagged, tagging** ไล่แตะ, ไล่จับ, ต่อย, ตี
Tagalog (ทะกา' ลอก) *n., pl.* **Tagalog/-logs** สมาชิกของชาวมลายูในเกาะลูซอนของฟิลิปปินส์, ภาษาอินโดนีเซียที่ใช้กันในฟิลิปปินส์
tag end ปลาย, ท้ายสิ่งที่ยุ่งเหยิง, สิ่งที่เรี่ยราด, เศษเล็กเศษน้อย
Tahiti (ทะฮี' ติ) ชื่อเกาะสำคัญของหมู่เกาะ Society ในตอนใต้ของมหาสมุทรแปซิฟิก
tail (เทล) *n.* หาง, ปลาย, ท้าย, ส่วนท้าย, ตอนหลัง, ชาย, ชายเสื้อหางยาว, หางของดาวหาง, ส่วนใน, ส่วนที่ไม่ต้องการ, เปีย (ผม), ด้านก้อยของเหรียญ, ส่วนปลายของลำธารหรือสายน้ำ, การสังวาสหญิง *-v.* **tailed, tailing** *-vt.* เป็นส่วนหาง, เป็นส่วนปลาย, ใส่หาง, ตัดหาง, เด็ดก้านผลไม้, ตามหลัง *-vi.* ตามหลัง, ล้าหลัง, ลากหาง, ค่อยๆ หายไป, (ท้ายเรือ) เกยตื้น *-adj.* มาจากข้างหลัง, อยู่ข้างหลัง (-S. conclusion, end, extremity, train, line) *-Ex. the tail of a comet, the tail of a parade, I tailed him for two kilometres before I lost him.*
tailboard (เทล' บอร์ด) *n.* กระดานปิดเปิดหลังรถกระบะ ดู tailgate
tailcoat (เทล' โคท) *n.* เสื้อนอกขนาดใหญ่ (ของผู้ชาย) มีรูปทรงหางนกนางแอ่น
tailgate (เทล' เกท) *n.* กระดานปิดเปิดหลังรถกระบะ *-vt., vi.* **-gated, -gating** ตามหลังกระชั้นชิด, ขับรถตามหลังรถคันข้างหน้าอย่างกระชั้นชิด
tailings (เท' ลิงซฺ) *n.* หางแร่, กากแร่, หางสุรา, ปลายข้าว, กากรำข้าว
tail lamp, taillight ไฟท้ายรถ
tailor (เท' เลอะ) *n.* ช่างตัดเสื้อ *-v.* **-lored, -loring** *-vt.* ตัดเสื้อ, ตัดต่อ *-vi.* ตัดเสื้อ (-S. shape, adapt, fit, dressmaker, modify) *-Ex. The tailor makes the man., tailor-made, to tailor a suit*
tailor-made (เทเลอะเมด') *adj.* ตัดตามสั่ง, ตัดตามขนาดวัด, ตามรสนิยม, ตามสมัย *-n.* เสื้อผ้าที่ตัดตามสั่งหรือตามขนาดวัด
tailpiece (เทล' พีส) *n.* ชิ้นปลาย, ชิ้นท้าย, สิ่งผนวกข้างท้าย, ลวดลายประดับท้ายบท, ปลายเครื่องดนตรีประเภทไวโอลิน
tailspin (เทล' สพิน) *n.* การควบคุมของหางเครื่องบิน
taint (เทนทฺ) *v.* **tainted, tainting** ทำให้เป็นรอยเปื้อน, ทำให้ด่างพร้อย, ทำให้เสื่อมเสียชื่อเสียง *-n.* รอยเปื้อน, จุดด่างพร้อย, รอยด่าง, มลทิน, ความเสื่อม (-S. dirty, foul, spoil, pollute, corrupt) *-Ex. the taint of a record, Meat will taint if not refrigerated., The meat was tainted.*
Taipei, Taipeh (ไท' เพ) กรุงไทเป เมืองหลวงของไต้หวัน
Taiwan (ไท' วาน') ไต้หวัน, จีนคณะชาติ, ประเทศที่เป็นส่วนหนึ่งของจีน
Taiwanese (ไทวานีซ', -นีส') *adj.* เกี่ยวกับไต้หวัน *-n.* ชาวไต้หวัน
Taj Mahal (ทาจ' มะฮาล') *n.* ชื่อสิ่งมหัศจรรย์แห่งหนึ่งของโลก อยู่ในอินเดีย
take (เทค) *v.* **took, taken, taking** *-vt.* เอา, เอามา, หยิบ, จับ, ยึด, ควบคุมตัว, ถือติดตัว, นำ, ได้, ได้มา, ดื่ม, ดูด, รับประทาน, เข้าสอบไล่, เข้าประจำที่, หลบเข้า, พา, จัด, ใช้, เข้าถือ, จับใจ, จับตา, ทำให้หลงใหล, จด, บันทึก, ขึ้นรถ, ขึ้นเรือ, เข้าใจ, กินเวลา, กินหมากรุก, บังเกิด, ถ่ายหนัง, ถ่ายภาพ, ศึกษา, ปฏิบัติ, ปฏิบัติต่อ, ประสบ, ร่วมประเวณี *-vi.* จับ, ยึด, ติด, ชนะจิตใจ, มีผล, ครอบครอง, อุทิศตัว, ไป, ไปยัง, กลายเป็น *-n.* การเอาไป, การทำไป, การหยิบไป, สิ่งที่ถูกเอาไป (ทำไป หยิบไป), จำนวนปลาหรือสัตว์ที่จับได้ครั้งหนึ่งๆ, เงินที่ได้ (โดยเฉพาะเงินกำไร), ภาพยนตร์ที่ถ่ายครั้งหนึ่งๆ, การบันทึกการแสดงดนตรี, การปลูกฝี **-take after** คล้าย, มีลักษณะเหมือน **-take off /out after** ไล่ตาม, ติดตาม **-take back** เอากลับคืน **-take in** ยอมให้เข้า, ยอมรับ, รวมทั้ง **-take it** ยอมรับ, รับไว้, เข้าใจ **-take it out** ทำ

ให้หมดแรง, บังคับให้จ่าย **-take it on** ทำให้รับทุกข์ **-take off** ขจัด, จากไป, ถอนออก, ทำสำเนา, ถ่ายสำเนา, ลดส่วน, ฆ่า **-take on** จ้าง, รับหน้าที่, ต่อต้าน **-take out** เอาออก, ถอน, เชื้อเชิญ, เริ่ม **-take over** รับหน้าที่, รับผิดชอบ **-take to** ติด, อุทิศตัว, หันไปทาง **-take up** ยกมือ, เอาขึ้น **-take up with** เป็นมิตรกับ, ไปกับ, ไปมาหาสู่กับ **-on the take** เอาเปรียบ (-S. abduct, catch, entrap, get, obtain, receive) *-Ex. to take this, to take it back, to take my hand, to take by the arm, to take in his arms, to take hold of, to take by surprise, to take possession of, take a bath*

take-away (เทค' อะเว) *n.* อาหารที่ปรุงสำเร็จสำหรับใส่ห่อกลับไปรับประทานที่บ้านหรือนอกร้านได้ ในสกอตแลนด์เรียก carry-out และในอเมริกาเหนือเรียก takeout หรือ to go

takeoff (เทค' ออฟ) *n.* การบินขึ้น, การเลียนแบบ, จุดเริ่มต้น, การหยิบเอาไป, การประเมิน (-S. departure, launch, liftoff)

takeout (เทค' เอาทฺ) *adj.* สำหรับเอาออกไปกินนอกบ้าน

takeover (เทค' โอเวอะ) *n.* การยึด, การครอบครอง, การรับมอบ, การรับมอบตำแหน่ง (-S. take-over)

taking (เทฺ' คิง) *adj.* ที่น่าสนใจ, ที่มีเสน่ห์ *-n.* การเอา, การหยิบ, สิ่งหยิบ, สิ่งจับ, สิ่งที่ถูกจับหรือเก็บ **-takings** (ภาษาพูด) ใบเสร็จรับเงิน

talc, talcum (แทลคฺ, แทล' คัม) *n.* แป้งแร่ลื่นและนิ่มใช้ทำแป้งโรยตัวและทาหน้า, แป้งดังกล่าว

talcum powder แป้งโรยตัวและทาหน้าทำมาจาก talc ผสมน้ำหอม

tale (เทล) *n.* นิทาน, นิยาย, คำเล่าลือ, เรื่องเล่าลือ, เรื่องโกหก, คำนินทา, จำนวนทั้งหมด (-S. account, novel, fiction) *-Ex. Don't tell tales about your success.*

talebearer (เทล' แบเรอะ) *n.* ผู้นินทา, ผู้กลบเกลื่อนความจริง **-talebearing** *adj., n.* (-S. rumourmonger)

talent (แทล' เลินทฺ) *n.* พรสวรรค์, ความสามารถพิเศษ, บุคคลที่มีความสามารถพิเศษ, กลุ่มคนที่มีความสามารถ (-S. capacity, ability, bent, gift) *-Ex. a talent for writing, Kasorn has talent for music., athletic talent*

talented (แทล' เลินทิด) *adj.* มีพรสวรรค์, มีความสามารถพิเศษ (-S. gifted, able, brilliant, artistic)

talent scout ผู้ระดมคนที่มีความสามารถดีเด่นในอาชีพหนึ่งๆ, ผู้ค้นหาบุคคลที่มีความสามารถพิเศษออกมา

talisman (แทล' ลิสเมิน) *n., pl.* **-mans** เครื่องลาง, ของขลัง, ผ้ายันต์, ยันต์ **-talismanic, talismanical** *adj.* (-S. amulet, charm, fetish)

talk (ทอค) *v.* **talked, talking** *-vi.* พูด, สนทนา, เจรจา, กล่าวคำ, คุย, ปราศรัย, แสดงปาฐกถา, โจษจัน *-vt.* พูด, สนทนา, เจรจา, พูดจนทำให้ *-n.* การพูด, การสนทนา, การเจรจา, การคุย, การปราศรัย, การแสดงปาฐกถา, การประชุม, การนินทา, เรื่องสนทนา, การพูดไม่เป็นเรื่องเป็นราว, วิธีการพูดคุย, ภาษา, สัญลักษณ์หรือเสียงที่ใช้แทนการพูด **-talk back** พูดย้อนกลับอย่างห้วนๆ **-talk big** คุยโต, คุยโว **-talk down** พูดเอาชนะ, พูดสบประมาท **-talk over** สนทนา, เจรจา, พิจารณา **-talk shop** พูดเรื่องงาน **-talk sense** พูดเป็นเรื่องเป็นราว **-talker** *n.* (-S. converse, utter, speech, chat, gossip) *-Ex. We set up and talked., talked about many things., I talked to a small gathering for ten minutes., We talked of going to Spain this winter., to talking of, to talk scandal, to talk it over (with) had a long talk, love a good talk*

talkative (ทอ' คะทิฟวฺ) *adj.* ขี้คุย, ช่างคุย, ชอบเจรจา, พูดมาก **-talkatively** *adv.* **-talkativeness** *n.* *-Ex. Some children are talkative.*

talking-to (ทอ' คิงทู) *n., pl.* **-tos** (ภาษาพูด) การกล่าวหา การตำหนิ การประณาม (-S. criticism, lecture, rebuke, scolding)

talky (ทอ' คี) *adj.* **-ier, -iest** พูดมาก, ช่างคุย, มีคำสนทนามาก (-S. talkative)

tall (ทอล) *adj.* **taller, tallest** สูง, คุยโว, โกหก, มากมาย, งาม **-tallness** *n.* (-S. high, lofty, big, giant, lanky) *-Ex. A person who stands 7 feet high is very tall.*

tallow (แทล' โล) *n.* ไข, ไขมันสัตว์ใช้ทำเทียนไข, สบู่, มันสัตว์ *-vt.* **-lowed, -lowing** ทาด้วยไข **-tallow candler** พ่อค้าเทียนไข **-tallow face** หน้าซีด

tally (แทล' ลี) *n., pl.* **-lies** ไม้เครื่องหมาย, ติ้ว, ป้ายเครื่องหมาย, ขีดหรือบากเครื่องหมายสำหรับนับ, การบันทึก, บัญชี, คะแนนนับ, คะแนนเปรียบเทียบ, ตัวฉลากหรือเครื่องหมายสำหรับนับจำนวน, หน่วยนับ, สิ่งที่ใช้นับ *-v.* **-lied, -lying** *-vt.* นับ, ตรวจนับ, ทำเครื่องหมายนับ, บันทึก, ลงบัญชี, ทำให้ตกลง *-vi.* สอดคล้อง, ตกลง, ตรงกัน (-S. count, reckoning, record, score, mark) *-Ex. During the game, Somsri dept the tally., Daeng's figures tally with Dum's., Dang and Dum tallied the votes for club secretary., Please keep tally for this game., Do these stories tally?*

tallyho (แทลลีโฮ') *interj.* คำอุทานของนักล่าสัตว์เมื่อเห็นสุนัขจิ้งจอกครั้งแรก *-n.* เสียงร้อง "โฮ" ของนักล่าสัตว์เมื่อเห็นสุนัขจิ้งจอกครั้งแรก *-vt., vi.* **-hoed, -hoing** เสียงร้อง "โฮ"

Talmud (ทาล' มุด, แทล' มุด) *n.* คัมภีร์หรือธรรมนูญโบราณของยิว ประกอบด้วย Mishnah และ Gemara **-Talmudic, Talmudical** *adj.* **-Talmudist** *n.*

talon (แทล' เอิน) *n.* อุ้งเล็บ, กรงเล็บ, ไหล่สลักของลูกกุญแจสำหรับขยับสลักจนหลุดออกมา, ไพ่ที่แจกเหลือ, ส่วนคมของดาบ (-S. claw)

talus (เทฺ' ลัส) *n., pl.* **-li** กระดูกข้อเท้า, ตาตุ่ม

tamarack (แทฺ' มะแรค) *n.* (ไม้ซุง) ไม้จำพวกสนในอเมริกาซึ่งมีอยู่ทั่วๆ ไป โดยเฉพาะจำพวกต้นสนจำพวก *Larix laricina*

tamarind (แทม' มะรินดฺ) *n.* ต้นมะขาม

tambourine

tambourine (แทม' บูริน) *n.* กลองชนิดหนึ่งที่เขย่าได้ เป็นรูปกลมแบนที่ติดพรวนโลหะ เมื่อเขย่าแล้วจะ

เกิดเสียงกรุ๋งกริ๋ง

tame (เทม) *adj.* **tamer, tamest** เชื่อง, เกี่ยวกับสัตว์เลี้ยง, อ่อนน้อม, เชื่อฟัง, ยินยอมโดยดี, คล้อยตาม, จืดชืด, ไม่ตื่นเต้น, ขี้ขลาด *-vt.* **tamed, taming** ทำให้เชื่อง, ทำให้เป็นสัตว์เลี้ยง, ทำให้อ่อนน้อม, ทำให้คล้อยตาม, ทำให้จืดชืด, ควบคุม, เพาะปลูก, หักร้างถางพง **-tamable, tameable** *adj.* **-tamely** *adv.* **-tameness** *n.* **-tamer** *n.* (-S. broken, cultivated, docile, meek, subdued) *-Ex. The squirrels in the park are tame., Somchai tamed the wild horse.*

Tamil (แทม' มิล) *n.* พวกทมิฬเผ่า Dravidian ในอินเดียและศรีลังกา, ภาษาทมิฬ *-adj.* เกี่ยวกับชนเผ่าดังกล่าวและภาษาที่ใช้

tam-o'-shanter (แทม' มะแชนเทอะ) *n.* หมวกกลมทำด้วยผ้าสักหลาดของชาวสกอต (tam)

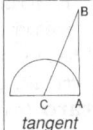

tam-o'-shanter

tamp (แทมพฺ) *vt.* **tamped, tamping** ตอก, ตอกให้แน่น, อุด, กระทุ้ง

tamper¹ (แทม' เพอะ) *v.* **-pered, -pering** ยุ่ง, ชักจูง, โน้มน้าว, ให้สินบน **-tamperer** *n.*

tamper² (แทม' เพอะ) *n.* ผู้ตอก, ผู้กระทุ้ง, ผู้อุด, ไม้ตอก, ไม้กระทุ้ง (-S. interfere, meddle, alter, rig)

tampon (แทม' พอน) *n.* ก้อนสำลีสำหรับห้ามเลือด

tan (แทน) *v.* **tanner, tanning** *-vt.* ฟอกหนัง, ทำให้เกรียม, ตากจนเป็นสีน้ำตาล *-vi.* เกรียมเป็นสีน้ำตาล*-adj.* สีน้ำตาล, สีเกรียมจากการตากแดด *-n.* สีน้ำตาล, สีเกรียมจากการตากแดด, สีกร้ำแดด, เปลือกไม้นิ่ม (จำพวกหนึ่ง), รองเท้าหนังสีน้ำตาล *-Ex. I tan easily.*

tanager (แทนิ' เจอะ) *n.* นกเล็กๆ ในตระกูล Thraupidae อาศัยอยู่ในป่า ตัวผู้จะมีขนสีสดใส

Tananarive (ทะแนน' นะรีฟวฺ) ชื่อเมืองหลวงของประเทศมาดากัสการ์

tanbark (แทน' บาร์ค) *n.* เปลือกไม้ (โอ๊ก hamlock หรืออื่นๆ) ที่ถูกทุบให้นิ่มเพื่อใช้ในการฟอกหนัง

tandem (แทน' เดิม) *n.* ม้าสองตัวที่ผูกเรียงตามยาว, รถม้าสองล้อที่ใช้ม้าสองตัวลากเรียงตามยาว *-adv.* เรียงตามหลังกัน

tang (แทง) *n.* รสเข้มข้น, รสจัด, กลิ่นแรง, กลิ่นฉุน, ลักษณะเฉพาะ, ความหมาย *-vt.* **tanged, tanging** ทำให้มีรสเข้มข้น, ทำให้มีกลิ่นแรง

tangency, tangence (แทน' จะซี, -เจินซฺ) *n.* การสัมผัสวง

tangent (แทน' เจินทฺ) *adj.* สัมผัสวง, สัมผัสที่จุดหนึ่งหรือตามเส้น, สัมผัสแต่ไม่ติด *-n.* เส้นสัมผัสวง, การสัมผัสวง, อัตราส่วนของด้านประชิดมุมน้อยกับด้านตรงข้ามมุมน้อย (-S. tangential)

tangent

tangential, tangental (แทนเจน' เชิล) *adj.* สัมผัสวง, ซึ่งอยู่ในทิศทางของเส้นสัมผัสวง, สัมผัสแต่ไม่ติดกัน **-tangentially** *adv.* **-tengentiallity** *n.*

tangerine (แทนจะรีน') *n.* ต้นส้มจีน, ส้มเปลือกหนา, สีส้มอมแดง

tangible (แทน' จะเบิล) *adj.* สัมผัสได้, แท้จริง, จับต้องได้, เป็นตัวเป็นตน, แน่ชัด, มีรูปร่าง, มีแก่นแท้ **-tangibility, tangibleness** *n.* **-tangibly** *adv.* (-S. concrete, real, material, actual, solid, touchable) *-Ex. tangible assets, tangible results, Daeng's success was tangible proof of his talent.*

tangle (แทง' เกิล) *v.* **-gled, -gling** *-vt.* ทำให้ยุ่งเหยิง, ทำให้สับสน, ทำให้พัวพัน *-vi.* ยุ่งเหยิง, พัวพัน, ต่อสู้, โต้เถียง *-n.* เรื่องยุ่งเหยิง, การต่อสู้, การทะเลาะวิวาท, การโต้เถียง, ความสับสน, ความพัวพัน **-tangly** *adv.* *-Ex. to tangle yarn, My mind was in a tangle., tangled affair, a traffic tangle*

tango (แทง' โก) *n., pl.* **-gos** จังหวะแทงโกอันเป็นจังหวะเต้นรำที่กำเนิดจากประเทศลาตินอเมริกา **-Tango** คำสื่อสารที่หมายถึงอักษร "T" *-vi.* **-goed, -going** เต้นแทงโก้

tank (แทงคฺ) *n.* ถัง, ภาชนะขนาดใหญ่สำหรับใส่น้ำหรือก๊าซ, รถถัง, บ่อน้ำ, ทะเลสาบ, (คำสแลง) ห้องเรือนจำขนาดใหญ่ที่จุคนได้มากกว่าหนึ่งคน *-vt.* **tanked, tanking** บรรจุลงในถัง (-S. basin, vessel, receptacle) *-Ex. a hot-water tank in the basement, a water-heater tank, a gasoline tank*

tankard (แทง' เคิร์ด) *n.* เหยือกน้ำดื่มขนาดใหญ่ที่มีฝาปิด

tanker (แทง' เคอะ) *n.* เรือ เครื่องบิน หรือรถสำหรับบรรทุกน้ำมันหรือของเหลวอื่นๆ

tannic (แทน' นิค) *adj.* เกี่ยวกับหรือมาจากการฟอกหนัง

tannin (แทน' นิน) *n.* ยาฝาดสมานชนิดหนึ่ง, กรด tannin acid เป็นกรดที่ทำให้นิ่ม

tanning (แทน' นิง) *n.* การฟอกหนังให้นิ่ม, การเปลี่ยนเป็นสีน้ำตาลของผิวหนัง, การที่ผิวหนังคล้ำเมื่อถูกแดด, การเฆี่ยน, การหวด

tantalize (แทน' ทะไลซฺ) *vt.* **-lized, -lizing** ยั่วเย้า, ทำให้น้ำลายไหล **-tantalizer** *n.* **-tantalization** *n.* (-S. baffle, balk, torture, tease)

tantalum (แทน' ทะลัม) *n.* ธาตุแท้ชนิดหนึ่ง มีสัญลักษณ์ Ta เป็นโลหะ ใช้ทำไส้หลอดไฟฟ้า

tantamount (แทน' ทะเมานทฺ) *adj.* เท่ากับ, พอๆ กับ, ประหนึ่งเป็น, มีความสำคัญเท่ากับ (-S. equal, equivalent, synonymous)

tantrum (แทน' ทรัม) *n.* การมีอารมณ์เกรี้ยวกราด, การโมโหโทโส, การโกรธเคืองอย่างรุนแรง (-S. fit, fill, humour)

Tao (เดา, เทา) *n., pl.* **Taos** เต๋า, พื้นฐานความประพฤติที่สมควรของมนุษย์

Taoism (เดา' อิซึม) *n.* ศาสนาเต๋าของจีนที่เล่าจื้อเป็นผู้ตั้งขึ้นยึดถือหลักการดำเนินชีวิตอย่างง่ายๆ **-Taoist** *n.* **-Taoistic** *adj.*

tap¹ (แทพ) *v.* **tapped, tapping** *-vt.* แตะอย่างแผ่วเบา, เตะเบาๆ, ตบเบาๆ, เคาะตอกเบาๆ, ใส่หนังที่ส้นรองเท้าให้หนาขึ้น (เช่นในเวลาซ่อมรองเท้า) *-vi.* เคาะ *-n.* การแตะ (เคาะ ตบ ตี ทุบ ตอก) เบาๆ, เสียงที่เกิดขึ้น

T

จากการกระทำดังกล่าว, ความหนาของหนังที่เสริมติดกับสันรองเท้า, แผ่นเหล็กที่ตอกติดกับสันรองเท้า (-S. beat, touch, rap, pat) *-Ex. Farmers tap maple trees for their sap., to stay in business they'll have to tap new markets*

tap² (แทพ) *n.* หัวก๊อกน้ำ, หัวจุกขวดเหล้าหรือถังของเหลว, ของเหลวที่ปล่อยออกจากหัวจุกหรือหัวก๊อก, เครื่องตอกหรือทำสลักเกลียวตัวเมีย, หัวสูบ, หัวต่อไฟฟ้า, ท่อแยก, การปล่อยของเหลวออกจาก *-vt.* **tapped, tapping** ปล่อยของเหลวออกจากก๊อก, ทำให้ไหลออก, ลอบต่อสายโทรศัพท์ (เพื่อดักฟัง), ใส่ก๊อก, ใส่จุก, แยกต่อ, แบ่งน้ำ, ตอกหรือทำสลักเกลียวตัวเมีย, สูบ (ของเหลวหรือหนอง), เจาะต้นยางหรือถัง **-on tap** (ของเหลว) ซึ่งพร้อมที่จะใช้ได้ทุกเมื่อ (-S. spout, value, plug) *-Ex. We heard but one tap on the window., We turned on the tap to get a drink of water., The men tapped the rubber trees., A newspaper has to tap all possible sources of information.*

tap-dance (แทพ' ดานซฺ) *vi.* **-danced, -dancing** การเต้นรำเป็นเสียงกระทบสันเท้าที่ทำแข็งเป็นพิเศษ

tape (เทพ) *n.* สาย, สายเทป, สายเทปบันทึกเสียง, สายผ้าหรือพลาสติกหรือกระดาษยาวเป็นริบบิ้น, ผ้ายางปิดแผลสำหรับพันสายไฟฟ้า, สายวัด, สายหลักชัยที่จุดสิ้นสุดในการแข่งขัน *-v.* **taped, taping** *-vt.* ใส่เทป, ผูก, มัด *-vi.* บันทึกลงบนเทป (-S. band, ribbon, strip)

taper (เท' เพอะ) *vt., vi.* **-pered, -pering** ทำให้เรียว, (ความหนา) ลดลง *-n.* เทียนขนาดเล็ก, การเรียวลง, ไส้เทียนสำหรับจุดกล้อง (-S. narrow, thin, come to a point)

tape-record (เทพ' ริคอร์ด) *vt.* **-corded, -cording** บันทึกเสียงด้วยสายเทป

tape recorder เครื่องบันทึกเสียงด้วยสายเทป

tape recording การบันทึกเสียงด้วยสายเทป, สายเทปบันทึกเสียง

tapestry (แทพ' พิสทรี) *n., pl.* **tries** สิ่งทอหรือม่านลายดอกใช้แขวนประดับผนังบ้าน, พรมลายดอกประดับ *-vt.* **-estried, -estrying** ประดับหรือปกคลุมหรือแขวนด้วยสิ่งทอดังกล่าว

tapeworm (เทพ' เวิร์ม) *n.* พยาธิตัวตืด

tapeworm

tap house บาร์สำหรับดื่มเหล้าโดยเฉพาะ

tapioca (แทพพิโอ' คะ) *n.* มันสำปะหลัง, สาคูที่ทำจากมันสำปะหลัง

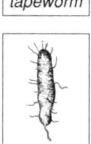

tapioca

tapir (เท' เพอะ) *n.* ตัวสมเสร็จ เป็นสัตว์ขนาดใหญ่ เท้ามีกีบ คล้ายหมูปากยาว

tapis (แทพ' พิส, แทพ' พี, เทพี') *n.* พรมปู, สิ่งทอลายดอกสำหรับปูหรือปกคลุม

tappet (แทพ' พิท) *n.* ก้านเลื่อน, ลิ้นเปิดปิดของเครื่องยนต์

tapir

tapping (แทพ' พิง) *n.* การเคาะ (ตบ ตี ทุบ กระทุ้ง ตอก) เบาๆ, เสียงเคาะดังกล่าว

taproom (แทพ' รูม) *n.* บาร์ (-S. barroom)

taproot (แทพ' รูท) *n.* รากแก้ว

taps (แทพซฺ) *n. pl.* การเป่าแตรเรียกให้ดับไฟเข้านอน, การเป่าแตรในงานศพทหาร

tar¹ (ทาร์) *n.* น้ำมันดิน, น้ำมันราดยางถนน, น้ำมันจากการกลั่นทำลายถ่านหิน *-vt.* **tarred, tarring** ลาดน้ำมันดิน, ทาด้วยน้ำมันดิน **-tar and feather** ลงโทษโดยการทาน้ำมันดินคลุกขนนก *-Ex. The men tarred the road.*

tar² (ทาร์) *n.* (ภาษาพูด) กะลาสีเรือ

tarantula (ทะแรน' ทูละ) *n., pl.* **-las/-lae** แมงมุมพิษตัวใหญ่ชนิดหนึ่ง (ในตระกูล Theraphosidae) คนกลัวกันมาก แต่เวลาถูกกัดแล้วไม่ค่อยเป็นพิษเท่าไร

tarantula

tardy (ทาร์' ดี) *adj.* **-dier, -diest** ช้า, ล้าหลัง, สาย, ลังเล, เฉื่อยชา, เงื่องหงอย, ถ่วง, ฝืนใจ **-tardily** *adv.* **-tardiness** *n. -Ex. being tardy with one's homework, a tardy growth of plants, make tardy progress, a tardy appearance*

tare (แทร์) *n.* น้ำหนักภาชนะหรือสิ่งห่อ,การหักน้ำหนักดังกล่าวออก, น้ำหนักพาหนะที่ไม่รวมน้ำหนักสินค้าหรือคนโดยสาร *-vt.* **tared, taring** หาน้ำหนักดังกล่าว

target (ทาร์' กิท) *n.* เป้า, เป้าของขีปนาวุธ, เป้าหมาย, จุดมุ่งหมาย, โล่กลม, เป้าการนินทา *-vt.* **-geted, -geting** ตั้งเป้าหมาย **-on target** ถูกต้อง, แม่นยำมาก (-S. mark, bull's-eye, victim, aim, goal)

tariff (แทร์' ริฟ) *n.* อัตราภาษีศุลกากร, ภาษีศุลกากร, ค่าธรรมเนียม, ค่าโดยสาร *-vt.* **-iffed, -iffing** ทำให้เสียภาษีศุลกากร, จัดเก็บภาษีศุลกากร, จัดเก็บค่าธรรมเนียมหรือค่าโดยสาร, กำหนดพิกัดภาษี (หรือค่าธรรมเนียม หรือค่าโดยสารดังกล่าว) (-S. duty, excise, impost, levy, tax, rate) *-Ex. There is a tariff on Japanese cars., tariff wall, tariff reform*

tarmac (ทาร์' แมค) *n.* ยางมะตอยราดถนนชนิดหนึ่ง, ถนนที่ราดด้วยยางมะตอยดังกล่าว (โดยเฉพาะบนลานบิน)

tarn (ทาร์น) *n.* ทะเลสาบเล็กๆ บนภูเขา, บึงภูเขา

tarnation (ทาร์เน' ชัน) *n.* การสาปแช่ง, นรก *-interj.* คำอุทานแสดงการสาปแช่ง

tarnish (ทาร์' นิช) *v.* **-nished, -nishing** *-vt.* ทำให้มัวหมอง, ทำให้เศร้าหมอง, ทำให้คล้ำ, ทำให้เปรอะเปื้อน, ทำให้เสื่อมเสีย *-vi.* กลายเป็นมัวหมอง (เศร้าหมอง คล้ำ) *-n.* ความมัวหมอง, สีคล้ำ, รอยด่าง, รอยด่างพร้อย, จุดด่างดำ, มลทิน **-tarnishable** *adj.* (-S. befoul, bolt, dim, rust, soil, taint) *-Ex. Silver tarnishes when left out in the air., Gas will tarnish silver., a tarnish on silver*

taro (ทาร์' โร, แทร์' โร) *n., pl.* **-ros** พืชจำพวกเผือกมัน *(Colocasia esculenta)* เป็นพืชเมืองร้อน

tarot (ทา' โรต, ทะโร') *n.* ชุดไพ่ 22 ใบ ที่ใช้ในการทำนายโชคชะตา

tarpaulin (ทาร์พอล' ลิน) *n.* ผ้าใบชุบน้ำมัน, ผ้าคลุม

tarpon (ทาร์' เพิน) *n., pl.* **-pons/-pon** ปลาขนาดใหญ่

ชนิดหนึ่ง พบในแถบทะเลน้ำอุ่นภาคตะวันตกของมหาสมุทรแอตแลนติก มักจะตกกันเล่นๆ ในสหรัฐอเมริกา

tarry¹ (แท' รี) *v.* **-ried, -rying** *-vi.* พักแรม, ค้างแรม, เลื่อนไป, ล่าช้า, เชื่องช้า, รีรอ, รั้งรอ, หน่วงเหนี่ยว, คอย *-vt.* คอย *-n.* การพักแรม, การค้างแรม **-tarrier** *n.* (-S. wait, delay, stay) *-Ex. Do not tarry by the way., We tarried in Japan longer than we had planned.*

tarry² (ทาร์' รี) *adj.* **-rier, -riest** เหมือนน้ำมันดิน, ทาด้วยน้ำมันดิน *-Ex. There were tarry footprints all over our new rug.*

tarsal (ทาร์' ซัล) *adj.* เกี่ยวกับฝ่าเท้า, เกี่ยวกับตาตุ่ม, เกี่ยวกับขอบตา

tarsus (ทาร์' ซัส) *n., pt.* **-si** ตาตุ่ม

tart¹ (ทาร์ท) *adj.* **tarter, tartest** รสจัด, เปรี้ยว, เผ็ด, กัดกร่อน, เผ็ดร้อน, บาดใจ, แสบลิ้น, (ปาก) จัด **-tartly** *adv.* **-tartness** *n.* (-S. acid, bitter, pungent, sour, tangy)

tart² (ทาร์ท) *n.* ขนมพายประกอบด้วยผลไม้กวน, สิ่งที่ใช้ทาหรือป้ายด้วยแยม, โสเภณี, หญิงชั่วมั่วโลกีย์

tartan (ทาร์' ทัน) *n.* ผ้าตาหมากรุก, สิ่งทอตาหมากรุก, เรือใบเสาเดียวในทะเลเมดิเตอร์เรเนียน

tartar (ทาร์' เทอะ) *n.* หินปูนน้ำลายที่เกาะอยู่ตามซอกฟัน, ชั้นตะกอนสีแดงของเหล้าองุ่นที่หมักได้ที่เป็นสารประกอบโพแทสเซียมไบทาร์เทรท

Tartar (ทาร์' เทอะ) *n.* พวกตาด (ส่วนใหญ่เป็นชาวมองโกเลียหรือตุรกี) ที่อาศัยอยู่ทั่วไปในเอเชียและภาคตะวันออกของยุโรป, ทายาทของพวกตาด, คนป่าเถื่อน (-S. Tatar)

tartar sauce น้ำซอสชนิดหนึ่งที่ทำมาจากมายองเนสผสมกับหอมหัวใหญ่ มะกอก ผักดอง และพืชสีเขียวอื่นๆ ใช้ทานกับเนื้อปลา

task (ทาสค) *n.* งาน, งานหนัก, เรื่องที่ยาก, ภาระหน้าที่ *-vt.* **tasked, tasking** ทำให้ทำงานหนักมากหรือเกินไป, ใช้สมองหนัก, ทำให้เหน็ดเหนื่อย **-take (call** or **bring) to task** ประณามหรือตำหนิ (-S. job, work, charge, duty, toil) *-Ex. Daeng's weekly task is cutting the grass., to task one's memory, to task one's power of endurance, do one's home task, to task one's mind*

task force กองกำลังทหารเฉพาะกิจ, คณะ

taskmaster (ทาสค' แมสเทอะ) หัวหน้าคนงาน, ผู้มีหน้าที่มอบหมายงาน, ผู้ควบคุมงานอย่างเข้มงวด

Tasmania (แทซเม' เนีย) ชื่อเกาะหนึ่งทางใต้ของออสเตรเลีย, ชื่อรัฐหนึ่งของออสเตรเลีย

Tass (แทซ) *n.* ชื่อหนังสือพิมพ์ราชการของโซเวียต

tassel (แทส' เซิล) *n.* พู่, พู่ห้อย, สิ่งที่คล้ายพู่, พู่คั่นหนังสือ, ฝอยฝักข้าวโพดหรือพืชอื่นๆ *-v.* **-seled, -seling/-selled, -selling** *-vt.* ประดับด้วยพู่, เอาฝอยฝักข้าวโพดออก *-vi.* ลอกฝอย (ฝักข้าวโพด)

taste (เทสท) *-vt., vi.* **tasted, tasting** ชิมรส, ลิ้มรส *-n.* รส, รสนิยม, รสชาติ, การชิมรส, ประสาทรับรส, ความรู้สึกของรสชาติ, ความพอใจ, ความสามารถในการเลือกเฟ้น, ความสามารถในการพิจาณา, จำนวนที่ชิมหรือลิ้ม, จำนวนเล็กน้อย (-S. relish, savour, flavour, smack) *-Ex. Somsri tasted the soup and said it was too salty., taste of poverty, first taste of sailing the sea, oriental taste, in bad (poor) taste, taste bud*

taste bud ปุ่มรับรส (บนเยื่อบุผิวของลิ้น)

tasteful (เทสท' ฟูล) *adj.* มีรสนิยมดี, รสอร่อย, รู้จักเลือกเฟ้น **-tastefully** *adv.* **-tastefulness** *n.* (-S. artistic, beautiful, charming, delicate, stylish) *-Ex. A Japanese have a talent for tasteful flower decorations.*

tasteless (เทสท' เลส) *adj.* ไร้รส, จืดชืด **-tastelessly** *adv.* **-tastelessness** *n.* (-S. bland, dull, flat, mild, tame, weak)

tasty (เทส' ที) *adj.* **-ier, -iest** มีรสดี, มีรสนิยมดี, รสอร่อย **-tastily** *adv.* **-tastiness** *n.* (-S. appetizing, delectable, delicious, sapid, luscious)

tat (แทท) *vt., vi.* **tatted, tatting** ตี (ตบ เตะ ทุบ) เบาๆ

tatter (แทท' เทอะ) *n.* ผ้าขี้ริ้ว, ผ้าที่ขาดรุ่งริ่ง, เศษผ้าหรือกระดาษที่ขาด *-vt., vi.* **-tered, -tering** ฉีกเป็นผ้าขี้ริ้ว, ฉีกขาดรุ่งริ่ง *-Ex. The wind blew the banner into tatters.*

tatterdemalion (แทท' เทอะดีเมล' เยิน) *n.* คนที่ใส่ชุดผ้าขี้ริ้ว, ผู้ที่แต่งกายขาดรุ่งริ่ง, คนแต่งตัวปอนๆ

tattered (แทท' เทิร์ด) *adj.* ขาดรุ่งริ่ง, เป็นผ้าขี้ริ้ว ซึ่งสวมผ้าขาดรุ่งริ่ง

tatting (แทท' ทิง) *n.* ขบวนการทอด้วยกระสวย, ผ้าลูกไม้ที่ทอด้วยกระสวย

tattle (แทท' เทิล) *v.* **-tled, -tling** *-vi.* เปิดเผยข่าว, เปิดเผยความลับ, คุย, นินทา *-vt.* นินทา, พูดไม่เป็นสาระ, พูดมาก, ซุบซิบ *-n.* การเปิดเผยข่าวหรือความลับ, การนินทา, การพูดไม่เป็นสาระ *-Ex. If nobody tattles, the other team can't learn our plans.*

tattler (แทท' เลอะ) *n.* ผู้เปิดเผยข่าวหรือความลับ

tattletale (แทท' เทิลเทล) *n.* คนเปิดเผยความลับ *-adj.* ซึ่งเปิดเผย

tattoo¹ (แทททู') *n., pl.* **-toos** รอยสัก, ลาย (รูป) สัก, การสัก *-vt.* **-tooed, -tooing** สัก, สักเป็นลาย **-tattooer, tattooist** *n. -Ex. The sailor had a picture of a crown tattooed on his arm.*

tattoo² (แทททู') *n., pl.* **-toos** กลองสัญญาณจากการเป่าแตรในตอนเย็น เพื่อเรียกทหารกลับเข้าที่พัก, การตีกลอง, การเคาะด้วยนิ้ว, เสียงกลอง *-v.* **-tooed, -tooing** *-vi.* เคาะเสียงจังหวะด้วยนิ้ว *-vt.* ตีกลอง, เคาะจังหวะ

tatty (แทท' ที) *adj.* **-tier, -tiest** หยาบ, หยาบคาย, ไม่เรียบร้อย, สกปรก, เลว, มีคุณภาพเลว

tau (เทา, ทอ) *n.* อักษรตัวที่ 19 ของพยัญชนะกรีก

taught (ทอท) *vt., vi.* กริยาช่อง 2 และ 3 ของ teach *-Ex. Mother taught Kasorn how to sew.*

taunt (ทอนท', ทานท) *vt.* **taunted, taunting** เหน็บแนม, หัวเราะเยาะ, สบประมาท, ยั่วยุ, เยาะเย้ย *-n.* การเหน็บแนม, การสบประมาท, การหัวเราะเยาะ, การยั่วยุ, การเยาะเย้ย **-taunter** *n.* (-S. deride, flout, gibe, jeer, mock) *-Ex The bully taunted him for refusing to fight., Somchai was taunted into taking the dare.*

Tauras (ทอ' รัส) *n.* ชื่อกลุ่มดาว, ดาววัว, สัญลักษณ์

ของราศีพฤษภ

taut (ทอท) *adj.* **tauter, tautest** ตึง, พันแน่น, เกร็ง, ตึงเครียด, เข้มงวด, เคร่งครัด, เรียบร้อย, เป็นระเบียบเรียบร้อย **-tautly** *adv.* **-tautness** *n.* (-S. flexed, rigid, tight, strained, stretched, tense) *-Ex. The clothes-line was so taut that it broke in two., a taut rope, a taut ship*

tauten (ทอท' เทิน) *vt.,vi.* **-ened, -ening** ทำให้ตึง, ทำให้แน่น, กลายเป็นตึง, กลายเป็นแน่น, ทำให้เป็นระเบียบเรียบร้อย

tauto-, taut- คำอุปสรรค มีความหมายว่า เหมือนกัน

tautology (ทอทอล' ละจี) *n., pl.* **-gies** การใช้คำซ้ำที่มีความหมายเดียวกันโดยไม่จำเป็น **-tautologic, tautological** *adj.* **-tautologically** *adv.*

tavern (แทฟว' เวิร์น) *n.* โรงแรมเล็กๆ, โรงขายเหล้า, โรงขายอาหาร, โรงเตี๊ยม (-S. saloon, inn)

taw[1] (ทอ) *n.* ลูกหินสำหรับเด็กเล่น, การเล่นเกมโยนลูกหิน

taw[2] (ทอ) *vt.* **tawed, tawing** ฟอกหนังให้ขาว (โดยใส่สารส้มและเกลือ)

tawdry (ทอ' ดรี) *adj.* **-drier, -diest** ฉูดฉาดแต่ไม่มีราคา, พื้นๆ, เรียบๆ **-tawdrily** *adv.* **-tawdriness** *n.* (-S. gaudy, vulgar, cheap, raffish, tinsel, showy, flashy, meretricious)

tawny (ทอ' นี) *n.* สีน้ำตาลอมเหลือง **-tawniness** *n.* **-tawny** *adj.*

tax (แทคซ) *n.* ภาษี, เงินภาษี, เงินที่ต้องชำระให้แก่รัฐบาล, ภาระหน้าที่ *-vt.* **taxed, taxing** จัดเก็บภาษี, ทำให้เกิดภาระหน้าที่, ประณาม, ด่า, ตำหนิ, ประเมินค่า **-taxer** *n.* (-S. duty, impost, charge, excise, customs, toll)

taxable (แทค' ซะเบิล) *adj.* (คน วัตถุ) ที่ต้องเสียภาษี, ซึ่งจะต้องชำระภาษี, ต้องเสียภาษี, พึงชำระภาษี *-n.* บุคคลหรือทรัพย์สินที่ต้องเสียภาษี **-taxability, taxableness** *n.* **-taxably** *adv.*

taxation (แทคเซ' ชัน) *n.* การจัดเก็บภาษี, การเสียภาษี, ภาษีที่จัดเก็บ, รายได้จากภาษี *-Ex. Unjust taxation angered the Thai taxpayers.*

tax-deductible (แทคดิดัก' ทะเบิล) *adj.* เกี่ยวกับฐานภาษีที่หักค่าใช้จ่ายหรือค่าลดหย่อนได้

tax-exempt (แทคซฺอิกเซมพฺท') *adj.* ไม่ต้องเสียภาษี, ยกเว้นภาษี, ปลอดภาษี, เกี่ยวกับดอกเบี้ยที่ไม่ต้องเสียภาษี *-n.* พันธบัตรที่ไม่ต้องเสียภาษี

tax-free (แทคซฺ' ฟรี') *adj.* ไม่ต้องเสียภาษี

taxi (แทค' ซี) *n., pl.* **taxis/taxies** รถยนต์ให้เช่าโดยคิดค่าโดยสารตามระยะทาง (มักมีเครื่องวัดระยะทางที่เรียกว่า taximeter), รถแท็กซี่ *-v.* **taxied, taxiing** *-vi.* นั่งรถแท็กซี่, เดินทางโดยรถแท็กซี่, (เครื่องบิน) เคลื่อนไปตามลานบินหรือบนน้ำ *-vt.* ทำให้ (เครื่องบิน) เคลื่อนไปตามลานบินหรือบนน้ำ *-Ex. before take-off the plane taxied along the runway*

taxicab (แทค' ซิแคบ) *n.* รถยนต์ให้เช่า, รถแท็กซี่

taxidermy (แทค' ซิเดอมี) *n.* ศิลปะหรือเทคนิคการทำให้สัตว์ที่ตายมีรูปกายเหมือนมีชีวิต, วิชาทำสัตว์เช่นนี้ **-taxidermal, taxidermic** *adj.* **-taxidermist** *n.*

taximeter (แทค' ซิมมิเทอะ) *n.* เครื่องวัดระยะทางวิ่งของรถแท็กซี่และคำนวณราคาค่าโดยสารออกมา

taxonomy (แทคซอน' นะมี) *n., pl.* **-mies** วิทยาศาสตร์หรือเทคนิคเกี่ยวกับการแบ่งประเภท, การจัดแบ่งสิ่งมีชีวิตออกเป็นกลุ่มต่างๆ **-taxonomist** *n.*

taxpayer (แทคซฺ' เพเออะ) *n.* ผู้เสียภาษี, ผู้ชำระภาษี, อาคารที่เก็บค่าเช่าเพียงพอสำหรับจ่ายค่าภาษีโรงเรือนหรือที่ดินเท่านั้น **-taxpaying** *adj.*

Tb สัญลักษณ์ธาตุเคมี terbium

T-bone เนื้อวัวท่อนกลางที่มีกระดูกรูป T

TB, T.B. ย่อจาก Tuberculosis โรควัณโรค, Tubercle bacillus เชื้อแบคทีเรียที่ทำให้เกิดวัณโรค

t.b. ย่อจาก Trial balance

Tc สัญลักษณ์ธาตุ technetium

TCP/IP (Transmission Control Protocol/Internet Protocol) หมายความว่าสภาพข้อมูลถูกใช้ร่วมกันได้ในระหว่างเครือข่ายแปลกหน้าสองเครือข่าย ในที่นี้จะเป็นโปรโตคอลของเครือข่ายอินเตอร์เนต

Te สัญลักษณ์ธาตุ tellurium

tea (ที) *n.* ใบชา, ต้นชา (Camellia sinensis), เครื่องดื่มใส่ชา, อาหารบ่ายหรืออาหารเย็นชนิดเบาๆ, งานเลี้ยงน้ำชา, (คำสแลง) กัญชา *-Ex. scented (jasmine) tea, tea cup, tea bag, teaspoon, tea strainer, beef tea*

tea

tea bag ถุงใบชา (เป็นถุงกระดาษ หรือกระดาษกรอง)

tea ball ลูกกลมกรองชา (ที่ทำด้วยโลหะเป็นช่องเล็กๆ สำหรับใส่ใบชา)

teacake (ที' เคก) *n.* ขนมเค้กขนาดเล็ก, ขนมปังนุ่มสำหรับรับประทานกับน้ำชา

teach (ทีช) *v.* **taught, teaching** *-vt.* สอน, สั่งสอน, สอนหนังสือ, อบรม, ให้การศึกษา *-vi.* ให้คำแนะนำ, ให้บทเรียน (-S. instruct, educate, advise, coach, school)

teacher (ที' เชอะ) *n.* ผู้สอน, ครู, อาจารย์

teaching (ที' ชิง) *n.* การสอน, อาชีพการสอน, อาชีพครู, เรื่องที่สอน, สิ่งที่สอน *-Ex. the teachings for Christ*

teacup (ที' คัพ) *n.* ถ้วยน้ำชา, หนึ่งถ้วยชา

teahouse (ที' เฮาซฺ) *n.* โรงน้ำชา, ร้านขายน้ำชา

teak (ทีค) *n.* ไม้สัก, ต้นสัก มีเนื้อไม้แข็งสีเหลืองน้ำตาล มักใช้ทำเครื่องเรือน

teakettle (ที' เคทเทิล) *n.* กาน้ำชา

teal (ทีล) *n., pl.* **teals/teal** นกเป็ดน้ำ

teal

team (ทีม) *n.* กอง, หน่วย, คณะ, ชุดนักกีฬา, กลุ่มคน, กลุ่มสัตว์ *-v.* **teamed, teaming** *-vt.* รวมกันเป็นกลุ่มหรือหน่วย, ขนส่งเป็นกลุ่ม, ใช้สัตว์เลี้ยงเป็นกลุ่มลาก, รวมเงินให้เหมาทำ, ประสานกัน *-vi.* รวมกันเป็นกลุ่ม, ขับรถไปด้วยกันหลายคัน, ขับรถบรรทุก (-S. set, company, band, crew, group) *-Ex.One team plays against another team., Dancers teamed up in one act of the show., a baseball team*

teammate (ทีม' เมท) *n.* ผู้ร่วมกลุ่ม, ผู้ร่วมคณะ, สมาชิกในคณะเดียวกัน

teamster (ทีม' สเทอะ) *n.* ผู้มีอาชีพขับรถบรรทุก, คนขับรถที่ใช้สัตว์หลายตัวลาก

teamwork (ทีม' เวิร์ค) *n.* การกระทำร่วมกัน, การร่วมมือกันทำเป็นกลุ่มหรือหมู่คณะ

teapot (ที' พอท) *n.* การชงชา, หม้อชา

teapoy (ที' พอย) *n.* ที่ตั้งกาชงชา มีสามขา

tear¹ (เทียร์) *n.* น้ำตา, ของเหลวที่คล้ายน้ำตา, การร้องไห้ *-vi.* น้ำตาไหลออกมา **-tears** ความเสียใจ, ความเศร้า **-in tears** ร้องไห้ (-S. hole, multilation, rent, rip, run) *-Ex. eyes filled with tears, crocodile tears, tear bomb, teardrop*

tear² (แทร์) *v.* **tore, torn, tearing** *-vt.* ฉีก, ฉีกขาด, ฉีกออก, ดึง, ทิ้ง, รื้อ, รื้อทิ้ง, รื้อออก, รูด, พราก *-vi.* ฉีกขาด, ดึง, ถูกฉีก, ถูกดึง, เร่งรีบไป *-n.* การฉีก, การฉีกขาด, รอยฉีก, ช่องที่ฉีกออก **-tea rat** โจมตีอย่างรุนแรง **-tear around** วิ่งไปวิ่งมา **-tear into** โจมตีอย่างแรง, กล่าวหา **-tear up** ฉีกออกเป็นชิ้นเล็กชิ้นน้อย **-tearer** *n.* (-S. craw, divide, rend, scratch, sever)

teardrop (เทียร์' ดรอพ) *n.* หยดน้ำตา, สิ่งที่คล้ายหยดน้ำตา

tearful (เทียร์' ฟุล) *adj.* น้ำตาไหล, น้ำตาคลอ, ทำให้น้ำตาไหล, โศกเศร้า **-tearfulness** *n.* (-S. crying, weeping, sobbing, whimpering) *-Ex. a tearful goodbye*

tear gas ก๊าซน้ำตา

tearing (แทร์' ริง) *adj.* เร่งรีบอย่างรุนแรง, ผลุนผลัน, ดุเดือด, รุนแรง

tearjerker (เทียร์' เจอเกอะ) *n.* (คำสแลง) เรื่องเศร้าที่ทำให้ร้องไห้

tearoom (ที' รูม) *n.* ห้องน้ำชา, โรงขายน้ำชา, ร้านขายน้ำชา

teary (เทียร์' รี) *adj.* **-ier, -iest** เกี่ยวกับน้ำตา, น้ำตาไหล, น้ำตาคลอ **-tearily** *adv.* **tearness** *n.*

tease (ทีซ) *v.* **teased, teasing** *-vt.* ยั่ว, เย้า, แหย่, ล้อ, ล้อเลียน, สัพยอก, กวนโมโห, กวนโทโส, ทำให้(เส้นใย) เป็นขุยขน *-vi.* ยั่ว, แหย่, สัพยอก *-n.* ผู้ยั่ว, ผู้เย้า, การยั่ว, การเย้า, การถูกยั่ว, การถูกเย้า (-S. annoy, badger, bait, chaff, goad)

teasel (ที' เซิล) *n.* พืชไม้หนามจำพวก *Dipsacus*, ช่อดอกของพืชดังกล่าว ใช้คลึงผ้าให้เป็นขุยขน, เครื่องคลึงผ้าให้เป็นขุยขน *-vt.* **-seled, -seling/-selled, -selling** คลึงสิ่งทอให้เป็นขุยขน

teasel

teaser (ที' เซอะ) *n.* ผู้ยั่ว, ผู้ยั่วเย้า, ผู้แหย่

teaspoon (ที' สพูน) *n.* ช้อนชา, ปริมาณหนึ่งช้อนชา

teaspoonful (ที' สพูนฟูล) *n., pl.* **-fuls** ปริมาณหนึ่งช้อนชา

teat (ทีท) *n.* หัวนมสตรี (-S. nipple)

tea tray ถาดชา (-S. teacart)

technetium ชื่อธาตุโลหะกัมมันตรังสีชนิดหนึ่ง มีสัญลักษณ์ Tc

technic (เทค' นิค) *n.* ศิลปะ, เทคนิค, วิธีการ, วิธี, ทำกลวิธี *-adj.* เกี่ยวกับศิลปะหรือวิธีทำ, เกี่ยวกับกลวิธี, เฉพาะวิชา **-technics** วิชาเทคนิค

technical (เทค' นิเคิล) *adj.* เกี่ยวกับเทคนิค, เกี่ยวกับวิชาเทคนิค, เกี่ยวกับกลวิธี, เกี่ยวกับศิลปะ, เฉพาะวิชา, ตามหลักวิชา, เกี่ยวกับวิชาเฉพาะอย่าง, เชี่ยวชาญเฉพาะอย่าง **-technically** *adv.* **-technicalness** *n. -Ex. technical training, technical skill, technical adviser, technical knowhow, technical school*

technicality (เทคนะแคล' ลิที) *n., pl.* **-ties** ลักษณะเทคนิค, ลักษณะเฉพาะวิชา, การใช้กลวิธี, การใช้หลักวิชา, สิ่งที่เป็นหลักวิชา, หลักวิชา

technical knockout การชกมวย, การยุติการชกเพื่อป้องกันไม่ให้คู่ต่อสู้ได้รับบาดเจ็บรุนแรงใช้อักษรย่อว่า TKO หรือ T.K.O.

technician (เทคนิช' ชัน) *n.* เจ้าหน้าที่เทคนิค, ผู้ชำนาญในวิชาหนึ่งเฉพาะ, ช่าง (-S. expert) *-Ex. a laboratory techincian*

Technicolor, technicolour (เทค' นิคัลเลอะ) *n.* ระบบการถ่ายภาพยนตร์สี โดยการใช้แม่สี 3 สีเป็นหลัก, สีสดใส **-Technicolored, Technicoloured** *adj.*

technique (เทคนิค') *n.* เทคนิค, กลวิธี, ศิลปะ, ฝีมือ, หลักวิชา, ความสามารถทางเทคนิค, วิธีการดึงดูดความสนใจ (-S. craft, style, course, fashion, means, method, cedure, way)

technocracy (เทคโน' ระซี) *n., pl.* **-cies** ทฤษฎีการปกครองโดยเน้นหนักการใช้ผู้เชี่ยวชาญและวิชาเทคนิค

technological (เทคนะลอจ' จิเคิล) *adj.* เกี่ยวกับเทคโนโลยี, เกี่ยวกับวิทยาศาสตร์และอุตสาหกรรม, เกิดจากการเจริญทางด้านเทคนิคการผลิต (-S. technologic) **-technologically** *adv.*

technologist (เทคนอล' ละจีส) *n.* ผู้เชี่ยวชาญทางเทคโนโลยี

technology (เทคนอล' ละจี) *n., pl.* **-gies** วิชาที่เกี่ยวกับศิลปของอุตสาหกรรมวิทยาศาสตร์ประยุกต์วิศวกรรมศาสตร์และอื่นๆ, ประยุกต์วิทยา, วิชาการ, เทคโนโลยี

tectonic (เทคทอน' นิค) *adj.* เกี่ยวกับ, การก่อสร้าง, เกี่ยวกับสถาปัตยกรรม, เกี่ยวกับโครงสร้างของพื้นผิวโลก, เกี่ยวกับแรงหรือปัจจัยต่างๆ ภายในโลกที่ทำให้เกิดการเคลื่อนไหวของพื้นผิวโลก, เกี่ยวกับผลการเคลื่อนไหวดังกล่าว

teddy (เทด' ดี) *n., pl.* **-dies** เสื้อผ้าชั้นในที่เป็นผืนเดียว

teddy bear ตุ๊กตาหมีสำหรับเด็ก

Te Deum (เทเด' อูม) *n.* เพลงสรรเสริญพระเจ้าเป็นภาษาละตินในสมัยโบราณที่แสดงความกตัญญู, ดนตรีประกอบเพลงดังกล่าว

teddy bear

tedious (ที' เดียส) *adj.* น่าเบื่อ, น่ารำคาญ **-tediousness** *n.* **-tediously** *adv.* (-S. banal, boring) *-Ex. a tedious job, a tedious story, a tedious conversation*

tedium (ที' เดียม) *n.* ความน่าเบื่อ, ความรำคาญ (-S.

banality, boredom, routine)
tee[1] (ที) *n.* อักษร T หรือ t, สิ่งที่คล้ายอักษร T
tee[2] (ที) *n.* จุดเริ่มต้นของการแข่งขันกอล์ฟของแต่ละหลุม, เบ้ารองรับลูกกอล์ฟในการตี *-vt.* **teed, teeing** วางลูกกอล์ฟบนที่รองรับลูก, ตีลูกกอล์ฟจากที่รองรับ **-tee off** ตีลูกกอล์ฟ, (คำสแลง) ทำให้โกรธ ทำให้รังเกียจ, เริ่มต้น
teem[1] (ทีม) *v.* **teemed, teeming** *-vi.* มีอยู่คับคั่ง, มีอยู่เต็ม, เต็มไปด้วย, อุดมสมบูรณ์ไปด้วย *-vt.* ให้กำเนิด (ลูกหลาน) **-teemer** *n.* **-teemingly** *adv.* (-S. be copious, abound, be abundant, swarm, brim) *-Ex. On holidays the beaches teem with bathers., A country teemed with wild game., a teeming brain*
teem[2] (ทีม) *vt.* **teemed, teeming** เทออก, ทำให้หมด, ปลดปล่อย
teen[1] (ทีน) *n.* ความทุกข์, ความเศร้าระทม
teen[2] (ทีน) *n.* คนรุ่นหนุ่มรุ่นสาว, คนที่มีอายุในช่วง 13-19 ปี *-adj.* เกี่ยวกับวัยรุ่น, เกี่ยวกับคนรุ่นหนุ่มรุ่นสาว, เกี่ยวกับบุคคลที่มีอายุระหว่าง 13-19 ปี (-S. teenage)
teen-age, teenage (ทีน' เอจ) *adj.* เกี่ยวกับคนรุ่นหนุ่มรุ่นสาว, เกี่ยวกับคนที่มีอายุระหว่าง 13-19 ปี (-S. teenaged, teen-aged)
teen-ager, teenager (ทีน' เอเจอะ) *n.* บุคคลที่มีอายุระหว่าง 13-19 ปี, คนรุ่นหนุ่มรุ่นสาว, วัยรุ่น
teeny (ที' นี) *adj.* **-nier, -niest** เล็ก, จิ๋ว, จ้อย, จิ๊ด, เล็กน้อย (-S. teensy)
teeny-weeny (ที' นีวี' นี) *adj.* จิ๋ว (-S. teensy-weensy)
teeter (ที' เทอะ) *v.* **-tered, -tering** *-vi.* เดินโซเซ, เดินด้วยจังหวะก้าวที่ไม่มั่นคง *-vt.* เล่นไม้กระดานหก, กระดกขึ้นลง, เคลื่อนที่อย่างไม่มั่นคง *-n.* กระดานหก, การเคลื่อนที่ขึ้นลงแบบกระดานหก (-S. seesaw, tilting board, teedle board, dandle board) *-Ex. The boys teetered as they walked on top of the fence.*
teeter-totter (ที' เทอะทอท' เทอะ) *n.* กระดานหก
teeth (ทีธ) *n., pl.* พหูพจน์ของ tooth *-Ex. A rake has teeth., the teeth of a saw, the teeth of cogwheel*
teethe (ทีธ) *vi.* **teethed, teething** ฟันงอก, ตัดฟัน
teething (ที' ธิง) *n.* การงอกของฟัน
teetotal (ที' โททเทิล) *adj.* เกี่ยวกับการเลิกเหล้าอย่างสิ้นเชิง **-teetotaler** *n.* **-teetotalism** *n.*
Tegucigalpa (ทะกูซะกัล' พา) ชื่อเมืองหลวงของฮอนดูรัส
tegument (เทก' กิวเมินทฺ) *n.* เปลือก, หนัง, ส่วนคลุม, เยื่อหุ้ม, กระดอง, ปลอกหุ้ม **-tegumental, tegumentary** *adj.*
Tehran (ทีฮะแรน', -ราน') ชื่อเมืองหลวงของอิหร่าน (-S. Teheran)
Tel Aviv (เทล' อะวีฟ) ชื่อเมืองเอกในภาคตะวันตกของอิสราเอล
tele- คำอุปสรรค มีความหมายว่า ไกล (-S. tel-, telo-)
telecommunication (เทลลิคอมมิว' นิเคชั่น) *n.* วิทยาศาสตร์หรือเทคโนโลยีทางการสื่อสารโดยโทรศัพท์ โทรเลข วิทยุ โทรทัศน์ เคเบิลและอื่นๆ
telegram (เทล' ลิแกรม) *n.* โทรเลข
telegraph (เทล' ลิกราฟ) *n.* เครื่องส่งโทรเลข, เครื่องส่งสัญญาณทางไกล *-vt., vi.* **-graphed, -graphing** ส่งโทรเลข, ส่งสัญญาณทางไกล **-telegrapher, telegraphist** *n.* **-telegraphic, telegraphical** *adj.* (-S. teleprinter, telex, cable, radiogram, telegram)
telegraphic transfer (ธนาคาร/การค้านานาชาติ) วิธีการส่งเงินไปต่างประเทศอย่างรวดเร็ว
telegraphy (ทะเลก' กระฟี) *n.* เทคนิคการส่งโทรเลข, เทคนิคของระบบโทรเลข
telemeter (ทะเลม' มิเทอะ) *n.* เครื่องวัดระยะทางไกล, การส่งข้อมูลไปยังจุดที่อยู่ไกล โดยใช้เครื่องอิเล็กโทรนิกส์
teleology (ทีลีโอล' ละจี) *n., pl.* **-gies** ทฤษฎีว่าด้วยจุดประสงค์สุดท้าย, ทฤษฎีว่าด้วยสาเหตุสุดท้าย, การศึกษาเกี่ยวกับหลักฐานรูปแบบและจุดประสงค์ของธรรมชาติ, รูปแบบหรือจุดประสงค์ดังกล่าว, ทฤษฎีที่ว่าปรากฏการณ์ทั้งหลายนั้นเกิดจากทั้งแรงกลและเป้าหมายของแรงกล
telepathy (ทะเลพ' พะธี) *n.* โทรจิต, การถ่ายทอดจิต, การติดต่อกันทางจิต **-telepathic** *adj.* **-telepathically** *adv. -Ex. Samai seemed to read my thoughts by telepathy.*
telephone (เทล' ละโฟน) *n.* โทรศัพท์, เครื่องโทรศัพท์, ระบบโทรศัพท์ *-vt., vi.* โทรศัพท์, ส่งข่าวทางโทรศัพท์ **-telephoner** *n.* (-S. handest, line, phone) *-Ex. Please telephone tomorrow., Please telephone the news to Mother now., public telephone, telephone book, telephone booth, telephone directory, telephone operator*
telephonic (เทลละฟอน' นิค) *adj.* เกี่ยวกับระบบโทรศัพท์, ถ่ายทอดเสียงทางไกล **-telephonically** *adv.*
telephony (ทะเลฟ' ฟะนี) *n.* ระบบโทรศัพท์, วิชาว่าด้วยโทรศัพท์, การพูดทางโทรศัพท์
telephonist (-นิสทฺ) *n.* พนักงานต่อสายโทรศัพท์
telephoto (เทล' ละโฟโท) *adj.* เกี่ยวกับการสร้างเลนส์และการถ่ายภาพในระยะไกล, เกี่ยวกับ telephotography
telephotograph (เทลละโฟ' ทะกราฟ) *n.* โทรภาพ, ภาพจากการถ่ายทอด, ภาพที่เกิดจากการใช้เลนส์ถ่ายภาพในระยะไกล **-telephotographic** *adj.* **-telephotography** *n.*
TelePrompTer (เทล' ละพรอมพฺเทอะ) *n.* เครื่องฉายคำปราศรัยให้เห็นล่วงหน้าทีละบรรทัด สำหรับให้ผู้ปราศรัยทางโทรทัศน์หรือผู้แสดงปาฐกถาได้เห็นโดยไม่ต้องก้มหน้าอ่านจากต้นฉบับ
telescope (เทล' ลิสโคพ) *n.* กล้องโทรทรรศน์, กล้องส่องทางไกล, เครื่องส่องทางไกล *-v.* **-scoped, -scoping** *-vt.* สวมเข้ากัน, เกยกัน, เสียบเข้ากัน, ทำให้สั้นเข้า, ย่อ, ทำให้ขัน *-vi.* สวมเข้ากัน, ประสานงา, หดสั้น, ย่อ, เข้มข้นขึ้น (-S. glass, spyglass) *-Ex. Let us telescope these boxes to save space.*
telescopic (เทลลิสคอพ' พิค) *adj.* เกี่ยวกับกล้อง

T

ส่องทางไกล, โดยกล้องส่องทางไกล, เห็นได้โดยกล้องส่องทางไกล, เห็นได้ไกล, ประกอบด้วยส่วนที่สวมเข้ากัน **-telescopically** *adv.*

teletypewriter (เทลลิไทพ' ไรเทอะ) *n.* เครื่องโทรพิมพ์, เครื่องส่งและรับสัญญาณโทรเลข

televise (เทล' ละไวซ') *vt., vi.* **-vised, -vising** ถ่ายทอดโทรทัศน์

television (เทล' ละวิชัน) *n.* โทรทัศน์, การถ่ายโทรทัศน์, ขอบข่ายการถ่ายทอดโทรทัศน์, เครื่องโทรทัศน์

telex (เทล' เลคซ) *n.* การส่งโทรเลขโดยผู้ใช้โดยตรง, วงจรตรงของระบบโทรเลข

tell (เทล) *v.* **told, telling** *-vt.* บอก, แจ้ง, เล่า, พูด, บรรยาย, เปิดเผย, จำแนกความแตกต่าง, แสดงผล *-vi.* บอกรายงาน, เปิดเผย, นับคะแนน, ทำนาย, ทำให้เกิดผลชัดเจนหรือรุนแรง **-tell off** กล่าวหาอย่างรุนแรง, ประณาม, ด่า **-tell on** พูดมาก, พูดไม่เป็นสาระ **-tellable** *adj.* (-S. disclose, impart, speak, express, reveal) *-Ex. I will tell you a story., The speedometer on the car tells how fast you are going., Father told the man to leave.*

teller (เทล' เลอะ) *n.* ผู้บอก, ผู้เล่า, พนักงานธนาคารที่มีหน้าที่รับหรือจ่ายเงิน, ผู้นับคะแนนเสียง **-tellership** *n.*

telling (เทล' ลิง) *adj.* มีแรง, มีผล, ได้ผล, ชะงัด, เล่าเรื่อง, บอกเล่า **-tellingly** *adv.*

telltale (เทล' เทล) *n.* ผู้เปิดเผยความลับ, คนปากสว่าง, คนส่อเสียด, คนเล่านิทาน, คนปากมาก, สิ่งที่เปิดเผย, เครื่องบันทึกเวลาเริ่มทำงานและเลิกงาน *-Ex. Anong was a telltale and the other children didn't like her., a telltale face, a telltale scar*

tellurium (ทิลิว' เรียม) *n.* ชื่อธาตุเปราะสีเงินที่มีคุณสมบัติคล้ายกำมะถัน มีสัญลักษณ์ Te

telly (เทล' ลี) *n., pl.* **-lies** โทรทัศน์, เครื่องรับโทรทัศน์

temerity (ทะเมอ' ริที) *n.* ความหุนหันพลันแล่น, ความบุ่มบ่าม **-temerarious** *adj.* (-S. boldness, audacity)

temper (เทม' เพอะ) *v.* **-pered, -pering** *-vt.* ทำให้สงบ, เจือปน, ทำให้เบาบาง, ทำให้อ่อนนิ่ม, ทำให้ชุ่มชื้น, ทำให้เหมาะสม *-vi.* บรรเทา, แบ่งเบา, สงบลง *-n.* อารมณ์, นิสัย, ภาวะแห่งจิต, สารที่เติมเข้าไปเปลี่ยนคุณสมบัติ, ระดับความแข็งแรงของเหล็ก, ทางสายกลาง, การประนีประนอม **-temperability** *n.* **-temperable** *adj.* **-temperer** *n.* (-S. attitude, humour, mood, vein) *-Ex. keep lose one's temper, in a good temper, has a sweet temper, good-tempered, bad tempered, Don't lose your temper., A wise man tempers his emotions with reason.*

tempera (เทม' เพอระ) *n.* เทคนิคการวาดภาพด้วยสีที่ประกอบด้วยน้ำมันผสมไข่แดงหรือไข่ผสมน้ำ, ภาพวาดโดยเทคนิคดังกล่าว

temperament (เทม' เพอระเมินท) *n.* อารมณ์, นิสัย, ภาวะจิตใจ, ความหุนหันพลันแล่น (-S. bent, complexion, mettle, soul) *-Ex. a calm temperament, an excitable temperament, sanguine temperament, an artistic temperament*

temperamental (เทมเพอระเมน' เทิล) *adj.* อารมณ์แปรปรวน, อารมณ์เปลี่ยนแปลงง่าย, เจ้าอารมณ์, มีอารมณ์เปลี่ยนแปลงง่าย, มีความรู้สึกไว, เปลี่ยนแปลงอยู่เสมอ **-temperamentally** *adv. -Ex. The temperamental actor was very angry and walked off the stage.*

temperance (เทม' เพอเรินซ) *n.* การควบคุมอารมณ์, การบังคับตัวเอง, การละเว้นสิ่งมึนเมา, ความพอควร (-S. forbearance, moderation, restraint)

temperate (เทม' เพอเรท) *adj.* ควบคุมอารมณ์, บังคับตัวเอง, พอควร, ปานกลาง, ไม่เลยเถิด, เหมาะกับกาลเทศะ **-temperately** *adv.* **-temperateness** *n.* (-S. calm, cool, mild) *-Ex. Father is a man of temperate eating habits., the temperate zone*

Temperate Zone บริเวณแถบอบอุ่นของโลกระหว่างเส้นรุ้ง Tropic of Cancer กับ Artic Circle ในซีกโลกบน และระหว่าง Tropic of Capricorn กับ Antartic Circle ในซีกโลกใต้

temperature (เทม' เพอระเชอะ) *n.* อุณหภูมิ, อุณหภูมิร่างกาย, ไข้ *-Ex. Temperature is measured by a thermometer.*

tempered (เทม' เพิร์ด) *adj.* มีอารมณ์ (ร้อน เย็น) พอควร, เบาบาง, บรรเทา, ซึ่งผ่านการหลอมเหลว

tempest (เทม' เพสท) *n.* พายุ (โดยเฉพาะที่มีฝนหรือหิมะหรือลูกเห็บ), พายุแรงกล้า, ความปั่นป่วน, ความวุ่นวาย **-tempest in a teapot/teacup** ความวุ่นวายหรือโผงผางในเรื่องเล็กๆ น้อยๆ *-Ex. When the music ended there was a tempest of applause.*

tempestuous (เทมเพส' ชูอัส) *adj.* มีพายุแรง, คล้ายพายุแรง, ปั่นป่วน, วุ่นวาย, โผงผาง **-tempestuously** *adv.* **-tempestuousness** *n. -Ex. a tempestuous wind, a tempestuous day, a tempestuous display of anger*

template, templet (เทม' พลิท) *n.* แผ่นที่เจาะเป็นแม่แบบรูปต่างๆ

temple[1] (เทม' เพิล) *n.* วิหาร, โบสถ์, อาราม, สถานที่สถิตของพระเจ้า, โบสถ์ของนิกาย Mormon **-theTemple** โบสถ์สามหลังที่สร้างโดยชาวยิว ในระยะเวลาต่างๆ กันของเยรูซาเลมโบราณ (-S. church, sanctuary, shrine) *-Ex. the temple of a god*

temple[2] (เทม' เพิล) *n.* ขมับ

tempo (เทม' โพ) *n., pl.* **-pos/-pi** จังหวะ, ทำนอง, ความเร็ว, อัตราความเร็ว, รูปแบบของงาน

temporal[1] (เทม' เพอเริล) *adj.* เกี่ยวกับเวลา, เกี่ยวกับชีวิตปัจจุบันหรือโลกปัจจุบัน, ชั่วคราว, ในทางโลก, เกี่ยวกับฆราวาส, เกี่ยวกับโลกีย์วิสัย, เกี่ยวกับกาลกริยาหรือเวลา **-temporally** *adv.*

temporal[2] (เทม' เพอเริล) *adj.* เกี่ยวกับขมับ, ใกล้ขมับ

temporal bone กระดูกขมับ

temporality (เทมพะแรล' ลิที) *n., pl.* **-ties** ลักษณะชั่วคราว, ลักษณะที่ไม่ถาวร, ทรัพย์สมบัติของสงฆ์ (-S. briefly, fleetingly, momentararily, protem)

temporary (เทม' พะเรอรี) *adj.* ชั่วคราว, เฉพาะกาล, ไม่ถาวร *-n., pl.* **-ies** คนที่ทำงานที่ไม่ถาวร

-temporarily *adv.* **-temporariness** *n.* (-S. transient, brief, interim, ephemeral) *-Ex. a temporary job*

temporize (เทม' พะไรซ) *vi.* **-rized, -rizing** หน่วงเหนี่ยว, เล่นกลอนสด, ดำเนินนโยบายชั่วคราว, รับมือชั่วคราว, คล้ายหรือสนองตามความต้องการของสถานการณ์, ประนีประนอม **-temporization** *n.* **-temporizer** *n.*

tempt (เทมพฺท) *vt., vi.* **tempted, tempting** ล่อ, ยั่วใจ, ล่อใจ, ยั่วยวน, หยั่งเชิง, ทดสอบ, ล่อให้ทำชั่ว **-tempter** *n.* **-temptable** *adj.* (-S. allure, coax, decoy, draw, entice) *-Ex. The Devil tempted Eve., to tempt a man to steal, I am tempted to go., a tempting offer, tempting food*

temptation (เทมพฺเท' ชัน) *n.* การล่อ, การยั่วใจ, การล่อใจ, สิ่งล่อใจ (-S. bait, appeal, blandishments) *-Ex. the temptation of a weak person by bad companions, Lead us not into temptation., Spring fever is a temptation to laziness.*

tempting (เทมพฺ' ทิง) *adj.* ล่อใจ, ยั่วใจ, ยั่วยวน **-temptingly** *adv.* **-temptingness** *n.* (-S. attractive, enticing, inviting, seductive)

temptress (เทมพฺ' ทริส) *n.* ผู้ยั่วยวนที่เป็นหญิง

tempura (เทม' พูรา) *n.* อาหารทะเลหรือผักที่ชุบแป้งผสมไข่แล้วทอดในน้ำมันเดือด (อาหารของญี่ปุ่น), อาหารทอดของญี่ปุ่นโดยเฉพาะกุ้งทอด

ten (เทน) *n.* สิบ, เลขสิบ, เก้าบวกหนึ่ง, จำนวนสิบ, กลุ่มที่เป็นสิบ, ธนบัตร 10 ดอลลาร์, 10 โมง, 10 ขวบ, 10 ปี **-take ten** หยุดกระทำ (โดยเฉพาะเป็นเวลา 10 นาที)

tenable (เทน' นะเบิล) *adj.* ยึดถือได้, ป้องกันได้, รักษาไว้ได้, ปรองดองกันได้ **-tenability, tenableness** *n.* **-tenably** *adv.*

tenacious (ทะเน' เชิส) *adj.* เหนียว, เหนียวเหนอะ, ยืนหยัด, ยึดแน่น, ดื้อดึง, ดื้อรั้น, ถือทิฐิ, หวงแหน, ยากที่แยกออกจากกัน **-tenaciously** *adv.* **-tenaciousness** *n.* (-S. clinging, fast, firm, iron, strong) *-Ex. a tenacious grip, tenacious energy, be tenacious of purpose, tenacious clay, a tenacious memory for facts*

tenacity (ทะแนส' ซิที) *n.* ความดื้อรั้น, ความดื้อดึง, การยืนหยัด, การถือทิฐิ, ความเหนียว, ความเหนียวเหนอะ (-S. stubbornness, power, grasp, diligence, force) *-Ex. Her tenacity overcame discouragements., the tenacity of clay*

tenancy (เทน' เนินซี) *n., pl.* **-cies** การเช่าที่, การเช่าอยู่อาศัย, การครอบครอง, ที่เช่า (-S. holding, lease, residence)

tenant (เทน' เนินท) *n.* ผู้เช่า, ผู้เช่าที่หรือโรงเรียน, ผู้เช่าที่นา, ผู้อยู่อาศัย, ผู้ครอบครอง *-vt., vi.* **-anted, -anting** เช่าที่, อาศัยอยู่, พำนัก **-tenantless** *adj.* (-S. lessee, occupier, leaseholder) *-Ex. The tiger and the fox are tenants of the woods., Thailand is mostly tenanted by farmers.*

tend[1] (เทนดฺ) *v.* **tended, tending** *-vt.* เลี้ยง (สัตว์), เฝ้าดูแล, ดูแล, คอยรับใช้ *-vi.* คอยรับใช้ **-tend on/upon** ต้อนรับ, บริการ (-S. atlend, control, feed, protect, watch over) *-Ex. Kasorn tends the baby when Mother is away.*

tend[2] (เทนดฺ) *vi.* **tended, tending** โน้มเอียง, โน้มน้าว, มักชอบ (-S. gravitate, incline, lean, trend) *-Ex. tend upwards, tend to be optimistic*

tendency (เทน' เดินซี) *n., pl.* **-cies** ความโน้มเอียง, ความโน้มน้าว, นิสัย, การบริการ, จุดประสงค์พิเศษหรือเฉพาะ **-tendentious** *adj.* (-S. bent, penchant, leaning, propensity) *-Ex. All governments have a tendency to increase taxes., Her hobbies show scientific tendencies.*

tender[1] (เทน' เดอะ) *adj.* **-er, -est** อ่อน, อ่อนนุ่ม, นิ่มนวล, ประสาทไว, ระวัง, บรรจง, ละมุนละไม, รักใคร่, เป็นห่วง, (ใจ) อ่อนไหวง่าย *-vt.* **-dered, -dering** ทำให้อ่อนนิ่ม, นิ่ม **-tenderly** *adv.* **-tenderness** *n.* (-S. fragile, delicate, frail) *-Ex. a tender steak, tender green, tender heart, tender-hearted, tender-minded, a baby's tender skin, tender plants*

tender[2] (เทน' เดอะ) *n.* การเสนอ, การมอบ, การประมูล, ใบประมูล *-vt.* **-dered, -dering** เสนอ, มอบ, ยื่น, จัดให้, จ่าย **-tenderer** *n.* (-S. present, offer, extend, give, submit) *-Ex. to tender a resignation, a tender of friendship, The silver dollar is still legal tender*

tenderfoot (เทน' เดอะฟุท) *n., pl.* **-foots/-feet** คนอ่อนหัด, คนไร้ประสบการณ์, มือใหม่, คนที่มาใหม่ในเขตที่ยากลำบาก **-Tenderfoot** ยศ, ขั้นต่ำสุดของลูกเสือ *-Ex. Samai was a tenderfoot when it came to riding a horse.*

tenderhearted (เทน' เดอะฮาร์ท' ทิด) *adj.* เห็นอก เห็นใจ, ใจอ่อน **-tenderheartedly** *adv.* **-tenderheartedness** *n.*

tenderize (เทน' เดอะไรซ) *vt.* **-ized, -izing** ทำให้ (เนื้อ) นุ่มโดยการทุบหรือใส่สารเคมี

tenderloin (เทน' เดอะลอยนฺ) *n.* เนื้อนิ่มส่วนเอว, เนื้อสันใน **-tenderloin** สถานที่ในนิวยอร์กที่มีการคอร์รัปชัน, สถานที่ที่มีการคอร์รัปชัน

tendon (เทน' เดิน) *n.* เอ็น, เส้นเอ็น

tendril (เทน' ดริล) *n.* กิ่งก้านเลื้อยของไม้เลื้อย *-Ex. a tendril of hair, the tendrils of sweet peas*

tendril

tenebrous (เทน' นะบรัส) *adj.* มืด, มืดครึ้ม, ไม่ชัด, คลุมเครือ **-tenebrosity** *n.*

tenement (เทน' นะเมินท) *n.* บ้านอยู่อาศัย, ส่วนของบ้านที่ให้เช่าอยู่อาศัย, อสังหาริมทรัพย์ **-tenemental, tenementary** *adj.* (-S. welling house)

tenet (เทน' นิท) *n.* ข้อคิดเห็น, ความเห็น, ทฤษฎี, หลักการ, ข้อบัญญัติ, ความเชื่อ (-S. opinion, doctrine, principle)

tennis (เทน' นิส) *n.* กีฬาเทนนิส

tennis ball ลูกเทนนิส

tennis court สนามเทนนิส

tenon (เทน' เนิน) *n.* เดือยตัวผู้, เดือย, ปากฉลาม, เดือยและรูเดือย *-vt.* **-oned, -oning** ทำให้มีเดือยหรือปากฉลาม, เชื่อมด้วยเดือย, เชื่อมอย่างมั่นคง

tenon saw เลื่อยชนิดหนึ่งที่มีด้ามจับที่งอโค้งขึ้น

tenor (เทน' เนอะ) *n.* แนวโน้ม, วิถีทางชีวิต, เสียงร้องระดับสูงสุดของผู้ชายที่เป็นผู้ใหญ่, ฉบับคัดลอกที่ถูกต้อง *-Ex. the even tenor of a priest's life, the tenor of the talk, tenor of a speech, a tenor saxophone*

tenpenny nail ตะปูยาว 3 นิ้ว

tenpin (เทน' พิน) *n.* ตัวตั้งโบว์ลิ่ง (ซึ่งมีทั้งหมด 10 ตัว)

tense[1] (เทนซฺ) *n.* กาล (ในไวยากรณ์), กริยาแสดงเวลา, กลุ่มของกริยาหรือกาลดังกล่าว *-Ex. "Had" is the past tense of "has"., "Will go" is the future tense of "go"., "Fell" is the past tense of "fall."; the perfect (imperfect) tense*

tense[2] (เทนซฺ) *adj.* **tenser, tenest** ตึง, ตรึงแน่น, รัดแน่น, เครียด **-tensely** *adv.* **-tenseness** *n.* (**-S.** stretched, taut, rigid, edgy, tight) *-Ex. Excitement may cause one to have tense nerves., His muscles were tense from exercise., It was a tense from exercise., It was a tense moment.*

tensile (เทน' เซิล) *adj.* เกี่ยวกับความตึง, ยืดได้, ขยายได้ **-tensility** *n.* (**-S.** ductile)

tension (เทน' ชัน) *n.* ความตึง, ความตึงเครียด, แรงเบ่งหรือก๊าซหรือไอ, เครื่องยึด, เครื่องดึง, (เชือก ประสาท เหตุการณ์) ตึง, เครียด **-tensional** *adj.* (**-S.** tautness, pressure, stress, unease) *-Ex. the tension on the strings, interactional tension, surface tension, Narong was in a state of extreme tension as a result of his financial worries., Since the quarrel over the money there is tension between Danai and his brother.*

tent (เทนทฺ) *n.* กระโจม, เต็นท์ *-v.* **tented, tenting** *-vt.* ตัวกระโจม, ปักเต็นท์, ทำให้พักอยู่ในกระโจม *-vi.* อาศัยอยู่ในโจม, พักในค่าย, ตั้งกระโจม (**-S.** wigwam)

tentacle (เทน' ทะเคิล) *n.* หนวด, งวง, งวงปลาหมึกยักษ์, ขนสัมผัส, หนวดสัมผัส **-tentacular** *adj.*

tentative (เทน' ทะทิฟว) *adj.* เกี่ยวกับการทดลอง, ลองดูก่อน, ยังไม่แน่นอน, ชั่วคราว, ลังเล(**-S.** experimental, indefinite, provisional, unsettled) **-tentatively** *adv.* **-tentativeness** *n.*

tenth (เทนธฺ) *n.* หนึ่งในสิบส่วนที่เท่าๆ กัน, วันที่ 10, ระดับเสียงที่ 10 **-tenth** *adv., adj.*

tenuity (ทะนู' อิที) *n.* ความผอมบาง, ความเรียวเล็ก, ความไม่สำคัญ, ความจืดชืด **-tenuously** *adv.* **-tenuousness** *n.* **-tenuous** *adj.*

tenure (เทน' เนียวเออะ) *n.* การครอบครอง, การครอบครองทรัพย์สิน, ระยะเวลาการครอบครอง, ฐานะมั่นคงของตำแหน่งหน้าที่ **-tenurial** *adj.* **-tenurially** *adv.* (**-S.** time, term, reign)

tepee (ที' พี) *n.* กระโจมของชาวอินเดียนแดง (**-S.** teepee, tipi)

tepee

tepid (เทพ' พิด) *adj.* อบอุ่นนิดๆ, จืดชืด, ไม่อร่อย, เฉยๆ, ไม่กระตือรือร้น (**-S.** lukewarm, warmish, apathetic, cool) **-tepidity, tepidness** *n.* **-tepidly** *adv.* *-Ex. a tepid bath, tepid interest*

terbium (เทอ' เบียม) *n.* ธาตุโลหะชนิดหนึ่งมีสัญลักษณ์ Tb

tercentenary (เทอะเซนเทน' นะรี) *n.* การเฉลิมฉลองครบรอบ 300 ปี, การครบรอบปี *-adj.* เกี่ยวกับ 300 ปี, ครบรอบ 300 ปี

term (เทิร์ม) *n.* เวลาที่กำหนด, คราว, ครั้ง, ระยะเวลา, ภาคเรียน, สมัย, วาระ, ระยะเวลาการดำรงตำแหน่ง, คำศัพท์ *-vt.* **termed, terming** ใช้คำ, ตั้งชื่อ **-terms** เงื่อนไข, พจน์, จำนวนในคณิตศาสตร์, ภาคศาล, ระยะเวลาการตั้งครรภ์, ข้อสรุป, ข้อสัญญา, เกณฑ์, ขอบเขต, ฐานะ, ความสัมพันธ์, เครื่องหมายเขต **-come to terms** ทำให้ตกลงกัน **-bring to terms** ทำให้ยอม (**-S.** denomination, designation, expression, name, title, word) *-Ex. the legal terms in a document, Somsri has been termed the most beautiful woman in Chiang Mai., spring term, the mayor's term of office, term of the bargain, school term, term of an insurance policy, terms of an agreement, be on good (bad) terms, technical terms, to come to terms*

termagant (เทอร์' มะเกินท) *n.* หญิงดุร้าย, หญิงที่มีอารมณ์ร้าย *-adj.* รุนแรง, ปั่นป่วน, อารมณ์ร้าย, ดุร้าย

terminable (เทอร์' มะนะเบิล) *adj.* อาจสิ้นสุดลง, ยุติลงได้, มีระยะเวลากำหนด **-terminability, terminableness** *n.* **-terminably** *adv.*

terminal (เทอร์' มะเนิล) *adj.* ปลาย, ท้าย, กำลังสิ้นสุด, สรุป, ลงเอย, มีกำหนดเวลา, เกี่ยวกับสถานีรถไฟ, เกี่ยวกับขอบเขต, สุดเขต, เกี่ยวกับเครื่องหมายของเขต, บั้นปลายชีวิต *-n.* ส่วนปลาย, ส่วนท้าย, ส่วนหาง, สุดเขต, ขั้วปลายสายไฟ, สถานีปลายทาง, สถานีชุมทาง, ปลายทาง, คำที่อยู่ท้ายคำ, ปัจจัย **-terminally** *adv.* (**-S.** last, final, concluding) *-Ex. a terminal examination at the close of school, terminal station, terminal charges*

terminate (เทอร์' มะเนท) *v.* **-nated, -nating** *-vt.* ทำให้สิ้นสุด, ทำให้ยุติ *-vi.* สิ้นสุด, ยุติ, ลงเอย, ลงท้าย, จบลง, เป็นผล **-terminative** *adj.* (**-S.** end, stop, cease, expire) *-Ex. to terminate a friendship, our lease terminates in December, to terminate a contract, The road terminate canal.*

termination (เทอร์มะเน' ชัน) *n.* การสิ้นสุด, การยุติ, การลงเอย, การลงท้าย, การจบลง, จุดหมาย, ปลาย, สุดเขต, ขอบเขต, ส่วนท้าย, ส่วนปลาย, ข้อสรุป, ผล, คำลงท้าย, ปัจจัย **-terminational** *adj.* (**-S.** discontinuation, close, ending, issue, result)

terminator (เทอร์' มะเนเทอะ) *n.* ผู้ยุติ, สิ่งที่อยู่ท้าย, สิ่งต่อท้าย, ผู้อยู่ตอนปลาย, เส้นแบ่งเขตความมืดและความสว่างของดาวนพเคราะห์

terminology (เทอร์มะนอล' ละจี) *n., pl.* **-gies** คำศัพท์เฉพาะทาง, วิชาว่าด้วยคำศัพท์, ระบบคำศัพท์ **-terminological** *adj.* **-terminologist** *n.*

terminus (เทอร์' มะนัส) *n., pl.* **-ni/-nuses** ปลาย

T

ทาง, สุดทาง, สถานีปลายทาง, สุดเขต, ส่วนท้าย, จุดหมาย, จุดประสงค์, เครื่องหมายเขต, เสาเขต, ขอบเขต (-S. extremity, goal, limit)

termite (เทอร์' ไมทฺ) *n.* ปลวก

termite

termless (เทิร์ม' ลิส) *adj.* ไม่มีขอบเขต, ไม่จำกัด, ไม่มีเงื่อนไข, ไม่มีที่สิ้นสุด

tern[1] (เทิร์น) *n.* นกทะเลในสกุล *Sterna* คล้ายนกนางนวล

tern[2] (เทิร์น) *n.* กลุ่มที่มี 3 คน (อัน ชิ้น), เลขล็อตเตอรี 3 ตัว

Terpsichore เทพธิดาแห่งการเต้นรำและร้องเพลงประสานเสียง **-terpsichore** ศิลปะการเต้นรำ

terra (เทอ' ระ) *n., pl.* **-terrae** โลก, พื้นดิน, แผ่นดิน

terrace (เทอ' เรซ) *n.* ระเบียง, ระเบียงกลางแจ้ง, ดาดฟ้า, ชั้น, ดินชั้นบันได, ที่ราบเป็นชั้น *-vt.* **-raced, -racing** ทำเป็นระเบียง, ทำเป็นชั้น, ทำเป็นดาดฟ้า

terra cotta ดินเหนียวเผาไฟ มีสีน้ำตาลแดงและแข็ง, สิ่งที่ทำด้วยดินดังกล่าว, สีน้ำตาลแดง

terra firma (เทอ' ระเฟอ' มะ) *n.* ดินแข็ง, ดินแน่น, ผืนดินที่แห้ง

terrain (ทะเรน', เทอ' เรน) *n.* ผืนดิน

Terramycin (เทอร์ระไม' ซิน) *n.* ยาปฏิชีวนะจำพวก oxytetracycline

terrapin (เทอร์' ระพิน) *n.* เต่าในตระกูล Emydiolae สกุล *Malaclemys* อาศัยอยู่ในบริเวณอเมริกาเหนือ

terrestrial (ทะเรส' เทรียล) *adj.* เกี่ยวกับโลก, เกี่ยวกับพื้นดินหรือบนบก, งอกบนพื้นดิน, ในทางโลก *-n.* ผู้อาศัยอยู่บนโลก **-terrestrially** *adv.* **-terrestrialness** *n.* *-Ex. terrestrial matters, terrestrial globe, terrestrial magnetism, the terrestrial surface of the earth, Cats are terrestrial animals., Fishes and most birds are not terrestrial.*

T

terrible (เทอร์' ระเบิล) *adj.* น่ากลัว, น่าเกรงขาม, ร้ายแรง, สยองขวัญ, มหันต์ **-terribly** *adv.* **-terribleness** *n.* (-S. bad, awful, dreadful, dire) *-Ex. a terrible storm, a terrible cold in the head, As a lecturer, he's terrible!, a terrible book, a terrible mess*

terrier (เทอร์' เรียร์) *n.* สุนัขขนาดเล็กพันธุ์หนึ่งในหลายพันธุ์ เมื่อก่อนใช้เป็นสุนัขล่าเนื้อ

terrific (ทะริฟ' ฟิค) *adj.* ยิ่งใหญ่, มากมาย, น่ากลัว, สยองขวัญ **-terrifically** *adv.* (-S. fearful, great, harsh, severe) *-Ex. A terrific fire broke out in the factory., terrific speed, terrific view, a terrific tornado, The premiership places a man under a terrific strain.*

terrify (เทอร์' ระไฟ) *vt.* **-fied, -fying** ทำให้น่ากลัวมาก, ทำให้หวาดกลัว, ทำให้สยองขวัญ (-S. frighten, scare) *-Ex. The baby is terrified by dogs.*

territorial (เทอริทอ' เรียล) *adj.* เกี่ยวกับอาณาเขตหรือดินแดน, เกี่ยวกับบริเวณหนึ่งเฉพาะ, เกี่ยวกับภาคพื้นดิน *-n.* ทหารภาคพื้นดิน **-territorially** *adv.*

territorial waters เขตน่านน้ำของประเทศในรัศมี 3 ไมล์ หรือ 12 ไมล์

territory (เทอร์' ริทอรี) *n., pl.* **-ries** อาณาเขต, ดินแดน, เขต, ดินแดนในแผนที่, ดินแดนในอาณัติ, แนวการปฏิบัติ, แนวความคิด, ขอบข่าย, อาณาจักร *-Ex. The Northeast Territories is a territory of Thailand., Somchai's territory is outside Bangkok.*

terror (เทอร์' เรอะ) *n.* ความหวาดกลัว, ความน่ากลัว, ความสยองขวัญ (-S. panic, fear, dread) *-Ex. Terror came over the crowd when the lion got loose., The escaped lion was a terror.*

terrorism (เทอร์' ระริซึม) *n.* ลัทธิก่อการร้าย **-terrorist** *n.*

terrorize (เทอร์' เรอะไรซฺ) *vt.* **-ized, -izing** ทำให้น่ากลัวมาก, ทำให้สยองขวัญ, คุกคาม, ข่มขวัญ **-terrorizer** *n.* **-terrorization** *n.* (-S. browbeat, menace, awe, dismay)

terse (เทิร์ส) *adj.* **terser, tersest** กะทัดรัด, รวบรัด, สั้นแต่จุความ, ได้ใจความดี **-tersely** *adv.* **-terseness** *n.*(-S. brief, clipped, neat, pithy)

tertiary (เทอร์' เชียรี) *adj.* ลำดับ 3, ที่ 3, ระยะที่ 3, รุ่น 3, สมัยที่ 3, ยุคที่ 3, ซึ่งประกอบด้วยหนึ่งคาร์บอนอะตอมที่เชื่อมต่อกับอีก 3 คาร์บอนอะตอม เกิดโดยการแทนที่โดย 3 อะตอมหรือ 3 กลุ่มของอะตอม, เกี่ยวกับยุคเมื่อประมาณ 70 ล้านปีถึง 1 ล้านปีมาแล้ว *-n.* ยุคดังกล่าวของโลก, ขนนกที่ฐานปีก, ผู้ที่อยู่ในอันดับสาม (-S. third)

tesselate (เทส' ซะเลท) *vt.* **-lated, -lating** ฝังหินขัดเป็นลวดลายต่างๆ **-tessellation** *n.*

test (เทสทฺ) *n.* การทดสอบ, การทดลอง, เครื่องทดสอบ, เครื่องทดลอง, การตรวจสอบ, การสำรวจ, การตรวจพิสูจน์ *-vt., vi.* **tested, testing** ทดสอบ, ทดลอง, ตรวจสอบ, ตรวจพิสูจน์, สำรวจ **-testability** *n.* **-testable** *adj.* (-S. analysis, attempt, trial, check, ordeal) *-Ex. test of an engine, test of knowledge, intelligence test, a test for copper in ore*

testacy (เทส' ทะซี) *n.* การทำพินัยกรรมได้

testament (เทส' ทะเมินทฺ) *n.* พินัยกรรม, หนังสือพระคัมภีร์ (โดยเฉพาะระหว่างพระเจ้ากับมนุษย์) **-old Testament** พระคัมภีร์ไบเบิลฉบับเก่า **-New Testament** พระคัมภีร์ไบเบิลฉบับใหม่ **-testamentary** *adj.*

testate (เทส' เทท) *adj.* ที่ทำพินัยกรรมไว้ก่อนตาย

testator (เทส' เทเทอะ) *n.* ผู้ทำพินัยกรรม, เจ้ามรดกที่ได้ทำพินัยกรรมไว้, ผู้ตายที่ได้ทำพินัยกรรมไว้ก่อนตาย

test case คดีทดสอบตัวบทกฎหมายคดีตัวอย่าง

tester (เทส' เทอะ) *n.* ผู้เข้าทดลอง, ผู้เข้าสอบผู้ถูกทดสอบ

testicle (เทส' ทิเคิล) *n.* ลูกอัณฑะ **-testicular** *adj.* **-testiculate** *adj.*

testify (เทส' ทะไฟ) *vt., vi.* **-fied, -fying** พิสูจน์, เป็นพยาน, สาบานตัว, แถลง, ยืนยัน **-testification** *n.* **-testifier** *n.* (-S. declare, bear witness, affirm) *-Ex. Udom testified that he saw the man steal the money., to testify against, acts testify intent, His work testifies to his ability.*

testimonial (เทสทะโม' เนียล) *n.* หนังสือรับรอง,

testimony 883 Thanksgiving Day

ใบสุทธิ, หนังสือชมเชย, รางวัลรับรอง, รางวัลชมเชย, ของระลึก *-adj.* เกี่ยวกับหนังสือหรือรางวัลหรือของดังกล่าว (-S. certificate, commendation, endoresement, reference, tribute)

testimony (เทส' ทะโมนี) *n., pl.* **-nies** หลักฐาน, พยาน, การยืนยันโดยการสาบานตัว, การแถลงโดยเปิดเผย, บัญญัติ 10 ประการของโมเสส (-S. evidence, declaration, assertion) *-Ex. The testimony of the witness convinced the judge., Her tears were testimony of her grief., bear testimony to, give false testimony*

testis (เทส' ทิส) *n., pl.* **-tes** ลูกอัณฑะ

testosterone (เทสทอส' ทะโรน) *n.* ฮอร์โมนเพศชายที่ได้จากลูกอัณฑะ ทำให้มีลักษณะของผู้ชาย ประกอบด้วย $C_{19}H_{28}O_2$

test tube หลอดแก้วทดลอง

testy (เทส' ที) *adj.* **-tier, -tiest** โกรธง่าย, ใจร้อน, หุนหันพลันแล่น, ขี้โมโห, ใจน้อย **-testily** *adv.* **-testiness** *n.*

tetanic (เทแทน' นิค) *adj.* เกี่ยวกับโรคบาดทะยัก

tetanus (เทท' ทะนัส) *n.* โรคบาดทะยักมีอาการหดตัวของกล้ามเนื้อ, กล้ามเนื้อคอและขากรรไกรแข็ง, เชื้อบาดทะยัก *Clostridium tetani* **-tetanal** *adj.*

tetchy (เทช' ชี) *adj.* **-ier, -iest** โกรธง่าย, ใจร้อน **-tetchily** *adv.* **-tetchiness** *n.* (-S. techy)

tête-à-tête (เททอะเทท', เทอะเทท') *adj., adv.* ระหว่างบุคคลสองคนเท่านั้น *-n.* การสนทนา โดยเฉพาะระหว่างบุคคลสองคน, โซฟาที่นั่งได้สองคน

tether (เทธ' เธอะ) *n.* เชือกล่าม, เชือกผูก, โซ่ล่าม, ขอบเขต, ขอบเขตจำกัด *-vt.* **-ered, -ering** ผูก, ล่าม, ผูกมัด, จำกัดขอบเขต **-at the end of one's tether** สุดขีดแล้ว, สุดกำลัง, สุดทน

tetr-, tetra- คำอุปสรรค มีความหมายว่า สี่

tetragon (เทท' ระกอน) *n.* รูปสี่เหลี่ยม, รูปสี่มุม, รูปที่มีสี่ด้าน **-tetragonal** *adj.* **-tetragonally** *adv.*

Teuton (ทูท' ทัน) *n.* สมาชิกเผ่าเยอรมันโบราณเผ่าหนึ่งที่อาศัยอยู่ใน Jutland เมื่อ 100 ปีก่อนคริสต์กาล, ชาวเยอรมัน, คนที่มีเชื้อชาติเยอรมัน

Teutonic (ทูทอน' นิค) *n.* เกี่ยวกับ Teuton, เกี่ยวกับเยอรมัน, เกี่ยวกับชนชาวยุโรปภาคเหนือ (ได้แก่ เยอรมัน, ดัตช์, สแกนดิเนเวีย, อังกฤษ) *-n.* ชาวเยอรมัน

Texas (เทค' ซัส) รัฐเท็กซัส เป็นรัฐที่ 28 ของสหรัฐอเมริกา แยกมาจาก Mexico เมื่อปี ค.ศ. 1836

text (เทคซฺทฺ) *n.* ต้นฉบับเดิม, ถ้อยคำเดิม, ข้อความเดิม, แม่บทเดิม, ใจความ, แบบฉบับการเขียน, เนื้อเพลง, ตำรา, แบบเรียน, หนังสือเรียน, ข้อความสั้นๆ ในพระคัมภีร์ไบเบิล, อักษรในพระคัมภีร์ไบเบิล, หัวข้อสำคัญ, ตัวพิมพ์ (-S. argument, body, matter, wording)

textbook (เทคซฺทฺ' บุค) *n.* ตำรา, แบบเรียน, หนังสือเรียน *-Ex. a new text-book for geography, The children had textbooks in Thai.*

textile (เทคซฺ' ไทลฺ) *n.* สิ่งทอ, วัตถุสิ่งทอ, วัตถุดิบที่นำมาทำสิ่งทอ (-S. cloth, fabric, goods) *-Ex. Some textile are woven from wool., textile machinery, a textile fabric, Cotton and wool are textile fibers., the textile industry*

textual (เทคซฺ' ชวล) *adj.* เกี่ยวกับต้นฉบับหรือถ้อยคำเดิม, เกี่ยวกับใจความ, เกี่ยวกับข้อความในพระคัมภีร์ไบเบิล **-textually** *adv.* (-S. literal)

texture (เทคซฺ' เชอะ) *n.* เนื้อผ้า, องค์ประกอบ, เนื้อหนัง, แก่นสาร, ธาตุแท้, สิ่งทอ, วัตถุทำสิ่งทอ *-vt.* **-tured, -turing** ทอ (สิ่งทอ), ทอผ้า **-texturally** *adv.* **-textural** *adj.* (-S. character, fabric, grain, surface, tissue) *-Ex. Tweed has a rough texture.,This rubber has a very spongy texture.*

Th สัญลักษณ์ของธาตุ thorium

Thai (ไท, ทา' อี) *n., pl.* **Thais/Thai** ชาวไทย, ภาษาไทย, กลุ่มภาษาหนึ่งที่พูดกันอย่างกว้างขวางในเอเชียอาคเนย์ *-adj.* เกี่ยวกับคนไทย, เกี่ยวกับภาษาไทย (-S. Tai)

thalamus (แธล' ละมัส) *n., pl.* **-mi** เนื้อสมองสีเทาที่ฐานของสมองใหญ่ เป็นบริเวณที่กระแสประสาทผ่านสู่เปลือกสมอง **-thalamic** *adj.*

thalassic (ธะแลส' ซิค) *adj.* เกี่ยวกับทะเลและมหาสมุทร, ที่อาศัยอยู่ในทะเล

thalidomide (ธะลิด' ดะไมดฺ) *n.* ยากล่อมประสาทชนิดหนึ่งที่มีฤทธิ์ทำให้ทารกที่เกิดมามือกุดแขนกุด

thallium (แธล' เลียม) *n.* ธาตุโลหะสีขาวชนิดหนึ่งที่มีสัญลักษณ์ Tl ตีแผ่เป็นแผ่นได้คล้ายตะกั่ว ใช้ทำโลหะผสมเกลือของธาตุนี้ใช้ทำยาฆ่าแมลงและยาเบื่อหนู

than (แธน) *conj.* กว่า, นอกจาก...เมื่อเปรียบเทียบกับ, เมื่อสัมพันธ์กับ *-Ex. My pencil is longer than yours., I would rather sleep than eat.*

thanatology (แธนนะทอล' ละจี) วิชาเกี่ยวกับความตาย โดยเฉพาะในแง่สังคมและจิตใจ **-thanatologist** *n.* **-thanatological** *adj.*

thane (เธน) *n.* (ประวัติศาสตร์อังกฤษสมัยต้น) คหบดีใหญ่ที่มีฐานะรองจากเอิร์ล แต่ครอบครองที่ดินของกษัตริย์หรือลอร์ดโดยให้การรับใช้ทางทหารเป็นการตอบแทน, หัวหน้าเผ่า (-S. theon)

thank (แธงคฺ) *vt.* **thanked, thanking** ขอบคุณ, ขอบใจ, แสดงความขอบคุณ, แสดงการเห็นคุณค่า **-have oneself to thank** รับผิดชอบ **-thanks** ฉันขอขอบคุณ **-thanks to** เนื่องจาก (-S. credit, gratefulness, recognition) *-Ex. Thanks very much, many thanks, very many thanks,*

thankful (แธงคฺ' ฟูล) *adj.* รู้สึกขอบคุณ, ขอบคุณ, ขอบใจ **-thankfully** *adv.* **-thankfulness** *n.* (-S. obliged, grateful) *-Ex. Mother is thankful for so many friends., Thankful for all this help.*

thankless (แธงคฺ' ลิส) *adj.* ไม่เห็นคุณค่า, ไม่ขอบคุณ, อกตัญญู **-thanklessly** *adv.* **-thanklessness** *n.* (-S. ungrateful, unappreciative) *-Ex. Washing dishes is a thankless task.*

thanksgiving (แธงคฺซฺกิฟ' วิง) *n.* การแสดงความขอบคุณ, การขอบคุณ, การขอบใจ, การฉลองการขอบคุณพระเจ้า, วันแสดงการขอบคุณพระเจ้า ดู Thanksgiving Day

Thanksgiving Day วันหยุดราชการ (ในอเมริกา)

T

เพื่อฉลองการขอบคุณพระเจ้าตรงกับวันพฤหัสบดีที่สี่ของเดือนพฤศจิกายน, (ในแคนาดา) วันหยุดราชการแสดงการขอบคุณพระเจ้าตรงกับวันจันทร์ที่สองของเดือนตุลาคม

thankworthy (แธงคฺ' เวิร์ธธี) *adj.* **-thier, -thiest** ควรได้รับการขอบคุณ

thank-you (แธงคฺ' ยู) *n.* การแสดงความขอบคุณ

that (แธท) *pron., pl.* **those** นั้น, โน่น, เช่นนั้น, สิ่งนั้น, จำพวกนั้น, ผู้นั้น, เวลานั้น *-adj.* อย่างนั้น, เช่นนั้น, กระนั้น, ถึง, จนถึง, ซึ่งที่ *-conj.* เพราะว่า, เพราะ, ก็, ก็อย่างนั้น, ก็อย่างนี้ *-Ex. What's that?, Who's that? that's father, that is the question that's all, after that, Indians use ghee (that is, liquid butter) for cooking., I wish I could draw like that., What's that thing?, Who's that man?, The man (thing) that I saw., The (thing) that was there before., I know (say) that it is., Pleased that he had succeeded.*

thatch (แธช) *n.* สิ่งที่ใช้มุงหลังคา, วัสดุที่ใช้มุงหลังคา, หลังคาใบจาก (ฟาง หญ้า ใบปาล์มหรืออื่นๆ) *-vt.* **thatched, thatching** มุงหลังคา **-thatcher** *n.* **-thatchy** *adj. -Ex. This house has a thatched roof., Daeng made their nests in the thatch., Yupin had a thatch of red hair., Samai thatched the roof.*

thaw (ธอ) *v.* **thawed, thawing** *-vi.* (น้ำแข็ง หิมะ) ละลาย, (อากาศ) อุ่นขึ้นจนทำให้หิมะหรือน้ำแข็งละลาย, มุ่งร้ายน้อยลง, บรรเทา, ใจอ่อนลง, หายโกรธ *-vt.* ทำให้ละลาย, ทำให้บรรเทา, ทำให้หายโกรธ, ทำให้ใจอ่อน *-n.* การละลาย, อากาศอุ่นพอที่จะทำให้หิมะหรือน้ำแข็งละลาย, การบรรเทา, การเป็นปรปักษ์น้อยลง (-S. defrost, melt, soften, warm) *-Ex. If the ice thaws, we cannot go skating., We had an early thaw in February.*

T

the (เธอะ) *adj.* คำนำหน้านามที่ใช้เหมือน this หรือ that แต่ไม่บ่งเฉพาะ, บรรดา, ที่กล่าวถึงแล้ว, ที่เข้าใจกันแล้ว, ที่รู้จักกันแล้ว *-Ex. The man standing there (whom we saw yesterday)., The horse is an animal., The sooner the better.*

theatre, theater (เธีย' เทอะ) *n.* โรงละคร, โรงมหรสพ, โรงภาพยนตร์, โรงละครกลางแจ้ง, ผู้ชมในโรงดังกล่าว, ห้องบรรยาย, ละคร, บทละคร, เรื่องละคร, สถานที่แสดง, การเกิดผืนดินเป็นชั้นๆ (-S. cinema) *-Ex. The children saw a play in the new theatre., Europe and the Pacific areas were theatres of war in World War II.*

theatregoer, theatergoer (-โกเออะ) *n.* ผู้ไปชมละคร มหรสพ หรือภาพยนตร์

theatre-in-the-round โรงละครที่จัดการแสดงกลางที่นั่งของผู้ชม

theatrical (เธียเอท' ริเคิล) *adj.* เกี่ยวกับละคร (มหรสพ ภาพยนตร์), โอ้อวด, หรูหราหรือมายา, การแสดงละคร, นักแสดงละคร **-theatricality, theatricalness** *n.* **-theatrically** *adv.* (-S. affected, histrionic, overdone, showy, dramatic) *-Ex. the theatrical profession, theatrical performances, a theatrical tradition in the family, theatrical way*

thee (ธี) *pron.* กรรมของ thou, คุณ, ท่าน ดู thou *-Ex. With this ring I thee wed.*

theft (เธฟท) *n.* การขโมย, การลักเล็กขโมยน้อย, สิ่งที่ถูกขโมย (-S. fraud, larceny, stealing, robbery) *-Ex. The paper-boy reported to the police the theft of his money.*

their (แธร์) *adj.* ของเขาเหล่านั้น (เป็นการแสดงความเป็นเจ้าของของ they) *-Ex. This is their land., These are their fields.*

theirs (แธร์ซ) *pron.* ของเขาเหล่านั้น (เป็นสรรพนามแสดงความเป็นเจ้าของ they) *-Ex. This bicycle is yours and that one is theirs.*

theism (ธี' อิซึม) *n.* ความเชื่อในพระเจ้าองค์เดียว, ความเชื่อว่ามีพระเจ้า, ลัทธิเชื่อว่ามีพระเจ้า **-theist** *n.* **-theistic, theistical** *adj.* **-theistically** *adv.*

them[1] (เธม) *pron.* กรรมของ they *-Ex. I heard them crying., Put them on the shelf., Pass them the cakes., I waved to them, The boys took the dog with them.*

them[2] (เธม) *adj.* เหล่านั้น

thematic (ธีแมท' ทิค) *adj.* เกี่ยวกับ ดู theme **-thematically** *adv.*

theme (ธีม) *n.* หัวข้อการอภิปราย, หัวข้อในการสนทนา, หัวข้อหนังสือ, เรื่องของหนังสือ, ใจความ, สาระสำคัญ, แก่นสาร, หัวข้อความเรียง, แกนคำศัพท์, แนวบทเพลง (-S. topic, argument, idea, text, essay) *-Ex. theme song, the theme of a discussion*

theme song ท่วงทำนองเพลงประจำของรายการภาพยนตร์ โทรทัศน์ หรือวิทยุ ทำให้คนฟังจำได้

themselves (เธมเซลฌ') *pron.* (บุรุษสรรพนามตัวแทน) พวกเขา พวกเขาเหล่านั้น *-Ex. The boys themselves admitted they had done wrong., Mother told the children to dress themselves.*

then (เธน) *adv.* ดังนั้น, ในเวลานั้น, ในขณะนั้น, ตอนนั้น, ครั้งนั้น, ถ้าเป็นเช่นนั้น, ดังนั้น, อีกประการหนึ่ง, โดยเฉพาะอย่างยิ่ง, นอกจากนั้น, ในกรณีนั้น, เพราะฉะนั้น *-adj.* เช่นนั้น, ดังนั้น *-n.* เวลานั้น **-then and there** ในขณะนั้นทันที *-Ex. I shall see him next week and will tell him then., I saw him last week and told him then., English as it was then pronounced., Well, then, what are you going to do about it?*

thence (เธนซ) *adv.* จากที่นั้น, จากนั้น, ตั้งแต่นั้นต่อมา, เพราะฉะนั้น, ดังนั้น *-Ex. First she went to Chiang Mai, and thence to Bangkok.*

thenceforth (เธนซฺฟอร์ธ') *adv.* ตั้งแต่นั้นต่อมา, ดังนั้น

theo-, the- คำอุปสรรค มีความหมายว่า พระเจ้า

theocracy (ธีออค' ระซี) *n., pl.* **-cies** ระบบการปกครองที่ยึดถือพระเจ้าหรือเทพเจ้าเป็นหลัก, ระบบการปกครองโดยพระที่อ้างเป็นทูตสวรรค์, รัฐที่อยู่ภายใต้การปกครองระบบดังกล่าว **-theocrat** *n.* **-theocratic, theocratical** *adj.*

theodolite (ธีออด' ดะไลทฺ) *n.* เครื่องมือติดกล้องที่ใช้ในการรังวัดปักเขตที่ดิน **-theodolitic** *adj.*

theodolite

theologian (ธีอะโล' เจิน) *n.* ผู้เชี่ยวชาญเรื่องเทววิทยา, ผู้เชี่ยวชาญเกี่ยวกับศาสนศาสตร์

theology (ธีออล' ละจี) *n., pl.* **-gies** ศาสนศาสตร์, เทววิทยา **-theological** *adj.* *-Ex. Though there are many religions, my father had no interest in theology.*

theorem (ธี' อะเรม) *n.* ทฤษฎีบท, กฎ, สูตร, หลักเกณฑ์, หลัก, ความคิดเห็น, ความเชื่อ

theoretical (ธีอะเรท' ทิเคิล) *adj.* เกี่ยวกับหรือประกอบด้วยทฤษฎี, เป็นเพียงทฤษฎีเท่านั้น, เป็นสมมติฐาน, เป็นการคาดคะเน **-theoretically** *adv.* (-S. abstract, ideal, pure)

theoretician (ธีอะริทิช' ชัน) *n.* นักทฤษฎี

theorist (ธี' อะริสทฺ) *n.* นักทฤษฎี, ผู้สร้างทฤษฎี

theorize (ธี' อะไรซฺ) *vt., vi.* **-rized, -rizing** สร้างทฤษฎี **-theorization** *n.* **-theorizer** *n.* (-S. conjecture, formulate, speculate)

theory (เธีย' รี) *n., pl.* **-ries** ทฤษฎี, กฎเกณฑ์, หลักการ, ข้อสมมติ, การคาดคะเน, การอนุมาน (-S. assumption, guess, plan, hypothesis, surmise) *-Ex. various theories on treating the disease, integrate theory with practice, the theory of games*

theosophy (ธีออส' ซะฟี) *n., pl.* **-phies** ความคิดด้านปรัชญาหรือศาสนาที่ยึดหลักเทววิทยา, เทวหลักการ **-theosophist** *n.* **-theosophic, theosophical** *adj.*

therapeutic (เธอระพิว' ทิค) *adj.* เกี่ยวกับการรักษาโรค, เกี่ยวกับการบำบัดโรค **-therapeutically** *adv.* (-S. corrective, curative, good, healing, remedial)

therapeutics (เธอระพิว' ทิคซฺ) *n. pl.* วิทยาและศิลปะการรักษาโรค, การบำบัดโรค, อายุรเวท **-therapeutist** *n.*

therapist (เธอ' ระพิสทฺ) *n.* นักบำบัดโรค, ผู้เชี่ยวชาญในการบำบัดโรค, อายุรแพทย์

therapy (เธอ' ระพี) *n., pl.* **-pies** การบำบัดโรค, วิทยาและศิลปการรักษาโรค, อายุรเวท, อำนาจในการรักษาโรค, คุณภาพหรือความสามารถในการรักษาโรค

there (แธร์) *adv.* ที่นั่น, ตรงนั้น, ด้านนั้น, ในข้อนั้น *-pron.* ที่นั่น, ตรงนั้น, ประเด็นนั้น *-n.* ภาวะนั้น, สภาพนั้น, เงื่อนไขนั้น, สถานที่นั้น *-Ex. Somchai's there, if any -- where, and where he is, she is there too, There they are! -- those people, there!, Who's there!, There I agree with you., I'm on my way there.*

thereabouts (แธร์' อะเบาทฺซฺ) *adv.* ในบริเวณนั้น, แถวๆ นั้น, ราวๆ นั้น, ในราวเวลานั้น, ในราวจำนวนนั้น *-Ex. at ten or thereabouts, They lived in Bangkok or thereabouts.*

thereafter (แธร์อาฟ' เทอะ) *adv.* หลังจากนั้น, ต่อมาภายหลัง (-S. thenceforth) *-Ex. The child burnt his hand playing with matches, and thereafter he was always afraid of matches.*

thereagainst (แธร์อะเกนซฺทฺ') *adv.* ต่อต้านสิ่งนั้น

thereat (แธร์แอท') *adv.* ณ ที่นั้น, ในเวลานั้น, ตรงนั้น, เพราะเหตุนั้น, เนื่องจากสิ่งนั้น

thereby (แธร์ไบ') *adv.* ดังนั้น, ด้วยเหตุนั้น, ด้วยวิธีนั้น *-Ex. Anong gave the dog a bone, thereby stopping his barking., The knight stopped to drink at the well and met the wizard who lived thereby.*

therefor (แธร์ฟอร์') *adv.* ด้วยเหตุนั้น, ด้วยเหตุนี้ *-Ex. They gave money for a hospital and the equipment therefor.*

therefore (แธร์' ฟอร์) *adv.* เพราะฉะนั้น (-S. consequently, ergo, so, then) *-Ex. Somsri had a bad cold, and therefore could not go to school.*

therefrom (แธร์ฟรอม') *adv.* จากที่นั่น, จากนั้น *-Ex. Sombut got a nail in his foot and a severe infection developed therefrom.*

therein (แธร์อิน') *adv.* ในเรื่องนั้น, ในนั้น, ในที่นั้น *-Ex. The house and all the furniture therein are for sale., I thought the matter settled, but therein I was wrong.*

thereinafter (แธร์อินอาฟ' เทอะ) *adv.* ตั้งแต่นั้นต่อมา, ภายหลังจากนั้น

thereof (แธร์ออฟ') *adv.* ของมัน, ของสิ่งนั้น, จากสิ่งนั้น, มาจากสาเหตุนั้น *-Ex. When the Princess saw the wine and drank thereof she fell into an enchanted sleep., The dog gobbled up the poisoned meat and became sick thereof.*

thereon (แธร์ออน') *adv.* บนสิ่งนั้น, หลังจากนั้นทันที, ทันทีที่ (-S. thereupon) *-Ex. The table and all the silver thereon.*

there's (แธร์ซฺ) ย่อจาก there is, there has *-Ex. There's a circus in town this month.*

thereto (แธร์ทู') *adv.* ไปยังสิ่งนั้น, ไปที่นั่น, ไปยังเรื่องนั้น, นอกจากนั้น *-Ex. Samai locked the box and lost the key thereto.*

theretofore (แธร์' ทะฟอร์) *adv.* ก่อนนั้น, จนกว่าจะถึงเวลานั้น

thereunder (แธร์อัน' เดอะ) *adv.* ภายใต้สิ่งนั้น, อยู่ใต้นั้น, ภายใต้คำสั่งนั้น, เป็นไปตามนั้น

thereupon (แธร์อะพอน') *adv.* หลังจากนั้นทันที, ทันทีทันใดที่, เกี่ยวกับสิ่งนั้น, พอเช่นนั้น, ครั้นแล้ว, ดังนั้น, เหตุฉะนั้น (-S. promptly) *-Ex. The teacher said, "Ready" and thereupon Somchai began to read.*

therewith (แธร์วิธ') *adv.* กับสิ่งนั้น, นอกจากนั้น, ครั้นแล้ว, ดังนั้น *-Ex. Samai received a diploma and all the privileges connected therewith., Our host said, "Goodbye" and therewith we left.*

thermal (เธอร์' เมิล) *adj.* เกี่ยวกับหรือเกิดจากความร้อนหรืออุณหภูมิ *-n.* กระแสลมอุ่นที่พัดสูงขึ้น

thermic (เธอร์' มิค) *adj.* เกี่ยวกับหรือเกิดจากความร้อนหรืออุณหภูมิ ดู thermal

thermo- คำอุปสรรค มีความหมายว่า ความร้อน, ร้อน

thermocouple (เธอร์ มะคัพเพิล) *n.* เครื่องมือวัดอุณหภูมิที่ประกอบด้วยโลหะตัวนำที่ต่างกันแต่เชื่อมต่อ

T

กันที่ปลาย เมื่อทำให้ส่วนเชื่อมต่อทั้งสองปลายมีอุณหภูมิต่างกัน ทำให้เกิดความดันไฟฟ้าขึ้นเป็นสัดส่วนกับความแตกต่างของอุณหภูมิที่เกิดขึ้น

thermodynamics (เธอร์โมไดแนม' มิคซฺ) *n.* วิทยาศาสตร์ที่เกี่ยวกับความสัมพันธ์ระหว่างความร้อนกับพลังงานกล และเกี่ยวกับการเปลี่ยนความร้อนเป็นพลังงานกลหรือเปลี่ยนพลังงานกลเป็นพลังความร้อน **-thermodynamically** *adv.*

thermoelectric (เธอร์โมอีเลค' ทริค) *adj.* เกี่ยวกับความสัมพันธ์ระหว่างความร้อนกับไฟฟ้า **-thermoelectrically** *adv.*

thermoelectricity (เธอร์โมอีเลคทริส' ซิที) *n.* ไฟฟ้าที่เกิดจากความร้อนหรือความแตกต่างของอุณหภูมิ

thermometer (เธอะมอม' มิเทอะ) *n.* เครื่องวัดอุณหภูมิ

thermonuclear (เธอร์โมนิว' เคลียร์) *adj.* เกี่ยวกับนิวเคลียร์ความร้อน, เกี่ยวกับ themonuclear reaction

Thermos (เธอร์' มอส) *n.* กระติกน้ำร้อนสุญญากาศ (-S. vacuum bottle)

thermostat (เธอร์' มะสแททฺ) n. เครื่องมือสำหรับควบคุมความร้อนอัตโนมัติ **-thermostatically** *adv.* **-thermostatic** *adj.*

thesaurus (ธีซอร์' รัส) *n., pl.***-sauri/-sauruses** พจนานุกรมคำพ้อง (synonyms) และคำที่มีความหมายตรงกันข้าม (antonyms), พจนานุกรม, ปทานุกรม, อภิธาน, อภิธานชุดวรรณคดี, สารานุกรม, ดัชนีข้อมูลของคอมพิวเตอร์

these (ธีซฺ) *pron., adj.* พหูพจน์ของ this *-Ex. These are the children who live next door.*

thesis (ธี' ซิส) *n., pl.* **-ses** วิทยานิพนธ์, ข้อวินิจฉัย, ข้อสมมติ, ข้อสรุป, บทความวิจัย, บทความ

thespian (เธส' เพียน) *adj.* เกี่ยวกับละครทั่วไป *-n.* ผู้แสดง

theta (ธี' ทะ) *n.* พยัญชนะตัวที่ 8 ของภาษากรีก (θ)

they (เธ) *pron.* เขาเหล่านั้น, พวกเขา, บุคคลทั่วไป, ประชาชนทั่วไป *-Ex. The boys work hard they will get good marks.*

they'd (เธด) ย่อจาก they had, they would*-Ex. I think they'd be better off at home., They thought they'd come too early.*

they'll (เธล) ย่อจาก they will, they shall *-Ex. The girls said they would come early; so they'll late.*

they're (แธร์) ย่อจาก they are *-Ex. The boys are usually early, but today they're late.*

they've (เธฟว) ย่อจาก they have *-Ex. We expect the children, but they've been delayed by the rain.*

thiamine (ไธ' อะมิน) *n.* วิตามินบี 1

thick (ธิค) *adj.* **thicker, thickest** หนา, หนาแน่น, ทึบ, หนาทึบ, มองไม่เห็น, มัว, ขุ่น, กำยำ, หยาบ, ทึ่ม, โง่, ข้น, เหนียว, เหนอะ, หนัก, ออกเสียงไม่ชัด, สนิทสนม, ใกล้ชิด *-adv.* (มารยาท) หยาบ, ใกล้ชิด, หนาแน่น, ข้น *-n.* ส่วนที่หนา, ส่วนที่หนาแน่น, ส่วนที่แน่นทึบ **-lay it on thick** ยกยอ **-through thick and thin** ผ่านอุปสรรคนานาประการ **-thickish** *adj.* **-thickly** *adv.* (-S. broad, deep, fat, solid, wide) *-Ex. a thick branch, a thick man, thick print, thick darkness, a thick slice of bread, a thick syrup, thick condensed milk, the thick woods, thick hair, Gravy is thick., The air was thick with smoke., When father had a cold, his voice was thick., a board two inches thick, the thick of the battle, a thick voice, thick glass*

thicken (ธิค' เคิน) *vt.,vi.* **-ened, -ening** ทำให้หนาขึ้น, กลายเป็นหนาขึ้น, ทำให้เข้มข้นขึ้น, กลายเป็นเข้มข้นขึ้น **-thickener** *n.* (-S. cake, clot, condense, congeal, deepen, gel, jell, set) *-Ex. Mother thickens the pudding with corn-flour., The ice on the windscreen thickened as we drove.*

thickening (ธิค' คะนิง) *n.* การทำให้เข้มข้น, การกลายเป็นเข้มข้น, ส่วนที่เข้มข้น, ส่วนหนา, ส่วนบวม, ตัวทำให้เข้มข้นขึ้น, ตัวทำให้หนา

thicket (ธิค' คิท) *n.* พุ่มไม้หนา, พงไม้หนา, กลุ่มต้นไม้ที่อยู่กันแน่นหนา

thickhead (ธิค' เฮด) *n.* คน (ทึ่ม โง่ เง่า) **-thick-headed** *adj.*

thickness (ธิค' นิส) *n.* ความหนา, ส่วนหนา *-Ex. the thickness of this, thicknesses of bandage, thickness of population, Bread is sliced in different thicknesses, the thickness of the crowd*

thickset (ธิค' เซท) *adj.* หนาทึบ, แน่นหนา, อัดแน่น, หยาบ, กำยำ

thick-skinned (ธิค' สคินดฺ') *adj.* หนังหนา, ผิวหนา, หน้าด้าน, ไม่สนใจใยดี (-S. callous, dull)

thick-witted (ธิค' วิท' ทิด) *adj.* โง่, เง่า, ทึ่ม

thief (ธีฟ) *n., pl.* **thieves** ขโมย, ผู้ลักทรัพย์ (-S. bandit, burglar, cheat)

thieve (ธีฟว) *vt., vi.* **thieved, thieving** ขโมย, ลักทรัพย์, ลักเล็กขโมยน้อย (-S. cheat, embezzle, filch, purloin, rob, swindle)

thievery (ธีฟ' วะรี) *n., pl.* **-ries** การขโมย, การลักทรัพย์

thievish (ธี' วิช) *adj.* ขี้ขโมย, ชอบลักทรัพย์, ลักเล็กขโมยน้อย, เหมือนขโมย, มือไม่สะอาด

thigh (ไธ) *n.* ต้นขา, โคนขา, ขาอ่อน, ปล้องต้นขาแมลง, กระดูกต้นขา

thighbone (ไธ' โบน) *n.* กระดูกต้นขา, กระดูกโคนขา

thill (ธิล) *n.* คานรถม้า (หรือสัตว์อื่น)

thimble (ธิม' เบิล) *n.* ปลอกสวมนิ้วสำหรับจับเข็มเย็บผ้า, สิ่งที่คล้ายปลอกดังกล่าว

thimble

thimbleful (ธิม' เบิลฟูล) *n.* จำนวนเล็กน้อย, ปริมาณเล็กน้อย, เต็มปลอกหนึ่ง

thin (ธิน) *adj.* **thinner, thinnest** บาง, ผอม, น้อย, (เลี้ยง) เล็ก, อ่อน, จาง, ซีด, ใส, กระจัดกระจาย, ขาดส่วนสำคัญ, ไม่มีสี *-adv.* บาง, น้อย *-vt., vi.* **thinned, thinning** ทำให้บาง, ทำให้น้อย **-thinly** *adv.* **-thinness** *n.* (-S. sheer, bony, lank, skimpy, filmsy) *-Ex. thin paper,* *thin thread, thin cattle, thin forest, thin meeting, attendance, thin meeting, thin wine*

thine (ไธน) *pron.* การแสดงความเป็นเจ้าของของ thou, บุรุษสรรพนามแสดงความเป็นเจ้าของของ thou, สิ่งที่เป็นของคุณ *-Ex. The sword was thine, not mine.*

thing (ธิง) *n.* สิ่งของ, ของ, สรรพสิ่ง, กรณี, สิ่งสำคัญ, เรื่องราว, การกระทำ, เหตุการณ์, รายละเอียด, จุดประสงค์, เป้าหมาย, วิธีการ **-things** เสื้อผ้าอาภรณ์, การงาน, สิ่งมีชีวิต, ความคิด, ข้อความ, สิ่งที่เป็นทรัพย์สินได้ (-S. affair, body, event, feat, entity) *-Ex. Things have changed., Do great things., Always says the right thing., to make things worse, put things right, things of, The great thing is to be happy., Are things getting better or worse?*

thingamabob (ธิง' กะมะบอบ) *n.* สิ่งที่ผู้พูดลืมชื่อ, สิ่งนั้น (แต่ลืมชื่อ), คนนั้น (แต่ลืมชื่อ) (-S. thingamajig)

think (ธิงค) *v.* **thought, thinking** *-vi.* คิด, ใช้ความคิด, ครุ่นคิด, นึก, ระลึก, รำลึก, รำพึง, ไตร่ตรอง, อยากจะ, เข้าใจว่า, รู้สึกว่า, คิดว่า, ถือว่า *-vt.* คิดว่า, รู้สึกว่า, ถือว่า, เข้าใจว่า, คาดคิด *-adj.* เกี่ยวกับความคิด **-think better of** พิจารณาใหม่ **-think fit** คิดว่าเหมาะสม **-think up** วางแผน, คิดขึ้น ประดิษฐ์ขึ้น **-think over** ไตร่ตรอง (-S. believe, deem, hold, judge, brood) *-Ex. Man is a thinking animal., I just sit and think., think sad thoughts, Think about it., Think it over., think of others, think only of yourself, I (just) didn't think of it., Just think! we'll be home in an hour., Only think!, You can't think how pleased I was., think what to do next, think (twice) before you act*

thinkable (ธิง' คะเบิล) *adj.* ซึ่งสามารถคิดได้ **-thinkably** *adv.*

thinking (ธิง' คิง) *n.* ความคิด, การพิจารณา, การนึกคิด *-adj.* มีเหตุผล, ชอบคิด, ชอบครุ่นคิด, ชอบพิจารณา (-S. contemplative, cultured, rational, thoughtful)

think tank สถาบันวิจัย, หน่วยงานระดับมันสมอง, สถาบันวิจัยการแก้ไขปัญหาด้านเทคโนโลยี สังคม การเมือง อาวุธยุทธภัณฑ์

thinner (ธิน' เนอะ) *n.* น้ำมันทินเนอร์ (ใช้ละลายสีให้เจือจาง), ผู้ทำให้บางหรือน้อย, สิ่งที่ทำให้บางหรือน้อย

thin-skinned (ธิน' สคินดฺ) *adj.* หน้าบาง, โกรธง่าย, มีความรู้สึกไวต่อการวิจารณ์หรือนินทา

thio- คำอุปสรรค มีความหมายว่า กำมะถัน ใช้นำหน้าคำเรียกชื่อสารเคมี (-S. thi-)

third (เธิร์ด) *n.* ส่วนที่สาม, ลำดับที่สาม, เกียร์ที่สาม, หนึ่งในสามส่วนของกองมรดก, ระดับเสียงที่สาม **-third class** ชั้นที่สาม, ลำดับที่สาม, ชั้นถูกที่สุด (ของรถไฟ เครื่องบินหรืออื่นๆ), ประเภทไปรษณียภัณฑ์ที่หนักไม่เกิน 16 ออนซ์ และไม่มีการปิดผนึกกันการตรวจ *-Ex. Somchai ate a third of the pie.*

third degree การใช้วิธีสอบสวนอย่างขู่เข็ญหรือเคร่งครัด

third dimension มิติที่ 3 (ความหนา), สิ่งที่เพิ่มความสำคัญหรือคุณค่า

thirdly (เธิร์ด' ลี่) *adv.* ในลำดับสาม, ที่สาม

third person บุรุษที่สาม, บุคคลภายนอก

third-rate (เธิร์ด' เรท') *adj.* ชั้นที่ 3, ชั้นต่ำ, เลว (-S. bad, indifferent, inferior, poor)

thirst (เธิร์ซฺทฺ) *n.* ความกระหายน้ำ, ความต้องการมาก, ความอยากมาก, ความปรารถนาอันแรงกล้า *-vi.* **thirsted, thirsting** กระหายน้ำ, ต้องการมาก, อยากมาก **-thirster** *n.* (-S. longing, craving, drought) *-Ex. died of thirst, thirst for knowledge*

thirsty (เธิร์ส' ที) *adj.* **-ier, -iest** ที่กระหายน้ำ, ที่อยากมาก, ซึ่งปรารถนาอย่างแรงกล้า, ที่ต้องการความชื้น, ซึ่งทำให้กระหายน้ำ **-thirstily** *adv.* **-thirstiness** *n.* (-S. arid, dry, parched) *-Ex. I'm thirsty., feel thirsty*

thirteen (เธอร์ทีน') *n.* สิบสาม, สิบบวกสาม, สัญลักษณ์ของสิบสาม (เช่น 13 หรือ XIII), กลุ่มที่มี 13 (คน อัน ชิ้น)

thirteenth (เธอร์' ทีนธฺ) *n.* ส่วนที่สิบสาม, ลำดับที่สิบสาม

thirtieth (เธอร์' ทีธ) *n.* ส่วนที่สามสิบ, ลำดับที่สามสิบ

thirty (เธอร์' ที) *n., pl.* **-ties** สามสิบ, สิบคูณสาม, สัญลักษณ์ของสามสิบ (เช่น 30, XXX), กลุ่มที่มีสามสิบ (คน อัน ชิ้น) จำนวนที่อยู่ระหว่าง 30 และ 39

thistle (ธิส' เซิล) *n.* พืชไม้มีหนาม ชนิดหนึ่งในจำพวก *Cirsium, Carduus* หรือ *Onopordum*

thither (ธิธ' เธอะ) *adv.* ที่นั่น, ไปยังที่นั่น *-adj.* ด้านอื่น, ไกลออกไป

thitherto (ธิธเธอะ' ทู) *adv.* จนกว่าจะถึงเวลานั้น

tho, tho' (โธ) *conj., adv.* ย่อจาก though

thole (โธล) *n.* หลักหรือหมุดยึดกรรเชียงที่กราบเรือ

thong (ธอง) *n.* สายหนัง, แส้หนัง, สาย (-S. strap, strip)

thorium (ธอ' เรียม) *n.* ธาตุโลหะกัมมันตรังสี มีสีเทาเข้ม มีสัญลักษณ์ Th

thorn (ธอร์น) *n.* หนาม, พืชมีหนาม, พืชไม้หนาม, ไม้ของพืชหนาม, หนามกระดองสัตว์, ความยุ่งเหยิง, หอกข้างแคร่, สิ่งที่ทำให้ยุ่งยากหรือโมโห **-thorn in one's fresh/side** แหล่งความยุ่งยาก, แหล่งความทุกข์ *-Ex. Udom is a thorn in my side.*

thorn apple ต้นลำโพง

thorny (ธอร์น' นี) *adj.* **-ier, -iest** มีหนามมาก, เต็มไปด้วยหนาม, คล้ายหนาม, เจ็บปวด, มีอุปสรรคมาก, ลำบากมาก, ยุ่งเหยิง, ซับซ้อน **-thornily** *adv.* **-thorniness** *n.* (-S. bristly, pointed, sharp, hard, tough) *-Ex. A plant that has thorns or prickles on it is thorny., a thorny problem*

thorough (เธอร์' โร) *adj.* ถี่ถ้วน, ทั่วไปหมด, โดยตลอด, ตลอดทั่วถึง, ละเอียด, สมบูรณ์, เต็มที่, เต็มตัว *-adv.* ผ่าน **-thoroughly** *adv.* **-thoroughness** *n.* (-S. complete, exhaustive, careful, full) *-Ex. a thorough job of, research thorough description, thorough understanding*

thoroughbred (เธอร์' โรเบรด) *adj.* เป็นเนื้อแท้, เป็นพันธุ์แท้, เป็นพันธุ์ดี, เกี่ยวกับม้าพันธุ์แท้, ที่อบรม

T

สั่งสอนมาอย่างดี *-n.* บุคคลที่ได้รับการศึกษามาอย่างดี, ผู้มีความกล้า, รถชั้นหนึ่ง **-Thoroughbred** ม้าพันธุ์แท้, ม้าพันธุ์ดี, สัตว์พันธุ์แท้, สัตว์พันธุ์ดี (-S. purebred) *-Ex. a thoroughbred horse*

thoroughfare (เธอร์' โรแฟร์) *n.* ถนนที่ไม่ตัน, ทางสัญจร, ถนนหลวง, ทางสายใหญ่, ทางผ่าน, ช่องแคบที่เป็นทางผ่าน, แม่น้ำที่เป็นทางผ่าน

thoroughgoing (เธอร์' โรโก' อิง) *adj.* เต็มที่, ไม่อั้น, ถ้วนทั่ว, เต็มที่, โดยตลอด, สมบูรณ์

thoroughpaced (เธอร์โรเพสทฺ') *adj.* ซึ่งได้รับการฝึกในทุกรูปแบบ, ถ้วนทั่ว, โดยตลอด, สมบูรณ์, เต็มที่, เต็มตัว

those (โฮซ) *adj., pron.* พหูพจน์ของ that *-Ex. Those apples over there are better than the ones here.*

thou[1] (เธา) *pron.* ท่าน คุณ เธอ มักใช้ในภาษาวรรณคดีโบราณ *-Ex. One of the Ten Commandments is "Thou shalt not kill".*

thou[2] (เธา) *n.* (คำสแลง) หนึ่งพันดอลลาร์ (ปอนด์ หรืออื่นๆ)

though (โธ) *conj.* แม้ว่า, ถึงแม้ว่า, หากว่า *-adv.* อย่างไรก็ตาม, สำหรับสิ่งนั้นทั้งหมด **-as though** ยังกับว่า (-S. allowing, even if, granted, while)

thought[1] (ธอท) *n.* ความคิด, ความนึกคิด, การไตร่ตรอง, การรำพึง, ความสามารถในการคิด, ปัญญา, การพิจารณา, ความตั้งใจ (-S. idea, notion) *-Ex. deep in thought, noble thought, beyond thought, at first thought, thought-out, We should give some thought to the future. What are your thoughts on the subject?*

thought[2] (ธอท) *vt., vi.* กริยาช่อง 2 และช่อง 3 ของ think

thoughtful (ธอท' ฟูล) *adj.* ครุ่นคิด, ไตร่ตรอง, ใช้ความคิด, คิดหนัก, เอาอกเอาใจผู้อื่น, ระมัดระวัง **-thoughtfully** *adv.* **-thoughtfulness** *n.* (-S. attentive, caring, helpful, kind) *-Ex. a thoughtful expression, thoughtful looks, It was very thoughtful of you., It was very thoughtful of you to remember my birthday.*

thoughtless (ธอท' ลิส) *adj.* ไม่ระมัดระวัง, สะเพร่า, เลินเล่อ, ไม่เอาใจใส่, ประมาท, ไม่คิดถึงคนอื่น, ไม่มีความคิด **-thoughtlessly** *adv.* **-thoughtlessness** *n.* *-Ex. A thoughtless person is always making mistakes., a thoughtless host*

thousand (เธา' เซินดฺ) *n.* หนึ่งพัน, สิบคูณร้อย, สัญลักษณ์หนึ่งพัน (เช่น 1,000) *-adj.* มีจำนวนหนึ่งพัน

thousandfold (เธา' เซินโฟลดฺ) *adj.* พันเท่า, มีหนึ่งพันส่วน *-adv.* เป็นพันเท่า *-n.* จำนวนพันเท่า

thousandth (เธา' เซินธฺ) *n.* ที่พัน, ลำดับพัน, หลักพัน

thrall (ธรอล) *n.* ทาส, ข้า, ข้ารับใช้, ผู้ถูกครอบงำทางจิตใจ, ความเป็นทาส, ความผูกมัด, สภาพของทาส *-vt.* **thralled, thralling** ทำให้เป็นทาส **-thralldom, thraldom** *n. -Ex. a thrall to television, a thoughtless host*

thrash (แธรช) *v.* **thrashed, thrashing** *-vt.* เฆี่ยน, หวด, โบย, ฟาด, ทำให้ปราชัยอย่างสิ้นเชิง, ตีพ่ายแพ้ *-vi.* แกว่งไปมาอย่างแรง, กวัดแกว่ง, เซไปมาอย่างแรง, นวดข้าว *-n.* การเฆี่ยน, การหวด, การโบย, การฟาด, การนวด (ข้าว), การยกขาขึ้นลงอย่างรวดเร็ว (ในการว่ายน้ำ) (-S. beat, flog, drub) *-Ex. The farmer thrashes his grain., The angry man thrashed his dog for running away.*

thrasher (แธรช' เชอะ) *n.* นกหางยาวจำพวก *Toxostoma* มีจะงอยปากโค้งยาว และมีหัวสีดำน้ำตาล

thread (เธรด) *n.* เส้น (ป่าน ปอ ด้าย ไหม ใยสังเคราะห์), ด้ายหลอด, เส้นเรียวเล็ก, เส้นใย, เรื่องต่อเนื่อง, สายความคิด, โซ่แห่งเหตุผล *-v.* **threaded, threading** *-vt.* ร้อยเข็ม, ร้อยเชือก, แยงผ่าน, แยงทะลุ *-vi.* ชอนไช, คดเคี้ยววกเวียน **-threads clothes** เสื้อผ้า **-threader** *n.* (-S. fiber, cotton, line, yarn) *-Ex. the thread of a story, We use thread for sewing, a reel of thread, thread of water (light), the thread of life, with the news came a thread of hope, thread beads, Thread one's way through.*

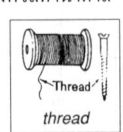

thread

threadbare (เธรด' แบร์) *adj.* (เสื้อผ้า) เก่ากร่อนจนหมดขน, เก่าแก่, ขาดรุ่งริ่ง, กร่อน, แร้นแค้น, ยากจน, สวมเสื้อผ้าเก่าๆ (-S. ragged) *-Ex. a threadbare carpet, a threadbare tramp, a threadbare joke, a threadbare excuse*

threat (เธรท) *n.* การคุกคาม, การขู่เข็ญ, ลางร้าย, ลางเตือนภัย, อาการน่ากลัว *-vt* **threated, threating** คุกคาม, ขู่เข็ญ, เตือนภัย, เป็นลางร้าย (-S. warning, omen, portent, menace) *-Ex. The sheriff received many threats on his life., the threat of rain, the threat of war*

threaten (เธรท' เทิน) *v.* **-ened, -ening** *-vt.* คุกคาม, ขู่เข็ญ, เตือนภัย, เป็นลางร้าย *-vi.* คุกคาม, ขู่เข็ญ, เป็นลางร้าย **-threatener** *n.* (-S. endanger, jeopardize, forebode, cow) *-Ex. He shook his fist and threatened me., He threatened to hit me., she threatened me with a stick., The danger which threatens Europe.*

three (ธรี) *n.* สาม, จำนวนสาม, สัญลักษณ์ของสาม (เช่น 3 หรือ III), กลุ่มที่มี 3 คน (อัน ชิ้น)

three-dimensional (ธรีไดแมน' ชะเนิล) *adj.* มี 3 มิติ (กว้าง สูง ลึก)

threefold (ธรี' โฟลดฺ) *adj.* สามเท่า, ประกอบด้วย 3 ส่วน, สามทบ *-adv.* เป็นสามเท่า, เป็นสาม 3 ส่วน, เป็นสามทบ (-S. triple) *-Ex. Our trip served a threefold purpose, Daeng increased his earnings threefold.*

threepence (ธริพ' เพินซฺ, เธรพ' เพินซฺ) *n., pl.* **threepence/-pences** เหรียญ 3 เพนนีของอังกฤษ (เป็นโลหะผสมระหว่างทองแดงกับนิเกิล), จำนวนเงิน 3 เพนนี

threepenny (ธริพ' พะนี, เธรพ' พะนี, ธรัพ' พะนี) *adj.* เกี่ยวกับ 3 เพนนี, มีมูลค่า 3 เพนนี, (จำนวนเงิน) ที่มีมูลค่าน้อยมาก, ที่มีค่าน้อยมาก

three-ply (ธรี' ไพล') *adj.* 3 ชิ้น, 3 ชั้น, 3 ปม

three-quarter (ธรี' ควอเตอะ) *adj.* ประกอบด้วย

¾ ของความยาวทั้งหมด, เกี่ยวกับภาพค่อนตัว, (ใบหน้า) ค่อนหน้าแต่ไม่เต็มหน้า

threescore (ธรี' สคอร์) *adj.* 60, สามคูณยี่สิบ

threesome (ธรี' เซิม) *n.* กลุ่มที่มี 3 คน (อัน ชิ้น), การเล่นกอล์ฟระหว่างหนึ่งคน (หนึ่งลูก) กับอีก 2 คน (หนึ่งลูก) ซึ่งเล่นสลับกัน *-adj.* ประกอบด้วย 3, 3 เท่า, กระทำโดย 3

threnody (เธรน' นะดี) *n., pl.* **-dies** บทกวี เพลงหรือสุนทรพจน์ที่ใช้ประกอบการฌาปนกิจศพ, เพลงในงานศพ **-threnodial, threnodic** *adj.* **-threnodist** *n.*

thresh (เธรฌ) *v.* **threshed, threshing** *-vt.* ฟาดข้าว, นวดข้าว, หวด, เฆี่ยน *-vi.* นวดข้าว, ฟาดข้าว, หวด, เฆี่ยน **-thresh out/over** เจรจาอย่างเข้มข้นและละเอียด, พูดอย่างรุนแรงให้เข้าใจหรือตัดสินใจ

threshold (เธรช' โฮลดฺ) *n.* ธรณีประตู, ทางเข้าบ้านหรืออาคาร, ประตูทางเข้า, จุดเริ่มต้น, การเริ่มต้น, สมัยแรกเริ่ม, จุดที่ตัวกระตุ้นเริ่มทำให้เกิดความรู้สึกสัมผัส, การกระตุ้นน้อยที่สุดที่จะทำให้เกิดปฏิกิริยาของการเคลื่อนไหว, ระดับ (การจ่าย ภาษี ฯลฯ) ซึ่งต้องถึงก่อนที่การจัดการทางการเงินบางอย่างจะเริ่มปฏิบัติการ (-S. door, doorway, entrance, sill, brink, verge) *-Ex. cross the threshold, the threshold of a new change*

threw (ธรู) *vt., vi.* กริยาช่อง 2 ของ throw *-Ex. Samai threw the ball.*

thrice (ไธรซฺ) *adv.* 3 ครั้ง, 3 คราว, 3 หน, 3 ทบ, 3 เท่า, มาก, เป็นอย่างยิ่ง, อย่างสุดขีด *-Ex. The old woman told the prince to knock thrice on the door.*

thrift (ธริฟทฺ) *n.* ความประหยัด, ความมัธยัสถ์, ความตระหนี่, พืชไม้ดอกจำพวก *Armeria* ดอกมีสีขาวชมพู, การเจริญเติบโตอย่างรวดเร็ว (-S. saving, economy) *-Ex. Thrift is a good habit to form.*

thriftless (ธริฟ' ลิส) *adj.* ไม่ประหยัด, ไม่มัธยัสถ์, ฟุ่มเฟือย, สุรุ่ยสุร่าย, ไม่รู้จักเก็บเงิน, ไม่มีประโยชน์, ไม่มีความหมาย **-thriftlessly** *adv.* **-thriftlessness** *n.*

thrifty (ธริฟ' ที) *adj.* **-ier, -iest** ประหยัด, มัธยัสถ์, ตระหนี่, รู้จักเก็บเงิน, ขี้เหนียว, (พืช) เจริญเติบโตอย่างรวดเร็ว **-thriftily** *adv.* **-thriftiness** *n.* (-S. frugal, economical)

thrill (ธริล) *v.* **thrilled, thrilling** *-vt.* ทำให้ตื่นเต้นเร้าใจ, ทำให้เสียวซ่าน, ทำให้กระสัน, ทำให้เสียวสวาท, ทำให้ตัวสั่น *-vi.* ตื่นเต้น, เร้าใจ, เสียวซ่าน, เสียว, เสียวสวาท, ตัวสั่น *-n.* สิ่งที่ทำให้ตื่นเต้นเร้าใจ (-S. adventure, glow, sensation, tingle, quiver) *-Ex. The sight of the horses gave Daeng a thrill., The boy was thrilled when he heard the music.*

thriller (ธริล' เลอะ) *n.* เรื่องเร้าใจ, เรื่องที่ทำให้ตื่นเต้นเร้าใจ, สิ่งที่ทำให้ตื่นเต้นเร้าใจ

thrilling (ธริล' ลิง) *adj.* ทำให้ตื่นเต้นเร้าใจ, ทำให้เสียวซ่าน, ทำให้เสียวสวาท, ทำให้สั่น (-S. exciting, gripping, rousing, stimulating)

thrips (ธริพซฺ) *n., pl.* **thrips** แมลงขนาดเล็กออร์เดอร์ Thysanoptera มีปีกยาวและแคบ กินใบไม้และผลไม้เป็นอาหาร

thrive (ไธรฟวฺ) *vi.* **thrived/throve, thrived/thriven, thriving** เจริญ, เติบโต, ก้าวหน้า, งอกงาม, เฟื่องฟู, รุ่งเรือง (-S. flourish, wax, bloom, develop, prosper)

throat (โธรท) *n.* คอ, ลำคอ, ส่วนที่คล้ายคอ, ส่วนหน้าของคอ, ทางเข้า, เสียงที่เปล่งจากคอ *-vt.* เปล่งเสียงจากลำคอ **-cut one's own throat** ทำลายตัวเอง **-jump down someone's throat** ด่า, ต่อว่า **-lump in one's throat** จุกคอ **-ram/shove down someone's throat** บังคับให้ยอม **-stick in one's throat** พูดลำบาก *-Ex. The collar is rather tight round my throat., a sore throat, diseases of the nose, the throat, cut its throat*

throaty (โธร' ที) *adj.* **-ier, -iest** เกิดจากลำคอ, เปล่งจากลำคอ, เสียงแหบ, เสียงห้าว, เสียงลำคอ, เสียงโครกคราก **-throatily** *adv.* **-throatiness** *n.*

throb (ธรอบ) *vi.* **throbbed, throbbing** เต้น, เต้นแรงขึ้น, กระเพื่อม, สั่น, แสดงอารมณ์, มีอารมณ์ *-n.* การเต้น, การสั่น, การเต้นอย่างแรง, การสั่นระริก (-S. beat, pound, vibrate, pulsate) *-Ex. The boy's heart throbbed after he ran the race., Her heart throbbed with excitement., the throb of drums*

throe (โธร) *n.* อาการปวดเกร็ง, อาการปวดอย่างแรง, อารมณ์รุนแรง, อาการปวดในเวลาคลอดบุตร **-throes** การชักอย่างรุนแรง, การต่อสู้อย่างรุนแรง, อาการทนทุกข์ทรมานของความตาย

thrombosis (ธรอมโบ' ซิส) *n., pl.* **-ses** การเกิดลิ่มเลือด thrombus ที่ทำให้เส้นเลือดอุดตันได้, โรคเส้นเลือดตีบ

thrombus (ธรอม' บัส) *n., pl.* **-bi** ลิ่มเลือด, ก้อนเลือด

throne (โธรน) *n.* ราชบัลลังก์, บัลลังก์, ตำแหน่งกษัตริย์, อำนาจกษัตริย์, ผู้ครองบัลลังก์, รัฏฐาธิปัตย์, ลำดับชั้นที่สามของเทพยดา *-vt., vi.* **throned, throning** ทำให้ขึ้นครองบัลลังก์ *-Ex. The boy prince came to the throne during the war., He became king, the throne commands obedience.*

throng (ธรอง) *n.* ฝูงชน, กลุ่มคน, กลุ่ม, จำนวนมากมาย, การชุมนุม, เรื่องราวคับขัน *-v.* **thronged, thronging** *-vi.* จับกลุ่ม, รวมกลุ่ม, ชุมนุม *-vt.* จับกลุ่ม, รวมกลุ่ม, ชุมนุม, แออัด, ออกัน, กลุ้มรุม (-S. mass, crowd, horde, jam, mob, press) *-Ex. People thronged the stadium as soon as it was opened., The stadium is thronged with people.*

throttle (ธรอท' เทิล) *n.* คันบังคับลิ้นที่ควบคุมน้ำมันในเครื่องยนต์, ลิ้นบังคับของเหลว *-vt.* **-tled, -tling** เค้นคอ, บีบคอ, ฆ่าบีบคอ, อุด, จุก, บีบ, บีบรัด, บีบคั้น, กดบีบ **-throttler** *n.* (-S. choke, strangle, stifle, silence, inhibit, suppress) *-Ex. to throttle an engine, throttle freedom*

through (ธรู) *prep.* ผ่าน, ผ่านพ้น, ทะลุ, ผ่านตลอด, ตลอด, รวมทั้ง, ประสบความสำเร็จ, โดยวิธี, โดยเหตุผล, โดย, ด้วย, เพราะ, เนื่องจาก *-adv.* ผ่าน, ผ่านพ้น, โดยตลอด, ตั้งแต่ต้นจนจบ, ถึงที่สุด, เสร็จ, สมบูรณ์ *-adj.* เสร็จ, สำเร็จ, ผ่าน, โดยตลอด, ไร้การขัดขวาง, ต่อเนื่อง

T

throughly 890 thunder

-through and through โดยตลอดทุกกรณี (-S. past, between, by, pass, via, throughout) *-Ex. A nail was beaten half way through the board., drive a nail through the board, to spread through the air, We could just hear him through many processes., He has got through his examination., Dad talked about it all through dinner., Do it through an agent.*

throughly (ธรู' ลี) *adv.* โดยทั่ว, โดยตลอด, ถ้วนทั่ว

throughout (ธรูเอาทฺ') *prep.* โดยตลอด, ทุกหน ทุกแห่ง, ตั้งแต่ต้นจนจบ *-adv.* ทุกส่วน, โดยตลอด, ทุกขณะ, ทุกจุด, ตั้งแต่ต้นจนจบ (-S. everywhere, the whole time) *-Ex. throughtout the house, throughout the year, The house was cold throughout.*

throughway (โธร' เว) ทางที่ผ่านได้ตลอดหรือโดยตรง, ถนนที่ไปได้อย่างรวดเร็ว

throve (โธรฟว) *vi.* กริยาช่อง 2 ของ thrive *-Ex. The cattle throve in the new pasture.*

throw (โธร) *v.* **threw, thrown, throwing** *-vt.* ขว้าง, ปา, โยน, ทอด, เหวี่ยง, สาด, ยิง, พ่น, ส่อง, สาด, เหยียด, พุ่ง, สลัด, ผลัก, สวมอย่างรีบร้อน, แกล้ง, แพ้, ทำให้ยุ่งเหยิงใจ *-vi.* ขว้าง, เหวี่ยง, โยน, ซัด, พุ่ง *-n.* การขวาง, การโยน, การเหวี่ยง, การซัด, การพุ่ง, การทอดลูกเต๋า, จำนวนครั้งที่ทอด (ลูกเต๋า), ระยะที่ขว้าง, ระยะตก **-throw a party** จัดงานเลี้ยง **-throw away** ขว้างทิ้ง, ใช้อย่างฟุ่มเฟือย, พลาด **-throw down the gauntlet/glove** ท้าทาย **-throw in** เพิ่มเป็นพิเศษ, เสริม ผนวก **-throw cold water on** ไม่สนับสนุน **-throw in his lot** เข้าร่วม **-throw in the towel** ยอมแพ้ **-throw off** หนี, ละทิ้ง, สลัด **-throw on** คลุม, สวม **-throw oneself at someone/someone's head** ทำให้หลง **-throw oneself into** เข้าร่วมอย่างกระตือรือร้น **-throw oneself on** มอบตัวอาศัย, พึ่ง **-throw over** ละทิ้ง, ทอดทิ้งไม่ยอมรับ **-throw together** รีบร้อน, ทำให้พบกัน **-throw up** อาเจียน (-S. cast, heave, hurl, pitch, fling, launch) *-Ex. to throw a ball, A ship was thrown on the rocks., to thrown from a horse, to threw the power into his hands, to throw light on, to throw a shadow*

thru (ธรู) *prep., adv., adj.* (ภาษาพูด) ดู through

thrum[1] (ธรัม) *v.* **thrummed, thrumming** *-vt.* ดีดเครื่องดนตรีอย่างเปะปะ, ท่องด้วยเสียงที่น่าเบื่อหน่าย *-vi.* ดีดเครื่องดนตรีอย่างไม่มีศิลปะ, เคาะเบาๆ ดีดเบาๆ *-n.* เสียงดีดเครื่องดนตรีอย่างไม่มีศิลปะ, การดีดเปะปะ, การเคาะเบาๆ

thrum[2] (ธรัม) *n.* หัวด้าย, แถวด้าย, เศษด้าย, เศษเล็กน้อย *-vt.* **thrummed, thrumming** ใช้เศษเชือกอุดกันการเสียดสีหรือกันรั่ว

thrush[1] (ธรัช) *n.* นกตัวเล็กร้องเพราะจำพวกหนึ่งในตระกูล Turdidae, (คำสแลง) นักร้องหญิงอาชีพ

thrush[2] (ธรัช) *n.* โรคเชื้อราที่ปาก ลิ้น หรือลำคอ มีลักษณะเป็นฝ้าขาวเกิดเป็นแผลเปื่อย มักเป็นไข้และมีอาการอักเสบที่ทางเดินอาหาร

thrust (ธรัสทฺ) *vt., vi.* **thrust, thrusting** ผลัก, ดัน, ยัน, ยัด, แทง, เสียบ, สอด, เสือก, ซุก, โถม, พุ่งเข้าใส่, ตี, ทิ่ม, ผลักอย่างแรง, เหน็บแนม, กล่าวหา *-n.* การโจมตี, การรุก, แรงผลักดัน, กำลังดัน, การร้าวแตกของผิวพื้นดิน, แรงอัดขาดของชั้นพื้นดิน **-thruster** *n.* (-S. drive, force, impel, press, shove, stab, push) *-Ex. The boy thrust his way through the crowd., to thrust a shovel deep into the sand, with thrusts of her elbow, One thrust killed the wildcat., The tree thrust out many branches., to thrust the needle to*

thruway (ธรู' เว) *n.* ทางวิ่งบนถนนสำหรับรถที่วิ่งเร็ว (-S. throughway)

thud (ธัด) *n.* เสียงตกดังโครมหรือเปรี้ยง, การทุบที่ทำให้เกิดเสียงดังกล่าว *-vi.* **thudded, thudding** ทุบหรือตีหรือต่อยที่ทำให้เกิดเสียงดัง *-Ex. The sack of flour thudded to the ground.*

thug (ธัก) *n.* อันธพาล, วายร้าย, ผู้ร้าย, ผู้ก่อการร้าย, ผู้ชิงทรัพย์, ฆาตกร, กลุ่มนักชิงทรัพย์และฆาตกรอาชีพในอินเดีย (ฆ่าเจ้าทรัพย์โดยการรัดคอให้ตาย) **-thuggish** *adj.* **-thuggery** *n.*

Thule (ทู' เล) บริเวณเหนือสุดของโลก, ชื่อชุมชนหนึ่งในกรีนแลนด์

thulium (ทู' เลียม) *n.* ธาตุทูเลียม มีสัญลักษณ์ Tm

thumb (ธัม) *n.* นิ้วหัวแม่มือ, นิ้วแรกของสัตว์, ถุงมือที่คลุมนิ้วหัวแม่มือ, การตกแต่งประดับด้วยลายนิ้วหัวแม่มือ *-vt., vi.* **thumbed, thumbing** (ใช้นิ้วหัวแม่มือ) ทำสกปรก แตะ, พลิกหน้าหนังสืออย่างรวดเร็ว, ดีดสายกีตาร์ด้วยนิ้วหัวแม่มือ, ขอโดยสารรถโดยชี้ทิศทางที่จะไปด้วยนิ้วหัวแม่มือ **-all thumbs** งุ่มง่าม **-thumb up** แสดงอาการสำเร็จ, เห็นด้วย **-thumbs down** การแสดงความไม่เห็นด้วยหรือคัดค้าน **-under one's thumb** ภายใต้อิทธิพลหรืออำนาจของ **-thumb one's nose** เอานิ้วหัวแม่มือกดปลายจมูกแล้วกางนิ้วอื่นๆ (แสดงอาการท้าทายเหยียดหยามหรือปฏิเสธ) *-Ex. to thumb through a book, This new book is already thumbed., Mittens have thumbs but not separate fingers.*

thumbscrew (ธัม' สกรู) *n.* ตะปูควงแบบมีปีกสำหรับมือปิดเครื่อง, เครื่องบีบนิ้วหัวแม่มือเป็นเครื่องทรมานแบบหนึ่งในสมัยโบราณ

thump (ธัมพฺ) *n.* การทุบหรือตีที่ทำให้เกิดเสียงดัง, เสียงดังกล่าว *-vt., vi.* **thumped, thumping** ทุบหรือตีให้เกิดเสียงดัง, เดินด้วยฝีเท้าหนัก, (หัวใจ) เต้น **-thumper** *n.* (-S. smack, thud) *-Ex. Daeng thumped the table with his fist in his excitement., My heart thumped with excitement.*

thumping (ธัมพฺ' พิง) *adj.* (ภาษาพูด) เด่น สำคัญ

thunder (ธัน' เดอะ) *n.* ฟ้าร้อง, เสียงฟ้าร้อง, เสียงดังสนั่น, เสียงระเบิด, เสียงดังกังวาน, เสียงแผดก้อง, เสียงขู่คำราม, การขู่คำราม *-v.* **-dered, -dering** *-vi.* ส่งเสียงดังสนั่น, ส่งเสียงแผดก้อง, ส่งเสียงดังกังวานขู่คำราม, เคลื่อนที่ด้วยเสียงดังสนั่น *-vt.* ทำให้เกิดเสียงดังสนั่น **-steal someone's thunder** ชิงพูดถึงก่อน, ขโมยใช้สิ่งที่คนอื่นพบก่อน *-Ex. the thunder of the enemy's guns, It thundered during the storm., Where have you been?, Father thundered the* *cannon. A bomb thundered. thunder and lightning, the thunder of the guns*

thunderbolt (ธัน' เดอะโบลทฺ) *n.* สายฟ้า, อัสนี

thunderclap (ธัน' เดอะแคลพฺ) *n.* ฟ้าผ่า, เสียงฟ้าผ่า, เรื่องที่ไม่คาดคิดมาก่อน, เรื่องที่เกิดขึ้นกลางวันแสกๆ *-Ex. The news of my sister's engagement came as a thunderclap.*

thundercloud (ธัน' เดอะเคลาดฺ) *n.* พายุเมฆ

thunderhead (ธัน' เดอะเฮด) *n.* พายุเมฆ, ฝนฟ้าคะนอง

thunderstorm (ธัน' เดอะสทอร์ม) *n.* พายุฝน, ฝนตกหนักที่มีพายุและฟ้าแลบ *-Ex. We ran to get home before the thunderstorm.*

thunderstruck (ธัน' เดอะสทรัค) *adj.* งงงวย, ตกใจเหมือนถูกสายฟ้า, อกสั่นขวัญหาย (-S. aghast, nonplussed, petrified, shocked) *-Ex. I was thunderstruck when I heard that I had won the prize.*

Thur. ย่อจาก Thursday วันพฤหัสบดี

Thursday (เธอซฺ' เด) *n.* วันพฤหัสบดี, วันที่ 5 ของสัปดาห์

Thursdays (เธอซฺ' เดซฺ) *adv.* ทุกวันพฤหัสบดี

thus (ธัส) *adv.* ดังนี้, เช่นนี้, ด้วยเหตุนี้, ดังเช่น (-S. like this, so, consequently, ergo, hence, then) *-Ex. If you do the work thus, you will be finished sooner., He started early; thus he was on time., You may go thus far, and no farther.*

thwack (ธแวค) *vt.* **thwacked, thwacking** หวด, ฟาด, เฆี่ยน *-n.* การหวด, การฟาด, การเฆี่ยน *-Ex. Daeng thwacked me with his ruler., Give him a thwack if he doesn't behave.*

thwart (ธวอร์ท) *vt.* **thwarted, thwarting** ต่อต้านอย่างสำเร็จ, ขัดขวาง, ป้องกัน, ทำให้พ่ายแพ้, ทำให้ประสบความล้มเหลว, ขวางกั้น, วางขวาง *-n.* ที่นั่งตามขวางลำเรือ (โดยเฉพาะเรือกรรเชียง) *-adj.* ขวาง, วางขวาง, ขวางกั้น, ไม่เหมาะ, ดื้อรั้น, ผิดปกติ *-prep., adv.* ข้าม, ขวาง *-Ex. Dad thwarted my plan to go out by making me study.*

thy (ไธ) *adj.* ใช้แสดงความเป็นเจ้าของของ thou มีความหมายว่า ของท่าน *-Ex. Love thy neighbour, thy will be done.*

thyme (ไธม) *n.* พืชไม้เตี้ยจำพวกหนึ่งที่มีใบหอม ใช้ทำเครื่องเทศ

thyme

thymus (ไธ' มัส) *n., pl.* **-muses** ต่อมไร้ท่อที่อยู่ข้างหลังกระดูกเต้านมขึ้นไปถึงบริเวณต่อมไทรอยด์ (-S. thymus gland)

thyroid (ไธ' รอยดฺ) *n.* ต่อมไร้ท่อที่คอทำหน้าที่ควบคุมการเจริญเติบโตของร่างกาย, กระดูกอ่อนชิ้นใหญ่สุดของกล่องเสียงเป็นส่วนที่เรียกว่า 'ลูกกระเดือก', เส้นเลือดแดง เส้นเลือดดำและท่อของเหลวอื่นๆ ในบริเวณไทรอยด์, ยาที่ทำจากต่อมไทรอยด์ของสัตว์บางชนิดใช้รักษาโรค

thyroid gland ต่อมไทรอยด์เป็นต่อมไร้ท่อ 2 พูที่อยู่ข้างหลอดคอของสัตว์มีกระดูกสันหลัง มีหน้าที่ผลิตและหลั่ง thyroxin

Ti สัญลักษณ์ของธาตุ titanium

tiara (เทีย' รา) *n.* ผ้าโพกศีรษะของชาวเปอร์เซียสมัยโบราณ, มงกุฎขององค์สันตะปาปา, มงกุฎที่ผู้หญิงใช้สวมเป็นเครื่องประดับ, รัดเกล้า

Tibet (ทะเบท') ประเทศธิเบต อยู่บริเวณระหว่างเทือกเขาหิมาลายันกับเทือกเขาคุนลุน เมืองหลวงชื่อ Lhasa

Tibetan (ทิเบท' เทิน) *adj.* เกี่ยวกับประเทศธิเบต ชาวธิเบตหรือภาษาธิเบต *-n.* ชาวธิเบต, ภาษาธิเบต, ชาวพุทธธิเบต

tibia (ทิบ' เบีย) *n., pl.* **-iae/-ias** กระดูกแข้ง, กระดูกขาปล้องที่ 4 ของขาแมลง ระหว่าง femur กับ taris, เครื่องดนตรีโบราณ ใช้ปากเป่า ทำมาจากกระดูกแข้งของสัตว์ **-tibial** *adj.*

tic (ทิค) *n.* อาการกล้ามเนื้อหดเกร็งอย่างฉับพลัน (โดยเฉพาะที่บริเวณหน้า)

tick[1] (ทิค) *n.* เสียงดังติ๊กๆ ของนาฬิกา, ขณะ, ช่วงระยะเวลาอันสั้น, เครื่องหมายขีด *-v.* **ticked, ticking** *-vi.* เกิดเสียงดังติ๊กๆ, ผ่านพ้นไป *-vt.* ทำให้เกิดเสียงดังติ๊กๆ, ทำเครื่องหมาย **-tick someone off** ด่า, ต่อว่า **-what makes one tick** หลักความประพฤติ, สิ่งดลใจ (-S. clack, click, tap, dash, mark, stroke) *-Ex. We heard the tick of the watch.*

tick[2] (ทิค) *n.* แมลงในตระกูล Ixodidae (เช่น เห็บ หมัด) ที่ดูดเลือดกินเป็นอาหาร

tick[2]

tick[3] (ทิค) *n.* ปลอกหมอน, ปลอกที่นอน, ผ้าปูที่นอน

tick[4] (ทิค) *n.* แต้ม, คะแนน, สินเชื่อ, เงินเชื่อ (-S. account, credit)

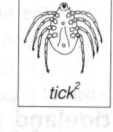

ticker (ทิค' เคอะ) *n.* เครื่องรับโทรเลขที่เป็นเครื่องบันทึกอัตโนมัติ, เสียงดังติ๊กๆ, แถบกระดาษสีที่ใช้โยนออกหน้าต่างเพื่อการต้อนรับหรือการเฉลิมฉลอง, เครื่องพิมพ์ราคาหุ้นอัตโนมัติ, (คำสแลง) หัวใจ นาฬิกา

ticket (ทิค' คิท) *n.* ตั๋ว, บัตร, บัตรเข้าประตู, บัตรอนุญาต, รายชื่อสมาชิกผู้สมัครรับเลือกตั้ง (ที่พรรคการเมืองเสนอชื่อ), ใบสั่งสำหรับผู้กระทำผิดกฎจราจร, ใบอนุญาตของกัปตันเรือหรือเจ้าหน้าที่ขับเครื่องบิน, สิ่งที่เหมาะสม, โครงการของพรรคการเมือง, ฉลากติดสินค้า, ฉลากฉีก *-vt.* **-eted, -eting** ติดฉลาก, ติดบัตร (-S. card, coupon, slip, voucher, tag)

ticket-of-leave, ticket of leave ใบอนุญาตให้นักโทษออกจากเรือนจำได้ก่อนครบกำหนดโทษโดยมีเงื่อนไข, การพักโทษ

ticking (ทิค' คิง) *n.* ผ้าฝ้ายเนื้อเหนียวที่มักทำเป็นผ้าปูที่นอนหรือปลอกหมอน

tickle (ทิค' เคิล) *vt., vi.* **-led, -ling** ทำให้จั๊กจี้, ทำให้คัน, ทำให้ขัน, ยั่ว, จี้, ทำให้อยาก, กระตุ้น, ทำให้ชอบอกชอบใจ, รู้สึกจั๊กจี้, รู้สึกคัน *-n.* ความรู้สึกจั๊กจี้, ความรู้สึกคัน **-tickle one's pink** ดีใจมาก, ยินดีมาก *-Ex. Mickey Mouse tickles the children., A tickle in his throat which made him cough., be tickled to death, The idea tickled me. an annoying throat tickle*

ticklish (ทิค' ลิช) *adj.* บ้าจี้, รู้สึกจั๊กจี้ได้ง่าย, จู้จี้,

อารมณ์เสียง่าย, ไวต่อการกระตุ้น, ไม่มั่นคง, ไม่แน่นอน **-ticklishly** *adv.* **-ticklishness** *n.* (-S. touchy, delicate, thorny) *-Ex. a ticklish problem, Daeng's feet are ticklish., Pasting the small pictures in the scrapbook is ticklish work.*

ticktack, tic-tac (ทิค' แทค) *n.* เสียงดังติ๊กแต๊กหรือติ๊กติ๊กของนาฬิกา, เสียงเคาะ, อุปกรณ์ทำให้เกิดเสียงดังกล่าว

ticktacktoe, tick-tack-toe (ทิคแทคโท') *n.* เกมเล่น 2 คนในการกาเครื่องหมาย "x" และ "o" บน 9 ช่อง ใครที่สามารถกาเครื่องหมายของตนครบ 3 เครื่องหมายตามแนวนอนหรือแนวขวางก่อนผู้นั้นเป็นผู้ชนะ

ticktock (ทิค' ทอค) *n.* เสียงดังติ๊กต๊อกของนาฬิกา

tidal (ไท' เดิล) *adj.* เกี่ยวกับกระแสน้ำขึ้นหรือลง, ขึ้นอยู่กับกระแสน้ำขึ้นหรือลง **-tidally** *adv.*

tidal wave คลื่นน้ำขนาดยักษ์ที่พัดเข้าหาฝั่ง (เนื่องจากแผ่นดินไหวหรือพายุ), คลื่นกระแสน้ำ, คลื่นทะเล, คลื่นมหาสมุทร

tiddlywinks (ทิด' ลีวิงคฺซ), **tiddledy wings** (ทิด' เดิล-) เกมแบบหนึ่งของเด็กที่คล้ายกับหมากเก็บ

tide (ไทดฺ) *n.* น้ำขึ้นน้ำลง, กระแสน้ำ, สิ่งที่ขึ้นๆ ลงๆ สลับกัน, แนวโน้ม, วิกฤติกาล, ฤดู, เทศกาล, โอกาสที่เหมาะ, ช่วงระยะเวลาหนึ่ง *-vt., vi.* **tided, tiding** ไหลตามกระแสน้ำ, ไหลไปไหลมา, ลอยไปตามกระแสน้ำ **-turn the tide** กลับทิศทาง **-tide over** ช่วยให้พ้นความลำบาก, ช่วยเยียวยา (-S. course, current, ebb, flow) *-Ex. high tide, low tide, The tide is coming in., the tide of popular opinion*

tideland (ไทดฺ' แลนดฺ) *n.* บริเวณที่ถูกน้ำท่วมเวลากระแสน้ำขึ้น

tidewater (ไทดฺ' วอเทอะ) *n.* กระแสน้ำขึ้นลง, น้ำที่ท่วมฝั่งเวลาน้ำขึ้น, บริเวณที่น้ำท่วม (เวลาน้ำขึ้น ฝั่งทะเล)

tideway (ไทดฺ' เว) *n.* ทางกระแสน้ำ, ช่องทางที่กระแสน้ำขึ้นหรือลง, กระแสคลื่น, บริเวณที่น้ำท่วม (เวลาน้ำขึ้น)

tiding (ไท' ดิง) *n.* ข่าว,รายงาน, ข่าวคราว (-S. advice, greetings, news, word) *-Ex. Somchai brought us tidings of our family.*

tidy (ไท' ดี) *adj.* **-dier, -diest** เป็นระเบียบเรียบร้อย, สะอาดหมดจด, สะอาดสะอ้าน, ดีพอควร, เป็นที่น่าพอใจ, สบาย, มากมาย *-vt., vi.* **-died, -dying** ทำให้เป็นระเบียบเรียบร้อย, ทำให้สะอาดหมดจด *-n., pl.* **-dies** ภาชนะใส่ของขวัญให้เป็นระเบียบเรียบร้อย, ถังเก็บขยะข้างถนน, ผ้าคลุมพิงหลังของเก้าอี้, เบาะรองของเก้าอี้ **-tidily** *adv.* **-tidiness** *n.* (-S. spruce, neat, trim, clean) *-Ex. He helps mother tidy up the house on Saturday mornings., Kasorn has saved up a tidy a mount of money.*

tie (ไท) *v.* **tied, tying** *-vt.* (ใช้เชือกหรือสายอื่นๆ) ผูก, มัด, ต่อ, รัด, โยง, จำกัด, ทำคะแนนเท่ากัน, ผูกพันเป็นสามีภรรยา, เส้นโค้งในโน้ตเพลงที่แสดงว่าจะต้องทอดเสียงให้ต่อกัน *-vi.* ผูก, มัด, ต่อ, รัด, โยง, ทำคะแนนเท่ากัน *-n.* สิ่งที่ใช้ผูก (มัด ต่อ รัด โยง), เชือก, สาย, ด้าย, เนกไท, เชือกผูกรองเท้า, ความเชื่อมต่อ, ความสัมพันธ์, เครื่องผูกมัด, พันธะ, จำนวนที่เท่ากัน, คะแนนเท่ากัน, ความเสมอกัน, ท่อนเหล็กยึดรางรถไฟ, เครื่องหมายดนตรีที่หมายถึงการเชื่อมต่อเสียง **-tie down** ทำให้ลดน้อยลง, จำกัด **-tie in** เชื่อมต่อกับ, สอดคล้องกับ **-tie one on** (คำสแลง) ดื่มเหล้าเมา **-tie up** มัดแน่น, ผูกแน่น, ขัดขวาง, สกัด หยุดยั้ง, จอดเรือ, ยุ่งมาก **-tie the knot** แต่งงาน, พิธีแต่งงาน (-S. restrain, bind, secure) *-Ex. The football match ended in a tie., Daeng's goal tied the score in the second half., to tie a tag to merchandise, to tie one's shoelaces, to tie a knot, the string in a knot, to tie things together, to tie up a parcel, tied tie down by an agreement, ties of blood, A neck-tie*

tieback (ไท' แบค) *n.* ตะขอหรือห่วงสำหรับยึดม่าน

tie-dye (ไท' ได) *n.* วิธีการย้อมสีสิ่งทอของชาวอินเดียนแดง *-vt.* **-dyed, -dyeing** ย้อมสีด้วยวิธีดังกล่าว

tie-in (ไท' อิน) *n.* สิ่งที่ไปด้วยกัน, สิ่งควบ, ส่วนควบ, การเชื่อมต่อกัน, ความสัมพันธ์, พันธะ (-S. connection)

tier[1] (ไท' เออะ) *n.* แถวที่นั่ง, แถว, ชั้น, ระดับ, แนว *-vt., vi.* **tiered, tiering** จัดเป็นแถว (ชั้น ระดับ) (-S. row, bank, file, layer, level, line) *-Ex. We sat in the third tier of the theater.*

tier[2] (ไท' เออะ) *n.* ผู้ผูก (มัด ต่อ รัด โยง), สิ่งที่ผูก (มัด ต่อ รัด โยง)

tiff (ทิฟ) *n.* การทะเลาะกันเล็กน้อย, การมีปากเสียงกันเล็กน้อย, อารมณ์เล็กน้อย, การจิบเครื่องดื่ม *-vi.* **tiffed, tiffing** ทะเลาะกันเล็กน้อย, จิบเครื่องดื่ม

tiger (ไท' เกอะ) *n.* เสือ (สัตว์ขนาดใหญ่ จำพวก *Panthera tigris*)

tigerish (ไท' เกอริช) *adj.* คล้ายเสือ, ดุร้าย, มีพลังมาก, กระหายเลือด, เหี้ยมโหด

tiger lily ต้นลิลี่จำพวก *Lilium Lancifolium* มีดอกสีส้มที่มีแต้มสีดำ

tiger moth ผีเสื้อกลางคืนในตระกูล Arctiidiiae ปีกมีสีลายสวยงาม

tight (ไททฺ) *adj.* **tighter, tightest** แน่น, หนาแน่น, ตึงแน่น, อัดแน่น, กวดขัน, รัดแน่น, รัดรูป, ไม่รั่ว, อากาศเข้าไม่ได้, คับ, คับแคบ, คับขัน, ยาก, ลำบาก, รัดกุม, ได้ใจความ, เกือบเสมอกัน, ใกล้เคียงกันมาก, ขี้เหนียว, ตระหนี่, (คำสแลง) เมาเหล้า, (เงิน) ฝืด, คิดดอกเบี้ยอัตราสูง, เป็นที่ต้องการน้อย, เป็นระเบียบเรียบร้อย *-adv.* รัดแน่น, รัดกุม, แน่นหนา **-tightly** *adv.* **-tightness** *n.* (-S. snug, close, fast, fixed) *-Ex. water-tight, air-tight, keep a tight hand on, in a tight place (difficult)*

tighten (ไท' เทิน) *vt.,vi.* **-ened, -ening** ทำให้แน่นหนา, ทำให้รัดกุม, กลายเป็นแน่นหนา, กลายเป็นรัดกุม, กวดขัน **-tightener** *n.* (-S. cramp, fasten, narrow, screw) *-Ex. The workmen tightened the rope.*

tightfisted (ไททฺ' ฟิส' ทิด) *adj.* ขี้เหนียว, ตระหนี่, เหนียวแน่น **-tightfistedness** *n.*

tight-lipped (ไททฺ' ลิพทฺ') *adj.* พูดน้อย, เงียบ, ปิดปากเงียบ (-S. taciturn)

T

tightrope (ไทฑฺ' โรพ) *n.* เส้นขึงตึงที่ใช้ในการเดินไต่หรือเล่นกายกรรม

tights (ไททฺซฺ) *n. pl.* เสื้อรัดรูปแนบเนื้อ

tightwad (ไทฑฺ' วาด) *n.* (คำสแลง) คนขี้เหนียว คนตระหนี่

tigress (ไท' เกรส) *n.* เสือตัวเมีย, หญิงที่ดุร้ายและรุกรานหรือโหดเหี้ยม

tike (ไทคฺ) *n.* สุนัข, คนเลว, เด็กเล็กๆ

'til, til (ทิล) *prep., conj.* ย่อจาก until จนกว่า, จนกระทั่ง

tilde (ทิล' ดะ) *n.* เครื่องหมาย (~) เหนืออักษรสเปนหมายถึงให้ออกเสียงเพดานปากและทางจมูก, เครื่องหมายการเว้นคำหรือพยางค์

tile (ไทล) *n.* แผ่นกระเบื้อง, กระเบื้อง, สิ่งที่คล้ายแผ่นกระเบื้องเครื่องมุงหลังคาหรือลาดพื้น, ท่อกระเบื้อง *-vt.* **tiled, tiling** ปูกระเบื้อง, ติดกระเบื้อง *-Ex. tile roofing, tilestone, a roof of tile*

tiling (ไท' ลิง) *n.* การปูกระเบื้อง, การติดกระเบื้อง, เครื่องมุงหลังคาหรือลาดพื้น, ผิวหน้ากระเบื้อง

till[1] (ทิล) *prep., conj.* จนกว่า, จนถึง

till[2] (ทิล) *vt.* **tilled, tilling** เพาะปลูก, ไถนา ทำงานหนัก **-tillable** *adj.* (-S. cultivate, dig, plough, work)

till[3] (ทิล) *n.* ลิ้นชักเก็บเงินหรือของมีค่า, เงินสด (สำหรับใช้ประจำวัน) (-S. cash box, cash register)

tillage (ทิล' ลิจ) *n.* การเพาะปลูก, การไถนา, ผืนดินที่ไถแล้ว (-S. practice, tilling land)

tiller[1] (ทิล' เลอะ) *n.* ผู้ไถนา, ผู้เพาะปลูก, ชาวนา

tiller[2] (ทิล' เลอะ) *n.* หน่อพืชที่เกิดใหม่, หน่อที่แยก

tiller[3] (ทิล' เลอะ) *n.* คนถือท้ายเรือ, คนถือหางเสือ

tilt (ทิลทฺ) *vt., vi.* **tilted, tilting** ทำให้เอียง, ทำให้กระดก, ทำให้ตะแคง, โจมตี, โถมเข้าใส่, ถือหอกเตรียมแทง *-n.* การเอียง, การกระดก, ตำแหน่งเอียง, ที่ลาด, การต่อสู้, การโต้เถียง, ความขัดแย้ง, การโจมตีด้วยหอก **-tilt at windmills** ต่อสู้, ปะทะ **-at full tilt** เต็มแรง, เต็มที่, ด้วยความเร็วเต็มที่โดยตรง (-S. cant, lean, list, slant, tip) *-Ex. Do not tilt your chair back or you may fall.*

tilth (ทิลธฺ) *n.* การเพาะปลูก, การไถนา, ผืนดินเพาะปลูก, ผืนดินที่เคยเพาะปลูกมาแล้ว

timber (ทิม' เบอะ) *n.* ไม้, ท่อนไม้, ต้นไม้ (ขนาดใหญ่), ป่าไม้, โครงไม้, โครงเรือ, ไม้ขื่อ, ลักษณะหรือคุณสมบัติของบุคคล *-vt.* **-bered, -bering** ค้ำด้วยไม้ **-timberland** ป่าไม้, ป่าที่มีต้นไม้ขนาดใหญ่ (-S. forest, beams, logs, planks, wood) *-Ex. The houses are made of timber., Large timbers were used in building the bridge., The timber burned down.*

timbering (ทิม' เบอะริง) *n.* วัสดุก่อสร้างที่เป็นไม้, สิ่งก่อสร้างที่เป็นไม้, โครงไม้

timberline (ทิม' เบอะไลน) *n.* แนวความสูงเหนือระดับน้ำทะเลที่ไร้ป่าไม้

timbre (ทิม' เบอะ) *n.* ลักษณะของเสียงร้องหรือเสียงจากเครื่องดนตรีที่ผิดแผกกัน

time (ไทมฺ) *n.* เวลา, ช่วงเวลา, กะเวลา, โอกาส, สมัย, ยุค, กาล, ฤดูกาล, ครั้ง, ช่วง, อายุ, วันตาย, เท่า, จังหวะ, อัตราความเร็ว, เวลาพักผ่อน, อัตราค่าจ้างตามช่วงเวลา, สิทธิ, ระยะเวลาการตั้งครรภ์ *-adj.* เกี่ยวกับเวลา, เกี่ยวกับระเบิดเวลา, ตั้งเวลา *-vt.* **timed, timing** จับเวลา, ตั้งเวลา, ควบคุมเวลา, จับนาฬิกา, กำหนดเวลา, กำหนด **-against time** แข่งกับเวลา **-ahead of time** ก่อนกำหนด, แต่เช้า **-at one time** ครั้งหนึ่งๆ, ครั้งก่อน **-at times** เป็นช่วงๆ, เป็นพักๆ, เป็นครั้งเป็นคราว **-behind the times** ล้าสมัย, หมดสมัย **-for the time being** ชั่วคราว, ในปัจจุบันนี้ **-from time to time** ตามโอกาส, เป็นครั้งเป็นคราว **-in good time** ได้เวลาพอดี, ก่อนกำหนด, ก่อนเวลา **-in no time** ในระยะเวลาอันสั้น, ทันที **-in time** เช้าพอ, ทันเวลา **-keep time** บันทึกเวลา, รักษาเวลา, รักษาจังหวะ **-kill time** ฆ่าเวลา **-make good time** ทำเวลาได้ดี **-on time** ตรงเวลาเผง **-out of time** จังหวะไม่ดี, ผิดเวลา **-take one's time** ไปอย่างช้าๆ ไปอย่างสบายๆ **-time after time** บ่อยๆ, ครั้งแล้วครั้งเล่าอีก **-time and again** ครั้งแล้วครั้งเล่า **-time of life** อายุ **-time of one's life** เวลาที่มีความสุข (-S. age, date, epoch, era, hour, season, spam) *-Ex. take up time, It's merely a matter of time., all the time, half the time, in the time of Queen Victoria, at that time, at all times, modern times, past time, time to come, difficult times, hard times, Had no time to do it., make times, find time, from time to time*

time and a half อัตราการจ่ายค่าล่วงเวลาที่เท่ากับ 1½ ของอัตราตามปกติต่อชั่วโมง

timecard (ไทมฺ' คาร์ด) *n.* บัตรตอกเวลาการมาและกลับของคนงาน

time clock นาฬิกาบันทึกการมาและกลับไปของคนงาน

time exposure การเปิดหน้ากล้องถ่ายรูปเป็นเวลานานกว่า ½ วินาที

time-honored (ไทมฺ' ออนเนิร์ดฺ) *adj.* เก่าแก่จนเป็นที่เคารพบูชาหรือนับถือ, ซึ่งมีประวัติศาสตร์อันยาวนาน (-S. venerable)

timekeeper (ไทมฺ' คีเพอะ) *n.* คนจับเวลา, คนดูเวลา, เครื่องจับเวลา, ผู้เคาะจังหวะ, ผู้บันทึกจำนวนชั่วโมงที่คนงานได้ทำงาน **-timekeeping** *n.*

time-lapse (ไทมฺ' แลพซฺ) *adj.* ภาพยนตร์ที่บันทึกภาพเหตุการณ์อย่างช้าๆ แต่ฉายด้วยความเร็วปกติ (เช่นรูปต้นไม้ที่งอกอย่างรวดเร็ว)

timeless (ไทมฺ' ลิส) *adj.* ไม่มีจุดเริ่มต้นและไม่มีที่สิ้นสุด, ถาวร, นิรันดร, ตลอดไป, ไม่จำกัดเวลา **-timelessly** *adv.* **-timelessness** *n.*

time lock กุญแจที่เปิดได้ในช่วงระยะเวลาหนึ่งเท่านั้น

timely (ไทมฺ' ลี) *adj.* **-lier, -liest** เกิดขึ้นในเวลาที่เหมาะสม, ถูกกาลเทศะ, ทันกาลทันเวลา *-adv.* ถูกกาละเทศะ **-timeliness** *n.* (-S. convenient, judicious, prompt, opportune) *-Ex. Surin's return home from abroad on his mother's birthday was most timely.*

time off ช่วงเวลาที่ไม่ได้ทำงาน เนื่องจากเป็นวันหยุด ป่วย อื่นๆ

timeous (ไท' มัส) *adj.* ถูกกาละเทศะ, ทันเวลา

T

-timeously *adv.*
time-out (ไทมฺ' เอาทฺ') *n.* (กีฬา) การหยุดพักชั่วคราวระหว่างการแข่งขัน, การหยุดพักชั่วคราว
timepiece (ไทมฺ' พีซ) *n.* เครื่องมือจับเวลา, เครื่องคำนวณเวลา, นาฬิกาจับเวลา (-S. chronometer)
timer (ไท' เมอะ) *n.* ผู้จับเวลา, ผู้จดเวลา, เครื่องจับเวลา, เครื่องควบคุมเวลา
times (ไทมฺซฺ) *prep.* คูณด้วย, เครื่องหมายคูณ (x) *-Ex. Four times five equals twenty.*
timesaving (ไทมฺ' เซวิง) *adj.* ประหยัดเวลา, ย่นเวลา **-timesaver** *n.*
timetable (ไทมฺ' เทเบิล) *n.* ตารางเวลา (ตารางรถไฟ ตารางสอนและอื่นๆ) (-S. calender, curriculum, diary, list)
time-tested (ไทมฺ' เทสทิด) *adj.* ซึ่งได้รับการพิสูจน์จากกาลเวลา
timeworn (ไทมฺ' วอน) *adj.* ล้าสมัย, เก่าแก่คร่ำครึ
time zone เขตเวลา (ทั้งหมดมี 24 เขต) ของโลก
timid (ทิม' มิด) *adj.* **-er, -est** ขี้ขลาด, ตาขาว, เหนียมอาย, ขวยเขิน, ขี้ตื่น **-timidly** *adv.* **-timidness, timidity** *n.* (-S. shy, fearful, bashful, modest, retiring) *-Ex. a timid dog, a timid reply*
timing (ไท' มิง) *n.* การจับเวลา, การเลือกเวลาที่เหมาะสมที่สุด, การคำนวณเวลา, การควบคุมความเร็ว, การควบคุมจังหวะ
timorous (ทิม' เมอะรัส) *adj.* เต็มไปด้วยความกลัว, ขี้ขลาด, ตาขาว, ขี้ตื่น **-timorously** *adv.* **-timorousness** *n. -Ex. My timorous approach will never make me a good salesman.*
timothy (ทิม' มะธี) *n., pl.* **-thies** หญ้าแห้งชนิดหนึ่งใช้สำหรับเลี้ยงสัตว์
tin (ทิน) *n.* ดีบุก มีสัญลักษณ์ Sn, แผ่นดีบุก, แผ่นเหล็กเคลือบดีบุก, ภาชนะที่ทำด้วยดีบุก *-adj.* ทำด้วยแผ่นดีบุก *-vt.* **tinned, tinning** เคลือบดีบุก, ชุบดีบุก, บรรจุกระป๋อง *-Ex. tin-mine, tin-box, tinned iron, tinned food*
tin can กระป๋องสำหรับใส่อาหาร โดยเฉพาะกระป๋องทำด้วยแผ่นเหล็กเคลือบดีบุก, (คำสแลง) เรือพิฆาตหรือดำน้ำระเบิดน้ำลึก
tincture (ทิงคฺ' เชอะ) *n.* ทิงเจอร์, สารละลายแอลกอฮอล์ เช่น tincture of iodine, สีย้อม, สี, ลักษณะเฉพาะ, กลิ่น, รอย, แต้ม *-vt.* **-tured, -turing** ทาสี, ทำให้เกิดสี, แช่ (-S. tinge, smack)
tinder (ทิน' เดอะ) *n.* วัตถุสำหรับติดไฟ, เชื้อจุดไฟ
tinderbox (ทิน' เดอะบอคซฺ) *n.* กล่องเชื้อจุดไฟกับเหล็กไฟ (ในสมัยโบราณ), แหล่งภัย
tine (ไทนฺ) *n.* เดือย, เหล็กปลายแหลม, ขวากหนาม **-tined** *adj. -Ex. the tine of a fork*
tinea (ทิน' เนีย) *n.* โรคผิวหนังที่เกิดจากเชื้อรา, ขี้กลาก, เกลื้อน **-tineal** *adj.*
tin foil, tinfoil แผ่นดีบุก, แผ่นดีบุกผสมตะกั่ว, กระดาษดีบุกผสมตะกั่ว
ting (ทิง) *n.* เสียงดังติ๊ง (เช่น กระดิ่ง) *-vi.* **tinged, tinging** ทำให้เกิดเสียงดังติ๊ง, เกิดเสียงดังติ๊ง
tinge (ทินจฺ) *vt.* **tinged, tingeing/tinging** ระบายสี, ทาสี, แต้มสี, เจือปน *-n.* สีเล็กน้อย, จำนวนเล็กน้อย, รสชาติ, สิ่งเจือปน (-S. colour, shade, stain) *-Ex. a tinge of irony, be tinge with liberalism, a tinge of humour, a tinge of pride*
tingle (ทิง' เกิล) *vt., vi.* **-gled, gling** รู้สึกปวดเสียวคล้ายหนามแทง, รู้สึกซ่า, รู้สึกเสียว *-n.* ความรู้สึกดังกล่าว **-tingly** *adj.* **-tingler** *n.* (-S. tease, thrill, sting,) *-Ex. His fingers tingled with the cold., The sound of the fire engine makes Daeng tingle with excitement.*
tin god ผู้เผด็จการ, ผู้ที่ประชาชนหลงเคารพนับถือ
tinhorn (ทิน' ฮอร์น) *n.* (คำสแลง) ผู้โอ้อวด ผู้คุยโว ผู้คุยเขื่อง, นักพนันที่มีเงินพนันเล็กน้อย *-adj.* ถูก, ไม่สำคัญ, กระจอก
tinker (ทิง' เคอะ) *n.* ช่างบัดกรี, ช่างปะหม้อ, คนงานที่ไม่ชำนาญ, ช่างไร้ฝีมือ, คนงานที่ซุ่มซ่าม, คนจรจัด, คนเร่ร่อน *-v.* **-kered, -kering** *-vt.* ทำงานเป็นช่างบัดกรี, ทำงานเป็นช่างปะหม้อปะภาชนะ, ทำอย่างไม่ชำนาญ, ทำอย่างลวกๆ *-vi.* บัดกรี, ปะ, ซ่อมแซมอย่างไม่ชำนาญ (-S. mend, patch)
tinkle (ทิง' เคิล) *vt., vi.* **-kled, -kling** เกิดเสียงติ๊งๆ (เช่น เสียงกระดิ่ง), เล่นดนตรีอย่างลวกๆ ให้เกิดเสียงติ๊งๆ หรือเบาๆ (-S. ping) *-Ex. The fork tinkled when struck by the knife.*
tinner (ทิน' เนอะ) *n.* ผู้บรรจุอาหารกระป๋อง, ผู้ทำงานในเหมืองดีบุก
tinnitus (ทิน' นิทัส) *n., pl.* **-tuses** เสียงอื้อในหู
tinny (ทิน' นี) *adj.* **-nier, -niest** เกี่ยวกับดีบุก, ประกอบด้วยดีบุก, ทื่อ, ไร้เสียงก้อง, ไม่แข็งแรง, ไม่ทน, เบามาก, (เนื้อหา) น้ำท่วมทุ่ง, มีรสอาหารกระป๋อง **-tinnily** *adv.* **-tinniness** *n.*
tin-plate (ทิน' เพลท) *vt.* **-plated, -plating** แผ่นเหล็กหรือเหล็กกล้าที่หุ้มดีบุก **-tinplater** *n.*
tinsel (ทิน' เซิล) *n.* สิ่งประดับที่เป็นโลหะแวววาวแต่ไร้ค่า, ใยโลหะประดับ (มักพันรอบสิ่งทออื่น), สิ่งทอที่แทรกด้วยเส้นใยของเงินหรือโลหะอื่นๆ *-adj.* ประกอบด้วยสิ่งประดับดังกล่าว, หรูหรา, ฉูดฉาด, ใช้ประดับภายนอก, ซึ่งทำขึ้นตบตา, ไร้ค่า *-vt.* **-seled, -seling/-selled, -selling** ประดับด้วยวัสดุดังกล่าว, ตบตา *-Ex. The children trimmed the Christmas tree with tinsel.*
tinsmith (ทิน' สมิธ) *n.* ช่างบัดกรี, ช่างเชื่อมปะภาชนะโลหะ (-S. tinman)
tint (ทินทฺ) *n.* สีอ่อนสำหรับแต้มหรือประดับ, ระบายสี, แต้ม, ย้อมสี
tintinnabulation (ทินทิแนบบิวเล' ชัน) *n.* เสียงระฆัง, เสียงกระดิ่ง
tintype (ทิน' ไทพฺ) *n.* ภาพถ่ายบนแผ่นดีบุกหรือเหล็กเคลือบ
tinware (ทิน' แวร์) *n.* ภาชนะหรือเครื่องใช้ที่ทำด้วยแผ่นดีบุก
tinwork (ทิน' เวิร์ค) *n.* สิ่งที่ทำด้วยดีบุก, เครื่องดีบุก
tiny (ไท' นิ) *n.* **-nier, -niest** เล็กมาก, จิ๋ว **-tininess**

T

n. (-S. little, diminutive, small, wee)

-tion คำปัจจัย ใช้ประกอบเป็นคำนาม (-S. -ation, -ion, -sion)

-tious คำปัจจัย ใช้ประกอบเป็นคำคุณศัพท์ มีความหมายว่า มี, หมายถึง, แสดงว่า

tip[1] (ทิพ) *n.* ปลาย, ปลายแหลม, ปลายเรียว, ยอดสุด, ส่วนที่อยู่ปลาย, ส่วนที่สวมปลาย, ใบแทรกหนังสือ *-vt.* **tipped, tipping** ทำให้มีปลาย, จัดให้มีปลาย, ประดับปลาย, เอาปลายออก, ติดผนวกปลาย, ต่อปลาย, แทรก, เสริมปลาย (-S. apex, cap, head, peak, top, end) *-Ex. to tip an arrow with poison*

tip[2] (ทิพ) *vt., vi.* **tipped, tipping** ทำให้เอียง, ทำให้กระดก, ทำให้ลาด, ทำให้คว่ำ, เท, ขยับหมวกหรือเอาหมวกออก (แสดงความเคารพ) *-n.* การเอียง, การกระดก, การลาดลง, การคว่ำ, การเท (-S. cant, incline, lean, spill) *-Ex. Baby tipped her glass of milk so far that it fell over., Gentlemen tip their hats when they meet a lady.*

tip[3] (ทิพ) *n.* เงินตอบแทนเล็กน้อย, เงินรางวัล, คำแนะนำ, ข้อแนะนำ, ข้อคิดเห็นที่มีประโยชน์ *-vt., vi.* **tipped, tipping** ให้รางวัล, ให้เงินรางวัล **-tipper** *n.* (-S. gift.) *-Ex. Somsuk tipped the waiter.*

tip[4] (ทิพ) *n.* การเคาะเบาๆ, การตีเบาๆ, การตีลูกกระโดด *-vt.* **tipped, tipping** เคาะเบาๆ, ตีเบาๆ, ตีลูกกระโดด

tip-off (ทิพ' ออฟ) *n.* (ภาษาพูด) การบอกเรื่องส่วนตัว, การบอกเรื่องส่วนตัว, การบอกความลับ, การเตือน, การเตือนภัย

tipple (ทิพ' เพิล) *vt., vi.* **-pled, -pling** ดื่มเหล้า (มักเป็นนิสัยหรือมากเกินไป) *-n.* เหล้า **-tippler** *n.* (-S. drink)

tipstaff (ทิพ' สทาฟ) *n., pl.* **-staffs/-staves** เจ้าหน้าที่ศาล, ตำรวจศาล, กระบองปลายหุ้มโลหะ, สัญลักษณ์ของตำรวจศาล

tipster (ทิพ' สเทอะ) *n.* (ภาษาพูด) ผู้แจ้งข่าวลับ ผู้ใบ้หวย ผู้ให้ข่าวกรองเกี่ยวกับการแข่งม้าหรือตลาดหุ้น

tipsy (ทิพ' ซี) *adj.* **-sier, -siest** เมาเล็กน้อย, โซเซ, ไม่มั่นคง, ไม่ตรง **-tipsily** *adv.* **-tipsiness** *n.*

tiptoe (ทิพ' โท) *vi.* **-toed, -toeing** เดินเขย่งเท้า *-adj., adv.* เขย่งเท้า, มีความต้องการ, ใจจดใจจ่อ, ระมัดระวัง, ลับๆ ล่อๆ, ชะเง้อ *-n.* ปลายนิ้วเท้า, หัวนิ้วเท้า **-on tiptoe** มีความต้องการอย่างแรงกล้า, เอาใจจดจ่อ, ทะเยอทะยาน *-Ex. Kasorn walked on tiptoe because her baby was asleep., Somsri tiptoed across the room.*

tiptop (ทิพ' ทอพ) *n.* สุดยอด, สุดขีด, จุดสูงสุด, ชั้นยอด *-adj., adv.* สูงสุด, สุดยอด, ชั้นยอด, ดีเยี่ยม (-S. summit)

tirade (ไท' เรด) *n.* การพูดประณามที่ยืดยาวและเผ็ดร้อน, การปราศรัยที่ดุเดือด, ข้อความที่มีข้อคิดเห็นเดียว, พูดต่อ (สภา) อย่างเผ็ดร้อน (-S. harangue)

tire[1] (ไท' เออะ) *vt., vi.* **tired, tiring** เหนื่อย, อิดโรย, เมื่อยล้า, เพลีย, หน่าย, เบื่อหน่าย, หน่ายแหนง, ล้า (-S. drain, exhaust, fail) *-Ex. I tire easily., This work tires me (out)., very tiring work, Don't tire me with the details.*

tire[2] (ไท' เออะ) *n.* ยางรถ, ยางนอก, แผ่นยางหรือเหล็กรอบล้อเพื่อกันสึก, ใส่ยาง (-S. tyre)

tire[3] (ไท' เออะ) *vt.* **tired, tiring** ตกแต่ง, ประดับ, แต่งตัว, แต่งศีรษะ *-n.* เสื้อผ้าอาภรณ์, สิ่งประดับ, เครื่องประดับศีรษะ

tired (ไท' เออร์ด) *adj.* เหนื่อย, เหน็ดเหนื่อย, เมื่อยล้า, อ่อนเพลีย, เบื่อหน่าย, รำคาญ, จืดชืด **-tiredly** *adv.* **-tiredness** *n.* (-S. drained, drowsy, weary)

tireless (ไท' เออะลิส) *adj.* ไม่รู้จักเหน็ดเหนื่อย, ไม่เมื่อยล้า, ไม่เบื่อหน่าย **-tirelessly** *adv.* **-tirelessness** *n.* (-S. determined, energetic, resolute)

tiresome (ไท' เออะเซิม) *adj.* น่าเบื่อหน่าย, น่ารำคาญ, จืดชืด, ทำให้เหน็ดเหนื่อย, ทำให้อ่อนเพลีย **-tiresomeness** *n.* (-S. dull, flat, irksome, tedious) *-Ex. don't be tiresome, a tiresome lecture, a tiresome argument*

tiring (ไท' ริง) *adj.* ที่ทำให้เหน็ดเหนื่อย, ที่ทำให้อ่อนเพลีย, น่าเบื่อหน่าย, น่ารำคาญ (-S. arduous, exacting, strenuous, tough)

tiro (ไท' โร) *n.* คนเริ่มใหม่, มือใหม่, ผู้ฝึกหัด

tissue (ทิช' ชู) *n.* เนื้อเยื่อ, เยื่อกระดาษ, กระดาษบาง, เนื้อผ้า, ร่างแห, ส่วนที่เป็นแผ่นบาง **-tissular** *adj.* **-tissuey** *adj.* (-S. gauze) *-Ex. muscle tissue, nervous tissue, a tissue of lies*

tissue paper กระดาษบางมาก (เกือบโปร่งแสง) ที่ใช้ห่อของ ลอกรูป เช็ดมือ

tit[1] (ทิท) *n.* เด็กผู้หญิง, หญิงสาว, ม้าเล็ก, ม้าแกลบ

tit[2] (ทิท) *n.* (คำสแลง) หัวนมผู้หญิง หน้าอกผู้หญิง

tit[3] (ทิท) *n.* นกกระจิบหรือนกกระจาบ

Titan (ไท' เทิน) *n.* ยักษ์ในเทพนิยายกรีกโบราณ, ยักษ์, คนที่รูปร่างใหญ่โตมาก **-titan** คนที่มีอิทธิพลกำลังหรืออำนาจมาก

titanic (ไทแทน' นิค) *adj.* ใหญ่โตมาก, มหึมามีกำลังหรืออำนาจหรืออิทธิพลมาก, เกี่ยวกับ Titan **-titanically** *adv.*

titanium (ไทเท' เนียม) *n.* ธาตุแท้ชนิดหนึ่งมีสัญลักษณ์ธาตุ Ti มีความแข็งมากและทนต่อการกัดกร่อน ใช้ทำโลหะผสมแท้

titbit (ทิท' บิท) *n.* อาหารคำหนึ่ง, ชิ้นหมู (ปลา), สิ่งโอชะ

tit for tat ตาต่อตาฟันต่อฟัน, ซึ่งตอบโต้เท่ากัน

tithe (ไทธ) *n.* หนึ่งในสิบของผลิตผลทางเกษตร, อากรของอังกฤษสมัยก่อนที่ชักหนึ่งในสิบ, จำนวนเล็กน้อย, พัทธยา *-vt., vi.* **tithed, tithing** จ่ายภาษีหนึ่งในสิบ, ให้จำนวนหนึ่งในสิบ, จ่ายค่าอากรที่ชักหนึ่งในสิบ, จัดเก็บภาษีหรืออากรที่ชักหนึ่งในสิบ **-tither** *n.* **-tithable** *adj.*

titillate (ทิท' เทิลเลท) *vt.* **-lated, -lating** ทำให้ชา, ทำให้จั๊กจี้, กระตุ้นให้พอใจ **-titillatingly** *adv.* **-titillation** *n.* **-titillative** *adj.* **-titillater** *n.* (-S. tingle, tickle)

titivate (ทิท' ทะเวท) *vt.* **-vated, -vating** ประดับ, ตกแต่ง, ตบแต่ง, ทำให้สวยงาม, ทำให้โก้ **-titivation** *n.* (-S. adorn, smarten)

title (ไท' เทิล) *n.* หัวข้อ, ชื่อเรื่อง, ชื่อหนังสือ, คำเรียก,

T

titled 896 **toffee**

ชื่อเรียก, ยศฐาบรรดาศักดิ์, กรรมสิทธิ์ในอสังหาริมทรัพย์, หลักฐานแสดงกรรมสิทธิ์หรือสิทธิ, ปกในของหนังสือ, (กีฬา) ตำแหน่งชนะเลิศ, คำบรรยายข้างใต้ของภาพยนตร์หรือโทรทัศน์, ความเหมาะสม *-vt.* **-tled, -tling** ทำให้มีหัวข้อ (ชื่อเรื่อง ชื่อหนังสือ) (**-S.** heading, caption, label, legend, style) *-Ex. Miss, Mrs. and Mr. are titles., Father paid for the car and has the title to it.*

titled (ไท' เทิลดฺ) *adj.* มีบรรดาศักดิ์, มียศฐาบรรดาศักดิ์

title deed สิทธิหรือกรรมสิทธิ์ครอบครองอสังหาริมทรัพย์, โฉนดแสดงกรรมสิทธิ์

titleholder (ไท' เทิลโฮลเดอะ) *n.* ผู้มีตำแหน่ง, ผู้มีบรรดาศักดิ์, ผู้มียศฐาบรรดาศักดิ์, ผู้ครองตำแหน่งชนะเลิศ (ในทางกีฬา), เจ้าของโฉนด

title page ปกในของหนังสือ

title role ตัวสำคัญที่เป็นชื่อของหนังสือ ละครหรือภาพยนตร์

titmouse (ทิท' เมาซฺ) *n., pl.* **-mice** นกกินแมลงขนาดเล็กในตระกูล Paridae

titrate (ไท' เทรท) *vt.,vi.* **-trated, -trating** วิเคราะห์ (วัตถุ น้ำยา) ในทางเคมีให้รู้ปริมาณของธาตุ โดยวิธี titration

titter (ทิท' เทอะ) *vi.* **-tered, -tering** หัวเราะคิกคัก **-titterer** *n.* **-titteringly** *adv.* (**-S.** giggle)

tittle (ทิท' เทิล) *n.* จุด, จุดเครื่องหมาย, จุดเครื่องหมายการออกเสียง, อนุภาค, จำนวนเล็กน้อยมาก (**-S.** jot, particle, whit)

tittle-tattle (ทิท' เทิล-แททเทิล) *n.* การนินทา, การพูดซุบซิบ, การคุยเล่น *-vi.* **-tled, -tling** ซุบซิบนินทา (**-S.** gossip)

titular (ทิช' ชะเลอะ) *adj.* เกี่ยวกับ title, มีตำแหน่ง, มียศ แต่ในนามเท่านั้น, มีกรรมสิทธิ์ครอบครอง *-n.* ผู้มียศฐาบรรดาศักดิ์ (**-S.** nominal)

tizzy (ทิซฺ' ซี) *n., pl.* **-zies** (คำสแลง) ภาวะจิตสับสน

TKO ย่อจาก technical knockout (กีฬา)

Tm ย่อจาก thulium

TNT ย่อจาก trinitrotoluene วัตถุระเบิดแรงสูงชนิดหนึ่งมีสีเหลืองและติดไฟได้

to (ทู) *prep.* ไปถึง, ถึง, ไปยัง, ไปสู่, ไปทาง, ไปถึง, มีความโน้มน้าว, จนถึง, จนกระทั่งถึง, บรรลุถึง, เข้ากับ, สนองตอบกัน, ตรงกัน, ให้, เพื่อ, เพื่อจะ, ในอันที่จะ, ตาม, ติดตาม, (คณิตศาสตร์) ยกกำลังถึง, ฟื้น, ฟื้นคืน, เฉพาะให้, เพราะ *-adv.* ไปยัง, ไปถึง, ไปสู่, ฟื้น, ฟื้นคืน *-Ex. go to London, go out to dinner, lies to the south of this, cheek to check, stand to your post, faithful to the end, from 10 a.m. to 6 p.m., ten minutes to one, to an inch, lay the field down to grass, sentence to death*

toad (โทด) *n.* คางคก, บุคคลน่ารังเกียจ, สิ่งที่น่าเกลียด

toadeater (โทด' อีทเทอะ) *n.* คนประจบสอพลอ, คนประจบประแจง (**-S.** toady)

toadstone (โทด' สโตน) *n.* หินลายชนิดหนึ่ง บางทีใช้เป็นพลอย

toadstool (โทด' สทูล) *n.* เห็ดชนิดหนึ่งที่มีพิษ, รา (fungi) ชนิดหนึ่งที่มีลำต้นและส่วนที่คล้ายร่มอยู่ข้างบน

to-and-fro (ทู' อันโฟร') *n.* การเคลื่อนที่ไปๆ มาๆ

toast[1] (โทสทฺ) *vt., vi.* **toasted, toasting** ให้ถูกปิ้ง (ย่าง อังไฟ) *-n.* แผ่นขนมปังปิ้ง *-Ex. Children like to toast marshmallows., Grandmother sat by the stove and toasted her feet.*

toast[2] (โทสทฺ) *n.* การดื่มอวยพร, การดื่มให้พร, ผู้ที่ได้รับการดื่มอวยพร *-vt., vi.* **toasted, toasting** ดื่มอวยพร, ดื่มให้พร (**-S.** drink, health, pledge, salute) *-Ex. They toasted the royal guests., a toast in your honour*

toaster (โทส' เทอะ) *n.* เครื่องปิ้งขนมปัง, เตาปิ้งหรือย่างขนมปัง

toastmaster (โทส' มาสเตอร์) *n.* ผู้ประกาศการดื่มอวยพร, เจ้าภาพงานเลี้ยง

toastmistress (โทส' มิสเทรส) *n.* หญิงผู้ประกาศการดื่มอวยพร, หญิงผู้เป็นเจ้าภาพงานเลี้ยง

tobacco (ทะแบค' โค) *n., pl.* **-cos/-coes** พืชยาสูบจำพวก *Nicotiana,* ใบยาสูบ, ต้นยาสูบ, ผลิตภัณฑ์ใบยาสูบ, ยาเส้น, การสูบบุหรี่, การสูบใบยาสูบ

tobacco

tobacconist (ทะแบค' คะนิสทฺ) *n.* พ่อค้าขายยาสูบและผลิตภัณฑ์ใบยาสูบ

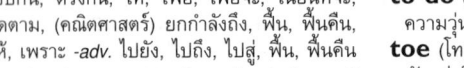

to-be (ทูบี') *adj.* อนาคต, ในไม่ช้า

toboggan (ทะบอก' เกิน) *n.* แคร่เลื่อนหิมะที่แคบยาวและแบน *-vi.* **-ganed, -ganing** แล่นบนแคร่ดังกล่าว, ตกลงอย่างรวดเร็ว **-tobogganer, tobogganist** *n.*

tocsin (ทอค' ซิน) *n.* สัญญาณ (โดยเฉพาะสัญญาณเตือนภัย), ระฆังเตือนภัย, ระฆังสัญญาณ

today (ทะเด') *n.* วันนี้, ทุกวันนี้, ในวันนี้, สมัยนี้, ยุคนี้, ปัจจุบันนี้ *-adj.* วันนี้, ในวันนี้, ปัจจุบันนี้ (**-S.** now, this time, this age) *-Ex. I saw him today., These were the great poets in the past, but none today.*

toddle (ทอด' เดิล) *vi.* **-dled, -dling** เดินโซเซ, เดินเตาะแตะ *-n.* การเดินโซเซ, การเดินเตาะแตะ (**-S.** totter) *-Ex. The baby toddled across the room.*

toddy (ทอด' ดี) *n., pl.* **-dies** เหล้ายินผสมน้ำร้อนน้ำตาลและบางทีใส่กานพลู, น้ำจากต้น toddy palm มักนำมาหมักและทำเป็นเครื่องดื่ม, น้ำตาลเมา (**-S.** grog)

to-do (ทะดู') *n., pl.* **-dos** ความยุ่งเหยิง, ความสับสน, ความวุ่นวาย

toe (โท) *n.* นิ้วเท้า, ปลายเท้า, หัวแม่เท้า, ส่วนที่คล้ายหัวแม่เท้า, ปลายนอกของไม้ตีกอล์ฟ, ส่วนปลายของรองเท้าหรือถุงเท้า *-v.* **toed, toeing** *-vt.* ทำให้มีปลายเท้า, แตะด้วยปลายเท้า, เตะด้วยปลายเท้า *-vi.* เดินหรือยืนเขย่งบนปลายเท้า, แตะหรือสัมผัสด้วยปลายเท้า **-on one's toes** มีพลัง, ตื่นตัว, กระฉับกระเฉง **-step/tread on (someone's) toes** รบกวน, ก้าวร้าว, รุกราน, บุกรุก *-Ex. Some animals have no toes., Kasorn had a hole in the toe of her stocking., to toe the mark in a race, to toe in while walking*

toenail (โท' เนล) *n.* เล็บเท้า, ตะปูที่ตอกเอียง

toffee (ทอฟ' ฟี) *n.* ลูกอมรสหวาน, ขนมหวานสำหรับอม

tog (ทอก) *n.*(ภาษาพูด) เสื้อคลุม *-vt.* **togged, togging** แต่งตัว, สวมเสื้อผ้า (-S. dress, rig)
toga (โท' กะ) *n.* เสื้อคลุมหลวมของชาวโรมันสมัยโบราณ, เสื้อคลุม **-togaed** *adj.*
together (ทะเกธ' เธอะ) *adv.* ด้วยกัน, พร้อมกัน, ร่วมกัน, เข้าด้วยกัน, ปะทะกัน, สัมพันธ์กัน, เกี่ยวข้องกัน, เวลาเดียวกัน, โดยไม่หยุดยั้ง **-togetherness** *n.* (-S. jointly) *-Ex. bring together, all go together, rush together, all together in one place, roll together*
toggle (ทอก' เกิล) *n.* หมุดโลหะที่ต่อเป็นข้อศอก, ข้อศอก, สลัก *-vt., vi.* **-gled, -gling** ทำให้มีหมุดหรือข้อศอกหรือสลัก, ยึดด้วยหมุดหรือข้อศอกหรือสลัก
toggle switch สวิตช์ปิดเปิดไฟชนิดดึงขึ้นลงตามบ้าน
Togo (โท' โก) ชื่อสาธารณรัฐในภาคตะวันตกของแอฟริกา เมืองหลวงชื่อ โลเม่ (Lomé)
toil[1] (ทอยลฺ) *vi.* **toiled, toiling** ทำงานหนัก, ตรากตรำ, ทำงานอาบเหงื่อต่างน้ำ, เดินทางด้วยความลำบากหรือเหน็ดเหนื่อย, ไปด้วยความลำบากหรือเจ็บปวด *-n.* งานหนัก, งานตรากตรำ, การตรากตรำ, ความเหน็ดเหนื่อย **-toiler** *n.* (-S. drudgery, effort, hard work, labour, pains) *-Ex. They toiled in the field., the toil of ploughing the land*
toil[2] (ทอยลฺ) *n.* บ่วง, ตาข่าย, กับดัก, หลุมพราง, แร้ว, ความลำบาก, การหลงเสน่ห์ *-Ex. He was caught in the tolis of crime.*
toilet (ทอย' ลิท) *n.* ห้องน้ำ, ห้องส้วม, ห้องแต่งตัว, การอาบน้ำและแต่งตัว, ชุดอุปกรณ์ห้องน้ำ, โต๊ะเครื่องแป้ง, เครื่องแต่งตัว, การทำความสะอาดบาดแผลหลังการผ่าตัด (-S. bathroom, closet, lavatory, w.c.)
toilet paper กระดาษชำระ
toilet powder แป้งผงโรยตัว
toilet roll ม้วนกระดาษชำระ
toiletry (ทอย' ลิทรี) *n., pl.* **-ries** เครื่องใช้แต่งตัว
toilet seat ที่นั่งถังชักโครกในห้องน้ำ
toilet set ชุดเครื่องแป้ง, ชุดเครื่องสำอาง, เครื่องแต่งตัว
toilet soap สบู่ถูตัว
toilet water ของเหลวที่มีกลิ่นหอม, น้ำหอมที่ใช้ทาผิวหรือผสมในน้ำที่อาบ (-S. cologne)
Tokay (โทเค') *n.* เหล้าองุ่นหอมชนิดหนึ่ง ทำที่เมือง Tokaj ในฮังการี
token (โท' เคิน) *n.* เครื่องหมาย, สัญลักษณ์, พยาน, หลักฐาน, ลักษณะเฉพาะ, ดัชนี, เครื่องรำลึก, เครื่องแสดง, เงินตรา, กษาปณ์, ใบรายการ การ์ด จานพลาสติก และอื่นๆ ที่แสดงว่าได้จ่ายเงินเป็นค่าส่งนั้น และสามารถแลกเปลี่ยนสินค้าได้ภายหลัง *-adj.* เป็นเครื่องหมาย, เป็นสัญลักษณ์, เล็กน้อย, ไม่สำคัญ **-by the same token** ในทางเดียวกัน **-in token of** เป็นหลักฐาน, เป็นสัญลักษณ์ (-S. sign, souvenir, clue) *-Ex. a token of good luck, The pin was a token from my father., as a token of, in token of, token money, a bus token, a subway token*
tokenism (โท' คะนิซึม) *n.* การยอมรับเอานิโกรจำนวนหนึ่งเข้ามาในหน่วยงาน เพื่อเป็นการแสดงถึงมนุษยชน
Tokyo (โท' เคียว) กรุงโตเกียวเป็นเมืองหลวงของญี่ปุ่นและเมืองท่าบนฝั่งอ่าวโตเกียว
told (โทลด) *vt., vi.* กริยาช่อง 2 และ 3 ของ tell **-all told** ทั้งหมด, นับทุกคน *-Ex. I told you I couldn't go.*
tole (โทล) *n.* แผ่นโลหะเหล็กหุ้มตะกั่ว
tolerable (ทอล' เลอะระเบิล) *adj.* ทนทาน, อดทน, ดีพอสมควร, ไม่เลว **-tolerableness, tolerability** *n.* **-tolerably** *adv.* (-S. endurable, fair, mediocre) *-Ex. The pain was severe but it was tolerable.*
tolerance (ทอล' เลอะเรินซฺ) *n.* ความอดทน, ความทนทาน, ลักษณะใจกว้าง, การให้อภัย, อำนาจในการต้านฤทธิ์ยาหรือยาพิษ (-S. charity, magnanimity, patience, sympathy) *-Ex. The ministers showed great tolerance for one another's views when they met at the conference.*
tolerant (ทอล' เลอะเรินท) *adj.* อดทน, ทนทาน, ใจกว้าง, ให้อภัย **tolerantly** *adv.* (-S. liberal, fair, unbigoted, lax) *-Ex. Educated people are inclined to be more tolerant in opinions., be tolerant of ideas*
tolerate (ทอล' เลอะเรท) *vt.* **-ated, -ating** อดทน, ทนทาน, อดกลั้น, ทนต่อ, ต้านฤทธิ์ยา **-tolerator** *n.* **-tolerative** *adj.* (-S. abide, bear, condone, permit, receive) *-Ex. We must tolerate other people's opinions.*
toleration (ทอลเลอะเร' ชัน) *n.* การที่รัฐบาลยอมให้มีการนับถือศาสนาอื่นที่ไม่ใช่ศาสนาประจำชาติ, ความเคารพและเชื่อถือในผู้อื่น (-S. condonation, endurance)
toll[1] (โทล) *v.* **tolled, tolling** *-vt.* ตีระฆัง (ใหญ่), เคาะระฆัง, ย่ำระฆัง, ตีบอกเวลา, ตีระฆังบอกการตายของบุคคล, ตีระฆังเรียกคนหรือเป็นสัญญาณให้เลิก, ล่อ, ล่อลวง *-vi.* ส่งเสียงดังต่อเนื่อง (เช่น เสียงตีระฆัง) (-S. chime, clang, knell, ring, sound) *-Ex. The old clock tolled the hour., The bell tolled five.*
toll[2] (โทล) *n.* ภาษี, ภาษีบำรุง, ภาษีอากร, ส่วย, ค่าบำรุง, ค่าผ่านถนน, ค่าวางของขาย, ค่าธรรมเนียมบริการ, ค่าธรรมเนียมขนส่ง, ปริมาณความเสียหาย, จำนวนคนที่เสียชีวิต, ข้าวส่วนหนึ่งที่เจ้าของโรงสีชักเก็บ, ค่าจ้าง *-vt.* **tolled, tolling** จัดเก็บภาษีหรือค่าธรรมเนียมดังกล่าว (-S. charge, tax, duty, fee) *-Ex. We paid a toll to cross the new bridge.*
tollbooth (โทล' บูธ) *n.* คอกเก็บภาษีหรือค่าธรรมเนียม
toll bridge สะพานที่มีการเก็บค่าผ่าน
toll call โทรศัพท์ทางไกลที่เก็บค่าธรรมเนียมแพงกว่าอัตราปกติ
tollgate (โทล' เกท) *n.* ประตูที่จัดเก็บภาษีหรือค่าธรรมเนียม
tollhouse (โทล' เฮาซฺ) *n.* สถานที่เก็บภาษีหรือค่าธรรมเนียม
tom (ทอม) *n.* สัตว์ตัวผู้ โดยเฉพาะแมวและไก่งวง
tomahawk (ทอม' มะฮอค) *n.* ขวานขนาดเบาของ

T

อินเดียนแดง

tomato (ทะเม' โท) *n., pl.* **-toes** ต้นมะเขือเทศจำพวก *Lycopersicon esculentum*

tomb (ทูม) *n.* สุสาน, หลุมฝังศพ, สิ่งก่อสร้างรำลึกถึงคนตาย, ฮวงซุ้ย (-S. crypt, grave, sepulchre, vault)

tomboy (ทอม' บอย) *n.* เด็กผู้หญิงแก่นแก้วที่มีนิสัยคล้ายผู้ชาย

tombstone (ทูม' สโทน) *n.* ศิลาหน้าหลุมฝังศพ, แผ่นหินจารึกหน้าหลุมฝังศพ (-S. gravestone, marker, memorial, monument)

tomcat (ทอม' แคท) *n.* แมวตัวผู้ *-vi.* **-catted, -catting** (คำสแลง) เป็นที่ดึงดูดใจของผู้หญิง

Tom, Dick and Harry คนธรรมดา, ทุกๆ คน

tome (โทม) *n.* หนังสือโดยเฉพาะที่มีขนาดใหญ่มาก, ฉบับ, เล่ม (-S. volume)

tomfool (ทอม' ฟูล') *n.* คนโง่, คนเง่า, คนเซ่อ *-adj.* โง่, เง่า, เซ่อ

tomfoolery (ทอมฟูล' ละรี) *n., pl.* **-ies** นิสัยโง่ๆ, การกระทำที่โง่เง่า, เรื่องโง่ๆ

tommyrot (ทอม' มีรอท) *n.* (ภาษาพูด) ความเหลวไหล ความโง่เง่า

tomorrow (ทะมอร์' โร) *n.* วันพรุ่งนี้, อนาคต, อนาคตกาล *-adv.* พรุ่งนี้, อนาคต *-Ex. I shall come tomorrow., tomorrow evening, Is tomorrow a holiday?*

Tom Thumb ชื่อคนแคระในนิทานเด็ก, คนแคระ, คนที่มีร่างเล็กมาก

T

tom-tom (ทอม' ทอม) *n.* กลองอินเดียนแดง, กลองยาว, กลองตะโพน, เสียงกลองซ้ำๆ ที่น่าเบื่อ (-S. tam-tam)

tom-tom

-tomy คำปัจจัย มีความหมายว่า ส่วนตัด, การตัด

ton (ทัน) *n.* หน่วยน้ำหนักที่เท่ากับ 2,000 ปอนด์ (ในอเมริกา) หรือ 2,240 ปอนด์ (ในอังกฤษ), หน่วยปริมาตรที่หนักหนึ่งตัน, หน่วยน้ำหนักที่เท่ากับ 1,000 กิโลกรัม, หน่วยปริมาตรที่เท่ากับ 40 ลูกบาศก์ฟุต, หน่วยความจุภายในของเรือที่เท่ากับ 100 ลูกบาศก์ฟุต, จำนวนมาก, ปริมาณมาก

tonal (โท' นัล) *adj.* เกี่ยวกับเสียงสูงต่ำ **-tonally** *adv.*

tone (โทน) *n.* เสียงสูงต่ำ, คุณภาพของเสียง, น้ำเสียง, เสียงร้อง, การเน้นเสียงที่พยางค์หนึ่งของคำ, ระบบสี, สีที่ให้, การให้สี, การปรับสี, อิทธิพลของสี, ความตึงตัวของอวัยวะหรือเนื้อเยื่อของร่างกาย *-vt., vi.* **toned, toning** ทำเสียงเฉพาะ, ปรับเสียง, ปรับสี, ฟื้นฟูสภาพกายหรือจิต **-tone up** ทำสีให้แก่ขึ้น **-tone down** ทำให้สีจางลง **-toneless** *adj.* **-tonlessly** *adj.* **-tonelessness** *n.* (-S. sound, timbre, volume, pitch) *-Ex. The sweet tones of the organ echoed in the empty church., Mother's soft tones soothe baby., Samai spoke in an angry tone., a commanding tone, tone down, tone in with, tone up*

tone-deaf (โทน' เดฟ) *adj.* ไม่สามารถจำแนกเสียงสูงต่ำของดนตรีได้

toner (โท' เนอะ) *n.* น้ำยาสี, น้ำยาปรับสี, ตัวปรับ

tong[1] (ทอง) *n.* (ในจีน) สมาคมพรรคการเมือง, อั้งยี่, (ชุมชนจีนในสหรัฐอเมริกา) สมาคมลับ

tong[2] (ทอง) *vt.* **tonged, tonging** ใช้คีมหรือปากคีบหนีบ

tongs (ทองซฺ) *n. pl.* เครื่องมือที่มีสองแขนจากหมุดเดียวกัน เช่น ปากคีบ, คีม (-S. grapnel)

tongue (ทัง) *n.* ลิ้น, ส่วนที่ทำหน้าที่เป็นลิ้นในสัตว์ชั้นต่ำ, ความสามารถในการพูด, คารม, ลักษณะการพูด, สำนวนภาษา, ชนชาติ (ซึ่งใช้ภาษาต่างกัน), แผ่นลิ้นของเครื่องดนตรีประเภทปี่หรือขลุ่ย, เข็มตาชั่ง (แผ่นดิน) แหลม, เดือย, เดือยตัวผู้, หมุด *-vt., vi.* **tongued, tonguing** เปล่งเสียงจากการกระทบของลิ้น, แตะด้วยลิ้น, ด่า, ดุ, ใช้ลิ้นเลีย, ใช้ลิ้นช่วยในการเป่าเครื่องดนตรีประเภทขลุ่ยหรือปี่, ทำรางลิ้น, พูด, เอ่ย, ยื่นออกมาคล้ายลิ้น **-hold one's tongue** หยุดพัก, เงียบ **-on the tip of one's tongue** เกือบเอ่ยปาก **-slip of the tongue** คำพูดที่เผลอเรอ, คำพูดที่ไม่ตั้งใจพูด **-with one's tongue in one's cheek** ไม่จริงใจ, อย่างเย้ยหยัน (-S. language) *-Ex. hold your tongue, a tongue to land, We use our tongues also in speaking., native tongue, the tongue of a waggon, a rough tongue, loose tongue, a bitter tongue, a sharp tongue*

tongue and groove ข้อต่อรางลิ้น

tongue-tie (ทัง' ไท) *n.* ลิ้นขัด, การพูดไม่ออก

tongue-tied (ทัง' ไทด) *adj.* พูดไม่ออก, ลิ้นขัด, ตะกุกตะกัก, น้ำท่วมปาก

tongue twister คำที่ออกเสียงยาก, คำผวน

tonic (ทอน' นิค) *n.* ยาบำรุงกำลัง, ยาบำรุง, ยาเสริมกำลัง, เสียงหลัก, น้ำควินินโซดาสำหรับดื่มผสมกับเหล้า *-adj.* บำรุงกำลัง, บำรุงกำลังกายและใจ, เสริมกำลัง, เกี่ยวกับความตึงตัว, เกี่ยวกับเสียงหนัก, เกี่ยวกับพยางค์ที่ออกเสียงหนัก **-tonically** *adv.* (-S. boost, cordial, fillip) *-Ex. a tonic to build one's strength, the tonic effect of a warm shower*

tonight (ทะไนทฺ') *adv., n.* คืนนี้, คืนวันนี้

tonnage (ทัน' นิจ) *n.* ระวางน้ำหนักเรือคิดเป็นตัน ถ้าวัดความจุของเรือทั้งลำเรียกว่า gross tonnage, ระวางน้ำหนักเรือสำหรับน้ำที่เรือขับออก ในกรณีนี้ระวางขับน้ำคิดเป็น displacement tonnage, ระวางน้ำหนักเรือสำหรับบรรทุกสินค้าคิดเป็น net tonnage หรือ register tonnage, ระวางน้ำหนักทั้งหมดที่คิดเป็นตันของเรือ, ค่าธรรมเนียมบรรทุกต่อตัน, ค่าระวางต่อตัน (-S. tunnage) *-Ex. Korea is a shipping nation with a large tonnage.*

tonne (ทัน) *n.* 1,000 กิโลกรัม, เมตริกตัน

tonsil (ทอน' เซิล) *n.* ต่อมทอนซิล **-tonsillar** *adj.*

tonsil

tonsillitis (ทอนซะไล' ทิส) *n.* ภาวะต่อมทอนซิลอักเสบ

tonsillotomy (ทอนซะลอท' ทะมี) *n., pl.* **-mies** การตัดเอาต่อมทอนซิลออก

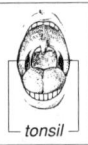

tonsorial (ทอนซอร์' เรียล) *adj.* เกี่ยวกับช่างตัดผม, เกี่ยวกับการตัดผม, เกี่ยวกับการโกนผม

tonsure (ทอน' เชอะ) *n.* การโกนผม, การปลงผม, ศีรษะที่โกนผมแล้ว (เช่น ของพระ), ส่วนของศีรษะที่โกนผมออก, หัวโล้น *-vt.* **-sured, -suring** โกนผม, ปลงผม
tony, toney (โท' นี) *adj.* **-ier, -iest** ทันสมัย, หรูหรา, โออ่า
too (ทู) *adv.* อีก, เพิ่มเติม, ด้วย, เหมือนกัน, ก็, ยัง, เกินไป, มากเกินไป, มากกว่า (-S. also, as well, besides, further) *-Ex. Mum ate rice. I ate too., too thick, a little too much, too hard for him (to do), too heavy for him (to carry)*
took (ทุค) *vt., vi.* กริยาช่อง 2 ของ take *-Ex. Daeng took his dog with him to school.*
tool (ทูล) *n.* เครื่องมือเครื่องไม้, อุปกรณ์, เครื่องช่าง, เครื่องมือ, เครื่องตัด, เครื่องกล, บุคคลที่เป็นเครื่องมือของคนอื่น, (คำสแลง) ลึงค์ *-vt., vi.* **tooled, tooling** จัดให้มีเครื่องมือ, ใช้เครื่องมือ, (คำสแลง) ขับรถ (-S. implement, gadget, utensil) *-Ex. carpenter's tools, His boss used him as a tool., tool-chest*
toot (ทูท) *vt., vi.* **tooted, tooting** ส่งเสียงตู๊ด (แตร หวูด), เป่า (แตร หวูด), (คำสแลง) เสพโคเคนทางจมูก *-n.* เสียงดังกล่าว, (คำสแลง) โคเคน **-tooter** *n.* (-S. honk, tootle)
tooth (ทูธ) *n., pl.* **teeth** ฟัน, ส่วนที่เป็นฟันของเครื่องมือเครื่องกล, ลักษณะที่เป็นฟัน, ซี่หวี, ฟันเฟือง, เฟือง, ผิวหน้าที่ขรุขระของกระดาษหรือผ้าใบ **-by the skin of one's teeth** เส้นยาแดงนิดเดียว **-in the teeth of defying** เผชิญหน้าท้าทาย, ต่อต้าน **-to the teeth** ทั้งหมด, เต็มที่
toothache (ทูธ' เอค) *n.* อาการปวดฟัน
tooth and nail อย่างดุเดือด, ใช้กำลังหรือทุนเต็มที่
toothbrush (ทูธ' บรัช) *n.* แปรงสีฟัน
tooth comb หวีเสนียด
toothpaste (ทูธ' เพสทฺ) *n.* ยาสีฟัน
toothpick (ทูธ' พิค) *n.* ไม้จิ้มฟัน
toothpowder (ทูธ' เพาเดอะ) *n.* ยาสีฟันที่เป็นผง
toothsome (ทูธ' ซัม) *adj.* อร่อย, มีรสชาติดี, ดึงดูดใจ, เป็นที่ต้องการ **-toothsomeness** *n.* **-toothsomely** *adv.*
top¹ (ทอพ) *n.* ส่วนบน, ส่วนยอด, ยอด, บน, มุมบน, ข้างบน, ด้านบน, หลังคา, ฝา, ประทุน, ตำแหน่งสูงสุด, จุดสุดยอด, ระดับสูงสุด, กระหม่อม, หัว, ส่วนแรกสุด, บัตรราคาสูงสุดของโรงมหรสพ, เชิงเนินบนเสากระโดงเรือ, เส้นขนสัตว์ *-adj.* บน, ยอด,สูงสุดยอดเยี่ยม, ดีเลิศ, ชั้นนำ, หัวหน้า *-vt., vi.* **topped, topping** ขึ้นเหนือ, สำเร็จ, เสร็จสิ้น **-blow one's top** โกรธ, หัวเสีย **-on top** ประสบความสำเร็จ, มีชัยชนะ, ครอบงำ **-on top of** บน, เหนือ, นอกเหนือจาก, เพิ่ม, ติดตาม, ควบคุมได้สมบูรณ์ **-top off** ขั้นสุดยอด, สมบูรณ์ (-S. apex, crown, head, peak, vertex, cover, zenith) *-Ex. the top of the hill, tree tops, turnip tops, top corner, a cake with candles on top (of it), come out to top, Somchai tops his mathematics class., government tops, the alltime top, in top form, top priority, to top last year's record*
top² (ทอพ) *n.* ลูกข่าง
topaz (โท' แพซ) *n.* บุษราคัม อัญมณีสีเหลืองน้ำตาล (เป็นอะลูมิเนียมซิลิเกตและฟลูออไรด์ชนิดผลึก), นกจิ๋วจำพวก *Topaza pella* หรือ *T.pyra* พบในอเมริกาใต้
top boot รองเท้ายาวที่หุ้มข้อเท้าสูงขึ้นมา, รองเท้าท๊อปบู๊ต
topcoat (ทอพ' โคท) *n.* เสื้อคลุมขนาดใหญ่ที่มีน้ำหนักเบา
top-drawer (ทอพ' ดรอเยอะ') *adj.* เกี่ยวกับชั้นสูงสุด, มีความสำคัญสูงสุด, ดีเลิศ
top-dress (ทอพ' เดรส) *vt.* **-dressed, -dressing** ใส่ปุ๋ยที่ผิวพื้นดิน, ถมถนน
topee, topi (โทพี', โท' พี) *n.* หมวกเหล็กน้ำหนักหรือหมวกกันแดดในอินเดีย, หมวกกะโล่
topflight (ทอพ' ไฟลท) *adj.* ดีเลิศ, ดีเยี่ยม, ชั้นหนึ่ง, มีความชำนาญ (-S. first-rate)
top hat หมวกทรงสูงสีดำรูปทรงกลมของผู้ชาย โดยส่วนใหญ่จะทำจากผ้าไหม
top-heavy (ทอพ' เฮฟวี) *adj.* **-ier, -iest** หนักหัว, ส่วนบนที่ไม่ได้สัดส่วน, ทำท่าจะตกลงมา, ลงทุนมากเกิน
top-hole (ทอพ' โฮล') *adj.* ดีเลิศ, ชั้นหนึ่ง, เด็ด, ชั้นสูง
topi (โทพี') *n., pl.* **-pis/-pees** ดู topee
topiary (โท' พิเออรี) *adj.* เกี่ยวกับศิลปะการตัดพุ่มไม้เป็นรูปต่าง ๆ นานา, เกี่ยวกับลักษณะรูปร่างที่ตัดดังกล่าว *-n., pl.* **-ies** ศิลปะการตัดพุ่มไม้เป็นรูปต่าง ๆ นานา, พุ่มไม้ดังกล่าวที่ถูกตัด, สวนที่มีพุ่มไม้ดังกล่าว
topic (ทอพ' พิค) *n.* หัวข้อการสนทนา หรือปราศรัย, เรื่องสนทนาหรือปราศรัย, เรื่องพูด, ญัตติ, เรื่องทั่วไปที่พิจารณา, กฎเกณฑ์, หลักเกณฑ์ (-S. theme, subject, issue, matter, point, text, thesis) *-Ex. The topic we were discussing was the Test Match., the topic of conversation, topic book*
topical (ทอพ' พิเคิล) *adj.* เกี่ยวกับเรื่องท้องถิ่นหรือเหตุการณ์ปัจจุบันที่น่าสนใจ, เกี่ยวกับหัวข้อ, เกี่ยวกับเรื่องสนทนาหรือปราศรัย, เฉพาะแห่ง, เฉพาะที่, ถูกกาลเทศะ **-topicality** *n.* **-topically** *adv.* (-S. current, popular)
topknot (ทอพ' นอท) *n.* มวยผม, โบว์ผูกบนศีรษะ, หัวจุก, ขนหงอนบนหัวนก
topless (ทอพ' ลิส) *adj.* ไม่มีส่วนบน, ไม่มีสวมอะไรเลยตั้งแต่เอวขึ้นไป, นักร้องหรือนักแสดงที่ไม่สวมอะไรเลยตั้งแต่เอวขึ้นไป
top-level (ทอพ' เลฟ' เวิล) *adj.* ชั้นสูงสุด, เกี่ยวกับคนชั้นสูง, ตำแหน่งสูงสุด
topmast (ทอพ' มาสทฺ) *n.* เสากระโดงสูงสุดของเรือ, เสากระโดงกลาง
topmost (ทอพ' โมสทฺ) *adj.* สูงสุด (-S. foremost, highest, leading, supreme)
topnotch (ทอพ' นอช') *adj.* ชั้นหนึ่ง, เด็ด, อันดับหนึ่ง
topographer (ทะพอก' กระเฟอะ) *n.* ผู้ชำนาญการทำแผนที่และพรรณนาภูมิประเทศ
topography (ทะพอก' กระฟี) *n., pl.* **-phies** การทำแผนที่และพรรณนาภูมิประเทศ **-topographic** *adj.* **-topographical** *adj.* **-topograph** *n.* **-topographically** *adv.*

topology (ทะพอล' ละจี) *n., pl.* **-gies** วิชารูปแบบเรขาคณิตคงที่, เรขาคณิตสาขาหนึ่ง กล่าวถึงวิธีหรือลักษณะที่รูปต่างๆ มีความเกี่ยวข้องกัน แทนที่จะกล่าวถึงรูปร่างและขนาดของรูปต่างๆ, วิชาโทโปโลยีว่าด้วยองค์ประกอบทางเรขาคณิตที่ไม่เปลี่ยนแปลง เมื่อวัตถุเปลี่ยนแปลงรูปร่างติดต่อกันไป (งอ ยืด บิด) โดยไม่แตกหักหรือฉีกขาด **-topological** *adj.* **-topologist** *n.* (-S. analysis situs)

topper (ทอพ' เพอะ) *n.* บุคคลหรือสิ่งที่อยู่ชั้นยอด, ผู้ตัดยอด (ต้นไม้) ออก, (คำสแลง) หมวกทรงสูงสีดำใช้ในพิธีศาสนา

topping (ทอพ' พิง) *adj.* อยู่เหนือสิ่งอื่น, ยอดเยี่ยม *-n.* การกระทำที่ยอดเยี่ยมของบุคคล, เครื่องปรุงอาหาร, เครื่องประดับตกแต่งอาหาร

topple (ทอพ' เพิล) *vt., vi.* **-pled, -pling** ล้มลง, คว่ำลง, โอนเอนทำท่าจะล้ม, หกคะเมน *-Ex. The wind toppled the tall trees.*

topsail (ทอพ' เซล) *n.* ใบเสากระโดงเรือกลาง, ใบยอดเสา

top-secret (ทอพ' ซี' คริท) *adj.* ลับสุดยอด, ลับเฉพาะ

topside (ทอพ' ไซด) *n.* ด้านบนสุด, บุคคลชั้นสูง, เจ้าหน้าที่ตำแหน่งสูง *-adj., adv.* บนดาดฟ้า, ไปถึงส่วนยอด

topsoil (ทอพ' ซอย) *n.* ผิวหน้าหรือส่วนบนของพื้นดินผิวดิน *-vt.* **-soiled, -soiling** ขุดหน้าดิน

topsy-turvy (ทอพซี-เทอร์' วี) *adv.* กลับตาลปัตร, กลับหัวกลับหาง, หัวหกก้นขวิด, ยุ่งเหยิง, สับสน *-n.* ภาวะยุ่งเหยิง, ความสับสน **-topsy-turvily** *adv.* (-S. chaotic, confused, disorderly, inside-out, messy, untidy) *-Ex. The vehicle turned topsy-turvy., The nursery was topsy-turvy after the party.*

toque (โทค) *n.* หมวกกำมะหยี่ของสตรีคล้ายผ้าโพก, หมวกไร้ขอบและรัดแน่นแบบหนึ่งของสตรี

tor (ทอร์) *n.* ยอดหินของภูเขา (-S. hill)

Torah (โท' ระ) ตอนแรก (ในจำนวน 3 ตอน) ของพระคัมภีร์ไบเบิ้ลฉบับเก่าของยิว (old testament), กฎหมายทั้งหมดของยิว

torch (ทอร์ช) *n.* ไต้, คบไฟ, คบเพลิง, ไฟฉาย *-Ex. The man carried a torch., torch race*

torchbearer (ทอร์ช' แบเรอะ) *n.* ผู้ถือคบไฟ, ผู้ถือไฟฉาย, ผู้นำ, ผู้ให้ความสว่าง

tore (ทอร์) *vt., vi.* กริยาช่อง 2 ของ tear

toreador (ทอร์' รีอะดอร์) *n.* คนสู้วัว, มาทาดอร์สู้วัวในสเปน

torment (ทอร์' เมินท) *n.* ความระทมทุกข์, ความทรมาน, ความเจ็บปวด, สิ่งที่ทำให้ความทุกข์ทรมาน, เครื่องทรมาน, การทรมาน (-S. trouble, pain, affliction)

tormentor, tormenter (ทอร์เมน' เทอะ) *n.* ผู้ทรมาน, ตัวมาร, สิ่งที่ทรมาน, ม่านปีกทั้งสองข้างของเวที (-S. torture)

torn (ทอร์น) *vt., vi.* กริยาช่อง 3 ของ tear

tornado (ทอร์เน' โด) *n., pl.* **-does/-dos** ลมสลาตันในทวีปอเมริกาและแอฟริกาเป็นพายุหมุนรูปกรวยที่รุนแรงมาก, พายุหมุน **-tornadic** *adj.* (-S. strom, cyclone, gale, squall, strom, typhoon, tempest)

torpedo (ทอร์พี' โด) *n., pl.* **-does** ลูกตอร์ปิโด, ขีปนาวุธติดวัตถุระเบิดจากเรือดำน้ำหรือเรือสำหรับทำลายเรือข้าศึก, ทุ่นระเบิดใต้น้ำ, ดินระเบิดบ่อน้ำมันเพื่อช่วยการขุดน้ำมันจากบ่อ, ประทัดแบบหนึ่ง, (คำสแลง) องครักษ์ มือมืดผู้รับจ้างฆ่าคน *-vt.* **-doed, -doing** โจมตีหรือทำลายด้วยตอร์ปิโด

torpedo

torpedo boat เรือตอร์ปิโดขนาดเล็กแต่แล่นเร็วใช้สำหรับปล่อยลูกตอร์ปิโดทำลายเรือข้าศึก

torpid (ทอร์' พิด) *adj.* เฉื่อยชา, ซึม, ไม่คล่องแคล่ว, ขี้เกียจ, เงื่องหงอย, ช้า, มึน, งง, กบดานอยู่กับที่ **-torpidity** *n.* **-topidly** *adv.* (-S. numb, dormant, sluggish, inert) *-Ex. The heavy dinner made me torpid., Pandas live in a torpid state during the winter.*

torpor (ทอร์' เพอะ) *n.* ความชา, ความเฉื่อยชา, การหมดความรู้สึก, การกบดานอยู่กับที่, การจำศีล

torque[1] (ทอร์ค) *n.* สายรอบคอ, สร้อยคอ

torque[2] (ทอร์ค) *n.* สิ่งที่ทำให้เกิดการหมุนรอบ, ความสามารถในการหมุน, ประสิทธิภาพในการหมุน, กำลังบิด, แรงบิด

torrent (ทอ' เรินท) *n.* กระแสน้ำเชี่ยว, การไหลทะลัก, การไหลพุ่ง, ความเชี่ยวกราก, ฝนตกหนัก (-S. stream, cascade, deluge, flood, spate, gush) *-Ex. a torrent of rain*

torrential (ทอเรน' เชิล) *adj.* ไหลเชี่ยว, เชี่ยวกราก, ไหลพุ่ง, คล้ายกระแสน้ำไหลเชี่ยว, (ฝนตก) ซึ่งเทกระหน่ำลงมา, รุนแรง, (เสียงด่า) โขมง **-torrentially** *adv.*

torrid (ทอร์' ริด) *adj.* **-er, -est** ร้อนจัด, ร้อนระอุ, ร้อนอบอ้าว, (อารมณ์) รุนแรง, ร้อนแรง **-torridness, torridity** *n.* **-torridly** *adv. -Ex. The jungles of Africa lie in the Torrid Zone.*

Torrid Zone ส่วนของพื้นผิวโลกที่อยู่ระหว่างเส้น Tropics of Cancer กับ Tropics of Capricorn, แถบร้อนที่อยู่สองข้างของเส้นศูนย์สูตร

torsion (ทอร์' ชัน) *n.* การบิด, การบิดเป็นเกลียว, แรงบิดภายในที่เกิดขึ้น, การหมุนภายใน torsion balance ตาชั่งสำหรับวัดกำลังแม่เหล็ก ใช้แขวนด้วยเชือกให้บิดไปมา **-torsional** *adj.* **-torsionally** *adv.*

torso (ทอร์' โซ) *n., pl.* **-sos/-si** ลำตัว, ร่างกายคน, รูปสลักเปลือยกายเฉพาะส่วนลำตัว, สิ่งที่ยังไม่สำเร็จสมบูรณ์ (-S. trunk)

tort (ทอร์ท) *n.* การละเมิด, การละเมิดสิทธิของคนอื่น

tortilla (ทอร์ที' ละ) *n.* อาหารเม็กซิโก ขนมปังกลมแบนที่ทำจากข้าวโพดที่ยังไม่ผ่านการฟู เสิร์ฟพร้อมเครื่องปรุงหน้าต่างๆ

tortoise (ทอร์' ทัส) *n.* เต่า

tortoise

tortuosity (ทอร์ชูออส' ซิที) *n., pl.* **-ties** ความคดเคี้ยว, ความอ้อมค้อม, ความคด, การหลอกลวง, เล่ห์เหลี่ยม,

สิ่งหรือส่วนที่งอหรือคดหรือบิด

tortuous (ทอร์' ชูเอิส) *adj.* คดเคี้ยว, บิด, งอ, อ้อมค้อม, หลอกลวง, วกวน, เต็มไปด้วยเล่ห์เหลี่ยม, ไม่ตรงไปตรงมา **-tortuously** *adv.* (-S. sinuous, winding, bent, curved, twisted)

torture (ทอร์' เชอะ) *n.* การทรมาน, การทำให้เกิดความเจ็บปวด (โดยเฉพาะเพื่อการลงโทษหรือบีบบังคับ), วิธีการทำให้เกิดความเจ็บปวดดังกล่าว, ความเจ็บปวด, ความทุกข์ทรมานอย่างแสนสาหัส (ทางกายหรือจิตใจ), สาเหตุที่ทำให้เกิดความทุกข์ทรมานดังกล่าว *-vt.* **-tured, -turing** ทรมาน, ทำให้เกิดความเจ็บแก่กายหรือจิตใจ, บิดหรืองอ **-torturer** *n.* **torturous** *adj.* **-torturously** *adv.* (-S. anguish, agony, misery, pain, torment) *-Ex. The victims of the fire suffered torture from their burns., The bad boy tortured the girl by twisting her wrist., The rack used to be an instrument of torture., to suffer torture from a headache*

Tory (ทอร์' รี) *n., pl.* **-ries** สมาชิกพรรคอนุรักษ์นิยม (Conservative Party) ในอังกฤษหรือแคนาดา, สมาชิกพรรคการเมืองในอังกฤษตั้งแต่สมัยศตวรรษที่ 17 ตอนปลายจนถึงปี 1832 ที่สนับสนุนการให้กษัตริย์ควบคุมรัฐสภา, ผู้สนับสนุนหลักการของพรรคการเมืองดังกล่าว *-adj.* เกี่ยวกับลักษณะของ Tory, เป็นสมาชิกของ Tory **-Toryism** *n.*

toss (ทอส) *vt., vi.* **tossed, tossing** โยน, ขว้าง, ปา, เหวี่ยง, ทอย, สบัด, เขย่า, แกว่ง, สอด (คำพูด), ก่อกวน, กวน, กระสับกระส่าย, เคลื่อนไปมา *-n.* การโยน (ขว้างปา), การโยนเหรียญ, การกระสับกระส่าย, การเคลื่อนไปมา **-toss off** ทำสำเร็จอย่างรวดเร็ว, บริโภคอย่างรวดเร็ว **-tosser** (-S. cast, fling, hurl, launch, pitch) *-Ex. to toss a ball, The waves tossed the boat in the sea., The wind tossed the kites in the sky., The heat made baby toss in her crib., Somsri tossed her head as she went past Daeng., a toss of a ball, a toss of the head*

tosspot (ทอส' พอท) *n.* คนขี้เมา

tossup (ทอส' อัพ) *n.* การโยนเหรียญหัวก้อย, เหตุการณ์ที่มีโอกาสเกิดขึ้น 50 เปอร์เซ็นต์, โอกาสที่เกิดขึ้นได้เท่าๆ กัน

tot[1] (ทอท) *n.* เด็กเล็กๆ, จำนวนเล็กน้อย, ปริมาณเล็กน้อย (-S. child)

tot[2] (ทอท) *vt.* **totted, totting** รวม, สรุป *-Ex. The kindergarten tots gathered around their teacher.*

total (โทท' เทิล) *n.* จำนวนทั้งหมด, ทั้งหมด *-adj.* ทั้งหมด, ทั้งสิ้น, รวมทั้งหมด, ยอดโดยสิ้นเชิง, สมบูรณ์, เต็มที่, เด็ดขาด *-v.* **-taled, -taling/-talled, -talling** *-vt.* รวมยอด, รวมทั้งหมด, รวมทั้งสิ้น, (คำสแลง) ทำลายสิ้นเชิง *-vi.* เป็นจำนวนทั้งหมด (-S. all-out, complete, downright, gross) *-Ex. the total amount, a total eclipse, total absence of formality, Please total these numbers for me., the total cost, If you add 4+5+2, the total is 11., Total 4+5, and you get 9.*

totalitarian (โทแทลลิแท' เรียน) *adj.* เกี่ยวกับระบบการปกครองแบบเผด็จการ (เช่นในอิตาลีและเยอรมนีสมัยก่อน), เกี่ยวกับระบบการปกครองแบบเบ็ดเสร็จ *-n.* ผู้ยึดระบบการปกครองดังกล่าว **-totalitarianism** *n.* (-S. autocratic, dictatorial)

totality (โทแทล' ลิที) *n., pl.* **-ties** จำนวนทั้งหมด, สิ่งรวมยอด, การเกิดคราสเต็มดวง (-S. total, entirety)

totalize (โทท' ทะไลซฺ) *vt.* **-ized, -izing** รวมหมด, คิดรวมหมด, รวมยอด **-totalization** *n.* (-S. make total)

totally (โทท' ทะลี) *adv.* ทั้งหมด, ทั้งสิ้น, โดยสิ้นเชิง

tote[1] (โทท) *vt.* **toted, toting** (ภาษาพูด) แบก หิ้ว ถือ หาม บรรทุกส่ง *-n.* สิ่งที่ถูกแบก (หิ้ว)

tote[2] (โทท) *vt.* **toted, toting** รวมยอด, คำนวณจำนวนทั้งหมด, รวม, แฝงไว้

totem (โท' เทิม) *n.* รูปสัตว์หรือพืชที่สลักอยู่บนเสาอินเดียนแดงที่เรียกว่า totem pole เป็นสัญลักษณ์ของเผ่า ตระกูล ครอบครัวหรืออื่นๆ **-totemic** *adj.* **-totemist** *n.* **-totemistic** *adj.*

totemism (โท' ทะมิซึม) *n.* ลัทธิการสลักรูปบน totem pole, ระบบการแบ่งเผ่าต่างๆ ตามสัญลักษณ์ของ totem pole

totter (ทอท' เทอะ) *vi.* **-tered, -tering** เดินเตาะแตะ, เดินโซเซ *-n.* การเดินที่มีลักษณะอาการที่จะล้ม **-tottery** *adj.* **-totterer** *n.* (-S. waver, teeter, toddle)

touch (ทัช) *v.* **touched, touching** *-vt.* สัมผัส, แตะ, ต้อง, แตะต้อง, จับ, ถูก, ถู, ใช้, บริโภค, เกี่ยวข้อง, จัดการ, มีผล, บรรลุ, ถึง, ประทับใจ, ละเมิด, ล่วงเกิน, ทำให้เกิดเสียงเบาๆ, ขอ, ขอยืม, ทดลอง (ความบริสุทธิ์ของทองคำ), ประทับตรา (บนทองคำที่ทดลองแล้ว) *-vi.* สัมผัส, แตะ, จับ, จับชีพจร *-n.* ประสาทสัมผัส, การสัมผัส, การแตะ, การจับ, ความสัมพันธ์, การติดต่อ, ความสามารถในการสัมผัส, ความรู้สึกสัมผัส, ลักษณะหนักเบาเวลาสัมผัส, จำนวนเล็กน้อย, ความฉลาด, ลักษณะเฉพาะของศิลปะหรือความชำนาญ, วิธีการกู้ยืมเงินหรือได้ของขวัญมา, เงินกู้, ของขวัญ **-touch down** (เครื่องบิน) ลงแตะพื้นดิน **-touch off** ทำให้ติดไฟ, ทำให้ระเบิด **-touch on/upon** พูดถึงเกี่ยวกับ **-touchable** *adj.* **-toucher** *n.* (-S. feel, tap, affect) *-Ex. The blind man touched the elephant's ears., Mother's housecoat touches the floor., Daeng put a touch of salt on his egg., touch glasses, touch the matter, an idea touched with irony*

town-and-go (ทัช' เอินโก') *adj.* การกระทำอย่างรวดเร็ว, การเคลื่อนที่อย่างเร็ว, ภาวะที่ล่อแหลม, ภาวะที่ใกล้อันตราย, การกระทำที่เลินเล่อ

touchdown (ทัช' เดานฺ) *n.* (กีฬาอเมริกันฟุตบอล) การได้แต้ม 6 แต้ม โดยสามารถนำฟุตบอลถึงหรือเลยเส้นประตู, (กีฬารักบี้) การที่ผู้เล่นเอาลูกบอลแตะพื้นในเส้นใน, การบินลงแตะพื้น

touché (ทูเชฺ') *interj.* คำอุทานแสดงการถูกแทง, การดวนดาบ

touched (ทัชทฺ) *adj.* ที่กระตุ้น, ที่ประทับใจ, บ้านิดๆ, ไม่ได้สมดุล

touching (ทัช' ชิง) *adj.* มีผล, มีผลกระทบ, ประทับใจ, เร้าใจ, ซึ่งสัมผัส *-prep.* เกี่ยวกับ, เกี่ยวเนื่องกับ **-touch-**

T

ingly *adv.* (-S. moving, affecting, piteous, pitiful, stirring) *-Ex. Your concern for my happiness is touching., The teacher said nothing touching a holiday.*

touchstone (ทัช' สโทน) *n.* หินดำที่ใช้ทดสอบความบริสุทธิ์ของเนื้อทองคำและเงิน, การทดสอบ, มาตรฐานการทดสอบ

touchwood (ทัช' วูด) *n.* ไม้ที่ติดไฟง่าย เนื่องจากฤทธิ์ของเชื้อราบางชนิด, ไม้แห้งที่ใช้ติดไฟ

touchy (ทัช' ชี) *adj.* **-ier, iest** ขี้โมโห, เสี่ยง, ต้องระมัดระวังมาก, ไวต่อการสัมผัส, ติดไฟได้ง่าย **-touchily** *adv.* **-touchiness** *n.* (-S. sensitive, impressionable, delicate)

tough (ทัฟ) *adj.* **tougher, toughest** เหนียว, ทนทาน, ไม่เปราะ, บึกบึน, ดื้อรั้น, แข็งแรง, ยาก, ใจแข็ง, ร้าย *-n.* (คำสแลง) อันธพาล วายร้าย **-tough it out** อดทน **-toughly** *adv.* **-toughness** *n.* (-S. tenacious, stiff) *-Ex. tough meat, a tough job, a tough neighbourhood, a tough winter, Some plants are tough., a tough part of the town, a tough will, a tough lesson*

toughen (ทัฟ' เฟิน) *vt., vi* **-ened, -ening** ทำให้เหนียว, ทำให้ทนทาน, ทำให้บึกบึน, ทำให้ยาก**-toughener** *n.* (-S. harden) *-Ex. Somchai toughened himself by exercise., The young soldier toughened in service.*

toupee (ทูเพ') *n.* ผมปลอมของผู้ชาย, กระจุกผมปลอมที่ปิดคลุมส่วนของหัวล้าน

tour (ทัวร์) *n.* การท่องเที่ยว, การทัศนาจร, การดูงาน, การเตร็ดเตร่, การตระเวน, (ทหาร) ระยะเวลาที่ประจำการ, การหมุนเวียน, กะของการทำงาน *-vt., vi.* **toured, touring** ท่องเที่ยว, ทัศนาจร, ดูงาน, เตร็ดเตร่, ตระเวน **-tourer** *n.* (-S. excursion, journey, outing, progress, trip) *-Ex. tour India, a tour through India, go on tour, to tour Chiang Mai*

tour de force (ทัวร์ ดะ ฟอร์ส') *n., pl.* **-tours de force** งานที่ต้องใช้ความสามารถอย่างมาก

tourism (ทัวร์' ริซึม) *n.* การท่องเที่ยว, กิจการท่องเที่ยว, อาชีพรับรองการท่องเที่ยว

tourist (ทัวร์' ริสทฺ) *n.* นักท่องเที่ยว, นักทัศนาจร, ผู้ดูงาน **-tourist class** ชั้นโดยสารที่สองของเครื่องบินหรือเรือ **-touristic** *adj.* **-touristy** *adj.* (-S. holiday-maker, sightseer, tripper, voyager) *-Ex. a tourist agency*

tournament (ทัวร์' นะเมินทฺ) *n.* การแข่งขัน, การแข่งขันชิงชนะเลิศ, การประลองยุทธ์บนหลังม้าระหว่างนักรบสวมเสื้อเกราะในสมัยโบราณ (-S. contest, event, match) *-Ex. a tennis tournament, chess tournament*

tourney (ทัวร์' นี) *vi.* **-neyed, -neying** แข่งขันชิงชนะเลิศ *-n., pl.* **-neys** การแข่งขัน, การแข่งขันชิงชนะเลิศ

tourniquet (ทัวร์' นิคิท) *n.* เครื่องห้ามโลหิต, สายรัดห้ามโลหิต

tourniquet

tousle (เทา' เซิล) *vt.* **-sled, -sling** ทำให้ยุ่ง, ทำให้ยุ่งเหยิง, ทำให้กระเซิง, ขยี้ผม *-n.* ความยุ่งเหยิง, ความกระเซิง, ความกระจุยกระจาย (-S. disorder) *-Ex. to tousle one's hair*

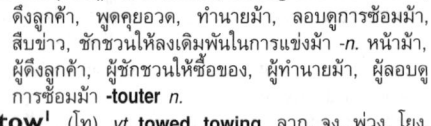

tout (เทาทฺ) *vt., vi.* **touted, touting** ชักชวนให้ซื้อของ, ดึงลูกค้า, พูดคุยอวด, ทำนายม้า, ลอบดูการซ้อมม้า, สืบข่าว, ชักชวนให้ลงเดิมพันในการแข่งม้า *-n.* หน้าม้า, ผู้ดึงลูกค้า, ผู้ชักชวนให้ซื้อของ, ผู้ทำนายม้า, ผู้ลอบดูการซ้อมม้า **-touter** *n.*

tow[1] (โท) *vt.* **towed, towing** ลาก, จูง, พ่วง, โยง, ดึง *-n.* การ (ลากจูง พ่วง โยง ดึง), สิ่งที่ถูกลาก (จูง), เรือหรือรถที่ใช้ลาก, เชือกหรือโซ่ที่ใช้ลาก **-in tow** ถูกลาก, ภายใต้การนำ, เป็นผู้ติดตาม **-tower** *n.* **-towable** *adj.* (-S. haul, lug, trail, tug, drag, pull) *-Ex. We towed the boat up to the river., The bus being pulled was the tow., A rope or chain used to tow., While the bus was in tow, the tow rope broke.*

tow[2] (โท) *n.* เศษป่าน, เศษเชือก, กลุ่มเส้นใย, เส้นใยหยาบ

towage (โท' อิจ) *n.* ค่าโยง, ค่าลาก

toward (โทเวิร์ด') *prep.* ไปยัง, ไปถึง, ไปทาง, ใกล้ๆ กับ, หันไปทาง, เกี่ยวกับ, เนื่องจาก, ต่อ*-adj.* ใกล้จะเกิดขึ้น, จวนแจ, อยู่ในระหว่าง, เป็นมงคล, ให้ประโยชน์ *-Ex. go toward the door, facing toward the sea, toward evening, toward the middle of the century, a tendency toward communism*

towardly (โท' เวิร์ดลี) *adj.* สมควร, เหมาะสม, สอนง่าย, ว่าง่าย, ถูกกาละ, มีเหตุผล (-S. timely)

towards (โทเวิร์ดซฺ') *adj.* ใกล้จะเกิดขึ้น, จวนแจ, อยู่ในระหว่าง, เป็นมงคล, ให้ประโยชน์ (-S. for, to, about)

tow-away zone เขตห้ามจอดรถ

towboat (โท' โบท) *n.* เรือลาก, เรือโยง

tow car รถที่ติดตั้งอุปกรณ์ยกหรือลากรถอื่น, รถยก

towel (เทา' เอิล) *n.* ผ้าขนหนู, ผ้าเช็ดตัว, กระดาษเช็ดมือเช็ดหน้า *-vt., vi.* **-eled, -eling/-elled, -elling** เช็ดด้วยผ้าหรือกระดาษดังกล่าว **-throw in the towel** (คำสแลง) ยอมแพ้

tower (เทา' เออะ) *n.* หอสูง, หอคอย, เจดีย์, สิ่งก่อสร้างที่คล้ายหอสูง, หอบัญชาการบิน, หอบนกำแพง, หอสูงเคลื่อนที่ได้ที่ใช้โจมตีกำแพงเมืองสมัยโบราณ *-vi.* **-ered, -ering** อยู่สูง, ยืนตระหง่าน, สูงขึ้นมาก, บินสูง, ตั้งตระหง่าน (-S. belfry, skyscraper, column, pillar) *-Ex. a high tower, The Tower of London, Skyscrapers tower above the streets.*

towering (เทา' เออะริง) *adj.* สูงตระหง่าน, สูงมาก, สูงลิ่ว, ทะยาน, รุนแรง, เกินขอบเขต, มากเกิน (-S. lofty) *-Ex. a towering mountain, a towering anger*

towhead (เทา' เฮด) *n.* ศีรษะที่มีผมสีทองเกือบขาว, บุคคลที่มีผมสีดังกล่าว

towline (โท' ไลน) *n.* สายลาก, สายดึง, สายโยง

town (ทาวนฺ) *n.* เมือง, นคร, เขตชุมชน, ชาวเมือง, ประชาชนทั้งเมือง, เขตศูนย์การค้าของเมือง **-go to town** ทำ (วางแผน) ดีและเร็ว, ไปหาความสำราญ, **-on the town** หาความสำราญในเมือง **-paint the town red** หาความสำราญกันเต็มที่, ดื่มกันอย่างเต็มที่ *-Ex. Grandmother lives in the country. We live in a town., The whole town went to see the circus.*

town clerk เจ้าหน้าที่ของเมืองผู้มีหน้าที่ทำการจดทะเบียน ออกใบอนุญาตและเรียกประชุมต่างๆ คล้ายนายอำเภอ

town hall ศาลากลางจังหวัด

town house บ้านในเมือง, บ้านในเมืองที่ค่อนข้างหรูหรา, บ้านตึกแถวที่ใช้กำแพงร่วมกัน

townsfolk (ทาวนฺซฺ' โฟค) *n. pl.* คนเมืองทั้งหมด, ชาวเมือง (-S. townsman)

township (ทาวนฺ' ชิพ) *n.* (ในอเมริกาและแคนาดา) เขตเมือง, (ในอเมริกา) บริเวณประมาณ 36 ตารางไมล์ที่แบ่งออกเป็น 36 ส่วน, (ในออสเตรเลีย) เมืองเล็กๆ หรือชุมชนเล็กๆ ที่เป็นย่านธุรกิจการค้าของชนบท, (ในแอฟริกาใต้) เขตที่อยู่อาศัยของคนผิวดำ

townspeople (ทาวนฺซฺ' พีเพิล) *n. pl.* ชาวเมือง, คนเมืองทั้งหมด, คนที่เจริญเติบโตในเมือง

towpath (โท' พาธ) *n.* ทางริมฝั่งแม่น้ำหรือลำคลองที่ใช้เดินลากเรือ

toxemia (ทอกซี' เมีย) *n.* โรคโลหิตเป็นพิษ

toxic (ทอค' ซิค) *adj.* เป็นพิษ, มีพิษ

toxicant (ทอค' ซิเคินท) *n.* สารพิษ, ยาพิษ *-adj.* เป็นพิษ, มีพิษ

toxicity (ทอคซิส' ซิที) *n., pl.* **-ties** ความเป็นพิษ

toxicology (ทอคซิคอล' ละจี) *n.* พิษวิทยา, วิชาที่เกี่ยวกับสารพิษและฤทธิ์ของมัน, ยาแก้พิษ การตรวจวิเคราะห์และอื่นๆ **-toxicologic, toxicological** *adj.* **-toxicologically** *adv.* **-toxicologist** *n.*

toxin (ทอค' ซิน) *n.* สารพิษ, ตัวที่ทำให้เป็นพิษ, พิษโดยเฉพาะพวกโปรตีนจากพืช สัตว์ และแบคทีเรียที่ทำให้เกิดโรค

toy (ทอย) *n.* ของเล่น, เครื่องเล่น, ของเด็กเล่น, สิ่งที่มีค่าเล็กน้อย, ของกระจอก, สัตว์ที่มีขนาดเล็ก, บุคคลร่างเตี้ย, สิ่งประดับเล็กๆ น้อยๆ, การผ่อนคลายอารมณ์, การละเล่น, หมวกผู้หญิงสกอตแลนด์สมัยก่อนที่มีส่วนที่ยาวคลุมถึงไหล่ *-vi.* **toyed, toying** เล่น, ล้อเล่น, หยอกเล่น, ลูบไล้ (-S. doll, game, plaything, trifle) *-Ex. a toy radio, Daeng toyed with his pencil., children's toys, a toy railway*

trace[1] (เทรส) *n.* สายบังเหียน, สายดึง, สายโยงม้ากับบังเหียน **-kick over the traces** ต่อต้าน, ไม่ยอมให้ผูกมัดควบคุมหรือบังคับ

trace[2] (เทรส) *n.* รอย, ร่องรอย, รอยเท้า, รอยทาง, ทางเล็ก, รอยหยักความทรงจำในสมอง (หรือ engram), การลากเส้น, การวาดเล่น, ปริมาณเล็กน้อยมาก, รอยภาพโทรทัศน์, รอยบันทึก, จุดหรือเส้นที่ตัดกัน *-v.* **traced, tracing** *-vt.* ตามรอย, ติดตาม, สืบเสาะ, สืบสวน, สอบสวน, ลากเส้น, วางแผน, ร่างแผนที่, สำเนา, พิมพ์, ประทับตราหรือรอย *-vi.* ย้อนหลัง, สืบหาประวัติตามรอย, เดินตามทาง **-traceability, traceableness** *n.* **-traceable** *adj.* **-traceably** *adv.* (-S. mark, sign, evidence, relic, hint) *-Ex. The man traced a plan of the playground., The hunter traced the rabbit by its footprints or tracks in the snow., He saw traces of deer in the woods, a trace of food, trace of a smile, trace (out) a policy, traces of an old civilization, traces of deer in the snow, a trace of sorrow in one's voice, traces of water in the dry river bed, to trace the plan of attack*

trace element ธาตุที่พบจำนวนเล็กน้อยในพืชและสัตว์ เชื่อว่ามีบทบาทสำคัญเกี่ยวกับขบวนการทางสรีรวิทยา เป็นส่วนประกอบสำคัญในเอนไซม์ วิตามินหรือฮอร์โมนต่างๆ

tracer (เทร' เซอะ) *n.* ผู้ตามรอย, ผู้สืบเสาะ, สิ่งที่ตามรอย, ตัวสืบเสาะ, ผู้สืบค้น, ผู้ติดตามทรัพย์สินหาย, แบบถามสืบเสาะของหาย, ผู้เขียนแผนผัง, ผู้วาด, กระสุนหรือขีปนาวุธที่มีควันหรือไฟที่ทำให้เห็นวิถีทางของกระสุนหรือขีปนาวุธนั้นได้, สารที่ทำให้มีควันหรือไฟดังกล่าว

tracer bullet กระสุนที่มีควันไฟที่ทำให้เห็นวิถีทางของมันได้

tracery (เทร' ซะรี) *n., pl.* **-ies** ลวดลาย, ลวดลายหน้าต่างหรือประตู **-traceried** *adj.*

trachea (เทร' เคีย) *n., pl.* **-cheae/-cheas** หลอดลม, ท่อลมในสัตว์มีกระดูกสันหลังหรือในสัตว์ arthropods บางชนิด **-tracheal** *adj.*

tracheotomy (เทรคีออท' ทะมี) *n., pl.* **-mies** การศัลยกรรมผ่าเข้าไปในหลอดลม

tracing (เทรส' ซิง) *n.* สำเนาที่เกิดจากลากเส้นทาบกัน, สำเนาที่ลอกด้วยกระดาษแก้ว

track (แทรค) *n.* ร่องรอยทางเดิน, ทางเดินเท้า, รางรถ, รอยทางรถ, ทางเกวียน, ทางในป่า, รอยเท้า, ลู่วิ่ง, ทางรถไฟ, ช่วงล้อรถ, ร่องรอย, หลักฐาน, วิถีทาง, เส้นทาง, แนวทาง *-vt., vi.* **tracked, tracking** ตามรอย, ตามทาง, คอยตาม, ติดตาม **-keep track of** ติดตามข่าว, บันทึก, สืบเสาะ **-lose track of** ขาดเบาะแส, ไม่ได้ข่าว **-make tracks** จากไปอย่างเร่งรีบ **-off the track** หลงทาง, หลงเป้า **-on the track of** มองหา, สืบเสาะ **-track down** ติดตาม, ค้นหา **-trackable** *adj.* **-tracker** *n.* (-S. trail, path, scent, wake, line, rail)

trackage (แทรค' คิจ) *n.* ทางทั้งหมด, ทางรถไฟทั้งหมด, ความยาวทั้งหมดของทาง, สิทธิในการใช้ทางรถไฟ, ค่าสิทธิดังกล่าว, ค่ารถ, ค่าบรรทุก, เรือที่ใช้ลากเรือ

track meet การแข่งขันกรีฑาหลายประเภท

track shoe รองเท้าพื้นตะปูที่ใช้ในการแข่งขันกรีฑา

trackwalker (แทรค' วอเคอะ) *n.* ผู้มีหน้าที่เดินตรวจทางรถไฟเป็นช่วงๆ

tract[1] (แทรคทฺ) *n.* บริเวณ, ผืน, เนื้อที่, แห่ง, ช่วง, หย่อม (-S. stretch, estate, area, region) *-Ex. a tract of land, a vast tract of ocean, the digestive tract*

tract[2] (แทรคทฺ) *n.* บทความสั้นๆ, บันทึกสั้นๆ, หนังสือเล่มเล็ก

tractable (แทรค' ทะเบิล) *adj.* จัดการได้ง่าย, สอนง่าย, ยอมง่าย, อ่อนโยน, หัวอ่อน, แปรรูปได้ง่าย **-tractability, tractableness** *n.* **-tractably** *adv.* (-S. docile, pliant)

tractile (แทรค' ทิล) *adj.* ดึงเป็นเส้นได้, ดึงออกตามความยาวได้ **-tractility** *n.*

traction (แทรค' ชัน) *n.* การลาก, การดึง, การฉุด,

T

แรงลาก, แรงดึง, แรงฉุด (-S. draw, pull)

tractive (แทรค' ทิฟว) *adj.* เกี่ยวกับการลาก (ฉุด ดึง), มีแรงลาก, มีแรงฉุด, มีแรงดึง

tractor (แทรค' เทอะ) *n.* เครื่องแทรกเตอร์, เครื่องลาก, เครื่องฉุด, เครื่องดึง, หัวรถจักรหรือเครื่องยนต์ที่มีล้อขนาดใหญ่สำหรับฉุดลาก, เครื่องบินชนิดมีเครื่องยนต์อยู่ข้างหน้า

trade (เทรด) *n.* การค้า, การค้าขาย, การซื้อขาย, ธุรกิจการ, กิจการค้า, อาชีพค้าขาย, พ่อค้า, นักธุรกิจ, ตลาด *-vt., vi.* **traded, trading** ค้าขาย, ซื้อขาย, แลกเปลี่ยนสินค้า, แลกเปลี่ยน **-trade in** แลกเปลี่ยนโดยใช้ของเก่าหักราคาเพื่อซื้อของใหม่ **-trade off** แลกเปลี่ยนของกัน **-tradable** *adj.* (-S. barter, business, commerce, exchange, craft) *-Ex. learn a trade, follow a trade, the fur trade, trade union, Surin traded his top for Nid's whistle., Bob traded his knife for a ball., We trade at the corner shop., trace of a smile, trace (out) a policy, the carpenter's trade, the building trade*

trade-in (เทรด' อิน) *n.* สินค้าที่หักราคาบางส่วนเพื่อซื้อสินค้าใหม่, กิจการซื้อขายแลกเปลี่ยน

trademark (เทรด' มาร์ค) *n.* เครื่องหมายการค้า *-vt.* **-marked, -marking** ใส่หรือพิมพ์เครื่องหมายการค้า, จดทะเบียนเครื่องหมายการค้า (-S. logotype, colophon)

trade name ชื่อการค้า, ชื่อสินค้า, ชื่อร้านค้า

trade-off (เทรด' ออฟ) *n.* การแลกเปลี่ยนของ (-S. trade off)

T

trade price ราคาขายส่ง

trader (เทรด' เดอะ) *n.* พ่อค้า, ผู้ทำการค้า, นักธุรกิจ, เรือพาณิชย์, สมาชิกบริษัททรัพย์ที่ซื้อขายหุ้นเพื่อตัวเอง (ไม่ใช่เพื่อลูกค้า) *-Ex. The fur trader exchanged beaver skins, rice and guns.*

tradesman (เทรดซ' เมิน) *n.* พ่อค้าขายปลีก, เจ้าของร้าน (-S. shopkeeper, dealer, merchant, seller, vendor)

tradespeople (เทรดซ' พีเพิล) *n. pl.* พ่อค้า (ทั้งหลาย), เจ้าของร้าน (ทั้งหลาย) (-S. tradesmen)

trade union สหภาพการค้า, สหภาพแรงงาน **-trade unionism** *n.* **-trade unionist** *n.*

trading stamp ตั๋วหรือแสตมป์ที่นำไปขึ้นของได้

tradition (ทระดิช' ชัน) *n.* ธรรมเนียม, ประเพณี, จารีต, จารีตนิยม, ประเพณีสืบทอด, คำเล่าลือ (-S. custom, usage, habit, folklore, institution, ritual)

traditional (ทระดิช' ชะเนิล) *adj.* เกี่ยวกับจารีต, สืบทอดตามประเพณี **-traditionally** *adv.* (-S. ancestral, conventional, fixed, folk, historic, oral) *-Ex. a traditional family name*

traditionalism (ทระดิช' ชะนะลิซึม) *n.* ลัทธิธรรมเนียม, ลัทธิประเพณี, ลัทธิจารีตประเพณี, ลัทธิจารีตนิยม, ลัทธิอนุรักษ์นิยม **-traditionalistic** *adj.*

traduce (ทระดิวซ') *vt.* **-duced, -ducing** ใส่ร้าย, ด่า, พูดให้ร้าย, ป้ายสี, ทำให้เสียชื่อเสียง **-traducement** *n.* **-traducer** *n.*

traffic (แทรฟ' ฟิค) *n.* การจราจร, การคมนาคม, การสัญจรไปมา, พาหนะและผู้คนที่สัญจรไปมา, การค้า, การซื้อขาย, การค้าระหว่างประเทศ, กิจการรถไฟ, ปริมาณการจราจร, ปริมาณการขนส่ง, การสื่อสาร, ปริมาณการสื่อสาร *-vi.* **-ficked, -ficking** ค้าขาย, ทำธุรกิจการพาณิชย์ **-trafficker** *n.* *-Ex. Traffic is very heavy on Sundays., traffic accidents*

traffic jam จราจรหนาแน่น, จราจรแออัด

traffic light สัญญาณไฟจราจร, ไฟควบคุมจราจร (-S. traffic signal)

tragacanth (แทรก' กะแคนธ) *n.* กาวหรือยางไม้แห้งจากต้นจำพวก *Astragalus gummifer* ใช้เป็นส่วนประกอบในการผลิตยา

tragacanth

tragedian (ทระจี' เดียน) *n.* ผู้แสดงเรื่องโศก, ผู้แสดงละครโศกนาฏกรรม, ผู้ประพันธ์เรื่องหรือละครโศก

tragedienne (ทระจีดีเอน') *n.* ผู้แสดงละครโศกที่เป็นหญิง

tragedy (แทรจ' จิดี) *n., pl.* **-dies** ละครโศก, ละครโศกนาฏกรรม, บทประพันธ์โศก, ศิลปะและทฤษฎีการประพันธ์เรื่องโศก, เรื่องโศก, ภัยพิบัติ *-Ex. The death of the fireman in the burning house was a tragedy.*

tragic (แทรจ' จิค) *adj.* เกี่ยวกับละครโศก, เกี่ยวกับเรื่องโศก, โศกสลด, เกี่ยวกับภัยพิบัติ (-S. tragical, lamentable, pathetic) **-tragical** *adj.* **-tragically** *adv.* **-tragicalness** *n.* *-Ex. tragic tale, tragic event, "Hamlet" is perhaps the best known example of the tragic drama.*

tragicomedy (แทรจจิคอม' มิดี) *n.* ละครโศกผสมละครชวนหัว, เรื่องโศกผสมเรื่องชวนหัว, ละครกึ่งโศกหรือกึ่งขบขัน

trail (เทรล) *v.* **trailed, trailing** *-vt.* ตามรอย, สะกดรอย, ตามกลิ่น, ลาก, นำมาด้วย, อยู่หลัง, ล้าหลัง, เลื้อย, ประทับปืน, ถือปืน *-vi.* ลาก, ตามหลัง, ติดตาม, ค่อยๆ เปลี่ยน, ปราชัยในการแข่งขัน, ตามกลิ่น, สะกดรอย, เคลื่อนออกหรือลอยออก, ลดน้อยลง *-n.* รอยทาง, รอย, รอยเท้า, รอยกลิ่น, ควัน, ฝุ่น, แสง, ผู้คนหรืออื่นๆ ที่ตามหลัง, ส่วนหางชายกระโปรง, ท้ายบทกวี, สิ่งพ่วง, พืชเถาวัลย์, ท่าประทับปืน, ท่าถือปืน (-S. pursue, drag, hull, tow, track) *-Ex. a trail of smoke, The dog trailed Daeng to the woods., We trailed the rabbit to the hollow log., An old Indian trail led to the brook., Ivy trailed over the walls of the old house., My coat trailed in the mud., Anong was tired and she trailed behind the others.*

trailblazer (เทรล' เบลเซอะ) *n.* ผู้บุกเบิกทาง, ผู้บุกเบิก, ผู้ริเริ่ม **-traiblazing** *adj.*

trailer (เทรล' เลอะ) *n.* สิ่งที่ใช้ลาก, เครื่องพ่วง, รถพ่วง, พืชไม้เถาวัลย์, สัตว์ที่ใช้ลาก, บ้านที่ติดกับรถลาก, บ้านพักเคลื่อนที่, ภาพยนตร์ตัวอย่าง, ภาพยนตร์โฆษณา

trailing arbutus พืชไม้เถาวัลย์จำพวก *Epigaea repens* มีดอกสีขาวและชมพู

trailing arbutus

train (เทรน) *n.* รถไฟ, ขบวน

รถไฟ, ขบวน (ผู้คน สัตว์), แถวยาว, ผู้ติดตามขบวน, สิ่งที่ตามมา, ผล, ผลลัพธ์, ส่วนท้าย, ระเบียบลำดับ, ขบวนลำเลียงวัตถุระเบิดหรืออาวุธสัมภาระ *-v.* **trained, training** *-vt.* ฝึก, ฝึกหัด, ฝึกฝน, อบรม, สั่งสอน, จัดการ, ควบคุม, ลาก, ดึง, เส้น, หัน (กล้องส่องทางไกล กล้องถ่ายรูป เป็นต้น) *-vi.* ฝึก, ฝึกหัด, ฝึกฝน, อบรม, สั่งสอน, เดินทางโดยรถไฟ **-trainable** *adj.* **-trainability** *n.* (-S. chain, order, set, carvan, file) *-Ex. railway train, Is this the right train for by train Express train, slow train, train soldiers, train animals, a trained soldier, the training of soldiers*

trainee (เทรนี') *n.* ผู้ได้รับการฝึกหัด, ผู้ฝึกงาน **-traineeship** *n.*

trainer (เทร' เนอะ) *n.* ผู้ฝึก, ครูฝึก, ผู้ฝึกม้า, ผู้ฝึกสัตว์, ผู้ฝึกนักกีฬา, อุปกรณ์การฝึก, เครื่องบินฝึก (-S. coach)

training (เทร' นิง) *n.* การฝึก, การฝึกหัด, การฝึกฝน, การอบรม, การสั่งสอน, การศึกษา (-S. discipline, education, guidance, instruction, exercise) *-Ex. be in training, go into training, training college, training school, Have you had training as a mechanic?*

trainman (เทรน' มัน) *n.* พนักงานรถไฟ

traipse (เทรพซฺ) *vi.* **traipsed, traipsing** เดินเอ้อระเหย, เดินหรือไปอย่างไร้จุดหมายปลายทาง

trait (เทรท) *n.* ลักษณะเฉพาะ, คุณสมบัติเฉพาะ, สันดาน, อุปนิสัย, (ปากกา ดินสอ) ขีดหนึ่ง, การสัมผัส, การแตะ, จำนวนเล็กน้อย (-S. quality, attribute, feature, quirk) *-Ex. Yupin has some very nice traits, but she is lazy.*

traitor (เทร' เทอะ) *n.* ผู้ทรยศ, ผู้หักหลัง, ผู้ขายชาติ, ผู้ทวนคำสาบานของตนเอง **-traitress** หญิงทรยศ (-S. betrayer, deceiver, deserter, informer, quisling) *-Ex. Narong committed treason and was hanged as a traitor.*

traitorous (เทร' เทอะเริส) *adj.* ทรยศ, หักหลัง, ขายชาติ, ทวนคำสาบานของตนเอง, ไม่ซื่อสัตย์, เป็นกบฏ **-traitorousness** *n.* **-traitorously** *adv.*

trajectory (ทระเจค' ทะรี) *n., pl.* **-ries** เส้นโคจร, เส้นกระสุนวิถี, ทางโคจร, กระสุนวิถี, เส้นโค้งที่ตัดเส้นโค้งอื่นด้วยมุมที่คงที่ (-S. course, line, route, track, flight path)

tram (แทรม) *n.* รถราง, รถไฟที่มีราง, รถรางเหมือง, รถขนแร่, รถกระเช้า *-vt.* **trammed, tramming** ขนส่งด้วยรถดังกล่าว, เดินทางด้วยรถดังกล่าว (-S. streetcar, tramway)

tramline (แทรม' ไลนฺ) *n.* เส้นทางเดินของรถราง, สายห้อยรถกระเช้า

trammel (แทรม' เมิล) *n.* สิ่งกีดขวาง, เครื่องกีดขวาง, อุปสรรค, ห่วงคล้องขาม้า, ตาข่ายจับปลา, ปลอกพันธนาการ, วงเวียน, เครื่องวาดเป็นรูปวงรี, วงเวียนวาดรูปวงรี, ที่ค้ำจุนหม้อหรือกาน้ำเหนือเตาไฟ, โซ่ตรวน *-vt.* **-meled, -meling** ขัดขวาง, ยับยั้ง, จับด้วยตาข่าย, ติดกับ **-trammeler** *n.* (-S. hamper, shackle, impede)

tramp (แทรมพ) *vi.* **tramped, tramping** เดินเท้าเสียงดัง, เดินขบวน, เดินเที่ยว, พเนจร, ย่ำ, เหยียบ, กระทืบ *-n.* คนจรจัด, ผู้เดินทางด้วยเท้า, ผู้พเนจร, การเดินทางด้วยเท้า, เสียงฝีเท้าที่หนัก, หญิงมั่วโลกีย์, หญิงสำส่อน, แผ่นเหล็กกันพื้นรองเท้าสึก, เรือสินค้าที่ไม่มีกำหนดการและการบรรทุกที่แน่นอน **-tramper** *n.* **-trampish** *adj.* **-trampishly** *adv.* **-trampishness** *n.* (-S. vagabond, vagrant, hike, march, slog) *-Ex. Soldiers tramp miles each day., The cows tramped on the new plants in the garden., a long tramp, A tramp came to the farm for food and water.*

trample (แทรม' เพิล) *v.* **-pled, -pling** *-vi.* ย่ำ, เหยียบ, กระทืบ *-vt.* ย่ำ, เหยียบ, กระทืบ, กระทืบไฟให้ดับ *-n.* การย่ำ, การเหยียบ, การกระทืบ **-trampler** *n.* (-S. crush, squash, stamp, tread, hurt, violate) *-Ex. The cows got into the cornfield and trampled the corn., The children trampled all round the room., to trample on a person's feelings*

trampoline (แทรม' พะลิน) *n.* เตียงผ้าใบ, เตียงผ้าใบติดสปริงใช้ในกีฬายิมนาสติก **-trampoliner, trampolinist** *n.*

tramway (แทรม' เว) *n.* ทางรถราง, สายรถกระเช้า

trance (ทรานซฺ) *n.* ความมึนงง, ความมึนตึง, สภาพจิตของคนเข้าฌานหรือทรงเจ้า, จิตในภวังค์, อาการง่วงหลับ, อาการไม่รู้สึกตัว *-vt.* **tranced, trancing** ทำให้มึนงง, ทำให้ง่วงหลับ, ทำให้จิตอยู่ในภวังค์, ทำให้หลับใหล (-S. dream, daze, muse, rapture, spell, stupor) *-Ex. Somsri has been in a trance since the car accident., The music put him in a trance.*

tranquil (แทรง' ควิล) *adj.* **-quiler/-quiller, -quilest/-quillest** สงบ, เงียบ, สงบเงียบ, สงบสุข, ราบรื่น, ปราศจากสิ่งรบกวน **-tranquilly** *adv.* **-tranquilness** *n.* (-S. peaceful, calm, quiet -A. troubled) *-Ex. a tranquil mind, a tranquil scene*

tranquilize, tranquillize (แทรง' ควิไลซฺ) *vt., vi.* **-ized, -izing/-lized, -lizing** ทำให้สงบ, กลายเป็นสงบ, กล่อมประสาท **-tranquilization, tranquillization** *n.*

tranquilizer, tranquillizer (แทรง' ควิไลเซอะ) *n.* ยากล่อมประสาท, ยาสงบประสาท, ผู้ทำให้เงียบ, สิ่งที่ทำให้สงบ, สิ่งที่ทำให้เงียบ (-S. bromide, opiate, sedative)

tranquility, tranquillity (แทรงควิล' ลิที) *n.* ความสงบ, ความเงียบ, ความเงียบสงบ, ความเยือกเย็น, ความราบรื่น

trans- คำอุปสรรค มีความหมายว่า ข้าม, ผ่าน, ติดข้าม, ลอด, ตลอด, ขวาง, เปลี่ยนแปลง, ด้านตรงข้าม, อยู่อีกด้านหนึ่ง, ไกลกว่าดวงอาทิตย์

transact (แทรนแซคทฺ) *vt., vi.* **-acted, -acting** ติดต่อ, จัดการ, ทำการค้า, ทำธุรกิจ **-transactor** *n.* (-S. accomplish, conduct, do, enact) *-Ex. to transact a deal*

transaction (แทรนแซค' ชัน) *n.* การติดต่อ, การจัดการ, การค้า, ธุรกิจ, ธุรกิจการค้า, การดำเนินการ, สิ่งที่จัดการ **-transactions** รายงานการประชุม, บันทึกการประชุม **-transactional** *adj.* (-S. action, coup, deal, matter) *-Ex. I am in charge of all transactions with*

T

the government.

transalpine (แทรนซฺอัล' ไพนฺ, แทรนซฺ-) *adj.* ซึ่งอยู่เลยภูเขาแอลป์ไป, ข้ามภูเขาแอลป์, ผ่านภูเขาแอลป์, เกี่ยวกับประชาชนหรือดินแดนที่เลยภูเขาแอลป์, อยู่อีกด้านของภูเขาแอลป์โดยเฉพาะอิตาลี

transatlantic (แทรนซฺอัทแลน' ทิค, แทรนซฺ-) *adj.* ข้ามมหาสมุทรแอตแลนติก, อยู่เลยมหาสมุทรแอตแลนติก

transceiver (แทรนซี' เวอะ) *n.* (วิทยุ) ตัวถ่ายทอดและตัวรับในเครื่องเดียวกัน, เครื่องรับและส่งในเครื่องเดียวกัน

transcend (แทรนเซนดฺ') *vt., vi.* **-scended, -scending** อยู่เหนือ, อยู่เลย, อยู่นอกเหนือ, ทำได้ดีกว่า, ชนะ, มีชัย, อยู่เหนือธรรมชาติ

transcendent (แทรนเซน' เดินทฺ) *adj.* อยู่เหนือ, อยู่นอกเหนือ, อยู่เลย, เหลือล้น, เหลือเกิน, มีกว่า, ยอดเยี่ยมกว่า, มีชัย, เหนือธรรมชาติ, เหนือโลก, เหนือจักรวาล **-transcendence, transcendency** *n.* **-transcendently** *adv.* (-S. surpass, exceed)

transcendental (แทรนเซนเดน' เทิล) *adj.* ดีกว่า, ยอดเยี่ยม, เกินธรรมดา, เหนือธรรมชาติ, นามธรรม, เหนือโลก, เหนือจักรวาล, เพ้อฝัน, ลึกซึ้ง **-transcendentally** *adv.* (-S. primordial, transcendent)

transcendentalism (แทรนเซนเดน' เทิลลิซึม) *n.* ลักษณะความคิดหรือภาษาที่เหนือความสำเร็จ, ลัทธิการเรียนรู้ด้วยตนเองแต่กำเนิด **-transcendentalist** *n.*

transcontinental (แทรนซฺคอนทะเนน' เทิล) *adj.* ข้ามทวีป, อยู่อีกด้านของทวีป *-Ex. A transcontinental flight from Bangkok to England.*

T

transcribe (แทรนสไครบฺ') *vt.* **-scribed, -scribing** คัด, ลอก, ถ่ายสำเนา, ทำสำเนา, แปล, ถอดความ, อัดเสียง, การกระจายเสียงจากเสียงที่บันทึกไว้, บันทึกไว้เพื่อถ่ายทอดเสียง, ใช้สัญลักษณ์การออกเสียง **-transcriber** *n.* **-transcribable** *adj.* (-S. engross, rewrite, transfer)

transcript (แทรน' สคริพทฺ) *n.* สำเนา, บันทึก, ฉบับคัดลอก, ฉบับสำเนา, จานเสียง, หนังสือรับรองผลการศึกษา, แผ่นโลหะบันทึกเสียง (-S. copy, duplicate, note)

transcription (แทรนสคริพ' ชัน) *n.* การคัด, การลอก, การถ่ายสำเนา, การทำสำเนา, การแปล, การถอดความ, สำเนา, ฉบับสำเนา, บันทึก, ฉบับคัดลอก, เครื่องหมายแทนเสียง, แผ่นเสียง, การบันทึกเสียง **-transcriptional** *adj.* **-transcriptionist** *n.*

transducer (แทรนซฺดิว' เซอะ) *n.* เครื่องมือรับพลังจากระบบหนึ่ง แล้วถ่ายออกไปยังอีกระบบหนึ่ง (มักเป็นรูปแบบที่ต่างกัน), เครื่องเปลี่ยนความถี่หรือกระแส, เครื่องแปลงกำลัง

transept (แทรน' เซพทฺ) *n.* ด้านปีกตามขวางของโบสถ์

transfer (แทรนซฺ' เฟอะ) *vt., vi.* **-ferred, -ferring** ย้าย, โยกย้าย, เคลื่อนย้าย, เปลี่ยน, โอน *-n.* การย้าย, การเคลื่อนย้าย, การโยกย้าย, การเปลี่ยน, จุดหรือสถานที่เคลื่อนย้าย, บุคคลที่เคลื่อนย้าย, บัตรหรือหลักฐานการเคลื่อนย้ายหรือเปลี่ยนรถ **-transferal, transferral** การโอน, การโอนกรรมสิทธิ์, เอกสารโอนกรรมสิทธิ์ **-transferability** *n.* **-transferable, transferrable** *adj.* **-transferrer** *n.* (-S. convey, remove, displace, move) *-Ex. transferred to a different department, to transfer the picture in the book to one's notebook*

transference (แทรนซฺเฟอร์' เรินซฺ, แทรนซฺ' เฟอะเรินซฺ) *n.* การย้าย, การโยกย้าย, การเปลี่ยนแปลงของอารมณ์, การโอน, การโอนกรรมสิทธิ์, การโยกย้ายทรัพย์สิน **-transferential** (-S. translocation)

transferor (แทรนซฺฟะเรอะ') *n.* ผู้ย้าย, ผู้โยกย้าย, ผู้โอน

transfiguration (แทรนซฺฟิกกิวเร' ชัน) *n.* การเปลี่ยนรูป, การแปรรูป, การเปลี่ยนโฉม **-Transfiguration** (พระเยซู พระราม) แปลงร่างเป็นเทพยดาหรือผู้มีบุญ (-S. transform)

transfigure (แทรนซฺฟิก' เกอะ) *vt.* **-ured, -uring** เปลี่ยนรูป, แปรรูป, เปลี่ยนโฉม, เปลี่ยนแปลง, ทำให้สวยงาม **-transfigurement** *n.*

transfix (แทรนซฺฟิคซฺ') *vt.* **-fixed, -fixing** แทงทะลุ, ตรึง, ติดแน่น, ทำให้ตะลึงงันอยู่กับที่ **-transfixion** *n.* (-S. impale, stun, petrify, amaze)

transform (แทรนซฺฟอร์ม') *vt., vi.* **-formed, -forming** เปลี่ยนรูป, แปรรูป, แปลงตัว, ปฏิรูป, เปลี่ยนสภาพ, เปลี่ยนแปลง, แปลงสภาพ, เปลี่ยนรูปพลังงาน **-transformable** *adj.* (-S. alter, change, make over, remodel) *-Ex. Loving care transformed the child., Cream is transformed into butter by churning., to transform water power into electric power*

transformation (แทรนซฺเฟอะเม' ชัน) *n.* การเปลี่ยนรูป, การแปรรูป, การปฏิรูป, การเปลี่ยนสภาพ, จำแลง **-transformative** *adj.* (-S. change, conversion, revolution) *-Ex. the transformation of a tadpole into a frog*

transformer (แทรนซฺฟอร์' เมอะ) *n.* หม้อแปลงไฟฟ้า

transfuse (แทรนซฺฟิวซฺ') *vt.* **-fused, -fusing** ถ่ายโลหิต, ถ่ายเท, โยกย้าย, ย้าย, ทำให้ซึมผ่าน, ฉีดน้ำเกลือเข้าไปในเส้นโลหิต, เทจากภาชนะหนึ่งไปยังอีกภาชนะหนึ่ง **-transfusible, transfusable** *adj.* **-transfusive** *adj.*

transfusion (แทรนซฺฟิว' ชัน) *n.* การถ่ายโลหิต, การถ่ายเท, การโยกย้าย, การฉีดโลหิตหรือน้ำเกลือเข้าไปในเส้นโลหิต **-transfusional** *adj.*

transgress (แทรนซฺเกรซ', แทรนซฺเกรซ') *v.* **-gressed, -gressing** *-vi.* ละเมิด, ฝ่าฝืน, กระทำผิด *-vt.* ล้ำเขต, ฝ่าฝืน, ละเมิด, ลุกล้ำ **-transgressive** *adj.* **transgressible** *adj.* **-transgressor** *n.* (-S. defy, encroach)

transgression (แทรนซฺเกรซ' ชัน, แทรนซฺเกรซ' ชัน) *n.* การละเมิด, การฝ่าฝืน, การกระทำผิด, บาป, การรุกล้ำ (-S. wickedness)

transient (แทรน' ชันทฺ, -ซีเอินทฺ) *adj.* ชั่วคราว, ไม่ถาวร, ไม่ยั่งยืน, ชั่วคราว, ประเดี๋ยวเดียว, ซึ่งทำให้เกิดผลนอกจิตใจ *-n.* บุคคลหรือสิ่งที่อยู่ชั่วคราว, คลื่นหรือสัญญาณที่เกิดขึ้นเดี๋ยวเดียว, สภาพชั่วคราว,

ลักษณะชั่วคราว, นอกฤดูกาล **-transiently** *adv.* **-transiency, transience** *n.* (-S. brief, temporary, momentary, passing)

transistor (แทรนซิส' เทอะ) *n.* อุปกรณ์อิเล็กทรอนิกส์ที่มีตั้งแต่ 3 ขั้ว (electrodes) ขึ้นไป ทำหน้าที่เหมือนหลอดสุญญากาศแต่มีขนาดเล็กกว่ามากและใช้ไฟฟ้าน้อยกว่ามาก, วิทยุทรานซิสเตอร์

transistorize (แทรนซิส' ทะไรซฺ) *vt.* **-ized, -izing** ติดตั้งแทรนซิสเตอร์, เปลี่ยนเป็นวงจรที่ใช้แทรนซิสเตอร์

transit (แทรน' ซิท) *n.* การผ่าน, การส่งผ่าน, การนำส่ง, การโคจร, การขนส่ง, วิธีการขนส่งมวลชน, การเปลี่ยนแปลง, การส่งข้ามเขตแดน, สภาพหัวเลี้ยวหัวต่อ *-vt., vi.* **-sited, -siting** ผ่าน, ส่งผ่าน, โคจรผ่าน (-S. carring, crossing, passage, shift, transition) *-Ex. a means of transit, rapid transit*

transition (แทรนซิช' ชัน, -ซิช-) *n.* การผ่าน, การส่งผ่าน, การนำส่ง, การเปลี่ยนแปลง, ภาวะหัวเลี้ยวหัวต่อ, การเปลี่ยนแปลงลำดับ **-transitional, transitionary** *adj.* **-transitionally** *adv.* (-S. change, flux) *-Ex. the transition from boyhood to manhood, the transition from ape to man*

transitive (แทรน' ซิทิฟว) *adj.* (ไวยากรณ์) เกี่ยวกับสกรรมกริยา, เกี่ยวกับการผ่านหรือสิ่งผ่าน, เกี่ยวกับการเปลี่ยนแปลง, เกี่ยวกับสภาพหัวเลี้ยวหัวต่อ, มีพลังในการเคลื่อนย้าย, มีผลต่อภายนอกจิตใจ **-transitive verb** สกรรมกริยา **-transitively** *adv.* **-transitiveness, -transitivity** *n.*

transitory (แทรน' ซิทอรี) *adj.* ไม่ถาวร, ไม่ยั่งยืน, ชั่วคราว, มีอายุสั้น, ชั่วประเดี๋ยว **-transitorily** *adv.* **-transitoriness** *n.*

translate (แทรนซฺ' เลท) *v.* **-lated, -lating** *-vt.* แปล, ถ้อยความ, แปลความหมาย, ให้คำนิยาม, แปลง, เปลี่ยน, ย้าย, ขึ้นสวรรค์โดยไม่มีการตาย *-vi.* แปล, สามารถแปลได้ **-translatability, translatableness** *n.* **-translatable** *adj.* (-S. interpret, render) *-Ex. Father translated the Thai letter into English.*

translation (แทรนซฺเล' ชัน) *n.* การแปล, การถอดความ, การแปลความหมาย, ฉบับแปล, ข้อความที่แปล, การเปลี่ยนแปลง, การย้าย, การขึ้นสวรรค์โดยไม่มีการตาย, การเคลื่อนที่ด้วยความเร็วเท่ากันตามแนวขนาน, การส่งข่าวต่อเนื่องโดยอัตโนมัติของโทรเลข **-translational** *adj.* (-S. interpretation, decoding) *-Ex. The United Nations has a large staff for the translation of publications in English.*

transliterate (แทรนซฺลิท' ทะเรท) *vt.* **-ated, -ating** เปลี่ยนตามพยัญชนะหรือภาษาอื่น, แปล **-transliteration** *n.*

translucent (แทรนซฺลู' เซินทฺ) *adj.* มัว, ฝ้า, กึ่งโปร่งแสง **-translucence, translucency** *n.* **-translucently** *adv.* (-S. semitransparent)

transmigrate (แทรนซฺไม' เกรท) *vi.* **-grated, -grating** อพยพข้ามถิ่น, อพยพเข้าประเทศ, อพยพ, ย้ายถิ่นฐาน, ย้าย (วิญญาณ), เกิดใหม่ในร่างใหม่, วัฏสงสาร **-transmigrator** *n.* **-transmigratory** *adj.* **-transmigration** *n.* (-S. migrate)

transmissible (แทรนซฺมิส' ซะเบิล) *adj.* ซึ่งผ่านได้, ซึ่งต่อได้, ถ่ายทอดได้, แพร่เชื้อได้, กระจายได้, ส่งวิญญาณได้ **-transmissibility** *n.*

transmission (แทรนซฺมิช' ชัน, แทรซมิช' ชัน) *n.* การส่งผ่าน, การส่งต่อ, สายพาน, การถ่ายทอด, การแพร่เชื้อ, การกระจาย, การกระจายเสียง, ส่งสัญญาณ **-transmissive** *adj.* (-S. passage) *-Ex. the transmission of orders*

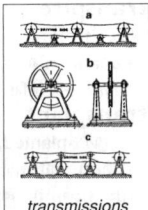

transmissions

transmit (แทรนซฺ' มิท, แทรนซฺ' มิท) *vt., vi.* **-mitted, -mitting** ส่งผ่าน, ส่งต่อ, ถ่ายทอด, แพร่เชื้อ, กระจาย, กระจายเสียง, ส่งสัญญาณ, ส่งคลื่น, ส่งโทรเลข, โอนสิทธิ, โอนหน้าที่ **-transmittable** *adj.* **-transmittal** *n.* (-S. pass, transfer, communicate, convey) *-Ex. to transmit news, Anopheles mosquitos transmit malaria., to transmit disease, to transmit sound, to transmit joy to one's friends*

transmittance (แทรนซฺมิท' เทินซฺ) *n.* การส่งผ่าน, การส่งต่อ, การถ่ายทอด, การส่งสัญญาณ

transmitter (แทรนซฺมิท' เทอะ) *n.* ผู้ส่ง, ผู้ส่งต่อ, ผู้ส่งสัญญาณ, ผู้แพร่เชื้อ, เครื่องส่ง, เครื่องกระจายเสียง

transmutation (แทรนซฺมิวเท' ชัน) *n.* การวิวัฒนาการเป็นอีกชนิดหนึ่ง (species), การเปลี่ยนจากธาตุหนึ่งเป็นอีกธาตุหนึ่ง, การเปลี่ยนรูปแบบ, การเปลี่ยนสภาพ, การเปลี่ยนภาวะ, กระบวนการที่ nuclide ถูกเปลี่ยนเป็น nuclide อีกชนิดหนึ่ง, การเปลี่ยนโลหะหนึ่งเป็นโลหะอีกชนิดหนึ่งที่มีค่ามากว่า(โดยเฉพาะการเปลี่ยนเป็นทองหรือเงิน) **-transmutational, transmutative** *adj.* (-S. transformation)

transmute (แทรนซฺมิวทฺ') *vt.,vi.* **-muted, -muting** เปลี่ยนรูป, เปลี่ยนรูปแบบ, เปลี่ยนสภาพ, เปลี่ยนภาวะ **-transmutability, transmutableness** *n.* **-transmutable** *adj.* **-transmutably** *adv.* **-transmuter** *n.* (-S. transform)

transoceanic (แทรนซฺโอชีแอน' นิค) *adj.* ข้ามมหาสมุทร, อยู่เลยมหาสมุทร, อยู่ข้ามมหาสมุทร

transom (แทรน' เซิม) *n.* แผ่นไม้ขวาง, คานขวาง, กรอบวงกบด้านบน, กระดานขวางท้ายเรือ, กระทงท้ายเรือ, บัวหน้าต่างหรือประตู

transpacific (แทรนซฺพะซิฟ' ฟิค) *adj.* ข้ามมหาสมุทรแปซิฟิก, อยู่อีกด้านของมหาสมุทรแปซิฟิก

transparence (แทรนซฺแพ' เรินซฺ) *n.* ลักษณะโปร่งใส, ลักษณะโปร่งใสแบบกระจก

transparency (แทรนซฺแพร์' เรินซี) *n., pl.* **-cies** ลักษณะโปร่งใส, ลักษณะโปร่งใสแบบกระจก, ความโปร่งใส, ความโปร่งตา, สิ่งที่โปร่งใส, ส่วนที่โปร่งใสของภาพสไลด์หรือแผ่นภาพใส (-S. clarity, limpidity, slide)

transparent (แทรนซฺแพร์' เรินทฺ) *adj.* โปร่งใส, โปร่งตา, ใสเหมือนกระจก, ยอมให้แสงผ่านได้ตลอด, เปิดเผย, ตรงไปตรงมา, เข้าใจง่าย, เห็นชัด, ชัดแจ้ง

T

-transparently *adv.* **-transparentness** *n.* (-S. clear, obvious, lucent) *-Ex. Window glass is transparent., a transparent attempt, a transparent lie*

transpicuous (แทรนสพิค' คิวเอิส) *adj.* โปร่งแสง, ที่เข้าใจได้ง่าย

transpire (แทรนสไพเออะ') *v.* **-spired, -spiring** *-vi.* ปรากฏ, เกิดขึ้น, บังเกิด, ปล่อยออกมา, หนีออกมา, เปิดเผยรั่วไหล *-vt.* ปล่อยออกมา, ระเหย, รั่วไหล (-S. befall, arise)

transplant (แทรนซฺ' แพลนทฺ, แทรนซฺแพลนทฺ') *vt., vi.* **-planted, -planting** ย้ายปลูก, ย้ายปะ, ย้ายปะตอน, ย้ายเพาะเลี้ยง, ย้าย, ย้ายถิ่น *-n.* การย้ายปลูก (ปะ ปะตอน), สิ่งที่ถูกย้ายปลูก (ปะ ปะตอน) **-transplantable** *adj.* **-transplantation** *n.* **-transplanter** *n.* (-S. transfer) *-Ex. When the plants were large enough, we transplanted them into the garden.*

transponder (แทรนสพอน' เดอะ) *n.* เครื่องรับส่งเรดาร์แบบอัตโนมัติและรวดเร็ว

transport (แทรนซฺพอร์ทฺ') *vt.* **-ported, -porting** ขนส่ง, นำส่ง, ส่ง, ลำเลียง, ขนย้าย, เนรเทศ *-n.* การขนส่ง, การนำส่ง, การส่ง, การลำเลียง, การขนย้าย, การเนรเทศ, วิธีการขนส่ง, พาหนะขนส่ง, เครื่องบินโดยสาร, เครื่องบินบรรทุก, ระบบขนส่งมวลชน, อารมณ์รุนแรง, นักโทษที่ถูกเนรเทศ **-transportable** *adj.* **-transportability** *n.* **-transporter** *n.* **-transportive** *adj.* (-S. bear, bring, carry, convey) *-Ex. a transport network*

T

transportation (แทรนซฺเพอะเท' ชัน) *n.* การขนส่ง, การนำส่ง, การลำเลียง, การขนย้าย, การเนรเทศ, วิธีการขนส่ง, พาหนะขนส่ง, ธุรกิจการขนส่ง, ค่าขนส่ง, ค่าเดินทาง, การเนรเทศ

transpose (แทรนซฺโพซฺ') *v.* **-posed, -posing** *-vt.* เปลี่ยนตำแหน่ง, สับเปลี่ยนตำแหน่ง, ย้ายตำแหน่งสมการ, ขนย้าย, ขนส่ง, เปลี่ยนระดับเสียง *-vi.* เปลี่ยนระดับเสียง, เปลี่ยนทำนองเพลง (-S. alter, change, move, swap)

transposition (แทรนซฺพะซิช' ชัน) *n.* การเปลี่ยนตำแหน่ง, การถูกเปลี่ยนตำแหน่ง, การสับเปลี่ยน, การขนย้าย, รูปแบบที่ถูกเปลี่ยนที่ **-transpositional** *adj.*

transsexual (แทรนซฺเซค' ชวล) *n.* ผู้ถูกเปลี่ยนเพศ (โดยศัลยกรรมหรือฮอร์โมน), ผู้ที่มีสภาพจิตใจคล้ายเพศตรงข้าม **-transsexualism** *n.* **-transsexual** *adj.* **-transsexuality** *n.*

transship (แทรนซชิพ') *vt., vi.* **-shipped, -shipping** ถ่ายจากพาหนะหนึ่งไปยังอีกพาหนะหนึ่ง (ถ่ายเรือ ถ่ายรถ) **-transshipment** *n.* (-S. tranship)

transubstantiation (แทรนซับสแทนชีเอ' ชัน) *n.* การเปลี่ยนจากสารหนึ่งเป็นอีกสารหนึ่ง, (ศาสนาคริสต์นิกายโรมันคาทอลิก) การเปลี่ยนจากขนมปังและเหล้าองุ่นเป็นร่างกายและโลหิตของพระเยซู

transuranic, transuranium (แทรนซูแรน'-นิก, -เนียม) *adj.* เกี่ยวกับธาตุที่มี atomic number สูงกว่าของยูเรเนียม

transversal (แทรนซฺเวอร์' เซิล) *adj.* ขวาง *-n.* (คณิตศาสตร์) เส้นที่ตัดเส้นอื่นตั้งแต่ 2 เส้นขึ้นไป

transverse (แทรนซฺเวิร์ส') *adj.* ขวาง, ข้าม, ผ่าน, ตัดขวาง, ทแยง, (ขลุ่ยหรือปี่) มีรูเป่าที่ปลายข้างท่อ *-n.* สิ่งที่ทแยง, สิ่งที่อยู่คนละมุม, สิ่งที่ไขว้, สิ่งที่ตัดขวาง **-transversely** *adv.* **-transverseness** *n.* (-S. cross)

trap[1] (แทรพ) *n.* กับดัก, หลุมพราง, ตาข่าย, แร้ว, เครื่องดักสัตว์, ท่อโค้งเก็บน้ำ, ช่องมีฝาปิด, เครื่องมือเหวี่ยงเป้าเคลื่อนที่ขึ้นไปในอากาศ (กีฬายิงเป้าเคลื่อนที่), รถม้า (โดยเฉพาะขนาดเบาที่มี 2 ล้อ), (คำสแลง) ปาก, ตำรวจ, นักสืบ *-v.* **trapped, trapping** *-vt.* ทำให้ติดกับดัก, ทำให้ตกหลุมพราง, วางกับดัก, จับกุม, ยึดไว้ *-vi.* วางกับดัก, ขุดหลุมพราง, ทำธุรกิจเกี่ยวกับวางกับดักจับสัตว์ขาย **-traps** เครื่องดนตรีประเภทตีหรือเคาะ *-Ex. Udom traps for a living., The hunter trapped a mink., a trapped animal, the trapping of animals, The Roman army was caught in a trap., It was trapped.* (-S. snare, ruse, net, noose)

trap[2] (แทรพ) *n.* หินภูเขาไฟสีดำเนื้อละเอียดชนิดหนึ่ง

trap door เครื่องดักฝุ่นหรือก๊าซ, ประตูรับอากาศ, เครื่องสำหรับดักสัตว์

trapeze (เทรพีซฺ') *n.* ชิงช้าสูงในการแสดงกายกรรม, รูปบันได, รูปสี่เหลี่ยมคางหมู

trapezium (ทระพี' เซียม) *n., pl.* **-ziums/-zia** รูปสี่เหลี่ยมด้านไม่เท่า, กระดูกหลายเหลี่ยม

trapezoid (ทระพิ' ซอยดฺ) *n.* รูปสี่เหลี่ยมที่มีสองด้านขนานกัน **-trapezoid, trapezoidal** *adj.*

trap mine กับระเบิด

trapper (แทรพ' เพอะ) *n.* ผู้วางกับดักสัตว์, ผู้มีอาชีพวางกับดักสัตว์เพื่อเอาขน

trappings (แทรพ' พิงซฺ) *n.* เครื่องประดับ, สิ่งประดับ, เครื่องประดับยศ, เครื่องประดับม้า

Trappist (แทรพ' พิสทฺ) *n.* สมาชิกกลุ่มเคร่งศาสนา ใน ค.ศ. 1664

trapshooting (แทรพ' ชูทิง) *n.* กีฬายิงเป้าบิน

trash (แทรช) *n.* ของเสีย, ของเหลวไหล, ขยะ, หนังสือไร้สาระ, กากอ้อย, ของสวะ, คำพูด ข้อคิดเห็นหรือข้อเขียนที่เหลวไหล, คนเหลวไหล, คนสวะ, คนที่ถูกมองว่าไร้ค่า *-vt.* **trashed, trashing** เล็มกิ่ง, ตัดกิ่ง, เด็ดใบทิ้ง, ทำลายข้าวของ (-S. balderdash, drivel, foolish talk)

trash can ถังขยะ

trashery (แทรช' เชอะรี) *n.* ขยะ, ของเสีย, ของสวะ (-S. refuse, waste)

trashy (แทรช' ชี) *adj.* **-ier, -iest** เหมือนของสวะ, เหมือนของเสีย, ไร้ค่า, เหลวไหล **-trashiness** *n.* **-trashily** *adv.* (-S. cheap, flimsy, tinsel)

trass (แทรส) *n.* หินภูเขาไฟที่ใช้ทำซีเมนต์

trauma (ทรอ' มะ) *n., pl.* **-mata/-mas** การบาดเจ็บ, แผลบาดเจ็บ, ภาวะที่ได้รับบาดเจ็บ, ความชอกช้ำ, ความชอกช้ำทางจิต **-traumatic** *adj.* **-traumatically** *adv.* (-S. jolt, shock, wound)

travail (ทระเวล') *n.* งานยากลำบาก, งานตรากตรำ, ความทุกข์ทรมานจากความยากลำบาก, การคลอดลูก, ความเจ็บปวดในการคลอดลูก *-vi.* **-vailed, -vailing**

ได้รับความเจ็บปวดจากการคลอดลูก, ตรากตรำงาน, ทำงานด้วยความยากลำบาก (-S. agony, pain, toil, labour)

travel (แทรฟ' เวิล) *v.* **-eled, -eling/-elled, -elling** *-vi.* เดินทาง, ท่องเที่ยว, ทัศนาจร, เดินทางด้วยเท้า, เคลื่อนย้าย, ไปมาหาสู่ไปอย่างรวดเร็ว, เคลื่อน, ส่ง, ถ่ายทอด *-vt.* เดินทาง, ท่องเที่ยว, ทำให้เดินทาง, ทำให้เคลื่อนย้าย *-n.* การเดินทาง, การท่องเที่ยว, การทัศนาจร, การเคลื่อนย้าย, จราจร, เรื่องราวการเดินทาง, ระยะเลื่อนของเครื่องจักร (-S. journey, wander, proceed, roam, trip, tour, voyage) *-Ex. I'm fond of travelling., I have travelled in many countries., I have travelled many miles., The wheel travels along this bar., Gulliver's travels*

travel agency สำนักงานท่องเที่ยว (จัดซื้อตั๋วจองโรงแรมและอื่นๆ) (-S. travel bureau)

travel agent ตัวแทนสำนักงานท่องเที่ยว

traveler, traveller (แทรฟ' เวิลเลอะ) *n.* ผู้เดินทาง, นักท่องเที่ยว, นักทัศนาจร, ตัวแทนบริษัทที่เดินทางไปขายของตามเมืองต่างๆ, โครงปั้นจั่นที่เคลื่อนไปมาได้

traverse (แทรฟ' เวิร์ส) *v.* **-versed, -versing** *-vt.* เดินข้าม, ขวาง, ขัดขวาง, ตัดผ่าน, ตัดทะลุ, กระโดดเชือก, เดินขึ้นลงข้ามเขา, ทำให้เดินขวาง, สำรวจ, พิจารณาอย่างละเอียด, ตรวจตรา, ต้าน, ปฏิเสธ, หันและเล็งปืนไปยัง *-vi.* เดินข้าม, ผ่าน, หันกระบอกปลายปืนไปยัง, ปีนเขาในรูปตัว Z *-n.* การเดินข้าม, การเดินผ่าน, การขวาง, ไม้ขวาง, เหล็กขวาง, สิ่งที่ขวาง, เส้นทางรูปตัว Z, การสำรวจ, การปฏิเสธ *-adj.* อยู่ขวาง, ขวาง *-adv.* ขวาง, ขัดขวาง **-traversable** *adj.* **-traversal** *n.* **-traverser** *n.* (-S. bridge, cover, cross, pass over, roam, span) *-Ex. The hunters traversed the jungle., The railway traverse the country., A bridge traverses the river.*

travesty (แทรฟ' เวิสที) *n., pl.* **-ties** การล้อเลียน, การเลียนแบบ, การล้อเลียนหรือเลียนแบบขบขัน *-vt.* **-tied, -tying** ล้อเลียน, เลียนแบบ, ปลอม (-S. caricature, lampoon, parody, sham)

travois, travoise (ทระวอย', -วอยซ) *n.* พาหนะคล้ายเลื่อนของชาวอินเดียนแดงสมัยก่อนใช้สัตว์ลาก (สุนัขหรือม้า)

trawl (ทรอล) *n.* อวนแข็งแรงแบบหนึ่งใช้จับปลาในน้ำลึก เป็นอวนใต้ทะเลที่ใช้เรือลาก, สายตะขอจับปลาทะเล *-vi., vt.* **trawled, trawling** จับปลาด้วยอวนดังกล่าว, จับปลาด้วยสายตะขอดังกล่าว, ตกปลาด้วยวิธีลากเบ็ดช้าๆ (-S. trawl net)

trawler (ทรอล' เลอะ) *n.* เรือลากอวนจับปลา, คนลากอวนจับปลา

tray (เทร) *n.* กระบะ, ถาด, ถาดล้างรูป, ถาดรอง, จานรอง, ชั้นเลื่อนที่ใช้เก็บเอกสาร, ลิ้นชักโต๊ะหนังสือ

treacherous (เทรช' เชอะเริส) *adj.* ทรยศ, หักหลัง, อกตัญญู, ไม่มีสัจจะ, ไร้สัตย์, ขายเพื่อน, ขายชาติ, หลอกลวง, ไม่น่าไว้ใจ, มีเล่ห์เพทุบาย, ไม่มั่นคง, ไม่ปลอดภัย, อันตราย **-treacherously** *adv.* **-treacherousness** *n.* (-S. disloyal, faithless, perfidious)

treachery (เทรช' เชอะรี) *n., pl.* **-ies** การทรยศ, การหักหลัง, ความอกตัญญู, การไม่มีสัจจะ, การไร้สัตย์, การขายเพื่อน, การขายชาติ, การหลอกลวง, ความไม่น่าไว้วางใจ, การมีเล่ห์เพทุบาย, ความไม่มั่นคง, อันตราย (-S. disloyalty, duplicity, infidelity) *-Ex. It was treachery for little Somchai to tell the secrets of the club.*

treacle (ทรี' เคิล) *n.* น้ำเชื่อม, น้ำตาลเหลว, น้ำอ้อย, ยาต้านพิษงูหรือพิษอื่นๆ, ยาครอบจักรวาล, ความรู้สึกที่ไม่ได้ควบคุมไว้ **-treacly** *adj.*

tread (เทรด) *vt., vi.* **trod, trodden/trod** ย่ำ, เหยียบ, เดินไปมา, ใช้เท้าบดขยี้, ย่ำยี, บดขยี้, กดขี่, เต้นรำ, นกตัวผู้ผสมพันธุ์กับนกตัวเมีย *-n.* การย่ำ, การเหยียบ, การเดินไปมา, เสียงฝีเท้า, วิธีการย่ำ, วิธีการเดิน, วิธีก้าว, จังหวะการก้าว, พื้นขั้นบันไดที่เหยียบ, ที่เหยียบของระหัด, แผ่นเหยียบ, พื้นเหยียบ, พื้นรองเท้า, ส่วนยางล้อที่ถูกถนน, ยางหล่อดอก **-tread on someone's toes/corns** ก้าวร้าว, รุกราน **-tread the boards/stage** แสดงบนเวที (โดยเฉพาะที่เป็นอาชีพ) **-tread water** พยุงตัวในน้ำ, พยายามไม่ให้เกิดการเปลี่ยนแปลง **-treadless** *adj.* (-S. step, pace, crush, tram, hike, march)

treadle (เทรด' เดิล) *n.* แผ่นเหยียบ, ลูกเหยียบ, ที่เหยียบ, ที่ถีบ, คันถีบ *-vi.* **-led, -ling** เหยียบ, ถีบ **-treadler** *n.*

treadmill (เทรด' มิล) *n.* เครื่องโม่หรือเครื่องสีที่ใช้เท้าเหยียบ

treason (ทรี' เซิน) *n.* การกบฏ, การทรยศขายชาติ, การทำให้เสียศรัทธา, การทรยศ (-S. disloyalty, mutiny, sedition)

treasonable (ทรี' ซะนะเบิล) *adj.* เป็นกบฏ, ทรยศขายชาติ, ทรยศ, หักหลัง **-treasonableness** *n.* **-treasonably** *adv.*

treasonous (ทรี' ซะเนิส) *adj.* ดู treasonable **-treasonously** *adv.*

treasure (เทรช' เชอะ) *n.* ทรัพย์สมบัติ (โดยเฉพาะในรูปของเงิน ทอง เพชรนิลจินดา), ของมีค่า, ขุมทรัพย์, สิ่งที่ล้ำค่า, บุคคลที่มีคุณค่าสูง *-vt.* **-ured, -uring** สงวนไว้เป็นของล้ำค่า, ตราตรึงอยู่ในความทรงจำด้วยความรัก, เก็บรักษาไว้, สะสม **-treasurable** *adj.* (-S. funds, riches, cherish, jewels) *-Ex. the King's treasures of gold and jewels., my two treasures, My cook is a treasure!, treasure-house, I treasure the memory of the day.*

treasurer (เทรช' เชอะเรอะ) *n.* ผู้รักษาทรัพย์สมบัติ, เหรัญญิก **-First Lord of the Treasurer** เสนาบดีฝ่ายการคลัง, ขุนคลัง, รัฐมนตรีว่าการกระทรวงการคลัง

treasure-trove (เทรช' เชอะโทรฟว) *n.* ทรัพย์ที่พบฝังอยู่ในดินหรือที่อื่นแต่ไม่ทราบเจ้าของ, การค้นพบของล้ำค่า, ของล้ำค่าที่ค้นพบ

treasury (เทรช' เชอะรี) *n., pl.* **-ies** คลัง, ท้องพระคลัง, ที่เก็บทรัพย์สมบัติ, กองคลัง, กรมคลัง, ทรัพย์สมบัติ, คลังสมบัติ **-Treasury** กองคลัง, กรมคลัง, กลุ่มวรรณกรรมที่ล้ำค่า (-S. bank, cache, exchequer, revenues)

T

-Ex. the club treasury, Treasury Board, treasury bill, the Treasury of the government

treasury note พันธบัตรกระทรวงการคลัง (มักเป็นชนิดระยะยาว)

treat (ทรีท) *v.* **treated, treating** *-vt.* กระทำกับ, ปฏิบัติกับ, รักษา, เยียวยา, จัดการ, พิจารณา, ใส่กับ, เลี้ยง, ต้อนรับ, จัดหาอาหารให้ *-vi.* จัดการ, เลี้ยง, เจรจา *-n.* การเลี้ยง, การต้อนรับ, การจัดหาอาหารให้, สิ่งที่ให้ความบันเทิงหรือพอใจ, การกระทำ, คราวที่จะต้องเลี้ยง, เรื่องที่ดีหรือสนุกที่หาได้ยาก **-treatable** *adj.* **-treater** *n.* (-S. handle, regard)

treatise (ทรี' ทิส) *n.* บทความ, ความเรียง, เรื่องราว, หนังสือ, ตำรา (-S. dissertation, eassy, pamphlet, paper)

treatment (ทรีท' เมินทฺ) *n.* การรักษา, การเยียวยา, การปฏิบัติต่อ, การกระทำต่อ, วิธีการทางวรรณกรรม, การใส่ (สารเคมีเป็นต้น) (-S. care, cure, healing, remedy) *-Ex. treatments for one's sprained back, unfair treatment, heat treatment, treatment for cancer*

treaty (ทรี' ที) *n., pl.* **-ties** สนธิสัญญา, ข้อตกลงระหว่างประเทศ, ข้อตกลง, การเจรจาเพื่อตกลงกัน, การปรึกษาหารือ (-S. agreement, alliance, bond, compact) *-Ex. a peace treaty*

treble (เทรบ' เบิล) *adj.* สามเท่า, สามชั้น, สามหน, ตรีคูณ, สามอย่าง, สามประการ *-n.* ระดับเสียงที่สูงสุด, นักร้องเสียงสูง, เครื่องดนตรีเสียงสูง, เสียงดังแสบแก้วหู *-vt.,vi.* **-led, -ling** เพิ่มเป็นสามเท่า, กลายเป็นสามเท่า **-trebly** *adv.* **-trebleness** *n. -Ex. The treble sounds of children's voices.*

tree (ทรี) *n.* ต้นไม้ยืนต้น, ต้นไม้, พืชไม้พุ่ม, สิ่งที่คล้ายต้นไม้, วัสดุไม้, แผนภูมิวงศ์ตระกูล (หรือ family tree), ไม้เสา, คานไม้, กลุ่มผลึกที่คล้ายต้นไม้, โครงไม้แขวนคอคน (ประหารชีวิต), ต้นคริสต์มาส (หรือ Christmas tree), ไม้กางเขนที่ตรึงพระเยซูคริสต์, ไม้รักษารูปรองเท้าที่ใส่ไว้ในรองเท้า *-vt.* **treed, treeing** ไล่ขึ้นต้นไม้, แผ่ออกเป็นรูปต้นไม้ **-up a tree** ในสภาพที่ลำบาก *-Ex. family tree, Christmas tree, branches of tree, a rose tree, to tree on opossum, a shoe tree, a hat tree*

tree surgery การซ่อมแซมต้นไม้ที่ชอกช้ำหรือเป็นโรค, ศัลยกรรมผ่าต้นไม้

treetop (ทรี' ทอพ) *n.* ยอดต้นไม้, กิ่งก้านบนสุดของต้นไม้

trefoil (ทรี' ฟอยลฺ) *n.* พืชไม้ฝักจำพวก *Trifolium* ที่มีใบสามแฉก, สิ่งประดับรูปใบสามแฉก,

trek (เทรค) *vi.* **trekked, trekking** เดินทางหรืออพยพ (โดยเฉพาะไปอย่างช้าๆ หรือด้วยความลำบาก), (ในแอฟริกาใต้) เดินทางด้วยเกวียน, (ในแอฟริกาใต้) วัวลากเกวียน *-n.* การเดินทางที่เป็นไปอย่างช้าๆ หรือด้วยความลำบาก, (ในแอฟริกาใต้) การอพยพหรือการเดินทางด้วยเกวียน, (ในแอฟริกาใต้) ช่วงระยะการเดินทาง (โดยเฉพาะบนเกวียน) **-trekker** *n.* (-S. slog, tramp, hike, march) *-Ex. the trek to Doi Intanon*

trellis (เทรล' ลิส) *n.* โครงลูกไม้, โครงสร้างบังตาที่เป็นช่อง, โครงสร้างสำหรับปลูกไม้เลื้อย, ไม้ระแนงขัดกันเป็นตารางสำหรับปลูกไม้เลื้อย *-vt.* **-lised, -lising** จัดให้มีลายหรือโครงสร้างดังกล่าว, เลื้อยไปตามโครงไม้ระแนงขัดกัน, ทำให้เป็นลายลูกไม้, ทำให้เป็นร้าน *-Ex. trellised verandah, to trellis a climbing rose*

trelliswork (เทรล' ลิสเวิร์ค) *n.* โครงลูกไม้, ร้าน, โครงสร้างสำหรับปลูกไม้เลื้อย, โครงไม้ระแนงขัดกัน

trematode (เทรม' มะโทด) *n.* พยาธิตัวแบนใน class Trematoda มีส่วนปากดูดเป็นตะขอ, พยาธิใบไม้

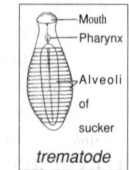

trematode

tremble (เทรม' เบิล) *vi.* **-bled, -bling** สั่น, สั่นเทา, สั่นไหว, ตัวสั่น, สั่นระริก, กลัว, เป็นทุกข์, สั่นสะเทือน *-n* การสั่น, การสั่นเทา, การสั่นไหว, การสั่นสะเทือน, ความกลัวจนตัวสั่น **-trembles** โรคในสัตว์ที่เกิดจากการที่สัตว์กินต้น snakeroot เข้าไปทำให้มีอาการตัวสั่น **-trembly** *n.* (-S. shake, quiver, teeter, vibrate, rock)

tremendous (ทริเมน' เดิส) *adj.* ใหญ่โตมาก, มหึมา, อย่างยิ่ง, มากมาย, น่ากลัว, น่าตกตะลึง, ดีเยี่ยม, ยอดเยี่ยม **-tremendously** *adv.* **-tremendousness** *n.* (-S. awesome, colossal, huge, monstrous) *-Ex. The fire caused a tremendous loss for the owners of the building., tremendous difference*

tremolo (เทรม' มะโล) *n., pl.* **-los** อุปกรณ์ที่ทำให้เกิดเสียงสั่นสะเทือน

tremor (เทรม' เมอะ) *n.* การสั่นเทาของร่างกาย, การสั่นของโลก *-Ex. the tremor of an earthquake*

tremulant (เทรม' มะเลินทฺ) *adj.* ซึ่งมีเสียงสั่นอย่างมาก

tremulous (เทรม' มิวลัส) *adj.* สั่น, กลัว *-Ex. tremulous voice, tremulous handwriting*

trenail (ทรี' เนล) *n.* สลักไม้ที่ใช้ยึดติดท่อนไม้ (เช่นในเรือ) (-S. treenail)

trench (เทรนชฺ) *n.* คู, คูระบาย, คูดิน, สนามเพลาะ, สลัก *-v.* **trenched, trenching** *-vt.* ล้อมรอบด้วยคู, ขุดคู, ขุดสนามเพลาะ, ตัดเข้าไป *-vi.* ขุดคู, ขุดสนามเพลาะ, เกือบเป็น, เกือบจะ **-trench on/upon** บุกรุก, เกือบจะ (-S. channel, cut, ditch, pit) *-Ex. Soldiers dig trenches to shoot enemies. to trench a field for drainage*

trenchant (เทรน' เชินทฺ) *adj.* แหลมคม, คมกริบ, หลักแหลม, ชัดเจน, เด็ดขาด, ชัดแจ้ง, แข็งขัน **-trenchancy** *n.* **-trenchantly** *adv.* (-S. acerbic, incisive, keen, mordant, tart)

trench coat เสื้อกันฝนชนิดรัดเอวของทหาร มีความยาวเพียงหัวเข่า

trencher (เทรน' เชอะ) *n.* ผู้ขุดคู, ผู้ขุดสนามเพลาะ, จานไม้, ถาดไม้, เขียง, ถ้วยไม้

trencherman (เทรน' เชอะเมิน) *n.* ผู้กินจุ, ปรสิต, กาฝาก

trend (เทรนดฺ) *n.* แนวโน้ม, แนวโน้มเอียง, แนวความคิด, ทิศทาง, แบบสมัยนิยม *-vi.* **trended, trending** มีความโน้มเอียง, มีแนวโน้มเอียง, โน้มเอียง, โน้มน้าว (-S.

bias, course, drift, flow, fashion) *-Ex. the trend of business, trend of thought, the general trend, a business trend*

trendy (เทรน' ดี) *adj.* **-ier, -iest** โน้มเอียง, โน้มน้าว, ทันสมัย, เกี่ยวกับแบบสมัยนิยม **-trendily** *adv.* **-trendiness** *n.*

trepan (ทริแพน') *n.* เครื่องเจาะ, เครื่องเจาะดิน, เครื่องเจาะกะโหลกศีรษะ, เครื่องเจาะบ่อน้ำมัน *-vt.* **-panned, -panning** เจาะเป็นรูปจานกลมออก ดู trephine **-trepanation** *n.*

trephine (ทริไพน') *n.* เครื่องเจาะกะโหลกศีรษะหรือเลื่อยกะโหลกแบบเก่า *-vt.* **-phined, -phining** เจาะด้วยเครื่องเจาะดังกล่าว **-trephination** *n.*

trepidation (เทรพพิเด' ชัน) *n.* การสั่นระริก (ด้วยความกลัว ตกใจหรือเป็นไข้), การสั่น, การสั่นเทา, การสั่นสะเทือน, ความกังวลใจ, อาการกระตุกของกล้ามเนื้อ, ความประหม่า (-S. anxiety, apprehension, panic, nerves) *-Ex. Somsuk approached his new assignment with trepidation.*

trespass (เทรส' เพิส) *vi.* **-passed, -passing** บุกรุก, รุกล้ำ, ล่วงล้ำ, ละเมิด, ล่วงเกิน *-n.* การบุกรุก, การรุกล้ำ, การล่วงล้ำ, การละเมิด, การล่วงเกิน (-S. encroachment, infringement, poaching) *-Ex. Hunters sometimes trespass on the farmer's land., trespasses against the laws of, forgive us our trespasses, We trespassed in the neighbouring woods., Are we trespassing on your time?*

tress (เทรส) *n.* ปอยผม, กระจุกผม, ม้วนผม (-S. lock)

trestle (เทรส' เซิล) *n.* ขาหยั่ง, โครงค้ำ, สะพานที่มีโครงรับน้ำหนักข้างล่าง, สิ่งหนุน

trews (ทรูซ) *n.pl.* กางเกงรัดรูปลายสกอต (-S. breeches)

trey (เทร) *n., pl.* **-treys** ไพ่, แต้ม, ลูกเต๋า

tri- คำอุปสรรค มีความหมายว่า สาม

triable (ไทร' อะเบิล) *adj.* พิจารณาคดีได้, ฟ้องร้องได้, ทดสอบได้, ทดลองได้ **-triableness** *n.*

triad (ไทร' แอด) *n.* กลุ่มที่มี 3 (คน อัน ชิ้น), คณะสาม, ธาตุหรืออะตอมหรือกลุ่มธาตุที่มีวาเลนซี่เป็นสาม **-triadic** *adj.*

trial (ไทร' เอิล) *n.* การทดลอง, การสอบสวน, การทดสอบ, การซ้อม, การทรมาน, ความเจ็บปวด, ความยากลำบาก, บุคคลที่สร้างปัญหา, เรื่องที่ยากลำบาก *-adj.* เกี่ยวกับการทดสอบ, เกี่ยวกับการทดลอง, เป็นการทดสอบ, เป็นตัวอย่าง **-on trial** กระบวนการพิจารณาไต่สวนในชั้นศาล **-trial by fire** ทดสอบความสามารถภายใต้ความกดดันต่างๆ (-S. experiment, audition, check, test) *-Ex. a trial of strength, trial and error, a trial speech, make a trial, trial flight, trial basis, on trial, stand trial for, a trial cake of soap*

trial and error การทดสอบวิธีต่างๆ และตัดวิธีที่ผิดทิ้ง

trial balance บัญชี, งบทดลอง

triangle (ไทร' แองเกิล) *n.* สามเหลี่ยม, รูปสามเหลี่ยม, ไม้ฉากรูปสามเหลี่ยม, เหล็กเคาะจังหวะที่มีรูปสามเหลี่ยม, กลุ่ม 3 คน (อัน ชิ้น), ปัญหาสามเส้า, ความสัมพันธ์สามเส้า

triangular (ไทรแอง' กิวละ) *adj.* สามเหลี่ยม, สามมุม, มีสามด้าน, ประกอบด้วยสามส่วน, ประกอบด้วยสามสิ่ง **-triangularity** *n.* **-triangularly** *adv.* (-S. three-cornered) *-Ex. a triangular treaty*

Triassic (ไทรแอส' ซิค) *adj.* เกี่ยวกับยุคมีโสโซอิกเมื่อประมาณ 180-220 ล้านปี เป็นยุคที่มีภูเขาไฟระเบิดมาก เริ่มมีสัตว์ยักษ์จำพวกไดโนเสาร์และสัตว์เลื้อยคลานที่อยู่ในทะเล

tribal (ไทร' เบิล) *adj.* เกี่ยวกับเผ่า, เกี่ยวกับเผ่าพันธุ์ **-tribally** *adv. -Ex. a tribal dance, a tribal custom*

tribe (ไทรบ) *n.* เผ่า, หมู่ชน, ชาติวงศ์, จำพวก, วงศ์ตระกูล, กลุ่มพืชหรือสัตว์, ประเภท (-S. blood, clan, house) *-Ex. American Indians once lived in tribes., a tribe of thieves, African tribes*

tribesman (ไทรบซ' เมิน) *n.* สมาชิกของเผ่า, ชนเผ่า

tribulation (ทริบบิวเล' ชัน) *n.* ความยากลำบาก, ความยากแค้น, ภัยพิบัติ (-S. adversity, blow, burden, grief) *-Ex. the tribulation of war*

tribunal (ไทรบิว' เนิล) *n.* ศาลยุติธรรม, บัลลังก์ตุลาการ, บัลลังก์พิจารณาพิพากษาอรรถคดี (-S. bar, bench, court, hearing, trial) *-Ex. the tribunal of conscience*

tribune[1] (ทริบ' บิวน) *n.* ผู้พิทักษ์สิทธิของประชาชนในสมัยโรมัน, ผู้พิทักษ์สิทธิเสรีภาพของประชาชน, เจ้าหน้าที่คุ้มครองประชาชน **-tribunary** *adj.*

tribune[2] (ทริบ' บิวน) *n.* เวทีแสดงสุนทรพจน์, เวทีอภิปราย, ยกพื้นสำหรับการแสดงสุนทรพจน์

tributary (ทริบ' บิวเทริ) *n., pl.* **-ies** แคว, สาขา (แม่น้ำ), เมืองขึ้น, ประเทศที่ต้องส่งเงินบรรณาการให้ประเทศอื่น *-adj.* (สายน้ำ) ไหลรวมกับสายใหญ่กว่า, เสริม, สาขา, จ่ายเงินบรรณาการ, เป็นเงินบรรณาการ, เป็นเมืองขึ้น, เป็นส่วนประกอบ (-S. branch)

tribute (ทริบ' บิวท) *n.* เงินบรรณาการ, ของขวัญ, ของถวาย, ค่าเช่าหรือเงินภาษีที่ต้องจ่ายให้ผู้ปกครอง, ภาระหน้าที่ดังกล่าว, คำสรรเสริญ (-S. praise, compliment, gift, tax) *-Ex. The country pays tribute to the memory of King Rama V each October 23., lay under tribute*

trice (ไทรซ) *n.* ระยะเวลาที่สั้นมาก, ชั่วขณะ, ชั่วพริบตา, ชั่วประเดี๋ยว (-S. instant)

triceps (ไทร' เซพซ) *n., pl.* **-cepses/-ceps** กล้ามเนื้อสามหัว (เช่น กล้ามเนื้อที่ด้านหลังของแขนบน)

trichina (ไทรไค' นะ) *n., pl.* **-nae/-nas** พยาธิตัวกลมจำพวก *Trichinella spiralis* ตัวที่โตแล้วพบในลำไส้ ส่วนตัวอ่อนหุ้มตัวอยู่ในกล้ามเนื้อ, พยาธิตัวจี๊ด

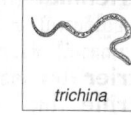

trichina

trichinosis (ทริคคะโน' ซิส) *n.* โรคที่เกิดจากการมีพยาธิพวก trichina อยู่ในร่างกาย เนื่องจากการกินเนื้อ (โดยเฉพาะเนื้อหมู) ที่ไม่สุก ทำให้มีไข้ ปวดกล้ามเนื้ออ่อนเพลีย ท้องร่วงและอื่นๆ

trichinous (ทริค' คะเนิส) *adj.* เกี่ยวกับโรค trichinosis,

เป็นโรค trichinosis

trick (ทริค) *n.* อุบาย, กลอุบาย, กลเม็ด, เล่ห์เพทุบาย, เล่ห์เหลี่ยม, ภาพหลอน, การเล่นพิเรน, อุปกรณ์พลิกแพลง, วิธีพลิกแพลง, นิสัยแปลกๆ, เคล็ดลับ, การเล่นกล, ไพ่กองหนึ่ง *-adj.* เกี่ยวกับกลอุบาย, ใช้กลอุบาย *-v.* **tricked, tricking** *-vt.* ใช้กลอุบาย, ใช้เล่ห์เหลี่ยม, หลอกลวง, โกง, ตกแต่ง, ประดับ *-vi.* หลอกลวง, หลอกต้ม, เล่นพิเรน, เล่นตลก **-do/turn the trick** ได้ผล **-tricker** *n.* (-S. deception, prank, knack, dodge) *-Ex. the magician's best trick, Daeng played a trick on, The dishonest boy tried to trick Daeng into exchanging his bicycle for a racing., a dirty trick, the odd trick*

trickery (ทริค' คะรี) *n., pl.* **-ies** การใช้กลอุบาย, การใชกลเม็ด, การใช้เล่ห์เพทุบาย, การใช้เล่ห์เหลี่ยม, การหลอกลวง, กลอุบาย, กลเม็ด

trickle (ทริค' เคิล) *v.* **-led, -ling** *-vi.* หยด, ไหลเป็นหยด, ไหลเล็กน้อย, ริน, ซึม, เคลื่อนอย่างช้า, ไปหรือมาอย่างช้าๆ *-vt.* ทำให้หยด, ทำให้ไหลเป็นหยด, ทำให้ไหลช้าๆ, ทำให้ไปหรือมาอย่างช้าๆ *-n.* หยด, หยาด, จำนวนเล็กน้อย, ของเหลวที่ไหลช้าๆ, ปริมาณเล็กน้อยที่ไปหรือมาอย่างช้าๆ (-S. crawl, drop, drip) *-Ex. Water trickled from the leak in the water-pipe., A trickle of water leaked from the pipe.*

trickster (ทริค' สเทอะ) *n.* ผู้โกง, ผู้หลอกต้ม, ผู้เล่นกล, ผู้แกล้งคนอื่น, ผีที่แกล้งคน

tricksy (ทริค' ซี) *adj.* **-sier, -siest** ขี้เล่น, ซน, ชอบสนุก, กลับกลอก, ควบคุมยาก, เก๋, แต่งตัวสวยงาม (-S. playful, quaint)

T

tricky (ทริค' คี) *adj.* **-ier, -iest** มีเล่ห์เหลี่ยม, มีเล่ห์เพทุบาย, กลับกลอก, หลอกลวง, เล่นลูกไม้, จัดการยาก, ไม่แน่นอน **-trickily** *adv.* **-trickiness** *n.* (-S. complicated, delicate, risky, ticklish) *-Ex. The lock on this door is tricky., The tricky boy filled the fountain pen with water.*

tricolour, tricolor (ไทร' คัลเลอะ) *n.* ธงที่มีสามสี, ธงชาติของฝรั่งเศส (น้ำเงิน ขาว แดง) *-adj.* มีสามสี **-tricoloured, tricolored** *adj.*

trident (ไทร' เดินทฺ) *n.* อาวุธสามง่าม, ทวนหรือฉมวกสามง่ามที่เป็นสัญลักษณ์ของเทพเจ้าทะเลโพเซดอนหรือเนปจูน, ตรีศูล *-adj.* มีสามง่าม

tried (ไทรดฺ) *vt., vi.* กริยาช่อง 2 และ 3 ของ try *-adj.* ผ่านการทดสอบว่าดีแล้ว, ไว้ใจได้, เชื่อถือได้ *-Ex. Yesterday I tried hard, Joe is Jack's tried and true friend.*

triennial (ไทรเอน' เนียล) *adj.* เกิดขึ้นทุกสามปี, อยู่ได้สามปี *-n.* การฉลองครบรอบสามปี, สิ่งที่เกิดขึ้นทุกสามปี, ช่วงระยะเวลาสามปี **-triennially** *adv.*

trier (ไทร' เออะ) *n.* ผู้ทดสอบ, สิ่งทดสอบ

trifle (ไทร' เฟิล) *n.* เรื่องขี้ปะติ๋ว, เรื่องไม่สำคัญ, เรื่องจุกจิก, เรื่องเล็กๆ น้อยๆ, สิ่งปลีกย่อย, ข้อที่ไม่สำคัญ *-v.* **-fled, -fling** *-vi.* ล้อ, ล้อเล่น, หยอกล้อ *-vt.* เสียเวลา, ปล่อยเวลาให้ผ่านไปโดยเปล่าประโยชน์ **-trifler** *n.* (-S. gewgaw, dash, triviality, toy) *-Ex. Don't fret over trifles., We bought this knife for a trifle.*

trifling (ไทร' ฟลิง) *adj.* ขี้ปะติ๋ว, ไม่สำคัญ, เล็กน้อย, กระจอก, มีค่าเล็กน้อย, เหลาะแหละ, เสียเวลา **-triflingly** *adv. -Ex. I cannot have my time taken up by such trifling nonsense., a trifling character*

trifocal (ไทรโฟ' คัล) *adj.* มี 3 โฟกัส, (แว่นตา) มี 3 ส่วน คือสำหรับรับภาพไกล ใกล้และกึ่งไกลกึ่งใกล้ **-trifocals** เลนส์ที่มีสามส่วน สำหรับมองภาพไกล ใกล้และกึ่งไกลกึ่งใกล้

trig (ทริก) *vt.* **trigged, trigging** ค้ำจุน, หนุน, ขัด, ดัน *-n.* ที่หนุนเครื่องค้ำ, เครื่องหนุน, เครื่องขัด (-S. trim, check, dress)

trigger (ทริก' เกอะ) *n.* ไกปืน, นกสับ, อุปกรณ์นกสับ, สิ่งกระตุ้น, ตัวริเริ่ม *-vt.* **-gered, -gering** ลั่นไกปืน, เหนี่ยวไกยิง, ยิง, ระเบิด **-quick on the trigger** ว่องไว, ปราดเปรียว, คล่องแคล่ว (-S. activate, produce, cause, elicit) *-Ex. The battle triggered the Thai Revolution.*

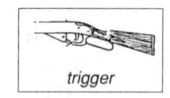

trigger

trigger-happy (ทริก' เกอะ -แฮพพี) *adj.* (คำสแลง) กระหายเลือด กระหายสงคราม ชอบยิงปืน บ้าบิ่น

triggerman (ทริก' เกอะเมิน) *n.* มือปืน, องครักษ์

triglyceride (ไทรกลิส' ซะไรดฺ) *n.* เอสเตอร์ที่ได้จาก glycerol กับ fatty acids สามโมเลกุล

trigonometry (ทริกกะนอม' มิทรี) *n.* วิชาตรีโกณ, ตรีโกณมิติ, วิชาคณิตศาสตร์ที่เกี่ยวกับความสัมพันธ์ระหว่างด้านและมุมของสามเหลี่ยม **-trigonometric, trigonometrical** *adj.* **-trigonometrically** *adv.*

trilateral (ไทรเลทเทอะ' รัล) *adj.* มีสามด้าน **-trilaterally** *adv.*

trill (ทริล) *v.* **trilled, trilling** *-vi.* ไหลริน, เป็นสายเล็กน้อย *-vt.* ทำให้เกิดการไหลริน

trillion (ทริล' เอิน) *n.* (อังกฤษ) ตัวเลขแสดงจำนวนจำนวนล้านล้านล้านหนคือเลข 19 ตำแหน่ง, (อเมริกา) ตัวเลขแสดงจำนวนล้านล้านหนคือเลข 13 ตำแหน่ง **-trillionth** *adj., n.*

trilobite (ไทร' ละไบทฺ) *n.* แมลงทะเล class Trilobita ที่สูญพันธุ์ไปแล้วสมัยดึกดำบรรพ์ มีร่างแบนเป็นวงรี **-trilobitic** *adj.*

trilocular (ไทรลอค' คิวละ) *adj.* มีสามเซลล์, มีสามห้อง

trilogy (ทริล' ละจี) *n., pl.* **-gies** ละครสามเรื่อง (ต่อเนื่องกัน), นวนิยายสามเรื่อง (ต่อเนื่องกัน), การแสดงสามตอน (ต่อเนื่องกัน), ดนตรีสามตอน (ต่อเนื่องกัน)

trim (ทริม) *v.* **trimmed, trimming** *-vt.* เล็ม, ขริบ, ตัดเล็ม, ตัดแต่ง, ทำให้เสมอกัน, ตีสองหน้า, เลียบฝั่ง, ประดับ, ดุ, ด่า, ตี, เฆี่ยน, ทำให้แพ้ *-vi.* เดินสายกลาง, วางตัวเป็นกลาง, ทำให้เรือทรงตัว, ปรับใบเรือ, ปรับนโยบาย *-n.* การเล็ม, การขริบ, การปรับ, การทรงตัวของเรือ, อุปกรณ์, เครื่องแต่งตัว (หรูหรา), ของกระจุกกระจิก, สิ่งที่ใช้ประดับ, เครื่องตกแต่งภายในรถยนต์, อุปกรณ์ตกแต่งภายในรถยนต์ *-adj.* **trimmer, trimmest** เก๋, เรียบร้อย, เป็นระเบียบ, เตรียมการให้เรียบร้อย **-trimly** *adv.* **-trimness** *n.* (-S. clip, barber, crop, dock, prune, shave, dress, garnish, arrange, settle) *-Ex. to* *trim a beard, to keep in trim, to be in poor trim, to trim the Christmas tree, to trim the lumber, a trim figure, a trim lawn, a trim room*

trimester (ทริมมิ' เทอะ) *n.* ระยะเวลา 3 เดือน, ภาคละ 3 เดือน, หนึ่งใน 3 ภาคเรียนการศึกษา (ในหนึ่งปี) **-trimestral, trimestrial** *adj.*

trimming (ทริม' มิง) *n.* ขอบส่วนที่ถูกตัดออก, สิ่งที่ใช้ตัดเล็ม, เครื่องแต่งตัว, เครื่องประดับ, สิ่งประดับ, สิ่งที่ทำให้สมบูรณ์, อาหารประกอบ, อุปกรณ์, การตัด, การเล็ม, การดุ, การด่า, การตี, การเฆี่ยน, การพ่ายแพ้ **-trimmings** เศษหรือกิ่งก้านที่ถูกตัดออกมา (-S. adornment, braid, edging, frill, piping) *-Ex. Buttons, lace, and ribbons are dress trimmings., the trimmings of meat, roast duck with all the trimmings*

Trinidad (ทริน' นิแดด) ชื่อสาธารณรัฐใน West Indians ประกอบด้วย Trinidad และ Tobago

Trinitarian (ทรินิแท' เรียน) *adj.* เกี่ยวกับหลักการของ Trinity, เกี่ยวกับ Trinity *-n.* บุคคลที่เชื่อหรือยึดถือหลักของ Trinity **-Trinitarianism** *n.*

trinitrotoluene (ไทรไนโทรทอล' ลิวอิน) *n.* วัตถุระเบิดชนิดหนึ่งที่เรียกว่า TNT

trinity (ทริน' นิที) *n., pl.* **-ties** กลุ่มที่มี 3 คน (ชิ้น อัน) **-Trinity** ร่างที่ประกอบด้วย 3 องค์ (พระบิดา พระบุตร และจิตวิญญาณ) (-S. threesome, trilogy, trio, triple, triumvirate)

trinket (ทริง' คิท) *n.* เครื่องเพชรพลอยเล็กๆ น้อยๆ, เครื่องประดับเล็กๆ น้อยๆ, สิ่งที่มีค่าเล็กๆ น้อยๆ, ของกระจุกกระจิก (-S. bagatelle, ornament, toy, trifle)

trio (ทรี' โอ) *n., pl.* **-os** กลุ่มที่ประกอบ 3 คน (อัน ชิ้น) ไตรมิตร, การบรรเลงหรือร้องสามครั้ง, กลุ่มนักร้อง 3 คน, กลุ่มนักแสดง 3 คน, ตอง,ไพ่ชุดที่มีแต้มเดียวกัน 3 ใบ (-S. threesome, trinity, triptych, triune)

trioxide, trioxid (ไทรออค' ไซดฺ) *n.* สารประกอบออกไซด์ที่ประกอบด้วยออกซิเจน 3 อะตอมเช่น As_2O_3

trip (ทริพ) *n.* การเดินทาง, การท่องเที่ยว, การพลาด, การเดินพลาด, ความผิดพลาด, การไปกลับ, (คำสแลง) การอยู่ภายใต้อิทธิพลของยาหลอนประสาท ภาวะจิตเคลิ้ม (เนื่องจากได้รับยาหลอนประสาท), การทำให้ล้ม, การพูดผิด, ระยะการเดินทาง *-vt., vi.* **tripped, tripping** เดินสะดุด, สะดุดล้ม, ขัดขวาง, ทำให้ล้ม, เดินหรือวิ่งอย่างรวดเร็ว, จับผิด, ปล่อย, ทำพลาด, ท่องเที่ยว, เดินทาง **-trip the light fantastic** เต้นรำ (-S. errand, excursion, foray, jaunt, tour, voyage) *-Ex. a flying trip, to trip over a doorstep, to trip on the stairs, trip and fall, trip a measure, Daeng tripped Somsri with his foot., a trip on the stairs, Somchai tripped on the chemistry problem.*

tripartite (ไทรพาร์' ไททฺ) *adj.* แบ่งออกเป็น 3 ส่วน, แบ่งออกเป็น 3 แฉก, ประกอบด้วย 3 ชิ้น

tripartite

tripartition (ไทรพาร์ทิช' ชัน) *n.* การแบ่งออกเป็น 3 ส่วน

tripe (ไทรพฺ) *n.* กระเพาะส่วนที่หนึ่งและสองของสัตว์เคี้ยวเอื้อง (โดยเฉพาะของแกะ วัว หรือแพะ) ใช้เป็นอาหาร, ผ้าขี้ริ้ววัว, เครื่องในวัว, คำพูดหรือข้อเขียนที่ผิดหรือไม่มีค่า, สิ่งที่ด้อยคุณค่า, สิ่งที่ไม่ได้มาตรฐาน, สวะ, สิ่งเหลวไหล (-S. nonsense, claptrap, drivel, rubbish)

triple (ทริพ' เพิล) *adj.* สามเท่า, สามหน, สามชั้น, สามระดับ, สามชนิด *n.* จำนวนสามเท่า, กลุ่มที่มี 3 (คน อัน ชิ้น), คณะสาม, (กีฬาเบสบอล) การตีลูกที่ทำให้ผู้ตีไปถึงฐานที่สามได้, กลุ่มละสามเท่า, ตรีคูณ *-vt., vi.* **-pled, -pling** ทำให้เป็นสามเท่า, ทำให้เป็นสามครั้ง (-S. trio, threefold, threeway) *-Ex. The fork is triple-pronged., The population of the country has more than tripled in the last 30 years.*

triplet (ทริพ' ลิท) *n.* หนึ่งในแฝด 3 คน, แฝด 3 คนที่คลอดออกมาในท้องหนึ่ง, กลุ่มที่มี 3 คน (อัน ชิ้น), เครื่องหมายเสียงดนตรีสามเสียงที่ต่อเนื่องกัน (-S. trio)

triplex (ทริ' เพลคซฺ) *adj.* สามเท่า, สามหน, สามชั้น, สามระดับ, บ้านสามชั้น, ส่วนที่เป็นสามชั้น, บทเพลงสามจังหวะ, ส่วนที่มีสามส่วน

triplicate (ทริพ' ลิคิท) *n.* เอกสารที่มีสามฉบับที่เหมือนกัน, กลุ่มที่มีสามส่วน, ส่วนที่มีสามชั้น *-vt.* **-cated, -cating** ทำเป็นสำเนาสามฉบับ, ทำให้เป็นสามเท่า **-triplication** *n.* (-S. triple)

tripod (ไทร' พอด) *n.* ม้านั่ง (โต๊ะ ตั่ง ที่ค้ำ ที่ตั้งแท่นบูชา) ที่มี 3 ขา **-tripodal** *adj.*

Tripoli (ทริพ' พะลี) ชื่อเมืองท่าและเมืองหลวงของลิเบีย **-Tripolitan** *adj., n.*

tripper (ทริพ' เพอะ) *n.* ผู้เดินทาง, ผู้ท่องเที่ยว, ผู้ทัศนาจร, การเดินทาง, การท่องเที่ยว, เครื่องส่งสัญญาณ, ผู้เดินเป็นจังหวะที่เร็วและเบา (-S. journeyer, sightseer, tourist)

tripping (ทริพ' พิง) *adj.* (การก้าว) เร็วและเบา, (ฝีเท้า) เร็วและเบา, คล่องแคล่ว, ว่องไว, ฉับไว **-trippingly** *adv.* (-S. nimble, quick)

triptych (ทริพ' ทิค) *n.* เอกสารพับสามซ้อน, แผ่นกระดาษหรือหนังสือพับสามซ้อน, แผ่นภาพที่ต่อกันสามแผ่น, ศิลปกรรมหรือสิ่งแกะสลักที่ต่อกันสามส่วนหรือสามชิ้น

trireme (ไทร' รีม) *n.* (กรีกโบราณ) เรือที่มีพายสามชั้น ใช้เป็นเรือรบ

trisect (ไทรเซคทฺ') *vt.* **-sected, -secting** แบ่งออกเป็นสามส่วน (โดยเฉพาะที่เท่าๆ กัน)

trite (ไทรทฺ) *adj.* **triter, tritest** ซ้ำๆ ซากๆ, น่าเบื่อหน่าย, จืดชืด, ใช้จนเสียหรือเปื่อย, คร่ำครึ, ธรรมดาๆ, พื้นๆ **-tritely** *adv.* **-triteness** *n.* (-S. banal, dull, hack, stock, worn) *-Ex. such a trite expression, his trite remarks*

tritium (ทริ' เทียม) *n.* ไอโซโทปกัมมันตรังสีชนิดหนึ่งของไฮโดรเจนที่มีมวลอะตอมเป็น 3.016 มีครึ่งชีวิต 12.5 ปี ใช้ในปฏิกิริยานิวเคลียร์

triton (ไทร' ทัน) *n.* อนุภาคที่มีประจุบวกที่ประกอบด้วยหนึ่งโปรตอนและสองนิวตรอน หรือเทียบเท่ากับนิวเคลียสของ tritium

Triton บุตรของเทพเจ้าโพเซดอน มีศีรษะและลำตัวเป็นมนุษย์และหางเป็นปลา

triturate (ทริช' ชะเรท) *vt.* **-rated, -rating** บด, ทำให้ละเอียด, ขยี้ให้ละเอียด, ทุบให้ละเอียด *-n.* สิ่งที่บดละเยียด, ยาบด **-triturable** *adj.* **-triturator** *n.*

triumph (ไทร' อัมฟฺ) *n.* ชัยชนะ, ความมีชัย, การเคลื่อนทัพกลับสู่เมืองพร้อมกับชัยชนะ, การฉลองชัยชนะ, ความยินดีที่มีชัย *-vi.* **-umphed, -umphing** ได้รับชัยชนะ, ประสบชัยชนะ, ยินดีเนื่องจากความสำเร็จ, ฉลองชัยชนะ (-S. conquest, victory, coup, rejoicing, feat) *-Ex. the triumph of knowledge, to triumph over one's opponent, win a triumph over, shouts of triumph*

triumphal (ไทรอัม' เฟิล) *adj.* เกี่ยวกับการมีชัย, เกี่ยวกับการฉลองชัยชนะ, ประสบความสำเร็จ, ปีติยินดีเนื่องจากมีชัยชนะ (-S. triumphant) *-Ex. a triumphal feast*

triumphal arch ประตูชัย

triumphant (ไทรอัม' เฟินทฺ) *adj.* มีชัยชนะ, ประสบความสำเร็จ, ปีติยินดีเนื่องจากมีชัยชนะ, อิ่มอกอิ่มใจ, ดีเลิศ **-triumphantly** *adv.* (-S. proud, exultant, victorious, dominant) *-Ex. a triumphant march*

triumvir (ไทรอัม' เวอะ) *n., pl.* **-virs/-viri** (สมัยโรมันโบราณ) หนึ่งในคณะบริหารที่ประกอบด้วยสามคน, หนึ่งในคณะสามคน, หนึ่งในสามทหารเสือ, หนึ่งในสามผู้ยิ่งใหญ่ **-triumviral** *adj.*

triumvirate (ไทรอัม' เวอะริท) *n.* (สมัยโรมันโบราณ) ระบบการบริหารประเทศที่ประกอบด้วยสามคน, ระบบผู้มีอำนาจสามคน, ตำแหน่งของผู้ปกครองในระบบผู้มีอำนาจสามคน, การเมืองระบบสามผู้ปกครอง, กลุ่มสามคน, ร่างที่ประกอบด้วยสามองค์

trivalent (ไทรเว' ลันทฺ) *adj.* ซึ่งมีวาเลนซี่เป็นสาม **-trivalence, trivalency** *n.*

trivet (ทริฟ' วิทฺ) *n.* ขาตั้งสามขา, ขาหยั่งสามขา, แผ่นโลหะที่มีขาหยั่งสามขา (-S. three-legged)

trivia (ทริฟ' เวีย) *n. pl.* เรื่องเล็กน้อยมาก, เรื่องขี้ปะติ๋ว, เรื่องหยุมหยิม, สิ่งละอันพันละน้อย

trivium (ทริฟ' เวียม) *n., pl.* **-ia** ศิลปศาสตร์จำพวกไวยากรณ์ สำนวนและตรรกวิทยาระดับล่างในยุคกลาง

troche (โทร' คี) *n.* ยาอม, ยาเม็ด, ยาเม็ดเคลือบน้ำตาล, ยาอมเคลือบน้ำตาล

trochee (โทร' คี) *n.* จังหวะที่มีสองพยางค์ (พยางค์เสียงยาวและเสียงสั้น),จังหวะหนึ่งของฉันท์ที่มีสองพยางค์ (พยางค์ครุและตามด้วยพยางค์ลหุ)

trod (ทรอด) *vt., vi.* กริยาช่อง 2 และ 3 ของ tread *-Ex. Samai trod wearily back to the farmhouse.*

trodden (ทรอด'เดิน) *vt., vi.* กริยาช่อง 3 ของ tread

troglodyte (ทรอก' ละไดทฺ) *n.* มนุษย์ถ้ำ, ผู้ที่อาศัยอยู่ในถ้ำ, ผู้ถือสันโดษ **-troglodytic, troglodytical** *adj.*

Trojan (โทร' เจิน) *n.* ประชาชนที่อาศัยอยู่ในกรุงทรอย, คนที่ขยันขันแข็ง เข้มแข็งและเด็ดเดี่ยว, คนที่สนุกสนาน

Trojan horse (นิยายกรีกโบราณ) ม้าลวงขนาดยักษ์ที่นักรบชาวกรีกแกล้งทิ้งไว้หลังการถอยทัพที่ล้อมกรุงทรอยไว้ ภายในตัวม้ามีทหารกรีกซุ่มซ่อนอยู่จำนวนมาก ชาวเมืองทรอยได้เข็นม้าเข้าเมืองในเวลาต่อมา ทำให้ทหารกรีกสามารถเปิดประตูเมืองได้ และยึดเมืองทรอยได้ในเวลาต่อมา, บุคคลหรือสิ่งที่ใช้เป็นตัวบ่อนทำลาย (จากภายใน), เกลือเป็นหนอน, หนอนบ่อนไส้

Trojan War (นิยายกรีกโบราณ) สงครามสิบปีระหว่างทหารกรีกกับทหารกรุงทรอยภายใต้การนำทัพของ Agamemnon เพื่อแย่งชิงนาง Halen

troll[1] (โทรล) *v.* **trolled, trolling** *-vt.* ร้องเพลงด้วยเสียงเต็มที่, ร้องเพลงเล่นๆ, หมุนเวียนกันร้องเพลง, ตกปลาด้วยวิธีลากเบ็ดไปช้าๆ (หมุนสายเบ็ด), ดึงสายเบ็ด, ทำให้หมุน, ม้วน, พูดอย่างรวดเร็ว *-vi.* หมุนรอบ, ม้วน, ลากเบ็ด, ร้องเพลงด้วยเสียงเต็มที่, พูดอย่างรวดเร็ว *-n.* เพลงที่ร้องต่อเนื่องกัน, การหมุนรอบ, การตกปลาด้วยวิธีหมุนสายเบ็ด, การดึงสายเบ็ด, เหยื่อปลาที่ใช้ในการตกปลาด้วยวิธีดังกล่าว **-troller** *n.* (-S. carol) *-Ex. They merrily trolled "Beautiful Thai."*

troll[2] (โทรล) *n.* (นิยายของประเทศแถบสแกนดิเนเวีย) การแข่งขันของยักษ์หรือคนแคระ

trolley, trolly (ทรอล' ลี) *n., pl.* **-ley/-lies** รถเข็น, รถลาก, รถโยกบนรางหรือทางรถไฟ, รถบรรทุกหินบนราง, รถขนแร่, สาลี่ลำเลียงหนังสือหรืออาหาร *-vt.,vi.* **-leyed, -leying** ขนส่งบนรถดังกล่าว (-S. truck)

trolley bus, trolley coach รถไฟฟ้าที่ไม่มีรางแต่มีสาลี่ (คันเหล็กติดอยู่บนหลังคารถราง)

trolley car รถรางไฟฟ้า, รถรางที่ขับเคลื่อนด้วยกระแสไฟฟ้า

trolley line รางรถไฟฟ้า, รางรถ

trollop (ทรอล' เลิพ) *n.* หญิงสกปรก, หญิงที่ไม่มีระเบียบ, หญิงรุ่มร่าม, หญิงโสเภณี, หญิงปากร้าย (-S. slattern, trull)

trombone (ทรอม' โบน) *n.* แตรยาวที่ชักเข้าชักออก **-trombonist** *n.*

troop (ทรูพ) *n.* กองทหาร, หมู่ทหาร, กลุ่มคน, หมู่คน, กองกำลัง, กองกำลังทหารม้า *-vi.* รวมกลุ่ม, ชุมนุม, ไปเป็นกลุ่ม, จับกลุ่ม **-troops** กองทหารหรือตำรวจ, กองลูกเสือ (ไม่เกิน 32 คน) ภายใต้การนำของผู้ใหญ่หนึ่งคน, หมู่, กลุ่ม, ฝูง, กลุ่มนักแสดง, คณะผู้แสดง, จำนวนมากมาย (-S. band, body, crowd, flock, gang, squad, forces, army) *-Ex. a troop of tourists, Crowds trooped out of the stadium when it closed.*

trooper (ทรูพ' เพอะ) *n.* ทหารม้า, พลทหารม้า, ทหารพลร่ม, ตำรวจม้า, ม้าของพลทหารม้า **-troopship** เรือลำเลียงทหาร *-Ex. State troopers directed traffic around the accident.*

trophy (ทรอ' ฟี) *n., pl.* **-phies** รางวัลการแข่งขัน, สัญลักษณ์แห่งความชนะ, ของที่ระลึก, ของรางวัล, สิ่งที่เป็นอนุสรณ์, ของหรืออาวุธที่ยึดได้จากข้าศึก, สิ่งตั้งโชว์ที่ได้จากการล่าสัตว์ (เช่น หัวกวางหรือหนังสัตว์) (-S. award, booty, spoils, cup, prize) *-Ex. a football trophy, a hunter's trophy, The winner of the race won a silver cup as a trophy.*

tropic (ทรอพ' พิค) *n.* เส้นรุ้งที่ห่างจากเส้นศูนย์สูตร

tropical 915 truce

ของโลก 23 องศา 27 ลิปดา มีสองเส้นคือเส้นที่อยู่ทางเหนือของเส้นศูนย์สูตร (Tropic of Cancer) และเส้นที่อยู่ทางใต้ (Tropic of Capricorn) *-adj.* เกี่ยวกับเขตร้อนของโลก **-the tropics** บริเวณที่อยู่ระหว่างหรือใกล้เส้นรุ้งดังกล่าว, เขตร้อนของโลก (-S. tropical)

tropical (ทรอพ' พิเคิล) *adj.* เกี่ยวกับเขตร้อน, เหมาะสำหรับเขตร้อน, ใช้สำหรับเขตร้อน **-tropically** *adv.* (-S. lush, stifling, sultry, torrid, humid, steamy) *-Ex. a tropical plant, tropical fish, tropical storm, a tropical climate*

tropical year ปีที่นับตามสุริยคติ

tropic of Cancer เส้นรุ้งที่ห่างจากเส้นศูนย์สูตรของโลก 23 องศา 27 ลิปดาไปทางเหนือ

tropic of Capricorn เส้นรุ้งที่ห่างจากเส้นศูนย์สูตรของโลก 23 องศา 27 ลิปดาไปทางใต้

tropism (โทร' พิซึม) *n.* การปรับตัวหรือตอบสนองต่อสิ่งกระตุ้นภายนอก เช่น แสง ความร้อน แรงโน้มถ่วง

troposphere (โทร' พะสเฟียร์) *n.* ชั้นในของบรรยากาศที่อยู่ห่างโลกระหว่าง 6 ถึง 18 ไมล์ เป็นชั้นที่มีการก่อตัวของเมฆทั้งหลาย, บรรยากาศโลกชั้นล่างสุดซึ่งอุณหภูมิลดลงตามความสูง

trot (ทรอท) *n.* ท่าการวิ่งเหยาะย่างของม้า (หรือสัตว์อื่น), การเดินอย่างรีบร้อน, การเดินแข่ง, เสียงฝีเท้าที่วิ่งเหยาะย่าง, *-v.* **troted, troting** *-vi.* (ม้า) วิ่งเหยาะย่าง, ไปอย่างรีบร้อน, วิ่งเรียบ, วิ่งช้าๆ *-vt.* ทำให้วิ่งเหยาะย่าง, ทำให้ไปอย่างรีบร้อน, วิ่งพา, วิ่งนำ, วิ่งอวด, แนะนำ **-the trots** โรคบิด (-S. canter, run, scamper, lope, jog, gait) *-Ex. The dog trots along after its master., The cowboy's horse trotted slowly along the fence.*

troth (ทรอธ) *n.* ความศรัทธา, ความภักดี, ความซื่อสัตย์, ความจริง, คำมั่นสัญญา (โดยเฉพาะในการขอแต่งงานการหมั้น) (-S. truth)

Trotskyism (ทรอท' สคิซึม) *n.* ระบบหนึ่งของการปกครองแบบคอมมิวนิสต์โดย Leon Trotsky โดยอาศัยการปฏิวัติอย่างรวดเร็วของชนชั้นกรรมกรทั่วโลก

trotter (ทรอท' เทอะ) *n.* สัตว์ (โดยเฉพาะม้า) ที่เหยาะย่าง, ผู้ที่เดินอย่างรวดเร็ว, เท้าสัตว์ (โดยเฉพาะเท้าแกะหรือเท้าหมูที่ใช้เป็นอาหาร)

troubadour (ทรู' บะดัวร์) *n.* นักประพันธ์บทกวีในภาคใต้ของฝรั่งเศสสมัยศตวรรษที่ 12-13, นักกวีท่องเที่ยว, นักร้อง, นักร้องเพลงลูกทุ่ง, นักแต่งกลอน

trouble (ทรับ' เบิล) *n.* ความยุ่งยาก, ความยากลำบาก, ความลำบาก, การรบกวน, สิ่งรบกวน, อุปสรรค, ความเป็นทุกข์, ความเจ็บปวด, ความขัดแย้ง, ความไม่สบาย, *-vt.* **-led, -ling** รบกวน, ทำให้ยุ่งยาก, ทำให้เป็นทุกข์, ทำให้ลำบาก **-in trouble** ยุ่งยาก, ตั้งครรภ์ก่อนสมรส (-S. distress, tumult, failure, mess, bother) *-Ex. I am in great trouble., Anong has had many troubles., His son is a great trouble to him., get into trouble, take a lot of trouble over, take the trouble to do, give trouble, cause trouble*

troublemaker (ทรับ' เบิลเมคเคอะ) *n.* ผู้ทำให้ยุ่งยาก, ผู้ก่อความยุ่งยาก, ผู้ก่อกวน

troubleshooter (ทรับ' เบิลชูทเทอะ) *n.* ผู้เชี่ยวชาญในการแก้ปัญหา, ช่างซ่อม, ช่างซ่อมเครื่องจักร, มือแก้ปัญหา (-S. mischief-shooter)

troubleds water สถานการณ์ที่ยุ่งยาก, เวลาที่ยุ่งยาก, ทะเลมีคลื่นจัด

troublesome (ทรับ' เบิลเซิม) *adj.* ทำให้ยุ่งยาก, สร้างปัญหา, ก่อกวน, ขี้กวน, รบกวน, น่ารำคาญ, ยุ่งยาก, เป็นภาระ, เป็นทุกข์, เจ็บปวด **-troublesomely** *adv.* **-troublesomeness** *n.* (-S. harassing, upsetting, rowdy, violent) *-Ex. a troublesome boy, a troublesome problem*

troublous (ทรับ' บลัส) *adj.* ยุ่งยาก, มีปัญหา, วุ่นวาย, น่ารำคาญ, ที่ทำให้เกิดปัญหา, ที่ทำให้ยุ่งยาก, หนักใจ, กังวล, เป็นโรค

trough (ทรอฟ) *n.* ราง, รางน้ำ, ท่อน้ำ, รางน้ำชายคา, แอ่งน้ำ, ท้องน้ำ, บริเวณที่ต่ำที่ยาวเรียว, จุดที่ต่ำสุด (กราฟ) (-S. hollow, trench) *-Ex. Gulls floating in the troughs of the sea.*

trounce (เทรานฺซฺ) *vt.* **trounced, trouncing** เฆี่ยนหรือโบยอย่างแรง, ทำโทษ, ทำให้ปราชัย, ทำให้พ่ายแพ้ (-S. beat, thrash, drub, rout) *-Ex. Her mother trounced her for lying., I trounced her in badminton.*

troupe (ทรูพ) *n.* คณะผู้แสดง (โดยเฉพาะที่กำลังท่องเที่ยว), คณะละคร, คณะละครสัตว์, คณะผู้แสดงกายกรรม *-vi.* **trouped, trouping** เดินทางแสดง (-S. cast) *-Ex a troupe of actors, a troupe of acrobats*

trouper (ทรู' เพอะ) *n.* นักแสดง, นักแสดงที่ชำนาญ, นักแสดงที่มีประสบการณ์ (-S. actor)

trouser, trowser (เทรา' เซอะ) *n.* กางเกง, กางเกงขายาว *-adj.* เกี่ยวกับกางเกง, เกี่ยวกับกางเกงขายาว **-wear the trousers** (สตรี) ยึดอำนาจ

trousseau (ทรู' โซ, ทรูโซ') *n., pl.* **-seaus/-seaux** ชุดแต่งกายของเจ้าสาว (-S. outfit)

trout (เทราทฺ) *n., pl.* **trout/trouts** ปลาจำพวกหนึ่งที่มีจุดแดงตามตัว, ปลาน้ำจืดในตระกูล Salmonidae

trout

trow (โทร) *vi.* **trowed, trowing** คิด, มีความคิด, เชื่อ, คาดคะเน

trowel (เทรา' เอิล) *n.* เกรียงหรือเหล็กโบกปูน, มีดโบกปูน, เครื่องมือโบกปูน *-vt.* **-eled, -eling/-elled, -elling** โบกปูน, ปาดปูน **-troweler, troweller** *n.*

troy (ทรอย) *adj.* เป็นหน่วยน้ำหนักทรอย (สำหรับทองคำ เงินหรือเพชรพลอย)

troy weight ระบบน้ำหนักใช้กับทองคำ เงินหรือเพชรพลอย

truancy, truantry (ทรู' เอินซี, -ทรี) *n., pl.* **-cies/-ries** การหนีโรงเรียน, การละทิ้งหน้าที่

truant (ทรู' เอินทฺ) *n.* นักเรียนที่หนีโรงเรียน, ผู้ละทิ้งหน้าที่ *-adj.* ที่หนีโรงเรียน, ที่ละทิ้งหน้าที่, ไม่เอาถ่าน, ขี้เกียจ, ที่หนีงาน *-vi.* **-anted, -anting** หนีโรงเรียน, หนีงาน, ละทิ้งหน้าที่ (-S. absentee, delinquent, deserter)

truce (ทรูส) *n.* การพักรบ, การสงบศึก, การพักผ่อน, สัญญาพักรบ, สัญญาสงบศึก, การหยุดพักชั่วคราว *-vi.,*

T

vt. **truced, trucing** พักรบ, สงบศึก, หยุดพักชั่วคราว (-S. armistice, respite, interval, stay, treaty)

truck[1] (ทรัค) *n.* รถบรรทุก, รถบรรทุกสินค้า, รถกุดัง, ตู้สินค้าที่ไม่มีหลังคาของขบวนรถไฟ, รถเข็น, รถไถ, โครงเหล็กมีล้อสำหรับขนย้ายของ, รถเข็นปืนใหญ่ -*v.* **trucked, trucking** -*vt.* ขนย้ายสินค้าด้วยรถบรรทุก, เอาขึ้นรถบรรทุก -*vi.* ใช้รถสินค้าบรรทุกของ, ขับรถสินค้า -*Ex. The porter loaded our luggage on to a truck., The coal was trucked by rail to Bangkok.*

truck[2] (ทรัค) *vt.,vi.* **trucked, trucking** แลกเปลี่ยน, ค้าขาย, คบค้า, เร่ขาย -*n.* พืชผักสำหรับขายในตลาด, ของเสีย, สิ่งที่ไร้สาระ, ของสัพเพเหระ, ธุรกิจ, การค้า **-truck system** วิธีให้ค่าแรงคนงานโดยจ่ายของหรือจ่ายบัตรให้ไปซื้อของที่ร้านของนายจ้าง (-S. commodities, goods, stock, stuff, trade, business) -*Ex. a truck farmer, I will have no truck with you., Let's get rid of the truck in the room.*

truckage (ทรัค' คิจ) *n.* การขนส่งโดยรถบรรทุก, ค่าบรรทุก, ค่าขนส่งโดยรถ

trucker[1] (ทรัค' เคอะ) *n.* คนขับรถบรรทุก, ผู้ใช้ของแลกของ, ผู้เร่ขาย, ผู้ค้าขาย, ผู้มีกิจการรถบรรทุก

trucker[2] (ทรัค' เคอะ) *n.* ชาวสวนที่ปลูกพืชผักส่งตลาด (-S. truck farmer)

truckle (ทรัค' เคิล) *vi.* **-led, -ling** ยอม, ยินยอม, ประจบสอพลอ

truckload (ทรัค' โลด) *n.* ปริมาณเต็มหนึ่งรถบรรทุก, น้ำหนักบรรทุกขั้นต่ำสุด

truculence, truculency (ทรัค' คิวเลินซฺ, -ซี) *n.* ความโหดร้าย, ความโหดเหี้ยม, ความทารุณ, การก้าวร้าว, ความหยาบคาย, ความห้าวหาญ, ความรุนแรง (-S. ferocity, brutality)

truculent (ทรัค' คิวเลินทฺ) *adj.* โหดร้าย, โหดเหี้ยม, ทารุณ, ก้าวร้าว, หยาบคาย, ห้าวหาญ, รุนแรง (-S. aggressive, bellicose, cross, defiant, hostile, sullen, violent)

trudge (ทรัจ) *vi.* **trudged, trudging** เดินอย่างเมื่อยล้า, เดินอย่างเหน็ดเหนื่อย, ย่ำ -*n.* การเดินอย่างเมื่อยล้า, การเดินอย่างเหน็ดเหนื่อย, การเดินย่ำ (-S. hike, lumber, slog, tramp)

true (ทรู) *adj.* **truer, truest** จริง, แท้จริง, ไม่ปลอม, มีศรัทธา, แน่นอน, เป็นแบบอย่าง, เชื่อถือได้, เคร่งครัด, ถูกต้อง -*n.* ความจริง, ความแท้, สัจธรรม, ความซื่อสัตย์, ความแน่นอน, ความถูกต้อง -*adv.* เป็นความจริง, อย่างแน่นอน, อย่างแม่นยำ, อย่างถูกต้อง **-the true** สิ่งที่เป็นความจริง **-come true** เป็นความจริง **-trueness** *n.* (-S. factual, real) -*Ex. a true statement, It is true that it's dangerous but I mean to try., the true owner, true north, true to life, true to nature, a true friend, The arrow sped true to the mark.*

true-blue (ทรู' บลู') *adj.* ซื่อสัตย์, จงรักภักดี

truffle (ทรัฟ' เฟิล) *n.* เห็ดกินได้จำพวก *Tuber,* เห็ดก้อน, เห็ดดำ, เห็ดถ่าน, ช็อกโกแลตชนิดหนึ่งทำจากถั่วบดปั้นเป็นก้อนกลม ราดด้วยผงโกโก้

truism (ทรู' อิซึม) *n.* ความจริงที่แน่ชัด, หลักความจริงที่ปรากฏชัดในตัวของมันเอง, ความจริงที่เห็นได้ง่าย **-truistic** *adj.* (-S. platitude, banality)

truly (ทรู' ลี) *adv.* อย่างแท้จริง, แน่แท้, จริงๆ, อย่างซื่อสัตย์, อย่างถูกต้อง, อย่างแม่นยำ, ชัดแจ้ง, โดยใจจริง, อย่างจงรักภักดี (-S. correctly, really, loyally) -*Ex. Tell me truly., "Yours truly", 'Very truly yours', I am truly coming to see you.*

trump[1] (ทรัมพฺ) *n.* ไพ่ตัวคิง -*vt.* **trumped, trumping** เล่นไพ่ชนะด้วยการตีไพ่ตัวคิงออก, ชนะ, เหนือกว่า **-trumps** ไพ่ชุดตัวคิง, ไพ่ตัวกิน, บุคคลที่ดี, คนที่กล้าหาญ **-trump up** ประดิษฐ์, ออกอุบาย, เสกสรรปั้นแต่ง, ทำพยานเท็จ **-trumpless** *adj.*

trump[2] (ทรัมพฺ) *n.* แตร, เสียงแตร (-S. trumpet)

trump card สิ่งที่ทำมีแต้มเหนือคนอื่นหรือสิ่งอื่น, ไพ่ตัวคิง, ไพ่ตัวกิน

trumpery (ทรัม' พะรี) *n., pl.* **-ries** สิ่งที่ไม่มีประโยชน์, สิ่งที่ไร้ค่า, สิ่งที่ไร้สาระ, สิ่งที่ใช้การไม่ได้, ของเก๊, ของสวะ, สิ่งที่เป็นผักชีโรยหน้า, คำพูดที่ไร้สาระ (-S. rubbish, trash)

trumpet (ทรัม' พิท) *n.* แตร, แตรทองเหลือง, แตรเดี่ยว, เสียงที่คล้ายแตร, เสียงโหยหวนของสัตว์ (เช่นเสียงร้องของช้าง), มือแตร, พืชจำพวกหนึ่งที่คล้ายแตร -*vt., vi.* **-peted, -peting** เป่าแตร, เปล่งเสียงร้องคล้ายเสียงแตร (-S. bugle, horn, bay, cry) -*Ex. Sombut trumpeted his woes to his mother., the trumpet call of duty, a flourish of trumpets, trumpet conch, a trumpet flower*

trumpeter (ทรัม' พิเทอะ) *n.* คนเป่าแตร, คนเป่าแตรเดี่ยว, ผู้ป่าวประกาศ, ผู้ประกาศยกย่อง, นกในจำพวก *Psophia,* นกพิราบ (-S. trumpet player)

truncate (ทรัง' เคท) *vt.* **-cated, -cating** ตัดให้สั้น, ตัด, เล็ม, ตัดยอด -*adj.* ซึ่งถูกตัดยอด, ไม่มียอด, ด้วน, กุด **-truncately** *adv.* **-truncation** *n.* (-S. prune, shorten, clip, pare, trim)

truncheon (ทรัน' ชัน) *n.* กระบองสั้น, กระบองตำรวจ, ไม้ถือ **-truncheon** *v.* (-S. billy)

trundle (ทรัน' เดิล) *n.* ล้อเล็ก, ล้อกลิ้ง, รถที่มีล้อเตี้ย, ล้อ, เฟือง -*vt.,vi.* **-dled, -dling** ทำให้กลิ้ง, หมุน, กลิ้ง, เลื่อน, ปั่น, ม้วน **-trundler** *n.* -*Ex. Somsuk trundled his hoop behind him., The empty barrow trundled down the hill with a clatter.*

trunk (ทรังคฺ) *n.* ลำต้น, ลำต้นไม้, ลำตัว, หีบขนาดใหญ่, งวงช้าง, สายโทรศัพท์, สายใหญ่, เส้นทาง (รถไฟ ถนน คลอง), กระเป๋าเดินทางขนาดใหญ่, รางล้างแร่, ทางอุโมงค์ (-S. body, torso) -*Ex. a trunk line of a railroad*

trunk

trunk line เส้นทางขนส่งระยะทางไกล (ทางรถไฟ ถนน คลอง), การโทรศัพท์ทางไกล

truss (ทรัส) *vt.* **trussed, trussing** มัด, ผูก, ยึด, รัด (ด้วยเข็มขัดรัดไส้เลื่อน), จับ, ตะปบ (เหยื่อ) -*n.* โครงยึด, เสาค้ำสะพานรถไฟที่ข้ามเหว, มัด (หญ้า ฟาง), สายรัดไส้เลื่อน, เสาค้ำหลังคา, ช่อดอกไม้, สายค้ำ, ปีกค้ำ

T

อนุสาวรีย์ (-S. prop, framework, bind, tie) -Ex. *The thief trussed up his victim., truss hay*

truss bridge สะพานข้ามเหวที่มีเสาค้ำ

truss bridge

trust (ทรัสทฺ) *n.* ความเชื่อถือ, ความไว้วางใจ, ความเชื่อใจ, ความมั่นใจ, ความหวัง, สิ่งที่ไว้ใจได้, บุคคลที่ไว้ใจได้, บริษัทใหญ่ที่รวมบริษัทเล็กๆ เข้าไว้, ความรับผิดชอบ, การฝากฝัง, ความพิทักษ์, ความอุปถัมภ์, การปกครอง, สินเชื่อ *-v.* **trusted, trusting** *-vi.* ไว้วางใจ, เชื่อใจ, เชื่อมั่น, มีความหวัง, ขายเชื่อ *-vt.* ไว้วางใจ, เชื่อใจ, เชื่อมั่น, ฝากฝัง, มอบหมาย, ให้สินเชื่อ **-in trust** อยู่ในความพิทักษ์ของคนอื่น **-truster** *n.* (-S. belief, credit, faith, hope) -Ex. *I trust him more than I trust his brother., I trust him to do the work properly., that he will do the work properly, I have trusted him with the work., I do not trust the story., trusted servant, have trust in, take on trust, a position of trust, a breach of trust*

trust company บริษัททรัสต์ (มีหน้าที่จัดการมรดกของผู้เยาว์ ซื้อขายหลักทรัพย์ในนามของลูกค้าหรือบางที่ประกอบธุรกิจการธนาคารด้วย)

trustee (ทรัสที') *n.* ผู้ได้รับมอบหมายให้จัดการดูแล (ทรัพย์สินหรือกิจการหรือมรดก), ผู้จัดการมรดก, ผู้จัดการทรัพย์สิน *-vt., vi.* **-teed, -teeing** มอบหมายให้จัดการ, ตั้งให้เป็นผู้จัดการ (ทรัพย์สินหรือมรดกหรือกิจการ)

trusteeship (ทรัสที' ชิพ) *n.* ตำแหน่งผู้พิทักษ์, หน้าที่ของผู้พิทักษ์, การดูแลดินแดนในความพิทักษ์ของสหประชาชาติ, ดินแดนในความพิทักษ์ของสหประชาชาติ, ดินแดนในอารักขา, ดินแดนในอาณัติ

trustful (ทรัสทฺ' ฟูล) *adj.* เต็มไปด้วยความไว้วางใจ, เชื่อใจผู้อื่น **-trustfully** *adv.* **-trustfulness** *n.* -Ex. *Daeng was too trustful for his friend.*

trust fund เงินที่ทรัสต์นำไปลงทุนให้แก่ผู้รับผลประโยชน์, เงินที่มอบหมายให้ดูแล, เงินที่อยู่ในความพิทักษ์

trusting (ทรัส' ทิง) *adj.* ไว้วางใจ, เชื่อใจ, เป็นที่ไว้วางใจ, เป็นที่เชื่อถือ **-trustingly** *adv.* **-trustingness** *n.* (-S. credulous)

trust territory ดินแดนในอาณัติ, ดินแดนในอารักขา, ดินแดนในความพิทักษ์ของสหประชาชาติ

trustworthy (ทรัสทฺ' เวิร์ทธี) *adj.* **-thier, -thiest** น่าไว้วางใจ, เชื่อถือได้ **-trustworthiness** *n.* (-S. dependable, honest, mature) -Ex. *The teacher found the boy to be trustworthy.*

trusty (ทรัส' ที) *adj.* **-ier, -est** น่าไว้วางใจ, เชื่อถือได้, เชื่อใจได้ *-n.* บุคคลที่ได้รับความไว้วางใจ, ผู้ที่น่าเชื่อถือ **-trustily** *adv.* **-trustiness** *n.* -Ex. *The rich man left a large bequest to his trusty servant.*

truth (ทรูธ) *n., pl.* **thruths** ความจริง, ความเป็นจริง, สัจธรรม, ความแท้จริง, ความมีอยู่จริง, ความซื่อสัตย์, ความแน่แท้, ความถูกต้อง (-S. veracity, exactness, reality, fidelity) -Ex. *tell the truth, speak the truth, What is the truth about the matter?*

truthful (ทรูธ' ฟูล) *adj.* เปิดเผยความจริง, พูดความจริง, เกี่ยวกับความจริง **-truthfully** *adv.* **-truthfulness** *n.* (-S. true, accurate, real, honest -A. false, lying) -Ex. *a truthful news*

try (ไทร) *v.* **tried, trying** *-vt.* พยายาม, พิสูจน์, ทดลอง, ทดสอบ, ทรมาน, สอบสวน, พิจารณาคดี, อดทน, ซ้อม *-vi.* พยายามทดลอง *-n., pl.* **-tries** ความพยายาม, การทดลอง, การทดสอบ **-try back** ตามกลิ่นทางเก่า, กลับสู่หัวข้อสนทนาเดิม **-try on** ทดลองสวม **-try out** ทดลอง, ทดสอบ **-try one's hand** พยายามทำเป็นครั้งแรก (-S. essay, attempt, test) -Ex. *try the strength of, try different medicines, try everything, try on a coat, try out a machine, try a experiment, try to do it, If at first you don't succeed, try again., Have a try at it.*

trying (ไทร' อิง) *adj.* ยากลำบาก, เหลือทน, ลำบากลำบน (-S. burdensome, irritating, difficult) -Ex. *a trying situation, a trying climate, a trying boy*

tryout (ไทร' เอาทฺ) *n.* การทดสอบ, การทดลอง (-S. check out, pinch, sample, taste) -Ex. *the try outs for the sport club*

try square ไม้ฉากของช่างไม้

tryst (ทริสทฺ) *n.* การนัดหมาย, การนัดพบ, สถานที่นัดพบ *-vi.* **trysted, trysting** นัดหมาย, นัดพบ **-tryster** *n.* (-S. rendezvous, date)

tsetse fly (เซท' ซี-) *n.* แมลงดูดเลือดจำพวก *Glossina* ในแอฟริกา เป็นพาหะนำโรคเหงาหลับ (sleeping sickness) และโรค trypanosomiasis อื่นๆ (-S. tzetze fly, tsetse, tzetze)

tsetse fly

T-shirt (ที' เชิร์ท) *n.* เสื้อยืดคอกลมและแขนสั้น (โดยเฉพาะที่เป็นเสื้อชั้นในของผู้ชาย) (-S. tee shirt)

T square ไม้ฉากรูปตัว T ที่ใช้ในการวาดรูป

tub (ทับ) *n.* อ่างอาบน้ำ, อ่าง, ถังไม้, ถัง, ปริมาณหนึ่งถัง, เรือเก่าแก่ที่เชื่องช้า, การอาบน้ำในอ่างอาบน้ำ การอาบน้ำ, รถขนแร่, รถราง *-v.* **tubbed, tubbing** *-vt.* ใส่ไว้ในอ่างอาบน้ำ *-vi.* อาบน้ำในอ่างอาบน้ำ **-tubber** *n.* **-tubbable** *adj.* (-S. vessel, basin, sink, barrel) -Ex. *Somchai takes his warm tub every morning., a tub of butter*

tuba (ทู' บะ) *n., pl.* **-bas/-bae** แตรใหญ่

tuba

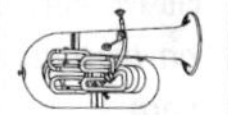

tubal (ทู' เบิล) *adj.* เกี่ยวกับหลอด, เกี่ยวกับท่อ

tubby (ทับ' บี) *adj.* **-bier, -biest** อ้วนเตี้ย, อ้วนใหญ่, อ้วนกลม, คล้ายถัง, เสียงทึบ, เสียงทู่, ขาดเสียงสะท้อน **-tubbiness** *n.* (-S. chubby)

tube (ทูบ) *n.* หลอด, ท่อ, หลอดวิทยุ, ยางในของรถยนต์, ลำกล้อง, กระบอก, อุโมงค์, ทางกลวง, โพรง, อวัยวะกลวง, โทรทัศน์, ทางรถไฟ, ทางรถไฟใต้ดิน *-vt.* **tubed, tubing** จัดให้มีหลอด, จัดให้มีท่อ, นำส่งด้วยท่อหรือหลอด, ปิดอยู่ในท่อหรือหลอด, ทำให้เป็นท่อหรือหลอด (-S. cylinder, tunnel, pipe) -Ex. *Paper tubes called straws., Toothpaste often come in tubes.,*

T

Father travels to work on the tube.

tuber (ทู' เบอะ) *n.* หัวใต้ดินของพืช, หน่อไม้, หน่อใต้ดินของพืชบางชนิด, ส่วนที่ยื่นออกเป็นปุ่ม(-S. root, bulb)

tubercle (ทู' เบอะเคิล) *n.* ตุ่มเล็กๆ, ปุ่มเล็กๆ, ปุ่มเล็กๆ ที่เกิดจากการติดเชื้อวัณโรค (Mycobacterium tuberculosis) (-S. node, nodule)

tubercular (ทิวเบอร์' คิวเลอะ) *adj.* เกี่ยวกับวัณโรค, เกี่ยวกับเชื้อวัณโรค, เป็นปุ่มเล็กๆ, เป็นตุ่มเล็กๆ *-n.* ผู้ที่เป็นวัณโรค

tuberculin (ทิวเบอร์' คิวลิน) *n.* สารที่สกัดจาก tubercle bacillus ใช้ทดสอบวัณโรค

tuberculosis (ทูเบอร์' คิวโลซิส) *n.*วัณโรค (เนื่องจากเชื้อ Mycobacterium tuberculosis) **-tuberculous** *adj.* (-S. TB, pulmonary phthisis)

tubing (ทู' บิง) *n.* วัสดุที่ใช้ทำหลอดหรือท่อ, ท่อ, หลอด (-S. tube)

tubular (ทู' บิวละ) *adj.* คล้ายท่อ, คล้ายหลอด, เกี่ยวกับท่อ, เกี่ยวกับหลอด, เกี่ยวกับเสียงหายใจที่คล้ายเสียงที่เกิดจากกระแสลมที่ไหลผ่านท่อ **-tubularly** *adv.* **-tubalarlity** *n.*

tuck (ทัค) *v.* **tucked, tucking** *-vt.* จับผ้า, พับผ้า, พับ, พับแขนเสื้อ, รด, ดื่ม *-vi.* หดสั้น, รด, พับ *-n.* สิ่งที่พับสั้น, ผ้าที่พับ, รอยจีบ, ด้านหลังสุดของท้องเรือ, ขนม, ของรับประทาน (-S. fold, gather, insert, push)

tucker[1] (ทัค' เคอะ) *n.* ผู้จีบผ้า, ผู้พับ, ผู้ร่น, สิ่งที่ใช้พับหรือจีบ, เครื่องเย็บจีบ, ผ้าคลุมไหล่และคอของสตรี, อาหาร, ปกคอเสื้อที่ถอดออกได้

tucker[2] (ทัค' เคอะ) *vt.* **-ered, -ering** หมดแรง, เหนื่อย, ทำให้เหน็ดเหนื่อย

Tudor (ทู' เดอร์) *n.* กษัตริย์องค์ใดองค์หนึ่งในราชวงศ์ Tudor ปกครองอังกฤษ (นับตั้งแต่เฮนรี่ที่เจ็ดจนถึงพระนางเอลิซาเบธที่หนึ่ง) ตั้งแต่ ค.ศ. 1485 ถึง 1603

Tuesday (ทิวซฺ' เด) *n.* วันอังคาร

tufa (ทู' ฟะ) *n.* หินปูนเป็นรูพรุนที่ประกอบด้วยแคลเซียมคาร์บอเนต **-tufaceous** *adj.*

tuft (ทัฟทฺ) *n.* ปอย, ปุย, กระจุก, กลุ่ม, พู, หนวดใต้คาง *-v.* **tufted, tufting** *-vt.* ใช้ปอย (ปุย กระจุก กลุ่ม) ผมหรือขนประดับ, ตรึงที่นอน *-vi.* กลายเป็นปอย (ปุย กระจุก กลุ่ม) **-tufter** *n.* **-tufty** *adj.* (-S. bunch, clump, cluster, ruff) *-Ex. The cockatoo has a tuft of feathers on his head., She tufted the quilt with yellow wool yarn.*

tufted titmouse นกเล็กจำพวก *Parus bicolor* มีส่วนที่เป็นพู่ที่ศีรษะ

tufted titmouse

tug (ทัก) *v.* **tugged, tugging** *-vt.* ดึง, ลาก, ออกแรงดึงหรือลาก, ใช้เรือลาก, โยง, พ่วง, ทำงานหนัก *-vi.* ออกแรงดึงหรือลาก, ทำงานหนัก, มานะ, ต่อสู้ดิ้นรน *-n.* การดึง, การลาก, ชักชวน, การทำงานหนัก, การต่อสู้ดิ้นรน, เรือลาก, สิ่งที่ใช้ดึงหรือลาก (เช่นเชือก), ส่วนค้ำจุน, การชักชวน **-tugger** *n.* (-S. drag, tow, haul) *-Ex. The boys tugged at the waggon to get it out of the mud., Father gave just one tug and out it came.*

tugboat (ทัก' โบท) *n.* เรือลาก, เรือพ่วง, เรือโยง

tug of war *n., pl.* **tugs of war** การชักเย่อ, การต่อสู้ดิ้นรนแย่งความเป็นใหญ่

tuition (ทิวอิช' ชัน) *n.* ค่าสอน, ค่าอบรม, การสอน, การอบรม, การปกครอง, การพิทักษ์ (-S. education, lessons, teaching) **-tuitional, tuitionary** *adj.*

tulip (ทิว' ลิพ) *n.* พืชไม้ดอกจำพวก *Tulipa* มีดอกขนาดใหญ่ มีรูปคล้ายถ้วยหรือระฆัง, ดอกของพืชดังกล่าว

tulle (ทูล) *n.* ผ้าบางและละเอียดที่ทำด้วยใยไหม หรือใยสังเคราะห์, ผ้าโปร่งสำหรับคลุมหน้าสตรี

tumble (ทัม' เบิล) *v.* **-bled, -bling** *-vi.* ล้ม, ล้มลง, ตกลง, หกคะเมน, ตีลังกา, ถลา, พังลง, กลิ้งไปมา พลิกไปมา, ทำให้ยุ่งเหยิง, รีบเร่ง, กระทำอย่างรีบร้อน, เข้าใจข้อเท็จจริงในทันที *-vt.* ทำให้ล้ม, ทำให้กลิ้ง, ทำให้ตกลงมา *-n.* การล้มลง, การตกลง, การหกคะเมนตีลังกา, การพังลง, การแสดงกายกรรม, การหมดอำนาจ, ความสนใจ, ความยุ่งเหยิง, กองที่ซ้อนกันยุ่งเหยิง, ความสับสน (-S. drop, fall, roll, toss) *-Ex. Baby tumbled out of bed., The apples tumbled about in the basket when Daeng ran., to tumble down (up) the stairs, to tumble out of bed*

tumbledown (ทัม' เบิลเดานฺ) *adj.* พังทลาย, พัง, ทลาย (-S. rickety, falling, shaky) *-Ex. We took a tumbledown refuge from the storm.*

tumbler (ทัม' เบลอะ) *n.* นักกายกรรม, นักหกคะเมนตีลังกา, ถ้วยแก้ว, ตุ๊กตาล้มลุก, ลูกกลิ้ง, เครื่องทำให้แห้ง, นกพิราบจำพวกหนึ่ง, สุนัขจำพวกหนึ่งที่ใช้จับกระต่าย

tumbleweed (ทัม' เบิลวีด) *n.* วัชพืชที่กลิ้งตามลม, ผักขมที่มีหนาม

tumbling (ทัม' บลิง) *n.* การแสดงกายกรรม, การหกคะเมนตีลังกา

tumbrel, tumbril (ทัม' เบรล) *n.* รถบรรทุกนักโทษสู่ที่ตัดคอสมัยปฏิวัติของฝรั่งเศส, รถเข็น 2 ล้อแบบยกเทของได้, รถบรรทุกกระสุนและอาวุธสมัยก่อน, รถบรรทุกปุ๋ย

tumefy (ทู' มะไฟ) *vt., vi.* **-fied, -fying** ทำให้บวม, กลายเป็นบวม

tumescent (ทูเมส' เซินทฺ) *adj.* บวม, บวมใหญ่

tumid (ทิว' มิด) *adj.* (อวัยวะ) บวม, บวมใหญ่, พองตัว, โอ้อวด, ทะนง, คุยฟุ้ง, **-timidity, tumidness** *n.*

tummy (ทัม' มี) *n., pl.* **-mies** ท้อง, ช่องท้อง, พุง

tumour, tumor (ทิว' เมอะ) *n.* เนื้องอก, การบวม, ก้อนบวม **-tumourous, tumorous, tumoural, tumoral** *adj.* (-S. growth)

tumult (ทิว' มัลทฺ) *n.* ความวุ่นวาย, ความสับสนอลหม่าน, ความอึกทึกครึกโครม, ความว้าวุ่น, อารมณ์ว้าวุ่น, ความกระอักกระอ่วน (-S. commotion, uproar, disorder)

tumultuous (ทิวมัล' ชูเอิส) *adj.* วุ่นวาย, สับสนอลหม่าน, อึกทึกครึกโครม, ว้าวุ่น **-tumultuously** *adv.* **-tumultuousness** *n. -Ex. a tumultuous crowd, a tumultuous ocean*

tumulus (ทู' มิวลัส) *n., pl.* **-li/-luses** สุสานโบราณ
tun (ทัน) *n.* ถังใหญ่, ถังใส่เหล้าหรือเบียร์, ถังบรรจุเหล้าองุ่น, หน่วยวัดความจุเหล้าองุ่นและของเหลวอื่นๆ
tuna (ทู' นะ) *n., pl.* **tuna/tunas** ปลาทูน่าจำพวก *Thunnus,* เนื้อของปลาดังกล่าว
tunable,tuneable (ทู' นะเบิล) *adj.* ปรับเสียงได้, ตั้งเสียงได้, (ทำนองเพลง) เพราะพริ้ง, ปรับเครื่องยนต์ได้ **-tunableness** *n.* **-tunably** *adv.*
tundra (ทัน' ดระ) *n.* ที่ราบขนาดใหญ่ที่มีอากาศหนาวทางแถบเหนือของยุโรป อเมริกาและเอเชีย
tune (ทูน) *n.* ทำนองเพลง, ท่วงทำนองเพลง, น้ำเสียง, การมีระดับเสียงที่พอเหมาะ, ความสอดคล้อง, ความคล้องจอง, สาระสำคัญ *-vt., vi.* **tuned, tuning** ปรับเสียง, ปรับเสียงดนตรี, ปรับเครื่อง **-change one's tune** เปลี่ยนทัศนคติหรือนิสัย **-tune in** ปรับคลื่นวิทยุหรือโทรทัศน์ **-tune up** ปรับให้เข้ากับ **-sing a different tune** เปลี่ยนความคิดเห็น (พฤติกรรมหรืออื่นๆ) **-to the tune of** มีราคาสูงถึง, บรรลุถึง, ตามปริมาณ **-tune in** ปรับเครื่องรับวิทยุ, ปรับให้เข้ากับ, ทำให้สอดคล้องกับ, ให้ความสนใจ **-tune out** ปรับวิทยุ, หยุดสนใจ **-tune up** ปรับเสียงดนตรี, ปรับเครื่องยนต์ (-S. melody, song, theme, harmony) *-Ex. the tune of a song, in tune, in tune with, out of tune, to tune a piano*
tuneful (ทูน' ฟูล) *adj.* มีเสียงไพเราะ, ไพเราะเพราะพริ้ง, ให้เสียงไพเราะ, มีท่วงทำนองที่ไพเราะ **-tunefully** *adv.* **-tunefulness** *n. -Ex. a tuneful opera*
tuneless (ทูน' ลิส) *adj.* ไม่เป็นท่วงทำนองเพลง, ไม่เข้าเสียง, ไม่ทำให้เกิดเสียงดนตรี, เงียบ, ไม่มีเสียง **-tunelessness** *n.*
tuner (ทูน' เนอะ) *n.* ผู้ปรับเสียง, ผู้ปรับเครื่องยนต์, สิ่งที่ใช้ปรับเสียงหรือเครื่องยนต์, ส่วนของเครื่องวิทยุที่สามารถปรับคลื่นเสียงได้, วิทยุที่ไม่มีเครื่องขยายเสียง
tune-up (ทูน' อัพ) *n.* การปรับ, การทำให้เข้ากัน, การทำให้สอดคล้อง (-S. adjustment)
tungsten (ทัง' สเทน) *n.* ธาตุวุลแฟรมหรือทังสเตนเป็นโลหะชนิดหนึ่ง มีสัญลักษณ์ธาตุ W **-tungstenic** *adj.*
tunic (ทู' นิค) *n.* เสื้อคลุมรัดเอวของสตรีชาวกรีก หรือโรมันโบราณ, เสื้อกีฬาที่เป็นเสื้อเชิ้ตของสตรี, ส่วนหุ้ม, เยื่อหุ้ม, ถุงหุ้ม, เสื้อชั้นนอกของทหาร ตำรวจ
tuning fork เครื่องมือสองง่ามที่ทำให้เกิดเสียงคงที่ ทำด้วยเหล็กกล้าใช้ในการปรับเสียงเครื่องดนตรีและทำการทดลองเกี่ยวกับเสียง
Tunisia (ทูนี' เซีย) ชื่อประเทศหนึ่งในแอฟริกาตอนเหนือมีเมืองหลวงชื่อ Tunis
tunnel (ทัน' เนิล) *n.* อุโมงค์, อุโมงค์ใต้ดิน, ทางใต้ดิน, โพรงใต้ดิน, ถ้ำที่ขุดขึ้นเอง, ทางเข้าเหมืองแร่, ปล่องระบายอากาศ, ท่อปล่องไฟ, โพรงที่สัตว์ขุดขึ้น, กรวย *-v.* **-neled, -neling/-nelled, -nelling** *-vt.* ขุดอุโมงค์, ขุดทางใต้ดิน, ขุด โพรง *-vi.* ทำอุโมงค์ **-tunneler, tunneller** *n.* (-S. subway, passage, tube, underground, burrow) *-Ex. Moles have tunneled under our house.*
tunny (ทัน' นี) *n., pl.* **tunny/-nies** ปลาทูน่า
tup (ทัพ) *n.* แกะตัวผู้, หัวค้อน
tuppence (ทัพ' เพินซฺ) *n.* ดู twopence
tuppenny (ทัพ' พะนี) *adj.* ดู twopenny
tuque (ทูค, ทิวคฺ) *n.* หมวกใหญ่และหนักของชาวแคนาดา (-S. toque)
turban (เทอร์' เบิน) *n.* หมวกโพกศีรษะของชาวมุสลิม, หมวกที่คล้ายหมวกดังกล่าว, หมวกสตรีที่โพกคล้ายหมวกแขก

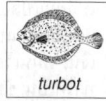

turban

turbid (เทอร์' บิด) *adj.* ไม่ชัดเจน, ขุ่น, หมอง, มัว, ยุ่งเหยิง, สับสน, วุ่นวาย, ว้าวุ่น **-turbidity, turbidness** *n.* **-turbidly** *adv.* (-S. muddy, dull)
turbine (เทอร์' บิน,-ไบนฺ) *n.* กังหัน, กังหันน้ำ, ระหัดน้ำ, เครื่องกังหัน
turbo- คำอุปสรรค มีความหมายว่า ประกอบด้วยเครื่องกังหัน เช่น turbine turbosupercharger
turbojet (เทอร์' โบเจท) *n.* เครื่องบินที่ขับเคลื่อนด้วยเครื่อง turbojet engine
turboprop (เทอร์' โบพรอพ) *n.* เครื่องยนต์ที่ต่อเข้ากับใบพัดเครื่องบิน
turbot (เทอร์' เบิท) *n., pl.* **-bot/-bots** ปลาตัวแบนจำพวก *Scophthalmus maximus* ที่มีรูปร่างเป็นรูปข้าวหลามตัด, ปลาแบนอื่นๆ

turbot

turbulence, turbulency (เทอร์' บิวเลินซฺ, -ซี) *n.* ความวุ่นวาย, ความสับสนอลหม่าน, ความโกลาหล, ความพลุ่งพล่าน, การไหลทะลัก, การเคลื่อนไหวอย่างไม่เป็นระเบียบของบรรยากาศ (-S. confusion, roughness, storm)
turbulent (เทอร์' บิวเลินทฺ) *adj.* วุ่นวาย, สับสน, อลหม่าน, โกลาหล, พล่าน, ซึ่งไหลทะลัก, ก้าวร้าว, รุกราน **-turbulently** *adv.* (-S. tumultuous, agitated, raging, disorderd) *-Ex. The crowd was turbulent when the police arrived., turbulent flow*
tureen (ทูรีน') *n.* ชามลึกขนาดใหญ่ที่มีฝาปิด สำหรับใส่น้ำแกงและอาหารอื่นๆ, หม้ออบ, ชามเปลใส่ซุป

tureen

turf (เทิร์ฟ) *n., pl.* **turfs, turves** สนามหญ้า, หญ้าชั้นดินที่มีหญ้าติด, ก้อนถ่านหินชนิดร่วน, เขตอิทธิพลของอันธพาล *-vt.* **turfed, turfing** ปกคลุมด้วยสนามหญ้า **-the turf** ทางวิ่งของม้าแข่ง, การแข่งม้า, กีฬาแข่งม้า **-turfy** *adj.* (-S. clod, divot, green)
turgid (เทอร์' จิด) *adj.* บวม, บวมโต, โป่ง, พอง, ขยายออก, โอ้อวด, คุยโว, โอหัง **-turgidity, turgidness** *n.* **-turgidly** *adv.*
Turk (เทิร์ค) *n.* ชาวตุรกี, ชาวเติร์ก, ชนชาติของอาณาจักรอ๊อตโตมาน, ชนชาติพูดภาษาเติร์ก, ชาวมุสลิม
turkey (เทอร์' คี) *n., pl.* **-keys** ไก่งวง (เป็นสัตว์จำพวกนก *Meleagris gallopavo*), เนื้อไก่งวง, (คำสแลง) ผลงานชั้นเลว ผลงานละครหรือภาพยนตร์ที่มีคุณภาพเลว **-talk turkey** พูดอย่างเปิดเผยหรือจริงจัง
Turkey (เทอร์คี) ประเทศตุรกี เมืองหลวงชื่อ Ankara
Turkish (เทอร์' คิช) *adj.* เกี่ยวกับตุรกี, เกี่ยวกับชาว

T

ตุรกี, เกี่ยวกับภาษาตุรกี *-n.* ภาษาตุรกี

Turkish bath การอาบน้ำโดยการอบตัวในห้องไอน้ำจนเหงื่อออกก่อน แล้วมีการนวดตัวและอาบน้ำในเวลาต่อมา, การอบ นวด และอาบ, สถานที่อบ นวด และอาบ

Turkish towel ผ้าเช็ดตัวขนยาวที่ทำจากผ้าฝ้าย

Turkmen (เทิร์ค' เมิน) *n.* ชาวพื้นเมือง Turkmenistan และประชาชนที่อาศัยอยู่ในอิรักและอัฟกานิสถาน, ภาษาของชาวเติร์ก *-adj.* เกี่ยวกับภาษาและวัฒนธรรมของชาวเติร์ก (-S. Turkoman, Turcoman)

turmeric (เทิร์ค' เมอะริค) *n.* ขมิ้น, ลำต้นใต้ดินของพืชจำพวก *Curcuma domestica* มีกลิ่นหอมใช้เป็นเครื่องเทศ สีย้อมและยา, ลำต้นของพืชดังกล่าว

turmoil (เทอร์' มอยลฺ) *n.* ความยุ่งยาก, ความยุ่งเหยิง, ความสับสนอลหม่าน, ความโกลาหล (-S. tumult, agitation, noise, disorder) *-Ex. be in a turmoil, The museum was in a turmoil over the theft of the relic.*

turn (เทิร์น) *v.* **turned, turning** *-vt.* หมุน, หัน, ไข, เบือน, บิด, งอ, พับ, พลิก, ผิน, หันเห, บ่าย, เลี้ยว, อ้อม, โอบ, เบน, ทำให้เปลี่ยนทิศทาง, ขยับ, เคลื่อนที่, เปลี่ยน, เปลี่ยนแปลง, กลับกลาย, ใคร่ครวญ, เปลี่ยนความคิด, ดัดแปลง, แปร, แปล, ขัดเกลา, เปลี่ยนดุลยภาพ, แลกเงิน, หมุนเวียน, เวียน, รอบ, เดินสะพัด, ทำให้อาเจียน, ทำให้เป็น, ขับ, ส่ง, เรียกกลับ *-vi.* หมุน, หมุนรอบ, เบือน, บิด, เปลี่ยนแปลง, เปลี่ยนทิศทาง, งอ, พับ, พลิก, รู้สึกคลื่นเหียนอาเจียน, กลายเป็นเปรี้ยว, เปลี่ยนความคิดเห็น *-n.* การหมุน, การหัน, การไข, การเบือน, การบิด, การงอ, การพับ, การพลิก, การผิน, การหักเห, การบ่าย, การเลี้ยว, การอ้อม, การโอบ, การเบน, การเปลี่ยนแปลง, จุดที่มีการเปลี่ยนแปลง, เส้นโค้ง, ส่วนโค้ง, รอบหนึ่ง, พักหนึ่ง, รายการ, นิสัย, ลักษณะ, ท่าทาง, พฤติกรรม, รูปแบบ, ความโน้มเอียง, ความโน้มน้าว, เวร, ลำดับ, การรักษา,การเดินเล่น, สำนวน, ระดู, การฝึกซ้อม **-turn down** พลิก, ปฏิเสธ **-turn in** ยอม, ยอมรับ, บอกข่าวไปนอนพักผ่อน **-turn off** ปิดไฟ, ทำให้หยุด, ทำให้หยุดไหล, ทำให้ไม่สนใจ, **turn on** เปิดไฟ, ทำให้ไหล, กระตุ้น, เริ่มงาน, ล่อให้ติดยาเสพย์ติด **-turn up** พับพลิกขึ้น, ค้นพบ, ปรากฏ, เพิ่มขึ้น, มาถึง, ฟื้น **-at every turn** ทุกขณะ, ตลอดเวลา **-by turns** สลับกัน **-in turn** ต่อเนื่อง, ตามลำดับ **-out of turn** ไม่ต่อเนื่อง, ไม่ชัดเจน **-take turns** หมุน, สลับ **-to a turn** สมบูรณ์ (-S. swing, rotate, bend, transform, revolve, circle) *-Ex. to turn the wheel, The wheel is turning., turn the page, turn it upside down, turn it back, turn your back on, turned the stream, turn the corner, turn round, turn to the right, Somsri turned away., a turning in the road, turn to him for help, turned my attention, turn to another subject, turn upon, turn it to a new use, turn about, about turn!*

turnabout (เทิร์น' อะเบาทฺ) *n.* การหมุนรอบ, การเปลี่ยนแปลงความคิดเห็น, การโต้ตอบ, เสียงสะท้อนกลับ, การหันกลับ (-S. reversal, opinion)

turnaround (เทิร์น' อะเราน์ดฺ) *n.* การหมุนรอบ, การเปลี่ยนแปลง, ที่เลี้ยวรถ, ที่กลับรถ (-S. turnabout)

turnbuckle (เทิร์น' บัคเคิล) *n.* ข้อต่อสายลวด, ข้อต่อที่ใช้ขันตะปูควงให้แน่นสำหรับต่อสายลวดสองสาย

turncoat (เทิร์น' โคท) *n.* ผู้ทรยศ, ผู้หักหลัง, ผู้เปลี่ยนแปลงไปอยู่อีกข้างหนึ่ง (-S. traitor, renegade)

turndown (เทิร์น' เดาน) *adj.* พับได้, เอาลงได้

turner[1] (เทิร์น' เนอะ) *n.* ผู้หมุน, ช้อนใหญ่สำหรับพลิก, ช่างกลึง, เครื่องหมุน, เครื่องคลุก

turner[2] (เทิร์น' เนอะ) *n.* สมาชิกสโมสรนักกีฬา, นักกายกรรม, นักหกคะเมนตีลังกา

turning (เทิร์น' นิง) *n.* การหมุน, การหัน, การไข, การบิด, การเบือน, การเลี้ยว, การเปลี่ยนแปลง, การเปลี่ยนตำแหน่ง, ที่เลี้ยว, ที่เลี้ยวกลับ, หัวเลี้ยว, หัวโค้ง, งานกลึง, การกลึง

turning point จุดที่มีการเปลี่ยนแปลง, จุดหัวเลี้ยวหัวต่อ (-S. crux, crisis, change, cross roads)

turnip

turnip (เทอร์' นิพ) *n.* หัวผักกาด (ของพืชจำพวก *Brassica rapa*), พืชดังกล่าว

turnkey (เทิร์น' คี) *n., pl.* **-keys** ผู้ดูแลกุญแจเรือนจำ, ผู้คุมเรือนจำ, พัศดีที่ดูแลเรือนจำ

turnoff (เทิร์น' ออฟ) *n.* ถนนสายเล็กๆ ที่แยกจากถนนสายใหญ่, ที่ที่มีการเปลี่ยนทิศทาง, วิธีการเบนออก, ผลิตภัณฑ์สำเร็จรูป, (คำสแลง) คนที่น่ารังเกียจ สิ่งของที่น่ารังเกียจ

turnout (เทิร์น' เอาทฺ) *n.* การชุมนุม, มวลชนที่มาชุมนุมกัน, การออกปฏิบัติการ, การหยุดงาน, ผลิตผล, ผลิตภัณฑ์, วิธีการประดับ, เครื่องมือ, การทำความสะอาด, ทางแยก, รูปแบบของเสื้อผ้า (-S. crowd, outfit) *-Ex. Have you turned out the lights?, We turned out the cat for the night., Everyone turned out for the wedding.*

turnover (เทิร์น' โอเวอะ) *n.* การพลิกกลับ, การคว่ำ, การหมุนตัว, ขนมม้วน, เงินที่เก็บได้ทั้งหมด, การหมุนเวียน, การเดินสะพัด, จำนวนซื้อขาย, อัตราการขาย, การเปลี่ยนแปลง, การจัดกลุ่มใหญ่ *-adj.* พลิกกลับได้, คว่ำได้, พับได้ (-S. gross revenue, financial flow, buying and selling) *-Ex. the turnover of the tide, That bus was turnover.*

turnpike (เทิร์น' ไพคฺ) *n.* ถนนสำหรับรถยนต์ที่วิ่งด้วยความเร็วสูง (โดยเฉพาะถนนที่มีด่านเก็บเงินบำรุงถนน), ด่านเก็บเงินบำรุงถนน, คอกสำหรับเก็บค่าธรรมเนียมบนถนน

turnstile (เทิร์น' สไทลฺ) *n.* คอกหมุนทางเข้าที่เป็นโครงท่อนเหล็ก, ท่อนที่หมุนได้ตามแนวนอน, คอกหมุน, ประตูหมุน

turnup (เทิร์น' อัพ) *n.* สิ่งที่หันขึ้น, สิ่งที่คุ้ยดินขึ้น, สิ่งที่ม้วนขึ้น, ไพ่ที่หงายขึ้น, ขากางเกงที่พับขึ้น *-adj.* หันขึ้น, หงายขึ้น, พับขึ้น, ม้วนขึ้น *-Ex. The ground was turnup.*

turpentine (เทอร์' เพินไทน) *n.* ยางสน, น้ำมันสน *-vt.* **-tined, -tining** ใส่ยางสน, ใส่น้ำมันสน, เก็บยางสน **-turpentinic, turpentinous** *adj.*

turpitude (เทอร์' พิทูด) *n.* ความต่ำช้า, ความเลว

ทราม, พฤติกรรมที่เลวทราม

turps (เทิร์พซฺ) *n. pl.* ดู turpentine

turquoise (เทอร์' คอยซฺ) *n.* แร่ที่ประกอบด้วย อะลูมิเนียมฟอสเฟต เป็นแร่รัตนชาติชนิดหนึ่ง มีสีน้ำเงินหรือน้ำเงินอมเขียว

turret (เทอร์' ริท) *n.* ป้อมเล็กๆ ของสิ่งก่อสร้างขนาดใหญ่, ฐานปืนที่หมุนได้, หอบนป้อม, ป้อมปืน, ปราการ, แท่นหมุนเลนส์ของกล้องถ่ายรูป, แท่นหมุนหกมุม **-turreted** *adj.*

turtle (เทอร์' เทิล) *n., pl.* **-tles, -tle** เต่า (เป็นสัตว์เลื้อยคลานที่จัดอยู่ใน order Chelonia), เต่าน้ำ *-vi.* **-tled, -tling** จับเต่า, มีอาชีพจับเต่าขาย **-turtler** *n.*

turtledove (เทอร์' เทิลดัฟว) *n.* นกเขาขนาดเล็กจำพวก *Streptopelia turtur*

turtleneck (เทอร์' เทิลเนค) *n.* ปกคอเสื้อที่รัดคอและสูง, เสื้อที่มีปกคอดังกล่าว, เสื้อคอเต่า

Tuscan (ทัส' เคิน) *adj.* เกี่ยวกับ Tuscany *-n.* ลักษณะหนึ่งของภาษาอิตาลี, ภาษาอิตาลีที่ใช้กันใน Tuscany, ชาวพื้นเมืองใน Tuscany

tusk (ทัสคฺ) งาช้าง, ฟันแหลมและยาว, เขี้ยวยาว, ส่วนอื่นที่คล้ายงาช้าง *-vt., vi.* **tusked, tusking** ขุดด้วยงา, งัดด้วยงา, แทงด้วยงา, ฉีกด้วยเขี้ยว **-tusked** *adj.* **-tusklike** *adj.*

tusker (ทัส' เคอะ) *n.* สัตว์ที่มีงา, สัตว์ที่มีเขี้ยวยาว

tussle (ทัส' เซิล) *vi.* **-sled, -sling** ดิ้นรน, ต่อสู้, แย่งชิง, ปล้ำกัน *-n.* การดิ้นรน, การต่อสู้, การแย่งชิง, การปล้ำกัน (-S. scuffle, fight, vie, wrestle) *-Ex. The hunter had a tussle with a bear.*

tussock (ทัส' เซิค) *n.* พุ่มหญ้า, กลุ่มหญ้า, กลุ่มผม, ปอยผม, ปอยหญ้า, มวยผม, ปุยขน **-tussocky** *adj.* (-S. tuft)

tut (ทัท) *interj.* คำอุทานแสดงความไม่พอใจ ดูหมิ่นหรืออื่นๆ

tutelage (ทูท' เทิลลิจ) *n.* การปกครอง, การพิทักษ์, การอนุบาล, การสั่งสอน, การแนะนำ, การอยู่ภายใต้การปกครอง (การพิทักษ์)

tutelary, tutelar (ทูท' เทิลลารี, ทูท' เทิลเลอะ) *adj.* ซึ่งมีฐานะเป็นผู้ปกครองหรือผู้พิทักษ์อนุบาล, เกี่ยวกับการปกครอง *-n.* ผู้มีอำนาจปกครอง

tutor (ทู' เทอะ) *n.* ครูสอน, ครูพิเศษ, ครูรับจ้างสอนพิเศษ, ผู้ปกครอง, ผู้พิทักษ์, ผู้อนุบาล *-vt., vi.* สอนพิเศษ, ทำหน้าที่เป็นผู้ปกครอง (ผู้พิทักษ์ ผู้อนุบาล), สอน, อบรม (-S. coach, guide, master, teacher) *-Ex. He had a tutor at home., Father tutored the boy in arithmetic.*

tutorial (ทิวทอร์' เรียล) *adj.* เกี่ยวกับการสอน *-n.* ระบบการสอนพิเศษ, ระบบการสอนส่วนตัว

tutti (ทู' ที) *adj., adv.* ทั้งหมด, รวมกัน, มีเสียงหรือเครื่องดนตรีทั้งหมดรวมกัน, สำหรับทั้งหมดรวมกัน *-n., pl.* **-tis** การเคลื่อนไหวหมู่, การบรรเลงหมู่, เพลงหมู่

tutti-frutti (ทู' ที-ฟรู' ที) *n. , pl.* **-tis** ผลไม้รวม, ผลไม้รวมมิตร

tutu (ทูทู) *n.* กระโปรงสั้นเป็นชั้นๆ ของนักเต้นบัลเล่ต์

tux (ทัคซฺ) *n., pl.* **tuxes** ดู tuxedo

tuxedo (ทัคซี' โด) *n., pl.* **-dos/-does** ชุดเสื้อราตรีชนิดหางสั้นของผู้ชาย

TV ย่อจาก television โทรทัศน์

twaddle (ทวอด' เดิล) *vi.* **-dled, dling** พูดหรือเขียนอย่างไร้สาระ *-n.* คำพูดที่ไร้สาระ, คำพูดเหลวไหล, ข้อเขียนที่ไร้สาระหรือเหลวไหล (-S. prattle) **-twaddler** *n.*

twain (ทเวน) *adj., n.* สอง (-S. two) *-Ex. Naught shall come between them twain., to cut in twain*

twang (ทแวง) *vt.,vi.* **twanged, twanging** เปล่งเสียงแหลมและสั่นสะเทือน, ทำให้มีเสียงจากจมูก, ดีดเสียงซอ, ดึงสายธนู *-n.* เสียงซอ, เสียงแหลมที่สั่นสะเทือน, การทำให้เกิดเสียงดังกล่าว (-S. strum) **-twangy** *adj.*

'twas (ทวัซ, ทวอซ) ย่อจาก it was มันเป็น

twat (ทวัท) *n.* (คำสแลง) แคมของช่องคลอด

tweak (ทวีค) *vt.* **tweaked, tweaking** บิด, ดึง, หยิก, กระตุก, ทิ้ง, หนีบ *-n.* ความร้อนใจ, อาการกระสับกระส่าย **-tweaky** *adj.*

'tween (ทวีน) *prep.* ย่อจาก between ระหว่าง

tweeny (ทวีน' นี) *n., pl.* **-ies** หญิงคนใช้วัยรุ่นที่ช่วยทำงานบ้าน, ลูกมือ, คนใช้

tweet (ทวีท) *n.* เสียงร้องของนกตัวเล็กๆ *-vi.* **tweeted, tweeting** (นกตัวเล็กๆ) ร้องหรือเปล่งเสียง (-S. twitter)

tweeter (ทวี' เทอะ) *n.* เครื่องขยายเสียงขนาดเล็กสำหรับขยายเสียงที่มีความถี่สูง

tweezers (ทวี' เซอะซฺ) *n. pl.* คีมหนีบ, คีมถอนขน

twelfth (ทเวลธฺ) *n., adj.* ส่วนที่สิบสอง (โดยเฉพาะในสิบสองส่วนที่เท่าๆ กัน), ลำดับที่สิบสอง

Twelfth Day วันสุดท้ายของเทศกาลฉลองคริสต์มาส

twelve (ทแวลว) *n.* สิบสอง, เลขสิบสอง, จำนวนสิบบวกสอง, สัญลักษณ์ของเลขหรือจำนวนสิบสอง (เช่น 12, XII), กลุ่มที่มีสิบสองคน (ชุด อัน) *-adj.* เป็นจำนวนสิบสอง

twelvemonth (ทแวลว มันธฺ) *n.* หนึ่งปี, สิบสองเดือน

twentieth (ทเวน' ทิอิธ) *n., adj.* ส่วนที่ยี่สิบ (โดยเฉพาะในยี่สิบส่วนที่เท่าๆ กัน), ลำดับที่ยี่สิบ

twenty (ทเวน' ที) *n.* เลขยี่สิบ, จำนวนยี่สิบ, จำนวนสิบคูณด้วยสอง, สัญลักษณ์ของเลขหรือจำนวนยี่สิบ (เช่น 20, XX), กลุ่มที่มียี่สิบคน (อัน ชิ้น), 20 ปี (ขวบ องศา), 20 นาฬิกา, ธนบัตร 20 ดอลลาร์ (หรือเงินตราอื่น) **-the twenties** จำนวนปี องศา หรืออื่นๆ ที่อยู่ระหว่าง 20 และ 29 **-twenty** *adj., pron.*

twenty-one (ทเวน' ทีวัน') *n.* เลขยี่สิบเอ็ด, จำนวนยี่สิบบวกหนึ่ง, เกมไพ่ยี่สิบเอ็ดแต้ม

'twere ย่อจาก it were มันเป็น

twerp, twirp (ทเวิร์พ) *n.* (คำสแลง) บุคคลที่ไม่สำคัญบุคคลที่น่าดูถูกเหยียดหยาม บุคคลที่น่ารังเกียจ

twice (ทไวซฺ) *adv.* สองครั้ง, สองหน, สองวาระ *-Ex. The teacher told us twice how to spell the word.*

twice-laid (ทไวซฺ' เลด') *adj.* ประกอบด้วยเชือกที่ฟั่นเป็นเกลียว

twice-told (ทไวซฺ' โทลดฺ') *adj.* ซึ่งบอกก่อนแล้วสองครั้ง, เกี่ยวกับสองชั้น, เกี่ยวกับสองคน

T

twiddle (ทวิด' เดิล) *v.* **-dled, -dling** *-vt.* ทำเล่น, คลำเล่น, กระดิกนิ้วเล่น *-vi.* หยอกเล่น, ล้อเล่น, ทำเล่นๆ, ลูบเล่น *-n.* การทำเล่นๆ, การหยอกเล่น, การล้อเล่น **-twiddle one's thumbs** ขี้เกียจ, ไม่ทำอะไร (-S. twirl) *-Ex. twiddle one's thumbs*

twig (ทวิก) *n.* กิ่งไม้, กิ่งอ่อน, แขนง (-S. branch, shoot, stick)

twilight (ทไว' ไลทฺ) *n.* แสงอาทิตย์ในเวลาสายัณห์, แสงรุ่งอรุณ, รุ่งอรุณ, สายัณห์, ระยะเวลาตกอับ, ภาวะที่ไม่แน่นอน, ความเคลือบคลุม (-S. dusk, evening, half-light, sunset, ebb, decline) *-Ex. in the twilight of one's life, twilight sleep, a twilight baseball game, his twilight years*

twilight zone ระดับลึกสุดของมหาสมุทรที่แสงไปไม่ถึงได้, ภาวะก้ำกึ่ง, ภาวะคลุมเครือ, เขตกึ่งมืดกึ่งสว่าง

twill (ทวิล) *n.* ผ้าลายทแยง, สิ่งทอลายทแยง

twin (ทวิน) *n.* ฝาแฝดคนใดคนหนึ่ง, ฝาแฝดตัวใดตัวหนึ่ง, ฝาแฝด, แฝด, สิ่งที่เป็นคู่กัน, ห้องเตียงคู่, กลุ่มดาวคู่ (หรือ Gemini) *-adj.* แฝด, เป็นคู่, เป็นหนึ่งในสองสิ่งที่เหมือนกัน, ประกอบด้วยสองส่วนที่เหมือนกัน, สองเท่า *-v.* **twinned, twinning** *-vt.* จับคู่, เข้าคู่, เปรียบเทียบ, จัดให้มีคู่ *-vi.* กำเนิดลูกแฝด **-twin bed** ห้องที่มีเตียงเดี่ยว 2 เตียง (-S. double, fellow, match, mate) *-Ex. twins often look alike, a twin peak, Siamese twins, twin axis, twinborn, twin beds*

twine (ทวิล) *v.* **twined, twining** *-vt.* พัน, ถัก, ฟั่น, ร้อย, ยึด, จับ *-vi.* พันรอบ, พันเชือก, ร้อย *-n.* เชือกหรือด้ายชนิดฟั่นเป็นเกลียว, การฟั่นเป็นเหลียว, การร้อยมาลัย, การพัน, การถัก, ปม, สิ่งถัก, สิ่งที่ขดเป็นวง **-twiner** *n.*

twinge (ทวินจฺ) *n.* ความเจ็บปวดอย่างกะทันหันและรุนแรง, ความเจ็บแปลบ, ความรู้สึกเจ็บปวดทางจิตใจ, ความเจ็บใจ *-v.* **twinged, twinging** *-vt.* ทำให้เจ็บแปลบ, ทำให้เจ็บปวดอย่างกะทันหันและรุนแรง *-vi.* เจ็บปวดอย่างกะทันหันและรุนแรง, เจ็บแปลบ *-Ex. a twinge of conscience, twinge of toothache, a twinge of grief, a muscular twinge*

twinkle (ทวิง' เคิล) *vt., vi.* **-kled, -kling** ส่องแสงระยิบระยับ (เช่นดวงดาว), ส่องแสงริบหรี่, ส่องแสงแวววับ, (ตา) เป็นประกาย, เป็นแวววาว, กะพริบตา, ขยิบตา *-n.* แสงระยิบระยับ, แสงแวววาว, แสงริบหรี่, ชั่วพริบตา, การกะพริบตา, การขยิบตา **-twinkly** *adj.* **-twinkler** *n.* (-S. wink, sparkle) *-Ex. Baby's eyes twinkle when she sees something good to eat., The reflection of the stars twinkled in the lake.*

twinkling (ทวิง' คลิง) *n.* การส่องแสงระยิบระยับ, การกะพริบตา, การขยิบตา, ชั่วพริบตา, เวลาฉับพลัน (-S. instant, second, moment)

twirl (ทเวิร์ล) *v.* **twirled, twirling** *-vt.* ทำให้หมุนอย่างรวดเร็ว, ปั่น, ตวัด, บิด, เคล้าคลึง, ลูบหนวด, (กีฬาเบสบอล) ขว้างลูก *-vi.* หมุนอย่างรวดเร็ว, บิดอย่างเร็ว, ปั่น, ขว้างลูก *-n.* การทำให้หมุนอย่างรวดเร็ว, การปั่น, การขดเป็นวง, การขดเป็นเกลียว, หางตวัดของตัวอักษร **-twirler** *n.* (-S. gyrate, spin, turn, wheel, wind) *-Ex. Daeng twirls his key-ring when he is thinking., twirl one's thumbs*

twist (ทวิสทฺ) *v.* **twisted, twisting** *-vt.* บิด, บิดเป็นเกลียว, งอ, โค้ง, ขัน, คลุกเคล้า, คลึง, ร้อย, ขด, พันรอบ, ทำให้เป็นเกลียว, ทำให้เข้าใจผิด, บิดเบือน, ทำให้สับสน, โกง, เบี้ยว, กลับทิศทาง *-vi.* บิด, งอ, เบี้ยว, ไปอย่างคดเคี้ยว, ฟั่น, คลึง, ร้อย, ขยัก *-n.* การเปลี่ยนทิศทาง, การผันแปร, การคดเคี้ยว, การปั่น, การบิด, การบิดเป็นเกลียว, สิ่งที่เกิดจากการบิด, ที่เลี้ยว, ที่หักโค้ง, ทางโค้งการเต้นรำจังหวะทวิสต์, การฟั่นเชือกเป็นเกลียว, การเคล้าคลึง, ม้วนใบยา, ขนมม้วน, ลักษณะกวน, เส้นไหม **-twistability** *n.* **-twistable** *adj.* **-twisty** *adj.* (-S. coil, screw, rick, misquote, wring) *-Ex. The woman twisted the wool together.*

twister (ทวิส' เทอะ) *n.* ผู้บิด, สิ่งบิด, ผู้พัน, สิ่งที่พันรอบ, เครื่องหมุน, ลูกหมุน, ลูกสกรู, พายุหมุน

twit (ทวิท) *vt.* **twitted, twitting** หยอกล้อ, ล้อเล่น, ดุ, ด่า, เยาะเย้ย, เหน็บแนม, ตำหนิ *-n.* การหยอกล้อ, การดุ, การด่า, การเยาะเย้ย, การเหน็บแนม, การตำหนิ **-twitter** *n.* (-S. ass, clown, halfwit, idiot)

twitch (ทวิทชฺ) *v.* **twitched, twitching** *-vt.* ดึง, ชัก, ทิ้ง, กระตุกอย่างรวดเร็ว, กระตุกด้วยความเจ็บปวด *-vi.* กระตุก, ชัก, เกรง, กระโดด, กระตุกหรือสะดุ้งด้วยความเจ็บปวด *-n.* การกระตุก, การชัก, การทิ้ง, อาการกระตุกเจ็บ **-twitchy** *adj.* (-S. blink, jerk, pluck, tug, yank) *-Ex. The muscles in one's eyes often twitch., I felt a twitch in my hand.*

twitter (ทวิท' เทอะ) *vt.,vi.* **-tered, -tering** (นก) ส่งเสียงร้องจ้อกแจ้ก, พูดเบาๆ และรวดเร็ว, พูดฉอดๆ, หัวเราะคิกคัก, (ตัว) สั่นด้วยความตื่นเต้น *-n.* การส่งเสียงดังกล่าว, การพูดฉอดๆ, อาการตัวสั่นเนื่องจากความตื่นเต้น **-twitterer** *n.* **-twittery** *adj.* (-S. warble, chirp, trill) *-Ex. birds twitter, We heard the twitter of the birds in the trees.*

twixt, 'twixt (ทวิคซฺทฺ) *prep.* ย่อจาก betwixt ระหว่าง

two (ทู) *n.* เลขสอง, จำนวนสอง, จำนวนหนึ่งบวกหนึ่ง, สัญลักษณ์ของเลขสองหรือจำนวนสอง (เช่น 2 หรือ II), กลุ่มที่มีสองคน (อัน ชิ้น), ธนบัตรใบละ 2 ดอลลาร์ (ปอนด์หรือเงินตราอื่นๆ), ลูกเต๋าหรือไพ่สองแต้ม **-in two** แบ่งออกเป็นสองส่วน, แบ่งครึ่ง **-put two and two together** สรุป, อนุมาน, คาดการณ์ **-two** *adj., pron.*

two-bit (ทู' บิท) *adj.* เป็นมูลค่า 25 เซนต์, ขั้นต่ำ

two-by-four (ทู' บะฟอร์) *adj.* สองคูณสี่ (โดยเฉพาะที่มีหน่อยเป็นนิ้ว), (ภาษาพูด) ไม่สำคัญ ไร้ค่า ราคาถูก, ไม่มีที่พอเล็ก *-n.* ไม้ที่มีขนาดสองคูณสี่นิ้ว (ด้านตัด), สิ่งที่เล็ก, ห้องที่คับแคบ

two-edged (ทู' เอจดฺ) *adj.* มีสองด้าน, มีสองหน้า, ได้ผลทั้งสองทาง, ตัดได้ทั้งสองทาง

two-faced (ทู' เฟสทฺ) *adj.* มีสองหน้า, โกง, หลอกลวง, ตีสองหน้า, จอมปลอม **-two-facedly** *adv.* **-two-facedness** *n.*

two-fisted (ทู' ฟิส' ทิด) *adj.* มีสองหน้าหมัดที่ใช้ได้,

มีพลัง, แข็งแรง

two-handed (ทู' แฮน' ดิด) *adj.* มีสองมือ, คล่องทั้งสองมือ, ใช้ทั้งสองมือ, ใช้คนสองคน, จับสองมือ

twopence (ทู' เพ็นซฺ) *n.* จำนวนสองเพนนี, เรื่องเล็กน้อย, เหรียญ 2 เพนนี (-S. tuppence)

twopenny (ทู' พะนี) *adj.* จำนวน 2 เพนนี, ไม่สำคัญ, ราคาถูก, กระจอก (-S. cheap, tuppenny)

two-piece (ทู' พีส) *adj.* ประกอบด้วยสองส่วน, เกี่ยวกับเสื้อผ้าสองส่วน (ท่อนบนและท่อนล่าง) *-n.* เสื้อผ้าที่มีสองส่วน (ท่อนบนและท่อนล่าง)

two-ply (ทู' ไพลฺ') *adj.* ประกอบด้วย 2 ชั้น

twosome (ทู' เซิม) *n.* สองคนหรือสองสิ่งรวมกัน, เป็นคู่, (กีฬากอล์ฟ) การแข่งขันกันระหว่างคนสองคน

two-step (ทู' สเทพ) *n.* การเต้นรำสองจังหวะ

two-time (ทู' ไทมฺ) *vt.* **-timed, -timing** ไม่ซื่อสัตย์ต่อคนรักหรือคู่สมรส **-two-timer** *n.*

two-tone, two-toned (ทู' โทน, -โทนดฺ) *adj.* มีสองสี, มีสีเดียวที่มีสองแบบ

two-way (ทู' เว') *adj.* สองทาง, สองฝ่าย, สองด้าน, รับผิดชอบทั้งสองฝ่าย, รับภาระทั้งสองฝ่าย

tycoon (ไทคูน') *n.* นักธุรกิจที่ร่ำรวยและมีอิทธิพลมาก, โชกุน (ของญี่ปุ่น) (-S. financier, baron, magnate, potentate)

tying (ไท' อิง) *vt., vi.* กริยาที่เติม ing ของ tie *-Ex. Somsri is tying the new shoes.*

tyke (ไทคฺ) *n.* สัตว์หรือพืชที่เป็นพันธุ์ทาง, คนหยาบคาย, เด็กเล็ก (-S. tike)

tympanic (ทิมแพน' นิค) *adj.* เกี่ยวกับ tympanum, เกี่ยวกับเยื่อแก้วหู

tympanic membrane เยื่อแก้วหู

tympanist (ทิม' พะนิสทฺ) *n.* มือกลอง

tympanum, timpanum (ทิม' พะนัม) *n., pl.* **-nums/-na** หูช่องกลาง, เยื่อแก้วหู, ช่องกลาง (มักเป็นรูปสามเหลี่ยม) ของคานประตูบน, แผ่นเยื่อสั่นสะเทือนของโทรศัพท์

typal (ไท' เพิล) *adj.* เกี่ยวกับแบบ, เกี่ยวกับชนิด, เป็นแบบอย่าง, เป็นตัวอย่าง

type (ไทพฺ) *n.* รูปแบบ, แบบ, ชนิด, ประเภท, จำพวก, ตัวอย่าง, ตัวพิมพ์, เครื่องหมาย, สัญลักษณ์, เอกลักษณ์, ตรา, คนที่เป็นแบบอย่าง, ตัวหนังสือที่พิมพ์ออกมา, เครื่องพิมพ์ดีด, ลักษณะกรรมพันธุ์, ลักษณะที่เป็นแบบอย่าง *-v.* **typed, typing** *-vt.* พิมพ์ดีด, พิมพ์, หากลุ่มเลือด, เป็นสัญลักษณ์, เป็นแบบอย่าง, เป็นตัวแทน *-vi.* พิมพ์ดีด (-S. form, ilk, kind, order, case, essence) *-Ex. Mother can type., Children like books of different types.*

typecast (ไทพฺ' คาสทฺ) *vt.* **-cast, -casting** หลอมตัวพิมพ์

typeface (ไทพฺ' เฟส) *n.* รูปร่างลักษณะของตัวพิมพ์, รูปแบบของตัวพิมพ์ทั้งหมด

typescript (ไทพฺ' สคริพทฺ) *n.* เอกสารหรือต้นฉบับที่พิมพ์ด้วยพิมพ์ดีด, สิ่งที่พิมพ์ด้วยพิมพ์ดีด

typeset (ไทพฺ' เซท) *vt.* **-set, -setting** เรียงพิมพ์

typesetter (ไทพฺ' เซทเทอะ) *n.* ผู้เรียงพิมพ์, ช่างเรียง, เครื่องเรียงพิมพ์ (-S. compositor)

typewrite (ไทพฺ' ไรทฺ) *vt.,vi.* **-wrote, -written, -writting** พิมพ์ดีด, พิมพ์ด้วยเครื่องพิมพ์ดีด

typewriter (ไทพฺ' ไรเทอะ) *n.* เครื่องพิมพ์ดีด, คนพิมพ์ดีด, แบบตัวพิมพ์ดีด

typewriting (ไทพฺ' ไรทิง) *n.* การพิมพ์ดีด, ศิลปะการพิมพ์ดีด, งานพิมพ์ดีด, ผลงานจากการพิมพ์ดีด, เอกสารหรือต้นร่างที่พิมพ์ด้วยพิมพ์ดีด

typhoid (ไท' ฟอยดฺ) *n.* ไข้รากสาดน้อย, ไทฟอยด์ *-adj.* คล้ายโรคไข้ไทฟัส, คล้ายไข้ไทฟอยด์ (-S. typhoid fever)

typhus (ไท' เฟิส) *n.* โรคไข้รากสาดใหญ่ มีหมัด ไรเป็นพาหะ มีอาการปวดหัว ไข้สูง มีผื่นแดงตามผิวหนัง ติดต่อกันทางสัมผัส **-typhous** *adj.* (-S. typhus fever)

typical (ทิพ' พิเคิล) *adj.* เป็นตัวอย่าง, เป็นแบบฉบับ, เป็นตัวแทน, เป็นสัญลักษณ์, เข้ากับแบบหรือตัวอย่าง **-typically** *adv.* **-typicalness, typicality** *n.* (-S. average, classic, usual)

typify (ทิพ' พะไฟ) *vt.* **-fied, -fying** เป็นตัวอย่าง, เป็นแบบฉบับ, เป็นสัญลักษณ์, เป็นรูปแบบของ **-typifier** *n.* **-typification** *n.* (-S. embody, illustrate, personify)

typist (ไท' พิสทฺ) *n.* พนักงานพิมพ์ดีด, ผู้พิมพ์ดีด

typo (ไท' โพ) *n., pl.* **-pos** ความผิดพลาดในการพิมพ์, ตัวพิมพ์ผิด

typography (ไทพอก' ระฟี) *n., pl.* **-phies** การเรียงพิมพ์, เทคนิคการเรียงพิมพ์, งานเรียงพิมพ์, ลักษณะทั่วไปของสิ่งตีพิมพ์ **-typographer** *n.* **-typographic, typographical** *adj.* **-typogrphically** *adv.*

tyrannical, tyrannic (ทิแรน' นิเคิล, -นิค) *adj.* โหดร้าย, โหดเหี้ยม, กดขี่, ปกครองแบบกดขี่, เผด็จการ, ทรราชย์ **-tyrannically** *adv.* **-tyrannicalness** *n.* (-S. cruel, despotic, severe)

tyrannize (เทอร์' ระไนซฺ) *vt.,vi.* **-nized, -nizing** ปกครองแบบทรราช, ปกครองแบบกดขี่, ปกครองแบบเผด็จการ, ใช้อำนาจบาทใหญ่ (-S. oppress, dominate)

tyrannosaur (ทิแรน' นะซอร์) *n.* สัตว์ไดโนเสาร์จำพวก *Tyrannosaurus* ที่สูญพันธุ์ไปแล้ว เดินด้วยขาหลังสองขา

tyrannosaur

tyrannous (เทอร์' ระนัส) *adj.* มีลักษณะเกรี้ยวกราด, กดขี่ **-tyrannously** *adv.*

tyranny (เทอร์' ระนี) *n., pl.* **-nies** การปกครองแบบทรราช, การปกครองแบบกดขี่, การปกครองแบบเผด็จการ, การใช้อำนาจบาตรใหญ่, ความเข้มงวดที่โหดเหี้ยม (-S. despotism, imperiousness)

tyrant (ไท' เรินทฺ) *n.* ทรราช, ผู้ปกครองแบบกดขี่, ผู้ปกครองแบบเผด็จการ, ผู้ปกครองที่ใช้อำนาจบาตรใหญ่, ผู้ปกครองที่ใช้อำนาจเบ็ดเสร็จ (-S. despot, oppressor, slave-driver)

tyre (ไทเออะ) *n.* ยางล้อรถ, วงล้อรถ (-S. tire)

tyro (ไท' โร) *n., pl.* **-ros** ผู้เริ่มเรียน, คนใหม่, มือใหม่ (-S. tiro, beginner, novice, pupil, student, trainee)

tzar (ซาร์) *n.* เจ้าแผ่นดิน

tzetze fly (ทเซฺท' ซี) *n.* ดู tsetse fly

T

U

U, u (ยู) *n., pl.* **U's, u's** พยัญชนะตัวที่ 21 ของอักษรภาษาอังกฤษ, เสียงพยัญชนะดังกล่าว, สิ่งที่มีรูปเป็นตัว U, ตัวพิมพ์อักษร U หรือ u, อุปกรณ์สำหรับพิมพ์ U หรือ u, ลำดับที่ 21 ของอนุกรม

U สัญลักษณ์ของธาตุยูเรเนียม (uranium)

U ย่อจาก atomic mass unit มวลอะตอม

U.A.R. ย่อจาก United Arab Republic

ubiquitous (ยูบิค' ควิทัส) *adj.* มีอยู่ทุกหนทุกแห่ง (โดยเฉพาะในเวลาเดียวกัน) **-ubiquitously** *adv.* **-ubiquitousness** *n.* (-S. ever-present, everywhere, pervasive)

ubiquity (ยูบิค' คิวที) *n.* การมีอยู่ทุกหนทุกแห่ง, การมีอยู่ทั่วทุกหัวระแหง

U-boat (ยู' โบท) *n.* เรือดำน้ำของเยอรมนี

U-bolt (ยู' โบลท) *n.* คานเหล็กที่งอเป็นรูปตัว U

U-bolt

udder (อัด' เดอะ) *n.* ต่อมน้ำนม, เต้านมของสัตว์เลี้ยงลูกด้วยนม

udometer (ดูดอม' มิเทอะ) *n.* เครื่องวัดปริมาณน้ำฝนที่ตกลงมา, มาตรวัดน้ำฝน **-udometric** *adj.* **-udometry** *n.*

UFO ย่อจาก Unidentified Flying Object

Uganda (ยูแกน' ดะ) ประเทศในทวีปแอฟริกา เป็นประเทศในเครือจักรภพอังกฤษ เมืองหลวงชื่อ Kampala **-Ugandan** *adj., n.*

ugh (อูค, อู) *interj.* คำอุทานแสดงความรังเกียจ ไม่พอใจหรืออื่นๆ

uglify (อัก' ละไฟ) *vt.* **-fied, -fying** ทำให้น่าเกลียด, ทำให้บาดตา **-uglification** *n.* **-uglifier** *n.*

ugly (อัก' ลี) *adj.* **-lier, -liest** น่าเกลียด, อัปลักษณ์, บาดตา, น่ากลัว, ไม่น่าดู, ไม่เป็นที่ถูกใจ, ผิดศีลธรรม, ร้ายกาจ, เป็นอันตราย, ไม่เป็นมงคล, มีอารมณ์เดือดดาล, ฉุนเฉียว **-uglily** *adv.* **-ugliness** *n.* (-S. unsightly, shocking, dangerous, angry) *-Ex. an ugly face, an ugly wound, ugly rumours, an ugly task, ugly news, an ugly sky*

ugly duckling เด็กน่าเกลียดที่กลายเป็นคนสวยในเวลาต่อมา, ผู้ที่ได้รับการดูถูกแต่ต่อมาได้รับการสรรเสริญยกย่อง

UHF, uhf ย่อจาก Ultrahigh frequency

U.K., UK ย่อจาก United Kingdom สหราชอาณาจักร

ukase (ยู' เคส, -เคซ) *n.* พระบรมราชโองการของพระเจ้าซาร์ในรัสเซียสมัยก่อน, คำสั่งเด็ดขาด, ประกาศของทางราชการ

Ukraine (ยูเครน') ชื่อแคว้นหนึ่งของโซเวียต (อดีต) ด้านยุโรป เป็นบริเวณเกษตรกรรมที่อุดมสมบูรณ์

Ukrainian (ยูเคร' เนียน) *adj.* เกี่ยวกับคน ภาษาและวัฒนธรรมของยูเครน *-n.* คนที่อาศัยและภาษาที่ใช้ในยูเครน

ukulele (ยูคะเล' ลี) *n.* เครื่องดนตรีขนาดเล็กที่คล้ายกีตาร์ มี 4 สาย ใช้นิ้วดีดของชาวฮาวาย

Ulan Bator (อู' แลนบา' เทอร์) ชื่อเมืองหลวงของมองโกเลีย

ulcer (อัล' เซอะ) *n.* แผลเปื่อย, แผลพุพอง, แผลที่เกิดจากการสูญเสียเนื้อเยื่อส่วนหน้าและมักอักเสบ, ภาวะที่ความชั่วครอบงำ **-ulcerous** *adj.* (-S. sore, abscess, fester)

ulcerate (อัล' ซะเรท) *v.* **-ated, -ating** *-vi.* เกิดแผลเปื่อย, กลายเป็นแผลเปื่อย *-vt.* ทำให้เกิดแผลเปื่อย **-ulceration** *n.* **-ulcerative** *adj.*

ulna (อัล' นะ) *n., pl.* **-nas/-nae** กระดูกแขนท่อนใน **-ulnar** *adj.*

ulster (อัล' สเทอะ) *n.* เสื้อคลุมยาวหลวมๆ สำหรับผู้ชาย **-ulstered** *adj.*

ulterior (อัลเทียร์' เรีย) *adj.* เกินกว่าที่จะเห็น, ลึกลับ, ซ่อนเร้น, แฝงอยู่, ไกลออกไปอีก, นอกเหนือจากที่แสดงหรือปรากฏอยู่ **-ulteriorly** *adv.* (-S. concealed, convert, hidden, selfish)

ultimate (อัล' ทะมิท) *adj.* สุดท้าย, ไกลสุด, มากสุด, ที่สุด, ถึงที่สุด, สูงที่สุด, พื้นฐาน, รากฐาน, ทั้งหมด *-n.* จุดสุดท้าย, ผลสุดท้าย, จุดสุดยอด, หลักการขั้นพื้นฐาน **-ultimately** *adv.* (-S. end, extreme, final, superlative) *-Ex. his ultimate goal, ultimate cause, ultimate strain, ultimate analysis, the ultimate result, ultimate truths*

ultimatum (อัลทะเม' ทัม) *n., pl.* **-tums/-ta** คำขาด, คำสุดท้าย, ข้อสรุป (-S. final, uncompromising demand)

ultimo (อัล' ทะโม) *adv.* ในเดือนก่อน, ในเดือนที่ผ่านมาแล้ว

ultra (อัล' ทระ) *adj.* เกิน, เกินไป, เลยเถิด, เลยโพ้น, ล้ำ, รุนแรง, สุดขีด, ตกขอบ *-n.* ผู้มีหัวรุนแรง, บุคคลประเภทตกขอบ (-S. excessive) *-Ex. He is an ultra president of this period.*

ultrahigh frequency ความถี่คลื่นวิทยุระหว่าง 300-3000 เมกกะไซเคิล/วินาที ใช้อักษรย่อว่า UHF หรือ uhf

ultramarine (อัลทระมะรีน') *adj.* อยู่นอกทะเล, เลยทะเล, ทางด้านฝั่งทะเลโพ้น *-n.* สีฟ้าเข้ม

ultramundane (อัลทระมัน' เดน) *adj.* นอกโลก, เลยโลก, เลยวงโคจรของดาวนพเคราะห์, นอกระบบสุริยะ, เหนือประเพณี, ในโลกหน้า

ultrasonic (อัลทระซอน' นิค) *adj.* เหนือเสียง **-ultrasonically** *adv.* *-Ex. an ultrasonic dog whistle*

ultraviolet (อัลทระไว' อะลิท) *adj.* เกี่ยวกับรังสีอัลตราไวโอเลตที่มีความยาวคลื่นสั้นกว่าปลายสีม่วง, เกี่ยวกับรังสีที่มีความยาวคลื่นสั้นกว่า 400 นาโนเมตร ซึ่งทำให้เกิดรังสีดังกล่าว, เลยแถบสีม่วง *-n.* รังสีอัลตราไวโอเลต

ululate (อัล' ลิวเลท) *vi.* **-lated, -lating** คำราม, เห่า, หอน, ร้องเสียงโหยหวน, ร้องคร่ำครวญ **-ululation** *n.* **-ululant** *adj.*

umbel (อัม' เบิล) *n.* ดอกช่อชนิดที่มีก้านดอกแตกแยกออกจากแห่งเดียวกันเหมือนซี่ของร่ม

umbel

umber (อัม' เบอะ) *n.* ดินสีน้ำตาล

U

อมแดงที่ประกอบด้วยสารประกอบออกไซด์ของเหลวของเหล็กและแมงกานีส, สีน้ำตาลอมแดง *-vt.* **-bered, -bering** ทำให้ดำด้วยดินดังกล่าว *-adj.* สีน้ำตาลอมแดง

umbilical (อัมบิล' ลิเคิล) *adj.* เกี่ยวกับสะดือ, เกี่ยวกับสายสะดือ, อยู่บริเวณสายสะดือ, ซึ่งเชื่อมต่อด้วยสายสะดือ **-umbilically** *adv.*

umbilical cord สายสะดือ

umbilicus (อัมบิล' ลิเคิส, อัมบะไล' เคิส) *n., pl.* **-ci** สะดือ, ศูนย์กลาง

umbra (อัม' บระ) *n., pl.* **-bras/-brae** ร่มเงา, เงา, เงามืด, จุดบอดของดวงอาทิตย์, เงาดวงจันทร์, เงาโลก **-umbral** *adj.* (-S. shade)

umbrage (อัม' บริจ) *n.* การบุกรุก, การก้าวร้าว, การรบกวน, ความโกรธเคือง, ร่องรอยความสงสัยหรือความไม่เป็นมิตร, เงา, เงามืด, ร่มเงา, ความสงสัย **-umbrageous** *adj.* **-umbrageously** *adv.* **-umbrageousness** *n.* (-S. resentment, displeasure)

umbrella (อัมเบรล' ละ) *n.* ร่ม, ร่มกันแดด, ร่มผ้า, กลด, สิ่งที่มีลักษณะคล้ายร่ม, ม่านกระสุน, ม่านคลุมป้องกัน, สิ่งที่ใช้ป้องกัน (-S. shade, canopy, shield, screen)

umlaut (อุม' เลาท) *n.* (สระเยอรมัน) เครื่องหมาย (¨) บนสระ, การปรับเสียงสระ *-vt.* **-lauted, -lauting** ปรับเสียงสระ (ภาษาเยอรมัน) ด้วยเครื่องหมายดังกล่าว, เขียนเครื่องหมายสระดังกล่าวบนสระ

umpire (อัม' ไพเออะ) *n.* ผู้ตัดสิน, ผู้ชี้ขาด, ผู้ทำหน้าที่ตัดสิน, ผู้ทำหน้าที่ชี้ขาด, คนกลางผู้ทำหน้าที่ตัดสินหรือชี้ขาด, สิ่งที่เป็นเครื่องชี้ขาด *-v.* **-pired, -piring** *-vt.* ตัดสิน, ชี้ขาด *-vi.* ทำหน้าที่เป็นผู้ตัดสิน, ทำหน้าที่เป็นผู้ชี้ขาด (-S. referee, arbiter, judge, moderator)

un- คำอุปสรรค มีความหมายว่า ไม่ , ไม่มี, ปราศจาก, ไร้, สลัด, เอาออก, เลิก, ยกเลิก, ทำให้สูญเสีย, ตรงกันข้าม *-Ex. unlucky, unemployment, unlock, unpack, undress*

unabashed (อันอะแบชท') *adj.* ไม่อาย, ไม่สะทกสะท้าน, ไม่กระดากใจ (-S. audacious, brash, brazen)

unabridged (อันอะบริดจฺด) *adj.* ไม่ย่นย่อ, ไม่ได้ย่อ, ไม่ได้ตัดตอน, สมบูรณ์เหมือนเดิม (-S. complete, full-length, whole)

unacceptable (อันอัค' เซพทะเบิล) *adj.* ไม่ได้อธิบายไว้, ไม่สามารถอธิบายได้, ไม่ต้องรับผิดชอบ, ไม่มีภาระหน้าที่, แปลก, พิกล, ไม่สามารถตอบได้ (-S. displeasing, objectionable)

unaccompanied (อันอะคัม' พะนีด) *adj.* ไม่มีผู้ติดตาม, คนเดียว, ไม่มีเพื่อน(-S. alone, lone, solo, unescorted)

unaccountable (อันอะเคาน' ทะเบิล) *adj.* ไม่ได้อธิบายไว้, ไม่สามารถอธิบายได้, ไม่ต้องรับผิดชอบ, ไม่มีภาระหน้าที่, แปลก, พิกล, ไม่สามารถตอบโต้ **-unaccountableness, unaccountability** *n.*

unaccustomed (อันอะคัส' ทะเมด) *adj.* ไม่ปกติ, ไม่คุ้นเคย, ไม่มีคนอาศัย

unadvised (อัน' อัดไวซฺด) *adj.* ไม่ได้รับการตักเตือน, สะเพร่า, เลินเล่อ, ไม่ได้รับการปรึกษา, หุนหันพลันแล่น, ทะลึ่ง

unaffected[1] (อันอะเฟค' ทิด) *adj.* ไม่มีผล, ไม่มีผลกระทบ, แท้จริง, ไม่เสแสร้ง, โดยธรรมชาติ, ง่ายๆ **-unaffectedness** *n.* **-unaffectedly** *adv.* (-S. artless, genuine, honest, naive)

unaffected[2] (อันอะเฟค' ทิด) *adj.* ไม่มีอิทธิพลต่อ, ไม่เปลี่ยนแปลง, ไม่สะทกสะท้าน

unalloyed (อันอะลอยดฺ') *adj.* บริสุทธิ์, ไม่มีสิ่งเจือปน, บริบูรณ์ **-unalloyedly** *adv.*

unalterable (อันออล' เทอะระเบิล) *n.* เปลี่ยนแปลงไม่ได้ (-S. fixed, immutable, permanent) **-unalterably** *adv.*

unanimity (ยูนะนิม' มิที) *n.* ความเป็นเอกฉันท์, ความพร้อมเพรียง, การไม่มีข้อโต้แย้ง, การมีน้ำหนึ่งใจเดียวกัน

unanimous (ยูแนน' นะเมิส) *adj.* เป็นเอกฉันท์, ไม่มีข้อโต้แย้ง, มีน้ำหนึ่งใจเดียวกัน, มีความเห็นพร้อมเพรียงกัน **-unanimously** *adv.* **-unanimousness** *n.* (-S. agreed, harmonious, united)

unapt (อันแอพทฺ') *adj.* ไม่เหมาะสม, ไม่บังควร, ไม่เหมาะ, ไม่มีประสิทธิภาพ, เชื่องช้า, อืดอาด **-unaptly** *adv.* **-unaptness** *n.*

unarmed (อันอาร์มดฺ') *adj.* ไม่มีอาวุธ, ไม่ได้ติดอาวุธ, ไม่มีเขี้ยวเล็บ, ไม่มีหนาม, ปราศจากอาวุธ

unassailable (อันอะเซ' ละเบิล) *adj.* โจมตีไม่ได้, ไม่สามารถถูกโจมตีได้, ปฏิเสธไม่ได้, ลบล้างไม่ได้ (-S. impregnable, invincible, secure)

unassuming (อันอะซู' มิง) *adj.* ถ่อมตัว, ไม่เสแสร้ง, ไม่วางมาดใหญ่โต, ไม่ยโส, ไม่โอหัง, ไม่ทะลึ่ง (-S. diffident, humble, modest, quiet, simple)

unattached (อันอะแทชทฺ') *adj.* ไม่ยึดติด, ไม่เกี่ยวข้อง, อิสระ, ไม่ได้แต่งงาน, ไม่ได้หมั้นกับใคร, ไม่ได้ขึ้นอยู่กับสังคมใด (-S. free, independent, available)

unattractive (อันอะแทรค' ทิฟว) *adj.* ไม่ดึงดูดใจ, ไม่มีเสน่ห์, ไม่น่าสนใจ, น่าเบื่อหน่าย

unavailing (อันอะเว' ลิง) *adj.* ไม่ได้ผล, ไม่มี, ไม่มีให้ **-unavailingly** *adv.* **-unavailingness** *n.* (-S. vain, futile) *-Ex. Her calls for help were unavailing.*

unavoidable (อันอะวอย' ดะเบิล) *adj.* ไม่สามารถหลีกเลี่ยงได้, แน่นอน, ยกเลิกไม่ได้, ลบล้างไม่ได้, อยู่ในภาวะจำยอม **-unavoidably** *adv.* **-unavoidability, -unavoidableness** *n.* (-S. certain, fated, inevitable, necessary) *-Ex. anunavoidable dely*

unaware (อันอะแวร์') *adj.* ไม่รู้ตัว, ไม่ได้คาดคิดมาก่อน, ไม่รู้, ฉับพลัน, ไม่ได้เตือนมาก่อน **-unawarely** *adv.* **-unawareness** *n.* (-S. heedless, ignorant, unconscious, uninformed) *-Ex. I was unaware of your presence.*

unawares (อันอะแวร์ซ') *adv.* อย่างไม่รู้ตัว, อย่างไม่คาดคิดมาก่อน, อย่างไม่รู้, อย่างฉับพลัน, อย่างไม่ได้เตือนมาก่อน (-S. by surprise, suddenly, off guard) *-Ex. Narong walked into the surprise party unawares., You came upon me unawares.*

unbearable (อันแบ' ระเบิล) *adj.* ทนไม่ได้, ไม่สามารถอดทนได้, ไม่สามารถอดกลั้นได้, รับไม่ได้, อึดอัดใจ, เหลืออด **-unbearableness** *n.* **-unbearably** *adv.* (-S.

insufferable, intolerable, unacceptable) *-Ex. an unbearable torture, unbearable suspense*

unbeaten (อันบีท' เทิน) *adj.* ไม่เคยแพ้, ไม่เคยถูกตี, ไม่เคยมีใครเหยียบย่ำ (-S. triumphant, undefeated, victorious)

unbecoming (อันบิคัม' มิง) *adj.* ไม่เหมาะสม, ไม่น่าสนใจ, ไม่งดงาม, ไม่ดึงดูดใจ **-unbecomingly** *adv.* **-unbecomingness** *n.* (-S. ill-suited, unattractive, unbefitting) *-Ex. her unbecoming behaviour, an unbecoming hat*

unbeknown (อันบินอน') *adj.* ไม่เป็นที่รู้จัก, ไม่รู้

unbelief (อันบิลีฟว') *n.* ความไม่เชื่อถือ, ความไร้ศรัทธา, ความสงสัย, ความกังขา

unbelievable (อันบิลีฟ' วะเบิล) *adj.* ไม่น่าเชื่อถือ, เชื่อถือไม่ได้ **-unbeievably** *adv.* (-S. astonishing, impossible, staggering)

unbeliever (อันบิลี' เวอะ) *n.* ผู้ไม่เชื่อ, ผู้ไร้ศรัทธา, ผู้สงสัย, ผู้กังขา (-S. doubter)

unbelieving (อันบิลี' วิง) *adj.* ไม่น่าเชื่อ, น่าสงสัย, น่ากังขา, ไม่ศรัทธา **-unbelievingly** *adv.* **-unbelievingness** *n.*

unbelted (อันเบล' ทิด) *adj.* ถอดเข็มขัด, ปลดสายรัด

unbend (อันเบนด') *v.* **-bent, -bending** *-vt.* ปลด, คลาย, ทำให้หย่อน, ทำให้ตรง *-vi.* ลดหย่อน, คลาย, หย่อน, ปลด, กลายเป็นตรง **-unbendable** *adj. -Ex. to unbend one's legs after a long walk*

unbending (อันเบน' ดิง) *adj.* ไม่หย่อน, ไม่คลาย, ไม่ตรง, ไม่ย่อท้อ, ไม่ลดถอย, ดื้อรั้น, ไม่ประนีประนอม เด็ดเดี่ยว, ไม่เปลี่ยนใจ, มั่นคง **-unbendable** *adj.* (-S. aloof, distant, rigid, stiff)

U

unbiased, unbiassed (อันไบ' เอิสท) *adj.* ไม่ลำเอียง, ไม่เข้าข้าง, ไม่มีอคติ, ตรงไปตรงมา **-unbiasedly** *adv.* **-unbiasedness** *n.* (-S. disinterested, equitable, fair, just) *-Ex. unbiased opinions*

unbidden (อันบิด' เดิน) *adj.* ไม่ได้บังคับ, โดยตัวของมันเอง, ไม่ได้ขอร้อง, ไม่ได้รับเชิญ (-S. unbid)

unbind (อันไบนด') *vt.* **-bound, -bounding** ปล่อย, ปลด, ปลดปล่อย, แก้, คลาย, ทำให้อิสระ (-S. release, free, loosen, untie)

unblushing (อันบลัช' ชิง) *adj.* ไร้ยางอาย, ไม่ละอายใจ, ไม่กระดาก, ไม่อาย, หน้าด้าน, ไม่หน้าแดง **-unblushingly** *adv.* **-unblushingness** *n.*

unbodied (อันบอด' ดีด) *adj.* หลุดจากร่างกาย, ไม่มีรูปแบบ, ไม่มีรูปร่าง, ไร้แก่นสาร

unbolt (อันโบลท') *vt.* **-bolted, -bolting** ถอดกลอน, ถอดสลัก, เปิดประตู, คลายออก, แก้ออก

unborn (อันบอร์น') *adj.* ยังไม่เกิด, ยังไม่ปรากฏ, กำลังจะมา, ในอนาคต, ต่อไป, ยังอยู่ในครรภ์มารดา, ยังไม่คลอด (-S. awaited, embryonic, coming, future)

unbosom (อันบู' เซิม) *v.* **-omed, -oming** *-vt.* เปิดเผย, แพร่งพราย *-vi.* เปิดเผย, แพร่งพรายความลับ **-unbosom oneself** เปิดเผยความลับ, เปิดเผยความคิดในใจ **-unbosomer** *n.* (-S. confess, confide)

unbound (อันเบานด') *adj.* (หนังสือ) ไม่ได้เย็บเล่ม, อิสระ, ไม่ถูกยึดติด, ถูกปลดปล่อย *-vt.* กริยาช่อง 2 และ 3 ของ unbind

unbounded (อันเบาน' ดิด) *adj.* ไม่มีจำกัด, ไม่มีขอบเขต, ไม่ถูกควบคุม, มากมาย **-unboundedly** *adv.* **-unboundedness** *n.*

unbowed (อันเบาด') *adj.* ไม่งอ, ไม่โค้ง, ไม่ยินยอม, ไม่ยอมแพ้

unbrace (อันเบรส') *vt.* **-braced, -bracing** ปลดสายออก, คลายออก, แก้ออก, คลายกังวล, ทำให้คลายความตึงเครียด

unbred (อันเบรด') *adj.* ไม่ได้รับการฝึกสอน, ไม่ได้รับการอบรม, ไม่ได้ผสมพันธุ์

unbridled (อันไบร' เดิลด) *adj.* ที่ปลดบังเหียน, ที่ปลดปล่อย, ที่ทำให้ผ่อนคลาย, ที่ไม่ควบคุม

unbroken (อันโบร' เคิน) *adj.* ไม่ขาดตอน, ไม่ถูกพิชิต, ไม่เสียหาย, สมบูรณ์, ทั้งหมด, ครบถ้วน, ต่อเนื่อง, ไม่เชื่อง, ไม่ถูกรบกวน **-unbrokenly** *adv.* **-unbrokenness** *n.* (-S. complete, entire, solid, whole)

unbuckle (อันบัค' เคิล) *vt., vi.* **-led, -ling** แก้เงื่อน, ปลดเข็มขัด, แก้เงื่อนรองเท้า, คลายออก

unbuild (อันบิลด') *vt., vi.* **-built, -building** ทำลาย, รื้อถอน, ปราบปราม

unburden (อันเบอร์' เดิน) *vt.* **-ened, -ening** ปลดภาระ, ปลดความรับผิดชอบ, เปิดเผย, แสดงความในใจ (-S. relieve, unload, confide)

unbutton (อันบัท' เทิน) *vt., vi.* **-toned, -toning** ปลดกระดุม (เสื้อ)

uncalled-for (อันคอลด' ฟอร์) *adj.* ไม่ได้เชิญ, ไม่ได้ขอร้อง, ไม่ได้เรียก, ไม่เป็นที่ต้องการ (-S. needless, undeserved, gratuitous) *-Ex. ncalled-for remarks*

uncanny (อันแคน' นี) *adj.* **-nier, -niest** ประหลาด, อัศจรรย์, น่าขนลุก, พิกล, ลึกลับ **-uncannily** *adv.* **-uncanniness** *n.* (-S. eeire, queer, strange, weird) *-Ex. His knowledge of telepathy seemed uncanny., the uncanny atmosphere of the old church*

uncap (อันแคพ') *vt., vi.* **-capped, -capping** ถอดหมวกออก, เปิดจุกออก, เปิดฝาออก

unceasing (อันซีส' ซิง) *adj.* ไม่หยุดยั้ง, ไม่รู้จบ, ไม่ขาดสาย (-S. constant, nonstop, perpetual)

unceremonious (อันเซระโม' เนียส) *adj.* ไม่มีพิธีรีตอง, กันเอง, ตามสบาย, ห้วนๆ, เร่งรีบ, หยาบ **-unceremoniously** *adv.* **-unceremoniousness** *n.*

uncertain (อันเซอร์' เทิน) *adj.* ไม่แน่นอน, ไม่เสมอไป, ไม่แน่ใจ, คลุมเครือ, ไม่เด่นชัด, ไม่สามารถชี้ขาดได้, เปลี่ยนแปลงง่าย, น่าสงสัย, น่ากังขา **-uncertainly** *adv.* **-uncertainness** n. (-S. undecided, indistinct, dubious) *-Ex. I am uncertain about going to the party.*

uncertainty (อันเซอร์' เทินที) *n., pl.* **-ties** ความไม่แน่นอน, ความไม่แน่ใจ, ความไม่เที่ยง, ความไม่มั่นใจ, ความลังเล, ความคลุมเครือ, ความไม่เด่นชัด, ความน่ากังขา, ความไม่สามารถจะชี้ขาดได้ (-S. doubt, indecision, quandary, perplexity) *-Ex. the uncertainty about the future*

unchain (อันเชน') *vt.* **-chained, -chaining** ปลด

สายโซ่ออก, ปลดปล่อย *-Ex. to unchain a door, to unchain a dog*

unchangeable (อันเชน' จะเบิล) *adj.* ไม่เปลี่ยนแปลง, เปลี่ยนแปลงไม่ได้ **-unchangeability, unchangeableness** *n.* **-unchangeably** *adv.* (-S. fixed, stable, strong)

uncharged (อันชาร์จดฺ') *adj.* ไม่มีประจุไฟฟ้า, (ไฟฟ้า) เป็นกลาง

uncharitable (อันแช' ริทะเบิล) *adj.* ไม่เมตตา, ไม่มีความปรานี, ไม่มีความกรุณา, รุนแรง, ไม่ให้อภัย **-uncharitableness** *n.* **-uncharitably** *adv.* (-S. harsh, severe, merciless)

uncharted (อันชาร์ท' ทิด) *adj.* ไม่มีกฎข้อบังคับ, ไม่มีกฎหมาย, ไม่ได้รับอนุญาต

unchristian (อันคริส' ชัน) *adj.* ไม่ใช่คริสเตียน, ไม่เหมาะสมสำหรับคริสเตียน, ไม่เข้ากับหลักการหรือการสอนของคริสเตียน, ป่าเถื่อน, ทารุณ

unchurch (อันเชิร์ช') *vt.* **-churched, -churching** ขับออกจากศาสนา, คว่ำบาตร, ทำให้สูญเสียลัทธิของศาสนา

uncial, Uncial (อัน' เชียล, -เชียล) *adj.* เกี่ยวกับตัวหนังสือกรีกและละติน สมัยศตวรรษที่ 4-8 *-n.* ตัวหนังสือดังกล่าว, การเขียนตัวหนังสือดังกล่าว, ต้นฉบับที่เขียนด้วยตัวหนังสือดังกล่าว

unciform (อัน' ซะฟอร์ม) *adj.* เป็นรูปตะขอ *-n.* กระดูกรูปตะขอ

uncircumcised (อันเซอร์เคิม' ไซซดฺ) *adj.* ไม่ได้ขลิบหนังหุ้มปลายลึงค์ออก, ไม่ใช่ยิว, นอกศาสนา, นอกรีต **-uncircumcision** *n.* (-S. gentile)

uncivil (อันซิฟ' เวิล) *adj.* ไม่มีมารยาทที่ดี, หยาบ, ไม่สุภาพ, ไม่มีอารยธรรม, ป่าเถื่อน, ไม่มีใจกรุณา **-uncivilly** *adv.* **-uncivilness** *n.* (-S. discourteous, impolite, rude, surly)

uncivilized (อันซิฟ' เวิลไลซดฺ) *adj.* ป่าเถื่อน, ไม่มีอารยธรรม, ไม่มีวัฒนธรรม, ไม่เจริญ **-uncivilizedly** *adv.* **uncivilizedness** *n.* (-S. barbarian, savage, wild)

unclad (อันแคลดฺ') *adj.* เปลือย, เปลือยเปล่า, ไม่ได้สวมเสื้อผ้า

unclasp (อันแคลสพฺ') *vt., vi.* **-clasped, -clasping** ปลด, ปลดสายสร้อย, ปลดมือ, ปล่อยมือ, คลายมือ, ปลดจากการยึดเกาะ *-Ex. to unclasp a buckle, to unclasp one's grasp*

uncle (อัง' เคิล) *n.* คุณลุง, อาผู้ชาย, น้าผู้ชาย, อาเขย, น้าเขย, ผู้ให้กำลังใจ

unclean (อันคลีน') *adj.* **-cleaner, -cleanest** ไม่สะอาด, สกปรก, ไม่บริสุทธิ์, โสมม, ชั่ว, ชั่วร้าย, ไม่เป็นสาวพรหมจารี, มีรอยด่างพร้อย, มีมลทิน, คลุมเครือ, ไม่แจ่มแจ้ง **-uncleanness** *n.* (-S. filthy, dirty) *-Ex. Boy Scouts are taught to avoid unclean thoughts.*

Uncle Sam สหรัฐอเมริกา, ชาวอเมริกัน, ชายสูงผอม มีหนวดสีขาว ใส่หมวกสูงที่มีสายคาดรูปดาว สวมเสื้อหางยาวสีน้ำเงิน สวมกางเกงแถวลายแดงและขาว

uncomfortable (อันเคิม' เฟอะทะเบิล) *adj.* ไม่สะดวกสบาย, ไม่สบายใจ, เจ็บปวด, ระคายเคือง, กระสับกระส่าย, เคร่งเครียด **-uncomfortableness** *n.* **-uncomfortably** *adv.* (-S. awkward, hard, rough) *-Ex. This chair is uncomfortable., Daeng is uncomfortable when he sits in it., There was an uncomfortable silence when the teacher came in.*

uncommitted (อันคะมิท' ทิด) *adj.* ไม่ได้ผูกมัด, อิสระ, ไม่ได้มีพันธะกรณี (-S. neutral, free)

uncommon (อันคอม' เมิน) *adj.* **-er, -est** ไม่ปกติ, ผิดจากธรรมดา, หายาก, พิเศษ, น่าใส่ใจ, เด่น **-uncommonly** *adv.* **-uncommoness** *n.* (-S. novel, odd, peculiar)

uncommunicative (อันคะมิว' นิเคทิฟวฺ) *adj.* พูดน้อย, ไม่พูดมาก, สงบปากสงบคำ, เงียบสงบ **-uncommunicatively** *adv.* **-uncommunicativeness** *n.* (-S. close, reserved, short, shy)

unconditioned (อันเคินดิช' ชันดฺ) *adj.* ไม่มีเงื่อนไข, ไม่มีเงื่อนบังคับ, ไม่จำกัด, สมบูรณ์, เด็ดขาด, โดยธรรมชาติ, สันดานเดิม

unconformity (อันเคินฟอร์' มิที) *n., pl.* **-ties** ความไม่สอดคล้องกัน, ความไม่คล้องจอง, ความไม่เข้ากัน, ความไม่ต่อเนื่องกัน, ความไม่ประสานกัน

unconquerable (อันคอง' เคอระเบิล) *adj.* เอาชนะไม่ได้, พิชิตไม่ได้, ปราบไม่ได้, บังคับไว้ไม่ได้, ระงับไว้ไม่อยู่

unconscionable (อันคอน' เชินนะเบิล) *adj.* ไม่อยู่ภายใต้จิตสำนึก, ไม่ได้คุมสติ, กำเริบเสิบสาน, ไม่มีเหตุผล, ไร้จิตสำนึกชั่วคราว, เกินไป, รุนแรง **-unconscionableness** *n.* **-unconscionably** *adv.*

unconscious (อันคอน' เชิส) *adj.* ไม่ได้สติ, ไม่รู้สึกตัว, สลบ, ไม่รู้, ไร้สติไปชั่วคราว, ไร้จิตสำนึกไปชั่วคราว *-n.* ส่วนของจิตที่ขาดจิตสำนึก **-unconsciously** *adv.* **-unconsciousness** *n.* (-S. numb, senseless, ignorant, innate, reflex) *-Ex. The man was unconscious after the accident.*

unconstant (อันคอน' สเทินทฺ) *adj.* ไม่มั่นคง

unconstitutional (อันคอนสทิทิว' เชินเนิล) *adj.* ไม่เป็นไปตามบทบัญญัติของรัฐธรรมนูญ **-unconstitutionality** *n.* **-unconstitutionally** *adv.*

unconventional (อันคอนเวน' เชินเนิล) *adj.* ไม่เป็นไปตามกฎทั่วไป **-unconventionality** *n.* (-S. bizarre, odd, eccentric)

uncork (อันคอร์ค') *vt.* **-corked, -corking** ดึงจุกออก, ปล่อย, คลาย

uncounted (อันเคานฺ' ทิดฺ) *adj.* นับไม่ได้, เหลือคณานับ, สุดคณานับ (-S. countless)

uncouple (อันคัพ' เพิล) *vt.,vi.* **-pled, -pling** ปลด, ปล่อย, ทำให้หลุดออก, หลุด **-uncoupler** *n.* (-S. unfasten)

uncourteous (อันเคอ' เทียส) *adj.* ไร้มารยาท, ไม่สุภาพ, หยาบคาย

uncourtly (อันคอร์ท' ลี) *adj.* หยาบ, ไม่สุภาพ, ไม่คุ้นเคยกับธรรมเนียมปฏิบัติในวัง

uncouth (อันคูธ') *adj.* งุ่มง่าม, ซุ่มซ่าม, เก้งก้าง, ไม่มีมารยาท, ประหลาด, พิกล **-uncouthly** *adv.* **-uncouth-**

U

ness *n.* (-S. boorish, clumsy, crude, vulgar) *-Ex. uncouth aborigines, to have uncouth manners*

uncover (อันคัฟ' เวอะ) *v.* **-ered, -ering** *-vt.* เปิดเผย, เปิดออก, เปิดโปง, เปิดหมวก *-vi.* เปิด, เปิดออก, เปิดหมวก (-S. bare, open, show, disclose, reveal) *-Ex. Uncover the butter dish., A big secret was uncovered., Miners go under the earth to work.*

uncovered (อันคัฟ' เวิร์ด) *adj.* ไม่มีฝา, ไม่มีที่ปิด, ไม่ได้สวมหมวก, ไม่มีที่ป้องกัน

unction (อังค' ชัน) *n.* การทาน้ำมัน, การชโลมน้ำมัน, การพรมน้ำมัน, น้ำมันที่ใช้ชโลม, สิ่งที่ช่วยบรรเทา, สิ่งที่ทำให้สบายใจ, ลักษณะที่ช่วยบรรเทา, ความนิยมชมชอบ, คำยกยอ

unctuous (อังค' ชูเอิส) *adj.* เป็นน้ำมัน, เป็นมัน, ลื่น, หล่อลื่น, ลื่นเกินไป, เหมือนสบู่, ประจบสอพลอ **-unctuosity, unctuousness** *n.* **-unctuously** *adv.*

uncultivated (อันคัล' ทิเวททิด) *adj.* ไม่ได้เพาะปลูก, ไม่ได้รับการอบรม, ป่าเถื่อน, หยาบคาย

uncultured (อันคัล' เชอร์ด) *adj.* ไม่ได้รับการอบรม, ป่าเถื่อน, หยาบคาย

undaunted (อันดอน' ทิด) *adj.* ไม่สะทกสะท้าน, ไม่กลัว, ใจกล้า, ไม่ท้อใจ **-undauntedly** *adv.* **-undauntedness** *n.*

undeceive (อันดีซีฟว') *vt.* **-ceived, -ceiving** ทำให้ไม่หลงผิด, ทำให้สำนึกตัว, ทำให้ไม่เข้าใจผิด

undecided (อันดีไซ' ดิด) *adj.* ไม่ได้ตัดสินใจแน่นอน, ยังไม่ได้ตกลงใจ, ยังไม่ได้กำหนดแน่นอน, ไม่เด็ดขาด **-undecidedly** *adv.* (-S. hesitant, torn, unsure) *-Ex The question of going abroad is still undecided., We are undecided about how to solve this problem.*

U

undeniable (อินดิไน' อะเบิล) *adj.* ปฏิเสธไม่ได้, หลีกเลี่ยงไม่ได้, ไม่ผิดพลาดแน่นอน, ไม่อาจโต้แย้งได้

under (อันเดอะ) *prep.* ภายใต้, ใต้, ข้างล่าง, ล่าง, ต่ำกว่า, น้อยกว่า, รอง, ใต้หัวข้อ, ภายในหัวข้อ, ในสังกัด, ภายใต้การบังคับบัญชา, ภายใต้อิทธิพล, ตามที่, ในระหว่างที่ *-adv.* ใต้, ข้างใต้, รอง, ในสังกัดน้อยกว่า, *-adj.* ใต้, ข้างล่าง, ต่ำกว่า, รอง **-go under** ยอมแพ้, ตกต่ำ (-S. beneath, below)

under- คำอุปสรรค มีความหมายว่า ข้างล่าง, ใต้, ไม่ถึง

underact (อันเดอะแรก') *vt.,vi.* **-acted, -acting** แสดงบทบาทไม่เต็มที่

underage[1] (อันเดอะเอจ') *adj.* ยังไม่บรรลุนิติภาวะ, ต่ำกว่ากำหนดอายุ, ยังไม่เป็นผู้ใหญ่

underage[2] (อัน' เดอะเอจ) *n.* ความขาดแคลน, ความไม่พอเพียง

underarm (อัน' เดอะอาร์ม) *adj.* ใต้แขน, ใต้รักแร้, เกี่ยวกับมือที่ต่ำ *-n.* รักแร้

underarmed (-อาร์มด) *adj.* มีอาวุธไม่เพียงพอ

underbid (อันเดอะบิด') *v.* **-bid, -bidding** *-vt.* ประมูลต่ำกว่า, เสนอราคาที่ต่ำกว่า, (ไพ่บริดจ์) เรียกไพ่ต่ำกว่าคะแนนที่อาจจะได้ *-vi.* เรียกไพ่ต่ำเกินไป **-underbidder** *n.* **-underbid** *n.*

underbred (อันเดอะเบรด') *adj.* ได้รับการอบรมมาไม่ดี, ไม่สุภาพ, หยาบคาย, ไม่ใช่พันธุ์แท้

underbuy (อันเดอะไบ') *v.* **-bought, -buying** *-vt.* ซื้อได้ถูกกว่า *-vi.* ซื้อได้ไม่เพียงพอ

undercarriage (อัน' เดอะแคริอิจ) *n.* โครงส่วนล่างของลำเครื่องบิน, ช่วงล่างของรถยนต์, แท่นรับปืนใหญ่หรืออาวุธที่เคลื่อนที่ได้อื่นๆ

undercharge (อันเดอะชาร์จ') *vt.* **-charge, -charging** เรียกราคาต่ำกว่าที่ควร, คิดเงินน้อยกว่าที่ควร, ใส่ (ประจุ) น้อยกว่าที่ควร *-n.* ราคาเรียกที่ต่ำกว่าที่ควรหรือต่ำกว่าปกติ, ประจุไม่เพียงพอ, จำนวนไม่เพียงพอ

underclothes (อัน' เดอะโคลธซ) *n. pl.* เสื้อ กางเกงชั้นใน (-S. lingerie, undies, underwear)

underclothing (อัน' เดอะโคลธิง) *n.* ดู underclothes

undercoat (อัน' เดอะโคท) *n.* เสื้อรองเสื้อคลุม, เสื้อสวมใต้เสื้อใหญ่, ชั้นรอง, ชั้นดิน, สีพื้น

undercover (อันเดอะคัฟ' เวอะ) *adj.* ลึกลับ, ลี้ลับ, ทำอย่างลับๆ, เกี่ยวกับการจารกรรม, เกี่ยวกับการหาข่าวลับ (-S. secret, concealed, spy)

undercroft (อัน' เดอะครอฟท) *n.* ห้องใต้ดิน

undercurrent (อัน' เดอะเคอเรินท) *n.* กระแสใต้น้ำ, กระแสข้างล่าง, แนวโน้มที่แฝงอยู่, พลังที่แฝงอยู่ (-S. rip, drift, tinge, trend)

undercut (อันเดอะคัท') *vt., vi.* **-cut, -cutting** ตัดส่วนล่าง, ตัดราคา, เซาะ, ตีลูก (กอล์ฟ) แบบสอยดาว, ต่อยแบบสอยดาว *-n.* การตัดส่วนล่าง, การตัดราคา, การเซาะ, ส่วนที่ตัดออกจากข้างล่าง *-adj.* จากการตัดส่วนล่าง (-S. undermine)

underdeveloped (อันเดอะดิเวล' เลิพท) *adj.* ด้อยพัฒนา, พัฒนาไปได้ช้ากว่าหรือน้อยกว่าที่ควร, (การล้างรูปภาพ) ล้างไม่พอ, มีมาตรฐานการครองชีพหรือระดับการผลิตผลทางอุตสาหกรรมต่ำกว่าที่ควร **-underdevelopment** *n.*

underdo (อันเดอะดู') *vt* **-did, -done, -doing** ทำน้อยกว่าที่ควร, ทำน้อยกว่าที่จำเป็น

underdog (อัน' เดอะดอก) *n.* ผู้ที่มีหวังแพ้, ผู้ที่เป็นเบี้ยล่าง, ผู้ที่ตกอับ, ผู้ที่เคราะห์ร้าย

underdone (อันเดอะดัน') *adj.* ไม่ได้ต้มให้สุก, ไม่ค่อยสุก, ไม่ได้ต้มพอเพียง, หายาก

underdrain (อัน' เดอะเดรน) *n.* ท่อระบายข้างใต้ *-vt.* จัดให้มีท่อระบายข้างใต้

underestimate (อันเดอะเอส' ทะเมส) *vt.* **-mated, -mating** ประเมินค่าต่ำไป, ดูเบา, ดูถูก, เหยียดหยาม *-n.* การประเมินค่าต่ำไป, การดูเบา, การดูถูก, การเหยียดหยาม **-underestimation** *n.* (-S. belittle, hold, cheap, minimize) *-Ex. The team underestimated the strength of its opponents.*

underexpose (อันเดอะอิคสโพซ') *vt.* **-posed, -posing** ทำให้ฟิล์มถูกแสงไม่เพียงพอ **-underexposure** *n.*

underfeed (อันเดอะฟีด') *vt.* **-fed, -feeding** ให้อาหารไม่เพียงพอ, ให้เชื้อเพลิงจากด้านล่าง

underfoot (อันเดอะฟุท') *adv.* ใต้เท้า, ข้างใต้, อยู่ใต้เท้า, เป็นอุปสรรค, ขวางทาง *-Ex. It is muddy underfoot., The kitten is always underfoot.*
undergarment (อัน' เดอะการ์เมินทฺ) *n.* เสื้อสวมด้านใน, กางเกงใน, ชุดชั้นใน
undergo (อันเดอะโก') *vt.* **-went, -gone, -going** ประสบ, ผ่าน, ได้รับ, อดทน, อดกลั้น, ทนทุกข์ (-S. bear, suffer, endure) *-Ex. to undergo a surgical operation, to undergo many hardship*
undergrad (อัน' เดอะแกรด) *n., adj.* ดู undergraduate
undergraduate (อันเดอะแกรด' จุอิท) *n.* นักศึกษาที่ยังไม่รับปริญญาตรี, นักเรียนที่ยังไม่ได้รับประกาศนียบัตร *-adj.* เกี่ยวกับนักศึกษาที่ยังไม่ได้รับปริญญาตรี
underground (อัน' เดอะเกรานดฺ') *adj., adv.* ใต้ดิน, ไม่เปิดเผย, ซ่อนเร้น, เป็นความลับ, อำพราง, ซึ่งจัดพิมพ์นอกสถาบัน, ในขั้นทดลอง *-n.* บริเวณใต้ดิน, ชั้นล่าง, ชั้นใต้ดิน, อุโมงค์, องค์การลับ, รถไฟใต้ดิน (-S. buried, covered, covert, hidden) *-Ex. an underground passage, Miners work underground., an underground railway, underground work, underground railroad, an underground movement*
undergrowth (อัน' เดอะโกรธ) *n.* พุ่มไม้, ต้นไม้ขนาดเล็กที่ขึ้นอยู่ท่ามกลางต้นไม้ขนาดใหญ่, การเจริญเติบโตไม่เต็มที่, ขนสั้นหนานิ่มที่ขึ้นอยู่ใต้ขนหยาบยาวของสัตว์ (-S. bracken, briars, scrub, underwood)
underhand (อัน' เดอะแฮนดฺ) *adj.* ไม่เปิดเผย, ทำอย่างลับๆ และมีเล่ห์เพทุบาย, เกี่ยวกับงานใต้โต๊ะ, (การตีลูกเทนนิสหรือลูกกอล์ฟ) ซึ่งทอดแขนลงข้างล่าง *-adv.* โดยทอดแขนลงข้างล่าง, อย่างลับๆ, อย่างซ่อนเร้น (-S. furtive, sly, crafty) *-Ex. Somchai used underhand methods to achieve his goal., an underhand pitch, to throw underhand*
underlaid (อันเดอะเลด') *adj.* อยู่ข้างล่าง, วางอยู่ข้างใต้, มีชั้นรอง, รอง
underlay[1] (อัน' เดอะเล) *vt.* **-laid, -laying** วางอยู่ข้างใต้, รอง *-n.* สิ่งที่รองอยู่ข้างใต้, ที่รอง, ผ้ารอง, กระดาษหนุนแม่พิมพ์
underlay[2] (อันเดอะเล') *vt.* กริยาช่อง 2 ของ underlie
underlet (อันเดอะเลท') *vt.* **-let, -letting** ทำให้ต่ำกว่าค่าที่แท้จริง, ให้เช่าช่วง, แบ่งให้เช่า, ให้เช่าในราคาต่ำกว่าปกติ
underlie (อันเดอะไล') *vt.* **-lay, -lain, -lying** วางอยู่ข้างใต้, อยู่ข้างใต้, หนุน, ค้ำ, เป็นฐาน, มีบุริมสิทธิ, มีสิทธิก่อน, มีสิทธิเหนือกว่า (-S. underscore)
underline (อัน' เดอะไลน) *vt.* **-lined, -lining** ขีดเส้นใต้, เน้นความสำคัญ, ย้ำ *-n.* เส้นที่อยู่ข้างใต้, คำอธิบายใต้ภาพ (-S. mark, emphasize, highlight, stress) *-Ex. The tone of your voice underlined the importance of your speech.*
underling (อัน' เดอะลิง) *n.* ตัวรอง, ลูกมือ, ผู้อยู่ใต้บังคับบัญชา (-S. inferior, menial)
underlying (อัน' เดอะไลอิง) *adj.* อยู่ข้างใต้, อยู่ชั้นใต้, เป็นรากฐาน, แฝงอยู่, มีบุริมสิทธิ, มีสิทธิก่อน(-S. lurking, veiled, basic, prime)
undermanned (อัน' เดอะแมนดฺ) *adj.* มีคนงานไม่เพียงพอ, มีเจ้าหน้าที่ไม่เพียงพอ
undermine (อันเดอะไมนฺ') *vt.* **-mined, -mining** ขุด, ขุดอุโมงค์, เซาะ, ทำให้อ่อนลง, ทำลายทีละน้อย, ทำลายอย่างลับๆ (-S. sap, weaken) *-Ex. undermine one's reputation, undermine one's health*
undermost (อัน' เดอะโมสทฺ) *adj, adv.* ต่ำสุด, ใต้สุด
underneath (อันเดอะนีธ') *prep.* ข้างใต้, ข้างล่าง, อยู่ข้างใต้, ซ่อนอยู่, ซ่อนเร้น *-adv.* ข้างใต้, ข้างล่าง *-adj.* ต่ำกว่า, อยู่ข้างล่าง *-n.* ฐาน, ส่วนล่างสุด, ข้างใต้ (-S. beneath, under) *-Ex. We found a small snail underneath the log., underneath the tyranny of*
underpass (อัน' เดอะพาส) *n.* ทางข้างใต้, ทางข้างล่าง, ทางใต้ดิน, อุโมงค์ใต้ดิน, อุโมงค์ลอดใต้สะพาน
underplay (อัน' เดอะเพล) *v.* **-played, -playing** *-vt.* ตีไม่ออก, แสดงบทบาทไม่เต็มที่ *-vi.* ได้ผลไม่เต็มที่
underprivileged (อันเดอะพริฟ' วะลิจดฺ) *adj.* ไม่ได้มีสิทธิเพราะยากจน, ไม่ได้สิทธิเพราะอยู่ในชนชั้นที่ต่ำ (-S. deprived, destitute, needy)
underpopulated (อันเดอะพอพ' พิวเลทิด) *adj.* มีประชากรไม่หนาแน่น (เนื่องจากพื้นที่และทรัพยากรมีอย่างจำกัด) **-underpopulation** *n.*
underproduction (อันโพรดัค' ชัน) *n.* การผลิตไม่เพียงพอ
underproof (อันเดอะพรูฟ') *adj.* ประกอบด้วยปริมาณแอลกอฮอล์น้อยกว่ามาตรฐาน
underprop (อันเดอะพรอพ') *vt.* **-propped, -propping** ค้ำ, จุนเจือ, หนุน, สนับสนุน
underrate (อันเดอะเรท') *vt.* **-rated, -rating** ประเมินค่าต่ำไป, ตีราคาต่ำไป, ดูถูก, ดูเบา (-S. underestimate) *-Ex. Never underrate your opponents.*
underrun (อันเดอะรัน') *vt.* **-ran, -run, -running** วิ่งผ่านข้างใต้, วิ่งลอด, วิ่งผ่านข้างล่าง *-n.* สิ่งที่วิ่งผ่านข้างใต้, สิ่งที่วิ่งผ่านข้างล่าง, ปริมาณผลิตที่ต่ำกว่าการประเมิน
underscore (อัน' เดอะสคอร์) *vt.* **-scored, -scoring** ขีดเส้นใต้, ยืนยัน, เน้น *-n.* เส้นใต้, เส้นที่ขีดใต้ข้อความ (-S. underline, emphasize)
undersecretariat (อันเดอะเซคคริแท' รีอิท) *n.* สำนักงานปลัดกระทรวง
undersecretary (อันเดอะเซค' ระเทอรี) *n., pl.* **-taries** ปลัดกระทรวง
undersell (อันเดอะเซล') *vt.* **-sold, -selling** ขายถูกกว่าปกติ, ขายตัดราคา, โฆษณาไม่ได้เต็มที่ **-underseller** *n.*
underset (อัน' เดอะเซท) *n.* กระแสใต้น้ำ, คลื่นใต้น้ำ, สายแร่ข้างใต้ (-S. undertow)
undershirt (อัน' เดอะเชิร์ท) *n.* เสื้อชั้นในแนบตัวของผู้ชายหรือเด็ก, เสื้อชั้นในซับเหงื่อ
undershoot (อันเดอะ' ชูท') *vt., vi.* **-shot, -shooting** ยิงต่ำกว่าเป้า, ยิงใต้เป้า, ยิงใกล้เป้า, (เครื่องบิน) ลง

U

ไม่ถึงลานบิน

undershorts (อัน' เดอะชอทฺซฺ) *n. pl.* กางเกงในขาสั้นของเด็กหรือผู้ชาย

undershot (อัน' เดอะชอท) *adj.* มีฟันหน้าของขากรรไกรล่างยื่นออก, วิดน้ำโดยกังหันวิดน้ำ

undersign (อัน' เดอะไซนฺ) *vt.* **-signed, -signing** ลงนามข้างล่าง, ลงนามข้างท้าย

undersigned (อัน' เดอะไซนฺดฺ') *adj.* ซึ่งลงนามไว้แล้วข้างท้าย, เกี่ยวกับผู้ที่ได้ลงนามไว้ข้างท้าย *-n.* ผู้ที่ได้ลงนามไว้ข้างท้าย

underslung (อันเดอะสลัง') *adj.* แขวนจากเบื้องบน, ค้ำจากเบื้องบน, มีจุดศูนย์กลางที่ส่วนกลางค่อนไปข้างล่าง

understand (อันเดอะสแทนดฺ') *v.* **-stood, -standing** *-vt.* เข้าใจ, รู้, รู้จัก, เข้าใจความหมาย, เรียนรู้, เชื่อ, ยอมรับว่าเป็นความจริง *-vi.* เข้าใจ, เข้าใจความหมาย, รู้ใจ, เห็นอกเห็นใจ **-understandable** *adj.* **-understandably** *adv.* **-understandability** *n.* (-S. comprehend) *-Ex. I understand the meaning., I understand what you say., I understand you.*

understanding (อันเดอะสแทน' ดิง) *n.* ความเข้าใจ, การเข้าใจ, ความสามารถในการเข้าใจ, สติปัญญา, ความรู้, เชาวน์, ความเห็นอกเห็นใจ, ความตกลงใจกัน, อำนาจในการเข้าใจเหตุผล *-adj.* เกี่ยวกับการเข้าใจ, เกี่ยวกับความเข้าใจ, เกี่ยวกับความเห็นอกเห็นใจ **-understandingly** *adv.* (-S. insight, sense, agreement) *-Ex. an understanding about the work, beyond my understanding, mutual understanding, an understanding of a situation*

U

understate (อันเดอะสเทท') *vt., vi.* **-stated, -stating** บรรยายไม่เต็มที่, กล่าวถึงอย่างไม่เต็มที่

understood (อันเดอะสทูด') *adj.* เข้าใจ, รู้, เป็นที่เข้าใจ, ละไว้เป็นที่เข้าใจ (-S. implicit, tacit, assumed) *-Ex. Mary understood it before I did.*

understudy (อัน' เดอะสทัดดี) *vt., vi.* **-ied, -ying** ศึกษาบททดแทน, ศึกษาการแสดงแทน, ฝึกทำหน้าที่แทน *-n., pl.* **-ies** ตัวสำรอง (-S. double, reserve, sub) *-Ex. Somsri understudied the lead in the play., Somsri is understudying a famous actress.*

undertake (อันเดอะเทค') *v.* **-took, -taken, -taking** *-vt.* เข้าทำ, ดำเนินการ, อาสา, รับรอง, ประกัน, รับผิดชอบ *-vi.* รับหน้าที่, รับผิดชอบ, รับรอง(-S. agree, bargain, engage, pledge) *-Ex. Daeng undertook to find the missing books., He undertook the mission to make peace.*

undertaker (อันเดอะเท' เคอะ) *n.* ผู้รับหน้าที่, ผู้รับผิดชอบ, สัปเหร่อ, ผู้จัดการศพ, นักวิสาหกิจ *-Ex. Weeding the garden is a big undertaking.*

undertaking (อัน' เดอะเทคิง) *n.* การจัดงานศพ, การดำเนินการ, ภาระหน้าที่, งาน, กิจการ, วิสาหกิจ (-S. affair, effort, operation)

under-the-counter (อัน' เดอะเธอะเคาน' เทอะ) *adj., adv.* ขายลับๆ, ขายใต้โต๊ะ, ผิดกฎหมาย, ไม่ได้รับอนุญาต (-S. illegal, unauthorized)

under-the-table (อัน' เดอะเธอะเท' เบิล) *adv., adj.* ติดต่อกันอย่างลับๆ, เป็นส่วนตัว

underthings (อัน' เดอะธิงซฺ) *n. pl.* เสื้อ กางเกงชั้นในของผู้หญิงหรือเด็กผู้หญิง

undertone (อัน' เดอะโทน) *n.* เสียงเบา, เสียงต่ำ, เสียงเล็ก, สิ่งที่แฝงอยู่, ความหมายที่แฝงอยู่, กระแสข้างล่าง, สีอ่อน, สีจาง (-S. murmur, whisper, hint) *-Ex. an undertone of discontent, an undertone of white in this pink, talk in undertones, undertone of doubt*

undertow (อัน' เดอะโท) *n.* กระแสใต้น้ำ, กระแสใต้ดิน, คลื่นซัดกลับหลังจากปะทะกับชายฝั่ง

undertrick (อัน' เดอะทริค) *n.* อุบายที่ไร้ผล

underwater (อัน' เดอะวอเทอะ) *adj.* อยู่ใต้น้ำ *-adv.* ใต้น้ำ (-S. submarine, sunken) *-Ex. underwater swimming, an underwater mask, a underwater current*

underwear (อัน' เดอะแวร์) *n.* เสื้อ กางเกงชั้นใน (-S. underclothes) *-Ex. Underwear keeps one warm.*

underweight (อัน' เดอะเวท) *n.* การมีน้ำหนักต่ำกว่าเกณฑ์

underwent (อันเดอะเวนทฺ') *vt.* กริยาช่อง 2 ของ undergo

underwood (อัน' เดอะวูด) *n.* พุ่มไม้เตี้ยที่อยู่ใต้ต้นไม้สูง, กลุ่มพุ่มไม้, แนวพุ่มไม้

underworld (อัน' เดอะเวิร์ลดฺ) *n.* ยมโลก, นรก, พื้นปฐพี, หมู่คนพาล, หมู่อาชญากร, ด้านตรงกันข้ามของโลก (-S. criminals, gangsters, hell)

underwrite (อัน' เดอะไรทฺ) *v.* **-wrote, -written, -writing** *-vt.* เขียนข้างใต้, เขียนข้างท้าย, รับประกัน, ลงนามในกรมธรรม์ประกันภัย, ลงนามประกัน, ลงนามสนับสนุน, ลงนามผูกมัดตัวเอง, เห็นด้วย *-vi.* รับประกัน, ลงนามรับประกัน (-S. back, fund, endorse)

underwriter (อัน' เดอะไรเทอะ) *n.* ผู้รับประกัน, ผู้รับประกันภัยทางทะเล, ผู้ทำกิจการประกันภัยทางทะเล, ผู้รับซื้อหุ้นหรือพันธบัตรที่เหลือ

undesigned (อัน' ดิไซนฺดฺ) *adj.* ไม่ได้กำหนดไว้ล่วงหน้า, ไม่ได้วางแผนไว้ล่วงหน้า, บังเอิญ

undesirable (อันดิไซ' ระเบิล) *adj.* ไม่เป็นที่พึงปรารถนา *-n.* บุคคลหรือสิ่งที่ไม่เป็นที่พึงปรารถนา, บุคคลที่ไม่ดี **-undesirably** *adv.* (-S. disliked, dreaded, unsavoury)

undisciplined (อันดิส' ซิพลินดฺ) *adj.* ไม่มีระเบียบวินัย, ไม่ได้รับการฝึกฝน, มั่ว, เปะปะ, ตามอำเภอใจ

undisguised (อัน' ดิสไกซดฺ) *adj.* ไม่ได้ปลอมแปลง, ไม่ได้ซ่อนเร้น, ไม่ได้อำพราง, ไม่ปิดบัง (-S. evident, genuine, obvious, open)

undisputed (อันพิวทิด') *adj.* ไม่อาจโต้แย้งได้ (-S. accepted, certain, sure)

undistinguished (อันดิสทิง' กวิดฺ) *adj.* ไม่ได้แยกแยะ, ไม่ได้ทำให้แตกต่าง, ธรรมดา, ไม่ชัดเจน

undo (อันดู') *vt., vi.* **-did, -done, -doing** เปลี่ยนกลับ, ทำให้มีผลกลับกัน, ลบ, ขจัด, ยกเลิก, ปลด, เปลื้อง, ทำลาย, ทำให้เกิดความหายนะ, อธิบาย, แปล, ถอดความ (-S. loose, untie, unwrap, cancel, reverse) *-Ex. Please undo this parcel., to undo the damage now*

undoing 931 unfaithful

undoing (อันดู' อิง) *n.* การเปลี่ยนกลับ, การพลิกกลับ, การทำให้มีผลกลับกัน, การลบ, การขจัด, การทำลาย, การยกเลิก, การเปลื้อง, การปลด, การทำให้เกิดความหายนะ (-S. ruin) *-Ex. the undoing of all our plans*

undone[1] (อันดัน') *adj.* ไม่ได้กระทำ, ไม่สมบูรณ์, ไม่เสร็จ (-S. unfinished, left, omitted)

undone[2] (อันดัน') *vt., vi.* กริยาช่อง 3 ของ undo *-adj.* ทำลาย, ทำให้หายนะ, แก้

undoubted (อันเดา' ทิด) *adj.* ไม่เป็นที่น่าสงสัย, แน่นอน, แท้จริง **-undoubtedly** *adv.* (-S. certain, definite, sure) *-Ex. The boy undoubted ability made us put up with his laziness.*

undraw (อันดรอ') *vt.* **-drew, -drawn, -drawing** เปิดออก, ดึงออก

undress (อันเดรส') *vt., vi.* **dressed, dressing** ถอดเสื้อผ้า, เปลื้องผ้า, ปลด, เปลื้อง, แก้, แก้ผ้าพันแผล (อาหาร) ไม่ได้ปรุงแต่ง, (ผม) ไม่ได้หวี, ไม่ได้ตกแต่ง, ไม่ได้ทำให้เรียบร้อย *-n.* ชุดเสื้อผ้าที่ใช้ใส่แบบธรรมดา, ชุดลำลอง (-S. disrobe, shed, strip) *-Ex. Undress quickly and go to bed for it is late.*

undressed (อันเดรสทฺ') *adj.* ไม่ได้ใส่เสื้อผ้า, เปลือยเปล่า, เกี่ยวกับชุดลำลอง

undue (อันดู', อันดิว') *adj.* ไม่เหมาะสม, เกินไป, เลยเถิด, เกินควร, นอกกฎหมาย (-S. improper) *-Ex. an undue concern, undue criticism*

undulant (อัน' ดิวเลินทฺ) *adj.* เป็นลูกคลื่น, เป็นลอน

undulate (อัน' ดิวเลท) *v.* **-lated, -lating** *-vi.* เป็นคลื่น, ขึ้นๆ ลงๆ, กระเพื่อม *-vt.* ทำให้เป็นคลื่น, ทำให้ขึ้นๆ ลงๆ *-adj.* เป็นลูกคลื่น, เป็นลอน, ขึ้นๆ ลงๆ (-S. wavy, hilly) *-Ex. The rice field undulated under the breeze., Wind undulated the meadow.*

undulation (อันดิวเล' ชัน) *n.* การเป็นลูกคลื่น, การเป็นลอน, ลักษณะลูกคลื่น, ลูกคลื่น, คลื่น, การเคลื่อนขึ้นๆ ลงๆ, การกระเพื่อม (-S. billowing)

undulatory (อัน' ดิวละทอรี) *adj.* เป็นลูกคลื่น, เป็นลอน, มีลักษณะเป็นคลื่น, มีลักษณะเป็นลอน (-S. undulaing)

unduly (อันดู' ลี, อันดิว' ลี) *adv.* อย่างไม่เหมาะสม, อย่างไม่สมควร, เกินไป (-S. overmuch)

undying (อันได' อิง) *adj.* ไม่รู้จักตาย, ไม่รู้จบ, ไม่สิ้นสุด, อมตะ, ถาวร

unearned (อันเอิร์นดฺ') *adj.* ได้มาโดยไม่ต้องทำงานหรือออกแสดง, ไม่สมควรจะได้, ได้มาโดยไม่ต้องเสียน้ำพักน้ำแรง

unearth (อันเอิร์ธ') *vt.* **-earthed, -earthing** ขุดดิน, ขุด, เปิดเผย (-S. dig up, dredge up, exhume) *-Ex. unearth a plot, to unearth important evidence*

unearthly (อันเอิร์ธ' ลี) *adj.* **-lier, -liest** ไม่ใช่ของโลกมนุษย์, เกี่ยวกับภูตผีปีศาจ, เหนือธรรมชาติ, ประหลาดพิกล **-unearthliness** *n.* (-S. eerie, phantom, weird) *-Ex. an unearthly cry from inside the shoe*

uneasy (อันอี' ซี) *adj.* **-ier, -iest** กระสับกระส่าย, ไม่สบาย, ไม่สบายใจ, เป็นห่วง, เป็นทุกข์ **-unease** *n.* **-uneasily** *adv.* **-uneasiness** *n.* (-S. agitated, edgy, upset, tense) *-Ex. The dog is uneasy when his master is away., an uneasy suspicion*

unemployed (อันเอมพลอยดฺ') *adj.* ไม่มีงานทำ, ตกงาน, ไม่เป็นที่ใช้กันในปัจจุบัน **-the unemployed** ผู้ตกงาน, ผู้ที่ไม่มีงานทำ (-S. idle, jobless)

unemployment (อันเอมพลอย' เมินทฺ) *n.* การไม่มีงานทำ, การตกงาน, การว่างงาน

unending (อันเอน' ดิง) *adj.* ไม่มีที่สิ้นสุด, ไม่หยุด, ถาวร, อมตะ, ไม่มีขอบเขต (-S. eternal, perpetual)

unequal (อันอี' เควิล) *adj.* ไม่เท่ากัน, ไม่เสมอกัน, ไม่เก่งเท่า, ไม่เหมือนกัน, ไม่เสมอภาค, ไม่สมดุล, ไม่เป็นสัดส่วน, ไม่ยุติธรรม **-unequally** *adv. -Ex. an unequal contest*

unequivocal (อันอีควิฟ' วะเคิล) *adj.* ไม่ชัดเจน, ไม่แจ่มแจ้ง, คลุมเครือ, กำกวม **-unequivocally** *adv.*

unerring (อันเอีย' ริง) *adj.* ไม่ผิดพลาด, ไม่คลาดเคลื่อน, แม่นยำ, เที่ยงตรง, ยึดมั่น **-unerringly** *adv. -Ex. be unerring in one's duties, be unerring in judgement*

UNESCO ย่อจาก United Nations Educational, Scientific, and Cultural Organization

unessential (อันอะเซน' เชิล) *adj.* ไม่สำคัญ, ไม่จำเป็น *-n.* สิ่งที่ไม่สำคัญ, สิ่งที่ไม่จำเป็น

uneven (อันอี' เวิน) *adj.* ไม่เรียบ, ไม่ราบเรียบ, ขรุขระ, ไม่แน่นอน, เปลี่ยนแปลง, มีรูปแบบที่ไม่แน่นอน, ไม่ยุติธรรม, ไม่เสมอภาค, ลำเอียง, เข้าข้าง, ไม่สมดุล, ไม่ขนานกัน, (คณิตศาสตร์) จำนวนคี่ **-unevenly** *adv.* **-unevenness** *n.* (-S. bumsy, rough, unbalanced) *-Ex. The table rocks because the floor is uneven., The stakes in the fence are uneven., uneven numbers*

uneventful (อันอีเวนทฺ' ฟูล) *adj.* สงบ, ปกติ, เรื่อยๆ, ปราศจากเหตุการณ์ **-uneventfully** *adv.* **-uneventfulness** *n.* (-S. boring, tedious, unvaried) *-Ex. an uneventful day*

unexampled (อันเอกซาม' เพิลดฺ) *adj.* เป็นประวัติการณ์, ไม่มีตัวอย่างมาก่อน, ไม่มีสิ่งใดที่เทียบได้

unexceptionable (อันอิกเซพ' ชันนะเบิล) *adj.* ไม่มีข้อยกเว้น, ธรรมดา, ปกติ, ธรรมดา **-unexceptionably** *adv.* **-unexceptionbleness** *n.*

unexpected (อันอิคสเพค' ทิด) *adj.* ไม่ได้คาดคิดมาก่อน, นึกไม่ถึง, ประหลาดใจ, ฉับพลัน **-unexpectedly** *adv.* (-S. abrupt, chance, sudden, surprising) *-Ex. an unexpected happening, an unexpected pleasure*

unfailing (อันเฟ' ลิง) *adj.* ไม่สิ้นสุด, ไม่ยุติ, เชื่อถือได้ตลอด, ไม่ทำให้ผิดหวังโดยตลอด, ไม่มีขาด, ไม่เคยพลาด **-unfailingly** *adv.* **-unfailingness** *n.* (-S. bottomless, ceaseless, endless) *-Ex. an unfailing defender, an unfailing supply of food, an unfailing friend*

unfair (อันแฟร์') *adj.* **-er, -est** ไม่ยุติธรรม, ไม่สมควร, ไม่เหมาะสม, ไม่เป็นธรรม, ไม่ถูกต้อง **-unfairly** *adv.* **-unfairness** *n.* (-S. biased, onesided, partial) *-Ex. an unfair wage, unfair treatment*

unfaithful (อันเฟธ' ฟูล) *adj.* ไม่ซื่อสัตย์, ไม่จงรักภักดี, นอกใจ, มีชู้, ไม่แม่นยำ, ไม่สมบูรณ์, ไม่แน่นอน

U

-unfaithfully *adv.* **-unfaithfulness** *n.* (-S. disloyal, recreant) *-Ex. an unfaithful husband, an unfaithful copy*

unfaltering (อันฟอล' เทอริง) *adj.* หนักแน่น, เด็ดเดี่ยว, ยึดมั่น, แน่นอน, ไม่เปลี่ยนแปลง, ไม่ลังเล, แน่วแน่ (-S. certain, unalterable)

unfamiliar (อันฟะมิล' เลีย) *adj.* ไม่คุ้นเคย, ไม่รู้, ไม่สนิทสนม, ประหลาด, ไม่ปกติ **-unfamiliarly** *adv.* **-unfamiliarity** *n.* (-S. alien, new, novel) *-Ex. The man's face is unfamiliar to me., to be unfamiliar with the laws of a country*

unfasten (อันฟาส' เซิน) *vt.* **-tened, -tening** ปลดออก, ปล่อย, ถอด (-S. detach, loosen, undo)

unfavourable, unfavorable (อันเฟ' เวอระเบิล) *adj.* ไม่เหมาะสม, ไม่ราบรื่น, ไม่อำนวย, ไม่เอื้อ, เสียเปรียบ **-unfavourably, unfavorably** *adv.* (-S. negative) *-Ex. an unflavourable climate, an unflavourable judgment*

unfeeling (อันฟีล' ลิง) *adj.* ไม่รู้สึก, ไม่มีความรู้สึก, โหดเหี้ยม, ไร้ความปรานี, ไร้ความเห็นอกเห็นใจ **-unfeelingly** *adv.* **-unfeelingness** *n.* *-Ex. an unfeeling man, unfeeling criticism*

unfeigned (อันเฟนดฺ') *adj.* ไม่ได้เสแสร้ง, แท้จริง, แท้, ไม่ได้ปลอมแปลง **-unfeignedly** *adv.* (-S. real, sincere)

unfit (อันฟิท') *adj.* ไม่เหมาะสม, ไม่มีคุณสมบัติ, มีร่างกายไม่เหมาะสม, ไม่เข้ากฎเกณฑ์, ไม่สมบูรณ์, ไม่มีความสามารถ *-vt.* **-fitted, -fitting** ทำให้ไม่เหมาะสม, ทำให้ไม่มีคุณสมบัติตามกฎเกณฑ์ **-unfitly** *adv.* **-unfitness** *n.* (-S. inadequate, not equal to) *-Ex. a dress unfit for this climate.*

U

unfix (อันฟิคซฺ') *vt.* **-fixed, -fixing** ปลด, ปล่อย, แก้, ถอด

unflagging (อันแฟลก' กิง) *adj.* ไม่หย่อนยาน, ไม่ย่อท้อ, ไม่ท้อถอย, ไม่ท้อใจ, ไม่อ่อนกำลัง

unflappable (อันแฟลพ' พะเบิล) *adj.* ไม่สะทกสะท้าน, หนักแน่น, แน่วแน่ **-unflappability** *n.* **-unflappably** *adv.*

unflattering (อันแฟลท' เทอริง) *adj.* ไม่ประจบสอพลอ, ตรงไปตรงมา, ไม่ผิดพลาด, แม่นยำ **-unflatteringly** *adv.* (-S. blunt, candid)

unfledged (อันเฟลจดฺ') *adj.* ยังไม่เจริญเติบโตเต็มที่, (ขน) ยังไม่งอกเต็มที่, ไม่สุก, อ่อนหัด, ด้อยประสบการณ์ (-S. immature, undeveloped)

unflinching (อันฟลิน' ชิง) *adj.* ไม่ลดน้อย, ยืนหยัด, เด็ดเดี่ยว, แน่วแน่ **-unflinchingly** *adv.* **-unflinchingness** *n.*

unfold (อันโฟลดฺ') *v.* **-folded, -folding** *-vt.* คลาย, คลี่, แผ่, กาง, ค่อยๆ โผล่ *-vi.* แผ่, กาง, ค่อยๆ โผล่, ออกดอก, ปรากฏตัว (-S. unravel, open) *-Ex. to unfold a towel, unfold a map, unfold one's thought, Unfold your handkerchief quickly., A bud unfolds and becomes a flower as it opens.*

unforeseen (อันฟอร์ซีน') *adj.* ไม่ได้คาดคิดมาก่อน, คาดไม่ถึง, นึกไม่ถึง (-S. abrupt, sudden)

unforgettable (อันเฟอะเกท' ทะเบิล) *adj.* ไม่อาจลืมได้, ไม่สามารถจะลืมได้ **-unforgettably** *adv.* (-S. exceptional, memorable, notable) *-Ex. the unforgettable meeting with the premier*

unforgivable (อันเฟอะกิฟ' วะเบิล) *adv.* ไม่อาจให้อภัยได้, ไม่สามารถอภัยให้ได้ **-unforgivably** *adv.* (-S. deplorable, inexcusable)

unforgiving (อันเฟอะกิฟ' วิง) *adj.* ไม่ให้อภัย

unformed (อันฟอร์มดฺ') *adj.* ไม่มีรูปแบบ, หยาบ, ไม่เจริญเติบโต, ไม่เกิดขึ้น, ไม่ปรากฏ

unfortunate (อันฟอร์' ชะเนท) *adj.* โชคไม่ดี **-unfortunately** *adv.* **-unfortunateness** n.

unfounded (อันเฟานฺ' ดิด) *adj.* ไม่มีรากฐาน, ไม่มีมูลความจริง, ว่างเปล่า, ยังไม่ได้สร้างขึ้น **-unfoundedly** *adv.* **-unfoundedness** *n.* (-S. baseless, false, idle) *-Ex. an unfounded talk, an unfounded suspicion*

unfrequented (อันฟรีเควน' ทิด) *adj.* ไม่บ่อย, ซบเซา, ไม่ค่อยมีคน (-S. lone, remote, solitary)

unfriendly (อันเฟรนดฺ' ลี) *adj.* ไม่เป็นมิตร, มุ่งร้าย, มีอคติ, ไม่เป็นผลดี, ไม่ราบรื่น **-unfriendliness** *n.* (-S. unsociable, cold, chilly) *-Ex. an unfriendly comment, an unfriendly climate*

unfrock (อันฟรอค') *vt.* **-frocked, -frocking** ถอดจีวรออก, ถอดเสื้อคลุมทางศาสนาออก, ปลดจากตำแหน่งทางศาสนา, สึกจากพระ

unfruitful (อันฟรูท' ฟูล) *adj.* ไม่ได้ผล, ไม่ได้กำไร, ไม่ได้ผล, ไม่เกิดผล **-unfruitfully** adv. **-unfruitfulness** *n.* (-S. barren, fruitless)

unfurl (อันเฟิร์ล') *vt.,vi.* **-furled, -furling** คลี่ออก, คลายออก, กางออก, เปิดออก, เปิดเผย, แสดง (-S. unfold) *-Ex. to unfurl one's secret*

ungainly (อันเกน' ลี) *adj.* **-lier, -liest** ไม่น่าดู, ไม่งดงาม, เก้งก้าง, อุ้ยอ้าย, เทอะทะ **-ungainliness** *n.* (-S. awkward, clumsy)

ungirt (อันเกิร์ท') *adj.* คลายสายรัด, คลายเข็มขัด, หลวม, หย่อน, ไม่เข้มงวด

ungodly (อันกอด' ลี) *adj.* ไม่ยอมรับพระเจ้า, ไม่นับถือพระเจ้า, ไม่มีศาสนา, บาปหนา, ชั่วร้าย **-ungodliness** *n.* (-S. immoral, sinful)

ungovernable (อันกัฟ' เวอนะเบิล) *adj.* เป็นไปไม่ได้, ควบคุมไม่ได้, ดื้อรั้น **-ungovernableness** *n.* **-ungovernably** *adv.* (-S. rebellious, unruly, wild)

ungracious (อันเกร' เชิส) *adj.* ไม่สุภาพ, วางปึ่ง, หยาบคาย, ไม่กรุณา, ไม่มีมารยาท **-ungraciously** *adv.* **-ungraciousness** *n.* (-S. churlish, rude, uncivil)

ungrateful (อันเกรท' ฟูล) *n.* เนรคุณ, ไม่สำนึกบุญคุณ, น่าเบื่อ, น่าสะอิดสะเอียน, ไม่มีรสชาติ **-ungratefully** *adv.* (-S. heedless, selfish, unappreciative) *-Ex. The boy is ungrateful for all his father's kindness.*

ungreen (อันกรีน') *adj.* เป็นอันตรายต่อสิ่งแวดล้อม, ไม่ห่วงต่อสิ่งแวดล้อม

ungrounded (อันเกรานฺ' ดิดฺ) *adj.* ไม่มีพื้นฐาน,

ungrudging 933 **unilateral**

ไม่มั่นคง, ไม่แข็งแรง, ไม่มีมูลเหตุ, ไร้เหตุผล, ไม่เชื่อมต่อกับพื้นดิน, ไม่มีมูลความจริง

ungrudging (อันกรัด' จิง) *adj.* เต็มอกเต็มใจ, ไม่บ่น, ไม่เสียดาย, ใจกว้าง **-ungrudgingly** *adv.* (-S. wholehearted, committed, dedicated)

ungual (อัง' เกวิล) *adj.* เกี่ยวกับหรือคล้ายเล็บหรือกีบ

unguarded (อันการ์ด' ดิด) *adj.* ไม่มีการป้องกัน, เผลอ, โดยตรง, เปิดเผย **-unguardedly** *adv.* **-unguardedness** *n.* (-S. rash, unwary, heedless)

unguent (อัง' เกวนทฺ) *n.* ยาขี้ผึ้ง, ยาทาผิว, ทายาภายนอก **-unguentary** *adj.* (-S. ointment)

unhallowed (อันแฮล' โลดฺ) *adj.* ไม่ศักดิ์สิทธิ์, เปรอะเปื้อน, ชั่วร้าย (-S. wicked, profane)

unhand (อันแฮนดฺ') *vt.* **-handed, -handing** ปล่อยมือ, เอามือออก

unhandy (อันแฮน' ดี) *adj.* **-ier, -iest** ไม่สะดวก, ไม่คล่อง, ไม่เหมาะมือ, ใช้ได้ยาก, จัดการได้ยาก **-unhandily** *adv.* **-unhandiness** *n.*

unhappy (อันแฮพ' พี) *adj.* **-pier, -piest** เศร้า, ไม่มีความสุข, เป็นทุกข์, โชคร้าย, เคราะห์ร้าย, น่าเสียใจ, ไม่บังควร, ไม่เหมาะสม **-unhappily** *adv.* **-unhappiness** *n.* (-S. miserable) *-Ex. an unhappy chance, an unhappy boy, an unhappy life, an unhappy ending, an unhappy remark, an unhappy name*

unharmed (อัน' ฮาร์มดฺ) *adj.* ไม่ได้รับบาดเจ็บ, ไม่เป็นอันตราย (-S. safe, intact, undamaged)

unharness (อันฮาร์' นิส) *vt.* **-nessed, -nessing** ปลดเครื่องบังเหียนออก, ปลดเกราะออก

unhealthy (อันเฮล' ธี) *adj.* **-ier, -iest** สุขภาพไม่ดี, มีสุขภาพที่ไม่สมบูรณ์, ผิดหลักอนามัย, มีโรค, มีจิตใจที่เลว, ล่อแหลม **-unhealthiness** *n.* **-unhealthily** *adv.* (-S. ailing, delicate, frail, weak) *-Ex. an unhealthy boy, an unhealthy appearance, an unhealthy climate*

unheard (อันเฮิร์ดฺ') *adj.* ไม่ได้ยิน, ไม่มีการสอบสวน, ไม่ได้ฟังกันก่อน *-Ex. Anong let her mother's advice pass unheard., to condemn a person unheard*

unheard-of (อันเฮิร์ด' ออฟ) *adj.* ไม่เคยได้ยินมาก่อน, ไม่เคยล่วงรู้มาก่อน, ไม่คาดคิดมาก่อน, เป็นประวัติการณ์ (-S. obscure, unknown, unique) *-Ex. an unheard-of success, such unheard-of behaviour*

unheeded (อัน' ฮีดดิด) *adj.* ไม่เป็นที่สนใจ, ถูกมองข้าม

unheeding (อัน' ฮีดิง) *adj.* ไม่สนใจ, ไม่ระมัดระวัง, มองข้าม

unhewn (อัน' ฮิวนฺ') *adj.* หยาบคาย, ไม่ได้ปรับให้ดี

unhinge (อันฮินจฺ') *vt.* **-hinged, -hinging** ถอดบานพับออก, เอาออก, แยกออก, ทำให้ยุ่งเหยิง, ทำให้เสียสมดุล *-Ex. The train crash unhinged the poor fellow's mind.*

unhitch (อันฮิทชฺ') *vt.* **-hitched, -hitching** ปลด, ถอดออก, แก้ออก, ปลดเงื่อน

unholy (อันโฮ' ลี) *adj.* **-lier, -liest** ไม่ศักดิ์สิทธิ์, ชั่วร้าย, น่าเกรง, ไม่มีศีลธรรม **-unholiness** *n.* **-unholily** *adv.* (-S. base, profane, vile)

unhook (อันฮุค') *vt.* **-hooked, -hooking** ปลดข้ออก, ปลดตะขอ

unhoped (อันโฮพทฺ) *adj.* ไม่ได้คาดคิดมาก่อน, คาดไม่ถึง, คิดไม่ถึง

unhorse (อันฮอร์ส') *vt.* **-horsed, -horsing** ทำให้ตกจากม้า, ปลดออก, ขับออก (-S. unseat, defeat)

uni- คำอุปสรรค มีความหมายว่า หนึ่ง, เดี่ยว

Uniat, Uniate (ยู' นิแอท) *n.* สมาชิกคริสเตียนนิกายหนึ่งที่เข้าร่วมกันนิกายโรมันคาทอลิก นับถือองค์สันตะปาปาเป็นผู้นำศาสนา แต่ยึดถือพิธีการและวินัยของตัวเอง

unicameral (ยูนิแคม' เมอะริล) *adj.* ส่วนประกอบของห้องเดี่ยว, ประกอบด้วยสภาเดี่ยว (เช่น ของสภานิติบัญญัติ) **-unicamerally** *adv.*

UNICEF ย่อจาก United Nations International Children's Emergency Fund องค์การกองทุนเด็กระหว่างประเทศ (ของสหประชาชาติ)

unicellular (ยูนิเซล' ลูละ) *adj.* มีเซลล์เดียว, เป็นเซลล์เดียว, โดดเดี่ยว, มีโครงสร้างของตัวเอง **-unicelluarity** *n.*

unicorn (ยู' นิคอร์น) *n.* สัตว์ในเทพนิยายมีลักษณะเหมือนม้าแต่มีเขาเดียวที่กลางหน้าผาก, (ในพระคัมภีร์ไบเบิล) วัวป่าหรือแรด

unicorn

unicycle (ยู' นิไซเคิล) *n.* รถล้อเดี่ยว (โดยเฉพาะรถจักรยานถีบ) **-unicyclist** *n.*

unidentified (อันไอเดน' ทิไฟดฺ) *adj.* ไม่ปรากฏชื่อ, แยกแยะไม่ออก (-S. mysterious, nameless, unfamiliar)

unidentified flying object (UFO) จานผี, จานบินจากนอกโลก

unidirectional (ยูนิดิเรก' ชันนัล) *adj.* ไปในทิศทางเดียวกัน

unification (ยูนิฟิเค' ชัน) *n.* การรวมตัวกัน, กระบวนการรวมตัว, ความสอดคล้องกัน, สภาพที่สอดคล้องกันหรือรวมตัวกัน

uniform (ยู' นะฟอร์ม) *adj.* เหมือนกัน, เป็นแบบเดี่ยว, ไม่แตกต่างกัน, ตรงกัน, สอดคล้องกัน, ไม่ผันแปร, สม่ำเสมอ *-n.* เครื่องแบบ, ชุดเครื่องแบบ, คำสื่อสารที่หมายถึงอักษร U *-vt.* **-formed, -forming** ทำให้เหมือนกัน, ทำให้เป็นแบบเดียวกัน, ใส่เครื่องแบบ **-uniformity, uniformness** *n.* **-uniformly** *adv.* (-S. regular, smooth, equal) *-Ex. The telephone poles are uniform in size., The driver drives his car at a uniform speed.*

unify (ยู' นะไฟ) *vt., vi.* **-fied, -fying** ทำให้เป็นหน่วยเดียวกัน, รวมกัน, ทำให้เป็นแบบเดียวกัน, ทำให้สอดคล้องกัน **-unifier** *n.* **-unifiable** *adj.* (-S. bind, unite, fuse, link) *-Ex. Resistance to colonial taxes unified the continental colonies.*

unilateral (ยูนะแลท' เทอะริล) *adj.* ข้างเดียว, ด้านเดียว, ฝ่ายเดียว, เฉพาะฝ่าย, เฉพาะด้าน, มีด้านเดียว, มีข้างเดียว, ไม่มีด้านกลับ, เกี่ยวกับดอกที่บานด้านเดียว, เกี่ยวกับเชื้อสายฝ่ายเดียว **-unilaterally** *adv.* **-unilateralism** *n.* **-unilateralist** *adj., n.*

U

unimpeachable (อันอิมพี' ชะเบิล) *adj.* ประณามไม่ได้, กล่าวหาไม่ได้, ฟ้องร้องไม่ได้, โจมตีไม่ได้, ไม่เป็นที่น่าสงสัย **-unimpeachably** *adv.*

unimproved (อันอิมพรูฟด') *adj.* ไม่ดีขึ้น, ไม่ได้ปรับปรุง, ไม่ได้คัดพันธุ์, (ถนน) ไม่ได้อัดแน่น, ไม่ได้ใช้, (ที่ดิน) ไม่ได้ทำประโยชน์

uninhibited (อันอินฮิบ' บิทิด) *adj.* ไม่ยับยั้ง, ไม่ห้าม, ไม่กีดกั้น **-uninhibitedly** *adv.* **-uninhibitedness** *n.*

uninspired (อันอินสไพรดฺ') *adj.* ไม่ได้ถูกดลใจ, ไม่ได้ให้ความดลใจ, สามัญ, ธรรมดา (-S. dull, ordinary, stale)

unintelligent (อันอินเทล' ลิเจินทฺ) *adj.* โง่, เง่า, ทื่อ, ปัญญาอ่อน, ไม่มีจิตใจ **-unintelligence** *n.* **-unintelligently** *adv.* (-S. stupid, thick, foolish)

unintelligible (อันอินเทล' ลิจะเบิล) *adj.* ไม่ฉลาด, ไม่สามารถเข้าใจได้ (-S. indistinct, jumbled, muddled)

uninterested (อันอิน' เทอะริสทิด) *adj.* ไม่สนใจ, เมินเฉย, เบื่อหน่าย, ไม่มีความสนใจ **-uninterestedness** *n.* **-uninterestedly** *adv.* (-S. apathetic, distant, incurious)

uninteresting (อันอิน' เทอะริสทิง) *adj.* ไม่น่าสนใจ, น่าเบื่อหน่าย, ไม่มีรสชาติ **-uninterestingly** *adv.* (-S. boring, dry, flat)

union (ยู' เนียน) *n.* การรวมกัน, การร่วมกัน, ความสามัคคี, การปรองดองกัน, การสอดคล้องกัน, การสมรสกัน, การสังวาส, สหภาพ, สหพันธรัฐ, องค์การกรรมกร, เครื่องมือเชื่อมต่อ, ส่งท่อร่วม, การเชื่อมกัน **-the Union** สหรัฐอเมริกา (สมัยก่อน) (-S. blend, unity, combination, fusion, mixture) *-Ex. Union is strength., a happy union, union shop, Union of two states, Trades Union*

U

unionist (ยู' เนียนนิสทฺ) *n.* นักลัทธิร่วมกัน, สมาชิกสหภาพกรรมกร, สมาชิกสหภาพแรงงาน, ผู้ยึดถือลัทธิสหภาพกรรมกร, ผู้ยึดถือลัทธิร่วมกัน, สมาชิกของสหภาพการค้า **-Unionist** ผู้จงรักภักดีต่อสหรัฐอเมริกาในสงครามกลางเมือง, ผู้สนับสนุนการรวมกันของอังกฤษและไอร์แลนด์ **-unionistic** *adj.*

union jack, Union Jack ธงชาติอังกฤษ

Union Jack

Union of Burma สหภาพพม่า

Union of South Africa ชื่อเดิมของประเทศแอฟริกาใต้

Union of Soviet Socialist Republics, USSR ชื่อทางการของประเทศโซเวียต (อดีต)

uniparous (ยูนิพ' พะรัส) *adj.* ให้ไข่ฟองเดียวในครั้งหนึ่งๆ, ออกลูกท้องละหนึ่ง, ให้กำเนิดบุตรหนึ่งคน, (พืช) ให้กิ่งด้านเดียวในครั้งหนึ่งๆ

unique (ยูนีค') *adj.* มีลักษณะเฉพาะ, มีแบบเดียวผิดจากสิ่งอื่นๆ ทั้งหมด, พิเศษ, พิเศษเฉพาะ, หาที่เปรียบเทียบไม่ได้ **-uniquely** *adv.* **-uniqueness** *n.* (-S. only, inimitable, peerless) *-Ex. The peacock is unique among animals., unique experience*

unison (ยู' นิเซิน) *n.* ความสอดคล้องกัน, ความพร้อมเพรียงกัน, ความเข้ากันได้, เสียงเดียวกัน, เสียงเข้ากัน (-S. accord, harmony) *-Ex. sing in unison, the unison of their ideas*

unit (ยู' นิท) *n.* หน่วย, กอง, กลุ่ม, กองกำลัง, จำนวนเฉพาะ, หน่วยเฉพาะ, หน่วยกิต, หลักหน่วย, ตำแหน่งหลัก, จำนวนฐาน, จำนวนเต็มที่น้อยที่สุด, ชุด, ชุดเครื่องมือ, หน่วยฤทธิ์ยา, หน่วยฤทธิ์ของสาร (-S. module, part) *-Ex. administrative unit, units of penicillin, unit area, A division is one unit of an army*

Unitarian (ยูนิแท' เรียน) *n.* สมาชิกของนิกายคริสเตียนนิกายหนึ่งที่ยึดหลักทฤษฎีว่ามีพระเจ้าองค์เดียวเท่านั้นและปฏิเสธทฤษฎี Trinity, ชาวคริสต์นิกายโปรแตสแตนต์ที่ยึดหลักดังกล่าว *-adj.* เกี่ยวกับสมาชิกดังกล่าว, เกี่ยวกับทฤษฎีดังกล่าว, ดู unitary **-unitarian** ผู้สนับสนุนการปกครองโดยรัฐบาลส่วนกลาง **-Unitarianism** *n.*

unitary (ยู' นิเทอรี) *adj.* เดียว, เดี่ยว, ไม่สามารถแบ่งแยกได้, ทั้งหมด, เกี่ยวกับหน่วย, เกี่ยวกับกองหรือกองทหาร, เกี่ยวกับจำนวนฐาน, เกี่ยวกับจำนวนเฉพาะ, เกี่ยวกับหลัก, เกี่ยวกับการปกครองโดยรัฐบาลส่วนกลาง, พร้อมเพรียงกัน, สอดคล้องกัน, สามัคคีกัน **-unitarily** *adv.*

unit cell หน่วยเล็กที่สุด, หน่วยที่ง่ายที่สุดของรูปแบบผลึก

unite (ยูไนทฺ') *vt.,vi.* **united, uniting** รวมกัน, ร่วมกัน, รวม, สามัคคี, สมรสกัน, ปรองดองกัน, สอดคล้องกัน, ทำให้ยึดติดกัน, ทำให้เห็นอกเห็นใจกัน (-S. merge, combine, ally, join)

united (ยูไน' ทิดฺ) *adj.* รวมกัน, ร่วมกัน, สามัคคี, ปรองดองกัน, พร้อมเพรียงกัน, สอดคล้องกัน **-united front** กลุ่มรวมกันของหน่วยต่างๆ เพื่อต่อต้านกองกำลังข้าศึกที่คุกคามอยู่, แนวร่วม **-unitedness** *n.* **-unitedly** *adv.* (-S. allied, together, leagued, pooled)

United Arab Emirates ชื่อประเทศอาหรับประเทศหนึ่งบนฝั่งของอ่าวเปอร์เซีย เมื่อก่อนอยู่ภายใต้อาณัติของอังกฤษ เมืองหลวงชื่อ Abu Dhabi เมื่อก่อนมีชื่อว่า Trucial Oman

United Arab Republic ชื่อเดิมของประเทศอียิปต์และซีเรีย

United Kingdom สหราชอาณาจักรในภาคตะวันตกของยุโรป ประกอบด้วยอังกฤษ สกอตแลนด์ เวลส์ และไอร์แลนด์เหนือมีชื่อทางการว่า United Kingdom of Great Britain and Northern Ireland

United Nations สหประชาชาติ, องค์การสหประชาชาติ ก่อตั้งเพื่อรณรงค์ให้แต่ละประเทศตระหนักถึงสันติภาพของโลกและให้ประเทศสมาชิกรักษาสนธิสัญญาที่ได้ลงนามร่วมกัน ใช้อักษรย่อ UN

United States of America สหรัฐอเมริกา

unity (ยู' นิที) *n., pl.* **-ties** ความสามัคคี, ความเป็นน้ำหนึ่งใจเดียวกัน, ความพร้อมเพรียงกัน, การรวมกัน, การร่วมกัน, สิ่งที่ร่วมกัน, หนึ่ง, จำนวนหนึ่งหน่วย (-S. entity, union, harmony) *-Ex. live in unity, to live together in unity*

univalent (ยูนะเว' เลินทฺ) *adj.* มีวาเลนซี่เป็นหนึ่ง, (โครโมโซม) เดี่ยวหรือไม่เป็นคู่ (-S. monovalent)

univalve (ยู' นะแวลวฺ) *adj.* มีลิ้นเดียว, (หอย) มีฝา

เดียวหรือเป็นชิ้นเดียว *-n.* หอยที่เป็นชิ้นเดียว

universal (ยูนิเวอ' เซิล) *adj.* สากล, เกี่ยวกับจักรวาล, ทั้งหมด, ทั่วไป, มีผลทั่วไป, ทุกหนทุกแห่ง, ทั้งมวล, ทุกแขนง, ทุกสาขา, เกี่ยวกับทุกชนชั้น, เกี่ยวกับเครื่องกลหรืออุปกรณ์ที่ใช้กับทุกตำแหน่งหรือทั่วไป *-n.* (ปรัชญา) ข้อเสนอสำหรับทุกชนชั้น, มโนธรรมทั่วไป, ลักษณะเฉพาะทั่วไป, ข้อต่อเพลาอเนกประสงค์ (หรือ universal joint) **-universalness** *n.* **-universally** *adv.* (-S. common, entire, total) *-Ex. a universal rule, universal language, universal time*

universalist (ยูนิเวอ' ซะลิสทฺ) *n.* ผู้มีความรู้กว้างขวาง, ผู้มีความรู้ทุกแขนงวิชา, ผู้สนใจเรื่องทั่วไป

universality (ยูนิเวอแซล' ลิที) *n., pl.* **-ties** ลักษณะแพร่หลาย, ลักษณะที่มีอยู่อยู่ทั่วไป, การใช้ได้ทั่วไป, การมีความรู้กว้างขวาง, การมีความสนใจทั่วไป (-S. comprehensiveness)

universally (ยูนิเวอ' ซะลี) *adv.* มีอยู่ทั่วไป, อย่างแพร่หลาย, อย่างกว้างขวาง, ทุกหนทุกแห่ง (-S. always, everywhere, invariably)

universe (ยู' นิเวอซฺ) *n.* จักรวาล, สิ่งทั้งมวล, สากล, เอกภาพ, มนุษยชาติทั้งหลาย, โลกทั้งหมด, ปรากฏการณ์ทั้งหลาย, สัตว์ทั้งหลาย (-S. nature, creation, cosmos) *-Ex. The sun, moon, and stars are parts of the universe.*

university (ยูนิเวอ' ซิที) *n., pl.* **-ties** มหาวิทยาลัย, นักศึกษา เจ้าหน้าที่และคณะต่างๆ ในมหาวิทยาลัย

unjust (อันจัสทฺ') *adj.* ไม่ยุติธรรม, ไม่เที่ยงธรรม, ไม่ซื่อสัตย์, ไม่ชอบธรรม **-unjustly** *adv.* (-S. biased, partial, wrong) *-Ex. The man is unjust with his helpers.*

unjustifiable (อันจัส' ทะไฟอะเบิล) *adj.* ไม่สมควร, ไม่ยุติธรรม, ไม่ชอบธรรม, ไม่ชอบด้วยเหตุผล, ไม่สามารถจะแก้ตัวได้ **-unjustifiably** *adv.*

unkempt (อันเคมพทฺ') *adj.* (ผม) ยุ่งเหยิง, เป็นกระเซิง, รุ่มร่าม, หยาบ, หยาบคาย, สกปรก, ไม่มีระเบียบ (-S. disheveled, messy) *-Ex. unkempt hair, an unkempt appearance*

unkind (อันไคนดฺ') *adj.* **-er, -est** ไร้ความกรุณา, ไม่ปรานี, ไม่เมตตา, รุนแรง, เหี้ยม, ไม่เห็นอกเห็นใจ **-unkindness** *n.* (-S. inhuman) *-Ex. The unkind boy abuses his little dog.*

unkindly (อันไคนดฺ' ลี) *adj.* **-lier, -liest** ไม่เมตตา, ไม่ปรานี, เหี้ยม *-adv.* อย่างไม่เมตตา, อย่างไม่ปรานี, อย่างเหี้ยมเกรียม **-unkindliness** *n. -Ex. unkindly words, to speak unkindly*

unknown (อันโนน') *adj.* ไม่รู้, ไม่เข้าใจ, ไม่รู้จัก, ไม่ทราบ, แปลกหน้า, ไม่มีชื่อเสียง, ไม่มีชื่อ, ลึกลับ *-n.* สิ่งที่ไม่รู้, สิ่งที่ไม่รู้จัก, จำนวนที่ไม่อาจรู้ได้ในทางคณิตศาสตร์, สัญลักษณ์แสดงจำนวนดังกล่าว (-S. uncharted, dark, hidden) *-Ex. The strange woman is unknown in the neighbourhood.*

unlace (อันเลส') *vt* **-laced, -lacing** แก้, คลาย, ปลด, เอาออก, หั่นเป็นชิ้นๆ

unlade (อันเลด') *vt.,vi.* **-laded, -lading** เอาลง, ขนลง, ถ่าย

unlawful (อันลอ' ฟูล) *adj.* ไม่ชอบด้วยกฎหมาย, ผิดกฎหมาย **-unlawfully** *adv.* **-unlawfulness** *n.* (-S. banned, criminal, illegal)

unlay (อันเล') *vt.,vi.* **-laid, -laying** คลาย, หย่อน, หลวม, แก้ออก

unleaded (อันลีด' ดิด) *adj.* ไม่ถูกนำ, ไม่มีเส้นนำ

unlearn (อันเลิร์น') *v.* **-learned/-learnt, -learning** *-vt.* ทำให้ความรู้หายไป, ทำให้ลืม *-vi.* ลืม, ทอดทิ้งความรู้ (-S. forget)

unlearned (อันเลิร์น' นิด) *adj.* ไม่รู้, ไม่มีการศึกษา, ไม่ได้เรียนมา, ไม่สนใจ, ไม่คงแก่เรียน **-unlearnedly** *adv.* (-S. uneducated, ignorant)

unleash (อันลีช) *vt.* **-leashed, -leashing** ปล่อย, คลาย, ให้อิสระ, แก้ออก (-S. free, release)

unless (อันเลส', เอินเลส') *conj.* นอกจาก, จนกว่า, ยกเว้น *-prep.* นอกจาก, จนกว่า, ยกเว้น

unlettered (อันเลท' เทิร์ด) *adj.* ไม่ได้รับการศึกษา, ไม่ได้เรียนหนังสือ, ไม่สนใจ, ไม่มีตัวหนังสือ, ไม่มีความรู้ (-S. uneducated, illiterate)

unlike (อันไลคฺ') *adj.* ไม่เหมือนกัน, แตกต่างกัน, ไม่เท่ากัน *-prep.* ไม่เหมือนกัน, แตกต่างกัน **-unlikeness** *n.* (-S. unrelated, different) *-Ex. This fruit is unlike any I have ever eaten.*

unlikely (อันไลคฺ' ลี) *adj.* ไม่น่าเป็นไปได้, ไม่น่าจะเกิดขึ้น, เชื่อไม่ได้, ไม่แน่ *-adv.* อย่างไม่น่าเป็นไปได้, อย่างไม่แน่ว่าจะเกิดขึ้น **-unlikelihood, unlikeliness** *n.* (-S. doubtful, improbable, questionable) *-Ex. an unlikely story, an unlikely event*

unlimber (อันลิม' เบอะ) *vt., vi.* **-bered, -bering** เตรียมพร้อม, เตรียมปฏิบัติการ

unlimited (อันลิม' มิทิด) *adj.* ไม่มีขอบเขต, ไม่จำกัด, ไม่บังคับ, กว้างใหญ่ไพศาล, ไม่มีข้อยกเว้น **-unlimitedly** *adv.* **-unlimitedness** *n.* (-S. endless) *-Ex. the unlimited expanse of the sky, to have unlimited power*

unlive (อันลิฟวฺ') *vt.* **-lived, -living** ยกเลิก, เพิกถอน, สละ, ทำให้สูญสิ้น, ขจัดร่องรอย (-S. undo)

unload (อันโลด') *v.* **-loaded, -loading** *-vt.* เอาขึ้น, ขนขึ้น, ถ่ายของ, ถ่ายสินค้า, ถอนกระสุนออก, ปลด, ปล่อย, ถอดกระสุน *-vi.* ขนสินค้าออก, ขนออก, ถ่ายสินค้า (-S. discharge, dump, unpack) *-Ex. to unload luggages from a car, The ship unloaded at the dock., to unload a gun, Somchai unloaded his troubles onto his brother.*

unlock (อันลอค') *v.* **-locked, -locking** *-vt.* ถอดกลอน, ปล่อยออก, ไขกุญแจ, เปิดออก, เปิดเผย *-vi.* เผยออก, ไขกุญแจออก, ถอดออก *-Ex. The key would not unlock the door., to unlock the jaws*

unloose (อันลูส') *vt.* **-loosed, -loosing** คลายออก, ปล่อยออก, ทำให้หลวม, แก้, ขยาย, ทำให้อิสระ, ผ่อนคลาย *-Ex. They unloosed the prisoner-of-war.*

unloosen (อันลู' เซิน) *vt.* **-ened, -ening** คลายออก, ปล่อยออก, ผ่อนคลาย

U

unlovely (อันเลิฟว' ลี) *adj.* **-lier, liest** ไม่มีชีวิตชีวา, ไม่สวย, น่าเกลียด, อัปลักษณ์, น่าขยะแขยง

unlucky (อันลัค' คี) *adj.* **-ier, -iest** โชคร้าย, เคราะห์ร้าย, เป็นลางร้าย, ไม่เป็นมงคล, ไม่สำเร็จ **-unluckiness** *n.* **-unluckily** *adv.* (-S. ill-fated, hapless)

unmade (อันเมด') *adj.* ไม่ได้ทำขึ้น

unmake (อันเมค') *vt.* **-made, -making** ทำลาย, เพิกถอน, ยกเลิก, ล้ม, ล้าง, ขับออกจากตำแหน่ง, ปลดออก, เปลี่ยนแปลงสิ้นเชิง, ทำให้สูญเสีย (-S. annul, release, undo)

unman (อันแมน') *vt.* **-manned, -manning** ทำให้หมดกำลังใจ, ทำให้เสียขวัญ, ตอน (เพศชาย), ทำให้ลักษณะความเป็นชายสูญสิ้นไป (-S. unnerve)

unmanly (อันแมน' ลี) *adj.* **-lier, -liest** ไม่สมเป็นชาย, อ่อนแอ, ขี้ขลาด, คล้ายผู้หญิง **-unmanliness** *n.* (-S. effeminate, womanish, timid)

unmanned (อันแมนดฺ') *adj.* ไม่มีคนอยู่, (เหยี่ยว) ไม่มีคนฝึก, (เหยี่ยว) ไม่ได้รับการฝึกสำหรับการล่าเหยื่อ

unmarked (อันมาร์คทฺ) *adj.* ไม่มีแผลเป็น, ไม่มีเครื่องหมายขูดข่วน, ไม่มีรอยขูดลบ, (ที่ฝังศพ) ไม่มีแผ่นศิลาจารึกระบุชื่อหรือเครื่องหมายอื่นๆ, ถูกมองข้าม

unmarried (อันแม' รีด) *adj.* โสด, ไม่ได้แต่งงาน (-S. bachelor, maiden, virgin)

unmask (อันมาสคฺ') *vt.,vi.* **-masked, -masking** เปิดเผย, เปิดโปง, ฉีกหน้ากาก, เปิดหน้ากาก, เปิดเผยความจริง **-unmasker** *n.* (-S. disclose, expose)

unmatched (อันแมชทฺ') *adj.* สู้ไม่ได้, หาที่เปรียบไม่ได้, เทียบไม่ติด, ไม่สอดคล้องกัน, ไม่เข้ากัน, ไม่กลมกลืนกัน

U

unmeaning (อันมีน' นิง) *adj.* ไม่มีความหมาย, ไม่มีความรู้สึก, หน้าตาเฉย, ตีหน้าตาย **-unmeaningly** *adv.* (-S. expressionless, unfeeling)

unmeasured (อันเมช' เซิร์ด) *adj.* ไม่ได้วัด, ไม่ได้ประเมิน, วัดไม่ได้, ไม่มีขอบเขต, ไม่มีที่สิ้นสุด, ไพศาล, มากมาย, ไม่มีจังหวะ, ไม่สัมผัสเสียง

unmentionable (อันเมน' ชันนะเบิล) *adj.* เอ่ยถึงไม่ได้, ไม่อาจจะกล่าวถึงได้, พูดไม่ออก, น้ำท่วมปาก **-unmentionables** เสื้อผ้าชั้นในถือเป็นสิ่งที่ไม่ควรกล่าวถึง **-unmentionableness** *n.* (-S. indecent, taboo, shameful)

unmerciful (อันเมอ' ซิฟูล) *adj.* ไม่เมตตา, ไม่กรุณา, ไม่ปรานี, ทารุณ, ไม่สงสาร **-unmercifulness** *adj.* **-unmercifully** *adv.* (-S. merciless, brutal, cruel, ruthless)

unmet (อันเมท') *adj.* ไม่เหมาะสม, ไม่สมควร

unmindful (อันไมดฺ' ฟูล) *adj.* ไม่สนใจ, ไม่เอาใจใส่, เมินเฉย, ไม่ตระหนักใจ, ไม่ระมัดระวัง **-unmindfully** *adv.* **-unmindfulness** *n.* (-S. oblivious) *-Ex. We started out unmindful of the weather.*

unmistakable (อันมิสเทค' คะเบิล) *adj.* ไม่ผิด, ไม่พลาด, แน่นอน, แน่ชัด, ชัดแจ้ง **-unmistakably** *adv.* (-S. obvious, evident, certain) *-Ex. an unmistakable remark, an unmistakable symptom*

unmitigated (อันมิท' ทะเกทิด) *adj.* ไม่ลดน้อยลง, ไม่บรรเทาลง, ไม่ผ่อนคลาย, บริสุทธิ์, ถ้วนหน้าเต็มที่ **-unmitigatedly** *adv.* **-umitigatedness** *n.* (-S. grim, harsh, intense)

unmoral (อันมอ' เริล) *adj.* ไม่มีศีลธรรม, ไม่มีคุณธรรม **-unmorality** *n.* **-unmorally** *adv.*

unmoved (อันมูฟวดฺ') *adj.* ไม่สะทกสะท้าน, ไม่มีเคลื่อนไหว, ไม่เกิดอารมณ์, เฉย, ไม่สงสาร(-S. fast, steady)

unmuzzle (อันมัส' เซิล) *vt.* **-zled, -zling** เอาที่ครอบปากออก, ปลดปล่อย, ทำให้พูดได้อิสระ

unnatural (อันแนช' ชะเริล) *adj.* ไม่เป็นไปตามธรรมชาติ, ขัดกับกฎธรรมชาติ, ไม่แท้จริง, เทียม, เสแสร้ง, อมนุษย์, ผิดมนุษย์, แปลกประหลาด **-unnaturally** *adv.* **-unnaturalness** *n.* (-S. odd, abnormal, contrived)

unnecessary (อันเนส' ซิเซอรี) *adj.* ไม่จำเป็น **-unnecessarily** *n.* (-S. needless, useless) *-Ex. It was an unnecessary action.*

unnerve (อันเนิร์ฟว') *vt.* **-nerved, -nerving** ทำให้เสียขวัญ, ทำให้ย่อท้อ (-S. confound, disarm, upset) *-Ex. The sight of the disaster unnerved.*

unnumbered (อันนัม' เบิร์ด) *adj.* นับไม่ถ้วน, เหลือคณานับ, ไม่ได้นับ, ไม่มีหมายเลข, ไม่ได้เรียงหมายเลข (-S. numberless, innumerable)

unoccupied (อันออค' คิวไพดฺ) *adj.* ว่าง, ไม่มีคนอยู่, ไม่ได้ถูกครอบครอง, ขี้เกียจ, เฉื่อยชา, ไม่มีอะไรทำ (-S. empty, vacant, unihabited)

unorganized (อันออร์' กะไนซดฺ) *adj.* ไม่ได้จัดขึ้น, ไม่ได้จัดเป็นรูป, ไม่ได้รวบรวมกัน, ไม่มีโครงสร้างทางอินทรียสาร, ไม่ได้เป็นสมาชิกของสหภาพแรงงานใด (-S. disorganized)

unparalleled (อันแพร์ ' ระเลลดฺ) *adj.* ไร้เทียมทาน, หาที่เปรียบไม่ได้, เป็นที่หนึ่ง, ไม่มีคู่แข่ง

unparliamentary (อันพาร์ละเมน' ทะรี) *adj.* ขัดกับวิธีการหรือระเบียบของรัฐสภา

unperson (อันเพอ' ซั่น) *n.* ผู้ที่ถูกปลดออก, ผู้ที่ถูกขับออกจากพิจารณา

unpin (อันพิน') *vt.* **-pinned, -pinning** ดึงสลักออก, ดึงเข็มกลัดออก

unpleasant (อันเพลส' เซินทฺ) *adj.* ไม่สนุก, ไม่สบายใจ, ไม่ราบรื่น **-unpleasantly** *adv.* **-unpleasantness** *n.* (-S. bad, nasty, disagreeable)

unplug (อันพลัก') *vt.* **-plugged, -plugging** ถอดปลั๊ก (ไฟฟ้า), เป็นอิสระจากอุปสรรค

unpopular (อันพอพ' พิวละ) *adj.* ไม่นิยมกัน, ไม่แพร่หลาย **-unpopularity** *n.* (-S. disliked, rejected, shunned)

unpracticed (อันแพรค' ทิสทฺ) *adj.* ไม่ได้ปฏิบัติ, ไม่ได้ฝึก, ไม่ชำนาญ, ไม่ได้ความ, ไม่ได้ผล, ไม่มีประสบการณ์

unprecedented (อันเพรส' ซิเดินทิด) *adj.* ไม่เคยมีมาก่อน, คาดไม่ถึง, ไม่รู้มาก่อน(-S. new, novel, remarkable) *-Ex. on an unprecedented scale, an unprecedented amount of income*

unpredictable (อันพรีดิค' ทะเบิล) *adj.* ทำนายไม่ได้, ทายไม่ถูก, ไม่อาจพยากรณ์ได้ (-S. chance, erratic, fickle)

unprepared (อันพรีแพร์ดฺ') *adj.* ไม่ได้เตรียมตัว, ไม่ได้เตรียมการ **-unpreparedly** *adv.* **-unpreparedness** *n.* (-S. incomplete, surprised)
unprincipled (อันพริน' ซะเพิลดฺ) *adj.* ไม่มีหลักการ, ขาดคุณธรรม, ไม่มีหลักธรรม (-S. amoral, crooked, deceitful)
unprofessional (อันโพรเฟซฺ' ชันเนิล) *adj.* ไม่ใช่มืออาชีพ, ไม่ชำนาญ, สมัครเล่น **-unprofessionally** *adv.* **-unprofessionalism** *n.*
unqualified (อันควอล' ละไฟดฺ) *adj.* ไม่มีคุณสมบัติเพียงพอ, ไม่มีวุฒิเพียงพอ, ไม่เหมาะสม **-unqualifiedly** *adv.* (-S. unfit, outright, incompetent)
unquestionable (อันเควส' ชันนะเบิล) *adj.* ไม่มีปัญหา, ไม่ต้องสงสัย, แน่นอน, ไม่มีข้อยกเว้น **-unquestionably** *adv.* **-unquestionability, unquestionableness** *n.* (-S. clear, faultless, patent)
unquote (อันโควทฺ') *n.* จบการอ้างอิง, จบคำอ้างอิง
unravel (อันแรฟ' เวิล) *vt., vi.* **-eled, -eling/-elled, -elling** แก้ (เชือก ปม ปัญหา), ปลด, ปล่อย (-S. disentangle, free, undo) *-Ex. unravel a difficulty, I unraveled the ball of yarn., to unravel a mystery*
unread (อันเรด') *adj.* ไม่ได้อ่าน, ไม่มีความรู้จากการอ่าน, ไม่ได้ตรวจ, ไม่รู้, ไม่มีเรียนรู้
unreal (อันเรียล') *adj.* ไม่จริง, ไม่แท้, จินตนาการ, ลวงตา, เทียม (-S. fanciful, fake, illusory)
unrealistic (อันเรลลิส' ทิค) *adj.* ไม่แท้จริง, ไม่เป็นความจริง, ดูไม่สมจริง **-unrealistically** *adv.* (-S. quixotic, romantic, improbable)
unreason (อันรี' เซิน) *n.* ความไร้เหตุผล, ความบ้า, ความวิกลจริต, ความขาดสติ, ความเขลา, ความยุ่งเหยิง, ความวุ่นวาย
unreasonable (อันรี' เซินนะเบิล) *adj.* ไร้เหตุผล, ขาดสติ, เขลา, ไม่เหมาะสม, เกินไป, เลยเถิด, ไม่ฟังเหตุผล **-unreasonably** *adv.* **-unreasonableness** *n.* (-S. excessive, unfair, unjust)
unreasoning (อันรี' ซันนิง) *adj.* ไร้เหตุผล, ไม่ใช้เหตุผล, ขาดสติสัมปชัญญะ **-unreasoningly** *adv.*
unreel (อันรีล') *vt., vi.* **-reeled, -reeling** แก้ม้วน, แก้, ปลด, ปล่อย, เอาออก, คลี่, คลาย
unreeve (อันรีฟว') *vt., vi.* **-reeved/-rove, -reeved/-rove/-roven, -reeving** ดึงกลับ, เอากลับ, แก้ออก
unregenerate (อันริเจน' เนอะเรท) *adj.* ไม่กำเนิดใหม่, ไม่สำนึกผิด, ดื้อรั้น, ถือทิฐิ **-unregenerable** *adj.* **-unregeneracy** *n.* **-unregenerately** *adv.*
unrelenting (อันรีเลน' ทิง) *adj.* ไม่ยอม, ไม่อ่อนข้อ, ยึดมั่น **-unrelentingly** *adv.* **-unrelentingness** *n.* (-S. adamant, inflexible)
unreliable (อันริไล' อะเบิล) *adj.* ไม่น่าไว้วางใจ, ไม่น่าเชื่อถือ (-S. treacherous, unstable, false)
unremitting (อันริมิท' ทิง) *adj.* ไม่ลดหย่อน, ไม่ลดน้อยลง, ไม่หยุดยั้ง **-unremittingly** *adv.* **-unremittingness** *n.* (-S. incessant) *-Ex. to make unremitting attempt, to require unremitting hard work*
unreserved (อันรีเซิร์ฟดฺ') *adj.* ไม่ได้ควบคุม, ตรงไปตรงมา, ทั้งหมด, เต็มที่, ไม่ได้จองไว้ **-unreservedness** *n.* **-unreservedly** *adv.* (-S. extrovert, frank, open, full)
unrest (อัน' เรสทฺ) *n.* ความไม่สงบ, ความวุ่นวาย, ความกระสับกระส่าย (-S. agitation, protest, anxiety)
unrighteous (อันไร' เชิส) *adj.* ไม่ถูกต้อง, ไม่เที่ยงธรรม, ไม่ยุติธรรม, ร้าย, บาปหนา **-unrighteously** *adv.* **-unrighteousness** *n.* (-S. incorrect, unfair, wicked)
unrip (อันริพ') *vt.* **-ripped, -ripping** ฉีกออก, เปิดเผย, เผยออก, ดึงออก (-S. take apart, detach)
unrivaled, unrivalled (อันไร' วัลดฺ) *adj.* ไม่มีคู่แข่ง, ไร้เทียมทาน, ไม่มีใครสู้ได้, หาที่เปรียบไม่ได้ (-S. beyond, compare, supreme) *-Ex. This firm has an unrivaled reputation.*
unroll (อันโรล') *vt.,vi.* **-rolled, -rolling** ม้วนออก, คลี่ออก, กางออก, เปิดออก, ปูออก, นำแสดง *-Ex. Someone unrolled the paper towels., She unroll the ribbon from the spool.*
unroot (อันรูท') *vt.* **-rooted, -rooting** ถอนราก, ถอนรากถอนโคน, กำจัด
unruffled (อันรัฟ' เฟิลดฺ) *adj.* เงียบสงบ, มั่นคง, คงที่, ราบรื่น, ไม่ย่น
unruly (อันรู' ลี) *adj.* **-lier, -liest** ไม่ยอม, ดื้อรั้น, ไม่สามารถปกครองได้, ควบคุมไม่อยู่, ไม่รักษาระเบียบวินัย **-unruliness** *n.* (-S. mutinous, rowdy, wild)
unsaddle (อันแซด' เดิล) *vt., vi.* **-dled, -dling** เอาอานม้าออก, ทำให้ลงจากหลังม้า, ทำให้ตกจากอานม้า
unsafe (อันเซฟ') *adj.* ไม่ปลอดภัย, อันตราย, มีภัย **-unsafety** *n.* (-S. dangerous, risky, unsound)
unsanitary (อันแซน' นิทะรี) *adj.* ไม่ถูกสุขอนามัย, เป็นอันตรายต่อสุขภาพ (-S. unclean)
unsatisfactory (อันแซท' ทิสแฟค' ทะรี) *adj.* ไม่พอใจ, ไม่เพียงพอ, ผิดหวัง (-S. mediocre, poor, weak)
unsaturated (อันแซช' ชะเรทิค) *adj.* ไม่อิ่มตัว, (อินทรียสาร) มีพันธะ (bond) คู่หรือมากกว่า
unsavoury, unsavory (อันเซ' เวอะรี) *adj.* ไม่มีรสชาติ, ไม่น่ากิน, น่ารำคาญ, น่ารังเกียจ, มีกลิ่นน่ารังเกียจ **-unsavoriness** *n.* (-S. nasty, obnoxious, repulsive)
unsay (อันเซ') *vt.* **-said, -saying** ถอนคำ, ถอนคืน, เอากลับ
unscientific (อันไซเอินทิฟ' ฟิค) *adj.* ไม่ใช่ทางวิทยาศาสตร์, ไม่ถูกหลักวิทยาศาสตร์ **-unscientifically** *adv.*
unscramble (อันสแครม' เบิล) *vt.* **-bled, -bling** ทำให้เรียบร้อย, ชำระสะสาง, เปิดฝา, ถอดรหัส, แปล, ทำให้คืนสภาพเดิม
unscrupulous (อันสครู' พิวเลิส) *adj.* ไม่มีหลักการ, ไร้ธรรมะ, ไร้ยางอาย, ไม่ระมัดระวัง (-S. corrupt, immoral) *-Ex. Narong is unscrupulous in money matters.*
unseasoned (อันซี' ซันดฺ) *adj.* ไม่ได้ใส่เครื่องชูรส, ไม่สุก, ไม่งอม, ไม่มีประสบการณ์
unseat (อันซีท') *vt.* **-seated, -seating** เอาออกจากที่, เอาลงจากหลังม้า, ปลดจากตำแหน่งทางการเมือง *-Ex. The horse unseated his rider.*

U

unseemly (อันซีม' ลี) *adj.* **-lier, -liest** ไม่เหมาะสม, ไม่สมควร, ไม่เข้าแบบ (-S. disreputable, unbecoming) *-Ex. It is unseemly to gossip about one's neighbours.*

unseen (อันซีน') *adj.* ไม่เห็น, ไม่สังเกต, มองไม่เห็น, จำไม่ได้ (-S. hidden, invisible, lurking) *-Ex. The baby stood behind the unseen chair.*

unselfconscious (อันเซลฟฺวฺคอน' เชิส) *adj.* ไม่เห็นแก่ตัว, มีน้ำใจกว้าง, เอื้อเฟื้อเผื่อแผ่

unselfish (อันเซลฟฺ' ฟิช) *adj.* ไม่เห็นแก่ตัว, มีน้ำใจกว้าง, เอื้อเฟื้อเผื่อแผ่ **-unselfishly** *adv.* **-unselfishness** *n.* (-S. liberal, generous)

unsettle (อันเซท' เทิล) *vt., vi.* **-tled, -tling** ทำให้ไม่มั่นคง, เปลี่ยนตำแหน่งที่อยู่, ทำให้เปลี่ยนแปลง, ทำให้อ่อนแอ **-unsettlingly** *adv.* **-unsettlement** *n.* (-S. bother, disturb, ruffle)

unsettled (อันเซท' เทิลด) *adj.* ไม่เป็นหลักแหล่ง, ไม่อยู่กับ, ไม่มั่นคง, ไม่เป็นระเบียบ, ไม่ได้ชำระสะสาง, เปลี่ยนแปลงอยู่เสมอ, ไม่แน่นอน, หลักลอย, ไม่มีผู้คนอยู่อาศัย, ไม่ตัดสินใจแน่นอน, ผันแปร (-S. shaky, unsteady, changing, due)

unsex (อันเซคซฺ') *vt.* **-sexed, -sexing** ทำให้ด้อยสมรรถภาพทางเพศ, ทำให้ลักษณะเฉพาะทางเพศสูญสิ้นไป, ทำให้กลับเพศ, ทำให้เป็นกะเทย

unshackle (อันแชค' เคิล) *vt.* **-led, -ling** ปลดโซ่ตรวน, ถอดโซ่ตรวน, ทำให้เป็นอิสระ, คลาย (-S. free)

unship (อันชิพ') *vt., vi.* **-shipped, -shipping** เอาขึ้นจากเรือ, ขนขึ้นจากเรือ, เอาออก, ปลดออก

unshod (อันชอด') *adj.* ไม่ได้สวมรองเท้า, ไม่มีเกือกม้า, เท้าเปล่า, ไม่มียางนอก, ไม่มีส่วนหุ้มปลาย

unsightly (อันไซทฺ' ลี) *adj.* **-lier, -liest** ไม่น่าดู **-unsightliness** *n.* (-S. unattractive) *-Ex. The dragon was an unsightly creature.*

unskilled (อันสคิลดฺ') *adj.* ไม่ชำนาญ, ขาดความชำนาญ, ไม่เชี่ยวชาญ, ไม่คล่อง, ไม่มีฝีมือ(-S. inexperienced)

unskillful (อันสคิล' ฟูล) *adj.* ไม่เชี่ยวชาญ, งุ่มง่าม, ไม่คล่อง, เก้งก้าง **-unskillfully** *adv.* **-unskillfulness** *n.* (-S. clumsy, unprofessional, incompetent -A. skillful)

unsophisticated (อันโซฟิส' ทิเคทิด) *adj.* ง่าย, ไม่มีเล่ห์เหลี่ยม, ไม่เจือปน, ไร้เดียงสา, เรียบๆ, ตรงไปตรงมา, บริสุทธิ์, แท้จริง, ไม่ซับซ้อน **-unsophisticatedly** *adv.* **-unsophisticatedness** *n.* (-S. artless, ingenuous, simple) *-Ex. a piece of unsophisticated joke*

unsparing (อันสแพ' ริง) *adj.* ฟุ่มเฟือย, มาก, ไม่อั้น, เข้มงวด **-unsparingly** *adv.* **-unsparingness** *n.*

unspeak (อันสพีค) *vt.* **-spoke, -spoken, -speaking** ถอนคำพูด, ถอนออก, เลิกล้ม

unspeakable (อันสพีค' คะเบิล) *adj.* พูดไม่ได้, เหลือที่จะพรรณา, พูดไม่ออก, เลวร้าย **-unspeakableness** *n.* **-unspeakably** *adv.* *-Ex. unspeakable delight, an unspeakable joy, his unspeakable treachery*

unstable (อันสเท' เบิล) *adj.* **-bler, -blest** ไม่มั่นคง, ไม่แน่นอน, เปลี่ยนแปลง, ผันแปร, แกว่งไกว, มีอารมณ์ไม่แน่นอน, ไม่สม่ำเสมอ, (สารประกอบ) สลายตัวง่ายหรือเปลี่ยนเป็นสารประกอบอื่นได้ง่าย **-unstableness** *n.* **-unstably** *adv.* (-S. unsteady, fluctuating, shaky -A. stable) *-Ex. an unstable foundation, an unstable income*

unsteady (อันสเทด' ดี) *adj.* **-ier, -iest** ไม่มั่นคง, ไม่คงที่, ไร้เสถียรภาพ, สั่นคลอน, เปลี่ยนแปลงง่าย, ไม่เที่ยง *-vt.* **-ied, -ying** ทำให้ไม่มั่นคง **-unsteadily** *adv.* **-unsteadiness** *n.* (-S. unstable, insecure)

unstop (อันสทอพ') *vt.* **-stopped, -stopping** เอาจุกออก, ขจัดอุปสรรค, ขจัดสิ่งกีดขวาง **-unstoppable** *adj.* **-unstoppably** *adv.*

unstrung (อันสทรัง') *adj.* ผ่อนคลายประสาท, ผ่อนคลาย, หย่อน, แก้สายออก (-S. unnerved)

unstudied (อันสทัดฺ' ดิด) *adj.* ไม่ได้ศึกษา, ไม่รู้, เสแสร้ง

unsubstantial (อันซับสแทน' ชัล) *adj.* ไม่เป็นความจริง, เพ้อฝัน, ไร้แก่นสาร, ขาดกำลัง, ขาดความแข็งแกร่ง, ไม่มีน้ำหนัก, เหลาะแหละ

unsuitable (อันซูท' ทะเบิล) *adj.* ไม่เหมาะสม, ไม่สมควร, ไม่คู่ควร **-unsuitability, unsuitableness** *n.* **-unsuitably** *adv.* (-S. improper, inapt, ineligible)

unsung (อันซัง') *adj.* ไม่ได้ร้องเพลง, ไม่ได้ร้อง, ไม่มีผู้ใดสรรเสริญ

untangle (อันแทง' เกิล) *vt.* **-gled, -gling** แก้ออก, ปลด, คลาย, ชำระสะสาง, แก้ไข

untenable (อันแทน' นะเบิล) *adj.* ป้องกันไม่ได้, ต้านทานไว้ไม่อยู่, ไม่เหมาะสำหรับครอบครอง, ไม่เหมาะสำหรับอยู่

unthinkable (อันธิง' คะเบิล) *adj.* คิดไม่ถึง, นึกไม่ถึง, นอกประเด็น, ไม่พิจารณา **-unthinkability, unthinkableness** *n.* **-unthinkably** *adv.* (-S. absurd, unlikely) *-Ex. It is unthinkable that we have a snake in this housed.*

unthinking (อันธิง' คิง) *adj.* ไม่ระมัดระวัง, ไม่ได้ใส่ใจ, ไม่ยั้งคิด, ไม่คิด **-unthinkingly** *adv.* **-unthinkingness** *n.*

untidy (อันไท' ดี) *adj.* **-dier, -diest** ไม่เรียบร้อย, ไม่เป็นระเบียบ, สกปรก, รุ่มร่าม, จัดเข้ากันไม่ดี **-untidily** *adv.* **-untidiness** *n.* (-S. chaotic, littered, messy)

untie (อันไท') *vt., vi.* **-tied, -tying/-tieing** แก้มัด, แก้ออก, ทำให้หลุด, ปล่อย, คลาย, ทำให้อิสระ (-S. unfasten, free, loosen, undo) *-Ex. Samai untied his shoelaces and removed his shoes., Samai untied the horse and let it wander.*

until (อันทิล') *prep.* จนกระทั่ง, เกือบจะ, ก่อน *-conj.* จนกว่า, จนกระทั่ง, จนถึง, เกือบจะ *-Ex. Wait here until school is ended., We ate until we could eat no more., until after 4 o'clock, Daeng won't get here until tomorrow.*

untimely (อันไทมฺ' ลี) *adj.* **-lier, -liest** ไม่ได้เวลา, ไม่ถูกกาลเทศะ, ไม่เหมาะสมกับกาลเวลา, ไม่สมควร, ไม่เหมาะสม, ก่อนถึงเวลา *-adv.* อย่างไม่มีเหตุผล, อย่างไม่เหมาะกับกาลเวลา **-untimeliness** *n.* (-S. premature, awkward, unsuitable) *-Ex. an untimely death, an*

U

untiring 939 unzip

untimely request, an untimely

untiring (อันไท' ริง) *adj.* ไม่เหนื่อย, ไม่ย่อท้อ **-untiringly** *adv.* (-S. constant, devoted, dogged) *-Ex. Your untiring efforts help the poor.*

unto (อัน' ทู) *prep.* ได้แก่, จนกว่า, จนกระทั่ง, จนถึง *-Ex. Do unto yourself as you do unto others.*

untold (อันโทลดฺ') *adj.* ไม่ได้บอก, ไม่ได้เปิดเผย, ไม่ได้พูดถึง, นับไม่ถ้วน, เหลือคณานับ, เหลือพรรณา (-S. countless) *-Ex. untold sufferings, untold damage, the untold stars*

untouchable (อันทัช' ชะเบิล) *adj.* แตะต้องไม่ได้, แตะไม่ถึง, ห้ามแตะ, ห้ามยุ่ง, ห้ามสัมผัส *-n.* วรรณะจัณฑาล, สมาชิกวรรณะจัณฑาล **-untouchability** *n.* **-untouchably** *adv.*

untoward (อันทอร์ด') *adj.* โชคไม่ดี, เคราะห์ร้าย, ไม่เหมาะ, ดื้อรั้น, หัวแข็ง, ไม่ราบรื่น, งุ่มง่าม, ไม่ถูกกาลเวลา **-untowardly** *adv.* **-untowardness** *n.* (-S. unfortunate, contrary) *-Ex. an untoward boy, an untoward meeting, untoward rudeness*

untried (อันไทรดฺ') *adj.* ไม่ได้ทดลอง, ไม่ได้พิจารณา, ไม่ได้ลอง, ไม่ได้พยายาม

untrue (อันทรู') *adj.* **-trurer, -truest** ไม่จริง, ไม่ซื่อสัตย์, เทียม, ไม่ถูกต้อง **-untruely** *adv.* (-S. false, lying)

untruss (อันทรัส') *vt., vi.* **-trussed, -trussing** ปลด, แก้มัด, คลาย, ปล่อย (-S. undo, unfasten)

untrustworthy (อันทรัสทฺ' เวิร์ธธี) *adj.* ไม่น่าไว้วางใจ, ไม่น่าเชื่อถือ (-S. deceiful, slippery, untrusty)

untutored (อันทิว' เทอด) *adj.* ไม่ได้สอนพิเศษ, ไม่ได้สอน, ไม่ได้รับการศึกษา, ไม่ได้รับการสั่งสอน

unused (อันยูสทฺ') *adj.* ไม่ได้ใช้, ไม่เคยใช้, ไม่คุ้นเคย, ไม่เคยชิน *-Ex. Nid returned the unused dishes to the store., Somchai was unused to city life.*

unusual (อันยู' ชวล) *adj.* ผิดธรรมดา, เป็นข้อยกเว้น **-unusually** *adv.* **-unusualness** *n.* (-S. bizarre, rare, queer) *-Ex. It is unusual for me to get up late.*

unutterable (อันอัท' เทอะระเบิล) *adj.* ไม่อาจเอ่ยได้, พูดไม่ออก, ไม่สามารถออกเสียงได้ *-Ex our unutterable happiness*

unvaried (อันแวล' ริด) *adj.* ไม่เปลี่ยนแปลง, ไม่ผันแปร, จืดชืด (-S. same, unchanged)

unvarnished (อันวาร์' นิชทฺ) *adj.* ตรงไปตรงมา, ไม่คลุมเครือ, เปิดเผย, ไม่ตบแต่ง, เรียบๆ

unveil (อันเวล') *vt., vi.* **-veiled, -veiling** เปิดผ้าคลุมออก, เปิดเผย, เปิดโปง, ประกาศให้รู้ทั่วไป, ปรากฏ (-S. reveal) *-Ex. to unveil the monument, The mysterious criminal unveiled., The scheme was unveiled.*

unvoiced (อันวอซทฺ') *adj.* ไม่ออกเสียง, ไม่พูด, ปราศจากเสียงพูด

unwarranted (อันวอ' เรินทิด) *adj.* ไม่ได้ประกัน, ไม่ได้รับรอง, ไม่มีหลักฐาน

unwary (อันแว' รี) *adj.* ไม่ระมัดระวัง, สะเพร่า, เลินเล่อ, วู่วาม **-unwariness** *n.* (-S. careless, hasty, rash) *-Ex. Narong is unwarry of the consequences.*

unwell (อันเวล') *adj.* ไม่สบาย, ป่วย, มีประจำเดือน (-S. ailing, ill, sick) *-Ex. Somchai felt slightly unwell and decided to go to bed.*

unwept (อันเวพทฺ') *adj.* ไม่ได้ไว้อาลัย, ไม่มีใครไว้อาลัย

unwholesome (อันโฮล' เซิม) *adj.* มีสุขภาพไม่ดี, เป็นอันตรายต่อกายหรือจิตใจ, เสื่อมเสียศีลธรรม **-unwholesomely** *adv.* **-unwholesomeness** *n.* (-S. harmful, tainted, evil) *-Ex. an unwholesome food, his unwholesome friends, an unwholesome complexion*

unwieldy (อันวีล' ดี) *adj.* **-ier, -iest** อุ้ยอ้าย, เก้งก้าง, เทอะทะ, ไม่คล่อง **-unwieldiness** *n.* **-unwieldily** *adv.* (-S. cumbersome, bulky) *-Ex. A grand piano is unwieldy.*

unwilled (อันวิลดฺ') *adj.* ไม่สมัครใจ, ไม่ตั้งใจ (-S. loath, reluctant)

unwilling (อันวิล' ลิง) *adj.* ไม่เต็มใจ, ลังเลใจ, ต่อต้าน, ดื้อรั้น, หัวรั้น, แข็งข้อ **-unwillingly** *adv.* **-unwillingness** *n.* (-S. loath) *-Ex. The workman was unwilling to work after 6 o'clock in the evening.*

unwind (อันไวนดฺ') *vt., vi.* **-wound, -winding** คลี่ออก, แก้, คลาย, ปล่อย, ขยาย, ผ่อนคลาย (-S. uncoil, undo, relax)

unwise (อันไวซฺ') *adj.* **-wiser, -wisest** ไม่ฉลาด **-unwisely** *adv.* (-S. imprudent, stupid) *-Ex. It is unwise to eat too much.*

unwish (อันวิชฺ') *vt.* **-wished, -wishing** ไม่หวัง, เลิกหวัง

unwitting (อันวิท' ทิง) *adj.* ไม่รู้, ไม่รู้ตัว, ไม่ตั้งใจ **-unwittingly** *adv.* (-S. ignorant, unaware, unplanned) *-Ex. an unwitting support, an unwitting insult*

unwonted (อันวอน' ทิด) *adj.* ผิดปกติ, ผิดธรรมดา, ไม่เคยมาก่อน (-S. abnormal, unusual) *-Ex. His unwonted gaiety surprised us all.*

unworldly (อันเวิร์ลดฺ' ลี) *adj.* **-lier, -liest** ไม่ใช่ทางโลก, ไม่ใช่ทางโลกีย์, เกี่ยวกับทางธรรม, เกี่ยวกับทางพระ, เกี่ยวกับจิตใจ, บ้านนอก, ไม่ใช่โลก, อ่อนต่อโลก **-unworldliness** *n.* (-S. spiritual, naive)

unworthy (อันเวิร์ธ' ธี) *adj.* **-thier, -thiest** ไม่คู่ควร, ไม่สมควร, ไม่น่าเชื่อถือ, ไม่มีคุณค่า **-unworthily** *adv.* **-unworthiness** *n.* (-S. base, shameful) *-Ex. The bad boy is unworthy of your kindness., The mayor has done nothing unworthy of his position.*

unwrap (อันแรพ') *vt., vi.* **-wrapped, -wrapping** คลี่ออก, แก้ออก, แก้ห่อ, เปิดออก *-Ex. to unwrap a package*

unwritten (อันริท' เทิน) *adj.* ไม่ได้เขียนลง, ไม่ใช่ลายลักษณ์อักษร, เป็นวาจา, ว่างเปล่า, เป็นประเพณี (-S. oral, vocal, tacit)

unyielding (อันยีล' ดิง) *adj.* ไม่ยอม, แข็งข้อ, เด็ดเดี่ยว **-unyieldingly** *adv.* **-unyieldingness** *n.* (-S. inexorable, rigid, tough)

unyoke (อันโยค') *vt., vi.* **-yoked, -yoking** ปลดแอก, ปลด, ปล่อย, หยุดทำงาน (-S. separate, release)

unzip (อันซิพ') *vt.,vi.* **-zipped, -zipping** ดึงซิปออก

U

up (อัพ) *adv.* ขึ้น, ขึ้นไป, อยู่ชั้นบน, ตั้งตรง, อยู่เหนือ, อยู่สูงกว่า, ลุกขึ้น, ตื่นขึ้น, ตื่นนอน, ขึ้นหน้า, เกิดขึ้น, มากขึ้น, ขึ้นเหนือ, เกลี้ยง, แน่นหนา, เร่าร้อน, ไปตามลม, ให้หมด, ให้เสร็จ, ถึงที่สุด, โดยสิ้นเชิง *-prep.* ไปถึง, ไปสู่, ไปยัง, เหนือ *-adj.* อยู่บน, สู้, สรุป, สิ้นสุด, ปรากฏขึ้น, ตั้งตัว, ตื่นขึ้น, บนหลังม้า, สร้างขึ้น, หันหน้าขึ้น, เร่าร้อน, มุ่งไปทาง, ไม่พอใจ, เป็นจำเลย, ใช้ได้เลย, ซึ่งอยู่ในระหว่างการพิจารณา, พนันขันต่อ, บนพื้นดิน, ขึ้นอยู่กับการตัดสินใจของ *-n.* การขึ้นไป, ดวงดี, โชคดี, ทางขึ้น *-v.* **upped, upping** *-vt.* ทำให้ใหญ่ขึ้น, ยกเว้น, ทำให้ดีขึ้น *-vi.* เริม, ริเริม **-all up with** ถึงที่สุด, ใกล้ความปราชัย **-up against** เผชิญกับ **-up against it** อยู่ในฐานะลำบาก **-up and around** ฟื้นจากโรค, สามารถลุกขึ้นจากเตียงได้ **-up to** ขึ้นกับ, จนถึง, จนกระทั่ง, เหมาะสมกับ **-on the up and up** ตรงไปตรงมา, เปิดเผย, ใจจริง *-Ex. go up the hill, up on the hill, The sun is up., put up a flag, hang up, look up, The case must go up to the High Court., Prices are up., up train, stand up, get up from the ground, help him up, get up in the morning, he isn't up yet, stay up late, put up a house, the house is up at last, heap up, gather up, store up, Plants come up in the Spring., The subject may come up in committee., Somchai turned up late at the party., bring up a child, grow up, cheer up, hurry up, speak up, up to him, come up and see me, up to midday, up to 1873, catch up, keep up with, His time is up, Finish up., stand up, tear up, break up, dig up, bring up, show up, pay up Make it up to S10, make it up to him, clean up, add up, tie up, sew up*

U

up-and-coming (อัพ' อันคัมมิง) *adj.* มีหวังสำเร็จ, ฉลาดและขยัน, แข็งขัน **-up-and-comer** *n.*

upbraid (อัพเบรด') *vt.* **-braided, -braiding** ดุด่า, ตำหนิอย่างรุนแรง, ประณาม **-upbraider** *n.* (-S. scold) *-Ex. Somsri upbraided him for his rudeness.*

upbringing (อัพ' บริงอิง) *n.* การเลี้ยงดูและอบรมสั่งสอน (-S. breeding, rearing)

upcoming (อัพ' คัมมิง) *adj.* กำลังจะเกิดขึ้น, กำลังจะมา

upcountry (อัพ' คันทรี) *n.* หัวเมือง, ต่างจังหวัด, บริเวณภายในประเทศ *-adj., adv.* บนเนิน, บนแผ่นดิน, ภายในประเทศ ชนบท ต่างจังหวัด หรือหัวเมือง, ขึ้นไกลเข้าไปจากฝั่ง

update (อัพเดท') *vt.* **-dated, -dating** ทำให้ทันสมัย *-n.* ข้อมูลใหม่ๆ (-S. renew)

upgrade (อัพ' เกรด) *vt., vi.* **-graded, -grading** ทำให้เลื่อนขึ้น, ยกระดับ, ปรับปรุงระบบคอมพิวเตอร์ให้มีสมรรถนะสูงขึ้น *-n.* การลาดขึ้น, การยกระดับ, การเลื่อนขึ้น, การเพิ่มขึ้น *-adj., adv.* ขึ้นเขา, ขึ้นเนิน (-S. advance, better, enhance)

upheaval (อัพฮี' เวิล) *n.* การยกระดับขึ้น, การยกขึ้น, การสูงขึ้น, การเปลี่ยนแปลงอย่างรุนแรง (-S. revolution, turmoil) *-Ex. the upheavals of the earth's crust, social upheaval*

uphill (อัพ' ฮิล) *adj.* ขึ้นเนิน, บนเนิน, ขึ้นข้างบน *-adv.* ขึ้นข้างบน, บนที่สูง, ยากลำบากมาก *-n.* ที่เนิน, การขึ้นเนิน, การเลื่อนขึ้น, การขึ้นข้างบน (-S. climbing, mounting, rising) *-Ex. an uphill task, run uphill, walk uphill, a steep uphill road, uphill work*

uphold (อัพโฮลดฺ') *vt.* **-held, -holding** ยกสูงขึ้น, ยกขึ้น, สนับสนุน, ค้ำจุน, ยืนหยัด, ป้องกัน **-upholder** *n.* (-S. aid, back, defend, justify) *-Ex. The teacher upheld Daeng's statement., uphold principle, Those iron columns uphold the roof., The higher court upheld the lower court's decision.*

upholster (อัพโฮล' สเทอะ) *vt.* **-stered, -stering** ใส่เบาะ, ใส่นวม, หุ้มเบาะ, หุ้มนวม, บุรอง *-Ex. The old chair we upholstered now looks new.*

upholsterer (อัพโฮล' สเทอเรอะ) *n.* พ่อค้าเครื่องเรือนประเภทที่มีบุรอง, พ่อค้าเครื่องหุ้มเบาะเครื่องเรือน

upholstery (อัพโฮล' สทะรี) *n., pl.* **-ies** เครื่องบุรอง, เครื่องเบาะ, ธุรกิจเครื่องเรือนเครื่องเบาะ

UPI, U.P.I. ย่อจาก United Press International

upkeep (อัพ' คีพ) *n.* การบำรุงรักษา, ค่าบำรุงรักษา (-S. maintenance) *-Ex. the upkeep of the factory, The upkeep of an aquarium is high.*

upland (อัพ' แลนดฺ) *n.* ที่สูง, ที่ดอน, บริเวณที่สูง *-adj.* เกี่ยวกับที่สูง *-Ex. a hilly upland, an upland farm*

uplift (อัพลิฟทฺ') *vt.,vi.* **-lifted, -lifting** ยกสูงขึ้น, ทำให้สูงขึ้น, ยกระดับ, ปรับปรุงให้ดีขึ้น *-n.* การยกให้สูงขึ้น, การทำให้ดีขึ้น, ความยินดีปรีดา, อารมณ์ฮึกเหิม, ที่ครอบทรวงอก, ยกทรง, ส่วนที่นูนขึ้นของพื้นผิวโลก (-S. raise, elevate) *-Ex. an uplift worker*

upload (อัพ' โลด) *v.* **-loaded, -loading** ส่งข้อมูลเข้าคอมพิวเตอร์

upmost (อัพ' โมสทฺ) *adj.* ดู uppermost

upon (อะพอน') *prep.* บน, เหนือ, ในโอกาส, ในเวลา ดู on

upper (อัพ' เพอะ) *adj.* เหนือกว่า, สูงกว่า, ยุคหลังกว่า *-n.* ส่วนที่เหนือส้นรองเท้าขึ้นไป,ที่นอนชั้นบนของตู้รถไฟ, สภาสูง, ผ้ารัดขา, ฟันบน, ยากระตุ้น, ยาม้า, สิ่งกระตุ้น, สายคาดเอว, เข็มขัด (-S. high, loftier, topmost) *-Ex. The upper shelves of a cupboard, upper seats, upper keyboard, the upper floor, the upper classes*

uppercase (อัพเพอเคส') *adj.* เกี่ยวกับจานใส่ตัวเรียงพิมพ์ที่เป็นตัวพิมพ์ใหญ่, ตัวพิมพ์แบบตัวพิมพ์ใหญ่ *-vt.* **-cased, -casting** พิมพ์หรือเขียนตัวใหญ่

upper class ชนชั้นสูงในวงสังคม

uppercut (อัพ' เพอะคัท) *n.* หมัดสอยดาว, หมัดเสยขึ้น (เช่น เข้าที่คางของคู่ต่อสู้)

upper hand ความได้เปรียบ, การควบคุม, ตำแหน่งของรัฐสภา (-S. advantage, ascendency, sway)

uppermost (อัพ' เพอะโมสทฺ) *adj., adv.* สูงสุด, เหนือสุด, สำคัญที่สุด, สุดยอด (-S. chief, dominant, main) *-Ex. a thing uppermost in one's imaginations*

uppish (อัพ' พิช) *adj.* หยิ่ง, ยโส, โอหัง, อวดดี **-uppishly** *adv.* **-uppishness** *n.* (-S. snobbish)

upright (อัพ' ไรทฺ) *adj.* ตั้งขึ้น, ตั้งตรง, ยกสูงขึ้น, ซื่อตรง, เที่ยงตรง, ยุติธรรม *-n.* ความซื่อตรง, ความเที่ยงธรรม, (กีฬาฟุตบอล) เสาประตู, สิ่งที่ตั้งตรง, เปียโนแบบตั้งตรง *-adv.* ตั้งตรง, ตั้งฉาก **-uprightly** *adv.* **-uprightness** *n.* (-S. vertical, erect, honest) *-Ex. Baby can sit upright in her cot., The mayor is an upright man., stand upright, walk upright, an upright stone, a steel upright, an upright man*

uprise (อัพไรซฺ') *vt.* **-rose, -risen, -rising** ลอยขึ้น, เลื่อนขึ้น, ยืนขึ้น, ตั้งขึ้น, ตื่นขึ้น, ลุกขึ้นปฏิบัติ, ปรากฏ, ปรากฏตัวเหนือขอบฟ้า, เอียงขึ้น, บวมขึ้น, มีมากขึ้น *-n.* การลอยขึ้น, การสูงขึ้น, การลุกขึ้น, การก่อการจราจล

uprising (อัพ' ไรซิง) *n.* การปฏิวัติ, การกบฏ, การจลาจล, การลุกขึ้น, การลอยขึ้น, การตื่นขึ้น, การตั้งขึ้น (-S. insurrection, revolt)

uproar (อัพ' รอร์) *n.* ความเอะอะ, ความสับสนวุ่นวาย, ความโกลาหล, ความอึกทึกครึกโครม (-S. brawl, clamour, din, furore) *-Ex. After the speech, the crowd broke into at uproar.*

uproarious (อัพรอ' เรียส) *adj.* เอะอะ, สับสน, วุ่นวาย, โกลาหล, อึกทึกครึกโครม, เสียงดังมาก **-uproariously** *adv.* **-uproariousness** *n.*

uproot (อัพรูท') *vt.* **-rooted, -rooting** ถอนราก, ถอนรากถอนโคน, ขจัดสิ้น, ทำลายสิ้น *-Ex. to uproot a plant, Most wars uproot many families.*

ups and downs โชคดีและโชคร้าย, ดวงดีและดวงไม่ดี, โชคชะตาที่ขึ้นๆ ลงๆ (-S. vicissitudes)

upset (อัพเซท') *vt., vi.* **-set, -setting** ทำให้คว่ำ, คว่ำ, ทำให้พลิกคว่ำ, ทำให้เสีย, ก่อกวน, ทำให้สับสน, ทำให้ปราชัย, ทำให้ (ร่างกาย) ไม่ปกติ *-n.* การทำให้คว่ำ, การพลิกคว่ำ, การปราชัยอย่างคาดไม่ถึง, ความว้าวุ่นของจิตใจ, ความสับสน *-adj.* พลิกคว่ำ, หงายท้อง, สับสน, ไม่เป็นระเบียบ, ยุ่งเหยิง, ว้าวุ่น, (ใจ) ไม่สงบ **-upsetter** *n.* **-upsettingly** *adv.* (-S. overcome, spoil, disorder) *-Ex. upset the boat, upset the milk jug, upset all my plans*

upshift (อัพ' ชิฟทฺ) *vi.* **-shifted, -shifting** เปลี่ยนเกียร์เร่งความเร็วสูงขึ้น, เร่งความเร็ว

upshot (อัพ' ชอท) *n.* การสรุป, ผลสรุป, ผลที่สุด (-S. end, event, finale) *-Ex. in the upshot, the upshot of these plans*

upside down คว่ำลง, พลิกกลับ, สับสน, กลับหัว, กลับกัน **-upside-down** *adj.* (-S. inverted, upturned, disordered) *-Ex. Our room was turned upside down by the thieves.*

upstage (อัพ' สเทจ') *adv., adj.* หลังเวที, หลังฉาก *-vt.* **-staged, -staging** ไปทางหลังเวที, กระทำล้ำหน้า, ดึงความสนใจของผู้ดูออกจากตัวละครบางตัวที่ต้องเข้าหลังฉาก *-n.* หลังเวที, ด้านหลังเวที **-upstager** *n.*

upstairs (อัพ' สแทร์ซฺ') *adv.* ชั้นบน ชั้นสูงกว่า *-adj.* ชั้นบน, ระดับบน, ระดับสูงขึ้น *-n.* ชั้นบน **-kick upstairs** ส่งเสริมให้ก้าวหน้าด้วยความรับผิดชอบเล็กน้อยและเป็นการกำจัดออก, เลื่อนตำแหน่งให้สูงขึ้น (ซึ่งความจริงเป็นตำแหน่งที่มีอำนาจน้อยลงและขจัดคนอื่นทิ้ง) *-Ex. We sleep upstairs., We go upstairs to our bedroom., an upstairs sitting room*

upstanding (อัพสแทน' ดิง) *adj.* ตั้งตรง, ยืนตรง, สะโอดสะอง, ซื่อตรง, ซื่อสัตย์, ตรงไปตรงมา**-upstandingness** *n.* (-S. erect) *-Ex. Samai is a fine upstanding member of the council.*

upstart (อัพ' สทาร์ท) *n.* ผู้ที่ร่ำรวยหรือเฟื่องฟูขึ้นอย่างรวดเร็ว, ผู้ที่มีอำนาจขึ้นอย่างฉับพลัน, คนเหิอคนห่าม, คนทะลึ่ง *-adj.* ร่ำรวยหรือเฟื่องฟูหรือมีอำนาจขึ้นอย่างฉับพลัน *-vi.* **-started, -starting** กระโดดขึ้น, พุ่งพราด, ลุกขึ้น อย่างรวดเร็ว, ปรากฏขึ้น (-S. arriviste, nobody)

upstream (อัพ' สทรีม') *adv., adj.* ต้นน้ำ, ต้นทางน้ำ, ทวนน้ำ

upstroke (อัพ' สโทรค) *n.* การตีขึ้นข้างบน, การลากเส้นขึ้นข้างบน, เส้นที่ลากขึ้นข้างบน, จังหวะขึ้น, จังหวะขึ้นของสูบเครื่องยนต์

upsurge (อัพเซิร์จฺ') *vi.* **-surged, -surging** เพิ่มขึ้น, ลอยขึ้น, มากขึ้น *-n.* การเพิ่มขึ้นอย่างรวดเร็วหรืออย่างมาก

upswing (อัพ' สวิง) *n.* การแกว่งขึ้น, การเพิ่มขึ้น, การเจริญขึ้น, การก้าวหน้า (-S. improvement, upturn)

uptake (อัพ' เทค) *n.* ความเข้าใจ, การหยิบขึ้น, การยกขึ้น, ที่ดูด, การดูด, ทางขึ้นของควัน, ช่องขึ้นของลม (-S. understanding)

uptight (อัพ' ไททฺ') *adj.* (คำสแลง) เกลียด โกรธ เครียด **-uptightness** *n.*

up-to-date (อัพทะเดท') *adj.* ทันสมัย, ปัจจุบัน **-up-to-dateness** *n.* (-S. current, newest, stylish) *-Ex. Somsri's summer dress is up-to-date.*

upturn (อัพ' เทิร์น) *v* **-turned, -turning** *-vt.* หันขึ้น, พลิกขึ้น, หงาย, แหงน, ทำให้ยุ่ง, ทำให้เพิ่มขึ้น *-vi.* หันขึ้น, พลิกขึ้น *-n.* การเพิ่มการขายหรือผลกำไร, ความยุ่งเหยิง, ความไม่มีระเบียบโดยสิ้นเชิง, การหันขึ้น, การพลิกขึ้น, การกลับกัน (-S. upswing, rise, boost, improvement) *-Ex. an upturn in one's career, an upturn in business, Anong upturned the queen of hearts.*

upward (อัพ' เวิร์ด) *adv.* ขึ้น, ขึ้นข้างบน, ขึ้นไประดับสูงกว่า, เหนือขึ้นไป *-adj.* ขึ้นไป, เหนือ, บน **-upward(s) of** มากกว่า, เหนือ **-upwards** *adv.* **-upwardly** *adv.* (-S. uphill, straight up, rising, climbing) *-Ex. The smoke floated upward., to climb upwards, from the bottom upwards, an upward glance, an upward tendency*

uranium (ยูเร' เนียม) *n.* ธาตุโลหะชนิดหนึ่งที่มีกัมมันตภาพรังสี ใช้ในการผลิตพลังงานปรมาณู มีสัญลักษณ์ U

Uranus (ยูเร' นัส) *n.* ดาวมฤตยู, ดาวยูเรนัส

urban (เออ' เบิน) *adj.* เกี่ยวกับหรือประกอบด้วยเมือง, อาศัยอยู่ในเมือง, เป็นลักษณะของเมือง (-S. metropolitan, municipal, town) *-Ex. an urban resident*

urbane (เออเบน') *adj.* **-baner, -banest** มีลักษณะของชาวนคร, สุภาพ, มีมารยาท, เก๋, เป็นผู้ดี **-urbanely** *adv.* (-S. cultured, debonair, refined)

U

urbanite (เออ' บะนิท) *n.* ชาวนคร, ชาวเมือง, ชาวเมืองใหญ่
urbanize (เออ' บะไนซ) *vt.* **-ized, -izing** ทำให้เป็นนคร, ทำให้เป็นเมืองใหญ่, ทำให้มีลักษณะของนครหรือเมืองใหญ่ **-urbanization** *n.* (-S. urbanise)
urban renewal ชื่อภาษาทางการภาษาหนึ่งของนครหรือเมืองใหญ่
urchin (เออ' ชิน) *n.* เด็ก (ผู้ชาย) ซน, เด็กผู้ชายเล็กๆ, เม่น (-S. brat, gamin, waif)
Urdu (ออ' ดู, เออ' ดู) ภาษาทางการภาษาหนึ่งของปากีสถาน ใช้อักษรอาระบิก ใช้อย่างแพร่หลายในอินเดีย, ภาษาฮินดูสตานี
urea (ยูเรีย', ยู' เรีย) *n.* สารประกอบชนิดหนึ่งที่พบในปัสสาวะ เป็นผลิตผลของการสันดาปโปรตีน
uremia (ยูรี' เมีย) *n.* ภาวะที่เกิดจากการบกพร่องของไตและมีสารปัสสาวะ nitrogenous substances ยังอยู่ในโลหิตแทนที่จะขับออกทางไต (-S. ureamia)
urethra (ยูรี' ธระ) *n., pl.* **-thrae/-thras** ท่อปัสสาวะ **-urethral** *adj.*
urethritis (ยูริไธร' ทิส) *n.* ภาวะท่อปัสสาวะอักเสบ
urge (เออจฺ) *vt., vi.* **urged, urging** เร่ง, กระตุ้น, ผลักดัน, หนุน, เร้า, แหย่, พยายามเสนอ, พยายามชักนำ, เร้าใจ, ปลุกเร้า, เซ้าซี้ *-n.* การเร่ง, การกระตุ้น, การผลักดัน, แรงผลักดัน, แรงกระตุ้น, แรงชักนำ (-S. force, drive, beg, entreat) *-Ex. urge the need of care, urge a horse on, Daeng urged Mother to let him play ball., urge her to be careful, needed no urging*
urgency (เออ' เจินซี) *n., pl.* **-cies** ความเร่งรีบ, ความเร่งเร้า, ความเร่าร้อน, ความรีบด่วน, ภาวะฉุกเฉิน, เรื่องรีบด่วน (-S. extremity, hurry, pressure)
urgent (เออ' เจินทฺ) *adj.* เร่งรีบ, รีบด่วน, ฉุกเฉิน, เร้าร้อน **-urgently** *adv.* (-S. compelling, pressing) *-Ex. an urgent massage, urgent appeal*
uric acid สารประกอบชนิดหนึ่ง ($C_5H_4N_4O_3$) ที่พบในปัสสาวะของสัตว์บางชนิดเพียงเล็กน้อยและพบในรูปเกลือในข้อต่อของคนที่เป็นโรคเกาต์ เป็นส่วนประกอบที่สำคัญของนิ่วในไต
urinal (ยัว' รินัล) *n.* ห้องปัสสาวะ, ที่ปัสสาวะ, กระโถนปัสสาวะ, โถปัสสาวะ
urinalysis (ยัวริแนล' ลิซิส) *n., pl.* **-ses** การตรวจปัสสาวะ (ทางเคมีหรือโดยกล้องจุลทรรศน์)
urinary (ยัว' ริเนอรี) *adj.* เกี่ยวกับปัสสาวะ, เกี่ยวกับอวัยวะถ่ายปัสสาวะ *-n.* ที่รองรับปัสสาวะ
urinary bladder กระเพาะปัสสาวะ
urinate (ยัว' ริเนท) *vi.* **-nated, -nating** ถ่ายปัสสาวะ, ขับปัสสาวะ, ปัสสาวะ **-urination** *n.* **-urinator** *n.* **-urinative** *adj.*
urine (ยัว' ริน) *n.* ปัสสาวะ
URL ย่อจาก Uniform Resource Locator เป็นวิธีการเข้าไปใช้งานทรัพยากรของอินเตอร์เนต URL จะเก็บข้อมูลเกี่ยวกับวิธีการใช้งานและเกี่ยวกับตัวทรัพยากรนั้นด้วย และยังเป็นตัวที่เก็บเบราเซอร์เพื่อให้ผู้ใช้ติดต่อโดยตรงกับเอกสารหรือข้อมูลที่ต้องการบนเวิลด์ไวด์เว็บโดยไม่ต้องรู้ว่าทรัพยากรนั้นอยู่ที่ใด ตัวอย่าง URL เช่น http: //www.se-ed.com เป็นต้น
urn (เอิร์น) *n.* เหยือก, กา, โกศ, อ่าง, หม้อรูปโกศ, ส่วนที่เป็นรูปโกศ
urology (ยัวรอล' ละจี) *n.* วิทยาเกี่ยวกับปัสสาวะ **-urologic, urological** *adj.* **-urologist** *n.*
Ursa Major (เออ' ซะ เม' เจอะ) *n.* (ดาราศาสตร์) กลุ่มดาวหมีใหญ่ (ดาวจระเข้)
Ursa Minor (เออ' ซะ ไม' เนอะ) *n.* (ดาราศาสตร์) กลุ่มดาวหมีเล็ก (ดาวไถ)
ursine (เออร์ไซน', -ซิน) *adj.* เกี่ยวกับหมี
Uruguay (อูรูกวัย) สาธารณรัฐอุรุกวัยตั้งอยู่ในทวีปอเมริกาใต้ **-Uruguayan** *adj., n.*
us (อัส) *pron.* พวกเรา
US, U.S. ย่อจาก United States, Uncle Sam, Uniform System, United States highway
U.S.A.,USA ย่อจาก United States of America, United States Army
usable, useable (ยู' ซะเบิล) *adj.* มีไว้ใช้, สะดวกแก่การใช้ **-usability, usableness** *n.* **-usably** *adv.* (-S. funtional, practical, valid)
USAF, U.S.A.F. ย่อจาก United States Air Force
usage (ยู' ซิจ, ยู' ซิจ) *n.* การใช้, ประโยชน์, การถือเอาประโยชน์, ผลประโยชน์, การปฏิบัติ, วิธีการใช้, ความเคยชิน, ประเพณี, ขนบธรรมเนียม (-S. treatment, form, habit) *-Ex. social usage(s), modern English usage, rough usage*
use (ยูซ) *v.* **used, using** *-vt.* ใช้, ใช้ประโยชน์, ใช้สอย, ประยุกต์, ใช้จ่าย, ปฏิบัติด้วยความเคยชิน, แสดงออก *-vi.* เคยชิน, คุ้นเคย *-n.* การใช้, การใช้ประโยชน์, ประโยชน์, ความเคยชิน, การประยุกต์, วิธีการใช้, ประเพณี, ธรรมเนียม **-use up** ใช้จนหมด **-have no use for** ไม่มีประโยชน์, ไม่ต้องการ, ไม่ชอบ, ไม่ยอม **-make use of** ใช้ประโยชน์ **-put to use** ใช้ประโยชน์ (-S. apply, utilize, work, consume) *-Ex. to use a knife for cutting, Do you use a typist butter? use margarine, Order some more when all this is used up., You used to play very well., You used not to smoke., There used to be a boat here., You'll soon get used to the work., to make use of, put to use, for the use of the men, for their use, in use, in daily use, out of use*
used (ยูซดฺ) *adj.* ใช้แล้ว, มีเจ้าของแล้ว, ใช้เก่าแล้ว, ใช้เสื่อมแล้ว, คุ้นเคย, เคยชิน (-S. worn, cast-off)
useful (ยูซ' ฟูล) *adj.* มีประโยชน์, ใช้เป็นประโยชน์ **-usefully** *adv.* **-usefulness** *n.* (-S. helpful, profitable, valuable) *-Ex. The child makes himself useful around the house., a useful gift*
useless (ยูซ' ลิส) *adj.* ไม่มีประโยชน์, ไม่ได้ผล, ใช้การไม่ได้ **-uselessly** *adv.* **-uselessness** *n.* (-S. futile, unavailing) *-Ex. feeling useless, It is useless to*
user[1] (ยู' เซอะ) *n.* ผู้ใช้, สิ่งที่ใช้
user[2] (ยู' เซอะ) *n.* การใช้สิทธิ, ผู้ติดยาเสพย์ติด
usher (อัช' เชอะ) *n.* เจ้าหน้าที่ต้อนรับ, เจ้าหน้าที่นำ

แขกไปยังที่นั่ง, เจ้าหน้าที่นำแขก, เจ้าหน้าที่ขานชื่อ, เจ้าหน้าที่ส่งสาร, กองหน้า *-vt.,vi.* **-ered, -ering** ทำหน้าที่เป็นเจ้าหน้าที่ดังกล่าว, นำ, แนะนำ, นำทาง, นำสู่, ส่งสาร (-S. attendant, guide, escort) *-Ex. Daeng ushered the guests into the living-room.*

usherette (อัช' เชอะเรท) *n.* ดู usher เจ้าหน้าที่ต้อนรับที่เป็นหญิง

USIA ย่อจาก United States Information Agency

USSR, U.S.S.R. ย่อจาก Union of Soviet Socialist Republics

usual (ยู' ชวล) *adj.* เป็นธรรมดา, เป็นปกติ, เป็นประจำ, ทุกวัน *-n.* สิ่งที่เป็นปกติ, สิ่งที่เคยปฏิบัติเป็นประจำ **-as usual** ตามปกติ, เหมือนที่เคยปฏิบัติ **-usually** *adv.* **-usualness** *n.* (-S. common, fixed, general, regular) *-Ex. usual method, as usual, the usual rule, It is usual to do this, more than usual*

usurer (ยู' เชอะเรอะ) *n.* ผู้ให้กู้เงินในอัตราดอกเบี้ยที่สูงกว่าปกติ

usurp (ยูเซิร์พ) *vt.,vi.* **-surped, -surping** ช่วงชิง, แย่งชิง, แย่งชิงอำนาจ, บุกรุก **-usurper** *n.* *-Ex. The crown prince tried to usurp his father's throne.*

usurpation (ยูเซอะเพ' ชัน) *n.* การช่วงชิง, การแย่งชิง, การแย่งชิงอำนาจ, การบุกรุก, การแย่งชิงราชบัลลังก์

usury (ยู' ชะรี) *n., pl.* **-ries** อัตราดอกเบี้ยที่สูงผิดปกติ, จำนวนดอกเบี้ยที่สูงผิดปกติ, การให้กู้เงินในอัตราดอกเบี้ยที่สูงกว่าปกติ, ดอกเบี้ย, ผลประโยชน์

Utah (ยู' ทะ) ชื่อรัฐที่ 45 ในภาคตะวันตกของสหรัฐอเมริกา **-Utahan** *adj., n.*

utensil (ยูเทน' เซิล) *n.* เครื่องใช้ในครัว, เครื่องใช้, เครื่องมือ, ของใช้, ภาชนะ (-S. tool, vessel) *-Ex. kitchen utensils, shaving utensils*

uterine (ยู' เทอะริน) *adj.* เกี่ยวกับมดลูก, มีแม่เดียวกันแต่คนละพ่อ

uterus (ยู' เทอะเริส) *n., pl.* **uteri/uterus** มดลูก, ครรภ์ (-S. womb)

utilise, utilize (ยู' เทิลไลซ) *vt.* **-ised, -ising/-ized, -izing** ใช้เป็นประโยชน์, ทำให้เป็นประโยชน์, ใช้ให้เป็นประโยชน์ **-utilisable, utilizable** *adj.* **-utlisation, utilization** *n.* **-utiliser, utilizer** *n.* (-S. use)

utilitarian (ยูทิลลิแท' เรียน) *adj.* ซึ่งถือผลประโยชน์เป็นสำคัญ, ยึดถือลัทธิผลประโยชน์ *-n.* ผู้ยึดถือลัทธิผลประโยชน์ (-S. pragmatic)

utilitarianism (ยูทิลลิแท' เรียนนิซึม) *n.* ลัทธิผลประโยชน์, ลัทธิยึดถือผลประโยชน์เป็นสำคัญ

utility (ยูทิล' ลิที) *n.* ประโยชน์, ผลประโยชน์, ความเป็นประโยชน์, ลักษณะที่เป็นประโยชน์, การบริการสาธารณะ (เช่น รถเมล์ รถราง รถไฟ โทรศัพท์ ไฟฟ้า), ปัจจัยที่เป็นประโยชน์, ความสามารถของเครื่องอุปโภคบริโภคในการสนองความต้องการของมนุษย์, หลักการของลัทธิผลประโยชน์ *-adj.* สำหรับใช้สอย (มากกว่าสำหรับการประดับตกแต่งให้สวยงาม) **-utilities** หุ้นหรือหลักทรัพย์ของทรัพย์สินที่มีประโยชน์ในการใช้สอย (-S. benefit, fitness) *-Ex. A kitchen refrigerator is a utility., Gas, electricity, water, etc, are public utilities.*

utility pole, telephone pole เสาโทรศัพท์

utmost (อัท' โมสท) *adj.* สุดเหวี่ยง, สุดขีด, ที่สุด, ไกลสุด, ใหญ่สุด *-n.* จำนวนมากสุด, ระดับสูงสุด, ขีดสูงสุด (-S. maximum, greatest, extreme, paramount) *-Ex. utmost limits, the utmost pleasure, at the utmost, do one's utmost, to the utmost, the utmost confidence, utmost pain*

Utopia (ยูโท' เพีย) *n.* เกาะแสนสุขและแสนสงบในฝันของ Sir Thomas More (ในหนังสือ Utopia), ดินแดนที่มีสภาพทางการเมืองและสังคมที่สมบูรณ์, ระบบการเมืองหรือสังคมสมบูรณ์ **-Utopian** *n.,adj.* **-Utopianism** *n.* (-S. Eden, salvation)

utricle (ยู' ทริเคิล) *n.* กระเป๋าเล็กๆ, กระเปาะเล็ก, โพรงเซลล์, ถุงเซลล์, ถุงในหูชั้นใน (-S. utriculus)

utter[1] (อัท' เทอะ) *vt.* **-tered, -tering** เปล่งเสียง, เปล่ง, ออกเสียง, พูด, กล่าวคำพูด, เล่า, ทำให้รู้กันทั่ว, ทำให้หมุนเวียน **-utterable** *adj.* **-utterer** *n.* (-S. express) *-Ex. No one uttered a word.*

utter[2] (อัท' เทอะ) *adj.* สมบูรณ์, ทั้งหมด, ทั้งสิ้น, เด็ดขาด, ไม่มีเงื่อนไข (-S. complete, stark) *-Ex. an utter denial (refusal), utter nonsense*

utterance[1] (อัท' เทอะเรินซฺ) *n.* เสียงที่เปล่งออกมา, คำพูด, สิ่งที่เปล่งออก, การเปล่งเสียง, การออกเสียง, การพูด, การกล่าวคำพูด, การร้อง, เสียงร้อง, ฝีปาก, คารม (-S. expression, enunciation, vocalization, word) *-Ex. a clear utterance*

utterance[2] (อัท' เทอะเรินซฺ) *n.* ความเต็มที่, ระดับสูงสุด, จุดสุดท้าย เช่น ความตาย (-S. utmost extremity)

utterly (อัท' เทอะลี) *adj.* อย่างเต็มที่, อย่างสุดขีด, อย่างสมบูรณ์, อย่างยิ่งยวด, อย่างเด็ดขาด (-S. fully, perfectly)

uttermost (อัท' เทอะโมสท) *adj.* เต็มที่, สุดขีด, ไกลสุด, สมบูรณ์, ยิ่งยวด, ใหญ่สุด, มากสุด, สูงสุด *-n.* จำนวนเต็มที่, ระดับสูงสุด, ระดับสุดขีด, ความสุดขีด (-S. extreme, utmost, greatest)

uvula (ยู' วิวละ) *n.* ลิ้นไก่

uxorious (อัคโซ' เรียส) *adj.* หลงภรรยาตัวเอง **-uxoriously** *adv.* **-uxoriousness** *n.*

Uzbekistan (อุซเบค' คิสแทน, อัซ-) ชื่อแคว้นหนึ่งของสหภาพโซเวียต (อดีต) อยู่ในตอนใต้ของเอเชียกลาง **-Uzbek** *n., adj.*

U

V

V, v (วี) *n., pl.* **V's, v's** พยัญชนะตัวที่ 22 ของภาษาอังกฤษ, เสียงพยัญชนะดังกล่าว, สิ่งที่เป็นรูปตัว V หรือ v, อักษรหรือสัญลักษณ์รูปตัว V หรือ v

V ย่อจาก Velocity ความเร็ว, Victory ชัยชนะ, Volt โวลต์ (หน่วยความต่างศักย์), Volume ปริมาตร

VA ย่อจาก Veterans' Administration, Vicar apostolic, Virginia

vacancy (เว' เคินซี) *n, pl.* **-cies** ความว่าง, ความว่างเปล่า, ตำแหน่งว่าง, ที่ว่าง, ช่องว่าง, การขาดความคิดหรือปัญญา, เวลาว่าง (-S. job, post, inanity) *-Ex. The sign on the boardinghouse said that there were no vacancys.*

vacant (เว' เคินท) *adj.* ว่าง, ว่างเปล่า, ไม่ได้ถูกครอบครอง, ไม่ได้ใช้, ขาดความคิด, ขาดปัญญา, ไม่ได้ทำงาน, ไม่ได้ใช้ให้เป็นประโยชน์, ไม่มีทายาท **-vacantly** *adv.* **-vacantness** *n.* (-S. empty, free, idle, blank, inane) *-Ex. a vacant building lot, a vacant job, a vacant house, One house is vacant., The site next door is vacant., vacant space, vacant look, vacant hours*

vacate (เว' เคท) *v.* **-cated, -cating** *-vt.* ทำให้ว่าง, สละตำแหน่ง, ถอนออก, เอาออก, ย้าย, เจียดออก, ทำให้ว่าง, ยกเลิก, เพิกถอน *-vi.* ย้าย, สละตำแหน่ง, ถอนออก (-S. annul, evacuate)

vacation (เวเค' ชัน) *n.* ระยะหยุดงาน, ระยะหยุดภาค, การหยุดงาน, การหยุดภาค, เวลาว่าง, การออกไป, การย้ายออก, การลา *-vi.* **-tioned, -tioning** หยุดงาน, หยุดภาค, ออกไป, ย้ายออก **-vacationer, vacationist** *n.* (-S. rest, holiday)

vaccinate (แวค' ซะเนท) *vt., vi.* **-nated, -nating** ปลูกฝี, ฉีดวัคซีน **-vaccinator** *n.*

vaccine (แวคซีน', แวค' ซีน) *n.* วัคซีน, เชื้อวัคซีน, เชื้อไวรัสจากวัวที่ใช้ในการปลูกฝี

vacillate (แวส' ซะเลท) *vi.* **-lated, -lating** เปลี่ยนแปลง, โอนเอนไปมา, หวั่นไหว, รวนเร, แกว่งไปมา **-vacillation** *n.* **-vacillator** *n.* **-vacillatory** *adj.* (-S. wobble, waver, totter) *-Ex. Surin vacillated between the two houses until it was too late to buy either.*

vacillating (แวส' ซะเลทิง) *adj.* ไม่แน่นอน, เปลี่ยนแปลง, รวนเร, โอนเอนไปมา, หวั่นไหว, แกว่งไปมา, ไม่เด็ดขาด, ขึ้นๆ ลงๆ (-S. wavering, indecisive)

vacuity (แวคิว' อิที) *n., pl.* **-ties** ความว่าง, ความว่างเปล่า, ช่องว่าง, สุญญากาศ, ความไม่มีสาระ, การไร้ความคิดหรือปัญญา, สิ่งที่ว่างเปล่า, พฤติกรรมที่ไร้ความคิด, จิตใจที่ว่างเปล่า (-S. vacumm, void)

vacuum (แวค' คิวอัม) *n., pl.* **-uums/-ua** สุญญากาศ, ช่องว่างที่ปราศจากอากาศ, ความว่างเปล่า, เครื่องดูดฝุ่น *-adj.* เกี่ยวกับสุญญากาศ, ไร้อากาศหรือก๊าซ *-vt., vi.* **-umed, -uming** ทำความสะอาดด้วยเครื่องดูดฝุ่น (-S. void, emptiness, gap, blank)

vacuum bottle กระติกน้ำร้อน, ขวดรักษาความร้อนที่มีผนังสองชั้น

vacuum brake เครื่องห้ามล้อขบวนรถไฟที่ใช้ลมดูด

vacuum cleaner เครื่องดูดฝุ่น (-S. vacuum sweeper)

vagabond (แวก' กะบอนด) *n.* คนพเนจร, คนร่อนเร่, คนจรจัด, คนที่ไม่มีความรับผิดชอบ *-adj.* พเนจร, ร่อนเร่, จรจัด, ไร้ค่า, ขี้เกียจ **-vagabondage, vagabondism** *n.* (-S. tramp, vagrant) *-Ex. live a vagabond life, to have vagabond thoughts*

vagary (เว' กะรี, วะแก' รี) *n., pl.* **-ries** ความไม่แน่นอน, การกระทำที่ไม่แน่นอน, พฤติกรรมที่แปลกประหลาด, ความคิดประหลาด (-S. caprice, whim)

vagina (วะไจ' นะ) *n., pl.* **-nas/-nae** ช่องคลอด, ปลอกใบหุ้มลำต้นบางชนิด

vaginal (แวจ' จะเนิล) *adj.* เกี่ยวกับช่องคลอด, เกี่ยวกับปลอกใบหุ้มลำต้นบางชนิด

vaginitis (แวจจะไน' ทิส) *n.* โรคช่องคลอดอักเสบ

vagrancy (เว' เกรินซี) *n., pl.* **-cies** ความไม่แน่นอน, ความรวนเร, การพเนจร, การเร่ร่อน, คนจรจัด, ลักษณะจรจัด (-S. reverie)

vagrant (เว' เกรินท) *n.* ผู้พเนจร, ผู้เร่ร่อน, คนจรจัด *-adj.* พเนจร, เร่ร่อน, ระเหเร่ร่อน, จรจัด **-vagrantly** *adv.* (-S. vagabond, tramp, drifter, wanderer) *-Ex. a vagrant life, a vagrant wind*

vague (เวก) *adj.* **vaguer, vaguest** คลุมเครือ, เคลือบคลุม, ไม่ชัดแจ้ง, เลือน, เลอะเลือน **-vaguely** *adv.* **-vagueness** *n.* (-S. dim, hazy, uncertain) *-Ex. vague outline, vague sounds, a vague rumour, vague idea, vague eyes*

vain (เวน) *adj.* **vainer, vainest** ไร้ประโยชน์, ไม่มีสาระ, ไม่สำคัญ, ทะนงตัว, ถือตัว, ทิฐิ, โง่ **-in vain** เปล่าประโยชน์, ไม่ได้ผล, ไม่เหมาะสม **-vainly** *adv.* **-vainness** *n.* (-S. proud, futile, idle)

vainglory (เวน' โกลรี) *n., pl.* **-ries** กิเลส, การทะนงตัว, ความเห่อ

vale (เวล) *n.* หุบเขา

valediction (แวลลิดิค' ชัน) *n.* การอำลา, การเอ่ยคำอำลา, คำอำลา (-S. farewell, utterance)

valedictorian (แวลลิดิคโท' เรียน, -ทอ' เรียน) *n.* ตัวแทนของนักเรียนหรือนักศึกษาที่กล่าวคำปราศรัยอำลา

valedictory (แวลลิดิค' ทะรี) *n., pl.* **-ries** การกล่าวคำอำลา, การปราศรัยอำลาในพิธีรับประกาศนียบัตรหรือปริญญา *-adj.* เกี่ยวกับการกล่าวคำอำลา

valence (เว' เลินซ) *n., pl.* **-lences** วาเลนซี่, เป็นตัวเลขแสดงถึงจำนวนอะตอมของไฮโดรเจนที่สามารถรวมกับหนึ่งอะตอมของธาตุอื่น (-S. valency)

valency (เว' เลินซี) *n., pl.* **-lencies** ดู valence

-valent คำปัจจัย มีความหมายว่า มีคุณค่า, มีค่า

valentine (แวล' เลินไทน) *n.* การ์ดหรือจดหมายหรือของขวัญในวัน St. Valentine, ที่รัก (-S. sweetheart)

valet (แว̲ล' ลิท, แว̲ล' เล) *n.* คนใช้ชายที่เป็นคนรับใช้ส่วนตัวของนายผู้ชาย, คนใช้ชายที่ทำหน้าที่ดูแลเสื้อผ้าของผู้มาพำนักในโรงแรมหรือเรือโดยสาร, ชั้นวางเสื้อผ้า *-vt.,vi.* **-eted, -eting** ทำหน้าที่รับใช้, เป็นคนใช้ดังกล่าว (-S. man's male servant)

valetudinarian (แวลลิทูดแนร์' เรียน) *n.* ผู้สนใจสุขภาพตัวเองมากเกินไป *-adj.* อ่อนแอ, ไม่สบาย **-valetudinanism** *n.* (-S. valetudinary)

valiant (แว̲ล' เยินทฺ) *adj.* กล้าหาญ, องอาจ, อาจหาญ, เป็นวีรบุรุษ, มีคุณค่า, ดีเลิศ *-n.* คนกล้าหาญ **-valiance, valiancy, valiantless** *n.* **-valiantly** *adv.* (-S. bold, brave, doughty, heroic, worthy) *-Ex. a valiant knight, a valiant act*

valid (แว̲ล' ลิด) *adj.* มีเหตุผล, มีมูล, มีหลักฐาน, มีผล, ให้ผลที่ต้องการ, เป็นทางการ, ใช้ได้, ฟังขึ้น, ชอบด้วยกฎหมาย, แข็งแรง, มีสุขภาพดี **-validly** *adv.* **-validness, validity** *n.* (-S. authentic, bona, fide, legal) *-Ex. a valid excuse, valid evidence, The contract is valid., valid health, be valid for three years, valid reason*

validate (แว̲ล' ลิเดท) *vt.* **-dated, -dating** ทำให้มีเหตุผล, ทำให้ได้, ทำให้มีหลักฐาน, ทำให้มีผล, ทำให้เป็นกฎหมาย, ทำให้เป็นทางการ, ทำให้ฟังขึ้น

valise (วะลิส') *n.* กระเป๋าถือใบเล็กๆ

Valkyrie, Walkyrie (แว̲ลเคอ' รี) *n.* (ตำนาน) นางปีศาจที่รับใช้ Odin และนำพาดวงวิญญาณของชายผู้กล้าไปยังปราสาท Valhalla

valley (แวล' ลี) *n., pl.* **-leys** หุบเขา, ห้วงเขา, หว่างเขา, แอ่งลึก **-valleyed** *adj.* (-S. dale, dell) *-Ex. The Mae Sar Valley*

valorous (แว̲ล' เลอะเริส) *adj.* กล้าหาญ, องอาจ, อาจหาญ **-valorously** *adv.* **-valorousness** *n.* (-S. brave)

valour, valor (แว̲ล' เลอะ) *n.* ความกล้าหาญ, ความองอาจ, ความอาจหาญ (-S. courage, bravery, heroism -A. cowardice, fear) *-Ex. The sailor received a medal for valour for saving his shipmates from drowning.*

valuable (แวล' ลิวอะเบิล) *adj.* มีค่า, มีคุณค่า, มีค่าเป็นเงินมาก, มีราคา, มีประโยชน์มาก, มีความสำคัญมาก *-n.* ของมีค่า, ของที่มีค่าเป็นเงินมาก **-valuableness** *n.* **-valuably** *adv.* (-S. costly, valued, worthy) *-Ex. A mink coat is valuable., These papers are valuable., Her valuables in a safe-deposit box.*

valuate (แว̲ล' ลิวเอท) *vt.* **-ated, -ating** ประเมินค่า, ประมาณค่า, ตีราคา

valuation (แว̲ลลิวเอ' ชั่น) *n.* การประเมินค่า, การประมาณค่า, การตีราคา, ค่าที่ประเมินราคากำหนด **-valuational** *adj.* (-S. estimation, evaluation) *-Ex. The farmer's valuation of his farm was $5,000.*

valuator (แว̲ล' ลิวเอเทอะ) *n.* ผู้ประเมินค่า, ผู้ประมาณค่า, ผู้ตีราคา (-S. appraiser)

value (แว̲ล' ลิว) *n.* ค่า, คุณค่า, มูลค่า, ราคา, ค่าเป็นเงิน, ค่าตอบแทน, หน่วยเงินตรา, ขนาด, ปริมาณ, ความนิยม, ความพอใจ, ความหมาย, ระดับ, คุณภาพของเสียง *-vt.* **-ued, -uing** ประเมินค่า, ประมาณค่า, คำนวณค่าเป็นเงิน, ให้ความสำคัญ, ให้เกียรติ, นับถืออย่างสูง **-valuer** *n.* (-S. merit, worth, cost, benefit, profit, use) *-Ex. The real value of the house is $900 but it was sold more., His work has a certain value., special value to, value it at ฿ 1,000,000*

value-added tax ภาษีมูลค่าเพิ่ม

valve (แว̲ลว̲) *n.* ลิ้นปิดเปิด, ส่วนที่ทำหน้าที่ปิดเปิดทางผ่าน, ลิ้นเครื่องยนต์, ลิ้นลูกสูบ, พืช (กลีบ), หลอดสุญญากาศ *-vt.* **valved, valving** จัดให้มีลิ้นปิดเปิด, ใส่ลิ้นปิดเปิด **-valveless** *adj. -Ex. Some valves are operated by inner pressure and some by hand.*

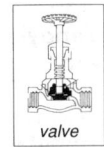

valve

valvular (แวว' วิวละ) *adj.* มีรูปแบบหรือหน้าที่เป็นลิ้น, ปิดเปิดโดยลิ้น, เกี่ยวกับลิ้น (หัวใจ)

vamoose (เวมูส') *vi.* **-moosed, -moosing** จากไปอย่างเร่งรีบหรือรวดเร็ว, วิ่งเต้น, โกยอ้าว

vamp[1] (แว̲มพฺ) *n.* หนังรองเท้า (บู๊ต) ตอนบน, หนังหน้ารองเท้า, สิ่งที่ปะ, สิ่งที่ปะติดปะต่อ, การบรรเลงดนตรีแบบปะติดปะต่อ *-vt., vi.* **vamped, vamping** ปะด้วยหนังหน้ารองเท้า, ปะติดปะต่อ, บรรเลงดนตรีแบบปะติดปะต่อไม่ได้ดูบท **-vamper** *n.* (-S. patch up)

vamp[2] (แว̲มพฺ) *n.* (ภาษาพูด) หญิงล่าชาย หญิงมารยาหญิงเจ้าชู้ *-vt., vi.* **vamped, vamping** ล่อชายด้วยเสน่ห์ของตน, ทำหน้าที่เป็นหญิงล่าชาย **-vampish** *adj.* **-vampishly** *adv.* **-vampy** *adj.* (-S. adventuress, seductress)

vampire (แว̲ม' ไพเออะ) *n.* ผีดูดเลือดมนุษย์, นักต้มตุ๋น, หญิงผู้ล่อชายให้ประสบความหายนะ, ค้างคาวชนิดหนึ่งชอบดูดเลือดคนและสัตว์อื่นเป็นอาหาร **-vampirish, vampirical** *adj.* (-S. vampire bat)

vampire

van[1] (แว̲น) *n.* กองหน้า, กองกำลังส่วนหน้า, แนวหน้า

van[2] (แว̲น) *n.* รถบรรทุก, รถสินค้า, รถตู้, เกวียนบรรทุกสินค้า (-S. wagon, truck, lorry) *-Ex. The destroyers were in the van with the aircraft carrier just behind them.*

vanadium (วะเน' เดียม) *n.* ชื่อธาตุโลหะชนิดหนึ่ง มีสัญลักษณ์ธาตุ V

Van Allen belt แนวบริเวณพลังงานสูง 2 แนวที่เป็นอนุภาคอิเล็กตรอนและโปรตอน ซึ่งอยู่ในสนามแม่เหล็กรอบโลก (วงรังสีรอบโลก) แนวบริเวณในมีศูนย์กลางอยู่เหนือโลกขึ้นไปอีก 2,400-5,600 กม. และแนวบริเวณนอกมีศูนย์กลางอยู่เหนือโลก 13,000-19,000 กม.

Van Buren, Martin ชื่อประธานาธิบดีคนที่ 8 ของสหรัฐอเมริกา

Vanda (แวน' ดะ) *n.* ชื่อกล้วยไม้จำพวก *Vanda* อยู่ในแถบร้อนของโลก มีดอกสีขาว น้ำเงินหรือเขียว

Vanda

Vandal (แวน' เดิล) *n.* สมาชิกเผ่าเยอรมันในสมัยศตวรรษที่ 5 ที่ถูกชาว Gaul และสเปนรุกราน **-vandal** ผู้ทำลายทรัพย์สินของ

รัฐหรือของเอกชน -**Vandalic** adj. -Ex. The police caught the vaadal who broke the statues.

vandalism (แวน' เดิลลิซึม) n. การทำลายทรัพย์สินของรัฐหรือของเอกชน, การทำลายวัฒนธรรมหรือศิลปวรรณคดีของชาติอื่น -**vandalistic** adj.

vandalize (แวน' เดิลไลซ) vt. -ized, -zing ทำลายวัฒนธรรมและศิลปวรรณคดี, ทำลายทรัพย์สินของรัฐหรือของเอกชน -**vandalization** n.

Vandyke beard เคราแหลม

vane (เวน) n. ใบกังหันบอกทิศทางลม, ใบจักร, ใบพัด, แผ่นใบดังกล่าว, แพนขนนก, ขนนก, ผิวระนาบด้านนอกของจรวด, เครื่องเล็ง

Vandyke beard

vanguard (แวน' การ์ด) n. กองหน้า, แนวหน้า, จรวดปล่อยดาวเทียมแบบหนึ่งของสหรัฐอเมริกา -**vanguardism** n. -**vanguardist** n. (-S. forefront, leaders) -Ex. the vanguard of the troop, play a vanguard role

vanilla (วะนีล' ละ) n. พืชไม้เลื้อยเมืองร้อนจำพวก Vanilla (โดยเฉพาะ Vanilla planifolia) ฝักของมันใช้ทำอาหารและเครื่องสำอาง, อาหารหรือสารสกัดจากพืชดังกล่าว

vanilla

vanish (แวน' นิช) vi. -ished, -ishing หายไป, อันตรธาน, สูญสิ้น, จากไป, ไม่มีอยู่, กลายเป็นศูนย์ -**vanisher** n. -**vanishment** n. (-S. disappear, leave, passaway) -Ex. vanish from sight

vanishing cream ครีมเครื่องสำอางที่มักใช้ทารองพื้นบนใบหน้า

vanity (แวน' นิที) n., pl. -ties ความหยิ่งยโส, ความทะนงตัว, ความภูมิใจในตัวเองมากเกินไป, ความว่างเปล่า, ความไร้สาระ, การไร้คุณค่า, สิ่งที่ไร้สาระ, ความไร้ประโยชน์, โต๊ะเครื่องแป้ง, กระเป๋าถือใบเล็ก ๆ, กระเป๋าถือใบเล็ก ๆ สำหรับใส่เครื่องสำอาง (-S. conceit, egotism) -Ex. Anong showed her vanity by aways looking into the mirror., The vanity of trying to persuade him that he was wrong.

vanquish (แวน' ควิช) vt. -quished, -quishing ปราบ, ปราบปราม, กำจัด, พิชิต, มีชัยชนะ, รบชนะ -**vanquisher** n. -**vanquishable** adj. -**vanquishment** n. (-S. conquer, defeat)

vantage (แวน' ทิจ) n. ข้อได้เปรียบ, ฐานะที่ได้เปรียบ, ความได้เปรียบ, ความเป็นต่อ, ความเหนือกว่า (-S. superiority, advantage)

vantage ground ภูมิประเทศที่ได้เปรียบหรือเอื้ออำนวย

vantage point ฐานะหรือตำแหน่งที่ได้เปรียบ, จุดที่สามารถมองเห็นได้กว้างขวาง

vapid (แวพ' พิด) adj. ไม่มีรสชาติ, จืดชืด, ไม่มีชีวิตชีวา, ทื่อ, ไม่สนุก, น่าเบื่อหน่าย -**vapidly** adv. -**vapidness**, -**vapidity** n. (-S. flat, tasteless, sterile, flavorless, tedious)

vapor, vapour (เว' เพอะ) n. ไอหมอกหนา, ไอน้ำ, ควัน, กลายเป็นไอ, กลายเป็นควัน -**vaporer** n. (-S. mist, fog, haze) -Ex. water vapor, mercury vapor

vaporish, vapourish (เว' เพอะริช) adj. เหมือนไอน้ำ, คล้ายไอน้ำ, กลุ้มใจง่าย, เป็นทุกข์ง่าย -**vaporishness** n. (-S. misty, foggy, steamy, miasmic)

vaporize, vapourize (เว' เพอะไรซ) vt., vi. -ized, -izing กลายเป็นไอ -**vaporizable** adj. -**vapourization** n.

vaporizer, vapourizer (เว' เพอะไรเซอะ) n. สิ่งที่ทำให้เป็นไอ, เครื่องทำไอน้ำ

vaporous, vapourous (เว' เพอะเริส) adj. เป็นไอ, เต็มไปด้วยไอ, มีไอมาก, มีหมอกมาก, คลุมเครือไปด้วยหมอก, ไม่สำคัญ -**vaporously, vapourously** adv. -**vaporousness, vapourousness** n. -**vaporosity, -vapourosity** n.

vapory, vapoury (เว' พะรี) adj. เป็นไอ, เต็มไปด้วยไอ, เหมือนไอ, คล้ายไอ

variable (แว' รีอะเบิล) adj. เปลี่ยนแปลงได้, ผันแปรได้, ไม่แน่นอน, ขึ้น ๆ ลง ๆ, แปรปรวน, เปลี่ยนรูปได้, (ดาวฤกษ์) เปลี่ยนแปลงในความสว่าง, (คณิตศาสตร์) เกี่ยวกับตัวแปร -n. สิ่งที่เปลี่ยนแปลงได้, ตัวแปร, ลมที่ผันแปร -**variableness** n. **variably** adv. (-S. modifiable, alterable, unsteady) -Ex. a variable nature, variable mood, variable period

variance (แวร์' รีเอินซ) n. การเปลี่ยนแปลง, ลักษณะที่เปลี่ยนแปลง, การผันแปร, ลักษณะที่ผันแปร, (สถิติ) จำนวนกำลังสองของค่าเปลี่ยนแปลงมาตรฐาน (standard deviation), ดีกรีของความอิสระของระบบหนึ่ง, ความแตกต่างระหว่างสองขั้นตอนทางกฎหมาย, การอนุญาตเป็นทางการให้กระทำสิ่งใดที่ต้องห้าม, การขัดแย้ง, การทะเลาะ, ความไม่ปรองดองกัน -**at variance** ขัดแย้งกัน, ไม่ลงรอยกัน (-S. discord, strife) -Ex. the variance between two weather statistics

variant (แวร์' รีเอินท) adj. เปลี่ยนแปลง, ผันแปร, แปรปรวน, แตกต่างกัน, คลาดเคลื่อนกัน, ไม่เหมือนกัน -n. สิ่งที่ไม่เหมือนกัน, ตัวแปร, สิ่งที่แตกต่างกัน, สิ่งที่ไม่เหมือนกับมาตรฐานหรือรูปแบบที่ปกติ (-S. varying)

variation (แวร์รีเอ' ชัน) n. การเปลี่ยนแปลง, การผันแปร, การแปรปรวน, จำนวนที่เปลี่ยนแปลง, รูปแบบที่เปลี่ยนแปลง, ความคลาดเคลื่อน, การเปลี่ยนแปลงจากวงจรเดิม, ความเปลี่ยนแปลงของวงจรโคจรของดวงดาว, การเต้นระบำเดี่ยว, การผันแปรของสนามแม่เหล็ก, การเปลี่ยนแปลงของโครงสร้างเดิม -**variational** adj. (-S. atteration, change) -Ex. a variation in temperature, varia- tion of several reports

varicella (แวริเซล' ละ) n. โรคอีสุกอีใส (-S. chicken pox)

varicolored (แวร์' ริคัลเลอะด) adj. หลากสี, มีหลายสี, สลับสี (-S. variegated)

varicose (แวร์' ริโคส) adj. ใหญ่หรือบวมโตผิดปกติ, เกี่ยวกับโรคหลอดโลหิตดำโป่งขอด -**varicosity** n.

varied (แวร์' ริด) adj. แตกต่างกัน, ต่าง ๆ นานา, หลากหลาย, เปลี่ยนแปลง, ผันแปร, หลายสี, หลายรูปแบบ -**variedly** adv. (-S. mixed, motley) -Ex. varied *appearance, The sick child's condition hasn't varied., a varied collection of pictures, a variedd career*

variegate (แวร์' รีอะเกท, แวร์' ริเกท) *vt.* **-gated, -gating** ทำให้แตกต่างกัน, ทำให้มีหลายรูปแบบ, ทำให้หลากหลาย

variegated (แวร์' ริอิเกทิด) *adj.* แตกต่างกัน, หลากหลาย, หลายสี, กระดำกระด่าง, เป็นแต้มสีหลายสี (-S. pied, varicoloured)

variegation (แวรีอิเก' ชัน) *n.* การทำให้แตกต่าง, การทำให้หลากหลาย, การทำให้มีหลายรูปแบบ, การทำให้มีหลายสี, ความแตกต่างกัน, ความหลากหลาย, การมีหลายสี, ความกระดำกระด่าง

varietal (วะไร' อิเทิล) *adj.* เกี่ยวกับชนิดต่างๆ, หลากหลาย, หลากชนิด **-varietally** *adv.*

variety (วะไร' อิที) *n., pl.* **-ties** ลักษณะหลากหลาย, ความแตกต่างกัน, ชนิด, ประเภท, ชนิดต่างๆ, ประเภทต่างๆ, การแสดงร่วม, การแสดงหลายชนิด (-S. difference, diversity, sort, mixture) *-Ex. a new variety of cabage for sale, for a variety of reasons, variety artists, "Varietys the price of life"*

variform (แวร์' ระฟอร์ม) *adj.* มีรูปแบบต่างกัน, หลายรูปแบบ, หลากหลาย

variola (วะไร' อะละ) *n.* โรคไข้ทรพิษ (โรคฝีดาษ)

variorum (แวรีออรัม') *n.* ฉบับคำแปลอธิบายต่างๆ ของเรื่องเดียวกัน *-adj.* ประกอบด้วยคำแปลหรืออรรถาธิบายโดยนักวิชาการต่างๆ ของเรื่องเดียวกัน, เกี่ยวกับบันทึกและอรรถาธิบายโดยนักวิชาการต่างๆ กัน

various (แวร์' เรียส) *adj.* ต่างๆ กัน, หลากหลาย, ต่างชนิด, ต่างประเภท, หลายลักษณะ, มากมาย **-variously** *adv.* **-variousness** *n.* (-S. many, sundry) *-Ex. Various people have various opinions., various countries, various styles of dresses, at various times*

varlet (วาร์' ลิท) *n.* คนใช้, คนรับใช้, ผู้รับใช้, อัศวิน, อันธพาล, คนเสเพล (-S. menial, slave)

varnish (วาร์' นิช) *n.* น้ำมันชักเงา, น้ำมันขัดเงา, น้ำมันเคลือบเงา, น้ำมันในเยื่อต้นไม้บางชนิดที่ใช้เป็นน้ำมันชักเงา, สิ่งที่คล้ายน้ำมันชักเงา, น้ำมันทาเล็บ *-vt.* **-nished, -nishing** ใส่น้ำมันดังกล่าว, ชักเงาด้วยน้ำมัน ชักเงา **-varnisher** *n.* (-S. lacquer, enamel) *-Ex. Father varnished the new bookcase he made.*

varsity (วาร์' ซิที) *n., pl.* **-ties** ทีมลำดับแรก, ทีมกีฬาลำดับแรกของมหาวิทยาลัย, มหาวิทยาลัย (-S. university)

vary (แวร์' รี) *vt., vi.* **-ied, -ying** เปลี่ยนแปลง, แปรปรวน, ผันแปร, ผันผวน, ขึ้นๆ ลงๆ (-S. modify, change, alter) *-Ex. The direction of the wind varies often., The houses in this street vary in size and colour.*

vas (แวส) *n., pl.* **vasa** ท่อ, หลอด

vascular (แวส' คิวเลอะ) *adj.* เกี่ยวกับหรือประกอบด้วยท่อหรือหลอด (นำส่งของเหลว โลหิต น้ำเหลือง หรือน้ำหล่อเลี้ยงต้นไม้) **-vascularity** *n.*

vas deferens (แวส' เดฟ' ฟะเรนซ) *n., pl.* **vasa deferentia** ท่อขับหลั่งเชื้ออสุจิของลูกอัณฑะไปยังลึงค์

vase (เวส, เวซ, วาซ) *n.* แจกัน, ขวด, ภาชนะกลวง, โถ, กระถาง (-S. pot, urn)

vasectomy (วะเซค' ทะมี) *n., pl.* **-mies** การตัดเอาท่ออสุจิของอัณฑะออกทั้งหมดหรือบางส่วน, ทำหมันชาย

Vaseline (แวส' ซะลีน, วาส' ซะลีน) *n.* ชื่อการค้าของ petroleum jelly

vas-, vaso- คำอุปสรรค มีความหมายว่า หลอด, ท่อ

vassal (แวส' เซิล) *n.* (ระบบศักดินา) ผู้ครอบครองที่ดิน, ขุนนางศักดินา, ผู้รับใช้, ข้าราชบริพาร, ทาส (-S. servitude, subject) *-Ex. vassals of the king, vassal troops, vassals of the nobles*

vassalage (แวส' ซะลิจ) *n.* ความเป็นทาส, การรับใช้ของ vassal เพื่อแลกกับครอบครองที่ดินของกษัตริย์หรือขุนนาง, ที่ดินที่ครอบครองของขุนนางทั้งหลาย, การรับใช้, การเป็นข้าราชบริพาร, การเป็นทาส

vast (วาสทฺ, แวสทฺ) *adj.* **vaster, vastest** ใหญ่โตมาก, กว้างขวางมาก, มากมาย, มหึมา, ไพศาล *-n.* ความใหญ่โตมาก, ความไพศาล, ความมากมาย, ความมหึมา **-vastly** *adv.* **-vastness** *n.* (-S. extensive, great, huge) *-Ex. the vast plains of the central Thailand*

vastitude, vastity (แวส' ทิทิวดฺ, -ที) *n.* ความใหญ่โตมาก, ความกว้างขวางมาก, ความมากมาย, ความมหึมา, ความไพศาล (-S. vastness, immensity)

vat (แวท) *n.* กระทะ, ถังขนาดใหญ่, หม้อขนาดใหญ่ *-vt.* **vatted, vatting** ใส่ในภาชนะดังกล่าว

VAT, V.A.T. ย่อจาก value-added tax ภาษีมูลค่าเพิ่ม

Vatican (แวท' ทิเคิน) *n.* สำนักวาติกันอันเป็นที่ประทับของสันตะปาปา รวมทั้งโบสถ์ St. Peter และสำนักวาติกัน, รัฐบาลของสันตะปาปา **-Vaticanism** *n.*

Vatican City เมืองวาติกันในกรุงโรม เป็นที่ประทับขององค์สันตะปาปา รวมทั้งโบสถ์ St. Peter และสำนักวาติกัน, รัฐบาลของสันตะปาปา **-Vaticarism** *n.*

vaudeville (วอด' วิล, โวด' วิล) *n.* ละครเรื่องสั้นแบบเบ็ดเตล็ด, ละครเพลงและระบำ, เพลงระบำเสียดสี, การแสดงสลับฉาก

vault[1] (วอลทฺ) *n.* หลังคาโค้ง, ห้องหรือทางเดินใต้หลังคาโค้ง, ห้องใต้ดิน, อุโมงค์, ห้องใต้ถุน, ห้องนิรภัยสำหรับเก็บเงินหรือของมีค่า, สุสาน, สิ่งที่คล้ายหลังคาโค้ง *-vt.* **vaulted, vaulting** สร้างหรือมุงด้วยหลังคาโค้ง, ทำให้เป็นหลังคาโค้ง (-S. ceiling, roof, strongroom)

vault[2] (วอลทฺ) *vt., vi.* **vaulted, vaulting** กระโดด, กระโดดโดยเอามือยัน, กระโดดค้ำถ่อ, เขย่ง, หกคะเมน, กระโดดข้าม, กระโดดข้ามสิ่งกีดขวาง **-vaulter** *n.* (-S. spring, leap, hurdle)

vaunt (วอนทฺ) *vt., vi.* **vaunted, vaunting** คุยโต, คุยโว **-vaunter** *n.* **-vauntingly** *adv.* (-S. brag, boast)

VCR ย่อจาก videocassette recorder เครื่องบันทึกเทปมักเรียกกันว่า video

VD, V.D. ย่อจาก venereal disease กามโรค

VDU, vdu ย่อจาก visual display unit จอภาพที่สามารถแสดงอักขระ กราฟ ลายเส้น เพื่อใช้ในระบบคอมพิวเตอร์, หน่วยจอภาพ

've ย่อจาก have มี

V

veal (วีล) *n.* เนื้อลูกวัว, ลูกวัวเลี้ยงไว้สำหรับกินเนื้อ (อายุไม่น้อยกว่า 3 เดือน)

vector (เวค' เทอะ) *n.* เส้นสมมติ หรือลูกศรสมมติ แสดงปริมาณและทิศทาง, ทิศทางหรือแนวทางของเครื่องบิน ขีปนาวุธหรือจรวด, แมลงหรือสิ่งมีชีวิตอื่นๆ ที่เป็นพาหะนำเชื้อโรคที่เป็นไวรัส เชื้อรา แบคทีเรีย **-vectorial** *adj.*

Veda (เว' ดะ, วี' ดะ) *n.* คัมภีร์พระเวทของศาสนาฮินดู

V-E Day วันที่ 8 พฤษภาคม ค.ศ. 1945 เป็นวันชัยชนะของพันธมิตรในยุโรป สมัยสงครามโลกครั้งที่ 2

vedette (วิเดท') *n.* เรือรบนำหน้าสำหรับสอดแนม, หน่วยสอดแนม, เรือลาดตระเวน (-S. vidette)

Vedic (เว' ดิค, วี'-) *adj.* ดู Veda

vee (วี) *adj., n.* สิ่งที่เป็นรูป V

veer (เวียร์) *vt.,vi.* **veered, veering** เปลี่ยนทิศทาง, หัน, หันทิศทาง, เห, หวนไปตามลม *-n.* การเปลี่ยนทิศทาง, การเปลี่ยนตำแหน่ง (-S. shift, change) *-Ex. The north wind veered to the east., Samai veered the car to avoid the hole in the road.*

Vega ชื่อดาวที่สุกใสที่สุดในกลุ่มดาวพิณ

vegan (วี' เกิน) ผู้ยึดถือลัทธิมังสวิรัติอย่างเคร่งครัด **-veganism** *n.*

vegetable (เวจ' ทะเบิล) *n.* ผัก, พืชผัก, พืช, บุคคลที่น่าเบื่อหน่าย, ชีวิตที่น่าเบื่อหน่าย *-adj.* ประกอบด้วยหรือทำด้วยผัก, เกี่ยวกับพืช *-Ex. Spinach is a leafy vegetable., Beans and peas are vegetables., vegetable matter, vegetable fat, vegetable oil*

vegetarian (เวจจิแทร์' เรียน) *n.* คนกินเจ, คนกินอาหารมังสวิรัติ *-adj.* เกี่ยวกับการกินเจหรือการกินอาหารมังสวิรัติ, ประกอบด้วยผักหรือพืชล้วน **-vegetarianism** *n.*

V

vegetation (เวจจิเท' ชั่น) *n.* พืชทั้งหลายในบริเวณหนึ่ง, ชีวิตพืชในบริเวณหนึ่ง, การเจริญเติบโตของพืช **-vegetational** *adj.* (-S. plant life) *-Ex. Where the soil is poor, there is little vegetation.*

vegetative, vegetive (เวจ' จิเททิฟว, -จิทิฟว) *adj.* เจริญเติบโตเป็นพืช, เจริญเติบโต, เพิ่มขึ้น, เกี่ยวกับพืช, เกี่ยวกับอาณาจักรพืช, เกี่ยวกับส่วนของพืชที่ไม่เกี่ยวกับการสืบพันธุ์, ที่สืบพันธุ์แบบไม่อาศัยเพศ เช่น แตกหน่อ, ไร้เพศ, เกี่ยวกับการทำงานของร่างกายที่ไร้ความสำนึกหรือโดยไม่ได้ตั้งใจ, มีอำนาจทำให้สนับสนุน การเจริญเติบโตของพืช

vehemence (วี' อะเมินซ) *n.* ความเร่าร้อน, ความแรงกล้า, ความรุนแรง, ความดุเดือด (-S. eagerness, zeal, passion) *-Ex. The speaker spoke with firey vehemence.*

vehement (วี' อะเมินท) *adj.* เร่าร้อน, แรงกล้า, รุนแรง, ดุเดือด, โกรธเคือง, มีพลังสูง, กระตือรือร้น**-vehemently** *adv.* **-vehemency** *n.* (-S. ardent, fervent, forcible) *-Ex. vehement desire, vehement onset, a vehement demand, a vehement wind*

vehicle (วี' อิเคิล) *n.* พาหนะ, ยานพาหนะ, ล้อเลื่อน, เครื่องมือลำเลียง, สื่อ, สื่อนำ, น้ำยา, น้ำกระสาย, ของเหลวผสมสี, เครื่องมือ *-Ex. Vehicles run on wheels or runners., unmanned vehicle, vehicle of disease*

vehicular (วีฮิค' คิวเลอะ) *adj.* เกี่ยวกับยานพาหนะ

veil (เวล) *n.* ผ้าคลุมหน้า, ผ้าคลุมหน้าผู้หญิง, ผ้าโพกหัวของนักบวชหญิง, สิ่งปกคลุม, เครื่องบัง, ม่าน, ฉาก, (พืช) เยื่อหุ้ม *-vt.* **veiled, veiling** ปกคลุม, คลุมหน้า (-S. blind, cloak, mask) *-Ex. Many hats have veils them for trimming., In some countries women veil their faces in public., a veil of secrecy, a veil of mist*

veiled (เวลด) *adj.* มีผ้าคลุมหน้า, มีสิ่งบัง, ไม่เปิดเผย ไม่แสดงออกโดยตรง

vein (เวน) *n.* เส้นโลหิตดำ, สายแร่, ทางแร่, ลำเหมือง, เส้นใบไม้, เส้นบนปีกแมลง, ลายเนื้อไม้, ลายเนื้อหิน, อารมณ์, นิสัย, ลีลา *-vt.* **veined, veining** ทำให้มีลายเส้น (-S. seam, dash, trait, thread) *-Ex. the veins in marble, a vein of mineral deposit in a rock*

velar (วี' เลอะ) *adj.* เกี่ยวกับเยื่อหุ้ม, เกี่ยวกับเพดานอ่อน, ที่ออกเสียงด้วยการแตะลิ้นกับเพดานอ่อน**-valarize** *vt.* **-valarization** *n.*

veld, veldt (เวลท) *n.* ทุ่งหญ้าในตอนใต้ของทวีปแอฟริกา

vellum (เวล' เลิม) *n.* หนังลูกวัว (หนังลูกแกะหรือลูกสัตว์อื่น) ที่ใช้เขียนหนังสือ, ต้นฉบับที่เป็นหนังลูกวัว, กระดาษหรือผ้าที่ทำคล้ายหนังลูกวัว(-S. calfskin, lambskin)

velocipede (วะลอส' ซะพีด) *n.* รถจักรยานสองล้อสมัยก่อน, รถถีบบนรางรถไฟสำหรับนั่งคนเดียว

velocity (วะลอส' ซิที) *n., pl.* **-ties** ความเร็ว, ความรวดเร็ว, อัตราความเร็ว (-S. speed, swiftness) *-Ex. the velocity of the wind, the velocity of a rocket, the velocity of light*

velour, velours (วะลัวร์') *n., pl.* **-lours** สิ่งทอคล้ายกำมะหยี่, กำมะหยี่

velum (วี' เลิม) *n., pl.* **-la** เหยื่อกั้นของพืช, เพดานอ่อนของปาก

velvet (เวล' วิท) *n.* กำมะหยี่, สิ่งที่ทอเป็นกำมะหยี่, ความนิ่ม, ความนิ่มและเบา, หนังนิ่มของกวาง, กำไรสุทธิ, ลาภลอย

velveteen (เวลวิทีน') *n.* สิ่งทอผ้าฝ้ายคล้ายผ้ากำมะหยี่, กำมะหยี่เทียม

velvety (เวล' วิที) *adj.* **-ier, -iest** เป็นกำมะหยี่, เหมือนกำมะหยี่, ลื่น, นิ่ม, นุ่ม

venal (วี' เนิล) *adj.* เกี่ยวกับการให้สินบน, กินสินบน, เอาสินบน, ซื้อได้ด้วยสินบน **-venally** *adv.* **-venality** *n.* (-S. mercenary, corruptible)

venation (วีเน' ชั่น) *n.* การมีลักษณะเป็นลายเส้น, การจัดเป็นลายเส้น (เช่น ของใบไม้หรือปีกของแมลง), ลายเส้น **-venational** *adj.*

vend (เวนด) *v.* **vended, vending** *-vt.* จำหน่าย, ขาย, ขายเร่, แสดงความคิดเห็น, ตีพิมพ์ *-vi.* ค้าขาย (-S. sell, barter, trade)

vendee (เวนดี') *n.* ผู้ซื้อ

vender, vendor (เวน' เดอะ) *n.* คนขายของ, ตู้ขายสินค้าบางชนิดที่ใช้หยอดเหรียญ (-S. seller, dealer)

vendetta (เวนเดท' ทะ) *n.* ความอาฆาตแค้นส่วนตัว

vendible 949 venturous

หรือระหว่างตระกูล, ความพยาบาทอันยาวนาน (-S. feud, quarrel)

vendible (เวน' ดะเบิล) *adj.* ขายได้, จำหน่ายได้ *-n.* สิ่งที่ขายได้, สิ่งที่จำหน่ายได้ (-S. vendable)

vending machine เครื่องจำหน่ายสินค้าบางชนิดที่ใช้หยอดเหรียญ

veneer (วะเนียร์') *n.* ชั้นบางมากของไม้หรือวัตถุอื่น, แผ่นไม้บางสำหรับประกบ, แผ่นไม้อัด, ชั้นไม้อัด, สิ่งที่มีค่าแต่ภายนอก, สิ่งที่มีค่าเพียงผิวเผิน *-vt.* **-neered, -neering** อัดแผ่นไม้บางๆ, ทำให้มีค่าแต่เพียงภายนอกหรือดูผิวเผิน **-veneerer** *n.* (-S. appearance, front, gloss) *-Ex. This table has a walnut veneer., The boy had only a veneer of good manners.*

venerable (เวน' เนอะระเบิล) *adj.* น่าเคารพ, นับถือ (เพราะอาวุโส), น่าเคารพนับถือ, น่านับถือ **-venerability, venerableness** *n.* **-venerably** *adv.*

venerate (เวน' นะเรท) *vt.* **-ated, ating** เคารพ, ที่เคารพ, แสดงความเคารพ, นับถือ **-venerator** *n.* (-S. adore, esteem, respect, worship)

veneration (เวนนะเร' ชัน) *n.* ความเคารพ, ความเลื่อมใส, ความนับถือ, การแสดงความเคารพ, การแสดงความนับถือ **-venerational** *adj.* (-S. awe, reverence)

venereal (วะเนียร์' เรียล) *adj.* เกี่ยวกับกามโรค, เกิดจากการสังวาส, เกี่ยวกับความต้องการทางเพศ

venereal disease กามโรค, โรคที่ติดต่อได้โดยการร่วมเพศ เช่น หนองใน โกโนเรีย เอดส์

Venetian (วะนี' เชียน) *adj.* เกี่ยวกับกรุงเวนิส หรือชาวเวนิสในนครอิตาลี, เกี่ยวกับชาวเวนิส ภาษา หรือวัฒนธรรมของชาวเวนิส *-n.* ชาวเวนิส

Venezuela (เวนนะซูเว' ละ, เวน' นะซูวี' ละ) ชื่อสาธารณรัฐในตอนเหนือของทวีปอเมริกาใต้ เมืองหลวงชื่อ Caracas **-Venezuelan** *adj., n.*

venge (เวนจ) *vt.* **venged, venging** แก้แค้น, ล้างแค้น

vengeance (เวน' เจินซ) *n.* การแก้แค้น, การล้างแค้น, การพยาบาท, ความอาฆาต, ความต้องการแก้แค้น, การทำให้บาดเจ็บ **-with a vengeance** รุนแรงด้วยกำลัง, ให้สาสมใจ, ประชด (-S. avenging, reprisal, retribution -A.mercy, pity, tolerance) *-Ex. Narong attacked the career with a vengeance.*

vengeful (เวนจฺ' ฟูล) *adj.* ต้องการแก้แค้น, ต้องการล้างแค้น, มีใจพยาบาท **-vengefully** *adv.* **-vengefulness** *n.* (-S. retaliative)

venial (วี' นีเอิล, วีน' เยิล) *adj.* ยกโทษให้ได้, อภัยได้ **-veniality, venialness** *n.* **-venially** *adv.* (-S. pardonable)

Venice (เวน' นิส) กรุงเวนิส เป็นเมืองท่าในภาคตะวันออกเฉียงเหนือของอิตาลี สร้างอยู่บนเกาะเล็กๆ

venison (เวน' นิซัน, -ซัน) *n.* เนื้อกวาง

venom (เวน' เนิม) *n.* พิษ (พิษงู พิษแมงมุมหรือของสัตว์หรืออื่นๆ), สิ่งที่มีพิษ, พิษโดยทั่วไป, สิ่งชั่วร้าย, ความชั่วร้าย (-S. poison, toxin, malice) *-Ex. venomed remarks, a trace of venom*

venomous (เวน' นะเมิส) *adj.* มีพิษ, เป็นพิษ, มุ่งร้าย, ชั่วร้าย **-venomously** *adv.* **-venomousness** *n.* (-S. poisonous, toxic, deadly, lethal)

venous (วี' เนิส) *adj.* เกี่ยวกับเส้นโลหิต, ประกอบด้วยเส้นโลหิตดำ, มีลักษณะของเส้นโลหิตดำ

vent[1] (เวนทฺ) *n.* รูเปิด, ช่อง, ทางออก, ช่องอากาศ, ปากกระบอกปืน, ทวาร, ทวารหนัก, ช่องขับถ่าย *-vt.* **vented, venting** เปิดทางออกให้, ระบายออก, ขับออก **-venter** *n.* (-S. aperture, duct, hole) *-Ex. steam from the vent of a radiator, the vent of a chimney, to give vent to anger, to find vent in tears*

vent[2] (เวนทฺ) *n.* การแสดงออก, การเปล่งเสียง, การขับออก *-vt.* **vented, venting** แสดงออก, ปล่อยอารมณ์, ระบาย, ทำให้บรรเทา, จัดให้มีทางออก (-S. discharge, utter, express, air)

vent[3] (เวนทฺ) *n.* ช่องที่ผ่าออก, ร่อง (-S. slit)

ventilate (เวน' เทิลเลท) *vt.* **-lated, -lating** ระบายลม, ระบายอากาศ, ทำให้มีอากาศเข้าได้, เปิดเผย, เปิดให้ตรวจสอบ, เปิดอภิปราย, แสดงออก, แสดงข้อคิดเห็น **-ventilation** *n.* (-S. debate, discuss, examine, sift) *-Ex. Open the windows and ventilate the room., The plans for the new park were ventilated in the newspaper.*

ventilator (เวน' เทิลเลเทอะ) *n.* เครื่องระบายอากาศ, อุปกรณ์ระบายอากาศ, ช่องระบายอากาศ **-ventilatory** *adj.*

ventral (เวน' เทริล) *adj.* เกี่ยวกับช่องท้อง, เกี่ยวกับพุง, อยู่บนบริเวณช่องท้อง, หน้าท้อง, ด้านท้อง, เกี่ยวกับหรืออยู่บนส่วนหน้าหรือด้านล่างของอวัยวะหรือส่วนของอวัยวะ, (พืช) เกี่ยวกับผิวหน้าส่วนล่างหรือด้านใน *-n.* ครีบท้อง **-ventrally** *adv.*

ventricle (เวน' ทริเคิล) *n.* ช่องหรือโพรงในร่างกาย, ห้องส่วนล่างของหัวใจ, โพรงสมอง (-S. cavity)

V

ventricular (เวนทริค' คิวเลอะ) *adj.* เกี่ยวกับโพรง, เกี่ยวกับอวัยวะกลวง, เกี่ยวกับหัวใจห้องล่าง, คล้ายพุง, คล้ายท้อง

ventriloquism (เวนทริล' ละควิซึม) *n.* การพูดดัดเสียง, ศิลปะการพูดดัดเสียง **-ventriloquist** *n.* **-ventriloquize** *v.* **-ventriloquistic** *adj.* (-S. ventriloquy)

venture (เวน' เชอะ) *n.* การเสี่ยง, การเสี่ยงภัย, การผจญภัย, เรื่องเสี่ยงภัย, กิจการเสี่ยงภัย, เงินหรือทรัพย์สินที่ลงทุนในธุรกิจ, การวางเดิมพัน *-v.* **-tured, -turning** *-vt.* เสี่ยง, เสี่ยงภัย, ผจญภัย, ลองดู *-vi.* เสี่ยง, กล้าได้กล้าเสีย **-at a venture** ตามโอกาส, ตามยถากรรม **-venturer** *n.* (-S. chance, gamble, hazard, risk, adventure) *-Ex. a venture into a wildernes, a mining venture, business venture, The fireman ventured his life to save Dang from the fire., to venture an objection, I venture to say that.., nothing venture, nothing have a new business venture*

venturesome (เวน' เชอะเซิม) *adj.* เสี่ยง, เสี่ยงภัย, ผจญภัย, มีภัย, ใจกล้า (-S. daring, risky, chancy) *-Ex. a venturesome boy, a venturesome journeuy, a venturesome experiment*

venturous (เวน' เชอะเริส) *adj.* ชอบเสี่ยง, ชอบ

เสี่ยงภัย, ใจกล้า, องอาจ, ชอบผจญภัย, มีภัย, อันตราย **-venturously** *adv.* **-venturousness** *n.* (-S. venturesome)

venule (เวน' ยูล) *n.* เส้นโลหิตดำเล็กๆ, ลายเส้นเล็ก, ลายเส้นปีกแมลง **-venular** *adj.*

Venus (วี' เนิส) *n.* เทพธิดาแห่งความรักและความงาม, หญิงที่มีความงามเลิศ, ดาวพระศุกร์ *pl.* **-nuses** รูปสลักหรือภาพวาดของเทพธิดาดังกล่าว, ผู้หญิงที่สวยงามมากโลกีย์, ความรัก

Venus's-flytrap (วี' เนิสไฟล' แทรพ) *n.* พืชจับแมลงจำพวกหนึ่ง (-S. Venus flytrap)

veracious (วะเร' เชิส) *adj.* พูดความจริง, เป็นความจริง, ซื่อตรง, มีสัจจะ, มีวาจาสัตย์ **-varaciously** *adv.* **-veraciousness** *n.* (-S. truthful, honest, true)

veracity (วะแรส' ซิที) *n., pl.* **-ties** ความมีสัจจะ, ความมีวาจาสัตย์, การพูดแต่ความจริง, ความถูกต้อง, ความซื่อตรง, ความแม่นยำ, สิ่งที่เป็นความจริง (-S. truthfulness, accuracy)

veranda, verandah (วะแรน' ดะ) *n.* ระเบียง, เฉลียง, ดาดฟ้า (-S. open porch, balcony)

verb (เวิร์บ) *n.* คำกริยา

verbal (เวอร์' เบิล) *adj.* เกี่ยวกับคำ, ประกอบด้วยคำ, เป็นคำพูด, ทีละคำ, เป็นวาจา, ไม่ใช่ลายลักษณ์อักษร, เกี่ยวกับหรือประกอบด้วยคำกริยา *-n.* คำ, คำกริยา **-verbally** *adv.* (-S. spoken, oral, literal -A. written, formal) *-Ex. a verbal picture, verbal confession, a verbal message, a verbal agreement, This is a verbal translantion of the Thai proverb.*

verbalize (เวอร์' เบิลไลซฺ) *vt., vi.* **-ized, -izing** แสดงเป็นคำพูด, แสดงเป็นคำๆ, แสดงเป็นวาจา, ทำให้เป็นกริยา **-verbalization** *n.* **-verbalizer** *n.* (-S. say, express)

verbal noun คำนามที่มาจากคำกริยา

verbatim (เวอเบ' ทิม) *adv., adj.* คำต่อคำ, ตามตัวอักษร, ตามตัวหนังสือ, เป็นคำเดียวกัน (-S. exactly, precisely)

verbiage (เวอร์' บีอิจ) *n.* คำพูดน้ำท่วมทุ่ง, ภาษาน้ำท่วมทุ่ง, การใช้คำมากเกินไป, วิธีการหรือลีลาการแสดงถ้อยคำ (-S. verbosity, wordiness)

verbify (เวอร์' บะไฟ) *vt.* **-fied, -fying** เปลี่ยนให้เป็นคำกริยา, ใช้คำกริยา

verbose (เวอโบส') *adj.* ใช้คำมากเกินไป, ใช้ถ้อยคำมากเกินไป, ใช้คำหรือคำพูดแบบน้ำท่วมทุ่ง, มีคำมาก **-verbosely** *adv.* **-verboseness, verbosity** *n.* (-S. prolix, wordy, long-winded)

verdant (เวอร์' เดินทฺ) *adj.* เขียวชอุ่ม, มีสีเขียว, พืชเขียวชอุ่ม **-verdancy** *n.* **-verdantly** *adv.*

verdict (เวอร์ ดิคทฺ) *n.* คำตัดสินของคณะลูกขุน, คำตัดสิน, คำชี้ขาด (-S. finding, judgement, opinion)

verdigris (เวอร์' ดิกรีส) *n.* สนิมเขียวหรือสนิมน้ำเงินบนผิวหน้าของภาชนะทองเหลืองซึ่งส่วนใหญ่ประกอบด้วยสาร copper sulfate

verdure (เวอร์' เจอะ) *n.* พืชสีเขียว (โดยเฉพาะหญ้าหรือผัก), ความเขียวสด, ความสด, พลัง, กำลังวังชา **-verdurous** *adj.* **-verdurousness** *n.* (-S. vegetation)

verge[1] (เวิร์จ) *n.* ริม (ผา), ขอบ (สระ), ปาก (เหว), คทา *-vi.* **verged, verging** ใกล้จะ, เกือบจะ, ย่างเข้าสู่, คล้อย (-S. edge, brink, limit, border) *-Ex. the verge of the lake, on the verge of the woods*

verge[2] (เวิร์จ) *vi.* **verged, verging** มีแนวโน้ม, โน้มเอียง, เอียง, ลาด (-S. incline, tend, toward) *-Ex. on the verge of laughing, on the verge of extinction, on the verge of starvation, his remark verge on rudeness*

verger (เวอร์' เจอะ) *n.* เจ้าหน้าที่ดูแลโบสถ์, เจ้าหน้าที่ถือคทานำหน้าพระ

veriest (เวอร์' รีอิสทฺ) *adj.* เต็มที่, ที่สุด, สมบูรณ์ที่สุด, สิ้นเชิง, ทั้งหมด, สุดขีด

verifiable (เวริไฟ' อะเบิล) *adj.* สามารถพิสูจน์ความจริงได้, ตรวจสอบได้, ยืนยันได้ **-verifiability, verifiableness** *n.*

verification (เวระฟิเค' ชัน) *n.* การพิสูจน์ความจริง, การตรวจสอบความเป็นจริง, การยืนยันความเป็นจริง, หลักฐานพิสูจน์ความจริง **-verificative** *adj.* (-S. proof, authentication)

verify (เว' ระไฟ) *vt.* **-fied, -fying** พิสูจน์ความจริง, ตรวจสอบความเป็นจริง, ยืนยันความเป็นจริง, ค้นหาความจริง **-verifier** *n.* (-S. attest, confirm, prove) *-Ex. Science verifies its theories by experimentations., to verify one's statement*

verily (เว' ระลี) *adv.* โดยความเป็นจริง, แท้จริง, จริงๆ, อย่างแท้จริง, อย่างไม่ต้องสงสัย

verisimilitude (เวอะริซิมิล' ลิทิวดฺ) *n.* ความคล้ายกัน, ลักษณะน่าจะเป็นความจริง, ความเป็นไปได้, สิ่งที่ดูเหมือนเป็นของจริง, เรื่องหรือข้อความที่ดูเหมือนเป็นความจริง **-verisimilitudinous** *adj.* (-S. probability)

veritable (เว' ริทะเบิล) *adj.* เป็นความจริง, เป็นจริงๆ, จริงๆ, แท้จริง **-veritableness** *n.* **-veritably** *adv.* (-S. true, genuine) *-Ex. a veritable genius*

verity (เว' ริที) *n., pl.* **-ties** ความจริง, ลักษณะที่เป็นจริง, สิ่งที่เป็นจริง, เรื่องจริง, หลักการหรือข้อความที่เป็นจริง (-S. correctness, truthfulness)

vermi- คำอุปสรรค มีความหมายว่า หนอน, หนอนพยาธิ

vermicelli (เวอร์มิเซล' ลิ) *n.* เส้นหมี่อิตาลีคล้ายสปาเกตตีแต่เส้นเล็กกว่า

vermicide (เวอร์' มิไซดฺ) *n.* ยาฆ่าหนอนพยาธิไส้เดือน

vermiform (เวอร์' มะฟอร์ม) *adj.* คล้ายรูปตัวหนอน, คล้ายหนอน, ยาวเรียวเหมือนหนอน

vermiform appendix ไส้ติ่ง

vermifuge (เวอร์' มะฟิวจฺ) *n.* สารหรือยาขับตัวหนอนหรือพยาธิ *-adj.* ซึ่งขับตัวหนอน, ซึ่งขับพยาธิ

vermilion, vermillion (เวอะมิล' เยิน) *n.* สีแดงสดใส, สีแดงเข้ม, ชาด *-adj.* เกี่ยวกับสีดังกล่าว

vermin (เวอร์' มิน) *n., pl.* **vermin** พยาธิ สัตว์หรือแมลงที่มีภัย (โดยเฉพาะที่มีขนาดเล็ก), สัตว์ที่ล่าสัตว์อื่นเป็นอาหาร, บุคคลที่น่ารังเกียจ, บุคคลที่เป็นภัยต่อสังคม **-vermination** *n.* (-S. pests, dregs, parasite) *-Ex. Rats and mice do damage and are vermin.*

verminous (เวอร์' มะเนิส) *adj.* คล้ายหรือเกี่ยวกับพยาธิ, เกี่ยวกับหรือเกิดจากหนอนหรือสัตว์ หรือแมลงอื่นที่มีภัย **-verminously** *adv.*

vermivorous (เวอร์มิ' วอเริส) *adj.* กินหนอนเป็นอาหาร

Vermont (เวอร์' มอนท) ชื่อรัฐที่ 14 ในสหรัฐอเมริกา มีพรมแดนติดกับแคนาดา **-Vermonter** *n.*

vermouth (เวอร์มูธ') *n.* เหล้าองุ่นขาวกลิ่นหอมชนิดหนึ่ง

vernacular (เวอร์แนค' คิวละ) *n.* การพูดภาษาพื้นเมือง, ภาษาพื้นเมือง, ภาษาท้องถิ่น, ภาษาที่ใช้กันประจำวัน, ชื่อธรรมดาหรือชื่อทั่วไปของสัตว์หรือพืช *-adj.* เกี่ยวกับภาษาพื้นเมือง, เกี่ยวกับภาษาท้องถิ่น, ใช้ภาษาธรรมดาๆ ที่ใช้กันประจำวัน, เกี่ยวกับชื่อทั่วไปของสัตว์หรือพืช **-vernacularism** *n.* **-vernacularly** *adv.* (-S. local, native, vulgar)

venal (เวอร์' เนิล) *adj.* เกี่ยวกับฤดูใบไม้ผลิ, เหมาะสำหรับฤดูใบไม้ผลิ, เขียวชอุ่ม, เป็นหนุ่มเป็นสาว, สดชื่น **-vernally** *adv.*

vernier (เวอร์' เนียร์) *n.* ไม้บรรทัดขนาดเล็กและเคลื่อนไปมาได้สำหรับวัดระยะอย่างละเอียด โดยวิธีแบ่งเส้นให้เหลื่อมกัน

versatile (เวอร์' ซะไทล, -ทิล) *adj.* มีประโยชน์หลายอย่าง, สามารถปรับตัวได้ง่าย, มีความสามารถรอบตัว, อเนกประสงค์, (พืช) อยู่ตรงกลางที่สามารถหันไปรอบด้าน **-versatilely** *adv.* **-versatility** *n.* **-versatileness** *n.* (-S. practical, useful, handy, resourceful) *-Ex. versatile weapons, The versatile actor could play any role.*

verse (เวิร์ส) *n.* กลอน ฉันท์ หรือกาพย์, บทกวี, คำประพันธ์ที่เป็นจังหวะ, รูปแบบบทกวี, ตอนสั้นๆ ในพระคัมภีร์ไบเบิล *-vt., vi.* **versed, versing** แสดงออกเป็นบทกวี, แต่งโคลง (-S. stanza, poetry)

versed (เวิร์สท) *adj.* มีประสบการณ์, เชี่ยวชาญ, ชำนาญ (-S. skilled, familiar, practiced) *-Ex. Samai is versed in many subjects.*

versification (เวอร์ซะฟิเค' ชัน) *n.* ศิลปะการทำให้เป็นบทกวี, ศิลปะการทำให้เป็นโคลง กลอน ฉันท์ กาพย์, รูปแบบของโคลง กลอน ฉันท์หรือกาพย์, บทกวีที่เป็นจังหวะ, ส่วนที่เป็นจังหวะ

versify (เวอร์' ซะไฟ) *v.* **-fied, -fying** *-vt.* ทำให้เป็นบทกวี, ทำให้เป็นโคลง กลอน ฉันท์หรือกาพย์ *-vi.* แต่งกวี โคลง กลอน ฉันท์หรือกาพย์ (-S. describe, in verse, compose verse)

version (เวอร์' ชัน) *n.* เรื่องราว, เรื่องเล่า, คำแปล, หนังสือแปล, บทแปล, การหันตำแหน่งทารกในครรภ์เพื่อช่วยให้คลอดได้ง่าย, ตำแหน่งหรือทิศทางที่ผิดปกติของทารกในครรภ์ **-versional** *adj.* (-S. translation, account, trayal) *-Ex. The hill tribe version of the Bible, the Authorized Version*

verst (เวิร์สท) *n.* หน่วยระยะทางของรัสเซียมีค่าเท่ากับ 3500 ฟุตหรือ 0.6629 ไมล์หรือ 1,067 กิโลเมตร (-S. verste)

versus (เวอร์' เซิส, -เซิซ) *prep.* ต่อกรกับ, ต่อสู้กับ, ตรงกันข้ามกับ, เปรียบเทียบกับ (-S. against)

vertebra (เวอร์' ทะบระ) *n., pl.* **-brae/-bras** กระดูกสันหลัง, ข้อกระดูกสันหลัง (-S. backbone)

vertebral (เวอร์' ทะเบริล) *adj.* เกี่ยวกับกระดูกสันหลัง, ไขสันหลัง, คล้ายกระดูกสันหลัง, ประกอบด้วยหรือมีกระดูกสันหลัง **-vertebrally** *adv.*

vertebral column ลำกระดูกสันหลัง

Vertebrata (เวอร์ทะเบร' ทะ, -บรา' ทะ) *n.* ตระกูลสัตว์ที่มีกระดูกสันหลัง

vertebrate (เวอร์' ทะเบรท, -บริท) *adj.* มีกระดูกสันหลัง, มีลำกระดูกสันหลัง, เกี่ยวกับสัตว์ที่มีกระดูกสันหลัง *-n.* สัตว์ที่มีกระดูกสันหลัง *-Ex. a vertebrate animal*

vertex (เวอร์' เทคซ) *n., pl.* **-texes/-tices** จุดสุดยอด, จุดสุดขีด, จุดสูงสุด, กระหม่อม, ยอดศีรษะ, จุดที่รวมกัน, จุดที่ไกลสุดจากฐาน, จุดตัดของสองด้านของแนวราบ (-S. apex, peak, acme)

vertical (เวอร์' ทิเคิล) *adj.* ซึ่งตั้งตรง, ซึ่งตั้งฉากกับแนวราบของขอบฟ้า, ตรงดิ่ง, เกี่ยวกับหรืออยู่บนจุดสุดยอด, ตามยาว, เกี่ยวกับกระหม่อม, เกี่ยวกับกลาง-กบาล, เกี่ยวกับการรวมกำลังผลิต หรือจำหน่ายสินค้าชนิดหนึ่ง *-n.* สิ่งที่ตั้งตรง, ตำแหน่งที่ตั้งตรง, แนวตั้งฉาก **-vertically** *adv.* **-verticalness, verticality** *n.* (-S. erect, on end, upright) *-Ex. The flag-pole stands in a vertical position., Draw a vertical where the lines cross.*

vertigo (เวอร์' ทิโก) *n., pl.* **-goes/ -gos** อาการวิงเวียน ศีรษะที่คนเป็นจะเห็นสิ่งรอบตัวหมุนได้ทำให้การทรงตัวลำบาก (-S. dizziness, giddiness)

verve (เวิร์ว) *n.* ความมีชีวิตชีวา, ความกระฉับกระเฉง, ความร่าเริง, พลัง, พลังชีวิต (-S. animation, dash, gusto, zeal)

very (เว' รี) *adv.* มาก, มากๆ, อย่างยิ่ง, แท้จริง, เหลือเกิน *-adj.* แท้จริง, จริง, โดยเฉพาะ, แน่แท้, โดยสิ้นเชิง, เต็มที่, เพียงเท่านั้น (-S. extremely, greatly, absolutely) *-Ex. a very good man, Grandmother is very kind to us., the very best quality, the very first to arrive, It is not of very much use., very soon, very few*

very high frequency คลื่นวิทยุความถี่ 30-300 เมกกะเฮิรตซ์

very low frequency คลื่นวิทยุความถี่ 10-30 กิโลเฮิรตซ์

vesicant (เวส' ซิคันท) *n.* สารหรือสิ่งที่ทำให้เกิดตุ่มหรือเม็ดพุพอง *-adj.* ที่ทำให้เกิดตุ่มพอง, ที่ทำให้เกิดเม็ดพุพอง

vesicle (เวส' ซิเคิล) *n.* ถุงเล็กๆ, ถุงน้ำเล็กๆ เม็ดพุพอง, ตุ่ม, ถุงอากาศเล็กๆ, โพรงรูปทรงกลมในแร่หรือหิน (เนื่องจากมีอากาศหรือก๊าซขังอยู่) (-S. bladder)

vesicular (วะซิค' คิวละ) *adj.* เกี่ยวกับถุงเล็กๆ หรือเม็ดพุพอง, มีลักษณะเป็นถุงเล็กๆ หรือเม็ดพุพอง, ประกอบด้วยถุงเล็กๆ หรือเม็ดพุพอง **-vesicularly** *adv.*

vesper (เวส' เพอะ) *n.* ดาวพระศุกร์, ดาวประจำเมืองในตอนเย็น, ระฆังเวลาเย็น, ระฆังเวลาเย็นเรียกคนไป

V

สวดมนต์ **-vespers** พิธีศาสนาตอนบ่ายมากๆ หรือยามเย็น, บทเรียนหรือการสวดมนต์ยามเย็น

vessel (เวส' เซิล) *n.* ภาชนะ, หม้อ, ถ้วย, จาน, เรือ (โดยเฉพาะเรือขนาดใหญ่), เส้นโลหิต, ท่อ, หลอด, ท่อใน xylem ของพืช, บุคคล (ผู้มีลักษณะเฉพาะทางจิตหรือคุณสมบัติบางประการ) (-S. boat, craft, ship, pot, utensil) *-Ex. a sailing vessel, a vessel of wrath, a blood vessel*

vest (เวสทฺ) *n.* เสื้อยืด, เสื้อชั้นใน, เสื้อกั๊ก, เสื้อคอแหลมของผู้หญิง *-vt., vi.* **vested, vesting** ใส่เสื้อ, มอบหน้าที่ให้, จัดให้, วาง *-Ex. a bulletproof vest*

vestal (เวส' เทิล) *adj.* เกี่ยวกับเทพธิดาเตาไฟ, บริสุทธิ์, เป็นสาวพรหมจารี *-n.* สาวพรหมจารี, หญิงที่ยังไม่แต่งงาน, ชี, นักพรตหญิง (-S. virgin)

vestal vergin (โรมันโบราณ) สาวพรหมจารีที่ทำพิธีบูชาเทพธิดาแห่งเตาไฟ

vested (เวส' ทิด) *adj.* ยึดไว้แน่น, ยึดไว้โดยสมบูรณ์, ครอบครองโดยสมบูรณ์, มีลัทธิ, ที่สวมเสื้อคลุม (ในโบสถ์), ไม่เปลี่ยนแปลง (-S. absolute)

vestibule (เวส' ทะบูล) *n.* ห้องด้านหน้า, ซุ้มหน้าประตู, ทางหรือห้องระหว่างประตูด้านนอกกับส่วนในของบ้านหรืออาคาร, ทางปิดที่ปลายรถตู้โดยสาร (รถไฟ), โพรงทางเข้าโพรงอื่นหรือช่องอื่น (เช่นเข้าหูส่วนใน) **-vestibular** *adj.* (-S. hall, lobby)

vestige (เวส' ทิจ) *n.* ร่องรอย, รอยหรือหลักฐานที่ทิ้งเอาไว้, รอยเท้า, รอยทาง, เศษนิดเดียว, อวัยวะที่เสื่อมหรือไม่สมบูรณ์ที่เหลืออยู่ **-vestigial** *adj.* (-S. trace) *-Ex. a vestige of the original paint, vestiges of beauty, vestige of clothing*

V

vesting (เวส' ทิง) *n.* การมอบสิทธิ์เกี่ยวกับบำเหน็จบำนาญแก่ลูกจ้างที่ได้ทำงานมาแล้วระยะเวลาหนึ่ง

vestment (เวสทฺ' เมนทฺ) *n.* เสื้อคลุม, เสื้อนอก, เครื่องแต่งกาย, เสื้อพิธี, เสื้อคลุมในพิธี

vest-pocker (เวสทฺ' พอค' คิท) *adj.* มีขนาดเล็กสำหรับใส่กระเป๋าได้, มีขนาดกะทัดรัด

vestry (เวส' ทรี) *n., pl.* **-tries** ห้องหรืออาคารที่ติดกับตัวโบสถ์, ห้องในโบสถ์สำหรับสวดมนต์ หรือสอนศาสนาในวันอาทิตย์, คณะกรรมการเขตศาสนา

vesture (เวส' เชอะ) *n.* เสื้อผ้า, เสื้อคลุม, เสื้อคลุมในพิธี, สิ่งที่ปกคลุม

Vesuvius (วิซู' เวียส) ชื่อภูเขาไฟในภาคใต้ของอิตาลีเคยเกิดระเบิดอย่างรุนแรง เมื่อ ค.ศ. 79 ซึ่งทำลายเมืองปอมเปอีทั้งเมือง **-Vesuvian** *adj.*

vet[1] (เวท) *n.* (ภาษาพูด) สัตวแพทย์ *-vt.* **vetted, vetting** ตรวจโรคหรือรักษาโรค (สัตว์) (-S. appraise, check, review)

vet[2] (เวท) *n.* (ภาษาพูด) ดู veteran

vet. ย่อจาก veteran

vetch (เวทชฺ) *n.* พืชเถามีฝักสกุล *Vicia* จำพวกถั่วใช้ทำเป็นอาหารสัตว์

vetchling (เวทชฺ' ลิง) *n.* พืชมีฝักจำพวก *Lathyrus* มีใบเลี้ยงคู่ ดอกมีหลายสี

veteran (เวท' เทอะเริน) *n.* ทหารผ่านศึก, ผู้มีประสบการณ์, ผู้ได้ทำงานในอาชีพหนึ่งมานาน *-adj.* มีประสบการณ์, ผ่านศึกมาแล้ว, เกี่ยวกับทหารผ่านศึกหรือผู้ที่ได้ทำงานในอาชีพหนึ่งมานานแล้ว (-S. master, trouper) *-Ex. His father is a veteran of both World Wars., Somchai was a veteran of the stage., the veteran troops, the veteran actor*

Veterans Day วันทหารผ่านศึก

veterinarian (เวทเทอระแน' เรียน) *n.* สัตวแพทย์

veterinary (เวท' เทอระเนอรี, วี' ทระเนอรี) *adj.* เกี่ยวกับสัตวแพทยศาสตร์ *-n.* สัตวแพทย์ *-Ex. A farmer finds veterinary skills useful.*

veto (วี' โท) *n., pl.* **-toes** อำนาจยับยั้ง, สิทธิยับยั้ง, การใช้สิทธิยับยั้ง, เอกสารแสดงการใช้สิทธิยับยั้งและเหตุผลที่ยับยั้ง, การยับยั้ง, การห้าม, การออกเสียงยับยั้งของสมาชิกหนึ่งในห้าเสียงของสมาชิกถาวรของสภาความมั่นคง (ในสหประชาชาติ) สามารถยับยั้งการปฏิบัติการหรือมติของที่ประชุมได้ *-vt.* **-toed, -toing** ยับยั้ง, ห้าม, ใช้สิทธิยับยั้ง (-S. ban, embargo, interdict) *-Ex.the power of veto, The Residential veto, The governor vetoed a bill to make gambling legal., Dang's father vetoed our plans to go abroad.*

vex (เวคซฺ) *vt.* **vexed, vexing** ทำให้ระคายเคือง, รบกวน, ก่อกวน, ทำให้ทุกข์, ทำให้กลุ้มใจ, ทำให้หัวเสีย, ถกเถียง, ทะเลาะ **-vexingly** *adv.* **-vexer** *n.* **-vexedly** *adv.* (-S. annoy, displease, harass) *-Ex. My friend vexed me by being late for an appointment.*

vexation (เวคเซ' ชัน) *n.* การรบกวน, การก่อกวน, การทำให้ทุกข์, การทำให้ระคายเคือง, สิ่งที่รบกวน, สิ่งที่ก่อกวน (-S. agitation, trouble) *-Ex. The captiain's face showed vexation at the delay., That dull can opener is a vexation.*

vexatious (เวคเซ' เชิส) *adj.* รบกวน, ก่อกวน, ทำให้ระคายเคือง, ทำให้ทุกข์, ไม่สงบสุข **-vexatiously** *adv.* **-vexatiousness** *n.* (-S. irritating, perturbing)

vexing question ปัญหาน่าเวียนหัว

VHF, vhf ย่อจาก very high frequency ความถี่สูงมาก

v.i. ย่อจาก Vide infra (ภาษาละติน) ดู via

via (ไว' อะ) *prep.* โดยทาง, โดยเส้นทาง, ทาง, ผ่าน *-Ex. We drive from Bangkok to Lopburi via Saraburi.*

viable (ไว' อะเบิล) *adj.* (ทารก เมล็ดพืชหรืออื่นๆ) ที่สามารถมีชีวิตและเจริญเติบโตได้, (ทารกในครรภ์) เจริญเติบโตพอที่จะมีชีวิตนอกมดลูกได้, ปฏิบัติได้, ทำงานได้, สามารถเจริญเติบโตหรือพัฒนาได้ **-viability** *n.* **-viably** *adv.*

viaduct (ไว' อะดัคทฺ) *n.* สะพานรถไฟ

vial (ไว' เอิล) *n.* ภาชนะเล็กๆ สำหรับใส่ของเหลว **-aled, -aling/-alled, -alling** เก็บไว้ในภาชนะดังกล่าว

viand (ไว' เอินดฺ) *n.* อาหาร, เนื้อสัตว์, ชนิดอาหาร (-S. fare, food, victuals)

vibrant (ไว' เบรินทฺ) *adj.* สั่นสะเทือน, ระรัว, กังวาน, ก้องกังวาน, มีชีวิตชีวา, ตื่นเต้น, กระตุ้นจิต **-vibrancy, vibrance** *n.* **-vibrantly** *adv.* (-S. oscillating, pulsating, alive) *-Ex. a vibrant personality, the vibrant atmosphere,* *vibrant streets*

vibrate (ไว' เบรท) *v.* **brated, brating** *-vi.* สั่น, สั่นสะเทือน, สั่นไหว, ระรัว, ระริก, เคลื่อนขึ้นลงอย่างรวดเร็วและซ้ำๆ *-vt.* ทำให้ระรัว, ทำให้ระริก, ทำให้ตื่นเต้น, ปล่อยออก (-S. fluctuate, pulsate, shiver) *-Ex. The windows vibrated with every passing truck., to vibrate with happiness*

vibration (ไวเบร' ชัน) *n.* การสั่น, การสั่นสะเทือน, การสั่นระริก, การสั่นระรัว, การสั่นไหว, การแกว่ง, การแกว่งไกว, ความตื่นเต้น, การกระตุ้นจิต, ความเร่าร้อน **-vibrations** อารมณ์เร่าร้อน **-vibrational** *adj.* (-S. pulse, resonance, shaking, throb) *-Ex. the vibration of an engine, the vibration of a guitar string*

vibrato (วะบรา' โท) *n., pl.* **-tos** ผลแห่งการสั่น

vibrator (ไว' เบรเทอะ) *n* เครื่องสั่น, อุปกรณ์ทางไฟฟ้าที่ทำให้กระแสไฟฟ้าขึ้นๆ ลงๆ

vicar (วิค' เคอะ) *n.* (ศาสนาคริสต์นิกาย Church of England) พระ, พระที่ได้รับเงินเดือนเล็กน้อย, ผู้ช่วยบิชอป, ตัวแทน, ผู้แทน **-vicarship** *n.*

vicarage (วิค' เคอะริจ) *n.* ที่อยู่อาศัยของ vicar, สำนักงาน ตำแหน่ง หรือหน้าที่ของ vicar

vicarious (ไวแคร์' เรียส) *adj.* เป็นตัวแทน, ทดแทนคนอื่น, (ตำแหน่ง หน้าที่) แทนคนอื่น, รู้สึกแทนคนอื่น, เกี่ยวกับการปฏิบัติหน้าที่ของอวัยวะหนึ่งแทนอีกอวัยวะหนึ่ง **-vicariously** *adv.* **-vicariousness** *n.* (-S. deputed, delegated)

vice[1] (ไวซ) *n.* ความชั่ว, ความชั่วร้าย, ความเลว, ความเลวทราม, เรื่องชั่วทางเพศ, ความผิดพลาด, ปมด้อย, ข้อเสีย, มลทิน, ข้อบกพร่อง, ความบกพร่องทางกาย, นิสัยที่เลว (-S. depravity, evil, sin) *-Ex. Drunkenness is a vice.*

vice[2] (ไวซ) *prep.* แทนที่, แทนที่จะ, แทน, รอง, ตัวแทน (-S. instead of)

vice[3] (ไวซ) *n.* เครื่องหนีบ

vice- คำอุปสรรค มีความหมายว่า รอง, ตัวแทน, ผู้แทน

vice admiral พลเรือโท **-vice admiralty** *n.*

vice-chairman (ไวซฺ' แชร์' เมิน) *n., pl.* **-men** รองประธาน

vice chancellor รองอัครมหาเสนาบดี, รองนายกรัฐมนตรี, รองอธิการบดีมหาวิทยาลัย

vice consul รองกงสุล **-vice consulate, vice consulship** *n.* **-vice consular** *adj.*

vicegerent (ไวซฺเจอร์' เรินท) *n.* ผู้รักษาการแทน, ผู้สำเร็จราชการแผ่นดิน, ผู้มีตำแหน่งรอง **-vicegeral** *adj.* (-S. deputy)

vice-governor (ไวซกัฟ' เวิร์นเนอะ) *n.* รองผู้ว่าราชการจังหวัด, รองข้าหลวง, รองผู้ว่าการ

vice-premier (ไวซฺ' พริ' เมียร์) *n.* รองนายกรัฐมนตรี

vice-president (ไวซฺ' เพรซซิ' เดนท) รองประธาน, รองประธานาธิบดี (-S. vice president) **-vicepresidency** *n.* **-vicepresidential** *adj.*

viceregal (ไวซฺรี' กัล) *adj.* เกี่ยวกับอุปราช **-viceregally** *adv.*

vice regent (ไวซฺ' รี' เจินท) *n.* รองผู้สำเร็จราชการ **-viceregency** *n.*

viceroy (ไวซฺ' รอย) *n.* อุปราช, ผีเสื้ออเมริกันจำพวก *Limenitis archippus* ปีกมีสีส้มดำ

vice squad หน่วยตำรวจสำหรับการปราบการพนัน โสเภณีและความชั่วร้ายอื่นๆ

vice versa (ไวซะ เวอร์' ซะ) *adv.* ในทางกลับกัน, แต่กลับกัน, ในทำนองกลับกัน *-Ex. Surin has great respect for Somsuk, and vice versa.*

vichyssoise (วิชชีสวาซ) *n.* ซุปมะเขือเทศใส่หอมหัวใหญ่กับกระเทียม มักจะเสิร์ฟเย็นๆ

Vichy water น้ำแร่ธรรมชาติจากเมือง Vichy ประเทศฝรั่งเศส ดื่มอย่างโซดา

vicinity (วิซิน' นิที) *n., pl.* **-ties** บริเวณใกล้เคียง, ความใกล้เคียง, จำนวนใกล้เคียง (-S. proximity, neighborhood) *-Ex.There is no theft in our vicinity.*

vicious (วิช' เชิส) *adj.* ชั่ว, ชั่วร้าย, เสื่อมทราม, เลวทราม, ผิดพลาด, บกพร่อง, ดุร้าย, ร้ายกาจ **-viciously** *adv.* **-viciousness** *n.* (-S. bad, corrupt, cruel) *Ex. vicious life, a vicious retort, a vicious argument, vicious pronunciation, vicious circle, vicious gossip,a vicious dog, a vicious criminal, a vicious headache, a vicious sea*

vicious circle วัฏจักรเลวร้ายที่หมุนเวียนในการพยายามแก้ปัญหา, การใช้สมมติฐานหนึ่งไปเสริมสมมติฐานหนึ่ง, วัฏจักรการเปลี่ยนแปลงที่ไม่ดีต่อสุขภาพ

vicissitude (วิซิส' ซิทิวด) *n.* การเปลี่ยนแปลง, การผันแปร, การสับเปลี่ยน, การขึ้นๆ ลงๆ, การหมุนเวียน **-vicissitudinary, vicissitudinous** *adj.* (-S. change)

victim (วิค' ทิม) *n.* เหยื่อ, ผู้รับบาป, ผู้เคราะห์ร้าย, ผู้ถูกโกง, ผู้ถูกหลอก, สิ่งที่มีชีวิตที่ถูกบูชายัญ (-S. martyr, sacrifice) *-Ex. Many of the victims of war were little children., the victims of an earthquake*

victimize (วิค' ทะไมซ) *vt.* **-ized, -izing** ทำให้เป็นเหยื่อ, โกง, ฉ้อโกง, ทำให้สังเวย **-victimization** *n.* **victimizer** *n.* (-S. prey on)

victor (วิค' เทอะ) *n.* ผู้มีชัย, ผู้รบชนะ (-S. champion, conqueror)

Victoria (วิคโท' เรีย) *n.* สมเด็จพระนางเจ้าวิกตอเรีย (ค.ศ. 1819-1901) และครองอินเดีย (ค.ศ. 1876-1901), เทพธิดาโรมันโบราณแห่งชัยชนะ, ชื่อรัฐในภาคตะวันออกเฉียงใต้ของออสเตรเลีย, ชื่อเมืองหลวงและเมืองท่าของฮ่องกง, ชื่อเมืองท่าในแคนาดา, ชื่อเมืองในตอนใต้ของมลรัฐเท็กซัส **-Lake of Victoria** ชื่อทะเลสาบในภาคตะวันออกของแอฟริกา, ชื่อภูเขาในนิวกินี **-victoria** ชื่อรถม้าสี่ล้อชนิดหนึ่ง, บัววิกตอเรีย

Victoria Cross เหรียญอิสริยาภรณ์ของกองทัพอังกฤษสำหรับทหารที่กล้าหาญเป็นพิเศษ

Victorian (วิคทอร์' เรียน, -โท' เรียน) *adj.* เกี่ยวกับพระนางเจ้าวิกตอเรียหรือสมัยของพระองค์, เกี่ยวกับลักษณะเฉพาะของสมัยพระนางเจ้าวิกตอเรีย, เกี่ยวกับสถาปัตยกรรม เครื่องเรือน และสิ่งประดับต่างๆ ในสมัย

V

พระนางเจ้าวิกตอเรีย *-n.* บุคคลในสมัยพระนางเจ้าวิกตอ-เรีย **-Victorianism** *n.*

victorious (วิคทอร์' เรียส, -โท' เรียส) *adj.* มีชัยชนะ, ได้ชัยชนะ, รบชนะ **-victoriously** *adv.* **-victoriousness** *n.* (-S. winning, successful)

victory (วิค' ทะรี) *n., pl.* **-ries** ชัยชนะ, การมีชัยชนะในการรบ (-S. success, triumph, win)

victual (วิท' เทิล) *n.* เสบียงอาหาร (โดยเฉพาะสำหรับมนุษย์), อาหาร *-v.* **-ualed, -ualing/-ualled, -ualling** *-vt.* จัดให้มีอาหาร *-vi.* ได้รับอาหาร, กิน, ให้อาหาร **-victualler** *n.* (-S. food, provisions) *-Ex. We victualed the fort for a long siege.*

victualer, victualler (วิท' ทะเลอะ) *n.* ผู้จัดเสบียงอาหาร, เรือเสบียง, ผู้จัดการโรงแรมหรือร้านเครื่องดื่ม

vicuña, vicuna (ไวคู' นะ) *n.* สัตว์เคี้ยวเอื้องจำพวก *Vicugna vicugna* พบในอเมริกาใต้ ให้หนังขนที่นุ่มและละเอียด, สิ่งทอจากขนของสัตว์ดังกล่าว

vide (วี' เด, ไว' ดี) *v.* เห็น, มอง

videlicet (วิเดล' ลิซิท, วิเด' ลิเคท) *adv.* ดังมีนามต่อไปนี้, กล่าวคือ

video (วิด' ดีโอ) *adj.* เกี่ยวกับโทรทัศน์, เกี่ยวกับภาพโทรทัศน์ *-n.* ภาพโทรทัศน์, โทรทัศน์

videocassette (วิดดีโอคะเซท') *n.* ตลับเทปโทรทัศน์ (-S. cassette)

videoconference (วิด' ดีโอคอนเฟอะเรินซ) *n.* การประชุมที่ผู้ประชุมไม่สามารถพบกันได้หมดในเวลาเดียวกัน จึงใช้การประชุมผ่านทางวิดิโอ

videophone (วิด' ดีโอโฟน) *n.* โทรศัพท์ที่สามารถเห็น ภาพคู่สนทนาบนจอโทรทัศน์

videotape (วีด' ดีโอเทพ) *n.* เทปโทรทัศน์ *-vt.* **-taped, -taping** บันทึกเทปโทรทัศน์

vie (ไว) *v.* **vied, vying** *-vi.* แข่งขัน, ประชัน, ชิง, แข่ง *-vt.* นำเข้าแข่งขัน (-S. compete, contest) *-Ex. to vie for a spelling prize*

Vienna (วีเอน' นะ) ชื่อเมืองหลวงและเมืองท่าของออสเตรีย

Viennese (วีอะนีซ', -นีส) *adj.* เกี่ยวกับหรือมีลักษณะของกรุงเวียนนา *-n., pl.* **-nese** ชาวเวียนนา

Vientiane (เวียนจัน') เมืองเวียงจันทน์ เมืองหลวงของสาธารณรัฐประชาธิปไตยประชาชนลาว

Vietcong, Viet Cong (เวียตกง') เวียดกง (ทหารคอมมิวนิสต์ในเวียดนามใต้ที่รบกับทหารเวียดนามเหนือในสมัยก่อน)

Vietminh (เวียตมิน) กองทัพคอมมิวนิสต์ชาวเวียดนามที่ทำการรบต่อต้านญี่ปุ่นและฝรั่งเศสในอินโดจีน

Vietnam (เวียตนาม', -แนม') ประเทศเวียดนาม

Vietnamese (เวียตนะมีซ') *adj.* เกี่ยวกับเวียดนามหรือชาวเวียดนาม *-n.* ชาวเวียดนาม, ภาษาเวียดนาม

view (วิว) *n.* ภาพ, ทิวทัศน์, ทัศนวิสัย, ทรรศนะ, สายตา, การมอง, การสังเกต, ข้อคิดเห็น, ทัศนคติ, จุดประสงค์, เจตนา, จุดมุ่งหมาย, การสำรวจทั่วไป *-vt.* **viewed, viewing** ดู, มอง, สังเกต, สำรวจ, ตรวจสอบ **-in view** ภายในแนวสายตา, ภายใต้การพิจารณา **-in view of** เมื่อพิจารณาถึงในเรื่องเกี่ยวกับ **-on view** เปิดแสดงให้เห็น, ให้ตรวจสอบ **-with a view to** โดยมีจุดมุ่งหมาย **-viewable** *adj.* (-S. sight, vista, opinion) *-Ex. The view from the mountain top was beautiful., her view on the colour, The aeroplane soon came into view., The doctor viewed Dang's illness with alarm., take a dim view of, a point of view, a first view, in view*

viewer (วิว' เออะ) *n.* ผู้ดู, ผู้ชม, ผู้ชมรายการโทรทัศน์, เครื่องช่วยการดู, เครื่องจับภาพ (-S. observer, onlooker, watcher)

viewfinder (วิว' ไฟนฺเดอะ) *n.* เครื่องจับภาพ, เครื่องค้นภาพ, เครื่องค้นหา

viewpoint (วิว' พอยนฺทฺ) *n.* ทัศนคติ, ข้อสังเกต, ข้อคิดเห็น, แง่คิด, ความคิดเห็น (-S. angle, position, slant) *-Ex. From the viewpoint of your committe, the project must be postponed.*

vigesimal (วิเจส' ซะมัล) *adj.* เกี่ยวกับยี่สิบ, ที่ยี่สิบ, โดยฐานยี่สิบ

vigil (วิจ' เจิล) *n.* ความระมัดระวัง, การเฝ้า, ช่วงระยะเวลาที่เฝ้า, การเฝ้ายาม *-Ex. to keep vigil over a sick person*

vigilance (วิจ' จะเลินซฺ) *n.* ความระมัดระวัง, ความรอบคอบไม่ประมาท (-S. caution, watchfulness)

vigilant (วิจ' จะเลินทฺ) *adj.* ระมัดระวัง, ตื่นตัว, เฝ้า, รอบคอบ, ไหวตัว (-S. careful, alert, wakeful) **-vigilantly** *adj.*

vigilante (วิจจะแลน' ที) *n.* สมาชิกกลุ่มพลเรือนที่ลงโทษอาชญากรแบบศาลเตี้ย **-vigilantism** *n.*

vignette (วินเยท') *n.* ลายประดับหรือภาพประดับเล็กๆ ของหน้าหนังสือตอนเริ่มต้นหรือตอนปลาย, ลวดลายที่เป็นสิ่งแกะสลักหรือเป็นภาพถ่ายหรืออื่นๆ, ลายประดับเป็นกิ่งไม้ ใบไม้ ลูกองุ่นหรืออื่นๆ, บทความสั้นๆ, ภาพเขียน ลวดลาย

vigour, vigor (วิก' เกอะ) *n.* แรง, กำลัง, ความแข็งแรง, พลัง, อำนาจ, ความเข้มข้น, ความกระฉับกระเฉง

vigourous, vigorous (วิก' เกอะเริส) *adj.* แข็งแรง, แรง, มีพลัง, กระฉับกระเฉง, มีอำนาจ, เจริญเติบโตได้ดี **-vigourousness, vigorousness** *n.* **-vigourously, vigorously** *adv.* (-S. lively, energetic)

Viking (ไว' คิง) *n.* โจรสลัดสแกนดิเนเวียนในศตวรรษที่ 8-10, โจรสลัด, ชาวสแกนดิเนเวียน

vile (ไวล) *adj.* **viler, vilest** เลว, เลวร้าย, ร้าย, ชั่วร้าย, ชั่วช้า, เลวทราม, สถุล, สกปรก, โสโครก, ชั้นต่ำ, มีค่าต่ำ **-vilely** *adv.* **-vileness** *n.* (-S. evil, worthless, base, foul) *-Ex. a vile deed, What a vile small., a vile weather, vile language, a vile odour*

vilify (วิล' ละไฟ) *vt.* **-fied, -fying** ทำให้เสียชื่อเสียง, ประณาม, สบประมาท, ให้ร้าย, ใส่ร้าย, ประจาน, ทำให้เลว **-vilifier** *n.* **-vilification** *n.* (-S. defame)

villa (วิล' ละ) *n.* บ้านพัก (โดยเฉพาะที่มีขนาดใหญ่), บ้านพักชานเมืองหรือชนบท, บ้านของชนชั้นกลางในเขตรอบเมือง

village (วิล' ลิจ) *n.* หมู่บ้าน, คนในหมู่บ้าน, ชาวชนบท, กลุ่มที่อยู่ของสัตว์(-S. municipality, suburb) *-Ex. The whole village came to put out the fire.*
villager (วิล' ละเจอะ) *n.* คนในหมู่บ้าน
villain (วิล' เลิน) *n.* วายร้าย, ผู้ร้าย, คนชั่วร้าย, คนเลว, ตัวโกง, ตัววายร้าย (ในละคร นวนิยาย)(-S. criminal, wretch)
villainous (วิล' ละเนิส) *adj.* ร้าย, เลวร้าย, ชั่วร้าย, เลวทราม, น่ารังเกียจมาก **-villainously** *adv.* **-villainousness** *n.* (-S. debased, fiendish, sinful)
villainy (วิล' ละนี) *n., pl.* **-ies** ความเลวร้าย, ความชั่วร้าย, การกระทำที่เลวร้าย, การกระทำที่ชั่วร้าย
villein (วิล' อัน) *n.* (สมัยศักดินา) ชาวนาทาส **-villeinage, villainage** *n.* (-S. villain)
villose, villous (วิล' โอส, -เลิส) *adj.* เป็นขนปุย, ปกคลุมไปด้วยขนปุย, เป็นกำมะหยี่ **-villosely, villously** *adv.*
villosity (วิลอส' ซิที) *n., pl.* **-ties** ผิวหน้าเป็นขนปุย, ปุยขน, สภาพที่เป็นปุยขน
vim (วิม) *n.* ความกระตือรือร้น, ความกระฉับกระเฉง, พลัง, กำลังวังชา, ความแข็งแรง, ความมีชีวิตชีวา (-S. vigor)
vin (แวน) *n., pl.* **vins** เหล้าองุ่น (-S. wine)
vin-, vini- คำอุปสรรค มีความหมายว่า เหล้าองุ่น
vina, veena (วี' นะ) *n.* เครื่องดนตรีประเภทสายชนิดหนึ่งของอินเดียใช้ดีด

vina

vinaigrette (วินนะเกรท') *n.* ขวดน้ำส้ม, ตลับยา, ตลับเกลือ, ขวดเกลือเล็กๆ
vincible (วิน' ซะเบิล) *adj.* ถูกพิชิตได้, สามารถเอาชนะได้ **-vincibility** *n.* **-vincibly** *adv.*
vindicable (วิน' ดิคะเบิล) *adj.* ซึ่งแก้ต่างได้, ซึ่งแก้ตัวได้
vindicate (วิน' ดะเคท) *vt.* **-cated, -cating** แก้ต่าง, แก้ตัว, กู้, พิสูจน์ว่าไม่ผิด, ป้องกัน, แก้แค้น, ปลดปล่อย **-vindicator** *n.* (-S. excuse, defend, clear)
vindication (วินดะเค' ชัน) *n.* การแก้ต่าง, การแก้ตัว, การแก้แค้น, การที่ถูกแก้ต่างให้ การปลดปล่อย, ข้อแก้ตัว, การพิสูจน์ว่าไม่ผิด, สิ่งที่เป็นการแก้ต่างหรือพิสูจน์ว่าไม่ผิด (-S. apology, plea, support)
vindicatory (วิน' ดิคะทอรี) *adj.* เป็นการแก้ต่าง, เป็นการแก้ตัว, เป็นการแก้แค้น, เป็นการทำโทษ
vindictive (วินดิค' ทิฟว) *adj.* แก้แค้น, แก้เผ็ด, แค้น, อาฆาต, พยาบาท, มีเจตนาร้าย, เป็นการทำโทษ (-S. malignant, rancorous) **-vindictively** *adv.* **-vindictiveness** *n.*
vine (ไวน) *n.* ต้นองุ่น, ไม้เถา, เถาวัลย์
vinegar (วิน' นิเกอะ) *n.* น้ำส้ม, สารละลายกรด, เปรี้ยว, (คำพูด) แสบร้อน
vinegary, vinegarish (วิน' นะเกอะรี, -ริช) *adj.* เกี่ยวกับหรือคล้ายน้ำส้ม, เปรี้ยว, มีฤทธิ์เป็นกรด, อารมณ์บูดบึ้ง, มารยาทเลวทราม, ขมขื่น
vinery (ไว' เนอะรี) *n., pl.* **-ies** ไร่ไม้เลื้อย, ไร่องุ่น, ต้นองุ่น, เถาวัลย์
vineyard (วิน' เยิร์ด) *n.* ไร่องุ่น, สวนองุ่น, ที่เพาะเลี้ยงองุ่น **-vineyardist** *n.*
vinic (ไว' นิค, วิน' นิค) *adj.* เกี่ยวกับเหล้าองุ่น, มาจากหรือพบในเหล้าองุ่น
viniculture (วิน' นิคัลเชอะ) *n.* การศึกษาเกี่ยวกับการทำเหล้าองุ่น **-vinicultural** *adj.* **-viniculturist** *n.*
vinous (ไว' เนิส) *adj.* เกี่ยวกับหรือมีลักษณะของเหล้าองุ่น, เกิดจากเหล้าองุ่น, มีเหล้าองุ่น, ชอบเหล้าองุ่น **-vinously** *adv.*
vintage (วิน' ทิจ) *n.* เหล้าองุ่น, การกลั่นเหล้าองุ่น, ฤดูทำเหล้าองุ่น, การเก็บเหล้าองุ่น, ระยะเวลาการเก็บเหล้าองุ่น, กระบวนการทำเหล้าองุ่น, ผลิตภัณฑ์ในรุ่นเดียวกัน, บุคคลรุ่นเดียวกัน *-adj.* เกี่ยวกับเหล้าองุ่นหรือการทำเหล้าองุ่น, เป็นเหล้าองุ่นรุ่นที่ระบุไว้, เกี่ยวกับผลิตภัณฑ์รุ่นหนึ่งๆ (-S. crop, harvest, origin, year)
vintager (วิน' ทะเจอะ) *n.* ผู้ช่วยในการเก็บองุ่นเพื่อทำเหล้าองุ่น
vintage wine เหล้าองุ่นที่มีคุณภาพดี
vintage year ปีที่มีการกลั่นเหล้าองุ่นที่ได้ผลดี, ปีที่ประสบความสำเร็จอย่างดียิ่ง
vintner (วินท' เนอะ) *n.* ผู้ทำเหล้าองุ่น, ผู้ขายเหล้าองุ่น, พ่อค้าเหล้าองุ่น
viny (ไว' นี) *adj.* **-ier, -iest** เกี่ยวกับหรือคล้ายต้นองุ่น, เต็มไปด้วยต้นองุ่น, ซึ่งปลูกองุ่น
vinyl (ไว' เนิล) *n.* เรซินที่ได้จากกระบวนการ polymerization ของสารประกอบที่มีกลุ่มธาตุดังกล่าว ใช้ทำจานเสียง ตุ๊กตา และอื่นๆ **-vinylic** *adj.*
viol (ไว' เอิล) *n.* ซอโบราณ 6 สายชนิดหนึ่งในสมัยศตวรรษที่ 16-17
viola[1] (วีโอ' ละ) *n.* ซอ 4 สายประเภทไวโอลิน มีขนาดค่อนข้างใหญ่กว่าไวโอลิน **-violist** *n.*
viola[2] (ไวอะละ, ไวโอละ) *n.* ต้นไม้จำพวก *Viola*
violable (ไว' อะละเบิล) *adj.* ฝ่าฝืนได้, ละเมิดได้ **-violability, violableness** *n.* **-violably** *adv.*
viola da gamba (วีโอ' ละดะแกม' บะ) *n.* ซอชนิดหนึ่งที่ให้เสียงก้อง
violate (ไว' อะเลท) *vt.* **-lated, -lating** ฝ่าฝืน, ละเมิด, รบกวน, ทำลาย, ประทุษร้าย, ข่มขืน (โดยเฉพาะกระทำชำเรา), ทำให้เสื่อมเสีย **-violator** *n.* **-violative** *adj.* (-S. disobey, infract, transgress)
violation (ไวอะเล' ชัน) *n.* การฝ่าฝืน, การละเมิด, การรบกวน, การทำลาย, การประทุษร้าย, การข่มขืน, การกระทำชำเรา, การทำให้เสื่อมเสีย (-S. infringement) *-Ex. a violation of privacy, in violation of the stipulations*
violence (ไว' อะเลินซฺ) *n.* ความรุนแรง, ความดุเดือด, การใช้กำลัง, ความพลการ, การทำลาย, การล่วงละเมิด, การสบประมาท, การทำให้บาดเจ็บ (-S. brutality, cruelty, frenzy, passion) *-Ex. The storm struck with great violence., the violence of a storm, the violence of his rage, an act of violence, do violence to*
violent (ไว' อะเลินทฺ) *adj.* รุนแรง, ดุเดือด, ใช้กำลัง, พลการ, ทำลาย, ล่วงละเมิด, สบประมาท, ซึ่งทำให้

violet 956 **virus²**

บาดเจ็บ **-violently** *adv.* (-S. furious, raging, wild) *-Ex. a violent storm*

violet (ไว' อะลิท) *n.* สีม่วง, พืชไม้ดอกจำพวก *Viola* ที่มีสีม่วงน้ำเงิน, ดอกสีม่วง, ดอกไวโอเลต

violin (ไว' อะลิน) *n.* เครื่องไวโอลิน **-violinistic** *adj.* **-violinist** *n.*

violoncello (วีอะเลนเชล' โล) *n., pl.* **-los** เครื่องเชลโล **-violoncellist** *n.*

VIP ย่อจาก very important person บุคคลสำคัญ

viper (ไว' เพอะ) *n.* งูพิษในตระกูล Viperidae, งูพิษ, บุคคลที่มีจิตใจมุ่งร้ายหรืออาฆาตพยาบาท, ผู้ค้ายาเสพย์ติด (-S. traitor, villain)

viperish (ไว' เพอะริช) *adj.* มีพิษ, ชั่วร้าย, พยาบาท (-S. malicious)

viperous (ไว' เพอะเริส) *adj.* คล้ายพิษงู, มีพิษ, ชั่วร้าย, มุ่งร้าย, เกี่ยวกับงูพิษ **-viperously** *adv.*

virago (วะรา' โก, -เร'-, เวียร์' ระโก) *n., pl.* **-goes/-gos** หญิงดุร้าย, หญิงที่มีอารมณ์ร้าย, หญิงที่มีกำลังวังชาเหมือนชาย (-S. vixen)

viral (ไว' เริล) *adj.* เกี่ยวกับหรือเกิดจากเชื้อไวรัส **-virally** *adv.*

virgin (เวอ' จิน) *n.* หญิงพรหมจารี, บุคคลที่ยังไม่เคยร่วมเพศ, สัตว์ตัวเมียที่ไม่เคยร่วมเพศ, แมลงที่ยังไม่ถูกเพาะพันธุ์ *-adj.* เป็นหญิงพรหมจารี, เกี่ยวกับหญิงพรหมจารี, บริสุทธิ์, ไม่มีการเจือปน, ไม่เคยถูกใช้มาก่อน, ยังไม่เคยร่วมเพศ, ไม่มีมลทิน, ไม่มีราคี **-the Virgin Mary** มารดาของพระเยซูคริสต์ **-Virgin** กลุ่มดาว Virgo (-S. girl, vestal) *-Ex. the Blessed Virgin Mary, virgin forest, virgin soil*

virginal¹ (เวอร์' จะเนิล) *adj.* เกี่ยวกับหรือเหมาะกับหญิงพรหมจารี, บริสุทธิ์, ไม่เจือปน, ไม่เคยร่วมเพศ, ไม่มีราคี, ไม่มีมลทิน, ไม่ได้รับเชื้อ **-virginally** *adv.*

virginal² (เวอร์' จะเนิล) *n.* เครื่องดนตรีประเภทเปียโนรูปสี่เหลี่ยมผืนผ้าสมัยศตวรรษที่ 16-17

Virginia creeper พืชเถาวัลย์จำพวก *Parthenocissus quinquefolia* มีลูกไม้เป็นสีน้ำเงินดำ

Virgin Islands ชื่อหมู่เกาะนอกฝั่งด้านตะวันออกของ Puerto Rigo ประกอบด้วยหมู่เกาะของอเมริกาและอังกฤษ

virginity (เวอะจิน' นิที) *n., pl.* **-ties** ความเป็นหญิงพรหมจารี, ความบริสุทธิ์, ความไม่มีราคี, ความไม่มีมลทิน, ความไม่เคยร่วมเพศมาก่อน, ความไม่เคยถูกใช้มาก่อน, ความสด (-S. pureness)

Virgin Mary พระนางผู้เป็นพระมารดาของพระเยซูคริสต์

Virgin Queen พระนางเจ้าเอลิซาเบทที่ 1 ของอังกฤษ

Virgo (เวอร์' โก) *n.* ชื่อกลุ่มดาวที่อยู่ระหว่างกลุ่มดาว Leo และกลุ่มดาว Libra, ราศีกันย์, คนที่เกิดในราศีนี้

virgule (เวอร์' กิวล) *n.* ขีดสั้น (/) ระหว่างคำ, เส้นแบ่ง, เส้นเอียง

viridity (วะริด' ดิที) *n.* ความเขียว, ความสด, ความมีกำลังวังชา, การมีพลัง, ความกระฉับกระเฉง

virile (เวอร์' เริล, -ไรล) *adj.* เกี่ยวกับลักษณะของชาย, เกี่ยวกับลักษณะของเพศชาย, มีกำลังวังชาเช่นชาย, สามารถแพร่พันธุ์ได้, สามารถให้กำเนิดลูกได้ (-S. muscular, manly, vigorous)

virilism (เวอร์' ระลิซึม) *n.* การเกิดลักษณะเฉพาะของเพศชายในหญิง

virility (วะรีล' ลิที) *n.* ความมีลักษณะของเพศชาย, ความสามารถในการให้กำเนิดลูก, ความสามารถในการแพร่พันธุ์

virology (ไวรอล' ละจี) *n.* ไวรัสวิทยา, การศึกษาเกี่ยวกับไวรัสและโรคที่เกิดจากไวรัส **-virological, virologic** *adj.* **-virologist** *n.*

virtual (เวอร์' ชวล) *adj.* แก่นแท้, โดยแท้จริง, เกือบทั้งหมด **-virtuality** *n.* (-S. essential, implicit, indirect)

virtual reality (VR) สภาวะเหมือนจริง เป็นเทคโนโลยีคอมพิวเตอร์ที่สร้างภาพจำลองแบบหลายมิติให้กับผู้ใช้ ผู้ใช้จะเสมือนเข้าไปอยู่ในสภาวะแบบนั้นจริงๆ โดยมีเครื่องใช้ เช่น หมวก แว่นตา ถุงมือและเข็มขัดประกอบการเล่น (ส่วนใหญ่จะนำมาใช้กับการเล่นเกมคอมพิวเตอร์) VR ที่มีความสำคัญนั้นจะถูกนำไปใช้กับงานวิศวกรรมเพราะให้วิศวกรหรือนักออกแบบจำลองมุมมองของผลิตภัณฑ์ที่จะนำมาใช้งาน เช่น ในการออกแบบรถยนต์ คุณก็จะเสมือนอยู่ในรถยนต์นั้นจริงๆ เป็นต้น

virtue (เวอร์' ชู) *n.* คุณงามความดี, คุณความดี, ศีลธรรม, ความถูกต้อง, ความบริสุทธิ์, พรหมจรรย์, คุณสมบัติที่ดีหรือน่าสรรเสริญ, กำลังวังชาของชาย **-virtues** อันดับของฑูตสวรรค์ (-S. rectitude, merit, worth) *-Ex. Narong succeeded by virtue of hard work.*

virtuosity (เวอร์ชูออส' ซิที) *n., pl.* **-ties** ความสามารถพิเศษ, ฝีมือพิเศษ, ความสนใจหรือความชอบเกี่ยวกับศิลปกรรม

virtuoso (เวอร์ชูโอ' โซ) *n., pl.* **-sos/-si** ผู้มีความรู้หรือความสามารถพิเศษ (โดยเฉพาะที่เกี่ยวกับดนตรี), ผู้มีความสนใจเป็นพิเศษเกี่ยวกับศิลปกรรม *-adj.* เกี่ยวกับบุคคลดังกล่าว **-virtuosic** *adj.* (-S. artist, master, genius)

virtuous (เวอร์' ชูเอิส) *adj.* เกี่ยวกับหลักศีลธรรมและจริยธรรม, เที่ยงตรง, ถูกต้อง, บริสุทธิ์, สามารถทำให้เกิดผลได้ **-virtuously** *adv.* **-virtousness** *n.* (-S. blameless, good, honest)

virulent (เวอร์' รูเลินท) *adj.* มีพิษ, สามารถทำให้เกิดโรค, ทำให้ติดเชื้อได้สูง, ทำให้ตายได้, เกี่ยวกับสิ่งมีชีวิตที่ทำให้เกิดอาการทางคลินิกเฉพาะอย่างหรือทั่วไป **-virulence, virulency** *n.* **-virulently** *adv.* (-S. septic, vicious)

virus¹ (ไว' เริส) *n., pl.* **-ruses** เชื้อไวรัส, โรคที่เกิดจากไวรัส, พิษของสัตว์ที่มีพิษ (เช่น พิษงู) (-S. venom)

virus² (ไว' รัส) *n.* ไวรัสในทางคอมพิวเตอร์ หมายถึงชุดคำสั่งหรือโปรแกรมที่มีผู้เขียนขึ้นโดยมีเจตนาจะทำลายส่วนตัวเครื่อง (hardware) ส่วนชุดคำสั่ง (software) หรือบางทีก็เป็นข้อมูลทั้งหมด ไวรัสเหล่านี้จะติดต่อกันจากคอมพิวเตอร์เครื่องหนึ่งไปยังอีกเครื่องหนึ่ง หากมีการลอกเลียน (copy) โปรแกรมหรือข้อมูลจากกันหรือมีการใช้ข้อมูลร่วมกัน บางทีก็เป็นเพราะจานบันทึก

V

virus disease 957 **vital**

เดียวกัน ปัจจุบันมีการทำลายและหาวิธีป้องกันไวรัสบางชนิดแล้ว โดยอาศัยวิธีการเขียนเป็นชุดคำสั่งเข้าไปเช่นเดียวกัน

virus disease โรคที่เกิดจากไวรัส

Vis. ย่อจาก viscount ขุนนาง

visa (วี' ซะ) *n.* วีซ่า, เอกสารอนุมัติที่ประทับตราบนหนังสือเดินทาง (passport) สำหรับบุคคลประเทศหนึ่งไปยังหรือผ่านอีกประเทศหนึ่ง *-vt.* **-saed, -saing** ประทับตราดังกล่าว, ให้เอกสารดังกล่าว

visage (วิซ' ซิจ) *n.* ใบหน้า (โดยเฉพาะของมนุษย์หน้า), ลักษณะ, สิ่งที่ปรากฏให้เห็น (-S. aspect, countenance)

vis-à-vis (วีซะวี') *prep.* สัมพันธ์กัน, เปรียบเทียบกับ, เผชิญหน้ากับ, ต่อต้าน *-adv., adj.* เผชิญหน้า *-n.* ผู้ที่เผชิญหน้ากับผู้อื่น, ผู้ที่อยู่ตรงข้ามกัน, รถม้าที่มีที่นั่งที่หันเข้าหากัน (-S. opposite)

viscera (วิส' เซอะระ) *n. pl.* อวัยวะภายใน, อวัยวะในโพรงของร่างกาย (โดยเฉพาะในช่องท้อง), ลำไส้เล็ก, ไส้พุง (-S. entrails)

visceral (วิส' เซอะเริล) *adj.* เกี่ยวกับหรือมีผลต่ออวัยวะภายใน, เป็นสัญชาตญาณ **-viscerally** *adv.*

viscid (วิส' ซิด) *adj.* เหนียว, หนืด **-viscidly** *adv.* **-viscidity, viscidness** *n.* (-S. viscous)

viscose (วิส' โคส) *n.* สารละลายเหนียวที่ได้จากการใส่เซลลูโลสกับโซเดียมไฮดรอกไซด์กับคาร์บอนไบซัลไฟด์ ใช้ผลิตใยสังเคราะห์เรยอน และผลิตเซลโลเฟน, ใยสังเคราะห์เรยอน *-adj.* เกี่ยวกับหรือทำด้วยสารละลายดังกล่าว, เหนียว, หนืด, เข้มข้น

viscosity (วิสคอส' ซิที) *n., pl.* **-ties** ความเหนียว, ความหนืด, หน่วยวัดความหนืด

viscount (ไว' เคานฺท) *n.* ขุนนางที่มีอันดับต่ำกว่าท่านเอิร์ล (earl) แต่สูงกว่าท่านบารอน (baron), รองท่านเอิร์ล (earl), รองท่านเคานต์ (count) **-viscountcy, viscountship** *n.*

viscountess (ไว' เคาทิส) *n.* ภรรยาหรือแม่ม่ายของท่าน viscount, หญิงที่มีตำแหน่งเทียบเท่ากับของท่าน viscount

viscous (วิส' เคิส) *adj.* เหนียว, หนืด, ทำให้ติดแน่น **-viscously** *adv.* **-viscousness** *n.* (-S. viscose)

vise, vice (ไวส) *n.* คีมจับ, ที่จับ, ที่หนีบ, เครื่องหนีบ *-vt.* **vised, vising** จับให้แน่น, ยึดให้แน่น

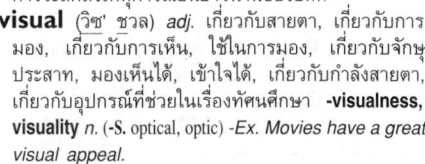

vise

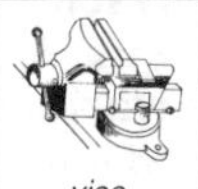

Vishnu (วิช นู) *n.* (ศาสนาฮินดู) พระวิษณุหรือพระนารายณ์

visibility (วิซะบิล' ลิที) *n., pl.* **-ties** ความสามารถที่จะมองเห็นได้, ทัศนวิสัย, ความชัดเจน (อากาศ) (-S. perceptibility, observability, evidence) *-Ex. The visibility in this tower is forty miles on a clear day.*

visible (วิซ' ซะเบิล) *adj.* เห็นได้, มองเห็นได้, แน่ชัด, ชัดเจน, ชัดแจ้ง, เกี่ยวกับระบบเก็บข้อมูลที่สามารถเห็นได้ชัดทันที **-visibly** *adv.* **-visibleness** *n.* (-S. manifest, clear, obvious)

vision (วิช' ชัน) *n.* สายตา, ความสามารถในการเห็นภาพ, อำนาจในการคาดคะเน, การคาดคะเน, ภาพ, ทรรศนะ, จินตนาการ, ความรู้สึกลวงตา, นิมิต, สิ่งที่มองเห็น, ภาพบุคคลหรืออื่นๆ ที่มีความสวยงามมาก *-vt.* **-sioned, -sioning** มองเห็น, เห็น, จินตนาการ **-visional** *adj.* **-visionally** *adv.* (-S. eyes, sight, concept, dream) *-Ex. The girls vision is poor.*

visionary (วิช' ชะเนอรี) *adj.* เพ้อฝัน, จินตนาการ, เกี่ยวกับการเห็นภาพ, ไม่แท้จริง, เป็นการคาดคิด, เป็นการคาดคะเน *-n.* ผู้เห็นภาพที่เพ้อฝัน (-S. idealistic, romantic) *-Ex. Samai was a poet and a visionary.*

visit (วิซ' ซิท) *v.* **-ited, -iting** *-vt.* เยี่ยม, เยียน, ไปและพัก, อยู่เป็นแขก, ออกตรวจ, มีผลกระทบ *-vi.* เยี่ยมเยียน, ทำโทษ *-n.* การเยี่ยม, การเยียน, การไปและพัก, การอยู่เป็นแขก, การออกตรวจ **-visitable** *adj.* (-S. inspect, assail, befall)

visitant (วิซ' ซิเทินทฺ) *n.* ผู้เยี่ยม, นกต่างถิ่น

visitation (วิซซิทเท' ชัน) *n.* การเยี่ยม, การเยียน, การออกตรวจ, การสำรวจ, การให้ความช่วยเหลือหรือการเกิดภัยพิบัติของโรค, การปรากฏตัวของภูตผีปีศาจ **-Visitation** การที่พระมารดาของพระเยซูคริสต์ (Virgin Mary) เข้าเยี่ยมลูกพี่ลูกน้องที่ชื่อเอลิซาเบธ (ตามพระคัมภีร์ไบเบิล), การฉลองการเยี่ยมดังกล่าวของพระองค์ในวันที่ 2 กรกฎาคม (คริสต์ศาสนานิกายโรมันคาทอลิก) **-visitational** *adj.* (-S. visit, bane, ordeal, trial)

visitator (วิซ' ซิเท' เทอะ) *n.* เจ้าหน้าที่ตรวจการ (ของคริสต์ศาสนานิกายโรมันคาทอลิก), การตรวจค้น (-S. caller, company, guest)

visitor (วิซ' ซิทเทอะ) *n.* ผู้เยี่ยมเยียน, แขก

visitor centre ศูนย์ข่าวสารสำหรับนักท่องเที่ยว

visor, vizor (ไว' เซอะ) *n.* เกราะหน้า, กะบังหมวก, แผ่นบังแสงอาทิตย์หน้าที่นั่งรถยนต์, แผ่นกันแดด, แว่นตากันแดด *-vt.* **-sored, -soring/-zoed, -zoring** ปิดบังด้วยอุปกรณ์ดังกล่าว, ปิดบัง

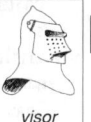

visor

vista (วิส' ทะ) *n.* ทิวทัศน์, ทัศนียภาพ, การระลึกถึงเหตุการณ์อันยาวนานของอดีต

visual (วิซ' ชวล) *adj.* เกี่ยวกับสายตา, เกี่ยวกับการมอง, เกี่ยวกับการเห็น, ใช้ในการมอง, เกี่ยวกับจักษุประสาท, มองเห็นได้, เข้าใจได้, เกี่ยวกับกำลังสายตา, เกี่ยวกับอุปกรณ์ที่ช่วยในเรื่องทัศนศึกษา **-visualness, visuality** *n.* (-S. optical, optic) *-Ex. Movies have a great visual appeal.*

visualize (วิซ' ชวลไลซ) *-vt., vi.* **-ized, -izing** ทำให้มองเห็น, ทำให้มองเห็นภาพพจน์, นึกภาพ, จินตนาการ **-visualization** *n.* **-visualizer** *n.* (-S. imagine, picture) *-Ex. It is great to visualize something that one has never seen.*

visually (วิซ' ชวลลี) *adj.* โดยสายตา, โดยทัศนวิสัย, โดยการมอง, โดยการเห็น, ตามที่ปรากฏแก่สายตา (-S. noticeably, apparently)

vita (ไว' ทะ, วี' ทะ) *n., pl.* **vitae** ชีวประวัติโดยสังเขป

vital (ไว' เทิล) *adj.* เกี่ยวกับชีวิต, จำเป็นสำหรับชีวิต, กระฉับกระเฉง, มีพลังงาน, มีชีวิตชีวา, มีกำลัง, จำเป็น, สำคัญ, ขาดเสียมิได้, ทำลายชีวิต, ทำให้ตายได้, เกี่ยวกับ

V

vitality 958 **vivify**

ความเป็นความตาย (-S. lively, basic, essential) **-vitally** *adv.* **-vitalness** *n. -Ex. Food is vital to life., vital functions, a vital force, a vital wornd, to strike a vital blow, to keep vital statistics, vital energy*
vitality (ไวแทล' ลิที) *n., pl.* **-ties** กำลังกาย, กำลังวังชา, กำลังจิต, ความสามารถในการอยู่รอด, พลังชีวิต, พลังที่ทำให้สิ่งมีชีวิตดำเนินอยู่ได้ (-S. animation, energy, sparkle)
vitalize (ไว' เทิลไลซ) *vt.* **-ized, -izing** ให้ชีวิตแก่, ทำให้มีชีวิต, ให้พลัง,ให้กำลัง, ทำให้มีชีวิตชีวา **-vitalization** *n.* **-vitalizer** *n.*
vitals (ไว' เทิลซ) *n. pl.* อวัยวะสำคัญของร่างกาย เช่น สมอง หัวใจ ตับ ปอดและกระเพาะอาหาร
vital statistics สถิติที่เกี่ยวกับชีวิตมนุษย์หรือสภาวะที่มีบทบาทสำคัญต่อชีวิตมนุษย์ เช่น การเกิด การตาย การสมรส, สถิติประชากร
vitamin (ไว' ทะมิน) *n.* วิตามิน, ธาตุอาหารที่จำเป็นต่อร่างกาย
vitamin A พบในผักสีเขียวและเหลือง น้ำมันตับปลา นมและไข่แดงเป็นต้น เป็นส่วนสำคัญในการเจริญเติบโตของเนื้อเยื่อและการป้องกันเนื้อเยื่อบุผิว ป้องกันโรคตาฟาง (ตาบอดกลางคืน)
vitamin B_1 thiamine ($C_{12}H_{17}ClN_4OS$) จำเป็นในการเผาผลาญสารคาร์โบไฮเดรต มีในตับ นม ไข่ และผลไม้ ถ้าขาดจะทำให้เป็นโรคเหน็บชาและโรคเกี่ยวกับประสาท
vitamin B_2 riboflavin ($C_{17}H_{20}N_4O_6$) เป็นส่วนหนึ่งในเอนไซม์ต่างๆ ที่เกี่ยวกับการหายใจในเซลล์ ส่งเสริมการเจริญเติบโตของเด็กและผิวหนัง ละลายในน้ำได้
vitamin B_6 pyridoxine ($C_8H_{11}NO_3$) มีความสำคัญต่อการใช้ unsaturated fatty acid ของสิ่งมีชีวิตหลายชนิด
vitamin B_{12} cyanocobalamin ($C_{63}H_{90}N_{14}PCo$) ละลายน้ำได้ พบในตับ ไข่ ปลา เป็นต้น ใช้รักษาโรคโลหิตจางอย่างแรง และส่งเสริมให้ปศุสัตว์โตเร็ว
vitamin B complex กลุ่มวิตามินกลุ่มหนึ่งที่ประกอบด้วยวิตามิน B_1 วิตามิน B_2 วิตามิน B_6 วิตามิน B_{12}
vitamin C ascorbic acid ($C_6H_8O_6$) มีในผักและผลไม้ ถ้าขาดร่างกายจะเป็นโรคลักปิดลักเปิด
vitamin D วิตามิน D_1 วิตามิน D_2 วิตามิน D_3 พบในนมและน้ำมันตับปลา หรือได้จากการฉายรังสีอัลตราไวโอเลตไปที่ provitamin D
vitamin D_1 ส่วนผสมของ sterol และ calciferol
vitamin D_2 ดู calciferol
vitamin D_3 วิตามิน D ที่มีตามธรรมชาติ พบในน้ำมันตับปลา มีโครงสร้างโมเลกุลแตกต่างจากวิตามิน D_2 เล็กน้อย (-S. cholecalciferol)
vitamin E ของเหลวข้นเหนียวที่พบได้ในน้ำมันข้าวสาลี ช่วยส่งเสริมความสามารถในการให้กำเนิดลูกได้ ป้องกันการแท้ง
vitamin G ดู riboflavin
vitamin H ดู biotin
vitamin K_1 วิตามินชนิดหนึ่งที่พบในผัก ข้าว ตับหมู และอื่นๆ ช่วยทำให้โลหิตแข็งตัว
vitamin K_2 มีคุณสมบัติเหมือนวิตามิน K_1
vitamin P ช่วยทำให้ผนังเซลล์และผนังเส้นโลหิตแข็งแรง
vitiate (วิช' ชีเอท) *vt.* **-ated, -ating** ทำให้เสื่อม, ทำให้เสีย, ทำให้สกปรก, ทำให้เสื่อมค่า, ทำให้เลว, ทำให้โมฆะ **-vitiator** *n.* **-vitiation** *n.* **-vitiable** *adj.* (-S. impair, corrupt)
viticulture (วิท' ทะคัลเชอะ) *n.* การปลูกองุ่น, การเพาะเลี้ยงองุ่น **-viticultural** *adj.* **-viticulturist** *n.*
vitreous (วิ' เทรียส) *adj.* เกี่ยวกับหรือคล้ายแก้ว, สามารถกลายเป็นแก้ว **-vitreousness, vitreosity** *n.*
vitreous humor ก้อนใสคล้ายวุ้นในโพรงลูกตาอยู่ระหว่างเรตินาและเลนส์ตา
vitrify (วิท' ระไฟ) *vt., vi.* **-fied, -fying** เปลี่ยนให้เป็นแก้ว, ทำให้เป็นแก้ว, กลายเป็นแก้ว **-vitrification** *n.*
vitriol (วิ' ทรีเอิล) *n.* เกลือโลหะซัลเฟตที่มีลักษณะคล้ายแก้ว เช่น เกลือ copper sulfate, กรดกำมะถัน, สิ่งที่มีฤทธิ์กัดกร่อนสูง, สิ่งที่รุนแรง, คำพูดที่เผ็ดร้อนหรือเจ็บแสบมาก, คำพูดเสียดสี
vitriolic (วีทริออล' ลิค) *adj.* เกี่ยวกับหรือเกิดจากหรือคล้าย vitriol, กัดกร่อนมาก, แสบไส้, เผ็ดร้อน (-S. acid, caustic, scathing)
vituperate (ไวทู' พะเรท) *vt., vi.* **-ated, -ating** จับผิด, ด่าว่า, ประณาม, กล่าวร้าย, ใช้ผรุสวาท **-vituperator** *n.* (-S. berate, revile, abuse)
vituperation (ไวทูพะเร' ชัน) *n.* การจับผิด, การด่าว่า, การประณาม, การกล่าวร้าย, การใช้ผรุสวาท (-S. fault-finding, condemnation)
vituperative (ไวทู' พะระ' ทิฟว) *adj.* จับผิด, ด่าว่า, ประณาม, กล่าวร้าย, ใช้ผรุสวาท **-vituperatively** *adv.* **-vituperativeness** *n.*
viva (วี' วะ, วี' วา) *interj.* ขอให้มีอายุยืนนาน *-n.* การตะโกนร้องขอให้มีอายุยืนนาน
vivace (วีวา' เช) *adj., adv.* คล่องแคล่ว, มีชีวิตชีวา, รวดเร็ว, ปราดเปรียว (-S. lively, vital)
vivacious (วิเว' เชิส) *adj.* มีชีวิตชีวา, ร่าเริง, คล่องแคล่ว, สนุกสนาน, มีชีวิตยืนนาน **-vivaciously** *adv.* **-vivaciousness** *n.* (-S. cheerful, jolly, merry)
vivacity (วิแวส' ซิที) *n.* ความมีชีวิตชีวา, ความร่าเริง, ความคล่องแคล่ว, ความสนุกสนาน
vivarium (ไวแว' เรียม) *n., pl.* **-iums/-ia** สวนสัตว์หรือสวนที่พยายามจัดให้มีสิ่งแวดล้อมเหมือนธรรมชาติแวดล้อมของสัตว์หรือพืชนั้นๆ
viva voce (ไววะ โว' ซี) *adv., adj.* โดยวาจา, การสอบสัมภาษณ์ (โดยเฉพาะในมหาวิทยาลัยอังกฤษ) (-S. oral)
vive (วิฟว) *interj.* (ภาษาฝรั่งเศส) ขอให้มีชีวิตยืนนาน
vivid (วิฟ' วิด) *adj.* **-er, -est** สว่างจ้า, สีจ้า, สีแจ๊ด, มีชีวิตชีวา, เต็มไปด้วยชีวิต, เต็มไปด้วยพลังชีวิต, ร่าเริง, สดใส, เห็นจริงเห็นจัง, ชัดแจ้ง, ชัดเจน **-vividly** *adv.* **-vividness** *n.* (-S. bright, clear, lifelike) *-Ex. a vivid blue, a vivid description of, a vivid imagination*
vivify (วิฟ' วะไฟ) *vt.* **-fied, -fying** ให้ชีวิตแก่, ทำให้

V

viviparous 959 volatilize

มีชีวิตชีวา, ทำให้คล่องแคล่ว **-vivifier** *n.* **-vivification** *n.* (-S. animate, enliven)
viviparous (ไววิพ' เพอะเริส) *adj.* (สัตว์) ออกลูกเป็นตัว, (พืช) ให้เมล็ดที่เจริญเติบโตเป็นต้น **-viviparously** *adv.* **-viviparity** *n.*
vivisect (วิฟ' วิเซคทฺ) *vt., vi.* **-sected, -secting** ผ่าตัดสัตว์มีชีวิตเพื่อการศึกษา, ชำแหละ, กระทำศัลยกรรม **-vivisector** *n.*
vivisection (วิฟวิเซค' ชัน) *n.* การผ่าตัด (ร่างของสัตว์), การชำแหละ, ศัลยกรรม, การผ่าตัดสัตว์มีชีวิตเพื่อการศึกษา **-vivisectionist** *n.* **-vivisectional** *adj.* **-vivisectionally** *adv.*
vixen (วิค' เซิน) *n.* สุนัขจิ้งจอกตัวเมีย, หญิงขี้โมโห, หญิงที่ชอบทะเลาะวิวาท **-vixenish** *adj.* **-vixenishness** *n.* (-S. termagant)
viz. ย่อจาก videlicet กล่าวคือ
vizier (วิเซียร์', วิซ' เซียร์) *n.* ขุนนางผู้ใหญ่ในประเทศมุสลิม (โดยเฉพาะที่เป็นรัฐมนตรี) **-vizierate** *n.* **-vizierial** *adj.*
V-J Day วันที่ 15 สิงหาคม ค.ศ. 1945 เป็นวันที่ญี่ปุ่นยอมแพ้สงครามโลกครั้งที่ 2 โดยไม่มีเงื่อนไข
vocable (โว' คะเบิล) *n.* คำ, ศัพท์, ชื่อ, คำรวมเสียง *-adj.* ที่ออกเสียงได้, ที่พูดได้
vocabulary (โวแคบ' บิวเลอะรี) *n., pl.* **-ies** กลุ่มคำ, กลุ่มคำศัพท์, รายการคำศัพท์, ประมวลคำศัพท์, คำศัพท์, กลุ่มรูปแบบผลงานที่เป็นลักษณะของศิลปินหรือศิลปะหรือสถาปัตยกรรม (-S. glossary, lexicon) *-Ex. Somchai had a very limited vocabulary.*
vocal (โว' เคิล) *adj.* เกี่ยวกับเสียงเปล่ง, เกี่ยวกับเสียงพูด, เกี่ยวกับเสียงร้อง, แสดงด้วยวาจา *-n.* เสียงดังกล่าว, เสียงร้อง **-vocally** *adv.* **-vocalness** *n.* (-S. articulate, oral, said, uttered) *-Ex. a vocal protest, Tongue, lips, and vocal cords are some of the vocal organs., vocal music, a vocal critic, a vocal person*
vocal cords เส้นเสียงที่ยื่นเข้าไปในโพรงกล่องเสียงทำให้เกิดเสียงพูดเสียงร้องได้
vocalic (โวแคล' ลิค) *adj.* เกี่ยวกับหรือคล้ายเสียงสระ, ประกอบด้วยเสียงสระ **-vocalically** *adv.*
vocalize (โว' คะไลซฺ) *vt.* **-ized, -izing** เปล่งเสียง, เอ่ย, พูด, ออกเสียง, ร้องเสียง, ทำให้มีเสียง, เปลี่ยนเป็นเสียงสระ, กลายเป็นเสียงสระ **-vocalization** *n.* **-vocalizer** *n.*
vocation (โวเค' ชัน) *n.* อาชีพ, อาชีวะ, ความต้องการอย่างมากหรือความโน้มเอียงในการประกอบอาชีพหนึ่ง, หน้าที่ของบุคคลหนึ่งที่ได้มอบหมายจากพระเจ้า **-vocational** *adj.* (-S. employment, trade, job) *-Ex. A mechanic's vocation is working with machines.*
vocative (วอค' คะทิฟวฺ) *adj.* เกี่ยวกับการกที่เป็นนามในการเรียกขาน *-n.* การกที่เป็นนามเรียกขาน **-vocatively** *adv.*
vociferant (โวซิฟ' เฟอะเรินทฺ) *adj.* เสียงดัง, เสียงหนวกหู, เสียงเอะอะโวยวาย
vociferate (โวซิฟ' เฟอะเรท) *vt., vi.* **-ated, -ating** ส่งเสียงร้องดังหรือหนวกหู, ตะโกนร้อง, ส่งเสียงเอะอะโวยวาย **-vociferator** *n.* **-vociferation** *n.*
vociferous (โวซิฟ' เฟอะเริส) *adj.* ซึ่งร้องหนวกหู, ซึ่งร้องดัง, ตะโกนร้อง, เสียงดังเอะอะโวยวาย **-vociferously** *adv.* **-vociferousness** *n.* (-S. noisy, clamant, loud, shouting) *-Ex. a vociferous audience*
vodka (วอด' คะ) *n.* เหล้ารัสเซียมีสีเขียว
vogue (โวก) *n.* สมัย, สมัยนิยม, ความนิยม, แฟชั่น, ยุค, สิ่งที่เป็นแฟชั่น, สิ่งที่เป็นสมัยนิยม **-voguishly** *adv.* **-voguishness** *n.* **-voguish** *adj.* *-Ex. to come into (go out of) vogue*
voice (วอยซฺ) *n.* เสียงร้อง, เสียงร้องของคน, เสียงพูด, เสียงเปล่ง, ความสามารถในการพูดหรือร้อง, สิทธิในการแสดงความคิดเห็น, ความต้องการ, ความปรารถนา, ความคิดเห็น, สิทธิในการออกเสียง, ปากเสียง, โฆษก, วาจกในไวยากรณ์, นักร้อง, ส่วนที่ขับร้องของบทดนตรี, ความสามารถในการขับร้อง, ข่าวลือ *-vt.* **voiced, voicing** ออกเสียง, ออกความคิดเห็น, ประกาศ, เปล่งเสียง (-S. sound, tone, vote, organ, vehicle) *-Ex. The boy's voice was loud and clear., lose one's voice, a voice in the wilderness, lift up one's voice, with one voice*
voice box กล่องเสียง (ที่ลำคอมนุษย์)
voiced (วอยซฺทฺ) *adj.* มีเสียงเฉพาะ, ออกเสียง, เปล่งเสียง, แสดงข้อคิดเห็น, เสียงก้อง **-voicedness** *n.*
voiceful (วอยซฺ' ฟูล) *adj.* มีเสียงร้อง, มีเสียงพูด, เสียงก้อง **-voicefulness** *n.*
voiceless (วอยซฺ' ลิส) *adj.* ไร้เสียง, ใบ้, ไม่พูด, ไม่ออกเสียง, ไม่มีถ้อยคำ, มีเสียงที่ไม่ใช่เสียงร้อง **-voicelessly** *adv.* **-voicelessness** *n.*
void (วอยดฺ) *adj.* โมฆะ, ไม่มีผลทางกฎหมาย, ไม่มีประโยชน์, ไม่ได้ผล, ขาดแคลน, ว่างเปล่า, ว่าง *-n.* ช่องว่าง, ที่ว่าง, ตำแหน่งว่าง *-vt.* ทำให้ไม่ได้ผล, ทำให้ว่างเปล่า, เพิกถอน, ทำให้ว่าง, ถ่าย, ระบาย, จากไป **-voider** *n.* (-S. empty, invalid, dead) *-Ex. to fill a void, void hours, a void test, His death left a void in our hearts., to void a contract*
voidable (วอย' ดะเบิล) *adj.* ทำให้โมฆะได้, ทำให้ไม่ได้ผล, เพิกถอนได้, ทำให้เป็นโมฆียะได้, ลบล้างได้, บอกเลิกได้ **-voidableness** *n.*
voidance (วอย' เดินซฺ) *n.* การทำให้เป็นโมฆะ, การทำให้ไม่ได้ผล, การเพิกถอน, การถ่ายออก, การว่าง (-S. annulment, cancellation, abolishment)
voided (วอย' ดิด) *adj.* โมฆะ, ไม่ได้ผล, ถูกเพิกถอน, ถูกยกเลิก, ถูกบอกเลิก
voile (วอยล) *n.* สิ่งทอที่เป็นผ้าป่านทำจากขนสัตว์ ไหมใยสังเคราะห์และผ้าฝ้าย ใช้ตัดเสื้อผ้าและทำผ้าม่าน
volant (โว' เลินทฺ) *adj.* เคลื่อนที่ได้คล่องแคล่วว่องไว
volatile (วอล' ละไทล) *adj.* ระเหยเป็นไอได้รวดเร็ว, ปะทุง่าย, ระเบิดง่าย, เปลี่ยนแปลงได้ง่าย, ชั่วคราว, ขึ้นๆ ลงๆ, บินได้ **-volatileness, volatility** *n.* (-S. airy, explosive, lively, gay) *-Ex. Gasoline is a volatile solvent., a volatile disposition*
volatilize (วอล' ละเทิลไลซฺ) *vi., vt.* **-ized, izing**

V

ระเหยเป็นไอ, กลายเป็นไอ **-volatilization** *n.* **-volatilizer** *n.* **-volatilizable** *adj.*

volcanic (วอลแคน' นิค) *adj.* เกี่ยวกับภูเขาไฟ, ปล่อยออกจากหรือเกิดจากภูเขาไฟ, มีภูเขาไฟ, มีพลังในการระเบิดอย่างรุนแรง **-volcanically** *adv.* *-Ex. high volcanic peaks, a man of volcanic energy*

volcano (วอลเค' โน) *n., pl.* **-noes/-nos** ภูเขาไฟ, บุคคลที่เดือดดาลง่าย

vole[1] (โวล) *n.* สัตว์ตัวคล้ายหนู จำพวก *Microtus* มีขาสั้นและหางสั้น, หนูท้องนา (-S. mouse)

vole[2] (โวล) *n.* (แต้มไพ่) การชนะรวดโดยคนๆ เดียว

Volga (วอล' กะ) ชื่อแม่น้ำที่ไหลผ่านด้านตะวันตกของโซเวียต (อดีต) ลงสู่ทะเลแคสเปียน

volition (วะลิช' ชัน) *n.* ความตั้งใจ, ความปรารถนา, การเลือกหรือการตัดสินใจด้วยตัวเอง, กำลังใจ, ความเห็นใจ **-volitional** *adj.* **-volitionally** *adv.* (-S. will, willpower)

volitive (วอล' ลิทิฟว) *adj.* เกี่ยวกับความตั้งใจ, เกี่ยวกับความเต็มใจ, เกี่ยวกับกำลังใจ

volley (วอล' ลี) *n., pl.* **-leys** การระดมยิง, การยิงพร้อมกัน, การยิงเป็นตับ, ลูกกระสุนหรือขีปนาวุธที่ถูกยิงออกพร้อมกัน, การปะทุออกเป็นชุด, การบังเกิดขึ้นของหลายสิ่งหลายอย่างในขณะเดียวกันหรือต่อเนื่องกันอย่างรวดเร็ว, การลอยขึ้นของลูกเทนนิสก่อนกระทบพื้น, การเตะลูกฟุตบอลก่อนที่มันจะกระทบพื้นดิน การตีลูกเทนนิสก่อนที่จะกระทบพื้นดิน *-vt., vi.* **-leyed, -leying** ระดมยิงเป็นชุด, ตีลูก (เทนนิส) ก่อนที่จะแตะพื้น, เตะลูก(ฟุตบอล)ก่อนที่จะแตะพื้น **-volleyer** *n.* (-S. barrage, hail, salvo) *-Ex. a volley of arrows, a volley in salute, a volley of laughter, a volley of questions*

V

volleyball (วอล' ลีบอล) *n.* กีฬาวอลเลย์บอล

volplane (วอล' เพลน) *vi.* **-planed, -planing** บินร่อน, ร่อน

volt[1] (โวลทฺ) *n.* โวลต์, หน่วยแรงดันไฟฟ้าที่มีค่าเป็นเมตร-กิโลกรัม-วินาที, มีค่าเท่ากับแรงดันไฟฟ้าหรือความแตกต่างศักดาที่ทำให้กระแสหนึ่งแอมแปร์ไหลผ่านตัวนำที่มีความต้านทานหนึ่งโอห์ม; V; v

volt[2] (โวลทฺ) *n.* ท่าการเต้นของม้ารอบจุดกลางโดยหันด้านข้างเดินคล้ายเข็มนาฬิกา, การเดินวน, ผู้เดินวน, การหลบหลีก

voltage (โวล' ทิจ) *n.* แรงดันไฟฟ้าหรือความแตกต่างศักย์ที่มีหน่วยเป็นโวลต์

voltaic (วอลเท' อิค) *adj.* เกี่ยวกับไฟฟ้าหรือกระแสไฟฟ้า (โดยเฉพาะที่เกิดจากปฏิกิริยาเคมี)

voltaic battery แบตเตอรี่ไฟฟ้าที่ประกอบด้วยเซลล์ไฟฟ้าหลายตัวต่อเนื่องกัน (-S. galvanic battery)

voltaic cell เซลล์ที่ทำด้วยขั้วไฟฟ้าสองขั้วที่ประกอบด้วยโลหะต่างชนิดกัน เมื่อจุ่มลงในสารละลายจะทำให้เกิดปฏิกิริยาเคมีที่ทำให้เกิดแรงดันไฟฟ้า

voltameter (วอลแทม' มีเทอะ) *n.* เครื่องมือวัดความต่างศักย์ระหว่าง 2 จุด

voluble (วอล' ลิวเบิล) *adj.* พูดจาคล่องแคล่ว, พูดมาก **-volubly** *adv.* **-volubility** *n.* (-S. glib) *-Ex. Some people are voluble without saying anything.*

volume (วอล' ลิม) *n.* ปริมาตร, จำนวนมาก, ปริมาณ, ทั้งหมด, เล่ม, ฉบับ, ระดับเสียง, ชุดแผ่นเสียง, ความดังของเสียง, เล่มหนังสือโบราณ (ทำด้วยกระดาษหญ้า) (-S. tome, book) *-Ex. This bookcase holds many volumes., What is the volume of this sound?, a great volume of water, volume control*

volume business ธุรกิจการค้าที่มีปริมาณสินค้ามาก

volumed (วอล' ลิมด) *adj.* ประกอบด้วยจำนวนเล่มหรือฉบับ, จำนวนมาก, มาก, เป็นกลุ่มกลมหรือกลุ่มม้วน

volumetric (วอลลิวมี' ทริค) *adj.* เกี่ยวกับการวัดปริมาตร **-volumetrically** *adv.*

voluminous (วะลิว' มะเนิส) *adj.* มากมาย, มโหฬาร, ใหญ่โต, เล่นตัว, เรื่องยาว, พูดเสียยืดยาว, พันหลายรอบ **-voluminously** *adv.* **-voluminousness, voluminosity** *n.* (-S. prolific, abundant, lavish -A. deficient) *-Ex. Samai took voluminous notes for his essay., a voluminous history, a voluminous author*

voluntary (วอล' เลินเทอรี) *adj.* สมัครใจ, ตั้งใจ, จงใจ, โดยเจตนา, โดยอาสาสมัคร, อิสระ, มีอิสระในการเลือก, เกิดขึ้นเอง, โดยธรรมชาติ *-n., pl.* **-ies** กิจกรรมอาสาสมัคร, ดนตรีโหมโรง **-voluntarily** *adv.* **-voluntariness** *n.* (-S. optional, free, unforced) *-Ex. a voluntary confession, voluntary act*

voluntarism (วอล' เลินเทอะริซึม) *n.* ระบบการบริจาคสนับสนุนโรงเรียนโบสถ์และหน่วยงานอื่นเป็นอิสระจากมลรัฐ **-voluntaryist** *n.* (-S. voluntarism)

volunteer (วอล' เลินเทียร์) *n.* อาสาสมัคร, ผู้สมัคร, ผู้กระทำโดยใจสมัคร, ทหารอาสาสมัคร, ผู้กระทำโดยเจตนา, พืชตามธรรมชาติ *-adj.* อาสาสมัคร, ใจสมัคร, เกิดขึ้นเอง, (พืช) เกิดขึ้นเองตามธรรมชาติ *-vt., vi.* **-teered, -teering** อาสาสมัคร, บริจาค, บอกโดยใจสมัคร (-S. offer) *-Ex. The man volunteered to help put out the fire., Men volunteer to serve in the army and navy., The fire brigade is made up of volunteers.*

voluptuary (วะลัพ' ชูเออรี) *n., pl.* **-ies** ผู้มัวเมาในกามกิเลส และความหรูหรา (-S. sensualist)

voluptuous (วะลัพ' ชูเอิส) *adj.* มัวเมาในกามกิเลสและความหรูหรา, มัวโลกีย์, ยั่วยวนกามกิเลส **-voluptuously** *adv.* **-voluptuousness** *n.* (-S. sensuous)

volute (วะลิวทฺ') *n.* รูปม้วนขด, รูปก้นหอย, รูปคลื่น, รูปวงหอยสังข์ **-voluted** *adj.* **-volution** *n.* (-S. spiral, scroll)

vomit (วอม' มิท) *vi., vt.* **-ited, -iting** อาเจียน, สำรอก, อ้วก, พ่น *-n.* การอาเจียน, การสำรอก, การอ้วก, การพ่นออกมา, สิ่งที่อาเจียนออกมา, สิ่งที่พ่นออกมา **-vomitive** *n.* **-vomiter** *n.* (-S. disgorge, retch, emit) *-Ex. The guns vomited fire., Narong vomited abuse., The volcano vomited lava.*

von (วอน, ฟอน) *prep.* จาก, ของ, มาจาก, ที่, ใช้เป็นคำนำหน้าสกุลขุนนางในเยอรมันและออสเตรีย

voodoo (วู' ดู) *n., pl.* **-doos** พิธีศาสนาและเวท-

voodooism 961 vulnerable

มนตร์ของชาวนิโกรในแถบแคริบเบียนโดยเฉพาะประเทศเฮติ, ผู้ประกอบพิธีศาสนาดังกล่าว, เครื่องรางประกอบพิธีดังกล่าว, เวทมนตร์คาถา *-vt.* **-dooed, -dooing** ประกอบพิธีศาสนาดังกล่าว, ใช้เวทมนตร์คาถาให้หลง **-voodoo** *adj.* (-S. vodun, vodoun)

voodooism (วู' ดูอิซึม) *n.* การประกอบพิธีศาสนาและการใช้เวทมนตร์คาถาของชาวนิโกรในแถบแคริบเบียนและหมู่เกาะอินเดียตะวันตก, การใช้เวทมนตร์คาถา **-voodooist** *n.* **-voodooistic** *adj.*

voracious (วอเร' เชิส, วะเร' เชิส) *adj.* ตะกละ, จะกละ, ต้องการกินอาหารมาก, ละโมบ, โลภ, ไม่รู้จักพอ, ไม่รู้จักอิ่ม, หิวกระหาย **-voraciously** *adv.* **-voracity, voraciousness** *n.* (-S. hungry, greedy, ravenous) *-Ex. a voracious animal, a voracious appetite, a voracious reader*

-vorous คำปัจจัย มีความหมายว่า กิน

vortex (วอร์' เทคซฺ) *n., pl.* **-texes/-tices** กระแสน้ำวน, น้ำวน, กระแสวน, ลมวน, ไฟวน, ความจลาจล, ความโกลาหล, ความวนเวียน, ความดึงดูดใจที่ไม่อาจต้านได้ (-S. whirlwind) *-Ex. the vortex of war*

vortical (วอร์' ทิเคิล) *adj.* เกี่ยวกับหรือคล้ายกระแสวน, วน, หมุนวน, วนเวียน, หมุนรอบ **-vortically** *adv.*

votary (โว' ทะรี) *n., pl.* **-ries** ผู้อุทิศตัว, ศาสนิกชน, ผู้ให้คำปฏิญาณ (-S. student, devotee, admirer)

vote (โวทฺ) *n.* การออกเสียง, การเลือกตั้ง, วิธีการออกเสียงหรือเลือกตั้ง, คะแนนเสียง, บัตรคะแนนเสียง, บัตรเลือกตั้ง, สิทธิการออกเสียง, สิทธิการเลือกตั้ง, จำนวนคะแนนเสียง, มติ *-vi.* **voted, voting** ออกเสียง, ลงคะแนนเสียง, เลือกตั้ง, ลงมติ, เสนอ **-voteable, votable** *adj.* **-voter** *n.* (-S. ballot, poll, referendum) *-Ex. an open/a secret vote, an affirmative/a negative vote, a vote of confidence, split one's vote*

votive (โว' ทิฟวฺ) *adj.* เกี่ยวกับคำปฏิญาณ, เกี่ยวกับคำมั่นสัญญา **-votively** *adv.*

vouch (เวาชฺ) *vt., vi.* **vouched, vouching** รับรอง, รับประกัน, ค้ำประกัน, ประกัน, เป็นพยาน, สนับสนุน, ยืนยัน *-n.* การรับรอง, การรับประกัน, การยืนยัน (-S. support, guarantee, assert) *-Ex. I am ready to vouch for you., to vouch for the truth of that statement*

voucher (เวา' เชอะ) *n.* ผู้รับรอง, ผู้รับประกัน, ผู้ค้ำประกัน, ผู้ยืนยัน, พยานสนับสนุน, หนังสือรับรอง, ใบรับรอง, เอกสารรับรอง, ใบสำคัญคู่จ่าย *-vt.* **-ered, -ering** เตรียมใบรับรองให้, เตรียมใบสำคัญจ่ายให้, เตรียมหลักฐานให้

vouchsafe (เวาชฺเซฟ') *vt.* **-safed, -safing** ให้, มอบให้, ยินยอม, ยินยอมตาม, อนุญาต

vow (เวา) *n.* การสาบาน, การปฏิญาณ, คำสาบาน, คำมั่นสัญญา, คำมั่น, คำอธิษฐาน, การบน, การบนบาน *-vt., vi.* **vowed, vowing** สาบาน, ปฏิญาณ, ให้คำมั่น, บน, บนบาน, อธิษฐาน **-take vows** ให้คำปฏิญาณ (-S. oath, pledge, promise) *-Ex. their marriage vows, a vow to study more, to vow secrecy, I vow this is the best cake I've ever tasted.*

vowel (เวา' เอิล) *n.* เสียงสระ, สระ

vox (วอคซฺ) *n., pl.* **voces** เสียงพูด

vox populi เสียงประชาชน, มติประชาชน, ความคิดเห็นของประชาชน

voyage (วอย' อิจ) *n.* การเดินทาง (โดยเฉพาะทางเรือหรือทางอากาศ), การเดินทางไกล, การเดินทางที่เต็มไปด้วยการผจญภัย, การทัศนาจร, เรื่องราวการเดินทาง, วิถีชีวิต *-v.* **-aged, -aging** *-vi.* เดินทาง, ท่องเที่ยว, ทัศนาจร *-vt.* เดินทางข้าม **-voyager** *n.* (-S. cruise, journey, travels) *-Ex. a voyage to the Southern Islands, a voyage up the Amazon*

voyageur (วอย' อะเซอร์) *n., pl.* **-geurs** ชายผู้ทำหน้าที่ขนส่งของไปยังสถานีที่อยู่ไกลในแคนาดาหรือภาคตะวันตกเฉียงเหนือของอเมริกา

voyeur (วอยเยอร์') *n.* บุคคลที่มีความรู้สึกพอใจทางเพศจากการมองดูอวัยวะเพศของผู้อื่นหรือการสังวาสของผู้อื่น

VP ย่อจาก variable pitch, verb phrase, vice president

vs. ย่อจาก versus

V-shaped มีรูปคล้ายตัว V

V sign เครื่องหมายชัยชนะโดยการชู 2 สองนิ้วเป็นรูปตัว V

Vulcan (วัล' เคิน) *n.* (เทพนิยายโรมันโบราณ) เทพเจ้าไฟและการหลอมโลหะ

vulcanite (วัล' คะไนทฺ) *n.* ส่วนผสมของยางดิบกับกำมะถันซึ่งจะแข็งตัวเมื่อถูกความร้อนและความกดดันที่เหมาะสม, วัตถุที่ใช้เป็นฐานในการทำเฝือกหรือทางทันตกรรม

vulgar (วัล' เกอะ) *adj.* หยาบคาย, หยาบ, ต่ำช้า, ไพร่, สามหาว, พื้นๆ, สามานย์, สามัญ, ธรรมดาๆ, ปัจจุบัน **-vulgarness** *n.* **-vulgarly** *adv.* (-S. ordinary, rude) *-Ex. a vulgar person, vulgar style, vulgar errors, the vulgar languages, vulgar habits, a vulgar display of wealth, the vulgar tongue, vulgar superstitions*

vulgarian (วัลแก' เรียน) *n.* คนหยาบคาย, คนต่ำช้า, คนสามหาว, คนธรรมดาๆ

vulgarism (วัล' กะริซึม) *n.* นิสัยหยาบคาย, ความหยาบคาย, ลักษณะธรรมดาๆ, คำหยาบ, คำพูดหยาบคาย (-S. barbarism)

vulgarity (วัลแก' ริที) *n., pl.* **-ties** ความต่ำช้า, ความสามหาว, สิ่งที่หยาบคาย, ภาษาหยาบคาย (-S. coarseness, ribaldry)

vulgarize (วัล' กะไรซฺ) *vt.* **-ized, -izing** ทำให้หยาบคาย, ทำให้ต่ำช้า, ทำให้มีลักษณะธรรมดาๆ **-vulgarization** *n.* **-vulgarizer** *n.*

vulgate (วัล' เกท, -กิท) *n.* ภาษาละตินในพระคัมภีร์ไบเบิล แปลโดย St. Jerome ในตอนปลายศตวรรษที่ 4 เป็นพระคัมภีร์มาตรฐานของคริสตศาสนานิกายโรมันคาทอลิก

vulnerable (วัล' เนอะระเบิล) *adj.* บาดเจ็บได้, ถูกโจมตีได้ง่าย, ถูกตำหนิได้ง่าย, ไม่มั่นคง, เปราะ, อ่อนแอ **-vulnerability, vulnerableness** *n.* **-vulnerably** *adv.* (-S. exposed, tender, weak) *-Ex. a vulnerable person, a vulnerable point, a vulnerable outpost*

V

vulnerary (วัล' เนอะเรรี) *adj.* ใช้รักษาบาดแผล, ซึ่งรักษาบาดแผล *-n.* ยารักษาบาดแผล

vulpine (วัล' ไพน, -พิน) *adj.* เกี่ยวกับหรือคล้ายหรือมีลักษณะของสุนัขจิ้งจอก

vulture (วัล' เชอะ) *n.* อีแร้ง (นกตระกูล Accipitridae หรือในตระกูล Cathartidae)

vulturine (วัล' ชะรีน, -ไรน) *adj.* เกี่ยวกับอีแร้ง, คล้ายอีแร้ง, ชอบปล้นสะดม, ละโมบ, โลภ (-S. vulturous, voracious)

vulva (วัล' วะ) *n., pl.* **-vae** ปากช่องคลอด **-vulval, vulvar** *adj.* **-vulviform** *adj.* **-vulvate** *adj.*

vying (ไว' อิง) *v.* ดู vie *-adj.* ที่แข่งขัน *-Ex. Everybody is vying for the honour of greeting the governor when he comes to town.*

W

W, w (ดับ' เบิลยู) *n., pl.* **W's, w's** พยัญชนะตัวที่ 23 ของภาษาอังกฤษ, เสียงพยัญชนะดังกล่าว, อักษรพยัญชนะ W หรือ w, สัญลักษณ์หรือตัวพิมพ์พยัญชนะดังกล่าว

W สัญลักษณ์ของธาตุ tungsten (wolfram)

V

wabble (วอบ' เบิล) *n., vt., vi.* ดู wobble

wacky, whacky (แวค' คี) *adj.* **-ier, -iest** (คำสแลง) แปลกประหลาด ไร้เหตุผล บ้า **-wackiness** *n.* **-wakily** *adv.*

wad (วอด) *n.* ก้อนเล็กๆ, ก้อนสำลีเล็กๆ, ม้วนปึก, มัด, ที่อุด, จำนวนค่อนข้างมาก *-vt., vi.* **wadded, wadding** ทำให้เป็นก้อน ม้วนปึก หรือมัด, ม้วน, อุด, บุร่อง (-S. roll, bundle) *-Ex. a wad of cotton, to wad cotton, get wads of publicity, to wad one's ears with cotton, a wad of tobacco*

wadding (วอด' ดิง) *n.* สิ่งอุดนิ่ม, วัตถุอุดนิ่ม, วัตถุบุรอง, จุกสำลี

waddle (วอด' เดิล) *vi.* **-dled, -dling** เดินเตาะแตะเหมือนเป็ด, เดินเหมือนเป็ด *-n.* การเดินเตาะแตะเหมือนเป็ด, การเดินโซเซ **-waddler** *n.* (-S. toddle)

wade (เวด) *v.* **-waded, -wading** *-vi.* ลุย, เดินลุย, ตะลุย, ลุยน้ำ, เล่นน้ำ, ไปอย่างยากลำบาก *-vt.* ผ่านอย่างลำบาก, ลุย *-n.* การลุย, การเดินลุย **-wade in/into** เริ่มอย่างกระฉับกระเฉง, โจมตีอย่างรุนแรง *-Ex. We waded through the work in spite of many interruptions., The horses waded the river., to wade a shallow stream, to wade through a tedious lesson*

wader (เว' เดอะ) *n.* นกขายาวที่เดินลุยหาอาหารในน้ำตื้น **-waders** รองเท้าบู๊ตกันน้ำสำหรับลุยน้ำเวลาหาปลา

wadi, wady (วา' ดี) *n., pl.* **-dis, -dies** ลำธารที่แห้งขอด, หุบเหวที่แห้งขอด, โอเอซิส

wafer (เว' เฟอะ) *n.* ขนมปังกรอบบาง, แผ่นขนมปังกลมไม่ฟูและบางที่ใช้รับประทานในพิธี Eucharist ของศาสนาคริสต์, แผ่นกลมบาง, ฟิล์มแห้งสำหรับผนึกซองจดหมาย, แผ่นขนมปังบางและแห้งที่ใช้ห่อยา, สิ่งที่เป็นแผ่นบางๆ *-vt.* **-fered, -fering** ปิดหรือหุ้มด้วยแผ่นดังกล่าว

waff (แวฟ, วาฟ) *vt., vi.* **waffed, waffing** พัด, กระพือ *-n.* การพัดของลม, การพัดผ่าน

waffle[1] (วอฟ' เฟิล) *n.* ขนมปังอบใส่ไข่และนมที่อบในเบ้าที่เป็นร่องสี่เหลี่ยมเล็กๆ

waffle[2] (วอฟ' เฟิล) *vi.* **-fled, -flying** พูดเหลาะแหละ, เขียนเหลาะแหละ *-n.* การพูดหรือเขียนเหลาะแหละ **-waffler** *n.* **-wafflingly** *adv.* **-waffly** *adj.*

waft (วาฟทฺ, แวฟทฺ) *v.* **wafted, wafting** *-vt.* พัด, พัดพลิ้ว, สะบัดพลิ้ว, กระพือ, วูบ, ฉิว *-vi.* ล่องลอย, พัดพลิ้ว, ฉิว, วูบ *-n.* เสียงที่ได้ยินนิดหน่อย, กลิ่นจาง, การพัดเบาๆ, กระแสเบาๆ, การพัด, การพัดพลิ้ว, การกระพือ **-wafter** *n.* (-S. bear, carry, float) *-Ex. a waft of smoke, a waft of cooking smells*

wag (แวก) *v.* **wagged, wagging** *-vt.* แกว่งไกว, แกว่ง, ขึ้นๆ ลงๆ, กระดิก, กระดก (ลิ้น), ชี้มือชี้นิ้ว, สั่นหัว *-vi.* แกว่ง, กระดิก, กระดก (ลิ้น) พูดตลก, หยอกล้อ *-n.* การแกว่งไกว **-wagger** *n.* (-S. nod, quiver, shake) *-Ex. The dog's tail wagged., Somchai wagged his finger., the wag of a dog's tail, to show disagreement or doubt by a wag of the head*

wage (เวจ) *n.* ค่าจ้าง, เงินเดือน, ค่าแรง, ค่าตอบแทน, ความมั่นคง *-vt.* **waged, waging** ดำเนินต่อไป, ว่าจ้าง, ให้คำมั่น, ต่อสู้, ดิ้นรน, อยู่ในระหว่างดำเนินการ (-S. earnings, emolument) *-Ex. A living wage, wage freeze, wage scale, wage-earner, Pay me my wages.*

wager (เว' เจอะ) *n.* สิ่งที่เสี่ยง, สิ่งที่พนัน, การพนันขันต่อ, การวางเดิมพัน *-vt., vi.* **-gered, -gering** พนัน, พนันขันต่อ, ท้าพนัน **-wagerer** *n.* (-S. gamble, bet, stake) *-Ex. Father wagered a small sum on the horse he fancied.*

wageworker (เวจ' เวิร์คเคอะ) *n.* บุคคลที่อาศัยค่าจ้างเงินเดือนเป็นอาชีพ, คนกินเงินเดือน (-S. wage earner)

waggery (แวก' กะรี) *n., pl.* **-ies** การพูดหยอกล้อ, การพูดตลก, ภาษาหยอกล้อ, ภาษาตลก

waggish (แวก' กิช) *adj.* ตลก, ขบขัน, ขี้เล่น, หยอกล้อ **-waggishly** *adv.* **-waggishness** *n.* (-S. droll, humorous, playful)

waggle (แวก' เกิล) *vt., vi.* **-gled, -gling** กระดิก, แกว่ง, โยกไปมา, *-n.* การกระดิก, การแกว่ง, การโยกไปมา **-waggly** *adj.* (-S. wobble, shake)

wagon (แวก' เกิน) *n.* รถเข็นสี่ล้อขนาดเล็ก, รถม้าบรรทุกสี่ล้อ, เกวียนสี่ล้อ, ตู้บรรทุกของรถไฟ, รถโดยสารขนาดเล็ก, รถถังขนาดเล็ก, รถขนส่งนักโทษของตำรวจ, รถขนแร่, รถม้าศึกสมัยโบราณ *-vt., vi.* **-oned, -oning** ขนส่งด้วยรถดังกล่าว **-on the wag on** (คำสแลง) งด

ดื่มเหล้า (-S. waggon) *-Ex. the hay-wagon, long line of coal-wagons, a bread wagon*
wagoner (แวก' กะเนอะ) *n.* ผู้ขับเกวียน
wagtail (แวก' เทล) *n.* ชื่อนกชนิดหนึ่งในตระกูล Motacillidae มีลำตัวเพรียว หางสั้นตลอดเวลา
waif (เวฟ) *n.* บุคคลที่ไร้บ้านไร้เพื่อน, เด็กไร้บ้านไร้เพื่อน, เด็กจรจัด, ของเก็บตก, ของตกหาย, ของไม่มีเจ้าของ, สัตว์หลงทางหรือไม่มีเจ้าของ, สัญญาณ (-S. foundling, orphan, stray)
wail (เวล) *vt., vi.* **wailed, wailing** คร่ำครวญ, ร้องคร่ำครวญ, ร่ำไห้, ร้องโหยหวน, (ลม) พัดเสียงดังโหยหวน, ร้องสะอึกสะอื้น *-n.* การร้องเสียงคร่ำครวญ, เสียงคร่ำครวญ, เสียงโหยหวน **-wailer** *n.* **-wailingly** *adv.* (-S. howl, grieve, cry) *-Ex. The dog gave out a wail when the car struck him., We heard the wail of the wind in the night., The cold wind wailed in the night.*
wain (เวน) *n.* รถบรรทุกหรือรถเข็นสำหรับบรรทุกพืชพันธุ์ทางเกษตร
wainscot (เวน' สคอท) *n.* แผ่นไม้ประกบผนัง, แผ่นบุผนังส่วนใน (โดยเฉพาะที่ทำด้วยไม้) *-vt.* **-scoted, -scoting/-scotted, -scotting** บุผนังด้วยแผ่นไม้
wainscotting, wainscoting (เวน' สคอททิง) *n.* การบุผนังห้องด้วยแผ่นไม้, การประกบผนังด้วยแผ่นไม้, แผ่นไม้ประกบผนัง
wainwright (เวน' ไรท) *n.* ช่างทำรถบรรทุก
waist (เวสท) *n.* เอว, ส่วนเอว, สะเอว, ส่วนคอดของร่างกายระหว่างซี่โครงกับตะโพก, ส่วนของเสื้อสตรีระหว่างคอถึงเอว, ส่วนคอดคล้ายเอว, เสื้อยืดรัดรูปของสตรี, เสื้อกั๊ก, เสื้อชั้นในของเด็ก, ส่วนคอดของช่องท้องแมลงบางชนิด (เช่น ของตัวต่อ) **-waistless** *adj.*
waistband (-แบนด) *n.* ผ้าคาดเอว, สายรัดเอว
waistcloth (-โคลธ) *n.* ผ้าคาดเอว, รัดประคด
waistcoat (-โคท) เสื้อกั๊ก, เสื้อยืด, เสื้อยืดรัดรูป **-waistcoated** *adj.*
waistline (-ไลน) *n.* ส่วนรอบเอว, รอบเอว, เส้นรอบเอวของสตรี
wait (เวท) *v.* **waited, waiting** *vi.* คอย, รอคอย, หวัง, รอ, รั้งรอ, เลื่อนไป, ช้าไป, เสียเวลา, รับใช้, ปรนนิบัติ *-vt.* คอย, รอคอย *-n.* การคอย, การรอคอย, การดักซุ่ม, นักดนตรีรับจ้างเล่นดนตรีเป็นแถวขบวนตามถนนในช่วงเทศกาลคริสต์มาส **-wait on/upon** รับใช้, ปรนนิบัติ, รอคอย **-wait up** เลื่อนเวลาไปนอนเพื่อรอคอย **-lie in wait for** ซุ่มคอย, ดักซุ่ม (-S. linger, dally) *-Ex. Do not wait dinner for me., Children wait for Christmas., An old lady waited on us in the shop., wait at/on table, wait orders*
waiter (เว' เทอะ) *n.* ผู้คอย, ผู้รับใช้, ผู้ปรนนิบัติ, ถาดใส่ถ้วยชาม (-S. server, steward)
waiting (เว' ทิง) *n.* การรอคอย, การรับใช้, การหยุด, ช่วงเวลาการรอคอย, การรอจังหวะ, การเลื่อนเวลา **-in waiting** รับใช้, ปรนนิบัติราชนิกูล *-Ex. a waiting woman, a lady in waiting*
waiting maid, waiting woman หญิงรับใช้, หญิงปรนนิบัติ
waiting room ห้องรอคอย, ห้องพักผู้โดยสาร
waitress (เว' ทริส) *n.* พนักงานหญิงรับใช้
waive (เวฟว) *vt.* **waived, waiving** สละสิทธิ, ละทิ้ง, ละเว้น, ทิ้ง, ปัดออก (-S. remit, relinquish, defer) *-Ex. waive one's claim, Don't wade the baby., to waive legal rights to an inheritance, to waive a summons, to waive a question*
waiver (เว' เวอะ) *n.* การสละสิทธิ, เอกสารสละสิทธิ
wake[1] (เวค) *v.* **woke/waked, waked/woken, waking** *-vi.* ตื่น, ตื่นนอน, ตื่นตัว, สำนึกตัว *-vt.* ทำให้ตื่น, ปลุกให้ตื่น, กวน, ปลุกเร้า, เฝ้าคอย, เฝ้าศพ, อยู่ยาม *-n.* การรอคอย, การอยู่ยาม, การเฝ้าศพ **-waker** *n.* (-S. arise, enliven, stir) *-Ex. The alarm wakes me., The flowers and trees wake in early spring.*
wake[2] (เวค) *n.* สายทางน้ำหลังเรือที่แล่นอยู่, ทางเดิน, ทางผ่าน, ร่องรอย **-in the wake of** เป็นผลจาก, ตามหลัง ตามมา (-S. backwash, path, track) *Rain came in the wake of the thunder.*
wakeful (เวค' ฟูล) *adj.* ตื่นตัว, ตื่นอยู่, ไม่สามารถหลับได้, ไม่ได้หลับ, เฝ้าคอย **-wakefully** *adv.* **-wakefulness** *n.* (-S. insomniac, heedful, wary) *-Ex. Mother had a wakeful night.*
wakeless (เวค' ลิส) *adj.* หลับสนิท, ไม่ถูกรบกวน
waken (เว' เคิน) *v.* **-ened, -ening** *-vt.* ทำให้ตื่น, ปลุก, ปลุกให้ตื่น, ปลุกเร้า, กวน *-vi.* ตื่น, ตื่นตัว, รู้สึกตัว **-wakener** *n.* (-S. arouse, kindle)
waking (เว' คิง) *adj.* ตื่นตัว รู้สึกตัว, เต็มไปด้วยสติสัมปชัญญะ, รู้สึกตัว (-S. awakening)
Waldorf salad สลัดชนิดหนึ่ง ประกอบด้วยขึ้นฉ่าย แอปเปิลหั่นเป็นชิ้นเล็กๆ ลูกวอลนัทผสมกับมายองเนส
wale (เวล) *n.* แผลนูนรอยเฆี่ยน, ลายแนวตรงของเนื้อผ้า, ลายเส้นเนื้อผ้า, ไม้ยื่นข้างเรือกันชนตามขวาง *-vt.* **waled, waling** ทำให้เกิดแผลนูนหรือลายเส้นดังกล่าว
Wales (เวลซ) ชื่อแคว้นหนึ่งของสหราชอาณาจักรอังกฤษ
walk (วอค) *v.* **walked, walking** *-vi.* เดิน, เดินเล่น, (ม้า) วิ่งเหยาะย่าง, เดินตรวจ, ดำเนินวิถีชีวิต, เคลื่อนตัวเหมือนการเดิน *-vt.* เดินผ่าน, เดินไปทั่ว, ทำให้เดิน, เคลื่อนตัวเหมือนการเดิน, เดินตรวจ, เดินวัด *-n.* การเดิน, การ เดินเล่น, การวิ่งเหยาะย่างของม้า, ระยะที่เดิน, ท่าทางการเดิน, ฐานะ, สภาพ, ทางเดิน, สถานที่เดิม, ทางแข่งขันการเดิน, ไร่นา, กลุ่ม, ฝูง, ทางเร่ขาย **-walk away with** การชนะอย่างง่ายดาย **-walk off with** ขโมย, เอาไปโดยมิชอบด้วยกฎหมาย, ชนะ **-walk out** ประท้วง, ประท้วงโดยการเดินออกจากที่ประชุม **-walk out on** ละทิ้ง, เลิก **-walk over** เหยียดหยาม, ดูถูก **-walk through** แสดงผ่านๆ, แสดงลวกๆ **-walkable** *adj.* **-walkability** *n.* (-S. hike, pace, tramp, convoy) *-Ex. in a walk, very fond of walking, to walk the streets, to walk the horse*
walkathon (วอค' คะธอน) *n.* การแข่งขันเดินทนในระยะทางที่ไกลมาก

W

walkaway (วอค' คะเว) *n.* การชนะอย่างง่ายดาย, การพิชิตได้อย่างง่ายดาย

walk-down (วอค' เดาน) *n.* ร้านค้าใต้ดิน

walker (วอค' เคอะ) *n.* ผู้เดิน, ผู้ชอบเดิน, ผู้ชอบเดินเล่น, โครงค้ำสำหรับเด็กหัดเดิน, อุปกรณ์ช่วยการเดิน (-S. hiker, pedestrian, rambler)

walkie-talkie, walky-talky (วอค' คีทอ' คี) *n., pl.* **-ies** เครื่องส่งและเครื่องรับวิทยุในเครื่องเดียวกันที่แบกหรือถือได้โดยคนเพียงคนเดียว

walk-in (วอค' อิน) *adj.* ใหญ่หรือกว้างพอที่เข้าไปเดินได้, มีทางเข้าส่วนตัวโดยตรงจากถนน *-n.* สิ่งที่ใหญ่โตพอที่เข้าไปได้, ชัยชนะที่แน่นอนจากการเลือกตั้งหรือแข่งขัน, คนที่มาพบโดยไม่มีการนัดล่วงหน้า

walking (วอค' คิง) *adj.* ซึ่งเดิน, สามารถเดินได้, ใช้ในการเดิน, โยก, มีชีวิต, เคลื่อนที่ได้, เกี่ยวกับมนุษย์, เหมาะสำหรับเดิน

walking beam คานไม้หรือโลหะที่ใช้ช่วยในการเดิน

walking stick ไม้เท้า, ไม้ถือ, แมลงจำพวก *Diapheromera femorata* มีลำตัวยาวคล้ายท่อนไม้

walk-on (วอค' ออน) *n.* การแสดงประกอบเล็กน้อย, ผู้แสดงเป็นผู้รับใช้เล็กๆ น้อยๆ

walkout (วอค' เอาท) *n.* การหยุดงานประท้วง, การประท้วงโดยเดินออกจากที่ประชุม (-S. strike, protest, stoppage)

walkover (วอค' โอเวอะ) *n.* การแข่งขันโดยมีผู้แข่งเพียงคนเดียว, ชัยชนะที่ได้มาโดยง่ายดายหรือไม่มีคู่แข่ง (-S. walkaway)

walk-up (วอค' อัพ) *n.* ห้องชั้นบนที่เดินขึ้นไปได้โดยไม่ต้องใช้ลิฟต์, อาคารที่ไม่มีลิฟต์

walkway (วอค' เว) *n.* ทางเดิน, ทางเดินเท้า

W

wall (วอล) *n.* กำแพง, กำแพงเมือง, กำแพงรั้ว, เครื่องกัน, ผนัง, ป้อมปราการ, ฉากกำบัง, เขื่อน *-vt.* **walled, walling** ตั้งกำแพง, ล้อมรอบด้วยกำแพง **-drive/push someone to the wall** ทำให้เข้าตาจน, ทำให้ปราชัย **-go to the wall** ยอมแพ้, แพ้, ล้มเหลว (-S. panel, rampart, hedge) *-Ex. town wall, cell wall, a mountain wall, wall painting, wall paper, outside walls of house, garden wall, wall of a room, wall of the chest*

wallaby (วอล' ละบี) *n., pl.* **-bies/-by** จิงโจ้ขนาดเล็กหรือขนาดกลางจำพวก *Wallabia*

wallboard (วอล' บอร์ด) *n.* แผ่นผนัง, แผ่นกำบัง

wallcovering (วอลคัฟ' เวอริง) *n.* แผ่นกระดาษ สิ่งทอหรือพลาสติกที่ใช้ปิดฝาผนังเพดานหรืออื่นๆ

wallet (วอล' ลิท, วอ' ลิท) *n.* กระเป๋าหนังขนาดเล็กและแบนสำหรับใส่ธนบัตร, ถุงหนังเล็กๆ สำหรับใส่เครื่องมือ, ย่ามเดินทาง (-S. case, holder, notecase, pouch)

walleyed (วอล' อายดฺ) *adj.* ตาถลน, ตาโปน

wallflower (วอล' เฟลาเออะ) *n.* พืชยุโรปจำพวก *Cheiranthus cheiri* มีดอกสีเหลือง ส้ม หรือน้ำตาล, หญิงสาวที่ยืนอยู่ข้างห้องเต้นรำในงาน(เพราะไม่มีคู่เต้น)

Walloon (วอลูน') *n.* ชนชาติหนึ่งที่อาศัยอยู่ทางตอนใต้หรือภาคตะวันออกเฉียงใต้ของเบลเยียมและบริเวณที่ใกล้เคียงในฝรั่งเศส, ภาษาที่ชนชาติดังกล่าวพูดกัน (เป็นภาษาท้องถิ่นภาษาหนึ่งของฝรั่งเศส)

wallop (วอล' เลิพ) *vt., vi.* **-loped, -loping** เฆี่ยน, หวด, ตีเสียงดัง, ตีอย่างรุนแรง, ทำให้แพ้อย่างราบคาบ, ตีพ่ายแพ้ยับเยิน, ควบม้า *-n.* การตีอย่างรุนแรง, อิทธิพลที่มีมาก, ความสามารถในการทำให้เกิดผลได้มาก, ความรู้สึกสนุกหรือเป็นสุข **-walloper** *n. -Ex. The little boy walloped the big boy., The boxer walloped his opponent on the chin., Our team walloped the other side.*

walloping (วอล' ละพิง) *adj.* ใหญ่ยิ่ง, ดียิ่ง, เหลือเกิน, มหันต์, มากมาย *-n.* การตีหรือเฆี่ยนเสียงดัง

wallow (วอล' โล) *vi.* **-lowed, -lowing** กลิ้ง, กลิ้งตัว, เกลือกกลิ้ง, หมกมุ่น, ไปด้วยความยากลำบาก *-n.* การกลิ้ง, การเกลือกกลิ้ง, สถานที่สัตว์เกลือกกลิ้ง, ปลักควาย **-wallower** *n.* (-S. lurch, flounder, revel) *-Ex. Pigs wallow in mud and water., Anong wallows in luxury.*

wallpaper (วอล' เพเพอะ) *n.* กระดาษบุผนัง *-vt., vi.* **-pered, -pering** บุผนังด้วยกระดาษดังกล่าว

Wall Street ชื่อถนนในกรุงนิวยอร์ก เป็นศูนย์กลางธุรกิจการเงินแห่งสำคัญของสหรัฐอเมริกา, ตลาดการเงินของสหรัฐอเมริกา

wall-to-wall (วอท' ทะวอล) *adj.* ปกคลุมพื้นที่ทั้งหมดของห้อง

walnut (วอล' นัท) *n.* ผลไม้ของต้นไม้จำพวก *Juglans*, ต้นไม้ดังกล่าว, ต้นมันฮ่อ, ไม้ของต้นไม้ดังกล่าว มักใช้ทำเครื่องเรือน, ผลไม้ที่คล้ายมันฮ่อ, สีน้ำตาลค่อนข้างแดง *-Ex. a walnut table, a walnut grain, walnut ice cream*

walrus (วอล' รัส) *n., pl.* **-ruses/-rus** สัตว์ทะเลเลี้ยงลูกด้วยนมที่มีขนาดใหญ่จำพวก *Odobenus rosmarus* พบในทะเลแถบขั้วโลกเหนือ คล้ายแมวน้ำแต่มีงาใหญ่หนึ่งคู่ มีเคราขาวและมีหนังหนาและหยาบ

waltz (วอลทฺซฺ, วอลซฺ) *n.* การเต้นรำจังหวะวอลทซ์, ดนตรีจังหวะวอลทซ์ *-adj.* เกี่ยวกับการเต้นรำหรือดนตรีจังหวะวอลทซ์ *-vt., vi.* **waltzed, waltzing** เต้นรำจังหวะวอลทซ์, เคลื่อนไปอย่างง่ายดายหรืออย่างประสบความสำเร็จ, นำคู่เต้นในจังหวะวอลทซ์, เคลื่อนตัวอย่างคล่องแคล่ว **-waltzer** *n.*

wampum (วอม' เพิม) *n.* ลูกปัดทำมาจากเปลือกหอยที่นำมาเจาะและร้อยเป็นสาย, (ภาษาพูด) เงิน

wan (วอน) *adj.* **wanner, wannest** ซีด, ซีดขาว, ซีดเผือด, ไม่มีเลือดหล่อเลี้ยง, อมโรค, อ่อนแอ, ไม่มีความสุข, ขาดกำลัง, ขาดสมรรถภาพ, มืด, สลัว *-vt., vi.* **wanned, wanning** ทำให้หรือกลายเป็นซีด **-wanly** *adv.* **-wanness** *n.* (-S. pale, ashen, livid) *-Ex. The sick child's face was drawn and wan., a wan complexion, wan stars, a wan smile*

wand (วอนดฺ) *n.* ไม้เรียว, คทา, ไม้เท้าศักดิ์สิทธิ์, ไม้ยาวกลมของหัวหน้าวงดนตรี, กิ่งไม้ยาว, ลำต้นยาวเรียว, เป้าธนูที่เป็นไม้ยาว 6 ฟุตกว้าง 2 นิ้ว (-S. baton, rod, sprig)

wander (วอน' เดอะ) *v.* **-dered, -dering** *-vi.* ท่องเที่ยว, เดินเตร่, เตร็ดเตร่, ไปโดยไม่มีจุดหมายแน่นอน, ไปในแนวทางที่ไม่แน่นอน, ทิ้งความสนใจ, สาบสูญ,

หลงทาง, หันเหจากเดิม, ห่างประเด็น *-vt.* เดินทาง, ท่องเที่ยว **-wanderer** *n.* (-S. stray, roam) *-Ex. to wander in the forest, to wander away from the subject, The children wandered through the woods.*

wandering (วอน' เดอะริง) *adj.* เตร็ดเตร่, พเนจร, เถลไถลไป, ท่องเที่ยว, ไปโดยไม่มีจุดหมายแน่นอน, ไม่มีถิ่นที่อยู่แน่นอน *-n.* การเตร็ดเตร่ (พเนจร เถลไถลไป), ความคิดสับสน, การพูดเรื่อยเปื่อย **-wanderingly** *adv.* (-S. rambling, nomadic, vagrant) *-Ex. His mind is wandering.*

wanderlust (วอน' เดอะลัสท) *n.* ความอยากท่องเที่ยวพเนจรอย่างแรงกล้า

wane (เวน) *vi.* **waned, waning** (ดวงจันทร์) แหว่ง, ลด, ถอย, เสื่อม, ตกต่ำ, ค่อยๆ สลาย, ค่อยๆ สิ้นสุด *-n.* การกลายเป็นข้างแรมของดวงจันทร์, การลดลง, การเสื่อมลง, ระยะเสื่อม, ระยะตกต่ำ, น้ำลง **-on the wane** ลดลง, เสื่อมลง (-S. decline, dim, sink, wither) *-Ex. The moon wanes after it is full., My energy wanes at the end of the day., His power was on the wane.*

wangle (แวง' เกิล) *vt., vi.* **-gled, -gling** หลอกล่อ, ใช้เพทุบาย, ใช้เล่ห์หลบหลีก (-S. falsify, wiggle)

Wankel engine เครื่องยนต์ไม่มีสูบแบบหนึ่งที่มีตัวหมุนเป็นรูปสามเหลี่ยม

want (วอนท) *v.* **wanted, wanting** *-vt.* ต้องการ, ปรารถนา, อยาก, ขาดแคลน, หา, ล่า *-vi.* รู้สึกต้องการ, ขาดแคลน, ปรารถนา *-n.* สิ่งที่ต้องการ, สิ่งที่จำเป็น, ความขาดแคลน, ความยากจน, การขาดแคลนสิ่งจำเป็นของชีวิต, ความรู้สึกต้องการ **-want in** ต้องการร่วม **-want out** ต้องการออก **-wanter** *n.* (-S. covet, lack, require, miss) *-Ex. I want someone to read to me., Somchai wants to be friends., I want you to do this at once., Won't go if I'm not wanted., Am I wanted for anything?, Do you want anything from the town?*

want ad (ภาษาพูด) ข้อความสั้นๆ ในหนังสือพิมพ์เพื่อรับสมัครงาน (-S. classified advertisement)

wanting (วอน' ทิง) *adj.* ขาดแคลน, ไม่มี *-prep.* ปราศจาก, ลบ, เอาออก (-S. lacking, missing) *-Ex. Directions for assembling this toy are wanting., tried and found wanting*

wanton (วอน' ทัน) *adj.* มุ่งร้ายและไม่ยุติธรรม, ขี้เล่น, ซุกซน, ชอบเล่นพิเรนทร์, ไม่รับผิดชอบ, มั่วโลกีย์, ฟุ่มเฟือย, ฟุ้งเฟ้อ, สุรุ่ยสุร่าย, เขียวชอุ่ม **-wantonly** *adv.* **-wantonness** *n.* (-S. dissolute, fast, lewd, loose) *-Ex. a gang of wanton boys, a wanton child, wanton aggression, wanton bombing, the wanton destruction, a wanton abuse of power*

war (วอร์) *n.* สงคราม, การต่อสู้ครั้งใหญ่ระหว่างประเทศหรือกลุ่มคนในประเทศ, ภาวะสงคราม, การขัดแย้งหรือการแข่งขันที่มุ่งร้าย, การรบ *-vi.* **warred, warring** ทำสงครามรบ, ต่อสู้, ขัดแย้ง, ต่อต้าน (-S. warfare, fight, battle) *-Ex. peace and war, declare war, go to war, be at war with, make war on, the great war, war-department, warship*

war baby เด็กที่เกิดในยามสงคราม (โดยเฉพาะในช่วงสงครามโลกครั้งที่ 1 และ 2)

warble[1] (วอร์' เบิล) *vt., vi.* **-bled, -bling** ร้องเสียงรัว, เพรียกร้อง, เปล่งเสียงดนตรี *-n.* การร้องเสียงรัว, การเพียกร้อง, การเปล่งเสียงดนตรี, เพลงรัว (-S. trill) *-Ex. The birds warble early in the morning., We heard the warble of the canary.*

warbble[2] (วอร์' เบิล) เนื้องอกก้อนเล็กและแข็งบนหลังม้า กวาง หรือสัตว์ที่ใช้เป็นพาหนะ (เกิดจากการเสียดสีกับอาน), ก้อนเนื้อบนหลังสัตว์ที่มีตัวอ่อนของแมลง warble fly อาศัยอยู่

warbler (วอร์' เบลอะ) *n.* ผู้ร้องเสียงรัว, สิ่งที่ทำให้เสียงรัว, นกกระจิบในตระกูล Silviidae และ Parulidae

war crime อาชญากรสงคราม **-war criminal** *n.*

war cry เสียงกู่ร้องการทำสงคราม, คติพจน์หรือคำขวัญที่ใช้ในการเรียกร้องความสามัคคี

ward (วอร์ด) *n.* ห้องคนไข้, ตึกคนไข้, แผนกในโรงพยาบาล, ห้องเรือนจำ, ตำบลหรือเขตในเมือง, ผู้ที่อยู่ในความปกครองหรือความพิทักษ์, การมีผู้ปกครองตามกฎหมาย, ความเป็นผู้ปกครอง, ความเป็นผู้พิทักษ์, รูกุญแจ, ท่าป้องกันในการฟันดาบ, กลุ่มยามรักษาการณ์ *-vt.* **warded, warding** ปัดเป่า, ขับออก, ขจัด (-S. precinct, protege) *-Ex. a children's ward, The orphan was a ward of the court*

-ward, -wards คำปัจจัย มีความหมายว่า ทิศทาง, ไปยังทิศทาง

war dance การเต้นระบำก่อนรบ, การเต้นระบำฉลองชัยชนะ

warded (วอร์' ดิด) *adj.* มีรูกุญแจ, มีรู, มีช่อง

warden (วอร์ด' เดิน) *n.* ยาม, ผู้คุม, ผู้คุมนักโทษ, เทศาภิบาล, พัศดี, ผู้พิทักษ์, ผู้ดูแล, ผู้อุปถัมภ์, อธิการบดี, ผู้ปกครอง, อาจารย์ใหญ่, ผู้อำนวยการ, กรรมการบริษัท, ประธานสภาตำบล, ผู้ดูแลโบสถ์ **-wardenship** *n.* (-S. guardian, keeper) *-Ex. a game warden, an air-raid warden*

W

warder (วอร์' เดอะ) *n.* ผู้คุม, ผู้เฝ้า, ผู้ป้องกัน, ยาม, ผู้คุมนักโทษ, พัศดี **-wardership** *n.* (-S. custodian, gaoler, jailer) *-Ex. the warder of the castle gate*

wardress (วอร์' ดริส) *n.* ผู้คุมที่เป็นหญิง, พัศดีหญิง

wardrobe (วอร์' โดรบ) *n.* ตู้เสื้อผ้า, เสื้อผ้า, ทั้งหมด, ห้องเก็บเสื้อผ้า, ชุดเสื้อผ้า, แผนกเครื่องแต่งตัวของราชสำนักหรือคฤหาสน์ใหญ่ (-S. closet, clothes, cupboard) *-Ex. Have you bought your winter wardrobe yet?*

wardrobe dealer พ่อค้าขายเสื้อผ้าเก่าๆ

wardrobe trunk กระเป๋าเสื้อผ้าใบใหญ่

wardroom (วอร์ด' รูม) *n.* ห้องพวกนายทหารในเรือรบ (ยกเว้นห้องผู้บังคับการเรือ), ห้องรับประทานอาหารและห้องนั่งเล่นของนายทหารดังกล่าว, นายทหารดังกล่าว

-wards คำปัจจัย ดู ward

wardship (วอร์ด' ชิพ) *n.* ความปกครอง, การพิทักษ์, การดูแล, การอุปถัมภ์

ware[1] (แวร์) *n.* สินค้า, เครื่องใช้, ผลิตภัณฑ์, ภาชนะ,

เครื่องปั้นดินเผา **-wares** สินค้า *-Ex. utensils such as silverware, ironware, hardware, earthenware, a variety of wares, heavy wares, a popular ware*

ware² (แวร์) *vt.* **wared, waning** รู้ตัว, ระมัดระวัง, สนใจ *-adj.* ระมัดระวัง, เฝ้า, รู้ตัว, รู้สำนึก

-ware คำปัจจัย มีความหมายว่า ภาชนะ, เครื่องใช้

warehouse (แวร์' เฮาซฺ) *n.* โกดัง, โกดังสินค้า, คลังสินค้า, โรงพัสดุ, ร้านขายของขนาดใหญ่ *-vt.* **-housed, -housing** เก็บไว้ในสถานที่ดังกล่าว **-warehouser** *n.* (-S. depot, stockroom) *-Ex. The store has a warehouse near the railroad.*

warfare (วอร์' แฟร์) *n.* การสงคราม, การทำสงคราม, การสู้รบ (-S. fighting, war, battle)

war game การซ้อมรบ, เกมรบ

war god เทพเจ้าแห่งสงคราม

warhead (วอร์' เฮด) *n.* หัวอาวุธหรือส่วนหน้าของขีปนาวุธที่บรรจุวัตถุระเบิด, หัวรบ

warily (แว' ระลี) *adj.* อย่างระมัดระวัง, ด้วยความระมัดระวัง (-S. gingerly, vigilantly, watchfully)

wariness (แว' รีนิส) *n.* ความระมัดระวัง, การเฝ้าดู, การรู้ตัว, ความรอบคอบ (-S. caution) *-Ex. The tiger and lion eyed each other with wariness.*

warlike (วอร์' ไลค) *adj.* เหมาะสำหรับสงคราม, มีอันตรายที่จะเกิดสงครามขึ้น, ชอบสงคราม, ชอบรบ, เกี่ยวกับสงคราม (-S. belligerent) *-Ex. a warlike nation, a warlike challenge, warlike preparations*

warlock (วอร์' ลอค) *n.* นักแสดงกล, หมอผี, นักทำนายโชคชะตา (-S. wizard)

warlord (วอร์' ลอร์ด) *n.* ผู้นำทางทหาร (โดยเฉพาะของประเทศที่กระหายสงคราม), ผู้บัญชาการทหารที่ยึดอำนาจ (โดยเฉพาะที่ได้ยึดส่วนหนึ่งของประเทศไว้), ขุนศึก (-S. tyrant, military leader)

W

warm (วอร์ม) *adj.* **warmer, warmest** อบอุ่น, อุ่น, ร้อนพอควร, เก็บความร้อน, มีมิตรไมตรี, โกรธเคือง, มีชีวิตชีวา, คึกคัก, แข็งแรง, สด, มีอารมณ์รัก *-v.* **warmed, warming** *-vt.* ทำให้อุ่น, ทำให้อบอุ่น, ทำให้ร้อน, ทำให้ตื่นเต้น, ทำให้ร่าเริงหรือดีอกดีใจ, ทำให้มีอารมณ์ *-vi.* กลายเป็นอุ่น, กลายเป็นอบอุ่น, กระตือรือร้น, ตื่นเต้น, มีชีวิตชีวา, เห็นอกเห็นใจ **-warm up** อุ่นเครื่องก่อนแข่ง **-warmer** *n.* **-warmish** *adj.* **-warmly** *adv.* **-warmness** *n.* (-S. balmy, fervent, hearty) *-Ex. a warm day, warm water, Go for a run and get warm., warm clothes, warm friendship, a warm debate, a warm invitation*

warm-blooded (วอร์ม' บลัดดิด) *adj.* เกี่ยวกับสัตว์เลือดอุ่น, มีอารมณ์ร้อน, เร่าร้อน, กระตือรือร้น, หุนหันพลันแล่น **-warmbloodedness** *n. -Ex. Mammals are warm-blooded animals.*

warmed-over (วอร์มดฺ' โอ' เวอะ) *adj.* ทำให้ร้อนอีก, อุ่นแล้ว, เสนอใหม่

warm-hearted (วอร์ม' ฮาร์ทิด) *adj.* อบอุ่นใจ, มีมิตรไมตรี, ใจดี, กระตือรือร้น **-warm-heartedness** *n.* (-S. warmhearted, sympathetic, kind)

warmonger (วอร์' มังเกอะ) *n.* ผู้กระหายสงคราม, ผู้ค้าสงคราม **-warmongering** *adj., n.* (-S. belligerent, hawk, militarist)

warmth (วอร์มธฺ) *n.* ความอบอุ่น, ความรู้สึกรุนแรง (-S. heat, ardour)

warn (วอร์น) *vt., vi.* **warned, warning** เตือน, เตือนสติ, แจ้งให้ทราบ **-warn off** เตือนหรือแจ้งให้ห่างออกไป, ห้าม **-warner** *n.* **-warning** *adj.* (-S. caution, notify, advise, exhort)

war nose ปลายขีปนาวุธที่บรรจุด้วยระเบิด, หัวกระสุน

warp (วอร์พ) *vt., vi.* **warped, warping** งอ, โค้ง, บิด, ทำให้งอ, โก่ง, ทำให้โค้ง, ทำให้บิด, ทำให้เบี้ยว, ทำให้แปรปรวน, บิดเบือน, โยงเรือด้วยเชือก, ทำให้วิปริต *-n.* ส่วนงอ, ส่วนโค้ง, ส่วนบิด, ส่วนเบี้ยว, เชือกโยงเรือ, ความคิดอคติ, จิตวิปริต, กลุ่มเส้นด้ายตามยาว, ลายตรง, ตะกอนรวม **-warper** *n.* (-S. turn, contort) *-Ex. The dresser drawer is so warped that we cannot push it in.*

war paint สีทาตามใบหน้าและลำตัวของชาวอินเดียนแดงที่กำลังจะออกศึก, (ภาษาพูด) เครื่องสำอาง เช่น ลิปสติก มาสคารา

warpath (วอร์' พาธ, -แพธ) *n., pl.* **-paths** เส้นทางออกรบของอินเดียนแดง **-on the warpath** เตรียมสงคราม, ทำสงคราม, โกรธเคือง, มุ่งร้าย *-Ex. The theft of his peaches set the farmer on the warpath.*

warplane (วอร์' เพลน) *n.* เครื่องบินรบ

warpwise (วอร์พ' ไวซฺ) *adv.* ตามแนวตรง, เป็นมุมฉาก, ตามยาว

warrant (วอร์' เรินทฺ) *n.* เครื่องประกัน, หลักฐาน, การยืนยัน, การมอบอำนาจ, การรับรอง, การอนุญาต, ใบอนุญาต, หมาย, คำมอบหมาย, หนังสือรับรองการจ่ายหรือรับเงิน, หนังสือรับรองการซื้อหุ้น, เหตุผล *-vt.* **-ranted, -ranting** อนุญาต, อนุมัติ, ให้เหตุผล, มอบอำนาจ, รับประกัน, ยืนยัน, รับรอง, ออกหมาย **-warrantableness** *n.* (-S. authorization, sanction, validation, licence) *-Ex. The policeman had a warrant to arrest the man on suspicion of murder., The punishment the man received was well warranted., You have no warrant to say such a thing.*

warrantable (วอร์' เรินทะเบิล) *adj.* รับรองได้, ประกันได้, อนุญาตให้ได้, ออกหมายได้, (กวาง) มีอายุมากพอที่จะถูกล่าได้ (-S. authorizable, justifiable)

warrantee (วอร์เรินที') *n.* ผู้ถูกรับรอง, ผู้ได้รับการประกัน

warrant of arrest หมายจับ

warrant officer พันจ่า, จ่านายสิบ

warrant officer 1st class พันจ่าเอก

warrant officer 2nd class พันจ่าโท

warrant officer 3rd class พันจ่าตรี

warrantor, warranter (วอร์' เรินเทอะ) *n.* ผู้รับรอง, ผู้ค้ำประกัน, ผู้อนุญาต

warranty (วอร์' เรินที) *n., pl.* **-ties** การรับรอง, การค้ำประกัน, การอนุญาต, การอนุมัติ, การมอบอำนาจ, หนังสือรับรอง, หนังสือค้ำประกัน, หมาย (-S. assurance,

warren 967 **wassail**

authorization, justification)

warren (วอร์' เริน) *n.* ทุ่งกระต่าย, สถานที่มีกระต่ายมาก, สถานที่ที่แออัดไปด้วยคน

warring (วอ' ริง) *adj.* สู้รบกัน, ทำสงครามกัน, ต่อสู้กัน (-S. fighting)

warrior (วอ' รีเออะ) *n.* นักรบ, ทหาร, ผู้เชี่ยวชาญการรบ, ผู้มีความกล้าหาญมาก (-S. fighter, soldier, combatant)

Warsaw (วอร์' ซอ) ชื่อเมืองหลวงของโปแลนด์

warship (วอร์' ชิพ) *n.* เรือรบ

wart (วอร์ท) *n.* หูด (เกิดจากเชื้อไวรัส) มักขึ้นตามมือหรือเท้า, ปุ่มต้นไม้ **-warted, warty** *adj.*

wart hog หมูป่าแอฟริกาจำพวก *Phacochoerus aethiopicus* มีงาใหญ่ และใบหน้ามีก้อนเนื้อสองตุ่ม

wart hog

wartime (วอร์' ไทม) *n.* เวลาทำสงคราม, เวลาสงคราม, ยามสงคราม

war whoop การกู่ร้องเข้าโจมตี

wary (แว' รี) *adj.* **warier, wariest** ระมัดระวัง, ระวังตัว, คอยเฝ้าดู, รอบคอบ (-S. alert, careful, cautious, alert) *-Ex. a wary boxer, wary tactics, a wary look*

war zone บริเวณที่มีการทำสงคราม, เขตสงคราม

was (วอซ) *vi., v. aux.* กริยาช่อง 2 ของ be ใช้กับสรรพนามบุรุษที่ 1 และ 3

wash (วอช) *v.* **washed, washing** *-vt.* ล้าง, ชะล้าง, ซัก, ซักล้าง, ซัด, เซาะ, สระ(ผม), กลั้ว, โกรก, ทำให้บริสุทธิ์, ทำให้ชื้น, ทำให้เปียก *-vi.* ล้าง, ชะล้าง, ซัก, ซักผ้า, ทนต่อการซักล้างหรือสอบสวน, ถูกชะล้าง *-n.* การล้าง, การชะล้าง, การซัก, จำนวนสิ่งของที่ถูกล้าง, เสื้อผ้าที่ซัก, น้ำยาซักล้าง, น้ำยาสระผม, น้ำบ้วนปาก, น้ำเสียจากครัว, ร้านซักรีด, ร่องที่เกิดจากน้ำไหลผ่าน, สีที่ซีด *-adj.* ซักได้โดยไม่หดและสีไม่ตก **-wash down** ล้างออกหมด, ชะล้าง **-wash up** ล้างหน้าและมือ, ล้างภาชนะ, สิ้นสุด **-come out in the wash** (คำสแลง) เป็นที่รู้จักกันในที่สุด (-S. rinse, erode, launder) *-Ex. give it a wash, send clothes to the wash, Has the wash come back yet?, the wash of the sea, a wash of paint, eye-wash*

Wash ย่อจาก Washington

washable (วอช' ชะเบิล) *adj.* ซักได้โดยที่ผ้าไม่หดและสีไม่ตก, ทนต่อการซัก **-washability** *n.*

wash-and-wear (วอช' อันแวร์') *adj.* เกี่ยวกับเสื้อผ้าที่ซักได้และแห้งเร็วโดยไม่ต้องรีดหรือรีดแต่เพียงเล็กน้อย, ซักแห้ง

wash-basin (วอช' เบซิน) *n.* อ่างล้างหน้า

washboard (วอช' บอร์ด) *n.* กระดานซักเสื้อผ้า, แผ่นไม้ขนาบหลัง, กระดานที่ติดบริเวณขอบกำแพงในส่วนที่ติดกับพื้น, กระดานเชิงฝาผนัง

washbottle (วอช' บอทเทิล) *n.* ขวดล้าง

washbowl (วอช' โบล) *n.* อ่างล้างหน้า

washcloth (วอช' คลอธ) *n.* ผ้าเช็ดตัว, ผ้าขี้ริ้ว, ผ้าถูและเช็ดถ้วยชามภาชนะ

washed-out (วอชทฺ' เอาทฺ') *adj.* สีตก, เหนื่อยอ่อน, เหน็ดเหนื่อย, หน้าตาหงอยเหงา, ซึ่งถูกน้ำเซาะหรือซัดพังหรือกร่อนลง (-S. pale, faded)

washed-up (วอชทฺ' อัพ') *adj.* ล้มเหลวสิ้นเชิง, ล้างสะอาดหมดจด, ตัดไมตรี

washer (วอช' เชอะ) *n.* ผู้ซัก, ผู้ล้าง, เครื่องซักผ้า, เครื่องล้าง, คนซักผ้า, (เครื่องยนต์) วงแหวนบุรองกันรั่วทำให้ข้อต่อแน่นและช่วยกระจายความกดดัน *-Ex. a window washser, a new electric washer, washer-drier, washer woman, a car washer*

washer-drier (วอช' เชอะไดรเออะ) *n.* เครื่องซักผ้าและทำให้แห้งในเครื่องเดียวกัน

washerwoman (วอช' เชอะวูเมิน) *n., pl.* **-women** หญิงซักเสื้อผ้า, หญิงรับจ้างซักเสื้อผ้า (-S. washwoman)

wash goods สิ่งทอที่ซักแล้วสีไม่ตกหรือไม่เสื่อมเสีย

washing (วอช' ชิง) *n.* การซัก, การล้าง, การชะล้าง, เสื้อผ้าที่ซักด้วยกันในครั้งหนึ่งๆ, การล้างบาป, สิ่งที่ได้จากการล้าง, คราบของเหลว *-Ex. washing machine, washing soda, washing-up*

washing leather หนังเนื้อนิ่มใช้ขัดถู

washing machine เครื่องซักผ้า

washing powder ผงซักฟอก

washing soda โซเดียมคาร์บอเนตหรือโซดาซักผ้า

Washington (วอชิงตัน) ชื่อรัฐหนึ่งในสหรัฐอเมริกา, ชื่อเมืองหลวงสหรัฐอเมริกา (Washington D.C.)

washout (วอช' เอาทฺ) *n.* (คำสแลง) การชะล้างพื้นผิวของโลกโดยกระแสน้ำ, ความล้มเหลวอย่างสิ้นเชิง (-S. disappointment, failure, mess)

washrag (วอช' แรก) *n.* ผ้าขี้ริ้ว, ผ้าถูและเช็ดถ้วยชาม

washroom (วอช' รูม) *n.* ห้องส้วม, ห้องน้ำ, ห้องอาบน้ำ

washstand (วอช' สแทนดฺ) *n.* ม้าตั้งอ่างล้างหน้า

washtub (วอช' ทับ) *n.* อ่างล้างเสื้อผ้า

wash-up (วอช' อัพ) *n.* การล้าง, การซัก, การชะล้าง

washy (วอชชี่) *adj* **washier, washiest** จางเกินไป, เจือจางเกินไป, บาง, ซีด, สีซีด **-washiness** *n.*

wasn't ย่อจาก was not *-Ex. It wash't raining when we went out.*

wasp (วอสพ) *n.* หมาร่า, ตัวต่อ, แมลงตระกูล Vespoidea และ Sphecoidea โดยทั่วไปมีลำตัวยาวเรียวและคอดที่เอว

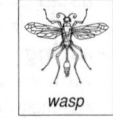

wasp

Wasp, WASP *n.* ชาวอเมริกันที่มีบรรพบุรุษเป็นโปรแตสแตนต์ (ชาวแองโกล-แซกซอน) จากอังกฤษหรือภาคเหนือของยุโรป, บรรพบุรุษดังกล่าว

waspish (วอส' พิช) *adj.* น้อยใจง่าย, เสียใจในเรื่องเล็กๆ น้อยได้ง่าย, โกรธง่าย, เจ้าอารมณ์ **-waspishly** *adv.* **-waspishness** *n.* (-S. irate, irritable, irascible)

waspy (วอส' พี) *adj.* **-ier, -iest** คล้ายตัวต่อ, น้อยใจง่าย, เสียใจง่าย, เจ้าอารมณ์

wassail (วอส' เซิล) *n.* การดื่มอวยพร, การร่วมดื่ม

W

อวยพร เหล้าที่ใช้ดื่มอวยพร, เพลงร้องที่ใช้ในการดื่มอวยพร *-vt., vi.* **-sailed, -sailing** ดื่มอวยพร, ร้องเพลงสรรเสริญ พระเจ้าตามบ้าน

wast (วอสทฺ) *vi.* กริยาช่อง 2 ของ be ใช้กับเอกพจน์บุรุษที่ 2 ในอดีต *-Ex. Thou wast means "you were".*

wastage (เว' สทิจ) *n.* การสูญเสีย, การสิ้นเปลือง, ความหมดเปลือง, ความเปล่าประโยชน์, สิ่งที่สูญเสียไปโดยเปล่าประโยชน์, ของเสีย

waste (เวสทฺ) *v.* **wasted, wasting** *-vt.* สูญเสีย, สิ้นเปลือง, หมดเปลือง, เปล่าประโยชน์, ทำให้เสียโดยเปล่าประโยชน์, ไม่ได้ใช้ประโยชน์เต็มที่, ทำลาย, ทำให้บาดเจ็บ, ฆ่า *-vi.* สิ้นเปลือง, หมดเปลือง, เสียไปโดยเปล่าประโยชน์, ผอมลง, อ่อนแอลง, ลดลง, เสื่อมลง, (เวลา) ค่อยๆ ผ่านไป, เสียเวลา *-n.* การเสียเวลา, การเสื่อมเสีย, การเน่าเปื่อย, การทำลาย, สิ่งที่ถูกทำลาย, บริเวณที่ถูกทำลาย, สิ่งที่สูญเสียไปโดยเปล่าประโยชน์, บริเวณร้าง, ของเสีย, ขยะ, สิ่งปฏิกูล, อุจจาระ *-adj.* สูญเสีย, สิ้นเปลือง, หมดเปลือง, สูญเปล่า, ถูกทำลาย, เป็นขยะ, เป็นของทิ้ง, ใช้เก็บของเสียหรือของทิ้ง, มีมากเกินไป, ไม่จำเป็น **-lay waste** ทำลาย (-S. dissipate, squander) *-Ex. waste of time, waste-pipe, waste materials, waste water, waste money on, waste words, wasted opportunities*

wastebasket (เวสทฺ' บาสคิท) *n.* ตะกร้าใส่ของทิ้งของเสีย, ตะกร้าใส่เศษกระดาษ

wasteful (เวสทฺ' ฟูล) *adj.* เปล่าประโยชน์, สูญเปล่า, สิ้นเปลือง, หมดเปลือง, ถลุงใช้, ทำลาย, ที่บ่อนทำลาย **-wastefully** *adv.* **-wastefulness** *n.* (-S. extravagant, lavish, spendthrift) *-Ex. wasteful expenditure, Be wasteful with one's parents' money., This is a wasteful process.*

W

wasteland (เวสทฺ' แลนดฺ) *n.* ที่ดินที่ไม่ได้ทำประโยชน์, ที่ดินรกร้างว่างเปล่า, บริเวณที่เป็นซากปรักหักพัง, ความจืดชืดของชีวิต, สิ่งที่จืดชืด

wastepaper (เวสทฺ' เพเพอะ) *n.* กระดาษที่ทิ้งแล้ว, เศษกระดาษ

waste pipe ท่อน้ำเสีย

waste product ของเสีย, ผลิตภัณฑ์ที่เป็นของเสียหรือของทิ้ง

waster (เว' สเทอะ) *n.* ผู้ทำให้สิ้นเปลือง, ผู้ใช้เงินอย่างสิ้นเปลือง, ผู้ถลุง, ผู้ทำลาย

wasting (เว' สทิง) *adj.* ซึ่งบั่นทอน, ทำให้เสื่อม, ทำลาย, หมดเปลือง, สิ้นเปลือง, สูญเสียโดยเปล่าประโยชน์ **-wastingly** *adv.*

wastrel (เว' สเทรล) *n.* ผู้สิ้นเปลือง, ผู้ที่ไม่เอาถ่าน, ผู้ทำให้สูญเสียโดยเปล่าประโยชน์, ของเสีย, ขยะ, ของทิ้ง, คนพเนจร, เด็กพเนจร, คนขี้เกียจ

watch (วอช) *v.* **watched, watching** *-vi.* เฝ้า, ดู, ชม, จ้องมอง, รอคอย, ระมัดระวัง, เฝ้ายาม *-vt* เฝ้ามอง, จ้องมอง, ระมัดระวัง, รอคอย *-n.* การเฝ้า, การดู, การชม, การจ้องมอง, การรอคอย, ความระมัดระวัง, นาฬิกาข้อมือ, นาฬิกาพก, การเฝ้ายาม, การดูแล, เวลาอยู่เวรในเรือ, คนยาม, ยามรักษาจุดหนึ่งหรือชุดหนึ่ง, กะเวลา, ยาม (เวลา) **-watch one's step** ระมัดระวัง, ควบคุมตัวเอง, **-watch out** ระมัดระวัง **-watch over** ระมัดระวัง,รักษา คอยดู **-on the watch for** ตื่นตัว, ระมัดระวัง (-S. guard, tend, look, observe) *-Ex. You must watch him, he needs watching., I don't quite trust him., watch me, watch what I'm doing, watch football, watch for the postman, watch the postman coming, keep watch, on the watch, watchman, watchdog, pocket watch, wrist watch, watch-chain*

watch and ward การระมัดระวังทั้งกลางวันและกลางคืน, การเฝ้ายามตลอดเวลา, การเฝ้าระวัง

watchband (วอช' แบนดฺ) *n.* สายนาฬิกาข้อมือ

watchdog (วอชฺ' ดอก) *n.* สุนัขเฝ้าบ้าน, ยามรักษา (-S. custodiam, monitor)

watcher (วอช' เชอะ) *n.* ยาม, ยามรักษาการณ์ (-S. spectator, spy, witness)

watch fire แคมป์ไฟให้ความอบอุ่นและความสว่างในเวลากลางคืน

watchful (วอช' ฟูล) *adj.* ระมัดระวัง, คอยเฝ้าดู, เพ่งเล็ง, ตื่นตัว, รู้สึกตัว **-watchfully** *adv.* **-watchfulness** *n.* (-S. alert, heedful, wary, vigilant) *-Ex. a watchful detective, be watchful of one's step*

watchmaker (วอช' เมคเคอะ) *n.* ช่างนาฬิกา, ช่างทำหรือซ่อมนาฬิกา, ผู้ผลิตนาฬิกา

watchman (วอช' เมิน) *n., pl.* **-men** ยาม, ยามรักษาการณ์, ผู้เฝ้าดู (-S. caretaker, security man)

watch night พิธีทางศาสนาในคืนส่งท้ายปีเก่า

watchtower (วอช' เทาเออะ) *n.* หอคอย, หอสังเกตการณ์

watchword (วอช' เวิร์ด) *n.* คำรหัส, คำสัญญาณ, คำขวัญ, คติพจน์ (-S. slogan) *-Ex. The watchword is "Fight the good fight"., "All the news that is fit to print; is a watchword".*

water (วอ' เทอะ) *n.* น้ำ, น้ำแร่, แหล่งน้ำ, ระดับน้ำ, สารละลายของเหลว, ของเหลว, สีน้ำ, น้ำเพชรพลอย, ความแวววาว *-v.* **-tered, -tering** *-vt.* ทำให้ชื้น, ทำให้เปียก, พรมด้วยน้ำ, ทำให้เจือจาง, ผสมน้ำ, ปนน้ำ, ทำให้แวววาว, ทำให้เป็นลายคลื่น *-vi.* หลั่งน้ำ, ดื่มน้ำ *-adj.* เกี่ยวกับน้ำ, บรรจุน้ำ, ใช้กับน้ำ, บนน้ำ, ประกอบด้วยน้ำ, เกี่ยวกับน่านน้ำ, เกิดจากน้ำ, มีน้ำเจือปน **-waters** น้ำแม่น้ำหรือทะเลสาบ, บริเวณทะเล, น้ำพุ **-above water** พ้นลำบาก **-by water** โดยทางเรือ **-hold water** มีเหตุผลหรือแน่นอน **-in deep water** สถานการณ์ที่อันตราย, ยากลำบากมาก **-waterer** *n.* (-S. aqua, H_2O) *-Ex. fresh water, salt water, sea water, a drink of water, sugar and water, land and water, across the water, over the water, above water, under water, travel by water, water-pipe*

waterbed (วอ' เทอะเบด) *n.* ที่นอนน้ำ (เป็นที่นอนบรรจุน้ำข้างในทำให้สามารถนอนได้ในตำแหน่งต่างๆ โดยผิวหน้าที่นอนที่ปรับตาม)

water buffalo ควายพื้นบ้านที่มีเขาขนาดใหญ่

water closet ห้องน้ำ, ห้องส้วม, ถังชักโครกใน

ห้องส้วม (-S. privy, bathroom)

watercolour, watercolor (วอ' เทอะคัลเลอะ) *n.* สีน้ำ, ศิลปะหรือเทคนิคการระบายภาพด้วยสีน้ำ, ภาพสีน้ำ, ลายออกแบบที่ใช้สีน้ำ **-watercolour, watercolor** *adj.* **-watercolourist, watercolorist** *n.*

watercontrol การชลประทาน

water-cool (วอ' เทอะคูล) *vt.* **-cooled, -cooling** (เครื่องยนต์) ทำให้เย็นโดยใช้น้ำ

water cooler เครื่องทำให้น้ำเย็นและจ่ายน้ำ

watercourse (วอ' เทอะคอร์ส) *n.* ทางน้ำ, สายน้ำ, ลำธาร, แหล่งน้ำไหลเฉพาะฤดู

watercraft (วอ' เทอะแครฟทฺ) *n.* ความชำนาญในการขับขี่เรือ, ความชำนาญในการว่ายหรือดำน้ำ, เรือ, ยานพาหนะที่แล่นบนหรือในน้ำ

watercress (วอ' เทอะเครส) *n.* ไม้น้ำจำพวกผักกระเฉด มักใช้ทำเป็นผักสลัด

water cycle เรือถีบ

waterfall (วอ' เทอะฟอล) *n.* น้ำตก (-S. cascade, fall, chute) *-Ex. We waded up the brook as far as the waterfall.*

water-fast (วอ' เทอะฟาสทฺ) *adj.* ไม่ละลายในน้ำ, ทนน้ำ, สีไม่ตกเมื่อถูกน้ำ

waterfowl (วอ' เทอะโฟล) *n., pl.* **-fowl/-fowls** นกน้ำ รวมถึงห่านและหงส์

waterfront (วอ' เทอะฟรันทฺ) *n.* ริมฝั่ง, เขตริมฝั่ง, เขตริมน้ำ, ส่วนของเมืองที่อยู่ริมฝั่งน้ำ

water gate ประตูน้ำ

water gauge เครื่องมือหรืออุปกรณ์ที่ใช้วัดระดับน้ำ

water glass แก้วน้ำดื่ม, แก้วน้ำวัดระดับน้ำ, อ่างแก้ว

water hole หลุมหรือแอ่งน้ำตามผิวหน้าพื้นดิน, แหล่งน้ำดื่มในทะเลทราย, บ่อน้ำ, ช่องหรือรูบนฝั่งน้ำแข็ง

water hyacinth ผักตบชวา

watering place สถานที่ตากอากาศชายทะเลหรือริมทะเลสาบ, การตากอากาศใกล้บ่อน้ำพุ, ทะเลสาบหรือชายทะเล, สถานที่มีน้ำดื่ม, สถานที่มีน้ำแร่

watering pot ภาชนะรดต้นไม้, กระป๋องหรือถังรดน้ำต้นไม้, ฝักบัวรดน้ำ (-S. watering can)

waterish (วอ' เทอะริช) *adj.* ค่อนข้างมีน้ำมาก, ค่อนข้างจะเป็นน้ำ

water lettuce พืชน้ำพวกจอก

water lily ต้นบัวจำพวก *Nymphaea,* ดอกบัว

water lily

water line เส้นน้ำลึกของเรือ, เส้นลายน้ำพิมพ์ตามขวางของแผ่นกระดาษ

waterlog (วอ' เทอะลอก) *vt.* **-logged, -logging** ทำให้น้ำเข้าเต็ม, มีน้ำท่วม

waterlogged (วอ' เทอะลอกดฺ) *adj.* เต็มไปด้วยน้ำ

waterloo (วอ' เทอะลู) ชื่อหมู่บ้านในภาคกลางของเบลเยี่ยมเป็นบริเวณที่นโปเลียนประสบความปราชัยอย่างยับเยิน ในวันที่ 18 มิถุนายน ค.ศ. 1815 **-waterloo** การประสบความพ่ายแพ้อย่างยับเยิน

waterman (วอ' เทอะเมิน) *n., pl.* **-men** มือพาย, คนพายเรือ, คนแจวเรือ

watermark (วอ' เทอะมาร์คฺ) *n.* เส้นระดับน้ำ, เส้นระดับน้ำลึก, เส้นลายน้ำบนแผ่นกระดาษ *-vt.* **-marked, -marking** พิมพ์เส้นลายน้ำ *-Ex. to watermark stationery*

watermelon (วอ' เทอะเมลเลิน) *n.* แตงโม

water meter มาตรวัดน้ำ

water polo กีฬาโปโลน้ำ

waterpower (วอ' เทอะเพาเออะ) *n.* พลังน้ำ, กำลังน้ำ, ขับเคลื่อนด้วยกำลังน้ำ

waterproof (วอ' เทอะพรูฟ) *adj.* กันน้ำ *-n.* เสื้อฝนกันน้ำ, สิ่งทอกันน้ำ *-vt.* **-proofed, -proofing** ทำให้กันน้ำ, ทำให้น้ำไม่ซึมผ่าน *-Ex. a water proof raincoat*

water rat หนูน้ำ, หนูที่ชอบอาศัยตามบริเวณที่มีน้ำ

watershed (วอ' เทอะเชด) *n.* สันปันน้ำ, บริเวณลุ่มน้ำ, เส้นแบ่งเขต

water ski แผ่นกระดานสกีน้ำ

water-ski (วอ' เทอะสกี) *vi.* **-skied, -skiing** เล่นสกีน้ำ **-waters-kier** *n.*

water snake งูน้ำจำพวก *Natrix* เป็นงูที่ไม่มีพิษ

waterspout (วอ' เทอะสเพาทฺ) *n.* ท่อระบายน้ำ, ส่วนของพายุหมุนรูปกรวยที่แตะพื้นผิวน้ำ

water table พื้นน้ำบาดาล, พื้นน้ำใต้ดิน, แหล่งน้ำบาดาล

watertight (วอ' เทอะไททฺ) *adj.* น้ำไม่เข้า, น้ำไม่ซึม, ไม่รั่ว, ไม่มีที่ติ (-S. firm, foolproof, sound) *-Ex. watertigh boots, a watertight argument*

water tower อ่างเก็บน้ำ, เครื่องพ่นน้ำดับไฟในระดับสูงมาก

water vapour ไอน้ำ

waterway (วอ' เทอะเว) *n.* ทางน้ำ (แม่น้ำ, ลำคลอง, ลำธาร), ทางระบายน้ำ, ท่อระบายน้ำของเรือ *-Ex. This state is rich in waterways.*

water wheel ระหัดน้ำ, ล้อน้ำ

water wings ถุงลมลอยน้ำเป็นรูปปีกคู่ ใช้ช่วยในการฝึกว่ายน้ำ

water witch ผู้ที่สามารถใช้ด้ามไม้คลำหาแหล่งน้ำใต้ดินได้, ชื่อนกเป็ดน้ำชนิดหนึ่ง

waterworks (วอ' เทอะเวิร์คซฺ) *n. pl.* ระบบการเก็บทำน้ำให้สะอาดและจ่ายน้ำ, การประปา, น้ำตก

watery (วอ' เทอะรี) *adj.* **-ier, -iest** เกี่ยวกับน้ำ, มีน้ำมาก, ประกอบด้วยน้ำมาก, เปียก, มีน้ำตาคลอ, มีลักษณะของน้ำ, หลั่งน้ำ, อ่อน, ร่วน **-wateriness** *n.* (-S. damp, moist, diluted)

watt (วอท) *n.* หน่วยกำลังไฟฟ้าเป็นเมตร-กิโลกรัม-วินาที มีค่าเท่ากับหนึ่งจูลต่อวินาทีและเท่ากับกำลังไฟฟ้าของกระแสไฟฟ้าหนึ่งแอมแปร์ที่ไหลผ่านความต่างศักย์หนึ่งโวลต์

wattage (วอท' ทิจ) *n.* กำลังไฟฟ้าวัดเป็นวัตต์, จำนวนวัตต์

watt-hour (วอท' เอาเออะ) *n.* หน่วยงานที่เท่ากับ

กำลังไฟฟ้าหนึ่งวัตต์ในเวลาหนึ่งชั่วโมง มีค่าเท่ากับ 3,600 จูล

wattle (วอท' เทิล) *n.* เหนียงคอสัตว์ (เช่นของไก่งวง, ไก่), กิ่งไม้, ไม้ขัดแตะทำรั้ว, โครงไม้ขัดแตะกัน, เงี่ยงปลา, พืชจำพวกหนึ่งในออสเตรเลีย มีดอกสีเหลือง *-vt.* **-tled, -tling** สานเป็นรั้ว, ขัดแตะกันเป็นรั้ว **-wattled** *adj.*

wattmeter (วอท' มีเทอะ) *n.* เครื่องมือวัดกำลังไฟฟ้าเป็นวัตต์

wave (เวฟว) *n.* คลื่น, ระลอก, ระลอกคลื่น, ลอน, ความหวั่นไหว, การเคลื่อนตัวเป็นกลุ่ม, การแกว่ง, การโบกไปมา, การเป็นลอน, น่านน้ำ, ทะเล, การหลั่งไหล, การเปลี่ยนแปลงอย่างกะทันหัน, การเกิดแบบชั่วครั้งชั่วคราว *-v.* **waved, waving** *-vi.* โบกไปมา, โบกมือ, เคลื่อนตัวเป็นรูปคลื่น, โค้งสลับทิศทาง *-vt.* ทำให้เปลี่ยนแปลง, ทำให้ขึ้นๆ ลงๆ, โบกไปมาให้สัญญาณ, ทำให้มีลักษณะเป็นลูกคลื่น, ทำให้เป็นลอน (-S. billow, ridge, sea surf) *-Ex. sea waves, The army attacked in waves., a wave of anger, light waves, sound waves, wave-beaten, wave-motion, The branches wave in the wind., waving corn, wave a flag, Somcha waved his hands.*

waveform (เวฟว' ฟอร์ม) *n.* รูปแบบของคลื่น

wave front แนวหน้าคลื่น

wavelength (เวฟว' เลนจฺธฺ) *n.* ความยาวคลื่น **-on the same wavelength** ที่สอดคล้องกัน

waver (เว' เวอะ) *vi.* **-vered, -vering** แกว่งไปมา, แกว่งไกว, โซเซ, โอนเอนไปมา, วอกแวก, ลังเล, หวั่นไหว, ไม่มั่นคง, สงสัย, ผันแปร, แปรปรวน *-n.* การแกว่งไกว, การผันแปร, การแปรปรวน, ผู้โบก, ผู้โบกมือให้สัญญาณ, เครื่องดัดผม, ผู้ดัดผม **-waverer** *n.* (-S. falter, seesaw, quiver, wobble)

W

wavy (เว'วี) *adj.* **-ier, -iest** เป็นคลื่น, เป็นลอน, โค้งสลับทิศทางกัน, มีคลื่นมาก, เป็นลอนมาก, มีลักษณะคลื่น, (ใบ) มีขอบเป็นคลื่น, สั่นไหว, ไม่มั่นคง, ผันแปร, แปรปรวน **-wavily** *adv.* **-waviness** *n.*

wax[1] (แวคซ) *n.* ขี้ผึ้ง, สารที่คล้ายขี้ผึ้ง (เช่น ไขปลาวาฬหรือสารคัดหลั่งของพืชหรือแมลงบางชนิด), ขี้หู, แผ่นเสียง, ครั่ง, ยางเหนียว, สารที่ประกอบด้วย hydrocarbons, fatty acids และเอสเตอร์ *-vt.* **waxed, waxing** ทาด้วยขี้ผึ้ง *-adj.* ทำด้วยหรือเกี่ยวกับหรือคล้ายขี้ผึ้ง *-Ex. sealing wax, wax(ed) paper, wax tree, candle wax*

wax[2] (แวคซ) *vi.* **waxed, waxing** เพิ่ม, เสริม, (ดวงจันทร์) เพิ่มความสว่างขึ้น (-S. develop, dilate, magnify, swell) *-Ex. Samai waxed talkative after dinner.*

wax bean ถั่วยาวที่มีฝักสีเหลืองและเป็นมัน บางทีเรียก butter bean

waxen (แวค' เซน) *adj.* ซึ่งทำด้วยขี้ผึ้ง, คล้ายขี้ผึ้ง, เรียบเหมือนขี้ผึ้ง

waxwing (แวคซฺ' วิง) *n.* นกจำพวก *Bombycilla*

waxwork (แวคซฺ' เวิร์ค) *n.* รูปปั้นหรือผลิตภัณฑ์ที่ทำด้วยขี้ผึ้ง

waxworks (แวคซฺ' เวิร์คซฺ) *n.* นิทรรศการหุ่นขี้ผึ้ง, พิพิธภัณฑ์หุ่นขี้ผึ้ง

waxy (แวค' ซี) *adj.* **-ier, -iest** คล้ายขี้ผึ้ง, ทำด้วยขี้ผึ้ง, เกี่ยวกับการเสื่อมโทรมที่เกิดจากการสะสมสารคล้ายขี้ผึ้งในอวัยวะหนึ่ง

way (เว) *n.* ทาง, ระยะทาง, หนทาง, เส้นทาง, แนวทาง, วิถีทาง, ทิศทาง, วิธีการ, รูปแบบ, แผน, ถนนโรมันโบราณ, นิสัย, ความเคยชิน, สภาพการณ์, ขอบเขต, อาชีพ, จุด, สิทธิการผ่าน, ประสบการณ์ *-adv.* จากที่นี่, ไกลมาก, ไกลทีเดียว **-by the way** โดยทาง **-come one's way** ปรากฏแก่ **-give way** ถอนตัว, ล่าถอย, ยอม **-give way to** ยอม, ยอมแพ้แก่ **-go out of one's way** พยายามมาก, ทำอย่างจงใจ **-lead the way** นำไปสู่, เป็นตัวอย่าง, ริเริ่ม **-make one's way** ดำเนินต่อไป **-out of the way** หลีกทาง, ไม่ขัดขวาง, ไกลออกไป, ไม่เหมาะสม, ผิดปกติ **-under way** กำลังเคลื่อนตัว, กำลังเดิน (-S. manner, mode, aspect) *-Ex. a narrow way between two houses, just over the way, Are you coming my way?, It's on your way., please tell me the way to, find my way, The river isn't this way, it's that way., It got in my way; won't stand in your way., give way, make way, make one's way, force one's way., some way, a long way, half way, all the way, The way of god, Get into bad ways, In what way can help you., in some way or other, go the wrong way to work, hold it the wrong way around, gave it your own way, get your own way, It's a good thing, in one way, in some ways*

wayfarer (เว' แฟเรอะ) *n.* ผู้เดินทาง (โดยเฉพาะคนเดินเท้า) **-wayfaring** *adj., n.* (-S. traveler)

waylay (เว' เล) *vt.* **-laid, -laying** ซุ่มโจมตี, ดักปล้น **-waylayer** *n.* (-S. ambush) *-Ex. The robbers planned to waylay the bus., The boys waylaid the actor to ask for his autograph.*

wayleave (เว' ลีฟว) *n.* สิทธิการผ่านถนน

way-out (เว' เอาทฺ) *adj.* (คำสแลง) ผิดธรรมดา ผิดปกติ

-ways คำปัจจัย มีความหมายว่า โดยทาง, ในทิศทาง

ways and means วิธีการ, วิถีทาง, หนทาง

wayside (เว' ไซดฺ) *n.* ข้างทาง, ข้างถนน, ขอบทาง *-adj.* บน ใกล้ หรือไปตามขอบทาง *-Ex. the wayside flowers, a wayside fruit stand*

way station สถานีระหว่างสถานีใหญ่, สถานีย่อย

wayward (เว' เวิร์ด) *adj.* เถลไถล, ผ่าเหล่า, ไม่เชื่อฟัง, ถือทิฐิ, ดื้อดึง, เอาแต่ใจ, ไม่แน่นอน, ผันแปร, เปลี่ยนแปลง **-waywardness** *n.* **-waywardly** *adv.* (-S. capricious) *-Ex. a wayward child, a wayward disposition, a wayward wind*

wayworn (เว' วอร์น) *adj.* เหนื่อยอ่อนจากการเดินทาง

W.C. ย่อจาก water clost, without charge

we (วี) *pron.* เรา, พวกเรา, คนเรา, บุคคล, (เสียดสี) ท่าน *-Ex. Yesterday we went to town., "We are not amused" said Queen Victoria.*

weak (วีค) *adj.* **weaker, weakest** อ่อนแอ, อ่อน, อ่อนลง,

เปราะ, ใจอ่อน, ไม่หนักแน่น, ไม่กล้าหาญ, ขาดแคลน, เสียงอ่อน, เหลาะแหละ, อ่อนข้อ, อ่อนกำลัง, แผ่ว, บาง, จาง (-S. infirm, feeble) *-Ex. a weak character, a weak moment, weak after illness, a weak stomach, a weak side, weak in arthmetic, My arithmetic is weak., weak evidence*

weaken (วีค' เคิน) *vt., vi.* **-ened, -ening** ทำให้อ่อน, กลายเป็นอ่อน, ทำให้อ่อนแอ, กลายเป็นอ่อนแอ **-weakener** *n.* (-S. diminish, fail) *-Ex. Illness caused the old man to weaken.*

weaker sex เพศหญิง, หญิง

weakhearted (วีค' ฮาร์ท' ทิด) *adj.* ขี้ขลาด, ใจเสาะ, ไม่มีความกล้าหาญ **-weakheartedly** *adv.* **-weakheartedness** *n.*

weak-kneed (วีค' นีด) *adj.* ยอมแพ้, โดยง่าย, เข่าอ่อน, ไม่เด็ดเดี่ยว

weakling (วีค' ลิง) *n.* ผู้ที่อ่อนแอ, ผู้มีจิตใจอ่อนแอ, ผู้มีสุขภาพอ่อนแอ

weak-minded (วีค' ไมนฺ' ดิด) *adj.* ไม่เด็ดเดี่ยว, ใจอ่อน, ปัญญาอ่อน **-weak-mindedness** *n.* (-S. indecisive)

weakness (วีค' นิส) *n.* ความอ่อนแอ, ความอ่อน, ความไม่แข็งแรง, ความไม่เข้มแข็ง, ความไม่เด็ดเดี่ยว, จุดอ่อน, ความชอบเป็นพิเศษ, สิ่งที่ชอบเป็นพิเศษ (-S. frailty, failing, fondness) *-Ex. There is a serious weakness in your argument., Sweets are Dang's weakness.*

weal[1] (วีล) *n.* ความสุขสบาย, สวัสดิการ, ความผาสุก, ความมั่นคง, ความเจริญ, ทรัพย์สิน, ความมีโชค (-S. well-being, welfare)

weal[2] (วีล) *n.* รอยเฆี่ยน, รอยโบย, รอยแส้หรือหวาย (-S. wale)

weald (วีลดฺ) *n.* บริเวณรกร้าง, บริเวณป่า, บริเวณที่ไม่ได้ทำประโยชน์, ที่ดินที่ยังไม่มีการหักร้างถางพง

wealth (เวลธฺ) *n.* ความมั่งคั่ง, ความมั่งมี, ความอุดมสมบูรณ์, ความมากมาย, ทรัพย์สิน, ทรัพย์สมบัติ, ผลิตผล, โภคทรัพย์ (-S. property, cash, resources) *-Ex. a wealth of ideas*

wealthy (เวล' ธี) *adj.* **-ier, -iest** มั่งคั่ง, มั่งมี, มากมาย, รวย, ร่ำรวย, อุดมสมบูรณ์ **-wealthily** *adv.* **-wealthiness** *n.* (-S. affluent, moneyed, opulent) *-Ex. a wealthy man, Thailand is wealthy in natural resources.*

wean (วีน) *vt.* **weaned, weaning** ทำให้หย่านม, ทำให้อดนม, ทำให้หยุดการกระทำที่เป็นนิสัย, ทำให้เลิกล้ม (-S. detach)

weanling (วีน' ลิง) *n.* เด็กเล็กหรือสัตว์เล็กที่เพิ่งหย่านม *-adj.* เพิ่งหย่านมใหม่ๆ

weapon (เวพ' เพิน) *n.* อาวุธ, สรรพาวุธ, อาวุธยุทธภัณฑ์, อาวุธยุทโธปกรณ์, สิ่งที่ใช้ต่อต้านคู่อริศัตรูหรือเหยื่อ, อวัยวะสัตว์หรือแมลงที่สัตว์ใช้เป็นอาวุธ (-S. arm) *-Ex. Guns, bows and arrows, swords, clubs, are weapons., conventional weapons*

weaponry (เวพ' เพินรี) *n.* อาวุธ, สรรพาวุธ, อาวุธยุทธภัณฑ์, อาวุธยุทโธปกรณ์, การประดิษฐ์และผลิตอาวุธ (-S. arms)

wear (แวร์) *v.* **wore, worn, wearing** *-vt.* สวม, ใส่, ติด, ประดับ ไว้, แสดง, แสดงให้เป็นท่า, ครอง, ใช้สึก, ทำให้สึก, ทำให้อ่อนเพลีย, *-vi.* สึก, เสียดสี, ทน, ใช้จนสึก, ใช้จนขาด *-n.* การสวม, การใส่, การติด, การประดับ, การใช้สอย, เสื้อผ้า, สิ่งที่สวมใส่, สิ่งที่ติดหรือประดับไว้, เครื่องแบบ, การสึกกร่อน, การค่อยๆ เสื่อม **-wear down** สึก, สึกกร่อน, เสื่อมชำรุด, ทำให้เหนื่อย, มีชัยเหนือ **-wear out** ทำให้สึก, สึก, ทำให้ไร้ประโยชน์, ทำให้เหนื่อย, เหนื่อย **-wearer** *n.* (-S. don, put on, corrode)

wearability (แวระบิล' ลิที) *n.* ความทนต่อการใช้สอย, การทนต่อการสวมใส่

wearable (แวร์' ระเบิล) *adj.* สวมใส่ได้, เหมาะสำหรับสวมใส่

wear and tear ความเสื่อมเสีย, ความสึก, การสึกหรอ, ความสึกกร่อน, การลดลงของคุณค่า, ค่าสึกหรอ

weariful (แวร์' ริฟูล) *adj.* เหนื่อยอ่อน, เหน็ดเหนื่อย, อิดโรย, เมื่อยล้า, น่าเบื่อ, เซ็ง **-wearifully** *adv.* **-wearifulness** *n.*

weariless (เวียร์' รีลิส) *adj.* ไม่รู้จักเหน็ดเหนื่อย, ไม่รำคาญ, ไม่น่าเบื่อ, ไม่เบื่อหน่าย **-wearilessly** *adv.*

wearing (แวร์' ริง) *adj.* เกี่ยวกับการสวมใส่, เกี่ยวกับการใช้สอย, ที่ทำให้เหน็ดเหนื่อย, ที่ทำให้เมื่อยล้า

wearisome (แว' ริเซิม) *adj.* ที่ทำให้เหน็ดเหนื่อย, ที่ทำให้เมื่อยล้า, เหน็ดเหนื่อย, เมื่อยล้า, อิดโรย, น่าเบื่อ, น่าหน่าย, ไม่น่าสนใจ **-wearisomely** *adv.* **-wearisomeness** *n.* (-S. annoying, burdensome)

weary (แวร์' รี) *adj.* **-rier, -riest** เหน็ดเหนื่อย, เมื่อยล้า, อิดโรย, ซึ่งทำให้เหน็ดเหนื่อย, ไม่พอใจ, รำคาญ, เบื่อหน่าย *-vt., vi.* **wearied, wearying** ทำให้เหน็ดเหนื่อย (เมื่อยล้า อิดโรย), กลายเป็นเหน็ดเหนื่อย (เมื่อยล้า อิดโรย) **-wearily** *adv.* **-weariness** *n.* (-S. tired, fatigued, drowsy) *-Ex. Father is weary after his day's work., a weary face, be weary of waiting, weary with talking, The long argument wearied me more than the running home.*

weasand (วี' เซินดฺ) *n.* ลำคอ, หลอดอาหาร, หลอดลม

weasel (วี' เซิล) *n.* สัตว์กินเนื้อขนาดเล็กจำพวก *Mustela* มีรูปร่างยาวเพรียว ขนสีน้ำตาลคล้ายแมวชอบกินหนูเป็นอาหาร *-vi.* **-seled, -seling/-selled, -selling** หลีกเลี่ยง **-weaselly** *adj.*

weasel-faced (วี' เซิลเฟสดฺ) *adj.* มีใบหน้าที่ซูบผอมและยาว, มีใบหน้ายาวเรียว

weasel word ถ้อยคำที่หลบหลีก, ถ้อยคำที่คลุมเครือ, คำตลบตะแลง

weather (เวธ' เธอะ) *n.* สภาพบรรยากาศ (ลม ฝน ฟ้า อุณหภูมิ ความชื้น เมฆ หมอก, ความกดดัน), อากาศ, ลมแรง, พายุ, สถานการณ์, สภาวะ, สภาพ *-adj.* ต้านลม *-vi., vt.* **-ered, -ering** มีการเปลี่ยนแปลง (เมื่อปล่อยให้ถูกอากาศ), ทนต่อสภาวะการเปลี่ยนแปลงของอากาศ **-under the weather** ไม่สบาย, ป่วย, เมา (-S. climate, conditions) *-Ex. in rainy weather, in cold weather, a weather bureau, weather the storm, in all weathers,*

of all weathers, weather-forecast
weather-beaten (เวธ' เธอะบีทเทิน) *adj.* เสื่อมเสียเนื่องจากถูกอากาศ, สึกกร่อน, ผ่านการตากแดดตากฝน, คล้ำแดดคล้ำฝน *-Ex. The weather-beaten shacks of fishermen line the beach., the fisherman's weather-beaten face*
weatherboard (เวธ' เธอะบอร์ด) *n.* กันสาด, แผ่นไม้ชายคา, กราบเรือด้านลม **-weatherboarding** *n.*
weather-bound (เวธ' เธอะเบานฺด) *adj.* ทำให้ล่าช้าหรือถูกสกัดเพราะอากาศเลวร้าย
weathercock (เวธ' เธอะคอค) *n.* กังหัน, สิ่งที่ลู่ตามลม, บุคคลที่ลู่ตามลม, บุคคลที่เปลี่ยนแปลงตามสถานการณ์
weather eye ความว่องไวต่อการเปลี่ยนแปลงของลมฟ้าอากาศ, การเฝ้ามองดูอย่างระมัดระวังต่อการเปลี่ยนแปลงของลมฟ้าอากาศ, ความระมัดระวังอยู่ตลอดเวลา
weatherglass (เวธ' เธอะกลาส) *n.* เครื่องมือ (เช่น บารอมิเตอร์) ที่บอกสภาพของลมฟ้าอากาศ, บารอมิเตอร์ (-S. barometer)
weatherly (เวธ' เธอะลี) *adj.* (แล่นเรือ) ต้านลมเล็กน้อย **-weatherliness** *n.*
weatherproof (เวธ' เธอะพรูฟ) *adj.* สามารถทนแดดทนฝนได้, ทนต่อสภาพลมฟ้าอากาศทุกชนิด *-vt.* **-proofed, -proofing** ทำให้ทนแดดทนฝน, ทำให้ทนต่อสภาพลมฟ้าอากาศทุกชนิด **-weatherproofness** *n.*
weather station สถานีติดตั้งเครื่องมือตรวจสภาพอากาศและทำนายการเปลี่ยนแปลงของสภาพอากาศ, สถานีอุตุนิยมวิทยา
weather-strip (เวธ' เธอะสทริพ) *vt.* **-stripped, -stripping** ใส่แผ่นกันสาด
weather stripping แผ่นกันสาด
weather vane กังหันแสดงทิศทางลม (-S. vane)
weather-wise (เวธ' เธอะไวซฺ) *adj.* เชี่ยวชาญการพยากรณ์อากาศ, เชี่ยวชาญการวิเคราะห์ปฏิกิริยาความเห็นหรืออื่นๆ, เชี่ยวชาญการวิเคราะห์มติมหาชน
weatherworn (เวธ' เธอะวอร์น) *adj.* สึกกร่อน, เสื่อมเสียเนื่องจากถูกแดดถูกฝนหรือสภาพอากาศอื่นๆ
weave (วีฟวฺ) *vt., vi.* **wove, woven, weaving** ทอ, สาน, ถัก, ชักใย, ร้อย, เรียบเรียง, หลบหลีก, ประกอบ, ปะติดปะต่อ (-S. blend, knit, merge, plait)
weaver (วี' เวอะ) *n.* ผู้ทอ, ผู้สาน, ช่างทอผ้า, ช่างสาน, ผู้ปะติดปะต่อ, ผู้ประกอบ, ผู้ร้อย (ดอกไม้), ผู้เรียบเรียง
weaverbird (วี' เวอะเบิร์ด) *n.* ชื่อนกตระกูล Ploceidae
web (เวบ) *n.* ใยแมงมุม, ใย, สิ่งที่มีลักษณะเป็นใย, ไหม, เยื่อ, ใยขนนก, สิ่งที่คล้ายสิ่งทอ, พังผืดที่อยู่ระหว่างนิ้วเท้าของกบ ค้างคาวและสัตว์อื่นๆ บางชนิด, แผ่นโลหะบางที่เชื่อมกับส่วนอื่น, ท้องคาน, กระดาษม้วนหนังสือพิมพ์, ม้วนกระดาษขนาดใหญ่, ชุด, ร่างแห, ข่ายงาน *-vt.* **webbed, webbing** คลุมด้วยสิ่งดังกล่าว, ทำให้เป็นสิ่งดังกล่าว (-S. mesh, network) *-Ex. a spider's web, The picture shows a spider's web., a web of railways, web joint, a web of difficulties*
webbed (เวบดฺ) *adj.* มีพังผืดระหว่างนิ้ว, มีใยแมงมุมมาก *-Ex. the webbed seat of a chair*
webbing (เวบ' บิง) *n.* สายรัด, ผ้าหนาที่ใช้เป็นสายรัด, เยื่อพังผืดระหว่างนิ้วเท้า
Web Browser (เวบ' เบราเซอร์) หรือจะเรียกว่าเบราเซอร์ก็ได้ คือโปรแกรมในการสืบค้นข้อมูลในเครือข่ายอินเตอร์เนตหรือเวิลด์ไวด์เว็บ
webby (เวบ' บี) *adj.* **-bier, -biest** เกี่ยวกับพังผืด, เกี่ยวกับเส้นใย, เป็นพังผืด, เป็นเส้นใย, มีพังผืด, มีเส้นใยมาก
webfoot (เวบ' ฟุท) *n., pl.* **-feet** เท้าที่มีพังผืดระหว่างนิ้วอย่างเป็ด, สัตว์ที่มีเท้าตีนเป็ด **-web-footed** *adj.*
web-toed (เวบ' โทด) *adj.* มีพังผืดระหว่างนิ้วเท้า, เป็นเท้าตีนเป็ด
wed (เวด) *v.* **wedded, wed/wedded, wedding** *-vt.* สมรส, เอาเป็นสามีหรือภรรยา, ประสานกันโดยการสมรส, ประสานกัน *-vi.* สมรส, ร่วมกัน, ประสานกัน (-S. espouse, marry) *-Ex. With this ring I thee wed, said the bridegroom at the wedding.*
Wed. ย่อจาก Wednesday วันพุธ
we'd (วีด) ย่อจาก we had, we should, we would
wedded (เวด' ดิด) *adj.* สมรสกัน, เกี่ยวกับการสมรส, ร่วมกัน (-S. married) *-Ex. one's wedded wife, to be wedded to one's profession*
wedding (เวด' ดิง) *n.* การสมรส, พิธีสมรส, การฉลองครบรอบการสมรส, การร่วมกัน, การประสานกัน (-S. nuptials, marriage) *-Ex. a silver wedding*
wedge (เวจ) *n.* ลิ่ม, สิ่งที่เป็นรูปลิ่ม, รูปลิ่ม, สิ่งที่ทำให้แตกแยก, เหล็กงัด, การตั้งกองทหารเป็นรูปตัว V เพื่อบุกเข้าหาข้าศึก, วิธีการ, หนทาง *-v.* **wedged, wedging** *-vt.* แยกออก, ผ่าออก, ตอกลิ่มเข้าไป, ทะลวง *-vi.* ทะลวง, แทรก, อัด, จิ้ม **-wedgelike** *adj.* (-S. block, chock, chunk, lump) *-Ex. A stranger wedged his way through the crowd.*
Wedgwood (เวจ' วูด) เครื่องปั้นดินเผาของ Josiah Wedwood เป็นเครื่องเคลือบดินเผาที่สวยงามยี่ห้อหนึ่งของโลก
wedlock (เวด' ลอค) *n.* การสมรส, ชีวิตการสมรส **-out of wedlock** บุตรเกิดนอกสมรส
Wednesday (เวนซฺ' เด) *n.* วันพุธ
wee (วี) *adj.* **weer, weest** ที่เล็กมาก, ที่เช้ามาก *-n.* ชิ้นเล็กนิดเดียว, ช่วงระยะเวลาอันสั้นมาก
weed[1] (วีด) *n.* วัชพืช, บุหรี่, ซิการ์, ต้นยาสูบ, ต้นกัญชา, คนผอมที่อ่อนแอ, สัตว์ผอมที่อ่อนแอ *-v.* **weeded, weeding** *-vt.* กำจัดวัชพืชทิ้ง, ขจัด, ถอนราก, คัดออก *-vi.* ขจัดวัชพืช **-weeder** *n.* *-Ex. Weeds crowd out other plants in the garden., He pulls up the weeds., to weed the flower beds, to spend the whole day weeding*
weed[2] (วีด) *n.* แถบผ้าสีดำไว้ทุกข์, เสื้อผ้า, เครื่องนุ่งห่ม **-weeds** ชุดไว้ทุกข์ของหญิงม่าย *-Ex. Our neighbour still wears widow's weeds.*
weedy (วี' ดี) *adj.* **-ier, -iest** มีวัชพืชเต็ม, ประกอบ

W

week 973 welfare work

ด้วยหรือเกี่ยวกับวัชพืช, ผอมและอ่อนแอ **-weedily** *adv.* **-weediness** *n.*

week (วีค) *n.* สัปดาห์, ระยะเวลาเจ็ดวันต่อเนื่องกัน, อาทิตย์, จำนวนวันทำงาน, สัปดาห์การทำงาน *-adv.* เป็นเวลา 7 วันก่อนหรือหลังวันที่กำหนดให้ *-Ex. for a week, a school week has 5 days in it*

weekday (วีค' เด) *n.* วันธรรมดาที่ไม่ใช่วันอาทิตย์, วันธรรมดาที่ไม่ใช่วันหยุด, วันธรรมดาที่ไม่ใช่วันสวนะ (sabbath day)

weekend (วีค' เอนดฺ) *n.* วันสุดสัปดาห์ (โดยเฉพาะระหว่างเย็นวันศุกร์กับเช้าวันจันทร์), วันสุดท้ายของสัปดาห์, ปลายสัปดาห์ *-vi.* **-ended, -ending** ใช้เวลาในวันสุดสัปดาห์, ผ่านวันสุดสัปดาห์, ไปพักผ่อนในวันสุดสัปดาห์ *-Ex. We go to school during the week and play during the weekend.*

weekender (วีค' เอนเดอะ) *n.* ผู้ไปพักผ่อนวันสุดสัปดาห์, แขกวันสุดสัปดาห์, กระเป๋าเดินทางขนาดใหญ่พอที่จะใส่เสื้อผ้าและของใช้ส่วนตัวสำหรับเดินทางพักผ่อนในวันสุดสัปดาห์ (หรือเรียกว่า weekendbag)

weekly (วีค' ลี) *adj.* สุดสัปดาห์, ต่อสัปดาห์, สัปดาห์ละหนึ่งครั้ง, รายสัปดาห์, คิดเป็นสัปดาห์ *-adv.* สัปดาห์ละครั้ง, รายสัปดาห์ *-n., pl.* **-lies** สิ่งตีพิมพ์ที่ออกเป็นรายสัปดาห์ *-Ex. the sudent's weekly assignment, We pay for the newspaper weekly., We take 2 weeklies., a weekly letter, a weekly wage*

ween (วีน) *vt.* **weened, weening** คิด, คาดคิด, คิดว่า, เข้าใจว่า

weeny (วี' นี) *adj.* **-nier, -niest** เล็กมาก

weep (วีพ) *v.* **wept, weeping** *-vi.* ร้องไห้, ร่ำไห้, หลั่งน้ำตา, หยด, รั่ว, (หนอง)ไหล, ซึมออก *-vt.* ร่ำไห้, หลั่งน้ำตา, ซึมออกมา *-n.* การร้องไห้, การร่ำไห้, การไหลซึมออกมา (-S. sob, cry, bemoan, lament)

weeper (วี' เพอะ) *n.* ผู้ร้องไห้, ผู้ร่ำไห้, คนรับจ้างร้องไห้ในงานศพ, เครื่องหมายไว้ทุกข์ (เช่น ปลอกแขนดำ)

weeping (วี' พิง) *adj.* แสดงความเสียใจโดยการร้องไห้, ร่ำไห้, ไหลซึม, มีฝนตก

weepy (วี' พี) *adj.* **-ier, -iest** ร้องไห้, ร่ำไห้, น้ำตาคลอ, หลั่งน้ำตาง่าย, หลั่งน้ำ, รั่ว

weevil (วี' เวิล) *n.* ตัวด้วง, มอด, แมลงปีกแข็งในตระกูล Curculionidae

weft (เวฟทฺ) *n.* การทอตามขวาง, เส้นด้ายลายขวาง, สิ่งทอลายขวาง, สิ่งทอ, เสื้อผ้าอาภรณ์

weigh (เว) *v.* **weighed, weighing** *-vt.* ชั่ง, ชั่งน้ำหนัก ชั่งตวง, หนัก, ถ่วง, ทำให้หนัก, พิเคราะห์, พิจารณา, ยก, ชัก, ถอน (สมอเรือ) *-vi.* หนัก, มีความสำคัญ, มีอิทธิพล, เป็นภาระ, กด, ออกเดินเรือ, ถอนสมอเรือ **-weigh in** ชั่งน้ำหนัก เป็นทางการ (ก่อนวันแข่ง) **-weigher** *n.* (-S. consider, ponder) *-Ex. Samai weighed it in the scales and found that weighed 2 lbs., Narong weighed out two ounces of tobacco., Somchai weighed it in his hand., weighed down by a heavy load*

weight (เวท) *n.* น้ำหนัก, ความหนัก, ระบบหน่วยน้ำหนักหรือมวล, หน่วยน้ำหนัก, หน่วยมวล, ตัวน้ำหนัก, มวล, วัตถุสิ่งของ, สิ่งที่มีประโยชน์เพราะน้ำหนักของตัวเอง, ความสำคัญ, อิทธิพล, ความหนาหรือความดำของตัวพิมพ์, จานน้ำหนักที่ใช้ยกแข่งขันหรือออกกำลัง, น้ำหนักเสียง, น้ำหนักพยางค์ *-vt.* **weighted, weighting** เพิ่มน้ำหนัก, เป็นภาระ, ให้น้ำหนักทางสถิติแก่, มีอคติ, เข้าข้าง **-carry weigth** มีความสำคัญ, มีอิทธิพล **-pull one's weight** มีสิทธิในส่วนแบ่ง **-throw one's weight around/about** ใช้อิทธิพลหรืออำนาจอย่างไม่ถูกต้อง (-S. burden, load, mass) *-Ex. a weight on the mind, over weight, put on weight, under weight, weight lifting*

weightless (เวท' ลิส) *adj.* ไร้น้ำหนัก **-weightlessness** *-n.*

weighty (เวท' ที) *adj.* **weightier, weightiest** มีน้ำหนักมาก, เป็นภาระ, มีความลำบาก, สำคัญ, มีอิทธิพล **-weightily** *adv.* **-weightiness** *n.* (-S. dense, heavy, grave) *-Ex. his weighty responsibilities, a weighty argument*

Weimaraner (ไว' มะราเนอะ) *n.* ชื่อพันธุ์สุนัขล่าเนื้อ มีขนเรียบสีเทาน้ำเงินหรือสีเทาดำ

weir (เวียร์) *n.* เขื่อนเล็กๆ, ทำนบจับปลา

weird (เวียร์ด) *adj.* **weirder, weirdest** ประหลาด, นอกเหนือหลักธรรมชาติ, อาเพท, อัศจรรย์, อภินิหาร, เกี่ยวกับดวงชะตา, เกี่ยวกับชะตากรรม **-weirdly** *adv.* **-weirdness** *n.* (-S. uncanny, queer, eerie -A. normal, natural) *-Ex. a weird noise in the attic, Women wear weird hats these days., Somchai really is a weird character.*

Welch (เวลชฺ, เวลชฺ) *v.* ดู Welsh

welcome (เวล' เคิม) *n.* การต้อนรับ *-interj.* ขอต้อนรับ *-vt.* **-comed, -coming** ต้อนรับ, รับด้วยความยินดี, แสดงความยินดีในการต้อนรับ *-adj.* ยินดีต้อนรับ, เป็นที่น่ายินดี, พอใจต้อนรับ, ได้รับอนุญาต, ได้จังหวะพอดี **-wear out one's welcome** ไปบ่อยจนไม่ได้รับการต้อนรับ **-welcomely** *adv.* **-welcomeness** *n.* **-welcomer** *n.* (-S. acceptance, greeting, hospitality) *-Ex. You are always welcome., welcome signs of improvement, gave me a warm welcome, I was warmly welcomed., welcomed me in*

weld (เวลดฺ) *vt., vi.* **welded, welding** เชื่อม, เชื่อมโลหะ, เชื่อมต่อ, บัดกรี, ประสาน, ทำให้ตกลงกัน *-n.* การเชื่อมโลหะ, การเชื่อมต่อ, การบัดกรี, เครื่องบัดกรี **-welder, weldor** *n.* (-S. fuse, solder, connect, join) *-Ex. Father will weld the ends of the wires together.*

welfare (แวล' แฟร์) *n.* สวัสดิการ, สวัสดิภาพ, ความสุข, ความสบาย, งานสวัสดิการ **-Welfare** หน่วยงานสงเคราะห์ด้านสวัสดิการ **-on welfare** เป็นผู้รับสวัสดิการ (-S. success, well-being) *-Ex. Parents look after their children's welfare.*

welf state ระบบที่รับผิดชอบการให้สวัสดิการแก่ประชาชนด้านต่างๆ เช่น การศึกษา สุขภาพ การเคหะ และอื่นๆ

welfare work กิจการสวัสดิการ, งานสงเคราะห์

W

-welfare worker *n.*

well¹ (เวล) *adv.* **better, best** ดี, อย่างดี, เรียบร้อย, สบาย, เป็นที่พอใจ, ด้วยความระมัดระวัง, อย่างน่าสรรเสริญ, ด้วยความถูกต้อง, อย่างมีเหตุผล, มากมาย, ได้เรียบ, เต็มที่ *-adj.* สบาย, ดี, พอใจ, เรียบร้อย, พอควร, เหมาะสม *-interj.* ดีละ! โอ!, โอ้! *-n.* ความสบาย, ความมีสุขภาพดี, โชคดี, ความสำเร็จ **-as well** เพิ่มเติมด้วย **-as well as** เช่นเดียวกับ **-leave well enough alone** ไม่เปลี่ยนแปลงสิ่งที่ดีอยู่แล้ว (-S. fortunately, happily) *-Ex. You'll soon be well again., All will be well., Advised me well., all went well, Wish me well., Mother and child are doing well., You might as well., might equally well, well dired, well worth, well deserved, As soon as we were well started., well on our way, well past the river, know perfectly well, well aware, well able to, Well!, Well now; let's think., Dang's learning French as well as German., Samai's learning french and German as well.*

well² (เวล) *n.* บ่อ, บ่อน้ำ, บ่อน้ำมัน, บ่อแร่, หลุม, แอ่ง, คอกหน้าบังลังก์ศาล, ห้องเลี้ยงปลาในเรือประมง, ช่องบันได, ช่องใส่ของ, ช่องลิฟต์, ช่องลม *-vt., vi.* **welled, welling** ไหลออกมา, ทะลักออกมา, พุ่งออกมา (-S. pit, shaft)

we'll (วีล) ย่อจาก we shall, we will

well-advised (เวล' แอดไวซฺดฺ') *adj.* รอบคอบ, ฉลาด, เหมาะ, สมควร

well-appointed (เวล' อะพอยนฺ' ทิด) *adj.* ครบถ้วน

well-balanced (เวล' แบล' เลินซฺทฺ) *adj.* ได้สมดุล, ถ่วงดุลกันดีแล้ว, มีเหตุผล, เท่าเทียมกัน, ได้สัดส่วน (-S. graceful, harmonious)

well-being (เวล' บี' อิง) *n.* สภาพที่ดี, สภาพที่น่าพอใจ, ความสุข, ความผาสุก, ความเจริญรุ่งเรือง, สวัสดิการ (-S. prosperity, happiness)

well-beloved (เวลบีลัฟวฺดฺ') *adj.* เป็นที่รักอย่างมากและด้วยใจจริง, เป็นที่เคารพนับถืออย่างสูง

wellborn (เวล' บอร์น') *adj.* กำเนิดในตระกูลสูงศักดิ์, กำเนิดในตระกูลผู้ดี

well-bred (เวล' เบรด') *adj.* ได้รับการอบรมอย่างดี, (สัตว์) เป็นพันธุ์ดี (-S. polished, civilized, refined, cultivated, courteous) *-Ex. a well-bred spaniel*

well-defined (เวล' ดิไฟนฺด') *adj.* ระบุไว้ชัดเจน, อธิบายหรือชี้แจงไว้ชัดเจน, ให้ความหมายว่าชัดเจน

well-disposed (เวลดิสโพซฺดฺ') *adj.* เห็นอกเห็นใจผู้อื่น, หวังดี, มีเจตนาดี, มีอารมณ์ดี, มีนิสัยดี

welldoer (เวล' ดูเออะ) *n.* คนดี, คนที่กระทำแต่ความดี

well-doing (เวล' ดูอิง) *n.* ความประพฤติดี, การกระทำแต่ความดี, การกระทำที่ดี

well-done (เวล' ดัน') *adj.* ชำนาญ, เชี่ยวชาญ, มีสมรรถภาพดี, ทำได้ดี, (เนื้อ) ต้มจนสุกทั่ว

well-dressed (เวล' เดรสทฺ) *adj.* แต่งตัวดี

well-earned (เวล' เอิร์นด) *adj.* ได้มาโดยชอบ, ได้มาโดยการทำลาย, พึงจะได้

well-established (เวล' เอสแทบ' ลิชทฺ) *adj.* มีฐานที่มั่นคง, ก่อตัวขึ้นแล้วอย่างถาวร, แน่นแฟ้น, มั่นคง (-S. settled, firmly set)

well-favoured, well-favored (เวล' เฟ' เวิร์ด) *adj.* สวยงาม, หน้าตาดี, หล่อ, งดงาม (-S. attractive)

well-fed (เวล' เฟด) *adj.* บำรุงดี, ได้รับการเลี้ยงดูดี (-S. fat, plump)

well-fixed (เวล' ฟิคซฺทฺ') *adj.* ร่ำรวย, มั่งคั่ง, มีทรัพย์สินมาก (-S. well-to-do)

well-found (เวล' เฟานฺดฺ) *adj.* มีเสบียงมากพอ, มีเสบียงสมบูรณ์, ติดตั้งอุปกรณ์สมบูรณ์

well-founded (เวล' เฟานฺ' ดิด) *adj.* มีเหตุผลดี, สมเหตุสมผล, มีรากฐานมั่นคง, มีฐานะดี

well-groomed (เวล' กรูมดฺ') *adj.* สะอาดหมดจด, เรียบร้อยดี, แต่งตัวหวีผมอาบน้ำสะอาดหมดจด (-S. neat)

well-grounded (เวล' เกรานฺ' ดิด) *adj.* มีเหตุผลดี, สมเหตุสมผล, ได้รับการอบรมสั่งสอนมาอย่างดี (-S. reasonable)

wellhead (เวล' เฮด) *n.* แหล่ง, แหล่งน้ำบ่อ, แหล่งแร่

well-heeled (เวล' ฮีลดฺ') *adj.* ร่ำรวย, มั่งคั่ง

wellhole (เวล' โฮล) *n.* เพลาบ่อ

wellhouse (เวล' เฮาซฺ) *n.* แหล่ง, แหล่งน้ำบ่อ, ตาน้ำ

well-informed (เวล' อินฟอร์มดฺ') *adj.* รู้ข่าวดี, มีความรู้กว้างขวาง, พหูสูตร

Wellington (เวล' ลิงเทิน) ชื่อเมืองหลวงของนิวซีแลนด์

well-intentioned (เวล' อินเทน' ชันดฺ) *adj.* มีความหมายดี, เจตนาดี, หวังดี

well-judged (เวล' จัดจฺทฺ) *adj.* วินิจฉัยได้ดี, ตัดสินใจได้ถูกต้อง, เหมาะสม

well-knit (เวล' นิท) *adj.* ประสานกันแน่น, เชื่อมต่อกันได้ดี, คล้องจองกัน, แข็งแรง

well-known (เวล' โนน') *adj.* มีชื่อเสียง, ดี, เป็นที่รู้จักกันทั่วไป, คุ้นเคย (-S. celebrated, famous, renowned) *-Ex. a well-known actor*

well-looking (เวล' ลุค' คิง) *adj.* มีหน้าตาดี, งดงาม, สวยงาม, ดูดี

well-mannered (เวล' แมนเนิร์ด) *adj.* มีกิริยามารยาทดี

well-meaning (เวล' มี' นิง) *adj.* มีความหมายดี, มีเจตนาดี, หวังดี

well-met (เวล' เมท) *adj.* ยินดีที่พบ

well-nigh (เวล' ไน') *adv.* ใกล้มาก, เกือบจะ

well-off (เวล' ออฟ') *adj.* มีเงินเพียงพอ, มีทรัพย์สินเพียงพอ, พอใจ, ยินดี (-S. comfortable, lucky, thriving)

well-paid (เวล' เพด) *adj.* มีค่าตอบแทนมาก, ให้เงินเดือนสูง

well-read (เวล' เรด') *adj.* อ่านหนังสือมาก, รู้ดีจากการอ่าน

well-rounded (เวล' เรานฺ' ดิด) *adj.* มีรสนิยมหลายด้าน, มีความสามารถหลายอย่าง, เจริญเติบโตอย่างดี, ได้สมดุล

well-spoken (เวล' สโพ' เคิน) *adj.* พูดดี, พูดได้ไพเราะ, พูดได้เหมาะสม

wellspring (เวล' สพริง) *n.* ต้นน้ำ, ตาน้ำ, แหล่งน้ำ, แหล่งที่อุดมสมบูรณ์ (-S. fount, well)
well-thought-of (เวล' ธอท' อัฟ) *adj.* เป็นที่นับถืออย่างสูง, มีชื่อเสียงดี
well-timed (เวล' ไทมฺด) *adj.* ได้เวลา, เหมาะกับกาลเวลา, ได้จังหวะ (-S. opportune)
well-to-do (เวลทะดู') *adj.* รุ่งเรือง, ร่ำรวย
well-turned (เวล' เทิร์นดฺ) *adj.* มีรูปร่างดี, กะทัดรัด, เหมาะเจาะ, ได้จังหวะ (-S. elegant)
well-weighed (เวล' เวดฺ) *adj.* ผ่านการพิจารณามาอย่างดี
well-wired (เวล' ไวเออะดฺ) *adj.* เป็นที่รู้จักกันในธุรกิจการค้า
well-wisher (เวล' วิชเชอะ) *n.* ผู้แสดงความปรารถนาดี **-well-wishing** *adj., n.*
well-worn (เวล' วอรฺน') *adj.* ใช้เก่าแล้ว, ใช้มาอย่างมากแล้ว, เก่าแก่, คร่ำครึ, จืดชืด, สวมได้เหมาะ
welsh (เวลช, เวลชฺ) *vi.* **welshed, welshing** โกงหนี้, ไม่ใช้หนี้, ไม่ปฏิบัติตามคำมั่นสัญญา (-S. welch) **-welsher** *n.*
Welsh (เวลชฺ, เวลช) *adj.* เกี่ยวกับชาวเวลส์ หรือภาษาที่ใช้ *-n.* ชาวเวลส์, ภาษาที่ชาวเวลส์ใช้กัน **-Welshwoman** *n., fem.* (-S. Welch)
Welshman (เวลชฺ' เมิน, เวลชฺ'-) *n.* ชาวเวลส์
Welsh terrier สุนัขพันธุ์ terrier ที่มีขนหยิกสีดำและน้ำตาล มีต้นกำเนิดจากแคว้นเวลส์
welt (เวลทฺ) *n.* แผ่นหนังระหว่างข้างบนกับพื้นรองเท้า, ขอบเสื้อผ้า, ขอบหนัง, สายหนัง, แผ่นไม้หรือโลหะที่ใช้ทาบแนวต่อ, รอยเฆี่ยน, รอยแส้, รอยหวาย *-vi.* **welted, welting** เฆี่ยน, หวด, ตีเสียงดัง
welter (เวล' เทอะ) *vi.* **-tered, -tering** กลิ้ง, เกลือกกลิ้ง, พลิก, เปียก, ชุ่ม, หมกมุ่น, จุ่ม, พัวพัน *-n.* ความสับสนวุ่นวาย, ความหมกมุ่น, ความมั่วสุม, ความสับสนปนเป, ความโกลาหล, การกลิ้ง, การเกลือกกลิ้ง (-S. commotion, tumult)
welterweight (เวล' เทอะเวท) *n.* นักมวยหรือนักมวยปล้ำ หรือผู้แข่งขันที่มีน้ำหนักระหว่างรุ่นไลต์เวตกับมิดเดิลเวต (โดยเฉพาะนักมวยอาชีพที่มีน้ำหนัก 61-66.5 กิโลกรัม)
wen (เวน) *n.* เนื้องอกผิวหนัง (โดยเฉพาะที่หนังศีรษะ) มีไขมันอยู่ด้วย, ถุงไขมัน
wench (เวนชฺ) *n.* เด็กผู้หญิง, เด็กสาว, สาวบ้านนอก, โสเภณี, สาวใช้ *-vi.* **wenched, wenching** ประจบสอพลอ, เอาใจ, เที่ยวโสเภณี, เป็นชู้ **-wencher** *n.*
wend (เวนดฺ) *vi., vt.* **wended, wending** ไป, ดำเนิน, ไปยัง
went (เวนทฺ) *vt., vi.* กริยาช่อง 2 ของ go *-Ex. He went to bed early.*
wept (เวพทฺ) *vt., vi.* กริยาช่อง 2 และ 3 ของ weep *-Ex. Somsri wept when the heroine died.*
were (เวอ) *vi., v. aux.* กริยาช่อง 2 ของ be *-Ex. Forty children were at the picnic.*
we're (เวียร์) ย่อจาก we are
weren't (เวิร์นทฺ) ย่อจาก were not *-Ex. We weren't ready for school when Father left.*
werewolf, werwolf (เวียร์' วูลฟฺ) *n., pl.* **-wolves** มนุษย์ที่ได้เปลี่ยนเป็นหมาป่า, มนุษย์หมาป่า
wert (เวิร์ท) *vi.* กริยาช่อง 2 ของ be ใช้กับสรรพนามเอกพจน์
weskit (เวส' คิท) *n.* เสื้อกั๊ก (-S. waistcoat)
west (เวสทฺ) *n.* ตะวันตก, ทิศตะวันตก, ประจิม, ภาคตะวันตก, ประเทศตะวันตก, บริเวณตะวันตก *-adj.* อยู่ทางด้านตะวันตก, ทางทิศตะวันตก, มาจากทิศตะวันตก *-adv.* ไปทางทิศตะวันตก **-the West** บริเวณภาคตะวันตกของสหรัฐอเมริกา ประเทศโลกเสรีทางตะวันตกของโลกรวมทั้งสหรัฐอเมริกา *-Ex. the west of Thailand*
westbound (เวสทฺ' เบานฺดฺ) *adj.* ไปทางทิศตะวันตก, หันไปทางทิศตะวันตก
wester[1] (เวส' เทอะ) *n.* ลมหรือพายุที่พัดจากทางตะวันตก
wester[2] (เวส' เทอะ) *vi.* **-ered, -ering** เคลื่อนไปทางทิศตะวันตก, หันไปทางทิศตะวันตก
westerly (เวส' เทอะลี) *adj.* เกี่ยวกับหรือตั้งอยู่ทางทิศตะวันตก, ในทางทิศตะวันตก, มาจากทิศตะวันตก *-n., pl.* **-lies** ลมที่มาจากทางทิศตะวันตก *-Ex. We drove 250 miles in a westerly direction.*
western (เวส' เทิร์น) *adj.* อยู่ทางทิศตะวันตก, ไปทางทิศตะวันตก, มาจากทางทิศตะวันตก *-n.* เรื่องราวเกี่ยวกับสมัยศตวรรษที่ 19 ของภาคตะวันออกของสหรัฐอเมริกา **-Western** เกี่ยวกับหรือมาจากภาคตะวันตกของอเมริกาหรือของประเทศ, เกี่ยวกับโลกเสรีทางด้านตะวันตกของยุโรปและรวมทั้งอเมริกา **-Western** เกี่ยวกับศาสนาคริสต์นิกาย Western Church *-Ex. the western part of the town, a western accent*
Western Hemisphere ภาคตะวันตกของผืนแผ่นดินโลกได้แก่ ทวีปอเมริกาเหนือและใต้ เกาะต่างๆ ที่อยู่ใกล้เคียงและน่านน้ำที่ล้อมรอบเม็กซิโก อเมริกากลาง ซีกโลกตะวันตก ซีกโลกด้านตะวันตกของเส้นแวงที่ 180 องศา
westernize (เวส' เทอะไนซฺ) *vt.* **-ized, -izing** ทำให้มีลักษณะความคิดเห็น ขนบธรรมเนียมประเพณีและอื่นๆ ของประเทศด้านตะวันตก **-westernization** *n.*
westernmost (เวส' เทิร์นโมสทฺ) *adj.* ตะวันตกไกล, ตะวันตกมากที่สุด
West Indies ชื่อหมู่เกาะในตอนเหนือของมหาสมุทรแอตแลนติก ระหว่างทวีปอเมริกาเหนือกับทวีปอเมริกาใต้ ประกอบด้วยหมู่เกาะ Greater Antilles กับหมู่เกาะ Lesser Antilles และเกาะ Bahamas **-Federation of West Indies** ชื่อสหพันธรัฐหนึ่ง เมื่อก่อนเคยเป็นอาณานิคมของอังกฤษได้แก่ จาไมกา ทรินิแดด โทบาโก และบาร์เบโดส
westing (เวส' ทิง) *n.* เส้นทางทิศตะวันตก, เส้นทางสินค้าไปทางทิศตะวันตก, ระยะทางเฉียงไปทางทิศตะวันตก
Westminster (เวสทฺ' มินสเทอะ) ชื่อเขตปกครองหนึ่งในกรุงลอนดอน ถือว่าเป็นเมืองเล็กเมืองหนึ่ง

เป็นที่ตั้งรัฐสภาอังกฤษ และพระราชวังบักกิงแฮม

Westminster Abbey ชื่อโบสถ์ในกรุงลอนดอนเป็นที่ฝังพระศพของกษัตริย์อังกฤษ

West Virginia ชื่อรัฐหนึ่งในภาคตะวันออกของสหรัฐอเมริกา **-West Virginian** *adj., n.*

westward (เวสทฺ เวิร์ดซฺ) *adj., adv.* ไปทางตะวันตก, อยู่ทางตะวันตก **-westwards** *adv.* **-westwordly** *adv., adj.*

wet (เวท) *adj.* **wetter, wettest** เปียก, โชก, ชื้น, แฉะ, ในสภาพของเหลว, ประกอบด้วยน้ำหรือของเหลวอื่น, อนุญาตหรือเห็นด้วยกับการขายเหล้า, อนุญาตให้กลั่นเหล้า, แช่เหล้า, มีฝนตกมากหรือบ่อย, มีความชื้นสูง, ดื่มเหล้าเมา, ไร้ค่า, ใจเสาะ *-n.* ความเปียก, ความชื้น, อากาศชื้น, ฝน, ผู้ที่สนับสนุนให้มีการผลิตและขายเหล้า *-v.* **wet/wetted, wetting** *-vt.* ทำให้เปียก, ทำให้ชื้น, ทำให้ชุ่ม *-vi.* กลายเป็นเปียก, กลายเป็นชื้น, ปัสสาวะ **-all wet** เข้าใจผิด **-wet behind the ears** ยังไม่เจริญเติบโตเต็มที่, ยังด้อยประสบการณ์ **-wet one's whistle** ดื่มเหล้า (-S. damp, humid, soggy) *-Ex. get wet, wet clothes, face wet with tears, a wet day, wet weather, to wet the paper slightly before printing on it*

wetback (เวท' แบค) *n.* กรรมกรชาวเม็กซิกันที่เข้าไปในสหรัฐอเมริกาโดยผิดกฎหมาย

wet blanket ทำให้หมดสนุกหรือหมดความกระตือรือร้นหรือหมดกำลังใจ, ผ้าห่มชุบน้ำใช้ดับไฟ

wet dream การฝันว่าได้ร่วมเพศจนน้ำกามหลั่งออกมา

wet fly เหยื่อแมลงเทียมที่ใช้ตกปลา

wet goods เหล้า, สินค้าประเภทของเหลว (เช่น น้ำมัน สี)

wether (เวธ' เธอะ) *n.* แกะตัวผู้ที่ถูกตอนแล้ว

W

wet nurse แม่นม

wet-nurse (เวท' เนอร์ส) *vt.* **-nursed, -nursing** ทำตัวเป็นแม่นม, ให้ความระมัดระวังหรือให้การเอาใจใส่มากเกินไป

wet pack การเช็ดตัวคนไข้ด้วยผ้าเปียก

wetting agent น้ำยาเคลือบฟิล์ม กระจกหรือวัตถุอื่นเพื่อกันการเกิดฟอง

we've (วีฟว) ย่อจาก we have

whack (แวค) *n.* การตีเสียงดัง, การหวดเสียงดัง *-vt., vi.* **whacked, whacking** ตีเสียงดัง, หวดเสียงดัง **-out of whack** ในสภาพที่เลว, เสีย, ใช้การไม่ได้ **-have/take a whack at** สร้างความพยายาม **-whack off** ทำให้แยกออกจากกันด้วยการตี

whacking (แวค' คิง) *adj.* ใหญ่, โต

whale[1] (เวล) *n.* ปลาวาฬ, บุคคลหรือสิ่งที่ใหญ่โตมหาศาล, บุคคลหรือสิ่งที่ดียิ่ง *-vi.* **whaled, whaling** จับปลาวาฬ, ล่าปลาวาฬ

whale[2] (เวล) *vt., vi.* **whaled, whaling** ตี, หวด, เฆี่ยนอย่างรุนแรง

whaleboat (เวล' โบท) *n.* เรือล่าปลาวาฬ, เรือยาวแคบที่สามารถเคลื่อนที่และเลี้ยวได้อย่างรวดเร็ว

whalebone (เวล' โบน) *n.* กระดูกปลาวาฬ, ของแข็งยืดหยุ่นที่ขึ้นแทนฟันบนขากรรไกรบนของปลาวาฬบางชนิด, แผ่นบางของของแข็งดังกล่าว, สิ่งที่ทำจากกระดูกปลาวาฬ

whaler (เวล' เลอะ) *n.* นักจับปลาวาฬ, นักล่าปลาวาฬ, เรือล่าปลาวาฬ (-S. whaleman)

whaling (เวล' ลิง) *n.* การจับปลาวาฬ, การล่าปลาวาฬ

wham (แวม) *n.* เสียงดังที่เกิดจากเสียงระเบิดหรือเสียงกระทบ, การกระทบกระแทกอย่างรุนแรง *-vt., vi.* **whammed, whamming** ทำให้เกิดเสียงดัง

whammy (แวม'มี) *n., pl.* **-mies** *n.* (คำสแลง) นัยน์ตาที่มุ่งร้าย ตัวซวย ตัวนำเคราะห์ร้าย

whang (แวง) *v.* **whanged, whanging** *-vt.* ทำให้เสียงกระทบกระแทก, ตี, หวด *-vi.* เกิดเสียงดังจากการกระทบกระแทก

wharf (วอร์ฟ) *n, pl.* **wharves/wharfs** ท่าเรือ, ท่าเรือใหญ่ *-v.* **wharfed, wharfing** *-vt.* จัดให้มีท่าเรือ, เก็บไว้ในท่าเรือ, เอาเข้าท่าเรือ *-vi.* ผูกกับท่าเรือ (-S. dock, pier, quay, jetty)

wharfage (วอร์ฟ' ฟิจ) *n.* การใช้ท่าเรือ, ค่าจอดท่าเรือ, ค่าท่า, ค่าธรรมเนียมการใช้ท่าเรือ

wharfinger (วอร์' ฟินเจอะ) *n.* เจ้าของท่าเรือ, ผู้ควบคุมท่าเรือ

what (วอท) *-pron.* อะไร, เท่าไร, ใดๆ, สิ่งที่, คนที่, เท่าที่, ชนิดใด *-n.* อะไร, ลักษณะที่แท้จริง *-adj.* อะไรก็ตาม, เท่าไร *-interj.* อะไรกัน! *-conj.* มากเท่าที่จะ, ตราบใด **-so what** แล้วมีอะไรล่ะ **-what for** เพื่ออะไร **-what have you** เป็นต้น **-what if** ถ้า, สมมติว่า **-what's what** ตามความเป็นจริง *-Ex. What shall I say?, What's that thing?, On what? What did you say?, What animal is that?, What's the time? What news have you?, What about? What else? What then?, What! No train till tomorrow?, What nonsense!, None except what you've seen., Like what you've seen., You can have what is left.*

whatever (วอทเอฟ' เวอะ) *adj.* ไม่ว่าจำนวนเท่าไร, ไม่ว่าอะไรก็ตาม, ไม่ว่าใครก็ตาม, ทุกชนิด, อะไร, ทั้งหมด *-pron.* อะไรก็ตาม, ไม่ว่าอะไรก็ตาม, ไม่ว่าสิ่งใดก็ตาม, อะไร, เลย, ทั้งหมด *-Ex. You can have whatever you want., Whatever things you want., whatever is faults., He was always generous, Whatever you may do., I shall always whatever will he do next!, None whatever*

what'll ย่อจาก what shall, what will

whatnot (วอท' นอท) *n.* หิ้ง, หิ้งตั้งแสดง, สิ่งที่อาจแยกเป็นหมวดหมู่ได้ *-pron.* อะไรต่ออะไรอีกมากมาย

what's (วอทซฺ) ย่อจาก what is, what has, what does *-Ex. I know what's wrong.*

whatsoe'er (วอทโซแอร์') *pron., adj.* ย่อจาก whatsoever อะไรก็ตาม, ใดๆ เลย, หมดสิ้น, ทั้งหมด

whatsoever (วอทโซเอฟ' เวอะ) *adj., pron.* ย่อจาก whatever *-Ex. I have no confidence whatsoever in that fellow's report.*

what've ย่อจาก what have

wheal (วีล) *n.* แผลไหม้เล็กๆ บนผิวหนัง, แผลผื่นคันบนผิวหนัง, รอยเฆี่ยน, รอยโบย, รอยตี, รอยหวด (-S. pimple)
wheat (วีท) *n.* เมล็ดข้าวสาลี (พืชจำพวก *Triticum* โดยเฉพาะจำพวก *Triticum aestivum*), ต้นข้าวสาลี *-Ex. a wheat field, wheat flour, wheat bread*
wheaten (วีท' เทิน) *adj.* ทำจากแป้งหมี่, ทำจากแป้งข้าวสาลี, เกี่ยวกับข้าวสาลี
wheat germ ตัวอ่อนหรือนิวเคลียสของเมล็ดข้าวสาลี เป็นแหล่งที่มีวิตามิน
wheedle (วีด' เดิล) *vt., vi.* **-dled, -dling** โอ้โลม, ชักชวน, หลอกเอา, ปลอบโยน, ป้อยอ **-wheedler** *n.* (-S. coax, cajole) *-Ex. Dang wheedled his father into giving him a bigger allowance., Somsri wheedled a new dress from her mother.*
wheel (วีล) *n.* ล้อ, ล้อรถ, สิ่งที่มีลักษณะเป็นล้อ, พวงมาลัย, ล้อเฟือง, กงล้อ, กงจักร, จักรยานสองล้อ, เครื่องปั่นด้ายเป็นรูปล้อ, กังหัน, ล้อขับเคลื่อน, (คำสแลง) บุคคลที่กระฉับกระเฉงและมีอิทธิพล *-v.* **wheeled, wheeling** *-vt.* ทำให้หมุนรอบ, หมุนเวียน, กลิ้ง, ทำให้มีล้อ *-vi.* หมุน, หมุนรอบ, หัน, วนเวียน, หันกลับ, แล่นไปอย่างราบรื่น, กลิ้งบนล้อ **-wheel and deal** กระทำอย่างอิสระหรือโดยพลการ, รับผิดชอบ **-at the wheel** ถือพวงมาลัยควบคุม, บังคับบัญชา **-wheels within wheels** ปฏิกิริยาเกี่ยวพันที่ทำให้เกิดผลสุดท้าย (-S. pivot, roll, circle) *-Ex. Cars, waggons, and trains run on wheels., The seasons wheeled around and it was new year again., a potter's wheel, wheel and axle, the wheels of government, the wheels of fate*
wheelbarrow (วีลแบ' โร) *n.* รถเข็นล้อเดียวสำหรับขนดิน, รถเล็กล้อเดียว
wheelbase (วีล' เบส) *n.* ระยะห่างระหว่างล้อหน้ากับล้อหลัง
wheelchair (วีล' แชร์) *n.* เก้าอี้ล้อเข็นของคนไข้
wheeled (วีลดฺ) *adj.* มีล้อ, ใช้ล้อ, ติดตั้งล้อ
wheeler (วีล' เลอะ) *n.* สิ่งที่มีล้อ, ผู้กลิ้ง, ผู้ทำล้อ, ช่างทำล้อ, ผู้หมุนรอบ, สิ่งที่หมุนรอบ
wheeler-dealer (วีล' เลอะ ดีล' เลอะ) *n.* ผู้ที่ปฏิบัติการโดยอิสระ, ผู้ที่กระทำการหลายอย่าง, ผู้ที่คล่องแคล่ว
wheel horse ม้าตัวหลังของรถและใกล้ล้อหน้าที่สุด, คนงานที่แข็งแรง ขยันและไว้ใจได้
wheelman (วีล' เมิน) *n.* คนถือท้ายเรือ, คนถือพวงมาลัย, คนขี่รถจักรยาน, คนขับรถยนต์
wheelsman (วีลซฺ' เมิน) ดู wheelman
wheelwright (วีล' ไรทฺ) *n.* ผู้มีอาชีพทำหรือซ่อมล้อหรือรถ
wheeze (วีซฺ) *vt., vi.* **wheezed, wheezing** หายใจด้วยความลำบาก, หายใจหอบ, หายใจเสียงดังฮืดๆ *-n.* การหายใจเสียงดังฮืดๆ ด้วยความลำบาก, เสียงดังกล่าว, คำตลกเก่าๆ, คติพจน์เก่าๆ **-wheezy** *adj.* **-wheezily** *adv.* (-S. rasp, gasp, hiss) *-Ex. When Father has a cold, he wheezes.*
whelk (เวลคฺ) *n.* หอยทะเลขนาดใหญ่กินได้
whelp (เวลพฺ) *n.* ลูกสัตว์, เด็กๆ, บุคคลที่ถูกดูถูก, อ้ายหนู, เจ้าหนูน้อย, ซี้ล้อ, ฟันขอสับ *-vt., vi.* **whelped, whelping** (สัตว์) ออกลูก
when (เวน) *adv.* เมื่อไร, เวลาไหน, ในโอกาสไหน *-conj.* เวลาไหน, เมื่อไร, ในขณะที่, พอ, ครั้น, ถ้าหาก, พอ *-pron.* เวลาไหน, เมื่อไร, เวลาซึ่ง, เวลานั้น *-Ex. When will you come?. When did he come?, Till when can you stay? By when must you be there?, Since when have you given up smoking., There are times when one must be firm.*
whenas (เวนแอซฺ') *conj.* เมื่อไร
whence (เวนซฺ) *adv.* จากที่ไหน, จากแหล่งไหน, จากสาเหตุใด *-conj.* จากสถานที่ไหน, ที่ไหน, ที่นั่น *-Ex. The king asked, "Whence come these messengers?"*
whencesoever (เวนซฺโซเอฟ' เวอะ) *adv., conj.* ดู whenever
whenever (เวนเอฟ' เวอะ) *adv., conj.* เมื่อไรก็ตาม, เมื่อไร (-S. whene'er) *-Ex. I'm always ready whenever he may come., Whenever will he arrive! Dang's very late.*
when's (เวนซฺ) ย่อจาก when is, when has
whensoever (เวนโซเอฟ' เวอะ) *adv., conj.* เมื่อไรก็ตาม (-S. whensoe'er)
where (แวร์) *adv.* ที่ไหน, ตรงไหน, จุดไหน, ไปที่นั่น, อยู่ที่นั่น, ณ ที่นั้น, จากแหล่งไหน *-conj.* ที่ไหน, ตรงไหน, สถานที่ไหน, ในที่, ณ ที่ *-n.* สถานที่ตั้ง, สถานที่เกิดเหตุ *-Ex. Where are you?, Where have you come from?, I asked where he was staying., Where are you going?, Stay where you are., I can see it from where I am., The place where I'm sitting., go where you like, I went into a room where a man was asleep on the floor., That's where he's mistaken., Where there has been proof of carelessness, the punishment should be severe.*
whereabouts (แวร์' ระเบาทฺซฺ) *adv.* ที่ไหน, อยู่ที่ไหน *-n.* สถานที่, ถิ่นที่, ตำแหน่งที่ (-S. location, position, site, situation)
whereas (แวร์แอซฺ') *conj.* ในทางตรงกันข้าม, ในกรณีที่, ด้วยเหตุที่, อย่างไรก็ตาม, แต่ทว่า *-Ex. I hate whereas you merely dislike him.*
whereat (แวร์แอท') *conj.* ที่ซึ่ง, แหล่งซึ่ง, ที่มา (-S. at which, whereupon) *-Ex. I know the things whereat you are displeased.*
whereby (แวร์ไบ') *conj.* อาศัยอะไร, เพราะอะไร, อย่างไร *-Ex. The northern stars whereby the ship is steered.*
where'd (แวร์ดฺ) ย่อจาก where did
where'ever (แวร์เอฟ' เวอะ) *conj., adv.* ที่ไหน
wherefore (แวร์' ฟอร์) *adv.* เพื่ออะไร, ทำไม *-n.* เหตุผล, สาเหตุ, มูลเหตุ *-Ex. Now wherefore should you worry?*
wherefrom (แวร์' ฟรัม) *conj.* จากที่ซึ่ง, จากที่ไหน

W

wherein (แวร์อิน') *adv., conj.* ทางไหน, เกี่ยวกับเรื่องนั้น *-Ex. These are the points where in we differ.*
whereinto (แวร์อิน' ทู) *conj.* เข้าไปที่ไหน
where'll (แวร์ล) ย่อจาก where shall, where will
whereof (แวร์อัฟ') *adv., conj.* ด้วยอะไร, ที่ซึ่ง, เกี่ยวกับเรื่องนั้น *-Ex. the matter whereof we spoke*
whereon (แวร์ออน') *adv., conj.* ด้วยอะไร, ที่ซึ่ง
where're (แวร์' เออะ) ย่อจาก where are
where's (แวร์') ย่อจาก where is
wheresoe'er (-แอร์') *conj., adv.* ดู wheresoever
wheresoever (แวร์โซเอฟ' เวอะ) *conj., adv.* ที่ไหนก็ตาม, ไม่ว่าที่ไหน
wherethrough (แวร์ธรู') *conj.* ผ่าน, ระหว่างซึ่ง, เนื่องจาก, นั้น, ที่,
whereto (แวร์' ทู) *conj., adv.* ไปที่ไหน, ไปที่ซึ่ง
whereunto (แวร์อัน' ทู) *conj., adv.* ดู whereto
whereupon (แวร์' อะพอน) *conj.* ที่ซึ่ง, ดังนั้น, ด้วยเหตุนี้, อยู่ที่ใคร *-Ex. Whereupon he rose to speak*
where've (แวร์ว) ย่อจาก where have
wherever (แวร์เอฟ' เวอะ) *conj.* ที่ไหนก็ตาม, ไม่ว่าที่ใด, ในกรณีก็ตาม, ไม่ว่าอย่างไรก็ตาม *-adv.* ที่ไหน (-S. in whatever place) *-Ex. Wherever you go, I shall go too.*
wherewith (-วิธ) *adv.* ด้วยซึ่ง, ด้วย, เนื่องจาก *-pron.* ที่ซึ่ง, ซึ่ง, ที่ *-Ex. a tool wherewith to break open a trunk*
wherewithal (แวร์วิธ' ธอล) *n.* วิถีทาง, หนทาง, ขุมทรัพย์, วิธีการ, เงินทอง *-adv., conj.* โดย, ซึ่ง, ที่ซึ่ง *-Ex. Somchai didn't have the wherewithal to buy a new car.*
W
wherry (แวร์' รี) *n., pl.* **-ries** เรือแจวเล็กๆ ที่นั่งได้คนเดียว, เรือแข่ง, (ในอังกฤษ) เรือแจวโดยสาร
whet (เวท) *vt.* **whetted, whetting** ฝน, ลับให้คม, ทำให้อยาก, กระตุ้น *-n.* การฝน, การลับให้คม, การทำให้อยาก, สิ่งที่ใช้ฝนหรือลับให้คม, ตัวทำให้อยาก (-S. edge, file, grind) *-Ex. to whet a knife, to whet the appetite, whet stone*
whether (เวธ' เธอะ) *conj.* หรือไม่ *-pron* อันไหน **-whether or no** โดยไม่คำนึงถึงไม่ว่าจะมีอะไรเกิดขึ้นก็ตาม (-S. if)
whetstone (เวท' สโทน) *n.* หินลับมีด
whew (วิว) *interj.* คำอุทานแสดงความประหลาดใจความสบายใจหรืออื่นๆ
whey (เว) *n.* หางนม, นมใสหลังจากเอาไปทำเนยแล้ว **-wheyey** *adj.* (-S. milk serum)
whey-face (เว' เฟส) *n.* ใบหน้าที่ซีดขาว
which (วิช) *pron.* อันไหน, อันซึ่ง, ส่วนไหน, ที่ซึ่ง *-adj.* อันไหน, ส่วนไหน, ที่กล่าวถึงมาก่อน *-Ex. Which of you is Dang?, Which is the master and which the servant?, Which thing do you want?, I asked him which thing he wanted., The book which I am reading., The pen with which I am writing.*
whichever (วิชเอฟ' เวอะ) *pron.* อันไหนก็ตาม *-adj.* ไม่ว่าอันไหนก็ตาม
whichsoever (-ไซเอฟ' เวอะ) *pron., adj.* ดู whichever
whiff (วิฟ) *n.* การพัด (ของลม), การกระพือ, การพ่น, การเป่า, กลิ่นเล็กน้อย, การสูดเข้าหรือสูดออกครั้งหนึ่งๆ, การปะทุเล็กน้อย, เสียงพัด, เสียงกระพือ, เสียงพ่น, เสียงเป่า, บุหรี่ซิการ์มวนเล็ก, เรือพายเล็กเปิดประทุนสำหรับนั่งคนเดียว *-v.* **whiffed, whiffing** *-vi.* พัด, กระพือ, พ่น, เป่า, สูดหายใจ เข้าหรือออก *-vt.* พัด, กระพือ, พ่น, เป่า, สูบบุหรี่หรือซิการ์ **-whiffer** *n.* (-S. aroma, blast, hint) *-Ex. a whiff of onion, a whiff of wind, the whiff of burning, to whiff the fresh air*
whiffle (วิฟ' เฟิล) *v.* **-fled, -fling** *-vi.* เป่าเบาๆ, พ่นเบาๆ, ผันแปร, แปรปรวน, เหลาะแหละ *-vt.* เป่าเบาๆ, พ่นเบาๆ (-S. shift about, vacillate)
Whig (วิก) *n.* สมาชิกพรรคการเมืองอังกฤษสมัยก่อน (ค.ศ. 1679-1832) ซึ่งก่อมาเป็นพรรคลิบเบอรัลหรือพรรคเสรีนิยมในปัจจุบัน, สมาชิกพรรคการเมือง (ค.ศ. 1834-1855) ที่เป็นพรรคตรงกันข้ามกับพรรคเดม-โมแครทในอเมริกา, สมาชิกพรรครักชาติ
while (ไวล) *n.* ชั่วขณะ, ชั่วประเดี๋ยว, พักหนึ่ง, ช่วงเวลาเฉพาะ *-conj.* ระหว่างเวลา, ตลอดเวลา, ในขณะที่, แม้ว่า, ถึงแม้ว่า, ในเวลาเดียวกัน *-vt.* **whiled, whiling** ทำให้เวลาผ่านไป (โดยเฉพาะอย่างสบาย) **-all the while** คุ้มค่าเวลา (-S. period, time) *-Ex. Father will be home in a little while., after a while, while the time away, between whiles, once in a while*
whiles (ไวลซ) *conj.* ในขณะที่, ระหว่างที่
whilom (ไว' เลิม) *adv., adj.* ในเวลาหนึ่ง, ครั้งหนึ่ง, เมื่อก่อน (-S. former)
whilst (ไวลสท) *conj.* ดู while
whim (วิม) *n.* ความคิดแปลกๆ, ความต้องการแปลกๆ, อารมณ์ที่เปลี่ยนแปลงง่าย, ความเพ้อฝัน, อำเภอใจ, ความชอบกล (-S. caprice, fancy, humour) *-Ex. Somchai says he wants to travel, but it's only a whim.*
whimper (วิม' เพอะ) *vi., vt.* **-pered, -pering** ร้องคราง, (สุนัข) ร้องเสียงเอ๋งๆ, ร้องไห้กระซิก *-n.* เสียงร้องคราง, เสียงร้องเอ๋งๆ ของสุนัข, เสียงร้องไห้กระซิก **-whimperer** *n.* **-whimperingly** *adv.* (-S. cry, moan, snivel, groan) *-Ex. The dog whimpers when he is cold., We didn't hear a whimper from baby when she fell down.*
whimsical (วิม' ซิเคิล) *adj.* เกี่ยวกับความคิดแปลกๆ, เพ้อฝัน, ชอบกล, (จิตใจ) ไม่แน่นอน **-whimsicality** *n.* *-Ex. a whimsical appearance*
whimsy, whimsey (วิม' ซี) *n., pl.* **-sies** ความคิดแปลกๆ, ความคิดเพ้อฝัน, ความแปรปรวนของจิตใจหรืออารมณ์, ความชอบกล, ความเอาแต่ใจของตัวเอง, อำเภอใจ *-Ex. This story is full of whimsy.*
whine (ไวน) *vi., vt.* **whined, whining** (สุนัข) คราง, ร้องเสียงต่ำ, หอน, บ่นอู้อี้, ส่งเสียงครวญคราง, พูดเสียงสะอื้น, พูดอย่างหงุดหงิด, บ่นพึมพำ *-n.* การส่งเสียงดังกล่าว, เสียงดังกล่าว **-whiner** *n.* **-whiningly** *adv.*

-whiny *adj.* (-S. carp, cry, grouse, wail) *-Ex. The dog whines when he wants to come in., The old man always whines about his food., The sick child whines for everything he sees.*

whinny (วิน' นี) *vt., vi.* **whinnied, whinnying** (ม้า) ส่งเสียงดีใจ *-n.* เสียงร้องดีใจของม้า, เสียงม้าร้อง

whip (วิพ) *v.* **whipped/whipt, whipping** *-vt.* หวด, ตี, เฆี่ยน, โบย, ลงแส้, ฝึกอย่างเข้มงวด, รวบรวม, ชุมนุม, กระตุ้น, พันด้วยเชือก, เอาชนะอย่างเด็ดขาด, ดึงขึ้นด้วยเชือก, ฟัน, ตีไข่ *-vi.* พุ่ง, เคลื่อนที่อย่างรวดเร็ว, หวดแส้, ตกปลา, เคลื่อนที่อย่างรวดเร็ว, กระทำอย่างรวดเร็ว *-n.* แส้, เครื่องมือสำหรับเฆี่ยน (โบย หวด ตี) หรือทำโทษ, การลงแส้ (โบย เฆี่ยน หวด), ผู้ใช้แส้, ผู้ควบคุมเสียงสมาชิกพรรคการเมืองในสภา, คำสั่งเป็นลายลักษณ์อักษรในการรวบรวมเสียงสมาชิกพรรคการเมืองของตนในสภา, ขนมหวานที่ทำด้วยครีมหรือไข่ขาว, ลูกรอกโยง **-whip up** วางแผนหรือรวบรวมอย่างรวดเร็ว, กระตุ้น, รุกเร้า **-whipper** *n.* (-S. switch, punish, cane, jerk) *-Ex. Somsuk whipped the horse., Narong gave the boys a whipping., to whip up an old friendship*

whipcord (วิพ' คอร์ด) *n.* เชือกฟั่น, สายฟั่น, แส้, เชือกเกลียว

whiplash (วิพ' แลช) *n.* ปลายแส้ที่มีความยืดหยุ่นใช้สำหรับตี, อาการบาดเจ็บที่คอที่เกิดจากรถยนต์ชนกันทำให้เกิดการกระตุกกระแทกของศีรษะ

whippersnapper (วิพ' เพอะสแนพเพอะ) *n.* ผู้ที่ไม่สำคัญแต่ทะนงตัว (โดยเฉพาะคนหนุ่มคนสาว)

whippet (วิพ' พิท) *n.* สุนัขวิ่งเร็ว ตัวเล็ก รูปร่างคล้ายสุนัขพันธุ์ Greyhound ใช้ในการไล่กระต่ายและในการวิ่งแข่ง

whipping boy แพะรับบาป, (ในสมัยก่อน) เด็กชายในห้องเรียนที่ทำหน้าที่รับโทษแทนเพื่อนนักเรียนจากตระกูลสูงศักดิ์, ผู้รับโทษแทน

whippoorwill (วิพ' เพอะวิล) *n., pl.* **-wills/-will** ชื่อนกกลางคืนชนิดหนึ่งในอเมริกา

whipsaw (วิพ' ซอ) *n.* เลื่อยตัดส่วนโค้งเล็กๆ, เลื่อยที่ใช้คนสองคนเลื่อยในการตัดไม้ตามยาว *-vt.* **-sawed, -sawed/-sawn, -sawing** ตัดด้วยเลื่อยดังกล่าว, หลอกลวง, ทำให้พ่ายแพ้สองทางในขณะเดียวกัน

whipworm (วิพ' เวิร์ม) *n.* พยาธิแส้ม้า เป็นพยาธิตัวกลมจำพวก *Trichuris trichiura*

whir, whirr (เวอร์) *vt., vi.* **whirred, whirring** บินกระหึ่ม, บินหวือ, ส่งเสียงดังกระหึ่มหรือดังหวือ, เคลื่อนที่ดังกระหึ่มหรือดังหวือ *-n.* การส่งเสียงดังกระหึ่มหรือดังหวือ, เสียงดังกระหึ่มหรือดังหวือ, ความโกลาหล, การสับสนวุ่นวาย (-S. purr, zip) *-Ex. the whir of wings*

whirl (เวิร์ล) *v.* **whirled, whirling** *vi.* หมุนเวียน, หมุนรอบ, ปั่น, วน, เวียน, วง, หมุนกลับอย่างฉับพลัน, เผชิญหน้าอย่างรวดเร็ว, รู้สึกวิงเวียนศีรษะ *-vt.* ทำให้หมุนเวียน, ปั่น, ทำให้หมุนกลับอย่างรวดเร็ว *-n.* การหมุนเวียน, การปั่น, การหมุนกลับอย่างฉับพลัน, สิ่งที่หมุนเวียนอย่างรวดเร็ว, น้ำวน, ความโกลาหล, ความวิงเวียนศีรษะ, การสับสนวุ่นวาย, ความยุ่งเหยิง **-whirler** *n.* (-S. rotate, circle, reel) *-Ex. The childdren whirled about the room., My head seems to be in a whirl., I am so excited.*

whirligig (เวิร์ล' ละกิก) *n.* สิ่งที่หมุนรอบ, การหมุนรอบ, การหมุนเวียน, ม้าไม้นั่งเล่นที่หมุนรอบ, วัฏสงสาร, ลูกข่าง, ของเล่นที่หมุนรอบ, การหมุนของชะตากรรม

whirlpool (เวิร์ล' พูล) *n.* น้ำวน

whirlwind (เวิร์ล' วินดฺ) *n.* ลมวน, ลมบ้าหมู, ลมเพชรหึง, กระแสน้ำวน, ลมกรด, สิ่งหมุนวนที่มีอำนาจทำลายล้าง (-S. cyclone, tornado, typhoon, strom) *-Ex. A whirlwind is a violent windstorm.*

whirlybird (เวิร์ล' ลีเบิร์ด) *n.* (ภาษาพูด) เฮลิคอปเตอร์

whisk (วิสคฺ) *vt., vi.* **whisked, whisking** ปัด, กวาด, สะบัด, แกว่ง, คว้า, ฉวย, เอาไปอย่างรวดเร็ว, ขนส่งอย่างเร่งรีบ, ตีหรือปั่นไข่หรือนมหรือครีม *-n.* การกระทำอย่างรวดเร็วดังกล่าว, ไม้ขนไก่สำหรับปัดฝุ่นและสิ่งสกปรก, เครื่องตีไข่หรือครีม

whisker (วิส' เคอะ) *n.* หนวดเครา (โดยเฉพาะที่เป็นเคราแหลมสองข้าง และโกนบริเวณคางออก), หนวด, หนวดแมว, หนวดเสือ, ไม้ขนไก่ **-whiskery** *adj. -Ex. Our white kitten has long black whiskers.*

whiskey, whisky (วิส' คี) *n., pl.* **-keys, -kies** เหล้าวิสกี้ (ประกอบด้วยแอลกอฮอล์ 40-50 เปอร์เซ็นต์), เครื่องดื่มวิสกี้, คำสื่อสารที่หมายถึงอักษร W

whisper (วิส' เพอะ) *vt.,vi.* **-pered, -pering** กระซิบ, พูดเสียงแผ่วเบาๆ, พูดเบาๆ และเป็นการส่วนตัว, ส่งเสียงเบาๆ, ส่งเสียงซู่ซ่า *-n.* การกระซิบ, การพูดเสียงแผ่วเบาๆ, เรื่องกระซิบ, ข่าวเล่าลือ, เสียงซู่ซ่า, เสียงลมพัดเบาๆ **-whisperer** *n.* **-whispery** *adj.* (-S. hint, murmur, gossip) *-Ex. When father is asleep, we whisper., Mother has a cold and can speak only in a whisper., It was whispered about that teacher wore a wig.*

W

whist[1] (วิสทฺ) *n.* เกมไพ่สมัยก่อนแบบหนึ่งของไพ่บริดจ์ ใช้ไพ่ 52 ใบ ใช้คน 4 คนข้างละ 2 คน

whist[2] (วิสทฺ) *interj.* เงียบ!, จุ๊ (-S. hush)

whistle (วิส' เซิล) *n.* อุปกรณ์ทำให้เกิดเสียงดังหวีด (นกหวีด หวูดรถ ท่อเป่าเป็นต้น), เสียงดังกล่าว *-v.* **-tled, -tling** *-vi.* ผิวปาก, เป่านกหวีด, เปิดหวูด, เป่าหวูด, เป่าแตร, เพรียกร้อง, เคลื่อนที่รวดเร็วจนเกิดเสียงดังหวือ *-vt.* ทำให้เกิดเสียงดังกล่าว, เรียกหรือให้สัญญาณโดยการทำเสียงดังกล่าว **-blow the whistle** หยุดยั้ง, ทรยศ, เปิดเผย **-whistleable** *adj.* (-S. summon, signal) *-Ex. The engine driver blows the train whistle., Dang whistles for his dog., The wind whistles through the trees., We heard the whistle of the wind in the chimney.*

whistler (วิส' เลอะ) *n.* ผู้ผิวปาก, ผู้เป่านกหวีด, ผู้เปิดหวูด, สิ่งทำให้เกิดเสียงดังหวือ, สิ่งที่ทำให้เกิดเสียงดังกล่าว, นกเพรียกร้อง, ตัวอ้นขนาดใหญ่จำพวก *Marmota caligata*

whit (วิท) *n.* จำนวนเล็กน้อย, นิดเดียว

white (ไวทฺ) *adj.* **whiter, whitest** ขาว, ขาวซีด, หงอก, ขาวบริสุทธิ์, สีเผือก, เกี่ยวกับชนผิวขาว, ผิวขาว, สีเงิน, ขาวหิมะ, มีหิมะ, ไร้สี, โปร่งใส, อนุรักษ์นิยมจัด, ว่างเปล่า, สวมเสื้อขาว, โชคดี, ไม่ได้เขียนอะไร, สะอาด, มีเจตนาดี, ซื่อตรง, ยุติธรรม, ไร้เดียงสา, (กาแฟ) ใส่นมหรือครีม *-n.* สีขาว, ความขาว, ผิวขาว, สิ่งที่มีสีขาว, ไข่ขาว, โปรตีนของไข่ขาว, ส่วนที่เป็นสีขาวของลูกตา, ตาขาว, ชนผิวขาว, โรคระดูขาว, พันธุ์สีขาว, เหล้าองุ่นขาว, แป้งหมี่สีขาว, สัตว์ที่มีสีขาว, สัตว์สีเผือก, พวกปฏิกิริยาขาวจัด *-vt.* **whited, whiting** ทำให้เป็นสีขาว (-S. snowy, clean, pure, ashen) *-Ex. white as snow, white hair, white bread, white wine, a white man, white-ant, dressed in white, Chinese white*

white ant ปลวก (-S. termite)

whitecap (ไวทฺ' แคพ) *n.* คลื่นฟองสีขาว, คลื่นหัวแตกสีขาว

white-collar (ไวทฺ' คอล' ละ) *adj.* เกี่ยวกับคนงานที่ไม่ใช่กรรมกร เช่น พวกเสมียนหรือนักวิชาการ

white elephant ช้างเผือก, กระบวนการที่ทำให้ผู้เป็นเจ้าของต้องสูญเสียค่าใช้จ่ายมาก แต่ไม่อาจหลีกเลี่ยงได้, กระบวนการที่ยุ่งยากและสิ้นเปลือง

whitefish (ไวทฺ' ฟิช) *n., pl.* **-fish/-fishes** ปลาในสกุล *Coregonus* พบในน่านน้ำทวีปอเมริกาเหนือคล้ายปลาเทราต์ แต่มีปากและเกร็ดเล็กกว่า

white flag ธงสีขาวหรือผืนผ้าสีขาวที่เป็นเครื่องหมายแห่งการยอมแพ้หรือสงบศึก

white gold ทองคำผสมนิกเกิลหรือแพลทินัม

white goods เครื่องใช้ในครอบครัวที่สมัยก่อนเป็นสีขาว เช่น ผ้าปูที่นอน ผ้าปูโต๊ะ ผ้าเช็ดตัวและอื่นๆ (ปัจจุบันเป็นสีต่างๆ), เครื่องใช้ขนาดใหญ่ในครอบครัวเช่น ตู้เย็น เตาไฟ เครื่องซักผ้า

W

Whitehall (ไวทฺ' ฮอล) *n.* ชื่อพระราชวังสมัยก่อนในตอนกลางของกรุงลอนดอน, ชื่อเมืองในตอนกลางของรัฐโอไฮโอสหรัฐอเมริกา, รัฐบาลอังกฤษ (เพราะที่ตั้งของหลายกระทรวงอยู่บนถนน Whitehall ในกรุงลอนดอน)

white-headed (ไวทฺ' เฮด' ดิด) *adj.* มีผมสีขาว, มีผมหงอก, เป็นที่โปรดปราน

white heat ความร้อนจัด, กิจกรรมที่รุนแรงหรือเร้าอารมณ์

white hope ผู้ที่ถูกคาดว่าจะสร้างประโยชน์ได้มาก

white-hot (ไวทฺ' ฮอท') *adj.* ร้อนจัด, (เหล็ก) ร้อนจัดจนเป็นสีขาว, กระตือรือร้นที่สุด, เจ้าอารมณ์ที่สุด, เร่าร้อนยิ่ง

White House ทำเนียบประธานาธิบดีสหรัฐอเมริกาในกรุงวอชิงตัน (หรือเรียกว่า Executive Mansion), รัฐบาลสหรัฐอเมริกา

white knight (ภาษาพูด) บุคคลหรือบริษัทที่กอบกู้บริษัทหนึ่งจากสถานการณ์เลวร้าย

white lead สารประกอบผงสีขาว ใช้เป็นสารสีและผสมยาทาแก้แผลไหม้, แร่ตะกั่วขาว

white lie คำโกหกเล็กๆ น้อยๆ ที่สุภาพหรือให้อภัยได้

white meat เนื้อสัตว์สีขาว เช่น เนื้อไก่ หมู กระต่าย

whiten (ไว' เทิน) *vt., vi.* **-ened, -ening** ทำให้ขาว, กลายเป็นขาว **-whitener** *n.* (-S. bleach, wash out, blanch, fade) *-Ex. Mother hangs the clothes in the sun to whiten them.*

whitening (ไว' เทินนิง) *n.* การทำให้ขาว, กระบวนการทำให้ขาว, การกลายเป็นสีขาว, ยาที่ทำให้ขาว, ดินสอพอง

white paper เอกสารทางราชการ, รายงานเป็นทางการของหน่วยงาน, กระดาษสีขาว

white race ชนชาติผิวขาว (หมายถึงชาว Caucasoid หรือคอเคเซียน)

white slave หญิงที่ถูกขายหรือบีบบังคับให้เป็นโสเภณี

whitesmith (ไวทฺ' สมิธ) *n.* ช่างดีบุก

white tie โบว์สีขาวของผู้ชาย, เครื่องแต่งตัวชุดราตรีของผู้ชาย

whitewash (ไวทฺ' วอช) *n.* น้ำปูนขาวสำหรับทาผนังกำแพงให้เป็นสีขาว, สิ่งที่ปิดบังข้อเท็จจริง, สิ่งที่อำพรางความจริง, การอำพรางความพ่ายแพ้ *-vt.* **-washed, -washing** ทาหรือเคลือบสีขาว, ปกปิดความผิด **-whitewasher** *n.* (-S. concealment, cover-up)

white wine เหล้าองุ่นขาว (มีสีเหลืองหรือสีอำพัน)

whither (วิธ' เธอะ) *adv.* ที่ไหน, สถานที่ไหน, ไปยังที่ไหน, ไปยังเป้าหมายไหน *-conj.* ไปยังที่ไหน

whithersoever (วิธเธอะโซเอฟ' เวอะ) *adv., conj.* ไปยังที่ไหนก็ตาม

whiting[1] (ไว' ทิง) *n., pl.* **-ing/-ings** ปลาจำพวก *Menticirrhus* พบตามชายฝั่งมหาสมุทรแอตแลนติกของทวีปอเมริกาเหนือ, ปลายุโรปตระกูลปลาคอต (โดยเฉพาะจำพวก *Merlangus merlangus*)

whiting[2] (ไว' ทิง) *n.* ชอล์กบริสุทธิ์สีขาว (หรือแคลเซียมคาร์บอเนต)

whitish (ไว' ทิช) *adj.* ค่อนข้างขาว, ซีดขาว, ซีด, ค่อนข้างขาวเผือก

whitlow (วิท' โล) *n.* อาการอักเสบของเนื้อเยื่อส่วนลึกของนิ้วมือหรือนิ้วเท้าและมักเป็นหนอง (-S. agnail)

Whitmonday (วิท' มันดี) *n.* วันจันทร์หลังวัน Whitsunday

Whitsun (วิท' เซิน) *adj.* เกี่ยวกับ Whitsunday หรือ Whitsuntide

Whitsunday (วิท' ซันเด) *n.* วันอาทิตย์ที่เจ็ดหลังวัน Easter เป็นวันระลึกถึงวันจุติลงมาของพระวิญญาณ (Holy Spirit)

whittle (วิท' เทิล) *vt.* **-tled, -tling** *-vt.* เหลา, เฉือน, ตัด, เกลา, ถาก, หั่นให้น้อยลง, เอาออกทีละน้อย, ทำให้ลดน้อยลง *-vi.* เหลา, เฉือน, ถาก, เกลา **-whittler** *n. -Ex. At camp the boys learned to whittle wooden spoons., They whittled down their mother's objection to the party.*

whiz, whizz (วิซ) *vt., vi.* **whizzed, whizzing** ทำให้เกิดเสียงดังหวือ (เช่น เสียงที่วัตถุวิ่งผ่านอากาศอย่างรวดเร็ว), เคลื่อนที่หรือพุ่งไปอย่างรวดเร็วจนเกิดเสียงหวือ *-n.* เสียงหวือ, เสียงที่เกิดจากการเคลื่อนที่

ผ่านอากาศอย่างรวดเร็วของวัตถุ

whiz-bang, whizz-bang (วิซฺ' แบง) *n.* (ภาษาพูด) ลูกกระสุนขนาดเล็กที่มีความเร็วสูงและได้ยินเสียงหวือเกือบเป็นขณะเดียวกับที่มันระเบิด ผู้ที่เป็นอัจฉริยะ *-adj.* (ภาษาพูด) ดีเลิศ, ชั้นหนึ่ง, ยอดเยี่ยม

whizz kid (ภาษาพูด) คนวัยหนุ่มสาวที่ประสบความสำเร็จอย่างรวดเร็ว โดยเฉพาะด้านธุรกิจ

who (ฮู) *pron.* ใคร, ผู้ใด, ใครทำ, ของใคร, ผู้ซึ่ง, ผู้ที่, บุคคลซึ่ง, บุคคลที่, ซึ่งเขา, ซึ่งพวกเขา **-as who should say** ซึ่งกล่าวได้ว่าพอจะกล่าวเช่นนั้น *-Ex. Who is he?, Who is it?, I wonder who is it., Let those who wish come., My brother, who is a soldier, was there., I gave the picture to Nid, who is a well-known artist.*

WHO ย่อจาก World Health Organization

whoa (โว) *interj.* หยุด! (โดยเฉพาะใช้สั่งม้า)

who'd (ฮูด) ย่อจาก who would, who had

whodunit (ฮูดัน' อิท) *n.* (ภาษาพูด) นวนิยายนักสืบ ละครเกี่ยวกับนักสืบ

whoe'er (ฮูแอร์') *pron.* ดู whoever

whoever (ฮูเอฟ' เวอะ) *pron.* ใครก็ตาม, บุคคลใดก็ตาม, ผู้ใดที่, ไม่ว่าใครก็ตามที่, ใคร, ผู้ใด, บุคคลใด *-Ex. The coach said, "whoever wants to play should be on the field"., Don't open the door whoever it may be., Somchai wondered whoever on earth could have done it.*

whole (โฮล) *adj.* ทั้งหมด, ทั้งสิ้น, พร้อมมูล, สมบูรณ์, ไม่มีการแบ่งแยก, ครบถ้วน, เต็ม, ไม่บุบสลาย, ไม่เป็นอันตราย, ไม่เจือปน, ล้วนๆ *-n.* ทั้งหมด, ทั้งสิ้น, ทั้งมวล **-on the whole** ทั้งหมด, ทั้งสิ้น, ทั้งมวล, โดยทั่วไป **-out of whole cloth** ไม่มีมูลความจริง, ไม่มีตัวจริง **-wholeness** *n.* (-S. entire, total, sound, hale) *-Ex. Tell me the whole story., a whole holiday, a whole fish, the whole of it, think of it as a whole, on the whole, whole-meal*

whole blood เลือดทั้งหมดจากร่างกาย, เลือดแท้

whole food อาหารตามธรรมชาติที่ไร้การเติมแต่งหรือผ่านกระบวนการปรุงแต่งน้อยที่สุด

wholehearted (โฮล' ฮาร์ท' ทิด) *adj.* เต็มใจ, ใจจริงที่สุด, เต็มที่ **-wholeheartedly** *adv.* **-wholeheartedness** *n.* (-S. unstinting) *-Ex. Your suggestion has my wholehearted approval.*

whole-length (โฮล' เลงธฺ) *adj.* ขยายเต็มที่, เต็มที่, ไม่ย่นย่อ, เกี่ยวกับรูปร่างของมนุษย์เต็มตัว

whole milk นมที่มีส่วนผสมทั้งหมดจากวัวหรือสัตว์อื่น, นมที่ไม่ได้เอาครีมออก

whole note เครื่องหมายเสียงดนตรีที่มีความหมายเท่ากับสี่จังหวะ (quarter notes), เครื่องหมายเต็มเสียง (four quarter notes)

whole number เลขจำนวนเต็ม (ไม่มีเศษส่วน), จำนวนเต็ม

wholesale (โฮล' เซล) *adj.* เกี่ยวกับการขายส่ง, กว้างขวาง, เป็นจำนวนมาก, ไม่มีการเลือก *-adv.* แบบขายส่ง *-vt., vi.* **-saled, -saling** ขายส่ง *-n.* การขายส่ง **-wholesaler** *n.* (-S. far-reaching) *-Ex. a wholesale grocer, wholesale dealer, sell (buy) wholesale, Somchai sells wholesale to shops.*

wholesome (โฮล' เซิม) *adj.* **-somer, -somest** เป็นประโยชน์, ส่งเสริมสุขภาพ, มีประโยชน์ต่อสุขภาพ, เกี่ยวกับสุขภาพทางกายหรือสุขภาพจิต, ดี, ดีงาม, ปลอดภัย **-wholesomely** *adv.* **-wholesomeness** *n.* (-S. healthful, healthy) *-Ex. Fruits and vegetables are wholesome foods., a wholesome exercise, a wholesome complexion*

whole-wheat (โฮล' วีท) *adj.* แป้งข้าวเจ้า, ข้าวสาลีที่ไม่ได้เอารำออก *-Ex. Bread made of whole-wheat flour.*

who'll (ฮูล) ย่อจาก who will, who shall *-Ex. I don't know who'll do it.*

wholly (โฮล' ลี, โฮ' ลี) *adv.* ทั้งหมด, ทั้งสิ้น, ทั้งมวล, ด้วยกันทั้งหมด, เต็มจำนวน, เต็มที่ *-Ex. We are wholly satisfied with our new tool.*

whom (ฮูม) *pron.* กรรมการกของ who ใคร, ผู้ใด, ผู้ซึ่ง, บุคคลซึ่ง, บุคคลที่ *-Ex. to whom am I speaking, This is the man whom I mentioned yesterday.*

whomever (ฮูมเอฟ' เวอะ) *pron.* กรรมการกของ whoever

whomsoever (ฮูมโซเอฟ' เวอะ) *pron.* กรรมการกของ whosoever

whoop (ฮูพ) *n.* การร้อง, การตะโกน, การกู่ร้อง, การโห่, การร้องอย่างนกเค้าแมว, เสียงร้องดังกล่าว, เสียงไอกรน *-vt., vi.* **whooped, whooping** ร้องเสียงดังกล่าว *-interj.* คำอุทานดึงดูดความสนใจ **-whoop it up** ทำให้วุ่นวาย, รบกวน, กระตุ้น, ปลุกเร้า, สนับสนุน ส่งเสริม (-S. shout) *-Ex. Somchai whooped for joy when he got his money.*

whoopee (วูพ' พี) *-interj.* คำอุทานแสดงความสนุกสนาน **-make whoopee** เข้าร่วมงานรื่นเริง

whooping cough ไอกรน (-S. pertussis)

whooping crane นกกระสาสีขาวขนาดใหญ่จำพวก *Grus americana* พบในทวีปอเมริกาเหนือมักมีเสียงร้องที่ดัง

whoops (วูพซฺ) *interj.* คำอุทานแสดงความประหลาดใจ ความเหนียมอาย ความขวยเขิน (-S. woops)

whoosh (วูช) *n.* เสียงไหลอย่างแรงของกระแสน้ำ, เสียงลมพัดอย่างแรง *-vi.* **whooshed, whooshing** เคลื่อนที่อย่างรวดเร็วด้วยเสียงดังหวือ

whop (วอพ) *vt.* **whopped, whopping** ตี (เฆี่ยน โบย กระทบ) อย่างแรง, ทำให้พ่ายแพ้อย่างยับเยิน *-n.* การตีอย่างแรง

whopper (วอพ' เพอะ) *n.* (คำสแลง) สิ่งที่ใหญ่และผิดธรรมดา การโกหกที่ลวงโลก (-S. colossus, thump)

whopping (วอพ' พิง) *adj.* (คำสแลง) ใหญ่มาก *-adv.* (คำสแลง) อย่างยิ่ง

whore (ฮอร์) *n.* หญิงโสเภณี, หญิงสำส่อนในการร่วมประเวณี *-vi.* **whored, whoring** กระทำเป็นหญิงโสเภณี, เที่ยวหญิงโสเภณี, ค้าประเวณี (-S. harlot, prostitute)

who're (ฮู' เออะ) ย่อจาก who are

whoredom (ฮอร์' เดิม) *n.* การค้าประเวณี, การเป็นหญิงโสเภณี, การบูชาพระเจ้าที่ไม่แท้จริง
whorehouse (ฮอร์' เฮาซฺ) *n.* สำนักโสเภณี, ซ่องนางโลม
whoremonger (ฮอร์' มังเกอะ) *n.* คนเที่ยวซ่องนางโลม
whorish (ฮอร์' ริช) *adj.* เหมือนหญิงโสเภณี, มั่วโลกีย์, ค้าประเวณี, ไม่บริสุทธิ์ **-whorishly** *adv.* **-whorishness** *n.*
whorl (เวิร์ล) *n.* วง, วงหอย, ก้นหอย, หมุนเป็นเกลียวขึ้น, ลักษณะเป็นขด, หลอดแกนปั่นด้าย
whorled (เวิร์ลดฺ) *adj.* เป็นวงหอย, คล้ายก้นหอย, เป็นเกลียวขึ้น, เป็นขด, เป็นวง
whortleberry (เวิร์ท' เทิลเบอรี) *n.* ผลไม้เล็กๆ สีดำกินได้ของต้นไม้พุ่มจำพวก *Vaccinium myrtillus,* ผลของต้นไม้ดังกล่าว
who's (ฮูซฺ) ย่อจาก who is, who has *-Ex. I don't know who's coming tonight.*
whose (ฮูซฺ) *adj.* ของใคร, กรรมการกแสดงความเป็นเจ้าของ who หรือ which ของคนนั้น, ของคนนี้ *-Ex. Whose book is this?, Somsri whose cold was worse, did not go out today.*
whosoever (ฮูโซเอฟ' เวอะ) *pron.* ใครก็ตาม, บุคคลใดก็ตาม
why (ไว) *adv.* ทำไม, เหตุไฉน, เพราะเหตุใด *-conj.* ทำไม, เหตุไฉน, เป็นเหตุให้ *-n.* สาเหตุ, มูลเหตุ, เหตุผล, *-interj.* ทำไม *-Ex. Why did you do it?, Why so late?, Somchai asked why I did it., I asked the reason why., There's no reason why you should go., Why! I must have been asleep., Why no! I suppose not.*
wick (วิค) *n.* ไส้ตะเกียง, ไส้เทียน, เชือกชุ่มด้วยน้ำมัน
wicked (วิค' คิด) *adj.* **-er, -est** โหดร้าย, ร้ายกาจ, ชั่วช้า, เลวทราม, มีเจตนาร้าย, คุกคาม, น่ารังเกียจ, ไร้เหตุผล, (คำสแลง) ชั้นหนึ่ง, ยอดเยี่ยม **-wickedly** *adv.* **-wickedness** *n.* (-S. amoral, corrupt, guilty) *-Ex. a wicked deed, wicked tongue, wicked odour, a wicked rascal, a wicked grin, a wicked weapon*
wicker (วิค' เคอะ) *n.* กิ่งไม้, เครื่องสาน, เครื่องจักสาน, เครื่องหวาย *-Ex. a wicker chair, wicker basket*
wickerwork (วิค' เคอเวิร์ค) *n.* เครื่องสาน, เครื่องจักสาน, เครื่องหวาย
wicket (วิค' คิท) *n.* ประตูเล็ก, หน้าต่างเล็ก, ช่องเล็กๆ, ประตูน้ำ, ประตูเล็กบนบานประตูใหญ่, ประตูสามเสาของกีฬาคริกเกต, บริเวณระหว่างประตูดังกล่าวของกีฬาคริกเกต
wide (ไวดฺ) *adj.* **wider, widest** กว้าง, กว้างขวาง, หลวม, ใจกว้าง, ไพศาล, คลี่คลาย, ขยาย, แพร่หลาย, มีเนื้อที่กว้างหรือมาก, ห่าง, ไกล *-adv.* กว้างขวาง, มาก, ไพศาล, เต็มที่, อย่างยิ่ง, เถลไถล, ห่างออกไป *-n.* ลูกคริกเกตที่ถูกตีห่างจากประตู **-wideness** *n.* (-S. broad, large, vast) *-Ex. a wide plain, wide experience, a wide difference, a shot wide of the mark, a mile wide, Coat too wide in the shoulders, far and wide, wide apart*
wide-angle (ไวดฺ' แอง' เกิล) *adj.* มุมกว้าง 70 องศาหรือมากกว่า, เกี่ยวกับเลนส์มุมกว้างของกล้องถ่ายรูป
wide-awake (ไวดฺ' อะเวค') *adj.* ตื่นตัวเต็มที่, ถ่างตา, ลืมตาโพลง, ว่องไว **-wideawakeness** *n.* (-S. alert, awake) *-Ex. Narong's a wide-awake boy with many interests.*
wide-eyed (ไวดฺ' อายดฺ) *adj.* ลืมตาโพลงด้วยความสงสัยและไร้เดียงสา *-Ex. The farmer was wide-eyed on his first trip to the city.*
widen (ไว' เดิน) *vt., vi.* **widened, widening** ทำให้กว้าง, ขยายกว้าง, ขยายออก **-widener** *n.* (-S. broaden) *-Ex. The workmen will widen the narrow street so that more cars can use it.*
wideopen (ไวดฺ' โอ' เพิน) *adj.* ขยายเต็มที่, ไม่มีกฎหมายควบคุมการขายเหล้า ความชั่ว การพนันและอื่นๆ
widespread (ไวดฺ' สเพรด) *adj.* กว้างขวาง, แพร่หลาย, กระจาย, กางออก, ขยายออก (-S. common, general) *-Ex. Influenza has been widespread this spring.*
widow (วิด' โด) *n.* หญิงม่าย, แม่ม่าย, ไพ่ชุดพิเศษหรือชุดเพิ่มเติม, (การพิมพ์) บรรทัดสุดท้ายของย่อหน้าที่ถูกยกไปไว้คอลัมน์ใหม่เพียงบรรทัดเดียว, (ภาษาพูด) หญิงที่มักถูกทอดทิ้งให้อยู่คนเดียวโดยสามีไปเล่นไพ่หรือกระทำอย่างอื่น *-vt.* **-owed, -owing** ทำให้เป็นม่าย, กลายเป็นแม่ม่าย **-widowhood** *n.*
windower (วิด' โดเวอะ) *n.* พ่อม่าย, ชายที่ภรรยาตายไปและไม่ได้แต่งงานใหม่ **-widowerhood** *n.*
window's peak จุดปลายผมที่กลางหน้าผาก (ในสมัยก่อนเชื่อว่าจะทำให้เป็นม่ายเร็ว)
width (วิธ) *n.* ความกว้าง, ส่วนกว้าง (-S. compass, girth, scope) *-Ex. The width of my desk is 2 feet., The width of the river is 50 feet.*
widthwise (วิธ' ไวซฺ) *adv.* ตามกว้าง, (-S. widthways)
wield (วีลดฺ) *vt.* **wielded, wielding** ใช้ (อำนาจ), แกว่ง, กวัดแกว่ง, รำ, จัดการ, ปกครอง, คล่องแคล่ว, ว่องไว **-wieldable** *adj.* **-wielder** *n.* (-S. brandish, handle) *-Ex. wield influence (control), wield power, to wield a brush, to wield a sword*
wieldy (วิล' ดี) *adj.* **-ier, -iest** จัดการได้, พร้อมที่จะจัดการได้
wife (ไวฟฺ) *n., pl.* **wives** ภรรยา, ผู้หญิง **wifehood** *n.* (-S. helpmate, spouse) *-Ex. Mother is father's wife.*
wifely (ไวฟฺ' ลี) *adj.* มีลักษณะเป็นภรรยาหรือแม่บ้าน, เหมาะที่จะเป็นภรรยาหรือแม่บ้าน **-wifeliness** *n.*
wig (วิก) *n.* ผมปลอม, ช้องผม, การจัดให้มีผมปลอม *-vt.* **wigged, wigging** ใส่วิก, ต่อว่าอย่างรุนแรง, ประณาม, ดุด่า *-Ex. British judges wear wigs.*
wigan (วิก' เกิน) *n.* ผ้าหยาบแข็งใช้ทำซับในเสื้อ
wiggle (วิก' เกิล) *vt., vi.* **-gled, -gling** กระดิก, ขยับ, ปิด, ส่าย, เลื้อย, ไชดิน, แกว่ง *-n.* การกระดิก, การขยับ, การปิด, เส้นคดเคี้ยว **-wiggly** *adj.* (-S. twist, wriggle, wag) *-Ex. Children sometimes wiggle in their seats' they squirm.*

W

wigwag (วิก' แวก) *vt., vi.* **wagged, wagging** เคลื่อนที่ไปๆ มาๆ, โบกธงให้สัญญาณ, โบก, กระดิก *-n.* การโบกธงให้สัญญาณ, สัญญาณที่ส่ง **-wigwagger** *n.*
wigwam (วิก' แวม, วิก' วอม) *n.* กระท่อมอินเดียนแดงในอเมริกาที่เป็นหลังคากลมหรือวงรี
wild (ไวลดฺ) *adj.* **wilder, wildest** เป็นป่า, ไม่เชื่อง, ป่าเถื่อนไม่มีอารยธรรม, ดุร้าย, รุนแรง, ไม่เป็นระเบียบ, ยุ่งเหยิง, ไม่มีการควบคุม, ไม่ได้ยับยั้ง, ฟุ่มเฟือย, คลั่ง, เตลิดเปิดเปิง, เอะอะ *-n.* ความรกร้างว่างเปล่า, พง, ทุ่งว่างเปล่า **-wildly** *adv.* **-wildness** *n.* (-S. natural, barbaric, savage) *-Ex. wild animals, wild flowers, wild honey, a wild garden, wild scenery, The child is very wild., a wild savage, wild behaviour*
wild carrot วัชพืชจำพวก *Daucus carota*
wildcat (ไวลดฺ' แคท) *n., pl.* **-cats/-cat** แมวป่า, หญิงดุร้าย, แหล่งน้ำมันที่ไม่เคยค้นพบมาก่อน *-adj.* งานเสี่ยงภัย *-vt., vi.* **-catted, -catting** ขุดหาน้ำมัน, เดาสุ่ม
wildcatter (ไวลดฺ' แคทเทอะ) *n.* ผู้สำรวจน้ำมันก๊าซหรือแร่
wilderness (วิล' เดอะนิส) *n.* บริเวณรกร้างว่างเปล่า, บริเวณกว้างใหญ่ไพศาล, จำนวนมหาศาล (-S. desert, jungle, waste) *-Ex. a forest wilderness, miles of wilderness, a voice in the wilderness, wilderness area*
wild-eyed (ไวลดฺ' อายดฺ) *adj.* มีนัยน์ตาที่โกรธ, บ้าคลั่งหรือเป็นทุกข์, ไร้เหตุผลโดยสิ้นเชิง
wildfire (ไวลดฺ' ไฟเออะ) *n.* ไฟป่า (ที่ดับได้ยาก), สิ่งที่กระทำอย่างรวดเร็วและรุนแรง, ฟ้าแลบที่ไม่มีเสียงฟ้าร้อง, สิ่งที่ติดไฟง่าย, โรคไฟลามทุ่ง
wild-goose chase (ไวดฺ' กูสฺ') *n.* การค้นหาสิ่งที่ไม่มีตัวตนหรือไม่อาจจะพบได้
wildlife (ไวลดฺ' ไลฟฺ) *n.* สัตว์ป่า (-S. game)
wildling (ไวลดฺ' ลิง) *n.* พืชป่า, สัตว์ป่า, ดอกไม้ป่า
Wild West พรมแดนด้านตะวันตกของอเมริการะหว่างศตวรรษที่ 19 ก่อนที่จะมีรัฐบาลที่มั่นคงในเวลาต่อมา
wildwood (ไวลดฺ' วูด) *n.* ต้นไม้ป่า, ไม้ป่า
wile (ไวลฺ) *n.* อุบาย, เพทุบาย, แผนร้าย, เล่ห์เหลี่ยม, พฤติกรรมที่มีแผนร้าย, การล่อลวง, การหลอกต้ม *-vt.* **wiled, wiling** ล่อลวง, ใช้เพทุบาย, ทำให้หลง, ฆ่าเวลา (-S. artifice, craft, guile) *-Ex. women's wiles, wile away the time*
wilful (วิล' ฟูล) *adj.* จงใจ, มีเจตนา, โดยสมัครใจ, ดื้อรั้น, หัวแข็ง (-S. willful, dogged, inflexible, perverse)
will[1] (วิล) *v. aux.* ใช้แสดงอนาคตกับบุรุษที่ 1 และ 3 (ช่อง 2 เป็น would), จะ, อาจจะ, ควรจะ, ย่อมจะ *-vt., vi.* **willed, willing** ประสงค์, ปรารถนา, พึงจะ, ชอบ, พอใจ, อยากจะ (-S. wish)
will[2] (วิล) *n.* ความตั้งใจ, ความตกลงใจ, เจตนารมณ์, การตัดสินใจ, อำนาจการตัดสินใจ, ความประสงค์, ความสมัครใจ, พินัยกรรม, ความกระตือรือร้น *-v.* **willed, willing** *-vt.* ตัดสินใจ, ทำพินัยกรรมยกให้, ใช้อำนาจจิตบังคับ *-vi.* ตั้งใจ, ตัดสินใจ **-at will** ตามอำเภอใจ (-S. choice, option, wish, aim, purpose) *-Ex. They will do it, althouth I tell them not to do, I will do it., Samai would do it, although I told him not do., Give me anything that will hold water., I asked for anything that would hold water., Sometimes they work hard, and somtimes they will sit idle all day., Will you refuse such a good offer?, Will you help me?, All right, I'll try., No, I will not help you.*
willed (วิลดฺ) *adj.* มีความตั้งใจ, มีเจตนา
willies (วิล' ลิซฺ) *n. pl.* (คำสแลง) ภาวะไม่สบายใจ
willing (วิล' ลิง) *adj.* เต็มใจ, ตั้งใจ, มีเจตนา, สมัครใจ, ยินดี **-willingly** *adv.* **-willingness** *n.* (-S. eager, happy, agreeable) *-Ex. I am willing to take the job.*
will-o'-the-wisp (วิล' ละเธอะวิสพฺ) *n.* ผีกระสือ, ไฟฟอสฟอรัส, สิ่งลวงตา, สิ่งที่ทำให้ฉงนสนเท่ห์
willow (วิล' โล) *n.* ต้นหลิว, ต้นไม้หรือพืชไม้พุ่มจำพวก *Salix*, ไม้ของต้นไม้ดังกล่าว, สิ่งที่ทำด้วยไม้ดังกล่าว
willowy (วิล' โลอี) *adj.* **-ier, -iest** อ่อนโยน, ว่าง่าย, สอนง่าย, อรชร, เพรียวลม, ระหง, เต็มไปด้วยต้นหลิว
will power, willpower (วิล' เพาเออะ) *n.* อำนาจ, กำลังใจ (-S. determination, grit, wish)
willy-nilly (วิลลีนิล' ลี) *adj.* ด้วยความเต็มใจหรือไม่ก็ตาม, ด้วยความสมัครใจหรือไม่ก็ตาม *-adv.* เต็มใจหรือไม่ก็ตาม (-S. unavoidably) *-Ex. Narong must accept the decision, willy-nilly.*
wilt[1] (วิลทฺ) *v.* **wilted, wilting** *-vi.* ร่วงโรย, เหี่ยวแห้ง, อับเฉา, อ่อนกำลัง *-vt.* ทำให้ร่วงโรย, ทำให้เหี่ยวแห้ง, ทำให้อับเฉา, ทำให้อ่อนกำลัง *-n.* การร่วงโรย, การเหี่ยวแห้ง, การอับเฉา, โรคอับเฉาของใบพืชเนื่องจากขาดแคลนน้ำ, เชื้อแบคทีเรียหรือเชื้อราที่ทำให้เกิดโรคดังกล่าว *-Ex. The hot sun made the plants wilt., Flowers that are picked and left out of water soon wilt.*
wilt[2] (วิลทฺ) *v. aux.* เอกพจน์บุรุษที่ 2 ของ will (ใช้เฉพาะ thou wilt = you will)
wily (ไว' ลี) *adj.* **wilier, wiliest** เต็มไปด้วยเพทุบาย, มีเล่ห์เหลี่ยมมาก, มีมารยามาก **-wilily** *adv.* **-wiliness** *n.* (-S. shrewd, cunning, sly)
wimble (วิม' เบิล) *n.* สว่าน, เครื่องเจาะ
Wimbledon (วิม' เบิลเดิน) ชื่อเมืองในภาคตะวันออกเฉียงใต้ของอังกฤษ อยู่ใกล้กรุงลอนดอนเป็นที่ที่มีการแข่งขันเทนนิสโลกทุกปี
wimple (วิม' เพิล) *n.* ผ้าโพกศีรษะของสตรี, ผ้าโพกศีรษะของแม่ชี, รอยพับ, รอยจีบ, ส่วนโค้ง, บริเวณโค้ง, คลื่นที่กระเพื่อมเล็กน้อย *-v.* **-pled, -pling** *-vt.* สวมผ้าโพกศีรษะ, ทำให้เป็นคลื่นหรือเป็นลอน, ปิดหน้า *-vi.* เป็นคลื่นกระเพื่อมเล็กน้อย, ไปตามโค้ง

wimple

win (วิน) *v.* **won, winning** *-vi.* ชนะ, มีชัย, เอาชนะคู่อริ, ประสบความสำเร็จ *-vt.* ประสบความสำเร็จ, ได้มาโดยความพยายาม, ทำให้เสื่อมใส, ช่วงชิง, บรรลุ, ชักชวน, ดึงมาเป็นพวก, ได้รับ **-winnable** *adj.* (-S. conquer, overcome, succeed) *-Ex. to win a battle, We win a*

W

spelling contest., Our armies won the victory.

wince (วินซฺ) *vi.* **winced, wincing** หดตัว (เพราะความเจ็บปวดหรือเพื่อเลี่ยงการถูกตี), สะดุ้ง, หดถอย, ถอย *-n.* การหดตัว, การสะดุ้ง, การหดถอย **-wincer** *n.* (-S. shrink, flinch) *-Ex. Dang winced when the doctor examined his bruised knee.*

winch (วินชฺ) *n.* เครื่องมือกว้าน, ด้ามกว้าน, มือหมุน *-vt.* **winched, winching** กว้านหรือยกขึ้นด้วยมือหมุน **-wincher** *n.*

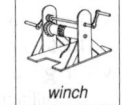

winch

Winchester (วิน' เชสเทอะ) ชื่อเมืองและเขตปกครองในตอนใต้ของอังกฤษ, ยี่ห้อของปืนที่ใช้ยิงสัตว์ใหญ่

wind[1] (วินดฺ) *n.* ลม, กระแสลม, ลมเป่า, เครื่องดนตรีแบบใช้ลมเป่า, นักดนตรีที่เล่นเครื่องดนตรีประเภทใช้ลมเป่า, ลมหายใจ, หายใจ, ความสามารถในการหายใจ, แรงอิทธิพล, พื้นฐาน, ลมกลิ่น, การคุยโว, ลมในกระเพาะหรือลำไส้, ทิศทางลม, ลมที่อัดไว้ *-vt.* **winded, winding** ตากลม, ตากอากาศ, ตามกลิ่น, กลั้นหายใจ, หายใจโล่งขึ้น *-vi.* ได้กลิ่น **-the winds/break wind** ตด **-how the wind blows/lies, -which way the wind blows** แนวโน้ม **-in the teeth of the wind** แล่นทวนลม **-in the wind** ใกล้เข้ามา,จวนแจกำลังจะเกิดขึ้น, เข้าหาลม **-sail close to the wind** แล่นใกล้ทางลมให้มากที่สุด **-take the wind out of one's sail** ซึ่งพูดก่อน **-touch the wind** แล่นเรือตามลม (-S. air, breath, draught)

wind[2] (ไวนดฺ) *v.* **wound, winding** *-vt.* พัน, ม้วน, ขด, หมุน, ขัน, กว้าน, เปลี่ยนทิศทาง, โค้ง, หัน, บิด *-vi.* ไปอย่างอ้อมๆ, ไปอย่างคดเคี้ยว, วกวน, สลับซับซ้อน, โอบ, พัน, ม้วน, ขด, หลุม, กว้าน *-n.* การพัน, การม้วน, การขด, การหมุน, การกว้าน, การเปลี่ยนทิศทาง, ทางโค้ง, ทางคดเคี้ยว **-wind up** ทำให้ตื่นเต้น, สรุป (-S. coil, twine, curve) *-Ex. a gust of wind, The wind is rising (falling)., to wind the strands of a rope, The road winds among the hills., Mother winds thread on the spool., Grandfather winds his watch every night., A path winds through the woods.*

wind[3] (ไวนฺดฺ, วินดฺ) *vt.* **winded/wound, winding** เป่าเขา, เป่าลมเข้าเตาไฟ เป่าเสียงดัง

windbag (วินดฺ' แบก) *n.* (คำสแลง) คนคุยโว คนคุยโม้, ถุงลม (-S. boaster)

wind-borne (วินดฺ' บอร์น) *adj.* ลมพัดพาไป

windbound (วินดฺ' เบานฺดฺ) *adj.* ไม่สามารถแล่นเรือได้เพราะทวนลม, ติดพายุ

windbreak (วินดฺ' เบรค) *n.* แนวต้นไม้หรือป่าต้านลม, สิ่งที่บังลม

windburn (วินดฺ' เบิร์น) *n.* อาการผิวหนังอักเสบเนื่องจากตากลม

windchest (วินดฺ' เชสทฺ) *n.* หีบลมของหีบเพลง

wind-chill factor ความหนาวเหน็บบนเนื้อหนังมนุษย์ (เนื่องจากความหนาวและแรงปะทะของลม)

wind cone, wind sock ถุงลมรูปกรวยแสดงทิศทางลมตามสนามบิน

winded (วิน' ดิด) *adj.* มีลมชนิดใดชนิดหนึ่ง, หอบ, ที่หายใจหอบ

wind egg ไข่ลม (ซึ่งไม่สามารถฟักออกเป็นตัวได้)

winder (วิน' เดอะ) *n.* ผู้พัน, ผู้ม้วน, สิ่งพัน, สิ่งม้วน, ขั้นบันไดวน, พืชไม้เถาที่พันรอบ, เครื่องพันด้าย, เครื่องม้วนด้าย

windfall (วินดฺ' ฟอล) *n.* สิ่งที่ลมพัดตกลงมา, กำไรที่คาดคิดไม่ถึง, โชคที่ลอยมาอย่างคาดคิดไม่ถึง (-S. bonanza, godsend, jackpot)

winding (ไว' ดิง) *n.* การพัน, การม้วน, รอบหนึ่ง, ม้วนหนึ่ง, ด้ายที่พันอยู่, สิ่งที่พันหรือม้วนอยู่, วิธีการพัน, วิธีม้วน, การพันลวดไฟฟ้า, ลักษณะขดลวดที่พัน *-adj.* พันรอบ, เป็นขด, เป็นม้วน, คดเคี้ยว, หมุนวน, วกวน **-windingly** *adv.* (-S. bend, twist, coil)

wind instrument เครื่องดนตรีประเภทเป่า

windjammer (วินดฺ' แจมเมอะ) *n.* เรือใบ

windlass (วินดฺ' เลิส) *n.* เครื่องกว้าน, เครื่องกว้านสมอ, เครื่องกว้านถังน้ำขึ้นจากบ่อ *-vt., vi.* **-lassed, -lassing** กว้านขึ้น, ขันขึ้น

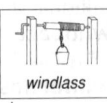

windlass

windmill (วินดฺ' มิล) *n.* กังหันลม, คู่อริที่สมมติ, ความผิดที่สมมติ, ความชั่วร้ายที่สมมติ, เครื่องเฮลิคอปเตอร์ *-vt., vi.* **-milled, -milling** หมุนรอบโดยอาศัยแรงลม **-fight/tilt at windmills** ต่อสู้กับกับศัตรูที่มองไม่เห็น

window (วิน' โด) *n.* หน้าต่าง, ช่องทางเข้าของแสงหรืออากาศหรือทั้งแสงและอากาศ, กระจกหน้าต่าง, ตู้โชว์, สิ่งที่มีลักษณะเหมือนหน้าต่าง (-S. opening, gap, aperture) *-Ex. Pots of flowers stood on the window sill.*

window box กระถางต้นไม้ที่วางไว้ที่หน้าต่าง, ช่องเลื่อนเหล็กถ่วงหน้าต่าง

window dressing ศิลปะการตกแต่งตู้โชว์หน้าต่าง, การตกแต่งหน้าร้าน **-window dresser** *n.*

window envelope ซองจดหมายที่มีกรอบกระดาษแก้วด้านหน้าสำหรับมองเห็นชื่อและที่อยู่ของผู้รับจดหมาย

windowpane (วิน' โดเพน) *n.* กระจกหน้าต่าง

windowsash (วิน' โดแซช) *n.* กรอบหน้าต่าง

window screen ม่านบังหน้าต่าง

window seat ที่นั่งติดหน้าต่าง (เช่นในรถยนต์ รถไฟ เครื่องบิน), ที่นั่งติดธรณีหน้าต่าง

window-shop (วิน' โดชอพ) *vi.* **-shopped, -shopping** เดินเตร่ดูสินค้าตามตู้โชว์หน้าต่าง โดยไม่ได้ซื้อ

windowsill (วิน' โดซิล) *n.* ธรณีหน้าต่าง

windpipe (วินดฺ' ไพพฺ) *n.* หลอดลมของสัตว์ที่มีกระดูกสันหลัง (-S. trachea)

windrow (วินดฺ' โร) *n.* แถวใบไม้แห้ง, แถวฟางแห้ง, แนวฝุ่นที่ถูกลมพัด

windscreen (วินดฺ' สครีน) *n.* ที่บังลม, ที่กันลม, กระจกกันลม

windshield (วินดฺ' ชีลดฺ) *n.* กระจกหน้ารถสำหรับกันลม

windsock (วินดฺ' ซอค) *n.* ถุงลมปลายเรียวที่ใช้แสดงทิศทางของกระแสลม

windstorm (วินดฺ' สทอร์ม) *n.* ลมพายุ

wind tunnel ท่อลมเข้าเพื่อวัดกำลังและทิศทางลมของเครื่องบิน
windup (ไวนดฺ' อัพ) *n.* การสรุป, การสิ้นสุด, ท่าทางการเคลื่อนไหวของร่างกายก่อนโยนลูกเบสบอล (-S. conclusion, end, finish)
windward (วินดฺ' เวิร์ด) *adv.* ตามลม, ไปทางลม, ล่องไปตามลม, ไปทางลม, เหนือลม *-n.* ด้านตามลม, ด้านเหนือลม *-Ex. an anchor to windward, get to windward of*
windy (วิน' ดี) *adj.* **-ier, -iest** มีลมมาก, มีลมแรง, มีลม, ตากลม, ถูกลม, คล้ายลม, คุยโว, คุยโม้, พูดไร้สาระ **-windily** *adv.* **-windiness** *n.* (-S. breezy, gusty, wild, stormy) *-Ex. a windy seacoast, a windy downpour, on the windy side of, a windy hill, a windy speaker*
wine (ไวนฺ) *n.* เหล้าองุ่น, น้ำองุ่น, สีแดงเข้มของเหล้าองุ่นแดง, สิ่งที่ทำให้เมา, งานเลี้ยงเหล้าหลังอาหาร *Ex. cherry wine, Wine has some alcohol in it., wine brewing, new wine in old bottles, to wine and dine someone*
winebibber (ไวนฺ' บิบเบอะ) ผู้ดื่มเหล้าองุ่นมาก, ขี้เหล้า **-winebibbing** *adj., n.*
wine cellar ห้องใต้ดินสำหรับเก็บเหล้าองุ่น, เหล้าองุ่นที่เก็บไว้
wineglass (ไวนฺ' แกลส) *n.* แก้วเหล้า, ถ้วยเหล้า
winegrower (ไวนฺ' โกรเออะ) *n.* ผู้ปลูกองุ่น, ผู้เพาะเลี้ยงองุ่น, ชาวไร่องุ่น, ผู้กลั่นเหล้าองุ่น
winepress (ไวนฺ' เพรส) *n.* เครื่องบีบน้ำองุ่น
winery (ไว' เนอะรี) *n., pl.* **-ies** กิจการกลั่นเหล้าองุ่น, กิจการทำเหล้าองุ่น, โรงกลั่นเหล้าองุ่น
wineskin (ไวนฺ' สคิน) *n.* ภาชนะทำด้วยหนังแพะหรือสัตว์อื่นสำหรับใส่เหล้าองุ่น
wineshop (ไวนฺ' ชอพ) *n.* ร้านเหล้า
wing (วิง) *n.* ปีก, ปีกนก, ปีกเครื่องบิน, ปีกข้างของสิ่งก่อสร้าง, สิ่งที่คล้ายปีกนก, แขนมนุษย์, ปีกซ้ายหรือขวาของด้านข้างในกีฬาฟุตบอล, พวกฝ่ายซ้ายหรือขวาของนโยบายพรรคการเมือง, เหรียญตราของกองทัพอากาศ, หน่วยบัญชาการของกองทัพอากาศ, แผ่นบังโคลนของรถ, ข้างเวทีละคร, ฉากข้างเวที, ชิ้นกระดูกที่มีลักษณะคล้ายปีก, ส่วนที่เป็นขนานของลูกธนู *-v.* **winged, winging** *-vt.* ติดปีก, ทำให้บินได้, ขนส่งทางอากาศ, ทำให้ปีกได้รับบาดเจ็บหรือบินไม่ได้, ทำให้แขนได้รับบาดเจ็บ *-vi.* บิน **-take wing** เริ่มบิน **-under one's wing** ภายใต้การคุ้มครองหรืออุปถัมภ์ของ (-S. annexe, pennon) *-Ex. on the wing, take under its wing, wing-case, wingshaped, wing-tip*
wingback (วิง' แบค) *n.* ปีกหลังทีมฟุตบอล, ตำแหน่งปีกหลังของกีฬาฟุตบอล
wing chair เก้าอี้นวมขนาดใหญ่และสูง พนักพิงด้านหลังมีปีก
wing collar คอปกเสื้อที่ตั้งตรง
wing commander นาวาอากาศโท
wing compasses วงเวียน
wingding (วิง' ดิง) *n.* (ภาษาพูด) การเฉลิมฉลองที่อึกทึกครึกโครม
winged (วิงดฺ) *adj.* มีปีก, มีส่วนที่คล้ายปีก, รวดเร็ว, ว่องไว, สูง, ล่องลอย, กางปีก, ได้รับบาดเจ็บที่ปีก
winglet (วิง' ลิท) *n.* ปีกเล็ก
wingman (วิง' เมิน) *n.* นักบินผู้ขับขี่เครื่องบินในตำแหน่งปีกข้างของจ่าฝูง
wing nut แป้นเกลียวมีปีกสำหรับหมุนด้วยมือ
wings (วิงซฺ) *n.* ปีกประดับของเครื่องแบบนักบินของกองทัพอากาศหรือสายการบิน
wingspan (วิง' สแพน) *n.* ระยะห่างระหว่างปลายปีกสองข้างของเครื่องบิน ดู wingspread
wingspread (วิง' สเพรด) *n.* ระยะห่างระหว่างปลายปีกสองข้างของเครื่องบิน นก หรือแมลง เมื่อกางปีกเต็มที่
wingstroke (วิง' สโทรค) *n.* การตีปีกบิน
wingtip (วิง' ทิพ) *n.* ปลายปีก
wink (วิงคฺ) *v.* **winked, winking** *-vt.* กะพริบตา, ขยิบตา, ส่งสายตา, ระยิบระยับ, สิ้นสุด *-vi.* กะพริบตา, กลั้นน้ำตา, ขยิบตา, ส่งสายตา *-n.* การกะพริบตา, การขยิบตา, การส่งสายตา, การขยิบตา, ระยะเวลาการกะพริบตา, แสงระยิบระยับ, นิดหน่อย, จำนวนน้อยที่สุด, ในเวลาฉับพลัน, การงีบ **-wink at** เมินเฉย (-S. blink, twinkle)
winker (วิง' เคอะ) *n.* ผู้กะพริบตา, สิ่งที่มีแสงระยิบระยับ, ที่บังตาม้า, ที่บังตา, (ภาษาพูด) ขนตา นัยน์ตา
winkle (วิง' เคิล) *n.* หอยโข่ง, หอยเล็ก, หอยทะเลเล็กๆ *-vt.* **-kled, -kling** แคะเนื้อหอยออก, แคะออก, เอาออก, ขับออก (-S. snail)
winner (วิน' เนอะ) *n.* ผู้มีชัย (-S. victor)
winning (วิน' นิง) *n.* การมีชัยชนะ *-adj.* ประสบความสำเร็จ, มีความยินดี **-winnings** สิ่งที่ได้มาจากการมีชัยชนะ (โดยเฉพาะเงิน) **-winningly** *adv.* **-winningness** *n.* (-S. charming) *-Ex. the winning team, a winning manner, winning smile*
winnow (วิน' โน) *vt., vi.* **-nowed, -nowing** พัดแกลบข้าวออก, พัดให้ปลิว, เป่าออก, ร่อนข้าว, ฝัด, แยกออก, ถอนออก, ทำให้ผ่านกระบวนการวิเคราะห์หรือแยกออก *-n.* อุปกรณ์พัดให้ออก, อุปกรณ์แยกออก **-winnower** *n.* (-S. fan, separate, sift) *-Ex. to winnow wheat, to winnow the chaff away, to winnow good from bad*
wino (ไว' โน) *n., pl.* **-os** (คำแสลง) คนขี้เหล้า (โดยเฉพาะที่ดื่มเหล้าราคาถูก)
winsome (วิน' เซิม) *adj.* มีเสน่ห์, ร่าเริง, ทำให้สบายใจ **-winsomely** *adv.* **-winsomeness** *n.* (-S. attractive) *-Ex. a winsome personality*
winter (วิน' เทอะ) *n.* ฤดูหนาว, หน้าหนาว, อากาศหนาว, ช่วงระยะเวลาที่หนาว, ปี หรือช่วงเวลาที่ตกต่ำหรือซบเซา *-adj.* เกี่ยวกับหน้าหนาว, ปลูกในฤดูใบไม้ร่วงเพื่อเก็บเกี่ยวพืชผลในฤดูใบไม้ผลิหรือต้นฤดูร้อน, เกี่ยวกับพืชผลที่เก็บไว้รับประทานในฤดูหนาว *-vt., vi.* **-tered, -tering** ใช้เวลาในฤดูหนาว, เก็บไว้ในฤดูหนาว, เลี้ยงในฤดูหนาว **-winterish** *adj.* *-Ex. a winter sport, winter clothes, to winter in Chiang Mai*

W

wintergreen (วิน' เทอะกรีน) *n.* ไม้พุ่มเขียวชอุ่มจำพวก *Gaultheria procumbens* มีดอกสีขาวเป็นรูประฆัง มีผลเล็กๆ สีแดงสด ใบมีกลิ่นหอมใช้ทำน้ำมันระกำ
wintergreen oil น้ำมันระกำ
winterize (วิน ทะไรซ) *vt.* **-ized, -izing** เตรียมพร้อมไว้สำหรับฤดูหนาว เช่น ใส่น้ำยากันการแข็งตัวในเครื่องครัว
winter solstice วันที่ 22 ธันวาคม อันเป็นวันเริ่มฤดูหนาวในซีกโลกเหนือ
wintertime (วิน' เทอะไทม) *n.* ฤดูหนาว
wintry, wintery (วิน' ทรี, วิน' ทะรี) *adj.* **-trier, -triest/-terier, -teriest** เกี่ยวกับหน้าหนาว **-wintrily** *adv.* **-wintriness** *n.* (-S. bleak, cold, chilly)
winy (ไว' นี) *adj.* **winier, winiest** เกี่ยวกับเหล้าองุ่น, ภายใต้ฤทธิ์ของเหล้าองุ่น (-S. winery)
wipe (ไวพ) *vt.* **wiped, wiping** เช็ด, เช็ดให้สะอาด, ถู, ลบ, ป้าย, ขจัด, ทำให้สูญสิ้น *-n.* การเช็ด, การถู, การลบ, การขจัด, คนเช็ด, ที่ปัดน้ำฝน, ผ้าเช็ดหน้า **-wipe out** ทำลายให้สิ้น, ฆ่า, กระทำฆาตกรรม (-S. brush, rub, mop, swab) *-Ex. Mary wiped the dishes for Mother., Mother wiped the floor with a mop., to wipe the jelly from your mouth, to wiped his hands, to wipe the teacups, to wipe the windship, to wipe away tears, to wipe off oil or mud, Give my glasses a wipe., The failure of the crops wiped out the farmer's savings.*
wiper (ไว' เพอะ) *n.* ผู้เช็ด, ผู้กวาด, ผู้ปัด, ผู้ถู, สิ่งที่ใช้เช็ด (กวาด ปัด ถู), ผ้าเช็ดหน้า, ที่ปัดน้ำฝน
wire (ไว' เออะ) *n.* ลวด, สายไฟ, สายโลหะ, สายโทรเลข, โทรเลข, ระบบโทรเลข, สายชักใย, สายลวดของเครื่องดนตรีประเภทสาย (เช่น กีตาร์), สายเบ็ดตกปลา, เส้นปลายทางของกีฬาแข่งม้า, (คำสแลง) นักล้วงกระเป๋า *-v.* **wired, wiring** *-vt.* จัดให้มีลวด (สายไฟ สายโลหะ), ผูกหรือพันด้วยสายลวด, ส่งโทรเลข *-vi.* ส่งโทรเลข **-pull wires** ใช้ตำแหน่งหรืออิทธิพลของตนชักใยอยู่เบื้องหลัง **-the wire** โทรศัพท์ **-under the wire** ภายในกำหนดเวลาพอดี
wired (ไว' เออร์ด) *adj.* ติดตั้งระบบสายลวด (เช่น โทรเลข โทรศัพท์), ประกอบด้วยเส้นลวด, มัดหรือพันด้วยลวด
wiredrawn (ไว' เออะดรอน) *adj.* พิถีพิถันเกินไป, จู้จี้เกินไป, ละเอียดลออเกินไป
wire gauge เครื่องวัดขนาดเส้นผ่านศูนย์กลางของเส้นลวด
wirehair (ไว' เออะแฮร์) *n.* สุนัขขนแข็งชนิดหนึ่ง มีถิ่นกำเนิดแถบภาคเหนือของอังกฤษ
wireless (ไว' เออะลิส) *adj.* ไม่มีเส้นลวด, ไม่มีลวดตาข่าย, ไม่มีสายวิทยุ *-n.* โทรเลขไม่มีสาย, โทรศัพท์ไม่มีสาย, เครื่องรับวิทยุ, รายการวิทยุ, การกระจายเสียงทางวิทยุ *-vt., vi.* **-lessed, -lessing** โทรเลขหรือโทรศัพท์โดยไม่มีสาย
wireless telegraph วิทยุโทรเลข
wireless telephone วิทยุโทรศัพท์
wireman (ไว' เออะเมิน) *n.* ช่างสายไฟ, ช่างวางสาย
wirepuller (ไว' เออะพูลเลอะ) *n.* ผู้ชักใยเบื้องหลัง, ผู้ชักใย, ผู้ชักสายหุ่นกระบอก **-wirepulling** *n.*
wire service สำนักข่าวที่ส่งข่าวสารทางโทรเลขแก่ลูกค้าหรือสมาชิก
wiretap (ไว' เออะแทพ) *n.* การต่อสายดักฟังโทรศัพท์หรือดักรับโทรเลขของผู้อื่น *-vt., vi.* **-tapped, -tapping** ดักฟังโทรศัพท์หรือดักรับโทรเลข **-wiretapper** *n.* (-S. eavesdrop)
wireworm (ไว' เออะเวิร์ม) *n.* หนอนชนิดหนึ่งที่มีลำตัวแข็ง และกัดกินรากพืชเป็นอาหาร
wiring (ไว' เออะริง) *n.* การวางสายโลหะ, สายโลหะ, ลวด, ลวดโลหะ
wiry (ไวเออะรี) *adj.* **-ier, -iest** ทำด้วยสายโลหะ, เป็นรูปสายโลหะ, คล้ายสายโลหะ, เป็นสายลวด, แข็งแรงและเหนียว **-wireness** *n.*
wisdom (วิซ' เดิม) *n.* ปัญญา, สติปัญญา, ความฉลาด, ความรอบคอบ, ความรอบรู้, คำสั่งสอน, คติพจน์, คำสุภาษิต (-S. astuteness, insight)
wisdom tooth ฟันกรามที่ 3 ของแต่ละข้างของขากรรไกรบนและล่าง **-cut one's wisdom tooth** เจริญเติบโตเต็มที่
wise[1] (ไวซ) *adj.* **wiser, wisest** ฉลาด, เฉลียวฉลาด, มีสติปัญญา, รอบรู้, รู้, รู้แจ้ง **-wisely** *adv.* (-S. clever, erudite, informed)
wise[2] (ไวซ) *n.* วิถีทาง, ท่าทาง, รูปแบบ, วิธีการ
-wise คำปัจจัย มีความหมายว่า ท่าทาง, วิธีการ, สภาพ
wisecrack (ไวซ' แครค) *n.* (คำสแลง) คำพูดที่ฉลาดคำคม คำเล่นลิ้น *-vi.* **-cracked, -cracking** (คำสแลง) พูดคำคม เล่นลิ้น **-wisecracker** *n.* (-S. joke, witticism)
wise guy (คำสแลง) บุคคลที่อวดฉลาด คนทะนงตัวและอวดฉลาด
wish (วิช) *v.* **wished, wishing** *-vt.* ปรารถนา, ประสงค์, ต้องการ, อยากให้, นึกอยาก, หวัง, มุ่งหวัง, อวยพร, ให้พร, สั่ง *-vi.* ปรารถนา, อยาก *-n.* ความปรารถนา, ความประสงค์, ความต้องการ, คำอธิษฐาน, สิ่งที่ปรารถนา (-S. desire) *-Ex. wish you joy, Touch the wishing-stone and wish., You can have it if you wish., Wish himself dead., Do you wish to have it?, I wish I had it now., Do you wish me to do it?*
wishbone (วิช' โบน) *n.* กระดูกสองง่ามหน้ากระดูกอกของนกส่วนมาก สมัยก่อนใช้สำหรับตั้งคำอธิษฐาน
wishful (วิช' ฟูล) *adj.* มีความปรารถนา, แสดงความปรารถนา **-wishfully** *adv.* **-wishfulness** *n.* (-S. longing, desirous, yearning)
wishful thinking ความปรารถนาที่อยู่เหนือเหตุผล
wishy-wash (วิช' วอช) *n.* น้ำท่วมทุ่ง, คำพูดที่ไร้สาระ, เครื่องดื่มที่จืดชืด
wishy-washy (วิช' ชีวอช ชี) *adj.* **-ier, -iest** เกี่ยวกับเครื่องดื่มที่จืดชืด, อ่อนกำลัง, ไม่เด็ดเดี่ยว, อ่อนแอ **-wishy-washiness** *n.* (-S. diluted, thin)
wisp (วิสพ) *n.* กำมือ, มัดเล็กๆ, หยิบมือ, ก้อนเล็ก, ชิ้นเล็ก, ตัวเล็ก, ตัวบอบบาง, แสงฟอสฟอรัส, สิ่งลวงตา,

ไม้ขนไก่ *-vt., vi.* **wisped, wisping** ฟันเป็นมัด, ปั่นเป็นชิ้น **-wispy** *adj.* **-wispily** *adv.* **-wispiness** *n.* (-S. shred, tuft, bunch) *-Ex. a wisp of straw, a wisp of paper, a wisp of a girl, a wisp of hair, a wisp of cotton, a wisp of a child*

wist (วิสทฺ) *vt., vi.* กริยาช่อง 2 และ 3 ของ wit

wistaria, wisteria (วิสเทอ' เรีย) *n.* พืชตระกูลถั่วจำพวก *Wisteria* ดอกมีหลายสี

wistful (วิสทฺ' ฟูล) *adj.* ปรารถนา, โหยหา, ละห้อย **-wistfully** *adv.* **-wistfulness** *n. -Ex. to glance at with wishful eyes*

wit[1] (วิท) *n.* ปัญญา, สติปัญญา, เชาวน์, ความรอบรู้, ความรู้, ความเฉลียวฉลาด, ผู้มีความเฉลียวฉลาด, ไหวพริบ **-keep/have one's wits about one** ระมัดระวังตัว, ตื่นตัว, คอยสังเกต (-S. badinage, humour, wag) *-Ex. The Hallowe'en ghost frightened us out of our wits.*

wit[2] (วิท) *vt., vi.* **wist, witting** รู้, รู้จัก **-to wit** กล่าวคือ เป็นต้น

witch (วิช) *n.* แม่มด, หญิงที่เต็มไปด้วยเวทมนตร์คาถา, หญิงดุร้าย, หญิงอัปลักษณ์, หญิงที่เต็มไปด้วยเสน่ห์, ผู้ที่ใช้ไม้วิเศษ *-vt., vi.* **witched, witching** ทำให้หลงใหล, ใช้เวทมนตร์คาถา **-witchery** *n.* (-S. magician) *-Ex. In fairy tales witches ride on brooms.*

witchcraft (วิช' คราฟทฺ, -แครฟทฺ) *n.* การใช้เวทมนตร์คาถา, อิทธิพลของเวทมนตร์คาถา, ความมีเสน่ห์, การทำให้หลงใหล (-S. sorcery) *-Ex. to cast a spell by witchcraft*

witch doctor หมอผี

witch-hunt (วิช' ฮันทฺ) *n.* การสืบหาและเปิดเผยแผนการกบฏ หรือศัตรูทางการเมือง (มักเป็นการอาศัยหลักฐานที่คลุมเครือ หรือความสงสัยเท่านั้น)

witching (วิช' ชิง) *n.* การใช้เวทมนตร์คาถา, การทำให้หลงใหล, เสน่ห์, มารยา *-adj.* เกี่ยวกับการใช้เวทมนตร์คาถาหรือเสน่ห์หรือมายา *-Ex. Midnight is called the witching hour.*

with (วิธ) *prep.* กับ, ร่วมกับ, เกี่ยวกับ, ตรงกันกับ, มากับ, มี, ติดด้วย, พร้อมด้วย, ประกอบด้วย, เห็นด้วยกับ, ด้วยกัน, ตรงกันกับ, เอื้ออำนวยต่อ, เหมือนกับ, โดย, โดยใช้, แม้, แม้ว่า, ถ้ามี, ซึ่งมี, มี, รวมทั้ง, ในเวลาเดียวกัน, มีความคิดเห็นด้วยกัน, ในที่เดียวกัน, ต่อต้าน, เนื่องจาก *-Ex. go with, bring with, take with, carry with, came with all his luggage, Don't wear brown shoes with a black suit., Bread and butter with my tea., miss this with that, With his death, the business came to an end., with that, with these words, With a stamp of her foot, she went away., His expenses increased with the increase of his business., agree with, disagress with, break with, quarrel with, In harmony with, fight with, vote with, We may travel with Somchai., trade with, a weekly air service with India*

withal (วิธ' ธอล) *adv.* นอกจากนี้, อนึ่ง, อีกประการหนึ่ง, อย่างไรก็ตาม, ถึงกระนั้นก็ดี, ไม่เท่านั้น, แต่ทว่า (-S. in addition, besides) *-Ex. Somsri had health and wealth, and beauty withal.*

withdraw (วิธดรอ') *vt., vi.* **-drew, -drawn, -drawing** ถอน, ถอนตัว, ถอนคืน, เก็บคืน, ดึงกลับ, เอากลับ, ชักกลับ, หด, เลิก, เลิกใช้ **-withdrawable** *adj.* **-withdrawer** *n.* (-S. extract, revoke) *-Ex. The firemen had to withdraw from the burning building or be injured., to withdraw one's hand, to withdraw money from, to withdraw from a meeting, to withdraw unkind words, to withdraw money from the bank*

withdrawal (วิธดรอ' เอิล) *n.* การถอนออก, การเอากลับ, การดึงกลับ, การหด, การเลิก (-S. disavowal, recall) *-Ex. a withdrawal from the room, a withdrawal of money from the bank*

withdrawn (วิธดรอน') *adj.* ถอนตัวออก, ถอนคำ, ยกเลิก, เลิก **-withdrawnness** *n.* (-S. aloof, detached) *-Ex. Samai stood withdrawn from the crowd., Narong has withdrawn his support.*

wither (วิธ' เธอะ) *v.* **-ered, -ering** *-vi.* เหี่ยวแห้ง, เหี่ยวเฉา, หดเหี่ยว, ร่วงโรย, (สี) จางลง, เน่าเปื่อย, อับเฉา *-vt.* ทำให้เหี่ยวแห้ง, ทำให้ร่วงโรย, ทำให้อับเฉา, ทำให้หมดกำลัง, ทำอันตราย, ทำให้อับอาย, ทำให้ม่อย, ทำให้ตกอกตกใจ, ทำให้อ้าปากค้าง (-S. dry, shrink, wilt, droop, languish, decline) *-Ex. Flowers wither unless they have water.*

withered (วิธ' เธอร์ดฺ) *adj.* เหี่ยวแห้ง, ร่วงโรย, อับเฉา

withering (วิธ' เธอะริง) *adj.* ซึ่งทำลาย, ซึ่งทำให้สูญสิ้น, ทำให้เหี่ยวแห้ง, ทำให้ร่วงโรย, ทำให้อ่อนกำลัง, ทำให้อับเฉา, ทำให้ตกอกตกใจ **-witheringly** *adv.* (-S. blasting, hurtful)

withers (วิธ' เธอซฺ) *n. pl.* ส่วนที่สูงที่สุดของหลังม้า (วัว ควาย แพะ แกะหรือสัตว์อื่น), หัวไหล่ม้าหรือสัตว์อื่น, ตะโหงกม้าหรือสัตว์อื่น

withhold (วิธโฮลดฺ') *vt., vi.* **-held, -holding** ระงับ, ยับยั้ง, ขัดขวาง, อายัด, ไม่อนุมัติ, ไม่อนุญาต, ยั้งมือ, ถอนกลับ **-withholder** *n.* (-S. restrain) *-Ex. to withhold permission, to withhold information*

within (วิธอิน') *adv.* ภายใน, อยู่ภายใน, อย่างภายใน, ในบ้าน, ในอาคาร, ภายใต้จิต *-prep.* เข้าไปข้างใน, ข้างในของ, ภายในขอบเขต, ภายในระยะเวลา, วงใน *-n.* ส่วนใน, ส่วนข้างใน (-S. inside) *Ex. within ten minutes, within two inches of the bull's eye*

without (วิธเอาทฺ') *prep.* ปราศจาก, ไม่มี, โดยไม่มี, นอกเหนือ, พ้น, นอก, ภายนอก *-adv.* ภายนอก, ข้างนอก, ขาดสิ่งที่เข้าใจได้, โดยผิวภายนอก *-conj.* นอกจาก (-S. not with) *-Ex. without (any) money, without a ticket, I can't live without you., Did it without (any) help., die without forgiveness, without end, when without seeing me, without buying a ticket*

withoutdoors (วิธเอาทฺดอร์ซฺ') *adv.* นอกบ้าน

withstand (วิธสแทนดฺ') *vt., vi.* **-stood, -standing** ทนต่อ, ต่อต้าน, สกัด, กลั้น, อดกลั้น, อดทน (-S. resist)

-Ex. to withstand the cold, to withstand a siege

witless (วิท' ลิส) *adj.* ไร้ปัญญา, โง่ **-witlessly** *adv.* **-witlessness** *n.* (-S. silly) *-Ex. Her witless remarks hurt many people's feelings.*

witling (วิท' ลิง) *n.* ผู้ที่อวดฉลาด

witness (วิท' นิส) *n.* พยาน, ผู้เห็น, ผู้เซ็นชื่อรวมเป็นพยาน, หลักฐาน, คำให้การเป็นพยาน *-v.* **-nessed, -nessing** *-vt.* ดู, เห็น, เห็นด้วยตา, เป็นผู้ลงนามร่วม, เป็นพยาน, ลงนามเป็นพยาน *-vi.* เป็นพยาน, เป็นหลักฐาน **-witnesser** *n.* (-S. testifier, viewer) *-Ex. Were there any witnesses of the accident?, You will be called as a witness., witness a document*

witness box คอกพยาน, ที่นั่งของพยาน

witness stand ที่นั่งของพยาน, คอกพยาน

witted (วิท' ทิด) *adj.* มีปัญญา, มีสติปัญญา **-wittedness** *n.*

witticism (วิท' ทิซิซึม) *n.* คำคม, คำพูดที่หลักแหลม, คำเล่นลิ้น, คำพูดตลก, คำพูดหยอกล้อ

witting (วิท' ทิง) *adj.* รู้, รู้ดี, รู้ตัว, ตระหนัก, มีเจตนา, *-n.* ความรู้ **-wittingly** *adv.*

witty (วิท' ที) *adj.* **-tier, -tiest** มีสติปัญญา, เฉลียวฉลาด, มีไหวพริบ, มีความรู้, รอบรู้ **-wittily** *adv.* **-wittiness** *n.* (-S. facetious, humorous)

wive (ไวฟว) *vt., vi.* **wived, wiving** แต่งภรรยา, แต่งเมีย, แต่งงาน, จัดให้มีภรรยา

wives (ไวฟ') *n. pl.* พหูพจน์ของ wife

wiz (วิซ) *n.* ผู้ที่มีความสามารถอย่างมหัศจรรย์ ดู wizard

wizard (วิซ' เซิร์ด) *n.* พ่อมด, นักเล่นกล, นักวิทยากล, ผู้วิเศษ, ผู้ใช้เวทมนตร์คาถา, ผู้มีความชำนาญหรือความสามารถอย่างมหัศจรรย์ *-adj.* เกี่ยวกับพ่อมด, เกี่ยวกับนักเล่นกล, ดีเลิศ, ยอดเยี่ยม, มหัศจรรย์ (-S. sorcerer, magician)

W

wizardly (วิซ' เซิร์ดลี) *adj.* เกี่ยวกับหรือมีลักษณะของพ่อมดหรือนักวิทยากล หรือผู้มีความสามารถอย่างมหัศจรรย์

wizardry (วิซ' เซิร์ดรี) *n., pl.* **-ries** วิทยากล, การเล่นกล, การใช้เวทมนตร์คาถา, เวทมนตร์คาถา, เสน่ห์, มารยา

wizen (วิซ' เซิน) *vi., vt.* **-ened, -ening** เหี่ยวแห้ง, ร่วงโรย, อับเฉา *-adj.* เหี่ยวแห้ง, ร่วงโรย, อับเฉา, ย่น, ตกกระ (-S. wither, shrivel)

wizened (วิซ' เซินด) *adj.* เหี่ยวแห้ง, ร่วงโรย, อับเฉา, ย่น, ตกกระ (-S. dried up, gnarled, wrinkled)

w/o ย่อจาก without

woad (โวด) *n.* พืชยุโรปจำพวก *Isatis tinctoria* ใบของมันใช้สกัดทำสีย้อมสีน้ำเงิน, สีย้อมดังกล่าว

wobble (วอบ' เบิล) *vt., vi.* **-bled, -bling** โซเซ, โอนเอน, โยกไปมา, ส่าย, โคลงเคลง, สั่น, ไม่แน่นอน, ไม่คงที่ *-n.* อาการโซเซ (โอนเอน โยกไปมา ส่าย โคลงเคลง สั่น) (-S. wabble, stagger, sway, dodder) *-Ex. Stop wobbling the table.*

wobbly (วอบ' บลี) *adj.* **-blier, -bliest** สั่น, โซเซ, โอนเอน, โยกไปมา, ส่าย, โคลงเคลง, ไม่แน่นอน, ไม่คงที่ **-wobbliness** *n.*

woe (โว) *n.* ความเศร้าโศก, ความทุกข์, ความลำบาก, ความเสียใจ *-interj.* การอุทานแสดงความเศร้าโศก, ความทุกข์หรือความเสียใจ (-S. agony, burden, curse) *-Ex. War, poverty, sickness, and death are common woes of life.*

woebegone (โว' บิกอน) *adj.* เต็มไปด้วยความเศร้าโศก, เต็มไปด้วยความระทมทุกข์หรือความเสียใจ **-woebegoneness** *n.*

woeful (โว' ฟูล) *adj.* เศร้าโศก, ระทมทุกข์, เสียใจ, ละห้อย, เคราะห์ร้าย, มีคุณภาพเลว, ยากเข็ญ **-woefully** *adj.* **-woefulness** *n.* *-Ex. Somchai tells his woeful tale to anyone who will listen.*

wog (วอก) *n.* (คำสแลง) คำใช้เรียกชาวตะวันออกกลางหรือชาวเอเชียในเชิงดูถูก

wok (วอค) *n.* กระทะโลหะรูปชามขนาดใหญ่ของชาวจีน

woke (โวค) *vt., vi.* กริยาช่อง 2 ของ wake

woken (โว' เคิน) *vt., vi.* กริยาช่อง 3 ของ wake

wold[1] (โวลด) *n.* ที่ราบสูง, ทุ่งที่สูง, บริเวณเนินเขากว้าง, เขาหัวโล้น

wold[2] (โวลด) *n.* สีเหลือง, ผงสีเหลือง

wolf (วูลฟ) *n., pl.* **wolves** สุนัขป่า (สัตว์เลี้ยงลูกด้วยนมในตระกูล Canidae), หนังขนของสุนัขป่า, สัตว์ที่คล้ายหมาป่า, ตัวอ่อนของแมลงตัวเล็กๆ ที่เจาะกินข้าวในยุ้งฉาง, ชายที่ชอบจีบผู้หญิง, เสียงที่ไม่ประสานกัน, ความยากจน *-vt.* **wolfed, wolfing** กินอย่างตะกละ, กลืนอย่างตะกละ **-keep the wolf from the door** หลีกเลี่ยงความยากจนขั้นแค้น **-wolf in sheep's clothing** ผู้ซ่อนเจตนาร้าย (-S. lecher, seducer)

wolfhound (วูลฟ' เฮานด) *n.* สุนัขขนาดใหญ่ที่ใช้ล่าสุนัขป่า

wolfish (วูล' ฟิช) *adj.* คล้ายสุนัข, มีลักษณะของสุนัขป่า **-wolfishly** *adv.* **-wolfishness** *n.*

wolfram (วูล' เฟริม) *n.* ทังสเตน

wolframite (วูล' ฟระไมท) *n.* แร่ทังสเตนที่ประกอบด้วยสารประกอบของ iron manganese tungstate หรือ (FeMn) WO_4

wolves (วูลฟวซ) *n. pl.* พหูพจน์ของ wolf

wolverine (วูลวะรีน') *n.* สัตว์คล้ายแมวมีขนสีดำและแถบขาวจำพวก *Gulo gulo* เป็นสัตว์เลี้ยงลูกด้วยนมในทวีปอเมริกาเหนือ

wolverine

woman (วูม' เมิน) *n., pl.* **women** ผู้หญิง, สตรี, ลักษณะหรือความรู้สึกของผู้หญิง, คนรัก, คู่รัก, ภรรยา, หญิงชู้, แม่บ้าน (-S. female, lady, lassie) *-Ex. A girl grows to be a woman., Mother is a woman.*

womanhood (วูม' เมินฮูด) *n.* ความเป็นผู้หญิง, ลักษณะของผู้หญิง, ผู้หญิง *-Ex. The little girl we knew has grown to womanhood.*

womanish (วูม' เมินนิช) *adj.* เกี่ยวกับผู้หญิง, มีลักษณะของผู้หญิง **-womanishly** *adv.*

womankind (วูม' เมินไคนด) *n.* ผู้หญิง, เพศหญิง

(-S. female)

womanlike (วูม' เมินไลค) *adj.* คล้ายผู้หญิง, มีลักษณะของผู้หญิง

womanly (วูม' เมินลี) *adj.* **-lier, -liest** คล้ายผู้หญิง, มีความเป็นผู้หญิง, ไม่มีลักษณะของผู้ชายหรือของเด็กผู้ชาย **-womanliness** *n.* (-S. faminine) *-Ex. a womanly interest in flowers, a womanly tenderness towards the sick*

woman of the house แม่บ้าน

woman of the streets หญิงโสเภณี, นางโลม, หญิงขายตัว

woman of the world หญิงผู้เจนจัดในวิถีชีวิตของโลก

woman's rights สิทธิของสตรี

woman suffrage สิทธิเลือกตั้งของสตรี, สิทธิทางการเมืองของสตรี

womb (วูม) *n.* มดลูก, ครรภ์, แหล่งกำเนิด, ส่วนภายใน, อุทร

wombat (วอม' เบท) *n.* สัตว์มีถุงกระเป๋าหน้าท้องและกินพืชเป็นอาหารชนิดหนึ่งในตระกูล Vombatidae พบในออสเตรเลีย ชอบขุดรูและร่องตามพื้นดิน

women (วีม' มิน) *n. pl.* พหูพจน์ของ woman

womenfolk, womenfolks (วิม' มินโฟลคฺ, -โฟคซฺ) *n. pl.* ผู้หญิงโดยทั่วไป, พวกผู้หญิง, กลุ่มผู้หญิง *-Ex. The womenfolk prepared dinner while the men were plowing the field.*

won[1] (วอน) *vt., vi.* กริยาช่อง 2 และ 3 ของ win

won[2] (วอน) *n.* ชื่อหน่วยเงินตราของเกาหลีใต้

won[3] (วอน) *vi.* **wonned, wonning** อยู่, อาศัยอยู่

wonder (วัน' เดอะ) *vt., vi.* **-dered, -dering** รู้สึกประหลาดใจ, รู้สึกงงงวย, รู้สึกกังขา, รู้สึกสงสัย *-n.* สิ่งที่ทำให้ประหลาดใจ, ความประหลาดใจ, ความงงงวย, ความพิศวง, การกระทำหรือเหตุการณ์ที่ทำให้ประหลาดใจ **-wonderer** *n.* (-S. surprise, miracle, marvel) *-Ex. to filled with wonder, No wonder it has taken so long!, the Seven Wonders of the world, do wonders, work wonders, I wonder at his generosity., I wonder (that) he can afford to be so generous.*

wonderful (วัน' เดอะฟูล) *adj.* มหัศจรรย์, ยอดเยี่ยม, น่าพิศวง, ดีเยี่ยม **-wonderfully** *adv.* **-wonderfulness** *n.* (-S. amazing, odd) *-Ex. Our trip was wonderful., Niagara Falls is a wonderful sight.*

wondering (วัน' เดอะริง) *adj.* พิศวง, ประหลาดใจ, น่าสงสัย, น่าพิศวง, งงงวย **-wonderingly** *adv.*

wonderland (วัน' เดอะแลนด) *n.* แดนมหัศจรรย์, ดินแดนที่น่าพิศวง, ประเทศที่น่าพิศวง, สวรรค์

wonderment (วัน' เดอะเมินท) *n.* คำพูดที่น่าพิศวง, ถ้อยคำที่น่าพิศวง, เหตุที่น่าสงสัย, เรื่องที่น่าสงสัย

wonderwork (วัน' เดอะเวิร์ค) *n.* สิ่งมหัศจรรย์, ผลงานมหัศจรรย์

wondrous (วัน' เดริส) *adj.* มหัศจรรย์, น่าพิศวง, ดีเยี่ยม, ยอดเยี่ยม *-adv.* อย่างมหัศจรรย์, อย่างน่าพิศวง, อย่างดีเยี่ยม, อย่างยอดเยี่ยม **-wondrously** *adv.* **-wondrousness** *n.*

wonky (วอง' คี) *adj.* **-kier, -kiest** สั่น, สั่นเทา, โซเซ, โงนเงน, ไม่มั่นคง, ไม่น่าไว้วางใจ

wont (โวนทฺ) *adj.* คุ้นเคย, เคย, เป็นนิสัย *-n.* ความเคยชิน, นิสัย, ธรรมเนียม, ความคุ้นเคย *-v.* **wont/wonted, wonting** *vt.* ทำให้คุ้นเคย, ทำให้เคยชิน, ทำให้เป็นนิสัย *-vi.* คุ้นเคย, เคย, เป็นนิสัย (-S. custom, habit) *-Ex. I am wont to rise early.*

won't (โวนทฺ, เวินทฺ) ย่อจาก will not *-Ex. We won't be home for lunch.*

wonted (โวน' ทิด) *adj.* คุ้นเคย, เคย, เป็นนิสัย, เป็นปกติ, ตามปกติ **-wontedly** *adv.* **wontedness** *n.* (-S. habituated, normal) *-Ex. Somchai won every race with his wonted ease.*

wonton (วอน' ทอน) *n.* อาหารจีนชนิดหนึ่งที่เป็นแป้งต้มใส่หมูสับและเครื่องชูรส, เกี๊ยวน้ำ

woo (วู) *v.* **wooed, wooing** *-vt.* ขอความรัก, เกี้ยว, ขอแต่งงาน, แสวงหา, วิงวอน, เชื้อเชิญ, ล่อใจ *-vi.* เกี้ยวผู้หญิง (-S. chase, court, solicit) *-Ex. to woo fame and fortune*

wood (วูด) *n.* ไม้, เนื้อไม้, ลำต้นไม้, ถังไม้, สิ่งที่ทำด้วยไม้, เครื่องดนตรีที่ทำด้วยไม้, ไม้ตีกอล์ฟที่ส่วนหัวทำด้วยไม้ *-adj.* ทำด้วยไม้, ใช้เก็บไม้, ใช้ขนไม้, อยู่ในป่า *-v.* **wooded, wooding** *-vt.* ปกคลุมด้วยต้นไม้, ปลูกต้นไม้, จัดให้มีไม้ *-vi.* สะสมหรือจัดให้มีไม้ **-woods** ป่าไม้ **-out of the woods** ปลอดภัย, พ้นอันตราย

woodbine (วูด' ไบน) *n.* พืชไม้ดอกสีเหลืองอ่อนจำพวก *Lonicera periclymenum* เป็นไม้เลื้อย

woodborer (วูด' บอเรอะ) *n.* แมลงเจาะกินเนื้อไม้และผลไม้

woodcarving (วูด' คาร์ฟวิง) *n.* ศิลปะหรือเทคนิคการแกะสลักไม้, งานแกะสลักไม้

wood coal ถ่านหินสีน้ำตาล, ถ่านไม้ (-S. lignite)

woodcock (วูด' คอค) *n., pl.* **woodcock/-cocks** นกจำพวก *Scolopax rusticola* หรือ *Philohela minor* มีปากยาว ขาสั้น ตาโต

woodcraft (วูด' แครฟทฺ) *n.* วิชาช่างไม้, วิชาเชิงพราน, วิชาเกี่ยวกับป่า, วิชาแกะสลักไม้

woodcut (วูด' คัท) *n.* ไม้แกะสลัก, ภาพพิมพ์จากไม้แกะสลัก

woodcutter (วูด' คัทเทอะ) *n.* คนตัดไม้ทำฟืน **-woodcutting** *n.*

wooded (วูด' ดิด) *adj.* ปกคลุมไปด้วยต้นไม้หรือป่า, มีต้นไม้หรือป่าเต็มไปหมด, เป็นป่า

wooden (วูด' เดิน) *adj.* ทำด้วยไม้, ประกอบด้วยไม้, งุ่มง่าม, แข็งทื่อ, เก้งก้าง, ไม่มีชีวิตชีวา, ไม่มีความรู้สึก, เฉยเมย **-woodenly** *adv.* **-woodenness** *n.* (-S. timber, gawky, rigid) *-Ex. a wooden bucket, wooden shelf, woken stare, wooden ware, a wooden movement, a wooden smile*

wood engraving การแกะสลักไม้, ศิลปะหรือกระบวนการแกะสลักไม้, แม่พิมพ์ไม้, ภาพพิมพ์, แม่พิมพ์ไม้

W

woodenhead (วูด' เดินเฮด) *n.* คนโง่, คนเง่า, คนหัวสมองทื่อ

woodland (วูด' แลนดฺ, -เลินดฺ) *n.* ป่าไม้, บริเวณที่เต็มไปด้วยต้นไม้ *-adj.* เกี่ยวกับป่าไม้ **-woodlander** *n.* (-S. forest, timberland)

wood louse สัตว์ประเภทกุ้งหรือปูจำพวก *Oniscus* และ *Porcellio* มีรูปร่างแบนและเป็นวงรี

woodman (วูด' เมิน) *n* ดู woodsman

woodnote (วูด' โนท) *n.* เสียงเพรียกร้องธรรมชาติในป่า (ที่เกิดจากนกและแมลง), เสียงดนตรีตามธรรมชาติ

wood nymph เทพารักษ์

woodpecker (วูด' เพคเคอะ) *n.* นกหัวขวาน (นกในตระกูล Picidae)

woodpecker

woodpile (วูด' ไพลฺ) *n.* กองฟืน

wood pulp เยื่อกระดาษไม้

woods (วูดซฺ) *n.* ป่าไม้

woodshed (วูด' เชด) *n.* โรงเก็บไม้หรือฟืน

woodsman (วูดซฺ' เมิน) *n., pl.* **-men** ชาวป่า, คนทำงานในป่า, คนตัดไม้, ผู้ชำนาญการใช้ชีวิตป่า, พราน (-S. woodman)

woodturning (วูด' เทิร์นนิง) *n.* การแปรไม้ให้เป็นรูปต่างๆ ด้วยเครื่องกลึง **-woodturner** *n.*

woodwind (วูด' วินดฺ) *n.* เครื่องดนตรีประเภทเป่าลม **-woodwinds** ส่วนหนึ่งของวงดนตรีที่เป็นเครื่องดนตรีประเภทเป่าลม

woodwork (วูด' เวิร์ค) *n.* ผลิตภัณฑ์ไม้, เครื่องประกอบภายในบ้านที่ทำด้วยไม้

woodworker (วูด' เวิร์คเคอะ) *n.* ช่างไม้

woodworking (วูด' เวิร์คคิง) *n.* งานช่างไม้

woody (วูด' ดี) *adj.* **-ier, -iest** เต็มไปด้วยไม้, เต็มไปด้วยต้นไม้หรือป่า, ประกอบหรือทำด้วยไม้, คล้ายไม้ **-woodiness** *n.* (-S. wooded, sylvan) *-Ex. a woody shrub, a woody scent*

woof[1] (วูฟ) *n.* เสียงเห่าของสุนัข

woof[2] (วูฟ) *n.* เนื้อผ้า, สิ่งทอ, เส้นลายตามขวางของเนื้อผ้า, ด้ายทอเป็นมุมฉากซึ่งกันและกัน

woofer (วูฟ' เฟอะ) *n.* เครื่องขยายเสียง

wool (วูล) *n.* ขนปุย, ขนแกะ, ขนนิ่มและละเอียดของสัตว์สิ่งทอและเครื่องนุ่งห่มที่ทำด้วยขนแกะ,ด้ายขนแกะ, เส้นใยสังเคราะห์ที่คล้ายด้ายขนแกะ, สิ่งทอที่คล้ายผ้าขนแกะหรือขนสัตว์นิ่มเป็นปุย, สิ่งอำพราง, ขนมนุษย์ (โดยเฉพาะที่สั้น แข็งและหยิก) **-dyed in the wool** ยืนยัน, ยึดแน่น, เป็นนิสัย **-pull the wool over someone's eyes** หลอกลวง, หลอกต้ม (-S. fleece, hair, yarn) *-Ex. a sheep's wool, mending wool, cotton wool, wool-sorter*

woolen, woollen (วูล' เลิน) *n.* ผ้าขนสัตว์, ผ้าขนแกะ, สิ่งทอหรือเครื่องทอที่ทำด้วยขนสัตว์หรือขนแกะ

wool fat, wool grease, wool oil ไขมันขนสัตว์หรือขนแกะ (-S. lanolin)

woolgathering (วูล' แกธเธอะริง) *n.* ภาวะสติลอย, ความคิดฟุ้งซ่าน, การเพ้อฝัน

woolgrower (วูล' โกรเออะ) *n.* ผู้เลี้ยงแกะหรือสัตว์อื่นเพื่อเอาขนมาทำประโยชน์ **-woolgrowing** *n.*

woolly, wooly (วูล' ลี) *adj.* **-lier, -liest/-ier, -iest** ประกอบด้วยขนสัตว์หรือขนแกะ, คล้ายขนสัตว์หรือขนแกะ, เป็นปุย, หยิกหนาและให้ความอบอุ่น, หุ้มด้วยขนสัตว์หรือขนแกะ, คลุมเครือ, ไม่ชัดเจน, ไม่เป็นระเบียบ, (อากาศ) ไม่แจ่มใส, รุนแรง, สัตว์ที่มนุษย์นำขนมาทำผ้าขนสัตว์ได้, แกะ *-n., pl.* **-lies/-ies** เสื้อชั้นในที่ถักด้วยขนสัตว์ **-woolliness, wooliness** *n.* (-S. blurred, fussy) *-Ex. the woolly feel of a fabric*

woolsack (วูล' แซค) *n.* กระสอบขนสัตว์หรือขนแกะ, ถุงขนสัตว์หรือขนแกะ, เบาะยัดด้วยขนแกะของผู้พิพากษาหรือรัฐมนตรียุติธรรม

wool shed โรงตัดขนแกะและรวบรวมขนแกะ

woolskin (วูล' สคิน) *n.* หนังแกะ (ยังไม่ได้โกนขนออกและยังไม่ฟอก)

woozy (วู' ซี) *adj.* **-ier, -iest** ยุ่งเหยิงอย่างโง่เง่า, สับสน, คลื่นเหียน, คลื่นไส้, เมา **-woozily** *adv.* **-wooziness** *n.*

wop (วอพ) *n.* (คำสแลง) ชาวอิตาลี ผู้ที่มีเชื้อสายอิตาลี

Worcestershire sauce น้ำซอสชนิดหนึ่งทำจากซีอิ๊ว เครื่องเทศและอื่นๆ เริ่มทำครั้งแรกจากเมือง Worcester

word (เวิร์ด) *n.* คำ, คำศัพท์, คำพูด, ถ้อยคำ, ศัพท์, ศัพท์โดดๆ, ภาษา, เนื้อเพลง *-vt.* **worded, wording** แสดงออกเป็นคำพูด, ทำให้เป็นคำพูด **-words** คำพูด, ถ้อยคำ, คำสนทนา, เนื้อเพลง, การออกเสียง, คำสัญญา, คำมั่น, คำผ่าน, คำสั่ง, คติพจน์ **-eat one's words** ยอมรับว่าสิ่งที่พูดไปนั้นผิด **-have no words for** ไม่สามารถบรรยายหรืออธิบายได้ **-in a word** โดยสรุป **-in so many words** อย่างชัดแจ้ง **-of few words** พูดน้อย, ขรึม **-put in a good word for** แนะนำ, สรรเสริญ, ยกย่อง **-put in a word for** แนะนำ, สรรเสริญ, ยกย่อง **-say the word** ออกคำสั่ง **-send word** ส่งข่าว **-take my word for it** เชื่อคำพูดของผม **-the last word** คำพูดสุดท้าย, คำชี้ขาด **-the last words** คำสั่งก่อนสิ้นใจ, พินัยกรรม **-waste one's words** พูดเสียเวลา **-words of one syllable** คำพูดที่ชัดเจนกะทัดรัด **-my words!/upon my words!** คำอุทานแสดงความประหลาดใจ (-S. chat, remark, news, tidings) *-Ex How is this word pronounced?, Telegrams cost threepence a word., in a few words, in other words, went away without a (single) word, Wouldn't say a (single) word., have a word with, a few words with, one or two words with, the words of a song, We want deeds, not words.*

wordbook (เวิร์ด' บุค) *n.* พจนานุกรม, ปทานุกรม, หนังสือคำศัพท์

word-hoard (เวิร์ด' ฮอร์ด) *n.* ตารางคำศัพท์

wording (เวิร์ด' ดิง) *n.* การใช้คำ, รูปแบบของคำ, วิธีการในการเขียนโดยเล่นคำที่ในการแสดงความหมายสิ่งหนึ่ง *-Ex. The wording of his massage is not clear.*

wordless (เวิร์ด' ลิส) *adj.* เงียบ, ไม่พูด, ไม่มีถ้อยคำ, พูดไม่ออก, ติดต่อกันด้วยวิธีอื่นที่ไม่ใช่การพูดหรือถ้อยคำ **-wordlessly** *adv.* **-wordlessness** *n.*

word order ลำดับคำ, การจัดคำ
word processing (คอมพิวเตอร์) การจัดเก็บและการจัดคำโดยวิธีทางอิเล็กทรอนิกส์
word processor (คอมพิวเตอร์) ดู word processing
wordy (เวิร์ด' ดี) *adj.* **-ier, -iest** ใช้คำมากเกินไป, ใช้คำยืดยาวหรือฟุ่มเฟือยเกินไป, เกี่ยวกับคำ, ประกอบด้วยคำ, เกี่ยวกับตัวหนังสือ **-wordily** *adv.* **-wordiness** *n. -Ex. a long wordy speech*
wore (วอร์) *vt., vi.* กริยาช่อง 2 ของ wear*-Ex. Somchai wore his honours with dignity.*
work (เวิร์ค) *n.* งาน, การงาน, การทำงาน, การจ้างทำกิจการ, สิ่งที่ทำ, ผลิตผลจากการทำงาน, งานฝีมือ, สิ่งก่อสร้าง, ผล, พฤติกรรม *-adj.* เกี่ยวกับงาน *-v.* **worked, wrought, working** *-vi.* ทำงาน, รับจ้างทำงาน, ดำเนินงาน, เดินเครื่องใช้สอย, ใช้งาน, ได้ผล, มีผล, ทำด้วยมือ, ทำด้วยสมอง *-vt.* จัดการ, ควบคุม, ใช้สอย, ใช้งาน, ทำให้ได้ผล, เดินเครื่อง, ทำอย่างประณีต, ปลุกเร้าอารมณ์, กระตุ้น, ทำให้ฟู **-works** โรงงาน, พฤติกรรมที่ถูกต้อง, งานเขียน, งานประพันธ์ดนตรี **-at work** ทำงาน **-shoot the works** พยายามเต็มที่ **-the works** ทุกสิ่งทุกอย่าง, ความทารุณโหดร้าย **-work off** สูญเสีย, ขจัด, ชดใช้โดยการทำงาน **-work on/upon** มีผล, มีอิทธิพล, ชักชวน **-work out** คิดออก, คำนวณ, แก้ปัญหา, มีผล, ได้ผล, พิสูจน์ว่าเป็นได้ **-work up** กระตุ้น, ทำให้ตื่นเต้นเตรียมตัว, ทำให้สะอาด (-S. effort, labour, job, occupation, task) *-Ex. What's his work?, What work does he do?, hard work, parttime work, at work, in work, out of work, go to work, set to work, set him to work, Let us see your work., a frameword, net-work, Earthworks, Shakespeare's Works, Works of art, The Ford works, paint-works, work with one's hands., work on the land, work a table-cloth with silk, work it (up) into a smooth paste, work the soil, work a ship, Samai works his men hard., Work one's way, I can't make this machine work., It has gone wrong., it doesn't work, Work out an idea, work out a sum, It works out at exactly 1 lb. 3 oz.*
workable (เวิร์ค' คะเบิล) *adj.* ใช้การได้, ใช้สอยได้, เป็นไปได้, จัดการได้ **-workability, workableness** *n.* **-workably** *adv.*
workaday (เวิร์ค' คะเด) *adj.* เกี่ยวกับวันทำงาน, เหมาะสำหรับเป็นวันทำงาน, ปกติ, สามัญ, ประจำวัน, พื้นๆ, ทั่วไป, น่าเบื่อ
workaholic (เวิร์คคะฮอล' ลิค) *n.* คนที่คลั่งทำงาน, คนที่ทำงานหนักมาก, คนบ้างาน **-workaholism** *n.*
workbench (เวิร์ค' เบนชฺ) *n.* โต๊ะทำงาน, โต๊ะหรือม้านั่งทำงานของช่าง
workbook (เวิร์ค' บุค) *n.* หนังสือคู่มือการทำงาน, สมุดบันทึกการทำงาน, สมุดบันทึก
workbox (เวิร์ค' บอคซฺ) *n.* กล่องเครื่องมือ (โดยเฉพาะเครื่องมือเย็บปักถักร้อย)
work camp ค่ายทำงานของนักโทษ (โดยเฉพาะการทำงานนอกสถานที่)
workday (เวิร์ค' เด) *n.* วันทำงาน, ส่วนของวันทำงาน
worker (เวอร์' เคอะ) *n.* คนงาน, ผู้ใช้แรงงาน, กรรมกร, ลูกจ้าง, ชนชั้นกรรมาชีพ, ผู้ปฏิบัติการ, เจ้าหน้าที่, พนักงาน, ผึ้งงาน, มดงาน, ปลวกงาน
workfare (เวิร์ค' แฟร์) *n.* สวัสดิการในการทำงาน
work farm ฟาร์มสำหรับให้เยาวชนผู้กระทำผิดทำงานเกษตร เพื่อเป็นการทำโทษหรือฝึกฝนอาชีพ
workfolk (เวิร์ค' โฟล์ค) *n., pl.* ผู้ใช้แรงงาน (-S. workfolks)
work force กำลังแรงงานทั้งหมด, จำนวนทั้งหมดของแรงงาน
workhorse (เวิร์ค' ฮอร์ซฺ) *n.* ม้าที่ใช้ในการทำงาน (ไถนา ยกของ หรือการใช้แรงงานอื่นๆ), ผู้ที่ทำงานโดยไม่รู้จักเหน็ดเหนื่อย, คนที่ทำงานหนัก
workhouse (เวิร์ค' เฮาซฺ) *n.* สถานที่ดัดสันดาน, บ้านที่ใช้คนจนทำงาน, สถานฝึกอาชีพสำหรับคนจน
working (เวิร์ค' คิง) *n.* การทำงาน, การปฏิบัติการ, การกระทำ, งาน, การใช้แรงงาน, ชุดทำงาน, กระบวนการทำให้วัตถุเป็นรูปร่าง, เขตงานเหมืองแร่, การกระตุกของส่วนของร่างกาย *-adj.* เกี่ยวกับการทำงาน, ซึ่งได้ผล, ซึ่งใช้การได้, ซึ่งปฏิบัติการ, ส่งเสริมการทำงาน, เกี่ยวกับการใช้แรงงาน, เกี่ยวกับชุดทำงาน (-S. action, manner, running) *-Ex. working conditions, working clothes, working capital, working day, working papers, working stress, the working crew, a working day, working hours, the working of a machine, plan, or mind*
working class ชนชั้นกรรมาชีพ, ชนชั้นผู้ทำงานเอาค่าจ้าง (โดยเฉพาะพวกที่ต้องใช้แรงงาน)
workingman (เวิร์ค' คิงแมน) *n., pl.* **-men** ชนชั้นกรรมกร, ชนชั้นกรรมาชีพ (-S. worker)
workload (เวิร์ค' โลด) *n.* ปริมาณงาน, ปริมาณงานเป็นชั่วโมง, ภาระของงาน
workman (เวิร์ค' เมิน) *n., pl.* **-men** คนงาน, กรรมกร (-S. craftsman, hand)
workmanlike (เวิร์ค' เมินไลคฺ) *adj.* คล้ายหรือเหมาะกับคนงาน, เชี่ยวชาญ, ชำนาญ, ดี, มีฝีมือ
workmanship (เวิร์ค' เมินชิพ) *n.* ฝีมือ, ความเชี่ยวชาญ, ความชำนาญ, คุณภาพของงาน, ผลิตผลของแรงงาน, ผลงานที่ทำ (-S. craftsmanship) *-Ex. His finished workmanship stamp him as a master., the fine workmanship of an antique*
work of art งานศิลปะ (-S. masterwork)
workout (เวิร์ค' เอาทฺ) *n.* การทดลอง, การทดสอบ, การออกกำลังกาย, ระยะเวลาออกกำลังกาย *-Ex. I'd like to give this car a workout before I decide to buy it., The basketball team had a workout before the game.*
workshop (เวิร์ค' ชอพ) *n.* โรงงาน, การประชุมปฏิบัติการ, ห้องเครื่อง, การประชุมแลกเปลี่ยนข้อคิดเห็นและแสดงเทคนิคความชำนาญและอื่นๆ, กลุ่มคณะวิจัย, การสัมมนาเชิงปฏิบัติการ (-S. atelier, mill, studio) *-Ex. a potter's wordshop*

W

worktable (เวิร์ค' เทเบิล) *n.* โต๊ะทำงาน
workweek (เวิร์ค' วีค) *n.* จำนวนชั่วโมงทำงานหรือวันทำงานทั้งหมดของสัปดาห์
workwoman (เวิร์ค' วูเมิน) *n., pl.* **-women** คนงานหญิง, กรรมกรหญิง
world (เวิร์ลดฺ) *n.* โลก, เขตโลก, พิภพ, โลกมนุษย์, สากล, มนุษย์โลก, มวลมนุษย์, มนุษยชาติ, สาธารณชน, ชนชั้นเฉพาะของมนุษย์, วงการ, อาณาจักร, วงสังคม, จักรวาล, ทุกสิ่งทุกอย่างที่มีอยู่, สรรพสิ่ง, จำนวนมหาศาล, ชีวิตโลก, ทางโลกีย์ **-for all the world** โดยสิ้นเชิง **-out of this (the) world** ยอดเยี่ยม, ดีเลิศ **-rise in the world** เจริญรุ่งเรืองอย่างฉับพลัน **-set the world on fire** มีชื่อเสียงและประสบความสำเร็จ **-think the world of** ชื่นชมมาก **-world without end** ตลอดไปชั่วนิรันดร (-S. earth, globe, humanity) *-Ex come into the world, How's the world going?, my position in the world, go out into the world, get on in the world, this world, the next world, the literary world, the animal world, He lives in a world of his own., Soldiers died to save the world., All the world is against me., world affairs, round the world in 80 days, other worlds in the sky, the New World, worldfamous, world-ruler*
World Bank ธนาคารโลก เป็นหน่วยงานหนึ่งขององค์การสหประชาชาติ มีชื่อทางการว่า International Bank for Reconstruction and Development
World Court ศาลโลกเป็นหน่วยงานหนึ่งของสหประชาชาติมีชื่อทางการว่า International Court of Justice ก่อตั้งขึ้นในปี ค.ศ. 1945
World Health Organization, WHO องค์การอนามัยโลก เป็นหน่วยงานหนึ่งของสหประชาชาติ ก่อตั้งขึ้นในปี ค.ศ. 1948
worldling (เวิร์ลดฺ' ลิง) *n.* มนุษย์ปุถุชน, ผู้ที่ลุ่มหลงในลาภยศของโลก
worldly (เวิร์ลดฺ' ลี) *adj.* **-lier, -liest** เกี่ยวกับโลก, เกี่ยวกับโลกมนุษย์, เกี่ยวกับมนุษย์โลก, เกี่ยวกับโลกียวิสัย, เกี่ยวกับทางโลก, ช่ำชองโลก, เกี่ยวกับสังคมโลก **-worldliness** *n.* (-S. earthly, mundane) *-Ex. The worldly pleasures of eating and drinking.*
worldly-minded (เวิร์ลดฺ' ลีไม' ดิด) *adj.* ลุ่มหลงในลาภยศของโลก (-S. worldly)
worldly-wise (เวิร์ลดฺ' ลีไวซฺ) *adj.* จัดเจนในชีวิตของสังคมโลก
World Series, world series การแข่งขันเบสบอลประจำปีในฤดูใบไม้ร่วง ระหว่างทีมเบสบอลที่มีชัย 2 ทีม (American League กับ National League)
world's fair การแสดงสินค้านานาชาติ, นิทรรศการขนาดใหญ่ที่จัดขึ้น โดยมีประเทศต่างๆ เข้าร่วมแสดงผลิตภัณฑ์ทางอุตสาหกรรม เกษตรกรรม วิทยาศาสตร์และศิลปกรรม
World War I สงครามโลกครั้งที่ 1 เริ่มเมื่อวันที่ 28 พฤษภาคม ค.ศ. 1914 จนถึงวันที่ 11 พฤศจิกายน ค.ศ. 1918
World War II สงครามโลกครั้งที่ 2 เป็นสงครามระหว่างฝ่ายอักษะกับพันธมิตร เริ่มเมื่อเยอรมันบุกโปแลนด์ เมื่อวันที่ 1 เมษายน ค.ศ. 1939 และสิ้นสุดลงเมื่อเยอรมันยอมแพ้ ในวันที่ 8 พฤษภาคม ค.ศ. 1945 และเมื่อญี่ปุ่นยอมแพ้ในวันที่ 14 พฤษภาคม ค.ศ. 1945
world-weary (เวิร์ลดฺ' เวียรี) *adj.* **-rier, -riest** เบื่อโลก **-world-weariness** *n.*
worldwide (เวิร์ดฺ' ไวลดฺ) *adj.* ทั่วโลก, แพร่หลายทั่วโลก (-S. general, universal)
World Wide Web ชื่อระบบไฮเพอเทกซ์ สำหรับหาและเข้าถึงข้อมูลอินเตอร์เนต
worm (เวิร์ม) *n.* หนอน, ตัวหนอน, ไส้เดือน, พยาธิ, หนอนพยาธิ, ตัวไหม, สิ่งที่คล้ายหนอน, สิ่งที่น่าขยะแขยง, เกลียวตัวหนอน, สายเอ็นเหนียว, ไส้ไก่, ท่อขุด *-v.* **wormed, worming** *-vi.* เลื้อยเหมือนตัวหนอน, ค่อยๆ ขยับ, ค่อยๆ สืบรู้, ไช, สอดตัว, ใช้เพทุบาย *-vt.* ขับพยาธิ, ขจัดพยาธิ, ขจัดตัวหนอน, ค่อยๆ สืบรู้, ทำให้ก้าวไปข้างหน้าอย่างช้าๆ, ใช้เพทุบาย (-S. villain, wretch, crawl, fawn, creep) *-Ex. earth-worm, silk-worm, wood-worm, thread-worm, tape worm, and the worms shall eat him, worm-eaten*
worm-eaten (เวิร์ม' อีเทิน) *adj.* ถูกหนอนกิน, ถูกหนอนไชหรือแทะ, เสื่อมเสีย, เสื่อมโทรม, มีรูหนอนมาก, ผุ, เป็นหน้าข้าวตัง
worm gear เฟืองและเกลียวตัวหนอน, เฟืองตัวหนอน
wormhole (เวิร์ม' โฮล) *n.* รูหนอนไช
wormwood (เวิร์ม' วูด) *adj.* พืชไม้พุ่มหรือพืชลำต้นอ่อนจำพวก *Artemisia*, สิ่งที่ทำให้กลัดกลุ้ม
wormy (เวิร์ม' มี) *adj.* **-ier, -iest** ประกอบด้วยหนอน, มีหนอนหรือพยาธิมากมาย, ถูกหนอนไชเป็นรู, ถูกหนอนกิน, คล้ายหนอน, ต่ำช้า, เลวทราม **-worminess** *n.*
worn (วอร์น, เวิร์น) *vt., vi.* กริยาช่อง 3 ของ wear *-adj.* ใช้จนเก่า, สวมจนเก่าหรือขาด, ใช้จนเสื่อมค่าหรือหมดค่า, เหน็ดเหนื่อย, หมดแรง **-wornness** *n.* (-S. frayed, shabby, drawn) *-Ex. Narong has worn that hat for years., His coat was worn and tattered.*
worn-out (วอร์น' เอาทฺ) *adj.* ใช้จนเสีย, สวมจนเก่าและเสีย, ใช้จนใช้ไม่ได้อีก, หมดแรง, หมดพลัง, เหน็ดเหนื่อย (-S. exhausted, weary) *-Ex. Mother threw away Mary's worn-out shoes.*
worried (วอ' ริด) *adj.* กลุ้มใจ (-S. afraid, distraught, upset)
worriment (เวอ' ริเมินทฺ) *n.* ความทุกข์, ความยุ่งยาก, ความกังวลใจ, ความเป็นห่วง
worrisome (เวอ' ริเซิม) *adj.* ซึ่งทำให้กลุ้มใจ **worrisomely** *adv.*
worry (เวอ' รี) *vt., vi.* **worried, worrying** เป็นห่วง, กลุ้มใจ, กังวล, หนักใจ, เป็นทุกข์, ไปด้วยความลำบาก, ทำให้เป็นห่วง, ทำให้กลุ้มใจ, รบกวน, กัด, ฉีก, ทำให้เปลี่ยนตำแหน่ง, ลาก, ดึง *-n.* ความเป็นห่วง, ความกลุ้มใจ, ความกังวล, ความลำบาก, สาเหตุที่ทำให้ลำบากใจหรือกังวล **-worrier** *n.* (-S. agonize, brood, fret, harass)

W

-Ex. Does the noise of my typewriter worry you?, I'm very worried about my son's health., Don't worry! it'll be all right., a worrying time, a lot of worry

worrywart (เวอ' รีเวิร์ท) *n.* ผู้ชอบกลัดกลุ้มใจเป็นนิสัยและมักจะเป็นเรื่องเล็กๆ น้อยๆ ที่ไม่จำเป็น

worse (เวิร์ส) *adj.* เลวลง, เลวกว่า, แย่กว่า, แย่ลง, หนักขึ้น, รุนแรงขึ้น *-n.* สิ่งที่เลวลง *-adv.* เลวลง, แย่ลง, หนักขึ้น, รุนแรงขึ้น *-Ex. worse than Nero, This coat is worse than the last., to make matters worse, worse and worse, Nobody seemed any (a penny) the worse., So much the worse (for you)., The more I tried, the worse I played., You might do worse than go into the Army., Dang's behaving worse and worse., worse than before, a change for the worse*

worsen (เวิร์ส' เซิน) *vt., vi.* **-ened, -ening** ทำให้เลวลง, ทำให้แย่ลง, กลายเป็นเลวลง, กลายเป็นแย่ลง (-S. decline, worse, downhill)

worser (เวอ' เซอะ) *adj., adv.* ดู worse

worship (เวอร์' ชิพ) *n.* การบูชา, การสักการะ, การสักการบูชา, การเคารพ, การบวงสรวง, การกราบไหว้, การสวดมนต์, สิ่งที่บูชา, ใต้เท้า, ท่าน, ฐานะที่มีเกียรติ *-vt., vi.* **-shiped, -shiping/-shipped, -shipping** บูชา, สักการะ, บวงสรวง, กราบไหว้, สวดมนต์ **-worshiper, worshipper** *n.* (-S. homage) *-Ex. place of worship*

worshipful (เวอร์' ชิพฟูล) *adj.* น่าบูชา, น่าสักการบูชา, น่าเคารพ, เต็มไปด้วยความเคารพ, ศรัทธา, เลื่อมใส **-worshipfully** *adv.* **-worshipfulness** *n* (-S. adoring, reverent, devout -A. impious) *-Ex. the worshipful eyes*

worst (เวิร์สทฺ) *adj.* เลวที่สุด, แย่ที่สุด, ชั่วที่สุด, ระยำที่สุด, ผิดพลาดที่สุด, ไม่น่าพอใจที่สุด, อัปลักษณ์ที่สุด, ด้อยความชำนาญที่สุด *-adv.* เลวที่สุด, แย่ที่สุด รุนแรงที่สุด **-in the worst way** อย่างยิ่งที่สุด **-the worst way** อย่างยิ่ง, ที่สุด, สิ่งที่เลวที่สุด, สิ่งที่แย่ที่สุด **-at worst** อย่างมากที่สุด, อย่างเลวที่สุด **-get/have the worst of it** ประสบความพ่ายแพ้ **-if (the) worst comes to worst** ถ้าสิ่งที่เลวร้ายที่สุดเกิดขึ้น (-S. vanquish, defeat, beat) *-Ex. This fire was the worst that we ever saw., the worst enemy, at worst, the worst of it, make the worst of*

worsted (เวิร์ส' ทิด) *n.* ด้ายขนสัตว์ที่ใช้ทอเนื้อผ้าละเอียด, ผ้าขนสัตว์ที่ทอด้วยด้ายดังกล่าว

wort[1] (เวิร์ท) *n.* เบียร์ที่ต้มแล้วแต่ยังไม่ได้หมัก

wort[2] (เวิร์ท) *n.* พืช (เช่น milkwort)

worth[1] (เวิร์ธ) *adj.* มีค่า, มีคุณค่า, มีราคา, คุ้มค่า, มีมูลค่าพอ, มีทรัพย์ที่มีมูลค่า, สมกับ *-n.* คุณค่า, ค่า, ประโยชน์, ความสำคัญ, ราคา, จำนวนมูลค่าเป็นเงินค่าเป็นเงิน, ทรัพย์สมบัติ, ทรัพย์สิน **-for all one is worth** ด้วยความพยายามที่สุด, เต็มที่, สุดขีด **-put in one's two cents** ให้ความเห็น (-S. estimation, value) *-Ex. worth a lot of money, worth sixpence, What's it worth to you?, (Not) worth the trouble, labour, expense, Worth looking at, studying of little worth, his money's worth*

worth[2] (เวิร์ธ) *vi.* **worthed, worthing** ปรากฏ, เกิดขึ้น, มาสู่

worthless (เวิร์ธ' ลิส) *adj.* ไร้ค่า **-worthlessness** *n.* (-S. futile, poor, rubbish)

worthwhile (เวิร์ธ' ไวล) *adj.* คุ้มค่า, คุ้มกับเวลาที่เสียไป **-worthwhileness** *n.* (-S. beneficial, gainful, good)

worthy (เวิร์ธ' ธี) *adj.* **-thier, -thiest** มีค่าเพียงพอ, คุ้มค่า, มีมูลค่า, มีราคา, คู่ควร, น่ายกย่อง, น่าสรรเสริญ, สมควรมีเกียรติ *-n.* ผู้ที่น่ายกย่อง, ผู้ที่น่าสรรเสริญ, ผู้มีเกียรติ **-worthily** *adv.* **-worthiness** *n.* (-S. deserving, productive, notable) *-Ex. a worthy character, a deed worthy of praise, All the worthies agree, so it must be so.*

wot (วอท) *vt., vi.* กริยาช่องที่ 1 ของ wit ซึ่งใช้กับสรรพนามเอกพจน์ที่บุรุษที่ 1 และ 3 ซึ่งใช้ในอดีต

would (วูด) *vt., vi.* กริยาช่อง 2 และ 3 ของ will ใช้แสดงความหวัง (เช่น I would it were true.), ใช้แทนที่ will เพื่อตั้งคำถามหรือแสดงถ้อยคำอ้อมๆ (เช่น Would you be so kind?) *-Ex. Dang said that he would play cricket., I would tell you if I knew., Would you close the door for me?, I would that I lived in the country.*

would-be (วูด' บี) *adj.* อยากจะเป็น, ต้องการเป็น, แสร้งทำเป็น (-S. pretending, quasi)

wouldn't (วูด' เดินทฺ) ย่อจาก would not

wouldst (วูดซฺทฺ) *vt., vi.* กริยาช่อง 2 ของ will ใช้กับสรรพนามเอกพจน์บุรุษที่ 2 ซึ่งใช้ในอดีต (-S. wouldest) *-Ex. The old-fashioned form of wouldst, used with thou.*

wound[1] (วูนดฺ) *n.* บาดแผล, การทำให้บาดเจ็บ, ความเสียหายต่อจิตใจ ความรู้สึกหรือชื่อเสียง *-v.* **wounded, wounding** *-vt.* ทำให้เกิดบาดแผล, ทำให้บาดเจ็บ, ทำให้เจ็บปวด, ทำอันตราย *-vi.* บาดเจ็บ, เกิดบาดแผล **-woundingly** *adv.* (-S. laceration, injury) *-Ex. The wound will soon heal., wounded in the arm, a wounded arm, a wounded man, the wounded, Your remarks have wounded me deeply.*

wound[2] (วูนดฺ) *vt., vi.* กริยาช่อง 2 และ 3 ของ wind

wove (โวฟวฺ) *vt., vi.* กริยาช่อง 2 ของ weave

woven (โว' เวิน) *vt., vi.* กริยาช่อง 3 ของ weave *-Ex. This sweater is woven of many different coloured wools.*

wove paper กระดาษลายผ้าละเอียด (เห็นเมื่อส่องดูกับแสง)

wow[1] (เวา) *vt.* **wowed, wowing** ได้รับความตอบสนองที่เกรียวกราวจาก, ทำให้ตื่นเต้น *-n.* ความสำเร็จอย่างยอดเยี่ยม *-interj.* คำอุทานแสดงความสำเร็จอันยอดเยี่ยม เช่น แจ๋ว!! (-S. amaze, bowl)

wow[2] (เวา) *n.* ความคลาดเคลื่อนหรือความแปรปรวนของเสียงเทปที่มีความเร็วเปลี่ยนไป

wrack (แรค) *n.* ความฉิบหาย, ความเสียหาย, ความหายนะ, การทำลาย, สิ่งที่ถูกทำลาย, ซากปรักพัง, เรืออับปาง, สาหร่ายทะเลที่ติดอยู่ฝั่งทะเล, พืชทะเลที่ติดอยู่

W

บนฝั่งทะเล (-S. rack)

wraith (เรธ) *n.* เจตภูต, วิญญาณที่ปรากฏรูปของคนที่กำลังจะตาย, ภูตผีปีศาจ, ภาพลวงตา (-S. specter, ghost)

wrangle (แรง' เกิล) *v.* **-gled, gling** *-vi.* ทะเลาะ, โต้เถียง, ถกเถียง *-vt.* ทะเลาะ, โต้เถียง, ถกเถียง, ต้อน (สัตว์มารวมกัน) *-n.* การทะเลาะ, การโต้เถียง, การถกเถียง, การมีปากเสียงกัน (-S. quarrel, argue)

wrangler (แรง' เกลอะ) *n.* ผู้ทะเลาะ, ผู้โต้เถียง, ผู้ถกเถียง, ผู้มีปากเสียงกัน, ผู้ต้อนปศุสัตว์, โคบาล

wrap (แรพ) *v.* **wrapped/wrapt, wrapping** *-vt.* ห่อ, มัด, พัน, ม้วน, คลุม, ปิดบัง, อำพราง *-vi.* ห่อตัวเอง, พันตัวเอง, ถูกห่อ, ถูกม้วน *-n.* สิ่งที่ถูกห่อ, ผ้าคลุมภายนอก, ส่วนที่ห่อหรือคลุมหรือเพิ่มเติม, ใบปะหน้าของหนังสือ **-wraps** เสื้อผ้าชั้นนอก **-wrapped up in** ดูดซึมมาก, หมกมุ่นใน (-S. envelop, conceal) *-Ex. Wrap it (up) in paper., to wrap yourself up warmly, to wrap a cloth round it, wrapped in thought*

wraparound (แรพ' อะเราน฿ดฺ) *n.* สิ่งที่คลุมรอบ, สิ่งที่โอบรอบ, สิ่งที่ห่อรอบ *-adj.* คลุมรอบ, โอบรอบ, ห่อรอบ

wrapper (แรพ' เพอะ) *n.* ผู้ห่อ, ผู้พัน, ผู้คลุม, สิ่งที่ห่อ, สิ่งที่พันรอบ, สิ่งปกคลุม, เสื้อคลุมยาวและหลวม, ใบยาที่ม้วนรอบ, กระดาษห่อ, เครื่องห่อ, ผ้าคลุมโต๊ะ *-Ex. Take off the wrapper and see what's in the package., Anong had breakfast in her wrapper and slippers.*

wrapping (แรพ' พิง) *n.* สิ่งที่ใช้ห่อ, วัสดุที่ใช้ห่อ, เครื่องห่อ (-S. wrappings)

wrap-up (แรพ' อัพ) *n.* รายงานสรุป, รายงานสรุปข่าวสด

wrasse (แรส) *n.* ปลาทะเลตระกูล Labridae มีครีบเรียวแหลม ปากหนา และมีกรามแข็งแรง

wrath (รอธ, แรธ, ราธ) *n.* ความโกรธเคือง, ความกริ้วโกรธ, ความโมโห, การแก้แค้น *-adj.* โกรธเคือง, กริ้วโกรธ (-S. anger, rage, fury)

wrathful (รอธ' ฟุล, ราธ' ฟุล) *adj.* โกรธเคือง, กริ้วโกรธ, โมโห **-wrathfully** *adv.* **-wrathfulness** *n.* (-S. furious, angry)

wreak (รีค) *vt.* **wreaked, wreaking** ทำโทษ, แก้แค้น, ระบายความโกรธ, แสดงความมุ่งร้าย, แสดงออก **-wreaker** *n.* (-S. inflict, exact, impose, levy) *-Ex. Somchai wreaked his vicious anger on everyone around him.*

wreath (รีธ) *n., pl.* **wreaths** พวงหรีด, พวงมาลัย, มาลัย, สิ่งที่มีลักษณะเป็นพวงมาลัย, สิ่งที่ร้อยเป็นวง, สิ่งที่เป็นวง *-Ex. Mother hung Christmas wreaths in the window.*

wreathe (รีธ) *vt., vi.* **wreathed, wreathing** โอบ, ล้อม, โอบล้อม, ร้อยเป็นวง, พันรอบ, บิดหมุน, ทำให้งอ, หมุนเป็นวง (-S. encircle, entwine) *-Ex. The children wreathed their heads with dandelions.*

wreck (เรค) *n.* สิ่งที่อับปาง, ซากปรักพัง, ซากเรือแตก, ซากแห่งความหายนะ, สินค้าในเรืออับปาง, บุคคลที่มีสุขภาพเสื่อมโทรม *-v.* **wrecked, wrecking** *-vt.* ทำให้อับปาง, ทำให้ประสบความหายนะ, ทำให้เสียคน, ทำให้เสียหาย, ทำลาย *-vi.* อับปาง, ประสบความหายนะ, พังพินาศ, เป็นผู้ทำลาย (-S. raze, destroy, wrack, ruin) *-Ex. There was a (ship) wreck last night., the wreck of a ship, the wreck of one's hopes, Samai is a physical (nervous) wreck., The ship was wrecked on the rocks., Narong was wrecked on the rocks., Narong was wrecked in the H. M. S. London., His hopes chances were wrecked., His career, health and mind were wrecked.*

wreckage (เรค' คิจ) *n.* การทำลาย, การทำให้พังพินาศ, ความหายนะ, การเป็นซากปรักพัง *-Ex. We saw the wreckage of a boat damaged by a storm., The loss of his money was a wreckage of the man's hopes.*

wrecker (เรค' เคอะ) *n.* ผู้ทำลาย, ผู้ทำให้พังพินาศ, สิ่งสลาย, สิ่งที่ทำให้พังพินาศ, คนที่มีอาชีพรื้ออาคารสิ่งก่อสร้าง, ผู้กู้เรือ, เรือกู้หรืออับปาง, คนหาของจากซากเรืออับปางที่ถูกซัดขึ้นฝั่ง, รถกู้ภัย, ขบวนรถไฟกู้ภัย, ผู้ซื้อรถเก่าๆ เพื่อรื้อชิ้นส่วนเป็นประโยชน์ *-Ex. The wrecker towed the car off the road.*

wren (เรน) *n.* นกเล็กๆ ในตระกูล Troglodytidae มีขนสีน้ำตาลดำ ลายสีดำ, นกกระจิบ

wren

wrench (เรนชฺ) *n.* ประแจ, ประแจปากตาย, คีม, คีมขัน, การบิด, การขับ, การขันชะเนาะ, การไข, อาการเคล็ดยอกที่เจ็บปวด, อาการกลัดกลุ้มใจอย่างแรงและฉับพลัน *-vt., vi.* **wrenched, wrenching** บิด, ขัน, ขันชะเนาะ, ไข, ทำเคลื่อน, ทำเคล็ด (-S. twist, jerk, pain) *-Ex. You may wrench your back if you carry too heavy a load., a pipe wrench, wrench a door open, wrench a screw*

wrest (เรสทฺ) *vt.* **wrested, wresting** บิด, ขัน, ขันชะเนาะ, ดึง, กระชาก, แย่ง, พราก, เอาไปโดยการใช้แรง *-n.* การบิด, การขัน, การขันชะเนาะ, การดึง, การกระชาก, การแย่ง, การพราก, กุญแจขันสายเปียโนหรือสายขิม **-wrester** *n. -Ex. The policeman skillfully wrested the gun from the gangster., The prince tried to wrest the kingdom from his father.*

wrestle (เรส' เซิล) *v.* **-tled, -tling** *-vi.* ปล้ำ, ปลุกปล้ำ, ปล้ำกันอุตลุด, ต่อสู้กันอุตลุด *-vt.* ต่อสู้กันอุตลุด, ปล้ำกัน, เล่นมวยปล้ำ *-n.* การปล้ำกัน, การเล่นมวยปล้ำ, การต่อสู้ดิ้นรน (-S. contend) *-Ex. Nid wrestled with her arithmetic problem for a whole afternoon.*

wrestling (เรส' ลิง) *n.* กีฬามวยปล้ำ, การปลุกปล้ำ, การปล้ำกันอุตลุด, การต่อสู้กันอุตลุด, การต่อสู้ดิ้นรน (-S. struggling, contest) *-Ex. These boys are wrestling.*

wrest pin หลักขึงสายเปียโนหรือขิม

wretch (เรช) *n.* ผู้เคราะห์ร้าย, ผู้น่าเวทนา, ผู้ต่ำช้า (-S. ruffian, villain, victim)

wretched (เรช' ชิด) *adj.* **-er, -est** เคราะห์ร้าย, น่าเวทนา, ต่ำช้า, ยากจน, เศร้าหมอง, ไร้ค่า **-wretchedly** *adv.* **-wretchedness** n. (-S. miserable, destitute, poor)

-Ex. The lonely old man was wretched over the loss of his dog., a wretched neighbourhood

wrier (ไร' เออะ) *adj.* คำเปรียบเทียบขั้นกว่าของ wry

wriest (ไร' เอสทฺ) *adj.* คำเปรียบเทียบขั้นที่สุดของ wry

wriggle (ริก' เกิล) *vt., vi.* **-gled, -gling** บิดตัว, กระดิก, ดิ้นไปมา, เคลื่อนตัวคล้ายหนอน, เดินคดเคี้ยว, เลื้อย, หลบหลีก, หนีรอด *-n.* การบิดตัว, การกระดิก, การดิ้นไปมา, การเคลื่อนตัวคล้ายหนอน, การเดินคดเคี้ยว, การเลื้อย, การหลบหลีก, การหนีรอด (-S. twist, wiggle) *-Ex. wriggle, turn and twist, Do not wriggle in your seats., An earthworm wriggles along the ground.*

wriggler (ริก' เกลอะ) *n.* ผู้บิดตัว, ผู้ดิ้นไปมา, ผู้เดินคดเคี้ยว, ผู้หลบหลีก, สิ่งที่คืบคลานไปข้างหน้า, ลูกน้ำ (ยุง) **-wriggly** *adj.*

wright (ไรทฺ) *n.* คนงาน, ช่าง, ช่างก่อสร้าง *-Ex. a playwright, shipwright, wheelwright*

wring (ริง) *vt., vi.* **wrung, wringing** บิด, บีบ, รัด, คั้น, ขัน, เบียด, ขูดรีด, ขู่เข็ญ, บีบคั้น, บังคับ *-Ex. Dang wrings out the dishcloth., to wring one's hands, to wring money from, to wring wet sheets, to wring a confession from a thief*

wringer (ริง' เกอะ) *n.* ผู้บิด, ผู้บีบ, ผู้รีด, ผู้คั้น, ผู้ขัน, ผู้ขู่เข็ญ, ผู้ขูดรีด, เครื่องบีบ, เครื่องคั้น, เครื่องรีด

wrinkle[1] (ริง' เคิล) *n.* รอยย่น, รอยยับ, ร่อง, สัน *-v.* **-kled, -kling** *-vt.* ทำให้ย่น, ทำให้ยับ *-vi.* ย่น, ยับ **-wrinkly** *adj.* (-S. crumple, crease) *-Ex. The old woman has many wrinkle her fresh dress before the party., Dang wrinkles her forehead when she does arithmetic.*

wrinkle[2] (ริง' เคิล) *n.* เพทุบาย, เล่ห์เหลี่ยม, แผนยอดเยี่ยม, เครื่องมือยอดเยี่ยม (-S. gimmick)

wrist (ริสทฺ) *n.* ข้อมือ, สลักข้อต่อ, ข้อต่อ

wristband (ริสทฺ' แบนดฺ) *n.* ปลอกแขนเสื้อ

wristlet (ริสทฺ' เลิท) *n.* กำไล, สายข้อมือ, ข้อมือเสื้อ, สายนาฬิกาข้อมือ

wristlock (ริสทฺ' ลอค) *n.* (กีฬามวยปล้ำ) การจับและบิดข้อมือคู่ต่อสู้

wrist pin สลักข้อต่อของเครื่องยนต์

writ[1] (ริท) *n.* หมาย, หมายศาล, คำสั่ง, สิ่งที่เขียนลงไป, ข้อเขียน, เอกสารคำสั่ง, หนังสือคำสั่ง

writ[2] (ริท) *vt., vi.* กริยาช่อง 2 และ 3 ของ write ซึ่งใช้ในอดีต

write (ไรทฺ) *v.* **wrote, written, writing** *-vt.* เขียน, เขียนหนังสือ, เขียนจดหมาย, แต่งหนังสือ, กรอกหนังสือ, บรรยาย, พรรณนา, แสดงออกเป็นลายลักษณ์อักษร, ประพันธ์, ลงนาม, บันทึกข้อมูลในเครื่องคอมพิวเตอร์ *-vi.* เขียน, เขียนหนังสือ, พิมพ์หนังสือ, ประพันธ์, แสดงออกเป็นลายลักษณ์อักษร, เขียนจดหมาย **-write down** บันทึกเขียนเรื่อง, จดลง, บรรยาย **-write off** ขีดฆ่าออก เอาออกจากบัญชี, ทำบัญชีหนี้สูญ, ตัดสินใจลืม, **-write oneself out** เขียนจนหมดสมอง **-write out** เขียนลง, จดลง, บรรยายไว้อย่างสมบูรณ์ **-write up** เขียนลง, จดลง, บรรยายไว้ละเอียด, เขียนเพิ่มเติม *-Ex. Somchai writes very badly., Write down what I say., I'd like to have that in writing., a written apology, write a poem, all the writings of Milton, Write me a nice long letter., My son writes that he has been ill., My son writes every week., writing-desk, writing-paper*

write-down (ไรทฺ' เดานฺ) *n.* การลงรายการในบัญชีต่ำกว่ามูลค่าที่แท้จริง

write-in (ไรทฺ' อิน) *n.* ผู้สมัครรับเลือกตั้งที่ไม่ใช่คนเดิมในรายชื่อ, การลงคะแนนเสียงให้ผู้สมัครรับเลือกตั้งที่ไม่ใช่คนเดิมในรายชื่อ

write-off (ไรทฺ' ออฟ) *n.* การลงบัญชีเป็นหนี้สูญ, การลดมูลค่าในบัญชี, การเสื่อมค่า

writer (ไร' เทอะ) n. ผู้เขียน, นักเขียน, นักประพันธ์, ผู้สามารถเขียนได้ (-S. literature)

write-up (ไรทฺ' อัพ) *n.* ข้อเขียน, ข้อบรรยาย, เรื่องราวที่เขียนไว้, บทความสรรเสริญ, การเพิ่มมูลค่าของรายการในบัญชีให้สูงกว่าความเป็นจริง *-Ex. For homework, you are to write up the experiment you saw today.*

writhe (ไรธฺ) *vt., vi.* **writhed, writhing** บิด, บิดงอ, บิดเบี้ยว, บิดกาย, ชักงอ, ชักดิ้น *-n.* อาการดังกล่าว **-writher** *n. -Ex. writhe in agony, I writhed with a toothache., to writhe at an insult*

writing (ไร' ทิง) *n.* การเขียน, การเขียนหนังสือ, การเขียนจดหมาย, การแต่งหนังสือ, การประพันธ์, สิ่งที่เขียน, ข้อเขียน, แบบเขียน, วิธีเขียน, การเขียน, ตัวหนังสือ, ตัวเขียน, หนังสือสลัก, จดหมาย, เอกสาร **-writing on the wall** คัดลายมือ, เครื่องเตือนสติ (-S. calligraphy) *-Ex. Dang is writing her name on the blackboard., My favourite author's writings fill 20 books.*

written (ริท' เทิน) *vt., vi.* กริยาช่อง 3 ของ write *-Ex. My letter to Grandmother is all written now.*

wrong (รอง) *adj.* ผิด, ผิดพลาด, ไม่ถูกต้อง, ไม่เป็นความจริง, ไม่เหมาะสม, ไม่ปกติ, ประหลาด, ชอบกล, พิกล, ไม่สมควร, อยุติธรรม, ผิดศีลธรรม, เสีย *-n.* สิ่งที่ผิด, สิ่งที่ไม่ถูกต้อง, สิ่งที่ผิดศีลธรรม, สิ่งที่ไม่ยุติธรรม, สิ่งที่ไม่เหมาะสม, การละเมิดสิทธิของคนอื่น *-adv.* ผิด, ผิดพลาด, ไม่ถูกต้อง *-vt.* **wronged, wronging** กระทำผิด, กระทำพลาด, ใส่ร้าย, ประทุษร้าย, ละเมิด **-get in wrong** ผิดพลาด **-go wrong** ผิด, พลาด, ประสบความล้มเหลว, ผิดศีลธรรม **-wronger** *n.* **-wrongly** *adv.* **-wrongness** n. (-S. fallacious, mistaken, illegal, unfair, improper defective) *-Ex. It is wrong to steal., the wrong clothes for this occasion, the wrong way to deal with the matter, What's wrong? What's wrong with this? Nothing is wrong with it., the wrong side of the road, wrong side out, wrong answer to the sum, going the wrong way, in the wrong direction, I confess I was wrong in thinking that., You did wrong in taking the money., You were told wrong., You're going wrong, the clock has gone wrong., know right from wrong, Samai did me a great wrong., the wrongs of the people, put me in the* wrong, You wrong me in believing that story.

wrongdoer (รอง' ดูเออะ) *n.* ผู้กระทำผิด, ผู้ละเมิดกฎหมาย **-wrongdoing** *n.* (-S. sinner, miscreant)

wrongful (รอง' ฟูล) *adj.* ผิดและไม่ยุติธรรม, ไม่ถูกต้อง, ผิดศีลธรรม, ไม่ชอบด้วยกฎหมาย **-wrongfully** *adv.* **-wrongfulness** *n.*

wrong-headed (รอง' เฮด' ดิด) *adj.* ดื้อรั้น, หัวดื้อ, ยืนหยัดในความคิดที่ผิด **-wrong-headedly** *adv.* **-wrong-headedness** *n. -Ex. That mule is certainly a wrong-headed beast.*

wrote (โรท) *vt., vi.* กริยาช่อง 2 ของ write *-Ex. Yesterday I wrote one about my first piano lesson.*

wroth (รอธ) *adj.* โกรธ, โกรธเคือง

wrought (รอท) *vt., vi.* กริยาช่อง 2 และ 3 ของ work *-adj.* หล่อหลอมขึ้น, ทำขึ้น, ประดิษฐ์ขึ้นเกิดจากการตีด้วยค้อนให้เป็นรูปเป็นร่าง, เสริมขึ้น, ประดับ(-S. fashioned, made) *-Ex. The peasant wrought hard in the fields., Wrought iron is iron worked by hammering.*

wrought iron เหล็กในรูปที่ค่อนข้างบริสุทธิ์เกือบจะไม่มีคาร์บอน และมีโครงสร้างเป็นลักษณะเส้นใยละเอียดที่หล่อหลอมเข้ากัน

wrought-up (รอท' อัพ) *adj.* ตื่นเต้น, ถูกยั่วยุ, ถูกรบกวน *-Ex. Somchai was wrought-up when he lost his job.*

wrung (รัง) *vt., vi.* กริยาช่อง 2 และ 3 ของ wring *-Ex. When I had wrung the water out of the dish-cloth, I hung it up.*

wry (ไร) *adj.* **wrier, wriest** บูดเบี้ยว, หน้างอ, บิด, งอ, บิดเบือน, บิดเบี้ยว, อ้อมค้อม, คดเคี้ยว, ตรงข้าม, ผิดปกติ, ชอบกล, หลอกลวง **-wryly** *adv.* **-wryness** *n.* (-S. askew, distorted, ironic)

W

wryneck (ไร' เนค) *n.* โรคคอแข็งเนื่องจากกล้ามเนื้อคอหดเกร็ง, อาการคอบิด, อาการคอเอียง, คนที่เป็นโรคหรือมีอาการดังกล่าว (-S. torticollis)

wt. ย่อจาก weight

wurst (วัสทฺ) *n.* ไส้กรอก

WYSIWYG ย่อจาก What You See Is What You Get ตัวประมวลผลคำที่แสดงผลหน้าจอเหมือนกับบนเอกสารที่พิมพ์ออกมา

wyvern (ไว' เวิร์น) *n.* มังกรสองขามีหางเป็นงูและปลายหางเป็นลูกศร เป็นตราที่พบบนโล่โบราณ (-S. wivern)

X

X, x (เอคซฺ) *n., pl.* **X's, x's** พยัญชนะตัวที่ 24 ของภาษาอังกฤษ, เสียงพยัญชนะดังกล่าว, ตัวเขียนหรือตัวพิมพ์ของอักษรดังกล่าว, ตัวเลข 10 ของภาษาโรมัน, 10 ดอลลาร์อเมริกัน, จำนวนสิ่งของปัจจัยหรืออื่นๆ ที่ไม่รู้ *-adj.* มีรูปร่าง x, เป็นลำดับที่ 24

x (เอคซฺ) vt. **-x-ed, x-ing/x'd, x'ing** ขีดฆ่าออก, ใช้เครื่องหมาย x

x (สัญลักษณ์) จำนวนที่ไม่รู้, ตัวแปรที่ไม่รู้, สัญลักษณ์ที่หมายถึง "จบ", สัญลักษณ์ของ "คูณ" ในทางคณิตศาสตร์, กำลังขยาย, ติดกับ

xanthine (แซน' ธิน) *n.* สารประกอบสีเหลือง ที่พบในตับ กล้ามเนื้อ ตับอ่อน เลือด น้ำปัสสาวะ และในพืชที่มีสีเหลือง

xantho-, xanth- คำอุปสรรค มีความหมายว่าเหลือง

x-axis (เอคซฺ' แอค' ซิส) *n., pl.* **x-axes** แกนหรือเส้นแนวนอน (แกน X) ของวิชาคณิตศาสตร์ในระบบแนวราบของ Rene Descartes (นักคณิตศาสตร์ชาวฝรั่งเศส)

X chromosome โครโมโซมเพศที่มียีน (genes) กำหนดลักษณะเฉพาะของเพศในมนุษย์และสัตว์เลี้ยงลูกด้วยนม มักปรากฏเป็นคู่ในเพศหญิง (xx) และเป็นเดี่ยวในเพศชาย (xy)

Xe สัญลักษณ์ของธาตุ xenon เป็นก๊าซเฉื่อยอย่างหนึ่ง

xebec (ซี' เบค) *n.* เรือใบ 3 เสากระโดงเรือชนิดหนึ่งในทะเลเมดิเตอร์เรเนียนสมัยก่อน (-S. zebec, zebeck)

xenogamy (ซีนอก' กะมี) *n.* การผสมของพืชต่างต้นและต่างดอก, การผสมพันธุ์ต่างพันธุ์ **-xenogamous** *adj.*

xenogenesis (เซนนะเจน' นิซิส) *n.* การเกิดลูกหลานที่ไม่เหมือนพ่อแม่, ทฤษฎีการเกิดที่ว่าสิ่งมีชีวิตกำเนิดจากสิ่งไม่มีชีวิต, การเปลี่ยนแปลงสายพันธุ์

xenon (ซี' นอน, เซน' ออน) *n.* ธาตุก๊าซชนิดหนึ่ง มีสัญลักษณ์ xe

Xenophobia (เซนนะโฟ' เบีย) *n.* ความกลัวหรือเกลียดชาวต่างประเทศหรือสิ่งที่เป็นของต่างถิ่น **-xenophobic** *adj.* **-xenophobe** *n.*

xerography (ซิรอก' กะฟี) *n.* กระบวนการถ่ายเอกสาร, การถ่ายเอกซเรย์ของเต้านมบนโลหะที่เคลือบด้วย selenium

xerophilous (ซิรอฟ' ฟะเลิส) *adj.* เจริญเติบโตในที่แห้ง, อาศัยอยู่ในที่แห้งแล้ง **-xerophily** *adv.*

xerophyte (ซี' ระไฟทฺ) *n.* พืชที่ปรับตัวให้เจริญเติบโตในที่แห้งแล้ง **-xerophytic** *adj.* **-xerophytism** *n.*

Xerox (ซี' รอคซฺ) *n.* เครื่องหมายการค้าของเครื่องถ่ายเอกสาร **-xerox** สำเนาจากกระบวนการถ่ายเอกสาร

x-film (เอคซฺ' ฟิลฺม) *n.* ภาพยนตร์ที่จำกัดผู้ชม (เช่น ห้ามเด็กอายุต่ำกว่า 16 ปี เข้าชม)
xi (ไซ, ไซ) *n.* พยัญชนะตัวที่ 14 ของภาษากรีก
xiphoid (ซิฟ' ฟอยดฺ) *adj.* เป็นรูปดาบ *-n.* กระดูกลิ้นปี่, กระดูกสันอกท่อนล่างตอนปลาย
Xmas (คริส' เมิส) *n.* ย่อจาก christmas คริสต์มาส
x-radiation (เอคซฺเรดิเอ' ชัน) *n.* เอกซเรย์, ภาพที่ได้จากการถ่ายเอกซเรย์
X-rated (เอคซฺ' เรททิด) *adj.* (ภาพยนตร์) ห้ามเด็กอายุต่ำกว่า 17 ปีเข้าชม
x-ray, x ray (เอคซฺ' เร) *n.* เอกซเรย์เป็นรังสีแม่เหล็กไฟฟ้าชนิดหนึ่งคล้ายแสง แต่มีความยาวคลื่นสั้นกว่า และสามารถเจาะผ่านของแข็งและทำให้ก๊าซเกิดไอออนได้, ภาพเอกซเรย์, คำสื่อสารที่หมายถึงอักษร X *-vt.* ตรวจสอบหรือถ่ายด้วยเอกซเรย์ *-adj.* เกี่ยวกับเอกซเรย์ (-S. X-ray)
x-ray tube หลอดเอกซเรย์เป็นหลอดอิเล็กทรอนิกส์ ที่ให้รังสีเอกซเรย์ เป็นหลอดรังสีขั้วลบชนิดหนึ่งที่เป้าโลหะถูกระดมยิงด้วยอิเล็กตรอนพลังสูง

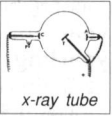

x-ray tube

xylem (ไซ' เลิม) *n.* ส่วนเนื้อไม้เป็นมัดท่อของเนื้อเยื่อพืช ใช้ลำเลียงน้ำและแร่ธาตุ (ต่างกับ phloem)
xylograph (ไซ' ละกราฟ) *n.* การแกะสลักไม้
xylography (ไซลอก' ระฟี) *n.* ศิลปะการแกะสลักไม้ **-xylographic, xylographical** *adj.*
xyloid (ไซ' ลอยดฺ) *adj.* คล้าย (เนื้อ)ไม้
xylophone (ไซ' ละโฟน) *n.* เครื่องดนตรีชนิดหนึ่งที่คล้ายระนาด **-xylophonist** *n.*
xylose (ไซโลส) *n.* น้ำตาลเพนโทสชนิดหนึ่ง เป็นผลึกไม่มีสี

Y

Y, y (ไว) *n.*, **Y's, y's** พยัญชนะตัวที่ 25 ของภาษาอังกฤษ, เสียงพยัญชนะดังกล่าว, สิ่งที่มีรูปเหมือนพยัญชนะดังกล่าว, ตัวพิมพ์อักษรดังกล่าว
Y สัญลักษณ์ของธาตุ yttrium
y (คณิตศาสตร์) สัญลักษณ์ของ ordinate
-y คำปัจจัย มีความหมายว่า สภาพ, ภาวะ, ทั้งหมด, ทั้งสิ้น, พฤติกรรม, เต็มไปด้วย, มาก, เหมือน, ค่อนข้าง, เล็ก
yacht (ยาท) *n.* เรือท่องเที่ยว, เรือเที่ยวเล่น, เรือแข่ง, เรือยอชต์ *-vi.* แล่นในเรือดังกล่าว

yacht

yachting (ยา' ทิง) *n.* การแล่นเรือท่องเที่ยว, การแล่นเรือเที่ยวเล่น, การแล่นเรือแข่ง
yachtsman (ยาทซฺ' เมิน) *n., pl.* **-men** คนเป็นเจ้าของเรือยอชต์, ผู้แข่งเรือยอชต์
yachtswoman (ยาทซฺ' วูมเมิน) *n., pl.* **-women** หญิงที่เป็นเจ้าของเรือยอชต์, หญิงที่แข่งเรือยอชต์
yackety-yak (แยค' คีทีแยค') *n.* (คำสแลง) การซุบซิบ การคุยกัน (โดยเฉพาะที่ยืดยาวและไร้สาระ) (-S. yakety-yak, yak)
yah (ยา, แย) *interj.* คำอุทานแสดงความรำคาญใจหรือน่าเบื่อหน่าย
yak[1] (แยค) *n.* วัวป่าขนยาว เขายาว จำพวก *Bos grunniens* พบในธิเบต เนื้อและนมใช้เป็นอาหาร

yak

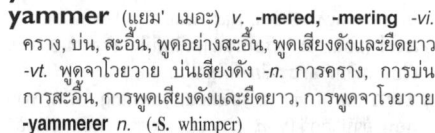

yak[2] (แยค) *n.* ดู yackety-yak
yam (แยม) *n.* มันแกว (รากของพืชจำพวก *Dioscorea*), มันเทศ
yam-bean มันแกว
yammer (แยม' เมอะ) *v.* **-mered, -mering** *-vi.* คราง, บ่น, สะอื้น, พูดอย่างสะอื้น, พูดเสียงดังและยืดยาว *-vt.* พูดจาโวยวาย บ่นเสียงดัง *-n.* การคราง, การบ่น การสะอื้น, การพูดเสียงดังและยืดยาว, การพูดจาโวยวาย **-yammerer** *n.* (-S. whimper)
yang (ยาง' เยง) *n.* ดู Yin and Yang
yank (แยงคฺ) *vt.,vi.* **yanked, yanking** กระชาก, ดึงอย่างแรง *-n.* การกระชาก, การดึงอย่างแรง *-Ex. Somchai yanked Samai's pigtail.*
Yank (แยงคฺ) *n.* (คำสแลง) ดู Yankee
Yankee (แยง' คี) *n.* ชาวอเมริกัน, ผู้ที่อาศัยอยู่ในนิวอิงแลนด์, ชาวมลรัฐตอนเหนือของสหรัฐอเมริกา (โดยเฉพาะสมัยสงครามกลางเมือง)
Yao (เยา) *n., pl.* **Yao/Yaos** ชนชาติเย้า, ชาวเขาเผ่าเย้า
yap (แยพ) *vt., vi.* **yapped, yapping** เห่า, หอน, (คำสแลง) พูดไร้สาระ *-n.* การเห่า, การหอน, (คำสแลง) การพูดไร้สาระ **-yapper** *n.* *-Ex. Small dogs usually yap.*

yard[1] (ยาร์ด) *n.* หลา (ยาวเท่ากับ 3 ฟุตหรือ 36 นิ้ว หรือ 0.91 เมตร), คานยาวพยุงใบเรือ
yard[2] (ยาร์ด) *n.* ลาน, สนาม, สนามที่มีรั้วล้อม, คอกปศุสัตว์, บริเวณใกล้สถานีรถไฟ, ทุ่งหญ้าฤดูหนาวของสัตว์จำพวกกวาง, สถานที่จอดรถ ทำงานหรือเก็บสิ่งของ *-v.* **yarded, yarding** *-vt.* เอาปศุสัตว์เข้าคอกหรือปล่อยไว้ในสนาม *-vi.* (สัตว์จำพวกกวาง) อยู่รวมกัน *-Ex. the backyard of a house, farmy-yard, back-yard, railwayyard, Three feet make one yard., a syuare-yard*
yardage[1] (ยาร์ด' ดิจ) *n.* หน่วยวัดเป็นหลาหรือตารางหลา
yardage[2] (ยาร์ด' ดิจ) *n.* การใช้ย่านสถานีรถไฟในการนำปศุสัตว์หรือลงจากรถไฟ, ค่าใช้บริการดังกล่าว
yardarm (ยาร์ด' อาร์ม) *n.* ส่วนนอกของคานพยุงใบเรือ
yard bird (คำสแลง) ทหารเกณฑ์ นักโทษ

yard goods สิ่งทอหรือสิ่งของอื่นๆ ที่ขายเป็นหลา

yardman (ยาร์ด' เมิน) *n., pl.* **-men** ผู้ที่ทำงานตามสถานีรถไฟ ท่าเรือหรือสถานีจอดรถ

yardmaster (ยาร์ด' มาสเทอะ) *n.* ผู้ดูแลย่านสถานีรถไฟทั้งหมด

yard measure หน่วยวัดเป็นหลา, ไม้วัดเป็นหลา

yardstick (ยาร์ด' สทิค) *n.* ไม้หลา, หน่วยวัดมาตรฐาน, การทดสอบที่เป็นมาตรฐาน

yare (แยร์) *adj.* เร็ว, คล่องตัว, คล่องแคล่ว, รวดเร็ว, ปราดเปรียว, เตรียมพร้อม, พร้อม *-adv.* อย่างรวดเร็ว, อย่างคล่องแคล่ว **-yarely** *adv.* (-S. yar)

yarn (ยาร์น) *n.* เส้นด้าย (ด้ายดิบหรือใยสังเคราะห์ด้าย), นิทาน (โดยเฉพาะเรื่องยาวที่ไม่น่าเชื่อ) *-vi.* **yarned, yarning** เล่านิทาน *-Ex. Stocking, sweaters, and caps are made of yarn., Grandfather tells us long yarns about the hardships he had as a boy.*

yaw (ยอ) *v.* **yawed, yawing** *-vi.* หันเห, แล่นเอียง, บินเอียง, เฉ, หันหัวออกนอกเส้นทาง *-vt.* ทำให้หันเห *-n.* การหันเห (-S. roll, pitch, turn, toss, bend)

yawl (ยอล) *n.* เรือใบขนาดเล็กที่มีลูกเรือ 4-6 คน, เรือบดหรือเรือกรรเชียงที่มีลูกเรือ 4-6 คน

yawn (ยอน) *vt., vi.* **yawned, yawning** หาว, หาวนอน อ้าปากกว้าง *-n.* การหาว, การหาวนอน, การอ้าปากกว้าง, รูเปิด, ช่อง, ช่องแตกร้าว **-yawner** *n.* (-S. gape) *-Ex. When baby is sleepy, she yawns and shows her 3 teeth., Dang was so tired that she could not hide her yawn.*

yawning (ยอน' นิง) *adj.* หาว, หาวปาก, อ้าปากกว้าง, เปิดกว้าง

yawp (ยอพ, ยาพ) *vi.* **yawped, yawping** ร้องเสียงดัง, ส่งเสียงอึกทึกครึกโครม, พูดโง่ๆ และเสียงดัง *-n.* การร้องเสียงดัง, การส่งเสียงโวยวาย, การพูดโง่ๆ และเสียงดัง **-yawper** *n.* (-S. yaup)

yaws (ยอซฺ) *n. pl.* โรคคุดทะราด (เนื่องจากเชื้อ *Treponema pertenue*) (-S. frambesia)

y-axis (ไว' แอคซิส) *n. pl.* **y-axes** แกน Y ในทางคณิตศาสตร์

Y chromosome โครโมโซมเพศที่มียีน (genes) ที่เป็นตัวกำหนดลักษณะเฉพาะของเพศชาย (ในมนุษย์และสัตว์เลี้ยงลูกด้วยนมส่วนใหญ่) ปรากฏโดดเดี่ยวและพบในผู้ชายเท่านั้น

yclept, ycleped (อีเคลพทฺ') *adj.* เชื่อว่า, เรียกว่า

yd ย่อจาก yard

ye[1] (ยี) *pron.* พวกท่าน (พหูพจน์ของ thou), คุณ, ท่าน

ye[2] (ยี) มีความหมายว่า the

yea (เย) *adv.* ใช่, จ้ะ, จริงๆ *-n.* การต้อนรับ, การยืนยัน, ผู้ตอบรับ, คะแนนสนับสนุน *-Ex. Thank yea kindly, my friend.*

yeah (เย) *adv.* ใช่, จ้ะ

yean (ยีน) *vi., vt.* **yeaned, yeaning** (แกะหรือแพะ) ออกลูก

yeanling (ยีน' ลิง) *n.* ลูกแกะหรือลูกแพะ *-adj.* แรกเกิด, เพิ่งเกิด

year (เยียร์) *n.* ปี, อายุ, ขวบ, ระยะเวลาประมาณหนึ่งปี, ปีจันทรคติ (12 เดือน), ปีการศึกษา, ระยะเวลาระหว่างสองวิษุวัต (vernal equinox) หรือวันที่มีกลางวันกลางคืนเท่ากันหรือเรียกว่า astronomical year หรือ equinoctial year หรือ solar year ปีแห่งสุริยคติ หรือ tropical year (ปีเส้นศูนย์สูตร), ระยะเวลา 12 เดือน, ศักราช, วัยชรา **-a year and a day** หนึ่งปีเต็ม **-all the year round** ตลอดปี **-year in and year out** ตลอดปีตลอดไป **-year after year** ทุกปี *-Ex. He worked there one full year., this time next year, the year 2525 B. E., A man in years, but a child in character., the best scholar of his year, The years of Queen Victoria were glorious., in after years, years later, from year to year, New Year*

yearbook (เยียร์' บุค) *n.* หนังสือประจำปี, หนังสือเรื่องราวที่เกิดขึ้นในปีก่อน, หนังสือรุ่น, หนังสือบัณฑิต, หนังสือผู้สำเร็จการศึกษา *-Ex. a school yearbook*

year-end (เยียร์' เอนด) *n.* ปลายปี *-adj.* เกิดปลายปี

yearling (เยียร์' ลิง) *n.* ลูกสัตว์อายุเต็ม 1 ปี แต่ไม่ถึง 2 ปี, ม้าที่มีอายุ 1 ปี *-adj.* มีอายุ 1 ปีหรือ 1 ขวบ, มีอายุเต็ม 1 ปี แต่ไม่ถึง 2 ปี *-Ex. a yearling elephant*

yearlong (เยียร์' ลอง') *adj.* เป็นเวลาหนึ่งปี

yearly (เยียร์' ลี) *adj.* เกี่ยวกับ 1 ปี, ทุกปี, ปีละครั้ง *-adv.* ปีละครั้ง, ประจำปี *-n.* สิ่งตีพิมพ์ที่ออกปีละครั้ง (-S. annual) *-Ex. a yearly income, a yearly vacation, a yearly salary*

yearn (เยิร์น) *vi.* **yearned, yearning** อยาก, ต้องการมาก, ปรารถนาอย่างแรงกล้า, คิดถึงอย่างรักใคร่, ใฝ่ฝัน **-yearner** *n.* (-S. crave, desire) *-Ex. The lonely child yearns for the love and attention of his friends*

yearning (เยิร์น' นิง) *n.* ความอยาก, ความต้องการมาก, ความปรารถนาอย่างแรงกล้า, ความคิดถึงอย่างรักใคร่, ความใฝ่ฝัน, ความใฝ่หา **-yearningly** *adv.* (-S. desire, craving) *-Ex. a yearning to be rich, a yearning look, a yearning heart*

year-round (เยียร์' เรานดฺ') *adj., adv.* ตลอดปี

yeast (ยีสทฺ) *n.* เชื้อราเซลล์เดียวและมักกลมชนิดหนึ่งสืบพันธุ์โดยวิธีแตกหน่อ (budding) จัดอยู่ในจำพวก *Saccharomyces*, ฟอง, เชื้อฟู, เชื้อหมัก, ส่าเหล้า, เชื้อเหล้า *-vi.* **yeasted, yeasting** เกิดกระบวนการหมัก, ปกคลุมไปด้วยฟอง

yeasty (ยีส' ที) *adj.* **-ier, -iest** ประกอบด้วยหรือคล้ายยีสต์, เป็นฟอง, อยู่ในวัยหนุ่มสาว, ร่าเริง, งอกงาม, ไร้แก่นสาร, ผิวเผิน, ไม่สงบ **-yeastily** *adv.* **-yeastiness** *n.*

yegg (เยก) *n.* (คำสแลง) ขโมยงัดแงะ (โดยเฉพาะการขโมยที่ไม่สำคัญ) หัวขโมย ผู้ร้าย

yell (เยล) *vt., vi.* **yelled, yelling** ตะโกน, โห่, ร้อง, แผดเสียง *-n.* การตะโกน, การโห่, การร้อง, การแผดเสียง, ถ้อยคำที่ใช้ร้องเชียร์ (-S. cry out, bellow) *-Ex. to yell with defiance, yell with fury/pain/delight, yell out an oath, to yell out an order, a yell of agony, terror, or excitement, The boys yelled when the bear got loose.*

yellow (เยล' โล) *adj.* สีเหลือง, เกี่ยวกับชนชาติมองโกลอยด์, เกี่ยวกับชนชาติผิวเหลือง, ซีดเหลือง, ขี้ขลาด, ตาขาว, ไว้ใจไม่ได้, เก่า, คร่ำครึ, หวาดระแวง *-n.* สีเหลือง, ไข่แดง, สีย้อมสีเหลือง *-vt., vi.* **-lowed, -lowing** ทำให้เป็นสีเหลือง, กลายเป็นสีเหลือง **-yellowness** *n.* *-Ex. Butter is yellow., This yellow is too dark.*

yellowbelly (เยล' โลเบลลี) *n., pl.* **-lies** คนขี้ขลาดตาขาว, คนใจเสาะ

yellow fever โรคติดต่อร้ายแรงและฉับพลันเนื่องจากเชื้อไวรัสชนิดหนึ่งที่มียุงจำพวก *Aedes aegypti* เป็นพาหะนำโรค มีอาการดีซ่าน อาเจียน และเลือดออก, ไข้เหลือง (-S. yellow jack)

yellowish (เยล' โลอิช) *adj.* ค่อนข้างเหลือง, ทาด้วยสีเหลือง

yellow jack ปลาทะเลจำพวก *Caranx bartholomaei*

yellow jacket ตัวต่อในตระกูล Vespidae มีลำตัวสีดำลายเหลือง (-S. wasp)

yellow jacket

yellow journalism ระบบบรรณาธิการคาวโลกีย์, หนังสือพิมพ์ที่ไม่มีจรรยาบรรณ

yellow pages สมุดโทรศัพท์ฉบับโฆษณาสินค้า

yellow peril ภัยจากชนผิวเหลืองที่มีต่อชนผิวขาว

yellow pine ต้นสนอเมริกาที่มีเนื้อไม้สีเหลืองและแข็งแรง, ไม้ของต้นดังกล่าว

yelp (เยลพฺ) *vt., vi.* **yelped, yelping** ร้องเอ๋ง, เห่าเอ๋ง *-n.* การร้องเอ๋ง, การเห่าเอ๋ง **-yelper** *n.* *-Ex. The dog yelps when he is hurt., The yelp of his dog brought Jack running.*

yen[1] (เยน) *n., pl.* **yen** ค่าเงินเยนของญี่ปุ่น

yen[2] (เยน) *n.* ความต้องการ, ความอยาก, ความปรารถนาอันแรงกล้า *-vi.* **yenned, yenning** ต้องการมาก, อยาก

yeoman (โย' เมิน) *n., pl.* **-men** เสรีชนในสมัยศักดินา, องครักษ์ของอังกฤษสมัยโบราณ, ชาวนาที่มีที่นาของตัวเอง, ทหารม้าอาสาสมัคร *-adj.* เกี่ยวกับหรือมีลักษณะของบุคคลดังกล่าว, กล้าหาญ, ซื่อสัตย์

yeomanry (โย' มันรี) *n., pl.* **-ries** เสรีชนในสมัยศักดินา, ชาวนาที่มีนาตัวเอง, หน่วยองครักษ์กษัตริย์ในอังกฤษ

yeoman's service การบริการที่ดีและมีประโยชน์ต่อสาธารณะ

yep (แยพ) *adv.* (ภาษาพูด) ใช่, ดู yes

yes (เยส) *adv.* ใช่, ครับ, จ้ะ *-n., pl.* **yeses** การต้อนรับ *-vt., vi.* **yessed, yessing** กล่าวคำว่า "ใช่" *-Ex. Do you agree? Yes, Yes I do. Yes, but. . .*

yes man (ภาษาพูด) บุคคลที่เห็นด้วยกับคนอื่นเสมอ

yester- คำอุปสรรค มีความหมายว่า เมื่อวานนี้, อดีต

yesterday (เยส' เทอะเด) *n.* เมื่อวานนี้, วานนี้, อดีต *-n.* วานนี้, หมู่นี้, ระยะนี้, เมื่ออดีตไม่นานนี้ *-adj.* เกี่ยวกับเมื่อวานนี้หรือหมู่นี้ (-S. recently) *-Ex. We finished painting the house yesterday.*

yesterdayeve (-อีฟวฺ) *n., adv.* เมื่อคืนนี้

yesterevening (เยส' เทอะอีฟวฺ' นิง) *n., adv.* เมื่อคืนนี้, เมื่อเย็นวานนี้

yestermorning (เยส' เทอะมอร์น' นิง) *n., adv.* เมื่อเช้าวานนี้

yesternight (เยส' เทอะไนทฺ) *n.* เมื่อคืนวานนี้ (-S. last night)

yesternoon (เยส' เทอะนูน) *n., adv.* เมื่อเที่ยงวานนี้

yesterweek (เยส' เทอะวีค) *n., adv.* เมื่อสัปดาห์ก่อน

yesteryear (เยส' เทอะเยียร์) *n., adv.* เมื่อปีก่อน, เมื่อไม่นานนี้

yet (เยท) *adv.* ยัง, ยังคง, กระนั้น, เช่นเดิม, ซ้ำ, เดี๋ยวนี้, ไม่ชักช้า, แล้ว, เรียบร้อย, นอกจากนั้น, นอกไปกว่านี้, อย่างไรก็ตาม *-conj.* แม้กระนั้น, กระนั้น *-Ex. Has the painting been finished yet? No, not yet., I have yet to discover why he did it., Although he didn't promise, yet I think he'll do it., You promised faithfully, and yet you've done nothing.*

yeti (เยท' ที) *n.. pl.* **-tis** มนุษย์หิมะ (-S. Abominable Snowman)

yew (ยู) *n.* ต้นสนจำพวก *Taxus*, ไม้ยืดหยุ่นเนื้อละเอียดของต้นดังกล่าว, คันธนูที่ทำจากไม้ดังกล่าว, ต้นไม้นี้หรือกิ่งไม้ของมันที่เป็นสัญลักษณ์แห่งความเศร้าโศก ความตายหรือการฟื้นคืนชีพ

yew

Yiddish (ยิด' ดิช) *n.* ชื่อภาษาหนึ่ง ที่ประกอบด้วยหลายภาษาท้องถิ่นพวก High German พูดกันมากในหมู่ชาวยิวในภาคตะวันออกของเยอรมัน และมีเป็นจำนวนมากที่อพยพไปอยู่ยังประเทศต่างๆ *-adj.* เกี่ยวกับหรือมีลักษณะของภาษาดังกล่าว

yield (ยีลดฺ) *vt., vi.* **yielded, yielding** ให้ผล, ผลิต, ให้, เกิด, ยอม, ยอมให้, ยอมจำนน, อ่อนข้อให้ *-n.* การให้ผล, การผลิต, สิ่งที่เป็นผลขึ้น, ผลที่ได้, ผล, ผลิตภัณฑ์, ผลผลิต, ปริมาณผลผลิต, ประโยชน์ที่ได้รับ, ปริมาณผล, ผลิตทางปฏิกิริยาเคมี **-yielder** *n.* (-S. furnish, produce) *-Ex. The army yielded to the enemy., yield to persuasion, The bar yidlded under a weight of 1,000 lbs., soft and yielding*

yielding (ยีล' ดิง) *adj.* ยอม, ยินยอม, ให้ผล **-yieldingness** *n.*

yin ดู Yin and Ying

Yin and Yang (ยิน แอนดฺ ยาง) (หลักปรัชญาและศาสนาของจีน) หลักการตรงข้ามสองอย่าง อย่างหนึ่งเป็นลบ มืด และเป็นเพศหญิง (yin) อีกอย่างเป็นบวก สว่าง และเป็นเพศชาย (yang) ปฏิกิริยาของสองอย่างนี้มีอิทธิพลต่อดวงชะตาของสรรพสิ่งทั้งหลาย

Yin and Yang

yip (ยิพ) *vi.* **yipped, yipping** เห่าเสียงดัง, ร้องเอ๋ง *-n.* การเห่าเสียงดัง, การร้องเอ๋ง

yipe, yipes (ไยพฺ, ไยพซฺ) *interj.* คำอุทานแสดงความตกใจประหลาดใจหรือเจ็บปวด

yippee (ยิพ' พี) *interj.* คำอุทานแสดงความปีติยินดี,

Y

ประหลาดใจ เจ็บปวด ฯลฯ

Y.M.C.A. ย่อจาก Young Men's Christian Association

yodel (โยด' เดิล) *vt., vi.* **-delded, -delding/-delled, -delling** ร้องหรือตะโกนเสียงดังและสั่นกลับไปมา เช่น การร้องเพลงของชาวสวิสในชนบท *-n.* เสียงร้องหรือเสียงตะโกนหรือเสียงเพลงด้วยวิธีดังกล่าว

Yoga, yoga (โย' กะ) *n.* (ปรัชญาอินเดีย) โยคะ, ความหลุดพ้นจากสิ่งทั้งหลายที่ไม่ยั่งยืน, วิธีการทำให้หลุดพ้นดังกล่าว, การปฏิบัติเพื่อให้หลุดพ้นดังกล่าว **-Yogic** *adj.*

yoghurt, yogurt, yoghourt (โย' เกิร์ท) *n.* นมเปรี้ยว

yogi (โย' กี) *n., pl.* **-gis** โยคี, ผู้ปฏิบัติวิธีโยคะ, ผู้ปฏิบัติตนเพื่อให้หลุดพ้น (-S. yogin)

yoicks (ยอยคฺซฺ) *interj.* คำอุทานเร่งให้สุนัขล่าสัตว์ไล่กวดสุนัขจิ้งจอก

yoke[1] (โยค) *n.* แอก (โดยเฉพาะแอกวัว), เทียมคู่สัตว์เลี้ยงที่ร่วมแอกเดียวกัน, สิ่งที่คล้ายแอก, คานหิ้วน้ำ, คานหาบ, ไม้ขวาง, ประตูโค้งรูปแอก, พังงา, นาบ สะเอว, นาบไหล่, พันธะทางใจ, พันธะ, การผูกมัด, ด้ามหางเสือ, ตามขวาง, คานปีกสัตว์, สัญลักษณ์แห่งการกดขี่, การกดขี่, เครื่องผูกมัด *-v.* **yoked, yoking** *-vt.* ใส่แอก, ใส่เทียม, เชื่อมต่อ, ทำเป็นคู่ *-vi.* ใส่แอก, ใส่เทียม, เข้าคู่ **-yokeless** *adj. -Ex. the yoke of brotherhood, yokelines, yokeropes, under the yoke of a dictatorship, the yoke of friendship*

yoke[1]

yoke[2] (โยค) *n.* ดู yolk

yokefellow, yokemate (-เฟลโล, -เมท) *n.* คู่ขา, เพื่อนร่วมงาน, คู่สมรส

yolk (โยค) *n.* ไข่แดง, ไขมันขนแกะ **-yolky** *adj.*

Yom Kippur (โยม คิพ' เพอะ) *n.* วันศักดิ์สิทธิ์ของยิววันหนึ่ง เป็นวันอดอาหารและสวดมนต์ทั้งวันในโบสถ์ยิว

yon (ยอน) *adj., adv.* ที่โน่น, ที่นั่น, ที่โน้น

yonder (-เดอะ) *adj., adv.* ที่นั่น, ที่โน่น, ทางโน้น, (-S. yond, yon)

yoni (โย' นี) *n., pl.* **-nis** อวัยวะเพศของหญิง

yore (ยอร์) *n., adv.* อดีตกาล, นานมาแล้ว, ในอดีต, เก่าแก่, ในสมัยก่อน

York (ยอร์ค) *n.* สมาชิกราชวงศ์ยอร์กที่ปกครองอังกฤษ (ค.ศ. 1461-1485), ชื่อเมืองและเขตปกครองในภาคตะวันออกเฉียงเหนือของอังกฤษ, ชื่อเมืองในรัฐเพนซิลวาเนียของสหรัฐอเมริกา, ชื่อแหลมทางด้านตะวันออกเฉียงเหนือของออสเตรเลีย

you (ยู) *pron.* ท่าน, พวกท่าน, ใครก็ตาม, ใช้แทน your ร่วมกับ gerund เช่น I heard about you being rich., ตัวท่านเอง, ท่านเอง *-Ex. Are you there?, between you and me*

you-all (ยูออล') *pron.* ท่าน, คุณ (-S. y' all)

you'd (ยูดฺ) ย่อจาก you had, you would *-Ex. Father said, "You'd better come in before it is too late.", I think you'd like it in Pattaya.*

you'll (ยูลฺ) ย่อจาก you will, you shall *-Ex. I warn you you'll pay for this.*

young (ยัง) *adj.* **younger, youngest** หนุ่ม, สาว, อายุน้อย, เยาว์, อ่อน, ระยะแรกเริ่ม, เกี่ยวกับวันหนุ่มวัยสาว, ลูก, เด็ก, อ่อนหัด, ด้อยประสบการณ์, เกี่ยวกับผู้เยาว์, เกี่ยวกับสมาชิกใหม่ *-n.* คนหนุ่มคนสาว **-with young** ตั้งครรภ์ **-young and old** ทั้งเด็กและคนแก่ *-Ex. young people, young Dang, the young, young animals, a tiger with its young, very young for his years, a young face, A young head on old shoulders., young-looking*

youngblood youth ความหนุ่มความสาว, วัยหนุ่มวัยสาว, ความคิดใหม่ๆ, เลือดสดๆ, สมาชิกใหม่, คนหัวใหม่, คนทันสมัย, หนุ่มที่ห้าวหาญ

young brother น้องชาย

younger (ยัง' เกอะ) *n.* คนที่มีอายุอ่อนกว่า, คนเล็กกว่า *-adj.* อายุน้อยกว่า

young sister น้องสาว

youngling (ยัง' ลิง) *n.* คนหนุ่มคนสาว, ลูกสัตว์, สัตว์ที่ยังมีอายุน้อย, ผู้หัดใหม่, มือใหม่

young man คนหนุ่ม, ชายคู่รัก, ชายคู่หมั้น

young one สัตว์, สัตว์ยังมีอายุน้อย, เจ้าหนุ่ม

youngster (ยัง' สเทอะ) *n.* คนหนุ่มคนสาว, ลูกม้า, ลูกสัตว์, สัตว์ที่ยังมีอายุน้อย, นักเรียนนายเรือปีที่ 2 ของอเมริกา (-S. child, teenager, juvenile)

younker (ยัง' เคอะ) *n.* ขุนนางหนุ่ม, สภาพบุรุษหนุ่ม, คนหนุ่ม, คหบดีหนุ่ม (-S. youngster)

your (ยัวร์) *pron.* (การแสดงความเป็นเจ้าของ you) ของท่าน, ของคุณ, ของพวกท่าน, ของพวกคุณ

you're (ยัวร์) ย่อจาก you are

yours (ยัวร์ซฺ) *pron.* การกแสดงความเป็นเจ้าของรูปหนึ่งของ you, ของคุณ, ของท่าน, สิ่งที่เป็นของคุณ, สิ่งที่เป็นของท่าน *-Ex. Yours truly*

yourself (ยัวร์เซลฟฺ') *pron., pl.* **-selves** ตัวคุณเอง, ตัวท่านเอง, คุณเอง, ท่านเอง, ตนเอง, ตัวเอง *-Ex. (all) by yourself, Be yourself!*

yours truly วลีท้ายจดหมายโดยทั่วไป, ฉัน, ของฉัน

youse (ยูซฺ) *pron.* ท่าน (มักใช้กับบุคคลตั้งแต่ 2 คนขึ้นไป)

youth (ยูธฺ) *n., pl.* **youths** ความเป็นหนุ่มเป็นสาว, พลังหนุ่มพลังสาว, วัยหนุ่มวัยสาว, ยุวชน, เด็กหนุ่มสาว, คนหนุ่มคนสาว, ระยะแรกเริ่ม *-Ex. The old man still has the energy of youth., One's youth is the time of adventure and daring., the youth of a nation, Life was very different in our country's youth.*

youthful (ยูธ' ฟูล) *adj.* หนุ่ม, สาว, เกี่ยวกับวัยหนุ่มวัยสาว, อ่อนอายุ, เยาว์, อายุน้อย, ดรุณ, มีพลัง, สดใส, (ในทางธรณีวิทยา) สึกกร่อน **-youthfully** *adv.* **-youthfulness** *n.* (-S. young, juvenile, robust) *-Ex. youthful days, a youthful river*

you've (ยูวฺ) ย่อจาก you have *-Ex. You shouldn't be hungry after you've eaten a large meal.*

yowl (เยาลฺ) *vt., vi.* **yowled, yowling** ร้องเสียงยาวแสดงความไม่พอใจหรือผิดหวัง, ว้าย! *-n.* เสียงร้องดังกล่าว

(-S. howl, yowling cry) *-Ex. The dog yowled all night.*

yo-yo (โย' โย) *n.* ของเล่นเป็นจานกลมแบนและมีที่พันเชือกตรงกลาง ใช้ชักขึ้นลงให้หมุนขึ้นลงได้

yr. ย่อจาก younger คนหนุ่มสาว, your ของคุณ, year ปี

ytterbium (อิเทอร์' เบียม) *n.* ธาตุชนิดหนึ่ง มีสัญลักษณ์ Yb

yuan (ยวน) *n., pl.* **yuan/-ans** ธนบัตรเงินตราของจีนมีค่าเท่ากับ 100 เซนต์, ดอลลาร์, ราชวงศ์หยวนของจีน (-S. yuan dollar)

yucca (ยัค' คะ) *n.* พืชจำพวก *Yucca* มีดอกสีขาว เป็นดอกไม้ประจำรัฐนิวเม็กซิโกในสหรัฐอเมริกา

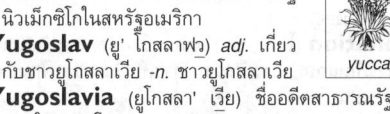

yucca

Yugoslav (ยู' โกสลาฟว) *adj.* เกี่ยวกับชาวยูโกสลาเวีย *-n.* ชาวยูโกสลาเวีย

Yugoslavia (ยูโกสลา' เวีย) ชื่ออดีตสาธารณรัฐในตอนใต้ของยุโรปประกอบด้วย Montenegro, Serbia และ Slovenia **-Yugoslavian** *adj., n.* **-Yugoslavic** *adj.* (-S. Jugoslavia, Kingdom of the Serbs, Croats and Slovenes)

Yule (ยูล) *n.* คริสต์มาส, เทศกาลคริสต์มาส

yule log ท่อนไม้ขนาดใหญ่บนกองไฟในค่ำคืนก่อนวันคริสต์มาส

Yuletide (ยูล' ไทด) *n.* เทศกาลคริสต์มาส

yummy (ยัม' มี) *adj.* **-mier, -miest** มีรสชาติดี, อร่อย

YWCA ย่อจาก Young Women's Christian Association

YMHA ย่อจาก Young Women's Hebrew Association

ywis (อิวิส') *adv.* อย่างแท้จริง

Z

Z, z (แซด) *n., pl.* **Z's, z's** พยัญชนะตัวที่ 26 ของภาษาอังกฤษ, เสียงพยัญชนะดังกล่าว, สิ่งที่มีรูปเหมือนอักษรดังกล่าว, ตัวพิมพ์อักษรดังกล่าว

Zaire (ซาเอียร์', ไซ' เอียร์) ชื่อสาธารณรัฐในภาคกลางของแอฟริกา เมื่อก่อนชื่อ Belgian Congo หรือ Democratic Republic of the Congo, ชื่อแม่น้ำในภาคกลางของแอฟริกา **-Zairean** *n., adj.*

Zambia (แซม' เบีย) *n.* ชื่อสาธารณรัฐในตอนใต้ของแอฟริกา เมืองหลวงชื่อ Lusaka **-Zambian** *adj., n.*

zany (เซ' นี) *adj.* **-nier, -niest** ตลกแบบน่าเย้ยหยัน, ตลกเป็นๆ *-n., pl.* **-nies** ตัวตลกที่น่าเย้ยหยัน, ตัวตลกเป็นๆ, คนโง่, คนเง่า **-zanily** *adv.* **-zaniness** *n.* (-S. fool, clown, buffoon)

zap (แซพ) *vt., vi.* **zapped, zapping** (คำสแลง) ฆ่า ยิง โจมตี ทำให้บาดเจ็บ ทำลาย ทำให้เสียหาย ระดมยิงด้วยรังสีเอกซเรย์แสงเลเซอร์หรืออื่นๆ *-n.* (คำสแลง) แรง กำลัง พลังงาน แรงกระตุ้น การกระแทก

zeal (ซีล) *n.* ความกระตือรือร้นเกินไป, ความปรารถนาอย่างมาก, ความขยันขันแข็ง, การมีใจจดใจจ่อ, ความเร่าร้อน (-S. ardour, spirit, passion)

zealot (เซล' เลิท) *n.* ผู้มีความกระตือรือร้นเกินไป, ผู้มีความปรารถนาสูง, แฟน, ผู้คลั่ง **-Zealot** สมาชิกกลุ่มหัวรุนแรงใน Judea สมัยโบราณที่ต้องการโค่นโรมัน (ประวัติศาสตร์) **-zealotry** *n.* (-S. bigot, partisan) *-Ex. A zealot who can tolerate no religion but his own.*

zebec (ซี' เบค) *n.* ดู xebec (-S. zebeck)

zebra (ซี' บระ) *n.* ม้าลายเป็นสัตว์คล้ายม้าในสกุล *Equus* **-zebrine** *adj.*

zebra crossing ทางม้าลาย

zebu (ซี' บิว) *n.* วัวเอเชียชนิดหนึ่งที่มีโหนกหลังสูงและมีเหนียงคอยาว

zebu

Zen (เซน) *n.* พุทธศาสนานิกายเซน เป็นนิกายหนึ่งของมหายาน เข้าสู่จีนในศตวรรษที่ 6 และสู่ญี่ปุ่นในศตวรรษที่ 12 เน้นการรู้แจ้งโดยวิธีการนั่งวิปัสสนาทำสมาธิ **-Zenic** *adj.* **-Zenist** *n.*

zenith (ซี' นิธ) *n.* จุดสุดยอด, จุดสุดขีด, จุดสูงสุดตรงศีรษะบนท้องฟ้า *-Ex. zenith telescope, the zenith of success*

zephyr (เซฟ' เฟอะ) *n.* ลมอ่อนๆ, ลมตะวันตก, สิ่งทอที่เบา, สิ่งที่เบา (-S. west wind) *-Ex. A light zephyr rustleld the leaves of the maples.*

Zephyrus (เซฟ' เฟอะริส) *n.* (เทพนิยายกรีก) เทพเจ้าแห่งลมตะวันตก

Zeppelin (เซพ' พะลิน) *n.* นายพลเยอรมันและนักออกแบบเครื่องบิน, เรือบิน, ลูกบอลลูนที่เป็นรูปเรือบิน

zero (เซีย' โร, ซี'-) *n., pl.* **-ros/-roes** ศูนย์, เครื่องหมายศูนย์, เลขศูนย์ (0), ค่าทางคณิตศาสตร์ที่อยู่ระหว่างบวกและลบระดับศูนย์, ความไม่มี, ความว่างเปล่า, สิ่งที่ไร้คุณค่า, บุคคลที่ไร้คุณค่า *-vt.* **-roed, -roing** ปรับให้เป็นศูนย์, ทำให้กลายเป็นศูนย์, เล็งปืน *-adj.* มีค่าเป็นศูนย์, ไม่มีการเปลี่ยนแปลง, (เพดานบรรยากาศ) เกี่ยวกับทัศนวิสัยในการมองในแนวดิ่งสูงไม่เกิน 500 ฟุต หรือในแนวนอน ไม่เกิน 165 ฟุต **-zero in** เล็งปืน, ตั้งสมาธิ (-S. nought, nothing)

zero gravity ภาวะที่ผลของความถ่วงมีค่าเท่ากับศูนย์ เช่น วัตถุที่โคจรรอบโลกในอวกาศ

zero hour เวลาแห่งการเริ่มโจมตีทางทหาร, เวลาเริ่มต้น, วิกฤติกาล, เวลา 0 นาฬิกา

Zero-rated (ภาษี) สิ่งของที่ไม่ได้รวมภาษีมูลค่าเพิ่ม

zest (เซสท) *n.* ความสนุก, ความมัน, ความอร่อย, ความเร่าร้อน, ความมีรสชาติ, สิ่งที่ทำให้สนุกหรืออร่อยหรือมีรสชาติ **-zestful** *adj.* **-zestfully** *adv.* **-zestfulness** *n.* (-S. taste) *-Ex. a zest for travelling, add zest to, of work with zest*

zeta (เซ' ทะ, ซี' ทะ) *n.* พยัญชนะที่ 6 ของกรีก

Zeus (ซูส) *n.* (เทพนิยายกรีกโบราณ) ประมุขแห่งเทพเจ้าทั้งหลาย, เทพเจ้าแห่งสวรรค์

Z

ZIFT, Zift ย่อจาก zygote intra-fallopian transfer เทคนิคช่วยให้ผู้มีบุตรยากสามารถมีบุตรได้โดยการให้ไข่ได้รับการปฏิสนธิกับอสุจิของคู่สมรสนอกร่างกายฝ่ายหญิงจนกลายเป็น zygote (ตัวอ่อน) แล้วนำไปฝังใหม่ในท่อรังไข่

zigzag (ซิก' แซก) *n.* รูปตัว Z, รูปซิกแซก, รูปฟันเลื่อย, เส้นคดเคี้ยว *-adj.* เป็นรูปดังกล่าว, คดเคี้ยว *-adv.* คดเคี้ยวไปมา *-vt., vi.* **-zagged, -zagging** ทำให้เป็นรูปดังกล่าว, วกเวียน, เลี้ยวไปมา *-Ex. a zigzag path, side path went off in a sharp zigzag, The driver zigzagged down the road.*

zillion (ซิล' เยิน) *n.* จำนวนเหลือนับคณา, จำนวนอนันต์

Zimbabwe (ซิมบาบ' เว) ชื่อสาธารณรัฐหนึ่งในตอนใต้ของแอฟริกา เมื่อก่อนชื่อ Rhodesia เคยเป็นอาณานิคมของอังกฤษ, ชื่อโบราณสถานแห่งหนึ่งในประเทศดังกล่าว **-Zimbabwean** *adj., n.*

zinc (ซิงค) *n.* สังกะสีเป็นธาตุโลหะชนิดหนึ่งใช้สัญลักษณ์ Zn *-vt.* เคลือบสังกะสี

zinc oxide ผงสีขาวจำพวก ZnO ใช้เป็นสารสีทำเครื่องสำอาง ไม้ขีดไฟ กระจกทึบแสง ยาฝาดสมาน และยาฆ่าเชื้อโรค (-S. zinc white)

zing (ซิง) *n.* พลัง, กำลัง, กำลังวังชา, ความมีชีวิตชีวา, เสียงหวือ (เช่น เสียงของลูกปืนที่พุ่งไปในอากาศ) *-vt., vi.* **zinged, zinging** เคลื่อนที่ดังหวือ

Zion (ไซ เอิน) *n.* ชื่อเนินเขาในกรุงเยรูซาเลมอันเป็นที่ตั้งของวิหาร, ชาวยิว, ดินแดนปาเลสไตน์อันเป็นดินแดนบ้านเกิดเมืองนอนของชาวยิว และเป็นสัญลักษณ์ของศาสนายิว, สวรรค์ (-S. Sion)

Zionism (ไซ' อะนิซึม) *n.* ลัทธิยิวในการยึดเอาปาเลสไตน์เป็นของยิว **-Zionist** *n., adj.* **-Zionistic** *adj.* (-S. Jewish movement)

zip[1] (ซิพ) *n.* เสียงหวือ (เช่น เสียงกระสุนปืนที่แหวกไปในอากาศ), พลังงาน, กำลังวังชา *-v.* **zipped, zipping** *-vi.* เคลื่อนที่หรือกระทำด้วยความเร็วหรือพลังสูง *-vt.* เติมพลัง, เติมความเร่าร้อน (-S. vitality) *-Ex. full of zip, to zip through homework*

zip[2] (ซิพ) *vt., vi.* **zipped, zipping** รูปซิป, ดึงซิป **-ziper** *n.*

zip[3] (ซิพ) *n.* ศูนย์, ความไม่มีอะไร, ความว่างเปล่า, ความไม่ได้อะไร *-vt.* ทำให้พ่ายแพ้, ทำให้คู่ต่อสู้ไม่สามารถทำแต้มได้

ZIP code, Zip code เขตไปรษณีย์, เลขประจำตัวบุคคลที่ใช้ในการไปรษณีย์สหรัฐฯ (-S. zip, ZIP, Zip)

zipper (ซิพ' เพอะ) *n.* ผู้รูดซิป, สิ่งที่เคลื่อนที่ดังหวือ, ที่รูดซิป

zippy (ซิพ' พี) *adj.* **-pier, -piest** มีชีวิตชีวา, มีพลังมาก, คล่องแคล่ว

zircon (เซอร์' คอน) *n.* แร่ zirconium silicate ($ZrSiO_4$) เป็นแร่อัญมณีชนิดหนึ่ง

zirconium (เซอร์โค' เนียม) *n.* ธาตุโลหะชนิดหนึ่งที่มีปฏิกิริยาคล้าย titanium มีสัญลักษณ์ Zr

zither (ซิธ' เธอะ) *n.* เครื่องดนตรีประเภทพิณชนิดหนึ่งที่มี 30-40 สาย **-zitherist** *n.*

zodiac (โซ' ดีแอค) *n.* จักรราศี, แผนภูมิรูปวงกลมแสดงจักรราศี **-zodiacal** *adj.*

zombie, zombi (ซอม บี) *n., pl.* **zombies/zombis** เทพเจ้างูในแอฟริกาตะวันตกและในแถบหมู่เกาะอินเดียตะวันตก, อำนาจเหนือธรรมชาติที่ทำให้ศพกลายเป็นสิ่งมีชีวิตได้, ร่างของศพดังกล่าว

zonal (โซน' เนิล) *adj.* เกี่ยวกับ zone (ดู) **-zonally** *adv.* (-S. zonary)

zonate (โซ' เนท) *adj.* เต็มไปด้วยเขตหรือแนว, จัดเป็นเขตหรือภาคหรือแนว, เป็นแถว, เป็นริ้ว, เป็นวง (-S. zonated)

zonation (โซเน' ชัน) *n.* การเป็นเขต, การเป็นแนว, การเป็นแถบ, การเป็นวง, การเป็นริ้ว, การเป็นภาค, การเป็นบริเวณ

zone (โซน) *n.* เขต, เขตเวลา, เขตไปรษณีย์, แนว, แถบ, ริ้ว, วง, บริเวณ, ส่วนของบริเวณการแข่งขัน *-vt.* **zoned, zoning** ทำให้เป็นเขต (แนว แถบ วง ริ้ว ภาค บริเวณ) (-S. region, belt, territory) *-Ex. The municipality zoned this section industrial.*

zonule (โซน' นูล) *n.*เขตเล็กๆ, บริเวณเล็กๆ, แนวเล็ก, แถบขนาดเล็ก, ริ้วขนาดเล็ก, วงขนาดเล็ก, ภาคขนาดเล็ก **-zonular** *adj.*

zoo (ซู) *n., pl.* **-zoos** สวนสัตว์

zoo-, zo- คำอุปสรรค มีความหมายว่า สิ่งมีชีวิต, สัตววิทยา

zoogeography (โซอะจีออก' ระฟี) *n.* การศึกษาเกี่ยวกับการแพร่หลายของสัตว์ **-zoogeographer** *n.* **-zoogeographic, zoogeographical** *adj.*

zoography (โซออก' ระฟี) *n.* สาขาสัตววิทยาที่เกี่ยวกับรูปพรรณลักษณะของสัตว์ **-zoographic, zoographical** *adj.*

zooid (โซ' ออยด) *n.* สิ่งที่คล้ายสัตว์, สิ่งที่มีชีวิตที่เกิดจากการแยกตัว, เซลล์สัตว์ที่สามารถเคลื่อนที่ได้โดยอิสระ, ลักษณะสัตว์ *-adj.* คล้ายสัตว์, เกี่ยวกับลักษณะสัตว์

zool. ย่อจาก zoological, zoology

zoological (โซอะลอจ' จิเคิล) *adj.* เกี่ยวกับสัตววิทยา, เกี่ยวกับสัตว์ (-S. zoologic)

zoological garden สวนสัตว์สำหรับให้ประชาชนชม (-S. zoo)

zoologist (โซ' ออล' ละจิสท) *n.* นักสัตววิทยา

zoology (โซออล' ละจี) *n., pl.* **-gies** สัตววิทยา, เรื่องเขียนเกี่ยวกับสัตววิทยา, ชีวิตสัตว์ในบริเวณหนึ่งโดยเฉพาะ

zoom (ซูม) *v.* **zoomed, zooming** *-vi.* เคลื่อนตัวอย่างรวดเร็วด้วยเสียงกระหึ่ม, ปั่นขึ้นเป็นมุมชันอย่างรวดเร็ว, (ในการถ่ายภาพ) เปลี่ยนการขยายในขณะจับภาพ, ได้มาโดยไม่เสียค่าใช้จ่าย *-vt.* ปรับภาพ, ได้มาโดยไม่เสียค่าใช้จ่าย, ทำให้บินขึ้นเป็นมุมชันอย่างรวดเร็ว *-n.* การเคลื่อนตัวอย่างรวดเร็วด้วยเสียงกระหึ่ม, การบินขึ้นเป็นมุมชันอย่างรวดเร็ว, การปรับภาพ, เลนส์ขยายปรับภาพ โดยรักษาโฟกัสเดิมไว้ (-S. buzz, speed)

zoom lens เลนส์ขยายปรับภาพโดยรักษาโฟกัส

Z

เดิมไว้

zoon (โซ' เอิน) *n., pl.* **zoa/zoons** สิ่งมีชีวิตจากไข่ฟองเดียว, สิ่งมีชีวิตที่สามารถสืบพันธุ์โดยการแบ่งตัวแทนการร่วมเพศ

zoophyte (โซ' อะไฟทฺ) *n.* สัตว์ไร้กระดูกสันหลังที่คล้ายพืช เช่น หินปะการัง **-zoophytic, zoophytical** *adj.*

zootomy (โซออท' ทะมี) *n., pl.* **-mies** การวิภาคศาสตร์ที่เกี่ยวกับสัตว์ **-zootomic, zootomical** *adj.* **-zootomist** *n.*

Zoroaster (โซ' โรแอสเทอะ) *n.* ชื่อหมอสอนศาสนาชาวเปอร์เซียในราวศตวรรษที่ 6 (-S. Zarathustra)

Zoroastrian (โซโรแอส' เทรียน) *adj.* เกี่ยวกับ Zoroaster หรือ Zoroastrianism *-n.* ผู้ยึดถือคำสอนของ Zoroaster เช่น พวก Gabar ในอิหร่านและพวก Parsee ในอินเดีย

Zoroastrianism (โซโรแอส' เทรียนนิสซึม) *n.* ศาสนาอิหร่านศาสนาหนึ่งที่เชื่อว่าก่อตั้งขึ้นโดย Zoroaster ในศตวรรษที่ 6

zoster (ซอส' เทอะ) *n.* โรคงูสวัด, สายรัดเอว

Zr สัญลักษณ์ของธาตุ zirconium

Zulu (ซู' ลู) *n., pl* **Zulu/-lus** ชื่อชนเผ่าหนึ่งในภาคตะวันออกเฉียงใต้ของแอฟริกา, สมาชิกเผ่าดังกล่าว, ภาษาที่ชนเผ่าดังกล่าวใช้กัน, คำสื่อสารที่หมายถึงอักษร Z *-adj.* เกี่ยวกับชนเผ่าซูลูและภาษาซูลู

Zurich (ซู' ริค) เขตปกครองในตอนเหนือของสวิตเซอร์แลนด์, เมืองซูริคในเขตดังกล่าว, ชื่อทะเลสาบในภาคเหนือของสวิตเซอร์แลนด์

zwitterion (สวิท' เทอไรเอิน, ซวิท'-) *n.* ไอออนที่มีทั้งประจุบวกและประจุลบ **-zwitterionic** *adj.*

zygote (ไซ' โกท, ซิ' โกท) *n.* เซลล์ที่เกิดจากการรวมกันของเซลล์เพศ (gametes) สองเซลล์

zymurgy (ไซ' เมอร์จี) *n.* ศิลปะการต้มกลั่นสุรา, วิทยาการทางเคมีที่เกี่ยวกับการหมัก

ภาคผนวก

ประเภทของคำ ในภาษาอังกฤษ
(Parts of Speech)

Noun (นาม)
นาม คือคำที่ใช้ระบุ บุคคล สถานที่ สิ่งของ หรือคุณสมบัติ เช่น Bangkok, Einstein, tree, wisdom

Pronoun (สรรพนาม)
สรรพนาม คือคำที่ใช้แทนนาม เช่น I, she, he, which, those, each, herself

Verb (กริยา)
กริยา คือคำหรือกลุ่มของคำที่แสดงการกระทำของประธาน (subject) ต่อกรรม (object) ของประโยคหรือบอกอาการ การกระทำ หรือสภาพของประธานนั้นๆ เช่น is, am, has done, walked, will be shown

Adjective (คุณศัพท์)
คุณศัพท์ คือคำที่บรรยายหรือขยายความหมายของนามหรือสรรพนามให้ชัดเจนยิ่งขึ้น เช่น *better* performance, *national* income, *beautiful* day

Adverb (กริยาวิเศษณ์)
กริยาวิเศษณ์ใช้ขยาย กริยา คุณศัพท์ กริยาวิเศษณ์ หรือขยายประโยค เช่น walked *slowly*, short *enough*, *very* high performance, come here *soon*, go soon

Preposition (บุพบท)
บุพบทจะอยู่หน้านามหรือสรรพนาม เพื่อแสดงตำแหน่ง สถานที่ ทิศทาง เวลา หรือแสดงความสัมพันธ์ของนามหรือสรรพนามนั้นๆ กับคำอื่นในประโยค เช่น on, with, in, toward, from

Conjunction (สันธาน)
คำที่ทำหน้าที่เชื่อมคำ วลี (phrase) หรืออนุประโยค (clause) เข้าด้วยกัน เช่น and, out, nor, or, since, when, although

Interjection (อุทาน)
คำหรือวลี (phrase) ที่แสดงอารมณ์หรือความรู้สึก เช่น Oh!, Alas!, Ouch!, My god!, Goodness!

คำอุปสรรค (Prefix)

a- **ใช้เพื่อเน้นความหมาย**
เช่น arise (ลุกขึ้น, เกิดขึ้น), awake (ปลุก, ตื่นขึ้น)

a- **ของ**
เช่น anew (อีกครั้งล่าสุด), akin (เกี่ยวกับ, เท่าเทียมกับ), athirst (กระหาย, กระตือรือร้น)

a- **บน**
เช่น afoot (เดินเท้า), aboard (บนเรือ, บนเครื่องบิน), abed (บนเตียง)

a- **จาก**
เช่น avert (หลบ, บ่ายเบี่ยง)

a- **ไปยัง, ไปสู่**
เช่น ascend (ขึ้น, เฟื่องฟู), achieve (ประสบความสำเร็จ)

a- **ออก**
เช่น amend (แก้ไข), affray (การทะเลาะวิวาท)

a- **ย่อจาก an- ไม่, ปราศจาก, ใช้นำหน้าเสียงพยัญชนะ**
เช่น abysm (เหวลึก), agnostic (ที่ไม่เชื่อว่ามีพระเจ้า), amorphous (ไม่มีรูปร่าง)

ab- **จาก, ออกจาก**
เช่น abduct (ลักพาตัว), abjure (สละ, เพิกถอน)

ad- **ไป, ไปยัง, ที่, ใกล้**
เช่น adapt (ดัดแปลง), admit (ยอมรับ)

aero- **อากาศ**
เช่น aeroplane (เครื่องบิน), aeronautics (วิชาการบิน)

Afro- **แอฟริกา**
เช่น Afro-American (ชาวอเมริกันเชื้อสายแอฟริกัน)

amb-, ambi-	ทั้งสองด้าน, รอบ
	เช่น ambidextrous (ถนัดทั้ง 2 ข้าง), ambition (ความทะเยอทะยาน)
an-	ไม่, การปฏิเสธ, การเพิกถอน
	เช่น anaerobic (ซึ่งไม่มีอากาศ)
an-	ต่อต้าน, คัดค้าน
	เช่น answer (ตอบ)
ana-	สู่, ผ่าน, ตลอด
	เช่น analysis (การวิเคราะห์), anatomy (กายวิภาค)
andr-, andro-	ผู้ชาย
	เช่น androgen (ฮอร์โมนเพศชาย)
Anglo-	อังกฤษ
	เช่น Anglo-American (ชาวอเมริกันที่มีเชื้อสายอังกฤษ)
ant-	ต้าน [ดู anti-]
	เช่น antagonist (ศัตรู), antacid (ยาแก้ท้องอืด)
ante-	ก่อน
	เช่น antecedent (ที่เกิดขึ้นก่อน), antedate (เกิดก่อน, มาก่อน)
anthropo-	คน
	เช่น anthropology (มานุษยวิทยา), anthropoid (คล้ายมนุษย์), anthropomorphic (คล้ายมนุษย์)
anti-	ต้าน, ตรงกันข้าม
	เช่น anticlimax (การจบเรื่องที่ผิดจากที่ควรจะเป็น), antichrist (ที่ต่อต้านศาสนาคริสต์)
aqua-, aque-, aqui-	น้ำ
	เช่น aquatic (ที่เกี่ยวกับน้ำ), aqueous (ที่เกิดจากน้ำ)
arch-, archi-	หัวหน้า, สำคัญ
	เช่น archangel (หัวหน้าเทพ), archbishop (พระราชาคณะของศาสนาคริสต์), architect (สถาปนิก)

archaeo-, archeo- โบราณ

เช่น archaeology (โบราณคดี), Archeozoic (เกี่ยวกับยุคแรกของยุคพรีแคมเบียน)

astro- ดาว

เช่น astrology (ดาราศาสตร์), astronaut (นักบินอวกาศ), astrolabe (เครื่องมือวัดระดับความสูงของดาว)

audi-, audio- เกี่ยวกับการฟัง

เช่น audience (ผู้ชม, ผู้ฟัง), audiovisual (ทั้งเสียงและภาพ), audition (การทดสอบนักแสดงหรือนักดนตรี)

auto- โดยตัวเอง, ตัวเอง

เช่น automobile (รถยนต์), automatic (โดยอัตโนมัติ)

baro- น้ำหนัก

เช่น barometer (เครื่องวัดความกดอากาศ)

be- ใกล้, แสดงตำแหน่ง

เช่น beside (ข้างๆ), beneath (ข้างใต้)

bi- สอง, คู่, ทวิ

เช่น bicycle (รถจักรยาน), bilateral (ร่วมกันทั้งสองฝ่าย)

biblio- หนังสือ

เช่น bibliography (บรรณานุกรม)

bio- ชีวิต

เช่น biography (ชีวประวัติ), biology (ชีววิทยา), biopsy (การวินิจฉัยโรคจากเนื้อเยื่อ)

bis- ดู bi-

cat-, cata-, cath- ลง, ผ่าน

เช่น catacomb (สุสานใต้ดิน), cataclysm (ภัยธรรมชาติ), cataract (แก่งน้ำ)

centi- ร้อย

เช่น centipede (ตะขาบ), centimeter (เซนติเมตร)

chromo- สี

เช่น chromatic (เกี่ยวกับสี), chromosome (โครโมโซม)

chrono- เวลา

เช่น chronometer (นาฬิกาที่เที่ยงตรง), chronology (การเรียงลำดับเหตุการณ์ตามเวลาที่เกิดขึ้น)

circum- รอบ, โดยรอบ

เช่น circumspect (ระมัดระวัง), circumstance (สภาพแวดล้อม)

com- ด้วย, กับ

เช่น commit (ข้อผูกมัด), command (คำสั่ง), combine (รวม), compound (สารประกอบ)

contra- ต้าน

เช่น contravene (ฝ่าฝืน), contradict (ขัดแย้ง)

cosmo- โลก, จักรวาล

เช่น cosmology (ดาราศาสตร์วิทยา), cosmos (จักรวาล), cosmopolitan (ของทั่วโลก, เป็นกลาง)

counter- ดู **contra-**

cyclo- วง, วงกลม, ล้อ

เช่น cyclone (พายุหมุน), cyclopedia (สารานุกรมฉบับย่อ)

de- ลง, จาก

เช่น deduce (สรุปจาก), degrade (ลดระดับ)

deca- สิบ

เช่น decagon (รูปสิบเหลี่ยม), decalogue (บัญญัติสิบประการ)

demi- ครึ่ง

เช่น demigod (เทพที่ต้อยต่ำ), demitasse (ถ้วยขนาดเล็กสำหรับชงกาแฟ)

di- คู่ [ดู **bi-, bis-**]

เช่น digraph (การออกเสียงควบของตัวอักษร 2 ตัว)

dia- ผ่าน, ระหว่าง, คู่

เช่น diameter (เส้นผ่านศูนย์กลาง), dialogue (บทสนทนา), diagnosis (การวินิจฉัย)

dis-	จาก, แตกไป, ไม่, ใช้แสดงความหมายในแง่ลบ
	เช่น disarm (ปลดอาวุธ), discharge (ปลดออก), distract (ทำให้ไขว้เขว), disbelief (ความไม่เชื่อ), dishonest (ความไม่ซื่อสัตย์)
dys-	แข็ง, เลว, ป่วย
	เช่น dysentery (โรคบิด), dyspepsia (อาหารไม่ย่อย)
ec-, ex-	ออก
	เช่น eclectic (ที่เลือกมาจากหลายๆ แหล่ง), ecstasy (ความรู้สึกที่มีความสุขมากๆ), exodus (การเคลื่อนย้ายของกลุ่มคนจำนวนมาก)
em-, en-	ใน, เข้าไปใน, ใช้กับสิ่งที่เกี่ยวกับแรง
	เช่น embrace (กอด), enclose (สอด, ล้อม), enable (สามารถ), enlarge (ขยาย)
en-	ใน
	เช่น endanger (ก่อให้เกิดอันตราย), encroach (บุกรุก)
equi-	เท่ากัน
	เช่น equilateral (ที่มีทุกด้านเท่ากัน), equilibrium (สภาพสมดุล), equidistant (ระยะทางที่เท่ากัน)
eu-	ดี
	เช่น eulogy (คำสรรเสริญ), euphony (เสียงที่ไพเราะ)
ex-	ออก, จาก
	เช่น exceed (เกินกว่า), exclude (กีดกัน, ปฏิเสธ) และ (ใช้เพื่อเน้นความหมาย) เช่น exacerbate (ทำให้ขุ่นเคือง)
extra-	เลย, ข้างนอก
	เช่น extraordinary (ที่ผิดปกติ, ที่เด่นมาก)
feto-, feti-, fet-	ตัวอ่อน
	เช่น fetus (ตัวอ่อน, ทารกในครรภ์)
fore-	ก่อน, ล่วงหน้า
	เช่น foretell (พยากรณ์), forehead (หน้าผาก)

geo-	ธรณี, พื้นดิน	
	เช่น geography (ภูมิศาสตร์), geology (ธรณีวิทยา), geometry (เรขาคณิต)	
gyro-	วงแหวน, วงกลม	
	เช่น gyroplane (เครื่องบินที่มีลักษณะคล้ายเฮลิคอปเตอร์), gyroscope (อุปกรณ์ที่มีแกนซึ่งหมุนได้รอบทิศทาง)	
hemi-	ครึ่ง	
	เช่น hemisphere (ครึ่งโลก, ซีกโลก)	
hemo-	เลือด	
	เช่น hemophilia (โรคเลือดไหลไม่หยุด), hemorrhage (การตกเลือด)	
hetero-	อื่น	
	เช่น heterosexual (ที่ดึงดูดเพศตรงข้าม, ที่เกี่ยวกับเพศตรงข้าม), heterodox (นอกรีต, ไม่เป็นไปตามแบบแผน)	
hex-, hexa-	หก	
	เช่น hexagon (รูปหกเหลี่ยม)	
homo-	เหมือน	
	เช่น homogeneous (ที่มีลักษณะเหมือนกัน), homosexual (ที่เกี่ยวกับเพศเดียวกัน)	
hyper-	เกิน, เกินไป	
	เช่น hyperactive (ที่กระตือรือร้นมาก), hypercritical (ที่ชอบวิจารณ์, จู้จี้ขี้บ่น)	
hypo-	ใต้	
	เช่น hypodermic (ที่ฉีดเข้าใต้ผิวหนัง), hypothesis (สมมุติฐาน)	
ideo-	ความคิด	
	เช่น ideology (อุดมการณ์)	
idio-	ตัวเอง, ส่วนตัว, โดยเฉพาะ	
	เช่น idiom (สำนวนที่มีความหมายเฉพาะตัว), idiocy (ความโง่เขลา), idiosyncrasy (ลักษณะที่แปลกประหลาด)	
il-	ใน	
	เช่น illuminate (ให้แสงสว่าง)	

im-	ใน
	เช่น imagin (จินตนาการ)
in-	ใน
	เช่น inborn (โดยกำเนิด), insight (เข้าใจอย่างลึกซึ้ง)
in-	ใน, เข้าใน
	เช่น include (รวม), inclose (สอด, ล้อม)
in-	ไม่
	เช่น inactive (ไม่กระตือรือร้น), incapable (ไม่สามารถ)
infra-	ใต้
	เช่น infrared (รังสีอินฟราเรด), infrastructure (สาธารณูปโภคพื้นฐาน)
inter-	ระหว่าง, ร่วมกัน
	เช่น intercede (ขอความเห็นใจ), intercept (ขัดขวาง), intermingle (ผสมเข้าด้วยกัน)
intra-	ภายใน [ดู **inter-**]
	เช่น intramural (ที่อยู่โรงเรียนประจำ)
intro-	ภายใน, เข้าใน [ดู **inter-**]
	เช่น introduce (แนะนำ), introspection (การใคร่ครวญ)
juxta-	ใกล้
	เช่น juxtaposition (การตั้งอยู่ติดกัน)
kilo-	พัน
	เช่น kilogram (กิโลกรัม), kilometer (กิโลเมตร)
macro-	ยาว, ใหญ่, ยิ่งใหญ่
	เช่น macrocosm (จักรวาล, โครงสร้างรวม), macron (สัญลักษณ์ที่ใช้เน้นการออกเสียง)
mal-, male-	ป่วย, เลว, ไม่ดี
	เช่น malcontent (ไม่น่าพอใจ), malefactor (ไม่สามารถทำงานได้อย่างเหมาะสม)
medio-	กลาง
	เช่น mediocrity (คุณภาพระดับกลาง)

meg-, mega-, megalo-	ใหญ่
	เช่น megaphone (โทรโข่งขนาดใหญ่), megalomania (โรคทางประสาทที่ผู้ป่วยคิดว่าตนเองมีอำนาจ)
melan-, melano-	ดำ
	เช่น melancholy (ความเศร้าโศกมาก), melanoma (รงควัตถุสีเข้ม)
met-, meta-	หลัง, ข้าม, ท่ามกลาง, เกี่ยวกับการเปลี่ยนแปลง
	เช่น metamorphosis (การเปลี่ยนแปลงรูปร่างลักษณะ), metaphor (การเปรียบเทียบตรงๆ), metaphysics (อภิปรัชญา)
micro-	เล็ก, จิ๋ว
	เช่น microbe (จุลินทรีย์), microcosm (ตัวแทนย่อยๆ ของสิ่งใดสิ่งหนึ่ง), microscope (กล้องจุลทรรศน์)
mis-	ผิด, ไม่ดี, เลว
	เช่น misdeed (การกระทำที่ชั่วร้าย), mishap (โชคร้าย), misinformed (ให้ข้อมูลผิดๆ, ชักนำไปในทางผิด), misshapen (ผิดรูปร่าง), mistake (ความผิด)
mis-	ไม่สบาย, โชคไม่ดี
	เช่น misadventure (ความโชคร้าย), misalliance (ความไม่เหมาะสมกับฐานะ), mischance (โชคร้าย)
mon-, mono-	เดี่ยว, เดียว
	เช่น monarch (กษัตริย์), monomania (ความดื้อรั้น)
multi-, mult-	มาก, หลาย
	เช่น multiform (มีหลายรูปแบบ), multiplication (การแสดงหรือกระบวนการที่มีความซับซ้อน)
neo-	ใหม่, เร็วๆ นี้
	เช่น neoclassic (ศิลปะที่ได้รับอิทธิพลจากสมัยคลาสสิก), neophyte (ผู้เริ่มต้น)
non-	ไม่ [ดู in-, un-]
	เช่น nonalcoholic (ไม่มีส่วนผสมของแอลกอฮอล์), nonprofessional (ไม่ใช่มืออาชีพ)

ob-	ต้าน, ก่อน, ในทาง
	เช่น object (คัดค้าน), obstacle (อุปสรรค), obstruct (ขัดขวาง)
octa-, octo-	แปด
	เช่น octave (คู่โน้ตดนตรีที่ห่างกันแปดระดับเสียง), octopus (ปลาหมึกยักษ์)
olig-, oligo-	เล็ก, น้อย
	เช่น oligarchy (การปกครองโดยกลุ่มคนไม่กี่คน), oligopoly (การค้าที่มีการผูกขาดเพียงไม่กี่ราย)
omni-	ทั้งหมด
	เช่น omnipotent (มีอำนาจในการตัดสิน), omnipresent (ที่เกิดขึ้นในหลายแห่งในเวลาเดียวกัน), omniscient (พหูสูต)
orth-, ortho-	ตรง, ถูกต้อง
	เช่น orthodox (ตามที่ยึดถือกันทั่วไป), orthography (ระบบการสะกดคำ)
out-	ออก, เกิน, ข้าม
	เช่น outbid (เสนอเงินให้มากกว่า), outburst (การระเบิด, การแสดงออกอย่างรุนแรง), outcast (ผู้ถูกขับออกจากสังคม)
over-	เหนือ, เกิน
	เช่น overburden (แบกภาระมากเกินไป), overhang (ยื่นออกไป), overhead (เหนือศีรษะ)
pan-, panto-	ทั้งหมด
	เช่น panacea (ยาครอบจักรวาล), pantheism (ลัทธิที่เชื่อว่าพระเจ้าคือทุกสิ่งทุกอย่าง), pantomime (ละครใบ้)
par-, para-	ข้าง, เกิน, นอกเหนือจาก
	เช่น parody (เรื่องที่แต่งล้อเลียนผลงานผู้อื่น), parable (นิทาน, สุภาษิต), paradox (ข้อความที่ขัดแย้งกัน), parallel (แนวขนาน)
path-, patho-	ทนทุกข์, เกิดเป็นโรค, รู้สึก
	เช่น pathetic (น่าสงสาร), pathological (เกี่ยวกับพยาธิวิทยา)
pent-, penta-	ห้า
	เช่น pentagon (รูปห้าเหลี่ยม), Pentateuch (คัมภีร์ห้าเล่มแรกของชาวฮีบรู)

per-	ผ่าน, ตลอด, ทั่ว
	เช่น perdition (การล่มสลาย), perfect (สมบูรณ์), perforate (เจาะแทง), pervade (แผ่ออกไปทั่ว)
peri-	รอบ, ใกล้, เกิน
	เช่น perimeter (เส้นรอบวง), periphery (ขอบ, รอบนอก), periscope (กล้องที่ใช้ในเรือดำน้ำ)
phil-, philo-	รัก, ถูกรัก, กำลังรัก
	เช่น philharmonic (ที่รักดนตรี), philology (การศึกษาเกี่ยวกับภาษา), philosophy (ปรัชญา)
phon-, phono-	เสียง
	เช่น phonetic (การศึกษาเกี่ยวกับเสียง), phonograph (เครื่องกลที่สามารถผลิตเสียงได้)
physi-, physio-	ธรรมชาติ
	เช่น physiography (การศึกษาพื้นผิวโลก), physiology (สรีรวิทยา)
poly-	มาก
	เช่น polygamy (การมีสามีภรรยามากกว่าหนึ่งคน), polygon (รูปหลายเหลี่ยม)
post-	ด้านหลัง, ภายหลัง
	เช่น postdate (ประทับวันที่ย้อนหลังจากวันจริง), postpone (เลื่อน)
pre-	ก่อน
	เช่น predict (ทำนาย), preeminent (เด่น), prefer (ชอบ)
pro-	ก่อน, ไปข้างหน้า, แทนที่
	เช่น produce (ผลิต), profess (เปิดเผย), project (โครงการ), pronoun (สรรพนาม)
prot-, proto-	ก่อน, ไปข้างหน้า
	เช่น protagonist (ผู้นำ, ตัวเอก), protocol (ตราสารเกี่ยวกับความตกลงระหว่างประเทศ), protoplasm (วัตถุกึ่งของเหลว มีลักษณะโปร่งแสงอยู่ภายในเซลล์สิ่งมีชีวิต)
pseudo-	เทียม
	เช่น pseudonym (นามแฝง), pseudoscience (ทฤษฎีที่ไม่ได้อ้างอิงหลักวิทยาศาสตร์)

psych-, psycho-	ลมหายใจ, จิต, วิญญาณ
	เช่น psychiatric (เกี่ยวกับโรคจิต), psychic (เกี่ยวกับวิญญาณ), psychoanalysis (จิตวิเคราะห์), psychology (จิตศาสตร์)
quadri-, quadru-	สี่
	เช่น quadrilateral (รูปสี่เหลี่ยมด้านไม่เท่า), quadruple (เพิ่มขึ้นสี่เท่า)
radio-	แท่ง, รัศมี, รังสี
	เช่น radioactivity (การแผ่รังสี), radiology (รังสีวิทยา)
re-	หลัง, อีก
	เช่น recall (เรียกกลับ), redeem (แก้ไข), regain (เอากลับมา, กู้), return (กลับ)
retro-	ข้างหลัง
	เช่น retroactive (มีผลย้อนหลัง), retrograde (ที่ถอยหลัง)
semi-	ครึ่ง
	เช่น semicircle (ครึ่งวงกลม)
sept-, septi-	เจ็ด
	เช่น septennial (ที่เกิดขึ้นทุกเจ็ดปี), septet (บันไดเสียงเจ็ดขั้น)
sex-	หก
	เช่น sextet (บันไดเสียงหกขั้น), sextuple (เพิ่มขึ้นหกเท่า)
socio-	เพื่อน, ผู้ที่อยู่ร่วมกันเป็นสังคม, ที่เกี่ยวข้องทางด้านสังคม
	เช่น social (สังคม), sociology (สังคมวิทยา)
stereo-	แข็ง, แน่น, สามมิติ
	เช่น stereophonic (ที่มีเสียงมาจากหลายแหล่งพร้อมๆ กัน), stereotype (สิ่งที่เป็นพิมพ์เดียวกันหรือเหมือนกัน)
sub-	ใต้, ด้านล่าง, ด้านใน
	เช่น subject (อยู่ใต้อำนาจ), submarine (เรือดำน้ำ), submit (ยอมจำนน), subordinate (ที่เป็นรอง)
subter-	ภายใต้
	เช่น subterfuge (อุบาย)

tetra-	สี่
	เช่น tetrahedron (รูปทรงที่มีสี่หน้า)
theo-	พระเจ้า, เทวะ
	เช่น theocracy (การปกครองโดยคณะสงฆ์), theology (เทววิทยา)
thermo-, therme-	ร้อน, ความร้อน
	เช่น thermodynamics (อุณหพลศาสตร์), thermometer (เครื่องมือวัดอุณหภูมิ), thermostat (ตัวควบคุมอุณหภูมิ)
tra-, trans-	ข้าม, ผ่าน, นอกเหนือ
	เช่น traduce (ด่าว่า), traverse (เดินข้าม), transfix (แทง)
tri-	สาม, สามเท่า
	เช่น triangle (สามเหลี่ยม), trident (สามง่าม), triple (สามเท่า)
ultra-	เกิน
	เช่น ultramarine (สีฟ้าน้ำทะเล), ultrasonic (คลื่นเสียงความถี่สูงที่หูคนไม่สามารถได้ยิน)
un-	ไม่
	เช่น unanswering (ไม่ตอบ), unavailing (ที่ไม่มีประโยชน์)
un-	กลับ
	เช่น undo (ลบทิ้ง), untie (คลายปมเชือก)
under-	ภายใต้
	เช่น underground (ใต้ดิน), underhand (ที่เป็นความลับ), underlie (อยู่ใต้)
uni-	หนึ่ง, เดียว
	เช่น unicellular (ที่เป็นเซลล์เดียว), unicorn (ม้าในเทพนิยายที่มีเขาหนึ่งเขา)
vice-	รอง
	เช่น vice-president (รองประธาน), viceroy (ผู้สำเร็จราชการแทน)
with-	ต้าน, ถอน
	เช่น withdraw (ถอน), withhold (เอาคืน), withstand (อดทน)

คำปัจจัย (Suffix)

-able   สามารถ

เช่น bearable (ที่พอจะทนได้), durable (ที่คงทน), comfortable (ที่สะดวกสบาย)

-ac   เกี่ยวกับ

เช่น cardiac (เกี่ยวกับหัวใจ), demoniac (ที่ชั่วร้าย)

-acious   ใช้บอกลักษณะ

เช่น pugnacious (ชอบทะเลาะ, ก้าวร้าว), tenacious (ที่เกาะอย่างเหนียวแน่น)

-acity   คุณสมบัติ, ลักษณะ

เช่น tenacity (การยึดเกาะอย่างเหนียวแน่น), veracity (ความจริง)

-acy   มีคุณสมบัติ, มีลักษณะ

เช่น fallacy (ความเชื่อผิดๆ), legitimacy (ความถูกต้อง), accuracy (ความถูกต้อง)

-age   เกี่ยวกับภาวะ ตำแหน่ง ราคา

เช่น appendage (สิ่งที่เพิ่มเข้ามา), baggage (สัมภาระ), foliage (ใบไม้), peerage (ตำแหน่งขุนนาง)

-al   ระบุให้เป็นนามที่มาจากคำกริยา

เช่น reprisal (การแก้แค้น), refusal (การปฏิเสธ)

-an   เกี่ยวกับ, เป็นของ

เช่น American (เกี่ยวกับชาวอเมริกัน), historian (นักประวัติศาสตร์), Roman (เกี่ยวกับโรมัน)

-ance   การกระทำหรือภาวะ

เช่น abundance (จำนวนมาก), distance (ระยะทาง), riddance (การปลอบโยน)

-ancy	ภาวะหรือคุณสมบัติ [ดู **-ance**]
	เช่น ascendancy (การมีอำนาจเหนือ), redundancy (การมีมากเกินต้องการ)
-ant	ระบุการเป็นบุคคล สิ่งของ หรือภาวะบางอย่าง
	เช่น tenant (ผู้อาศัย), pleasant (พอใจ)
-ar	เกี่ยวกับ
	เช่น angular (เกี่ยวกับมุม), familiar (คุ้นเคย), polar (เกี่ยวกับขั้ว)
-arch	ผู้นำ
	เช่น monarch (กษัตริย์), patriarch (ประมุข, หัวหน้าครอบครัว)
-archy	การปกครอง
	เช่น monarchy (การปกครองโดยกษัตริย์), oligarchy (การปกครองโดยกลุ่มคนขนาดเล็ก)
-arian	เกี่ยวกับการติดตาม หลักการ หรือยุค
	เช่น humanitarian (ที่มีมนุษยธรรม), antiquarian (ที่เกี่ยวกับการศึกษา สะสมและขายวัตถุโบราณ), octogenarian (ที่มีอายุระหว่าง 80-90 ปี)
-arium	เกี่ยวกับสถานที่หรือแหล่งสะสม
	เช่น aquarium (ตู้ปลา), honorarium (เงินตอบแทนน้ำใจ)
-ary	เกี่ยวกับ
	เช่น honorary (เพื่อเป็นเกียรติ), military (เกี่ยวกับทหาร), apothecary (คนขายยา), granary (ยุ้งข้าว), dictionary (พจนานุกรม)
-ate	เกี่ยวกับบุคคล หน้าที่ หรือลักษณะเฉพาะ
	เช่น advocate (ผู้สนับสนุน), candidate (ผู้สมัครรับเลือกตั้ง), curate (พระผู้ช่วยหัวหน้าบาทหลวง)
-ate	ผลการกระทำ
	เช่น mandate (คำสั่ง)
-ation	การกระทำ, ภาวะ, เงื่อนไข, ผลิตภัณฑ์, ผล, สิ่งที่ทำให้เกิดผล
	เช่น elation (ความยินดี), migration (การอพยพ), separation (การแบ่งแยก), starvation (ความอดอยาก)

-ative	แสดงความโน้มเอียงหรืออารมณ์
	เช่น cumulative (ที่สะสม), talkative (ที่ช่างพูด), affirmative (ยืนยัน)
-cide	ผู้ฆ่า, การฆ่า
	เช่น germicide (ยาฆ่าเชื้อโรค), homicide (การฆ่าคน), suicide (การฆ่าตัวตาย)
-cle, -cule	เล็ก, จิ๋ว
	เช่น article (หัวข้อ), particle (อนุภาค)
-cracy	การปกครอง, หน่วยปกครอง
	เช่น democracy (การปกครองระบอบประชาธิปไตย), autocracy (การปกครองโดยเผด็จการ)
-crat	ผู้ปกครอง, สมาชิกคณะปกครอง, ผู้นิยมระบบหนึ่ง ๆ
	เช่น aristocrat (คนชั้นสูง), democrat (ผู้นิยมประชาธิปไตย)
-cy	ภาวะ
	เช่น idiocy (ความโง่เขลา)
-dom	อำนาจ, ภาวะ,
	เช่น รัฐ kingdom (อาณาจักร), wisdom (ความฉลาด), martyrdom (การสละชีวิตเพื่อศาสนา)
-ee	ผู้ถูกกระทำ
	เช่น employee (ลูกจ้าง), trustee (ผู้ทำหน้าที่จัดการดูแลทรัพย์สินเพื่อให้เกิดประโยชน์ตามความต้องการของผู้ให้)
-eer	ผู้มีส่วนร่วม
	เช่น engineer (วิศวกร), profiteer (ผู้ได้ผลประโยชน์จากการขายสินค้าที่ขาดแคลน)
-el	จิ๋ว, เล็ก
-en, -n	ทำด้วย, เกี่ยวกับ
	เช่น wooden (ทำด้วยไม้), golden (ทำด้วยทอง), heathen (ที่นอกศาสนา)
-en	ทำให้เป็นพหูพจน์
	เช่น oxen (วัวหลายตัว)

-en	ทำให้เป็นคำกริยา
	เช่น whiten (ทำให้ขาว), soften (ทำให้อ่อนนุ่ม)
-er	ผู้มีหน้าที่, แหล่งกำเนิด, ลักษณะเฉพาะ
	เช่น baker (คนทำขนมปัง), batter (นักกีฬาเล่นแบดมินตันหรือคริกเกต), butler (หัวหน้าคนรับใช้), grocer (คนขายของชำ), southerner (ผู้ที่อาศัยทางภาคใต้), villager (ชาวบ้าน), six-footer (ความยาว 6 ฟุต), teetotaler (คนที่งดเว้นเครื่องดื่มแอลกอฮอล์)
-er	การกระทำหรือกระบวนการ
	เช่น dinner (อาหารมื้อหลัก), remainder (ส่วนที่เหลือ)
-er	บ่อย
	เช่น flicker (สั่นไหว), sputter (ทำเสียงพ่นของออกมา)
-ern	แสดงทิศทาง
	เช่น western (ทิศทางตะวันตก)
-ery	ธุรกิจ, สถานที่ธุรกิจ, สินค้า, คุณลักษณะ
	เช่น bakery (ร้านขายขนมปัง), grocery (ร้านขายของชำ), pottery (ช่างทำหม้อ), finery (การตกแต่งอย่างหรูหรา), trickery (การใช้อุบาย)
-esce	กลายเป็น, เริ่มต้น
	เช่น convalesce (พักฟื้น)
-escent	ค่อยๆ เป็น
	เช่น convalescent (ผู้ป่วยระยะพักฟื้น), luminescent (ที่ให้แสงสว่าง)
-ese	เป็นของ, พื้นเมือง, รูปแบบ, ภาษา
	เช่น Siamese (เป็นของประเทศสยาม), Johnsonese (เป็นของจอห์นสัน)
-esque	รูปแบบ, กิริยา, ลักษณะ
	เช่น picturesque (เหมือนภาพวาด), grotesque (ประหลาด), Romanesque (ที่มีสถาปัตยกรรมสมัยโรมันและไบเซนไทน์)
-ess	เพศหญิง
	เช่น countess (ขุนนางหญิง), authoress (นักประพันธ์หญิง)

-fic	ซึ่งทำหรือทำให้เกิดขึ้น
	เช่น pacific (สงบ), prolific (ที่มีผลมาก)
-fold	เป็นทวีคูณ, เท่า
	เช่น threefold (เพิ่มสามเท่า), manifold (จำนวนมากมาย)
-form	เกี่ยวกับรูปแบบ
	เช่น cuneiform (เกี่ยวกับอักษรลิ่ม)
-ful	เต็มไปด้วย
	เช่น grateful (กตัญญู), fanciful (ช่างจินตนาการ), mournful (เศร้าโศก)
-fy	ทำ
	เช่น deify (ยกย่อง), terrify (ทำให้กลัว)
-gamous, -gamy	แต่งงาน
	เช่น monogamous (ที่แต่งงานครั้งเดียว), polygamy (การมีสามีหรือภรรยามากกว่าหนึ่งคน)
-genic, -genous, -geny	ทำให้เป็น
	เช่น phylogenic (เกี่ยวกับวิวัฒนาการของสิ่งใดสิ่งหนึ่ง เช่น เชื้อชาติ), homogenous (ที่เป็นชนิดเดียวกัน), progeny (ผลิตผล)
-gon	เป็นมุม
	เช่น octagon (รูปแปดเหลี่ยม), hexagon (รูปหกเหลี่ยม)
-grade	เดิน, เคลื่อนที่
	เช่น retrograde (ที่ถอยหลัง, ที่เสื่อม)
-gram	เกี่ยวกับสิ่งที่วาดหรือเขียน
	เช่น diagram (แผนภาพ), epigram (บทกลอนสั้นๆ), monogram (ชื่อย่อที่เขียนเป็นลวดลายสำหรับปักผ้า)
-graph	เกี่ยวกับสิ่งที่วาดหรือเขียน
	เช่น autograph (ลายมือ), paragraph (ย่อหน้า)
-graphy	เกี่ยวกับรูปแบบหรือกระบวนการทางศิลปะการเขียน การวาด การนำเสนอหรืออื่นๆ
	เช่น biography (ชีวประวัติ), choreography (ศิลปะการออกแบบท่าเต้นบัลเล่ต์), geography (ภูมิศาสตร์), photography (การถ่ายภาพ)

-hood	เกี่ยวกับภาวะ สภาพธรรมชาติ กลุ่มคนเฉพาะ
	เช่น childhood (วัยเด็ก), likelihood (ความน่าจะเป็นจริง), priesthood (ความเป็นพระ), brotherhood (ความเป็นพี่เป็นน้อง)
-ic, -ical	เกี่ยวกับ
	เช่น public (ของสาธารณะ), political (เกี่ยวกับการเมือง), historical (เกี่ยวกับประวัติศาสตร์)
-ics	เกี่ยวกับสาขาวิชา
	เช่น ethics (จริยศาสตร์), economics (เศรษฐศาสตร์), mathematics (คณิตศาสตร์)
-ile	สามารถ
	เช่น agile (คล่องแคล่ว), docile (ว่านอนสอนง่าย), fragile (เปราะบาง)
-im	เกี่ยวกับพหูพจน์
	เช่น cherubim (เทวดาชั้นรอง), seraphim (ทูตสวรรค์ที่มีตำแหน่งสูง)
-ine	เพศหญิง
	เช่น heroine (วีรสตรี)
-ine	เกี่ยวกับการกระทำ วิธีการ สถานที่ ศิลปะ
	เช่น discipline (ระเบียบวินัย), doctrine (ลัทธิ, คำสอน), medicine (การบำบัดโรคด้วยยา)
-ion	เกี่ยวกับการกระทำ ภาวะ สิ่งหรือบุคคล
	เช่น communion (การร่วมกันคิด), fusion (การรวมตัว), legion (กองทหารขนาดใหญ่), opinion (ความคิด) union (สหภาพ)
-ish	ค่อนข้าง, เกี่ยวกับ
	เช่น childish (เป็นเด็ก), foolish (โง่)
-ism, -asm	ภาวะ, ระบบ, ลัทธิ
	เช่น barbarism (ความป่าเถื่อน), atheism (อเทวนิยม), skepticism (ความสงสัย, สภาวะสับสน), enthusiasm (ความกระตือรือร้น)
-ist, -ast	ผู้ซึ่ง
	เช่น atheist (นักกีฬา), gymanast (นักยิมนาสติก)
-itis	อักเสบ
	เช่น laryngitis (กล่องเสียงอักเสบ)

-ize, -ise	กระทำ, ทำให้เป็น	
	เช่น civilize (ทำให้เจริญ), economize (ประหยัด)	
-latry	การบูชา	
	เช่น idolatry (การนมัสการรูปบูชา)	
-lent	เต็มไปด้วย	
	เช่น violent (ที่รุนแรง)	
-less	ปราศจาก	
	เช่น artless (จริงใจ), fatherless (ไม่มีพ่อ)	
-let	จิ๋ว, เล็ก	
	เช่น leaflet (ใบปลิว), bracelet (กำไล)	
-like	เหมือน	
	เช่น businesslike (เหมือนธุรกิจ), godlike (เหมือนพระเจ้า), lifelike (เหมือนมีชีวิต)	
-ling	น้อย, เล็ก	
	เช่น duckling (ลูกเป็ด), underling (ผู้ที่มีตำแหน่งรอง)	
-ling	แสดงทิศทาง	
	เช่น groveling (ที่หมอบลงกับพื้น), sidling (ที่ไปทางทิศข้างๆ)	
-logy	วิทยา, ศาสตร์, การพูด	
	เช่น eulogy (คำสรรเสริญ), theology (เทววิทยา), biology (ชีววิทยา)	
-ly	เหมือน	
	เช่น manly (เหมือนมนุษย์), heavenly (เหมือนสวรรค์)	
-lysis	การสลาย	
	เช่น analysis (การวิเคราะห์), catalysis (การเร่งปฏิกิริยา), paralysis (อัมพาต)	
-lyze	กระทำ	
	เช่น analyze (วิเคราะห์), paralyze (ทำให้เป็นอัมพาต)	
-ment	การ, วิธีการ, ผล	
	เช่น ornament (เครื่องประดับ), fragment (เศษ), management (การจัดการ)	

-meter	อุปกรณ์	
	เช่น hydrometer (เครื่องวัดแรงดันน้ำ), thermometer (เครื่องวัดอุณหภูมิ)	
-metry	กระบวนการ, ศิลปะ, การวัด	
	เช่น geometry (เรขาคณิต), optometry (การวัดสายตา)	
-mony	ภาวะ	
	เช่น matrimony (การแต่งงาน), parsimony (การใช้เงินอย่างระมัดระวังมาก)	
-ness	ภาวะ	
	เช่น fullness (ความเต็มเปี่ยม), redness (ภาวะเป็นสีแดง)	
-nomy	การกระจาย, กฎ, การจัดการ	
	เช่น astronomy (ดาราศาสตร์), autonomy (ความเป็นอิสระ), economy (วิถีทางเศรษฐกิจ), taxonomy (การศึกษาระบบหนึ่งๆ อย่างละเอียด)	
-onym	ชื่อ	
	เช่น antonym (คำที่มีความหมายตรงกันข้าม), synonym (คำที่มีความหมายคล้ายคลึงกัน)	
-or	ผู้ซึ่ง	
	เช่น actor (นักแสดง), doctor (แพทย์), sailor (กะลาสี)	
-or	การกระทำ, ภาวะ, คุณสมบัติ	
	เช่น valor (ความกล้าหาญ), labor (แรงงาน), tremor (การสั่น), honor (เกียรติ), error (ความผิด)	
-orium	สถานที่, อุปกรณ์	
	เช่น auditorium (ห้องประชุม), crematorium (ที่เผาศพ)	
-ory	สถานที่, อุปกรณ์	
	เช่น laboratory (ห้องทดลอง), purgatory (สภาวะหรือสถานที่ที่ดวงวิญญาณถูกลงโทษ), directory (สมุดรายชื่อ)	
-ory	เกี่ยวกับ, มีหน้าที่, มีเหตุผล	
	เช่น declaratory (ที่มีหน้าที่ประกาศ), illusory (หลอกลวง), compulsory (เป็นการบังคับ)	
-ose	เต็มไปด้วย	
	เช่น verbose (ที่ใช้คำฟุ่มเฟือย), jocose (มีอารมณ์ดี), morose (เจ้าอารมณ์)	

-osis	การกระทำ, กระบวนการ, ภาวะ, เงื่อนไข
	เช่น metamorphosis (การเปลี่ยนแปลงรูปร่างลักษณะ), neurosis (โรคจิตประสาท), apotheosis (ที่กลายเป็นเทพ)
-ous	เต็มไปด้วย
	เช่น copious (มากมาย), joyous (เต็มไปด้วยความสุข)
-pathy	ภาวะความรู้สึก
	เช่น antipathy (ความเกลียดชัง), sympathy (ความเห็นใจ), telepathy (การส่งกระแสจิต)
-phil, -phile	ผู้รัก, เป็นมิตรกับ
	เช่น bibliophile (คนรักหนังสือ)
-phobia	ความกลัว, ความเกลียด
	เช่น hydrophobia (โรคกลัวน้ำ)
-phone	เสียง
	เช่น telephone (โทรศัพท์), megaphone (โทรโข่งขนาดใหญ่)
-scape	ทิวทัศน์, วิว
	เช่น landscape (ภูมิประเทศ, ทิวทัศน์), seascape (ภาพทิวทัศน์ของทะเล)
-scope, -scopy	สิ่งที่ช่วยในการมอง
	เช่น telescope (กล้องส่องทางไกล), microscope (กล้องจุลทรรศน์), periscope (กล้องใช้ในเรือดำน้ำ)
-ship	ภาวะ, ลักษณะ
	เช่น friendship (มิตรภาพ), apprenticeship (การฝึกงาน), censorship (การพิจารณา, การตัดทอน)
-sion	ภาวะ, การกระทำ
	เช่น confusion (ความสับสน), tension (ความตึงเครียด), explosion (การระเบิด)
-some	เต็มไปด้วย
	เช่น winsome (น่าสนใจ, มีเสน่ห์), troublesome (เต็มไปด้วยปัญหา), frolicsome (เต็มไปด้วยความสนุกสนาน)

-some **สองหรือมากกว่าสองคนในการกระทำหนึ่งๆ**

เช่น twosome (คนสองคน, สิ่งสองสิ่ง, หนึ่งคู่), foursome (กลุ่มที่มีสมาชิกสี่คนหรือสิ่ง, สองคู่)

-ster **ผู้ซึ่ง**

เช่น gangster (อันธพาล), songster (นักร้อง), master (เจ้านาย, หัวหน้า)

-sy **ภาวะ**

เช่น fantasy (จินตนาการ), heresy (ความนอกรีต)

-teen **สิบ**

เช่น fifteen (สิบห้า)

-tion **ภาวะ, การกระทำ**

เช่น conception (แนวความคิด), perception (ความเข้าใจ)

-tor **ผู้ซึ่ง**

เช่น actor (นักแสดง)

-trix **เพศหญิง**

เช่น aviatrix (นักขับเครื่องบินหญิง)

-ty **แสดงความเป็นนามธรรม**

เช่น levity (การขาดการเอาใจใส่), gravity (แรงโน้มถ่วง)

-ty **สิบเท่า**

เช่น fifty (ห้าสิบ)

-type **สิ่งที่เป็นรูปแบบ**

เช่น archetype (ต้นแบบ), prototype (ต้นแบบ)

-ule **จิ๋ว, เล็ก**

เช่น globule (ก้อนกลมขนาดเล็ก), tubercule (มีลักษณะเป็นหลอด)

-urgy **งาน**

เช่น dramaturgy (ศิลปะการละครโดยเฉพาะการเขียนบท), metallurgy (การศึกษาและเทคโนโลยีในการแยกโลหะออกจากสินแร่)

-ward, -wards   ทิศทาง

　　　　　　　เช่น homeward (ไปสู่บ้าน), homewards (ไปสู่บ้าน)

-way, -ways   วิธี, การกระทำ

　　　　　　　เช่น always (เสมอๆ), straightaway (โดยทันที)

-wise   วิธี, การกระทำ

　　　　　　　เช่น lengthwise (ตามทาง), likewise (ในทางเดียวกัน)

-y   เต็มไปด้วย

　　　　　　　เช่น bloody (เต็มไปด้วยเลือด), dirty (สกปรก), filthy (สกปรก)

-y   จิ๋ว, เล็ก

　　　　　　　เช่น baby (ทารก)

การใช้ อักษรตัวใหญ่ (Capitalization)

1. ใช้กับคำแรกของประโยคที่สมบูรณ์ เช่น

   Barriers to the industry must be removed.

2. ใช้กับคำแรกของประโยคที่ยกมาอ้างอิง เช่น

   He said, "Please identify your ID card."

   อย่าใช้กับคำแรกของข้อความที่อยู่ในเครื่องหมายอัญประกาศ หากข้อความนั้นไม่ใช่ประโยคที่สมบูรณ์ เช่น

   "I began to cry," she told us, "because the pain was so intolerable."

3. ใช้กับอักษร I (ตัวไอ) ที่อยู่เดี่ยวๆ

4. ใช้กับอักษรแรกของคำสำคัญตัวแรก ตัวสุดท้ายและคำสำคัญที่เป็นชื่อหนังสือ บทกวี ข้อความ เป็นต้น เช่น

   "The Mystery of the Giant Star"

   A Warrior of the War

5. ใช้กับชื่อของบุคคล กลุ่ม หรือเอกสารที่ชี้เฉพาะ เช่น

   The Prime Minister will visit Chiang Mai.

   Our Nation should participate the event.

6. ใช้กับชื่อวัน ชื่อเดือน และชื่อวันหยุด (แต่ไม่ใช้กับชื่อฤดู) เช่น

   Labour Day

7. ใช้กับทิศที่ชี้เฉพาะ เช่น ทิศเหนือ ทิศใต้

   Many patients came from the South.

8. ใช้กับชื่อวิชาที่เป็นวิชาทางภาษาต่างๆ และวิชาที่ใช้ชื่อสถานที่เฉพาะมาขยาย เช่น

   This year we will offer French, English literature, zoology, mathematics, and Thai history.

9. นามที่เป็นชื่อเฉพาะ เช่น

   Yesterday, I visited Uncle John, my favourite uncle.

10. ใช้กับคำนำหน้าทั้งหมดของชื่อในคำขึ้นต้นและลงท้ายจดหมาย เช่น

    Mr. Jim Jones, President

    John Smith, Chairman of the Board

    ใช้กับคำแรก คำสุดท้าย และชื่อเฉพาะของคำทักทายในจดหมาย เช่น

    Dear Dr. Henry,

    My dear Sir:

    ใช้กับคำแรกในคำลงท้ายของจดหมายเท่านั้นก่อนลงชื่อผู้เขียน เช่น

    Sincerely yours,

11. ใช้กับชื่อเฉพาะทั้งหมด เช่น

ชื่อคน	John F. Kennedy
ชื่ออาคาร	World Trade Center
เหตุการณ์	Veterans Day
สถานที่	Thailand
ชื่อพลเมืองของประเทศ	Burmese
ชื่อองค์การหรือหน่วยงาน	The United Nations
ชื่อพระเจ้าองค์เดียว	Allah

    คำบางคำมาจากชื่อเฉพาะแต่ไม่มีความหมายเดิมอีกแล้ว กลับมีแต่ความหมายใหม่แยกออกไปต่างหาก คำเหล่านี้ไม่ต้องใช้อักษรตัวใหญ่ขึ้นหน้า เช่น

alaska fur	japan varnish
angora wool	siamese twins
india ink	swiss cheese
roman type	oriental rug

การเขียน จำนวนตัวเลข (Numbers)

จำนวนที่เขียนเป็นตัวอักษรใช้ในกรณีต่อไปนี้

1. จำนวนที่ต่ำกว่าหนึ่งร้อยซึ่งเขียนเป็นตัวอักษรธรรมดา เช่น

fifty-five people

four times as large

six conferences

thirty-four times

2. จำนวนที่เริ่มต้นประโยค เช่น

Nineteen ninety-seven was the corporation's best year.

Three hundred fifty engineers were hired.

3. ศตวรรษ จำนวนเต็ม และจำนวนคร่าวๆ เช่น

hundreds of women

a thousand and one nights

more than a million bahts

the nineteenth century

4. จำนวนมากๆ ที่ใช้ในภาษาทางการ เช่น ภาษากฎหมาย

nineteen hundred and thirty

exactly five thousand

fourty-two thousand two hundred and ninety-two

nineteen hundred and ninety-nine

nine hundred and sixty-two thousand eight hundred and four

5. เศษส่วนธรรมดาหรือตามด้วย of a หรือ of an เช่น

one-half foot

one fourth of an acre

6. จำนวนที่แสดงลำดับที่ซึ่งน้อยกว่าหนึ่งร้อย เช่น

   twentieth century

   ninety-second congress

   Sixth Fleet

   Eleventh Avenue

จำนวนที่แสดงเป็นตัวเลขใช้ในกรณีต่อไปนี้

1. จำนวนที่มีค่ามากกว่าหนึ่งร้อยในประโยคทั่วไป เช่น

   Enrollment reached 8,243.

   1,022 ballots

   81 districts

2. จำนวนทั้งหมดที่แสดงเป็นตาราง

3. จำนวนที่ใช้ร่วมกับค่าคุณสมบัติทางฟิสิกส์ และค่าที่เป็นสัญลักษณ์หรือหน่วยย่อ เช่น

   120/80 blood pressure

   7 pounds   9:30 p.m.

   120° F   1 ft.

   82½"   12 lb. 2 oz.

4. ค่าอนุกรม รวมทั้งหมายเลขหน้าหรือส่วนอื่นของหนังสือ เช่น

   Bulletin 124   diagram 5

   pages 248-250   2100 Fifty-first Street

5. การระบุปี เช่น

   22 B.C.   in A.D. 112

   1999   1610 B.C.E.

6. เศษส่วนที่ควรระบุเป็นตัวเลข เช่น

   9¾-by-12-inch bond

7. จำนวนค่าทศนิยมและเปอร์เซ็นต์

   20.5 percent return

   US$ 120.50

   a GPA of 4.0

8. หากประโยคใดมีจำนวนตัวเลขมากกว่าหนึ่งหลัก ให้เขียนจำนวนที่มีค่ามากกว่าหนึ่งร้อยในรูปตัวเลข เช่น
Of the 250 delegates at the nine o'clock conference, only 2 opposed the proposal.

ตัวเลขจำนวนมาก ๆ

จำนวนที่มีค่ามากๆ มักเขียนด้วยตัวเลข อย่างไรก็ตามจำนวนที่มีค่าเกิน 1 ล้านที่ลงท้ายด้วยเลขศูนย์ 4 ตัวหรือมากกว่าอาจเขียนเป็นตัวอักษรร่วมกับตัวเลข

ตัวอย่างต่อไปนี้ แสดงค่าตัวเลขโดยยึดหลักให้เข้าใจง่าย

จำนวนที่เป็นตัวเลข	จำนวนที่เป็นข้อความ		
$ 12,000,000	$ 12 million	หรือ	12 million dollars
$ 1,000,000,000	$ 1 billion	หรือ	1 billion dollars หรือ one billion dollars
2,250,000	2.25 million	หรือ	$2\frac{1}{4}$ million หรือ two and one-fourth million หรือ two quarter million

ตัวเลขโรมัน

โดยทั่วไปมักนิยมใช้ตัวเลขอารบิก ซึ่งเข้าใจง่ายกว่าการใช้ตัวเลขโรมัน

การใช้ตัวเลขโรมันมีหลักดังนี้คือ อักษรที่ซ้ำแสดงว่าบวกซ้ำ อักษรที่อยู่หลังค่าที่มากกว่าคือบวกเข้าไป ส่วนอักษรที่อยู่หน้าค่าที่มากกว่าคือลบออก เครื่องหมายขีดเหนืออักษรใดคือการคูณอักษรนั้นด้วย 1,000 ค่าเทียบเท่ามีดังนี้

I	1	II	2	III	3
IV	4	V	5	VI	6
VII	7	VIII	8	IX	9
X	10	XV	15	XIX	19
XX	20	XXV	25	XXIX	29
XXX	30	XXXV	35	XXXIX	39
XL	40	XLV	45	XLIX	49
L	50	LV	55	LIX	59
LX	60	LXV	65	LXIX	69
LXX	70	LXXV	75	LXXIX	79
LXXX	80	LXXXV	85	LXXXIX	89
XC	90	XCV	95	XCIX	99
C	100	CL	150	CC	200
CCC	300	CD	400	D	500
DC	600	DCC	700	DCCC	800
CM	900	M	1,000	MD	1,500
MM	2,000	MMM	3,000	MMMM or $M\overline{V}$	4,000
$\overline{V}$	5,000	$\overline{M}$	1,000,000		

ชื่อ เรียกนำหน้า ตำแหน่ง
(Names and Titles)

1. ตัวย่อของชื่อห้างหุ้นส่วน อักษรตัวแรกต้องขึ้นต้นด้วยอักษรตัวพิมพ์ใหญ่
   B. Jackson & Sons, Inc.

2. เพื่อความกระชับของชื่อบริษัท ดังนั้นคำย่อที่ตามหลังชื่อบริษัทอาจใช้

Bro.	— Brother	...และเพื่อน
Bros.	— Brothers	...และเพื่อนๆ
Co.	— Company	บริษัท
Corp.	— Corporation	บรรษัท
Inc.	— Incorporation	บริษัทที่มีความร่วมมือกันระหว่างสองบริษัทขึ้นไป ซึ่งจะมีขนาดใหญ่กว่าบริษัทและบรรษัท
Ltd.	— Limited	บริษัท ห้างหุ้นส่วน (จำกัด) เป็นนิติบุคคล
&	— and	และ

   ห้ามใช้คำย่อ Company และ Corporation กับชื่อหน่วยงานต่างๆ ของรัฐบาล เช่น National Petrolium Corporation

3. ในการใช้คำย่อตำแหน่งทางพลเรือนหรือยศทหารต้องตามด้วยชื่อหรือชื่อย่อ แต่คำย่อเช่น Mr., Mrs., Ms., M., MM., Messrs., Mlle., Mme., Dr. จะมีชื่อหรือชื่อย่อตามหลังหรือไม่ก็ได้

Adj.	— Adjutant	นายทหารเสนาธิการฝ่ายธุรการ
Adm.	— Admiral	พลเรือเอก
Asst. Surg.	— Assistant Surgeon	ผู้ช่วยศัลยแพทย์
Brig. Gen.	— Brigadier General	พลจัตวา
Capt.	— Captain	กัปตัน
Cdr.	— Commander	ผู้บังคับบัญชา, แม่ทัพ
Col	— Colonel	พันเอก
Cpl.	— Corporal	ทหารประจำการธรรมดา
CWO	— Chief Warrant Officer	พันจ่าเอก

1st Lt.	—	First Lieutenant	ร้อยโท
1st Sgt.	—	First Sergeant	1. ทหารยศสิบเอก 2. นายสิบตำรวจ
Gen.	—	General	นายพลเอก
Gov.	—	Governor	ผู้ว่าราชการจังหวัด, ผู้ว่าการมลรัฐ
Lt.	—	Lieutenant	ร้อยโท
Lt. Cdr.	—	Lieutenant Commander	พลโท
Lt. Col.	—	Lieutenant Colonel	พันโท
Lt. Gen.	—	Lieutenant General	พลโท
Lt. Gov.	—	Lieutenant Governor	นาวาตรี
Lt. (jg)	—	Lieutenant, junior grade	เรือโท
Maj.	—	Major	พันตรี
Maj. Gen.	—	Major General	พลตรี
M. Sgt.	—	Master Sergeant	พันจ่าเอก (กองทัพอากาศ)
Pfc.	—	Private, first class	พลทหารชั้นหนึ่ง
PO	—	Petty Officer	จ่า (ทหารเรือ)
Prof.	—	Professor	ศาสตราจารย์
Pvt.	—	Private	พลทหารธรรมดา
R. Adm.	—	Rear Admiral	พลเรือตรี
2d Lt.	—	Second Lieutenant	ร้อยตรี (ใช้ในสหรัฐฯ และอังกฤษ)
Sfc.	—	Sergeant, first class	สิบเอกชั้นหนึ่ง
Sgt.	—	Sergeant	สิบเอก
S. Sgt.	—	Staff Sergeant	จ่านายสิบตรีและพันจ่าตรีทั้งสามเหล่าทัพ
Supt.	—	Superintendent	ผู้กำกับการตำรวจ
Surg.	—	Surgeon	ศัลยแพทย์
T. Sgt.	—	Technical Sergeant	พันจ่าโท (กองทัพอากาศ)
V. Adm.	—	Vice Admiral	พลเรือโท
WO	—	Warrant Officer	นายทหารชั้นจ่านายสิบและพันจ่า (ในกองทัพอากาศ หมายถึง ยศระหว่างเรืออากาศตรีกับพันจ่าอากาศเอก)

4. ใช้คำย่อต่อไปนี้หลังชื่อ
   Jr., Sr.
   2d, 3d, II, III   โดยไม่ต้องมีเครื่องหมาย comma (,) นำหน้า
   วุฒิการศึกษา เช่น   M.A.   Master of Arts
                        Ph.D.   Philosophiae Doctor (Latin), Doctor of Philosophy
                        LL.D.   Doctor of Law
   ตำแหน่งสมาชิก สมณศักดิ์ ฯลฯ : F.R.S. (สมาชิกราชสมาคมศัลยแพทย์)

5. Sr. และ Jr. ไม่ควรใช้โดยไม่มีชื่อหรือชื่อย่อ แต่อาจใช้ร่วมกับคำนำหน้าอื่นๆ
   J.B. Smiths, Jr.   ไม่ใช่   Smiths, Jr. หรือ Mr. Smiths, Jr.
   President J.B. Smiths, Sr.

6. ห้ามใช้คำนำหน้า Mr., Mrs., Dr. และ Esq. ร่วมกับคำนำหน้าอื่น หรือ กับคำย่อ
   ที่แสดงวุฒิการศึกษา
   Jim Jones, A.B., Ph.D.   ไม่ใช่   Mr. Jim Jones, A.B., Ph.D.
   David West, M.D.   ไม่ใช่   Dr. David West, M.D.
                             ไม่ใช่   Mr. David West, M.D.
   Richard Roe, Esq.   ไม่ใช่   Mr. Richard Roe, Esq.
                             ไม่ใช่   Richard Roe, Esq., Ph.D.

7. เมื่อชื่อๆ หนึ่งตามหลังด้วยคำย่อทางศาสนา เช่น ลำดับภราดรภาพ ลำดับชั้น
   ของสงฆ์ หรือ วุฒิการศึกษา เช่น ปริญญากิตติมศักดิ์ ให้จัดเรียงคำย่อตาม
   ลำดับต่อไปนี้
   ตำแหน่งทางศาสนา ปริญญาทางเทววิทยา ปริญญาทางการศึกษาทั่วไป ปริญญากิตติมศักดิ์
   Jack D. Smiths, D.D., M.A., D. Lit.
   John D. Roe, C.S.C., Ph.D., LL.D.

คำย่อ ส่วนต่างๆ ของสิ่งพิมพ์
(Parts of Publications)

คำย่ออาจใช้ระบุส่วนต่างๆ ของสิ่งตีพิมพ์ที่อ้างอิงเอาไว้ในวงเล็บ หมายเหตุ รายชื่ออ้างอิง และตารางได้

app., apps.	—	appendix, appendixes
art., arts.	—	article, articles
bull., bulls.	—	bulletin, bulletins
cl., cls.	—	clause, clauses
ch., chs.	—	chapter, chapters
col., cols.	—	column, columns
fig., figs.	—	figure, figures
no., nos.	—	number, numbers
p., pp.	—	page, pages
par., pars.	—	paragraph, paragraphs
pl., pls.	—	plate, plates
pt., pts.	—	part, parts
sec., secs.	—	section, sections
subch., subchs.	—	subchapter, subchapters
subpar., subpars.	—	subparagraph, subparagraphs
subsec., subsecs.	—	subsection, subsections
supp., supps.	—	supplement, supplements
vol., vols.	—	volume, volumes

น้ำหนัก และมาตราต่างๆ (Weights and Measures)

1. ระบบอังกฤษเทียบกับอเมริกัน (British and American, with Approximate Metric Equivalents)

มาตราวัดความยาว (Linear Measure)

1 นิ้ว (inch)	= 25.4 มิลลิเมตร (millimetres exactly)	
1 ฟุต (foot)	= 12 นิ้ว (inches)	= 0.3048 เมตร (metre exactly)
1 หลา (yard)	= 3 ฟุต (feet)	= 0.9144 เมตร (metre exactly)
1 ไมล์ (statute mile)	= 1,760 หลา (yards)	= 1.609 กิโลเมตร (kilometres)

มาตราวัดพื้นที่ (Square Measure)

1 ตารางนิ้ว (square inch)	= 6.45 ตารางเซนติเมตร (sq. centimetres)	
1 ตารางฟุต (square foot)	= 144 ตารางนิ้ว (sq. in.)	= 9.29 ตารางเซนติเมตร (sq. decimetres)
1 ตารางหลา (square yard)	= 9 ตารางฟุต (sq. ft.)	= 0.836 ตารางเมตร (sq. metre)
1 เอเคอร์ (acre)	= 4,840 ตารางหลา (sq. yd.)	= 0.405 เฮกตาร์ (hectare)
1 ตารางไมล์ (square mile)	= 640 เอเคอร์ (acre)	= 259 เฮกตาร์ (hectares)

มาตรวัดปริมาณ (Cubic Measure)

1 ลูกบาศก์นิ้ว (cubic inch)	= 16.4 ลูกบาศก์เซนติเมตร (cu. centimetres)	
1 ลูกบาศก์ฟุต (cubic foot)	= 1,728 ลูกบาศก์นิ้ว (cu. in.)	= 0.0283 ลูกบาศก์เมตร (cu. metre)
1 ลูกบาศก์หลา (cubic yard)	= 27 ลูกบาศก์ฟุต (cu. ft.)	= 0.765 ลูกบาศก์เมตร (cu. metre)

มาตราวัดความจุ (Capacity Measure)

แบบอังกฤษ

1 ไพนท์ (pint)	= 20 ออนซ์ (fuid oz.)	= 34.68 ลูกบาศก์นิ้ว (cu. in.)	= 0.568 ลิตร (litre)
1 ควอต (quart)	= 2 ไพนท์ (pints)	= 1.136 ลิตร (litres)	
1 แกลลอน (gallon)	= 4 ควอต (quarts)	= 4.546 ลิตร (litres)	
1 เพ็ค (peck)	= 2 แกลลอน (gallons)	= 9.092 ลิตร (litres)	
1 บุชเชล (bushel)	= 4 เพ็ค (pecks)	= 36.4 ลิตร (litres)	
1 ควอเตอร์ (quarter)	= 8 บุชเชล (bushels)	= 2.91 เฮกโตลิตร (hectolitres)	

แบบอเมริกัน (AMERICAN DRY)

1 ไพนท์ (pint)	= 33.60 ลูกบาศก์นิ้ว (cu. in.)	= 0.550 ลิตร (litre)	
1 ควอต (quart)	= 2 ไพนท์ (pint)	= 1.101 ลิตร (litres)	
1 เพ็ค (peck)	= 8 ควอต (quarts)	= 8.81 ลิตร (litres)	
1 บุชเชล (bushel)	= 4 เพ็ค (pecks)	= 35.3 ลิตร (litres)	

แบบอเมริกัน (AMERICAN LIQUID)

1 ไพนท์ (pint)	= 16 ออนซ์ (fluid oz.)	= 28.88 ลูกบาศก์นิ้ว (cu. in.)	= 0.473 ลิตร (litre)
1 ควอต (quart)	= 2 ไพนท์ (pints)	= 0.946 ลิตร (litre)	
1 แกลลอน (gallon)	= 4 ควอต (quarts)	= 3.785 ลิตร (litres)	

มาตราชั่งแบบ Avoirdupois Weight

1 เกรน (grain)	= 0.065 กรัม (gram)	
1 แดรม (dram)	= 1.772 กรัม (grams)	
1 ออนซ์ (ounce)	= 16 แดรม (drams)	= 28.35 กรัม (grams)
1 ปอนด์ (pound)	= 16 ออนซ์ (ounces)	= 7,000 เกรน (grains)
		= 0.4536 กิโลกรัม (kilogram)
1 สโตน (stone)	= 14 ปอนด์ (pounds)	= 6.35 กิโลกรัม (kilograms)
1 ควอเตอร์ (quarter)	= 2 สโตน (stones)	= 12.70 กิโลกรัม (kilograms)
1 ฮันเดรดเวต (hundredweight)	= 4 ควอเตอร์ (quarters)	= 50.80 กิโลกรัม (kilograms)
1 ชอร์ตตัน (short ton)	= 2,000 ปอนด์ (pounds)	= 0.907 ตัน (tonne)
1 ลองตัน (long ton)	= 20 ฮันเดรดเวต (hundredweight)	= 1.016 ตัน (tonnes)

2. ระบบเมตริกเทียบกับระบบอังกฤษ (Metric, with Approximate British Equivalents)

มาตราวัดความยาว (Linear Measure)

1 มิลลิเมตร (millimetre)	= 0.039 นิ้ว (inch)	
1 เซนติเมตร (centimetre)	= 10 มิลลิเมตร (mm)	= 0.394 นิ้ว (inch)
1 เดซิเมตร (decimetre)	= 10 เซนติเมตร (cm)	= 3.94 นิ้ว (inches)
1 เมตร (metre)	= 10 เดซิเมตร (dm)	= 1.094 หลา (yards)
1 เดคาเมตร (decametre)	= 10 เมตร (m)	= 10.94 หลา (yards)
1 เฮกโตเมตร (hectometre)	= 100 เมตร (m)	= 109.4 หลา (yards)
1 กิโลเมตร (kilometre)	= 1,000 เมตร (m)	= 0.6214 ไมล์ (mile)

มาตราวัดพื้นที่ (Square Measure)

1 ตารางเซนติเมตร (square centimetre)	= 0.155 ตารางนิ้ว (sq. inch)
1 ตารางเมตร (square metre)	= 1.196 ตารางหลา (sq. yards)
1 แอร์ (are)	= 100 ตารางเมตร (square metres)
	= 119.6 ตารางหลา (sq. yards)
1 เฮกตาร์ (hectare)	= 100 แอร์ (ares)
	= 2.471 เอเคอร์ (acres)
1 ตารางกิโลเมตร (sq. kilometre)	= 0.386 ตารางไมล์ (sq. mile)

มาตราวัดความจุ (Cubic Measure)

1 ลูกบาศก์เซนติเมตร (cubic centimetre)	= 0.061 ลูกบาศก์นิ้ว (cu. inch)
1 ลูกบาศก์เมตร (cubic metre)	= 1.308 ลูกบาศก์หลา (cu. yards)

มาตราวัดความจุ (Capacity Measure)

1 มิลลิลิตร (millilitre)	= 0.002 ไพนท์ (pint) (แบบอังกฤษ)	
1 เซนติลิตร (centilitre)	= 10 มิลลิลิตร (ml)	= 0.018 ไพนท์ (pint)
1 เดซิลิตร (decilitre)	= 10 เซนติลิตร (cl)	= 0.176 ไพนท์ (pint)
1 ลิตร (litre)	= 10 เดซิลิตร (dl)	= 1.76 ไพนท์ (pints)
1 เดคาลิตร (decalitre)	= 10 ลิตร (l)	= 2.20 แกลลอน (gallons)
1 เฮกโตลิตร (hectolitre)	= 100 ลิตร (l)	= 2.75 บุชเชล (bushels)
1 กิโลลิตร (kilolitre)	= 1,000 ลิตร (l)	= 3.44 ควอเตอร์ (quarters)

น้ำหนัก (Weight)

1 มิลลิกรัม (milligram)	= 0.015 เกรน (grain)	
1 เซนติกรัม (centigram)	= 10 มิลลิกรัม (mg)	= 0.154 เกรน (grain)
1 เดซิกรัม (decigram)	= 10 เซนติกรัม (cg)	= 1.543 เกรน (grains)
1 กรัม (gram)	= 10 เดซิกรัม (dg)	= 15.43 เกรน (grains)
1 เดคากรัม (decagram)	= 10 กรัม (g)	= 5.64 แดรม (drams)
1 เฮกโตกรัม (hectogram)	= 100 กรัม (g)	= 3.527 ออนซ์ (ounces)
1 กิโลกรัม (kilogram)	= 1,000 กรัม (g)	= 2.205 ปอนด์ (pounds)
1 เมตริกตัน (metic ton)	= 1,000 กิโลกรัม (kg)	= 0.984 ลองตัน (long ton)

3. อุณหภูมิ (Temperature)

ฟาเรนไฮต์ (Fahrenheit)	: น้ำเดือดที่ 212° และเยือกแข็งที่ 32°
เซลเซียส (Celsius)	: น้ำเดือด ที่ 100° และเยือกแข็งที่ O°
เคลวิน (Kelvin)	: น้ำเดือดที่ 373.15 K และเยือกแข็งที่ 273.15 K
เปลี่ยน เซลเซียส เป็น ฟาเรนไฮต์	: คูณ 9 แล้วหาร 5 และบวกด้วย 32
เปลี่ยน ฟาเรนไฮต์ เป็น เซลเซียส	: ลบด้วย 32 แล้วคูณด้วย 5 และหารด้วย 9
เปลี่ยน เซลเซียส เป็น เคลวิน	: บวกด้วย 273.15

สัญลักษณ์ พื้นฐานในการคำนวณ

+   (plus) เครื่องหมายบวก หรือสามารถใช้ในการระบุตัวเลขโดยประมาณ โดยละตัวเลขหลังๆ เอาไว้ในฐานที่เข้าใจ เช่น 3.1237+

−   (minus) เครื่องหมายลบ หรือสามารถใช้ระบุตัวเลขที่ถูกปัดขึ้นอีกหนึ่งค่า เช่น 3.8368 = 3.84−

±   (plus or minus) เครื่องหมายบวกหรือลบ แสดงว่าอาจเป็นเครื่องหมาย + หรือ หรืออาจใช้แสดงค่าความผิดพลาดของตัวเลขที่ได้จากผลการทดลอง

x   (multiplied by) เครื่องหมายคูณ อาจใช้เครื่องหมายจุด (•) ไว้ตรงกลาง เช่น 4•5 = 20 หรืออาจแสดงการคูณได้โดยวางตำแหน่ง factors ให้ติดกัน เช่น 2ab = 2 x a x b

÷   (divided by) เครื่องหมายหาร อาจใช้เครื่องหมาย : แทนก็ได้ เช่น x ÷ y = x : y หรือใช้เป็นขีดคั่นระหว่างตัวถูกหารกับตัวหาร เช่น $\frac{x}{y}$ หรือใช้เครื่องหมาย / แทน เช่น x/y

=   (equal to; equals) เท่ากับ

≠   (not equal to) ไม่เท่ากับ

>   (greater than) มากกว่า เช่น x > y (x มีค่ามากกว่า y)

<   (less than) น้อยกว่า เช่น x < y (x มีค่าน้อยกว่า y)

≮   (not less than) ไม่น้อยกว่า

≯   (not greater than) ไม่มากกว่า

≥   (equal to or greater than) เท่ากับหรือมากกว่า

≤   (equal to or less than) เท่ากับหรือน้อยกว่า

>>   (much greater than) มากกว่ามาก

<<   (much less than) น้อยกว่ามาก

≈   (approximately equal to) มีค่าประมาณ

∴   (therefore) เพราะฉะนั้น

∵   (since; because) เพราะว่า

สัญลักษณ์ ทางด้านการค้าและการเงิน

$	(dollar/dollars) ดอลลาร์
¢	(cent/cents) เซนต์
£	(pound/pounds) ปอนด์, ปอนด์สเตอริงก์
ℓb	(pound) ปอนด์ (น้ำหนัก)
@	(at) ที่
%	(percent) เปอร์เซ็นต์
#	1. (number) จำนวน (ใช้หน้าตัวเลข) เช่น # 10 box 2. (pounds) ปอนด์ (ใช้หลังตัวเลข เช่น 20 #)

สัญลักษณ์อื่นๆ

&, ℰ	(and) และ
&c.	(and others) และอื่นๆ, (and so forth) และต่อๆ ไป
©	(copyright) ลิขสิทธิ์
®	(registered) จดทะเบียนไว้แล้ว ใช้กับเครื่องหมายการค้า